ವಿಶ್ವ ಇತಿಹಾಸ

ಡಾ. ಕೆ. ಸದಾಶಿವ
ಎಂ.ಎ., ಪಿಎಚ್.ಡಿ.,

ಪ್ರಿಯದರ್ಶಿನಿ ಪ್ರಕಾಶನ

ಎ–01–03, ಸ್ಪೀಚ್ ಅಂಡ್ ಹಿಯರಿಂಗ್ ಲೇಔಟ್
ಬೋಗಾದಿ ಎರಡನೇ ಹಂತ, ಮೈಸೂರು ದಕ್ಷಿಣ
ಮೈಸೂರು – 570 026
ಮೊ : 9886153778

VISHWA ITHIHASA: Written by **Dr. K. Sadashiva,** Professor, Dept. of Studies in History, University of Mysore, Manasagangotri, Mysuru-6. Published by **Priyadarshini Prakashana,** Nalanda, A-01-3, AIISH Layout, 2nd Stage, Bogadhi-South, Mysuru – 570026. Mobile : 9886153778

Edition : 2025 **Pages : xii + 520 = 532** **Price : ₹ 450/-**	**Paper Used : 11.2 Kg (58 gsm)d/c - White Maplitho** **Book Size : 1/4th Crown**

Printed by :

Guptha Offset Printers

Mysuru

iii

ಪರಿವಿಡಿ

Companies) – ಜಂಟಿ ಉದ್ಯಮ ಕಂಪನಿಗಳು (Joint stock companies) – ಹಣದ ಆರ್ಥಿಕತೆಯ ಅಭಿವೃದ್ಧಿ – ರಾಷ್ಟ್ರೀಯ ನೀತಿಗಳು – ವಾಣಿಜ್ಯೋದ್ಯಮ (Mercantilism) – ಸಂಪತ್ತಿನ ವ್ಯಾಖ್ಯೆ – ವಾಣಿಜ್ಯೋದ್ಯಮದ ಪ್ರಚುರತೆ – ಬಂಡವಾಳಶಾಹಿ ಮತ್ತು ವಾಣಿಜ್ಯೋದ್ಯಮ –ವಾಣಿಜ್ಯೋದ್ಯಮದ ಬಗ್ಗೆ ಟೀಕೆ – ಪ್ರಕೃತಿವಾದಿಗಳು (Physiocrats) – ಆಡಂಸ್ಮಿತ್ –ಸ್ಮಿತ್ ಮತ್ತು ಆತನ ಪಂಥ

(ಕನ್ಕಾರ್ಡೇಟ್ ಒಪ್ಪಂದ) – ಆಡಳಿತಾತ್ಮಕ ಸುಧಾರಣೆಗಳು – ನ್ಯಾಯಾಂಗ ಸುಧಾರಣೆಗಳು
(ಕೋಡ್ ಆಫ್ ನೆಪೋಲಿಯನ್) – ಶೈಕ್ಷಣಿಕ ಸುಧಾರಣೆಗಳು – ಆರ್ಥಿಕ ಸುಧಾರಣೆಗಳು –
ಬ್ಯಾಂಕ್ ಆಫ್ ಫ್ರಾನ್ಸ್ ಸ್ಥಾಪನೆ – ಲೀಜನ್ ಆಫ್ ಹಾನರ್ – ಲೋಕೋಪಯೋಗಿ ಕಾರ್ಯಗಳು
– ನೆಪೋಲಿಯನ್ನನ ಅವನತಿಗೆ ಕಾರಣಗಳು.

ಮಾರ್ಕ್‌ನ ಜೀವನ – ಕಮ್ಯೂನಿಸ್ಟ್ ಮ್ಯಾನಿಫೆಸ್ಟೋ (1848) – 'ಕಮ್ಯೂನಿಸ್ಟ್ ಮ್ಯಾನಿಫೆಸ್ಟೋ' ಕುರಿತ ಟೀಕೆಗಳು – 'ದಾಸ್ ಕ್ಯಾಪಿಟಲ್‌'ನ ಮೊದಲ ಸಂಪುಟ (1867) – 'ದಾಸ್ ಕ್ಯಾಪಿಟಲ್' ಬಗ್ಗೆ ಒಂದು ವಿವೇಚನೆ – ಮಾರ್ಕ್‌ನ ಸಮಾಜವಾದದ ಮೂಲಭೂತ ತತ್ವಗಳು – ಇತಿಹಾಸದ ಆರ್ಥಿಕ ಅಥವಾ ಸಾಂಪತ್ತಿಕ ವ್ಯಾಖ್ಯಾನ – ವರ್ಗ ಸಂಘರ್ಷ – ಅನಿವಾರ್ಯ ಸಾಮಾಜಿಕ ಕ್ರಾಂತಿ – ಮಾರ್ಕ್‌ನ ಸಮಾಜವಾದದ ಇತರ ತತ್ವಗಳು ಮತ್ತು ಸಿದ್ಧಾಂತಗಳು – ಹೆಚ್ಚುವರಿ ಮೌಲ್ಯ ತತ್ವ – ಪುನರಾವರ್ತಕ ಆರ್ಥಿಕ ಬಿಕ್ಕಟ್ಟು – ಅಂತರರಾಷ್ಟ್ರೀಯ ಚಳವಳಿಯಾಗಿ ಸಮಾಜವಾದ – ಮಾರ್ಕ್‌ನ ಸಮಾಜವಾದದ ಬಗ್ಗೆ ಟೀಕೆಗಳು – ಮಾರ್ಕ್‌ನ ಸಾಧನೆ.

ಸಾಮ್ರಾಜ್ಯದ ವಿಸರ್ಜನೆ – ಗ್ರೀಸ್ – ಬಾಲ್ಕನ್ ರಾಷ್ಟ್ರೀಯತೆಯ ಏಳಿಗೆ – ಕ್ರಿಮಿಯನ್ ಯುದ್ಧ (1854–56) ಮತ್ತು ಪ್ಯಾರಿಸ್ ಒಪ್ಪಂದ (1856) – "ಪ್ಯಾನ್ – ಸ್ಲಾವಿಸಂ" ಮತ್ತು ರೂಸೊ – ಟರ್ಕಿ ಯುದ್ಧ (1877–78) – ಬರ್ಲಿನ್ ಕಾಂಗ್ರೆಸ್ (1878) – ರಾಜಕೀಯ ಕೋಲಾಹಲ – ಯಂಗ್ ಟರ್ಕರ ಕ್ರಾಂತಿ (1908) – ಇಟಲಿ – ಟರ್ಕಿ ಯುದ್ಧ (1911–12) – ರುಮೇನಿಯ – ಸರ್ಬಿಯ ಮತ್ತು ಮಾಂಟಿನಿಗ್ರೊ

ಪೌರ್ವಾತ್ಯ ಸಮಸ್ಯೆಯ ಅರ್ಥ – ಸರ್ಬಿಯಾದ ಸ್ವಾತಂತ್ರ್ಯ ಹೋರಾಟ – ಗ್ರೀಕರ ಸ್ವಾತಂತ್ರ್ಯ ಚಳವಳಿ (1814–32) – ಏಡ್ರಿಯಾನೋಪಲ್ ಒಪ್ಪಂದದ ಕರಾರುಗಳು (1829) – ಸಿರಿಯನ್ ಆಕ್ರಮಣ (ಸುಲ್ತಾನನ ವಿರುದ್ಧ ಮೆಹಮತ್ ಆಲಿಯ ಹೋರಾಟ – ಲಂಡನ್ ಒಪ್ಪಂದದ ಷರತ್ತುಗಳು (1841) – ಕ್ರಿಮಿಯಾ ಯುದ್ಧ (1854–1856) – ಕ್ರಿಮಿಯಾ ಯುದ್ಧಕ್ಕೆ ಕಾರಣಗಳು – 1856ರ ಪ್ಯಾರಿಸ್ ಶಾಂತಿ ಒಪ್ಪಂದ – ಕ್ರಿಮಿಯಾ ಯುದ್ಧದಿಂದಾದ ಪರಿಣಾಮಗಳು – ಸ್ವತಂತ್ರ ರುಮೇನಿಯಾದ ಉದಯ (1861) – ಬಲ್ಗೇರಿಯಾದಲ್ಲಿನ ಹತ್ಯಾಕಾಂಡ – ಸರ್ಬಿಯಾ ಮತ್ತು ಮಾಂಟಿನಿಗ್ರೋಗಳ ಹೋರಾಟ – ಸ್ಯಾನ್ ಸ್ಟೆಫಾನೋ ಒಪ್ಪಂದದ ಕರಾರುಗಳು – ಬರ್ಲಿನ್ ಕಾಂಗ್ರೆಸ್ ಅಧಿವೇಶನ (1878) – ಬರ್ಲಿನ್ ಒಪ್ಪಂದದ ವಿಮರ್ಶೆ – 1878ರ ಬರ್ಲಿನ್ ಕಾಂಗ್ರೆಸ್ ನಂತರದ ಬಾಲ್ಕನ್ ಪರಿಸ್ಥಿತಿ – ಯಂಗ್ ಟರ್ಕರ ಹೋರಾಟ (1908) – ಪ್ರಥಮ ಬಾಲ್ಕನ್ ಯುದ್ಧ (1912) – ಲಂಡನ್ ಒಪ್ಪಂದದ ಕರಾರುಗಳು (1913) – ಬುಖಾರೆಸ್ಟ್ ಒಪ್ಪಂದ (1913) – ಬಾಲ್ಕನ್ ಯುದ್ಧದ ಪರಿಣಾಮಗಳು.

ಮೂರು ಮಂದಿ ಚಕ್ರವರ್ತಿಗಳ ಒಕ್ಕೂಟ (1873) – ತ್ರಿಚಕ್ರವರ್ತಿಗಳ ಒಕ್ಕೂಟದ ಪುನರ್ ಸ್ಥಾಪನೆ (1881) – ದ್ವಿರಾಷ್ಟ್ರ ಮೈತ್ರಿಕೂಟ (ಆಸ್ಟ್ರೋ–ಜರ್ಮನ್ ಒಪ್ಪಂದ) 1879 – ತ್ರಿರಾಷ್ಟ್ರ ಮೈತ್ರಿಕೂಟ (Triple Alliance) 1882 – ಜರ್ಮನಿ ಮತ್ತು ರಷ್ಯಾದೊಡನೆ ರಿ ಇನ್ಸುರೆನ್ಸ್ ಒಪ್ಪಂದ (1887)– ಫ್ರಾನ್ಸ್ ಮತ್ತು ರಷ್ಯಾದೊಡನೆ ಒಪ್ಪಂದ (1893) – ಆಂಗ್ಲೋ–ಫ್ರೆಂಚ್ ಒಪ್ಪಂದ ಅಥವಾ ಎಂಟಿಟಿ ಕಾರ್ಡಿಯಲ್ (1904) – ಆಂಗ್ಲೋ ರಷ್ಯನ್ ಒಪ್ಪಂದ (1907) – ಟ್ರಿಪಲ್ ಅಲಯನ್ಸ್ ಮತ್ತು ಟ್ರಿಪಲ್ ಎಂಟಿಟಿ ಶಕ್ತಿ ಬಣಗಳ ನಡುವಿನ ಸ್ಪರ್ಧೆ.

ಮೊದಲನೇ ಮಹಾಯುದ್ಧಕ್ಕೆ ಕಾರಣಗಳು – ಯುದ್ಧದ ಪ್ರಮುಖ ಘಟನೆಗಳು – ಮಾರ್ನೆ ಕಾಳಗ – ವೆರ್ಡುನ್ ಕಾಳಗ – ಸೊಮ್ಮೆ ಕಾಳಗ – ಜಟ್ಲ್ಯಾಂಡ್ ಯುದ್ಧ – ಮೊದಲನೇ ಮಹಾಯುದ್ಧದ ಪ್ರಮುಖ ಪರಿಣಾಮಗಳು – ಪ್ಯಾರಿಸ್ನ ಶಾಂತಿ ಸಮ್ಮೇಳನ (1919) – ವುಡ್ರೋವಿಲ್ಲನ್ನ ಹದಿನಾಲ್ಕು ಅಂಶಗಳು – ವರ್ಸೇಲ್ಸ್ ಒಪ್ಪಂದ – ಸೇಂಟ್ ಜರ್ಮನ್ ಒಪ್ಪಂದ (1919) – ನಿಯುಲಿ ಒಪ್ಪಂದ 1919 – ಟ್ರೈನಾನ್ ಒಪ್ಪಂದ 1920 – ಸೆವ್ರಸ್ ಶಾಂತಿ ಒಪ್ಪಂದ 1920 – ಲಾಸೆನ್ ಒಪ್ಪಂದ 1923 – ಮೊದಲನೇ ಮಹಾಯುದ್ಧದಿಂದಾದ ಇನ್ನಿತರ ಪರಿಣಾಮಗಳು.

ಅಂತರರಾಷ್ಟ್ರೀಯ ಸಂಸ್ಥೆಗಳ ಬೆಳವಣಿಗೆಯ ಇತಿಹಾಸ – ರಾಷ್ಟ್ರಸಂಘದ ಉದಯ – ಲೀಗಿನ ಸದಸ್ಯತ್ವ – ರಾಷ್ಟ್ರಸಂಘದ ಗುರಿಗಳು ಮತ್ತು ಉದ್ದೇಶಗಳು – ರಾಷ್ಟ್ರಸಂಘದ ಪೀಠಿಕೆ – ರಾಷ್ಟ್ರ ಸಂಘದ ಆಡಳಿತ – ಮಹಾಸಭೆ (The Assembly) – ಮಹಾಸಭೆಯ ಕಾರ್ಯಗಳು – ಮಹಾಸಮಿತಿ (The Council) – ಮಹಾ ಸಮಿತಿಯ ಕಾರ್ಯಗಳು – ಸಚಿವಾಲಯ (The Secretariat) – ಸಚಿವಾಲಯದ ಕಾರ್ಯಗಳು – ರಾಷ್ಟ್ರಸಂಘದ ಉಪಲಂಗ ಸಂಸ್ಥೆಗಳು – ಅಂತರರಾಷ್ಟ್ರೀಯ ಖಾಯಂ ನ್ಯಾಯಾಲಯ – ಅಂತರರಾಷ್ಟ್ರೀಯ ಕಾರ್ಮಿಕ ಸಂಸ್ಥೆ – ಮ್ಯಾಂಡೇಟ್ ಸಮಿತಿ – ತಾಂತ್ರಿಕ ಸಂಸ್ಥೆಗಳು – ರಾಷ್ಟ್ರಸಂಘದ ಉಪಲಂಗ ಸಂಸ್ಥೆಗಳು – ಅಂತರರಾಷ್ಟ್ರೀಯ

ಖಾಯಂ ನ್ಯಾಯಾಲಯ – ಅಂತರರಾಷ್ಟ್ರೀಯ ಕಾರ್ಮಿಕ ಸಂಸ್ಥೆ – ಮ್ಯಾಂಡೇಟ್ ಸಮಿತಿ – ತಾಂತ್ರಿಕ ಸಂಸ್ಥೆಗಳು – ರಾಷ್ಟ್ರಸಂಘದ ಸಾಧನೆಗಳು – ರಾಜಕೀಯ ಕ್ಷೇತ್ರದ ಸಾಧನೆಗಳು – ಆರ್ಥಿಕ ಸಾಧನೆಗಳು – ಸಾಮಾಜಿಕ ಸಾಧನೆಗಳು – ರಾಷ್ಟ್ರಸಂಘದ ರಾಜಕೀಯ ವೈಪಲ್ಯಗಳು – ರಾಷ್ಟ್ರಸಂಘದ ವಿಫಲತೆಗೆ ಕಾರಣವಾದ ಅಂಶಗಳು.

ಎರಡನೇ ಚೀನಾ – ಜಪಾನ್ ಯುದ್ಧ – ಹೋರಾಟದ ಆರಂಭ – ಚೀನಾದಲ್ಲಿ ರಾಷ್ಟ್ರೀಯ ಸರ್ಕಾರವನ್ನು ಸ್ಥಾಪಿಸುವಲ್ಲಿ ಜಪಾನಿನ ಪಾತ್ರ – ಎರಡನೇ ಮಹಾಯುದ್ಧದ ಸಂದರ್ಭದಲ್ಲಿ ಜಪಾನ್ – ಜಪಾನ್ ಮತ್ತು ಅಮೆರಿಕಾ ಸಂಯುಕ್ತ ಸಂಸ್ಥಾನಗಳ ನಡುವೆ ಬಿಗುವಿನ ಸ್ಥಿತಿ – ಪರ್ಲ್ ಹಾರ್ಬರ್‌ನ ಮೇಲೆ ಜಪಾನಿನ ದಾಳಿ 1941 – ಜಪಾನಿನ ಆರಂಭದ ಯಶಸ್ಸು – ಬೃಹತ್ ಪೂರ್ವ ಏಷ್ಯಾ ಸಹ – ಅಭಿವೃದ್ಧಿ ವಲಯ – ಜಪಾನಿನ ಪತನ

ಭೌಗೋಳಿಕ ಅನ್ವೇಷಣೆಗಳು

15 ಮತ್ತು 16ನೇ ಶತಮಾನದಲ್ಲಿ ಜರುಗಿದ ಭೌಗೋಳಿಕ ಅನ್ವೇಷಣೆಗಳು ಮಾನವ ಇತಿಹಾಸದ ಮೇಲೆ ಮಹತ್ತರ ಪರಿಣಾಮವನ್ನು ಉಂಟುಮಾಡಿದವು. ಪುನರುಜ್ಜೀವನ ಯುಗವು ಯೂರೋಪಿಯನ್ನರಲ್ಲಿ ಸಾಹಸ ಪ್ರವೃತ್ತಿ ಮತ್ತು ಕುತೂಹಲತೆಯಿಂದ ಕೂಡಿದ ಹೊಸ ಸ್ಫೂರ್ತಿಯನ್ನು ತುಂಬಿತು. ಕಾನ್‌ಸ್ಟಾಂಟಿನೋಪಲ್ 1453ರಲ್ಲಿ ಆಟೋಮನ್ ಟರ್ಕರ ವಶವಾದ ಮೇಲೆ ಯೂರೋಪಿನ ವರ್ತಕರು ಪೌರ್ವಾತ್ಯ ದೇಶಗಳಿಂದ ವಸ್ತುಗಳನ್ನು ಕೊಳ್ಳಲು ಇಟಲಿಯ ವ್ಯಾಪಾರಿಗಳನ್ನೇ ಆಶ್ರಯಿಸುವಂತಾಯಿತು. ಇಟಾಲಿಯನ್ನರು ಧರ್ಮಯುದ್ಧಗಳ ಪೂರ್ವ ಹಾಗೂ ನಂತರವೂ ಸಹ ಅರಬ್ಬರೊಂದಿಗೆ ಉತ್ತಮ ವಾಣಿಜ್ಯ ಸಂಪರ್ಕ ಹೊಂದಿದ್ದರು. 13ನೇ ಶತಮಾನದ ಕೊನೆಯ ಭಾಗದಲ್ಲಿ ಕೆಲವು ಇಟಲಿಯ ವ್ಯಾಪಾರಿಗಳು ಭೂಮಾರ್ಗದ ಮೂಲಕ ಬಹುಕಷ್ಟಪಟ್ಟು ಸುಮಾರು $2^1/_2$ ವರ್ಷಗಳ ಪ್ರಯತ್ನದ ಫಲವಾಗಿ ಯಶಸ್ವಿಯಾಗಿ ಚೀನಾವನ್ನು ತಲುಪಿದರು. ಅದರಲ್ಲಿ ಪ್ರಮುಖನಾದ ಮಾರ್ಕೋಪೋಲೊನನ್ನು ಮಂಗೋಲರ ದೊರೆ ಕುಬ್ಲಾಯ್‌ಖಾನ್ ತನ್ನ ಆಸ್ಥಾನಕ್ಕೆ ಹೃತ್ಪೂರ್ವಕವಾಗಿ ಸ್ವಾಗತಿಸಿದನು. ಮಾರ್ಕೋಪೋಲೊ ಮಂಗೋಲ್ ಚಕ್ರವರ್ತಿ ಕುಬ್ಲಾಯ್‌ಖಾನನಿಗೆ ಸೈನಿಕ ಸಲಹೆಗಾರನಾಗಿ ಬಹಳಷ್ಟು ವರ್ಷಗಳ ಕಾಲ ಸೇವೆ ಸಲ್ಲಿಸಿದನು. ಹಾಗೆಯೇ ಜಪಾನ್ ಮತ್ತು ಸಾಂಬಾ ದ್ವೀಪಗಳಿಗೂ ಭೇಟಿ ನೀಡಿದ್ದನು. ಮಾರ್ಕೋಪೋಲೊ ತನ್ನ ತಾಯ್ನಾಡಾದ ವೆನಿಸ್‌ಗೆ ಹಿಂದಿರುಗಿದಾಗ ತನ್ನ ಸ್ನೇಹಿತರಿಗೆ ತನ್ನ ಪೌರ್ವಾತ್ಯ ಪ್ರದೇಶಗಳ ಅನುಭವಗಳನ್ನು ಹಾಗೂ ಅಲ್ಲಿನ ಅಪಾರ ಐಶ್ವರ್ಯವನ್ನು ಕುರಿತು ಮನಮುಟ್ಟುವಂತೆ ವಿವರಿಸಿದನು. ಮಾರ್ಕೋಪೋಲೊನ ಬರವಣಿಗೆಗಳು ಮತ್ತು ವಿವರಣೆಗಳನ್ನು ತಿಳಿದ ಯೂರೋಪಿಯನ್ನರು ಬಹುದೂರದ ಪೌರ್ವಾತ್ಯ ನಾಡುಗಳನ್ನು ಕೇವಲ ಭೂಮಾರ್ಗದ ಮೂಲಕ ಮಾತ್ರವಲ್ಲದೆ ಸಮುದ್ರ ಮಾರ್ಗದ ಮೂಲಕವೂ ತಲುಪಲು ಹಲವು ಸಾಹಸಮಯ ಯಾನಗಳನ್ನು ನಡೆಸುವಂತೆ ಸ್ಫೂರ್ತಿ ನೀಡಿದವು. ಕ್ರಿಶ್ಚಿಯನ್ ಚರ್ಚುಗಳೂ ಸಹ ಪೂರ್ವದ ಲಕ್ಷಾಂತರ ಜನರನ್ನು ಕ್ರೈಸ್ತ ಧರ್ಮಕ್ಕೆ ಮತಾಂತರಗೊಳಿಸುವ ಧ್ಯೇಯದ ಮೇಲೂ ಹೊಸ ಮಾರ್ಗಗಳ ಶೋಧನೆಗೆ ಇಂಬು ನೀಡಿತು. ಯೂರೋಪಿಯನ್ ವರ್ತಕರ ಪೂರ್ವದ ವ್ಯಾಪಾರದಿಂದ ಅಗಾಧ ಲಾಭಗಳಿಸಬಹುದು ಎನ್ನುವ ಆಸೆಯೂ ಸಹ ಭೌಗೋಳಿಕ ಅನ್ವೇಷಣೆಗೆ ಸ್ಫೂರ್ತಿ ನೀಡಿತು. ಯೂರೋಪಿನ ದರ್ಪಿಷ್ಟ ಪ್ರಭುಗಳು ಸಹ ಪೌರ್ವಾತ್ಯ ದೇಶಗಳೊಂದಿಗೆ ವಾಣಿಜ್ಯ ಸಂಪರ್ಕ ಏರ್ಪಡಿಸಿಕೊಳ್ಳುವ ಮೂಲಕ ತಮ್ಮ ಅಧಿಕಾರ ಶಕ್ತಿ ಹಾಗೂ ಗೌರವಗಳನ್ನು ವೃದ್ಧಿಸಿಕೊಳ್ಳಲು ಯೋಚಿಸುವಂತೆ ಮಾಡಿತು.

ಭೌಗೋಳಿಕ ಅನ್ವೇಷಣೆಗಳಿಗೆ ಕಾರಣಗಳು

ಭೌಗೋಳಿಕ ಅನ್ವೇಷಣೆಗಳಿಗೆ ಹಲವು ಕಾರಣಗಳು ಹಾದಿಮಾಡಿಕೊಟ್ಟವು. ಅವುಗಳನ್ನು ಈ ಕೆಳಕಂಡಂತೆ ಗುರುತಿಸಬಹುದು.

1. **ಧರ್ಮಯುದ್ಧಗಳು :** ಏಷ್ಯಾ ಮೈನರ್‌ನಲ್ಲಿದ್ದ ಏಸುಕ್ರಿಸ್ತನ ಜೀವನಕ್ಕೆ ಸಂಬಂಧಿಸಿದ ಪವಿತ್ರ ಸ್ಥಳಗಳನ್ನು ಮುಸ್ಲಿಮರ ಹತೋಟಿಯಿಂದ ವಿಮುಕ್ತಿಗೊಳಿಸಲು ನಡೆಸಿದ ಕ್ರಿ.ಶ. 11 ಮತ್ತು 12ನೇ ಶತಮಾನದ ಧರ್ಮಯುದ್ಧಗಳು ಪೌರ್ವಾತ್ಯ ಹಾಗೂ ಪಾಶ್ಚಿಮಾತ್ಯ ರಾಷ್ಟ್ರಗಳ ಪ್ರತ್ಯೇಕತೆಯನ್ನು ಕೊನೆಗಾಣಿಸಿದ್ದಲ್ಲದೆ ಅವುಗಳ ಮಧ್ಯೆ ವ್ಯಾಪಾರ ಮತ್ತು ವಾಣಿಜ್ಯ ಸಂಪರ್ಕ ಬೆಳೆಯಲು ಅವಕಾಶ ಮಾಡಿಕೊಟ್ಟವು. ಯೂರೋಪಿನಲ್ಲಿ ಪೌರ್ವಾತ್ಯ ಪ್ರದೇಶಗಳ ವಸ್ತುಗಳಿಗೆ ಅಪಾರ ಬೇಡಿಕೆ ಇದ್ದುದರಿಂದ ಅವುಗಳನ್ನು ಪಡೆದುಕೊಳ್ಳಲು ಯೂರೋಪಿಯನ್ ವರ್ತಕರು ಹಲವು ಹೊಸ ಮಾರ್ಗಗಳ ಶೋಧನೆಗೆ ಆಸಕ್ತ ನಾವಿಕರಿಗೆ ಸಹಕಾರ ಹಾಗೂ ಬೆಂಬಲ ನೀಡಿದರು.

2. **ಯೂರೋಪಿನ ವರ್ತಕರ ವ್ಯಾಪಾರೀ ಪೈಪೋಟಿ :** ಮಾರ್ಕೋಪೋಲೊ ಮುಂತಾದ ಯೂರೋಪಿಯನ್ ಪ್ರವಾಸಿಗರು ತಮ್ಮ ಬರವಣಿಗೆಗಳಲ್ಲಿ ಹಾಗೂ ಹೇಳಿಕೆಗಳಲ್ಲಿ ಪೌರ್ವಾತ್ಯ ದೇಶಗಳ ಅಗಾಧ ಸಂಪತ್ತಿನ ಬಗ್ಗೆ ವರ್ಣಿಸಿದ್ದು ಇನ್ನಿತರ ಯೂರೋಪಿನ ವರ್ತಕರಲ್ಲಿ ಅದನ್ನು ಗಳಿಸಬೇಕೆಂಬ ಆಸೆ ಮೂಡಿಸಿತು. ವೆನಿಸ್ ಹಾಗೂ ಜಿನೋವಾಗಳ ವರ್ತಕರು ಪೌರ್ವಾತ್ಯ ದೇಶಗಳೊಂದಿಗಿನ ವ್ಯಾಪಾರದಲ್ಲಿ ಗಳಿಸಿದ ಅಪಾರ ಸಂಪತ್ತಿನಿಂದ ಶ್ರೀಮಂತರಾದರು. ಈ ಶ್ರೀಮಂತಿಕೆಯನ್ನು ಕಂಡ ಇನ್ನಿತರ ಯೂರೋಪಿನ ವರ್ತಕರೂ ಸಹ ತಾವೂ ಶ್ರೀಮಂತರಾಗಲು ಪೌರ್ವಾತ್ಯ ದೇಶಗಳೆಡೆಗೆ ಹೊಸ ಮಾರ್ಗಗಳನ್ನು ಶೋಧಿಸಲು ಮುಂದಾದರು.

3. ಕಾನ್‌ಸ್ಟಾಂಟಿನೋಪಲ್ ವಶ : ಬೈಜಾಂಟಿಯನ್ ಸಾಮ್ರಾಜ್ಯದ ರಾಜಧಾನಿಯಾಗಿದ್ದ ಕಾನ್‌ಸ್ಟಾಂಟಿನೋಪಲ್ ನಗರವನ್ನು ಕ್ರಿ.ಶ. 1453ರಲ್ಲಿ ಟರ್ಕರು ವಶಪಡಿಸಿಕೊಂಡಿದ್ದರಿಂದ ಯೂರೋಪಿನ ವರ್ತಕರ ಪೂರ್ವದೇಶಗಳೊಂದಿಗಿನ ವ್ಯಾಪಾರದ ಬಾಗಿಲು ಮುಚ್ಚಿದಂತಾಯಿತು. ಪೂರ್ವದೇಶಗಳೊಂದಿಗಿನ ವ್ಯಾಪಾರಕ್ಕೆ ಮುಖ್ಯವಾಗಿದ್ದ ಎಲ್ಲ ಮಾರ್ಗಗಳೂ ಟರ್ಕರ ಸಾಮ್ರಾಜ್ಯದಲ್ಲಿದ್ದುದರಿಂದ ಆ ವ್ಯಾಪಾರೀ ಮಾರ್ಗಗಳನ್ನು ಟರ್ಕರು ಮುಚ್ಚಿದ್ದರು. ಇದರಿಂದಾಗಿ ಯೂರೋಪಿಯನ್ನರಿಗೆ ಪೂರ್ವದೇಶಗಳಿಗೆ ಸಮುದ್ರ ಮಾರ್ಗ ಕಂಡುಹಿಡಿಯುವುದು ಅವಶ್ಯವಾಯಿತು. ಈ ಅವಶ್ಯಕತೆಯೇ ಹೊಸ ಸಮುದ್ರಮಾರ್ಗದ ಶೋಧನೆಗೆ ದಾರಿಮಾಡಿಕೊಟ್ಟಿತು.

4. ನಾವಿಕರ ದಿಕ್ಸೂಚಿ ಮತ್ತು ಗ್ರಹೋನ್ನತಿ ಮಾಪಕದ ಬಳಕೆ : ನಾವಿಕರ ದಿಕ್ಸೂಚಿಯನ್ನು ಪುರಾತನ ಕಾಲದಲ್ಲಿ ಚೀನಿಯರು ಕಂಡುಹಿಡಿದಿದ್ದು ಅರಬ್ಬರ ಮೂಲಕ ಯೂರೋಪಿಯನ್ನರಿಗೆ ನಾವಿಕರ ದಿಕ್ಸೂಚಿ ಪರಿಚಯಿಸಲ್ಪಟ್ಟಿತು. ನಾವಿಕರ ದಿಕ್ಸೂಚಿಯ ಬಳಕೆಯು ಯೂರೋಪಿನ ನಾವಿಕರಿಗೆ ಒಂದು ವರವಾಗಿ ಪರಿಣಮಿಸಿತು. ನಾವಿಕರ ದಿಕ್ಸೂಚಿಯು ನಾವಿಕರಿಗೆ ದಿಕ್ಕನ್ನು ಹಾಗೂ ಗ್ರಹೋನ್ನತಿ ಮಾಪಕವು ನಾವಿಕರು ತಲುಪಬೇಕಾದ ನಿರ್ದಿಷ್ಟ ಸ್ಥಳದ ಹಾದಿಯನ್ನು ಸೂಚಿಸುತ್ತಿದ್ದವು.

5. ಹಡಗು ನಿರ್ಮಾಣದಲ್ಲಾದ ಸುಧಾರಿತ ತಾಂತ್ರಿಕತೆ ಹಾಗೂ ರಾಜಕುಮಾರ ಹೆನ್ರಿಯ ಸ್ಕೂಲ್ ಆಫ್ ನ್ಯಾವಿಗೇಶನ್ :

ಹೆನ್ರಿ ದಿ ನ್ಯಾವಿಗೇಟರ್

ಯೂರೋಪಿಯನ್ನರು ಬಹುದೂರದ ಪ್ರದೇಶಗಳಿಗೆ ಯಾನ ಮಾಡಲು ಬೃಹತ್ತಾದ ಹಾಗೂ ಸದೃಢವಾದ ಹಡಗುಗಳನ್ನು ನಿರ್ಮಿಸುವ ತಾಂತ್ರಿಕತೆಯನ್ನು ಅಳವಡಿಸಿಕೊಂಡರು. ಪೋರ್ಚುಗಲ್‌ನ ರಾಜಕುಮಾರ ಹೆನ್ರಿ (1394–1460) 'ದಿ ನ್ಯಾವಿಗೇಟರ್'ಎಂದು ಪ್ರಸಿದ್ಧನಾಗಿದ್ದು ಒಂದು ಶಾಲೆಯನ್ನು ಸ್ಥಾಪಿಸಿದನು. ಈ ಶಾಲೆಯಿಂದ 15ನೇ ಶತಮಾನದ ಅಂತ್ಯದ ಹಾಗೂ 16ನೇ ಶತಮಾನದ ಆರಂಭದ ನಾವಿಕರು ಮಾರುತಗಳು, ಸಮುದ್ರದ ಅಲೆಗಳು ಹಾಗೂ ಏರಿಳಿತಗಳ ಬಗ್ಗೆ ವಿಪುಲ ಜ್ಞಾನವನ್ನು ಅರಿತರು. ರಾಜಕುಮಾರ ಹೆನ್ರಿಯ 'ಸ್ಕೂಲ್ ಆಫ್ ನ್ಯಾವಿಗೇಶನ್' ಹಲವಾರು ಯೂರೋಪಿನ ಪ್ರಮುಖ ನಾವಿಕರು, ಖಗೋಳಜ್ಞರು ಮತ್ತು ಭೂಗೋಳಜ್ಞರನ್ನು ಆಕರ್ಷಿಸಿತು ಹಾಗೂ ಅವರಲ್ಲಿನ ಜ್ಞಾನವನ್ನು ಪರಸ್ಪರ ಅರಿತುಕೊಳ್ಳುವಂತೆ ಮಾಡಿತು. ಈ ಶಾಲೆಯ ವತಿಯಿಂದ ಪ್ರತಿವರ್ಷ ಪಶ್ಚಿಮ ಆಫ್ರಿಕಾದ ಕರಾವಳಿಗೆ ದಿಗ್ವಿಜಯ ಯಾನ ಕೈಗೊಳ್ಳಲಾಗುತ್ತಿತ್ತು. ಹೆನ್ರಿಯ ನಾವಿಕರು ಮಡೀರ ದ್ವೀಪಗಳನ್ನು ಶೋಧಿಸಿದ್ದಲ್ಲದೆ ಸೂಡಾನ್ ಮತ್ತು ಸೆನೆಗಲ್‌ವರೆಗೂ ಮುನ್ನುಗ್ಗಿದ್ದರು. ಅಲ್ಲಿಂದ ಅಪಾರ ಗುಲಾಮರು ಹಾಗೂ ಚಿನ್ನವನ್ನು ಹೊತ್ತು ತಂದುದಲ್ಲದೆ ಮುಂದಿನ ಶತಮಾನದಲ್ಲಿ ಪೋರ್ಚುಗೀಸ್ ಸಾಮ್ರಾಜ್ಯದ ಬುನಾದಿಗೆ ಅಸ್ತಿಭಾರ ಹಾಕಿದರು.

ನೌಕಾಯಾನದ ಆಧುನಿಕ ಸಾಧನಗಳು

6. ಕ್ರಿಶ್ಚಿಯನ್ನರ ಕ್ರೈಸ್ತ ಮತ ಪ್ರಸಾರದ ಆಸಕ್ತಿ:

ಧರ್ಮಯುದ್ಧಗಳಿಂದಾಗಿ ಯೂರೋಪಿ ನಲ್ಲಿ ಕ್ರೈಸ್ತ ಧರ್ಮ ತನ್ನ ಪ್ರಾಮುಖ್ಯತೆಯನ್ನು ಕಳೆದುಕೊಂಡಿತು. ಪ್ರಾಟೆಸ್ಟೆಂಟ್ ರಾಷ್ಟ್ರೀಯ ರಾಜ್ಯಗಳ ಉದಯದೊಂದಿಗೆ ಕ್ಯಾಥೊಲಿಕ್ ಚರ್ಚುಗಳ ಪ್ರಾಮುಖ್ಯವೂ ಕುಂದಿತು. ಇದರಿಂದಾಗಿ ಕ್ರೈಸ್ತ ಧರ್ಮಪ್ರಸಾರಕರು ಹೊಸ ಪ್ರದೇಶಗಳಲ್ಲಿ ಕ್ರೈಸ್ತ ಧರ್ಮವನ್ನು ಹರಡಲು ಭೌಗೋಳಿಕ ಅನ್ವೇಷಣೆಗೆ ಪ್ರೋತ್ಸಾಹಿಸಿದರು. ಈ ಧರ್ಮ ಪ್ರಸಾರಕರು ಏಸುವಿನ ಧರ್ಮದ ಕಟ್ಟಾ ಅನುಯಾಯಿಗಳಾಗಿ ಎಂತಹ ಘೋರ ತೊಂದರೆಯನ್ನಾದರೂ ಅನುಭವಿಸಿ ಧರ್ಮ ಪ್ರಸರಿಸಲು ಸಿದ್ಧರಿದ್ದರು. ವರ್ತಕರೂ ಸಹ ಪುಣ್ಯ ಸಂಪಾದನೆಯ ಗುರಿಯಿಂದ ಈ ಕ್ರೈಸ್ತ ಧರ್ಮ ಪ್ರಸಾರಕರಿಗೆ ಸಹಾಯ ನೀಡಲು ಮುಂದಾದರು. ಆ ಮೂಲಕ ಭೌಗೋಳಿಕ ಅನ್ವೇಷಣೆಗೆ ದಾರಿ ಮಾಡಿಕೊಟ್ಟರು.

ಪೋರ್ಚುಗೀಸ್ ನಾವಿಕರ ಶೋಧನೆಗಳು

ರಾಜಕುಮಾರ ಹೆನ್ರಿಯ ಸ್ಕೂಲ್ ಆಫ್ ನ್ಯಾವಿಗೇಷನ್

ಪೋರ್ಚುಗಲ್‌ನ ರಾಜಕುಮಾರ ಹೆನ್ರಿಯು ಸಮುದ್ರಯಾನ ಮತ್ತು ಭೂ ಆವಿಷ್ಕಾರಗಳಲ್ಲಿ ಗಣನೀಯ ಸಾಧನೆಮಾಡಿ ಪೋರ್ಚುಗೀಸರನ್ನು ಆ ಕ್ಷೇತ್ರದಲ್ಲಿ ಮುಂಚೂಣಿಯಲ್ಲಿರಿಸಿ 'ದಿ ನ್ಯಾವಿಗೇಟರ್' ಎಂಬ ಬಿರುದನ್ನೇ ಹೊಂದಿದ್ದ. ಹೆನ್ರಿಯು ಉತ್ಸಾಹಿ ಯುವ ನಾವಿಕರಿಗೆ ತರಬೇತಿ ನೀಡಲು ಶಾಲೆಯೊಂದನ್ನು ಆರಂಭಿಸಿದ್ದಲ್ಲದೆ ತಾನೂ ಸಹ ಸಮುದ್ರಯಾನದಲ್ಲೇ ಕಾಲಕಳೆದ. ಹೆನ್ರಿಯ ಶಾಲೆಯ ವತಿಯಿಂದ ಕಳುಹಿಸುತ್ತಿದ್ದ ನಾವಿಕರು ಪ್ರತಿವರ್ಷದ ಯಾನಗಳಿಂದಾಗಿ ಪಶ್ಚಿಮದ ತೀರಪ್ರದೇಶ, ಸೂಡಾನ್, ಮಡೀರ ದ್ವೀಪಗಳು ಮತ್ತು ಸೆನೆಗಲ್‌ಗಳವರೆಗೆ ತಲುಪಿದರು. ಹೆನ್ರಿಯು 1460ರಲ್ಲಿ ನಿಧನವಾಗುವ ವೇಳೆಗೆ ಪೋರ್ಚುಗೀಸರು ಪಶ್ಚಿಮ ಆಫ್ರಿಕಾದ ತೀರ ಪ್ರದೇಶದಲ್ಲಿ ಸುಮಾರು 2000 ಮೈಲಿಗಳಷ್ಟು ದೂರದ ಪ್ರದೇಶಗಳನ್ನು ಅನ್ವೇಷಣೆ ಮಾಡಿದ್ದರು. ಲೋಪೋ ಗೂನಸಲ್ವೆಸ್ ಭೂಮಧ್ಯರೇಖೆಯನ್ನು ದಾಟಿದನು. ಆಫ್ರಿಕಾದ ದಕ್ಷಿಣದ ಭೂಶಿರವನ್ನು 1487ರಲ್ಲಿ ತಲುಪಿ ಅದನ್ನು 'ಕೇಪ್ ಆಫ್ ಸ್ಟಾರ್ಮ್ಸ್' (ಬಿರುಗಾಳಿಯ ಭೂಶಿರ) ಎಂದು ಬಾರ್ಥೊಲೋಮಿಯೊ ಡಯಾಸ್ ಕರೆದನು. ಆದರೆ ಅವನ ಈ ಅನ್ವೇಷಣೆಯಿಂದ ಪೌರ್ವಾತ್ಯ ದೇಶಗಳಿಗೆ ಹೋಗುವ ಸಾಧ್ಯತೆಯಿದೆ ಎಂಬ ಅಂಶವು ದೃಢಪಟ್ಟಿದ್ದರಿಂದ ಪೋರ್ಚುಗಲ್‌ನ ದೊರೆಯು ಅದಕ್ಕೆ 'ಕೇಪ್ ಆಫ್ ಗುಡ್‌ಹೋಪ್' ಎಂಬ ಹೆಸರನ್ನು ನೀಡಿದನು. ಹತ್ತು ವರ್ಷಗಳ ನಂತರ ವಾಸ್ಕೋಡಗಾಮನು ಡಯಾಸ್‌ನ ಮಾರ್ಗವನ್ನೇ ಅನುಸರಿಸಿ ಪಯಣಿಸಿ ಗುಡ್‌ಹೋಪ್ ಭೂಶಿರವನ್ನು ದಾಟಿ ಪೂರ್ವ ತೀರದಲ್ಲಿ ಕೆಲಕಾಲ ಸಂಚರಿಸಿ ಮೊಜಾಂಬಿಕ್‌ಗೆ ತಲುಪಿದನು. ಅಲ್ಲಿದ್ದ ಒಬ್ಬ ಭಾರತೀಯ ನಾವಿಕನ ಸಹಾಯದಿಂದ ಭಾರತಕ್ಕೆ ಹೊಸ ಸಮುದ್ರ ಮಾರ್ಗವನ್ನು ಕಂಡುಹಿಡಿದು 1498ರಲ್ಲಿ ಭಾರತದ ಕ್ಯಾಲಿಕಟ್ ತಲುಪಿದನು. ಎರಡು ವರ್ಷಗಳ ನಂತರ ಪೋರ್ಚುಗೀಸ್‌ನ ಕಮ್ಯಾಂಡರ್ ಕಬ್ರಾಲ್‌ನು ಆಫ್ರಿಕಾದ ಪಶ್ಚಿಮ ತೀರದ ಕೆಳಭಾಗದಲ್ಲಿ ಯಾನ ಮಾಡುತ್ತಾ ಬಿರುಗಾಳಿಯ ಹೊಡೆತಕ್ಕೆ ಸಿಕ್ಕಿ ದಕ್ಷಿಣ ಅಮೇರಿಕಾದ ಪೂರ್ವತೀರಕ್ಕೆ ತಲುಪಿದನು. ಇದರೊಂದಿಗೆ 1500ರಲ್ಲಿ ಬ್ರೆಜಿಲ್ ಅನ್ನು ಅನ್ವೇಷಿಸಿದಂತಾಯಿತು. ಕೆಲಕಾಲದಲ್ಲಿಯೇ ಪೋರ್ಚುಗೀಸರು ಭಾರತ, ಸಿಲೋನ್, ಜಾವಾ, ಸುಮಾತ್ರ, ಮಲಯ ಪರ್ಯಾಯ ದ್ವೀಪಗಳನ್ನೊಳಗೊಂಡಂತೆ ವಾಣಿಜ್ಯ ಸಾಮ್ರಾಜ್ಯವನ್ನೇ ಸ್ಥಾಪಿಸಿದರು. 1512ರಲ್ಲಿ ಚೀನಾಕ್ಕೂ ಮತ್ತು 1542ರಲ್ಲಿ ಜಪಾನಿಗೂ ಪೋರ್ಚುಗೀಸರು ಹೋದರು.

ವಾಸ್ಕೋಡಗಾಮ

ಕ್ರಿಸ್ಟೋಫರ್ ಕೊಲಂಬಸ್‌ನು ಒಂದು ಹೊಸ ಖಂಡವನ್ನು ಶೋಧಿಸಿದುದು

ಕ್ರಿಸ್ಟೋಫರ್ ಕೊಲಂಬಸ್

ಜಿನೋವಾ ನಗರದ ನಾವಿಕನಾದ ಕೊಲಂಬಸನು ಮೂಲತಃ ಪೋರ್ಚುಗಲ್ಲಿನ ಸೇವೆಯಲ್ಲಿದ್ದನು. ಅವನು ಪೋರ್ಚುಗೀಸರ ಹಡಗುಗಳಲ್ಲಿ ಗಿನಿಯ ತೀರಕ್ಕೂ ಮತ್ತು ಐರ್ಲೆಂಡಿಗೂ ಯಾನ ಮಾಡಿ ಅಟ್ಲಾಂಟಿಕ್ ಸಾಗರದ ಪರಿಚಯ ಹೊಂದಿದ್ದನು. ಕೊಲಂಬಸನು ಸ್ಪೇನ್‌ನ ದೊರೆ ಫರ್ಡಿನೆಂಡ್ ಹಾಗೂ ರಾಣಿ ಇಸಬೆಲ್ಲಾರ ಆರ್ಥಿಕ ಸಹಾಯದೊಂದಿಗೆ 1492ರ ಆಗಸ್ಟ್ 3ರಂದು ಪ್ಯಾಲೋಸ್ ಬಂದರಿನಿಂದ ಅಟ್ಲಾಂಟಿಕ್ ಸಾಗರದತ್ತ ಪ್ರಯಾಣ ನಡೆಸಿದನು. ಬಹು ಕಷ್ಟದ ದೀರ್ಘಯಾನ ಮಾಡಿ ಅಂತಿಮವಾಗಿ 1492ರ ಅಕ್ಟೋಬರ್ 12ರಂದು ಬಹಮಾಸ್ ದ್ವೀಪವನ್ನು ತಲುಪಿದನು. ಅವನು ತಾನು ಭಾರತದ ತೀರವನ್ನು ತಲುಪಿದ್ದೇನೆಂದೆ ಭಾವಿಸಿ ಬಹಮಾಸ್ ದ್ವೀಪದ ಜನರನ್ನು ಇಂಡಿಯನ್ನರೆಂದು ಕರೆದನು. ನಂತರ ಇವನು ಕ್ಯೂಬ ಮತ್ತು ಹೈತಿಗಳನ್ನು ಅನ್ವೇಷಿಸಿದನು. ಕೊಲಂಬಸ್‌ನು 1493, 1498 ಮತ್ತು 1503ರಲ್ಲಿ ಕೈಗೊಂಡ ಮೂರು ಯಾನಗಳಲ್ಲಿ

ಕೆರಿಬಿಯನ್ ಸಮುದ್ರದಲ್ಲಿನ ಜಮೈಕಾ, ಟ್ರಿನಿಡಾಡ್, ಹಾಂಡುರಾಸ್, ನಿಕರಾಗುವ ಮತ್ತು ಕೋಸ್ಟರಿಕ ದ್ವೀಪಗಳನ್ನು ಕಂಡು ಹಿಡಿದನು. ಇವನು ತಾನು ಅನ್ವೇಷಿಸಿದ ಎಲ್ಲ ಭೂಭಾಗಗಳನ್ನು ತನ್ನ ದೊರೆ ಹಾಗೂ ರಾಣಿಗೆ ಅರ್ಪಿಸುವುದಾಗಿ ಘೋಷಿಸಿದ. ಸ್ಪೇನ್ ಗಳಿಸಿದ ಹೊಸ ಭೂಭಾಗಗಳಿಂದಾಗಿ ಪೋರ್ಚುಗಲ್ ಅಸೂಯೆಗೊಂಡಿತು ಹಾಗೂ ಇವೆರಡು ದೇಶಗಳ ಭೂಭಾಗಗಳ ಮೇರೆಗಳನ್ನು ಗುರುತಿಸಲು ಪೋಪನೇ ಪ್ರವೇಶಿಸಿದನು. ಕೊಲಂಬಸ್‌ನು 1506ರಲ್ಲಿ ನಿಧನನಾದನು.

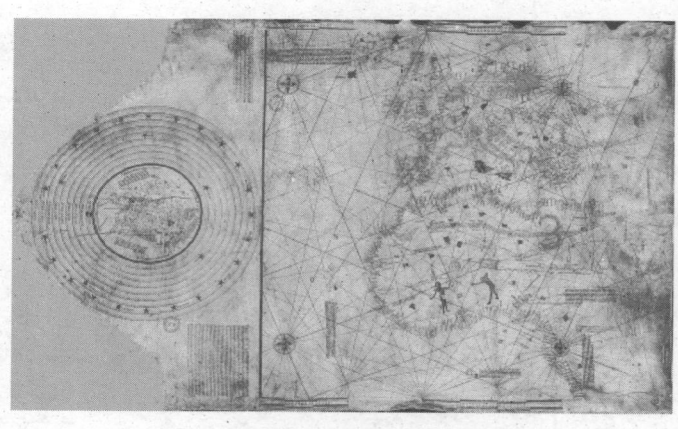

ಕೊಲಂಬಸ್ 1490ರಲ್ಲಿ ರಚಿಸಿದ ನಕ್ಷೆ

ಅಮೇರಿಗೊ ವೆಸ್ಪುಸ್ಸಿ : ಕೊಲಂಬಸ್ ನಿಧನನಾದ ಹಲವು ವರ್ಷಗಳ ನಂತರದಲ್ಲಿ ಇಟಲಿಯ ಫ್ಲಾರೆನ್ಸ್ ನಗರದ ನಿವಾಸಿಯಾದ ಅಮೇರಿಗೊ ವೆಸ್ಪುಸ್ಸಿ ಎಂಬ ನಾವಿಕನು ಅಮೆರಿಕಾದ ಮುಖ್ಯ ಭೂಭಾಗಗಳನ್ನು ಶೋಧಿಸಿ ಕೊಲಂಬಸ್‌ನು ತಿಳಿಸಿದಂತೆ ಅದು ಭಾರತವಲ್ಲವೆಂದೂ ಅದು ಹೊಸ ಪ್ರಪಂಚವೆಂದು ತಿಳಿಸಿದನು. ಅಮೇರಿಗೂ ವೆಸ್ಪುಸ್ಸಿಯ ಜ್ಞಾಪಕಾರ್ಥವಾಗಿ ಈ ಹೊಸ ಪ್ರಪಂಚಕ್ಕೆ 'ಅಮೆರಿಕಾ' ಎಂದು ಕರೆಯಲಾಗಿದೆ.

ಬಲ್‌ಭೊ ಪೆಸಿಫಿಕ್ ಸಾಗರವನ್ನು ಶೋಧಿಸಿದುದು

ಸ್ಪೇನ್‌ನಿನ ನಾವಿಕನಾದ ವಾಸ್ಕೊ ನ್ಯೂನಿಜ್ ಡಿ ಬಲ್‌ಭೊ 1513ರಲ್ಲಿ ಹೊಸ ಪ್ರಪಂಚದಲ್ಲಿ ಚಿನ್ನವನ್ನು ಹುಡುಕಲು ಹೊರಟನು. ಅವನು ಪನಾಮದ ಇಸ್ತಮಸ್ ಅನ್ನು ತಲುಪಿದನು. ನಂತರ ಅವನು ಪನಾಮದ ಪಶ್ಚಿಮದ ಕಡೆಯಿಂದ ಹೊರಟು ಪೆಸಿಫಿಕ್ ಸಾಗರವನ್ನು ತಲುಪಿದ. ಪೆಸಿಫಿಕ್ ಸಾಗರವನ್ನು ದಾಟಿದ ನಂತರವೇ ಏಷ್ಯಾಖಂಡ ಸಿಗುವುದು ಎಂಬುದು ಬಲ್‌ಭೊನ ಈ ಅನ್ವೇಷಣೆಯಿಂದ ತಿಳಿದುಬಂದಿತು. ಪೊನ್ಸೆ ಡಿ ಲಿಯಾನ್ ಎಂಬುವವನು ಪ್ಲೋರಿಡಾವನ್ನು ಶೋಧಿಸಿದ.

ಫರ್ಡಿನಾಂಡ್ ಮೆಗಲಾನ್–ಅವನ ವಿಶ್ವಪರ್ಯಾಟನಾ ಯಾನ (1519–22)

ವಾಸ್ಕೋಡಗಾಮನೊಂದಿಗೆ ಭಾರತಕ್ಕೆ ಬಂದಿದ್ದ ಮೆಗಲಾನನು ಪ್ರಪಂಚವು ಗುಂಡಾಗಿದೆ ಎಂದು ಭಾವಿಸಿದ್ದನು. ಹಾಗಾಗಿ ಅವನು ಪಶ್ಚಿಮಾಭಿಮುಖವಾಗಿ ಪೌರ್ವಾತ್ಯ ದೇಶಗಳಿಗೆ ಮಾರ್ಗ ಕಂಡುಹಿಡಿಯಲು ಬಯಸಿದ್ದನು. ಆದರೆ ಪೋರ್ಚುಗೀಸ್ ದೊರೆಯು ಈ ಯೋಜನೆಗೆ ಆರ್ಥಿಕ ನೆರವು ನೀಡಲು ಒಪ್ಪದಿದ್ದಾಗ ಸ್ಪೇನಿನ ಒಂದನೇ ಚಾರ್ಲ್ಸ್ ದೊರೆಯು ಅದಕ್ಕೆ ಸಮ್ಮತಿಸಿದನು. ಅದರಂತೆ ಮೆಗಲಾನನು ಐದು ಹಡಗುಗಳಲ್ಲಿ 267 ಜನರೊಂದಿಗೆ 1519ರ ಸೆಪ್ಟೆಂಬರ್‌ನಲ್ಲಿ ಸ್ಪೇನ್‌ನಿಂದ ಹೊರಟನು. ಇವನು ಅಟ್ಲಾಂಟಿಕ್ ಸಾಗರದಲ್ಲಿ ಪ್ರಯಾಣ ಮಾಡಿ ದಕ್ಷಿಣ ಅಮೆರಿಕಾದ ದಕ್ಷಿಣ ಭಾಗದಲ್ಲಿನ ಕಿರಿದಾದ ಜಲಸಂಧಿಯನ್ನು ದಾಟಿ ಪೆಸಿಫಿಕ್ ಸಾಗರವನ್ನು ಪ್ರವೇಶಿಸಿದನು. ಈ ಜಲಸಂಧಿಗೆ 'ಮೆಗಲಾನ್ ಜಲಸಂಧಿ' ಎಂದು ಕರೆಯಲಾಯಿತು. ಪೆಸಿಫಿಕ್ ಸಾಗರವು ಯಾನಕ್ಕೆ ಬಹು ಪ್ರಶಾಂತವಾಗಿದ್ದರಿಂದ ಅವನು ಅದನ್ನು ಪೀಸ್‌ಫುಲ್ ಓಷನ್ ಅಥವಾ ಶಾಂತ ಸಾಗರ ಎಂದು ಕರೆದ. ಮುಂದೆ ಅದು ಪೆಸಿಫಿಕ್ ಸಾಗರ ಎಂದು ರೂಢಿಯಾಯಿತು. ಮೆಗಲಾನ್ ಶಾಂತಸಾಗರದಲ್ಲಿ 89 ದಿನಗಳ ಕಾಲ ಪ್ರಯಾಣ ಮಾಡುವಾಗ ಅವನ ಕೆಲ ಉತ್ತಮ ನಾವಿಕರು ಸಾವಿಗೀಡಾದರು. ಅಂತಿಮವಾಗಿ ಅವನು ಫಿಲಿಫೈನ್ಸ್ ದ್ವೀಪಗಳನ್ನು ತಲುಪಿದನು. ಅಲ್ಲಿ ಮೆಗಲಾನ್ ಮತ್ತು ಅವನ

ಫರ್ಡಿನಾಂಡ್ ಮೆಗಲಾನ್

ಸಿಬ್ಬಂದಿಯಲ್ಲಿ ಕೆಲವರು ಅಲ್ಲಿನ ಸ್ಥಳೀಯರೊಂದಿಗಿನ ಹೋರಾಟದಲ್ಲಿ ನಿರತರಾಗಿದ್ದಾಗ ಸಾವಿಗೀಡಾದರು. ಅನಂತರ ಉಳಿದವರು 'ವಿಕ್ಟೋರಿಯಾ' ಎಂಬ ಹಡಗಿನಲ್ಲಿ 1522ರಲ್ಲಿ ಸ್ಪೈನನ್ನು ತಲುಪಿದರು. ವಿಶ್ವ ಪರ್ಯಟನೆ ಮಾಡಿದ ಮೊದಲ ಹಡಗೆಂದು 'ವಿಕ್ಟೋರಿಯಾ' ಹೆಸರಾಯಿತು. ಅಲ್ಲದೆ ಈ ದೀರ್ಘಪಯಣವು ವಿಶ್ವವು ಗುಂಡಾಗಿದೆ ಎಂಬ ಅಂಶವನ್ನು ಸ್ಪಷ್ಟಪಡಿಸಿತು.

ಹರ್ನೆಂಡೊ ಕಾರ್ಟೆಜ್ ಮತ್ತು ಫ್ರಾನ್ಸಿಸ್ಕೊ ಪಿಜಾರೋ

ಹರ್ನೆಂಡೊ ಕಾರ್ಟೆಜ್‌ನು 16ನೇ ಶತಮಾನದ ಆರಂಭದ ಹೆಸರಾಂತ ಸ್ಪೇನಿನ ನಾವಿಕರಲ್ಲೇ ಪ್ರಮುಖನಾಗಿದ್ದಾನೆ. ಅವನು ಮತ್ತು ಅವನ ಸೈನಿಕರು ಮೆಕ್ಸಿಕೋದಲ್ಲಿ ಇಳಿದಿದ್ದಲ್ಲದೆ ಅಲ್ಲಿನ ಅಜ್ಟೆಕ್ಕರೆಂಬ ಸ್ಥಳೀಯರನ್ನು ಯುದ್ಧದಲ್ಲಿ ಸೋಲಿಸಿದರು. ಅಜ್ಟೆಕ್ಕರ ರಾಜನನ್ನು ಅಲ್ಲಿಂದ ಹೊರದೂಡಿ ಕಾರ್ಟೆಜ್‌ನೇ ಸ್ಪ್ಯಾನಿಷ್ ರಾಜಪಾಲನಾದನು. 1533ರಲ್ಲಿ ಮತ್ತೊಬ್ಬ ಸ್ಪೇನಿನ ಸಾಹಸಿ ಫ್ರಾನ್ಸಿಸ್ಕೊ ಪಿಜಾರೋ ಪೆರು ಮೇಲೆ ದಾಳಿ ಮಾಡಿ ಅಲ್ಲಿನ ಇನ್ಕ ದೊರೆಯನ್ನು ಸೋಲಿಸಿದನು. ಅವನು ಅಲ್ಲಿ ಕೈಗೊಂಬೆ ಅರಸನನ್ನು ಸ್ಥಾಪಿಸಿದ್ದು ಇನ್ಕ ಜನರ ದ್ವೇಷಕ್ಕೆ ಕಾರಣವಾಯಿತು. ಆದರೆ ಸ್ಪ್ಯಾನಿಷರು ಇನ್ಕ ದೊರೆಗಳನ್ನು ನಾಶಮಾಡುವುದರೊಂದಿಗೆ ಇನ್ಕ ಜನರು ಸಂಘಟಿತರಾಗಿ ದಂಗೆಯೇಳುವುದನ್ನು ತಡೆಗಟ್ಟಿದರು. ಸ್ಪ್ಯಾನಿಷರು ಮೆಕ್ಸಿಕೋ ಮತ್ತು ಪೆರುಗಳ ಜನರನ್ನು ಬೆಳ್ಳಿ ಮತ್ತು ಚಿನ್ನದ ಗಣಿಗಳಲ್ಲಿ ದುಡಿಯುವಂತೆ ಬಲಾತ್ಕರಿಸಿದರು. ಆದರೆ ಅಲ್ಲಿನ ಜನರ ವಿರೋಧ ಅಧಿಕಗೊಂಡಿದ್ದರಿಂದ ಗಣಿಕಾರ್ಯಕ್ಕೆ ಆಫ್ರಿಕಾದ ನೀಗ್ರೊಗಳನ್ನು ಕೊಂಡೊಯ್ಯಲಾಯಿತು. ಸ್ಪ್ಯಾನಿಷ್ ಮಿಷನರಿಗಳು ಅಲ್ಲಿನ ಹಲವು ಸ್ಥಳೀಯರನ್ನು ಕ್ರೈಸ್ತ ಧರ್ಮಕ್ಕೆ ಮತಾಂತರಿಸಿದವು. ಇದರೊಂದಿಗೆ ಸ್ಪೇನ್ ಹೊಸ ಪ್ರದೇಶದಲ್ಲಿ ತನ್ನ ಬೃಹತ್ ಸಾಮ್ರಾಜ್ಯವನ್ನು ಸ್ಥಾಪಿಸಿತು.

ಇಂಗ್ಲಿಷ್ ಅನ್ವೇಷಕರ ಶೋಧನೆಗಳು

ಉತ್ತರ ಮತ್ತು ದಕ್ಷಿಣ ಅಮೇರಿಕಾಗಳನ್ನು ಶೋಧಿಸಿದ ಕೀರ್ತಿಯು ಯೂರೋಪಿಯನ್ನರದ್ದಾದ್ದರಿಂದ ಫ್ರಾನ್ಸ್, ಇಂಗ್ಲೆಂಡ್, ಹಾಲೆಂಡ್ ಮುಂತಾದ ದೇಶಗಳು ಸಮುದ್ರಯಾನಕ್ಕೆ ತೊಡಗಿದವು. 15ನೇ ಶತಮಾನದ ಅಂತ್ಯದಲ್ಲಿ ಪೂರ್ವಕ್ಕೆ ಸಮುದ್ರ ಮಾರ್ಗ ಕಂಡುಹಿಡಿಯಲು ಪ್ರಯತ್ನಿಸಿದವರಲ್ಲಿ ಪ್ರಮುಖನೆಂದರೆ ಜಾನ್ ಕ್ಯಾಬೆಟ್. ಇವನು ಮೂಲತಃ ಇಟಲಿಯವನಾಗಿದ್ದು 7ನೇ ಹೆನ್ರಿಯ ಬಳಿ ಉದ್ಯೋಗದಲ್ಲಿದ್ದು ಅಟ್ಲಾಂಟಿಕ್ ಮೂಲಕ ವಾಯುವ್ಯ ಭಾಗದಲ್ಲಿ ಭಾರತಕ್ಕೆ ಮಾರ್ಗ ಕಂಡುಹಿಡಿಯಲು ದುಡಿಯುತ್ತಿದ್ದನು. ಅವನು 1497ರಲ್ಲಿ ಸಮುದ್ರಯಾನ ಆರಂಭಿಸಿ ಅಟ್ಲಾಂಟಿಕ್ ದಾಟಿ ಕೇಪ್ ಬ್ರೆಟನ್ ದ್ವೀಪ (ನ್ಯೂಫೌಂಡ್ ಲ್ಯಾಂಡ್ ಬಳಿಯ)ವನ್ನು ತಲುಪಿದನು. ಆದರೆ ಕ್ಯಾಬೆಟ್ ತಾನು ಚೀನಾವನ್ನು ತಲುಪಿದೆನೆಂದು ಭಾವಿಸಿದ. ಆದರೆ ಇವನು ಕೆನಡಾದ ಪೂರ್ವ ತೀರವನ್ನು ಶೋಧಿಸಿದ್ದರಿಂದಾಗಿ ಇಂಗ್ಲಿಷರು ಉತ್ತರ ಅಮೇರಿಕಾದ ಮೇಲಿನ ಸ್ವಾಮ್ಯವನ್ನು ಅಪೇಕ್ಷಿಸುವಂತೆ ಮಾಡಿತು. 16ನೇ ಶತಮಾನದ ಕೊನೆಯ ದಶಕಗಳಲ್ಲಿ ಇಂಗ್ಲಿಷ್ ನಾವಿಕರಾದ ಡ್ರೇಕ್, ಗಿಲ್ಬರ್ಟ್ ಮತ್ತು ರ್‍ಯಾಲೀಗ್ ಮುಂತಾದವರು ಉತ್ತರ ಅಮೇರಿಕಾದ ಪೂರ್ವ ತೀರದ ಪ್ರದೇಶಗಳನ್ನು ಶೋಧಿಸಿ ಸೇಂಟ್ ಲಾರೆನ್ಸ್‌ನಿಂದ ಫ್ಲೋರಿಡಾದವರೆಗಿನ ಪ್ರದೇಶಗಳನ್ನು ತಮ್ಮದೆಂದು ವಾದಿಸುವಂತಾದರು. ಭಾರತದಲ್ಲಿ ವ್ಯಾಪಾರಿ ಕೋಠಿಗಳನ್ನು ವಿವಿಧ ನೆಲೆಗಳಲ್ಲಿ ಸ್ಥಾಪಿಸಿದ ಇಂಗ್ಲಿಷ್ ಈಸ್ಟ್‌ಇಂಡಿಯಾ ಕಂಪನಿಯು 17ನೇ ಶತಮಾನದ ಆರಂಭದಲ್ಲೇ ಸ್ಥಾಪನೆಗೊಂಡಿತು. ಜೇಮ್ಸ್‌ಕುಕ್ ಎಂಬುವವನು 17ನೇ ಶತಮಾನದ ಮಧ್ಯಭಾಗದಲ್ಲಿ ಆಸ್ಟ್ರೇಲಿಯಾವನ್ನು ಪತ್ತೆಹಚ್ಚಿದನು.

ಫ್ರೆಂಚ್ ನಾವಿಕರ ಅನ್ವೇಷಣೆಗಳು

ಪ್ರಾರಂಭದ ಇಂಗ್ಲಿಷ್ ಅನ್ವೇಷಕರಂತೆ ಫ್ರಾನ್ಸಿನ ಜಾಕ್ವೆಸ್ ಕಾರ್ಟಿಯರ್ ಎಂಬುವವನು ಚೀನಾಕ್ಕೆ ವಾಯುವ್ಯ ಮಾರ್ಗವನ್ನು ಅನ್ವೇಷಿಸಲು ಹೋಗಿ ಉತ್ತರ ಅಮೇರಿಕಾದ ತೀರಪ್ರದೇಶಕ್ಕೆ ತಲುಪಿದನು. ಅವನು 1535ರಲ್ಲಿ ಸೇಂಟ್ ಲಾರೆನ್ಸ್ ನದಿಯನ್ನು ಶೋಧಿಸಿದನು. 1608ರಲ್ಲಿ ಮತ್ತೊಬ್ಬ ಫ್ರೆಂಚ್ ಅನ್ವೇಷಕನಾದ ಚಾಂಪ್ಲೇನ್ ಮಾರ್ಕ್ವೆಟ್ಟೆ ಕ್ವೆಬೆಕ್ ಅನ್ನು ಕಂಡುಹಿಡಿದನು. ಜಾಯ್ಲೆಟ್ ಎಂಬುವವನು 1573ರಲ್ಲಿ ಮಿಸ್ಸಿಸಿಪ್ಪಿ ನದಿಯನ್ನು ಅನ್ವೇಷಿಸಿದನು. ಲಾಸ್ಯಾಲ್ಲೇ ಮಿಸ್ಸಿಸಿಪ್ಪಿಯ ಉಗಮ ಸ್ಥಾನವನ್ನು ಶೋಧಿಸಿದನು. ಇದರಿಂದಾಗಿ ಫ್ರಾನ್ಸ್ ಕೆನಡಾದ ಸೇಂಟ್ ಲಾರೆನ್ಸ್ ನದಿಯಿಂದಿಡಿದು ಮಿಸ್ಸಿಸಿಪ್ಪಿ ನದಿಯ ಉಗಮ ಸ್ಥಳದವರೆಗಿನ ಪ್ರದೇಶಗಳ ಮೇಲೆ ತನ್ನ ಸ್ವಾಮ್ಯವನ್ನು ಪ್ರತಿಪಾದಿಸಿತು. ಈ ಪ್ರದೇಶದ ಉತ್ತರ ಭಾಗವನ್ನು ನ್ಯೂ ಫ್ರಾನ್ಸ್ ಎಂದು ಕರೆಯಲಾಯಿತು ಮತ್ತು ದಕ್ಷಿಣ ಭಾಗವನ್ನು ಲೂಸಿಯಾನ (14ನೇ ಲೂಯಿಯ ಸ್ಮರಣಾರ್ಥ) ಎಂದು ಕರೆಯಲಾಯಿತು.

ಹೆನ್ರಿ ಹಡ್ಸನ್ ಮತ್ತು ಡಚ್ಚರ ಅನ್ವೇಷಣೆಗಳು

ಹೆನ್ರಿ ಹಡ್ಸನ್ ಎಂಬ ಡಚ್ ಅನ್ವೇಷಣಕಾರನು 1609ರಲ್ಲಿ ನ್ಯೂಯಾರ್ಕಿನ ಹಡ್ಸನ್ ನದಿ ಕಣಿವೆಯ ಪ್ರದೇಶವನ್ನು ಕಂಡುಹಿಡಿದನು. ಇದರಿಂದಾಗಿ ಡಚ್ಚರು ಹಡ್ಸನ್ ನದಿ ಕಣಿವೆ ಪ್ರದೇಶ ತಮ್ಮದೆಂದು ಪ್ರತಿಪಾದಿಸಲಾರಂಭಿಸಿದರು. ಡಚ್ಚರು ಐಸ್‌ಲ್ಯಾಂಡ್‌ನ ಉತ್ತರ ಭಾಗದಲ್ಲಿ ಒಳನುಗ್ಗಲು ಪ್ರಯತ್ನಿಸಿ ವಿಫಲರಾದರು. ಆದರೂ ಬೆರೆಂಟ್ಸ್ ಎಂಬುವವನು ಆರ್ಕ್ಟಿಕ್ ಪ್ರದೇಶದ ಸ್ಪಿಟ್ಸ್‌ಬರ್ಜನ್ ಎಂಬ ದ್ವೀಪವನ್ನು ಕಂಡುಹಿಡಿದನು.

ಅನ್ವೇಷಿತ ಪ್ರದೇಶಗಳ ಮೇಲಿನ ಸ್ವಾಮ್ಯಕ್ಕಾಗಿ ಯುದ್ಧಗಳು

ಪ್ರತಿಯೊಂದು ಯೂರೋಪಿನ ಶಕ್ತ ರಾಷ್ಟ್ರವು ತಾನು ಅನ್ವೇಷಿಸಿದ ವಿಶಾಲ ಭೂಭಾಗವನ್ನು ತನ್ನದೆಂದು ಪ್ರತಿಪಾದಿಸುವುದು ಹಾಗೂ ಅದನ್ನು ಬೇರೊಂದು ರಾಷ್ಟ್ರವು ವಿರೋಧಿಸುವುದು ಈ ಪ್ರಕ್ರಿಯೆಯು ಯೂರೋಪಿನ ರಾಷ್ಟ್ರಗಳ ನಡುವೆ ಕಲಹಕ್ಕೆ ಕಾರಣವಾಗಿ ಯುದ್ಧಗಳಲ್ಲಿ ತೊಡಗಿದವು. ಉದಾಹರಣೆಗೆ ಪೋರ್ಚುಗೀಸರು ಡಚ್ಚರನ್ನು ಪೂರ್ವದಲ್ಲಿ ಕಾಡಿದರು. ಸ್ಪ್ಯಾನಿಷರು ಅತೀ ವಿಶಾಲವಾದ ಭೂಭಾಗಗಳನ್ನು ಶೋಧಿಸಿ ತನ್ನದೆಂದು ಪ್ರತಿಪಾದಿಸಿದ್ದರಿಂದ ವಿವಿಧ ರಾಷ್ಟ್ರಗಳು ಅದರ ವಿರುದ್ಧ ನಿಂತವು. ಇಂಗ್ಲೆಂಡ್ ಮತ್ತು ಫ್ರಾನ್ಸ್ ಸಹ ವಿರೋಧಿಗಳಾಗಿ ಯೂರೋಪ್ ಹಾಗೂ ಇಂಡಿಯಾದಲ್ಲಿ ಯುದ್ಧದಲ್ಲಿ ತೊಡಗಿದವು. 16ನೇ ಶತಮಾನದ ಕೊನೆಯ ವೇಳೆಗೆ ಇಂಗ್ಲೆಂಡ್ ಮತ್ತು ಸ್ಪೇನ್ ಕಡು ವಿರೋಧಿ ರಾಷ್ಟ್ರಗಳಾದವು ಮತ್ತು ಸ್ಪೇನಿನ ನೌಕಾ ಸೈನ್ಯವು (Spanish Armada) ಇಂಗ್ಲೆಂಡನ್ನು ಆಕ್ರಮಿಸುವ ಭಯ ಒಡ್ಡಿತ್ತು. ಆದರೆ ಸ್ಪೇನ್ ನೌಕಾ ಸೈನ್ಯವು ಇಂಗ್ಲೆಂಡ್ ವಿರುದ್ಧ ಸಮುದ್ರದಲ್ಲಿ ಸೋತಿತು.

ಭೌಗೋಳಿಕ ಅನ್ವೇಷಣೆಯ ಪರಿಣಾಮಗಳು

ಭೌಗೋಳಿಕ ಅನ್ವೇಷಣೆಯಿಂದಾಗಿ ಯೂರೋಪಿನ ವಿವಿಧ ರಾಷ್ಟ್ರಗಳ ಮೇಲೆ ಹಾಗೂ ಪ್ರಪಂಚದ ಮೇಲೆ ಅಗಣಿತವಾದ ಪರಿಣಾಮಗಳುಂಟಾದವು. ಅವುಗಳನ್ನು ಕೆಳಕಂಡಂತೆ ಗುರುತಿಸಬಹುದು. ಭೌಗೋಳಿಕ ಅನ್ವೇಷಣೆಯ ಅತ್ಯಂತ ಮುಖ್ಯ ಪರಿಣಾಮವೆಂದರೆ ಯೂರೋಪಿನ ವ್ಯಾಪಾರ ಮತ್ತು ವಾಣಿಜ್ಯದ ಮೇಲುಂಟಾದ ಪ್ರಭಾವವೇ ಆಗಿದೆ. ಸಾಗರೋತ್ತರ ವ್ಯಾಪಾರದ ಮಾರ್ಗ ಹಾಗೂ ಕೇಂದ್ರಗಳು ಮೆಡಿಟರೇನಿಯನ್ ಪ್ರದೇಶದಿಂದ ಅಟ್ಲಾಂಟಿಕ್ ಪ್ರದೇಶಕ್ಕೆ ವರ್ಗಾವಣೆಗೊಂಡವು. ಮಧ್ಯಕಾಲೀನ ಯುಗದಲ್ಲಿ ವಾಣಿಜ್ಯ ಕೇಂದ್ರಗಳೆಂದು ಪ್ರಾಮುಖ್ಯತೆ ಹೊಂದಿದ್ದ ಅಲೆಕ್ಸಾಂಡ್ರಿಯಾ, ಪಿಸಾ, ಜಿನೋವಾ ಮತ್ತು ವೆನಿಸ್ ನಗರಗಳ ಸ್ಥಾನದಲ್ಲಿ ಹೊಸ ವಾಣಿಜ್ಯ ಕೇಂದ್ರಗಳಾಗಿ ಯೂರೋಪಿನ ಲಿಸ್ಬನ್, ಕಾರ್ಡಿಜ್, ಸಾವಿಲ್ಲೆ, ಆಂಟ್ವರ್ಪ್ ಮತ್ತು ಲಂಡನ್‌ಗಳು ಪ್ರವರ್ಧಮಾನಕ್ಕೆ ಬಂದವು. ಹೊಸದಾಗಿ ಕಂಡುಹಿಡಿಯಲ್ಪಟ್ಟ ಗುಡ್‌ಹೋಪ್ ಭೂಶಿರದ ಮುಖೇನ ಸಾಗುವ ಸಮುದ್ರ ಮಾರ್ಗವು ಪಶ್ಚಿಮ ಮತ್ತು ಪೂರ್ವ ರಾಷ್ಟ್ರಗಳ ನಡುವಿನ ಬಹುಮುಖ್ಯ ವಾಣಿಜ್ಯ ಮಾರ್ಗವಾಗಿದ್ದು ಅದು 1869ರಲ್ಲಿ ಸೂಯಜ್ ಕಾಲುವೆ ನಿರ್ಮಾಣವಾಗುವವರೆಗೆ ಆ ಸ್ಥಾನವನ್ನು ಉಳಿಸಿಕೊಂಡಿತ್ತು.

ಹೊಸ ಅನ್ವೇಷಣೆಗಳ ಪರಿಣಾಮವಾಗಿ ಪಶ್ಚಿಮ ಯೂರೋಪಿನ ಜನಗಳು ಇದುವರೆಗೂ ವಿಶ್ವದ ಬಗ್ಗೆ ಹೊಂದಿದ್ದ ಕಲ್ಪನೆಯು ತಪ್ಪೆಂದು ಅರಿತುಕೊಂಡರು. ಪೌರ್ವಾತ್ಯ ದೇಶಗಳಿಗೆ ಸಮುದ್ರ ಮಾರ್ಗ ಹಾಗೂ ಅಮೆರಿಕಾ ಖಂಡದ ಶೋಧನೆಯಿಂದಾಗಿ ಅಲ್ಲಿನ ವಿವಿಧ, ವರ್ಣಸಲಸದಳವಾದ ವಸ್ತುಗಳು ಹಾಗೂ ಯೂರೋಪಿಯನ್ನರಿಗೆ ತಿಳಿಯದೇ ಇದ್ದ ಹಲವಾರು ವಸ್ತುಗಳು ಯೂರೋಪಿನ ಮಾರುಕಟ್ಟೆಗೆ ಪ್ರವೇಶಿಸಿದವು. ಅಂತಹವುಗಳೆಂದರೆ ಆಲುಗಡ್ಡೆ, ಚಾಕೊಲೇಟ್, ಕೋಕೊ, ತಂಬಾಕು, ಇಂಡಿಗೊ, ಟೀ, ಕಾಫಿ ಮುಂತಾದವು. ಭಾರತದ ಬಟ್ಟೆಗಳಿಗೆ ಹಾಗೂ ಪರ್ಷಿಯಾದ ರತ್ನಕಂಬಳಿಗೆ ಯೂರೋಪಿನ ಮಾರುಕಟ್ಟೆಗಳಲ್ಲಿ ಅಧಿಕ ಬೇಡಿಕೆಯಿದ್ದಿತು.

ಭೌಗೋಳಿಕ ಅನ್ವೇಷಣೆಗಳಲ್ಲಿ ಭಾಗವಹಿಸಿದ್ದ ಯೂರೋಪಿನ ರಾಜ್ಯಗಳು ವಸಾಹತುಗಳ ಸ್ಥಾಪನೆಗಾಗಿ ಸ್ಪರ್ಧಗಿಳಿದವು. ಭೌಗೋಳಿಕ ಅನ್ವೇಷಣೆಗಳೇ ವಸಾಹತು ನೀತಿಯ ಉಗಮಕ್ಕೆ ಕಾರಣವಾದಂತಾಯಿತು. ಯೂರೋಪಿನ ಶಕ್ತರಾಷ್ಟ್ರಗಳು ಆಫ್ರಿಕಾ, ಏಷ್ಯಾ ಮತ್ತು ಅಮೇರಿಕಾ ಮುಂತಾದ ಬಹುಮುಖ್ಯ ಪ್ರದೇಶಗಳ ತೀರಪ್ರದೇಶಗಳನ್ನು ತಲುಪಿ ವ್ಯಾಪಾರೀ ಸಂಬಂಧವನ್ನು ಏರ್ಪಡಿಸಿಕೊಂಡವು. ಇದು ಕಾಲಕ್ರಮೇಣ ಆ ದೇಶಗಳಲ್ಲಿ ನೆಲೆಯೂರಿ ಅಲ್ಲಿನ ಪ್ರದೇಶಗಳನ್ನು ಜಯಿಸಿ ಆ ಪ್ರದೇಶಗಳ ಒಡೆಯರಾಗುವಂತೆ ಮಾಡಿತು. ವಸಾಹತು ರಾಷ್ಟ್ರಗಳಾಗಿ ಪರಿವರ್ತಿತವಾದ ಈ ದೇಶಗಳು ಪಾಶ್ಚಿಮಾತ್ಯ ರಾಷ್ಟ್ರಗಳ ರಾಜಕೀಯ ಹಾಗೂ ಆರ್ಥಿಕ ಶೋಷಣೆಗೆ ಈಡಾಗುವಂತಾಯಿತು. ಆಫ್ರಿಕಾದ ನೀಗ್ರೋಗಳನ್ನು ಯೂರೋಪಿಗೆ, ಬ್ರಿಟನ್, ಅಮೇರಿಕಾ ಮುಂತಾದೆಡೆಗೆ ಕೊಂಡೊಯ್ದು ತೆರೆದ ಮಾರುಕಟ್ಟೆಯಲ್ಲಿ ಅವರನ್ನು ಗುಲಾಮರನ್ನಾಗಿ ಮಾರಲಾರಂಭಿಸಿದರು. ಈ ವಸಾಹತು ರಾಷ್ಟ್ರಗಳ ಜನರನ್ನು ನಾಗರಿಕರನ್ನಾಗಿಸುವ

ಉದ್ದೇಶದಿಂದ ವಸಾಹತುಗಳನ್ನು ಸ್ಥಾಪಿಸಲಾಗಿದೆಯೆಂದು ಯೂರೋಪಿನ ಶಕ್ತ ರಾಷ್ಟ್ರಗಳು ಪ್ರತಿಪಾದಿಸಲಾರಂಭಿಸಿದವು. ಈ ವಸಾಹತು ಆಡಳಿತದಿಂದಾಗಿ ಆಫ್ರಿಕಾ, ಏಷ್ಯಾ ಮುಂತಾದ ದೇಶಗಳ ಜನರು ಅತಿ ಬಡವರಾಗಿ ಪರಿವರ್ತಿತರಾಗುವಂತಾಯಿತು. ಅದೇ ವೇಳೆಗೆ ಯೂರೋಪಿನ ಈ ಶಕ್ತರಾಷ್ಟ್ರಗಳು ತಮ್ಮ ವಸಾಹತು ರಾಷ್ಟ್ರಗಳ ಶೋಷಣೆಯಿಂದ ಗಳಿಸಿದ ಅಪಾರ ಐಶ್ವರ್ಯದಿಂದ ಶ್ರೀಮಂತ ರಾಷ್ಟ್ರಗಳಾದವು. ಈ ಶ್ರೀಮಂತಿಕೆಯೇ ಮುಂದೆ ಯೂರೋಪಿನಲ್ಲಿ ಕೈಗಾರಿಕಾ ಕ್ರಾಂತಿ ಸಂಭವಿಸಲು ಬೇಕಾದ ಮೂಲ ಬಂಡವಾಳವನ್ನು ಒದಗಿಸಿತು. ಕೈಗಾರಿಕಾ ಕ್ರಾಂತಿಯಿಂದಾಗಿ ವಸಾಹತು ರಾಷ್ಟ್ರಗಳಲ್ಲಿ ದೊರೆಯುತ್ತಿದ್ದ ಕಚ್ಚಾವಸ್ತುಗಳನ್ನು ಕಡಿಮೆ ಬೆಲೆಗೆ ಕೊಂಡೊಯ್ಯುವ ಮೂಲಕವೂ ವಸಾಹತು ರಾಷ್ಟ್ರಗಳು ಇನ್ನೂ ಬಡತನಕ್ಕೀಡಾಗುವಂತೆ ಮಾಡಿತು.

ಇಟಲಿಯ ಶ್ರೀಮಂತ ವಾಣಿಜ್ಯ ಕೇಂದ್ರಗಳಾದ ವೆನಿಸ್ ಮತ್ತು ಜಿನೋವಾ ನಗರಗಳು ಹೊಂದಿದ್ದ ಹಿಂದಿನ ಪ್ರಾಮುಖ್ಯತೆಯು ಕಡಿಮೆಯಾಗಿ ಅಟ್ಲಾಂಟಿಕ್ ತೀರಪ್ರದೇಶದ ಪಶ್ಚಿಮ ಯೂರೋಪಿನ ರಾಜ್ಯಗಳಾದ ಪೋರ್ಚುಗಲ್, ಸ್ಪೇನ್, ಇಂಗ್ಲೆಂಡ್, ಫ್ರಾನ್ಸ್ ಮತ್ತು ನೆದರ್‌ಲ್ಯಾಂಡ್‌ಗಳು ಅಂತರರಾಷ್ಟ್ರೀಯ ವ್ಯಾಪಾರದಲ್ಲಿ ಪ್ರಾಬಲ್ಯಕ್ಕೆ ಬಂದವು.

ಸಮುದ್ರ ವ್ಯಾಪಾರದಲ್ಲಾದ ವಿಸ್ತರಣೆಯಿಂದಾಗಿ ಪಶ್ಚಿಮ ಯೂರೋಪಿಯನ್ನರ ಸಾಮಾಜಿಕ ಮತ್ತು ಆರ್ಥಿಕ ಜೀವನದ ಮೇಲೆ ಕ್ರಾಂತಿಕಾರಕ ಪರಿಣಾಮಗಳನ್ನು ಉಂಟುಮಾಡಿತು. ಭೂಮಿಯನ್ನು ಆಧಾರವಾಗಿ ಹೊಂದಿದ್ದ ಊಳಿಗಮಾನ್ಯ ಪದ್ಧತಿಯ ಸಮಾಜವು ಕೊನೆಗೊಂಡು ಅದರ ಸ್ಥಾನದಲ್ಲಿ ವ್ಯಾಪಾರ ಮತ್ತು ವಾಣಿಜ್ಯಗಳನ್ನಾಧರಿಸಿದ ಸಮಾಜವು ಅಸ್ತಿತ್ವಕ್ಕೆ ಬಂದಿತು. ವ್ಯಾಪಾರೋದ್ಯಮಿಗಳು ತಮ್ಮ ಶ್ರೀಮಂತಿಕೆಯಿಂದಾಗಿ ತಮ್ಮ ರಾಜ್ಯಗಳ ರಾಜಕೀಯದಲ್ಲಿ ಪ್ರಮುಖ ಪಾತ್ರವಹಿಸಲಾರಂಭಿಸಿದರು. ಯೂರೋಪಿನ ಸಾಮಾಜಿಕ ವ್ಯವಸ್ಥೆಯಲ್ಲಿ ಮಧ್ಯಮ ವರ್ಗದ ಉದಯವು ಭೌಗೋಳಿಕ ಅನ್ವೇಷಣೆಯ ಪರಿಣಾಮವೇ ಆಗಿದೆ. ಹಾಗೆಯೆ ರಾಜಕೀಯದಲ್ಲಿ ನಿರಂಕುಶ ಪ್ರಭುತ್ವ, ಧಾರ್ಮಿಕ ಹಾಗೂ ಆರ್ಥಿಕ ಶೋಷಣೆಯಿಂದ ತಪ್ಪಿಸಿಕೊಳ್ಳಲು ಒಂದು ಪ್ರದೇಶದಿಂದ ಮತ್ತೊಂದು ಪ್ರದೇಶಕ್ಕೆ ಜನರು ಸಾಮೂಹಿಕವಾಗಿ ವಲಸೆ ಹೋಗುವ ಪ್ರವೃತ್ತಿ ಮುಂತಾದವುಗಳು ನಡೆಯುತ್ತಿದ್ದವು. ವಸಾಹತು ರಾಷ್ಟ್ರಗಳಲ್ಲಿ ಕ್ರಿಶ್ಚಿಯನ್ ಮಿಷನರಿಗಳ ಅತಿಯಾದ ಕಾರ್ಯಚಟುವಟಿಕೆಗಳು ಪ್ರಾರಂಭಗೊಂಡವು. ಹೊಸ ಸಮುದ್ರಮಾರ್ಗಗಳು ಹಾಗೂ ಪ್ರದೇಶಗಳ ಅನ್ವೇಷಣೆಯು ಅಂತಿಮವಾಗಿ ಯೂರೋಪಿನಲ್ಲಿ ವಾಣಿಜ್ಯ ಕ್ರಾಂತಿ ಸಂಭವಿಸಲು ಕಾರಣವಾಯಿತು. ಭೌಗೋಳಿಕ ಅನ್ವೇಷಣೆಗಳಿಂದಾಗಿ ವೈಜ್ಞಾನಿಕ ಕ್ಷೇತ್ರದಲ್ಲೂ ಹಲವಾರು ಸಂಶೋಧನೆಗಳಿಗೆ ದಾರಿಯಾಯಿತು. ಸಮುದ್ರದ ಮೇಲೆ ಹಡಗುಗಳು ಸುಲಭವಾಗಿ ಸಂಚರಿಸಲು ಅನುಕೂಲವಾಗುವಂತೆ ಆಸ್ಟ್ರೋಲೇಬ್ ಮತ್ತು ನಾಟಿಕಲ್ ಇನ್‌ಸ್ಟ್ರುಮೆಂಟ್ ಮೊದಲಾದ ಉಪಕರಣಗಳು ತಯಾರಿಸಲ್ಪಟ್ಟವು. ಒಟ್ಟಾರೆ ಭೌಗೋಳಿಕ ಅನ್ವೇಷಣೆಗಳು ಅಂತಿಮವಾಗಿ ಪ್ರಪಂಚದ ಮೇಲೆ ಪಾಶ್ಚಿಮಾತ್ಯರ ಪಾರಮ್ಯತೆಯನ್ನು ಸ್ಥಾಪಿಸಿದಂತಾಯಿತು.

* * * * *

ಮಲಿಂದಿ
ಮೊಂಬಾಸಾ
ಹಿಂದೂ ಮಹಾಸಾಗರ
ಮಡಗಾಸ್ಕರ್
ಕೇಪ್. ಗುಡ್ ಹೋಪ್
ದಕ್ಷಿಣ ಅಟ್ಲಾಂಟಿಕ್ ಸಾಗರ
ದಕ್ಷಿಣ ಅಮೆರಿಕಾ
0 340 680 1,360 Nautical Miles

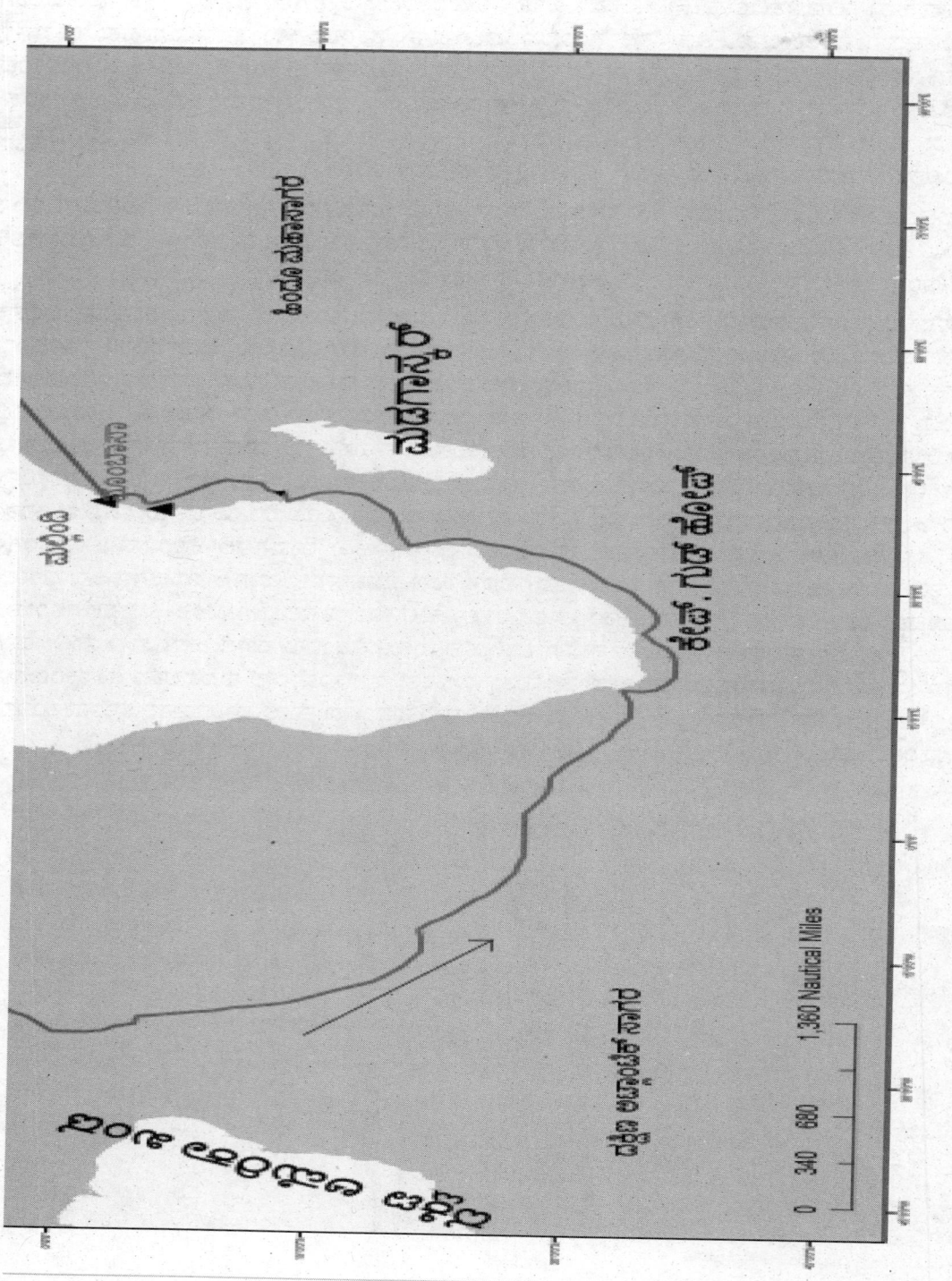

ಅಲ್ಜೀರಿಯಾ
ಬಹಾಮಾಸ್
ಡಬ್ಲ್ಯು. ಸಹಾರಾ
ಕ್ಯೂಬಾ
ಟರ್ಕ್ಸ್ ಮತ್ತು ಕೈಕೋಸ್ ದ್ವೀಪ
ಮಾರಿಟಾನಿಯ
ಹೈಟಿ
ಡೊಮಿನಿಕನ್ ರಿಪ್.
ಜಮೈಕಾ
ಮಾಲಿ
ಡೊಮಿನಿಕಾ
ಕಾಬೊ ವರ್ಡೆ
ಸೆನೆಗಲ್
ಸೇಂಟ್ ಲೂಸಿಯಾ
ನಿಕರಾಗುವಾ
ಕುರಾಕೊವೊ
ಬುರ್ಕಿನಾ ಫಾಸೊ
ಗಿನೀ-
ಗಿನಿಯಾ
ಟ್ರಿನಿಡಾಡ್ ಮತ್ತು ಟೊಬಾಗೊ
ಬೆನಿನ್
ಪನಾಮ
ವೆನೆಜುವೆಲಾ
0 290 580 1,160 Nautical Miles
ಐವರಿ ಕೋಸ್ಟ್
ಘಾನಾ
ಕೊಲಂಬಿಯಾ
ಗಯಾನಾ
ಲೈಬೀರಿಯಾ
ಟೋಗಲು

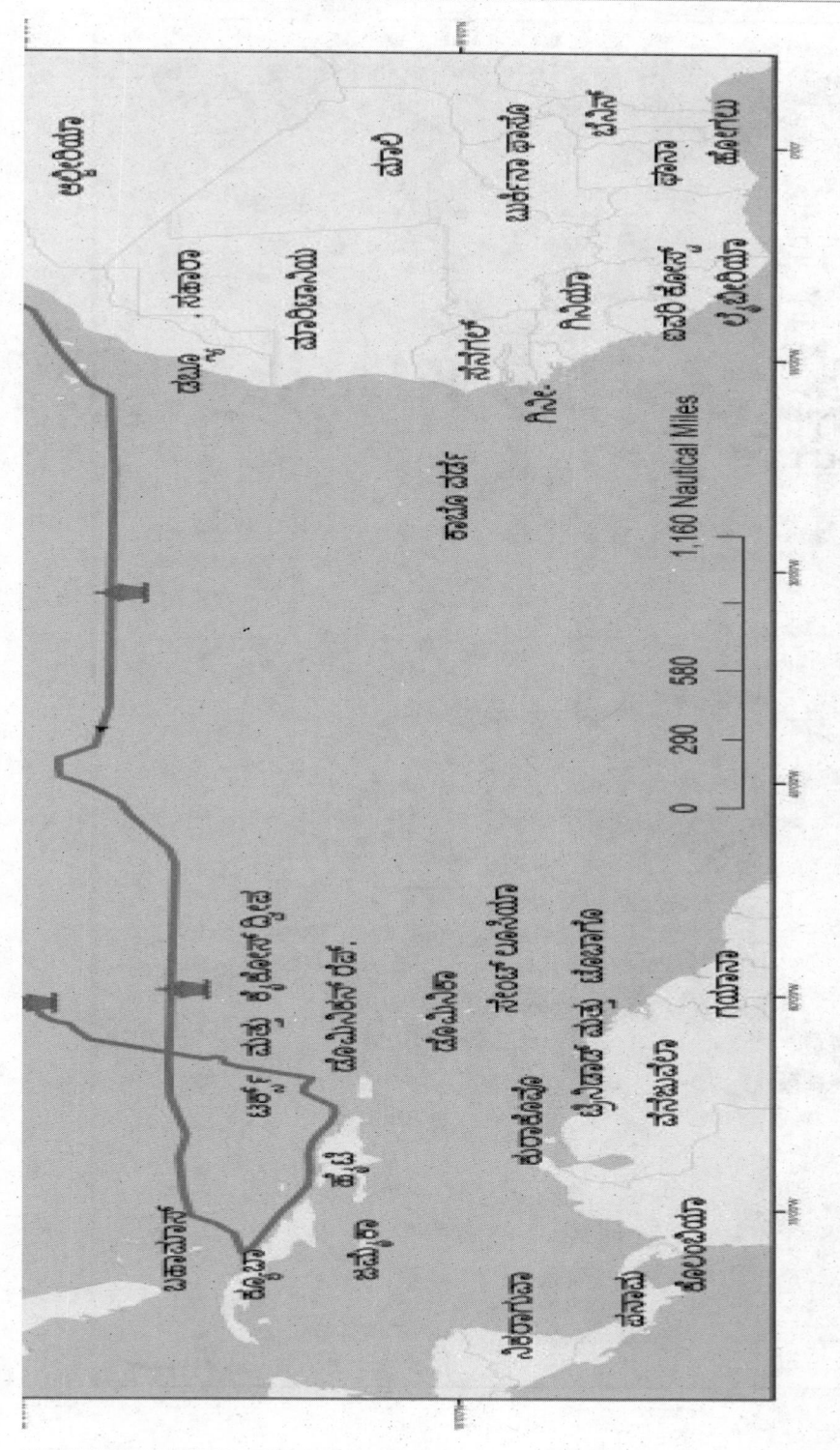

ಪಾರ್ಕ್ಸ್ ದ್ವೀಪ (1521)
ರಿಯೊ ಡಿ ಜನ್ಯೆರೊ ಬೇ (1519)
ರಿಯೊ ಡಿ ಸೊಲಿಸ್ (1520)
ಮೆಗೆಲ್ಲಾನ್ ಜಲಸಂಧಿ (1520)
ಕೇಪ್ ಆಫ್ ಗುಡ್ ಹೋಪ್ (1522)
ಮೆಗೆಲ್ಲಾನ್ ಸಾವಿನ ನಂತರ
ಎಲ್ಕಾನೋ ಮುಂದುವರಿಸಿದನು
ಮೆಗೆಲ್ಲಾನ್ ಮರಣ: 27 ಏಪ್ರಿಲ್ 1521
ಕಾರಣ: ತಿವಿತದ ಗಾಯ
ಸ್ಥಳ : ಮ್ಯಾಕ್ಟಾನ್ ,ಫಿಲಿಪ್ಪೈನ್ಸ್

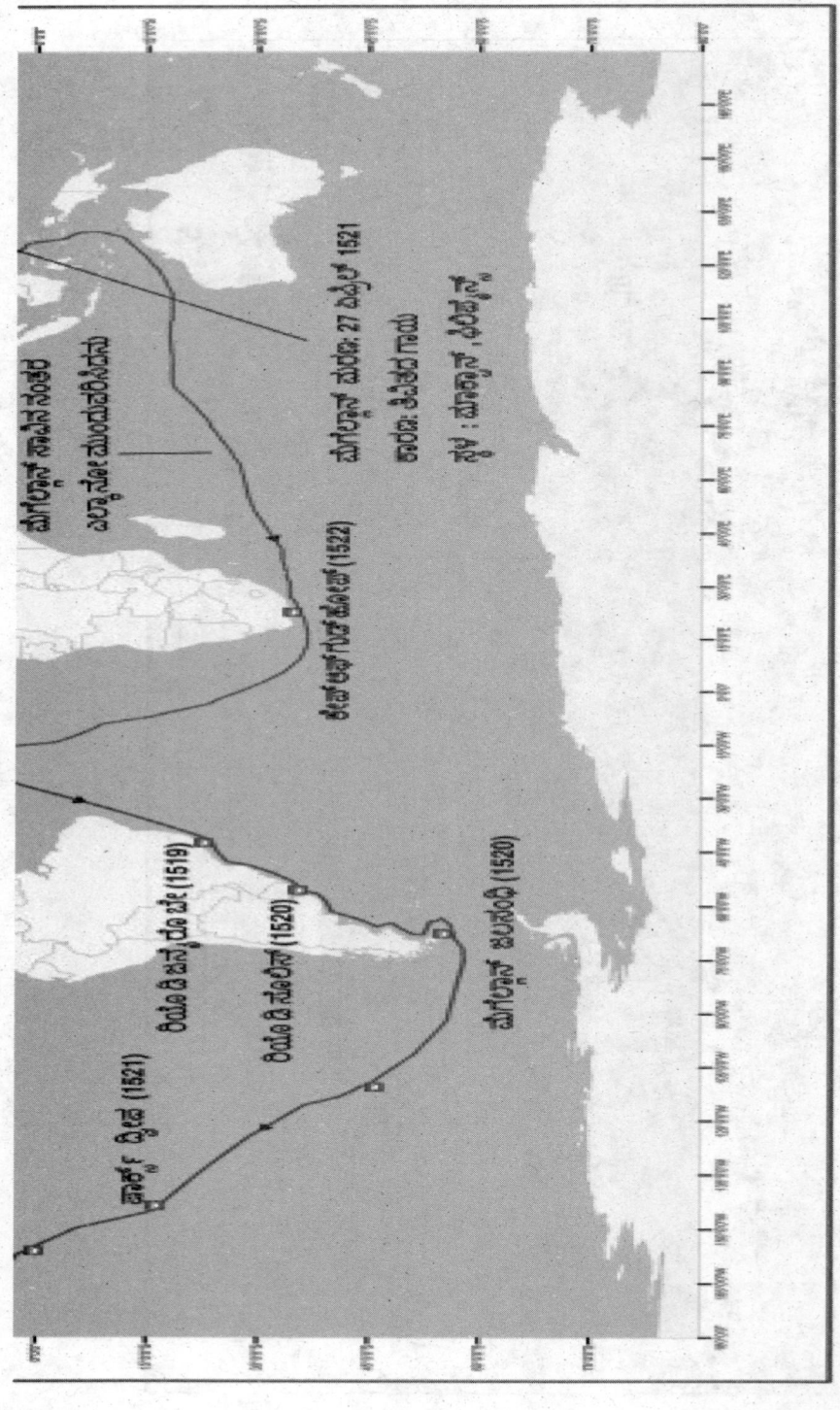

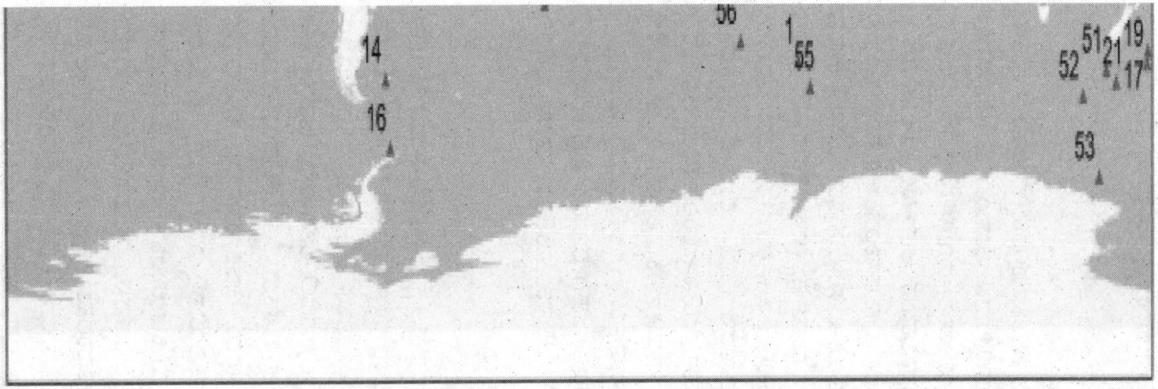

1	ಕರ್ಗುಲೆನ್ ದ್ವೀಪ	13	ಗೌಗ್ ದ್ವೀಪ	25	ಸ್ಯಾಬಲ್ ದ್ವೀಪ	37	ಸ್ವಾಲ್ಬಾರ್ಡ್	49	ಕೋಕೋಸ್ ದ್ವೀಪ
2	ಆಂಸ್ಟರ್ಡ್ಯಾಮ್ ದ್ವ	14	ಫಾಕ್ಲನ್ ದ್ವೀಪ	26	ಗೌಡಾಲುಪೆ ದ್ವೀಪ	38	ಫ್ರಾಂಜ್ ಜೋಸೆಫ್ ದ್ವೀಪ	50	ಲಾರ್ಡ್ ಹೋವಿ ದ್ವೀಪ
3	ಸೇಂಟ್ ಪಾಲ್ ದ್ವೀಪ	15	ಟ್ರಿಸ್ತಾನ್ ಡಾ ಕುನ್	27	ಅಲಿಜೋಸ್ ರಾಕ್ಸ್	39	ರಾಂಗೆಲ್ ದ್ವೀಪ	51	ಆಕ್ಲೆಂಡ್ ದ್ವೀಪ
4	ರೊಡ್ರಿಗಸ್ ದ್ವೀಪ	16	ದಕ್ಷಿಣ ಶೆಟ್ಲ್ಯಾಂಡ	28	ಕ್ಲಿಪ್ಪರ್ಟನ್ ದ್ವೀಪ	40	ಹೆರಾಲ್ಡ್ ದ್ವೀಪ	52	ಮ್ಯಾಕ್ವಾರಿ ದ್ವೀಪ
5	ಮಾರಿಷಸ್ ದ್ವೀಪ	17	ಬೌಂಟಿ ದ್ವೀಪ	29	ಗ್ಯಾಲಪಗೋಸ್ ದ್ವೀಪ	41	ಪ್ರಿಬಿಲೋಫ್ ದ್ವೀಪ	53	ಬಾಲ್ಲೀ ದ್ವೀಪ
6	ಸೇಂಟ್ ಬ್ರ್ಯಾಂಡನ್ ದ್ವೀಪ	18	ಕೇಪ್ ವರ್ಡೆ	30	ಪಿಟ್ಕೈರ್ನ್ ದ್ವೀಪ	42	ಲಿಬರ್ಟಿ ಹವಾಯಿಯನ್ ದ್ವೀಪ	54	ಸ್ಕಾಟ್ ಐಲ್ಯಾಂಡ್
7	ಸೇಶೆಲ್ಸ್	19	ಆಂಟಿಪೋಡ್ಸ್ ದ್ವೀಪ	31	ಜುವಾನ್ ಫೆರ್ನಾಂಡಿಸ	43	ಬೋವಿನ್ ದ್ವೀಪ	55	ಹರ್ಡ್ ಮತ್ತು ಮೆಕ್ಡೊ
8	ಗ್ಲೋರಿಯೊಸೊ ದ್ವೀಪ	20	ಸೋ ಪೆಡ್ರೊ ದ್ವೀಪ	32	ಕೇಮನ್ ದ್ವೀಪ	44	ವೇಕ್ ಐಲ್ಯಾಂಡ್	56	ಕ್ರೊಸೆಟ್ ದ್ವೀಪ
9	ಜುವಾನ್ ಡಿ ನೋವಾ ದ್ವೀಪ	21	ಕ್ಯಾಂಪ್ಬೆಲ್ ದ್ವೀಪ	33	ಮಿನಮಿಟೋರಿ ದ್ವೀಪ	45	ಜಾನ್ಸ್ಟನ್ ಅಟಾಲ್	57	ಪ್ರಿನ್ಸ್ ಎಡ್ವರ್ಡ್
10	ಬರ್ಮುಡಾ ದ್ವೀಪ	22	ಸೋ ಪಾಲೊ ದ್ವೀಪ	34	ಮಡೈರಾ ದ್ವೀಪ	46	ಫೀನಿಕ್ಸ್ ದ್ವೀಪ		
11	ಯುರೋಪಾ ದ್ವೀಪ	23	ಸ್ವಾನ್ ದ್ವೀಪ	35	ಸ್ಯಾವೇಜ್ ದ್ವೀಪ	47	ನಾರ್ಫೋಕ್ ದ್ವೀಪ		
12	ಫರ್ನಾಂಡೋ ಡೆ ನೊರೊನ್	24	ನವಸ್ಸಾ ದ್ವೀಪ	36	ಜಾನ್ ಮೇಯೆನ್	48	ಕ್ರಿಸ್ಮಸ್ ದ್ವೀಪ		

ಅಧ್ಯಾಯ - 2

ಯೂರೋಪ್‌ನಲ್ಲಿ ಊಳಿಗಮಾನ್ಯ ಪದ್ಧತಿ ಮತ್ತು ಬಂಡವಾಳ ಪದ್ಧತಿಯ ಆರಂಭ

ಯೂರೋಪ್‌ನಲ್ಲಿ ಮಧ್ಯಯುಗದ ಮುಖ್ಯವಾದ ಬೆಳವಣಿಗೆಗಳಲ್ಲಿ ಒಂದು ಎಂದರೆ ಊಳಿಗಮಾನ್ಯ ಪದ್ಧತಿ ಹುಟ್ಟಿಕೊಂಡದ್ದು. ಈ ಪದ್ಧತಿಯನ್ನು ಯಾವುದೇ ರಾಜ ಅಥವಾ ಚಕ್ರವರ್ತಿಯು ಹುಟ್ಟುಹಾಕಲಿಲ್ಲ; ಆದರೆ ಬಾರ್ಬೇರಿಯನ್ ಆಕ್ರಮಣಕಾರರಿಂದ ಸೃಷ್ಟಿಯಾದ ಅವ್ಯವಸ್ಥೆಯಿಂದ ಅದು ಹುಟ್ಟಿಕೊಂಡಿತು.

ಊಳಿಗಮಾನ್ಯ ಪದ್ಧತಿ (Feudalism) ಎಂದರೇನು?

ಜಮೀನಿನ ಹಿಡುವಳಿ ಮತ್ತು ವೈಯಕ್ತಿಕ ಸಂಬಂಧಗಳ ಆಧಾರದ ಮೇಲೆ ರೂಪಿತವಾದ ಹಕ್ಕು ಬಾಧ್ಯತೆಗಳ ಒಂದು ಸಾಮಾಜಿಕ ಪದ್ಧತಿ. ಇದರಲ್ಲಿ ಜಮೀನನ್ನು (ಮತ್ತು ಇನ್ನೂ ಕಡಿಮೆ ಪ್ರಮಾಣದಲ್ಲಿ ಇತರೆ ಆದಾಯ ಮೂಲಗಳನ್ನು) ಹಿಡುವಳಿದಾರರು (vassals) ಧಣಿ (Lords) ಗಳಿಂದ ಉಂಬಳಿಯಾಗಿ ಪಡೆಯುತ್ತಾರೆ. ಧಣಿಗಳಿಗೆ ಅವರು ನಿರ್ದಿಷ್ಟ ಸೇವೆಗಳನ್ನು ಸಲ್ಲಿಸಬೇಕು; ಮತ್ತು ಅವರ ಬಗ್ಗೆ ಸ್ವಾಮಿ ನಿಷ್ಠೆ ತೋರಬೇಕು. ವಿಶಾಲವಾದ ಅರ್ಥದಲ್ಲಿ Feudalism ಎಂಬ ಪದವು "ಉಳಿಗಮಾನ್ಯ ಸಮಾಜ"ವನ್ನು ಅಂದರೆ, ಮುಖ್ಯವಾಗಿ ನಿರ್ಬಂಧಿತ ವ್ಯವಸಾಯ ಅರ್ಥವ್ಯವಸ್ಥೆಯಲ್ಲಿ (Closed Agricultural Economy) ಬೆಳೆಯುವ ಒಂದು ಬಗೆಯ ನಾಗರಿಕತೆಯನ್ನು ಸೂಚಿಸುತ್ತದೆ. ಇದರಲ್ಲಿ ಕೇವಲ ಧಣಿಗಳು, ಹಿಡುವಳಿದಾರರು ಮತ್ತು ಊಳಿಗಮಾನ್ಯರು ಮಾತ್ರವಲ್ಲದೆ, ಕೆಲವು ಸಾಮಾನ್ಯ ಗುಣಲಕ್ಷಣಗಳಿವೆ. ಅಂಥ ಸಮಾಜದಲ್ಲಿ ಅಧಿಕಾರ ಸಂಬಂಧವಾದ ಕರ್ತವ್ಯಗಳನ್ನು-ಸಿವಿಲ್ ಅಥವಾ ಮಿಲಿಟರಿ ಕರ್ತವ್ಯಗಳನ್ನು ಮಾಡುವವರು "ರಾಷ್ಟ್ರದ" ಅಥವಾ ನಾಗರಿಕ ಸೇವೆಯ ಭಾವನೆಯಿಂದ ಮಾಡುವುದಿಲ್ಲ; ತಮ್ಮ ಧಣಿಯ ಜೊತೆ ಇರುವ ವೈಯಕ್ತಿಕವಾದ ಹಾಗೂ ಮನಸಾರೆ ಒಪ್ಪಿಕೊಂಡ ಸಂಬಂಧದಿಂದ ಮಾಡುತ್ತಿದ್ದರು ಮತ್ತು ಸಂಭಾವನೆಯನ್ನು ಉಂಬಳಿಯ ರೂಪದಲ್ಲಿ ಪಡೆಯುತ್ತಿದ್ದರು ಹಾಗೂ ಅದನ್ನು ವಂಶಪಾರಂಪರ್ಯವಾಗಿ ಇಟ್ಟುಕೊಳ್ಳುತ್ತಿದ್ದರು. ಸಾರ್ವಜನಿಕ ಕರ್ತವ್ಯಗಳು ಉಂಬಳಿಗೆ ಹೆಚ್ಚಾಗಿ ಸಂಬಂಧಿಸಿದುವೇ ಹೊರತು ಉಂಬಳಿದಾರನಿಗೆ ಅಲ್ಲವಾದ್ದರಿಂದ ಸಾರ್ವಜನಿಕ ಅಧಿಕಾರವು ವಿಚ್ಛಿನ್ನವೂ ವಿಕೇಂದ್ರಿಕೃತವೂ ಆಗುತ್ತದೆ. ಊಳಿಗಮಾನ್ಯ ಪದ್ಧತಿಯ ಇನ್ನೊಂದು ಲಕ್ಷಣವೆಂದರೆ ಜಹಗೀರುದಾರ ಪದ್ಧತಿ; ಅದರಲ್ಲಿ ಧಣಿಗಳು ಪರಾಧೀನರಾದ ರೈತಾಪಿಜನರ ಮೇಲೆ ಪೋಲಿಸ್, ನ್ಯಾಯಸ್ಥಾನ, ಆರ್ಥಿಕ, ಮತ್ತಿತರ ನಾನಾ ಬಗೆಯ ಅಧಿಕಾರಗಳನ್ನು ಚಲಾಯಿಸುತ್ತಿದ್ದರು.

ಊಳಿಗಮಾನ್ಯ ಪದ್ಧತಿಯ ಉಗಮ

ಪ್ರಪಂಚದ ಹಲವಾರು ದೊಡ್ಡ ದೊಡ್ಡ ನಾಗರಿಕತೆಗಳು ತಮ್ಮ ಚರಿತ್ರೆಯ ಪಥದಲ್ಲಿ ಊಳಿಗಮಾನ್ಯ ಪದ್ಧತಿಯನ್ನು ಅನುಭವಿಸಿವೆ. ಪ್ರಾಚೀನ ಈಜಿಪ್ಟ್‌ನಲ್ಲಿ ಹಳೆಯ ರಾಜನ ಆಳ್ವಿಕೆಗೊಳಪಟ್ಟ ಪ್ರದೇಶ ಕ್ಷೀಣಿಸಿದ ನಂತರ ಹುಟ್ಟಿಕೊಂಡ ಊಳಿಗಮಾನ್ಯ ಪದ್ಧತಿ ಹೊಸದೇನೂ ಅಲ್ಲ. ಅದು ಹೋಮರನ ಕಾಲದಲ್ಲಿತ್ತು. ತನ್ನ ಸುತ್ತಲೂ ಆಶ್ರಿತರನ್ನು ಇಟ್ಟುಕೊಂಡಿದ್ದ ಶ್ರೀಮಂತ ಜಮೀನ್ದಾರಿಕೆಯ ಪದ್ಧತಿ ರೋಮನ್ ಸಮಾಜದಲ್ಲೂ ಒಂದು ಸಂದಿಗ್ಧರೂಪದಲ್ಲಿ ಇತ್ತು. ಅದು ಜರ್ಮ್ಯಾನಿಕ್ ಬಣಗಳಲ್ಲೂ, ಕಾಮಿಟೇಟಸ್ (Comitatus) ಎಂದು ಕರೆಯಲಾದ ಆಚಾರದಲ್ಲೂ ಬಳಕೆಯಲ್ಲಿತ್ತು. ಕೆಚ್ಚೆದೆಯ ಶೂರರು ತಮಗೆ ಅನ್ನ, ವಸತಿ, ಆಯಧಗಳನ್ನು ಕೊಟ್ಟ ಪ್ರಬಲ ಮುಖಂಡನ ಜತೆ ಇರುತ್ತಿದ್ದರು. ಆದರೆ ಹತ್ತನೆಯ ಶತಮಾನದ ಮಧ್ಯಭಾಗದಲ್ಲಿ ಅದು ಒಂದು ನಿರ್ದಿಷ್ಟ ಸ್ವರೂಪವನ್ನು ತಳೆಯಿತು. ಯೂರೋಪಿಯನ್ ಊಳಿಗಮಾನ್ಯ ಪದ್ಧತಿಯ ಮೂಲವನ್ನು ಫ್ರ್ಯಾಂಕರ ರಾಜ್ಯದಲ್ಲಿ (8ನೆ ಶತಮಾನ) ಕಾಣಬಹುದು. ಆಗ ಒಂದು ಕಡೆ ಉಂಬಳಿಯನ್ನು ಕೊಡುವುದು ಮತ್ತು ಇನ್ನೊಂದು ಕಡೆ ಹಿಡುವಳಿದಾರ-ಧಣಿಗಳ ನಡುವಣ ವೈಯಕ್ತಿಕ ಸಂಬಂಧವನ್ನು ಸ್ಥಾಪಿಸುವುದು ಎರಡೂ ನಡೆಯಿತು. ಹಿಂದಿನ ಶತಮಾನಗಳಲ್ಲಿ ಬೆನಿಫೈಸ್ ಎಂಬ ಭೂಗೇಣಿಯನ್ನು ಗೇಣಿದಾರನು ಪ್ರಾರ್ಥಿಸಿಕೊಂಡಾಗ ಅವನ ಜೀವನಪರ್ಯಂತ ಅನುಭವಿಸಿಕೊಂಡು ಬರಲು ಕೊಡಲಾಗುತ್ತಿತ್ತು. ಆದರೆ ಎಂಟನೆಯ ಶತಮಾನದ ಉತ್ತರಾರ್ಧದಲ್ಲಿ ಈ ಗೇಣಿಪದ್ಧತಿಯು ಊಳಿಗಮಾನ್ಯದ ಭಾಗವಾಗಿ ಸೇರಿಹೋಯಿತು. ಹಿಂದೆ ಫ್ರ್ಯಾಂಕ್ ದೊರೆಗಳು ನೀಡಿದ ಬೆನಿಫೈಸ್ ಗೇಣಿಯು ಪೂರ್ಣಪ್ರಮಾಣದ ಭೂ ಒಡೆತನವನ್ನು ನೀಡಿದರೆ ಮುಂದೆ ಬಂದ ದೊರೆಗಳು ಭೂಮಿಯ ಒಡೆತನವನ್ನು ಇಟ್ಟುಕೊಂಡು ಅದರ ಪೂರ್ಣ ಬಳಕೆ ಮತ್ತು ಸ್ವಂತ ಉಪಯೋಗಕ್ಕಾಗಿ ನೀಡುವ ಪದ್ಧತಿ ಜಾರಿಗೆ ಬಂದಿತು ಮತ್ತು ಇವರು ತಮ್ಮ ಭೂಮಿಯನ್ನಲ್ಲದೆ ಚರ್ಚುಗಳಿಗೆ ಸೇರಿದ ಭೂಮಿಯನ್ನು ಗೇಣಿದಾರರಿಗೆ ವಿತರಿಸುತ್ತಿದ್ದರು. ಈ ಸಮಯದಲ್ಲಿಯೇ ರಾಜರು ಗೇಣಿದಾರರಿಗೆ ಸಾರ್ವಜನಿಕ ಸಮಾರಂಭಗಳಲ್ಲಿ ಬೆನಿಫೈಸ್‌ನ ಒಂದು ಭಾಗವಾಗಿ ಕೊಡಲಾಗುತ್ತಿತ್ತು. ರಾಜನ ಉದಾಹರಣೆಯನ್ನು ಅವನ ಅಧೀನ ಧಣಿಗಳು ಕೂಡಲೇ ಅನುಸರಿಸಲಾರಂಭಿಸಿದರು.

ಫ್ರ್ಯಾಂಕ್ ದೊರೆಗಳು ಉತ್ತರ ಇಟಲಿ, ಸ್ಪೇನ್ ಮತ್ತು ಜರ್ಮನಿ ಅನಂತರ ಸ್ಲ್ಯಾವ್ ಪ್ರದೇಶಗಳನ್ನು ಗೆದ್ದುಕೊಂಡಂತೆ ಆ ಭಾಗಗಳಿಗೂ ಊಳಿಗಮಾನ್ಯ ಪದ್ಧತಿ ಪ್ರಸರಿಸಿತು. 1066ರಲ್ಲಿ ನಾರ್ಮನ್ನರು ಅದನ್ನು ಇಂಗ್ಲೆಂಡಿಗೆ ಕೊಂಡೊಯ್ದರು. ಕೆಲವು ವರ್ಷಗಳ ನಂತರ ದಕ್ಷಿಣ ಇಟಲಿ ಮತ್ತು ಸಿಸಿಲಿಗಳಿಗೂ ಅದನ್ನು ಹರಡಿದರು. ಇಂಗ್ಲೆಂಡಿನಿಂದ ಊಳಿಗಮಾನ್ಯ ಪದ್ಧತಿ ಸ್ಕಾಟ್ಲೆಂಡಿಗೂ ಮತ್ತು ಐರ್ಲೆಂಡಿಗೂ ಹರಡಿತು. ಕಡೆಗೆ ಕ್ರೂಸೇಡ್ ಮುಖಂಡರು ಗೆದ್ದುಕೊಂಡ ಮಧ್ಯಪ್ರಾಚ್ಯ ಪ್ರದೇಶಗಳು ಊಳಿಗಮಾನ್ಯ ಪದ್ಧತಿಯ ವ್ಯಾಪ್ತಿಗೊಳಗಾದವು.

ಚಾರ್ಲ್‌ಮೆನ್‌ನ ಮರಣಾನಂತರ ಯುರೋಪ್ ಒಂದು ಕಡೆ ಆಂತರಿಕ ಕ್ಷೋಭೆಯಿಂದಲೂ ಮತ್ತೊಂದು ಕಡೆ ಸ್ಕಾಂಡಿನೇವಿಯಾದ ನಾರ್ತಮೆನ್, ಮಗೆಯಾರ್ಸ್ ಮತ್ತು ಮೂರ್‌ರ ಧಾಳಿಯಿಂದ ಮಧ್ಯ ಯುರೋಪ್ ಛಿದ್ರ–ಛಿದ್ರವಾಯಿತು. ಕೇಂದ್ರ ಸರ್ಕಾರವು ಕುಸಿದು ಬಿದ್ದಿದರಿಂದ ಅರಾಜಕತೆ ಅವ್ಯವಸ್ಥೆ ತಾಂಡವವಾಡತೊಡಗಿ ಪ್ರಾಣ ಮತ್ತು ಆಸ್ತಿ–ಪಾಸ್ತಿಗಳಿಗೆ ರಕ್ಷಣೆ ಇಲ್ಲದಂತಾಯಿತು. ಚಕ್ರವರ್ತಿ ಹೆಸರಿಗೆ ಮಾತ್ರ ಅಧಿಕಾರದಲ್ಲಿದ್ದು ಪ್ರಜೆಗಳ ನಿಷ್ಠೆಯನ್ನು ಸಂಪಾದಿಸಲಾರದೆ ಹೋದನು. ಇಂತಹ ಪರಿಸ್ಥಿತಿಯಲ್ಲಿ ರಾಜ ಮತ್ತು ಪ್ರಜೆಗಳ ನಡುವಿನ ಸಂಬಂಧವು ಬದಲಾವಣೆ ಹೊಂದಿ ಧಣಿಗಳೆಂಬ (ನೋಬಲ್ಸ್) ಹೊಸ ವರ್ಗದ ಉದಯಕ್ಕೆ ಕಾರಣವಾಯಿತು.

ಊಳಿಗಮಾನ್ಯ ಪದ್ಧತಿಯ ಸ್ವರೂಪ

ಅಂದಿನ ಜಗತ್ತಿನಲ್ಲಿ ಭೂಮಿಯ ಒಡೆತನ ಅಥವಾ ಅದರ ಬಳಕೆ ಸಾಮಾಜಿಕ ಅಂತಸ್ತನ್ನು ನಿರ್ಧರಿಸುವ ಅತ್ಯುನ್ನತ ಅಂಶವಾಯಿತು. ಕಾಲಕಳೆದಂತೆ ಪಾಶ್ಚಿಮಾತ್ಯ ಸಮಾಜದ ಪ್ರಸಿದ್ಧ ವ್ಯಕ್ತಿಗಳು ಅಂದಿನ ಅನಾಗರೀಕ ಸಮಾಜದಲ್ಲಿ ಯೋಧರಾಗಿ ಮುಂದುವರಿದರಲ್ಲದೆ ಅವರು ಭೂಮಾಲೀಕರಾದರು. ಅವರು ರಾಜ ಮತ್ತು ಚರ್ಚಿನ ಮುಖ್ಯ ವ್ಯಕ್ತಿಗಳೊಂದಿಗೆ ಆಳುವ ವರ್ಗಕ್ಕೆ ಸೇರಿಬಿಟ್ಟಿದ್ದರು. ಭೂಮಿಯ ಒಡೆತನದಿಂದ ಭೂಕಂದಾಯ ಮತ್ತು ತೆರಿಗೆಗಳಲ್ಲದೆ ಕಾರ್ಮಿಕರ ಸೇವೆ ಮತ್ತು ಅಧಿಕಾರ ವ್ಯಾಪ್ತಿಗಳು ಲಭಿಸಿದವು. ಭೂಮಿಯ ಒಡೆಯರೇ ಶ್ರೀಮಂತನಾಯಕರಾದರು. ಭೂಮಿಯ ಮಾಲೀಕತ್ವದಿಂದ ಭೂಕಂದಾಯವು ಭೂವ್ಯಾಪ್ತಿ ಮತ್ತು ಕಾರ್ಮಿಕ ಸೌಲಭ್ಯಗಳು ಒದಗಿದವು. ಕ್ರಮೇಣ ಭೂಮಾಲೀಕರು ಧಣಿಗಳೆನಿಸಿಕೊಂಡು ಅನಂತರ ಅವರ ವಂಶಪಾರಂಪರ್ಯ ಅಂತಸ್ತು ಏರುತ್ತಾಬಂದಿತು. ಇದಲ್ಲದೆ ಅವರು ತಮ್ಮ ವಂಶಪಾರಂಪರ್ಯ ಅಂತಸ್ತನ್ನು ಬಿಟ್ಟುಕೊಟ್ಟು ಮುಂದೆ ಅವರ ಕಾರ್ಯನಿಷ್ಠೆ ಶಕ್ತಿಗಳು ಅವರ ಘನತೆಯನ್ನು ಹೆಚ್ಚಿಸಿದವು. ಇವರಿಗೆ ರಾಜ ಅಥವಾ ಪ್ರಮುಖ ಯುವರಾಜ ಭೂಮಿಯನ್ನು ಗೇಣಿಯಾಗಿ ಕೊಡುತ್ತಿದ್ದರು. ಇದಕ್ಕೆ ಬದಲಾಗಿ ಅವನು ಸೈನಿಕ ಸೇವೆಗಾಗಿ ಕರೆದಾಗ ಅವರು ಬರಬೇಕಾಗಿದ್ದಿತು. ಎಲ್ಲಕ್ಕೂ ಮಿಗಿಲಾಗಿ ಸಾಮ್ರಾಜ್ಯಶಾಹಿ ಕಾಲವಾದ ಮೇಲೆ ಆಡಳಿತದಲ್ಲಿ ವಿಕೇಂದ್ರಿಕರಣವನ್ನು ತರಬೇಕಾಯಿತು. ಹೊರಗಿನ ಅನಾಗರೀಕ ದೊರೆಗಳು ವಿಶಾಲವಾದ ರಾಜ್ಯಗಳಲ್ಲಿ ನೇರವಾಗಿ ಆಳಲು ಅಗತ್ಯವಾದ ಸಾಹಿತ್ಯಿಕ ಮತ್ತು ಆಡಳಿತಾತ್ಮಕ ಅನುಭವವನ್ನು ಹೊಂದಿರಲಿಲ್ಲ. ಆದುದರಿಂದ ಪ್ರಜೆಗಳು ಸಲ್ಲಿಸುವ ನಿರ್ದಿಷ್ಟ ಸೇವೆಗೆ ಯಾವುದಾದರೂ ಉಪಯುಕ್ತವಾದ ವಸ್ತುಗಳನ್ನು ನೀಡುವ ಪದ್ಧತಿ ಜಾರಿಗೆ ಬಂದಿತು. ಇದೇ ಮುಂದೆ ಯೂರೋಪಿನ ಮಧ್ಯಕಾಲದಲ್ಲಿದ್ದ ಫ್ಯೂಡಲಿಸಂ ಪದ್ಧತಿಯ ಹಿನ್ನೆಲೆಯ ಅಂಶವೆಂದು ಇತಿಹಾಸಕಾರರು ಗುರುತಿಸಿದ್ದಾರೆ.

ಈ ಪದ್ಧತಿಯ ಮಹಾ ಪ್ರವಾಹಕ್ಕೆ ಅನೇಕ ಸಣ್ಣ–ಸಣ್ಣ ಝರಿಗಳು ಸೇರಿಕೊಂಡಿವೆ. ರೋಮನ್ ಮತ್ತು ಜರ್ಮನಿಯ ಪದ್ಧತಿಗಳು ಕೂಡಾ ಇಂತಹ ವ್ಯವಸ್ಥೆಯ ವಿಸ್ತರಣೆಗೆ ಅನುವು ಮಾಡಿಕೊಟ್ಟವು. ಇದು ಮುಂದೆ ಚಕ್ರವರ್ತಿಗಳ ಕಾಲದಲ್ಲಿಯೂ ಮೆರೋವಿಂಗಿಯನ್ ಗಾಲ್ ಕಾಲದ ಕಷ್ಟ ಸ್ಥಿತಿಯಲ್ಲೂ ಇದು ಪ್ರಯೋಜನಕಾರಿಯಾಯಿತು. ಜನರು ಒಬ್ಬ ಸಮರ್ಥ ನಾಯಕನ ಬಳಿ ರಕ್ಷಣೆಯನ್ನು ಯಾಚಿಸಿ ತಮ್ಮನ್ನು ತಾವೇ ಸಮರ್ಪಿಸಿಕೊಳ್ಳುವುದು ಸರ್ವೇಸಾಮಾನ್ಯವಾಯಿತು. ಅವನ ರಕ್ಷಣೆಗೆ ಪ್ರತಿಫಲವಾಗಿ ಅವರು ತಮ್ಮ ವಿಶೇಷ ನಿಷ್ಠೆಯನ್ನು ಸೇವೆಯನ್ನು ನೀಡಲು ಮುಂದಾದರು. ಜರ್ಮನಿ ಸಮಾಜದ ಪದ್ಧತಿಗಳಲ್ಲಿ ಈ ವ್ಯವಸ್ಥೆ ಸುಲಭವಾಗಿ ಲೀನವಾಯಿತು. ಕರೋವಿಂಗಿಯನ್ ದೊರೆಗಳ ಕಾಲದಲ್ಲಿ ರಾಜನ ಅಧೀನ ನಾಯಕರು ಅವನಿಗೆ ತಮ್ಮ ಗೌರವವನ್ನು ಸಮರ್ಪಿಸುವ ಪದ್ಧತಿ ಆರಂಭವಾಯಿತು. ಅಂದರೆ ಸಾರ್ವಜನಿಕ ಸಮಾರಂಭಗಳಲ್ಲಿ ಅವರು ನಾಯಕನ ಸೇವೆಯ ಜವಾಬ್ದಾರಿಯನ್ನು ಒಪ್ಪಿಕೊಳ್ಳುತ್ತಿದ್ದರು. ನಾಯಕ ಅವರ ಮೇಲ್ವಿಚಾರಕ ಮತ್ತು ಈ ಜನರು ಅವನಿಗೆ ಸೇರಿದವರಾಗಿದ್ದರು. ಹಿಂದಿನ ಬರ್ಬರ ನಾಯಕರ ಹಳೆಯ ನಿಷ್ಠೆಗಳು ಹೊಸ ನಿಷ್ಠೆಯ ಧ್ಯೇಯ, ಪರಸ್ಪರ ಉಪಕಾರಭಾರ ಮತ್ತು ವಿಶ್ವಾಸ ಇವುಗಳೊಂದಿಗೆ ಸೇರಿಕೊಂಡವು. ಹೀಗೆ ಹಿಡುವಳಿದಾರರಿಗೆ ಮತ್ತೆ ಕೆಲವು ಹಿಡುವಳಿದಾರರು ಹುಟ್ಟಿಕೊಂಡು ಒಬ್ಬ ಶ್ರೀಮಂತ ಮತ್ತೊಬ್ಬನ ಮುಖ್ಯಸ್ಥನಾಗಿರುತ್ತಿದ್ದನು.

ಈ ರೀತಿಯಲ್ಲಿ ಈ ಋಣಭಾರ ವೈಯಕ್ತಿಕ ಸೇವೆಗಳ ಸರಮಾಲೆ ರಾಜನಿಂದ ಅವನ ಪ್ರಧಾನನಾಯಕನವರೆಗೂ ಅನಂತರ ಅವನ ಸೇವಕರು ಮತ್ತು ಸ್ವತಂತ್ರ ವ್ಯಕ್ತಿಗಳವರೆಗೂ ವಿಸ್ತರಿಸಿತು. ಸ್ವಾಭಾವಿಕವಾಗಿ ಇದು ಕೆಲವು ಜಟಿಲವಾದ ಮತ್ತು ಪರಸ್ಪರ ವಿರೋಧವಾದ ಬೇಡಿಕೆಗಳಿಗೆ ಎಡೆಮಾಡಿಕೊಟ್ಟಿತು. ಕೆಲವು ಭೂಮಿಯ ಪ್ರಕರಣಗಳಲ್ಲಿ ಒಬ್ಬ ದೊರೆಯು

ಇನ್ನೊಬ್ಬ ದೊರೆಯ ಹಿಡುವಳಿದಾರನಾಗಬಹುದಾಗಿತ್ತು. ಸ್ವತಂತ್ರ ಪ್ರಜೆಗಳ ಅಧೀನದಲ್ಲಿ ಗುಲಾಮರಿದ್ದು ಇವರು ಉತ್ತರಕ್ಕಿಂತಲೂ ದಕ್ಷಿಣದಲ್ಲಿ ವ್ಯಾಪಕವಾಗಿದ್ದು ಮುಂದೆ ಈ ಪದ್ಧತಿ ಸ್ವಲ್ಪ ಹೆಚ್ಚು ಅಂತಸ್ತಿನ ಸರ್ಫ್‌ಗಳ ಅಂತಸ್ತು ಮುಟ್ಟಲು ಅವಕಾಶವಾಯಿತು. ಈ ಸರ್ಫ್ ಕೂಲಿ ಆಳುಗಳು ಕೆಲವು ಹಕ್ಕುಗ್ಗಳನ್ನು ಹೊಂದಿದ್ದರೂ ತಾವು ಹುಟ್ಟಿದ ಮ್ಯಾನರ್‌ಗಳಲ್ಲಿ ಪೂರ್ಣ ಸೇವೆಗಾಗಿ ನೇಮಿಸಲ್ಪಟ್ಟ ಸ್ವಾತಂತ್ರ್ಯವಿಲ್ಲದ ಕೆಲಸದಾಳುಗಳಾಗಿದ್ದರು.

ಭೂಮಿಯ ಒಡೆಯರು ಮತ್ತು ಸಾಮಾನ್ಯ ಮನುಷ್ಯನ ಸಂಬಂಧ ಮಧ್ಯಕಾಲದ ಸಮಾಜವನ್ನು ಪೂರ್ತಿಯಾಗಿ ವಿವರಿಸುವ ಅಂಶವೆಂದು ಕೆಲವರು ಮುಂದೆ ಭಾವಿಸಿದ್ದರು. ಆದರೆ ಇದು ಸರಿಯಲ್ಲ. ಯೂರೋಪಿನ ಬಹುತೇಕ ಭೂಮಿಯು ಫೀಫ್ಸ್ ಎಂಬ ಭಾಗಗಳಾಗಿ ವಿಭಜಿಸಲ್ಪಟ್ಟಿತು. ಇವುಗಳನ್ನು ಪಡೆದಿದ್ದ ವ್ಯಕ್ತಿಗಳು ಪ್ರಮುಖ ಗೇಣಿದಾರನಿಗೆ ಅಧೀನದಲ್ಲಿದ್ದು ಸೇವೆ ಸಲ್ಲಿಸಬೇಕಾಗಿತ್ತು. ಆದರೆ ದಕ್ಷಿಣ ಯೂರೋಪಿನ ಕೆಲವು ಪ್ರದೇಶಗಳಲ್ಲಿ ಹಿಂದಿನ ಜರ್ಮನ್ ವ್ಯವಸ್ಥೆ ಮತ್ತು ರೋಮನ್ ಹಿನ್ನೆಲೆಯಿದ್ದ ಕೆಲವು ವಿಭಿನ್ನ ವ್ಯವಸ್ಥೆಗಳು ರೂಢಿಯಲ್ಲಿದ್ದವು. ಈ ಅರ್ಥದಲ್ಲಿ ಇಟಲಿಯ ಬಹುಭಾಗ, ಸ್ಪೇನ್ ಮತ್ತು ದಕ್ಷಿಣ ಫ್ರಾನ್ಸ್ ಫ್ಯೂಡಲ್ (ಊಳಿಗಮಾನ್ಯ) ಆಗಿರಲಿಲ್ಲ. ಕೆಲವು ಊಳಿಗಮಾನ್ಯ ಪದ್ಧತಿಯ ಪ್ರದೇಶಗಳಲ್ಲಿಯೂ ಕೆಲವು ಮುಕ್ತ ಹಕ್ಕುಗಳುಳ್ಳ ನಾಯಕರಿರುತ್ತಿದ್ದರು. ಇವರು ಒಂದು ಪ್ರಮುಖ ವರ್ಗವಾಗಿ ಕೆಲವು ದೇಶಗಳಲ್ಲಿ ಹೆಚ್ಚು ಸಂಖ್ಯೆಯಿಂದಿದ್ದು ಭೂಮಿಯ ಪೂರ್ಣಮಾಲೀಕರಾಗಿ ಅದಕ್ಕಾಗಿ ಯಾರಿಗೂ ಸೇವೆಯನ್ನು ಸಲ್ಲಿಸಬೇಕಾಗಿರಲಿಲ್ಲ. ಆದರೂ ಭೂಮಿಗೆ ಸಂಬಂಧಿಸಿದಂತೆ ಬಹುಮಟ್ಟಿನ ಒಪ್ಪಂದವು ಮಧ್ಯಕಾಲದ ನಾಗರೀಕತೆಯ ಹಿನ್ನೆಲೆಯಾಗಿದ್ದಿತು. ಗೇಣಿದಾರನು ಕ್ರೈಸ್ತಮಠದ ಸನ್ಯಾಸಿಗೆ ಅದರ ಗೇಣಿ ಭೂಮಿಯನ್ನು ಪಡೆದುಕೊಂಡಿದ್ದಕ್ಕಾಗಿ ಗೌರವಧನವನ್ನೂ ನೀಡಬಹುದಾಗಿತ್ತು. ಕೆಲವು ವೇಳೆ ಅನೇಕ ಕ್ರೈಸ್ತಪಾದ್ರಿಗಳ ಸಮೂಹವು ರಾಜನಿಗೆ ಗೇಣಿದಾರರಾಗಿರಬಹುದಾಗಿದ್ದಿತು. ಈ ರೀತಿಯಾಗಿ ದಣಿಗಳ ಅಥವಾ ಗೇಣಿದಾರರ ಸಂಘಗಳು ಇರಬಹುದಾಗಿತ್ತು. ಊಳಿಗಮಾನ್ಯ ಪದ್ಧತಿಯ ವ್ಯವಸ್ಥೆಯಲ್ಲಿ ಬಹಳಷ್ಟು ಜಟಿಲತೆ ಮತ್ತು ಅಸ್ಪಷ್ಟತೆ ಇರುತ್ತಿದ್ದಿತು. ಆದರೆ ಮೇಲಿನವರು ಮತ್ತು ಕೆಳಗಿನವರ ನಡುವಿನ ಋಣಭಾರದ ವಿನಿಮಯವು ಈ ಇಡೀ ವ್ಯವಸ್ಥೆಯ ಪ್ರಮುಖ ಲಕ್ಷಣವಾಗಿ ಆಧುನಿಕರ ದೃಷ್ಟಿಗೆ ಕಂಡುಬರುತ್ತದೆ. ಊಳಿಗವನ್ನು ಪಡೆದ ಧಣಿ ಮತ್ತು ಸಾಧಾರಣ ಪ್ರಜೆ ಇಬ್ಬರೂ ಪರಸ್ಪರ ಒಬ್ಬರಿಗೊಬ್ಬರು ವಿಪರ್ಯಾಯ ಸಂಬಂಧವನ್ನು ಹೊಂದಿದ್ದರು. ಒಬ್ಬ ಫ್ರೆಂಚ್ ಪಾದ್ರಿಯ ಈ ಕೆಳಗಿನ ಆಜ್ಞೆಯು ಅಂದಿನ ಫ್ಯೂಡಲ್ ಸಂಬಂಧವನ್ನು ವಿವರಿಸುವಂತಿದೆ. "ಸರ್ಫ್ ಜೀತದಾಳುಗಳೆ ನಿಮ್ಮ ಒಡೆಯನ ಬಗ್ಗೆ ನೀವು ಭಯದಿಂದ ನಡುಗುತ್ತಾ ನಿಮ್ಮ ವಿಧೇಯತೆಯನ್ನು ತೋರಿಸಿ; ಗೇಣಿದಾರರೇ ನಿಮ್ಮ ಜೀತದಾಳುಗಳನ್ನು ನ್ಯಾಯ ಮತ್ತು ಸಮಾನತೆಯಿಂದ ಕಾಣಿ." ಅಂದಿನ ಬೆಳೆಯುತ್ತಿರುವ ಜಟಿಲ ಸಮಾಜದ ವ್ಯವಸ್ಥೆಯು ಮೇಲಿನ ಸಂಯುಕ್ತಿಕ ವಿವರಣೆಯ ಆಧಾರದ ಮೇಲೆ ಬೆಳೆದು ಬಂದು ಅದನ್ನು ವಿವರಿಸಿ ರಕ್ಷಿಸಿಕೊಂಡು ಬಂದಿತು. ಈ ವ್ಯವಸ್ಥೆಯು ರೈತರಿಂದ ಸಾಕಷ್ಟು ಒತ್ತಾಯದ ಹಣ ಸಂಗ್ರಹವನ್ನು ನ್ಯಾಯಸಮ್ಮತವೆಂದು ಎತ್ತಿಹಿಡಿಯಿತು. ಈ ಹಣದಿಂದ ಯೋಧರಿಗೂ ಮತ್ತು ಶ್ರೀಮಂತನ ಕೋಟೆಯ ನಿರ್ಮಾಣಕ್ಕು ಖರ್ಚುಮಾಡಲಾಗುತ್ತಿದ್ದಿತು. ಇದರಿಂದ ಯೂರೋಪಿನ ಧಣಿಗಳ ವರ್ಗವು ಬೆಳೆಯಲಾರಂಭಿಸಿತು. ಅವರ ಬೆಂಬಲಕ್ಕಿದ್ದ ಸೈನಿಕ ವರ್ಗವು ಅತ್ಯಂತ ಹೆಚ್ಚು ಪ್ರಾಮುಖ್ಯವಾಯಿತು. ಯುದ್ಧ ಕ್ಷೇತ್ರದಲ್ಲಿ ಯೋಧರ ಸೇವೆ ಅಗತ್ಯವಿಲ್ಲದಿದ್ದಾಗಲೂ ಕೂಡಾ ಈ ವ್ಯವಸ್ಥೆ ಅನುಚಾನವಾಗಿ ಮುಂದುವರಿಯಿತು. ಯುದ್ಧ ವಿದ್ಯೆಯಲ್ಲಿ ಅಶ್ವಾರೋಹಿಯಾಗಿ ಸಶಸ್ತ್ರರಾಗಿ ಹೋರಾಡುವುದು ಅತ್ಯಂತ ಗೌರವಾನ್ವಿತವೆಂದು ಪರಿಗಣಿಸಲ್ಪಟ್ಟಿತು. ಸುಮಾರು ಏಳು ಅಥವಾ ಎಂಟನೆಯ ಶತಮಾನದಲ್ಲಿ ಕುದುರೆಯ ಮೇಲೆ ಜೀನನ್ನು ಹಾಕುವ ಪದ್ಧತಿ ರೂಢಿಗೆ ಬಂದಿತು. ಅಂದಿನಿಂದ ಸಶಸ್ತ್ರನಾದ ಅಶ್ವಾರೋಹಿಯು ಇನ್ನೂ ಹೆಚ್ಚು ಪರಿಣಾಮಕಾರಿ ಅಸ್ತ್ರಗಳು ಬರುವವರೆಗೂ ಯುದ್ಧ ಕ್ಷೇತ್ರದಲ್ಲಿ ಜೀನನ್ನು ತಪ್ಪದೆ ಬಳಸುತ್ತಿದ್ದನು. ಈ ರೀತಿಯ ತಾಂತ್ರಿಕ ಶ್ರೇಷ್ಠತೆಯ ಸಹಾಯದಿಂದ ವೃತ್ತಿನಿರತ ಅಶ್ವಾರೋಹಿಗಳಾದ ನೈಟ್ ಅಧಿಕಾರಿಗಳು ಮೇಲಕ್ಕೆ ಬಂದರು. ಇವರನ್ನು ಧಣಿಗಳು ನೇರವಾಗಿ ನೇಮಿಸಿಕೊಳ್ಳುತ್ತಿದ್ದರು ಅಥವಾ ಅವರ ಮತ್ತು ಅಶ್ವಗಳಿಗೆ ಆಹಾರಕ್ಕಾಗಿ ನಿಗದಿತ ಹಣವನ್ನು ನೀಡುತ್ತಿದ್ದರು. ಇವರು ಯೂರೋಪಿನ ಮಧ್ಯಯುಗದ ಧಣಿಗಳ ಯೋಧವರ್ಗದ ಮೂಲ ಬಿಂದುವಾಗಿ ಅನೇಕ ಶತಮಾನಗಳ ಕಾಲ ಯೂರೋಪಿನ ಮೌಲ್ಯಗಳ ಸಂಕೇತಗಳಾಗಿದ್ದರು. ಆದರೂ ಬಹಳ ಕಾಲದವರೆಗೂ ಈ ವರ್ಗದವರಿಗೂ ಮತ್ತಿತರ ವರ್ಗಕ್ಕೂ ಇದ್ದ ವ್ಯತ್ಯಾಸ ಅಸ್ಪಷ್ಟವಾಗಿದ್ದು ಒಂದು ವರ್ಗದಿಂದ ಮತ್ತೊಂದು ವರ್ಗಕ್ಕೆ ಬದಲಾಯಿಸುವುದು ಸಾಧ್ಯವಿದ್ದಿತು.

ರಾಜಕೀಯ ಸತ್ಯಸಂಗತಿಗಳು ಅನೇಕ ವೇಳೆ ತಾತ್ವಿಕ ಸಂಗತಿಯ ವಿರೋಧವಾಗಿದ್ದವು. ಗೇಣಿ ಪದ್ಧತಿಗಳು ಬಹುಸೂಕ್ಷ್ಮ ವ್ಯವಸ್ಥೆಯಲ್ಲಿ ರಾಜನು ತನ್ನ ಗೇಣಿದಾರರ ಮೇಲೆ ಅವರು ತಮ್ಮ ಅಧೀನ ವ್ಯಕ್ತಿಗಳ ಮೇಲೆ ಹೊಂದಿದ್ದ ಹತೋಟಿಗಿದ್ದ ಕಡಿಮೆ ನಿಯಂತ್ರಣವನ್ನು ಹೊಂದಿರಬಹುದಾಗಿದ್ದಿತು. ಬಹುದೊಡ್ಡ ಧಣಿ ಅಥವಾ ಸ್ಥಳೀಯ ಬಿಷಪ್ ತಾವು ಎಂದೂ ನೋಡದ ರಾಜ ಅಥವಾ ಯುವರಾಜನಿಗಿಂತ ಒಬ್ಬ ಸಾಮಾನ್ಯ ಮನುಷ್ಯನಿಗೆ ಹೆಚ್ಚು ಪ್ರಮುಖವಾಗಿ ಕಾಣಿಸಿಕೊಳ್ಳುತ್ತಿದ್ದರು.

10 ಮತ್ತು 11ನೇ ಶತಮಾನಗಳಲ್ಲಿ ಅನೇಕ ದೊರೆಗಳು ಕೆಲವು ಪ್ರಮುಖ ನಾಯಕರ ಪ್ರಭಾವಕ್ಕೊಳಗಾಗುತ್ತಿದ್ದ ನಿದರ್ಶನಗಳಿದ್ದವು. ಇಂಗ್ಲೆಂಡಿನ ಆಂಗ್ಲೋ-ಸ್ಯಾಕ್ಸನ್ ಪ್ರದೇಶಗಳಲ್ಲಿ ಇದು ಹೆಚ್ಚು ತೊಂದರೆಯನ್ನುಂಟು ಮಾಡಲಿಲ್ಲ. ಇಲ್ಲಿ ರಾಜಪ್ರಭುತ್ವದ ಪರಂಪರೆ ಅತ್ಯಂತ ಬಲವಾಗಿದ್ದರೂ ದೊರೆಯಾದವನು ಎಷ್ಟು ದುರ್ಬಲನಾಗಿದ್ದರೂ ಅವನು ಚಾಣಾಕ್ಷನಾಗಿದ್ದರೆ ಅವನ ಮೇಲೆ ಯಾವ ರೀತಿಯ ಒತ್ತಡವು ಪರಿಣಾಮಕಾರಿಯಾಗಿರಲಿಲ್ಲ. ದೊರೆಯಾದವನಿಗೆ ಅನೇಕ ಗೇಣಿದಾರರು ಇರುತ್ತಿದ್ದುದರಿಂದ ಅವನು ವಿವೇಕಿಯಾಗಿದ್ದರೆ ಅವರೆಲ್ಲರನ್ನು ಒಟ್ಟಿಗೆ ಎದುರು ಹಾಕಿಕೊಳ್ಳುತ್ತಿರಲಿಲ್ಲ. ಮೇಲಾಗಿ ಅವನದು ವಿಶಿಷ್ಟ ರೀತಿಯ ಪ್ರಭುತ್ವವಾಗಿದ್ದಿತು. ಚರ್ಚಿನ ಅಧಿಕಾರಿಗಳು ನಡೆಸಿಕೊಡುತ್ತಿದ್ದ ಪಟ್ಟಾಭಿಷೇಕ ಸಮಾರಂಭವು ರಾಜತ್ತ್ವದ ಪಾವಿತ್ರತೆಯನ್ನು ಅವನ ಅಧಿಕಾರದ ವರ್ಣಮಯವಾದ ಶ್ರೇಷ್ಠತೆಯನ್ನು ದೃಢಪಡಿಸುತ್ತಿದ್ದಿತು. ರಾಜರು ತಮ್ಮ ವೈಭವಪೂರಿತ ಸಮಾರಂಭಗಳಿಂದ ತಮ್ಮ ವೈಶಿಷ್ಟ್ಯವನ್ನು, ಘನತೆಯನ್ನು ಪ್ರದರ್ಶಿಸುತ್ತಿದ್ದರು. ಈಗಿನ ಕಾಲದಲ್ಲಿ ಆಡಳಿತಾತ್ಮಕ ಕಾಗದ ಪತ್ರಗಳು ಮುಖ್ಯವಾಗಿದ್ದಂತೆ ಅಂದಿನ ವ್ಯವಸ್ಥೆಯಲ್ಲಿ ಈ ರೀತಿಯ ಅದ್ದೂರಿಯ ಸಮಾರಂಭಗಳು ಮುಖ್ಯವಾಗಿದ್ದವು. ಇದರೊಂದಿಗೆ ರಾಜನಿಗೆ ತನ್ನದೆ ಆದ ವಿಶಾಲವಾದ ಪ್ರದೇಶಗಳು ಇದ್ದರೆ ಅವನು ತನ್ನ ಅಧಿಕಾರವನ್ನು ಚಲಾಯಿಸಲು ಸುಲಭವಾಗುತ್ತಿತ್ತು. ಮಧ್ಯಯುಗದ ಆರಂಭದಲ್ಲಿ ರಾಜರು, ಭಾರಿ ಧಣಿಗಳು ಮಾತ್ರ ತಾಂತ್ರಿಕ ಹಾಗೂ ಕಾನೂನುಬದ್ಧವಾದ ಸ್ವಾತಂತ್ರ್ಯವನ್ನು ಪಡೆದವರೆಂದು ಹೇಳಲಾಗದು. ಅವರು ಸಹ ನೀರಸವಾದ ನಿಸ್ತೇಜವಾದ ದಿನಗಳನ್ನು ಕಳೆಯಬೇಕಾಗಿದ್ದಿತು. ಸಾಮಾನ್ಯವಾಗಿ ಯುದ್ಧಮಾಡುವುದು, ಪ್ರಾರ್ಥನೆ ಮಾಡುವುದು, ಬೇಟೆಯಾಡುವುದು ತಮ್ಮ ಜಮೀನನ್ನು ನೋಡಿಕೊಳ್ಳುವುದು ಇವುಗಳನ್ನು ಬಿಟ್ಟು ಬೇರ್‍ಯಾವ ಕೆಲಸವು ಇರುತ್ತಿರಲಿಲ್ಲ. ಚರ್ಚಿನ ವ್ಯವಸ್ಥೆಯನ್ನು ಬಿಟ್ಟು ಅನುಸರಿಸಬಹುದಾದ ಯಾವುದೇ ವೃತ್ತಿಗಳು ಇರುತ್ತಿರಲಿಲ್ಲ. ಸಾಮಾನ್ಯರ ಜನಜೀವನದಲ್ಲಿ ಯಾವುದೇ ನೂತನ ಆವಿಷ್ಕಾರ ಮತ್ತು ಶೈಲಿಯ ಬದಲಾವಣೆಯ ಸಾಧ್ಯತೆ ಬಹಳಷ್ಟು ಕಡಿಮೆಯಿದ್ದಿತು. ಸ್ತ್ರೀಯರ ದಿನನಿತ್ಯದ ಜೀವನದಲ್ಲಿ ಹೆಚ್ಚಿನ ಬದಲಾವಣೆಗೆ ಮತ್ತೂ ಕಡಿಮೆ ಅವಕಾಶವಿದ್ದಿತು. ಅವರು ಸಾಮಾನ್ಯವಾಗಿ ಪುರುಷರಿಗೆಂದೇ ಬದುಕುತ್ತಿದ್ದವರಾಗಿದ್ದು ಸಾಮಾಜಿಕ ಜೀವನದ ಕೆಳಸ್ತರದಲ್ಲಿರುತ್ತಿದ್ದರು. ವ್ಯಾಪಾರದಲ್ಲಿ ಕ್ರಮ-ಕ್ರಮವಾಗಿ ಬದಲಾವಣೆಯಾಗಿ ಹಾಗೂ ನಗರ ಜೀವನದಲ್ಲೂ ಮಾರ್ಪಾಡುಗಳು ಕಂಡುಬಂದು ಅರ್ಥವ್ಯವಸ್ಥೆಯು ವಿಸ್ತಾರವಾದಾಗ ಜೀವನ ಪದ್ಧತಿಯಲ್ಲಿ ಮಾರ್ಪಾಡುಗಳು ತಲೆದೋರಿದವು. ಇಂತಹ ವಿಷಯಗಳಲ್ಲಿ ವಿಭಜನೆಯ ರೇಖೆಗಳಿಗೆ ಹೆಚ್ಚಿನ ಬೆಲೆಯಿಲ್ಲದಿದ್ದರೂ 1100ರ ನಂತರವೇ ಪ್ರಮುಖವಾದ ಆರ್ಥಿಕ ವಿಸ್ತರಣೆ ಆರಂಭವಾಯಿತೆಂದು ಹೇಳಬಹುದು. ಆಗ ಮಾತ್ರ ಅರೆ ಬರ್ಬರವಾಗಿದ್ದ ನಾಗರೀಕತೆಯ ಸೋಂಕಿಲ್ಲದ ಸಮಾಜವು ಚಲಿಸಲಾರಂಭಿಸಿದ್ದನ್ನು ಕಾಣುತ್ತೇವೆ.

ಭೂಹಿಡುವಳಿ ಪದ್ಧತಿಯಾಗಿ ಫ್ಯೂಡಲಿಸಂ (ಊಳಿಗಮಾನ್ಯ ಪದ್ಧತಿ)

ತತ್ತ್ವತಃ ರಾಜನು ತನ್ನ ರಾಜ್ಯದ ಭೂಮಿಗೆಲ್ಲಾ ಒಡೆಯನಾಗಿದ್ದು ಧಣಿಗಳೆಂಬ ವರ್ಗದವರು ಅವನನ್ನು ತಮ್ಮ ಒಡೆಯನೆಂದು ಪರಿಗಣಿಸಿದ್ದರು. ಅವನು ತನ್ನ ರಾಜ್ಯದ ಭೂಮಿಯನ್ನು ಅನೇಕ ಭಾಗಗಳಾಗಿ ವಿಭಜಿಸಿದ್ದನು. ಪ್ರಮುಖವಾದ ಭಾಗವನ್ನು ತನ್ನ ಅಧೀನದಲ್ಲಿಟ್ಟುಕೊಂಡು ದೊರೆಯು ತನ್ನ ಅಧೀನದಲ್ಲಿದ್ದ ಧಣಿಗಳಿಗೆ ಕೆಳಗಿನ ಷರತ್ತುಗಳ ಮೇಲೆ ನೀಡುತ್ತಿದ್ದನು. ಅವರು ರಾಜನಿಗೆ ತಮ್ಮ ನಿಷ್ಠೆಯ ಪ್ರಮಾಣವಚನವನ್ನು ಸ್ವೀಕರಿಸಿ ಅವನಿಗೆ ಸೈನಿಕ ಸೇವೆಯನ್ನು ಮಾಡಲು ಒಪ್ಪಬೇಕಾಗಿದ್ದಿತು. ಈ ರೀತಿಯಲ್ಲಿ ಧಣಿಗಳು ಅವನ ಗೇಣಿದಾರರಾಗಿ ರಾಜನು ಅವರ ಪ್ರಭುವಾಗಿದ್ದನು. ಈ ರೀತಿಯಲ್ಲಿ ಧಣಿಗಳಿಗೆ (ನೊಬಲ್ಲರಿಗೆ) ನೀಡಿದ ಭೂಮಿಯನ್ನು ಫೀಫ್ ಅಥವಾ ಫ್ಯೂಡಂ ಎಂದು ಕರೆಯಲಾಗುತ್ತಿತ್ತು. ಗೇಣಿದಾರನು ತಾನು ಪಡೆದ ಫೀಫ್‌ನ ಪೂರ್ಣ ಒಡೆಯನಾಗಿದ್ದು ಅದನ್ನು ಪರಿಣಾಮಕಾರಿಯಾಗಿ ಆಳುತ್ತಿದ್ದನು. ಈ ಗೇಣಿದಾರನು ತನ್ನ ಇಡೀ ಫೀಫ್ ಭೂಮಿಯನ್ನು ನೋಡಿಕೊಳ್ಳಲು ಸಾಧ್ಯವಾಗದಿದ್ದುದರಿಂದ ಅವನು ತನಗೆ ಅಧೀನ ಗೇಣಿದಾರರಾಗ ಬಯಸುವ ಸ್ನೇಹಿತರಿಗೆ ಅದರ ಕೆಲವು ಭಾಗಗಳನ್ನು ಹಂಚಿಕೊಡುತ್ತಿದ್ದನು. ಈ ರೀತಿಯಾಗಿ ಭೂಮಿಯ ಮರುಹಂಚಿಕೆ ಮತ್ತು ವಿತರಣೆಯನ್ನು ಸಬ್ ಇನ್‌ಫ್ಯೂಡೇಷನ್ ಎಂದು ಕರೆಯಲಾಗುತ್ತಿತ್ತು. ಈ ರೀತಿಯ ಕೆಳಗಿನ ಗೇಣಿದಾರರು ನೈಟ್ ಅಥವಾ ಬ್ಯಾರನ್‌ಗಳಾಗುತ್ತಿದ್ದರು. ಈ ರೀತಿಯ ಅಧೀನ ಗೇಣಿದಾರರು ತಮ್ಮ ಮೇಲಿನ ಧಣಿಗೆ ಗೌರವವನ್ನು ಸಲ್ಲಿಸಿ ಸೇವೆಯನ್ನು ಸಲ್ಲಿಸಬೇಕಾಗಿತ್ತು. ಈ ವ್ಯವಸ್ಥೆಯ ಅತ್ಯಂತ ಕೆಳಭಾಗದಲ್ಲಿ ಭೂಮಿಯ ಅತ್ಯಂತ ಸಣ್ಣ ಭಾಗವನ್ನು ಪಡೆದುಕೊಂಡಿದ್ದು ಅದನ್ನು ಉಳುಮೆ ಮಾಡುತ್ತಿದ್ದ ಸರ್ಫ್(ಕೃಷಿ ಕಾರ್ಮಿಕ) ಇರುತ್ತಿದ್ದನು. ಅವನು ತನ್ನ ಒಡೆಯನಿಗೆ ವೈಯಕ್ತಿಕ ಸೇವೆಯನ್ನು ಸಲ್ಲಿಸಿ ಅವನನ್ನು ಸುಪ್ರೀತನನ್ನಾಗಿ ಇಟ್ಟುಕೊಂಡಿದ್ದರೆ ಅವನ ಜೀವ ಮತ್ತು ಆಸ್ತಿ ರಕ್ಷಿತವಾಗಿರುತ್ತಿತ್ತು. ಚರ್ಚ್ ಕೂಡಾ ಭೂಮಿಯನ್ನು ಹೊಂದಿದ್ದು ಅದರ ಬಿಷಪ್ ಈ ವ್ಯವಸ್ಥೆಯ ಧಣಿಯ ಸ್ಥಾನದಲ್ಲಿರುತ್ತಿದ್ದನು.

ಊಳಿಗಮಾನ್ಯ ಪದ್ಧತಿಯ ಇನ್ನೊಂದು ಮುಖ್ಯ ಲಕ್ಷಣವೆಂದರೆ ಈ ಗೇಣಿ ವ್ಯವಸ್ಥೆಯು ಗೌರವ ಸಮರ್ಪಣೆಯ ಒಂದು ವರ್ಣಮಯ ಸಮಾರಂಭದಿಂದ ಪ್ರಾರಂಭವಾಗುತ್ತಿದ್ದಿತು. ಗೇಣಿದಾರನು ಬರಿಯ ತಲೆಯಲ್ಲಿ ತನ್ನ ಒಡೆಯನ

ಮುಂದೆ ಬಾಗಿ ನಮಸ್ಕರಿಸಿ ತಾನು ಅವನ ಗೇಣಿದಾರ ಅಥವಾ 'ಆಳು ಮನುಷ್ಯ' ಎಂದು ಘೋಷಿಸುತ್ತಿದ್ದನು. ಅವನು ತನ್ನ ಈ ಗೇಣಿ ಸ್ವಾಮ್ಯದ ಒಡೆಯನಿಗೆ ಸೇವೆ ಸಲ್ಲಿಸುವ ಭಾಷೆಯನ್ನು ನೀಡಿ ಒಂದು ವರ್ಷದಲ್ಲಿ 40 ದಿನ ಇಂತಿಷ್ಟು ಸಂಖ್ಯೆಯ ಯೋಧರನ್ನು ಒದಗಿಸಿಕೊಡುವುದಾಗಿಯೂ, ಅವನ ಆಸ್ಥಾನದಲ್ಲಿ ತಾನೂ ಹಾಜರಿರುವುದಾಗಿಯೂ ಪ್ರಮಾಣ ಮಾಡುತ್ತಿದ್ದನು. ಒಂದು ಪಕ್ಷ ತನ್ನ ಒಡೆಯ ಶತ್ರುಗಳ ಕೈವಶವಾದರೆ ಅವನ ಬಿಡುಗಡೆಗಾಗಿ ಇಂತಿಷ್ಟು ಪ್ರಮಾಣದ ಹಣವನ್ನು ಕೊಡುವ ಬಗ್ಗೆಯೂ ಅವನು ಒಪ್ಪಿಕೊಂಡು ತನ್ನ ಒಡೆಯನ ಮಗಳ ಮದುವೆ ಮತ್ತು ಮಗನ ನೈಟ್ ಪದವಿಯನ್ನು ಪಡೆದಾಗಿನ ಸಮಾರಂಭದ ವೆಚ್ಚದ ಒಂದು ಭಾಗವನ್ನು ಕೊಡುವುದಕ್ಕೂ ಒಪ್ಪಿಕೊಳ್ಳುತ್ತಿದ್ದನು. ಇದಕ್ಕೆ ಪ್ರತಿಯಾಗಿ ಧಣಿಯು ತನ್ನ ಗೇಣಿದಾರನಿಗೆ ರಕ್ಷಣೆ ಮತ್ತು ನ್ಯಾಯವನ್ನು ಒದಗಿಸುವುದಾಗಿ ಭರವಸೆ ನೀಡಿ ಅವನಿಗೆ ಕೊಟ್ಟ ಭೂಮಿಯ ಮೇಲಿನ ಹಕ್ಕು ಬಾಧ್ಯತೆಗಳನ್ನು, ಅಧಿಕಾರವನ್ನು ವಹಿಸಿಕೊಡುತ್ತಿದ್ದನು.

ಈ ಪದ್ಧತಿಯ ಯೋಧರನ್ನು ನೈಟ್‌ಗಳೆಂದು ಕರೆಯಲಾಗುತ್ತಿತ್ತು. ಅವರು ಒಬ್ಬ ಸಮರ್ಥ ಧಣಿಯ ಅಧೀನರಾಗಿ ಸೇವೆಸಲ್ಲಿಸಲು ಒಪ್ಪಿ ಅವನಿಂದ ಒಂದು ಗ್ರಾಮ ಅಥವಾ ಪ್ರದೇಶವನ್ನು ಪಡೆದುಕೊಳ್ಳುತ್ತಿದ್ದನು. ನೈಟ್ ಹುದ್ದೆಯ ಪದವಿ ಪ್ರಧಾನ ಸಮಾರಂಭದಲ್ಲಿ ಸ್ಕ್ವಯರ್ ತನ್ನ ಒಡೆಯನ ಮುಂದೆ ಬಾಗಿ ನಮಸ್ಕರಿಸಿದಾಗ ಒಡೆಯನು ತನ್ನ ಕತ್ತಿಯಿಂದ ಅವನ ತಲೆ ಮತ್ತು ಭುಜಗಳನ್ನು ಮೆಲ್ಲನೆ ಸ್ಪರ್ಶಿಸುತ್ತಿದ್ದನು. ನೈಟ್ ತನ್ನ ಒಡೆಯನಿಗೆ ತನ್ನ ನಿಷ್ಠೆಯನ್ನು ನೀಡುವುದಾಗಿ ಪ್ರಮಾಣ ಮಾಡುತ್ತಿದ್ದನು. ಚರ್ಚಿನ ಪ್ರಭಾವವು ಅಧಿಕವಾಗಿದ್ದಾಗ ನೈಟ್‌ಗಳು ದೊರೆಗೆ ತಮ್ಮ ನಿಷ್ಠೆಯನ್ನು ಘೋಷಿಸಿ ಚರ್ಚಿನ ಆಸ್ತಿಯನ್ನು, ಸ್ತ್ರೀಯರ ಗೌರವವನ್ನು ಕಾಪಾಡುವುದಾಗಿ ಪ್ರಮಾಣ ಮಾಡುತ್ತಿದ್ದರು. ಚಿವಲ್ರಿ (Chivalry) (ವೀರಕೌಶಲ ದೀನರಕ್ಷಣೆಯ) ಯುಗದಲ್ಲಿ ಈ ನೈಟ್‌ಗಳು ಸಮಾಜದಲ್ಲಿ ಶ್ರದ್ಧೆಯಿಂದ ಕರ್ತವ್ಯವನ್ನು ನಿರ್ವಹಿಸುತ್ತ ಪ್ರಮುಖ ಪಾತ್ರವನ್ನು ವಹಿಸಿದರು. ಧರ್ಮಯುದ್ಧಗಳ ಸಮಯದಲ್ಲಿ ಅವರು ಮುಂದೆ ಬಂದು ಸೈನ್ಯವನ್ನು ಕೂಡಿಸಿದರು. ನೈಟ್‌ಗಳು ಕತ್ತಿ, ಖಡ್ಗ, ಈಟಿ ಮುಂತಾದ ಆಯುಧಗಳನ್ನು ಹೊಂದಿ ಅಶ್ವವನ್ನೇರಿ ಹೋಗುತ್ತಿದ್ದರು. ಯುದ್ಧ ಮತ್ತು ಆಟ-ಪಾಠಗಳ ಸಮಯದಲ್ಲಿ ಅವರು ಗುರಾಣಿ, ಶಿರಸ್ತ್ರಾಣಗಳಿಂದ ರಕ್ಷಣೆಯನ್ನು ಹೊಂದುತ್ತಿದ್ದರು.

ಊಳಿಗಮಾನ್ಯ ಸಮಾಜದ ಜೀವನ ವಿಧಾನ

ಮೇಲೆ ವಿವರಿಸಿದಂತೆ ರಾಜನ ಅಧಿಕಾರವು ಸೀಮಿತವಾಗಿದ್ದು ಅವನು ತನ್ನ ರಾಜ್ಯದ ಎಲ್ಲಾ ಪ್ರಜೆಗಳನ್ನು ನೋಡಲು ಅವಕಾಶವನ್ನೇ ಹೊಂದಿರಲಿಲ್ಲ. ಜನರ ನಿಷ್ಠೆಯೂ ಕೂಡ ಅನೇಕ ರೀತಿಯಲ್ಲಿ ಹೋಳಾಗಿದ್ದಿತು. ರಾಜನ ಸೈನ್ಯವು ಬಹಳ ಚಿಕ್ಕದಾದುದರಿಂದ ಅವನು ತನ್ನ ಅಧೀನದಲ್ಲಿದ್ದ ಧಣಿಗಳ ಅಥವಾ ಗೇಣಿದಾರರ ಮೇಲೆ ಅವಲಂಭಿಸಿದ್ದನು. ರಾಜನ ಆದಾಯವು ಬಹುಮಟ್ಟಿಗೆ ಅವನ ಸ್ವಂತ ಭೂಮಿಯಿಂದ ಬರುತ್ತಿದ್ದಿತು. ಕಾಲಕ್ರಮದಲ್ಲಿ ಅವನ ಧಣಿಗಳು ಬಲಿಷ್ಠರಾದರು. ಅವರು ತೆರಿಗೆಗಳನ್ನು ಸಂಗ್ರಹಿಸಿ ತಮ್ಮದೇ ಆಸ್ಥಾನವನ್ನು ಹೊಂದಿ ತಮ್ಮದೇ ನಾಣ್ಯ ಪದ್ಧತಿಯನ್ನಿಟ್ಟುಕೊಂಡು ತಮ್ಮ ಪ್ರದೇಶದಲ್ಲಿದ್ದ ಪ್ರಜೆಗಳನ್ನು ತಮ್ಮ ಸೈನ್ಯದ ಸಹಾಯದಿಂದ ರಕ್ಷಿಸುತ್ತಿದ್ದರು. ಅವರು ಕಂದಕಗಳಿಂದ ಸುತ್ತುವರಿಯಲ್ಪಟ್ಟ ವೈಭವೋಪೇತ ಕೋಟೆಮನೆಗಳನ್ನು ಹೊಂದಿದ್ದರು. ಯುದ್ಧದ ಸಮಯದಲ್ಲಿ ಈ ಕೋಟೆ ಮನೆಗಳು ಧಣಿ ಮತ್ತು ಅವನ ಕುಟುಂಬವನ್ನು ಮಾತ್ರವಲ್ಲದೆ ಅವನ ಪ್ರಜೆಗಳನ್ನು ರಕ್ಷಿಸುತ್ತಿದ್ದಿತು. ಅನೇಕ ವೇಳೆ ಈ ಧಣಿಗಳು ಪರಸ್ಪರ ಜಗಳವಾಡುತ್ತಿದ್ದರು. ನೈಟ್‌ಗಳ ಮಧ್ಯೆ ಒಳಜಗಳಗಳು ಸಾಧಾರಣವಾಗಿದ್ದವು. ಸಾಮಾನ್ಯ ಮನುಷ್ಯನ ಜೀವನವು ಅಪಾಯದಿಂದ ಕೂಡಿದ್ದಿತು.

ಕೋಟೆ ಮನೆ

ಮ್ಯಾನೋರಿಯಲ್ ವ್ಯವಸ್ಥೆಯು ಊಳಿಗಮಾನ್ಯ ಪದ್ಧತಿಯ ಆರ್ಥಿಕ ವ್ಯವಸ್ಥೆಯ ತಳಹದಿಯಾಗಿದ್ದಿತು. ಧಣಿಯ ಸ್ವಂತ ಭೂಮಿ, ಕೋಟೆಮನೆ ಮತ್ತು ಅವನ ಅಧೀನ ಸೇವಕರ ವಾಸಸ್ಥಾನವೆಲ್ಲ ಒಂದು ಮ್ಯಾನರ್ ಎಂಬ ಘಟಕವಾಗಿದ್ದಿತು. ಅನೇಕ ವೇಳೆ ಬಿಷಪ್ ಈ

ಮ್ಯಾನೋರಿಯಲ್ ವ್ಯವಸ್ಥೆ

ಮ್ಯಾನರಿನ ಒಡೆಯನಾಗಿರುತ್ತಿದ್ದನು. ಧಣಿಯು ತನ್ನ ಕುಟುಂಬ, ಸೇವಕರು, ರಕ್ಷಕರು, ಸೈನಿಕರು ಮತ್ತು ಜೀತದಾಳುಗಳೊಂದಿಗೆ ಮ್ಯಾನರುಗಳಲ್ಲಿ ವಾಸಿಸುತ್ತಿದ್ದನು. ಈ ಕೋಟೆ ಮನೆಯನ್ನು ಸಣ್ಣಗುಡ್ಡದ ಮೇಲೆ ಕಟ್ಟಿ ಅದರ ಸುತ್ತಲು ನೀರಿನಿಂದ ಕೂಡಿದ ಕಂದಕಗಳಿರುತ್ತಿದ್ದುದರಿಂದ ಅಪಾಯದ ಸಮಯದಲ್ಲಿ ಅದು ಅವಶ್ಯಕವಾದ ರಕ್ಷಣೆಯನ್ನು ನೀಡುತ್ತಿದ್ದಿತು. ಕ್ಯಾಸಲ್ಲಿನ ಹೊರಗಿನ ಗೋಡೆಯಲ್ಲಿ ಗೋಪುರಗಳು, ಚಲಿಸುವ ಸೇತುವೆಗಳಿರುತ್ತಿದ್ದವು. ಈ ಚಲಿಸುವ ಸೇತುವೆಯನ್ನು ಎರಡು ಉದ್ದೇಶಗಳಿಗಾಗಿ ಉಪಯೋಗಿಸಲಾಗುತ್ತಿತ್ತು. ಅವಶ್ಯಕವಾದಾಗ ಅದನ್ನು ಮೇಲಕ್ಕೆತ್ತುವುದಕ್ಕೂ ಕೆಳಕ್ಕೆ ಬಿಡುವುದಕ್ಕೂ ವ್ಯವಸ್ಥೆ ಇದ್ದಿತು. ಕೋಟೆ ಮನೆಯ ಹೊರಗೆ ರೈತರು ಸಣ್ಣ ಗುಡಿಸಲುಗಳಲ್ಲಿ ವಾಸಿಸುತ್ತಿದ್ದರು. ಪ್ರತಿಯೊಂದು ಹಳ್ಳಿಯಲ್ಲಿಯೂ ಒಂದು ಗಿರಣಿ, ಕಮ್ಮಾರನ ಅಂಗಡಿ ಮತ್ತು ಪಾದ್ರಿಯ ಒಂದು ಸಣ್ಣಮನೆ ಇರುತ್ತಿದ್ದವು. ಹಳ್ಳಿಯ ಹೊರಗೆ ಹೊಲಗದ್ದೆಗಳು, ಹುಲ್ಲು ಗಾವಲುಗಳು, ಕಾಡುಗಳು ಇರುತ್ತಿದ್ದವು. ಸಾಗುವಳಿ ಭೂಮಿಯ $^1/_3$ ಭಾಗ ಧಣಿಗೆ ಸೇರಿದ್ದಿತು. ಉಳಿದ ಭೂಮಿ ರೈತನಿಗೆ ಸೇರಿದ್ದಿತು. ಪ್ರತಿಯೊಬ್ಬ ರೈತನಿಗೂ ಈ ಮ್ಯಾನರಿನ ಸುತ್ತಲೂ ಇದ್ದ ಉತ್ತಮ ಹಾಗೂ ಹಾಳಾದ ಭೂಮಿಯು ಇರುತ್ತಿದ್ದಿತು. ಹುಲ್ಲುಗಾವಲು ಮತ್ತು ಕಾಡುಗಳು ಧಣಿಗಳಿಗೂ ಅವನ ರೈತನಿಗೂ ಸೇರಿರುತ್ತಿದ್ದವು. ಅವುಗಳಲ್ಲಿ ದನಗಳನ್ನು ಮೇಯಿಸುವುದು ಮತ್ತು ಸೌದೆಯನ್ನು ಸಂಗ್ರಹಿಸಲಾಗುತ್ತಿತ್ತು. ಆಗಿನ ಕಾಲದಲ್ಲಿ ಮೂರು ಶ್ರೇಣಿಗಳ ವ್ಯವಸಾಯ ಪದ್ಧತಿ ರೂಢಿಯಲ್ಲಿದ್ದಿತು. ಈ ಮೂರು ಹಂತದ ಪದ್ಧತಿಯಲ್ಲಿ ರೈತನು ತನ್ನ ಭೂಮಿಯನ್ನು 3 ಭಾಗಗಳನ್ನಾಗಿ ವಿಭಜಿಸಿ ಎರಡರಲ್ಲಿ ಬಾರ್ಲಿ, ರೈಸ್ ಮತ್ತು ಗೋಧಿಯನ್ನು ಬೆಳೆಯುತ್ತಿದ್ದನು. ಮೂರನೆಯದನ್ನು ಹಾಗೆಯೇ ಪಾಳುಬಿಡುತ್ತಿದ್ದನು. ಮುಂದಿನ ವರ್ಷ ಒಂದು ಮತ್ತು ಮೂರನೆಯ ಭಾಗವನ್ನು ಸಾಗುವಳಿ ಮಾಡಿ ಎರಡನೆಯದನ್ನು ಪಾಳುಬಿಡುತ್ತಿದ್ದನು. ಈ ರೀತಿಯಲ್ಲಿ ಪ್ರತಿಯೊಂದು ಭಾಗವು ಮೂರು ವರ್ಷಗಳಲ್ಲಿ ಒಂದು ಬಾರಿ ಬೇಸಾಯವಿಲ್ಲದೆ ಪಾಳು ಭೂಮಿಯಾಗಿರುತ್ತಿತ್ತು. ಭೂಮಿಯ ಫಲವತ್ತತೆಯನ್ನು ಪೂರ್ವಸ್ಥಿತಿಗೆ ತರುವ ದೃಷ್ಟಿಯಿಂದ ಈ ಕ್ರಮವನ್ನು ಅನುಸರಿಸುತ್ತಿದ್ದರು. ಪ್ರತಿಯೊಬ್ಬ ರೈತನೂ ತರಕಾರಿಯನ್ನು ಬೆಳೆದು ಕೋಳಿ ಮತ್ತು ಹಸುಗಳನ್ನು ಸಾಕುತ್ತಿದ್ದನು.

ಹಿಂದೆ ಹೇಳಿದಂತೆ ಹೊಲಗಳಲ್ಲಿ ಮಾಡುತ್ತಿದ್ದ ಪ್ರತಿಯೊಬ್ಬ ರೈತ ಅಥವಾ ಜೀತದಾಳು ಒಡೆಯನ ಗೇಣಿದಾರನಾಗಿದ್ದನು. ರೈತರು, ಜೀತದಾಳುಗಳು ಒಡೆಯನ ಸೇವೆಗೆ ತಮ್ಮನ್ನು ಅರ್ಪಿಸಿಕೊಂಡಿದ್ದರು. ಅವರು ಒಡೆಯನ ಭೂಮಿಗೆ ಬದ್ಧವಾಗಿದ್ದು ತಮ್ಮ ಉಪಯೋಗಕ್ಕಾಗಿ ಆ ಭೂಮಿಯ ಒಂದು ಭಾಗವನ್ನು ಬಳಸುತ್ತಿದ್ದರು. ಯಾವುದಾದರೂ ವಿವಾದಗಳು ಬಂದಾಗ ಒಡೆಯನು ಅದನ್ನು ತನ್ನ ಆಸ್ಥಾನದಲ್ಲಿ ಬಗೆಹರಿಸುತ್ತಿದ್ದನು. ಪ್ರತಿಯೊಬ್ಬ ರೈತನೂ ಜೀತದಾಳುವೂ ತಮ್ಮ ಒಡೆಯನಿಂದ ರಕ್ಷಣೆಯನ್ನು ಪಡೆಯುತ್ತಿದ್ದನು. ಇದಕ್ಕಾಗಿ ಅವನು ಒಡೆಯನ ಭೂಮಿಯಲ್ಲಿ ಮೂರು ದಿನ ಸಂಬಳವಿಲ್ಲದೆ ಕೆಲಸ ಮಾಡಬೇಕಾಗಿದ್ದಿತು. ಮತ್ತು ತನ್ನ ಜಮೀನಿನ ಕಂದಾಯದ ಒಂದು ಭಾಗವನ್ನು ಒಡೆಯನಿಗೆ ಕೊಡಬೇಕಾಗಿತ್ತು. ಕಡೆಯದಾಗಿ ಒಡೆಯನಿಗೆ ಸೇರಿದ್ದ ಗಿರಣಿಯಲ್ಲಿ ತನ್ನ ಧಾನ್ಯಗಳನ್ನು ಬೀಸುವುದಕ್ಕಾಗಿ, ಅನಂತರ ಅದನ್ನು ರೊಟ್ಟಿ ಮಾಡಿಕೊಳ್ಳುವುದಕ್ಕಾಗಿ ಅವನಿಗ ಹಣ ಕೊಡಬೇಕಾಗಿದ್ದಿತು. ಸರ್ಫ್ ಜೀತದಾಳುಗಳು ಇತ್ತ ಗುಲಾಮರೂ ಅಲ್ಲ ಅತ್ತ ಸ್ವತಂತ್ರರೂ ಅಲ್ಲವಾದುದರಿಂದ ಅವರ ಸ್ಥಿತಿ ಚಿಂತಾಜನಕವಾಗಿತ್ತು. ಅವರು ಭಾನುವಾರದ ದಿನಗಳಲ್ಲಿ ಚರ್ಚಿಗೆ ಹೋಗಬೇಕಾಗಿದ್ದಿತು. ಅಲ್ಲಿನ ಪಾದ್ರಿಯು ಅವರ ಧಾರ್ಮಿಕ ವಿಧಿಗಳನ್ನು ನಡೆಸಿಕೊಡುತ್ತಿದ್ದನು. ಈ ರೀತಿಯಲ್ಲಿ ಮ್ಯಾನರ್ ಸಾಟಿ ವ್ಯವಸ್ಥೆಯನ್ನು ಹೊಂದಿ ಒಂದು ಸ್ವಯಂ ಪರಿಪೂರ್ಣ ಆರ್ಥಿಕ ಘಟಕವಾಗಿದ್ದಿತು. ಉಪ್ಪು ಮತ್ತು ಸಾಂಬಾರ ಪದಾರ್ಥಗಳನ್ನು ಮಾತ್ರ ಹೊರಗಿನಿಂದ ಕೊಳ್ಳಬೇಕಾಗಿದ್ದಿತು. ಕ್ಷಾಮಗಳು ಬಂದಾಗ ರೈತರು ಮತ್ತು ಜೀತದಾಳುಗಳು ಹಸಿವಿನಿಂದ ಸಾಯುತ್ತಿದ್ದರು.

ಊಳಿಗಮಾನ್ಯ ಪದ್ಧತಿಯ ಪತನ

12ನೆಯ ಶತಮಾನದ ನಂತರ ಊಳಿಗಮಾನ್ಯ ಪದ್ಧತಿಯು ಪ್ರತಿದ್ವಂದಿ ಶಕ್ತಿಗಳ ದಾಳಿಗಳನ್ನು ಎದುರಿಸಬೇಕಾಯಿತು. ಅಂದಿನ ಕೇಂದ್ರೀಕೃತ ಆಡಳಿತ ವ್ಯವಸ್ಥೆಯು ಸಂಬಳ ಪಡೆಯುವ ಅಧಿಕಾರಿಗಳ ಮತ್ತು ಕೂಲಿ ಸೈನಿಕರನ್ನೊಳಗೊಂಡ ರೋಮನ್ ಸಾರ್ವಭೌಮತ್ವದ ಪರಿಕಲ್ಪನೆಯ ಮೇಲೆ ಹಾಗೂ ಸಾರ್ವಜನಿಕ ರಕ್ಷಣೆಯ ಭಾವನೆಯ ಮೇಲೆ ಅವಲಂಬಿಸಿದ್ದಿತು. ಇಲ್ಲಿ ಪ್ರಜೆ ಮತ್ತು ದೊರೆಯ ನಡುವಿನ ಸಂಬಂಧವು ಹೋಗಿ ಅದೇ ಸ್ಥಳದಲ್ಲಿ ಒಡೆಯ ಮತ್ತು ಗೇಣಿದಾರ ಸಂಬಂಧವು ರೂಢಿಗೆ ಬಂದು ಸುಭದ್ರ ಸಮಾಜದ ತಳಹದಿಯಾಗಿದ್ದಿತು. ಆರ್ಥಿಕ ಶಕ್ತಿಯಿಂದ ಬೆಳೆಯುತ್ತಿದ್ದ ತಮ್ಮದೇಯಾದ ಸೈನ್ಯಗಳನ್ನು ಹೊಂದಿದ್ದ ನಗರಗಳು ನೈಟ್‌ಗಳ ಸಮಾಜದ ಕಲ್ಪನೆಯ ವಿರುದ್ಧವಾಗಿ ತಮ್ಮದೇಯಾದ ಪರಿಕಲ್ಪನೆಗಳನ್ನು ರೂಢಿಗೆ ತಂದಿದ್ದವು. ನೈಟ್ ವರ್ಗದ ಪ್ರಾಪಂಚಿಕ ನೆಲೆಯಾಗಿದ್ದ ಮ್ಯಾನರ್ ಪದ್ಧತಿಯು 12 ಮತ್ತು 13ನೆಯ ಶತಮಾನಗಳಲ್ಲಿ ಕ್ಲಿಷ್ಟವಾದ ಆರ್ಥಿಕ ಸಂಕಟಕ್ಕೆ ಸಿಕ್ಕಿದ್ದಿತು.

ಇದೇ ಸಮಯದಲ್ಲಿ ಬ್ಲಾಕ್‌ಡೆತ್ ಎಂದು ಕರೆಯಲ್ಪಟ್ಟ ಪ್ಲೇಗ್ ರೋಗವು ಯೂರೋಪಿನಲ್ಲೆಲ್ಲಾ ಹರಡಿ ಅಲ್ಲಿನ $^1/_3$ ಭಾಗದಷ್ಟು ಜನಸಂಖ್ಯೆಯನ್ನು ಬಲಿತೆಗೆದುಕೊಂಡಿತು. ಇಂಗ್ಲೆಂಡಿನಲ್ಲಿ ಅದು ಅರ್ಧದಷ್ಟು ಜನಸಂಖ್ಯೆಯನ್ನು

ನಾಶಮಾಡಿತು. ರೈತರು ತಮ್ಮ ಸಂಬಳಗಳನ್ನು ಹೆಚ್ಚಿಸದಿದ್ದರೆ ಹೊಲಗಳಲ್ಲಿ ಕೆಲಸ ಮಾಡಲು ಸಿದ್ದರಿರಲಿಲ್ಲ. ಅಂದಿನ ದಿನಗಳಲ್ಲಿ ಸಂಬಳಗಳನ್ನು ಹಣದ ರೂಪದಲ್ಲಿ ಕೊಡಲಾಗುತ್ತಿತ್ತು. 1381ರಲ್ಲಿ ರೈತರು ಒಂದು ವಿಫಲವಾದ ದಂಗೆಯನ್ನು ನಡೆಸಿದರು. ದೊರೆಗಳು ರೈತರ ಮತ್ತು ಸರ್ಫ್‌ರ ಸಂಬಳಗಳನ್ನು ಹೆಚ್ಚಿಸಿ ಅವರ ಕಷ್ಟವನ್ನು ಪರಿಹರಿಸಲು ಪ್ರಯತ್ನಿಸಿದರು. ಆದರೆ ಯೂರೋಪಿನ ಇತರ ಭಾಗಗಳಲ್ಲಿ ಫ್ರಾನ್ಸಿನ ಕ್ರಾಂತಿಯವರೆಗೂ (1789) ರೈತರು ಹಲವಾರು ರೀತಿಯ ಸಂಕಷ್ಟಗಳನ್ನು ಎದುರಿಸುತ್ತ ಹೋದರು.

ಊಳಿಗಮಾನ್ಯ ಪದ್ಧತಿಯು ತನ್ನ ವಿನಾಶದ ಬೀಜವನ್ನು ತನ್ನಲ್ಲಿಯೇ ಅಡಗಿಸಿಟ್ಟುಕೊಂಡಿದ್ದಿತೆಂದು ಹೇಳಲಾಗಿದೆ. ಹೆನ್ರಿಮಾರ್ಟಿಸ್ ಪ್ರಕಾರ "ಊಳಿಗಮಾನ್ಯ ಪದ್ಧತಿಯು ಎಂದಾದರೂ ಒಂದು ದಿನ ತನ್ನನ್ನು ಕೊಲ್ಲುವ ಅಸ್ತ್ರವನ್ನು ತನ್ನ ಒಡಲಲ್ಲಿ ಅಡಗಿಸಿಟ್ಟುಕೊಂಡಿದ್ದಿತು" ಕಾಲಕ್ರಮದಲ್ಲಿ ಫ್ಯೂಡಲ್ ಒಡೆಯರು ಬಲಿಷ್ಠರಾಗಿ ರಾಜನ ಅಧಿಕಾರವನ್ನು ಧಿಕ್ಕರಿಸಿದರು. ರಾಜರಿಗೆ ಹೊಸದಾಗಿ ಹುಟ್ಟಿಕೊಂಡಿದ್ದ ಮಧ್ಯಮ ವರ್ಗವು ಮತ್ತು ಸ್ವತಂತ್ರ ರೈತರು ಪೂರ್ಣ ಸಹಕಾರ ನೀಡಿದರು. ವರ್ತಕರು, ದೊಡ್ಡ ವ್ಯಾಪಾರಿಗಳು, ರಾಜನಿಗೆ ಹಣವನ್ನು, ತಮ್ಮ ಸೈನ್ಯವನ್ನು ಕಳುಹಿಸಿಕೊಟ್ಟು ಭೂ ಒಡೆಯರನ್ನಡಗಿಸಲು ಸಹಾಯ ಮಾಡಿದ್ದರು.

ಇಷ್ಟಲ್ಲದೆ ವಾಣಿಜ್ಯ ಮತ್ತು ವ್ಯಾಪಾರದ ಬೆಳೆವಣಿಗೆಯ ಪರಿಣಾಮವಾಗಿ ಜೀತದಾಳುಗಳ ಬಿಡುಗಡೆ ಊಳಿಗಮಾನ್ಯ ಪದ್ಧತಿಯ ಅವನತಿಗೆ ಕಾರಣವಾಯಿತು. ವಾಣಿಜ್ಯದ ಬೆಳವಣಿಗೆಯಿಂದ ಅನೇಕ ನಗರಗಳು, ಪಟ್ಟಣಗಳು ಪ್ರಾಮುಖ್ಯತೆಯನ್ನು ಪಡೆದವು. ಈ ಹೊಸ ಪಟ್ಟಣಗಳಲ್ಲಿ ಕೆಲಸ ಮಾಡುವುದಕ್ಕೆ ಮುಕ್ತರಾಗಿದ್ದ ಜೀತದಾಳುಗಳಿಗೆ ಅವಕಾಶ ದೊರೆಯಿತು. ಇದು ಸಮಾಜದ ಫ್ಯೂಡಲ್ ವ್ಯವಸ್ಥೆಗೆ ಒಂದು ಬಲವಾದ ಪೆಟ್ಟಾಯಿತು.

12 ಮತ್ತು 13ನೆಯ ಶತಮಾನದ ಕ್ರೂಸೇಡುಗಳು ಅನ್ಯ ಪರಿಣಾಮ ಕ್ರಿಯೆಯಾಗಿ ಯೂರೋಪಿನ ಜನಜೀವನವನ್ನು ತೀವ್ರವಾಗಿ ಪರಿವರ್ತಿಸಿದವು. ಅವು ಪರೋಕ್ಷವಾಗಿ ಊಳಿಗಮಾನ್ಯ ಪದ್ಧತಿಯ ಅವನತಿಗೆ ಕಾರಣವಾದವು. ಭೂ ಒಡೆಯರ ಅಧಿಕಾರದ ಅವನತಿಯು ನಗರಗಳು ತಮ್ಮ ಯಥಾರ್ಥ ಪಾತ್ರವನ್ನು ನಿರ್ವಹಿಸಲು ದಾರಿಮಾಡಿಕೊಟ್ಟವು. ಪೌರ್ವಾತ್ಯ ದೇಶಗಳೊಂದಿಗೆ ನಡೆದ ವ್ಯಾಪಾರವು ಈ ಸಮಾಜ ವ್ಯವಸ್ಥೆಗೆ ಹೊಸ ಜೀವನದ ಭರವಸೆಯನ್ನು ನೀಡಿದವು. ಕ್ರೂಸೇಡುಗಳು (ಧರ್ಮಯುದ್ಧಗಳು) ಸಮರ್ಥ ವ್ಯಕ್ತಿಗಳು ಭೂ ಒಡೆಯರಿಂದ ಭೂಮಿಯನ್ನು ಪಡೆದುಕೊಂಡು ಮುಕ್ತ ನಗರಗಳನ್ನು ನಿರ್ಮಿಸಲು ಅವಕಾಶ ಮಾಡಿಕೊಟ್ಟವು.

14ನೆಯ ಶತಮಾನದ ವೇಳೆಗೆ ಊಳಿಗಮಾನ್ಯ ಪದ್ಧತಿ ರಾಜಕೀಯವಾಗಿ ಸಾಮಾಜಿಕವಾಗಿ ಪ್ರಬಲ ಶಕ್ತಿಯಾಗಿರದಿದ್ದರೂ ಯೂರೋಪಿನ ಸಮಾಜದ ಮೇಲೆ ಅದು ತನ್ನ ಮುದ್ರೆಯನ್ನೊತ್ತಿದ್ದಿತು. ಅದು ರಾಜ್ಯಾಂಗ ಸರ್ಕಾರದ ಹೊಸ ವಿಧಾನದ ವಿಸ್ತರಣೆಯ ಮೇಲೆ ಬಲವಾದ ಪರಿಣಾಮವನ್ನು ಉಂಟುಮಾಡಿದ್ದಿತು. ತೆರಿಗೆಗಳನ್ನು ವಿಧಿಸುವುದಕ್ಕೆ ಪ್ರಜೆಗಳ ಒಪ್ಪಿಗೆ, ಒಡೆಯರ ಅಧಿಕಾರದ ವಿರೋಧ ಹಾಗೂ ಒಡೆಯ ಮತ್ತು ಗೇಣಿದಾರರ ನಡುವಿನ ಹಕ್ಕು ಮತ್ತು ಕರ್ತವ್ಯದ ಚರ್ಚೆಯು ಪ್ರಾರಂಭಿಕ ಪ್ರಾತಿನಿಧಿಕ ಸಂಸ್ಥೆಗಳನ್ನು ರೂಪಿಸುವಲ್ಲಿ ಬಹುಮಟ್ಟಿಗೆ ಪರಿಣಾಮಕಾರಿಯಾಗಿದ್ದಿತು.

ಊಳಿಗಮಾನ್ಯ ಪದ್ಧತಿಯು ಜೀತದಾಳುಗಳ ದಾಸ್ಯ, ಸಾಮಾಜಿಕ ಅಸಮಾನತೆ ಮೊದಲಾದ ಅನಿಷ್ಟ ಪದ್ಧತಿಗಳನ್ನು ಹೊಂದಿದ್ದುದರಿಂದ ಅದನ್ನು ಸಮರ್ಥಿಸುವುದು ಕಷ್ಟವಾಗುತ್ತದೆ. ಆದರೂ ಯೂರೋಪ್ ಸತತವಾಗಿ ಬರ್ಬರರ ಧಾಳಿಗೆ ತುತ್ತಾಗಿದ್ದಾಗ ಅದು ಸಾಮಾಜಿಕ ಭದ್ರತೆಯನ್ನು ತಂದುಕೊಟ್ಟಿತು. ಅದು ರಕ್ಷಣಾ ವ್ಯವಸ್ಥೆಯನ್ನು ಈ ಧಾಳಿಗಳಿಗೆ ಸಿಕ್ಕಿದವರಿಗೆ ಒಂದು ಜೀವನ ಮಾರ್ಗವನ್ನು ನೀಡಿತು. ಅಲ್ಲದೆ ಒಂದು ತಾತ್ಕಾಲಿಕವಾದ ಒರಟಾದ ಆಡಳಿತ ಪದ್ಧತಿಯನ್ನು ಒದಗಿಸಿತು. ಆದರೆ ಕಾಲಾನುಕ್ರಮದಲ್ಲಿ ಅದು ನಿರುಪಯುಕ್ತವು, ಲುಪ್ತವು ಆಗಿ ಅಸಹಾಯಕ ವರ್ಗಗಳ ಮೇಲೆ ಅಧಿಕವಾದ ಭಾರವನ್ನು ಹೇರಿದ್ದಿತು.

ಬಂಡವಾಳ (Capitalism) ಪದ್ಧತಿಯ ಪ್ರಾರಂಭ

ಬಂಡವಾಳ ಪದ್ಧತಿಯು ಊಳಿಗಮಾನ್ಯ ಪದ್ದತಿಯ ಅವನತಿಯ ನಂತರ ಪಾಶ್ಚಿಮಾತ್ಯ ಜಗತ್ತಿನಲ್ಲಿ ಪ್ರಬಲವಾಗಿ ಮುಕ್ತಮಾರುಕಟ್ಟೆ ಆರ್ಥಿಕ ವ್ಯವಸ್ಥೆ ಎಂದು ಕರೆಯಲ್ಪಟ್ಟ ಒಂದು ಹೊಸ ಅರ್ಥವ್ಯವಸ್ಥೆಯಾಗಿ ಉದ್ಭವಿಸಿತು. ಇದರಲ್ಲಿ ಉತ್ಪಾದನೆಯ ಬಹುಮಟ್ಟಿನ ಅಂಶಗಳು ಖಾಸಗಿಯವರ ಹತೋಟಿಯಲ್ಲಿದ್ದು ಮಾರುಕಟ್ಟೆ ಚಟುವಟಿಕೆಗಳು ಉತ್ಪಾದನೆಯನ್ನು ಹಾಗೂ ಲಾಭದ ವಿತರಣೆಯನ್ನು ಬಹುಮಟ್ಟಿಗೆ ನಿರ್ಧರಿಸುತ್ತವೆ. ಬಂಡವಾಳ ಪದ್ಧತಿಯ ಮುಂದುವರಿದ ಬೆಳವಣಿಗೆಯಾಗಿ 16ನೆಯ ಶತಮಾನದಿಂದ ಕಾಣಿಸಿಕೊಂಡರೂ ಬಂಡವಾಳ ಸಂಸ್ಥೆಗಳ ಮೂಲ ಲಕ್ಷಣಗಳು ಪ್ರಾಚೀನ ಜಗತ್ತಿನಲ್ಲಿಯೂ ಕಾಣಸಿಗುತ್ತವೆ. ಮಧ್ಯಯುಗದಲ್ಲೂ ಕೆಲವು ನಿರ್ದಿಷ್ಟ ಪ್ರದೇಶಗಳಲ್ಲಿ ಇದರ ಬೆಳವಣಿಗೆಯನ್ನು ಕಾಣಬಹುದಾಗಿತ್ತು.

ಬಂಡವಾಳ ಪದ್ಧತಿಯು ವಾಣಿಜ್ಯ ಕ್ರಾಂತಿಯಿಂದ ಉದ್ಭವಿಸಿದ ಒಂದು ವಿಶೇಷ ಬೆಳವಣಿಗೆ ಎಂದು ಹೇಳಬಹುದು. ಸಾಮಾನ್ಯವಾಗಿ ಇದರಲ್ಲಿ ಒಬ್ಬ ವ್ಯಕ್ತಿ ಅಥವಾ ಕೆಲವು ವ್ಯಕ್ತಿಗಳ ಗುಂಪು ಸಾಕಷ್ಟು ಸಂಪತ್ತನ್ನು ಹೊಂದಿ ಕಚ್ಚಾ ಪದಾರ್ಥಗಳನ್ನು ಯಂತ್ರಗಳನ್ನು ಜೊತೆಗೂಡಿಸಿ ಕಾರ್ಮಿಕರನ್ನು ನೇಮಿಸಿಕೊಂಡು ಲಾಭದ ದೃಷ್ಟಿಯಿಂದ ಹೆಚ್ಚು ವಸ್ತುಗಳನ್ನು ಉತ್ಪಾದನೆ ಮಾಡುತ್ತಿದ್ದರು. ಬಂಡವಾಳ ಪದ್ಧತಿಯಲ್ಲಿ ಲಾಭವು ಒಂದು ನಿರ್ಣಾಯಕವಾದ ಅಂಶವಾಗಿದ್ದಿತು. ಸಮಾಜದಲ್ಲಿ ಒಬ್ಬ ವ್ಯಕ್ತಿಯ ಅಂತಸ್ತು ಅವನಲ್ಲಿದ್ದ ಸಂಪತ್ತಿನ ಆಧಾರದ ಮೇಲೆ ನಿರ್ಧಾರವಾಗುತ್ತಿತ್ತು. ಒಂದು ವಸ್ತುವಿನ ಬೆಲೆಯನ್ನು ಅದರ ಆಂತರಿಕ ಮೌಲ್ಯಕ್ಕೆ ಬದಲಾಗಿ ಬೇಡಿಕೆ ಮತ್ತು ಸರಬರಾಜಿನ ಆಧಾರದ ಮೇಲೆ ನಿಗಧಿಪಡಿಸಲಾಗುತ್ತಿತ್ತು. ಬಂಡವಾಳ ಪದ್ಧತಿಯಲ್ಲಿ ಸಂಪತ್ತು ಕೆಲವೇ ವ್ಯಕ್ತಿಗಳ ಕೈಯಲ್ಲಿ ಕೇಂದ್ರೀಕರಿಸಲ್ಪಟ್ಟಿತು. ಇವರು ಈ ಮೂಲಕ ಬೃಹತ್ ಕೈಗಾರಿಕಾ ವ್ಯವಸ್ಥೆಗಳನ್ನು ಸ್ಥಾಪಿಸುವುದು ಇದರ ಉದ್ದೇಶವಾಗಿದ್ದಿತ್ತು. ಬಂಡವಾಳದ ಚಲಾವಣೆಗೆ ಅನುಕೂಲ ಮಾಡಿಕೊಟ್ಟು ಸಾಲವನ್ನು ಮಂಜೂರು ಮಾಡಲು ಬ್ಯಾಂಕು ವ್ಯವಸ್ಥೆಯನ್ನು ಸ್ಥಾಪಿಸುವುದು ಇಲ್ಲಿ ಅವಶ್ಯಕವಾಯಿತು. ಬಂಡವಾಳ ಪದ್ಧತಿಯ ವ್ಯವಸ್ಥೆಯಲ್ಲಿ ಈ ಅಂಶಗಳು ಎಲ್ಲಾ ಕ್ಷೇತ್ರಗಳ ಜನರ ಮೇಲೂ ಪ್ರಭಾವವನ್ನು ಬೀರಿದವು.

ವಾಣಿಜ್ಯ ಕ್ರಾಂತಿಯೊಂದಿಗೆ ವ್ಯಾಪಾರಿ ಕಾರ್ಯವಿಧಾನದಲ್ಲಿ ಕೆಲವು ಪ್ರಮುಖ ವ್ಯತ್ಯಾಸಗಳಾದವು. ವ್ಯಾಪಾರವು ಪೂರ್ಣವಾಗಿ ವೈಯಕ್ತಿಕವಾಗಿರುವುದು ತಪ್ಪಿತು. ಒಂದು ವ್ಯಾಪಾರಿ ಘಟಕದ ಬಂಡವಾಳ ಮತ್ತು ಲಾಭಗಳಿಕೆಯು ವೈಯಕ್ತಿಕ ವ್ಯಾಪಾರಿ ವ್ಯವಸ್ಥೆಗಿಂತ ಭಿನ್ನವಾಗಿದ್ದವು. ಆಧುನಿಕ ಕೈಗಾರಿಕಾ ಯುಗದಲ್ಲಿ ಬೃಹತ್ ಕಾರ್ಪೋರೇಷನ್‌ಗಳ ಸ್ಥಾಪನೆಯಿಂದ ಇದು ಮತ್ತಷ್ಟು ಸ್ಪಷ್ಟವಾಗಿ ರೂಪುಗೊಂಡಿತು. ಕಾರ್ಮಿಕರು ಹಗಲು ವೇಳೆಯಲ್ಲಿ ನಿರ್ದಿಷ್ಟ ಕಾಲದ ಕೆಲಸವನ್ನು ಮಾತ್ರ ಮಾಡುತ್ತಿದ್ದುದರಿಂದ ಪೂರ್ಣವಾಗಿ ತಯಾರಾದ ಉತ್ಪನ್ನಗಳಿಗೂ ಅವರಿಗೂ ಸಂಬಂಧವಿರುತ್ತಿರಲಿಲ್ಲ. ಕಾರ್ಮಿಕನು ಬೃಹತ್ ಯಂತ್ರದಲ್ಲಿ ಒಂದು ಸಣ್ಣ ಭಾಗವಾಗಿದ್ದುಕೊಂಡು ತನ್ನ ಸಂಬಳ ಮತ್ತು ತನ್ನ ಕೆಲಸದ ಅವಧಿಯ ಕಡಿತ ಇಷ್ಟರಲ್ಲೇ ಆಸಕ್ತನಾಗಿದ್ದನು. ಬಡ್ಡಿಗೆ ಹಣವನ್ನು ನೀಡುವುದರ ವಿರುದ್ಧವಿದ್ದ ನಿರ್ಬಂಧಗಳನ್ನು ತೆಗೆದುಹಾಕಲಾಯಿತು. ಪ್ರಾಟೆಸ್ಟೆಂಟ್ ಮತ ಸುಧಾರಣೆಯು ಬಹುಮಟ್ಟಿಗೆ ಈ ಹೊಸ ಅಭಿಪ್ರಾಯವು ಮೂಡಲು ಕಾರಣವಾಗಿದ್ದಿತು. ಸಂಪತ್ತು ಅನೀತಿಕರ ಹಾಗೂ ಧರ್ಮ ವಿರೋಧಿಯೆಂಬ ಭಾವನೆ ಮಾಯವಾಗಿದ್ದಿತು. ಮಧ್ಯಯುಗದ ಸಾಮಾನ್ಯ ಭಾವನೆಗಳಿಗೆ ವಿರುದ್ಧವಾಗಿ ಆರ್ಥಿಕ ಗಳಿಕೆ ಗೌರವಾನ್ವಿತವಾಯಿತು. ವ್ಯಾಪಾರಿ ಕಾರ್ಯವಿಧಾನದಲ್ಲಿ ಸ್ಪರ್ಧೆ–ಚೌಕಾಶಿಗಳು ಮಾನ್ಯತೆ ಪಡೆದವು. ಅಷ್ಟೇಅಲ್ಲದೆ ಲಾಟರಿಗಳನ್ನು ಕುರಿತು ವಿರೋಧವಿಲ್ಲದಂತಾಯಿತು.

ಬ್ಯಾಂಕುಗಳು

ಬೃಹತ್ ಪ್ರಮಾಣದ ಕೈಗಾರಿಕೆಗಳ ಬೆಳವಣಿಗೆಯ ಸಂಬಂಧದಲ್ಲಿ ಬ್ಯಾಂಕುಗಳು ಅವಶ್ಯಕವಾದವು. 16ನೆಯ ಶತಮಾನಕ್ಕೆ ಮೊದಲೆ ಯಹೂದ್ಯ ಮತ್ತು ಸಿರಿಯನ್ ಲೇವಾದೇವಿಗಾರರು ಇದನ್ನು ಅನುಸರಿಸುತ್ತಿದ್ದುದರಿಂದ ಅದೇನು ಹೊಸ ಪದ್ಧತಿಯಾಗಿರಲಿಲ್ಲ. ಮಧ್ಯಯುಗದಲ್ಲಿ ಸೀಮಿತ ಪ್ರಮಾಣದಲ್ಲಿ ಬ್ಯಾಂಕು ವ್ಯವಸ್ಥೆ ರೂಢಿಯಲ್ಲಿದ್ದಿತು. 16ನೆಯ ಶತಮಾನದಲ್ಲಿ ಫ್ಲಾರೆನ್ಸಿನ ಮೆಡಿಸಿ ಕುಟುಂಬವು ಪ್ರಧಾನ ಬ್ಯಾಂಕು ವ್ಯವಸ್ಥೆಯನ್ನು ಸ್ಥಾಪಿಸಿತು. ಅವರು ಹಣವನ್ನು ವೈನ್ ಅಥವಾ ಉಣ್ಣೆಯಂತೆ ಒಂದು ಪದಾರ್ಥವನ್ನಾಗಿ ಬಳಸಿ ಒಳ್ಳೆಯ ಲಾಭವನ್ನು ಸಂಪಾದಿಸಿದರು. ಯೂರೋಪಿನ ಪ್ರಮುಖ ವಾಣಿಜ್ಯ ಕೇಂದ್ರಗಳಲ್ಲಿ ಅವರು ಬ್ಯಾಂಕು ಶಾಖೆಗಳನ್ನು ತೆರೆದರು. ಲೇವಾದೇವಿದಾರರು, ಮೆಡಿಸಿ ಸಂಸ್ಥೆಯ ಬ್ಯಾಡ್ಜುಗಳನ್ನು, ಚಿನ್ನದ ಕೆಂಪು ಬಿಲ್ಲೆಗಳನ್ನು ತಮ್ಮ ಲಾಂಛನವನ್ನಾಗಿ ಬಳಸುತ್ತಿದ್ದರು. ಜರ್ಮನಿಯ ಹ್ಯಾಪ್ಸ್‌ಬರ್ಗ್‌ನ ಫುಗ್ಗರ್ ಕುಟುಂಬವು ಮತ್ತೊಂದು ಬಹುದೊಡ್ಡ ಹಣಕಾಸಿನ ಸಂಸ್ಥೆಯನ್ನು ಸ್ಥಾಪಿಸಿತು. ಅವರು ಟೈರೋಲ್‌ನ ತಾಮ್ರದ ಗಣಿಗಳ ಮೇಲೂ, ಸ್ಪೇನಿನ ಪಾದರಸದ ಗಣಿಗಳ ಮೇಲೂ ಹಣವನ್ನು ಹೂಡಿ ಅಧಿಕವಾದ ಲಾಭವನ್ನು ಸಂಪಾದಿಸಿದರು. ಅವರು ಅನೇಕ ಭೌಗೋಳಿಕ ಅನ್ವೇಷಣೆಗಳಿಗೆ ಹಣವನ್ನು ಮುಂಗಡವಾಗಿ ನೀಡುತ್ತಿದ್ದರು. ಪವಿತ್ರ ರೋಮನ್ ಸಾಮ್ರಾಜ್ಯದ ಚಕ್ರವರ್ತಿ ಪದವಿಯ ಸ್ಪರ್ಧೆಯ ಅಭ್ಯರ್ಥಿಗಳಿಗೆ ಹಣ ನೀಡಿ ಬೆಂಬಲಿಸುತ್ತಿದ್ದರು. ಇದೇ ರೀತಿಯಲ್ಲಿ ಅನೇಕ ಆರ್ಥಿಕ ರಾಜಕೀಯ ಚಟುವಟಿಕೆಗಳಲ್ಲಿ ಸಕ್ರಿಯವಾಗಿ ಪಾಲ್ಗೊಳ್ಳುತ್ತಿದ್ದರು. ಬಹುಬೇಗ ಹಾಲೆಂಡ್, ಸ್ವೀಡನ್, ಸ್ಪೇನ್, ಇಂಗ್ಲೆಂಡ್ ಮತ್ತು ಆಸ್ಟ್ರಿಯಾಗಳಲ್ಲಿ ಬ್ಯಾಂಕಿಂಗ್ ಸಂಸ್ಥೆಗಳು ಸ್ಥಾಪಿಸಲ್ಪಟ್ಟವು. ಪ್ರಾಮಿಸರಿ ನೋಟುಗಳು, ವಿನಿಮಯದ ಹುಂಡಿಗಳು, ಡಬಲ್ ಎಂಟ್ರಿ ಲೆಕ್ಕಪದ್ಧತಿಯು ರೂಢಿಗೆ ಬಂದಿತು. ಮೊಟ್ಟಮೊದಲನೆಯ ನೈಜವಾದ ಚೆಕ್ಕುಗಳು ಉತ್ತರ ಇಟಲಿಯಲ್ಲಿ ಉಪಯೋಗಿಸಲ್ಪಟ್ಟವು. ಚೆಕ್ಕುಗಳ ಬಳಕೆಯಿಂದ ವಿಸ್ತೃತವಾದ ಸಂಪನ್ಮೂಲಗಳನ್ನು ವಿನಿಮಯ ಮಾಡಿಕೊಳ್ಳುವುದು ಸಾಧ್ಯವಾಯಿತು. ಬ್ಯಾಂಕು ನೋಟುಗಳು ಜಾರಿಗೆ ಬಂದು ಇದೇ ಕಾರ್ಯವನ್ನು ನಿರ್ವಹಿಸಿದವು. ಡಬಲ್ ಎಂಟ್ರಿ ಲೆಕ್ಕಪದ್ಧತಿಯು ವ್ಯಾಪಾರಿ ಲೆಖ್ಖವನ್ನಿಡುವುದಕ್ಕೆ ಬಹುಮಟ್ಟಿಗೆ ಸಹಾಯಕವಾಗಿ ವ್ಯಾಪಾರಿ ಪದ್ಧತಿಯಲ್ಲಿ ವ್ಯಕ್ತಿಗತವಲ್ಲದ ಬೆಳವಣಿಗೆಯ ದೃಷ್ಟಿಯನ್ನು ಪ್ರಾರಂಭಿಸಿದ್ದಿತು. ಈ ರೀತಿಯಲ್ಲಿ ಬಂಡವಾಳ ಪದ್ಧತಿಯು ಬಹುಮಟ್ಟಿಗೆ ಬ್ಯಾಂಕಿಂಗ್ ಪದ್ಧತಿಯ ಯಶಸ್ವಿ ಕಾರ್ಯಾಚರಣೆಗಳ ಮೇಲೆ ಅವಲಂಬಿಸಿದ್ದಿತು.

ವಿಮೆ ಮತ್ತು ಸ್ಟಾಕ್ ಎಕ್ಸ್‌ಚೇಂಜ್

ವರ್ತಕರು ಪದೇಪದೇ ಬೆಲೆಬಾಳುವ ಸರಕುಗಳನ್ನು ಕಳೆದುಕೊಂಡು ಭಾರೀ ನಷ್ಟಕ್ಕೊಳಗಾಗುತ್ತಿದ್ದುದರಿಂದ ವಿಮಾ ಪದ್ಧತಿ ಹುಟ್ಟಿಕೊಂಡಿತು. ಸ್ವಲ್ಪ ಕಾಲ ತಮ್ಮ ಜೊತೆಯ ವರ್ತಕರು ಪರಸ್ಪರ ನೆರವು ನೀಡುತ್ತಿದ್ದರು. ಅನಂತರ ಒಂದು ನಿರ್ದಿಷ್ಟ ಮೊತ್ತದ ಹಣವನ್ನು ಪಡೆದುಕೊಂಡು ಕೆಲವು ಕಂಪನಿಗಳು ಈ ನಷ್ಟವನ್ನು ತಾವೇ ಹೊರಲು ಮುಂದಾದವು. ಇಂತಹ ಮೊದಲ ಕಂಪೆನಿ ಪ್ಯಾರಿಸ್ಸಿನಲ್ಲಿ 1668ರಲ್ಲಿ ಸ್ಥಾಪಿಸಲ್ಪಟ್ಟಿತು. 1720ರಲ್ಲಿ ಪ್ರಸಿದ್ಧವಾದ ಲಾಯ್ಡ್ ಗುಂಪಿನವರು ಸಾಗರೋತ್ತರ ವ್ಯಾಪಾರದ ವಿಮೆ ಕೈಗೊಳ್ಳಲು ಮುಂದೆ ಬಂದರು. ಫಿಲಡೆಲ್ಫಿಯದಲ್ಲಿ 1796ರಲ್ಲಿ ಉತ್ತರ ಅಮೆರಿಕದ ಇನ್ಶೂರೆನ್ಸ್ ಕಂಪೆನಿ ಸ್ಥಾಪಿಸಲ್ಪಟ್ಟಿತು. ವ್ಯಾಪಾರದಲ್ಲಿ ಹಾಗೂ ಹಣ ತೊಡಗಿಸುವಲ್ಲಿನ ಹೆಚ್ಚಳದಿಂದ ಷೇರು ಬಂಡವಾಳಪದ್ಧತಿ ರೂಢಿಗೆ ಬಂದಿತು. ಸಟ್ಟಾ ವ್ಯಾಪಾರ ಇದರ ಅನಿವಾರ್ಯವಾದ ಪರಿಣಾಮವಾಗಿ ತಲೆದೋರಿತು. ಸೌತ್ ಸೀ ಬಬ್ಬಲ್ ಘಟನೆ ಹದಿನೆಂಟನೆಯ ಶತಮಾನದ ಮಹಾವಿನಾಶಕ್ಕೆ ಒಂದು ಮುಖ್ಯ ಉದಾಹರಣೆ. ಷೇರುದಾರರು ಸುಳ್ಳುಸುದ್ದಿಯಿಂದ ವಂಚಿತರಾದರು. ಕಂಪೆನಿಯ ಷೇರಿನ ಬೆಲೆ ಒಂದಕ್ಕೆ 5000 ಡಾಲರುಗಳಿಗೇರಿತು. ಈ ಕಂಪನಿಯ ಪತನ ಎಷ್ಟು ಗುಲ್ಲೆಬ್ಬಿಸಿತೆಂದರೆ ಬ್ರಿಟಿಷ್ ಸರ್ಕಾರವೇ ಮುಂದೆ ಬಂದು ಕಂಪೆನಿಯ ಆಸ್ತಿಯನ್ನು ವಿಲೇವಾರಿ ಮಾಡಿ ಒಂದು ಡಾಲರಿಗೆ ಮೂವತ್ತು ಸೆಂಟಿನಂತೆ ಹಣವನ್ನು ಪಾವತಿ ಮಾಡಿತು. ಇದೇ ಶತಮಾನದಲ್ಲಿ ಇಂಗ್ಲೆಂಡಿನಲ್ಲಿ 1,500,000,000 ಡಾಲರುಗಳಿಗಿಂತ ಹೆಚ್ಚು ಹಣ ನಷ್ಟವಾಯಿತು.

1609ರಲ್ಲಿ ಆರಂಭಗೊಂಡ ಬ್ಯಾಂಕ್ ಆಫ್ ಆಮ್‌ಸ್ಟರ್ ಡ್ಯಾಂ

ಬಂಡವಾಳ ಪದ್ಧತಿ ಆಗಮನ ಮಧ್ಯಯುಗದ ಲಕ್ಷಣಗಳನ್ನೊಳಗೊಂಡಿದ್ದ ಆರ್ಥಿಕ ವ್ಯವಸ್ಥೆಯನ್ನು ಕೊನೆಗಾಣಿಸಿತು. ಹಳೆಯ ಮ್ಯಾನರ್ ವ್ಯವಸ್ಥೆ ವಿನಾಶದಂಚಿನಲ್ಲಿದ್ದಿತು. ಫ್ಯೂಡಲ್ ಧಣಿಗಳು ನಗರಗಳಲ್ಲಿ ನೆಲಸಿ ವ್ಯಾಪಾರ ವಹಿವಾಟನ್ನು ಕೈಗೊಂಡು ತಮ್ಮ ಎಸ್ಟೇಟುಗಳಲ್ಲಿದ್ದ ರೈತರಿಂದ ಬಾಡಿಗೆಯನ್ನು ವಸೂಲಿ ಮಾಡಲಾರಂಭಿಸಿದರು. ಬಂಡವಾಳಪದ್ಧತಿಯು ಕೈಗಾರಿಕೆಗಳಲ್ಲಿ ಕ್ರಾಂತಿಯನ್ನುಂಟುಮಾಡಿ ಶ್ರೇಣಿಗಳ ಹೆಚ್ಚಳವನ್ನು ಕೊನೆಗಾಣಿಸಿತು. ಬಂಡವಾಳದಾರನು ಬಹುಸಂಖ್ಯೆಯ ಷೇರುಗಳನ್ನು ಸಂಗ್ರಹಿಸಿ ಶ್ರೇಣಿಗಳಿಗಿಂತಲೂ ಹೆಚ್ಚು ಬೆಲೆಗೆ ಮಾರಾಟ ಮಾಡಲಾರಂಭಿಸಿದನು.

ಮರ್ಕೆಂಟೈಲ್ ಯುಗದಲ್ಲಿ ಬಲಿಷ್ಠ ರಾಷ್ಟ್ರೀಯ ಸಂಸ್ಥಾನಗಳು ಉದಯವಾಗಿದ್ದು ಬಂಡವಾಳಗಾರರಿಗೆ ಲಾಭದಾಯಕವಾಯಿತು. ಈ ಸಂಸ್ಥಾನಗಳು ಏಕರೀತಿಯ ಹಣಕಾಸಿನ ವ್ಯವಸ್ಥೆ, ನ್ಯಾಯಪದ್ಧತಿ, ಆರ್ಥಿಕ ಬೆಳವಣಿಗೆಗೆ ಅಗತ್ಯವಾದ ಮೂಲಭೂತ ಸಾಮಾಜಿಕ ಸ್ಥಿತಿಗತಿಗಳನ್ನು ವ್ಯವಸ್ಥೆ ಮಾಡುವಲ್ಲಿ ಯಶಸ್ವಿಯಾದವು. ಅಂತಿಮವಾಗಿ ಈ ಉದ್ಯಮಗಳು ಸಾರ್ವಜನಿಕ ಒಡೆತನದಿಂದ ಖಾಸಗಿ ಒಡೆತನಕ್ಕೆ ವರ್ಗಾಯಿಸಲ್ಪಟ್ಟವು.

ಇಂಗ್ಲೆಂಡಿನಲ್ಲಿ ಹದಿನೆಂಟನೆಯ ಶತಮಾನದ ಪ್ರಾರಂಭದಿಂದ ಬಂಡವಾಳಶಾಹಿಯ ಗಮನ ವಾಣಿಜ್ಯದಿಂದ ಕೈಗಾರಿಕೆಯತ್ತ ಹರಿಯಿತು. ಮುಂದಿನ ಶತಮಾನಗಳಲ್ಲಿ ಸಂಗ್ರಹವಾಗುತ್ತಿದ್ದ ಬಂಡವಾಳವನ್ನು ಕೈಗಾರಿಕಾ ಕ್ರಾಂತಿಯ ಸಮಯದಲ್ಲಿ ತಾಂತ್ರಿಕ ಜ್ಞಾನವನ್ನು ಯಂತ್ರಗಳಿಗೆ ಅಳವಡಿಸುವ ಕಾರ್ಯಕ್ಕೆ ತೊಡಗಿಸಲಾಯಿತು. ಮೇಲು ವರ್ಗದ ಬಂಡವಾಳಶಾಹಿಯ ವಿಚಾರಧಾರೆಯು ಆಡಂಸ್ಮಿತ್‌ನ 'Enquiry into the Nature and causes of the Wealth of Nations' ಎಂಬ ಗ್ರಂಥದಲ್ಲಿ ವ್ಯಕ್ತವಾಗಿದೆ. ಈ ಗ್ರಂಥವು ಆರ್ಥಿಕ ವಿಷಯಗಳನ್ನು ಸ್ವಯಂ ನಿಯಂತ್ರಿತ ಮಾರುಕಟ್ಟೆಯ ಶಕ್ತಿಗಳ ಮುಕ್ತಚಾಲನೆಗೆ ಬಿಡಬೇಕೆಂದು ತಿಳಿಸುತ್ತದೆ. ಫ್ರಾನ್ಸಿನ ಕ್ರಾಂತಿ ಮತ್ತು ನೆಪೋಲಿಯನ್ ಯುದ್ಧಗಳು ಊಳಿಗಮಾನ್ಯ ಪದ್ಧತಿಯ ಉಳಿದಿದ್ದ ಲಕ್ಷಣಗಳನ್ನು ಅಳಿಸಿಹಾಕಿದ ನಂತರ ಸ್ಮಿತ್‌ನ ತತ್ವಗಳನ್ನು, ಹೆಚ್ಚು ಹೆಚ್ಚಾಗಿ ಬಳಕೆಗೆ ತರಲಾಯಿತು. ಹತ್ತೊಂಬತ್ತನೆಯ ಶತಮಾನದ ರಾಜಕೀಯ ಉದಾರವಾದವು ಮುಕ್ತಮಾರುಕಟ್ಟೆ, ಸದೃಢವಾದ ಹಣಕಾಸು ವ್ಯವಸ್ಥೆ, ಸಮತೋಲನದ ಆಯವ್ಯಯ ಮತ್ತು ಸಣ್ಣ ಪ್ರಮಾಣದ ಬಡತನದ ನೆರವಿನ ಕಾರ್ಯಕ್ರಮಗಳನ್ನು ಒಳಗೊಂಡಿದ್ದಿತು.

ಮೊದಲನೆಯ ಮಹಾಯುದ್ಧ ಬಂಡವಾಳಶಾಹಿ ಪದ್ಧತಿಯ ಬೆಳವಣಿಗೆಯಲ್ಲಿ ಸಂಧಿಕಾಲವೆನಿಸಿಕೊಂಡಿತು. ಅಂತರರಾಷ್ಟ್ರೀಯ ಮಾರುಕಟ್ಟೆಗಳು ಕುಸಿದವು. ಚಿನ್ನದ ಪದ್ಧತಿಯನ್ನು ಕೈಬಿಟ್ಟು ರಾಷ್ಟ್ರೀಯ ಚಲಾವಣ ಪದ್ಧತಿಯನ್ನು ಅನುಸರಿಸಲಾಯಿತು. ಬ್ಯಾಂಕ್ ಕ್ಷೇತ್ರದ ಒಡೆತನ ಯೂರೋಪಿಯನ್ನರ ಕೈಬಿಟ್ಟು ಅಮೆರಿಕನ್ನರ ಕೈಸೇರಿತು. ಆಫ್ರಿಕ ಮತ್ತು ಏಷ್ಯಾದ ಜನರು ಯೂರೋಪಿಯನ್ ವಸಾಹತು ವಿರುದ್ಧ ಯಶಸ್ವಿ ದಂಗೆಗಳನ್ನು ನಡೆಸಿದರು. ವ್ಯಾಪಾರ ಕ್ಷೇತ್ರದಲ್ಲಿ

ಅಡ್ಡಗೋಡೆಗಳು ಹೆಚ್ಚಿದವು. 1930ರ ಮಹಾ ಹಣದುಬ್ಬರವು ಬಹಳಷ್ಟು ದೇಶಗಳಲ್ಲಿ ಲೇಜೇಫೇರ್ (Laissez Faire) ನೀತಿಯನ್ನು (ಆರ್ಥಿಕ ವಿಷಯಗಳಲ್ಲಿ ಸರ್ಕಾರ ಮಧ್ಯಪ್ರವೇಶಿಸದಿರುವುದು) ಕೊನೆಗಾಣಿಸಿತು. ಬಹಳಷ್ಟು ದೇಶಗಳಲ್ಲಿ ಸ್ವಲ್ಪ ಕಾಲ ಇಡೀ ಬಂಡವಾಳಶಾಹಿ ಪದ್ಧತಿಯ ಮೇಲೆ ಸಂದೇಹವೇರ್ಪಟ್ಟಿತು. ಎರಡನೆಯ ಮಹಾಯುದ್ಧದ ನಂತರ ಅಮೆರಿಕ, ಇಂಗ್ಲೆಂಡ್, ಪಶ್ಚಿಮ ಜರ್ಮನಿ ಮತ್ತು ಜಪಾನ್‌ಗಳಲ್ಲಿ ಬಂಡವಾಳ ಪದ್ಧತಿಯ ಕಾರ್ಯನಿರ್ವಹಣೆ ಅದರ ನಿರಂತರ ಶಕ್ತಿಯನ್ನು ಎತ್ತಿತೋರಿಸಿದೆ.

ಮಧ್ಯಕಾಲೀನ ಮತ್ತು ಆಧುನಿಕ ಯೂರೋಪುಗಳ ನಡುವಿನ ವ್ಯತ್ಯಾಸ

ಮಧ್ಯಯುಗದಲ್ಲಿದ್ದ ಜನರಿಗೆ ಸಮಾಜ ಮತ್ತು ರಾಜಕೀಯದ ಬಗ್ಗೆ ಎದ್ದ ಕಲ್ಪನೆಗಳು ಆಧುನಿಕ ಯುಗದವರಿಗಿಂತಲೂ ಮೂಲಭೂತವಾಗಿ ಭಿನ್ನವಾಗಿದ್ದವು. ಯೂರೋಪಿನ ಆಧುನಿಕ ರಾಜ್ಯ ವ್ಯವಸ್ಥೆ ರಾಷ್ಟ್ರೀಯತೆಯ ಭಾವನೆಯ ಆಧಾರದ ಮೇಲೆ ನೆಲೆಸಿದ್ದಿತು. ಆದರೆ ಮಧ್ಯಯುಗದಲ್ಲಿ ಒಂದು ವಿಶಿಷ್ಟ ಸಂಸ್ಥಾರೂಪದ ರಾಷ್ಟ್ರವಾಗಿ ರಾಜ್ಯದ ಪರಿಕಲ್ಪನೆ ಇರಲಿಲ್ಲ. ಜಗತ್ತಿನ ಆಡಳಿತ ವ್ಯವಸ್ಥೆಯ ಬಗ್ಗೆ ಗೊತ್ತಿದ್ದುದೆಂದರೆ ಲೋಕ ರಾಜ್ಯ ಅಥವಾ ವಿಶ್ವ ಸಾಮ್ರಾಜ್ಯದ ಕಲ್ಪನೆ. ಇಡೀ ಕ್ರೈಸ್ತ ಸಾಮ್ರಾಜ್ಯ ಚಕ್ರವರ್ತಿ ಮತ್ತು ಪೋಪ್ ಇವರಿಬ್ಬರ ಆಡಳಿತಕ್ಕೆ ಒಳಪಟ್ಟ ಒಂದು ರಾಜ್ಯವ್ಯವಸ್ಥೆ ಎಂದು ಭಾವಿಸಲಾಗಿದ್ದಿತು. ಈ ಸಾರ್ವತ್ರಿಕ ಸಾರ್ವಭೌಮತ್ವದ ಕಲ್ಪನೆಯು ರೋಮನ್ ಸಾಮ್ರಾಜ್ಯದ ಪರಂಪರೆಯ ಪರಿಣಾಮ. ಏಕೆಂದರೆ, ಆ ಸಾಮ್ರಾಜ್ಯವು ಕಣ್ಮರೆಯಾಗಿದ್ದರೂ ಜನರ ಮನಸ್ಸಿನಿಂದ ಮಾಸದೆ ಉಳಿದ್ದಿತು. ಆದರೆ ಈ ಐಕ್ಯತೆಯು ತಾತ್ವಿಕವಾಗಿತ್ತೇ ವಿನಃ ನೈಜವಾಗಿರಲಿಲ್ಲ.

ಆಧುನಿಕ ಯುಗದಲ್ಲಿ ವ್ಯಕ್ತಿಯು ರಾಜಕೀಯ ದೃಷ್ಟಿಯಿಂದ ಒಂದು ಘಟಕವಾದರೆ, ಮಧ್ಯಯುಗದಲ್ಲಿ ಸಾರ್ವತ್ರಿಕ ಉದ್ದೇಶದಿಂದ ಸಂಘಟಿಸಲ್ಪಟ್ಟ ಧಾರ್ಮಿಕ ಅಥವಾ ವ್ಯಾಪಾರಿ ಸಂಘಟನೆಗಳು ಘಟಕಗಳಾಗಿದ್ದವು. ಮಧ್ಯಕಾಲೀನ ರಾಜ್ಯ ವ್ಯವಸ್ಥೆಯು ವ್ಯಕ್ತಿಗಿಂತ ಇಂತಹ ಗುಂಪುಗಳೊಂದಿಗೆ ವ್ಯವಹರಿಸುತ್ತಿದ್ದಿತು.

ಮಧ್ಯಯುಗದ ಸಮಾಜವು ಫ್ಯೂಡಲ್ ರೂಪದಲ್ಲಿದ್ದಿತು. ಈ ಪದ್ಧತಿಯು ಅರೆಕೃಷಿಕ ಮತ್ತು ಅರೆಸೈನಿಕ ವ್ಯವಸ್ಥೆಯಾಗಿದ್ದು, ಭೂ ಹಿಡುವಳಿ ಜನರ ಹಕ್ಕುಬಾಧ್ಯತೆಗಳನ್ನೂ ಕರ್ತವ್ಯಗಳನ್ನು ನಿರ್ಧರಿಸುತ್ತಿದ್ದಿತು. ಪ್ರಮುಖವಾಗಿ ಅವು ಒಂದು ಗ್ರಾಮೀಣ ವ್ಯವಸ್ಥೆಯಾಗಿ ಧಣಿಗಳು ಮತ್ತು ಹಿಡುವಳಿದಾರರು (ಸಾಮಾನ್ಯರು) ಎಂಬ ಎರಡೇ ವರ್ಗಗಳ ಕಲ್ಪನೆಗೆ ಅಂಟಿಕೊಂಡಿದ್ದಿತು. ಆಧುನಿಕ ಇತಿಹಾಸದ ಅವಿರ್ಭಾವದಲ್ಲಿ ಮಧ್ಯಮ ವರ್ಗದ ಉದಯ ಅತ್ಯಂತ ಮಹತ್ವದ ಲಕ್ಷಣವಾಗಿದ್ದಿತು. ವ್ಯಾಪಾರ ಮತ್ತು ಕೈಗಾರಿಕೆಗಳ ಬೆಳವಣಿಗೆಯ ಪರಿಣಾಮವಾಗಿ ಉದಯಿಸಿದ ಈ ವರ್ಗ ಆಧುನಿಕ ಯುಗದಲ್ಲಿ ಅತ್ಯಂತ ಪ್ರಮುಖ ಪಾತ್ರವನ್ನು ವಹಿಸಲಿದ್ದು ಊಳಿಗಮಾನ್ಯ ಪದ್ಧತಿಯಲ್ಲಿ ಯಾವುದೇ ಸ್ಥಾನವನ್ನು ಹೊಂದಿರಲಿಲ್ಲ. ಮೇಲಾಗಿ ಮಧ್ಯಯುಗದ ಸಮಾಜದಲ್ಲಿ ವರ್ಗಗಳು, ಸಮೂಹಗಳಿದ್ದುವೇ ವಿನಃ ಈಗಿನಂತೆ ವ್ಯಕ್ತಿಗಳಿರಲಿಲ್ಲ. ವ್ಯಕ್ತಿಗೆ ಯಾವ ರೀತಿಯ ಸ್ಥಾನವೂ ಇರಲಿಲ್ಲ. ಅವನು ಶ್ರೇಣಿ, ಪುರಸಭೆ, ಕಮ್ಯೂನ್ ಮುಂತಾದ ಸಂಸ್ಥೆಗಳಲ್ಲಿ ತನ್ನ ವ್ಯಕ್ತಿತ್ವವನ್ನು ಸೇರಿಸಿಬಿಡಬೇಕಾಗಿದ್ದಿತು. ಅವನು ಒಂದು ನಿಶ್ಚಿತ ವ್ಯಾಪಾರ, ಒಂದು ನಿಶ್ಚಿತ ವೃತ್ತಿಗೆ ಸೀಮಿತವಾದ ವರ್ಗೀಕರಣದ ಭಾಗವಾಗಿದ್ದನು.

ಮಧ್ಯಯುಗದಲ್ಲಿ ಶಿಕ್ಷಣ ಪಡೆಯುವ ಸಾಧ್ಯತೆಗಳು ತೀರಾ ಕಡಿಮೆಯಿದ್ದು ಅವು ಅವೈಜ್ಞಾನಿಕವಾಗಿದ್ದವು. ಜನರು ಅಮೂರ್ತ ವಿಷಯಗಳ ಚಿಂತನೆಯಲ್ಲಿ ಮಗ್ನರಾಗಿರುತ್ತಿದ್ದರು. ಹೀಗಾಗಿ ಧರ್ಮಶಾಸ್ತ್ರವು ಅಭ್ಯಾಸದ ಮುಖ್ಯ ವಿಷಯವಾಗಿದ್ದಿತು. ಇನ್ನು ಕಲಿಯುವ ವಿಧಾನವನ್ನು ತೆಗೆದುಕೊಂಡರೆ ವೈಜ್ಞಾನಿಕ ವಿಮರ್ಶೆ ಮತ್ತು ಸ್ವತಂತ್ರ ಆಲೋಚನೆ ಇರಲೇ ಇಲ್ಲ. ಮುಕ್ತ ಆಲೋಚನೆಗೆ ಅವಕಾಶವಿರಲಿಲ್ಲ. ಶಿಕ್ಷಾರ್ಥಿಯಾದವನು ಮೇಲಿನವರಿಗೆ ಪೂರ್ಣವಾಗಿ ವಿಧೇಯನಾಗಿರುತ್ತಿದ್ದನು. ಕಲೆ, ವಿಜ್ಞಾನ, ಸಾಹಿತ್ಯ ಚರ್ಚಿನ ಕರಿ ನೆರಳಿನಡಿಯಲ್ಲಿ ಸಿಕ್ಕಿ ನರಳುತ್ತಿದ್ದವು. ಚರ್ಚು ಮಾತ್ರ ತನ್ನ ಪ್ರಾಧಾನ್ಯಕ್ಕೆ ಧಕ್ಕೆ ತಗಲುವಂತಹ ಯಾವುದೇ ಚರ್ಚೆಗೆ ಅವಕಾಶ ನೀಡುತ್ತಿರಲಿಲ್ಲ.

* * * * *

ಅಧ್ಯಾಯ - 3

ಯೂರೋಪಿನಲ್ಲಿ ಪುನರುಜ್ಜೀವನ ಮತ್ತು ಸುಧಾರಣೆ

ಪುನರುಜ್ಜೀವನ (Renaissance)

ಅಭಿಜಾತ ಜ್ಞಾನದ ಪುನರುಜ್ಜೀವನ ಅಥವಾ ಹೊಸ ಹುಟ್ಟು ಎಂದು ಹೆಸರಾದ ಬೌದ್ಧಿಕ ಮಹಾಕ್ರಾಂತಿ, ಮಧ್ಯಯುಗ ಹಾಗೂ ಆಧುನಿಕ ಯುಗಗಳ ನಡುವಿನ ಸಂಧಿಕಾಲವನ್ನು ಸೂಚಿಸುವ ಅತ್ಯಂತ ಮಹತ್ವದ ಮೈಲಿಗಲ್ಲಾಗಿದೆ. ದೀರ್ಘಕಾಲದಿಂದ ನಿರ್ಲಕ್ಷಿಸಲ್ಪಟ್ಟ ಪ್ರಾಚೀನ ಗ್ರೀಕೋ-ರೋಮನ್ ಸಂಸ್ಕೃತಿಯ ಬಗ್ಗೆ ಯೂರೋಪಿಯನ್ ವಿದ್ವಾಂಸರು ಮೆಚ್ಚುಗೆ ತೋರಲು ಪ್ರಾರಂಭಿಸಿದಾಗ ಹದಿಮೂರನೆಯ ಶತಮಾನದಲ್ಲಿ ಈ ಚಳವಳಿ ಶುರುವಾಯಿತು. ಅಭಿಜಾತ ಸಾಹಿತ್ಯದ ಬಗೆಗಿನ ಈ ಆಸಕ್ತಿಗೆ ಮುಂದೆ, 1453ರಲ್ಲಿ ತುರುಕರು ಕಾನ್‌ಸ್ಟಾಂಟಿನೋಪಲನ್ನು ಸ್ವಾಧೀನಪಡಿಸಿಕೊಂಡ ಅನಂತರ, ಇಟಲಿಯಲ್ಲಿ ಆಶ್ರಯ ಪಡೆದ ಗ್ರೀಕ್ ವಿದ್ವಾಂಸರಿಂದ ಇನ್ನಷ್ಟು ಇದಕ್ಕೆ ಉತ್ತೇಜನ ದೊರಕಿತು. ಈ ಜ್ಞಾನದ ನವಜನನ ಜನರ ಕುತೂಹಲವನ್ನು ಜಾಗೃತಿಗೊಳಿಸಿತು; ಅವರ ಮನಸ್ಸನ್ನು ಹಾಗೂ ಜೀವನದ ಬಗೆಗಿನ ಅವರ ಅಭಿಪ್ರಾಯವನ್ನು ವಿಶಾಲಗೊಳಿಸಿತು.

ಪುನರುಜ್ಜೀವನದ ಅರ್ಥ

ಮಧ್ಯಯುಗದ ಕೊನೆಯ ಹಾಗೂ ಆಧುನಿಕ ಯುಗದ ಪ್ರಾರಂಭದ ಅವಧಿಯಲ್ಲಿ ಕಂಡುಬಂದ, ಎಲ್ಲ ಭೌದ್ಧಿಕ ಬದಲಾವಣೆಗಳನ್ನು ಒಳಗೊಳ್ಳುವ ಸಂಯುಕ್ತ ಪದವೇ ಪುನರುಜ್ಜೀವನ. ಈ ಬೌದ್ಧಿಕ ಪುನರುದಯಕ್ಕೆ ಅನೇಕ ಸಂಶೋಧನೆಗಳು ತಮ್ಮ ಕೊಡುಗೆಯನ್ನು ನೀಡಿದವು. ಗತಕಾಲದ ಬಗ್ಗೆ ಆಸಕ್ತಿ ಹಾಗೂ ವರ್ತಮಾನ ಕಾಲವನ್ನು ಕುರಿತು ತಿಳಿಯುವ ಅಪೇಕ್ಷೆ – ಈ ಪುನರುಜ್ಜೀವನದಲ್ಲಿ ವ್ಯಕ್ತವಾಗಿವೆ. ಬೌದ್ಧಿಕ ಪ್ರಗತಿಗೆ ಅಗತ್ಯವಾಗಿರುವ ಅನ್ವೇಷಣಾ ಬುದ್ಧಿಯ ಬೆಳವಣಿಗೆ ಇಲ್ಲಿ ಎದ್ದು ಕಾಣುತ್ತದೆ. ಹಿಂದಿನ ನಾಗರಿಕತೆಗಳ ಬಗೆಗಿನ ಆಸಕ್ತಿಯ ಕೊಡುಗೆ ಅಪಾರವಾಗಿದೆ. ಅಭಿಜಾತ ಕೃತಿಗಳನ್ನು ಪುನರ್ವಿಮರ್ಶಿಸಲಾಯಿತು. ಮಧ್ಯಯುಗದ ಕತ್ತಲೆಯ ದಿನಗಳಲ್ಲಿಯೂ ಇವು ಸಂಪೂರ್ಣವಾಗಿ ಮರೆತುಹೋಗಿರಲಿಲ್ಲ ಎಂಬುದನ್ನು ನಾವಿಲ್ಲಿ ನೆನಪಿಸಿಕೊಳ್ಳಬೇಕು. ಆಗ ರೋಮನ್ ಕ್ಯಾಥೊಲಿಕ್ ಚರ್ಚ್‌ಗಳ ಸೇವೆಗಳಲ್ಲಿ ಲ್ಯಾಟಿನ್ ಭಾಷೆಯೂ, ಗ್ರೀಕ್ ಚರ್ಚ್‌ಗಳಲ್ಲಿ ಗ್ರೀಕ್ ಭಾಷೆಯನ್ನು ಬಳಸುತ್ತಿದ್ದರು. ಅರಿಸ್ಟಾಟಲ್, ವರ್ಜಿಲ್, ಸೆನೆಕಾ ಹಾಗೂ ಬೋಥಿಯಸ್‌ರ ಕೃತಿಗಳನ್ನು, 13ನೆಯ ಶತಮಾನದಷ್ಟು ಹಿಂದೆಯೇ ವಿಶ್ವವಿದ್ಯಾನಿಲಯಗಳಲ್ಲಿ ಅಧ್ಯಯನ ಮಾಡಲಾಗುತ್ತಿತ್ತು. ಮಧ್ಯಯುಗದ ಕ್ರೈಸ್ತರು ಅಭಿಜಾತ ಸಾಹಿತ್ಯ ಹಾಗೂ ತತ್ತ್ವಶಾಸ್ತ್ರಗಳನ್ನು ಅಭ್ಯಾಸ ಮಾಡುತ್ತಿದ್ದರು ಮತ್ತು ತಮ್ಮ ಚರ್ಚ್‌ಗಳನ್ನು ನಿರ್ಮಿಸುವಾಗ, ಗ್ರೀಕೋ-ರೋಮನ್ ವಾಸ್ತುಶಾಸ್ತ್ರದ ಉಪಯೋಗ ಪಡೆಯುತ್ತಿದ್ದರು. ಅಭಿಜಾತ ಕೃತಿಗಳ ಬಗೆಗೆ ಮಧ್ಯಯುಗದಲ್ಲಿದ್ದ ಮನೋಭಾವ, ಪ್ರಯೋಜನೋದ್ದೇಶವನ್ನು ಹೊಂದಿದುದಾಗಿತ್ತು. ಆದರೆ ಇದೇ ಪುನರುಜ್ಜೀವನಕ್ಕೆ ಸ್ಫೂರ್ತಿಯಾಗಿಲ್ಲ. ಪ್ರಾಚೀನ ಸಂಸ್ಕೃತಿ ಕೇವಲ ಉಪಯುಕ್ತ ಮಾಹಿತಿಗಳನ್ನು ನೀಡುತ್ತದೆ ಎಂಬ ಕಾರಣದಿಂದಾಗಿ ಅಲ್ಲ, ಬದಲಾಗಿ ಅದು ನೈಜ ಆಸಕ್ತಿ ಹಾಗೂ ಸಂತೋಷವನ್ನು ಕೂಡ ಅದನ್ನು ಮೆಚ್ಚುವವರಲ್ಲಿ ಮೂಡಿಸುತ್ತಿತ್ತು.

ಕಲೆ ಹಾಗೂ ಸಾಹಿತ್ಯಗಳಲ್ಲಿ ಕಂಡುಬರದ ಬಹಳಷ್ಟು ಅಂಶಗಳನ್ನು ಪುನರುಜ್ಜೀವನ ಒಳಗೊಂಡಿತ್ತು. ಆರ್ಥಿಕ ಜೀವನದಲ್ಲಿ, ಸರಳವಾದ ಕೃಷಿಕ ಜೀವನ ವಿಧಾನಗಳ ಸ್ಥಾನದಲ್ಲಿ ವಾಣಿಜ್ಯ ಹಾಗೂ ಔದ್ಯಮಿಕ ವಿಧಾನಗಳು ಕಾಣಿಸಿಕೊಂಡವು. ಸಾಮಾಜಿಕ ಸಂಬಂಧಗಳಲ್ಲಿ ಜಹಗೀರು, ಕುಲೀನವರ್ಗದವರ ಕೋಟೆ ಮನೆಗಳು ಹಾಗೂ ಬಿಷಪ್ ಅವರ ಅರಮನೆಗಳು, ಜನಭರಿತ ಮತ್ತು ಕಾರ್ಯಚಟುವಟಿಕೆಗಳಿಂದ ಕೂಡಿದ ನಗರಗಳಿಗೆ ದಾರಿಮಾಡಿಕೊಟ್ಟವು. ಪೋಪ್‌ಗುರುವಿನ ಅಧಿಕಾರ ಪದ್ಧತಿ ಹಾಗೂ ಸಾಮ್ರಾಜ್ಯಗಳ ಅವನತಿಯ ಕಾಲದಲ್ಲಿ ಜನರಲ್ಲಿ ಹೊಸ ರಾಜಕೀಯ ಪ್ರಜ್ಞೆ ಮೂಡಿತು. ರಾಷ್ಟ್ರೀಯತಾವಾದಕ್ಕೆ ಹೆಚ್ಚು ಮಹತ್ವ ದೊರಕಿತು. ಖಗೋಳಶಾಸ್ತ್ರ, ಶರೀರಶಾಸ್ತ್ರ ಮತ್ತು ವೈದ್ಯಶಾಸ್ತ್ರಗಳನ್ನು ದೃಢ ವೈಜ್ಞಾನಿಕ ವಿಧಾನಗಳ ಅನ್ವಯ ಪುನಃ ಸಂಶೋಧಿಸಲಾಯಿತು. ಹಿಂದೆ ಚಾಲ್ತಿಯಲ್ಲಿದ್ದ ಮತಧರ್ಮಶಾಸ್ತ್ರಕ್ಕೆ ಸಂಬಂಧಿಸಿದ ಅತಿಸೂಕ್ಷ್ಮ ಪಾಂಡಿತ್ಯದ ವಿಧಾನ ಮರೆಯಾಗಿಹೋಯಿತು. ಚರ್ಚ್‌ಗಳ ಅವನತಿ ಹಾಗೂ ಮತಧರ್ಮಶಾಸ್ತ್ರ ಸಂಬಂಧಿ ವಿದ್ವತ್ತನ್ನು ಸಂಪಾದಿಸಲು ಹಿಡಿಯಲಾದ ವೈಜ್ಞಾನಿಕ ಮಾರ್ಗವೇ ಸುಧಾರಣೆಗಳಿಗೆ ದಾರಿಮಾಡಿಕೊಟ್ಟಿತು ಎನ್ನಬಹುದು. ಸ್ವತಃ ತನ್ನ ಬಗ್ಗೆ ಹಾಗೂ ತಾನು ಜೀವಿಸಿರುವಂತಹ ಜಗತ್ತಿನ ಬಗ್ಗೆ ಮೂಲಭೂತವಾದ ಬದಲಾವಣೆಗಳನ್ನು ಮಾಡಿಕೊಳ್ಳುವ ಪ್ರಕ್ರಿಯೆಯಲ್ಲಿ ಜನರಿದ್ದರು. ಈ ದೃಷ್ಟಿಗೆ ಸಾಮಾನ್ಯವಾಗಿ ಮಾನವಹಿತಾಸಕ್ತಿ ಎಂಬ ಹೆಸರಿತ್ತು. ಈ ಮಾನವಹಿತನಿಷ್ಠೆ-ಮುಖ್ಯವಾಗಿ ಅಭಿಜಾತ ಸಾಹಿತ್ಯದಲ್ಲಿ ಆಸಕ್ತಿ ತೋರಿಸುತ್ತಿದ್ದರು. ಆದರೆ ಈ ಆಸಕ್ತಿಯ ಪರಿಣಾಮವಾಗಿ ಗ್ರೀಕ್ ಹಾಗೂ ಲ್ಯಾಟಿನ್ ಭಾಷೆಗಳ ಅಧ್ಯಯನದ ಪುನರುಜ್ಜೀವನಕ್ಕಿಂತಲೂ ಅಧಿಕವಾಗಿತ್ತು. ಇದು ತನ್ನ ಗಮನವನ್ನು ಜಗತ್ತಿನ ಆಗುಹೋಗುಗಳ ಮೇಲೆ, ಮಾನವ ಸ್ವಭಾವವನ್ನು ಮೇಲೆತ್ತುವುದರ

ಮೇಲೆ ಕೇಂದ್ರೀಕರಿಸಿತ್ತು. ವೈರಾಗ್ಯ, ಪ್ರಕೃತಿಗೆ ಅತೀತವಾದ ಹಾಗೂ ಮತಧರ್ಮಶಾಸ್ತ್ರಕ್ಕೆ ಸಂಬಂಧಿಸಿದ ವಿಷಯಗಳಿಗಿಂತ ಹೆಚ್ಚಾಗಿ ನೈಸರ್ಗಿಕ, ಮಾನವಸ್ವಭಾವ ಹಾಗೂ ಸಂವೇದನೆಗಳಿಗೆ ಸಂಬಂಧಿಸಿದ ವಿಷಯಗಳನ್ನು ಕುರಿತು ಆಸಕ್ತಿ ಹೆಚ್ಚಿತು.

ಪುನರುಜ್ಜೀವನ ಹೇಗೆ ಪ್ರಾರಂಭವಾಯಿತು

ಪುನರುಜ್ಜೀವನಕ್ಕೆ ಮೂಲಕಾರಣವೆನಿಸಿದ ಶಕ್ತಿಗಳನ್ನು ಗುರುತಿಸುವುದು ಸುಲಭ ಸಾಧ್ಯವಲ್ಲ. ಕೆಲವು ಸ್ಥಳಗಳಲ್ಲಿ ಮಾತ್ರ ಪುನರುಜ್ಜೀವನದ ಪ್ರಕ್ರಿಯೆ ಸ್ಪಷ್ಟವಾಗಿ ಕಾಣಿಸಿಕೊಂಡಿದೆ. ಪುನರುಜ್ಜೀವನ ಹೆಚ್ಚುಹೆಚ್ಚಾಗಿ ಪ್ರಕಟವಾದ ಸ್ಥಳಗಳಲ್ಲಿ ಕೂಡ ಅದು ಅತ್ಯಲ್ಪ ಸಂಖ್ಯೆಯ ಜನರ ಚಿಂತನೆ ಹಾಗೂ ಕಾರ್ಯಗಳಲ್ಲಿ ಮಾತ್ರ ಪ್ರತಿನಿಧಿತವಾಗಿದೆ. ಕೆಲವು ಮುಖಂಡರು ಹಿನ್ನೆಲೆಯಲ್ಲಿಯೆ ಉಳಿದರು. ಹೊಸಯುಗದ ಚಾಲಕ ಶಕ್ತಿಗಳೆನಿಸಿದ ರೋಗರ್ ಬೇಕನ್, ಅಲ್ ಬರ್ಟಸ್ ಮ್ಯಾಗ್ನಸ್, ಥಾಮಸ್ ಆಕ್ವಿನೆಸ್, ಅಸಿಸಿಯ ಸೇಂಟ್ ಫ್ರಾನ್ಸಿಸ್, ಕಿಮಾಬು ಹಾಗೂ ಡಾಂಟೆ ಇವರ ಜೀವನ ಕಾಲ ಹದಿಮೂರನೆಯ ಶತಮಾನ. ವೈಜ್ಞಾನಿಕ ಸ್ಫೂರ್ತಿ, ಧಾರ್ಮಿಕ ಪ್ರಕಾಶ, ಕಲೆ ವಾಸ್ತುಶಿಲ್ಪಗಳಲ್ಲಿ ಹೊಸ ವಿಧಾನಗಳು, ಹೊಸ ಬಗೆಯ ಸಾಹಿತ್ಯಸೃಷ್ಟಿ – ಇವು ಪುನರುಜ್ಜೀವನದ ಪ್ರೇರಕ ಶಕ್ತಿಗಳಾಗಿದ್ದವು. ಪೆಟ್ರಾರ್ಕ್ (1304–1347) ಲ್ಯಾಟಿನ್‌ನ ಅತ್ಯುತ್ಸಾಹಿ ವಿದ್ಯಾರ್ಥಿಯಾಗಿದ್ದ. ತನ್ನ ಸ್ವದೇಶವಾದ ಫ್ಲಾರೆನ್ಸ್‌ನಲ್ಲಿ ಮಾತ್ರವಲ್ಲದೆ ಯೂರೋಪಿನಾದ್ಯಂತ ಅವನು ಗಮನಾರ್ಹ ಬೌದ್ಧಿಕ ಪ್ರಭಾವವನ್ನು ಬೀರಿದ್ದ. ಅವನಿಗೆ ಆರನೆಯ ಪೋಪ್ ಕ್ಲೆಮೆಂಟ್, ನಾಲ್ಕನೆ ಚಾರ್ಲ್ಸ್ ಚಕ್ರವರ್ತಿ, ನೇಪಲ್ಸ್‌ನ ದೊರೆ ಹಾಗೂ ಇತರ ಅನೇಕರ ಆಶ್ರಯ ದೊರೆತಿತ್ತು. ಆಗಲೇ ನಾಶವಾಗಿತ್ತೆನ್ನಲಾದ ಸಿಸಿರೋನ ಭಾಷಣದ ಕೆಲ ಪ್ರತಿಗಳನ್ನು ಪೆಟ್ರಾರ್ಕ್ ಸಂಶೋಧಿಸಿದ್ದ. ಈ ಸಂಶೋಧನೆ ಅವನ ಜೀವನದ ಮಹಾ ಸಂತಸದ ಘಟನೆಯಾಗಿತ್ತು. ವಿದ್ವಾಂಸರು ತಮ್ಮ ಬೋಧನೆಗಳ ಮೂಲಕ ಅಭಿಜಾತ ಕೃತಿಗಳಲ್ಲಿ ಜನರ ಆಸಕ್ತಿಯನ್ನು ಕೆರಳಿಸಿದರು. ಕ್ರೈಸೊ ಲೊರೆಸ್ ಎಂಬುವವನು (14ನೆಯ ಶತಮಾನದ ಕೊನೆಯ ಭಾಗ) ಗ್ರೀಕ್ ವ್ಯಾಕರಣ ಗ್ರಂಥವನ್ನು ಬರೆದುದಷ್ಟೇ ಅಲ್ಲದೆ, ಫ್ಲಾರೆನ್ಸ್‌ನಲ್ಲಿ ವಿದ್ಯಾರ್ಥಿಗಳಿಗೆ ಪಾಠ ಹೇಳಿದ.

ಶ್ರೀಮಂತರೂ ಪ್ರಭಾವಶಾಲಿಗಳೂ ಆದ ವ್ಯಕ್ತಿಗಳು ಹೊಸ ಚಳವಳಿಗೆ ಆಶ್ರಯ ನೀಡಿ ಸಹಾಯಮಾಡಿದರು. ಫ್ರಾನ್ಸಿನ ಒಂದನೆಯ ಫ್ರಾನ್ಸಿಸ್ ದೊರೆ, 'ಹೊಸ ಕಲಿಕೆಯಲ್ಲಿ' ಫ್ರೆಂಚರಿಗೆ ತರಪೇತಿ ನೀಡಲು, ಇಟಲಿಯ ಅಭಿಜಾತ ವಿದ್ವಾಂಸರನ್ನೂ, ತನ್ನ ದೇಶಕ್ಕೆ ಆಹ್ವಾನಿಸಿದ. ಇಂಗ್ಲೆಂಡಿನ ಎಂಟನೆಯ ಹೆನ್ರಿ, ಸ್ಪೇನಿನ ಐದನೆಯ ಚಾರ್ಲ್ಸ್, ಪೋಲೆಂಡಿನ ಒಂದನೆಯ ಸಿಗ್ಮಂಡ್ ಮತ್ತು ಡೆನ್ಮಾರ್ಕಿನ ಎರಡನೆಯ ಕ್ರಿಶ್ಚಿಯನ್ ಇವರೂ ವಿದ್ವಾಂಸರಿಗೆ ತಮ್ಮ ಆಸ್ಥಾನಕ್ಕೆ ಬರಲು ಅವಕಾಶ ಕಲ್ಪಿಸಿಕೊಟ್ಟರು. ಎಂಟನೆಯ ಹೆನ್ರಿಯ ಮಗಳಾದ ಇಂಗ್ಲೆಂಡಿನ ರಾಜಕುಮಾರಿ ಎಲಿಜಬೆತ್ ಪ್ಲೇಟೋನ ಮೂಲ ಕೃತಿಯನ್ನು ಓದಿ ಸಂತಸಪಡುತ್ತಿದ್ದಳು. 16ನೇ ವರ್ಷ ಪ್ರಾಯದಲ್ಲಿಯೇ ಅವಳು ಫ್ರೆಂಚ್, ಇಟಾಲಿಯನ್, ಗ್ರೀಕ್ ಹಾಗೂ ಲ್ಯಾಟಿನ್ ಭಾಷೆಗಳಲ್ಲಿ ಮಾತನಾಡಬಲ್ಲವಳಾಗಿದ್ದಳು. ಫ್ಲಾರೆನ್ಸಿನ ಮೆಡಿಸಿ ಕುಟುಂಬವರ್ಗದವರು, ವೆನಿಸ್‌ನ ಡಾಗೆಸ್ ಮತ್ತು ರೋಮನ್ ಕ್ಯಾಥೊಲಿಕ್ ಚರ್ಚಿನ ಕೆಲವು ಪೋಪರು ವಿದ್ಯಾರ್ಥಿಗಳಿಗೂ ಕಲಾವಿದರಿಗೂ ಆಶ್ರಯ ಧನಸಹಾಯಗಳನ್ನು ನೀಡಿದ್ದರು. ಹಳೆಯ ಹಸ್ತಪ್ರತಿಗಳ ಸಂರಕ್ಷಣೆಗಾಗಿ ಮೆಡಿಸಿ ಭಾರೀ ಮೊತ್ತದ ಹಣವನ್ನು ವಿನಿಯೋಗಿಸಿದ್ದ; ಅವನು ಫ್ಲಾರೆನ್ಸಿನಲ್ಲಿ ಪ್ಲೇಟೋನ ತತ್ವಶಾಸ್ತ್ರದ ಅಧ್ಯಯನಕ್ಕೇ ಮೀಸಲಾದ ಒಂದು ಅಕಾಡೆಮಿಯನ್ನು ಸ್ಥಾಪಿಸಿದ. ಐದನೆಯ ನಿಕೊಲಸ್ (1447) ವ್ಯಾಟಿಕನ್‌ನಲ್ಲಿ ಹಸ್ತಪ್ರತಿಗಳ ಹೊಸ ಪ್ರಮುಖ ಭಂಡಾರವೊಂದನ್ನು ತೆರೆದ. ಹತ್ತನೆಯ ಲಿಯೊ (ಮರಣ 1521) ಕಲೆ, ಸಂಗೀತ ಹಾಗೂ ಅಭಿಜಾತ ಸಾಹಿತ್ಯಗಳ ಪೋಷಕನಾಗಿದ್ದ. ಮುದ್ರಣದ ಅನ್ವೇಷಣೆ (1450), ಮುದ್ರಣಾಲಯಗಳ ಸ್ಥಾಪನೆ ಇವುಗಳು ಕಲಿಕೆಯ ಮೇಲೆ ಗಮನಾರ್ಹ ಪ್ರಭಾವ ಬೀರಿದವು. ಶಿಕ್ಷಣಕ್ಕೆ ಹೆಚ್ಚಿನ ಉತ್ತೇಜನವೂ ಸಿಕ್ಕಿತು. ಮಾಹಿತಿಗಳನ್ನು ಸಂರಕ್ಷಿಸುವುದು ಸಾಧ್ಯವಾಯಿತು. ಪುಸ್ತಕಗಳ ಸರಬರಾಜು ಗಣನೀಯವಾಗಿ ಅಧಿಕಗೊಂಡಿತು. 16ನೆ ಶತಮಾನದ ಒಂದೇ ಒಂದು ವರ್ಷದಲ್ಲಿ ಎರಾಸ್ಮಸ್‌ನ ಒಂದು ಕೃತಿಯ 24,000ಕ್ಕೂ ಹೆಚ್ಚು ಪ್ರತಿಗಳು ಪ್ರಕಟವಾದವು. ಅಲ್ಲದೆ, ಕೈಯಲ್ಲಿ ತೆಗೆದ ನಕಲುಗಳಿಗಿಂತ ಮುದ್ರಿತ ಪ್ರತಿಗಳು ಹೆಚ್ಚು ನಿಖರವಾಗಿರುತ್ತಿದ್ದವು. ಆದ್ದರಿಂದ ಮುದ್ರಿತ ಪುಸ್ತಕಗಳು ಹೆಚ್ಚು ಅವಲಂಬನಾರ್ಹವಾದವು.

ಪುನರುಜ್ಜೀವನದ ಪ್ರಸಾರ

ಹಿಂದೆ ಸೂಚಿಸಲಾದಂತೆ ಪುನರುಜ್ಜೀವನ ಪ್ರಾರಂಭವಾದದ್ದು ಇಟಲಿಯಲ್ಲಿ. ಅದು ಇಟಲಿಯಲ್ಲಿ ಪ್ರಾರಂಭವಾಗಲು ಭೌಗೋಳಿಕವಾಗಿ ಇಟಲಿ ಒಂದು ಆಯಕಟ್ಟಿನ ಸ್ಥಳದಲ್ಲಿರುವುದೂ ಕಾರಣ. ಇಟಲಿಯ ವರ್ತಕರು ಪಶ್ಚಿಮ ಯೂರೋಪಿನ ಜೊತೆಗಿನ ತಮ್ಮ ವ್ಯಾಪಾರ ವಾಣಿಜ್ಯಗಳನ್ನು ಅಲ್ಲಿ ಕೇಂದ್ರೀಕರಿಸಿದ್ದರು. ಪುನರುಜ್ಜೀವನವನ್ನು ಕುರಿತ ಇಟಲಿಯವರ ಭಾವನೆ ಇತರ ರಾಷ್ಟ್ರಗಳಿಗೂ ಹರಡಿ, ರಾಜಕೀಯ ಅಭಿವೃದ್ಧಿಯೊಂದಿಗೆ ರಾಷ್ಟ್ರೀಯ ಸಂಸ್ಕೃತಿ ಕೂಡ ಬದಲಿಸಿತು. ಇಟಲಿಯ ಪುನರುಜ್ಜೀವನದ ಸುವರ್ಣಯುಗ 16ನೆಯ ಶತಮಾನದ ಮೊದಲ ಇಪ್ಪತ್ತೈದು ವರ್ಷಗಳ ಅವಧಿಯಲ್ಲಿ

ಕೊನೆಗೊಂಡಿತು. ಆಗಲೆ ಹತ್ತನೆಯ ಪೋಪ್ ಲಿಯೊ ಮರಣಹೊಂದಿದ್ದು. ಮಾನವಹಿತಾಸಕ್ತಿಗೆ ಸಂಬಂಧಿಸಿದ ಸಾಂಸ್ಕೃತಿಕ ಹೊಳಪು ಆಲ್ಪ್ಸ್ ಪರ್ವತವನ್ನು ದಾಟಿ ಜರ್ಮನಿ, ಫ್ರಾನ್ಸ್, ಇಂಗ್ಲೆಂಡ್‌ಗಳಿಗೂ ಪ್ರವೇಶಿಸಿತು. 15ನೆಯ ಶತಮಾನದ ಉತ್ತರಾರ್ಧದ ವೇಳೆಗೆ ಜರ್ಮನಿಯಲ್ಲಿ ನಿಧಾನವಾಗಿ ಸಾಂಸ್ಕೃತಿಕ ಚಟುವಟಿಕೆಗಳು ಮುಂದುವರಿಯುತ್ತಿದ್ದವು. ಅಗ್ರಿಕೋಲನನ್ನು (1443–1485) ಹೈಡಲ್‌ಬರ್ಗ್ ವಿಶ್ವವಿದ್ಯಾಲಯದ ಅಭಿಜಾತ ಸಾಹಿತ್ಯದ ಪ್ರಾಧ್ಯಾಪಕನನ್ನಾಗಿ ನೇಮಿಸಲಾಯಿತು. ಎರಾಸ್ಮಸ್‌ನ ಅಭಿಪ್ರಾಯದಂತೆ, ಇಟಲಿಯ ಹೊರಗಿನ ಉನ್ನತ ಸಂಸ್ಕೃತಿಯನ್ನು ನಮಗೆ ಪರಿಚಯಿಸಿಕೊಟ್ಟವನೇ ಅಗ್ರಿಕೋಲ. ರ್‍ಯೂಚ್‌ಲಿನ್ (1455–1522) ಅಭಿಜಾತ ಕೃತಿಗಳ ಬಗ್ಗೆ ಹೆಚ್ಚು ತಿಳಿದ ಮಹಾ ಜರ್ಮನ್ ವಿದ್ವಾಂಸ. ಜರ್ಮನಿಯಲ್ಲಿ, ಮುಂದಿನ ಇತಿಹಾಸದಿಂದ ನಾವು ತಿಳಿಯುವಂತೆ, ಕಲೆ ಹಾಗೂ ಸಾಹಿತ್ಯ ಕ್ಷೇತ್ರಗಳಲ್ಲಿ ನಡೆದ ಪುನರುಜ್ಜೀವನ ಅಷ್ಟೇನೋ ಉತ್ಪಾದಕವೆನಿಸಿರಲಿಲ್ಲ. ಜರ್ಮನ್ನರು ಮಾನವ ಹಿತನಿಷ್ಠೆ ಹಾಗೂ ಮತಧರ್ಮಶಾಸ್ತ್ರಗಳಲ್ಲಿ ಪರಸ್ಪರ ಸಂಬಂಧ ಕಲ್ಪಿಸಲು ಪ್ರಯತ್ನಿಸಿದರು. ಅಭಿಜಾತ ಸಾಹಿತ್ಯಾಧ್ಯಯನದಲ್ಲಿ ಸುಧಾರಣಾ ಸ್ಫೂರ್ತಿಯನ್ನು ಉಂಟುಮಾಡುವುದು ಅವರ ಉದ್ದೇಶವಾಗಿತ್ತು. ಪೋಪ್ ಗುರುವಿನೊಂದಿಗೆ ಲೂಥರ್ ನಡೆಸಿದ ಸಂಘರ್ಷದಲ್ಲಿ ಈ ಉದ್ದೇಶ ನೆರವೇರುವುದನ್ನು ನಾವು ಗಮನಿಸಬಹುದು.

16ನೆಯ ಶತಮಾನದ ಪ್ರಾರಂಭದಲ್ಲಿ ಫ್ರಾನ್ಸಿನಲ್ಲಿ ಪುನರುಜ್ಜೀವನ ಕಾಣಿಸಿಕೊಳ್ಳತೊಡಗಿತು. ಎಂಟನೆಯ ಚಾರ್ಲ್ಸ್ ಫ್ರೆಂಚ್ ತಂಡವೊಂದನ್ನು ನೇಪಲ್ಸ್‌ಗೆ ಕರೆದುಕೊಂಡುಹೋದ. ಅಲ್ಲಿ ಅವನು ಇಟಲಿಯ ಕಲಿಕೆಯ ಪರಿಚಯವನ್ನು ಮಾಡಿಕೊಂಡ. ಎರಾಸ್ಮಸ್‌ನನ್ನು ಒಳಗೊಂಡಂತೆ ಅನೇಕ ಪ್ರಮುಖ ವಿದ್ವಾಂಸರನ್ನು ಪ್ಯಾರಿಸ್ ಆಕರ್ಷಿಸಿತು. ಅಲ್ಲಿನ ವಿಶ್ವವಿದ್ಯಾನಿಲಯದಲ್ಲಿ ಅವರು ಅಧ್ಯಯನ ನಡೆಸಿದರು. ಇಂಗ್ಲೆಂಡಿನ ಸಾಂಸ್ಕೃತಿಕ ಪುನರುಜ್ಜೀವನದಲ್ಲಿ ಛಾಸರ್ ನಾಯಕ ಪಾತ್ರವನ್ನು ವಹಿಸಿದ್ದ. ಆಕ್ಸ್‌ಫರ್ಡ್ ಹಾಗೂ ಕೇಂಬ್ರಿಡ್ಜ್ ವಿಶ್ವವಿದ್ಯಾನಿಲಯಗಳು, ವಿಶೇಷವಾಗಿ ಆಕ್ಸ್‌ಫರ್ಡ್ ಸಾಂಸ್ಕೃತಿಕ ಚಟುವಟಿಕೆಗಳ ಕೇಂದ್ರವೆನಿಸಿತ್ತು. ಧಾರ್ಮಿಕ ಉತ್ಸಾಹಿಯಾದ ಜಾನ್ ಕೊಲೆಟ್ (1466–1517) ಮಧ್ಯಯುಗದ ಮತಧರ್ಮಶಾಸ್ತ್ರಕ್ಕೆ ಹೊಸ ಅರ್ಥ ವ್ಯಾಖ್ಯಾನವನ್ನು ನೀಡಿದ. ಇದರಿಂದ ಧಾರ್ಮಿಕ ಕ್ಷೇತ್ರದಲ್ಲಿಯೂ ಪುನರುಜ್ಜೀವನದ ಲಕ್ಷಣಗಳು ಕಾಣಿಸಿಕೊಳ್ಳತೊಡಗಿದ್ದವು. ನೂರಾರು ಬಗೆಯ ಶಾಲೆಗಳು ಸ್ಥಾಪನೆಗೊಂಡವು. 17ನೆಯ ಶತಮಾನದ ಪ್ರಾರಂಭದ ವೇಳೆಗೆ ಇಂಗ್ಲೆಂಡಿನಲ್ಲಿ 270 ಶಿಕ್ಷಣ ಸಂಸ್ಥೆಗಳಿದ್ದವು.

1. ಕಲೆಯಲ್ಲಿ ಪುನರುಜ್ಜೀವನ

ಹಿನ್ನೆಲೆ :

ಮಧ್ಯಯುಗದಾದ್ಯಂತ ಹಾಗೂ ಪುನರುಜ್ಜೀವನ ಕಾಲದಲ್ಲಿ ಕೂಡ, ಕ್ರಿಶ್ಚಿಯನ್ ಚರ್ಚ್‌ಗಳಲ್ಲಿ ಕಲೆಗೆ ಮಹತ್ವದ ಸ್ಥಾನವಿತ್ತು. ಪ್ರಾರಂಭ ಕಾಲದ ಕ್ರೈಸ್ತ ಕಲೆ ಸೌಮ್ಯವಾದದ್ದು ಹಾಗೂ ಮಾನವೀಯತೆಯ ದೃಷ್ಟಿಯಿಂದ ಕೂಡಿದ್ದಾಗಿತ್ತು. ಕ್ರಿಸ್ತನನ್ನು ಶ್ರೇಷ್ಠ ಕುರುಬನೆಂದು ಬಣ್ಣಿಸಲಾಗಿತ್ತು. ಕೆಲವು ಸಲ ಅವನು ಕುರಿಮರಿಯನ್ನು ಭುಜದ ಮೇಲೆ ಕುಳ್ಳಿರಿಸಿ ಕರೆದೊಯ್ಯುವಂತಿದ್ದವು. ಆದರೆ ಸಂಘಟಿತ ಮತಧರ್ಮಶಾಸ್ತ್ರ ಹಾಗೂ ಕಲೆಯ ಮೇಲೆ ಅದು ಬೀರಿದ ಮಾರಕ ಪರಿಣಾಮ ಧಾರ್ಮಿಕ ನಂಬಿಕೆಯ ಮೇಲಾಯಿತು. ಚರ್ಚ್ ಕಲೆಗೆ ಪೋಷಣೆ ನೀಡುತ್ತಿತ್ತು. ಆದರೆ ಕಲೆ ನೈತಿಕ ಮೌಲ್ಯಗಳು ಹಾಗೂ ಶ್ರದ್ಧೆಯ ನಿಗೂಢತೆಗಳ ಸಂಕೇತವಾಗಬೇಕೆಂದು ಚರ್ಚ್ ಬಯಸುತ್ತಿತ್ತು. ಒಂದು ಆದರ್ಶವನ್ನು ಅಭಿವ್ಯಕ್ತಿಗೊಳಿಸುವುದಾಗಲಿ ಅಥವಾ ಒಂದು ವಾತವರಣವನ್ನು ಚಿತ್ರಿಸುವುದಾಗಲಿ ಧ್ಯೇಯವಾಗಿರಬೇಕಾಗಿಲ್ಲ ಯಾವ ವಿಷಯವನ್ನೇ ಆಗಲಿ ಪವಿತ್ರಗೊಳಿಸುವುದೇ ಉದ್ದೇಶವಾಗಿರಬೇಕಾಗಿತ್ತು. ಕಲೆ ಮತ್ತು ಜೀವನಗಳ ನಡುವೆ ಅಗಾಧವಾದ ಕಂದಕವನ್ನು ನಿರ್ಮಿಸುವುದು ಚರ್ಚ್ ಗುರುಗಳ ಮನೋಭಾವವಾಗಿತ್ತು. ಇಂಥ ನಿರ್ಬಂಧದಲ್ಲಿ ಕಲಾ ಬೆಳವಣಿಗೆ ಕ್ಲಿಷ್ಟವಾಯಿತು, ಸಾಂಪ್ರದಾಯಿಕ ರೂಪ ಹಾಗೂ ವಕ್ರರೂಪವನ್ನು ತಳೆಯಿತು. ಮಾನವ ಹಿತನಿಷ್ಠೆಯ ಸ್ಫೂರ್ತಿ ಉತ್ಸಾಹಗಳು, ಮಧ್ಯಯುಗದ ಅವಧಿಯ ವಿಲಕ್ಷಣ ಕಲೆಗಿಂತ ಭಿನ್ನವಾದ ಅತ್ಯಂತ ಸರಳ ರೂಪಗಳನ್ನು ಕಂಡು ಹುಡುಕಲು ತೊಡಗಿದವು. ಕ್ರೈಸ್ತರ ಬಳಕೆಗಾಗಿ ಅಭಿಜಾತ ಕಲಾ ಸ್ವರೂಪಗಳನ್ನು ಅಳವಡಿಸಿಕೊಳ್ಳುವ ಪ್ರಕ್ರಿಯೆ ಪ್ರಾರಂಭವಾಯಿತು.

ಇಟಲಿಯಲ್ಲಿ ಕಲಾ ಪುನುರುಜ್ಜೀವನ ಬೈಜಾಂಟೈನ್ ಸಂಪ್ರದಾಯದ ಮಹತ್ವದ ವಿರುದ್ಧವಾದ ಪ್ರತಿಕ್ರಿಯೊಂದಿಗೆ ಪ್ರಾರಂಭವಾಯಿತು. ಕಿಮಬೂ (1240–1302) ಹಾಗೂ ಗಿಯಟ್ಟೊ (1276–1337) ಅವರು ಆಗಲೇ ಮಧ್ಯಯುಗದ ಕಲೆಗೆ ಪಂಡಿತರಾಗಿದ್ದರು. ಇವರೇ ನಿಜವಾಗಿ ಹೊಸ ಕಲಾಶಾಖೆಯ ಸ್ಥಾಪನೆಗೆ ದಾರಿಮಾಡಿಕೊಟ್ಟವರಾಗಿದ್ದಾರೆ. ವಿಶೇಷವಾಗಿ ಹೇಳುವುದಾದರೆ ಗಿಯಟ್ಟೋಗೆ ಹಾಸ್ಯ ಪ್ರಜ್ಞೆಯಿತ್ತು. ವಾಸ್ತವತೆಯ ಬಗ್ಗೆ ಪ್ರೀತಿಯಿತ್ತು. ಮನೆಯಲ್ಲಿ ನಡೆಯಬಹುದಾದ ಘಟನೆಗಳನ್ನು ಧಾರ್ಮಿಕ ವಸ್ತುಗಳೊಂದಿಗೆ ರೂಢಿಸುವ ಚಾಕಚಕ್ಯತೆಯಿತ್ತು. ವಾಸ್ತುಶಾಸ್ತ್ರ ಹಾಗೂ ಶಿಲ್ಪಶಾಸ್ತ್ರಗಳಿಗಿಂತ ಅಭಿಜಾತ ಕೃತಿಗಳಿಂದ ಕಡಿಮೆ ಪ್ರಭಾವಕ್ಕೆ ಒಳಗಾದದ್ದು ಚಿತ್ರಕಲೆಯೇ ಆಗಿದೆ. ಪ್ರಾಚೀನ ಗ್ರೀಸ್ ಹಾಗೂ ರೋಮನ್ನರ ವರ್ಣಚಿತ್ರಗಳು ವಿರಳವಾಗಿದ್ದವು. ಹೀಗಾಗಿ ಪುನರುಜ್ಜೀವನ ಕಾಲದ ಕಲಾವಿದರಿಗೆ ಮೂಲ ಕಲಾವಿದರಾಗಲು ಹೆಚ್ಚು

ಅವಕಾಶವಿತ್ತು. ಮಾನವಹಿತನಿಷ್ಠೆಯ ಸ್ಫೂರ್ತಿ ಚಿತ್ರಕಲೆಯಲ್ಲಿ ಕೂಡ ಎದ್ದುಕಾಣುತ್ತದೆ. ಆದರೆ ವಿಷಯಗಳು ಮಾತ್ರ ಕ್ರೈಸ್ತರವೇ ಆಗಿದ್ದವು.

ಪುನರುಜ್ಜೀವನದ ಪ್ರಾರಂಭ ಕಾಲದ ಚಿತ್ರಕಾರರು

ಪುನರುಜ್ಜೀವನ ಕಾಲದ ಚಿತ್ರಕಲೆ ಪೂರ್ಣವಾಗಿ ಅರಳಿದ್ದು ಇಟಲಿಯಲ್ಲಿಯೇ. ಇಲ್ಲಿಯೇ ಅದಕ್ಕೆ ಪ್ರಾರಂಭಿಕ ಸ್ಫೂರ್ತಿ ದೊರಕಿದ್ದು ಹಾಗೂ ಅದು ಪುನರುಜ್ಜೀವನದ ಸ್ಫೂರ್ತಿಯ ಅತಿ ಪ್ರಮುಖವಾದ ಪ್ರಾತಿನಿಧ್ಯ ಪಡೆದದ್ದು. ಪುನರುಜ್ಜೀವನ ಪೂರ್ವ ಕಾಲದಲ್ಲಿ ಅನೇಕ ಮಂದಿ ಚಿತ್ರಕಾರರಿಗೆ ಮಹತ್ವದ ಸ್ಥಾನಮಾನಗಳಿದ್ದವು. ಆದರೆ ರ್‍ಯಾಫೆಲ್, ಲಿಯೋನಾರ್ಡೋ ಡಾವಿಂಚಿಯಂತಹ ಶ್ರೇಷ್ಠ ಕಲಾವಿದರ ನೆರಳಿನಲ್ಲಿ ಅವರು ಎದ್ದು ಕಾಣಲು ಸಾಧ್ಯವಿರಲಿಲ್ಲ. ಫ್ರಾ ಆಂಜಲಿಕೊ (1387–1455) ಉತ್ಸಾಹೀ ಚಿತ್ರಕಲಾವಿದನಾಗಿದ್ದ. ಈ ಐಹಿಕ ಪ್ರಪಂಚಕ್ಕೆ ನೀಡಲು ಅಥವಾ ಪಡೆಯಲು ಸಾಧ್ಯವಾಗದಿರುವಂತಹ, ಸ್ವರ್ಗದ ಅತ್ಯಂತ ಪ್ರಶಾಂತ ಸ್ಥಿತಿಗೆ ನಮ್ಮನ್ನು ಕೊಂಡೊಯ್ಯಬಲ್ಲ ಕ್ರಿಸ್ತನ ಆಯ್ದ ಪವಿತ್ರ ಸೂಕ್ತಿಗಳನ್ನು ಅಭಿವ್ಯಕ್ತಿಸುವುದು ಅವನ ಇಚ್ಛೆಯಾಗಿತ್ತು. ಅವನ ಚಿತ್ರವಸ್ತು ಸೀಮಿತವಾಗಿತ್ತು. ಅವನಿಗೆ ಗುಣಸ್ವಭಾವಗಳನ್ನು ಚಿತ್ರಿಸುವ ಮಹಾ ಸಾಮರ್ಥ್ಯವೇನೂ ಇರಲಿಲ್ಲ. ಮೆಸಸ್ಸಿಯೊ (1401–1428) ಚಿತ್ರಕಲಾ ಪರಿಪೂರ್ಣತೆಗೆ ತನ್ನ ಇನ್ನೊಂದಿಷ್ಟು ಕೊಡುಗೆ ನೀಡಿದ. ಚಿತ್ರರಚನೆಯೆಂಬುದು ಪ್ರಾಕೃತಿಕ ವಸ್ತುಗಳ ಅನುಕರಣೆ ಮಾತ್ರ ಎಂದು ಅವನು ಭಾವಿಸಿದ್ದ. ಗಮನಾರ್ಹ ಅಧ್ಯಯನದಿಂದ ಮಾತ್ರ ಕಲಾವಿದ ಪ್ರಕೃತಿಯನ್ನು ಪುನಃ ಸೃಷ್ಟಿಸಲಬಲ್ಲನೆಂಬುದು ಅವನ ಅಭಿಪ್ರಾಯವಾಗಿತ್ತು. ಹಿಂದೆ ಶಿಲ್ಪಶಾಸ್ತ್ರದಲ್ಲಿ ಡೊನಾಟೆಲ್ಲೊ ಪ್ರಕೃತಿ ತತ್ವಗಳನ್ನು ಅಳವಡಿಸಿದಂತೆ ಅವನು ಚಿತ್ರಕಲೆಯಲ್ಲಿ ನೈಸರ್ಗಿಕತೆಯನ್ನು ಪ್ರಾರಂಭಿಸಿದ್ದ.

ಬೆನೊಝೊ ಗೊಝೊಲಿ (1420–1497) ಮೊದಮೊದಲು ಫ್ರಾ ಆಂಜಲಿನೋನ ನಿಕಟ ಸಹಚರನಾಗಿದ್ದ ಹಾಗೂ ಫ್ರಾ ಫಿಲಿಪ್ಪೊ ಲಿಪ್ಪಿ (1406–1469) ಮೆಸಸಿಯೊನ ಅತ್ಯಂತ ಪ್ರತಿಭಾವಂತ ಶಿಷ್ಯನೆಂದು ನಂಬಲಾಗಿದೆ. ತನ್ನ ಚಿತ್ರಗಳಿಗೆ ಹಿನ್ನೆಲೆಯಾಗಿ ಸಾಂಪ್ರದಾಯಿಕವಾದ ವಾಸ್ತುಶಿಲ್ಪಶಾಸ್ತ್ರ ಸಂಬಂಧಿ ಅಲಂಕಾರಗಳ ಬದಲಿಗೆ ನಿಸರ್ಗವನ್ನು ಬಳಸಿಕೊಳ್ಳುತ್ತಿದ್ದ ಗೊಝೊಲಿಯದು ಧಾರ್ಮಿಕ ದೃಷ್ಟಿಯಾಗಿತ್ತು. ಉದಾಹರಣೆಗೆ ಅವನ 'Adoration of the magi' ಎಂಬ ಚಿತ್ರ ಅವನ ಕಾಲದ ಫ್ಲಾರೆನ್ಸಿನ ಜನಜೀವನದ ವಿಸ್ತೃತ ನೋಟವನ್ನು ನೀಡುತ್ತದೆ. ಬಾಟಿಸೆಲ್ಲಿ (1447–1510) ಅಭಿಜಾತತೆಯ ಸ್ಫೂರ್ತಿಯ ಪ್ರಭಾವವನ್ನು ಪುನಃ ಪರಿಚಯಿಸಿದ. ಈ ಪ್ರಭಾವದಿಂದಾಗಿ ಕಲೆಯಲ್ಲಿ ಕ್ರೈಸ್ತರ ಸಂಪ್ರದಾಯ ಹೊಸ ಜೀವನ ದೃಷ್ಟಿಯನ್ನು ಪಡೆಯಿತು. 'ವೀನಸ್ ಜನನ', 'ವಸಂತ', 'ಮಾರ್ಸ್ ಮತ್ತು ವೀನಸ್'ಗಳಂತಹ ವಸ್ತುಗಳನ್ನು ಅವನು ಆಯ್ಕೆ ಮಾಡಿಕೊಂಡ. ಇವೆಲ್ಲ ಗ್ರೀಕ್ ಪುರಾಣಗಳಿಗೆ ಸಂಬಂಧಿಸಿದ ವಸ್ತುಗಳಾಗಿದ್ದವು. ಬಾಟಿಸೆಲ್ಲಿಯ ಚಿತ್ರಗಳು, ಲೂಕ್ರೆಟಿಸ್ ಮತ್ತು ವರ್ಜಿಲ್‌ರಂತಹ ಕ್ಷುದ್ರಧರ್ಮೀಯ ಕವಿಗಳು ಮತಧರ್ಮಗಳಿಗೆ ಸಂಬಂಧಿಸಿದ ವಸ್ತುಗಳಿಂದ ಹೇಗೆ ಆಕರ್ಷಿತರಾದರು ಎಂಬುದನ್ನು ಹಳೆಯ ಧಾರ್ಮಿಕ ಪರಿಕಲ್ಪನೆಗಳಲ್ಲಿ ಮತಧರ್ಮಗಳಿಗೆ ಸಂಬಂಧಿಸಿದ ವಸ್ತುಗಳು ಎಷ್ಟು ಸಮೃದ್ಧವಾಗಿದ್ದವು ಎಂಬುದನ್ನು ಸೂಚಿಸುತ್ತದೆ. ಪ್ರಾಚೀನ ಕ್ಷುದ್ರಧರ್ಮೀಯದ ಜಗತ್ತಿಗೆ ಸೇರಿದ ಹಾಗೂ ನಶಿಸಿ ಹೋದಂತಹ ಸೌಂದರ್ಯದ ಬಗ್ಗೆ ಸ್ಪಷ್ಟವಾದ ಆಸಕ್ತಿಯಿತ್ತು. ಪುನರುಜ್ಜೀವನದ ಪ್ರೌಢಹಂತದ ಚಿತ್ರಗಳಿಗೆ ಇಲ್ಲಿ ಸುಭದ್ರ ಅಡಿಪಾಯವನ್ನು ಹಾಕಲಾಯಿತು. ಚರ್ಚ್ ನಿಗದಿಪಡಿಸಿದಂತಹ ಸ್ವರೂಪವನ್ನು ಉಳಿಸಿಕೊಂಡು, ಆದರೆ ಸಂಪೂರ್ಣ ಸುಧಾರಿತ ಲಕ್ಷಣಗಳನ್ನು ಅಳವಡಿಸಿಕೊಂಡು ಇಟಲಿಯ ಚಿತ್ರಕಾರರು ಕಲೆಗೆ ವಾಸ್ತವತೆಯ ನೆಲೆಯನ್ನು ಕಲ್ಪಿಸಿಕೊಟ್ಟರು.

ಬೆನೊಝೊ ಗೊಝೊಲಿ

ಪ್ರೌಢ ಹಂತದ ಪುನರುಜ್ಜೀವನದಲ್ಲಿ ಚಿತ್ರಕಲೆ

ಮೈಕೆಲ್ ಅಂಜಲೊ (1475–1564), ರಾಫೆಲ್ (1483–1520) ಹಾಗೂ ಲಿಯೊನಾರ್ಡೊ ಡ ವಿಂಚಿ (1452–1519) ಇವರು ಪುನರುಜ್ಜೀವನ ಕಾಲದ ಅತ್ಯಂತ ಪ್ರಮುಖ ಚಿತ್ರಕಲಾವಿದರು. ಈ ಮಹಾ ಕಲಾವಿದರ ಚಿತ್ರಗಳ ಮುಖ್ಯವಸ್ತು ಧಾರ್ಮಿಕ. ಆ ಕಾಲದಲ್ಲಿ ಚರ್ಚ್‌ಗಳೇ ಮಹಾಕಲಾಪೋಷಕ ಕೇಂದ್ರಗಳಾಗಿದ್ದುದೇ ಇದಕ್ಕೆ ಕಾರಣ.

ಅಡೋರೇಷನ್ ಆಫ್ ದಿ ಮಾಗಿ

ಸಿಸ್ಟೈನ್ ಮಡೋನ

ಚಿತ್ರಕಲೆ ಬಹುಕಾಲ ಮತಧರ್ಮಶಾಸ್ತ್ರಕ್ಕೆ ಸಂಬಂಧಿಸಿದ ವಸ್ತುಗಳಿಗೆ ತನ್ನನ್ನು ಒಪ್ಪಿಸಿಕೊಳ್ಳಲಿಲ್ಲ ಎಂಬುದನ್ನು ನಾವು ಇಲ್ಲಿ ನೆನಪಿನಲ್ಲಿ ಇರಿಸಿಕೊಳ್ಳಬೇಕಾಗಿದೆ. ಉದಾಹರಣೆಗೆ, ಮಡೋನಾ 'ನೀಲುಡುಪಿನ ಕೆಳಗೆ ಯಾವ ಅವಯವಗಳೂ ಇಲ್ಲದ' ಸ್ತ್ರೀಯಷ್ಟೇ ಆಗಿರದೆ, ನಿಜವಾದ ಮಹಿಳೆಯಾಗಿದ್ದಳು.

ತಾಯಿಯ ಸೌಂದರ್ಯ ಹಾಗೂ ಮಗುವಿನ ಪ್ರೀತಿಗಳನ್ನು ಚಿತ್ರಿಸುವ ಉದ್ದೇಶದಿಂದ, ತಾನು ಮಾದರಿಗಳಾಗಿ ಭಾವಿಸಬಲ್ಲಂತಹ ಅತ್ಯಂತ ಸುಂದರ ಸ್ತ್ರೀಯರನ್ನೇ ರಾಫೇಲ್ ತನ್ನ ಚಿತ್ರಕ್ಕೆ ಆಯ್ಕೆಮಾಡಿಕೊಳ್ಳುತ್ತಿದ್ದ. ಭಕ್ತಿಭಾವನೆ ಹಾಗೂ ಸೌಂದರ್ಯಪ್ರಜ್ಞೆ–ಇವೆರಡರ ಅಪೂರ್ವ ಸುಂದರ ಸಂಗಮ ಅವನಲ್ಲಿ ಮೇಳೈಸಿತ್ತು. ಈತ ತನ್ನ 37ನೇ ವಯಸ್ಸಿನಲ್ಲಿಯೇ ತೀರಿಹೋದರೂ ರಾಫೆಲ್ ಬಹುಸಂಖ್ಯೆಯ ಚಿತ್ರಗಳನ್ನು ರಚಿಸಿದ್ದ. ಪ್ರಾಯಶಃ ಇವುಗಳಲ್ಲಿ ಅತ್ಯಂತ ಚಿರಪರಿಚಿತವಾದುದೇ 'ಸಿಸ್ಟೈನ್ ಮಡೋನ', ರಚನಾ ಸೌಂದರ್ಯ ಹಾಗೂ ಜೀವನ ಸಮಾನವಾದ ಮೋಹಕತೆಗಳಿಂದಾಗಿ ಇದು ಪ್ರಪಂಚದ ಅತ್ಯಂತ ಮಹತ್ವದ ಕಲಾಕೃತಿಗಳಲ್ಲಿ ಒಂದೆನಿಸಿದೆ. ಮೈಕಲ್ ಏಂಜೆಲೋ ಅತ್ಯುತ್ಕೃಷ್ಟ ಕಲಾವಿದ. ಸೌಂದರ್ಯವನ್ನಷ್ಟೇ ಅಲ್ಲದೆ, ಪರಿಶುದ್ಧತೆಯ ಆದರ್ಶಗಳನ್ನು ಅವನು ಪಾಲಿಸಿಕೊಂಡು ಬಂದ. ಅವನ ಚಿತ್ರಕೃತಿಗಳು ಸಾಂಪ್ರದಾಯಿಕತೆಯ ನಿರ್ಬಂಧಗಳ ಮಿತಿಗಳನ್ನು ಮೀರಿವೆ. ಅವನಿಗೆ ಬಲವೆಂದರೆ ಇಷ್ಟ. ಮಾನವನನ್ನು ತನ್ನ ಚಿತ್ರಗಳಲ್ಲಿ ಅಧಿಕಾರಯುತವಾಗಿ ಚಿತ್ರಿಸಲೋಸುಗ ಅವನು ಮಾನವ ಅಂಗರಚನಾಶಾಸ್ತ್ರವನ್ನು ಸೂಕ್ಷ್ಮವಾಗಿ ಅಧ್ಯಯನ ಮಾಡಿದ್ದ. ಸಿಸ್ಟೈನ್ ಕ್ರೈಸ್ತಾರಾಧನ ಮಂದಿರದ ತಾರಸಿಯ ಮೇಲಿರುವ ಭವ್ಯ ಭಿತ್ತಿಚಿತ್ರಗಳು ಅವನ ಅತ್ಯುತ್ಕೃಷ್ಟ ಚಿತ್ರ ಕಲಾಸಾಧನೆಗಳನ್ನು ಪ್ರತಿನಿಧಿಸುತ್ತವೆ. ಈ ಚಿತ್ರ ಸಮೂಹದಲ್ಲಿ ಒಟ್ಟು 394 ವ್ಯಕ್ತಿಗಳನ್ನು ಒಳಗೊಂಡ 145 ಚಿತ್ರಗಳಿವೆ. ಕೆಲವು ಚಿತ್ರಗಳು 10 ಅಡಿಗಳಷ್ಟು ಎತ್ತರವಾಗಿವೆ. ಪರಿಕಲ್ಪನೆ ಹಾಗೂ ಚಿತ್ರರಚನೆಗಳಲ್ಲಿ ತೋರಿಬರುವ ವ್ಯಾಪಕತೆ ಅಥವಾ ವೈಶಾಲ್ಯವೇ ಅವನ ಚಿತ್ರಗಳ ಮುಖ್ಯ ಲಕ್ಷಣ. ಮಹೋನ್ನತವಾದ ವಿನ್ಯಾಸ, ದುರಂತದ ಎಳೆ, ಗಾಢ ಧಾರ್ಮಿಕ ಭಾವನೆ–ಇವು ಮೈಕೆಲ್ ಏಂಜೆಲೊನನ್ನು ಅಪೂರ್ವ ಕಲಾವಿದನನ್ನಾಗಿ

ಲಿಯನಾರ್ಡೊ ಡ ವಿಂಚಿ

ದಿ ಲಾಸ್ಟ್ ಸಪ್ಪರ್

ಮೊನಾಲೀಸಾ

ಮಾಡಿವೆ. ತಾನು ತಿಳಿಯಪಡಿಸಲು ಉದ್ದೇಶಿಸಿದ ಕೆಲವು ನಿರ್ದಿಷ್ಟ ಭಾವನೆಗಳ ವಾಹಕವಾಗಿ ಅವನು ಬಲವಾದ ನಗ್ನ ಪುರುಷ ವ್ಯಕ್ತಿಯನ್ನು ಯಾವಾಗಲೂ ರಚಿಸುತ್ತಿದ್ದ.

ತನ್ನ ಕಾಲದ ಅತ್ಯಂತ ಬಹುಮುಖ ಸಾಮರ್ಥ್ಯದ ವ್ಯಕ್ತಿಗಳಲ್ಲಿ ಒಬ್ಬನಾದ ಲಿಯೊನಾರ್ಡೊ ಕಲಾವಿದನಷ್ಟೇ ಅಲ್ಲದೆ ಕವಿ, ಸಂಗೀತಗಾರ ಹಾಗೂ ಎಂಜಿನಿಯರ್ ಕೂಡ ಆಗಿದ್ದ. ಅವನು ಬಿಟ್ಟುಹೋದ ಪೂರ್ಣ ರಚಿತವಾದ ಕೆಲವು ಚಿತ್ರಗಳಲ್ಲಿ ನಾಲ್ಕು ಚಿತ್ರಗಳನ್ನು ಉನ್ನತಮಟ್ಟದ ಚಿತ್ರಗಳೆಂದು ಗುರುತಿಸಲಾಗಿದೆ. ಈ ನಾಲ್ಕು ಚಿತ್ರಗಳೇ 'ಮೊನಾಲೀಸಾ', 'ದಿ ಲಾಸ್ಟ್ ಸಪ್ಪರ್', 'ದಿ ವರ್ಜಿನ್ ಆಫ್ ದಿ ರಾಕ್ಸ್' ಹಾಗೂ 'ದಿ ವರ್ಜಿನ್ ಅಂಡ್ ಚೈಲ್ಡ್ ವಿತ್ ಸೇಯಿಂಟ್ ಆನ್ನೆ'.

ಚಿತ್ರಕಲೆಯ ಅವನತಿ

ಪುನರುಜ್ಜೀವನದ ಪ್ರೌಢಹಂತ ಕೊನೆಗೊಳ್ಳುತ್ತಿದ್ದಂತೆ, ಚಿತ್ರಕಲೆಯ ಪ್ರೇರಣೆ ಹಾಗೂ ತಂತ್ರಗಳಲ್ಲಿ ಸ್ಪಷ್ಟವಾದ ಬದಲಾವಣೆಯುಂಟಾಯಿತು. ಚಿತ್ರಕಾರರು ಮಹಾಕಲಾವಿದರು ರಚಿಸಿದ ಚಿತ್ರಗಳನ್ನು ನಕಲುಮಾಡಲು ಪ್ರಯತ್ನಿಸಿದರು.

ಆದರೆ ಇಂಥ ನಕಲು ಕಲಾವಿದರಿಂದ ಚಿತ್ರದ ಬಾಹ್ಯ ಲಕ್ಷಣಗಳನ್ನು ಅನುಕರಿಸಲು ಮಾತ್ರ ಸಾಧ್ಯವಾಯಿತಲ್ಲದೆ ಆ ಚಿತ್ರಗಳ ಅಂತಃಸ್ಫೂರ್ತಿ ಇವರ ಚಿತ್ರಗಳಲ್ಲಿ ಉಳಿಯಲಿಲ್ಲ. ಆಯಾ ಅವಧಿಯ ಗುಣಸ್ವಭಾವಗಳಲ್ಲಿ ಈ ಅಂಶ ಎದ್ದು ತೋರುತ್ತದೆ. ತಮ್ಮ ಹಿಂದಿನ ಕಲಾವಿದರು ಅನುಸರಿಸಿದ ಮಾರ್ಗದಲ್ಲಿ ತರಬೇತಿ ಪಡೆದಿದ್ದ ಇವರು ಚತುರ ಕೈಕಸಬುದಾರರಾಗಿದ್ದರು. ಆದರೆ ಆ ಕಾಲದಲ್ಲಿ ನೈತಿಕ ಆದರ್ಶವಾದಕ್ಕೆ ಅಷ್ಟೇನೂ ಮನ್ನಣೆಯಿರಲಿಲ್ಲ. ಚಿತ್ರಗಳು ಶ್ರೀಮಂತರು ಸಂಗ್ರಹಿಸುವ ವಸ್ತುಗಳಾಗಿದ್ದವು ಅಥವಾ ಪ್ರದರ್ಶನಕ್ಕೆ ಇಡುವಂತಹ ಸಾಮಗ್ರಿಗಳಾಗಿದ್ದವು. ಆದ್ದರಿಂದ ಬಹುಮಟ್ಟಿಗೆ ನಗ್ನ ಆಕೃತಿಗಳನ್ನು ಒಳಗೊಂಡ ಇವುಗಳ ವಸ್ತು ರಹಸ್ಯಾರ್ಥದಿಂದ ಕೂಡಿರುತ್ತಿತ್ತು.

ಅಸಮ್‌ಷನ್ ಆಫ್ ದಿ ವರ್ಜಿನ್

ವೆನಿಸಿನ ಚಿತ್ರಕಲಾ ಶಾಖೆ, ಪುನರುಜ್ಜೀವನ ಕಾಲದ ಚಿತ್ರಕಲೆಯ ಲೌಕಿಕೀಕರಣದ ಒಂದು ಉತ್ಕೃಷ್ಟ ನಿದರ್ಶನವಾಗಿದೆ. ಈ ಚಿತ್ರಗಳು ವೆನಿಸ್ ಜನಜೀವನದ ಸಂತೋಷ, ಭೋಗಲಾಲಸೆಗೆ ಕಾರಣವಾಗುವಂತಹ ಸೌಂದರ್ಯ ಹಾಗೂ ಪ್ರಬಲ ಜಾತ್ಯಾತೀತ ಮನೋಭಾವವನ್ನು ಪ್ರತಿಬಿಂಬಿಸುತ್ತವೆ. ಪ್ರಾರಂಭ ಕಾಲದಿಂದಲೂ ವೆನಿಸ್ ಚಿತ್ರಕಲೆ, ಆಧ್ಯಾತ್ಮಿಕತೆ, ಧೈವಭಕ್ತಿ, ಹಾಗೂ ಆಧ್ಯಾತ್ಮಿಕ ಹೆಬ್ಬಯಕೆಗಳಿಂದ ಮುಕ್ತವಾಗಿತ್ತು. ಕ್ಯಾಥೋಲಿಕ್ ಚರ್ಚ್‌ಗಳ ಹೃದಯಾಂತರಾಳದ ಅಭಿವ್ಯಕ್ತಿಗಳನ್ನು ಇವು ಧ್ವನಿಸುತ್ತಿರಲಿಲ್ಲ. ಬದಲಾಗಿ ವೆನಿಸ್ ಚಿತ್ರಕಲೆಯದು ಐಹಿಕ ಅಥವಾ ಭೌತಿಕ ಅಭಿವ್ಯಕ್ತಿಯಾಗಿತ್ತು. ಧಾರ್ಮಿಕ ವಸ್ತುಗಳನ್ನು ಹೊಂದಿದ ಚಿತ್ರಗಳೂ ವೆನಿಸ್‌ನಲ್ಲಿದ್ದವು. ಆದರೆ ಸ್ತ್ರೀ ಪುರುಷರ ಚಿತ್ರಗಳು ಸಾಮಾನ್ಯವಾಗಿ ತರುಣ–ತರುಣಿಯರ ಸುಂದರ ಚಿತ್ರಗಳಾಗಿರುತ್ತಿದ್ದವು. ಇವುಗಳಲ್ಲಿ ಜೀವನೋತ್ಸಹ ಜ್ವಲಿಸುತ್ತಿತ್ತು. ಟಿಟಿಯನ್ (1477–1576) ಹಾಗೂ ತಿಂತೊರೆಟ್ಟೊ (1518–1592) ವೆನಿಸ್‌ನ ಮಹಾಚಿತ್ರಕಲಾವಿದರಾಗಿದ್ದರು. ರೊಮ್ಯಾಂಟಿಕ್ ಭಾವನೆ ವರ್ಣ ಹಾಗೂ ವರ್ಣ ಛಾಯೆಗಳಲ್ಲಿ ಕಂಡುಬರುವ ಅಸಾಧಾರಣ ಚಾತುರ್ಯ, ಉಜ್ವಲ ದೃಶ್ಯಗಳನ್ನು ಚಿತ್ರಿಸುವ ಸಾಮರ್ಥ್ಯ – ಇವು ಈ ಚಿತ್ರ ಕಲಾವಿದರ ಗಮನಾರ್ಹ ಲಕ್ಷಣಗಳಾಗಿವೆ. ಕುಂಚ ಕಾರ್ಯದಲ್ಲಿ ಟಿಟೆಯನ್ ಹೊಂದಿದ್ದ ಪ್ರಭುತ್ವ ಅಸಾಧಾರಣವಾದುದು. ಪುರಾಣ ಕಥಾವಸ್ತುಗಳು ಹಾಗೂ ಗ್ರಾಮಜೀವನ ವಸ್ತುಗಳನ್ನು ಆಧರಿಸಿ ಅವನು ಅಸಂಖ್ಯಾತ ಚಿತ್ರಗಳನ್ನು ರಚಿಸಿದ್ದ; ವ್ಯಕ್ತಿಚಿತ್ರಗಳನ್ನು ಅವನು ಬರೆದಿದ್ದು, ವೆನಿಸಿನ ಫ್ರಾರಿ ಚರ್ಚ್‌ನಲ್ಲಿರುವ ಅವನ 'ಅಸ್ಸಮ್‌ಷನ್ ಆಫ್ ದಿ ವರ್ಜಿನ್ ಎಂಬ ಚಿತ್ರವನ್ನು ಜಗತ್ತಿನಲ್ಲಿಯೇ ಅತ್ಯಂತ ಗಮನಾರ್ಹ ಧಾರ್ಮಿಕ ಚಿತ್ರವೆಂದು ಪರಿಗಣಿಸಲಾಗಿದೆ. ಈ ಚಿತ್ರ ಕಲಾವಿದರಿಬ್ಬರೂ ಅಸಂಖ್ಯಾತ ಚಿತ್ರಗಳನ್ನು ರಚಿಸಿದ್ದಾರೆ. ಕಾಲದ ದೃಷ್ಟಿಯಿಂದ ಇವರು ಪುನರುಜ್ಜೀವನ ಯುಗಕ್ಕೆ ಸೇರಿದ್ದರೂ ಪ್ರೇರಣೆ ಹಾಗೂ ತಾಂತ್ರಿಕ ಕೌಶಲಗಳ ದೃಷ್ಟಿಯಿಂದ ಇನ್ನೊಂದು ಹೊಸಯುಗದ ಮುನ್ಸೂಚಕರಾಗಿದ್ದರು.

ಘಿಬರ್ಟಿಯ ಫ್ಲಾರೆನ್ಸಿನ ಮುಖ್ಯದ್ವಾರ

ಶಿಲ್ಪಕಲೆ

ಚಿತ್ರಕಲೆ ಹಾಗೂ ಶಿಲ್ಪಕಲೆಗಳು ಪುನರುಜ್ಜೀವನ ಕಾಲದ ಕಲೆಯ ಅತಿ ಮುಖ್ಯ ವಿಭಾಗಗಳೆನಿಸಿವೆ. ಚಿತ್ರಕಲೆಯ ವಿಕಾಸಕ್ಕೆ ಸಂಬಂಧಿಸಿದಂತೆ ಈಗಾಗಲೇ ಮಾಡಲಾದ ಅವಲೋಕನಗಳು ಬಹುಮಟ್ಟಿಗೆ ಶಿಲ್ಪಕಲೆಗೂ ಅನ್ವಯವಾಗುತ್ತವೆ. ತಂತ್ರಕ್ಕೆ ಸಂಬಂಧಿಸಿದಂತೆ ಹೇಳುವುದಾದರೆ ಶಿಲ್ಪಕಲೆ, ಚಿತ್ರಕಲೆಗಿಂತಲೂ ಹೆಚ್ಚಾಗಿ, ಅಭಿಜಾತ ಪರಂಪರೆಗಳೊಂದಿಗೆ ನಿಕಟವಾದ ಸಂಬಂಧ ಹೊಂದಿದೆ. ಏಕೆಂದರೆ, ಶಿಲ್ಪಕಲೆ ಹೆಚ್ಚು ಅಭಿವೃದ್ಧಿ ಹೊಂದಿದ್ದು ಅಭಿಜಾತಯುಗದಲ್ಲಿಯೇ ಅಲ್ಲದೆ ಶಿಲ್ಪಕೃತಿಗಳನ್ನು ಸಂರಕ್ಷಿತ ಸ್ಥಿತಿಯಲ್ಲಿ ಉಳಿಸಿಕೊಳ್ಳುವುದೂ ಸಾಧ್ಯ. ಘಿಬರ್ಟಿ (1378–1455) ಫ್ಲಾರೆನ್ಸಿನ ದೀಕ್ಷಾ ಭವನದಲ್ಲಿ ನಿರ್ಮಿಸಿದ ಭವ್ಯ ದ್ವಾರಗಳು ಸ್ವರ್ಗದ್ವಾರಗಳಷ್ಟೇ ಬೆಲೆಬಾಳುವಂಥವು ಎಂದು ಮೈಕೆಲ್ ಏಂಜೆಲೊ ಘೋಷಿಸಿದ್ದಾನೆ. ಮೊದಮೊದಲು ತೀವ್ರ ವಾಸ್ತವ ದೃಷ್ಟಿಯನ್ನು ಅನುಸರಿಸಿದರೂ ಕ್ರಮೇಣ ಅಭಿಜಾತ ಚಿತ್ರಕಲೆಯ ಪ್ರಭಾವದಿಂದ ಹೆಚ್ಚು ಸುಧಾರಿತವಾದ ವಿನ್ಯಾಸವನ್ನು ಅಳವಡಿಸಿಕೊಂಡ ಡೊನಾಟೆಲ್ಲೊ (1386–1466) ತನ್ನ ಮುಂದಿನ ಶಿಲ್ಪಕಲೆಯ ಮೇಲೆ ಬಹು ವ್ಯಾಪಕವಾದ ಪ್ರಭಾವ ಬೀರಿದ್ದಾನೆ. ಫ್ಲಾರೆನ್ಸಿನಲ್ಲಿ ಅವನು ನಿರ್ಮಿಸಿದ ಸೇಂಟ್ ಜಾರ್ಜನ

ವಿಗ್ರಹ ಅವನ ಪ್ರಖ್ಯಾತ ಕೃತಿಯಾಗಿದೆ. ಅವನಿಂದ ನಿರ್ಮಿತವಾದ ಇನ್ನೊಂದು ಅಶ್ವಾರೋಹಿಯ ವಿಗ್ರಹವೇ 'ಗತಮೇಲತ'. ಫ್ಲಾರೆನ್ಸಿನ ಆರಾಧನ ಮಂದಿರದ ಸಂಗೀತ ಮೊಗಸಾಲೆಗಾಗಿ ಅವನು ನಿರ್ಮಿಸಿಕೊಟ್ಟ ಅಲಂಕಾರಿಕ ಭಿತ್ತಿಶಿಲ್ಪಗಳು 'ಯುವಕ ದೇವದೂತರುಗಳ' ಅಥವಾ ಕುಣಿಯುತ್ತಿರುವ ರೆಕ್ಕೆಯನ್ನು ಹೊಂದಿದ ಮಕ್ಕಳ ಪ್ರತಿಮೆಗಳನ್ನು ಒಳಗೊಂಡಿವೆ. ಈ ಪ್ರತಿಮೆಗಳು ಸಂಗೀತದ ಆಹ್ಲಾದಕ ಲಯವನ್ನು ಅಭಿವ್ಯಕ್ತಿಸುತ್ತವೆ. ಲೂಕಾಡೆಲ್ಲಾ ರಾಬ್ಬಿಯ (1399–1482) ಮತ್ತು ಅವನ ಕುಟುಂಬಕ್ಕೆ ಸೇರಿದ ಪ್ರತಿಭಾವಂತ ಸದಸ್ಯರು ಗಾಜಿನ ಹೊಳಪು ಕೊಟ್ಟ ಮೃಣ್ಮಯ ಪ್ರತಿಮೆಗಳನ್ನು ಕಡೆಯುತ್ತಿದ್ದರು. ಪರಿಶುದ್ಧತೆ ಹಾಗೂ ಸರಳತೆಗಳಿಗೆ ಹೆಸರಾಗಿರುವಂತಹ ಅಲಂಕಾರಿಕ ವಿನ್ಯಾಸಗಳನ್ನು ಅವರು ಕಲ್ಲಿನಲ್ಲಿ ಕೆತ್ತುತ್ತಿದ್ದರು. ಮೈಕೆಲ್ ಏಂಜೆಲೋ ಕೂಡ ಕೇವಲ ಚಿತ್ರಕಲಾವಿದನಾಗಿರದೆ ಶಿಲ್ಪ ಹಾಗೂ ವಾಸ್ತುಕಲಾವಿದನೂ ಆಗಿದ್ದ. ಅಲ್ಲದೆ ಅವನು ಚಿತ್ರಕಲೆಗಿಂತಲೂ ಶಿಲ್ಪಕಲೆಯಲ್ಲಿಯೇ ಹೆಚ್ಚು ಕ್ರಾಂತಿಕಾರಿಯಾಗಿದ್ದ ಎನ್ನಬೇಕು. ತಾನೇ ಒಂದು ವಿಗ್ರಹವೆಂದು ಅವನು ಭಾವಿಸಿದ್ದ. ಕೆಲವು ಅತಿಶ್ರೇಷ್ಠ ಶಿಲಾಪ್ರತಿಮೆಗಳನ್ನು ರೂಪಿಸಿದವರೆಂದರೆ ಫ್ಲಾರೆನ್ಸಿನ ಮೆಡಿಸಿ ಕುಟುಂಬದವರು. ಹೆಚ್ಚು ಗಮನಾರ್ಹವಾದ ಶಿಲ್ಪ ಕಲಾಕೃತಿಗಳನ್ನು ನಾವು ಮೆಡಿಸಿ–ಮೊಗಸಾಲೆಯ ಸ್ತಂಭಗಳ ಮೇಲೆ ಕಾಣಬಹುದು. ಫ್ಲಾರೆನ್ಸಿನಲ್ಲಿರುವ ಪ್ರಾರಂಭಿಕ ಕಾಲದ ಡೇವಿಡನ ಬೃಹತ್ ವಿಗ್ರಹವೂ ಅಂಗರಚನಾಶಾಸ್ತ್ರದ ಅಧ್ಯಯನವನ್ನು ನೆನಪಿಗೆ ತರುವ ಉತ್ಕೃಷ್ಟ ಪ್ರತಿಮೆಯಾಗಿದ್ದು ಈ ವಿಗ್ರಹದ ಬಹಳ ದಪ್ಪವಾದ ತಲೆ, ಅವನ ಬೌದ್ಧಿಕ ಮೇಲ್ಮೆಯನ್ನು ಸೂಚಿಸುತ್ತದೆ. ಎರಡನೆಯ ಪೋಪ್ ಜೂಲಿಯಸ್‌ನ ಸಮಾಧಿಗಾಗಿ ಸಿದ್ಧಪಡಿಸಲಾದ ಬೃಹದಾಕಾರದ ಮೋಸೆಸ್‌ನ 'ವಿಗ್ರಹವನ್ನು' ಅರ್ಧ ಮುಷ್ಟಿಕಾಳಗ ತಜ್ಞನ ಹಾಗೂ ಇನ್ನರ್ಧ ಜ್ಯೂಪಿಟರನ ವಿಗ್ರಹವೆಂದು ಬಣ್ಣಿಸಲಾಗಿದೆ. ಅವನ ಪ್ರಾರಂಭಕಾಲದ ಇನ್ನೊಂದು ವಿಗ್ರಹ 'ಪೀಟಾ', ಕುಳಿತ ವರ್ಜಿನಳ ಶಿಲ್ಪವಾಗಿದೆ. ಈ ಗುಂಪಿಗೆ ಸೇರುವ ಚಿತ್ರಗಳು ವಾಸ್ತವತೆಯೊಂದಿಗೆ, ಅಂತರಾಳದ ಭಾವನೆಗಳನ್ನು ಸಮರ್ಥವಾಗಿ ಅಭಿವ್ಯಕ್ತಿಸುತ್ತವೆ.

ರಾಜನ ಪ್ರವಾಸದೊಂದಿಗಿರುವ ಮೆಡಿಸಿ ಕುಟುಂಬ

ವಾಸ್ತುಶಿಲ್ಪ

ಪುನರುಜ್ಜೀವನ ಕಾಲದ ವಾಸ್ತುಶಿಲ್ಪದಲ್ಲಿ, ಅಭಿಜಾತತೆಯತ್ತ ನಿರ್ದಿಷ್ಟ ಒಲವಿರುವುದು ವ್ಯಕ್ತವಾಗಿದೆ. ಮೂಲತಃ ಕ್ರೈಸ್ತ ಶೈಲಿಯೇ ಆದ ಗಾತಿಕ್ ವಾಸ್ತುಶೈಲಿಯನ್ನು, ಕಮಾನುಗಳು, ಗುಮ್ಮಟಗಳು ಹಾಗೂ ಗ್ರೀಕ್ ಮತ್ತು ರೋಮನ್ ಮಾದರಿಗಳ ವಿಶೇಷ ಲಕ್ಷಣವೆನಿಸಿದ ಸ್ತಂಭಗಳನ್ನು ನಿರ್ಮಿಸುವಾಗ ಕೈಬಿಡಲಾಯಿತು. ಇಟಲಿಯಲ್ಲಿ ಗಾತಿಕ್ ಶೈಲಿ ಎಂದೂ ಆಳವಾಗಿ ಬೇರೂರಿರಲಿಲ್ಲ. ರೋಮ್ ಪುನರುಜ್ಜೀವನ ಕಾಲದಲ್ಲಿ ವಾಸ್ತುಶಿಲ್ಪ ಅಭಿವೃದ್ಧಿಯ ಕೇಂದ್ರವೆನಿಸಿತ್ತು. ರೋಮನ್ ಕಟ್ಟಡಗಳ ಅವಶೇಷಗಳಲ್ಲಿ ಆಸಕ್ತಿ ಹೊಂದಿದ್ದಂತಹ ಬ್ರುನೆಲ್ಲೆಸಿ (1377–1466), ತೀವ್ರ ವೇಗದಲ್ಲಿ ಕಾಣೆಯಾಗುತ್ತಿರುವ, ಆ ಕಟ್ಟಡಗಳ ವಿನ್ಯಾಸದ ಶ್ರೇಷ್ಠತೆಯನ್ನು ಒತ್ತಿಹೇಳಿದ್ದಾನೆ. 1518ರಲ್ಲಿ ಪ್ರಾಚೀನ ರೋಮಿನಲ್ಲಿ ಉಳಿದಿರುವ ವಾಸ್ತುಶಿಲ್ಪದ ಸಂರಕ್ಷಣೆ ಮಾಡುವಂತೆ, ರಾಫೆಲ್ ಪೋಪನಿಗೆ ಮನವಿಮಾಡಿದ್ದ. ಇತರ ಶಕ್ತಿಗಳಿಂದಾಗಿ ಅಭಿಜಾತ ವಿನ್ಯಾಸಗಳ ಪುನುರುಜ್ಜೀವನದ ಬಗೆಗಿನ ಆಸಕ್ತಿ ಕೇಂದ್ರೀಕೃತವಾಯಿತು. ಅಭಿಜಾತ–ಅಂಶವು ಪುನರುಜ್ಜೀವನ ಕಾಲದ ವಾಸ್ತುಶಿಲ್ಪದ ಮೂಲಭೂತ ಅಂಶವಾಗಿದ್ದು ಅಭಿಜಾತ ಶೈಲಿಯಲ್ಲಿ ಆವರೆಗೆ ಕಂಡುಬರದ ಅಲಂಕಾರಿಕ ವಿನ್ಯಾಸಗಳ ಬಗ್ಗೆ ಅನಂತರ ಆಸಕ್ತಿ ಮೂಡಿತ್ತೆಂಬುದನ್ನು ನಾವಿಲ್ಲಿ ಹೇಳಬೇಕು. ಅನಂತರದ ಕಾಲದಲ್ಲಿ ಈ ಒಲವು ಎಷ್ಟು ಮಹತ್ವ ಪಡೆಯಿತೆಂದರೆ, ಅದು ಅವನತಿಯ ಸ್ಥಿತಿಗೆ ಇಳಿದು ವಕ್ರಶೈಲಿಯೆಂಬ ಹೆಸರನ್ನೂ ಪಡೆಯಿತು.

ಪುನರುಜ್ಜೀವನ ಕಾಲದ ವಾಸ್ತುಶಿಲ್ಪದ ಅತ್ಯಂತ ಪರಿಚಿತ ಉದಾಹರಣೆಗೆ ರೋಮಿನ ಸೇಯಿಂಟ್ ಪೀಟರ್ಸ್ ಚರ್ಚಿನಲ್ಲಿದೆ. ಈ ಚರ್ಚಿನ ಮೂಲನಕ್ಷೆ ವೆನಿಸ್ ನಲ್ಲಿರುವ ಶಿಲುಬೆಯಾಕಾರದ ಸ್ಮಾರಕವೊಂದರ ನಕ್ಷೆಯಂತೆಯೇ ಇದೆ. ಆದರೆ ಕಟ್ಟಡ ಕೈಸಾಲೆಯನ್ನು ಎರಡು ಕಂಬ ಸಾಲುಗಳನ್ನು ಹೊಂದಿದೆ. ಮೈಕೆಲ್ ಏಂಜೆಲೂ ನಕ್ಷೆ ಸಿದ್ಧಪಡಿಸಿದ ವಿಶಿಷ್ಟ ಅಂಶವೇ, ಸುಂದರವಾದ ಭವ್ಯ ಬೃಹತ್ ಗುಮ್ಮಟ. ಈ ಕಟ್ಟಡದ ಒಳಗಿನ ಸ್ಥಳ ವರ್ಣಮಯ ಅಮೃತಶಿಲೆ ಹಾಗೂ ಕಚ್ಚುಗಾರೆ ಭಿತ್ತಿಚಿತ್ರಗಳಿಂದ ಅಲಂಕೃತವಾಗಿದೆ. ಪುನರುಜ್ಜೀವನ ಕಾಲದ ವಾಸ್ತುಶಿಲ್ಪದ ಅನೇಕ ಉತ್ತಮ ನಿದರ್ಶನಗಳು ಅರಮನೆಗಳಲ್ಲಿ ಹಾಗೂ ಇತರ ಕಟ್ಟಡಗಳಲ್ಲಿ ಕಂಡುಬಂದಿವೆ. ಚಿತ್ರಕಲೆ ಹಾಗೂ ಶಿಲ್ಪಕಲೆಗಳಲ್ಲಿ ಕಂಡುಬಂದಂತಹ ಪ್ರವೃತ್ತಿಯನ್ನೇ ನಾವು ವಾಸ್ತುಶಿಲ್ಪದಲ್ಲಿಯೂ ಕಾಣುತ್ತೇವೆ. ಎಂದರೆ ಪ್ರಾಚೀನ ಹಾಗೂ ಸಾಂಪ್ರದಾಯಿಕ ವಸ್ತುಗಳಲ್ಲಿನ ಆಸಕ್ತಿಗೆ ಬದಲಾಗಿ ಈ

ಕಲಾವಿದರು ಮಾನವ ಹಾಗೂ ಐಹಿಕ ಪ್ರಪಂಚಕ್ಕೆ ಸಂಬಂಧಿಸಿದ ವಸ್ತುಗಳತ್ತ ಒಲವು ಹರಿಸಿದರು. ಬ್ರುನೆಲ್ಲೆಸಿ ವಿನ್ಯಾಸ ಮಾಡಿದ ಫ್ಲಾರೆನ್ಸಿನ ಪಿಟ್ಟಿ ಅರಮನೆ, ರೋಮಿನ ಫರ್ನೇಸ್ ಅರಮನೆ ಹಾಗೂ ಸಿಯೆನಾದ ಪಿಕ್ಕೊಲೊಮಿನ ಅರಮನೆಗಳು ಪುನರುಜ್ಜೀವನ ಕಾಲದ ವಾಸ್ತುಶಿಲ್ಪದ ಅತ್ಯಂತ ಗಮನಾರ್ಹವಾದ ಕೆಲವು ನಿದರ್ಶನಗಳಾಗಿವೆ.

ಪಿಟ್ಟಿ ಅರಮನೆ

2. ಸಂಗೀತದಲ್ಲಿ ಪುನರುಜ್ಜೀವನ

ಚರ್ಚ್ ಸಂಗೀತ :

ಆ ಕಾಲದ ಇತರ ಯಾವುದೇ ಕಲೆಗಳಿಗಿಂತ ಹೆಚ್ಚಾಗಿ, ಪುನರುಜ್ಜೀವಿತ ಸಂಗೀತ ಅಭಿಜಾತ ಪ್ರಭಾವದಿಂದ ಮುಕ್ತವಾಗಿದೆ. ಮಧ್ಯಯುಗದ (ಮತ್ತು 16ನೆಯ ಶತಮಾನದ ಅಂತ್ಯದವರೆಗಿನ) ಸಂಗೀತ, ಸ್ವಭಾವತಃ ಬಹುಮಟ್ಟಿಗೆ ಧಾರ್ಮಿಕವಾಗಿತ್ತು. 16ನೆಯ ಶತಮಾನದ ಧಾರ್ಮಿಕ ಬದಲಾವಣೆಯ ಅವಧಿಯಲ್ಲಿ ಒಂದು ಪ್ರಮುಖ ಬದಲಾವಣೆ ಉಂಟಾಯಿತು. ತನ್ನ ಚರ್ಚಿನಲ್ಲಿ ಜನಪ್ರಿಯವಾದ ರೀತಿಯಲ್ಲಿ ಸಂಗೀತವನ್ನು ಬಳಸುವುದರ ಉಪಯುಕ್ತತೆಯನ್ನು ಮಾರ್ಟಿನ್ ಲೂಥರ್ ಮನಗಂಡ. ಮಧ್ಯಯುಗದ ರೋಮನ್ ಕ್ಯಾಥೋಲಿಕ್ ವಿಧಾನಕ್ಕೆ ವ್ಯತಿರಿಕ್ತವಾಗಿ, ಸಮೂಹಗೋಷ್ಠಿಯ ಸಂಗೀತದಲ್ಲಿ ಜನರು ಸಕ್ರಿಯ ಪಾತ್ರ ವಹಿಸಬೇಕೆಂದು ಅವನು ಬಯಸಿದ. ಜನರು ತಮ್ಮಷ್ಟಕ್ಕೆ ತಾವೆ ಬೈಬಲ್ ಓದಬೇಕೆಂದೂ ಅವನು ಅಪೇಕ್ಷಿಸಿದ. ನಾಲ್ವರು ಸಹಾಯಕ ಸಂಗಡಿಗರೊಂದಿಗೆ ಅವನು ಲ್ಯಾಟಿನ್ ಭಕ್ತಿಗೀತೆಗಳನ್ನು, ಮಂತ್ರಗಳನ್ನು ಮೊರೇವಿಯನ್ ಭಕ್ತಿಗೀತೆಗಳನ್ನು ಆಯ್ಕೆ ಮಾಡಿ ಅವುಗಳ ಜೊತೆಗೆ ತಾನೇ ರಚಿಸಿದ ಕೆಲವು ಕವನಗಳನ್ನು ಸೇರಿಸಿ 1524ರಲ್ಲಿ ಪುಸ್ತಕ ರೂಪದಲ್ಲಿ ಪ್ರಕಟಿಸಿದ. ಇತಿಹಾಸದಲ್ಲಿಯೇ ಇದು ಪ್ರಪ್ರಥಮ ಜನಪ್ರಿಯ ಭಕ್ತಿಗೀತೆಗಳ ಸಂಗ್ರಹವಾಗಿದೆ. ಜಾನ್ ಕಾಲ್ವಿನ್ ಕೂಡ ತನ್ನ ಸ್ತೋತ್ರಗೀತೆಗಳನ್ನು ಸಂಗೀತಕ್ಕೆ ಅಳವಡಿಸಿದ. ಆದರೆ ಅವನು, ಬೈಬಲ್‌ನ ಮೂಲ ಸೋಪಜ್ಞತೆ ಮರೆಯಾಗಬಾರದೆಂಬ ಉದ್ದೇಶ ಇರಿಸಿಕೊಂಡುದರಿಂದ, ಬೈಬಲ್ ಪದವಿನ್ಯಾಸವನ್ನು ನಿಕಟವಾಗಿ ಅನುಸರಿಸಲಿಲ್ಲ ಎನ್ನಬಹುದು.

ಈ ಚಳವಳಿಯಲ್ಲಿ ರೋಮನ್ ಕ್ಯಾಥೊಲಿಕ್ ಚರ್ಚು ಹಿಂದೆ ಉಳಿಯಲಿಲ್ಲ. 1564ರಲ್ಲಿ ಚರ್ಚ್ ಸಂಗೀತದಲ್ಲಿ ಮಾಡಬಹುದಾದ ಬದಲಾವಣೆಯ ಸಾಧ್ಯತೆಗಳ ಬಗ್ಗೆ ಅಧ್ಯಯನ ನಡೆಸಲು ಕಾರ್ಡಿನಲ್‌ಗಳ ಆಯೋಗವೊಂದನ್ನು ನೇಮಿಸಲಾಯಿತು. ಸಾಮೂಹಿಕ ಭಜನೆಗಾಗಿ ಸಂಗೀತವನ್ನು ಅಳವಡಿಸುವ ಕೆಲಸವನ್ನು ಆಯೋಗದ ಸದ್ಯಸರು ಪ್ಯಾಲೆಸ್ಟ್ರಿನಾ ಎಂಬುವವನಿಗೆ ವಹಿಸಿದರು. ಅವನು ಮಾಸ್ ಆಫ್ ದಿ ಪೋಪ್ ಮಾರ್ಸೆಲಸ್ ಹಾಗೂ ಇತರ ಅನೇಕ ಸ್ತೋತ್ರಗಳನ್ನು ರಚಿಸಿದ. ಇದರಿಂದಾಗಿ ಅವನನ್ನು ಮಹಾ ಆಧುನಿಕ ಕವನ ಕರ್ತೃಗಳಲ್ಲಿ ಬಹಳ ಪ್ರಾಚೀನರಾದವರಲ್ಲಿ ಒಬ್ಬನೆಂದು ಪರಿಗಣಿಸಲಾಗಿದೆ. ಅವನ ರಚನೆಗಳಲ್ಲಿ ಒಂದಾಗಿರುವ 'ಇಂಪ್ರೊಪೆರಿಯ' (ವಾಗ್ದಂಡನೆಗಳು) ವನ್ನು 1560ರಿಂದಲೂ ಸಿಸ್ಟೈನ್ ಆರಾಧನಾ ಮಂದಿರದಲ್ಲಿ ಪ್ರತಿ ಗುಡ್‌ಫ್ರೈಡೆ ದಿನ ಹಾಡುತ್ತಾರೆ. ಸಂಗೀತ ಪ್ರಪಂಚದ ಮೇಲೆ ಅವನು ಬೀರಿದ ಪ್ರಭಾವ ರೋಮನ್ ಕ್ಯಾಥೊಲಿಕ್ ಚರ್ಚ್‌ಗಳ ಸೀಮೆಯನ್ನೂ ದಾಟಿ ವ್ಯಾಪಿಸಿತು. ಫಿಲಿಪ್ ನೆರಿ ಎಂಬುವವನು 16ನೆಯ ಶತಮಾನದ ಮಧ್ಯಭಾಗದಲ್ಲಿ ರೋಮಿನಲ್ಲಿ 'ಪುರೋಹಿತರ ಸಂಘ'ವೊಂದನ್ನು ಸ್ಥಾಪಿಸಿದ. ಅಲ್ಲಿ ಬೈಬಲ್ ಕಥೆಗಳನ್ನು ಮಂಡಿಸಲಾಯಿತು. ಬೈಬಲ್ ಕಥನ ಕವನಗಳನ್ನು ಮೇಳಗೀತೆಗಳಂತೆ ಹಾಡಲು ಅಗತ್ಯವಾದ ರಾಗಗಳನ್ನು ಸಂಯೋಜಿಸಲಾಯಿತು. ಆ ಗೀತೆಗಳನ್ನು ಸಂಗೀತೋಪಕರಣಗಳ ಬಳಕೆಯೊಡನೆ ಹಾಡುವ ಕ್ರಮ ಪ್ರಾರಂಭವಾಯಿತು. ಇದು ಹೆಚ್ಚು ಕಡಿಮೆ ಆಧುನಿಕ 'ಒಪೆರಾ'ವನ್ನು ಮುನ್ಸೂಚಿಸುತ್ತದೆ.

ಪ್ಯಾಲೆಸ್ಟ್ರಿನಾ

16ನೇ ಶತಮಾನದಲ್ಲಿ ಸಂಗೀತದಲ್ಲಿ ಹಲವು ಮೂಲಭೂತ ಬದಲಾವಣೆಗಳು ಉಂಟಾದವು. 'ಮೇಜರ್' ಹಾಗೂ 'ಮೈನರ್' ಎಂಬ ಎರಡು ಪ್ರತ್ಯೇಕ ರಾಗಪದ್ಧತಿಗಳನ್ನು ಹಿಂದಿನ 'ಸಾಂಪ್ರದಾಯಿ' ರಾಗ ಪದ್ಧತಿಯ ಬದಲಿಗೆ ಬಳಸಲು ಪ್ರಾರಂಭಿಸಲಾಯಿತು. ಸ್ವರಮೈತ್ರಿ, ಛಂದೋಬದ್ಧತೆ ಹಾಗೂ ಸಮಸೂತ್ರತೆಗಳಿಗೆ ವಿಶೇಷ ಲಕ್ಷ್ಯ ನೀಡಲಾಯಿತು. ವಿವಿಧ ಸ್ವರವಿನ್ಯಾಸಗಳು ಹಾಗೂ ಸ್ವರಸಂವಾದಗಳ ಸಂಯೋಜನೆ–ಎಂದರೆ ಅನೇಕ ಸ್ವತಂತ್ರ ಸ್ವರಾಂಗಗಳ ಸಂಯೋಜನೆಯನ್ನು

ರೂಢಿಗೆ ತರಲಾಯಿತು. ಸಂಗೀತ ಸಾಧನಗಳು ಅಭಿವೃದ್ಧಿಗೊಂಡವು. ಸರಳ 'ರಿಬೆಕ್' ಸಂಗೀತೋಪಕರಣವನ್ನೇ ಸುಧಾರಿಸಿ ವಯೋಲಿನ್ ಅನ್ನು ತಯಾರಿಸಲಾಯಿತು. ಕ್ಲ್ಯಾವಿಕಾರ್ಡ್‌ನ ಅನೇಕ ಪರಿಷ್ಕೃತ ರೂಪಗಳು ತಯಾರಿಸಲ್ಪಟ್ಟವು. ಉದಾಹರಣೆಗೆ 'ಪಿಯಾನೊ' ಸ್ಪಿನೆಟ್ ಎಂಬ ತಂತಿವಾದ್ಯ ಇತ್ಯಾದಿ.

3. ಸಾಹಿತ್ಯದಲ್ಲಿ ಪುನರುಜ್ಜೀವನ

ಸ್ವರೂಪ :

ಪುನರುಜ್ಜೀವನದಿಂದ ಸಾಹಿತ್ಯ ಅಭಿವೃದ್ಧಿಯ ಬಗ್ಗೆ ಅವಲೋಕನ ನಡೆಸುವಾಗ ನಾವು ಬಹುದೂರ ಸಂಚರಿಸಬೇಕಾಗುತ್ತದೆ. ಇಟಲಿ, ಪುನರುಜ್ಜೀವನ ಕಾಲದ ಅತಿ ಪ್ರಮುಖರಾದ ಅನೇಕ ಸಾಹಿತಿಗಳ ತವರಾಗಿದ್ದರೆ, ಆ ಅವಧಿಗೇ ವಿಶಿಷ್ಟವಾದ ಸಾಹಿತ್ಯ ನಮಗೆ ಕಂಡುಬರುವುದು ಫ್ರಾನ್ಸ್, ಇಂಗ್ಲೆಂಡ್, ಜರ್ಮನಿ ಮತ್ತು ಸ್ಪೇನ್‌ಗಳಲ್ಲಿ. ಸಾಹಿತ್ಯದ ವಿಕಾಸ ಉಂಟಾದ ಬಗೆ ಹೀಗೆ; ಮೊದಮೊದಲು ಚರ್ಚ್ ಪುರೋಹಿತರು ಹಾಗೂ ವಿದ್ವಾಂಸರೇ ಹೇಳಿ ಸಾಹಿತ್ಯ ಕೃತಿಗಳನ್ನು ಬರೆಯಿಸುತ್ತಿದ್ದರು. ಬರುಬರುತ್ತಾ ಸಾಹಿತ್ಯಕೃತಿಗಳು ವ್ಯಕ್ತಿಗಳಿಂದ ರಚಿತವಾದವು. ಕಲೆ ವಿಕಾಸಗೊಂಡದ್ದು ಹೀಗೆಯೇ ಎಂದು ನಾವು ನೋಡಿದ್ದೇವೆ. ಆದ್ದರಿಂದ ಸಾಹಿತ್ಯದ ವಿಕಾಸದ ಬಗ್ಗೆ ವಿವರ ನೀಡುವ ಅಗತ್ಯವಿಲ್ಲ. ಆದರೆ ಪುನರುಜ್ಜೀವನ ಕಾಲದ ಸಾಹಿತ್ಯ ವ್ಯಕ್ತಿ ವೈಶಿಷ್ಟ್ಯ ಹಾಗೂ ವಿಶೇಷ ಅನುಭವಗಳ ಪ್ರಬಲ ಅಭಿವ್ಯಕ್ತಿಯಾಗಿದೆ. ಲೇಖಕ ಹಾಗೂ ಅವನಿಗೆ ಸಂಬಂಧಪಟ್ಟ ಎಲ್ಲ ವಿಷಯಗಳ ನಡುವಿನ ವಿಸ್ತೃತ ಸಂಪರ್ಕವೇ ಈ ಸಾಹಿತ್ಯ ಎನ್ನಬಹುದು. ಭಾಷೆಯ ವೈಜ್ಞಾನಿಕ ಅಧ್ಯಯನ ಸಾಹಿತ್ಯ ಸೃಷ್ಟಿಯ ಸಿದ್ಧಾಂತಗಳು– ಇವುಗಳಲ್ಲಿ ಮೂಡಿದ ಆಸಕ್ತಿ ಅಭಿಜಾತ ಸಾಹಿತ್ಯದ ಪ್ರಭಾವದ ಫಲಿತಾಂಶವಾಗಿದೆ. ಇನ್ನೊಂದು ಸಂದರ್ಭದಲ್ಲಿ ನಾವು ಗ್ರೀಕ್ ಮತ್ತು ಲ್ಯಾಟಿನ್ ಭಾಷೆಗಳ ಸಾಹಿತ್ಯ ಕೃತಿ ಹಾಗೂ ಸ್ವರೂಪಗಳಲ್ಲಿ ಹೇಗೆ ಪುನರಾಸಕ್ತಿ ಪ್ರಾರಂಭವಾಯಿತೆಂಬುದನ್ನು ಆಗಲೇ ವಿವರಿಸಿದ್ದೇವೆ. ಆದರೆ ವಿಜ್ಞಾನವನ್ನು ಆಧಾರವಾಗಿರಿಸಿಕೊಂಡು ಹೊಸ ಭಾಷೆಗಳನ್ನು ಅಧ್ಯಯನ ಮಾಡುವುದರಲ್ಲಿ ಕೂಡ ಆಸಕ್ತಿ ಹೆಚ್ಚಿತು. 16ನೇ ಶತಮಾನದಲ್ಲಿಯೇ ನೆದರ್‌ಲ್ಯಾಂಡ್ಸ್, ಇಟಲಿ, ಜರ್ಮನಿ, ಫ್ರಾನ್ಸ್ ಮತ್ತು ಸ್ಪೇನ್‌ಗಳಲ್ಲಿ ವೈಜ್ಞಾನಿಕ ನಿಘಂಟುಗಳು ಸಿದ್ಧವಾದವು. 100ಕ್ಕಿಂತಲೂ ಹೆಚ್ಚು ಸಂಖ್ಯೆಯ ಭಾಷೆಗಳ ವಿಶ್ಲೇಷಣೆಯೊಂದನ್ನು ವಾನ್ ಗೆಸ್ನೆರ್ (1553ರಲ್ಲಿ) ಲ್ಯಾಟಿನ್‌ನಲ್ಲಿ ಪ್ರಕಟಿಸಿದ. ಇದೇ ತೌಲನಿಕ ಭಾಷಾಶಾಸ್ತ್ರದ ಪ್ರಪ್ರಥಮ ಮೆಟ್ಟಿಲಾಗಿದೆ.

16ನೇ ಶತಮಾನದ ಮಧ್ಯಭಾಗದಲ್ಲಿ ಗ್ರಂಥ ಸಂಪಾದನೆ ಕಾರ್ಯ ಪ್ರಾರಂಭವಾಯಿತು. ರೋನ್ಸರ್ಡ್‌ನ ನೇತೃತ್ವದಲ್ಲಿ, ಫ್ರಾನ್ಸಿನಲ್ಲಿ ಒಂದು ತಂಡವು ಫ್ರೆಂಚ್ ಭಾಷೆಯಲ್ಲಿ ಸುಧಾರಣೆ ಮಾಡುವ ಉದ್ದೇಶದಿಂದ ಸಂಘವೊಂದನ್ನು ಸಂಘಟಿಸಿತು. ಆ ಕಾಲದಲ್ಲಿ ಇಂಗ್ಲೆಂಡಿನಲ್ಲಿ ಕೂಡ ಇದೇ ಬಗೆಯ ಒಂದು ಚಳುವಳಿ ಸಾಗುತ್ತಿತ್ತು. ಸರ್ ಫಿಲಿಪ್ ಸಿಡ್ನಿ ರಚಿಸಿದ 'Apologie for poetrie' ಎಂಬ ಮುಖ್ಯ ಕೃತಿಯನ್ನು ಇಲ್ಲಿ ಉಲ್ಲೇಖಿಸಬಹುದು. ಯುರೋಪಿನ ಎಲ್ಲೆಡೆಗಳ ದೇಶ ಭಾಷಾ ಗದ್ಯಗಳು ಕ್ರಮೇಣ ಸಾಹಿತ್ಯಿಕ ಪ್ರತಿಷ್ಠೆಯನ್ನು ಪಡೆದುವು ಎಂದು ಇದರಿಂದ ವೇದ್ಯವಾಗುತ್ತವೆ.

ಮುದ್ರಣ ಕಲೆಯ ಪ್ರಭಾವ

ಮುದ್ರಣದ ಅನ್ವೇಷಣೆಗಿಂತ ಹೆಚ್ಚಾಗಿ ಇನ್ನಾವ ಘಟನೆಯೂ ಸಾಹಿತ್ಯಕ್ಷೇತ್ರದ ಮೇಲೆ ಪ್ರಭಾವ ಬೀರಲಿಲ್ಲ. 15ನೇ ಶತಮಾನದಲ್ಲಿ, ಮಸಿ, ಕಾಗದ, ಅಚ್ಚು ಮೊಳೆಗಳು ಹಾಗೂ ಮುದ್ರಣ ಯಂತ್ರಗಳೂ ಸೇರಿದಂತೆ ಅನೇಕ ಸಾಧನಗಳನ್ನು ಹಾಗೂ ಪ್ರಕ್ರಿಯೆಗಳನ್ನು ಅನೇಕರು ಅಭಿವೃದ್ಧಿಗೊಳಿಸಿದರು. ಇದರಿಂದಾಗಿ ಆಧುನಿಕ ಗ್ರಂಥಗಳು ಹಾಗೂ ಇತರ ಪ್ರಕಟಣೆಗಳು ಸಾಧ್ಯವಾದವು. ಜರ್ಮನಿಯಲ್ಲಿರುವ ಮೈನ್ಸ್‌ನ ಗುಟೆನ್‌ಬರ್ಗ್‌ನನ್ನು (1398–1468) ಮುದ್ರಣಕಲೆಯ ಅನ್ವೇಷಕನೆಂದು ಭಾವಿಸಬಹುದು. ಅವನೇ ಮೊತ್ತಮೊದಲ ಬಾರಿಗೆ ಅಚ್ಚು ಮೊಳೆಗಳನ್ನು ತಯಾರಿಸಿದವನು. ಪ್ರತಿಯೊಂದು ಅಕ್ಷರಕ್ಕೂ ಅವನು ಪ್ರತ್ಯೇಕವಾದ ಮೊಳೆಗಳನ್ನು ಸಿದ್ಧಪಡಿಸಿದ. ಒಂದು ಪುಸ್ತಕವನ್ನು ಮುದ್ರಿಸಿದ ಅನಂತರ ಈ ಮೊಳೆಗಳನ್ನು ತೆಗೆದು, ಆಮೇಲೆ ಇದನ್ನೇ ಇನ್ನೊಂದು ಪುಸ್ತಕದ ಮುದ್ರಣಕ್ಕೆ ಬಳಸಬಹುದಾಗಿತ್ತು. ಗುಟೆನ್‌ಬರ್ಗ್‌ನ ಇಬ್ಬರು ಸಹಾಯಕರಾದ ಜೊಹಾನ್ ಫಸ್ಟ್ ಹಾಗೂ ಪೀಟರ್ ಶೋಫರ್ ಎಂಬುವವರು 1455ರಲ್ಲಿ ಪ್ರಪಂಚದ ಮೊತ್ತ ಮೊದಲ ದೊಡ್ಡ ಮುದ್ರಣಾಲಯವನ್ನು ಸ್ಥಾಪಿಸಿದರು. ವಿಲಿಯಮ್ ಕ್ಯಾಕ್ಸ್‌ಟನ್ (1422–1491) ಇಂಗ್ಲೆಂಡಿನಲ್ಲಿಯೂ ಒಂದು ಮುದ್ರಣ ಶಾಲೆಯನ್ನು ಪ್ರಾರಂಭಿಸಿದ. ಅವನು ಫ್ರೆಂಚಿನಿಂದ ಅನೇಕ ಕೃತಿಗಳನ್ನು ಇಂಗ್ಲಿಷಿಗೆ ಅನುವಾದಿಸಿದನಲ್ಲದೆ ಸರ್ ಥಾಮಸ್ ಮಲೋರಿಯ 'Le Morte D'Arthur' ಎಂಬ ಕೃತಿಯನ್ನು ಪುಸ್ತಕರೂಪದಲ್ಲಿ ಪ್ರಕಟಿಸಿದ. ಈ ಕೃತಿ, ಇಂಗ್ಲಿಷ್ ಸಾಹಿತ್ಯ ಶೈಲಿಯ ಮೇಲೆ ಅತ್ಯಧಿಕ ಪ್ರಭಾವವನ್ನು ಬೀರಿದೆ.

ಗುಟೆನ್ ಬರ್ಗ್

ನಾಟಕ :

ಧಾರ್ಮಿಕ ಸಮಾರಂಭಗಳಿಂದಲೇ ನಾಟಕ ಜನನ ಪಡೆದಿರುವುದು ಸ್ಪಷ್ಟ. ಪ್ರಾಚೀನ ಕಾಲದಲ್ಲಿ ಹೇಗೋ ಹಾಗೆಯೇ ಮಧ್ಯಯುಗಕ್ಕೂ ಈ ಮಾತು ನಿಜವಾಗಿ ಅನ್ವಯಿಸುತ್ತದೆ. ಪುನರುಜ್ಜೀವನ ಕಾಲದವರೆಗೂ ಸಾಗಿಬಂದ, ಮಧ್ಯಯುಗದ ನಾಟಕಗಳು, ಈಸ್ಟರ್ ಹಾಗೂ ಕ್ರಿಸ್‌ಮಸ್‌ಗಳಂತಹ ಪ್ರಮುಖ ಘಟನೆಗಳನ್ನು ಚಿತ್ರಿಸುವ ಪ್ರಯತ್ನಗಳಾಗಿದ್ದವು. ಕ್ರಮೇಣ ನಾಟಕಗಳನ್ನು ಮಂಡಿಸುವ ಕೆಲಸ ಚರ್ಚ್ ಅಧಿಕಾರಿಗಳ ಕೈತಪ್ಪಿಹೋಗಿ, ಶ್ರೀಸಾಮಾನ್ಯರೂ ನಾಟಕಗಳನ್ನು ರಚಿಸತೊಡಗಿದರು. ನಿಗೂಢ ವಸ್ತುವಿನಿಂದ ಕೂಡಿದ ಹಾಗೂ ಪವಾಡಗಳಿಂದ ಕೂಡಿದ ನಾಟಕಗಳನ್ನು ಸಾಮಾನ್ಯವಾಗಿ ಪ್ರದರ್ಶಿಸಲಾಗುತ್ತಿತ್ತು. ಕೆಲವು ಸ್ಥಳಗಳಲ್ಲಿ–ಉದಾಹರಣೆಗೆ ಇಂಗ್ಲೆಂಡಿನಲ್ಲಿ ಅನೇಕ ವಿಭಿನ್ನ ವಸ್ತುಗಳಿಂದ ಕೂಡಿದ ನಾಟಕ ಸರಣಿಯನ್ನೇ ಪ್ರದರ್ಶನಕ್ಕಾಗಿ ಸಿದ್ಧಗೊಳಿಸಲಾಗುತ್ತಿತ್ತು. ಕ್ರೈಸ್ತ ಪುರೋಹಿತವರ್ಗದ ನಿಯಂತ್ರಣದಿಂದ ಸಂಪೂರ್ಣವಾಗಿ ಮುಕ್ತವಾದ ವ್ಯಾಪಾರಿ ಸಂಘಗಳು ಈ ಪ್ರದರ್ಶನಗಳನ್ನು ನೀಡುತ್ತಿದ್ದವು. 15 ಹಾಗೂ 16ನೇ ಶತಮಾನಗಳಲ್ಲಿ ಇಂಥವೇ ನಾಟಕಗಳು ಫ್ರಾನ್ಸ್, ಸ್ಪೇನ್ ಮತ್ತು ಇಟಲಿಗಳಲ್ಲಿ ಪ್ರದರ್ಶನಗೊಳುತ್ತಿದ್ದವು. ಮೂಲತಃ ಈ ನಾಟಕಗಳು ವಸ್ತುಗಳಿಗೆ ಸಂಬಂಧಪಟ್ಟಂತೆ ಬಹುಮಟ್ಟಿಗೆ ಸಂಪೂರ್ಣವಾಗಿ ಧಾರ್ಮಿಕವಾಗಿರುತ್ತಿದ್ದವು. ಆದರೆ ಮಾನವಂಶಗಳಿಂದ ಕೂಡಿದ ನಾಟಕಗಳನ್ನು ರಚಿಸುವುದರ ಬಗ್ಗೆ ಒಲವೂ ಬೆಳೆಯುತ್ತಿತ್ತು. ಹೊಸ ಕಲಿಕೆಯ ಅಭಿವೃದ್ಧಿಗಾಗಿ ಕೂಡ ನಾಟಕ ಪ್ರದರ್ಶನಗಳನ್ನು ವ್ಯವಸ್ಥೆಗೊಳಿಸಲಾಗುತ್ತಿತ್ತು. 'The Interlude of the Four Elements' ಎಂಬುದು, ನಾಟಕದ ರೂಪದಲ್ಲಿರುವ ಭೌತಿಕ ವಿಜ್ಞಾನಕ್ಕೆ ಸಂಬಂಧಿಸಿದ ಒಂದು ಪಾಠವೇ ಆಗಿತ್ತು. ಈ ನಾಟಕದಲ್ಲಿ ನ್ಯಾಚುರಾ, ನ್ಯಾಚುರಾಟ, ವ್ಯಾಪಾಂಗಾಪೇಕ್ಷೆ ಹಾಗೂ ಮಾನವ ಸ್ವಭಾವ ಇವೇ ನಾಲ್ಕು ಪ್ರಮುಖ ಪಾತ್ರಧಾರಿಗಳು.

ಹೊಸ ನಾಟಕಗಳಲ್ಲಿ ಪ್ರಾಚೀನ ಭಾಷಾರೂಢಿಯನ್ನು ಅಳವಡಿಸಿಕೊಳ್ಳುವ ಪ್ರಯತ್ನಗಳೂ ನಡೆದವು. ಇಂಥ ಪ್ರಯತ್ನಗಳು ಅನಿವಾರ್ಯವಾಗಿದ್ದವು. ಪ್ಲೌಟಸ್ ಮತ್ತು ಟೆರೆನ್ಸ್ ಅವರ ಹಾಸ್ಯ ನಾಟಕಗಳು ಮತ್ತು ಸೆನೆಕಾನ ದುರಂತ ನಾಟಕಗಳು ಅಧ್ಯಯನ ವಸ್ತುಗಳಾದವು. ಅವುಗಳನ್ನು ಅನುಕರಿಸುವ ಪ್ರಯತ್ನಗಳೂ ನಡೆದವು. ಈ ರೂಢಿ ಅಂತ್ಯಗೊಂಡಾಗ, ಅಥವಾ ಕನಿಷ್ಠಪಕ್ಷ ಹಿನ್ನೆಲೆಗೆ ಸರಿದಾಗ ರಾಷ್ಟ್ರೀಯ ಶಾಲೆಗಳು ಅಭಿವೃದ್ಧಿಗೊಂಡವು. ಉದಾಹರಣೆಗೆ ಫ್ರಾನ್ಸ್ ಮತ್ತು ಇಂಗ್ಲೆಂಡ್‌ಗಳು ತಮ್ಮದೇ ಆದ ವಿಧಾನಗಳನ್ನು ಅನುಸರಿಸಿದವು. ಫ್ರಾನ್ಸಿನಲ್ಲಿ ಪ್ರಾಚೀನಾಂಶಗಳನ್ನು ಬಹುಮಟ್ಟಿಗೆ ಉಳಿಸಿಕೊಳ್ಳುವ ಪ್ರವೃತ್ತಿ ಕಂಡುಬರುತ್ತಿತ್ತು. ಆದರೆ ಇಂಗ್ಲೆಂಡಿನಲ್ಲಿ ಶೈಕ್ಷಣಿಕ ಅಧಿಕಾರವನ್ನು ಸಾಮಾನ್ಯವಾಗಿ ಬಿಟ್ಟುಬಿಡಲಾಗಿತ್ತು. ಇಂಗ್ಲೆಂಡಿಗೆ ಮೊತ್ತಮೊದಲ ಆಧುನಿಕ ನಾಟಕವನ್ನು ರಚಿಸಿದ ರಾಷ್ಟ್ರ ಎಂಬ ಹೆಗ್ಗಳಿಕೆಯಿದೆ. 16ನೇ ಶತಮಾನದ ಅಂತ್ಯದ ವೇಳೆಗೆ ಯೂನಿವರ್ಸಿಟಿ ವಿಟ್ಸ್ ಎಂಬ ಹೆಸರಿನ ಒಂದು ತಂಡ ಇದರಲ್ಲಿ ಜಾನ್ ಲೈಲಿ (1554–1606) ರಾಬರ್ಟ್ ಗ್ರೀನ್ (1560–1592) ಮತ್ತು ಕ್ರಿಸ್ಟಫರ್ ಮಾರ್ಲೋವ್ (1564–1593) ಇವರು ಸೇರಿದ್ದಾರೆ–ಇಂಗ್ಲೆಂಡಿನಲ್ಲಿ ತಮ್ಮದೇ ಸಂಘವನ್ನು ಸ್ಥಾಪಿಸಿದರು. ಇವರಲ್ಲಿ ಮಾರ್ಲೋವ್ ಅತ್ಯಂತ ಸುಪ್ರಸಿದ್ಧ ಲೇಖಕ. ಅವನು ರಚಿಸಿದ ಸರಳರಗಳೆಯೇ ಮುಂದೆ ಶೇಕ್ಸ್‌ಪಿಯರನ ಉತ್ಕೃಷ್ಟ ನಾಟಕ ಕೃತಿಗಳಿಗೆ ದಾರಿ ಹಾಕಿಕೊಟ್ಟಿತು ಎನ್ನಬಹುದು.

ಮಾಂಟೆಯ್ನ್

ಮಾಂಟೆಯ್ನ್

ಫ್ರೆಂಚ್ ಪ್ರಬಂಧಕಾರನಾದ ಮಾಂಟೆಯ್ನ್ (1533–1592) ಪುನರುಜ್ಜೀವನ ಕಾಲದ ಸಾಹಿತ್ಯ ರಂಗದ ಅತ್ಯಂತ ವಿಶಿಷ್ಟ ಲೇಖಕ. ಅವನ ಕೃತಿಗಳು, ಸ್ವತಃ ತನ್ನಲ್ಲಿ ಹಾಗೂ ಮಾನವ ಜೀವನಕ್ಕೆ ಸಂಬಂಧಿಸಿದ ವಸ್ತುಗಳಲ್ಲಿ ಅವನಿಗಿದ್ದ ತೀವ್ರ ಆಸಕ್ತಿಯನ್ನು ಪ್ರತಿಬಿಂಬಿಸುತ್ತವೆ. 'ನಾನು ಚಿತ್ರಿಸಹೊರಟಿರುವುದು ಸ್ವತಃ ನನ್ನನ್ನೇ, ನನ್ನ ಪುಸ್ತಕಗಳೂ ನಾನೂ ಜೊತೆಜೊತೆಯಾಗಿ ಹೆಜ್ಜೆ ಹಾಕುತ್ತ ಮುಂದೆ ಸಾಗುತ್ತಿದ್ದೇವೆ' ಎಂದು ಅವನು ಘೋಷಿಸಿದ್ದಾನೆ. ಅತ್ಯಂತ ಖಾಸಗಿಯೆನಿಸಿದ ಅನುಭವಗಳನ್ನು ಅಭಿವ್ಯಕ್ತಿಗೊಳಿಸಲೂ ಅವನು ಹಿಂಜರಿದಿಲ್ಲ. ಅವನು ಅಸಂಬದ್ಧ ವರ್ತನೆಯವನೂ ಮತಧರ್ಮಶಾಸ್ತ್ರವನ್ನು ನಂಬದವನೂ, ಅನಿಶ್ಚಿತಮತಿಯೂ, ತೀರ್ಮಾನ ತೆಗೆದುಕೊಳ್ಳುವ ವಿಷಯದಲ್ಲಿ ಸೌಮ್ಯ ಸ್ವಭಾವದವನೂ ಆಗಿದ್ದ. ಶಿಕ್ಷಣ ಸಂಬಂಧಿ ವಿಷಯಗಳನ್ನು ಕುರಿತ ಅವನ ಪ್ರಬಂಧಗಳು ಮುಂದಿನ ಅನೇಕ ಶತಮಾನಗಳ ಕಾಲ ಪ್ರಭಾವಶಾಲಿಯಾಗಿದ್ದವು. ಬರೆಯುವ ಹಾಗೂ ಚಿಂತಿಸುವ ವಿಧಾನದಲ್ಲಿ ಇವನನ್ನು ಅನಂತರದ ಲೇಖಕ ವಾಲ್ಟೇರನಿಗೆ ಹೋಲಿಸಬಹುದು. ಮಾಂಟೆಯ್ನ್ ಹಿಂದಿನ ದಬ್ಬಾಳಿಕೆ–ಹಿಂಸೆಗಳ ವಿರುದ್ಧ ಬಂಡಾಯ ಹೂಡಿ, ಪ್ರಪಂಚದ ಮೊತ್ತಮೊದಲ ಆಧುನಿಕ ಮಾನವ ಎನಿಸಿಕೊಂಡ.

ಮಹಾಕಾವ್ಯಗಳು

16ನೇ ಶತಮಾನದ ಸಾಹಿತ್ಯದಲ್ಲಿ ಪ್ರಮುಖವೆನಿಸಿದವೇ ಮಹಾಕಾವ್ಯಗಳು. ಇವುಗಳಲ್ಲಿ ಅನೇಕ ಮಹಾಕಾವ್ಯಗಳ ಮೇಲೆ ಪ್ರಾಚೀನ ಸಾಹಿತ್ಯಕೃತಿಗಳು ಹಾಗೂ ಮಾನವಹಿತನಿಷ್ಠೆಯ ಸಿದ್ಧಾಂತ ಇವುಗಳ ಪ್ರಭಾವ ಕಂಡುಬರುತ್ತದೆ. ನಾಯಕರೂ, ನಾಯಕರ ಸಾಹಸ ಕಾರ್ಯಗಳೂ, ವೀರಪುರುಷರಿಗೆ ಸಂಬಂಧಿಸಿದ ದಂತಕಥೆಗಳಲ್ಲಿ, ಧಾರ್ಮಿಕ ಯುದ್ಧಗಳಲ್ಲಿ ತೊಡಗಿರುವವರ ಕಥೆಗಳಲ್ಲಿ ಹಾಗೂ ಆ ಕಾಲದ ಐತಿಹಾಸಿಕ ಪಾತ್ರಗಳಲ್ಲಿ ಕಂಡುಬರುತ್ತವೆ. ಅಪರಿಚಿತ ವ್ಯಕ್ತಿಗಳು ವಾಸಿಸುವ, ಹೊಸ ಸ್ಥಳಗಳ ಅನ್ವೇಷಣೆ ಕೂಡ ಲೇಖಕರಿಗೆ ಮಹಾಕಾವ್ಯ ರಚನೆಗೆ ನೆರವಾಗುವ ವಸ್ತುಗಳನ್ನು ಒದಗಿಸಿಕೊಟ್ಟಿತು. ವಾಸ್ಕೋಡಗಾಮನ ಸಾಹಸಕಾರ್ಯಗಳು ಪೋರ್ಚುಗೀಸ್ ಕವಿ ಕಮೋನ್‌ನಿಗೆ (1525–1580) 'OS lusiadas' ಬರೆಯಲು ಸ್ಫೂರ್ತಿನೀಡಿತು. ಇಟಲಿಯ ಕವಿಗಳಾದ ಅರಿಯಸ್ಟೊ (1474–1533) ಹಾಗೂ ಟಾಸ್ಸೊ (1544–1595) ಅವರು, ಧಾರ್ಮಿಕ ಹೋರಾಟಗಾರರ ಕಥೆಗಳಿಂದಲೇ ತಮ್ಮ ನಾಟಕಗಳಿಗೆ ವಸ್ತುಗಳನ್ನು ಆಯ್ದುಕೊಂಡರು. ಇಂಗ್ಲೆಂಡಿನಲ್ಲಿ ಎಡ್ಮಂಡ್ ಸ್ಪೆನ್ಸರ್ (1552–1599) ತನ್ನ 'The Faerie Queen' ಎಂಬ ಕೃತಿಯನ್ನು ರಾಣಿ ಎಲಿಜಬೆತ್‌ಳಿಗೆ ಅರ್ಪಿಸಿದ್ದಾನೆ.

ಧರ್ಮ ಹಾಗೂ ಪುನರುಜ್ಜೀವನ ಕಾಲದ ಸಾಹಿತ್ಯ

ಪ್ರಾಟೆಸ್ಟೆಂಟ್ ಕ್ರೈಸ್ತ ಮತವು ಸಾಹಿತ್ಯದ ಅಭಿವೃದ್ಧಿಯ ಮೇಲೆ ಅಗಾಧವಾದ ಪ್ರಭಾವವನ್ನು ಬೀರಿದೆ. ಸಾಮಾನ್ಯ ವ್ಯಕ್ತಿಯನ್ನು ತಲುಪುವ ಹಂಬಲ ಹಾಗೂ ಧಾರ್ಮಿಕ ಪ್ರಚಾರವನ್ನು ಮಾಡಲು ಸಾಧ್ಯವಾಗಬಹುದಾದ ಕಾರ್ಯಗಳು – ಇವು ಸಾಹಿತ್ಯಾಭಿವ್ಯಕ್ತಿಗೆ ತುಂಬ ಪ್ರಚೋದನೆ ಪ್ರೇರಣೆಗಳನ್ನು ನೀಡಿದವು. ಲೂಥರ್ ಬೈಬಲ್ ಅನ್ನು ಜರ್ಮನ್‌ಗೆ ಭಾಷಾಂತರಿಸಿದ್ದು ಒಟ್ಟಿನಲ್ಲಿ ಸಾಮಾನ್ಯ ಬಳಕೆಗಾಗಿ ಭಾಷೆಯನ್ನು ಅಭಿವೃದ್ಧಿಗೊಳಿಸುವಲ್ಲಿ ನೆರವಾಯಿತು. ಕ್ರಾಮರ್‌ನ 'Book of Common Prayer' ಹಾಗೂ ಟೆಂಡಾಲೆಯ ಹೊಸ ಒಡಂಬಡಿಕೆಗಳನ್ನು ಇಂಗ್ಲಿಷಿಗೆ ಭಾಷಾಂತರಿಸಿದ್ದು; ಇಂಗ್ಲಿಷ್ ಭಾಷೆಯನ್ನು ರೂಪಿಸುವಲ್ಲಿ ಮಹತ್ವದ ಘಟನೆಗಳಾಗಿವೆ. ಕಾಲ್ವಿನ್‌ನ 'Institutes of the Christian Religion' ಮತ್ತು ಲೋಯೋಲಾನ 'Spiritual Exercises' ಕೃತಿಗಳು, ಧಾರ್ಮಿಕ ವಲಯದಲ್ಲಷ್ಟೇ ಪ್ರಮುಖವಾಗಿರದೆ, ಫ್ರಾನ್ಸ್ ಹಾಗೂ ಸ್ಪೇನ್‌ಗಳ ರಾಷ್ಟ್ರೀಯ ಸಾಹಿತ್ಯದಲ್ಲಿ ಕೂಡ ಅತಿಶ್ರೇಷ್ಠ ನಿದರ್ಶನಗಳಾಗಿವೆ. ಸಾಮಾನ್ಯ ವ್ಯಕ್ತಿಗಳ ಸರಳಭಾಷೆಯಲ್ಲಿ ಬರೆಯಲಾದ ಸಮೃದ್ಧವಾದ ವಿವಾದಾತ್ಮಕ ಸಾಹಿತ್ಯ ಕೃತಿಗಳ ಪ್ರಕಟಣೆಯಿಂದಾಗಿ, ಪ್ರಾಟೆಸ್ಟೆಂಟ್ ಸುಧಾರಣೆಗಳು ಹಾಗೂ ಕ್ಯಾಥೋಲಿಕ್ ಪ್ರತಿಸುಧಾರಣೆಗಳ ಬಗ್ಗೆ ಜನರು ಹೆಚ್ಚು ಹೆಚ್ಚು ಗಮನಹರಿಸತೊಡಗಿದರು.

ಅಭಿಜಾತ ಸಾಹಿತ್ಯ ಕೃತಿಗಳಲ್ಲಿನ ಅನೇಕವು ಪುನಃ ಮೂಡಿದುದು ಪುನರುಜ್ಜೀವನ ಕಾಲದ ಸಾಹಿತ್ಯದ ಪ್ರಮುಖ ಲಕ್ಷಣವಾಗಿದೆ. ಆದರೂ ಸಾಹಿತ್ಯ ಚಟುವಟಿಕೆಗಳು ಅಭಿಜಾತ ಶೈಲಿಗಷ್ಟೇ ಸೀಮಿತವಾಗಿರಲಿಲ್ಲ. ಲ್ಯಾಟಿನ್ ಮತ್ತು ಗ್ರೀಕ್ ಭಾಷೆಗಳನ್ನು ಬಿಟ್ಟು, ಇಟಲಿ, ಫ್ರೆಂಚ್, ಇಂಗ್ಲಿಷ್, ಸ್ಪ್ಯಾನಿಷ್ ಮತ್ತು ಜರ್ಮನ್ ಮುಂತಾದ ದೇಶೀಯ ಭಾಷೆಗಳಲ್ಲಿ ಅಭಿಪ್ರಾಯವನ್ನು ವ್ಯಕ್ತಗೊಳಿಸುವ ಪ್ರಯತ್ನಗಳು ನಡೆದವು. ರಾಷ್ಟ್ರೀಯ ಸಾಹಿತಿಗಳ ಕೃತಿಗಳನ್ನು ಒಂದೆಡೆತರುವುದಷ್ಟೇ ಅಲ್ಲದೆ ರಾಷ್ಟ್ರೀಯ ರಾಜಕೀಯ ಸಂಸ್ಥೆಗಳ ಬೆಳವಣಿಗೆಗೆ ನೆರವು ನೀಡುವಲ್ಲಿ ಕೂಡ ಇದು ಮಹತ್ವದ ಹೆಜ್ಜೆಯಾಗಿತ್ತು. ಮುಖಂಡರಿಗೆ ಸಂಬಂಧಿಸಿದಂತೆ ಹೇಳುವುದಾದರೆ 16ನೇ ಶತಮಾನದ ಧಾರ್ಮಿಕ ವಾದವಿವಾದಗಳು ಮತ್ತು ಅವರ ಪ್ರಚಾರ ಜನರನ್ನು ಮುಟ್ಟುವಲ್ಲಿ ನೆರವಾದವು. ಈ ಬಗೆಯ ಸಾಹಿತ್ಯಕ್ಕೆ ಓದುಗರೂ ಹೆಚ್ಚಾಗಿದ್ದರು.

4. ವಿಜ್ಞಾನದಲ್ಲಿ ಪುನರುಜ್ಜೀವನ

ಹೊಸ ದೃಷ್ಟಿಕೋನ :

ಮಧ್ಯಯುಗದಲ್ಲಿ ವಿಜ್ಞಾನ ಸ್ವಲ್ಪಮಟ್ಟಿನ ಪ್ರಗತಿಯನ್ನಷ್ಟೇ ಸಾಧಿಸಿತು. ಆದರೆ ಆಧುನಿಕ ವಿಜ್ಞಾನದ ಸ್ಫೂರ್ತಿ ಮೂಡಿದ್ದು ಪುನರುಜ್ಜೀವನ ಯುಗದಲ್ಲಿಯೇ. ಮಧ್ಯಯುಗದಲ್ಲಿ ವಿಜ್ಞಾನವು ನಿರ್ಬಂಧಗಳ ವಿರುದ್ಧ ಹೋರಾಟ ಸಾಗಿಸಿತು. ತಾನು ಅಡೆತಡೆಯಿಲ್ಲದೆ ಮುನ್ನಡೆಯಲು ಸಮರ್ಥವಾಗುವ ಮೊದಲು ವಿಜ್ಞಾನ, ಅನೇಕ ಶೃಂಖಲೆಗಳಿಂದ ಬಿಡಿಸಿಕೊಳ್ಳಬೇಕಾಗಿತ್ತು. ವಿಜ್ಞಾನಿಗಳ ಆಚರಣೆಗಳನ್ನು ಚರ್ಚ್ ವಿರೋಧಿಯೆಂದು ಪರಿಗಣಿಸಲಾಗಿತ್ತು. ಜನಸಾಮಾನ್ಯರಲ್ಲಿ ಮೂಢನಂಬಿಕೆಗಳು ಸಾಮಾನ್ಯವಾಗಿದ್ದುವು. ವೈಜ್ಞಾನಿಕ ವಿವರಣೆಗಳ ಅಗತ್ಯವೇ ಇಲ್ಲದೆ ಅವುಗಳನ್ನು ಜನರು ಒಪ್ಪುತ್ತಿದ್ದರು. ಪ್ರಾಚೀನ ಕಾಲದಲ್ಲಿ ವೈದ್ಯರನ್ನು ನಾಸ್ತಿಕರಂತೆ ಕಾಣುತ್ತಿದ್ದುದುಂಟು. ಆದರೆ ಪುನರುಜ್ಜೀವನದಿಂದ ಮಾನವನಿಗೆ ಸಂಬಂಧಿಸಿದ ಎಲ್ಲ ವಿಚಾರಗಳಲ್ಲಿಯೂ ಆಸಕ್ತಿ ಅಧಿಕವಾಗತೊಡಗಿತು. ಹೊಸ ಸಾಧನೆಗಳ ಬಗೆಗಿನ ದಾಹದಿಂದ, ನೈಸರ್ಗಿಕ ವಿದ್ಯಮಾನವನ್ನು ವಿಮರ್ಶಾ ದೃಷ್ಟಿಕೋನದೊಡನೆ ಅವಲೋಕಿಸುವಂತಾಯಿತು. ಇತರ ಕ್ಷೇತ್ರಗಳಲ್ಲಿನಂತೆಯೇ ವಿಜ್ಞಾನದಲ್ಲಿ ಕೂಡ ಕಲಿಕೆಯ ಬಗೆಗೆ ಹೆಚ್ಚಾದ ಒಲವು ಕಂಡುಬರುತ್ತದೆ.

ಹೊಸ ವಿಜ್ಞಾನಕ್ಕೆ ಅನುಕೂಲಕರವಾದ ಪರಿಸ್ಥಿತಿಗಳು

16ನೇ ಶತಮಾನದಲ್ಲಿ ವೈಜ್ಞಾನಿಕ ಪ್ರಗತಿ ಪ್ರಾರಂಭವಾಗಲು ಅನೇಕ ಕಾರಣಗಳಿದ್ದವು. ಜೀವನದ ಬಗ್ಗೆ ಮಾನವನು ಸಾಮಾನ್ಯವಾಗಿ ಬದಲಾಯಿಸಿಕೊಂಡ ಮನೋಭಾವವೂ ಒಂದು ಕಾರಣ. ಮಾನವನ ಬುದ್ಧಿಶಕ್ತಿಯ ಮೇಲೆ ಧರ್ಮಕ್ಕಿದ್ದ ಏಕಸ್ವಾಮ್ಯಾತ್ಮಕ ನಿಯಂತ್ರಣ ತಗ್ಗಿತು. ಸಾವಿನ ಅನಂತರದ ಜೀವನಕ್ಕಿಂತ ಹೆಚ್ಚಾಗಿ ಇಂದಿನ ಬದುಕಿನ ವಿಷಯಗಳಿಗೇ ಹೆಚ್ಚು ಸಂಬಂಧಿಸಿದ ಮಾನವಹಿತನಿಷ್ಠೆ ಅಥವಾ ಮಾನವ ಸ್ವಭಾವ ವಿಜ್ಞಾನದ ಬಗ್ಗೆ ಪರಿಗಣನಾರ್ಹ ಕುತೂಹಲ ಮೂಡಿತು. ಪ್ರಾಟೆಸ್ಟಂಟ್ ಸುಧಾರಕರು ಚರ್ಚಿನ ಅಧಿಕಾರಕ್ಕೆ ಸವಾಲು ಎಸೆದರು ಹಾಗೂ ವ್ಯಕ್ತಿ ಅಭಿವ್ಯಕ್ತಿಯನ್ನು ಪ್ರೋತ್ಸಾಹಿಸಿದರು. ವ್ಯಕ್ತಿ ಅಭಿವ್ಯಕ್ತಿಯೇ ವೈಜ್ಞಾನಿಕ ಅನ್ವೇಷಣೆಗಳ ಪೂರ್ವಾಗತ್ಯವಾಗಿದೆ. ಹಿಂದಿನ ಕಾಲದ ಕೊರತೆಗಳನ್ನು ಅರಿತ ಬುದ್ಧಿಜೀವಿಗಳು ಉಜ್ವಲ ಭವಿಷ್ಯಕ್ಕಾಗಿ ಯೋಜನೆ ರೂಪಿಸತೊಡಗಿದರು. ಇದು ಮಹತ್ವದ ವಿಷಯವಾಗಿತ್ತು. ಏಕೆಂದರೆ ಪುನರುಜ್ಜೀವನ ಕಾಲದ ವಿಜ್ಞಾನಿಗಳೂ ಕೂಡ, ಮುಂದೆ ನೋಡುವ ಮೊದಲು ಹಿಂದಿನ ಸಂಗತಿಗಳನ್ನೇ ಅವಲೋಕಿಸುತ್ತಿದ್ದರು. 'ಕಳೆದು ಹೋದ ಸುದಿನ'ಗಳಲ್ಲಿ ಸಾಧಿಸಲಾದುದಕ್ಕಿಂತ ಹೆಚ್ಚಿನದನ್ನು ತಾವು ಸಾಧಿಸಬಹುದೆಂದು ಕೂಡ ಕೆಲವರು ಭಾವಿಸಿದ್ದರು. ಆ ದಿನಗಳಲ್ಲಿ ಬಾಳಿದಂತೆ ಬಾಳುವುದೇ ಅವರ ಹಂಬಲವಾಗಿತ್ತಲ್ಲದೆ ಅಂದಿನ ಜೀವನವನ್ನು ಸುಧಾರಿಸುವುದಾಗಿರಲಿಲ್ಲ. 16ನೇ ಶತಮಾನದಲ್ಲಿ ಈ ಮನೋಭಾವದಲ್ಲಿ ಬದಲಾವಣೆಯಾದದ್ದು ಎದ್ದು ತೋರುತ್ತಿತ್ತು. ತತ್ತ್ವಜ್ಞಾನಿಗಳೂ, ಲೇಖಕರು, ರಾಜಕೀಯ ಸುಧಾರಕರು ಹಾಗೂ ಮತಧರ್ಮಶಾಸ್ತ್ರಜ್ಞರು, ಅಂತೆಯೇ ವಿಜ್ಞಾನಿಗಳು ಕೂಡ ಹೊಸ ಭವಿಷ್ಯದ ಬಗೆಗೆ ನಂಬಿಕೆಯನ್ನು ರೂಪಿಸಿಕೊಳ್ಳತೊಡಗಿದರು. ರಾಷ್ಟ್ರೀಯ ಪ್ರಜ್ಞೆಯ ಉದಯ ಹಾಗೂ ಹೆಚ್ಚು ಸ್ಥಿರವಾದ ಸಮಾಜ – ಇವು ವಿಜ್ಞಾನದ ಅಭಿವೃದ್ಧಿಗೆ ಸಹಾಯಕವಾದವು. ಫ್ಯೂಡಲ್ ವ್ಯವಸ್ಥೆಯ ಅವ್ಯವಸ್ಥೆ ಹಾಗೂ ಗೊಂದಲಗಳು ಮತ್ತು ಆಗ ಇದ್ದ ಬಡತನ – ಇವು ವೈಜ್ಞಾನಿಕ ಸಂಶೋಧನೆಗಳನ್ನು ಮುಂದುವರಿಸಲು ಅನುಕೂಲವಾಗಿರಲಿಲ್ಲ. ಹೊಸ ಭೂಪ್ರದೇಶಗಳ ಅನ್ವೇಷಣೆಯಿಂದ ಅಪರಿಚಿತ ಜನರಿಂದ ಹೊಸ ಭಾವನೆಗಳನ್ನು ಅರಿಯುವುದು ಸಾಧ್ಯವಾಯಿತು. ಹೊಸ ಪ್ರಪಂಚ ಹಾಗೂ ಹೊಸ ದೃಷ್ಟಿಕೋನಗಳು ಅಭಿವೃದ್ಧಿಗೊಂಡವು.

ಹೊಸ ವೈಜ್ಞಾನಿಕ ಸ್ಫೂರ್ತಿ

ಮಧ್ಯಯುಗದ ಜನರು, ಸಿದ್ಧಾಂತಗಳನ್ನು, ಅನ್ವೇಷಣೆಗಳನ್ನು ಪರಿಶೀಲಿಸುವ ಮೊದಲೇ ಅವುಗಳನ್ನು ಒಪ್ಪುತ್ತಿದ್ದರು. ಪವಾಡಗಳು ಹಾಗೂ ಪ್ರಕೃತಿಗೆ ಅತೀತವಾದ ವಿವರಗಳಿಗೆ ದೃಢವಾಗಿ ಅಂಟಿಕೊಂಡ ಅವರು, ಹಿಂದಿನ ಲೇಖಕರ ತೀರ್ಮಾನಗಳನ್ನು ಯಾವುದೇ ಪ್ರಶ್ನೆಗಳನ್ನು ಕೇಳದೆ ಒಪ್ಪಿಕೊಳ್ಳುತ್ತಿದ್ದರು. ಮಧ್ಯಯುಗದ ವಿದ್ವಾಂಸರು ಕ್ರೈಸ್ತ ಸೂತ್ರಗಳನ್ನು ರೂಪಿಸುವುದಕ್ಕಾಗಿಯೇ ತಮ್ಮ ಜೀವನವನ್ನು ಮೀಸಲಾಗಿಟ್ಟಿದ್ದರು. ಅರಿಸ್ಟಾಟಲನ ತೀರ್ಮಾನಗಳ ವಿಸ್ತೃತ ವಿಶ್ಲೇಷಣೆಯನ್ನು ಅವರು ನಡೆಸಿದರು. 16ನೇ ಶತಮಾನದ ವಿಜ್ಞಾನಿಗಳು ಮೊತ್ತಮೊದಲ ಭಾರಿ ಮಧ್ಯಯುಗದ ವೈಜ್ಞಾನಿಕ ವಿಧಾನಗಳ ವಿರುದ್ಧವಾಗಿ ಪರಿಣಾಮಕಾರಿ ಪ್ರತಿಭಟನೆ ನಡೆಸಿದರು. ಪ್ರಾಚೀನ ವೈಜ್ಞಾನಿಕ ತೀರ್ಮಾನಗಳು ಪರಿಪಕ್ವ ಜ್ಞಾನವನ್ನು ಪ್ರತಿನಿಧಿಸುವುದಿಲ್ಲ ಎಂದು ಫ್ರಾನ್ಸಿಸ್ ಬೇಕನ್ (1561–1626) ಸ್ಪಷ್ಟಪಡಿಸಿದ. ಅವನ ಅಭಿಪ್ರಾಯದಲ್ಲಿ ಮಾನವನೇ ನಿಸರ್ಗಸಾಮ್ರಾಜ್ಯವನ್ನು ಅನ್ವೇಷಿಸಬೇಕಾಗಿತ್ತು. 'ಈಗ ವಿಜ್ಞಾನದ ನಿಜವಾದ ಹಾಗೂ ನ್ಯಾಯಬದ್ಧವಾದ ಗುರಿ, ಮಾನವ ಜೀವನವನ್ನು ಹೊಸ ಸಂಶೋಧನೆ–ಶಕ್ತಿ ಸಾಮರ್ಥ್ಯಗಳ ನೆರವಿನಿಂದ ಉತ್ತಮಗೊಳಿಸುವುದಲ್ಲದೆ ಬೇರೇನೂ ಅಲ್ಲ'. ಎಲ್ಲವನ್ನು ಪ್ರಶ್ನಿಸುವ ಅಗತ್ಯವಿರುವುದನ್ನು ಡೆಕಾರ್ಟೆ (1596–1650) ಮನಗಾಣಿಸಿದ. ಗ್ರೀಕರು ಮಾಡಿದರೆಂದು ಊಹಿಸಲಾದ ಸಂಶೋಧನೆಗಳ ಬಗ್ಗೆ ಅನುಮಾನ ವ್ಯಕ್ತಪಡಿಸಿದ. ಅವನು, ಗ್ರೀಕ್ ವಿಜ್ಞಾನದ ಆಧಾರದ ಮೇಲೆ ವಿದ್ವಾಂಸರು ಬಂದ ತೀರ್ಮಾನಗಳ ಬಗ್ಗೆ ಪ್ರಶ್ನಿಸತೊಡಗಿದ. ಸಂದೇಹ ಪ್ರವೃತ್ತಿಯನ್ನು ಕೊಡುಗೆಯಾಗಿ ನೀಡಿದವನೇ ಡೆಕಾರ್ಟೆ. ಈ ಸಂದೇಹವೇ ಮುಂದಿನ ಕಾಲದ ವೈಜ್ಞಾನಿಕ ಸಂಶೋಧನೆಗೆ ಮುನ್ಸೂಚಕವಾಗಿತ್ತು.

ಭೂಗೋಳಶಾಸ್ತ್ರ ಹಾಗೂ ಖಗೋಳ ವಿಜ್ಞಾನ

ಹೊಸ ಭೂಪ್ರದೇಶಗಳ ಅನ್ವೇಷಣೆ ಹಾಗೂ ಖಗೋಳ ವಿಜ್ಞಾನಿಗಳ ಸಂಶೋಧನೆಗಳಿಂದಾಗಿ, ತಮ್ಮ ಹೆಚ್ಚಿನ ಜನಜನಿತ ಅಭಿಪ್ರಾಯಗಳಲ್ಲಿ ಕೆಲವು ಬರಿಯ ಭ್ರಮೆಯಿಂದ ಕೂಡಿದವು ಎಂದು ಜನರಿಗೆ ಮನವರಿಕೆಯಾಯಿತು. ಮತಧರ್ಮಶಾಸ್ತ್ರಜ್ಞರ ಕೆಲವು ತೀರ್ಮಾನಗಳು ಎಷ್ಟು ಅಸಂಬದ್ಧವೆಂದು ತೋರಿಸುವ ಕೆಲವು ಉದಾಹರಣೆಗಳು ಇಲ್ಲಿವೆ. ಕೆಲವು ವೈಜ್ಞಾನಿಕ ಆಧಾರ ಕಲ್ಪನೆಗಳು ಎಷ್ಟು ಸರಿಯಾದವು ಎಂಬುದಕ್ಕೂ ಇಲ್ಲಿ ಸಾಕ್ಷ್ಯಾಧಾರವಿದೆ. ವೈಜ್ಞಾನಿಕ ಪರಿಕಲ್ಪನೆಗಳನ್ನು ತುಂಬಾ ಪ್ರೋತ್ಸಾಹಿಸಲಾಯಿತು. ಅನ್ವೇಷಣಾ ಪ್ರವಾಸಗಳಿಂದ ಹೊಸ ಭೂಪ್ರದೇಶಗಳು ಬೆಳಕಿಗೆ ಬಂದವು. ಖಗೋಳ ವಿಜ್ಞಾನಿಗಳು ಹೊಸ ವಿಶ್ವವನ್ನೇ ಜನರೆದುರು ತೆರೆದಿಟ್ಟರು. ಎರಡನೆಯ ಶತಮಾನದಲ್ಲಿ ಟಾಲೆಮಿ, ಭೂಕೇಂದ್ರ ಸಿದ್ಧಾಂತವನ್ನು ಪ್ರತಿಪಾದಿಸಿದಂದಿನಿಂದ, ಆ ಸಿದ್ಧಾಂತಕ್ಕೆ ಕೊಪರ್ನಿಕಸ್ (1473–1543) ಸವಾಲೆಸೆಯುವ ತನಕ ಖಗೋಳ ವಿಜ್ಞಾನಕ್ಕೆ

ಸಂಬಂಧಿಸಿದಂತೆ ಅಂತಹ ಪ್ರಗತಿಯೇನೂ ಆಗಿರಲಿಲ್ಲ. ವಿಶ್ವದಲ್ಲಿ ಭೂಮಿಗಿದ್ದ ಮಹತ್ವವನ್ನು ಕಡಿಮೆಗೊಳಿಸಿದ ಟಾಲೆಮಿ, ಸೂರ್ಯಕೇಂದ್ರಕ ಸೂತ್ರವನ್ನು ಕೊಪರ್ನಿಕಸ್ ಪ್ರತಿಪಾದಿಸಿದ. ಈ ಸೂತ್ರದ ಪ್ರಕಾರ, ಖಗೋಳ ಕಾಯಗಳು ಭೂಮಿಯ ಸುತ್ತ ತಿರುಗುವ ಬದಲು ಸೂರ್ಯನ ಸುತ್ತ ತಿರುಗುತ್ತವೆ. ಸೂರ್ಯ ಭೂಮಿಯ ಮೇಲಷ್ಟೇ ಅಲ್ಲದೆ, ಇತರ ಎಲ್ಲ ಕಾಯಗಳ ಮೇಲೆಯೂ ನಿಯಂತ್ರಣ ಹೊಂದಿದ್ದಾನೆ.

ಕೊಪರ್ನಿಕಸ್‌ನ ತೀರ್ಮಾನಗಳಿಗೆ ಬೆಂಬಲವಾಗಿ ಕೆಪ್ಲರ್ (1571–1630) ಗಣಿತ ನಿಯಮಗಳನ್ನು ಸೂತ್ರೀಕರಿಸಿದ. ಗ್ರಹಗಳು ಸೂರ್ಯನ ಸುತ್ತ ವೃತ್ತಾಕಾರವಾದ ಪಥದಲ್ಲಿ ತಿರುಗುವ ಬದಲು ಅಂಡಾಕೃತಿಯ ಪಥದಲ್ಲಿ ತಿರುಗುತ್ತವೆ ಎಂದು ಅವನು ಸ್ಪಷ್ಟಪಡಿಸಿದ. ಕ್ಯಾಥೊಲಿಕರು ಹಾಗೂ ಪ್ರಾಟೆಸ್ಟಂಟರಿಬ್ಬರೂ ಈ ಹೊಸ ಸಿದ್ಧಾಂತವನ್ನು ಖಂಡಿಸಿದರು. 'The Rovolutions of the Heavenly Orbs' ಎಂಬ ಕೊಪರ್ನಿಕಸನ ಕೃತಿಯನ್ನು 1616ರ ಪೋಪ್‌ಗುರುವಿನ ಗ್ರಂಥಸೂಚಿಯಲ್ಲಿ ಸೇರಿಸಲಾಯಿತು. ಪವಿತ್ರಗ್ರಂಥಗಳ ಬೋಧನೆಗಳಿಗೆ ತದ್ವಿರುದ್ಧವಾದ ಈ ಹೊಸ ಸಿದ್ಧಾಂತವನ್ನು ಲೂಥರ್ ಕೂಡ ಖಂಡಿಸಿದ. ಮುಂದೆ ಗೆಲಿಲಿಯೋ (1564–1642) ಕೊಪರ್ನಿಕಸನ ವಿಕಾಸ ಸಿದ್ಧಾಂತವನ್ನು ಸಂಪೂರ್ಣಗೊಳಿಸಿದ, ದೂರದರ್ಶನವನ್ನು ಸಂಶೋಧಿಸುವ ಮೂಲಕ ಕೊಪರ್ನಿಕಸನ ಸಿದ್ಧಾಂತವನ್ನು ಬೆಂಬಲಿಸುವ ಹೊಸ ಸಾಕ್ಷ್ಯವನ್ನು ನೀಡಿದ. ಅವನು ಚಂದ್ರನ ಮೇಲೆ ಪರ್ವತಗಳೂ, ಶನಿಗ್ರಹದ ಸುತ್ತ ಉಂಗುರಗಳೂ ಇವೆಯೆಂದೂ ಪ್ರತಿಪಾದಿಸಿದ. ಇಡೀ ಜಗತ್ತೇ ನೈಸರ್ಗಿಕ ನಿಯಮಗಳಿಂದ ನಿಯಂತ್ರಿತವಾದ ಒಂದು ಯಾಂತ್ರಿಕ ವ್ಯವಸ್ಥೆಯೆಂದು ಅವನು ಕಂಡುಕೊಂಡ.

ಕೋಪರ್ನಿಕಸ್

ನ್ಯೂಟನ್ (1642–1727) : ವಿಶ್ವದ ನಿಯಮಗಳಿಗೆ ಸೂತ್ರರೂಪವನ್ನು ನೀಡಿದ. ಎಲ್ಲ ಗಗನಕಾರ್ಯಗಳ ಚಲನವಲನಗಳೂ ಗುರುತ್ವಾಕರ್ಷಣ ಶಕ್ತಿಯಿಂದ ನಿಯಂತ್ರಿತವಾಗಿದೆಯೆಂದು ಅವನು ತೀರ್ಮಾನಿಸಿದ. ಎರಡು ಕಾಯಗಳ ನಡುವಣ ಆಕರ್ಷಣೆ ಬದಲಾಗುತ್ತಿರುತ್ತದೆ. ಇದಕ್ಕೆ ಕಾಯಗಳ ವಿಸ್ತಾರ ಹಾಗೂ ಅವುಗಳ ನಡುವಿನ ದೂರದಲ್ಲಿರುವ ಅಂತರವೇ ಕಾರಣ. ಹ್ಯಾಲಿ ಧೂಮಕೇತುವಿನ ಆಗಮನವೊಂದನ್ನು ಕುರಿತಂತೆ ಭವಿಷ್ಯ ನುಡಿದ (1682). ಈಗ ಅವನ ಹೆಸರಿನಿಂದಲೇ ಧೂಮಕೇತು ಪ್ರಸಿದ್ಧವಾಗಿದೆ. ಹೀಗೆ ಧೂಮಕೇತು ಆಪತ್ ಸೂಚಕ ಎಂಬ ಹಳೆಯ ನಂಬಿಕೆಯನ್ನು ಹ್ಯಾಲಿ ತೊಡೆದುಹಾಕಿದ. ಆಗ ಲಭ್ಯವಿರುವ ಹೊಸ ಖಗೋಳ ವಿಜ್ಞಾನ ಜ್ಞಾನದ ನೆರವು ಪಡೆದು, ಹದಿಮೂರನೆಯ ಪೋಪ್ ಗ್ರೆಗರಿ 1582ರಲ್ಲಿ ಹಳೆಯ ಜೂಲಿಯನ್ ಕ್ಯಾಲೆಂಡರ್ ಅನ್ನು ಪರಿಷ್ಕರಿಸಿದ. ಈ ಹೊಸ ಕ್ಯಾಲೆಂಡರ್ ಹಳೆಯ ಕ್ಯಾಲೆಂಡರ್‌ಗಿಂತ ಹತ್ತು ದಿನ ಹಿಂದಕ್ಕೆ ಹೋಯಿತು. ಹಾಗೂ 400ರ ಗುಣಕ ಸಂಖ್ಯೆಗಳನ್ನು ಬಿಟ್ಟುಳಿದಂತೆ ಉಳಿದೆಲ್ಲ ಶತವರ್ಷಗಳಿಂದ, ಹೆಚ್ಚುವರಿ ದಿನಾಂಕವಾದ ಫೆಬ್ರವರಿ 29ನ್ನು ತೆಗೆದುಹಾಕಲಾಯಿತು. ಗ್ರೆಗೊರಿಯನ್ ಕ್ಯಾಲೆಂಡರ್ ಎಂದು ಹೆಸರು ಪಡೆದ ಇದನ್ನು ಹೆಚ್ಚಿನ ರಾಷ್ಟ್ರಗಳು ಬಳಸತೊಡಗಿದವು. ಅಷ್ಟೇ ಅಲ್ಲ, ಅದು ಇನ್ನೂ ಸಾಮಾನ್ಯ ಬಳಕೆಯಲ್ಲಿದೆ.

ರಸಾಯನಶಾಸ್ತ್ರ ಹಾಗೂ ವೈದ್ಯಶಾಸ್ತ್ರ

ಪುನರುಜ್ಜೀವನ ಕಾಲದ ಮಾನವ ಹಿತನಿಷ್ಠೆಗೆ ಸಂಬಂಧಪಟ್ಟ ಸ್ಫೂರ್ತಿ ಜಾಗೃತವಾಗಿ, ವೈದ್ಯಶಾಸ್ತ್ರ ಹಾಗೂ ಅಂಗರಚನಾಶಾಸ್ತ್ರಗಳ ಅಧ್ಯಯನದಲ್ಲಿನ ಆಸಕ್ತಿ ಅಧಿಕವಾಯಿತು. ಹೈಪೊಕ್ರಿಟಿಸ್ ಹಾಗೂ ಗಲೆನ್ ಅವರ ಕಾರ್ಯಗಳನ್ನು ಪುನರ್ಮೌಲ್ಯಮಾಪನ ಮಾಡಿ ಅದಕ್ಕೆ ಹೊಸ ತೀರ್ಮಾನಗಳನ್ನು ಸೇರಿಸಲಾಯಿತು. ಅನಂತರ ನೆದರ್‌ಲ್ಯಾಂಡಿನ ವೆಸಾಲಿಯಸ್ (1514–1564) ಗಲೆನ್‌ನ ಸಂಶೋಧನೆಯನ್ನು ಮುಂದುವರಿಸಿದ. ಅವನು ಅಂಗರಚನಾಶಾಸ್ತ್ರಕ್ಕೆ ಸಂಬಂಧಿಸಿದ ಒಂದು ಗ್ರಂಥವನ್ನೇ ರಚಿಸಿದ. ಅದರಲ್ಲಿ ಅಸ್ಥಿಪಂಜರ, ಮೃದ್ವಸ್ಥಿ, ಸ್ನಾಯುಗಳು, ಅಪಧಮನಿ–ಅಭಿಧಮನಿಗಳು, ಜೀರ್ಣವಾಗುವ ಹಾಗೂ ಸಂತಾನಾಭಿವೃದ್ಧಿಯಾಗುವ ಕ್ರಮಗಳು, ಶ್ವಾಸಕೋಶ ಮತ್ತು ಮಿದುಳು ಇವುಗಳಿಗೆ ಸಂಬಂಧಪಟ್ಟ ವಿವರಗಳಿದ್ದವು. ಹಿಂದೆ ಗಲೆನ್ ಮಾಡಿದ ಸುಮಾರು 200ಕ್ಕೂ ಹೆಚ್ಚು ತಪ್ಪುಗಳನ್ನು ಈ ಕೃತಿಯಲ್ಲಿ ಅವನು ತಿದ್ದಿದ. ವಿಲಿಯಂ ಹಾರ್ವೆ (1578–1657), ರಕ್ತವು ಹೃದಯದಿಂದ ಅಪಧಮನಿಗೆ, ಮುಂದೆ ಅಭಿಧಮನಿಗೆ ಹರಿದು ಅಲ್ಲಿಂದ ಹೃದಯಕ್ಕೆ ಪುನಃ ಹರಿದುಬರುತ್ತದೆ ಎಂಬುದನ್ನು ಕಂಡುಹಿಡಿದ. ರಕ್ತಪರಿಚಲನ ವ್ಯವಸ್ಥೆಯ ಬಗೆಗಿನ ಈ ಸಂಶೋಧನೆ ವೈದ್ಯವಿಜ್ಞಾನಕ್ಕೆ ನೀಡಲಾದ ಅತ್ಯಂತ ಮಹತ್ವದ ಕೊಡುಗೆಯಾಗಿದೆ. ಈ ಅವಧಿಯಲ್ಲಿ ರಸಾಯನಶಾಸ್ತ್ರಕ್ಕೆ ರಸವಾದಕ್ಕಿಂತ ಹೆಚ್ಚು ಪ್ರಾಧಾನ್ಯ ಲಭಿಸಿತು. ಭೌತವಿಜ್ಞಾನಿಗಳೂ ಔಷಧ ವ್ಯಾಪಾರಿಗಳೂ ಅನುಸರಿಸುತ್ತಿದ್ದ ಹಳೆಯ ವಿಧಾನಗಳನ್ನು ಪರಸೆಸ್ಸಸ್ (1493–1541) ಖಂಡಿಸಿದ. ವೈದ್ಯಶಾಸ್ತ್ರ ಹಾಗೂ ರಸಾಯನಶಾಸ್ತ್ರಗಳ ನಡುವೆ ಇರುವ ನಿಕಟ ಸಂಬಂಧವನ್ನು ಅವನು ದೃಢಪಡಿಸಿದ.

ವಿಲಿಯಂ ಹಾರ್ವೆ

ಮಾನವದೇಹದ ಪ್ರತಿಕ್ರಿಯೆಗಳು ರಾಸಾಯನಿಕ ಬದಲಾವಣೆಗಳನ್ನು ಒಳಗೊಂಡಿರುವುದನ್ನು ಅವನು ಸ್ಪಷ್ಟಪಡಿಸಿದ. ವೈದ್ಯಕೀಯ ಉದ್ದೇಶಗಳಿಗಾಗಿ ರಾಸಾಯನಿಕಗಳನ್ನು ಬಳಸುವ ಕ್ರಮವನ್ನು ಅವನು ಜಾರಿಗೆ ತಂದ. ಕಾರ್ಡಸ್ (1515–1544) ಸಲ್ಫ್ಯುರಿಕ್ ಆಸಿಡ್ ಮತ್ತು ಆಲ್ಕೋಹಾಲ್‌ಗಳಿಂದ ಈಥರ್ ಅನ್ನು ಉತ್ಪಾದಿಸಿದ. ಹೆಲ್ಮಂಡ್ (1577–1644) ಕಾರ್ಬನ್ ಡೈ ಆಕ್ಸೈಡನ್ನು ಕಂಡುಹಿಡಿದ ಹಾಗೂ ವಾತಾವರಣದಲ್ಲಿರುವ ವಾಯುವಿಗಿಂತ ಭಿನ್ನವಾದ ಅನೇಕ ಅನಿಲಗಳಿವೆ ಎಂದು ಪ್ರತಿಪಾದಿಸಿದ.

ಗಣಿತಶಾಸ್ತ್ರ

ಗಣಿತಶಾಸ್ತ್ರ ಕ್ಷೇತ್ರದಲ್ಲಿ ಪಾಶ್ಚಿಮಾತ್ಯ ರಾಷ್ಟ್ರಗಳು ಪೌರ್ವಾತ್ಯ ರಾಷ್ಟ್ರಗಳಿಂದಲೇ ಸಮೃದ್ಧ ಜ್ಞಾನವನ್ನು ಸಂಪಾದಿಸಿದವು. ಬೀಜಗಣಿತ ಹಾಗೂ ಅರ್‍ಯಾಬಿಕ್ ಸಂಖ್ಯೆಗಳನ್ನು ಕೊಡುಗೆ ನೀಡಿದವರು ಮುಸ್ಲಿಮರು. ಅಂಕಗಣಿತ ಹಾಗೂ ರೇಖಾಗಣಿತಗಳು ಪರಿಚಿತವಾದದ್ದು ಗ್ರೀಕರಿಂದ. 16ನೆ ಶತಮಾನದಲ್ಲಿ ಗಣಿತಶಾಸ್ತ್ರ ಕ್ಷೇತ್ರದಲ್ಲಿ ಉಂಟಾದ ತೀವ್ರ ಪ್ರಗತಿಗೆ, ವಾಣಿಜ್ಯಶಾಸ್ತ್ರ ಹಾಗೂ ವಿಜ್ಞಾನಗಳಲ್ಲಿನ ಸಂಶೋಧನೆಗೆ ಸಹಾಯಕವಾಗಬಲ್ಲ ಅನೇಕ ಮಾಹಿತಿಗಳ ಬಗ್ಗೆ ಎಲ್ಲೆಡೆ ಬೇಡಿಕೆಗಳು ಬಂದದ್ದೇ ಕಾರಣವೆನ್ನಬಹುದು. ಕೊಪರ್ನಿಕಸನ ಸಿದ್ಧಾಂತಕ್ಕೆ ಸಾಕ್ಷ್ಯಾಧಾರ ಅಗತ್ಯವೆನಿಸಿತು. ಆಧುನಿಕ ಯುದ್ಧತಂತ್ರಗಳಿಗೆ ದತ್ತಾಂಶಗಳ ಅವಶ್ಯಕತೆ ಕಂಡುಬಂತು. ಲೆಕ್ಕಾಚಾರಶಾಸ್ತ್ರ ಹಾಗೂ ದರಗಳಿಗೆ ಸಂಬಂಧಿಸಿದ ಮಾಹಿತಿಗಳು ಬ್ಯಾಂಕರ್‌ಗಳಿಗೂ ವ್ಯಾಪಾರಿಗಳಿಗೂ ಅವಶ್ಯಕವಾದವು. ಹೀಗಾಗಿ ಆ ಕಾಲದಲ್ಲಿ ಬೇರಾವುದೇ ವಿಜ್ಞಾನಿಗಳಿಗಿಂತ ಗಣಿತಶಾಸ್ತ್ರಕ್ಕೆ ಹೆಚ್ಚಿನ ಮಹತ್ವ ಲಭಿಸಿತೆನ್ನಬಹುದು. ಟರ್ಟಗ್ಲಿ (1500–1557) ಮೊದಲು ಘನಸಮೀಕರಣವನ್ನು ಪರಿಹರಿಸಿ ಸಹಗುಣಾಂಕಗಳ ಬಗೆಗೆ ಪ್ರಯೋಗಗಳನ್ನು ನಡೆಸಿದ. ಫೆರಾರಿ (1522–1565) ವರ್ಗಾತ್ಮಕ ಸಮೀಕರಣಗಳನ್ನು ಪರಿಹರಿಸಿದ. ವಿಯೆಟಾ (1540–1603) ಆಧುನಿಕ ಬೀಜಗಣಿತ ಸಮೀಕರಣಗಳನ್ನು ರೂಪಿಸಿದ. ಕೆಪ್ಲರ್ (1571–1630) ಶಂಕುಚ್ಛೇದಗಳ ಮುಂದುವರಿಕೆಯ ಸಿದ್ಧಾಂತವನ್ನು ಪ್ರತಿಪಾದಿಸಿದ. ಆಧುನಿಕ ರೇಖಾಗಣಿತವು ಡೆಸರ್ಗಸ್‌ನಿಂದ (1593–1662) ಕ್ರಮಬದ್ಧಗೊಂಡಿತು ಹಾಗೂ ಡೆಸ್ಕರ್ಟೆಸ್ ವಿಶ್ಲೇಷಣಾತ್ಮಕ ರೇಖಾಗಣಿತವನ್ನು ಹೇಗೆ ಬಳಸಬಹುದೆಂಬ ಬಗ್ಗೆ ಕಾರ್ಯ ಕೈಗೊಂಡ, ಸ್ಟೆವಿನ್ (1548–1620) ದಶಾಂಶ ಭಿನ್ನರಾಶಿಯನ್ನು ಕುರಿತಂತೆ ಮಹಾಪ್ರಬಂಧವನ್ನು ಬರೆದ. ನಾಣ್ಯಶಾಸ್ತ್ರ, ತೂಕಗಳು ಹಾಗೂ ಅಳತೆಗಳಲ್ಲಿ ದಶಾಂಶ ಪದ್ಧತಿಯ ಬಳಕೆಯನ್ನು ಸಮರ್ಥಿಸಿದ. ನಾಪೀರ್ (1550–1617) ಲಾಗರಿದಮ್‌ಗಳನ್ನು ಸಂಶೋಧಿಸಿ ಅವುಗಳನ್ನು ಹೇಗೆ ಬಳಸಬಹುದೆಂದು ತಿಳಿಸಿದ.

ಭೌತಶಾಸ್ತ್ರ

ಭೌತಶಾಸ್ತ್ರ ಹಾಗೂ ಯಂತ್ರಶಾಸ್ತ್ರಗಳು ಅಭಿವೃದ್ಧಿಗೊಳ್ಳಲು, ಗಣಿತಶಾಸ್ತ್ರ ಕ್ಷೇತ್ರದಲ್ಲಿ ಹೇಗೋ ಹಾಗೆಯೇ ಇವುಗಳನ್ನು ಉಪಯುಕ್ತ ರೀತಿಯಲ್ಲಿ ಉದ್ದೇಶ ಸಾಧನೆಗೆ ಬಳಸಲು ಸಾಧ್ಯವಾಗುತ್ತಿದ್ದದ್ದೇ ಕಾರಣ. ಗೆಲಿಲಿಯೋಗಿಂತ ಹಿಂದಿನ ಕಾಲದ ಅತಿ ಶ್ರೇಷ್ಠ ಭೌತವಿಜ್ಞಾನಿಯಾದ ಗಿಲ್‌ಬರ್ಟ್(1540–1603) ಕಾಂತೀಯ ಗುಣಗಳನ್ನು ಕುರಿತಂತೆ ಪ್ರಯೋಗಗಳನ್ನು ನಡೆಸಿದ. ಇವನಿಂದಲೇ ವಿದ್ಯುತ್ ಶಕ್ತಿ ಅಧ್ಯಯನ ಕ್ಷೇತ್ರದ ಬಾಗಿಲು ತೆರೆಯಿತು. ಸ್ಟೆವಿನ್ (1548–1620) ಬಲಗಳ ಸಮಾಂತರ ಚತುರ್ಭುಜ ನಿಯಮವನ್ನು ಕಂಡುಹಿಡಿದ. ಅವನು ದ್ರವಗಳ ಒತ್ತಡಗಳ ಬಗ್ಗೆ ಕೂಡ ಪ್ರಯೋಗಗಳನ್ನು ನಡೆಸಿದ. ಪ್ರಾರಂಭಕಾಲದ ಭೌತವಿಜ್ಞಾನಿಗಳಲ್ಲಿ ಅತ್ಯಂತ ಪ್ರಸಿದ್ಧನಾದ ಗೆಲಿಲಿಯೊ ತನ್ನ ಉಲ್ಕಾಪಾತ ನಿಯಮದಲ್ಲಿ ಆಧುನಿಕ ಚಲಶಕ್ತಿ ಸಿದ್ಧಾಂತದ ಅಡಿಪಾಯವನ್ನು ಹಾಕಿದ. ಸ್ಥೂಲವಾದ ಗಗನ ಕಾಯಗಳು ತಮ್ಮ ತೂಕಗಳಿಗೆ ಅನುಗುಣವಾದ ವೇಗದಲ್ಲಿ ಬೀಳುತ್ತವೆ ಎಂಬ ಅರಿಸ್ಟಾಟಲನ ಸಿದ್ಧಾಂತದಲ್ಲಿ ಅವನು ವಿಶ್ವಾಸ ಕಳೆದುಕೊಂಡ. ಚಲನೆ ಹಾಗೂ ಧ್ವನಿಗಳಿಗೆ ಸಂಬಂಧಿಸಿದಂತಹ ಸಂಶೋಧನೆಗಳನ್ನು ಅವನು ಕೈಗೊಂಡ. ಖಗೋಳ ಶಾಸ್ತ್ರೀಯ ಅವಲೋಕನಗಳಿಗಾಗಿ ಬಳಸಲಾಗುವ ದೂರದರ್ಶಕವನ್ನು ಅವನು ತಯಾರಿಸಿದ. ಗೆಲಿಲಿಯೋ ವಾಯುಮಾಪಕ, ಜಲವಿದ್ಯುತ್ ಸ್ಥಿರತೆ ಹಾಗೂ ಖಗೋಳಶಾಸ್ತ್ರ ಗಡಿಯಾರಗಳನ್ನು ಕಂಡುಹಿಡಿದ. ಇದೇ ಅವಧಿಯಲ್ಲಿ ಸಿದ್ಧಪಡಿಸಲಾದ ಇತರ ಅತಿ ಮಹತ್ವದ ಹಾಗೂ ಉಪಯುಕ್ತವಾದ ಯಾಂತ್ರಿಕ ಸಾಧನಗಳೇ ತೂಕವನ್ನು ತಿಳಿಯಲು ಬಳಸುವ ತಕ್ಕಡಿ, ಕೈವಾರದ ಮೊನೆಸೂಜಿಯ ಆಲಂಬಕ ಮತ್ತು ವಾಯುಭಾರಮಾಪಕ.

ಗೆಲಿಲಿಯೋ

ಗೆಲಿಲಿಯೋನ ಟೆಲಿಸ್ಕೋಪ್

ಯಕ್ಷಿಣಿಯ ಚಿರಂತನತೆ

ವೈಜ್ಞಾನಿಕ ಕ್ಷೇತ್ರದಲ್ಲಿ ಪ್ರಮುಖ ಪ್ರಗತಿ ಸಾಧನೆಯಾದರೂ ಖಗೋಳಶಾಸ್ತ್ರ ಹಾಗೂ ರಸವಾದಗಳು ಅಭಿವೃದ್ಧಿ ಹೊಂದುವುದನ್ನು ಮುಂದುವರಿಸಿದವು. ಮೂಲ ಲೋಹಗಳನ್ನು ಚಿನ್ನವಾಗಿ ಪರಿವರ್ತಿಸುವ ಪ್ರಯತ್ನವನ್ನು ರಸವಾದಿಗಳು ಮುಂದುವರಿಸಿದರು. ರಾಜರು ಹಾಗೂ ರಾಜಕುವರರ ಹಣಕಾಸಿನ ನೆರವು ಪಡೆದ ಅನ್ವೇಷಕರು ನಿರಂತರ ತಾರುಣ್ಯದ ಚಿಲುಮೆಯನ್ನು ಕಂಡುಹುಡುಕಲು ಪ್ರಯತ್ನಿಸಿದರು. ಯುದ್ಧರಂಗ ಹಾಗೂ ರಾಜ್ಯತಂತ್ರಗಳಲ್ಲಿ ಸಮಸ್ಯೆಗಳು ಎದುರಾದಾಗ ದೊರೆಗಳು ಜ್ಯೋತಿಷಿಗಳ ಸೇವೆಗಳನ್ನು ಪಡೆಯುತ್ತಿದ್ದರು. 16ನೆಯ ಶತಮಾನದ ಆದಿಭಾಗಕ್ಕಿಂತ ಹೆಚ್ಚಾಗಿ ಅಂತ್ಯಭಾಗದಲ್ಲಿ ಮಾಟಮಂತ್ರಗಳು ಹೆಚ್ಚು ಪ್ರಚಲಿತವಾಗಿದ್ದವು.

ಸುಧಾರಣೆ (Reformation)

ಸಂಧಿಕಾಲದಲ್ಲಿ ಸುಧಾರಣೆಗಳ ಪಾತ್ರ

ಮಧ್ಯಯುಗದಲ್ಲಿ ಏಕತೆಯ ಪರಿಕಲ್ಪನೆಯ ಮೇಲೆ ದಾಳಿ ನಡೆಯಿತು. ವ್ಯಕ್ತಿಯೇ ವಿಶಿಷ್ಟ ಸ್ಥಾನ ಪಡೆಯಬಯಸಿದ್ಧ ಬೌದ್ಧಿಕ ಏಕತೆ ಹಾಗೂ ಕೇಂದ್ರೀಕೃತ ನಿಯಂತ್ರಣದ ವಿರುದ್ಧವಾಗಿ ಪುನರುಜ್ಜೀವನ ಪ್ರತಿಭಟನೆ ನಡೆಸಿತು. ರಾಷ್ಟ್ರೀಯ ರಾಜ್ಯಗಳ ಉದಯವು ಮಧ್ಯಯುಗದ ವಿಶ್ವ ಸಂಸ್ಥಾನದ ಪರಿಕಲ್ಪನೆಯನ್ನು ನುಚ್ಚುನೂರು ಮಾಡಿತು. ಕೊನೆಯ ಆಕ್ರಮಣವೇ ಸುಧಾರಣೆಗಳದ್ದು. ಸುಧಾರಣೆಗಳಿಂದಾಗಿ, ಮಧ್ಯಯುಗದ ಮಹಾ ಸಂಸ್ಥೆಗಳಲ್ಲಿ ಒಂದಾದ ವಿಶ್ವಚರ್ಚ್‌ನ ಏಕಸ್ವಾಮ್ಯಾಧಿಕಾರಕ್ಕೆ ಚ್ಯುತಿಬಂತು. ಈ ಮಹಾ ಧಾರ್ಮಿಕ ವಿಪ್ಲವವು ಮಹಾಧಾರ್ಮಿಕ ಪರಿವರ್ತನೆಯ ಸಾಕ್ಷ್ಯವಾಯಿತಷ್ಟೇ ಅಲ್ಲ ಅದು ನವೀನಯುಗದ ಉದಯವನ್ನು ಘೋಷಿಸಿತು.

ಪುನರುಜ್ಜೀವನ ಹಾಗೂ ಸುಧಾರಣೆಗಳ ನಡುವಣ ಸಂಬಂಧ

ಪುನರುಜ್ಜೀವನ ಮತ್ತು ಸುಧಾರಣೆ–ಇವೆರಡೂ ಹಳೆಯ ವ್ಯವಸ್ಥೆಯು ಅವನತಿ ಹೊಂದಲು ಸಹಕರಿಸಿದವು ಹಾಗೂ ಇವುಗಳಲ್ಲಿ ಪ್ರತಿಯೊಂದೂ ಹೊಸ ಯುಗದ ಸ್ಥಾಪನೆಗೆ ತಮ್ಮ ಕೊಡುಗೆ ನೀಡಿದವು. ಕೆಲವು ಸಂದರ್ಭಗಳಲ್ಲಿ ಇವೆರಡರ ಕಾರ್ಯಚಟುವಟಿಕೆಗಳು ಪರಸ್ಪರ ವಿರುದ್ಧವೆನಿಸಿದಾಗ್ಯೂ ಒಟ್ಟಿನಲ್ಲಿ ಇವು ಪ್ರತ್ಯೇಕ ಪ್ರತ್ಯೇಕವಾಗಿಯೆ ಕಾರ್ಯನಿರ್ವಹಿಸಿದವು. ಕೆಲವು ಪ್ರಾಟೆಸ್ಟೆಂಟ್ ಮಾನವ ದಾರ್ಶನಿಕರು ಧಾರ್ಮಿಕ ವಾದವಿವಾದಗಳಲ್ಲಿ ಅಭಿಜಾತ ಕೃತಿಗಳ ಅಧ್ಯಯನವನ್ನು ಬಳಸಿದರು. ಆದರೆ ಮಾನವ ಹಿತಾಸಕ್ತಿಯು ಕ್ಷುದ್ರಧರ್ಮೀಯ ಜ್ಞಾನವನ್ನು ಪ್ರೋತ್ಸಾಹಿಸಿತು. ಇದನ್ನು ಪರಿಶುದ್ಧವಾದ ಪ್ರಾಟೆಸ್ಟೆಂಟರು ಖಂಡಿಸಿದರು. ಕೆಲವು ಅಗ್ರಗಣ್ಯ ಪ್ರಾಟೆಸ್ಟೆಂಟರು ಅಲೌಕಿಕ ಶಕ್ತಿಯನ್ನು ಮಾಟ ಮಂತ್ರಗಳನ್ನು ಪುನರ್ವಿಮರ್ಶಿಸತೊಡಗಿದರು. ಪ್ರಾರಂಭ ಕಾಲದ ಮಾನವ ದಾರ್ಶನಿಕರಲ್ಲಿ ಅನೇಕರು ವಿಧೇಯ ರೋಮನ್ ಕ್ಯಾಥೊಲಿಕ್‌ರಾಗಿದ್ದರು. ಆದರೂ ಅವರಿಗೆ ಸುಸ್ಥಾಪಿತ ಚರ್ಚ್‌ಗಳನ್ನು ಸುಧಾರಿಸುವ ಬಗ್ಗೆ ವಿಶೇಷ ಆಸಕ್ತಿಯಿತ್ತು. ವಾಸ್ತವವಾಗಿ ಹೇಳುವುದಾದರೆ ಕೆಲವು ಪ್ರಾಟೆಸ್ಟೆಂಟರು ಪುನರುಜ್ಜೀವನ ಪರಿಕಲ್ಪನೆಯಲ್ಲಿ ವ್ಯಕ್ತಗೊಂಡ ಮನುಷ್ಯೋತ್ಕರ್ಷ ಧರ್ಮದ ಹಾಗೂ ಸೌಂದರ್ಯದ ತೀಕ್ಷ್ಣ ವಿಮರ್ಶಕರಾಗಿದ್ದರು.

ಸುಧಾರಣೆಯ ಮೊದಲು ಚರ್ಚ್

ರೋಮನ್ ಕ್ಯಾಥೊಲಿಕ್ ಚರ್ಚಿನ ಅಧಿಕಾರವನ್ನು ಧಾರ್ಮಿಕ ವಿಷಯಗಳಲ್ಲಿ ಅಂತಿಮ ತೀರ್ಮಾನವೆಂದು ಒಪ್ಪಲಾಗುತ್ತಿತ್ತು. ಸುವ್ಯವಸ್ಥಿತ ಸುಸಂಸ್ಕೃತ ಸಮಾಜದಲ್ಲಿ ಚರ್ಚ್ ಅಧಿಕಾರಕ್ಕೆ ಗೌರವ ನೀಡುವುದು ಅಗತ್ಯವೂ ಆಗಿತ್ತು. ರೋಮನ್ ಕ್ಯಾಥೊಲಿಕ್ ಚರ್ಚ್‌ಗೆ, ಏಸುಕ್ರಿಸ್ತನಿಂದಲೇ ಸ್ಥಾಪಿತವಾದ ಚರ್ಚ್ ಎಂಬ ಹೆಗ್ಗಳಿಕೆಯೂ ಇತ್ತು. ಆದ್ದರಿಂದ ಅದು ಅತಿಪವಿತ್ರ, ಕ್ರಮಬದ್ಧ ಧಾರ್ಮಿಕ ಸಂಸ್ಥೆ ಹಾಗೂ ಚರ್ಚ್ ಅಧಿಕಾರಿಗಳ ಮೇಲೆ ಯಾವ ಬಲಾತ್ಕಾರವನ್ನು ಮಾಡಕೂಡದು, ಒತ್ತಡ ಹೇರಕೂಡದು ಎಂಬ ಭಾವನೆ ಜನರಲ್ಲಿತ್ತು. ಚರ್ಚ್ ಅಧಿಕಾರಿಗಳಿಗೆ ವಿಮೋಚನಾ ಮಾರ್ಗಗಳ ಮೇಲೆ ನಿಯಂತ್ರಣವಿತ್ತು; ಚರ್ಚಿನಿಂದ ಹೊರಗಿದ್ದವನನ್ನು ಯಾರೂ ಕಾಪಾಡುವುದು ಸಾಧ್ಯವಿರಲಿಲ್ಲ. ಜನರು ಈ ಷರತ್ತುಗಳಿಗೆಲ್ಲ ಸಹಜವಾಗಿ ತಮ್ಮ ಒಪ್ಪಿಗೆ ನೀಡಿದ್ದರು. ಚರ್ಚ್ ಸ್ಪಷ್ಟವಾಗಿ ನೀಡುವ ಸುಭದ್ರತೆ ಹಾಗೂ ಅದರ ಅಧಿಕಾರಕ್ಕಿರುವ ಮಹತ್ವ – ಇವುಗಳಿಗೆ 16ನೆಯ ಶತಮಾನದಲ್ಲಿ ಅನಿರೀಕ್ಷಿತ ಪ್ರತಿಭಟನೆ ತೋರಿಬರತೊಡಗಿತು.

ಚರ್ಚಿನ ದುರ್ಬಲ ಸ್ಥಾನ

ರೋಮನ್ ಕ್ಯಾಥೊಲಿಕ್ ಚರ್ಚ್ ಮಧ್ಯಯುಗದಲ್ಲಿ ವಿಶಿಷ್ಟ ಸ್ಥಾನವನ್ನು ಹೊಂದಿದ್ದ ಸಂಸ್ಥೆಯಾಗಿತ್ತು. ಅದಕ್ಕೆ ಏಕಸ್ವಾಮ್ಯಾಧಿಕಾರವಿತ್ತು; ಪರಮಪ್ರಭುತ್ವವಿತ್ತು; ಈ ಏಕಸ್ವಾಮ್ಯದ ವಿರುದ್ಧವಾಗಿ ಪುನರುಜ್ಜೀವನ ಕಾಲದ ಅನ್ವೇಷಕ ಸ್ಫೂರ್ತಿ ಬಂಡಾಯವೆದ್ದಿತು. ಮಧ್ಯಯುಗದಲ್ಲಿನ ಚರ್ಚ್ ಆಚರಣೆಗಳನ್ನು ಮಾನವತಾವಾದಿಗಳು ತೀವ್ರ ವಿಮರ್ಶೆಗೆ ಒಳಪಡಿಸಿದರು. ಅವರಲ್ಲಿ ಹಲವರು ಪಡೆದಿದ್ದ ವಿದ್ವತ್ ತರಬೇತಿಯಿಂದ ಅವರನ್ನು ಧಾರ್ಮಿಕ ವಿಚಾರಗಳಿಗೆ ಸಂಬಂಧಿಸಿದಂತೆ ವಿರುದ್ಧ ಸ್ವಭಾವದವರನ್ನಾಗಿ ಮಾಡಿತು. ಅತ್ಯಂತ ಸುಸಂಸ್ಕೃತರಾದ ಮಾನವತಾವಾದಿಗಳ ಮೇಲೆ ನಿಯಂತ್ರಣ ಸಾಧಿಸುವುದು ಕ್ರೈಸ್ತ ಪುರೋಹಿತ ವರ್ಗದವರಿಗೇನೂ ಸುಲಭ ಸಾಧ್ಯವಾಗಿರಲಿಲ್ಲ. ಭಾರೀ ಪ್ರಮಾಣದ ಕ್ರೈಸ್ತ ಮತೀಯ ತೆರಿಗೆಗಳನ್ನು ವಿಧಿಸಿದ್ದರಿಂದಾಗಿ ಶ್ರೀಮಂತ ವರ್ಗದವರು ಅಸಹನೆಗೊಂಡಿದ್ದರು; ರೈತವರ್ಗದವರೂ ಅತೃಪ್ತರಾಗಿದ್ದರು. ಬೂರ್ಷ್ವಾಗಳೂ, ಶ್ರೀಮಂತ ವರ್ಗದವರೂ ಅಸುಖಿಗಳಾಗಿದ್ದರು. ಕೆಲವು ಪ್ರಾಟೆಸ್ಟೆಂಟ್ ಪಂಥಗಳು ಆರ್ಥಿಕ ವೈಯಕ್ತಿಕತೆಯನ್ನು ಉತ್ತೇಜಿಸುತ್ತಿದ್ದವು. ವಾಣಿಜ್ಯ ಕ್ಷೇತ್ರಗಳ ಮೇಲೆ ವಿಧಿಸಲಾದ ಕರವನ್ನು ವಿರೋಧಿಸುತ್ತಿದ್ದವು. ವಾಣಿಜ್ಯ ಉದ್ಯಮಗಳಿಂದ ಗಳಿಸಲಾದ ವೈಯಕ್ತಿಕ ಸಂಪತ್ತನ್ನು ದೋಷಪೂರ್ಣ ದೃಷ್ಟಿಯಿಂದ ನೋಡಬಾರದೆಂಬುದು ಅವರ ಇಚ್ಛೆಯಾಗಿತ್ತು. ವೈಯುಕ್ತಿಕವಾಗಿ ಹಣಸಂಪಾದಿಸಲು ಎಲ್ಲರಿಗೂ ಮುಕ್ತ ಅವಕಾಶವಿರಬೇಕು. ಚರ್ಚ್‌ನ ಯಾವುದೇ ನಿಯಂತ್ರಣವಿರಬಾರದೆಂಬುದು ಅವರ ಅಪೇಕ್ಷೆಯಾಗಿತ್ತು. ವಾಸ್ತವವಾಗಿ ಮಧ್ಯಯುಗದ ಚರ್ಚಿನ ಮೇಲೆ ಆಕ್ರಮಣ ನಡೆಸಿದ ನಾಲ್ಕು ಪ್ರಮುಖ ಬಲಗಳೆಂದರೆ – 1. ರಾಷ್ಟ್ರೀಯ ರಾಜ್ಯಗಳ ಹೆಚ್ಚುತ್ತಿರುವ ಅಧಿಕಾರ. 2. ಪೋಪನಿಗಿದ್ದ ಕೇಂದ್ರೀಕೃತ ಅಧಿಕಾರವನ್ನು ವಿರೋಧಿಸುವ ಕ್ರೈಸ್ತಪುರೋಹಿತ ವರ್ಗದ ಸದಸ್ಯರು. 3. ಚರ್ಚಿನಲ್ಲಿನ ಆಚರಣೆಗಳನ್ನು ಖಂಡಿಸುವ ಸುಧಾರಕರು ಹಾಗೂ 4. ಮಧ್ಯಮ ವರ್ಗದ ಜನರು.

ಅವನತಿಯ ಆರಂಭ

ಚರ್ಚಿನ ಸಾಮಾನ್ಯ ಅವನತಿ ಪುನರುಜ್ಜೀವನ ಕಾಲಕ್ಕೂ ಬಹಳ ಹಿಂದೆಯೇ ಪ್ರಾರಂಭವಾಗಿತ್ತು. ವಾಸ್ತವವಾಗಿ ಹೇಳುವುದಾದರೆ, ಅವನತಿಯ ನಿದರ್ಶನ, 13ನೆಯ ಶತಮಾನದಲ್ಲಿ ಮೂರನೆಯ ಇನ್ನೊಸೆಂಟ್‌ನ ನೇತೃತ್ವದಲ್ಲಿನ ಬೃಹತ್ ಉಚ್ಛ್ರಾಯ ಸ್ಥಿತಿಯ ಕಾಲದಲ್ಲಿಯೇ ಕಂಡುಬರತೊಡಗಿತು. ಮೂರನೆಯ ಇನ್ನೊಸೆಂಟನ ಮಹಾಸಾಧನೆಗಳು ಎಷ್ಟು ಮಹತ್ವದವಾಗಿದ್ದವೆಂದರೆ, ಅವನ ಉತ್ತರಾಧಿಕಾರಿಗಳಿಗೆ ಆ ಸಾಧನೆಗಳನ್ನು ಅನುಸರಿಸಿಕೊಂಡು ಹೋಗುವುದು ಕಷ್ಟವಾಯಿತು. ಸಂಪತ್ತು ಹಾಗೂ ಲೌಕಿಕ ಅಧಿಕಾರಗಳ ಸಂಗ್ರಹದಿಂದ ಕ್ರೈಸ್ತಪುರೋಹಿತವರ್ಗದವರು ಎಷ್ಟರಮಟ್ಟಿಗೆ ಆಕರ್ಷಿತರಾದರೆಂದರೆ, ಅವರು ತಮ್ಮ ಆಧ್ಯಾತ್ಮಿಕ ಕರ್ತವ್ಯಗಳನ್ನು ಬದಿಗೊತ್ತಿ ಪ್ರಾಪಂಚಿಕ ವ್ಯವಹಾರಗಳಲ್ಲಿ ಮುಳುಗಿದರು. ಚರ್ಚಿನಲ್ಲಿ ನಡೆಯತೊಡಗಿದ ದುರಾಚಾರಗಳೇ ಅದರ ಅವನತಿಗೆ ಮೂಲಭೂತ ಕಾರಣವಾಗಿರಲಿಲ್ಲ. ಆದರೆ ತಮ್ಮ ವಿರೋಧಿಗಳ ಬಳಕೆಗಾಗಿ ಕ್ರೈಸ್ತ ಪುರೋಹಿತ ವರ್ಗದವರೇ ಆಯುಧಗಳನ್ನು ಒದಗಿಸಿಕೊಟ್ಟರೆಂಬುದಂತೂ ನಿಜ. ಕೆಲವು ಪೋಪ್ ಗುರುಗಳಂತೂ ಕ್ರೈಸ್ತ ಆದರ್ಶಗಳನ್ನೇ ಉಲ್ಲಂಘಿಸಿ, ತಮ್ಮನ್ನು ಚರ್ಚ್‌ಗಳನ್ನು ಸಮರ್ಥನೀಯವಾಗಿಯೇ ಇತರರು ಖಂಡಿಸಲು ಅವಕಾಶ ಮಾಡಿಕೊಟ್ಟರು.

ಚರ್ಚ್ ಮತ್ತು ರಾಜಕಾರಣ

ರಾಷ್ಟ್ರದ ಕರ್ತವ್ಯಗಳನ್ನು ಚರ್ಚ್ ನಿರ್ವಹಿಸಲು ಹೊರಟಾಗ ಹಾಗೂ ಇತರ ರಾಷ್ಟ್ರಗಳ ರಾಜಕೀಯ ಆಗಹೋಗುಗಳ ಮಧ್ಯೆ ಪ್ರವೇಶಿಸಲು ಅದು ತೊಡಗಿದಾಗ, ಧರ್ಮಕ್ಕೆ ತೀರಾ ಅನ್ಯ ಅಥವಾ ಅಪರಿಚಿತವೆನಿಸದ ಇನ್ನೊಂದು ಪಾತ್ರವನ್ನು ವಹಿಸಲು ಅದು ಪ್ರಾರಂಭಿಸಿದಂತಾಯಿತು. ಪೋಪ್ ಗುರುವಿನ ಅಧಿಕಾರಕ್ಕೆ ಒಳಪಟ್ಟ ರಾಷ್ಟ್ರದ ಆಡಳಿತ ಅಷ್ಟೇನೂ ಕಷ್ಟಕರವಾಗಿರಲಿಲ್ಲ. ಆದರೆ ಪವಿತ್ರ ರೋಮನ್ ಸಾಮ್ರಾಜ್ಯದ ಮೇಲ್ವಿಚಾರಣೆಯನ್ನು ಚರ್ಚ್ ವಹಿಸಿಕೊಂಡು ರಾಷ್ಟ್ರೀಯ ರಾಜ್ಯಗಳ ರಾಜಕೀಯ ವ್ಯವಹಾರಗಳಲ್ಲಿ ತಲೆತೂರಿಸಿದಾಗ, ಚರ್ಚ್ ಅಸಂಖ್ಯಾತ ಕಷ್ಟಗಳನ್ನು, ಸಮಸ್ಯೆಗಳನ್ನು ಎದುರಿಸಬೇಕಾಯಿತು. ಆರೋಪಿತವಾದ ಹೋರಾಟ ಒಂದು ಎಚ್ಚರಿಕೆಯಾಗಬೇಕಾಗಿತ್ತು. ಆದರೆ ಹೋರಾಟಕ್ಕೊಬ್ಬ ನಾಯಕನಿರಲಿಲ್ಲ. 13ನೇ ಶತಮಾನದಷ್ಟು ಹಿಂದೆಯೇ ಒಂದೆಡೆ ಇಂಗ್ಲೆಂಡ್ ಹಾಗೂ ಫ್ರಾನ್ಸ್ ರಾಜರುಗಳ ನಡುವೆ ಸಂಘರ್ಷಗಳು ಪ್ರಾರಂಭವಾಗಿದ್ದರೆ ಇನ್ನೊಂದೆಡೆ ಎಂಟನೆಯ ಪೋಪ್ ಬೊನಿಫೇಸ್ ಚರ್ಚ್ ಆಸ್ತಿಪಾಸ್ತಿಗಳ ಮೇಲೆ ತೆರಿಗೆ ವಿಧಿಸುವ ಹಕ್ಕನ್ನು ಹೊಂದಿದ್ದ. ಸರ್ಕಾರಿ ಅಧಿಕಾರಿಗಳ ಹಠಮಾರಿತನದಿಂದ ಕೆರಳಿದ ಪೋಪ್ 1296ರಲ್ಲಿ ಶಾಸನವೊಂದನ್ನು ಹೊರಡಿಸಿದ. ಅದರ ಮೇರೆಗೆ ಚರ್ಚ್ ಆಸ್ತಿಪಾಸ್ತಿಗಳ ಮೇಲೆ ತೆರಿಗೆ ವಿಧಿಸುವ ಸರ್ಕಾರಿ ಕ್ರಮ ಕಾನೂನು ವಿರುದ್ಧವೆನಿಸಿತು. ಆದರೆ ಈ ಎಲ್ಲ ಪ್ರೌಢ ಹೇಳಿಕೆಗಳು ಪ್ರಬಲ ರಾಷ್ಟ್ರೀಯ ಅಧಿಕಾರದ ಮೇಲೆ ಹೆಚ್ಚು

ಪರಿಣಾಮ ಬೀರಲಿಲ್ಲ. ಆಡಳಿತಾಧಿಕಾರಕ್ಕೆ ಸಂಬಂಧಿಸಿದಂತೆ ಪೋಪ್ ಮತ್ತು ದೊರೆಗಳ ನಡುವೆ ಹೋರಾಟ ಪ್ರಾರಂಭವಾಯಿತು. ಕೊನೆಗೂ ಪೋಪ್ ಸೋತುಹೋದ. 1303ರಲ್ಲಿ ಬೊನಿಫೇಸ್ ಕಾಲವಶನಾದ.

1305 ರಿಂದ 1378ರ ವರೆಗೆ ಪೋಪ್ ಗುರುವಿನ ಅಧಿಕಾರದ ಮೇಲೆ ಇನ್ನೊಂದು ಆಘಾತವುಂಟಾಯಿತು. ಐದನೆಯ ಕ್ಲೆಮೆಂಟ್, ಚುನಾಯಿತನಾಗುತ್ತಿದ್ದಂತೆ, ಚರ್ಚ್ ಫ್ರೆಂಚರ ಸ್ವಾಧೀನಕ್ಕೆ ಬಂದು ಚರ್ಚ್‌ನ ಕೇಂದ್ರ ಕಛೇರಿ ರೋಮಿನಿಂದ ಅವಿಗ್ನಾನ್‌ಗೆ ಸ್ಥಳಾಂತರಿಸಲ್ಪಟ್ಟಿತು. ಈ ಕ್ರಮದಿಂದಾಗಿ ಚರ್ಚ್‌ಗೆ ಮೊದಲಿದ್ದ ಗೌರವ ಸ್ಥಾನಮಾನಗಳು ಕಡಿಮೆಯಾದವು. ಫ್ರೆಂಚರ ಅಧಿಕಾರದಿಂದ ಚರ್ಚ್ ತನ್ನ ಪ್ರಭಾವವನ್ನು ಕಳೆದುಕೊಂಡಿತು. ಉದಾಹರಣೆಗೆ, ಇಂಗ್ಲಿಷರು ಫ್ರೆಂಚ್ ಪೋಪ್ ಗುರುವಿಗೆ ಏಕೆ ಗೌರವ ತೋರಿಸಬೇಕು? ಆ ಪೋಪ್ ಗುರುವಿನ ಭೋಗಕ್ಕಾಗಿ ಏಕೆ ಹಣ ಒದಗಿಸಬೇಕು? ಇಂಗ್ಲೆಂಡ್ ಮಾತ್ರವೇ ಅಲ್ಲದೆ, ಇತರ ರಾಷ್ಟ್ರಗಳಲ್ಲಿನ ರಾಷ್ಟ್ರೀಯ ಸರ್ಕಾರಗಳೂ, ರಾಷ್ಟ್ರದ ಒಟ್ಟಾರೆ ಆಗುಹೋಗುಗಳಲ್ಲಿ ಪೋಪ್ ಗುರುವಿಗಿದ್ದ ನಿಯಂತ್ರಣವನ್ನು ಸೀಮಿತಗೊಳಿಸಲು ಅಥವಾ ಕೆಲವು ಸಂದರ್ಭಗಳಲ್ಲಿ ಅವನು ಮಧ್ಯಪ್ರವೇಶ ಮಾಡದಂತೆ ತಡೆಯಲು ಶಾಸನಗಳನ್ನು ಹೊರಡಿಸಿದವು. ಬಹುತೇಕ ಸಂದರ್ಭಗಳಲ್ಲಿ ಚರ್ಚನ್ನು ವಿರೋಧಿಸುವ ಸರ್ಕಾರಗಳಿಗೆ ಮಧ್ಯಮ ವರ್ಗದ ಜನರು ಕೂಡ ತಮ್ಮ ಬೆಂಬಲ ನೀಡಿದರು.

ಮಹಾ ಛಿದ್ರ

ಅವಿಗ್ನಾನ್‌ನಲ್ಲಿ ತಮ್ಮ 'ಬೆಬಿಲೋನಿಯನ್ ಬಂಧನ'ವನ್ನು ಕೊನೆಗಾಣಿಸುವುದು ಸೂಕ್ತವೆಂದು ಕ್ರೈಸ್ತ ಪುರೋಹಿತರು ಭಾವಿಸುವ ಹೊತ್ತಿಗೇ ಅವರಿಗೆ ಇತರ ಸಂಕಷ್ಟಗಳು ಎದುರಾದವು. ಬದಲಾವಣೆಯ ಅನಂತರ ಉಂಟಾದ ಗೊಂದಲದಲ್ಲಿ ಇಬ್ಬರು ಪೋಪ್ ಗುರುಗಳು ಚುನಾಯಿತರಾದರು. ಇವರಲ್ಲಿ ಒಬ್ಬ ಫ್ರೆಂಚರ ಹಿತಾಸಕ್ತಿಗಳನ್ನು ಪ್ರತಿನಿಧಿಸುತ್ತಿದ್ದರೆ ಇನ್ನೊಬ್ಬ ಇಟಾಲಿಯನರ ಹಿತಾಸಕ್ತಿಗಳ ಪ್ರತಿನಿಧಿಯಾಗಿದ್ದ. ಈ ಗೊಂದಲದ ಅವಧಿ 'ಪಾಶ್ಚಾತ್ಯ ರಾಷ್ಟ್ರಗಳ ಮಹಾ ಛಿದ್ರ' ಎಂದು ಹೆಸರಾಗಿದ್ದು ಇದರ ಫಲಿತಾಂಶವಾಗಿ ರಣರಂಗಕ್ಕೆ ಸಾಗುವಷ್ಟು ಗಂಭೀರವಾದ ಸಂಘರ್ಷಗಳು ಪ್ರಾರಂಭವಾದವು. ಒಂದಲ್ಲ ಒಂದು ಪಕ್ಷವನ್ನು ಬೆಂಬಲಿಸಿ ವಿದ್ವಾಂಸರು ಗ್ರಂಥಗಳನ್ನು ರಚಿಸತೊಡಗಿದರು. ಬೇರೆ ಬೇರೆ ರಾಜರುಗಳು ಈ ವಿಷಯವನ್ನು ತಮ್ಮ ಕೈಗೆ ತೆಗೆದುಕೊಂಡರು. ಬಹು ಸಂದರ್ಭಗಳಲ್ಲಿ ತಮ್ಮ ಸ್ವಾರ್ಥಪರವಾದ ಸ್ವಂತ ಹಿತಾಸಕ್ತಿಗಳನ್ನು ಸಾಧಿಸಿಕೊಳ್ಳುವುದೇ ಇವರ ಉದ್ದೇಶವಾಗಿತ್ತು. ಚರ್ಚ್ ಪಾಲಿಗೆ ಇದೊಂದು ಗಂಭೀರವಾದ ಅಗ್ನಿ ಪರೀಕ್ಷೆಯಾಗಿತ್ತು ಎನ್ನಬಹುದು. ಚರ್ಚ್ ಎಂಬುದು ಕ್ರಿಸ್ತನಿಂದ ಸ್ಥಾಪಿತವಾದ ಒಂದು ಪ್ರತ್ಯೇಕ ಸಂಸ್ಥೆ. ಭೂಮಿಯಲ್ಲಿ ಕ್ರಿಸ್ತನ ಉತ್ತರಾಧಿಕಾರಿಯಾಗಿ ಪೋಪ್ ಗುರು ಇರುತ್ತಾನೆ ಎಂದು ಸಾಮಾನ್ಯವಾಗಿ ನಂಬಲಾಗಿತ್ತು. ಆದರೆ ಒಬ್ಬ ವ್ಯಕ್ತಿ ಇಬ್ಬರು ದಣಿಗಳಿಗೆ ಹೇಗೆ ಸೇವೆ ಸಲ್ಲಿಸಲು ಸಾಧ್ಯ? ಜನರಿಗೆ ಚರ್ಚ್ ಬಗ್ಗೆ ಇರುವ ಗೌರವಕ್ಕೆ ಕುಂದು ಬಂತು. ಜನರು ಪಾಷಂಡಿಗಳಾಗತೊಡಗಿದರು. ದೊಡ್ಡ ಬಿರುಕು ತೋರಿಬಂತು. ಪೋಪ್ ಗುರುವಿಗೆ ಹಿಂದಿದ್ದ ಅಧಿಕಾರ ಸಂಪೂರ್ಣವಾಗಿ ಸಿಗಲಿಲ್ಲ. ಚರ್ಚಿನ ಪುನರ್‌ಸಂಘಟನೆ ಪೂರ್ಣಗೊಂಡಿತು. ಮತ್ತೆ ರೋಮಿನ ಬಿಷಪ್‌ನನ್ನೇ ಚರ್ಚ್‌ನ ಮುಖ್ಯಸ್ಥನೆಂದು ಗುರುತಿಸಲಾಯಿತು. ಆದರೆ ಅವನಿಗೆ ಮೊದಲಿದ್ದ ಪ್ರತಿಷ್ಠೆ ಅಧಿಕಾರಗಳೇನೂ ದೊರೆಯಲಿಲ್ಲ. ಪಾಷಂಡಿಗಳ ಸಂಖ್ಯೆ ಹೆಚ್ಚತೊಡಗಿತು. ಈ ಪಾಷಂಡಿಗಳು ಚರ್ಚ್‌ಗೆ ವಿಶ್ವದ ಮೇಲಿದ್ದ ಅಧಿಕಾರಕ್ಕೆ ಬೆದರಿಕೆಯನ್ನು ಒಡ್ಡತೊಡಗಿದರು.

ರ್‍ಯುಚ್‌ಲಿನ್ ಮತ್ತು ಎರಾಸ್ಮಸ್

ರ್‍ಯುಚ್‌ಲಿನ್ (1455–1522) ಹಾಗೂ ಎರಾಸ್ಮಸ್ (1466–1536) ಇವರು ಸುಧಾರಣಾ ನಾಟಕದ ಪೀಠಿಕಾ ಭಾಗದ ಪ್ರಮುಖ ಪಾತ್ರಧಾರಿಗಳಾಗಿದ್ದರು. ರ್‍ಯುಚ್‌ಲಿನ್ ಒಬ್ಬ ಭಾಷಾಶಾಸ್ತ್ರಜ್ಞ, ವಿದ್ವಾಂಸರಾದ ಮತಧರ್ಮಶಾಸ್ತ್ರಜ್ಞರ ವ್ಯಾಖ್ಯಾನಗಳಲ್ಲಿ ಕಂಡುಬರುವ ಅಸಂಬದ್ಧತೆಯನ್ನು ಅವನು ಬೆರಳಿಟ್ಟು ತೋರಿಸಿದ. ತನ್ನೆಲ್ಲ ಟೀಕೆಗಳಿಗೂ ಅವನು ಬೈಬಲ್ ಪಠ್ಯದ ಆಧಾರವನ್ನು ನೀಡಿದ. ಎರಾಸ್ಮಸ್, ರ್‍ಯುಚ್‌ಲಿನ್‌ಗಿಂತಲೂ ಹೆಚ್ಚು ಪ್ರಭಾವಶಾಲಿಯಾಗಿದ್ದ. ಅವನು ಅತಿ ಪ್ರಸಿದ್ಧ ವಿದ್ವಾಂಸ ಹಾಗೂ ಕಲಿಕೆಯಲ್ಲಿ ಮುಂದಾಳು ಎನಿಸಿದ್ದ. ಎರಾಸ್ಮಸ್ ಮತಧರ್ಮಶಾಸ್ತ್ರಜ್ಞನೇನೂ ಅಲ್ಲ. ಅವನು ರೋಮನ್ ಕ್ಯಾಥೊಲಿಕ್ ಚರ್ಚಿನ ಮೂಲಭೂತ ಸಿದ್ಧಾಂತಗಳನ್ನೇನೂ ಪ್ರಶ್ನಿಸಲಿಲ್ಲ. 'ಇನ್ ಪ್ರೈಸ್ ಆಫ್ ಫಾಲಿ' ಎಂಬ ಕೃತಿಯಲ್ಲಿ (1509) ಅವನು ಕ್ರೈಸ್ತ ಪುರೋಹಿತ ವರ್ಗದವರ ಹಾಗೂ ಶ್ರೀಸಾಮಾನ್ಯರ ಲೌಕಿಕತೆ, ಅಸೂಯೆ, ಕೊಳಕುತನ ಮತ್ತು ಅಸಭ್ಯತೆಗಳ ಬಗ್ಗೆ ತೀವ್ರ ಟೀಕೆ ಮಾಡಿದ್ದಾನೆ. ಅವನು ಮೂಢನಂಬಿಕೆಗಳನ್ನು

ಎರಾಸ್ಮಸ್

ಹಾಸ್ಯಮಾಡಿದ. ಹೃದಯದ ಧರ್ಮವೇ ನಿಜವಾದ ಧರ್ಮ ಎಂದು ಅವನು ಪ್ರತಿಪಾದಿಸಿದ. ಚರ್ಚ್ ಆಚರಣೆಗಳನ್ನು ಅವನು ಟೀಕಿಸಿದ; ಆದರೂ ಚರ್ಚ್ ವಿರುದ್ಧ ಕ್ರಾಂತಿ ನಡೆಯಬೇಕೆಂಬ ಅಭಿಪ್ರಾಯವನ್ನು ಅವನು ಎಂದೂ ಸಮರ್ಥಿಸಲಿಲ್ಲ. ಅವನು ಧರ್ಮಾಂಧತೆಯನ್ನು ದ್ವೇಷಿಸುತ್ತಿದ್ದ. ಲೂಥರನ ಕೃತಿಯಲ್ಲಿ ಅವನು ಈ ಧರ್ಮಾಂಧತೆಯನ್ನು ಗಮನಿಸಿದ್ದ. ಕಲಹ-ವಿವಾದಗಳನ್ನು ಅವನು ಸದಾ ವಿರೋಧಿಸುತ್ತಿದ್ದ. ವಿವೇಚನೆ ಮತ್ತು ಸಂಸ್ಕೃತಿಗಳಲ್ಲಿ ಅವನಿಗೆ ಹೆಚ್ಚು ಒಲವಿತ್ತು. ವಾದವಿವಾದಗಳು ಉದ್ಭವಿಸಿದಾಗ ಎರಡೂ ಪಕ್ಷಗಳವರು ಒಮ್ಮತಕ್ಕೆ ಬರುವಂತೆ ಮಾಡಲು ಅವನು ಪ್ರಯತ್ನಿಸುತ್ತಿದ್ದ. "ನಾವು ವಿವಾದಗಳನ್ನು ಪರಿಹರಿಸಿ ಶಾಂತಿಯುತವಾದ ತೀರ್ಮಾನಕ್ಕೆ ಬರೋಣ" ಎಂದು ಅವನು ಮನವಿ ಮಾಡಿಕೊಳ್ಳುತ್ತಿದ್ದ. ಆಗ ಅವನ ವಿವೇಕೋಕ್ತಿಗಳನ್ನು ಎರಡೂ ಪಕ್ಷಗಳವರು ಆಲಿಸುತ್ತಿದ್ದರು; ಅವನ ಮಾತಿಗೆ ಗೌರವ ತೋರಿಸುತ್ತಿದ್ದರು. ತನ್ನ ಕೊನೆಯ ಗ್ರಂಥದಲ್ಲಿ ಎರಸ್ಮಸ್, ಲೂಥರನ ಅತಿರೇಕವೆನಿಸುವ ಅಭಿಪ್ರಾಯಗಳನ್ನು ಖಂಡಿಸಿದ್ದಾನೆ. ಯೂರೋಪಿನಲ್ಲಿ ಅರಾಜಕತೆ ಉಂಟಾಗಲು ಲೂಥರನೇ ಕಾರಣ ಎಂಬುದು ಅವನ ದೃಢವಾದ ಅಭಿಪ್ರಾಯವಾಗಿತ್ತು.

ಸುಧಾರಣಾ-ಪೂರ್ವದ ಸುಧಾರಕರು

ಜಾನ್ ವೈಕ್ಲಿಫ್

ಸುಧಾರಣಾ ಯುಗದ ಪೂರ್ವದ ವರ್ಷಗಳಲ್ಲಿ ಚರ್ಚಿನ ಮೇಲೆ ಅನೇಕ ಆಕ್ರಮಣಗಳು ನಡೆದಿದ್ದವು. ಈ ಆಕ್ರಮಣಗಳನ್ನು ನಡೆಸಿದ ಮುಖಂಡರಲ್ಲಿ ಹಲವರು ಚರ್ಚ್ ಬಗ್ಗೆ ಸೌಮ್ಯ ಟೀಕೆಗಳನ್ನೇ ಮಾಡಿದ್ದರೂ ಚರ್ಚಿನ ದೃಷ್ಟಿಯಲ್ಲಿ ಅವರು ಪಾಷಂಡಿಗಳೆನಿಸಿದರು. ಫ್ಲಾರೆನ್ಸಿನಲ್ಲಿ ಸವೊನರೋಲ (1452–1498) ಆಲೋಚನಾ ಸ್ವಾತಂತ್ರ್ಯವನ್ನು ಸಮರ್ಥಿಸಿದ. ಚರ್ಚಿನಲ್ಲಿ ಸರ್ಕಾರ ನಡೆಸುವ ದುರಾಚರಣೆಗಳನ್ನು ಅವನು ಖಂಡಿಸಿದ. ಕೊನೆಗೆ ಅವನನ್ನು ಸಜೀವದಹನ ಶಿಕ್ಷೆಗೆ ಈಡುಮಾಡಲಾಯಿತು. ಇಂಗ್ಲೆಂಡಿನಲ್ಲಿ "ಸುಧಾರಣಾಯುಗದ ಪ್ರಾತಃಕಾಲದ ತಾರೆ"ಯೆನಿಸಿದ್ದ ಜಾನ್ ವೈಕ್ಲಿಫ್ (1330–1384) ಪೋಪನ ನಿರಂಕುಶಾಧಿಕಾರದ ವಿರುದ್ಧ ಬಂಡಾಯ ಹೂಡಿದ; ಅವನು ಮತಾಂತರವನ್ನು ಖಂಡಿಸಿದ; ಬೈಬಲನ್ನು ಇಂಗ್ಲಿಷಿಗೆ ಭಾಷಾಂತರಿಸಿದ. ಆಕ್ಸ್‌ಫರ್ಡ್ ವಿಶ್ವವಿದ್ಯಾನಿಲಯದಲ್ಲಿ ಉಪನ್ಯಾಸ ಮಾಡದಂತೆ ಅವನನ್ನು ನಿರ್ಬಂಧಿಸಲಾಯಿತು. ಅವನು ಸತ್ತ ಅನಂತರ ಅವನ ಕಳೇಬರವನ್ನು ಶುದ್ಧಿ ಸ್ಥಳದಿಂದ ಕೊಂಡೊಯ್ದು ತಿಪ್ಪೆಯೊಂದರಲ್ಲಿ ಎಸೆಯುವಂತೆ ಆಜ್ಞೆ ಮಾಡಲಾಯಿತು.

ಬೊಹೆಮಿಯಾದ ಜಾನ್ ಹಸ್ (1367–1415) ಚರ್ಚ್ ಸುಧಾರಣೆಗಾಗಿ ಹೋರಾಡಿದ. ಬೈಬಲ್ ಬೋಧಿಸುವವರಿಗೆ ಸಂಭಾವನೆ ನೀಡುವಂತೆ ಅವನು ಶಿಫಾರಸ್ಸು ಮಾಡಿದ. ಆದರೆ ಇವನನ್ನು ಸಜೀವ ದಹನಕ್ಕೆ ಗುರಿಪಡಿಸಲಾಯಿತು. ದಕ್ಷಿಣ ಫ್ರಾನ್ಸಿನ ಒಂದು ಧರ್ಮಪಂಥವಾಗಿದ್ದ 'ದಿ ಅಲ್ಬಿಜೆನ್ಸೆಸ್' ಮತತತ್ವಗಳಿಗೆ ಅಧೀನವಾಗುವುದನ್ನು ವಿರೋಧಿಸಿತು. ಈ ಪಂಥಾನುಯಾಯಿಗಳನ್ನು ಧಾರ್ಮಿಕ ಯುದ್ಧದಲ್ಲಿ ಹತ್ಯೆಮಾಡಲಾಯಿತು. ಈ ಹತ್ಯಾಕಾರರನ್ನು ಪೋಪ್ ಗುರುವೇ ಕಳುಹಿಸಿದ್ದ. ಪೀಟರ್ ವಾಡೋ ಎಂಬುವನ ನೇತೃತ್ವದ ಇದೇ ಬಗೆಯ ಇನ್ನೊಂದು ಸಂಸ್ಥೆಯಾದ 'ದಿ ವಾಲ್ಡೆನ್ಸಸ್'ನ ಸದಸ್ಯರನ್ನು ಶಿಕ್ಷೆಗೆ ಈಡುಮಾಡಲಾಯಿತು. ಅವರು ಕ್ರೈಸ್ತ ಪುರೋಹಿತವರ್ಗದವರ ನಿರ್ದೇಶನಗಳ ಬದಲಿಗೆ ಬೈಬಲ್ ಬೋಧನೆಯನ್ನು ಪಾಲಿಸಲು ಇಚ್ಛೆಪಟ್ಟದ್ದೇ ಇದಕ್ಕೆ ಕಾರಣ. ಈ ಸಂಪ್ರದಾಯ ವಿರೋಧಿ ಸಂಘಗಳ ಮುಖಂಡರನ್ನು ನಿರ್ನಾಮಗೊಳಿಸಲಾಯಿತು. ಆದರೆ ಅವರ ಆದರ್ಶಗಳು ಅಮರವಾಗಿ ಉಳಿದು ಮುಂದಿನ ಪೀಳಿಗೆಯವರ ಮೇಲೆ ಸತ್ಪರಿಣಾಮವನ್ನು ಉಂಟುಮಾಡಿದವು.

ಚರ್ಚಿನಲ್ಲಿ ಭ್ರಷ್ಟಾಚಾರ

ಕ್ರೈಸ್ತ ಪುರೋಹಿತ ವರ್ಗದವರಿಗೆ ಸಂಬಂಧಿಸಿದಂತೆ ಸಾಮಾನ್ಯವಾಗಿ ಕಂಡುಬರುವ ಹಗರಣಗಳೇ ಸುಧಾರಣೆಗಳು ತೀವ್ರಗತಿಯಲ್ಲಿ ನಡೆಯಲು ಕಾರಣವಾಗಿವೆ. ಆರನೆಯ ಪೋಪ್ ಅಲೆಗ್ಸಾಂಡರ್ (1492–1503) ನೈತಿಕವಾಗಿ ಅಧಃಪತನ ಹೊಂದಿದ್ದ. ಹತ್ತನೆಯ ಲಿಯೊ (1513–1521) ರೋಮಿನಲ್ಲಿ ಸೇಯಿಂಟ್ ಪೀಟರ್ ಚರ್ಚಿನ ಬೃಹತ್ ಸಭಾಂಗಣದ ನಿರ್ಮಾಣಕ್ಕಾಗಿ ಜನರಿಂದ ಹಣವನ್ನು ದೋಚಿದ. ಅವನು ಚರ್ಚ್ ಕಛೇರಿಗಳನ್ನು ನಿರ್ಮಿಸಿ ಅವುಗಳನ್ನು ಬಾಡಿಗೆಗೆ ನೀಡಿದ. ಅರಮನೆ ಪೀಠೋಪಕರಣಗಳನ್ನು, ಬಿಷಪ್ ಪೀಠಕ್ಕೆ ಸಂಬಂಧಪಟ್ಟ ಅಲಂಕಾರ ವಸ್ತು, ವಸ್ತ್ರ, ಆಭರಣಗಳನ್ನು ಗಿರಿವಿಯಿಟ್ಟ. ಕೆಳ ಹುದ್ದೆಯಲ್ಲಿರುವ ಕ್ರೈಸ್ತ ಪುರೋಹಿತ ಸಿಬ್ಬಂದಿಗಳೂ ಇದೇ ಬಗೆಯ ಭ್ರಷ್ಟಾಚಾರಿಗಳಾಗಿದ್ದರು. ಅವರು ತಮ್ಮ ಧಾರ್ಮಿಕ ಕರ್ತವ್ಯಗಳನ್ನು ನಿರ್ಲಕ್ಷಿಸಿ ಆ ಕಾಲದ ಶ್ರೀಮಂತ ವರ್ಗದವರಂತೆ ಭೋಗಜೀವನ ನಡೆಸುತ್ತಿದ್ದರು.

ಚರ್ಚಿನ ಬಹುಮಟ್ಟಿನ ಹಣವನ್ನು ಮಧ್ಯಮ ವರ್ಗದವರಿಂದಲೇ ಸಂಗ್ರಹಿಸಲಾಗುತ್ತಿತ್ತು. ಹೆಚ್ಚು ಹೆಚ್ಚು ಅಧಿಕಾರ ಪಡೆಯುತ್ತಿದ್ದ ಈ ಮಧ್ಯಮ ವರ್ಗದ ಸದಸ್ಯರು, ಹಣಕಾಸಿನ ಕಾರಣಗಳನ್ನು ಮುಂದಿಟ್ಟು ಚರ್ಚ್ ಅನ್ನು ವಿರೋಧಿಸುವ ಅವಕಾಶವನ್ನು ಸಹಜವಾಗಿಯೆ ಸ್ವಾಗತಿಸಿದರು. ಲೂಥರ್ ಅಥವಾ ಕ್ಯಾಲ್ವಿನ್‌ನ ಸಿದ್ಧಾಂತಗಳಿಗಿಂತ ಹೆಚ್ಚಾಗಿ ಇತರ ಹಲವು ಕಾರಣಗಳು ಪ್ರಬಲವಾದುವು. ಚರ್ಚ್ ವಿರೋಧಿ ಚಳವಳಿ ರಾಷ್ಟ್ರೀಯವಾಗಿತ್ತು.

1485ರಲ್ಲಿ ಟ್ಯೂಡರ್ ರಾಜ ಮನೆತನದವರು ಅಧಿಕಾರಕ್ಕೆ ಬಂದಾಗ, ಇಂಗ್ಲಿಷ್ ರಾಷ್ಟ್ರೀಯತೆ ನಿಶ್ಚಿತ ಸ್ವರೂಪ ಪಡೆಯತೊಡಗಿತ್ತು. ಏಳನೆಯ ಹೆನ್ರಿಗೆ (1485–1509) ಮಧ್ಯಮ ವರ್ಗದವರ ಬೆಂಬಲವಿತ್ತು. ಈ ವರ್ಗದವರು ಚರ್ಚಿನ ಕಾರ್ಯಧೋರಣೆಗಳನ್ನು ವಿರೋಧಿಸುತ್ತಿದ್ದರು. ಆದರೆ ಎಂಟನೆಯ ಹೆನ್ರಿಯ (1509–1547) ರಾಜ್ಯಭಾರ ಅವಧಿಯವರೆಗೆ ನಿಶ್ಚಿತ ಒಡಕು ಕಾಣಿಸಿಕೊಳ್ಳಲಿಲ್ಲ. ಅನಂತರ ಅವನ ವೈವಾಹಿಕ ಸಂಬಂಧದ ಬಗ್ಗೆ ವಿವಾದ ಉದ್ಭವಿಸಿದಂತೆ ಕಂಡುಬಂತು. ದುರಾದೃಷ್ಟಶಾಲಿ ರಾಣಿಗೆ ಚರ್ಚ್ ಬೆಂಬಲನೀಡಿತು. ಆಗ ಎಂಟನೆಯ ಹೆನ್ರಿ ಚರ್ಚ್ ವಿರೋಧಿಗಳ ಬೆಂಬಲ ಗಳಿಸಿದ. ಪೋಪ್‌ಗೆ ವಾರ್ಷಿಕ ಧನ ಪಾವತಿಮಾಡದಂತೆ ಅವನಿಗೆ ಪಾರ್ಲಿಮೆಂಟ್ ಆದೇಶ ನೀಡಿತು. ಪೋಪನ ಅನುಮತಿ ಪಡೆಯದೆ ಬಿಷಪ್ ನೇಮಕಾತಿ ಮಾಡುವಂತೆ ಅವನು ಆದೇಶಿತನಾದ. 1534ರಲ್ಲಿ "ಇಂಗ್ಲೆಂಡ್‌ನ ಚರ್ಚಿನ ಭೂಪ್ರದೇಶದ ಮೇಲೆ ರಾಜನದೇ ಪರಮಪ್ರಭುತ್ವ" ಎಂದು ಪಾರ್ಲಿಮೆಂಟ್ ಘೋಷಿಸಿತು. ರಾಜನ ಪರಮಾಧಿಕಾರವನ್ನು ನಿರಾಕರಿಸುವವರಿಗೆ ದಂಡ ವಿಧಿಸುವ ಕ್ರಮ ಜಾರಿಗೆ ಬಂತು. ಚರ್ಚ್ ಕ್ರೈಸ್ತಮತ ಸೂತ್ರಸಂಗ್ರಹವನ್ನು ಪಾರ್ಲಿಮೆಂಟ್ 'ಆರು ತತ್ವಗಳಲ್ಲಿ' ಪುನರ್ವ್ಯವಸ್ಥೆಗೊಳಿಸಿತು(1539). ಇವು ರೋಮನ್ ಕ್ಯಾಥೊಲಿಕ್ ಸೂತ್ರಗಳನ್ನು ಹೋಲುತ್ತವೆ. ಇಂಗ್ಲೆಂಡಿನ ದೊರೆಯನ್ನು ರೋಮ್‌ನ ಪೋಪ್‌ನ ಸ್ಥಾನದಲ್ಲಿ ಚರ್ಚಿನ ಅಧಿಕೃತ ಮುಖ್ಯಸ್ಥನನ್ನಾಗಿ ಕುಳ್ಳಿರಿಸಿದುದೇ ಪ್ರಮುಖ ವ್ಯತ್ಯಾಸವಾಗಿದೆ.

ಆರನೆಯ ಎಡ್ವರ್ಡ್‌ನ ಕಾಲದಲ್ಲಿ (1547–1553) ಇಂಗ್ಲೆಂಡಿನ ಚರ್ಚ್ ನಿಜವಾಗಿಯೂ ಪ್ರಾಟೆಸ್ಟಂಟ್ ಆಯಿತು. ಸೇವಾ ಪುಸ್ತಕಗಳನ್ನು ಇಂಗ್ಲಿಷಿಗೆ ಭಾಷಾಂತರಿಸಲಾಯಿತು. 'ಸಾಮಾನ್ಯ ಪ್ರಾರ್ಥನಾ ಗ್ರಂಥ' (1552)ದಲ್ಲಿ ಸಮೂಹ ಸ್ತುತಿ ಗೀತೆಗಳು ಸೇರಿರಲಿಲ್ಲ. ಮೇರಿಯ (1553–1558) ಆಳ್ವಿಕೆಯ ಕಾಲದಲ್ಲಿ ಕ್ಯಾಥೋಲಿಕರು ಪ್ರತಿಕ್ರಿಯೆ ಸೂಚಿಸಿದರು. ಆದರೆ ಎಲಿಜಬೆತ್ (1558–1603) ಇಂಗ್ಲೆಂಡಿನ ಚರ್ಚಿಗೆ ತನ್ನ ಬೆಂಬಲ ನೀಡಿದಳು. ಅವಳು 'ಸುಪ್ರೀಮ್ ಗವರ್ನರ್' ಎಂಬ ಬಿರುದು ಧರಿಸಿದಳು. 'ಸಾಮಾನ್ಯ ಪ್ರಾರ್ಥನಾ ಗ್ರಂಥವನ್ನು' ಪರಿಷ್ಕರಿಸಲಾಯಿತು. '39 ತತ್ವಗಳು' ಎಂಬ ಕೃತಿಯಲ್ಲಿ ಇಂಗ್ಲಿಷ್ ಸೂತ್ರಗಳನ್ನು ಇನ್ನಷ್ಟು ನಿಖರವಾಗಿ ಹಾಗೂ ಸಂಪೂರ್ಣವಾಗಿ ಪಾರ್ಲಿಮೆಂಟ್ ವ್ಯಾಖ್ಯಾನಿಸಿತು. ಧರ್ಮಗ್ರಂಥಗಳನ್ನು ಧಾರ್ಮಿಕ ಶ್ರದ್ಧೆಯ ಮೂಲ ಆಕರವನ್ನಾಗಿ ಪರಿಗಣಿಸಲಾಯಿತು.

ಧರ್ಮದಲ್ಲಿ ಬದಲಾವಣೆಗಳು

ವಿವಿಧ ಪ್ರಾಟೆಸ್ಟಂಟ್ ಪಂಥಗಳು ಧರ್ಮಕ್ಕೆ ಸಂಬಂಧಿಸಿದಂತೆ ಅನೇಕ ವಿಭಿನ್ನ ಭಾವನೆಗಳನ್ನು ಪರಿಚಯಿಸಿದವು. ಆದರೂ ಈ ಬದಲಾವಣೆಗಳು ಅಷ್ಟೇನೂ ಪರಿಪೂರ್ಣವೆನಿಸಿರಲಿಲ್ಲ. ಕ್ಯಾಥೋಲಿಕರು ಹಾಗೂ ಸಂಪ್ರದಾಯವಾದಿ ಪ್ರಾಟೆಸ್ಟಂಟರು– ಇವೆರಡೂ ವರ್ಗಗಳ ಜನರು, ಯಾವುದೇ ಪ್ರಶ್ನೆಯಿಲ್ಲದೆ, ಹಳೆಯ ಹಾಗೂ ಹೊಸ ಒಳಂಬಡಿಕೆಗಳೆರಡನ್ನು ಒಪ್ಪಿದ್ದರು. ವಿಮೋಚನೆ ಅಥವಾ ವಿಮುಕ್ತಿಯೇ ಎಲ್ಲ ಚರ್ಚುಗಳ ಪ್ರಮುಖ ಗುರಿಯೆನಿಸಿತ್ತು. ಸಾಮಾನ್ಯವಾಗಿ ಹೇಳುವುದಾದರೆ ಪ್ರಾಟೆಸ್ಟಂಟರು ಚರ್ಚಿನ ವಿಶೇಷಾಧಿಕಾರಗಳನ್ನು ಖಂಡಿಸುತ್ತಿದ್ದರು. ರೋಮನ್ ಕ್ಯಾಥೋಲಿಕ್ ಚರ್ಚಿನಲ್ಲಿ ಅವರೆಗೆ ವಾಡಿಕೆಯಾಗಿದ್ದ ಆಚರಣೆಯ ಬದಲಿಗೆ ಪ್ರತ್ಯಕ್ಷ ಆರಾಧನಾ ವಿಧಾನವನ್ನು ಬಯಸುತ್ತಿದ್ದರು. ಅವರು ಕ್ಯಾಥೊಲಿಕ್ ಪಂಥದ ಮತಾಂತರ ಸೂತ್ರಗಳನ್ನು ಸುಧಾರಿಸಿದರು.

ಪ್ರತಿ ಸುಧಾರಣೆ

ರೋಮನ್ ಕ್ಯಾಥೊಲಿಕ್ ಚರ್ಚಿನ ಒಳಗೆ ಸುಧಾರಣೆ ಮಾಡಬೇಕೆನ್ನುವ ಪ್ರಚೋದನೆ ದೊರೆತದ್ದು ಪ್ರಾಟೆಸ್ಟಂಟ್ ಬಂಡಾಯದ ಪ್ರಮುಖ ಫಲಿತಾಂಶಗಳಲ್ಲಿ ಒಂದಾಗಿದೆ. ಚರ್ಚಿನ ಮೂಲಭೂತ ಆದರ್ಶಗಳನ್ನು ಪಾಲಿಸುವುದನ್ನು ವಿರೋಧಿಸಲು ಒಪ್ಪದ ಅನೇಕ ವಿಧೇಯ ಕ್ಯಾಥೊಲಿಕರಿದ್ದರು. ಆದರೆ ಚರ್ಚಿನ ಸಂಘಟನೆಗೆ ಹಾನಿಯನ್ನುಂಟುಮಾಡದೆ, ಹಾಗೂ ಚರ್ಚಿನ ಮತಸೂತ್ರಗಳನ್ನು ಪ್ರಶ್ನಿಸದೆ, ಕೆಲಮಟ್ಟಿನ ಸುಧಾರಣೆಗಳನ್ನು ಮಾಡುವುದು ಜರೂರೆಂದು ಅವರಿಗೆ ಅನಿಸಿತ್ತು. 'ಕೌನ್ಸಿಲ್ ಆಫ್ ಟ್ರೆಂಟ್' (1545–1563) ಬಹಳ ಶ್ರಮಪಟ್ಟು, ಚರ್ಚಿನ ಕೆಲವು ದುಷ್ಟ ಆಚರಣೆಗಳನ್ನು ರದ್ದುಪಡಿಸಿ, ಚರ್ಚಿನಲ್ಲಿ ಏಕತೆ ಮೂಡುವಂತೆ ಮಾಡಿತು. ಈ ಸಂಸ್ಥೆಯ ಸದಸ್ಯರು ಕ್ಯಾಥೊಲಿಕ್ ಮತಧರ್ಮಶಾಸ್ತ್ರದ ಪ್ರಮುಖ ಅಂಶಗಳನ್ನು ಖಚಿತಗೊಳಿಸಿದರು ಹಾಗೂ ಚರ್ಚ್ ಕಛೇರಿಗಳನ್ನು ಬಾಡಿಗೆಗೆ ನೀಡುವುದರ ವಿರುದ್ಧ ಪ್ರತಿಭಟನೆ ಸೂಚಿಸಿದರು. ಚರ್ಚಿನ ಮುಖ್ಯ ಉದ್ದೇಶ ಕರ್ತವ್ಯಪಾಲನೆ ಎಂದು ಅವರು ಒತ್ತಿಹೇಳಿದರು. ಚರ್ಚ್‌ಗೆ ಸಂಬಂಧಪಟ್ಟ

ಧಾರ್ಮಿಕ ವಸ್ತುಗಳನ್ನು ಮಾರಾಟ ಮಾಡುವ ಅಥವಾ ಗಿರಿವಿ ಇಡುವ ಕ್ರಮಗಳು ರದ್ದಾದವು. 'ಕೌನ್ಸಿಲ್ ಆಫ್ ಟ್ರೆಂಟ್' ಅನ್ನು ಅನುಸರಿಸಿ ಇನ್ನಿತರ ಕೆಲವು ಸುಧಾರಣೆಗಳನ್ನು ಕೈಗೊಳ್ಳಲಾಯಿತು. ಕ್ಯಾಥೊಲಿಕರು ಓದಬಾರದೆಂದು ಸೂಚಿಸಲಾಗುವ, ಅಪಾಯಕಾರಿ ಹಾಗೂ ಪಾಷಂಡಿಗಳಿಂದ ರಚಿತವಾದ ಗ್ರಂಥಗಳ ವಾರ್ಷಿಕ ಪಟ್ಟಿಯಾದ ಪೋಪ್ ಗುರುವಿನ ಗ್ರಂಥಸೂಚಿ ಪ್ರಕಟವಾಗತೊಡಗಿತು.

ಅನೇಕ ಸಂಸ್ಥೆಗಳನ್ನು ರೂಪಿಸಲಾಯಿತು. ಇಗ್ನಾಷಿಯಸ್ ಲೊಯೊಲಾನಿಂದ (1491–1556) ಸ್ಥಾಪಿಸಲ್ಪಟ್ಟ 'ದಿ ಸೊಸೈಟಿ ಆಫ್ ಜೀಸಸ್' ಅತಿ ಪ್ರಮುಖ ಸಂಸ್ಥೆಗಳಲ್ಲಿ ಒಂದಾಗಿತ್ತು. ಸೈನ್ಯದಲ್ಲಿ ಸಿಪಾಯಿ ತೋರಿಸುವಂತಹ ಬಿಗಿಯಾದ, ಪ್ರಶ್ನಾತೀತವಾದ ವಿಧೇಯತೆಗಾಗಿ, ಶಿಸ್ತಿಗಾಗಿ ಆಗ್ರಹಪಡಿಸಲಾಯಿತು. ರೋಮನ್ ಕ್ಯಾಥೊಲಿಕ್ ಚರ್ಚಿನ ವತಿಯಿಂದ ಶಾಲಾ–ಕಾಲೇಜುಗಳು ಪ್ರಾರಂಭವಾದವು. ಈ ಸಂಘದ ಅನೇಕ ಸದಸ್ಯರು ವಿಶ್ವವಿದ್ಯಾನಿಲಯಗಳಲ್ಲಿ ಉಪನ್ಯಾಸಗಳನ್ನು ನೀಡಿದರು; ಅನೇಕ ಸದ್ಯಸರು ರಾಜ್ಯನೀತಿಜ್ಞರೂ ಆಗಿದ್ದರು. ಇವರ ಪ್ರಭಾವ ಅಮೆರಿಕ ಹಾಗೂ ಪ್ರಾಚ್ಯ ರಾಷ್ಟ್ರಗಳವರೆಗೂ ವ್ಯಾಪಿಸಿತು. ಚರ್ಚಿನಲ್ಲಿ ನಡೆಯುತ್ತಿದ್ದ ಅನೇಕ ದುಷ್ಟಾಚಾರಣೆಗಳು ಪ್ರತಿಸುಧಾರಣೆಯಿಂದಾಗಿ ನಿಂತುಹೋದವು. ಮೊದಲೇ ಈ ಪ್ರತಿಸುಧಾರಣೆಗಳು ಆಗಿದ್ದರೆ, ಪ್ರಾಟೆಸ್ಟಂಟ್‌ರ ಪ್ರಾಬಲ್ಯ ಆಗಲೇ ಕಮ್ಮಿಯಾಗುತ್ತಿತ್ತು. ಪ್ರತಿಸುಧಾರಣೆಗಳ ಯಶಸ್ಸನ್ನು ಒಂದು ಹಂತದವರೆಗೆ ಮಾತ್ರ ಅಳೆಯಬಹುದಷ್ಟೆ! ಆದರೆ ಪ್ರಾಟೆಸ್ಟಂಟ್ ಕ್ರೈಸ್ತ ಧರ್ಮದ ತೀವ್ರ ಪ್ರಸಾರ ನಿಂತುಹೋದುದಂತೂ ನಿಜ. ಜರ್ಮನಿ, ಫ್ರಾನ್ಸ್, ಪೋಲೆಂಡ್, ಕೆಲವು ಸ್ವಿಸ್ ರಾಷ್ಟ್ರಗಳು ಹಾಗೂ ಸವಾಯ್ ಪುನಃ ಕ್ಯಾಥೊಲಿಕ್ ಧರ್ಮಕ್ಕೆ ಮರಳಿದವು. ಇಟಲಿ ಹಾಗೂ ಸ್ಪೈನ್‌ಗಳಲ್ಲಿ ಪ್ರಾಟೆಸ್ಟಂಟ್ ಕ್ರೈಸ್ತಮತ ತನ್ನ ಪ್ರಾಬಲ್ಯವನ್ನು ಸಂಪೂರ್ಣವಾಗಿ ಕಳೆದುಕೊಂಡಿತು. ಈಗ ಕೂಡ ರೋಮನ್ ಕ್ಯಾಥೊಲಿಕ್ ಚರ್ಚ್ ಜಗತ್ತಿನಲ್ಲಿಯೇ ಮಹಾ ಧಾರ್ಮಿಕ ಸಂಘಟನೆಗಳಲ್ಲಿ ಒಂದಾಗಿ ಉಳಿದಿದೆ.

ಇಗ್ನಾಷಿಯಸ್ ಲೊಯೊಲಾ

ಇತರ ಕ್ಷೇತ್ರಗಳಲ್ಲಿ ಸುಧಾರಣೆಯ ಪರಿಣಾಮಗಳು

16ನೆಯ ಶತಮಾನದಲ್ಲಿ ನಡೆದ ಧಾರ್ಮಿಕ ವಿಪ್ಲವದ ಫಲಿತಾಂಶಗಳು ಇತರ ಕಾರ್ಯಕ್ಷೇತ್ರಗಳಲ್ಲಿಯೂ ಮುಂದುವರಿದವು. ತಮ್ಮ ಧರ್ಮದ ಬಗ್ಗೆ ಗಂಭೀರ ಲಕ್ಷ್ಯ ನೀಡುವ ಪ್ರವೃತ್ತಿ ಕ್ಯಾಥೊಲಿಕ್, ಪ್ರಾಟೆಸ್ಟಂಟ್ ಈ ಎರಡು ಶಾಖೆಗಳವರಲ್ಲಿಯೂ ಕಂಡುಬರತೊಡಗಿತು. ಅವರು ತಮ್ಮ ಶೀಲ–ನಡವಳಿಕೆಗಳಿಂದ ತಮ್ಮ ಧರ್ಮ ಅತ್ಯಂತ ಉನ್ನತ ಧರ್ಮ ಎಂದು ಸಾಬೀತುಪಡಿಸಲು ಪ್ರಯತ್ನಿಸಿದರು. ಪುಸ್ತಕಗಳನ್ನು ಪ್ರಕಟಿಸುವ ಮೊದಲು ಪರಿಶೀಲಿಸಲಾಗುತ್ತಿತ್ತು. ದೇವದೂಷಕ ಪಾಷಂಡಿಗಳು ಖಂಡನೆಗೆ ಗುರಿಯಾದರು. 'ಸಬ್ಬತ್' ಆಚರಿಸಲು ಆಗ್ರಹಪಡಿಸಲಾಯಿತು. ಚರ್ಚ್ ಅಲಂಕಾರಕ್ಕಾಗಿ ಕಲೆಗಳನ್ನು ಬಳಸುವುದರ ವಿರೋಧವಾಗಿ ಪ್ರಾಟೆಸ್ಟಂಟರು ಬಂಡಾಯವೆದ್ದರು. ಚರ್ಚ್‌ಗಳನ್ನು ಸುಂದರಗೊಳಿಸುವ ಮನೋಭಾವ ಕಡಿಮೆಯಾಗತೊಡಗಿತು. ಶೈಕ್ಷಣಿಕ ಪ್ರಗತಿಗೆ ಅಡ್ಡಿ ಅಡಚಣೆಗಳು ಕಂಡುಬಂದವು. ಜನರನ್ನು ಬೈಬಲ್ ಪಠಿಸುವಂತೆ ಉತ್ತೇಜಿಸಲಾಯಿತು. ವಿಜ್ಞಾನ ಮತ್ತು ಸಾಹಿತ್ಯಗಳ ಅಧ್ಯಯನವನ್ನು ಬದಿಗೊತ್ತಿ ಧರ್ಮ ಗ್ರಂಥಗಳ ಅಧ್ಯಯನ ಮಾಡಲು ಜನರನ್ನು ಪ್ರೋತ್ಸಾಹಿಸಲಾಯಿತು. ರಾಷ್ಟ್ರೀಯತೆಗೆ ಪ್ರಚೋದನೆ ಸಿಕ್ಕಿತು. ಪ್ರಾಟೆಸ್ಟಂಟ್ ಪಂಥಗಳು ಹಲವು ಬಗೆಗಳಲ್ಲಿ ರಾಷ್ಟ್ರೀಯತೆಯ ಪ್ರತಿಸ್ವರೂಪವೇ ಆಗಿದ್ದವು ಎನ್ನಬಹುದು. ವ್ಯಾಪಾರ ಉದ್ಯಮಗಳ ಮೇಲೆ ಮಧ್ಯಯುಗದಲ್ಲಿ ಹೇರಲಾಗಿದ್ದ ನಿರ್ಬಂಧಗಳು ರದ್ದಾದವು. ಬಡ್ಡಿಗಾಗಿ ಸಾಲ ಕೊಡುವ ಪದ್ಧತಿಗೆ ಕಾನೂನಿನ ಮಾನ್ಯತೆ ದೊರಕಿತು. ಹಳೆಯ ಒಂಡಂಬಡಿಕೆಯ ಭಾವನೆಗೆ ವ್ಯತಿರಿಕ್ತವಾಗಿ ಆಸ್ತಿಪಾಸ್ತಿಗಳು ದೈವಾನುಗ್ರಹದಿಂದ ಲಭಿಸಿದವು ಎಂದು ಪರಿಗಣಿಸಲಾಯಿತು.

* * * * *

ಅಧ್ಯಾಯ – 4

ಪಶ್ಚಿಮ ಯೂರೋಪಿನಲ್ಲಿ ವಾಣಿಜ್ಯ ಮಹಾಕ್ರಾಂತಿ: ವಾಣಿಜ್ಯೋದ್ಯಮ

ವಾಣಿಜ್ಯ ಮಹಾಕ್ರಾಂತಿ:

17ನೆಯ ಶತಮಾನದ ಆರಂಭದ ವೇಳೆಗೆ ವಸಾಹತೀಕರಣ ಮತ್ತು ಅನ್ವೇಷಣೆಗಳ ಪರಿಣಾಮಗಳು ಗೋಚರವಾಗಿದ್ದವು. ದೇಶೀಯ ಮತ್ತು ವಿದೇಶೀಯ ವ್ಯಾಪಾರೋದ್ಯಮದಲ್ಲಿ ಹೆಚ್ಚಳ ಹಾಗೂ ಅದರೊಂದಿಗೆ ಸಂಭವಿಸಿದ ಆರ್ಥಿಕ ಚಟುವಟಿಕೆಗಳು, ಇವುಗಳನ್ನೇ ವಾಣಿಜ್ಯ ಮಹಾಕ್ರಾಂತಿ ಎಂದು ಕರೆಯಲಾಗುತ್ತದೆ. ಇದನ್ನು ಯಾವುದೇ ಒಂದು ಅವಧಿಗೆ ಸೀಮಿತಗೊಳಿಸಲಾಗದು. ಏಕೆಂದರೆ ಬದಲಾವಣೆಗಳು ಇನ್ನೂ ನಡೆಯುತ್ತಲೇ ಇವೆ.

ಯೂರೋಪಿನಲ್ಲಿನ ವಾಣಿಜ್ಯ ಮಹಾಕ್ರಾಂತಿಗೆ ಕಾರಣಗಳು

ವಾಣಿಜ್ಯದಲ್ಲಿ ಹೆಚ್ಚಳ: ಹೊಸ ಹೊಸ ವಸ್ತುಗಳಿಗಾಗಿ ಉಂಟಾದ ಬೇಡಿಕೆಗಳೇ ವಾಣಿಜ್ಯ ಮಹಾಕ್ರಾಂತಿಗೆ ಮೂಲಭೂತ ಕಾರಣಗಳಾಗಿವೆ. ಗೋಡೆಗೆ ಅಂಟಿಸುವ ಅಲಂಕಾರಿಕ ಕಾಗದ, ಹೊಳಪಿನ ಪಾತ್ರೆ ಪದಾರ್ಥಗಳು, ಹತ್ತಿ ಮತ್ತು ರೇಷ್ಮೆ ಮೊದಲಾದ ವಸ್ತುಗಳು ಪೂರ್ವ ದೇಶಗಳಿಂದ ಆಮದಾದವು. ಆಸ್ಟ್ರಿಚ್ ಪುಕ್ಕಗಳನ್ನು ಆಫ್ರಿಕಾದಿಂದ ಆಮದು ಮಾಡಿಕೊಳ್ಳುತ್ತಿದ್ದರು. ಹೊಸ ಆಹಾರ ಪದಾರ್ಥಗಳು ಯೂರೋಪಿಯನ್ ಮಾರುಕಟ್ಟೆಗಳನ್ನು ಪ್ರವೇಶಿಸಿದವು. ಸಾಂಬಾರ ಪದಾರ್ಥಗಳು, ಆಲೂಗಡ್ಡೆಗಳು, ಲೀಮಾ, ಹುರುಳೀಕಾಯಿ, ಟೊಮ್ಯಾಟೊ, ಸಕ್ಕರೆ, ಟೀ, ಕಾಫಿ, ಕೊಕೊ, ಮುಸುಕಿನ ಜೋಳ–ಇವು ಮುಖ್ಯ ಪದಾರ್ಥಗಳಾಗಿದ್ದು ಬಹುತೇಕ ಎಲ್ಲ ಮಾರುಕಟ್ಟೆಗಳಲ್ಲೂ ಲಭ್ಯವಾಗುತ್ತಿದ್ದವು. ಹೊಗೆಸೊಪ್ಪು, ಕ್ವಿನೈನ್ ಮತ್ತು ಅಫೀಮುಗಳನ್ನೂ ಕೊಳ್ಳಬಹುದಾಗಿತ್ತು. ಇತರ ಅನೇಕ ವಸ್ತುಗಳ ಜೊತೆಗೆ ಈ ವಸ್ತುಗಳೂ ಕೂಡ ವಾಣಿಜ್ಯೋದ್ಯಮದ ಹೆಚ್ಚಳಕ್ಕೆ ಕಾರಣವಾದವು. ಕೆಲವೊಂದು ವ್ಯಾಪಾರಗಳು ಬಹುಕಾಲ ನಡೆದವು. ಆದರೆ ವೈಭವೋಪೇತ ವಸ್ತುಗಳಿಗೆ ಮಾರುಕಟ್ಟೆಗಳು ಸೀಮಿತವಾಗಿದ್ದವು. ಇದರಿಂದ ಜನಸಾಮಾನ್ಯರ ಜೀವನಮಟ್ಟದ ಮೇಲೆ ಏನೂ ಪರಿಣಾಮ ಉಂಟಾಗಲಿಲ್ಲ. 17ನೇ ಶತಮಾನದಲ್ಲಿ ಮಧ್ಯಮ ವರ್ಗದ ಜನರು ತಮ್ಮ ಜೀವನ ರೀತಿಯನ್ನು ಬದಲಾಯಿಸಿಕೊಂಡರು. ಆದರೆ 18ನೇ ಶತಮಾನದವರೆವಿಗೂ ಕೆಳದರ್ಜೆಯ ಜನರ ಜೀವನ ರೀತಿಯಲ್ಲಿ ಯಾವ ಬದಲಾವಣೆಯೂ ಸಂಭವಿಸಲಿಲ್ಲ. ಪರಿಣಾಮವಾಗಿ ವಾಣಿಜ್ಯೋದ್ಯಮದಲ್ಲಿ ಹೆಚ್ಚು ಹೆಚ್ಚಳ ಕಂಡುಬಂತು. 17ನೇ ಶತಮಾನದ ಕೊನೆಯ ವೇಳೆಗೆ ಇಂಗ್ಲೆಂಡಿನ ರಫ್ತು 32,000,000 ಡಾಲರ್‌ಗಳಷ್ಟಿದ್ದರೆ ಅದರ ಆಮದು 27,000,000 ಡಾಲರ್‌ಗಳಷ್ಟಿತ್ತು. ಒಂದು ಶತಮಾನ ಕಳೆಯುವಷ್ಟರಲ್ಲಿ ಈ ಅಂಕಿಗಳು ಕ್ರಮವಾಗಿ 207,000,000 ಮತ್ತು 151,000,000 ಡಾಲರ್‌ಗಳಷ್ಟನ್ನು ತಲುಪಿದವು. ಇಷ್ಟೊಂದು ದೊಡ್ಡ ಸಂಖ್ಯೆಯಲ್ಲಿ ಅಲ್ಲದಿದ್ದರೂ ಇತರ ದೇಶಗಳಲ್ಲೂ ಇದೇ ಬದಲಾವಣೆಯಾದವು. ವಾಣಿಜ್ಯೋದ್ಯಮ ಬಹುಬೇಗನೆ ವಿಶ್ವವ್ಯಾಪಿಯಾಯಿತು. 18ನೇ ಶತಮಾನದ ವೇಳೆಗೆ ಪ್ರಪಂಚದ ಎಲ್ಲೋ ಕೆಲವೊಂದು ಪ್ರದೇಶಗಳು ಶೋಷಣೆಗೆ ಒಳಗಾಗಿದ್ದವು. ಆದರೆ ಶತಮಾನದ ಕೊನೆಯ ವೇಳೆಗೆ ಯೂರೋಪಿಯನ್ ಉದ್ದಿಮೆದಾರರು ಪ್ರಪಂಚದ ನಾಲ್ಕು ಮೂಲೆಗಳನ್ನು ತಲುಪಿದರು.

ಜಲಯಾನಕ್ಕೆ ಸಹಾಯ: ವಾಣಿಜ್ಯೋದ್ಯಮ ಹೆಚ್ಚು ಪ್ರಗತಿಯನ್ನು ಹೊಂದಬೇಕಾಗಿದ್ದರೆ ಉತ್ತಮ ಹಡಗುಗಳ ಜೊತೆಗೆ ನೌಕಾಯಾನ ಸಲಕರಣೆಗಳೂ ಉತ್ತಮಗೊಳ್ಳಬೇಕಿತ್ತು. ಆ ಕಾಲದಲ್ಲಿ ಆತನಿಗೆ ದೊರೆತಿದ್ದ ನೌಕಾಯಾನ ಸಲಕರಣೆಗಳನ್ನು ಗಮನಿಸಿದರೆ ಯಾರೇ ಆಗಲಿ ಕೊಲಂಬಸನ ಸಾಹಸವನ್ನು ಮೆಚ್ಚಬೇಕಾಗುತ್ತದೆ. ಸೆಕ್ಸ್‌ಟ್ಯಾಂಟ್ (1731) ಮತ್ತು ಕ್ರೋನೋಮೀಟರ್ (1735) ಉಪಕರಣಗಳು ಸಮುದ್ರದಲ್ಲಿ ನಾವಿಕನಿಗೆ ಮಾರ್ಗವನ್ನು ಕಂಡು ಹಿಡಿಯುವಲ್ಲಿ ಸಾಧನಗಳಾಗಿದ್ದವು. ಹಡಗುಗಳಲ್ಲಿ ಸುಧಾರಣೆಗಳು ಕಂಡುಬಂದವು ಮತ್ತು ಸಮುದ್ರಯಾನಕ್ಕೆ ಯೋಗ್ಯವಾಗಿದ್ದವು. ನೌಕಾಯಾನದ ಪ್ರೋತ್ಸಾಹಕ್ಕಾಗಿ ಲೈಟ್‌ಹೌಸ್‌ಗಳಲ್ಲಿ ಮತ್ತು ಬಂದರು ಅಭಿವೃದ್ಧಿ ಕಾರ್ಯಗಳಲ್ಲಿ ನೆರವು ದೊರಕಿದವು.

ಬ್ಯಾಂಕಿಂಗ್ ವ್ಯವಸ್ಥೆ:

ಈ ವಿಸ್ತರಣೆಯ ಇತಿಹಾಸದಲ್ಲಿ ಬ್ಯಾಂಕುಗಳು ಮಹತ್ವಪೂರ್ಣ ಪಾತ್ರವನ್ನು ವಹಿಸಿದವು. ಮಧ್ಯಕಾಲೀನ ಯುಗದಲ್ಲಿ, ಬಡ್ಡಿಗಾಗಿ ಹಣವನ್ನು ಕೊಡುವುದಕ್ಕೆ ಧಾರ್ಮಿಕವಾಗಿ ನೈತಿಕ ಅನುಮತಿ ಇರಲಿಲ್ಲ. ಇದರಿಂದ ಬ್ಯಾಂಕಿಂಗ್ ಎಂದರೆ ಅಂಥ ಗೌರವವಿರಲಿಲ್ಲ. ಮುಂದೆ ಚರ್ಚ್ ಲಾಭ ಪಡೆದುಕೊಳ್ಳುವುದಕ್ಕೆ ಅನುಮತಿ ನೀಡಿತು. ಇಟಲಿ ಮತ್ತು ಜರ್ಮನಿಗಳಲ್ಲಿ

ಆರಂಭದಲ್ಲಿ ಕುಟುಂಬಗಳೇ ಬ್ಯಾಂಕಿಂಗ್ ವ್ಯವಸ್ಥೆಯನ್ನು ನೋಡಿಕೊಳ್ಳುತ್ತಿದ್ದವು. ಇದಕ್ಕೆ ಅತ್ಯುತ್ತಮ ಉದಾಹರಣೆಯೆಂದರೆ ಹದಿನಾಲ್ಕು ಮತ್ತು ಹದಿನೈದನೆಯ ಶತಮಾನಗಳಲ್ಲಿ ಫ್ಲಾರೆನ್ಸ್‌ನಲ್ಲಿ ಮೆಡಿಚಿ ಮನೆತನ ಮತ್ತು ಫಗ್ಗರ್ಸ್ ಆಗ್‌ಷರ್ಗ್ ಮನೆತನಗಳ ಬ್ಯಾಂಕಿಂಗ್ ವಹಿವಾಟುಗಳು. ಫಗ್ಗರ್ಸ್‌ಗಳು ರಾಜರಿಗೆ ಮತ್ತು ಬಿಷಪ್ಪರಿಗೆ ಹಣವನ್ನು ಸಾಲವಾಗಿ ನೀಡುತ್ತಿದ್ದರು. ಹುಂಡಿಗಳನ್ನು ನಿಧಾನವಾಗಿ ಪಾವತಿ ಮಾಡುವ ಸಂದರ್ಭಗಳಲ್ಲಿ ಈ ಮನೆತನವು ಪೋಪ್‌ಗೆ ದಲ್ಲಾಳಿಯಾಗಿ ಕಾರ್ಯನಿರ್ವಹಿಸುತ್ತಿತ್ತು. ಈ ಖಾಸಗಿ ಆರ್ಥಿಕ ಮನೆತನಗಳ ಜೊತೆಜೊತೆಯಲ್ಲಿಯೇ ಸರ್ಕಾರಿ ಬ್ಯಾಂಕುಗಳು ಸ್ಥಾಪನೆಗೊಂಡು ರಾಜ್ಯದ ಅಗತ್ಯತೆಗಳನ್ನು ಪೂರೈಸುವ ಸಂಸ್ಥೆಗಳಾದವು. ಅಂತಹ ಮೊದಲನೆ ಸಂಸ್ಥೆಯಾದ ಬ್ಯಾಂಕ್ ಆಫ್ ಸ್ವೀಡನ್ 1657ರಲ್ಲಿ ಸ್ಥಾಪಿತವಾಯಿತು. 1694ರಲ್ಲಿ ಬ್ಯಾಂಕ್ ಆಫ್ ಇಂಗ್ಲೆಂಡ್ ಸ್ಥಾಪನೆಯಾಯಿತು. ಈ ಹೊತ್ತಿನಲ್ಲಿಯೇ ಇಂಗ್ಲೆಂಡ್ ವಿಶ್ವದ ವಾಣಿಜ್ಯ ರಾಷ್ಟ್ರವಾಗಿ ತಲೆಯೆತ್ತಿತ್ತಲ್ಲದೆ ಅಂತರಾಷ್ಟ್ರೀಯ ಆರ್ಥಿಕತೆಯಲ್ಲಿ ಮಹತ್ವಪೂರ್ಣ ಸಂಸ್ಥೆಯಾಯಿತು.

ಬ್ಯಾಂಕ್ ಆಫ್ ಇಂಗ್ಲೆಂಡ್

ಬೃಹತ್ ಪ್ರಮಾಣದ ಆರ್ಥಿಕ ವ್ಯವಹಾರಗಳಿಗೆ ಬಹುಮುಖವಾದ ಸೌಲಭ್ಯಗಳನ್ನು ನೀಡುವ ಮೂಲಕ ಬ್ಯಾಂಕಿಂಗ್ ಉದ್ಯಮ ಬೆಳೆಯುವ ಅಗತ್ಯವಿತ್ತು. ಇದು ವಾಣಿಜ್ಯ ಮಹಾಕ್ರಾಂತಿಗೆ ಮತ್ತಷ್ಟು ಸಾಕ್ಷಿಯಾಯಿತು. ಸಾಲಸೌಲಭ್ಯಗಳು ಎಷ್ಟರ ಮಟ್ಟಿಗೆ ಬೆಳೆದವೆಂದರೆ ಆಮ್‌ಸ್ಟರ್‌ಡ್ಯಾಂನಲ್ಲಿನ ವರ್ತಕನೊಬ್ಬ ವೆನಿಸ್‌ನಲ್ಲಿದ್ದ ವರ್ತಕನೊಬ್ಬನಿಂದ ಆಮ್‌ಸ್ಟರ್‌ಡ್ಯಾಂ ಬ್ಯಾಂಕ್ ನೀಡಿದ್ದ ಹುಂಡಿಯನ್ನು ಕೊಟ್ಟು ವಸ್ತುಗಳನ್ನು ಕೊಳ್ಳಬಹುದಿತ್ತು. ತನ್ನ ಸ್ಥಳೀಯ ಬ್ಯಾಂಕಿನಲ್ಲಿ ಈ ಹುಂಡಿಯನ್ನು ನೀಡಿ ವೆನಿಸ್ ವರ್ತಕನು ಹಣವನ್ನು ಪಡೆದುಕೊಳ್ಳ ಬಹುದಾಗಿತ್ತು. ಆಮೇಲೆ ಎರಡೂ ಬ್ಯಾಂಕುಗಳು ಶಿಲ್ಕುಗಳನ್ನು ಪರಿಶೀಲಿಸಿ ತಮ್ಮ ವ್ಯವಹಾರಗಳನ್ನು ಪೂರೈಸುತ್ತಿದ್ದವು. ಸಾಲ ಸೌಲಭ್ಯದ ಇತರ ಸೌಕರ್ಯಗಳೆಂದರೆ ಸ್ಥಳೀಯ ವ್ಯವಹಾರಗಳಲ್ಲಿ ಚೆಕ್ಕುಗಳನ್ನು ನೀಡುವುದು ಮತ್ತು ಬಂಗಾರ ಹಾಗೂ ಬೆಳ್ಳಿಗಳಿಗೆ ಬದಲಿಗೆ ಬ್ಯಾಂಕ್ ನೋಟುಗಳನ್ನು ಕೊಡುವುದು ಬಳಕೆಗೆ ಬಂದಿತು. ಈ ಎರಡೂ ವಿಧಾನಗಳನ್ನು ಇಟ್ಯಾಲಿಯನ್ನರು ಕಂಡು ಹಿಡಿದರು. ಕ್ರಮೇಣ ಉತ್ತರ ಯೂರೋಪ್ ಇದನ್ನೇ ಅನುಸರಿಸಿತು. ವಾಣಿಜ್ಯೋದ್ಯಮ ಅಧಿಕಗೊಳ್ಳಬೇಕಾಗಿದ್ದರೆ ಚೆಕ್ ಮೂಲಕ ಹಣಪಾವತಿ ಮಾಡುವ ವ್ಯವಸ್ಥೆ ಅತ್ಯಂತ ಪ್ರಮುಖವಾಗಿತ್ತು. ಇದರಿಂದ ತಮ್ಮ ಖಜಾನೆಯಲ್ಲಿರುವ ಹಣಕ್ಕಿಂತಲೂ ಹೆಚ್ಚಿನ ವ್ಯವಹಾರಗಳನ್ನು ಕೈಗೊಳ್ಳಬಹುದಾಗಿತ್ತು.

ನಿಯಂತ್ರಿತ ಕಂಪನಿಗಳು (Regulated Companies) : ಅಂತರರಾಷ್ಟ್ರೀಯ ವಾಣಿಜ್ಯ ವಿಸ್ತರಣೆಯಿಂದ ವ್ಯವಹಾರ ಸಂಸ್ಥೆಗಳ ಬಹುಘಟಕಗಳು ಆರಂಭವಾದವು. ಮಧ್ಯಯುಗಗಳಲ್ಲಿ ಉತ್ಪಾದನೆ ಮತ್ತು ವಾಣಿಜ್ಯದ ಘಟಕವೆಂದರೆ ವ್ಯಕ್ತಿ ಅಥವಾ ಕುಟುಂಬ ಹೊಂದಿದ್ದ ಅಂಗಡಿ ಅಥವಾ ವಿಶಾಲವಾದ ದಾಸ್ತಾನು ಮಳಿಗೆಯಾಗಿತ್ತು. ಇಡೀ ವಾಣಿಜ್ಯ ಸಂಕೀರ್ಣದ ಸಾಲಗಳಿಗೆ ಅದರ ಪ್ರತಿ ಸದಸ್ಯನಿಗೂ ಅನಿಯಮಿತ ಹೊಣೆಗಾರಿಕೆಯ ಅನಾನುಕೂಲತೆಗಳಿದ್ದರೂ ಪಾಲುದಾರರು ಇರುವುದು ಸಾಮಾನ್ಯವಾಗಿತ್ತು. ಆದರೂ ಈ ಯಾವುದೇ ಘಟಕಗಳು ಭಾರೀ ಬಂಡವಾಳವನ್ನು ವಾಣಿಜ್ಯದಲ್ಲಿ ತೊಡಗಿಸಿಕೊಳ್ಳುವ ಕೌಶಲವನ್ನು ಹೊಂದಿರಲಿಲ್ಲ. ಈ ಬಗ್ಗೆ ಹೆಚ್ಚು ವ್ಯವಹಾರಗಳನ್ನು ಮಾಡಲು ಬಯಸಿದ್ದರ ಫಲವಾಗಿ ರೆಗ್ಯುಲೇಟೆಡ್ ಕಂಪನಿಗಳು ರೂಪುಗೊಂಡವು. ಸಾಮಾನ್ಯ ವ್ಯವಹಾರಕ್ಕಾಗಿ ವರ್ತಕರು ಸೇರಿ ನಡೆಸುತ್ತಿದ್ದ ವ್ಯವಹಾರವೇ ರೆಗ್ಯುಲೇಟೆಡ್ ಕಂಪನಿಯಾಗಿತ್ತು. ಸದಸ್ಯರು ತಮ್ಮ ಸಂಪನ್ಮೂಲಗಳನ್ನು ಹಂಚಿಕೆಯಾಗಿ ತೊಡಗಿಸದೆ ಪರಸ್ಪರ ತಮ್ಮ ಲಾಭಕ್ಕಾಗಿ ಸಾಮಾನ್ಯ ಉದ್ದಿಮೆಯನ್ನು ತೆರೆಯಲು ಒಪ್ಪಿಕೊಂಡರು. ಇದರ ಉದ್ದೇಶ ವಿಶ್ವದ ಕೆಲವು ಭಾಗಗಳಲ್ಲಿ ಉದ್ದಿಮೆಯ ಏಕಸ್ವಾಮ್ಯವನ್ನು ತಮ್ಮ ಹಿಡಿತದಲ್ಲಿ ಇಟ್ಟುಕೊಳ್ಳುವುದೇ ಆಗಿತ್ತು.. ಸದಸ್ಯರು ದಾಸ್ತಾನು ಮಳಿಗೆಗಳನ್ನು ರಕ್ಷಿಸುತ್ತಿದ್ದ ವ್ಯಾಪಾರಸ್ಥರಿಗೆ ಸ್ವಲ್ಪ ಭಾಗ ಹಣವನ್ನು ನೀಡುತ್ತಿದ್ದರು. ಇದಕ್ಕೆ ಉದಾಹರಣೆಯಾಗಿ

ನೆದರ್‌ಲ್ಯಾಂಡ್ಸ್ ಮತ್ತು ಜರ್ಮನಿಗಳಲ್ಲಿ ವ್ಯಾಪಾರೋದ್ಯಮಕ್ಕಾಗಿ ಸ್ಥಾಪಿಸಲಾಗಿದ್ದ ಮರ್ಚೆಂಟ್ ಅಡ್ವೆಂಚರರ್ಸ್ ಎಂಬ ಇಂಗ್ಲಿಷ್ ಕಂಪನಿಯೊಂದನ್ನು ಹೆಸರಿಸಬಹುದು.

ಜಂಟಿ ಉದ್ಯಮ ಕಂಪನಿಗಳು (Joint Stock Companies): 17ನೇ ಶತಮಾನದಲ್ಲಿ ರೆಗ್ಯುಲೇಟೆಡ್ ಕಂಪನಿಗಳಿಗೆ ಬದಲಾಗಿ, ಅದರ ಜಾಗದಲ್ಲಿ ಇನ್ನೂ ಹೆಚ್ಚು ವಿಶಾಲವಾದ ಮತ್ತು ಅಡಕವಾದ ಸಂಸ್ಥೆಯೊಂದು ಬಂದದ್ದರಿಂದ ವಾಣಿಜ್ಯ ಮಹಾಕ್ರಾಂತಿಗೆ ಮತ್ತಷ್ಟು ಪುಷ್ಟಿ ಸಿಕ್ಕಿತು. ಸಾಕಷ್ಟು ಮಂದಿ ಹಣ ಹೂಡಿಕೆದಾರರಿಗೆ ಷೇರು ಬಂಡವಾಳಗಳ ಮೂಲಕ ರೂಪಿಸಲಾದ ಸಂಸ್ಥೆಗಳೇ ಜಂಟಿ ಉದ್ಯಮ ಕಂಪನಿಗಳು. ಷೇರುಗಳನ್ನು ಕೊಂಡವರು ಕಂಪನಿಯ ಕೆಲಸದಲ್ಲಿ ತೊಡಗಿರಬಹುದು ಅಥವಾ ತೊಡಗಿರದೆ ಇರಬಹುದು. ಅವರು ಒಂದು ಅರ್ಥದಲ್ಲಿ ಈ ವ್ಯವಹಾರದ ಮಾಲೀಕರು. ತಾವು ತೊಡಗಿಸಿದಷ್ಟು ಹಣಕ್ಕೆ ಅವರು ಅದರ ಲಾಭದಲ್ಲಿ ಪಾಲಪಡೆಯಲು ಅರ್ಹರಾಗಿದ್ದರು. ಪಾಲುದಾರಿಕೆ ಮತ್ತು ರೆಗ್ಯುಲೇಟೆಡ್ ಕಂಪನಿಗಳಿಗಿಂತಲೂ ಜಾಯಿಂಟ್ ಸ್ಟಾಕ್ ಕಂಪನಿಗಳಿಗೆ ಹೆಚ್ಚು ಅನುಕೂಲಗಳಿವೆ. ಮೊದಲನೆಯದಾಗಿ, ಆ ಕಂಪನಿಯ ಯಾವನೇ ಸದಸ್ಯ ಸತ್ತರೆ ಇಲ್ಲವೇ ಆತನು ಸದಸ್ಯನಾಗಿ ಮುಂದುವರಿಯಲು ಬಯಸದೇ ಇದ್ದರೆ, ಪ್ರತಿ ಸಂದರ್ಭದಲ್ಲೂ ಅದು ಪುನರ್ ವ್ಯವಸ್ಥೆಯನ್ನು ಮಾಡಿಕೊಳ್ಳಬೇಕಿಲ್ಲ. ಎರಡನೆಯದಾಗಿ, ವ್ಯಾಪಕವಾಗಿ ಷೇರುಗಳನ್ನು ಹಂಚುವ ಮೂಲಕ ಅದು ಸಾಕಷ್ಟು ಬಂಡವಾಳ ಮಾಡಿಕೊಳ್ಳುತ್ತದೆ. ಸಂಕ್ಷಿಪ್ತವಾಗಿ ಹೇಳಬೇಕೆಂದರೆ, ಕಾನೂನಿನ ಕಣ್ಣಿನಲ್ಲಿ ವೈಯಕ್ತಿಕವಾಗಿ ವ್ಯಕ್ತಿಗಳು ಹಕ್ಕುಗಳನ್ನು ಮತ್ತು ವಿಶೇಷ ಸೌಲಭ್ಯಗಳನ್ನು ಹೊಂದಿದ್ದಾರೆ. ಈ ಒಂದು ವಿಷಯವನ್ನು ಹೊರತುಪಡಿಸಿ ಉಳಿದಂತೆ ಇದು ಆಧುನಿಕ ಸಂಸ್ಥೆಯ ಎಲ್ಲ ಸೌಲಭ್ಯಗಳನ್ನು ಒಳಗೊಂಡಿರುತ್ತದೆ. ಆರಂಭದಲ್ಲಿ ಜಾಯಿಂಟ್ ಸ್ಟಾಕ್ ಕಂಪನಿಗಳು ವಾಣಿಜ್ಯ ವ್ಯವಹಾರಗಳಲ್ಲಿ ತೊಡಗಿದ್ದರೆ ಆನಂತರ ಕೆಲವು ಉದ್ದಿಮೆಗಳಲ್ಲಿ ತೊಡಗಿದವು. ನಿರ್ದಿಷ್ಟ ಪ್ರದೇಶಗಳಲ್ಲಿ ತಮ್ಮ ಉದ್ದಿಮೆ ನಡೆಸಲು ಸರ್ಕಾರದಿಂದ ಏಕಸ್ವಾಮ್ಯದ ಸನ್ನದನ್ನು ಪಡೆದುಕೊಂಡವಲ್ಲದೆ ಆ ಪ್ರದೇಶದ ನಿವಾಸಿಗಳ ಮೇಲೆ ತಮ್ಮ ವ್ಯಾಪಕ ಅಧಿಕಾರವನ್ನು ಹೊಂದಿದವು. ಹೀಗಾಗಿ ಬಂಡವಾಳಶಾಹಿಗಳ ಮತ್ತು ವರ್ತಕರ ಹಿತಾಸಕ್ತಿಗಳು ಒಂದಾದವು. ಈ ಬಗೆಯ ಸನ್ನದಿನಿಂದಲೇ ಬ್ರಿಟಿಷ್ ಈಸ್ಟ್ ಇಂಡಿಯಾ ಕಂಪೆನಿಯು ಭಾರತದ ವಿಶಾಲವಾದ ಉಪಖಂಡದ ಪ್ರದೇಶಗಳನ್ನು ತನ್ನ ಲಾಭಕ್ಕಾಗಿ ಶೋಷಣೆ ಮಾಡಿತಲ್ಲದೆ ಹದಿನೆಂಟನೆಯ ಶತಮಾನದ ಕೊನೆಯವರೆವಿಗೂ ಅದರ ಅಧಿಪತಿಯಾಗಿತ್ತು.

ಹಣದ ಆರ್ಥಿಕತೆಯ ಅಭಿವೃದ್ಧಿ: ವಾಣಿಜ್ಯ ಮಹಾಕ್ರಾಂತಿಯ ಮತ್ತೊಂದು ಪ್ರಮುಖ ಲಕ್ಷಣವೆಂದರೆ ಅತ್ಯಂತ ಸಮರ್ಥವಾದ ಹಣದ ಆರ್ಥಿಕತೆಯನ್ನು ಅಭಿವೃದ್ಧಿಪಡಿಸಿದ್ದು. ಹನ್ನೊಂದನೆಯ ಶತಮಾನದಲ್ಲಿ ವಾಣಿಜ್ಯೋದ್ಯಮದ ಪುನರಾರಂಭವಾದಂದೀಚೆಗೆ ಹಣವನ್ನು ಎಲ್ಲೆಡೆ ಬಳಸಲಾಗುತ್ತಿದೆ. ಅದಾಗ್ಯೂ ಸ್ಥಳೀಯವಲ್ಲದ ಕೆಲವು ನಾಣ್ಯಗಳನ್ನು ಚಲಾವಣೆಯಲ್ಲಿ ಸ್ವೀಕರಿಸಲಾಗುತ್ತಿತ್ತು. 1300ರ ವೇಳೆಗೆ ವೆನಿಸ್‌ನ ಬಂಗಾರದ ಡಕೆಟ್ ನಾಣ್ಯವನ್ನು ಮತ್ತು ಫ್ಲಾರೆನ್ಸಿನ ಚಿನ್ನದ ಫ್ಲಾರೆನ್ ನಾಣ್ಯಗಳನ್ನು ಇಟಲಿಯಲ್ಲೂ ಹಾಗೂ ಉತ್ತರ ಯೂರೋಪಿನ ಅಂತರರಾಷ್ಟ್ರೀಯ ಮಾರುಕಟ್ಟೆಗಳಲ್ಲೂ ಸ್ವೀಕರಿಸಲಾಗುತ್ತಿತ್ತು. ಆದರೆ ಯಾವುದೇ ದೇಶದಲ್ಲಿ ಒಂದೇ ಬಗೆಯ ಆರ್ಥಿಕ ವ್ಯವಸ್ಥೆ ಇರಲಿಲ್ಲ. ಎಲ್ಲೆಡೆಯಲ್ಲೂ ಬಹಳ ಗೊಂದಲವಿತ್ತು. ರಾಜರು ಹೊರಡಿಸಿದ ನಾಣ್ಯಗಳ ಜೊತೆಜೊತೆಯಲ್ಲಿಯೇ ವಿದೇಶೀಯ ನಾಣ್ಯಗಳೂ ಚಲಾವಣೆಯಲ್ಲಿದ್ದವು. ಅದೂ ಅಲ್ಲದೆ ನಾಣ್ಯಗಳನ್ನು ಬಹುಬೇಗನೆ ಬದಲಾಯಿಸುತ್ತಲೂ ಇದ್ದರು. ನಾಣ್ಯಗಳೂ ಕೆಲವು ಸಲ ಸವೆದು ಹೋಗುತ್ತಿದ್ದವು. ರಾಜರು ತಾವು ಟಂಕಿಸುತ್ತಿದ್ದ ನಾಣ್ಯಗಳಲ್ಲಿ ಕಮ್ಮಿ ಬೆಲೆಯ ಲೋಹಗಳನ್ನು ಬಳಸುವುದರ ಮೂಲಕ ಅವರು ತಮ್ಮ ವೈಯಕ್ತಿಕ ಆದಾಯಗಳನ್ನು ಹೆಚ್ಚಿಸಿಕೊಳ್ಳುತ್ತಿದ್ದರು. ವಾಣಿಜ್ಯ ಮಹಾಕ್ರಾಂತಿಯಲ್ಲಿ ವಾಣಿಜ್ಯೋದ್ಯಮಗಳ ಬೆಳವಣಿಗೆಯಿಂದ ಹೆಚ್ಚು ದೃಢವಾದ ಮತ್ತು ಒಂದೇ ರೀತಿಯ ಆರ್ಥಿಕ ವ್ಯವಸ್ಥೆಗಳ ಅಗತ್ಯತೆ ಹೆಚ್ಚು ಕಂಡುಬಂದಿತು. ಪ್ರತಿಯೊಂದು ರಾಜ್ಯವೂ ತನ್ನ ಸರಹದ್ದಿನಲ್ಲಿಯೇ ಎಲ್ಲ ವ್ಯವಹಾರಗಳಿಗೂ ಬಳಸಬಹುದಾದಂಥ ಶಿಷ್ಟ ಆರ್ಥಿಕ ವ್ಯವಸ್ಥೆಯನ್ನು ರೂಪಿಸಿಕೊಳ್ಳುವುದರ ಮೂಲಕ ಸಮಸ್ಯೆಯನ್ನು ಪರಿಹರಿಸಿಕೊಳ್ಳಲಾಯಿತು. ಸುಧಾರಣೆ ಪೂರ್ಣಗೊಳ್ಳುವ ಹೊತ್ತಿಗೆ ಬಹು ಸಮಯ ಕಳೆಯಿತು. ರಾಣಿ ಎಲಿಜಬೆತಳ ಆಳ್ವಿಕೆಯ ಅವಧಿಯಲ್ಲಿ ಏಕರೀತಿಯ ನಾಣ್ಯ ವ್ಯವಸ್ಥೆಯನ್ನು ರೂಪಿಸಲು ಇಂಗ್ಲೆಂಡ್ ಆರಂಭಿಸಿತು. ಹತ್ತೊಂಬತ್ತನೆಯ ಶತಮಾನದವರೆಗೆ ಫ್ರೆಂಚರಿಗೆ ತಮ್ಮ ಹಣವನ್ನು ಆಧುನಿಕ ರೀತಿಯಲ್ಲಿ ಸರಳಗೊಳಿಸಲು ಮತ್ತು ಅನುಕೂಲಕ್ಕೆ ತಕ್ಕಂತೆ ಬಳಸಲು ಸಾಧ್ಯವಾಗಲೇ ಇಲ್ಲ.

ರಾಷ್ಟ್ರೀಯ ನೀತಿಗಳು: ವಾಣಿಜ್ಯ ಮಹಾಕ್ರಾಂತಿಗೆ ರಾಷ್ಟ್ರೀಯ ನೀತಿಗಳ ವಿಕಾಸವೂ ಕಾರಣವಾಯಿತು. ಮಧ್ಯಯುಗದ ಕಾಲದಲ್ಲಿ ಸಾಗಾಣಿಕೆ ಸೌಲಭ್ಯಗಳು ಕಮ್ಮಿ ಇದ್ದುದರಿಂದ ಹಳ್ಳಿಗಳು ಮತ್ತು ನಗರಗಳು ಹೆಚ್ಚು ಕಡಿಮೆ ಸ್ವಯಂ

ಸಮೃದ್ಧವಾಗಿದ್ದವು. ವಾಣಿಜ್ಯೋದ್ಯಮ ನಿಯಂತ್ರಣ ಹೆಚ್ಚು ಕಡಿಮೆ ಸ್ಥಳೀಯ ಸ್ವಭಾವದಿಂದ ಕೂಡಿದ್ದವು.ರಾಷ್ಟ್ರೀಯ ಭಾವನೆಗಳೇ ಇರಲಿಲ್ಲ, ಅಲ್ಲದೆ ರಾಷ್ಟ್ರೀಯ ನೀತಿಗಳು ಸಂಪೂರ್ಣವಾಗಿ ಇಲ್ಲವಾಗಿದ್ದವು. 16ನೆಯ ಶತಮಾನದ ಕೊನೆಗೆ, ವಾಣಿಜ್ಯ ವಿಕಾಸದೊಂದಿಗೆ, ಒಮ್ಮೆ ಸ್ಥಳೀಯ ಹಾಗೂ ರಾಷ್ಟ್ರೀಯ ಹಿತಾಸಕ್ತಿಗಳ ಮೇಲೆ ಸರ್ಕಾರ ತನ್ನ ನಿಯಂತ್ರಣ ಸಾಧಿಸಿದ ಕೂಡಲೇ ಸ್ಥಳೀಯ ನಿಯಂತ್ರಣವು ರಾಷ್ಟ್ರೀಯ ಹಿತಾಸಕ್ತಿಗಳಿಗೆ ಸರಿಯಾಗಿಲ್ಲವೆಂದು ಅಧಿಕೃತವಾಗಿ ಭಾವಿಸಲಾಯಿತು. ಈ ಪ್ರವೃತ್ತಿಯು ಹದಿನೇಳನೆಯ ಮತ್ತು ಹದಿನೆಂಟನೆಯ ಶತಮಾನಗಳಲ್ಲಿ ಹೆಚ್ಚು ಅಭಿವ್ಯಕ್ತಗೊಂಡಿತು. ವ್ಯವಹಾರಗಳಿಗಾಗಿ ರಾಷ್ಟ್ರೀಯ ರಾಜ್ಯಗಳ ನಡುವೆ ಒಂದು ಬಗೆಯ ಅಂತರರಾಷ್ಟ್ರೀಯ ಸ್ಪರ್ಧೆಯಾಗಿತ್ತು. ಅದು ವ್ಯಾಪಕವಾದ ವಾಣಿಜ್ಯ ಸ್ಪರ್ಧೆಯಾಗಿ ಮಾರ್ಪಟ್ಟಿತಲ್ಲದೆ ವಸಾಹತುಗಳ ಮೇಲೆ ತನ್ನ ಅಧಿಕಾರವನ್ನು ಸ್ಥಾಪಿಸಲು ಮತ್ತು ಯುದ್ಧವನ್ನು ಹೂಡಲು ಕಾರಣವಾಯಿತು.

ವಾಣಿಜ್ಯ ಮಹಾಕ್ರಾಂತಿಯು ವ್ಯಕ್ತಿಗಳಿಗೆ ಮತ್ತು ರಾಜ್ಯಗಳಿಗಷ್ಟೇ ಸಂಪತ್ತನ್ನು ತಂದುಕೊಟ್ಟರೂ ಹಲವೊಮ್ಮೆ ಕಷ್ಟಗಳಿಗೂ ಕಾರಣವಾಗುತ್ತಿತ್ತು. ಇದರಿಂದಾಗಿ ಹಲವೊಮ್ಮೆ ಹೂಡಿಕೆದಾರರಿಗೆ ಮತ್ತು ರಾಷ್ಟ್ರೀಯ ಆರ್ಥಿಕತೆಗೆ ಭಾರಿ ಪ್ರಮಾಣದ ಹಾನಿಯನ್ನು ತರುತ್ತಿತ್ತು. ಬೆಳ್ಳಿಯ ಸರಬರಾಜಿನಲ್ಲಿ ಹೆಚ್ಚಳವುಂಟಾದ್ದರಿಂದ ತೀವ್ರ ಹಣದುಬ್ಬರ ಉಂಟಾದ್ದರಿಂದ ಸಮುದ್ರದಾಚೆ ದೇಶವನ್ನು ವಿಸ್ತರಿಸುವ ಒಂದು ಪ್ರಮುಖ ಪ್ರವೃತಿ ಉಂಟಾಯಿತು. 16ನೇ ಶತಮಾನದಲ್ಲಿ ಇದು ಯೂರೋಪನ್ನೇ ಆವರಿಸಿತು. ಬೆಲೆಗಳಲ್ಲಿ ಏರಿಳಿತಗಳು ಉಂಟಾದ್ದರಿಂದ ಆರ್ಥಿಕ ಅಸ್ಥಿರತೆ ಮತ್ತಷ್ಟು ಉಂಟಾಯಿತು. ವ್ಯಾಪಾರಸ್ಥರು ತಮ್ಮ ವ್ಯಾಪಾರವನ್ನು ಬೇಗಬೇಗನೆ ವಿಸ್ತರಿಸಲು ಆಸೆಪಟ್ಟರು. ಬ್ಯಾಂಕರುಗಳು ತಮ್ಮ ಸಾಲಸೌಲಭ್ಯಗಳನ್ನು ಧಾರಾಳವಾಗಿ ನೀಡಿದ್ದರಿಂದ, ಅವರ ಮುಖ್ಯ ಸಾಲಗಾರರಾದ, ಅದರಲ್ಲೂ ಮುಖ್ಯವಾಗಿ ನೊಬೆಲ್ ವರ್ಗದವರು, ಸಾಲವನ್ನು ಹಿಂದಿರುಗಿಸುವಲ್ಲಿ ವಿಫಲರಾಗುತ್ತಿದ್ದರು. ಸ್ಪೇನ್ ಮತ್ತು ಇಟಲಿ ದೇಶಗಳು ಮೊದಲಿಗೆ ಈ ರೀತಿ ತೊಂದರೆ ಅನುಭವಿಸಿದವು. ಎರಡು ಕಡೆಗಳಲ್ಲಿಯೂ, ಏರುತ್ತಿರುವ ಬೆಲೆಗಳಿಗೆ ಅನುಗುಣವಾಗಿ ಕೂಲಿಯ ದರದಲ್ಲಿ ಏರಿಕೆ ಇರಲಿಲ್ಲವಾದ್ದರಿಂದ ಬಡಜನರು ಬಹಳ ತೊಂದರೆಗೆ ಈಡಾದರು. ಬಡತನ ನಗರಗಳಲ್ಲಿ ತಾಂಡವವಾಡತೊಡಗಿದರೆ, ಗ್ರಾಮೀಣ ಪ್ರದೇಶಗಳಲ್ಲಿ ಕಳ್ಳಕಾಕರು ಹೆಚ್ಚಾದರು. ಸ್ಪೇನ್ ದೇಶದಲ್ಲಿ, ಎಲ್ಲವನ್ನು ಕಳೆದುಕೊಂಡ ಕೆಲಮಂದಿ ಶ್ರೀಮಂತರು ನಗರದಿಂದ ನಗರಕ್ಕೆ ಸುತ್ತಾಡುತ್ತಿದ್ದ ಅಲೆಮಾರಿಗಳ ಜೊತೆ ಸೇರಲೂ ಹಿಂದೆಗೆಯಲಿಲ್ಲ. 15ನೇ ಶತಮಾನದ ಕೊನೆಯ ಹೊತ್ತಿಗೆ ಮೆಡಿಚಿಯ ಮಹಾನ್ ಫ್ಲಾರೆಂಟೈನ್ ಬ್ಯಾಂಕ್ ಮುಚ್ಚಿಹೋಯಿತು. ಆ ಶತಮಾನದ ಮಧ್ಯಭಾಗದಲ್ಲಿ ಸ್ಪೇನ್ ದೇಶದ ಅನೇಕ ಬ್ಯಾಂಕುಗಳು ದಿವಾಳಿಯೆದ್ದವು. ಜರ್ಮನಿಯಲ್ಲಿ ಫಗ್ಗರ್ಸ್ ಬ್ಯಾಂಕ್ ಅವನತಿಯ ಹಾದಿಹಿಡಿಯಿತು. ಈ ಮಧ್ಯೆ ಇಂಗ್ಲೆಂಡ್, ಹಾಲೆಂಡ್ ಹಾಗೂ ಸ್ವಲ್ಪಮಟ್ಟಿಗೆ ಫ್ರಾನ್ಸ್‌ಗಳು ಸಂಪದ್ಭರಿತವಾದವು. ಈ ಅಭಿವೃದ್ಧಿ 'ಬೆಳ್ಳಿಯುಗದ' ವಿಶೇಷ ಲಕ್ಷಣವಾಗಿದ್ದು, ಇದು 1540 ರಿಂದ 1620ರವರೆಗೆ ನಡೆಯಿತು. 17ನೇ ಶತಮಾನದಲ್ಲಿ ಹಣದುಬ್ಬರ ಜಾಸ್ತಿಯಾದ್ದರಿಂದ ಇದು ಮತ್ತೊಮ್ಮೆ ಇಳಿಮುಖವಾಯಿತು. ಇದಕ್ಕೆ ಧಾರ್ಮಿಕ ಹಾಗೂ ಅಂತರರಾಷ್ಟ್ರೀಯ ಯುದ್ಧಗಳು ಮತ್ತು ನಾಗರಿಕ ಅಶಾಂತಿಗಳೂ ಕಾರಣವಾದವು.

ವಾಣಿಜ್ಯೋದ್ಯಮ (Mercantilism): 19ನೇ ಶತಮಾನಕ್ಕಿಂತ ಮುಂಚೆ ಅತ್ಯಂತ ಮಹತ್ವಪೂರ್ಣವಾದ ಮತ್ತು ಸಾಮಾನ್ಯವಾಗಿ ಅಂಗೀಕರಿಸಲ್ಪಟ್ಟಿದ್ದ ಆರ್ಥಿಕ ಸಿದ್ಧಾಂತಗಳಲ್ಲಿ ಒಂದೆಂದರೆ ವಾಣಿಜ್ಯೋದ್ಯಮ. ವಾಣಿಜ್ಯೋದ್ಯಮವು ಸಂಪೂರ್ಣವಾಗಿ ಹೊಸದಾದ ಕಲ್ಪನೆಯೇನೂ ಆಗಿರಲಿಲ್ಲ. ಇದು ವಾಸ್ತವವಾಗಿ ಮಧ್ಯಕಾಲೀನ ಯುಗದ ಬೇರೊಂದು ರೂಪವಾಗಿತ್ತು. ಆಗ ಯಾವುದೇ ಒಂದು ಊರಿನಲ್ಲಿ ಯಾವುದೇ ಒಂದು ನಿರ್ದಿಷ್ಟ ಸಮುದಾಯ ಸಮಾನವಾದ ಐಶ್ವರ್ಯವನ್ನು ಹೊಂದಿರುತ್ತಿತ್ತು. ಇಡಿಯಾಗಿ ಸಮುದಾಯಕ್ಕೆ ಲಾಭವಾಗುವಂತೆ ದೇವರು ವಿಧಿಸುವಂತೆ ಇಲ್ಲವೆ ರಾಜನು ಹೇಳಿದಂತೆ ಆ ಜನರು ಆರ್ಥಿಕವಾಗಿ ಸಹಾಯಮಾಡುತ್ತಿದ್ದರು. ಆ ವ್ಯವಸ್ಥೆಗೆ ಸೇರಿದ ಗಂಡಸರಿಗೆ ಮತ್ತು ಹೆಂಗಸರಿಗೆ ಸಮುದಾಯದೊಳಗೇ ಸದಸ್ಯತ್ವವನ್ನು ನೀಡಲಾಗುತ್ತಿತ್ತು. ಅವರು ಬಡವರಾಗಿದ್ದರೆ ಅವರು ಹಸಿವಿನಿಂದ ನರಳದಂತೆ ಅವರಿಗೆ ಉಚಿತ ದರದಲ್ಲಿ ರಕ್ಷಣೆಯನ್ನು ನೀಡಲಾಗುತ್ತಿತ್ತು. ಆ ರಕ್ಷಣೆಗೆ ಪ್ರತಿಯಾಗಿ ಆ ಸಮುದಾಯದ ಸದಸ್ಯರು ತಾವಾಗಿಯೇ ಆ ನಗರದ ಕಾನೂನಿಗೊಳಪಟ್ಟು ತಮ್ಮ ಕೆಲಸ ಕಾರ್ಯಗಳನ್ನು ನಿರ್ವಹಿಸುತ್ತಿದ್ದರು.

ರಾಷ್ಟ್ರೀಯ ರಾಜ್ಯದ ಉಗಮದೊಂದಿಗೆ ಈ ಸಿದ್ಧಾಂತವನ್ನು ನಿಕಟವಾಗಿ ಸಹಯೋಗಗೊಳಿಸಲಾಗಿತ್ತು. ರಾಜ್ಯ ಸರ್ಕಾರವು ಆರ್ಥಿಕ ಉದ್ಯಮಕ್ಕೆ ಹೆಚ್ಚು ಹೆಚ್ಚು ರಕ್ಷಣೆಯನ್ನು ಮತ್ತು ಬೆಂಬಲವನ್ನು ನೀಡಿತು. ರಾಷ್ಟ್ರೀಯತೆಯು ಉಗಮವಾಗುವುದಕ್ಕೆ ಮುಂಚಿತವಾಗಿಯೇ ನಗರಗಳು ಹೊಂದಿದ್ದ ಸ್ಥಾನವನ್ನು ಇದು ಆಕ್ರಮಿಸಿಕೊಂಡಿತು. ರಾಷ್ಟ್ರೀಯ

ಚಕ್ರವರ್ತಿಯಾದವನು ರಾಷ್ಟ್ರದ ಸಂಪತ್ತಿನ ರಕ್ಷಕನಾಗಿದ್ದನು. ವಾಣಿಜ್ಯೋದ್ಯಮವನ್ನು 17ನೆಯ ಶತಮಾನದ ಆರಂಭದಿಂದಲೂ ಗುರುತಿಸಬಹುದು.

ವಾಣಿಜ್ಯೋದ್ಯಮ (ಆರ್ಥಿಕ ವ್ಯವಹಾರಗಳು ಅದರಲ್ಲೂ ವಿಶೇಷವಾಗಿ ವಾಣಿಜ್ಯ ಮತ್ತು ಉದ್ಯಮಗಳ ಸರ್ಕಾರಿ ನಿಯಂತ್ರಣ) ಬೇರೆ ಬೇರೆ ಸ್ಥಳಗಳಲ್ಲಿ ವಿಭಿನ್ನವಾಗಿತ್ತು ಹಾಗೂ ಇದಕ್ಕೆ ಬೇರೆ ಬೇರೆ ಹೆಸರಿತ್ತು. ಉದಾಹರಣೆಗೆ ಫ್ರಾನ್ಸ್‌ನಲ್ಲಿ ಕೋಲ್ಬರ್ಟಿಸಂ ಮತ್ತು ಜರ್ಮನಿಯಲ್ಲಿ ಕ್ಯಾಮರಲಿಸಂ ಎಂದು ಕರೆಯಲಾಗುತ್ತಿತ್ತು. ಆದರೆ ಮೂಲಭೂತ ಲಕ್ಷಣಗಳಲ್ಲಿ ಇದು ಒಂದೇ ಆಗಿತ್ತು.

ಸಂಪತ್ತಿನ ವ್ಯಾಖ್ಯೆ

ವಾಣಿಜ್ಯೋದ್ಯಮ ಸಿದ್ಧಾಂತವೆಂದರೆ ಯಾವುದೇ ಒಂದು ರಾಷ್ಟ್ರದ ಐಶ್ವರ್ಯವನ್ನು ಯಾವುದೇ ಕಾಲದಲ್ಲಿ ಪರಿಗಣಿಸಬೇಕಾದರೆ ಅದರ ಬಳಿ ಇರುವ ಚಿನ್ನ ಬೆಳ್ಳಿಗಳ ಮೊತ್ತವನ್ನು ಲೆಕ್ಕಹಾಕಬೇಕಿತ್ತು. ಒಂದು ದೇಶ ಸ್ವಯಂ ಪರಿಪೂರ್ಣತೆ ಹೊಂದಬೇಕಾದರೆ ಅದರ ಆಮದು ಕಡಿಮೆಯಾಗಬೇಕು ಹಾಗೂ ಅದರ ರಫ್ತು ಜಾಸ್ತಿಯಾಗಬೇಕು. ಹಾಗಾದರೆ ಮಾತ್ರ ಅದು ಶಕ್ತಿಯುತ ರಾಷ್ಟ್ರವಾಗಬಹುದಿತ್ತು. ಈ ಸಿದ್ಧಾಂತ ರಾಜ್ಯನೀತಿಯ ಮೇಲೆ ವಿಶಿಷ್ಟ ಪರಿಣಾಮಗಳನ್ನು ಹೊಂದಿತ್ತು. ಮೊದಲನೆಯದಾಗಿ, ವಿದೇಶೀ ವಸಾಹತುಗಳ ಸ್ಥಾಪನೆಗೆ ಮತ್ತು ಅಭಿವೃದ್ಧಿಗೆ ಎಡೆಮಾಡಿಕೊಟ್ಟಿತು. ಎರಡನೆಯದಾಗಿ, ಔದ್ಯಮಿಕ ಉತ್ಪಾದನೆ ಮತ್ತು ವ್ಯಾಪಾರಗಳನ್ನು ಪ್ರೋತ್ಸಾಹಿಸುವ ಬಗ್ಗೆ ರಾಜ್ಯ ಸರ್ಕಾರಗಳಿಗೆ ಸ್ಫೂರ್ತಿ ನೀಡಿತು. ಇದರಿಂದಾಗಿ ರಾಜ್ಯದ ಆದಾಯವೂ ಹೆಚ್ಚುತ್ತಿತ್ತು. ಅಂತಿಮವಾಗಿ, ಇದು ನೀತಿ–ನಿರ್ಮಾಪಕರಿಗೆ ಸ್ಥಳೀಯ ಬಳಕೆಯನ್ನು ಪ್ರೋತ್ಸಾಹಿಸದಂತೆ ಒತ್ತಾಯಿಸಿತು. ಏಕೆಂದರೆ ಗೃಹಮಾರುಕಟ್ಟೆಗಳಲ್ಲಿ ಕೊಳ್ಳುವ ಪದಾರ್ಥಗಳಿಂದಾಗಿ ಆ ಪದಾರ್ಥಗಳು ರಫ್ತಿಗೆ ಸಿಕ್ಕುತ್ತಿರಲಿಲ್ಲ. ಹಾಗಾಗಿ ಸರ್ಕಾರದ ನೀತಿಯೆಂದರೆ ವೇತನವನ್ನು ಕಡಿಮೆಗೊಳಿಸುವುದಾಗಿತ್ತು. ಇದರಿಂದಾಗಿ ಕಾರ್ಮಿಕರಿಗೆ ಅವರಿಗೆ ಅಗತ್ಯವಾದ ಆಹಾರ ಮತ್ತು ಆಶ್ರಯಗಳ ಹೊರತಾಗಿ ಬೇರಾವುದಕ್ಕೂ ಖರ್ಚುಮಾಡುವಷ್ಟು ಹಣ ಸಿಕ್ಕುತ್ತಿರಲಿಲ್ಲ.

ವಾಣಿಜ್ಯೋದ್ಯಮದ ಪ್ರಚುರತೆ

ಪಶ್ಚಿಮ ಯೂರೋಪಿನ ಬಹುಮಟ್ಟಿನ ರಾಜಕಾರಣಿಗಳು ತಾತ್ವಿಕವಾಗಿ ವಾಣಿಜ್ಯೋದ್ಯಮದ ಗುರಿಗಳನ್ನು ಒಪ್ಪಿಕೊಂಡರೂ ಆ ಗುರಿಗಳನ್ನು ಪ್ರತಿಬಿಂಬಿಸುತ್ತಿದ್ದ ಅವರ ನೀತಿ ನಿಯಮಗಳು ರಾಷ್ಟ್ರೀಯ ಪರಿಸ್ಥಿತಿಗಳಿಗೆ ಅನುಗುಣವಾಗಿ ವ್ಯತ್ಯಾಸ ಹೊಂದುತ್ತಿದ್ದವು. ಸ್ಪೇನ್ ದೇಶವು ಮುಚ್ಚಿದ ವಸಾಹತು ಮಾರುಕಟ್ಟೆಗಳು ಇರಬೇಕೆಂದು ಒತ್ತಾಯಪಡಿಸಿತಲ್ಲದೆ ಬೆಳ್ಳಿ ಬಂಗಾರದ ಸಂಪತ್ತನ್ನು ಭಾರಿ ಪ್ರಮಾಣದಲ್ಲಿ ಸಂಗ್ರಹಿಸಲು ನಿರ್ಧರಿಸಿತು. ವಾಣಿಜ್ಯೋದ್ಯಮದ ಸಿದ್ಧಾಂತ ಪ್ರತಿಪಾದಿಸುತ್ತಾ ಆರ್ಥಿಕ ಸ್ವಯಂ–ಪೂರ್ಣತೆಯನ್ನು ಸಾಧಿಸುವಲ್ಲಿ ವಿಫಲಗೊಂಡಿತು. ಹಾಗಾಗಿ ಸ್ಪ್ಯಾನಿಷ್ ಜನತೆ ಫ್ರೆಂಚ್, ಇಂಗ್ಲಿಷ್ ಮೊದಲಾದವರು ತಯಾರಿಸಿದ ಸಿದ್ಧವಸ್ತುಗಳನ್ನು ಕೊಳ್ಳುವ ಸಲುವಾಗಿ ತಮ್ಮ ಬೆಳ್ಳಿ ಬಂಗಾರಗಳನ್ನು ಖರ್ಚುಮಾಡಬೇಕಾಯಿತು. ಏಕೆಂದರೆ ಈ ವಸ್ತುಗಳನ್ನು ಸ್ವದೇಶದ ಜನರಿಗಾಗಲಿ ಇಲ್ಲವೆ ತಮ್ಮ ವಸಾಹತುಗಳಲ್ಲಿರುವ ಜನರಿಗಾಗಲಿ ಒದಗಿಸಲು ಅಸಮರ್ಥರಾಗಿದ್ದರು. ಮ್ಯಾಡ್ರಿಡ್ ವಾಣಿಜ್ಯೋದ್ಯಮವು ಹಾಗಾಗಿ ಆಮ್‌ಸ್ಟರ್‌ಡಾಂನಲ್ಲಿ ಯಾವುದೇ ಪ್ರಯೋಜನಕ್ಕೆ ಬರಲಿಲ್ಲ. ಆಗ ಸ್ಪೇನ್‌ನ ಎರಡನೆ ಫಿಲಿಪ್ಪನ ಆಳ್ವಿಕೆಯನ್ನು ಇವರು ದ್ವೇಷಿಸುತ್ತಿದ್ದರಿಂದ ಡಚ್ಚರು ಸರ್ಕಾರೀ ಕೇಂದ್ರೀಕರಣವನ್ನು ತಿರಸ್ಕರಿಸಿದರು. ಸಂಯುಕ್ತ ರಾಷ್ಟ್ರಗಳು ತಮ್ಮ ಆರ್ಥಿಕ ಸ್ವಯಂ–ಪೂರ್ಣತೆಯನ್ನು ಸಾಧಿಸುವುದಕ್ಕೆ ಅಶಕ್ತವಾಗಿವೆ ಎಂಬುದನ್ನು ಡಚ್ಚರು ಕಂಡುಕೊಂಡರು. 17ನೇ ಮತ್ತು 18ನೇ ಶತಮಾನಗಳುದ್ದಕ್ಕೂ ಮುಕ್ತ ವಾಣಿಜ್ಯವನ್ನು ಡಚ್ಚರು ಪ್ರೋತ್ಸಾಹಿಸುತ್ತಲೇ ಇದ್ದರು. ಕೆಲವು ಬಾರಿ ವಾಣಿಜ್ಯೋದ್ಯಮ ಸಿದ್ಧಾಂತಕ್ಕೆ ವಿರೋಧವಾಗಿ ಇವರು ಇತರ ರಾಷ್ಟ್ರಗಳೊಂದಿಗೆ ವಾಣಿಜ್ಯ ವ್ಯವಹಾರಗಳನ್ನು ಕೈಗೊಳ್ಳುತ್ತಿದ್ದರು. ಇದರಿಂದಾಗಿ ಯೂರೋಪಿನ ಇತರ ರಾಷ್ಟ್ರಗಳು ಅಂತರರಾಷ್ಟ್ರೀಯ ಹಣಕಾಸು ಮತ್ತು ವ್ಯಾಪಾರಕ್ಕೆ ಆಮ್‌ಸ್ಟರ್‌ಡಾಂ ಅನ್ನು ನೆಚ್ಚಿಕೊಳ್ಳಬೇಕಿತ್ತು. ಡಚ್ಚರ ಮುಕ್ತ ವ್ಯಾಪಾರ ಅವರ ವಸಾಹತುಗಳಿಗೆ ವಿಸ್ತಾರಗೊಳ್ಳಲಿಲ್ಲ. ಹಾಗಾಗಿ ಅವರ ವಾಣಿಜ್ಯೋದ್ಯಮ ಪ್ರತಿಸ್ಪರ್ಧಿಗಳಿಗೆ ಮುಚ್ಚಿತ್ತು. ಫ್ರೆಂಚರು ಮತ್ತು ಇಂಗ್ಲಿಷರು, ವಿವಿಧ ಪ್ರಮಾಣಗಳಲ್ಲಿ, ಸರ್ಕಾರಿ ಕೇಂದ್ರೀಕರಣ ಮತ್ತು ಸ್ವತಂತ್ರ ವಾಣಿಜ್ಯೋದ್ಯಮಗಳನ್ನು ಸ್ವತಂತ್ರವಾಗಿ ಮತ್ತು ಪರಿಣಾಮಕಾರಿಯಾಗಿ ಕೈಗೊಂಡರು. ಆರಂಭದ ಆಧುನಿಕ ಯೂರೋಪಿನಲ್ಲಿ ಈ ಎರಡು ರಾಷ್ಟ್ರಗಳೇ ವಾಣಿಜ್ಯೋದ್ಯಮದಲ್ಲಿ ಹೆಚ್ಚು ಯಶಸ್ವಿ ರಾಷ್ಟ್ರಗಳಾದವು.

ಬಂಡವಾಳಶಾಹಿ ಮತ್ತು ವಾಣಿಜ್ಯೋದ್ಯಮ

ಬಂಡವಾಳಶಾಹಿಯ ಗುರಿಯೆಂದರೆ ಅದೊಂದು ವಾಣಿಜ್ಯ ವ್ಯವಸ್ಥೆಯಾಗಿದ್ದು ವ್ಯಕ್ತಿಗಳನ್ನು ಶ್ರೀಮಂತರಾಗಿಸುವುದಾಗಿತ್ತು. ವಾಣಿಜ್ಯೋದ್ಯಮದ ಗುರಿ ರಾಷ್ಟ್ರವನ್ನು ಅತ್ಯಂತ ಶಕ್ತಿಯುತವಾಗಿ ಮಾಡುವುದಾಗಿತ್ತು. ಗುರಿಗಳಾಗಿ ಅವೆರಡೂ ವಿಭಿನ್ನವೆನಿಸಿದರೂ ಈ ಎರಡೂ ವ್ಯವಸ್ಥೆಗಳು ಆರಂಭದ ಆಧುನಿಕ ಯುಗದಲ್ಲಿ ಜೊತೆಜೊತೆಯಾಗಿ ಕಾರ್ಯನಿರ್ವಹಿಸಿದವು. ಇದರ ಜೊತೆಗೆ, ಸರ್ಕಾರಗಳು ಮತ್ತು ಸಾಹಸೋದ್ಯಮಗಳು ಹೊಸ ಸಂಸ್ಥೆಗಳನ್ನು ರೂಪಿಸಿದವು. ಈ ಸಂಸ್ಥೆಗಳು 17ನೇ ಮತ್ತು 18ನೇ ಶತಮಾನಗಳಲ್ಲಿ ವಿಶ್ವ ವಾಣಿಜ್ಯವನ್ನು ವಿಸ್ತರಿಸಲು ನೆರವು ನೀಡಿದವು. ಇದನ್ನೇ ವಾಣಿಜ್ಯ ಮಹಾಕ್ರಾಂತಿಯೆಂದು ಕರೆಯಲಾಯಿತು.

ವಾಣಿಜ್ಯೋದ್ಯಮದ ಬಗ್ಗೆ ಟೀಕೆ

ವಾಣಿಜ್ಯೋದ್ಯಮ ಸಿದ್ಧಾಂತ ಮೂಲಭೂತವಾಗಿ ಸರಿಯಾಗಿಲ್ಲ. ರಾಷ್ಟ್ರವು ನಿರ್ದಿಷ್ಟ ಸಂಪತ್ತನ್ನು ಹೊಂದಿರಬೇಕೆಂಬ ನಂಬಿಕೆಯೇ ಸಲ್ಲದು. ಮಾತೃರಾಷ್ಟ್ರದ ಲಾಭಕ್ಕಾಗಿಯೇ ಯಾವುದೇ ವಸಾಹತು ಇದೆ ಎಂಬುದು ಆರ್ಥಿಕವಾಗಿಯಷ್ಟೇ ಅಲ್ಲ ವಸಾಹತು ಆಡಳಿತ ದೃಷ್ಟಿಯಿಂದಲೂ ಸಾಧುವಾದುದಲ್ಲ ಎಂಬುದು ಮನದಟ್ಟಾಯಿತು. ಆಂತರಿಕ ಆರ್ಥಿಕ ವ್ಯವಹಾರಗಳನ್ನು ನಿಯಂತ್ರಿಸುವುದು ಸರ್ಕಾರ ಅಧಿಕಾರದ ಪ್ರಶ್ನೆ ಎಂಬ ಸಂಗತಿಯೂ ಅನಿರ್ಧಾರಿತ ಪ್ರಶ್ನೆಯಾಗಿದೆ. ಯೂರೋಪಿಯನ್ ರಾಷ್ಟ್ರಗಳಲ್ಲಿ ಅನೇಕವು ತಮ್ಮ ದೇಶಗಳ ಯೋಗಕ್ಷೇಮವನ್ನು ನೋಡಿಕೊಳ್ಳುವಂತಹ ನೀತಿಯನ್ನು ಅನುಸರಿಸಿಕೊಂಡು ಬಂದವು. ಇಂಗ್ಲಿಷ್ ಸರ್ಕಾರವು ಕಾರ್ಮಿಕರನ್ನು ನಿಯಂತ್ರಿಸುವ ಮತ್ತು ಬೆಲೆಯನ್ನು ನಿಗದಿಗೊಳಿಸುವ ಪ್ರಯತ್ನ ಕೈಗೊಂಡಿತು. ಫ್ರಾನ್ಸಿನಲ್ಲಿ ವಾಣಿಜ್ಯೋದ್ಯಮಗಳ ನಿಯಂತ್ರಣವನ್ನು ಕೋಲ್ಬರ್ಟನು ಯಶಸ್ವಿಯಾಗಿ ಕೈಗೊಂಡನು. ಈತನು ಕಾಲುವೆಗಳನ್ನು ತೋಡಿಸಿದನು. ಸಾರ್ವಜನಿಕ ಕಟ್ಟಡಗಳನ್ನು ನಿರ್ಮಿಸಿದನು. ಜೌಗುಪ್ರದೇಶಗಳನ್ನು ಕೃಷಭೂಮಿಯಾಗಿ ಪರಿವರ್ತಿಸಿದನು. ಯುದ್ಧದ ಅವಧಿಯಲ್ಲಿ ಪ್ರಷ್ಯಾ ದೇಶವು ಸರ್ಕಾರವನ್ನು ಸದೃಢಗೊಳಿಸಲು ಯಾವ ಕ್ರಮಕೈಗೊಳ್ಳಬೇಕಿತ್ತೋ ಅದನ್ನು ಕೈಗೊಂಡಿತು. ರಾಷ್ಟ್ರೀಯ ಐಶ್ವರ್ಯ ಮತ್ತು ಅಧಿಕಾರವನ್ನು ಪಡೆದುಕೊಳ್ಳಲು ರಾಷ್ಟ್ರೀಯತೆಯೊಡನೆ ವಾಣೀಜ್ಯೋದ್ಯಮ ನಿಕಟವಾಗಿ ಕೂಡಿಕೊಂಡಿತು. ಕೆಲಮಂದಿ ಟೀಕಾಕಾರರು ಇದು ಬಹುದೂರ ಹೋಗಬಹುದೆಂದು ನಂಬಿದರು. ಸರ್ಕಾರದ ಮುಖ್ಯ ಕಾರ್ಯವೆಂದರೆ ಅದು ಸ್ಪರ್ಧಾತ್ಮಕ ಸ್ಥಿತಿಗಳನ್ನು ಏರ್ಪಡಿಸಿ ಅಲ್ಲಿಗೇ ನಿಲ್ಲುವುದು. ಇದರಿಂದ ವ್ಯಕ್ತಿಯ ಹಿತಾಸಕ್ತಿಗಳು ಸಾಮಾನ್ಯ ಹಿತಾಸಕ್ತಿಗಳಾಗಿ ಮಾರ್ಪಡುತ್ತವೆ.

ಪ್ರಕೃತಿವಾದಿಗಳು (Physiocrats)

ಫ್ರೆಂಚ್ ಪ್ರಜೆ ಕ್ವೆಸ್ನೆಯು (1694–1774) ಪ್ರಾಕೃತಿಕ ಪಂಥದ ಪ್ರಮುಖ ಪ್ರತಿಪಾದಕನಾಗಿದ್ದನು. ಪ್ರಕೃತಿಯೇ ಯಾವುದೇ ಅಡೆತಡೆಯಿಲ್ಲದೆ ಆಳಬೇಕೆಂದು ಅವನು ವಾದಿಸುತ್ತಿದ್ದನು. ವಾಣಿಜ್ಯ ಮತ್ತು ಉದ್ದಿಮೆಗಳು ಉತ್ಪಾದಕವಾದವುಗಳಲ್ಲ. ಉತ್ಪಾದಕ ವರ್ಗವೆಂದರೆ ಅದು ಬೇಸಾಯವೊಂದೇ. ಟರ್ಗಟ್ (1727–1781) ಕ್ವೆಸ್ನೆಗಿಂತಲೂ ಒಂದು ಹೆಜ್ಜೆ ಮುಂದೆ ಹೋಗಿದ್ದನು. ಔದ್ಯೋಗಿಕ ಮತ್ತು ವಾಣಿಜ್ಯ ವರ್ಗಗಳು 'ನಿರ್ವೀರ್ಯ'ವೆಂದು ಹೇಳುತ್ತಿದ್ದನು. ಏಕೆಂದರೆ ಅವರ ಉತ್ಪಾದಕ ವಸ್ತುಗಳ ಬೆಲೆಯು ಉತ್ಪಾದಕ ಬೆಲೆಯನ್ನು ದಾಟುವುದಿಲ್ಲವೆಂದೂ ಹಾಗೂ ಉತ್ಪಾದಕ ಸಾಮಾಗ್ರಿಗಳನ್ನು ಹೆಚ್ಚಿಸುವುದಿಲ್ಲವೆಂದೂ ಪ್ರತಿಪಾದಿಸಿದ್ದನು. ಅವರು ಕೇವಲ ಸಂಬಳಕ್ಕಿರುವ ಕಾರ್ಯಕರ್ತರೆಂದೂ, ಅವರ ಸಂಬಳವನ್ನು ರೈತರು ಕೊಡುತ್ತಿದ್ದಾರೆಂದೂ ಹೇಳುತ್ತಿದ್ದನು. ಒಟ್ಟಿನಲ್ಲಿ, ಈ ಪ್ರಕೃತಿವಾದಿಗಳು ರಾಜ್ಯವು ಆರ್ಥಿಕ ವ್ಯವಹಾರಗಳಿಂದ ದೂರವಿರಬೇಕು ಆದರೆ ಜೀವ ಮತ್ತು ಆಸ್ತಿಪಾಸ್ತಿಗಳ ರಕ್ಷಣೆಯನ್ನು ಮಾತ್ರ ಕೈಗೊಳ್ಳಬಹುದು ಎಂದು ವಾದಿಸುತ್ತಿದ್ದರು. ವೈಯಕ್ತಿಕತೆಯನ್ನು, ಸ್ಪರ್ಧೆಯನ್ನು ಮತ್ತು ಮುಕ್ತ ವ್ಯಾಪಾರವನ್ನು ರಾಜ್ಯವು ಪ್ರಾಯೋಜಿಸಬೇಕು ಮತ್ತು ರಕ್ಷಿಸಬೇಕು. 'ಅವರಿಗೆ ಬಂದಂತೆ ಮಾಡಲಿ' ಎಂಬುದೇ ಪ್ರಕೃತಿವಾದಿಗಳ ಧ್ಯೇಯವಾಕ್ಯವಾಗಿತ್ತು. ಸ್ಪರ್ಧಾತ್ಮಕ ಸಮಾಜದಲ್ಲಿ ಪ್ರತಿಯೊಬ್ಬ ವ್ಯಕ್ತಿಯೂ ತನ್ನ ಸ್ವಂತ ಹಿತಾಸಕ್ತಿಗಳನ್ನು ಕಂಡುಕೊಂಡಾಗಲೇ ವ್ಯಕ್ತಿಯ ಮತ್ತು ಸಮೂಹದ ಯೋಗಕ್ಷೇಮ ಉತ್ತಮವಾಗಿ ಫಲನೀಡುತ್ತದೆ ಎಂಬುದಾಗಿ ಅವರು ನಂಬಿದ್ದರು. ಪ್ರಕೃತಿಯ ನಿಯಮಕ್ಕೆ ಅಡ್ಡಿಯುಂಟುಮಾಡುವಂಥ

ಫ್ರಾಂಕಾಯ್ಸ್ ಕ್ವೆಸ್ನೆ

ನಿರ್ಬಂಧಿತ ನಿಯಮಗಳಿಂದಾಗಿ ಮಾನವನಿಗೆ ದುಃಖ ಮತ್ತು ಅಸಂತೋಷಗಳು ಉಂಟಾಗುತ್ತವೆ ಎಂಬುದಾಗಿ ಪ್ರಕೃತಿವಾದಿಗಳು ವಾದಿಸಿದರು. ಹಾಗಾಗಿ, ವ್ಯಕ್ತಿಯು ಸಂಪೂರ್ಣ ಸ್ವತಂತ್ರತೆಯನ್ನು ಹೊಂದುವ ಸಲುವಾಗಿ ಅವುಗಳನ್ನು ರದ್ದುಗೊಳಿಸಬೇಕು.

ಆಡಂಸ್ಮಿತ್

ಆಡಂಸ್ಮಿತ್

ಪ್ರಕೃತಿವಾದಿಗಳ ಸಿದ್ಧಾಂತ ಔದ್ಯಮಿಕ ಕ್ಷೇತ್ರದಲ್ಲಿ ಉಂಟಾದ ಶೀಘ್ರ ಫಲಿತಾಂಶಗಳಿಗೆ ಅನುಗುಣವಾಗಿ ಇಲ್ಲ ವ್ಯವಸಾಯವೇ ಪ್ರಮುಖವಾಗಿರುವಂಥ ಫ್ರಾನ್ಸಿನಲ್ಲಿ ಅದು ಜನಪ್ರಿಯವಾಗಿತ್ತು. ಆದರೆ ಔದ್ಯೋಗಿಕ ಇಂಗ್ಲೆಂಡಿನಲ್ಲಿ ಇದು ಅನ್ವಯಿಸುವುದಿಲ್ಲ. ಆಡಂಸ್ಮಿತ್‌ನು (1723–1790) ತನ್ನ ಪ್ರಸಿದ್ಧ ಕೃತಿ 'ದಿ ವೆಲ್ತ್ ಆಫ್ ನೇಷನ್ಸ್'ನಲ್ಲಿ (1776) ಈ ಸಿದ್ಧಾಂತದ ಬಗ್ಗೆ ಸ್ವಲ್ಪ ಬದಲಾವಣೆ ಮಾಡಿದ್ದಾನೆ. ಕ್ವೆಸ್ನೆ ಹೇಳಿದುದಕ್ಕಿಂತಲೂ ಚೆನ್ನಾಗಿ ಹೆಚ್ಚು ಮನ ಒಪ್ಪುವಂತೆ ಹೇಳಿದ್ದಾನೆ. ವ್ಯಾಪಾರಗಾರರ ಮತ್ತು ತಯಾರಕರ ಬಗ್ಗೆ ಸ್ಮಿತ್‌ನಿಗೆ ಸಂದೇಹವುಂಟು. 'ಅವರ ಹಿತಾಸಕ್ತಿ ಎಂದಿಗೂ ಸಾರ್ವಜನಿಕರ ಹಿತಾಸಕ್ತಿಯಂತೆ ಇರುವುದಿಲ್ಲ' ಅವರು ಒಂದರ್ಥದಲ್ಲಿ ಅತ್ಯಗತ್ಯ ಕೇಡು ಎಂದಾದರೆ ಅವರನ್ನು ರಾಜ್ಯಕ್ಕೆ ಬಹುಮುಖ್ಯವಾದ ರೈತರೊಡನೆ ವರ್ಗೀಕರಿಸಬೇಕು. ಎಲ್ಲ ವ್ಯಾಪಾರಗಳ ಮೇಲೆ ಮತ್ತು ಉದ್ಯಮದ ಎಲ್ಲ ನಿಬಂಧನೆಗಳ ಮೇಲೆ ಸರ್ಕಾರವು ಎಲ್ಲ ಏಕಸ್ವಾಮ್ಯವನ್ನು ರದ್ದುಗೊಳಿಸಬೇಕು ಎಂಬುದಾಗಿ ಸ್ಮಿತ್ ನಂಬಿದ್ದನು. ಚಕ್ರವರ್ತಿಯ ಕರ್ತವ್ಯಗಳು ಮೂರು ವಿಷಯಕ್ಕೆ ಸೀಮಿತಗೊಂಡಿರಬೇಕು; ಆಂತರಿಕ ಹಿಂಸೆಯ ವಿರುದ್ಧ ಮತ್ತು ಆಕ್ರಮಣದ ವಿರುದ್ಧ ರಕ್ಷಣೆ ಮತ್ತು ಸರಿಯಾದ ನ್ಯಾಯವನ್ನು ಒದಗಿಸುವುದು, ಜನಸಾಮಾನ್ಯರ ಹಿತದೃಷ್ಟಿಯಿಂದ ಕೆಲವೊಂದು ನಿರ್ದಿಷ್ಟ ಸಾರ್ವಜನಿಕ ಕಾರ್ಯಗಳು ಮತ್ತು ಸಂಸ್ಥೆಗಳಿಗೆ ಬೆಂಬಲವನ್ನು ಕೊಡುವುದು. ವಾಣಿಜ್ಯವಾಗಲಿ ಉದ್ದಿಮೆಯಾಗಲಿ ಅಲ್ಲ, ಕಾಯಕವೇ ಎಲ್ಲ ಐಶ್ವರ್ಯಕ್ಕೂ ಮೂಲ. ಅಂತಿಮವಾಗಿ ಅವನು ತನ್ನ ವಾದವನ್ನು ಪ್ರತಿಪಾದಿಸುತ್ತ ಪ್ರತಿಯೊಬ್ಬನೂ ತನ್ನದೇ ಆದ ಆರ್ಥಿಕ ಹಿತಾಸಕ್ತಿಗಳನ್ನು ಮುಂದುವರಿಸುವುದಲ್ಲದೆ, 'ಕಾಣದ ಶಕ್ತಿಯನ್ನು ಅನುಸರಿಸುತ್ತ' ಸರ್ಕಾರದ ಮಧ್ಯಪ್ರವೇಶವಿಲ್ಲದೆ ಇಡೀ ರಾಷ್ಟ್ರಕ್ಕೆ ಒಳ್ಳೆಯದನ್ನು ಮಾಡಬೇಕು ಎಂದು ಹೇಳುತ್ತಾನೆ.

ಸ್ಮಿತ್ ಮತ್ತು ಆತನ ಪಂಥ

ಮನಸ್ಸಿಗೆ ಇಷ್ಟಬಂದ ಕಾರ್ಯಕ್ರಮವನ್ನು ಬಂಡವಾಳಶಾಹಿಗಳು ಒಪ್ಪಿಕೊಂಡಿದ್ದರು. ಏಕೆಂದರೆ ವ್ಯಾಪಾರೋದ್ಯಮಗಳ ವಿಷಯದಲ್ಲಿ ಸರ್ಕಾರ ತಲೆಹಾಕುವುದು ಅವರಿಗೆ ಬೇಕಿರಲಿಲ್ಲ. ಆಡಂಸ್ಮಿತ್, ರಾಬರ್ಟ್ ಮಾಲ್ಥಸ್(1766–1834), ಜೇಮ್ಸ್‌ಮಿಲ್ (1773–1836), ಡೇವಿಡ್ ರಿಕಾರ್ಡೊ (1772–1823) ಮತ್ತು ನಾಸ್ಸೌ ಸೀನಿಯರ್ (1790–1864) ಅವರನ್ನು ಒಳಗೊಂಡಂತೆ ಬೂರ್ಷ್ವಾ ಆರ್ಥಿಕ ತಜ್ಞರು 'ಕ್ಲಾಸಿಕಲ್ ಅರ್ಥಶಾಸ್ತ್ರಜ್ಞರು' ಎಂಬ ಪಂಥವನ್ನು ಸ್ಥಾಪಿಸಿದ್ದರು. ವಾಣಿಜ್ಯೋದ್ಯಮಕ್ಕಿಂತ ಮುಂದೆ ಬರಲಿರುವ ಔದ್ಯೋಗಿಕ ಯುಗಕ್ಕೆ ಹೆಚ್ಚು ಅನ್ವಯವಾಗುವಂಥ ದರ್ಶನಶಾಸ್ತ್ರವನ್ನು ಅವರು ಪರಿಚಯಿಸಿದರು. ಸ್ವಾತಂತ್ರ್ಯ ಸಿದ್ಧಾಂತವು 18ನೆಯ ಶತಮಾನ ಮುಕ್ತಾಯವಾಗುವುದಕ್ಕೆ ಮೊದಲು ಹತ್ತಿ ಮತ್ತು ಕಬ್ಬಿಣಗಳೊಂದಿಗೆ ಸಂಬಂಧಿಸಿದ ಉದ್ದಿಮೆಕಾರರ ಬೆಂಬಲವನ್ನು ಪಡೆದುಕೊಂಡಿತು.

* * * * *

ಅಧ್ಯಾಯ - 5

ಹೊಸ ನಿರಂಕುಶ ಪ್ರಭುತ್ವಗಳು-ರಾಷ್ಟ್ರೀಯ ರಾಜ್ಯಗಳ ಉದಯ

ರಾಷ್ಟ್ರೀಯ ರಾಜ್ಯಗಳ ಉದಯ

ಹದಿನಾರನೆ ಶತಮಾನದ ಆರಂಭದ ವೇಳೆಗೆ ಒಂದು ಹೊಸರೀತಿಯ ರಾಜಕೀಯ ರಾಜ್ಯವು ಮಹತ್ವಕ್ಕೆ ಬರತೊಡಗಿತು. ಆಟೋಮನ್ ಸಾಮ್ರಾಜ್ಯದಂಥ ವಿಶಾಲ ಸಾಮ್ರಾಜ್ಯ ಹಾಗೂ ವೆನಿಸ್ ಮತ್ತು ಜಿನೋವಗಳಂಥ ಪರಿಮಿತ ನಗರ ರಾಜ್ಯಕ್ಕಿಂತಲೂ ಇದು ವಿಭಿನ್ನವಾಗಿತ್ತು. ಇಂಥ ರಾಜ್ಯ ಹಿಂದೆ ಅಸ್ತಿತ್ವದಲ್ಲಿರಲಿಲ್ಲ. ಅದು ಮಧ್ಯಯುಗೀನ ಕಾಲಗಳಲ್ಲಿ ನಿಧಾನವಾಗಿ ಮತ್ತು ಮಸುಕುಮಸುಕಾಗಿ ಕಾಣಿಸಕೊಳ್ಳತೊಡಗಿತು. ಅದು ಮಧ್ಯಮ ಗಾತ್ರದ 'ರಾಷ್ಟ್ರೀಯ' ರಾಜ್ಯವಾಗಿತ್ತು. ಇದರ ರಾಜಕೀಯ ಅಸ್ತಿತ್ವವು ಯೂರೋಪಿನ ಆಧುನಿಕ ರಾಜ್ಯ ವ್ಯವಸ್ಥೆಯ ಘಟಕವಾಗಬೇಕಿತ್ತು.

ಕ್ರಿ.ಶ. 1500ರ ಯೂರೋಪಿನ ರಾಜಕೀಯ ಭೂಪಟವನ್ನು ನೋಡಿದಾಗ ನಾವು ಹೆಸರಿನಲ್ಲಿ ಮತ್ತು ಭೂಪ್ರದೇಶಗಳಲ್ಲಿ ಸ್ಥೂಲವಾಗಿ ಸಾಮ್ಯವಿರುವ ಹಾಗೂ 20ನೇ ಶತಮಾನದಲ್ಲಿ ಅಸ್ತಿತ್ವದಲ್ಲಿರುವ ಇಂಗ್ಲೆಂಡ್, ಫ್ರಾನ್ಸ್, ಪೋರ್ಚುಗಲ್, ಸ್ಪೈನ್, ಡೆನ್ಮಾರ್ಕ್, ನಾರ್ವೆ, ಸ್ವೀಡನ್, ಹಂಗೇರಿ, ಪೋಲೆಂಡ್ ಮೊದಲಾದ ಪ್ರದೇಶಗಳನ್ನು ಕೂಡಲೇ ಗುರುತಿಸುತ್ತೇವೆ. ಆದರೆ ಇದಕ್ಕೆ ವಿರುದ್ಧವಾದವುಗಳೆಂದರೆ 'ಆಟೋಮನ್ ಚಕ್ರಾಧಿಪತ್ಯ' ಮತ್ತು 'ಪವಿತ್ರ ರೋಮನ್ ಚಕ್ರಾಧಿಪತ್ಯ' ಎಂಬಂತಹ ಚಲ್ಲಾಪಿಲ್ಲಿಯಾಗಿ ಚದುರಿದ ಊಳಿಗಮಾನ್ಯ ಪದ್ಧತಿಯ ನಗರ ರಾಜ್ಯ ಪ್ರದೇಶಗಳು. ಕ್ರಿ.ಶ. 1500ರಲ್ಲಿ ಇವು ಹೊಸ ರಾಷ್ಟ್ರೀಯ ಅರಸೊತ್ತಿಗೆಗಳಾಗಿದ್ದವು. ಅವು ಸಾಮ್ರಾಜ್ಯದಿಂದ ಸ್ವತಂತ್ರವಾಗಿದ್ದವು. ಆದರೂ ಅವು ಊಳಿಗಮಾನ್ಯ ಪ್ರದೇಶಗಳ ಏಕತೆಯನ್ನು ಪ್ರತಿನಿಧಿಸುತ್ತಿದ್ದವು. ಅವು ಪ್ರತಿಯೊಂದೂ ಒಂದೊಂದು ರಾಷ್ಟ್ರೀಯತೆಯನ್ನು ಹೊಂದಿದ್ದವು. ಅವು ವಿಶಿಷ್ಟವಾದ ಭಾಷೆ, ಸಾಹಿತ್ಯಗಳ ಜೊತೆಗೆ ಸ್ವಪ್ರತಿಷ್ಠೆಯನ್ನು ಹೊಂದಿದ್ದವು. ಅವೆಲ್ಲವೂ ರಾಜಪ್ರಭುತ್ವಗಳಾಗಿದ್ದವು.

ರಾಷ್ಟ್ರೀಯತೆಯ ಬೆಳವಣಿಗೆಗೆ ಕಾರಣಗಳು

ಒಂದೇ ಸರ್ಕಾರದ ಅಡಿಯಲ್ಲಿ ನಾಗರಿಕ ಪ್ರಪಂಚವನ್ನು ಒಗ್ಗೂಡಿಸಬೇಕೆಂಬ ಮಧ್ಯಯುಗದ ರಾಜಕೀಯ ಆದರ್ಶವೆಂದರೆ "ಅವಿಭಾಜ್ಯ ಕ್ರಿಶ್ಚಿಯನ್ ಕಾಮನ್‌ವೆಲ್ತ್, ಅದು ಏಕಕಾಲದಲ್ಲಿ ಚರ್ಚು ಮತ್ತು ರಾಜ್ಯವಾಗಿತ್ತು". ಇದಕ್ಕಿಂತ ಮುಂಚೆ ರೋಮ್ ಯಾವುದನ್ನು ಸಾಧಿಸಿತ್ತೋ ಅದರ ಪ್ರಯತ್ನದ ಮುಂದುವರಿಕೆಯಾಗಿತ್ತು. ರೋಮ್ ಚಕ್ರಾಧಿಪತ್ಯದ ಪತನವಾದ ಮೇಲೆ, ಚರ್ಚ್ ಪವಿತ್ರ ರೋಮನ್ ಚಕ್ರಾಧಿಪತ್ಯಕ್ಕೆ ಬದಲಾಗಿ ತಾನೇ ಅಧಿಕಾರಕ್ಕೆ ಬರಲು ಪ್ರಯತ್ನಿಸಿತು. ಪೋಪ್ ಮತ್ತು ಚಕ್ರವರ್ತಿಗಳಿಬ್ಬರೂ ನಾಯಕರಾಗಿರುವಂಥ ದ್ವಿನಿಯಂತ್ರಣವನ್ನು ಸೃಷ್ಟಿಸಲು ಪ್ರಯತ್ನಿಸಿತು. ಆದರೆ ಈ ಸಿದ್ಧಾಂತ ಯಶಸ್ವಿಯಾಗಲು ತಡೆಯಾದದ್ದು ರಾಷ್ಟ್ರೀಯತೆಯಿಂದ. ಊಳಿಗಮಾನ್ಯ ಪದ್ಧತಿಯ ಅವನತಿ, ನಗರಗಳ ಬೆಳವಣಿಗೆ, ವ್ಯಾಪಾರ ಮತ್ತು ವಾಣಿಜ್ಯಗಳ ಅಭಿವೃದ್ಧಿ- ಇವೇ ಮೊದಲಾದ ಸಂಗತಿಗಳು ರಾಷ್ಟ್ರೀಯತೆಯ ಚೈತನ್ಯ ಸಾಕಷ್ಟು ಹೆಚ್ಚಲು ಕಾರಣಗಳಾದವು.

ಬಹುಮಂದಿ ಯುದ್ಧವನ್ನು ರಾಷ್ಟ್ರಾಭಿಮಾನದ ಜನ್ಮ ಧಾತೃವೆಂದು ಭಾವಿಸಿದ್ದರಿಂದ ಅದು ರಾಷ್ಟ್ರೀಯ ಕೇಂದ್ರೀಕರಣವನ್ನು ತ್ವರಿತಗೊಳಿಸಿತು. ನೂರು ವರ್ಷಗಳ ಯುದ್ಧ (1453ರಲ್ಲಿ ಕೊನೆಗೊಂಡಿತು)ದಲ್ಲಿ ಫ್ರಾನ್ಸ್ ಮತ್ತು ಇಂಗ್ಲೆಂಡ್ ದೇಶಗಳಿಗೆ ಜನರು ಬೆಂಬಲ ನೀಡಿದ್ದಕ್ಕೆ ಕಾರಣ ರಾಷ್ಟ್ರಾಭಿಮಾನ. ಫ್ರೆಂಚ್ ಸಿಂಹಾಸನ ತನಗೇ ದೊರಕಬೇಕೆಂದು ಇಂಗ್ಲೆಂಡಿನ ಐದನೆಯ ಹೆನ್ರಿ ಹೇಳಿದಾಗ ಆತನಿಗೆ ಅವನ ದೇಶದ ಜನರ ಬೆಂಬಲ ಸಿಕ್ಕಿತು. ಹಾಗೆಯೇ ಜೋನ್ ಆಫ್ ಆರ್ಕಳು ಫ್ರೆಂಚ್ ಜನರಲ್ಲಿ ದೇಶಾಭಿಮಾನದ ಚೈತನ್ಯವನ್ನು ತುಂಬಿದಳು. ಮೂರರೊಂದಿಗೆ ನಡೆದ ಹೋರಾಟದಲ್ಲಿ ಸ್ಪ್ಯಾನಿಷ್ ರಾಷ್ಟ್ರೀಯತೆಯನ್ನು ಸಾಧಿಸಲಾಯಿತು. ಇದರಿಂದಾಗಿ ಹೊಸ ಪ್ರಪಂಚ(ಅಮೆರಿಕ)ವನ್ನು ಪಡೆಯಲು ಸಾಧ್ಯವಾಯಿತು. ಊಳಿಗಮಾನ್ಯ ಪ್ರಭುವಿಗೆ ಇಲ್ಲವೆ ಪ್ರಪಂಚ ರಾಜ್ಯಕ್ಕೆ ನಿಷ್ಠೆಯನ್ನು ತೋರಿಸುವ ಪ್ರವೃತ್ತಿ ಮಧ್ಯಯುಗಗಳಲ್ಲಿ ರೂಢಿಯಲ್ಲಿತ್ತು. ಆದರೆ ಅದರ ಬದಲು ಇಲ್ಲಿ ಒಂದು ರೀತಿ ವಿಶಾಲವಾದ ಮತ್ತು ಹೆಚ್ಚು ಸಮಗ್ರವಾದ ರಾಜ್ಯ ನಿಷ್ಠೆ ಕಾಣಿಸಿಕೊಂಡಿತು.

ಧರ್ಮಯುದ್ಧಗಳ ಪಾತ್ರ ಇವುಗಳಲ್ಲಿ ಸಾಕಷ್ಟಿತ್ತು. ಪಶ್ಚಿಮದ ಕ್ರಿಶ್ಚಿಯನ್ ರಾಜರಿಗೂ ಮತ್ತು ಪೂರ್ವದಲ್ಲಿನ ಮುಸ್ಲಿಂ ಮತ್ತು ಬೈಜಾಂಟಿನ್ ರಾಜರಿಗೂ ನಡುವೆ ಇದು ಸಂಪರ್ಕವನ್ನುಂಟುಮಾಡಿತು. ನಿರಂಕುಶ ಪ್ರಭುತ್ವದ ಪ್ರಾಚೀನ ಸಾಂಪ್ರದಾಯಿಕ ನೆಲೆಯಾಗಿದ್ದು ಪೂರ್ವದಿಂದ ಪಶ್ಚಿಮವು ಸರ್ಕಾರದ ವ್ಯಾಪ್ತಿ ಮತ್ತು ವಿಧಾನಗಳನ್ನು ಕುರಿತಂತೆ ಪೌರ್ವಾತ್ಯ ಸಂಸ್ಕೃತಿಯ ಅಭಿಪ್ರಾಯಗಳನ್ನು ತೆಗೆದುಕೊಂಡಿತು.

ಆಗಲೂ ಧರ್ಮಯುದ್ಧಗಳು ವಾಣಿಜ್ಯ ಮತ್ತು ಪ್ರಯಾಣಗಳಿಗೆ ಪ್ರೋತ್ಸಾಹ ನೀಡಿದವು. ಅದರಿಂದಾಗಿ ಐಶ್ವರ್ಯ, ಪ್ರಭಾವಗಳು ಬೆಳೆಯಲು ಸಾಧ್ಯವಾದವು. ಮಧ್ಯಮವರ್ಗದ ಅರಸರು ತಮ್ಮ ರಕ್ಷಣೆಗಾಗಿ ಬಲಿಷ್ಠ ಚಕ್ರವರ್ತಿಗಳನ್ನು

ಆಶ್ರಯಿಸಿದ್ದರು. ಎಲ್ಲಕ್ಕಿಂತ ಹೆಚ್ಚಾಗಿ ಧರ್ಮಯುದ್ಧಗಳು ಅನೇಕ ಮಂದಿ ಊಳಿಮಾನ್ಯ ಪ್ರಭುಗಳ ಮತ್ತು ಮಹತ್ವಾಕಾಂಕ್ಷೆಯಿಂದ ಕೂಡಿದ ಚರ್ಚ್‌ಪಾದ್ರಿಗಳ ಚಟುವಟಿಕೆಗಳನ್ನು ಮತ್ತು ಗಮನವನ್ನು ಯೂರೋಪಿಯನ್ ರಾಜ್ಯಗಳ ಆಂತರಿಕ ರಾಜಕೀಯದಿಂದ ಹಿಡಿದು, ವಿದೇಶಾಂಗನೀತಿ ಮತ್ತು ದೂರದ ವ್ಯವಹಾರಗಳವರೆಗೆ ಬೇರೆಡೆ ಸೆಳೆಯಿತು. ಇದರಿಂದಾಗಿ ಈ ಮೊದಲು ಊಳಿಗಮಾನ್ಯ ಪದ್ಧತಿ ಮತ್ತು ಚರ್ಚ್‌ನಿಂದ ಚಕ್ರವರ್ತಿಗಳು ಎಷ್ಟೊಂದು ತೊಂದರೆ ಅನುಭವಿಸುತ್ತಿದ್ದರೊ ಅದು ಈಗ ಕಡಿಮೆಯಾಯಿತು.

ಮಧ್ಯಯುಗದಲ್ಲಿ ಚಕ್ರಾಧಿಪತ್ಯವನ್ನು ಸೀಮಿತಗೊಳಿಸುವಲ್ಲಿ ಮುಂದಾಳುಗಳಾಗಿದ್ದಂತಹ ಹಾಗೂ ರಾಜಕುಮಾರ ಮತ್ತು ಜನತೆಯ ನಡುವೆ ಒಪ್ಪಂದದ ಆಧಾರದ ಮೇಲೆ ಸಂವಿಧಾನಾತ್ಮಕ ಸರ್ಕಾರವನ್ನು ಸ್ಥಾಪಿಸಲು ಕಾರಣರಾಗಿದ್ದ ಊಳಿಗಮಾನ್ಯ ಪದ್ಧತಿಯ ನೊಬೆಲ್ಲರು (ಶ್ರೀಮಂತ ವರ್ಗದವರು) ಈಗ ತಮ್ಮ ಹಿಂದಿನ ಪ್ರಭಾವವನ್ನು ಮತ್ತು ಮುತ್ಸದ್ದಿತನವನ್ನು ಬಹುಮಟ್ಟಿಗೆ ಕಳೆದುಕೊಂಡಿದ್ದರು. ಧರ್ಮಯುದ್ಧಗಳ ಅವಧಿಯಲ್ಲಿ ಅವರಲ್ಲಿ ಹಲವರು ಸತ್ತರು. ಉಳಿದವರು ಹತ್ತಿರದ ಪೂರ್ವದೇಶಗಳಿಗೆ ವಲಸೆ ಹೋದರು. ಕೆಲವರು ನಗರಗಳಲ್ಲಿ ನೆಲಸಿದರಲ್ಲದೆ ವಾಣಿಜ್ಯದಲ್ಲಿ ತೊಡಗಿದರು. ಅಲ್ಲದೆ ಸದೃಢವಾದ ಮತ್ತು ಸುಭದ್ರವಾದ ಸರ್ಕಾರ ರಚಿಸಬೇಕೆಂಬ ನಾಗರಿಕರ ಆಶೋತ್ತರಗಳಿಗೆ ಇವರು ಪಾಲುದಾರರಾದರು. ಇನ್ನೂ ಕೆಲವರು ಬಲವಂತವಾಗಿ ರಾಜರ ಅಧೀನರಾಗಬೇಕಾಯಿತು, ಅಲ್ಲದೆ ಅವರ ಸೇವಕರಾಗಿ ಮತ್ತು ಚಕ್ರವರ್ತಿಗಳ ಬೆಂಬಲಿಗರಾಗಿ ಇರಬೇಕಾಯಿತು. ಹದಿನಾರನೆಯ ಶತಮಾನದ ವೇಳೆಗೆ ಊಳಿಗಮಾನ್ಯ ಪದ್ಧತಿ ನಶಿಸಿಹೋಗುತ್ತಲಿದ್ದಿತು. ಊಳಿಗಮಾನ್ಯ ಪ್ರಭುಗಳು ರಾಜರ ನಿರಂಕುಶ ಪ್ರಭುತ್ವವನ್ನು ಯಾವ ರೀತಿಯಿಂದಲೂ ಎದುರಿಸುವ ಕಾಲ ಮರುಕಳಿಸಲಿಲ್ಲ.

ಅದೇ ರೀತಿ ಮಧ್ಯಯುಗದಲ್ಲಿ ಚರ್ಚ್ ನಿರಂಕುಶ ಪ್ರಭುತ್ವಕ್ಕೆ ವೈರಿಯಾಗಿತ್ತು. ಆದರೆ ಅದರ ಚೈತನ್ಯಪೂರ್ಣವಾದ ವಿರೋಧ ಈಗ ಬಹುಮಟ್ಟಿಗೆ ಸಹಿಷ್ಣುತೆಯಾಗಿ ಪರಿವರ್ತನೆಗೊಂಡಿತು. ಕೊನೆಗೆ ಅದು ನೆರವಿಗೂ ಬಂತು. ನಿರಂಕುಶ ಪ್ರಭುತ್ವಕ್ಕೆ ಚರ್ಚ್ ವೈರಿಯಾಗಿದ್ದರೂ ಅರಾಜಕತೆಗೆ ಮತ್ತು ಅವ್ಯವಸ್ಥೆಗೆ ಅದು ಸಹಾಯಕವಾಗಿರಲಿಲ್ಲ. ಅರಾಜಕತೆ ಮತ್ತು ಅವ್ಯವಸ್ಥೆಗಳು ಯೂರೋಪಿನಲ್ಲಿ ಊಳಿಗಮಾನ್ಯ ಪದ್ಧತಿಯ ಸಮಾಜದಿಂದ ಬಲವಂತವಾಗಿ ಹೇರಲ್ಪಟ್ಟಿದ್ದವು. ಹಾಗಾಗಿ ಮಧ್ಯಮ ವರ್ಗದ ಸಹಯೋಗದಿಂದ ಆರಂಭದಲ್ಲಿ ಚರ್ಚ್ ಖಾಸಗಿ ಯುದ್ಧಗಳನ್ನು ತಡೆಗಟ್ಟಲು ರಾಜರಿಗೆ ಪ್ರೋತ್ಸಾಹ ನೀಡಿತು. ಆ ಮೂಲಕ ರಾಜರ ಅಧಿಕಾರ ಬೆಳೆಯಲು ಚರ್ಚ್ ತನ್ನ ಕಾಣಿಕೆ ನೀಡಿತು. ರಾಜರು ಚರ್ಚಿನ ವಿರುದ್ಧ ತಿರುಗಿಬಿದ್ದರು. ಪೋಪ್, ಬಿಷಪ್ಪರು ಮತ್ತು ಕ್ರೈಸ್ತ ಸನ್ಯಾಸಿಗಳು ಧರ್ಮಯುದ್ಧಗಳಿಂದ, ಹಿಂದಿನ ರಾಜಕೀಯ ಹೋರಾಟಗಳಿಂದ, ಆಂತರಿಕ ಕಲಹಗಳಿಂದ ಮತ್ತು ಜನರ ಟೀಕೆಗಳಿಂದ ಮತ್ತು ವಿರೋಧಗಳಿಂದ ದುರ್ಬಲಗೊಂಡರು. ಹೇಗೆ ರಾಜರು ತಮ್ಮ ಮೌನ ಸಮ್ಮತಿಯಿಂದ ಒಪ್ಪಿಗೆಯನ್ನಿತ್ತರೂ ಹಾಗೆಯೇ ಇವರೂ ನಿರಂಕುಶ ಪ್ರಭುತ್ವವನ್ನು ಒಪ್ಪಿಕೊಳ್ಳಬೇಕಾಯಿತು.

ಮಧ್ಯಮವರ್ಗದ ಬೆಳವಣಿಗೆ

ಮಧ್ಯಯುಗದಿಂದ ಆಧುನಿಕ ಯುಗದವರೆಗೆ ಮಧ್ಯಮ ವರ್ಗದ ಬೆಳವಣಿಗೆ ಮತ್ತು ರಾಜರೊಂದಿಗೆ ಅದರ ಮೈತ್ರಿ ಈ ಸಂಕ್ರಮಣ ಯುಗದ ಮಹತ್ವಪೂರ್ಣ ಲಕ್ಷಣಗಳಾಗಿದ್ದವು. ಶ್ರೀಮಂತ ಜನರು ಮತ್ತು ಬುದ್ಧಿವಂತರು ಈ ವರ್ಗದಲ್ಲಿ ಹೆಚ್ಚಾಗತೊಡಗಿದರು. ರಾಜರು ಇವರಿಗೆ ಉತ್ತೇಜನ ನೀಡಿದರು. ಇವರು ರಾಜರಿಗೆ ಸೇವೆ ಸಲ್ಲಿಸಿದರು ಹಾಗೂ ಬೆಂಬಲಿಸಿದರು. ರಾಜರಿಗೆ ಈ ಮಧ್ಯಮವರ್ಗವು ವಕೀಲರನ್ನು ಮತ್ತು ಉಪಯುಕ್ತ ಅಧಿಕಾರಿಗಳನ್ನು ಒದಗಿಸಿಕೊಟ್ಟಿತು. ಏಕೆಂದರೆ ಕೇಂದ್ರ ಸರ್ಕಾರದ ವೆಚ್ಚ ಬಹಳ ಏರತೊಡಗಿತ್ತು. ರಾಷ್ಟ್ರೀಯ ಸೇನೆಗಳಿಗೆ ನಿಷ್ಠಾವಂತ ಜನರು ಬೇಕಾಗಿತ್ತು. ಇದಕ್ಕೆ ಪ್ರತಿಯಾಗಿ ರಾಜರು ಮಧ್ಯಮವರ್ಗದವರಿಗೆ ವಾಣಿಜ್ಯ ಏಕಸ್ವಾಮ್ಯಗಳನ್ನು ಹಾಗೂ ಮತ್ತಿತರ ಆರ್ಥಿಕ ಸೌಲಭ್ಯಗಳನ್ನು ಬಿಟ್ಟುಕೊಟ್ಟರು. ನಿಧಾನವಾಗಿ, ಮಧ್ಯಮವರ್ಗದ ಪ್ರಭಾವಕ್ಕೊಳಗಾಗಿ, ರಾಜಪ್ರಭುತ್ವ ರಾಷ್ಟ್ರೀಯ ರಾಜ್ಯಗಳಲ್ಲಿ ಬದಲಾಯಿತು. ಭೂಮಾಲೀಕರ ಸಾಮ್ರಾಟನಾಗುವ ಬದಲು ಚಕ್ರವರ್ತಿಯು ದೊಡ್ಡ ರಾಷ್ಟ್ರೀಯ ವ್ಯವಹಾರದಲ್ಲಿ ನಿಜವಾದ ನಾಯಕನಾದನು. ಇದರಲ್ಲಿ ಮಧ್ಯಮವರ್ಗದ ಪಾತ್ರ ಬಹುಮುಖ್ಯವಾಗಿತ್ತು.

ಯೂರೋಪಿನಲ್ಲಿ ಆಶ್ಚರ್ಯಕಾರಿ ಆರ್ಥಿಕ ವಿಸ್ತರಣೆಯಿಂದಾಗಿ 16ನೇ ಶತಮಾನದಲ್ಲಿ ರಾಷ್ಟ್ರೀಯ ರಾಜ್ಯಗಳಲ್ಲಿ ಮಧ್ಯಮ ವರ್ಗದ ಮಹತ್ವ ಹೆಚ್ಚತೊಡಗಿತು. ಚಕ್ರವರ್ತಿಗಳಿಗಿಂತ ಇಲ್ಲವೆ ನಗರ ರಾಜ್ಯಗಳಿಗಿಂತ ರಾಜರು ಈ ಬಗ್ಗೆ ಹೆಚ್ಚು ಆಸಕ್ತಿಯನ್ನು ವಹಿಸಿದ್ದರು. ಏಕಕಾಲದಲ್ಲಿ, ಮಧ್ಯಮ ವರ್ಗಗಳ ನಡುವೆ ಹಾಗೂ ರಾಷ್ಟ್ರೀಯ ರಾಜ್ಯಗಳ ಚಕ್ರವರ್ತಿಗಳ ಲಾಭಕ್ಕಾಗಿ ರಾಷ್ಟ್ರೀಯತೆಯ ಜಾಗೃತಿ ಉದ್ದೀಪನಗೊಂಡಿತು. ಈ ಚಕ್ರವರ್ತಿಗಳು ವಿದೇಶಗಳಿಂದ ದೋಚಿದ ಐಶ್ವರ್ಯದಿಂದ ಹೆಚ್ಚು ಹೆಚ್ಚು ಶ್ರೀಮಂತರಾಗಿದ್ದರು. ರಾಷ್ಟ್ರೀಯ ಸಾಧನೆ ಮತ್ತು ಮಹತ್ವಾಕಾಂಕ್ಷೆಯ ಪ್ರತಿನಿಧಿಗಳೆಂದು ಇವರನ್ನು ಪ್ರಜೆಗಳು

ಗೌರವಿಸುತ್ತಿದ್ದರು. ಇವರು ತಮ್ಮ ಗಾಂಭೀರ್ಯದಿಂದ ಮತ್ತು ಬಲದಿಂದ ತಮ್ಮ ಸಾಮಂತರನ್ನು ಮತ್ತು ನಗರ ರಾಜ್ಯಗಳಷ್ಟನ್ನೇ ಅಲ್ಲದೆ ಸಾಮ್ರಾಜ್ಯವನ್ನು ಹಾಗೂ ಪೋಪ್ ಗುರುವಿನ ಅಧಿಕಾರವನ್ನು ಮಸುಕುಗೊಳಿಸಿದ್ದರು.

ಯೂರೋಪಿನ ಬಹುತೇಕ ರಾಜ್ಯಗಳಲ್ಲಿ ಇದೇ ಬಗೆಯ ವಿನ್ಯಾಸ, ರಾಷ್ಟ್ರೀಯತೆಯ ಉನ್ನತಿ ಕಾಣಿಸತೊಡಗಿತು. ಅತ್ಯಂತ ಮೂಲಭೂತ ಲಕ್ಷಣಗಳೆಂದರೆ ಊಳಿಗಮಾನ್ಯ ಪದ್ಧತಿಯ ಕೊರತೆ ಮತ್ತು ಚರ್ಚ್‌ರಾಜ್ಯದ ಬಗ್ಗೆ ಸಾಮಾನ್ಯವಾದ ದೂರು. ರಾಜಕೀಯ ಆಡಳಿತದ ವ್ಯವಸ್ಥೆಗಳಾಗಿ ಇವೆರಡೂ ಬೇಕಿತ್ತು. ಅಲ್ಲದೆ ಸ್ಥಿರವಾದ ವ್ಯವಸ್ಥೆಯೂ ಬೇಕೆಂಬ ಒತ್ತಾಯವೂ ಇತ್ತು. ಅನೇಕ ಸಂದರ್ಭಗಳಲ್ಲಿ ರಾಜನಿಗೆ ತನ್ನ ಅಧಿಕಾರವನ್ನು ಕುರಿತಂತೆ ಚರ್ಚಿನಿಂದ ಮತ್ತು ಊಳಿಗಮಾನ್ಯ ಪದ್ಧತಿಯ ಶ್ರೀಮಂತರಿಂದ ತೀವ್ರ ಪ್ರತಿಸ್ಪರ್ಧೆ ಏರ್ಪಡುತಿತ್ತು. ಆದರೆ ಜನರ ಬೆಂಬಲ ಮಾತ್ರ ರಾಜನಿಗಿರುತ್ತಿತ್ತು. ಏಕೆಂದರೆ ಚರ್ಚ್ ಇಲ್ಲವೆ ಶ್ರೀಮಂತರು ತಾವು ನ್ಯಾಯವನ್ನು ನೀಡುವುದಾಗಿ ಭರವಸೆ ಕೊಟ್ಟರೂ ಅದನ್ನು ತಾವು ಪಡೆಯಲಾರೆವೆಂಬ ನಂಬಿಕೆ ಜನ ಸಾಮಾನ್ಯರದಾಗಿತ್ತು. ಪ್ರವರ್ಧಮಾನಕ್ಕೆ ಬರುತ್ತಿದ್ದ ಮಧ್ಯಮ ವರ್ಗದ ಜನರು ರಾಷ್ಟ್ರೀಯ ರಾಜ್ಯದ ಪರವಾಗಿ ಹೆಚ್ಚು ನಿರ್ಣಾಯಕ ಬೆಂಬಲವನ್ನು ನೀಡಿದರು. ಈ ಜನರ ಹಿತಾಸಕ್ತಿಗಳು ರಾಜನ ಹಿತಾಸಕ್ತಿಗಳೊಂದಿಗೆ ಹೊಂದಿಕೊಳ್ಳುತ್ತಿದ್ದವು. ಆದರೆ ಇವರ ಸಾಮಾನ್ಯ ಶತ್ರುವಾದ ಭೂಮಿಯನ್ನು ಹೊಂದಿದ್ದ ಶ್ರೀಮಂತರೊಂದಿಗೆ ಹೊಂದಿಕೊಳ್ಳುವುದು ಇವರಿಗೆ ಸಾಧ್ಯವಾಗಲಿಲ್ಲ.

ಸರ್ಕಾರದ ಸಿದ್ಧಾಂತಗಳು

ರಾಷ್ಟ್ರೀಯತೆಯ ಚೈತನ್ಯದ ಬೆಳವಣಿಗೆ ಮತ್ತು ಯೂರೋಪ್ ರಾಷ್ಟ್ರೀಯ ರಾಜ್ಯಗಳಾಗಿ ವಿಭಾಗಗೊಂಡಿದ್ದರಿಂದಾಗಿ ಅವುಗಳನ್ನು ನಿರ್ವಹಿಸಲು ಸರ್ಕಾರಗಳನ್ನು ರೂಪಿಸುವ ಅಗತ್ಯ ಕಂಡುಬಂತು. ರಾಷ್ಟ್ರೀಯ ಸರ್ಕಾರ ವಿವಿಧ ಸಿದ್ಧಾಂತಗಳು ಮತ್ತು ಅವುಗಳನ್ನು ಅನ್ವಯಿಸುವ ಪ್ರಯತ್ನಗಳು ಆಧುನಿಕ ಯುಗದ ರಾಜಕೀಯ ಇತಿಹಾಸದ ಬಹುದೊಡ್ಡ ಭಾಗವನ್ನು ಆಕ್ರಮಿಸುತ್ತವೆ. ಸಾಮಾನ್ಯ ಅರ್ಥದಲ್ಲಿ ಸರ್ಕಾರದ ಸೈದ್ಧಾಂತಿಕ ಶಕ್ತಿಯ ವಿಕಾಸವು ಪೋಪ್‌ನಿಂದ ಹಿಡಿದು ರಾಷ್ಟ್ರೀಯ ಚಕ್ರವರ್ತಿಯವರೆಗಿತ್ತು. ಕ್ರಿಶ್ಚಿಯನ್ ಸಾಮ್ರಾಜ್ಯದ ಚಕ್ರವರ್ತಿ ನೀಡಬಹುದಾದುದಕ್ಕಿಂತಲೂ ಹೆಚ್ಚಿನ ವ್ಯವಸ್ಥೆಗಾಗಿ ಮತ್ತು ಏಕತೆಗಾಗಿ ಅವರು ಒತ್ತಾಯಿಸಿದರು. ವ್ಯವಸ್ಥೆ ಮತ್ತು ಏಕತೆಯನ್ನು ಸಾಧಿಸುವುದೆಂದರೆ ಹೊರಗಡೆ ಪ್ರಭಾವದಿಂದ ಚಕ್ರವರ್ತಿಯು ಸ್ವತಂತ್ರನಾಗಿರಬೇಕಿತ್ತಲ್ಲದೆ ತನ್ನ ಪ್ರಜೆಗಳ ಮೇಲೂ ಪರಮಾಧಿಪತ್ಯವನ್ನು ಸ್ಥಾಪಿಸಬೇಕಿತ್ತು. ಇದೇ ನಿರಂಕುಶವಾದದ ತಿರುಳಾಗಿತ್ತು.

ರಾಜರ ದೈವದತ್ತ ಅಧಿಕಾರ

ರಾಜರ ದೈವದತ್ತ ಅಧಿಕಾರ ಸಿದ್ಧಾಂತವು ಪೋಪನ ದೈವದತ್ತ ಮೂಲ ಅಧಿಕಾರಕ್ಕೆ ಪ್ರತಿಭಟನೆಯಂತಿತ್ತು. ಇಲ್ಲವೆ ಅದಕ್ಕೆ ಬದಲಿಯಾಗಿತ್ತು. ಇದು ಸಹಜವಾಗಿತ್ತು ಹಾಗೂ ಅನುಕೂಲಕರವಾಗಿತ್ತು. ಸಹಜವಾಗಿದ್ದುದಕ್ಕೆ ಕಾರಣವೆಂದರೆ ಸಾಮಾನ್ಯವಾಗಿ ಒಪ್ಪಿಕೊಳ್ಳಲಾದ ಚರ್ಚಿನ ಭಾವನೆಗಳಿಗೆ ವಿರುದ್ಧವಾಗಿರಲಿಲ್ಲ. ಜನರ ಮೇಲೆ ಚಕ್ರವರ್ತಿಗೆ ಹಿಡಿತವಿದ್ದುದರಿಂದ ಇದು ಅನುಕೂಲಕರವಾಗಿತ್ತು. ರಾಜಕೀಯ ದೊರೆಯನ್ನು ನಿರ್ಲಕ್ಷಿಸುವುದು ಸಹಜವಾಗಿರಬಹುದು. ಆದರೆ ದೇವರಿಂದ ನಿಯಮಿತನಾದ ವ್ಯಕ್ತಿಯನ್ನು ಧಿಕ್ಕರಿಸುವುದು ಸುಲಭದ ಸಂಗತಿಯೇನಲ್ಲ. ಎಲ್ಲ ಶಕ್ತಿಗಳಿಗೂ ದೇವರೇ ಕಾರಣನೆಂದು ಜನ ಇನ್ನೂ ನಂಬಿದ್ದರು. ಡಾಂಟೆಯು ಅಂತಹ ವಿಷಯಕ್ಕೆ ಬೆಂಬಲನೀಡಿದ್ದನು. ರಾಜಕೀಯ ಸಿದ್ಧಾಂತಿಗಳು ದೊರೆಯನ್ನು ಬೆಂಬಲಿಸಬೇಕೆಂಬ ತಮ್ಮ ಉತ್ಸಾಹದಲ್ಲಿ ಅದನ್ನು ಅಂಗೀಕರಿಸಿದ್ದರು. ರಾಷ್ಟ್ರೀಯತೆ ಮತ್ತು ಆ ಕಾಲದ ಧಾರ್ಮಿಕ ಬದಲಾವಣೆಗಳ ನಡುವೆ ನಿಕಟ ಹೊಂದಾಣಿಕೆಯಿತ್ತು. ಚರ್ಚ್‌ಗೆ ಮಾನ್ಯತೆ ನೀಡದಿರಲು ಇಂಗ್ಲೆಂಡಿನಲ್ಲಿ ವೈಕ್ಲಿಫನು ರಾಜರ ದೈವದತ್ತ ಸಿದ್ಧಾಂತವನ್ನು ಎತ್ತಿಹಿಡಿದನು. ನಿರಂಕುಶ ಪ್ರಭುತ್ವದ ಪರವಾಗಿ ಲೂಥರ್ ಬರೆದನಲ್ಲದೆ ಅದು ದೈವ ಸಮ್ಮತವಾದದ್ದೆಂದು ಘೋಷಿಸಿದನು. "ಸರ್ಕಾರ ನ್ಯಾಯಸಮ್ಮತವಾಗಿ ಕೆಲಸ ಮಾಡಲಿ ಅಥವಾ ಮಾಡದಿರಲಿ, ಕ್ರಿಶ್ಚಿಯನ್ ಪ್ರಜೆಯಾದವನು ತನ್ನ ಸರ್ಕಾರದ ವಿರುದ್ಧ ನಿಲ್ಲಬಾರದು" ಧರ್ಮದ ನೆಲಗಟ್ಟಿನ ಮೇಲಲ್ಲದೆ ವಿಚಾರವಾದದ ನೆಲೆಗಟ್ಟಿನ ಮೇಲೆ ಅದಕ್ಕೆ ಪರಿಣಾಮಕಾರಿಯಾದ ಬೆಂಬಲ ಸಿಕ್ಕಿತು. ನಿರಂಕುಶವಾದಕ್ಕೆ ಮೂರುಮಂದಿ ವಿಚಾರವಾದಿಗಳ ಬೆಂಬಲದೊರತಿತು. ಅವರೇ ಇಟಲಿಯ ಮ್ಯಾಕಿವೆಲ್ಲಿ, ಫ್ರಾನ್ಸಿನ ಬೋಡಿನ್ ಮತ್ತು ಇಂಗ್ಲೆಂಡಿನ ಹಾಬ್ಸ್.

ಮ್ಯಾಕಿವೆಲ್ಲಿ: (1469–1527) ಈತನು ಫ್ಲಾರೆನ್ಸಿನ ನಾಗರಿಕ. ಈ ಅವಧಿಯಲ್ಲಿ ಅಂತರರಾಷ್ಟ್ರೀಯ ಮತ್ತು ರಾಷ್ಟ್ರೀಯ ರಾಜಕಾರಣದಲ್ಲಿ ಬಹುವಾಗಿ ಉಲ್ಲೇಖಿತನಾಗುತ್ತಿದ್ದ. ವ್ಯಕ್ತಿಯ ಭದ್ರತೆ ಮತ್ತು ಏಳಿಗೆಯನ್ನೇ ಮನುಷ್ಯರು ಬಯಸುವುದು. ಪ್ರಭುತ್ವವನ್ನು ಸೈದ್ಧಾಂತಿಕವಾಗಿ ಇಷ್ಟಪಡಬಹುದು, ಆದರೆ ಅದು ಭದ್ರತೆಯ ಬಗ್ಗೆ ಭರವಸೆಯನ್ನು ನೀಡುವುದಿಲ್ಲ. ರಾಜ್ಯವೆನ್ನುವುದು ಸುಭದ್ರವಾಗಿರಬೇಕು ಮತ್ತು ಸಮರ್ಥವಾಗಿರಬೇಕು. ಒಬ್ಬ ಮನುಷ್ಯನ ಆಳ್ವಿಕೆಯಿಂದ ಇದನ್ನು ಸಾಧಿಸಬಹುದು.

ಆತನ ಅಧಿಕಾರವನ್ನು ಯಾರೂ ಪ್ರಶ್ನಿಸುವಂತಿಲ್ಲ. ಸಾಮಾನ್ಯ ಮನುಷ್ಯನ ಮೂರ್ಖತೆಯ ಬಗ್ಗೆ ಮ್ಯಾಕಿವೆಲ್ಲಿಗೆ ಸಹನೆಯಿರಲಿಲ್ಲ. ಈ ಗುರಿಯನ್ನು ತಲುಪಲು ಅಡ್ಡಿಯಾಗುವಂಥ ಎಲ್ಲ ನಿಯಮಗಳ ಬಗೆಗೂ ಆತನಿಗೆ ತಿರಸ್ಕಾರವಿತ್ತು. ಪಾಪಗಳನ್ನು ಹತ್ತಿಕ್ಕಿ ಮೋಕ್ಷದ ಕಡೆಗೆ ಜನರನ್ನು ರಾಜ್ಯ ಕೊಂಡೊಯ್ಯಬೇಕು ಎಂಬ ತತ್ವವನ್ನು ಅವನು ತಿರಸ್ಕರಿಸಿದನು. ಪೋಪನ ಐಹಿಕ ಅಧಿಕಾರದ ಬಗ್ಗೆ ತನಗೆ ತಿರಸ್ಕಾರವಿದೆಯೆಂದು ಆತನು ಹೇಳಿದನು. ತನ್ನ ಸುಪ್ರಸಿದ್ಧ 'ದಿ ಪ್ರಿನ್ಸ್' ಕೃತಿಯಲ್ಲಿ ಯಶಸ್ಸು ಸಾಧನವನ್ನು ಸಮರ್ಥಿಸುತ್ತದೆ ಹಾಗೂ ಯಾವುದು ಸರಿಯಾಗಿ ಕೆಲಸ ಮಾಡುತ್ತದೆಯೋ ಅದು ಒಳ್ಳೆಯದು ಎಂಬ ನಿಲುವನ್ನು ಈತನು ತಳೆದಿದ್ದನು. ರಾಜ್ಯವೆನ್ನುವುದು ತನ್ನದೇ ಉದ್ದೇಶವನ್ನು ಹೊಂದಿರುತ್ತದೆ "ನಮ್ಮ ಇಡೀ ದೇಶದ ಸುರಕ್ಷತೆಗೆ ಧಕ್ಕೆಯುಂಟಾದಾಗ, ಯಾವುದು ನ್ಯಾಯ ಇಲ್ಲವೆ ಅನ್ಯಾಯ, ಕರುಣೆ ಇಲ್ಲವೆ ಕ್ರೌರ್ಯ, ಹೊಗಳಿಕೆಗೆ ಯೋಗ್ಯವಾದುದ್ದು ಇಲ್ಲವೆ ನಾಚಿಕೆಗೇಡಿನದ್ದು ಎಂಬ ಬಗ್ಗೆ ಯೋಚನೆಗೆ ಅವಕಾಶವಿಲ್ಲ. ಅದು ಮಧ್ಯಪ್ರವೇಶಿಸಬೇಕು ಇದಕ್ಕೆ ಪ್ರತಿಯಾಗಿ ಪ್ರತಿಯೊಂದು ಇತರ ಕಾರಣಗಳನ್ನೂ ದೂರಸರಿಸಬೇಕು. ದೇಶದ ಅಸ್ತಿತ್ವವನ್ನು ಕಾಪಾಡುವಂಥ ಹಾಗೂ ಅದರ ಸ್ವಾತಂತ್ರ್ಯವನ್ನು ಕಾಯುವಂಥ ಕ್ರಮವನ್ನು ತೆಗೆದುಕೊಳ್ಳಬೇಕು".

ಮ್ಯಾಕಿವೆಲಿ

ಬೋಡಿನ್: (1529–1596) ಈತ ಫ್ರೆಂಚ್ ಪ್ರಜೆ. ಫ್ರಾನ್ಸಿನಲ್ಲಿ ನಡೆದ ಧರ್ಮಯುದ್ಧಗಳ ಮಧ್ಯೆ ಜೀವಿಸಿದ್ದನು. ಪ್ರಬಲವಾದ ರಾಜ್ಯ ಸರ್ಕಾರ ಇರಬೇಕೆಂಬ ವಾದ ಈತನದು. ತನ್ನ ಗ್ರಂಥ 'ದಿ ಸ್ಟೇಟ್'(1576)ನಲ್ಲಿ ಇದನ್ನೇ ಈತನು ಪ್ರತಿಪಾದಿಸಿದನು. ಚಕ್ರವರ್ತಿಯಾದವನು ಎಲ್ಲ ನಿರ್ಬಂಧಗಳಿಂದ ಸ್ವತಂತ್ರನಾಗಿರಬೇಕು ಹಾಗೂ ಎಲ್ಲ ಕಾನೂನುಗಳಿಗೂ ಆತನೇ ಮೂಲವಾಗಿರಬೇಕು. ಅವನು ದೇವರಿಗೆ ಮಾತ್ರ ಅಧೀನನಾಗಿರಬೇಕು ಹಾಗೂ ದೈವಿಕ ನಿಯಮಕ್ಕೆ ವಿಧೇಯನಾಗಿಬೇಕು. ಯುದ್ಧವನ್ನು ಹೂಡಲು, ಅಧಿಕಾರಿಗಳನ್ನು ನೇಮಕಮಾಡಲು, ಕಾನೂನಿನ ವಾದವಿವಾದಗಳಲ್ಲಿ ಮಧ್ಯಸ್ಥಿಕೆ ವಹಿಸಿ ನ್ಯಾಯ ತೀರ್ಮಾನ ನೀಡುವ ಅಂತಿಮ ಹಕ್ಕು ಚಲಾಯಿಸಲು ಮತ್ತು ತೆರಿಗೆ ವಿಧಿಸಲು ಈತನಿಗೆ ಅಧಿಕಾರವಿರತಕ್ಕದ್ದು. ಬೋಡಿನ್ ಪರಮಾಧಿಕಾರದ ಸಿದ್ಧಾಂತವನ್ನು ಪ್ರತಿಪಾದಿಸುತ್ತ ರಾಜ್ಯವು ಕಾನೂನಿಗಿಂತ ದೊಡ್ಡದು ಮತ್ತು ರಾಜಕೀಯವಾಗಿ ಸರ್ವೋಚ್ಚವಾದುದ್ದು, ರಾಜ್ಯವು ಯುದ್ಧ ಮತ್ತು ಜಯದಿಂದ ರೂಪುಗೊಂಡಿದ್ದು ನಿರಂಕುಶ, ಸರ್ವೋಚ್ಚ ಅಧಿಕಾರವನ್ನು ಹೊಂದಿರುತ್ತದೆ ಎಂದು ವಾದಿಸಿದನು. ಫ್ರಾನ್ಸಿನ ಬೌರ್ಬನ್ ರಾಜರು 17ನೇ ಶತಮಾನದಲ್ಲಿ ಈ ಅಧಿಕಾರಗಳನ್ನು ಹೊಂದಿ ಸುಭದ್ರವಾದ ಕೇಂದ್ರ ಸರ್ಕಾರವನ್ನು ಸ್ಥಾಪಿಸಿದ್ದರು.

ಹಾಬ್ಸ್: (1588–1679) ಈತನು ನಿರಂಕುಶಾಧಿಕಾರದ ಬೇರೊಂದು ಬಗೆಯನ್ನು ಕುರಿತು ವಾದಿಸಿದ್ದನು. ಸ್ಪರ್ಧೆ, ಭೀತಿ ಮತ್ತು ಯಶಸ್ಸು ಇವುಗಳಿಂದ ಪ್ರಚೋದಿತವಾಗಿ ಮನುಷ್ಯನ ಪ್ರಯತ್ನ ಅಧಿಕಾರಕ್ಕಾಗಿ ನಡೆಸುವ ನಿರಂತರ ಹೋರಾಟವೆಂದು ಹೇಳಿದ ಮ್ಯಾಕಿವೆಲ್ಲಿಯ ವಾದವನ್ನು ಇವನು ಒಪ್ಪಿಕೊಂಡಿದ್ದನು. ಪ್ರಭಾವವನ್ನು ನಿರ್ಬಂಧದಲ್ಲಿ ಇಟ್ಟುಕೊಳ್ಳದೇ ಹೋದರೆ ನಿರಂತರ ಹೋರಾಟ ಮತ್ತು ನಿರ್ದಿಷ್ಟ ಹಾನಿ ಉಂಟಾಗುತ್ತದೆ. ಸುಭದ್ರವಾದ ಕೇಂದ್ರ ಸರ್ಕಾರವನ್ನು ಸೃಷ್ಟಿಸುವ ಮೂಲಕವೇ ಶಾಂತಿ ಮತ್ತು ಸ್ಥಿರತೆಯನ್ನು ಸಾಧಿಸುವುದು ಸಾಧ್ಯ. ಈ ಹಂತದಲ್ಲಿ ಹಾಬ್ಸ್‌ನು ಕುತೂಹಲಕರ ಅಂಶವನ್ನು ಪ್ರತಿಪಾದಿಸುತ್ತಾನೆ. ಎಲ್ಲ ಸಾಮಾಜಿಕ ಅಧಿಕಾರಗಳು ಪ್ರಜೆಯ ಅನುಮತಿಯ ಮೇಲೆ ಅವಲಂಬಿಸಿರುತ್ತವೆ ಎಂದು ವಾದಿಸುತ್ತಾನೆ. ಬಹುಸಂಖ್ಯಾತ ಜನರ ಇಚ್ಛೆಗೆ ಅನುಗುಣವಾಗಿ ಚಕ್ರವರ್ತಿಯನ್ನು ಆರಿಸುವ ಹಕ್ಕು ಮನುಷ್ಯನಿಗೆ ಇದೆ ಹಾಗೂ ಚಕ್ರವರ್ತಿ ಶಾಂತಿಯನ್ನು ಕಾಪಾಡಲು ಅಸಮರ್ಥ ಹಾಗೂ ರಕ್ಷಣೆಯನ್ನು ಕಾಯ್ದುಕೊಂಡುಬರುವಲ್ಲಿ ವಿಫಲನಾಗಿದ್ದಾನೆ ಎಂದು ಕಂಡುಬರುವವರೆಗೂ ಆ ಚಕ್ರವರ್ತಿಗೆ ವಿಧೇಯತೆಯನ್ನು ತೋರುವುದು ಅನಿವಾರ್ಯವಾಗುತ್ತದೆ. ರಾಜನಿಗೆ ವಿಧೇಯತೆ ತೋರುವುದು ಪ್ರಶ್ನಾತೀತವಾಗಿರಬೇಕು. ಆತನು ಎಲ್ಲ ಸಾಮಾಜಿಕ ಕಾನೂನುಗಳನ್ನು ಜಾರಿಗೆ ತರುತ್ತಾನೆ. ಅಭಿಪ್ರಾಯ, ಆಸ್ತಿಪಾಸ್ತಿ, ಎಲ್ಲ ಅಧಿಕಾರಿಗಳ ಮೇಲೆ ಅಧಿಕಾರ ಇವೆಲ್ಲವುಗಳ ಮೇಲೆ ಆತ ಒಡೆಯನಾಗಿರುತ್ತಾನೆ. ಹಾಬ್ಸ್ ನಿರಂಕುಶ ಪ್ರಭುತ್ವವನ್ನು ಒಪ್ಪಿಕೊಂಡರೂ ಆನಂತರ ಸಂಸದೀಯ ಸರ್ಕಾರವನ್ನು ತಾನು ಅನುಮೋದಿಸಿದ್ದೇನೆ ಎಂದು ಅನಂತರ ವ್ಯಾಖ್ಯಾನಿಸಿದ್ದಾನೆ.

ಸರ್ಕಾರವನ್ನು ಕುರಿತ ಸಿದ್ಧಾಂತಗಳಲ್ಲಿ ಒಂದಾದ ಅತ್ಯಂತ ಹಳೆಯ ರೂಪವೆಂದರೆ ದೈವಿಕ ಹಕ್ಕನ್ನು ಕುರಿತದ್ದು. ಇದನ್ನು ಈಜಿಪ್ಟಿನ ಫೆರೋಗಳು, ಅಲೆಕ್ಸಾಂಡರ್ ಮಹಾಶಯ, ಪವಿತ್ರ ರೋಮನ್ ಚಕ್ರಾಧಿಪತಿಗಳು ಆಚರಿಸುತ್ತಿದ್ದರು. ಆದರೆ 17ನೆಯ ಶತಮಾನದಲ್ಲಿ ಇದು ಇನ್ನೂ ವ್ಯಾಪಕವಾದ ರೂಪವನ್ನು ಪಡೆಯಿತು. ಸಾಮಾನ್ಯ ಮನುಷ್ಯನ ಮೇಲೆ ಆಳಲು ರಾಜನು ದೇವರ ಪ್ರತಿನಿಧಿಯೆಂದು ಹೇಳಲಾಯಿತು. ಸರ್ಕಾರದ ವಿರುದ್ಧ ಕೈಗೊಳ್ಳುವ ಬಂಡಾಯವೆಂದರೆ ಅದು ದೇವರ ಹಾಗೂ ಮನುಷ್ಯರ ವಿರುದ್ಧ ಕೈಗೊಳ್ಳುವ ಬಂಡಾಯವೆಂದು ಭಾವಿಸಲಾಗುತ್ತಿತ್ತು. ರಾಜನನ್ನು ಪ್ರಶ್ನಿಸುವುದೆಂದರೆ ಅದು ದೈವದ್ರೋಹದ ಮಾತಾಗಿತ್ತು. ರಾಜನೇನಾದರೂ ಅಸಮರ್ಥನಾಗಿದ್ದಿದ್ದರೆ ದೇವರನ್ನು ಪ್ರಾರ್ಥಿಸುವುದೊಂದೇ

ದಾರಿಯಾಗಿತ್ತು. ತನ್ನ ಅಗಣಿತ ಬಲದಿಂದ ದೇವರು ರಾಜನ ಮಾರ್ಗವನ್ನು ಬದಲಿಸಬಹುದಿತ್ತು. ರಾಜನೇ ರಾಜ್ಯ. ಹದಿನಾಲ್ಕನೆಯ ಲೂಯಿಯು ಹೇಳಿದ್ದೂ ಇದೇ, 'ನಾನೇ ರಾಜ್ಯ'. ರಾಜಕೀಯ ಅಧಿಕಾರ, ನ್ಯಾಯದ ಕಾರಂಜಿ, ರಾಜ್ಯದ ಒಡೆಯ ಹಾಗೂ ಎಲ್ಲ ಬೌದ್ಧಿಕ ಚಟುವಟಿಕೆಗಳ ನೇತಾರನಾಗಿ ರಾಜನಿದ್ದನು.

ಈ ಭಾವನೆಗಳಿಗೆ ಪುಷ್ಟಿಕೊಟ್ಟಂತಹ ಅನೇಕ ಮಂದಿ ಸಮರ್ಥ ರಾಜರಿದ್ದರು. ಪ್ರಷ್ಯಾದ ಫ್ರೆಡ್ರಿಕ್ ಮಹಾಶಯ, ಸ್ಪೇನ್‌ನ ಮೂರನೆಯ ಚಾರ್ಲ್ಸ್, ರಷ್ಯಾದ ಎರಡನೆಯ ಕ್ಯಾಥರೀನ್, ಆಸ್ಟ್ರಿಯಾದ ಎರಡನೇ ಜೋಸಫ್ ಮುಂತಾದವರು "ಮೇಧಾವಿ ನಿರಂಕುಶಾಧಿಕಾರಿ"ಗಳಾಗಿದ್ದರು. ಅವರು ಪುರೋಗಾಮಿ ಚಿಂತಕರಾಗಿದ್ದರು. ಫ್ರಾನ್ಸಿನ ದಾರ್ಶನಿಕ ವಾಲ್ಟೈರ್‌ನು ಫ್ರೆಡ್ರಿಕ್ ಮಹಾಶಯ, ಎರಡನೆಯ ಕ್ಯಾಥರೀನ್ ಅವರ ರಾಜಸ್ಥಾನದಲ್ಲಿ ಹಲವಾರು ತಿಂಗಳುಗಳ ಕಾಲ ಗೌರವಾನ್ವಿತ ಅತಿಥಿಯಾಗಿದ್ದನು. ಗುಲಾಮಗಿರಿಯನ್ನು ಹತ್ತಿಕ್ಕಲಾಗಿತ್ತು. ಊಳಿಗಮಾನ್ಯ ಪದ್ಧತಿಯ ಆಚರಣೆಗಳನ್ನು ಕೈಬಿಡಲಾಗಿತ್ತು. ವಾಣಿಜ್ಯ ಮತ್ತು ಉದ್ಯಮಗಳಿಗೆ ಈ ರಾಜರು ಪ್ರೋತ್ಸಾಹ ನೀಡಿದರು.

ಹಲವಾರು ರಾಜ್ಯಗಳಲ್ಲಿ ನಿರಂಕುಶಾಧಿಕಾರ

ಸ್ಪೇನ್: ನಿರಂಕುಶ ಸರ್ಕಾರದ ಅಡಿ ಪ್ರಾಮುಖ್ಯವನ್ನು ಗಳಿಸಿಕೊಂಡ ರಾಷ್ಟ್ರೀಯ ರಾಜ್ಯಗಳಲ್ಲಿ ಮೊದಲನೆಯದು ಸ್ಪೇನ್ ದೇಶ. ಮುಸ್ಲಿಮರೊಡನೆ ನಡೆದ ದೀರ್ಘಕಾಲೀನ ಹೋರಾಟ ಮತ್ತು ಅಮೆರಿಕಾದಲ್ಲಿ ಹೊಸದಾಗಿ ದೊರಕಿಸಿಕೊಂಡ ವಸಾಹತುಗಳು ಇವೇ ಮೊದಲಾದ ಸಂಗತಿಗಳಿಂದ ಸ್ಪ್ಯಾನಿಷ್ ರಾಷ್ಟ್ರೀಯತೆಗೆ ಲಾಭವಾಯಿತು. ಹೊಸ ಜಗತ್ತಿನಿಂದ (ಅಮೆರಿಕದಿಂದ) ಪ್ರತಿನಿತ್ಯವೂ ಸ್ಪೇನ್‌ನ ಬಂದರುಗಳಿಗೆ ಬೆಲೆಬಾಳುವ ವಸ್ತುಗಳು ಬರತೊಡಗಿದವು. ಆರಂಭದ ಹ್ಯಾಪ್ಸ್‌ಬರ್ಗ್ ರಾಜರು ಉತ್ತಮ ಆಳ್ವಿಕೆಯನ್ನು ನೀಡಿದರು. ಯೂರೋಪಿನ ಅತ್ಯಂತ ಪ್ರಬಲ ರಾಜಮನೆತನಗಳೊಂದಿಗೆ ತಮ್ಮ ಮಕ್ಕಳ ಮದುವೆಗಳನ್ನು ಮಾಡಿದರು. ಫರ್ಡಿನೆಂಡ್ ಮತ್ತು ಇಸಬೆಲ್ಲ ಅವರ ಮಗಳು ಜೊ ಅನ್ನಳನ್ನು ಆಸ್ಟ್ರಿಯನ್ ಸಿಂಹಾಸನದ ಉತ್ತರಾಧಿಕಾರಿಗೆ ಮದುವೆ ಮಾಡಿಕೊಟ್ಟರು. ಈ ಒಕ್ಕೂಟದ ಚಾರ್ಲ್ಸ್‌ನು ಸ್ಪೇನ್ ಮತ್ತು ಆಸ್ಟ್ರಿಯಾಗಳ ವಿಶಾಲ ಪ್ರದೇಶಗಳಿಗೆ ಉತ್ತರಾಧಿಕಾರಿಯಾದನು. ಇದರ ಜೊತೆಗೆ ಅವನು ಪವಿತ್ರರೋಮನ್ ಸಾಮ್ರಾಜ್ಯದ ಚಕ್ರವರ್ತಿಯಾದನು. ಎರಡನೆ ಫಿಲಿಪ್ಪನು (ಮರಣ, 1598) ಇಂಗ್ಲೆಂಡಿನೊಡನೆ ಯುದ್ಧದಲ್ಲಿ ತೊಡಗಿದನು. ಈ ಅವಧಿಯಲ್ಲೇ ಈತನ ಪ್ರಸಿದ್ಧ ಅರ್ಮಡಾ (ಯುದ್ಧ ನೌಕೆಗಳು) ನಾಶಹೊಂದಿದವು.

ಸ್ಪ್ಯಾನಿಷ್ ಅರ್ಮಡಾ ನಾಶಗೊಂಡಮೇಲೆ ಸ್ಪೇನ್ ಬಲ ತ್ವರಿತವಾಗಿ ಕುಗ್ಗಿತು. ಅದರ ವಸಾಹತುಗಳಿಂದ ಬೇಕಾದಷ್ಟು ಐಶ್ವರ್ಯ ಬಂದರೂ ಅದರ ಖಜಾನೆ ಬರಿದಾಗತೊಡಗಿತು. ಸ್ಪೇನ್ ನಿರಂತರವಾಗಿ ವಿದೇಶಿ ರಾಷ್ಟ್ರಗಳೊಂದಿಗೆ ಯುದ್ಧದಲ್ಲಿ ತೊಡಗಿದ್ದುದರಿಂದ ಬಂಡಾಯಗಾರರು ಸರ್ಕಾರಕ್ಕೆ ತೊಂದರೆ ನೀಡತೊಡಗಿದರು. ಎಲ್ಲಕ್ಕಿಂತ ಹೆಚ್ಚಾಗಿ ಸ್ಪ್ಯಾನಿಷ್ ಸರ್ಕಾರವು ವಾಣಿಜ್ಯ ಮತ್ತು ಉದ್ಯಮಿಗಳ ವರ್ಗವನ್ನು ವಿರೋಧಿಸಿತು. ಇದರಿಂದಾಗಿ ಚಕ್ರವರ್ತಿ ದುರ್ಬಲಗೊಂಡನಲ್ಲದೆ, ದೇಶದೊಳಗೆ ಆರ್ಥಿಕ ಮುನ್ನಡೆಯೂ ಕುಂಠಿತಗೊಂಡಿತು. ರಾಜನ ಪ್ರತಿಷ್ಠೆಯನ್ನು ಹೆಚ್ಚಿಸಬಹುದಾಗಿದ್ದಂತಹ ವರ್ಗದ ಅಧಿಕಾರವನ್ನೇ ಈತನು ಮೊಟಕುಗೊಳಿಸಿದ್ದನು. ಹಾಗಾಗಿ 17ನೇ ಶತಮಾನದ ಮಧ್ಯಭಾಗದ ವೇಳೆಗೆ ಸ್ಪೇನ್ ದ್ವಿತೀಯ ದರ್ಜೆಯ ರಾಷ್ಟ್ರವಾಗಿತ್ತು.

ಇಂಗ್ಲೆಂಡ್ :

1500ರ ವೇಳೆಗೆ ಬ್ರಿಟಿಷ್ ದ್ವೀಪಗಳಲ್ಲಿ ಎರಡು ರಾಷ್ಟ್ರೀಯ ರಾಜಪ್ರಭುತ್ವಗಳು ಕಾಣಿಸಿಕೊಂಡವು. ಇವುಗಳಲ್ಲಿ ಬಹುಮುಖ್ಯವಾದದ್ದು ಇಂಗ್ಲೆಂಡ್. ಇದು ಒಂಬತ್ತನೆಯ ಶತಮಾನದಿಂದಲೂ ಅಸ್ತಿತ್ವದಲ್ಲಿತ್ತು. ಆದರೆ ವಂಶಪಾರಂಪರ್ಯ ರಾಜ್ಯದ ಭಾಗವಾಗಿ ಮಧ್ಯಕಾಲೀನ ಯುಗಗಳಲ್ಲಿ ಅದು ಅಂಥ ರಾಷ್ಟ್ರೀಯ ರಾಜ್ಯವಾಗಿರಲಿಲ್ಲ. ಅದರ ರಾಜರು ಮೂಲದಿಂದ ನಾರ್ಮನ್ ಫ್ರೆಂಚರಾಗಿದ್ದರು. ಅವರು ತಮ್ಮ ಅಧಿಕಾರವನ್ನು ಫ್ರಾನ್ಸಿನಲ್ಲೂ ಮತ್ತು ಬ್ರಿಟಿಷ್ ದ್ವೀಪಗಳಲ್ಲೂ ವಿಸ್ತರಿಸಬೇಕೆಂಬ ಮಹತ್ವಾಕಾಂಕ್ಷೆಯಿಂದ ಕೂಡಿದ್ದರು. ಅವರು ಐರ್ಲೆಂಡಿನ ಒಂದು ಭಾಗವನ್ನು (ಡಬ್ಲಿನ್ ಪ್ರದೇಶದ ಹೊರವಲಯ) ಹನ್ನೆರಡನೆಯ ಶತಮಾನದಲ್ಲಿ ಗೆದ್ದಿದ್ದರಲ್ಲದೆ ಹದಿಮೂರನೆಯ ಶತಮಾನದಲ್ಲಿ ವೇಲ್ಸ್ ಭಾಗವನ್ನು ವಶಪಡಿಸಿಕೊಂಡಿದ್ದರು. ಆದರೆ ಸ್ಕಾಟ್ಲೆಂಡನ್ನು ತಮ್ಮ ಅಧೀನದಲ್ಲಿಟ್ಟುಕೊಳ್ಳಲು ಅವರು ಮೇಲಿಂದ ಮೇಲೆ ಪ್ರಯತ್ನಿಸಿದರೂ ಸಹ ಫಲಕಾರಿಯಾಗಲಿಲ್ಲ. ಹಲವಾರು ಶತಮಾನಗಳ ಕಾಲ, ಇಡೀ ಫ್ರಾನ್ಸ್ ರಾಷ್ಟ್ರವನ್ನಲ್ಲದಿದ್ದರೂ ಅದರ ಬಹುಭಾಗವನ್ನು ಸಾಕಷ್ಟು ಯಶಸ್ಸಿನಿಂದಲೇ ತಮ್ಮ ಅಧೀನದಲ್ಲಿಟ್ಟುಕೊಳ್ಳಲು ಅವರು ಪ್ರಯತ್ನಿಸಿದರು.

ನೂರು ವರ್ಷಗಳ ಯುದ್ಧ (1337-1453) ಇಂಗ್ಲೆಂಡ್ ಮತ್ತು ಫ್ರಾನ್ಸ್ ರಾಜಮನೆತನಗಳ ನಡುವೆ ವಂಶಪಾರಂಪರ್ಯವಾದ ಮತ್ತು ಊಳಿಗಮಾನ್ಯ ಹೋರಾಟದ ಆರಂಭ ಬಿಂದುವಾಗಿ ಮಹತ್ವದ ರಾಷ್ಟ್ರೀಯ ಫಲಿತಾಂಶವಾಯಿತು. ಖಂಡಾಂತರದಲ್ಲಿದ್ದ ತನ್ನ ಅಧೀನದ ರಾಜ್ಯಗಳಲ್ಲಿ ಬಹುಭಾಗವನ್ನು ಇಂಗ್ಲಿಷ್ ಸಾರ್ವಭೌಮ

ದೊರೆಯು ಬಿಟ್ಟುಕೊಟ್ಟು ತನ್ನ ಅಧಿಕಾರವನ್ನು ಬ್ರಿಟನ್ನಿಗೇ ಸೀಮಿತಗೊಳಿಸಬೇಕಾಯಿತು. ಈ ಕಾಲದಲ್ಲಿಯೇ ಇಂಗ್ಲಿಷ್ ರಾಷ್ಟ್ರೀಯತೆ ಮತ್ತು ಇಂಗ್ಲಿಷ್ ದೇಶಾಭಿಮಾನ ಔನ್ನತ್ಯವನ್ನು ತಲುಪಿತ್ತು. ಇಂಗ್ಲಿಷ್ ಭಾಷೆ ಒಳ್ಳೆಯ ಸಾಹಿತ್ಯಕ ಭಾಷೆಯಾಗಿ ಮಾರ್ಪಟ್ಟಿತ್ತು. ವಿಶಿಷ್ಟವಾದ ರಾಷ್ಟ್ರೀಯ ಸಂಸ್ಥೆಗಳು ಇಂಗ್ಲೆಂಡಿನಲ್ಲಿ ಬಲವಾಗಿ ಬೇರುಬಿಟ್ಟಿದ್ದವು. ನೂರು ವರ್ಷಗಳ ಯುದ್ಧ ಮುಗಿದ ಹಲವಾರು ವರ್ಷಗಳ ಮೇಲೆ ಇಂಗ್ಲೆಂಡ್ ರಕ್ತಮಯ ಮತ್ತು ಗೊಂದಲ ಹೋರಾಟಗಳಿಂದ ನಲುಗಿಹೋಗಿತ್ತು. ಇದನ್ನು ರೋಸಸ್ ಯುದ್ಧಗಳೆಂದು ಕರೆಯಲಾಗಿದೆ. ಇದು ಇಬ್ಬರು ಪ್ರತಿಸ್ಪರ್ಧಿಗಳ ನಡುವೆ ಸಿಂಹಾಸನಕ್ಕಾಗಿ ನಡೆದ ಹೋರಾಟವಾಗಿತ್ತು. ಆದರೆ ಕೊನೆಗೆ ಟ್ಯೂಡರ್ ವಂಶಸ್ಥನಾದ ಏಳನೇ ಹೆನ್ರಿಯು 1485ರಲ್ಲಿ ಸಿಂಹಾಸನವನ್ನು ವಶಪಡಿಸಿಕೊಂಡನಲ್ಲದೆ ಇಂಗ್ಲಿಷ್ ಇತಿಹಾಸದ ನವೀನಯುಗದಲ್ಲಿ ಕಾಲಿರಿಸಿದನು.

ಏಳನೆಯ ಹೆನ್ರಿಯು (1485–1509) 'ಪ್ರಬಲ ಚಕ್ರಾಧಿಪತ್ಯ' ಸ್ಥಾಪಿಸಲು ಪ್ರಯತ್ನಿಸಿದನು. ಮಧ್ಯಯುಗೀನ ಕಾಲದಲ್ಲಿ ರಾಜನ ಅಧಿಕಾರ ಪಾರ್ಲಿಮೆಂಟಿನಿಂದ ಸೀಮಿತಗೊಂಡಿತ್ತು. ಪಾರ್ಲಿಮೆಂಟ್ ಹೌಸ್ ಆಫ್ ಲಾರ್ಡ್ಸ್ ಮತ್ತು ಹೌಸ್ ಆಫ್ ಕಾಮನ್ಸ್ ಎಂಬುದಾಗಿ ಎರಡು ಭಾಗಗಳಿಂದ ಕೂಡಿತ್ತು. ಹೌಸ್ ಆಫ್ ಲಾರ್ಡ್ಸ್ ಪ್ರಭಾವ ಹೌಸ್ ಆಫ್ ಕಾಮನ್ಸ್‌ಗಿಂತ ಅಧಿಕವಾಗಿತ್ತು. ವಾಸ್ತವವಾಗಿ ಅಧಿಕಾರವು ರಾಜನೊಡನೆ ಮತ್ತು ಮೇಲ್ಮನೆಯೊಡನೆ ಹಂಚಿಹೋಗಿತ್ತು. ಮೇಲ್ಮನೆಯಲ್ಲಿ ಮಹಾನ್ ಭೂಮಾಲೀಕರು, ನೊಬೆಲ್ಲರು ಮತ್ತು ಮುಖ್ಯರಾದ ಚರ್ಚ್ ಜನರಿದ್ದರು. ರೋಸಸ್ ಯುದ್ಧಗಳು ಪರಿಣಾಮದಲ್ಲಿ ರಾಜನಿಗೆ ಪ್ರಯೋಜನವಾದವು. ವಾಸ್ತವವಾಗಿ ಎರಡು ನೊಬೆಲ್ ಬಣಗಳ ನಡುವೆ ನಡೆದ ಯುದ್ಧಗಳು, ಮೊದಲನೆಯದಾಗಿ ಅನೇಕ ನೊಬೆಲ್ ಕುಟುಂಬಗಳನ್ನು ನಾಶಪಡಿಸಿದವು. ಎರಡನೆಯದಾಗಿ, ಹೋರಾಟವು ಸುದೀರ್ಘವಾಗಿ ಹಾಗೂ ಅವ್ಯವಸ್ಥಿತವಾಗಿದ್ದರಿಂದ ಹಾಗೂ ಮಧ್ಯಮ ವರ್ಗದವರಿಂದ ಸೃಷ್ಟಿಗೊಂಡಿದ್ದರಿಂದ ಸುದೀರ್ಘವಾದ ಶಾಂತಿ ನೆಲೆಸಬೇಕಾದರೆ ನೊಬೆಲ್ ವರ್ಗದ ಜನರು ದಬ್ಬಾಳಿಕೆಯಿಂದ ಸುಸ್ಥಿತಿ ಮತ್ತು ಭದ್ರತೆಗಳನ್ನು ಉಂಟುಮಾಡಬೇಕಿತ್ತು ಹಾಗೂ ರಾಜಪ್ರಭುತ್ವವನ್ನು ಸುಭದ್ರಗೊಳಿಸಬೇಕಿತ್ತು. ತನ್ನ ದೇಶವನ್ನು ನಿರಂಕುಶಾಧಿಕಾರಕ್ಕೆ ತರಲು ಇದೊಂದು ಸುವರ್ಣ ಅವಕಾಶವೆಂದು ಹೆನ್ರಿಯು ಭಾವಿಸಿದನು. ಈ ನಿರಂಕುಶಾಧಿಕಾರ ಹದಿನಾರನೆ ಶತಮಾನದ ಉದ್ದಕ್ಕೂ ನಡೆದುಕೊಂಡುಬಂತು. ಟ್ಯೂಡರ್ ಮನೆತನದ ಇತರ ನಾಲ್ಕುಮಂದಿ ನಿರಂಕುಶಧಿಕಾರಿಗಳಾಗಿದ್ದರಲ್ಲದೆ ಈ ವ್ಯವಸ್ಥೆ ಹದಿನೇಳನೆಯ ಶತಮಾನದಲ್ಲಿ ಮಹಾಕ್ರಾಂತಿ ಆಗುವವರೆಗೂ ಮುಂದುವರೆಯಿತು.

ಏಳನೆಯ ಹೆನ್ರಿಯು ಅವ್ಯವಸ್ಥೆಯನ್ನು ಬಹು ಕಠಿಣವಾಗಿಯೇ ತೊಡೆದುಹಾಕಬೇಕಾಯಿತು. ಅಲ್ಲದೆ ಅಸಾಮಾನ್ಯ ನ್ಯಾಯಾಲಯವನ್ನು ಸ್ಥಾಪಿಸಿದನು. ಆನಂತರ ಇದು 'ಸ್ಟಾರ್‌ಚೇಂಬರ್ ನ್ಯಾಯಾಲಯ'ವೆಂದು ಹೆಸರಿಗೆ ಬಂತು. ಈ ನ್ಯಾಯಾಲಯವು ವಿಶೇಷವಾಗಿ ತೊಂದರೆಗೊಳಗಾದ ನೊಬೆಲ್ಲರ ಕುಂದುಕೊರತೆಗಳಿಗಾಗಿ ಇತ್ತು. ಇವರ ಮೊಕದ್ದಮೆಗಳನ್ನು ಸಾಮಾನ್ಯ ನ್ಯಾಯಾಲಯಗಳು ಬಗೆಹರಿಸುವಂತಿರಲಿಲ್ಲ. ಹೆನ್ರಿಯು ಬಹು ಮಿತವ್ಯಯಿಯಾಗಿದ್ದನು. ಈತನ ವಿದೇಶಾಂಗ ನೀತಿ ಶಾಂತಿ ಸೌಹಾರ್ದತೆಯತ್ತ ವಾಲಿದ್ದರಿಂದ ಈತನ ಖರ್ಚು ವೆಚ್ಚಗಳು ಸಾಕಷ್ಟು ಕಡಿಮೆಯಾಗಿದ್ದವು. ರಾಜನಿಗೆ ಸೇರಿದ ಭೂಮಿಗಳ ವ್ಯವಸಾಯದ ಕಡೆ ವಿಶೇಷ ಗಮನಹರಿಸಿದ್ದರಿಂದ ಆದಾಯ ಹೆಚ್ಚಿತು; ಕಂದಾಯ, ದಂಡ, ಆಮದು ಮತ್ತು ರಫ್ತು ಸುಂಕಗಳು ಹಾಗೂ ಹಿಂದಿನ ಪಾರ್ಲಿಮೆಂಟ್ ನೀಡಿದ್ದ ದತ್ತಿಗಳು – ಈ ಎಲ್ಲವುಗಳ ಮೂಲಕ ರಾಜಕೋಶದ ಹಣ ಹೆಚ್ಚಿತು. ಹಾಗಾಗಿ ಹೆನ್ರಿಯು ಪಾರ್ಲಿಮೆಂಟ್ ಬಿಡುಗಡೆ ನೀಡಬೇಕಾದ ಸಹಾಯಧನವನ್ನೇ ನೆಚ್ಚಿಕೊಳ್ಳಬೇಕಿರಲಿಲ್ಲ. ಹಾಗಾಗಿ ಸಹಜವಾಗಿಯೇ ಪಾರ್ಲಿಮೆಂಟಿನ ಅಧಿಕಾರ ಕುಗ್ಗಿತ್ತು. ವಾಸ್ತವವಾಗಿ ಹೆನ್ರಿಯ ಇಡೀ ಜೀವಮಾನದಲ್ಲಿ ಪಾರ್ಲಿಮೆಂಟ್ ಕೇವಲ ಐದು ಸಲ ಸಭೆ ಸೇರಿತ್ತು. ಹನ್ನೆರಡು ವರ್ಷಗಳಲ್ಲಿ ಅದು ಒಮ್ಮೆ ಸಭೆ ಸೇರಿತ್ತು. ಆಗಲೂ ಕೂಡ ರಾಜನಿಗೆ ಅದು ಅಧೀನವಾಗಿತ್ತೇ ಹೊರತು ಬೇರೇನನ್ನೂ ಅದು ಸಾಧಿಸಲಿಲ್ಲ.

ಏಳನೆಯ ಹೆನ್ರಿಯು ಸಾಮಾನ್ಯವಾಗಿ ವಿದೇಶಿ ಯುದ್ಧಗಳಿಂದ ದೂರ ಸರಿದಿರುತ್ತಿದ್ದ. ಆದರೆ ತನ್ನ ದೇಶದ ಅಂತರರಾಷ್ಟ್ರೀಯ ಒಳಿತನ್ನು ಇತರ ಮೂಲಗಳಿಂದ ಸಾಧಿಸುತ್ತಿದ್ದ. ಆತನು ಹಲವಾರು ಒಪ್ಪಂದಗಳನ್ನು ಮಾಡಿಕೊಂಡನು. ಅದರ ಪ್ರಕಾರ ಇಂಗ್ಲಿಷ್ ವ್ಯಾಪಾರಿಗಳು ಇತರ ದೇಶಗಳಲ್ಲಿ ವಸ್ತುಗಳನ್ನು ಕೊಳ್ಳಬಹುದಾಗಿತ್ತು ಹಾಗೂ ಮಾರಬಹುದಾಗಿತ್ತು. 1500ರಲ್ಲಿ ಇಂಗ್ಲೆಂಡ್ ನಿಜವಾದ ರಾಷ್ಟ್ರೀಯ ಸಾರ್ವಭೌಮತ್ವವನ್ನು ಹೊಂದಿತ್ತು. ರಾಜನ ಅಧಿಕಾರ ನಿಚ್ಚಳವಾಗಿ ಮೇಲ್ಮುಖವಾಗಿತ್ತು. ಪಾರ್ಲಿಮೆಂಟ್ ಬಹುಬೇಗನೆ ನಾಮಮಾತ್ರ ಸಂಸ್ಥೆಯಾಗಿ ಉಳಿಯಿತು.

ಸ್ಕಾಟ್ಲೆಂಡ್

1500ರಲ್ಲಿ ಸ್ಕಾಟ್ಲೆಂಡ್ ಕೂಡ ರಾಷ್ಟ್ರೀಯ ರಾಜಪ್ರಭುತ್ವವಾಗಿತ್ತು. ಆದರೆ ಇಂಗ್ಲೆಂಡ್‌ಗಿಂತ ಹೆಚ್ಚು ದುರ್ಬಲವಾಗಿತ್ತು. ಸ್ಟೂವರ್ಟ್ ಮನೆತನಕ್ಕೆ ಸೇರಿದ ಅದರ ಚಕ್ರವರ್ತಿಗಳು ಸ್ಕಾಟಿಷ್ ಶ್ರೀಮಂತರನ್ನು ಹದ್ದುಬಸ್ತಿನಲ್ಲಿಡಲು, ನಿರಂಕುಶಾಧಿಕಾರವನ್ನು ಸ್ಥಾಪಿಸಲು ಅಷ್ಟಾಗಿ ಶಕ್ತತೆಯನ್ನು ತೋರಲಿಲ್ಲ. ಇಂಗ್ಲಿಷರ ವಿರುದ್ಧ ವಿದೇಶೀ ಸಹಾಯವನ್ನು ಪಡೆಯಲು ಉತ್ಸುಕರಾಗಿದ್ದ

ಸ್ಕಾಟಿಷ್ ಚಕ್ರವರ್ತಿಗಳು ಫ್ರಾನ್ಸ್ ಮೇಲೆ ಹೆಚ್ಚು ಅವಲಂಬನೆಗೊಂಡಿದ್ದರು. ಆದರೆ ಈ ಮಧ್ಯೆ ಇಂಗ್ಲಿಷ್ ಭಾಷೆಯೇ ಇಲ್ಲಿ ಮೇಲುಗೈ ಪಡೆದು ಸ್ಥಳೀಯ ಭಾಷೆಯಾದ ಗಾಯ್‌ಲಿಕ್ ಭಾಷೆಯ ಸ್ಥಾನವನ್ನು ಆಕ್ರಮಿಸಿಕೊಂಡಿತು. ಸ್ಕಾಟಿಷ್ ರಾಷ್ಟ್ರೀಯ ಅರಸೊತ್ತಿಗೆಯು ಪ್ರಧಾನ ಸ್ಥಾನವನ್ನು ಏರುವ ಬದಲು, ಹದಿನಾರನೆ ಶತಮಾನದ ಅಂತರರಾಷ್ಟ್ರೀಯ ರಾಜಕೀಯ ಆಟದಲ್ಲಿ ಪಗಡೆಯಾಟದ ಕಾಯಿಯಾಗಿ ಉಳಿಯಿತು.

ಫ್ರಾನ್ಸ್

ನಾಲ್ಕನೆ ಹೆನ್ರಿ ಮತ್ತು ಸಲ್ಲಿ: 17ನೇ ಶತಮಾನದಲ್ಲಿ ಫ್ರಾನ್ಸ್ ಅತ್ಯಂತ ಮಹತ್ವಪೂರ್ಣವಾದ ರಾಷ್ಟ್ರೀಯ ರಾಜ್ಯದ ಸ್ಥಾನವನ್ನು ಪಡೆಯಿತು. ರಾಷ್ಟ್ರೀಯತಾವಾದವು ನಿಧಾನವಾಗಿದ್ದರೂ ಬೆಳೆಯತೊಡಗಿತ್ತು. 13ನೇ ಶತಮಾನದ ಮಧ್ಯಭಾಗದಷ್ಟು ಮುಂಚಿತವಾಗಿ ಕೇಂದ್ರೀಕೃತ ಸರ್ಕಾರ ಅಸ್ತಿತ್ವದಲ್ಲಿತ್ತು. ಆದರೂ 16ನೇ ಶತಮಾನದ ಕೊನೆಯ ವೇಳೆಗೆ ಮಾತ್ರ ಅದು ಮಹಾನ್ ವಿಶ್ವ ಶಕ್ತಿಯಾಗಿ ರೂಪುಗೊಂಡಿತು. ದೇಶಕ್ಕೆ ಒಳ್ಳೆಯ ರಾಜರು ಬಂದರು. ಅದೃಷ್ಟವಶಾತ್ ಅವರಿಗೆ ಬೆಂಬಲವಾಗಿ ಅತ್ಯಂತ ಮೇಧಾವಿ ಮಂತ್ರಿಗಳಿದ್ದರು. ನಾಲ್ಕನೆ ಹೆನ್ರಿ (1589–1610) ಮತ್ತು ಆತನ ಪ್ರಧಾನಮಂತ್ರಿ ಸಲ್ಲಿ ಅವರು ಫ್ರಾನ್ಸನ್ನು ಯಶಸ್ಸಿನ ಹಾದಿಗೆ ನಡೆಸಿದರು. ಅವರು ದೇಶದ ಹಣಕಾಸು ವ್ಯವಸ್ಥೆಗಳಲ್ಲಿ ಸುಧಾರಣೆಗಳನ್ನು ತಂದರು. ಯುದ್ಧದಲ್ಲಿ ಬಸವಳಿದು ಹೋಗಿದ್ದ ದೇಶಕ್ಕೆ ಶಾಂತಿ ಮತ್ತು ಭದ್ರತೆಗಳನ್ನು ತಂದುಕೊಟ್ಟರು. ಬೇಸಾಯದ ಅಭಿವೃದ್ಧಿಗೆ ಕಾರಣರಾದರು. ರೇಷ್ಮೆ ಹುಳುಗಳನ್ನು ತಂದರು. ಮುಂದೆ ಸ್ವಲ್ಪ ದಿನಗಳಲ್ಲಿ ಜಗತ್ತಿನಲ್ಲೇ ರೇಷ್ಮೆ ಉತ್ಪಾದಿಸುವ ರಾಷ್ಟ್ರಗಳಲ್ಲಿ ಇದೂ ಒಂದಾಯಿತು. ವಾಣಿಜ್ಯಕ್ಕೆ ಪ್ರೋತ್ಸಾಹ ನೀಡಲಾಯಿತು. ಭಾರತ ಮತ್ತು ಉತ್ತರ ಅಮೆರಿಕಾಗಳಲ್ಲಿ ವ್ಯಾಪಾರಿ ಕೋಠಿಗಳನ್ನು ಸ್ಥಾಪಿಸಲಾಯಿತು. ಫ್ರೆಂಚ್ ವಸಾಹತು ಸಾಮ್ರಾಜ್ಯಕ್ಕೆ ತಳಹದಿಯನ್ನು ಹಾಕಲಾಯಿತು.

ರಿಚೆಲ್ಯು ಮತ್ತು ಮಜಾರಿನ್: ರಿಚೆಲ್ಯು ಮತ್ತು ಮಜಾರಿನ್ ಅವರಿಂದಾಗಿ ಫ್ರಾನ್ಸ್ ಉನ್ನತ ಮಟ್ಟಕ್ಕೇರಿತು. 13ನೇ ಲೂಯಿಯ (ಮರಣ 1642) ಸಚಿವನಾಗಿ ರಿಚೆಲ್ಯು ಹದಿನೆಂಟು ವರ್ಷಗಳ ಕಾಲ (1624–1642) ಕಾರ್ಯನಿರ್ವಹಿಸಿದ್ದನು. ಈತನು ತನ್ನ ದೇಶದ ಮುನ್ನಡೆಗಾಗಿ ಮತ್ತು ತನ್ನ ರಾಜನ ವೈಭವಕ್ಕಾಗಿ ದುಡಿದನು. ಫ್ರಾನ್ಸಿನ ಧಾರ್ಮಿಕ ತೊಂದರೆಗಳನ್ನು ಈತನು ಬಗೆಹರಿಸಿದನು. ಅವ್ಯವಸ್ಥಿತ ಶ್ರೀಮಂತ ವರ್ಗದವರನ್ನು ಹತೋಟಿಯಲ್ಲಿ ಇಟ್ಟುಕೊಂಡಿದ್ದಲ್ಲದೆ ಸರ್ಕಾರದ ಕೇಂದ್ರೀಕರಣವನ್ನು ಪೂರ್ಣಗೊಳಿಸಿದನು. ಹಳೆಯ ಊಳಿಗಮಾನ್ಯ ಆಚರಣೆಗಳನ್ನು ನಿಲ್ಲಿಸಿದಂಥ ವ್ಯವಸ್ಥೆಯನ್ನು ಜಾರಿಗೆ ತಂದನು. ರಾಜನು ನೇಮಕಮಾಡಿದವರೇ ಸ್ಥಳೀಯ ಆಡಳಿತವನ್ನು ನೋಡಿಕೊಳ್ಳುವಂಥ ವ್ಯವಸ್ಥೆ ಇದಾಗಿತ್ತು. ರಿಚೆಲ್ಯೂನು ಫ್ರಾನ್ಸ್ ವಿಶ್ವದ ಒಂದು ಶಕ್ತಿ ಎಂಬುದನ್ನು ಎಲ್ಲರಿಗೂ ಮನವರಿಕೆ ಮಾಡಿಕೊಟ್ಟನು. ರೈನ್ ನದಿಯನ್ನು ಫ್ರಾನ್ಸಿನ ಉತ್ತರದ ಗಡಿ ಪ್ರದೇಶವನ್ನಾಗಿ ಮಾಡಬೇಕೆಂಬ ಸಂಕಲ್ಪ ಆತನಿಗಿತ್ತು. ಹದಿಮೂರನೆ ಲೂಯಿ ಮತ್ತು ಆತನ ಮಂತ್ರಿ ಒಂದೇ ವರ್ಷದಲ್ಲಿ ಮರಣಹೊಂದಿದರು. ಐದು ವರ್ಷದ ಹುಡುಗನಾಗಿದ್ದ ಹದಿನಾಲ್ಕನೆ ಲೂಯಿಯು ಸಿಂಹಾಸನವನ್ನೇರಿದನು. ಅದೃಷ್ಟವಶಾತ್ ಫ್ರಾನ್ಸನ ತರುಣ ರಾಜನಿಗೆ ಹಾಗೂ ಫ್ರಾನ್ಸ್‌ಗೆ ಸರ್ಕಾರದ ಆಡಳಿತ ಸೂತ್ರಗಳು ಮಜಾರಿನ್ನನ ಕೈಗೆ ಬಂದವು. ರಿಚೆಲ್ಯು ಯಶಸ್ವಿಯಾಗಿ ನಿರ್ವಹಿಸಿದಂಥ ಕಾರ್ಯವನ್ನು ಈತನು ಮುಂದುವರಿಸಿದನು. ಮಜಾರಿನ್ ತೀರಿಕೊಂಡಾಗ ಹದಿನಾಲ್ಕನೆ ಲೂಯಿಯು ಸರ್ಕಾರವನ್ನು ತನ್ನ ಕೈವಶಕ್ಕೆ ತೆಗೆದುಕೊಂಡನು.

ಹದಿನಾಲ್ಕನೆ ಲೂಯಿಯ ಕಾಲ: ಹದಿನಾಲ್ಕನೆ ಲೂಯಿಯು (1643–1715) ಉತ್ತರಾಧಿಕಾರಿಯಾದದ್ದು ತನ್ನ ಹಿಂದಿನ ಅದ್ಭುತ ವ್ಯಕ್ತಿಗಳಿಂದಾಗಿ. ವಾಸ್ತವವಾಗಿ ಲೆ ಗ್ರ್ಯಾಂಡ್ ಮಾನಾರ್ಖೆ (ಮಹಾನ್ ಚಕ್ರವರ್ತಿ) ಎಂಬ ಬಿರುದು ಈತನ ಕಾರ್ಯಗಳಿಂದಾಗಿ ದೊರೆತದ್ದಲ್ಲ. ಆತನಿಗೆ ಈ ಬಿರುದನ್ನು ಹಾಗೆಯೇ ನೀಡಿದ್ದು. ಈ ಅವಧಿಯಲ್ಲಿ ಫ್ರಾನ್ಸ್‌ನ ಕಾಲ ಉಚ್ಛ್ರಾಯತೆಯಿಂದ ಕೂಡಿದ ಕಾಲವಾಗಿತ್ತು. ಆದರೆ ಆತನ ಆಳ್ವಿಕೆಯ ಕೊನೆಯ ಹೊತ್ತಿಗೆ ಅದು ಇಳಿಮುಖವಾಗತೊಡಗಿತ್ತು. ಆತನಲ್ಲಿ ಮಹಾನ್ ರಾಜನ ಎಲ್ಲ ಲಕ್ಷಣಗಳೂ ಇದ್ದವು. ಆತನಲ್ಲಿ ಶೌರ್ಯ, ತಿಳಿವಳಿಕೆ, ಗಾಂಭೀರ್ಯ ಮುಂತಾದ ಎಲ್ಲ ಗುಣಗಳಿದ್ದವು. ದೈವಿಕ ಹಕ್ಕಿನ ಆಧಾರದ ಮೇಲೆ ಅಸ್ತಿತ್ವದಲ್ಲಿದ್ದ ನಿರಂಕುಶಾಧಿಕಾರದ ಬಗ್ಗೆ ಆತನಿಗೆ ನಂಬಿಕೆಯಿತ್ತು. ತನ್ನ ಅಧಿಕಾರ ಸಂಪೂರ್ಣವಾದದ್ದು, ತಾನು ದೇವರಿಗಲ್ಲದೆ ಬೇರಾರಿಗೂ ತಲೆತಗ್ಗಿಸಬೇಕಾಗಿಲ್ಲ ಎಂಬ ನಿಲುವನ್ನು ಆತನು ಹೊಂದಿದ್ದನು. ಸರ್ಕಾರವನ್ನು ತಾನೇ ನಡೆಸತೊಡಗಿದನು. ಮಂತ್ರಿಗಳು ಕೇವಲ ಅವನ ಮಾತಿನಂತೆ ನಡೆದುಕೊಂಡರು. ಸರ್ಕಾರದ ಸಣ್ಣಪುಟ್ಟ ವಿಷಯದಲ್ಲೂ ಈತನು ಬಹಳ ಎಚ್ಚರಿಕೆ ವಹಿಸಿದ್ದರಿಂದ ಈತನ ಆಳ್ವಿಕೆ ಬಹುಮಟ್ಟಿಗೆ ಯಶಸ್ಸನ್ನು ಗಳಿಸಿತು. 'ಕೆಲಸದಿಂದ ಒಬ್ಬನು ಆಳುತ್ತಾನೆ ಮತ್ತು ಕೆಲಸಕ್ಕಾಗಿ ಆಳುತ್ತಾನೆ' ಎಂಬುದು ಆತನ ಹೇಳಿಕೆಯಾಗಿತ್ತು.

ಹದಿನಾಲ್ಕನೆಯ ಲೂಯಿಯು ತನ್ನ ದೇಶದ ಸಾಮಾನ್ಯ ವಿಷಯಗಳ ಬಗ್ಗೆ ತನ್ನ ಕಾಲವನ್ನು ವ್ಯಯಿಸಲಿಲ್ಲ. ವರ್ಸೇಲ್ಸ್ ರಾಜಸ್ಥಾನವು ಯೂರೋಪಿನ ಪ್ರತಿಯೊಬ್ಬ ಚಕ್ರವರ್ತಿಯ ಅಸೂಯೆಗೆ ಕಾರಣವಾಯಿತು. ಕಲಾವಿದರು, ಲೇಖಕರು, ಬುದ್ಧಿವಂತ ಜನರು ಇವರೆಲ್ಲರಿಗೂ ಇಲ್ಲಿ ರಾಜಾಶ್ರಯ ಸಿಕ್ಕಿತು. ಆತನ ಆಶ್ರಯದಲ್ಲಿ ಫ್ರೆಂಚ್ ಸಾಹಿತ್ಯ ಮತ್ತು

ಕಲೆಗಳು ಅಭಿವೃದ್ಧಿಗೊಂಡವು. ಕೋಲ್ಬರ್ಟ್ (1619–1683) ಎಂಬ ಅರ್ಥಶಾಸ್ತ್ರಜ್ಞನಿಗೆ ಹಣಕಾಸು ವಿಭಾಗವನ್ನು ನೀಡಿದ್ದರಿಂದ ಅವನು ತೆರಿಗೆ ವಸೂಲಿಯಲ್ಲಿ ಆಗುತ್ತಿದ್ದ ದುರ್ವ್ಯವಹಾರಗಳನ್ನು ನಿಲ್ಲಿಸಿದನು. ಬೇಸಾಯಕ್ಕೆ ಪ್ರೋತ್ಸಾಹ ನೀಡಿದನು. ರಸ್ತೆಗಳನ್ನು ಮತ್ತು ಕಾಲುವೆಗಳನ್ನು ನಿರ್ಮಿಸಿದನು. ಸ್ವದೇಶೀ ಉದ್ದಿಮೆಗಳನ್ನು ರಕ್ಷಿಸುವ ಸಲುವಾಗಿ ವಿದೇಶಿ ಆಮದು ವಸ್ತುಗಳ ಮೇಲೆ ಸುಂಕಗಳನ್ನು ವಿಧಿಸಿದನು. ಫ್ರಾನ್ಸ್ ದೇಶವು ಯುದ್ಧಗಳಲ್ಲಿ ಭಾಗವಹಿಸಿದ್ದೇ ಹದಿನಾಲ್ಕನೆ ಲೂಯಿ ಮಾಡಿದ ಭೀಕರ ತಪ್ಪುಗಳ ಪೈಕಿ ಒಂದಾಗಿತ್ತು. ಇದರಿಂದಾಗಿ ಫ್ರಾನ್ಸ್ ದೇಶದ ಖಜಾನೆ ಬರಿದಾಗಿ ದೇಶವು ದಿವಾಳಿಯಾಗುವ ಸ್ಥಿತಿಗೆ ಬಂತು. ದೊರೆ ಮರಣಶಯ್ಯೆಯಲ್ಲಿದ್ದಾಗ ತನ್ನ ಉತ್ತರಾಧಿಕಾರಿಯನ್ನು ಕರೆದು ಹೀಗೆ ಹೇಳಿದನು: "ಮಗು, ಶೀಘ್ರದಲ್ಲಿಯೇ ನೀನು ಈ ಸಿಂಹಾಸನದ ಉತ್ತರಾಧಿಕಾರಿಯಾಗುವೆ. ದೇವರಿಗೆ ನೀನು ಋಣಿಯಾಗಿರಬೇಕೆನ್ನುವುದನ್ನು ಮರೆಯಬೇಡ. ಈಗ ನೀನು ಏನಾಗಿರುವೆಯೋ ಅದಕ್ಕೆಲ್ಲ ಆತನೇ ಕಾರಣ. ನಿನ್ನ ನೆರೆಹೊರೆಯವರೊಂದಿಗೆ ಶಾಂತಿಯಿಂದಿರು. ಯುದ್ಧದ ಬಗ್ಗೆ ನನಗೆ ಇರುವ ಆಸೆಯನ್ನು ನೀನು ಅನುಕರಿಸಬೇಡ. ಇಲ್ಲವೆ ನನ್ನಂತೆ ದುಂದುವೆಚ್ಚವನ್ನು ಮಾಡಬೇಡ. ನೀನು ಮಾಡುವ ಎಲ್ಲ ಕಾರ್ಯಗಳಲ್ಲೂ ಎಲ್ಲರ ಸಲಹೆ ಕೇಳು. ಹೀಗೆ ಮಾಡುವುದರಿಂದ ಮಾತ್ರವೇ ಯಾವುದನ್ನು ನಾನು ದುರದೃಷ್ಟವಶಾತ್ ಸಾಧಿಸಲಿಲ್ಲವೊ ಅದನ್ನು ನೀನು ಸಾಧಿಸಬಹುದು" ಇದು ನಿಜವಾದ ಉಪದೇಶವೇನೋ ಹೌದು. ಆದರೆ ಇದನ್ನು ಯಾರೂ ಕೇಳಲಿಲ್ಲ.

ಹದಿನೈದನೆ ಲೂಯಿ: ಹದಿನೈದನೆ ಲೂಯಿ(1715–1774)ಯು ಹದಿನಾಲ್ಕನೆ ಲೂಯಿಯ ಸಮರ್ಥ ಉತ್ತರಾಧಿಕಾರಿಯಾಗಲಿಲ್ಲ. ಇವನ ಮನಸ್ಸು ಚಂಚಲ ಮತ್ತು ದುರ್ಬಲ. ಸರ್ಕಾರದ ವಿಷಯಗಳಲ್ಲಿ ಗಮನಹರಿಸುವ ಬದಲು ಬೇಟೆ ಮತ್ತು ಸ್ತ್ರೀಯರ ಸಂಗದಲ್ಲಿ ಕಾಲಕಳೆದನು. ತನ್ನ ದೇಶ ಎದುರಿಸುತ್ತಿರುವ ಭಯಾನಕ ಪರಿಸ್ಥಿತಿಯನ್ನು ಈತನಿಗೆ ತಿಳಿಸಿದಾಗ, ಇವನು ಸ್ವಸ್ತಿಪಾನಮಾಡುತ್ತ "ನನ್ನ ನಂತರ ವಿನಾಶ" ಎಂದು ನುಡಿದನು. ಆತನ ಭವಿಷ್ಯ ನಿಜವಾಯಿತು. ನಿರಂಕುಶ ಪ್ರಭುತ್ವದ ಆರಂಭವೇನೋ ಫ್ರಾನ್ಸಿನಲ್ಲಿ ಶುಭಸೂಚಕವಾಗಿದ್ದರೂ ಅದರ ಘನತೆಗೌರವಗಳು ಕುಸಿದುಬಿದ್ದವು. ಫ್ರಾನ್ಸಿನ ಮಹಾಕ್ರಾಂತಿಗೆ ವೇದಿಕೆ ಸಜ್ಜಾಯಿತು.

ಆಸ್ಟ್ರಿಯಾ

18ನೆಯ ಶತಮಾನದಲ್ಲಿ, ಫ್ರಾನ್ಸನ್ನು ಬಿಟ್ಟರೆ, ಆಸ್ಟ್ರಿಯಾವೇ ಯೂರೋಪಿನಲ್ಲೆಲ್ಲ ಅತ್ಯಂತ ಪ್ರಮುಖ ರಾಜ್ಯವಾಗಿತ್ತು. ಅದು ತುರ್ಕರ ವಿರುದ್ಧ, ಪ್ರಾಟಿಸ್ಟೆಂಟ್ ಮತದ ವಿರುದ್ಧ ಮತ್ತು ಉದಾರನೀತಿಯ ವಿರುದ್ಧದ ಪ್ರಮುಖ ವಿರೋಧಿ ರಾಷ್ಟ್ರವಾಗಿತ್ತು. ಯೂರೋಪಿನ ಅಂತರರಾಷ್ಟ್ರೀಯ ವ್ಯವಹಾರಗಳಲ್ಲಿ ಆಸ್ಟ್ರಿಯ ಸರ್ಕಾರ ಮಹತ್ವಪೂರ್ಣ ಪ್ರಭಾವ ಹೊಂದಿತು. ವರ್ಸೇಲ್ಸ್ ರಾಜಾಸ್ಥಾನದ ವೈಭವ ವಿಯನ್ನಾದ ರಾಜಾಸ್ಥಾನದಲ್ಲಿ ಕಾಣಿಸುತ್ತಿತ್ತು. ಇತಿಹಾಸದ ಸುಪ್ರಸಿದ್ಧ ಮಹಿಳಾ ಅರಸಿಯರಲ್ಲಿ ಮರಿಯಾ ಥೆರೇಸಾ (1745–1780) ಮತ್ತು ಆಕೆಯ ಮಗ ಎರಡನೆ ಜೋಸೆಫ್ (ಮರಣ 1790) ಇಬ್ಬರೂ ಬುದ್ಧಿಜೀವಿಗಳಾದ ನಿರಂಕುಶ ಪ್ರಭುಗಳಾಗಿದ್ದರು. ಅವರು ಧಾರ್ಮಿಕ ಮನೋಭಾವದಿಂದ ಕೂಡಿದವರಾಗಿದ್ದು, ತಮ್ಮ ಪ್ರಜೆಗಳ ಹಿತರಕ್ಷಣೆಯಲ್ಲಿ ತೊಡಗಿದ್ದರು. ಸ್ಥಳೀಯ ಮಂಡಳಿಗಳನ್ನು ರದ್ದುಗೊಳಿಸುವ ಮೂಲಕ ಅವರು ಸರ್ಕಾರದ ಅಧಿಕಾರವನ್ನು ಕೇಂದ್ರೀಕರಿಸಿದರು. ಅವರು ಕಲೆ, ಸಂಗೀತ ಮತ್ತು ಚಿತ್ರಕಲೆಗಳಿಗೆ ಪ್ರೋತ್ಸಾಹ ನೀಡಿದರು. ಎರಡನೆ ಜೋಸೆಫನು ವಾಲ್ಟೈರ್ ಮತ್ತು ರೂಸೋ ಅವರನ್ನು ಮೆಚ್ಚಿಕೊಂಡಿದ್ದನು. "ನಾನು ತತ್ವಶಾಸ್ತ್ರವನ್ನು ನನ್ನ ಸಾಮ್ರಾಜ್ಯದ ಶಾಸಕನನ್ನಾಗಿ ಮಾಡಿದ್ದೇನೆ" ಎಂದು ಆತನು ಹೇಳುತ್ತಿದ್ದನು. ಆತನಲ್ಲಿ ಅತ್ಯಂತ ಉತ್ಸಾಹವಿತ್ತು ನಿಜ. ಆದರೆ "ಬುದ್ಧಿವಂತ ನಿರಂಕುಶ ಪ್ರಭುಗಳಲ್ಲಿ" ಈತನು ಅಷ್ಟೊಂದು ಯಶಸ್ವಿ ಎನಿಸಲಿಲ್ಲ. ಆತನ ಉದ್ದೇಶಗಳು ಒಳ್ಳೆಯವಾಗಿದ್ದವು, ಆದರೆ ಅವುಗಳನ್ನು ಆತನು ಕಾರ್ಯರೂಪಕ್ಕಿಳಿಸಲಿಲ್ಲ.

ಎರಡನೆ ಜೋಸೆಫನು ತೀರಿಕೊಳ್ಳುವ ಮೊದಲೆ ಶ್ರೀಮಂತ ವರ್ಗದ ವಿರೋಧಿಗಳು ಈತನ ಪ್ರಯತ್ನಗಳನ್ನು ವಿಫಲಗೊಳಿಸಿದರು. ರಾಜಕೀಯ ಹಿನ್ನೆಲೆ ಮೂಲಭೂತವಾಗಿ ದುರ್ಬಲವಾಗಿತ್ತು. ಆಸ್ಟ್ರಿಯಾವು ಭಾಗವಹಿಸಿದ್ದಂಥ ಫ್ರಾನ್ಸಿನ ಮಹಾಕ್ರಾಂತಿಯ ಯುದ್ಧಗಳಿಂದಾಗಿ ದೇಶ ಅವನತ್ತಿಯತ್ತ ಸಾಗಿತ್ತು. ನೆಪೋಲಿಯನ್ ಯುದ್ಧಗಳು ಆದ ಕೂಡಲೇ ಮೊದಲನೆ ಜಾಗತಿಕ ಯುದ್ಧದ ಅವಧಿಯಲ್ಲಿ ದುರ್ಬಲವಾದ ಆಸ್ಟ್ರಿಯಾವು ಸಂಪೂರ್ಣವಾಗಿ ಶರಣಾಗತವಾಯಿತು.

ಪ್ರಷ್ಯಾ

ಫ್ರೆಡ್ರಿಕ್ ಮಹಾಶಯ: ಅನೇಕ ವಿಷಯಗಳಲ್ಲಿ ಪ್ರಷ್ಯಾ ದೇಶದ ಫ್ರೆಡ್ರಿಕ್ ಮಹಾಶಯನು (1740–1786) "ಬುದ್ಧಿವಂತ ನಿರಂಕುಶ ಪ್ರಭುಗಳಲ್ಲಿ" ಅತ್ಯಂತ ಯಶಸ್ವಿಯಾದ ಚಕ್ರವರ್ತಿಯಾಗಿದ್ದನು. ಅವನು ಅತ್ಯಂತ ಮೇಧಾವಿಯಾದ ಸೈನಿಕ, ಚತುರ ರಾಜನೀತಿಜ್ಞ ಮತ್ತು ಸಮರ್ಥ ಆಡಳಿತಾಧಿಕಾರಿ. ತನ್ನ ಕಾಲದ ಬುದ್ಧಿವಂತ ಕೆಲಸ ಕಾರ್ಯಗಳಿಗೆ ಸಹಾಯ ಮಾಡುತ್ತಿದ್ದ. ನವೀನ ಭೌತವಿಜ್ಞಾನಿಗಳ ಬಗ್ಗೆ, ತತ್ವಶಾಸ್ತ್ರ, ಕಲೆ ಮತ್ತು ಸಾಹಿತ್ಯಗಳ ಬಗ್ಗೆ ಅವನಿಗೆ ಉತ್ಸಾಹವಿತ್ತು. ಸರ್ಕಾರದ

ಸಿದ್ಧಾಂತವನ್ನು ಕುರಿತು ಆತನು ಗ್ರಂಥವೊಂದನ್ನು ರಚಿಸಿದ್ದನು. "ಮನುಷ್ಯನಿಗೆ ತಲೆ ಎಷ್ಟು ಮುಖ್ಯವೊ ಹಾಗೆ ರಾಷ್ಟ್ರವನ್ನು ಆಳುವ ದೊರೆ ಮುಖ್ಯ. ಇಡೀ ಸಮುದಾಯವನ್ನು ಕುರಿತು ಅವನು ಯೋಚಿಸಬೇಕು, ಅದರ ಬಗ್ಗೆ ಸೂಕ್ತ ಕ್ರಮ ಕೈಗೊಳ್ಳಬೇಕು." "ಚಕ್ರವರ್ತಿಯು ನಿರಂಕುಶ ಯಜಮಾನನಲ್ಲ, ಆದರೆ ದೇಶದ ಮೊದಲ ಸೇವಕ ಮಾತ್ರ" ಎಂಬುದಾಗಿ ಆತನು ಪ್ರತಿಪಾದಿಸುತ್ತಿದ್ದನು. ಅವನು ಬೆಳಿಗ್ಗೆ ಆರು ಗಂಟೆಗೆ ನಿದ್ರೆಯಿಂದ ಎಚ್ಚೆತ್ತನೆಂದರೆ ಮತ್ತೆ ಮಧ್ಯರಾತ್ರಿ ಮಲಗುವವರೆಗೂ ದುಡಿಯುತ್ತಿದ್ದನು. ಇದರಲ್ಲಿಯೇ ಸಂಗೀತ, ಸಾಹಿತ್ಯ ಮತ್ತು ಒಪೆರಾಗಳಂಥ ಕಲಾತ್ಮಕ ವಿಷಯಗಳಿಗೂ ಸ್ವಲ್ಪ ವೇಳೆಯನ್ನು ತೆಗೆದಿರಿಸುತ್ತಿದ್ದನು. ಇತರ ಚಕ್ರವರ್ತಿಗಳಿಗೆ ಹಣಕಾಸಿನ ಬಗ್ಗೆ ತೊಂದರೆ ಇರುತ್ತಿತ್ತು. ಆದರೆ ಫ್ರೆಡ್ರಿಕ್ ಮಹಾಶಯ ತೀರಿಕೊಂಡಾಗ ದೊಡ್ಡ ಖಜಾನೆಯನ್ನೇ ಬಿಟ್ಟು ತೆರಳಿದ್ದನು. ಅದೇ ವೇಳೆಗೆ ಅವನಲ್ಲಿ ಅತ್ಯಂತ ಶ್ರೇಷ್ಠವಾದ ಮತ್ತು ಸನ್ನದ್ಧವಾದ ಸೈನ್ಯವೂ ಇತ್ತು. ಯೂರೋಪಿನ ಅತ್ಯುತ್ತಮ ಸೈನ್ಯಗಳಲ್ಲಿ ಇದೂ ಒಂದಾಗಿತ್ತು. ತುಂಬು ವೆಚ್ಚದಿಂದ ಕೈಗೊಂಡ ಯುದ್ಧಗಳಿಂದಾಗಿ ಪ್ರಷ್ಯಾವು ಸಿಲೇಷಿಯ ಮತ್ತು ಪೋಲೆಂಡಿನ ಬಹುಭಾಗವನ್ನು ತನ್ನ ವಶಕ್ಕೆ ತೆಗೆದುಕೊಂಡಿತು. ಅನೇಕ ಜರ್ಮನ್ ರಾಜ್ಯಗಳ ಪೈಕಿ ಇದು ಅತ್ಯಂತ ಶಕ್ತವಾದ ರಾಷ್ಟ್ರವಾಯಿತು. ಹಲವಾರು ಮಂದಿ ನಿರಂಕುಶ ಪ್ರಭುಗಳ ಬುದ್ಧಿವಂತಿಕೆ ಮತ್ತು ಬಲಗಳಿಂದ ಇದು ಮುಖ್ಯವಾಗಿ ಸಾಧ್ಯವಾಯಿತು.

ಪ್ರಷ್ಯಾದ ಫ್ರೆಡರಿಕ್ ದಿ ಗ್ರೇಟ್

ರಷ್ಯಾ

ರಷ್ಯಾದ ಕ್ಯಾಥರೀನಳ (1762–1796) ಬಗ್ಗೆ ಹೇಳದಿದ್ದರೆ ನಿರಂಕುಶ ಪ್ರಭುತ್ವದ ಬಗ್ಗೆ ಸಂಪೂರ್ಣವಾಗಿ ಹೇಳಿದಂತಾಗುವುದಿಲ್ಲ. ರಷ್ಯಾ ದೇಶವು ಅತ್ಯಂತ ವಿಶಾಲವಾದ, ಗೆಲ್ಲಲು ಕಷ್ಟಸಾಧ್ಯವಾದ, ಯೂರೋಪಿಯನ್ ರಾಷ್ಟ್ರಗಳ ಪೈಕಿ ಹೆಚ್ಚು ಪರಿಚಿತವಾಗಿರದಿದ್ದ ರಾಷ್ಟ್ರವಾಗಿತ್ತು. ರಷ್ಯನ್ನರು ಯೂರೋಪಿಯನ್ನರೂ ಅಲ್ಲ ಇಲ್ಲವೆ ಏಷ್ಯಾ ಜನಾಂಗದವರೂ ಅಲ್ಲ. ಆದರೆ ಎರಡೂ ಅವರಲ್ಲಿ ಮಿಳಿತವಾಗಿತ್ತು. ಅವರು ಪೂರ್ವ ಮತ್ತು ಪಶ್ಚಿಮಗಳ ಸಂಸ್ಕೃತಿಯನ್ನು ಒಳಗೊಂಡಿದ್ದವರು. ಜನರು ಬಡವರು, ಸಾಂಸ್ಕೃತಿಕವಾಗಿ ಹಿಂದುಳಿದವರು ಮತ್ತು ಹಳೆಯ ಸಂಪ್ರದಾಯಗಳಿಂದ ಈಗಷ್ಟೆ ಮೇಲೆ ಬರತೊಡಗಿದ್ದವರು. ರಷ್ಯಾ ಹಿಂದಿನಿಂದ, ಈಗಲೂ ಸಹ, ಯೂರೋಪಿಯನ್ನರಿಗೆ ಸಮಸ್ಯೆಯಾಗಿತ್ತು. ಪೀಟರ್ ಮಹಾಶಯನ ಕಾಲದಿಂದ (1682–1725), ರಷ್ಯಾದ ರಾಜಮನೆತನವಾದ ರೊಮನೋವ್‌ಗಳು ಯೂರೋಪಿನೊಡನೆ ಸಂಪರ್ಕಿಸಲು ಪ್ರಯತ್ನಿಸಿದವು. ಪಶ್ಚಿಮದ ಆಲೋಚನೆಗಳನ್ನು ಜಾರಿಗೆ ತಂದರು. ಆದರೆ ಅವು ಶ್ರೀಮಂತ ವರ್ಗವನ್ನು ದಾಟಿಕೊಂಡು ಈಚೆಗೆ ಬರಲೇ ಇಲ್ಲ. ರಷ್ಯನ್ನರು ಯೂರೋಪಿಯನ್ನರಂತೆ ಮುಖಕ್ಷೌರ ಮಾಡಿಕೊಂಡು ಅವರಂತೆಯೇ ಉಡುಗೆ – ತೊಡುಗೆಗಳನ್ನು ಧರಿಸಬೇಕೆಂದು ಪೀಟರ್ ಮಹಾಶಯನು ಶಾಸನವನ್ನು ಹೊರಡಿಸಿದನು. ಝಾರ್ ದೊರೆ ಸರ್ಕಾರದ ನೇತಾರನಾಗಿ ನಿರಂಕುಶವಾದ ಅಧಿಕಾರವನ್ನು ಹೊಂದಿದ್ದನು. ಆತನ ಬಳಿ ದೊಡ್ಡ ಸೈನ್ಯವಿತ್ತು. ತನ್ನ 'ಸುಧಾರಣೆ'ಗಳನ್ನು ಜಾರಿಗೆ ತರಲು ಮತ್ತು ಶಾಂತಿವ್ಯವಸ್ಥೆಗಳನ್ನು ಕಾಪಾಡಲು ಅದನ್ನು ಬಳಸುತ್ತಿದ್ದನು.

ಕ್ಯಾಥರೀನ್

ಸಂಪ್ರದಾಯಬದ್ಧ ಚರ್ಚಿನ ಮುಖ್ಯಸ್ಥನಾಗಿ ಪೀಟರ್ ತಾನೇ ಇದ್ದನು. ಇದರಿಂದಾಗಿ ಜನರ ಮೇಲೂ ತನ್ನ ಹಿಡಿತವನ್ನು ಅವನು ಸಾಧಿಸಲು ಸಾಧ್ಯವಾಯಿತು. ಝಾರನು ಚರ್ಚ್‌ನ ಗೌರವವನ್ನು ಎತ್ತಿಹಿಡಿದನು. ಪ್ರತಿಯಾಗಿ ಅವರೂ ಈತನ ನಿರಂಕುಶ ಅಧಿಕಾರವನ್ನು ಸಮರ್ಥಿಸಿದರು. ಅತ್ಯಂತ ಸಮರ್ಥ ರಾಜರಲ್ಲಿ ಒಬ್ಬಳಾಗಿದ್ದ ಕ್ಯಾಥರೀನಳು ಅನೈತಿಕ ಹೆಂಗಸಾಗಿದ್ದಳು. ಅವಳಿಗೆ ಯಾವುದೇ ಆತ್ಮ ಪ್ರತ್ಯಯವಾಗಲಿ ನೈತಿಕತೆಯಾಗಲಿ ಇರಲಿಲ್ಲ. ಅವಳು ತುದಿಯಿಂದ ಮುಡಿಯವರೆಗೂ ದಬ್ಬಾಳಿಕೆಯನ್ನೇ ತನ್ನಲ್ಲಿ ಮೂರ್ತೀಕರಿಸಿಕೊಂಡಿದ್ದಳು. ತಾನು ಬುದ್ಧಿವಂತೆಯಾದ ನಿರಂಕುಶಾಧಿಕಾರಿಣಿ ಎಂಬ ಹೆಮ್ಮೆ ಅವಳಿಗಿತ್ತು. ವಿಜ್ಞಾನದಲ್ಲಿ ಆಸಕ್ತಿಯಿತ್ತು. ರಾಜಕುಮಾರರನ್ನು ವಿದ್ಯಾಭ್ಯಾಸಕ್ಕಾಗಿ ಇಂಗ್ಲೆಂಡಿಗೆ ಕಳುಹಿಸಿದ್ದಳು. ಯಾವುದೇ ಸುಧಾರಣೆಯ ಬಗ್ಗೆ ಒಲವು ತೋರಲಿಲ್ಲ. ಅಲ್ಲದೆ ಜನಸಾಮಾನ್ಯರ ಬಡತನ ಮತ್ತು ಮೌಢ್ಯಗಳನ್ನು

ನಿವಾರಿಸಲು ಯಾವ ಪ್ರಯತ್ನವನ್ನೂ ಮಾಡಲಿಲ್ಲ. 'ನಮ್ಮ ರೈತರು ಯಾವತ್ತು ಬುದ್ಧಿವಂತರಾಗುತ್ತಾರೋ ಆ ದಿನ ನೀನು ಮತ್ತು ನಾನು ನಮ್ಮ ಸ್ಥಾನಗಳನ್ನು ಕಳೆದುಕೊಳ್ಳುತ್ತೇವೆ' ಎಂದು ಮಾಸ್ಕೋದ ಗವರ್ನರನಿಗೆ ಅವಳು ಹೇಳಿದಳು. ಇವಳು ಯೂರೋಪಿನ ರಾಷ್ಟ್ರಗಳ ನಡುವೆ ಮಾಸ್ಕೋವಿಗೆ ಮನ್ನಣೆ ದೊರಕಿಸಿಕೊಟ್ಟಳು. ಪೋಲೆಂಡ್ ಮತ್ತು ತುರ್ಕಿಗಳ ಹಿತಾಸಕ್ತಿಯನ್ನು ಬಲಿಗೊಟ್ಟು ಅವುಗಳ ಪ್ರದೇಶಗಳನ್ನು ತನ್ನ ರಾಜ್ಯಕ್ಕೆ ಸೇರಿಸಿಕೊಂಡಳು. ಆದರೂ ರಷ್ಯಾ ಹಿಂದುಳಿದ ದೇಶವಾಗಿಯೇ ಉಳಿಯಿತು. ಆ ದೇಶದಲ್ಲಿ ವ್ಯಾಪಾರೋದ್ಯಮಗಳು ಅಲ್ಪ ಪ್ರಮಾಣದಲ್ಲಿದ್ದವು. ಇದರ ಪರಿಣಾಮವಾಗಿ ಪ್ರಬಲ ಮಧ್ಯಮವರ್ಗ ಇರಲಿಲ್ಲ. ನಿರಂಕುಶ ಪ್ರಭುತ್ವ ರಾಜಕೀಯ ಏಕತೆಯನ್ನು ತಂದಿತು. ಆದರೆ 19ನೇ ಶತಮಾನದಲ್ಲಿ ಅದು ಬೇಜವಾಬ್ದಾರಿ ಮತ್ತು ದಬ್ಬಾಳಿಕೆಯ ಸರ್ಕಾರವಾಗಿ ಪರಿಣಮಿಸಿತು.

ಪೋರ್ಚುಗಲ್

ಹಳೆಯದು ಮತ್ತು ಚಿಕ್ಕದಾದ ಪೋರ್ಚುಗಲ್ 1500ರ ಹೊತ್ತಿಗೆ ಗಮನಾರ್ಹ ರಾಷ್ಟ್ರೀಯ ರಾಜ್ಯವಾಗಿ ಬೆಳೆಯಿತು. ಇದಕ್ಕೆ ಸಶಕ್ತರಾದ ರಾಜರ ಸಂತತಿ ಕಾರಣವಾಗಿತ್ತು. ಜೊತೆಗೆ ರಾಜಕುಮಾರ ಹೆನ್ರಿಯ ಪ್ರೋತ್ಸಾಹದಿಂದ ಅನೇಕ ವಿದೇಶಗಳನ್ನು ಕಂಡುಹಿಡಿದಿದ್ದೂ ಕಾರಣವಾಗಿತ್ತು. ಲ್ಯಾಟಿನ್ ಭಾಷೆಯ ಮೂಲದಿಂದ ಪೋರ್ಚುಗಲ್ ಭಾಷೆ ಬಂದದ್ದರಿಂದ ಅದರ ಸಾಹಿತ್ಯವೇನೂ ಸಾಧಾರಣವಾದದ್ದಾಗಿರಲಿಲ್ಲ. ಆ ಕಾಲದ ಯುಗಧರ್ಮಕ್ಕೆ ಅನುಗುಣವಾಗಿ ಚಕ್ರಾಧಿಪತ್ಯವು ನಿರಂಕುಶವಾದದ ಕಡೆಗೆ ತಿರುಗಿತ್ತು. ಹಿಂದಿನ ಕಾಲದಲ್ಲಿ ಪ್ರಮುಖ ಪಾತ್ರವಹಿಸಿದ್ದ ಕೊರೆಟ್ಸ್ (ಪಾರ್ಲಿಮೆಂಟ್) 1521ರ ನಂತರ ಹೇಳ ಹೆಸರಿಲ್ಲದಂತಾಯಿತು. ಪೋರ್ಚುಗೀಸ್ ರಾಜಕುಟುಂಬ ವರ್ಗವು ಕ್ಯಾಸ್ಟೀಲಿಯನ್ ವಂಶದೊಂದಿಗೆ ಸಂಬಂಧ ಹೊಂದಿತ್ತು. ಈ ಎರಡೂ ರಾಜ್ಯಗಳಲ್ಲಿದ್ದ ಜನರು ಇಂದಲ್ಲ ನಾಳೆ ಈ ರಾಜ್ಯಗಳು ಒಂದೇ ಚಕ್ರಾಧಿಪತ್ಯದ ಅಡಿಯಲ್ಲಿ ಒಂದಾಗುತ್ತವೆ ಎಂದು ನಂಬಿದ್ದರು.

ಜನಸಂಖ್ಯೆಯಲ್ಲಿ ಮತ್ತು ಸ್ಥಳೀಯ ಸಂಪನ್ಮೂಲಗಳಲ್ಲಿ ಸ್ಪೇನ್ ದೇಶ ಫ್ರಾನ್ಸಿನಷ್ಟು ಪ್ರಮುಖವಾಗಿರಲಿಲ್ಲ. ಆದರೆ ಫರ್ಡಿನ್ಯಾಂಡ್ ಮತ್ತು ಇಸಬೆಲ್ಲಾ ಅವರ ಪ್ರಯತ್ನಗಳಿಂದಾಗಿ ಐಶ್ವರ್ಯವು ತಾತ್ಕಾಲಿಕವಾಗಿಯಾದರೂ ವಿಶಾಲವಾದ ವಸಾಹತು ಸಾಮ್ರಾಜ್ಯದಿಂದ ಹರಿದುಬಂತು. ಇದರಿಂದ ಸ್ಪೇನ್ ರಾಜತಾಂತ್ರಿಕತೆಯಲ್ಲಿ ಮತ್ತು ಶಸ್ತ್ರಾಸ್ತ್ರಗಳಲ್ಲಿ ಮೇಲುಗೈ ಪಡೆಯಿತು. ಹದಿನಾರನೆ ಶತಮಾನದುದ್ದಕ್ಕೂ ಸ್ಪೇನ್ ತನ್ನ ಸ್ಥಾನವನ್ನು ರಾಷ್ಟ್ರೀಯ ಬಲ ಮತ್ತು ಸಂಪನ್ಮೂಲಗಳ ಮೂಲಕ ಉತ್ತಮಗೊಳಿಸಿಕೊಂಡಿತು.

ಸ್ಕಾಂಡಿನೇವಿಯನ್ ಚಕ್ರಾಧಿಪತ್ಯಗಳು

1500ರಲ್ಲಿ ವಾಯುವ್ಯ ಯೂರೋಪಿನಲ್ಲಿ ಮೂರು ರಾಜ್ಯಗಳಿದ್ದವು. ಅವುಗಳೆಂದರೆ ಡೆನ್ಮಾರ್ಕ್, ನಾರ್ವೆ ಮತ್ತು ಸ್ವೀಡನ್. ಈ ದೇಶಗಳು ಇಂದಿಗೂ ಅದೇ ಹೆಸರನ್ನು ಉಳಿಸಿಕೊಂಡಿವೆ. ಮಧ್ಯಯುಗಗಳಲ್ಲಿ ಈ ರಾಜ್ಯಗಳು ನಿರ್ಮಾಣಗೊಂಡಿದ್ದವು. ಈ ದೇಶದ ಜನರಾದ ಸ್ಕಾಂಡಿನೇವಿಯನ್ನರು ಸಾಹಸಿಗರಾಗಿದ್ದರು. ಅವರು ಎಲ್ಲಾ ದಿಕ್ಕುಗಳಲ್ಲಿ ವಲಸೆ ಹೋಗಿ ಇಂಗ್ಲೆಂಡ್, ಐರ್ಲೆಂಡ್, ಫ್ರಾನ್ಸ್ ಮತ್ತು ದಕ್ಷಿಣ ಇಟಲಿಯ ತೀರಪ್ರದೇಶಗಳನ್ನು ಆಕ್ರಮಿಸಿಕೊಂಡರು. ಅನಂತರ ಐಸ್‌ಲ್ಯಾಂಡ್ ಮತ್ತು ಗ್ರೀನ್‌ಲ್ಯಾಂಡ್‌ಗಳನ್ನು ವಸಾಹತುಗಳನ್ನಾಗಿ ಮಾಡಿಕೊಂಡು ಫಿನ್‌ಲ್ಯಾಂಡನ್ನು ಗೆದ್ದರು. ರಷ್ಯಾದ ಮೇಲೆ ಆಕ್ರಮಣ ನಡೆಸಿದರು. ಈ ಮೂರು ಸ್ಕಾಂಡಿನೇವಿಯನ್ ರಾಜ್ಯಗಳು ಅನೇಕ ವಿಷಯಗಳಲ್ಲಿ ಸಾಮ್ಯತೆ ಹೊಂದಿದ್ದವು. 1397ರಲ್ಲಿನ ಕಾಲ್ಮರ್ ಒಕ್ಕೂಟದಿಂದ ಡೆನ್ಮಾರ್ಕ್ ರಾಜನ ನೇತೃತ್ವದಲ್ಲಿ ರಾಜಕೀಯವಾಗಿ ಒಗ್ಗೂಡಿದ್ದರು. ಆದರೆ ಈ ಒಪ್ಪಂದ ಸ್ವೀಡನ್ ರಾಜ್ಯದವರಿಗೆ ಇಷ್ಟವಾಗಿರಲಿಲ್ಲ. ಆಮೇಲೆ ಒಂದಾದ ಮೇಲೊಂದರಂತೆ ದಂಗೆ ನಡೆಸಿದವು. ಈ ಅವ್ಯವಸ್ಥೆ ಐವತ್ತು ವರ್ಷಗಳಿಗೂ ಅಧಿಕವಾಗಿ ನಡೆಯಿತು. 16ನೇ ಶತಮಾನದಲ್ಲಿ ಚಕ್ರವರ್ತಿ ಗುಸ್ತಾವಸ್ ವಸಾ(1523–1560)ನ ನೇತೃತ್ವದಲ್ಲಿ ಸ್ವೀಡನ್ ಸ್ವತಂತ್ರ ರಾಷ್ಟ್ರವಾಯಿತು. ನಾರ್ವೆ (ಐಸ್‌ಲ್ಯಾಂಡ್ ಮತ್ತು ಗ್ರೀನ್‌ಲ್ಯಾಂಡ್ ಜೊತೆಗೆ)ಯು ಡೆನ್ಮಾರ್ಕಿನ ರಾಷ್ಟ್ರೀಯ ರಾಜ್ಯದ ಅಧೀನದಲ್ಲಿ ಉಳಿಯಿತು. ಹದಿನಾರನೆ ಶತಮಾನದಲ್ಲಿ ಸ್ವೀಡನ್ ಮತ್ತು ಡೆನ್ಮಾರ್ಕಿನ ರಾಜರು ಚರ್ಚ್ ಮೇಲೆ ನಿಯಂತ್ರಣವನ್ನು ಹೊಂದಿದ್ದರಲ್ಲದೆ ತಮ್ಮ ರಾಜ್ಯಗಳನ್ನು ಸಾಕಷ್ಟು ವಿಸ್ತರಿಸಿದರು. ಪಾರ್ಲಿಮೆಂಟುಗಳ ಮತ್ತು ನೊಬೆಲ್ಲರ ಪ್ರಭಾವವನ್ನು ಸಾಕಷ್ಟು ಕಡಿಮೆ ಮಾಡಿದರು.

ನಿರಂಕುಶವಾದದ ಅವನತಿ

ನಿರಂಕುಶವಾದದ ದೌರ್ಬಲ್ಯ: ನಿರಂಕುಶ ಪ್ರಭುತ್ವದ ಮುಖ್ಯ ದೌರ್ಬಲ್ಯವೆಂದರೆ ಅದು ರಾಜನ ವೈಯಕ್ತಿಕ ಗುಣವನ್ನು ಅವಲಂಬಿಸಿದ್ದು. ಯಾವಾಗ ಒಳ್ಳೆಯ ರಾಜನಿರುತ್ತಿದ್ದನೋ ಆಗ ಒಳ್ಳೆಯ ಸರ್ಕಾರವಿರುತ್ತಿತ್ತು. ಆದರೆ ಒಳ್ಳೆಯ ರಾಜರೇ ನಿರಂತರವಾಗಿ ಬರುತ್ತಾರೆ ಎಂದು ಆಶ್ವಾಸನೆ ಕೊಡುವಂತಿರಲಿಲ್ಲ. ಅನೇಕ ಮಂದಿ ರಾಜರು ತಮ್ಮ ಕರ್ತವ್ಯಗಳನ್ನು

ಮರೆತು ಸುಖಭೋಗದ ಲಾಲಸೆಯಲ್ಲಿ ಮುಳುಗಿ ಸರ್ಕಾರದ ವಿವರಗಳಿಗೆ ಲಕ್ಷ್ಯ ನೀಡುತ್ತಿರಲಿಲ್ಲ. ದಿನನಿತ್ಯದ ಕೆಲಸ ಕಾರ್ಯಗಳನ್ನು ಅಪ್ರಾಮಾಣಿಕ ಮಂತ್ರಿಗಳಿಗೆ ವಹಿಸುತ್ತಿದ್ದರು. ಅವರು ಜನಸಾಮಾನ್ಯರನ್ನು ಶೋಷಿಸುತ್ತಿದ್ದರು. ಎಲ್ಲದಕ್ಕಿಂತ ಮಿಗಿಲಾಗಿ ಈ ನಿರಂಕುಶ ಅರಸರು ತಮ್ಮ ರಾಜ್ಯ ವಿಸ್ತಾರವನ್ನು ಬಯಸುತ್ತಿದ್ದರು. ಯುದ್ಧಗಳಿಂದಾಗಿ ಅನೇಕ ವೇಳೆ ಆರ್ಥಿಕ ದಿವಾಳಿ ಈ ರಾಜ್ಯಗಳಲ್ಲಿ ಎದ್ದು ಕಾಣುತ್ತಿತ್ತು.

ಜನಪ್ರಿಯ ಸರ್ಕಾರದ ಸಾಕ್ಷ್ಯಗಳು: ನಿರಂಕುಶ ಪ್ರಭುತ್ವ ಅಸ್ತಿತ್ವದಲ್ಲಿದ್ದರೂ ಜನಪ್ರಿಯ ಸರ್ಕಾರದ ಭಾವನೆ ಸಂಪೂರ್ಣವಾಗಿ ನಾಶವಾಗಿರಲಿಲ್ಲ. ಕೆಲವೊಂದು ರಾಜ್ಯಗಳಲ್ಲಿ ಪ್ರಾತಿನಿಧಿಕ ಸಂಸ್ಥೆಗಳಿದ್ದವು. ಫ್ರಾನ್ಸಿನಲ್ಲಿ ಎಸ್ಟೇಟ್ಸ್ ಜನರಲ್ ಇದ್ದರೆ, ಸ್ಪೇನ್‌ನಲ್ಲಿ ಕಾರ್ಟೆಸ್ ಮತ್ತು ಇಂಗ್ಲೆಂಡಿನಲ್ಲಿ ಪಾರ್ಲಿಮೆಂಟ್‌ಗಳಿದ್ದವು. ಮೊದಲನೆ ಎರಡು ತಮ್ಮ ಪ್ರಭಾವವನ್ನು ಬೀರುವಲ್ಲಿ ವಿಫಲವಾದವು. ಆದರೆ 15ನೇ ಶತಮಾನದಲ್ಲಿ ಇಂಗ್ಲಿಷ್ ಪಾರ್ಲಿಮೆಂಟ್ ಉತ್ತಮ ಸಂಸ್ಥೆಯಾಗಿ ಉಳಿಯಿತು. ಉತ್ತರ ಇಟಲಿಯಲ್ಲಿ, ಫ್ರಾನ್ಸಿನಲ್ಲಿ ಮತ್ತು ಸ್ವಿಸ್ ಪ್ರಾಂತ್ಯಗಳಲ್ಲಿ ಪ್ರಾತಿನಿಧಿಕ ಸರ್ಕಾರಗಳಿದ್ದವು. ಯೂರೋಪಿನ ಇತರ ಭಾಗಗಳಲ್ಲಿ ಕೇಂದ್ರೀಕೃತ ಚಕ್ರಾಧಿಪತ್ಯಗಳಿದ್ದವು ಒಟ್ಟಿನಲ್ಲಿ ಹೇಳುವುದಾದರೆ 18ನೇ ಶತಮಾನದ ಉತ್ತರಾರ್ಧದವರೆಗೂ ನಿರಂಕುಶವಾದವೇ ಪರಮೋಚ್ಚವಾಗಿತ್ತು.

ನಿರಂಕುಶವಾದದ ವಿರುದ್ಧ ಆಕ್ರಮಣಗಳು: ನಿರಂಕುಶವಾದಕ್ಕೆ ವಿರುದ್ಧವಾಗಿ 16ನೇ ಶತಮಾನದಲ್ಲಿ ನೆದರ್‌ಲ್ಯಾಂಡ್ಸ್ ಸ್ಪೇನ್ ವಿರುದ್ಧ ಬಂಡಾಯವೆದ್ದಿತು. ಹಾಗೂ ಒಂದು ಶತಮಾನದ ನಂತರ ಪಾರ್ಲಿಮೆಂಟ್‌ನ ಅಧಿಕಾರದಡಿ ಡಚ್ ಗಣರಾಜ್ಯ ಸ್ಥಾಪನೆಗೊಂಡಿತು. 17ನೇ ಶತಮಾನದಲ್ಲಿ ಬೊಹಿಮಿಯಾದಲ್ಲಿ ಝೆಕ್ ಬಂಡಾಯ ನಡೆಯಿತು ಆದರೆ ಅದನ್ನು ಅಡಗಿಸಲಾಯಿತು. ಪೋಲೆಂಡ್ ನಿರಂಕುಶವಾದವನ್ನು ಖಂಡಿಸಿತು. ಆದರೆ ಪ್ರಷ್ಯಾ, ರಷ್ಯಾ ಮತ್ತು ಆಸ್ಟ್ರಿಯಾಗಳ ರಾಜ್ಯ ವಿಸ್ತಾರದ ಮಹದಾಸೆಯಿಂದಾಗಿ ಅದು ಯಜ್ಞಪಶುವಾಯಿತು. ಇದೇನೂ ಬಹಳ ಮಹತ್ವಪೂರ್ಣ ದಾಖಲೆಯೇನಲ್ಲ ಆದರೂ ನಿರಂಕುಶವಾದವನ್ನು ಅನೇಕ ಮಂದಿ ಚಿಂತಕರು ನಿಧಾನವಾಗಿ ಖಂಡಿಸತೊಡಗಿದರು.

16ನೆಯ ಶತಮಾನದಲ್ಲಿ ರಾಷ್ಟ್ರೀಯ ಚಕ್ರಾಧಿಪತ್ಯ ತಲೆ ಎತ್ತುತ್ತಿದ್ದಂತೆಯೇ ಅದಕ್ಕೆ ಸಂವಾದಿಯಾಗಿ ಯೂರೋಪಿಯನ್ ಜನರ ನಡುವೆ ರಾಷ್ಟ್ರೀಯ ದೇಶಾಭಿಮಾನವೂ ಬೆಳೆಯಿತು. ಹಲವಾರು ಶತಮಾನಗಳಿಂದ ಯೂರೋಪಿನಲ್ಲಿ ವಿವಿಧ ರಾಷ್ಟ್ರೀಯತೆಗಳಿದ್ದವು. ಬೇರೆ ಬೇರೆ ಭಾಷೆಗಳಿದ್ದವು. ಆದರೆ ಯೂರೋಪಿಯನ್ ಜನಸ್ತೋಮ ತಮಗೆ ಸಂಬಂಧಪಟ್ಟ ಭಾಷಾವಾರು ಸಮೂಹಗಳಿಗೆ ನಿಷ್ಠೆತೋರುವ ಬದಲು ಸಾಮ್ರಾಜ್ಯಕ್ಕೆ ಇಲ್ಲವೆ ನಗರ ರಾಜ್ಯಕ್ಕೆ ಸೈನಿಕ ಮುಖ್ಯಾಧಿಕಾರಿಗೆ ಇಲ್ಲವೆ ಜಮೀನ್ದಾರನಿಗೆ, ಊಳಿಗಮಾನ್ಯ ಪದ್ಧತಿಗಳಿಗೆ ಇಲ್ಲವೆ ಕ್ರಿಶ್ಚಿಯನ್ ಪೀಠಕ್ಕೆ ನಿಷ್ಠೆ ತೋರುತ್ತಿದ್ದವು.

* * * * *

ಅಧ್ಯಾಯ - 6

ಇಂಗ್ಲೆಂಡ್‌ನಲ್ಲಿ ಸಂಸದೀಯ ಸಂಸ್ಥೆಗಳ ಬೆಳವಣಿಗೆ

ಪಾರ್ಲಿಮೆಂಟ್ ಉಗಮ

ಇಂಗ್ಲೆಂಡ್‌ನ್ನು ಬಿಟ್ಟರೆ ಯೂರೋಪಿನ ಯಾವುದೇ ಇತರ ರಾಷ್ಟ್ರಗಳಲ್ಲಿ ನಿರಂಕುಶ ಪ್ರಭುತ್ವದಿಂದ ಪ್ರಜಾಪ್ರಭುತ್ವಕ್ಕೆ ವಿಕಾಸಗೊಂಡ ಸರ್ಕಾರ ಕಾಣಬರುವುದಿಲ್ಲ. ಆರಂಭದ ಕಾಲಗಳಲ್ಲಿ, ಸರ್ಕಾರ ನಿರಂಕುಶವಾಗಿತ್ತು ಮತ್ತು ಊಳಿಗಮಾನ್ಯ ಪದ್ಧತಿಯ ಆಚರಣೆಯಲ್ಲಿ ನೆಲೆಗೊಂಡಿತು. ಇಂಗ್ಲಿಷ್ ಇತಿಹಾಸದಲ್ಲೇ ಅತ್ಯಂತ ಪ್ರಸಿದ್ಧ ದಸ್ತೈವೇಜುಗಳಲ್ಲಿ ಒಂದಾದ ಮ್ಯಾಗ್ನಕಾರ್ಟ(1215)ದಲ್ಲಿ ಇಂಗ್ಲಿಷ್ ಪಾರ್ಲಿಮೆಂಟರಿ ಪದ್ಧತಿಯನ್ನು ಗುರುತಿಸಬಹುದು. ಕಿಂಗ್ ಜಾನ್ (ಮರಣ 1216) ಈ ದಸ್ತಾವೇಜಿಗೆ ಒಲ್ಲದ ಮನಸ್ಸಿನಿಂದ ಸಹಿ ಹಾಕಬೇಕಾಯಿತು ಅದರಲ್ಲಿ ನೀಡಲಾಗಿದ್ದ ಹಕ್ಕುಗಳು ಜನಸಾಮಾನ್ಯರಿಗೆ ಅನ್ವಯವಾಗದಿದ್ದರೂ ಬ್ಯಾರನ್‌ಗಳಿಗೆ ಮತ್ತು ಚರ್ಚ್‌ನವರಿಗೆ ಅನ್ವಯವಾಗುತ್ತಿದ್ದವು. ನಿರಂಕುಶ ರಾಜನ ವಿರುದ್ಧ ಜನರು ತಮ್ಮ ಹಕ್ಕುಗಳನ್ನು ರಕ್ಷಿಸಿಕೊಳ್ಳುವ ಒಂದು ಅವಕಾಶವನ್ನು ಇದು ಒದಗಿಸಿತು. ಗ್ರೇಟ್ ಕೌನ್ಸಿಲ್ (ಬಹುಶಃ ಇದರಿಂದ ಮುಂದೆ ಪಾರ್ಲಿಮೆಂಟ್ ಹುಟ್ಟಿಕೊಂಡಿತು) ಬಗ್ಗೆ ಉಲ್ಲೇಖವಿದೆ. ಇದರ ಅನುಮತಿಯಿಂದಲೇ ತೆರಿಗೆಗಳನ್ನು ಹಾಕಬೇಕಿತ್ತು. ಸೈಮನ್ ಡೆ ಮಾಂಟ್‌ಫರ್ಟನು ಪಾರ್ಲಿಮೆಂಟನ್ನು (1265) ಕರೆದನು. 21 ಊರುಗಳಿಂದ ತಲಾ ಇಬ್ಬರು ನಾಗರಿಕರನ್ನು ಆಹ್ವಾನಿಸಿದನಲ್ಲದೆ ಅವರು ಬ್ಯಾರನ್‌ಗಳ ಜೊತೆ ಕುಳಿತು ತಮ್ಮ ಸ್ವಾತಂತ್ರ್ಯವನ್ನು ಹರಣಮಾಡುತ್ತಿದ್ದ ರಾಜನ ವಿರುದ್ಧ ರಕ್ಷಣೆ ಪಡೆಯಬೇಕೆಂದು ಸೂಚಿಸಿದನು. 1295ರಲ್ಲಿ ಮೊದಲನೆ ಎಡ್ವರ್ಡನು ಈಗ ಯಾವುದನ್ನು ನಾವು ಪಾರ್ಲಿಮೆಂಟ್ ಎಂದು ಕರೆಯುತ್ತೇವೆಯೋ ಅಂಥ ಸಭೆಯನ್ನು ಕರೆದನು. ಅದರಲ್ಲಿ ಹೌಸ್ ಆಫ್ ಲಾರ್ಡ್ಸ್ (ಲಾರ್ಡ್ಸ್ ಸ್ಪಿರಿಚ್ಯುಯಲ್ ಮತ್ತು ಟೆಂಪೊರಲ್) ಮತ್ತು ಹೌಸ್ ಆಫ್ ಕಾಮನ್ಸ್‌ಗಳಿಗೆ ಸಮಾನವಾದ ಎರಡು ಸದನಗಳಿದ್ದವು.

ಅಧಿಕಾರದಲ್ಲಿ ಬೆಳವಣಿಗೆ

ಆರಂಭದಲ್ಲಿ ಪಾರ್ಲಿಮೆಂಟ್ ಯಾವ ರೀತಿಯ ಸಂಸ್ಥೆಯಾಗಿತ್ತೆಂದರೆ ಅದು ರಾಜನು ಕೇಳುವ ಸಹಾಯಧನಗಳಿಗೆ ಅನುಮತಿ ನೀಡುವ ಸಂಸ್ಥೆಯಾಗಿತ್ತು. ಬಹುಕಾಲದವರೆಗೆ (ಸೈದ್ಧಾಂತಿಕವಾಗಿ ಈಗಲೂ ನಿಜ) ಕಾನೂನುಗಳನ್ನು ಮಾಡುವುದು ರಾಜನ ಹಕ್ಕಾಗಿತ್ತು. 17ನೇ ಶತಮಾನದ ಮಧ್ಯಭಾಗದವರೆಗೆ ಇಂಗ್ಲಿಷ್ ಸರ್ಕಾರದಲ್ಲಿ ಪಾರ್ಲಿಮೆಂಟ್ ನಿಜಕ್ಕೂ ಪ್ರಬಲವಾದ ಶಕ್ತಿಯೇನೂ ಆಗಿರಲಿಲ್ಲ. 17ನೇ ಶತಮಾನದ ಕೊನೆಯ ವೇಳೆಗೆ ಪಾರ್ಲಿಮೆಂಟಿನ ಸದಸ್ಯರಿಗೆ ವಾಕ್ ಸ್ವತಂತ್ರ್ಯ ಲಭಿಸಿತು. ತೆರಿಗೆಗಳನ್ನು ವಿಧಿಸುವ ಅಧಿಕಾರ ಸಿಕ್ಕಿತು. ನ್ಯಾಯಾಧೀಶರನ್ನು ಈಗ ನಿಯಂತ್ರಿಸುವ ಮತ್ತು ತೆಗೆದುಹಾಕುವ ಅವಕಾಶ ದೊರೆತಿತು. ಸೈನ್ಯವನ್ನು ನಿಯಂತ್ರಿಸುವ ಮತ್ತು ನಿಧಾನವಾಗಿ ಇಡೀ ರಾಷ್ಟ್ರದ ಮೇಲೆ ಪರಮೋಚ್ಚ ಅಧಿಕಾರವನ್ನು ಹೊಂದುವ ಘಟ್ಟವನ್ನು ತಲುಪಿತು. ಇದೊಂದು ಸುದೀರ್ಘವಾದ ಹೋರಾಟವಾಗಿತ್ತು. ಮೊದಲು ಇದು ನೊಬೆಲ್ಲರ ಮತ್ತು ರಾಜರ ನಡುವೆ, ಆನಂತರ ಸಾಮಾನ್ಯರ ಮತ್ತು ನೊಬೆಲ್ಲರ ನಡುವೆ, ಇಂಗ್ಲೆಂಡ್ ಪ್ರಜಾಪ್ರಭುತ್ವ ಸರ್ಕಾರವನ್ನು ಹೊಂದುವ ಮೊದಲು ಇದು ಸಂಭವಿಸಿತು.

ಎಲಿಜಬೆತ್ ಯುಗ

ಮೊದಲನೆ ಎಲಿಜಬೆತ್ (1558–1603) ಪಟ್ಟಕ್ಕೆ ಬಂದದ್ದು ಇಂಗ್ಲಿಷರಿಗೆ ವರಪ್ರದವಾಯಿತು. ಎಡ್ವರ್ಡನ ಆಳ್ವಿಕೆಯಲ್ಲಿ ರಾಷ್ಟ್ರವು ಪ್ರಾಟಿಸ್ಟೆಂಟ್ ಉಗ್ರವಾದಿಗಳ ಕೈಯಲ್ಲಿತ್ತು. ಅವರು ತಮ್ಮ ಸ್ಫೂರ್ತಿಗೆ ಜಿನಿವಾದ ಕ್ಯಾಲ್ವಿನ್‌ನನ್ನು ಆಶ್ರಯಿಸಿದ್ದರು. ಮೇರಿಯು ನಿಷ್ಠಾವಂತ ಕ್ಯಾಥೊಲಿಕಳಾಗಿದ್ದಳು. ಹಲವಾರು ತಿಂಗಳು ಆಕೆ ಪೋಪನನ್ನು ಮತ್ತು ಸ್ಪೈನ್ ದೇಶವನ್ನು ತೊಂದರೆಗೆ ಈಡುಮಾಡಿದ್ದಳು. ಅವಳು ಕ್ಯಾಥೊಲಿಕರ ಅಭಿಪ್ರಾಯದಂತೆ ಅನೈತಿಕ ಮತ್ತು ಪಾಪಪೂರ್ಣ ಮದುವೆಯಿಂದ ಜನಿಸಿದ ಜಾರಜಳಾಗಿದ್ದಳು. ಅದೂ ಅಲ್ಲದೆ ಕ್ಯಾಲ್ವಿನಿಸಂ ಅಥವಾ ಇತರ ತೀವ್ರಗಾಮಿ ಪ್ರಾಟಿಸ್ಟೆಂಟ್ ತತ್ವಗಳೊಂದಿಗೆ ಸಹಜವಾದ ಅನುಕಂಪವನ್ನೇನೂ ಹೊಂದಿರಲಿಲ್ಲ. ತನ್ನ ಪ್ರಜೆಗಳಿಗೆ ಅಗತ್ಯವಾದದನ್ನು ಕೊಡುವ ಮೂಲಕ ಅವಳು ದಂಗೆಯಿಂದ ತಪ್ಪಿಸಿಕೊಂಡಳು. ಪಾರ್ಲಿಮೆಂಟ್ ಅವಳನ್ನು ಎದುರಿಸಿದಾಗ ಅವಳು ರಾಜತ್ವದ ತತ್ವವನ್ನು ತನ್ನ ಕೌನ್ಸಿಲರ್‌ಗಳಲ್ಲಿ ಒಬ್ಬರ ಮೂಲಕ ಸಮರ್ಥಿಸಿಕೊಳ್ಳುತ್ತಿದ್ದಳು. ಆಗ ಆ ಕೌನ್ಸಿಲರ್ ನಿಧಾನವಾಗಿ ಪಾರ್ಲಿಮೆಂಟಿನ ಅಂಗೀಕಾರಕ್ಕಾಗಿ ಆಕೆಯ ನೀತಿಯನ್ನು ಆ ಸಭೆಯ ಮುಂದೆ ಪ್ರಸ್ತಾಪಿಸುತ್ತಿದ್ದನು.

ಒಂದನೆ ಎಲಿಜಬೆತ್

ತನ್ನ ರಾಣಿಯಿಂದಾಗಿ ಇಂಗ್ಲೆಂಡ್ ಅತ್ಯಂತ ಅದೃಷ್ಟಶಾಲಿ ದೇಶವಾಯಿತು. ಏಕೆಂದರೆ ಇಂಗ್ಲಿಷ್ ಇತಿಹಾಸದಲ್ಲಿ ಹದಿನಾರನೆ ಶತಮಾನದ ಉತ್ತರಾರ್ಧವು ಅತ್ಯಂತ ಕಠಿಣ ಕಾಲಗಳಲ್ಲಿ ಒಂದಾಗಿತ್ತು. ಮೇಲ್ನೋಟಕ್ಕೆ ಆ ಯುಗವು ಶಾಂತಿ ಸುವ್ಯವಸ್ಥೆಗಳಿಂದ ಕೂಡಿದ ಯುಗದಂತೆ ಕಾಣುತ್ತಿತ್ತು. ಇಂಗ್ಲಿಷ್ ಜನರು ಹಾಗೂ ಬಹುಮಂದಿ ಇತಿಹಾಸಕಾರರು ಎಲಿಜಬೆತ್‌ಳ ಯುಗವನ್ನು ಸುವರ್ಣಯುಗವೆಂದು ಕರೆದರು. ಸಣ್ಣ ಇಂಗ್ಲೆಂಡ್ ರಾಷ್ಟ್ರವು ಬೃಹತ್ ರಾಕ್ಷಸನಂತಿದ್ದ ಸ್ಪೈನ್ ದೇಶವನ್ನು ಸೋಲಿಸಿತು. ವಿಲಿಯಂ ಷೇಕ್ಸ್‌ಪಿಯರ್ ಮತ್ತು ಬೆನ್‌ಜಾನ್‌ಸನ್‌ರಂಥ ಸಾಹಿತಿಗಳು ಯೂರೋಪಿಯನ್ ಸಾಹಿತ್ಯರಂಗಮಂದಿರದ ಕೇಂದ್ರಬಿಂದುಗಳಾದರು. ಈ ವಿಷಯ ಎಲಿಜಬೆತ್ ಮತ್ತು ಅವಳ ಸರ್ಕಾರಕ್ಕೆ ದೊರೆತ ಪ್ರಶಂಸೆಯಾಗಿತ್ತು. ಏಕೆಂದರೆ ಹದಿನಾರನೆ ಶತಮಾನದ ಉತ್ತರಾರ್ಧದಲ್ಲಿ ಇಂಗ್ಲೆಂಡಿನ ಆರ್ಥಿಕತೆಯು ಇಳಿಮುಖವಾಗಿತ್ತು. ಅಲ್ಲದೆ ಇಂಗ್ಲಿಷ್ ಸಮಾಜವೂ ಬೃಹತ್ ಗಾತ್ರದ ಸಾಮಾಜಿಕ ಬಿಕ್ಕಟ್ಟುಗಳಿಂದ ಮತ್ತು ಧಾರ್ಮಿಕ ವಾದವಿವಾದಗಳಿಂದ ತುಂಬಿಹೋಗಿತ್ತು. ಹಾಗಾಗಿ ಎಲಿಜಬೆತಳು ತನ್ನ ಆಳ್ವಿಕೆಯುದ್ದಕ್ಕೂ ಸ್ಫೋಟಕ ತುಂಬಿದ ಸಣ್ಣ ಪೀಪಾಯಿಯ ಮೇಲೆ ಕುಳಿತಿದ್ದಳು ಎಂದರೆ ಅತಿಶಯೋಕ್ತಿಯೇನೂ ಆಗಲಾರದು.

ರಾಜ ಮತ್ತು ಪಾರ್ಲಿಮೆಂಟ್

ಮೊದಲನೆ ಜೇಮ್ಸ್

ಮಕ್ಕಳಿಲ್ಲದ ಎಲಿಜಬೆತಳು ತನ್ನ ಸಿಂಹಾಸನವನ್ನು ತನ್ನ ದಾಯಾದಿ ಸ್ಕಾಟ್ಲೆಂಡಿನ ಆರನೆಯ ಜೇಮ್ಸ್‌ಗೆ ಬಿಟ್ಟು ತೀರಿಕೊಂಡಳು. ಈತನೇ ಇಂಗ್ಲೆಂಡಿನ ಮೊದಲನೆ ಜೇಮ್ಸ್ (1603–1625). ಈತನು ಬಹಳ ವಿದ್ಯಾವಂತನೂ ಮತ್ತು ಸಮರ್ಥರಾಜನೂ ಆಗಿದ್ದನು. ತನ್ನ ಸ್ಕಾಟಿಷ್ ರಾಜ್ಯದಲ್ಲಿದ್ದುಕೊಂಡು ಹೆಚ್ಚು ವೈಭವಯುತವಾದ ಮತ್ತು ಶ್ರೀಮಂತವಾದ ಇಂಗ್ಲಿಷ್ ರಾಷ್ಟ್ರಕ್ಕೆ ರಾಜನಾಗಲು ಕಾಯುತ್ತಿದ್ದನು. ಇಂಗ್ಲಿಷ್ ಸಂಪ್ರದಾಯಸ್ಥರು ಜೇಮ್ಸ್ ಬಗ್ಗೆ ಸಹಾನುಭೂತಿ ಹೊಂದಿರಲಿಲ್ಲ. ಸ್ಕಾಟ್ಲೆಂಡ್‌ನಲ್ಲಿ ಈತನಿಗೆ ಪ್ರೆಸ್‌ಬಿಟೇರಿಯನ್ನರು ನಿರಂತರವಾಗಿ ತೊಂದರೆ ಕೊಡುತ್ತಿದ್ದರು. ರಾಜನು, ಬೇರೆ ಎಲ್ಲ ವ್ಯಕ್ತಿಗಳಂತೆ, ದೇವರ ನಿಯಮಕ್ಕೆ ಮತ್ತು ಆತನ ಚರ್ಚಿಗೆ ಅಧೀನನಾಗಿದ್ದಾನೆ ಎಂಬುದನ್ನು ನೆನಪಿಸಲು ಇಷ್ಟಪಡಲಿಲ್ಲ. ಜೇಮ್ಸ್‌ನಿಗೆ ಇಂಗ್ಲೆಂಡ್ ಬಗ್ಗೆ ಇಲ್ಲವೆ ಅದರ ಸಂಪ್ರದಾಯಗಳ ಬಗ್ಗೆ ಅಷ್ಟೊಂದು ತಿಳುವಳಿಕೆ ಇರಲಿಲ್ಲ. ಟ್ಯೂಡರ್ಸ್‌ಗಳಂತಲ್ಲದೆ ಈತನು ದೈವನಿಯಾಮಕ ರಾಜತ್ವವನ್ನು ಬಹು ಗಂಭೀರವಾಗಿ ಪರಿಗಣಿಸಿದನು. 17ನೇ ಶತಮಾನದಲ್ಲಿ ಯೂರೋಪ್ ಖಂಡದಲ್ಲಿ ರಾಜನ ನಿರಂಕುಶ ಅಧಿಕಾರ ಚೆನ್ನಾಗಿ ನೆಲೆಗೊಂಡಿತ್ತು. ಹಾಗಾಗಿ ಜೇಮ್ಸ್‌ನು ತನ್ನ ಅಧಿಕಾರ ಮತ್ತು ಗೌರವಗಳನ್ನು ಇಂಗ್ಲೆಂಡ್‌ನಲ್ಲಿ ಪ್ರಶ್ನಿಸುವುದಕ್ಕೆ ಕಾರಣವೇ ಇಲ್ಲ ಎಂದು ಭಾವಿಸಿದ್ದನು. ಎಂಟನೆಯ ಹೆನ್ರಿಯು ತನ್ನ ಸಾರ್ವಭೌಮತ್ವಾಧಿಕಾರವನ್ನು ಘೋಷಿಸಿದ್ದರೂ, ಪಾರ್ಲಿಮೆಂಟನ್ನು ಅಗೌರವಿಸುವ ಮಟ್ಟಕ್ಕೆ ಹೋಗಿರಲಿಲ್ಲ. ಜೇಮ್ಸನು ತನಗಿರುವ ದೈವದತ್ತ ಹಕ್ಕಿನ ಮೂಲಕ ಹಾಗೂ ರಾಜನಿಗೆ ಕಾನೂನುಗಳನ್ನು ಮಾಡುವ ಇಲ್ಲವೆ ಉಲ್ಲಂಘಿಸುವ ಅಧಿಕಾರವಿದೆ ಎಂದು ಹೇಳುವ ಮೂಲಕ ಪಾರ್ಲಿಮೆಂಟನ್ನು ತಾನು ಧಿಕ್ಕರಿಸಬಹುದೆಂದು ಭಾವಿಸಿದ್ದನು.

16ನೇ ಶತಮಾನದಲ್ಲಿ ಪಾರ್ಲಿಮೆಂಟ್ ಸ್ವಯಂ–ಪ್ರಜ್ಞಾ ಮತ್ತು ಸ್ವಯಂ–ಕೆಚ್ಚುಳ್ಳ ಸಂಸ್ಥೆಯಾಗಿತ್ತು. ಅದರ ಬಹುಮಂದಿ ಸದಸ್ಯರು ವಕೀಲರಾಗಿದ್ದರಲ್ಲದೆ ಸಾಮಾನ್ಯ ನಿಯಮದ ಬಗ್ಗೆ ಅವರಿಗೆ ಹೆಚ್ಚು ಕಾಳಜಿಯಿತ್ತು. ಅವರಲ್ಲಿ ಬಹುಮಂದಿ ಸಂಪ್ರದಾಯ ನಿಷ್ಠರಾಗಿದ್ದವರು ಇಲ್ಲವೆ ಪ್ರಾಟೆಸ್ಟೆಂಟರಾಗಿದ್ದವರು. ಚರ್ಚ್ ಆಫ್ ಇಂಗ್ಲೆಂಡ್ ಕೂಡಲೇ ಸುಧಾರಣೆಯಾಗಬೇಕೆಂದು ಅವರು ಬಯಸಿದ್ದರು. ಕೆಲವರು ಇದ್ದಂತೆಯೇ ಇರುವ ಸ್ಥಿತಿಯನ್ನು ವಿರೋಧಿಸಿದವರು. ಅನೇಕ ಸಂದರ್ಭಗಳಲ್ಲಿ ಎಲಿಜಬೆತಳ ಕಾಲದಲ್ಲಿ ಸಿಂಹಾಸನವನ್ನು ಪಾರ್ಲಿಮೆಂಟ್ ವಿರೋಧಿಸಿತು. ಆದರೆ ಅದರ ವಿರೋಧ ಬಹುಮಟ್ಟಿಗೆ ನಿರ್ದಿಷ್ಟ ವಿಷಯಗಳ ಬಗ್ಗೆ ಇತ್ತು. ಆದರೆ ಜೇಮ್ಸ್‌ನ ಕಾಲದಲ್ಲಿ ವಿರೋಧಿ ತಂಡಗಳು ರಾಜನಿಗೆ ವಿರೋಧ ವ್ಯಕ್ತಪಡಿಸುವಲ್ಲಿ ಒಂದಾದವು. ಜೇಮ್ಸ್‌ನ ಮನೋಭಿಪ್ರಾಯ ಹೇಗಿತ್ತೆಂದರೆ ಪಾರ್ಲಿಮೆಂಟ್ ಧಾರ್ಮಿಕ ಮತ್ತು ಆರ್ಥಿಕ ತತ್ವಗಳ ಬಗ್ಗೆ ತಳೆದಿದ್ದ ರಕ್ಷಣಾತ್ಮಕ ನಿಲುವು ತನ್ನದೇ ಆದ ಸಂವಿಧಾನತ್ಮಕ ಸ್ಥಾನದ ರಕ್ಷಣೆಗೆ ಸಂಬಂಧಪಟ್ಟಿದುದಾಗಿತ್ತು.

ಹೌಸ್ ಆಫ್ ಕಾಮನ್ಸ್‌ನ ಎಲ್ಲ ಸದಸ್ಯರೂ ಸಂಪ್ರಾದಾಯದ ಸಾಮಾನ್ಯ ಕಾನೂನಿನ ವಿಷಯದಲ್ಲಿ ತರಬೇತಿಯನ್ನು ಪಡೆದಿದ್ದರು. ರಾಜನನ್ನು ಟೀಕಿಸುತ್ತಿದ್ದವರಲ್ಲಿ ಬಹುಮಂದಿ ಪ್ರಸಿದ್ಧ ವಕೀಲರಾಗಿದ್ದರು. ರಾಜ ಮತ್ತು ಆತನ ಮಂತ್ರಿಗಳು ಸಾಮಾನ್ಯ ನಿಯಮಗಳ ಬಗೆಗೂ ವಿರೋಧ ವ್ಯಕ್ತಪಡಿಸುತ್ತಿದ್ದರು ಮತ್ತು ನಿರಾಸಕ್ತಿ ಹೊಂದಿದ್ದರು ಎಂಬುದು ಅವರಿಗೆ ತಿಳಿದಿತ್ತು. ಸಾಮಾನ್ಯ ಕಾನೂನು ಇಂಗ್ಲಿಷ್ ಸ್ವಾತಂತ್ರ್ಯದ ಶಕ್ತಿ ಎಂದು ಅವರು ಭಾವಿಸಿದ್ದರು. ರಾಜನ ಪ್ರವೃತ್ತಿಯ ಬಗ್ಗೆ ವಕೀಲರ ನಿಲುವು ಸರಿಯಾದದ್ದೇ ಎಂಬ ಬಗ್ಗೆ ಇಂದಿಗೂ ವಾದವಿದೆ. ಸಮರ್ಥನೀಯ ಅಂಶ ಸ್ವಲ್ಪವಾದರೂ ಇದೆ.

ಸಂವಿಧಾನಾತ್ಮಕ ಮತ್ತು ಧಾರ್ಮಿಕ ವಿಷಯಗಳನ್ನು ಕಡೆಗಾಣಿಸುವುದು ರಾಜನಿಗೆ ಸಾಧ್ಯವಿರಲಿಲ್ಲ. ಹೋರಾಟಗಳನ್ನು ನಿಲ್ಲಿಸುವುದೂ ಸಾಧ್ಯವಿರಲಿಲ್ಲ. ಬಹುಶಃ ಯಾವನೇ ಚಕ್ರವರ್ತಿ ಈ ಬಿಕ್ಕಟ್ಟನ್ನು ತಡೆಯುವುದು ಸಾಧ್ಯವಿರುತ್ತಿರಲಿಲ್ಲ.

ಇಂಗ್ಲಿಷ್ ಸಮಾಜದಲ್ಲಿ ಸಂಪ್ರದಾಯ ಪ್ರಮುಖ ಶಕ್ತಿಯಾಗಿತ್ತು. ಪ್ರಬಲವಾದ ಭಯೋತ್ಪಾದಕ ಆಳ್ವಿಕೆಯೊಂದೇ ಅದರ ನಾಯಕರ ಬಾಯಿಮುಚ್ಚಿಸಬಹುದಿತ್ತು. ಇಂಗ್ಲಿಷ್ ಸಂಪ್ರದಾಯಸ್ಥರು ತಮ್ಮ ಧರ್ಮವನ್ನು ಗಂಭೀರವಾಗಿ ಪರಿಗಣಿಸಿದ್ದರು. ರಾಜಕೀಯ, ಸಾಮಾಜಿಕ ಮತ್ತು ಧಾರ್ಮಿಕ ನಂಬಿಕೆಗಳ ಬಗ್ಗೆ ತೀರ್ಮಾನ ಕೈಗೊಳ್ಳುವುದು ವ್ಯಕ್ತಿಗೆ ಸಂಬಂಧಿಸಿದ ವಿಷಯ ಎಂದು ಅವರು ನಂಬಿದ್ದರು. ಸಂಪ್ರದಾಯವಾದ ಮತ್ತು ಸ್ಟುವರ್ಟ್ ನಿರಂಕುಶವಾದಗಳ ನಡುವೆ ಘರ್ಷಣೆ ನಡೆಯುವುದು ನಿಶ್ಚಿತವಾಗಿತ್ತು. ಮೊದಲನೆ ಜೇಮ್ಸ್‌ನು ಪೂರ್ಣ ಪ್ರಮಾಣದಲ್ಲಿ ದಮನಾತ್ಮಕ ಕಾರ್ಯಗಳನ್ನು ಕೈಗೊಳ್ಳದಿದ್ದರೂ ತನ್ನ ದೂರಾಲೋಚನೆಗಳಿಂದಾಗಿ ಈ ಘರ್ಷಣೆಯನ್ನು ತಪ್ಪಿಸುವುದು ಅವನಿಂದ ಸಾಧ್ಯವಾಗಲಿಲ್ಲ.

ಸಾರ್ವಭೌಮತ್ವದ ಕಷ್ಟಗಳು ಅದರ ಪ್ರತ್ಯಕ್ಷ ಹಾಗೂ ಅಪರಿಹಾರ್ಯ ಆರ್ಥಿಕ ಸಮಸ್ಯೆಗಳಿಂದಾಗಿ ಉಲ್ಬಣಗೊಂಡವು. ಯಾವುದು ಎಲಿಜಬೆತಳಿಗೆ ಕಷ್ಟವಾಗಿತ್ತೋ ಅದು ಜೇಮ್ಸ್‌ನಿಗೆ ಅಸಾಧ್ಯವಾಯಿತು. ಸಾರ್ವಭೌಮತ್ವದ ಬಗ್ಗೆ ಆತನಿಗಿದ್ದ ಮಹಾನ್ ಕಲ್ಪನೆ ಮತ್ತು ಆತನಿಗೆ ಬೇಕಾದ ಅನೇಕ ವಸ್ತುಗಳ ಬಗ್ಗೆ ಆತನಿಗಿದ್ದ ದುರಾಸೆ – ಇವುಗಳಿಂದಾಗಿ ರಾಜನ ವೆಚ್ಚಗಳು ಅಧಿಕವಾದವು. ಆದರೆ ಅದರ ಆದಾಯಗಳಾದರೂ ಮೊದಲಿನಂತೆಯೇ ಇದ್ದವು; ಇಲ್ಲವೆ ಕಮ್ಮಿಯಾಗಿದ್ದವು. ಟ್ಯೂಡರ್ ದೊರೆಗಳ ಅನೇಕ ಆರ್ಥಿಕ ಸಂಕಟಗಳನ್ನು ಹೋಗಲಾಡಿಸಿದ್ದ ಚರ್ಚಿನ ಭೂಮಿಗಳು ಹದಿನೇಳನೇ ಶತಮಾನದ ಆರಂಭದಲ್ಲಿಯೇ ಮರೆಯಾಗಿದ್ದವು.

ಎಲಿಜಬೆತಳಿಗಿಂತ ಜೇಮ್ಸ್‌ನೇ ಬಾರಿಬಾರಿಗೂ ಹಣಕ್ಕಾಗಿ ಪಾರ್ಲಿಮೆಂಟನ್ನು ಯಾಚಿಸಬೇಕಾಯಿತು. ಇಲ್ಲದೆ ಹೋಗಿದ್ದರೆ ಅದನ್ನೇ ಈತನು ಅಲಕ್ಷ್ಯ ಮಾಡಿರುತ್ತಿದ್ದನು. ಗ್ರಾಮೀಣ ಪಕ್ಷವನ್ನು ಎದುರಿಸಲು ಹೌಸ್ ಆಫ್ ಕಾಮನ್ಸ್ ಸಭೆಯಲ್ಲಿ ರಾಜನ ಪಕ್ಷವನ್ನು ಸಿದ್ಧಗೊಳಿಸಿರಲಿಲ್ಲ. ಪಾರ್ಲಿಮೆಂಟಿನೊಡನೆ ಆತನ ಸಂಬಂಧ ಸರಿಯಾಗಿಲ್ಲದೇ ಇದ್ದುದರಿಂದ ರಾಜನು ಹಣಕ್ಕಾಗಿ ಬೇಡಿಕೆಯನ್ನು ಸಲ್ಲಿಸಿದಾಗಲೆಲ್ಲ ಸದಸ್ಯರು ಸಂಸದೀಯ 'ಸ್ವಾತಂತ್ರ್ಯಗಳ' ಬಗ್ಗೆ ಚರ್ಚಿಸಬೇಕೆಂದು ಒತ್ತಾಯಿಸುತ್ತಿದ್ದರು. ಕೋಪದಿಂದಾಗಲಿ ಹಾಗೂ ತಿರಸ್ಕಾರದಿಂದಾಗಲೀ ಜೇಮ್ಸ್ ಪಾರ್ಲಿಮೆಂಟನ್ನು ರದ್ದುಗೊಳಿಸಿದಾಗ ಅದರ ಸಂವಿಧಾನಾತ್ಮಕ ಹಕ್ಕುಗಳು ನಾಶವಾಗುತ್ತವೆ ಎಂಬ ಹೆದರಿಕೆಯಿತ್ತು ಹಾಗೂ ತನಗೆ ಹೆಚ್ಚಿನ ಹಣ ಸಿಕ್ಕುವುದಿಲ್ಲವೆಂದು ಗೊತ್ತಿತ್ತು. ಹಣದ ಅವಶ್ಯಕತೆ ಆತನಿಗೆ ಇದ್ದುದರಿಂದ ಆತನು ಸುಂಕದ ದರಗಳನ್ನು ಏರಿಸಿದನು. ಹಾಗಾಗಿ ಆತನ ವಿರೋಧಿಗಳಿಂದ ಈತನು ಮತ್ತಷ್ಟು ದೂರಸರಿದನು.

ಪಾರ್ಲಿಮೆಂಟನ್ನು ಸರಿಯಾಗಿ ನಿರ್ವಹಿಸಲು ಆಗದೇ ಹೋದದ್ದು ಜೇಮ್ಸ್‌ನ ದೌರ್ಬಲ್ಯವಾಗಿತ್ತು. ಎಲಿಜಬೆತಳಂತಲ್ಲದೆ ಈತನು ಅದರ ಮಹತ್ವವನ್ನು ಅರಿತುಕೊಳ್ಳಲಿಲ್ಲ. ಇಲ್ಲವೆ ಹೌಸ್ ಆಫ್ ಕಾಮನ್ಸ್ ಸಭೆಯ ಮೂಲಕ ರಾಜನ ನಾಯಕತ್ವವನ್ನು ತೋರಿಸಲಿಲ್ಲ. ಪಾರ್ಲಿಮೆಂಟ್ ಬಗ್ಗೆ ಅಲಕ್ಷ್ಯದಿಂದಿದ್ದನು ಇಲ್ಲವೆ ಹೊರಗಿನಿಂದಲೇ ಅದನ್ನು ಎದುರಿಸಲು ಪ್ರಯತ್ನಿಸಿದನು.

ಮೊದಲನೆ ಚಾರ್ಲ್ಸ್ ಮತ್ತು ಮಹಾಕ್ರಾಂತಿ

ಇಂಗ್ಲೆಂಡ್‌ನ ಮೊದಲನೆ ಚಾರ್ಲ್ಸ್

ಜೇಮ್ಸ್‌ನ ಮಗ ಮೊದಲನೆ ಚಾರ್ಲ್ಸ್ (1625–1649) ಸಿಂಹಾಸನಕ್ಕೆ ಬಂದಮೇಲೆ ಪರಿಸ್ಥಿತಿ ಇನ್ನಷ್ಟು ಹದಗೆಟ್ಟಿತು. ಸುಶಿಕ್ಷಿತ ವರ್ಗದವರಿಂದ ಕೂಡಿದ ವಿರೋಧ ಪಕ್ಷವನ್ನು ಚಾರ್ಲ್ಸ್ ಎದುರಿಸಬೇಕಾಯಿತು. ಸಂಧಾನಕ್ಕಿಂತಲೂ ದಮನಾತ್ಮಕ ನೀತಿಯೇ ಉತ್ತಮವೆಂದು ಆತನು ಭಾವಿಸಿದನು. ಈ ಬಾರಿ ವಿಷಯಗಳನ್ನು ಸರಿಯಾಗಿಯೇ ನಿರ್ಧರಿಸಬೇಕೆಂದು ವಿರೋಧಪಕ್ಷ ತೀರ್ಮಾನಿಸಿತು. ಪಾರ್ಲಿಮೆಂಟ್ ಮತ್ತು ರಾಜ ಹಾಗೂ ದೇಶ ಮತ್ತು ರಾಜಸ್ಥಾನಗಳ ಬಗ್ಗೆ ಚರ್ಚೆ ನಡೆಸಲು ಇಡೀ ಇಂಗ್ಲೆಂಡ್ ಸಿದ್ಧವಾಯಿತು. ಮೊದಲನೆ ಚಾರ್ಲ್ಸ್ ದುರ್ಬಲ ರಾಜನಾಗಿದ್ದ, ಹಠಮಾರಿ ರಾಜನಾಗಿದ್ದ, ಹಾಗಾಗಿ ತಾನು ಎದುರಿಸಬೇಕಾಗಿ ಬಂದ ಗಂಭೀರ ಸಮಸ್ಯೆಯನ್ನು ಎದುರಿಸಲು ಅಸಮರ್ಥನಾಗಿದ್ದನು.

1628ರಲ್ಲಿ ಸರ್ ಎಡ್ವರ್ಡ್ ಕೋಕನು ಪಾರ್ಲಿಮೆಂಟ್ ಮುಂದೆ ಹಕ್ಕುಗಳ ಅರ್ಜಿಯನ್ನು ತಂದನು. ಇದೊಂದು ದಸ್ತಾವೇಜಾಗಿದ್ದು ಸೈದ್ಧಾಂತಿಕವಾಗಿ ಇಂಗ್ಲೆಂಡಿನ 'ಪ್ರಾಚೀನ ಸಂವಿಧಾನ'ವಾಗಿತ್ತು. ರಾಜನ ಅಧಿಕಾರಗಳನ್ನು ಕುರಿತಂತೆ ಹಲವಾರು ನಿರ್ದಿಷ್ಟ ನಿಬಂಧನೆಗಳ ಬಗ್ಗೆ ಚಾರ್ಲ್ಸ್ ಬಲವಂತವಾಗಿ ಒಪ್ಪಿಕೊಳ್ಳಬೇಕಾಯಿತು. ಪಾರ್ಲಿಮೆಂಟನ್ನು ಕೇಳದೆಯೆ ತೆರಿಗೆಗಳನ್ನು ವಿಧಿಸುವಂತಿರಲಿಲ್ಲ. ಖಾಸಗಿ ಮನೆಗಳಲ್ಲಿ ಸೈನಿಕರಿಗೆ ವಸತಿಗಳನ್ನು ಏರ್ಪಡಿಸುವಂತಿರಲಿಲ್ಲ. ಶಾಂತಿ ಕಾಲದಲ್ಲಿ ಯುದ್ಧಕಾಲದ ಕಾನೂನನ್ನು ಜಾರಿಗೆ ತರುವಂತಿರಲಿಲ್ಲ. ಇಂಗ್ಲಿಷ್ ಪ್ರಜೆಯಾದವನು ಕಾನೂನಿನ ಪ್ರಕಾರ ಅರ್ಜಿಸಲ್ಲಿಸುವ ಹಕ್ಕನ್ನು ಹೊಂದಿದ್ದನು. ಕಾನೂನಿನ ಶ್ರೇಷ್ಠತೆಯು ರಾಜನ ಮನಸ್ಸಿಗೆ ಬಂದ ಕಾನೂನಿಗಿಂತ ಮಾನ್ಯತೆ ಪಡೆದಿತ್ತು.

ರಾಜನ ವಿರುದ್ಧ ಮಾತನಾಡಿದ ಕಾರಣಕ್ಕಾಗಿ ಪಾರ್ಲಿಮೆಂಟ್ ಸದಸ್ಯರನ್ನು ಬಂಧಿಸಿದ್ದೇ ಆದರೆ ಪಾರ್ಲಿಮೆಂಟಿನ ಕೋಪವನ್ನು ರಾಜ ಎದುರಿಸಬೇಕಾಗುತ್ತಿತ್ತು. 1629ರಲ್ಲಿ ಹೌಸ್ ಆಫ್ ಕಾಮನ್ಸ್ ಸಭೆಯ ನಾಯಕ, ಸರ್ ಜಾನ್ ಎಲಿಯಟ್ಟನು ರಾಜನ ನೀತಿಗಳನ್ನು ಪ್ರಬಲವಾಗಿ ಪ್ರತಿಭಟಿಸಿದ್ದರಿಂದ ಆತನನ್ನು ಟವರ್ ಆಫ್ ಲಂಡನ್ನಿನಲ್ಲಿ ಬಂಧಿಸಿಡಲಾಯಿತು. ಎರಡು ವರ್ಷಗಳ ನಂತರ ಆತನು ಮೃತಪಟ್ಟನು. ಈ ತೀವ್ರ ರೀತಿಯ ಪ್ರಸಂಗ ರಾಜನ ವಿರುದ್ಧ ಜನಪ್ರತಿನಿಧಿಗಳು ಕೋಪಗೊಳ್ಳುವಂತೆ ಮಾಡಿತಲ್ಲದೆ ಸಂಧಾನ ಬಹಳ ಕಷ್ಟಕರವಾಗಿ ಪರಿಣಮಿಸಿತು.

ಪಾರ್ಲಿಮೆಂಟಿನಿಂದ ಚಾರ್ಲ್ಸ್‌ನಿಗೆ ಆದಾಯ ದೊರಕದೇ ಹೋದದ್ದರಿಂದ ಅದಿಲ್ಲದೆಯೇ ಆಳಲು ಅವನು ಪ್ರಯತ್ನಿಸಿದನು. 1629ರಿಂದ 1640ರ ವರೆಗೆ ಯಾವುದೇ ಪಾರ್ಲಿಮೆಂಟನ್ನು ಕರೆಯಲಿಲ್ಲ. 1630ರ ಮಧ್ಯದ ವೇಳೆಗೆ ರಾಜನ ಆರ್ಥಿಕ ಬಿಕ್ಕಟ್ಟು ಹೇಳಲಾರದಂತಾಗಿತ್ತು. 1635ರಲ್ಲಿ ರಾಜನ ಸರ್ಕಾರವು 'ಹಡಗು ಹಣ' ತೆರಿಗೆಯನ್ನು ದೇಶಾದ್ಯಂತ ವಿಧಿಸಿತು. ವ್ಯಾಪಕವಾಗಿ ಜನರು ಅದನ್ನು ಪ್ರತಿಭಟಿಸಿದರು. ಅದರಲ್ಲೂ ಜಾನ್ ಹ್ಯಾಂಪ್‌ಡೆನ್ ಎಂಬುವವನು ತೆರಿಗೆಯನ್ನು ನೀಡಲು ನಿರಾಕರಿಸಿದನು. ಪಾರ್ಲಿಮೆಂಟಿನ ಅನುಮತಿಯಿಲ್ಲದೆ ಚಾರ್ಲ್ಸ್‌ನು ಹಲವಾರು ತೆರಿಗೆಗಳನ್ನು ವಿಧಿಸಲು ಪ್ರಯತ್ನಿಸಿದನು. ಆದರೆ ಪ್ರತಿಯೊಂದಕ್ಕೂ ಉರಿವ ಬೆಂಕಿಗೆ ತುಪ್ಪವನ್ನು ಹಾಕಿದಂತೆ ಎಲ್ಲರಿಂದಲೂ ಪ್ರತಿಭಟನೆ ವ್ಯಕ್ತವಾಯಿತು.

ಮೊದಲನೆ ಚಾರ್ಲ್ಸ್‌ನ ಕಾಲದಲ್ಲಿ ಹೌಸ್ ಆಫ್ ಕಾಮನ್ಸ್ ಸಭೆಯ ಬಹುಮಂದಿ ಸದಸ್ಯರು ಇಂಗ್ಲಿಷ್ ಪ್ರಾಟೆಸ್ಟೆಂಟರಾಗಿದ್ದರಿಂದ ಅವರು ಕಾನೂನು ಮತ್ತು ಧಾರ್ಮಿಕ ವಿಷಯಗಳೆರಡರಲ್ಲೂ ಭಿನ್ನಮತವನ್ನು ತಳೆದಿದ್ದರು. ಆತನ ವಿದೇಶಾಂಗ ನೀತಿಯನ್ನು ತೀವ್ರವಾಗಿ ಪ್ರತಿಭಟಿಸಿದರು. ಸಂಪ್ರದಾಯನಿಷ್ಠರಂತೂ ಸ್ಪೈನ್ ಬಗ್ಗೆ, ಹ್ಯಾಪ್ಸ್‌ಬರ್ಗ್ ಪ್ರತಿ ಮಹಾಕ್ರಾಂತಿಯ ಬಗ್ಗೆ, ಇಂಗ್ಲಿಷ್ ವಿಚಾರಣೆಗೆ ತಾವು ಅಂತಿಮವಾಗಿ ಒಳಗಾಗಬಹುದಾದ ಕ್ಯಾಥೊಲಿಕ್ ಯೂರೋಪಿನ ಬಗ್ಗೆ ಅವರಿಗೆ ಹೆದರಿಕೆಯಿತ್ತು. ಮೂವತ್ತು ವರ್ಷಗಳ ಯುದ್ಧದಲ್ಲಿ ಹ್ಯಾಪ್ಸ್‌ಬರ್ಗರ ವಿರುದ್ಧ ರಾಜನು ಸಕ್ರಿಯವಾಗಿ ಕ್ರಮ ಕೈಗೊಳ್ಳಬೇಕೆಂದು ಅವರು ಬಯಸಿದ್ದರು. ಯೂರೋಪ್ ಖಂಡದಲ್ಲಿ ಪ್ರಾಟೆಸ್ಟಂಟ್‌ರ ಭವಿಷ್ಯದ ಬಗ್ಗೆ ಚಾರ್ಲ್ಸ್‌ನಿಗಿದ್ದ ಉಪೇಕ್ಷೆಯಿಂದಾಗಿ ಅವರೆಲ್ಲರೂ ರಾಜನ ಧಾರ್ಮಿಕ ನಂಬಿಕೆಗಳ ಬಗ್ಗೆ ಮತ್ತು ನೀತಿಗಳ ಬಗ್ಗೆ ಅಪನಂಬಿಕೆ ಹೊಂದುವಂತಾಯಿತು.

ಚಾರ್ಲ್ಸ್ ಹಾಗೂ ಆತನ ಕ್ಯಾಂಟರ್‌ಬರಿ ಆರ್ಚ್‌ಬಿಷಪ್ ಇಬ್ಬರೂ ಪ್ರಾಟೆಸ್ಟಂಟರ ಧಾರ್ಮಿಕ ಭಾವನೆಗಳಿಗೆ ನೋವುಂಟು ಮಾಡಿದರು. ಆರ್ಚ್‌ಬಿಷಪ್ ಲಾಡ್ ತನ್ನ ಪ್ರಾರ್ಥನಾ ಪುಸ್ತಕದಲ್ಲಿ ಆಂಗ್ಲೋ ಕ್ಯಾಥೊಲಿಕ್ ಧಾರ್ಮಿಕ ಆಚರಣೆಯನ್ನೇ ಎಲ್ಲರೂ ಅನುಸರಿಸಬೇಕೆಂದು ಒತ್ತಾಯಿಸಿದನು. ಇದು ಲೋ ಚರ್ಚ್ ಆಂಗ್ಲಿಕನ್ಸ್ (ಸಂಪ್ರದಾಯವನ್ನು ವಿರೋಧಿಸುವ ಚರ್ಚ್) ಮತ್ತು ಸಂಪ್ರದಾಯ ನಿಷ್ಠರಿಬ್ಬರನ್ನೂ ಕೆರಳಿಸಿತು. ಚರ್ಚಿನ ಧರ್ಮಾಚರಣೆ ಮತ್ತು ಸಂಘಟನೆಗಳನ್ನು ಸುಧಾರಿಸಲು ಇವನು ಕೈಗೊಂಡ ಪ್ರಯತ್ನಗಳನ್ನು ಎಲ್ಲರೂ ಸಂದೇಹದಿಂದ ಮತ್ತು ಕೋಪದಿಂದ ನೋಡುವಂತಾಯಿತು. ಧಾರ್ಮಿಕ ಪ್ರಶ್ನೆಗಳನ್ನು ಕುರಿತ ವಿಚಾರಣೆಗಳನ್ನೂ ಉಚ್ಚ ನ್ಯಾಯಾಲಯಗಳಲ್ಲಿ ವಿಚಾರಿಸಲು ಲಾಡ್ ಬಳಸಿಕೊಂಡನು. ರೋಮನ್ ಕಾನೂನುಗಳನ್ನು ಬಳಸಿ ತಪ್ಪಿತಸ್ಥರನ್ನು ಕಂಡುಹಿಡಿಯಲು ಮತ್ತು ಖಾಸಗಿ ಧಾರ್ಮಿಕ ಭಾವನೆಗಳ ಮತ್ತು ಆಚರಣೆಗಳ ಬಗ್ಗೆ ಮಧ್ಯೆ ಪ್ರವೇಶಿಸುವಂತೆ ನ್ಯಾಯಾಲಯವನ್ನು ಬಳಸಿಕೊಂಡದ್ದಕ್ಕಾಗಿ ಎಲ್ಲರೂ ಈತನನ್ನು ದ್ವೇಷಿಸಿದರು. ದೊಡ್ಡ ದೊಡ್ಡ ವ್ಯಕ್ತಿಗಳ ಮತ್ತು ನಿಕೃಷ್ಟ ವ್ಯಕ್ತಿಗಳ ಬಗ್ಗೆ ನ್ಯಾಯಾಲಯ ವಿಚಾರಣೆಯನ್ನು ಮಾಡಲು ಆರಂಭಿಸಿದಾಗ ಅದರ ಅಂತಿಮ ಕಾಲ ಸನ್ನಿಹಿತವಾಯಿತು.

1637ರಲ್ಲಿ ಸ್ಕಾಟಿಷ್ ಪ್ರೆಸ್‌ಬಿಟೇರಿಯನ್ ಚರ್ಚಿನಲ್ಲಿ ಆಂಗ್ಲಿಕನ್ ಪ್ರಾರ್ಥನಾ ಪುಸ್ತಕವನ್ನು ಓದಬೇಕೆಂದು ಲಾಡ್ ಆಜ್ಞೆಮಾಡಿದಾಗ ಉತ್ತರ ಪ್ರದೇಶದಲ್ಲಿ ದೊಂಬಿ ಮತ್ತು ದಂಗೆ ನಡೆದವು. ಪ್ರೆಸ್‌ಬಿಟೇರಿಯನ್ ಪಂಥದವರು ರಾಜನಿಗೆ ಪ್ರತಿಭಟನೆ ತೋರಿದರು. ಮುಂದಿನ ಹಲವು ವರ್ಷಗಳಲ್ಲಿ ಹಲವಾರು ಬಾರಿ ಗಲಭೆಗಳು ನಡೆದವು. 1640ರವರೆಗೆ ಪ್ರತಿಸಂದರ್ಭದಲ್ಲೂ ಗಲಭೆಯಾದಾಗಲೆಲ್ಲ ಸಮಾಧಾನಗೊಳಿಸಲಾಗುತ್ತಿತ್ತು. ಆದರೆ ಆ ವರ್ಷ ಉತ್ತರದಲ್ಲಿ ಬಹಳ ದೊಡ್ಡ ಪ್ರಮಾಣದಲ್ಲಿ ದಂಗೆಯೇಳುವ ಸೂಚನೆ ಕಂಡುಬಂದದ್ದರಿಂದ, ಚಾರ್ಲ್ಸ್ ದೊರೆಯು 1629ರಿಂದ ಮೊದಲ ಬಾರಿಗೆ ಪಾರ್ಲಿಮೆಂಟನ್ನು ಕರೆಯಬೇಕಾಯಿತು. ಆತನು ಪಾರ್ಲಿಮೆಂಟನ್ನು ಕರೆದನು. ಉತ್ತರದ ದಂಗೆಯನ್ನು ಅಡಗಿಸುವ ಸಲುವಾಗಿ ಹಣವನ್ನು ಕೇಳಿದನು, ಪಾರ್ಲಿಮೆಂಟ್ ನಿರಾಕರಿಸಿತು. ಹಾಗಾಗಿ ಅವನು ಪಾರ್ಲಿಮೆಂಟನ್ನು ರದ್ದುಗೊಳಿಸಿದನು. ಆದರೆ ಸ್ಕಾಟ್ಲೆಂಡಿನಲ್ಲಿ ಪರಿಸ್ಥಿತಿ ಹದಗೆಟ್ಟಿದ್ದರಿಂದ ಈತನು ಬಲವಂತದಿಂದ ಮತ್ತೊಮ್ಮೆ ಪ್ರಯತ್ನಿಸಬೇಕಾಯಿತು. 1640ರ ನವೆಂಬರ್ ತಿಂಗಳಲ್ಲಿ ಚಾರ್ಲ್ಸ್ ಕರೆದ ಪಾರ್ಲಿಮೆಂಟ್‌ಗೆ ಲಾಂಗ್ ಪಾರ್ಲಿಮೆಂಟ್ ಎಂದು ಹೆಸರಾಯಿತು. ಕಾರಣ, ಈ ಬಾರಿ ಕರೆದ ಪಾರ್ಲಿಮೆಂಟ್ 1653ರವರೆಗೂ ಅಧಿವೇಶನವನ್ನು ನಡೆಸಿತು.

ಅತ್ಯಂತ ಪರಿಣಾಮಕಾರಿ ಸಂಸದೀಯ ಸದಸ್ಯನಾಗಿದ್ದ ಸಭ್ಯಗೃಹಸ್ಥ ಜಾನ್ ಪಿಮ್ ಎಂಬಾತನ ನೇತೃತ್ವದಲ್ಲಿ ಲಾಂಗ್ ಪಾರ್ಲಿಮೆಂಟ್ ಸದನವು ಸ್ಟಾರ್ ಚೇಂಬರ್ ಮತ್ತು ಕೋರ್ಟ್ ಆಫ್ ಹೈಕಮಿಷನ್‌ಗಳನ್ನು ರದ್ದುಗೊಳಿಸಿತು. ರಾಜನ

ಮುಖ್ಯಮಂತ್ರಿಗಳಾದ ಲಾಡ್ ಮತ್ತು ಸ್ಟ್ರಾಫರ್ಡ್‌ರ ಮೇಲೆ ಅವಿಶ್ವಾಸವನ್ನು ಸೂಚಿಸಿತು. ರಾಜ ತಾತ್ಕಾಲಿಕವಾಗಿ ಸುಮ್ಮನಾದನು. 1642ರಲ್ಲಿ ಪಾರ್ಲಿಮೆಂಟ್ ನಗರದ ಪೋಲಿಸರ ಮೇಲೆ ತನ್ನ ಅಧಿಕಾರವನ್ನು ಇಟ್ಟುಕೊಂಡಿತಲ್ಲದೆ, ಪಾರ್ಲಿಮೆಂಟ್‌ನಲ್ಲಿ ರಾಜನಿಗಿಂತಲೂ ತಾನೇ ಮೇಲೆಂದು ಸಮರ್ಥಿಸಿಕೊಂಡಿತು. ರಾಜನಾದವನಿಗೆ ಮತ್ತು ಆತನ ಸಂವಿಧಾನದ ಅಧಿಕಾರದ ನಡುವೆ ಇರುವ ವ್ಯತ್ಯಾಸವನ್ನು ಅದು ಸ್ಪಷ್ಟವಾಗಿ ತಿಳಿಸಿತಲ್ಲದೆ ಪಾರ್ಲಿಮೆಂಟ್ ಮೂಲಕವೇ ರಾಜನು ತನ್ನ ಅಧಿಕಾರವನ್ನು ಚಲಾಯಿಸಬೇಕೆಂದು ವಿಧಿಸಿತು. ರಾಜನ ಒಪ್ಪಿಗೆ ಇರಲಿ, ಬಿಡಲಿ, ಇನ್ನು ಮುಂದೆ ಪಾರ್ಲಿಮೆಂಟ್‌ಗೇ ಸಾರ್ವಭೌಮ ಅಧಿಕಾರವಿದೆಯೆಂದು ಅದು ತಿಳಿಸಿತು.

ಈ ಹೊತ್ತಿಗೆ ಚಾರ್ಲ್ಸ್ ಸೈನ್ಯವೊಂದನ್ನು ಕಟ್ಟುವ ಸಲುವಾಗಿ ಆಕ್ಸ್‌ಫರ್ಡ್‌ಗೆ ತೆರಳಿದನು. ಈತನ ವಿರುದ್ಧ ಪಾರ್ಲಿಮೆಂಟ್ ಸೈನ್ಯವೊಂದನ್ನು ಕಟ್ಟಿತು. ಮುಂದೆ ನಡೆದ ಯುದ್ಧವನ್ನು ಸಾಮಾನ್ಯವಾಗಿ ಸಂಪ್ರದಾಯಸ್ಥರ ಮಹಾಕ್ರಾಂತಿ ಇಲ್ಲವೆ ಸಿವಿಲ್ ಯುದ್ಧವೆಂದು ಕರೆಯಲಾಗಿದೆ. ಹೆಸರು ಯಾವುದೇ ಇರಲಿ, ಆಧುನಿಕ ಇಂಗ್ಲಿಷ್ ಇತಿಹಾಸದಲ್ಲಿ ರಾಜನಿಗೂ ಮತ್ತು ಆತನ ಪ್ರಜೆಗಳಿಗೂ ನಡೆದ ದೊಡ್ಡ ಸಶಸ್ತ್ರ ಹೋರಾಟವೆಂದರೆ ಇದೊಂದೇ ಆಗಿತ್ತು. ಅಮೆರಿಕನ್ ಮತ್ತು ಫ್ರೆಂಚ್ ಮಹಾಕ್ರಾಂತಿ ನಡೆಯುವುದಕ್ಕಿಂತ ಒಂದು ಶತಮಾನ ಮುಂಚೆ ಇದು ನಡೆಯಿತು. ಇದೊಂದು ನಿಜವಾದ ಮಹಾಕ್ರಾಂತಿಯಾಗಿತ್ತು. ಆದರೆ ಇದು ಇಂಗ್ಲೆಂಡಿನ ಸಂಪ್ರದಾಯಸ್ಥ ಸುಶಿಕ್ಷಿತರ ನಡುವೆ ನಡೆಯಿತು. ಬಹುಮಟ್ಟಿನ ಕ್ರಾಂತಿಕಾರರಂತೆ ತಾವು ಬಯಸಿದುದಕ್ಕಿಂತಲೂ ಹೆಚ್ಚಿಗೆ ಜನರನ್ನು ಈ ಘಟನೆಗಳು ಮುಂದೆ ಕೊಂಡೊಯ್ದಿದ್ದವು. ಜನರು ಕನ್ಸರ್ವೇಟಿಸಂ ಮತ್ತು ಹಕ್ಕು ಬಾಧ್ಯತೆಗಳನ್ನು ಬಯಸಿದರೂ, ಅವರು ಯಾವುದಕ್ಕಾಗಿ ಹೋರಾಡಿದರೊ ಆ ಮೂಲಭೂತ ರಾಜಕೀಯ ಮತ್ತು ಸಂವಿಧಾನ ಬದಲಾವಣೆಗಳು ಪಶ್ಚಿಮ ಸಂಪ್ರದಾಯದ ಖಾಯಂ ಅಂಗವಾಗಿ ಉಳಿದವು.

ಅಂತರ್ಯುದ್ಧದ ಆರಂಭಿಕ ಹಂತದಲ್ಲಿ ರಾಜನ ವಿರುದ್ಧವಿದ್ದ ಸೈನ್ಯದಲ್ಲಿ ಸಂಪ್ರದಾಯನಿಷ್ಠರ ಮತ್ತು ಇತರ ಧಾರ್ಮಿಕ ವಿರೋಧಿಗಳ ಮತ್ತು ಸಂಸದೀಯ ವ್ಯಕ್ತಿಗಳ, ಸರ್ವಾಧಿಕಾರದ ರಾಜಕೀಯ ವಿರೋಧಿಗಳ ಸಮ್ಮಿಶ್ರಣವಿತ್ತು. ಅವರ ಮೂಲ ಉದ್ದೇಶವಿದ್ದದ್ದು ಚಾರ್ಲ್ಸ್‌ನೊಡನೆ ಸಂವಿಧಾನತ್ಮಕವಾಗಿ ಶಾಂತಿಯನ್ನು ನೆಲೆಸುವುದಾಗಿತ್ತು. ಅಲ್ಲದೆ ರಾಜನ ಸ್ಥಾನವನ್ನು ಗೊತ್ತುಪಡಿಸುವುದರ ಜೊತೆಗೆ, ಪಾರ್ಲಿಮೆಂಟಿನ ಸಾರ್ವಭೌಮತ್ವವನ್ನು ತಿಳಿಸಿಕೊಡುವುದಾಗಿತ್ತು. ವಿಚಾರವಾದಿ ಪ್ರಾಟೆಸ್ಟೆಂಟರ ಹಾದಿಯಲ್ಲಿಯೇ ಆಂಗ್ಲಿಕನ್ ಚರ್ಚ್‌ನ್ನು ಸುಧಾರಿಸುವುದಾಗಿತ್ತು. ಒಂದು ಹೊತ್ತಿನಲ್ಲಿ ಒಪ್ಪಂದ ನಡೆಯಬಹುದೆಂದು ತೋರಿಬಂದಿತು. ಆದರೆ ಚಾರ್ಲ್ಸ್‌ನು ತನ್ನ ರಾಜತ್ವದ ದೊಡ್ಡಸ್ತಿಕೆಯನ್ನು ಸೀಮಿತಗೊಳಿಸಲು ಇಷ್ಟಪಡುವುದಿಲ್ಲವೆಂದು ಬಹುಬೇಗನೇ ಗೊತ್ತಾಯಿತು. ರಾಜನನ್ನು ನಂಬಲಾಗದೆ, ಸಂಪ್ರದಾಯನಿಷ್ಠ ಮುಂದಾಳುವಾಗಿದ್ದ ಸಂಸದೀಯ ಪಕ್ಷದ ಆಲಿವರ್ ಕ್ರಾಮ್‌ವೆಲ್ಲನು ಗೆಲ್ಲಲು ಹೋರಾಟ ನಡೆಸಲೇಬೇಕೆಂದು ನಿರ್ಧರಿಸಿದನು. ಚಾರ್ಲ್ಸ್‌ನನ್ನು ಸೆರೆಹಿಡಿದರು. 1694ರಲ್ಲಿ ಆತನನ್ನು ವಿಚಾರಣೆಗೆ ಒಳಪಡಿಸಿ ಆತನ ಶಿರಚ್ಛೇದಗೊಳಿಸಿದರು. ಇದು 17ನೆಯ ಶತಮಾನದ ಯೂರೋಪಿನಲ್ಲಿ ನಡೆದ ಅದ್ಭುತ ಸಂಗತಿಯಾಗಿತ್ತು. ರಾಯಲಿಸ್ಟ್‌ಗಳ ಆಶಾಜ್ಯೋತಿಯೆನಿಸಿದ್ದ ಈತನ ಮಗ ಫ್ರಾನ್ಸಿನಲ್ಲಿ ಬದುಕಿದ್ದನು.

ರಕ್ಷಣಾಲಯ (The Protectorate)

ರಾಜನ ಶಿರಚ್ಛೇದನವಾದ ಮೇಲೆ ಇಂಗ್ಲೆಂಡನ್ನು ಆಳುವ ಬಗ್ಗೆ ಸಮ್ಮಿಶ್ರ ಪಕ್ಷಗಳಿಗೆ ಸಮಸ್ಯೆಯಾಯಿತು. ಸಂಸದೀಯ ಸದಸ್ಯರಿಗೆ ಮತ್ತು ಸಂಪ್ರದಾಯನಿಷ್ಠರಿಗೆ ಮತ್ತು ಹೊಂದಾಣಿಕೆಯಿಲ್ಲದ ಇತರ ವಿವಿಧ ಧಾರ್ಮಿಕ ಪಂಗಡಗಳ ಮಧ್ಯೆ ಅಭಿಪ್ರಾಯ ಭೇದಗಳು ಉದ್ಭವಿಸಿ ಗೆದ್ದ ಹೋರಾಟಗಾರರು ಯಾವೊಂದು ಒಪ್ಪಂದಕ್ಕೂ ಬರದಂತಾಯಿತು. ಲಾಂಗ್ ಪಾರ್ಲಿಮೆಂಟ್ ಯುದ್ಧದ ಅವಧಿಯುದ್ದಕ್ಕೂ ಸಭೆ ಸೇರಿತ್ತು. ಅಲ್ಲಿ ಮಧ್ಯಗಾಮಿ ಪಕ್ಷದ ಸದಸ್ಯರು ಬಿಟ್ಟುಹೋದದ್ದರಿಂದ ಇಲ್ಲವೇ ಅವರನ್ನು ಹೊರಹಾಕಿದ್ದರಿಂದ, ಪಾರ್ಲಿಮೆಂಟ್‌ನಲ್ಲಿ ಸದಸ್ಯರ ಸಂಖ್ಯೆ ಕಡಿಮೆಯಾಗಿತ್ತು. ಸೈನಿಕ ಮುಖಂಡರು ಸಂಪ್ರದಾಯ ನಿಷ್ಠರನ್ನು ಮತ್ತು ದೇಶದ ಕಾರಣಕ್ಕಾಗಿ ನಿಜವಾದ ನಾಯಕರನ್ನು ಹುಡುಕುವ ಕೆಲಸವನ್ನು ಕೈಬಿಟ್ಟಿದ್ದರು.

ಸಂಪ್ರದಾಯನಿಷ್ಠರಲ್ಲಿ ಅತ್ಯಂತ ಸಮರ್ಥ ಮಿಲಿಟರಿ ಮತ್ತು ರಾಜಕೀಯ ಮುಂದಾಳಾಗಿದ್ದ ಆಲಿವರ್ ಕ್ರಾಮ್‌ವೆಲ್ಲನು ಮುಂದೆಬಂದನು. ಅವನು ಪಾರ್ಲಿಮೆಂಟರಿ ಸೈನ್ಯವನ್ನು (ರೌಂಡ್ ಹೆಡ್ಸ್ ಎಂದು ಇದು ಪ್ರಸಿದ್ಧವಾಗಿತ್ತು) ಹೊಸ ಮಾದರಿ ಸೈನ್ಯವನ್ನಾಗಿ ಪರಿವರ್ತಿಸಿದನು. ಇದು ರಾಯಲಿಸ್ಟ್ ಸೈನ್ಯವನ್ನು (ಇದನ್ನು ಕ್ಯಾವಲಿಯರ್ಸ್ ಎಂದೂ ಕರೆಯುತ್ತಾರೆ) ಸೋಲಿಸಿತಲ್ಲದೆ ರಾಜನಿಗೆ ಮರಣದಂಡನೆ ವಿಧಿಸಿತು. ದೇಶವನ್ನು ಆಳುವ ವಿಷಯದಲ್ಲಿ ಪಾರ್ಲಿಮೆಂಟ್ ಕೂಡ ಮತಬೇಧವನ್ನು ವ್ಯಕ್ತಪಡಿಸಿದ್ದರಿಂದ ಕ್ರಾಮ್‌ವೆಲ್ಲನು ತನ್ನ ಕೈಗೆ ಅಧಿಕಾರವನ್ನು ಹೆಚ್ಚು ಹೆಚ್ಚಾಗಿ ಪಡೆದುಕೊಂಡನು. ಕೊನೆಗೆ ಆತನೇ ಸಮರ್ಥ ಸೈನಿಕ ಸರ್ವಾಧಿಕಾರಿಯಾದನು. ಈತನು ಇಂಗ್ಲಿಷ್ ಪ್ರಾಂತ್ಯಗಳನ್ನು 'ಮೇಜರ್ ಜನರಲ್ಸ್'ರ ಅಧೀನಕ್ಕೊಳಪಡಿಸಿದನು. ನ್ಯಾಯಾಲಯಗಳಲ್ಲಿ ಸುಧಾರಣೆಗಳನ್ನು ತಂದನು, ಹಾಗೂ ತೆರಿಗೆಗಳಲ್ಲಿ ಸಮಾನತೆಯಾಗುವಂತೆ ಏರ್ಪಡಿಸಿದನು. ಪ್ರೊಟೆಕ್ಟೊರೇಟ್ (ರಕ್ಷಣಾಲಯ) ಎಂದು ಪರಿಚಿತವಾದ ಆತನ ಸರ್ಕಾರದಲ್ಲಿ ಕೆಲವೇ ಸುಧಾರಣೆಗಳು ಉಳಿದುಕೊಂಡವು.

ಸಂವಿಧಾನಾತ್ಮಕ ತೀರ್ಮಾನ

ರಾಜತ್ವದ ಪುನರ್ ಸ್ಥಾಪನೆ: 1660ರಲ್ಲಿ ಸೈನಿಕ ಮುಖ್ಯಸ್ಥನಾಗಿ ಕ್ರಾಮ್‌ವೆಲ್ಲನ ಸ್ಥಾನಕ್ಕೆ ಬಂದ ಜನರಲ್ ಮಾಂಕ್ ಸಂಪ್ರದಾಯ ನಿಷ್ಠನಾಗಿದ್ದನು. ತನ್ನ ಸೈನ್ಯದೊಂದಿಗೆ ಆತನು ಇಂಗ್ಲೆಂಡಿನೊಳಕ್ಕೆ ಉತ್ತರದಿಂದ ಪ್ರವೇಶಿಸಿದನು. ಆತನು ಲಂಡನ್‌ಗೆ ಪ್ರಯಾಣಮಾಡಿ ಮೊದಲನೆ ಚಾರ್ಲ್ಸ್‌ನ ಮಗನನ್ನು ಭೇಟಿಮಾಡಿದನು. ಚಾರ್ಲ್ಸ್‌ನ ಮಗ ಅನೇಕ ವರ್ಷಗಳ ಕಾಲ ಪ್ಯಾರಿಸ್‌ನಲ್ಲಿದ್ದು ಇತ್ತೀಚೆಗಷ್ಟೆ ಇಂಗ್ಲೆಂಡಿಗೆ ವಾಪಾಸಾಗುವ ಸಲುವಾಗಿ ದಾರಿಯಲ್ಲಿ ಹಾಲೆಂಡ್‌ನಲ್ಲಿ ತಂಗಿದ್ದನು. ಎರಡನೆ ಚಾರ್ಲ್ಸ್‌ಗೆ (1660–1685) ದೊರೆತ ಸ್ವಾಗತವನ್ನು ನೋಡಿದರೆ ರಾಷ್ಟ್ರವು ಹಳೆಯ ಸಾರ್ವಭೌಮ ಪದ್ಧತಿಯನ್ನೇ ಇಷ್ಟಪಟ್ಟಂತೆ ತೋರುತ್ತದೆ. ಲಂಡನ್‌ವರೆಗಿನ ಆತನ ಪ್ರಯಾಣ ತುಂಬ ಯಶಸ್ವಿಯಾಗಿತ್ತು. ದೊಡ್ಡ ದೊಡ್ಡ ಲಾರ್ಡ್ಸ್‌ಗಳಾಗಲಿ ಇಲ್ಲವೆ ಸಂಪ್ರದಾಯನಿಷ್ಠರಾಗಲಿ ಅಲ್ಲದ ಸಾಮಾನ್ಯ ಜನತೆ ಮಹಾಕ್ರಾಂತಿಯಿಂದ ಮತ್ತು ರಕ್ಷಣಾಲಯದ ಸದಸ್ಯರಿಂದ ಭೀತಿಗೊಳಗಾಗಿತ್ತು. ಈ ಜನತೆ ಕಾನೂನಿನ ಮತ್ತು ಸಂವಿಧಾನದ ಆಧಾರದ ಮೇಲೆ ಆರಂಭದ ಸ್ಟೂವರ್ಟ್ ಮನೆತನದವರನ್ನು ವಿರೋಧಿಸಿತ್ತು. ಆದರೆ ಈಗ ಅವರು ಚಕ್ರವರ್ತಿಗೆ ಪ್ರಬಲ ಬೆಂಬಲ ನೀಡಿದರು. ಕಳೆದ ಎರಡು ದಶಕಗಳಲ್ಲಿ ತಾವು ಕಳೆದುಕೊಂಡಿದ್ದ ಶಾಂತಿ ಮತ್ತು ಭದ್ರತೆಗಳನ್ನು ಮತ್ತೆ ಪಡೆಯಬೇಕೆಂಬ ಭರವಸೆ ಅವರಲ್ಲಿ ಎದ್ದು ಕಾಣುತ್ತಿತ್ತು.

ಫ್ರಾನ್ಸಿನ ತನ್ನ ರಕ್ಷಣೆಯ ತಾಣದಿಂದ ಎರಡನೆ ಚಾರ್ಲ್ಸ್‌ನು ಇಂಗ್ಲೆಂಡಿನ ವಿದ್ಯಮಾನಗಳನ್ನು ಗಮನಿಸುತ್ತಿದ್ದನು. ತನ್ನ ತಂದೆ ಮಾಡಿದ ತಪ್ಪನ್ನು ಮಾಡದಿರಲು ಈತನು ನಿರ್ಧರಿಸಿದನು. ಅದೃಷ್ಟವಶಾತ್, ಈತನದು ಮೊದಲಿನ ಇಬ್ಬರು ಸ್ಟೂವರ್ಟ್ ರಾಜರಿಗಿಂತ ವಿಭಿನ್ನವಾದ ವ್ಯಕ್ತಿತ್ವವಾಗಿತ್ತು. ಅಲ್ಲದೆ ನೀತಿ ವಿಷಯಗಳಲ್ಲೂ ಅವರಿಂದ ಬೇರೆಯದಾಗಿತ್ತು. ಅನೇಕ ವಿಷಯಗಳಲ್ಲಿ ಎಂಟನೆಯ ಹೆನ್ರಿ ಮತ್ತು ಎಲಿಜಬೆತಳ ಗುಣಗಳು ಈತನಲ್ಲಿ ಅಡಕವಾಗಿದ್ದವು. ಹೆನ್ರಿಯ ಕೆಲವು ಸ್ವಭಾವಗಳು ಈತನಲ್ಲೂ ಕಂಡುಬರುತ್ತಿದ್ದವು. (ಹೆಂಡಿತಿಯರ ಸಂಖ್ಯೆ ಕಡಿಮೆ, ಆದರೆ ಗೆಳತಿಯರ ಸಂಖ್ಯೆ ಜಾಸ್ತಿ). ಸಂಪ್ರದಾಯನಿಷ್ಠರ ವಿರೋಧಿ ಅಲೆಯನ್ನು ಈತನು ಬೆಂಬಲಿಸಿದನು. ಇದರಿಂದಾಗಿ ಆತನ ಪ್ರಜೆಗಳು ಚಕ್ರವರ್ತಿಗೆ ಬೆಂಬಲ ನೀಡಲು ಸಹಾಯಕವಾಯಿತು. ಜನರು ಚರ್ಚ್ ಆಫ್ ಇಂಗ್ಲೆಂಡಿನ ಸುಧಾರಣೆ ಬಯಸಿದರು. ಏಕೆಂದರೆ ಪ್ರಗತಿಶೀಲ ಪ್ರಾಟೆಸ್ಟೆಂಟ್ ಜನರು ರಾಜಕೀಯ ಮಹತ್ವವನ್ನು ಪಡೆದಾರೆಂಬ ಭೀತಿ ಅವರಲ್ಲಿ ಮೂಡಿತ್ತು. ಚಾರ್ಲ್ಸ್‌ನ ಮೊದಲನೆ ಪಾರ್ಲಿಮೆಂಟ್ ರಾಜನ ಇಚ್ಛೆಗಳನ್ನು ಪೂರೈಸದಿದ್ದರೂ ಆತನು ತಾಳ್ಮೆಗೆಡಲಿಲ್ಲ. ಅಲ್ಲದೆ ತನ್ನ ತಂದೆಯ ಸಾವಿನ ಸೇಡನ್ನು ಬೃಹತ್ ಪ್ರಮಾಣದಲ್ಲಿ ತೀರಿಸಿಕೊಳ್ಳಲು ಬಯಸಲೂ ಇಲ್ಲ.

ಈತ ಬುದ್ಧಿವಂತ ರಾಜನಾಗಿದ್ದರಿಂದ ಚಕ್ರವರ್ತಿಯ ಅಧಿಕಾರ ಮತ್ತು ಸ್ವರೂಪವನ್ನು ಪುನರ್ ನಿರ್ಮಿಸಲು ಬಯಸಿದನು. ತನ್ನದೇ ಆದ ರಾಜತಾಂತ್ರಿಕ ನಿಯಮಗಳನ್ನು ರೂಪಿಸಿಕೊಂಡನು. ಪಾರ್ಲಿಮೆಂಟನ್ನು ಎದುರಿಸುವ ಕಲೆ ಈತನಿಗೆ ಚೆನ್ನಾಗಿ ತಿಳಿದಿತ್ತು. ರಾಜನ ಆಶ್ರಯವನ್ನು ಪಡೆದುಕೊಂಡ ಜನರು ಆತನಿಗೆ ಬೆಂಬಲ ಸೂಚಿಸುವ ಮೂಲಕ ರಾಜನ ಪಕ್ಷವೊಂದು ಸಿದ್ಧವಾಯಿತು. ತನ್ನ ಕಷ್ಟಕಾಲದಲ್ಲಿ ಇದು ಸಂಪೂರ್ಣವಾಗಿ ಈತನಿಗೆ ಸಹಾಯ ಮಾಡವುದೆಂಬ ನಂಬಿಕೆ ಈತನಿಗಿತ್ತು. ಪಾರ್ಲಿಮೆಂಟರಿ ಸದಸ್ಯರು ಪ್ರಿವಿಕೌನ್ಸಿಲ್‌ನ ಸದಸ್ಯರಾದರು.

ಚಾರ್ಲ್ಸ್‌ನ ಆಳ್ವಿಕೆಯಲ್ಲಿ ಇಂಗ್ಲಿಷ್ ರಾಜಕಾರಣದಲ್ಲಿ ಎರಡು ಪಕ್ಷಗಳ ವ್ಯವಸ್ಥೆ ಮೊದಲ ಪ್ರಣಾಳಿಕೆಗಳಲ್ಲಿ ಒಂದಾಗಿತ್ತು. ರಾಜಾಸ್ಥಾನ ಮತ್ತು ಸರ್ಕಾರಿ ಪಕ್ಷಗಳು ಚಾರ್ಲ್ಸ್‌ನ ನೇತೃತ್ವದಲ್ಲಿ ಪ್ರಮುಖ ಪಾತ್ರವಹಿಸಿದವು. ಇವು ರಾಜನ ಅಧಿಕಾರವನ್ನು ಪ್ರಬಲವಾಗಿ ಬೆಂಬಲಿಸಿದವು. ಇದರ ಮುಖ್ಯ ಬೆಂಬಲಿಗರು ರಾಜನ ಆಳ್ವಿಕೆ , ಭದ್ರತೆ ಮತ್ತು ಧಾರ್ಮಿಕ ಸುಸ್ಥಿರತೆಯನ್ನು ಬಯಸಿದರು. ಅವರು ಟೋರಿ (ಐರಿಷ್ ಕಳ್ಳರು) ಗಳೆಂದು ಪ್ರಸಿದ್ಧರಾದರು. ಚಾರ್ಲ್ಸ್‌ನಂತೆಯೆ ಅವರೂ ಕ್ಯಾಥೊಲಿಕ್ ಪಕ್ಷದ ಬಗ್ಗೆ ಸಹಾನುಭೂತಿ ಹೊಂದಿದ್ದರು. ಈ ಪಕ್ಷವು ಮತಸಹಿಷ್ಣುತೆಗಾಗಿ ಒತ್ತಾಯಿಸಿತ್ತು. ಅಲ್ಲದೆ ಇಂಗ್ಲೆಂಡನ್ನು ರೋಮನ್ ಕ್ಯಾಥೊಲಿಕ್ ಚರ್ಚ್‌ನ ಸಂಪ್ರದಾಯಕ್ಕೆ ಪರಿವರ್ತಿಸಲು ಕರೆ ನೀಡಿತು. ಈತನ ಆಳ್ವಿಕೆಯ ಕೊನೆಯಲ್ಲಿ ರಾಜನು ಫ್ರೆಂಚರೊಂದಿಗೆ ಮತ್ತು ಕ್ಯಾಥೊಲಿಕ್ ಪಂಥದೊಂದಿಗೆ ನಿಕಟ ಸಂಪರ್ಕ ಹೊಂದಿದ್ದನು.

1685ರಲ್ಲಿ ಚಾರ್ಲ್ಸ್ ತೀರಿಕೊಂಡಾಗ ಆತನ ಕ್ಯಾಥೊಲಿಕ್ ಸೋದರ ಮತ್ತು ಉತ್ತರಾಧಿಕಾರಿ ಎರಡನೆ ಜೇಮ್ಸ್‌ನು (1685–1688) ಚಾರ್ಲ್ಸ್‌ನ ಹಾಸಿಗೆಯ ಹತ್ತಿರ ಪಾದ್ರಿಯೊಬ್ಬನನ್ನು ಅವಸರವಸರವಾಗಿ ಕರೆಸಿ ಆತನಿಗೆ ರೋಮನ್ ಕ್ಯಾಥೊಲಿಕ್ ಚರ್ಚಿನ ಎಲ್ಲ ಕೊನೆಯ ಸಂಸ್ಕಾರಗಳನ್ನು ಮಾಡಿಸಿದನು.

ಎರಡನೆಯ ಚಾರ್ಲ್ಸ್‌ನ ಆಳ್ವಿಕೆಯ ಅವಧಿಯಲ್ಲಿ ಕ್ಯಾಥೊಲಿಕ್ ಧರ್ಮವನ್ನು ಪುನರ್ ಸ್ಥಾಪಿಸುವ ಅಪಾಯವೇನೂ ಕಾಣಬರಲಿಲ್ಲ. ಸಿಂಹಾಸನದ ವಿರುದ್ಧ ಕ್ಯಾಥೊಲಿಕರ ಸಂಚುಗಳನ್ನು ವಿಗ್ಸ್ ಪಕ್ಷದವರು ಸೃಷ್ಟಿಸಬೇಕಾಯಿತು. ಇದರಿಂದ ಭಯವನ್ನು ಉಂಟುಮಾಡುವುದೇ ಅವರ ಗುರಿಯಾಗಿತ್ತು. 1670ರ ಉತ್ತರಾರ್ಧದಲ್ಲಿ ಅರ್ಲ್‌ಆಫ್ ಷ್ಯಾಫ್ಟಸ್‌ಬರಿ

ನೇತೃತ್ವದಲ್ಲಿ ಜೇಮ್ಸ್‌ನಿಗೆ ಸಿಂಹಾಸನವನ್ನು ತಪ್ಪಿಸುವ ವ್ಯರ್ಥಪ್ರಯತ್ನ ಮಾಡಿದರು. ವಿಗ್ಸ್ ಪಾರ್ಟಿಯನ್ನು ಸ್ಥಾಪಿಸಿದ ಷ್ಯಾಫ್ಟಸ್ ಬರಿ ಸಿನಿಕ ರಾಜಕಾರಣಿಯಾಗಿದ್ದನಲ್ಲದೆ ಧಾರ್ಮಿಕ ಮತಾಂಧತೆಯನ್ನು ತನ್ನ ರಾಜಕಾರಣಕ್ಕಾಗಿ ಬಳಸಿಕೊಂಡನು. ಆದರೆ ಕ್ಯಾಥೊಲಿಕ್ ಧರ್ಮದ ಜೇಮ್ಸ್‌ನು ಚಾರ್ಲ್ಸ್‌ನ ನಂತರ ಪಟ್ಟಕ್ಕೆ ಬಂದನು. ಇದರಿಂದಾಗಿ ವಿಗ್ಸ್ ಮತ್ತು ಟೋರಿ ಪಕ್ಷಗಳ ಸದಸ್ಯರು ಯೋಚಿಸಬೇಕಾಯಿತು. ಹೊಸ ರಾಜನು ಕ್ಯಾಥೊಲಿಕರ ಬಗ್ಗೆ ಮತ ಸಹಿಷ್ಣುತೆಗಾಗಿ ಒತ್ತಾಯಿಸಿದಾಗ ಅದು ಇಂಗ್ಲೆಂಡಿನ ಧರ್ಮದಲ್ಲಿ ಮೊದಲ ದಿಟ್ಟ ಹೆಜ್ಜೆಯೆನಿಸಿತು.

ಇದರ ಜೊತೆಗೆ ಜೇಮ್ಸ್‌ನು ತನ್ನ ಧರ್ಮದ ಬಗೆಗಾಗಲಿ ಇಲ್ಲವೆ ಪಾರ್ಲಿಮೆಂಟಿನೊಡನೆ ತನ್ನ ಸಂಬಂಧದ ಬಗೆಗಾಗಲಿ ಹೆಚ್ಚು ಜಾಣ್ಮೆಯನ್ನು ತೋರಿಸಲಿಲ್ಲ. ರಾಜನ ಹಕ್ಕು ಬಾಧ್ಯತೆಗಳ ಬಗ್ಗೆ ಮತ್ತು ಸಾಮಾನ್ಯ ಕಾನೂನಿನ ಬಗ್ಗೆ ಈತನ ಮಧ್ಯಪ್ರವೇಶ ಇವೆಲ್ಲವೂ ಆರಂಭಕಾಲದ ಸ್ಟೂವರ್ಟ್ ರಾಜರ 'ದಬ್ಬಾಳಿಕೆ'ಯನ್ನು ನೆನಪಿಗೆ ತರುತ್ತಿದ್ದವು. ಜೇಮ್ಸ್‌ನ ಮಗನನ್ನು ಕ್ಯಾಥೊಲಿಕನೊಬ್ಬನು ನಾಮಕರಣ ಮಾಡಿದಾಗ ಇಂಗ್ಲಿಷ್ ಸ್ವಾತಂತ್ರ್ಯಗಳಾದ ಆಂಗ್ಲಿಕಾನಿಸಂ (ಚರ್ಚ್ ಆಫ್ ಇಂಗ್ಲೆಂಡಿನ) ಮತ್ತು ಪಾರ್ಲಿಮೆಂಟಿನ ಮೇಲ್ಮೆಗೆ ಮತ್ತೆ ಅಪಾಯ ಒದಗುವ ಸೂಚನೆಗಳು ಕಂಡುಬಂದವು. ಜೇಮ್ಸ್‌ನು ಕೊನೆಗೆ ಪರಿಸ್ಥಿತಿಯನ್ನು ನಿಯಂತ್ರಿಸುವ ಸಲುವಾಗಿ ಕ್ಯಾಂಟರ್ ಬರಿಯ ಆರ್ಚ್ ಬಿಷಪ್‌ನನ್ನು ಮತ್ತು ಇತರ ಆರುಮಂದಿ ಬಿಷಪ್‌ರನ್ನು ವಾಗ್ದಂಡನೆಯ ಅಪರಾಧಕ್ಕಾಗಿ ಶಿಕ್ಷಿಸಿದನು. ಇದು ಈತನು ಕೈಗೊಂಡ ತಪ್ಪುಗಳ ಸರಣಿಯಲ್ಲಿ ಕೊನೆಯದಾಗಿದ್ದು ಜನರಿಂದ ದೂರಸರಿಯಲು ಪ್ರಮುಖ ಸಂಗತಿಯಾಯಿತು.

ವೈಭವಯುತ ಮಹಾಕ್ರಾಂತಿ (Glorious Revolution) ಮತ್ತು ಕೊನೆಯ ಸ್ಟೂವರ್ಟ್ ರಾಜರು

ನೆದರ್‌ಲ್ಯಾಂಡ್‌ನ ವಿಲಿಯಂ ಆಫ್ ಆರೆಂಜ್ ಇಂಗ್ಲೆಂಡಿಗೆ ಬರಲು ವಿಗ್ಸ್ ಪಕ್ಷದವರಷ್ಟೇ ಕಾರಣರಲ್ಲ. ಈತನು ಜೇಮ್ಸ್‌ನ ಪ್ರಾಟಿಸ್ಟೆಂಟ್ ಮಗಳು ಮೇರಿಯನ್ನು ವಿವಾಹವಾಗಿದ್ದನು. 1688ರಲ್ಲಿ ವಿಲಿಯಂ, ಪಾರ್ಲಿಮೆಂಟಿನ ಪ್ರಬಲ ಸದಸ್ಯರ ಆಹ್ವಾನದ ಮೇರೆಗೆ ಇಂಗ್ಲೆಂಡಿನ ಮೇಲೆ ಆಕ್ರಮಣ ನಡೆಸಿದನು. ಇಂಗ್ಲಿಷ್ ಸೈನ್ಯದ ಕಮಾಂಡರನು ತಾನು ವಿಲಿಯಂ ಪರವಾಗಿದ್ದೇನೆ ಎಂದು ಘೋಷಿಸಿದಾಗ ಜೇಮ್ಸ್‌ನು ಸುರಕ್ಷತೆಗಾಗಿ ತನ್ನ ಕುಟುಂಬದೊಡನೆ ಫ್ರಾನ್ಸಿಗೆ ಪಲಾಯನ ಮಾಡಿದನು. ಮೂರನೆಯ ವಿಲಿಯಂ ಮತ್ತು ಮೇರಿ ಇಬ್ಬರೂ ಇಂಗ್ಲೆಂಡಿನ ಜಂಟಿ ರಾಜರಾಣಿಯಾದರು. ಇಂಗ್ಲಿಷ್ ಸಿಂಹಾಸನವನ್ನು ಒಪ್ಪಿಕೊಳ್ಳಲು ವಿಲಿಯಂ ಸಿದ್ಧನಿದ್ದನು. ಆತನ ಮುಖ್ಯ ಗುರಿಯೆಂದರೆ ಹದಿನಾಲ್ಕನೆ ಲೂಯಿಯ ವಿರುದ್ಧ ದೊಡ್ಡ ಪ್ರಾಟಿಸ್ಟೆಂಟ್ ಮೈತ್ರಿಕೂಟವನ್ನು ಸಂಘಟಿಸುವುದೇ ಆಗಿತ್ತು. ವಾಸ್ತವವಾಗಿ ಇಂಗ್ಲಿಷ್ ಸಂವಿಧಾನ ಸಮಸ್ಯೆಗಳ ಬಗ್ಗೆ ಆತನಿಗೆ ಆಸಕ್ತಿಯಿರಲಿಲ್ಲ. ಈತನು ಸಿಂಹಾಸನಕ್ಕೆ ಬಂದದ್ದು, ಪಾರ್ಲಿಮೆಂಟಿಗೆ ತನ್ನ ಹಕ್ಕುಗಳ ಬಗ್ಗೆ ಮತ್ತೆ ಒತ್ತಿಹೇಳುವ ಅವಕಾಶ ಲಭಿಸಿತು ಹಾಗೂ ರಾಜನ ಮೇಲೆ ಕಾನೂನಿನ ಪ್ರತಿಬಂಧಕಗಳನ್ನು ಹೇರುವ ಅವಕಾಶವೂ ದೊರೆತಿತು. ಅತ್ಯಂತ ಕಡಿಮೆ ರಕ್ತಪಾತದಿಂದ ಅನೇಕ ಮಹತ್ವಪೂರ್ಣ ಸಂವಿಧಾನಾತ್ಮಕ ಪ್ರಶ್ನೆಗಳು ಬಗೆಹರಿದವು. ಹಾಗಾಗಿ 1688 ಮತ್ತು 1689ರ ಘಟನೆಗಳು ವೈಭವಯುತ ಮಹಾಕ್ರಾಂತಿಯೆಂದು ಪ್ರಸಿದ್ಧವಾದವು.

ವಿಲಿಯಂ ಅಧಿಕಾರಕ್ಕೆ ಬರುವ ಮುಂಚೆ ಆತನು ಹಕ್ಕುಗಳ ಮಸೂದೆಗೆ ಒಪ್ಪಿಗೆ ನೀಡಬೇಕಿತ್ತು. ಇದರ ಪ್ರಕಾರ ಕಾನೂನಿನಂತೆ ರಾಜನ ಸ್ಥಾನವನ್ನು ನಿರ್ದೇಶಿಸಬೇಕಾಗಿತ್ತು. ಅಲ್ಲದೆ ಪಾರ್ಲಿಮೆಂಟಿನ ಸ್ಥಾನವನ್ನೂ ಸ್ಪಷ್ಟಗೊಳಿಸಬೇಕಿತ್ತು. ಜೇಮ್ಸ್ ತಯಾರಿಸಿದ್ದಂಥ ಅಕ್ರಮ ದಸ್ತೈವೇಜುಗಳಿಗೆ ಇದು ತಡೆಯುಂಟುಮಾಡಿತು. ಪಾರ್ಲಿಮೆಂಟಿನಲ್ಲಿ ರಾಜನ ಸಾರ್ವಭೌಮತ್ವದ ಬಗ್ಗೆ ಮತ್ತು ಸಂಸದೀಯ ಕ್ರಮಬದ್ಧ ಕಾನೂನಿನ ಬಗ್ಗೆ ತೀರ್ಮಾನಿಸಲಾಯಿತು. ಅದೂ ಅಲ್ಲದೆ ಇಂಗ್ಲಿಷ್ ಸಿಂಹಾಸನಕ್ಕೆ ರೋಮನ್ ಕ್ಯಾಥೊಲಿಕ್ಕರು ಉತ್ತರಾಧಿಕಾರಿಗಳಾಗಿ ಬರದಂತೆ ತಡೆಯಿತು.

1689ರಲ್ಲಿದ್ದ ಜನರು ನಿಜಕ್ಕೂ ಕ್ರಾಂತಿಕಾರಿಗಳಾಗಿದ್ದರು. ಆದರೆ ಅವರು ಆಸ್ತಿಪಾಸ್ತಿ ಮತ್ತು ಸಿವಿಲ್ ಸ್ವಾತಂತ್ರ್ಯ (ನಾಗರಿಕ ಸ್ವಾತಂತ್ರ್ಯ)ಗಳ ಬಗೆಗೆಷ್ಟೇ ಹೋರಾಡಿದರು. ಅದು ನೂರು ವರ್ಷಗಳಿಗೂ ಹೆಚ್ಚು ಕಾಲ ಜೀವಂತವಾಗಿದ್ದುದನ್ನು ಸಮಕಾಲೀನರು ಪ್ರಶಂಸಿಸಿದ್ದಾರೆ. ಸಾಮಾನ್ಯ ಕಾನೂನು ತನ್ನೆಲ್ಲ ಒಳಿತು ಮತ್ತು ವಿಫಲತೆಗಳೊಂದಿಗೆ ವಿಜೃಂಭಿಸಿತು. ಆಸ್ತಿಪಾಸ್ತಿಗಳನ್ನು ಹೊಂದಿದ್ದವರಿಗೆ ಸುಧಾರಣೆಯ ಅಗತ್ಯವಿರಲಿಲ್ಲ. 19ನೇ ಶತಮಾನದವರೆಗೆ ಯಾವುದೇ ಸುಧಾರಣೆಯಾಗಲಿಲ್ಲ. ಸಾಮಾನ್ಯ ಕಾನೂನು ಮತ್ತು ಪಾರ್ಲಿಮೆಂಟಿನ ಆಡಳಿತಗಳು ಸರ್ಕಾರದ ದಬ್ಬಾಳಿಕೆಗಳನ್ನು ಮತ್ತು ನಿರಂಕುಶ ಆಳ್ವಿಕೆಯನ್ನು ತಡೆಗಟ್ಟಿದವು. ಆದರೆ ಕಾನೂನು ಶ್ರೀಮಂತರಿಗೆ ಸಹಾಯ ಮಾಡಿತು. (ಅದು ಮಂದಗತಿಯದ್ದಾಗಿತ್ತು ಹಾಗೂ ಬಹಳ ದುಬಾರಿಯದ್ದಾಗಿತ್ತು). ಪಾರ್ಲಿಮೆಂಟರಿ ಆಡಳಿತವೆಂದರೆ ಅದು ಶ್ರೀಮಂತರ ಮತ್ತು ಭೂಮಾಲೀಕ ವರ್ಗಗಳ ಆಡಳಿತವಾಗಿತ್ತು. 1689ರ ಇತರ ಯಾವುದೇ ವ್ಯವಸ್ಥೆಯ ಬಗ್ಗೆ ಜನರಿಗೆ ಆಸಕ್ತಿಯಾಗಲಿ, ಅಗತ್ಯತೆಯಾಗಲಿ ಕಾಣಬರಲಿಲ್ಲ.

1702ರಲ್ಲಿ ಸಂತತಿಯಿಲ್ಲದೆ ಮೂರನೆ ವಿಲಿಯಂ ತೀರಿಕೊಂಡನು. ಇವನ ನಂತರ ಸ್ಟೂವರ್ಟ್‌ವಂಶದ ಕೊನೆಯ ಚಕ್ರವರ್ತಿನಿ ರಾಣಿ ಆನ್ನೆಯು ಪಟ್ಟಕ್ಕೆ ಬಂದಳು. ಎರಡನೆ ಜೇಮ್ಸ್‌ನ ಎರಡನೆ ಪ್ರಾಟೆಸ್ಟೆಂಟ್ ಮಗಳಾದ ಈಕೆಯ ಆಳ್ವಿಕೆಯಲ್ಲಿ 1689ನೆಯ ತೀರ್ಮಾನ ಯಾವ ಕಷ್ಟವಿಲ್ಲದೆ ಬಗೆಹರಿಯಿತು. ಆನ್ನೆಯ ಮಲತಮ್ಮ ಜೇಮ್ಸನು (ಆನಂತರ ಓಲ್ಡ್ ಪ್ರಿಟೆಂಡರ್ ಎಂದು ಪ್ರಸಿದ್ಧನಾದನು) ಫ್ರಾನ್ಸಿನಲ್ಲಿ ತಾನು ರಾಜನಾಗಬಹುದೆಂಬ ಕನಸು ಕಾಣುತ್ತ, ಬೆಳೆಯುತ್ತಿದ್ದನು. ಆದರೆ ಆನ್ನೆಯು ಯಾವುದೇ ರೀತಿಯ ಧಾರ್ಮಿಕ ಇಲ್ಲವೆ ಸಂವಿಧಾನಾತ್ಮಕ ತೊಂದರೆಗಳನ್ನು ಒಡ್ಡಲಿಲ್ಲ.

1714ರಲ್ಲಿ ಆನ್ನೆಯ ಆಳ್ವಿಕೆಯ ಕೊನೆಯಲ್ಲಿ ಪಾರ್ಲಿಮೆಂಟಿನ ಸ್ಥಾನ ಸ್ಥೂಲವಾಗಿ ಮುಂದಿನ ಶತಮಾನದಲ್ಲಿ ಹೇಗಿರಬೇಕಿತ್ತೋ ಹಾಗಿತ್ತು. ರಾಜನು ಪಾರ್ಲಿಮೆಂಟ್ ಮೂಲಕ ರಾಜ್ಯಭಾರ ಮಾಡುತ್ತಿದ್ದ. ಸದನದ ಮೂಲಕ ತನ್ನ ಕಾರ್ಯಕ್ರಮಗಳನ್ನು ಈಡೇರಿಸಿಕೊಳ್ಳುವ ಸಲುವಾಗಿ ಒತ್ತಡವನ್ನೂ ತರುತ್ತಿದ್ದ. ಶಾಸಕಾಂಗ ನೀತಿಗಳನ್ನು ಆಚರಣೆಗೆ ತರುವಲ್ಲಿ ಪಾರ್ಲಿಮೆಂಟಿನಲ್ಲಿ ತನ್ನ ಮಂತ್ರಿಗಳನ್ನೇ ನೆಚ್ಚಬೇಕಾಗಿರುತ್ತಿತ್ತು. ಪಕ್ಷ ಹೋರಾಟ ನಿರಂತರವಾಗಿ ನಡೆಯುತ್ತಿತ್ತು. ಅನೇಕ ವೇಳೆ ತಾತ್ವಿಕವಾಗಿ ಭಿನ್ನಾಭಿಪ್ರಾಯಗಳೂ ಕೌಟುಂಬಿಕ ಕಲಹಗಳೂ ನಡೆಯುತ್ತಿದ್ದವು.

ಹದಿನೆಂಟನೆ ಶತಮಾನವು ಇಂಗ್ಲೆಂಡಿನಲ್ಲಿ ಶ್ರೀಮಂತರಿಂದ ಕೂಡಿದ ಉತ್ಕೃಷ್ಟ ಯುಗವಾಗಿತ್ತು. ಪುನರ್ ಸ್ಥಾಪನೆಯ ಅವಧಿಯಲ್ಲಿ ರಾಜಕೀಯ ಅಧಿಕಾರವನ್ನು ಹಿಡಿಯಲು ರಾಜಕೀಯ ಸೋಮಾರಿತನದಿಂದ ಕೂಡಿದ ಮಹಾನ್ ಕುಟುಂಬಗಳು ಮೇಲೆದ್ದು ಬಂದವು. ಇಪ್ಪತ್ತನೆ ಶತಮಾನದವರೆಗೂ ಅವು ತಮ್ಮ ಅಧಿಕಾರ ಬಿಟ್ಟುಕೊಡಲಿಲ್ಲ. ಸಾಮಾನ್ಯ ಜನರನ್ನೂ ರಾಜಕೀಯದಲ್ಲಿ ಕಡೆಗಣಿಸುವಂತಿರಲಿಲ್ಲ. ಪಾರ್ಲಿಮೆಂಟ್ ಸದಸ್ಯರಾಗಿ, ನ್ಯಾಯಾಧೀಶರಾಗಿ ಇಂಗ್ಲಿಷ್ ಸರ್ಕಾರದ ಬುನಾದಿಯನ್ನು ಹಾಕಿಕೊಟ್ಟರು. ಹದಿನೆಂಟನೆ ಶತಮಾನದಲ್ಲಿ ಅಸಾಮಾನ್ಯ ರಾಜಕೀಯ ಧುರೀಣರು ಇರಲಿಲ್ಲ. ವಿಗ್ಸ್ ನಾಯಕರಲ್ಲಿ ಬಹಳಷ್ಟು ಮಂದಿ ಶಿಕ್ಷಣದಲ್ಲಿ ಮತ್ತು ಬೇರೆ ದೃಷ್ಟಿಕೋನಗಳಿಂದ ಅಂಥ ಸುಶಿಕ್ಷಿತರಾಗಿರಲಿಲ್ಲ. ಆದರೆ ರಾಜಕೀಯ ಮುತ್ಸದ್ದಿಗಳು ಸಾಮಾನ್ಯರಾಗಿಯೂ ಇಲ್ಲವೆ ಕೆಳಮಟ್ಟದವರೋ ಆಗಿದ್ದರೂ ಕೂಡ, ಭೂಮಾಲೀಕರು ರಾಜಕಾರಣ ಮತ್ತು ಸಾರ್ವಜನಿಕ ಸೇವೆಗಳನ್ನು ಜೀವನದ ಅತ್ಯಗತ್ಯ ಅಂಗವೆಂದು ನಂಬಿದ್ದರು. ಅವರಿಗೆ ಉನ್ನತ ತರಬೇತಿ ಇರಲಿಲ್ಲ. ಅವರು ನಿಶ್ಚಯವಾಗಿಯೂ ಪಂಡಿತರಾಗಿರಲಿಲ್ಲ. ಬುದ್ಧಿಜೀವಿಗಳಾಗಿರಲಿಲ್ಲ. ಆದರೆ ಅವರು ಸಾಮಾನ್ಯ ಕಾನೂನನ್ನು ಅಧ್ಯಯನ ಮಾಡಿದ್ದರು. ಸಾರ್ವಜನಿಕ ವ್ಯವಹಾರಗಳ ಮಧ್ಯೆ ಜೀವನವನ್ನು ಕಳೆದಿದ್ದರು. ಅನೇಕ ವಿಷಯಗಳಲ್ಲಿ, ಇಂಗ್ಲೆಂಡ್ ಸರ್ಕಾರದ ಸಾಮಾನ್ಯರು ತನ್ನ ರಾಷ್ಟ್ರೀಯ ನಾಯಕರ ಕೊರತೆಯನ್ನು ಸ್ವಲ್ಪ ಮಟ್ಟಿಗೆ ತುಂಬಿದ್ದರು.

18ನೆಯ ಶತಮಾನದ ಆರಂಭದ ವೇಳೆಗೆ ಸರ್ಕಾರವನ್ನು ನಡೆಸುವ ಸಲುವಾಗಿ ಸಾಕಷ್ಟು ಹಣವನ್ನು ಒದಗಿಸುವ ಹೊಣೆಗಾರಿಕೆಯನ್ನು ಪಾರ್ಲಿಮೆಂಟ್ ಹೊತ್ತುಕೊಂಡಿತ್ತು. 17ನೆಯ ಶತಮಾನದ ಉತ್ತರಾರ್ಧದಲ್ಲಿ ಇಂಗ್ಲೆಂಡ್ ನ್ಯಾಷನಲ್ ಬ್ಯಾಂಕ್ ಸ್ಥಾಪನೆಗೊಂಡು ರಾಷ್ಟ್ರೀಯ ಸಾಲದ ಕಲ್ಪನೆಯನ್ನು ಗೌರವಯುತ ಸ್ಥಾನಕ್ಕೆ ಒಯ್ದಿತು. ಇತರ ಯಾವುದೇ ಕಾರ್ಪೊರೇಷನ್ನಿಗೆ ಸಾಲವನ್ನು ಕೊಡುವಂತೆ, ಹೂಡಿಕೆದಾರರು ಸರ್ಕಾರಕ್ಕೆ ಸಾಲವನ್ನು ಕೊಟ್ಟರು. ಸರ್ಕಾರವು ಸಾಲದ ಮೇಲಣ ಬಡ್ಡಿಯನ್ನು ಮರುಪಾವತಿ ಮಾಡಿತು. ಸರ್ಕಾರವು ಕಾಲಕಾಲಕ್ಕೆ ನಿಯತವಾಗಿ ಬಡ್ಡಿಯನ್ನು ಕೊಡತೊಡಗಿದ್ದರಿಂದ ಸರ್ಕಾರದಲ್ಲಿ ಹಣವನ್ನು ತೊಡಗಿಸುವುದು ಆಕರ್ಷಕ ಸಂಗತಿಯಾಯಿತು. ಹೂಡಿಕೆದಾರರ ನಂಬಿಕೆಯಿಂದಾಗಿ ಸರ್ಕಾರವು ಬಡ್ಡಿದರವನ್ನು ಕಡಿಮೆ ಮಾಡಿದರೂ ಯಾವುದೇ ಬಿಕ್ಕಟ್ಟನ್ನಾಗಲೀ ಇಲ್ಲವೆ ನಿರಂತರ ಯುದ್ಧವನ್ನು ಮಾಡುವುದಕ್ಕಾಗಲಿ ಅಗತ್ಯಬಿದ್ದ ಹಣವನ್ನು ಎತ್ತಲು ಸಮರ್ಥವಾಗಿತ್ತು. ಇತರ ಯೂರೋಪಿಯನ್ ಸರ್ಕಾರಗಳು, ಅದರಲ್ಲೂ ಫ್ರೆಂಚ್ ಸರ್ಕಾರ, ಒಂದು ಶತಮಾನದ ನಂತರ ತಮ್ಮ ಆರ್ಥಿಕ ವ್ಯವಸ್ಥೆಯನ್ನು ಭದ್ರ ಬುನಾದಿಯ ಮೇಲೆ ಇಟ್ಟುಕೊಳ್ಳಲು ಸಾಧ್ಯವಾಯಿತು.

1707ರಲ್ಲಿ ಇಂಗ್ಲೆಂಡ್ ಮತ್ತು ಸ್ಕಾಟ್ಲೆಂಡ್‌ಗಳ ಒಕ್ಕೂಟಗಳು ಸೇರಿ ಗ್ರೇಟ್‌ಬ್ರಿಟನ್ ಆಯಿತು. ಪರಸ್ಪರ ಕಚ್ಚಾಡುತ್ತಿದ್ದ ಈ ರಾಷ್ಟ್ರಗಳು ಖಾಯಂ ಮೈತ್ರಿಯನ್ನು ಹೊಂದಿದವು. ಸ್ಕಾಟ್ ಜನಾಂಗ ತಮ್ಮ ರಾಷ್ಟ್ರೀಯತೆಯನ್ನು ಮತ್ತು ತಮ್ಮ ರಾಷ್ಟ್ರೀಯ ಚರ್ಚನ್ನು ಉಳಿಸಿಕೊಂಡರು. ಅವರು ಲಂಡನ್ನಿನ ಪಾರ್ಲಿಮೆಂಟ್‌ಗೆ ತಮ್ಮ ಪ್ರತಿನಿಧಿಗಳನ್ನು ಕಳುಹಿಸಿದರು. ಎರಡೂ ರಾಷ್ಟ್ರಗಳ ಸರ್ಕಾರಿ ವ್ಯವಸ್ಥೆಗಳು ವಿಲೀನಗೊಂಡವು.

ಪಾರ್ಲಿಮೆಂಟ್

ಪಾರ್ಲಿಮೆಂಟಿನಲ್ಲಿ ಎರಡು ಸದನಗಳಿದ್ದವು. ಇವು ಪರಸ್ಪರ ಸಮಾಲೋಚಿಸದೆ ಕಾನೂನನ್ನು ಮಾಡುವಂತಿರಲಿಲ್ಲ. ಮೇಲಿನ ಸದನದಲ್ಲಿ ಆಂಗ್ಲಿಕನ್ ಚರ್ಚಿನ ಬಿಷಪ್ಪರು ಮತ್ತು ನೊಬೆಲ್ಲರು ಇರುತ್ತಿದ್ದರು. ಇವರು ಸಂಪೂರ್ಣವಾಗಿ

ಶ್ರೀಮಂತರು. ಕೆಳಸದನದಲ್ಲಿ ಎರಡು ಬಗೆಯ ಸದಸ್ಯರಿರುತ್ತಿದ್ದರು. ಪ್ರತಿ ಕೌಂಟಿಗಳಿಂದ ತಲಾ ಇಬ್ಬರು ನೈಟ್‌ಗಳು ಆಯ್ಕೆಗೊಳ್ಳುತ್ತಿದ್ದರು. ವಾರ್ಷಿಕವಾಗಿ ತಲಾ ನಲವತ್ತು ಷಿಲಿಂಗ್‌ಗಳಷ್ಟು ತೆರಿಗೆ ಕೊಡುತ್ತಿದ್ದ ಎಸ್ಟೇಟ್ ಮಾಲೀಕರು ಇವರನ್ನು ಆರಿಸುತ್ತಿದ್ದರು. ಈ ಕಾರಣದಿಂದಾಗಿ ಕೆಳಸದನದ ಸದಸ್ಯರು ಸೇರಿದಂತೆ ಬಹುಮಂದಿ ಸದಸ್ಯರು ಭಾರೀ ಶ್ರೀಮಂತರಾದರು. ನಗರಗಳನ್ನು ಪ್ರತಿನಿಧಿಸುತ್ತಿದ್ದ ಸದಸ್ಯರು ಎರಡನೆ ಗುಂಪಿಗೆ ಸೇರಿದರು. ಕೆಲವೇ ಕೆಲವು ನಗರಗಳನ್ನು ಆಯ್ಕೆ ಮಾಡಿಕೊಳ್ಳಲಾಗುತ್ತಿತ್ತು. ಈ ಆಯ್ಕೆಯೂ ಕೂಡ ಕ್ರಮಬದ್ಧವಾಗಿರುತ್ತಿರಲಿಲ್ಲ. ನಗರದ ಕೆಲಮಂದಿ ಪ್ರತಿನಿಧಿಗಳನ್ನು ಕೆಲಮಂದಿ ನೊಬೆಲ್ಲರು ಆಯ್ಕೆ ಮಾಡುತ್ತಿದ್ದರು. ಇದರಲ್ಲಿ ಚುನಾವಣೆ ಇರುತ್ತಿರಲಿಲ್ಲ. ಹಾಗಾಗಿ ಪಾರ್ಲಿಮೆಂಟ್‌ನಲ್ಲಿ ಸಾಮಾನ್ಯ ಜನರ ಪ್ರತಿನಿಧಿಗಳಿರುತ್ತಿರಲಿಲ್ಲ. 1500ಕ್ಕಿಂತಲೂ ಹೆಚ್ಚಿಲ್ಲದ ಜನರು ಕೆಳಸದನವನ್ನು ತಮ್ಮ ನಿಯಂತ್ರಣದಲ್ಲಿ ಇಟ್ಟುಕೊಂಡಿದ್ದರು.

ಪಾರ್ಲಿಮೆಂಟಿನ ವ್ಯವಸ್ಥೆಯಲ್ಲಿ 18ನೆಯ ಶತಮಾನದ ಪೂರ್ವಾರ್ಧದಲ್ಲಿ ಮಂತ್ರಿ ಮಂಡಲವನ್ನು ಸೇರಿಸಿಕೊಳ್ಳಲಾಯಿತು. ಮಂತ್ರಿಮಂಡಲದ ನೇತಾರನಾಗಿ ಪ್ರಧಾನಮಂತ್ರಿ ಇದ್ದು, ಇಂಗ್ಲಿಷ್ ಸರ್ಕಾರದಲ್ಲಿ ಈತನೇ ನಿಜವಾದ ಕಾರ್ಯಾಂಗದ ಪ್ರತಿನಿಧಿಯಾಗಿದ್ದ. ರಾಜನು ಹೆಚ್ಚು ಹೆಚ್ಚು ಸಾಂಪ್ರದಾಯಿಕ ಮತ್ತು ಭಾವನಾತ್ಮಕ ಮುಖ್ಯ ವ್ಯಕ್ತಿಯಾದನು. 'ರಾಜನು ಸಿಂಹಾಸನವನ್ನೇರಿದ ಆದರೆ ಆತನು ಆಳಲಿಲ್ಲ'. ತನ್ನ ಹೊಣೆಗಾರಿಕೆಯಿಂದ ಆತ ತೆರಿಗೆಯನ್ನು ವಿಧಿಸುವಂತಿರಲಿಲ್ಲ. ಕಾನೂನುಗಳನ್ನು ಮಾಡುವುದಾಗಲೀ ಇಲ್ಲವೆ ಅವುಗಳನ್ನು ತಡೆಯುವುದಾಗಲೀ ಈತನಿಂದ ಸಾಧ್ಯವಿರಲಿಲ್ಲ. ನ್ಯಾಯಾಂಗದ ಮೇಲೆ ಮತ್ತು ಸೈನ್ಯದ ಮೇಲೆ ಈತನು ತನ್ನ ನಿಯಂತ್ರಣವನ್ನು ಕಳೆದುಕೊಂಡಿದ್ದನು. ಕೊನೆಯದಾಗಿ, ಈತನ ಮಂತ್ರಿಗಳು ಅಧಿಕಾರದಲ್ಲಿ ಇರಬೇಕಾದರೆ ಪಾರ್ಲಿಮೆಂಟ್ ಬಹುಮತವನ್ನು ಹೊಂದಿರಬೇಕಾಗಿತ್ತು. ಇಂಗ್ಲೆಂಡ್ ನಿರಂಕುಶ ಪ್ರಭುತ್ವವನ್ನು ಸಂಪೂರ್ಣವಾಗಿ ಕಳೆದುಕೊಂಡಿತು. ವಾಲ್‌ಪೋಲ್ ಮತ್ತು ಪಿಟ್ಟಿರಂಥ ಮಂತ್ರಿಗಳು ಪ್ರಬಲ ಮಂತ್ರಿಮಂಡಲದ ಸರ್ಕಾರಕ್ಕೆ ಬುನಾದಿ ಹಾಕಿದರು. ಕೆಳಸದನವೇ ಬಹುಮತದಿಂದ ಎಲ್ಲವನ್ನೂ ನಿರ್ವಹಿಸುವಂತಾಯಿತು. ಇಂಗ್ಲಿಷ್ ಪಾರ್ಲಿಮೆಂಟರಿ ವ್ಯವಸ್ಥೆಯನ್ನು ಜಾರಿಗೆ ತರಲಾಯಿತು.

* * * * *

ಅಧ್ಯಾಯ - 7

ಮೂವತ್ತು ವರ್ಷಗಳ ಯುದ್ಧ

ಯೂರೋಪಿನ ಇತಿಹಾಸದಲ್ಲಿ ಅದರ ಮಹತ್ವ

ಹದಿನೇಳನೆಯ ಶತಮಾನದ ಪೂರ್ವಾರ್ಧದಲ್ಲಿ ಯೂರೋಪಿನ ಅನೇಕ ರಾಜ್ಯಗಳಲ್ಲಿ ರಾಜಕೀಯ ಮತ್ತು ಆರ್ಥಿಕ ಬೆಳವಣಿಗೆಗಳು ರಾಜಕೀಯ ಮತ್ತು ಆರ್ಥಿಕ ಅಸ್ಥಿರತೆಗಳಿಗೆ ದಾರಿಮಾಡಿಕೊಟ್ಟವು. ಈ ಬಿಕ್ಕಟ್ಟು ಅನೇಕ ರೂಪಗಳನ್ನು ತಳೆಯಿತು. ಸ್ಪೈನ್ ಮತ್ತು ಜರ್ಮನಿಗಳಲ್ಲಿ ಸ್ಥಳೀಯತೆ ಮತ್ತು ವಿಶಿಷ್ಟತೆಗಳ ಶಕ್ತಿಗಳು ಕೇಂದ್ರ ನಿಯಂತ್ರಣವನ್ನು ಅಧಿಕಗೊಳಿಸುವ ಹ್ಯಾಪ್ಸ್‌ಬರ್ಗ್ ಪ್ರಯತ್ನವನ್ನು ಪ್ರತಿಭಟಿಸಿದವು. ಇಂಗ್ಲೆಂಡ್ ಮತ್ತು ಫ್ರಾನ್ಸ್‌ಗಳಲ್ಲಿನ ಸರ್ಕಾರದ ವಿರುದ್ಧದ ಕ್ರಾಂತಿಗಳು ಎಲ್ಲ ವರ್ಗಗಳ ಜನರ ಬೆಂಬಲವನ್ನು ಪಡೆದವು. ಈ ವರ್ಗಗಳು ಬೂರ್ಷ್ವಾ ರಾಷ್ಟ್ರೀಯ ಚಕ್ರವರ್ತಿಗಳ ಆಳ್ವಿಕೆಯಿಂದ ರೋಸಿಹೋಗಿದ್ದವು. ಈ ಸಮಯದಲ್ಲಿ ಯೂರೋಪಿನ ರಾಜಕೀಯ ಮತ್ತು ಆರ್ಥಿಕ ಸಮತೋಲನದ ಬದಲಾವಣೆಯ ಅವಧಿಯಲ್ಲೊಂದಾಗಿತ್ತು. ಇಟಲಿ, ಸ್ಪೈನ್, ಪೋರ್ಚುಗಲ್ ಮತ್ತು ಜರ್ಮನಿಗಳು ಐಶ್ವರ್ಯ ಮತ್ತು ಅಧಿಕಾರಗಳನ್ನು ಕಳೆದುಕೊಳ್ಳುತ್ತಿದ್ದರೆ, ಇಂಗ್ಲೆಂಡ್, ಫ್ರಾನ್ಸ್ ಮತ್ತು ಹಾಲೆಂಡ್‌ಗಳು ಅಭಿವೃದ್ಧಿ ಹೊಂದಿದವು ಹಾಗೂ ಶಕ್ತಿಯುತವಾದವು.

ಈ ಬಿಕ್ಕಟ್ಟು ಯುದ್ಧಗಳಲ್ಲಿ ಮತ್ತು ಕ್ರಾಂತಿಗಳಲ್ಲಿ ಕಾಣಿಸಿಕೊಂಡಿತು. ಇದು ಹದಿನೇಳನೆ ಶತಮಾನದ ಆರಂಭದ ಇತಿಹಾಸವನ್ನು ಒತ್ತಿ ಹೇಳಿತು. ಜರ್ಮನಿಯಲ್ಲಿ ಮೂವತ್ತು ವರ್ಷಗಳ ಯುದ್ಧವು ಶತಮಾನದ ಪೂರ್ವಾರ್ಧದಲ್ಲಿ ಹೆಚ್ಚು ಕಾಲ ನಡೆಯಿತು. 1640 ಮತ್ತು 1650ರ ದಶಕಗಳಲ್ಲಿ ಸ್ಪೈನ್‌ನಲ್ಲಿ ಕೆಟಲೋನಿಯ ಮತ್ತು ಪೋರ್ಚುಗಲ್ ದಂಗೆಗಳು ನಡೆದರೆ, ಇಂಗ್ಲೆಂಡಿನಲ್ಲಿ ಸಂಪ್ರದಾಯನಿಷ್ಠರ ದಂಗೆ ನಡೆಯಿತು ಹಾಗೂ ನೆದರ್‌ಲ್ಯಾಂಡ್ಸ್‌ನಲ್ಲಿ ಕ್ಷಿಪ್ರಕ್ರಾಂತಿ ಸಂಭವಿಸಿತು. ಹದಿನೇಳನೆ ಶತಮಾನದ ಉತ್ತರಾರ್ಧದಲ್ಲಿ ಹಲವಾರು ಯೂರೋಪಿಯನ್ ರಾಜ್ಯಗಳಲ್ಲಿ ವ್ಯಾಪಕವಾದ ಸಂವಿಧಾನಾತ್ಮಕ ಬದಲಾವಣೆಗಳು ಉಂಟಾದವು. ಹ್ಯಾಪ್ಸ್‌ಬರ್ಗ್ ಜರ್ಮನಿಯಿಂದ ಮತ್ತು ಸ್ಪೈನ್‌ಗಳಿಂದ ಶಕ್ತಿಸಮತೋಲನವು ಬೌರ್ಬನ್ ಫ್ರಾನ್ಸ್‌ಗೆ ಸ್ಥಾನಾಂತರ ಹೊಂದಿತು.

ಮೂವತ್ತು ವರ್ಷಗಳ ಯುದ್ಧಕ್ಕೆ ಹಿಂದಿನ ಜರ್ಮನಿ

ಅಂತರ್ಯುದ್ಧದಿಂದ ಫ್ರಾನ್ಸ್ ಒಡೆದುಹೋಗಿದ್ದರೆ, ದಂಗೆಯೆದ್ದ ನೆದರ್‌ಲ್ಯಾಂಡನ್ನು ತನ್ನ ಹತೋಟಿಯಲ್ಲಿ ಇಟ್ಟುಕೊಳ್ಳುವ ಸಲುವಾಗಿ ತನ್ನ ಸಂಪನ್ಮೂಲಗಳನ್ನೆಲ್ಲ ಖರ್ಚುಮಾಡಿ ಅದು ದುರ್ಬಲವಾಗಿತ್ತು. ಜರ್ಮನಿ ಈ ಅವಧಿಯಲ್ಲಿ ತಕ್ಕಮಟ್ಟಿಗೆ ಶಾಂತಿಯಿಂದ ಕೂಡಿತ್ತು. ಐದನೆಯ ಚಾರ್ಲ್ಸ್‌ನ ಅನಂತರ ಬಂದ ಮೊದಲನೆ ಫರ್ಡಿನ್ಯಾಂಡ್ ಮತ್ತು ಎರಡನೆಯ ಮ್ಯಾಕ್ಸಿಮಿಲಿಯನ್ನರು ಸಂಕುಚಿತ ಮನೋಭಾವದವರು ಅಲ್ಲವಾದ್ದರಿಂದ ಅವರು ಸಹಿಷ್ಣುತೆಯ ನೀತಿಯನ್ನನುಸರಿಸಿದರು. ಹಾಗಾಗಿ ಅವರ ಆಳ್ವಿಕೆಗಳಲ್ಲಿ ಪ್ರಾಟೆಸ್ಟೆಂಟ್‌ರು, ವಿಶೇಷವಾಗಿ ಕ್ಯಾಲ್ವಿನಿಸ್ಟಿಕ್ ಮಾದರಿಯವರು, ಜರ್ಮನಿಯಲ್ಲಿ ಸಾಕಷ್ಟು ಪ್ರಗತಿಯನ್ನು ಸಾಧಿಸಿದರು. ಆದರೆ ಪ್ರತಿ ಸುಧಾರಣಾ ಅಲೆಯು ಪ್ರಾಟೆಸ್ಟೆಂಟರ ಪ್ರಗತಿಯ ಉಬ್ಬರವಿಳಿತವನ್ನು ತಡೆಗಟ್ಟಿತು. ಜರ್ಮನಿಯಲ್ಲಿ ಜೆಸೂಯಿತರು ಕಾಣಿಸಿಕೊಂಡರು. ಅವರ ಕುಗ್ಗದ ಶಕ್ತ್ಯುತ್ಸಾಹಗಳು ಮಾತೃಚರ್ಚಿಗಾಗಿ ದೇಶದ ಬಹುಭಾಗವನ್ನು ಮತಾಂತರಗೊಳಿಸಿದವು. ಜೆಸೂಯಿತರ ಪ್ರಯತ್ನಗಳನ್ನು ಚಕ್ರವರ್ತಿ ಮೂರನೆ ರುಡಾಲ್ಫನು ಅನುಮೋದಿಸಿದನು. ಈ ಚಕ್ರವರ್ತಿಯು ತನ್ನ ಪೂರ್ವಾಧಿಕಾರಿಯ ಸಹಿಷ್ಣುತಾ ನೀತಿಯನ್ನು ಬಿಟ್ಟುಕೊಟ್ಟು ಕ್ಯಾಥೊಲಿಕ್ ಪ್ರಕ್ರಿಯೆಗೆ ಬೆಂಬಲ ನೀಡಿದನು. ಲೂಥೆರನ್‌ಗಳ ಮತ್ತು ಕ್ಯಾಲ್‌ವಿನಿಸ್ಟ್‌ಗಳ ಪರಸ್ಪರ ದ್ವೇಷಾಸೂಯೆಗಳು ಕ್ಯಾಥೊಲಿಕ್ ಪ್ರತಿಕ್ರಿಯೆಯ ಕಾರಣಕ್ಕೆ ಬೆಂಬಲ ನೀಡಿದರು.

ಚಕ್ರವರ್ತಿಯ ಬೆಂಬಲ ಸಿಕ್ಕಿದ್ದರಿಂದ ಕ್ಯಾಥೊಲಿಕರು ಹೋರಾಟದ ಮನೋಪ್ರವೃತ್ತಿಯನ್ನು ಹೊಂದಿ ಪ್ರಾಟೆಸ್ಟೆಂಟರನ್ನು ಎಲ್ಲ ವಿಧದಿಂದಲೂ ಅಡ್ಡಿಪಡಿಸಿದರು. ಡಯಟ್ ಮತ್ತು ಇಂಪೀರಿಯಲ್ ಚೇಂಬರ್ ಎರಡರಲ್ಲಿಯೂ ಅವರು ಬಹುಮತ ಹೊಂದಿದ್ದರು. ಹಾಗಾಗಿ ಪ್ರಾಟೆಸ್ಟೆಂಟರ ವಿರುದ್ಧದ ಎಲ್ಲ ತಕರಾರುಗಳನ್ನು ತಮ್ಮ ಪರವಾಗಿ ತೀರ್ಮಾನಿಸಿಕೊಂಡರು. ಪ್ರಾಟೆಸ್ಟೆಂಟರಿಂದಲೇ ಬಹುವಾಗಿ ಕೂಡಿದ್ದ ಡನಾವರ್ತ್ ಎಂಬ ಮುಕ್ತಪಟ್ಟಣವನ್ನು ಚಕ್ರಾಧಿಪತ್ಯದಿಂದ ಬಹಿಷ್ಕರಿಸಲಾಗಿತ್ತು ಹಾಗೂ ಕ್ಯಾಥೊಲಿಕ್ಕರ ಮೆರವಣಿಗೆಯನ್ನು ಅವಹೇಳನ ಮಾಡಿದ್ದರಿಂದ ಬವೇರಿಯಾವು ಅದನ್ನು ತನ್ನ ವಶಕ್ಕೆ ತೆಗೆದುಕೊಂಡಿತ್ತು. ಈ ಬಗ್ಗೆ ಪ್ರಾಟೆಸ್ಟೆಂಟರು ತೀವ್ರ ವಿರೋಧ ವ್ಯಕ್ತಪಡಿಸಿದರು. ಆದರೆ ಅವರ ಪ್ರತಿಭಟನೆಗೆ ಯಾರೂ ಬೆಲೆಕೊಡಲಿಲ್ಲ. ಈಗ ಉದ್ವಿಗ್ನತೆ ಎಷ್ಟು ಪ್ರಬಲವಾಯಿತೆಂದರೆ ಪ್ರಾಟೆಸ್ಟೆಂಟರಲ್ಲಿ ಹಲವರು, ವಿಶೇಷವಾಗಿ ಕ್ಯಾಲ್ವಿನಿಸ್ಟ್‌ಗಳು, ಪರಸ್ಪರರ ರಕ್ಷಣೆಗಾಗಿ

ಒಕ್ಕೂಟವನ್ನು ಮಾಡಿಕೊಂಡು ರಾಜನ ಅಧಿಕಾರಿಯನ್ನು ನಾಯಕನನ್ನಾಗಿ ಆರಿಸಿದರು. ತಮ್ಮ ಸರದಿಯಲ್ಲಿ ಕ್ಯಾಥೊಲಿಕ್ಕರು ಬವೇರಿಯಾದ ಮ್ಯಾಕ್ಸಿಮಿಲಿಯನ್ನನ ನೇತೃತ್ವದಲ್ಲಿ ಕ್ಯಾಥೊಲಿಕ್ ಲೀಗನ್ನು ಮಾಡಿಕೊಂಡರು. ಅವರ ಹಿತಾಸಕ್ತಿಗಳನ್ನು ಕಾಪಾಡಿಕೊಳ್ಳಲು ಇದು ಅಗತ್ಯವಾಗಿತ್ತು. ಹಾಗಾಗಿ ಜರ್ಮನಿಯಲ್ಲಿ ಎರಡು ವಿರುದ್ಧ ಬಣಗಳು ಏರ್ಪಟ್ಟು ಒಂದರ ಮೇಲೆ ಮತ್ತೊಂದು ಬೀಳಲು ಸಜ್ಜಾಗಿದ್ದವು.

ಮೂವತ್ತು ವರ್ಷಗಳ ಯುದ್ಧದ ಕಾರಣಗಳು

ಕ್ಯಾಥೊಲಿಕ್‌ರ ಮತ್ತು ಪ್ರಾಟೆಸ್ಟೆಂಟರ ನಡುವೆ ಉಂಟಾದ ಧಾರ್ಮಿಕ ವಿವಾದಗಳೇ ಈ ಯುದ್ಧಕ್ಕೆ ಮೂಲಕಾರಣವಾಗಿತ್ತು. ಈ ಎರಡು ವಿರುದ್ಧ ಬಣಗಳಲ್ಲಿ ಹೊಂದಾಣಿಕೆಯ ಸ್ವಭಾವ ಕಂಡುಬರದೆ ಇದ್ದುದರಿಂದ ಯಾವುದೇ ಬಗೆಯ ತೃಪ್ತಿಕರ ತೀರ್ಮಾನ ಕಂಡುಬರಲಿಲ್ಲ. ಹಾಗಾಗಿ ಎರಡು ಬಣಗಳ ನಡುವೆ ತೀವ್ರ ಸ್ವರೂಪದ ದ್ವೇಷ ಉಂಟಾಯಿತು.

ಜರ್ಮನಿಯಲ್ಲಿ ಮೊದಲನೆ ಧಾರ್ಮಿಕ ಯುದ್ಧವನ್ನು ಮುಕ್ತಾಯಗೊಳಿಸಿದ ಆಗ್ಸ್‌ಬರ್ಗ್ ಶಾಂತಿ ಒಪ್ಪಂದವು ಅನೇಕ ದೃಷ್ಟಿಗಳಿಂದ ದೋಷಪೂರ್ಣವಾಗಿತ್ತು. ಹಾಗಾಗಿ ಕ್ಯಾಥೊಲಿಕ್ ಮತ್ತು ಪ್ರಾಟೆಸ್ಟೆಂಟರ ನಡುವೆ ಕಾದಾಟಕ್ಕೆ ಅದು ಉತ್ತಮ ಕಾರಣವಾಯಿತು. ಜಾತ್ಯಾತೀತ ರಾಜರಿಗೆ ತಮ್ಮ ಪ್ರದೇಶಗಳಲ್ಲಿ ಧರ್ಮದ ಬಗ್ಗೆ ತಾವೇ ತೀರ್ಮಾನ ಕೈಗೊಳ್ಳಬಹುದೆಂಬ ಅಧಿಕಾರವನ್ನು ನೀಡಿದಾಗ, ಜನರಿಗೆ ಅವರ ಧರ್ಮವನ್ನು ಆರಿಸಿಕೊಳ್ಳುವ ಅಧಿಕಾರವನ್ನು ನೀಡದೆ ಹೆಚ್ಚು ಹಿಂಸೆಯನ್ನು ಕೊಟ್ಟರು. ಎರಡನೆಯದಾಗಿ, ಆಗ್ಸ್‌ಬರ್ಗ್ ಶಾಂತಿ ಒಪ್ಪಂದ ಕ್ಯಾಲ್ವಿನಿಸಂ ಬಗ್ಗೆ ಯೋಚಿಸಲೇ ಇಲ್ಲ. ಅದಕ್ಕೆ ಅಸ್ತಿತ್ವವೇ ಇಲ್ಲದಂತಾಗಿತ್ತು. ಅದರ ಪರಿಸ್ಥಿತಿ ಶೋಚನೀಯವಾಗಿತ್ತು. ಅದೂ ಅಲ್ಲದೆ ಲೂಥೆರಾನಿಸಂ ಮತ್ತು ಕ್ಯಾಥೊಲಿಸಂಗಳನ್ನು ಅದು ಎದರಿಸಬೇಕಾಗಿತ್ತು. ಕೊನೆಯದಾಗಿ ಚರ್ಚಿನ ಧಾರ್ಮಿಕ ಮೀಸಲಾತಿಗಳು ಎಂದು ಕರೆಯಲ್ಪಟ್ಟ ಲೇಖನಗಳು ಆಗಾಗ ಜಗಳಗಳಿಗೆ ಎಡೆಮಾಡಿಕೊಟ್ಟವು. ಏಕೆಂದರೆ ಲೂಥೆರಾನ್ನರು ಆಗಾಗ ಅವುಗಳನ್ನು ಉಲ್ಲಂಘಿಸುತ್ತಿದ್ದರು. ಇದರಿಂದಾಗಿ ಕ್ಯಾಥೊಲಿಕ್ಕರಿಗೆ ದೂರು ನೀಡಲು ಅವಕಾಶ ಸಿಗುತ್ತಿತ್ತು.

ಆಗ್ಸ್‌ಬರ್ಗ್ ಶಾಂತಿ ಒಪ್ಪಂದ ದೋಷಗಳಿಂದ ಕೂಡಿದ್ದರೂ ಬಹುಕಾಲದವರೆಗೆ ಅದು ಕ್ಯಾಥೊಲಿಕ್ ಮತ್ತು ಪ್ರಾಟೆಸ್ಟೆಂಟರ ನಡುವೆ ಶಾಂತಿಯನ್ನು ಕಾಪಾಡಿಕೊಂಡು ಬಂದಿತು. ಆದರೆ ಜೆಸೂಯಿತರ ಚಟುವಟಿಕೆಯ ಮೂಲಕ ಪ್ರತಿ–ಸುಧಾರಣೆಯನ್ನು ಎಷ್ಟು ಬೇಗ ಮಾಡಲಾಯಿತೆಂದರೆ, ಪ್ರಾಟೆಸ್ಟೆಂಟರು ಗಾಬರಿಯಿಂದ ಯೂನಿಯನ್ ಎಂಬುದಾಗಿ ಕರೆಯಲ್ಪಟ್ಟ ರಕ್ಷಣಾ ಒಕ್ಕೂಟವನ್ನು ರೂಪಿಸಿಕೊಂಡರು. ಕ್ಯಾಥೊಲಿಕರು ಪ್ರತಿಯಾಗಿ ತಮ್ಮ ಹಿತಾಸಕ್ತಿಗಳನ್ನು ರಕ್ಷಿಸಿಕೊಳ್ಳುವ ಸಲುವಾಗಿ ಕ್ಯಾಥೊಲಿಕ್ ಲೀಗ್ ರೂಪಿಸಿಕೊಂಡರು. ಹೀಗೆ ಎರಡೂ ಬಣಗಳು ತಮ್ಮ ಅಭಿಪ್ರಾಯಕ್ಕೇ ಅಂಟಿಕೊಂಡಾಗ ಬೋಹಿಮಿಯಾದಲ್ಲಿ ಬಿಕ್ಕಟ್ಟು ಆರಂಭವಾಯಿತು.

ಬೋಹಿಮಿಯನ್ನರಲ್ಲಿ ಬಹುಮಂದಿ ಪ್ರಾಟೆಸ್ಟೆಂಟರಿದ್ದರು. ಹಾಗಾಗಿ ಚಕ್ರವರ್ತಿ ಎರಡನೆ ಫರ್ಡಿನ್ಯಾಂಡನು ಪ್ರಾಟೆಸ್ಟೆಂಟರ ವಿರೋಧಿ ನೀತಿಯನ್ನು ಅನುಸರಿಸುತ್ತಿದ್ದುದರಿಂದ ಅವರು ಅವನನ್ನು ಇಷ್ಟಪಡಲಿಲ್ಲ. ಆದರೆ ಜನರ ಅತೃಪ್ತಿ ದಂಗೆಯ ಮಟ್ಟವನ್ನು ತಲುಪಿತು. ಚಕ್ರವರ್ತಿಯ ಆಜ್ಞೆಯ ಮೇರೆಗೆ ಪ್ರೇಗ್‌ನಲ್ಲಿ ಪ್ರಾಟೆಸ್ಟೆಂಟರ ಚರ್ಚೊಂದು ಹಾಳಾಯಿತು. ಅಲ್ಲಿ ಜನ ದಂಗೆಯೆದ್ದರು. ಚಕ್ರವರ್ತಿಯ ಅಧಿಕಾರಿಗಳನ್ನು ಕೋಟೆ ಕೊತ್ತಳದ ಕಿಟಕಿಗಳಿಂದ ತಳ್ಳಿದರು. ಎಲೆಕ್ಟರ್ ಫ್ರೆಡ್ರಿಕನಿಗೆ ಸಿಂಹಾಸನವನ್ನು ನೀಡಲು ಮುಂದಾದರು. ಇದನ್ನು ಫ್ರೆಡ್ರಿಕ್ ಒಪ್ಪಿಕೊಂಡಿದ್ದರಿಂದ ಇದು ಫರ್ಡಿನ್ಯಾಂಡನಿಗೆ ನೇರ ಸವಾಲಾಯಿತು ಹಾಗೂ 1618ರಲ್ಲಿ ಮೂವತ್ತು ವರ್ಷಗಳ ಯುದ್ಧ ಆರಂಭವಾಯಿತು.

ಚಕ್ರವರ್ತಿ ಎರಡನೆ ಫರ್ಡಿನ್ಯಾಂಡನು ತನ್ನ ಸ್ಥಾನಭದ್ರತೆಗಾಗಿ ಹಾಗೂ ತನ್ನ ಖಾಸಗಿ ನಿಯಂತ್ರಣದಲ್ಲಿ ಸಂಯುಕ್ತ ಜರ್ಮನಿಯನ್ನು ಪಡೆಯಲು ಆಸೆಪಟ್ಟ ಫಲವಾಗಿ ಯುದ್ಧ ನಡೆಯಲು ರಾಜಕೀಯ ಕಾರಣವನ್ನು ನಿರೂಪಿಸಬಹುದು. ಚಕ್ರವರ್ತಿಯ ಅಧಿಕಾರವನ್ನು ಬಲಪಡಿಸಿ ಆ ಮೂಲಕ ಸದೃಢ ಕೇಂದ್ರೀಕೃತ ಸರ್ಕಾರವನ್ನು ಸೃಷ್ಟಿಸಲು ಆತನು ಜರ್ಮನಿಯಲ್ಲಿನ ಧಾರ್ಮಿಕ ಗೊಂದಲದ ರಾಜಕೀಯ ಬಳಕೆಯನ್ನು ಮಾಡಿಕೊಳ್ಳಲು ಬಯಸಿದನು. ಜರ್ಮನ್ ರಾಜಕುಮಾರರು ಸ್ವಾತಂತ್ರ್ಯವನ್ನು ಪೂರ್ಣಗೊಳಿಸಲು ಬಯಸಿದ್ದರು. ಪ್ರಾಟೆಸ್ಟೆಂಟ್ ಮಹಾಕ್ರಾಂತಿಯ ಅವಧಿಯಲ್ಲಿ ಅವರು ಐಶ್ವರ್ಯವಂತರೂ ಪ್ರಬಲರೂ ಆಗಿದ್ದರು. ಹಾಗಾಗಿ ಚಕ್ರವರ್ತಿಯ ನಿಯಂತ್ರಣಾಧಿಕಾರದಿಂದ ತಪ್ಪಿಸಿಕೊಳ್ಳಲು ಬಯಸಿದರು. ಜರ್ಮನಿಯ ಪ್ರಾಟೆಸ್ಟೆಂಟ್ ರಾಜ್ಯಗಳು ಚಕ್ರವರ್ತಿಯ ಪ್ರಮುಖ ವೈರಿಗಳಾಗಿದ್ದವು. ಹಾಗಾಗಿ ಕ್ಯಾಥೊಲಿಕ್ ಒಕ್ಕೂಟದ ಮೂಲಕ ಅವರನ್ನು ಮಟ್ಟಹಾಕಲು ಚಕ್ರವರ್ತಿ ಪ್ರಯತ್ನಿಸಿದನು. ಆದರೆ ಚಕ್ರವರ್ತಿಯ ಅಧಿಕಾರ ಹೆಚ್ಚಿದಂತೆ ಅದು ಸ್ಥಳೀಯ ರಾಜರು ಬಯಸಿದ್ದ ಸ್ವಾತಂತ್ರ್ಯಕ್ಕೆ ಧಕ್ಕೆ ತರುವಂಥದಾಗಿತ್ತು. ಈ ಸಾಧ್ಯತೆಯು ರೋಮನ್ ಕ್ಯಾಥೊಲಿಕ್ ರಾಜ್ಯಗಳಿಗೂ ಗಾಬರಿಯನ್ನು ಉಂಟುಮಾಡಿತು. ಚಕ್ರವರ್ತಿಯ ಅಧಿಕಾರ ವಿಸ್ತರಿಸಬಹುದೆಂಬ ಭಯ ಅವರಿಗುಂಟಾದ್ದರಿಂದ ಅವನ ಬಗ್ಗೆ ಅಸೂಯೆಯುಂಟಾಯಿತು. ಸ್ಥಳೀಯ ರಾಜರ ಈ ಅಸೂಯೆ ಹೋರಾಟದೊಳಕ್ಕೆ ರಾಜಕೀಯ ಅಂಶವನ್ನು ತಂದುಹಾಕಿತು. ಇದರಿಂದಾಗಿ ಪ್ರಾಟೆಸ್ಟೆಂಟರಿಗೆ ತಾವು ಉಳಿದುಕೊಳ್ಳುವುದಕ್ಕೆ ಅವಕಾಶ ಒದಗಿಸಿಕೊಟ್ಟಿತು.

ಯುದ್ಧದ ಗತಿ

1618 ರಿಂದ 1648ರ ವರೆಗೆ ನಡೆದ ಮೂವತ್ತು ವರ್ಷಗಳು ಅತ್ಯಂತ ವ್ಯಾಪಕವಾದ ಮತ್ತು ಆರಂಭದ ಸಶಸ್ತ್ರ ಹೋರಾಟವಾಗಿತ್ತು. ಅದು ಮುಗಿಯುವ ಮೊದಲೇ, ಜರ್ಮನಿಯ ಬಹುಭಾಗ ಹಾಳಾಗಿಹೋಗಿತ್ತು. ಹಾಗೂ ಯೂರೋಪಿನ ಒಂದಲ್ಲ ಒಂದು ರಾಷ್ಟ್ರ ಒಂದಲ್ಲ ಒಂದು ರೀತಿಯಿಂದ ಈ ಯುದ್ಧದಲ್ಲಿ ಪಾಲ್ಗೊಂಡಿದ್ದವು. ಇದರ ವಿಷಯಗಳು ಸಂಕೀರ್ಣವಾಗಿದ್ದುವಲ್ಲದೆ, ಸದಾ ಇವುಗಳ ಬಗ್ಗೆ ಸರಿಯಾದ ವ್ಯಾಖ್ಯೆಯನ್ನು ನೀಡುತ್ತಿರಲಿಲ್ಲ. ಈ ಯುದ್ಧ ಎರಡು ವಿರೋಧಿ ಬಣಗಳ ನಡುವೆಯಷ್ಟೇ ನಡೆಯಲಿಲ್ಲ. ವಾಸ್ತವವಾಗಿ ಅನೇಕ ಪಕ್ಷಗಳ ಹೋರಾಟವಾಗಿತ್ತಲ್ಲದೆ ವಿರೋಧಪಕ್ಷಗಳು ಯಾವುದೇ ಒಂದು ಹೋರಾಟದಲ್ಲಿ ಯಾವುದೇ ಕ್ಷಣ ಮತ್ತೊಂದು ಪಕ್ಷಕ್ಕೆ ಹೋಗಬಹುದಾಗಿತ್ತು. ಅನೇಕ ವೇಳೆ ಜನರಲ್ಲರು ಮತ್ತು ರಾಜರು ಹೋರಾಟ ನಡೆಸುತ್ತಿರುವಾಗಲೇ ತಮ್ಮ ವಿರೋಧಿಗಳೊಂದಿಗೆ ವೈಯಕ್ತಿಕವಾಗಿ ಸಂಧಾನ ನಡೆಸುತ್ತಾ ತಾವು ಪಕ್ಷವನ್ನು ಬದಲಿಸಿದರೆ ತಮಗೆ ಏನು ಲಭಿಸುತ್ತದೆ ಎಂದು ಹೇಳುತ್ತಿದ್ದರು. ಹೋರಾಟದ ಸಂಕೀರ್ಣತೆ ಮತ್ತು ದೊರಕಲಿರುವ ವಿದೇಶೀ ಸಹಾಯಧನದ ಮೇಲೆ ಯಾವೊಂದು ಪಕ್ಷ ನಿರ್ಣಾಯಕ ವಿಜಯವನ್ನು ಸಾಧಿಸುತ್ತದೆ ಎಂಬುದಾಗಿತ್ತು. ಯುದ್ಧ ಅನಿಶ್ಚಿತ ಅವಧಿಯವರೆಗೆ ಮುಂದುವರೆಯಿತು.

ಯುದ್ಧದ ಮೊದಲ ಘಟ್ಟ

ಬೊಹಿಮಿಯಾದಲ್ಲಿ ಗಂಭೀರ ಪರಿಸ್ಥಿತಿ ಬಹಿರಂಗ ಹೋರಾಟವದ ಸ್ವರೂಪವನ್ನು ತಳೆಯಿತು. ಬೊಹಿಮಿಯಾದ ಹ್ಯಾಪ್ಸ್‌ಬರ್ಗ್ ರಾಜ ಫರ್ಡಿನ್ಯಾಂಡನು (ಈತನು ಪವಿತ್ರ ರೋಮನ್ ಸಾಮ್ರಾಜ್ಯದ ಚಕ್ರವರ್ತಿಯಾಗುವವನಿದ್ದ) ತನ್ನ ಕ್ಯಾಥೊಲಿಕ್ ಸಲಹೆಗಾರರಿಗೆ ಪ್ರಾಟಿಸ್ಟೆಂಟರಿಗೆ ನೀಡಲಾಗಿದ್ದ ಸೌಲಭ್ಯಗಳನ್ನು ರದ್ದುಗೊಳಿಸಲು ಅಧಿಕಾರವನ್ನು ನೀಡಿದನು. ಬೊಹಿಮಿಯಾ ದೇಶದಲ್ಲಿ ಪ್ರಾಟಿಸ್ಟೆಂಟರ ಜನಸಂಖ್ಯೆ ಅಧಿಕವಾಗಿತ್ತು. ಈಗ ಇಂಥ ಅಧಿಕಾರವನ್ನು ನೀಡಿದ್ದರಿಂದಾಗಿ ಜನರು ರಾಜನನ್ನು ಪ್ರತಿಭಟಿಸತೊಡಗಿದರು. ಕೋಪಗೊಂಡ ಬೊಹಿಮಿಯನ್ನರು ರಾಜನನ್ನು ಪದಚ್ಯುತಗೊಳಿಸಿದರಲ್ಲದೆ ಆತನ ಸಲಹೆಗಾರರ ಪೈಕಿ ಮೂವರನ್ನು ಪ್ರೇಗ್‌ನಲ್ಲಿನ ರಾಜನ ಅರಮನೆಯ ಕಿಟಕಿಯಿಂದ ಎತ್ತೊಗೆದರು. ಈ ಸಲಹೆಗಾರರು (ಕಸದ ರಾಶಿಯ ಮೇಲೆ ಬಿದ್ದದ್ದರಿಂದ ಇವರ ಪ್ರಾಣ ಉಳಿಯಿತು) ಬದುಕಿ ಉಳಿದ ಮೇಲೂ ರಾಜನ ಕೋಪ ಆರಲಿಲ್ಲ. ಪವಿತ್ರ ರೋಮನ್ ಚಕ್ರವರ್ತಿ ಎಂದು ಈತನನ್ನು ಆಯ್ಕೆ ಮಾಡಿದ ತರುಣದಲ್ಲಿಯೇ ಈತನ ಪದಚ್ಯುತಿಯ ಸುದ್ದಿ ಈತನಿಗೆ ತಲುಪಿತು.

ಎಲೆಕ್ಟರ್ ಫ್ರೆಡ್ರಿಕನು ದಂಗೆಯೆದ್ದ ರಾಷ್ಟ್ರದ ಡಯಟ್ ಈತನನ್ನು ಬೊಹಿಮಿಯಾದ ರಾಜನೆಂದು ಅಂಗೀಕರಿಸಿದೊಡನೆಯೇ ಜರ್ಮನಿಯಲ್ಲಿ ಜನರ ದೊಂಬಿಯು ಅಂತಯುದ್ಧಕ್ಕೆ ಕಾರಣವಾಯಿತು. ಈಗ ಚಕ್ರವರ್ತಿಯಾಗಿದ್ದ ಫರ್ಡಿನಾಂಡನು ಬೊಹಿಮಿಯಾಕ್ಕೆ ಹಿಂದಿರುಗಿ ದಂಗೆಯೆದ್ದ ತನ್ನ ಪ್ರಜೆಗಳ ಮೇಲೆ ಶೀಘ್ರ ಜಯವನ್ನು ಸಾಧಿಸಿದನು. ಆದರೆ ಪ್ರಾಟಿಸ್ಟೆಂಟ್ ಫ್ರೆಡ್ರಿಕನಿಗೆ ತಾನು ಮತ್ತಷ್ಟು ಹೋರಾಟ ನಡೆಸಿದರೆ ತನಗೆ ತುಂಬ ಐಶ್ವರ್ಯ ಲಭಿಸಬಹುದೆಂದು ಭಾವಿಸಿದನು. ಯುದ್ಧವು ಪಶ್ಚಿಮಜರ್ಮನಿಗೆ ಹಬ್ಬಿತು. ಬೊಹಿಮಿಯಾ ದೇಶದಲ್ಲೆ ಫರ್ಡಿನಾಂಡನ ಮತ್ತು ಆತನ ಮಂತ್ರಿಗಳ ದಮನಾತ್ಮಕ ತಂತ್ರಗಳು ಪ್ರಾಟಿಸ್ಟೆಂಟರ ಪ್ರತಿಭಟನೆಯನ್ನು ಮೀರಿ ಕ್ಯಾಥೊಲಿಕರು ಮತ್ತೆ ಚೈತನ್ಯಗೊಳ್ಳಲು ಅವಕಾಶವಾಯಿತು. ಜರ್ಮನಿಯ ಉಳಿದ ಭಾಗಗಳಲ್ಲಿ ಯುದ್ಧವು ಚಕ್ರವರ್ತಿಯ ನಿರಂಕುಶಾಧಿಕಾರದ ಗುರಿ ಮತ್ತು ಕೇಂದ್ರೀಕೃತ ನಿಯಂತ್ರಣಗಳ ನಡುವೆ ಹೆಚ್ಚು ಹೆಚ್ಚು ಯುದ್ಧವಾಗಿ ಪರಿಣಮಿಸಿತು. ರಾಜರು ತಮ್ಮ ಸ್ವಾತಂತ್ರ್ಯವನ್ನು ರಕ್ಷಿಸಿಕೊಳ್ಳಲು ಮತ್ತು ಉಳಿಸಿಕೊಳ್ಳಲು ನಿರ್ಧರಿಸಿದರು. ಪ್ರತಿಯೊಬ್ಬ ರಾಜನೂ ತನ್ನ ಲಾಭವನ್ನೇ ಬಯಸುತ್ತ ಸ್ವತಂತ್ರವಾಗಿ ಯುದ್ಧದಲ್ಲಿ ಭಾಗವಹಿಸತೊಡಗಿದನು.

ಯುದ್ಧದ ಮೊದಲನೆ ಘಟ್ಟ

(1618–1625): ಚಕ್ರವರ್ತಿ ಫರ್ಡಿನ್ಯಾಂಡ್ ಮತ್ತು ಆತನ ಮಿತ್ರ ಪಕ್ಷದವರು ಹಾಗೂ ಇತರ ಅಸಂಖ್ಯಾತ ಪ್ರಾಟಿಸ್ಟೆಂಟ್ ರಾಜರು ಇವರ ನಡುವೆ ಈ ಯುದ್ಧ ನಡೆಯಿತು. ಪೂರ್ವದಲ್ಲಿ 1620ರಲ್ಲಿ ವಿಂಟರ್‌ಹಿಲ್ ಕದನದಲ್ಲಿ ಚಕ್ರವರ್ತಿ ಜಯಗಳಿಸಿದ್ದರಿಂದಾಗಿ ಬೊಹಿಮಿಯಾದ ಭವಿಷ್ಯ ತೀರ್ಮಾನಗೊಂಡಿತು. ಪಶ್ಚಿಮದಲ್ಲಿ ಪ್ಯಾಲಟಿನೇಟ್ ಪಡೆಗಳು ಆಂತರಿಕ ಅತೃಪ್ತಿಯಿಂದಾಗಿ ಮತ್ತು ಚಕ್ರವರ್ತಿಯ ಸೈನ್ಯಗಳಿಂದಾಗಿ ಧೂಳೀಪಟವಾದವು. ಪ್ರಾಟಿಸ್ಟೆಂಟರ ಪರವಾಗಿ ವಿದೇಶೀ ದಾಳಿ ನಡೆದದ್ದರಿಂದಾಗಿ ಯುದ್ಧ ಸ್ವಲ್ಪಮಟ್ಟಿಗೆ ಮುಂದುವರೆಯಿತು.

ಯುದ್ಧದ ಎರಡನೆಯ ಘಟ್ಟ

ಯುದ್ಧದ ಎರಡನೆಯ ಘಟ್ಟ (1625–1629)ದಲ್ಲಿ ಡೆನ್ಮಾರ್ಕಿನ ಪ್ರಾಟಿಸ್ಟೆಂಟ್ ರಾಜ ನಾಲ್ಕನೆಯ ಕ್ರಿಶ್ಚಿಯನ್ ಜರ್ಮನ್ ಪ್ರಾಟಿಸ್ಟೆಂಟರ ಪಕ್ಷವನ್ನು ವಹಿಸಿದನು. ಜರ್ಮನಿಯ ವಾಯುವ್ಯ ಪ್ರದೇಶದಲ್ಲಿ ಗಡಿ ರಿಯಾಯಿತಿಗಳನ್ನು ಪಡೆಯುವ ಉದ್ದೇಶವನ್ನು ಹೊಂದಿದ್ದನು. ಡೆನ್ಮಾರ್ಕ್ ಮಧ್ಯಪ್ರವೇಶಿಸಿದ್ದರಿಂದ ಪಡೆಗಳ ಧಾರ್ಮಿಕ ತುಕಡಿಗಳು ಗಡಿಪ್ರದೇಶದ ಮತ್ತು

ರಾಜಕೀಯ ವಿಚಾರಗಳ ಅಧೀನಕ್ಕೊಳಪಟ್ಟವು. ಎಂದಿಗಿಂತ ಮಿಗಿಲಾಗಿ, ಪ್ರಾಟಿಸ್ಟೆಂಟರು ಕ್ಯಾಲ್‌ವಿನಿಸ್ಟರು ಮತ್ತು ಲೂಥೆರಾನ್ ಎಂಬ ಎರಡು ಬಣಗಳಾಗಿ ವಿಭಾಗಗೊಂಡರು. 1621ರಲ್ಲಿ ಪ್ರಾಟಿಸ್ಟೆಂಟ್ ಒಕ್ಕೂಟ ವಿಲೀನಗೊಂಡಿತು.

ಕ್ಯಾಥೊಲಿಕ್ ಪಡೆಗಳೂ ರಾಜಕೀಯ ಕಾರಣಗಳಿಂದಾಗಿ ಹರಿದು ಹಂಚಿಹೋಗಿದ್ದವು. ಚಕ್ರವರ್ತಿಯ ಪಡೆಗಳ ನೇತೃತ್ವ ವಹಿಸಿದ್ದ ಮಹಾನ್ ಜನರಲ್ ವಾಲನ್‌ಸ್ಟೈನನು ಕಾಣಿಸಿಕೊಂಡು ಯುದ್ಧದ ಧಾರ್ಮಿಕ ಸಂಗತಿಯನ್ನು ಕೊನೆಗಾಣಿಸಿದನು. ವಾಲೆನ್‌ಸ್ಟೈನನಿಗೆ ಯಾವುದೇ ಬಗೆಯ ತೀವ್ರ ಧಾರ್ಮಿಕ ಕಾಳಜಿಗಳು ಇರಲಿಲ್ಲ. ಆತ ಅದ್ಭುತ ಅವಕಾಶವಾದಿಯಾಗಿದ್ದ. ತನ್ನ ವೈಯಕ್ತಿಕ ಉನ್ನತಿಯೊಂದೇ ಆತನ ಧ್ಯೇಯವಾಗಿತ್ತು. ತನ್ನ ವೈಯಕ್ತಿಕ ನಿಯಂತ್ರಣದಲ್ಲಿ ಸೈನ್ಯವೊಂದರ ಮುಖ್ಯಸ್ಥನಾಗಿ ಬಿರುದು ಬಾವಲಿಗಳಿಗಾಗಿ ಮತ್ತು ಪ್ರದೇಶಗಳಿಗಾಗಿ ಚಕ್ರವರ್ತಿಯ ವಿಜಯಗಳ ಬಗ್ಗೆ ವ್ಯವಹಾರವನ್ನು ಕುದುರಿಸುತ್ತಿದ್ದನು. ನಿರಂತರವಾಗಿ ಯಾವ ಪಕ್ಷ ತನಗೆ ಏನನ್ನು ಕೊಡುತ್ತದೆ ಎಂಬುದನ್ನು ನೋಡುತ್ತಿದ್ದನು. ಈತನ ಮಿಲಿಟರಿ ವಿಜಯಗಳು ಡೇನಿಷ್ ಮತ್ತು ಪ್ರಾಟಿಸ್ಟೆಂಟ್ ಶಕ್ತಿಗಳನ್ನು ನಿರ್ಣಾಯಕವಾಗಿ ಸೋಲಿಸಿದವು. ಆದರೆ ಕ್ಯಾಥೊಲಿಕರಿಂದ ಮತ್ತು ಜರ್ಮನಿಯಲ್ಲಿ ಚಕ್ರವರ್ತಿಯ ಸೈನ್ಯದಿಂದ ವಾಲೆನ್‌ಸ್ಟೈನನು ಕ್ರಮೇಣ ಸಂಬಂಧವನ್ನು ಕಡಿದುಕೊಂಡನು. ಅಂತಿಮ ಬಹುಮಾನ ಈತನ ದುರಾಸೆಗೆ ಲಭಿಸಿದ್ದೆಂದರೆ 1634ರಲ್ಲಿ ಚಕ್ರವರ್ತಿಯ ಆದೇಶದಂತೆ ಈತನ ಕೊಲೆಯಾದದ್ದು.

1629ರಲ್ಲಿ ಚಕ್ರವರ್ತಿಯ ಪಕ್ಷವು ಮತ್ತೆ ವಿರೋಧ ಪಕ್ಷದ ಮೇಲೆ ಜಯಗಳಿಸಿತು. ಜರ್ಮನಿಯಲ್ಲಿ ಪವಿತ್ರ ರೋಮನ್ ಚಕ್ರವರ್ತಿಯ ಸಂವಿಧಾನಾತ್ಮಕ ಸ್ಥಾನವನ್ನು ವ್ಯಾಪಕವಾಗಿ ಸುಧಾರಿಸುವಲ್ಲಿ ಚಕ್ರವರ್ತಿಯು ಸಮರ್ಥನಾದನು. ಅಲ್ಲದೆ ತನ್ನ ಅನುಯಾಯಿಗಳಿಗೆ ಪ್ರದೇಶಗಳನ್ನು ಹಂಚಿದನಲ್ಲದೆ ಗೌರವಗಳನ್ನು ನೀಡಿದನು. ಚಕ್ರವರ್ತಿ ಕೈಗೊಂಡ ಕ್ರಮಗಳಲ್ಲಿ ಪುನರ್ ಸ್ಥಾಪನಾ ಶಾಸನವು ಮಹತ್ವದ್ದು. ಇದರ ಪ್ರಕಾರ 1555ರ ಧಾರ್ಮಿಕ ಗಡಿಗಳನ್ನು ಮತ್ತೆಕೊಟ್ಟದ್ದು, ಈ ಶಾಸನವನ್ನು ಪೂರ್ಣವಾಗಿ ಜಾರಿಗೆ ತಂದಿದ್ದೇ ಆದಲ್ಲಿ ಉತ್ತರ ಜರ್ಮನಿಯಲ್ಲಿ ಬಹುಮಟ್ಟಿನ ಪ್ರಾಟಿಸ್ಟೆಂಟ್ ಮೇಲ್ಮೆಯನ್ನು ನಾಶಗೊಳಿಸಿಬಿಡುತ್ತಿತ್ತು. ಆದರೆ ಅನೇಕ ಮಂದಿ ರಾಜರು ಪ್ರಾಟಿಸ್ಟೆಂಟರೊಂದಿಗೆ ಚಕ್ರವರ್ತಿಯು ಈ ಬಗ್ಗೆ ಮಿತಿಮೀರಿದ ಅಧಿಕಾರವನ್ನು ಚಲಾಯಿಸಿದ್ದಾನೆಂದು ಒಪ್ಪಿಕೊಂಡರು. ಈ ಶಾಸನವನ್ನು ಜಾರಿಗೆ ತರಲಿಲ್ಲ. ಆದರೆ ಚಕ್ರವರ್ತಿಯ ವಿರುದ್ಧ ತಮ್ಮ ವಿರೋಧವನ್ನು ವ್ಯಕ್ತಪಡಿಸಲು ಇದು ಸ್ಫೂರ್ತಿಯನ್ನು ನೀಡಿತು.

ಆಂತರಿಕ ಪರಿಸ್ಥಿತಿಗಳಿಗಿಂತಲೂ ಬಾಹ್ಯ ಪರಿಸ್ಥಿತಿಗಳು ಯುದ್ಧ ಮತ್ತೆ ಆರಂಭವಾಗುವುದಕ್ಕೆ ಕಾರಣವಾದವು. ಜರ್ಮನಿಯಲ್ಲಿ ನಡೆಯುತ್ತಿರುವ ಪರಿಸ್ಥಿತಿಗಳ ಬಗ್ಗೆ ಸ್ವಲ್ಪಕಾಲ ಸ್ವೀಡನ್ ಮತ್ತು ಫ್ರಾನ್ಸ್ ರಾಷ್ಟ್ರಗಳೆರಡೂ ಪರಿಶೀಲಿಸುತ್ತಿದ್ದವು. ಆದರೆ ಅದ್ಭುತವ್ಯಕ್ತಿ ಗುಸ್ತಾವಸ್ ಅಡಾಲ್ಫಸನ ನೇತೃತ್ವದಲ್ಲಿ ಸ್ವೀಡನ್ ದೇಶವು ಪೋಲೆಂಡ್‌ನೊಡನೆ ಯುದ್ಧದಲ್ಲಿ ತೊಡಗಿತ್ತು. ಪೋಲೆಂಡ್ ಜರ್ಮನಿಯ ವಿಷಯದಲ್ಲಿ ಮಧ್ಯಪ್ರವೇಶಿಸಿತ್ತು. ಫ್ರಾನ್ಸ್ ದೇಶವು ರಿಚೆಲ್ಯೂ ನೇತೃತ್ವದಲ್ಲಿ ತನ್ನ ಪಡೆಗಳು ಸಿದ್ಧವಿಲ್ಲದ್ದರಿಂದ ಅದರ ಬದಲಿಗೆ ಹಣವನ್ನೇ ಬಳಸಿತು. ಫ್ರೆಂಚರ ನೆರವಿನಿಂದ ಸ್ವೀಡನ್ನರು ಪೋಲೆಂಡಿನೊಡನೆ ಯುದ್ಧವನ್ನು ನಿಲ್ಲಿಸಿ ಜರ್ಮನ್ ಯುದ್ಧಕ್ಕಾಗಿ ಸೈನ್ಯವೊಂದನ್ನು ಕಟ್ಟತೊಡಗಿದರು. ಈ ವ್ಯವಹಾರದಲ್ಲಿ ಗುಸ್ತಾವಸ್ ಅಡಾಲ್ಫಸನಿಗೆ ಅನುಕೂಲವಾಯಿತು. ಈತನು ಲುಥೆರನ್ ಧರ್ಮದಲ್ಲಿ ಪ್ರಾಮಾಣಿಕ ನಂಬಿಕೆಯನ್ನು ಹೊಂದಿದ್ದನು. ಹಾಗಾಗಿ ಲೂಥೆರನ್ ಹಾಡುಗಳನ್ನು ಯುದ್ಧರಂಗದಲ್ಲಿ ಹಾಡುತ್ತ ತನ್ನ ಪಡೆಗಳಿಗೆ ಮಾರ್ಗದರ್ಶನ ಮಾಡುತ್ತಿದ್ದನು. ತಮ್ಮ ಗೆಲುವಿನಿಂದ ಪ್ರಾಟಿಸ್ಟೆಂಟ್ ಮತಧರ್ಮಕ್ಕೆ ಯಶಸ್ಸು ಕೀರ್ತಿಗಳು ಲಭಿಸುತ್ತವೆ, ಎಂದೂ ಉತ್ತರ ಜರ್ಮನಿಯಲ್ಲಿ ಬಾಲ್ಟಿಕ್ ಸಮುದ್ರದ ತೀರದಲ್ಲಿ ತನಗೆ ಅಗತ್ಯವಾದ ಬಂದರುಗಳನ್ನು ಸ್ವೀಡನ್ ಪಡೆದುಕೊಳ್ಳುವುದೆಂದೂ ಘೋಷಿಸಿದನು.

ಯುದ್ಧದ ಮೂರನೆಯ ಘಟ್ಟ

ಯುದ್ಧದ ಮೂರನೆಯ ಘಟ್ಟ (1630–1635) ಸ್ವೀಡಿಷ್ ಸೈನ್ಯವು ಅನೇಕ ನಿರ್ಣಾಯಕ ಗೆಲುವುಗಳನ್ನು ಸಾಧಿಸಿದ ಮೇಲೆ ಪ್ರಾಟಿಸ್ಟೆಂಟರ ಸಮಸ್ಯೆಗಳನ್ನು ಮತ್ತೆ ಎತ್ತಿಕೊಂಡಾಗ ಆರಂಭವಾಯಿತು. ಇದು ಚಕ್ರವರ್ತಿಯ ವಿರೋಧಿ ಶಕ್ತಿಗಳಿಗೆ ಮತ್ತೊಂದು ಸೋಲಾಯಿತು. ನಿವೃತ್ತಿಹೊಂದಿದ್ದ ವಾಲೆನ್‌ಸ್ಟೈನನನ್ನು ಚಕ್ರವರ್ತಿಯ ಪರವಾಗಿ ಹೋರಾಡಲು ಮತ್ತೊಮ್ಮೆ ಕೋರಿಕೊಳ್ಳಲಾಯಿತು. ಸ್ವೀಡಿಷ್ ಸೈನ್ಯಗಳ ಆರಂಭಿಕ ಯಶಸ್ಸು ಕ್ರಮೇಣ ಸ್ಥಗಿತಗೊಂಡಿತು. 1632ರಲ್ಲಿ ಗುಸ್ತಾವಸ್ ಅಡಾಲ್ಫಸ್ ಕೊಲ್ಲಲ್ಪಟ್ಟನು. ಆದರೆ ಆತನ ಅಧೀನದಲ್ಲಿದ್ದವರು ಸೇನೆಗೆ ಸಮರ್ಥನಾಯಕತ್ವವನ್ನು ಒದಗಿಸಿಕೊಟ್ಟರು. ಸ್ವೀಡನ್ನಿನ ನಿಲುವಿನ ಬಗ್ಗೆ ಜರ್ಮನ್ ರಾಜಕುಮಾರರಿಗೆ ಒಲವಿರಲಿಲ್ಲ. 1634ರಲ್ಲಿ ಚಕ್ರವರ್ತಿಯ ಸೈನ್ಯವು ಸ್ವೀಡನ್‌ರನ್ನು ಸೋಲಿಸಿದವು. 1635ರ ಪ್ರೇಗ್ ಒಪ್ಪಂದವು ಯುದ್ಧದ ಮೂರನೆಯ ಘಟ್ಟವನ್ನು ಪೂರ್ಣಗೊಳಿಸಿತು. ಧಾರ್ಮಿಕ ತೀರ್ಮಾನ ಮತ್ತು ಅನೇಕ ಗಡಿ ಸಮಸ್ಯೆಗಳು ಸ್ವಲ್ಪಮಟ್ಟಿಗೆ ಇತ್ಯರ್ಥವಾದವು.

ಆದರೆ ಯುದ್ಧ ಮುಂದುವರೆಯಿತು, ಜರ್ಮನಿಯ ಆಂತರಿಕ ಪರಿಸ್ಥಿತಿಗಳಿಂದಾಗಿ ಅಲ್ಲ, ಫ್ರಾನ್ಸಿನ ದುರಾಸೆಯಿಂದಾಗಿ. ಫ್ರೆಂಚ್ ನೀತಿ ನಿಯಮಗಳನ್ನು ರೂಪಿಸಿದ ಕಾರ್ಡಿನಲ್ ರಿಚೆಲ್ಯು ಧಾರ್ಮಿಕ ವಿಷಯಗಳನ್ನು ರಾಜನ ಇಷ್ಟದಂತೆ ನಡೆಸಲು

ಬಯಸಿದ್ದನು. ಪ್ರಾಟೆಸ್ಟೆಂಟರ ಪರವಾಗಿ ಫ್ರಾನ್ಸ್ ಯುದ್ಧ ಕಣಕ್ಕಿಳಿಯಿತು. 1630ರಲ್ಲಿ ಸ್ವೀಡನ್ ಯುದ್ಧದಲ್ಲಿ ಪ್ರವೇಶ ಮಾಡಿದಾಗಿನಿಂದ, ಹ್ಯಾಪ್ಸ್‌ಬರ್ಗ್ ಮತ್ತು ಬೌರ್ಬನ್ ಮನೆತನಗಳ ನಡುವಣ ಹಗೆ ಈ ಯುದ್ಧಗತಿಯನ್ನು ನಿರ್ಧರಿಸುವಲ್ಲಿ ದೊಡ್ಡ ಪಾತ್ರವನ್ನು ವಹಿಸಿತ್ತು. 1635ರ ನಂತರ ಧಾರ್ಮಿಕ ವಿಷಯ ಕೇಳಿಬರುತ್ತಿರಲಿಲ್ಲ ಯೂರೋಪಿನಲ್ಲಿ ಹ್ಯಾಪ್ಸ್‌ಬರ್ಗರು ಪ್ರಬಲರಾಗುತ್ತಾರೊ ಇಲ್ಲವೆ ಬೌರ್ಬನ್ನರು ಪ್ರಬಲರಾಗುತ್ತಾರೊ ಎನ್ನುವುದಷ್ಟೇ ಮುಖ್ಯವಾಗಿತ್ತು. ಸುಸ್ಪಷ್ಟವಾದ ನಿರ್ಣಯ ದೊರಕಲು ಹದಿಮೂರು ವರ್ಷಗಳು ಬೇಕಾದವು.

ಫ್ರೆಂಚ್ ಸೈನ್ಯದ ಜೊತೆಗೆ ಫ್ರೆಂಚ್ ಹಣವೂ ಸಿಕ್ಕವು. ಅಲ್ಲದೆ ಬೇರೆ ಬೇರೆ ರಾಜರಿಗೆ ಹಲವಾರು ರಿಯಾಯಿತಿಗಳೂ ಸಿಕ್ಕವು. ಹಾಗಾಗಿ ಜರ್ಮನ್ ನಾಯಕರಿಗೆ ಫ್ರೆಂಚ್ ಪಕ್ಷವೊಂದು ಸಿಕ್ಕಿತು. ಇವರಿಗೆ ಚಕ್ರವರ್ತಿಗಿಂತಲೂ ಫ್ರಾನ್ಸ್‌ನಿಂದಲೇ ಹೆಚ್ಚು ಲಾಭವಾಯಿತು. ಯುದ್ಧದ ವ್ಯಾಪ್ತಿ ಸಾಕಷ್ಟು ವಿಶಾಲವಾಯಿತು. ಕೊನೆಗೆ ಇದು ಸಾಮಾನ್ಯವಾದ ಯೂರೋಪಿಯನ್ ಹೋರಾಟವಾಯಿತು. ಹ್ಯಾಪ್ಸ್‌ಬರ್ಗ್ ಮನೆತನದವರ ವೈರಿಗಳಾಗಿ ಡಚ್ಚರು 1621ರಿಂದಲೂ ಇದರಲ್ಲಿ ತಮ್ಮನ್ನು ತೊಡಗಿಸಿಕೊಂಡಿದ್ದರು. ಫ್ರಾನ್ಸ್ ದೇಶವು ಜರ್ಮನಿ ಮತ್ತು ಸ್ಪೈನ್ ಎರಡು ರಾಷ್ಟ್ರಗಳ ಮೇಲೂ ಧಾಳಿ ಮಾಡಿತು. ಪೋಪನು ಫ್ರೆಂಚರ ಕಾರಣಕ್ಕೆ ಬೆಂಬಲ ನೀಡಿದನು. ಆನಂತರದ ವರ್ಷಗಳಲ್ಲಿ ಫ್ರಾನ್ಸಿನ ಅಪಾರ ಸಂಪನ್ಮೂಲಗಳು ಮತ್ತು ಅದರ ರಾಜತಾಂತ್ರಿಕ ಯಶಸ್ಸಿನಿಂದಾಗಿ ಹ್ಯಾಪ್ಸ್‌ಬರ್ಗ್ ಮನೆತನದವರು ಏಕಾಂಗಿಗಳಾಗಿ ಇದ್ದರಲ್ಲದೆ, ಫ್ರೆಂಚರು ವಿಜಯ ಸಾಧಿಸಿದರು.

ಮೂವತ್ತು ವರ್ಷಗಳ ಯುದ್ಧದ ಅಂತ್ಯ ಹಾಗೂ ಅಂತಿಮ ಒಪ್ಪಂದ

1641ರಿಂದಲೂ ಒಪ್ಪಂದಕ್ಕೆ ಮಾತುಕತೆ ನಡೆಯುತ್ತಿತ್ತು. ಅದು ಐದು ವರ್ಷಗಳ ಕಾಲ ನಡೆಯಿತು. ಜರ್ಮನಿಯಂತೂ ಈ ಅವಧಿಯಲ್ಲಿ ನಿರ್ನಾಮದ ಹಾದಿ ಹಿಡಿದಿತ್ತು. ಎರಡು ಪಕ್ಷಗಳೂ ಕೆಲಕಾಲ ಸುಮ್ಮನಿದ್ದವು. ಈ ಮಾತುಕತೆಗಳಿಂದ ಅಂತಿಮವಾಗಿ ತಮಗೆ ಏನು ಲಾಭ ದೊರೆಯಬಹುದೆಂದು ಅವು ಲೆಕ್ಕಹಾಕುತ್ತಿದ್ದವು. ಕೊನೆಗೆ ಆದದ್ದು ಫ್ರಾನ್ಸಿಗೆ ವಿಜಯೋತ್ಸವ. 1648ರ ವೆಸ್ಟ್‌ಫಾಲಿಯಾ ಶಾಂತಿಯಿಂದ ಫ್ರಾನ್ಸಿಗೆ ಸಾಕಷ್ಟು ಪ್ರದೇಶಗಳ ರಿಯಾಯಿತಿ ಸಿಕ್ಕಿತು. ಜರ್ಮನಿಯೊಳಗೆ ಇದ್ದ ಹ್ಯಾಪ್ಸ್‌ಬರ್ಗ್ ಮನೆತನದವರ ಸಾರ್ವಭೌಮ ಅಧಿಕಾರ ನಾಶವಾಯಿತು. ಇಲ್ಲಿಂದ ಮುಂದೆ ಪವಿತ್ರ ರೋಮನ್ ಚಕ್ರವರ್ತಿಗೆ ಜರ್ಮನಿಯಲ್ಲಿ ತನ್ನ ಬಿರುದನ್ನು ಹಾಕಿಕೊಳ್ಳುವುದನ್ನು ಬಿಟ್ಟರೆ ಯಾವುದೇ ಅಧಿಕಾರವಿರಲಿಲ್ಲ. ಯಾವುದೇ ಪ್ರಮುಖ ಸಾರ್ವಭೌಮ ನಿರ್ಣಯಗಳನ್ನು ಕೈಗೊಳ್ಳಬೇಕೆಂದರೆ ಜರ್ಮನ್ ಡಯಟ್ಟಿಗಷ್ಟೇ ಅಧಿಕಾರವಿತ್ತು. 350ಕ್ಕೂ ಅಧಿಕವಾಗಿದ್ದ ಜರ್ಮನ್ ಪ್ರದೇಶಗಳು ಚಕ್ರವರ್ತಿಯ ವಿರುದ್ಧ ವಿದೇಶಿ ಮೈತ್ರಿಯನ್ನು ಮಾಡಿಕೊಳ್ಳುವುದನ್ನು ಹೊರತುಪಡಿಸಿ ಅವು ತಮ್ಮದೇ ಆದ ವಿದೇಶಾಂಗ ನೀತಿಯನ್ನು ರೂಪಿಸಿಕೊಳ್ಳಬಹುದಿತ್ತು. ಯೂರೋಪಿಯನ್ ಶಕ್ತಿ ಸ್ವರೂಪದೊಳಗೇ ಒಂದು ಘಟಕವಾಗಿ ಕಾರ್ಯನಿರ್ವಹಿಸುವುದು ಜರ್ಮನಿಗೆ ಆನಂತರ ಅಸಾಧ್ಯವಾಗಿತ್ತು.

ಅಂತರರಾಷ್ಟ್ರೀಯ ವ್ಯವಹಾರಗಳಲ್ಲಿ ಜರ್ಮನಿ ನಿರ್ವೀರ್ಯವಾಗಿತ್ತು. ಅದರ ಆರ್ಥಿಕ ಮತ್ತು ಸಾಂಸ್ಕೃತಿಕ ಚಟುವಟಿಕೆಗಳೂ ಇಳಿಮುಖವಾಗಿದ್ದವು. ಮುಂದಿನ ಶತಮಾನದಲ್ಲಿ ಅದು ಯೂರೋಪಿನಲ್ಲಿ ದ್ವಿತೀಯ ದರ್ಜೆಯ ಅಂತಸ್ತನ್ನು ಹೊಂದಬೇಕಾಯಿತು. ಹದಿನಾರನೆಯ ಶತಮಾನದಲ್ಲಿ ಅವನತಿ ಆರಂಭವಾಗಿತ್ತು. ಯೂರೋಪಿನ ಅಟ್ಲಾಂಟಿಕ್ ಆರ್ಥಿಕತೆಯಲ್ಲಿ ತಮ್ಮದೇ ಪಾತ್ರವನ್ನು ಕಂಡುಕೊಂಡ ರಾಷ್ಟ್ರಗಳು ಜರ್ಮನಿಯನ್ನು ಮೀರಿಸಿದವು. ಜರ್ಮನ್ ನಗರಗಳು ಮತ್ತು ಊರುಗಳು ಗಾತ್ರದಲ್ಲಿ ಕುಗ್ಗಿದವು. ಇದು ಯುದ್ಧಕ್ಕಿಂತಲೂ ಮುಂಚೆ ಸಂಭವಿಸಿತ್ತು. ಏನೇ ಆದರೂ ಯುದ್ಧದ ಪರಿಣಾಮಗಳು ಮಾತ್ರ ಭೀಕರವಾಗಿದ್ದವು. ಜನಸಂಖ್ಯೆಯ ಬಹುಭಾಗ ನಾಶವಾಗಿತ್ತು. ನಾಗರಿಕರ ಮತ್ತು ಸೈನಿಕರ ಸಾವು ಭಾರಿ ಪ್ರಮಾಣದಲ್ಲಿ ನಡೆದಿತ್ತು. ವರ್ಷವರ್ಷವೂ ಈ ದೇಶಗಳ ಮೇಲೆ ಸೈನ್ಯಗಳು ಧಾಳಿ ನಡೆಸಿದ್ದವು. ಆಹಾರ ಸಾಮಗ್ರಿಗಳನ್ನು, ಬೆಲೆ ಬಾಳುವ ವಸ್ತುಗಳೆಲ್ಲವನ್ನೂ ಗ್ರಾಮೀಣ ಪ್ರದೇಶಗಳಿಂದ ಕೊಳ್ಳೆಹೊಡೆದವು. ಅನೇಕ ಪ್ರದೇಶಗಳು ಯುದ್ಧದಿಂದಾಗಿ ಸಂಪೂರ್ಣವಾಗಿ ನಾಶಹೊಂದಿದ್ದವು. ಆರ್ಥಿಕವಾಗಿ ಎಲ್ಲೋ ಒಂದೆರಡು ನಗರಗಳು ಲಾಭಗೊಂಡವು. ಅನೇಕವು ಪೂರ್ಣ ನಾಶಹೊಂದಿದವು ಇಲ್ಲವೆ ಅವುಗಳ ಮೂಲಗಾತ್ರದ ಹತ್ತರಷ್ಟು ಇಲ್ಲವೆ ಅದಕ್ಕಿಂತ ಕಡಿಮೆಯಾಗಿ ತಮ್ಮ ಗಾತ್ರವನ್ನು ಕಳೆದುಕೊಂಡವು. 1648 ಮತ್ತು 1649ರಲ್ಲಿ ಜರ್ಮನ್ ಸೈನ್ಯಗಳನ್ನು ತ್ಯಜಿಸಿದಾಗ (ಎರಡೂ ಕಡೆ ಯುದ್ಧ ಮಾಡುತ್ತಿದ್ದವರು ಜರ್ಮನರು. ಅವರಿಗೆ ಬೇರೆ ಉದ್ಯೋಗ ಸಿಕ್ಕುತ್ತಿರಲಿಲ್ಲ) ಅವರಲ್ಲಿ ಬಹುಮಂದಿಗೆ ವಾಪಸಾಗಲು ತಮ್ಮದೆಂಬ ಮನೆ ಇರಲಿಲ್ಲ. ಶತಕಗಳ ಕಾಲ ಜರ್ಮನಿಯು ಆರ್ಥಿಕವಾಗಿ ಮತ್ತು ಮಾನಸಿಕವಾಗಿ ಪುನಶ್ಚೇತನಗೊಳ್ಳಲಿಲ್ಲ.

ಮೂವತ್ತು ವರ್ಷಗಳ ಯುದ್ಧದ ಸ್ವರೂಪ ಮತ್ತು ಮಹತ್ವ (ವೆಸ್ಟ್‌ಫಾಲಿಯಾ ಒಂದು ಸಂಧಿಕಾಲವಾಗಿ)

ಬೊಹಿಮಿಯಾದಲ್ಲಿ ಸ್ಥಳೀಯ ಹೋರಾಟದಿಂದ ಮೊದಲುಗೊಂಡು ಈ ಯುದ್ಧವು ಇಡೀ ಜರ್ಮನಿಗೆ ಹರಡಿತು. ಅಲ್ಲದೆ ರೋಮನ್ ಕ್ಯಾಥೊಲಿಸಂ ಮತ್ತು ಪ್ರಾಟೆಸ್ಟೆಂಟಿಸಂ ನಡುವೆ ಮಹಾನ್ ಹೋರಾಟವಾಗಿ ಬೆಳೆಯಿತು. ಕೊನೆಯ

ಅವಧಿಯಲ್ಲಿ ಈ ಯುದ್ಧ ತನ್ನ ಮೂಲ ಸ್ವರೂಪವಾದ ಧಾರ್ಮಿಕ ಹೋರಾಟವನ್ನು ಕಳೆದುಕೊಂಡಿತು. ಈ ಧಾರ್ಮಿಕ ಹೋರಾಟ ಮೊದಲು ವಿವಿಧ ಬಣಗಳ ನಡುವೆ ನಡೆಯುತ್ತಿದ್ದು ಆ ನಂತರ ಹ್ಯಾಪ್ಸ್‌ಬರ್ಗ್ ಮತ್ತು ಬೌರ್ಬನ್ ಮನೆತನಗಳ ನಡುವಣ ರಾಜಕೀಯ ಹೋರಾಟವಾಗಿ ಪರಿಣಮಿಸಿತು. ಹ್ಯಾಪ್ಸ್‌ಬರ್ಗ್ಸ್ ಮನೆತನ ಅಸ್ತಿತ್ವವನ್ನು ಉಳಿಸಿಕೊಳ್ಳಲು ಹೋರಾಟ ನಡೆಸಿದರೆ ಬೌರ್ಬನ್ ಮನೆತನ ರಾಷ್ಟ್ರೀಯವಾಗಿ ತಾನೇ ಸರ್ವೋಚ್ಚವೆಂದು ಘೋಷಿಸಲು ತವಕಗೊಳ್ಳುತ್ತಿತ್ತು. ಯುದ್ಧ ನಡೆದಷ್ಟು ಇದು ವ್ಯರ್ಥ ಹೋರಾಟವೆಂದು ಪರಿಗಣಿತವಾಯಿತು. ಜರ್ಮನ್ ನದಿ ಮುಖಜ ಭೂಮಿಗಳಲ್ಲಿ ತಮ್ಮ ಹಿಡಿತವನ್ನು ಸಾಧಿಸಲು ಹೋರಾಟ ನಡೆಸಿದರೆ, ಫ್ರೆಂಚರು ರೈನ್ ನದಿಯ ಪ್ರದೇಶಗಳ ಮೇಲೆ ತಮ್ಮ ಹಿಡಿತವನ್ನಿಟ್ಟುಕೊಳ್ಳಲು ಯುದ್ಧ ನಡೆಸಿದರು.

ಯುದ್ಧದ ಇತರ ಗುಣಲಕ್ಷಣಗಳೆಂದರೆ ಹೋರಾಟದ ಕ್ರೌರ್ಯ, ಜರ್ಮನರ ಅಸಾಧಾರಣ ಸಂಕಟಗಳು, ಬೇರೆ ಬೇರೆ ದೇಶಗಳು ಇತರ ಕಾರಣಗಳಿಂದಾಗಿ ಜರ್ಮನರ ಆಂತರಿಕ ವಿಷಯಗಳಲ್ಲಿ ಮಧ್ಯಪ್ರವೇಶ (ಉದಾ. ಸ್ವೀಡನ್ ಮತ್ತು ಫ್ರಾನ್ಸ್).

ಹೇಸ್‌ನ ಮಾತುಗಳಲ್ಲಿ ಹೇಳುವುದಾದರೆ 'ಆಧುನಿಕ ಯೂರೋಪಿನ ಇತಿಹಾಸದಲ್ಲಿ ಮೂವತ್ತು ವರ್ಷಗಳ ಯುದ್ಧದ ಯುಗ ಮತ್ತು ವೆಸ್ಟ್‌ಫಾಲಿಯಾ ಶಾಂತಿ ಒಪ್ಪಂದ ಅತ್ಯಂತ ಮಹತ್ವವಾದವುಗಳು.' ಮೂವತ್ತು ವರ್ಷದ ಯುದ್ಧ ಧಾರ್ಮಿಕ ಯುದ್ಧವಾಗಿ ಆರಂಭವಾದರೂ ಅದು ಅನೇಕ ರಾಜಕೀಯ ಮತ್ತು ಆರ್ಥಿಕ ವಿಷಯಗಳ ತೀರ್ಮಾನಕ್ಕಾಗಿ ಅದನ್ನು ಮಾಡಲಾಯಿತು. ಈ ಯುದ್ಧ ಕ್ರಮೇಣ ಯೂರೋಪಿನ ಮಹಾನ್ ಕ್ಯಾಥೊಲಿಕ್ ಶಕ್ತಿಗಳಾದ ಹ್ಯಾಪ್ಸ್‌ಬರ್ಗ್ ಮತ್ತು ಬೌರ್ಬನ್ನರ ನಡುವೆ ನಡೆದ ಹೋರಾಟವಾಗಿತ್ತು. ಹಾಗಾಗಿ ಧಾರ್ಮಿಕ ಮತಾಂಧತೆಯಿಂದ ರಾಜಕೀಯ ಮಹತ್ವಾಕಾಂಕ್ಷೆಯಾಗಿ ಅದು ಪರಿವರ್ತನಗೊಂಡಿತು. ಯೂರೋಪಿನ ಇತಿಹಾಸದಲ್ಲಿ ವೆಸ್ಟ್‌ಫಾಲಿಯ ಶಾಂತಿ ಒಪ್ಪಂದವು ಬಹುಮುಖ್ಯ ಘಟನೆಯಾಯಿತು. ಅದು ಅಂತಿಮವಾಗಿ ವಿಶ್ವ ಚರ್ಚ್ ಆಗಬೇಕೆಂಬ ಆಶಯವನ್ನು ಬಿಟ್ಟುಕೊಟ್ಟು ಜರ್ಮನಿಯಲ್ಲಿ ಧಾರ್ಮಿಕ ತೀರ್ಮಾನಕ್ಕಾಗಿ ಕಾಯತೊಡಗಿತು. ಈ ಒಪ್ಪಂದವು ನೇರವಾಗಿ ಆಸ್ಟ್ರಿಯಾ ಮತ್ತು ಸ್ಪೈನ್ ದೇಶಗಳ ಶಕ್ತಿಯನ್ನು ಕುಗ್ಗಿಸಲು ಮತ್ತು ಫ್ರಾನ್ಸ್ ದೇಶವು ಉಚ್ಛ್ರಾಯಕ್ಕೆ ಬರಲು ನೆರವು ನೀಡಿತು.

ರಾಜಕೀಯ ಪರಿಣಾಮಗಳು

ವೆಸ್ಟ್‌ಫಾಲಿಯಾ ಶಾಂತಿ ಒಪ್ಪಂದದಿಂದ ಉಂಟಾದ ರಾಜಕೀಯ ತೀರ್ಮಾನವು ಯೂರೋಪಿನ ಇತಿಹಾಸದ ಮೇಲೆ ಅಂಥ ಪರಿಣಾಮಗಳನ್ನೇನೂ ಮಾಡಲಿಲ್ಲ.

1. **ಪವಿತ್ರ ರೋಮನ್ ಚಕ್ರಾಧಿಪತ್ಯದ ಅವನತಿ:** ವೆಸ್ಟ್‌ಫಾಲಿಯಾ ಶಾಂತಿ ಒಪ್ಪಂದದ ಪ್ರಕಾರ ಪ್ರತಿ ರಾಜ್ಯವೂ (ಡಚೀಸ್, ಕೌಂಟೀಸ್, ಬಿಷಪ್ಪನ ಆಡಳಿತ ಪ್ರದೇಶಗಳು ಮತ್ತು ಜರ್ಮನಿಯ ಮುಕ್ತ ನಗರಗಳೂ ಸೇರಿದಂತೆ) ಸಾರ್ವಭೌಮತ್ವವನ್ನು ಅನುಭವಿಸಬಹುದಾಗಿತ್ತು. ಅದೂ ಅಲ್ಲದೆ ಈ ಒಪ್ಪಂದದ ಪ್ರಕಾರ ಇತರ ಜರ್ಮನ್ ರಾಜ್ಯಗಳ ಜೊತೆಗೆ ಮತ್ತು ವಿದೇಶೀ ರಾಷ್ಟ್ರಗಳ ಜೊತೆ ಒಪ್ಪಂದಗಳನ್ನು ಮಾಡಿಕೊಳ್ಳುವ ಸ್ವಾತಂತ್ರ್ಯವನ್ನು ಹೊಂದಿತ್ತು. ಪವಿತ್ರ ರೋಮನ್ ಚಕ್ರಾಧಿಪತ್ಯ (ಸೈದ್ಧಾಂತಿಕವಾಗಿ ಎಲ್ಲ ಸಣ್ಣ ಘಟಕಗಳನ್ನೂ ಒಳಗೊಂಡಿತ್ತು) ಹಾಗಾಗಿ ನಾಮಮಾತ್ರವಾಗಿ ಉಳಿಯಿತು. ಅದು ಸ್ವಲ್ಪಮಟ್ಟಿಗೆ ರಾಜತಾಂತ್ರಿಕ ದಂಥಕಥೆಯಾಯಿತು. ಪವಿತ್ರ ರೋಮನ್ ಚಕ್ರಾಧಿಪತ್ಯದ ಎಲ್ಲ ರಾಜ್ಯಗಳೂ ಕಳುಹಿಸಿದ ಪ್ರತಿನಿಧಿಗಳನ್ನೊಳಗೊಂಡಿದ್ದ ಅದರ ಡಯಟ್ ಕೇವಲ ಗೌರವಾನ್ವಿತ ಚರ್ಚಾ ಸಮಾಜವಾಗಿ ಪರಿವರ್ತಿತವಾಯಿತು. ಅವರು ಒಮ್ಮತ ಅಭಿಪ್ರಾಯಕ್ಕೆ ಬಾರದ ಹೊರತು ಅದರ ನಿರ್ಣಯಗಳನ್ನು ಜಾರಿಗೆ ತರಲು ಅಶಕ್ತವಾಗಿತ್ತು.

2. **ಜರ್ಮನಿ ವಿಭಜನೆಗೊಂಡಿತು:** ಒಪ್ಪಂದದ ಪರಿಣಾಮವಾಗಿ ಜರ್ಮನಿಯ ರಾಜಕೀಯ ವಿಭಜನೆ ಪೂರ್ಣಗೊಂಡಿತ್ತು. ಸರಿಯಾಗಿ ಹೇಳುವುದಾದರೆ ಹದಿನೇಳನೇ ಶತಮಾನದಲ್ಲಿ 'ಜರ್ಮನಿ' ಎಂಬುದೇ ಇರಲಿಲ್ಲ. ಅದು 343 ಸ್ವತಂತ್ರ ರಾಜ್ಯಗಳಾಗಿ ವಿಭಜನೆಗೊಂಡಿತ್ತು. ಸಾಂಪ್ರದಾಯಿಕವಾಗಿ ಅದನ್ನು 'ಜರ್ಮನಿಗಳು' ಎಂದು ಹೇಳಬಹುದಾಗಿತ್ತು. ಪ್ರತಿಯೊಂದು ರಾಜ್ಯವೂ ತನ್ನ ನೆರೆಹೊರೆಯ ರಾಜ್ಯವನ್ನು ಸೋಲಿಸಿ ತನ್ನ ಪ್ರದೇಶಗಳನ್ನು ವಿಸ್ತರಿಸಿಕೊಳ್ಳಬೇಕು ಎಂಬ ಆಸೆಯನ್ನು ಹೊಂದಿತ್ತು. ಜರ್ಮನ್ ರಾಜಕುಮಾರರ ಈ ಸ್ವಾರ್ಥ ಮನೋಭಾವ ಜರ್ಮನಿಯಲ್ಲಿ ರಾಷ್ಟ್ರೀಯತೆಯ ಚೈತನ್ಯದ ಬೆಳವಣಿಗೆಯನ್ನು ಕುಂಠಿತಗೊಳಿಸಿತ್ತು. ಅಲ್ಲದೆ ಜರ್ಮನಿ ಒಂದೇ ಆಗುವುದು ಎರಡು ಶತಮಾನಗಳಷ್ಟು ಕಾಲ ತಡವಾಯಿತು. ಇದರ ಜೊತೆಗೆ ಸ್ವೀಡನ್, ಡೆನ್ಮಾರ್ಕ್ ಮತ್ತು ಫ್ರಾನ್ಸ್‌ಗಳು ವೆಸ್ಟ್‌ಫಾಲಿಯಾ ಶಾಂತಿ ಒಪ್ಪಂದದಂತೆ ಬಹಳಷ್ಟು ಭೂಮಿಯನ್ನು ಪಡೆದವು. ಅದೂ ಅಲ್ಲದೆ ಈ ಒಪ್ಪಂದದಂತೆ ಈ ರಾಷ್ಟ್ರಗಳು ಜರ್ಮನಿಯ ವ್ಯವಹಾರಗಳಲ್ಲಿ ಕೈಹಾಕಿ ಮತ್ತಷ್ಟು ಭೂಮಿಗಳನ್ನು ಪಡೆದವು.

3. **ಯೂರೋಪಿಯನ್ ರಾಷ್ಟ್ರಗಳ ಅಧಿಕಾರ ಮತ್ತು ಶಕ್ತಿಗಳಲ್ಲಿ ಬದಲಾವಣೆಗಳು:** ವೆಸ್ಟ್‌ಫಾಲಿಯಾ ಶಾಂತಿ ಒಪ್ಪಂದವು ಅನೇಕ ಯೂರೋಪಿಯನ್ ರಾಷ್ಟ್ರಗಳ ಶಕ್ತಿ ಮತ್ತು ಮಹತ್ವಗಳಲ್ಲಿ ಗಮನಾರ್ಹ ಬದಲಾವಣೆಗಳನ್ನು ತಂದಿತು. ಸ್ಪೇನ್ ಅತ್ಯಂತ ಮಹಾನ್ ರಾಷ್ಟ್ರಗಳಲ್ಲಿ ಒಂದು ಎಂಬ ಸ್ಥಾನವನ್ನು ಕಳೆದುಕೊಂಡಿತು. ಆಸ್ಟ್ರೀಯಾವು ಮಧ್ಯ ಯೂರೋಪಿನಲ್ಲಿ ತನ್ನ ಬಹುಮಟ್ಟಿನ ಶಕ್ತಿಯನ್ನು ಕಳೆದುಕೊಂಡಿತು. ಮೂವತ್ತು ವರ್ಷಗಳ ಯುದ್ಧದಿಂದ ಹೊರಹೊಮ್ಮಿದ ದೊಡ್ಡ ರಾಜ್ಯವೆಂದರೆ ಬೌರ್ಬನ್ ರಾಜವಂಶದ ಫ್ರಾನ್ಸ್. ಯೂರೋಪಿನ ರಾಜಕೀಯದಲ್ಲಿ ಸ್ವೀಡನ್ ಪ್ರಭಾವ ಬೀರಿತು. ಬಾಲ್ಟಿಕ್ ತೀರ ಪ್ರದೇಶಗಳನ್ನು ಹೊಂದಬೇಕೆಂಬ ಸ್ವೀಡನ್ನಿನ ಆಸೆ ಈಡೇರಿತು. ಇಂಗ್ಲೆಂಡ್ ದೊಡ್ಡ ನೌಕಾಶಕ್ತಿಯಾಗಿ ಹೊರಹೊಮ್ಮತೊಡಗಿತ್ತು. ಇಂಗ್ಲೆಂಡಿನ ಸ್ವಾತಂತ್ರ್ಯ ಮತ್ತು ಸ್ವಿಸ್ ಒಕ್ಕೂಟಗಳಿಗೆ ಮಾನ್ಯತೆ ದೊರೆತಿತು. ಹಾಗಾಗಿ 'ಸಾಮ್ರಾಜ್ಯಶಾಹಿ ಸ್ಪೈನ್‌ನ ಸೂರ್ಯ ಅಸ್ತಂಗತನಾಗುತ್ತಿದ್ದಂತೆ, ಫ್ರಾನ್ಸ್, ಹಾಲೆಂಡ್ ಮತ್ತು ಬ್ರಿಟನ್‌ಗಳು ಹೊಸ ಸಾಗರದಾಚೆಯ ಮಹತ್ವಕ್ಕಾಗಿ ಕಾಲಿಟ್ಟವು.'

4. **ಯೂರೋಪಿನ ಆಧುನಿಕ ರಾಜ್ಯವ್ಯವಸ್ಥೆಯ ಉದಯ:** ಹೇಸ್ ಅವರು ಹೀಗೆ ಬರೆಯುತ್ತಾರೆ. 'ಯೂರೋಪಿನ ಆಧುನಿಕ ರಾಜ್ಯವ್ಯವಸ್ಥೆಗೆ ಶಾಂತಿಯು ದಾರಿಯನ್ನು ಹಾಕಿಕೊಟ್ಟಿತು. ಇದಕ್ಕೆ ತಳಹದಿಯಾದದ್ದು ಅಂತರರಾಷ್ಟ್ರೀಯ ಕಾನೂನಿನ ಸಿದ್ಧಾಂತಗಳು ಮತ್ತು ಅಂತರರಾಷ್ಟ್ರೀಯ ರಾಜಕಾರಣದ ಖಚಿತ ಬಳಕೆಗಳು. ವೆಸ್ಟ್‌ಫಾಲಿಯಾ ಒಪ್ಪಂದದಲ್ಲಿ ಧಾರ್ಮಿಕ ಭಿನ್ನಾಭಿಪ್ರಾಯಗಳು ತೀರ್ಮಾನಗೊಂಡದ್ದರಿಂದ, ಪವಿತ್ರ ರೋಮನ್ ಚಕ್ರಾಧಿಪತ್ಯದ ಅಧಿಕಾರ ಇಲ್ಲವೆ ಹ್ಯಾಪ್ಸ್‌ಬರ್ಗ್‌ರ ವಂಶಪಾರಂಪರ್ಯ ಸಾಮ್ರಾಜ್ಯವು ಪತನಗೊಂಡು ಯೂರೋಪಿನಲ್ಲಿ ನಿಜವಾದ ರಾಜ್ಯ ವ್ಯವಸ್ಥೆ ಆರಂಭವಾಯಿತು. ಸ್ವತಂತ್ರ ಸಾರ್ವಭೌಮ ರಾಜ್ಯಗಳ ಅಗತ್ಯತಾ ತತ್ತ್ವದ ಆಧಾರದ ಮೇಲೆ ಅದು ಅವಲಂಬಿತವಾಗಿತ್ತು. ಇದರಲ್ಲಿ ದೊಡ್ಡ ರಾಷ್ಟ್ರಗಳೂ ಇದ್ದವು, ಸಣ್ಣ ರಾಷ್ಟ್ರಗಳೂ ಇದ್ದವು ಎಂಬುದನ್ನು ಒಪ್ಪಿಕೊಳ್ಳಬೇಕು. ಸೈದ್ಧಾಂತಿಕವಾಗಿ, ಸಮಾನ ಸಾರ್ವಭೌಮ ರಾಜ್ಯಗಳನ್ನು ಪ್ರತಿನಿಧಿಸುವ ರಾಜತಾಂತ್ರಿಕರ ಪ್ರಯತ್ನಗಳ ಮೂಲಕ, ಅಂತರರಾಷ್ಟ್ರೀಯ ಸಮ್ಮೇಳನಗಳಲ್ಲಿ ಪರಸ್ಪರ ಒಪ್ಪಿಗೆಯಿಂದ ರಾಜ್ಯಗಳ ನಡುವಣ ಸಂಬಂಧಗಳನ್ನು ಈಗ ನಿರ್ಧರಿಸಲಾಯಿತು. ಈ ಸಮ್ಮೇಳನಗಳ ಫಲಶ್ರುತಿಯಿಂದಾಗಿ ಹೊಸ ಅಂತರರಾಷ್ಟ್ರೀಯ ಕಾನೂನು ವ್ಯವಸ್ಥೆ ಕಾಣಿಸಿಕೊಂಡಿತು. 'ಶಕ್ತಿಸಮತೋಲನ'ವನ್ನು ಕಾಪಾಡಲು ಅವರು ಹೋರಾಡಬೇಕಾದಂಥ ಹೊಸ ವ್ಯವಸ್ಥೆಯಲ್ಲಿ ರಾಜ್ಯಗಳು ಪ್ರವೇಶಿಸಿದವು. ಹಾಗಾಗಿ ವೆಸ್ಟ್‌ಫಾಲಿಯಾ ವಿಶ್ವ ಇತಿಹಾಸದಲ್ಲಿ ಹೊಸ ಮಾರ್ಗವನ್ನು ಸೂಚಿಸಿತು.

5. **ಅಂತರರಾಷ್ಟ್ರೀಯ ಕಾನೂನು ಅಭಿವೃದ್ಧಿ:** ಮೂವತ್ತು ವರ್ಷಗಳ ಯುದ್ಧವು ಅನೇಕ ಮಂದಿ ವಿದ್ವಾಂಸರ ಗಮನವನ್ನು ಸೆಳೆಯಿತು. ಇದು ತನ್ನ ಭೀಕರತೆಗೆ ಹೆಸರಾಗಿತ್ತು. ಯುದ್ಧದ ಸಮಯದಲ್ಲಿ ಯುದ್ಧದಲ್ಲಿ ಭಾಗವಹಿಸದಿರುವವರ ರಕ್ಷಣೆ, ಕಾಯಿಲೆಯಿಂದ ನರಳುತ್ತಿರುವವರಿಗೆ ಮತ್ತು ಗಾಯಗೊಂಡಿರುವವರಿಗೆ ಚಿಕಿತ್ಸೆ ನೀಡುವುದು, 'ಆಸ್ತಿಪಾಸ್ತಿಗಳ ಲೂಟಿ' ಮತ್ತಿತರ ಭೀಕರ ಕೃತ್ಯಗಳನ್ನು ತಡೆಗಟ್ಟುವಂಥ ಕಾನೂನುಗಳನ್ನು ವಿದ್ವಾಂಸರು ಕೈಗೊಳ್ಳುವ ಅಗತ್ಯವನ್ನು ಇದು ಸೂಚಿಸಿತು. ಪ್ರಮುಖ ವಿದ್ವಾಂಸರಲ್ಲಿ ಒಬ್ಬನಾದ ಗ್ರೋಷಿಯಸ್ಸನು ಆಧುನಿಕ ಅಂತರರಾಷ್ಟ್ರೀಯ ಕಾನೂನಿನ ಪಿತಾಮಹ. ಈತನು ತನ್ನ ಪ್ರಸಿದ್ಧ ತತ್ವಗಳನ್ನು 'ಆನ್ ದಿ ಲಾ ಆಫ್ ವಾರ್ ಅಂಡ್ ಪೀಸ್' (ಯುದ್ಧ ಮತ್ತು ಶಾಂತಿಯ ಬಗೆಗಿನ ಕಾನೂನು) ಎಂಬ ಕೃತಿಯಲ್ಲಿ ನಿರೂಪಿಸಿದ್ದಾನೆ. ಇದು ಅಂತರರಾಷ್ಟ್ರೀಯ ಕಾನೂನು ಕ್ಷೇತ್ರದಲ್ಲಿ ಮೂರು ನೂರು ವರ್ಷಗಳಿಗೂ ಹೆಚ್ಚಿಗೆ ವಿಶಿಷ್ಟ ಕೃತಿಯಾಗಿ ಕಂಗೊಳಿಸಿತು. ಮೂವತ್ತು ವರ್ಷಗಳ ಯುದ್ಧ ನಡೆಯುತ್ತಿರುವಾಗ ಇದು ಪ್ರಕಟಗೊಂಡಿತು. ಯುದ್ಧ ನಡೆಯುತ್ತಿರುವಾಗ ಜನಸಾಮಾನ್ಯರನ್ನು ಹಿಂಸಿಸಬಾರದು, ರೋಗಿಗಳಿಗೆ ಮತ್ತು ಗಾಯಾಳುಗಳಿಗೆ ಸೂಕ್ತ ಚಿಕಿತ್ಸೆ ನೀಡಬೇಕು. ಹಳ್ಳಿಗಳನ್ನು ಕೊಳ್ಳೆಹೊಡೆಯುವುದನ್ನು ಸೂಕ್ತವಾಗಿ ತಡೆಗಟ್ಟಬೇಕು ಎಂದು ಗ್ರೋಷಿಯಸ್ ಈ ಗ್ರಂಥದಲ್ಲಿ ಒತ್ತಾಯಿಸಿದ್ದಾನೆ. ಹಾಗಾಗಿ ಆಧುನಿಕ ಅಂತರರಾಷ್ಟ್ರೀಯ ಕಾನೂನು ಈ ಮೂವತ್ತು ವರ್ಷಗಳ ಯುದ್ಧದಲ್ಲಿ ಜನ್ಮತಾಳಿತು.

ಧಾರ್ಮಿಕ ಪರಿಣಾಮಗಳು

ಸುಧಾರಣಾ ಚಳವಳಿಯ ಆರಂಭದಿಂದಲೂ ಯೂರೋಪನ್ನು ಪ್ರಕ್ಷುಬ್ಧಗೊಳಿಸಿದ್ದ ಧಾರ್ಮಿಕ ಸಮಸ್ಯೆಗಳನ್ನು ವೆಸ್ಟ್‌ಫಾಲಿಯಾ ಶಾಂತಿಒಪ್ಪಂದ ಬಗೆಹರಿಸಿತು. ಅದು ಕ್ಯಾಥೊಲಿಕರು ಮತ್ತು ಲೂಥೆರಾನ್‌ಗಳ ಜೊತೆಯಲ್ಲಿಯೇ ಕ್ಯಾಲ್ವನಿಸ್ಟ್‌ಗಳಿಗೂ ಸಮಾನ ಹಕ್ಕುಗಳನ್ನು ನೀಡಿತು. 1624ರ ಜನವರಿ 1ರಂದು ಯಾರ ವಶದಲ್ಲಿ ಚರ್ಚ್ ಆಸ್ತಿ ಇತ್ತೋ, ಆ ಎಲ್ಲ ಆಸ್ತಿಗಳು ಅವರಲ್ಲಿಯೇ ಉಳಿಯಬೇಕಾಯಿತು. ಪವಿತ್ರ ರೋಮನ್ ಚಕ್ರಾಧಿಪತ್ಯದ ನ್ಯಾಯಾಲಯದಲ್ಲಿ ಕ್ಯಾಥೊಲಿಕ್ ಮತ್ತು ಪ್ರಾಟೆಸ್ಟೆಂಟ್‌ರ ನ್ಯಾಯಾಧೀಶರು ಸಮಾನ ಸಂಖ್ಯೆಯಲ್ಲಿ ಇರಬೇಕಿತ್ತು. ಮೊದಲಿನಂತೆಯೇ ಪ್ರತಿಯೊಬ್ಬ ರಾಜನೂ ತನ್ನ ರಾಜ್ಯದ ಧರ್ಮವನ್ನು ನಿರ್ಧರಿಸಬಹುದಾಗಿತ್ತು. ಈ ಸೌಲಭ್ಯಗಳು ಬಹಳ ಪ್ರಭಾವ ಬೀರಿದವು. ಯೂರೋಪಿಯನ್ ಸಮಾಜವನ್ನು ಚದುರಿಸಲು ಪ್ರಯತ್ನಿಸಿದ ಶಕ್ತಿಗಳಿಗೆ ಇವು ಸಾಕಷ್ಟು ತಡೆಯೊಡ್ಡಿದವು.

ಧಾರ್ಮಿಕ ಸಮಸ್ಯೆಗಳನ್ನು ಪರಿಹರಿಸಲು ಇಷ್ಟು ಕ್ರಮಗಳನ್ನು ಕೈಗೊಂಡರೂ ಕೂಡ, ವೆಸ್ಟ್‌ಫಾಲಿಯಾ ಒಪ್ಪಂದವು ಧಾರ್ಮಿಕ ಏಕತೆಯನ್ನಾಗಲಿ ಇಲ್ಲವೆ ವೈಯಕ್ತಿಕ ಸ್ವಾತಂತ್ರ್ಯವನ್ನಾಗಲಿ ಸಾಧಿಸಲಿಲ್ಲ. ಆಗ್ಸ್‌ಬರ್ಗ್ ಶಾಂತಿ ಒಪ್ಪಂದದಂತೆ ಅದು ರಾಜಕುಮಾರನಿಗೆ ಸ್ವಾತಂತ್ರ್ಯವನ್ನು ಕೊಟ್ಟರೂ ವ್ಯಕ್ತಿಗೆ ಸ್ವಾತಂತ್ರ್ಯವನ್ನು ಅದು ನೀಡಲಿಲ್ಲ. ರಾಜನು ತನ್ನ ಪ್ರಜೆಗಳ ಮೇಲೆ ತನ್ನದೇ ಆದ ಧಾರ್ಮಿಕ ನಂಬಿಕೆಗಳನ್ನು ಹೇರಲು ಅವನಿಗೆ ಅಧಿಕಾರವನ್ನು ಕೊಡಲಾಯಿತು. ಆದರೆ ಯಾವುದೇ ಧಾರ್ಮಿಕ ಗುಂಪುಗಳು ತಮ್ಮ ಅಭಿಪ್ರಾಯಗಳನ್ನು ಇತರರ ಮೇಲೆ ಹೇರುವುದು ಅಸಾಧ್ಯ ಎಂಬ ಸತ್ಯ ನಿಧಾನವಾಗಿ ಗೋಚರವಾಗತೊಡಗಿತು. 17ನೆಯ ಶತಮಾನದ ಕೊನೆಯ ವೇಳೆಗೆ ಧಾರ್ಮಿಕ ಸಹಿಷ್ಣುತೆ ಗೋಚರಿಸತೊಡಗಿತು. 18ನೆಯ ಶತಮಾನದ ಹೊತ್ತಿಗೆ ಅದು ಸಾಕಷ್ಟು ವಿಶ್ವಮಾನ್ಯವಾಯಿತು.

ಜರ್ಮನಿಯ ಮೇಲೆ ಪರಿಣಾಮಗಳು

ಮೂವತ್ತು ವರ್ಷಗಳ ಯುದ್ಧವು ಜರ್ಮನಿಯಲ್ಲಿ ರಾಜಕೀಯವಾಗಿ ಮತ್ತು ಆರ್ಥಿಕವಾಗಿ ಭೀಕರ ಅನಾಹುತಗಳನ್ನು ಉಂಟುಮಾಡಿತು. ರಾಜಕೀಯವಾಗಿ ಜರ್ಮನಿಯು ಅನೇಕ ಭಾಗಗಳಾಗಿ ಒಡೆದುಹೋಗಿತ್ತು. ಜರ್ಮನಿಯ ರಾಜ್ಯಗಳ ಮೇಲೆ ಪವಿತ್ರ ರೋಮನ್ ಚಕ್ರಾಧಿಪತ್ಯದ ನಿಯಂತ್ರಣ ತಪ್ಪಿಹೋದುದ್ದರಿಂದ ಆ ರಾಜ್ಯಗಳೆಲ್ಲವೂ ಬಹುಮಟ್ಟಿಗೆ ಸ್ವತಂತ್ರವಾಗಿದ್ದವಲ್ಲದೆ ಅವು ತಮ್ಮ ಪ್ರಜೆಗಳನ್ನು ಹಿಂಸಿಸತೊಡಗಿದವು. ರಾಷ್ಟ್ರೀಯ ಜರ್ಮನ್ ರಾಜ್ಯವನ್ನು ಸ್ಥಾಪಿಸಬೇಕೆಂಬ ಆಕಾಂಕ್ಷೆ ಅವುಗಳ ಸ್ವಾರ್ಥ ಮತ್ತು ಪರಸ್ಪರ ಅಸೂಯೆಗಳಿಂದಾಗಿ ಅನಿರ್ದಿಷ್ಟ ಕಾಲ ಮುಂದಕ್ಕೆ ಹೋಯಿತು. ಅದೇ ವೇಳೆಗೆ ಈ ರಾಜ್ಯಗಳು ತಮ್ಮ ಪ್ರದೇಶಗಳನ್ನು ಸ್ವೀಡನ್ ಮತ್ತು ಫ್ರಾನ್ಸ್ ದೇಶಗಳು ಅತಿಕ್ರಮಿಸಲು ಪ್ರೋತ್ಸಾಹಿಸಿದವು.

ಆರ್ಥಿಕವಾಗಿ ಹೇಳುವುದಾದಲ್ಲಿ ಜರ್ಮನಿಯಲ್ಲಿ ಜನಸಂಖ್ಯೆಯ ಇಳಿಮುಖ ಮತ್ತು ಜನರ ಸಂಕಷ್ಟಗಳು ಮೂವತ್ತು ವರ್ಷಗಳ ಯುದ್ದದಿಂದ ಸಂಭವಿಸಿದ ಸಂಗತಿ ಗಮನಾರ್ಹವಾದುದು. ಅದು ಜರ್ಮನಿಯನ್ನು ಒಂದು ರೀತಿ ಮರುಭೂಮಿಯನ್ನಾಗಿ ಮಾಡಿತು. ಒಂದೇ ಸಲಕ್ಕೆ ಸಾವಿರಾರು ಹಳ್ಳಿಗಳು ಧೂಳೀಪಟವಾದವು. ಕೆಲವು ಪ್ರದೇಶಗಳಲ್ಲಿ ಅದರ ಜನಸಂಖ್ಯೆ ಅರ್ಧಕ್ಕಿಳಿಯಿತು. ಇನ್ನು ಕೆಲವು ಕಡೆ ಮೂರನೆ ಒಂದರಷ್ಟಾಯಿತು. ಮತ್ತೂ ಕೆಲವು ಕಡೆ ಹೋರಾಟ ಆರಂಭವಾದಾಗ ಅದರ ಜನಸಂಖ್ಯೆ ಎಷ್ಟಿತ್ತೋ ಅಷ್ಟೂ ಕಡಿಮೆಯಾಯಿತು. ಸಂಪದ್ಭರಿತವಾದ ಆಗ್ಸ್‌ಬರ್ಗ್ ನಗರದ ಎಂಬತ್ತು ಸಾವಿರ ಜನಸಂಖ್ಯೆ ಹದಿನಾರು ಸಾವಿರಕ್ಕೆ ಕುಸಿಯಿತು. ದೇಶದ ಮೂರನೆ ಎರಡರಷ್ಟು ಚರಾಸ್ತಿ ನಾಶವಾಯಿತು. ವ್ಯವಸಾಯ ಮತ್ತು ಉದ್ದಿಮೆಗಳನ್ನು ನಿರ್ಲಕ್ಷಿಸಲಾಯಿತು. ವ್ಯಾಪಾರವು ಫ್ರೆಂಚರ ಕೈಗೋ ಇಲ್ಲವೆ ಡಚ್ಚರ ಕೈಗೋ ಸೇರಿತು. ವಿದ್ಯಾಭ್ಯಾಸ ಬಹುಮಟ್ಟಿಗೆ ಕಾಣೆಯಾಯಿತು. ನೈತಿಕತೆ ಅಧಃಪತನ ಹೊಂದಿತು. ಇದು ಮೌಢ್ಯತೆ ಮತ್ತು ಆಶ್ಲೀಲತೆಗಳನ್ನು ಪ್ರೋತ್ಸಾಹಿಸಿತು. ಬೇರೆ ಬೇರೆ ರಾಷ್ಟ್ರಗಳ ಸೈನಿಕರು ಜನರ ಮೇಲೆ ಹಿಂಸಾಚಾರಗಳನ್ನು ಕೈಗೊಂಡರು. ಯುದ್ಧದಿಂದಾಗಿ ಕಳೆದುಕೊಂಡಿದ್ದ ಆರ್ಥಿಕ, ರಾಜಕೀಯ ಮತ್ತು ನೈತಿಕ ಸಂಗತಿಗಳನ್ನು ಮತ್ತೆ ಪಡೆಯಲು ಜರ್ಮನಿಗೆ ಒಂದು ಶತಮಾನಕ್ಕಿಂತ ಹೆಚ್ಚು ಕಾಲ ಬೇಕಾಯಿತು. ಸಂಕ್ಷೇಪವಾಗಿ ಗ್ರಾಂಟನ ಮಾತುಗಳಲ್ಲಿ ಹೇಳುವುದಾದರೆ 'ಯೂರೋಪಿಯನ್ ರಾಜಕಾರಣದಲ್ಲಿ ಅರ್ಧಶತಮಾನಗಳ ಕಾಲ ಇದು ಪ್ರಮುಖ ಶಕ್ತಿಯಾಗಿ ಉಳಿದಿರಲಿಲ್ಲ. ಮೂವತ್ತು ವರ್ಷಗಳ ಯುದ್ಧದ ಪರಿಣಾಮಗಳಿಂದ ಅದು ಚೇತರಿಸಿಕೊಳ್ಳಲು ಅದಕ್ಕೆ ಒಂದು ಶತಮಾನವೇ ಬೇಕಾಯಿತು'.

* * * * *

ಅಧ್ಯಾಯ - 8

ಜ್ಞಾನೋದಯ ಯುಗ
ಪ್ರಪಂಚವನ್ನು ವೈಜ್ಞಾನಿಕವಾಗಿ ನೋಡುವ ದೃಷ್ಟಿ ಉದಯಿಸಿದ್ದು

ಪ್ರಪಂಚವನ್ನು ವೈಜ್ಞಾನಿಕವಾಗಿ ನೋಡುವ ದೃಷ್ಟಿ ಉದಯಿಸಿದ್ದು

ಹದಿನಾರನೆಯ ಶತಮಾನ ಮತ್ತು ಹದಿನೇಳನೆಯ ಶತಮಾನದ ಪ್ರಾರಂಭದ ಕಾಲದ ಪಶ್ಚಿಮ ಯೂರೋಪಿನ ಬೌದ್ಧಿಕ ಜೀವನದಲ್ಲಿ ಪ್ರಾಟೆಸ್ಟೆಂಟ್ ಅಥವಾ ಕ್ಯಾಥೋಲಿಕ್ ಪಂಥಗಳ ಧಾರ್ಮಿಕ ಪಕ್ಷಪಾತದ ಲಕ್ಷಣಗಳು ಎದ್ದು ಕಾಣುತ್ತಿದ್ದವು. ಆದರೆ ಹದಿನೇಳನೆಯ ಶತಮಾನದ ಉತ್ತರಾರ್ಧ ಕಾಲದಲ್ಲಿ ಬೌದ್ಧಿಕ ಆಸಕ್ತಿಗಳು ಮೌಢ್ಯದಿಂದ ಕೂಡಿದ ಧಾರ್ಮಿಕ ನಂಬಿಕೆಗಳಿಂದ ಸ್ವಾಭಾವಿಕ ವಿಜ್ಞಾನ ಮತ್ತು 'ಜ್ಞಾನೋದಯ'ವೆಂದು ಪರಿಚಿತವಾದ ವಿಷಯಗಳತ್ತ ಹೊರಳಿದವು. ಈ ಪ್ರವೃತ್ತಿಯು ಹದಿನೆಂಟನೆಯ ಶತಮಾನದಲ್ಲಿ ಪ್ರಧಾನವಾಗಿದ್ದು ಅದು ರಾಜಕೀಯ ಮತ್ತು ಸಮಾಜದಲ್ಲಿ ಕ್ರಾಂತಿಕಾರಿ ಯುಗ ಆರಂಭವಾಗಲು ದಾರಿಯನ್ನು ಸುಗಮಗೊಳಿಸಿತು.

ಪ್ರಪಂಚವು ಹೊಸ ವೈಜ್ಞಾನಿಕ ಆವಿಷ್ಕಾರಗಳಿಂದ ಚಕಿತಗೊಂಡಿತು. ಹೆಚ್ಚಿನ ಮೂಲ ಶೋಧನೆ ಆಗದಿದ್ದರೂ ಮುಂದುವರಿದು ಹದಿನೆಂಟನೆ ಶತಮಾನವನ್ನು ಇದು ಪರಿಶೋಧನೆಗಿಂತಲೂ ವೈಜ್ಞಾನಿಕ ಊಹೆಯ ಅವಧಿಯನ್ನಾಗಿ ಮಾಡಿತು. ಈ ಹೊಸ ಹೊಸ ವಿದ್ಯಮಾನಗಳನ್ನು ಮಾನವ ಸಾಹಸ ಮತ್ತು ಸಾಮಾಜಿಕ ಜೀವನಕ್ಕೆ ಸಂಬಂಧಿಸಿ ವಿವರಿಸುವ ಪ್ರಯತ್ನಗಳು ನಡೆದವು. ತತ್ವಜ್ಞಾನಿಗಳು ಹೀಗೆ ಕಂಡುಕೊಂಡ ಹೊಸ ವಿಜ್ಞಾನದ ಬೆಳಕಿನಿಂದ ದೇವರ ಸ್ವರೂಪವನ್ನು ಮತ್ತು ಮಾನವನ ಕರ್ತವ್ಯಗಳನ್ನು ವ್ಯಾಖ್ಯಾನಿಸಲು ಪ್ರಯತ್ನಿಸಿದರು. ಪ್ರಕೃತಿ ಸಾಂಪತ್ತಿಕವಾದಿಗಳು ಮತ್ತು ವಿಶ್ವಜ್ಞಾನಿಗಳು ಸಾಮಾಜಿಕ ವಿಜ್ಞಾನವನ್ನು ಭೌತಿಕ ವಿಜ್ಞಾನಗಳ ಹಿನ್ನೆಲೆಯಲ್ಲಿ ಪುನರ್ ವ್ಯಾಖ್ಯಾನಿಸುವುದರಲ್ಲಿ ನಿರತರಾದರು.

ಬಹುತೇಕ ಎಲ್ಲ ಕ್ಷೇತ್ರಗಳಲ್ಲೂ ಅಂದರೆ ತತ್ವಶಾಸ್ತ್ರ, ಧರ್ಮ, ಕಲೆ, ಕಾನೂನು, ಸಾಮಾಜಿಕ ಮತ್ತು ಆರ್ಥಿಕ ಸಂಸ್ಥೆಗಳು, ಕೈಗಾರಿಕೆ ಮತ್ತು ಚಿಂತನೆ ಇವುಗಳಲ್ಲಿ ವೈಜ್ಞಾನಿಕ ದೃಷ್ಟಿಕೋನವು ಪ್ರಮುಖವಾಗಿ ಕಂಡುಬರತೊಡಗಿತು. ವೈಜ್ಞಾನಿಕ ಪ್ರಗತಿಯು ಜ್ಞಾನದ ಸಂಗ್ರಹಣೆ ಮತ್ತು ಯಾಂತ್ರಿಕ ಉಪಕರಣಗಳಲ್ಲಿ ಸಾಗಿಸುವ ಪರಿಪೂರ್ಣತೆಯನ್ನು ಮಾತ್ರ ಅವಲಂಬಿಸದೆ ಅದು ಜನತೆಯಲ್ಲಿ ವೈಜ್ಞಾನಿಕ ಮನೋಭಾವವನ್ನು ರೂಢಿಸುವುದನ್ನು ಅವಲಂಬಿಸಿದ್ದಿತು. ವಿಜ್ಞಾನಿಗಳು ಜನರ ಸೇವಕರಾಗಿದ್ದರು. ಸಾರ್ವಜನಿಕರ ಈ ಅಗತ್ಯವನ್ನು ಈಡೇರಿಸುವುದು ವಿಜ್ಞಾನಿಗಳ ಆದ್ಯ ಕರ್ತವ್ಯವಾಗಿದ್ದಿತು.

ವಿಜ್ಞಾನದ ಬೆಳವಣಿಗೆಗೆ ನೆರವಾದ ಸಿದ್ಧಾಂತಗಳು

ನಾಗರಿಕ ಮಾನವನ ಇತಿಹಾಸವನ್ನು ಗಮನಿಸಿದಾಗ ಜೀವನದ ಬಗ್ಗೆ ಮೂರು ಮುಖ್ಯ ದೃಷ್ಟಿಕೋನಗಳಿರುವುದು ಕಂಡುಬರುತ್ತದೆ. ಅವೆಂದರೆ ಅಲೌಕಿಕವಾದ, ಮಾನವತಾವಾದ ಮತ್ತು ನಿಸರ್ಗವಾದ. ಇವುಗಳಲ್ಲಿ ಅಲೌಕಿಕವಾದವು ಅತ್ಯಂತ ಪ್ರಾಚೀನತಮವಾದುದು. ಅದು ಅರಿವು ಕಡಿಮೆ ಇರುವ ಜನಸಮೂಹಗಳ ಮೇಲೆ ಇನ್ನೂ ತನ್ನ ದೃಢವಾದ ಪ್ರಭಾವ ಹೊಂದಿದೆ. ಅದು ನೈಸರ್ಗಿಕ ಶಕ್ತಿಗಳನ್ನು ದೈವಿಕ ಶಕ್ತಿ ಆಳುತ್ತದೆ ಎಂಬ ಪರಿಕಲ್ಪನೆಯನ್ನು ಅವಲಂಬಿಸಿದೆ. ಜೀವನದ ಮೂಲಭೂತ ಗುರಿಯೇ ಆತ್ಮ ಸಾಕ್ಷಾತ್ಕಾರ ಪಡೆಯುವುದು ಎಂಬುದು ಈ ವಾದದ ನಂಬುಗೆ. ಇದರಿಂದಾಗಿ ವೈಜ್ಞಾನಿಕ ದೃಷ್ಟಿಕೋನವು ಇದರೊಂದಿಗೆ ಸಹಮತ ಹೊಂದುವುದಿಲ್ಲ. ಮಾನವತಾವಾದವನ್ನು ಗ್ರೀಕರು ಪ್ರತಿಪಾದಿಸಿದರು ಮತ್ತು ಅದು ಪುನರುಜ್ಜೀವನ ಕಾಲದಲ್ಲಿ ಪುನಶ್ಚೇತನ ಪಡೆಯಿತು. ಮಾನವತಾವಾದಿಯು ಮನುಷ್ಯನೇ ಎಲ್ಲ ಚಟುವಟಿಕೆಗಳ ಅಳತೆಗೋಲು ಎಂದು ಭಾವಿಸುತ್ತಾನೆ ಹಾಗೂ ಲೌಕಿಕ ಸುಖಕ್ಕಿಂತ ಸರ್ವೋದಯಕ್ಕೆ ಹೆಚ್ಚಿನ ಪ್ರಾಶಸ್ತ್ಯ ಕೊಡುತ್ತಾನೆ. ಮಾನವತಾವಾದವು ವೈಜ್ಞಾನಿಕವಾಗಿರುವುದು ಅಗತ್ಯವಿಲ್ಲವಾದರೂ ಅದು ವಿಜ್ಞಾನವನ್ನು ಪ್ರೋತ್ಸಾಹಿಸುತ್ತದೆ. ನಿಸರ್ಗವಾದವು ಗ್ರೀಕ್ ಮೂಲದ್ದಾದರೂ ಅದು ಹದಿನಾರನೆಯ ಶತಮಾನದ ಕೊನೆಯವರೆಗೂ ಅಷ್ಟು ಪ್ರಭಾವಶಾಲಿಯಾಗಿರಲಿಲ್ಲ. ಮಾನವತಾವಾದ ಮತ್ತು ನಿಸರ್ಗವಾದಗಳ ನಡುವೆ ನಿಕಟ ಸಂಬಂಧವಿದೆ. ಅವೆರಡೂ ಜಾತ್ಯಾತೀತವಾದವು ಮತ್ತು ವ್ಯಕ್ತಿಗತವಾದವು. ಅವುಗಳಲ್ಲಿನ ಮೂಲಭೂತ ವ್ಯತ್ಯಾಸವೆಂದರೆ ನಿಸರ್ಗವಾದವು ಮುಖ್ಯವಾಗಿ ಬೌದ್ಧಿಕ ಸ್ವರೂಪದ್ದು. ನಿಸರ್ಗವಾದದ ಪ್ರಕಾರ ಪ್ರಕೃತಿಯ ಶಕ್ತಿಗಳು ನಿರ್ದಿಷ್ಟ ನಿಯಮಗಳನ್ನು ಅನುಸರಿಸಿ ಕಾರ್ಯನಿರ್ವಹಿಸುತ್ತವೆ. ಪ್ರಾಕೃತಿಕ ಶಕ್ತಿಗಳ ಮೇಲೆ ಪೂರ್ಣ ಹಿಡಿತ ಸಾಧಿಸುವ ಮೂಲಕ ಮಾತ್ರ ಬದುಕನ್ನು ಅದರ ಸಂಪೂರ್ಣ ಅರ್ಥದಲ್ಲಿ ಅನುಭವಿಸಬಹುದು. ಇದರ ಅರ್ಥ ವಿಜ್ಞಾನವನ್ನು ವೈಭವೀಕರಿಸುವುದು.

ರಾಜಕೀಯ ರಚನೆಯಲ್ಲಿನ ಬದಲಾವಣೆಗಳು

ತತ್ವಶಾಸ್ತ್ರವೊಂದೇ ಆಧುನಿಕ ವಿಜ್ಞಾನವನ್ನು ಸೃಷ್ಟಿಸಿಲ್ಲ. ವಿಜ್ಞಾನದ ಸೇವೆಗಳನ್ನು ಪಡೆಯಲು ಅದಕ್ಕೆ ಸೂಕ್ತವಾದ ಅಗತ್ಯ ಪರಿಸರವನ್ನು ಒದಗಿಸಬೇಕಾಗುತ್ತದೆ. ಯೂರೋಪಿನ ವಿಸ್ತರಣೆ ಮತ್ತು ವಾಣಿಜ್ಯ ಕ್ರಾಂತಿ–ಇವು ವಿಜ್ಞಾನಿಗೆ ತನ್ನ ಸೇವೆ ಸಲ್ಲಿಸಲು ಅವಕಾಶ ಒದಗಿಸಿದವು. ರಾಷ್ಟ್ರೀಯ ರಾಜ್ಯ ಸ್ಥಾಪನೆಯಿಂದ ಜಾರಿಗೆ ಬಂದ ಕಾನೂನು ಮತ್ತು ವ್ಯವಸ್ಥೆಯ ಪ್ರಭುತ್ವವು ಪರಿಶೋಧಕನಿಗೆ ಭದ್ರತೆಯನ್ನು ಒದಗಿಸಿತು. ಮಧ್ಯಮ ವರ್ಗದ ಉನ್ನತಿಯಿಂದಾಗಿ ಪ್ರಯೋಗಾಲಯಗಳು, ವೈಜ್ಞಾನಿಕ ಪ್ರಕಟಣೆಗಳು ಮತ್ತು ವೇತನಗಳಿಗೆ ದಾನಿಗಳು ಹುಟ್ಟಿಕೊಂಡರು. ಅಂತಿಮವಾಗಿ ವಿಜ್ಞಾನವು ಸಂಪ್ರದಾಯವಾದಿಗಳ ವಿರೋಧ ಎದುರಿಸುತ್ತಿದ್ದ ಕಾಲದಲ್ಲಿ ಮೊದಲಿಗರಾದ ವಿಜ್ಞಾನಿಗಳು ಕಷ್ಟನಷ್ಟಗಳನ್ನೆದುರಿಸಿ ನೀಡಿದ ಕೊಡುಗೆಗಳನ್ನು ಮರೆಯಲಾಗದು. ಅನೇಕರನ್ನು ಧರ್ಮ ದ್ರೋಹಿಗಳೆಂದು ಪರಿಗಣಿಸಲಾಯಿತು. ಅವರು ಈ ಧ್ಯೇಯೊದ್ದೇಶಕ್ಕಾಗಿ ಹುತಾತ್ಮರಾದರು.

ವಿಜ್ಞಾನಕ್ಕೆ ಪ್ರೋತ್ಸಾಹ

ಸ್ವಾಭಾವಿಕ ವಿಜ್ಞಾನ ಹೊಸತೇನಲ್ಲ. ಅದನ್ನು ಪ್ರಾಚೀನ ಗ್ರೀಕರು ಮತ್ತು ಮಧ್ಯಯುಗದ ಸಾಧುಗಳು ಬೆಳೆಸಿದ್ದರು. ಕೊಪರ್ನಿಕಸ್, ಗೆಲಿಲಿಯೋ ಮತ್ತು ಹಾರ್ವೆಯಂತಹ ಪ್ರಾರಂಭದ ಆಧುನಿಕ ವಿಜ್ಞಾನಿಗಳು ಈ ಕ್ಷೇತ್ರದಲ್ಲಿ ಅದ್ಭುತವಾದ ಪ್ರಗತಿ ಸಾಧಿಸಿದರು. ಈಗ ತಂದ ಹೊಸತನವೆಂದರೆ ಅದನ್ನು ವಿಸ್ತರಿಸಿ ಜನಪ್ರಿಯಗೊಳಿಸಿದ್ದು ಹಾಗೂ ಅದನ್ನನುಸರಿಸಿ ಬಂದ ತಾತ್ವಿಕ ಚಿಂತನೆ. ಅದುವರೆಗೂ ವಿಜ್ಞಾನ ಕೆಲವೇ ಬುದ್ಧಿಜೀವಿಗಳ ಕಸುಬಾಗಿದ್ದಿತು. ಈಗ ಅದು ಅಸಂಖ್ಯ ಕುತೂಹಲಿಗಳ ವೃತ್ತಿಯಾಯಿತು ಮತ್ತು ಜಾದೂ ಹಾಗೂ ಮೂಢನಂಬಿಕೆಯಿಂದ ನಿರ್ದಿಷ್ಟವಾಗಿ ಬೇರೆಯಾಯಿತು. ರಾಜರುಗಳು ಮತ್ತು ರಾಜಕುಮಾರರು ಸ್ವಾಭಾವಿಕ ವಿಜ್ಞಾನಕ್ಕೆ ಆಶ್ರಯಕೊಟ್ಟರು. ಬಹುತೇಕ ಬುದ್ಧಿಜೀವಿಗಳು ಮತ್ತು ಭಾವಿ ಬುದ್ಧಿಜೀವಿಗಳು ಅದರ ಬಗ್ಗೆ ಆಸಕ್ತಿ ತಳೆದರು. ಮೇಲ್ವರ್ಗ ಮತ್ತು ಮಧ್ಯಮ ವರ್ಗಗಳಿಗೆ ಸೇರಿದ ದೊಡ್ಡ ಸಂಖ್ಯೆಯ ಜನರು "ವಿಜ್ಞಾನದ ಅರಿವುಳ್ಳ"ವರಾದರು.

ರಾಯಲ್ ಸೊಸೈಟಿ ಕಟ್ಟಡ

"ವೈಜ್ಞಾನಿಕ ಅಕಾಡೆಮಿ" ಎಂಬ ಹೊಸ ಸಂಸ್ಥೆಯ ಸ್ಥಾಪನೆಯಿಂದಾಗಿ ಸ್ವಾಭಾವಿಕ ವಿಜ್ಞಾನವು ಜನರ ಆಸಕ್ತಿಗೆ ಪಾತ್ರವಾದುದಲ್ಲದೆ ಪ್ರವರ್ಧಮಾನಕ್ಕೆ ಬಂದಿತು. ರೋಮ್‌ನಲ್ಲಿ 1603ರಲ್ಲಿ ವಿಜ್ಞಾನಿಗಳು ಮತ್ತು ವಿಜ್ಞಾನಾಸಕ್ತರು ಸೇರಿ "ಅಕಾಡೆಮಿ ಆಫ್ ಲಿಂಕ್ಸ್" ಎಂಬ ಸಂಸ್ಥೆಯನ್ನು ಸ್ಥಾಪಿಸಿದರು. ಹದಿನೇಳನೆಯ ಶತಮಾನದಲ್ಲಿ ಪಟ್ಟಣ ಪ್ರದೇಶಗಳಲ್ಲಿ ಅದರಲ್ಲೂ ಇಟಲಿ ಮತ್ತು ಜರ್ಮನಿ ದೇಶಗಳಲ್ಲಿ ಇಂತಹ ಅಕಾಡೆಮಿಗಳು ಅಸ್ತಿತ್ವಕ್ಕೆ ಬಂದವು. 1662ರಲ್ಲಿ ಎರಡನೆಯ ಚಾರ್ಲ್ಸ್ ಇಂಗ್ಲಿಷ್ 'ರಾಯಲ್ ಸೊಸೈಟಿ'ಯನ್ನು ರಚಿಸಿದನು. ಅದರ ಉದ್ದೇಶವೆಂದರೆ "ಎಲ್ಲ ಪದ್ಧತಿಗಳು, ಸಿದ್ಧಾಂತಗಳು, ತತ್ವಗಳು, ಅನುಸಿದ್ಧಾಂತಗಳು, ಮೂಲಾಂಶಗಳು, ಇತಿಹಾಸಗಳು ಹಾಗೂ ಪ್ರಾಚೀನವಾದ ಅಥವಾ ಅರ್ವಾಚೀನವಾದ ಯಾವುದೇ ಪ್ರಸಿದ್ಧ ಕರ್ತೃವು ನಡೆಸಿದ ಯಾವುದೇ ಪ್ರಾಕೃತಿಕವಾದ, ಗಣಿತಶಾಸ್ತ್ರೀಯವಾದ ಮತ್ತು ಯಾಂತ್ರಿಕವಾದ ಪ್ರಯೋಗಗಳನ್ನು ಸಂಶೋಧನೆ ಗಳನ್ನು ಮತ್ತು ಮಾಡಿದ ದಾಖಲೆಗಳನ್ನು ಪರಿಶೀಲಿಸುವುದಾ ಗಿದ್ದಿತು." ಹಿಂದೆಯೇ ಸ್ಥಾಪಿತವಾಗಿದ್ದ ಫ್ರೆಂಚ್ "ವಿಜ್ಞಾನಿಗಳ ಅಕಾಡೆಮಿ"ಗೆ 1666ರಲ್ಲಿ ಕೋಲ್ಬರ್ಟ್‌ನ ಪ್ರಭಾವದಿಂದಾಗಿ ಹದಿನಾಲ್ಕನೆಯ ಲೂಯಿಯು ಮಾನ್ಯತೆಕೊಟ್ಟನು. ಇಂಗ್ಲಿಷ್ ಅಕಾಡೆಮಿಯ ಕವಲುಗಳಾಗಿ 1683ರಲ್ಲಿ ಮೆಸ್ಸಾಚೂಸೆಟ್ಸ್‌ನಲ್ಲಿ ತತ್ವಶಾಸ್ತ್ರ ಸಂಘವು ಮತ್ತು 1684ರಲ್ಲಿ ಡಬ್ಲಿನ್‌ನಲ್ಲಿ ಇನ್ನೊಂದು ಅಂತಹದೇ ಸಂಘವು ಅಸ್ತಿತ್ವ ಪಡೆದವು. 1665ರಿಂದ ಇಂಗ್ಲಿಷ್ ಮತ್ತು ಫ್ರೆಂಚ್ ಅಕಾಡೆಮಿಗಳು ವೈಜ್ಞಾನಿಕ ನಿಯತಕಾಲಿಕೆಗಳನ್ನು ಹೊರತಂದವು. ಸ್ವಲ್ಪ ಕಾಲದಲ್ಲೇ ಇಟಲಿ, ಜರ್ಮನಿ, ಡೆನ್ಮಾರ್ಕ್ ಮತ್ತಿತರ ದೇಶಗಳು ಅದೇ ಬಗೆಯ ವೈಜ್ಞಾನಿಕ ನಿಯತಕಾಲಿಕಗಳನ್ನು ಪ್ರಕಟಿಸತೊಡಗಿದವು.

ಅಕಾಡೆಮಿಗಳ ಜೊತೆಗೆ ವೀಕ್ಷಣಾಲಯಗಳು ಮತ್ತು ವಸ್ತುಸಂಗ್ರಹಾಲಯಗಳು ಹೆಚ್ಚಿದವು. ಉರಾನಿಬೊರ್ಗ್‌ನಲ್ಲಿ ಸ್ಥಾಪಿತವಾದ ಪ್ರಸಿದ್ಧ ಟೈಕೋಬ್ರಾಹೆ ವೀಕ್ಷಣಾಲಯವು ಸಲಕರಣೆಯ ದೃಷ್ಟಿಯಿಂದ 1667ರಲ್ಲಿ ಪ್ಯಾರಿಸ್‌ನಲ್ಲಿ ಸ್ಥಾಪಿತವಾದ

ಮತ್ತು 1675ರಲ್ಲಿ ಗ್ರೀನ್‌ವಿಚ್‌ನಲ್ಲಿ (ಇಂಗ್ಲೆಂಡ್‌ನಲ್ಲಿ) ಸ್ಥಾಪಿತವಾದ ವೀಕ್ಷಣಾಲಯಗಳನ್ನು ಮೀರಿಸಿತು. 1663ರ ಸುಮಾರಿನಲ್ಲಿ ಮದ್ಯಸಾರದಿಂದ ಜೈವಿಕ ವಸ್ತುಗಳನ್ನು ಸಂರಕ್ಷಿಸಬಹುದು ಮತ್ತು ಅವುಗಳನ್ನು ಪಾರದರ್ಶಕವಾಗಿ ನೋಡಬಹುದು ಎಂದು ರಾಬರ್ಟ್ ಬೊಯ್ಲನು ಕಂಡುಹಿಡಿದದ್ದು ವಸ್ತುಸಂಗ್ರಹಾಲಯಗಳ ಸ್ಥಾಪನೆಗೆ ಉತ್ತೇಜನ ನೀಡಿತು. ವಿಶ್ವವಿದ್ಯಾನಿಲಯಕ್ಕಾಗಿ ಡಾ. ಅಷ್‌ಮೊಲ್ ಎಂಬುವವನು ಸಂಗ್ರಹಿಸಿ ಕೊಡುಗೆ ನೀಡಿದ ಪ್ರಾಕೃತಿಕ ಕುತೂಹಲದ ವಸ್ತುಗಳನ್ನು 1683ರಲ್ಲಿ ಆಕ್ಸ್‌ಫರ್ಡ್‌ನಲ್ಲಿ ಪ್ರದರ್ಶಿಸುವ ಮೂಲಕ ಪ್ರಥಮ ದರ್ಜೆಯ ವಸ್ತುಸಂಗ್ರಹಾಲಯವನ್ನು ಸ್ಥಾಪಿಸಲಾಯಿತು.

ಎರಡನೆ ಚಾರ್ಲ್ಸ್

ಪ್ರಭುಗಳು ಮತ್ತು ರಾಷ್ಟ್ರ ಧುರೀಣರು ಪ್ರೋತ್ಸಾಹ ನೀಡುವ ಮೂಲಕ ವಿಜ್ಞಾನದ ಬೆಳವಣಿಗೆಗೆ ಉತ್ತೇಜನ ನೀಡಿದರು. ಹದಿನಾಲ್ಕನೆಯ ಲೂಯಿಯ ಸಹೋದರನು ತಾನೇ ಒಂದು ಪ್ರಯೋಗಾಲಯವನ್ನು ಹೊಂದಿದ್ದು "ಕುತೂಹಲಕಾರಿ ಪ್ರಯೋಗಗಳಿಂದ" ತಾನೇ ಮುದಗೊಳ್ಳುತ್ತಿದ್ದನು. ಇಂಗ್ಲೆಂಡಿನ ಎರಡನೆಯ ಚಾರ್ಲ್ಸನು "ರಾಸಾಯನಿಕ ಪ್ರಯೋಗಾಲಯ"ದಲ್ಲಿ ತೊಡಗಿ ಬೇಸರ ಪರಿಹರಿಸಿಕೊಳ್ಳುತ್ತಿದ್ದನು. ಹಾಲೆಂಡ್‌ನ ರಾಜಮನೆತನಕ್ಕೆ ಸೇರಿದ ಜಾನ್ ಡೆವಿಟ್ ಎಂಬುವವನು ವಿಜ್ಞಾನದಲ್ಲಿ ಅಪಾರ ಆಸಕ್ತಿ ಹೊಂದಿದ್ದುದಲ್ಲದೆ ಸರಪಳಿ ಗುಂಡು (Chain-Shot) ಅನ್ನು ಕಂಡುಹಿಡಿದ ಹಾಗೂ ಸಂಖ್ಯಾವಿಜ್ಞಾನದ ಬಗ್ಗೆ ಸಮರ್ಥ ಲೇಖಕನಾಗಿದ್ದ.

ಪ್ರಾರಂಭದ ವಿಜ್ಞಾನಿಗಳ ಕಾರ್ಯಗಳು

ಸರ್ ಐಸಕ್ ನ್ಯೂಟನ್ : ಹದಿನೇಳು ಮತ್ತು ಹದಿನೆಂಟನೆ ಶತಮಾನಗಳಲ್ಲಿ "ಸ್ವಾಭಾವಿಕ ಜ್ಞಾನ"ವನ್ನು ಸಂಪಾದಿಸಲು ನಿಷ್ಠೆಯಿಂದ ತೊಡಗಿಸಿಕೊಂಡ ಹಲವಾರು ವ್ಯಕ್ತಿಗಳಲ್ಲಿ ಐಸಾಕ್ ನ್ಯೂಟನ್ನನು ನಿಸ್ಸಂಶಯವಾಗಿ ಅತ್ಯಂತ ಪ್ರತಿಭಾವಂತ ಮತ್ತು ಪ್ರಸಿದ್ಧನಾಗಿದ್ದಾನೆ. ಅವನು ಗೆಲಿಲಿಯೋ ನಿಧನನಾದ ವರ್ಷ (1642) ಹುಟ್ಟಿದನು. ಅವನು ಕೇಂಬ್ರಿಡ್ಜ್ ವಿಶ್ವವಿದ್ಯಾನಿಲಯದಲ್ಲಿ ಶಿಕ್ಷಣ ಪಡೆದನು. ಅವನು ಗಣಿತಶಾಸ್ತ್ರದಲ್ಲಿ ಎಷ್ಟು ಪ್ರಕಾಂಡ ಪಂಡಿತನಾಗಿದ್ದನೆಂದರೆ ಆತನ ಇಪ್ಪತ್ತೇಳನೆಯ ವಯಸ್ಸಿನಲ್ಲೇ ಅವನಿಗೆ ವಿಶ್ವವಿದ್ಯಾನಿಲಯವು ಪ್ರಾಧ್ಯಾಪಕ ಹುದ್ದೆ ನೀಡಿ ಗೌರವಿಸಿತು. ಅವನು ತನ್ನ ತರುವಾಯದ ಜೀವನದಲ್ಲಿ ರಾಣಿ ಅನ್ನಾಳಿಂದ ನೈಟ್ ಪದವಿ ಪಡೆದದ್ದಲ್ಲದೆ ಇತಿಹಾಸದಲ್ಲಿ ಸರ್ ಐಸಾಕ್ ನ್ಯೂಟನ್ ಎಂದು ಹೆಸರಾಗಿದ್ದಾನೆ.

ಐಸಕ್ ನ್ಯೂಟನ್

ಗಣಿತಜ್ಞನಾಗಿ ಅವನು ಅತ್ಯಲ್ಪೀಯ ಕಲನಶಾಸ್ತ್ರವನ್ನು ಕಂಡುಹಿಡಿದನು ಮತ್ತು ದ್ವಿಪದ ಪ್ರಮೇಯವನ್ನು ಸ್ಥಾಪಿಸಿದನು. ಗಣಿತೀಯ ಭೌತಶಾಸ್ತ್ರದಲ್ಲಿ ಕೆಲಸ ಮಾಡಿದ ಅವನು ನಕ್ಷತ್ರಗಳ ನಡುವೆ ಚಂದ್ರನ ಸ್ಥಾನವನ್ನು ಗುರುತಿಸುವ ಸೂತ್ರವನ್ನು ಕಂಡುಹಿಡಿದನು. ಇದು ನೌಕಾಯಾನಕ್ಕೆ ಅನುಕೂಲಕರವಾದ ಕೊಡುಗೆಯಾಯಿತು. ಅವನು ಅಲೆಗಳ ಪ್ರಸರಣವೂ ಸೇರಿದಂತೆ ಜಲಬಲಶಾಸ್ತ್ರವನ್ನು (Hydro Dynamics) ವಿವರಿಸಿದನು ಹಾಗೂ ಜಲಸ್ಥಿತಿ ವಿಜ್ಞಾನದಲ್ಲಿ ಅನೇಕ ಸಂಶೋಧನೆಗಳನ್ನು ಮಾಡಿದನು. ದೃಷ್ಟಿಶಾಸ್ತ್ರದಲ್ಲಿ ಮುಂದುವರಿದು ಅವನು ಬಿಳಿಯ ಕಿರಣ ವಿಭಜನೆಗೊಂಡು ಹೇಗೆ ಕಾಮನಬಿಲ್ಲಿಗೆ ಕಾರಣವಾಗುತ್ತದೆಂಬುದನ್ನು ನಿರೂಪಿಸಿದನು. ಬೆಳಕಿನ ರಚನೆ ಮುಖ್ಯವಾಗಿ ಅಣು ಸ್ವರೂಪದ್ದಾಗಿದೆ ಎಂಬ ಸಾಕಷ್ಟು ತರುವಾಯದ ಸಿದ್ಧಾಂತವನ್ನು ಅವನು ಮುನ್ಸೂಚಿಸಿದ.

ನ್ಯೂಟನ್ನನು ಅತ್ಯಂತ ಪ್ರಸಿದ್ಧಿಗೆ ಬಂದದ್ದು ಚಲನಶಾಸ್ತ್ರ ಕ್ಷೇತ್ರಕ್ಕೆ ಅವನು ನೀಡಿದ ಕೊಡುಗೆಯಿಂದ, ಸಾಮಾನ್ಯವಾಗಿ 'ಪ್ರಿನ್ಸಿಪಿಯ' ಎಂದು ಪರಿಚಿತವಾಗಿರುವ ಮತ್ತು 1687ರಲ್ಲಿ ಹೊರಬಂದ ನ್ಯೂಟನ್ನನ ಬಹು ಪ್ರಖ್ಯಾತ ಗ್ರಂಥ "ಮ್ಯಥಮ್ಯಾಟಿಕಲ್

ಪ್ರಿನ್ಸಿಪಲ್ಸ್ ಆಫ್ ನ್ಯಾಚುರಲ್ ಫಿಲಾಸೊಫಿ" ಎಂಬುದು "ಗುರುತ್ವಾಕರ್ಷಣ ನಿಯಮ"ವು ಸೇರಿದಂತೆ ಗಣಿತೀಯ ಅಧ್ಯಯನದ ಸಂಪತ್ತನ್ನೇ ಹೊಂದಿದ್ದಿತು. "ವಿಶ್ವದಲ್ಲಿ ಪ್ರತಿಯೊಂದು ವಸ್ತುವಿನ ಕಣವು ಮತ್ತೊಂದು ವಸ್ತುವನ್ನು ಆಕರ್ಷಿಸುವ ಬಲವು ಅವುಗಳ ದ್ರವ್ಯರಾಶಿಗಳ ಗುಣಲಬ್ಧಕ್ಕೆ ನೇರ ಅನುಪಾತವಾಗಿಯೂ ಮತ್ತು ಅವುಗಳ ನಡುವಿನ ದೂರದ ವರ್ಗಕ್ಕೆ ವಿಲೋಮಾನುಪಾತವಾಗಿಯೂ ಇರುತ್ತದೆ" ಎಂಬುದು ಅತ್ಯಂತ ಮಹತ್ವದ ಸಂಶೋಧನೆಯಾಯಿತು. ಇಲ್ಲಿ ಸೇಬಿನ ಹಣ್ಣುಗಳು ಹೇಗೆ ಭೂಮಿಗೆ ಬೀಳುತ್ತವೆ ಎಂಬುದು ಮಾತ್ರವಲ್ಲ ಸೂರ್ಯನ ಸುತ್ತ ತಮ್ಮ ಕಕ್ಷೆಯಲ್ಲಿ ಹೇಗೆ ಭೂಮಿ ಮತ್ತು ಇತರ ಗ್ರಹಗಳು ಹಿಡಿದಿಡಲ್ಪಟ್ಟಿವೆ ಎಂಬುದರ ಬಗ್ಗೆ ರೋಮಾಂಚನಕಾರಿಯಾದ ಮತ್ತು ಮನನವಾಗುವಂತಹ ವಿವರಣೆಯಿದ್ದಿತು. ಇದು ಒಮ್ಮೆಗೆ ಸಾರ್ವತ್ರಿಕವಾದ ಮತ್ತು ಸರಳವಾದ ವಿವರಣೆಯಾಗಿದ್ದರ ಜೊತೆಗೆ ಅತ್ಯುಪಯುಕ್ತವಾದ ವಿವರಣೆಯೂ ಆಗಿದ್ದಿತು. ಹದಿನೆಂಟನೆಯ ಶತಮಾನದ ಪ್ರಮುಖ ಗಣಿತಜ್ಞನಾದ ಲಾಗ್ರೆಂಗ್ 'ಪ್ರಿನ್ಸಿಪಿಯ'ವನ್ನು ಮಾನವ ಬುದ್ಧಿಯ ಮಹಾನ್ ಸೃಷ್ಟಿ ಎಂದೂ, ನ್ಯೂಟನ್ನನನ್ನು ಅಭೂತಪೂರ್ವ ಪ್ರತಿಭಾವಂತನೆಂದು ಕರೆದನು. ಹಾಗೆಯೇ ಅವನು "ಒಂದೇ ಒಂದು ವಿಶ್ವವಿರುವುದರಿಂದ ಮತ್ತು ಪ್ರಪಂಚದ ಇತಿಹಾಸದಲ್ಲಿ ಒಬ್ಬ ವ್ಯಕ್ತಿಗೆ ಮಾತ್ರ ಅದರ ನಿಯಮಗಳನ್ನು ವಿವರಿಸಲು ಅವಕಾಶವಿರುವುದರಿಂದ" ನ್ಯೂಟನ್ನನು ಅತ್ಯಂತ ಅದೃಷ್ಟವಂತನೆಂದೂ ಕೊಂಡಾಡಿದ್ದಾನೆ.

ನ್ಯೂಟನ್ನನ "ಗುರುತ್ವಾಕರ್ಷಣೆಯ ನಿಯಮ"ವು ಕೊಪರ್‌ನಿಕಸ್‌ನ ಖಗೋಳಶಾಸ್ತ್ರ ವ್ಯವಸ್ಥೆಯ ವಿವರಣೆಯನ್ನು ದೃಢವಾದ ತಳಹದಿಯ ಮೇಲೆ ನಿಲ್ಲಿಸಲು ಸಾಧ್ಯವಾಯಿತು ಹಾಗೂ ಇದರಿಂದ ಖಗೋಳಶಾಸ್ತ್ರದ ಪ್ರಗತಿ ತ್ವರಿತವಾಯಿತು. ಇದರಲ್ಲಿ ಇಬ್ಬರು ಆಂಗ್ಲ ಖಗೋಳಶಾಸ್ತ್ರಜ್ಞರು ನಿರ್ದಿಷ್ಟವಾಗಿ ಬಹುಮುಖ್ಯರಾಗಿದ್ದಾರೆ. ನ್ಯೂಟನ್ನನ ನಿಕಟ ಸ್ನೇಹಿತನಾದ ಎಡ್‌ಮಂಡ್ ಹ್ಯಾಲಿಯು ವಿಶೇಷವಾಗಿ ದಕ್ಷಿಣ ಗೋಳಾರ್ಧದಲ್ಲಿ ಕಂಡುಬರುವ ನಿಶ್ಚಿತ ನಕ್ಷತ್ರಗಳನ್ನು ದೊಡ್ಡ ಸಂಖ್ಯೆಯಲ್ಲಿ ಗುರುತಿಸಿದನು. ಅವನು 1682ರಲ್ಲಿ ಕಾಣಿಸಿಕೊಂಡ ಧೂಮಕೇತುವಿನ ಕಕ್ಷೆಯನ್ನು ಲೆಕ್ಕ ಹಾಕಿ ಅದು 1759ರಲ್ಲಿ ಮತ್ತೆ ಕಾಣಿಸುತ್ತದೆಂದು ಮುನ್ಸೂಚಿಸಿದನು. ಅದನ್ನು ಪರೀಕ್ಷಿಸಿದಾಗ ಮುಂದಿನ ಪೀಳಿಗೆಗೆ ಅವನ ಎಣಿಕೆಯ ನಿಖರತೆ ತೃಪ್ತಿಕರವಾಗಿ ಕಂಡುಬಂದಿತು. ವೃತ್ತಿಯಿಂದ ಸಂಗೀತಗಾರನಾಗಿದ್ದ ವಿಲಿಯಂ ಹರ್ಷಲ್ ಸ್ವಯಂ ಗಣಿತಜ್ಞನಾದನು. ಅವನು ಅಂತರಿಕ್ಷದ ಶ್ರದ್ಧಾವಂತ ವೀಕ್ಷಕನಾಗಿದ್ದು ದೂರದರ್ಶಕವನ್ನು ಪರಿಷ್ಕರಿಸಿದನು, ಸೂರ್ಯನ ಮೇಲೆ ಕುಳಿಗಳನ್ನು ಪತ್ತೆಹಚ್ಚಿದನು, ಚಂದ್ರನ ಮೇಲಿನ ಪರ್ವತಗಳನ್ನು ಗುರುತಿಸಿದನು ಮತ್ತು ಮಂಗಳ ಗ್ರಹದ ಮೇಲೆ ದ್ರವ ಹಿಮವಿರುವುದನ್ನು ಗಮನಿಸಿದನು ಹಾಗೂ 1781ರಲ್ಲಿ ಯುರೇನಸ್ ಗ್ರಹವನ್ನು ಕಂಡುಹಿಡಿದನು.

ಈ ಕಾಲದಲ್ಲಿ ಹಲವಾರು ಉಪಯುಕ್ತ ಸಂಶೋಧನೆಗಳಾಗಿ ಅವು ಭೌತವಿಜ್ಞಾನದ ಅಭಿವೃದ್ಧಿಗೆ ಕಾರಣವಾದವು. ದೃಷ್ಟಿ ಉಪಕರಣಗಳಾದ ದೂರದರ್ಶಕ ಮತ್ತು ಸೂಕ್ಷ್ಮದರ್ಶಕಗಳನ್ನು ನಿರಂತರವಾಗಿ ಅಭಿವೃದ್ಧಿಪಡಿಸಲಾಯಿತು. ಇಟಲಿಯ ಟೆರಿಸೆಲ್ಲಿಯು 1649ರಲ್ಲಿ ವಾಯುಭಾರ ಮಾಪಕದ ತತ್ವಗಳನ್ನು ಶೋಧಿಸಿದನು. ಜರ್ಮನಿಯ ಒಟೊವೊನ್ ಗ್ಯುರಿಕೆಯು 1650ರಲ್ಲಿ ಗಾಳಿಪಂಪನ್ನು ಕಂಡುಹಿಡಿದನು. ಜರ್ಮನಿಯವನಾದ ಫ್ಯಾರ್ಹೆನ್‌ಹೀಟನು ಹೆಚ್ಚಾಗಿ ಇಂಗ್ಲೆಂಡ್ ಮತ್ತು ಹಾಲೆಂಡ್‌ಗಳಲ್ಲಿ ವಾಸಿಸುತ್ತಿದ್ದು ಅವನು ಪಾದರಸ ತಾಪಮಾಪಕವನ್ನು ಪರಿಪೂರ್ಣಗೊಳಿಸಿದನು ಮತ್ತು ಇಂಗ್ಲಿಷ್ ಬಳಸುವ ದೇಶಗಳಲ್ಲಿ ಇನ್ನೂ ಬಳಕೆಯಲ್ಲಿರುವ ತಾಪವನ್ನು ಎಣಿಸುವ ಪದ್ಧತಿಯನ್ನು ಕಂಡುಹಿಡಿದನು. ವಿದ್ಯುತ್ ಮತ್ತು ಆಯಸ್ಕಾಂತ ಕ್ಷೇತ್ರದಲ್ಲಿ ಕೆಲವು ಪ್ರಯೋಗಗಳನ್ನು ನಡೆಸಲಾಯಿತು. 1746ರಲ್ಲಿ ಲೈಡನ್ ವಿಶ್ವವಿದ್ಯಾನಿಲಯದ ಇಬ್ಬರು ಪ್ರಾಧ್ಯಾಪಕರುಗಳು ವಿದ್ಯುತ್ ಶಕ್ತಿಯನ್ನು ಕೂಡಿಡುವ ಮತ್ತು ಅದನ್ನು ಕೂಡಲೇ ಹೊರಬಿಡುವ ಲೈಡನ್ ಜಾಡಿ ಎಂದು ಕರೆಯಲಾದ ಸಲಕರಣೆಯನ್ನು ಕಂಡುಹಿಡಿದರು. ಈ ಲೈಡನ್ ಜಾಡಿಯಿಂದ ಮಾಡಿದ ಪ್ರಯೋಗಗಳಿಂದಾಗಿ ಬೆಂಜಮಿನ್ ಫ್ರಾಂಕ್‌ಲಿನ್ನನು ಸಿಡಿಲುಗಳಲ್ಲಿ ವಿದ್ಯುತ್ ಇರುವುದನ್ನು ಕಂಡುಹಿಡಿದನು ಮತ್ತು ಇದು ಸಿಡಿಲು ಸಲಾಕೆ ಕಂಡುಹಿಡಿಯಲು ಅವಕಾಶ ಮಾಡಿತು.

ರಸಾಯನಶಾಸ್ತ್ರದಲ್ಲಿ ಪ್ರಗತಿ

ರಾಬರ್ಟ್ ಬೊಯ್ಲ್: ನ್ಯೂಟನ್ನನು ಆಧುನಿಕ ಭೌತಶಾಸ್ತ್ರದ ಪಿತಾಮಹನಾಗಿದ್ದರೆ, ಆಧುನಿಕ ರಸಾಯನಶಾಸ್ತ್ರದ ಪಿತಾಮಹ ರಾಬರ್ಟ್ ಬೊಯ್ಲ್. 1660ರಲ್ಲಿ ಅವನು ಉಷ್ಣತೆಯು ಸ್ಥಿರವಾಗಿದ್ದಾಗ ಯಾವುದೇ ಅನಿಲದ ಪ್ರಮಾಣವು ಒತ್ತಡದೊಂದಿಗೆ ವಿಲೋಮಾನುಪಾತವಾಗಿ ಬದಲಾಗುತ್ತದೆ ಎಂಬ ನಿಯಮವನ್ನು ಪ್ರತಿಪಾದಿಸಿದನು. ಅವನು ಸಂಯುಕ್ತದಿಂದ ಮಿಶ್ರಣವನ್ನು ಪ್ರತ್ಯೇಕಿಸಿದನು. ಅವನು ಒಂದು ಪಾತ್ರೆಯಲ್ಲಿ ನೀರಿನ ಮೇಲೆ ರಂಜಕವನ್ನು ತಯಾರಿಸಿ ಜಲಜನಕವನ್ನು ಸಂಗ್ರಹಿಸಿದನು. ಅವನು ರಸಾಯನಿಕ ರಚನೆಗೆ ಮಾರ್ಗದರ್ಶಿಯಾದ ಹರಳುಗಳ ರೂಪವನ್ನು ಅಧ್ಯಯನ ಮಾಡಿದನು. ಆತನು ತನ್ನ ಮಹತ್ವದ ಗ್ರಂಥವಾದ 'ದ ಸ್ಕೆಪ್ಟಿಕಲ್ ಸೈಮಿಸ್ಟ್' (1661) ಎಂಬುದರಲ್ಲಿ ಸಾಂಪ್ರದಾಯಿಕವಾಗಿ ಮಾಡಲಾಗಿದ್ದ ರಸಾಯನಶಾಸ್ತ್ರ ಮತ್ತು ರಸವಿದ್ಯೆಗಳ ಒಗ್ಗೂಡಿಕೆಯನ್ನು ವಿರೋಧಿಸಿದನು

ಹಾಗೂ ರಾಸಾಯನಿಕ "ಮೂಲವಸ್ತುಗಳ" ಬಗ್ಗೆ ಆಧುನಿಕ ವಿಚಾರವನ್ನು ಪ್ರತಿಪಾದಿಸಿದನು. ಇದರಿಂದ ಅವನು ಅಣುಸಿದ್ಧಾಂತವನ್ನು ಸಹ ಮುನ್ಸೂಚಿಸಿದಂತಾಗಿದ್ದಿತು.

ಬೊಯ್ಲ್‌ನ ಸಾಧನೆ ಏನೇ ಇದ್ದರೂ ರಸಾಯನಶಾಸ್ತ್ರದಲ್ಲಿನ ಪ್ರಗತಿಯು ಜ್ವಾಲೆ ಮತ್ತು ದಹನಗಳ ವಿದ್ಯಮಾನವನ್ನು ಕುರಿತಂತೆ ವಿಜ್ಞಾನಿಗಳಲ್ಲಿ ಭಿನ್ನಾಭಿಪ್ರಾಯ ಇದ್ದುದರಿಂದ ಕುಂಠಿತವಾಗಿದ್ದಿತು. ಒಂದು ಪದಾರ್ಥವನ್ನು ಸುಟ್ಟಾಗ ಅದರಲ್ಲಿನ ಏನೋ ವಸ್ತು ಕಳೆದುಹೋದುದು ಕಂಡುಬರುತ್ತಿದ್ದಿತು. ಈ ವಸ್ತುವನ್ನು ಬೆಂಕಿಯ ವಿಶಿಷ್ಟ ತತ್ವದೊಂದಿಗೆ ಕಲ್ಪಿಸಿಕೊಂಡು ದೀರ್ಘಕಾಲ ಅದನ್ನು ಗಂಧಕ ಎಂದು ಗುರುತಿಸಲಾಗಿತ್ತು. ಹದಿನೆಂಟನೆಯ ಶತಮಾನದ ಪ್ರಾರಂಭದಲ್ಲಿ ಈ ತತ್ವವನ್ನು ದಹನತತ್ವ ಎಂದು ಕರೆಯಲಾಯಿತು. ಇದನ್ನು ಒಬ್ಬ ಜರ್ಮನ್ ವೈದ್ಯನು ಪ್ರಷ್ಯಾದ ರಾಜನಿಗೆ ತಿಳಿಸಿದನು. ಈ ದಹನತತ್ವ ಸಿದ್ಧಾಂತವು ಆ ಶತಮಾನದ ಬಹುತೇಕ ರಾಸಾಯನಿಕ ಚಿಂತನೆ ಮತ್ತು ಪ್ರಯೋಗದಲ್ಲಿ ಅನುಸರಿಸುತ್ತಿದ್ದ ಮುಖ್ಯವಾದ ನಿಯಮವಾಗಿದ್ದಿತು.

ಕ್ರಮೇಣ ನಿಜವಾದ ಮತ್ತು ಬಹು ಫಲಪ್ರದವಾದ ಸಿದ್ಧಾಂತವನ್ನು ರೂಪಿಸಲಾಯಿತು. ಸ್ಕಾಟ್‌ಲ್ಯಾಂಡಿನವನಾದ ಜೋಸೆಫ್ ಬ್ಲಾಕನು 1755ರ ಸುಮಾರಿಗೆ ವಾತಾವರಣದ ಗಾಳಿಗಿಂತ ಭಿನ್ನವಾದ ಒಂದು ಅನಿಲವು ಕ್ಷಾರಗಳಲ್ಲಿ ಸೇರಿಕೊಂಡಿರುತ್ತದೆ ಎಂಬುದನ್ನು ಪರಿಶೋಧಿಸಿದಾಗ ಈ ಕ್ಷೇತ್ರದಲ್ಲಿ ಬದಲಾವಣೆ ಕಾಣತೊಡಗಿತು. ಈ ಅನಿಲಕ್ಕೆ ಅವನು "ನಿಗದಿತ ಗಾಳಿ" ಎಂದು ಹೆಸರಿಸಿದನು. ಇದನ್ನೇ ಇಂದು ನಾವು ಇಂಗಾಲದ ಡೈ ಆಕ್ಸೈಡ್ ಅಥವಾ ಇಂಗಾಲಾಮ್ಲ ಎಂದು ಕರೆಯುವಂಥದು. ಸುಮಾರು ಹತ್ತು ವರ್ಷಗಳ ತರುವಾಯ ಇಂಗ್ಲಿಷ್ ನೋಬೆಲ್ಲನ ಮಗ ಮತ್ತು ಆತನ ಕಾಲದ ಅತ್ಯಂತ ಶ್ರೀಮಂತರಲ್ಲಿ ಒಬ್ಬನಾಗಿದ್ದ ಹೆನ್ರಿ ಕ್ಯಾವೆಂಡಿಷನು "ದಹನ ವಾಯು" ಅಥವಾ ಜಲಜನಕ ಕುರಿತ ತನ್ನ ಪರಿಶೋಧನೆಯನ್ನು ವರದಿ ಮಾಡಿದನು. ಆನಂತರ 1774ರಲ್ಲಿ ಇಂಗ್ಲೆಂಡಿನ ಏಕಮೂರ್ತಿವಾದದ ಧರ್ಮಾಧಿಕಾರಿ ಜೋಸೆಫ್ ಪ್ರೀಸ್ಟ್‌ಲೀ ಇನ್ನೊಂದು ಅನಿಲವನ್ನು ಪರಿಶೋಧಿಸಿದನು ಮತ್ತು ಅದು ದಹನ ಕ್ರಿಯೆಗೆ ಹೇಗೆ ಪೂರಕವಾಗಿದೆ ಹಾಗೂ ಪ್ರಾಣಿಗಳ ಉಸಿರಾಟಕ್ಕೆ ಅಗತ್ಯವಾಗಿದೆ ಎಂದು ತೋರಿಸಿಕೊಟ್ಟನು. ಈ ಅನಿಲಕ್ಕೆ ಫ್ರೆಂಚ್ ರಸಾಯನಶಾಸ್ತ್ರಜ್ಞನು ಲಾವೊಸಿಯಿರ್ (Lavoisier) ಆಮ್ಲಜನಕವೆಂದು ಹೆಸರಿಟ್ಟನು. ಕ್ಯಾವೆಂಡಿಷನು ಗಾಳಿಯು ಆಮ್ಲಜನಕ ಮತ್ತು ಸಾರಜನಕಗಳ ಸಂಯುಕ್ತವೆಂದು ಹಾಗೂ ನೀರು ಆಮ್ಲಜನಕ ಮತ್ತು ಜಲಜನಕಗಳಿಂದ ಕೂಡಿದೆ ಎಂದು ಪ್ರಯೋಗಿಸಿ ತೋರಿಸಿದನು. ಅಂತಿಮವಾಗಿ ಹದಿನೆಂಟನೆಯ ಶತಮಾನದ ಮಹಾನ್ ಶಾಸ್ತ್ರಜ್ಞನಾದ ಲಾವೊಸಿಯಿರ್ ದಹನತತ್ವ ಸಿದ್ಧಾಂತವನ್ನು ಪೂರ್ಣವಾಗಿ ತಳ್ಳಿಹಾಕಿ ವಸ್ತುವು ಹಲವು ರಾಸಾಯನಿಕ ಪ್ರಕ್ರಿಯೆಗಳಿಂದಾಗಿ ತನ್ನ ಸ್ಥಿತಿಯಲ್ಲಿ ಬದಲಾವಣೆಗೊಳಗಾದರೂ ಅದರ ಪರಿಣಾಮ ಒಂದೇ ಪ್ರಮಾಣದಲ್ಲಿರುತ್ತದೆ ಎಂದು ತೋರಿಸಿದನು.

ಲಾವೊಸಿಯಿರ್

ಭೂಗರ್ಭಶಾಸ್ತ್ರದ ಬೆಳವಣಿಗೆ

ಜೇಮ್ಸ್ ಹಟನ್ : ಖನಿಜಶಾಸ್ತ್ರದಲ್ಲಿ ಹದಿನಾರನೆಯ ಶತಮಾನದಿಂದಲೂ ದೃಢವಾದ ಪ್ರಗತಿ ಕಂಡುಬಂದಿತು. ಹದಿನೆಂಟನೆಯ ಶತಮಾನದ ಪ್ರಾರಂಭದಲ್ಲಿ ಬಹುಹಿಂದಿನಿಂದಲೂ ಗುರುತಿಸಿ ಚರ್ಚೆಗೊಳಪಡಿಸಿದ್ದ ಪಳೆಯುಳಿಕೆಗಳನ್ನು ಸಾಕಷ್ಟು ಪೂರ್ಣವಾಗಿ ವಿವರಿಸಿ ವರ್ಗೀಕರಿಸಲಾಯಿತು. ಆಧುನಿಕ ಭೂಗರ್ಭಶಾಸ್ತ್ರವು ಖನಿಜಶಾಸ್ತ್ರಕ್ಕಿಂತ ಭಿನ್ನವಾಗಿ ಬೆಳೆದದ್ದು ಹದಿನೆಂಟನೆಯ ಶತಮಾನದಲ್ಲಿ. ಆಧುನಿಕ ಭೂಗರ್ಭಶಾಸ್ತ್ರದ ಪಿತಾಮಹ ಜೇಮ್ಸ್ ಹಟನ್ ಎಂಬ ಸ್ಕಾಟ್ ಮೂಲದವನು. ಅವನು ಹವ್ಯಾಸದಲ್ಲಿ ವಕೀಲ, ವೈದ್ಯ, ವೈಜ್ಞಾನಿಕ ವ್ಯವಸಾಯಗಾರ ಮತ್ತು ಬಂಡೆಗಳ ಬಗ್ಗೆ ಅಧ್ಯಯನ ಮಾಡಿದವನು. ಅವನು 1785ರಲ್ಲಿ ತನ್ನ ಭೂಗರ್ಭಶಾಸ್ತ್ರೀಯ ವೀಕ್ಷಣೆಗಳ ಮತ್ತು ಸಿದ್ಧಾಂತಗಳ

ಜೇಮ್ಸ್ ಹಟನ್

ಸಾರಾಂಶವನ್ನು ಎಡಿನ್‌ಬರ್ಗ್‌ನ ರಾಯಲ್ ಏಷ್ಯಾಟಿಕ್ ಸೊಸೈಟಿಗೆ ತಿಳಿಸಿದನು. ಈ ಬಗ್ಗೆ ಅವನು ಸಿದ್ಧಪಡಿಸಿದ್ದ ಲೇಖನದ ಶೀರ್ಷಿಕೆ ಎಂದರೆ "ಥಿಯೆರಿ ಆಫ್ ದ ಅರ್ತ್ ಆರ್ ಆನ್ ಇನ್‌ವೆಸ್ಟಿಗೇಷನ್ ಆಫ್ ಲ್ಯಾಂಡ್ ಅಪಾನ್ ದ ಗ್ಲೋಬ್". ಈ ಮಹತ್ವದ ಕೃತಿಯಲ್ಲಿ ಅವನು ಭೂಮಿಯ ಹಿಂದಿನ ಬದಲಾವಣೆಗಳನ್ನು ಅದರ ಪದರಗಳ ರಚನೆಯಿಂದ ವಿವರಿಸಬಹುದು ಎಂದು ನಿರೂಪಿಸಿದನು. ಶತಶತಮಾನಗಳಲ್ಲಿ ಆಗಿರುವ ಬದಲಾಣೆಗಳು ಸಮಕಾಲೀನ ಭೂಗರ್ಭೀಯ ರಚನೆಗಳಲ್ಲಿ ವ್ಯಕ್ತವಾಗುತ್ತವೆ ಎಂಬುದು ಅವನ ಶೋಧವಾಗಿದ್ದಿತು. ಹೀಗೆ, ಹಟ್ಟನ್ನನು ಭೂಮಿಯು ಬೈಬಲ್‌ನಲ್ಲಿ ವಿವರಿಸರುವಂತೆ ಹೋಲಿಕೆಯಿಂದ ಇತ್ತೀಚಿನ ಸೃಷ್ಟಿಯಲ್ಲ ಅದು ದೀರ್ಘ ಕಾಲದಿಂದ ಮತ್ತು ಕ್ರಮೇಣವಾಗಿ ವಿಕಾಸಗೊಂಡ ಪ್ರಕ್ರಿಯೆಯ ಫಲ ಎಂದು ಸಮರ್ಥಿಸಿದನು.

ಮೊರ್ಗಾಗ್ನಿ

ವೈದ್ಯಶಾಸ್ತ್ರ ಮತ್ತು ಜೀವಶಾಸ್ತ್ರ

ಹದಿನೇಳು ಮತ್ತು ಹದಿನೆಂಟನೆಯ ಶತಮಾನಗಳಲ್ಲಿ ಜೀವಶಾಸ್ತ್ರ ಮತ್ತು ವೈದ್ಯವಿಜ್ಞಾನಗಳಲ್ಲಿ ಗಮನಾರ್ಹ ಪ್ರಗತಿಗಳಾದವು. ವೈದ್ಯಶಾಸ್ತ್ರದಲ್ಲಿ ಬೊಲೊಗ್ನ ವಿಶ್ವವಿದ್ಯಾನಿಲಯದಲ್ಲಿ ಪ್ರಾಧ್ಯಾಪಕನಾಗಿದ್ದ ಸೌಮ್ಯ ಸ್ವಭಾವದ ಮತ್ತು ಕಷ್ಟಸಹಿಷ್ಣು ಮಲ್ಪಿಘಿಯು ದೇಹಚ್ಛೇದನ ಮತ್ತು ಸೂಕ್ಷ್ಮದರ್ಶನದ ವೀಕ್ಷಣೆಯ ಮೂಲಕ ರಕ್ತದ ಲೋಮನಾಳ ಪರಿಚಲನೆಯ ಬಗ್ಗೆ ಹಾರ್ವೆಯ ಸಿದ್ಧಾಂತವನ್ನು ದೃಢಪಡಿಸಿದನು. ಲಂಡನ್‌ನ ಪ್ರಸಿದ್ಧ ವೈದ್ಯ ಥಾಮಸ್ ಸಿಡನ್ ಹ್ಯಾಮನು ರೋಗ, ವಿಶೇಷವಾಗಿ ಜ್ವರ ದೇಹದಿಂದ ರೋಗಜನಕ ವಸ್ತುವನ್ನು ಹೊರಹಾಕುವುದಕ್ಕಾಗಿ ಪ್ರಕೃತಿ ನಡೆಸುವ ಪ್ರಯತ್ನ ಎಂಬ ಸಿದ್ಧಾಂತವನ್ನು ಮುಂದಿಟ್ಟನು. ಪ್ರತಿಭಾವಂತ ಇಟಲಿಯ ವೈದ್ಯ ಮತ್ತು ಪ್ರಾಧ್ಯಾಪಕ ಮೊರ್ಗಾಗ್ನಿಯು ರೋಗಜನಕ ಅಂಗಶಾಸ್ತ್ರ ಅಧ್ಯಯನದ ಮೇಲೆ ರಚಿಸಿದ ಕೃತಿಯಲ್ಲಿ ತನ್ನ ಶವಪರೀಕ್ಷೆ ಅಂಗ ವಿಚ್ಛೇಧನದ ಮೂಲಕ ನಡೆಸಿದ ಅಧ್ಯಯನದ ಸಾರಾಂಶವನ್ನು ಶೃತಪಡಿಸಿದ್ದಾನೆ. ಇದು ಎಷ್ಟು ಪ್ರಸಿದ್ಧಿಯಾಯಿತೆಂದರೆ ಆತನಿಗೆ "ರೋಗವಿಜ್ಞಾನ ಶಾಸ್ತ್ರದ ಪಿತಾಮಹ" (Father of Pathology) ಎಂಬ ಬಿರುದನ್ನು ಗಳಿಸಿಕೊಟ್ಟಿತು.

ವೈದ್ಯಶಾಸ್ತ್ರದಲ್ಲಿ ಪ್ರಸಿದ್ಧನಾಗಿದ್ದ ಮಲ್ಪಿಘಿಯು "ಅನಾಟಮಿ ಆಫ್ ಪ್ಲಾಂಟ್ಸ್" (1671) ಎಂಬ ಗ್ರಂಥವನ್ನು ರಚಿಸಿ ಅದರಲ್ಲಿ ಸಸ್ಯಗಳ ಲೈಂಗಿಕತೆಯನ್ನು ವಿವರಿಸಿದನು ಹಾಗೂ ಸಸ್ಯಗಳ ಎಲೆಗಳ ಕಾರ್ಯಗಳನ್ನು ಪ್ರಾಣಿಗಳ ಶ್ವಾಸಕೋಶದ ಕಾರ್ಯಗಳಿಗೆ ಹೋಲಿಸಿದನು. ಆಂಗ್ಲ ಧರ್ಮಾಧಿಕಾರಿಯ ಮಗ ರಾಬರ್ಟ್ ಹೂಕ್‌ನು ಸಸ್ಯಗಳ ಕೋಶಮಯ ರಚನೆಯನ್ನು ಪತ್ತೆಹಚ್ಚಿ "ಜೀವಕೋಶ" ಅಥವಾ "ಸೆಲ್" ಎಂಬ ಹೆಸರನ್ನು ಸೃಷ್ಟಿಸಿದನು. ಡಚ್‌ನ ಸೂಕ್ಷ್ಮದರ್ಶಕಗಳ ತಯಾರಕನಾಗಿದ್ದ ಆಂಥೋಣಿ ವಾನ್ ಲೀವೂವೆನ್‌ಹೂಕನು (Leeuwenhoek) ಏಕಾಣು ಪ್ರಾಣಿವರ್ಗ (Protozoa) ಮತ್ತು ಬ್ಯಾಕ್ಟೀರಿಯಾಗಳನ್ನು ಪತ್ತೆ ಹಚ್ಚಿದನು ಹಾಗೂ ಮಾನವನ ರೇತೋತ್ಪತ್ತಿಯನ್ನು ವಿವರಿಸಿದವರಲ್ಲಿ ಮೊದಲಿಗನಾದನು.

ಜಾನ್ ರೇ ಆಂಗ್ಲ ಬಡಗಿಯ ಮಗ. ಅವನು ಸ್ವತಃ ಆಂಗ್ಲಿಕನ್ ಚರ್ಚ್‌ನಲ್ಲಿ ಧರ್ಮಾಧಿಕಾರಿಯಾಗಿದ್ದು ವಿಶ್ವವಿದ್ಯಾನಿಲಯದಲ್ಲಿ ಬೋಧಕನಾಗಿದ್ದ. ಅವನು 1660ರಲ್ಲಿ ಸಸ್ಯಶಾಸ್ತ್ರ ಕುರಿತ ಅವನ ಸರಣಿ ಕೃತಿಗಳಲ್ಲಿ ಮೊದಲನೆಯದನ್ನು ಪ್ರಕಟಿಸಿದ. ಅದು ಸಸ್ಯಗಳ ವರ್ಗೀಕರಣ ಮತ್ತು ರೂಪರಚನಾಶಾಸ್ತ್ರದಲ್ಲಿ ಸಾಧಿಸಿದ ಉತ್ತಮ ಪ್ರಗತಿಯಾಗಿತ್ತು. ತರುವಾಯ ಜಾನ್‌ರೇ ತನ್ನ ಗಮನವನ್ನು ಪ್ರಾಣಿಗಳತ್ತ ಹರಿಸಿದ ಹಾಗೂ ತೌಲನಿಕ ಅಂಗರಚನಾಶಾಸ್ತ್ರದ ಬಗ್ಗೆ ಹೆಚ್ಚಿನ ಬೆಳಕು ಬೀರಿದ. ಇಲ್ಲಿಯೂ ಚತುಷ್ಪಾದಿಗಳು, ಪಕ್ಷಿಗಳು ಮತ್ತು ಕೀಟಗಳನ್ನು ಸ್ವಾಭಾವಿಕವಾಗಿ ವರ್ಗೀಕರಿಸುವಲ್ಲಿ ಪ್ರಗತಿ ಸಾಧಿಸಿದ.

ಕಾರ್ಲ್‌ವೋನ್ ಲಿನ್ನೆ

ಅಂದು ಲಭ್ಯವಿದ್ದ ಸಸ್ಯಶಾಸ್ತ್ರೀಯ ಜ್ಞಾನವನ್ನು ವರ್ಗೀಕರಿಸಿದ ಅತ್ಯಂತ ಪ್ರಸಿದ್ಧನೆಂದರೆ ಸ್ವೀಡನ್‌ನ ಕಾರ್ಲ್‌ವೋನ್ ಲಿನ್ನೆ ಎಂಬುವವನು. ಅವನ ಲ್ಯಾಟಿನ್‌ಕೃತ ಹೆಸರಾದ ಲಿನ್ನಾಯೆಸ್ ಎಂಬುದರಿಂದ ಅವನು ಉಲ್ಲೇಖಿತನಾಗಿರುವುದೇ ಹೆಚ್ಚು. ಸಸ್ಯಗಳ ಲೈಂಗಿಕ ಅಂಗಗಳ ಆಧಾರದ ಮೇಲೆ ಅವನು ಮಾಡಿದ ವರ್ಗೀಕರಣವು ವ್ಯಾಪಕವಾಗಿ ಅಂಗೀಕೃತವಾದದ್ದಲ್ಲದೆ ಸಾಕಷ್ಟು ಕಾಲ ಅದು ಜಾನ್ ರೇಯ ವರ್ಗೀಕರಣದ ಸ್ಥಾನವನ್ನು ಆಕ್ರಮಿಸಿತು. ಲಿನ್ನಾಯಸ್ ಉತ್ತರ ಧೃವದ ಸಸ್ಯಗಳನ್ನರಸಿಕೊಂಡು ಲ್ಯಾಪ್‌ಲ್ಯಾಂಡ್ ಜನರೊಡನೆ ಅಲೆಯುತ್ತಿದ್ದಾಗ ಮಾನವ ಜನಾಂಗಗಳ ನಡುವಿನ ವ್ಯತ್ಯಾಸಗಳನ್ನು ಕಂಡುಕೊಂಡಿದ್ದು ಕುತೂಹಲಕಾರಿಯಾಗಿದೆ.

ಅವನು ತನ್ನ 'ಸಿಸ್ಟಮ್ ಆಫ್ ನೇಚರ್' ಎಂಬ ಕೃತಿಯಲ್ಲಿ ಪ್ರಧಾನ ಸಸ್ತನಿ ಪ್ರಾಣಿವರ್ಗವಾದ ಕಾಡುಪಾಪಗಳು (Apes) ಮತ್ತು ಬಾವಲಿಗಳೊಂದಿಗೆ ಮನುಷ್ಯನನ್ನು ಸೇರಿಸಿದನು ಹಾಗೂ ಮನುಷ್ಯರನ್ನು ಬಣ್ಣ ಮತ್ತಿತರ ಗುಣಲಕ್ಷಣಗಳನ್ನಾಧರಿಸಿ ನಾಲ್ಕು ಗುಂಪುಗಳನ್ನಾಗಿ ವಿಂಗಡಿಸಿದನು.

ಹದಿನೇಳು ಮತ್ತು ಹದಿನೆಂಟನೆಯ ಶತಮಾನಗಳಲ್ಲಿ ಅಸಂಖ್ಯಾತ ಸಾಗರೋತ್ತರ ಪ್ರವಾಸಿಗಳು ನೀಡಿದ ವಿವರಗಳು ಮತ್ತು ಯೂರೋಪಿನಾದ್ಯಂತ ಅರಮನೆ ಮೃಗಾಲಯಗಳಲ್ಲಿ ಕೂಡಿ ಹಾಕಿದ್ದ ವಿವಿಧ ಬಗೆಯ ಅಪರೂಪದ ಮೃಗಗಳು ಪ್ರಾಣಿಗಳ ಬಗೆಗಿನ ತಿಳವಳಿಕೆಯನ್ನು ಉತ್ತೇಜಿಸುವಲ್ಲಿ ಸಹಕಾರಿಯಾದವು.

ಪ್ರಾಣಿಶಾಸ್ತ್ರದಲ್ಲಿ ಬಫೋನ್, ಸಸ್ಯಶಾಸ್ತ್ರದಲ್ಲಿ ಲಿನ್ನಾಯೆಸ್, ಭೂಗರ್ಭಶಾಸ್ತ್ರದಲ್ಲಿ ಹಟ್ಟನ್, ರಸಾಯನಶಾಸ್ತ್ರದಲ್ಲಿ ಲಾವೊಸಿಯರ್ ಮತ್ತು ಬೊಯ್ಲ್ ಹಾಗೂ ಗಣಿತಶಾಸ್ತ್ರ ಮತ್ತು ಭೌತಶಾಸ್ತ್ರದಲ್ಲಿ ನ್ಯೂಟನ್–ಇವರು ಹದಿನೇಳು ಮತ್ತು ಹದಿನೆಂಟನೆಯ ಶತಮಾನಗಳಲ್ಲಿ ಕಂಡುಬಂದ ಪ್ರಮುಖ ವಿಜ್ಞಾನಿಗಳು. ಇವರು ಮತ್ತು ಇತರ ಸಹ ವಿಜ್ಞಾನಿ ಸಹೋದ್ಯೋಗಿಗಳು ಹಾಗೂ ಪ್ರಚಾರಕರು ಸೇರಿ ಅವಿರತವಾಗಿ ವಿಸ್ತರಿಸುತ್ತಿದ್ದ ಬುದ್ಧಿಜೀವಿಗಳ ವಲಯವನ್ನು ವಿಸ್ತರಿಸಿದರು ಮತ್ತು ಈ ವಲಯದಲ್ಲಿ ಪ್ರಕೃತಿ ಪ್ರಪಂಚದಲ್ಲಿ ಶೀಘ್ರವಾಗಿ ಕ್ರಾಂತಿಕಾರಿ ಪರಿಶೋಧನೆಗಳಾಗುತ್ತಿರುವುದರ ಬಗ್ಗೆ ನಂಬಿಕೆ ಹುಟ್ಟಿಸಿದರು. ಇದರಿಂದಾಗಿ ವಿಶ್ವ ವ್ಯವಸ್ಥೆಯಲ್ಲಿ, ಸೌರ ವ್ಯವಸ್ಥೆಯಲ್ಲಿ, ಭೂಮಿಯ ರಚನೆಯಲ್ಲಿ, ಎಲ್ಲ ವಸ್ತು ಮತ್ತು ಶಕ್ತಿಗಳಲ್ಲಿ, ಪ್ರಾಣಿಗಳಲ್ಲಿ ಮತ್ತು ಸಸ್ಯಗಳಲ್ಲಿ, ರೋಗದಲ್ಲಿ ಮತ್ತು ಆರೋಗ್ಯದಲ್ಲಿ ಹಾಗೂ ಸ್ವತಃ ಮನುಷ್ಯನಲ್ಲಿ "ಸ್ವಾಭಾವಿಕ ವ್ಯವಸ್ಥೆ"ಯೊಂದಿದ್ದು ಅದು "ಸ್ವಾಭಾವಿಕ ನಿಯಮ"ದಿಂದ ನಿಯಂತ್ರಿತವಾಗಿದೆ ಎಂಬ ಅಂಶ ಈಗ ಸ್ಪಷ್ಟಪಟ್ಟಂತೆ ತೋರುತ್ತದೆ. ಇದೇ "ಜ್ಞಾನೋದಯ ಯುಗದ"ತಳಹದಿ ಮತ್ತು ಆರಂಭ ಬಿಂದು. ಇದನ್ನು ಒಪ್ಪಿಕೊಂಡವನು 'ಜ್ಞಾನೋದಯಿ'ಯಾದನು.

ಜ್ಞಾನೋದಯ ಯುಗ

17 ಮತ್ತು 18ನೇ ಶತಮಾನಗಳಲ್ಲಿ ದೊಡ್ಡ ಪ್ರಮಾಣದಲ್ಲಿ ಬೌದ್ಧಿಕ ಚಟುವಟಿಕೆ ಪ್ರಾರಂಭವಾಯಿತು. ಎಲ್ಲ ವಿದ್ವಾಂಸರೂ ಒಂದು ನಿರ್ಣಯವನ್ನು ಒಪ್ಪುತ್ತಿರಲಿಲ್ಲ. ವಿಚಾರ ವಿಚಾರಗಳ ನಡುವೆ ಭಾರಿ ಪ್ರಮಾಣದ ತಾಕಲಾಟವಿದ್ದಿತು. ಸ್ವಾತಂತ್ರ್ಯ ಮತ್ತು ಸರ್ವಾಧಿಕಾರಗಳ, ಪ್ರಾಟೆಸ್ಟೆಂಟ್ ಮತ್ತು ಕ್ಯಾಥೊಲಿಕ್ ಪಂಥಗಳ ಹಾಗೂ ಅಧಿಕಾರ ಮತ್ತು ವಿವೇಚನೆಗಳ ನಡುವೆ ಇದು ಕಂಡುಬರುತ್ತಿದ್ದಿತು. 17ನೇ ಶತಮಾನದ ಕೊನೆಯ ಹೊತ್ತಿಗೆ ರಾಜಕೀಯದಲ್ಲಿ ಸ್ವಾತಂತ್ರ್ಯವಾದಿಗಳು, ಧರ್ಮದಲ್ಲಿ ಅಸಂಪ್ರದಾಯಸ್ಥರು ಮತ್ತು ಸಂದೇಹವಾದಿಗಳು ಹೆಚ್ಚಾಗಿ ಕಂಡುಬಂದರು. ಹಿಂದಿನ ಕಾಲಕ್ಕಿಂತ ಈಗ ವಿಜ್ಞಾನಿಗಳು ಹೆಚ್ಚು ಕ್ಷೇಮಕರವಾಗಿ ಮತ್ತು ಮುಕ್ತವಾಗಿ ತಮ್ಮ ಅಧ್ಯಯನ ಮತ್ತು ಚಿಂತನೆಯಲ್ಲಿ ತೊಡಗುವುದು ಸಾಧ್ಯವಾಯಿತು. ಹೊಸದಾದ ಮತ್ತು ಮುಖ್ಯವಾದ ಮಾನವ ಚಿಂತನಾಸ್ಫೂರ್ತಿ ಪ್ರಾರಂಭವಾಯಿತು. ಹೊಸ ಪ್ರಪಂಚವೊಂದನ್ನು ಪರಿಶೋಧಿಸಿ ವಸಾಹತುಕರಣಕ್ಕೆ ಒಳಪಡಿಸಲಾಯಿತು. ಹೊಸ ಧಾರ್ಮಿಕ ಪಂಥಗಳು ಹುಟ್ಟಿಕೊಂಡವು ಮತ್ತು ಹಳೆಯವು ಬದಲಾದವು. 17ನೇ ಶತಮಾನದಲ್ಲಿ ಆಧುನಿಕ ವಿಜ್ಞಾನ ತನ್ನ ಅಸ್ತಿತ್ವವನ್ನು ದೃಢಪಡಿಸಿಕೊಂಡಿತು. ಕೊಪರ್ನಿಕಸ್, ಗೆಲಿಲಿಯೋ ಮತ್ತು ಹಾರ್ವೆ ಅವರುಗಳನ್ನು ಅವರು ಮಾಡಿದ ಶೋಧಗಳಿಗಾಗಿ ಮಾತ್ರವಲ್ಲದೆ ಅವರು ಉದ್ದೀಪಿಸಿದ ವೈಜ್ಞಾನಿಕ ಸ್ಫೂರ್ತಿಗಾಗಿಯೂ ಸ್ಮರಿಸಬೇಕಾಗಿದೆ. ಶೇಕ್ಸ್‌ಪಿಯರ್, ಮಿಲ್ಟನ್, ಮೊಹೆರೆ ಮತ್ತು ಸೆರ್ವಾಂಟಿಸರು ಸಾಹಿತ್ಯ ಕ್ಷೇತ್ರದಲ್ಲಿ ಅದ್ವಿತೀಯ ಸಾಧನೆಗಳನ್ನು ಮಾಡಿದರು. ತತ್ವಶಾಸ್ತ್ರದಲ್ಲಿ ಡೆಕಾರ್ಟ್ ಮತ್ತು ಸ್ಪಿನೋಜರು ಸಾಧಿಸಿದ ಪ್ರಗತಿ ಮಾನವ ಚಿಂತನಾ ಇತಿಹಾಸದಲ್ಲೇ ಮೈಲಿಗಲ್ಲುಗಳಾಗಿವೆ. ಒಟ್ಟಿನಲ್ಲಿ 'ಜ್ಞಾನೋದಯ ಯುಗ'ವು ವಿಶ್ವ ವ್ಯವಸ್ಥೆಯನ್ನು ವಿವರಿಸಲು ಧರ್ಮಶಾಸ್ತ್ರದ ಸ್ಥಾನದಲ್ಲಿ ವಿಜ್ಞಾನವನ್ನು ಪ್ರತಿಷ್ಠಾಪಿಸಿತು; ಅದು ಪ್ರಗತಿಯ ಅಡಿಗಲ್ಲಾದ ಮಾನವನ ವಿವೇಚನೆಗೆ ಮಹತ್ವ ನೀಡಿತು ಮತ್ತು ವ್ಯಕ್ತಿಯ ಸ್ಥಾನದ ಘನತೆಯನ್ನು ಹೆಚ್ಚಿಸಿದ್ದು ಇವೆಲ್ಲಕ್ಕೂ ಕಿರೀಟಪ್ರಾಯವಾಯಿತು.

ರೆನೆ ಡೆಕಾರ್ಟ್

ಸ್ವಾಭಾವಿಕ ತತ್ವಶಾಸ್ತ್ರ ಮತ್ತು ಜ್ಞಾನೋದಯ

ವಿಜ್ಞಾನಿಗಳು ಹುಟ್ಟುಹಾಕಿದ 'ಸ್ವಾಭಾವಿಕ ವ್ಯವಸ್ಥೆ'ಯ ಚಿಂತನೆಯ ಮೂಲದಿಂದ ಉಗಮಿಸಿದ ಜ್ಞಾನೋದಯವು ಸಮಕಾಲೀನ ತತ್ವವಿಜ್ಞಾನಿಗಳ ಜಿಜ್ಞಾಸೆಯಿಂದ ವಿಸ್ತೃತಗೊಂಡಿತು. ಇವರಲ್ಲಿ ಅತ್ಯಂತ ಪ್ರಭಾವಶಾಲಿಯಾಗಿ ಇದ್ದವನೆಂದರೆ ಜನ್ಮತಃ ಫ್ರೆಂಚ್‌ನವನಾದ ರೆನೆ ಡೆಕಾರ್ಟ್. ಅವನು ಯೂರೋಪಿನಾದ್ಯಂತ ಪ್ರವಾಸ ಮಾಡಿದನು. ಗಣಿತಶಾಸ್ತ್ರಜ್ಞನಾಗಿ, ಭೌತಶಾಸ್ತ್ರಜ್ಞನಾಗಿ ಅವನು ನೀಡಿದ ಕೊಡುಗೆ ಕಡಿಮೆಯದಲ್ಲ; ಆದರೆ ಅವನು ಹೆಚ್ಚು ಪ್ರಸಿದ್ಧನಾಗಿರುವುದು ಕಾರ್ಟೀಸಿಯನ್ನರ

ಪದ್ಧತಿಯ ತತ್ವಶಾಸ್ತ್ರವನ್ನು ರೂಪಿಸಿದ್ದಕ್ಕಾಗಿ, ಅದನ್ನು ಅವನು ತನ್ನ 'ಡೆಕಾರ್ಟ್ ಮೆಥೆಡ್' (1637) ಮತ್ತು 'ಪ್ರಿನ್ಸಿಪಲ್ಸ್ ಆಫ್ ಫಿಲಾಸೊಫಿ' (1644) ಎಂಬ ಕೃತಿಗಳಲ್ಲಿ ನಿರೂಪಿಸಿದ್ದಾನೆ. ಈ ಕಾರ್ಟೀಸಿಯನ್ ಪದ್ಧತಿಯು ಹಿಂದಿನ ಕಾಲದ ಅತಿಸೂಕ್ಷ್ಮ ತತ್ವಶಾಸ್ತ್ರ ಪದ್ಧತಿಗಿಂತ ಸಾಕಷ್ಟು ಬೇರೆಯಾಗಿದೆ. ಅದು ಆತ್ಮ ಮತ್ತು ದೇಹ ಹಾಗೂ ಬುದ್ಧಿ ಮತ್ತು ವಸ್ತುವನ್ನು ಸ್ಪಷ್ಟವಾಗಿ ಬೇರ್ಪಡಿಸುತ್ತದೆ. ಬುದ್ಧಿ ಮತ್ತು ಆತ್ಮಗಳು ತಮ್ಮದೇ ಆದ ಅಮೂರ್ತ ಅಸ್ತಿತ್ವವನ್ನು ಹೊಂದಿವೆ; ದೇಹ ಮತ್ತು ವಸ್ತು ಮಾತ್ರ ವೈಜ್ಞಾನಿಕ ಪರಿಶೀಲನೆಗೆ ಒಳಗಾಗುತ್ತವೆ. ಆದ್ದರಿಂದಲೇ ಅವು 'ಸ್ವಾಭಾವಿಕ ನಿಯಮ'ಕ್ಕೆ ಬದ್ಧವಾಗಿರುತ್ತವೆ. ಡೆಕಾರ್ಟ್ ಕ್ಯಾಥೊಲಿಕ್ ಕ್ರೈಸ್ತ ಧರ್ಮವನ್ನು ಆಚರಿಸುತ್ತಿದ್ದನು. ಆದರೆ ಅವನ ತತ್ವಶಾಸ್ತ್ರವು ಸ್ವಾಭಾವಿಕ ನಿಯಮದಲ್ಲಿ ಯಾವುದೇ ಅಸ್ವಾಭಾವಿಕ ವಿವರಣೆಗೆ ಆಸ್ಪದ ನೀಡಲಿಲ್ಲ.

ತತ್ವಶಾಸ್ತ್ರದಲ್ಲಿ ಮೂಲಭೂತವಾದ ಬದಲಾವಣೆ ತಂದವನು ಆಂಗ್ಲನಾದ ಥಾಮಸ್ ಹಾಬ್ಸ್. ಅವನ ಮೂಲ ತತ್ವದೃಷ್ಟಿ ಪೂರ್ಣವಾಗಿ ಲೌಕಿಕವಾದುದಾಗಿದ್ದಿತು. ಅವನು ಪ್ರಕೃತಿಯನ್ನು ಒಂದು ಯಂತ್ರದಂತೆ ನೋಡಿದನು. ಅವನು ಡೆಕಾರ್ಟ್‌ನಂತೆ ಎರಡು ಸ್ಥಿತಿಗಳ ಅಸ್ತಿತ್ವವನ್ನು ಒಪ್ಪಿಕೊಳ್ಳಲಿಲ್ಲ. ಆದರೆ ಅವನು ಮಾನವ ಬುದ್ಧಿ ಮತ್ತು ಆತ್ಮಗಳೆರಡು ಭೌತಿಕ ವಿಶ್ವದಂತೆಯೇ ಕೇವಲ ವಸ್ತು ಮತ್ತು ಚಲನೆಯಿಂದ ಕೂಡಿವೆ ಎಂದು ವಿವರಿಸಿದನು. ಭೌತಿಕವಾದದಲ್ಲಿ ಮನಃಶಾಸ್ತ್ರವನ್ನು ಅನ್ವಯಿಸಿದವರಲ್ಲಿ ಅವನೇ ಮೊದಲಿಗನು.

ಬರೂಚ್ ಸ್ಪಿನೋಜ ಎಂಬ ಆಮ್‌ಸ್ಟರ್‌ಡಮ್‌ನ ನಿವಾಸಿ ಹಾಗೂ ಸಮಕಾಲೀನ ಯಹೂದಿ ಲೆನ್ಸ್ ತಯಾರಿಕೆಗಾರನು ಉದಾತ್ತ ವ್ಯಕ್ತಿಯಾಗಿದ್ದನು. ಅವನು ಮಾನವ ವಿವೇಚನಾ ಶಕ್ತಿಯ ಬಗ್ಗೆ ಡೆಕಾರ್ಟ್‌ನಷ್ಟೇ ವಿಶ್ವಾಸ ಹೊಂದಿದ್ದನು ಮತ್ತು ಡೆಕಾರ್ಟ್‌ನ ದ್ವಂದ್ವ ಅಸ್ತಿತ್ವವಾದದ ಬಗ್ಗೆ ಹಾಬ್ಸ್‌ನಷ್ಟೇ ಸಂಶಯಗ್ರಸ್ಥನಾಗಿದ್ದನು. ಆದಾಗ್ಯೂ ಅವನು ಹಾಬ್ಸ್‌ನಂತೆ ಪ್ರತಿಯೊಂದನ್ನು ವಸ್ತುವಿನ ಸ್ಥಿತಿಯಲ್ಲಿ ನೋಡಲು ಸಿದ್ಧನಿರಲಿಲ್ಲ. ಅದರ ಬದಲು ಅವನು ಪ್ರತಿಯೊಂದೂ ದೇಹ ಮತ್ತು ಚೇತನದಿಂದ ಕೂಡಿದೆ ಎಂದು ಪ್ರತಿಪಾದಿಸಿದನು. ದೇಹ ಮತ್ತು ಚೇತನಗಳೆರಡೂ ಸ್ಥಳ ಮತ್ತು ಚಿಂತನೆಯ ವಿವಿಧ ಲಕ್ಷಣಗಳಡಿ ಪರಿಗಣಿಸಲ್ಪಡುವ ಅದೇ ಬಗೆಯ ವಿದ್ಯಮಾನವೆಂದು ನಿರೂಪಿಸಿದನು. ವಸ್ತು ಮತ್ತು ವಿಚಾರಗಳು, ಪ್ರಕೃತಿ ಮತ್ತು ದೇವರು – ಇಲ್ಲವೆ ತಾದಾತ್ಮ್ಯವಾದವು ಎಂಬುದು ಸ್ಪಿನೋಜನ ವಿಶ್ವದೈವೇಕ್ಯವಾದ ದರ್ಶನದ ತಿರುಳಾಗಿದೆ. ಅದಕ್ಕೆ ಮುಕ್ತ ಸಂಕಲ್ಪವು ಪ್ರಜ್ಞೆಯ ಭ್ರಮೆ ಎಂಬ ಪೂರಕ ಸಿದ್ಧಾಂತವನ್ನು ಸೇರಿಸಲಾಯಿತು. ಸಂಪ್ರದಾಯವಾದಿ ಯಹೂದಿಗಳು ಸ್ಪಿನೋಜನ ಬಗ್ಗೆ ಮುನಿದರು; ಅವರು ಅವನನ್ನು ಬಹಿಷ್ಕರಿಸಿ ಕಿರುಕುಳ ನೀಡಿದರು. ಆದರೆ ಅವನು ಹಾಲೆಂಡ್‌ನ ಗ್ರಾಂಡ್ ಪೆನ್ಷನರಿಯಾಗಿದ್ದ ಜಾನ್ ಡವಿಟ್ಟನ ಕೃಪೆಗೆ ಪಾತ್ರನಾಗಿ ಅವನಿಂದ ಪ್ರೋತ್ಸಾಹ ಪಡೆದನು.

1690ರಲ್ಲಿ ಜಾನ್ ಲಾಕ್‌ನ 'ಎಸ್ಸೇ ಕನ್ಸರ್ನಿಂಗ್ ಹ್ಯೂಮನ್ ಅಂಡರ್‌ಸ್ಟ್ಯಾಂಡಿಂಗ್' ಎಂಬ ಕೃತಿಯು ಪ್ರಕಟಗೊಂಡಿತು. ಲಾಕನು ಆಂಗ್ಲನಾಗಿದ್ದು ವೈದ್ಯನಾಗಿ ತರಬೇತಿ ಪಡೆದಿದ್ದನು. ಅವನು ಆಗಲೇ ರಾಜಕೀಯ ತತ್ವಜ್ಞಾನಿಯಾಗಿ ಪ್ರಸಿದ್ಧನಾಗಿದ್ದನು. ಅವನ ಈ ಹೊಸ ಕೃತಿಯು ಆಳವಾದ ಮನಃಶಾಸ್ತ್ರೀಯ ಅಧ್ಯಯನವಾಗಿದ್ದಿತು. ಅವನು ಜ್ಞಾನವು ಸಮ್ಮತಿ ಅಥವಾ ಅಸಮ್ಮತಿಯ ನಡುವಿನ ಸೂಕ್ಷ್ಮ ಪರಿಜ್ಞಾನಕ್ಕೆ ಸಂಬಂಧಿಸಿದ ವಿಷಯವೆಂದು ಭಾವಿಸಿದ್ದನು. ಈ ಪ್ರಕ್ರಿಯೆಯು ನಮ್ಮ ಚಿಂತನೆಗಳ ನಡುವೆಯೇ ಅಥವಾ ನಮ್ಮ ಚಿಂತನೆಗಳು ಮತ್ತು ಅವುಗಳಿಂದ ಸ್ವತಂತ್ರವಾದ ಸ್ವಾಭಾವಿಕ ವಿದ್ಯಮಾನದ ನಡುವೆಯೇ ಘಟಿಸಬಹುದೆಂದು ಎಣಿಸಿದ್ದನು. ಆದ್ದರಿಂದ ಮಾನವ ಜ್ಞಾನ ಎಂಬುದು ಸಂಭವನೀಯತೆಯ ಒಂದು ವಿಷಯ ಮಾತ್ರವೆಂದು ಅವನು ಭಾವಿಸಿದ್ದನು. ಲಾಕನು ನ್ಯೂಟನನಂತೆ ಪ್ರಾಟೆಸ್ಟೆಂಟ್ ಕ್ರೈಸ್ತನಾಗಿದ್ದನು. ಆದರೆ ಅವನು ತನ್ನ ತರುವಾಯದ ಕೃತಿಯಾದ 'ರೀಸನಬಲ್‌ನೆಸ್ ಆಫ್ ಕ್ರಿಶ್ಚಿಯಾನಿಟಿ'ಯಲ್ಲಿ ಧರ್ಮವನ್ನು ಪವಾಡ ಮತ್ತು ಅಗೋಚರ ವಿಚಾರಗಳಿಂದ ಮುಕ್ತಗೊಳಿಸಿ ಮಾನವನ ಅನುಭವ ಮತ್ತು ವಿವೇಚನೆಯ ತಳಹದಿಯ ಮೇಲೆ ನಿರೂಪಿಸಿದನು.

ಮುಂದಿನ ಶತಮಾನದಲ್ಲಿ (ಹದಿನೆಂಟು) ಇತಿಹಾಸ ಮತ್ತು ಅರ್ಥಶಾಸ್ತ್ರವನ್ನು ಹಾಗೂ ಸ್ವಾಭಾವಿಕ ತತ್ವಶಾಸ್ತ್ರವನ್ನು ಓದಿಕೊಂಡಿದ್ದ ಸ್ಕಾಟಿಷ್ ಮೂಲದ ಡೆವಿಡ್ ಹ್ಯೂಮನು "ಚಿಂತನೆ ಎಂಬುದು ಕೇವಲ ನಮ್ಮ ಮಾನವ ಅನುಭವವನ್ನು ಅನುಕೂಲಕರವಾಗಿ ವ್ಯಾಖ್ಯಾನಿಸುವ ವಾಸ್ತವ ಸಲಕರಣೆಯೇ ಹೊರತು ಅದಕ್ಕೆ ಯಾವುದೇ ಗುರಿಯಾಗಲಿ ಅಥವಾ ಆಧ್ಯಾತ್ಮಿಕ ಮೌಲ್ಯವಾಗಲಿ ಇಲ್ಲ" ಎಂದು ಹೇಳಿದ. ತತ್ಪರಿಣಾಮವಾಗಿ, ಹ್ಯೂಮನ ಪ್ರಕಾರ ದೇವರ ಅಥವಾ ಧರ್ಮದ ಅಸ್ತಿತ್ವವನ್ನು ಸಮರ್ಥಿಸುವುದು ಅಸಾಧ್ಯ ಮತ್ತು ಮಾನವ ಚಿಂತನೆಯ ಸರಿಯಾದ ವಲಯವೆಂದರೆ ಕೇವಲ ಮಾನವ ಅನುಭವವಷ್ಟೆ.

ಜ್ಞಾನೋದಯ ಯುಗದ ಪ್ರಮುಖ ತತ್ವಶಾಸ್ತ್ರಜ್ಞರಲ್ಲಿ ಕೊನೆಯವನೆಂದರೆ ಇಮ್ಮಾನ್ಯುಯಲ್ ಕಾಂಟ್. ಅವನು ಪ್ರಷ್ಯಾದಲ್ಲಿದ್ದ ಸ್ಕಾಟಿಷ್ ವಲಸೆಗಾರನ ಮೊಮ್ಮಗ. ಅವನು ತನ್ನ ಇಡೀ ಜೀವನವನ್ನು ಕೋನಿಗ್ಸ್‌ಬರ್ಗ್‌ನಲ್ಲಿ ಕಳೆದನು. ಅವನಿಗೆ ಸ್ವಾಭಾವಿಕ ವಿಜ್ಞಾನದ ಮೇಲೆ ಎಲ್ಲಿಲ್ಲದ ಆಸಕ್ತಿ. ಅವನೊಬ್ಬ ಸಮರ್ಥ ಭೌತವಿಜ್ಞಾನಿಯಾಗಿದ್ದನು. ಅವನು ಬರೆದ

ಅನೇಕ ವಿಷಯಗಳಲ್ಲಿ ಭೂಕಂಪಗಳು, ಮಾನವ ಜನಾಂಗಗಳು, ಚಂದ್ರನಲ್ಲಿ ಜ್ವಾಲಾಮುಖಿಗಳು ಮತ್ತು ಭೌತಿಕ ಭೂಗೋಳ ವಿಜ್ಞಾನಗಳು ಸೇರಿದ್ದವು. ಅವನು ತನ್ನ ವಿಸ್ತೃತವಾದ ತತ್ವಶಾಸ್ತ್ರೀಯ ಬರವಣಿಗೆಯಲ್ಲಿ ಪ್ರತಿಪಾದಿಸಿದ ಧರ್ಮಕ್ಕಿಂತಲೂ ಹೆಚ್ಚಾಗಿ ಸ್ವಾಭಾವಿಕ ವಿಜ್ಞಾನಕ್ಕೆ ಹೇಗೆ ನೈತಿಕ ನೆಲೆಗಟ್ಟನ್ನು ಒದಗಿಸುವುದೆಂಬುದರ ಬಗ್ಗೆ ತಿಳಿದಿಲ್ಲದಿರುವಾಗ ನಮ್ಮ ನೈತಿಕ ಪ್ರಜ್ಞೆಗೆ ಅನುಭವಾತೀತವಾದ ದೇವರ ಅಸ್ತಿತ್ವವನ್ನು ಒಪ್ಪಿಕೊಳ್ಳುವ ಅಗತ್ಯವಿದೆ; ಹಾಗೆಯೇ ಸಂಕಲ್ಪದ ಸ್ವಾತಂತ್ರ್ಯ ಮತ್ತು ಆತ್ಮದ ಅಮರತ್ವವನ್ನು ಕೂಡ ಎಂಬುದು ಅವನ ಗ್ರಹಿಕೆ. ಹ್ಯೂಮ್‌ನ ಪರಿಕಲ್ಪನೆಯಲ್ಲಿ ಸ್ವಾಭಾವಿಕ ವಿಜ್ಞಾನವೆಂದರೆ ದೇವರಿಗೆ ಹೊರತಾದ ಸತ್ಯ; ಕಾಂಟ್‌ನ ದೃಷ್ಟಿಯಲ್ಲಿ ಕೆಲವು ಸತ್ಯಕ್ಕೆ ಹೊರತಾದ ದೇವರು. ಕಾಂಟ್‌ನ ಆದರ್ಶವಾದದೊಂದಿಗೆ ಹದಿನೆಂಟನೆಯ ಶತಮಾನವು ಅಂತ್ಯಗೊಂಡಿದ್ದು ಜ್ಞಾನೋದಯ ಯುಗಕ್ಕೆ ಮಾನವೀಯತೆಯ ಒತ್ತನ್ನು ನೀಡಿತು.

ನಾವು ಇಲ್ಲಿ ಹದಿನೇಳು ಮತ್ತು ಹದಿನೆಂಟನೆಯ ಶತಮಾನಗಳ ಪ್ರಮುಖ ತತ್ವಶಾಸ್ತ್ರಜ್ಞರಾದ ಡೆಕಾರ್ಟ್, ಹಾಬ್ಸ್, ಸ್ಪಿನೋಜ, ಲಾಕ್, ಹ್ಯೂಮ್ ಮತ್ತು ಕಾಂಟ್‌ರಂತಹ ಕೆಲವರನ್ನು ಕುರಿತು ಮಾತ್ರ ಪ್ರಸ್ತಾಪಿಸಿದ್ದೇವೆ. ಅವರು ತಮ್ಮ ಸೂತ್ರಗಳು ಮತ್ತು ವಿವರಗಳಲ್ಲಿ ಸಾಕಷ್ಟು ಬೇರೆ ಬೇರೆಯಾಗಿದ್ದರೂ ಅವರು ಮತ್ತು ಇಲ್ಲಿ ಹೆಸರಿಸದ ಇತರ ಅನೇಕ ತತ್ವಶಾಸ್ತ್ರಜ್ಞರು ಆ ಕಾಲದಲ್ಲಿ ಸ್ವಾಭಾವಿಕ ವಿಜ್ಞಾನದಲ್ಲಿ ಆದ ಬೆಳವಣಿಗೆಗಳಿಂದ ಪ್ರಭಾವಗೊಂಡಿದ್ದರು. ಅವರೆಲ್ಲ ಆಗ ಭೌತಿಕ ವಿಜ್ಞಾನದಲ್ಲಿ ನಡೆದಿದ್ದ ಪರಿಶೋಧನೆಗಳು ಮತ್ತು ಊಹೆಗಳನ್ನು ದೃಷ್ಟಿಯಲ್ಲಿಟ್ಟುಕೊಂಡು ಮನುಷ್ಯನನ್ನು ಆಧ್ಯಾತ್ಮಿಕವಾಗಿ ಹಾಗೂ ಭೌತಿಕವಾಗಿ ವಿವರಿಸಲು ಒಂದಲ್ಲ ಒಂದು ರೀತಿಯಲ್ಲಿ ಪ್ರಯತ್ನಿಸಿದರು.

ಭೌತಿಕ ವಿಶ್ವವನ್ನು ತಾತ್ವಿಕ ಮತ್ತು ವೈಜ್ಞಾನಿಕ ಈ ಎರಡೂ ದೃಷ್ಟಿಗಳಿಂದ ವ್ಯಾಖ್ಯಾನಿಸಿದ ತತ್ವಶಾಸ್ತ್ರಜ್ಞರು ಮತ್ತು ವಿಜ್ಞಾನಿಗಳು ಮಾತ್ರ 'ಜ್ಞಾನೋದಯ' ಪಡೆದವರಾಗಿರಲಿಲ್ಲ. ಹದಿನೆಂಟನೆಯ ಶತಮಾನದುದ್ದಕ್ಕೂ ಅನೇಕ ಶ್ರೀಮಂತರು ಮತ್ತು ರೈತರು, ಅನೇಕ ಬ್ಯಾಂಕರ್‌ಗಳು ಮತ್ತು ವರ್ತಕರು ಲೇಖಕರು ಮತ್ತು ಪ್ರಕಾಶಕರು, ಪ್ರಾಧ್ಯಾಪಕರು, ಬೋಧಕರು ಹಾಗೂ ಪುರೋಹಿತರು 'ಜ್ಞಾನೋದಯ' ಪಡೆದವರೆಂದು ಹೇಳಿಕೊಳ್ಳಲು ಹೆಮ್ಮೆಪಡುತ್ತಿದ್ದರು. ಆ ಶತಮಾನದ ನಿರಂಕುಶಪ್ರಭುಗಳು ಕೂಡ 'ಜ್ಞಾನೋದಯಿ' ಮನೋಭಾವ ತೋರಿಸಿದರು.

ಜ್ಞಾನೋದಯ ಕಾಲದ ಪ್ರಮುಖ ಲಕ್ಷಣಗಳು

ಈ ಜ್ಞಾನೋದಯ ಕಾಲಕ್ಕೆ ಸ್ಪಂದಿಸಿದ ಬುದ್ಧಿಜೀವಿಗಳಲ್ಲಿ ನಾಲ್ಕು ಪ್ರಮುಖ ಪರಿಕಲ್ಪನೆಗಳು ಕಾಣಿಸಿಕೊಂಡವು : (1) ಸ್ವಾಭಾವಿಕ ತತ್ವ : ಸಮಗ್ರ ವಿಶ್ವದ ವಸ್ತು ಮತ್ತು ಶಕ್ತಿಗಳು ಸ್ವಾಭಾವಿಕ ನಿಯಮದಿಂದ ನಿಯಂತ್ರಿತವಾಗಿವೆ ಎಂಬ ಭಾವನೆಯನ್ನಾಧರಿಸಿ (ಮತಧರ್ಮಶಾಸ್ತ್ರದಲ್ಲಿ) ಅಲೌಕಿಕ ವಿಜ್ಞಾನದ ಸ್ಥಾನದಲ್ಲಿ ಸ್ವಾಭಾವಿಕ ವಿಜ್ಞಾನವು ಪ್ರಾಮುಖ್ಯ ಪಡೆಯಿತು. (2) ವಿಚಾರವಾದ : ಮಾನವನ ತಿಳುವಳಿಕೆಗೆ ಮೀರಿದ ಪ್ರಕೃತಿಯ ನಿಯಮಗಳನ್ನು ಪರಿಶೋಧಿಸಿ ಅದಕ್ಕೆ ಅನುಗುಣವಾಗಿ ಉಪಯುಕ್ತವಾಗುವಂತೆ ವ್ಯಕ್ತಿಯು ತನ್ನ ಜೀವನವನ್ನು ಹೊಂದಿಸಿಕೊಳ್ಳಲು ಪ್ರಯತ್ನಿಸುವುದು. (3) ಆಶಾವಾದಿ ಪ್ರಗತಿ : ವಿಚಾರ ಶಕ್ತಿಯನ್ನು ಹೆಚ್ಚಿಸಿಕೊಳ್ಳುವ ಮತ್ತು ಸ್ವಾಭಾವಿಕ ನಿಯಮದ ಜ್ಞಾನವನ್ನು ವಿಸ್ತರಿಸಿಕೊಳ್ಳುವ ಮೂಲಕ ಮಾನವ ಕುಲವನ್ನು ಕ್ರಮೇಣ ಉತ್ತಮೀಕರಿಸಿ ಅಂತಿಮವಾಗಿ ಪರಿಪೂರ್ಣತೆಗೊಯ್ಯುವ ಆಶಾಭರಿತ ನಂಬುಗೆ. (4) ಮಾನವತಾವಾದ : ವ್ಯಕ್ತಿಯ ಸ್ವಾಭಾವಿಕ ಹಕ್ಕುಗಳನ್ನು ಆತ್ಮೀಯವಾಗಿ ಗೌರವಿಸುವುದು ಮತ್ತು 'ಜ್ಞಾನೋದಯ ಯುಗ' ನೀಡಿದ ಸಾಮಾಜಿಕ ಅನುಗ್ರಹಗಳನ್ನು ಪೋಷಿಸುವುದು.

ಈ ಮುಖ್ಯವಾದ ಅಭೌತಿಕ ಪರಿಕಲ್ಪನೆಗಳ ಬೆಳಕಿನಲ್ಲಿ ದೊಡ್ಡ ಪ್ರಮಾಣದ ವಿಮರ್ಶೆಯೇ ನಡೆಯಿತು. ಅದರಲ್ಲಿ ಹೆಚ್ಚಿನದು ವಿನಾಶಕಾರಿಯಾಗಿತ್ತು ಮತ್ತು ಸ್ವಲ್ಪ ಮಾತ್ರ ರಚನಾತ್ಮಕವಾಗಿದ್ದಿತು. ಧರ್ಮ, ರಾಜಕೀಯ ಮತ್ತು ಸಮಾದಲ್ಲಿ ಇದುವರೆಗೆ ರೂಢಿಯಲ್ಲಿದ್ದ ಸಂಸ್ಥೆಗಳು ಮತ್ತು ಆಚರಣೆಗಳನ್ನು ಜ್ಞಾನೋದಯಿಗಳು ಪರೀಕ್ಷಿಸತೊಡಗಿದರು. ಅವು ಸಕಾರಣವಾಗಿವೆಯೇ ಮತ್ತು ಸ್ವಾಭಾವಿಕ ನಿಯಮಕ್ಕೆ ಸಂಗತವಾಗಿವೆಯೇ, ಅವು ಮಾನವ ಪ್ರಗತಿ ಸಾಧಿಸುತ್ತವೆಯೇ, ವ್ಯಕ್ತಿಗತ ಹಕ್ಕುಗಳನ್ನು ಖಾತರಿಗೊಳಿಸುತ್ತವೆಯೇ, ಮತ್ತು ಪ್ರಪಂಚಕ್ಕೆ ತಕ್ಷಣ ಪ್ರಯೋಜನಕಾರಿಯಾಗಿವೆಯೇ ಎಂಬುದನ್ನು ತಿಳಿಯುವುದು ಅವರ ಉದ್ದೇಶವಾಗಿದ್ದಿತು. ಈ ವಿಮರ್ಶಾತ್ಮಕ ಸ್ಫೂರ್ತಿ ವಿರೋಧಾಬಾಸದಿಂದ ಕೂಡಿದ್ದರೂ ಹೊಸ ಆಧ್ಯಾತ್ಮಿಕ ಪರಿಕಲ್ಪನೆಗಳೊಂದಿಗೆ ಸೇರಿಕೊಂಡು ಹದಿನೆಂಟನೆಯ ಶತಮಾನದ ಅತ್ಯಂತ ಗಮನಾರ್ಹವಾದ ಬೌದ್ಧಿಕ ಬೆಳವಣಿಗೆಗಳಿಗೆ ಕಾರಣವಾಯಿತು.

ಕ್ಲಾಸಿಕ್ ಪಂಥದ ಫಲಗಳು ಮತ್ತು ರೊಮ್ಯಾಂಟಿಕ್ ಪಂಥದ ಮೊಳಕೆ

ಹದಿನೇಳು ಮತ್ತು ಹದಿನೆಂಟನೆಯ ಶತಮಾನಗಳಲ್ಲಿ ಸ್ವಾಭಾವಿಕ ವಿಜ್ಞಾನ ಮತ್ತು ತತ್ವಶಾಸ್ತ್ರಗಳ ಕ್ಷೇತ್ರಗಳಲ್ಲಿ ಹೊಸ ಬೆಳವಣಿಗೆಗಳು ನಡೆಯುತ್ತಿದ್ದಾಗ ಬೌದ್ಧಿಕ ಜೀವನದ ಒಂದು ಅಂಶ ಮಾತ್ರ ನಿಶ್ಚಿತವಾಗುಳಿದಿದ್ದಿತು. ಅದೇ ಕ್ಲಾಸಿಕ್ ಚಳವಳಿ. ಇದು ಸಾಹಿತ್ಯ ಮತ್ತು ಕಲಾತ್ಮಕ ಮಾದರಿಗಳಿಗಾಗಿ ಪ್ರಾಚೀನ ರೋಮ್ ಮತ್ತು ಗ್ರೀಸ್ ಅಭಿಜಾತ

ಕೃತಿಗಳನ್ನು ಅರಸುವುದಾಗಿದ್ದಿತು. ಆ ಕಾಲದ ಪ್ರತಿಯೊಬ್ಬ ಜ್ಞಾನೋದಿತ ವ್ಯಕ್ತಿಯು ಪ್ರಾಚೀನ ಶ್ರೇಷ್ಠ ಕೃತಿಗಳ ಬಗ್ಗೆ ಮೆಚ್ಚುಗೆ ಬೆಳೆಸಿಕೊಂಡನು. ಹದಿನಾಲ್ಕನೆಯ ಶತಮಾನದ ಮಾನವತಾವಾದಿಗಳಂತೆಯೇ ಮಧ್ಯಯುಗದ ಸಂಸ್ಕೃತಿಯಲ್ಲಿ ಅವರು ಏನೂ ಒಳ್ಳೆಯದನ್ನು ಕಾಣಲಿಲ್ಲ. ಆಲಿವರ್ ಗೋಲ್ಡ್‌ಸ್ಮಿತ್‌ನು ಡಾಂಟೆಯ ಪ್ರಸಿದ್ಧಿಗೆ ಆತನ ನಿಗೂಢತೆ ಮತ್ತು ಅವನು ಬದುಕಿದ್ದ ಕಾಲದ ಅನಾಗರಿಕ ಕಾಲ ಕಾರಣವೆಂದು ಹೇಳಿದ್ದಾನೆ. ವೊಲ್ಟೇರ್ ಗಾಥಿಕ್ ಕಲೆಯನ್ನು ಕುರಿತು "ಆ ಕಾಲದ ವಾಸ್ತುಶಿಲ್ಪದ ಎಂತಹ ಅತೃಪ್ತ ಸಾಕ್ಷ್ಯ"ಎಂದು ಉದ್ಗರಿಸಿದ್ದಾನೆ.

ಜ್ಞಾನೋದಯ ಕಾಲದ ಜನರು ಪ್ರಾಚೀನ ಗ್ರೀಕ್ ಮತ್ತು ರೋಮನ್ ಸಂಸ್ಕೃತಿಗಳಿಂದ ಪ್ರಭಾವಿತರಾಗಿದ್ದನ್ನು ಅರಿಯಬೇಕಾದರೆ ಅವರು ಮಾನವತಾ ಚಳವಳಿಯ ನೇರ ಉತ್ತರಾಧಿಕಾರಿಗಳು ಎಂಬುದನ್ನು ನೆನಪಿನಲ್ಲಿ ಇಟ್ಟುಕೊಳ್ಳಬೇಕು. ಈ ಚಳವಳಿಯು ಪ್ರಪಂಚವನ್ನು ಮಧ್ಯಯುಗದ ಅಜ್ಞಾನ ಮತ್ತು ಮೂಢನಂಬಿಕೆಗಳಿಂದ ಹೊರಬರುವಂತೆ ಮಾಡಿ ಆಧುನಿಕ ಯುಗದ ಜ್ಞಾನ ಮತ್ತು ವಿಚಾರವಾದದ ಪರಿಧಿಯೊಳಗೆ ತಂದಿತು. ಜ್ಞಾನೋದಯಿ ಜನರು ವಿಚಾರವಾದಿಗಳೂ ಮತ್ತು ವೈಜ್ಞಾನಿಕ ದೃಷ್ಟಿಯವರೂ ಆಗಲು ಅವರ ಪೂರ್ವದ ಮಾನವತಾವಾದಿಗಳು ಅವರಿಗೆ ಕ್ರೈಸ್ತಪೂರ್ವ ಯುಗದ ಗ್ರೀಸ್ ಮತ್ತು ರೋಮ್‌ನಿಂದ ಅಮೂಲ್ಯ ಪಾಠಗಳನ್ನು ಕಲಿಸಿದ್ದೇ ಕಾರಣ.

ವಿವಿಧ ಕ್ಷೇತ್ರಗಳಲ್ಲಿ ಕ್ಲಾಸಿಕ್ ಪಂಥದ ಪ್ರಭಾವ

ಚಿತ್ರಕಲೆ :

ಹದಿನೇಳು ಮತ್ತು ಹದಿನೆಂಟನೆಯ ಶತಮಾನಗಳಲ್ಲಿನ ಚಿತ್ರಕಲೆಯ ಮೇಲೆ ಕ್ಲಾಸಿಕ್ ಪಂಥ ಬೀರಿದ ಪ್ರಭಾವ ಅದು ವಾಸ್ತುಶಿಲ್ಪ ಮತ್ತು ಶಿಲ್ಪಕಲೆಯ ಮೇಲೆ ಬೀರಿದ ಪ್ರಭಾವಕ್ಕೆ ಹೋಲಿಸಿದರೆ ಕಡಿಮೆ ಎಂದೇ ಹೇಳಬಹುದು. ಆದರೂ ಜ್ಞಾನೋದಯ ಕಾಲದ ಚಿತ್ರ ಕಲಾವಿದನು ಕ್ಲಾಸಿಕ್ ಪಂಥದ ವಿಷಯಗಳ ಬಗ್ಗೆ ಆಸಕ್ತನಾಗಿದ್ದ. ಸ್ಪ್ಯಾನಿಷ್ ನೆದರ್‌ಲ್ಯಾಂಡ್‌ನ ಮೂಲದ ಮತ್ತು 17ನೇ ಶತಮಾನದ ಅತ್ಯಂತ ಪ್ರಸಿದ್ಧ ಚಿತ್ರಕಲಾವಿದ ರೊಬೆನ್ನನು ಪ್ರಾಚೀನ ಕಾಲದ ವೀರರ ಭಾವಚಿತ್ರಗಳನ್ನು ಬರೆದು ಮಾರುವ ಮೂಲಕ ಲಾಭಕರವಾದ ವ್ಯವಹಾರವನ್ನು ಮಾಡಿದನು.

16ನೇ ಶತಮಾನದ ಇಟಲಿಯು ಚಿತ್ರಕಲೆಯ ಮಹೋನ್ನತ ಕೇಂದ್ರವಾಗಿದ್ದಿತು. ಹಾಗೆಯೇ 17ನೇ ಶತಮಾನದಲ್ಲಿ ನೆದರ್‌ಲ್ಯಾಂಡ್ಸ್ ಮತ್ತು ಸ್ಪೇನ್‌ಗಳು ಪ್ರತಿಭಾವಂತ ಚಿತ್ರ ಕಲಾವಿದರನ್ನು ನೀಡಿದವು. ಕ್ಲಾಸಿಕಲ್ ಪಂಥದ ಪ್ರಭಾವಕ್ಕೆ ಒಳಗಾದವರಲ್ಲಿ ವ್ಯಾನ್ ಡೈಕ್, ವಲಸ್‌ಕ್ವಿಯೆಸ್ಸ್ ಮತ್ತು ಮುರಿಲ್ಲೊ ಸೇರಿದ್ದರು. 18ನೇ ಶತಮಾನದಲ್ಲಿ ಕ್ಲಾಸಿಕಲ್ ಪಂಥದ ಚಿತ್ರಕಲೆಯು ಇಂಗ್ಲೆಂಡ್ ಮತ್ತು ಫ್ರಾನ್ಸ್‌ಗಳಲ್ಲಿ ವಿಶೇಷವಾಗಿ ಕಂಡುಬಂದಿತು. ಇಂಗ್ಲೆಂಡ್ ರೈನೊಲ್ಡ್ಸ್, ರೊಮ್ನೆ ಮತ್ತು ರೇಬುಸ್ನ್‌ರಂತಹ ಕಲಾವಿದರನ್ನೊಳಗೊಂಡು ವ್ಯಕ್ತಿಚಿತ್ರ ಕಲಾವಿದರ 'ಸುವರ್ಣಯುಗ'ವನ್ನೇ ಕಂಡಿತು. ಫ್ರಾನ್ಸ್‌ನಲ್ಲಿ ಅಲಂಕಾರಿಕ ಆಸ್ಥಾನ ಚಿತ್ರಕಲೆ ಉನ್ನತಿಯನ್ನು ಕಂಡಿತು. ವಟ್ಟೇವ್, ಫ್ರಗೊನರ್ಡ್ ಮತ್ತು ಗ್ರೇಯುಜ್‌ರು ಪ್ರಸಿದ್ಧ ಕಲಾವಿದರಾಗಿದ್ದರು. ಈ ಶೈಲಿಗಳ ಮುಖ್ಯ ಪ್ರತಿಪಾದಕರು ಗ್ರೀಕ್ ಮತ್ತು ರೋಮನ್ ಕಲೆಯ ಬಗ್ಗೆ ವಿಶೇಷ ಪ್ರೀತಿ ಹೊಂದಿದವರಾಗಿದ್ದರು.

ಸಾಹಿತ್ಯ :

ಹದಿನೇಳನೆಯ ಶತಮಾನದಲ್ಲಿ ಕ್ಲಾಸಿಕಲ್ ಪಂಥವು (ಅಭಿಜಾತ ಪಂಥ) ವಾಸ್ತುಶಿಲ್ಪ ಮತ್ತು ಚಿತ್ರಕಲೆಯಲ್ಲಿನಂತೆಯೇ ಸಾಹಿತ್ಯದಲ್ಲೂ ಭಿನ್ನ ಪ್ರಕಾರವೊಂದರ ಉಗಮಕ್ಕೆ ಕಾರಣವಾಯಿತು. ಈ ವಿಡಂಬನಾ ಸಾಹಿತ್ಯ ಪ್ರಕಾರದಲ್ಲಿ ಉದ್ದೇಶಪೂರ್ವಕವಾದ ಅಲಂಕಾರಿಕ ಶೈಲಿಯ ಬರವಣಿಗೆ ಕಂಡುಬಂದಿತು. ಅದರಲ್ಲಿ ಕೃತಕತೆ, ಉತ್ಪ್ರೇಕ್ಷೆ ಮತ್ತು ಅತಿರೇಕದ ರೂಪಾಲಂಕಾರಗಳು ಸೇರಿಕೊಂಡವು. ಸಾಮಾನ್ಯವಾಗಿ ಈ ಸಾಹಿತ್ಯದಲ್ಲಿ ವಸ್ತುವಿಗಿಂತ ರೂಪಗಳ ಆಡಂಬರವೇ ಹೆಚ್ಚಿದ್ದಿತು. ಈ ಕೊನೆಯ ಲಕ್ಷಣದ ಸಾಹಿತ್ಯ ಹದಿನೇಳನೆಯ ಶತಮಾನದಲ್ಲಿ ಇಟಲಿ, ಜರ್ಮನಿ ಮತ್ತು ಸ್ಪೈನ್ ದೇಶಗಳಲ್ಲಿ ಹೆಚ್ಚಾಗಿ ರಚಿತವಾಗಿ ಅದು ಅದೇ ದೇಶಗಳಲ್ಲಿ 16ನೇ ಶತಮಾನದಲ್ಲಿ ರಚಿತವಾದ ಸಾಹಿತ್ಯಕ್ಕಿಂತ ಗುಣಮಟ್ಟದಲ್ಲಿ ಸಾಕಷ್ಟು ಹಿಂದೆ ಬಿದ್ದಿತು.

ಈ ವಕ್ರ ಅಥವಾ ಬಾರಕ್ ಸಾಹಿತ್ಯವು ಫ್ರಾನ್ಸ್ ಮತ್ತು ಇಂಗ್ಲೆಂಡ್‌ಗಳಲ್ಲಿ ಹುಲುಸಾಗಿ ಸೃಷ್ಟಿಯಾಯಿತು. ಫ್ರಾನ್ಸ್‌ನಲ್ಲಿ ಕ್ಲಾಸಿಕಲ್ ಪಂಥದ ಸಾಹಿತ್ಯವನ್ನು ಅನೇಕ ಪ್ರತಿಭಾವಂತರು ಸೃಷ್ಟಿಸಿ ಹದಿನಾಲ್ಕನೆಯ ಲೂಯಿಯಂತಹ ಉದಾತ್ತ ರಾಜನು ಪೋಷಿಸಿದುದರಿಂದ ಆ ಕಾಲವು ಫ್ರೆಂಚ್ ಸಾಹಿತ್ಯದ ಕ್ಲಾಸಿಕಲ್ ಯುಗ ಮತ್ತು ಸುವರ್ಣ ಯುಗ ಎಂದು ಕರೆಸಿಕೊಂಡಿತು. ಅದು ಕೊರ್‍ನೈಲ್, ಮೊಲಿರೆ, ರೇಸಿನ್, ಮ್ಯಾಡಮ್ ಡ ಸೆವಿಗ್ನೆ, ಲಾ ಫಾಂಟೈನ್ ಮತ್ತು ಇತರ ಅಸಾಧಾರಣ ಪ್ರತಿಭಾವಂತ ಫ್ರೆಂಚ್ ಸಾಹಿತಿಗಳು ಜೀವಿಸಿದ್ದ ಉಚ್ಛ್ರಾಯ ಕಾಲ ಎಂಬುದು ಸ್ಮರಣಾರ್ಹ. ಇದರಿಂದಾಗಿ ಅಂದು ಹದಿನಾಲ್ಕನೆಯ ಲೂಯಿಯ ಸೈನ್ಯವು ಯೂರೋಪಿನಾದ್ಯಂತ ಹೋರಾಟದಲ್ಲಿ ನಿರತವಾಗಿದ್ದಾಗ ಫ್ರಾನ್ಸ್‌ನ ಸಾಹಿತ್ಯ ಯೂರೋಪಿನಲ್ಲೆಲ್ಲ

ಮೆಚ್ಚುಗೆಗೆ ಪಾತ್ರವಾಯಿತು ಮತ್ತು ವಿವಿಧ ಭಾಷೆಗಳಲ್ಲಿ ರಚಿತವಾದ ಅಗಾಧ ಸಾಹಿತ್ಯಕ್ಕೆ ಮಾದರಿಯಾಯಿತು. ಉದಾಹರಣೆಗೆ ಜರ್ಮನಿಯಲ್ಲಿ ಫ್ರೆಂಚ್ ಭಾಷೆಯನ್ನು ಬಳಸುವುದು ಮತ್ತು ಮೂಲದಲ್ಲಿ ಫ್ರೆಂಚ್ ಸಾಹಿತ್ಯವನ್ನು ಓದುವುದು ಒಂದು ಫ್ಯಾಷನ್ ಆಗಿ ಪರಿಣಮಿಸಿತ್ತು.

ಇಂಗ್ಲೆಂಡಿನಲ್ಲಿ ಕೊರ್ನೈಲ್‌ನ ಸಮಕಾಲೀನನಾದ ಜಾನ್ ಮಿಲ್ಟನ್ನನು ಪ್ರಯತ್ನ ಪೂರ್ವಕವಾದ ಅಲಂಕಾರಿಕ ಬಾರಕ್ ಸಾಹಿತ್ಯವನ್ನು ಒದಗಿಸಿದ ಉದಾಹರಣೆಯಿದೆ. ಮುಂದೆ ಎರಡನೆಯ ಚಾರ್ಲ್ಸ್ ಮತ್ತು ಎರಡನೆಯ ಜೇಮ್ಸ್‌ರ ಕಾಲದಲ್ಲಿ ಫ್ರಾನ್ಸ್‌ನೊಂದಿಗಿನ ಇಂಗ್ಲಿಷ್ ಸಂಪರ್ಕವು ಮಿಲ್ಟನ್ನನ ಕ್ಲಾಸಿಕಲ್ ಪಂಥಕ್ಕೆ ಚೈತನ್ಯ ಒದಗಿಸಿತು ಹಾಗೂ ಇಂಗ್ಲೆಂಡಿನಲ್ಲಿ ಪುನರ್‌ಸ್ಥಾಪನಾ ಅಥವಾ ರೆಸ್ಟೋರೇಷನ್ ಸಾಹಿತ್ಯವು ವೃದ್ಧಿಸಲು ನೆರವಾಯಿತು. ಈ ಸಾಹಿತ್ಯದ ಪ್ರಮುಖ ಪ್ರತಿಪಾದಕನೆಂದರೆ ಜಾನ್ ಡ್ರೈಡನ್. ಹದಿನೆಂಟನೆಯ ಶತಮಾನದ ಪೂರ್ವಾರ್ಧದಲ್ಲಿದ್ದ ಅಲೆಕ್ಸಾಂಡರ್ ಪೋಪನಲ್ಲಿ ಇಂಗ್ಲಿಷ್ ಕಾವ್ಯದ ಕ್ಲಾಸಿಕಲ್ ಲಕ್ಷಣವು ಪರಾಕಾಷ್ಠೆ ತಲುಪಿತು. ಅವನ ಕಾವ್ಯದಲ್ಲಿ ಕಂಡುಬರುವ ಚತುರೋಕ್ತಿ, ತಿಳಿ ಶೈಲಿಯ ಪದ್ಯ ರಚನೆ, ಆತನ ವಿಡಂಬನಾ ಶಕ್ತಿಯ ಮಿಳಿತ ಹಾಗೂ ಸ್ವಾಭಾವಿಕ ವಿಜ್ಞಾನದ ತತ್ವದಲ್ಲಿ ಆತನಿಗಿದ್ದ ಒಲವು-ಇವು ಆತನನ್ನು ಆ ಶತಮಾನದ ಶ್ರೇಷ್ಠ ಕವಿಯನ್ನಾಗಿ ಮಾಡಿದವು.

ಆದಾಗ್ಯೂ ಹದಿನೆಂಟನೆಯ ಶತಮಾನವು ಮಹಾಕಾವ್ಯಕ್ಕಿಂತ ಮಹಾಗದ್ಯದ ಕಾಲವಾಗಿತ್ತು. ಅದು ಇತರ ಬುದ್ಧಿಜೀವಿಗಳಂತೆಯೇ ಸಾಹಿತಿಗಳು ಸಹ 'ಜ್ಞಾನೋದಯಿ'ಗಳಾಗಿದ್ದ ಕಾಲವಾಗಿತ್ತು. ಅವರು ಸ್ವಾಭಾವಿಕ ವಿಜ್ಞಾನದಿಂದ ಮಾತ್ರವಲ್ಲದೆ ಸಾಮಾಜಿಕ ವಿಜ್ಞಾನದಿಂದ, ಮಾನವತಾವಾದದಿಂದ ಹಾಗೂ ಅಸ್ತಿತ್ವದಲ್ಲಿದ್ದ ಸಂಸ್ಥೆಗಳನ್ನು ಮತ್ತು ಪದ್ಧತಿಗಳನ್ನು ವಿಮರ್ಶಿಸುವುದರಿಂದ ಪ್ರಭಾವಿತರಾಗಿದ್ದರು. 'ಜ್ಞಾನೋದಯಿ' ಸಾಹಿತಿಗಳು ಪ್ರತಿಪಾದನೆ ಮತ್ತು ವಿಮರ್ಶೆಗೆ ಕಾವ್ಯಕ್ಕಿಂತ ಗದ್ಯವನ್ನು ಹೆಚ್ಚು ಅನುಕೂಲಕರವಾದ ಮಾಧ್ಯಮವನ್ನಾಗಿ ಕಂಡುಕೊಂಡರು. ಅವರು ಬಳಸಿದ ಗದ್ಯ ಹದಿನೆಂಟನೆಯ ಶತಮಾನದ ವಿಶಿಷ್ಟ ಲಕ್ಷಣಗಳಿಂದ ಕೂಡಿದ್ದು ಅದರಲ್ಲಿ ಕ್ಲಾಸಿಕಲ್ ಹಿನ್ನೆಲೆಯಿರುವುದು ಸ್ಪಷ್ಟವಾಗಿ ಕಂಡುಬರುತ್ತದೆ. ಅದು ಸಾಂಪ್ರದಾಯಿಕ ರಚನೆಯಿಂದಲೂ ಅಲಂಕಾರಿಕ ಮತ್ತು ನವಿರಾದ ಶೈಲಿಯಿಂದಲೂ ವಾಕ್ಯ ಬಂಧಗಳ ಸಮತೋಲಿತ ಓಟದಿಂದಲೂ ಕೂಡಿದ್ದು ಕ್ಲಾಸಿಕಲ್ ಉದ್ಧರಣೆಗಳಿಂದ ಶೋಭಿಸುತ್ತಿದ್ದಿತು.

'ಕ್ಲಾಸಿಕಲ್' ಇಂಗ್ಲಿಷ್ ಗದ್ಯವನ್ನು ಬಳಸಿದ ಪ್ರಸಿದ್ಧರ ಸಾಲಿನಲ್ಲಿ ತತ್ವಜ್ಞಾನಿ ಜಾನ್ ಲಾಕ್, ಇತಿಹಾಸಕಾರರಾದ ಎಡ್ವರ್ಡ್ ಗಿಬ್ಬನ್ ಮತ್ತು ಡೇವಿಡ್ ಹ್ಯೂಮ್, ನಿಘಂಟುಕಾರ ಸ್ಯಾಮ್ಯುಯಲ್ ಜಾನ್‌ಸನ್, ಅರ್ಥಶಾಸ್ತ್ರಜ್ಞ ಆಡಮ್‌ಸ್ಮಿತ್, ನ್ಯಾಯಾಧೀಶ ಬ್ಲಾಕ್‌ಸ್ಟೋನ್, ನೈತಿಕತೆಯ ಪ್ರತಿಪಾದಕ ಲಾರ್ಡ್ ಚೆಸ್ಟರ್‌ಫೀಲ್ಡ್ ಸೇರಿದ್ದಾರೆ. ಆದರೆ ಹದಿನೆಂಟನೆ ಶತಮಾನದ ಇಂಗ್ಲಿಷ್ ಗದ್ಯವನ್ನು ಹೆಚ್ಚು ಪ್ರಮುಖವಾಗಿ ಬಳಸಿಕೊಂಡ ಹೊಸ ಸಾಹಿತ್ಯ ಪ್ರಕಾರವೆಂದರೆ ಕಾದಂಬರಿ ಪ್ರಕಾರ.

ಈ ಕಾಲದಲ್ಲಿ ಹೊಸದಾದ ಮತ್ತು ಮುಂದೆ ಜನಪ್ರಿಯವಾದ ಇಂಗ್ಲಿಷ್ ಕಾದಂಬರಿ ಸಾಹಿತ್ಯ ಪ್ರಕಾರ ರೂಪುಗೊಂಡಿತು. ಅದರಲ್ಲಿ ಮಾನವ ಜೀವನ, ಪ್ರೀತಿ ಮತ್ತು ವರ್ತನೆಗಳನ್ನು ಕುರಿತ (ಹಿಂದಿನ ಸಾಹಸಮಯ ಪ್ರೇಮ ಕಥೆಗಳಿಗೆ ಪ್ರತಿಯಾಗಿ) ದೀರ್ಘ ವಿವರಣೆಗಳು, ದುರ್ಬರ ಸನ್ನಿವೇಶಗಳ ಚಿತ್ರಣ ಸಾಧ್ಯವಾಯಿತು. ಜೋಸೆಫ್ ಅಡಿಸನ್ನನ ಪಾತ್ರ ಚಿತ್ರಣ, ಡ್ಯಾನಿಯಲ್ ಡೆಫೋನ ಪತ್ರಿಕೋದ್ಯಮ ರೂಪದ ಕಥೆಗಳು ಮತ್ತು ಜೊನಥನ್ ಸ್ವಿಫ್ಟನ್ ವಿಡಂಬನಾತ್ಮಕ ಕಥೆಗಳಲ್ಲಿ ಇಂಗ್ಲಿಷ್ ಕಾದಂಬರಿ ಪ್ರಕಾರದ ಬೇರುಗಳು ಕಂಡುಬರುತ್ತವೆ. ಹದಿನೆಂಟನೆ ಶತಮಾನದಲ್ಲಿ ಇಂಗ್ಲಿಷ್ ಸಾಹಿತ್ಯ ಕಂಡ ಮಹಾ ಬ್ರಿಟಿಷ್ ಕಾದಂಬರಿಕಾರರಲ್ಲಿ ಈ ನಾಲ್ವರನ್ನು ಹೆಸರಿಸಬಹುದು; ಪ್ರಮೇಲ (1740) ಮತ್ತು ಕ್ಲಾರಿಸ (1748) ಕರ್ತೃ ಭಾವುಕ ಲೇಖಕ ರಿಚರ್ಡ್‌ಸನ್: ಸಮಕಾಲೀನ ಜೀವನ ರೀತಿಗಳನ್ನು ತೀವ್ರವಾಗಿ ಚಿತ್ರಿಸಿದ ಟಾಮ್‌ಜೋನ್ಸ್‌ನ ಕರ್ತೃ (1749) ಫಿಲ್ಡಿಂಗ್ಸ್; 'ರೊಡ್ರಿಕ್ ರ್‍ಯಾಂಡಮ್' ಮತ್ತು 'ಹಂಫೆರಿ ಕ್ಲಿಂಕರ್' ಸಾಮ್‌ಲೆಟ್; ಹಾಸ್ಯ ಸಾಹಿತಿ ಮತ್ತು 'ಟ್ರಿ ಸ್ಟ್ರಂ ಷ್ಯಾಂಡಿ' ಕೃತಿಯ ಕರ್ತೃ ಲಾರೆನ್ಸ್ ಸ್ಟರ್ನೆ. ಈ ಎಲ್ಲ ಆಂಗ್ಲ ಕಾದಂಬರಿಕಾರರನ್ನು ಗ್ರೇಟ್ ಬ್ರಿಟನ್ನಿನಂತೆಯೇ ಯೂರೋಪಿನ ಇತರ ಭಾಗಗಳಲ್ಲೂ ಶ್ಲಾಘಿಸಲಾಯಿತು. ರಿಚರ್ಡ್‌ಸನ್ನನು ವಿಶೇಷವಾಗಿ ಭಾವುಕ ಕಾದಂಬರಿಗಳು ಹೊರಬರಲು ಸ್ಫೂರ್ತಿ ಒದಗಿಸಿದನು.

ಫ್ರಾನ್ಸ್‌ನಲ್ಲಿ ಇಂಗ್ಲೆಂಡಿನಂತೆಯೇ ಹದಿನೆಂಟನೆಯ ಶತಮಾನದಲ್ಲಿ ಗದ್ಯ ಸಾಹಿತ್ಯ ಹೇರಳವಾಗಿ ಸೃಷ್ಟಿಯಾಯಿತು. ಪ್ರಖ್ಯಾತ ಫ್ರೆಂಚ್ ಲೇಖಕ ವಾಲ್ಟೈರನು ತನ್ನ ಕ್ಲಾಸಿಕಲ್ ನಾಟಕಗಳನ್ನು ತನ್ನ ಅತ್ಯುತ್ತಮ ಕೃತಿಗಳೆಂದು ಭಾವಿಸಿ ರೂಪ ಮತ್ತು ವಸ್ತುವಿನಲ್ಲಿ ಅವುಗಳಲ್ಲಿ ದೋಷಗಳು ನುಸುಳದೆ ಪೂರ್ಣವಾಗಿ ಕ್ಲಾಸಿಕಲ್ ಆಗಿರುವಂತೆ ನೋಡಿಕೊಳ್ಳಲು ಪ್ರಯತ್ನಿಸಿದನು. ಆದರೆ ಈಗ ವಾಲ್ಟೈರ್‌ನ ನಾಟಕಗಳು ಮತ್ತು ಪದ್ಯಗಳು ತೀರಾ ಪಾಂಡಿತ್ಯಪೂರ್ಣವು ಮತ್ತು ಚಿಟ್ಟಿಡಿಸುವುವು ಆಗಿ ಕಂಡುಬಂದರೆ ಆತನ ಪ್ರಬಂಧಗಳು ಮತ್ತು ಇತಿಹಾಸ ಕೃತಿಗಳ ಗದ್ಯ ಇನ್ನು ನವೀನವಾಗಿ ತೋರುತ್ತದೆ. ವಾಲ್ಟೈರ್‌ನ ಗದ್ಯದೊಂದಿಗೆ ಮಾಂಟೆಸ್ಕ್ಯು, ಡೆಡೆರೊ ಮತ್ತು ರೂಸೋ ಅವರ ಗದ್ಯ ಹಾಗೂ ಅಬ್ಬೆಪ್ರಿವೊಸ್ಟ್‌ನ 'ಮನನ್ ಲೆಸ್ಕಾಟ್'

ಬ್ಯೂಮಾಚೈಸ್‌ನ 'ಬಾರ್ಬರ್ ಆಫ್ ಸೆವಿಲ್ಲೆ' ಮತ್ತು 'ಫಿಗರೊ' ಕೃತಿಗಳು–ಇವೆಲ್ಲ ಸೇರಿ ಹದಿನೆಂಟನೆಯ ಶತಮಾನದ ಫ್ರೆಂಚ್‌ನ ಅತ್ಯುತ್ತಮ ಗದ್ಯ ಸಾಹಿತ್ಯ ರಾಶಿ ರೂಪುಗೊಂಡಿದೆ.

ರೊಮ್ಯಾಂಟಿಕ್ ಸಾಹಿತ್ಯದ ಉಗಮ

ಹದಿನೆಂಟನೆಯ ಶತಮಾನ ಪೂರ್ಣವಾಗಿ ಕ್ಲಾಸಿಕಲ್ ಆಗಿರಲಿಲ್ಲ. ಅದು ಹೊಸ ಬಗೆಯ ರೊಮ್ಯಾಂಟಿಕ್ ಸಾಹಿತ್ಯ ಪ್ರಕಾರವನ್ನೂ ತನ್ನ ಗರ್ಭದಲ್ಲಿ ಅಂಕುರಿಸಿಕೊಂಡಿತ್ತು. ಈ ರೊಮ್ಯಾಂಟಿಕ್ ಅಥವಾ ರಮ್ಯ ಸಾಹಿತ್ಯ ಪ್ರಕಾರ ಕ್ಲಾಸಿಕಲ್ ಮಾದರಿಗಳಿಂದ ಪ್ರಭಾವಿತವಾಗದ ಮನೋವೃತ್ತಿಯನ್ನು ತೋರಿತು. ಅದು ಪ್ರಕೃತಿ ದೃಶ್ಯ, ಆದಿವಾಸಿ ಜೀವನ ಮತ್ತು ಜನಪದ ಪದ್ಧತಿಗಳಿಂದ ಪ್ರೇರಣೆಗಳನ್ನು ಪಡೆಯಿತು. ಅಂದರೆ ಚಿತ್ರಕಲೆಯಂತೆಯೇ ಸಾಹಿತ್ಯದಲ್ಲೂ ಬಹುಕಾಲದಿಂದ ಪ್ರಾಬಲ್ಯ ಹೊಂದಿದ್ದ ಪುನರುಜ್ಜೀವನದ ವಿರುದ್ಧ ಮತ್ತು ಕ್ಲಾಸಿಕಲ್ ಕಲೆಯ ಆರಾಧನೆಯ ವಿರುದ್ಧ ಈ ಪಂಥ ಹುಟ್ಟಿಕೊಂಡಿತು. ರೊಮ್ಯಾಂಟಿಕ್ ಚಳವಳಿ ಹತ್ತೊಂಬತ್ತನೆಯ ಶತಮಾನದವರೆಗೂ ಪಕ್ವವಾಗಲಿಲ್ಲ ಮತ್ತು ಎಲ್ಲ ಕಲಾ ಪ್ರಕಾರಗಳ ಮೇಲೆ ಪ್ರಭಾವ ಬೀರಲಿಲ್ಲ. ಆದರೆ ಅದರ ಬೀಜಾಂಕುರವಾದದ್ದು ಹದಿನೆಂಟನೆ ಶತಮಾನದಲ್ಲಿ ಹಾಗೂ ಈ ಶತಮಾನದಲ್ಲೇ ಕೆಲವು ಕಲೆಗಳಲ್ಲಿ ಅದು ಮೊಳಕೆಯೊಡೆಯತೊಡಗಿದ್ದು ಸ್ಪಷ್ಟವಾಗಿ ಕಂಡುಬರುತ್ತಿತ್ತು. ವಾಸ್ತುಶಿಲ್ಪ ಮತ್ತು ಶಿಲ್ಪಕಲೆ ಇದರಿಂದ ಅಬಾಧಿತವಾಗಿ ಉಳಿಯಿತು. ಆದರೆ ವಿಲ್‌ಸನ್ ಮತ್ತು ಪಿರನೆಸಿಯ ಭೂದೃಶ್ಯಗಳ ಚಿತ್ರಣದಲ್ಲಿ ಹಾಗೂ ಹದಿನೆಂಟನೆಯ ಶತಮಾನದ ಗ್ರಾಮೀಣ ಜೀವನ ಚಿತ್ರಣಗಳಲ್ಲಿ ಇದರ ಪ್ರಭಾವವಿದ್ದಿತು. ಚಿತ್ರಕಲೆಯಲ್ಲಿ ನಾವು ನೋಡಿದಂತೆ ಫ್ರೆಂಚ್‌ನ ಒಂದು ಪಂಥ ಅದರ ಬರುವಿಕೆಯನ್ನು ಮುನ್ಸೂಚಿಸಿತು. ಆದಾಗ್ಯೂ ಸಾಹಿತ್ಯದಲ್ಲಿ ವಿಶೇಷವಾಗಿ ಇಂಗ್ಲಿಷ್ ಸಾಹಿತ್ಯದಲ್ಲಿ ರೊಮ್ಯಾಂಟಿಕ್‌ವಾದ ಸದೃಢವಾದ ಬೆಳವಣಿಗೆಯನ್ನು ಕಂಡಿತು.

ಗ್ರೇಟ್ ಬ್ರಿಟನ್‌ನಲ್ಲಿ ನಿಸರ್ಗ ಸೌಂದರ್ಯದ ಬಗ್ಗೆ ರೊಮ್ಯಾಂಟಿಕ್ ಪಂಥವು ಹೊಂದಿದ್ದ ಒಲವು ಜೇಮ್ಸ್ ಥಾಮ್ಸನ್‌ನ 'ಸೀಸನ್ಸ್' (1726) ಎಂಬ ಕೃತಿಯಲ್ಲಿ ಅಭಿವ್ಯಕ್ತವಾಗಿದೆ. ಕಿರು ದೃಶ್ಯಗಳು ಮತ್ತು ಸರಳ ಭಾವಾತಿರೇಕಗಳಿಗೆ ರೊಮ್ಯಾಂಟಿಕ್ ಪಂಥಕ್ಕಿದ್ದ ಪಕ್ಷಪಾತ ಥಾಮಸ್ ಗ್ರೇನ್ ಲಾವಣಿಗಳಲ್ಲಿ ಅದರಲ್ಲೂ ಆತನ 'ಎಲಿಜಿ'ಯಲ್ಲಿ (1750) ಧ್ವನಿತವಾಗುತ್ತದೆ. ರೊಮ್ಯಾಂಟಿಕರು 'ಪ್ರಾಚೀನ' ಜನಪದ ಕಥೆಗಳ ಬಗ್ಗೆ ಹೊಂದಿದ್ದ ಅಕ್ಕರೆಗೆ ಕೆಲವು ಪ್ರಕಟಣೆಗಳು ಪ್ರೇರಣೆ ನೀಡಿದವು. ಅವುಗಳಲ್ಲಿ 1765ರಲ್ಲಿ ಥಾಮಸ್ ಪೆರ್ಸಿ ಪ್ರಕಟಿಸಿದ "ರಿಲಿಕ್ಸ್ ಆಫ್ ಏನ್ಸಿಯೆಂಟ್ ಇಂಗ್ಲಿಷ್ ಪೊಯೆಟ್ರಿ" ಮತ್ತು ಅದೇ ವರ್ಷ ಜೇಮ್ಸ್ ಮ್ಯಾಕ್‌ಫೆರ್ಸನ್ ಎಂಬ ಶಾಲಾ ಶಿಕ್ಷಕನು ಶೋಧಿಸಿ ಪ್ರಕಟಿಸಿದ 'ಒಸ್ಸಿಯನ್'ನ ಪದ್ಯಗಳು ಮುಖ್ಯವಾದವು. ಕೊನೆಯದು ಮೂರನೆಯ ಶತಮಾನದಲ್ಲಿದ್ದ ಎಂದು ಹೇಳಲಾದ ಜನಪದ ಕವಿಯ ಪದ್ಯಗಳ ಅನುವಾದಗಳ ಸಂಕಲನ.

ವಿಶೇಷವಾಗಿ 'ಒಸ್ಸಿಯನ್' ಕೃತಿ ಯೂರೋಪಿನಾದ್ಯಂತ ದೊಡ್ಡ ರೋಮಾಂಚನವನ್ನು ಉಂಟುಮಾಡಿತು. ಬಹುಬೇಗ ಹಲವಾರು ಲೇಖಕರು ತಮ್ಮ ಸ್ಫೂರ್ತಿಗಾಗಿ ನಾಗರಿಕ ಗ್ರೀಕರ ಮತ್ತು ರೋಮನ್ನರ ಶ್ರೇಷ್ಠ ಕೃತಿಗಳತ್ತ ನೋಡದೆ ಮೂಲ ನಿವಾಸಿಗಳ ಮತ್ತು ಸಾಮಾನ್ಯ ಜನರ 'ಸ್ವಾಭಾವಿಕತೆ', 'ಸರಳತೆ' ಮತ್ತು 'ಸದ್ಗುಣ'ಗಳತ್ತ ಹೊರಳಿದರು. ಇದರಿಂದಾಗಿ ಒಂದು ಬಗೆಯ ಸಾಹಿತ್ಯ ಕ್ರಾಂತಿಯೇ ಪ್ರಾರಂಭವಾದಂತಾಯಿತು.

ಸಾಂಪ್ರದಾಯಿಕ ಧರ್ಮದ ಬಗ್ಗೆ ಹೊಸ ಸಂದೇಹಗಳು

ಭಕ್ತಿಪ್ರದವಾದ, ದೇವಾಸ್ತಿತ್ವವಾದ ಮತ್ತು ನಿರೀಶ್ವರವಾದ :

ಹದಿನೇಳನೆಯ ಶತಮಾನದ ಮಧ್ಯ ಭಾಗದಿಂದ ಪಶ್ಚಿಮ ಮತ್ತು ಮಧ್ಯ ಯೂರೋಪಿನಲ್ಲಿ ಧಾರ್ಮಿಕ ಚಿಂತನೆ ಮತ್ತು ಆಚರಣೆಯಲ್ಲಿ ಹೊಸ ಬೆಳವಣಿಗೆಗಳು ಕಾಣಿಸಿಕೊಂಡವು. ಇದುವರೆಗೂ ಯೂರೋಪಿನ ಪ್ರತಿಷ್ಠಿತ ವರ್ಗಗಳು ಮತ್ತು ಜನಸಾಮಾನ್ಯರು, ಅತ್ಯಲ್ಪ ಅಪವಾದಗಳನ್ನು ಬಿಟ್ಟು, ಸಾಂಪ್ರದಾಯಿಕ ಕ್ರೈಸ್ತ ಧರ್ಮದ ನಂಬಿಕೆಗಳನ್ನು ಅನುಸರಿಸಿಕೊಂಡು ಬರುತ್ತಿದ್ದರು. ಅಂದರೆ ಜೀಸಸ್‌ನ ದೈವತ್ವ ಮತ್ತು ಆತ್ಮದ ಅಮರತ್ವ, ಬೈಬಲ್‌ನ ಪವಿತ್ರತೆ, ಪ್ರಾರ್ಥನೆಯ ಮಹಿಮೆ ಮತ್ತು ಅಲೌಕಿಕತೆಯ ನೈಜತ್ವ ಮತ್ತು ಪವಾಡ–ಇವುಗಳಲ್ಲಿ ನಂಬಿಕೆ ಇರಿಸಿಕೊಂಡಿದ್ದರು. ಲೂಥರ್ ಮತ್ತು ಕ್ಯಾಲ್ವಿನ್ನರ ಅನಂತರದ ಶತಮಾನದಲ್ಲಿ ಚರ್ಚ್, ಧರ್ಮಾಧಿಕಾರಿಗಳು ಮತ್ತು ಮತ ಸಂಸ್ಕಾರಗಳಿಗೆ ಸಂಬಂಧಿಸಿದಂತೆ ಕ್ಯಾಥೋಲಿಕರು ಮತ್ತು ಪ್ರಾಟೆಸ್ಟೆಂಟರ ವಿವಿಧ ಪಂಥಗಳ ನಡುವೆ ಭಿನ್ನಾಭಿಪ್ರಾಯಗಳು ತಲೆದೋರಿದವು. ನಿರ್ದಿಷ್ಟ ತತ್ವಗಳಿಗೆ ಸಂಬಂಧಿಸಿದಂತೆ ಒತ್ತಾಯ ತರುವುದರಲ್ಲಿ ಪ್ರಾಟೆಸ್ಟೆಂಟ್ ಚರ್ಚ್‌ಗಳು ಮತ್ತು ಪಂಥಗಳು ಕ್ಯಾಥೊಲಿಕ್ ಚರ್ಚ್‌ಗಳ ಮೇಲೆ ಮೇಲುಗೈ ಸಾಧಿಸಿದವು.

ಈಗ, ತತ್ವ ಬೋಧನೆಗಳನ್ನು ಹಿನ್ನೆಲೆಗೆ ಸರಿಸುವ ಇಲ್ಲವೇ ಕ್ರೈಸ್ತಧರ್ಮದ ತಳಹದಿಯನ್ನೇ ಪ್ರಶ್ನಿಸುವ ಪ್ರವೃತ್ತಿಗಳು ಕಾಣಿಸಿಕೊಂಡವು. ಇದಕ್ಕೆ ಭಾಗಶಃ ಹದಿನಾರನೇ ಶತಮಾನದ ಧಾರ್ಮಿಕ ಕ್ಷೋಭೆಯಿಂದ ಹುಟ್ಟಿಕೊಂಡ ಧರ್ಮವಿವಾದಗಳು

ಮತ್ತು ಪಂಥಾಂಧಕರಣೆ ಕಾರಣವೆಂದೂ ಭಾಗಶಃ ಹದಿನೇಳು ಮತ್ತು ಹದಿನೆಂಟನೆ ಶತಮಾನಗಳಲ್ಲಿ ಧಾರ್ಮಿಕ ಕ್ಷೇತ್ರ ವೈಜ್ಞಾನಿಕ ಮತ್ತು ತತ್ವಶಾಸ್ತ್ರೀಯ ಜ್ಞಾನೋದಯದಿಂದ ಪ್ರಭಾವಿತಗೊಂಡದ್ದು ಕಾರಣವೆಂದು ಹೇಳಬಹುದು.

ಭಕ್ತಿ ಪರತೆ (Pietism)

ಹೊಸ ಧಾರ್ಮಿಕ ಬೆಳವಣಿಗೆಗಳಲ್ಲಿ ಒಂದೆಂದರೆ ಭಕ್ತಿಪರತೆ. ಇದು ಪ್ರಾಟಿಸ್ಟೆಂಟ್ ದೇಶಗಳಲ್ಲಿ ಮುಖ್ಯವಾಗಿ ಕಂಡುಬಂದಿತು. ಇದರ ಮೇಲೆ 'ಜ್ಞಾನೋದಯ' ತತ್ವದ ಪರಿಣಾಮ ಕಡಿಮೆ ಇದ್ದು ಅಂತರ್ ಪಂಥೀಯ ಸಂಘರ್ಷಕ್ಕೆ ವಿರುದ್ಧವಾದ ಪ್ರತಿಕ್ರಿಯೆಯ ರೂಪದಲ್ಲಿ ಇದು ಬೆಳೆದು ಬಂದಿರುವಂತೆ ಕಾಣುತ್ತದೆ. ಕ್ರೈಸ್ತರು ತತ್ವಭೇದಗಳ ಬಗ್ಗೆ ವಾದಿಸುವುದನ್ನು ಕೈಬಿಟ್ಟು ಉದಾತ್ತ ಭಾವನೆಗಳಿಂದ ತೃಪ್ತರಾಗಬೇಕು ಹಾಗೂ ಕ್ರೈಸ್ತನಿಗೆ ಅನುಗುಣವಾದ ಜೀವನವನ್ನು ನಡೆಸಲು ಪ್ರಾಮಾಣಿಕವಾಗಿ ಪ್ರಯತ್ನಿಸಬೇಕು ಮತ್ತು ಅವರು ಕ್ರೈಸ್ತಧರ್ಮದ ನಿಜವಾದ ಅಂತರ್ಮುಖತೆಯನ್ನು ಅರಿಯಬೇಕು ಮತ್ತು ಪ್ರಪಂಚದ ಎದುರು ಉತ್ತಮವಾಗಿ ಬಾಳಬೇಕು ಎಂಬುದು ಈ ಪಂಥದವರ ಧ್ಯೇಯವಾಗಿದ್ದಿತು.

ಈ ಭಕ್ತಿಪರತೆ ಪಂಥದ ಪ್ರಮುಖ ಶಿಷ್ಯನೆಂದರೆ ಜರ್ಮನಿಯ ಫಿಲಿಪ್ ಸ್ಪೆನ್ಸರ್. ಅವನು 1675ರಲ್ಲಿ 'ಹಾರ್ಟ್‌ಫೆಲ್ಟ್ ಲಾಂಗಿಂಗ್ಸ್ ಫಾರ್ ಎ ರಿಫಾರ್ಮ್ ಆಫ್ ದ ಟ್ರು ಎವಾಂಜೆಲಿಕಲ್ ಚರ್ಚ್ ವಿಚ್ ವಿಲ್ ಬಿ ಪ್ಲೀಸಿಂಗ್ ಟು ಗಾಡ್' ಎಂಬ ಗ್ರಂಥವನ್ನು ರಚಿಸಿ ಪ್ರಕಟಿಸಿದ.

ದೈವಾಸ್ತಿತ್ವವಾದ (Deism)

ಪ್ರಚಲಿತ ಕ್ರೈಸ್ತಧರ್ಮದ ಸಂಶಯ ದೃಷ್ಟಿ ಇಂಗ್ಲೆಂಡಿನಲ್ಲಿ ಹುಟ್ಟಿಕೊಂಡಿತು. ಸಾಂಪ್ರದಾಯಿಕ ಕ್ರೈಸ್ತ ಧರ್ಮದ ಸ್ಥಾನದಲ್ಲಿ 'ಸ್ವಾಭಾವಿಕ ಧರ್ಮ'ವನ್ನು ತರಬೇಕೆಂದು ಹಲವರು ಈ ಹೊಸ ಪಂಥಕ್ಕೆ ದೈವಾಸ್ತಿತ್ವವಾದ (ಡೀಯಿಸಂ) ಎಂದು ಹೆಸರಿಟ್ಟರು. ಈ ತತ್ವದ ಪ್ರಕಾರ ದೇವರು ಸ್ವಾಭಾವಿಕ ನಿಯಮವನ್ನು ಕೊಟ್ಟವನು, ವಿವೇಚನೆಯನ್ನು ದಯಪಾಲಿಸಿದವನು ಮತ್ತು ಪ್ರಗತಿಗೆ ಪ್ರೇರಕ ಶಕ್ತಿಯಾದವನು. ಆದಿಯಲ್ಲಿ ಈ ದೇವರು ಪ್ರಪಂಚವನ್ನು ಸೃಷ್ಟಿಸಿದ. ಆದರೆ ತರುವಾಯ ಈ ಭೌತಿಕ ವಿಶ್ವದ ಮೇಲುಗೈಯಿಂದಾಗಿ ಅವನು ಅಸಹಾಯಕ ಒಡೆಯನಾಗಿ ಉಳಿದ. ಅವನು ಮನುಷ್ಯರು ಮತ್ತು ನಕ್ಷತ್ರಗಳಿಗಾಗಿ ನಿಯಮಿಸಿದ ಸ್ವಾಭಾವಿಕ ನಿಯಮಗಳಿಂದ ಅವನೇ ನಿರ್ಬಂಧಿತನಾಗಿ ಪವಾಡಗಳನ್ನು ಮಾಡಲಾಗಲಿ ಪ್ರಾರ್ಥನೆಗಳಿಗೆ ಗಮನಕೊಡಲಾಗಲಿ ಅಸಮರ್ಥನಾಗಿದ್ದಾನೆ.

ಈ ದೈವಾಸ್ತಿತ್ವವಾದವು ಇಂಗ್ಲೆಂಡಿನಿಂದ ಫ್ರಾನ್ಸಿಗೆ ಹರಡಿತು, ಅನಂತರ ಯೂರೋಪಿನಲ್ಲೆಲ್ಲ ಪ್ರಚುರವಾಯಿತು. ಅದರ ಪ್ರಮುಖ ಫ್ರೆಂಚ್ ಪ್ರತಿಪಾದಕ ಪೀರ್ರೆ ಬೇಲೆ. ಹೂಗನೆಟ್ ಧರ್ಮಾಧಿಕಾರಿಯ ಮಗನಾದ ಅವನು ಕ್ಯಾಥೋಲಿಕ್ ಪಂಥಕ್ಕೆ ಪರಿವರ್ತಿತನಾಗಿ ಮರಳಿ ಪಾಟಿಸ್ಟೆಂಟ್ ಪಂಥಕ್ಕೆ ಬಂದವನು. ತರುವಾಯ ಕ್ರೈಸ್ತಧರ್ಮದ ಎಲ್ಲ ಪಂಥಗಳ ಬಗ್ಗೆಯೂ ಸಂಶಯಗ್ರಸ್ಥನಾದ ಅವನು ನೆದರ್‌ಲ್ಯಾಂಡ್‌ನಲ್ಲಿ ನೆಲಸಿ 1697ರಲ್ಲಿ 'ಎ ಕ್ರಿಟಿಕಲ್ ಅಂಡ್ ಹಿಸ್ಟಾರಿಕಲ್ ಡಿಕ್ಷನರಿ' ಎಂಬ ನಿಘಂಟನ್ನು ಪ್ರಕಟಿಸಿದ. ಇದು ಆಧುನಿಕ ಧಾರ್ಮಿಕ ಸಂದೇಹವಾದದ ಬೆಳವಣಿಗೆಗೆ ಮೈಲಿಗಲ್ಲಾಗಿ ಪರಿಣಮಿಸಿತು.

ವಾಲ್ಟೇರ್

ವಾಲ್ಟೇರ್

ತತ್ವಜ್ಞಾನಿ ಬೇಲೆಯ ವಾದಗಳು ಮತ್ತು ವಿಧಾನಗಳನ್ನು ವಾಲ್ಟೇರ್ ಬಳಸಿಕೊಂಡನು. ವಾಸ್ತವವಾಗಿ ಹದಿನೆಂಟನೆಯ ಶತಮಾನದ ಚಿಂತನೆಯ ಭಾಗವಾದ ಸಂದೇಹವಾದ ಮತ್ತು ದೈವಾಸ್ತಿತ್ವವಾದಗಳಿಗೆ ಮೂರ್ತಸ್ವರೂಪ ನೀಡಿದವನು ವಾಲ್ಟೇರ್. ಎರಾಸ್ಮಸ್‌ನು ಮಾನವತಾ ಯುಗದಲ್ಲಿದ್ದಂತೆ ಜ್ಞಾನೋದಯ ಕಾಲದಲ್ಲಿ ವಾಲ್ಟೇರನು ಯೂರೋಪಿನ ಸಾಹಿತ್ಯಕ ಮಧ್ಯಸ್ಥಗಾರನಾಗಿದ್ದನು.

ಫ್ರಾಂಕೋಯಿಸ್ ಅರೋಯಿಲ್ ಅಥವಾ ತನ್ನನ್ನು ತಾನೇ ಕರೆದುಕೊಂಡಂತೆ ಫ್ರಾಂಕೊಯಿಸ್ ವಾಲ್ಟೇರ್ (1694–1778) ಅದ್ಭುತ ಬರಹಗಾರನಾಗಿದ್ದನು. ಅವನು ಬಾಲಕನಾಗಿದ್ದಾಗಲೆ ಪದ್ಯಗಳನ್ನು ರಚಿಸುವಷ್ಟು ಜಾಣನಾಗಿದ್ದು ತನ್ನ ಬುದ್ಧಿವಂತಿಕೆಯ ಬಗ್ಗೆ ಅಭಿಮಾನವಿಟ್ಟುಕೊಂಡಿದ್ದನು. ಆದರೆ ವ್ಯವಹಾರಿಕ ದೃಷ್ಟಿಹೊಂದಿದ್ದ ತಂದೆ ಮಗನು ರಚಿಸಿದ ಪದ್ಯಗಳನ್ನು ಮೆಚ್ಚುವ ಅಭಿರುಚಿಯವನಾಗಿರಲಿಲ್ಲ. ವಾಲ್ಟೇರನು ತಾನು ಕಾನೂನು ಶಿಕ್ಷಣ ಪಡೆಯುತ್ತಿದ್ದಾಗ ಬರೆದ ಪದ್ಯಗಳೇ

ಹೆಚ್ಚು. ಆದರೆ ಫ್ರಾಂಕೊಯಿಸ್‌ನಿಗೆ ತನ್ನದೇ ಆದ ಬುದ್ಧಿಮತ್ತೆ ಇದ್ದಿತು. ಅವನು ಉಲ್ಲಾಸಪ್ರಿಯ ಸಮಾಜಕ್ಕೆ ತನ್ನ ಬುದ್ಧಿವಂತಿಕೆಯ ಪರಿಚಯ ಮಾಡಿಕೊಡಲು ಬಯಸಿದನು. ಅವನು ಮಂತ್ರಿಗಳ ನ್ಯೂನ್ಯತೆಗಳನ್ನು ಮತ್ತು ಫ್ರಾನ್ಸ್‌ನ ರಾಜಕುಮಾರ ರೀಜೆಂಟ್‌ನ ಅವಿವೇಕತನವನ್ನು ಕುರಿತು ಪದ್ಯಗಳನ್ನು ರಚಿಸಿದನು. ರೀಜೆಂಟನು ವಾಲ್ಟೇರ್‌ನನ್ನು ಒಂದು ವರ್ಷಕಾಲ ಬ್ಯಾಸ್ಟಿಲ್ ಸೆರೆಮನೆಯಲ್ಲಿ ಬಂಧಿಸಿಡುವ ಮೂಲಕ ತನ್ನ ಪ್ರತೀಕಾರ ತೋರಿದನು. ಅವನ ಬರವಣಿಗೆಯಿಂದ ಅಪಮಾನಕ್ಕೊಳಗಾದ ನೋಬೆಲ್ಲನೊಬ್ಬನು ಅವನನ್ನು ಥಳಿಸಿದ್ದಲ್ಲದೆ ಬ್ಯಾಸ್ಟಿಲ್ ಜೈಲಿಗೆ ಕಳುಹಿಸಿದನು. ತರುವಾಯ ಅವನು ಇಂಗ್ಲೆಂಡಿಗೆ ಮೂರು ವರ್ಷಗಳ ಕಾಲ ಗಡೀಪಾರು ಮಾಡಲ್ಪಟ್ಟನು. ಅಲ್ಲಿ ಅವನಿಗೆ ಇಂಗ್ಲಿಷ್ ವಿಜ್ಞಾನಿಗಳ ಮತ್ತು ತತ್ವಜ್ಞಾನಿಗಳ ಒಡನಾಟ ದೊರೆಯಿತು. ಅಲ್ಲಿ ಅವರ ದೈವಾಸ್ತಿತ್ವವಾದವನ್ನು ಮನನ ಮಾಡಿಕೊಂಡನು.

ವಾಲ್ಟೇರನು ಫ್ರಾನ್ಸ್‌ಗೆ ಹಿಂದಿರುಗಿದ ಮೇಲೆ ಕೆಲವು ವರ್ಷಗಳ ತರುವಾಯ ದುರಂತ ಕೃತಿಗಳು, ಹಾಸ್ಯ ಕೃತಿಗಳು, ಐತಿಹಾಸಿಕ ಬರವಣಿಗೆಗಳು ಮತ್ತು ಪತ್ರಗಳನ್ನು ರಚಿಸುವ ಮೂಲಕ ಸಾಹಿತ್ಯದ ಹೊನಲನ್ನೇ ಹರಿಸಿ ತನ್ನ ಕಾಲದ ಅತ್ಯಂತ ಮೇಧಾವಿ ಮತ್ತು ಯಶಸ್ವಿ ಬರಹಗಾರನೆನಿಸಿದನು. ಅವನು ಬರೆದುದರಲ್ಲಿ ಹೆಚ್ಚಿನದು ಸಾಹಿತ್ಯಿಕ ಮೌಲ್ಯದಲ್ಲಿ ಅಷ್ಟಕಷ್ಟೆ. ಅವನು ರಚಿಸಿದ "ನೂರು ಸಂಪುಟಗಳನ್ನು" ಇಂದು ಓದುವವರೇ ವಿರಳ, ಅವನು ಹೆಚ್ಚಿನ ಹೆಮ್ಮೆಪಡುತ್ತಿದ್ದ ಅವನ ನಾಟಕಗಳು ಇಂದಿನ ವಾಚಕರಿಗೆ ಬೇಸರ ತರಿಸುತ್ತವೆ. ಆದರೆ ಅವನ ಪತ್ರಗಳು, ಪ್ರಬಂಧಗಳು, ನಿಸ್ಸಂದೇಹವಾಗಿಯೂ ಜಾಣತನ, ವಿವೇಕ ಮತ್ತು ಘನತೆಯಿಂದ ಕೂಡಿದ ಬರವಣಿಗೆಗಳಾಗಿದ್ದವು. ಅವು ಜ್ಞಾನೋದಯ ಕಾಲದ ಸತ್ವವನ್ನು ಹೊಂದಿದ್ದು ಜನರಲ್ಲಿ ಸ್ಫೂರ್ತಿ ತುಂಬಿದವು. ಆತನ ಕಾಲದಲ್ಲಿ ಅವು ಜನಪ್ರಿಯವಾದದ್ದಲ್ಲದೆ ಜನರ ಮೇಲೆ ಅವು ಪ್ರಭಾವ ಬೀರಿದವು.

ನಿರೀಶ್ವರವಾದ (Atheism)

ಕೆಲವು ವಿಶ್ವಜ್ಞಾನಿಗಳು (ವಿಶ್ವಕೋಶದ ಸಂಪಾದಕರು ಮತ್ತು ಲೇಖಕರನ್ನು ಹಾಗೆ ಕರೆಯಲಾಗುತ್ತಿತ್ತು) ಧರ್ಮದ ಬಗ್ಗೆ ವಾಲ್ಟೇರ್‌ಗಿಂತ ಹೆಚ್ಚು ವಿಮರ್ಶಕರಾಗಿದ್ದರು. ಕ್ರೈಸ್ತ ಧರ್ಮವನ್ನು ಟೀಕಿಸುವ ಭರದಲ್ಲಿ ಕೆಲವರು ದೈವಾಸ್ತಿತ್ವವಾದಕ್ಕೆ ನಿಲ್ಲದೆ ನಿರೀಶ್ವರವಾದವನ್ನು ಸಮರ್ಥಿಸುವವರೆಗೂ ಮುಂದುವರಿದರು. ಇವರಲ್ಲಿ ಹಾಲ್‌ಬಾಚನು (Holbach) ಪ್ರಮುಖನಾದವನು. ಅವನು ಜರ್ಮನಿಯ ಮೂಲದವನು. ಬಹುಬೇಗ ಶ್ರೀಮಂತನಾದ ಮತ್ತು ಸಾಮಾಜಿಕವಾಗಿ ಪ್ರಭಾವಶಾಲಿ ಸ್ಥಾನಕ್ಕೇರಿದ ಆತನ ತಂದೆ ಅವನನ್ನು ಎಳೆಯ ಪ್ರಾಯದಲ್ಲೇ ಪ್ಯಾರಿಸ್‌ಗೆ ಕರೆದುಕೊಂಡು ಬಂದನು. ಅವನ ಮನೆಗೆ ತತ್ವಶಾಸ್ತ್ರಜ್ಞರು ಬಂದುಹೋಗುತ್ತಿದ್ದರು. ಅವರಿಗೆ ದುಬಾರಿ ದ್ರಾಕ್ಷರಸವನ್ನು ಮತ್ತು ತಿನಿಸುಗಳನ್ನು ಕೊಟ್ಟು ಉಪಚರಿಸುವುದರಲ್ಲಿ ಆತನ ತಂದೆ ಉತ್ಸಾಹ ತೋರಿಸುತ್ತಿದ್ದನಲ್ಲದೆ ಅದನ್ನು ಭರಿಸಲು ಸಾಕಷ್ಟು ಆದಾಯವನ್ನು ಹೊಂದಿದ್ದನು. ಅವರಿಂದ ಆತಿಥ್ಯ ಪಡೆದವರಲ್ಲಿ ಸಂಪಾದಕರುಗಳಾದ ಡಿಡೆರೋ ಮತ್ತು ಅಲೆಂಬರ್ಟ್; ಧುರೀಣ ಟುರ್ಗಾಟ್, ವಿಜ್ಞಾನಿ ಬಫೋನ್, ಇತಿಹಾಸಕಾರ ಹ್ಯೂಮ್, ನಟ ಗ್ಯಾರಿಕ್, ಕಾದಂಬರಿಕಾರ ಸ್ಟೆರ್ನೆ, ಸೇರಿದಂತೆ ಪ್ರಸಿದ್ಧ ಬುದ್ಧಿಜೀವಿಗಳು ಮತ್ತು ಕ್ರಾಂತಿಕಾರಿ ಒಲವುಳ್ಳವರೂ ಆಗಿದ್ದ ಫ್ರೆಂಚರು, ಆಂಗ್ಲರು ಮತ್ತು ಜರ್ಮನ್ನರು ಸೇರಿದ್ದರು.

ಹಾಲ್‌ಬಾಚ್

ಹಾಲ್‌ಬ್ಯಾಚನು ಸ್ವತಃ ವಿಶ್ವಕೋಶಕ್ಕೆ ಹಲವಾರು ಲೇಖನಗಳನ್ನು ಬರೆದನು. ಅವನು ಧಾರ್ಮಿಕ ಭಾವನೆಗಳ ವಿರುದ್ಧವಾಗಿ ಬರೆಯುವುದರಲ್ಲಿ ತನ್ನ ಅತಿಥಿಗಳು ಮತ್ತು ಸಹೋದ್ಯೋಗಿಗಳನ್ನು ಮೀರಿಸಿದನು. ಅವನು ತನ್ನ 'ಕ್ರಿಶ್ಚಿಯಾನಿಟಿ ಅನ್‌ವೀಲ್ಡ್' (1767) ಎಂಬ ಕೃತಿಯಲ್ಲಿ ಕ್ರೈಸ್ತ ಧರ್ಮವನ್ನು ಮಾತ್ರವಲ್ಲದೆ, ಧರ್ಮವೇ ಮಾನವನ ಕೆಡುಕುಗಳಿಗೆ ಕಾರಣವೆಂದು ಪ್ರತಿಪಾದಿಸಿದನು. ಅವನು ಡಿಡೆರೊನ ಸಹಭಾಗಿತ್ವದೊಂದಿಗೆ ರಚಿಸಿದ 'ಸಿಸ್ಟಮ್ ಆಫ್ ನೇಚರ್' (1770) ಕೃತಿಯಲ್ಲಿ ದೇವರೂ ಇಲ್ಲ, ಪ್ರಕೃತಿ ದೇವರೂ ಇಲ್ಲ, ವಿಶ್ವ ಸಹಜ ಚಲನೆಯಲ್ಲಿರುವ ಒಂದು ವಸ್ತು, ಮನುಷ್ಯ ಆತ್ಮ ಎಂದು ಕರೆಯುವುದು ದೇಹಾಂತ್ಯದೊಂದಿಗೇ ನಾಶವಾಗುತ್ತದೆ, ಸ್ವಸುಖವೇ ಮನುಕುಲದ ಗುರಿ, ಧರ್ಮ ವಿಧಿಸಿರುವ ನಿರ್ಬಂಧಗಳ ಸ್ಥಾನದಲ್ಲಿ ಪ್ರಬುದ್ಧ ಸ್ವಹಿತವನ್ನು ಸಾಧಿಸುವ ಶಿಕ್ಷಣ ಬರಬೇಕು ಎಂದು ಪ್ರತಿಪಾದಿಸಲಾಯಿತು.

ಹಾಲ್‌ಬ್ಯಾಚನ ಬರವಣಿಗೆಗಳು ರೋಮಾಂಚನವನ್ನು ಉಂಟುಮಾಡಿದವು. ಅವು ಕ್ರೈಸ್ತರನ್ನಲ್ಲದೆ ದೈವಾಸ್ತಿತ್ವವಾದಿಗಳನ್ನು ಕಂಗೆಡಿಸಿದವು. ಫ್ರೆಡ್ರಿಕ್ ಮಹಾಶಯ ಮತ್ತು ವಾಲ್ಟೇರ್‌ನನ್ನು ಒಳಗೊಂಡಂತೆ ಕ್ಯಾಥೊಲಿಕ್ ಪುರೋಹಿತರು ಮತ್ತು

ಪ್ರಾಟಿಸ್ಟೆಂಟ್ ಬೋಧಕರು, ಹಾಲ್‌ಬ್ಯಾಚನ ಈ ಸಿದ್ಧಾಂತವನ್ನು ಅಲ್ಲಗಳೆದರು. ಆದಾಗ್ಯೂ ಹಾಲ್‌ಬ್ಯಾಚನು ಅನೇಕರನ್ನು ತನ್ನ ಪಂಥಕ್ಕೆ ಪರಿವರ್ತಿಸುವಲ್ಲಿ ಸಫಲನಾದನು. ಇದರಿಂದಾಗಿ ಹದಿನೆಂಟನೆಯ ಶತಮಾನದ ಕೊನೆಯ ವೇಳೆಗೆ ದೈವಾಸ್ತಿತ್ವವಾದವು ಕ್ರೈಸ್ತಧರ್ಮದೊಂದಿಗೆ ಸಂಘರ್ಷಿಸುತ್ತಿದ್ದಾಗಲೇ ನಿರೀಶ್ವರವಾದವು ದೈವಾಸ್ತಿತ್ವವಾದವನ್ನು ಪ್ರಶ್ನಿಸುವ ಪಂಥವಾಗಿ ಹೊರಹೊಮ್ಮಿತು.

ಧಾರ್ಮಿಕ ಸಹಿಷ್ಣುತೆಯ ವೃದ್ಧಿ

ಹದಿನೇಳು ಮತ್ತು ಹದಿನೆಂಟನೆಯ ಶತಮಾನದಲ್ಲಿ ಹುಟ್ಟಿಕೊಂಡ ಹೊಸ ಧಾರ್ಮಿಕ ಬೆಳವಣಿಗೆಗಳಿಂದಾಗಿ ಧಾರ್ಮಿಕ ಸಹಿಷ್ಣುತೆ ಹೆಚ್ಚಿತು. ಯಾವುದೇ ಧಾರ್ಮಿಕ ಮುಖ್ಯಸ್ಥರು ಅಥವಾ ರಾಜಕೀಯ ನಾಯಕರುಗಳು ಜನರನ್ನು ನಿರ್ದಿಷ್ಟ ಪಂಥ ಅಥವಾ ಚರ್ಚ್‌ಗೆ ನಿಷ್ಠೆ ತೋರಿಸಬೇಕೆಂದು ಒತ್ತಾಯ ತರಲು ಪ್ರಯತ್ನಿಸಬಹುದಾದುದನ್ನು ನಿವಾರಿಸಲು ಹಾಗೂ ದೈವ ಸಿದ್ಧಾಂತದ ಬಗ್ಗೆ ಉಂಟಾದ ಭಿನ್ನಾಭಿಪ್ರಾಯಗಳನ್ನು ಕಡಿಮೆ ಮಾಡಲು, ಪುರೋಹಿತರು ಧರ್ಮವು ಬಾಹ್ಯ ಆಚರಣೆಗಿಂತ ಆಂತರಿಕ ಭಾವನೆಗೆ ಸಂಬಂಧಿಸಿದ್ದೆಂದು ಹಾಗೂ ಅದು ಚರ್ಚ್ ಅಥವಾ ರಾಜ್ಯಕ್ಕೆ ಸಂಬಂಧಪಟ್ಟ ವಿಷಯವಾಗದೆ ವ್ಯಕ್ತಿಯ ಆತ್ಮಸಾಕ್ಷಿಗೆ ಸಂಬಂಧಪಟ್ಟದ್ದೆಂದು ಪ್ರತಿಪಾದಿಸಿದರು. ಇನ್ನೊಂದೆಡೆ ದೈವಾಸ್ತಿತ್ವವಾದಿಗಳು ಅಲೌಕಿಕ ಧರ್ಮದ ಎಲ್ಲ ರೂಪಗಳು ಹೆಚ್ಚು ಕಮ್ಮಿ ಮೂಢನಂಬಿಕೆಗೆ ಒಳಗಾಗಿವೆ ಎಂದು ಮತ್ತು ತಾವು ಪ್ರತಿಪಾದಿಸುತ್ತಿರುವ 'ಸ್ವಾಭಾವಿಕ ಧರ್ಮ'ವು ಜನಸ್ತೋಮದ ಮನ್ನಣೆಗೊಳಗಾಗಿಲ್ಲವೆಂದೂ ಮನಗಂಡರು. ಆದ್ದರಿಂದ ಅವರು 'ಜ್ಞಾನೋದಯ'ದ ಸ್ಫೂರ್ತಿಗೆ ವಿರುದ್ಧವಾಗಿ ಮತ್ತು 'ಮೂಢನಂಬಿಕೆ'ಯ ಪರವಾಗಿ ರಾಜ್ಯವು ಕೈಗೊಳ್ಳಬಹುದಾದ ಯಾವುದೇ ಕ್ರಮವನ್ನು ಪುರಸ್ಕರಿಸುವ ಸ್ಥಿತಿಯಲ್ಲಿರಲಿಲ್ಲ. ಇದರಿಂದಾಗಿ ಸಹಜವಾಗಿಯೇ ದೈವಾಸ್ತಿತ್ವವಾದಿಗಳು ಮತ್ತು ಪುರೋಹಿತರಿಬ್ಬರೂ ಧಾರ್ಮಿಕ ಅಸಹಿಷ್ಣುತೆಯನ್ನು ವಿರೋಧಿಸುವಲ್ಲಿ ಒಂದಾದರು.

ಹದಿನೆಂಟನೆಯ ಶತಮಾನದಲ್ಲಿ ಜ್ಞಾನೋದಯಿ ಯಹೂದಿ ಮತ್ತು ಕ್ರೈಸ್ತ ತತ್ವಶಾಸ್ತ್ರಜ್ಞರಿದ್ದರು. ಇವರಲ್ಲಿ ಪ್ರಮುಖನೆಂದರೆ ಜರ್ಮನ್ ಪಟ್ಟಣವಾದ ಡೆಸ್ಸುನಲ್ಲಿ ಜನಿಸಿದ ಮೋಸೆಸ್ ಮೆಂಡೆಲ್ ಸೊಹನ್ ಎಂಬುವವನು. ಅವನು ಜನರಲ್ಲಿ ವಿಜ್ಞಾನ ಮತ್ತು ವಿಚಾರದ ಬಗ್ಗೆ ಅರಿವು ಮೂಡಿಸಿದನು. ಅವನು ವಾಸ್ತವವಾದಿಯಾಗಿ ಸವಿಯಾದ ಮಾತಿನಲ್ಲಿ ಜೂಡಾಯಿ ಪಂಥವು ಅನೇಕ ನಿಜ ಧರ್ಮಗಳಲ್ಲಿ ಒಂದು ಮತ್ತು ಪ್ರತಿಯೊಂದು ಧರ್ಮವನ್ನು ವ್ಯಕ್ತಿಯ ನಡತೆಯ ಮೇಲೆ ಅದು ಬೀರುವ ಪರಿಣಾಮದ ದೃಷ್ಟಿಯಿಂದ ಚಿಕಿತ್ಸಕವಾಗಿ ನೋಡಬೇಕು ಎಂದು ವಾದಿಸಿದ. ಅವನು ತನ್ನ ಸಹ ಯಹೂದಿಗಳಿಗೆ ನೀವು ನಿಮ್ಮ ಧಾರ್ಮಿಕ ನಂಬಿಕೆ ಮತ್ತು ಉನ್ನತ ನೈತಿಕ ಮಟ್ಟಗಳನ್ನು ಕಾಯ್ದುಕೊಳ್ಳುವುದರೊಂದಿಗೆ ನಿಮ್ಮ ಸುತ್ತಲ ಪ್ರಪಂಚದ ಬಗ್ಗೆ ತಿಳಿಯಿರಿ ಹಾಗೂ ನಿಮ್ಮ ಕುಲಸಂಬಂಧಿ ವಲಯಕ್ಕೆ ಸೀಮಿತವಾಗದೆ, ಜೆರೊಸಲೆಮ್‌ಗಾಗಿ ಕೊರಗದೆ ನೀವು ವಾಸಿಸುತ್ತಿರುವ ದೇಶಗಳ ಸತ್ಪ್ರಜೆಗಳಾಗಲು ಪ್ರಯತ್ನಿಸಿ ಎಂದು ಒತ್ತಾಯಿಸಿದನು.

ಸಾಮಾಜಿಕ ವಿಜ್ಞಾನ ಮತ್ತು ರಾಜಕೀಯ ಚಿಂತನೆ

ಹದಿನೇಳು ಮತ್ತು ಹದಿನೆಂಟನೆಯ ಶತಮಾನಗಳಲ್ಲಿ ಹುಟ್ಟಿಕೊಂಡ ಸ್ವಾಭಾವಿಕ ವಿಜ್ಞಾನದ ಪರಿಜ್ಞಾನವು ಸ್ವಾಭಾವಿಕ ನಿಯಮ ಕುರಿತ ಹೊಸ ತತ್ವಶಾಸ್ತ್ರದ ಉದಯಕ್ಕೆ ಕಾರಣವಾಯಿತು. ಪ್ರತಿಯಾಗಿ ಇದು ಅಲೌಕಿಕ ಧರ್ಮಕ್ಕೆ ಸಂಬಂಧಿಸಿದಂತೆ ವಿಚಾರವಾದಿ ಸಂದೇಹವಾದ ಬೆಳೆಯುವಂತೆ ಮಾಡಿತು. ಆದರೆ ಬುದ್ಧಿಜೀವಿಗಳು ದೇವರ ಬಗ್ಗೆ ಹೆಚ್ಚು ಸಂದೇಹವಾದಿಗಳಾದಂತೆಲ್ಲ ಅವರು ಮನುಷ್ಯನ ಬಗ್ಗೆ ಸಿದ್ಧಾಂತವಾದಿಗಳಾದುದು ತೀರ ಸಹಜವಾಗಿದ್ದಿತು. ಅವರು ದೇವರ ವಾಸ್ತವತೆಯ ಬಗ್ಗೆ ಅನಿಶ್ಚಿತರಾಗುತ್ತಿದ್ದಂತೆಲ್ಲ ಅವರು ಮನುಷ್ಯನು ಒಂದು ನಕ್ಷತ್ರದಷ್ಟೆ ಅಥವಾ ಒಂದು ಮೊಲದಷ್ಟೆ ವಾಸ್ತವ ವ್ಯಕ್ತಿಯಾಗಿದ್ದು ಅವನು ಸ್ವಾಭಾವಿಕ ನಿಯಮಕ್ಕೆ ಬದ್ಧನಾಗಿದ್ದಾನೆ ಎಂಬ ನಿಶ್ಚಿತಾಭಿಪ್ರಾಯಕ್ಕೆ ಬಂದರು. ಆದುದರಿಂದ ಈ ಯುಗವು ದೈವ ಸಿದ್ಧಾಂತವನ್ನು ನಿರ್ಲಕ್ಷಿತಗೊಂಡಿದ್ದನ್ನು ಹಾಗೂ ಮನುಷ್ಯನ ಬಗ್ಗೆ ವಿಚಾರಪೂರ್ಣ ಅಧ್ಯಯನದ ಮೂಲಕ ಸಾಮಾಜಿಕ ವಿಜ್ಞಾನ ಬೆಳೆದದ್ದನ್ನು ಕಂಡಿತು.

ಸಾಮಾಜಿಕ ವಿಜ್ಞಾನವು ಸ್ವಾಭಾವಿಕ ವಿಜ್ಞಾನದೊಂದಿಗೆ ಸಮಾನಾಂತರವಾಗಿ ಅಭಿವೃದ್ಧಿಗೊಂಡಿತು. ಇವೆರಡು ಧಾರ್ಮಿಕ ಪೂರ್ವಾಗ್ರಹವಿಲ್ಲದೆ ವಿಶ್ವವನ್ನು ಹೊಸ ದೃಷ್ಟಿಯಿಂದ ಮತ್ತು ವ್ಯಾಪಕ ಕುತೂಹಲ ಮತ್ತು ವಿಮರ್ಶೆಯ ಕಣ್ಣುಗಳಲ್ಲಿ ನೋಡತೊಡಗಿದವು. ಇವೆರಡೂ ಜ್ಞಾನೋದಯದ ಅಂಗಗಳೇ.

ಇತಿಹಾಸ

ಮಾನವನ ಗತಕಾಲದ ಜ್ಞಾನ ಅಂದರೆ 'ಇತಿಹಾಸ' ಸಾಮಾಜಿಕ ವಿಜ್ಞಾನದ ಮೂಲಭೂತವಾದ ಮತ್ತು ಮುಖ್ಯವಾದ ಭಾಗವಾಗಿರುವಂತೆ ತೋರುತ್ತದೆ. ಹದಿನೇಳು ಮತ್ತು ಹದಿನೆಂಟನೆಯ ಶತಮಾನಗಳಲ್ಲಿ ಇತಿಹಾಸವನ್ನು ವಿಮರ್ಶಾತ್ಮಕ

ಪಾಂಡಿತ್ಯದ ದೃಷ್ಟಿಯಿಂದ ಬರೆಯತೊಡಗಿದ್ದು ಸಾಮಾಜಿಕ ವಿಜ್ಞಾನದ ಅಭಿವೃದ್ಧಿಯಲ್ಲಿ ಬಹು ಗಮನಾರ್ಹವಾದ ಹಂತವಾಯಿತು. ಇತಿಹಾಸ ಪವಾಡಗಳನ್ನು ಕಳಚಿಕೊಂಡು "ಸ್ವಾಭಾವಿಕವಾಗಿದ್ದು ಅದು ಗತಕಾಲದ ಕಥೆಯನ್ನು ವಸ್ತುನಿಷ್ಠವಾಗಿ ನಿರೂಪಿಸಬೇಕಾದರೆ ಅದು ವಿಶ್ವಾಸಾರ್ಹ ದಾಖಲೆ"ಗಳನ್ನು ಅವಲಂಬಿಸಿರಬೇಕೆಂಬ ಭಾವನೆ ಬೆಳೆಯಿತು.

ವಿಕೋ ಎಂಬ ಇಟಾಲಿಯನ್ ಪ್ರಾಧ್ಯಾಪಕನು ಕಥಾನಕ ಇತಿಹಾಸ ರಚನೆಯಲ್ಲಿ ಹೊಸ ವಿಮರ್ಶಾತ್ಮಕ ದೃಷ್ಟಿಯನ್ನು ರೂಢಿಸಿದನು. ಅವನು ಗ್ರೀಕ್ ಮತ್ತು ರೋಮನ್ ಪ್ರಾಚೀನ ಇತಿಹಾಸದ ಆಕರಗಳನ್ನು ಮೊದಲ ಬಾರಿಗೆ ವಿಮರ್ಶಾತ್ಮಕ ಅಧ್ಯಯನಕ್ಕೆ ಒಳಪಡಿಸಿ ಅವುಗಳಲ್ಲಿನ ಅನೇಕ ವಿವರಗಳು ವಿಶ್ವಾಸಾರ್ಹವಾದವಲ್ಲ ಎಂದು ಪ್ರತಿಪಾದಿಸಿದನು. ಅವನು ಹಾಗೆಯೇ ರಾಜಕೀಯ ಸಂಸ್ಥೆಗಳು ಮತ್ತು ಕಲಾಕೃತಿಗಳು ಬದಲಾದ ಪರಿಸರ ಹಾಗೂ ಸನ್ನಿವೇಶಗಳ ಉತ್ಪನ್ನಗಳೆಂದು ವಿವರಿಸಿದನು. ವಿಕೋನ ಅಭಿಪ್ರಾಯವನ್ನು ಫ್ರೆಂಚ್ ರಾಜಕೀಯ ತತ್ವಜ್ಞಾನಿ ಮಾಂಟೆಸ್ಕ್ಯೂ ಅಳವಡಿಸಿಕೊಂಡನು. ಅವನು

ವಿಕೋ

ತನ್ನ "ಸ್ಪಿರಿಟ್ ಆಫ್ ದ ಲಾಸ್" ಎಂಬ ಕೃತಿಯಲ್ಲಿ ರಾಜಕೀಯ ವಿಚಾರಗಳು ಮತ್ತು ಪದ್ಧತಿಗಳು ಐತಿಹಾಸಿಕ ವಿಕಾಸದಿಂದ ರೂಪುಗೊಂಡಿದ್ದನ್ನು ಗುರುತಿಸಿದನು. ಅವನು ಅವು ಭಿನ್ನ ಪರಿಸರಗಳು ಮತ್ತು ನಿರ್ದಿಷ್ಟವಾಗಿ ಭಿನ್ನ ವಾಯುಗುಣಗಳಿಂದ ಪ್ರಭಾವಿತಗೊಂಡಿರುವುದನ್ನು ಸಹ ಕಂಡನು.

ಹೊಸ ಇತಿಹಾಸ ಅಧ್ಯಯನದ ಪ್ರವೃತ್ತಿಗಳನ್ನು ಹೆರ್ಡರನು ಶ್ಲಾಘಿಸಿ ಪ್ರೋತ್ಸಾಹಿಸಿದನು. ಅವನು ವೈಜ್ಞಾನಿಕ ಇತಿಹಾಸಕಾರನಲ್ಲ. ಆದರೆ ಅವನು ತನ್ನ "ಐಡಿಯಾಸ್ ಆನ್ ದ ಫಿಲಾಸೊಫಿ ಆಫ್ ಹಿಸ್ಟರಿ" ಎಂಬ ಕೃತಿಯಲ್ಲಿ "ಹೊಸ ಇತಿಹಾಸ" ರಚನೆಯ ಗುರಿ ಮತ್ತು ವಿಧಾನವನ್ನು ಸೂಚಿಸಿದ್ದಾನೆ. ಇತಿಹಾಸವು ಮಾನವನು ಕಾಲ ಮತ್ತು ಪ್ರದೇಶಗಳಿಂದ ಮಾರ್ಪಾಡಾಗಿ ತೋರಿಸುವ ಸಾಮರ್ಥ್ಯಗಳು, ಕ್ರಿಯೆಗಳು ಮತ್ತು ಪ್ರವೃತ್ತಿಗಳ ದಾಖಲೆ ಎಂದು ಹೇಳಿದ್ದಾನೆ. ಅದು ಮಾನವ ಜನಾಂಗವು ಆದಿಕಾಲದಿಂದ ಇಂದಿನವರೆಗೂ ವಿಕಾಸಗೊಂಡ ಬಗೆಯನ್ನು ವಿವರಿಸುವ ತಳಿಶಾಸ್ತ್ರ ಕೂಡ ಎಂಬುದು ಅವನ ವಿಚಾರವಾಗಿತ್ತು. ಅದು ಪ್ರಪಂಚದ ನಾಗರಿಕತೆಗೆ ವಿವಿಧ ಪಂಗಡಗಳು ಮತ್ತು ರಾಷ್ಟ್ರೀಯ ಸಮುದಾಯಗಳು ನೀಡಿದ ಕೊಡುಗೆಗಳನ್ನು ಅಧ್ಯಯನ ಮಾಡುವ ರಾಷ್ಟ್ರೀಯ ಅಧ್ಯಯನವೂ ಹೌದು. ಅದು ರಾಜಕೀಯ ಮತ್ತು ಯುದ್ಧದ ಕಡೆ ಅಷ್ಟಾಗಿ ಗಮನ ಕೊಡದೆ ಸಮಾಜ, ಕಲೆ ಹಾಗೂ ಚಿಂತನೆಗಳನ್ನು ಕುರಿತ ಸಾಂಸ್ಕೃತಿಕ ಅಧ್ಯಯನವಾಗಿರಬೇಕು. ಎಲ್ಲಕ್ಕೂ ಮಿಗಿಲಾಗಿ, ಅದು ಮಾನವತಾ ದೃಷ್ಟಿ ಹೊಂದಿದ್ದು ಮಾನವ ಸ್ವಭಾವವನ್ನು ಅರಿಯುವುದನ್ನು ಮತ್ತು ಮೆಚ್ಚುವುದನ್ನು ಪ್ರವರ್ತಿಸಬೇಕು. ಆದ್ದರಿಂದ ಮಾನವಶಾಸ್ತ್ರ, ಪುರಾತತ್ವಶಾಸ್ತ್ರ, ಭಾಷಾಶಾಸ್ತ್ರ ಮತು ತೌಲನಿಕ ಧರ್ಮಾಧ್ಯಯನ-ಇವುಗಳನ್ನು ಬೆಳೆಸುವ ಮೂಲಕ ಸಾಮಾಜಿಕ ವಿಜ್ಞಾನಕ್ಕೆ ಹೊಸ ಆಯಾಮಗಳನ್ನು ಕಲ್ಪಿಸಬೇಕು. ಹೀಗೆ ಹೆರ್ಡರನು ಸಾಮಾಜಿಕ ವಿಜ್ಞಾನದ ಅಭಿವೃದ್ಧಿಗೆ ಹಾಕಿಕೊಟ್ಟ ವ್ಯಾಪ್ತಿಯು ಅವನ ಕಾಲಕ್ಕಷ್ಟೇ ಅಲ್ಲದೆ ನಮ್ಮ ಕಾಲಕ್ಕೂ ಅನ್ವಯಿಸುವಂಥಾದ್ದಾಗಿದೆ. ಜ್ಞಾನೋದಯ ಕಾಲವು ಉಚ್ಛ್ರಾಯ ಸ್ಥಿತಿಯಲ್ಲಿದ್ದ ಹದಿನೆಂಟನೆಯ ಶತಮಾನದಲ್ಲಿ ಇತಿಹಾಸ ಬರವಣಿಗೆಯಲ್ಲಿ ಬಹು ಭಾಗವು ಸಮಕಾಲೀನ ತತ್ವಗಳಾಗಿದ್ದ ಸಂದೇಹವಾದ, ವಿಚಾರವಾದ ಮತ್ತು ದೈವಾಸ್ತಿತ್ವವಾದ (ಅಥವಾ ನಿರೀಶ್ವರವಾದ)-ಇವುಗಳನ್ನು ಪ್ರತಿಫಲಿಸುತ್ತಿದ್ದವು.

ಹೆರ್ಡರ್

ರಾಜಕೀಯ ವಿಜ್ಞಾನ

ಯೂರೋಪಿನ ರಾಜಕೀಯ ಕ್ಷೇತ್ರದಲ್ಲೂ "ಜ್ಞಾನೋದಯ"ದ ಸ್ಫೂರ್ತಿ ಅಭಿವೃದ್ಧಿಗೊಂಡಿತು. ವಿವಿಧ ದೇಶಗಳಲ್ಲಿ ಆದ ಕ್ರಾಂತಿಕಾರಿ ಬದಲಾವಣೆಗಳು ರಾಜಕೀಯ ತತ್ವಶಾಸ್ತ್ರದಲ್ಲಿ ಹೊಸ ಸಿದ್ಧಾಂತಗಳು ರೂಪುಗೊಳ್ಳಲು ಕಾರಣವಾದವು. ಬ್ರಿಟಿಷ್ ಕ್ರಾಂತಿಗಳು ಕಂಡ ಯಶಸ್ಸಿನಿಂದಾಗಿ ಇಂಗ್ಲಿಷ್ ರಾಜಕೀಯ ತತ್ವಶಾಸ್ತ್ರವು ಇಡೀ ಯೂರೋಪಿನ ಅದರಲ್ಲೂ ಫ್ರಾನ್ಸಿನ ರಾಜಕೀಯ ಚರ್ಚೆಗೆ ಹೆಚ್ಚಿನ ಗ್ರಾಸ ಒದಗಿಸಿತು.

ಹಾಬ್ಸ್ : ಈ ಕಾಲದ ಪ್ರಮುಖ ರಾಜಕೀಯ ಚಿಂತಕನೆಂದರೆ ಆಂಗ್ಲ ಲೌಕಿಕವಾದಿಯಾದ ಹಾಬ್ಸ್, ಅವನು ತನ್ನ ಪ್ರಸಿದ್ಧ ಕೃತಿ 'ಲೀವಿಯಥನ್'ನಲ್ಲಿ (1651) ಬೈಬಲ್ ಮತ್ತು ಯಾವುದೇ ಅಲೌಕಿಕ ಧರ್ಮವನ್ನು ಕುರಿತು ಸಂದೇಹ

ವ್ಯಕ್ತಪಡಿಸಿದ್ದಾನೆ ಮತ್ತು ನಿರಂಕುಶ ಪ್ರಭುತ್ವವನ್ನು ಅದು ಮಾನವ ಸ್ವಭಾವದೊಂದಿಗೆ ಹೆಚ್ಚು ಪರಿಣಾಮಕಾರಿಯಾಗಿ ವ್ಯವಹರಿಸಬಹುದೆಂಬ ಕಾರಣಕ್ಕಾಗಿ ಸಮರ್ಥಿಸಿದ್ದಾನೆ. ಹಾಬ್ಸ್‌ನ ಪ್ರಕಾರ ಮನುಷ್ಯನು ಸ್ವಭಾವತಃ ಅಸಾಮಾಜಿಕ ಪ್ರಾಣಿ ಮತ್ತು ಸ್ವಾರ್ಥಪರ ಹಾಗೂ ಪ್ರವೃತ್ತಿಯಿಂದ ಇತರ ಪ್ರತಿಯೊಬ್ಬ ಮನುಷ್ಯನನ್ನು ದ್ವೇಷಿಸುವವನು. ಆದರೆ ಇತರರೊಂದಿಗಿನ ವೈರತ್ವವನ್ನು ನಿಬಾಯಿಸಲು ಹಾಗೂ ಶಾಂತಿಯಿಂದ ತನ್ನ ಸ್ವಾರ್ಥಪರ ಗುರಿಗಳನ್ನು ಸಾಧಿಸಲು ಅವನು ರಾಜನೊಂದಿಗೆ ಸ್ವಾಭಾವಿಕವಾಗಿಯೇ ಒಂದು "ಸಾಮಾಜಿಕ ಒಪ್ಪಂದಕ್ಕೆ" ಬಂದನು. ಇದರಿಂದಾಗಿ ಧರ್ಮ ಮತ್ತು ಆತ್ಮಸಾಕ್ಷಿಯೂ ಒಳಗೊಂಡಂತೆ ಎಲ್ಲ ವಿಷಯಗಳ ಬಗ್ಗೆಯೂ ಪರಮಾಧಿಕಾರವನ್ನು ಹೊಂದಿದ ನಿರಂಕುಶ ರಾಜಕೀಯ ರಾಜ್ಯವ್ಯವಸ್ಥೆ ಸ್ಥಾಪನೆಯಾಯಿತು. ಒಂದು ಬಾರಿ ಮಾಡಿಕೊಂಡ ಅಂತಹ ಸಾಮಾಜಿಕ ಒಪ್ಪಂದವು ಸದಾ ಬದ್ಧವಾಗಿರತಕ್ಕದ್ದು; ಅದನ್ನು ಮುರಿಯುವುದೆಂದರೆ ಅಂತರ್ಯುದ್ಧ, ಅನಾಗರಿಕತೆ ಮತ್ತು ಅರಾಜಕತೆಗಳ ಮೇಲೆ ಇರುವ ನಿರ್ಬಂಧವನ್ನೇ ತೆಗೆದಂತಾಗುತ್ತದೆ.

ಹಾಬ್ಸ್‌ನು ಈ ರಾಜಕೀಯ ತತ್ವಶಾಸ್ತ್ರವನ್ನು ಪ್ಯೂರಿಟನ್ ಸುಧಾರಣಾ ಚಳವಳಿಯ ವಿರುದ್ಧವಾಗಿ, ಒಂದನೆಯ ಚಾರ್ಲ್ಸ್ ರಾಜನ ಹತ್ಯೆಯ ವಿರುದ್ಧವಾಗಿ ಮತ್ತು ಇಂಗ್ಲೆಂಡಿನಲ್ಲಿ ನಡೆಯುತ್ತಿದ್ದ ಅಂತರ್ಯುದ್ಧದ ವಿರುದ್ಧವಾಗಿ ಪ್ರತಿಪಾದಿಸಿದ್ದನು. ತನ್ನ ತಕ್ಷಣದ ಉದ್ದೇಶಗಳ ದೃಷ್ಟಿಯಿಂದ ನೋಡಿದಾಗ ಈ ಸಿದ್ಧಾಂತ ವಿಫಲವಾಯಿತು. ಆಗಿನ ಪಾರ್ಲಿಮೆಂಟರಿ ಪಕ್ಷಕ್ಕಾಗಲಿ ಅಥವಾ ಕ್ರಾಮ್‌ವೆಲ್ಲನಿಗಾಗಲಿ ಈ ಅತಿ ರಾಜವಾದಿ ತತ್ವ ಹಿಡಿಸುವಂತಿರಲಿಲ್ಲ. ಆಂಗ್ಲಿಕನ್ನರನ್ನಾಗಲಿ ಅಥವಾ ಭಿನ್ನ ಪಂಥೀಯರನ್ನಾಗಲಿ ಆಕರ್ಷಿಸಲಾರದಷ್ಟು ಅದು ಅಧಾರ್ಮಿಕವಾಗಿದ್ದಿತು. ಆದಾಗ್ಯೂ ಪರೋಕ್ಷವಾಗಿ ಅದು ತುಂಬಾ ಪ್ರಭಾವಶಾಲಿಯಾಗಿದ್ದಿತು. ಅದು ಬಲಿಷ್ಠವಾದ ಮತ್ತು ಅಧಿಕಾರ ಪ್ರಧಾನವಾದ ರಾಜ್ಯ ರಚನೆಯ ಬಗ್ಗೆ ಪ್ರತಿಪಾದಿಸಿತ್ತು. ಅದು ಸರ್ಕಾರದ ಬಗ್ಗೆ ತರ್ಕಬದ್ಧವಾದ ಸಿದ್ಧಾಂತವನ್ನು ಮುಂದಿಟ್ಟಿತು. ಅದರಿಂದಾಗಿ ಅದು ಧರ್ಮ ರಾಜ್ಯಕ್ಕೆ ಅಧೀನವಾಗಿರಬೇಕೆಂಬ ವಿಚಾರ ಬಲಗೊಳ್ಳಲು ನೆರವಾಯಿತು. ಅದು "ಸಾಮಾಜಿಕ ಒಪ್ಪಂದದ" ಬಗೆಗಿನ ಚರ್ಚೆಯನ್ನು ಜೀವಂತಗೊಳಿಸಿದ್ದಲ್ಲದೆ ಅದರ ಬಗ್ಗೆ ಆಸಕ್ತಿ ಕೆರಳುವಂತೆ ಮಾಡಿತು.

"ಸಾಮಾಜಿಕ ಒಪ್ಪಂದ"ವು ಇಂಗ್ಲೆಂಡಿನ ಪಾರ್ಲಿಮೆಂಟರಿ ವ್ಯವಸ್ಥೆಯ ಪರವಾದ ಮತ್ತು ಸುಧಾರಣಾವಾದದ ಪರವಾಗಿದ್ದ ಕೆಲವರಿಗೆ ಪ್ರಿಯವಾಯಿತು. ತೀವ್ರ ಸುಧಾರಣಾವಾದಿಯು ಮತ್ತು "ಲೆವೆಲರ್ಸ್" ಎಂದು ಕರೆದುಕೊಳ್ಳುತ್ತಿದ್ದ ಗುಂಪಿನ ನಾಯಕನೂ ಆಗಿದ್ದ ಜಾನ್ ಲಿಲ್‌ಬುರ್ನೆಯು ಮನುಷ್ಯರು ಸ್ವಭಾವತಃ ಸ್ವತಂತ್ರರು ಮತ್ತು ಸಮಾನರೂ ಆಗಿದ್ದಾರೆ; ಅವರು ತಮ್ಮ ಸ್ವಾಭಾವಿಕ ಹಕ್ಕುಗಳಾದ ಸ್ವಾತಂತ್ರ್ಯ ಮತ್ತು ಸಮಾನತೆಗಳನ್ನು ರಕ್ಷಿಸುವ ಸಲುವಾಗಿ ಸಾಮಾಜಿಕ ಒಪ್ಪಂದದ ಮೂಲಕ ಸರ್ಕಾರವನ್ನು ಸೃಷ್ಟಿಸಿಕೊಂಡಿದ್ದಾರೆ; ಈ ಹಕ್ಕುಗಳಿಗೆ ಭಂಗವುಂಟಾದಾಗ ಅವರು ತಮ್ಮ ಒಪ್ಪಂದವನ್ನು ಪರಿಷ್ಕರಿಸಿ ಹೊಸ ಸರ್ಕಾರವನ್ನು ಸೃಷ್ಟಿಸಬಲ್ಲರು ಎಂದು ಪ್ರತಿಪಾದಿಸಿದ. ಜಾನ್ ಮಿಲ್ಟನ್ನನು ತನ್ನ ಭವ್ಯ ಗದ್ಯದಲ್ಲಿ ಅಸಂಖ್ಯಾತ ಕರಪತ್ರಗಳನ್ನು ಹೊರಡಿಸಿ ಹಂಚುವ ಮೂಲಕ ಈ ಸಿದ್ಧಾಂತವನ್ನು ತನ್ನ ದೃಷ್ಟಿಯಲ್ಲಿ ವಿವರಿಸಿದ. ಅವನ ಪ್ರಕಾರ ಸ್ವಾತಂತ್ರ್ಯವು ಸ್ವಾಭಾವಿಕ ಮನುಷ್ಯನ ಚಿಹ್ನೆ ಮತ್ತು ಅದು ಸಮಾಜ ಮತ್ತು ರಾಜ್ಯದ ನಿಜವಾದ ಗುರಿ. ಸ್ವಯಮಾಡಳಿತ ಸರ್ಕಾರವು ಸ್ವಾತಂತ್ರ್ಯದ ಭರವಸೆ ನೀಡಿದೆ; ರಾಜ್ಯವು ತನ್ನ ಪ್ರಜೆಗಳಿಗೆ ಪೂಜಾ ಸ್ವಾತಂತ್ರ್ಯ, ವಾಕ್ ಸ್ವಾತಂತ್ರ್ಯ, ವಿವಾಹ ಮತ್ತು ವಿಚ್ಛೇದನ ಸ್ವಾತಂತ್ರ್ಯ ಹಾಗೂ ಪೂರ್ವ ಪದ್ಧತಿಯಿಂದ ಸ್ವಾತಂತ್ರ್ಯವನ್ನು ನೀಡಬೇಕು. ತನ್ನ ಪ್ರಸಿದ್ಧ 'ಏರೋಪಗಿಟಿಕ' ಕೃತಿಯಲ್ಲಿ ಮಿಲ್ಟನ್ನನು ಪತ್ರಿಕಾ ನಿರ್ಬಂಧವನ್ನು ರದ್ದುಪಡಿಸುವಂತೆ ಕೋರಿದ.

ಜಾನ್‌ಲಾಕ್

ತಕ್ಷಣದ ಪ್ರಭಾವ ಬೀರಿದ್ದ ಚಿಂತಕನೆಂದರೆ ಜಾನ್‌ಲಾಕ್. ಅವನು ನಿರಂಕುಶ ರಾಜ ಎರಡನೆಯ ಜೇಮ್ಸ್‌ನನ್ನು ಪದಚ್ಯುತಗೊಳಿಸಿದ 1689ರ ಕ್ರಾಂತಿಗೆ ಸಮರ್ಥನೆಯನ್ನು ಒದಗಿಸಿದ. ಅವನ ವಾದ ಈ ಮುಂದಿನಂತಿತ್ತು. ಎಲ್ಲ ಜನರು ಜೀವನ, ಸ್ವಾತಂತ್ರ್ಯ ಮತ್ತು ಆಸ್ತಿಯ ಸ್ವಾಭಾವಿಕ ಹಕ್ಕುಗಳನ್ನು ಹೊಂದಿದ್ದಾರೆ; ಈ ಹಕ್ಕುಗಳ ರಕ್ಷಣೆಗಾಗಿ ಜನರು ಸರ್ಕಾರಗಳನ್ನು ಸೃಷ್ಟಿಸಿದರು; ಸರ್ಕಾರ ಈ ಕಾರ್ಯದಲ್ಲಿ ವಿಫಲವಾದರೆ ಜನರು ಅವರ ಅಷ್ಟೇ ಸ್ವಾಭಾವಿಕ ಹಕ್ಕಾದ ಕ್ರಾಂತಿಗೆ ಕೈಹಾಕಬಹುದು ಅಂದರೆ ಸರ್ಕಾರವನ್ನು ಪದಚ್ಯುತಗೊಳಿಸಬಹುದು. ಬೇರೆ ಮಾತಿನಲ್ಲಿ ಹೇಳುವುದಾದರೆ ಜನರೇ ನಿಜವಾದ ಸಾರ್ವಭೌಮರು, ಸಿಂಹಾಸನದ ಹಿಂದಿನ ನಿಜವಾದ ಶಕ್ತಿ. ಜನತಾ ಸಾರ್ವಾಭೌಮತ್ವದ ಬಗ್ಗೆ ಲಾಕ್ ಪ್ರತಿಪಾದಿಸಿದಷ್ಟು ಸಮರ್ಥವಾಗಿ ಕೇಂದ್ರೀಯ ಸಿದ್ಧಾಂತವನ್ನು ಈ ಹಿಂದೆ ಯಾರೂ ಪ್ರತಿಪಾದಿಸಿರಲಿಲ್ಲ. ಅವನ ಎರಡು ತತ್ವಗಳು ಬಹುಮುಖ್ಯವಾದವು. ಮೊದಲನೆಯದು ಜನತೆಯೆಂದರೆ ಕೇವಲ ಸಮಾನ ಹಕ್ಕುಗಳುಳ್ಳ

ಜಾನ್‌ಲಾಕ್

ವ್ಯಕ್ತಿಗಳ ಸಮೂಹ; ರಾಜಕೀಯ ತೀರ್ಮಾನಗಳು ವ್ಯಕ್ತಿಗಳ ಬಹುಮತದ ತೀರ್ಮಾನಗಳನ್ನು ಆಧರಿಸಿರಬೇಕು. ಎರಡನೆಯದು ವ್ಯಕ್ತಿ ಸ್ವಾತಂತ್ರ್ಯವನ್ನು ರಕ್ಷಿಸುವುದು ಸರ್ಕಾರದ ಉದ್ದೇಶವಾದ್ದರಿಂದ ಸರ್ಕಾರವು ತನ್ನ ಪ್ರಜೆಗಳ ಧಾರ್ಮಿಕ ನಂಬಿಕೆಗಳಲ್ಲಿ ಮಧ್ಯೆ ಪ್ರವೇಶಿಸಬಾರದು. ಹದಿನೆಂಟನೆಯ ಶತಮಾನದ ಫ್ರೆಂಚ್ ರಾಜಕೀಯ ಬರಹಗಾರರು ಲಾಕ್‌ನ ಬರವಣಿಗೆಗಳಿಂದ ಪ್ರಭಾವಿತರಾದರು ಮತ್ತು ತಮ್ಮ ದೇಶ ಹಾಗೂ ಆತನ ದೇಶದ ಸರ್ಕಾರಗಳ ನಡುವಿರುವ ವೈದೃಶ್ಯಗಳಿಂದ ಚಕಿತರಾದರು. ಇಂಗ್ಲೆಂಡ್‌ಗೆ 'ಸಂವಿಧಾನ'ವಿದ್ದಿತು, ಆದರೆ ಫ್ರಾನ್ಸ್‌ಗೆ ಇರಲಿಲ್ಲ. ಇಂಗ್ಲೆಂಡ್‌ನ ರಾಜ ಪರಿಮಿತ ಅಧಿಕಾರಗಳನ್ನು ಹೊಂದಿದ್ದರೆ ಫ್ರಾನ್ಸ್‌ನ ರಾಜ ನಿರಂಕುಶನಾಗಿದ್ದನು. ಇಂಗ್ಲೆಂಡ್‌ನಲ್ಲಿ ಪಾರ್ಲಿಮೆಂಟ್ ಶಕ್ತಿಶಾಲಿಯಾಗಿದ್ದು ವ್ಯಕ್ತಿ ಸ್ವಾತಂತ್ರ್ಯವನ್ನು ಗೌರವಿಸಲಾಗುತ್ತಿದ್ದಿತ್ತು; ಆದರೆ ಫ್ರಾನ್ಸ್‌ನಲ್ಲಿ ಸರ್ಕಾರದ ವ್ಯವಹಾರಗಳಲ್ಲಿ ಜನರು ಪರಿಣಾಮಕಾರಿಯಾಗಿ ಭಾಗವಹಿಸುವಂತಿರಲಿಲ್ಲ ಮತ್ತು ವ್ಯಕ್ತಿ ಸ್ವಾತಂತ್ರ್ಯಕ್ಕೂ ರಕ್ಷಣೆ ಇರಲಿಲ್ಲ. ಆ ಕಾಲದ ಬಹುತೇಕ ಫ್ರೆಂಚ್ ಬುದ್ಧಿಜೀವಿಗಳು ತಮ್ಮ ನೆರೆಯ ದ್ವೀಪ ದೇಶದಲ್ಲಿದ್ದ ಸಂವಿಧಾನ, ಸ್ವಾತಂತ್ರ್ಯ ಮತ್ತು ರಾಜಕೀಯ ತತ್ವ ಚಿಂತನೆಗಳಿಂದ ಅಸೂಯಾಪರರಾದರು.

ಮಾಂಟೆಸ್ಕ್ಯೂ

ಫ್ರಾನ್ಸ್‌ನಲ್ಲಿದ್ದ ಆ ಕಾಲದ ಚಿಂತಕರಲ್ಲೆಲ್ಲ ಮಾಂಟಿಸ್ ಅಥವಾ ಮಾಂಟೆಸ್ಕ್ಯೂ ಮಹಾ ಮೇಧಾವಿ. ಅವನು ಒಬ್ಬ ವಕೀಲ ಮತ್ತು ಗಣ್ಯ; ಸ್ವಾಭಾವಿಕ ವಿಜ್ಞಾನದ ವಿದ್ಯಾರ್ಥಿ, ಮತ್ತು ಐಸಾಕ್ ನ್ಯೂಟನ್ ಹಾಗೂ ಜಾನ್ ಲಾಕ್‌ರ ಅಭಿಮಾನಿ. ಅವನು ತನ್ನ "ಪರ್ಷಿಯನ್ ಲೆಟರ್ಸ್" ಎಂಬ ಕೃತಿಯಲ್ಲಿ ಮತ್ತು ವಿಶೇಷವಾಗಿ ಅವನ 'ದ ಸ್ಪಿರಿಟ್ ಆಫ್ ದ ಲಾಸ್ (1748)' ಎಂಬ ಅವನ ಅಮೋಘವಾದ ಕೃತಿಯಲ್ಲಿ ಅವನೊಬ್ಬ ಸೋಪಜ್ಞತೆ ಇರುವ ಲೇಖಕ ಮತ್ತು ಮೇದಾವಿಯಾದ ರಾಜಕೀಯ ವಿಜ್ಞಾನಿ ಎಂಬುದನ್ನು ಸಾಬೀತುಪಡಿಸಿದ್ದಾನೆ. ಅವನು ತನ್ನ ಬಹುತೇಕ ಸಮಕಾಲೀನ ಚಿಂತಕರಂತಲ್ಲದೆ ಬೇರೆಯಾಗಿ ಆಲೋಚಿಸಿದನು. ಅವನು ರಾಜಕೀಯ ವಿಜ್ಞಾನವು ಊಹಾತ್ಮಕ ಸ್ವಾಭಾವಿಕ ಸ್ಥಿತಿಯನ್ನಾಗಲಿ ಅಥವಾ ಕಾಲ್ಪನಿಕ ಸಾಮಾಜಿಕ ಒಪ್ಪಂದವನ್ನಾಗಲಿ ಅವಲಂಬಿಸಬಾರದು ಎಂದು ತಿಳಿಸಿದನು. ಅವನು ಅದರ ಬದಲು ಇತಿಹಾಸದ ವಿಮರ್ಶಾತ್ಮಕ ಅಧ್ಯಯನದ ಮೂಲಕ ಎಲ್ಲ ರಾಷ್ಟ್ರಗಳಿಗೂ ಒಪ್ಪುವಂತಹ ಯಾವುದೇ ಒಂದು ಪರಿಪೂರ್ಣ ಪದ್ಧತಿಯ ಸರ್ಕಾರ ರಚಿಸುವುದು ಸಾಧ್ಯವಿಲ್ಲ ಎಂದು ಹೇಳಿದನು. ರಾಜಕೀಯ ಸಂಸ್ಥೆಗಳು ಮತ್ತು ನಿಯಮಗಳು ಅತಿ ಸಂಕೀರ್ಣವಾಗಿದ್ದು ಅವು ಯಶಸ್ವಿಯಾಗಬೇಕಾದರೆ ನಿರ್ದಿಷ್ಟ ಪರಿಸರ ಮತ್ತು ಜನತೆಯ ವೈಶಿಷ್ಟ್ಯಗಳಿಗೆ ಹೊಂದುವಂತಿರಬೇಕು ಎಂದು ಅವನು ಪ್ರತಿಪಾದಿಸಿದನು. ಅವನು ಬ್ರಿಟಿಷ್ ಸಂವಿಧಾನವು ಇಂಗ್ಲಿಷ್ ಜನತೆಗೆ ವಿಶೇಷವಾಗಿ ಹೊಂದುವಂತಹದೆಂದು ಹೇಳಿ ಅದರ ಬಗ್ಗೆ ನಿಖರವಲ್ಲದಿದ್ದರೂ ಹೊಗಳಿಕೆಯ ವಿವರಣೆಯನ್ನು ನೀಡಿದ್ದಾನೆ. ಅವನಿಗೆ ಈ ಪದ್ಧತಿಯಲ್ಲಿರುವ ತಡೆ ಮತ್ತು ತೋಲನಗಳು ಮತ್ತು ಕಾರ್ಯಾಂಗ, ಶಾಸಕಾಂಗ ಮತ್ತು ನ್ಯಾಯಾಂಗದ ನಡುವಿನ ಅಧಿಕಾರಗಳ ಪ್ರತ್ಯೇಕತೆ ತುಂಬಾ ಮೆಚ್ಚುಗೆಯಾದಂತಹ ಲಕ್ಷಣಗಳಾಗಿದ್ದವು.

ಮಾಂಟೆಸ್ಕ್ಯೂ

ರೂಸೊ

ಫ್ರಾನ್ಸ್‌ನ ಇನ್ನೊಬ್ಬ ಕ್ರಾಂತಿಕಾರಿ ಚಿಂತಕನೆಂದರೆ ಜೀನ್ ಜಾಕ್ವಸ್ ರೂಸೊ. ರೂಸೊ ಅವ್ಯವಸ್ಥೆಯ ವ್ಯಕ್ತಿ. ಅವನು ಏನಾಗಬಾರದಿತ್ತೊ ಅದೆಲ್ಲ ಆಗಿದ್ದ. ಅವನು ಕಾಲಾಳಾಗಿ, ಸೇವಕನಾಗಿ, ಶಿಕ್ಷಕನಾಗಿ, ಕಾರ್ಯದರ್ಶಿಯಾಗಿ, ಸಂಗೀತ ಪ್ರತಿಕಾರನಾಗಿ, ಲೇಸ್ ತಯಾರಕನಾಗಿ ವಿಫಲನಾಗಿದ್ದನು. ಅವನು ಜಿನೀವಾ, ಟುರಿನ್, ಪ್ಯಾರಿಸ್, ವಿಯೆನ್ನ ಮತ್ತು ಲಂಡನ್‌ಗಳಲ್ಲಿ ಅಲೆದಾಡಿದನು. ಅವನ ಅನೈತಿಕತೆ ಭಯಂಕರವಾದುದು. ಅವನು ತನ್ನ ಮಕ್ಕಳನ್ನು ಅನಾಥಾಲಯದಲ್ಲಿ ಬಿಟ್ಟಿದ್ದನು. ಅವನು ಅಪ್ರಾಮಾಣಿಕ, ಅತೃಪ್ತ ಮತ್ತು ತನ್ನ ಜೀವಿತದ ಕೊನೆಯ ವರ್ಷಗಳಲ್ಲಿ ಉನ್ಮಾದಿಯಾಗಿದ್ದನು.

ಆದರೂ ತನ್ನ ಸ್ವಂತ ಜೀವನವನ್ನು ವ್ಯವಸ್ಥೆಗೊಳಿಸಲು ತಿಳಿಯದ ಈ ವ್ಯಕ್ತಿ ಇತರರ ಜೀವನದ ಮೇಲೆ ಅಗಾಧ ಪ್ರಭಾವ ಬೀರಿದ. ಅವನ ಜೀವನ ಕ್ಷುದ್ರವಾಗಿದ್ದರೂ ಅವನು ಜನಪ್ರಿಯವಾದ ತುಡಿತಗಳನ್ನು ಹೊಂದಿರದೆ ಇರಲಿಲ್ಲ. ಇತರ ಅನೇಕರು ಪ್ರಕೃತಿಯನ್ನು ಅಧ್ಯಯನ ಮಾಡುವ ಕಾಲದಲ್ಲಿ ಅವನು ಪ್ರಕೃತಿಯನ್ನು ಪ್ರೀತಿಸುತ್ತಿದ್ದನು.

ರೂಸೊ

ರೂಸೊ "ಸ್ವಾಭಾವಿಕ ಮನುಷ್ಯ"ನಲ್ಲಿ ಆಸಕ್ತಿ ಹೊಂದಿದ್ದನು. ಅವನಿಗೆ ಮನುಷ್ಯನು ಹಾಬ್ಸ್‌ಗೆ ಕಂಡಂತೆ ಅಪಾಯಕಾರಿ, ಸ್ವಾರ್ಥಪರ ಪ್ರಾಣಿಯಾಗಿ ಕಾಣಲಿಲ್ಲ; ಅದರ ಬದಲು ವಿಶ್ವಾಸಾರ್ಹ ಮತ್ತು ಸದ್ಗುಣಿಯಾಗಿದ್ದು ನಿಜವಾದ "ಗಣ್ಯ ಅನಾಗರಿಕ"ನಾಗಿದ್ದ. ರೂಸೊ ಉತ್ತರ ಅಮೆರಿಕದ ಇಂಡಿಯನ್ನರ ಬಗ್ಗೆಯಾಗಲಿ ಅಥವಾ ದಕ್ಷಿಣ ಸಮುದ್ರದ ದ್ವೀಪವಾಸಿಗಳ ಬಗ್ಗೆಯಾಗಲಿ ವೈಯಕ್ತಿಕ ಅನುಭವ ಹೊಂದಿದವನಲ್ಲ. ಆದರೆ ಅವನು ನಾಗರಿಕ ಜನಪದಗಳ ಪೂರ್ವಿಕರಾದ ಅಂತಹ "ಸ್ವಾಭಾವಿಕ ಮನುಷ್ಯ"ರ ಕುಲದ ಜೀವಂತ ಮಾದರಿಗಳಾದ ಅಂತಹ "ಅನಾಗರಿಕರು" ಬದುಕಿರುವ ಬಗ್ಗೆ ನಿಶ್ಚಿತ ಅಭಿಪ್ರಾಯ ಹೊಂದಿದ್ದ. ಅವನು ತನ್ನ ಮಹತ್ವದ ಪ್ರಬಂಧ "ಡಿಸ್‌ಕೋರ್ಸ್ ಆನ್ ಆರ್ಟ್ಸ್ ಅಂಡ್ ಸೈನ್ಸ್ (1749)"ನಲ್ಲಿ ಆದಿಮಾನವರ ಸ್ವಾಭಾವಿಕ ಮತ್ತು ಒಳ್ಳೆಯತನವನ್ನು, ನಾಗರಿಕ ಜನರ ಕೃತಕತೆ ಹಾಗೂ ಸಂಚಿತ ಕೆಟ್ಟತನದೊಂದಿಗೆ ಹೋಲಿಸಿ ವಿರೋಧಾಬಾಸವನ್ನು ಗುರುತಿಸಿದ. ಹಾಗೆಯೇ 'ಪ್ರಕೃತಿ'ಗೆ ಮರಳುವುದರಲ್ಲಿನ ಆನಂದವನ್ನು ಚಿತ್ರಿಸಿದ. ಎಲ್ಲ ಜನರು ಸ್ವತಂತ್ರರು ಮತ್ತು ಸಮಾನರು; ದೇವರು ಎಲ್ಲರಿಗಾಗಿ ಕೊಟ್ಟಿರುವ ಭೂಮಿಯ ಮೇಲೆ ಯಾರೂ ಹಕ್ಕು ಸ್ಥಾಪಿಸುವಂತಿಲ್ಲ; ಅಲ್ಲಿ ಕೊಲ್ಲಲು ಯಾವ ಯುದ್ಧಗಳಿರುವುದಿಲ್ಲ, ಶೋಷಿಸಲು ಯಾವ ತೆರಿಗೆಗಳಿರುವುದಿಲ್ಲ, ಸ್ವಾತಂತ್ರ್ಯವನ್ನು ನಿರ್ಬಂಧಿಸಲು ಕಾನೂನುಗಳಿರುವುದಿಲ್ಲ ಮತ್ತು ಜನರನ್ನು ಮೋಸಮಾಡಲು ಯಾವ ತತ್ವಜ್ಞಾನಿಗಳಿರುವುದಿಲ್ಲ ಎಂಬ ಸಿದ್ಧಾಂತವನ್ನು ಮಂಡಿಸಿದ.

ಭೌದ್ಧಿಕ ಹೊಸತನಗಳಿಗಾಗಿ ಕಾತರಿಸುತ್ತಿದ್ದ ತಲೆಮಾರಿಗೆ ಇದೆಲ್ಲ ಆಕರ್ಷಣೀಯವಾಯಿತು ಮತ್ತು ರೂಸೊ ಬಹುಬೇಗ ಜನಪ್ರಿಯನಾದ. ಅವನು ತನ್ನ ಎರಡನೆಯ ಪ್ರಬಂಧ "ಆರಿಜನ್ ಆಫ್ ಇನೀಕ್ವಾಲಿಟಿ ಅಮಾಂಗ್ ಮೆನ್ಸ್" (1753) ಮೂಲಕ ತನ್ನ ಯಶಸ್ಸಿನ ಬೆನ್ನುಹತ್ತಿದನು. ಅವನು ಇದರಲ್ಲಿ ಹೇಗೆ "ಕೇವಲ ಅನಾಗರಿಕ" ಹೃದಯದಲ್ಲಿ ಗರ್ವ, ಆಸೆಬುರುಕುತನ ಮತ್ತು ಸ್ವಾರ್ಥಗಳು ಮನೆಮಾಡಿಕೊಂಡಿವೆ ಎಂಬ ಕಾಲ್ಪನಿಕ ಚಿತ್ರವನ್ನು ಬಿಡಿಸಿದ ಹಾಗೂ ಬಲಿಷ್ಠರು ತಮಗಾಗಿ ಜಮೀನಿನ ತಾಕುಗಳಿಗೆ ಬೇಲಿಹಾಕಿಕೊಂಡು ಖಾಸಗಿ ಆಸ್ತಿಯ ಹಕ್ಕನ್ನು ಮನ್ನಿಸಲು ಅವರು ಹೇಗೆ ದುರ್ಬಲರನ್ನು ಒತ್ತಾಯಿಸುತ್ತಿದ್ದಾರೆ ಎಂಬುದನ್ನು ವಿವರಿಸಿದ.

ರೂಸೊ ರಾಜಕೀಯ ತತ್ವಶಾಸ್ತ್ರದ ಬಗ್ಗೆ ಬರೆದ 'ಸೋಷಿಯಲ್ ಕಾಂಟ್ರ್ಯಾಕ್ಟ್'(1761) ಪ್ರಬಂಧ ಜನಪ್ರಿಯವಾಗಿ ಅವನಿಗೆ ಹೆಚ್ಚಿನ ಖ್ಯಾತಿಯನ್ನು ತಂದುಕೊಟ್ಟಿತು. ಇದರ ಮುಖ್ಯ ವಿಷಯವು ಲಾಕ್‌ನ ಕೊನೆಯ ತತ್ವವಾದ ಜನರು ಸ್ವಾಭಾವಿಕ ಸ್ಥಿತಿಯಲ್ಲಿ ಸರ್ಕಾರದೊಡನೆ ಮಾಡಿಕೊಂಡ ಒಪ್ಪಂದದಿಂದಾಗಿ ಸರ್ಕಾರಗಳು ತಮ್ಮ ಅಧಿಕಾರಗಳನ್ನು ಚಲಾಯಿಸುತ್ತಿವೆ ಎಂಬ ಅಂಶದ ಮೇಲೆ ಅವಲಂಬಿತವಾಗಿತ್ತು. ಅವನು ಈ ರೀತಿ ಸ್ವ ಇಚ್ಛೆಯಿಂದ ಪರಸ್ಪರರು ಮಾಡಿಕೊಂಡ ಒಪ್ಪಂದವನ್ನು ತಮಗೆ ಇಚ್ಛೆ ಬಂದಾಗ ಬದಲಾಯಿಸಬಹುದೆಂದು ಪ್ರತಿಪಾದಿಸಿದನು. ಆದರೆ ರೂಸೊನ ಈ ಪ್ರಬಂಧವು ಭಾರೀ ಪ್ರಭಾವವನ್ನು ಉಂಟುಮಾಡಿತು. ಪ್ರತಿಪಾದಿಸಿದಂತಹ ಜನತೆಯ ಸಾರ್ವಭೌಮತೆ ರಮ್ಯವಾಗಿದ್ದು ಸ್ಪಷ್ಟತೆ ಮತ್ತು ಮನಸ್ಸಿನಲ್ಲಿ ನಿಲ್ಲಬಹುದಾದ ಪದಪುಂಜಗಳಿಂದ ಕೂಡಿದ್ದಿತು. ರೂಸೊ ಬಹುಬೇಗ ಹೊಗಳಿಕೆ ಅಥವಾ ತೆಗಳಿಕೆಗೊಳಗಾದನು. ಅವನನ್ನು ಆಧುನಿಕ ಪ್ರಜಾಪ್ರಭುತ್ವದ ಮತ್ತು ಗಣರಾಜ್ಯ ಪದ್ಧತಿಯ 'ಪಿತ' ಎಂದು ಕೊಂಡಾಡಿದರು.

ಮಾನವತಾವಾದ (Humanitarianism)

ಸಾಮಾಜಿಕ ವಿಜ್ಞಾನದ ಮತ್ತು ಹಾಗೆ ಹೇಳುವುದಾದರೆ ಹದಿನೆಂಟನೆಯ ಶತಮಾನದ ಇಡೀ ಜ್ಞಾನೋದಯದ ಒಂದು ಅಂತರ್ಗತ ಅಂಶವೆಂದರೆ ಮಾನವತಾವಾದ. ಇದು ಒಟ್ಟಿನಲ್ಲಿ ಮಾನವ ಕುಲದ ಬಗ್ಗೆ ಅತ್ಯಂತ ಕಳಕಳಿಯನ್ನು ತೋರಿಸಿದ್ದಲ್ಲದೆ ಅದರ ಸ್ಥಿತಿಗತಿಗಳನ್ನು ಉತ್ತಮಪಡಿಸಬೇಕೆಂಬ ದೃಢನಂಬಿಕೆಯಿಂದ ಕೂಡಿದ್ದಿತು. ಮಾನವತಾವಾದ ಹಾಗೂ 'ವೈಜ್ಞಾನಿಕ' ಪ್ರೇರಣೆಗಳು ಅನೇಕ ಸಾಮಾಜಿಕ ವಿಜ್ಞಾನಿಗಳನ್ನು ಆಕರ್ಷಿಸಿ ಹದಿನೆಂಟನೆಯ ಶತಮಾನದಲ್ಲಿ

ನಡೆದ ಸಾಮಾಜಿಕ ವಿಜ್ಞಾನದ ಅಭಿವೃದ್ಧಿಯು ವೃದ್ಧಿಸುತ್ತಿದ್ದ ಮಾನವತಾವಾದದ ಕಲ್ಪನೆಗೆ ನಿಕಟವಾಗಿ ಸಂಬಂಧಿಸುವಂತೆ ಮಾಡಿತು.

ಮಾನವತಾವಾದವು ಅನೇಕ ರೂಪಗಳನ್ನು ಪಡೆಯಿತು. ಅದು 'ಸುಧಾರಣೆ'ಗಾಗಿ ಹುಟ್ಟಿಕೊಂಡ ವ್ಯಾಪಕ ಬೇಡಿಕೆಯಿಂದ ದೃಢಪಡುತ್ತದೆ. ರೂಸೊ ಬೋಧಿಸಿದಂತೆ ಸಮಾಜದ ಸುಧಾರಣೆ, ಆಡಮ್‌ಸ್ಮಿತ್ ಪ್ರತಿಪಾದಿಸಿದಂತೆ ಆರ್ಥಿಕ ಸುಧಾರಣೆ, ಬೆಕಾರಿಯ ಮತ್ತು ಬೆಂಥಾಮ್ ಒತ್ತಾಯಪಡಿಸಿದಂತೆ ಕಾನೂನುಗಳ ಸುಧಾರಣೆ, ಕಾಂಟ್‌ನಿಂದ ಪ್ರೋತ್ಸಾಹಿಸಲ್ಪಟ್ಟ ನೀತಿಶಾಸ್ತ್ರದ ಸುಧಾರಣೆ, ವಾಲ್ಟೇರ್ ಮತ್ತು ದೈವಾಸ್ತಿತ್ವವಾದಿಗಳು ಅಥವಾ ವೆಸ್ಲಿ ಮತ್ತು ಭಕ್ತಿಪ್ರದವಾದಿಗಳು ಪ್ರತಿಪಾದಿಸಿದಂತೆ ಧರ್ಮದ ಸುಧಾರಣೆ. ಇಂತಹ ಎಲ್ಲ ಸುಧಾರಣೆಯು ಮಾನವನ ಸ್ವಾತಂತ್ರ್ಯ, ಮಾನವ ಆರೋಗ್ಯ ಮತ್ತು ಸಂಪತ್ತು ಮಾನವ ಪರಿಪೂರ್ಣತೆ ಇವುಗಳನ್ನು ಸಾಧಿಸುವ ಉದ್ದೇಶದಿಂದ ಕೂಡಿದೆ ಎಂದು ಹೇಳಲಾಯಿತು. ವಾಸ್ತವವಾಗಿ ಅದು ಮಾನವನ ಕುರಿತ, ಅವನ ವ್ಯಕ್ತಿತ್ವ ಕುರಿತ ಮತ್ತು ಸಾಮಾಜಿಕ ಗುಣಲಕ್ಷಣಗಳನ್ನು ಕುರಿತ ಅಧ್ಯಯನವು ಅವನು ಎಷ್ಟು ಪರಿಪೂರ್ಣನಾಗಿದ್ದಾನೆ ಎಂದು ಅರಿಯಲು ಹಾಗೂ ಅವನನ್ನು ಗತಕಾಲದ ಬಲೆಯಿಂದ ಮುಕ್ತನನ್ನಾಗಿ ಮಾಡಿ ಆತನ ವಿವೇಚನೆಯ ಮೇಲೆ ಅವನನ್ನು ಅವಲಂಬಿಸಲು ಬಿಡುವುದರಿಂದ ಅವನು ಭೂಮಿಯ ಮೇಲೆ ಹೇಗೆ ಒಂದು ಸಾಮಾಜಿಕ, ರಾಜಕೀಯ, ಆರ್ಥಿಕ, ನೈತಿಕ ಮತ್ತು ಧಾರ್ಮಿಕ ಸ್ವರ್ಗವನ್ನು ನಿರ್ಮಿಸುತ್ತಾನೆ ಮತ್ತು ಎಷ್ಟು ಬೇಗ ನಿರ್ಮಿಸುತ್ತಾನೆ ಎಂಬುದನ್ನು ತಿಳಿಯುವ ಆಶಾಭರಿತವಾದ ಆಕಾಂಕ್ಷೆಯನ್ನೊಳಗೊಂಡಿದ್ದಿತು.

ರಾಷ್ಟ್ರೀಯವಾದ

ಈ ಕಾಲದ ಇನ್ನೊಂದು ಪರಿಕಲ್ಪನೆ ರಾಷ್ಟ್ರೀಯವಾದ. ಹದಿನೆಂಟನೆಯ ಶತಮಾನದ ಅನೇಕ ಬುದ್ಧಿಜೀವಿಗಳು ಮಾನವತಾವಾದಿಗಳಾಗಿದ್ದಂತೆಯೆ ರಾಷ್ಟ್ರೀಯವಾದಿಗಳೂ ಆಗಿದ್ದರು. ಅವರು ಒಟ್ಟಿನಲ್ಲಿ ಮಾನವಕುಲದ ಬಗ್ಗೆ ಆಸಕ್ತರಾಗಿದ್ದು ಮಾತ್ರವಲ್ಲದೆ ವಿಶೇಷವಾಗಿ ಮಾನವಕುಲದ "ಪ್ರಾಚೀನ" ಅಭಿವ್ಯಕ್ತಿಗಳ ಬಗ್ಗೆಯೂ ಕುತೂಹಲ ಬೆಳೆಸಿಕೊಂಡಿದ್ದರು. ಅದನ್ನು ಅವರು ಅಮೆರಿಕದ ಅನಾಗರಿಕ ಪಂಗಡಗಳಲ್ಲಿ, ಪ್ರಾಚ್ಯದ ವಿಶಿಷ್ಟ ಜನಾಂಗಗಳಲ್ಲಿ ಮತ್ತು ಯೂರೋಪಿನ ನಾಗರಿಕ ಜನಪದಗಳ ನಡುವಿರುವ ಬೆಡಗಿನ ಮೂಲನಿವಾಸಿಗಳಲ್ಲಿ ಗ್ರಹಿಸಿದರು. ಅವರು ಒಮ್ಮೆ 'ಜನಾಂಗಗಳು' ಅಥವಾ 'ಜನಪದ'ಗಳ ಬಗ್ಗೆ ಅಧ್ಯಯನ ಮಾಡತೊಡಗಿದಂತೆಲ್ಲಾ ಹೆಚ್ಚು ಹೆಚ್ಚಾಗಿ ಮಾನವ ಸಮಾಜದ ಮೂಲಭೂತ ಘಟಕಗಳೇ ಈ ಜನಪದಗಳೆಂದು ಅರಿತರು. ಹಾಗೂ ಇವು ಮಾನವ ಅಭಿವೃದ್ಧಿ ಮತ್ತು ಶಾಂತಿಸಾಧಿಸಲು ಅಗತ್ಯವಾದ ಸುಧಾರಣೆಗಳನ್ನು ತರಲು ಬಹು ಸ್ವಾಭಾವಿಕ ಮಧ್ಯವರ್ತಿಗಳೆಂದು ಭಾವಿಸಿದರು. ಈ ರಾಷ್ಟ್ರೀಯವಾದಿ ಪ್ರವೃತ್ತಿಯು ಸಮಕಾಲೀನ ಅಭಿಜಾತವಾದ ಕಲ್ಪನೆಯಿಂದ ಬಲಗೊಂಡಿತು. ಇದು ಅವರನ್ನು ಪ್ರಾಚೀನ ಗ್ರೀಕ್ ಮತ್ತು ರೋಮ್ ಜನರ ನಿಸ್ವಾರ್ಥ ದೇಶಪ್ರೇಮ ಮತ್ತು ಗಣರಾಜ್ಯ ಸ್ವರೂಪದ ಗುಣದತ್ತ ಗಮನಹರಿಸುವಂತೆ ಮಾಡಿತು.

ಹೊಸ ರಾಷ್ಟ್ರೀಯವಾದವು ಶುದ್ಧವಾಗಿ ಸಾಂಸ್ಕೃತಿಕ ಸ್ವರೂಪದ್ದಾಗಿತ್ತು. ಆದರೆ ಅದರ ಒಂದು ಭಾಗ ಅದೂ ರೂಸೊನ ಕಾಲದಿಂದ ಬಹುಬೇಗ ರಾಜಕೀಯ ರೂಪತಾಳಿತು. ಈ ಬಗೆಯ ರಾಷ್ಟ್ರೀಯವಾದವು ಜನರ ರಾಷ್ಟ್ರೀಯ ಸ್ವಯಂನಿರ್ಣಯದ ಹಕ್ಕಿಗೆ ಹಾಗೂ ತಾವು ಯಾವ ಸಾರ್ವಭೌಮ ರಾಷ್ಟ್ರದಲ್ಲಿ ಸೇರಬೇಕೆಂಬ ಮತ್ತು ಯಾವ ಬಗೆಯ ಸರ್ಕಾರದಲ್ಲಿ ಜೀವಿಸಬೇಕೆಂಬ ಹಕ್ಕಿಗೆ ಮಾನ್ಯತೆ ನೀಡಿತು. ಈ ಹಕ್ಕು ಸ್ಥಾಪಿತವಾದರೆ ಜನತೆ ತೋರಿಸುವ ಸ್ಥಳೀಯ ಮತ್ತು ಗುಂಪು ನಿಷ್ಠೆಯ ಸ್ಥಾನದಲ್ಲಿ ಅದನ್ನೆಲ್ಲ ಒಳಗೊಂಡ ಉನ್ನತಮಟ್ಟದ ರಾಷ್ಟ್ರೀಯ ನಿಷ್ಠೆಯು ಊರ್ಜಿತಕ್ಕೆ ಬರುವುದೆಂದು ಮತ್ತು ಸಾರ್ವಭೌಮ ರಾಜ್ಯವು ನಿಜವಾದ ರಾಷ್ಟ್ರೀಯ ರಾಜ್ಯವಾಗಿ ಅದರಿಂದ ಇದುವರೆಗೂ ಜನರನ್ನು ಕಷ್ಟಕ್ಕೆ ದೂಡಿದ್ದ ಮನೆತನದ ಆಳ್ವಿಕೆ ಹಾಗೂ ವರ್ಗಸಂಬಂಧವಾದ ಬಂಧನದಿಂದ ಅವರನ್ನು ಬಿಡುಗಡೆಗೊಳಿಸಿದಂತೆ ಆಗುವುದೆಂದೂ ವಾದಿಸಲಾಯಿತು. ಈ ರಾಷ್ಟ್ರೀಯ ರಾಜ್ಯಕ್ಕೆ ತನ್ನ ಪ್ರಜೆಗಳ ಕ್ಷೇಮವನ್ನು ಸಮನಾಗಿ ನೋಡಿಕೊಳ್ಳಲು ಸಾಧ್ಯವಾಗುವುದಲ್ಲದೆ ಮನುಕುಲಕ್ಕೆ ಅದರಿಂದ ಅಪರಿಮಿತ ಉಪಯೋಗಗಳಾಗುವವು. ನಿರಂಕುಶ ಪ್ರಭುಗಳ ನಡುವೆ ನಡೆಯುತ್ತಿದ್ದ ಯುದ್ಧಕೋರತನ ಹೋಗಿ ರಾಷ್ಟ್ರೀಯ ರಾಜ್ಯಗಳು ತಮ್ಮಲ್ಲೇ ಒಳ್ಳೆಯ ಕೆಲಸಕ್ಕಾಗಿ ಸ್ಪರ್ಧಿಸುತ್ತವೆ ಎಂದು ಭಾವಿಸಲಾಯಿತು. ರಾಷ್ಟ್ರೀಯವಾದ ಮತ್ತು ಕಾಸ್ಮೋಪಾಲಿಟನ್ ವಾದಗಳು ತಕ್ಷಣ ಬರಲಿರುವ ರಾಜಕೀಯ ಕ್ರಾಂತಿಗಳ ಗುರುತೆಂದು ನಂಬಲಾಯಿತು.

ಜ್ಞಾನೋದಯಿ ನಿರಂಕುಶ ಪ್ರಭುಗಳು

ಹದಿನೆಂಟನೆಯ ಶತಮಾನದ ದ್ವಿತೀಯಾರ್ಧದ ಹೊತ್ತಿಗೆ ಜ್ಞಾನೋದಯದ ಸ್ಫೂರ್ತಿಯು ಸ್ವಾಭಾವಿಕ ವಿಜ್ಞಾನ, ಸಾಮಾಜಿಕ ವಿಜ್ಞಾನ, ಸ್ವಾಭಾವಿಕ ತತ್ವಶಾಸ್ತ್ರ, ದೈವಾಸ್ತಿತ್ವವಾದ ಮತ್ತು ಅಭಿಜಾತವಾದಗಳ ವೈವಿಧ್ಯ ಆಸಕ್ತಿಗಳಿಂದಾಗಿ ಮಧ್ಯಮ ವರ್ಗದ ಬುದ್ಧಿಜೀವಿಗಳನ್ನು ಮತ್ತು ಗಣನೀಯ ಸಂಖ್ಯೆಯ ನೊಬೆಲ್ಲರು ಮತ್ತು ಪುರೋಹಿತ ವರ್ಗದವರ

ಮೇಲೆ ಪ್ರಭಾವ ಬೀರಿದ್ದಲ್ಲದೆ ಯೂರೋಪ್ ಖಂಡದ ಬಹುತೇಕ ನಿರಂಕುಶ ಪ್ರಭುಗಳು ಇತ್ತ ಆಸಕ್ತಿ ತೋರುವಂತೆ ಮಾಡಿತು. ಇವರು ಆ ಕಾಲದ ಅನೇಕ ಬೇಡಿಕೆಗಳನ್ನು ಈಡೇರಿಸಲು ಮುಂದಾಗಿ ಆ ಕಾಲದ ಬೌದ್ಧಿಕ ಹೊಸ ಪ್ರವೃತ್ತಿಗಳಿಗೆ ಸಹಾನುಭೂತಿ ತೋರಿದರು. ಇದರಿಂದಾಗಿ ಸರ್ಕಾರ, ಸಮಾಜ, ಚರ್ಚ್ ಮತ್ತು ಶಿಕ್ಷಣಗಳ ಕ್ಷೇತ್ರಗಳಲ್ಲಿ ಸುಧಾರಣೆ ತರಲು ಈ ಪ್ರಭುಗಳು ಪ್ರಯತ್ನಿಸಿದರು. ಅದೇ ವೇಳೆಗೆ ಅವರು ಫ್ರಾನ್ಸ್‌ನ ಹದಿನಾಲ್ಕನೆಯ ಲೂಯಿಯಂತೆ ತಾವೂ ಸುಧಾರಣೆಗಳನ್ನು ತಂದರು. ಅದು ಜನಾಂದೋಲನ ಆಗದಂತೆ ನೋಡಿಕೊಳ್ಳುವ ಜಾಗೃತಿ ವಹಿಸಿದರು. ಅವರು ಹೆಸರಿನಲ್ಲಲ್ಲದೆ ಕಾರ್ಯದಲ್ಲೂ ನಿರಂಕುಶರಾಗಿದ್ದರು. ಅವರು ಜ್ಞಾನೋದಯಕ್ಕಾಗಿ ಆತ್ಮಸಾಕ್ಷಿಯಿಂದ ಶ್ರಮಿಸಿದರು ಮತ್ತು ಜನರ ಆರ್ಥಿಕ ಅಭಿವೃದ್ಧಿಗೂ ಆಸಕ್ತಿ ತೋರಿದರು. ಆದರೂ ಅವರು ನಿರಂಕುಶರಾಗಿಯೇ ಉಳಿದು ಆ ನಿರಂಕುಶ ಮಾರ್ಗದಲ್ಲಿಯೇ ತಮ್ಮ ಒಳ್ಳೆಯ ಉದ್ದೇಶಗಳನ್ನು ಜಾರಿಗೆ ತಂದರು. ಅವರ ಸರ್ಕಾರ ಜನಪರವಾಗಿದ್ದರೂ ಜನರಿಂದ ನಡೆಯುವುದಾಗಿರಲಿಲ್ಲ. ಅವರುಗಳಲ್ಲಿ ಕೆಳಗಿನವರು ಪ್ರಮುಖರು.

ಫ್ರೆಡ್ರಿಕ್ ಮಹಾಶಯ

ಜ್ಞಾನೋದಯ ನಿರಂಕುಶ ಪ್ರಭುಗಳಲ್ಲಿ ಕರುಣಾಳುವು ಮತ್ತು ಪ್ರಸಿದ್ಧನೂ ಆಗಿದ್ದವನು ಪ್ರಷ್ಯಾದ ಫ್ರೆಡ್ರಿಕ್ ಮಹಾಶಯ. ಅವನು ತನ್ನ ಬಾಲ್ಯದಲ್ಲಿ ಹೊಸ ಬೌದ್ಧಿಕ ಬೆಳವಣಿಗೆಗಳಾದ ಭೌತಿಕ ವಿಜ್ಞಾನ, ಹೊಸ ದೈವಾಸ್ತಿತ್ವವಾದ ತತ್ವ, ಫ್ರೆಂಚ್ ಸಾಹಿತ್ಯ, ಕಲೆ, ಮತ್ತು ವಿಮರ್ಶೆಗಳಲ್ಲಿ ಕಾಣಿಸಿಕೊಂಡ ಹೊಸತನ–ಇವುಗಳ ಬಗ್ಗೆ ಅಭಿರುಚಿ ಬೆಳೆಸಿಕೊಂಡನು. ಅವನು ತನ್ನ ತಂದೆಯ ದೃಢ ವ್ಯಕ್ತಿತ್ವದಿಂದಾಗಿ ಕೇವಲ ಕೊಳಲೂದುವ, ಪದ್ಯಗಳನ್ನು ರಚಿಸುವ ಮತ್ತು ತತ್ವಶಾಸ್ತ್ರ ಅಭ್ಯಸಿಸುವ ಸುಕುಮಾರನಾಗದೆ ರಾಜ್ಯಾಡಳಿತದ ನೀರಸ ವಿಷಯಗಳಲ್ಲೂ ತಾನೇ ಒಲವು ತೋರಿಸಿ ಅವನು ಪರಿಶ್ರಮದಿಂದ ಅಭ್ಯಸಿಸಿದನು.

1740ರಲ್ಲಿ ಫ್ರೆಡ್ರಿಕನು ಪ್ರಷ್ಯಾದ ಸಿಂಹಾಸನವೇರುವ ಹೊತ್ತಿಗೆ ತನ್ನ ಕರ್ತವ್ಯಗಳು ಮತ್ತು ಜವಬ್ದಾರಿಗಳ ಬಗ್ಗೆ ಸ್ಪಷ್ಟ ಅರಿವು ಹೊಂದಿದ್ದನು. ಅವನು ತನಗೂ ತನ್ನ ದೇಶಕ್ಕೂ ವಿದೇಶಗಳಲ್ಲಿ ಕೀರ್ತಿ ತರುವವನಿದ್ದನು. ಅವನು ಪ್ರಷ್ಯಾವನ್ನು ಯೂರೋಪಿನಲ್ಲೇ ಅತ್ಯುತ್ತಮವಾದ ಆಳ್ವಿಕೆ ಇರುವ ರಾಷ್ಟ್ರವನ್ನಾಗಿ ಮಾಡಿದನು. ಅವನು ಸರ್ಕಾರದ ಸಿದ್ಧಾಂತದ ಬಗ್ಗೆ ಫ್ರೆಂಚ್‌ನಲ್ಲಿ ಬರೆದ ಪುಸ್ತಕದಲ್ಲಿ ಅವನ ರಾಜಕೀಯ ವಿಚಾರಗಳು ವ್ಯಕ್ತವಾಗಿವೆ. ಅವನು "ಮನುಷ್ಯನಿಗೆ ತಲೆಯಿದ್ದಂತೆ ರಾಷ್ಟ್ರಕ್ಕೆ ರಾಜನಿರುತ್ತಾನೆ; ಸಮಗ್ರ ಸಮುದಾಯಕ್ಕಾಗಿ ನೋಡುವ, ಚಿಂತಿಸುವ ಮತ್ತು ಕಾರ್ಯೋನ್ಮುಖನಾಗುವ ಕರ್ತವ್ಯ ಅವನದಾಗಿರುತ್ತದೆ ಮತ್ತು ಅವನು ತನ್ನ ರಾಷ್ಟ್ರ ಯಾವುದಕ್ಕೆ ಸಮರ್ಥವಾಗಿದೆಯೋ ಆ ಎಲ್ಲ ಅನುಕೂಲವನ್ನು ಅದಕ್ಕೆ ಕಲ್ಪಿಸಬೇಕು" ಎಂದು ಹೇಳಿದ್ದಾನೆ. ಅವನ ಪ್ರಕಾರ "ರಾಜನು ರಾಜ್ಯದ ನಿರಂಕುಶ ಯಜಮಾನನಲ್ಲ ಅವನು ಮೊದಲ ಸೇವಕ".

1740 ರಿಂದ 1786ರವರೆಗೂ ತಾನು ನಡೆಸಿದ ದೀರ್ಘ ಆಳ್ವಿಕೆ ಕಾಲದಲ್ಲಿ ವಾಸ್ತವವಾಗಿ ಫ್ರೆಡ್ರಿಕನು ಪ್ರಷ್ಯಾದ ಮೊದಲ ಸೇವಕನಾಗಿದ್ದನು. ಅವನು ಅದರ ಅಭಿವೃದ್ದಿಗೆ ವಿಶೇಷವಾಗಿ ವ್ಯವಸಾಯದ ಅಭಿವೃದ್ಧಿಗೆ ಕಾರಣನಾದನು. ಅವನು ವೈಜ್ಞಾನಿಕ ಕೃಷಿ ಮಾಡಲು, ಸಾಗುವಳಿ ಜಮೀನನ್ನು ಹೆಚ್ಚಿಸಲು ಮತ್ತು ಸಾಕುಪ್ರಾಣಿಗಳನ್ನು ಹೆಚ್ಚಾಗಿ ಸಾಕಲು ನೊಬೆಲ್ಲರು ಮತ್ತಿತರ ಜಮೀನ್ದಾರರನ್ನು ಪ್ರೋತ್ಸಾಹಿಸಿದನು. ಅವನು ವಲಸೆಗೆ ಉತ್ತೇಜನ ನೀಡಿದ್ದಲ್ಲದೆ ಕಾಲುವೆಗಳನ್ನು ತೋಡಿಸಿದನು. ಅವನು ಶಿಸ್ತಿನ ಕಲ್ಪನೆಯ ಪ್ರಕಾರ ರೈತರು ಜೀತವ್ಯವಸ್ಥೆಯಲ್ಲೇ ಉಳಿಯಬೇಕಾಯಿತು. ಆದರೆ ಅವನು ಅವರ ಹಣಕಾಸಿನ ಭಾರವನ್ನು ಹಗುರಗೊಳಿಸಲು ಕಾತುರನಾಗಿದ್ದನು; ಅವನು ಜಮೀನುಗಳಲ್ಲಿ ಹಗಲೆಲ್ಲ ದುಡಿಯುವ ಮನುಷ್ಯ "ತೆರಿಗೆ ವಸೂಲಿದಾರರಿಂದ ಪೀಡನೆಗೆ ಒಳಗಾಗಬಾರದು" ಎಂದು ಪ್ರಕಟಿಸಿದನು.

ತೆರಿಗೆಗಳು ಯಾವ ರೀತಿಯಲ್ಲೂ ಹಗುರವಾಗಿರಲಿಲ್ಲ, ಆದರೆ ಪ್ರತಿಯೊಬ್ಬರಿಗೂ ರಾಜನು ಬೊಕ್ಕಸವನ್ನು ಬರಿದು ಮಾಡುತ್ತಿಲ್ಲ ಎಂಬ ಭಾವನೆ ಬಂದಿದ್ದಿತು. ಫ್ರೆಡ್ರಿಕನು ಆಸ್ಥಾನಿಕರಿಗಾಗಲಿ, ಪ್ರೇಯಸಿಯರಿಗಾಗಲಿ ಹಣವನ್ನು ಪೋಲು ಮಾಡುತ್ತಿರಲಿಲ್ಲ. ಅವನು ಎಲ್ಲ ಲೆಕ್ಕಪತ್ರಗಳನ್ನು ಸೂಕ್ಷ್ಮವಾಗಿ ಪರಿಶೀಲಿಸುತ್ತಿದ್ದನು. ಅವನ ಅಧಿಕಾರಿಗಳು ರಾಜನ ಶಿಕ್ಷೆಗೆ ಅಥವಾ ಅವನಿಂದ ಹೀನಾಯವಾಗಿ ಛೀಮಾರಿ ಹಾಕಿಸಿಕೊಳ್ಳುವುದಕ್ಕೆ ಹೆದರಿ ದುಂದುವೆಚ್ಚ ಮಾಡುವ ಸಾಹಸಕ್ಕೆ ಕೈಹಾಕುತ್ತಿರಲಿಲ್ಲ.

ಫ್ರೆಡ್ರಿಕನ ಹಣಕಾಸಿನ ಯೋಜನೆಯು ಅವನು ಎರಡು ಲಕ್ಷ ಸೈನಿಕರಿಂದ ಕೂಡಿದ ಬಲಿಷ್ಠ ಸೈನ್ಯವನ್ನು ಕಟ್ಟಲು ಸಾಧ್ಯವಾಗುವಂತೆ ಮಾಡಿತು. ಈ ಸೈನ್ಯದಿಂದ ಅವನು ಸೈಲೆಷಿಯ ಮತ್ತು ಪೋಲೆಂಡ್‌ನ ಭಾಗವನ್ನು ಗೆದ್ದು ಆಕ್ರಮಣಶೀಲ ವಿದೇಶಾಂಗ ನೀತಿಯನ್ನು ಅನುಸರಿಸಿದನು. ಸೈನ್ಯದ ಮೇಲೆ ಮಾತ್ರ ಅವನು ಹಣವನ್ನು ಹೆಚ್ಚಾಗಿ ಖರ್ಚು ಮಾಡುತ್ತಿದ್ದನು ಮತ್ತು ಅದರಲ್ಲೂ ಅವನು ತಾನು ಮಾಡಿದ ವೆಚ್ಚಕ್ಕೆ ತಕ್ಕ ಪ್ರತಿಫಲ ಪಡೆಯುವಲ್ಲೂ ಸಫಲನಾದ. ದಣಿಯದ ವ್ಯಾಯಾಮ, ಕಟು ಶಿಸ್ತು, ಕಾಲಕ್ಕನುಗುಣವಾದ ಶಸ್ತ್ರಾಸ್ತ್ರಗಳು, ಒಳ್ಳೆಯ ತರಬೇತಿ ಪಡೆದ ಅಧಿಕಾರಿಗಳು ಹಾಗೂ ಎಲ್ಲಕ್ಕಿಂತ ಹೆಚ್ಚಾಗಿ ಫ್ರೆಡ್ರಿಕನ ನಿರ್ದೇಶನ ಮತ್ತು ಸಾಮರ್ಥ್ಯ–ಇವು ಪ್ರಷ್ಯಾದ ಸೈನ್ಯ ಹದಿನೆಂಟನೆಯ ಶತಮಾನದ ದ್ವಿತಿಯಾರ್ಧದಲ್ಲಿ ಇಡೀ ಯೂರೋಪೇ ಅಸೂಯೆಪಡುವಂತೆ ಮಾಡಿದವು.

ಸೈನ್ಯ ವ್ಯವಸ್ಥೆಯನ್ನು ಬಿಟ್ಟರೆ ಅವನು ಹೆಚ್ಚಾಗಿ ಗಮನಹರಿಸಿದ ಕ್ಷೇತ್ರವೆಂದರೆ ನ್ಯಾಯಡಳಿತ, ಆತನ ಆಶಯದಂತೆ ಸಾರ್ವಜನಿಕ ಮಾಹಿತಿಗಾಗಿ ಮತು ನ್ಯಾಯಾಲಯಗಳ ಮಾರ್ಗದರ್ಶನಕ್ಕಾಗಿ ದೇಶದ ಕಾನೂನುಗಳನ್ನು ಸ್ಪಷ್ಟವಾದ ಮತ್ತು ಅಡಕವಾದ ರೂಪದಲ್ಲಿ ಕ್ರೋಢೀಕರಿಸಲಾಯಿತು. ಅಪರಾಧಗಳ ಶೋಧನೆಯಲ್ಲಿ ಹಿಂಸೆ ನೀಡುವುದನ್ನು ನಿಷೇಧಿಸಲಾಯಿತು ಮತ್ತು ಇತರ ಮಾನವೀಯ ಸುಧಾರಣೆಗಳನ್ನು ಜಾರಿಗೆ ತರಲಾಯಿತು.

ಧಾರ್ಮಿಕ ವಿಷಯಗಳಲ್ಲಿ ತನ್ನ ಹೊಹೆನ್ ಜೊಲೆರ್ನ್ ಮನೆತನದ ಪೂರ್ವಿಕರು ಹೊಂದಿದ್ದ ಪ್ರಾಟೆಸ್ಟೆಂಟ್ ಪಂಥದ ಬಗೆಗಿನ ಉತ್ಸಾಹ ಫ್ರೆಡ್ರಿಕ್‌ನಲ್ಲಿ ಕಂಡುಬರುತ್ತಿರಲಿಲ್ಲ. ತನ್ನ "ಜ್ಞಾನೋದಯ" ಪ್ರಜ್ಞೆಯ ಭಾಗವಾಗಿ ಅವನು ಕ್ರೈಸ್ತಧರ್ಮ ಮತ್ತು ಅದರ ನೀತಿಶಾಸ್ತ್ರದ ಬಗ್ಗೆ ಸಂದೇಹ ದೃಷ್ಟಿಯನ್ನು ಹೊಂದಿದ್ದನು ಹಾಗೂ ಬೈಬಲ್ ಮತ್ತು ಧರ್ಮ ಗುರುಗಳ ಬಗ್ಗೆ ಗುಮಾನಿಯಿಂದ ನೋಡುತ್ತಿದ್ದ. "ಎಲ್ಲ ಧರ್ಮಗಳನ್ನು ಸಹಿಸಿಕೊಳ್ಳಬೇಕು ಮತ್ತು ಪ್ರತಿಯೊಬ್ಬ ವ್ಯಕ್ತಿಗೂ ಅವನದೇ ಆದ ಮಾರ್ಗದಲ್ಲಿ ಸ್ವರ್ಗಕ್ಕೆ ಹೋಗಲು ಅವಕಾಶ ನೀಡಬೇಕು" ಎಂಬುದು ಅವನ ದೃಢ ನಂಬಿಕೆಯಾಗಿತ್ತು. ತನ್ನ ಲೂಥರ್‌ನ ಪಂಥದ ಪ್ರಜೆಗಳನ್ನೇಕರ ಶೋಷಣೆಯ ನಡುವೆಯೂ ಅವನು ಪರ್ಷಿಯಾಕ್ಕೆ ಕ್ಯಾಥೊಲಿಕರನ್ನು ಸ್ವಾಗತಿಸಿ ಅವರಿಗೆ ತಮ್ಮಿಷ್ಟ ಬಂದಷ್ಟು ಎತ್ತರಕ್ಕೆ ಎಷ್ಟಾದರೂ ಗೋಪುರಗಳನ್ನು ಕಟ್ಟಿಕೊಳ್ಳಲು ಮತ್ತು ಗಂಟೆಗಳನ್ನು ತೂಗುಹಾಕಲು ಅವಕಾಶ ಕಲ್ಪಿಸಿದನು. "ತುರ್ಕರು ಬಂದು ಈ ನೆಲದಲ್ಲಿ ನೆಲೆಸುವುದಾದರೆ ನಾನು ಅವರಿಗಾಗಿ ಮಸೀದಿಗಳನ್ನು ಕಟ್ಟಿಸಿಕೊಡುತ್ತೇನೆ" ಎಂದು ಘೋಷಿಸುವ ಮೂಲಕ ಎಲ್ಲ ಬಗೆಯ ಕ್ರೈಸ್ತರನ್ನು ಚಕಿತಗೊಳಿಸಿದ.

ತನ್ನ ಕಾಲದ ಬೌದ್ಧಿಕ ಜೀವನದೊಂದಿಗೆ–ಅದರ ವಿಜ್ಞಾನ ಮತ್ತು ಕಲೆಗಳು ಸೇರಿ–ಫ್ರೆಡ್ರಿಕನು ತನ್ನನ್ನು ಅನನ್ಯವಾಗಿ ಗುರುತಿಸಿಕೊಂಡನು. ಅವನು ಬರ್ಲಿನ್ ವಿಜ್ಞಾನ ಅಕಾಡೆಮಿಯನ್ನು ಪುನರ್‌ಸ್ಥಾಪಿಸಿ ಅದರ ಪುನಶ್ಚೇತನಕ್ಕೆ ಕಾರಣನಾದನು. ಅವನು ತನ್ನ ಕಾಲದ ವೈಜ್ಞಾನಿಕ ಪ್ರಗತಿಯ ಮತ್ತು ವೈಚಾರಿಕ ಅಧ್ಯಯನಗಳ ವಿವರಗಳನ್ನು ಅತ್ಯಂತ ಆಸಕ್ತಿಯಿಂದ ಮತ್ತು ಮೆಚ್ಚುಗೆಯಿಂದ ಓದುತ್ತಿದ್ದನು. ಅವನು ತನ್ನ ರಾಜ್ಯದ ಕೆಳವರ್ಗದ ಪ್ರಜೆಗಳ ಮಕ್ಕಳು ಓದಲು ಅನುಕೂಲವಾಗುವಂತೆ ಅನೇಕ ಪ್ರಾಥಮಿಕ ಶಾಲೆಗಳನ್ನು ಕಟ್ಟಿಸಿದನು. ಮರಿಯಾ ಥೆರೆಸಾಳನ್ನು ಮೀರಿಸಬೇಕೆಂದು ಯೋಚಿಸುವಾಗ ಅವನು ಕೊಳಲನ್ನು ಊದುತ್ತಿದ್ದನು. ಅವನು ಅಧಿಕೃತ ವರದಿಗಳು ಮತ್ತು ದೂರುಗಳ ಮೇಲೆ ಅಸ್ವಾಭಾವಿಕ ವ್ಯಾಖ್ಯೆಗಳನ್ನು ಬರೆಯುವುದರಲ್ಲಿ ಖುಷಿಪಡುತ್ತಿದ್ದನು. ಅವನು ತನಗೆ ಹಿತವಾದ ಸಹಚರರೊಂದಿಗೆ ಆರಾಮಶಾಲೆಯಲ್ಲಿ ಕುಳಿತುಕೊಂಡು ಕಾವ್ಯ ಮತ್ತು ನಾಟಕಗಳ ಕುರಿತು ಚರ್ಚಿಸುವುದರಲ್ಲಿ ಸಂತೋಷ ಕಾಣುತ್ತಿದ್ದನು. ಅವನಿಗೆ ಜರ್ಮನ್ ಸಾಹಿತ್ಯದ ಬಗ್ಗೆ ಅನಾಸಕ್ತಿ ಇದ್ದಿತು. ಅವನು ಲೆಸ್ಸಿಂಗ್ ಮತ್ತು ಗಯಟೆಯರ ಕೃತಿಗಳು ಸ್ಫೂರ್ತಿದಾಯಕವಲ್ಲ ಎಂದು ಭಾವಿಸಿದ್ದನು. ಆದರೆ ಅವನು ಫ್ರೆಂಚ್ ಸಾಹಿತ್ಯದ ಬಗ್ಗೆ ಅಕ್ಕರೆ ಹೊಂದಿದ್ದು ವಾಲ್ಟೇರ್ ಸೇರಿದಂತೆ ಫ್ರೆಂಚ್ ಸಾಹಿತಿಗಳನ್ನು ಆಹ್ವಾನಿಸಿ, ಅವರಿಗೆ ಭೇಟಿ ನೀಡುತ್ತಿದ್ದನು.

'ಜ್ಞಾನೋದಯಿ' ನಿರಂಕುಶ ಪ್ರಭುವಿಗೆ ಪ್ರಷ್ಯಾದ ಫ್ರೆಡ್ರಿಕ್ ಮಹಾಶಯ ಅತ್ಯುತ್ತಮ ಉದಾಹರಣೆಯಾಗಿದ್ದಾನೆ ಮತ್ತು ಅವನು ಆತನ ಸಮಕಾಲೀನ ರಾಜರುಗಳಿಗೆ ಒಳ್ಳೆಯ ಮಾದರಿಯಾಗಿದ್ದನು. ಆಸ್ಟ್ರಿಯಾದ ರಾಜ್ಯಗಳಲ್ಲಿ ಫ್ರೆಡೆರಿಕ್ ಶತ್ರುವಾಗಿದ್ದ ಮರಿಯಾ ಥೆರೆಸಳು ಶಾಂತಿ ಕಾಲದ ಕಾರ್ಯಗಳಲ್ಲಿ ಅವನಿಗೆ ಸ್ಪರ್ಧಿಯಾಗಿದ್ದಳು. ಫ್ರೆಡ್ರಿಕ್ ಅಥವಾ ವೊಲ್ಟೇರ್ ದೃಷ್ಟಿಯಿಂದ ಆಕೆ 'ಜ್ಞಾನೋದಯಿ'ಯಾಗಿರಲಿಲ್ಲ. ಆಕೆ ಹೊಸ ವಿಮರ್ಶಾತ್ಮಕ ತತ್ವಶಾಸ್ತ್ರದ ಬಗ್ಗೆ ಅಂಜುತ್ತಿದ್ದಳು ಮತ್ತು ತೀವ್ರತರದ ಬದಲಾವಣೆಗಳಿಗೆ ಸ್ಪಂದಿಸುವ ಮನೋಭಾವ ಉಳ್ಳವಳಾಗಿರಲಿಲ್ಲ. ಆದರೆ ಆಕೆ 'ಜ್ಞಾನೋದಯ' ತತ್ವದ ಆಧಾರದ ಮೇಲಲ್ಲದಿದ್ದರೂ ಧರ್ಮ ದೃಷ್ಟಿಯಿಂದ ಪ್ರಭುಗಳ ಕರ್ತವ್ಯಕ್ಕಾದರೂ ತನ್ನ ರಾಜ್ಯದ ಮತ್ತು ತನ್ನ ಪ್ರಜೆಗಳ ಸ್ಥಿತಿಗತಿಗಳನ್ನು ಉತ್ತಮಪಡಿಸುವುದು ಅಗತ್ಯ ಎಂದು ನಂಬಿದ್ದಳು. ಮರಿಯಾ ಥೆರೆಸಳು ಮೊದಲಿಗೆ ತನ್ನ ಪತಿ ಒಂದನೆಯ ಫ್ರಾನ್ಸಿಸ್ (1745–1765) ಚಕ್ರವರ್ತಿಯ ನೆರವಿನಿಂದ ಮತ್ತು ತರುವಾಯ ತನ್ನ ಮಗ ಎರಡನೆಯ ಜೋಸೆಫ್ (1765–1790) ಚಕ್ರವರ್ತಿಯ ಸಹಕಾರದಿಂದ ತನ್ನ ಪಿತ್ರಾರ್ಜಿತ ಹಾಬ್ಸ್‌ಬರ್ಗ್ ಪ್ರದೇಶಗಳಲ್ಲಿ ಅನೇಕ ಸುಧಾರಣೆಗಳನ್ನು ಜಾರಿಗೆ ತಂದಳು. ಆಕೆ ಸರ್ಕಾರದಲ್ಲಿ ನಿರಂಕುಶತೆಗೆ ಒತ್ತುನೀಡಿದಳು. ವಿಯೆನ್ನದಲ್ಲಿನ ಸಚಿವಾಲಯಗಳನ್ನು ಪುನರ್ ವ್ಯವಸ್ಥೆಗೊಳಿಸಿದಳು ಮತ್ತು ರಾಜಾಧಿಕಾರದ ಕೇಂದ್ರೀಕರಣವನ್ನು ಸಾಧಿಸಿದ್ದಳು. ಆಕೆ ತನ್ನ ವಿವಿಧ ಪ್ರಾಂತಗಳಲ್ಲಿ ಪ್ರತ್ಯೇಕವಾಗಿದ್ದ ಸೈನ್ಯಗಳನ್ನು ಒಂದುಗೂಡಿಸಿ ಏಕೀಕೃತ 'ಆಸ್ಟ್ರಿಯಾ' ಸೈನ್ಯವನ್ನು ಕಟ್ಟಿದಳು. ಆಕೆ ಯಹೂದಿಗಳನ್ನು ಹತ್ತಿಕ್ಕಿ ಇತರ ಧಾರ್ಮಿಕ ಪಂಥಗಳ ವಿಶೇಷಾಧಿಕಾರಗಳನ್ನು ಮೊಟಕುಗೊಳಿಸಿದಳು. ಆಕೆ ಸಂಗೀತಗಾರರನ್ನು ಮತ್ತು ಚಿತ್ರಕಲಾವಿದರನ್ನು ಉದಾರವಾಗಿ ಪ್ರೋತ್ಸಾಹಿಸಿದಳು. ಆಸ್ಟ್ರಿಯಾದ ವಿಶ್ವವಿದ್ಯಾನಿಲಯಗಳನ್ನು ಪುನರ್‌ಸಂಘಟಿಸುವ ಮತ್ತು ಪ್ರಾಥಮಿಕ ಮತ್ತು ಪ್ರೌಢಶಾಲೆಗಳ ವ್ಯವಸ್ಥೆಯನ್ನು ಉತ್ತಮಪಡಿಸುವ ಮೂಲಕ ಆಕೆ ಶಿಕ್ಷಣದ ಉನ್ನತಿಗೆ ಆಸಕ್ತಿ ತೋರಿಸಿದಳು.

ಆಸ್ಟ್ರಿಯಾದ ಎರಡನೆಯ ಜೋಸೆಫ್

ಎರಡನೆಯ ಜೋಸೆಫನು 1765 ರಿಂದಲೂ ತನ್ನ ತಾಯಿಯೊಂದಿಗೆ ಆಡಳಿತದಲ್ಲಿ ಪಾಲ್ಗೊಳ್ಳುತ್ತಿದ್ದನು. 1780ರಲ್ಲಿ ಆಕೆ ತೀರಿಕೊಂಡಾಗ ಆಸ್ಟ್ರಿಯಾ ಸಾಮ್ರಾಜ್ಯದ ಏಕ ಮಾತ್ರ ಪ್ರಭುವಾದನು. ಅಲ್ಲಿ ಮುಂದಿನ ಹತ್ತು ವರ್ಷಗಳ ಕಾಲ ಅವನು

'ಜ್ಞಾನೋದಯಿ' ನಿರಂಕುಶತ್ವದ ಅನುಸರಣೆಗೆ ಎಲ್ಲ ಗಮನ ನೀಡಿದನು. ಅವನು ವಾಲ್ಟೇರ್ ಮತ್ತು ರೂಸೋರ ಬಗ್ಗೆ ಮೆಚ್ಚುಗೆ ಹೊಂದಿದ್ದನು. ವಿವೇಚನೆ ಮತ್ತು ಸುಧಾರಣೆಯ ನಿಷ್ಠೆಯಲ್ಲಿ ಅವನು ಫ್ರೆಡ್ರಿಕ್ ಮಹಾಶಯನನ್ನು ಮೀರಿಸಿದನು. ಅವನು "ನಾನು ತತ್ವಶಾಸ್ತ್ರವನ್ನು ನನ್ನ ಸಾಮ್ರಾಜ್ಯದ ಶಾಸನ ಕರ್ತೃವಾಗಿ ಮಾಡಿದ್ದೇನೆ; ಅದರ ತಾರ್ಕಿಕ ತತ್ವಗಳು ಆಸ್ಟ್ರಿಯಾವನ್ನು ಪರಿವರ್ತಿಸಬೇಕು" ಎಂದು ಹೇಳುತ್ತಿದ್ದನು. ಅವನ ಮನಸ್ಸಿನಲ್ಲಿ ಆಸ್ಟ್ರಿಯಾವನ್ನು ರೂಸೊ ಬಯಸಿದಂತೆ ಪೂರ್ಣವಾಗಿ ಪುನರ್ ರಚಿಸಬೇಕೆಂಬ ಆಸೆಯಿದ್ದಿತು. ಆದರೆ ಅವನು ರೂಸೊನ ಮೂಲಭೂತ ವಿಚಾರವಾದ ಜನಪ್ರಿಯ ಸಾರ್ವಭೌಮತ್ವದ ಕಲ್ಪನೆಯ ಬಗ್ಗೆ ಆಸಕ್ತನಾಗಿರಲಿಲ್ಲ.

ಜೋಸೆಫನ ಧಾರ್ಮಿಕ ನೀತಿಯ ಗುರಿಯು ಕ್ಯಾಥೊಲಿಕ್ ಚರ್ಚನ್ನು ರಾಜ ನಿಯಂತ್ರಣಕ್ಕೆ ಒಳಪಡಿಸಬೇಕು ಮತ್ತು ಅದನ್ನು 'ಮೂಢನಂಬಿಕೆ' ಹಾಗೂ 'ಅತಾರ್ಕಿಕತೆ'ಯಿಂದ ಬಿಡುಗಡೆಗೊಳಿಸಬೇಕು ಎಂಬುದಾಗಿದ್ದಿತು. ಅವನು ತನ್ನ ಅನುಮತಿಯಿಲ್ಲದೆ ತನ್ನ ರಾಜ್ಯಗಳಲ್ಲಿ ಪೋಪ್‌ನ ಯಾವುದೇ ಘೋಷಣೆಗಳನ್ನು ಪ್ರಕಟಿಸಕೂಡದೆಂದು ಆಜ್ಞೆಮಾಡಿದನು; ಅವನು ಬಿಷಪ್‌ಗಳನ್ನು ತಾನೇ ನೇಮಿಸಿದನು; ಚರ್ಚ್‌ನ ಜಮೀನುಗಳನ್ನು ಮುಟ್ಟುಗೋಲು ಹಾಕಿಕೊಂಡನು. ಸಾಂಪ್ರದಾಯಿಕ ಧಾರ್ಮಿಕ ವಿಧಿಗಳನ್ನು ಮಾರ್ಪಡಿಸಿದನು. ಅನೇಕ ಮಠಗಳನ್ನು ರದ್ದುಪಡಿಸಲಾಯಿತು. ಪುರೋಹಿತ ವರ್ಗಕ್ಕೆ ರಾಜ್ಯದ ಶಾಲೆಗಳಲ್ಲಿ ತರಬೇತಿ ಕೊಡಲು ಏರ್ಪಾಡಾಯಿತು. ಪ್ರಾಟೆಸ್ಟೆಂಟ್‌ಗಳು ಮತ್ತು ಯಹೂದಿಗಳನ್ನು ಸಹನೆಯಿಂದ ಕಂಡು ಅವರಿಗೆ ಕ್ಯಾಥೊಲಿಕರೊಂದಿಗೆ ಸಮಾನ ಹಕ್ಕುಗಳನ್ನು ನೀಡಲಾಯಿತು.

ಅವನು ಮುಖ್ಯವಾಗಿ ಮೂರು ರಾಜಕೀಯ ನೀತಿಗಳನ್ನು ಹೊಂದಿದ್ದನು: 1) ಅವನು ಪೂರ್ವಕ್ಕೆ ತನ್ನ ಸ್ವಾಧೀನಗಳನ್ನು ಕಪ್ಪು ಸಮುದ್ರದವರೆಗೂ ಮತ್ತು ದಕ್ಷಿಣದ ಕಡೆಗೆ ಏಡ್ರಿಯಾಟಿಕ್ ತೀರದುದ್ದಕ್ಕೂ ವಿಸ್ತರಿಸಬೇಕೆಂಬ ಅಪೇಕ್ಷೆ ಹೊಂದಿದ್ದನು. ನೆದರ್‌ಲ್ಯಾಂಡನ್ನು ಹತ್ತಿರದ ಬವೇರಿಯಾದೊಂದಿಗೆ ವಿನಿಮಯ ಮಾಡಿಕೊಳ್ಳಲು ಉದ್ದೇಶಿಸಿದ್ದನು. 2) ಅವನು ಎಲ್ಲ ಪ್ರಾಂತೀಯ ಅಸೆಂಬ್ಲಿಗಳನ್ನು ಮತ್ತು ಇತರ ಸ್ಥಳೀಯ ಸ್ವತಂತ್ರ ಸಂಸ್ಥೆಗಳನ್ನು ತೆಗೆದು ಹಾಕಿ, ಆತನಿಗೆ ನಿಷ್ಠವಾಗಿರುವ ಅಧಿಕಾರಿಗಳನ್ನು ನೇಮಿಸಿ ಸಮರೂಪದ ಆಡಳಿತ ನೀಡಲು ಬಯಸಿದನು. 3) ಅವನು ತನ್ನ ಜನರಲ್ಲಿ ಕೆಳ ವರ್ಗದವರನ್ನು ಮೇಲೆತ್ತಿ ಮತ್ತು ನೊಬೆಲ್ಲರನ್ನು ಹತ್ತಿಕ್ಕಿ ಎಲ್ಲರೂ ಸಮಾನರಾಗಿ ತಮ್ಮ ಜನಾನುರಾಗಿ ರಾಜನ ಮುಂದೆ ಬರುವಂತಾಗಬೇಕೆಂದು ಆಶಿಸಿದ್ದನು.

ಅವನ ನೀತಿಗಳಲ್ಲಿ ಮೊದಲನೆಯದು ನಿಷ್ಫಲವಾಯಿತು. ಬವೇರಿಯಾ ಬಗ್ಗೆ ಅವನು ಹೊಂದಿದ್ದ ಯೋಜನೆ ಚಿಕ್ಕ ಜರ್ಮನ್ ರಾಜ್ಯಗಳ ರಕ್ಷಕನೆಂದು ಭಾವಿಸಿದ ಫ್ರೆಡ್ರಿಕ್ ಮಹಾಶಯನಿಂದ ನಿರಾಶೆಗೊಳಗಾಯಿತು. ಬಾಲ್ಕನ್ ಪರ್ಯಾಯ ದ್ವೀಪದಲ್ಲಿ ಅವನು ರಷ್ಯಾದೊಡಗೂಡಿ ಆಟೊಮನ್ ಸಾಮ್ರಾಜ್ಯದ ವಿರುದ್ಧ 1786ರಲ್ಲಿ ಯುದ್ಧ ಹೂಡಿದ ಮತ್ತು ಅವನ ಸೈನ್ಯ ಬೆಲ್ಗ್ರೇಡನ್ನು ವಶಪಡಿಸಿಕೊಂಡಿತು; ಆದರೆ ಅವನ ಮರಣಾನಂತರ ಆತನ ಉತ್ತರಾಧಿಕಾರಿಯು ಶಾಂತಿ ಒಪ್ಪಂದ ಮಾಡಿಕೊಳ್ಳಲು ಒಡಂಬಟ್ಟು ಅದರಿಂದ ಆಸ್ಟ್ರಿಯಾಕ್ಕೆ ಯಾವುದೆ ಪ್ರಾದೇಶಿಕ ಲಾಭವಾಗಲಿಲ್ಲ.

ಎರಡನೆಯ ಜೋಸೆಫನು ಕೇಂದ್ರೀಕೃತ ಸರ್ಕಾರ ರಚನೆಯ ಗುರಿಯಿಂದ ಹಂಗೇರಿಯನ್ನರು ವಿಯೆನ್ನಾದಲ್ಲಿಟ್ಟಿದ್ದ ಸಂತ ಸ್ಟೀಫನ್ನನ ಪವಿತ್ರ ಕಿರೀಟವನ್ನು ಧರಿಸಿ ಹಂಗೇರಿ ರಾಜ್ಯವನ್ನು ರದ್ದುಪಡಿಸಿದನು. ಅನಂತರ ಅವನು ಕೇವಲ ಒಂದು ಆಜ್ಞೆಯ ಮೂಲಕ ತನ್ನ ಸಾಮ್ರಾಜ್ಯದಲ್ಲಿ ಹೊಸ ಸ್ಥಳೀಯ ಆಡಳಿತ ಪದ್ಧತಿಯನ್ನು ಜಾರಿಗೆ ತಂದನು. ಇಡೀ ಸಾಮ್ರಾಜ್ಯವನ್ನು ಹದಿಮೂರು ಪ್ರಾಂತಗಳನ್ನಾಗಿ ವಿಂಗಡಿಸಿ ಪ್ರತಿಯೊಂದನ್ನು ಒಬ್ಬ ಸೈನ್ಯದ ದಂಡನಾಯಕನ ಆಡಳಿತಕ್ಕೊಪ್ಪಿಸಿದನು. ಈ ಪ್ರತಿಯೊಂದು ಪ್ರಾಂತವನ್ನು ಜಿಲ್ಲೆಗಳು ಅಥವಾ ಕೌಂಟಿಗಳನ್ನಾಗಿ ವಿಂಗಡಿಸಲಾಯಿತು ಮತ್ತು ಇವನ್ನು ಮತ್ತೆ ಪಟ್ಟಣಗಳನ್ನಾಗಿ ಉಪವಿಂಗಡಣೆ ಮಾಡಲಾಯಿತು. ಅಲ್ಲಿ ಯಾವುದೇ ಸ್ಥಳೀಯ ವಿಶೇಷಧಿಕಾರಗಳನ್ನು ಉಳಿಸಲಿಲ್ಲ. ಪ್ರತಿಯೊಂದನ್ನು ವಿಯೆನ್ನಾದಿಂದಲೇ ನಿರ್ವಹಿಸ ಲಾಗುತ್ತಿದ್ದಿತು. ಸೈನ್ಯವನ್ನು ಪ್ರಷ್ಯಾದ ಮಾದರಿಯಲ್ಲಿ ಕಟ್ಟಿ ರೈತರನ್ನು ಅದರಲ್ಲಿ ಸೇವೆ ಸಲ್ಲಿಸಬೇಕೆಂದು ಬಲಾತ್ಕರಿಸಲಾಯಿತು. ಹ್ಯಾಪ್ಸ್‌ಬರ್ಗ್ ರಾಜ್ಯದಲ್ಲೆಲ್ಲ ಜರ್ಮನ್ ಭಾಷೆಯನ್ನು ಅಧಿಕೃತ ಭಾಷೆಯನ್ನಾಗಿ ಘೋಷಿಸಲಾಯಿತು. ಇದೆಲ್ಲ ಕಾಗದದ ಮೇಲೆ ಚೆನ್ನಾಗಿ ಕಾಣುತ್ತಿತ್ತು. ಆದರೆ ವಾಸ್ತವವಾಗಿ ಇದೊಂದು ಭಾರಿ ಸೋಲಾಗಿ ಪರಿಣಮಿಸಿತು. ಆಸ್ಟ್ರಿಯಾದ ನೆದರ್‌ಲ್ಯಾಂಡ್ ಪ್ರದೇಶದ ಜನರು ತಮ್ಮ ಸ್ಥಳೀಯ ಕಾನೂನುಗಳನ್ನು ಒಪ್ಪಿಸುವ ಬದಲು ದಂಗೆಯೆದ್ದರು. ಟೈರಲ್ ಸಹ ಇದನ್ನೇ ಅನುಸರಿಸಿತು. ಹಂಗೇರಿಯಲ್ಲೂ ಕೋಪೋದ್ರಿಕ್ತ ಪ್ರತಿಭಟನೆಗಳಾದವು. ಸ್ಥಳೀಯ ವೈಶಿಷ್ಟ್ಯಗಳು ಮತ್ತು ಪರಂಪರೆಗಳನ್ನು ಅಷ್ಟು ಸುಲಭವಾಗಿ ರದ್ದುಪಡಿಸಲಾಗಲಿಲ್ಲ.

ಅಂತಿಮವಾಗಿ, ಜೋಸೆಫನು ಸಮಾಜವನ್ನು ಪುನರ್‌ರಚಿಸುವ ಪ್ರಯತ್ನದಲ್ಲಿ ದುಃಖಕ್ಕೊಳಗಾದನು. ಅವನು ಎಲ್ಲ ಜೀತದಾಳುಗಳನ್ನು ಸ್ವತಂತ್ರರೆಂದು ಘೋಷಿಸಿದನು. ಅವರು ತಮ್ಮ ಯಜಮಾನರ ಒಪ್ಪಿಗೆಯಿಲ್ಲದೆ ಮದುವೆಯಾಗಲು ಸಮರ್ಥರೆಂದು ನಿರ್ದೇಶಿಸಿದನು. ಅವರಿಗೆ ತಮ್ಮ ಹಿಡುವಳಿಗಳನ್ನು ಮಾರುವ ಹಕ್ಕು ದೊರೆಯಿತು. ಅವರು ತಮ್ಮ ಯಜಮಾನರಿಗೆ ವಾರಕ್ಕೆ ನಾಲ್ಕು ಬಿಟ್ಟಿ ಕೆಲಸಗಳನ್ನು ಮಾಡುವ ಬದಲು ಜಮೀನಿಗೆ ನಿರ್ದಿಷ್ಟ ಮೊತ್ತದ ಬಾಡಿಗೆ

ಕೊಡಲು ನಿಗದಿಪಡಿಸಿದನು. ತೆರಿಗೆಯ ಭಾರವನ್ನು ನೊಬೆಲ್ಲರು ಮತ್ತು ರೈತರಿಬ್ಬರೂ ಸಮಾನವಾಗಿ ಹಂಚಿಕೊಳ್ಳಬೇಕೆಂಬ ಕಾನೂನು ಜಾರಿಗೆ ಬಂತು. ತಮ್ಮ ಜಮೀನಿನ ಆದಾಯದ ಶೇಕಡ ಹದಿಮೂರು ಭಾಗವನ್ನು ತೆರಿಗೆಯಾಗಿ ಪಾವತಿಸಬೇಕಾಗಿತ್ತು. ಅವನಿಗೆ ರೈತಾಪಿ ವರ್ಗಕ್ಕೆ ಇನ್ನೂ ಹೆಚ್ಚಿನ ನೆರವು ನೀಡಬೇಕೆಂಬ ಉದ್ದೇಶವಿದ್ದಿತು. "ನಾನು ಒಬ್ಬ ಭೂಮಾಲೀಕನಿಗಾಗಿ ಇನ್ನೂರು ಜನ ರೈತರ ಚರ್ಮ ಸುಲಿಯಲು ಸಿದ್ಧನಿಲ್ಲ" ಎಂದು ಹೇಳಿದನು. ಅವನು ಪ್ರತಿಯೊಬ್ಬರಿಗೂ ಉಚಿತ ಪ್ರಾಥಮಿಕ ಶಿಕ್ಷಣ ಒದಗಿಸಲು, ಕೈಗಾರಿಕೆಗಳನ್ನು ಪ್ರೋತ್ಸಾಹಿಸಲು ಎಲ್ಲ ಪ್ರಜೆಗಳನ್ನು ಸುಖಸಂತೋಷದಿಂದಿಡಲು ಯೋಜಿಸಿದ್ದನು.

ಆದರೆ ರೈತರು ಕಡ್ಡಾಯ ಸೈನಿಕ ಸೇವೆಯನ್ನು ವಿರೋಧಿಸಿ ಜೋಸೆಫನು ಅವರಿಗಾಗಿ ಮಾಡುತ್ತಿದ್ದ ಪ್ರಯತ್ನಗಳನ್ನು ತಪ್ಪಾಗಿ ಅರ್ಥಮಾಡಿಕೊಂಡರು. ನೊಬೆಲ್ಲರು ಅವನನ್ನು ತಮ್ಮ ಊಳಿಗಮಾನ್ಯ ಹಕ್ಕುಗಳನ್ನು ಕಿತ್ತುಕೊಳ್ಳುತ್ತಿದ್ದುದಕ್ಕಾಗಿ ದ್ವೇಷಿಸತೊಡಗಿದರು. ಮಧ್ಯಮ ವರ್ಗದವರು ಆತನ ದರ್ಪ ಮತ್ತು ಆತನು ಉದ್ಯಮ ಮತ್ತು ವ್ಯಾಪಾರದಲ್ಲಿ ಮಧ್ಯ ಪ್ರವೇಶಿಸಿದುದಕ್ಕಾಗಿ ಕೆರಳಿದರು. ಪುರೋಹಿತ ವರ್ಗದವರು ಆತನ ಧಾರ್ಮಿಕ ನೀತಿಯ ವಿರುದ್ಧ ಬೋಧಿಸಿದರು. ಎರಡನೆಯ ಜೋಸೆಫನು ಕಣ್ಮುಚ್ಚುವಾಗ (1790) "ನಾನು ಇಷ್ಟೆಲ್ಲ ತೊಂದರೆ ತೆಗೆದುಕೊಂಡು ಕೆಲವರನ್ನು ಮಾತ್ರ ಸಂತೋಷಪಡಿಸಿದೆ ಅನೇಕರು ಕೃತಜ್ಞರಾದರು" ಎಂದು ನಿವೇದಿಸಿಕೊಂಡನು. ಅವನು ತನ್ನ "ಸುಧಾರಣೆಗಳನ್ನು" ರದ್ದುಪಡಿಸುವಂತೆ ಆದೇಶವಿತ್ತನು. ಅವನು ತನ್ನ ಸಮಾಧಿಯ ಮೇಲೆ ಒಂದು ನಿರಾಶೆಯ ವಾಕ್ಯವನ್ನು ಬರೆಯುವಂತೆ ಸಲಹೆ ಮಾಡಿದನು. ಅದೇಂದರೆ "ಒಳ್ಳೆಯ ಉದ್ದೇಶಗಳಿಂದ ಯಾವುದರಲ್ಲೂ ಸಫಲನಾಗದ ಮನುಷ್ಯ ಇಲ್ಲಿ ವಿಶ್ರಾಂತನಾಗಿದ್ದಾನೆ".

ಸ್ಪೇನ್‌ನ ಮೂರನೆಯ ಚಾರ್ಲ್ಸ್

ಇನ್ನೊಬ್ಬ ಹೆಚ್ಚು ಯಶಸ್ವಿಯಾದ ನಿರಂಕುಶ ಪ್ರಭು ಎಂದರೆ ನೇಪಲ್ಸ್ (1738–1759) ಮತ್ತು ಸ್ಪೇನ್‌ನ (1759–1788) ರಾಜನಾದ ಮೂರನೆಯ ಚಾರ್ಲ್ಸ್. ಅವನು ತನ್ನಷ್ಟೇ ಜ್ಞಾನೋದಯಿಗಳಾದ ಮಂತ್ರಿಗಳ ಸಹಾಯದಿಂದ ತನ್ನ ರಾಜ್ಯದಲ್ಲಿ ಅನೇಕ ಸುಧಾರಣೆಗಳನ್ನು ಅನುಷ್ಠಾನಗೊಳಿಸಿದನು. ಅವನು ಆಡಳಿತವನ್ನು ಕೇಂದ್ರೀಕರಿಸಿದನು; ಸಾರ್ವಜನಿಕ ಸಾಲವನ್ನು ಕಡಿಮೆಮಾಡಿದನು. ಅವನು ವಿಜ್ಞಾನ ಮತ್ತು ಕಲೆಗಳಿಗೆ ಪ್ರೋತ್ಸಾಹ ನೀಡಿದನು. ಅವನು ವೈಜ್ಞಾನಿಕ ವ್ಯವಸಾಯವನ್ನು ಉತ್ತೇಜಿಸಿದನು, ರಸ್ತೆಗಳು ಮತ್ತು ನಾಲೆಗಳನ್ನು ನಿರ್ಮಿಸಿದನು ಮತ್ತು ತಯಾರಿಕೆಗೆ ನೆರವು ನೀಡಿದನು. ಅವನು ಯಹೂದಿಗಳನ್ನು ದಮನ ಮಾಡಿದನಲ್ಲದೆ ಧರ್ಮ ವಿಚಾರಣೆಯ ಕ್ರಮಗಳನ್ನು ತಡೆದನು. ಅವನು ಸೈನ್ಯದ ಪುನರ್ ವ್ಯವಸ್ಥೆ ಮಾಡಿ ನೌಕಾ ಬಲವನ್ನು ಪುನರ್ರಚಿಸಿದನು. ಅವನು ಅಮೆರಿಕದಲ್ಲಿ ವಸಾಹತುಗಳ ಆಡಳಿತವನ್ನು ಅಭಿವೃದ್ಧಿಪಡಿಸಿದ್ದಲ್ಲದೆ ತಾಯ್ನಾಡಿನಿಂದ ಅಲ್ಲಿಗೆ ವಲಸೆ ಹೋಗುವವರನ್ನು ಪ್ರೋತ್ಸಾಹಿಸಿದನು. ಮೂರನೆಯ ಚಾರ್ಲ್ಸ್‌ನ ಆಳ್ವಿಕೆಯಲ್ಲಿ ಸ್ಪೇನ್‌ನ ಆದಾಯ ಮೂರುಪಟ್ಟು ಹೆಚ್ಚಿತು. ಅದರ ಜನಸಂಖ್ಯೆ ಏಳರಿಂದ ಹನ್ನೊಂದು ಮಿಲಿಯನ್‌ಗೆ ಏರಿತು. ವಿದೇಶಗಳಲ್ಲಿ ಅದರ ಪ್ರತಿಷ್ಠೆ ಹೆಚ್ಚಿತು. ದೇಶದಲ್ಲಿ ಅನಾಯಾಚಿತವಾದ ಧರ್ಮಸಹಿಷ್ಣುತೆ ಕಂಡುಬಂದಿತು.

ಪೋರ್ಚುಗಲ್‌ನ ಜೋಸೆಫ್

ಚಾರ್ಲ್ಸ್‌ನ ನೆರಯವನಾಗಿದ್ದ ಪೋರ್ಚುಗಲ್‌ನ ಒಂದನೆಯ ಜೋಸೆಫನು (1750–1777) ತನ್ನ ಮಂತ್ರಿಯ ಮೇಧಾವಿತನಕ್ಕೆ ಪ್ರೋತ್ಸಾಹ ನೀಡಿ ತಾನೂ ಪ್ರಗತಿಪರ ರಾಜನೆನಿಸಿದನು. ಆತನ ಮಂತ್ರಿ ಪೊಂಬಾಲ್ 'ಜ್ಞಾನೋದಯಿ' ತತ್ವಶಾಸ್ತ್ರಜ್ಞನಾಗಿ ಕ್ರಿಯಾತ್ಮಕವಾದ ರಾಷ್ಟ್ರಧುರೀಣನಾಗಿದ್ದನು. ಪೊಂಬಾಲನ ಆಡಳಿತದಲ್ಲಿ ನೋಬೆಲ್ಲರು ಮತ್ತು ಪುರೋಹಿತ ವರ್ಗವನ್ನು ಹದ್ದುಬಸ್ತಿನಲ್ಲಿಟ್ಟು ರಾಜನ ಅಧಿಕಾರವನ್ನು ಬಲಪಡಿಸಲಾಯಿತು. ಈ ಕಾಲದಲ್ಲಿ ಪೋರ್ಚುಗಲ್‌ನಲ್ಲಿ ಮಧ್ಯಮ ವರ್ಗ ಮತ್ತು ಕೆಳವರ್ಗದ ಜನರ ಶಿಕ್ಷಣಕ್ಕೆ ವಿಶೇಷ ಪ್ರೋತ್ಸಾಹ ದೊರೆಯಿತು.

ಪೋರ್ಚುಗಲ್‌ನ ಒಂದನೆ ಜೋಸೆಫ್

ಸ್ವೀಡನ್‌ನಲ್ಲಿ ಮೂರನೆಯ ಗುಸ್ತವಸನು (1771–1792); ಸಾರ್ಡೀನಿಯಾದಲ್ಲಿ ಮೂರನೆಯ ಚಾರ್ಲ್ಸ್ ಎಮ್ಯಾನುಯೆಲನು (1730–1773); ಟಸ್ಕನಿಯಲ್ಲಿ ಒಂದನೆಯ ಲಿಯೊಪೋಲ್ಡನು (1765–1790) 'ಜ್ಞಾನೋದಯಿ' ದೊರೆಗಳಾಗಿದ್ದರು. ಲಿಯೊಪೋಲ್ಡನು ಆಸ್ಟ್ರಿಯಾದ ಎರಡನೆಯ ಜೋಸೆಫನ ಸಹೋದರನಾಗಿದ್ದು ಪವಿತ್ರ ರೋಮನ್ ಸಾಮ್ರಾಜ್ಯಕ್ಕೆ ಅವನ ಉತ್ತರಾಧಿಕಾರಿಯಾದನು. ರಷ್ಯಾದ ಎರಡನೆಯ ಕ್ಯಾಥೆರಿನಳು (1762–1796) 'ಜ್ಞಾನೋದಯಿ'

ರಾಣಿಯಾಗಿ ಕಾಣಿಸಿಕೊಂಡಳು. ಯೂರೋಪಿನ ಪ್ರಮುಖ ರಾಷ್ಟ್ರಗಳಲ್ಲಿ ಫ್ರಾನ್ಸ್‌ನಲ್ಲಿ ಮಾತ್ರ– ಹದಿನಾರನೆಯ ಲೂಯಿಯು (1774–1792) ಉಪಕಾರಿ ರಾಜನಾಗಲು ಪ್ರಯತ್ನಿಸಿದನಾದರೂ 'ಜ್ಞಾನೋದಯಿ'ನಿರಂಕುಶ ಪ್ರಭುವಿನ ಸ್ಥಾನವನ್ನು ಯಾರೂ ತುಂಬಲಿಲ್ಲ.

'ಜ್ಞಾನೋದಯಿ' ನಿರಂಕುಶ ಪ್ರಭುತ್ವದ ದೌರ್ಬಲ್ಯಗಳು

ಫ್ರೆಡ್ರಿಕ್ ಮಹಾಶಯ ಮತ್ತು ಅವನ ಸಮಕಾಲೀನ ಹದಿನೆಂಟನೆಯ ಶತಮಾನದ ರಾಜರುಗಳು ಆಚರಣೆಗೆ ತಂದ 'ಜ್ಞಾನೋದಯಿ' ನಿರಂಕುಶ ಪ್ರಭುತ್ವವು ತನ್ನ ಪ್ರತೀತಿ ಮತ್ತು ನಿಸ್ಸಂದೇಹವಾದ ಪ್ರಯೋಜನಗಳನ್ನು ಹೊಂದಿದ್ದರೂ ಅದು ಕೆಲವು ದೌರ್ಬಲ್ಯಗಳನ್ನು ಹೊಂದಿದ್ದಿತು. ಒಂದು ಆ ಕಾಲದ ಐರೋಪ್ಯ ರಾಜ್ಯ ಪದ್ಧತಿಯಲ್ಲಿದ್ದ ವಂಶಪಾರಂಪರ್ಯ ಪ್ರಭುತ್ವ. ಕನಿಷ್ಠ ಹದಿನಾರನೆಯ ಶತಮಾನದಿಂದಲಾದರೂ ಅನೇಕ ವಂಶಾಳ್ವಿಕೆಯ ಸಾಮ್ರಾಜ್ಯಗಳು ಯೂರೋಪಿನಾದ್ಯಂತ ಹರಡಿದ್ದು ನಿರ್ದಿಷ್ಟ ರಾಷ್ಟೀಯ ಸಮುದಾಯಗಳನ್ನು ವಿಭಜಿಸಿದ್ದವು ಅಥವಾ ಅವನ್ನು ಅತಿವ್ಯಾಪಿಸಿದ್ದವು. ಇದರಿಂದಾಗಿ ನಿರಂಕುಶ ಪ್ರಭುಗಳು ಎಷ್ಟೇ 'ಜ್ಞಾನೋದಯಿ'ಗಳಾಗಿದ್ದರೂ ಅವರು ತಮ್ಮ ಸುಧರಣೆಗಳನ್ನು ಪೂರ್ಣವಾಗಿ ಫಲಪ್ರದವಾಗಿ ಜಾರಿಗೆ ತರಲು ಸಾಧ್ಯವಾಗದಷ್ಟು ಈ ಸಮುದಾಯಗಳ ಸಂಘರ್ಷ ಹಾಗೂ ಬೇಡಿಕೆಗಳು ವೈವಿಧ್ಯವಾಗಿದ್ದವು.

ವಂಶಾಳ್ವಿಕೆಯ ಈ ದೌರ್ಬಲ್ಯದೊಂದಿಗೆ ಈ ನಿರಂಕುಶ ಪ್ರಭುಗಳು ಆಂತರಿಕ ಸುಧಾರಣೆಗಾಗಿ ತಮ್ಮ ಮುಖ್ಯ ಸಾಮರ್ಥ್ಯವನ್ನು ಬಳಸಲಾಗದಿದ್ದದ್ದು ಸೇರಿಕೊಂಡಿತು. ಈ ಎಲ್ಲ ರಾಜರು ಮಹತ್ವಾಕಾಂಕ್ಷಿಗಳಾಗಿದ್ದು ತಮ್ಮ ಪ್ರದೇಶಗಳನ್ನು ವಿಸ್ತರಿಸಿಕೊಳ್ಳಲು ಮತ್ತು ವಿದೇಶಗಳಲ್ಲಿ ತಮ್ಮ ಪ್ರತಿಷ್ಠೆ ಹೆಚ್ಚಿಸಿಕೊಳ್ಳಲು ಕಾತರರಾಗಿದ್ದರು. ಇದರಿಂದಾಗಿ ಉದ್ಭವವಾದ ಯುದ್ಧಗಳು ಅವರ ಇತರ ಪ್ರಯತ್ನಗಳಿಗೆ ಬಾಧಕವನ್ನುಂಟು ಮಾಡಿದವು. ಪ್ರಪಂಚದ ಇತಿಹಾಸದ ಯಾವುದೇ ಕಾಲದಲ್ಲಿ 'ಜ್ಞಾನೋದಯ' ನಿರಂಕುಶ ಪ್ರಭುತ್ವದ ಕಾಲದಲ್ಲಿದ್ದಷ್ಟು ಸ್ವಾರ್ಥದ ಉದ್ದೇಶಗಳಿಗಾಗಿ ಅಂತರರಾಷ್ಟ್ರೀಯ ಹೋರಾಟಗಳು ನಡೆದುದಿಲ್ಲ. ಫ್ರೆಡ್ರಿಕ್ ಮಹಾಶಯ ಸಿಲೆಸಿಯಾವನ್ನು ವಶಪಡಿಸಿಕೊಂಡುದರ ಪರಿಣಾಮವಾಗಿ ಮತ್ತು ಪೋಲೆಂಡಿನ ವಿಭಜನೆಯಂತಹ ನಾಚಿಕೆಪಡಬೇಕಾದ ಒಳಸಂಚುಗಳ ಕಾರಣವಾಗಿ ನಡೆದ ಘೋರ ರಕ್ತಪಾತದ ಯುದ್ಧಗಳನ್ನು ನಡೆಸಿದ್ದು ಈ 'ಜ್ಞಾನೋದಯಿ' ನಿರಂಕುಶ ಪ್ರಭುಗಳೇ ಹಾಗೂ ಶಾಂತಿಯ ಕಾಲದ ಕೆಲವೇ ಮಧ್ಯಂತರ ವರ್ಷಗಳಲ್ಲಿ ಯಾವ ಅತ್ಯಂತ ವಿವೇಕಿ ಮತ್ತು ಉದಾರ ನಿರಂಕುಶ ಪ್ರಭುವಿಗೂ ಅನೇಕ ವರ್ಷಗಳ ಕಾಲದ ಯುದ್ಧಗಳಿಂದಾದ ಮಾನವ ಮತ್ತು ಸಾಂಪತ್ತಿಕ ನಷ್ಟಗಳನ್ನು ತುಂಬಿಕೊಡುವುದು ಸಾಧ್ಯವಿರಲಿಲ್ಲ.

ಇನ್ನೊಂದು ದೌರ್ಬಲ್ಯವೆಂದರೆ ತಮ್ಮ ಜ್ಞಾನೋದಯಿಗಳಲ್ಲದ ಪ್ರಚೆಗಳ ಬಗ್ಗೆ ಈ ನಿರಂಕುಶ ಪ್ರಭುಗಳು ಹೊಂದಿದ್ದ ಹೀನಾಯ ಮನೋಭಾವ. ರಾಜನು ತನ್ನ ಪ್ರಜೆಗಳ ಒಳಿತಿಗೆ ಏನು ಮಾಡಬೇಕೆಂಬ ಬಗ್ಗೆ ಜನರಿಗಿಂತ ತಾನೇ ಸರಿಯಾಗಿ ತಿಳಿದಿರುವುದಾಗಿ ಭಾವಿಸಿಕೊಂಡು ಸುಧಾರಣೆಗಳನ್ನು ಜನರು ಒಟ್ಟಾರೆಯಾಗಿ ಅಪೇಕ್ಷಿಸಿರಲಿ ಇಲ್ಲದಿರಲಿ ಅವರ ಮೇಲೆ ಅವನ್ನು ಹೇರಲು ತೊಡಗಿದ್ದು. ಇದರ ಪರಿಣಾಮವಾಗಿ, ಅವರು ತಂದ ಸುಧಾರಣೆಗಳಿಂದ ಕೆಲವು ಖಾಯಂ ಬದಲಾವಣೆಗಳಾದರೂ ಒಟ್ಟಿನಲ್ಲಿ ಜನರಲ್ಲಿ ಅವರ ಬಗ್ಗೆ ಕೃತಘ್ನವಾದ ಮನೋಭಾವ ಬೆಳೆದದ್ದೇ ಅವರಿಗೆ ಸಂದ ಪ್ರತಿಫಲವಾಯಿತು.

ಇದರ ಕೊನೆಯ ದೌರ್ಬಲ್ಯವೆಂದರೆ 'ಜ್ಞಾನೋದಯಿ' ಪ್ರಭುವಿನ ಕಾರ್ಯಕ್ರಮಗಳು ಮುಂದುವರಿಯುವುದು ಅವನ ಸ್ಥಾನಕ್ಕೆ ಇನ್ನೊಬ್ಬ ಅವನಷ್ಟೇ ಸಮರ್ಥ ರಾಜನು ಉತ್ತರಾಧಿಕಾರಿಯಾಗಿ ಬರುವುದನ್ನೇ ಅವಲಂಬಿಸಿದ್ದಿತು. ಅದು ಘಟಿಸುತ್ತಿದ್ದದ್ದು ವಿರಳವಾಗಿ. ಫ್ರಾನ್ಸ್‌ನಲ್ಲಿ ಹದಿನಾಲ್ಕನೆಯ ಲೂಯಿಯ ಉತ್ತರಾಧಿಕಾರಿಯಾದವನು ಸೋಮಾರಿ ಹದಿನೈದನೆಯ ಲೂಯಿ, ಹಾಗೆಯೇ ಸ್ಪೈನ್‌ನಲ್ಲಿ ಮೂರನೆಯ ಚಾರ್ಲ್ಸ್‌ನ ಉತ್ತರಾಧಿಕಾರಿಯಾಗಿ ಅವಿವೇಕಿ ಒಂದನೆಯ ಜೋಸೆಫ್ ಬಂದನು, ಪೋರ್ಚುಗಲ್‌ನಲ್ಲಿ ಒಬ್ಬ ಮನೋವೈಕಲ್ಯದ ರಾಣಿ ಸಿಂಹಾಸನವೇರಿದಳು, ಹಾಗೂ ಸ್ವೀಡನ್‌ನಲ್ಲಿ ಮೂರನೆಯ ಗುಸ್ತವಸನ ಸ್ಥಾನಕ್ಕೆ ಹುಚ್ಚನೊಬ್ಬ ಅಧಿಕಾರಕ್ಕೆ ಬಂದನು. ದಕ್ಷತೆಯ ಸ್ಥಾನದಲ್ಲಿ ಅದಕ್ಷತೆ ಬರುವುದು, ದುಂದುವೆಚ್ಚ ಆರ್ಥಿಕತೆಯ ಫಲಗಳನ್ನು ಹಾಳುಗೆಡವುದು ಮತ್ತು ಭ್ರಷ್ಟಾಚಾರ ಸುಧಾರಣೆಯನ್ನು ತೊಡೆದು ಹಾಕುವುದು–ಇವು ಸಾಮಾನ್ಯ ನಿಯಮಗಳೇನೋ ಎಂಬಂತೆ ಕಂಡುಬರುತ್ತಿದ್ದವು.

ಹದಿನೆಂಟನೆಯ ಶತಮಾನದ ಐರೋಪ್ಯ ನಿರಂಕುಶ ಪ್ರಭುಗಳು 'ಜ್ಞಾನೋದಯ' ಚಳವಳಿಯನ್ನು ಕಾರ್ಯತಃ ಅನುಷ್ಠಾನಗೊಳಿಸುವಲ್ಲಿ ವಿಫಲರಾದಾಗ್ಯೂ ಅವರು ಆ ಕಾಲದ ತತ್ವಶಾಸ್ತ್ರಜ್ಞರು ಪ್ರತಿಪಾದಿಸಿದ ಮತ್ತು ಮುಂದೆ ನಿರಂಕುಶ ಪ್ರಭುತ್ವದ ವಿರುದ್ಧ ಜನತಾ ಕ್ರಾಂತಿಗಳ ಮೂಲಕ ಜನರು ಈಡೇರಿಸಿಕೊಂಡ ಅನೇಕ ಹೊಸ ಸುಧಾರಣೆಗಳನ್ನು ಅಂದು ಆದರ್ಶಗಳಾಗಿ ಸರ್ಕಾರದಲ್ಲಿ ಮತ್ತು ಸಮಾಜದಲ್ಲಿ ಬೇರೂರಿಸಿದ ಕೀರ್ತಿಗೆ ಪಾತ್ರರಾಗಿದ್ದಾರೆ.

* * * * *

ಅಧ್ಯಾಯ - 9

ಅಮೆರಿಕಾದ ಕ್ರಾಂತಿ - ಅದರ ಮಹತ್ವ

ಅಮೆರಿಕಾದಲ್ಲಿ ಸಂಭವಿಸಿದ ಕ್ರಾಂತಿಯು ಕೇವಲ ಬ್ರಿಟಿಷರ ಕಾಳಜಿಗೆ ಸಂಬಂಧಪಟ್ಟ ವಿಷಯವಾಗಿರಲಿಲ್ಲ. ಅನತಿಕಾಲದಲ್ಲೇ ಅಮೆರಿಕ ಪಾಠವನ್ನು ಫ್ರಾನ್ಸಿನಲ್ಲಿ ಅನ್ವಯಿಸುವುದಿತ್ತು. ಅದರ ಮೂಲಕ ಅದರ ಪ್ರಭಾವವು ಇಡೀ ಯೂರೋಪಿನ ಇತಿಹಾಸದ ಮೇಲೆ ಗಾಢ ಪ್ರಭಾವವನ್ನು ಬೀರಲಿತ್ತು.

ಹದಿನೆಂಟನೆಯ ಶತಮಾನದ ಎರಡನೆಯ ಅರ್ಧದ ಪ್ರಾರಂಭದಲ್ಲಿ ಯೂರೋಪಿನ ಇತಿಹಾಸದಲ್ಲಿ ಸಂಭವಿಸಿದ ಅತ್ಯಂತ ಪ್ರಮುಖ ಘಟನೆ ಏಳು ವರ್ಷಗಳ ಯುದ್ಧ. ಈ ಯುದ್ಧವು ಜಗತ್ತಿಗೆ ಅನೇಕ ಬಹುಮುಖ್ಯ ಫಲಿತಾಂಶಗಳನ್ನು ಕೊಟ್ಟಿತು. ಫ್ರಾನ್ಸ್ ನಿರ್ಣಾಯಕವಾಗಿ ಸೋತಿತು, ಅದರೊಂದಿಗೆ ಆ ದೇಶದ ಬಹುಪಾಲು ಶಕ್ತಿ, ಸಂಪತ್ತು ಮತ್ತು ಘನತೆಗಳು ಕಳೆದು ಹೋದವು. ಕೆನಡಾದಲ್ಲಿದ್ದ ತನ್ನ ವಸಾಹತುಗಳನ್ನು ಫ್ರಾನ್ಸ್ ಕಳೆದುಕೊಂಡಿತು. ಅಮೆರಿಕಾವು ಇಂಗ್ಲೆಂಡ್ ಮೇಲೆ ಯುದ್ಧವನ್ನು ಪ್ರಾರಂಭಿಸಲು ಪ್ರೇರಣೆ ನೀಡಿದುದರಿಂದಾಗಿ ಇದು ಬಹಳ ಮಹತ್ವದ ಘಟನೆಯಾಯಿತು. ಅಮೆರಿಕ ನೂತನ ಪ್ರಪಂಚವೆಂದೇ ಪ್ರಸಿದ್ಧವಾಗಿತ್ತು. ಕೊಲಂಬಸ್ ಅದನ್ನು 1492ರಲ್ಲಿ ಕಂಡುಹಿಡಿದಿದ್ದನು. ಈ ನೂತನ ಪ್ರಪಂಚದಲ್ಲಿ ನೆಲೆಸಿದವರು ತಮ್ಮ ದೇಶಗಳಿಂದ ಹೊರಬಂದ ಯೂರೋಪಿಯನ್ನರು. ಯೂರೋಪಿನ ಕೆಲವು ರಾಷ್ಟ್ರಗಳಿಗೆ ಅದು ರಾಜ್ಯ ವಿಸ್ತಾರ ಚಟುವಟಿಕೆಗಳಿಗೆ ಫಲವತ್ತಾದ ಕ್ಷೇತ್ರವಾಯಿತು. ಸಾಹಸಿಗಳಾಗಿದ್ದ ಜನರು ತಮ್ಮ ಅದೃಷ್ಟವನ್ನು ಪರೀಕ್ಷಿಸಲು ಅಲ್ಲಿಗೆ ಧಾವಿಸಿದರು. ಹದಿನಾರು ಮತ್ತು ಹದಿನೇಳನೆಯ ಶತಮಾನಗಳಲ್ಲಿ ಪ್ರಾಟೆಸ್ಟಂಟರಿಗೂ ಕ್ಯಾಥೋಲಿಕರಿಗೂ ನಡುವೆ ಧಾರ್ಮಿಕ ಭಿನ್ನಮತದ ಬಿರುಗಾಳಿ ಬೀಸಿ ಯೂರೋಪು ವಿಕ್ಷುಬ್ಧವಾಗಿತ್ತು. ಶಾಂತಿ ಪ್ರೇಮಿಗಳಾದವರು ಧಾರ್ಮಿಕ ಕಿರುಕುಳಕ್ಕೆ ಬಲಿಯಾಗಲು ಇಚ್ಛಿಸದೆ ಅಮೆರಿಕದಲ್ಲಿ ಆಶ್ರಯ ಪಡೆದರು. ಯೂರೋಪಿನಲ್ಲಿ ಜನದಟ್ಟಣೆ ಅಧಿಕವಾಗುತ್ತಿದ್ದುದರಿಂದ ಆ ಹೆಚ್ಚುವರಿ ಜನಸಂಖ್ಯೆಗೆ ಅವಕಾಶವೊದಗಿಸಲು ಅಮೆರಿಕವು ಸೂಕ್ತವಾದ ಸ್ಥಳವಾಯಿತು.

ಅಮೆರಿಕದಲ್ಲಿ ಬ್ರಿಟಿಷ್ ಕಾಲೋನಿಗಳು

ಹದಿನೇಳು ಮತ್ತು ಹದಿನೆಂಟನೆಯ ಶತಮಾನಗಳಲ್ಲಿ ಇಂಗ್ಲೆಂಡ್, ವರ್ಜಿನಿಯ, ಮೇರಿಲ್ಯಾಂಡ್, ಮಸಾಚುಸೆಟ್ಸ್, ಕನೆಕ್ಟಿಕಟ್, ರ್ಹೋಡ್ ಐಲೆಂಡ್, ನ್ಯೂಹ್ಯಾಂಪರ್, ನಾರ್ತ್‌ಕೆರೋಲಿನಾ ಮತ್ತು ಸೌತ್ ಕೆರೋಲಿನಾ, ನ್ಯೂಯಾರ್ಕ್, ಪೆನ್ಸಿಲ್‌ವೇನಿಯ, ದೆಲಾವೇರ್, ನ್ಯೂಜರ್ಸಿ ಮತ್ತು ಜಾರ್ಜಿಯಾ ಹೀಗೆ ಅಟ್ಲಾಂಟಿಕ್ ಕರಾವಳಿಯ ಹದಿಮೂರು ಸ್ಥಳಗಳಲ್ಲಿ ತನ್ನ ವಸಾಹತುಗಳನ್ನು ಸ್ಥಾಪಿಸಿತು. ಈ ಕಾಲೋನಿಗಳಲ್ಲಿ ಇಂಗ್ಲೆಂಡ್, ಹಾಲೆಂಡ್, ಫ್ರಾನ್ಸ್, ಡೆನ್ಮಾರ್ಕ್, ಸ್ವೀಡನ್ ಮತ್ತು ಜರ್ಮನಿಗಳಲ್ಲದೆ ಯೂರೋಪಿನ ಇತರ ಭಾಗಗಳಿಂದ ಬಂದ ಜನರೂ ನೆಲೆಸಿದರು. ಬಹುಪಾಲು ಜನರು ಇಂಗ್ಲೆಂಡಿನಿಂದ ಬಂದವರು. ಅದರ ಫಲವಾಗಿ ಇಂಗ್ಲಿಷ್ ಭಾಷೆ ಮತ್ತು ಇಂಗ್ಲಿಷ್ ಸಾಂಸ್ಥಿಕತೆಗಳೇ ಅಲ್ಲಿ ರೂಢಿಗೆ ಬಂದವು. ಈ ವಸಾಹತುಗಳಲ್ಲಿ ಇದ್ದ ಒಟ್ಟು ಜನಸಂಖ್ಯೆ ಸುಮಾರು ಹದಿಮೂರು ಲಕ್ಷ. ಪ್ರತಿಯೊಂದು ಕಾಲೋನಿಯಲ್ಲೂ ಒಂದು ಅಸೆಂಬ್ಲಿಯಿತ್ತು, ಅದಕ್ಕೆ ತಾಯಿನಾಡು ನೇಮಿಸಿದ ಒಬ್ಬ ಗವರ್ನರ್ ಮುಖ್ಯಸ್ಥನಾಗಿದ್ದನು.

ಈ ಅಸೆಂಬ್ಲಿಗಳ ನೆರವಿನಿಂದ ಅಲ್ಲಿಯ ಆಡಳಿತವು ನಡೆಯುತ್ತಿತ್ತು. ಸಂರಕ್ಷಣೆ ಮತ್ತು ಭಾವುಕತೆಗಳ ಆಧಾರದಿಂದ ಇಂಗ್ಲೆಂಡಿನೊಂದಿಗೆ ಒಳ್ಳೆಯ ಸಂಬಂಧವನ್ನು ಕಾಪಾಡಿಕೊಳ್ಳಲು ಅತೀವ ಆಸಕ್ತಿ ಈ ಕಾಲೋನಿಗಳಲ್ಲಿತ್ತು. ರಕ್ಷಣೆ ಬಹುಮುಖ್ಯವಾದ ವಿಷಯವಾಗಿತ್ತು. ಫ್ರೆಂಚ್ ನೌಕಾಪಡೆಯಿಂದ ಜಲಮಾರ್ಗದ ಮೂಲಕ ರಕ್ಷಣೆ, ಭೂಮಿಯ ಮೇಲಾದರೂ ದೇಶೀಯರಾದ ರೆಡ್‌ಇಂಡಿಯನ್ನರು ಮತ್ತು ಫ್ರೆಂಚರಿಂದ ರಕ್ಷಣೆ ಅಗತ್ಯವಾಗಿತ್ತು. ಹದಿನೆಂಟನೆಯ ಶತಮಾನದಿಂದ ವಸಾಹತಿನ ಜನರು ಹೆಚ್ಚು ಹೆಚ್ಚಾಗಿ ಆರ್ಥಿಕ ಅಭಿವೃದ್ಧಿಯನ್ನು ಕಂಡರು. ನೂತನ ಸಂಸ್ಕೃತಿಯೊಂದು ವಿಕಾಸಗೊಂಡಿತು. ಅದರಿಂದ ಅಲ್ಲಿನ ಇಂಗ್ಲಿಷರಿಗೆ "ಅಮೆರಿಕನ್ನರು" ಎಂಬ ನೂತನ ರಂಗು ಬಂದಿತು. ಕಾಲಕ್ರಮದಲ್ಲಿ ಅಮೆರಿಕವು ಒಂದು ಕಣಜದ ಗೂಡಿನಂತಾಯಿತು, ಇಂಗ್ಲಿಷರ ವಿರುದ್ಧವಾಗಿ ಅತೃಪ್ತಿ ಹೆಚ್ಚಿ ಕೊನೆಗೆ ಸ್ವಾತಂತ್ರ್ಯದ ಘೋಷಣೆಗೆ ದಾರಿಯಾಯಿತು. ಅಮೆರಿಕಾ ಸಂಯುಕ್ತ ಸಂಸ್ಥಾನ ಎಂಬ ನೂತನ ರಾಷ್ಟ್ರವು ಉದಯಿಸಿತು. ಅಮೆರಿಕನ್ ಸ್ವಾತಂತ್ರ್ಯ ಹೋರಾಟಕ್ಕೆ ಎಡೆಮಾಡಿದ ಪರೋಕ್ಷ ಮತ್ತು ಪ್ರತ್ಯಕ್ಷ ಕಾರಣಗಳು ಹಲವಾರು.

ಕ್ರಾಂತಿಯ ಕಾರಣಗಳು

ಅ. ಪರೋಕ್ಷ ಕಾರಣಗಳು: ಧಾರ್ಮಿಕ ಹಿಂಸೆಯ ಹೆದರಿಕೆಯಿಂದ ಹದಿನೇಳನೆಯ ಶತಮಾನದಲ್ಲಿ ಅನೇಕ ಇಂಗ್ಲಿಷರು ಇಂಗ್ಲೆಂಡ್ ಬಿಟ್ಟುಬಂದಿದ್ದರು. ಅಮೆರಿಕದಲ್ಲಿ ಶಾಂತಿಯನ್ನು ಕಂಡುಕೊಂಡ ಅವರು ಅದನ್ನೇ ತಮ್ಮ ಖಾಯಂ ನೆಲೆಯಾಗಿ

ಮಾಡಿಕೊಂಡರು. ಹೀಗೆ ಅಮೆರಿಕನ್ನರಿಗೆ ಇಂಗ್ಲೆಂಡಿನ ವಿರುದ್ಧ ಒಂದು ಬಗೆಯ ದ್ವೇಷವಿತ್ತು. ವಿಶಾಲ ಅಟ್ಲಾಂಟಿಕ ಸಾಗರದ ಆಚೆ ಇದ್ದುದರಿಂದ ಈ ಅಮೆರಿಕನ್ ಕಾಲೋನಿಗಳ ಮೇಲೆ ಇಂಗ್ಲೆಂಡು ಬಲವಾದ ಹಿಡಿತವನ್ನು ಇರಿಸಿಕೊಳ್ಳಲು ಸಾಧ್ಯವಾಗಲಿಲ್ಲ. ಅದು ಅಲ್ಲಿಯ ದೈನಂದಿನ ಆಡಳಿತವನ್ನು ದಕ್ಷತೆಯಿಂದ ನಡೆಸುವ ಸ್ಥಿತಿಯಲ್ಲಿರಲಿಲ್ಲ. (ಚಕ್ರವರ್ತಿಯು ನೇಮಿಸಿದ) ಒಬ್ಬ ಗವರ್ನರನು ಅಸೆಂಬ್ಲಿಯ ಸಲಹೆ ಪಡೆದು ಆಡಳಿತವನ್ನು ನಿರ್ವಹಿಸುತ್ತಿದ್ದನು. ಇದಕ್ಕೆ ಎರಡು ಬಗೆಯ ಪ್ರತಿಕ್ರಿಯೆಗಳುಂಟಾದವು. ಮೊದಲನೆಯದಾಗಿ, ಕಾಲೋನಿಗಳ ಮೇಲೆ ಇಂಗ್ಲೆಂಡಿನ ಹಿಡಿತ ಬಿಗಿತಪ್ಪಿ ಸಡಿಲಗೊಂಡಿತು; ಎರಡನೆಯದಾಗಿ, ಜನರು ಇಂಗ್ಲೆಂಡಿಗೆ ಅಧೀನರಾಗದೆ ಸ್ವತಂತ್ರರಾಗಲು ಪ್ರೋತ್ಸಾಹಿಸಿತು. ಇಂಗ್ಲೆಂಡು ತನ್ನ ಆರ್ಥಿಕ ನೀತಿಯಿಂದ ಅಮೆರಿಕದ ಉಸಿರು ಕಟ್ಟಿಸಲು ಪ್ರಯತ್ನಿಸುತ್ತಿತ್ತು. ಅಲ್ಲಿಂದ ಸಾಧ್ಯವಾದಷ್ಟು ಸಂಪತ್ತನ್ನು ದೋಚಿಕೊಂಡು ಹೋಗುವುದು ಆ ನೀತಿಯ ಉದ್ದೇಶವಾಗಿತ್ತು. ಅಮೆರಿಕದ ತನ್ನ ಕಾಲೋನಿಗಳನ್ನು ತಾನು ತಯಾರಿಸಿದ ಸಿದ್ಧ ವಸ್ತುಗಳಿಗೆ ಮಾರುಕಟ್ಟೆಯಾಗಿ, ಅದೇ ಸಮಯಕ್ಕೆ ಇಂಗ್ಲಿಷ್ ಕಾರ್ಖಾನೆಗಳಲ್ಲಿ ಉಪಯೋಗಿಸಲು ಅತ್ಯಂತ ಅಗ್ಗವಾದ ಬೆಲೆಗೆ ಕಚ್ಚಾವಸ್ತುಗಳನ್ನು ಪೂರೈಸುವ ಮೂಲವಾಗಿ ಇಂಗ್ಲೆಂಡು ಪರಿಗಣಿಸಿತ್ತು. ಅಮೆರಿಕವು ಉಕ್ಕು, ಉಣ್ಣೆ ಬಟ್ಟೆಗಳು ಮತ್ತು ಇತರ ಹಲವು ಸರಕುಗಳನ್ನು ಉತ್ಪಾದಿಸಲು ಅನುಮತಿಕೊಡಲಿಲ್ಲ. 1660ರ ನ್ಯಾವಿಗೇಷನ್ ಆಕ್ಟ್‌ಪ್ರಕಾರ ಅಮೆರಿಕವು ಇಂಗ್ಲೆಂಡಿನ ಹೊರತು ಬೇರೆ ಯಾವುದೇ ದೇಶದಿಂದ ಹತ್ತಿ, ಸಕ್ಕರೆ, ಹೊಗೆಸೊಪ್ಪು, ತೊಗಲು, ಹಡಗು ನಿರ್ಮಾಣ ಸಾಮಗ್ರಿ ಇವುಗಳನ್ನು ಆಮದು ಮಾಡಿಕೊಳ್ಳದಂತೆ ನಿಷೇಧಿಸಲಾಯಿತು. ಅಮೆರಿಕದಿಂದ ರಫ್ತಾಗುವ ಎಲ್ಲಾ ಸರಕುಗಳನ್ನು ಇಂಗ್ಲೆಂಡಿನ ಮೂಲಕವೇ ಕಳಿಸಿಬೇಕೆಂದು ಅದೇ ಶಾಸನವು ವಿಧಿಸಿತು. ಯಾವುದೇ ದೇಶಕ್ಕಾದರೂ ಇಂಗ್ಲೆಂಡಿನ ಮೂಲಕವೇ ಅವುಗಳನ್ನು ರಫ್ತುಮಾಡಬೇಕಾಗಿತ್ತು. ಇದು ಅಮೆರಿಕನ್ನರಲ್ಲಿ ವ್ಯಾಪಕವಾಗಿ ಅಸಮಾಧಾನವನ್ನು ಉಂಟುಮಾಡಿತು.

ಏಳು ವರ್ಷಗಳ ಯುದ್ಧದಿಂದಾಗಿ ಕೆನಡಾದ ಮೇಲೆ ಫ್ರೆಂಚ್ ಆಡಳಿತವು ಕೊನೆಗೊಂಡು, ಇಂಗ್ಲೆಂಡ್ ಅಲ್ಲಿ ತನ್ನ ಆಳ್ವಿಕೆಯನ್ನು ಸ್ಥಾಪಿಸಿತು. ಕೆನಡಾವನ್ನು ಫ್ರಾನ್ಸ್ ಆಕ್ರಮಿಸಿಕೊಂಡಿದ್ದಾಗ, ಇಂಗ್ಲೆಂಡ್ ಏನಾದರೂ ಅಲ್ಲಿಂದ ಹಿಂದಕ್ಕೆ ಹೋದರೆ ಫ್ರಾನ್ಸ್ ಅಮೆರಿಕವನ್ನು ಆಳುವಂತಾಗಿಬಿಡಬಹುದೆಂಬ ಭೀತಿ ಕಾಡುತ್ತಿತ್ತು. ಆದ್ದರಿಂದ ಇಂಗ್ಲಿಷರು ಕೆನಡಾವನ್ನು ಗೆದ್ದುದರಿಂದ ಆ ಅಪಾಯದ ಭೀತಿ ತಪ್ಪಿದಂತಾಯಿತು. ಇದು ತಮ್ಮ ಸ್ವಾತಂತ್ರ್ಯಕ್ಕಾಗಿ ಇಂಗ್ಲೆಂಡನ್ನು ಒತ್ತಾಯಪಡಿಸಲು ಅಮೆರಿಕನ್ನರಿಗೆ ಪ್ರೋತ್ಸಾಹ ನೀಡಿತು.

ಆ. ಪ್ರತ್ಯಕ್ಷ ಕಾರಣಗಳು: ಏಳು ವರ್ಷಗಳ ಯುದ್ಧವು ಕೊನೆಗೊಂಡಾಗ, ಜಾರ್ಜ್‌ಗ್ರೆನ್‌ವೀಲ್ ಇಂಗ್ಲೆಂಡಿನ ಪ್ರಧಾನಮಂತ್ರಿಯಾಗಿದ್ದನು. ಆತನ ಆಳ್ವಿಕೆಯಲ್ಲಿ ಅಮೆರಿಕದಲ್ಲಿ ಗಂಭೀರ ಸ್ವರೂಪದ ಕಷ್ಟಗಳು ತಲೆದೋರಿದವು. ಏಳುವರ್ಷಗಳ ಯುದ್ಧವು ಭಂಡಾರವನ್ನು ಬಹುಮಟ್ಟಿಗೆ ಬರಿದುಗೊಳಿಸಿದ್ದರಿಂದಾಗಿ, ಇಂಗ್ಲೆಂಡಿನ ರಾಷ್ಟ್ರೀಯ ಸಾಲವು ಎರಡುಪಟ್ಟಾಗಿತ್ತು. ಅಮೆರಿಕದಿಂದ ಬರುವ ಆಮದು–ರಫ್ತು ಸುಂಕವು ತುಂಬಾ ಕಡಿಮೆ ಎಂದು ಗ್ರೆನ್‌ವೀಲ್ ಭಾವಿಸಿ ಅದನ್ನು ಹೆಚ್ಚಿಸಲು ಪ್ರಯತ್ನಿಸಿದನು. ಸರ್ಕಾರಕ್ಕೆ ಬಹುತೇಕ ವರಮಾನವನ್ನು ತಪ್ಪಿಸುತ್ತಿದ್ದ ಕಳ್ಳಸಾಗಣೆಯನ್ನು ತಡೆಯಲು ಬಿಗಿಕ್ರಮಗಳನ್ನು ಕೈಗೊಂಡನು. ಇದು ವಸಾಹತುಗಾರರಿಗೆ ಅಸಮಾಧಾನವನ್ನು ಉಂಟುಮಾಡಿತು. ಎರಡನೆಯದಾಗಿ, ಅಮೆರಿಕದಲ್ಲಿ ಖಾಯಂ ಆಗಿ ಒಂದು ಸೈನ್ಯವನ್ನಿಡಲು, ಅದು ಯಾವುದೇ ತುರ್ತುಸ್ಥಿತಿಯನ್ನು ಎದುರಿಸಲು ಸಿದ್ಧವಾಗಿರುವಂತೆ ಸಜ್ಜುಗೊಳಿಸಲು ನಿರ್ಧರಿಸಿದನು. ಕಾಲೋನಿಗಳು ಈ ಸೈನ್ಯಕ್ಕೆ ತಗಲುವ ವೆಚ್ಚದ ಮೂರನೆ ಒಂದು ಭಾಗವನ್ನು ಕೊಡಬೇಕೆನ್ನುವುದಾಗಿತ್ತು.

1765ರ ಸ್ಟಾಂಪ್ ತೆರಿಗೆ

1765ರಲ್ಲಿ ಇಂಗ್ಲೆಂಡಿನ ಪಾರ್ಲಿಮೆಂಟ್ ಸ್ಟಾಂಪ್ ಆಕ್ಟ್ ಅನ್ನು ಜಾರಿಗೊಳಿಸಿತು. ಅಮೆರಿಕದ ಸಮಸ್ತ ನ್ಯಾಯಿಕ ದಾಖಲೆಗಳ ಮೇಲೆಯೂ ಸ್ಟಾಂಪ್ ಮುದ್ರೆಯಿರತಕ್ಕದ್ದೆಂದು ವಿಧಿಸಲಾಯಿತು. ಈ ಮೂಲಕ ಕಾಲೋನಿಗಳಿಂದ ಒಂದಿಷ್ಟು ಹಣವನ್ನು ಸಂಪಾದಿಸಬೇಕೆನ್ನುವುದು ಇದರ ಉದ್ದೇಶವಾಗಿತ್ತು. ಇದಕ್ಕೆ ಅಮೆರಿಕದಲ್ಲಿ ಅತ್ಯಂತ ಕಟುವಾದ ಪ್ರತಿರೋಧ ವ್ಯಕ್ತವಾಯಿತು. ಈ ಬಗೆಯ ಶಾಸನವನ್ನು ಅಂಗೀಕರಿಸಲು ಇಂಗ್ಲೆಂಡಿನ ಪಾರ್ಲಿಮೆಂಟಿಗಿರುವ ಹಕ್ಕನ್ನು ಅಮೆರಿಕನ್ನರು ಪ್ರಶ್ನಿಸಿದರು. ಇಂಗ್ಲೆಂಡಿನ ಪಾರ್ಲಿಮೆಂಟಿನಲ್ಲಿ ಅಮೆರಿಕನ್ನರ ಪ್ರತಿನಿಧಿಗಳಿರಲಿಲ್ಲವಾದ್ದರಿಂದ ಅಂತಹ ಶಾಸನವನ್ನು ಅಂಗೀಕರಿಸಲು ಅದಕ್ಕೆ ಹಕ್ಕಿರಲಿಲ್ಲ. "ಪ್ರಾತಿನಿಧ್ಯವಿಲ್ಲ; ತೆರಿಗೆಯೂ ಇಲ್ಲ" ಎಂದು ಅವರು ಘೋಷಣೆ ಹಾಕಿದರು.

ಈ ವಿಚಾರವಾಗಿ ಇಂಗ್ಲಿಷ್ ಜನರ ಅಭಿಪ್ರಾಯ ಎರಡಾಗಿ ವಿಭಜಿತವಾಯಿತು. "ಪ್ರಾತಿನಿಧ್ಯವಿಲ್ಲದೆ ತೆರಿಗೆಯಿಲ್ಲ" ಎನ್ನುವುದು ಇಂಗ್ಲಿಷ್ ಸ್ವಾತಂತ್ರ್ಯವಾದಿಗಳ ಸೂತ್ರ. ಇಂಗ್ಲಿಷರು ಅದಕ್ಕಾಗಿ ತಮ್ಮ ರಕ್ತವನ್ನೇ ಹರಿಸಿದ್ದರು. ಅಮೆರಿಕನ್ನರ ಮೇಲೆ ತೆರಿಗೆ ಹೇರುವ ಹಕ್ಕು ಇಂಗ್ಲೆಂಡಿಗಿದೆ ಎಂದು ಗ್ರೆನ್‌ವೀಲ್ ಪಟ್ಟುಹಿಡಿದು ವಾದಿಸಿದನು. ಆದರೆ ಎಡ್ಮಂಡ್ ಬರ್ಕ್, ಪಿಟ್ ದಿ ಎಲ್ಡರ್ ಮೊದಲಾದವರು ಅಮೆರಿಕನ್ನರ ನಿಲುವಿನ ಪರವಾಗಿದ್ದರು. ಇಂಗ್ಲೆಂಡು ಅಪಾಯಕಾರಿಯಾದ ದಾರಿಯಲ್ಲಿ ಹೋಗುತ್ತಿದೆ ಎಂದು ಬರ್ಕ್ ಭಾವಿಸಿದನು; "ಅಮೆರಿಕ ಅದನ್ನು ಪ್ರತಿಭಟಿಸಿದುದಕ್ಕೆ" ಎಲ್ಡರ್ ಪಿಟ್ ಸಂತೋಷ ವ್ಯಕ್ತಪಡಿಸಿದನು.

ಅಮೆರಿಕನ್ನರು ತಲೆಬಾಗಲಿಲ್ಲ. ದಂಗೆಗಳು, ಕ್ಷೋಭೆಗಳು ಅಮೆರಿಕದಾದ್ಯಂತ ಭುಗಿಲೆದ್ದುವು. ಯಾರೊಬ್ಬರೂ ಸ್ಟ್ಯಾಂಪ್‌ಗಳನ್ನು ಉಪಯೋಗಿಸಲಿಲ್ಲ, ಹದಿಮೂರು ವಸಾಹತುಗಳ ಪ್ರತಿನಿಧಿಗಳು ತಮ್ಮ ಪ್ರತಿಭಟನೆಯನ್ನು ಪ್ರದರ್ಶಿಸಿದರು. ಹೀಗೆ ಮೊತ್ತಮೊದಲ ಬಾರಿಗೆ ಅಮೆರಿಕನ್ನರು ತಮ್ಮ ಏಕೋದ್ದೇಶವನ್ನು, ಒಗ್ಗಟ್ಟನ್ನು ತೋರಿಸಿದರು.

ಬೋಸ್ಟನ್ ಘಟನೆ

ರಾಕೆಂಗ್ ಹಾಮ್ ಪ್ರಧಾನ ಮಂತ್ರಿಯಾಗಿ ಬಂದು ಸ್ಟಾಂಪ್ ಆಕ್ಟ್ ಅನ್ನು ಹಿಂತೆಗೆದುಕೊಂಡನು. ಆದರೆ ಅಮೆರಿಕನ್ನರ ಮೇಲೆ ತೆರಿಗೆ ವಿಧಿಸುವ ಹಕ್ಕು ಇಂಗ್ಲೆಂಡಿಗಿದೆ ಎಂಬ ಅವಕಾಶವನ್ನು ಉಳಿಸಿಕೊಂಡನು. ಹಾಗಾಗಿ 1767ರಲ್ಲಿ ಚಾರ್ಲ್ಸ್ ಟೌನ್‌ಷೆಂಡ್, ಚಾನ್ಸಲರ್ ಆಫ್ ದಿ ಎಕ್ಸ್‌ಚೆಕರ್ ಆಗಿ ಅಮೆರಿಕನ್ ವಸಾಹತುಗಳಿಗೆ ಆಮದು ಮಾಡಿಕೊಳ್ಳುತ್ತಿದ್ದ ಟೀ, ಗಾಜು ಮತ್ತು ಕಾಗದ ಇವುಗಳ ಮೇಲೆ ಸುಂಕವನ್ನು ವಿಧಿಸಿದನು. ಇದು ಕಹಿ ವಾತಾವರಣವನ್ನು, ಪ್ರತಿರೋಧವನ್ನೂ ಎಬ್ಬಿಸಿತು. 1770ರಲ್ಲಿ ಲಾರ್ಡ್‌ನಾರ್ತ್, ಗಾಜು ಮತ್ತು ಸಕ್ಕರೆಯ ಮೇಲಿನ ಸುಂಕವನ್ನು ರದ್ದುಪಡಿಸಿದನು. ಆದರೆ ತನ್ನ ವಸಾಹತುಗಳ ಮೇಲೆ ತೆರಿಗೆ ಹಾಕುವ ಅಧಿಕಾರ ತನಗಿದೆ ಎಂದು ಸ್ಥಿರಪಡಿಸಿಕೊಳ್ಳುವಂತೆ ಟೀ ಆಮದಿನ ಮೇಲಿನ ಸುಂಕವನ್ನು ಹಾಗೆಯೇ ಉಳಿಸಿದನು.

ಇದರಿಂದ ತೊಂದರೆ ಅಧಿಕವಾಗಿ ಕೊನೆಗೆ ಯುದ್ಧಕ್ಕೆ ದಾರಿಯಾಯಿತು. ಕಂಪೆನಿಯ ಹಡಗುಗಳು ಬೊಸ್ಟನ್ನಿಗೆ ಬಂದಾಗ, ಒಂದು ಗುಂಪು ಜನರು ರೆಡ್ ಇಂಡಿಯನರಂತೆ ವೇಷ ಹಾಕಿಕೊಂಡು, ಹಡಗುಗಳನ್ನು ಹತ್ತಿಹೋಗಿ, ಟೀ ತುಂಬಿದ್ದ ಮುನ್ನೂರ ನಲವತ್ತು ಭಾರೀ ಪೆಟ್ಟಿಗೆಗಳನ್ನು ಎತ್ತಿ ಸಮುದ್ರಕ್ಕೆ ಎಸೆದರು. ಇದು ನಡೆದದ್ದು 1773ರಲ್ಲಿ. ಇಂಗ್ಲೆಂಡಿನ ಅಧಿಕಾರಿಗಳು ಕಟ್ಟುನಿಟ್ಟಾದ ಕ್ರಮವನ್ನು ಕೈಗೊಂಡು ಬೊಸ್ಟನ್ ಬಂದರನ್ನು ಮುಚ್ಚಿದರು. ಹೆಚ್ಚಿನ ಸೈನ್ಯವನ್ನು ಅಲ್ಲಿ ಸನ್ನದ್ಧವಾಗಿರಿಸಿದರು. ಜಾರ್ಜಿಯದ ಹೊರತು ಉಳಿದ ಕಾಲೋನಿಗಳೆಲ್ಲ ಒಂದಾದವು. ಫಿಲಿಡೆಲ್ಫಿಯದಲ್ಲಿ ಸೇರಿದ ಕಾಂಗ್ರೆಸ್ಸಿನಲ್ಲಿ ಅವುಗಳ ಪ್ರತಿನಿಧಿಗಳು ಹಕ್ಕುಗಳ ಘೋಷಣೆ (Declaration of Rights)ಯನ್ನು ಸಿದ್ಧಪಡಿಸಿದರು. ತಮ್ಮ ಆಡಳಿತ ವ್ಯವಹಾರಗಳಿಗೆ ಸಂಬಂಧಿಸಿದಂತೆ ಶಾಸನಗಳನ್ನು ಮಾಡಿಕೊಳ್ಳುವ ಸಂಪೂರ್ಣ ಅಧಿಕಾರ ಕಾಲೋನಿಗಳಿಗೆ ಇದೆ ಎಂದು ಅತ್ಯಂತ ಸ್ಪಷ್ಟವಾಗಿ ಅದರಲ್ಲಿ ಘೋಷಿಸಲಾಯಿತು. ಬ್ರಿಟಿಷ್ ವಸ್ತುಗಳನ್ನು ಬಹಿಷ್ಕರಿಸಬೇಕೆಂದೂ ಅದರಲ್ಲಿ ಸಲಹೆ ನೀಡಲಾಯಿತು.

1775ರಲ್ಲಿ ಲೆಕ್ಸಿಂಗ್‌ಟನ್ನಿನಲ್ಲಿ ವಸಾಹತು ರಾಜ್ಯಗಳ ಪಡೆಗಳು ಹಾಗೂ ಬ್ರಿಟಿಷ್ ಸೇನೆಗಳ ನಡುವೆ ಕದನವು ಪ್ರಾರಂಭವಾಯಿತು. ಯುದ್ಧದ ಮೊದಲ ಗುಂಡು ಸಿಡಿಯಿತು. "ಜಗತ್ತಿನಾದ್ಯಂತ ಮೊಳಗಿದ ಗುಂಡಿನ ಸದ್ದು" ಎಂದು ಎಮರ್ಸನ್ ಅದನ್ನು ವರ್ಣಿಸಿದನು. ಥಾಮಸ್ ಜೆಫರ್ಸನ್ ಬರೆದುಕೊಟ್ಟ, ಅಮೆರಿಕನ್ ಕ್ರಾಂತಿಯ ಸಿದ್ಧಾಂತವಾದ ಸುಪ್ರಸಿದ್ಧ ಸ್ವಾತಂತ್ರ್ಯ ಘೋಷಣೆ (Declaration of Independence) ಯನ್ನು 1776ರ ಜುಲೈ 4ರಂದು ಘೋಷಿಸಲಾಯಿತು. ಅದರ ಕೆಲವು ಮಾತುಗಳು; "ಎಲ್ಲ ಮನುಷ್ಯರೂ ಸಮಾನವಾಗಿ ಸೃಷ್ಟಿಸಲ್ಪಟ್ಟಿದ್ದಾರೆ..... ಅವರಿಗೆ ಸೃಷ್ಟಿಕರ್ತನು ಪರಾಧೀನವಾಗಲಾರದಂತಹ ಹಕ್ಕುಗಳನ್ನು ಕೊಟ್ಟಿದ್ದಾನೆ..... ಬದುಕು, ಸ್ವಾತಂತ್ರ್ಯ ಮತ್ತು ಸುಖದ ಅನ್ವೇಷಣೆ..... ಈ ಹಕ್ಕುಗಳನ್ನು ಉಳಿಸಿಕೊಂಡಿರುವ ಸಲುವಾಗಿಯೇ ಜನರು ಸರಕಾರಗಳನ್ನು ರಚಿಸಿಕೊಳ್ಳುತ್ತಾರೆ. ನ್ಯಾಯಯುತವಾದ ಅಧಿಕಾರವನ್ನು, ಆಳಿಸಿಕೊಳ್ಳುವವರ ಒಪ್ಪಿಗೆಯಿಂದ ಅವರು ಪಡೆಯುತ್ತಾರೆ.... ಆದರೆ ದುರುಪಯೋಗ ದುರಾಕ್ರಮಣಗಳ ಸರಣಿ ಉದ್ಭವಾದಾಗ ನಿರಂಕುಶಾಧಿಕಾರವು ಮೇಲಾಗಿ ಜನರ ಆ ಹಕ್ಕುಗಳನ್ನು ಕುಗ್ಗಿಸಲಾಗುತ್ತದೆ. ಅಂತಹ ಸರಕಾರವನ್ನು ಕಿತ್ತೊಗೆಯುವುದು ಅವರ ಹಕ್ಕು, ಅವರ ಕರ್ತವ್ಯ. ತಮ್ಮ ಮುಂದಿನ ಸುಭದ್ರತೆ ಸುರಕ್ಷೆಗಳಿಗಾಗಿ ನೂತನ ರಕ್ಷಣೆಯನ್ನು ಒದಗಿಸಿಕೊಳ್ಳುವುದು ಜನರ ಕರ್ತವ್ಯವಾಗುತ್ತದೆ.... ನಾನು ಅವರ (ಬ್ರಿಟಿಷ್ ಜನರ) ನ್ಯಾಯಪರತೆ ಮತ್ತು ಉದಾತ್ತತೆಗಳಿಗೆ ಮನವಿ ಮಾಡಿಕೊಂಡಿದ್ದೇನೆ. ನಮ್ಮ ನಡುವೆ ಬರುವ ಸಮಾನ ರಕ್ತ

IN CONGRESS, JULY 4, 1776.
A DECLARATION
BY THE REPRESENTATIVES OF THE
UNITED STATES OF AMERICA,
IN GENERAL CONGRESS ASSEMBLED.

JOHN HANCOCK, PRESIDENT.

1776ರ ಸ್ವಾತಂತ್ರ್ಯ ಘೋಷಣಾ ಪತ್ರ

ಬಾಂಧವ್ಯವನ್ನು ಗಮನಕ್ಕೆ ತಂದುಕೊಂಡು, ಅಂತಿಮವಾಗಿ ನಮ್ಮ ಬಾಂಧವ್ಯವನ್ನು ಮುರಿಯುವ ಈ ಬಗೆಯ ಅತಿಕ್ರಮಣಗಳನ್ನು ಕೈಬಿಡಲು ಕೇಳಿಕೊಂಡಿದ್ದೇವೆ. ಅವರು ನ್ಯಾಯ ಮತ್ತು ವಿವೇಚನೆಗಳ ದನಿಗೆ ಕಿವುಡಾಗಿದ್ದಾರೆ.... ಆದ್ದರಿಂದ ನಾವು ವಿಶ್ವದ ಸರ್ವೋನ್ನತ ನ್ಯಾಯಾಧೀಶನಲ್ಲಿ ನಮ್ಮ ಉದ್ದೇಶದ ಋಜುತ್ವವನ್ನು ಹೇಳಿಕೊಳ್ಳುತ್ತಿದ್ದೇವೆ. ಈ ಕಾಲೋನಿಗಳಲ್ಲಿರುವ ಸಜ್ಜನರು ಕೊಟ್ಟ ಅಧಿಕಾರದ ಮೂಲಕ, ಅವರ ಹೆಸರಿನಲ್ಲಿ ಶುದ್ಧ ಭಾವನೆಯಿಂದ ಹೀಗೆ ಪ್ರಕಟಿಸಿ ಘೋಷಿಸುತ್ತಿದ್ದೇವೆ. ಈ ಸಂಯುಕ್ತ ವಸಾಹತುಗಳಿಗೆ (United Colonies) ಸ್ವತಂತ್ರವಾಗಿ, ಅನಿರ್ಬಂಧಿತವಾಗಿ ಇರಲು ಹಕ್ಕಿದೆ, ಸ್ವತಂತ್ರವಾಗಿವೆ. ಇವುಗಳಿಗೂ ಬ್ರಿಟಿಷ್ ಸರಕಾರಕ್ಕೂ ಇರುವ ಎಲ್ಲಾ ರಾಜಕೀಯ ಸಂಬಂಧ ಸಂಪೂರ್ಣವಾಗಿ ವಿಸರ್ಜಿತವಾಗಬೇಕಾಗಿದೆ. ಈ ಘೋಷಣೆಗೆ ಬೆಂಬಲವಾಗಿ ನಾವು ಎಲ್ಲರೂ ಪರಸ್ಪರ ನಮ್ಮ ಪ್ರಾಣ, ಧನಕನಕ ಹಾಗೂ ನಮ್ಮ ಪವಿತ್ರ ಆತ್ಮಗೌರವಗಳನ್ನು ಪಣವಾಗಿಟ್ಟಿದ್ದೇವೆ."

ಸ್ವಾತಂತ್ರ್ಯ ಹೋರಾಟದ ನಡೆ

ಯುದ್ದವು 1775ರಿಂದ 1783ರವರೆಗೆ ಎಂಟು ವರ್ಷಗಳ ಕಾಲ ನಡೆಯಿತು. 1775ರಲ್ಲಿ ಲೆಕ್ಸಿಂಗ್‌ಟನ್ನಿನಲ್ಲಿ ಒಂದು ಸಣ್ಣ ಕಾಳಗವು ನಡೆಯಿತು. ಅಲ್ಲಿ ಬ್ರಿಟಿಷ್ ಸೇನೆಯು ಜಯಗಳಿಸಿದರೂ ವಸಾಹತುಗಾರರ ಹೋರಾಟದ ಮನೋಧರ್ಮವು ಅಲ್ಲಿ ಸಮರ್ಥಿತವಾಯಿತು. ಅದೇ ವರ್ಷ ಬಂಕರ್‌ಹಿಲ್ ಯುದ್ಧ ನಡೆಯಿತು. ಅದು ಇಂಗ್ಲೆಂಡಿಗೆ ಬಹು ದುಬಾರಿಯಾದ ಯುದ್ಧವಾಯಿತು. 1776ರಲ್ಲಿ ಹೋರಾಟವನ್ನು ಬಂಡೆದ್ದ ಕಾಲೋನಿಸ್ಟರು ಕೆನಡಾದವರೆಗೆ ಕೊಂಡೊಯ್ದರು, ಆದರೆ ಜಯಗಳಿಸಲಿಲ್ಲ. ಅವರ ಪ್ರಧಾನ ದಂಡನಾಯಕನಾಗಿದ್ದ ಜಾರ್ಜ್ ವಾಷಿಂಗ್ಟನ್ ಬ್ರೂಕ್ಲಿನ್‌ನಲ್ಲಿ ಅಪಜಯವನ್ನು ಅನುಭವಿಸಿದನು. ಇಲ್ಲಿಯವರೆಗೆ ಬ್ರಿಟಿಷರ ವಿಜಯವು ಏಕರೂಪದಲ್ಲಿತ್ತು. ಆದರೆ ಇಂಗ್ಲಿಷ್ ಜನರಲ್ ಬರ್ಗೋಯ್ನ್ ತನ್ನ ಇಡೀ ಸೈನ್ಯದೊಂದಿಗೆ 1776ರಲ್ಲಿ ಸರಟೋಗಾದಲ್ಲಿ ಶರಣಾಗತನಾದಾಗ ಪರಿಸ್ಥಿತಿ ಬದಲಾಯಿತು. ಇದು ಯುದ್ಧಕ್ಕೆ ಬೇರೆಯೇ ತಿರುವನ್ನು ನೀಡಿತು. ಇಂಗ್ಲಿಷರು ಸೋತಿದ್ದರಿಂದ ಉತ್ತೇಜಿತರಾಗಿ ಫ್ರಾನ್ಸ್ ಮತ್ತು ಸ್ಪೈನ್ ಇಂಗ್ಲೆಂಡಿನ ಮೇಲೆ ಯುದ್ಧವನ್ನು ಸಾರಿದರು. ಕೆಲಕಾಲಾನಂತರ ಹಾಲೆಂಡ್ ಕೂಡ ಅಮೇರಿಕನ್ನರ ಕಡೆಗೆ ಸೇರಿಕೊಂಡಿತು. 1781ರಲ್ಲಿ ಇಂಗ್ಲೆಂಡಿನ ಜನರಲ್ ಕಾರ್ನ್‌ವಾಲಿಸನು ಯಾರ್ಕ್‌ಟೌನಿನಲ್ಲಿ ಶರಣಾಗತನಾಗಲೇಬೇಕಾಗಿ ಬಂದಾಗ ಇನ್ನು ಇಂಗ್ಲಿಷರ ಜಯದ ಬಗೆಗೆ ಯಾವ ಆಸೆಯೂ ಉಳಿಯಲಿಲ್ಲ. 1783 ಸೆಪ್ಟೆಂಬರ್ 3ರಂದು ವರ್ಸೇಲ್ಸ್ ಒಪ್ಪಂದದೊಂದಿಗೆ ಯುದ್ಧವು ಕೊನೆಗೊಂಡಿತು. ಕರಾರಿನಲ್ಲಿ ಈ ಕೆಳಗಿನ ಅವಕಾಶಗಳಿದ್ದವು:

ಅಮೇರಿಕದ ಸ್ವಾತಂತ್ರ್ಯವನ್ನು ಇಂಗ್ಲೆಂಡು ಒಪ್ಪಿಕೊಂಡಿತು. ಅದರ ಫಲವಾಗಿ ಅಮೇರಿಕ ಸಂಯುಕ್ತ ಸಂಸ್ಥಾನ (United States of America) ಎಂಬ ಹೊಸ ದೇಶವು ರೂಪುಗೊಂಡಿತು. ಕೆನಡಾ ಮತ್ತು ಅಮೇರಿಕ ಸಂಯುಕ್ತ ಸಂಸ್ಥಾನಗಳ ನಡುವೆ ಈಗಿದ್ದ ರೇಖೆಯನ್ನೇ ಗಡಿಯೆಂದು ಇಟ್ಟುಕೊಳ್ಳಲಾಯಿತು. ಹಾಗಾಗಿ ಓಹಿಯೋದ ರೇಖೆ ಬದಲಾಯಿತು. ಮಹಾಸರೋವರಗಳ (Great lakes) ಪಶ್ಚಿಮದ ಗಡಿಯನ್ನು ಮುಂದೆ ನಿರ್ಧರಿಸಲು ಬಿಡಲಾಯಿತು. ಫ್ರಾನ್ಸಿಗೆ ಪಶ್ಚಿಮ ಆಫ್ರಿಕದ ಅದರ ವಸಾಹತು ಸೆನೆಗಲ್ ಹಿಂದಕ್ಕೆ ದೊರಕಿತು. ಜೊತೆಗೆ ಟೊಬಾಗೋ ದ್ವೀಪಗಳು ಮತ್ತು ವೆಸ್ಟ್ ಇಂಡೀಸ್‌ನಲ್ಲಿನ ಸೇಂಟ್‌ಲೂಸಿಯಾ ಸಿಕ್ಕಿದವು. ಸ್ಪೈನ್ ಫ್ಲಾರಿಡಾ ಮತ್ತು ಮಿನೋರ್ಸಾಗಳನ್ನು ಪಡೆಯಿತು. ಇದರಿಂದ ಹಳೆಯ ವಸಾಹತು ಸಾಮ್ರಾಜ್ಯವು ಕೊನೆಗೊಂಡಿತು ಕಾಮನ್‌ವೆಲ್ತ್ ರೀತಿಯ ನೂತನ ಸಾಮ್ರಾಜ್ಯವು ಉದಯಿಸಿತು.

ಅಮೇರಿಕಾದ ಕ್ರಾಂತಿಯ ಮಹತ್ವ

ಅಮೇರಿಕದ ಸ್ವಾತಂತ್ರ್ಯ ಯುದ್ಧವು ಬಹು ದೂರದೃಷ್ಟಿಯ ಮಹತ್ವವಿದ್ದ ಒಂದು ಘಟನೆಯಾಗಿತ್ತು. ಮೂರನೆಯ ಜಾರ್ಜ್ ತನ್ನ ಅಜೇಯ ಶಕ್ತಿಯನ್ನು ಕಳೆದುಕೊಂಡನು, ಅವನ ವೈಯಕ್ತಿಕ ಆಡಳಿತವು ಕೊನೆಗೊಂಡಿತು. ಹಾಗಾಗಿ ನೂತನ ಪ್ರಧಾನಮಂತ್ರಿ ಪಿಟ್ ದಿ ಯಂಗರ್, ಸರಕಾರದಲ್ಲಿ ರಾಜನನ್ನು ಮೀರಿಸಿದ ನಿಜವಾದ ಅಧಿಕಾರ ಕೇಂದ್ರವಾದನು. ಮತ್ತೆ ಬ್ರಿಟಿಷ್ ಸಾಮ್ರಾಜ್ಯವು ಎರಡಾಗಿ ಹೋಳಾಗಿದ್ದ ಆಡಳಿತಾವಧಿಯ ರಾಜನ ಬಗೆಗೆ ದೇಶವು ವಿಶ್ವಾಸ ಕಳೆದುಕೊಂಡಿತು.

ಎರಡನೆಯದಾಗಿ ಹದಿಮೂರು ವಸಾಹತುಗಳನ್ನು ಅತ್ಯಂತ ಹೀನಾಯವಾಗಿ ಕಳೆದುಕೊಂಡದ್ದು ಇಂಗ್ಲೆಂಡಿಗೆ ವಸಾಹತು ನೀತಿಯ ವಿಷಯದಲ್ಲಿ ಒಂದು ಪಾಠವನ್ನು ಕಲಿಸಿತು. ಕಾಲಕ್ರಮದಲ್ಲಿ ಇಂಗ್ಲೆಂಡು ತನ್ನ ವಸಾಹತು ನೀತಿಯನ್ನು ಬದಲಾಯಿಸಿಕೊಳ್ಳಬೇಕಾಯಿತು. ಈ ನೂತನ ನೀತಿಯು ಸಾಕಾರಪರವಾಗಿದ್ದಿತು ಹಾಗೂ ವಿವೇಚನೆಯಿಂದ ಕೂಡಿದ್ದಿತು. ಅಂತಿಮವಾಗಿ ಅದು ಬ್ರಿಟಿಷ್ ಸಾಮ್ರಾಜ್ಯದ ಬಲ ಹಾಗೂ ವಿಸ್ತರಣೆಗಳಿಗೆ ಪೋಷಕವಾಯಿತು. ಹೀಗೆ

ಇಂಗ್ಲೆಂಡ್ ವ್ಯಾಪಾರ ಮತ್ತು ವಾಣಿಜ್ಯಗಳ ವಸಾಹತು ನೀತಿಯನ್ನು ಬದಲಿಸಿಕೊಂಡು ಒಂದು ನೂತನ ಸಾಮ್ರಾಜ್ಯವನ್ನು ಕಟ್ಟಿತು. ನೂತನ ನೀತಿಯು ಸಹಿಷ್ಣುತೆ ಹಾಗೂ ವೈಚಾರಿಕತೆಗಳ ಮೇಲೆ ಆಧಾರಗೊಂಡಿದ್ದಿತು. ಹಾಗಾಗಿ ಇಂಗ್ಲೆಂಡಿಗೆ 1783ನೆಯ ವರ್ಷವು, "ಒಂದೂವರೆ ಶತಮಾನ ಕಾಲದ ವಾಣಿಜ್ಯ ಪೈಪೋಟಿ ಮತ್ತು ಯುದ್ಧಗಳ ಮೂಲಕ ಅನುಸರಿಸಿದ ವಸಾಹತು ನೀತಿಯ ಮುಕ್ತಾಯವಾಯಿತು. ಹಳೆಯ ವಸಾಹತು ಸಾಮ್ರಾಜ್ಯವು ಪತನಹೊಂದಿ ನೂತನ ಸಾಮ್ರಾಜ್ಯವು ಕ್ರಮೇಣ ಬೆಳೆದು ಬೇರೆಯೇ ಆದ ನೆಲೆಯಲ್ಲಿ ತನ್ನ ಸ್ಥಾನವನ್ನು ವಿಕಾಸಪಡಿಸಿಕೊಂಡಿತು."

ಮೂರನೆಯದಾಗಿ, ಇಂಗ್ಲೆಂಡಿಗೆ ಅಧೀನರಾಗಿದ್ದ ಅಮೇರಿಕನ್ನರು ಸಾಧಿಸಿದ ವಿಜಯವು ಸ್ಪೇನ್‌ಗೆ ಅಧೀನರಾಗಿದ್ದ ಅಮೇರಿಕನ್ನರಿಗೆ ಅದೇ ಪ್ರಯತ್ನಮಾಡಲು ಉತ್ತೇಜನ ನೀಡಿತು. ಅವರ ಬೇಡಿಕೆಗಳನ್ನು ತಡೆಯಲು ಸ್ಪ್ಯಾನಿಷ್ ಸರ್ಕಾರಕ್ಕೆ ಸಾಧ್ಯವಾಗಲಿಲ್ಲ. ಆದ್ದರಿಂದ ಸ್ಪ್ಯಾನಿಷ್ ಅಮೇರಿಕನ್ ವಸಾಹತುಗಳ ಸ್ವಾತಂತ್ರ್ಯವು ಅಮೇರಿಕ ಸ್ವಾತಂತ್ರ್ಯ ಯುದ್ಧದ ನೇರ ಪರಿಣಾಮ ಎಂದು ನಿಸ್ಸಂದೇಹವಾಗಿ ವರ್ಣಿಸಬಹುದು.

ನಾಲ್ಕನೆಯದಾಗಿ, ಇಂಗ್ಲೆಂಡಿನ ಇಕ್ಕಟ್ಟಾದ ಪರಿಸ್ಥಿತಿಯು ಐರ್ಲೆಂಡಿಗೆ ಸದಾವಕಾಶವಾಯಿತು. ಆದ್ದರಿಂದ, ಯುದ್ಧವು ತಮಗಾಗಿರುವ ಅನ್ಯಾಯಗಳನ್ನು ಸರಿಪಡಿಸಿಕೊಡುವಂತೆ ಆಗ್ರಹಪಡಿಸಲು ಇಂಗ್ಲೆಂಡ್ ಸರ್ಕಾರದ ಮೇಲೆ ಒತ್ತಡ ತರಲು ಐರಿಷ್ ಜನರಿಗೆ ಸ್ಫೂರ್ತಿ ನೀಡಿತು. ಆದ್ದರಿಂದ ಐರ್ಲೆಂಡಿನ ವಾಣಿಜ್ಯ ಮತ್ತು ಕೈಗಾರಿಕೋದ್ಯಮಗಳಿಗೆ ನಿರ್ಬಂಧ ಹೇರಿದ್ದ ಕಮರ್ಷಿಯಲ್ ಕೋಡ್ ಅನ್ನು 1780ರಲ್ಲಿ ಹಿಂತೆಗೆದುಕೊಳ್ಳಲಾಯಿತು. ಆಮೇಲೆ 1782ರಲ್ಲಿ ಪೋಯಿಂಗ್ಸ್ ಆಕ್ಟ್ ರದ್ದಾಯಿತು. ಇದರಿಂದ ಐರ್ಲೆಂಡಿನ ಪಾರ್ಲಿಮೆಂಟಿಗೆ ಶಾಸನಾಧಿಕಾರ ದೊರಕಿತು. ಹೀಗೆ ಐರ್ಲೆಂಡಿನ ಪ್ರಜಾಸತ್ತಾತ್ಮಕ ಬೆಳವಣಿಗೆಯ ಕಡೆಗೆ ಅಮೇರಿಕದ ಸ್ವಾತಂತ್ರ್ಯ ಯುದ್ಧವು ಮುಖ್ಯವಾದ ಮೈಲಿಗಲ್ಲಾಯಿತು.

ಕೊನೆಯದಾಗಿ ಈ ಯುದ್ಧವು ಫ್ರಾನ್ಸಿಗೆ ಬೇರೆಯೇ ಅರ್ಥವನ್ನು ನೀಡಿತು. ಯುದ್ಧದಲ್ಲಿ ಫ್ರೆಂಚರು ಅಮೇರಿಕದ ಪರವಾಗಿ ನಿಂತಿದ್ದರು. ಇದರಿಂದ ಫ್ರಾನ್ಸಿನ ಬೊಕ್ಕಸ ಬರಿದಾಯಿತು. ಹದಿನಾರನೆಯ ಲೂಯಿ ಸ್ಟೇಟ್ಸ್ ಜನರಲ್ (States General) ಸಭೆಯನ್ನು ಕರೆಯಲೇಬೇಕಾಯಿತು. ಅದು ಫ್ರೆಂಚ್ ಮಹಾಕ್ರಾಂತಿಯ ಉದಯಕ್ಕೆ ಸಂಕೇತವಾಗಿತ್ತು. ಅಲ್ಲದೆ, ಅಮೇರಿಕದ ಪರವಾಗಿ ಯುದ್ಧ ಮಾಡಿದ ಫ್ರೆಂಚ್ ಯೋಧರು ಪ್ರಜಾಸತ್ತಾತ್ಮಕ ಹೋರಾಟದ ಯಶಸ್ಸನ್ನು ಮನಗಂಡರು. ಅವರು ಪ್ರಜಾಸತ್ತೆಯ ಯಶಸ್ಸಿಗಾಗಿ ಅದೇ ಬಗೆಯ ಪ್ರಯೋಗವನ್ನು ತಾವೂ ಮಾಡಲು ಅಪಾರ ಸ್ಫೂರ್ತಿಯನ್ನು ತುಂಬಿಕೊಂಡು ಫ್ರಾನ್ಸಿಗೆ ಹೋದರು. ಆದ್ದರಿಂದ ಅಮೇರಿಕನ್ ಕ್ರಾಂತಿಯು ಯೂರೋಪನ್ನು ಫ್ರೆಂಚ್ ಮಹಾಕ್ರಾಂತಿಯ ಸಮೀಪಕ್ಕೆ ಎಳೆತಂದಿತು ಎಂದು ಗುಡೆಲ್ಲಾ ಯಥಾರ್ಥವಾಗಿಯೇ ಹೇಳಿದ್ದಾನೆ. ಲಾರ್ಡ್ ಆಕ್ಟನ್ ಪ್ರಕಾರ: "ಫ್ರೆಂಚರು ಅಮೇರಿಕನ್ನರಿಂದ ಕ್ರಾಂತಿಯ ಸಿದ್ಧಾಂತವನ್ನು ಪಡೆದುಕೊಂಡರೇ ಹೊರತು ಅವರ ಸರಕಾರದ ಸಿದ್ಧಾಂತವನ್ನಲ್ಲ." ಹೀಗೆ ಅಮೇರಿಕದ ಸ್ವಾತಂತ್ರ್ಯ ಯುದ್ಧವು ಇಡೀ ಜಾಗತಿಕ ಇತಿಹಾಸದ ಮೇಲೆ ತನ್ನ ಪರಿಣಾಮ ಬೀರಿತು. ಇದನ್ನು ಗಮನದಲ್ಲಿಟ್ಟುಕೊಂಡೇ ಗ್ರೀನ್ ಹೇಳಿದ್ದಾನೆ; "ಇಂಗ್ಲೆಂಡಿನ ಇತಿಹಾಸದಲ್ಲಿ ಅಮೇರಿಕ ಸ್ವಾತಂತ್ರ್ಯ ಹೋರಾಟದ ಮಹತ್ವ ಏನೇ ಇರಲಿ, ಆದರೆ ಜಗತ್ತಿನ ಇತಿಹಾಸದಲ್ಲಿ ಮಾತ್ರ ಅದು ಅಸಮಾನವಾದ ಗಳಿಗೆಯಾಗಿತ್ತು."

ವಸಾಹತುಗಳು ಜಯಗಳಿಸಲು ಕಾರಣಗಳು

ಬ್ರಿಟಿಷ್ ಸಾಮ್ರಾಜ್ಯಕ್ಕೆ ಎಷ್ಟು ಮಾತ್ರಕ್ಕೂ ಸಮನಾಗದ ಅಮೇರಿಕದ ಕೈಗಳಿಂದ ಇಂಗ್ಲೆಂಡ್ ಸೋತುದು ಇಡೀ ವಿಶ್ವಕ್ಕೆ ಅತ್ಯಂತ ಆಶ್ಚರ್ಯದ ಸಂಗತಿಯಾಗಿತ್ತು. ಬ್ರಿಟಿಷರ ಪರಾಭವಕ್ಕೆ ಈ ಕೆಳಗಿನಂತೆ ಕಾರಣಗಳನ್ನು ಗುರುತಿಸಬಹುದು.

ಮೊದಲನೆಯದಾಗಿ, ಇಂಗ್ಲೆಂಡ್ ಮೂರು ಸಾವಿರ ಮೈಲಿಗಳಷ್ಟು ದೂರದಲ್ಲಿದ್ದು ಯುದ್ಧಮಾಡಿತು. ಹಡಗುಗಳಿಗೆ ಉಗಿಯಂತ್ರವನ್ನು ಜೋಡಿಸಿರದ ಆ ದಿನಗಳಲ್ಲಿ ಮೂರು ಸಾವಿರ ಮೈಲು ವಿಸ್ತಾರವಾದ ಸಮುದ್ರವನ್ನು ದಾಟಿಸಿ ಸೈನಿಕರನ್ನು ಶಸ್ತ್ರಾಸ್ತ್ರಗಳನ್ನೂ ಪೂರೈಸುವುದು ಇಂಗ್ಲೆಂಡಿಗೆ ಬಹುದೊಡ್ಡ ಕಷ್ಟವಾಗಿತ್ತು. ಸಂಪರ್ಕದಲ್ಲಾಗುತ್ತಿದ್ದ ಸುದೀರ್ಘ ವಿಳಂಬವು, ಹೊಂದಾಣಿಕೆಯಿಂದ ಕೂಡಿದ ಯುದ್ಧವನ್ನು ಅಸಾಧ್ಯಗೊಳಿಸಿತ್ತು. ಇಂಗ್ಲಿಷರಿಗೆ ಕಷ್ಟ ಇನ್ನೂ ಅಧಿಕವಾಗಿತ್ತು. ಏಕೆಂದರೆ ಅಮೇರಿಕಾದ ತುಂಬಾ ಕಾಡುಗಳಿದ್ದು, ಸರಿಯಾದ ರಸ್ತೆಗಳ ಕೊರತೆಯಿಂದಾಗಿ ಸಂಚಾರ ಕಷ್ಟವಾಗಿತ್ತು. ಆದ್ದರಿಂದ ಯುದ್ಧವು ಯಾವಾಗಲೂ ಅಮೇರಿಕಕ್ಕೆ ಅನುಕೂಲಕರವಾಗುವ ಸ್ಥಿತಿಯಲ್ಲಿತ್ತು. ಅದು ಇಂಗ್ಲೆಂಡಿನ ಧಾಳಿಗಳನ್ನು ತಡೆಯುತ್ತಿದ್ದಿತು ಅಷ್ಟೇ. ಆದ್ದರಿಂದ ಅಮೇರಿಕದ ಪ್ರತಿಭಟನೆಯ ಬೆನ್ನು ಮೂಳೆಯನ್ನು ಮುರಿಯಲು ಇಂಗ್ಲೆಂಡಿಗೆ ಸಾಧ್ಯವಾಗಲಿಲ್ಲ.

ಎರಡನೆಯದಾಗಿ, ಇಂಗ್ಲಿಷ್ ಸರ್ಕಾರವು ಅಮೇರಿಕದ ಬಲವನ್ನೂ ಸಂಪನ್ಮೂಲಗಳನ್ನು ಕಡೆಗಣಿಸಿತು. ಆದ್ದರಿಂದ ಅಮೇರಿಕದ ಯುದ್ಧ ಪರಿಸ್ಥಿತಿಯನ್ನು ಎದುರಿಸಲು ಅವರು ಸಾಕಷ್ಟು ಸಿದ್ಧತೆ ಮಾಡಿಕೊಳ್ಳಲಿಲ್ಲ. ಯುದ್ಧವನ್ನು ಗೆಲ್ಲಲು

ನಾಲ್ಕು ರೆಜಿಮೆಂಟ್ ಸಾಕು ಎಂದು ಗರ್ವದಿಂದ ಜನರಲ್ ಗಾಗ್ ಘೋಷಿಸಿದ್ದು ಆಶ್ಚರ್ಯ. ಅಮೆರಿಕದ ಎದುರಾಗಿ ಹೀಗೆ ಅವಿವೇಕದ ಸಿದ್ಧತೆ ಮಾಡಿಕೊಂಡುದಕ್ಕಾಗಿ ಇಂಗ್ಲೆಂಡ್ ಬಹು ದುಬಾರಿ ಬೆಲೆಯನ್ನು ತೆರಬೇಕಾಯಿತು.

ಮೂರನೆಯದಾಗಿ, ಯುದ್ಧದ ಪರಿಸ್ಥಿತಿಯನ್ನು ಎದುರಿಸುವಲ್ಲಿ ಇಂಗ್ಲಿಷ್ ಜನರಲ್ ಸಂಪೂರ್ಣ ಅಸಮರ್ಥರಾದರು. ಅವರಲ್ಲಿ ಯಾರೂ ಅಮೆರಿಕನ್ ಸೈನ್ಯವನ್ನು ನಡೆಸಿದ ಜಾರ್ಜ್ ವಾಷಿಂಗ್‌ಟನ್ನನಿಗೆ ಸರಿದೂಗಲಾಗಲಿಲ್ಲ. ಜನರಲ್‌ರ ಅಸಮರ್ಥ ಯುದ್ಧ ನೈಪುಣ್ಯ, ಅತ್ತಿತ್ತ ಹೊಯ್ದಾಡುವ ನಿರ್ಧಾರ, ದೋಷಯುಕ್ತ ಯುದ್ಧ ವ್ಯೂಹ ಇವುಗಳಿಂದಾಗಿ ಇಂಗ್ಲಿಷರ ವಿಜಯಕ್ಕೆ ಅವಕಾಶವೇ ಇರದಂತಾಯಿತು. ಜನರಲ್ ಹೋವೆ, ಬ್ರೂಕ್ಲಿನ್ ಮತ್ತು ಬ್ರಾಂಡಿವೈನ್‌ಗಳಲ್ಲಿ ಗಳಿಸಿದ ಯಶಸ್ಸಿಗೆ ತಕ್ಕಂತೆ ಇಲ್ಲಿ ನಿರ್ವಹಿಸಲಾರದೆ ಹೋದನು. ವ್ಯಾಲಿ ಫೋರ್ಜ್‌ನಲ್ಲಿ ವಾಷಿಂಗ್‌ಟನ್ನನ ಸೇನೆಯ ಮೇಲೆ ಆಕ್ರಮಣ ಮಾಡಲು ಅವನಿಗೆ ಸಾಧ್ಯವಾಗಲಿಲ್ಲ. ಅದು ನಡೆದಿದ್ದರೆ ಯುದ್ಧದ ಗತಿಯೇ ಬದಲಾಗುತ್ತಿತ್ತು. ಆದ್ದರಿಂದ ಅಮೆರಿಕದೊಂದಿಗೆ ಮಾಡಿದ ಯುದ್ಧದಲ್ಲಿ ಬ್ರಿಟನ್ ಸೋತುದಕ್ಕೆ ಬೇರೆ ಎಲ್ಲರಿಗಿಂತಲೂ ಮಿಗಿಲಾಗಿ ಜನರಲ್ ಹೋವೆಯನ್ನು ಜವಾಬ್ದಾರನನ್ನಾಗಿ ಮಾಡಲಾಗಿದೆ.

ನಾಲ್ಕನೆಯದಾಗಿ, ಯುದ್ಧದಲ್ಲಿ ಸರಕಾರದ ವಿಪರೀತ ಮಧ್ಯಪ್ರವೇಶ ಇಂಗ್ಲಿಷರ ಅಪಜಯಕ್ಕೆ ಇನ್ನೊಂದು ಕಾರಣವಾಯಿತು. ರಾಜ ಮೂರನೆಯ ಜಾರ್ಜ್ ಹಾಗೂ ಅವನ ಯುದ್ಧ ಕಾರ್ಯದರ್ಶಿ ಲಾರ್ಡ್ ಜರ್ಮೇನ್ ಯುದ್ಧರಂಗದ ಕಾರ್ಯಾಚರಣೆಗಳಲ್ಲಿ ಮಧ್ಯಪ್ರವೇಶ ಮಾಡಲು ಪ್ರಯತ್ನಿಸಿದರು. ಇದು ದೊಡ್ಡ ಅವಿವೇಕವಾಯಿತು. ಏಕೆಂದರೆ ಪತ್ರವ್ಯವಹಾರ ಮಾಡಿ ಅಟ್ಲಾಂಟಿಕ್ ಆಚಿನಿಂದ ನಿರ್ಣಯ ತೆಗೆದುಕೊಳ್ಳುವುದು ವೇಗವಾಗಿ ಕಾರ್ಯಚರಣೆ ನಡೆಸಿ ಜಯಗಳಿಸಲು ಅಡ್ಡಿಯಾಯಿತು. ಆ ಕೆಲಸವನ್ನು ಯುದ್ಧರಂಗದಲ್ಲಿ ಇದ್ದ ಜನರಲ್‌ರಿಗೆ ಬಿಟ್ಟುಬಿಡಬೇಕಾಗಿದ್ದಿತು.

ಐದನೆಯದಾಗಿ, ಇಂಗ್ಲೆಂಡ್ ಸಮುದ್ರದ ಮೇಲಿನ ಪ್ರಭುತ್ವವನ್ನು ತಾತ್ಕಾಲಿಕವಾಗಿ ಕಳೆದುಕೊಂಡಿತು. ಇದೂ ಅದರ ವೈಫಲ್ಯಕ್ಕೆ ಕಾರಣವಾಯಿತು. ಫ್ರಾನ್ಸ್ ದೇಶವು ಇಂಗ್ಲೆಂಡಿನ ಮೇಲೆ ಯುದ್ಧ ಸಾರಿದಾಗ ಇಂಗ್ಲಿಷ್ ನೌಕಾಪಡೆಯು ಎದುರಿಸಲು ಅಸಮರ್ಥವಾಯಿತು. ಹೀಗೆ ದಿಢೀರನೆ ಇಂಗ್ಲಿಷ್ ನೌಕಾದಳ ವ್ಯವಸ್ಥೆಯು ಕುಸಿದುಬಿದ್ದುದು ಅಮೆರಿಕದ ವಿಜಯಕ್ಕೆ ಬಹಳವಾಗಿ ಕಾರಣವಾಯಿತು.

ಕೊನೆಯದಾಗಿ, ಆದರೆ ತುಂಬ ಮುಖ್ಯವಾಗಿ ಯುದ್ಧದಲ್ಲಿ ಅಮೆರಿಕದೊಂದಿಗೆ ಫ್ರಾನ್ಸ್ ಸೇರಿಕೊಂಡ ಅಂಶವನ್ನು ಗುರುತಿಸಬೇಕು. ಇದು ಇಂಗ್ಲೆಂಡಿಗೆ ವಿನಾಶಕರವಾದ ಹೊಡೆತವಾಯಿತು. ಫ್ರೆಂಚರು ಸೈನಿಕರನ್ನೂ, ಶಸ್ತ್ರಾಸ್ತ್ರಗಳನ್ನೂ, ಹಣವನ್ನು, ಪೂರೈಸಿದುದು ಅಮೆರಿಕನ್ನರಿಗೆ ಒಳ್ಳೆಯ ಬಲವನ್ನು ಕೊಟ್ಟಿತು. ಅದನ್ನು ಸುಸ್ಥಿತಿಯಲ್ಲಿರಿಸಿತು. ಅಮೆರಿಕನ್ನರ ಯಶಸ್ಸಿಗೆ ಇದು ಬಹುತೇಕ ಕಾರಣವೆಂದು ಹೇಳಲಾಗಿದೆ.

ಈಗ ನಾವು ಯುದ್ಧವನ್ನು ಸಮಾಪ್ತಿಗೊಳಿಸಿದಾಗ 1783ರಲ್ಲಿ ವರ್ಸೇಲ್ಸ್ ಕರಾರು ಹಾಗೂ ಯುದ್ಧದ ಅಮೆರಿಕನ್ ವೀರ ಜಾರ್ಜ್ ವಾಷಿಂಗ್‌ಟನ್ ಇವರನ್ನು ಕುರಿತು ನೋಡಬಹುದು.

ವರ್ಸೇಲ್ಸ್ ಕರಾರು

ಅಮೆರಿಕದ ಸ್ವಾತಂತ್ರ್ಯ ಯುದ್ಧವು 1783ರಲ್ಲಿ ವರ್ಸೇಲ್ಸ್ ಕರಾರಿನೊಂದಿಗೆ ಪರಿಸಮಾಪ್ತಿಗೊಂಡಿತು. ಸಂಧಿಯ ಕರಾರುಗಳನ್ನು ವ್ಯವಹರಿಸುವ ಕೆಲಸ ಶೆಲ್‌ಬಾರ್ನನಿಗೆ ಸೇರಿತ್ತು. ಇಂಗ್ಲೆಂಡು ಅಮೆರಿಕ ಸ್ವಾತಂತ್ರ್ಯಕ್ಕೆ ಮನ್ನಣೆ ನೀಡಿತು. ಅಮೆರಿಕನ್ನರು ಸಂಧಿಯ ಪ್ರಸ್ತಾವಗಳಿಗೆ ಫ್ರೆಂಚರ ಸಲಹೆ ಪಡೆಯುವ ಮೊದಲೇ 1782ರ ನವೆಂಬರಿನಲ್ಲಿ ಸಹಿಮಾಡಿದರು. ಆಮೇಲೆ ಫ್ರಾನ್ಸ್ ಮತ್ತು ಸ್ಪೈನ್‌ಗಳೊಂದಿಗೆ ಸಂಧಿ ಪ್ರಸ್ತಾಪವಾಗಿ, ಕೊನೆಗೆ 1783 ಸೆಪ್ಟೆಂಬರ್ 3ನೆಯ ತಾರಿಖು ವರ್ಸೇಲ್ಸ್ ಕರಾರಿಗೆ ಸಹಿಬಿದ್ದಿತು. ಅದರಿಂದ ಇಂಗ್ಲೆಂಡು ಅಮೆರಿಕದ ಸರ್ವ ಸ್ವಾತಂತ್ರ್ಯ ಪರಮಾಧಿಕಾರಕ್ಕೆ ಮನ್ನಣೆ ನೀಡಿತು. ಅವರ ನಡುವಣ ಗಡಿಯು ಪಶ್ಚಿಮದಲ್ಲಿ ಮಿಸ್ಸಿಸಿಪ್ಪಿ ನದಿ ಎಂದಾಯಿತು. ಮಹಾಸರೋವರಗಳ ಅಂಚಿಗೆ ಎಳೆದ ರೇಖೆಯು ಉತ್ತರದ ಗಡಿಯಾಯಿತು. ಫ್ರಾನ್ಸಿಗೆ ವೆಸ್ಟ್ ಇಂಡೀಸಿನ ಸೇಂಟ್ ಲೂಸಿಯಾ ಮತ್ತು ಟೊಬಾಗೋ ಹಾಗೂ ಆಫ್ರಿಕದಲ್ಲಿ ಸೆನೆಗಲ್ ಮತ್ತು ಗೋರೀ ದೊರಕಿದವು. ಭಾರತದಲ್ಲಿದ್ದ ವಾಣಿಜ್ಯ ನೆಲೆಗಳನ್ನು ಹಿಂದಕ್ಕೆ ಪಡೆದುದಲ್ಲದೆ ನ್ಯೂಫೌಂಡ್‌ಲೆಂಡಿನ ಮತ್ಸ್ಯೋದ್ಯಮದಲ್ಲಿ ಭಾಗವಹಿಸುವ ಹಕ್ಕನ್ನು ಫ್ರಾನ್ಸ್ ಪಡೆಯಿತು. ಡನ್‌ಕರ್ಕ್‌ನಲ್ಲಿದ್ದ ಕೋಟೆಗೋಡೆಗಳನ್ನು ಕೆಡವಬೇಕೆಂದು ಮೊದಲು ಹಾಕಿಕೊಂಡಿದ್ದ ಕ್ರಮವನ್ನು ಇಂಗ್ಲೆಂಡ್ ಕೈಬಿಟ್ಟಿತು. ಸ್ಪೈನ್ ಮಿನೋರ್ಸಾ ಮತ್ತು ಪೂರ್ವ ಫ್ಲಾರಿಡಾಗಳನ್ನು ಪಡೆಯಿತು. ಆದರೆ ಬಹಾಮಾ ದ್ವೀಪಗಳನ್ನು ಇಂಗ್ಲಿಷರಿಗೆ ಬಿಟ್ಟುಕೊಟ್ಟಿತು. ಜೊತೆಗೆ

ಹೊಂಡುರಸ್ ಕಣಿವೆಯಲ್ಲಿ ಮರಕಡಿಯುವ ಹಕ್ಕನ್ನು ಅವರಿಗೆ ಕೊಟ್ಟಿತು. ಹಾಲೆಂಡಿನೊಂದಿಗೆ ಪರಸ್ಪರ ಗೆದ್ದುಕೊಂಡಿದ್ದ ಪ್ರದೇಶಗಳನ್ನು ಅವರವರಿಗೆ ಮರಳಿಸುವ ವ್ಯವಸ್ಥೆಯಾಯಿತು. ನಾಗಪಟ್ಟಂ ಇಂಗ್ಲಿಷರಿಗೆ ಸೇರಿತು.

ಜಾರ್ಜ್ ವಾಷಿಂಗ್‌ಟನ್

ಅಮೆರಿಕ ಸಂಯುಕ್ತ ಸಂಸ್ಥಾನದ ಇತಿಹಾಸ ನಿಜವಾಗಿ ಪ್ರಾರಂಭವಾದುದು ಜಾರ್ಜ್ ವಾಷಿಂಗ್‌ಟನ್ನನಿಂದ. ಇಂಗ್ಲಿಷ್ ಆಳ್ವಿಕೆಯ ವಿರುದ್ಧವಾಗಿ ವಸಾಹತುಗಳ ಸೈನ್ಯವನ್ನು ವ್ಯವಸ್ಥೆಗೊಳಿಸುವುದರಲ್ಲಿ ಅವನು ಬಹು ಪ್ರಧಾನ ಪಾತ್ರ ವಹಿಸಿದನು. ದೇಶವನ್ನು ಗುಲಾಮಗಿರಿಯ ಸಂಕೋಲೆಗಳಿಂದ ಮುಕ್ತಗೊಳಿಸಿದನು. ಯುದ್ಧರಂಗದಲ್ಲಿ ಆತ ಸಲ್ಲಿಸಿದ ಅಮೋಘ ಸೇವೆಯನ್ನು ಪುರಸ್ಕರಿಸಲೆಂಬಂತೆ, ನೂತನವಾಗಿ ಉದಯಿಸಿದ ದೇಶದ ಮೊದಲನೆಯ ಅಧ್ಯಕ್ಷನನ್ನಾಗಿ ಅವನನ್ನು ಆರಿಸಲಾಯಿತು. ಅಮೆರಿಕದ ಮೊದಲ ರಾಷ್ಟ್ರಾಧ್ಯಕ್ಷ ಜಾರ್ಜ್ ವಾಷಿಂಗ್‌ಟನ್ ಒಬ್ಬ ಯೋಧನೂ, ಕುಶಲ ರಾಜಕಾರಣಿಯೂ ಆಗಿದ್ದನು. ಅವನು ವರ್ಜಿನಿಯದ ಬ್ರಿಡ್ಜ್‌ಕ್ರೀಕ್ ಎಂಬಲ್ಲಿ 1732 ಫೆಬ್ರವರಿ 22 ರಂದು ಜನಿಸಿದನು. ವಾಸ್ತವವಾಗಿ ಬ್ರಿಟಿಷ್ ಕಾಲೋನಿಯೊಂದರಲ್ಲಿ ಬ್ರಿಟಿಷ್ ಪ್ರಜೆಯಾಗಿಯೇ ಅವನು ಜನಿಸಿದನು. ಇಂಗ್ಲೆಂಡಿನಲ್ಲಿನ ನಾರ್ಥಾಂಪ್ಟನ್ ಶೈರ್‌ನಲ್ಲಿದ್ದ ಸಲ್‌ಗ್ರೇವ್ ಮ್ಯಾನರ್ ಎನ್ನುವುದು ವಾಷಿಂಗ್‌ಟನ್ ಕುಟುಂಬದ ಪೂರ್ವಿಕರ ನೆಲೆ. 11ನೆಯ ವಯಸ್ಸಿಗೆ ಅವನು ತನ್ನ ತಂದೆಯನ್ನು ಕಳೆದುಕೊಂಡನು. ಒಂದು ಪ್ಯಾರಿಷ್ ಚರ್ಚಿನಲ್ಲಿ ತನ್ನ ಪ್ರಾರಂಭಿಕ ವಿದ್ಯಾಭ್ಯಾಸವನ್ನು ಪಡೆದನು. ಅವನ ಶಾಲಾಶಿಕ್ಷಣ ಕ್ರಮಬದ್ಧವಾಗಿರಲಿಲ್ಲ. ಬೇಟೆ, ಮೀನುಹಿಡಿಯುವುದು ಮತ್ತು ಓದುವುದು ಇಷ್ಟರಲ್ಲಿ ಅವನ ದಿನಗಳು ತುಂಬಿ ಹೋಗುತ್ತಿದ್ದವು. ತಾಯಿಯಿಂದ ಅವನಿಗೆ ನೈತಿಕ ಮತ್ತು ಧಾರ್ಮಿಕ ಶಿಕ್ಷಣ ದೊರಕಿತು. ಮಗನು ಪ್ರಸಿದ್ಧ ವ್ಯಕ್ತಿಯಾಗಿ ಬೆಳೆದ ಮೇಲೂ ಆಕೆಯು, "ಜಾರ್ಜ್ ತುಂಬಾ ಒಳ್ಳೆಯ ಹುಡುಗನಾಗಿದ್ದ. ಅವನು ತನ್ನ ಕರ್ತವ್ಯಗಳನ್ನು ಸರಿಯಾಗಿ ನಿರ್ವಹಿಸುತ್ತಾನೆ" ಎಂದು ಹೇಳುತ್ತಿದ್ದಳು. 14 ವರ್ಷವಾದಾಗ ಸರ್ವೇಯರ್ ಆಗುವುದಕ್ಕಾಗಿ ಎರಡು ವರ್ಷಗಳ ಕ್ರಮವಾದ ಶಿಕ್ಷಣ ದೊರೆಕಿತು. 21ನೆಯ ವಯಸ್ಸಿನಲ್ಲಿ ವರ್ಜಿನಿಯ ಮಿಲಿಷಿಯಾದಲ್ಲಿ ಅವನು ಮೇಜರ್ ಆದನು. 1755ರಲ್ಲಿ ಫ್ರೆಂಚರ ಮೇಲೆ ಯುದ್ಧ ಪ್ರಾರಂಭವಾದಾಗ, ಜನರಲ್ ಬ್ರಾಡ್ಡಾಕ್‌ಗೆ ಸಹಾಯಕನಾಗಿ ಕೆಲಸಮಾಡಿದನು. ಯುದ್ಧದಲ್ಲಿ ಸಾಯದೆ ತಪ್ಪಿಸಿಕೊಂಡ ಒಬ್ಬನೇ ಅಶ್ವಾರೋಹಿ ಯೋಧನೆಂದರೆ ಜಾರ್ಜ್ ವಾಷಿಂಗ್‌ಟನ್. "ಯಾವುದೋ ದೊಡ್ಡ ಕೆಲಸ ಮಾಡುವುದಕ್ಕಾಗಿಯೇ ದೇವರು ನನ್ನನ್ನು ಉಳಿಸಿದ್ದಾನೆ" ಎಂದು ಅವನು ತಾಯಿಗೆ ಪತ್ರ ಬರೆದನು. 23ನೆಯ ವಯಸ್ಸಿನಲ್ಲಿ ಕರ್ನಲ್ ಆಗಿ ನೇಮಿತನಾದನು. ಅದರ ಮುಂದಿನ ವರ್ಷ ಮಾರ್ಥಾಕಸ್ಟಿಸ್ ಎಂಬ ಶ್ರೀಮಂತ ವಿಧವೆಯನ್ನು ಮದುವೆಯಾದನು. 1759ರಲ್ಲಿ "ಬೆಂಕಿಯ ನಡುವೆಯೂ ಶಾಂತನಾಗಿದ್ದುದಕ್ಕೆ" ಪುರಸ್ಕಾರವಾಗಿ ಅವನು ಬರ್ಗೆಸನ್ ವರ್ಜಿನಿಯಾ ಸದನಕ್ಕೆ ಆಯ್ಕೆಯಾದನು. ಸ್ಪೀಕರ್ ಅವನನ್ನು ಈ ಮಾತುಗಳಿಂದ ಸ್ವಾಗತಿಸಿದನು: "ನಿಮ್ಮ ವಿನಯವು ನಿಮ್ಮ ಪರಾಕ್ರಮಕ್ಕೆ ಸರಿದೊರೆಯಾಗಿದೆ ಎಂದೂ, ಅವರೆಡೂ ಮಾತುಗಳಲ್ಲಿ ವರ್ಣಿಸಲಾಗದಂಥವಾಗಿವೆ".

ಜಾರ್ಜ್ ವಾಷಿಂಗ್‌ಟನ್

ಅಮೆರಿಕದ ಸ್ವಾತಂತ್ರ್ಯ ಯುದ್ಧವು ಪ್ರಾರಂಭವಾದಾಗ ವಾಷಿಂಗ್‌ಟನ್ನನನ್ನು ವಸಾಹತು ಸೈನ್ಯದ ಪ್ರಧಾನ ದಂಡನಾಯಕನನ್ನಾಗಿ ನೇಮಿಸಲಾಯಿತು. 14,000 ಜನ ಸೇನಾತರಬೇತಿ ಇಲ್ಲದವರನ್ನು ಕಟ್ಟಿಕೊಂಡು ಅವನು ಬೆಟ್ಟಹತ್ತುವ ಕೆಲಸ ಮಾಡಬೇಕಾಯಿತು. 1776ರ ಮಾರ್ಚ್‌ನಲ್ಲಿ ಬೋಸ್ಟನ್ನಿನಿಂದ ಇಂಗ್ಲಿಷರನ್ನು ಹೊರಗಟ್ಟಿದ ಮೇಲೆ ವಾಷಿಂಗ್‌ಟನ್ ಪ್ರಥಮ ಶ್ರೇಣಿಯ ಸೇನಾಪತಿಯೂ, ರಾಜಕಾರಣಿಯೂ ಆದನು. ಸೇನಾನಾಯಕನಾಗಿ ವಾಷಿಂಗ್‌ಟನ್‌ನ ಮುಖ್ಯ ಲಕ್ಷಣಗಳಲ್ಲಿ ಒಂದು, ವೈರಿಗಳನ್ನು ಬೇಸ್ತುಗೊಳಿಸುವುದಾಗಿತ್ತು. ವೈರಿಗಳು ಅವನನ್ನು "ಮುದಿನರಿ"ಎಂದು ಕರೆಯುತ್ತಿದ್ದುದಕ್ಕೆ ಕಾರಣವಿಲ್ಲದಿರಲಿಲ್ಲ. ಅವನ ಹಂಚಿಕೆಯನ್ನಾಗಲಿ, ಮುಂದಿನ ಆಕ್ರಮಣದ ಕಾಲ ಮತ್ತು ಸ್ಥಳವನ್ನಾಗಲಿ ಲೆಕ್ಕ ಹಾಕಲು ಶತ್ರುಗಳಿಗೆ ಸಾಧ್ಯವೇ ಆಗುತ್ತಿರಲಿಲ್ಲ. ಅವನ ಬಳಿ ಇರುವ ಸೈನ್ಯದ ಗಾತ್ರವೂ ಅವರಿಗೆ ತಿಳಿಯುತ್ತಿರಲಿಲ್ಲ. ಇಂಗ್ಲಿಷರನ್ನು ಸದಾ ದಿಗ್ಭ್ರಮೆಯ ಸ್ಥಿತಿಯಲ್ಲಿ ಇಟ್ಟಿರಬೇಕೆಂದು ವಾಷಿಂಗ್‌ಟನ್ ಮಾಹಿತಿಯನ್ನು ತೆರೆದಿಡುತ್ತಿರಲಿಲ್ಲ. ಬದಲು ಅವರಿಗೆ ತಪ್ಪು ಮಾಹಿತಿ ದೊರಕುವಂತೆ ಮಾಡುತ್ತಿದ್ದನು. ತನ್ನ ಸೈನ್ಯದ ವಿಚಾರವಾಗಿ ಸುಳ್ಳು ವರದಿಗಳನ್ನು ತಯಾರಿಸಿ ಅವುಗಳನ್ನು ಹೊತ್ತ ದೂತರು ವೈರಿಗಳಿಗೆ ಸಿಕ್ಕಿಕೊಳ್ಳುವಂತೆ

ಮಾಡುತ್ತಿದ್ದನು. ಇಂಗ್ಲಿಷರು "ಖಚಿತ ವರ್ತಮಾನ"ದ ಆಧಾರದಿಂದ ಕಾರ್ಯೋನ್ಮುಖರಾಗಿರುವರಾಗಿ ಭಾವಿಸಿ ಭ್ರಮೆಯಲ್ಲಿರುತ್ತಿದ್ದರು.

1778ರಲ್ಲಿ ಫ್ರೆಂಚ್‌ರು ವಸಾಹತುಗಳೊಂದಿಗೆ ಸೇರಿಕೊಂಡರು ಎಂಬ ಸುದ್ದಿ ತಿಳಿದೊಡನೆ ಇಂಗ್ಲಿಷ್ ಸೇನೆಯು ಫಿಲಿಡೆಲ್ಫಿಯವನ್ನು ತೆರವು ಮಾಡಿತು. ವಾಷಿಂಗ್‌ಟನ್ನನು ಅವರನ್ನು ನ್ಯೂಜೆರ್ಸಿಯಿಂದಾಚೆಗೆ ಅಟ್ಟಿ ನ್ಯೂಯಾರ್ಕಿನಲ್ಲಿ ಕೂಡಿದನು. ಅಲ್ಲಿ ಹಡ್ಸನ್ ನದಿಯ ತೀರದಲ್ಲಿ ಗಮನಿಸುತ್ತಾ ನಿಂತನು. ಇಂಗ್ಲಿಷ್ ಸೇನೆಯು ಸವನ್ನಾ ಮತ್ತು ಚಾರಲ್ಸ್‌ಟನ್‌ಗಳನ್ನು ವಶಪಡಿಸಿಕೊಂಡು ವರ್ಜಿನಿಯದ ಯಾರ್ಕ್‌ಟೌನಿನಲ್ಲಿ ಹುದುಗಿಕೊಂಡಿತು. ಆಗ ವಾಷಿಂಗ್‌ಟನ್ ನ್ಯೂಯಾರ್ಕಿನಲ್ಲಿದ್ದ ದುರ್ಬಲ ಪಡೆಯ ಮೇಲೆ ಆಕ್ರಮಣ ಮಾಡಿದನು. ಪೊಟೋಮ್ಯಾಕ್ ನದಿಯಲ್ಲಿ ದಕ್ಷಿಣ ದಿಕ್ಕಿಗೆ ಹೋದನು. ಅದೇ ಸಮಯಕ್ಕೆ ಚೆಸಾಪೆಕ್ ಕೊಲ್ಲಿಯಲ್ಲಿ ಫ್ರೆಂಚ್ ನೌಕಾ ಸೈನ್ಯವು ಕಾಣಿಸಿಕೊಂಡಿತು. ಆಮೇಲೆ ಮೂರು ವಾರಗಳಲ್ಲಿ ಇಂಗ್ಲಿಷ್ ಸೇನೆಯು ಶರಣಾಗತವಾಯಿತು(1781).

ವಾಷಿಂಗ್‌ಟನ್ನನು 1783 ರಿಂದ 1789 ರವರೆಗೆ ಸಂಧಿಗ್ಧ ಸಮಯದಲ್ಲಿ ದೇಶವನ್ನು ಅಪಾಯಗಳಿಂದ ರಕ್ಷಿಸಿದನು. ಸಂವಿಧಾನದ ಪರಿಷ್ಕರಣಕ್ಕಾಗಿ ಫಿಲಿಡೆಲ್ಫಿಯದಲ್ಲಿ 1787ರಲ್ಲಿ ಒಂದು ಸಮಾವೇಶವು ನಡೆದುದು ಅವನ ಪ್ರಯತ್ನದಿಂದಾಗಿಯೇ. ಅದರ ಅಧ್ಯಕ್ಷತೆಗೆ ವಾಷಿಂಗ್‌ಟನ್ನನನ್ನು ಅವಿರೋಧವಾಗಿ ಆಯ್ಕೆ ಮಾಡಲಾಯಿತು. ಅವನ ಮುಂದಿನ ಕೆಲಸ ಎಲ್ಲ ರಾಜ್ಯಗಳಿಗೂ ಸಂವಿಧಾನವನ್ನು ಸ್ಥಿರೀಕರಿಸುವಂತೆ ಮಾಡಿದ್ದು. ನೂತನವಾಗಿ ಜನ್ಮತಾಳಿದ ದೇಶಕ್ಕೆ ಜಾರ್ಜ್ ವಾಷಿಂಗ್‌ಟನ್ನನು ಪ್ರಥಮ ಅಧ್ಯಕ್ಷನಾಗಿ ಎರಡು ಅವಧಿಗಳಿಗೆ (1789–1797) ಚುನಾಯಿತನಾದನು. 1797ರಲ್ಲಿ ಮೂರನೆಯ ಅವಧಿಗೂ ಮುಂದುವರೆಯಲು ಕೇಳಿಕೊಂಡಾಗ ಅವನು ವಿನಯದಿಂದ ಅದನ್ನು ನಿರಾಕರಿಸಿದನು. ದೇಶದ ಅಧ್ಯಕ್ಷನು ಎರಡು ಅವಧಿಗೆ ಮಾತ್ರ ಅಧಿಕಾರದಲ್ಲಿರುವುದನ್ನು ಆಗಿನಿಂದಲೇ ಪದ್ಧತಿಯನ್ನಾಗಿ ರೂಢಿಗೊಳಿಸಲಾಯಿತು. ಅವನು ತನ್ನ ಕರ್ತವ್ಯಗಳನ್ನು ಕೈಗೆತ್ತಿಕೊಂಡು ತನ್ನ ಶಕ್ತಿಮೀರಿ ಅವುಗಳನ್ನು ನಿರ್ವಹಿಸುತ್ತಿದ್ದನು. ತಾನೇ ಒಪ್ಪಿಕೊಂಡಂತೆ ಅವನು ಬಹು ಶ್ರೇಷ್ಠ ಮುತ್ಸದ್ಧಿಯಾಗಿರಲಿಲ್ಲ. ಹಾಗೆಯೇ ಬಹು ಶ್ರೇಷ್ಠ ಜನರಲ್ಲನೂ ಅಲ್ಲ. ಆದರೆ ಇತಿಹಾಸದಲ್ಲಿ ಅತ್ಯಪೂರ್ವವಾದ ಒಂದು ಲಕ್ಷಣವಿದ್ದ ವ್ಯಕ್ತಿ ಅವನು. ಅವನು ರಾಜಕಾರಣಿ ಹಾಗೂ ಯೋಧನು ಆಗಿ ಪ್ರಥಮ ಶ್ರೇಣಿಗೆ ಸೇರಿದವನಾಗಿದ್ದನು.

* * * * *

ಅಧ್ಯಾಯ – 10

ಫ್ರಾನ್ಸಿನ ಮಹಾಕ್ರಾಂತಿ

1789ರಲ್ಲಿ ಜರುಗಿದ ಫ್ರಾನ್ಸಿನ ಮಹಾಕ್ರಾಂತಿಯು ವಿಶ್ವ ಇತಿಹಾಸದಲ್ಲಿಯೇ ಮಹತ್ವಪೂರ್ಣ ಘಟನೆಯೆನಿಸಿದೆ. ಫ್ರಾನ್ಸಿನ ಮಹಾಕ್ರಾಂತಿಯ ಪರಿಣಾಮಗಳು ಕೇವಲ ಫ್ರಾನ್ಸ್‌ಗೆ ಮಾತ್ರ ಸೀಮಿತವಾಗದೆ ಯೂರೋಪಿನ ವಿವಿಧ ದೇಶಗಳ ರಾಜಕೀಯ, ಸಾಮಾಜಿಕ, ಆರ್ಥಿಕ ಕ್ಷೇತ್ರಗಳಲ್ಲಿ ಬದಲಾವಣೆಗೆ ಕಾರಣವಾಯಿತು. ಫ್ರಾನ್ಸಿನ ಮಹಾಕ್ರಾಂತಿಯು ಪರಾಧೀನತೆ, ಅಸಮಾನತೆ ಮತ್ತು ಹಳೆಯ ಆಳ್ವಿಕೆಯನ್ನು ಕೊನೆಗೊಳಿಸಿ ಪ್ರಜಾಪ್ರಭುತ್ವ ಮತ್ತು ನಾಗರಿಕತೆಯ ಇತಿಹಾಸಕ್ಕೆ ಬುನಾದಿ ಹಾಕಿತು. ಫ್ರಾನ್ಸಿನ ಮಹಾಕ್ರಾಂತಿಯು ವಿಶ್ವದ ಜನತೆಗೆ ನೀಡಿದ ಅತ್ಯುತ್ತಮ ಕಾಣಿಕೆಯೆಂದರೆ ಸ್ವಾತಂತ್ರ್ಯ, ಸಮಾನತೆ ಮತ್ತು ಭ್ರಾತೃತ್ವಗಳ ಕಲ್ಪನೆಯೇ ಆಗಿದೆ. ಈ ತತ್ವಗಳು ಶತಮಾನಗಳಿಂದ ಶೋಷಣೆ, ಅಸಮಾನತೆ, ಪರಾಧೀನತೆಯಲ್ಲಿ ನೊಂದಿದ್ದ ಜನರಿಗೆ ಸಾಂತ್ವಾನ, ಸಮಾಧಾನಗಳನ್ನು ತಂದವು. ಇಂದಿಗೂ ಪ್ರಪಂಚದ ಅನೇಕ ಕಡೆ ಸ್ವಾತಂತ್ರ್ಯ, ಸಮಾನತೆ, ಭ್ರಾತೃತ್ವಗಳಿಗಾಗಿ ಜನತೆ ಹೋರಾಟ ನಡೆಸುತ್ತಲೇ ಇರುವರು. ಆದರೆ ಫ್ರಾನ್ಸ್‌ನ ಜನತೆ 18ನೇ ಶತಮಾನದಲ್ಲೇ ಈ ತತ್ವಗಳ ಪ್ರಾಪ್ತಿಗಾಗಿ ಹೋರಾಡಿದರೆಂಬುದೇ ಫ್ರಾನ್ಸ್ ಮಹಾಕ್ರಾಂತಿಯ ಪ್ರಾಮುಖ್ಯತೆಯ ವೈಶಿಷ್ಟ್ಯವಾಗಿದೆ. "ಫ್ರಾನ್ಸಿನ ಮಹಾಕ್ರಾಂತಿ ಆರಂಭವಾದಂದಿನಿಂದ ಯೂರೋಪಿನ ಇತಿಹಾಸವೆಲ್ಲ ಒಂದು ಘಟನೆಯಲ್ಲಿ, ಒಬ್ಬ ವ್ಯಕ್ತಿಯಲ್ಲಿ ಮತ್ತು ಒಂದು ರಾಷ್ಟ್ರದಲ್ಲಿ ಮಿಳಿತವಾಯಿತು. ಅಂತಹ ಘಟನೆಯೇ ಫ್ರಾನ್ಸಿನ ಮಹಾಕ್ರಾಂತಿ, ನೆಪೋಲಿಯನ್ನನೆ ಆ ವ್ಯಕ್ತಿ ಮತ್ತು ಫ್ರಾನ್ಸ್ ದೇಶವೇ ಆ ರಾಷ್ಟ್ರ" ಎಂಬ ಯೂರೋಪಿನ ಇತಿಹಾಸದ ಬಗೆಗಿರುವ ನಾಣ್ನುಡಿಯು ಫ್ರಾನ್ಸ್ ಕ್ರಾಂತಿಯ ಮಹತ್ವವನ್ನು ಸಾರುತ್ತದೆ.

ಫ್ರಾನ್ಸಿನ ಮಹಾಕ್ರಾಂತಿಗೆ ಕಾರಣಗಳು

ಈ ಕ್ರಾಂತಿಯನ್ನು ಪರಿಪೂರ್ಣವಾಗಿ ಸಾಮಾಜಿಕ ಕ್ರಾಂತಿಯೆಂದು ಕೆಲವರು, ಮತ್ತಿತರರು ಇದನ್ನು ರಾಜಕೀಯ ಕ್ರಾಂತಿಯೆಂದು ವಾದಿಸುತ್ತಾರೆ. ಆದರೆ ಇದರ ಕಾರಣಗಳನ್ನು ಕೂಲಂಕುಶವಾಗಿ ಅಧ್ಯಯನ ಮಾಡಿದಾಗ ಈ ಕ್ರಾಂತಿಗೆ ಅನೇಕ ಅಂಶಗಳು ಕಾರಣವೆಂಬುದಾಗಿ ತಿಳಿದು ಬರುತ್ತದೆ. ಫ್ರಾನ್ಸ್ ಮಹಾಕ್ರಾಂತಿಗೆ ಅನೇಕ ಕಾರಣಗಳಿವೆ. ಅವುಗಳಲ್ಲಿ ಪ್ರಮುಖವಾದವುಗಳೆಂದರೆ : 1) ರಾಜಕೀಯ ಕಾರಣಗಳು 2) ಸಾಮಾಜಿಕ ಕಾರಣಗಳು 3) ಆರ್ಥಿಕ ಕಾರಣಗಳು 4) ತಾತ್ವಿಕ ಕಾರಣಗಳು 5) ಅಮೆರಿಕಾದ ಕ್ರಾಂತಿಯ ಪ್ರಭಾವ.

1. ರಾಜಕೀಯ ಕಾರಣಗಳು

ಫ್ರಾನ್ಸಿನ ಕ್ರಾಂತಿಗೆ ರಾಜಕೀಯ ಕಾರಣಗಳು ಪ್ರಬಲ ಕಾರಣಗಳಲ್ಲಿ ಮುಖ್ಯವಾದುದು. ಫ್ರಾನ್ಸಿನ ಮಹಾಕ್ರಾಂತಿಯನ್ನು ಪೂರ್ಣವಾಗಿ ಅರಿಯಬೇಕಾದರೆ ಆಗ ಇದ್ದ ಅಲ್ಲಿನ ರಾಜಕೀಯ ಪರಿಸ್ಥಿತಿಯನ್ನು ತಿಳಿದುಕೊಳ್ಳುವುದು ಅವಶ್ಯಕ. ಈ ಕೆಳಗಿನ ಉಪಶೀರ್ಷಿಕೆಗಳಡಿಯಲ್ಲಿ ರಾಜಕೀಯ ಕಾರಣಗಳನ್ನು ಅಭ್ಯಸಿಸಬಹುದು.

ಅ) ಪುರಾತನ ಆಡಳಿತ ವ್ಯವಸ್ಥೆ: ಊಳಿಗಮಾನ್ಯ ವ್ಯವಸ್ಥೆಯಂತೆ ನಿರ್ಮಿತವಾದ ರಾಜಕೀಯ ವ್ಯವಸ್ಥೆಯು ವಿವಿಧ ಯೂರೋಪಿನ ರಾಷ್ಟ್ರಗಳಲ್ಲಿ ಅಸ್ತಿತ್ವದಲ್ಲಿತ್ತು. ಫ್ರಾನ್ಸ್‌ನಲ್ಲಿ ಮಾತ್ರ ಊಳಿಗಮಾನ್ಯ ವ್ಯವಸ್ಥೆಯು ಛಿದ್ರಗೊಂಡಿತ್ತು. ಆದರೂ ಫ್ರಾನ್ಸಿನ ದೊರೆಗಳು ಊಳಿಗಮಾನ್ಯ ಸರದಾರರ ಅನೇಕ ಅಧಿಕಾರಗಳನ್ನು ರದ್ದು ಪಡಿಸಿದ್ದರೂ ಕೆಲವು ವಿಶೇಷ ಹಕ್ಕು ಮತ್ತು ರಿಯಾಯಿತಿಗಳನ್ನು ನೀಡಿದ್ದರು.

ಈ ನೊಬೆಲ್ಲರು ರೈತರುಗಳಿಗೆ ಹೊರೆಯಾಗಿದ್ದಂತಹ ಅನೇಕ ತೆರಿಗೆಗಳಿಂದ, ಕಡ್ಡಾಯ ಸೈನಿಕ ಶಿಕ್ಷಣದಿಂದ ವಿನಾಯಿತಿ ಪಡೆದಿದ್ದರು. ಇವರಿಗೆ ಮಾತ್ರ ಬೇಟೆಯಾಡಲು, ಮೀನು ಹಿಡಿಯಲು, ಪಾರಿವಾಳಗಳನ್ನು ಸಾಕಲು ಮತ್ತು ಷಿಕಾರಿಮಾಡಲು ಅವಕಾಶವಿತ್ತು. ನೊಬೆಲ್ಲರು ಸಾರಿಗೆಯ ತೆರಿಗೆಯನ್ನು, ಮಾರುಕಟ್ಟೆಯ ಪ್ರದೇಶಗಳಲ್ಲಿ ತೆರಿಗೆಯನ್ನು ವಿಧಿಸುವ ಅಧಿಕಾರ ಹೊಂದಿದ್ದರು. ನೊಬೆಲ್ಲರ ಎಸ್ಟೇಟುಗಳಲ್ಲಿ ವಾಸಿಸುತ್ತಿದ್ದ ರೈತರನ್ನು ಬಲಾತ್ಕರಿಸಿ ಅವರನ್ನು ನಿರ್ಬಂಧಿಸುವ ಅಧಿಕಾರವನ್ನು ಹೊಂದಿದ್ದರು. ಲಾರ್ಡ್‌ನ ಗಿರಿಣಿಯಲ್ಲೇ ಧಾನ್ಯವನ್ನು ಬೀಸುವಂತೆ, ಅವರು ಬೆಳೆದ ದ್ರಾಕ್ಷಿಯನ್ನು ಅವನ ದ್ರಾಕ್ಷಿಗಾಣದಲ್ಲೇ ಹಿಂಡುವಂತೆ, ಅವನ ಕಸಾಯಿಖಾನೆಯಲ್ಲೇ ಅವರ ದನಗಳನ್ನು ಕಡಿಯುವಂತೆ ಹಾಗೂ ರೊಟ್ಟಿಗಳನ್ನು ಅವನ ಓಡಿನಲ್ಲಿಯೇ ಸುಡುವಂತೆ ಹಳ್ಳಿಗರನ್ನು ಒತ್ತಾಯಿಸುತ್ತಿದ್ದರು. ರೈತನು ಗಿರಣಿ, ದ್ರಾಕ್ಷಿಗಾಣ, ಕಸಾಯಿಖಾನೆ ಅಥವಾ ರೊಟ್ಟಿ ಸುಡುವ ಓಡುಗಳನ್ನು ಉಪಯೋಗಿಸಿದಾಗಲೆಲ್ಲ ಲಾರ್ಡ್‌ನಿಗೆ ತೆರಿಗೆಯನ್ನು ಅಥವಾ ಒಂದು ಪಾಲನ್ನು ಸಲ್ಲಿಸಬೇಕಿತ್ತು.

ಫ್ರಾನ್ಸ್‌ನ ನೊಬೆಲ್ಲರು ಇಷ್ಟೆಲ್ಲ ವಿಶೇಷಧಿಕಾರ ಮತ್ತು ಸೌಲಭ್ಯ ಹೊಂದಿದ್ದರೂ ಈ ಎಸ್ಟೇಟ್ ಮತ್ತು ಅಲ್ಲಿನ ಜನರ ನಡುವೆ ವಾಸಮಾಡದೆ ಅವುಗಳ ಮೇಲ್ವಿಚಾರಣೆಯನ್ನು ಅಧಿಕಾರಿಗಳಿಗೆ ಒಪ್ಪಿಸಿ ಅವರು ರಾಜನ ಆಸ್ಥಾನಗಳಲ್ಲಿರುತ್ತಿದ್ದರು.

ಇದರಿಂದಾಗಿ ಊಳಿಗಮಾನ್ಯ ಸರದಾರರು ಯಾವುದೇ ಕರ್ತವ್ಯವನ್ನು ನಿರ್ವಹಿಸದೆ ಊಳಿಗಮಾನ್ಯ ಸವಲತ್ತುಗಳನ್ನು ಅನುಭವಿಸುತ್ತಿದ್ದುದು ಫ್ರಾನ್ಸಿನ ಸಾಮಾನ್ಯ ಜನತೆ ಹಳೆಯ ಆಡಳಿತ ವ್ಯವಸ್ಥೆಯನ್ನು ವಿರೋಧಿಸಲು ಕಾರಣವಾಯಿತು.

ಆ) ದರ್ಪಿಷ್ಟ ಪ್ರಭುತ್ವ ಹಾಗೂ ನಿರಂಕುಶಾಡಳಿತ: ಫ್ರಾನ್ಸ್‌ನ ದೊರೆಗಳು ತಾವು ದೇಶವನ್ನಾಳುವುದು ದೈವಪ್ರೇರಣೆ ಮತ್ತು ದೈವದತ್ತ ಅಧಿಕಾರದಿಂದಲ್ಲದೆ, ಜನತೆಯ ಒಪ್ಪಿಗೆ ಅನುಮತಿಯ ಮೇರೆಗಲ್ಲ ಎಂದು ಭಾವಿಸಿದ್ದರು. ತಾವು ದೇವಾಂಶ ಸಂಭೂತರೆಂದೂ ತಾವು ದೇವರಿಗಲ್ಲದೆ ಬೇರೆ ಜನರಾರಿಗೂ ಹೊಣೆಗಾರರಲ್ಲವೆಂದು ನಂಬಿದ್ದರು. ತತ್ಪರಿಣಾಮವಾಗಿ ರಾಜನು ತನ್ನ ಆಡಳಿತ ನಿರ್ವಹಣೆಯಲ್ಲಿ ಸಂಪೂರ್ಣ ನಿರಂಕುಶನಾಗಿದ್ದನು. ರಾಜನೇ ಕಾನೂನು ರೂಪಿಸುವ, ತೆರಿಗೆಗಳನ್ನು ಹೇರುವ, ಯುದ್ಧ ಸಾರುವ ಹಾಗೂ ಒಪ್ಪಂದ ಮಾಡಿಕೊಳ್ಳುವ ಅಧಿಕಾರವನ್ನು ಹೊಂದಿದ್ದನು. ಆತನು ಬಯಸಿದಂತೆ ಮಾಡಬಲ್ಲವನಾಗಿದ್ದು ರಾಜನ ಆಜ್ಞೆಗಳನ್ನು ಪಾಲಿಸುವುದೇ ಜನತೆಯ ಕರ್ತವ್ಯವಾಗಿತ್ತು. ಫ್ರಾನ್ಸಿನ ದೊರೆಯಾದ 14ನೇ ಲೂಯಿಯು ನಾನೇ ರಾಜ್ಯ, ರಾಜ್ಯವೇ ನಾನು ಎಂದು ಭಾವಿಸುವಷ್ಟು ನಿರಂಕುಶನಾಗಿದ್ದನು. ಲೂಯಿಯು ತನ್ನ 72 ವರ್ಷಗಳ ದೀರ್ಘಾವಧಿಯ ಆಳ್ವಿಕೆಯಲ್ಲಿ ಪ್ರಾಂತ್ಯ ವಿಸ್ತರಣೆಗೆ ಮತ್ತು ಆಸ್ಥಾನ ವೈಭವಕ್ಕೆ ಮಾಡಿದ ದುಂದು ವೆಚ್ಚವು ಫ್ರಾನ್ಸಿನ ಆರ್ಥಿಕ ವ್ಯವಸ್ಥೆಯನ್ನೇ ಹಾಳುಗೆಡವಿತು. ವೆಚ್ಚಕ್ಕೆ ಬೇಕಾದ ಹಣವನ್ನು ಕೂಡಿಸಲು ರೈತರು, ವರ್ತಕರು ಮತ್ತಿತರ ಜನಸಾಮಾನ್ಯರ ಮೇಲೆ ಅಧಿಕ ತೆರಿಗೆ ವಿಧಿಸಿ ಅವರನ್ನು ನಿರ್ಗತಿಕರನ್ನಾಗಿಸಿದನು. ಇವನ ಕಾಲದಲ್ಲಿ ಫ್ರಾನ್ಸ್ ಬಹಿರಂಗಕ್ಕೆ ಆಕರ್ಷಕ ಮತ್ತು ವೈಭವಯುತವಾಗಿ ಕಂಡರೂ ಆಂತರಿಕವಾಗಿ ಹಾಗೂ ಆರ್ಥಿಕವಾಗಿ ದುಸ್ಥಿತಿಯಲ್ಲಿದ್ದಿತು. ಆದ್ದರಿಂದ 14ನೇ ಲೂಯಿಯನ್ನು ಫ್ರಾನ್ಸಿನ ಮಹಾಕ್ರಾಂತಿಯ ಮುಖ್ಯ ಅಸ್ತಿಬಾರಕನೆಂದು ಕರೆಯಲಾಗಿದೆ. 14ನೇ ಲೂಯಿಯ ಮರಣಾನಂತರ ಫ್ರಾನ್ಸಿನ ರಾಜ ಪ್ರಭುತ್ವವು ಅದೋಗತಿಗಿಳಿಯಿತು.

ಜೇಡ ಮತ್ತು ನೊಣ

ಇವನ ಉತ್ತರಾಧಿಕಾರಿಯಾಗಿ ಬಂದ 15ನೇ ಲೂಯಿ (1715–1774) ಸಿಂಹಾಸನವೇರಿದಾಗ ಇನ್ನೂ ಬಾಲ್ಯಾವಸ್ಥೆಯಲ್ಲಿದ್ದುದರಿಂದ ಫ್ರಾನ್ಸ್‌ನ ರಾಜ್ಯಾಡಳಿತವು ಡ್ಯೂಕ್ ಆಫ್ ಆರ್ಲಿಯನ್ಸ್ ಎಂಬ ರೀಜೆಂಟನ ಕೈ ಸೇರಿತು. ರೀಜೆಂಟನು ಹಿಂದಿನ ಜನಹಿತ ಕಾರ್ಯಕ್ರಮಗಳನ್ನು ತೊರೆದು ರಾಜ್ಯವನ್ನು ದುಸ್ಥಿತಿಗೀಡುಮಾಡಿದನು. ಹಲವು ವರ್ಗಗಳು ಅನುಭವಿಸುತ್ತಿದ್ದ ವಿಶೇಷ ಸವಲತ್ತುಗಳನ್ನ ಮಾನ್ಯ ಮಾಡಿದನು. 15ನೇ ಲೂಯಿಯು ಪ್ರಾಪ್ತ ವಯಸ್ಕನಾಗಿ ಅಧಿಕಾರ ವಹಿಸಿಕೊಂಡ ಮೇಲೆಯೂ ತನ್ನ ರಾಣಿ ಪಾಂಪೆಡೋರಳ ಮತ್ತು ಆಸ್ಥಾನಿಕರ ಕೈಗೊಂಬೆಯಾಗಿದ್ದನು. ಇವನ ಆಡಳಿತದಲ್ಲಿನ ನಿರಾಸಕ್ತಿಯ ಪರಿಣಾಮವಾಗಿ ಆಡಳಿತಾಧಿಕಾರವು ಸ್ವಾರ್ಥಿಗಳಾದ ಆಸ್ಥಾನಿಕರ ಕೈಸೇರಿ ಆಡಳಿತದಲ್ಲಿ ಭ್ರಷ್ಟಚಾರ, ದಬ್ಬಾಳಿಕೆ, ಅದಕ್ಷತೆ ಹೆಚ್ಚಿದವು. ರಾಜನು ತನ್ನ ಮುದ್ರೆ ಒತ್ತಿದ ಅಧಿಕಾರದ ಆಜ್ಞಾಪತ್ರಗಳನ್ನು ಆಸ್ಥಾನಿಕರಿಗೆ ನೀಡಿದ್ದನು. ಆಸ್ಥಾನಿಕರು ಆಜ್ಞಾಪತ್ರಗಳನ್ನು ತಮ್ಮ ವಿರೋಧಿಗಳನ್ನು ನಿರ್ಮೂಲ ಮಾಡಲು ಬಳಸಿಕೊಂಡರು. ಪ್ರಾಂತೀಯ ಗವರ್ನರುಗಳು ನಿರಂಕುಶ ಪ್ರಭುಗಳಂತೆ ಅಧಿಕಾರವನ್ನು ನಡೆಸಲಾರಂಭಿಸಿದರು. ಬಿಗಿಯುತವಾದ ಪತ್ರಿಕಾ ನಿರ್ಬಂಧ ಕಾನೂನನ್ನು ತರಲಾಯಿತು. ಸರ್ಕಾರದ ವಿರೋಧಿಗಳನ್ನು ವಿಚಾರಣೆಯಿಲ್ಲದೆ ಸೆರೆಮನೆಗಟ್ಟಲಾಯಿತು. ವ್ಯಕ್ತಿಯ ನಾಗರಿಕ ಸ್ವಾತಂತ್ರ್ಯವನ್ನು ಕಿತ್ತುಕೊಳ್ಳಲಾಯಿತು. 15ನೇ ಲೂಯಿಯು ತನ್ನೆಲ್ಲ ಸಮಯವನ್ನು ಸುಖ ಭೋಗಗಳಿಗೆ ಮೀಸಲಿಟ್ಟು ಆಡಳಿತವನ್ನು ಸಂಪೂರ್ಣವಾಗಿ ಮರೆತನು. ರಾಣಿ ಪಾಂಪೆಡೋರಳ ಚಿತಾವಣೆಯಿಂದ ಫ್ರಾನ್ಸ್ ಸಪ್ತ ವಾರ್ಷಿಕ ಯುದ್ಧ (1756–1763) ದಲ್ಲಿ ಪ್ರವೇಶಿಸಿದ್ದರಿಂದ ಸೈನಿಕ ಅಪಜಯ ಮತ್ತು ಆರ್ಥಿಕ ದುಸ್ಥಿತಿಗೀಡಾಯಿತು. ಹೀಗೆ ಅಸಮರ್ಥ ಆಳ್ವಿಕೆಯ ಪರಿಣಾಮವಾಗಿ ಫ್ರಾನ್ಸಿನ ಆರ್ಥಿಕ ವ್ಯವಸ್ಥೆ ಮತ್ತಷ್ಟು ಹದಗೆಟ್ಟಿತು. ಆದರೆ 15ನೇ ಲೂಯಿಯು ಆರ್ಥಿಕ ಪುನಶ್ಚೇತನಕ್ಕೆ ಯಾವುದೇ ಕ್ರಮವನ್ನು ಕೈಗೊಳ್ಳಲಿಲ್ಲ. ಕಾರ್ಲೈಲ್ ತಿಳಿಸುವಂತೆ "ರಾಜ ಮತ್ತು ಅವನ ಆಸ್ಥಾನಿಕರು ರಾಷ್ಟ್ರದ ಪ್ರಗತಿಗೆ ಏನನ್ನೂ ಮಾಡದೆ ರಾಜ್ಯದ ಬೊಕ್ಕಸದ ಸಂಪತ್ತನ್ನು ತಿಂದು ತೇಗಿದರು" ಎಂಬ ಅಭಿಪ್ರಾಯವು ಅರ್ಥಪೂರ್ಣವಾಗಿದೆ. 15ನೇ ಲೂಯಿಗೆ ದೇಶದ ದುರವಸ್ಥೆಯ ಬಗ್ಗೆ ತನ್ನ ಅಂತಿಮ ಕಾಲದಲ್ಲಿ ಅರಿವಾಗಿ ಮರಣದ ದವಡೆಯಲ್ಲಿದ್ದಾಗ "ನನ್ನ ನಂತರ ಪ್ರಳಯ" ಎಂದು ಭವಿಷ್ಯ ನುಡಿದನು. ಹೀಗೆ 14 ಮತ್ತು 15ನೇ ಲೂಯಿಯ ಆಡಳಿತಾವಧಿಯು ಫ್ರಾನ್ಸಿನ ರಾಜತ್ವವನ್ನು ಅಪ್ರಿಯ ಮತ್ತು ಅವಹೇಳನಕ್ಕೆ ಗುರಿಮಾಡಿದವು.

ಇ) 16ನೇ ಲೂಯಿಯ ಅಸಮರ್ಥ ಆಳ್ವಿಕೆ: 15ನೇ ಲೂಯಿಯ ನಂತರ ಅವನ ಮೊಮ್ಮಗನಾದ 16ನೇ ಲೂಯಿಯು ಅನಿರೀಕ್ಷಿತವಾಗಿ ಸಂಭವಿಸಿದ ರಾಜಕುಮಾರರ ಅನೇಕ ಸಾವುಗಳಿಂದ ಅಧಿಕಾರಕ್ಕೆ ಬರಲು ಕಾರಣವಾಯಿತು. 15ನೇ ಲೂಯಿಯು ಮರಣ ಹೊಂದಿದಾಗ ಈತನಿಗೆ ಕೇವಲ 20ವರ್ಷಗಳಾಗಿದ್ದವು ಹಾಗೂ ಮೇರಿ ಆಂಟೋಯಿನೆಟ್ಟಳಿಗೆ 19

ವರ್ಷಗಳು. ಅನಿರಿಕ್ಷಿತವಾಗಿ ಬಂದ ಸಿಂಹಾಸನಾಧಿಕಾರವನ್ನು ವಹಿಸಿಕೊಳ್ಳುವಾಗ "ನಾವು ಎಷ್ಟೊಂದು ಅಸಂತುಷ್ಟರು! ದೇಶವನ್ನಾಳಲು ನಾವು ತೀರಾ ಚಿಕ್ಕವರಿದ್ದೇವೆ" ಎಂದು ಉದ್ಗಾರವೆತ್ತಿದರು. ಆಗ ತಾನೆ ಸಿಂಹಾಸನವನ್ನೇರಿದ 16ನೇ ಲೂಯಿಗೆ ಆಡಳಿತ ಕಲೆಯಲ್ಲಿ ತರಬೇತಿಯೇ ಇರಲಿಲ್ಲ. ಸ್ವಭಾವತಃ ಒಳ್ಳೆಯವನೂ ಸದುದ್ದೇಶಪೂರಿತನೂ, ಸೈನಿಕ ಮೌಲ್ಯ ಮತ್ತು ಕರ್ತವ್ಯ ನಿಷ್ಠನೂ ಆಗಿದ್ದನು. ಆದರೆ ರಾಜನಿಗೆ ಇರಬೇಕಾದ ದೃಢ ಮನೋಭಾವ, ಚಾಕಚಕ್ಯತೆ, ಆಡಳಿತ ಅನುಭವ ಈತನಿಗಿರಲಿಲ್ಲ. ಈ ಬಗ್ಗೆ ಅವನೇ ಎತ್ತಿದ ಉದ್ಗಾರವೆಂದರೆ "ಪ್ರಪಂಚವೇ ನನ್ನ ಮೇಲೆ ಬೀಳುತ್ತಿದೆ. ದೇವರೆ ನಾನು ಹೊರಬೇಕಾದ ಭಾರ ಎಷ್ಟೊಂದು ಅವರು ನನಗೆ ಏನನ್ನೂ ಹೇಳಿಕೊಟ್ಟಿಲ್ಲ" ಎಂಬ ಮಾತುಗಳು ಅವನ ಹೇಡಿತನ ಮತ್ತು ಆಡಳಿತಾನುಭವದ ಕೊರತೆಯನ್ನು ಎತ್ತಿ ತೋರಿಸುತ್ತವೆ. ಆತನಿಗೆ ಸಿಂಹಾಸನಾಧಿಕಾರಕ್ಕಿಂತ ಸ್ವತಂತ್ರ ಜೀವನವೇ ಪ್ರಿಯವಾಗಿತ್ತು. ಇವನು ಸಂಕೋಚ ಸ್ವಭಾವ ಮತ್ತು ಚಂಚಲ ಪ್ರವೃತ್ತಿಯ ಮನಸ್ಸಿನವನು. ಜನತೆಯನ್ನು ಅರಿತುಕೊಳ್ಳುವ ಸಾಮರ್ಥ್ಯ ಆತನಿಗಿರಲಿಲ್ಲವಾದ್ದರಿಂದ ಬೇರೆಯವರ ಹೇಳಿಕೆಗೆ ಮತ್ತು ಪ್ರಭಾವಕ್ಕೆ ಮಣಿದು ತೀರ್ಮಾನಗಳನ್ನು ಕೈಗೊಳ್ಳುತ್ತಿದ್ದನು. ಇದು ಕೆಲವು ವೇಳೆ ಒಳ್ಳೆಯ ಮತ್ತು ವಿನಾಶಕಾರಕ ತೀರ್ಮಾನಗಳಿಗೆ ಕಾರಣವಾಗುತ್ತಿತ್ತು. ಫ್ರಾನ್ಸಿನ ಅಂದಿನ ಸಂದಿಗ್ಧ ಪರಿಸ್ಥಿತಿಯಲ್ಲಿ ದಕ್ಷ, ರಾಜನೀತಿ ನಿಪುಣ ಮತ್ತು ಸಮರ್ಥ ರಾಜನ ಅವಶ್ಯಕತೆಯಿದ್ದಿತು. ಆದರೆ 16ನೇ ಲೂಯಿಯು ಈ ಎಲ್ಲ ಗುಣಗಳಿಂದಲೂ ವಂಚಿತನಾಗಿದ್ದನು. ಎಚ್.ಎ.ಎಲ್. ಫಿಷರ್ ತಿಳಿಸುವಂತೆ "ಲೂಯಿಗೆ ಪ್ರಾಮಾಣಿಕತೆ, ಧಾರ್ಮಿಕತೆ ಮತ್ತು ಸೌಜನ್ಯದಂತಹ ಒಳ್ಳೆಯ ಗುಣಗಳಿದ್ದವು. ಆದರೆ ಅವನು ಆಳಲು ಅನರ್ಹನಾಗಿದ್ದನು. ಇವನ ಹವ್ಯಾಸಗಳೆಂದರೆ ಬೇಟೆ ಮತ್ತು ಬೀಗಗಳ ನಿರ್ಮಾಣ ಮತ್ತು ದುರಸ್ತಿ ಮಾಡುವುದಾಗಿತ್ತು. ಇವು ಅವನ ವ್ಯಕ್ತಿತ್ವಕ್ಕೆ ದ್ಯೋತಕವಾಗಿದ್ದವು. ಇವನು ಬೇಟೆಯಾಡುತ್ತಿದ್ದದ್ದು ಕಾಡಿನ ಅರಮನೆಯ ಕೋಣೆಗಳ ಕಿಟಕಿಗಳಿಂದ. ಇದು ಇವನ ಧೈರ್ಯ, ಸಾಹಸವನ್ನು ಪ್ರತಿಬಿಂಬಿಸುತ್ತವೆ" ಎಂಬ ಮಾತುಗಳು ಅವನ ವ್ಯಕ್ತಿತ್ವವನ್ನು ಸ್ಪಷ್ಟವಾಗಿ ತಿಳಿಸುತ್ತವೆ. ಒಟ್ಟಾರೆ 16ನೇ ಲೂಯಿಯು ತನ್ನ ಪೂರ್ವಿಕರು ಬಿಟ್ಟು ಹೋಗಿದ್ದ ಪ್ರಕ್ಷುಬ್ಧ ಪರಂಪರೆಯ ಫಲವನ್ನು ಕ್ರಾಂತಿಯಾಗಿ ಕಾಣಬೇಕಾಯಿತು. ಅವೆಲ್ಲಿಂಗ್ ಹೇಳುವಂತೆ "ಹಿಂದಿನ ದೊರೆಗಳು ಗಾಳಿಗೆ ಬೀಜಬಿತ್ತಿದ್ದರು. ಲೂಯಿಯು ಬಿರುಗಾಳಿಯ ಬೆಳೆಯನ್ನು ಪಡೆಯಬೇಕಾಯಿತು".

16ನೇ ಲೂಯಿ

ಈ) ಕ್ರಾಂತಿಯಲ್ಲಿ ಮೇರಿ ಆಂಟೋಯಿನೆಟ್‌ಳ ಪಾತ್ರ: ದುರ್ಬಲ ಮನಸ್ಸಿನ ಮತ್ತು ಚಂಚಲ ಪ್ರವೃತ್ತಿಯ 16ನೇ ಲೂಯಿಯು ಆಸ್ಟ್ರಿಯಾದ ರಾಜಕುಮಾರಿ ಮೇರಿ ಆಂಟಾಯಿನೆಟ್ಟಳ ಸೌಂದರ್ಯಕ್ಕೆ ಮಾರು ಹೋಗಿ ವಿವಾಹವಾದನು. ಆಸ್ಟ್ರಿಯಾದ ಮಹಾರಾಣಿ ಮರಿಯಾ ಥೆರೇಸಾಳ ಮಗಳಾದ ಆಂಟೋಯಿನೆಟ್ಟಳನ್ನು ಫ್ರಾನ್ಸ್ ಮತ್ತು ಆಸ್ಟ್ರಿಯಾದ ನಡುವಿನ ವೈರತ್ವವನ್ನು ಕೊನೆಗಾಣಿಸಿ ಸ್ನೇಹವರ್ಧನೆಗಾಗಿ ಮದುವೆ ಮಾಡಿಕೊಡಲಾಯಿತು. ಆದರೆ ಈ ವಿವಾಹವೇ 16ನೇ ಲೂಯಿ ಮತ್ತು ಆಂಟಾಯಿನೆಟ್ಟಳನ್ನು ಫ್ರಾನ್ಸಿನ ಜನತೆ ವಿರೋಧಿಸುವಂತಾಯಿತು. ಏಕೆಂದರೆ ಫ್ರಾನ್ಸಿನ ಮೇಲೆ ಬದ್ಧ ದ್ವೇಷವನ್ನು ಸಾಧಿಸುತ್ತಿದ್ದ ಆಸ್ಟ್ರಿಯನ್ನರ ಮೇಲೆ ಫ್ರೆಂಚರು ಯಾವಾಗಲು ದ್ವೇಷ ಸಾಧಿಸುತ್ತಿದ್ದರು. ಹೀಗಾಗಿ ಆಸ್ಟ್ರಿಯಾದ ರಾಜಕುಮಾರಿಯೊಬ್ಬಳು ಫ್ರಾನ್ಸಿನ ಮಹಾರಾಣಿಯಾಗುವುದು ಫ್ರೆಂಚರಿಗೆ ಸ್ವಲ್ಪವೂ ಇಷ್ಟವಿರಲಿಲ್ಲ. ಆದ್ದರಿಂದ ಆಂಟಾಯಿನೆಟ್ ಫ್ರಾನ್ಸ್‌ಗೆ ಕಾಲಿಡುತ್ತಲೇ ಅಪ್ರಿಯಳು ಮತ್ತು ವಿದೇಶಿಯಳು ಎಂಬ ತೀಕ್ಷ್ಣ ಟೀಕೆಗೆ ಗುರಿಯಾದಳು. ಮದುವೆಯಾಗಿ ಫ್ರಾನ್ಸ್‌ಗೆ ಬಂದ ಆಂಟೋಯಿನೆಟ್ಟಳಿಗೆ ಬರೆಯುವುದು ಕೂಡ ಗೊತ್ತಿರಲಿಲ್ಲ. ಅವಳಿಗೆ ವಿಶೇಷ ಶಿಕ್ಷಕರನ್ನು ನೇಮಿಸಿ ಎಲ್ಲ ವಿಷಯಗಳಲ್ಲಿ ಶಿಕ್ಷಣ ಕೊಡಲು ಪ್ರಯತ್ನಿಸಲಾಯಿತು. ಆದರೆ ಯೂರೋಪಿನಲ್ಲೇ ಅತ್ಯಂತ ವಿಲಾಸಿ ರಾಜಧಾನಿಯಾದ ವಿಯನ್ನಾದಲ್ಲಿ ಬೆಳೆದಿದ್ದುದರಿಂದ ವಿಲಾಸಿ ಮತ್ತು ದುಂದು ಜೀವನ ಬಿಡದವಳಾಗಿದ್ದಳು. ಬೋರ್ಬನ್ ಮನೆತನದ ಫ್ರಾನ್ಸಿನ ಆಳ್ವಿಕೆಯಲ್ಲಿ ಸ್ತ್ರೀಯರ ಪ್ರಭಾವ ಅತಿಶಯವಾಗಿದ್ದಿತು. ಅದಕ್ಕೆ ಹೊರತಾಗದೆ ಮೇರಿ ಆಂಟಾಯಿನೆಟ್ಟಳು

ಮೇರಿ ಆಂಟೋಯಿನೆಟ್

ರಾಜಕೀಯದಲ್ಲಿ ಹಸ್ತಕ್ಷೇಪ ಮಾಡಲಾರಂಭಿಸಿದಳು. ಮಹಾಸುಂದರಿಯೆಂದು ಯೂರೋಪಿನಲ್ಲೇ ವಿಖ್ಯಾತಳಾಗಿದ್ದ ಆಂಟೋಯಿನೆಟ್ ಬಹು ಪ್ರಚಂಡ ಬುದ್ಧಿವಂತಳು. ಆದರೆ ಕ್ಷುದ್ರ ಮನಸ್ಸಿನವಳಾಗಿದ್ದು ವಿಚಾರ ಶೂನ್ಯಳಾಗಿದ್ದಳು. ಇವಳ ದೃಷ್ಟಿ ಸಂಕುಚಿತವಾಗಿದ್ದು ಪ್ರತಿಷ್ಠಿತ ವರ್ಗಗಳ ಆಚೆಗೆ ಇವಳ ಗಮನವೇ ಹರಿಯುತ್ತಿರಲಿಲ್ಲ. ಇವಳು ಫ್ರಾನ್ಸಿನ ಜನತೆಯ ಬಗ್ಗೆ ತಿರಸ್ಕಾರ ಮತ್ತು ದ್ವೇಷಭಾವನೆ ಹೊಂದಿದ್ದು ಸಾಮಾನ್ಯ ಜನರ ಕಷ್ಟ ಕಾರ್ಪಣ್ಯಗಳಿಗೆ ಅನುಕಂಪವನ್ನು ತೋರಿಸುತ್ತಿರಲಿಲ್ಲ. ಗ್ರಾಂಟ್ ಮತ್ತು ಟೆಂಪರ್ಲಿಯವರು ಅವಳನ್ನು ಕುರಿತು "ಅವಳ ಮನಸ್ಸು ಅವನಿಗಿಂತಲೂ ವಿಷದವೂ, ಧೃಡಯುತವೂ ಆಗಿದ್ದು ಸಂಕಟ ಸಮಯದಲ್ಲಿ ಅವಳು ಅವನಿಗೆ ಪ್ರಬಲವಾದ ಹಾಗೂ ಅತಿ ಅಪಾಯಕಾರಿ ಸಲಹೆಗಾರಳಾಗಿರುತ್ತಿದ್ದಳು" ಎಂದಿದ್ದಾರೆ. ಇವಳು ರಾಜಕೀಯದಲ್ಲಿ ಲೂಯಿಯ ಮೇಲೆ ಪ್ರಭಾವ ಬೀರಿ ಅವನನ್ನು ತನ್ನ ಕೈ ಬೆರಳುಗಳ ಮೇಲೆ ಆಡಿಸುತ್ತಿದ್ದಳು. ಇವಳು ದುರಾಸಕ್ತ ಹಾಗೂ ಸುಧಾರಣಾ ವಿರೋಧಿ ವ್ಯಕ್ತಿಗಳಿಗೆ ಕೇಂದ್ರ ಬಿಂದುವಾಗಿದ್ದಳು. ಆಂಟೋಯಿನೆಟ್ ತನ್ನ ಹಿತೈಷಿಗಳಿಗೆ ಹಾಗೂ ಹತ್ತಿರದ ಜನರಿಗೆ ಉಡುಗೊರೆಗಳನ್ನು ಕೊಟ್ಟು ಗೌರವಿಸಿ, ಶತೃಗಳನ್ನು ಮನಬಂದಂತೆ ಚಿತ್ರ ಹಿಂಸೆಗೆ ಗುರಿ ಮಾಡುತ್ತಿದ್ದಳು. ಮೇರಿ ಆಂಟೋಯಿನೆಟ್ ಫ್ರಾನ್ಸ್‌ನ ರಾಜಕೀಯದಲ್ಲಿ ಪ್ರವೇಶಿಸುವುದರ ಬಗ್ಗೆ ಆಕೆಯ ಸೋದರನಾದ ದೊರೆ ಎರಡನೇ ಜೋಸೆಫ್ ತನ್ನ ತಂಗಿ ಮೇರಿ ಆಂಟೋಯಿನೆಟ್‌ಗೆ ಬರೆದ ಕಾಗದದಲ್ಲಿ "ನಿನಗೆ ಸಂಬಂಧಿಸಿಲ್ಲದ ಮತ್ತು ಪೂರ್ಣ ಜ್ಞಾನವಿಲ್ಲದ ಫ್ರಾನ್ಸಿನ ರಾಜಕೀಯದಲ್ಲಿ ತಲೆಹಾಕುತ್ತಿರುವುದು ಸರಿಯಲ್ಲ. ನಿನ್ನ ತಲೆಹಾಕುವಿಕೆಯಿಂದ ಫ್ರಾನ್ಸಿನ ಜನತೆ, ಕೊನೆಗೆ ನಿನ್ನ ರಾಜನೇ ನಿನ್ನ ಬಗ್ಗೆ ಬೇಸರಗೊಳ್ಳಬಹುದು. ಮಂತ್ರಿಗಳನ್ನು ಅವರ ಸ್ಥಾನದಿಂದ ಕಿತ್ತೊಗೆದು ಬೇರೆಯವರನ್ನು ಅಲ್ಲಿ ಕೂರಿಸುವ ನಿನ್ನ ಚಟುವಟಿಕೆಗಳು ನಿನಗೆ ಮುಂದೆ ತೊಂದರೆಯನ್ನು ಉಂಟುಮಾಡಬಹುದು. ಫ್ರೆಂಚ್ ಸರ್ಕಾರದ ರಾಜಕೀಯದಲ್ಲಿ ತಲೆಹಾಕಲು ನಿನಗೆ ಯಾವ ಹಕ್ಕಿದೆ ಎಂಬುದನ್ನು ನಿನ್ನ ಅಂತರಾತ್ಮವನ್ನು ಕೇಳಿ ತಿಳಿದುಕೊ. ಈ ಹಿತವಚನಗಳು ನಿನ್ನ ಶ್ರೇಯೋಭಿವೃದ್ಧಿಗಾಗಿ" ಎಂಬ ಬುದ್ಧಿವಾದವನ್ನು ಹೇಳಿದ್ದಾನೆ. ಇವಳ ಸ್ವೇಚ್ಛಾ ನೀತಿಯ ವೈಭವ ವಿಲಾಸಗಳು, ವೇಷ ಭೂಷಣಗಳು, ದುಂದು ವೆಚ್ಚಗಳಿಂದ ಫ್ರಾನ್ಸಿನ ಬೊಕ್ಕಸವನ್ನು ಬರಿದು ಮಾಡಿದಳು. ಇದರಿಂದಾಗಿ ಇವಳಿಗೆ "ಮೇಡಂ ಖೋತಾ" ಎಂಬ ಅನ್ವರ್ಥ ನಾಮಧೇಯವನ್ನು ಫ್ರಾನ್ಸಿನ ಜನತೆ ನೀಡಿದ್ದರು. ಎಚ್.ಎ.ಎಲ್. ಫಿಷರ್‌ರವರು ಆಂಟೋಯಿನೆಟ್ ಬಗ್ಗೆ "ವರ್ಸೇಲ್ಸ್ ಟೀಕಾಕಾರರಿಗೆ ಅವಳು ಬಂಡೆಗಳತ್ತ ಸಂಸ್ಥಾನದ ಹಡಗುಗಳನ್ನು ದರದರನೆ ಎಳೆದೊಯ್ಯುವ ಜಲದೇವತೆಯಂತೆ ಕಾಣುತ್ತಿದ್ದಳು" ಎಂದು ತಿಳಿಸಿದ್ದಾರೆ. ಇವಳದು "ಅಪ್ಸರೆಯ ಮುಖ ಆದರೆ ಹೃದಯ ರಾಕ್ಷಸಿಯದು" ಎಂದೂ ಇವಳ ವಿಚಾರವಾಗಿ ಫ್ರಾನ್ಸಿನ ಜನತೆ ಮಾತನಾಡಿಕೊಳ್ಳುತ್ತಿದ್ದರು. ಕೆಟೆಲ್‌ಬಿಯವರು ರಾಜನ ಮೇಲೆ ಆಂಟೋಯಿನೆಟ್ ಹೊಂದಿದ್ದ ಪ್ರಭಾವವನ್ನು ಕುರಿತು "ರಾಣಿಯ ಪ್ರಭಾವದಿಂದ 16ನೆಯ ಲೂಯಿಯು ಇತ್ತಲಿಂದ ಅತ್ತ ಕಡೆಗೆ ಅತ್ತಲಿಂದ ಇತ್ತ ಕಡೆಗೆ ಎಸೆಯಲ್ಪಟ್ಟ ಪುಟ್ಟ ಚೆಂಡಿನಂತಿದ್ದನು" ಎಂದು ತಿಳಿಸುತ್ತಾರೆ. ಮೇರಿ ಆಂಟೋಯಿನೆಟ್ 16ನೇ ಲೂಯಿಯ ಕೊರಳಿಗೆ ಕಟ್ಟಿದ ಕಲ್ಲಾಗಿ ದುರಾದೃಷ್ಟವಾಗಿ ಕಾಡಿದಳು. ಇವಳು ಒಟ್ಟಾರೆ ತನಗರಿವಿಲ್ಲದೆಯೇ ಫ್ರಾನ್ಸಿನ ಆರ್ಥಿಕ ಸ್ಥಿತಿ ಹದಗೆಡುವುದಕ್ಕೂ ತನ್ಮೂಲಕ ಫ್ರಾನ್ಸಿನ ಮಹಾಕ್ರಾಂತಿಗೂ ಕಾರಣಳಾದಳೆಂದು ಹೇಳಬಹುದು.

ಉ) ಅರಮನೆಯ ವೈಭವ ಹಾಗೂ ರಾಣಿಯರ ದುಂದು ವೆಚ್ಚ: ಅರಸತ್ವವು ದೈವದತ್ತ ಅಧಿಕಾರವೆಂದು ತಿಳಿದಿದ್ದ ಫ್ರಾನ್ಸಿನ ಲೂಯಿ ದೊರೆಗಳು ಪ್ರಪಂಚದಲ್ಲೇ ವೈಭವ ಸಂಪನ್ನವಾದ ಅರಮನೆಯನ್ನು ವರ್ಸೇಲ್ಸ್‌ನಲ್ಲಿ ನಿರ್ಮಿಸಿಕೊಂಡಿದ್ದರು.

ವರ್ಸೇಲ್ಸ್ ಅರಮನೆಯ ಪಾರ್ಶ್ವ ನೋಟ

ಪ್ಯಾರಿಸ್ ಫ್ರಾನ್ಸ್‌ನ ರಾಜಧಾನಿಯಾಗಿದ್ದರೂ ಬೋರ್ಬನ್ ದೊರೆಗಳು ಪ್ಯಾರಿಸ್‌ಗೆ ಹನ್ನೆರಡು ಮೈಲಿ ದೂರದ ವರ್ಸೇಲ್ಸ್‌ನಲ್ಲಿ ವಿಲಾಸ ವೈಭವಗಳಿಂದ ಕೂಡಿದ್ದ ಅರಮನೆಯಲ್ಲಿ ಅಸಂಖ್ಯ ಪರಿವಾರದೊಡನೆ ವಾಸವಾಗಿದ್ದರು. ಯೂರೋಪ್ ಖಂಡದ ಕಣ್ಣು ಕೋರೈಸುವ ಅರಮನೆಯಲ್ಲಿ 18,000 ರಾಜಪರಿವಾರದ ಜನರಿದ್ದರು, ಅವರಲ್ಲಿ ಸುಮಾರು 16,000 ಜನರು ರಾಜನ ಮತ್ತು ಅವನ ಸಂಸಾರದವರ ಸೇವೆಯಲ್ಲಿ ತೊಡಗಿದ್ದರು. ಇನ್ನುಳಿದ 2,000 ಜನ ರಾಜನ ವಿಶೇಷ ಅತಿಥಿಗಳು, ಸರದಾರರು, ರಾಜಪರಿವಾರದವರಾಗಿದ್ದರು. ಇವರೆಲ್ಲರೂ ದಿನನಿತ್ಯ ರಾಜನು ನೀಡುತ್ತಿದ್ದ ವಿಲಾಸ, ವೈಭವದ ಔತಣದಲ್ಲಿ ಭಾಗಿಗಳಾಗಿ ಅರಸನಿಂದ ಅವ್ಯಾಹತವಾಗಿ ಹರಿದು ಬರುತ್ತಿದ್ದ ಸಹಾಯ ಸೌಲಭ್ಯಗಳನ್ನು ನಯವಿನಯದ ಮೂಲಕ ತಮ್ಮ ಸ್ವಹಿತಗಳನ್ನು ಸಾಧಿಸಿಕೊಳ್ಳುತ್ತಿದ್ದರು. ರಾಜ ಹಾಗೂ ಆತನ ನಿಕಟ ಸಂಬಂಧಿಗಳೆಲ್ಲರಿಗೂ ಪ್ರತ್ಯೇಕ ವಿಶಾಲ ಕೊಠಡಿಗಳ ವ್ಯವಸ್ಥೆ ಮಾಡಲಾಗಿತ್ತು. ಅರಮನೆಯ ಉಪಯೋಗಕ್ಕಾಗಿ 1,900 ಕುದುರೆಗಳನ್ನು 200ಕ್ಕೂ ಮಿಕ್ಕ ರಥಗಳನ್ನು ಬಳಸಲಾಗುತ್ತಿತ್ತು. ಇಂತಹ ವೈಭವ ಜೀವನಕ್ಕಾಗಿ ಪ್ರತಿವರ್ಷ 4,000,000 ಪೌಂಡುಗಳಷ್ಟು ವ್ಯಯಮಾಡಲಾಗುತ್ತಿದ್ದಿತು. ರಾಜನು ಉಪಯೋಗಿಸುತ್ತಿದ್ದ ಮೇಜಿನ ಬೆಲೆಯೇ ಹದಿನೈದು ದಶಲಕ್ಷ ಡಾಲರ್‌ಗಳಷ್ಟು ದುಬಾರಿಯಾಗಿತ್ತು. ಫ್ರಾನ್ಸಿನ ಕ್ರಾಂತಿಯ ವೇಳೆಗೆ ಪ್ರತೀವರ್ಷ ದುಂದು ವೆಚ್ಚದಿಂದ ವ್ಯಯವಾಗುತ್ತಿದ್ದ ಹಣ 208 ದಶಲಕ್ಷ ಡಾಲರ್‌ಗಳಷ್ಟಾಗಿದ್ದಿತು. 1789ರಲ್ಲಿ ಈ ಎಲ್ಲ ದುಂದುಗಾರಿಕೆಯ ವೆಚ್ಚ 2 ಕೋಟಿ ಪೌಂಡುಗಳಷ್ಟಾಗಿದ್ದಿತು. ಇದರಿಂದಾಗಿ ಫ್ರಾನ್ಸಿನ ಜನತೆ "ಅರಸನ ಪರಿವಾರವೆಂದರೆ ರಾಷ್ಟ್ರದ ಸಮಾದಿ" ಎಂದು ಆಡಿಕೊಳ್ಳುತ್ತಿದ್ದರು.

ಬೋರ್ಬನ್ ಮನೆತನದ ಎಲ್ಲ ರಾಣಿಯರು ದುಂದು ವೆಚ್ಚಗಾರ್ತಿಯರಾಗಿದ್ದರು. ಮೇಡಂ ಡೆಫಿಸಿಟ್ ಅಥವಾ ಮೇಡಂ ಖೋತಾ ಎಂದೇ ಮೂದಲಿಕೆಗೆ ಒಳಗಾಗಿದ್ದ ಮೇರಿ ಆಂಟೋಯಿನೆಟ್ ಸೇವೆಗಾಗಿಯೇ 500 ಜನ ಸೇವಕರು ಮೀಸಲಾಗಿದ್ದರು. ಈಕೆಯು ವಾರಕ್ಕೆ ನಾಲ್ಕು ಜೊತೆ ಪಾದರಕ್ಷೆಗಳನ್ನು ಬದಲಾಯಿಸುತ್ತಿದ್ದಳು. ಹೀಗಾಗಿ ರಾಜ್ಯ ಬೊಕ್ಕಸ ಬರಿದಾಗಿ ಭಾರೀ ಆರ್ಥಿಕ ಮುಗ್ಗಟ್ಟು ತಲೆದೋರಿ ಜನತೆ ಅರಸತ್ವದ ಬಗ್ಗೆಯೇ ಬೇಸರ ಪಡುವಂತಾಯಿತು.

ಊ) ಅದಕ್ಷ ಮತ್ತು ಮಂದಗತಿಯ ಆಡಳಿತ: ಬೋರ್ಬನ್ ದೊರೆಗಳ ಆಡಳಿತಕ್ಕಿಂತ ಮೊದಲು ಫ್ರಾನ್ಸ್‌ನ ಪ್ರಾಂತ್ಯಗಳು ಸ್ಥಳೀಯ ಆಡಳಿತದ ವ್ಯವಹಾರದಲ್ಲಿ ಸಾಕಷ್ಟು ಸ್ವಾತಂತ್ರ್ಯವನ್ನು ಹೊಂದಿದ್ದವು. ಆದರೆ ಬೋರ್ಬನ್ ದೊರೆಗಳು ಸರ್ಕಾರದ ಎಲ್ಲ ಆಡಳಿತವನ್ನು ತಮ್ಮ ಕೈಹಿಡಿತದಲ್ಲಿ ಇಟ್ಟುಕೊಂಡು ಆಡಳಿತವನ್ನು ಕೇಂದ್ರೀಕರಣಗೊಳಿಸಿದನು. ಇದರಿಂದಾಗಿ ಮೊದಲಿನ ಸ್ಥಳೀಯ ಸ್ವಾತಂತ್ರ್ಯ ಮಾಯವಾಯಿತು. ವರ್ಸೇಲ್ಸ್‌ನಲ್ಲಿದ್ದ ರಾಜನ ಮಂಡಳಿಯು ಎಲ್ಲ ವಿಷಯಗಳ ಮೇಲೂ ನಿರ್ಣಯ ಕೈಗೊಳ್ಳಬೇಕಿತ್ತು. ಸ್ಥಳೀಯ ಅಧಿಕಾರಿಗಳಿಗೆ ಅವರ ವ್ಯಾಪ್ತಿಯಲ್ಲಿ ಬರುವ ಸೇತುವೆ ಇಲ್ಲವೆ ಹಳ್ಳಿಯೊಂದರಲ್ಲಿ ಕುಸಿಯುತ್ತಿರುವ ಬಾವಿಯ ರಿಪೇರಿಯಂತಹ ಸಣ್ಣ ಕೆಲಸದ ಬಗ್ಗೆ ಕ್ರಮ ಕೈಗೊಳ್ಳುವ ಅಧಿಕಾರವೂ ಇರಲಿಲ್ಲ. ಅಂತಹ ಕ್ಷುಲ್ಲಕ ವಿಷಯಗಳನ್ನೂ ಮಂಡಳಿಯ ಅನುಮತಿಗಾಗಿ ಕಳುಹಿಸಬೇಕಿತ್ತು. ಇದರ ಪರಿಣಾಮವಾಗಿ ರಾಜನ ಮಂಡಳಿಯು ಕೆಲಸದ ಹೊರೆಯಲ್ಲಿ ಮುಳುಗಿ ಹೋಗುತ್ತಿತ್ತು. ಇದರಿಂದಾಗಿ ಆಡಳಿತದ ಕೆಲಸಗಳು ನಿಧಾನಗತಿಯಲ್ಲಿ ಸಾಗುತ್ತಿದ್ದವು. ಮಂಡಳಿಯು ನಿರ್ಣಯಗಳನ್ನು ತೆಗೆದುಕೊಂಡು ಅದನ್ನು ಜಾರಿಗೆ ತರುವ ವೇಳೆಗೆ ಯಾವ ಪ್ರಯೋಜನವೂ ಉಂಟಾಗುತ್ತಿರಲಿಲ್ಲ.

ಋ) ಕುಸಿದುಬಿದ್ದ ಆಡಳಿತ ವ್ಯವಸ್ಥೆ: ಫ್ರಾನ್ಸ್‌ನ ಆಡಳಿತವು ಕೇಂದ್ರೀಕರಣಗೊಂಡಿದ್ದರೂ ದೇಶದಾದ್ಯಂತ ಏಕರೂಪವಾದ ಆಡಳಿತ ವ್ಯವಸ್ಥೆಯಾಗಲಿ ಇರಲಿಲ್ಲ. ಕಾನೂನುಗಳು, ತೆರಿಗೆಗಳು, ಅಳತೆ ಮತ್ತು ತೂಕ ಮಾಪನಗಳು ದೇಶಾದ್ಯಂತ ಒಂದೇ ತೆರನಾಗಿರಲಿಲ್ಲ. ಅವು ಪ್ರಾಂತದಿಂದ ಪ್ರಾಂತಕ್ಕೆ, ನಗರದಿಂದ ನಗರಕ್ಕೆ ಹಾಗೂ ಹಳ್ಳಿಯಿಂದ ಹಳ್ಳಿಗೆ ವಿಭಿನ್ನವಾಗಿದ್ದವು. ದೇಶದಾದ್ಯಂತ ಏಕರೂಪವಾದ ಕಾನೂನು ಇರಲಿಲ್ಲವಾದ್ದರಿಂದ ದ್ವಂದ್ವತೆಗೆ ಎಡೆಮಾಡಿಕೊಟ್ಟಿತು. ದೇಶದ ಒಂದೊಂದು ಭಾಗದಲ್ಲಿ ಒಂದೊಂದು ಕಾನೂನು ರೂಢಿಯಲ್ಲಿತ್ತು. ಒಂದು ಭಾಗದಲ್ಲಿ ಜರ್ಮನ್ ಕಾನೂನುಗಳಿದ್ದರೆ ಇನ್ನೊಂದು ಭಾಗದಲ್ಲಿ ರೋಮನ್ ಕಾನೂನುಗಳು ಚಾಲ್ತಿಯಲ್ಲಿದ್ದವು. ಒಟ್ಟಾರೆ 400ಕ್ಕೂ ಹೆಚ್ಚಿನ ವಿವಿಧ ಕಾನೂನು ಪದ್ಧತಿಗಳು ರೂಢಿಯಲ್ಲಿದ್ದವು. ಕಾನೂನುಗಳು ಮಾತ್ರವಲ್ಲದೇ ನ್ಯಾಯಾಲಯಗಳಲ್ಲೂ ರಾಜ ನ್ಯಾಯಾಲಯ, ಸೈನಿಕ ನ್ಯಾಯಾಲಯ, ಚರ್ಚ್ ನ್ಯಾಯಾಲಯ ಹಾಗೂ ಹಣಕಾಸಿನ ನ್ಯಾಯಾಲಯಗಳೆಂಬ ಹೆಸರಿನ ವಿವಿಧ ನ್ಯಾಯಾಲಯಗಳಿದ್ದವು. ಈ ನ್ಯಾಯಾಲಯಗಳಲ್ಲಿ ನೊಬೆಲ್ಲರನ್ನು ನ್ಯಾಯಾಧೀಶರನ್ನಾಗಿ ನೇಮಿಸುವ ಪದ್ಧತಿಯೂ ರೂಢಿಯಲ್ಲಿತ್ತು. ಈ ನ್ಯಾಯಾಧೀಶರನ್ನು ಅವರ ಜೀವಿತಾವಧಿಗೆ ನೇಮಿಸಲಾಗುತ್ತಿತ್ತು. ನ್ಯಾಯಾಧೀಶ ಸ್ಥಾನವನ್ನು ಕೊಳ್ಳುವ ಮತ್ತು ಮಾರಾಟ ಮಾಡುವ ಅಧಿಕಾರವನ್ನು ನೀಡಲಾಗಿತ್ತು. ಇಂತಹ ಸುಮಾರು 50,000 ನ್ಯಾಯಾಧೀಶರಿದ್ದು ಅವರು ಅಧಿಕ ಬೆಲೆಗೆ ನ್ಯಾಯಾಧೀಶನ ಸ್ಥಾನವನ್ನು ಕೊಂಡುಕೊಂಡಿದ್ದು ಆ ಹಣವನ್ನು ಭರಿಸಲು ಮುಗ್ಧ ಸಾಮಾನ್ಯ ಜನರ ಮೇಲೆ ಅಧಿಕ ದಂಡವನ್ನು ವಿಧಿಸಿ ವಸೂಲಿ ಮಾಡುತ್ತಿದ್ದರು. ಈ ವರ್ಗವು ಸಮಾಜಕ್ಕೆ ಕಳಂಕಕಾರಿಯಾಗಿದ್ದುದ್ದಲ್ಲದೆ ನ್ಯಾಯಾಂಗದ ವಿಧಿ ವಿಧಾನಗಳಿಗೆ ವಿರುದ್ಧವಾಗಿತ್ತು.

ಫ್ರಾನ್ಸನ್ನು ಆಡಳಿತದ ಅನುಕೂಲಕ್ಕಾಗಿ ಹಲವಾರು ವಿಭಾಗಗಳನ್ನಾಗಿ ವಿಭಜಿಸಲಾಗಿತ್ತು. ಆದರೆ ಅವುಗಳ ವಿಭಜನೆಯಲ್ಲಿ ಯಾವುದೇ ಏಕರೂಪತೆ ಅಥವಾ ವಿಧಿ ವಿಧಾನಗಳಿರಲಿಲ್ಲ. ಇಂತಹ ಸುಮಾರು 40 ಸರ್ಕಾರಗಳು ರೂಪಿತವಾಗಿದ್ದು ಅವುಗಳಲ್ಲಿ 32 ಹಳೆಯ ಊಳಿಗಮಾನ್ಯ ತತ್ವದ ಮೇಲೆ ರೂಪಿತವಾಗಿದ್ದ ಪ್ರಾಂತಗಳಾಗಿದ್ದವು. ಈ ಸರ್ಕಾರಗಳ ಅಧಿಕಾರಿಗಳಾಗಿ ನೇಮಕಗೊಂಡಿದ್ದ ನೊಬೆಲ್ಲರು ಯಾವುದೇ ಆಡಳಿತದಲ್ಲೂ ಗಮನಹರಿಸದೇ ವರ್ಸೇಲ್ಸ್‌ನಲ್ಲಿ ಇದ್ದುಕೊಂಡು ರಾಜನ ಐಷಾರಾಮ ಜೀವನದಲ್ಲಿ ಪಾಲುದಾರರಾಗಿದ್ದರು.

ಫ್ರಾನ್ಸ್‌ನ ಸೈನ್ಯದಲ್ಲಿ 35,000 ಅಧಿಕಾರಿಗಳು (ಅದರಲ್ಲಿ 1,171 ಜನರಲ್‌ಗಳು) ಮತ್ತು 135,000 ಜನ ಸೈನಿಕರಿದ್ದರು. ಅಧಿಕಾರಿ ವರ್ಗದ ನಿರ್ವಹಣೆಗಾಗಿ 46 ದಶಲಕ್ಷ ಹಣವನ್ನು ಮತ್ತು ಸೈನಿಕರಿಗಾಗಿ ಕೇವಲ 40 ದಶಲಕ್ಷ ಹಣವನ್ನು ವಾರ್ಷಿಕವಾಗಿ ವ್ಯಯಮಾಡಲಾಗುತ್ತಿತ್ತು. ಆದರೆ 3,500 ಜನ ಮಾತ್ರ ಅಧಿಕಾರಿವರ್ಗ ಕಾರ್ಯನಿರತರಾಗಿದ್ದು ಉಳಿದವರು ವೇತನವನ್ನು ಪಡೆಯುವ ಪಟ್ಟಿಯಲ್ಲಿ ಮಾತ್ರ ಇದ್ದರು. ಹೀಗೆ ಸೈನಿಕ ಆಡಳಿತ ವ್ಯವಸ್ಥೆಯು ಕುಸಿದು ಬಿದ್ದಿತ್ತು.

ಋೂ) ವ್ಯಕ್ತಿ ಸ್ವಾತಂತ್ರ್ಯದ ಮೇಲೆ ನಿರ್ಬಂಧ: ಫ್ರಾನ್ಸ್‌ನಲ್ಲಿ ಧಾರ್ಮಿಕ ಸ್ವಾತಂತ್ರ್ಯವಿರಲಿಲ್ಲ. ಪ್ರಾಟೆಸ್ಟೆಂಟ್ ಪಂಥವನ್ನು ಸಮಾಜ ಬಾಹಿರವೆಂದು ಪರಿಗಣಿಸಿ ಆ ಪಂಥದ ಅನುಯಾಯಿಗಳಿಗೆ ಕಠಿಣ ಶಿಕ್ಷೆ ವಿಧಿಸುತ್ತಿದ್ದರು. ಯಹೂದಿ ಜನರನ್ನು ವಿದೇಶಿಯರೆಂದು ತಿಳಿಯಲಾಗಿದ್ದಿತು. ಚರ್ಚ್ ಸಮಾನತೆಯ ತತ್ವದ ವಿರೋಧಿಯಾಗಿದ್ದರಿಂದಲೇ ವಾಲ್ಟೇರನ ಕ್ರೋಧಕ್ಕೆ ಕಾರಣವಾಯಿತು. ಫ್ರಾನ್ಸ್‌ನಲ್ಲಿ ವೈಯಕ್ತಿಕ ಸ್ವಾತಂತ್ರ್ಯವೂ ಇರಲಿಲ್ಲ. ಕಾರಣಗಳನ್ನು ಕೊಡದೆ ಅಧಿಕಾರಿಗಳು ಯಾರನ್ನಾದರು ಬಂಧಿಸಬಹುದಾಗಿತ್ತು. ಬಂಧಿತ ವ್ಯಕ್ತಿಯನ್ನು ನ್ಯಾಯಾಲಯಕ್ಕೆ ಒಪ್ಪಿಸಬೇಕೆನ್ನುವ ಯಾವ ನಿಯಮವೂ ಇರಲಿಲ್ಲ. ಹೀಗೆ ಅಕ್ರಮ ಆಜ್ಞೆಗಳಿಂದ ಬಂಧಿಸಿದವರನ್ನು ಬ್ಯಾಸ್ಟಿಲ್ ಕಾರಾಗೃಹದಲ್ಲಿ ಬಂಧಿಸಿಡುತ್ತಿದ್ದರು.

ಫ್ರಾನ್ಸ್‌ನಲ್ಲಿ ರಾಜಕೀಯ ಸ್ವಾತಂತ್ರ್ಯವೂ ಇರಲಿಲ್ಲ. ಜನತೆಗೆ ಸಾರ್ವಜನಿಕ ಸಭೆಗಳನ್ನು ಏರ್ಪಡಿಸುವ ಅಥವಾ ಸಂಘ ಸಂಸ್ಥೆಗಳನ್ನು ಕಟ್ಟುವ ಹಕ್ಕು ಇರಲಿಲ್ಲ. ಹೀಗೆ ಸ್ವಾತಂತ್ರ್ಯ ಮತ್ತು ಸಮಾನತೆಗಳು ರಾಷ್ಟ್ರದ ಆಳವಾದ ಆಶೋತ್ತರಗಳನ್ನು ಪ್ರತಿಧ್ವನಿಸಿದ ಕ್ರಾಂತಿಗೆ ಸ್ಫೂರ್ತಿಯ ಸೆಲೆಯಾಗಿ ಪರಿಣಮಿಸಿದ್ದು ಸಹಜವಾಗಿತ್ತು.

2. ಸಾಮಾಜಿಕ ಕಾರಣಗಳು

ಫ್ರಾನ್ಸಿನಲ್ಲಿ ಸಾಮಾಜಿಕ ವ್ಯವಸ್ಥೆಯು ಅಸಮಾನತೆಯ ತಳಹದಿಯ ಮೇಲೆ ರೂಪಿತವಾಗಿದ್ದಿತು. 1789ರ ಫ್ರಾನ್ಸಿನ ಮಹಾಕ್ರಾಂತಿಗೆ ಸಾಮಾಜಿಕ ಕಾರಣಗಳು ಮುಖ್ಯ ಕಾರಣಗಳಾಗಿದ್ದವು. ಆದ್ದರಿಂದಲೇ "1789ರ ಕ್ರಾಂತಿಯು ದರ್ಪಿಷ್ಟ ಪ್ರಭುತ್ವದ ವಿರುದ್ಧವಾಗಿ ನಡೆದ ದಂಗೆಗಿಂತಲೂ ಅಸಮಾನತೆಯ ವಿರುದ್ಧ ನಡೆದ ದಂಗೆಯಾಗಿದ್ದಿತು" ಎಂದು ಕೆಲವು ವಿದ್ವಾಂಸರು ಅಭಿಪ್ರಾಯಪಟ್ಟಿದ್ದಾರೆ. ಫ್ರಾನ್ಸಿನ ಅಂದಿನ ಸಮಾಜದಲ್ಲಿ ಮೂರು ವರ್ಗಗಳಿದ್ದವು. ಅವುಗಳೆಂದರೆ 1) ಪಾದ್ರಿಗಳು (Clergy) 2) ಶ್ರೀಮಂತರು (Nobles) 3) ಸಾಮಾನ್ಯ ವರ್ಗ (Third Estate). ಈ ವಿಭಜನೆಯು ಹುಟ್ಟಿನಿಂದ ಆಧಾರವಾಗಿತ್ತೇ ವಿನಃ ಶ್ರೀಮಂತಿಕೆಯಿಂದಲ್ಲ. ಪಾದ್ರಿಗಳು ಮತ್ತು ಶ್ರೀಮಂತರು ಮೇಲ್ವರ್ಗದವರಾಗಿದ್ದು ರಾಜ್ಯದ ಆಡಳಿತದಲ್ಲಿ ಮತ್ತು ಚರ್ಚ್‌ನಲ್ಲಿ ವಿಶೇಷ ಹಕ್ಕು ಬಾಧ್ಯತೆಗಳನ್ನು ಅನುಭವಿಸುತ್ತಿದ್ದರು. ಇವರು ಫ್ರಾನ್ಸ್‌ನ ಒಟ್ಟು ಜನಸಂಖ್ಯೆಯಲ್ಲಿ ಅಲ್ಪಸಂಖ್ಯಾತರಾಗಿದ್ದರು. ಫ್ರಾನ್ಸ್‌ನ 25 ದಶಲಕ್ಷ ಜನತೆಯಲ್ಲಿ 1,30,000 ಪಾದ್ರಿಗಳು ಮತ್ತು 1,50,000 ನೊಬೆಲ್ಲರಿದ್ದರು. ಈ ಎರಡೂ ವರ್ಗದ ಒಟ್ಟು ಜನಸಂಖ್ಯೆ ಫ್ರಾನ್ಸ್ ಜನಸಂಖ್ಯೆಯ ಶೇ. 1 ಭಾಗದಷ್ಟಾಗಿತ್ತು. ಇವರು ಅಲ್ಪಸಂಖ್ಯಾತರಾಗಿದ್ದರೂ ಸಮಾಜದಲ್ಲಿ ಉನ್ನತ ಹುದ್ದೆ, ಅಧಿಕಾರಗಳನ್ನು ಹೊಂದಿದ್ದರು. ಅಲ್ಲದೆ ಸರ್ಕಾರದ ತೆರಿಗೆಗಳಿಂದ ಪೂರ್ಣ ಅಥವಾ ಅಂಶತಃ ತೆರಿಗೆ ವಿನಾಯ್ತಿಯನ್ನು ಹೊಂದಿದ್ದರು. ಫ್ರಾನ್ಸಿನ ಬಹುಪಾಲು ಭೂಮಿ ಹಾಗೂ ಸಂಪತ್ತು ಇವರ ಅದೀನದಲ್ಲಿದ್ದವು. ಒಂದು ಅಂದಾಜಿನಂತೆ ಪಾದ್ರಿಗಳು ಮತ್ತು ನೋಬಲ್ಲರು $^1/_5$ ಭಾಗದ ಫ್ರಾನ್ಸ್‌ನ ಆಸ್ತಿಯನ್ನು ಹೊಂದಿದವರಾಗಿದ್ದರು. ಹೀಗೆ ದೇಶದ ಶೇ. 1 ಭಾಗದ ಈ ಜನತೆ ದೇಶದ ಶೇ. 40 ಭಾಗದ ಆಸ್ತಿಯ ಒಡೆತನಉಳ್ಳವರಾಗಿದ್ದರು. ಆದುದರಿಂದಲೇ ಫ್ರಾನ್ಸಿನಲ್ಲಿ "ನೊಬಲ್ಲರು ಹೋರಾಡುತ್ತಾರೆ, ಪಾದ್ರಿಗಳು ಪ್ರಾರ್ಥನೆ ಮಾಡುತ್ತಾರೆ, ಜನರು ತೆರಿಗೆ ನೀಡುತ್ತಾರೆ" ಎಂಬ ಜನಪ್ರಿಯ ಗಾದೆಯಿದ್ದಿತು. ಪಾದ್ರಿ ವರ್ಗವು ಜನತೆಯ ಮೇಲೆ ಟೀತ್ ಅಥವಾ ದಶಾಂಶ ತೆರಿಗೆಯನ್ನು ವಿಧಿಸುವ ಹಕ್ಕು ಹಾಗೂ ನೊಬಲ್ಲರಿಗೆ ದೊರೆತಿದ್ದ ಜಮೀನ್ದಾರಿ ಹಕ್ಕು ಮುಂತಾದವುಗಳಿಂದಾಗಿ ಆರ್ಥಿಕವಾಗಿ ಮತ್ತು ರಾಜಕೀಯವಾಗಿಯೂ ಉನ್ನತ ಸ್ಥಾನದಲ್ಲಿದ್ದರು. ಸಾಮಾನ್ಯ ವರ್ಗವು ಈ ಎಲ್ಲ ವಿಶೇಷ ಸೌಲಭ್ಯಗಳಿಂದ ವಂಚಿತವಾಗಿತ್ತು. ಪಾದ್ರಿಗಳು ಮತ್ತು ನೊಬಲ್ಲರು ರಾಜಾಸ್ಥಾನದ ಕೃಪಾಕಟಾಕ್ಷೆಯಿಂದ ದೇಶದ ಆಡಳಿತದಲ್ಲಿ, ಸೈನ್ಯ, ನೌಕೆ ಮತ್ತು ನ್ಯಾಯ ಸ್ಥಾನಗಳಲ್ಲಿನ ಎಲ್ಲ ಪ್ರಮುಖ ಹುದ್ದೆಗಳನ್ನು ಅಲಂಕರಿಸಿದ್ದರು. ಇಂತಹ ಉನ್ನತ ಹುದ್ದೆಗಳು ಸಾಮಾನ್ಯ ವರ್ಗದ ಕೈಗೆಟಕುತ್ತಿರಲಿಲ್ಲ. ಫ್ರಾನ್ಸಿನ ಅಸಮಾನತೆಯ ಸಮಾಜವನ್ನು ಕುರಿತು ಎಚ್.ಎ.ಎಲ್. ಫಿಷರ್‌ರವರು "ಮಧ್ಯಕಾಲೀನ ಕಾಲದ ಪಳೆಯುಳಿಕೆ ಮತ್ತು ಲಾಭದಾಯಕವಲ್ಲದ ವಿಶೇಷ ಮಾನ್ಯತೆ ರಾಜ್ಯದ ಎಲ್ಲ ಕಡೆಯೂ ತಾಂಡವವಾಡುತ್ತಿದ್ದಿತು.

ಚರ್ಚಿನ ವಿಶೇಷ ಹಕ್ಕು ಭಾದ್ಯತೆ, ಶ್ರೀಮಂತ ವರ್ಗದ ಹಕ್ಕು ಭಾದ್ಯತೆ, ಪ್ರಾಂತೀಯ ಸಭೆಗಳ ಹಕ್ಕು ಭಾದ್ಯತೆ, ನ್ಯಾಯ ಮಂಡಳಿಗಳ ಹಕ್ಕು ಭಾದ್ಯತೆ ಮತ್ತು ವಾಣಿಜ್ಯ ಸಂಸ್ಥೆಗಳ ಹಕ್ಕು ಭಾದ್ಯತೆ ಹೀಗೆ ಇಡೀ ರಾಜಕೀಯ ದೇಹವನ್ನೇ ವ್ಯಾಪಿಸಿಕೊಂಡಿದ್ದವು" ಎಂದು ಅಭಿಪ್ರಾಯಪಟ್ಟಿದ್ದಾರೆ. ಇದರಿಂದಾಗಿ ತೆರಿಗೆಯ ಹೊರೆ ಭರಿಸಲಾಗದೆ ಸಾಮಾನ್ಯ ವರ್ಗದ ಹೆಗಲ ಮೇಲೆ ಬೀಳುವಂತಾಯಿತು. ನ್ಯಾಯ ಸ್ಥಾನಗಳಿಗೂ ವರ್ಗದ ಆಧಾರದ ಮೇಲೆ ನೇಮಕ ಮಾಡುತ್ತಿದ್ದುದರಿಂದ ನ್ಯಾಯವನ್ನೇ ಅಪವಿತ್ರಗೊಳಿಸಿದವು. ಪಾದ್ರಿಗಳು ಮತ್ತು ನೊಬಲ್ ವರ್ಗಗಳು ರಾಜನ ಅನುಗ್ರಹವನ್ನು ಪಡೆಯಲು ಫ್ರಾನ್ಸಿನ ನಿರಂಕುಶ ರಾಜಪ್ರಭುತ್ವಕ್ಕೆ ಬೆಂಬಲ ನೀಡಲಾರಂಭಿಸಿದರು. "ಈ ಎರಡೂ ವರ್ಗಗಳು ದೇಶದ ಯಾವುದೇ ಕರ್ತವ್ಯವನ್ನು ನಿರ್ವಹಿಸದೆ ಸುಖವನ್ನನುಭವಿಸುತ್ತಾ ಸಮಾಜಕ್ಕೆ ಮತ್ತು ದೇಶಕ್ಕೆ ಹೊರೆಯಾಗಿದ್ದರು. ಅವರು ತಮಗೆ ಬರಬೇಕಾಗಿದ್ದ ಜಹಗೀರು ತೆರಿಗೆಯನ್ನು ವಸೂಲಿಮಾಡಿಕೊಂಡು, ಬಲತ್ಕಾರದ ಬಿಟ್ಟಿ ಸೇವೆಯನ್ನು ಪಡೆದುಕೊಂಡು ಯಾವುದೇ ಜವಾಬ್ದಾರಿಯುತವಾದ ಕೆಲಸಕಾರ್ಯಗಳನ್ನು ಮಾಡದೆ ಕಾಲಕಳೆಯುತ್ತಿದ್ದರು" ಎಂದು ಎಚ್.ಎ.ಎಲ್.ಫಿಷರ್‌ರವರು ಅಭಿಪ್ರಾಯಪಡುತ್ತಾರೆ.

1) ಪಾದ್ರಿಗಳು (Clergy) : ರೋಮನ್ ಕ್ಯಾಥೋಲಿಕ್ ಚರ್ಚಿಗೆ ಸಂಬಂಧಿಸಿದ ಪಾದ್ರಿ ವರ್ಗವು ಫ್ರಾನ್ಸ್‌ನಲ್ಲಿ ಅತ್ಯುಚ್ಚವಾದ ವರ್ಗವಾಗಿದ್ದಿತು. ಇದು ಶ್ರೀಮಂತವೂ ಪ್ರಬಲವೂ ಆಗಿದ್ದಿತು. ಫ್ರಾನ್ಸಿನ ಒಟ್ಟು ಭೂಮಿಯಲ್ಲಿ ಎರಡು ಪಾಲು ಭೂಮಿ ಇವರ ಅಧೀನದಲ್ಲಿದಿತ್ತು ಈ ಭೂಮಿಯಿಂದ ಅಧಿಕ ಪ್ರಮಾಣದ ಆದಾಯ ಬರುತ್ತಿತ್ತು. ಇಷ್ಟೇ ಅಲ್ಲದೆ ದೇಶದ ಎಲ್ಲ ವ್ಯವಸಾಯೋತ್ಪನ್ನ ವಸ್ತುಗಳ ಮೇಲೆಯೂ ಟೀತ್ ಎಂಬ $^1/_{10}$ ದಶಾಂಶ ತೆರಿಗೆಯನ್ನು ಪಾದ್ರಿ ವರ್ಗ ವಿಧಿಸುತ್ತಿತ್ತು. ಈ ತೆರಿಗೆಯು ರಾಷ್ಟ್ರದ ಆದಾಯದ ಮೂಲವೇ ಆಗಿದ್ದರೂ ರಾಷ್ಟ್ರಕ್ಕೆ ಸಂದಾಯವಾಗದೆ ಧಾರ್ಮಿಕ ಸಂಸ್ಥೆಗಳಿಗೆ ಸಂದಾಯವಾಗುತ್ತಿತ್ತು. ಇದರ ಜೊತೆಗೆ ಚರ್ಚಿನ ಜೊತೆ ಸಂಬಂಧವಿಟ್ಟುಕೊಂಡಿದ್ದ ಜಮೀನ್ದಾರರಿಂದಲೂ ಅಧಿಕ ಆದಾಯವನ್ನು ಪಡೆಯಲಾಗುತ್ತಿದ್ದಿತು. ಚರ್ಚಿನ ವಾರ್ಷಿಕ ಅಂದಾಜು ಆದಾಯ 100,000 ಪೌಂಡುಗಳಾಗಿದ್ದಿತು. ಚರ್ಚುಗಳು ಈ ಆದಾಯವನ್ನು ಧಾರ್ಮಿಕ ಸಂಸ್ಥೆಗಳ ಪೋಷಣೆ, ಸೇವೆಗಾಗಿ, ಆಸ್ಪತ್ರೆ ಹಾಗೂ ಶಾಲೆಗಳ ಸಹಾಯಾರ್ಥ ಹಾಗೂ ಬಡ ಜನತೆಯ ಪುರೋಭಿವೃದ್ಧಿಗಾಗಿ ಉಪಯೋಗಿಸಬೇಕಿತ್ತು. ಹೀಗೆ ಫ್ರಾನ್ಸ್‌ನ ನಾಗರಿಕ ಅಧಿಕಾರಿಗಳಿಂದ ಪೂರೈಸಲ್ಪಡುವ ಕಾರ್ಯಗಳನ್ನು ಚರ್ಚ್ ಪೂರೈಸುವ ಮೂಲಕ "ಸರ್ಕಾರದೊಳಗೊಂದು ಸರ್ಕಾರ"ವೆಂಬ ರೀತಿ ಕಾರ್ಯನಿರ್ವಹಿಸುತ್ತಿತ್ತು.

ಚರ್ಚಿನ ಈ ಆದಾಯಕ್ಕೆ ಸರ್ಕಾರವು ಯಾವುದೇ ತೆರಿಗೆಯನ್ನು ವಿಧಿಸುತ್ತಿರಲಿಲ್ಲ ಆದರೆ ಅಲ್ಪಮೊತ್ತವನ್ನು ರಾಜ ಭಂಡಾರಕ್ಕೆ ಚರ್ಚುಗಳು ಸಲ್ಲಿಸುತ್ತಿದ್ದವು. ಪಾದ್ರಿಗಳು ಚರ್ಚಿನ ಈ ಅಗಾಧ ಆದಾಯವನ್ನು ಧಾರ್ಮಿಕ ಉದ್ದೇಶಗಳಿಗೆ ಉಪಯೋಗಿಸದೆ ವೈಭವಯುತವಾದ ವಸತಿಗೃಹಗಳು, ಆರಾಧಾನ ಮಂದಿರಗಳನ್ನು ನಿರ್ಮಿಸಿಕೊಂಡು ವೈಭವದ ಜೀವನವನ್ನು ನಡೆಸುತ್ತಿದ್ದರು. ಪಾದ್ರಿಗಳ ವರ್ಗದಲ್ಲಿ ಎರಡು ಉಪವರ್ಗಗಳಿದ್ದವು. ಅವುಗಳೆಂದರೆ 1) ಮೇಲ್ದರ್ಜೆಯ ಪಾದ್ರಿಗಳು 2) ಕೆಳದರ್ಜೆಯ ಪಾದ್ರಿಗಳು.

ಮೇಲ್ದರ್ಜೆಯ ಪಾದ್ರಿಗಳು: ಚರ್ಚಿನಲ್ಲಿ ಎಲ್ಲ ಕಾರ್ಯಕರ್ತರನ್ನು ಸಮಾನವಾಗಿ ಕಾಣುತ್ತಿರಲಿಲ್ಲ. ಚರ್ಚಿನ ಆದಾಯದ ಸಿಂಹಪಾಲು ಮೇಲ್ದರ್ಜೆಯ ಪಾದ್ರಿಗಳಾದ 1034 ಜನ ಬಿಷಪ್ ಮತ್ತು ಆರ್ಚ್ ಬಿಷಪ್ಪರಿಗೆ ಸಲ್ಲುತ್ತಿದ್ದಿತು. ಇನ್ನುಳಿದ ಅಲ್ಪ ಪ್ರಮಾಣದ ಮೊತ್ತವು ಅಬೋಟ್ಸ್, ಕಾನನ್ಸ್ ಮತ್ತಿತರಿಗೆ ಸಲ್ಲುತ್ತಿದ್ದಿತು. ಇವರ ಸಂಖ್ಯೆ 5000 ದಿಂದ 6000ದಷ್ಟಿತ್ತು. ಮೇಲ್ದರ್ಜೆಯ ಪಾದ್ರಿಗಳಲ್ಲಿ ಕೆಲವರು ಎಷ್ಟು ಶ್ರೀಮಂತರಿದ್ದರೆಂದರೆ ರೋಹನ್‌ನ ಕಾರ್ಡಿನಲ್‌ನ ವಾರ್ಷಿಕ ಆದಯಾ 25 ದಶಲಕ್ಷ ಲಿವರ್‌ಗಳಾಗಿದ್ದವು. ಸ್ಟ್ರಾಸ್‌ಬರ್ಗ್‌ನ ಆರ್ಚ್‌ಬಿಷಪ್‌ನ ವಾರ್ಷಿಕ ಆದಾಯ 300,000 ಡಾಲರ್‌ಗಳಷ್ಟಾಗಿದ್ದವು. ಇವನು ವೈಭವಯುತವಾದ ಅರಮನೆಯಲ್ಲಿ ವಾಸಿಸುತ್ತಾ ಒಮ್ಮೆಗೆ 200 ಅತಿಥಿಗಳನ್ನು ಸತ್ಕರಿಸುತ್ತಿದ್ದನು. ಇವನ ಅಡಿಗೆಯ ವಸ್ತುಗಳೆಲ್ಲ ಬೆಳ್ಳಿಯಿಂದ ಮಾಡಿದವಾಗಿದ್ದವು. 180 ಕುದುರೆಗಳನ್ನು ಅತಿಥಿಗಳಿಗೆ ವಿನೋದ ನೀಡಲು ಇಟ್ಟುಕೊಂಡಿದ್ದನು. ಬಿಷಪ್ಪರಲ್ಲಿ ಕೆಲವರು ಕಡಿಮೆ ಆದಾಯವನ್ನು ಹೊಂದಿದ್ದರಾದರೂ ಅವರ ಸರಾಸರಿ ಆದಾಯವೂ 600,000 ಪೌಂಡುಗಳಷ್ಟಿದ್ದಿತು. ಹೀಗೆ ಶ್ರೀಮಂತಿಕೆಯಿಂದ ಕೂಡಿದ ಮೇಲ್ದರ್ಜೆಯ ಪಾದ್ರಿ ವರ್ಗವು ತಮ್ಮ ದುಂದು ವೆಚ್ಚ ಮತ್ತು ಅನೈತಿಕ ಕಾರ್ಯಗಳಿಂದ ಫ್ರಾನ್ಸಿನ ಜನತೆಯು ಚರ್ಚಿನ ಮೇಲೆ ಕೋಪಗೊಳ್ಳುವಂತೆ ಮಾಡಿದವು. ಈ ಲಾಭದಾಯಕವಾದ ಹುದ್ದೆಗಳ ಮೇಲೆ ನೊಬೆಲ್ಲರ ವಂಶಸ್ಥರು ಏಕಸ್ವಾಮ್ಯವನ್ನು ಸ್ಥಾಪಿಸಿಕೊಂಡಿದ್ದರು. ಇವರು ತಮ್ಮ ಧಾರ್ಮಿಕ ಕಾರ್ಯಗಳನ್ನು ಮರೆತು ವಿಷಯಲೋಲುಪತೆ ಹಾಗೂ ವಿಲಾಸ ಜೀವನದ ಸಂಗಾತಿಗಳಾಗಿದ್ದರು. ಕೆಲವರಂತೂ ವರ್ಸೇಲ್ಸ್ ಅರಮನೆಯ ಆಂತರಿಕ ಕಲಹಗಳಲ್ಲಿ ಮತ್ತು ರಾಜಾತಿಥ್ಯವನ್ನು ಅನುಭವಿಸುತ್ತಾ ಕಾಲಕಳೆಯುತ್ತಿದ್ದರು. ಕೆಲವರು ಒಂದೇ ಕಾಲಕ್ಕೆ ಹಲವು ಹುದ್ದೆಗಳನ್ನು ಹೊಂದಿದ್ದು ಒಂದೂ ಕರ್ತವ್ಯವನ್ನು ಸಮರ್ಥವಾಗಿ ನಿರ್ವಹಿಸದೆ ರಾಜಾದಾಯವನ್ನು ಲೂಟಿ ಹೊಡೆಯುತ್ತಿದ್ದರು.

ಕೆಳದರ್ಜೆಯ ಪಾದ್ರಿಗಳು: ಮೇಲ್ದರ್ಜೆಯ ಪಾದ್ರಿಗಳಿಗೆ ವ್ಯತಿರಿಕ್ತವಾಗಿ ಜನತೆಗೆ ನಿಜವಾಗಿಯೂ ಆಧ್ಯಾತ್ಮಿಕ ಕ್ಷೇತ್ರದಲ್ಲಿ ನಿಸ್ವಾರ್ಥ ಮನೋಭಾವನೆಯಿಂದ ದುಡಿಯುತ್ತಿದ್ದ ಸಾವಿರಾರು ಪ್ರಾಂತೀಯ ಪಾದ್ರಿಗಳೇ ಕೆಳದರ್ಜೆಯ ಪಾದ್ರಿಗಳು. ಇವರಿಗೆ ಚರ್ಚಿನ ಆದಾಯದ ಕೇವಲ ಒಂದು ಭಾಗ ಮಾತ್ರ ತಲುಪುತಿದ್ದಿತು. ಮೇಲ್ದರ್ಜೆಯ ಪಾದ್ರಿಗಳು ನೊಬೆಲ್ಲರ ಮನೆತನದವರಾಗಿದ್ದರೆ ಕೆಳದರ್ಜೆಯ ಪಾದ್ರಿಗಳು ಸಾಮಾನ್ಯ ವರ್ಗದಲ್ಲಿ ಜನಿಸಿದವರಾಗಿದ್ದರು. ಇವರ ಆದಾಯವು ಕೆಲವೊಂದು ನೂರು ಫ್ರಾಂಕುಗಳಷ್ಟಿದ್ದು ಇವರ ಸಾಮಾನ್ಯ ಜೀವನಕ್ಕೂ ಸಾಲದಾಗಿತ್ತು. ಇವರನ್ನು ನಿರ್ಲಕ್ಷ್ಯ ದೃಷ್ಟಿಯಿಂದ ಕಡೆಗಣಿಸುತ್ತಿದ್ದ ಹಾಗೂ ಆದಾಯದ, ಅಧಿಕಾರದ ದುರುಪಯೋಗಪಡಿಸಿಕೊಳ್ಳುತ್ತಿದ್ದ ಮೇಲ್ವರ್ಗದ ಪಾದ್ರಿಗಳ ವಿರುದ್ಧ ಇವರಿಗೆ ಕೋಪ, ಅತೃಪ್ತಿ, ತಿರಸ್ಕಾರಗಳಿದ್ದವು. ಕೆಳದರ್ಜೆಯ ಪಾದ್ರಿಗಳು ಸಾಮಾನ್ಯ ವರ್ಗದಿಂದ ಬಂದವರಾಗಿದ್ದು ಜನತೆಯ ತೊಂದರೆ ಹಾಗೂ ಸಂಕಷ್ಟಗಳನ್ನು ಅರಿತವರಾಗಿದ್ದರು. ಇವರು ಧಾರ್ಮಿಕ ಕ್ಷೇತ್ರದಲ್ಲಿನ ಅವ್ಯವಸ್ಥೆಯನ್ನು ಕಂಡು ಅದರಲ್ಲಿ ಸುಧಾರಣೆಗಳನ್ನು ಮಾಡಬೇಕೆಂಬ ವಿಷಯದಲ್ಲಿ ಸಹಾನುಭೂತಿ ಹೊಂದಿದ್ದರು. ಕ್ರಾಂತಿಯ ಆರಂಭದಲ್ಲಿ ಜನತೆಯ ಆಶೋತ್ತರಗಳಿಗೆ ಕೆಳದರ್ಜೆಯ ಪಾದ್ರಿ ವರ್ಗವು ಸಹಾಯ ಮಾಡಿತು. ಹೀಗೆ ಕ್ರಾಂತಿಯ ಪ್ರಾರಂಭದ ಜಯಗಳಿಗೆ ಮೇಲ್ದರ್ಜೆಯ ಪಾದ್ರಿಗಳು ಮತ್ತು ಕೆಳದರ್ಜೆಯ ಪಾದ್ರಿಗಳ ನಡುವಣ ಭಿನ್ನಾಭಿಪ್ರಾಯದ ಕಾರಣವೇ ಪ್ರಮುಖವಾದುದೆಂದು ಪ್ರೊ. ಸಲ್ವೆಮಣಿಯವರು ಅಭಿಪ್ರಾಯಪಟ್ಟಿದ್ದಾರೆ.

ಅರಸೊತ್ತಿಗೆಯ ರಕ್ಷಣೆಗಾಗಿ ಒಂದಾಗಿದ್ದ ಪಾದ್ರಿ ವರ್ಗವು ಸಂದಿಗ್ಧ ಸಂದರ್ಭಗಳಲ್ಲಿ ಸಾಮಾನ್ಯ ಜನತೆಯ ಸಹಾಯಕ್ಕಾಗಿ ಧಾವಿಸಲು ಇಬ್ಭಾಗವಾಯಿತು.

2) ಶ್ರೀಮಂತರು (Nobles) : ನೊಬಲ್ ವರ್ಗವು ಎರಡು ವಿಭಾಗಗಳಾಗಿ ವಿಭಾಗಗೊಂಡಿತ್ತು. ಅವುಗಳೆಂದರೆ ಯುದ್ಧ ಸಂಬಂಧಿ ನೊಬೆಲ್ಲರು ಮತ್ತು ನ್ಯಾಯ ಸಂಬಂಧಿ ನೊಬಲ್ಲರು. ಯುದ್ಧ ಸಂಬಂಧಿ ನೊಬಲ್ಲರೆಂದರೆ ಪುರಾತನ ಜಮೀನ್ದಾರಿ ಪದ್ಧತಿಯ ಮೂಲದಿಂದ ಬಂದವರಾಗಿದ್ದರು. ನ್ಯಾಯ ಸಂಬಂಧಿ ನೊಬಲ್ ವರ್ಗವು ಇತ್ತೀಚೆಗೆ ನ್ಯಾಯಾಲಯದಲ್ಲಿ ಹೊಂದಿದ ಹುದ್ದೆಗಳ ಮುಖಾಂತರ ಈ ವಿಶೇಷ ಸ್ಥಾನವನ್ನು ಪಡೆದವರಾಗಿದ್ದರು. ಯುದ್ಧ ಸಂಬಂಧಿ ನೊಬಲ್ಲರಲ್ಲಿ ಆಸ್ಥಾನದ ನೊಬಲ್ಲರು ಮತ್ತು ಪ್ರಾಂತೀಯ ನೊಬೆಲ್ಲರೆಂಬ ಎರಡು ವರ್ಗಗಳು ಸೇರಿದ್ದವು. ಆಸ್ಥಾನದ ನೋಬೆಲ್ಲರ ಸಂಖ್ಯೆ ಕೇವಲ ಒಂದು ಸಾವಿರದಷ್ಟಿದ್ದು ಫ್ರಾನ್ಸ್‌ನ ಸೈನ್ಯ ನೌಕಾಪಡೆ ಮತ್ತು ರಾಯಭಾರ ಸೇವೆಗಳ ಉನ್ನತ ಹುದ್ದೆಗಳನ್ನು ಹೊಂದಿದ್ದರು. ಇವರು ಯಾವಾಗಲೂ ವರ್ಸೇಲ್ಸ್ ಅರಮನೆಯಲ್ಲಿ ವಿಲಾಸ ವೈಭವಗಳ ಮಧ್ಯೆ ಜೀವಿಸಿದ್ದರು. ಇವರು ತಮ್ಮ ಆಸ್ತಿಗಳ ನಿರ್ವಹಣೆಯನ್ನು ತಮ್ಮ ಪ್ರತಿನಿಧಿಗಳಿಗೆ ಒಪ್ಪಿಸಿ ಅವರ ಮೂಲಕ ರೈತನ ಕಡೆಯಿಂದ ಸಾಧ್ಯವಾದಷ್ಟನ್ನು ವಸೂಲಿ ಮಾಡುತ್ತಿದ್ದರು. ಸಾಮಾನ್ಯ ಜನರು ನೊಬಲ್ಲರನ್ನು "ಮಹಾಸ್ವಾಮಿ" ಎಂದು ಸಂಬೋಧಿಸಬೇಕಿತ್ತು. ಬೀದಿಯಲ್ಲಿ ಹೋಗುವ ಎಲ್ಲ ಸಾಮಾನ್ಯರು ನೊಬಲ್ಲರು ಎದುರಾದರೆ ಗೌರವ ಸಲ್ಲಿಸಬೇಕಿತ್ತು. ನೊಬಲ್ ವರ್ಗಕ್ಕೆ ಸೇರಿದ ವಿಚಾರವಾದಿ ಮಾಂಟೆಸ್ಕ್ಯೂ ಬರೆದಿರುವಂತೆ "ಶ್ರೀಮಂತ ನೊಬಲ್ಲನು ರಾಜನನ್ನು ಕಾಣಬಲ್ಲ, ಮಂತ್ರಿಗಳ ಬಳಿ ಮಾತಾಡಬಲ್ಲ ಮತ್ತು ಪಿತ್ರಾರ್ಜಿತ ಆಸ್ತಿ, ಸಾಲ ಮತ್ತು ವಿಶ್ರಾಂತಿ ವೇತನವನ್ನು ಬಿಟ್ಟಿರುತ್ತಾನೆ" ಎಂದು ಅಭಿಪ್ರಾಯಪಟ್ಟಿದ್ದಾರೆ.

ಪ್ರಾಂತೀಯ ನೊಬಲ್ಲರು ಮತ್ತು ಆಸ್ಥಾನದ ನೊಬಲ್ಲರ ನಡುವೆ ಅನೇಕ ಅಂಶಗಳಲ್ಲಿ ಬದಲಾವಣೆಗಳಿದ್ದವು. ಪ್ರಾಂತೀಯ ನೋಬೆಲ್ಲರು ಆಸ್ಥಾನದಲ್ಲಿ ವಾಸಿಸುತ್ತಿರಲಿಲ್ಲ ಹಾಗೂ ರಾಜನ ಪರಿಚಯವಾಗಲಿ, ವಿಶ್ವಾಸವಾಗಲಿ ಇರಲಿಲ್ಲ. ಇವರು ಪ್ರಾಂತ್ಯಗಳಲ್ಲೇ ವಾಸಿಸುತ್ತಾ ಬಹು ಕಡಿಮೆ ಆದಾಯದಲ್ಲಿ ಕಷ್ಟಕರವಾದ ಜೀವನವನ್ನು ಸಾಗಿಸುತ್ತಿದ್ದರು. ಇವರಿಗೆ ತಮ್ಮ ನೊಬಲ್ ಸ್ಥಾನವನ್ನು ರಕ್ಷಿಸಿಕೊಳ್ಳಲು ಆಸ್ಥಾನದ ನೊಬಲ್ಲರಂತೆ ಶ್ರೀಮಂತಿಕೆಯ ಸೋಗು ಧರಿಸಿದ್ದರು. ಸಾಮಾನ್ಯ ರೈತರಂತೆ ಕೆಲಸ ಮಾಡುವುದೆಂದರೆ ಜಾತಿ ಭ್ರಷ್ಟರಾದಂತೆ ಎಂದು ಭಾವಿಸಿ ವಿಶ್ರಾಂತ ಜೀವನವನ್ನು ನಡೆಸಲು ರೈತರನ್ನು ಶೋಷಣೆ ಮಾಡುತ್ತಿದ್ದರು.

ಹೀಗೆ ನೊಬಲ್ ವರ್ಗವು ಅನೈಕ್ಯತೆ ಮತ್ತು ಅಸಮಾನತೆಯ ಮೇಲೆ ಛಿದ್ರವಾಗಿದ್ದರೂ ಎಲ್ಲ ನೊಬಲ್ಲರಿಗೂ ಸಾಮಾನ್ಯವಾಗಿ ನೀಡಲಾಗಿದ್ದ ವಿಶೇಷ ಹಕ್ಕೆಂದರೆ ಭೇಟೆಯ ಹಕ್ಕು, ಬೇಟೆಯ ಹಕ್ಕಿನ ಏಕಸ್ವಾಮ್ಯತ್ವವು ನೊಬಲ್ ವರ್ಗಕ್ಕೆ ಮಾತ್ರ ಸೀಮಿತವಾಗಿತ್ತು. ರೈತರ ಬೆಳೆಗಳು ಹಾಳಾದರೂ ನೊಬಲ್ಲರ ಮನರಂಜನೆಯಾದ ಬೇಟೆಗೆ ರೈತರಿಂದ ಯಾವುದೇ ತೊಂದರೆಯುಂಟಾಗಬಾರದೆಂಬುದೇ ಇವರ ಧೋರಣೆಯಾಗಿತ್ತು. ಈ ಅಸಹನೀಯ ಹಕ್ಕಿನ ಪರಿಣಾಮವಾಗಿ ಸಾರ್ವತ್ರಿಕವಾಗಿ ಜನರು ನೊಬಲ್ ವರ್ಗವನ್ನು ವಿರೋಧಿಸುವಂತಾಯಿತು. ಕೆಳದರ್ಜೆಯ ಪಾದ್ರಿಗಳಲ್ಲಿ ಮೇಲ್ದರ್ಜೆಯ ಪಾದ್ರಿಗಳ ಮೇಲೆ ಅತೃಪ್ತಿ ಆಕ್ರೋಶಗಳಿದ್ದಂತೆ ಪ್ರಾಂತೀಯ ನೊಬಲ್ಲರು ಆಸ್ಥಾನದ ನೊಬಲ್ಲರು ಅನುಭವಿಸುತ್ತಿದ್ದ ವಿಶೇಷ ಸೌಲಭ್ಯ ಶ್ರೀಮಂತಿಕೆಯನ್ನು ವಿರೋಧಿಸುತ್ತಿದ್ದರು. ಈ ವಿರೋಧವು ಸುಧಾರಣೆಗಳನ್ನು ತರಲು ಹೂಡಿದ ಕ್ರಾಂತಿಗೆ ಪ್ರಾಂತೀಯ ನೊಬಲ್ ವರ್ಗದಿಂದ ಬೆಂಬಲ ದೊರೆಯುವಂತೆ ಮಾಡಿತು.

3) ಸಾಮಾನ್ಯ ವರ್ಗ (Third Estate): ಫ್ರಾನ್ಸ್‌ನ ಶೇ. 99 ಭಾಗ ಜನತೆಯನ್ನು ಸಾಮಾನ್ಯ ವರ್ಗವು ಒಳಗೊಂಡಿತ್ತು. ಈ ವರ್ಗವೂ ಉಳಿದ ವರ್ಗಗಳಂತೆ ಅಸಮಾನತೆಯ ಗುಂಪುಗಳನ್ನು ಒಳಗೊಂಡಿತ್ತು. ಈ ವರ್ಗದ ಒಳಪಂಗಡಗಳಲ್ಲಿ ಸಾಮಾಜಿಕ ಹಾಗೂ ಆರ್ಥಿಕ ಅಂತಸ್ತುಗಳಲ್ಲಿ ಹೆಚ್ಚಿನ ಅಂತರವಿದ್ದಿತು. ಆಗರ್ಭ ಶ್ರೀಮಂತನಿಂದ ಮೊದಲುಗೊಂಡು ಶ್ರೇಷ್ಠ ಸಾಹಿತಿ, ದರಿದ್ರನಾದ ರೈತ ಅಥವಾ ಬೀದಿಯ ಭಿಕ್ಷುಕನವರೆಗೆ ಎಲ್ಲರೂ ಈ ವರ್ಗಕ್ಕೆ ಸೇರಿದ್ದರು. ಅಸಂಖ್ಯ ಜನಸಮೂಹದಿಂದ ಕೂಡಿದ ಈ ವರ್ಗವು ಮಧ್ಯಮವರ್ಗ, ಕುಶಲಕರ್ಮಿಗಳ ವರ್ಗ ಹಾಗೂ ರೈತ ವರ್ಗಗಳೆಂಬ ಮೂರು ಅಸಮಾನತೆಯಿಂದ ಕೂಡಿದ ವಿಭಾಗಗಳಾಗಿ ವಿಭಜಿತವಾಗಿತ್ತು.

ಮಧ್ಯಮ ವರ್ಗ: ಶ್ರಮಜೀವಿಗಳಲ್ಲದವರು ಉಚ್ಚ ಮಧ್ಯಮ ವರ್ಗದವರೆಂದು ಪರಿಗಣಿಸಲ್ಪಟ್ಟಿದ್ದರು. ಇವರಲ್ಲಿ ವಕೀಲರು, ಡಾಕ್ಟರರು, ಶಿಕ್ಷಕರು, ಸಾಹಿತಿಗಳು, ವ್ಯಾಪಾರಸ್ಥರು, ಬ್ಯಾಂಕುದಾರರು ಮುಂತಾದವರಿದ್ದರು. ಈ ವರ್ಗವು ಹಣಕಾಸಿನ, ವ್ಯಾಪಾರದ ಮತ್ತು ಕೈಗಾರಿಕೆಗಳ ಮೇಲೆ ಹೆಚ್ಚು ಕೇಂದ್ರೀಕರಣಗೊಂಡು ಪ್ರಭಾವಿಗಳಾಗಿದ್ದರು. ಈ ವರ್ಗದ ಜನರು ಸುಶಿಕ್ಷಿತರು, ತೀಕ್ಷ್ಣಮತಿಗಳಾಗಿದ್ದರಿಂದ ರಾಜ್ಯದ ಮಂತ್ರಿಗಳಾಗಿ, ನ್ಯಾಯಾಧೀಶರಾಗಿ, ತೆರಿಗೆ ವಸೂಲಿದಾರರಾಗಿ ಪ್ರವರ್ಧಮಾನಕ್ಕೆ ಬಂದರು. ವಾಲ್ಟೇರ್ ಅಭಿಪ್ರಾಯಪಟ್ಟಿರುವಂತೆ "ಮಧ್ಯಮ ವರ್ಗವು ಕೈಗಾರಿಕೆ ಮತ್ತು ವ್ಯಾಪಾರಿ ಉದ್ಯಮದಿಂದ ಹೆಚ್ಚಳಗೊಂಡ ಲಾಭದಿಂದಾಗಿ ಶ್ರೀಮಂತರಾದರು. ಇದರಿಂದಾಗಿ ನೊಬೆಲ್ಲರಿಗಿಂತಲೂ ಐಷಾರಾಮದ ಶ್ರೀಮಂತಿಕೆಯ ಜೀವನವನ್ನು ನಡೆಸುತ್ತಿದ್ದ ಮಧ್ಯಮವರ್ಗದ ನಡುವೆ ವಿಭೇದಿಸುವಂತಹ ಗುರುತುಗಳೇ ಇರಲಿಲ್ಲವೆಂದಿದ್ದಾರೆ". ಇವರು ಪ್ರಪಂಚದ ವಿವಿಧ ಭಾಗಗಳಿಗೆ ಭೇಟಿ ನೀಡುತ್ತಿದ್ದುದರಿಂದ ಅಲ್ಲಿ ಕಂಡ ಬದಲಾವಣೆಗಳಿಂದ ಎಚ್ಚೆತ್ತ ಜನವಾಗಿದ್ದರು. ಶ್ರೀಮಂತಿಕೆ ಹಾಗೂ ಬುದ್ಧಿವಂತಿಕೆ ಎರಡನ್ನೂ ಹೊಂದಿದ್ದ ಈ ವರ್ಗವು ಅಂದು ಅಸ್ತಿತ್ವದಲ್ಲಿದ್ದ ವ್ಯವಸ್ಥೆಯ ಬಗ್ಗೆ ಜಿಗುಪ್ಸೆಗೊಂಡಿತು ಹಾಗೂ ಸಮಾಜದಲ್ಲಿ ತಮಗಿದ್ದ ಕೀಳುಸ್ಥಾನದ ಬಗ್ಗೆ ಬೇಸರ ಹೊಂದಿದ್ದರು. ಮೇಲ್ವರ್ಗದವರಿಗೆ ಬುದ್ಧಿಯಲ್ಲಿ, ಶ್ರೀಮಂತಿಕೆಯಲ್ಲಿ, ಸುಶಿಕ್ಷಣದಲ್ಲಿ ಸಮಾನರಾಗಿದ್ದರೂ ಗೌರವ ಮಾನ್ಯತೆಗಳು ದೊರೆಯದ ಬಗ್ಗೆ ಅಸಮಾಧಾನ ಅವರಲ್ಲಿ ತುಂಬಿತ್ತು. ಸರ್ಕಾರಕ್ಕೆ ದೊಡ್ಡ ಪ್ರಮಾಣದಲ್ಲಿ ಸಾಲ ಕೊಟ್ಟಿದ್ದ ಈ ವರ್ಗವು ತೀವ್ರ ದಿವಾಳಿಯತ್ತ ಸಾಗುತ್ತಿದ್ದ ಸರ್ಕಾರದ ಬಗ್ಗೆ ಕಳವಳಗೊಂಡಿದ್ದರು. ಆದ್ದರಿಂದ ತಮ್ಮ ಹಣಕ್ಕೆ ಭದ್ರತೆಯನ್ನು ಹಾಗೂ ಬಡ್ಡಿ ದೊರೆಯುವ ನಿಶ್ಚಿತತೆ ಇರುವಂತಹ ಹಾಗೂ ವ್ಯಾಪಾರ ಉದ್ಯಮಗಳು ನಿರಾತಂಕವಾಗಿ ನಡೆಯಲು ಬೇಕಾದ ವ್ಯವಸ್ಥಿತ ಸರ್ಕಾರದ ಬದಲಾವಣೆಯ ಬಗ್ಗೆ ಅವರು ಬಯಸಿದ್ದರು. ಹೀಗೆ ಸಂವೇದನಾ ಶೀಲತೆಯನ್ನು ಹೊಂದಿದ್ದ ಈ ವರ್ಗದ ಜನರು ಫ್ರೆಂಚ್ ತತ್ವಜ್ಞಾನಿಗಳು ಪ್ರಚುರಪಡೆಸಿದ ನೂತನ ವಿಚಾರಧಾರೆಯಿಂದ ಪ್ರಭಾವಿತರಾಗಿ ಫ್ರಾನ್ಸಿನ ಹಳೆಯ ವ್ಯವಸ್ಥೆಯನ್ನು ನಿರ್ಮೂಲನಗೊಳಿಸಿ, ಸ್ವಾತಂತ್ರ್ಯ ಹಾಗೂ ಸಮಾನತೆಯ ತತ್ವದ ಮೇಲೆ ಹೊಸ ರಾಜಕೀಯ ಹಾಗೂ ಸಾಮಾಜಿಕ ವ್ಯವಸ್ಥೆಯನ್ನು ರೂಪಿಸಲು ಪ್ರಾರಂಭವಾದ ಫ್ರಾನ್ಸಿನ ಕ್ರಾಂತಿಯಲ್ಲಿ ಭಾಗಿಗಳಾದರು. ಕ್ರಾಂತಿಯ ಬಹುಪಾಲು ನಾಯಕರು ಬಂದುದು ಈ ವರ್ಗದಿಂದಲೇ. ಕ್ರಾಂತಿಯ ಪೂರ್ವದಲ್ಲಿ ಜನರಲ್ಲಿ ಬಹು ಪ್ರಚಾರದಲ್ಲಿದ್ದ ಅಬೆಸಿಯಸ್ ಎಂಬುವವನು ಹೊರಡಿಸಿದ ಪ್ರಚಾರ ಪತ್ರದಲ್ಲಿ ಮಧ್ಯಮ ವರ್ಗದ ಭಾವನೆಗಳು ಸ್ಪಷ್ಟವಾಗಿ ವ್ಯಕ್ತವಾಗಿವೆ. "ಮೂರನೆಯ ವರ್ಗವೆಂದರೇನು? ಎಂಬ ಪ್ರಶ್ನೆಗೆ "ಎಲ್ಲವೂ" ಎಂದು, "ಇಲ್ಲಿಯವರೆಗೆ ರಾಜಕೀಯದಲ್ಲಿ ಅವರ ಸ್ಥಾನವೇನು? " ಎಂಬುದಕ್ಕೆ "ಶೂನ್ಯ" ಎಂದು, "ಅದರ ಆಶೋತ್ತರಗಳೇನು?" ಎಂಬ ಪ್ರಶ್ನೆಗೆ "ಏನಾದರೂ ಆಗಬೇಕೆಂಬುದು". ಈ ಪ್ರಕಟಣೆಯು ಮಧ್ಯಮ ವರ್ಗ ಬದಲಾವಣೆಗೆ ಹಾತೊರೆಯುತ್ತಿದ್ದುದ್ದನ್ನು ಎತ್ತಿ ತೋರಿಸುತ್ತದೆ.

ಕುಶಲಕರ್ಮಿಗಳ ವರ್ಗ: ಹಳ್ಳಿ ಮತ್ತು ನಗರಗಳಲ್ಲಿ ವಾಸವಾಗಿದ್ದ ಸುಮಾರು ಎರಡೂವರೆ ದಶಲಕ್ಷ ಕೆಲಸಗಾರರು ಸಾಮಾನ್ಯ ವರ್ಗಕ್ಕೆ ಸೇರಿದವರು. ಆದರೆ ಸಾಮಾನ್ಯ ವರ್ಗದ ವ್ಯಾಪಾರೀ ವರ್ಗಕ್ಕಿಂತ ಕೆಳಮಟ್ಟದಲ್ಲಿದ್ದರು. ಫ್ರಾನ್ಸಿನಲ್ಲಿ ಕೈಗಾರಿಕೆಗಳು ಹೆಚ್ಚಿರಲಿಲ್ಲವಾದ್ದರಿಂದ ಇವರ ಸಂಖ್ಯೆಯು ಕಡಿಮೆಯಿತ್ತು. ಇವರು ತಮ್ಮದೇ ಆದ ಕಾರ್ಮಿಕ ಸಂಘ ಅಥವಾ ಶ್ರೇಣಿಗಳನ್ನು ಸ್ಥಾಪಿಸಿಕೊಂಡು ನಿಯಮಾವಳಿಗಳನ್ನು ರೂಪಿಸಿಕೊಂಡಿದ್ದರು. ಆದರೆ ಇವರುಗಳಲ್ಲಿ ನಡೆಯುತ್ತಿದ್ದ ಸಂಘರ್ಷದಿಂದಾಗಿ ಕೈಗಾರಿಕೆ ಮತ್ತು ಉದ್ದಿಮೆಗಳ ಬೆಳವಣಿಗೆಗೆ ಅಡ್ಡಿಯಾಗಿತ್ತು. ಇದರಿಂದಾಗಿ ಕಾರ್ಮಿಕ ಸಂಘಗಳ ಬಗ್ಗೆ ತಿರಸ್ಕಾರ ಮನೋಭಾವನೆ ಬೆಳೆದಿತ್ತು.

ರೈತವರ್ಗ: ರೈತವರ್ಗವು ಸುಮಾರು 20 ದಶಲಕ್ಷ ಜನಸಂಖ್ಯೆಯನ್ನೊಳಗೊಂಡಿತ್ತು. ವಾಸ್ತವವಾಗಿ ಇವರೇ ರಾಷ್ಟ್ರವಾಗಿದ್ದರು. ಇವರಲ್ಲಿ ಸುಮಾರು ಒಂದು ದಶಲಕ್ಷದಷ್ಟು ಜನರು ಗುಲಾಮರು ಅಥವಾ ಗೇಣಿದಾರರಾಗಿದ್ದು ಉಳಿದವರು ಸ್ವತಂತ್ರ ರೈತರಾಗಿದ್ದರು. ಈ ವರ್ಗದವರ ಸ್ಥಿತಿ ಚಿಂತಾಜನಕವಾಗಿತ್ತು. ಟರ್ಗೋಟನ ಅಭಿಪ್ರಾಯದಂತೆ ರೈತರು ತಮ್ಮ ಉತ್ಪಾದನೆಯ ಶೇ. 55 ರಷ್ಟನ್ನು ಸರ್ಕಾರಕ್ಕೆ ತೆರಿಗೆಯಾಗಿ ಸಲ್ಲಿಸುತ್ತಿದ್ದರು. ಇದರ ಜೊತೆಗೆ ಪಾದ್ರಿಗಳಿಗೆ ಅಥವಾ ಚರ್ಚಿಗೆ $^1/_{10}$ ಭಾಗದ ದಶಾಂಶ ತೆರಿಗೆಯಾಗಿ ಸಲ್ಲಿಸಬೇಕಿತ್ತು. ನೋಬಲ್ ವರ್ಗಕ್ಕೂ ಹಲವು ಬಗೆಯ ಜಮೀನ್ದಾರಿ ಶುಲ್ಕಗಳನ್ನು ಕೊಡಬೇಕಿತ್ತು. ರೈತರು ವಾರದ ಕೆಲವು ದಿನಗಳಂದು ಸರ್ಕಾರದ ಆಜ್ಞೆಯ ಮೇರೆಗೆ ರಸ್ತೆ

ನಿರ್ಮಾಣ ಅಥವಾ ದುರಸ್ತಿಯ ಕೆಲಸವನ್ನು ವೇತನವಿಲ್ಲದೆ ಪುಕ್ಕಟೆಯಾಗಿ ಮಾಡಬೇಕಿತ್ತು. ಆದರೆ ದಾರಿ ಹಾಗೂ ಸೇತುವೆಯ ಉಪಯೋಗಗಳ ಸಂದರ್ಭದಲ್ಲಿ ತೆರಿಗೆಯನ್ನು ಸಲ್ಲಿಸಬೇಕಿತ್ತು. ಇದನ್ನು ಕೊರ್ಮಿ ಅಥವಾ ರಸ್ತೆ ತೆರಿಗೆಯೆಂದು ಕರೆಯುತ್ತಿದ್ದರು.

ಇವುಗಳೆಲ್ಲದರ ಜೊತೆಗೆ ಆತನ ಮೇಲೆ ಅನೇಕ ಒತ್ತಾಯಗಳಿದ್ದು ಅದರಂತೆ ಜಮೀನ್ದಾರನ ಗಿರಣಿಯಲ್ಲೇ ಧಾನ್ಯವನ್ನು ಹಿಟ್ಟು ಮಾಡಿಕೊಳ್ಳಬೇಕಿತ್ತು. ದ್ರಾಕ್ಷಾರಸವನ್ನು ಮಾಡಿಕೊಳ್ಳಲು ಜಮೀನ್ದಾರನ ಯಂತ್ರವನ್ನೇ ಬಳಸಬೇಕು, ರೊಟ್ಟಿ ಬೇಯಿಸಲು ಜಮೀನ್ದಾರನ ಒಲೆಯನ್ನೇ ಉಪಯೋಗಿಸಿಕೊಳ್ಳಬೇಕೆಂಬ ಒತ್ತಾಯಗಳಿದ್ದವು. ಪ್ರತಿ ಸಲವೂ ಅವರು ಜಮೀನ್ದಾರರಿಗೆ ಒಂದು ಪಾಲನ್ನೋ ಅಥವಾ ಹಣವನ್ನೋ ಕೊಡಬೇಕಾಗಿತ್ತು. ರಾಜನಿಗೆ, ಚರ್ಚಿಗೆ ಮತ್ತು ಜಮೀನ್ದಾರನಿಗೆ ಕೊಡಬೇಕಾದ ತೆರಿಗೆ, ಉಪ್ಪಿನ ಮೇಲಿನ ತೆರಿಗೆ ಹಾಗೂ ಅಬಕಾರಿ ಸುಂಕ ಹೀಗೆ ಎಲ್ಲ ತೆರಿಗೆಗಳು ಸೇರಿ ಒಟ್ಟು ಉತ್ಪನ್ನದ $^{4}/_{5}$ ಭಾಗದಷ್ಟಾಗುತ್ತಿದ್ದವು. ಉಳಿದ $^{1}/_{5}$ ಭಾಗದಲ್ಲಿ ಅವನು ದುರ್ಭರವಾದ ಜೀವನವನ್ನು ನಡೆಸಬೇಕಾಗಿತ್ತು. ಇದರ ಜೊತೆಗೆ ನೈಸರ್ಗಿಕ ವಿಕೋಪಗಳಾದ ಬರಗಾಲ ಅಥವಾ ಚಳಿಗಾಲ ಬಂದಾಗ ಉಪವಾಸದಿಂದ ಕೂಡಿದ ಜೀವನ ನಡೆಸುತ್ತಿದ್ದರು. 1789ರಲ್ಲಿ ಬರಗಾಲವುಂಟಾಗಿ ಮತ್ತೆ ಮುಂದಿನ ಚಳಿಗಾಲವು ತೀಕ್ಷ್ಣವಾಗಿದ್ದರಿಂದ ಲಕ್ಷಗಟ್ಟಲೆ ಜನರು ಭಿಕ್ಷುಕರು, ದರೋಡೆಗಾರರಾಗಿ ಮತ್ತು ಹಸಿವೆಯಿಂದಾಗಿ ಬುದ್ಧಿ ಭ್ರಮಣೆಗೊಳಗಾದರು. ಪ್ಯಾರಿಸ್ ನಗರವೊಂದರಲ್ಲಿಯೇ ಅಲ್ಲಿನ 65,000 ಜನರಲ್ಲಿ ಸುಮಾರು 12,000 ಜನರು ಭಿಕ್ಷುಕರಿದ್ದರೆಂದು ಅಂದಾಜು ಮಾಡಲಾಗಿತ್ತು. ಇದರಿಂದಾಗಿ ಹಿಂಸೆ ಮತ್ತು ಕೋಲಾಹಲದಲ್ಲಿ ಭಾಗಿಗಳಾಗಲು ಪ್ಯಾರಿಸ್ ನಗರದಲ್ಲಿ ಜನಗಳ ಕೊರತೆಯೇ ಇರಲಿಲ್ಲ. ಸಿ.ಡಿ. ಹೇಜನ್‌ರವರು ಈ ಅಂಶದ ಬಗ್ಗೆ ತಿಳಿಸುತ್ತಾ "ಆಡಳಿತ ಮತ್ತು ರಾಜಕಾರಣದಲ್ಲಿ ಸ್ವಲ್ಪವೂ ಜ್ಞಾನವಿಲ್ಲದ, ವಾಲ್ಟೇರ್ ಮತ್ತು ರೂಸೊರವರ ಕ್ರಾಂತಿಕಾರಿ ವಿಚಾರಗಳ ಬಗ್ಗೆ ಕಲ್ಪನೆಯಿಲ್ಲದಿದ್ದರೂ 22 ಕೋಟಿ ಜನತೆ ತಮ್ಮ ದೈನಂದಿನ ಕಷ್ಟಕರ ಜೀವನವು ಸುಧಾರಿಸಬೇಕೆಂದರೆ ಜಮೀನ್ದಾರಿ ಶುಲ್ಕ ಮತ್ತು ಸರ್ಕಾರದ ಅಧಿಕ ತೆರಿಗೆಗಳು ಕಡಿಮೆಯಾಗಬೇಕು ಎಂದು ಪ್ರತಿನಿತ್ಯವೂ, ಪ್ರತಿನಿಮಿಷವೂ ಯೋಚಿಸುತ್ತಾ ಬದಲಾವಣೆಗಾಗಿ ಹಾತೊರೆಯುತ್ತಿದ್ದರು" ಎಂಬ ಮಾತು ಅರ್ಥಪೂರ್ಣವಾಗಿದೆ.

ಜಮೀನ್ದಾರರ ಜಮೀನುಗಳಲ್ಲಿ ದುಡಿಯುತ್ತಿದ್ದ ಗೇಣಿದಾರರು ಬೆಳಿಗ್ಗೆಯಿಂದ ಸಾಯಂಕಾಲದವರೆಗೂ ದುಡಿಯುತ್ತಿದ್ದರು. ಜಮೀನ್ದಾರನು ತನ್ನ ಆದಾಯದ ಕಂದಾಯ ಬಾಬ್ತನ್ನು ಹಣ ಲೇವಾದೇವಿಗಾರರಿಗೆ ಮಾರಿದಾಗ ಲೇವಾದೇವಿಗಾರನು ರೈತನನ್ನು ಇನ್ನೂ ಹೆಚ್ಚಾಗಿ ಶೋಷಣೆ ಮಾಡುತ್ತಿದ್ದನು. ರೈತನು ಬೆಳೆಗಳನ್ನು ಬದಲಾಯಿಸದೆ ಒಂದೇ ಬೆಳೆ ಬೆಳೆಯುತ್ತಿದ್ದುದರಿಂದ ಅಧಿಕ ಇಳುವರಿ ಪಡೆಯಲಾಗುತ್ತಿರಲಿಲ್ಲ. ಜಮೀನ್ದಾರನು ತನ್ನ ವಿನೋದಕ್ಕಾಗಿ ಸಾಕಿದ್ದ ಪಾರಿವಾಳಗಳು, ಜಿಂಕೆಗಳು ಮತ್ತು ಇತರ ಆಟಗಳಿಂದಾಗಿ ರೈತನ ಬೆಳೆಗಳು ನಾಶವಾಗುತ್ತಿದ್ದವು. ರೈತನು ಇವುಗಳಿಂದ ರಕ್ಷಿಸಲು ಬೇಲಿಯನ್ನು ಹಾಕುವಂತಿರಲಿಲ್ಲ. ಜಮೀನ್ದಾರನ ವಿನೋದಕ್ಕಾಗಿ ಬೆಳೆ ನಾಶವಾದರೂ ಹೆದರಿಕೆಯಿಂದಾಗಿ ರೈತನು ಪ್ರಶ್ನಿಸುತ್ತಿರಲಿಲ್ಲ. ಸಾಮಾನ್ಯ ದಿನಗಳಲ್ಲಿ ರೈತನು ವಾರದಲ್ಲಿ ಮೂರು ದಿನ ಜಮೀನ್ದಾರನ ಭೂಮಿಯಲ್ಲಿ ದುಡಿಯಬೇಕಿತ್ತು. ಸುಗ್ಗಿಯ ಕಾಲದಲ್ಲಂತೂ ವಾರದಲ್ಲಿ ಐದು ದಿನ ಪುಕ್ಕಟ್ಟೆಯಾಗಿ ದುಡಿಯಬೇಕಿತ್ತು. ರೈತನು ದುಡಿಮೆಯ ವೇಳೆಯಲ್ಲಿ ಸತ್ತರೆ ಎರಡರಷ್ಟು ಕೂಲಿಯನ್ನು ಕೊಡಲಾಗುತ್ತಿತ್ತು. ರೈತನು ಜಮೀನು ಮಾರಾಟ ಮಾಡಿದರೆ ಬಂದ ಆದಾಯದಲ್ಲಿ $^{1}/_{5}$ ಭಾಗವನ್ನು ಜಮೀನ್ದಾರನಿಗೆ ನೀಡಬೇಕಿತ್ತು. ಚರ್ಚ್‌ಗಳು ವಿಧಿಸುತ್ತಿದ್ದ ಟೀತ್ ಎಂಬ ತೆರಿಗೆಯು ಫ್ರಾನ್ಸಿನಾದ್ಯಂತ 120 ದಶಲಕ್ಷದಷ್ಟು ವಸೂಲಿಯಾಗುತ್ತಿತ್ತು. ತೈಲ್ಲೇ ಎಂಬ ಮತ್ತೊಂದು ಭೂ ತೆರಿಗೆಯನ್ನು ವಿಧಿಸಲಾಗುತ್ತಿದ್ದು ಅದರ ಮೊತ್ತವನ್ನು ನಿಗಧಿಗೊಳಿಸಿರಲಿಲ್ಲ. ಆದರೆ ಭೂಮಿಯ ಫಲವತ್ತತೆ ಮತ್ತು ರೈತನ ಸ್ಥಿತಿ ಮುಂತಾದವುಗಳನ್ನು ಗಮನಿಸಿ ಇನ್ನೂ ಕೆಲವು ವೇಳೆ ತಮ್ಮ ಇಚ್ಛೆಗೆ ಬಂದಷ್ಟು ವಸೂಲು ಮಾಡುತ್ತಿದ್ದರು. ವಿಂಗ್ಟಿವಮ್ ಎಂಬ ಆದಾಯ ತೆರಿಗೆಯನ್ನು ಒಟ್ಟು ಆದಾಯದಲ್ಲಿ ಶೇ. 5 ಭಾಗವನ್ನು ಪಡೆಯಲಾಗುತ್ತಿತ್ತು. ಗ್ಯಾಬಿಲ್ಲೆ ಎಂಬ ಉಪ್ಪಿನ ಮೇಲಿನ ತೆರಿಗೆಯಂತೂ ಅಧಿಕವಾಗಿದ್ದು ಏಳು ವರ್ಷದ ಮೇಲ್ಪಟ್ಟವರೆಲ್ಲರೂ ಏಳು ಪೌಂಡುಗಳಷ್ಟು ನಿರ್ದಿಷ್ಟ ಮೊತ್ತದ ಉಪ್ಪನ್ನು ಪ್ರತಿವರ್ಷವೂ ಕೊಳ್ಳಲೇಬೇಕೆಂದು ನಿರ್ದೇಶಿಸಲಾಗಿತ್ತು. ಉಪ್ಪಿನ ಬೆಲೆಯು ಅದರ ನೈಜ ಬೆಲೆಗಿಂತ ಹತ್ತು ಪಟ್ಟು ಅಧಿಕವಾಗಿತ್ತು. ಉಪ್ಪನ್ನು ತಯಾರಿಸುವ ಬಾವಿಗಳಲ್ಲಿ ಯಾರು ನೀರು ಕುಡಿಯುವಂತಿರಲಿಲ್ಲ ಅಥವಾ ಸಮುದ್ರದ ನೀರಿನಲ್ಲಿ ಅಡುಗೆ ಮಾಡುವಂತಿರಲಿಲ್ಲ.

ಹೀಗೆ ರೈತನು ತನ್ನ ಮೇಲೆ ವಿಧಿಸಿದ ಎಲ್ಲ ತೆರಿಗೆಗಳನ್ನು ಸಲ್ಲಿಸಿದ ಮೇಲೆ ಅವನಿಗೆ ಶೇ. 20 ಭಾಗ ಮಾತ್ರ ಉಳಿಯುತ್ತಿತ್ತು. ಬರಗಾಲ ಅಥವಾ ಬೇಸಿಗೆಯಲ್ಲಿ ಗೆಡ್ಡೆಗೆಣಸುಗಳನ್ನು ತಿಂದು ಬದುಕಬೇಕಿತ್ತು. ಆದ್ದರಿಂದಲೇ ಆಗ "ಫ್ರಾನ್ಸ್‌ನ $^{9}/_{10}$ ಭಾಗ ಜನ ಹೊಟ್ಟೆಗಿಲ್ಲದೆ ಸತ್ತರೆ ಇನ್ನುಳಿದ $^{1}/_{10}$ ಭಾಗದ ಜನ ಅಜೀರ್ಣದಿಂದ ಸಾಯುತ್ತಾರೆ"ಎಂಬ

ಪ್ರಖ್ಯಾತ ನಾಣ್ಣುಡಿಯಿತ್ತು. ಆದ್ದರಿಂದಲೇ ಜೆ.ಸಿ. ಹೆರಾಲ್ಡ್‌ರವರು "ಫ್ರೆಂಚ್ ಕ್ರಾಂತಿಯು ವಿಶೇಷಾಧಿಕಾರ ಹೊಂದಿದ ವರ್ಗದ ವಿರುದ್ಧ ನಡೆದ ಸಾಮಾನ್ಯ ಜನತಾ ಚಳುವಳಿ" ಎಂದು ಕರೆದಿರುವುದು ಅರ್ಥಪೂರ್ಣವಾಗಿ ಕಾಣುತ್ತದೆ.

3. ತತ್ವಜ್ಞಾನಿಗಳ ಪ್ರಭಾವ

ಫ್ರಾನ್ಸ್‌ನ ಮಹಾಕ್ರಾಂತಿಗೆ ಹದಿನೆಂಟನೆಯ ಶತಮಾನದ ತತ್ವಜ್ಞಾನಿಗಳ ಹಾಗೂ ಲೇಖಕರ ಬರವಣಿಗೆಗಳು ಮತ್ತು ಬೋಧನೆಗಳೇ ಪ್ರಮುಖ ಕಾರಣಗಳೆಂದು ಕೆಲವು ವಿದ್ವಾಂಸರು ಅಭಿಪ್ರಾಯಪಟ್ಟಿರುವರು. ಫ್ರೆಂಚ್ ಲೇಖಕರು ಅಮೆರಿಕಾ, ಜರ್ಮನಿ, ಬ್ರಿಟನ್ ಮತ್ತು ಫ್ರೆಂಚ್ ಸಂಸ್ಥೆಗಳ ಮಧ್ಯೆ ಇದ್ದ ಬದಲಾವಣೆಗಳನ್ನು ಗಮನಿಸಿ ಗಾಡಾಂಧಕಾರದಲ್ಲಿ ಮುಳುಗಿದ್ದ ಫ್ರೆಂಚ್ ಜನರನ್ನು ಎಚ್ಚೆತ್ತುವಂತೆ ಮಾಡಿದರು. ಫ್ರಾನ್ಸಿನಲ್ಲಿ ಏರ್ಪಟ್ಟಿದ್ದ ಅಸಮಾನತೆ, ಅನ್ಯಾಯ, ಶೋಷಣೆ, ಅತೃಪ್ತಿಗಳನ್ನು ಗುರುತಿಸಿದ ಪ್ರಭಾವೀ ಲೇಖಕರು ಒಂದು ಶತಮಾನ ಕಾಲ ಆ ಕಾರಣಗಳನ್ನು ವಿಮರ್ಶೆಗೊಳಮಾಡಿದರು. ಇವರು ಮಾಡಿದ ಟೀಕೆ ಮತ್ತು ಸಮಸ್ಯೆಗಳ ಮೇಲೆ ಅವರು ಚೆಲ್ಲಿದ ಬೆಳಕು ಜನರನ್ನು ಯೋಚಿಸುವಂತೆ ಮಾಡಿ ಕ್ರಾಂತಿ ಪಥಕ್ಕೆ ತಂದವು. ಸಿ.ಡಿ. ಹೇಜನ್‌ರವರು "ಸಾಹಿತ್ಯವು ಸುಧಾರಣೆಯ ಉನ್ಮತ್ತ ಹಾಗೂ ಆವೇಶಪೂರ್ಣ ಯೋಧನಂತಿದ್ದಿತು. ಅದರ ಮೂಲಕ ಹೊಸ ವಿಚಾರಗಳ ಮಹಾಪೂರ ಫ್ರಾನ್ಸಿನ ತುಂಬ ಉಕ್ಕಿ ಹರಿಯಿತು" ಎಂದಿದ್ದಾರೆ. ಅನಿಬೆಸೆಂಟ್‌ರವರ ಪ್ರಕಾರ "ಮುಕ್ತ ಆಲೋಚನೆ ಕ್ರಾಂತಿಗೆ ಪ್ರಚೋದನೆ ನೀಡುವಲ್ಲಿ ಸಹಾಯಕವಾಯಿತು. ಏಕೆಂದರೆ ಇದು ಜನತೆಗೆ ತಮ್ಮ ಕಲೆಯನ್ನು ಬಳಸುವಂತೆ ಮಾಡಿತು ಹಾಗೂ ವಿಚಾರಪರರಾಗುವಂತೆ ಮಾಡಿತು. ವಿಚಾರ ಸ್ವಾತಂತ್ರ್ಯ, ಅಭಿವ್ಯಕ್ತಿ ಸ್ವಾತಂತ್ರ್ಯ ಮತ್ತು ಕ್ರಿಯಾ ಸ್ವಾತಂತ್ರ್ಯಕ್ಕಾಗಿ ಅವರು ಹೊಮ್ಮಿಸಿದ ಭಾವೋದ್ದೀಪಕ ಕರೆಗಳು ಸಾವಿರಾರು ಹೃದಯಗಳಿಂದ ಪ್ರತಿಧ್ವನಿತವಾದವು". ಮಾಂಟೆಸ್ಕ್ಯೂ, ವಾಲ್ಟೇರ್, ರೂಸೊ, ಡಿಡೆರೋ, ಹೆಲ್ವೇಷಿಯಸ್, ಹೊಲ್ಬಾಕ್, ಫಿಸಿಯೊಕ್ರಾಟರು ಮತ್ತಿತರ ಫ್ರೆಂಚ್ ತತ್ವಜ್ಞಾನಿಗಳು ಮತ್ತು ಲೇಖಕರು ಹೊಸ ರಾಜಕೀಯ ಮತ್ತು ಸಮಾಜದ ನಿರ್ಮಾಣಕ್ಕೆ ಕರೆ ನೀಡಿದ ಅಂಶವೇ ಕ್ರಾಂತಿಗೆ ಕಾರಣವಾಯಿತು.

ಮಾಂಟೆಸ್ಕ್ಯೂ (1689–1755): ಇವನು ನ್ಯಾಯವಾದಿ ಶ್ರೀಮಂತ ವರ್ಗದ ಸದಸ್ಯನೂ, ಶ್ರೇಷ್ಠ ನ್ಯಾಯಾವಾದಿಯೂ, ಬೋರ್ಡೋ ಪ್ರಜಾಪ್ರತಿನಿಧಿ ಸಭೆಯ ನ್ಯಾಯಾಧೀಶನಾಗಿದ್ದನು. ಮಾಂಟೆಸ್ಕ್ಯೂ 1721ರಲ್ಲಿ "ಪರ್ಷಿಯನ್ ಲೆಟರ್ಸ್" ಎಂಬ ಕೃತಿಯನ್ನು ಪ್ರಕಟಿಸಿದನು. ಇದರಲ್ಲಿ ಅವನು ಫ್ರಾನ್ಸಿನ ಅಂದಿನ ಸಾಮಾಜಿಕ ಮತ್ತು ರಾಜಕೀಯ ಜೀವನವನ್ನು ವಿಡಂಭನಾತ್ಮಕವಾಗಿ ಟೀಕಿಸಿದ್ದಾನೆ. ಕ್ರೂರ ವಿನೋದಕ್ಕೆ ಈ ಗ್ರಂಥವು ಪ್ರಖ್ಯಾತವಾಗಿದ್ದು ಈ ಕೃತಿಯಿಂದಾಗಿ ಮಾಂಟೆಸ್ಕ್ಯೂ ಫ್ರಾನ್ಸಿನಲ್ಲೆಲ್ಲ ಜನಪ್ರಿಯ ಬರಹಗಾರನಾದನು. ಹಲವು ವರ್ಷ ಇಂಗ್ಲೆಂಡಿನಲ್ಲಿದ್ದು ಅನಂತರ ಫ್ರಾನ್ಸಿಗೆ ವಾಪಾಸ್ಸಾದ ಮೇಲೆ ಬ್ರಿಟಿಷ್ ಸಂವಿಧಾನದ ಶ್ರೇಷ್ಠತೆಯನ್ನು ತನ್ನ ಜನರಿಗೆ ತಿಳಿಸಿದನು. ಇವನ ಪ್ರಖ್ಯಾತವಾದ ಕೃತಿ "ಸ್ಪಿರಿಟ್ ಆಫ್ ದಿ ಲಾಸ್" ಇದು ಅವನ 20 ವರ್ಷಗಳ ಪರಿಶ್ರಮದ ಫಲವಾಗಿ 1748ರಲ್ಲಿ ಪ್ರಕಟವಾಯಿತು. ಇದು ಮೂವತ್ತೊಂದು ಪುಸ್ತಕಗಳನ್ನು ಹೊಂದಿದೆ. ಈ ಕೃತಿಯು ಬಿಡುಗಡೆಗೊಂಡ 18 ತಿಂಗಳಲ್ಲಿ 22 ಪುನರ್ ಮುದ್ರಣಗಳನ್ನು ಕಂಡಿತೆಂಬ ಅಂಶವೇ ಅದರ ಪ್ರಖ್ಯಾತಿಯನ್ನು ತೋರಿಸುತ್ತದೆ. ಈ ಕೃತಿಯಲ್ಲಿ ರಾಜಕೀಯ ವಿಚಾರ ಮತ್ತು ಜನತೆಗೆ ಪರಿಚಿತವಿದ್ದ ಅನೇಕ ಬಗೆಯ ಸರ್ಕಾರಗಳ ವಿಶ್ಲೇಷಣೆ ಇದೆ. ವಿವಿಧ ಸರ್ಕಾರಗಳ ವೈಶಿಷ್ಟ್ಯ, ಗುಣದೋಷಗಳ ಸಮತೋಲನೆಯನ್ನು ಕಾಯ್ದುಕೊಂಡ ವಿಮರ್ಶಾತ್ಮಕ ವಿವರಣೆಯ ಕೃತಿ ಇದಾಗಿತ್ತು. ಮಾಂಟೆಸ್ಕ್ಯೂ ವಿವಿಧ ಸರ್ಕಾರಗಳನ್ನು ವಿಶ್ಲೇಷಿಸುವಾಗ ಪೂರ್ವಾಗ್ರಹ ಪೀಡಿತನಾಗದೆ ವಸ್ತುಸ್ಥಿತಿಯ ದೃಷ್ಟಿಯಿಂದ ಅಧ್ಯಯನ ಮಾಡಿದ್ದನು. ಇಂಗ್ಲೆಂಡಿನ ಸರ್ಕಾರವು ತನ್ನ ನಾಗರಿಕರಿಗೆ ಹೆಚ್ಚು ವೈಯಕ್ತಿಕ ಸ್ವಾತಂತ್ರ್ಯವನ್ನು ನೀಡಿರುವುದರಿಂದ ಅದು ಅತ್ಯಂತ ಶ್ರೇಷ್ಠ ಸರ್ಕಾರವೆಂದು ಅವನ ಅಭಿಪ್ರಾಯವಾಗಿತ್ತು. ಏಕೆಂದರೆ ಅರಸೊತ್ತಿಗೆಯ ಮೇಲೆ ನಿಯಮಿತ ಹತೋಟಿಯನ್ನು ಅಲ್ಲಿನ ಪ್ರತಿನಿಧಿಗಳ ಸಭೆ ಹೊಂದಿರುವುದರಿಂದ ಅಲ್ಲಿ ಸಂವಿಧಾನಬದ್ಧ ರಾಜಪ್ರಭುತ್ವವಿದೆ. ಆದ್ದರಿಂದ ಫ್ರಾನ್ಸಿಗೂ ಸಂವಿಧಾನಬದ್ದ, ನಿಯಂತ್ರಿತ ರಾಜಪ್ರಭುತ್ವವಿರಬೇಕೆಂದು ಪ್ರತಿಪಾದಿಸಿದನು. ರಾಜರ ದೈವದತ್ತ ಅಧಿಕಾರದ ಸಿದ್ಧಾಂತವನ್ನು ಅಸಂಬದ್ಧ ಮತ್ತು ಅಸಹನೀಯವೆಂದು ಕರೆದನು. ನಿರಂಕುಶ ರಾಜರುಗಳ ಅಧಿಕಾರವನ್ನು ತಡೆಗಟ್ಟಲು ಆಡಳಿತದ ಮೂರು ಅಂಗಗಳಾದ ಶಾಸಕಾಂಗ, ಕಾರ್ಯಾಂಗ ಮತ್ತು ನ್ಯಾಯಾಂಗಗಳನ್ನು ಬೇರ್ಪಡಿಸುವುದು ಅವಶ್ಯಕವೆಂದು ಒತ್ತಿ ಹೇಳಿದನು. ಜನರು ರಾಜಕೀಯ ಸಂಘ ಸಂಸ್ಥೆಗಳ ಬಗೆಗೆ ರೂಪಿಸಿಕೊಂಡಿದ್ದ ರಹಸ್ಯಮಯ ಪರದೆಯನ್ನು ಕಿತ್ತೊಗೆದನು. ಮಾಂಟೆಸ್ಕ್ಯೂ ಕ್ರಾಂತಿಕಾರಕವಾದ ವಿಚಾರಧಾರೆಗಳನ್ನು ಹೊಂದಿರಲಿಲ್ಲ. ಏಕೆಂದರೆ ಅವನು ಕ್ಯಾಥೋಲಿಕ್ ಪಂಥದ ಅನುಯಾಯಿಯಾಗಿದ್ದನು ಮತ್ತು ರಾಜತ್ವವನ್ನು ಬೆಂಬಲಿಸುತ್ತಿದ್ದನು. ಆದರೆ ಮಂದಗಾಮಿ ನೀತಿಯಲ್ಲಿ ಫ್ರಾನ್ಸ್‌ನಲ್ಲಿದ್ದ ದುರಾಡಳಿತ ಮತ್ತು ಚರ್ಚ್‌ಗಳಲ್ಲಿದ್ದ ಲೋಪದೋಷಗಳನ್ನು ಎತ್ತಿತೋರಿಸಿದನು.

ಹೀಗೆ ಮಾಂಟೆಸ್ಕ್ಯೂ ವಿದ್ಯಾವಂತ ಜನತೆಗೆ ನ್ಯಾಯಾಂಗ ಮತ್ತು ರಾಜಕೀಯ ವಿಚಾರಗಳನ್ನು ಸಾಹಿತ್ಯದಲ್ಲಿ ಅಳವಡಿಸಿ 18ನೇ ಶತಮಾನದಲ್ಲಿ ಬೆಳೆಯುತ್ತಿದ್ದ ಕ್ರಾಂತಿಕಾರಕ ತತ್ವಗಳಿಗೆ ಪುಷ್ಟಿ ನೀಡಿದನು.

ವಾಲ್ಟೇರ್ (1694–1778)

ವಾಲ್ಟೇರ್‌ನು ಅತ್ಯುತ್ತಮ ಫ್ರೆಂಚ್ ಬರಹಗಾರ, ವಿಮರ್ಶಕ ಮತ್ತು ಚಿಂತಕ. ಯೂರೋಪಿನ ಇತಿಹಾಸದಲ್ಲಿ ವಾಲ್ಟೇರ್ ಪ್ರಭಾವಶಾಲಿ ವ್ಯಕ್ತಿಗಳಲ್ಲಿ ಒಬ್ಬನಾಗಿದ್ದಾನೆ. ಇವನೊಬ್ಬ ಯುಗ ಪ್ರವರ್ತಕ. ಇವನ ಕಾಲವನ್ನು "ವಾಲ್ಟೇರ್ ಯುಗ"ವೆಂದು ಕರೆಯುತ್ತಾರೆ. ಈತನನ್ನು ಎಲ್ಲರೂ ಸ್ಮರಿಸುವುದು ನಿರಂಕುಶ ಪ್ರಭುತ್ವ, ಮತಾಂಧತೆ ಮತ್ತು ಕ್ರೌರ್ಯ ಇವುಗಳ ವಿರುದ್ಧ ಹೋರಾಡಿದ ದಿಟ್ಟ ಹೋರಾಟಗಾರನೆಂದು. ವಾಲ್ಟೇರ್‌ನಷ್ಟು ಸ್ವತಂತ್ರ ಹಾಗೂ ಧೀರ ವ್ಯಕ್ತಿತ್ವದ ವ್ಯಕ್ತಿಯನ್ನು ಜಗತ್ತು ಹೆಚ್ಚು ಬಾರಿ ಕಂಡಿಲ್ಲ. ಇವನೊಬ್ಬ ಕವಿಯಾಗಿ, ಚಿತ್ರಕಾರನಾಗಿ, ನಾಟಕಕಾರನಾಗಿ ಹಾಗೂ ವಿಜ್ಞಾನಿಯಾಗಿ ತನ್ನ 23 ವರ್ಷ ವಯಸ್ಸಿನಲ್ಲಿಯೇ ಪ್ರಸಿದ್ಧನಾಗಿದ್ದನು. ಫ್ರಾನ್ಸಿನ ಜನತೆ ಈತನಿಗೆ 'ರಾಜಾ ವಾಲ್ಟೇರ್' ಎಂಬ ಬಿರುದನ್ನೇ ನೀಡಿದ್ದರು.

ಕ್ರಾಂತಿ ಪೂರ್ವದ ಆಡಳಿತದ ಹಿಂಸಾಚಾರವನ್ನು ಸ್ವತಃ ಅನುಭವಿಸಿದ್ದ ಈತನಿಗೆ ಅದರ ಬಗ್ಗೆ ತೀವ್ರವಾದ ತಿರಸ್ಕಾರವಿತ್ತು. ಫ್ರಾನ್ಸಿನ ಶ್ರೀಮಂತ ಶೆವಲಿಯರ್ ಡಿರೋಹನ್‌ನೊಡನೆ ಸಂಭವಿಸಿದ ಜಗಳದಿಂದಾಗಿ ಮತ್ತು ಇತರ ಕಾರಣಗಳಿಂದ ಅನೇಕ ಬಾರಿ ಅವನನ್ನು ಬಂಧಿಸಿ ಬ್ಯಾಸ್ಟೇಲ್ ಸೆರೆಮನೆಯಲ್ಲಿಡಲಾಗಿತ್ತು. ಫ್ರಾನ್ಸ್‌ನಲ್ಲಿ ಇವನಿಗೆ ಪ್ರಾಣಾಪಾಯವಿದ್ದುದರಿಂದ ಲಂಡನ್ನಿನಲ್ಲಿ ರಕ್ಷಣೆ ಪಡೆದನು. ಇವನು ತನ್ನ ವೈಚಾರಿಕ ಚಟುವಟಿಕೆಗಳೊಂದಿಗೆ ಯೂರೋಪ್ ಖಂಡದಲ್ಲೇ ಮಹಾನ್ ವ್ಯಕ್ತಿಯಾಗಿ ಪ್ರಸಿದ್ಧಿಯಾದನು. ಇಂಗ್ಲೆಂಡ್‌ನಲ್ಲಿನ ಪತ್ರಿಕಾ ಸ್ವಾತಂತ್ರ್ಯ ಮತ್ತಿತರ ಇಂಗ್ಲಿಷ್ ಸಂಸ್ಥೆಗಳ ಬಗ್ಗೆ ಗೌರವ ಹೆಚ್ಚಿದ್ದಂತೆ ಫ್ರಾನ್ಸಿನಲ್ಲಿ ನಡೆಯುತ್ತಿದ್ದ ರಾಜಕೀಯ ಮತ್ತು ಧಾರ್ಮಿಕ ಅನಾಚಾರಗಳ ಬಗ್ಗೆ ಬೇಸರ ಹೆಚ್ಚಿತು. 1728ರಲ್ಲಿ ಫ್ರಾನ್ಸಿಗೆ ಹಿಂದಿರುಗಿದೊಡನೆ ಶ್ರೀಮಂತರ ಅನ್ಯಾಯಗಳನ್ನು, ಎಲ್ಲ ಬಗೆಯ ಮತಾಂಧತೆಯನ್ನು, ನಿರಂಕುಶಪ್ರಭುತ್ವವನ್ನು ವಿರೋಧಿಸಿ ಬರೆಯತೊಡಗಿದನು. ಸಿ.ಡಿ. ಹೇಜನ್ ತಿಳಿಸುವಂತೆ "ಈತನ ಲೇಖನಗಳಲ್ಲಿ ಸತ್ವ ತುಂಬಿದ್ದಿತು. ಚುಚ್ಚು ವಿಡಂಬನೆ ಮಾಡುವುದರಲ್ಲಿ ಇವನು ಪ್ರಭುತ್ವ ಸಂಪಾದಿಸಿದ. ವಿರೋಧಿಗಳನ್ನು ಪುಡಿಮಾಡುವಂತಹ ದೋಷಣಾ ಶಕ್ತಿ ಹೊಂದಿದ್ದು ಕಪಟ, ಕ್ರೂರತನ, ಧರ್ಮಾಂಧತೆಗಳ ವಿರುದ್ಧ ಉರಿ ಕಾಣುತ್ತಿದ್ದನು". ಇದರಿಂದಾಗಿ ಸರ್ಕಾರ ಮತ್ತು ಚರ್ಚಿನ ವಿರೋಧವನ್ನು ಕಟ್ಟಿಕೊಂಡನು. ಆದರೂ ಸರ್ಕಾರದಲ್ಲಿನ ಲೋಪದೋಷಗಳನ್ನು, ಅಕ್ರಮಬಂಧನ, ಕಾನೂನು ಹಾಗೂ ನ್ಯಾಯದಾನ ಪದ್ಧತಿಯಲ್ಲಿದ್ದ ದೋಷಗಳನ್ನು ಖಂಡಿಸುವುದನ್ನು ಬಿಡಲಿಲ್ಲ.

ಇವನ ಅಭಿಪ್ರಾಯದಲ್ಲಿ ಧರ್ಮಸಂಸ್ಥೆ ಅಥವಾ ಚರ್ಚ್ ಎಂದರೆ ಅಂಧಶ್ರದ್ಧೆಗಳನ್ನು ಸೃಷ್ಟಿಸುವ ಸಾಧನ, ವಿಚಾರ ಸ್ವಾತಂತ್ರ್ಯದ ವಿರೋಧಿಶಕ್ತಿ, ಮುಗ್ಧ ಜನತೆಯನ್ನು ಹಿಂಸಿಸುವ ಅಸಹನೆಯ ಸ್ಥಾನ, ಸಂಕುಚಿತ ಹಾಗೂ ಮತಾಂಧತೆಗಳನ್ನು ಬೆಂಬಲಿಸುವ ಸಂಸ್ಥೆ ಎಂದು ಕರೆಯುತ್ತಿದ್ದನು.

ಜಿನೇವಾದಲ್ಲಿದ್ದುಕೊಂಡು ಧಾರ್ಮಿಕ ಸಹಿಷ್ಣುತೆಯನ್ನು ಬೋಧಿಸುತ್ತಾ ತನ್ನ ಪ್ರಸಿದ್ಧ ಕೃತಿ 'ಕ್ಯಾಂಡಿಡ್' ರಚಿಸಿದನು. ಈತನ ಬರಹಗಳಲ್ಲಿ ಧಾರ್ಮಿಕ ಸಹನೆಗೆ ಮತ್ತು ಆರ್ಥಿಕ ಭದ್ರತೆಗೆ ಪ್ರಾಮುಖ್ಯತೆ ನೀಡಲಾಗಿದೆ. ಮನುಷ್ಯನ ಜನ್ಮಸಿದ್ಧ ಹಕ್ಕುಗಳಿಗಾಗಿ ಆತನು ಹೋರಾಟವನ್ನು ಮುಂದುವರಿಸಿದನು. ಚಿತ್ರಹಿಂಸೆಗೆ ಒಳಗಾದವರ ಪರವಾಗಿ ಹೋರಾಟ ಮಾಡಿದುದಲ್ಲದೆ ಬರಹದಲ್ಲೂ ಕೂಡ ಎಲ್ಲ ಬಗೆಯ ಶಿಕ್ಷೆಗಳನ್ನು ತೆಗೆದುಹಾಕಬೇಕೆಂದು ವಾದಿಸಿದನು. ಇಡೀ ದೇಶದಲ್ಲಿ ಒಂದೇ ವಿಧವಾದ ತೆರಿಗೆಯಿರಬೇಕು, ಎಲ್ಲರಿಗೂ ಒಂದೇ ವಿಧವಾದ ಸ್ಪಷ್ಟ ಕಾನೂನಿದ್ದು ಉಪಯೋಗಿಸಲ್ಪಡಬೇಕು. ಎಲ್ಲ ಧಾರ್ಮಿಕ ಸಂಸ್ಥೆಗಳು ಆ ದೇಶದ ಕಾನೂನಿನ ಅಧಿಕಾರಕ್ಕೆ ಒಳಪಡಬೇಕೆಂದು ಹೇಳಿದನು. "ಸ್ವಾತಂತ್ರ್ಯದಲ್ಲಿ ನಂಬಿಕೆಯಿಡದಿರುವುದು ಮಾನವ ಸಮಾಜದ ಎಲ್ಲ ಸಂಬಂಧವನ್ನು ನಾಶಮಾಡಿದಂತೆ" ಎಂದು ಅಭಿಪ್ರಾಯಪಟ್ಟಿದ್ದನು.

ವಾಲ್ಟೇರ್‌ನು ರಾಜಕೀಯ ಸಿದ್ಧಾಂತಿಯಾಗದಿದ್ದರೂ ಸರ್ಕಾರದಲ್ಲಿನ ದೋಷಗಳನ್ನು ಟೀಕಿಸುತ್ತಾ ರಾಜಪ್ರಭುತ್ವದ ಬಗ್ಗೆ ಜನರಲ್ಲಿ ಗೌರವವನ್ನು ಕಡಿಮೆ ಮಾಡಿದನು. ಆದರೆ ರಾಜಪ್ರಭುತ್ವವನ್ನು ಒಂದು ಸಂಸ್ಥೆಯಾಗಿ ಗೌರವಿಸುತ್ತಿದ್ದನು. ಪರಿಮಿತ ಪ್ರಭುತ್ವದಿಂದ ಕೂಡಿದ ಬ್ರಿಟಿಷ್ ವ್ಯವಸ್ಥೆಯ ಫಲವಾಗಿ, ಯುದ್ಧದಲ್ಲಿ ಮತ್ತು ಆರ್ಥಿಕತೆಯಲ್ಲಿ ಬ್ರಿಟನ್ ಜಯಗಳಿಸಿತು ಎಂಬ ಮಾಂಟೆಸ್ಕ್ಯೂನ ತತ್ವವನ್ನು ಇವನು ಬೆಂಬಲಿಸಿದನು. ಆದರೆ ಕಡೆಯ ತನಕ ದೊರೆತನದ ಬಗ್ಗೆ ಗೌರವವನ್ನು ಉಳಿಸಿಕೊಂಡೇ ಬಂದನು. ಪ್ರಗತಿಪರ ದೊರೆಗಳು ಜಗತ್ತಿನ ಮುನ್ನಡೆಗೆ ಅತ್ಯಗತ್ಯವೆಂದು ಈತನು ಭಾವಿಸಿದ್ದನು. ಕಲ್ಯಾಣಕಾರಕವಾದ ನಿರಂಕುಶ ಪ್ರಭುತ್ವ ಈತನ ಕಲ್ಪನೆಯ ಆದರ್ಶ ಸರ್ಕಾರವಾಗಿತ್ತು. ಈತನು ಪ್ರಜಾಪ್ರಭುತ್ವವಾದಿಯಾಗಿರಲಿಲ್ಲ. ಅವನೇ ಅಭಿಪ್ರಾಯ ಪಟ್ಟಿರುವಂತೆ "ನೂರು ಇಲಿಗಳಿಂದ ಆಳಿಸಿಕೊಳ್ಳುವುದಿಕ್ಕಿಂತ ಒಂದು ಹುಲಿಯಿಂದ ಆಳಿಸಿಕೊಳ್ಳಲು ಇಚ್ಛಿಸುತ್ತೇನೆ" ಎಂದಿದ್ದಾನೆ. ಇವನಿಗೆ ಸರ್ಕಾರದ ಗುಣಲಕ್ಷಣಗಳನ್ನು ಬದಲಿಸಬೇಕೆಂಬ ಇಚ್ಛೆಯಿರಲಿಲ್ಲ. ಅವನಿಗೆ ಬೇಕಾಗಿದ್ದುದು ಸ್ವಾತಂತ್ರ್ಯ. ಪ್ರತಿಯೊಬ್ಬ ಮಾನವನಿಗೂ ತನ್ನ ಇಚ್ಛೆಯಂತೆ ನಡೆಯುವ, ಆಲೋಚಿಸುವ, ಮಾತನಾಡುವ ಹಾಗೂ ಬರೆಯುವ

ಸ್ವಾತಂತ್ರ್ಯವಿರಬೇಕು. ಸ್ವಾತಂತ್ರ್ಯವೊಂದೇ ಸಾರ್ವತ್ರಿಕ ಸತ್ಯ; ಅದೊಂದೇ ಎಲ್ಲಾ ಪ್ರಗತಿಯ ಆಧಾರಶಕ್ತಿ. ಅದರಿಂದಲೇ ವಿವೇಚನಾ ಶಕ್ತಿ ಬೆಳೆಯಲು ಸಾಧ್ಯ ಎಂದು ಪ್ರತಿಪಾದಿಸಿದನು. ಇವನ ಈ ತತ್ವವೇ ಫ್ರಾನ್ಸಿನ ಮಹಾಕ್ರಾಂತಿಯ ಮೈಲಿಗಲ್ಲಾಯಿತು.

ರೂಸೋ (1712–1778)

ಫ್ರಾನ್ಸಿನ ತತ್ವಜ್ಞಾನಿಗಳಲ್ಲಿ ರೂಸೋ ಸರ್ವಶ್ರೇಷ್ಠನು. ಇವನನ್ನು ನವಯುಗದ ಪ್ರವಾದಿ ಅಥವಾ ಹರಿಕಾರನೆಂದು ಕರೆಯಲಾಗಿದೆ. ಇವನ ಪೂರ್ಣಹೆಸರು ಜೀನ್, ಜಾಕಸ್ ರೂಸೋ. ನೆಪೋಲಿಯನ್ ಬೋನಾಪಾರ್ಟೆಯು "ರೂಸೋ ಜನಿಸದಿದ್ದಲ್ಲಿ ಫ್ರಾನ್ಸ್‌ನಲ್ಲಿ ಕ್ರಾಂತಿಯೇ ಆಗುತ್ತಿರಲಿಲ್ಲ" ಎಂದು ಅಭಿಪ್ರಾಯಪಟ್ಟಿದ್ದಾನೆ. ಇವನ ಆರಂಭದ ಜೀವನದ ಕಷ್ಟಕಾರ್ಪಣ್ಯಗಳು ಅವನನ್ನು ನಾಗರಿಕ ಪ್ರಪಂಚದ ಬಗ್ಗೆ ಕೋಪ, ದ್ವೇಷ ಮತ್ತು ತಾತ್ಸಾರ ಬೆಳೆಸಿಕೊಳ್ಳಲು ಕಾರಣವಾದವು. ಮಾಂಟೆಸ್ಕ್ಯೂ ಮತ್ತು ವಾಲ್ಟೇರ್ ವ್ಯಕ್ತಿ ಸ್ವಾತಂತ್ರ್ಯದ ದೃಷ್ಟಿಯಿಂದ ಸುಧಾರಣೆಗಳನ್ನು ಬಯಸಿ ದಬ್ಬಾಳಿಕೆಯನ್ನು ತರಲು ಬಯಸಿದ್ದರು. ಆದರೆ ರೂಸೋ ಸಮಾಜದ ಸಂಪೂರ್ಣ ಪುನರ್ವ್ಯವಸ್ಥೆಯನ್ನು ತರಲು ಬಯಸಿ ಅವರಿಗಿಂತಲೂ ಕ್ರಾಂತಿಕಾರಕವಾದ ವಿಚಾರಗಳನ್ನು ಮಂಡಿಸಿದನು. ಇವನ ಅಭಿಪ್ರಾಯದಲ್ಲಿ ದೋಷಗಳ ನಿವಾರಣೆ ಅಥವಾ ಸುಧಾರಣೆಯಿಂದ ಪರಿಸ್ಥಿತಿಯನ್ನು ಸರಿಯಾಗಿಸುವುದು ಸಾಧ್ಯವಿಲ್ಲದಾಗಿತ್ತು. ಆತನಿಗೆ ಐತಿಹಾಸಿಕ ಪ್ರಜ್ಞೆ ಸ್ವಲ್ಪವೂ ಇರದೇ ಗತಕಾಲದ ಬಗ್ಗೆ ತಾತ್ಸಾರ ಮನೋಭಾವನೆ ಬೆಳೆಸಿಕೊಂಡುದಲ್ಲದೇ ಅದು ಆತನಿಗೆ ವೈರಿಯಾಗಿ ಕಂಡಿತು. ಮಾನವನ ಎಲ್ಲ ತೊಂದರೆಗಳಿಗೂ ಮೂಲ ಕಾರಣವೇ ಗತಕಾಲ. ಆದ್ದರಿಂದ ಮಾನವ ಕುಲವು ಬಹಬೇಗನೆ ಅದರಿಂದ ವಿಮೋಚನೆ ಹೊಂದಬೇಕೆಂದು ತಿಳಿಸಿದನು. ರೂಸೋ ನಾಗರಿಕ ಸಮಾಜವನ್ನು ಟೀಕಿಸುತ್ತಾ ತನ್ನ ಮೊದಲ ಕೃತಿಯಲ್ಲಿ "ಸ್ವಾಭಾವತಹ ಮಾನವನು ಒಳ್ಳೆಯವನು, ನ್ಯಾಯಸಂಪನ್ನನು ಮತ್ತು ಸಂತುಷ್ಟನಾಗಿದ್ದನು. ನಾಗರಿಕತೆಯಿಂದಾಗಿ ಅವನು ದುಷ್ಟನಾಗಿ ಅದಃಪತನದ ಹಾದಿ ಹಿಡಿದನು. ಆದುದರಿಂದ ನಾಗರಿಕತೆಯನ್ನು ಸಂಪೂರ್ಣವಾಗಿ ತೊಡೆದುಹಾಕಿ ಅದರ ಕೃತ್ರಿಮವಾದ ಮತ್ತು ವಿನಾಶಕಾರಿಯಾದ ಸಂಪ್ರದಾಯಗಳನ್ನು ಮತ್ತು ಸಂಸ್ಥೆಗಳನ್ನು ನಿರ್ನಾಮಗೊಳಿಸಿ ಅದರ ಬುನಾದಿಯ ಮೇಲೆ ಹೊಸ ಸರ್ಕಾರದ ಸುಂದರ ಸೌಧವನ್ನು ನಿರ್ಮಿಸಬೇಕೆಂದು ಹೇಳಿದ್ದಾನೆ".

ರೂಸೋ ವಾಲ್ಟೇರನ "Philosophical Letters" ಎಂಬ ಕೃತಿಯನ್ನು ಬಹುವಾಗಿ ಮೆಚ್ಚಿಕೊಂಡಿದ್ದನು. ರೂಸೋ ತನ್ನ "Discourse on the Science and Arts" ಎಂಬ ಕೃತಿಯಲ್ಲಿ ಅಸಮಾನತೆಯನ್ನು ಸ್ವಾಭಾವಿಕ ಅಸಮಾನತೆ ಮತ್ತು ಕೃತಕ ಅಸಮಾನತೆ ಎಂದು ವಿಭಾಗಿಸಿದ್ದನು. ಸಮಾಜದಲ್ಲಿ ಅರಸರು, ಬಡರೈತರು, ಗುಲಾಮರು, ಶಿಕ್ಷಣ ಪಡೆದವರು, ಪಡೆಯದವರು, ಆಸ್ತಿಯನ್ನು ಹೊಂದಿದವರು, ಹೊಂದದವರು ಎಂಬ ಅಸಮಾನತೆಗಳನ್ನು ಟೀಕಿಸಿದನು. ಇವುಗಳನ್ನು ತೊಡೆದುಹಾಕಬೇಕಾದರೆ ಕೆಲವು ಕೃತಕ ಅಡೆತಡೆಗಳನ್ನು ತೊಡೆದುಹಾಕಬೇಕೆಂದು ಹೇಳಿದನು. ಇವನು ಮೂಲಭೂತವಾಗಿ ಜನತೆಗೆ ಕ್ರಾಂತಿಕಾರಕ ಸಮಾಜವನ್ನು ಪುನಃ ಸಂಘಟಿಸಬೇಕೆಂದು ಕರೆಕೊಟ್ಟನು.

ಸಾಮಾಜಿಕ ಒಪ್ಪಂದ "ಸೋಷಿಯಲ್ ಕಾಂಟ್ರಾಕ್ಟ್" ಎಂಬ ಕೃತಿಯು ರೂಸೋನ ಗ್ರಂಥಗಳಲ್ಲೆಲ್ಲ ಪ್ರಸಿದ್ಧಿಯಾದುದು ಮತ್ತು ಪರಿಣಾಮದ ದೃಷ್ಟಿಯಿಂದಲೂ ಮಹತ್ವವಾದುದು. ಆದ್ದರಿಂದ ಇದನ್ನು ಫ್ರಾನ್ಸಿನ ಮಹಾಕ್ರಾಂತಿಯ ಬೈಬಲ್ ಎಂದೇ ಕರೆಯಲಾಗಿದೆ. ಈ ಕೃತಿಯು 1762ರ ಏಪ್ರಿಲ್‌ನಲ್ಲಿ ಬಿಡುಗಡೆಯಾಯಿತು. ಈ ಕೃತಿಯು "ಜನ್ಮತಃ ಮನುಷ್ಯನು ಸ್ವತಂತ್ರವಾಗಿ ಹುಟ್ಟಿದ್ದಾನೆ ಆದರೆ ಅವನು ಎಲ್ಲ ಕಡೆಯಿಂದಲೂ ಸರಪಳಿಯಿಂದ ಬಂಧಿತನಾಗಿದ್ದಾನೆ" ಎಂಬ ಮಹಾವಾಕ್ಯದೊಂದಿಗೆ ಪ್ರಾರಂಭವಾಗಿತ್ತು. ಈ ವಾಕ್ಯವು ಜನರಲ್ಲಿ ವಿದ್ಯುತ್ ಸಂಚಾರವನ್ನುಂಟುಮಾಡಿ ಕ್ರಾಂತಿಯ ಕಾಲದಲ್ಲಿ ಎಲ್ಲರ ತುಟಿಗಳ ಮೇಲೆ ಹರಿದಾಡಿತು. ರೂಸೋ ಪ್ರಸ್ತುತ ಸರ್ಕಾರಕ್ಕೆ ಸಂಪೂರ್ಣವಾಗಿ ವಿರುದ್ಧವಾದ ಹಾಗೂ ಮಾದರಿ ಸರ್ಕಾರವನ್ನು ಕುರಿತು ವಿವರಿಸುತ್ತಾನೆ. ರೂಸೋ ಪ್ರಾತಿನಿಧಿಕ ಸರ್ಕಾರದ ಬದಲು ಜನತೆಯೇ ನೇರವಾಗಿ ಶಾಸನಗಳನ್ನು ರಚಿಸುವಂತಹ ಸರ್ಕಾರವಿರಬೇಕೆಂದು ಬಯಸಿದ್ದನು. ರೂಸೋ ಬೆಂಬಲಿಸುತ್ತಿದ್ದುದು ಬಹುಸಂಖ್ಯಾತ ಜನತೆಯನ್ನು ಪ್ರತಿನಿಧಿಸುವ ಸರ್ಕಾರವನ್ನು. ಆದರೆ ಅಲ್ಪಸಂಖ್ಯಾತರ ಹಕ್ಕುಗಳ ರಕ್ಷಣೆಯೂ ಅಷ್ಟೇ ಅವಶ್ಯಕವೆಂದು ಭಾವಿಸಿದ್ದನು. ಮಾನವರು ಜನ್ಮತಹ ಸ್ವತಂತ್ರರು ಮತ್ತು ಹಕ್ಕುಗಳಲ್ಲಿ ಸಮಾನರು ಎಂಬುದು ಅವನ ನಂಬಿಕೆ.

ಸುಸಂಸ್ಕೃತ ಸಮಾಜವು "ಸಾಮಾಜಿಕ ಒಪ್ಪಂದ"ದ ತಳಹದಿಯ ಮೇಲೆ ನಿಂತಿದೆ ಎಂದು ರೂಸೋ ಭಾವಿಸಿದ್ದನು. ಬಹು ಹಿಂದೆ ಜನರು ಪ್ರಾಕೃತಿಕ ಸ್ಥಿತಿಯಲ್ಲಿದ್ದುದರಿಂದ ತಮ್ಮ ಪ್ರಾಣ ಹಾಗೂ ಆಸ್ತಿಪಾಸ್ತಿಗಳ ರಕ್ಷಣೆಗಾಗಿ ಒಂದು ಸರ್ಕಾರವನ್ನು ರಚಿಸಿಕೊಂಡು ಬಾಳಬೇಕಾದ್ದರಿಂದ ಒಂದು ಒಪ್ಪಂದಕ್ಕೆ ಬಂದಿದ್ದರು ಎಂದು ಭಾವಿಸಿದ್ದನು. ಆದರೆ ಈಗಿದ್ದ ಒಡಂಬಡಿಕೆಯು ಅಪ್ರಮಾಣಿಕವೆಂದು ಈತನು ತಿಳಿದಿದ್ದನು. ಏಕೆಂದರೆ ಅದು ಅನ್ಯಾಯವಾಗಿ ಶ್ರೀಮಂತ ವರ್ಗವನ್ನು ಬೆಂಬಲಿಸುತ್ತಿತ್ತು. ಹೀಗಾಗಿ ಮೂಲ ಒಪ್ಪಂದದ ಅಂಶವಾದ ಯಾವ ಸರ್ಕಾರವಾದರೂ ಪ್ರಜೆಗಳ ಒಪ್ಪಿಗೆಯ ಆದಾರದ ಮೇಲೆ ನಿಂತಿದೆ ಎಂಬುದಕ್ಕೆ ಇದು ವಿರುದ್ಧವಾಗಿತ್ತು. ಆದ್ದರಿಂದ "ಪ್ರಕೃತಿಗೆ ಹಿಂತಿರುಗಿ, ಪ್ರಕೃತಿಯಲ್ಲಿ ಎಲ್ಲವೂ ಸರಳ ಮತ್ತು ಸುಂದರ" ಎಂಬ ಕರೆ ನೀಡಿದನು.

ರೂಸೋ ತನ್ನ "ಸಾಮಾಜಿಕ ಒಪ್ಪಂದ" ಕೃತಿಯಲ್ಲಿ ಮತ್ತೊಂದೆಡೆ ಹೀಗೆ ಹೇಳಿದ್ದಾನೆ, ನ್ಯಾಯವಾದ ಸರ್ಕಾರವನ್ನು ಸ್ಥಾಪಿಸಬೇಕು, ಎಲ್ಲಾ ಜನತೆಯು ಸಾಮೂಹಿಕ ಒಡೆತನ ಅಥವಾ ಸಮಾಜಕ್ಕೆ ತಲೆ ಬಾಗಬೇಕು, ಒಬ್ಬ ಮನುಷ್ಯ ಇನ್ನೊಬ್ಬನಿಗೆ ತಲೆಬಾಗಬೇಕು. ಮನುಷ್ಯನ ಸಾರ್ವಭೌಮತ್ವವನ್ನು ಸ್ಥಳಾಂತರಿಸಲು ಸಾಧ್ಯವಿಲ್ಲ. ರಾಜ್ಯವು ಜನರ ಒಳಿತಿಗಾಗಿ ಮತ್ತು ಇಡೀ ಸಮಾಜದ ಒಳಿತಿಗಾಗಿ ಇದೆ. ಸಮಾಜವು ತನಗೆ ಬೇಕಾದ ರೀತಿಯಲ್ಲಿ ಸರ್ಕಾರವನ್ನು ರಚಿಸಬಲ್ಲದು ಅಥವಾ ಅಯೋಗ್ಯ ಸರ್ಕಾರವನ್ನು ಕಿತ್ತೊಗೆಯಬಲ್ಲದೆಂದು ತಿಳಿಸಿದನು. ನಿರಂಕುಶ ಪ್ರಭುವಿನ ದಬ್ಬಾಳಿಕೆಯಿಂದ ಕೂಡಿದ ಆಳ್ವಿಕೆಯ ವಿರುದ್ಧ ದಂಗೆಯೇಳುವ ಹಕ್ಕು ಪ್ರಜೆಗಳಿಗಿದೆಯೆಂದು ರೂಸೋ ಸಾರಿದನು. ಸಾಮಾಜಿಕ ಒಪ್ಪಂದದಲ್ಲಿ ರೂಸೋ ಪ್ರತಿಪಾದಿಸಿದ ಸ್ವಾತಂತ್ರ್ಯ, ಸಮಾನತೆ ಮತ್ತು ಭ್ರಾತೃತ್ವದ ತತ್ವಗಳು ಫ್ರಾನ್ಸಿನ ಕ್ರಾಂತಿಯ ಬೀಜ ಮಂತ್ರಗಳಾದವು. ಹೀಗೆ ರೂಸೋವಿನ ಕ್ರಾಂತಿಕಾರಕ ಬರವಣಿಗೆಗಳು ಮತ್ತು ತತ್ವಗಳು ಫ್ರೆಂಚರ ಮೇಲೆ ತೀವ್ರ ಪರಿಣಾಮ ಬೀರಿದವು. ಸ್ವಾತಂತ್ರ್ಯಪ್ರಿಯ ಜನಾಂಗಕ್ಕೆ ನಂದಾ ದೀಪಗಳಾದವು.

ದಿದೆರೊ

ಸಾಹಿತಿ ಹಾಗೂ ತತ್ವಜ್ಞಾನಿಯಾದ ದಿದೆರೊ ರೂಸೋ ಮತ್ತು ಕ್ಯಾಂಡಿಲಾಕ್ ಮುಂತಾದವರ ಸಂಪರ್ಕವಿಟ್ಟುಕೊಂಡಿದ್ದನು. 1745ರಲ್ಲಿ ದಿದೆರೊ ಜೀನ್‌ದ ಅಲೆಂಬರ್ಟ್‌ನ ಜೊತೆಯಲ್ಲಿ ವಿಶ್ವಕೋಶದ ಕೆಲಸವನ್ನು ಸಹಸಂಪಾದಕನಾಗಿ ಆರಂಭಿಸಿದನು. ಹದಿನೇಳು ಸಂಪುಟಗಳನ್ನು ಒಳಗೊಂಡ ಎನ್‌ಸೈಕ್ಲೋಪಿಡಿಯ (ವಿಶ್ವಕೋಶ) 1750ರಲ್ಲಿ ಪ್ರಕಟವಾಯಿತು. ಈ ವಿಶ್ವಕೋಶದಲ್ಲಿ ಫ್ರಾನ್ಸಿನ ಹಾಗೂ ಯೂರೋಪಿನ ಇತರ ದೇಶಗಳ ರಾಜಕೀಯ, ಸಾಮಾಜಿಕ, ಧಾರ್ಮಿಕ ಹಾಗೂ ಆರ್ಥಿಕ ಸ್ಥಿತಿಗತಿಗಳ ಕುರಿತು ನಿರ್ಭಯವಾಗಿ ವಿಮರ್ಶಿಸಲಾಗಿತ್ತು. ಅವರು ಅನ್ಯಾಯಗಳನ್ನು, ಗುಲಾಮಿ ಪದ್ಧತಿಯನ್ನು, ಅಸಮಾನ ತೆರಿಗೆಯನ್ನು, ಲಂಚಕೋರ ನ್ಯಾಯವ್ಯವಸ್ಥೆಯನ್ನು ಮತ್ತು ಯುದ್ಧಗಳ ಮೇಲಿನ ಅನುಪಯುಕ್ತ ವೆಚ್ಚವನ್ನು ವಿರೋಧಿಸುತ್ತಿದ್ದನು. ಇಂತಹವುಗಳನ್ನು ವಿರೋಧಿಸಿ ಅವುಗಳಿಗೆ ಕನಿಕರ ವ್ಯಕ್ತಪಡಿಸಿ ಮತ್ತು ಸಾಮಾಜಿಕ ಬೆಳವಣಿಗೆಯ ಇವರ ಕನಸುಗಳನ್ನು ವಿಶ್ವಕೋಶದಲ್ಲಿ ಬರೆದನು. ಇದನ್ನು ಓದಿದ ವಿದ್ಯಾವಂತ ಫ್ರೆಂಚ್ ಜನರಲ್ಲಿ ಬೌದ್ಧಿಕ ಜಾಗೃತಿಯುಂಟಾಗಿ ಸಮಾಜದ ಲೋಪದೋಷಗಳ ವಿರುದ್ಧ ಮಾತನಾಡಲಾರಂಭಿಸಿದರು.

ದಿದೆರೊ

ಆರ್ಥಿಕ ಚಿಂತಕರು ಅಥವಾ ಫಿಸಿಯಾಕ್ರಾಟರು

ಫಿಸಿಯಾಕ್ರಾಟರೆಂಬ ಆರ್ಥಿಕ ಚಿಂತಕರ ಒಂದು ತಂಡವು ಫ್ರಾನ್ಸಿನ ಆರ್ಥಿಕ ಅಧ್ಯಯನದಲ್ಲಿ ತೊಡಗಿ ಲೋಪದೋಷಗಳನ್ನು ಟೀಕಿಸುತ್ತಾ ಅನೇಕ ಆರ್ಥಿಕ ನೀತಿಗಳನ್ನು ಪ್ರಯೋಗದಲ್ಲಿ ತರಲು ಪ್ರಯತ್ನಿಸಿದರು. ಈ ತಂಡದ ನಾಯಕ ಕ್ವೆಸ್ನೆ ಎಂಬುವವನು. ಭೂಮಿಯ ಉತ್ಪಾದನೆಯು ದುಡಿಯುವವನ ಪರಿಶ್ರಮವನ್ನು ಅವಲಂಬಿಸಿರುವುದರಿಂದ ಶ್ರಮಜೀವಿಗಳೇ ಉತ್ಪಾದಕರಾಗಿರುತ್ತಾರೆ. ಭೂಮಿಯು ಸಂಪತ್ತಿನ ಏಕಮೇವ ಮೂಲವೆಂದೂ ಸರ್ಕಾರವು ಉಳಿದೆಲ್ಲ ತೆರಿಗೆಗಳನ್ನು ರದ್ದು ಮಾಡಿ ಭೂ ತೆರಿಗೆಯೊಂದನ್ನು ಮಾತ್ರ ವಿಧಿಸಬೇಕೆಂದು ಇವರು ಪ್ರತಿಪಾದಿಸಿದರು. ಫ್ರಾನ್ಸಿನ ವ್ಯಾಪಾರ ಹಾಗೂ ಔದ್ಯೋಗಿಕ ಕ್ಷೇತ್ರಗಳಲ್ಲಿ ಕ್ರಾಂತಿಯನ್ನು ಉಂಟುಮಾಡುವಂತಹ ತತ್ವಗಳನ್ನು ಇವರು ಪ್ರತಿಪಾದಿಸಿದರು. ಆ ಮೂಲಕ ವ್ಯಾಪಾರ ಹಾಗೂ ಕೈಗಾರಿಕಾ ಕ್ಷೇತ್ರಗಳ ಪ್ರಗತಿಯನ್ನು ಕುಂಠಿತಗೊಳಿಸಲು ಕಾರಣವಾದ ಸರ್ಕಾರಿ ನಿಯಮಗಳನ್ನು ರದ್ದುಗೊಳಿಸಬೇಕೆಂದರು. ಸಂಪೂರ್ಣ ಮುಕ್ತ ವ್ಯಾಪಾರ ನೀತಿಯನ್ನು ಅನುಸರಿಸುವ ಮೂಲಕ ಅವುಗಳ ಬೆಳವಣಿಗೆಗೆ ಪ್ರೋತ್ಸಾಹಿಸಬೇಕೆಂದರು. ಫ್ರಾನ್ಸ್ ದೇಶದಲ್ಲಿ ರಾಜಕೀಯ ಹಾಗೂ ಸಾಮಾಜಿಕ ಕ್ರಾಂತಿಯನ್ನು ಉಂಟುಮಾಡಿದ ಉಳಿದ ಲೇಖಕರ ತತ್ವಗಳಂತೆಯೇ ಇವರ ತತ್ವಗಳು ವ್ಯಾಪಾರದಲ್ಲಿ ಅತಿ ಹೆಚ್ಚಿನ ಸ್ವಾತಂತ್ರ್ಯವನ್ನು ಪ್ರಸ್ತಾಪಿಸುವ ಮೂಲಕ ಆ ಕ್ಷೇತ್ರದಲ್ಲಿ ಕ್ರಾಂತಿಯನ್ನು ಸಾಧಿಸಿದವು.

4. ಅಮೆರಿಕಾದ ಕ್ರಾಂತಿಯ ಪ್ರಭಾವ

ಫ್ರಾನ್ಸಿನ ಮಹಾಕ್ರಾಂತಿಗೆ ಅಮೆರಿಕಾದ ಕ್ರಾಂತಿಯ ಪ್ರಭಾವವು ಒಂದು ಪ್ರಮುಖವಾದ ಕಾರಣವಾಗಿದೆ. ಅಮೆರಿಕಾದ ಸ್ವಾತಂತ್ರ್ಯ ಹೋರಾಟಕ್ಕೆ ಬ್ರಿಟಿಷರ ವಿರುದ್ಧವಾಗಿ ಫ್ರಾನ್ಸ್ ಸಂಪೂರ್ಣ ಸಹಾಯ ನೀಡಿತು. ಅದಕ್ಕೆ ಕಾರಣ ಫ್ರಾನ್ಸ್ ಬ್ರಿಟನ್‌ನೊಂದಿಗಿನ ಸಪ್ತ ವರ್ಷಗಳ ಯುದ್ಧದಲ್ಲಿ ಅನುಭವಿಸಿದ್ದ ಸೋಲಿನ ಸೇಡನ್ನು ತೀರಿಸಿಕೊಳ್ಳುವುದೇ ಆಗಿತ್ತು. ಆದರೆ

ಈ ಭಾಗವಹಿಸುವಿಕೆಯಿಂದಾಗಿ ಆದ ಅಧಿಕ ಯುದ್ಧದ ವೆಚ್ಚವು ಫ್ರಾನ್ಸ್‌ನ ಆರ್ಥಿಕ ನೆಲೆಗಟ್ಟನ್ನೇ ಅಲುಗಾಡಿಸಿತು. ಫ್ರಾನ್ಸ್‌ನ ಕ್ರಾಂತಿಯು ಆರಂಭವಾಗುವ ಮುನ್ನ ಅರ್ಥರ್ ಯಂಗ್ ಎಂಬುವವನು "ಫ್ರೆಂಚ್ ಸರ್ಕಾರವು ತನ್ನನ್ನು ತಾನು ಸರಿಯಾಗಿ ನೋಡಿಕೊಳ್ಳದಿದ್ದರೆ ಅಮೆರಿಕಾ ಕ್ರಾಂತಿಯು ಫ್ರಾನ್ಸಿನಲ್ಲಿ ಕ್ರಾಂತಿಯ ಕಿಚ್ಚನ್ನು ಹರಡುವುದು ಸತ್ಯ" ಎಂದು ಅಭಿಪ್ರಾಯಪಟ್ಟಿದ್ದನು. ಅಮೆರಿಕಾದ ವಸಾಹತುಗಳು ಸ್ವಾತಂತ್ರ್ಯಕ್ಕಾಗಿ ಆರಂಭಿಸಿದ ಹೋರಾಟವನ್ನು ಕಂಡ ಫ್ರೆಂಚರು ತಮ್ಮ ಸಹಾನುಭೂತಿಯನ್ನು ವ್ಯಕ್ತಪಡಿಸಿದರು. ಅಮೆರಿಕಾದ ಹೋರಾಟದಲ್ಲಿ ಭಾಗಿಗಳಾಗಿದ್ದ ಮಾರ್ಕ್ವಿಸ್ ಡಿ ಲಫಾಯಟೆಯಂತಹ ಸೇನಾ ನಾಯಕರು ಮತ್ತು ಸೈನಿಕರು ಅಲ್ಲಿನ ತಮ್ಮ ಅನುಭವಗಳನ್ನು ಸ್ವದೇಶಕ್ಕೆ ಮರಳಿ ಬಂದಾಗ ಪ್ರಜಾಪ್ರಭುತ್ವ, ವ್ಯಕ್ತಿ ಸ್ವಾತಂತ್ರ್ಯ, ದುರಾಡಳಿತದ ವಿರುದ್ಧ ದಂಗೆಯೇಳುವ ಸ್ವಾತಂತ್ರ್ಯ ಮುಂತಾದ ಹೊಸ ವಿಚಾರಗಳನ್ನು ಜನರಲ್ಲಿ ಪ್ರಚಾರಮಾಡಿದರು. ಜಾರ್ಜ್ ವಾಷಿಂಗ್ಟನ್ ಹೇಳಿರುವಂತೆ "ಅಮೆರಿಕಾದ ಕ್ರಾಂತಿಯು ಯೂರೋಪಿನ ಪ್ರತಿಯೊಂದು ರಾಷ್ಟ್ರದ ಕಣ್ಣು ತೆರೆಸಿ ಸಮಾನತೆ, ಸ್ವಾತಂತ್ರ್ಯದ ಮನೋಭಾವ ಎಲ್ಲೆಡೆ ತ್ವರಿತವಾಗಿ ಹರಡುವಂತೆ ಮಾಡಿತು". ಅಮೇರಿಕಾದ ಕ್ರಾಂತಿಯ ಪ್ರಭಾವದಿಂದಾಗಿ ಫ್ರೆಂಚರು ತಮ್ಮ ದೊರೆಯ ನಿರಂಕುಶಾಡಳಿತ, ಸಾಮಾಜಿಕ ಹಾಗೂ ಆರ್ಥಿಕ ಅಸಮಾನತೆಯ ವಿರುದ್ಧ ದಂಗೆಯೇಳಬೇಕೆಂಬ ಕಲ್ಪನೆ ಬೆಳೆಯಿತು. ಅಮೆರಿಕನ್ನರು ತಮ್ಮ ತಾಯ್ನಾಡಿನ ಮೇಲಿನ ದಬ್ಬಾಳಿಕೆಯ ವಿರುದ್ಧ ಸಾಧಿಸಿದ್ದ ಯಶಸ್ವಿ ಜಯದ ನಿದರ್ಶನವು ಫ್ರೆಂಚ್ ಜನತೆಗೆ ಸ್ಫೂರ್ತಿನೀಡಿತು. ಪ್ರೊ.ಎಚ್.ಮೋರ್ಸ್‌ಸ್ಟೀಫನ್ಸ್ ಅವರು "ಅಮೆರಿಕಾದ ಕ್ರಾಂತಿಯು ವಿಜಯದಲ್ಲಿ ಸಮಾಪ್ತಿಯಾಗದಿದ್ದರೆ ಫ್ರಾನ್ಸಿನಲ್ಲಿ ಕ್ರಾಂತಿ ಆಗುತ್ತಿತ್ತೋ ಇಲ್ಲವೋ" ಎಂದು ಶಂಕಿಸಿದ್ದಾರೆ.

ಅಮೆರಿಕನ್ನರ ಸ್ವಾತಂತ್ರ್ಯ ಸಂಪಾದನೆಯ ಸಂಭ್ರಮದಲ್ಲಿ ಭಾಗಿಗಳಾದ ಫ್ರೆಂಚರು ತಮ್ಮ ದೇಶದಲ್ಲೂ ಸಹ ಪ್ರಜಾ ಸರ್ಕಾರವನ್ನು ಸ್ಥಾಪಿಸಬೇಕು ಎಂಬ ಕನಸನ್ನು ಕಾಣಲಾರಂಭಿಸಿದರು. ಅಮೆರಿಕಾದ ಕ್ರಾಂತಿಯಲ್ಲಿ ಭಾಗವಹಿಸಿ ಬಂದಿದ್ದ ಲಫಾಯಿಟ್‌ರಂತಹ ಸೈನಿಕ ನಾಯಕರು ಮತ್ತು ಸೈನಿಕರು ಫ್ರಾನ್ಸಿನ ಕ್ರಾಂತಿಯ ಸಮಯದಲ್ಲಿ ಸಕ್ರಿಯವಾಗಿ ಭಾಗವಹಿಸಿ ನಾಯಕತ್ವವನ್ನು ವಹಿಸಿಕೊಂಡು ಕ್ರಾಂತಿಗೆ ಕಾರಣರಾದರು. ಅಮೆರಿಕಾದ ಕ್ರಾಂತಿಯು ಫ್ರಾನ್ಸ್‌ನ ಕ್ರಾಂತಿಕಾರರಿಗೆ ಧ್ಯೇಯೋದ್ದೇಶವನ್ನು, ಕ್ರಾಂತಿಯ ನಾಯಕರನ್ನು, ಅಂತಿಮವಾಗಿ ಫ್ರಾನ್ಸ್‌ನಲ್ಲಿ ಆರ್ಥಿಕ ದಿವಾಳಿತನ ಮತ್ತು ಸಂದಿಗ್ಧತೆಗಳನ್ನು ನಿರ್ಮಿಸುವ ಮೂಲಕ ಫ್ರಾನ್ಸ್ ಕ್ರಾಂತಿಗೆ ದಾರಿಮಾಡಿಕೊಟ್ಟಿತು.

5. ಆರ್ಥಿಕ ಕಾರಣಗಳು

ಫ್ರಾನ್ಸಿನ ಮಹಾಕ್ರಾಂತಿಗೆ ಆರ್ಥಿಕ ಕಾರಣಗಳು ಅತಿ ಮುಖ್ಯ ಕಾರಣಗಳಾಗಿದ್ದವು. ಜನಸಾಮಾನ್ಯರ ನಂಬಿಕೆಯೆಂದರೆ ಯಾವುದೇ ದೇಶದಲ್ಲಿಯೇ ಆಗಲಿ ಬಹುಸಂಖ್ಯಾತ ಜನರು ಆರ್ಥಿಕ ಅವಶ್ಯಕತೆಯಿಂದಲ್ಲದೆ ಯಾವುದೇ ದಂಗೆ ಅಥವಾ ಕ್ರಾಂತಿಗೆ ಕೈಹಾಕುವುದಿಲ್ಲವೆಂಬುದಾಗಿದೆ. ಫ್ರಾನ್ಸಿನ ಆರ್ಥಿಕ ತೊಂದರೆಗಳು ಮತ್ತು ಜನತೆಯ ಆರ್ಥಿಕ ದುಸ್ಥಿತಿಗಳು ಫ್ರಾನ್ಸಿನಲ್ಲಿ ಕ್ರಾಂತಿಯನ್ನು ಅನಿವಾರ್ಯಗೊಳಿಸಿದವು. ಫ್ರಾನ್ಸಿನ ಆರ್ಥಿಕ ದುಸ್ಥಿತಿಗೆ ಹಾಗೂ ಕ್ರಾಂತಿಗೆ ಕಾರಣವಾದ ಅಂಶಗಳನ್ನು ಈ ಕೆಳಕಂಡ ಶೀರ್ಷಿಕೆಗಳಡಿಯಲ್ಲಿ ಅಭ್ಯಸಿಸಬಹುದು.

ಅ) ಲೂಯಿ ದೊರೆಗಳ ವೆಚ್ಚದಾಯಕ ಯುದ್ಧಗಳು: ಹದಿನಾಲ್ಕನೆಯ ಲೂಯಿಯು ನಡೆಸಿದ ಅಧಿಕ ವೆಚ್ಚದ ಯುದ್ಧಗಳಿಂದಲೂ ಮತ್ತು ಹದಿನೈದನೇ ಲೂಯಿಯ ಅರಮನೆಯ ವೈಭವ ಮತ್ತು ಅವನ ರಾಣಿಯರ ದುಂದುವೆಚ್ಚದಿಂದ ಹಾಗೂ ಪೋಲೆಂಡ್ ಉತ್ತರಾಧಿಕಾರತ್ವದ ಯುದ್ಧದಲ್ಲಿ ತಲೆ ಹಾಕಿದ್ದರಿಂದ ಅಧಿಕ ಆರ್ಥಿಕ ದುರ್ವ್ಯಯವಾಯಿತು. ಇವನ ಸಪ್ತವಾರ್ಷಿಕ ಯುದ್ಧವು ಫ್ರಾನ್ಸ್‌ನ ಬೊಕ್ಕಸವನ್ನು ಬರಿದುಮಾಡಿತು. 16ನೇ ಲೂಯಿಯು ಸಿಂಹಾಸನವೇರುವ ವೇಳೆಗೆ ಫ್ರಾನ್ಸ್‌ನ ಆರ್ಥಿಕಸ್ಥಿತಿಯು ದಿವಾಳಿಯತ್ತ ಸಾಗಿತ್ತು. ಇಂತಹ ಸಂದರ್ಭದಲ್ಲೂ ಫ್ರಾನ್ಸ್ ತನ್ನ ಶತ್ರುವಾದ ಇಂಗ್ಲೆಂಡನ್ನು ಸೋಲಿಸಲು ಅಮೆರಿಕಾದ ಸ್ವಾತಂತ್ರ್ಯ ಹೋರಾಟದಲ್ಲಿ ಭಾಗವಹಿಸಿತು. ಇದರಿಂದಾಗಿ ಫ್ರಾನ್ಸ್ ಏಳು ವರ್ಷಗಳ ಯುದ್ಧದಲ್ಲಿ ಬ್ರಿಟನ್‌ನಿಂದ ಅನುಭವಿಸಿದ್ದ ಸೋಲಿನ ಸೇಡನ್ನು ತೀರಿಸಿಕೊಂಡಿತು. ಆದರೆ ಈ ಯುದ್ಧವು ಫ್ರಾನ್ಸ್‌ನ ಆರ್ಥಿಕ ಸ್ಥಿತಿಯನ್ನೇ ಅಲುಗಾಡಿಸಿತು ಮತ್ತು ಫ್ರಾನ್ಸ್ ಕ್ರಾಂತಿಗೆ ದಾರಿಮಾಡಿಕೊಟ್ಟಿತು.

ಆ) ಸಮತೋಲನವಿಲ್ಲದ ಆಯವ್ಯಯ: ಫ್ರಾನ್ಸಿನಲ್ಲಿ ಆಯವ್ಯಯಗಳ ಅಂದಾಜು ಪಟ್ಟಿಯನ್ನು ತಯಾರಿಸುವ ಪರಿಪಾಠವಿರಲಿಲ್ಲ. ಇದರಿಂದಾಗಿ ಆದಾಯ ಮತ್ತು ವೆಚ್ಚಗಳಲ್ಲಿ ಸಮತೋಲನವೆಂಬುದಿರಲಿಲ್ಲ. ನೊಬೆಲ್ಲರು ಮತ್ತು ಪಾದ್ರಿ ವರ್ಗಗಳು ದೇಶದ ಶೇ. 40 ಭಾಗದ ಸಂಪತ್ತಿಗೆ ಒಡೆಯರಾಗಿದ್ದರೂ ದೇಶದ ಭಂಡಾರಕ್ಕೆ ಯಾವುದೇ ಕೊಡುಗೆಯನ್ನು ಕೊಡುತ್ತಿರಲಿಲ್ಲ. ಸಾಮಾನ್ಯ ವರ್ಗದ ಮೇಲೆ ಅಧಿಕ ತೆರಿಗೆ ಬಿದ್ದಿತು. ಫಲವತ್ತಾದ ಭೂಮಿಯಿದ್ದರೂ ಉತ್ಪಾದನಾ ಯೋಜನೆಗಳಿಗೆ ಹಣ ತೊಡಗಿಸಲು ರಾಜ್ಯದಲ್ಲಿ ಹಣವಿರಲಿಲ್ಲ. ಹಾಗೆಯೇ ಫ್ರಾನ್ಸ್‌ನ ಕೈಗಾರಿಕೆ ಮತ್ತು ವಾಣಿಜ್ಯ ಕ್ಷೇತ್ರಗಳು ಹಿಂದುಳಿದವು. ಹೀಗೆ ಆದಾಯದ ಮೂಲ ಬತ್ತಿ ವೆಚ್ಚಕ್ಕೆ ಕಡಿವಾಣವನ್ನು ಹಾಕದೇ ಇದ್ದುದರಿಂದ ರಾಷ್ಟ್ರದ ಸಾಲವು ಪ್ರತಿ

ವರ್ಷವು ಹೆಚ್ಚುತ್ತಾ ಹೋಯಿತು. ಕೊನೆಗೆ ರಾಷ್ಟ್ರದ ಒಟ್ಟು ಸಾಲದ ಮೊತ್ತ 4,467,478,000 ಲಿವ್ರೆಗಳಿಗೆ ಏರಿತು. 1788ರಲ್ಲಿ ಕಂದಾಯವನ್ನು ಸರ್ಕಾರವು ನಿರೀಕ್ಷಿಸಿದ್ದು 472,415,549. ಆದರೆ ರಾಜ್ಯಕ್ಕೆ ಸಂದಾಯವಾದ ಕಂದಾಯದ ಮೊತ್ತ ಕೇವಲ 211,708,977 ಲಿವ್ರೆಗಳು. ಆದರೆ ಸರ್ಕಾರವು ತಾನು ಪಡೆದ ಸಾಲಕ್ಕೆ ಆ ವರ್ಷ ನೀಡಬೇಕಿದ್ದ ಬಡ್ಡಿಯ ಮೊತ್ತವೇ 236,999,999 ಲಿವ್ರೆಗಳಷ್ಟಾಗಿತ್ತು. ಅಂದರೆ ರಾಜ್ಯದ ವಾರ್ಷಿಕ ಆದಾಯದಷ್ಟು ಸಾಲಕ್ಕೆ ನೀಡಬೇಕಾದ ಬಡ್ಡಿಯೇ ಆಗಿತ್ತು ಎಂಬ ಅಂಶವು ಫ್ರಾನ್ಸ್ ಎಂತಹ ಆರ್ಥಿಕ ದುಸ್ಥಿತಿಯಲ್ಲಿತ್ತೆಂಬುದನ್ನು ತೋರಿಸುತ್ತದೆ.

ಫ್ರಾನ್ಸ್‌ನ ಹಳೆಯ ಆಳ್ವಿಕೆಯ ಕೊನೆಯ ಅವಧಿಯಲ್ಲಿ ರಾಷ್ಟ್ರದ ಆದಾಯದ $^3/_4$ ಭಾಗ ರಕ್ಷಣೆಗಾಗಿ ಹಾಗೂ ಹಿಂದಿನ ಯುದ್ಧಗಳಿಗಾಗಿ ಮಾಡಿದ ಸಾಲದ ಬಡ್ಡಿಗಾಗಿ ವ್ಯಯವಾಗುತ್ತಿತ್ತು. ಹಾಗಾಗಿ ರಕ್ಷಣಾ ವೆಚ್ಚ ಮತ್ತು ಸಾರ್ವಜನಿಕ ಸಾಲವನ್ನು ಕಡಿತ ಮಾಡದೆ ರಾಷ್ಟ್ರದ ಆಯವ್ಯಯವನ್ನು ಸರಿದೂಗಿಸಲಾಗುತ್ತಿರಲಿಲ್ಲ. ನಾಗರಿಕ ವೆಚ್ಚಕ್ಕಾಗಿ ಶೇ. 23 ರಷ್ಟು ಭಾಗವನ್ನು ಖರ್ಚು ಮಾಡಲಾಗುತ್ತಿತ್ತು ಹಾಗೂ ಆಸ್ಥಾನದ ಖರ್ಚು ಶೇ. 6 ಭಾಗದಷ್ಟಿತ್ತು.

2) ಅವ್ಯವಸ್ಥಿತ ತೆರಿಗೆ ಪದ್ಧತಿ: ಸರ್ಕಾರವು ತೆರಿಗೆಯನ್ನು ವಿಧಿಸಿ ಅದನ್ನು ವಸೂಲು ಮಾಡುವ ಹಕ್ಕನ್ನು ಹಣಕಾಸು ಒದಗಿಸುವವರಿಗೆ ಮಾರಿಬಿಟ್ಟಿತ್ತು. ಇವರನ್ನು ಫಾರ್ಮರ್ಸ್ (ತೆರಿಗೆ ವಸೂಲಿದಾರರು ಎಂದು ಕರೆಯುತ್ತಿದ್ದರು). ಈ ತೆರಿಗೆ ವಸೂಲಿದಾರರು ಸಹಜವಾಗಿಯೇ ಜನರಿಂದ ಸರ್ಕಾರಕ್ಕೆ ನೀಡಬೇಕಿದ್ದ ಹಣಕ್ಕಿಂತಲೂ ಹೆಚ್ಚಿನ ತೆರಿಗೆ ವಸೂಲಿ ಮಾಡುತ್ತಿದ್ದರು. ಇವರಿಗೆ ಪ್ರತಿನಿಧಿಗಳು, ಉಪಪ್ರತಿನಿಧಿಗಳು ಇದ್ದು ಅವರೂ ಕೂಡ ಸುಲಿಗೆಯ ನಿಯಮವನ್ನೇ ಅನುಸರಿಸುತ್ತಿದ್ದರು. ಇದರಿಂದಾಗಿ ದುರ್ದೈವಿ ರೈತರು ಸಂಕಷ್ಟಕ್ಕೀಡಾದರು. ಅಪ್ರತ್ಯಕ್ಷ ತೆರಿಗೆ ವಿಧಿಸುವಿಕೆಯೂ ಒಂದೊಂದು ಪ್ರಾಂತ್ಯದಲ್ಲೂ ಬೇರೆ ಬೇರೆಯಾಗಿತ್ತು. ಪ್ರಾಂತೀಯ ಗಡಿಗಳಲ್ಲೂ ಮತ್ತು ರಾಷ್ಟ್ರೀಯ ಗಡಿಗಳಲ್ಲೂ ಅಧಿಕ ಸುಂಕಗಳನ್ನು ವಿಧಿಸಲಾಗುತ್ತಿತ್ತು. ಇದರಿಂದಾಗಿ ಕಳ್ಳ ವ್ಯಾಪಾರ ಅತ್ಯಂತ ಲಾಭದಾಯಕ ಮಾರ್ಗವೆಂದೆನಿಸಿ ಹೆಚ್ಚಿತು.

ಸರ್ಕಾರವು ಕೆಲವು ವೇಳೆ ತಾನೇ ನೇರವಾಗಿ ತೆರಿಗೆಗಳನ್ನು ವಸೂಲಿಮಾಡದೆ ಹರಾಜಿನಲ್ಲಿ ಅತಿ ಹೆಚ್ಚು ಮೊತ್ತದ ಹರಾಜು ಕೂಗಿದವನಿಗೆ ತೆರಿಗೆ ವಸೂಲಿ ಮಾಡುವ ಅಧಿಕಾರವನ್ನು ನೀಡಿತು. ಮಧ್ಯವರ್ತಿ ಹರಾಜುದಾರರು ಸರ್ಕಾರಕ್ಕೆ ಸಲ್ಲಿಸಬೇಕಾದ ನಿರ್ದಿಷ್ಟ ಮೊತ್ತಕ್ಕಿಂತ ಹೆಚ್ಚಿನ ಹಣವನ್ನು ವಸೂಲಿ ಮಾಡಲು ರೈತರನ್ನೆ ಸುಲಿಯಲಾರಂಭಿಸಿದರು. ಇದರಿಂದಾಗಿ ಸರ್ಕಾರಕ್ಕೆ ಯಾವುದೇ ಅನುಕೂಲವಾಗದೆ ಶ್ರೀಮಂತ ಮಧ್ಯವರ್ತಿಗಳಿಗೆ ಅನುಕೂಲವಾಯಿತು.

ಕೆಲವೊಂದು ಅಪ್ರತ್ಯಕ್ಷ ತೆರಿಗೆಗಳು ಅನ್ಯಾಯವು, ಭಾರವಾದವುಗಳು ಆಗಿದ್ದವು. ಉದಾಹರಣೆಗೆ ಉಪ್ಪಿನ ಮೇಲಿನ ತೆರಿಗೆ. ಉಪ್ಪಿನ ವ್ಯಾಪಾರ ಮಾಡಲು ಎಲ್ಲರಿಗೂ ಅವಕಾಶವಿರಲಿಲ್ಲ. ಉಪ್ಪಿನ ವ್ಯಾಪಾರವು ಒಂದು ವ್ಯಾಪಾರೀ ಸಂಸ್ಥೆಯ ಏಕಸ್ವಾಮ್ಯಕ್ಕೊಳಪಟ್ಟಿತ್ತು. ಸರ್ಕಾರದಿಂದ ಪಡೆದ ಆ ವಿಶಿಷ್ಟವಾದ ಹಕ್ಕಿಗೆ ರಕ್ಷಣೆಯೂ ಇದ್ದಿತು. ಏಳು ವರ್ಷ ಮೀರಿದ ಪ್ರತಿಯೊಬ್ಬನು ಅಗತ್ಯವಿರಲಿ, ಇಲ್ಲದಿರಲಿ ಪ್ರತಿವರ್ಷ ಕನಿಷ್ಠ ಏಳು ಪೌಂಡು ಉಪ್ಪನ್ನು ಕೊಳ್ಳಲೇಬೇಕಿತ್ತು. ಗಂಜಿಗೆ ಗತಿಯಿಲ್ಲದ ನಿಕೃಷ್ಟ ಬಡವರೂ ನಿಗಧಿಯುತ ಉಪ್ಪನ್ನು ಕೊಳ್ಳದಿದ್ದರೆ ಕಠಿಣವಾದ ಶಿಕ್ಷೆಗೊಳಗಾಗುತ್ತಿದ್ದರು. ಉಪ್ಪಿನ ಕಾನೂನು ವಿರೋಧಿಸಿ ವ್ಯಾಪಾರ ಮಾಡಿದ ಸುಮಾರು 20,000 ಜನರನ್ನು ಫ್ರಾನ್ಸ್ ಕ್ರಾಂತಿಗೆ ಮೊದಲು ಬಂಧಿಸಿ 500 ಕ್ಕೂ ಹೆಚ್ಚು ಜನರಿಗೆ ಗಲ್ಲು ಶಿಕ್ಷೆ ನೀಡಲಾಗಿತ್ತು. ಇದರಿಂದಾಗಿ ಸಾರ್ವತ್ರಿಕ ಅತೃಪ್ತಿ ಹೆಚ್ಚಿ ಜನರಿಗೆ ಹೃದಯದಲ್ಲಿ ಕಬ್ಬಿಣದ ಸಲಾಕೆಯನ್ನು ಚುಚ್ಚಿದಂತಾಯಿತು. ಕಾಯ್ದೆ ಕಟ್ಟಳೆಗಳನ್ನು ಮೇಲಿಂದ ಮೇಲೆ ಬದಲಾಯಿಸಲಾಗುತ್ತಿದ್ದಿತು. ಅನ್ಯಾಯದ ಪರಮಾವಧಿ ಮತ್ತು ಸಹಿಸಲಾರದ ಹೊರೆ ಎಂದು ಶ್ರೀಮಂತ ವರ್ಗದವರೂ ಸೇರಿದಂತೆ ಎಲ್ಲರೂ ತೆರಿಗೆ ಪದ್ಧತಿಯನ್ನು ಟೀಕಿಸುತ್ತಿದ್ದುದು ಕ್ರಾಂತಿಗೆ ಕಾರಣವಾಯಿತು.

ಆರ್ಥಿಕ ಪುನಶ್ಚೇತನಕ್ಕೆ ಹಣಕಾಸು ಮಂತ್ರಿಗಳ ಪ್ರಯತ್ನ

16ನೇ ಲೂಯಿಯು 1774ರಲ್ಲಿ ಟರ್ಗೋಟ್ ಎಂಬುವವನನ್ನು ಹಣಕಾಸಿನ ಮಂತ್ರಿಯನ್ನಾಗಿ ನೇಮಿಸಿದನು. ಇವನು ಕೆಲವು ಉತ್ತಮ ಆರ್ಥಿಕ ತಜ್ಞರ ಸಲಹೆಗಳನ್ನು ಪಡೆದು ಅವರ ನೀತಿಗಳನ್ನು ಅನುಸರಿಸುವುದರ ಮೂಲಕ ಫ್ರಾನ್ಸ್‌ನ್ನು ದಿವಾಳಿಯತ್ತ ಸಾಗುವುದನ್ನು ತಡೆಯಲು ಪ್ರಯತ್ನಿಸಿದನು. ಹೆಚ್ಚಿನ ಸಾರ್ವಜನಿಕ ಸಾಲ ಪಡೆಯದೆ ಮತ್ತು ತೆರಿಗೆಯನ್ನು ಹೆಚ್ಚಿಸದೆ ಆಯವ್ಯಯವನ್ನು ಸರಿದೂಗಿಸಲು ಪ್ರಯತ್ನಿಸಿದನು. "ಇನ್ನು ಮೇಲೆ ದಿವಾಳಿಯಿಲ್ಲ, ಹೆಚ್ಚು ತೆರಿಗೆಯಿಲ್ಲ, ಹೆಚ್ಚಿನ ಸಾಲವಿಲ್ಲ" ಎಂದು ಆತನು ತನ್ನ ಆರ್ಥಿಕ ಧೋರಣೆಯನ್ನು ಅರಸನಿಗೆ ತಿಳಿಸಿದನು. ಕೃಷಿ, ಕೈಗಾರಿಕೆ ಮತ್ತು ವಾಣಿಜ್ಯ ಕ್ಷೇತ್ರದಲ್ಲಿ ಸ್ವತಂತ್ರ ನೀತಿಯನ್ನು ಅನುಸರಿಸಿದನು. ಈ ಎಲ್ಲ ಪ್ರಯತ್ನಗಳ ಜೊತೆಗೆ ದುರ್ವ್ಯಯವಾಗುತ್ತಿದ್ದ ಮೂಲದ ಹಣವನ್ನು ಉಳಿಸುವ ಮೂಲಕ ಕೆಲವು ದಶಲಕ್ಷದಷ್ಟು ಉಳಿತಾಯವನ್ನು ಸಾಧಿಸಿದನು. ಆದರೆ ಆಸ್ಥಾನದ

ಮತ್ತು ಶ್ರೀಮಂತರ ವೆಚ್ಚಗಳಿಗೆ ಕಡಿವಾಣ ಹಾಕಿದುದನ್ನು ವಿರೋಧಿಸಿದ ನೊಬಲ್ಲರು ಮೇರಿ ಆಂಟೋಯಿನೆಟ್ಟಳೊಂದಿಗೆ ಜೊತೆಗೂಡಿ ರಾಜನಿಗೆ ಟರ್ಗೋಟನನ್ನು ಮಂತ್ರಿ ಸ್ಥಾನದಿಂದ ಕಿತ್ತೊಗೆಯಲು ಒತ್ತಡ ತಂದರು. ರಾಜನು ಮೊದಲು ಟರ್ಗೋಟನನ್ನು ಉಳಿಸಿಕೊಳ್ಳಲು ಪ್ರಯತ್ನಿಸಿದರೂ ಕೊನೆಗೆ 1776ರಲ್ಲಿ ಅಧಿಕಾರದಿಂದ ತೆಗೆದು ಹಾಕಿದನು. ಟರ್ಗೋಟನನ್ನು ಅಧಿಕಾರದಿಂದ ವಜಾ ಮಾಡಿದುದು ಸುಧಾರಣಾವಾದಿಗಳಿಗೆ ಎಚ್ಚರಿಕೆಯನ್ನಿತ್ತಿತು.

1776ರಲ್ಲಿ ಜಿನೇವಾದ ಪ್ರಸಿದ್ಧ ಲೇವಾದೇವಿಗಾರನಾದ ನೆಕ್ಕರ್ ಎಂಬುವವನನ್ನು ಹಣಕಾಸಿನ ನಿರ್ದೇಶಕ ಅಥವಾ ಮಂತ್ರಿಯನ್ನಾಗಿ ನೇಮಿಸಲಾಯಿತು. ಇವನು ತನ್ನ ಪರಿಶ್ರಮದಿಂದ ಶ್ರೀಮಂತ ಪದವಿಗೇರಿದವನು. ಇವನ ಕಾಲದಲ್ಲಿ ಫ್ರಾನ್ಸ್ ಅಮೆರಿಕಾದ ಸ್ವಾತಂತ್ರ್ಯ ಹೋರಾಟದಲ್ಲಿ ಪಾಲ್ಗೊಂಡು ತನ್ನ ಬೊಕ್ಕಸವನ್ನು ಬರಿದು ಮಾಡಿಕೊಂಡಿತು. ತನ್ನ ಉಳಿತಾಯ ಯೋಜನೆಗಳಿಂದ ಯುದ್ಧದ ಅಗತ್ಯಗಳನ್ನು ಪೂರೈಸಲಾಗದೆ ನೆಕ್ಕರ್ ವಿರೋಧವನ್ನು ಕಟ್ಟಿಕೊಳ್ಳಬೇಕಾಯಿತು. ದೇಶದ ಆಯವ್ಯಯಗಳನ್ನು ಒಳಗೊಂಡ ಆರ್ಥಿಕ ವರದಿಯನ್ನು ಹೊರತಂದ ಮೊದಲ ವ್ಯಕ್ತಿ ಇವನೇ. ಈ ಆಯವ್ಯಯ ವರದಿಯಲ್ಲಿ ಅಲ್ಲಿಯವರೆವಿಗೂ ಗೌಪ್ಯತೆಯಿಂದ ಕಾಯ್ದುಕೊಂಡು ಬಂದಿದ್ದ ಅರಸು ಪರಿವಾರದವರು ಯಾವ ಸೇವೆಯನ್ನು ಸಲ್ಲಿಸದಿದ್ದರೂ ಪ್ರತಿವರ್ಷ ಎಷ್ಟು ಹಣ ಕಾಣಿಕೆಯ ರೂಪದಲ್ಲಿ ಹೋಗುತ್ತಿದೆ ಎಂಬುದನ್ನು ವಿಶೇಷವಾಗಿ ಈ ವರದಿ ಬಹಿರಂಗಗೊಳಿಸಿತು. ಈ ವರದಿ ಪ್ರಕಟವಾದುದೇ ತಡ ಶ್ರೀಮಂತರು ಅವನ ಮೇಲೆ ಸಲ್ಲದ ಆರೋಪಗಳನ್ನು ಹೊರಿಸಿ 1781ರಲ್ಲಿ ಅವನನ್ನು ಅಧಿಕಾರದಿಂದ ಕಿತ್ತೊಗೆದರು.

1783ರಲ್ಲಿ ಕ್ಯಾಲೊನ್ ಎಂಬುವವನು ಹಣಕಾಸಿನ ಮಂತ್ರಿಯಾಗಿ ನೇಮಕಗೊಂಡನು. ರಾಜನ ಪರಿವಾರದವರು ತಮಗೆ ಒಪ್ಪುವ ಮಂತ್ರಿಯನ್ನೇ ಈ ಬಾರಿ ಆರಿಸಿಕೊಂಡರು. ಕ್ಯಾಲೊನ್‌ನ ಉದ್ದೇಶವೇ ಎಲ್ಲರನ್ನು ಸಮಾದಾನಗೊಳಿಸುವುದಾಗಿತ್ತು. ಇವನು ಖರ್ಚಿನ ಬಗ್ಗೆ ಮೃದು ಧೋರಣೆಯನ್ನು ಅನುಸರಿಸಿದನು. ಇವನು "ಸಾಲ ಪಡೆಯಬೇಕೆನ್ನುವವರು ಶ್ರೀಮಂತರಾಗಿ, ಶ್ರೀಮಂತನಾಗಿ ತೋರಲು ನಿರಾತಂಕವಾಗಿ ಖರ್ಚು ಮಾಡಿ ಕಣ್ಣು ಕೋರೈಸುವಂತಿಬೇಕು" ಎಂದು ತನ್ನ ನೀತಿಯನ್ನು ಹೇಳಲಾರಂಭಿಸಿದನು. ಇದರಿಂದಾಗಿ ಹಣವನ್ನು ನೀರಿನಂತೆ ವ್ಯಯಮಾಡಲಾಯಿತು. ಇವನು ಹೆಚ್ಚಿನ ಬಡ್ಡಿಯದರದ ಮೇಲೆ ಹಣವನ್ನು ಸಾಲವಾಗಿ ಪಡೆಯುವ ನೀತಿಯನ್ನು ಅನುಸರಿಸಿದನು. ತನ್ನ ಮೂರು ವರ್ಷಗಳ ಅವಧಿಯಲ್ಲಿ ಇವನು 300 ದಶಲಕ್ಷ ಡಾಲರ್‌ಗಳಷ್ಟು ಹಣವನ್ನು ಸಾಲವಾಗಿ ಪಡೆದನು. 1786ನೇ ವರ್ಷದ ಆಗಸ್ಟ್ ತಿಂಗಳಲ್ಲಿ ಖಜಾನೆಯು ಪೂರ್ಣ ಬರಿದಾಯಿತು. ಆಗ ಸರ್ಕಾರಕ್ಕೆ ಸಾಲ ಕೊಡಲು ಯಾರೂ ಮುಂದೆ ಬರಲಾರದಾದರು. ಇಂತಹ ಕಠಿಣ ಸಂದರ್ಭದಲ್ಲಿ ಕ್ಯಾಲೊನ್ ಜಾಣ್ಮೆಯನ್ನು ತೋರಿಸಿ ಮೇಲ್ವರ್ಗ ಹಾಗೂ ಸಾಮಾನ್ಯ ವರ್ಗವೆರಡಕ್ಕೂ ಅನ್ವಯಿಸುವಂತಹ ಸಾಮಾನ್ಯ ತೆರಿಗೆಗಳ ಸೂಚನೆಯನ್ನು ಸೂಚಿಸಿದನು. ಆದರೆ ಅವನ ಸೂಚನೆಯನ್ನು ತಿರಸ್ಕರಿಸಿ ಅವನನ್ನು ಅಧಿಕಾರದಿಂದ ಕಿತ್ತೊಗೆಯಲಾಯಿತು.

ಆರ್ಥಿಕ ಪರಿಸ್ಥಿತಿಯನ್ನು ಸುಧಾರಿಸಲು ಮತ್ತೊಬ್ಬ ಮಂತ್ರಿಯನ್ನು ಹುಡುಕಲು 16ನೇ ಲೂಯಿ ಪ್ರಯತ್ನಪಟ್ಟನು. ಆದರೆ ಸಾಧ್ಯವಾಗಲಿಲ್ಲ. ಯಾವುದೇ ವಿಧಾನದಿಂದ ಆರ್ಥಿಕ ದಿವಾಳಿತನವನ್ನು ನಿವಾರಿಸುವುದು ಅಸಾಧ್ಯವಾಯಿತು. ಎಲ್ಲ ವಿಧಾನಗಳು ಕೊನೆಗೊಂಡಿದ್ದವು. ಅವರು ಹೆಚ್ಚು ಹಣವನ್ನು ಚಲಾವಣೆಗೆ ತರುವಂತಿರಲಿಲ್ಲ ಏಕೆಂದರೆ ಆಗಲೇ ಹಣದ ಚಲಾವಣೆ ಹೆಚ್ಚಿ ಹಣದುಬ್ಬರ ಉಂಟಾಗಿತ್ತು. ಸಾರ್ವಜನಿಕ ಸಾಲ ಕೊಡಲು ಜನತೆ ಸರ್ಕಾರದ ಮೇಲೆ ನಂಬಿಕೆಯನ್ನೇ ಕಳೆದುಕೊಂಡಿದ್ದರು. ಹೊಸ ತೆರಿಗೆಗಳನ್ನು ವಿಧಿಸುವಂತಿರಲಿಲ್ಲ. ಏಕೆಂದರೆ ತೆರಿಗೆಗಳಾಗಲೇ ಅಧಿಕವಾಗಿದ್ದವು. ಅಂತಿಮವಾಗಿ ಆರ್ಥಿಕ ಬಿಕ್ಕಟ್ಟನ್ನು ಪರಿಹರಿಸಲು ಫ್ರಾನ್ಸಿನ ಜನತೆಯ ಪ್ರತಿನಿಧಿಗಳೊಂದಿಗೆ ಸಮಾಲೋಚಿಸಲು 1789ರ ಮೇ 5ರಂದು ಸ್ಟೇಟ್ಸ್ ಜನರಲ್ ಸಭೆಯನ್ನು ಕರೆಯಲು 16ನೇ ಲೂಯಿಯು ತೀರ್ಮಾನಿಸಿದನು. ಅದರಂತೆ ಹೊಸ ಸಭೆಗೆ ಸದಸ್ಯರನ್ನು ಆಯ್ಕೆ ಮಾಡಲು 1789ರಲ್ಲಿ ಚುನಾವಣೆಗಳನ್ನು ನಡೆಸಲು ಆಜ್ಞೆ ಹೊರಡಿಸಿದನು. ಇದರಿಂದಾಗಿ 1614 ರಿಂದ 175 ವರ್ಷ ಅಧಿವೇಶನವನ್ನೇ ಕರೆಯದೆ ರದ್ದಾಗಿದ್ದ ಸ್ಟೇಟ್ಸ್ ಜನರಲ್ ಸಭೆ 1789ರ ಮೇ 5 ರಂದು ವರ್ಸೇಲ್ಸ್‌ನಲ್ಲಿ ಸಮಾವೇಶಗೊಂಡಿತು. ಈ ಹೊಸ ಸಭೆಯ ಅಧಿವೇಶನದ ಪ್ರಾರಂಭವೇ ಹಳೆಯ ಆಳ್ವಿಕೆಗೆ ಮಂಗಳಹಾಡಿ ಕ್ರಾಂತಿಗೆ ನಾಂದಿಯಾಯಿತು.

ಕ್ರಾಂತಿಯ ಆರಂಭ ಮತ್ತು ಪ್ರಮುಖ ಘಟನೆಗಳು

1789ರ ಮೇ 5ರಂದು ಸ್ಟೇಟ್ಸ್ ಜನರಲ್ ಸಭೆಯು ವರ್ಸೇಲ್ಸ್‌ನ ಅರಮನೆಯಲ್ಲಿ ಸಭೆ ಸೇರಿತು. 175 ವರ್ಷಗಳಿಂದ ಸೇರದಿದ್ದ ಈ ಸಭೆಯ ಅಧಿವೇಶನದಿಂದ ಫ್ರಾನ್ಸಿನ ಜನತೆ ಮಹತ್ತರವಾದ ಆಶೋತ್ತರಗಳನ್ನು ಇಟ್ಟುಕೊಂಡಿದ್ದರು. ಈ ಸಭೆಗೆ ಆಯ್ಕೆಯಾಗಿದ್ದ ಸದಸ್ಯರ ಸಂಖ್ಯೆ 1200. ಅದರಲ್ಲಿ 600ಕ್ಕೂ ಹೆಚ್ಚು ಸದಸ್ಯರು ಸಾಮಾನ್ಯ ವರ್ಗದಿಂದ

ಪ್ರತಿನಿಧಿಸಿದ್ದರು. ಇವರು ತಮ್ಮ ಸಮಸ್ಯೆಗಳನ್ನು ನಿರ್ಧಿಷ್ಟವಾಗಿ ಅರಿತಿದ್ದು ಅವುಗಳ ನಿವಾರಣೆಗಾಗಿ ಕಟಿಬದ್ಧರಾಗಿದ್ದರು. ಇವರ ಮುಂದಿದ್ದ ಗುರಿಗಳೆಂದರೆ ಅಕ್ರಮವಾದ ಸರ್ಕಾರವನ್ನು ಮುಂದುವರಿಯಲು ಬಿಡಬಾರದು, ವೈಯಕ್ತಿಕ ಸ್ವಾತಂತ್ರ್ಯವನ್ನು ಒದಗಿಸುವ ಸರ್ಕಾರವನ್ನು ರಚಿಸಬೇಕು, ಸ್ಟೇಟ್ಸ್ ಜನರಲ್ ಸಭೆಯು ಇನ್ನು ಮುಂದೆ ನಿಶ್ಚಿತ ಸಮಯದಲ್ಲಿ ಸಭೆ ಸೇರಬೇಕು, ಸ್ಟೇಟ್ಸ್ ಜನರಲ್ ಸಭೆಯು ಶಾಸನ ರೂಪಿಸುವ ಅಧಿಕಾರ ಹೊಂದಿರಬೇಕು ಹಾಗೂ ಒಂದೇ ಬಗೆಯ ತೆರಿಗೆ ಪದ್ಧತಿಯನ್ನು ರೂಪಿಸಬೇಕು ಎಂಬ ಸಾಮಾನ್ಯವಾದ ಬೇಡಿಕೆಗಳನ್ನು ಸಭೆಯಲ್ಲಿಟ್ಟರು. ಸಾಮಾನ್ಯ ವರ್ಗದ ಸದಸ್ಯರ ಮತ್ತೊಂದು ಬೇಡಿಕೆಯೆಂದರೆ ಸರ್ವ ಸಾಮಾನ್ಯವಾದ ಭೂಕಂದಾಯವನ್ನು ತೆಗೆದುಹಾಕಬೇಕೆಂಬುದಾಗಿತ್ತು. ಹೀಗೆ ಇವರ ಬೇಡಿಕೆಗಳಲ್ಲಿ ಹಿಂಸಾತ್ಮಕ ಕ್ರಾಂತಿಯ ಯಾವ ಮುನ್ಸೂಚನೆಯೂ ಇರಲಿಲ್ಲ. ಅವರೆಲ್ಲ ಅರಸನ ಬಗ್ಗೆ ಆಳವಾದ ಪ್ರೀತಿಯನ್ನು, ಸ್ಟೇಟ್ಸ್ ಜನರಲ್ ಸಭೆ ಕರೆದುದಕ್ಕಾಗಿ ಕೃತಜ್ಞತೆಯನ್ನು ವ್ಯಕ್ತಪಡಿಸಿದರು. ಈ ಸಭೆಯು ಫ್ರಾನ್ಸಿನ ಎಲ್ಲ ಸಮಸ್ಯೆಗಳಿಗೂ ಪರಿಹಾರವನ್ನು ಕಂಡು ಹಿಡಿಯಬಹುದೆಂಬ ಆಶಾಭಾವನೆಯನ್ನು ಹೊಂದಿದ್ದರು. ಆದರೆ ಸಭೆಯು ಆರಂಭಗೊಂಡಾಗ ಇವರ ಆಶೋತ್ತರಗಳು ಗಾಳಿಗೋಪುರವಾದವು.

ಏಕೆಂದರೆ ಹಿಂದೆ ಸ್ಟೇಟ್ಸ್ ಜನರಲ್ ಸಭೆಯ ಮೂರು ವರ್ಗದ ಪ್ರತಿನಿಧಿಗಳು ಪ್ರತ್ಯೇಕವಾಗಿ ಸೇರುತ್ತಿದ್ದರು. ಪ್ರತಿ ವರ್ಗಕ್ಕೆ ಒಂದು ಮತವಿದ್ದಿತು. ಆದರೆ ಹೊಸದಾಗಿ ಕರೆದ ಈ ಸಭೆಯ ನಿಯಮಗಳನ್ನು ಸರ್ಕಾರವು ಸ್ಪಷ್ಟವಾಗಿ ತಿಳಿಸಿರಲಿಲ್ಲ. ಆದ್ದರಿಂದ ಸದಸ್ಯರಲ್ಲಿ ಮೂರು ವರ್ಗದ ಪ್ರತಿನಿಧಿಗಳು ಒಂದೆಡೆ ಕುಳಿತು ದೇಶದ ಕಠಿಣ ಸಮಸ್ಯೆಗಳನ್ನು ಚರ್ಚಿಸಬೇಕೇ ಅಥವಾ ಮೊದಲಿನಂತೆ ಪ್ರತ್ಯೇಕವಾಗಿ ಕುಳಿತು ಚರ್ಚಿಸಬೇಕೆ ಎಂಬ ಬಗ್ಗೆ ಹಾಗೂ ಮತದಾನವು ವರ್ಗದ ಆಧಾರದ ಮೇಲಿರಬೇಕೆ ಅಥವಾ ವ್ಯಕ್ತಿಗತವಾಗಿರಬೇಕೆ ಎಂಬ ಬಗ್ಗೆ ಗೊಂದಲಗಳಿದ್ದವು. ಸಾಮಾನ್ಯ ಸದಸ್ಯರು ಹಳೆಯ ಪದ್ದತಿಯನ್ನು ಒಪ್ಪದೆ ಮೂರು ವರ್ಗಗಳ ಪ್ರತಿನಿಧಿಗಳು ಒಟ್ಟಿಗೆ ಸೇರಬೇಕೆಂದು ಹಾಗೂ ಪ್ರತಿಯೊಬ್ಬ ಸದಸ್ಯನಿಗೂ ಒಂದು ಮತವಿರಬೇಕೆಂದು ಒತ್ತಾಯಿಸಿದರು. ಪಾದ್ರಿ ಹಾಗೂ ನೋಬಲ್ ವರ್ಗ ರಾಜನ ಬೆಂಬಲದೊಂದಿಗೆ ಸಾಮಾನ್ಯ ಸದಸ್ಯರ ಈ ವಾದವನ್ನು ಒಪ್ಪಲಿಲ್ಲ. ಹೀಗೆ ಉದ್ಭವಿಸಿದ ಸಮಸ್ಯೆ ಬಗೆಹರಿಯದೆ ಅನೇಕ ದಿನಗಳ ಕಾಲ ಯಾವುದೇ ಕಾರ್ಯವನ್ನು ಮಾಡದೆ ಮುಂದುವರಿಯಿತು. ಉಚ್ಚವರ್ಗಗಳು ತಮ್ಮೊಂದಿಗೆ ಸೇರಬೇಕೆಂಬ ಸಾಮಾನ್ಯರ ಕೇಳಿಕೆಯು ಸಫಲವಾಗದೆ ಕೊನೆಗೆ ಜೂನ್ 17ರಂದು ಸಾಮಾನ್ಯ ವರ್ಗವು ತಾನೇ "ರಾಷ್ಟ್ರೀಯ ಸಭೆ" ಎಂದು ಘೋಷಿಸಿಕೊಂಡು ಉಳಿದ ಮೊದಲೆರಡು ವರ್ಗಗಳು ಇದನ್ನು ಸೇರುವಂತೆ ಮನವಿ ಮಾಡಿಕೊಂಡಿತು. ಅವರಾರು ಸಭೆಗೆ ಹಾಜರಾಗದಿದ್ದರೂ ತಾವು ಮಾತ್ರ ಮುಂದಿಟ್ಟ ಹೆಜ್ಜೆಯನ್ನು ಮಾತ್ರ ಹಿಂದಕ್ಕಿಡುವುದಿಲ್ಲವೆಂದು ಕಾರ್ಯಪ್ರವೃತ್ತರಾದರು.

ಟೆನ್ನಿಸ್ ಕೋರ್ಟಿನ ಪ್ರತಿಜ್ಞೆ

ಟೆನ್ನಿಸ್ ಕೋರ್ಟಿನ ಪ್ರತಿಜ್ಞೆ: ಆಸ್ಥಾನಿಕರ, ಪಾದ್ರಿಗಳ ಮತ್ತು ನೊಬೆಲ್ಲರ ಒತ್ತಾಯಕ್ಕೆ ಮಣಿದ 16ನೇ ಲೂಯಿಯು ರಾಷ್ಟ್ರೀಯ ಸಭೆಯನ್ನು ಹತ್ತಿಕ್ಕಲು ಮತ್ತು ನಿಷ್ಕ್ರೀಯಗೊಳಿಸಲು ತೀರ್ಮಾನಿಸಿದನು. ಅದರಂತೆ ಜೂನ್ 20 ರಂದು ಸಾಮಾನ್ಯ ವರ್ಗದ ಪ್ರತಿನಿಧಿಗಳು ತಮ್ಮ ದಿನ ನಿತ್ಯದ ಸ್ಥಳದಲ್ಲಿ ಸಭೆ ಸೇರಲು ಹೋದಾಗ ಸಭಾ ಭವನವನ್ನು ಮುಚ್ಚಿ ಅದರ ರಕ್ಷಣೆಗಾಗಿ ಸೈನಿಕರನ್ನು ನೇಮಿಸಿದ್ದನು. ರಾಜನ ಈ ಕ್ರಮವನ್ನು ವಿರೋಧಿಸಿ ರಾಷ್ಟ್ರೀಯ ಸಭೆಯ ಸದಸ್ಯರು ಹತ್ತಿರವೇ ಇದ್ದ ಟೆನ್ನಿಸ್ ಕ್ರಿಡಾಂಗಣಕ್ಕೆ ಧಾವಿಸಿ ಚರಿತ್ರಾರ್ಹವಾದ ಸಭೆಯನ್ನು ನಡೆಸಿದರು. ಪ್ರಸಿದ್ಧ ಖಗೋಳ ಶಾಸ್ತ್ರಜ್ಞನಾದ ಬೈಲೀ ಎಂಬಾತನ ಅಧ್ಯಕ್ಷತೆಯಲ್ಲಿ ದೇಶದಲ್ಲಿ ಹೊಸ ಸಂವಿಧಾನವನ್ನು ರಚಿಸುವವರೆಗೂ ತಾವು ಅಲ್ಲಿಂದ ಚದುರುವುದಿಲ್ಲವೆಂದೂ ಹಾಗೂ ಸಂದರ್ಭವೊದಗಿದಾಗಲೆಲ್ಲ ಒಂದೆಡೆ ಸೇರುತ್ತೇವೆ" ಎಂಬ ಟೆನ್ನಿಸ್ ಕೋರ್ಟ್ ಪ್ರತಿಜ್ಞೆಯನ್ನು ಕೈಗೊಂಡರು.

ಜೂನ್ 23ರ ರಾಜಸಭೆ : ಜೂನ್ 23 ರಂದು ರಾಜನು ಸಭೆಯೊಂದನ್ನು ಸಮಾವೇಶಿಸಿ ಸಾಮಾನ್ಯ ವರ್ಗದವರ ಚಟುವಟಿಕೆಗಳು ಅಕ್ರಮ ಹಾಗೂ ಸಂವಿಧಾನ ವಿರೋಧಿಯೆಂದು ಘೋಷಿಸಿದನು. ಮೂರು ವರ್ಗದ ಪ್ರತಿನಿಧಿಗಳು ಪ್ರತ್ಯೇಕವಾಗಿ ಸಭೆ ಸೇರಬೇಕೆಂದು ಘೋಷಿಸಿ ಹೊರನಡೆದನು. ಪಾದ್ರಿಗಳು ಮತ್ತು ನೊಬೆಲ್ಲರು ರಾಜನನ್ನು ಹಿಂಬಾಲಿಸಿದರು. ಮೂರನೇ ವರ್ಗದವರು ಸಭಾ ಭವನದಿಂದ ಹೊರಹೋಗಬೇಕೆಂದು ರಾಜಾಜ್ಞೆಯಾಗಿದೆ ಎಂದು ಸೈನಿಕನು ತಿಳಿಸಿದನು. ಪ್ರಸಂಗಕ್ಕೆ ತಕ್ಕ ವ್ಯಕ್ತಿಗಳು ಹುಟ್ಟಿಕೊಳ್ಳುತ್ತಾರೆ ಎಂಬಂತೆ ಮಿರಾಬು ಎಂಬ ಸದಸ್ಯನು "ನಾವಿಲ್ಲಿ ಜನತೆಯ ಇಚ್ಛೆಗನುಗುಣವಾಗಿ ನೆರೆದಿದ್ದೇವೆ. ಬಂದೂಕಿನ ಮೊನೆಯಿಂದಲ್ಲದೆ ನಾವಿಲ್ಲಿಂದ ಕದಲುವುದಿಲ್ಲವೆಂದು ನಿಮ್ಮ ಪ್ರಭುಗಳಿಗೆ ತಿಳಿಸು" ಎಂದು ಸೈನಿಕನಿಗೆ ಹೇಳಿ ಕಳುಹಿಸಿದನು. ಅಧ್ಯಕ್ಷನಾಗಿದ್ದ ಬೈಲಿಯು "ನನ್ನ ಭಾವನೆಯೆಂದರೆ ಸಮಾವೇಶಗೊಂಡಿರುವ ರಾಷ್ಟ್ರವು ಯಾರಿಂದಲೂ ಆಜ್ಞೆಗಳನ್ನು ಸ್ವೀಕರಿಸದು" ಎಂದು ತಿಳಿಸಿದನು. ನಂತರ "ರಾಷ್ಟ್ರೀಯ ಸಭೆಯ ಸದಸ್ಯರ ಮೇಲೆ ಹಿಂಸೆಯನ್ನೆಸಗುವವರು ದೇಶದ್ರೋಹಿಗಳು ಮತ್ತು ದೈಹಿಕ ದಂಡನೆಗೆ ಅರ್ಹರು" ಎಂಬರ್ಥದ ಮಿರಾಬು ಮಂಡಿಸಿದ ಗೊತ್ತುವಳಿಯನ್ನು ಅಂಗೀಕರಿಸಲಾಯಿತು. ಈ ಎಲ್ಲ ವರದಿಗಳನ್ನು ಕೇಳಿದ ರಾಜ ಏನು ಮಾಡಬೇಕೆಂದು ತಿಳಿಯದೆ "ಅವರು ಅಲ್ಲಿಯೇ ಉಳಿಯಬಯಸುತ್ತಾರೆ ಅಲ್ಲವೇ? ಸರಿ ಹಾಗೆಯೇ ಮಾಡಲಿ" ಎಂದು ಹೇಳಿದನು

ಸಾಮಾನ್ಯ ವರ್ಗದ ಜೊತೆಗೆ ನೊಬಲ್ ಮತ್ತು ಪಾದ್ರಿಗಳ ಸೇರ್ಪಡೆ: ಜೂನ್ 25 ರಂದು ಪಾದ್ರಿಗಳು ಮತ್ತು ಕೆಲವು ನೋಬಲ್ಲರು ಸಭೆ ಸೇರಿ ರಾಷ್ಟ್ರೀಯ ಸಭೆಯನ್ನು ಸೇರುವ ತೀರ್ಮಾನ ಕೈಗೊಂಡರು. ಜೂನ್ 27ರಂದು ರಾಜನು ಪಾದ್ರಿಗಳು ಮತ್ತು ನೋಬಲ್ಲರು ಮೂರನೇ ವರ್ಗದವರೊಡನೆ ಒಂದೇ ಸಂಸ್ಥೆಯಾಗಿ ಸೇರಬೇಕೆಂದು ಆಜ್ಞಾಪಿಸಿದನು. ಹೀಗೆ ಮೊದಲೇ ಪರಿಹರಿಸಬಹುದಾಗಿದ್ದ ಸಮಸ್ಯೆ ಬಗೆಹರಿದು ಎಲ್ಲ ವರ್ಗಗಳನ್ನೊಳಗೊಂಡ "ರಾಷ್ಟ್ರೀಯ ಸಭೆ" ಸ್ಥಾಪಿತಗೊಂಡಿತು.

ಬ್ಯಾಸ್ಟಿಲ್ ಸೆರೆಮನೆಯ ಪತನ

ಬ್ಯಾಸ್ಟಿಲ್ ಸೆರೆಮನೆಯ ಪತನ

ರಾಜನು ತನ್ನ ಕೈಯಿಂದ ತಪ್ಪಿಹೋದ ಅಧಿಕಾರವನ್ನು ಮತ್ತೆ ಪಡೆಯಬೇಕೆಂಬ ಆಸ್ಥಾನಿಕರ ಒತ್ತಾಯಕ್ಕೊಳಗಾಗಿ ರಾಷ್ಟ್ರೀಯ ಸಭೆಯನ್ನು ಹತ್ತಿಕ್ಕಲು ಅಥವಾ ಬೆದರಿಸಲು ಕ್ರಮಗಳನ್ನು ಕೈಗೊಂಡನು. ಹೆಚ್ಚಿನ ಸಂಖ್ಯೆಯ ಸೈನಿಕರನ್ನು ವರ್ಸೇಲ್ಸ್ ಮತ್ತು ಪ್ಯಾರಿಸ್ ನಗರದ ಸುತ್ತಮುತ್ತ ಜಮಾವಣೆ ಮಾಡಿ ಭೀತಿ ಹುಟ್ಟಿಸಲು ಪ್ರಯತ್ನಿಸಿದನು. ಸುಧಾರಣೆಗಳ ಬಗ್ಗೆ ಒಲವಿದ್ದ ಹಾಗೂ ಕ್ರಾಂತಿಕಾರಿಗಳ ಪರವಾಗಿದ್ದ ಅರ್ಥ ಸಚಿವ ನೆಕ್ಕರ್ ಹಾಗೂ ಆತನ ಸಹದ್ಯೋಗಿಗಳನ್ನು 1789ರ ಜುಲೈ 11ರಂದು ವಜಾ ಮಾಡಿ ದೇಶ ಬಿಟ್ಟು ಹೋಗಬೇಕೆಂದು ಆಜ್ಞೆ ಮಾಡಲಾಯಿತು.

ಈ ಮಧ್ಯೆ ಪ್ಯಾರಿಸ್‌ನ ಗುಂಪು ಚಟುವಟಿಕೆಯಿಂದ ಕೂಡಿದ್ದು ಸುತ್ತಮುತ್ತಲ ಪ್ರಾಂತ್ಯಗಳ ನಿರಾಶ್ರಿತರಿಂದ ಪ್ಯಾರಿಸ್ ತುಂಬಿ ಹೋಗಿತ್ತು. 1788ರ ಸುಗ್ಗಿಯ ಬೆಳೆ ನಷ್ಟವಾದುದರಿಂದ ಕ್ಷಾಮ ತಲೆದೋರುವ ಭಯ ಉಂಟಾಯಿತು. ಬೀದಿ ಬೀದಿಗಳಲ್ಲಿ ಬಡತನದಿಂದ ಕೂಡಿದ ಜನಗಳು ತುಂಬಿದ್ದು, ರಾಷ್ಟ್ರೀಯ ಸಭೆಯಿಂದ ಹೆಚ್ಚಿನ ಸಹಾಯವನ್ನು ನಿರೀಕ್ಷಿಸುತ್ತಿದ್ದರು. ಆದರೆ ನೆಕ್ಕರ್‌ನ ವಜಾ ಮುಂತಾದ ಅನೇಕ ಸುದ್ಧಿಗಳು ಬಹುಬೇಗ ಹರಡಿ ಭಾಷಣಕಾರರು ಸಾರ್ವತ್ರಿಕ ಸಭೆಗಳ ಮೂಲಕ ಜನರನ್ನು ಪ್ರಚೋದಿಸಿ ಕ್ರಾಂತಿಗಿಳಿಸಿದರು. ಜನರು ಶಸ್ತ್ರಾಸ್ತ್ರದ ಅಂಗಡಿಗಳನ್ನು ಲೂಟಿಮಾಡಿದರು. ಪ್ಯಾರಿಸ್ ಮತ್ತು ವರ್ಸೇಲ್ಸ್ ಬಳಿ ಜಮಾವಣೆಗೊಂಡ ಸೈನಿಕರನ್ನು ಕಂಡ ಜನತೆ ದೊರೆಯ ಮನಸ್ಸನ್ನು ಅರಿತು ದೊರೆಯ ವಿರುದ್ಧ ದಂಗೆಯೆದ್ದರು. ಜುಲೈ 14ರಂದು ಕುಖ್ಯಾತ ಹೆಸರುಗಳಿಸಿದ್ದ ಸರ್ಕಾರದ ಕಾರಾಗೃಹದ ಮೇಲೆ ಜನತೆ ಧಾಳಿಯಿಟ್ಟರು. ಫ್ರಾನ್ಸಿನ ಜನತೆ ಬ್ಯಾಸ್ಟಿಲ್ ಕಾರಾಗೃಹವನ್ನು ನಿರಂಕುಶ ಪ್ರಭುತ್ವದ, ಅನ್ಯಾಯದ ಸಂಕೇತವಾಗಿ, ಸ್ವಾತಂತ್ರ್ಯ ಹಾಗೂ ಮುಕ್ತವಾಗಲು ಹಂಬಲಿಸಿದ ಜೀವಿಗಳ ಕತ್ತಲೆ ಕೋಣೆ ಎಂದು ಭಾವಿಸಿದ್ದರು. ಹಲವಾರು ಗಂಟೆಗಳ ರಕ್ತಪಾತದಿಂದ ಕೂಡಿದ ಹೋರಾಟದಲ್ಲಿ ಬ್ಯಾಸ್ಟಿಲ್ ಕ್ರಾಂತಿಕಾರರ ವಶವಾಯಿತು. ಕ್ರಾಂತಿಕಾರರು ಕೋಟೆಯ ಅನೇಕ ಕಾವಲುಗಾರರನ್ನು ಕೊಂದು, 200 ಕ್ರಾಂತಿಕಾರಿಗಳನ್ನು ಕಳೆದುಕೊಂಡು ಪಡೆದ ಜಯ ಅದಾಗಿತ್ತು. ಕಾರಾಗೃಹದಲ್ಲಿದ್ದ

ಆರು ಜನ ಬಂಧಿಗಳನ್ನು ಬಿಡುಗಡೆ ಮಾಡಲಾಯಿತು. ಬ್ಯಾಸ್ಟಿಲ್ ಪತನವನ್ನು ಫ್ರಾನ್ಸ್ ಹಾಗೂ ವಿದೇಶಗಳಲ್ಲಿ ಸ್ವಾತಂತ್ರ್ಯದ ವಿಜಯವೆಂದು ಬಣ್ಣಿಸಲಾಯಿತು. ಜುಲೈ 14ನ್ನು ರಾಷ್ಟ್ರೀಯ ರಜಾ ದಿನವೆಂದು ಘೋಷಿಸಲಾಯಿತು. ಬೋರ್ಬನ್ ಮನೆತನದ ಬಿಳಿಯ ಬಣ್ಣದ ಧ್ವಜಕ್ಕೆ ಬದಲಾಗಿ ಕೆಂಪು, ಬಿಳಿ ಹಾಗೂ ನೀಲಿ ಬಣ್ಣದ ತ್ರಿವರ್ಣ ಧ್ವಜವನ್ನು ಹೊಸ ರಾಷ್ಟ್ರ ಧ್ವಜವೆಂದು ಸ್ವೀಕರಿಸಲಾಯಿತು. ನಂತರ 16ನೇ ಲೂಯಿಯು ಹೊಸ ಬದಲಾವಣೆಗಳನ್ನು ಒಪ್ಪಿಕೊಂಡನು.

ಕ್ರಾಂತಿಯ ಹರಡುವಿಕೆ: ಫ್ರಾನ್ಸ್ ದೇಶದಾದ್ಯಂತ ಕ್ರಾಂತಿಕಾರಕ ಬದಲಾವಣೆಗಳು ಹರಡಿದವು. ರಾಜಪ್ರಭುತ್ವ ಮುರಿದು ಬಿದ್ದು ಅರಾಜಕತೆ ನಲಿದಾಡಿತು. ಹೋರಾಟವು ಗ್ರಾಮೀಣ ಪ್ರದೇಶಗಳಿಗೂ ಹರಡಿತು. ಜಮೀನ್ದಾರರಿಗೆ ಸಂಬಂಧಿಸಿದ ಸಾಲ ಪತ್ರಗಳು, ದಾಖಲೆ ಪತ್ರಗಳನ್ನು ರೈತರು ಬಲವಂತವಾಗಿ ಕಸಿದುಕೊಂಡು ಸುಟ್ಟು ಹಾಕಿದರು. ಕಾಗದ ಪತ್ರಗಳ ಸಂಗ್ರಹಾಲಯಗಳನ್ನು ಸುಡಲಾರಂಭಿಸಿದರು. ಕ್ರೈಸ್ತ ಮಠಗಳು ಮತ್ತು ನೊಬೆಲ್ಲರ ಕೋಟೆ ಮನೆಗಳನ್ನು ಲೂಟಿ ಮಾಡಲಾರಂಭಿಸಿದರು. ದಬ್ಬಾಳಿಕೆಯ ಮೇಲೆ ತೆರಿಗೆ ವಸೂಲಿ ಮಾಡುತ್ತಿದ್ದ ಅಧಿಕಾರಿಗಳ ಮೇಲೆ ಹಲ್ಲೆ ಮಾಡಲಾಯಿತು. ಗಿರಣಿ ಮಾಲೀಕರ ಹತ್ಯೆ, ಜನಪೀಡಕರಾದ ಪಾದ್ರಿಗಳನ್ನು, ನೊಬೆಲ್ಲರನ್ನು ನಿರ್ದಾಕ್ಷಿಣ್ಯವಾಗಿ ಕೊಲೆ ಮಾಡಲಾಯಿತು. ಹೀಗೆ ದೇಶದಾದ್ಯಂತ ಗಲಭೆ, ಹಿಂಸಾಚಾರ, ಲೂಟಿ, ಅರಾಜಕತೆ ತಾಂಡವವಾಡಿದವು. ಲೂಟಿಯಿಂದ ಆಸ್ತಿಪಾಸ್ತಿ ಹಾಳಾಗದಂತೆ ರಕ್ಷಿಸಲು ಪ್ಯಾರಿಸ್‌ನಲ್ಲಿ "ಕಮ್ಯೂನ್" ಎಂಬ ಹೊಸ ಆಡಳಿತ ವ್ಯವಸ್ಥೆಯನ್ನು ಸ್ಥಾಪಿಸಲಾಯಿತು. ಲಾಫಾಯೆಟ್‌ನ ನಾಯಕತ್ವದಲ್ಲಿ ಪೌರರ ಸೇನೆ ಅಥವಾ ನ್ಯಾಷನಲ್ ಗಾರ್ಡ್ ಎಂಬ ರಾಷ್ಟ್ರೀಯ ರಕ್ಷಣಾ ಪಡೆಯನ್ನು ರಚಿಸಲಾಯಿತು.

ಲೂಯಿಯು ಸೈನ್ಯವನ್ನು ವಾಪಸ್ಸು ಕರೆಸಿಕೊಂಡು, ಅರ್ಥಖಾತೆಯ ಮಂತ್ರಿಯಾದ ನೆಕ್ಕರ್‌ಗೆ ಪುನಃ ಅಧಿಕಾರ ನೀಡಲು ಒಪ್ಪಿಕೊಂಡನು. ನ್ಯಾಷನಲ್ ಗಾರ್ಡ್ ಸಂಘಟನೆಯನ್ನು ರಾಜನು ಒಪ್ಪಿಕೊಂಡನು. ಆದ್ದರಿಂದ ಪ್ರತಿಯೊಂದು ನಗರ ಕೇಂದ್ರಗಳಲ್ಲೂ ನ್ಯಾಷನಲ್ ಗಾರ್ಡ್‌ನ ಸಂಘಟನಾ ಶಾಖೆಗಳನ್ನು ಸ್ಥಾಪಿಸಲಾಯಿತು.

ಕ್ರಾಂತಿ ವಿರೋಧಿಗಳು: ಕ್ರಾಂತಿಯಿಂದ ತಾವು ಕಳೆದುಕೊಂಡ ವಿಶೇಷ ಸೌಕರ್ಯಗಳನ್ನು ಮತ್ತೆ ಪಡೆಯಬೇಕೆಂಬ ಒಂದು ಗುಂಪು ಮತ್ತು ಕ್ರಾಂತಿಕಾರಿ ಗುಂಪು ಎಂಬ ಎರಡು ಗುಂಪುಗಳು ನಿರ್ಮಾಣವಾದವು. ಕ್ರಾಂತಿ ವಿರೋಧಿ ಗುಂಪು ಹೊಸದಾಗಿ ಆದ ಬದಲಾವಣೆಗಳನ್ನು ಹತ್ತಿಕ್ಕಿ ಹಳೆಯ ವ್ಯವಸ್ಥೆಯನ್ನು ಜಾರಿಗೆ ತರಬೇಕೆಂದು ಬಯಸಿತ್ತು. ಇವರು ಜುಲೈ 14ರ ನಂತರ ರಾಜನ ಸೋದರನಾದ ಕೌಂಟ್ ಆಫ್ ಆರ್ಟಾಯಿಸ್‌ನ ನೇತೃತ್ವದಲ್ಲಿ ದೇಶವನ್ನು ಬಿಟ್ಟು ಹೋಗಿ ಯೂರೋಪಿನ ರಾಜ್ಯಗಳಲ್ಲಿ ನೆಲೆಸಿದರು. ಅಲ್ಲಿನ ರಾಜಸ್ಥಾನಗಳಲ್ಲಿ ಚಿತಾವಣೆ ಮಾಡುವುದರ ಮೂಲಕ ಫ್ರಾನ್ಸಿನ ಜೊತೆ ಆ ದೇಶಗಳ ಸಂಬಂಧವನ್ನು ಹಾಳುಗೆಡವಿದರು. ಫ್ರಾನ್ಸಿನಲ್ಲಿ ಉಳಿದ ಆಸ್ಥಾನಿಕರು ಮೇರಿ ಆಂಟೋಯಿನೆಟ್ಟಳ ಬೆಂಬಲ ಪಡೆದು ರಾಜನ ಮೇಲೆ ಒತ್ತಡ ತರಲಾರಂಭಿಸಿದರು. ರಾಷ್ಟ್ರಸಭೆಯು ಆಗಸ್ಟ್ 4 ರಂದು ಅಂಗೀಕರಿಸಿದ ನಿರ್ಣಯಗಳನ್ನು ಎರಡು ತಿಂಗಳಾದರೂ ರಾಜನು ಒಪ್ಪಿಕೊಳ್ಳದಂತೆ ಮಾಡಿದರು. ರಾಜನು ಒಪ್ಪಿಕೊಳ್ಳದೇ ಆ ನಿರ್ಣಯಗಳು ಕಾನೂನುಗಳಾಗುತ್ತಿರಲಿಲ್ಲ. ಇದರಿಂದಾಗಿ ಫ್ರಾನ್ಸಿನ ಜನತೆ ರಾಜನು ಕ್ರಾಂತಿಕಾರರ ವಿರುದ್ಧ ಒಳಸಂಚು ನಡೆಸಿದ್ದಾನೆ ಅಥವಾ ಸಂಚುಗಾರರ ಜೊತೆ ಕೈಜೋಡಿಸಿದ್ದಾನೆ ಎಂಬ ಸಂದೇಹಕ್ಕೊಳಗಾದರು.

ರೊಟ್ಟಿಯ ಹಗರಣ ಅಥವಾ ವರ್ಸೇಲ್ಸ್ ಮೇಲೆ ಮಹಿಳೆಯರ ಮುತ್ತಿಗೆ

ಜನತೆಯಲ್ಲಿ ಸಂಶಯ ಬಂದ ವೇಳೆಗೆ ಫ್ಲೆಮಿಷ್ ಸೈನ್ಯ ತುಕಡಿಯು ವರ್ಸೇಲ್ಸ್‌ಗೆ ಬಂದುದು ಜನತೆಯಲ್ಲಿ ರಾಜನ ಬಗ್ಗೆ ಇನ್ನೂ ಸಂಶಯಗೊಳ್ಳುವಂತಾಯಿತು. ಅಕ್ಟೋಬರ್ ತಿಂಗಳಲ್ಲಿ ವರ್ಸೇಲ್ಸ್‌ನಲ್ಲಿ ನಡೆದ ಸೈನಿಕರ ಔತಣ ಕೂಟವೊಂದರಲ್ಲಿ ಕ್ರಾಂತಿಕಾರರ ತ್ರಿವರ್ಣ ಧ್ವಜವನ್ನು ಕಾಲಿನಲ್ಲಿ ತುಳಿದು ಅವಮಾನಗೊಳಿಸಿದ್ದಾರೆಂಬ ಸುದ್ದಿ ಎಲ್ಲ ಕಡೆ ಹಬ್ಬಿತು. ರಾಷ್ಟ್ರೀಯ ಸಭೆಯ ಮೇಲೆ ಬೆದರಿಕೆ ಒಡ್ಡಲಾಗುತ್ತಿದೆ, ಮತ್ತೆ ಸೈನ್ಯ ಒಗ್ಗೂಡಿಸುತ್ತಿದ್ದಾರೆ ಈ ಎಲ್ಲ ಚಟುವಟಿಕೆಗಳಿಗೆ ರಾಜ ರಾಣಿಯರ ಬೆಂಬಲವಿದೆ ಎಂಬ ವದಂತಿಗಳು ಹಬ್ಬಿದವು. ರಾಜ ರಾಣಿಯರು ವರ್ಸೇಲ್ಸ್‌ನಲ್ಲಿದ್ದು ಕ್ರಾಂತಿಕಾರರ ವಿರುದ್ಧ ಚಟುವಟಿಕೆ ನಡೆಸುವ ಬದಲು ಪ್ಯಾರಿಸ್‌ನಲ್ಲೇ ಇರುವುದು ಕ್ಷೇಮ. ಪ್ಯಾರಿಸ್‌ನಲ್ಲಿ ಕಮ್ಯೂನ್ ಮತ್ತು ನ್ಯಾಷನಲ್ ಗಾರ್ಡ್‌ಗಳು ರಾಜ ರಾಣಿಯರ ಚಲನವಲನಗಳನ್ನು ಗಮನಿಸುತ್ತಿರಬಹುದು ಎಂಬ ಭಾವನೆ ಜನರಲ್ಲಿ ಬೆಳೆಯಿತು.

ಇದೇ ವೇಳೆಗೆ ಪ್ಯಾರಿಸ್‌ನಲ್ಲಿ ಬರಗಾಲದಿಂದಲೂ, ಆಹಾರದ ಅಭಾವದಿಂದಲೂ ಎಲ್ಲೆಲ್ಲೂ ಹಾಹಾಕಾರ ತಲೆದೋರಿತು. ರಾಜ ರಾಣಿಯರನ್ನು ವರ್ಸೇಲ್ಸ್‌ನಿಂದ ಪ್ಯಾರಿಸ್‌ಗೆ ಕರೆತಂದರೆ ನಮ್ಮ ಆಹಾರದ ಅಭಾವ ತೀರುವುದೆಂಬ ಭಾವನೆ ಜನರಲ್ಲಿ ಬೆಳೆಯಿತು ಹಾಗೂ ವರ್ಸೇಲ್ಸ್‌ನಲ್ಲಿ ಹೇರಳವಾದ ದವಸಧಾನ್ಯಗಳಿವೆ ಎಂಬ ಭಾವನೆಯು ಬೆಳೆದಿತ್ತು. ಅಕ್ಟೋಬರ್ 5ರಂದು ಸಾವಿರಾರು ಮಹಿಳೆಯರು ಆಹಾರದ ಮೇಲಿನ ತೆರಿಗೆಯನ್ನು ಇಳಿಸಬೇಕು, ರಾಷ್ಟ್ರಧ್ವಜವನ್ನು ಅವಮಾನಗೊಳಿಸಿದವರನ್ನು ಶಿಕ್ಷಿಸಬೇಕೆಂದು ಕೂಗುತ್ತಾ ಫಿರಂಗಿಯೊಂದನ್ನು ಎಳೆದುಕೊಂಡು ವರ್ಸೇಲ್ಸ್‌ಗೆ

MARCHE DES FEMMES SUR VERSAILLES, LE 5 OCTOBRE 1789

ವರ್ಸೇಲ್ಸ್‌ಗೆ ಸ್ತ್ರೀಯರ ಮೆರವಣಿಗೆ

ಧಾಳಿಯೊಂದನ್ನು ಸಂಘಟಿಸಿದರು. ಈ ಗುಂಪಿನ ಜೊತೆ ಸಾವಿರಾರು ನಿರುದ್ಯೋಗಿ ಗಂಡಸರು ಹಾಗೂ ತಂಟೆಕೋರರು ಜೊತೆ ಸೇರಿದರು.

ಗಲಭೆಯಾಗದಂತೆ ನೋಡಿಕೊಳ್ಳಲು ಲಾಫಾಯೆಟ್ಟನು ರಾಷ್ಟ್ರೀಯ ರಕ್ಷಣಾ ಪಡೆಯೊಂದಿಗೆ ಪ್ರದರ್ಶನಕಾರರ ಹಿಂದೆ ಹೋದನು. ಪ್ರದರ್ಶನಕಾರರು ಅರಮನೆಯ ಮತ್ತು ಬೀದಿಗಳಲ್ಲಿ ಬೀಡುಬಿಟ್ಟು "ರೊಟ್ಟಿ ಬೇಕು" ಎಂಬ ಘೋಷಣೆಗಳನ್ನು ಕೂಗುತ್ತ ರಾತ್ರಿಯೆಲ್ಲಾ ಧಾಳಿಗೆ ಸಿದ್ಧತೆ ಮಾಡಿಕೊಂಡರು. ಮಾರನೇ ದಿನ ಬೆಳಿಗ್ಗೆ ಪ್ರದರ್ಶನಕಾರರು ಅರಮನೆಯ ಮೇಲೆ ಧಾಳಿ ಆರಂಭಿಸಿ ಅರಮನೆಯ ಮುಖ್ಯದ್ವಾರವನ್ನು ಒಡೆದು ಒಳನುಗ್ಗಿ ಅನೇಕ ಕಾವಲುಗಾರರನ್ನು ಕೊಂದರು. ರಾಣಿಯು ಭಯಗ್ರಸ್ಥಳಾಗಿ ರಾಜನ ಕೊಠಡಿಗೆ ಓಡಿದಳು. ಕೊನೆಗೆ ರಾಜನು ಅರಮನೆಯ ಉಪ್ಪರಿಗೆಯ ಮೇಲೆ ಬಂದು ಜನರನ್ನುದ್ದೇಶಿಸಿ ಮಾತನಾಡಿ ಅವರಿಗೆಲ್ಲ ರೊಟ್ಟಿಯನ್ನು ಒದಗಿಸುವ ವಚನವಿತ್ತನು. ಆದರೆ ಈ ವಚನದಿಂದಲೂ ತೃಪ್ತರಾಗದೆ ವರ್ಸೇಲ್ಸ್ ಅರಮನೆಯನ್ನು ತ್ಯಜಿಸಿ ಪ್ರಜೆಗಳ ಮಧ್ಯದಲ್ಲಿ ರಾಜನು ಪ್ಯಾರಿಸ್‌ನಲ್ಲಿರುವಂತೆ ಈ ಜನತೆ ಒತ್ತಾಯಿಸಿತು. ಭೀತಿಗ್ರಸ್ಥ ಲೂಯಿಯು ಬಲಾತ್ಕಾರದಿಂದ ಪ್ಯಾರಿಸ್‌ನಲ್ಲಿರಲು ಒಪ್ಪಿಕೊಂಡನು. ಎಂಟು ಜನರನ್ನೊಳಗೊಂಡ ರಾಜರಾಣಿ ಮತ್ತು ಅವರ ಪರಿವಾರವನ್ನು ಒಂದು ಸಣ್ಣ ಕೈಗಾಡಿಯಲ್ಲಿ ತುಂಬಿ ಜನಜಂಗುಳಿ ಪ್ಯಾರಿಸ್ ಕಡೆ ಸಾಗಿತು. ಗಾಡಿಯ ಸುತ್ತ ಮಹಿಳೆಯರು ಅರಮನೆಯ ಪ್ರವೇಶದ್ವಾರದಲ್ಲಿ ಕೊಲೆಗೈದ ಕಾವಲುಗಾರರ ತಲೆಗಳನ್ನು ಕೈಯಲ್ಲಿಡಿದಿದ್ದರು. "ರೊಟ್ಟಿ ಬೇಯಿಸುವವನನ್ನು ಆತನ ಹೆಂಡತಿಯನ್ನೂ ಹಾಗೂ ರೊಟ್ಟಿಯವನ ಮಗನನ್ನು ಕರೆದೊಯ್ಯುತ್ತಿದ್ದೇವೆ" ಎಂದು ದಾರಿಯುದ್ದಕ್ಕೂ ಮಹಿಳೆಯರು ಕೂಗುತ್ತಿದ್ದರು. ಆ ದಿನ ರಾತ್ರಿ 11 ಗಂಟೆಗೆ ಲೂಯಿ ಮತ್ತು ಅವನ ಕುಟುಂಬ ಪ್ಯಾರಿಸ್ ಮಧ್ಯದಲ್ಲಿದ್ದ ಟ್ಯೂಲರೀಸ್ ಅರಮನೆಗೆ ತಲುಪಿತು. ರಾಜ ಮತ್ತು ಅವನ ಪರಿವಾರವನ್ನು ಗೃಹಬಂಧನದಲ್ಲಿರಿಸಿ ಅವರ ರಕ್ಷಣೆಗೆ ನ್ಯಾಷನಲ್ ಗಾರ್ಡ್‌ಗಳನ್ನು ನೇಮಿಸಲಾಯಿತು. ರಾಷ್ಟ್ರೀಯ ಸಭೆಯು ವರ್ಸೇಲ್ಸ್‌ನಿಂದ ಪ್ಯಾರಿಸ್‌ಗೆ ಸ್ಥಳಾಂತರಗೊಂಡಿತು. ಅನಿಬೆಸೆಂಟರು ಈ ಘಟನೆಯನ್ನು "ಅದೊಂದು ಹಸಿವಿನ ಕ್ರಾಂತಿ" ಎಂದು ಕರೆದಿದ್ದಾರೆ.

ರಾಷ್ಟ್ರೀಯ ಸಭೆಯ ಕಾರ್ಯಗಳು (1789–1791)

1. ಹಳೆಯ ವ್ಯವಸ್ಥೆಯ ನಾಶ (ವಿಶೇಷ ಹಕ್ಕು ಭಾಧ್ಯತೆಗಳ ರದ್ಧತಿ) : ಫ್ರಾನ್ಸಿನ ಕ್ರಾಂತಿಕಾರಕ, ಹಿಂಸಾತ್ಮಕ ಚಟುವಟಿಕೆಗಳಿಗೆ ಮೂಲ ಕಾರಣವನ್ನು ಗುರುತಿಸಲು ನೇಮಿಸಿದ ಸರ್ಕಾರಿ ಸಮಿತಿಯು ಜಮೀನ್ದಾರಿ ಪದ್ಧತಿಯಲ್ಲಿದ್ದ ಅಧಿಕ ತೆರಿಗೆಗಳೇ ಕಾರಣವೆಂದು ತಿಳಿಸಿತು. 1789ರ ಆಗಸ್ಟ್ 4ರಂದು ಸಭೆ ಸೇರಿದ ರಾಷ್ಟ್ರೀಯ ಸಭೆಯು ಪ್ರಮುಖವಾದ 30 ಕಾನೂನುಗಳನ್ನು ಜಾರಿಗೊಳಿಸಿತು. ಸಭೆಯಲ್ಲಿ ಫ್ರಾನ್ಸಿನ ಅತ್ಯಂತ ದೊಡ್ಡ ಜಮೀನ್ದಾರರಾದ ಡಿ.ಐಗಿಲ್ಲೋನ್, ನಾ ಇಲ್ಲೆ ಮುಂತಾದವರು ಸ್ವಯಂಪ್ರೇರಣೆಯಿಂದ ಜಮೀನ್ದಾರಿ ಹಕ್ಕುಗಳನ್ನು ಬಿಟ್ಟುಕೊಡಲು ಮುಂದೆ ಬಂದರು. ಅದೇ ರೀತಿ ಪಾದ್ರಿಗಳು ಸಹ ವಿಶೇಷವಾದ ಹಕ್ಕುಗಳನ್ನು ಬಿಟ್ಟುಕೊಟ್ಟು ಆಶ್ಚರ್ಯಗೊಳಿಸಿದರು. ಇದರಿಂದಾಗಿ ನ್ಯಾಯಾಧೀಶರು ತಮ್ಮ ಅಧಿಕಾರಗಳನ್ನು ಮರಳಿ ಒಪ್ಪಿಸಿದರು, ಧಾರ್ಮಿಕ ತೆರಿಗೆಗಳನ್ನು ರದ್ದು ಮಾಡಲಾಯಿತು. ಪ್ರಾಂತ್ಯಗಳು ತಮ್ಮ ವಿಶೇಷ ಹಕ್ಕುಗಳನ್ನು ಬಿಟ್ಟುಕೊಟ್ಟವು. ಜಮೀನ್ದಾರಿ ಪದ್ಧತಿಯನ್ನು ನಿರ್ಮೂಲನಗೊಳಿಸಿದ್ದರಿಂದ ಸಾಲ ಸೊತ್ತುಗಳು ಅಳಿಸಿಹೋದವು. ಬೇಟೆಯ ಹಕ್ಕು, ಬಲಾತ್ಕಾರ ಸೇವೆಗಳು ಕೊನೆಗೊಂಡವು. ಜೀತಪದ್ಧತಿಯನ್ನು ನ್ಯಾಯಬಾಹಿರವೆಂದು ಘೋಷಿಸಲಾಯಿತು. ಕಾನೂನಿನ ಮುಂದೆ ಸರ್ವರು ಸಮಾನರು, ಅಧಿಕಾರ ಸ್ಥಾನಗಳ ಮಾರಾಟ ನಿಂತು ಸರ್ಕಾರದ ಅಧಿಕಾರ ಸ್ಥಾನಗಳು ಎಲ್ಲರಿಗೂ ಸಿಗುವಂತಾದವು. ಹೀಗೆ ರಾಷ್ಟ್ರೀಯ ಸಭೆಯು ತನ್ನ ಮೊದಲ ಪ್ರಯತ್ನದಲ್ಲೇ ಅಸಮಾನತೆಯ ಮೇಲೆ ರಚಿತವಾಗಿದ್ದ ಫ್ರಾನ್ಸಿನ ಹಳೆಯ ಆಳ್ವಿಕೆಯನ್ನು ಕೊನೆಗೊಳಿಸಿತು. ಮೈರ್ಸ್ ಅವರು ಅಭಿಪ್ರಯಾಪಟ್ಟಿರುವಂತೆ "ಒಂದೇ ರಾತ್ರಿಯಲ್ಲಿ ಶಿಥಿಲಗೊಂಡು ಮುರಿದುಬಿದ್ದಿದ್ದ ಜಹಗೀರಿ ಪದ್ಧತಿಯ ಕೊಳಕನ್ನು ತೆಗೆದು ಹಾಕಲಾಯಿತು". ಅನಿಬೆಸೆಂಟರು "ಫ್ರಾನ್ಸಿನ ಊಳಿಗಮಾನ್ಯ ವ್ಯವಸ್ಥೆ ಶತಮಾನಗಳಿಂದ ಜನತೆಯ ಮೇಲೆ ಹೊರಿಸಿದ್ದ ಹೊರೆಗಳು ಒಂದೇ ರಾತ್ರಿಯಲ್ಲಿ ಧೂಳಿಪಟವಾದವು" ಎಂದಿದ್ದಾರೆ.

2. ಮಾನವ ಹಕ್ಕುಗಳ ಘೋಷಣೆ : ಲಾಫಯೆಟ್ ರಚಿಸಿದ ಘೋಷಣೆಯ ಕರಡು ಪ್ರತಿಯ ಆಧಾರದ ಮೇಲೆ ರಾಷ್ಟ್ರೀಯ ಸಭೆಯು ಮಾನವ ಹಕ್ಕುಗಳ ಘೋಷಣೆಯನ್ನು ಸಿದ್ಧಪಡಿಸಿತು. ಈ ಘೋಷಣೆಗಳು ರೂಸೋನ, ಮಾನವರು

ಹುಟ್ಟಿನಿಂದ ಸ್ವತಂತ್ರರು ಮತ್ತು ಸಮಾನರು, ಎಂಬ ತತ್ವದ ಮೇಲೆ ರಚಿತವಾದವಾಗಿದ್ದವು. ಆಗಸ್ಟ್ 27 ರಂದು ರಾಷ್ಟ್ರೀಯ ಸಭೆಯು ಮಾನವ ಹಕ್ಕುಗಳನ್ನು ಘೋಷಿಸಿತು. ಈ ಘೋಷಣೆಯು 17 ಅಂಶಗಳನ್ನು ಒಳಗೊಂಡಿತ್ತು. ಅವುಗಳಲ್ಲಿ ಪ್ರಮುಖವಾದವುಗಳೆಂದರೆ

1. ಎಲ್ಲ ಮಾನವರು ಹುಟ್ಟಿನಿಂದ ಸ್ವತಂತ್ರರು ಮತ್ತು ಸಮಾನರು
2. ಸ್ವಾತಂತ್ರ್ಯ, ಸಮಾನತೆ, ಆಸ್ತಿರಕ್ಷಣೆ, ಸುಭದ್ರತೆ ಮತ್ತು ದೌರ್ಜನ್ಯದ ವಿರುದ್ಧ ಪ್ರತಿಭಟಿಸುವ ಹಕ್ಕು ಜನ್ಮಗತವಾದವು. ಇವುಗಳನ್ನು ಯಾವುದೇ ಸಂಸ್ಥೆ ಪ್ರತಿಬಂಧಿಸುವಂತಿಲ್ಲ.
3. ಪ್ರಜೆಗಳೇ ಸಾರ್ವಭೌಮರು. ಇದನ್ನು ಯಾವುದೇ ಸಂಸ್ಥೆ ಅಥವಾ ವ್ಯಕ್ತಿ ಹೊಂದಲಾಗದು.
4. ಕಾನೂನು ಜನತೆಯ ಮನೋಗತದ ಅಭಿವ್ಯಕ್ತಿ. ಕಾನೂನು ರಚನೆಯಲ್ಲಿ ಜನತೆ ನೇರವಾಗಿ ಅಥವಾ ತಮ್ಮ ಪ್ರತಿನಿಧಿಗಳ ಮೂಲಕ ಪಾಲ್ಗೊಳ್ಳಬಹುದು.
5. ದೇಶದ ಅರ್ಥ ವ್ಯವಸ್ಥೆಯನ್ನು ನಿರ್ದೇಶಿಸುವ ಹಕ್ಕು ಜನತೆಗಿದೆ.
6. ದೇಶದ ಅಧಿಕಾರ ವರ್ಗವು ಜನತೆಗೆ ಬದ್ಧರು. ಅಧಿಕಾರಿಗಳು ಕಾನೂನು ಕೊಟ್ಟಷ್ಟು ಅಧಿಕಾರ ಹೊಂದಿರುವವರು.
7. ವಾಕ್ ಸ್ವಾತಂತ್ರ್ಯ, ಸಭಾ ಸ್ವಾತಂತ್ರ್ಯ ಹಾಗೂ ಉನ್ನತ ಅಧಿಕಾರಿಯಿಂದ ನಿರ್ಣಯಿತವಾದ ನ್ಯಾಯದಾನ.

1789ರ ಮಾನವ ಹಕ್ಕುಗಳು ಮತ್ತು ನಾಗರಿಕತ್ವದ ಘೋಷಣೆ

ಮೇಲಿನ ಮಾನವನ ಹಕ್ಕುಗಳ ಘೋಷಣೆಯನ್ನು ಕುರಿತು ಸಿ.ಡಿ. ಹೇಜನ್‌ರವರು "ಫ್ರಾನ್ಸ್ ದೇಶದಲ್ಲಿನ ಪ್ರಜಾಸತ್ತಾತ್ಮಕ ಹಾಗೂ ಗಣರಾಜ್ಯ ಸಿದ್ಧಾಂತಗಳ ಬೆಳವಣಿಗೆಯ ಇತಿಹಾಸದಲ್ಲಿ ಒಂದು ಮೈಲುಗಲ್ಲು, ಆಧುನಿಕ ಕಾಲದ ಧರ್ಮ ಶಾಸನ"ವೆಂದಿದ್ದಾರೆ. ಲಾರ್ಡ್ ಆಕ್ಟನ್‌ರವರು "ಮಾನವ ಹಕ್ಕುಗಳ ಘೋಷಣೆಗಳು ನೆಪೋಲಿಯನ್ನನ ಎಲ್ಲ ಸೈನ್ಯಕ್ಕಿಂತ ಶಕ್ತಿಯುತವಾದವು" ಎಂದಿದ್ದಾರೆ. ಈ ಘೋಷಣೆಗಳು ಫ್ರಾನ್ಸಿನ ಗಡಿದಾಟಿ ಪ್ರಪಂಚದಲ್ಲೇ ಹರಡಿದವು. ಜಗತ್ತಿನ ಯಾವುದೇ ಭಾಗದ ಜನತೆ ತಮ್ಮ ಹಕ್ಕುಗಳ ಪರ ಹೋರಾಡಲು ಪ್ರಯತ್ನಿಸಿದಾಗೆಲ್ಲ ಅವರ ಮನಸ್ಸಿನಲ್ಲಿದ್ದುದು ಈ ಘೋಷಣೆಗಳೇ. ಮುಂದಿನ ಶತಮಾನದಲ್ಲಿ ಸ್ವಾತಂತ್ರ್ಯಕ್ಕಾಗಿ ಹೋರಾಟ ನಡೆಸಿದ ರಾಷ್ಟ್ರಗಳು ಈ ಘೋಷಣೆಗಳಿಂದಲೇ ತಾತ್ವಿಕ ಪ್ರೇರಣೆ ಪಡೆದಿದ್ದವು ಎಂಬುದೇ ಮಾನವ ಹಕ್ಕುಗಳ ಘೋಷಣೆಯ ಹೆಗ್ಗಳಿಕೆಯಾಗಿದೆ.

3. ಹೊಸ ಸಂವಿಧಾನ ರಚನೆ (1791) : ರಾಷ್ಟ್ರೀಯ ಸಭೆಯು 1789ರಿಂದಲೇ ಸಂವಿಧಾನದ ರಚನೆಯ ಕಾರ್ಯವನ್ನು ಕೈಗೊಂಡು 1791ರಲ್ಲಿ ಪೂರ್ಣಗೊಳಿಸಿತು. ಇದು ಲಿಖಿತ ಸಂವಿಧಾನವಾಗಿದ್ದು ಪೀಠಿಕೆಯಲ್ಲಿ ಮಾನವ ಹಕ್ಕುಗಳ ಘೋಷಣೆಯನ್ನು ಸೇರಿಸಲಾಗಿತ್ತು. ಈ ಸಂವಿಧಾನದ ಪ್ರಕಾರ ನಿಯಮಿತ ರಾಜಪ್ರಭುತ್ವವನ್ನು ಜಾರಿಗೆ ತಂದು ಫ್ರಾನ್ಸಿನ ದೊರೆಯ ಅಧಿಕಾರಗಳನ್ನು ಬಹುಮಟ್ಟಿಗೆ ಕಡಿತಗೊಳಿಸಲಾಯಿತು. ರಾಜನಿಗೆ ವಾರ್ಷಿಕ ಸಂಬಳವಾಗಿ 25,000,000 ಫ್ರಾಂಕ್‌ಗಳನ್ನು ನಿಗಧಿಗೊಳಿಸಲಾಯಿತು. ರಾಜನು ಸೈನ್ಯ ಹಾಗೂ ನೌಕಾ ಬಲದ ಮುಖ್ಯಸ್ಥನಾಗಿದ್ದರೂ ಶಾಸಕಾಂಗದ ಅನುಮತಿಯಿಲ್ಲದೆ ಆತನು ಯುದ್ಧ ಘೋಷಿಸುವಂತಿರಲಿಲ್ಲ. ರಾಜನಿಗೆ ಮಂತ್ರಿಗಳನ್ನು ಮತ್ತು ಆಡಳಿತ ವಿಭಾಗದ ಅಧ್ಯಕ್ಷರನ್ನು ನೇಮಿಸುವ ಅಧಿಕಾರವಿತ್ತು. ಆದರೆ ಆ ಸ್ಥಾನಗಳಿಗೆ ಶಾಸನಸಭೆಯ ಸದಸ್ಯರನ್ನು ನೇಮಿಸುವಂತಿರಲಿಲ್ಲ.

ಅಧಿಕಾರ ವಿಭಜನೆಯ ತತ್ವದ ಮೇಲೆ ಈ ಸಂವಿಧಾನವು ರಚಿತವಾಗಿದ್ದು ಅರಸನ ಅಧಿಕಾರಗಳಿಗೆ ಅಂಕುಶವನ್ನಾಕಿತು. ಶಾಸನ ರಚಿಸುವ ಅಧಿಕಾರವನ್ನು ರಾಜನಿಂದ ಕಿತ್ತುಕೊಂಡರೂ ಶಾಸನ ಸಭೆಯು ಒಪ್ಪಿಕೊಂಡ ಕಾನೂನನ್ನು ಮೂರು ಅಧಿವೇಶನಗಳವರೆಗೆ ತಡೆಹಿಡಿಯುವ ನಿಷೇದಾಧಿಕಾರ (Veto)ವನ್ನು ನೀಡಿದ್ದುದು ರಾಷ್ಟ್ರೀಯ ಸಭೆಯ ಕಾರ್ಯಕಲಾಪಗಳಿಗೆ ತಡೆಯುಂಟುಮಾಡಿತು.

1791ರ ಸಂವಿಧಾನವು ಎರಡು ವರ್ಷಗಳ ಅವಧಿಗೆ ಚುನಾಯಿತವಾದ 745 ಸದಸ್ಯರನ್ನೊಳಗೊಂಡ ಏಕ ಸದನವನ್ನು ರೂಪಿಸಿತ್ತು. ಈ ಸದಸ್ಯರನ್ನು ನಿರ್ದಿಷ್ಟ ತೆರಿಗೆ ಕೊಡುವಂತಹ ಮತದಾರ ವರ್ಗವು ಚುನಾಯಿಸುತಿತ್ತು. ಮತದಾರ ವರ್ಗದ ಸಂಖ್ಯೆ 40 ಲಕ್ಷವಿದ್ದು ಉಳಿದ 30 ಲಕ್ಷ ಪೌರರಿಗೆ ಮತಾಧಿಕಾರ ನೀಡಿರಲಿಲ್ಲ.

4. ನ್ಯಾಯಾಂಗ ಸುಧಾರಣೆ : ಈ ಸಂವಿಧಾನವು ನ್ಯಾಯಾಂಗ ವ್ಯವಸ್ಥೆಯನ್ನು ಪೂರ್ಣವಾಗಿ ಬದಲಾಯಿಸಿತು. ಹಿಂದಿನ ನ್ಯಾಯಾಧೀಶರ ಹುದ್ದೆಗಳನ್ನು ಮಾರಾಟ ಮಾಡುವ ಬದಲು ಹೊಸ ಸಂವಿಧಾನವು ಚುನಾಯಿಸುವ ವ್ಯವಸ್ಥೆಯನ್ನು ಜಾರಿಗೆ ತಂದಿತು. ಇವರ ಅಧಿಕಾರಾವಧಿ ಎರಡರಿಂದ ನಾಲ್ಕು ವರ್ಷಗಳಾಗಿದ್ದವು. ನ್ಯಾಯದರ್ಶಿ ಮಂಡಳಿಯಿಂದ ವಿಚಾರಣೆ ನಡೆಸುವ ಜ್ಯೂರಿ ಪದ್ಧತಿಯನ್ನು ಜಾರಿಗೊಳಿಸಲಾಯಿತು. ಚಿತ್ರಹಿಂಸೆ, ರಾಜಾಜ್ಞೆಗಳ ಮೂಲಕ ವ್ಯಕ್ತಿಗಳನ್ನು ಬಂಧಿಸುವ ಪದ್ಧತಿಯನ್ನು ರದ್ಧುಗೊಳಿಸಲಾಯಿತು.

5. ಆಡಳಿತಾತ್ಮಕ ಸುಧಾರಣೆಗಳು : ಆಡಳಿತದ ಅನುಕೂಲಕ್ಕಾಗಿ ಹಾಗೂ ಆಡಳಿತವನ್ನು ವಿಕೇಂದ್ರೀಕರಣಗೊಳಿಸುವುದಕ್ಕಾಗಿ ಹೊಸ ಆಡಳಿತ ವ್ಯವಸ್ಥೆಯನ್ನು ಸ್ಥಾಪಿಸಲಾಯಿತು. ಫ್ರಾನ್ಸನ್ನು ಹಳೆಯ 32 ಪ್ರಾಂತಗಳಿಗೆ ಬದಲಾಗಿ 83 ಸಮ ವಿಭಾಗಗಳಾಗಿ ವಿಭಾಗಿಸಲಾಯಿತು. ಈ ವಿಭಾಗಗಳನ್ನು ಅರೊಂಡಿಸ್‌ಮೆಂಟ್ಸ್, ಕ್ಯಾಂಟನ್ಸ್ ಮತ್ತು ಕಮ್ಯೂನ್‌ಗಳೆಂದು ಪುನರ್ವಿಂಗಡಿಸಲಾಯಿತು. ಚುನಾಯಿತ ಮಂಡಳಿಯು ಸ್ಥಳೀಯ ವಿಭಾಗದ ಅಧಿಕಾರವನ್ನು ಹೊಂದಿದ್ದು ಅಧಿಕಾರ ನಡೆಸುತಿತ್ತು. ಕೇಂದ್ರ ಸರ್ಕಾರದ ಪ್ರತಿನಿಧಿಗಳು ಸ್ಥಳೀಯ ಆಡಳಿತದಲ್ಲಿ ತಲೆ ಹಾಕುವಂತಿರಲಿಲ್ಲ.

6. ಆರ್ಥಿಕ ಸುಧಾರಣೆಗಳು : ರಾಷ್ಟ್ರೀಯ ಸಭೆಯು ಫ್ರಾನ್ಸಿನ ಆರ್ಥಿಕ ಸಮಸ್ಯೆಗಳನ್ನು ನಿವಾರಿಸಲು ಅನೇಕ ಕ್ರಮಗಳನ್ನು ಕೈಗೊಂಡಿತು. ಚರ್ಚ್‌ಗಳ ಅಧೀನದಲ್ಲಿದ್ದ ಅಪರಿಮಿತ ಆಸ್ತಿಯನ್ನು ಸರ್ಕಾರವು ಮುಟ್ಟುಗೋಲು ಹಾಕಿಕೊಂಡಿತು. ಈ ಮುಟ್ಟುಹೋಲು ಹಾಕಿಕೊಂಡ ಆಸ್ತಿಯನ್ನು ರಾಷ್ಟ್ರದ ಅಗತ್ಯಗಳಿಗೆ ಉಪಯೋಗಿಸಿಕೊಳ್ಳಲಾಯಿತು. ಚರ್ಚ್‌ಗಳಿಗೆ ಆಸ್ತಿಯ ಹಕ್ಕನ್ನು ನಿರಾಕರಿಸಿ ಅದು ಕೇವಲ ಧಾರ್ಮಿಕ ಕ್ಷೇತ್ರದ ಆಡಳಿತಕ್ಕೆ ಮಾತ್ರ ಸೀಮಿತಗೊಳ್ಳುವಂತೆ ಮಾಡಲಾಯಿತು. ಫ್ರಾನ್ಸಿನ ಒಟ್ಟು ಪ್ರದೇಶದ ನಾಲ್ಕು ಅಥವಾ ಐದರಷ್ಟಿದ್ದ ಈ ಆಸ್ತಿಯು ದೇಶದ ಆರ್ಥಿಕ ಸಮಸ್ಯೆಯನ್ನು ನಿವಾರಿಸಲಾಗುತಿತ್ತು. ಆದರೆ ಆ ಆಸ್ತಿಯನ್ನು ಹಣಕ್ಕೆ ಪರಿವರ್ತಿಸಲು ಬಹಳ ಸಮಯ ಬೇಕಾದ್ದರಿಂದ ಮತ್ತು ಸರ್ಕಾರಕ್ಕೆ ಹಣದ ತೀವ್ರ ಅಗತ್ಯವಿದ್ದುದರಿಂದ ಈ ಆಸ್ತಿಯ ಆಧಾರದ ಮೇಲೆ ಅಸ್ಸೈನಾಟ್ ಎಂಬ ನೋಟುಗಳನ್ನು ಚಲಾವಣೆಗೆ ತಂದಿತು. ರಾಷ್ಟ್ರೀಯ ಸಂಪತ್ತಿನ ಮೌಲ್ಯಕ್ಕಿಂತ ಹೆಚ್ಚಿನ ಇಂತಹ ನೋಟುಗಳನ್ನು ಚಲಾವಣೆಯಲ್ಲಿ ತಂದುದರಿಂದ ಇವುಗಳ ಮುಖ ಮೌಲ್ಯ ಕಡಿಮೆಯಾಯಿತು.

1789ರಲ್ಲಿ ಚರ್ಚ್‌ಗಳ ಮುಟ್ಟುಗೋಲು ಹಾಕಿಕೊಂಡ ಒಟ್ಟು ಆಸ್ತಿಯ ಮೌಲ್ಯ 4,000,000,000 ಫ್ರಾಂಕ್‌ಗಳು. ಆದರೆ ಸರ್ಕಾರವು 1789ರಿಂದ 1796ರ ವರೆಗೆ 45,000,000,000ಫ್ರಾಂಕ್‌ಗಳಿಗಿಂತ ಹೆಚ್ಚಿನ ನೋಟುಗಳನ್ನು ಚಲಾವಣೆಗೆ ತಂದಿತು. ಜನರು 1789 ರಲ್ಲಿ 100 ಫ್ರಾಂಕ್ ನೋಟುಗಳಿಗೆ 100 ಫ್ರಾಂಕ್ ನಾಣ್ಯ ನೀಡಿ ಸ್ವೀಕರಿಸುತ್ತಿದ್ದುದು 1796ರ ವೇಳೆಗೆ 100 ಫ್ರಾಂಕ್ ನೋಟಿಗೆ ಒಂದು ಫ್ರಾಂಕ್‌ಗಿಂತ ಕಡಿಮೆ ನಾಣ್ಯ ಕೊಡುವಂತಾದರು. ಹೀಗೆ ಹಣದುಬ್ಬರದ ದುಷ್ಪರಿಣಾಮಗಳು ಫ್ರಾನ್ಸಿನ ಆರ್ಥಿಕ ಕ್ಷೋಭೆಯನ್ನು ಅಧಿಕಗೊಳಿಸಿದವು.

7. ಕ್ಯಾಥೊಲಿಕ್ ಚರ್ಚಿನ ವ್ಯವಸ್ಥೆಯಲ್ಲಿ ಬದಲಾವಣೆ : ರಾಷ್ಟ್ರೀಯ ಸಭೆಯು ಸುಧಾರಣೆಯ ಉದ್ದೇಶದ ಮೇಲೆ ಜಾರಿಗೆ ತಂದ ಮತ್ತೊಂದು ಕ್ರಾಂತಿಕಾರಕ ಶಾಸನವೆಂದರೆ "ಧರ್ಮಾಧಿಕಾರಿಗಳ ಪೌರಸಂವಿಧಾನ". ಈ ಶಾಸನದ ಪ್ರಕಾರ ಮೊದಲಿದ್ದ 134 ಧರ್ಮಾಧಿಕಾರಿಗಳ ಬದಲು ಪ್ರತಿಯೊಂದು ವಿಭಾಗಕ್ಕೆ ಒಬ್ಬರಂತೆ 83 ಧರ್ಮಾಧಿಕಾರಿಗಳಿಗೆ ಇಳಿಸಿತು. ಬಿಷಪ್ಪರನ್ನು ಮತ್ತು ಪ್ರೀಸ್ಟರನ್ನು ಮತದಾರರೇ ಚುನಾಯಿಸುವಂತಾಯಿತು. ಕ್ರೈಸ್ತ ಧರ್ಮಾಧಿಕಾರಿಗಳಿಗೆ ಸರ್ಕಾರವೇ ಸಂಬಳ ನೀಡುವಂತಾಗಿ ಸರ್ಕಾರಿ ಅಧಿಕಾರಿಗಳೇ ಆದರು. ಬಿಷಪ್ಪರ ನೇಮಕಾತಿಯಲ್ಲಿ ಹಿಂದೆ ಪೋಪ್ ಹೊಂದಿದ್ದ ಅಧಿಕಾರ ಕೊನೆಗೊಂಡಿತು. ಸಂಪ್ರದಾಯಸ್ಥ ಕ್ಯಾಥೋಲಿಕರು ಮತ್ತು ಪೋಪ್ ಈ ಶಾಸನವನ್ನು ವಿರೋಧಿಸಿದರು. 1790ರ ಡಿಸೆಂಬರ್‌ನಲ್ಲಿ ಸರ್ಕಾರವು ಜಾರಿಗೆ ತಂದ ಕಾನೂನು ಪ್ರತಿಯೊಬ್ಬ ಕ್ಯಾಥೋಲಿಕ್ ಪಾದ್ರಿಯು ಧರ್ಮಾಧಿಕಾರಿಗಳ ಪೌರಸಂವಿಧಾನಕ್ಕೆ ಬದ್ಧರಾಗಿರುವುದಾಗಿ ಪ್ರಮಾಣ ಸ್ವೀಕರಿಸಲು ಬಲಾತ್ಕರಿಸಿತು. ಯಾರು ಸರ್ಕಾರದ ಆಜ್ಞೆಗೆ ಬೆಂಬಲ ಕೊಡುವರೊ ಅವರೆಲ್ಲರನ್ನು ಧರ್ಮದಿಂದ ಬಹಿಷ್ಕರಿಸುವುದಾಗಿ ಪೋಪ್ ಘೋಷಿಸಿದನು. ಇದರಿಂದಾಗಿ 134 ಬಿಷಪ್ಪರಲ್ಲಿ ನಾಲ್ಕು ಜನ ಮಾತ್ರ ಸರ್ಕಾರದ ಆಜ್ಞೆಪಾಲಿಸಿದರು.

ಈ ಹೊಸ ಸಮಸ್ಯೆಯಿಂದಾಗಿ ಫ್ರಾನ್ಸ್‌ನಲ್ಲಿ ಕಾನೂನು ಪರ ಪಾದ್ರಿಗಳು ಮತ್ತು ಕಾನೂನು ವಿರೋಧಿ ಪಾದ್ರಿಗಳೆಂಬ ಎರಡು ಗುಂಪುಗಳು ನಿರ್ಮಾಣಗೊಂಡವು. ಈ ಶಾಸನದ ಮೇರೆಗೆ ಕ್ಯಾಥೋಲಿಕ್ ಧರ್ಮಾಧಿಕಾರಿಗಳನ್ನು ಪ್ರಾಟೆಸ್ಟೆಂಟರು, ನಾಸ್ತಿಕರು ಕೂಡ ಚುನಾಯಿಸುವಂತಾದರು. ಪ್ರತಿಯೊಂದು ಹಳ್ಳಿ, ಪಟ್ಟಣಗಳಲ್ಲೂ ಧಾರ್ಮಿಕ ಅಶಾಂತಿ ತಲೆದೋರಲು ಕಾರಣವಾಯಿತು. ಕ್ಯಾಥೋಲಿಕನಾಗಿದ್ದ 16ನೇ ಲೂಯಿಯು ಈ ಕಾನೂನನ್ನು ಬೆಂಬಲಿಸಿದರೆ ಧರ್ಮದ್ರೋಹಿಯೆಂದೂ ಬೆಂಬಲಿಸದಿದ್ದರೆ ರಾಷ್ಟ್ರ ದ್ರೋಹಿ, ಕ್ರಾಂತಿ ವಿರೋಧಿ ಎಂಬ ಟೀಕೆಗೊಳಗಾಗುವ ಇಬ್ಬಂದಿಗೆ ಸಿಲುಕಿದನು. ಕೊನೆಗೆ ಮನಸ್ಸಿಲ್ಲದಿದ್ದರೂ ಶಾಸನಕ್ಕೆ ಸಹಿ ಹಾಕಿದನು. ಈ ಕಾನೂನಿನಿಂದ ಫ್ರಾನ್ಸಿನ ವಿವಿಧ ಪ್ರಾಂತಗಳಲ್ಲಿ ಅದರಲ್ಲೂ ವೆಂಡೀ

ಪ್ರಾಂತ್ಯದಲ್ಲಿ ಆಂತರಿಕ ಕಲಹವೇ ಆರಂಭವಾಯಿತು. ಫ್ರಾನ್ಸಿನ ಕ್ರಾಂತಿಗೆ ಇಲ್ಲಿಯವರೆಗೆ ಸಹಾಯಕರು ಮತ್ತು ಬೆಂಬಲಿಗರಾಗಿದ್ದ ಕೆಳವರ್ಗದ ಪಾದ್ರಿಗಳು ಇದರಿಂದ ಕ್ರಾಂತಿಯ ವಿರೋಧಿಗಳಾದರು.

ರಾಷ್ಟ್ರೀಯ ಸಭೆಯ ಕಾರ್ಯಗಳ ವಿಮರ್ಶೆ

ಸಾಮಾನ್ಯ ಜನರ ಬೆಂಬಲ ಪಡೆದ ರಾಷ್ಟ್ರೀಯ ಸಭೆಯು ಹಳೆಯ ಆಳ್ವಿಕೆಯ ಸ್ತಂಭಗಳನ್ನೇ ಅಲುಗಾಡಿಸಿತು. ಇದು ಹಳೆಯ ಜಮೀನ್ದಾರಿ ಪದ್ಧತಿ, ಆರ್ಥಿಕ ವ್ಯವಸ್ಥೆ, ನ್ಯಾಯಾಂಗ ವ್ಯವಸ್ಥೆಗಳನ್ನು ನಾಶಗೊಳಿಸಿ ಸರಳವಾದ ಜನರನ್ನು ಪ್ರತಿನಿಧಿಸುವ ಆಡಳಿತವನ್ನು ಫ್ರಾನ್ಸ್‌ಗೆ ಒದಗಿಸಿತು. ಆದರೆ ಟೀಕಾಕಾರರು ಅಭಿಪ್ರಾಯಪಡುವಂತೆ ರಾಷ್ಟ್ರೀಯ ಸಭೆಯು ದೊಂಬಿ ಆಡಳಿತಕ್ಕೆ ದಾರಿ ಮಾಡಿಕೊಟ್ಟಿತು ಎಂದಿದ್ದಾರೆ. ಸಂವಿಧಾನ ರಚನಾ ಸಭೆಯು ರಚಿಸಿದ 1791ರ ಸಂವಿಧಾನವು ಅನೇಕ ಲೋಪದೋಷಗಳಿಂದ ಕೂಡಿತ್ತು. ಮೊದಲನೆಯದಾಗಿ ಇದು ಜಾರಿಗೆ ತಂದ ವಿಕೇಂದ್ರೀಕರಣ ಮತ್ತು ರಾಜಕೀಯ ವ್ಯವಸ್ಥೆಯಲ್ಲಿ ಶಾಸಕಾಂಗ ಮತ್ತು ಕಾರ್ಯಾಂಗಗಳನ್ನು ಕಟ್ಟುನಿಟ್ಟಾಗಿ ಪ್ರತ್ಯೇಕಿಸಿದ್ದರಿಂದ ಅವೆರಡೂ ಅಂಗಗಳ ನಡುವೆ ಸುಮಧುರ ಸಂಬಂಧಕ್ಕೆ ಅವಕಾಶ ಇಲ್ಲವಾಗಿತ್ತು.

ಎರಡನೆಯದಾಗಿ ಪ್ರಜಾಸತ್ತಾತ್ಮಕ ಅಂಶಗಳ ಆಧಾರದ ಮೇಲೆ ರಾಜನಿಗಿದ್ದ ಅನೇಕ ನಿರಂಕುಶ ಅಧಿಕಾರಗಳನ್ನು ಈ ಸಭೆಯು ಕಡಿತಗೊಳಿಸಿತು. ಆದರೆ ನಿಷೇಧಾಧಿಕಾರವನ್ನು ನೀಡಿ ತನಗೆ ತಾನೇ ಮುಳುವು ಮಾಡಿಕೊಂಡಿತು.

ಮೂರನೆಯದಾಗಿ ಇದು ಪ್ರಜಾಸತ್ತಾತ್ಮಕ ಮತ್ತು ಸ್ವಯಮಾಡಳಿತದ ಪ್ರಯೋಗದಲ್ಲಿ ಮೊದಲನೆಯದಾಗಿದ್ದು ಜನತೆಯ ಅನಾನುಭವ ಮತ್ತು ವಿವೇಚನಾರಹಿತತೆಗಳು ಅದನ್ನು ವಿಫಲವಾಗುವಂತೆ ಮಾಡಿದವು. ರಾಷ್ಟ್ರೀಯ ಸಭೆಯ ಒಂದು ಕಾನೂನನ್ನು ಜಾರಿಗೆ ತಂದು ಹೊಸ ಸಂವಿಧಾನದ ಪ್ರಕಾರ ನೂತನ ಶಾಸನ ಸಭೆಗೆ ನಡೆಯುವ ಚುನಾವಣೆಯಲ್ಲಿ ಹಾಲಿ ರಾಷ್ಟ್ರೀಯ ಸಭೆಯ ಸದಸ್ಯರು ಭಾಗವಹಿಸುವುದನ್ನು ನಿರ್ಬಂಧಿಸಿತು. ಇದರಿಂದಾಗಿ ಹೊಸ ಚುನಾವಣೆಗಳಲ್ಲಿ ಮತ್ತು ಹೊಸ ಶಾಸನ ಸಭೆಯಲ್ಲಿ ಹೊಸ ಸದಸ್ಯರೇ ಇದ್ದು ಹಿಂದಿನ ಅನುಭವಿ ಸದಸ್ಯರ ಅನುಭವಗಳು ದೊರೆಯದಂತಾದವು.

ನಾಲ್ಕನೆಯದಾಗಿ ಮತದಾರರಿಗೆ ಇಟ್ಟಿದ್ದ ಆಸ್ತಿಯ ಮತ್ತು ತೆರಿಗೆಯ ಅರ್ಹತೆಗಳು ಮಾನವ ಹಕ್ಕುಗಳ ಘೋಷಣೆಗೆ ವಿರುದ್ಧವಾಗಿದ್ದವು. ಐದನೆಯದಾಗಿ ಚುನಾವಣೆಯ ಮೂಲಕ ನ್ಯಾಯಾಧೀಶರನ್ನು ಆಯ್ಕೆ ಮಾಡುವ ಕ್ರಮವು ಅನೇಕ ನ್ಯೂನ್ಯತೆಗಳಿಂದ ಕೂಡಿತ್ತು. ನ್ಯಾಯಾಧೀಶರಿಗೆ ಸಮದೃಷ್ಟಿಯಿಂದ ಮತ್ತು ಮುಕ್ತವಾಗಿ ನ್ಯಾಯ ವಿವರಣೆ ನೀಡುವ ಬುದ್ಧಿವಂತಿಕೆ, ಧೈರ್ಯ, ಸೂಕ್ಷ್ಮದೃಷ್ಟಿ ಇರಲಿಲ್ಲ ಇದು ನ್ಯಾಯ ವಿಧಾನಕ್ಕೆ ವಿರುದ್ಧವಾಗಿತ್ತು. ಆದ್ದರಿಂದ ಈ ವ್ಯವಸ್ಥೆಯನ್ನು ಬೇಗನೆ ವಾಪಸ್ಸು ತೆಗೆದುಕೊಳ್ಳಲಾಯಿತು.

ಆರನೆಯದಾಗಿ ರಾಷ್ಟ್ರೀಯ ಸಭೆಯು ಜಾರಿಗೆ ತಂದ ಧರ್ಮಾಧಿಕಾರಿಗಳ ಪೌರಸಂವಿಧಾನ ಕಾಯ್ದೆಯು ಫ್ರಾನ್ಸ್‌ನಲ್ಲಿ ಧಾರ್ಮಿಕ ಮತ್ತು ಸಾಮಾಜಿಕ ಅಂತಃಕಲಹಕ್ಕೆ ದಾರಿಮಾಡಿಕೊಟ್ಟಿತು. ಇದರಿಂದಾಗಿ ಫ್ರಾನ್ಸ್ ಪೋಪ್‌ನ ಮತ್ತು ಕ್ಯಾಥೋಲಿಕ್ ದೇಶಗಳ ವಿರೋಧವನ್ನು ಕಟ್ಟಿಕೊಳ್ಳಬೇಕಾಯಿತು. ರಾಷ್ಟ್ರೀಯ ಸಭೆಯು ತನ್ನದಲ್ಲದ ಕ್ಷೇತ್ರದಲ್ಲಿ ತಲೆಹಾಕಿದ್ದರಿಂದ ಕ್ರಾಂತಿಯ ಆರಂಭದಿಂದ ಕ್ರಾಂತಿಗೆ ಬೆಂಬಲ ನೀಡಿದ್ದ ಕೆಳವರ್ಗದ ಪಾದ್ರಿಗಳ ಬೆಂಬಲವನ್ನು ಕಳೆದುಕೊಳ್ಳಬೇಕಾಯಿತು.

ಮೇಲ್ಕಂಡ ಲೋಪದೋಷಗಳ ಆಧಾರದ ಮೇಲೆ ರಾಷ್ಟ್ರೀಯ ಸಭೆಯು ವಿಫಲಗೊಂಡಿತೆಂದು ಹೇಳಲಾಗದು. ರಾಷ್ಟ್ರೀಯ ಸಭೆಯು ಫ್ರಾನ್ಸ್‌ನ್ನು ಏಕೀಕರಣಗೊಳಿಸಿ ಹೊಸದಾದ ರಾಜಕೀಯ ವ್ಯವಸ್ಥೆಯನ್ನು ವ್ಯವಸ್ಥೆಗೊಳಿಸಿತು. ವಿಶೇಷ ಹಕ್ಕು ಭಾಧ್ಯತೆಗಳೂ ಹಾಗೂ ಅಸಮಾನತೆಯಿಂದ ಕೂಡಿದ ಹಳೆಯ ಆಳ್ವಿಕೆಯ ನಿರ್ಮೂಲನವೇ ರಾಷ್ಟ್ರೀಯ ಸಭೆಯು ಮಾಡಿದ ಘನಕಾರ್ಯವೆಂದು ಹೇಳಬಹುದು. ದೇಶದಾದ್ಯಂತ ಏಕರೂಪದ ಸಮಾನ ಕಾನೂನುಗಳು ಬಂದಿದ್ದರಿಂದ ಸಾಮಾನ್ಯ ವರ್ಗದಲ್ಲೂ ವೈಯಕ್ತಿಕ ಸ್ಥೈರ್ಯ ಸಮಾನತೆಗಳು ಬೆಳೆದವು. ರಾಷ್ಟ್ರೀಯ ಸಭೆಯು ಜಮೀನ್ದಾರಿ ವಿಶೇಷ ಹಕ್ಕು ಬಾಧ್ಯತೆಗಳನ್ನು ರದ್ದುಗೊಳಿಸಿದ್ದರಿಂದ ಫ್ರಾನ್ಸ್‌ನಲ್ಲಿ ಜಮೀನ್ದಾರಿ ಹಿಡುವಳಿಗಳನ್ನು ಹೆಚ್ಚಾಗಿ ಹೊಂದಿದ್ದ ಜರ್ಮನ್ ಪ್ರಜೆಗಳು ಅವುಗಳನ್ನು ತ್ಯಜಿಸಬೇಕಾಯಿತು.

ರಾಜ ರಾಣಿಯರ ಪಲಾಯನ ಮತ್ತು ಅದರ ಪರಿಣಾಮಗಳು

ಪ್ಯಾರಿಸ್ ನಗರದಲ್ಲಿ ಅಧಿಕಾರ ಕಳೆದುಕೊಂಡು, ಅವಮಾನಿತನಾಗಿ ಖೈದಿಯಂತೆ ಜೀವಿಸುವ ಬದಲು ಪೂರ್ವ ಭಾಗಕ್ಕೆ ಪಲಾಯನ ಗೈದು ಅಲ್ಲಿನ ರಾಜನಿಷ್ಟ ಸೈನ್ಯದ ಸಹಾಯದಿಂದ ಕಳೆದುಕೊಂಡ ಅಧಿಕಾರವನ್ನು ಮತ್ತೆ ಪಡೆಯಬಹುದೆಂದು ರಾಜನು ಯೋಚಿಸಿದನು. ಈ ಬಗ್ಗೆ ಫ್ರಾನ್ಸಿನ ಈಶಾನ್ಯ ಗಡಿಯ ಫ್ರೆಂಚ್ ಸೇನಾಧಿಕಾರಿ ಜನರಲ್ ಬೌಲ್ ಎಂಬುವವನನ್ನು ಸಂಧಿಸಿದ್ದನು. ಈ ಯೋಜನೆಯಂತೆ 1791ನೇ ಜೂನ್ 20ರ ರಾತ್ರಿ ರಾಜ ರಾಣಿಯರು ಸಾಮಾನ್ಯರಂತೆ ವೇಷ ಧರಿಸಿ ಚಿಕ್ಕ ಮುರುಕಲು ರಥದಲ್ಲಿ ಕುಳಿತು ಪ್ಯಾರಿಸ್‌ನಿಂದ ಹೊರಟರು. ಯಾರಿಗೂ ತಿಳಿಯದಂತೆ ಬಹುದೂರ ಕ್ರಮಿಸಿದರು, ಆದರೆ ಮರುದಿನ ಆಸ್ಟ್ರೀಯಾದ ಗಡಿ ಹತ್ತಿರವಿದ್ದ ವರೆನೆಸ್ ಎಂಬ ಹಳ್ಳಿಯಲ್ಲಿ ಅವರನ್ನು ಗುರುತಿಸಿ ಬಂಧಿಸಲಾಯಿತು.

ರಾಷ್ಟ್ರೀಯ ಸಭೆಯು ಅವರನ್ನು ಕರೆದು ತರಲು ಅಧಿಕಾರಿಗಳನ್ನು ಕಳುಹಿಸಿತು. ವಾಪಸ್ಸು ಅವರನ್ನು ಕರೆತರುವಾಗ ಎಲ್ಲ ವಿಧವಾದ ಅಪಮಾನ, ಅಪಹಾಸ್ಯಗಳಿಗೆ ಜನರು ಗುರಿ ಮಾಡಿದರು. ಸಿ.ಡಿ. ಹೇಜನ್‌ರವರು "ಪ್ರಾಚೀನ ರಾಜವಂಶದ ಸಂತತಿಗಳಾದ ಇವರಿಗೆ ಈ ಮರಳುವಿಕೆ ವಾಸ್ತವವಾಗಿ ವಧಾಸ್ಥಾನಕ್ಕೆ ಕರೆದೊಯ್ದಂತಾಯ್ತು" ಎಂದಿದ್ದಾರೆ. ಎಚ್.ಎ.ಎಲ್. ಫಿಷ್‌ರ್‌ರವರು ಈ ಘಟನೆಯನ್ನು ಕುರಿತು "ಆ ಕ್ಷಣದಿಂದ ರಾಜಪ್ರಭುತ್ವ ಕೊನೆಗೊಂಡಿತು. ಏಕೆಂದರೆ ಅವನು ಸಂವಿಧಾನದ ಪರಮ ಶತ್ರುವಾಗಿ, ವಲಸೆ ಹೋಗುವವನಾಗಿ ಕಂಡನು. ಸಂವಿಧಾನ ವಿರೋಧಿ ಪಾದ್ರಿಗಳ ಮಿತ್ರನೆಂದೂ ಅಂತರ್‌ಯುದ್ಧದ ಪ್ರೇರಕನು ಮತ್ತು ವಿದೇಶಿ ಕ್ರಾಂತಿಕಾರ ವಿರೋಧಿಗಳ ಬೆಂಬಲಿಗನಾಗಿ ಕಂಡುಬಂದನು" ಎಂದಿದ್ದಾರೆ.

ಈ ಘಟನೆಯ ನಂತರ ರಾಜತ್ವದ ಬಗ್ಗೆ ಜನರಲ್ಲಿದ್ದ ಅಲ್ಪ ಸ್ವಲ್ಪ ಗೌರವಗಳು ಕಣ್ಮರೆಯಾದವು. ರಾಜತ್ವವನ್ನು ವಿರೋಧಿಸುವವರ ಸಂಖ್ಯೆ ಅಧಿಕಗೊಂಡು ಫ್ರಾನ್ಸಿನಲ್ಲಿ ಗಣರಾಜ್ಯ ಪಕ್ಷವೊಂದು ಅಸ್ಥಿತ್ವಕ್ಕೆ ಬಂದಿತು. ಅತ್ಯಂತ ಉಗ್ರ ಕ್ರಾಂತಿಕಾರಿಗಳಾಗಿದ್ದ ರೋಬೆಸ್ಪಿಯರ್, ಡಾಂಟನ್, ಮ್ಯಾರೆಟ್ ಮುಂತಾದವರು ಈ ಘಟನೆಯವರೆಗೂ ರಾಜಪ್ರಭುತ್ವವಾದಿಗಳಾಗಿದ್ದವರು ಬದಲಾಗುವಂತಾಯಿತು. ಅರಸನ ಅನುಪಸ್ಥಿತಿಯಲ್ಲೂ ರಾಷ್ಟ್ರೀಯ ಸಭೆಯು ಯಥಾವತ್ತಾಗಿ ಸರ್ಕಾರವನ್ನು ನಡೆಸಿದ್ದು ಅರಸ ಆಡಳಿತಕ್ಕೆ ಅನಿವಾರ್ಯವಲ್ಲ ಎಂಬುದನ್ನು ಸಿದ್ಧಮಾಡಿ ತೋರಿಸಿತು. ಆದರೂ ರಾಜಪ್ರಭುತ್ವವಾದಿಗಳು ಬಹುಸಂಖ್ಯಾತರಾಗಿದ್ದುದರಿಂದ 16ನೇ ಲೂಯಿಯನ್ನು ಸಂವಿಧಾನವನ್ನು ಬೆಂಬಲಿಸುವ ಪ್ರತಿಜ್ಞೆಯ ಮೇಲೆ ಮತ್ತೆ ಸೆಪ್ಟಂಬರ್ 3ರಂದು ಸಿಂಹಾಸನದ ಮೇಲೆ ಕೂರಿಸಿದರು. ಹೊಸ ರಾಜ್ಯಾಂಗದ ಪ್ರಕಾರ ಫ್ರಾನ್ಸಿನಲ್ಲಿ ಸಾಂಕುಶ ಪ್ರಭುತ್ವವು ಜಾರಿಗೆ ಬಂದಿತು. ಹೊಸ ರಾಜ್ಯಾಂಗವನ್ನು ನೀಡುವ ಗುರಿಯನ್ನು ಸಾಧಿಸಿದ ರಾಷ್ಟ್ರೀಯ ಸಭೆಯು 1719ರ ಸೆಪ್ಟಂಬರ್ 30ರಂದು ತಾನೇ ವಿಸರ್ಜನೆಗೊಂಡಿತು.

ಶಾಸನ ಸಭೆ (The Legislative Assembly) 1791–1792

ಹೊಸ ರಾಜ್ಯಾಂಗವು 1791ನೇ ಅಕ್ಟೋಬರ್ 1ರಂದು ಜಾರಿಗೆ ಬಂದಿತು. ರಾಜ್ಯಾಂಗ ರಚನಾ ಸಭೆಯಲ್ಲಿ ಮತ್ತು ರಾಷ್ಟ್ರೀಯ ಸಭೆಯಲ್ಲಿದ್ದ ಸದಸ್ಯರಾರು ನೂತನ ಶಾಸನ ಸಭೆಯಲ್ಲಿ ಇರಕೂಡದೆಂದು ತೀರ್ಮಾನ ಕೈಗೊಳ್ಳಲಾಯಿತು. ಅದರಂತೆ ಚುನಾವಣೆಗಳು ನಡೆದು 1791ನೇ ಅಕ್ಟೋಬರ್ 1ರಂದು ಶಾಸನಸಭೆಯ ಮೊದಲ ಅಧಿವೇಶನ ನಡೆಯಿತು. ಈ ಶಾಸನಸಭೆಯು 745 ಜನ ಸದಸ್ಯರನ್ನೊಂದಿದ್ದು ಎಲ್ಲಾ ಸದಸ್ಯರು ಹೊಸಬರು ಮತ್ತು ಅನಾನುಭವಿಗಳಾಗಿದ್ದರು.

ಫ್ರಾನ್ಸ್‌ನಲ್ಲಿ ರಾಜಕೀಯ ಕ್ಲಬ್‌ಗಳ ಉದಯ

ಕ್ರಾಂತಿಯ ಆರಂಭದಲ್ಲಿ ಉದಯಿಸಿದ್ದ ಜಾಕೊಬಿನ್ ಕ್ಲಬ್ ಮತ್ತು ಕಾರ್ಡೆಲಿಯರ್ ಕ್ಲಬ್ ಎಂಬ ರಾಜಕೀಯ ಸಂಘಗಳು ವಿದ್ಯಾವಂತ ಫ್ರೆಂಚರಲ್ಲಿ ಗಣರಾಜ್ಯದ ಬಗ್ಗೆ ವಿಚಾರಗಳ್ನು ಹರಡಿದವು. ಜಾಕೋಬಿನ್‌ಕ್ಲಬ್ ಮೊದಲು ಮಂದಗಾಮಿ ನೀತಿಯನ್ನೊಂದಿದ್ದು ನಂತರ ತೀವ್ರಗಾಮಿ ಸಂಘವಾಗಿ ಬೆಳೆಯಿತು. ಇದರ ಸಂಘಗಳು ಪ್ಯಾರಿಸ್‌ನಲ್ಲಿ ಮಾತ್ರವಲ್ಲದೆ ಫ್ರಾನ್ಸಿನಾದ್ಯಂತ 3,000 ಶಾಖೆಗಳನ್ನೊಂದಿತ್ತು. ಮಿರಾಬು ಮತ್ತು ಲಫಾಯೆಟ್ ಈ ಸಂಘದಲ್ಲಿರುವವರೆಗೂ ಜಾಕೋಬಿನ್ ಕ್ಲಬ್ ಮಂದಗಾಮಿ ಗುಂಪಾಗಿತ್ತು. ಇವರ ನೇತೃತ್ವದಲ್ಲಿ ಜಾಕೋಬಿನ್ ಸಂಘವು ಸಭೆ ಸೇರಿ ಶಾಸನಸಭೆಯ ಮುಂದಿನ ಸಮಸ್ಯೆಗಳ ಬಗ್ಗೆ ಚರ್ಚಿಸುತ್ತಿದ್ದರು. ಆದರೆ ಗಣತಂತ್ರವಾದಿಯಾಗಿದ್ದರೂ ರಾಜಪ್ರಭುತ್ವದಲ್ಲಿ ನಂಬಿಕೆ ಹೊಂದಿದ್ದ ರೊಬಸ್ಪಿಯರ್‌ನು ಜಾಕೋಬಿನ್ ಸಂಘದ ನಾಯಕತ್ವವನ್ನು ವಹಿಸಿಕೊಂಡಾಗ ಮಿರಾಬು, ಲಫಾಯೆಟ್‌ರಂತಹ ಸೌಮ್ಯವಾದಿಗಳು ಈ ಸಂಘವನ್ನು ತ್ಯಜಿಸಿದರು. ಕ್ರಾಂತಿಯು ಮುಂದುವರಿದಂತೆ ಜಾಕೋಬಿನ್ ಸಂಘವು ಉಗ್ರಗಾಮಿಯಾಗಿ ಮಾರ್ಪಟ್ಟು ದೇಶದಾದ್ಯಂತ ಬಲವಾದ ಸಂಘಟನೆ ಮತ್ತು ಜನಾಭಿಪ್ರಾಯವನ್ನು ಪಡೆಯಿತು. ನಂತರ ಶಾಸನ ಸಭೆಯ ವಿರೋಧಿ ಸಂಘವಾಗಿ ಬೆಳೆಯಿತು.

ಕಾರ್ಡಿಲಿಯರ್ ಕ್ಲಬ್‌ನ ಸದಸ್ಯರು ಸಮಾಜದ ಕೆಳವರ್ಗದಿಂದ ಬಂದವರಾಗಿದ್ದು ಇವರಿಗೆ ಪ್ಯಾರಿಸ್ ನಗರದ ಶ್ರಮ ಜೀವಿಗಳ ಬೆಂಬಲವಿತ್ತು. ಇವರು ಜಾಕೋಬಿನ್ ಕ್ಲಬ್‌ಗಿಂತ ಹೆಚ್ಚು ತೀವ್ರಗಾಮಿ ನೀತಿಯನ್ನೊಂದಿದ್ದರು. ಇವರ ನಾಯಕ ಡಾಂಟನ್ ವಕೀಲನಾಗಿದ್ದವನು. ಈ ಕ್ಲಬ್‌ನ ಸದಸ್ಯರು ಕ್ರಾಂತಿವಿರೋಧಿಗಳನ್ನು ಬಹುವಾಗಿ ದ್ವೇಷಿಸುತ್ತಿದ್ದರು. ಇವರು ಅಶಿಕ್ಷಿತರು ಮತ್ತು ಅಸಭ್ಯರಾಗಿದ್ದರೂ ಅತ್ಯಂತ ಉತ್ಸಾಹದಿಂದ ಕ್ರಾಂತಿಯಲ್ಲಿ ಭಾಗವಹಿಸುತ್ತಿದ್ದರು. ಇದರ ಶಾಖೆಗಳು ಪ್ಯಾರಿಸ್ ನಗರಕ್ಕೆ ಸೀಮಿತವಾಗಿದ್ದವು. ಈ ಎರಡು ಕ್ಲಬ್‌ಗಳು ಸಾರ್ವಜನಿಕ ಅಭಿಪ್ರಾಯವನ್ನು ರೂಪಿಸುವಲ್ಲಿ ಶ್ರಮಿಸಿದವು. ಶಾಸನಸಭೆಯು ತಮ್ಮ ಗುಂಪಿಗೆ ಒಪ್ಪಿಗೆಯಾಗುವಂತೆ ತೀರ್ಮಾನಗಳನ್ನು ತೆಗೆದುಕೊಂಡರೆ ಅದನ್ನು ಬೆಂಬಲಿಸುತ್ತಿದ್ದವು. ಇಲ್ಲದಿದ್ದರೆ ವಿರೋಧಿಸುತ್ತಿದ್ದವು.

1791ರ ರಾಜ್ಯಾಂಗದ ಆಧಾರದ ಮೇಲೆ ರಚಿತವಾದ ಶಾಸನಸಭೆಯಲ್ಲಿ ಅನೇಕ ರಾಜಕೀಯ ಗುಂಪುಗಳಿದ್ದವು. ಅವುಗಳಲ್ಲಿ ಪ್ರಮುಖವಾದ ಮೂರು ಗುಂಪುಗಳೆಂದರೆ ಸಂವಿಧಾನವಾದಿಗಳು, ಗಿರೋಂಡಿಯನ್ನರು ಮತ್ತು ಜಾಕೋಬಿಯನ್ನರು. ಲಫಾಯೆಟ್‌ನ ನೇತೃತ್ವದ ಸಂವಿಧಾನವಾದಿಗಳೂ ಮಿತಿಯಾದ ರಾಜಪ್ರಭುತ್ವವನ್ನು ಒಪ್ಪಿಕೊಳ್ಳುವವರಾಗಿದ್ದರು. ಗಣರಾಜ್ಯವಾದಿಗಳಲ್ಲಿ ಎರಡು ಪ್ರಮುಖ ಗುಂಪುಗಳಿದ್ದವು. ಅವುಗಳೆಂದರೆ ಗಿರೋಂಡಿಯನ್ನರು ಮತ್ತು ಜಾಕೋಬಿಯನ್ನರು. ಗಣರಾಜ್ಯದಲ್ಲಿ ಈ ಎರಡೂ ಪಕ್ಷಗಳು ನಂಬಿಕೆಯಿಟ್ಟಿದ್ದರೂ ಅಧಿಕಾರಕ್ಕಾಗಿ ನಡೆದ ಹೋರಾಟದಲ್ಲಿ ಇವುಗಳು ಪ್ರತಿಸ್ಪರ್ಧಿಗಾಳದವು. ಸರ್ಕಾರದಲ್ಲಿ ಪ್ಯಾರಿಸ್ ನಗರವು ವಹಿಸಬೇಕಾದ ಪಾತ್ರದ ಬಗ್ಗೆ ಇವುಗಳಲ್ಲಿ ಭಿನ್ನಾಭಿಪ್ರಾಯಗಳಿದ್ದವು. ಜಾಕೋಬಿಯನ್ನರಿಗೆ ಪ್ಯಾರಿಸ್‌ನಲ್ಲಿ ಹೆಚ್ಚು ಬೆಂಬಲವಿದ್ದುದರಿಂದ ಪ್ಯಾರಿಸ್ ಫ್ರಾನ್ಸ್ ದೇಶದ ಮೆದುಳು ಮತ್ತು ಹೃದಯವಿದ್ದಂತೆ. ಡಾಂಟೆ ಹೇಳುವಂತೆ "ಅದು ರಾಷ್ಟ್ರದ ಪ್ರಧಾನ ರಕ್ಷಕ". ಆದರೆ ಗಿರೋಂಡಿಯನ್ನರು ಪ್ರಾಂತ್ಯಗಳನ್ನು ಪ್ರನಿಧಿಸುತ್ತಾ ಫ್ರಾನ್ಸ್ ದೇಶದ 83 ಪ್ರಾಂತ್ಯಗಳಲ್ಲಿ ಪ್ಯಾರಿಸ್ ಸಹ ಒಂದು ಎಂದು ಪರಿಗಣಿಸಿ ರಾಜಧಾನಿಯ ದಬ್ಬಾಳಿಕೆಯನ್ನು ವಿರೋಧಿಸುತ್ತಿದ್ದರು. ಗಿರೋಂಡಿಯನ್ನರಿಗೆ ಆ ಹೆಸರು ಬರಲು ಕಾರಣವೇನೆಂದರೆ ಈ ಪಕ್ಷದ ಪ್ರಮುಖ ನಾಯಕರಾದ ವರ್ಜಿನೀಡ್, ಬ್ರಿಸ್ಸಾಡ್ ಮತ್ತು ಕಂಡೊರ್ಸೆಟ್ ಎಂಬವವವರು ಫ್ರಾನ್ಸಿನ ನೈರುತ್ಯ ಭಾಗದ ಗಿರೋಂಡಿ ಪ್ರಾಂತ್ಯದಿಂದ ಬಂದವರಾಗಿದ್ದರು. ಗಿರೋಂಡಿಯನ್ನರು ಪ್ರಜಾಪ್ರಭುತ್ವವಾದಿಗಳಾಗಿದ್ದು ಫ್ರಾನ್ಸ್‌ನ್ನು ಪ್ರಜಾಪ್ರಭುತ್ವ ರಾಷ್ಟ್ರವಾಗಿಸುವ ಹಂಬಲವುಳ್ಳವರಾಗಿದ್ದರು. ಇವರ ನಾಯಕಿ ಮೇಡಂ ರೋಲ್ಯಾಂಡ್. ಇವಳು ತನ್ನ ವಾಕ್ಪಟುತ್ವ ಮತ್ತು ಧೈರ್ಯದಿಂದ ಕೂಡಿದ ಭಾಷಣಗಳಿಗೆ ಹೆಸರಾಗಿದ್ದಳು. ಜಾಕೋಬಿಯನ್ನರನ್ನು ಮೌಂಟನೀರ್ಸ್‌ಗಳೆಂದು ಕರೆಯುತ್ತಿದ್ದರು. ಶಾಸನ ಸಭೆಯಲ್ಲಿ ಇವರು ಹಿಂದಿನ ಅತಿ ಎತ್ತರದ ಸಾಲುಗಳಲ್ಲಿ ಕುಳಿತುಕೊಳ್ಳುತ್ತಿದ್ದುದರಿಂದ ಈ ಹೆಸರು ಬಂದಿತ್ತು. ಇವರು ತೀವ್ರಗಾಮಿ ಗಣತಂತ್ರವಾದಿಗಳಾಗಿದ್ದು ಅಸಭ್ಯರೂ, ಕ್ರಾಂತಿಕಾರರೂ ಆಗಿದ್ದು ತಮ್ಮ ಮಾರ್ಗದಲ್ಲಿ ಕಾನೂನು ಅಡ್ಡಿಯಾದರೆ ಅದನ್ನು ನಿರ್ಲಕ್ಷಿಸುವಂತಹರಾಗಿದ್ದರು. ಅಗತ್ಯವಿದ್ದಾಗ ಶಕ್ತಿ ಪ್ರದರ್ಶನದಲ್ಲಿ ನಂಬಿಕೆಯಿಟ್ಟಿದ್ದರು.

ರಾಜನಿಂದ ತಿರಸ್ಕೃತಗೊಂಡ ಕಾನೂನುಗಳು

ಶಾಸನಸಭೆಯು ತೀವ್ರಗಾಮಿ ಗಣತಂತ್ರವಾದಿಗಳಾದ ಗಿರೋಂಡಿಯನ್ನರ ಪ್ರಭಾವ ಮತ್ತು ಹಿಡಿತಕ್ಕೊಳಗಾಗಿ ಎರಡು ಪ್ರಮುಖ ಕಾನೂನುಗಳನ್ನು ಜಾರಿಗೊಳಿಸಿತು. ಮೊದಲ ಕಾನೂನು ಸಂವಿಧಾನ ವಿರೋಧಿ ಪಾದ್ರಿಗಳ ವಿರುದ್ಧದ ಶಾಸನ, ಎರಡನೆಯದು ವಲಸೆ ಹೋದ ರಾಜಪಕ್ಷಿಯರ ವಿರುಧ್ಧವಾದ ಕಾನೂನು. ಮೊದಲ ಕಾನೂನಿನಂತೆ ಧರ್ಮಾಧಿಕಾರಿಗಳ ಪೌರಸಂವಿಧಾನ ಕಾನೂನಿನಂತೆ ಎಲ್ಲಾ ಧರ್ಮಾಧಿಕಾರಿಗಳು ಪಾಲಿಸತಕ್ಕದೆಂದು ಆಜ್ಞೆ ಮಾಡಿತು. ಯಾರು ಆ ಕಾನೂನಿನ ಪ್ರತಿಜ್ಞೆ ಸ್ವೀಕರಿಸುವುದಲ್ಲವೋ ಅವರನ್ನು ಸಂದೇಹಾಸ್ಪದ ವ್ಯಕ್ತಿಗಳೆಂದು ಪರಿಗಣಿಸಿ ಅವರ ಪಿಂಚಣಿಯನ್ನು ರದ್ದುಗೊಳಿಸುವುದಾಗಿ ಬೆದರಿಕೆ ಹಾಕಿತು. 16ನೇ ಲೂಯಿಯು ತನಗೆ ಸಂವಿಧಾನವು ಕೊಟ್ಟಿದ್ದ ಅಧಿಕಾರವನ್ನು ಈ ಕರಡು ಶಾಸನಕ್ಕೆ ನಿಷೇದಾಧಿಕಾರವನ್ನು ಪ್ರಯೋಗಿಸಿದನು.

ಎರಡನೆಯ ಕಾನೂನಿನ ಪ್ರಕಾರ ಕ್ರಾಂತಿಯ ಸಮಯದಲ್ಲಿ ಫ್ರಾನ್ಸ್‌ನ್ನು ತ್ಯಜಿಸಿ ಹೋಗಿದ್ದ 15ಲಕ್ಷ ಜನರು ಎರಡು ತಿಂಗಳಲ್ಲಿ ವಾಪಸ್ಸಾಗದಿದ್ದರೆ ಅವರ ಆಸ್ತಿಪಾಸ್ತಿಗಳನ್ನು ಮುಟ್ಟುಗೋಲು ಹಾಕಿಕೊಳ್ಳಲಾಗುವುದೆಂದು ತಿಳಿಸಿತು. ಹಾಗೆಯೇ ರಾಜಕುಮಾರನಾದ ಕೌಂಟ್ ಆಫ್ ಪ್ರೊವೆನ್ಸ್ ಎರಡು ತಿಂಗಳಲ್ಲಿ ಫ್ರಾನ್ಸ್ ದೇಶಕ್ಕೆ ಮರಳಿ ಬರದಿದ್ದರೆ ಸಿಂಹಾಸನಕ್ಕೆ ಆತನ ನ್ಯಾಯಬದ್ಧವಾದ ಹಕ್ಕುಗಳನ್ನು ಕಸಿದುಕೊಳ್ಳಲಾಗುವುದು ಮತ್ತು ರಾಷ್ಟ್ರದ ವಿರುದ್ಧ ಸಂಚು ನಡೆಸುವವರೆಂದು ಸಾರಿ ಮರಣದಂಡನೆ ವಿಧಿಸಲಾಗುವುದೆಂದು ತಿಳಿಯಲಾಯಿತು. ಈ ಶಾಸನಕ್ಕೂ 16ನೇ ಲೂಯಿ ತನ್ನ ನಿಷೇಧಾಧಿಕಾರವನ್ನು ಪ್ರಯೋಗಿಸಿದನು. ಇದರಿಂದಾಗಿ 16ನೇ ಲೂಯಿ ಶಾಸನಸಭೆಯ ಮತ್ತು ವಿರೋಧಿ ಪಕ್ಷಗಳ ಸಂಶಯಕ್ಕೆಡೆಮಾಡಿಕೊಟ್ಟನು. ರಾಜನ ಮೇಲೆ ವಿರೋಧ ಮತ್ತು ದ್ವೇಷಗಳು ತೀವ್ರವಾಗಿ 1792ರ ಜೂನ್ 20ರಂದು ರಾಜನ ನಿವಾಸವನ್ನು ಧಾಳಿ ಮಾಡಿ ರಾಜನನ್ನು ಅವಮಾನಗೊಳಿಸಿತು. ಮತ್ತೆ ಆಗಸ್ಟ್ 9ರಂದು ರಾಜ ಮತ್ತು ಅವನ ಪರಿವಾರವಿದ್ದ ಟ್ಯೂಲರಿಸ್ ಅರಮನೆಗೆ ಪ್ಯಾರಿಸ್‌ನ ಗುಂಪು ದಾಳಿ ಮಾಡಿತು. ಡಾಂಟೆನ್ ಅದರ ನೇತೃತ್ವವಹಿಸಿದ್ದನು. ರಾಜನನ್ನು ಜನರು ಕೊಲೆಗೈಯ್ಯಬಹುದೆಂದು ಭಯದಿಂದ ಮಾರನೇ ಬೆಳಿಗ್ಗೆ 8 ಗಂಟೆಗೆ ಶಾಸನಸಭೆಯ ಭವನದಲ್ಲಿ ಓಡಿ ಹೋಗಿ ರಕ್ಷಣೆ ಪಡೆದನು. ರಾಜನಿಲ್ಲದ ಸಮಯದಲ್ಲಿ ಸ್ವಿಸ್ ರಕ್ಷಣಾ ದಳಕ್ಕೂ ಹಾಗೂ ಗುಂಪಿನ ನಡುವೆ ಹೋರಾಟ ನಡೆದು 600 ಜನರು ಕೊಲ್ಲಲ್ಪಟ್ಟು ಅರಮನೆಯನ್ನು ವಶಪಡಿಸಿಕೊಂಡು ಲೂಟಿ ಮಾಡಿದರು. ರಾಜ ಮತ್ತು ಅವನ ಪರಿವಾರ ಮೂರು ದಿನಗಳ ಕಾಲ ಶಾಸನಸಭೆಯ ಭವನದಲ್ಲೇ ಕಳೆದರು. ನಂತರ ಅವರನ್ನು ಕತ್ತಲು ತುಂಬಿದ ಸೆರೆಮನೆಯಂತಹ "ಟೆಂಪಲ್" ಕಾರಾಗೃಹಕ್ಕೆ ಕಳುಹಿಸಲಾಯಿತು.

ಫ್ರಾನ್ಸ್ ಮತ್ತು ಯೂರೋಪಿನ ರಾಷ್ಟ್ರಗಳ ನಡುವಣ ಯುದ್ಧ

ಯೂರೋಪಿನ ಪ್ರಬಲ ರಾಜ್ಯಗಳ ದೊರೆಗಳು ಫ್ರಾನ್ಸಿನ ಮಹಾಕ್ರಾಂತಿಯನ್ನು ಅದೊಂದು ಸ್ಥಳೀಯ ದಂಗೆಯೆಂದೂ ಅದು ತಮ್ಮ ದೇಶಗಳ ಮೇಲೆ ಯಾವ ಪರಿಣಾಮವನ್ನು ಬೀರಲಾರದೆಂದು ಭಾವಿಸಿದರು. ಆದರೆ ಆಸ್ಟ್ರಿಯಾ ಮತ್ತು ಪ್ರಷ್ಯಗಳು ತಲ್ಲಣಗೊಂಡವು. ಆದರೆ ಅವುಗಳು ತಮ್ಮ ಆಂತರಿಕ ಸಮಸ್ಯೆಗಳಿಂದಾಗಿ ಈ ಕಡೆ ಹೆಚ್ಚು ಗಮನ ಕೊಡಲಿಲ್ಲ. ಕ್ರಾಂತಿಯ ಕಾಲದಲ್ಲಿ 15 ಲಕ್ಷ ಜನ ನೋಬಲ್ಲರು ಮತ್ತು ಆಸ್ಥಾನಿಕರು ಫ್ರಾನ್ಸನ್ನು ಬಿಟ್ಟು ಗಡಿಯ ಪೂರ್ವದಲ್ಲಿದ್ದ ಜರ್ಮನ್ ಸಂಸ್ಥಾನಗಳಿಗೆ ಹೋಗಿದ್ದರು. ಅವರು ಅಲ್ಲಿ 20,000 ಜನರ ಸೈನ್ಯವೊಂದನ್ನು ಲೂಯಿಯ ಸೋದರನ ನೇತೃತ್ವದಲ್ಲಿ ಸಂಘಟಿಸಿದರು. ಈ ದೇಶತ್ಯಾಗಿಗಳು ಅವಿಶ್ರಾಂತವಾಗಿ ಆಸ್ಟ್ರಿಯಾ ಮತ್ತು ಪ್ರಷ್ಯಾಗಳ ಆಸ್ಥಾನಗಳಲ್ಲಿ ಫ್ರಾನ್ಸಿನ ಮೇಲೆ ಧಾಳಿ ಮಾಡುವಂತೆ ಪ್ರೇರೇಪಿಸಿದರು. ಮೊದಲು ಫ್ರಾನ್ಸಿನ ಮೇಲಿನ ದ್ವೇಷದಿಂದಾಗಿ ಅನೇಕ ಯೂರೋಪಿನ ರಾಷ್ಟ್ರಗಳು ಕ್ರಾಂತಿಯನ್ನು ಸ್ವಾಗತಿಸಿದವು. ಆದರೆ ನಂತರ ಅದೇ ಯೂರೋಪಿನ ದೊರೆಗಳು ಕ್ರಾಂತಿಕಾರರು ಕ್ರಾಂತಿಯ ತತ್ವಗಳನ್ನು ಯೂರೋಪಿನ ರಾಷ್ಟ್ರಗಳಲ್ಲೆಲ್ಲ ಪ್ರಚರಿಸಲು ಸಿದ್ಧರಾದಾಗ ಭಯಭೀತರಾದರು. ಕ್ರಾಂತಿಯ ತತ್ವಗಳು ತಮ್ಮ ರಾಜ್ಯಗಳಿಗೂ ಪ್ರವಾಹದೋಪಾದಿಯಲ್ಲಿ ನುಗ್ಗುವುದನ್ನು ತಡೆಯದಿದ್ದರೆ ಪರಿಸ್ಥಿತಿ ಹದಗೆಡುವುದೆಂಬ ಭಯದಿಂದ ಯೂರೋಪಿನ ಪ್ರಬಲ ದೊರೆಗಳು ಫ್ರಾನ್ಸಿನ ವಿರುದ್ಧ ಹೋರಾಡಲು ಒಂದುಗೂಡಿದವು.

ಮೇರಿ ಆಂಟಾಯಿನೆಟ್ ಕ್ರಾಂತಿಯನ್ನು ಹತ್ತಿಕ್ಕಲು ಸೈನ್ಯವನ್ನು ಕಳುಹಿಸಬೇಕೆಂಬ ಬೇಡಿಕೆಯನ್ನು ತನ್ನ ಸೋದರನಾದ ಆಸ್ಟ್ರಿಯಾದ ದೊರೆ ಲಿಯೋಪಾಲ್ಡನಿಗೆ ಸಲ್ಲಿಸಿದಳು. ಅದರಂತೆ ಲಿಯೋಪಾಲ್ಡನು ಪ್ರಷ್ಯಾದ ಫ್ರೆಡ್ರಿಕ್ ವಿಲಿಯಂನನ್ನು ಭೇಟಿ ಮಾಡಿ ಅವರಿಬ್ಬರೂ ಜಂಟಿಯಾಗಿ ಫ್ರಾನ್ಸಿನಲ್ಲಿ ಲೂಯಿಗೆ ಅವನ ಮೊದಲಿನ ಸ್ಥಾನವನ್ನು ಗಳಿಸಿಕೊಡುವುದಕ್ಕಾಗಿ ಆಸ್ಟ್ರಿಯಾ ಮತ್ತು ಪ್ರಷ್ಯಗಳು ಫ್ರಾನ್ಸ್‌ನಲ್ಲಿ ಸಶಸ್ತ್ರ ಹಸ್ತಕ್ಷೇಪ ನಡೆಸುವುದಾಗಿ ಫಿಲ್‌ನಿಟ್ಜ್ ಘೋಷಣೆಯನ್ನು ಹೊರಡಿಸಿದರು. ಈ ಘೋಷಣೆಯು ಫ್ರಾನ್ಸ್‌ನ ಕ್ರಾಂತಿಯನ್ನು ಹತ್ತಿಕ್ಕಲು ಮತ್ತು ಪುನಃ ರಾಜತ್ವವನ್ನು ಪ್ರತಿಷ್ಠಾಪಿಸಲು ಯೂರೋಪಿನ ರಾಜರೆಲ್ಲರೂ ಒಂದುಗೂಡಬೇಕೆಂದು ಕರೆ ಕೊಟ್ಟಿತು.

ಈ ಘೋಷಣೆಯಿಂದ ಫ್ರೆಂಚ್ ಜನತೆ ಅತೀವ ಆಕ್ರೋಶಭರಿತರಾದರು ಮತ್ತು ತಮ್ಮ ದೊರೆಯು ವಿದೇಶಿ ರಾಷ್ಟ್ರಗಳೊಡನೆ ರಹಸ್ಯ ಸಂಚಿನಲ್ಲಿ ತೊಡಗಿರುವನೆಂಬ ಸಂದೇಹಕ್ಕೊಳಗಾದರು. ಶಾಸನಸಭೆಯಲ್ಲಿ ಬಹುಸಂಖ್ಯಾತರಾಗಿದ್ದ ಗಿರೋಂಡಿಯನ್ನರು ಐರೋಪ್ಯ ರಾಷ್ಟ್ರಗಳೊಡನೆ ಯುದ್ಧ ಹೂಡುವುದರ ಮೂಲಕ ಯೂರೋಪಿನ ರಾಷ್ಟ್ರಗಳಿಗೂ ಮತ್ತು ಲೂಯಿ ದೊರೆಗೂ ನಿಕಟ ಸಂಬಂಧವಿದೆ ಎಂಬುದನ್ನು ನಿರೂಪಿಸುವ ಮೂಲಕ ರಾಜಪ್ರಭುತ್ವವನ್ನು ನಾಶಗೊಳಿಸಲು ಉತ್ಸುಕರಾಗಿದ್ದರು. ಗಿರೋಂಡಿಯನ್ನರು ಶಾಸನಸಭೆಯ ಬಹುಮತದೊಂದಿಗೆ 1792ನೇ ಏಪ್ರಿಲ್ 20 ರಂದು ಫ್ರಾನ್ಸ್ ಆಸ್ಟ್ರಿಯಾದ ವಿರುದ್ಧ ಯುದ್ಧ ಘೋಷಿಸಿತು. ಫ್ರಾನ್ಸ್ ಆಸ್ಟ್ರಿಯಾದ ಬೆಲ್ಜಿಯಂ ಪ್ರದೇಶದ ಮೇಲೆ ಧಾಳಿಮಾಡಿತು. ಕೂಡಲೇ ಪ್ರಷ್ಯ, ಆಸ್ಟ್ರಿಯಾಗಳು ಸಂಯುಕ್ತವಾಗಿ ಸೇರಿ ಫ್ರಾನ್ಸ್‌ನ ಸೈನ್ಯವನ್ನು ಸೋಲಿಸಿದವು. ಕ್ರಾಂತಿಯಿಂದಾಗಿ ನೋಬಲ್ ವರ್ಗ ಮತ್ತು ಸೈನಾಧಿಕಾರಿಗಳು ರಾಜಿನಾಮೆ ನೀಡಿದ್ದುದರಿಂದ ಫ್ರಾನ್ಸ್ ಸೈನ್ಯ ಅವ್ಯವಸ್ಥೆಗೊಂಡಿತ್ತು. ಆದರೆ ಫ್ರಾನ್ಸಿನ ಜನತೆ ತಮ್ಮ ಸೈನ್ಯದ ಸೋಲಿಗೆ 16ನೇ ಲೂಯಿ ಮತ್ತು ಆಂಟೋಯಿನೆಟ್ ಫ್ರಾನ್ಸಿನ ಸೈನ್ಯದ ಚಲನ ವಲನಗಳನ್ನು ಧಾಳಿಯ ಯೋಜನೆಯನ್ನು ಆಸ್ಟ್ರಿಯಾಕ್ಕೆ ಮೊದಲೇ ನೀಡಿದ್ದು ಕಾರಣವೆಂದು ಬಗೆದರು.

ಇದೇ ವೇಳೆಗೆ ಶಾಸನಸಭೆಯು ಕೈಗೊಂಡ ಸಂವಿಧಾನ ವಿರೋಧಿ ಪಾದ್ರಿಗಳ ಗಡಿಪಾರು ಮತ್ತು ಪ್ಯಾರಿಸ್ಸಿನ ರಕ್ಷಣೆಗೆ 20ಸಾವಿರ ಸೈನಿಕರನ್ನು ಸಂಘಟಿಸುವ ಎರಡು ಶಾಸನಗಳನ್ನು ರಾಜನು ತನ್ನ ನಿಷೇಧಾಧಿಕಾರದ ಮೂಲಕ ತಡೆಗಟ್ಟಿದನು. ಆದ್ದರಿಂದ 1792ರ ಜೂನ್ 20ರಂದು ಪಾದ್ರಿಗಳಿಗೆ ಧಿಕ್ಕಾರ, ಮಸೂದೆಗೆ ಸಹಿ ಹಾಕಿ ಎಂಬ ಘೋಷಣೆಗಳನ್ನು ಕೂಗುತ್ತ ರಾಜನಿದ್ದ ಟ್ಯೂಲರಿಸ್ ಅರಮನೆಗೆ ಪ್ಯಾರಿಸ್‌ನ ಜನತೆ ಧಾಳಿಯಿಟ್ಟಿತು. ರಾಜ ಮತ್ತು ಅವನ ಪರಿವಾರ ಶಾಸನಸಭೆಯ ಭವನದಲ್ಲಿ ಆಶ್ರಯ ಪಡೆಯುವಂತಾಯಿತು.

ಜೂನ್ 20ರ ಘಟನೆಯ ನಂತರ ಲೂಯಿಯ ಬಗ್ಗೆ ಜನರಲ್ಲಿ ಅನುಕಂಪ ಬೆಳೆಯುವ ಸಂಭವವಿತ್ತು. ಆದರೆ ಆಸ್ಟ್ರಿಯಾ ಮತ್ತು ಪ್ರಷ್ಯ ದೇಶಗಳ ಸಂಯುಕ್ತ ಸೈನ್ಯದ ದಂಡನಾಯಕನಾದ ಡ್ಯೂಕ್ ಆಫ್ ಬರ್ನ್ಸ್‌ವಿಕನು ಫ್ರಾನ್ಸ್‌ನ ಗಡಿಗಳ ಮೇಲೆ ಧಾಳಿ ಮಾಡುತ್ತಾ ಜುಲೈ 27ರಂದು ಒಂದು ಘೋಷಣೆಯನ್ನು ಹೊರಡಿಸಿದನು. ಆ ಘೋಷಣೆಯು 16ನೇ ಲೂಯಿಗೆ ಫ್ರಾನ್ಸ್ ದೇಶದ ಜನತೆ ಸಂಪೂರ್ಣ ಅಧಿಕಾರವನ್ನು ಮತ್ತೆ ವಹಿಸಿಕೊಡಬೇಕು ಮತ್ತು ಆಸ್ಟ್ರಿಯಾ ಹಾಗೂ ಪ್ರಷ್ಯಾಗಳ ಸಾರ್ವಭೌಮರ ಆಜ್ಞೆಯನ್ನು ಫಾನ್ಸಿನ ಜನತೆ ಪಾಲಿಸಬೇಕೆಂದು ತಿಳಿಸಿತು. ಘೋಷಣೆಯ ಅಂತ್ಯದಲ್ಲಿ ರಾಜ ರಾಣಿ ಹಾಗೂ ಅವರ ಪರಿವಾರದವರಿಗೆ ಸ್ವಲ್ಪವಾದರೂ ಹಿಂಸೆ ಅಥವಾ ಅಪಮಾನ ಮಾಡಿದರೆ ಸಂಯುಕ್ತ ಸೈನ್ಯವು ಪ್ಯಾರಿಸ್ ನಗರವನ್ನು ಸಂಪೂರ್ಣವಾಗಿ ನಾಶಗೊಳಿಸಲಾಗುವುದೆಂಬುದಾಗಿ ತಿಳಿಸಲಾಗಿತ್ತು. ಈ ಘೋಷಣೆಯಿಂದ ಪ್ಯಾರಿಸ್‌ನ ಜನತೆ ಅವಮಾನ ಮತ್ತು ಕ್ರೋಧದಿಂದ ಕುದಿಯಲಾರಂಭಿಸಿದರು.

ಬರ್ನ್ಸ್‌ವಿಕ್ಕನ ಘೋಷಣೆಯು ಲೂಯಿ ಮತ್ತು ಅವನ ಕುಟುಂಬಕ್ಕೆ ಸಹಾಯಕವಾಗುವ ಬದಲು ತೊಂದರೆಗೀಡುಮಾಡಿತು. 1792ರ ಆಗಸ್ಟ್ 10ರಂದು ಕ್ರೋಧಗೊಂಡ ಫ್ರಾನ್ಸಿನ ಜನತೆ ಟ್ಯೂಲರಿಸ್ ಅರಮನೆಗೆ ಧಾಳಿ ಮಾಡಿ 800 ಜನ ಸೈನಿಕರನ್ನು ಕೊಂದು ಅರಮನೆಯನ್ನು ವಶಪಡಿಸಿಕೊಂಡು ಲೂಟಿ ಮಾಡಿದರು. ನಂತರ ಈ ಜನಸಮೂಹವು ರಾಜನನ್ನು ಪದಚ್ಯುತಗೊಳಿಸಿ ಚುನಾವಣೆ ನಡೆಸುವಂತೆ ಶಾಸನಸಭೆಯ ಮೇಲೆ ಒತ್ತಾಯ ತಂದಿತು. ಭಯಪೀಡಿತರಾದ ಶಾಸನಸಭೆಯ ಸದಸ್ಯರು ಜನತೆಯ ವಿಶ್ವಾಸ ಕಳೆದುಕೊಂಡಿದ್ದ ರಾಜನನ್ನು ಪದಚ್ಯುತಗೊಳಿಸುವ ಹಾಗೂ ರಾಷ್ಟ್ರೀಯ ಸಮಿತಿಗೆ ಚುನಾವಣೆ ನಡೆಸುವ ಮಸೂದೆಗಳನ್ನು ಪಾಸುಮಾಡಿದರು. ರಾಜ ಮತ್ತು ಅವನ ಪರಿವಾರದವರನ್ನು "ಟೆಂಪಲ್" ಎಂಬ ಪುರಾತನ ಕೋಟೆಯಂತಿದ್ದ ಕಾರಾಗೃಹದಲ್ಲಿಡಲಾಯಿತು.

ಸೆಪ್ಟೆಂಬರ್ ಕಗ್ಗೊಲೆಗಳು

ಆಗಸ್ಟ್ 10ರಂದು ರಾಜನನ್ನು ಪದಚ್ಯುತಿಗೊಳಿಸಿದಂದಿನಿಂದ ಸೆಪ್ಟೆಂಬರ್ 20ರಂದು ರಾಷ್ಟ್ರೀಯ ಸಮಿತಿಯು ಸಭೆ ಸೇರುವವರೆಗೆ ಫ್ರಾನ್ಸ್‌ನಲ್ಲಿ ಅರಾಜಕತೆ ನಲಿದಾಡಿತು. ಈ ಅವಧಿಯಲ್ಲಿ ಗಿರೋಂಡಿಸ್ಟ್ ಪಕ್ಷದವರನ್ನೊಳಗೊಂಡ ಮಂತ್ರಿಮಂಡಲವನ್ನು ರಚಿಸಲಾಯಿತು. ಶಾಸನಸಭೆಗಿಂತಲೂ ಬಲಿಷ್ಠವಾದ ಮುನಿಸಿಪಲ್ ಕೌನ್ಸಿಲ್ ಅಥವಾ ಪ್ಯಾರಿಸ್ಸಿನ ಕಮ್ಯೂನ್ ಎಂಬ ಸಂಸ್ಥೆಯನ್ನು ರಾಬ್ಸ್‌ಪಿಯರ್‌ನ ನೇತೃತ್ವದಲ್ಲಿ ಸ್ಥಾಪಿಸಲಾಯಿತು. ಇದು ಅತ್ಯಂತ ತೀವ್ರಗಾಮಿ ಗುಂಪಾಗಿದ್ದಿತು.

ಡ್ಯೂಕ್ ಆಫ್ ಬರ್ನ್ಸ್‌ವಿಕ್‌ನ ನೇತೃತ್ವದ ಪ್ರಷ್ಯಾ ಹಾಗೂ ಆಸ್ಟ್ರಿಯಾದ ಸೈನ್ಯಗಳು ಎಲ್ಲೆಡೆ ವಿಜಯಗಳಿಸಿ ಎಲ್ಲ ರಾಜ್ಯಗಳಿಂದಲೂ ಫ್ರೆಂಚ್ ಸೈನಿಕರನ್ನು ಓಡಿಸಿದರು. ವಿರೋಧಿ ಸಂಯುಕ್ತ ಸೈನ್ಯವು ಫ್ರಾನ್ಸ್‌ಕಡೆ ಮುನ್ನುಗ್ಗುತ್ತಿರುವುದನ್ನು ತಿಳಿದ ಪ್ಯಾರಿಸ್ಸಿನ ಜನತೆಯಲ್ಲಿ ಗಾಬರಿಹುಟ್ಟಿಸಿದವು. ಕೊನೆಗೆ ಫ್ರಾನ್ಸ್‌ನ ರಾಜಧಾನಿಯ ಮಾರ್ಗದಲ್ಲಿದ್ದ ಕೊನೆಯ ಕೋಟೆಯಾದ ವೆರ್ಡೋನ್ ಮತ್ತು ಲಾಂಗ್ವಿ ಪ್ರದೇಶಗಳು ಶತ್ರುಗಳ ವಶವಾದ ಸುದ್ದಿ ಕೇಳಿದ ಫ್ರೆಂಚರಲ್ಲಿ ತೀವ್ರ ಕಳವಳವುಂಟಾಯಿತು. ಶತ್ರುಗಳ ಮುನ್ನಡೆಗೆ ರಾಜಪಕ್ಷದವರು, ಶ್ರೀಮಂತರು, ಪಾದ್ರಿಗಳು ನೆರವು ನೀಡುತ್ತಿರುವುದೇ ಕಾರಣವೆಂದು ಜಾಕೋಬಿಯನ್ನರು ಅಭಿಪ್ರಾಯಪಟ್ಟರು. ಇಂತಹ ಸಮಯದಲ್ಲಿ ದೇಶದ ರಕ್ಷಣೆಗೆ ಇದ್ದ ಮಾರ್ಗವೆಂದರೆ ಆಂತರಿಕ ಮತ್ತು ವಿದೇಶಿ ಶತ್ರುಗಳ ಮನಸ್ಸಿನಲ್ಲಿ ಭಯೋತ್ಪಾದನೆ ಉಂಟುಮಾಡುವುದೆಂದು ಡಾಂಟನ್ ಮತ್ತು ಮ್ಯಾರೆಟ್‌ರವರು ನಂಬಿದ್ದರು. ಅದರಂತೆ ಸೆಪ್ಟೆಂಬರ್ 2 ರಿಂದ 6ನೇ ತಾರೀಖಿನವರೆಗೆ ರಕ್ತಪಿಪಾಸಿ ವ್ಯಕ್ತಿಯೆಂದೆನಿಸಿದ್ದ ಮ್ಯಾರೆಟ್‌ನಿಂದ ಪ್ರೇರಿತರಾದ ಕ್ರಾಂತಿಕಾರಿ ಗುಂಪಿನ ಹಿಂಸಾತ್ಮಕ ವ್ಯಕ್ತಿಗಳು ಹಿಂಸಾಕಾಂಡವನ್ನು ಜರುಗಿಸಿದರು. ಡಾಂಟನ್ ಮತ್ತು ಅವನ ಅನುಯಾಯಿಗಳು ಫ್ರೆಂಚ್ ಸೈನ್ಯಗಳ ಎಲ್ಲ ಸೋಲುಗಳಿಗೆ ರಾಜತ್ವವಾದಿಗಳನ್ನು ಮತ್ತು ಅವರ ಬೆಂಬಲಿಗರನ್ನು ಹೊಣೆ ಮಾಡಿದರು. ಪ್ಯಾರಿಸ್ಸಿನ ಕಮ್ಯೂನ್ ಕ್ರಾಂತಿ ವಿರೋಧಿಗಳೆಂದು ಗುರುತಿಸಿದ ಎಲ್ಲರನ್ನು ಬಂಧಿಸುವಂತೆ ಆಜ್ಞೆ ಮಾಡಿತು. ಸೆಪ್ಟೆಂಬರ್ 2 ರಿಂದ 6ರವರೆಗೆ ನ್ಯಾಯ ವಿರೋಧಿ ಪಾದ್ರಿಗಳು, ನೊಬೆಲ್ಲರು, ನ್ಯಾಯಾಧೀಶರು, ಹೀಗೆ ವರ್ಗ, ಲಿಂಗ ಮತ್ತು ವಯಸ್ಸಿನ ಬೇಧವಿಲ್ಲದೆ ರಾಜತ್ವದ ಬೆಂಬಲಿಗರೆಂದು ಸಂಶಯಕ್ಕೀಡಾದವರನ್ನು ನಿರ್ದಯವಾಗಿ ವಿಚಾರಣೆಯಿಲ್ಲದೆ ಕೊಲೆ ಮಾಡಲಾಯಿತು. ಕ್ರಾಂತಿಕಾರಿ ಗುಂಪಿನ ಕೆಲವು ಸದಸ್ಯರಿಂದ ನೇಮಿತರಾಗಿ ಹಣ ಪಡೆಯುತ್ತಿದ್ದ ಕೆಲವು ಕೊಲೆಗಡುಕರಿಂದ ಈ ಹತ್ಯಾಕಾಂಡವು ಅತ್ಯಂತ ವ್ಯವಸ್ಥಿತವಾಗಿ ನಡೆಯಿತು. ಈ ಹತ್ಯಾಕಾಂಡವನ್ನು ತಡೆಯದಂತೆ ಶಾಸನಸಭೆಗೂ ಬೆದರಿಕೆ ಹಾಕಲಾಗಿತ್ತು. ಈ ಸೆಪ್ಟೆಂಬರಿನ ಕಗ್ಗೊಲೆಯಲ್ಲಿ ಸುಮಾರು 1200 ಜನರು ಸತ್ತರು.

ವಾಲ್ಮಿ ಕದನ: ಪ್ಯಾರಿಸ್ ಕಡೆ ಮುನ್ನುಗ್ಗುತ್ತಿದ್ದ ವಿರೋಧಿಗಳ ಸಂಯುಕ್ತ ಸೈನ್ಯವನ್ನು ಫ್ರೆಂಚ್ ಸೈನ್ಯವು 1792ರ ಸೆಪ್ಟೆಂಬರ್ 20ರಂದು ವಾಲ್ಮಿ ಎಂಬಲ್ಲಿ ಸೋಲಿಸಿತು. ಆಸ್ಟ್ರಿಯಾ ಮತ್ತು ಪ್ರಷ್ಯಗಳ ನಡುವೆ ಇದ್ದ ಭಿನ್ನಾಭಿಪ್ರಾಯಗಳು ಅವರ ಸೋಲಿಗೆ ಕಾರಣವಾದವು. ಫ್ರೆಂಚ್ ಸೈನಿಕರು ಗಳಿಸಿದ ವಿಜಯದಿಂದ ಇಡೀ ಪ್ಯಾರಿಸ್ ನಗರವೇ ಸಂಭ್ರಮದಿಂದ ನಕ್ಕು ನಲಿಯಿತು. ಫ್ರಾನ್ಸಿಗೆ ಒದಗಿದ್ದ ತಕ್ಷಣದ ಅಪಾಯವು ದೂರಾಗಿ ಫ್ರೆಂಚರಲ್ಲಿ ಹೊಸ ಸ್ಫೂರ್ತಿ ಬಂದಿತು. ಸ್ಫೂರ್ತಿ ಪಡೆದ ಫ್ರಾನ್ಸಿನ ಸೈನ್ಯಗಳು ವಿರೋಧಿ ರಾಷ್ಟ್ರಗಳ ವಿರುದ್ಧ ಅನೇಕ ವಿಜಯಗಳನ್ನು ಸಾಧಿಸಿದವು. 1793ರಲ್ಲಿ ಫ್ರಾನ್ಸಿನ ಸೈನ್ಯಗಳು ಬೆಲ್ಜಿಯಂ, ಸವಾಯ್ ಮತ್ತು ನೀಸ್‌ಗಳನ್ನು ವಶಪಡಿಸಿಕೊಂಡವು.

ರಾಷ್ಟ್ರೀಯ ಸಮಿತಿ ಅಥವಾ ನ್ಯಾಷನಲ್ ಕನ್ವೆನ್ಷನ್‌ನ ಆಡಳಿತ (1792–1795)

ರಾಷ್ಟ್ರೀಯ ಸಮಿತಿಯು ಕ್ರಾಂತಿಕಾಲದ ಮೂರನೇ ಸಭೆಯಾಗಿ 1792ರ ಸೆಪ್ಟೆಂಬರ್ 20ರಂದು ಅಸ್ತಿತ್ವಕ್ಕೆ ಬಂದಿತು. ಪ್ರೊ. ಹೇಸ್ ಅಭಿಪ್ರಾಯಪಟ್ಟಿರುವಂತೆ "ಇತಿಹಾಸದಲ್ಲಿ ಯಾವುದೇ ಶಾಸನಸಭೆಯು ರಾಷ್ಟ್ರೀಯ ಸಮಿತಿ ತನ್ನ ಮೊದಲ ಅಧಿವೇಶನದಲ್ಲಿ ಎದುರಿಸಿದಂತಹ ಸಮಸ್ಯೆಗಳನ್ನು ಎದುರಿಸಿರಲಿಲ್ಲ" ಎಂದಿದ್ದಾರೆ. 16ನೇ ಲೂಯಿಯ ಪದಚ್ಯುತಿಯಿಂದಾಗಿ ಹೊಸ ಸಂವಿಧಾನವನ್ನು ರಚಿಸಲು ನೇಮಿತವಾದ ಸಮಿತಿಯೇ ರಾಷ್ಟ್ರೀಯ ಸಮಿತಿ. ರಾಷ್ಟ್ರೀಯ ಸಮಿತಿಯು 1792ರ

ಸೆಪ್ಟೆಂಬರ್ 21ರಂದು "ಫ್ರಾನ್ಸಿನಲ್ಲಿ ರಾಜಪ್ರಭುತ್ವವನ್ನು ತೊಡೆದು ಹಾಕಲಾಗಿದೆ" ಎಂಬ ಪ್ರಥಮ ಪ್ರಮುಖ ನಿರ್ಣಯವನ್ನು ಕೈಗೊಂಡಿತು. ಅಲ್ಲದೆ ಫ್ರಾನ್ಸ್‌ನ್ನು ಗಣರಾಜ್ಯವೆಂದು ಘೋಷಿಸಲಾಯಿತು.

16ನೇ ಲೂಯಿಯ ವಿಚಾರಣೆ ಹಾಗೂ ಶಿರಚ್ಛೇದನ

ಗಿಲೋಟಿನ್ ಯಂತ್ರ

ರಾಷ್ಟ್ರೀಯ ಸಮಿತಿಯು ಫ್ರಾನ್ಸ್‌ನಲ್ಲಿ ಬೋರ್ಬನ್ ರಾಜಪ್ರಭುತ್ವವನ್ನು ಕೊನೆಗೊಳಿಸಿದ ನಂತರ ಸರ್ಕಾರದ ಖೈದಿಯಾಗಿದ್ದ 16ನೇ ಲೂಯಿಯ ವಿಷಯವಾಗಿ ಯಾವ ನಿರ್ಣಯ ಕೈಗೊಳ್ಳಬೇಕೆಂಬ ಬಗ್ಗೆ ರಾಷ್ಟ್ರೀಯ ಸಮಿತಿಯಲ್ಲಿ ದೊಡ್ಡ ವಾಗ್ವಾದ ನಡೆಯಿತು. ಯಾವುದೇ ನ್ಯಾಯ ವಿಚಾರಣೆಯಿಲ್ಲದೆ ಲೂಯಿಯನ್ನು ಮರಣದಂಡನೆಗೆ ಗುರಿಪಡಿಸಬೇಕೆಂದು ಜಾಕೋಬಿಯನ್ನರು ಅಭಿಪ್ರಾಯಪಟ್ಟರು. ಗಿರೋಂಡಿಯನ್ನರು ಫ್ರಾನ್ಸಿನ ಇಡೀ ಜನತೆಯೇ ಈ ಬಗ್ಗೆ ತೀರ್ಮಾನಿಸಬೇಕೆಂದು ವಿಷಯವನ್ನು ಸಮಾಧಾನಿಸಲು ಪ್ರಯತ್ನಿಸಿದರು. ಆದರೆ ಜಾಕೋಬಿಯನ್ನರ ನಾಯಕನಾದ ರಾಬಸ್ಪಿಯರ್‌ನು "ಲೂಯಿಯು ಸಾಯಲೇಬೇಕು. ಏಕೆಂದರೆ ರಾಷ್ಟ್ರ ಉಳಿಯಬೇಕು" ಎಂದು ಲೂಯಿಯ ಮರಣಕ್ಕೆ ಒತ್ತಾಯಿಸಿದನು. ಜಾಕೋಬಿಯನ್ನರ ಪ್ರಭಾವಕ್ಕೊಳಗಾದ ರಾಷ್ಟ್ರೀಯ ಸಮಿತಿಯು ಅಣಕು ನ್ಯಾಯ ವಿಚಾರಣೆಯೊಂದನ್ನು ನಡೆಸಿ ಲೂಯಿಯನ್ನು ದೇಶದ್ರೋಹಿಯೆಂದು ಕೇವಲ ಒಂದೇ ಒಂದು ಬಹುಮತದಿಂದ ಅಂಗೀಕರಿಸಿ ಮರಣದಂಡನೆಯ ಶಿಕ್ಷೆಯನ್ನು ವಿಧಿಸಲಾಯಿತು. ಅದರಂತೆ 1793ನೇ ಜನವರಿ 21ರಂದು ಭಾನುವಾರ ಟ್ಯೂಲರಿಸ್ ಅರಮನೆಯ ಎದುರಿನಲ್ಲಿ ಸ್ಥಾಪಿಸಿದ್ದ ಗಿಲೋಟಿನ್ ಯಂತ್ರಕ್ಕೆ 16ನೇ ಲೂಯಿಯನ್ನು ಆಹುತಿ ಕೊಡಲಾಯಿತು. ಲೂಯಿಯು ಧೈರ್ಯ ಮತ್ತು ಶಾಂತಚಿತ್ತತೆಯಿಂದ ಗಿಲೋಟಿನ್ ಯಂತ್ರವನ್ನು ಹತ್ತಿಹೋದನು. "ಸಿಂಹಾಸನದ ಮೇಲಿದ್ದಾಗಿಂತಲೂ ಮರಣ ವೇದಿಕೆಯ ಮೇಲೆ ಅವನು ಹೆಚ್ಚು ಉದಾತ್ತವಾಗಿ ಕಂಡು ಬಂದನೆಂದು" ಸಿ.ಡಿ. ಹೇಜನ್‌ರವರು ಅಭಿಪ್ರಾಯಪಡುತ್ತಾರೆ. ಗಿಲೋಟಿನ್ ಯಂತ್ರಕ್ಕೆ ತಲೆಕೊಡುವ ಮೊದಲು ಲೂಯಿ ಹೇಳಿದ ಮಾತುಗಳೆಂದರೆ "ಮಹಾನುಭಾವರೆ ನನ್ನ ಮೇಲೆ ಹೊರಿಸಿರುವ ಆಪಾದನೆಗಳ ವಿಷಯದಲ್ಲಿ ನಾನು ಮುಗ್ಧ. ನನ್ನ ಪ್ರಾಣ ಫ್ರಾನ್ಸಿನ ಜನತೆಗೆ ಸುಖಶಾಂತಿಯನ್ನು ನೀಡಲಿ" ಎನ್ನುತ್ತಿದ್ದಂತೆ ನಗಾರಿಯ ಧ್ವನಿಯಲ್ಲಿ ಆತನ ಸದ್ದು ಅಡಗಿ ಹೋಯಿತು.

16ನೇ ಲೂಯಿಯ ಶಿರಚ್ಛೇದನ

ಫ್ರಾನ್ಸಿನ ವಿರುದ್ಧ ಯೂರೋಪಿನ ಸಂಯುಕ್ತ ರಂಗ

16ನೇ ಲೂಯಿಯ ಶಿರಚ್ಛೇದನ ಘಟನೆಯು ಯೂರೋಪಿನ ರಾಜರುಗಳನ್ನು ಭಯಭೀತರಾಗುವಂತೆ ಮಾಡಿತು. ರಾಷ್ಟ್ರೀಯ ಸಮಿತಿಯು ಆಕ್ರಮಣಶೀಲ ನೀತಿಯನ್ನು ಅನುಸರಿಸಿ ನಿರಂಕುಶ ಪ್ರಭುತ್ವದ ವಿರುದ್ಧ ಯೂರೋಪಿನ ರಾಷ್ಟ್ರಗಳ ಜನತೆ ಕ್ರಾಂತಿಯೆಸಗಲು ಕರೆಕೊಟ್ಟಿತು. ಅಲ್ಲದೆ ಸ್ವಾತಂತ್ರ್ಯಕ್ಕಾಗಿ ಹೋರಾಟಕ್ಕಿಳಿದ ರಾಷ್ಟ್ರಗಳ ಜನತೆಗೆ ತಮ್ಮ ಕೈಲಾದ ಸಹಾಯವನ್ನು ಮಾಡುವುದಾಗಿ ಬಹಿರಂಗವಾಗಿ ಘೋಷಿಸಿದರು. ಇಡೀ ಯೂರೋಪಿನಲ್ಲಿನ ಹಳೆಯ ವ್ಯವಸ್ಥೆಯ ನಿರ್ಮೂಲನೆಗೆ ಮುಂದಾದ ಕ್ರಾಂತಿಕಾರಿಗಳು ಕ್ರಾಂತಿಯ ತತ್ವಗಳನ್ನು ಪ್ರಚಾರ ಮಾಡಲಾರಂಭಿಸಿದರು. ಇದರಿಂದಾಗಿ ಫ್ರಾನ್ಸ್ ಯೂರೋಪಿನ ರಾಷ್ಟ್ರಗಳ ದ್ವೇಷವನ್ನು ಕಟ್ಟಿಕೊಳ್ಳಬೇಕಾಯಿತು. ಮಹಾಕ್ರಾಂತಿಯ ಬಗ್ಗೆ ಉತ್ತಮ ಅಭಿಪ್ರಾಯ ಹೊಂದಿದ್ದ ಇಂಗ್ಲೆಂಡ್ ಲೂಯಿಯ ಕೊಲೆ ನಂತರ ಬದಲಾಯಿತು. ಇಂಗ್ಲಿಷರ ಏಕಸ್ವಾಮ್ಯಕ್ಕೆ ಒಳಪಟ್ಟಿದ್ದ ಷೆಲ್ಟ್ ನದಿಯನ್ನು ಫ್ರಾನ್ಸ್ ಎಲ್ಲ ರಾಷ್ಟ್ರಗಳ ವ್ಯಾಪಾರಕ್ಕೆ ತೆರೆಯಿತು. ಇದರಿಂದ ಫ್ರಾನ್ಸ್ ಮತ್ತು ಇಂಗ್ಲೆಂಡ್‌ಗಳ ನಡುವೆ ಸಂಬಂಧ ಹದಗೆಟ್ಟಿತು.

ಲೂಯಿಯ ಮರಣದಂಡನೆಯಿಂದ ಕ್ರೋಧಗೊಂಡ ವೆಂಡಿ ಮತ್ತು ಲಿಯೋನ್ಸ್ ಪ್ರಾಂತಗಳ ಲಕ್ಷಾಂತರ ಜನರು ಕ್ರಾಂತಿ ಸರ್ಕಾರದ ವಿರುದ್ಧ ದಂಗೆ ಎದ್ದರು. ಇದೇ ವೇಳೆಗೆ ಫ್ರಾನ್ಸ್ ಸೈನ್ಯದ ದಂಡನಾಯಕನಾದ ಡ್ಯೂಮರಿಜ್‌ನು ಶತ್ರು ಪಕ್ಷವನ್ನು ಸೇರಿದನು. ಹೀಗೆ ದುರ್ಬಲಗೊಳ್ಳುತ್ತಿದ್ದ ಫ್ರಾನ್ಸ್‌ನಿಂದ ಸಿಕ್ಕಷ್ಟು ಪ್ರದೇಶಗಳನ್ನಾದರೂ ವಶಪಡಿಸಿಕೊಳ್ಳಬೇಕೆಂಬ ಸ್ವಾರ್ಥ ಉದ್ಧೇಶದಿಂದಲೂ ಮತ್ತು ರಾಜನ ಶಿರಚ್ಛೇದನ ವಿಷಯವನ್ನು ಪ್ರಮುಖ ವಿಷಯವಾಗಿಟ್ಟುಕೊಂಡು ಆಸ್ಟ್ರಿಯಾ, ಪ್ರಷ್ಯಾ, ಇಂಗ್ಲೆಂಡ್, ರಷ್ಯಾ, ಸ್ಪೇನ್, ಹಾಲೆಂಡ್, ಇಟಲಿ, ಜರ್ಮನ್ ಸಂಸ್ಥಾನಗಳು ಫ್ರಾನ್ಸಿನ ವಿರುದ್ಧದ ಯೂರೋಪಿನ ಸಂಯುಕ್ತ ರಂಗಕ್ಕೆ ಸೇರಿಕೊಂಡವು.

ಫ್ರಾನ್ಸ್ ಯೂರೋಪಿನ ರಾಜ್ಯಗಳ ಸಂಯುಕ್ತರಂಗದ ಸೈನ್ಯಗಳನ್ನು ತನ್ನ ಗಡಿಯ ಸುತ್ತಲೂ ಎದುರಿಸಬೇಕಾಯಿತು. ಇದರಿಂದಾಗಿ ಫ್ರಾನ್ಸ್ ಆರಂಭದಲ್ಲಿ ಎಲ್ಲೆಡೆಯೂ ಸೋಲನ್ನನುಭವಿಸಿತು. ಆದರೂ ರಾಷ್ಟ್ರೀಯ ಸಮಿತಿಯು ಹೋರಾಟಕ್ಕೆ ಬದ್ಧವಾಗಿ "ಮಾಡು ಇಲ್ಲವೆ ಮಡಿ, ಅಗತ್ಯವಾದರೆ ಮಾಡಿ ಮಡಿ" ಎಂಬ ದೃಢ ನಿಶ್ಚಯ ಕೈಗೊಂಡು 3 ಲಕ್ಷ ಸೈನಿಕರನ್ನು ಸಂಘಟಿಸಲು ತೀರ್ಮಾನಿಸಿತು. ರಾಷ್ಟ್ರೀಯ ಸಮಿತಿಯು ದೇಶೀಯ ಮತ್ತು ವಿದೇಶಿ ಸಮಸ್ಯೆಗಳನ್ನು ನಿವಾರಿಸಲು ಹಾಗೂ ಗಣರಾಜ್ಯದ ಬಾಹ್ಯ ಹಾಗೂ ಆಂತರಿಕ ಶತ್ರುಗಳನ್ನು ಸದೆಬಡಿಯಲು ಸಾರ್ವಜನಿಕ ರಕ್ಷಣಾ ಸಮಿತಿ, ಸಾಮಾನ್ಯ ಭದ್ರತಾ ಸಮಿತಿ ಹಾಗೂ ಕ್ರಾಂತಿಕಾಲದ ನ್ಯಾಯಮಂಡಳಿ ಎಂಬ ಮೂರು ಆಡಳಿತ ಯಂತ್ರಗಳನ್ನು ಸ್ಥಾಪಿಸಿತು. 1793ರ ಏಪ್ರಿಲ್ 6 ರಂದು ಅಸ್ತಿತ್ವಕ್ಕೆ ಬಂದ ರಕ್ಷಣಾ ಸಮಿತಿಯು 9 ಸದಸ್ಯರನ್ನೊಳಗೊಂಡಿತ್ತು. ಈ ಸಮಿತಿಯು ವಿದೇಶಾಂಗ ವ್ಯವಹಾರ ಮತ್ತು ಸೈನಿಕ ಸಂಘಟನೆಯ ಜವಾಬ್ದಾರಿಯನ್ನೊಂದಿತ್ತು. ಯೂರೋಪಿನ ಸಂಯುಕ್ತ ಸೈನ್ಯದ ವಿರುದ್ಧದ ಹೋರಾಟದಲ್ಲಿ ರಾಷ್ಟ್ರೀಯ ಸಮಿತಿ ಮತ್ತು ಸಾರ್ವಜನಿಕ ರಕ್ಷಣಾ ಸಮಿತಿಗಳು ಅತ್ಯಂತ ಸಮರ್ಥವಾಗಿ ಮತ್ತು ಯಶಸ್ವಿಯಾಗಿ ಕಾರ್ಯನಿರ್ವಹಿಸಿದವು. 1793ರ ಆಗಸ್ಟ್‌ನಲ್ಲಿ ರಾಷ್ಟ್ರ ರಕ್ಷಣೆಯ ಕರೆಯನ್ನು ಜನತೆಗೆ ನೀಡಿ 18 ರಿಂದ 25 ವರ್ಷ ವಯಸ್ಸಿನ ಎಲ್ಲ ಫ್ರೆಂಚರಿಗೂ ಸೈನಿಕ ಸೇವೆ ಕಡ್ಡಾಯವೆಂದು ಮಾಡಲಾಯಿತು. ಕಾರ್ನಾಟನು ಆಗಾಧವಾದ ಸೈನ್ಯವನ್ನು ಸಂಘಟಿಸಿ ಫ್ರಾನ್ಸ್‌ನ ಗಡಿಗಳಲ್ಲಿ ವಿರೋಧಿಗಳು ಮುನ್ನುಗ್ಗುವುದನ್ನು ತಡೆಗಟ್ಟಲು ಕಳುಹಿಸಿದನು. ಕಾರ್ನಾಟನ ಪ್ರಯತ್ನದಿಂದಾಗಿ 1793ರ ಕೊನೆಗೆ ಫ್ರಾನ್ಸ್‌ನ ಸೈನ್ಯ 770,000ಕ್ಕೇರಿತು. ಈ ಸೈನಿಕರೆಲ್ಲರೂ ಕುಶಲಕರ್ಮಿವರ್ಗ, ರೈತರು ಮತ್ತು ನಾಗರಿಕರಾಗಿದ್ದು ಕ್ರಾಂತಿಯ ತತ್ವಕ್ಕೆ ಬದ್ಧರಾಗಿದ್ದರು. ಯುದ್ಧ ಇಲಾಖೆಯ ಮುಖ್ಯಸ್ಥನು ಫ್ರೆಂಚ್ ವಿಜಯಗಳ ಸಂಘಟಕನೂ ಆದ ಕಾರ್ನಾಟ್ ಸಿದ್ಧಗೊಳಿಸಿದ ಸಂಘಟಿತ ಸೈನ್ಯವು ಉತ್ತಮ ಸೈನಿಕರು ಹಾಗೂ ದಳಪತಿಗಳಿಂದ ಕೂಡಿದುದಾಗಿತ್ತು. ಇಂತಹ ಪ್ರಬಲ ಫ್ರಾನ್ಸ್ ಸೈನ್ಯವು ಮಾರ್ಸೆಲೈಸ್ ಗೀತೆಯನ್ನಾಡುತ್ತಾ, ಸ್ವಾತಂತ್ರ್ಯ, ಸಮಾನತೆ ಮತ್ತು ಭ್ರಾತೃತ್ವದ ಬಾವುಟವನ್ನು ಬೀಸುತ್ತಾ ಎಲ್ಲೆಡೆಯೂ ಜಯ ಗಳಿಸಿದರು. ಮೊದಲಿಗೆ ಫ್ರಾನ್ಸ್ ನೆಲದಲ್ಲಿದ್ದ ಯೂರೋಪಿನ ಸಂಯುಕ್ತ ರಂಗದ ಪಡೆಗಳನ್ನು ಹಿಮ್ಮೆಟ್ಟಿಸಲಾಯಿತು. ಆಸ್ಟ್ರಿಯನ್ನರು ಸೋಲಿಸಲ್ಪಟ್ಟರು. ಫ್ರೆಂಚರು ಹಾಲೆಂಡನ್ನು ಆಕ್ರಮಿಸಿ ಅದನ್ನು ಬಟಾವಿಯನ್ ರಿಪಬ್ಲಿಕ್ ಆಗಿ ಪರಿವರ್ತಿಸಿದರು. ಬಟಾವಿಯನ್ ರಿಪಬ್ಲಿಕ್ ಫ್ರಾನ್ಸ್‌ನ ಗಣರಾಜ್ಯದೊಂದಿಗೆ ಒಪ್ಪಂದಕ್ಕೆ ಬಂದಿತು. ಫ್ರೆಂಚರು ಬೆಲ್ಜಿಯಂನ್ನು ಪುನಃ ವಶಪಡಿಸಿಕೊಂಡರು. ಆಸ್ಟ್ರಿಯಾಕ್ಕೆ ಸೇರಿದ ನೆದರ್‌ಲ್ಯಾಂಡ್ ಮತ್ತು ರ್ಹೆನ್ ಪ್ರದೇಶಗಳ ಮೇಲೂ ಫ್ರಾನ್ಸ್ ಹತೋಟಿ ಹೊಂದಿತು. ಇಂಗ್ಲಿಷರನ್ನು ಸೋಲಿಸಿ ಟೂಲಾನ್‌ನ್ನು ಮತ್ತೆ ವಶಪಡಿಸಿಕೊಳ್ಳಲಾಯಿತು. ಸ್ಪೈನ್ 1895ರ ಬಸ್ಲೆ ಒಪ್ಪಂದದಂತೆ ಫ್ರಾನ್ಸ್‌ನೊಡನೆ ಮಿತ್ರ ದೇಶವಾಯಿತು. ಹಾಗೆಯೇ ಪ್ರಷ್ಯವು ಶಾಂತಿ ಒಪ್ಪಂದ ಮಾಡಿಕೊಂಡಿತು. ಹೀಗೆ ಫ್ರಾನ್ಸ್ ವಿರುದ್ಧದ ಯೂರೋಪಿನ ಸಂಯುಕ್ತರಂಗವು ಛಿದ್ರವಾಯಿತು. ಕೇವಲ ಬ್ರಿಟನ್,ಆಸ್ಟ್ರಿಯಾ ಮತ್ತು ಸಾರ್ಡಿನಿಯಾಗಳು ಮಾತ್ರ ಯುದ್ಧ ಮುಂದುವರಿಸಿದವು.

ಭಯಾನಕ ಆಳ್ವಿಕೆ (Reign of Terror)

ಫ್ರಾನ್ಸ್‌ನ ಆಂತರಿಕ ಮತ್ತು ವಿದೇಶಾಂಗ ವಲಯಗಳಲ್ಲಿ ಎದ್ದ ಅನೇಕ ಸಮಸ್ಯೆಗಳನ್ನು ಎದುರಿಸಲು ಸಾರ್ವಜನಿಕ ರಕ್ಷಣಾ ಸಮಿತಿಯನ್ನು ಸ್ಥಾಪಿಸಬೇಕೆಂಬ ಗಿರೋಂಡಿಯನ್ನರ ಸಲಹೆಯಂತೆ ಸ್ಥಾಪಿಸಲಾಯಿತು. ಆದರೆ ಸಾರ್ವಜನಿಕ ರಕ್ಷಣಾ ಸಮಿತಿಯ ಬಹುಮಂದಿ ಸದಸ್ಯರು ಜಾಕೋಬಿಯನ್ ಪಕ್ಷಕ್ಕೆ ಸೇರಿದವರಾಗಿದ್ದರು. ಡಾಂಟನ್ ಅದರ ಮುಖ್ಯಸ್ಥನಾಗಿದ್ದನು. ಇದು ಆರಂಭದಲ್ಲಿ ಒಂಭತ್ತು ಸದಸ್ಯರನ್ನೊಂದಿದ್ದು ನಂತರ ಹನ್ನೆರಡು ಸದಸ್ಯರನ್ನೊಂದಿತ್ತು. ಈ ಸಮಿತಿಯ ಸದಸ್ಯರು ರಾಷ್ಟ್ರೀಯ ಸಮಿತಿಯಿಂದ ಒಂದು ತಿಂಗಳ ಅವಧಿಗೆ ಚುನಾಯಿಸಲ್ಪಡುತ್ತಿದ್ದರು. ಆದರೆ ರಾಷ್ಟ್ರೀಯ ಸಮಿತಿಯು ಜಾಕೋಬಿಯನ್ನರ ಹತೋಟಿಯಲ್ಲಿ ಇದ್ದುದರಿಂದ ಅದರ ಹಿಂದಿನ ಸದಸ್ಯರೇ ಮತ್ತೆ ಮತ್ತೆ ಚುನಾಯಿತರಾಗುತ್ತಿದ್ದರು. ಡಾಂಟನ್‌ನ ನಂತರ ರಾಬಸ್ಪಿಯರ್ ಸಾರ್ವಜನಿಕ ರಕ್ಷಣಾ ಸಮಿತಿಯ ಅಧ್ಯಕ್ಷನಾದನು. ಇದರಿಂದಾಗಿ ಜಾಕೋಬಿಯನ್ನರು ಇನ್ನೂ ತೀವ್ರಗಾಮಿಗಳಾಗಿ ಕ್ರಾಂತಿಗೆ ಎಲ್ಲ ವಿಷಯಗಳಲ್ಲೂ ಸಹಕರಿಸದ ಗಿರೋಂಡಿಯನ್ನರ ವಿರುದ್ಧ ದಮನ ಕ್ರಮಗಳನ್ನು ಕೈಗೊಂಡರು. ಈ ಅವಧಿಯಲ್ಲಿ ಹೆಚ್ಚು ಹೆಚ್ಚು ಅಧಿಕಾರಗಳನ್ನು ಹೊಂದಿದ ಸಾರ್ವಜನಿಕ ರಕ್ಷಣಾ ಸಮಿತಿಯು ಕ್ರಾಂತಿ

ವಿರೋಧಿಗಳ ದಮನದ ಹೆಸರಿನಲ್ಲಿ ಅನೇಕ ಕಾನೂನುಗಳನ್ನು ಹೊರಡಿಸಿತು. ಈ ಕಾನೂನುಗಳ ಮೂಲಕ ದೇಶದೊಳಗಿನ ಕ್ರಾಂತಿ ವಿರೋಧಿಗಳನ್ನು ಗಿಲೋಟಿನ್ ಯಂತ್ರಕ್ಕೆ ತಲೆಕೊಡುವ ಮೂಲಕ ಹಾಗೂ ಫ್ರಾನ್ಸಿನ ಮೇಲೆ ಆಕ್ರಮಣ ಮಾಡಿದ್ದ ವಿದೇಶಿ ಸೈನ್ಯಗಳ ವಿರುದ್ಧ ಕಡ್ಡಾಯ ಸೈನ್ಯ ಸೇರುವ ಕಾನೂನು ತಂದು ಲಕ್ಷಾಂತರ ಸೈನಿಕರನ್ನು ಕಳುಹಿಸುವ ಮೂಲಕ ಕ್ರಮ ಕೈಗೊಂಡಿತು.

ಸಾರ್ವಜನಿಕ ರಕ್ಷಣಾ ಸಮಿತಿ ಮತ್ತು ಕ್ರಾಂತಿಕಾಲದ ನ್ಯಾಯ ಮಂಡಲಿ ಎರಡೂ ಒಗ್ಗೂಡಿ ಫ್ರಾನ್ಸಿನಲ್ಲಿ 1793ರ ಮಾರ್ಚ್ 9ರಿಂದ 1794ರ ಜುಲೈ 29ರವರೆಗೆ ನಡೆಸಿದ ಹಿಂಸಾತ್ಮಕ ದಬ್ಬಾಳಿಕೆಯಿಂದ ಮತ್ತು ದುಷ್ಕೃತ್ಯಗಳಿಂದ ಕೂಡಿದ ಆಳ್ವಿಕೆಯನ್ನು ಭಯಾನಕ ಆಳ್ವಿಕೆಯೆಂದು ಕರೆಯುತ್ತಾರೆ. ಭಯಾನಕ ಆಳ್ವಿಕೆಯ ಅಗತ್ಯವಿತ್ತೆಂದು ಜಾಕೋಬಿಯನ್ನರ ನಾಯಕರಾದ ಡಾಂಟನ್ ಮತ್ತು ರಾಬಸ್ಪಿಯರ್ ಅಭಿಪ್ರಾಯಪಟ್ಟಿದ್ದರು. ರಾಬಸ್ಪಿಯರ್‌ನಂತೂ ಭಯಾನಕ ಆಳ್ವಿಕೆಯ ಬಗ್ಗೆ ಒತ್ತಿ ಹೇಳುತ್ತಾ "ಕ್ರಾಂತಿ ವಿರೋಧಿ ದೊರೆಗಳು ನಮ್ಮ ಗಡಿಗಳ ಮೇಲೆ ಧಾಳಿ ಮಾಡಿದ್ದಾರೆ. ಕ್ರಾಂತಿ ವಿರೋಧಿ ದೊರೆಗಳ ಮಿತ್ರರು ದೇಶದೊಳಗೆ ಸಂಚು ನಡೆಸುತ್ತಿದ್ದಾರೆ. ಇಂತಹ ಸಂಧಿಗ್ಧ ಪರಿಸ್ಥಿತಿಯಲ್ಲಿ ಕ್ರಾಂತಿ ವಿರೋಧಿಗಳನ್ನು ಭಯಭೀತಗೊಳಿಸುವುದು ಅವಶ್ಯಕ. ಭಯಾನಕ ಆಳ್ವಿಕೆ ಅದು ಧರ್ಮದ ಶಿಶು" ಎಂದು ಅಭಿಪ್ರಾಯಪಟ್ಟನು.

ಫ್ರಾನ್ಸಿನ ಸೈನ್ಯಗಳು ವಿದೇಶಿ ಸೈನ್ಯಗಳ ವಿರುದ್ಧ ಹೋರಾಡುತ್ತಿರುವ ಸಮಯದಲ್ಲೇ ವೆಂಡಿ ನಗರದ ಜನರು ಗಣರಾಜ್ಯದ ವಿರುದ್ಧ ದಂಗೆಯೆದ್ದರು. ಇವರು ಚರ್ಚಿನ ವಿರುದ್ಧದ ಕಾನೂನುಗಳು ಮತ್ತು ಕಡ್ಡಾಯ ಸೈನಿಕ ಸೇವೆಯನ್ನು ಪ್ರತಿಭಟಿಸಿ ಕ್ರಾಂತಿ ಸರ್ಕಾರದ ವಿರುದ್ಧ ದಂಗೆಯೆದ್ದರು. ರಾಷ್ಟ್ರೀಯ ಸಮಿತಿಯು ಕ್ಯಾರಿಯರ್ ಎಂಬ ಪ್ರತಿನಿಧಿಯನ್ನು ವೆಂಡಿ ನಗರದ ದಂಗೆಯನ್ನಡಗಿಸಲು ಕಳುಹಿಸಿತು. ಕ್ಯಾರಿಯರನು ಸಂಶಯಾಸ್ಪದ ವೆಂಡಿ ನಗರದ ಜನರನ್ನು ನ್ಯಾಯ ವಿಚಾರಣೆಯನ್ನು ಮಾಡದೆ ಮರಣದಂಡನೆಗೆ ಗುರಿಮಾಡಿದನು. ಅವನ ಅಭಿಪ್ರಾಯದಲ್ಲಿ ನ್ಯಾಯ ವಿಚಾರಣೆ ಕೆಲಸ ಮುಗಿಯಲು ತಡವಾಗುತ್ತಿತ್ತು. ಸುಮಾರು 2000 ಜನರನ್ನು ಗುಂಪುಗುಂಪಾಗಿ ಗುಂಡಿಟ್ಟು ಕೊಂದನು. ಕೆಲವು ವೇಳೆ ಜನರು ನದಿಯಲ್ಲಿ ಮುಳುಗಿ ಸತ್ತರು ಎಂಬಂತೆ ತೋರಲು ದೋಣಿಯಲ್ಲಿ ಜನರನ್ನು ತುಂಬಿ ಲೋಯಿದೆ ನದಿಯಲ್ಲಿ ಮುಳುಗಿಸಲಾಗುತ್ತಿತ್ತು. ಸಾರ್ವಜನಿಕ ರಕ್ಷಣಾ ಸಮಿತಿಯೂ ಕೂಡ ಕ್ಯಾರಿಯರ್‌ನ ವೆಂಡಿ ನಗರದ ದೌರ್ಜನ್ಯಗಳಿಂದ ಆಘಾತಗೊಂಡು ಅವನಿಂದ ವಿವರಣೆ ಕೇಳಿತು.

ರಾಷ್ಟ್ರೀಯ ಸಮಿತಿಯಲ್ಲಿ ಅಧಿಕಾರ ಗಳಿಸುವುದಕ್ಕಾಗಿ ಜಾಕೋಬಿಯನ್ನರಿಗೂ ಮತ್ತು ಗಿರೋಂಡಿನ್ ಪಕ್ಷದವರಿಗೂ ಕಲಹ ಪ್ರಾರಂಭವಾಗಿತ್ತು. ರಾಜನ ಹತ್ಯೆಯಲ್ಲಿ ಸಹಕರಿಸದ ಗಿರೋಂಡಿಯನ್ನರ ಬಗ್ಗೆ ಜಾಕೋಬಿಯನ್ನರಿಗೂ ದ್ವೇಷ ಬೆಳೆಯಿತು. ಜಾಕೋಬಿಯನ್ನರ ಕ್ಷೇತ್ರವಾದ ಪ್ಯಾರಿಸ್‌ನಲ್ಲಿ ಮ್ಯಾರಟ್‌ನನ್ನು ಕ್ರಾಂತಿಕಾಲದ ನ್ಯಾಯಸ್ಥಾನದ ಮುಂದೆ ಗಿರೋಂಡಿಯನ್ನರು ನಿಲ್ಲಿಸಿದುದು, ಪ್ಯಾರಿಸ್ ಕಮ್ಯೂನ್‌ನ ಕಾರ್ಯ ವೈಖರಿಯನ್ನು ಖಂಡಿಸಿದುದು ಮತ್ತಿತರ ಗಿರೋಂಡಿಯನ್ನರ ಕ್ರಮಗಳು ಪ್ಯಾರಿಸ್ಸಿನ ಜನತೆಯನ್ನು ಕೆರಳಿಸಿದವು. ಗಿರೋಂಡಿಯನ್ನರು ಮಹಾಕ್ರಾಂತಿಯ ವಿರೋಧಿಗಳೆಂದು ಮತ್ತು ಅವರನ್ನು ಬಂಧಿಸಿ ಶಿಕ್ಷೆಗೊಳಪಡಿಸಬೇಕೆಂದು ಜನತೆ ಅಭಿಪ್ರಾಯಪಟ್ಟಿತು. ಜಾಕೋಬಿಯನ್ನರು ಅತ್ಯಂತ ಪ್ರಬಲರಾಗಿ ಆದರ್ಶವಾದಿಗಳಾದ ಗಿರೋಂಡಿಯನ್ನರ ವಿರುದ್ಧ ಪ್ಯಾರಿಸ್ಸಿನ ಕಮ್ಯೂನ್ ಸಹಾಯದಿಂದ ಜೂನ್ 2ರಂದು ದಂಗೆ ಎದ್ದರು. ಈ ದಂಗೆಯಲ್ಲಿ ಸುಮಾರು 80,000 ಜಾಕೋಬಿಯನ್ ಪಕ್ಷದ ಬೆಂಬಲಿಗರು ರಾಷ್ಟ್ರೀಯ ಸಭೆಗೆ ಮುತ್ತಿಗೆ ಹಾಕಿದರು. ಇವರು 29 ಜನ ಗಿರೋಂಡಿಯನ್ ಪಕ್ಷದ ನಾಯಕರನ್ನು ಬಂಧಿಸಲು ಆಜ್ಞೆ ಮಾಡುವಂತೆ ರಾಷ್ಟ್ರೀಯ ಸಮಿತಿಗೆ ಒತ್ತಡ ತಂದರು. ಇದರೊಂದಿಗೆ ಜೂನ್ 2ರಂದು ಗಿರೋಂಡಿಯನ್ನರನ್ನು ರಾಷ್ಟ್ರೀಯ ಸಮಿತಿಯಿಂದ ಹೊರಹಾಕಿ ಅವರ ವಿರುದ್ಧ ಕಠಿಣಕ್ರಮಗಳನ್ನು ಕೈಗೊಂಡರು. ಜಾಕೋಬಿಯನ್ನರು ಗಿರೋಂಡಿಯನ್ನರ ವಿರುದ್ಧ ಕೈಗೊಂಡ ಕ್ರಮಗಳನ್ನು ಫ್ರಾನ್ಸ್‌ನ ಜನತೆ ವಿರೋಧಿಸಿತು. ಫ್ರಾನ್ಸ್‌ನ 83 ವಿಭಾಗಗಳಲ್ಲಿ 63 ವಿಭಾಗಗಳ ಜನರು ಜಾಕೋಬಿಯನ್ನರ ದಬ್ಬಾಳಿಕೆಯ ವಿರುದ್ಧ ದಂಗೆಯೆದ್ದರು.

ಗಿರೋಂಡಿಯನ್ನರ ಬೆಂಬಲಕ್ಕೆ ಫ್ರಾನ್ಸಿನ ಎರಡನೇ ದೊಡ್ಡ ನಗರವಾದ ಲಿಯೋನ್ಸ್ ನಗರದ ಜನತೆ ಮುಂದಾದರು. ರಾಷ್ಟ್ರೀಯ ಸಮಿತಿ ಸೈನ್ಯಪಡೆಯೊಂದನ್ನು ಕಳುಹಿಸಿ ನಾಲ್ಕುವರೆ ತಿಂಗಳಲ್ಲಿ ಲಿಯೋನ್ಸ್ ದಂಗೆಯನ್ನಡಗಿಸಲಾಯಿತು. ರಾಷ್ಟ್ರೀಯ ಸಮಿತಿಯು "ಶ್ರೀಮಂತರ ಪ್ರತಿಯೊಂದು ಮನೆಯನ್ನು ನೆಲಸಮ ಮಾಡಬೇಕು. ಬಡಜನತೆಯ ಹಾಗೂ ದೇಶಾಭಿಮಾನಿಗಳ ಮನೆಗಳು, ಉದ್ದಿಮೆಗಳನ್ನುಳ್ಳ ಕಟ್ಟಡಗಳು ಮಾತ್ರ ಉಳಿಯಬೇಕು"ಎಂಬ ಭೀಕರ ಶಾಸನವನ್ನು ಹೊರಡಿಸಿತು. ಸುಮಾರು 3500 ಜನರನ್ನು ಗಲ್ಲಿಗೇರಿಸುವುದರ ಮೂಲಕ ಹಾಗೂ ಗುಂಡಿಟ್ಟು ಕೊಲ್ಲುವುದರ ಮೂಲಕ ಹತ್ಯೆಗಯ್ಯಲಾಯಿತು. ಇದೇ ರೀತಿ ಕ್ರಾಂತಿ ಸರ್ಕಾರದ ವಿರುದ್ಧ ದಂಗೆಯೆದ್ದ ಟೌಲಾನ್ ಹಾಗೂ ಮಾರ್ಸಿಲೆಸ್ ನಗರಗಳಲ್ಲೂ ದೌರ್ಜನ್ಯಗಳನ್ನು ನಡೆಸಿ ಕ್ರಾಂತಿ ವಿರೋಧಿಗಳನ್ನು ದಮನ ಮಾಡಲಾಯಿತು.

ಸಂದೇಹಾಸ್ಪದ ವ್ಯಕ್ತಿಗಳ ವಿರುದ್ಧ ಶಾಸನ (Law of suspects): ಈ ಶಾಸನದ ಮೇರೆಗೆ ಸಾರ್ವಜನಿಕ ರಕ್ಷಣಾ ಸಮಿತಿಯು ತನ್ನ ಆಂತರಿಕ ವಿರೋಧಿಗಳ ಅಥವಾ ಹಾಗೆ ಪರಿಗಣಿಸಲ್ಪಟ್ಟಂತಹವರ ವಿರುದ್ಧ ಕಠಿಣ ಕ್ರಮಗಳನ್ನು ಕೈಗೊಂಡಿತು. ಸಂದೇಹಾಸ್ಪದ ಯಾವುದೇ ವ್ಯಕ್ತಿಗಳನ್ನು ಈ ಕಾನೂನಿನಂತೆ ಬಂಧಿಸಿ ಕ್ರಾಂತಿ ಕಾಲದ ನ್ಯಾಯಮಂಡಳಿಯಲ್ಲಿ ಶೀಘ್ರ ನ್ಯಾಯ ವಿಚಾರಣೆಗೆ ಗುರಿಪಡಿಸಬಹುದಿತ್ತು. ಈ ಕಾನೂನಿನ ರಚನೆ ಎಷ್ಟೊಂದು ಶಿಥಿಲವಾಗಿತ್ತೆಂದರೆ ಅದರ ವ್ಯಾಪ್ತಿಯಿಂದ ಯಾರೂ ಹೊರಗುಳಿಯುವುದು ಸಾಧ್ಯವಿರಲಿಲ್ಲ. ಕುತಂತ್ರದ ಅಪರಾಧಿಗಳಾಗಿದ್ದ ಪ್ರತಿಯೊಬ್ಬರೂ ಮರಣದಂಡನೆಗೆ ಅರ್ಹರಾಗಿದ್ದರು. ಸಿ.ಡಿ. ಹೇಜನ್‌ರವರು ಅಭಿಪ್ರಾಯಪಡುತ್ತಾ "ಸ್ವಾತಂತ್ರ್ಯದ ವಿರುದ್ಧ ಕಾರ್ಯವೆಸಗದಿದ್ದರೂ ಸ್ವಾತಂತ್ರ್ಯಕ್ಕಾಗಿ ಏನನ್ನೂ ಮಾಡದವರೆಲ್ಲರೂ ಕುತಂತ್ರಿಗಳಾಗಿದ್ದು ಅವರೆಲ್ಲರೂ ಮರಣದಂಡನೆಗೆ ಒಳಗಾಗಿದ್ದರು"ಎಂದಿದ್ದಾರೆ.

ಕ್ರಾಂತಿಕಾಲದ ನ್ಯಾಯ ಮಂಡಳಿ (Revolutionary Tribunal): ಈ ಮಂಡಳಿಯು ಡಾಂಟನ್ನನ ಸಲಹೆಯ ಮೇರೆಗೆ ಸ್ಥಾಪಿತವಾಗಿದ್ದು ಮೂವರು ಸದಸ್ಯರನ್ನೊಳಗೊಂಡಿತ್ತು. ಈ ನ್ಯಾಯ ಮಂಡಳಿಯು ಕ್ರಾಂತಿ ವಿರೋಧಿಗಳನ್ನು ಕ್ಷಿಪ್ರ ನ್ಯಾಯ ವಿಚಾರಣೆಗೆ ಒಳಪಡಿಸಿ ಮರಣದಂಡನೆಗೆ ಈಡುಮಾಡುವ ಅಧಿಕಾರ ಹೊಂದಿದ್ದಿತು. ಈ ನ್ಯಾಯಮಂಡಳಿಯು ಎಷ್ಟು ಶೀಘ್ರವಾಗಿ ವಿಚಾರಣೆ ನಡೆಸಿ ತೀರ್ಮಾನ ನೀಡುತಿತ್ತೆಂದರೆ ಆರೋಪಿಗೆ ಹನ್ನೊಂದು ಗಂಟೆಗೆ ನ್ಯಾಯಮಂಡಳಿಯ ಎದುರು ಹಾಜರಾಗಬೇಕೆಂದು ಹತ್ತು ಗಂಟೆಗೆ ತಿಳಿಸಬಹುದಿತ್ತು. ಎರಡು ಗಂಟೆಗೆ ಮರಣದಂಡನೆಯ ಶಿಕ್ಷೆ ವಿಧಿಸಲ್ಪಟ್ಟರೆ ಅಪರಾಧಿಯನ್ನು ನಾಲ್ಕು ಗಂಟೆಗೆ ಗಿಲೋಟಿನ್ ಯಂತ್ರಕ್ಕೆ ಬಲಿಕೊಡಬಹುದಿತ್ತು. ಹೀಗೆ ಪ್ರತಿದಿನ ನ್ಯಾಯಮಂಡಳಿಯು ಪ್ಯಾರಿಸ್ಸಿನಲ್ಲಿ ಜನರನ್ನು ನ್ಯಾಯ ವಿಚಾರಣೆಯ ನಾಟಕ ನಡೆಸಿ ನಂತರ ಮರಣ ವೇದಿಕೆಗೆ ಕಳುಹಿಸುತ್ತಿತ್ತು. ಪ್ಯಾರಿಸ್ಸಿನ ಎರಡು ಸಾರ್ವಜನಿಕ ಸ್ಥಳಗಳಲ್ಲಿ ಗಿಲೋಟಿನ್ ಎಂಬ ಶಿರಚ್ಛೇದನ ಯಂತ್ರವನ್ನು ಸ್ಥಾಪಿಸಿತ್ತು. ಹೀಗೆ ಗಿಲೋಟಿನ್ ಯಂತ್ರಕ್ಕೆ ಬಲಿಯಾದವರೆಂದರೆ ಕ್ರಾಂತಿಕಾಲದಲ್ಲಿ ಫ್ರಾನ್ಸ್‌ನಿಂದ ವಲಸೆ ಹೋಗಿ ಮತ್ತೆ ವಾಪಸ್ಸಾದ ನೊಬೆಲ್ಲರು. ಸಂವಿಧಾನ ವಿರೋಧಿ ಪಾದ್ರಿಗಳು, ರಾಜಪ್ರಭುತ್ವವಾದಿಗಳು ಮತ್ತು ವಿದೇಶಿ ಸಂಯುಕ್ತ ರಂಗದ ಸೇನೆಯ ಮೇಲೆ ಸೋತು ಬಂದ ಸೈನ್ಯಾಧಿಕಾರಿಗಳು ಹಾಗೂ ಗಿರೋಂಡಿಯನ್ನರು ಪ್ರಮುಖರಾಗಿದ್ದರು. 1793ನೇ ಅಕ್ಟೋಬರ್ 31ರಂದು 21 ಮಂದಿ ಗಿರೋಂಡಿಯನ್ನರನ್ನು ಕೊಲ್ಲಲಾಯಿತು. ಗಿರೋಂಡಿಯನ್ನರ ಪ್ರಮುಖ ನಾಯಕಿಯಾದ ಮೇಡಂ ರೋಲ್ಯಾಂಡಳಿಗೂ ಮರಣದಂಡನೆ ವಿಧಿಸಲಾಯಿತು. ಅವಳು ಶಾಂತಿ ಹಾಗೂ ಮುಗುಳ್ನಗೆಯೊಂದಿಗೆ ಮರಣ ವೇದಿಕೆಯನ್ನೇರಿ ಅಲ್ಲಿದ್ದ ಸ್ವಾತಂತ್ರ್ಯ ದೇವತೆಯನ್ನು ನೋಡಿ "ಓ ಸ್ವಾತಂತ್ರ್ಯ ದೇವಿಯೇ ನಿನ್ನೊಡನೆ ಅವರು ಹೇಗೆ ವರ್ತಿಸುತ್ತಿದ್ದಾರೆ" ಎಂದು ಉದ್ಗಾರವೆತ್ತಿ ಪ್ರಾಣಬಿಟ್ಟಳು.

ಮೇರಿ ಆಂಟೋಯಿನೆಟ್ ಶಿರಚ್ಛೇದನ

ಮೇರಿ ಆಂಟೋಯಿನೆಟ್ಟಳನ್ನು 1793ರ ಅಕ್ಟೋಬರ್ 16ರಂದು ಗಿಲೋಟಿನ್‌ಗೆ ಕೊಡಲಾಯಿತು. ಸೆರೆಮನೆಯಲ್ಲಿದ್ದಾಗ ಅವಳನ್ನು ಎಲ್ಲ ಬಗೆಯಲ್ಲೂ ಹೀನಾಯವಾಗಿ ಮತ್ತು ತಿರಸ್ಕಾರವಾಗಿ ಕಾಣಲಾಗಿತ್ತು.

ಭಯಾನಕ ಆಳ್ವಿಕೆಗೆ ಗುರಿಯಾದ ಗಣ್ಯ ವ್ಯಕ್ತಿಗಳೆಂದರೆ ಬೈಲಿ, ಆರ್ಲಿಯನ್ಸದ ರಾಜಕುಮಾರ, ಚಾರ್ಲೋಟ್ ಕೊರ್ಡೆ ಹಾಗೂ ಬಾರ್ನಾದ ಪ್ರಮುಖರು. ಶ್ರೇಷ್ಠ ಖಗೋಳಶಾಸ್ತ್ರಜ್ಞನು ಮತ್ತು ಪ್ಯಾರಿಸ್ಸಿನ ಮೇಯರ್ ಆಗಿದ್ದ ಬೈಲಿಯು ತನ್ನ ಸ್ಥಾನದ ಪರಿವಿಲ್ಲದೆ ಕ್ರಾಂತಿಯ ಆರಂಭದಲ್ಲಿ ಭಾಗವಹಿಸಿ ಫಿಲಿಪ್ ಈಕ್ವಾಲಿಟಿ ಎಂಬ ಹೆಸರನ್ನು ಗಳಿಸಿದ್ದರೂ ನಂತರದ ಕ್ರಾಂತಿಯಲ್ಲಿ ಉದಾರತ್ವವನ್ನು ಪಾಲಿಸಿದ್ದಕ್ಕೆ ಶಿಕ್ಷೆ ಅನುಭವಿಸಬೇಕಾಯಿತು. ಹಾಗೆಯೇ ರಾಷ್ಟ್ರೀಯ ಸಮಿತಿಯ ಸದಸ್ಯನಾಗಿ ತನ್ನ ದಾಯಾದಿ 16ನೇ ಲೂಯಿಗೆ ಮರಣದಂಡನೆ ವಿಧಿಸಬೇಕೆಂದು ಮತನೀಡಿ ವಿಖ್ಯಾತನಾಗಿದ್ದ ಆರ್ಲಿಯನ್ಸ್‌ದ ರಾಜಕುಮಾರನನ್ನು ಗಿಲೋಟಿನ್‌ಗೆ ಕೊಡಲಾಯಿತು. ಸೆಪ್ಟೆಂಬರ್ ಕಗ್ಗೊಲೆಯಲ್ಲಿ ಕುಪ್ರಸಿದ್ಧನಾದ ಮ್ಯಾರೆಟ್‌ನನ್ನು ತಿವಿದು ದೇಶಕ್ಕೆ ಸ್ವಾತಂತ್ರ್ಯ ದೊರಕಿಸಬೇಕೆಂದು ಬಯಸಿದ ಚಾರ್ಲೋಟ್ ಕೊರ್ಡೆಯ ತಲೆಯನ್ನು ಗಿಲೋಟಿನ್‌ಗೆ ಕೊಡಲಾಯಿತು.

ಹೀಗೆ ಪ್ರತಿದಿನ ಪ್ಯಾರಿಸ್ ಮತ್ತು ಉಳಿದ ಪ್ರಾಂತ್ಯಗಳಲ್ಲಿ ಭಯಾನಕ ಆಳ್ವಿಕೆಗೆ ಹಲವಾರು ಜನ ಬಲಿಯಾದರು. ಈ ದಬ್ಬಾಳಿಕೆಗೆ ಹೆದರಿ ಓಡಿ ಹೋಗಿ ತಪ್ಪಿಸಿಕೊಂಡವರು ಹಸಿವಿನಿಂದ ಕೃಶರಾಗಿ ಕಾಡಿನಲ್ಲಿ ಅಲೆಯುತ್ತಾ ಬಳಲಿದರು. ಇನ್ನು

ಕೆಲವರು ಆತ್ಮಹತ್ಯೆ ಮಾಡಿಕೊಂಡರು. ಗಣರಾಜ್ಯದ ಅತ್ಯಂತ ಶ್ರೇಷ್ಠ ತತ್ವಜ್ಞಾನಿ ಮತ್ತು ವಿಚಾರವಾದಿಯಾದ ಕಂಡೋರ್ಸೆಟ್ ಅಂತಹವರಲ್ಲಿ ಒಬ್ಬನು.

ಫ್ರಾನ್ಸಿನ ಆಗಿನ ಮನೋಭಾವ ಮತ್ತು ಪರಿಸ್ಥಿತಿ ಹೇಗಿತ್ತೆಂದರೆ ಹರ್ಬರ್ಟನು ಹೇಳುವಂತೆ "ಫ್ರಾನ್ಸಿನಲ್ಲಿ ಸುರಕ್ಷಿತವಾಗಿರಬೇಕಾದರೆ ನೀವು ಎಲ್ಲರನ್ನೂ ಕೊಲ್ಲಿ"ಎಂಬಂತಿತ್ತು. ರಾಷ್ಟ್ರೀಯ ರಕ್ಷಣಾ ಸಮಿತಿ, ಕ್ರಾಂತಿಕಾರಿ ನ್ಯಾಯ ಮಂಡಳಿಗಳು ತಮ್ಮೆಲ್ಲ ಶತ್ರುಗಳನ್ನು ಮುಗಿಸಿದ ಮೇಲೆ ತನ್ನ ಸದಸ್ಯರನ್ನೇ ಬಲಿತೆಗೆದುಕೊಳ್ಳಲಾರಂಭಿಸಿತು. ಇದಕ್ಕೆ ಕಾರಣ ಆ ಸದಸ್ಯರಲ್ಲೇ ಏರ್ಪಟ್ಟ ಅಧಿಕಾರ ದಾಹ, ಅಸೂಯೆ ಮತ್ತು ಅನುಮಾನಗಳು. ಸಾರ್ವಜನಿಕ ರಕ್ಷಣಾ ಸಮಿತಿಯ ಸದಸ್ಯರೇ ಸೃಷ್ಟಿಸಿದ ಭೂತಕ್ಕೆ ತಾವೇ ಬಲಿಯಾಗಲು ಸಿದ್ಧರಾದರು. 1794ರ ಕೊನೆಯ ವೇಳೆಗೆ ಫ್ರಾನ್ಸ್ ಮೇಲೆ ದುರಾಕ್ರಮಣ ಮಾಡಿದ್ದ ವಿದೇಶಿ ಸೈನ್ಯಗಳನ್ನು ಸೋಲಿಸಿದ್ದರಿಂದ ಹಾಗೂ ದೇಶೀಯವಾಗಿ ಭಯಾನಕ ಆಳ್ವಿಕೆಯು ತನ್ನ ಉದ್ದೇಶವನ್ನು ಸಾಧಿಸಿರುವುದರಿಂದ ಇನ್ನು ಮುಂದೆ ಗುಂಡಿಕ್ಕಿ ಕೊಲ್ಲುವ, ಗಿಲೋಟಿನ್‌ಗೆ ತಲೆಯೊಡ್ಡುವ ಭಯಾನಕ ಆಳ್ವಿಕೆಯನ್ನು ಮುಂದುವರಿಸುವ ಅವಶ್ಯಕತೆಯಿಲ್ಲ ಎಂಬುದು ಜನಸಾಮಾನ್ಯರ ಅಭಿಪ್ರಾಯವಾಯಿತು. ಅದೇ ಅಭಿಪ್ರಾಯವನ್ನು ಡಾಂಟನ್ ವ್ಯಕ್ತಪಡಿಸಿದನು. ರಾಬಸ್ಪಿಯರನಿಗೆ ತನ್ನ ನಿರಂಕುಶಾಡಳಿತವನ್ನು ಮುಂದುವರಿಸುವ ಆಸೆಯಿದ್ದುದರಿಂದ ಡಾಂಟನ್‌ನ ಅಭಿಪ್ರಾಯ ಹಿಡಿಸದೆ ಡಾಂಟನ್ ಮತ್ತು ಆತನ ಮಿತ್ರನಾದ ಡಿಸ್ಮೋಲಿನ್ಸ್‌ರನ್ನು ಏಪ್ರಿಲ್ 2 ರಂದು ಗಿಲೋಟಿನ್ ಯಂತ್ರಕ್ಕೆ ಆಹುತಿಕೊಡಲಾಯಿತು.

ಡಾಂಟನ್ನನ ಮರಣಾನಂತರ ರಾಬಸ್ಪಿಯರನು ರೂಸೋನ ತತ್ವದ ನಿರಂಕುಶಾಧಿಕಾರಿಯ ಪಾತ್ರವನ್ನು ನಿರ್ವಹಿಸಲು ಜನತೆಯ ವೈಯಕ್ತಿಕ ನಂಬಿಕೆ ಮತ್ತು ಆಚರಣೆಗಳಲ್ಲಿ ತಲೆಹಾಕಿದನು. ರಾಬಸ್ಪಿಯರ್‌ನ ಬೆಂಬಲಿಗನಾದ ಸೇಂಟ್‌ಜಸ್ಟನು ವೈಚಾರಿಕತೆಯ ಪೂಜೆಯ ಪದ್ಧತಿಯನ್ನು ರದ್ದುಗೊಳಿಸಿ ಸರ್ವಶಕ್ತನಾದ ಭಗವಂತನನ್ನೇ ಪೂಜಿಸಬೇಕೆಂಬ ಹೊಸ ಆಜ್ಞೆ ಹೊರಡಿಸಿದನು ಹಾಗೂ ಫ್ರಾನ್ಸ್ ದೇಶವನ್ನು ಕ್ರೈಸ್ತ ಧರ್ಮ ವಿರೋಧಿಯನ್ನಾಗಿಸಲು ಉದ್ದೇಶಪೂರ್ವಕವಾಗಿ ಕ್ರೈಸ್ತ ಮತ ವಿರೋಧಿಯಾಗಿದ್ದ ಪಂಚಾಂಗವನ್ನು ಸ್ವೀಕರಿಸಲು ಹಾಗೂ ವಿವೇಕದ ಪೂಜೆ (Worship of Reason) ಯನ್ನು ಜಾರಿಗೆ ತರಲು ರಾಷ್ಟ್ರೀಯ ಸಮಿತಿಯ ಮೇಲೆ ಒತ್ತಾಯ ತಂದು ಜಾರಿಗೊಳಿಸಲಾಯಿತು. ಇದರಿಂದಾಗಿ ಫ್ರಾನ್ಸಿನ ಪ್ರಖ್ಯಾತ ನಾಟ್ರಡೋಮ್ ಚರ್ಚಿನಲ್ಲಿ ನಾಟ್ಯಗೃಹದ ನೃತ್ಯಗಾರ್ತಿಯಾದ ಮೀಲಿ ಮೈಲಾರ್ಡ್‌ಳನ್ನು ವಿವೇಕದ ಅಧಿದೇವತೆಯೆಂದು ಪೂಜಿಸಲಾಯಿತು.

ರಾಬಸ್ಪಿಯರನು ಭಯಾನಕ ಆಳ್ವಿಕೆಯ ದಬ್ಬಾಳಿಕೆ ಮತ್ತು ಕ್ರೌರ್ಯವನ್ನು ಹೆಚ್ಚಿಸಲು 1794ರ ಜೂನ್ 10ರಂದು ಪ್ರೇಅರಿಯಲ್ ಶಾಸನವನ್ನು ಜಾರಿಗೆ ತಂದು ನಾಗರೀಕರು ರಾಷ್ಟ್ರದ್ರೋಹಿಗಳನ್ನು ಬಹಿಷ್ಕರಿಸಬೇಕೆಂದು ಕೋರಲಾಯಿತು. ಇದರ ಪರಿಣಾಮವಾಗಿ ಹದಿನೈದು ದಿನಗಳಲ್ಲಿ ಸಾವಿರಕ್ಕೂ ಹೆಚ್ಚು ಕ್ರಾಂತಿ ನಾಯಕರು ಬಲಿಯಾದರು. ಇದರಿಂದ ಫ್ರಾನ್ಸಿನ ಅನೇಕ ಕ್ರಾಂತಿ ನಾಯಕರು ರಕ್ತಪಿಪಾಸಿ ಮತ್ತು ಕೊಲೆಗಡುಕ ರಾಬಸ್ಪಿಯರನ ಕಣ್ಣು ತಮ್ಮ ಮೇಲೂ ಒಂದು ದಿನ ಬೀಳಬಹುದೆಂದು ಹೆದರಿ ರಾಬಸ್ಪಿಯರನ ವಿರುದ್ಧ ಒಂದುಗೂಡಿದರು. ಸಾರ್ವಜನಿಕರು ರಾಬಸ್ಪಿಯರನು ಸ್ವಾತಂತ್ರ್ಯವನ್ನು ದುರುಪಯೋಗ ಪಡಿಸಿಕೊಂಡನೆಂದು ಟೀಕಿಸಲಾರಂಭಿಸಿದರು. ಕೊನೆಗೆ ರಾಷ್ಟ್ರೀಯ ಸಮಿತಿಯು ರಾಬಸ್ಪಿಯರನ ಬಂಧನಕ್ಕೆ ಆಜ್ಞೆ ಮಾಡಿ 1794ರ ಜುಲೈ 28ರಂದು ಗಿಲೋಟಿನ್ ಯಂತ್ರಕ್ಕೆ ಆತನನ್ನು ಬಲಿಕೊಡಲಾಯಿತು. ರಾಬಸ್ಪಿಯರ್‌ನ ಮರಣದೊಂದಿಗೆ ಫ್ರಾನ್ಸಿನ ಭಯಾನಕ ಆಳ್ವಿಕೆ ಕೊನೆಗೊಂಡಿತು.

ಭಯಾನಕ ಆಳ್ವಿಕೆಯು ವರ್ಗ ಸಂಘರ್ಷವಾಗಿರಲಿಲ್ಲ. ಏಕೆಂದರೆ ಶೇ. 70 ಭಾಗ ನೊಂದವರು ರೈತರು ಮತ್ತು ಕಾರ್ಮಿಕರಾಗಿದ್ದರು. ಪ್ಯಾರಿಸ್ಸಿನ ಕ್ರಾಂತಿಕಾರಿ ನ್ಯಾಯಮಂಡಳಿಯು 2639 ಜನರಿಗೆ ಮರಣದಂಡನೆ ವಿಧಿಸಿತು. ದೇಶದಾದ್ಯಂತ ಕ್ರಾಂತಿಕಾರಿ ನ್ಯಾಯಾಲಯಗಳು 17,000 ಜನರ ಮೇಲೆ ಶಿಕ್ಷೆ ವಿಧಿಸಿದವು. ವೆಂಡಿ ಮತ್ತು ಲಿಯೋನ್ಸ್ ನಗರಗಳ ಜನತೆ ಸರ್ಕಾರದ ವಿರುದ್ಧ ದಂಗೆ ಎದ್ದುದರಿಂದ ಸುಮಾರು 40,000 ಜನರಿಗೆ ಶಿಕ್ಷೆ ನೀಡಲಾಯಿತು.

ರಾಷ್ಟ್ರೀಯ ಸಮಿತಿ (ನ್ಯಾಷನಲ್ ಕನ್ವೆನ್‌ಷನ್)ಯ ಸಾಧನೆಗಳು

ರಾಷ್ಟ್ರೀಯ ಸಮಿತಿಯು ತನ್ನ ಮೂರು ವರ್ಷಗಳ ಅಸ್ತಿತ್ವದಲ್ಲಿ ಅನೇಕ ಸಾಧನೆಗಳನ್ನು ಮಾಡಿತು. ಅವುಗಳಾವುವೆಂದರೆ

1) ರಾಜಪ್ರಭುತ್ವದ ಭದ್ರ ಕೋಟೆಯೆನಿಸಿದ್ದ ಫ್ರಾನ್ಸಿನಲ್ಲಿ ರಾಜ ಮತ್ತು ರಾಜಪ್ರಭುತ್ವವನ್ನು ಕೊನೆಗಾಣಿಸಿ 1792ರ ಸೆಪ್ಟೆಂಬರ್ 21ರಂದು ಗಣರಾಜ್ಯವನ್ನು ಸ್ಥಾಪಿಸಿತು.
2) ಸರ್ಕಾರ ಮತ್ತು ಚರ್ಚನ್ನು ವಿಭಜಿಸಿ ಎರಡು ವಿಧವಾದ ಪೂಜೆಗಳಿಗೆ ಅವಕಾಶ ಮಾಡಿಕೊಟ್ಟಿತು.
3) ಭಯಾನಕ ಆಳ್ವಿಕೆಯನ್ನು ಜಾರಿಗೊಳಿಸುವ ಮೂಲಕ ಆಂತರಿಕ ಕ್ರಾಂತಿ ವಿರೋಧಿಗಳನ್ನು ದಮನ ಮಾಡಿ ಅಂತಃಕಲಹವನ್ನು ಕೊನೆಗೊಳಿಸಿತು. ಹಾಗೆಯೇ ಫ್ರಾನ್ಸಿನ ಮೇಲೆ ಆಕ್ರಮಣಮಾಡಿದ್ದ ವಿದೇಶಿ ಸೈನ್ಯಗಳ ವಿರುದ್ಧ ಸಂಘಟಿತ ಸೈನ್ಯವನ್ನು ಕಳುಹಿಸಿ ಹೋರಾಡಿ ಫ್ರಾನ್ಸಿನ ಸಮಗ್ರತೆ ಮತ್ತು ಸ್ವಾತಂತ್ರ್ಯವನ್ನು ರಕ್ಷಿಸಿತು.

4) ರಾಷ್ಟ್ರೀಯ ಸಮಿತಿಯು ಫ್ರೆಂಚ್ ಭಾಷೆಯನ್ನು ರಾಷ್ಟ್ರೀಯ ಭಾಷೆಯೆಂದು ಘೋಷಿಸಿತು.

5) ಕ್ರಿಶ್ಚಿಯನ್ ಕ್ಯಾಲೆಂಡರಿಗೆ ಬದಲಾಗಿ ರಿಪಬ್ಲಿಕನ್ ಕ್ಯಾಲೆಂಡರನ್ನು ಜಾರಿಗೆ ತಂದು ವರ್ಷದ ಪ್ರಾರಂಭವು ಗಣರಾಜ್ಯವು ಅಸ್ತಿತ್ವಕ್ಕೆ ಬಂದ 1792ರ ಸೆಪ್ಟೆಂಬರ್ 22ರಿಂದ ಆರಂಭವಾಗುವಂತೆ ಮಾಡಿತು.

6) ರಾಷ್ಟ್ರೀಯ ಸಮಿತಿಯು ಫ್ರಾನ್ಸಿನಲ್ಲಿ ಏಕವಿಧವಾದ ತೂಕ ಮತ್ತು ಅಳತೆಗಳನ್ನು ಜಾರಿಗೊಳಿಸಿತು. ಈ ವ್ಯವಸ್ಥೆಯು ಜಗತ್ತಿನಲ್ಲೇ ಹೊಸದಾಗಿದ್ದು ನಂತರ ಎಲ್ಲ ರಾಷ್ಟ್ರಗಳು ಅನುಸರಿಸಿದವು.

7) ವಿದೇಶಗಳಿಗೆ ವಲಸೆಹೋಗಿದ್ದ ಕ್ರಾಂತಿ ವಿರೋಧಿಗಳ ಆಸ್ತಿಗಳನ್ನು ಮುಟ್ಟುಗೋಲು ಹಾಕಿಕೊಂಡಿತು. ರೈತರಿಗೆ ಆಸ್ತಿಯ ಹಕ್ಕನ್ನು ನೀಡಲಾಯಿತು.

8) ಸಮಾನತೆಯ ಆಧಾರದ ಮೇಲೆ ಸುವ್ಯವಸ್ಥಿತ ಕಾನೂನಿನ ಸುಧಾರಣೆಯ ಕಾರ್ಯವನ್ನು ಇದು ಆರಂಭಿಸಿತು. ಮುಂದೆ ನೆಪೋಲಿಯನ್ನನು ಈ ಕಾರ್ಯವನ್ನು ಪೂರ್ಣಗೊಳಿಸಿದನು.

9) ಉಚಿತ, ಕಡ್ಡಾಯ ಮತ್ತು ಸಂಪೂರ್ಣ ಧರ್ಮ ನಿರಪೇಕ್ಷವಾದ ಶಿಕ್ಷಣ ವ್ಯವಸ್ಥೆಯನ್ನು ರೂಪಿಸಲು ರಾಷ್ಟ್ರೀಯ ಸಮಿತಿಯು ಕ್ರಮಗಳನ್ನು ಕೈಗೊಂಡಿತು. ಸರ್ವರಿಗೂ ಪ್ರಾಥಮಿಕ ಶಿಕ್ಷಣವೆಂಬ ಉದ್ದೇಶವನ್ನು ಸಮಿತಿಯು ಹೊಂದಿದ್ದರೂ ಹಣದ ಕೊರತೆಯಿಂದಾಗಿ ಕಾರ್ಯರೂಪಕ್ಕೆ ತರಲಾಗಲಿಲ್ಲ.

10) ಈಗಾಗಲೇ ಅಸ್ತಿತ್ವದಲ್ಲಿದ್ದ ನಾರ್ಮಲ್‌ಸ್ಕೂಲ್, ತಾಂತ್ರಿಕ ಶಾಲೆ, ಪ್ಯಾರಿಸ್ಸಿನ ಕಾಯ್ದೆ ಹಾಗೂ ವೈದ್ಯಕೀಯ ಶಾಲೆಗಳು, ಕಲೆ ಹಾಗೂ ಕಸುಬುಗಳ ಸಂರಕ್ಷಣಾ ಸಂಸ್ಥೆ, ರಾಷ್ಟ್ರೀಯ ಪತ್ರಗಾರ, ಲೌರೆಯಲ್ಲಿನ ವಸ್ತು ಸಂಗ್ರಹಾಲಯ, ನ್ಯಾಷನಲ್ ಲೈಬ್ರರಿ ಮುಂತಾದ ಮಹಾಸಂಸ್ಥೆಗಳನ್ನು ಪುನರ್ವ್ಯವಸ್ಥೆ ಗೊಳಿಸಲಾಯಿತು ಹಾಗೂ ಹೊಸದಾಗಿ ಸ್ಥಾಪಿಸಲಾಯಿತು.

11) ರಾಷ್ಟ್ರೀಯ ಸಮಿತಿಯು ಫ್ರಾನ್ಸ್‌ನಲ್ಲಿ ಮತ್ತೆ ರಾಜಪ್ರಭುತ್ವ ಬರದಿರಲೆಂದು 1795ರ ಸಂವಿಧಾನವನ್ನು ರೂಪಿಸಿತು. ರಾಜ್ಯಸಭೆ ಹಾಗೂ ಐದುನೂರು ಸದಸ್ಯರ ಸಭೆ ಎಂಬ ಎರಡು ಸಭೆಗಳನ್ನೊಳಗೊಂಡ ರಾಷ್ಟ್ರೀಯ ಶಾಸನಸಭೆಯನ್ನು ರಚಿಸಿ ರಾಷ್ಟ್ರೀಯ ಸಮಿತಿಯು ಅಕ್ಟೋಬರ್ 26ರಂದು ತಾನೇ ವಿಸರ್ಜನೆ ಘೋಷಿಸಿಕೊಂಡಿತು.

1795ರ ಸಂವಿಧಾನ

ರಾಷ್ಟ್ರೀಯ ಸಮಿತಿಯಿಂದ ರೂಪಿತವಾದ 1795ರ ಸಂವಿಧಾನವು ಫ್ರಾನ್ಸಿನಲ್ಲಿ ಹಿರಿಯರ ಸಭೆ ಮತ್ತು ಐನೂರು ಸದಸ್ಯರ ಸಭೆ ಎಂಬ ದ್ವಿಸದನ ವ್ಯವಸ್ಥೆಯನ್ನು ಜಾರಿಗೆ ತಂದಿತು. ಸಾರ್ವತ್ರಿಕ ಮತದಾನ ಪದ್ಧತಿಯನ್ನು ಕೈಬಿಟ್ಟು ಆಸ್ತಿ ಮತ್ತು ತೆರಿಗೆಯನ್ನಾದರಿಸಿದ ಮತದಾನ ಪದ್ಧತಿಯನ್ನು ಜಾರಿಗೆ ತಂದಿತು. ಇದಕ್ಕೆ ಕಾರಣ ಪ್ಯಾರಿಸ್ ನಗರದ ಜನರ ರಾಜಕೀಯ ಪ್ರಭಾವವನ್ನು ಕುಗ್ಗಿಸುವುದೇ ಆಗಿತ್ತು. ಹಿರಿಯರ ಸಭೆಯು 250 ಸದಸ್ಯರನ್ನೊಳಗೊಂಡಿದ್ದು ಅದರ ಸದಸ್ಯರು 40 ವರ್ಷ ಮೇಲ್ಪಟ್ಟವರಾಗಿರಬೇಕಿತ್ತು. ಐದುನೂರು ಸದಸ್ಯರ ಸಭೆಗೆ ಕನಿಷ್ಠ 30 ವರ್ಷ ಮೇಲ್ಪಟ್ಟವರಾಗಿರಬೇಕಿತ್ತು. ಐದುನೂರು ಸದಸ್ಯರ ಸಭೆಗೆ ಮಾತ್ರ ಶಾಸನ ಮಂಡಿಸುವ ಅಧಿಕಾರವಿದ್ದಿತು. ಆದರೆ ಹಿರಿಯರ ಸಭೆಯು ಮಂಡಿಸಿದ ಮಸೂದೆಯನ್ನು ಒಂದು ವರ್ಷಕಾಲ ತಡೆಹಿಡಿಯಬಹುದಿತ್ತು.

ರಾಷ್ಟ್ರೀಯ ಸಮಿತಿಯು ಹೊಸ ಶಾಸಕಾಂಗದಲ್ಲಿ ರಾಜಪ್ರಭುತ್ವವಾದಿಗಳು ಮತ್ತು ಕ್ರಾಂತಿ ವಿರೋಧಿಗಳು ಬಹುಸಂಖ್ಯಾತರಾಗುವುದನ್ನು ತಡೆಗಟ್ಟಲು ಹೊಸಶಾಸಕಾಂಗಕ್ಕೆ $^2/_3$ ರಷ್ಟು ಸದಸ್ಯರನ್ನು ರಾಷ್ಟ್ರೀಯ ಸಮಿತಿಯಿಂದಲೇ ಆಯ್ದುಕೊಳ್ಳಬೇಕೆಂಬ ವಿಧಿಯನ್ನು ವಿಧಿಸಲಾಗಿತ್ತು. ರಾಷ್ಟ್ರೀಯ ಸಮಿತಿಯ ಈ ಕ್ರಮವನ್ನು ಪ್ಯಾರಿಸ್ಸಿನ ಶ್ರೀಮಂತರು ಮತ್ತು ಮಧ್ಯಮ ವರ್ಗದವರು ವಿರೋಧಿಸಿ ರಾಷ್ಟ್ರೀಯ ಸಮಿತಿಯ ವಿರುದ್ಧ ಗಲಭೆಯನ್ನು 1795ರ ಅಕ್ಟೋಬರ್ 5 ರಂದು ಸಂಘಟಿಸಿದರು. ರಾಷ್ಟ್ರೀಯ ಸಮಿತಿಯು ತನ್ನ ರಕ್ಷಣೆಗೆ ನೆಪೋಲಿಯನ್ ಬೋನಾಪಾರ್ಟಿಯನ್ನು ನೇಮಕ ಮಾಡಿಕೊಂಡಿತು. ನೆಪೋಲಿಯನ್ನನು ದಂಗೆಕೋರರ ಮೇಲೆ ಹುಸಿಗುಂಡನ್ನಾರಿಸಿ ಚದುರಿಸಿ ಅಕ್ಟೋಬರ್ 5ರ ಗಲಭೆಯನ್ನು ದಮನ ಮಾಡಿ ರಾಷ್ಟ್ರೀಯ ಸಮಿತಿಯನ್ನು ರಕ್ಷಿಸಿದನು.

ಡೈರೆಕ್ಟರಿಯ ಆಡಳಿತ (1795–99)

ಹೊಸ ಸಂವಿಧಾನವು ಕಾರ್ಯಾಂಗದ ಅಧಿಕಾರವನ್ನು ಐವರು ಸದಸ್ಯರನ್ನೊಳಗೊಂಡ ಡೈರೆಕ್ಟರಿ ಅಥವಾ ಕಾರ್ಯನಿರ್ದೇಶಕ ಮಂಡಳಿಗೆ ನೀಡಿತ್ತು. ಡೈರೆಕ್ಟರಿಯ ಐವರು ಸದಸ್ಯರು ಉಭಯ ಸದನಗಳ ಸದಸ್ಯರಿಂದ ಚುನಾಯಿತರಾಗಬೇಕಿತ್ತು. ಅವರಲ್ಲಿ ಪ್ರತಿವರ್ಷ ಒಬ್ಬ ಸದಸ್ಯನು ನಿವೃತ್ತನಾಗಬೇಕಿತ್ತು. ಮೊದಲ ಐವರು ಡೈರೆಕ್ಟರುಗಳಾಗಿ ಕಾರ್ನಾಟ್, ಲೆಟೋರ್ನಿಯರ್, ಲಾರವೆಲ್ಲೇಯರ್, ರ್‍ಯೂಬೆಲ್ ಮತ್ತು ಬರ್ರಾ ಎಂಬುವವರು ಆಯ್ಕೆಯಾದರು.

ಡೈರೆಕ್ಟರಿ ಆಳ್ವಿಕೆಯ ಅವಧಿಯು ಪಿತೂರಿ ಮತ್ತು ಗಲಭೆಗಳಿಂದ ತುಂಬಿ ಹೋಯಿತು. ಹಿಂದೆ ರಾಜಪ್ರಭುತ್ವವಾದಿಗಳು ಮತ್ತು ಮಧ್ಯಮ ವರ್ಗದವರು ಹೆಚ್ಚುಹೆಚ್ಚಾಗಿ ಶಾಸನಸಭೆಗಳಿಗೆ ಆಯ್ಕೆಯಾಗಿ ಡೈರೆಕ್ಟರಿ ಆಡಳಿತವನ್ನು ವಿರೋಧಿಸಲು ಪ್ರಾರಂಭಿಸಿದರು. ಇದರ ಜೊತೆಗೆ ಡೈರೆಕ್ಟರರಲ್ಲಿ ಸಹಮತವಿಲ್ಲದುದ್ದು ಹಾಗೂ ಕಾರ್ಯಾಂಗವಾಗಿದ್ದ ಡೈರೆಕ್ಟರಿ ಹಾಗೂ ಎರಡೂ ಸದನಗಳ ನಡುವೆ ಹೊಂದಾಣಿಕೆಯಿಲ್ಲದೆ ನಿರಂತರ ಘರ್ಷಣೆಗೆ ಕಾರಣವಾಯಿತು. ಡೈರೆಕ್ಟರಿ ಆಡಳಿತಾವಧಿಯಲ್ಲಿ ಫ್ರಾನ್ಸಿನ ಆರ್ಥಿಕ ವ್ಯವಸ್ಥೆಯು ಕೆಳಮಟ್ಟಕ್ಕಿಳಿಯಿತು. ಅದಕ್ಕೆ ಕಾರಣ ಎಲ್ಲೆಲ್ಲೂ ಭ್ರಷ್ಟಾಚಾರ ಹರಡಿದುದಾಗಿತ್ತು. ಒಂದು ದಶಲಕ್ಷದಷ್ಟು ಸೈನಿಕರಿದ್ದು ಸೈನ್ಯಕ್ಕೆ ಹೇರಳವಾದ ಖರ್ಚು ಬರುತ್ತಿತ್ತು. ಇದರ ಜೊತೆಗೆ ಸಾರ್ವಜನಿಕ ಹಣವನ್ನು ನಿರುಪಯೋಗಿ ಕಾರ್ಯಗಳಿಗೆ ವ್ಯಯಮಾಡಲಾಯಿತು. ರಾಷ್ಟ್ರೀಯ ಸಭೆಯು ಹೊರಡಿಸಿದ ಅಸ್ಸೈನಾಟ್ಸ್ ಎಂಬ ನೋಟುಗಳ ವ್ಯವಸ್ಥೆಯು ತೃಪ್ತಿಕರವಾಗಿರಲಿಲ್ಲ. ಹೊಸ ನೋಟುಗಳ ಮೌಲ್ಯ ಎಷ್ಟು ಕುಸಿದಿತ್ತೆಂದರೆ 300 ಲಿವರ್‌ಗಳ ಅಸ್ಸೈನಾಟ್ ನೋಟುಗಳನ್ನು ಕೊಟ್ಟರೆ ಒಂದು ಲಿವರ್ ನಗದನ್ನು ಕೊಡುವಂತಾಗಿತ್ತು. ಹೀಗೆ ಅತಿಪ್ರಸರಣದ ದುಷ್ಪರಿಣಾಮದಿಂದಾಗಿ ಫ್ರಾನ್ಸ್ ಬಳಲಿತು. 1797ರಲ್ಲಿ ಡೈರೆಕ್ಟರಿ ಸರ್ಕಾರವು ಆರ್ಥಿಕ ದಿವಾಳಿಯನ್ನು ಘೋಷಿಸಿಕೊಳ್ಳುವಂತಾಯಿತು. ರಾಷ್ಟ್ರೀಯ ಸಾಲದ ಮೇಲೆ ಬಡ್ಡಿ ಕೊಡುವುದನ್ನು ನಿಲ್ಲಿಸಿದ್ದರಿಂದ ಸರ್ಕಾರಕ್ಕೆ ಮತ್ತೆ ಸಾಲ ಕೊಡಲು ಯಾರೂ ಮುಂದೆ ಬರದಂತಾದರು.

ಡೈರೆಕ್ಟರಿ ಸರ್ಕಾರವು ಅಧಿಕಾರಕ್ಕೆ ಬಂದ ಮೇಲೆ ಫ್ರಾನ್ಸ್, ಆಸ್ಟ್ರಿಯಾ, ಇಂಗ್ಲೆಂಡ್, ಸಾರ್ಡೀನಿಯ ಮುಂತಾದ ಯೂರೋಪ್ ದೇಶಗಳೊಡನೆ ಯುದ್ಧ ಮುಂದುವರಿಸಿತು. ಇಟಲಿಯ ಮೇಲೆ ದಂಡೆಯಾತ್ರೆ ನಡೆಸಿದ ನೆಪೋಲಿಯನ್ ಫ್ರಾನ್ಸ್‌ಗೆ ಅಪಾರ ಕೀರ್ತಿತಂದುಕೊಟ್ಟನು. ಹೀಗೆ ಫ್ರೆಂಚ್ ಸೈನ್ಯದ ಜಯಗಳು ಡೈರೆಕ್ಟರಿ ಆಡಳಿತದ ಪರಿಸ್ಥಿತಿಯನ್ನು ಹತೋಟಿಗೆ ತಂದಿದ್ದವು. ನೆಪೋಲಿಯನ್ನನ ಸೈನ್ಯವು ಉತ್ತರ ಇಟಲಿಯಲ್ಲಿನ ಆಸ್ಟ್ರಿಯನ್ ಪಡೆಗಳನ್ನು ಸೋಲಿಸಿ 1797ರಲ್ಲಿ ಕ್ಯಾಂಪೋಫೋರ್ಮಿಯೋ ಒಪ್ಪಂದವನ್ನು ಮಾಡಿಕೊಂಡಿತು. ಅದರಂತೆ ಬೆಲ್ಜಿಯಂ ಮತ್ತು ನಿಯೋನ್ ದ್ವೀಪಗಳನ್ನು ಆಸ್ಟ್ರಿಯಾವು ಫ್ರಾನ್ಸ್‌ಗೆ ಬಿಟ್ಟುಕೊಟ್ಟಿತು. ಸಾರ್ಡಿನಿಯನ್ನರೂ ಸೋತು ನೈಸ್ ಮತ್ತು ಸವಾಯ್‌ಗಳನ್ನು ಫ್ರಾನ್ಸಿಗೆ ಬಿಟ್ಟುಕೊಟ್ಟರು.

ಆದರೆ ಡೈರೆಕ್ಟರಿ ಆಡಳಿತವು ಅನುಸರಿಸಿದ ಆಕ್ರಮಣಕಾರಿ ಯುದ್ಧನೀತಿಯಿಂದ ಇಂಗ್ಲೆಂಡ್ ನೇತೃತ್ವದಲ್ಲಿ ದ್ವಿತೀಯ ಯೂರೋಪ್ ರಾಷ್ಟ್ರಗಳ ಸಂಯುಕ್ತ ಕೂಟವು ರಚನೆಯಾಗಿ ಫ್ರಾನ್ಸ್‌ನ್ನು ಜರ್ಮನಿ ಮತ್ತು ಇಟಲಿಗಳಿಂದ ಹೊರದೂಡಿದರು. ಹೀಗೆ ಸೈನಿಕ ಪರಾಭವಗಳೂ ಹಾಗೂ ಅದಕ್ಷ ಆಳ್ವಿಕೆಯಿಂದಾಗಿ ಡೈರೆಕ್ಟರಿ ಆಡಳಿತವು ಫ್ರಾನ್ಸಿನ ಜನತೆಗೆ ಅಪ್ರಿಯವಾಯಿತು. ಇಂತಹ ಸಂದರ್ಭದಲ್ಲಿ ನೆಪೋಲಿಯನ್ ಈಜಿಪ್ಟ್‌ನಿಂದ ಹಿಂತಿರುಗಿ ಡೈರೆಕ್ಟರುಗಳಲ್ಲಿ ಒಬ್ಬನಾದ ಅಬೇಸಿಯಸ್‌ನೊಂದಿಗೆ ಸಂಚು ನಡೆಸಿ 1799ರ ನವೆಂಬರ್ 9 ಮತ್ತು 10 ರಂದು ನೆಪೋಲಿಯನ್ ತನ್ನ ನಿಷ್ಠಾವಂತ ಸೈನಿಕರಿಂದ ಶಾಸನಸಭೆಯನ್ನು ಸುತ್ತುವರಿದು ಡೈರೆಕ್ಟರರನ್ನು ಮತ್ತು ಶಾಸನಸಭಾ ಸದಸ್ಯರನ್ನು ಓಡಿಸಿ ಡೈರೆಕ್ಟರಿ ಸರ್ಕಾರವನ್ನು ಪತನಗೊಳಿಸಿದನು.

ಫ್ರಾನ್ಸಿನ ಮಹಾಕ್ರಾಂತಿಯ ಪರಿಣಾಮಗಳು

1) 1789ರ ಫ್ರಾನ್ಸಿನ ಮಹಾಕ್ರಾಂತಿಯು ವಿಶ್ವದ ಇತಿಹಾಸದ ಮೇಲೆ ಅದ್ಭುತವಾದ ಪ್ರಭಾವ ಬೀರಿದೆ. ಈ ಕ್ರಾಂತಿಯ ಪ್ರಭಾವದ ಅಂಶಗಳು ಕೇವಲ ಫ್ರಾನ್ಸ್ ಮತ್ತು ಯೂರೋಪ್ ದೇಶಗಳಿಗೆ ಮಾತ್ರ ಸೀಮಿತವಾಗದೆ ವಿಶ್ವದ ಮೂಲೆಮೂಲೆಗೂ ಪ್ರಸರಿಸಿವೆ. ಕ್ರಾಂತಿಯ ಮುಖ್ಯ ತತ್ವಗಳಾದ ಸ್ವಾತಂತ್ರ್ಯ, ಸಮಾನತೆ ಮತ್ತು ಭ್ರಾತೃತ್ವಗಳು ವಿಶ್ವಮಾನ್ಯತೆಯನ್ನು ಪಡೆದವು. 19ನೇ ಶತಮಾನದ ಯೂರೋಪಿನ ರಾಜಕಾರಣದಲ್ಲಿ ಈ ತತ್ವಗಳೇ ಪ್ರಮುಖ ಪಾತ್ರವಹಿಸಿದವು.

2) ರಾಷ್ಟ್ರೀಯ ಸಭೆಯು ಘೋಷಿಸಿದ ಮಾನವ ಹಕ್ಕುಗಳ ಘೋಷಣೆಯು ಫ್ರಾನ್ಸಿನ ಕ್ರಾಂತಿಯ ಮತ್ತೊಂದು ಮಹತ್ವಪೂರ್ಣ ಕೊಡುಗೆಯಾಗಿದೆ. ಈ ಘೋಷಣೆಯು ಹುಟ್ಟಿನಿಂದ ಮಾನವರೆಲ್ಲರೂ ಸರಿಸಮಾನರೆಂದು ಸಾರಿತು. ಇದರಿಂದಾಗಿ ಫ್ರಾನ್ಸಿನ ಹಳೆಯ ಆಳ್ವಿಕೆಯಲ್ಲಿದ್ದ ದಬ್ಬಾಳಿಕೆ, ಜಮೀನ್ದಾರಿ ವಿಶೇಷ ಹಕ್ಕು ಬಾಧ್ಯತೆಗಳು, ಆರ್ಥಿಕ ಹಾಗೂ ಸಾಮಾಜಿಕ ಅಸಮಾನತೆಗಳು ಕೊನೆಗೊಂಡವು. ಅಸಮಾನತೆ ಕೊನೆಗೊಳ್ಳುವುದರೊಂದಿಗೆ ಪ್ರಜೆಗಳಿಗೆ ವ್ಯಕ್ತಿ ಸ್ವಾತಂತ್ರ್ಯ, ಪತ್ರಿಕಾ ಸ್ವಾತಂತ್ರ್ಯ, ವಾಕ್ ಸ್ವಾತಂತ್ರ್ಯಗಳು ದೊರೆತವು. ಸ್ತ್ರೀಯರಿಗೂ ಪುರುಷರಂತೆ ಸಮಾನ ಹಕ್ಕುಗಳಿರಬೇಕೆಂಬ ಬೇಡಿಕೆಯ ನೆಲೆಗಟ್ಟು ಸಿದ್ಧಗೊಂಡಿತು.

3) ಫ್ರಾನ್ಸ್ ಮಹಾಕ್ರಾಂತಿಯು ರಾಜ್ಯದ ಸಾರ್ವಭೌಮತ್ವವು ಕೇಂದ್ರೀಕರಿಸಿರುವುದು ಜನತೆಯಲ್ಲಿ, ಸಾರ್ವಜನಿಕ ಇಚ್ಛೆಗೆ ಅನುಗುಣವಾಗಿ ಕಾನೂನುಗಳು ರೂಪಿತವಾಗಿ ರಾಜ್ಯಾಡಳಿತ ನಡೆಯಬೇಕೆಂದು ಸೂಚಿಸಿತು. ಫ್ರಾನ್ಸ್‌ನ ಕ್ರಾಂತಿಯು ರಾಜ್ಯವಿರುವುದು ಪ್ರಜೆಗಳಿಗಾಗಿ ಹಾಗೂ ಅವರ ಕ್ಷೇಮಾಭಿವೃದ್ಧಿಗಾಗಿ ಎಂದು ಸಾರಿತು. ರಾಜ್ಯದ ಸರ್ಕಾರವು ಜನತೆಗಾಗಿ ಮಾತ್ರವಲ್ಲದೆ ಜನತೆಯಿಂದಲೂ ಪ್ರತಿನಿಧಿಸಬೇಕೆಂದು ಒತ್ತಿ ಹೇಳಿತು.

4) ಫ್ರಾನ್ಸಿನ ಕ್ರಾಂತಿಯ ಮತ್ತೊಂದು ಬಹುಮುಖ್ಯ ಪರಿಣಾಮವೆಂದರೆ ರಾಷ್ಟ್ರೀಯತಾ ಬೆಳವಣಿಗೆ. ಕ್ರಾಂತಿಗೆ ಮೊದಲು ಜನತೆ ರಾಜನಿಗೆ ಹಾಗೂ ರಾಜತ್ವಕ್ಕೆ ನಿಷ್ಠೆಯನ್ನು ತೋರಿಸುತ್ತಿದ್ದರು. ಆದರೆ 16ನೇ ಲೂಯಿ ದೇಶದಿಂದ ಪಲಾಯನ ಮಾಡಲು ಯತ್ನಿಸಿದಾಗ ಜನತೆ ರಾಜನನ್ನು ದ್ವೇಷಿಸಲಾರಂಭಿಸಿದರು. ಹಾಗೆಯೇ ಫ್ರಾನ್ಸ್ ಕ್ರಾಂತಿಯನ್ನು ದಮನಗೊಳಿಸಲು ಒಗ್ಗೂಡಿದ ಯೂರೋಪಿನ ರಾಷ್ಟ್ರಗಳಿಂದ ಫ್ರಾನ್ಸ್ ಅಪಾದಯಲ್ಲಿದೆಯೆಂಬ ಭಾವನೆ ಜನತೆಯಲ್ಲಿ ಬೆಳೆಯಿತು. 1792ರ ಜೂನ್ 11ರಂದು ಸರ್ಕಾರವು "ಮಾತೃಭೂಮಿ ಅಪಾಯದಲ್ಲಿದೆ" ಎಂಬ ಘೋಷಣೆಯನ್ನು ಹೊರಡಿಸಿದ್ದರಿಂದ ರಾಷ್ಟ್ರೀಯತಾ ಮನೋಭಾವನೆಯು ಫ್ರಾನ್ಸಿನ ಜನತೆಯಲ್ಲಿ ಉಕ್ಕಿ ಹರಿಯಿತು. ಮಾತೃ ಭೂಮಿಯ ರಕ್ಷಣೆಗಾಗಿ ಇಡೀ ಫ್ರಾನ್ಸ್ ದೇಶವೇ ಶಸ್ತ್ರ ಸನ್ನದ್ದರಾಗಿ ಯೂರೋಪಿನ ಒಕ್ಕೂಟ ರಾಷ್ಟ್ರಗಳ ಸೈನ್ಯವನ್ನು ಸೋಲಿಸಲು ಸಾಧ್ಯವಾಯಿತು. ಇದೇ ರಾಷ್ಟ್ರೀಯತಾ ಬೆಳವಣಿಗೆಯು ಮುಂದೆ ಯೂರೋಪಿನ ರಾಷ್ಟ್ರಗಳಲ್ಲೆಲ್ಲ ಹರಡಿ ಮುಂದೆ ನೆಪೋಲಿಯನ್ನನ ಆಕ್ರಮಣವನ್ನು ಸ್ಪೇನಿನ ದ್ವೀಪಕಲ್ಪದಿಂದ ಹೊಡೆದೋಡಿಸಲು ಸ್ಪೇನ್ ಹಾಗೂ ಪೋರ್ಚುಗೀಸ್ ಜನತೆಗೆ ಸ್ಫೂರ್ತಿ ನೀಡಿತು. ಇದೇ ರಾಷ್ಟ್ರೀಯತಾ ಪ್ರೇಮವು ರಷ್ಯನ್ನರು ನೆಪೋಲಿಯನ್ನನನ್ನು ಎದುರಿಸಲು ಅವನು ಮುನ್ನುಗ್ಗುತ್ತಿದ್ದ ಪ್ರದೇಶವನ್ನೆಲ್ಲ ಸುಡುತ್ತಾ ಹೋಗುವಂತೆ ಮಾಡಿತು. ಹೀಗೆ ರಾಷ್ಟ್ರದ ಬಗ್ಗೆ ಪ್ರೀತಿ, ಅಭಿಮಾನ ಹೊಂದಿ ತಮ್ಮ ದೇಶಕ್ಕಾಗಿ ಸರ್ವಸ್ವವನ್ನು ತ್ಯಾಗ ಮಾಡುವ ಮನೋಭಾವನೆಯ ಬೆಳವಣಿಗೆಯೇ ಫ್ರಾನ್ಸ್ ಕ್ರಾಂತಿಯ ಮಹೋನ್ನತ ಕೊಡುಗೆಯೆಂದು ಹೇಳಬಹುದು.

5) ಮೆಟರ್‌ನಿಕ್ಕನ ಪ್ರತಿಗಾಮಿ ನೀತಿ ಮತ್ತು ವಿಯನ್ನಾ ಸಮ್ಮೇಳನಗಳು ಸಹ ಫ್ರಾನ್ಸ್ ಕ್ರಾಂತಿಯಿಂದ ಉದಯಿಸಿದ ಸ್ವಾತಂತ್ರ್ಯ, ಐಕ್ಯತೆ ಹಾಗೂ ರಾಷ್ಟ್ರಾಭಿಮಾನದ ಅಂಶಗಳನ್ನು ಮೊಟಕುಗೊಳಿಸಲಾಗಲಿಲ್ಲ. ಫ್ರಾನ್ಸ್ ಕ್ರಾಂತಿಯ ಪರಿಣಾಮವೇ ಇಟಲಿ, ಜರ್ಮನಿಗಳು ವಿದೇಶಿ ಆಡಳಿತದ ವಿರುದ್ಧ ಕೈಗೊಂಡ ಏಕೀಕರಣದ ನಿದರ್ಶನಗಳೆಂದು ಹೇಳಬಹುದು. ಇದೇ ರಾಷ್ಟ್ರೀಯತಾ ಅಂಶವು ಬೆಲ್ಜಿಯಂ, ಸರ್ಬಿಯಾ, ಗ್ರೀಸ್, ರುಮೇನಿಯಾ ಹಾಗೂ ಬಲ್ಗೇರಿಯಾಗಳಲ್ಲೂ ಹೋರಾಟಕ್ಕೆ ಕಾರಣವಾಯಿತು.

6) ಫ್ರೆಂಚ್ ಕ್ರಾಂತಿಯಿಂದಾಗಿ ವಿಶ್ವದಲ್ಲಿ ಮಾನವೀಯತಾ ಭಾವನೆಗಳು ಹೆಚ್ಚು ಹೆಚ್ಚು ಬೆಳವಣಿಗೆಗೊಂಡವು. ಸರ್ಕಾರಗಳು ಜೀತಪದ್ಧತಿಯನ್ನು ನಿರ್ಮೂಲನೆಗೊಳಿಸುವುದು, ಸೆರೆಮನೆಗಳನ್ನು ಉತ್ತಮಗೊಳಿಸುವುದು ಮುಂತಾದ ಕಲ್ಯಾಣಕಾರಕ ಚಟುವಟಿಕೆಗಳಲ್ಲಿ ತೊಡಗಿಸಿಕೊಂಡವು. ಸರ್ವಜನರ ಏಳಿಗೆಗಾಗಿ ಅನೇಕ ದೇಶಗಳು ಕಾನೂನುಗಳನ್ನು ರೂಪಿಸಲು ಮುಂದೆ ಬಂದವು.

7) ಫ್ರಾನ್ಸ್‌ನ ಕ್ರಾಂತಿಯು "ರೊಮ್ಯಾಂಟಿಸಿಸಂ" ಚಳವಳಿಯು ಬೆಳೆಯಲು ಸಹಕಾರಿಯಾಯಿತು. ಫ್ರೆಂಚ್ ಕ್ರಾಂತಿಯ ಪ್ರಭಾವವು ವಿಕ್ಟರ್ ಹ್ಯೂಗೊನ ಲೆಸ್ ಮಿಸರಬಲ್, ಸೌಧೆಯ ಜೋನ್ ಆಫ್ ಆರ್ಕ್, ವರ್ಡ್ಸ್‌ವರ್ತನ ಪ್ರಿಲ್ಯೂಡ್, ಶೆಲ್ಲಿಯ ಮಾಸ್ಕ್ ಆಫ್ ಅನಾರ್ಕಿ, ಗೋಥೆಯ ಫಾಸ್ಟ್ ಮತ್ತು ಕೊಲೆರಿಡ್ಜ್‌ನ ಕೃತಿಗಳಲ್ಲಿ ಕಾಣಬಹುದು. ಈ ಕೃತಿಗಳು ವ್ಯಕ್ತಿಯ ಭಾವನೆ ಮತ್ತು ಜೀವನಕ್ಕೆ ಆದ್ಯತೆಯನ್ನು ನೀಡಿದವು.

8) ಫ್ರಾನ್ಸಿನ ಕ್ರಾಂತಿಯ ಮತ್ತೊಂದು ಪರಿಣಾಮವೆಂದರೆ ಆಸ್ತಿಯ ಹಕ್ಕು, ಭೂಮಿಯ ಒಡೆತನ, ವ್ಯಕ್ತಿಗೆ ಸೀಮಿತವಾಗಿರದೆ ರಾಜ್ಯಕ್ಕೆ ಸೇರಿದುದು ಎಂಬ ಸಮಾಜವಾದಕ್ಕೆ ಪುಷ್ಟಿ ನೀಡಿತು. ಫ್ರಾನ್ಸ್ ಸರ್ಕಾರವು ನೊಬೆಲ್ಲರ, ಪಾದ್ರಿಗಳ ಭೂಮಿ, ಆಸ್ತಿಯನ್ನು ರಾಷ್ಟ್ರೀಕರಣ ಮಾಡಿಕೊಂಡು ಸಮಾಜವಾದದ ತತ್ವಗಳು ಕೇವಲ ತತ್ವಗಳಾಗಿ ಉಳಿಯದೇ ರಾಜಕೀಯ ಕಾರ್ಯಕ್ರಮಗಳಾಗಿ ಬೆಳೆಯಲು ಕಾರಣವಾಯಿತು. ಹೀಗೆ ಪ್ರಸಕ್ತ ಪ್ರಪಂಚದ ಕಮ್ಯೂನಿಸ್ಟ್ ಮತ್ತು ಸಮಾಜವಾದದ ತತ್ವಗಳ ಲಕ್ಷಣಗಳು ಫ್ರಾನ್ಸ್ ಕ್ರಾಂತಿಯಲ್ಲಿ ಉಗಮವಾದುದನ್ನು ಕಾಣಬಹುದು.

9) ಫ್ರಾನ್ಸ್ ಕ್ರಾಂತಿಯಿಂದಾಗಿ ಫ್ರಾನ್ಸ್ ದೇಶೀಯವಾಗಿ ಸಂಪದ್ಭರಿತ ಮತ್ತು ಆಹಾರದಲ್ಲಿ ಸ್ವಾವಲಂಬನೆ ಪಡೆಯುವಂತಾಯಿತು. ಕ್ರಾಂತಿಗೆ ಮೊದಲು ಫ್ರಾನ್ಸ್‌ನ ಅನೇಕ ಕಡೆ ಆಹಾರದ ಅಭಾವ, ಜೀವನಾವಶ್ಯಕ ವಸ್ತುಗಳ ಕೊರತೆ ಕಂಡುಬರುತ್ತಿತ್ತು. ಕ್ರಾಂತಿ ಪ್ರಾರಂಭವಾದ ನಾಲ್ಕು ವರ್ಷಗಳಲ್ಲಿ ನೊಬಲ್ಲರು ಮತ್ತು ಪಾದ್ರಿಗಳಿಂದ ಪಡೆದ ಭೂಮಿಯನ್ನು ಕೃಷಿಕರು ಸಾಗುವಳಿ ಮಾಡಿ ಉತ್ತಮ ಬೆಳೆಯನ್ನು ಪಡೆದರು. ರೈತರು ಭೂಮಿಯನ್ನು ಉಳುವಾಗ ಆಸ್ಟ್ರಿಯಾ ಮತ್ತು ಪ್ರಷ್ಯಾದ ವಿರುದ್ಧ ದ್ವೇಷಕಾರಕ ಕೂಗುಗಳನ್ನು ಕೂಗುತ್ತಿದ್ದರು. ಹೀಗೆ ಬೀಳು ಬಿದ್ದಿದ್ದ ಫ್ರಾನ್ಸ್‌ನ ಭೂಮಿಯು ಕೃಷಿಗೊಳಗಾಗಿ ಫ್ರಾನ್ಸ್ ಮತ್ತು ರೈತರು ಅಭಿವೃದ್ಧಿಗೊಂಡರು.

ಹೀಗೆ ಫ್ರಾನ್ಸ್ ಕ್ರಾಂತಿಯಿಂದಾಗಿ ಯೂರೋಪ್ ಮತ್ತು ವಿಶ್ವದಾದ್ಯಂತ ನಿರಂಕುಶಾಡಳಿತ ಹಾಗು ಸಾಮ್ರಾಜ್ಯಶಾಹಿ ಆಡಳಿತದ ವಿರುದ್ಧ ಹೋರಾಡಲು ಜನತೆಗೆ ಸ್ಫೂರ್ತಿ, ಚೈತನ್ಯ ದೊರೆಯಿತು. ಫ್ರಾನ್ಸ್ ಕ್ರಾಂತಿಯು ವಿಶ್ವದ ಜನತೆಯನ್ನು

ಕತ್ತಲೆಯಿಂದ ಬೆಳಕಿನೆಡೆಗೆ, ಬಂಧನದಿಂದ ಸ್ವಾತಂತ್ರ್ಯದೆಡೆಗೆ ನಡೆಸುವ ದಾರಿ ದೀವಿಗೆಯಾಯಿತು. ವಿಶ್ವದಾದ್ಯಂತ ನಿರಂಕುಶಾಡಳಿತ ಹಾಗೂ ಸಾಮ್ರಾಜ್ಯಶಾಹಿ ಆಡಳಿತಗಳು ಕೊನೆಗೊಂಡು ಪ್ರಜಾಸತ್ತಾತ್ಮಕ ಸರ್ಕಾರಗಳು ರೂಪಿತವಾಗಲು ಫ್ರಾನ್ಸ್ ಕ್ರಾಂತಿಯು ದಾರಿ ಮಾಡಿಕೊಟ್ಟಿತು. ಫ್ರಾನ್ಸ್ ಕ್ರಾಂತಿಯ ಪರಿಣಾಮವನ್ನು ನಾವು ಏಷ್ಯಾ ಹಾಗೂ ಆಫ್ರಿಕಾದ ಸ್ವಾತಂತ್ರ್ಯ ಹೋರಾಟಗಳಲ್ಲಿ ಗುರುತಿಸಬಹುದು. ಹೀಗೆ ಫ್ರಾನ್ಸ್ ಕ್ರಾಂತಿಯ ಪರಿಣಾಮಗಳು ಪ್ರತ್ಯಕ್ಷವಾಗಿಯೂ ಮತ್ತು ಪರೋಕ್ಷವಾಗಿಯೂ ಗೋಚರವಾಗುತ್ತವೆ.

ಫ್ರೆಂಚ್ ಮಹಾಕ್ರಾಂತಿಯ ಪ್ರಮುಖ ನಾಯಕರು

ಮಿರಾಬು: (1749–1791)

ಮಿರಾಬು ಫ್ರಾನ್ಸಿನ ಮಹಾರಾಜಕೀಯ ದುರೀಣ ಹಾಗೂ ಚತುರ ಭಾಷಣಕಾರನಾಗಿದ್ದನು. ಈತನು ಶ್ರೀಮಂತ ನೋಬಲ್ ವರ್ಗಕ್ಕೆ ಸೇರಿದವನಾಗಿದ್ದರೂ ರಾಷ್ಟ್ರೀಯ ಸಭೆಗೆ ತೃತೀಯ ವರ್ಗದ ಸದಸ್ಯನಾಗಿ ಆಯ್ಕೆಯಾಗಿ ಫ್ರಾನ್ಸಿನ ಕ್ರಾಂತಿಯ ಮೊದಲ ವರ್ಷಗಳಲ್ಲಿನ ಪ್ರಮುಖ ನಾಯಕನಾಗಿ ಬೆಳಕಿಗೆ ಬಂದನು. ಮಿರಾಬು ತನ್ನ ತಾರುಣ್ಯದ ಕಾಲವನ್ನು

ಮಿರಾಬು

ವಿಶೇಷವಾಗಿ ದೇಶ ವಿದೇಶಗಳ ಸಂಚಾರಕ್ಕೆ ಮೀಸಲಿಟ್ಟು ಆ ಮೂಲಕ ರಾಜನೀತಿ ಅನುಭವ ಪಡೆದಿದ್ದನು. ಈ ವಿದೇಶದ ಅನುಭವದ ಫಲವಾಗಿ 1776ರಲ್ಲಿ "Prussian monarchy under Frederic the great" ಎಂಬ ಗ್ರಂಥವನ್ನು ರಚಿಸಿದನು. 1789ರಲ್ಲಿ ಸ್ಟೇಟ್ಸ್ ಜನರಲ್ ಸಭೆಗೆ ತೃತೀಯ ವರ್ಗದ ಸದಸ್ಯರ ಬೆಂಬಲದೊಂದಿಗೆ ಆಯ್ಕೆಗೊಂಡನು. ಸ್ಟೇಟ್ಸ್ ಜನರಲ್ ಸಭೆಯಲ್ಲಿ ಮೂರು ವರ್ಗಗಳೂ ಒಂದೆಡೆ ಸೇರಿ ಮತ ನೀಡುವ ಪ್ರಶ್ನೆ ಉದ್ಭವಿಸಿದಾಗ ತೃತೀಯ ವರ್ಗದವರ ಅಭಿಪ್ರಾಯವನ್ನು ಬೆಂಬಲಿಸುತ್ತಾ ಮೂರು ವರ್ಗಗಳು ಒಂದೆಡೆ ಕಲೆಯಬೇಕೆಂದು ಪ್ರತಿಪಾದಿಸಿದನು. ಈ ಅಭಿಪ್ರಾಯವನ್ನು ವಿರೋಧಿಸುತ್ತಿದ್ದ 16ನೇ ಲೂಯಿಯು ತೃತೀಯ ವರ್ಗದ ಪ್ರತಿನಿಧಿಗಳನ್ನು ಸಭೆಯಿಂದ ಹೊರದೂಡಲು ಸೈನಿಕರನ್ನು ಕಳುಹಿಸಿದನು. ಇಂತಹ ಸಂದಿಗ್ಧ ಸಮಯದಲ್ಲಿ ಮಿರಾಬು ಮುನ್ನುಗ್ಗಿ ಸಮಾರಂಭಗಳ ಮೇಲ್ವಿಚಾರಕನಾದ ಡಿಬ್ರೆಝಿನ ಮುಂದೆ "ನಾವಿಲ್ಲಿ ಜನತೆಯ ಇಚ್ಛೆಗನುಗುಣವಾಗಿ ಸೇರಿದ್ದೇವೆ. ಬಂದೂಕಿನ ಮೊನೆಯಿಂದಲ್ಲದೆ ನಾವಿಲ್ಲಿಂದ ಕದಲಲಾರೆವೆಂದು ಹೋಗಿ ನಿಮ್ಮ ಪ್ರಭುಗಳಿಗೆ ತಿಳಿಸು" ಎಂದು ಗುಡುಗುವ ಮೂಲಕ ಪ್ರಸಿದ್ದಿಗೆ ಬಂದನು.

ಮಿರಾಬು ನಿರಂಕುಶ ಪ್ರಭುತ್ವದ ಕಟ್ಟಾ ವಿರೋಧಿಯಾಗಿದ್ದನು. ಆದರೆ ರಾಜತ್ವದ ಕಟ್ಟಾ ಬೆಂಬಲಿಗನೂ ಸಹ ಆಗಿದ್ದನು. ಈತನು ಇಂಗ್ಲೆಂಡಿನಲ್ಲಿಯಂತೆ ಫ್ರಾನ್ಸ್‌ನಲ್ಲೂ ಸಂಸದೀಯ ಪದ್ಧತಿಯನ್ನು ಆಚರಣೆಗೆ ತರಬೇಕೆಂಬ ಉದ್ದೇಶವೊಂದಿದ್ದನು. ಈತನು ರಾಷ್ಟ್ರೀಯ ಸಭೆಯ ಸದಸ್ಯನಾಗಿ ಫ್ರಾನ್ಸ್‌ನಲ್ಲಿ ಸಾಂಕುಶ ಪ್ರಭುತ್ವವಿರಬೇಕೆಂದು ಪ್ರತಿಪಾದಿಸಿದನು. ಈತನು ಕ್ರಾಂತಿಕಾರರ ಊಳಿಗಮಾನ್ಯ ಪದ್ಧತಿಯ ನಿಷೇಧ ಹಾಗೂ ಮಾನವ ಹಕ್ಕುಗಳ ಘೋಷಣೆಯನ್ನು ತಿರಸ್ಕರಿಸಿದನು. ರಾಜನಿಗೆ ಪ್ರತ್ಯೇಕ ಅಧಿಕಾರಗಳಿರಬೇಕೆಂದು ಹಾಗೂ ಸಂಪೂರ್ಣ ವೀಟೋ ಅಧಿಕಾರವಿರಬೇಕೆಂದು ಸಹ ಪ್ರತಿಪಾದಿಸಿದನು. ಇದರಿಂದಾಗಿ ರಾಷ್ಟ್ರೀಯ ಸಭೆಯ ಸದಸ್ಯರು ಮಿರಾಬುನನ್ನು ಸಂಶಯದಿಂದ ನೋಡಲಾರಂಭಿಸಿದರು. ಮಿರಾಬು ರಾಜವಿರೋಧಿ ಎಂಬ ಅಪವಾದವನ್ನು ತಪ್ಪಿಸಿಕೊಳ್ಳಲು ರಾಜನ ಹೆಸರಿಗೆ ಒಂದು ಕೋರಿಕೆ ಪತ್ರವನ್ನು ಬರೆದನು. ಮೇರಿ ಅಂಟಾಯಿನೆಟ್ ಹಾಗೂ ಪ್ಯಾರಿಸ್‌ನ ರಾಯಬಾರಿ ಗ್ರಾಫ್ ಮರ್ಪಿ ಇವರ ನಿಕಟವರ್ತಿಯಾದ ಮಿರಾಬು ಅವರಿಗೆ ರಹಸ್ಯ ಸಲಹೆಗರನಾಗಿಯೂ ಕೆಲಸ ನಿರ್ವಹಿಸಿದನು. ಆದರೆ ರಾಜರಾಣಿಯರು ಈತನಲ್ಲಿ ವಿಶ್ವಾಸವಿಡಲಿಲ್ಲ ಮತ್ತು ಜಾಕೋಬಿಯನ್ನರು ಇವನನ್ನು ರಾಜದ್ರೋಹಿಯೆಂದು ಸಾರಿದರು. ಮಿರಾಬು ರಾಜನ ಸ್ಥಾನಮಾನವನ್ನು ಉಳಿಸಲು ಶ್ರಮಿಸಿದರೂ ರಾಜನಿಂದ ಬೆಂಬಲ ದೊರೆಯಲಿಲ್ಲ. ರಾಜನ ಪರವಾದ ಇವನ ಚಟುವಟಿಕೆಗಳು ಆಸ್ಥಾನದಲ್ಲಿ ಇವನ ಸ್ಥಾನವನ್ನು ಕುಂದಿಸಿದ್ದವು. ವೃತ್ತ ಪತ್ರಿಕೆಗಳು ಅವನ ವಿರುದ್ಧ ದೇಶ ಭ್ರಷ್ಟತೆಯ ಆಪಾದನೆಯನ್ನು ಹೊರಿಸಿದವು. ಇದರಿಂದಾಗಿ ಸಭೆಯಲ್ಲಿ ಅನೇಕ ಬಾರಿ ಇವನಿಗೆ ಸೋಲುಂಟಾಯಿತು. ಈತನು ಗಂಭೀರ ಸ್ವರೂಪದ ಕಾಯಿಲೆಗೆ ತುತ್ತಾಗಿ, 1791ರ ಮಾರ್ಚ್‌ನಲ್ಲಿ ನಿಧನನಾದನು. ಈತನು ಸತ್ತಾಗ ಪ್ಯಾರಿಸ್ ನಗರದಲ್ಲಿ ಅಸಂಖ್ಯಾತ ಜನರಿಂದ ಕೂಡಿದ ವೈಭವೋಪೇತ ಅಂತ್ಯಕ್ರಿಯೆಯನ್ನೇರ್ಪಡಿಸಿ ಮೂರು ದಿನಗಳ ಕಾಲ ದುಃಖ ಸೂಚಕ ಸಭೆಗಳನ್ನು ಏರ್ಪಡಿಸಲಾಗಿತ್ತು.

ಮಾರೆಟ್ (1742–1793)

ಮಾರೆಟ್

ಈತನು ಒಬ್ಬ ವಿಜ್ಞಾನಿ, ಸಾಹಿತಿ ಹಾಗೂ ವೈದ್ಯಕೀಯ ವೃತ್ತಿಯಲ್ಲಿ ಕುಶಲತೆಯನ್ನು ಹೊಂದಿದ್ದು ಅದಕ್ಕಾಗಿ ಸೇಂಟ್ ಆಂಡ್ರ್ಯೂಸ್ ವಿಶ್ವವಿದ್ಯಾನಿಲಯದಿಂದ ಗೌರವ ಪದವಿಯನ್ನು ಗಳಿಸಿದ್ದನು. 1789ರಲ್ಲಿ ಸ್ಟೇಟ್ಸ್ ಜನರಲ್ ಸಭೆಯನ್ನು ಕರೆಯಲಾಗಿ ಈತನು ರಾಜಕೀಯಕ್ಕೆ ಪ್ರವೇಶಿಸಿದ್ದನು. ಫ್ರಾನ್ಸಿನ ಕ್ರಾಂತಿಕಾರರಲ್ಲಿ ಬ್ರಿಟನ್ ಮಾದರಿಯ ಸಂಸದೀಯ ಸರ್ಕಾರವನ್ನು ಫ್ರಾನ್ಸಿನಲ್ಲಿ ಜಾರಿಗೆ ತರಬೇಕೆಂದು ಕೆಲವರು ಬಯಸಿದ್ದರು. ಆದರೆ ಮಾರೆಟ್‌ನು ಬ್ರಿಟನ್ ಮಾದರಿಯ ಸರ್ಕಾರವು ಜನತೆಯಿಂದ ಆಳಲ್ಪಡದೆ ಶ್ರೀಮಂತ ಅಧಿಕಾರ ವರ್ಗದಿಂದ ಆಳಲ್ಪಡುವ ಸರ್ಕಾರವೆಂದು ಅದನ್ನು ವಿರೋಧಿಸುತ್ತಿದ್ದನು. ಇವನು ಫ್ರಾನ್ಸ್ ಜನರಿಂದಲೇ ಆಳಲ್ಪಡುವಂತಹ ಸರ್ಕಾರದ ರಚನೆಯ ಬೆಂಬಲಿಗನಾಗಿದ್ದನು. ಈತನು 1789 ರಿಂದ 1792ರವರೆಗೆ "ದಿ ಫ್ರೆಂಡ್ಸ್ ಆಫ್ ದಿ ಪೀಪಲ್" ಎಂಬ ಪತ್ರಿಕೆಯ ಸಂಪಾದಕನಾಗಿ ಕಾರ್ಯ ನಿರ್ವಹಿಸಿದನು. ಈ ಪತ್ರಿಕೆಯಲ್ಲಿ ಆಸ್ಥಾನಿಕರನ್ನು, ಪಾದ್ರಿವರ್ಗ, ನೋಬೆಲ್ ವರ್ಗ ಮತ್ತು ರಾಷ್ಟ್ರೀಯ ಸಭೆಯ ಕಾರ್ಯ ವೈಖರಿಗಳನ್ನು ಖಂಡಿಸಿ ಅನೇಕ ಲೇಖನಗಳನ್ನು ಬರೆದನು. ಇವನು ಯಾವ ರಾಜಕೀಯ ಪಕ್ಷಕ್ಕೂ ಸೇರಿದವನಾಗಿರಲಿಲ್ಲ. ತನ್ನ ಸಮಸ್ತವನ್ನು ತನ್ನ ರಾಜಕೀಯ ಉದ್ದೇಶದ ಸಾಧನೆಗಾಗಿ ಬಳಸಿದನು.

ಮಾರೆಟ್ ಜನರನ್ನು ಪ್ರೀತಿಸುತ್ತಿದ್ದನು ಜನತೆಯೂ ಇವನನ್ನು ಆರಾಧಿಸುತ್ತಿದ್ದರು. ಫ್ರಾನ್ಸ್‌ನ ಜನತೆಯ ಒಳ್ಳೆಯದಕ್ಕಾಗಿ ಯಾವುದೇ ತ್ಯಾಗಕ್ಕೆ ಸಿದ್ಧನಾಗಿದ್ದನು. ಜನತೆಗೆ ಸಹಾಯ ಮಾಡಲು ರಕ್ತಪಾತಕ್ಕೂ ಮನಸ್ಸು ಕೊಡುವವನಾಗಿದ್ದನು. ರಾಷ್ಟ್ರೀಯ ಸಭೆಯಲ್ಲಿದ್ದ ಗಿರೋಂಡಿಯನ್ನರಿಂದ ಫ್ರಾನ್ಸ್ ಕ್ರಾಂತಿಯ ಗುರಿಗಳು ಈಡೇರುವುದಿಲ್ಲವೆಂಬ ಕಾರಣದ ಮೇಲೆ 1793ರ ಮೇನಲ್ಲಿ ಕ್ಷಿಪ್ರಕ್ರಾಂತಿಯೊಂದನ್ನು ನಡೆಸಿ ಗಿರೋಂಡಿಯನ್ನರನ್ನು ರಾಷ್ಟ್ರೀಯ ಸಭೆಯಿಂದ ಉಚ್ಚಾಟನೆ ಮಾಡಿದುದಲ್ಲದೆ ಅವರನ್ನು ಸಾಮೂಹಿಕವಾಗಿ ಕಗ್ಗೊಲೆ ಮಾಡಿಸಿದನು. ಇವನ ಕಾರ್ಯ ವೈಖರಿಯಿಂದ ಅಧಿಕಾರಿಗಳು ಮತ್ತು ಸರ್ಕಾರ ಭಯದಿಂದಾಗಿ ದ್ವೇಷಿಸುತ್ತಿದ್ದರು ಆದರೆ ಜನತೆಯ ಅಭಿಮಾನದ ಮಹಾಪೂರವೇ ಇವನತ್ತ ಹರಿಯಿತು. ಗಿರೋಂಡಿಯನ್ನರನ್ನು ದಮನ ಮಾಡಿದ ಕ್ರಮದಿಂದ ಬೇಸರಗೊಂಡ ಅದೇ ಗುಂಪಿನ ಚಾರ್ಲೋಟ್ಟೆ ಕೋರ್ಡೆ ಎಂಬ ಯುವತಿ ಮಾರೆಟ್‌ನನ್ನು 1793ರ ಜುಲೈನಲ್ಲಿ ಕತ್ತಿಯಿಂದ ಇರಿದು ಕೊಲೆಗೈದಳು. ಇದರಿಂದಾಗಿ ಫ್ರಾನ್ಸ್ ಜನತೆ ಫ್ರಾನ್ಸ್ ಕ್ರಾಂತಿಯ ಉದ್ದೇಶಗಳನ್ನು ಈಡೇರಿಸುವಂತಹ ತಿಳುವಳಿಕೆ ಹೊಂದಿದ್ದ ಒಬ್ಬ ನಾಯಕನನ್ನು ಕಳೆದುಕೊಳ್ಳುವಂತಾಯಿತು. ಈತನು ಕೈಗೊಂಡ ಎಲ್ಲ ಕ್ರಮಗಳು ಕ್ರಾಂತಿಯ ಉದ್ದೇಶಗಳನ್ನು ಈಡೇರಿಸುವುದೇ ಆಗಿತ್ತು.

ಡಾಂಟನ್ (1759–1794)

ಫ್ರಾನ್ಸಿನ ಕ್ರಾಂತಿಯ ಆರಂಭದ ದಿನಗಳ ಪ್ರಮುಖ ನಾಯಕರಲ್ಲಿ ಡಾಂಟನ್ ಪ್ರಮುಖನಾದವನು. ಡಾಂಟನ್ ಫ್ರಾನ್ಸಿನ ಅರ್ಸಿಸ್ ಸುರ್ ಅಜಿ ಎಂಬಲ್ಲಿ ಜನಿಸಿದನು. ಡಾಂಟನ್ ಕಾನೂನು ಪದವಿಯನ್ನು ಪಡೆದು ಉತ್ತಮ ವಕೀಲನಾಗಿ ಹೆಸರು ಪಡೆದು ಜಾಕೋಬಿಯನ್ ಕ್ಲಬ್ ಮತ್ತು ಕಾರ್ಡಿಲ್ಲೆ ಕ್ಲಬ್‌ಗಳ ಸದಸ್ಯನಾಗಿ ಅವುಗಳನ್ನು ಸಂಘಟಿಸಿದನು. ಕ್ರಾಂತಿಯ ಕಾಲದ "ನಾಗರಿಕ ರಕ್ಷಣಾದಳ"ವನ್ನು ಸೇರಿದ್ದನು. ಈತನು 1790ರಲ್ಲಿ ಕಾರ್ಡೆಲಿಯರ್ ಕ್ಲಬ್‌ನ್ನು ಸ್ಥಾಪಿಸಿ ಪ್ಯಾರಿಸ್‌ನ ತಾತ್ಕಾಲಿಕ ಕಮ್ಯೂನಿನ ಸದಸ್ಯನಾಗಿ ಆಯ್ಕೆಯಾಗಿ ಫ್ರಾನ್ಸ್‌ನಲ್ಲಿ ಗಣರಾಜ್ಯ ಸ್ಥಾಪನೆಗೆ ಪ್ರಯತ್ನಿಸಿದನು. 1792ರಲ್ಲಿ ಫ್ರೆಂಚ್ ವಿರೋಧಿ ರಾಷ್ಟ್ರಗಳು ಫ್ರಾನ್ಸ್‌ನ ಮೇಲೆ ಧಾಳಿ ಮಾಡಿದುದು ಮತ್ತು ಬರ್ನ್ಸ್‌ವಿಕ್ ಡ್ಯೂಕ್‌ನ ಬೆದರಿಕೆಯಿಂದ ಪ್ರೇರಿತನಾಗಿ ಡಾಂಟನ್ 1792ರ ಸೆಪ್ಟೆಂಬರ್‌ನಲ್ಲಿ ಅರಸನು ವಾಸವಾಗಿದ್ದ ಅರಮನೆಗೆ ಮುತ್ತಿಗೆ ಹಾಕುವಲ್ಲಿ ಮತ್ತು ರಾಜಪ್ರಭುತ್ವವಾದಿಗಳನ್ನು ಕಗ್ಗೊಲೆಗೈಯ್ಯುವಲ್ಲಿ ಪ್ರಮುಖ ಪಾತ್ರವಹಿಸಿದನು. ಮಿರಾಬುನ ಮರಣಾನಂತರ ಜಾಕೋಬಿಯನ್ ಕ್ಲಬ್‌ನ ಅಧ್ಯಕ್ಷನಾದನು. ಕ್ರಾಂತಿಯ ನಂತರ ಅಸ್ತಿತ್ವಕ್ಕೆ ಬಂದ ಡೈರಕ್ಟರಿ ಸರ್ಕಾರದಲ್ಲಿ ನ್ಯಾಯ ಮಂತ್ರಿಯಾಗಿದ್ದು ರಾಜನಿಗೆ ಗಲ್ಲುಶಿಕ್ಷೆ ವಿಧಿಸುವ ತೀರ್ಮಾನದ ಪರ ಮತ ಹಾಕಿದನು. ಡಾಂಟನ್‌ನ ಸಲಹೆಯಂತೆ ಸಾರ್ವಜನಿಕ ಭದ್ರತಾ ಸಮಿತಿಯನ್ನು ರಚಿಸಲಾಯಿತು. ಡಾಂಟನ್ ಮೂರು ತಿಂಗಳ ಕಾಲ ಅದರ ಅಧ್ಯಕ್ಷನಾಗಿ ಕಾರ್ಯನಿರ್ವಹಿಸಿದನು. ಕ್ರಾಂತಿಕಾರಿ ನ್ಯಾಯಮಂಡಲಿಯ ಸದಸ್ಯನಾಗಿ ಸೌಮ್ಯವಾದಿಗಳಾದ ಗಿರೋಂಡಿಯನ್ನರನ್ನು ದಮನಗೊಳಿಸಿದನು. ತನ್ನ ಸ್ನೇಹಿತರುಗಳನ್ನು ಉಳಿಸಲು ಕ್ರಾಂತಿ ಕಾಲದ ನ್ಯಾಯಮಂಡಳಿ ಮತ್ತು ಸರ್ಕಾರದ ಉಗ್ರ ಕ್ರಾಂತಿಕಾರಿ ಮನೋಭಾವನೆಗಳನ್ನು ಮಂದಗೊಳಿಸಲು ಪ್ರಯತ್ನಿಸಿದನು. ಇದರಿಂದಾಗ ಉಗ್ರಗಾಮಿಯಾದ ರಾಬಸ್ಪಿಯರ್‌ನ ಗುಂಪು ಡಾಂಟನ್ ಮತ್ತು ಆತನ ಸ್ನೇಹಿತರನ್ನು ರಾಷ್ಟ್ರವಿರೋಧಿಗಳೆಂದು ಗುರುತಿಸಿ 1794ರ ಮಾರ್ಚ್ 29ರಂದು ಬಂಧಿಸಿತು. ಕ್ರಾಂತಿಕಾರಿ ನ್ಯಾಯಾಲಯದಲ್ಲಿ ಡಾಂಟನ್‌ನಿಗೆ ತನ್ನನ್ನು ಸಮರ್ಥಿಸಿಕೊಳ್ಳಲು ಅವಕಾಶ ನೀಡದೆ ಅವನನ್ನು ಅಪರಾಧಿಯೆಂದು ಘೋಷಿಸಿ 1794ರ ಏಪ್ರಿಲ್ 5ರಂದು ಗಿಲೋಟಿನ್ ಯಂತ್ರಕ್ಕೆ ಬಲಿಕೊಡಲಾಯಿತು.

ರಾಬಸ್ಪಿಯರ್ (1758–1794)

ರಾಬಸ್ಪಿಯರ್ ರೂಸೋವಿನ ನಿಷ್ಠಾವಂತ ಅನುಯಾಯಿ. ಇವನು ತನ್ನ ತತ್ವಗಳನ್ನು ಪ್ರತಿಪಾದಿಸಲು ಮತ್ತು ಗುರಿಯನ್ನು ಸಾಧಿಸಲು ಬಲಪ್ರಯೋಗ ಮತ್ತು ಭಯೋತ್ಪಾದನೆಯೇ ಮುಖ್ಯ ಮಾರ್ಗವೆಂದೆಣಿಸಿದ್ದನು. ದೇಶದ ಉಳಿವಿಗಾಗಿ ಮತ್ತು ಗಣರಾಜ್ಯದ ಸಂರಕ್ಷಣೆಗಾಗಿ ರಕ್ತದ ಕೋಡಿಯನ್ನು ಹರಿಸುವ ನೀತಿಯನ್ನು ಅನುಸರಿಸಿದನು. ಇದರಿಂದಾಗಿ ರಾಬಸ್ಪಿಯರ್‌ನನ್ನು "ರಕ್ತದಾಹದ ಪಶು" ಎಂದು ಕೆಲವರು ಕರೆಯುತ್ತಾರೆ.

ರಾಬಸ್ಪಿಯರ್

ರಾಬಸ್ಪಿಯರ್‌ನು ವಿದ್ಯಾರ್ಥಿದಿಸೆಯಿಂದಲೂ ಪ್ಲುಟಾರ್ಕ್ ಮತ್ತು ರೂಸೋನ ತತ್ವಗಳಿಂದ ಬಹು ಪ್ರಭಾವಿತನಾಗಿದ್ದನು. ರಾಬಸ್ಪಿಯರ್‌ನು ವಕೀಲನಾಗಿ ಬಡ ಜನತೆಯನ್ನು ಶ್ರೀಮಂತ ವರ್ಗದ ದಬ್ಬಾಳಿಕೆಯಿಂದ ರಕ್ಷಿಸುವ ನಿಟ್ಟಿನಲ್ಲಿ ಹೆಸರು ವಾಸಿಯಾದನು. 1789ರಲ್ಲಿ ಸಮಾವೇಶಗೊಂಡ ಸ್ಟೇಟ್ ಜನರಲ್ ಸಭೆಗೆ ಅರಾಸ್‌ನ ಜನತೆ ರಾಬಸ್ಪಿಯರ್‌ನನ್ನು ತಮ್ಮ ಪ್ರತಿನಿಧಿಯನ್ನಾಗಿ ಆಯ್ಕೆ ಮಾಡಿತು. ಜಾಕೋಬಿಯನ್ ಪಕ್ಷದ ಸದಸ್ಯನಾಗಿ, ಅಧ್ಯಕ್ಷನಾಗಿ ಫ್ರೆಂಚ್ ಕ್ರಾಂತಿಯನ್ನು ಮುಂದುವರಿಸುವ ಧೋರಣೆಯನ್ನು ಅನುಸರಿಸಿದನು. ರಾಬಸ್ಪಿಯರ್‌ನ ನಾಯಕತ್ವದಲ್ಲಿ ಜಾಕೋಬಿಯನ್ ಪಕ್ಷವು ಫ್ರಾನ್ಸಿನಾದ್ಯಂತ ಪ್ರಜಾಪ್ರಭುತ್ವದ ಸಿದ್ಧಾಂತವನ್ನು ಹರಡಲು ಪ್ರಯತ್ನಿಸಿತು. ಗಣರಾಜ್ಯವನ್ನು ಸ್ಥಾಪಿಸಲು ಹಿಂಸಾಮಾರ್ಗವನ್ನು ಕೈಗೊಳ್ಳಲು ಜಾಕೋಬಿಯನ್ ಗುಂಪು ಸಿದ್ಧವಾಯಿತು. ರಾಬಸ್ಪಿಯರ್‌ನು ವರ್ಸೇಲ್ಸ್ ಜಿಲ್ಲೆಯ ನ್ಯಾಯಾಧೀಶನಾಗಿ ಚುನಾಯಿತಗೊಂಡನು ಮತ್ತು 1791ರಷ್ಟರಲ್ಲಿ ರಾಷ್ಟ್ರೀಯಸಭೆಯ ಪ್ರಭಾವಿ ವ್ಯಕ್ತಿಯಾಗಿ ಬೆಳೆದನು. ರಾಬಸ್ಪಿಯರ್‌ನು 16ನೇ ಲೂಯಿಯನ್ನು ದೇಶ ದ್ರೋಹಿಯೆಂದು ಆರೋಪಿಸಿ ದೊರೆಯ ವಿಚಾರಣೆಗಾಗಿ ಆಗ್ರಹ ಪಡಿಸಿದನು. ರಾಜನ ವಿಚಾರಣೆಯ ಬಗ್ಗೆ ಮಂದಗಾಮಿಗಳಾಗಿದ್ದ ಗಿರೋಂಡಿಯನ್ನರನ್ನು ವಿರೋಧಿಸಿ "ರಾಜನು ಸಾಯಬೇಕು ಏಕೆಂದರೆ ದೇಶ ಉಳಿಯಬೇಕು" ಎಂದು ತನ್ನ ಪತ್ರಿಕೆಯಲ್ಲಿ ಪ್ರತಿಪಾದಿಸಿದನು. "ನಾನು ರಾಜನಿಗೆ ಎಂದಿಗೂ ತಲೆಬಾಗಲಾರೆ", "ರಾಜತ್ವದ ನೊಗದ ಅಡಿಯಲ್ಲಿ ಬಾಳಲಾರೆ" ಎಂದು ಘೋಷಿಸಿದನು. ವಿದೇಶಿ ಧಾಳಿ ಮತ್ತು ಆರ್ಥಿಕ ದುಸ್ಥಿತಿಯಿಂದ ಫ್ರಾನ್ಸ್ ದೇಶ ಗಂಡಾಂತರಕ್ಕೀಡಾಯಿತು. ಆಂತರಿಕ ಮತ್ತು ಬಾಹ್ಯ ವಿಪತ್ತುಗಳಿಂದ ದೇಶವನ್ನು ಮತ್ತು ಗಣರಾಜ್ಯವನ್ನು ಸಂರಕ್ಷಿಸಲು ಭಯಾನಕ ಆಡಳಿತವೇ ಸೂಕ್ತವೆಂದು ಘೋಷಿಸಿ ಸಾರ್ವಜನಿಕ ರಕ್ಷಣಾ ಸಮಿತಿಯಂತಹ ಅನೇಕ ಸಮಿತಿಗಳನ್ನು ರಚಿಸಲಾಯಿತು.

ಸಾರ್ವಜನಿಕ ರಕ್ಷಣಾ ಸಮಿತಿಯ ಮುಖ್ಯಸ್ಥನಾಗಿ ರಾಬಸ್ಪಿಯರ್‌ನು ಸಮಸ್ತ ಫ್ರಾನ್ಸ್‌ನ ಅಧಿಕಾರವನ್ನು ವಹಿಸಿಕೊಂಡು ಪ್ರಜೆಗಳಿಗೆ "ನೀವು ಈಗ ಕೇವಲ ರಾಬಸ್ಪಿಯರ್‌ನನ್ನು ಮಾತ್ರ ಅನುಸರಿಸಿ" ಎಂದು ಕರೆ ನೀಡಿದನು. ಭಯಾನಕ ಆಳ್ವಿಕೆಯಲ್ಲಿ ಮೊದಮೊದಲು ಕ್ರಾಂತಿ ವಿರೋಧಿಗಳಾದ ನೊಬಲ್ಲರು, ಪಾದ್ರಿಗಳು ಮತ್ತು ರಾಜಪ್ರಭುತ್ವವಾದಿಗಳನ್ನು ಬಲಿತೆಗೆದುಕೊಂಡು ನಂತರ ವ್ಯಾಪಾರಿಗಳು, ರೈತರು, ಸ್ತ್ರೀಯರು ಮಕ್ಕಳೆಂಬ ಭೇದವಿಲ್ಲದೆ ಅನುಮಾನ ಬಂದವರನ್ನೆಲ್ಲರನ್ನು ಗಿಲೋಟಿನ್ ಯಂತ್ರಕ್ಕೆ ಬಲಿಕೊಡಲಾಯಿತು. ಯುದ್ಧದಲ್ಲಿ ಸೋತುಬಂದ ಸೈನಿಕರಿಗೂ ಸೇನಾಧಿಪತಿಗಳಿಗೂ ಗಿಲೋಟಿನ್ ಶಿಕ್ಷೆ ವಿಧಿಸಲಾಯಿತು. ಸೇನಾಧಿಕಾರಿಗಳಿಗೆ ನೀಡಿದ "ವಿಜಯಗಳಿಸಿ ಇಲ್ಲವೇ ಮರಣ ಹೊಂದಿ" ಎಂಬ ಕಟ್ಟಾಜ್ಞೆಯಿಂದ ಸೈನಿಕ ವಲಯ ಭೀತಿಗೊಂಡಿತು. ವೈಯುಕ್ತಿಕ ಹಕ್ಕನ್ನು ಮೊಟಕುಗೊಳಿಸಿ ಪ್ರತಿಯೊಬ್ಬರೂ ದೇಶಕ್ಕಾಗಿ ದುಡಿಯಬೇಕೆಂದು ಘೋಷಿಸಲಾಯಿತು. ಇದರಿಂದಾಗಿ ರಾಬಸ್ಪಿಯರನನ್ನು ವಿರೋಧಿಸುವ ಗುಂಪೊಂದು ಸಿದ್ಧಗೊಂಡು ಅವನನ್ನು ನಾಶಮಾಡಲು ಒಳಸಂಚು ನಡೆಸಿತು. ರಾಬಸ್ಪಿಯರ್‌ನು ಹರ್ಬರ್ಟ್, ಡಾಂಟನ್ ಮುಂತಾದ ತನ್ನದೇ ಪಕ್ಷದ ನಾಯಕರನ್ನು ಗಿಲೋಟಿನ್‌ಗೆ ನೀಡಿದ್ದು ಅವನನ್ನು ನಾಶಗೊಳಿಸಲು ಅವನ ಪಕ್ಷದವರೇ ಯೋಚಿಸುವಂತೆ ಮಾಡಿತು.

ರಾಷ್ಟ್ರೀಯ ಸಮಿತಿಯು 1794ರ ಜುಲೈ 27ರಂದು ರಾಬಸ್ಪಿಯರ್ ಮತ್ತು ಅವನ ಅನುಯಾಯಿಗಳನ್ನು ಬಂಧಿಸಲು ಆಜ್ಞಾಪಿಸಿತು. ಅದನ್ನು ವಿರೋಧಿಸಿ ರಾಬಸ್ಪಿಯರ್‌ನು ಹೋಟೆಲ್ ಡಿ. ವಿಲ್ಲಗೆ ಹೋಗಿ ರಕ್ಷಣೆ ಪಡೆದರೂ ರಾಷ್ಟ್ರೀಯ ಸಮಿತಿ ಸೇನೆಯು ಅವನನ್ನು ಬಂಧಿಸಿತು. ಪ್ಯಾರಿಸ್‌ನ ಜನತೆ "ಸರ್ವಾಧಿಕಾರವನ್ನು ಗಿಲೋಟಿನ್‌ಗೆ ಕೊಡಿ"ಎಂದು ಘೋಷಣೆ ಕೂಗಿತು. ನಂತರ ನಡೆದ ವಿಚಾರಣೆಯಲ್ಲಿ ರಾಬಸ್ಪಿಯರ್‌ನ ಸಹಿ ಪಡೆದು ಅವನನ್ನು ಗಿಲೋಟಿನ್‌ಗೆ ಬಲಿಕೊಡಲಾಯಿತು.

* * * * *

ಅಧ್ಯಾಯ : 11

ನೆಪೋಲಿಯನ್ ಬೋನಾಪಾರ್ಟೆ (1769–1821)

ನೆಪೋಲಿಯನ್ನನ ಬಾಲ್ಯ ಮತ್ತು ವಿದ್ಯಾಭ್ಯಾಸ

ನೆಪೋಲಿಯನ್ ಬೋನಾಪಾರ್ಟೆ 1769ರ ಆಗಸ್ಟ್ 15ರಂದು ಕಾರ್ಸಿಕಾ ದ್ವೀಪದ ಅಜಾಸಿಯೋ ಎಂಬ ನಗರದಲ್ಲಿ ಜನಿಸಿದನು. ಇವನ ಜನನಕ್ಕಿಂತ ಸ್ವಲ್ಪ ಹಿಂದೆ ಈ ದ್ವೀಪವನ್ನು ಫ್ರಾನ್ಸ್ ಸರ್ಕಾರವು ಜಿನೇವಾದಿಂದ ಕೊಂಡುಕೊಂಡಿತ್ತು. ನೆಪೋಲಿಯನ್ನನ ಮನೆತನವು ಇಟಲಿಯ ಮೂಲದವರಾಗಿದ್ದರೂ ಎರಡೂವರೆ ಶತಮಾನಗಳಿಂದ ಕಾರ್ಸಿಕಾ ದ್ವೀಪದಲ್ಲೇ ನೆಲೆಸಿದವರಾಗಿದ್ದರಿಂದ ಫ್ರಾನ್ಸ್‌ನ ಪೌರರಾಗಿದ್ದರು. ನೆಪೋಲಿಯನ್ನನ ತಂದೆ ಚಾರ್ಲ್ಸ್‌ಬೋನಾಪಾರ್ಟೆ ಮತ್ತು ತಾಯಿ ಲೆಟೇಷಿಯಾ ರೆಮೊಲಿನೊ. ಚಾರ್ಲ್ಸ್‌ಬೋನಾಪಾರ್ಟೆ ವಕೀಲಿ ವೃತ್ತಿಯನ್ನು ಅನುಸರಿಸುತ್ತಿದ್ದು ಕೆಳವರ್ಗಕ್ಕೆ ಸೇರಿದ್ದನು. ನೆಪೋಲಿಯನ್ನನ ತಾಯಿ ದೃಢ ಮನಸ್ಕಳು ಅಸಾಧಾರಣ ಕರ್ತೃತ್ವಶಕ್ತಿಯುಳ್ಳವಳೂ ಆಗಿದ್ದಳು. ಈ ದಂಪತಿಗಳ ಹದಿಮೂರು ಮಕ್ಕಳಲ್ಲಿ ನೆಪೋಲಿಯನ್ ಎರಡನೆಯವನು. ನೆಪೋಲಿಯನ್ನನ ತಂದೆ ಮಹಾನ್ ದೇಶಭಕ್ತನಾಗಿದ್ದು ಅಂದು ಫ್ರಾನ್ಸ್ ಅಧೀನದಲ್ಲಿದ್ದ ಕಾರ್ಸಿಕಾದ ಬಿಡುಗಡೆಗಾಗಿ ಹಂಬಲಿಸಿದ್ದನು. ಇದು ನೆಪೋಲಿಯನ್ನನ ಮೇಲೂ ಪರಿಣಾಮ ಬೀರಿತ್ತು.

ನೆಪೋಲಿಯನ್ನನ ಕುಟುಂಬವು ಕಡುಬಡತನದ ದವಡೆಗೆ ಸಿಕ್ಕಿ ಜರ್ಝರಿತವಾಗಿತ್ತು. ಬಡವಕೀಲನಾದ ಚಾರ್ಲ್ಸ್ ಬೋನಾಪಾರ್ಟೆಗೆ ಸಂಸಾರವನ್ನು ನಿರ್ವಹಿಸುವುದೇ ಹೊರೆಯಾಗಿರುವಾಗ ಮಕ್ಕಳಿಗೆ ವಿದ್ಯಾಭ್ಯಾಸ ಕೊಡಿಸುವುದಂತೂ ಹೊರಲಾರದ ಹೊರೆಯೇ ಆಗಿತ್ತು. ಅಂತಹ ಕಠಿಣ ಪರಿಸ್ಥಿತಿಯಲ್ಲಿ ನೆಪೋಲಿಯನ್ನನ ತಂದೆ ತೀರಿಕೊಂಡು ಸಂಸಾರದ ಹೊರೆ ತಾಯಿ ಲಿಟೇಷಿಯಾ ರೆಮೊಲಿನೊ ಮೇಲೆ ಬಿದ್ದಿತು. ಅದೃಷ್ಟದ ರೀತಿಯಲ್ಲಿ ನೆಪೋಲಿಯನ್ನನಿಗೆ ಬ್ರಿಯನ್ ಹಾಗೂ ಪ್ಯಾರಿಸ್ಸಿನ ಸೈನಿಕ ಶಾಲೆಗಳಲ್ಲಿ ವಿದ್ಯಾಭ್ಯಾಸ ಮಾಡಲು ಸರ್ಕಾರದಿಂದ ವಿದ್ಯಾರ್ಥಿವೇತನ ದೊರೆಯಿತು. ಶಾಲಾ ಜೀವನವು ಇವನಿಗೆ ನೆಮ್ಮದಿಯಿಂದ ಕೂಡಿರಲಿಲ್ಲ. ಶಾಲೆಯಲ್ಲಿದ್ದ ಸಂಗಡಿಗರು ಶ್ರೀಮಂತರಾಗಿದ್ದು ಇವನನ್ನು ತುಚ್ಛಭಾವದಿಂದ ಕಾಣುತ್ತಿದ್ದರು. ಮೂಲತಃ ಇಟಲಿಯವನಾದ ನೆಪೋಲಿಯನ್ನನಿಗೆ ಫ್ರೆಂಚ್ ಭಾಷೆಯನ್ನು ಸರಾಗವಾಗಿ ಮಾತನಾಡಲು ಬರುತ್ತಿರಲಿಲ್ಲದುದು ಮೂದಲಿಕೆಗೆ ಕಾರಣವಾಗಿತ್ತು. ಇದರಿಂದಾಗಿ ನೆಪೋಲಿಯನ್ನನು ಸಂಗಡಿಗರಿಂದ ದೂರವಿದ್ದು, ಮಿತಭಾಷಿಯಾಗಿದ್ದನು. ಗಣಿತದಲ್ಲಿ ಇವನು ಪ್ರವೀಣನಾಗಿದ್ದು ಇತಿಹಾಸ ಮತ್ತು ಭೂಗೋಳ ಶಾಸ್ತ್ರಗಳಲ್ಲಿ ಅತೀವ ಆಸಕ್ತಿಯನ್ನು ಹೊಂದಿದ್ದನು.

ಬೋನಾಪಾರ್ಟೆಯು ವಿದ್ಯಾರ್ಥಿಯಾಗಿದ್ದಾಗಲೇ ಕ್ರಾಂತಿಕಾರಿ ದಾರ್ಶನಿಕರಾದ ವಾಲ್ಟೇರ್, ಟರ್ಗೋಟ್ ಮತ್ತು ವಿಶೇಷವಾಗಿ ರೂಸೋನ ಬರಹಗಳನ್ನು ಅಧ್ಯಯನ ಮಾಡಿದ್ದನು. ಇಂತಹ ಬರಹಗಳನ್ನು ಓದಲು ತನ್ನ ಬಿಡುವಿನ ಸಮಯವನ್ನು, ನಿರುದ್ಯೋಗದ ವೇಳೆಯನ್ನು ಉಪಯೋಗಿಸಿಕೊಳ್ಳುತ್ತಿದ್ದನು. ಇತಿಹಾಸವು ಅವನಿಗೆ ಅಚ್ಚುಮೆಚ್ಚಿನ ವಿಷಯವಾಗಿತ್ತು. ಆತನ ಅಭಿಪ್ರಾಯದಲ್ಲಿ ಇತಿಹಾಸವೆಂದರೆ "ಸತ್ಯವನ್ನು ಬೆಳಗುವ ದೀಪ. ಮನಸ್ಸಿನ ದುರಭಿಪ್ರಾಯ, ಕಲ್ಪನೆಗಳನ್ನು ನಿವಾರಿಸುವ ಸಾಧನ"ವೆಂದು ಭಾವಿಸಿದ್ದನು. ನೆಪೋಲಿಯನ್ನನು ಪ್ರಬಂಧಗಳು, ಕಾದಂಬರಿಗಳು ಮತ್ತು ವಿಶೇಷವಾಗಿ ಕಾರ್ಸಿಕಾದ ಇತಿಹಾಸವನ್ನು ಬರೆಯಲು ಪ್ರಯತ್ನಿಸಿದನು. ತನ್ನ ಮಾತೃಭೂಮಿಯ ಪ್ರಸಿದ್ಧ ಇತಿಹಾಸಕಾರನಾಗಬೇಕೆಂಬುದು ಆತನ ಮಹತ್ವಾಕಾಂಕ್ಷೆಯಾಗಿತ್ತು. ಫ್ರಾನ್ಸ್ ಬಗ್ಗೆ ಆತನಿಗೆ ತಿರಸ್ಕಾರ, ದ್ವೇಷವಿದ್ದು ಕಾರ್ಸಿಕಾದ ಸ್ವಾತಂತ್ರ್ಯಕ್ಕಾಗಿ ಹೋರಾಡಬೇಕೆಂಬ ಕನಸನ್ನು ಹೊಂದಿದ್ದನು. ನೆಪೋಲಿಯನ್ನನ "ನನ್ನ ರಾಜ್ಯ ಸಾಯುತ್ತಿದ್ದಾಗ ನಾನು ಜನಿಸಿದೆ" ಎಂಬ ಮಾತು ಅವನ ನೋವು ಮತ್ತು ದೇಶಾಭಿಮಾನವನ್ನು ತಿಳಿಸುತ್ತದೆ.

ನೆಪೋಲಿಯನ್ನನ ಅಭ್ಯುದಯ

ನೆಪೋಲಿಯನ್

ನೆಪೋಲಿಯನ್ನನು ಸೈನಿಕ ಶಾಲೆಯನ್ನು ತ್ಯಜಿಸಿ ತನ್ನ 16ನೇ ವರ್ಷದಲ್ಲಿ ಫ್ರೆಂಚ್ ಸೈನ್ಯದ ಫಿರಂಗಿದಳದಲ್ಲಿ ಸಬ್ ಲೆಫ್ಟಿನೆಂಟ್ ಆಗಿ ಸೇರಿಕೊಂಡನು. ಹದಿನಾರನೇ ಲೂಯಿಯ ಆಳ್ವಿಕೆಯಲ್ಲೂ ಸ್ವಲ್ಪಕಾಲ ಸೇನೆಯಲ್ಲಿ ಸೇವೆ ಸಲ್ಲಿಸಿದನು. ಕೆಳದರ್ಜೆಯ ಸೇನಾಧಿಕಾರಿಯಾಗಿದ್ದ ನೆಪೋಲಿಯನ್ನನಿಗೆ ಅತಿ ಕಡಿಮೆ ವೇತನ ದೊರಕುತ್ತಿದ್ದು ಆತನಿಗೆ ತೃಪ್ತಿಯಿರಲಿಲ್ಲ. ಆತನು ತನ್ನ ತಾಯಿಗೆ ಬರೆದ ಪತ್ರದಲ್ಲಿ "ಪ್ರತಿದಿನ ಮೂರುಗಂಟೆಗೆ ಒಂದೇ ಒಂದು ಊಟ ಮಾಡುತ್ತೇನೆ" ಎಂದು ತನ್ನ ಕಷ್ಟವನ್ನು ತೋಡಿಕೊಂಡಿದ್ದನು. ನೆಪೋಲಿಯನ್ನನು ತನ್ನ ಅಧಿಕ ಸಮಯವನ್ನು ಕಾರ್ಸಿಕಾದಲ್ಲಿ ಕಳೆಯಲು ದೀರ್ಘ ರಜೆಯನ್ನು ಪಡೆಯುತ್ತಿದ್ದನು. ರಜೆ ಮುಗಿದರೂ ವಾಪಾಸಾಗದೇ ಹೋದುದರಿಂದ ಆತನು ಸೈನ್ಯದ ಹುದ್ದೆಯನ್ನು ಕಳೆದುಕೊಂಡನು. ನಂತರ ಜೀವನಾಧಾರಕ್ಕಾಗಿ

ಉದ್ಯೋಗವನ್ನರಸುತ್ತಾ ಅಲೆಮಾರಿಯಾಗಿ ಅಲೆದನು. ತನ್ನ ಗಡಿಯಾರವನ್ನು ಅಡವಿಟ್ಟು ಕಡಿಮೆ ದರ್ಜೆಯ ಹೋಟೆಲುಗಳಲ್ಲಿ ಊಟಮಾಡುತ್ತಾ ಫ್ರಾನ್ಸ್ ಕ್ರಾಂತಿಯ ಕೆಲವು ಪ್ರಮುಖ ಘಟನೆಗಳನ್ನು ಪ್ರತ್ಯಕ್ಷವಾಗಿ ವೀಕ್ಷಿಸಿದನು. ಕ್ರಾಂತಿಯನ್ನು ಹೃತ್ಪೂರ್ವಕವಾಗಿ ಸ್ವಾಗತಿಸಿದ ನೆಪೋಲಿಯನ್ ಗಣರಾಜ್ಯದ ತತ್ವಗಳ ಮಹಾನ್ ಆರಾಧಾಕನಾದನು. ಕಾರ್ನಾಟ್ ಎಂಬ ಸೇನಾಧಿಕಾರಿಯ ಸಹಾಯದಿಂದ 1792ರಲ್ಲಿ ಕ್ರಾಂತಿಕಾರಿ ಸೈನ್ಯವನ್ನು ಸೇರಿದನು. ಪ್ಯಾರಿಸ್ಸಿನ ಜನಸಮೂಹವು ಜೂನ್ 20ರಂದು ಟ್ಯೂಲರೀಸ್ ಅರಮನೆಯ ಮೇಲೆ ಧಾಳಿ ನಡೆಸಿದುದು ಮತ್ತು ಆಗಸ್ಟ್ 10ರ ದಂಗೆಗಳನ್ನು ಸೈನಿಕರು ನೂರಾರು ಜನರನ್ನು ಕೊಲ್ಲುವುದರ ಮೂಲಕ ಚದುರಿಸಬಹುದಿತ್ತು ಎಂಬುದು ಅವನ ಅಭಿಪ್ರಾಯವಾಗಿತ್ತು. ಕ್ರಾಂತಿಯ ನಂತರ ಅಸ್ತಿತ್ವಕ್ಕೆ ಬಂದ ಡೈರಕ್ಟರಿ ಸರ್ಕಾರದ ಕೃಪೆಗೆ ಪಾತ್ರನಾದ ನೆಪೋಲಿಯನ್ ಕ್ಯಾಪ್ಟನ್ ಆಗಿ ನೇಮಕಗೊಂಡನು. ಸರ್ಕಾರದ ಆದೇಶದ ಮೇರೆಗೆ ಬ್ರಿಟನ್ ಕೈವಾಡವಿದ್ದ ಟೋಲಾನ್ ದಂಗೆಯನ್ನು ಅಡಗಿಸುವಲ್ಲಿ ಮತ್ತು ಟೋಲಾನ್ ಬಂದರನ್ನು ಫ್ರಾನ್ಸಿನ ಗಣರಾಜ್ಯಕ್ಕೆ ಮರಳಿ ಗೆದ್ದುಕೊಡುವ ಮೂಲಕ ರಾಷ್ಟ್ರೀಯ ಸಮಿತಿಯನ್ನು ರಕ್ಷಿಸಿ ಅದರ ಕೃಪೆಗೆ ಪಾತ್ರನಾದನು. 1795ರಲ್ಲಿ ಡೈರೆಕ್ಟರಿ ಸರ್ಕಾರಕ್ಕೆ ವಿರುದ್ಧವಾಗಿ ಸಂಭವಿಸಿದ ಪ್ಯಾರಿಸ್ಸಿನ ದಂಗೆಯನ್ನು ನೆಪೋಲಿಯನ್ ಯಶಸ್ವಿಯಾಗಿ ಅಡಗಿಸಿದನು. ವೆಂಡಿಮಿಯಾರ್ ದಂಗೆಯನ್ನು ಅಡಗಿಸುವಲ್ಲಿ ನೆಪೋಲಿಯನ್ ತೋರಿದ ಸಾಹಸದಿಂದ ಸುಪ್ರೀತಗೊಂಡ ಸರ್ಕಾರ ಅವನನ್ನು ಪ್ಯಾರಿಸ್ಸಿನ ಆಂತರಿಕ ರಕ್ಷಣಾಧಿಕಾರಿಯನ್ನಾಗಿ ನೇಮಕಮಾಡಿತು.

ಜೊಸೆಫೈನಳೊಂದಿಗೆ ನೆಪೋಲಿಯನ್ನನ ವಿವಾಹ

ನೆಪೋಲಿಯನ್ನನು ಜೊಸೆಫೈನ್ ಎಂಬ ವಿಧವೆಯ ಸೌಂದರ್ಯಕ್ಕೆ ಮನಸೋತಿದ್ದನು. ಅವಳು ನೆಪೋಲಿಯನ್ನನಿಗಿಂತಲೂ ಆರು ವರ್ಷ ಹಿರಿಯವಳಾಗಿದದಳು. ಅವಳ ಗಂಡನು ಗಿಲೋಟಿನ್‌ಗೆ ಬಲಿಯಾಗಿದ್ದನು. ನೆಪೋಲಿಯನ್ನನ ಪ್ರೀತಿಯ ಮಹಾಪೂರಕ್ಕೆ ಆಕೆ ಮನಸೋತಿದ್ದಳು. "ನನ್ನ ಖಡ್ಗ ನನ್ನೊಂದಿಗಿದೆ ಅದರ ಸಹಾಯದೊಂದಿಗೆ ನಾನು ಎಲ್ಲಿಗೆ ಬೇಕಾದರು ತಲುಪಬಲ್ಲೇ" ಎಂಬ ನೆಪೋಲಿಯನ್ನನ ಮಾತುಗಳು ಆಕೆ ಆತನ ಮೇಲೆ ವಿಶ್ವಾಸವಿಡಲು ಕಾರಣವಾದವು. ಜೊಸೆಫೈನಳೇ ಬರೆದಿರುವಂತೆ "ಅತಿಶಯೋಕ್ತಿಯ ಆತನ ಮಾತುಗಳು ನನ್ನ ಮೇಲೆ ಎಂತಹ ಪ್ರಭಾವವನ್ನು ಬೀರಿವೆ ಎಂದರೆ ಈ ವ್ಯಕ್ತಿಗೆ ಅಸಾಧ್ಯವೆಂಬುದಿಲ್ಲ ಮತ್ತು ಈತನ ಕಲ್ಪನಾಶಕ್ತಿಯನ್ನು ನೋಡಿದರೆ ಇವನು ಕೈಗೊಳ್ಳುವ ಕಾರ್ಯವನ್ನು ಊಹಿಸಲು ಯಾರಿಗೂ ಸಾಧ್ಯವಿಲ್ಲ" ಎಂದು ಅಭಿಪ್ರಾಯಪಟ್ಟಿದ್ದಳು. ನೆಪೋಲಿಯನ್ನನು 1796ರ ಮಾರ್ಚ್ 9ರಂದು ಜೊಸೆಫೈನಳನ್ನು ವಿವಾಹವಾದನು. ವಿವಾಹಕ್ಕೆ ಎರಡು ದಿನ ಮುನ್ನ ನೆಪೋಲಿಯನ್ನನನ್ನು ಇಟಲಿಯಲ್ಲಿದ್ದ ಫ್ರಾನ್ಸಿನ ಸೈನ್ಯದ ಸೇನಾಧಿಪತಿಯನ್ನಾಗಿ ನೇಮಕಮಾಡಲಾಗಿತ್ತು.

ಇಟಲಿಯ ದಂಡಯಾತ್ರೆ (ಆಸ್ಟ್ರಿಯಾದೊಡನೆ ಯುದ್ಧ) 1796–97

ಇಟಲಿಯ ದಂಡಯಾತ್ರೆ ನೆಪೋಲಿಯನ್ನನಿಗೆ ತನ್ನ ಸಂಪೂರ್ಣ ಶಕ್ತಿ ಸಾಮರ್ಥ್ಯಗಳನ್ನು, ಸೈನಿಕ ಚಾಣಾಕ್ಷತೆಯನ್ನು ಪ್ರದರ್ಶಿಸಲು ಉತ್ತಮ ಅವಕಾಶ ಒದಗಿಸಿತು. "ಒಂದಲ್ಲ ಒಂದು ದಿನ ಈ ಚಿಕ್ಕ ದ್ವೀಪವು ಯೂರೋಪನ್ನು ಚಕಿತಗೊಳಿಸುತ್ತದೆ ಎಂಬುದು ನನ್ನ ನಿರೀಕ್ಷೆ" ಎಂದು ಕಾರ್ಸಿಕಾ ದ್ವೀಪದ ಬಗ್ಗೆ ರೂಸೋ ನುಡಿದಿದ್ದ ಭವಿಷ್ಯ ನಿಜವಾಯಿತು. ಇಟಲಿಯ ದಂಡಯಾತ್ರೆಯು ನೆಪೋಲಿಯನ್ನನ ಉದಯಕ್ಕೆ ಮತ್ತು ಫ್ರಾನ್ಸಿನ ಹಾಗೂ ಯೂರೋಪಿನ ಚರಿತ್ರೆಯಲ್ಲಿ ಹೊಸದೊಂದು ಅಧ್ಯಾಯದ ಅನಾವರಣಕ್ಕೆ ಕಾರಣವಾಯಿತು.

ಮೂರು ವರ್ಷಗಳಿಂದ ರಣರಂಗದಲ್ಲಿದ್ದ ಫ್ರಾನ್ಸಿನ, ಇಟಲಿಯ ಪಡೆಗಳಲ್ಲಿ ಅನೇಕ ಹಿರಿಯರು, ಹೆಸರುವಾಸಿ ದಂಡನಾಯಕರುಗಳಿದ್ದರು. ಅವರುಗಳಿಗಿಂತ ಕಿರಿಯವನೂ, ಪ್ಯಾರಿಸ್ಸಿನ ಬೀದಿಗಳಲ್ಲಿ ನಡೆದ ಕಾಳಗಗಳಲ್ಲಿ ಪರಾಕ್ರಮವನ್ನು ತೋರಿ ದಂಡನಾಯಕನಾದ ನೆಪೋಲಿಯನ್ನನ ನೇಮಕಾತಿಯನ್ನು ಅವರು ಮೆಚ್ಚಿರಲಿಲ್ಲ. ಆದರೆ ಬಡ ದೇಹದ, ಚಿಕ್ಕವನಾಗಿ ಹಾಗೂ ರೋಗಗ್ರಸ್ತನಂತೆ ತೋರುತ್ತಿದ್ದ ತರುಣ ನೆಪೋಲಿಯನ್ ಅವರೆಲ್ಲರ ಮೇಲೆ ಹತೋಟಿ ಮತ್ತು ಗೌರವವನ್ನು ಸಂಪಾದಿಸುವುದರಲ್ಲಿ ಸಫಲನಾದನು. ಬಹುಕಾಲ ನಿಷ್ಕ್ರಿಯರಾಗಿದ್ದು, ಕಾಲಹರಣ ಮಾಡುತ್ತಿದ್ದ ಸೈನಿಕರಲ್ಲಿ ಹೊಸ ಧೈರ್ಯೋತ್ಸಾಹಗಳನ್ನು ಉಕ್ಕಿಸಿದನು. ನೆಪೋಲಿಯನ್ನನು ಅನ್ನ ಬಟ್ಟೆಗಳ ಕೊರತೆಯಿಂದ ನಲುಗಿದ್ದ ಯೋಧರನ್ನು ಕುರಿತು ಮಾಡಿದ ಉತ್ಸಾಹಿ ಭಾಷಣಗಳು ಮುಂದೆ ಅನೇಕ ಜಯಗಳಿಗೆ ಕಾರಣವಾಯಿತು.

1796 ಏಪ್ರಿಲ್‌ನಿಂದ 1797ನೇ ಏಪ್ರಿಲ್‌ವರೆಗೆ ಮುಂದುವರೆದ ಬೋನಾಪಾರ್ಟಿಯ ಇಟಲಿಯ ದಂಡಯಾತ್ರೆಯನ್ನು ಸಿ.ಡಿ. ಹೇಜನ್‌ರವರು "ಯುದ್ಧ ನಿಪುಣರ ದೃಷ್ಟಿಯಲ್ಲಿ ಯುದ್ಧ ತಂತ್ರದ ಸರ್ವೋತ್ಕೃಷ್ಟ ಕೃತಿ ಹಾಗೂ ಮಾದರಿಯ ಉದಾಹರಣೆಯಾಗಿ ಇಂದಿಗೂ ಉಳಿದಿದೆ" ಎಂದು ಅಭಿಪ್ರಾಯಪಟ್ಟಿದ್ದಾರೆ.

ಯೂರೋಪಿನ ಒಕ್ಕೂಟದ ಶತ್ರುಗಳನ್ನು ಹೊಡೆದಟ್ಟುವುದರಲ್ಲಿ ಫ್ರಾನ್ಸ್ ಯಶಸ್ವಿಯಾದರೂ ಇಂಗ್ಲೆಂಡ್ ಮತ್ತು ಆಸ್ಟ್ರಿಯಾಗಳು ಯುದ್ಧ ಮುಂದುವರೆಸಿದ್ದವು. ಇಟಲಿಯ ದಂಡಯಾತ್ರೆಯನ್ನು ಡೈರೆಕ್ಟರಿ ಸರ್ಕಾರವು ಕೈಗೊಳ್ಳಲು ಯೋಜಿಸಿದ

ಮುಖ್ಯ ಉದ್ದೇಶ ಆಸ್ಟ್ರಿಯಾವನ್ನು ಸೋಲಿಸುವುದಾಗಿತ್ತು. ಮೊರಿಯೋ ಮತ್ತು ಜೋರ್ಡೈನ್ ಎಂಬುವವರ ನಾಯಕತ್ವದಲ್ಲಿ ಎರಡು ಸೇನಾಪಡೆಗಳು ಆಸ್ಟ್ರಿಯಾದ ರಾಜಧಾನಿಯಾದ ವಿಯನ್ನಾವನ್ನು ಆಕ್ರಮಿಸುವಂತೆಯೂ, ನೆಪೋಲಿಯನ್ನನ ನೇತೃತ್ವದ ಸೈನ್ಯವು ಇಟಲಿಯಲ್ಲಿದ್ದ ಆಸ್ಟ್ರಿಯಾದ ಪ್ರದೇಶಗಳನ್ನು ಆಕ್ರಮಿಸುವಂತೆ ಸೂಚನೆ ಕೊಡಲಾಗಿತ್ತು. ಇಟಲಿಯಲ್ಲಿ ಆಸ್ಟ್ರಿಯಾವು ಪ್ರಭಾವ ಹೊಂದಿದ್ದು ಲ್ಯಾಂಬೋರ್ಡಿ ಮತ್ತು ವೆನೀಷಿಯಾ ಪ್ರಾಂತ್ಯಗಳು ಆಸ್ಟ್ರಿಯಾದ ಒಡೆತನದಲ್ಲಿದ್ದವು. ಅಲ್ಲದೆ ಇಟಲಿಯ ಅನೇಕ ರಾಜ್ಯಗಳಲ್ಲಿ ಹ್ಯಾಪ್ಸ್‌ಬರ್ಗ್ ಮನೆತನದ ರಾಜಕುಮಾರರು ಆಳುತ್ತಿದ್ದುದು ಆಸ್ಟ್ರಿಯಾದ ಪರೋಕ್ಷ ಒಡೆತನಕ್ಕೆ ಕಾರಣವಾಗಿತ್ತು. ನೆಪೋಲಿಯನ್ನನು ಆಲ್ಪ್ಸ್ ಪರ್ವತ ಶ್ರೇಣಿಯ ಮೂಲಕ ಇಟಲಿಯನ್ನು ಪ್ರವೇಶಿಸಿದನು. ಸಾರ್ಡೀನಿಯಾ ಹಾಗೂ ಆಸ್ಟ್ರಿಯಾಗಳ ಒಕ್ಕೂಟದ ಸೈನ್ಯ 7,00,000 ದಷ್ಟಿದ್ದು ನೆಪೋಲಿಯನ್ನನ ಸೈನ್ಯ ಅದರ ಅರ್ಧದಷ್ಟಿತ್ತು. ಆದುದರಿಂದ ವೈರಿಗಳ ಸೈನ್ಯ ಒಗ್ಗೂಡಲು ಅವಕಾಶ ನೀಡದೆ ಸಾರ್ಡೀನಿಯಾ ಹಾಗೂ ಆಸ್ಟ್ರಿಯಾ ಪಡೆಗಳ ಮಧ್ಯೆ ನುಸುಳಿ ಮೊಂಡವಿ ಎಂಬ ಯುದ್ಧದಲ್ಲಿ ಸಾರ್ಡೀನಿಯವನ್ನು ಸೋಲಿಸಿದನು. ಇದರಿಂದಾಗಿ ನೀಸ್ ಮತ್ತು ಸವಾಯ್ ಭಾಗಗಳನ್ನು ಫ್ರಾನ್ಸಿಗೆ ಕೊಡುವ ಶಾಂತಿ ಒಪ್ಪಂದಕ್ಕೆ ಸಾರ್ಡೀನಿಯನ್ನರು ಮುಂದಾದರು. ಆಸ್ಟ್ರಿಯಾದ ಅಧೀನದಲ್ಲಿದ್ದ ಲೊಂಬಾರ್ಡಿಯನ್ನು ವಶಪಡಿಸಿಕೊಳ್ಳುವ ಹಾದಿಯಲ್ಲಿ 350 ಅಡಿ ಉದ್ದದ ಲೋದಿ ಸೇತುವೆಯನ್ನು ಪ್ರಾಣದ ಹಂಗು ತೊರೆದು, ಬೆಂಕಿಯುಗುಳುತ್ತಿದ್ದ ತೋಪುಗಳನ್ನು ಎದುರಿಸಿ ತಾನೇ ಮುನ್ನುಗ್ಗಿ ಆಸ್ಟ್ರಿಯನ್ ಸೈನ್ಯವನ್ನು ಸೋಲಿಸಿದುದು ನೆಪೋಲಿಯನ್ನನ ಅವಿಸ್ಮರಣೀಯ ಯುದ್ಧಗಳಲ್ಲೊಂದಾಗಿದೆ. ಈ ಯುದ್ಧದಲ್ಲಿ ನೆಪೋಲಿಯನ್ ತೋರಿದ ಅಸ್ಸೀಮ ಧೈರ್ಯ ಸಾಹಸಗಳಿಂದ ಅವನ ಸೈನಿಕರು ಅವನನ್ನು ಆರಾಧಿಸತೊಡಗಿದರು. ಅಂದಿನಿಂದ ಅವನನ್ನು ಪ್ರೀತಿಯಿಂದ "ಪುಟ್ಟದಂಡನಾಯಕ" ಅಥವಾ "ಲಿಟ್ಲ್ ಕಾರ್ಪೋರಲ್" ಎಂದು ಸಂಬೋಧಿಸಲಾರಂಭಿಸಿದರು. ಇದೇ ವೇಳೆಗೆ "ರಿವೋಲಿ"ಎಂಬಲ್ಲಿ ಆಸ್ಟ್ರಿಯನ್ನರ ಮತ್ತೊಂದು ಸೈನ್ಯವನ್ನು ಸೋಲಿಸಲಾಯಿತು. ನಂತರ ಆಸ್ಟ್ರಿಯನ್ನರು ರಕ್ಷಣೆ ಪಡೆದಿದ್ದ ಮಾಂಟುವ ಕೋಟೆಯನ್ನು ವಶಪಡಿಸಿಕೊಳ್ಳುವ ಮೂಲಕ ವಿಯನ್ನಾದ ಹೆಬ್ಬಾಗಿಲಿನಂತಿದ್ದ ಆಯಕಟ್ಟಿನ ಪ್ರದೇಶವನ್ನು ವಶಪಡಿಸಿಕೊಂಡಂತಾಯಿತು. ಅರ್ಕೊಲಾದಲ್ಲಿ ನಿರ್ಣಾಯಕ ಯುದ್ಧವನ್ನು ಗೆದ್ದ ನೆಪೋಲಿಯನ್ ವಿಯೆನ್ನಾದಿಂದ 100 ಮೈಲಿ ದೂರವಿದ್ದ ಲಿಯೋಬೆನ್ ಎಂಬ ಚಿಕ್ಕ ನಗರಕ್ಕೆ ಪ್ರವೇಶಿಸಿದಾಗ ಆಸ್ಟ್ರಿಯಾ ಶಾಂತಿ ಒಪ್ಪಂದಕ್ಕೆ ಮುಂದಾಯಿತು. ಅದರಂತೆ 1797ರ ಅಕ್ಟೋಬರ್ 7 ರಂದು ಕ್ಯಾಂಪೋಪೋರ್ಮಿಯೋ ಶಾಂತಿ ಒಪ್ಪಂದವೇರ್ಪಟ್ಟಿತು.

ಕ್ಯಾಂಪೋಪೋರ್ಮಿಯೊ ಒಪ್ಪಂದ: ಈ ಒಪ್ಪಂದದ ಪರಿಣಾಮವಾಗಿ ಬೆಲ್ಜಿಯಂ ಪ್ರದೇಶಗಳು ಫ್ರಾನ್ಸಿನ ವಶವಾದವು. ಉತ್ತರ ಇಟಲಿಯಲ್ಲಿ ನೆಪೋಲಿಯನ್ನನು "ಸಿಸಲ್ ಪೈನ್" ಎಂಬ ಹೊಸ ಗಣರಾಜ್ಯಗಳನ್ನು ಸ್ಥಾಪಿಸಿದನು. ಅಯೋನಿಯನ್ ದ್ವೀಪಸ್ತೋಮವು ಫ್ರಾನ್ಸ್‌ನ ಅಧೀನಕ್ಕೆ ಬಂದಿತು. ಜರ್ಮನಿಯ ರೈನ್ ನದಿಯ ಎಡ ದಂಡೆಯನ್ನು ಆಸ್ಟ್ರಿಯಾ ಬಿಟ್ಟುಕೊಟ್ಟಿದ್ದಲ್ಲದೆ ಜರ್ಮನಿಯ ರಾಜ್ಯಗಳಲ್ಲಿ ಬದಲಾವಣೆಗಳನ್ನು ಕುರಿತು ರಾಸ್ಟಾಟ್ ಸಭೆಯಲ್ಲಿ ಜರ್ಮನಿ ಮತ್ತು ಫ್ರಾನ್ಸ್ ಪ್ರತಿನಿಧಿಗಳು ಚರ್ಚಿಸುವ ಅವಕಾಶವನ್ನು ನೀಡಲಾಯಿತು. ಹೀಗೆ ಕ್ಯಾಂಪೋಪೋರ್ಮಿಯೊ ಒಪ್ಪಂದವು ನೆಪೋಲಿಯನ್ನನ ರಾಜಕುಶಲತೆಗೆ, ರಾಜತಂತ್ರ ಪ್ರಾವೀಣ್ಯತೆಗೆ ಉದಾಹರಣೆಯಾಗಿದೆ.

ಇಟಲಿಯ ದಂಡಯಾತ್ರೆಯ ಪ್ರಾಮುಖ್ಯತೆಯನ್ನು ಕುರಿತು ಗ್ರಾಂಟ್ ಮತ್ತು ಟೆಂಪರ್ಲಿಯವರು "ನೆಪೋಲಿಯನ್ನನು ಕೈಗೊಂಡ ಎಲ್ಲ ದಂಡಯಾತ್ರೆಗಳಲ್ಲಿ ಇದು ಅತ್ಯಂತ ಪ್ರಮುಖವಾದುದು. ಏಕೆಂದರೆ ಇದುಮೊದಲ ಬಾರಿಗೆ ನೆಪೋಲಿಯನ್ನನ ಧೈರ್ಯ ಮತ್ತು ಪ್ರತಿಭೆ, ತ್ವರಿತ ನಿರ್ಣಯ ಮತ್ತು ಕಾರ್ಯವೈಖರಿಯನ್ನು ಪರಿಚಯಿಸಿತು" ಎಂದಿದ್ದಾರೆ.

ಕ್ಯಾಂಪೋಪೋರ್ಮಿಯೋ ಒಪ್ಪಂದದ ನಂತರ ನೆಪೋಲಿಯನ್ನನೇ ಸೈನಿಕರಿಗಾಗಿ ಹೊರಡಿಸಿದ ಪ್ರಕಟಣೆಯಲ್ಲಿ "ಫ್ರಾನ್ಸ್ ಸೈನ್ಯ ಹನ್ನೆರಡು ತಿಂಗಳಲ್ಲಿ 18 ದೊಡ್ಡ ಯುದ್ಧಗಳು, 65 ಚಿಕ್ಕ ಯುದ್ಧಗಳಲ್ಲಿ ಹೋರಾಡಿದೆ. ನೀವು 30,000,000 ಫ್ರಾಂಕುಗಳನ್ನು ಪ್ಯಾರಿಸ್ಸಿನ ಬೊಕ್ಕಸಕ್ಕೆ ಕಳುಹಿಸಿರುವಿರಿ. 30 ಯುಗಗಳಿಂದ ನಿರ್ಮಾಣವಾಗಿದ್ದ 300 ಉತ್ಕೃಷ್ಟ ಪ್ರಾಚೀನ ಇಟಲಿಯ ಕಲಾಕೃತಿಗಳನ್ನು ತಂದು ಪ್ಯಾರಿಸ್ಸಿನ ವಸ್ತು ಸಂಗ್ರಹಾಲಯವನ್ನು ಶ್ರೀಮಂತಗೊಳಿಸಿರುವಿರಿ. ಮೊದಲ ಬಾರಿಗೆ ಫ್ರಾನ್ಸಿನ ನೌಕೆಗಳು ಏಡ್ರಿಯಾಟಿಕ್ ಸಮುದ್ರದಲ್ಲಿ ತೇಲಾಡುತ್ತಿವೆ" ಎಂಬುದಾಗಿ ಘೋಷಿಸಿದನು. ಇಟಲಿ ದಂಡಯಾತ್ರೆ ಮುಗಿಸಿ ಬಂದ ನೆಪೋಲಿಯನ್ನನಿಗೆ ಪ್ಯಾರಿಸ್‌ನ ಜನತೆ ಅಭಿಮಾನದ ಮಹಾಪೂರವನ್ನೇ ಹರಿಸಿದರು.

ಈಜಿಪ್ಟಿನ ದಂಡಯಾತ್ರೆ (1798)

ಕ್ಯಾಂಪೋಪೋರ್ಮಿಯೊ ಒಪ್ಪಂದದಿಂದಾಗಿ ಆಸ್ಟ್ರಿಯಾ ಫ್ರಾನ್ಸ್ ವಿರುದ್ಧ ಯುದ್ಧರಂಗದಿಂದ ಹಿಂದೆ ಸರಿಯಿತು. ಆದರೆ ಇಂಗ್ಲೆಂಡ್ ಒಂದೇ ಫ್ರಾನ್ಸ್ ವಿರುದ್ಧ ಯುದ್ಧ ಮುಂದುವರಿಸಿತು. ನೆಪೋಲಿಯನ್ನನು ಇಟಲಿ ದಂಡಯಾತ್ರೆಯಿಂದ ಫ್ರಾನ್ಸ್‌ಗೆ ಹಿಂದಿರುಗಿದಾಗ ಜನತೆ ತೋರಿದ ಸ್ವಾಗತ ಕಂಡು ಡೈರೆಕ್ಟರಿ ಸರ್ಕಾರ ಹೆದರಿ ಆತಂಕಗೊಂಡು ಅಪಾಯಕಾರಿಯಾದ ಶತ್ರುವನ್ನು ಸಾಧ್ಯವಾದಷ್ಟು ದೂರದಲ್ಲಿಡಲು ಇಂಗ್ಲೆಂಡಿನ ಮೇಲೆ ಯುದ್ಧಕ್ಕೆ ಹೋಗಲು ಪ್ರೇರೆಪಿಸಿತು. ಬಲಾಢ್ಯವಾದ

ಆಲ್ಪ್ಸ್ ಪರ್ವತದಾಟುತ್ತಿರುವ ನೆಪೋಲಿಯನ್

ನೌಕಾಪಡೆ ಹೊಂದಿ ಇಂಗ್ಲೆಂಡ್ ಮೇಲೆ ನೇರ ಯುದ್ಧ ಮಾಡುವುದು ಮೂರ್ಖತನವಾದಿತೆಂದು ಯೋಚಿಸಿದ ನೆಪೋಲಿಯನ್ ಈಜಿಪ್ಟ್ ಮೇಲೆ ದಂಡಯಾತ್ರೆ ಕೈಗೊಳ್ಳುವುದಾಗಿ ಡೈರೆಕ್ಟರಿ ಸರ್ಕಾರಕ್ಕೆ ತಿಳಿಸಿದನು. ನೆಪೋಲಿಯನ್ನನು ಈಜಿಪ್ಟ್ ಮೇಲೆ ಧಾಳಿ ಮಾಡಲು ಕಾರಣ ಭಾರತವನ್ನೊಳಗೊಂಡಂತೆ ಪೌರ್ವಾತ್ಯ ದೇಶಗಳೊಡನೆ ಬ್ರಿಟನ್ ಇಟ್ಟುಕೊಂಡಿದ್ದ ವಾಣಿಜ್ಯ ಸಂಪರ್ಕವನ್ನು ಮೊಟಕುಗೊಳಿಸುವುದಾಗಿತ್ತು. ನೆಪೋಲಿಯನ್ನನು ಈಜಿಪ್ಟ್‌ನ ಮೇಲೆ ಹತೋಟಿ ಪಡೆಯುವ ಮೂಲಕ ಇಂಗ್ಲೆಂಡಿನ ವ್ಯಾಪಾರಕ್ಕೆ ಪೆಟ್ಟುಬೀಳುವುದೆಂದೂ ಆ ಮೂಲಕ ಇಂಗ್ಲೆಂಡಿನ ಶಕ್ತಿ ಕುಂದುವುದೆಂದು ಭಾವಿಸಿದ್ದನು. ನೆಪೋಲಿಯನ್ನನ ಅಭಿಪ್ರಾಯದಲ್ಲಿ ಇಂಗ್ಲೆಂಡಿನ ಶಕ್ತಿ ಅದರ ಗಣಿಗಳಲ್ಲಾಗಲಿ, ಕಾರ್ಖಾನೆಗಳಲ್ಲಾಗಲಿ, ಬುದ್ಧಿಶಕ್ತಿಗಳಲ್ಲಿರದೆ ಭಾರತದ ಕಲ್ಪನಾತೀತ ಸಂಪತ್ತಿನಲ್ಲಿದೆ ಎಂದರಿತಿದ್ದು ಆ ನಾಡಿಯನ್ನು ಕತ್ತರಿಸಬೇಕೆಂಬುದಾಗಿತ್ತು. ಫ್ರಾನ್ಸಿನ ಎಲ್ಲ ತೊಂದರೆಗಳಿಗೂ ಇಂಗ್ಲೆಂಡ್ ಮೂಲಕಾರಣವಾಗಿರುವುದರಿಂದ ನೆಪೋಲಿಯನ್ ಒಮ್ಮೆ ಹೀಗೆ ಹೇಳಿದ್ದನು. "ನಮ್ಮ ಸರ್ಕಾರವು ಇಂಗ್ಲೆಂಡಿನ ಸಾಮ್ರಾಜ್ಯವನ್ನು ನಿರ್ನಾಮಗೊಳಿಸಬೇಕು. ಇಲ್ಲವಾದರೆ ಆ ದ್ವೀಪಗಳ ಸಾಹಸಿ ಜನರಿಂದ ಸರ್ವನಾಶಕ್ಕೆ ಸಿದ್ಧರಾಗಬೇಕು. ನೌಕಾಪಡೆಯ ಮೇಲೆ ನಮ್ಮೆಲ್ಲ ಶಕ್ತಿಯನ್ನು ಕೇಂದ್ರೀಕರಿಸಿ ಇಂಗ್ಲೆಂಡನ್ನು ಧೂಳಿಪಟ ಮಾಡೋಣ, ಇಂಗ್ಲೆಂಡ್ ಶರಣಾದರೆ ಯೂರೋಪ್ ಖಂಡವೇ ನಮಗೆ ಶರಣು ಬಂದಂತೆ".

ನೆಪೋಲಿಯನ್ನನ ಈಜಿಪ್ಟ್ ದಂಡೆಯಾತ್ರೆಯ ಯೋಜನೆಯನ್ನು ಡೈರೆಕ್ಟರಿ ಸರ್ಕಾರ ಒಪ್ಪಿಕೊಂಡಿತು. ದಂಡೆಯಾತ್ರೆಯ ಸಂಪೂರ್ಣ ಸಿದ್ಧತೆಯನ್ನು ತೀವ್ರವಾಗಿ ಮತ್ತು ಗೌಪ್ಯವಾಗಿ ಮಾಡಲಾಯಿತು. 1798ರ ಮೇ 19ರಂದು ಬೋನಾಪಾರ್ಟಿಯು 38,000 ಸೈನಿಕರು ಹಾಗೂ 400 ಹಡಗು ಪಡೆಯೊಂದಿಗೆ ಟ್ಯೂಲಾನ್ ಬಂದರಿನಿಂದ ಹೊರಟನು. ಇವನ ಸೈನ್ಯದಲ್ಲಿ ಹೆಸರಾಂತ ಸೈನ್ಯಾಧಿಕಾರಿಗಳಲ್ಲದೆ ನೂರಕ್ಕೂ ಹೆಚ್ಚು ವಿಜ್ಞಾನಿಗಳು, ಕಲಾಕಾರರು, ತಂತ್ರಜ್ಞರು ಜೊತೆಗೂಡಿದರು. ಈ ವಿದ್ವಾಂಸರು ದಂಡೆಯಾತ್ರೆಯ ಸಮಯದಲ್ಲಿ ಆ ದೇಶದ ಇತಿಹಾಸ, ಕಲೆ, ಪದ್ಧತಿಗಳು ಮುಂತಾದವನ್ನೊಳಗೊಂಡ "ಈಜಿಪ್ಟ್‌ನ ವಿವರಣೆ" ಅಥವಾ "The description of Egypt" ಎಂಬ ಕೃತಿಯನ್ನು ರಚಿಸುವ ಮೂಲಕ ಈಜಿಪ್ಟ್‌ನ ಅಧ್ಯಯನಕ್ಕೆ ಅನುವು ಮಾಡಿಕೊಟ್ಟರು.

ಭೂಮಧ್ಯ ಸಮುದ್ರದಲ್ಲಿ ಬೀಡುಬಿಟ್ಟಿದ್ದ ಅಡ್ಮಿರಲ್ ನೆಲ್ಸನ್ನನ ಕಣ್ಣು ತಪ್ಪಿಸಿ ಫ್ರಾನ್ಸಿನ ಸೈನ್ಯವನ್ನು ಮಾಲ್ಟ ದ್ವೀಪಕ್ಕೆ ನುಗ್ಗಿಸಿ ಆಕ್ರಮಿಸಿದನು. ನಂತರ ಜುಲೈ 2 ರಂದು ಅಲೆಕ್ಸಾಂಡ್ರಿಯಾವನ್ನು ವಶಪಡಿಸಿಕೊಂಡು ಈಜಿಪ್ಟ್‌ನ ರಾಜಧಾನಿ ಕೈರೋದ ಮೇಲೆ ದಂಡೆತ್ತಿ ನಡೆದನು. ಆದರೆ ಉಷ್ಣತೆಯ ಹಾಹಾಕಾರಕ್ಕೆ ನೆಪೋಲಿಯನ್ನನ ಸೇನೆಯು ಅಪಾರವಾಗಿ ಬಳಲಿತು. ಕೈರೋದಲ್ಲಿ ಪಿರಮಿಡ್ಡುಗಳು ಗೋಚರಿಸುತ್ತಿದ್ದಂತೆ ನೆಪೋಲಿಯನ್ನನು ಸೈನಿಕರನ್ನು ಕುರಿತು "ಈ ಪಿರಮಿಡ್ಡುಗಳ ಶಿಖರಗಳು ಕಳೆದ ನಲವತ್ತು ಶತಮಾನಗಳಿಂದ ನಿಮಗಾಗಿ ಕಾಯುತ್ತಿವೆ". ಎಂಬ ರೋಮಾಂಚನಕಾರಿ ಮಾತುಗಳನ್ನಾಡಿ ಹುರಿದುಂಬಿಸುತ್ತಾ 1798ರ ಜುಲೈ 21 ರಂದು ಕೈರೋದ ಬಳಿ ನಡೆದ ಪಿರಮಿಡ್ಡುಗಳ ಯುದ್ಧದಲ್ಲಿ ಮಾಮೆಲುಕ್ ಸರದಾರರನ್ನು ಸೋಲಿಸಿ ಈಜಿಪ್ಟ್‌ನ ಅಧಿಪತಿಯಾದನು. ಆದರೆ ಅದೇ ವೇಳೆಗೆ ನೈಲ್ ನದಿಯಲ್ಲಿ ಬೀಡುಬಿಟ್ಟಿದ್ದ ಫ್ರಾನ್ಸಿನ ನೌಕೆಗಳನ್ನು ಅಡ್ಮಿರಲ್ ನೆಲ್ಸನ್ನನು ತ್ವರಿತ ದಾಳಿ ನಡೆಸಿ ಅವುಗಳನ್ನು ನಾಶಗೊಳಿಸಿದನು. ನೈಲ್ ಕದನದ ಸೋಲಿನಿಂದಾಗಿ ನೆಪೋಲಿಯನ್ನನು ಫ್ರಾನ್ಸಿನಿಂದ ಸುದ್ಧಿ ಸಂಪರ್ಕವಿಲ್ಲದೆ ಸೆರೆಸಿಕ್ಕಂತಾದನು. ಇದೇ ವೇಳೆಗೆ ಬ್ರಿಟಿಷರ ಚಿತಾವಣೆಯಿಂದ ಟರ್ಕಿಯು ಇವನ ಮೇಲೆ ಯುದ್ದ ಸಾರಿತು.

ಇಂತಹ ಕಠಿಣ ಪರಿಸ್ಥಿತಿಯಲ್ಲೂ ನೆಪೋಲಿಯನ್ನನು ಇನ್ನೂ ಹೆಚ್ಚಿನ ಮಹಾನ್ ಕಾರ್ಯಗಳನ್ನು ಮಾಡಲು ಇಂಗ್ಲಿಷರೇ ಒತ್ತಾಯಿಸುತ್ತಿದ್ದಾರೆಂಬಂತಹ ಉತ್ಸಾಹದ ಮಾತುಗಳನ್ನಾಡುತ್ತಾ ಈಜಿಪ್ಟ್‌ನ ಭಾಗವಾದ ಸಿರಿಯಾದ ಮೇಲೆ ದಂಡಯಾತ್ರೆ ರೂಪಿಸಿದನು. ದಂಡಯಾತ್ರೆಯ ಆರಂಭದಲ್ಲಿ ಎಲ್ ಆರಿಷ್ ಮತ್ತು ಜಾಫಗಳು ನೆಪೋಲಿಯನ್ನನ ಕೈವಶವಾದವು. ಆದರೆ ಆಕ್ರೆ ಎಂಬಲ್ಲಿ ಬ್ರಿಟಿಷ್‌ರ ಸಹಾಯದಿಂದ ಟರ್ಕರು ಎರಡು ತಿಂಗಳು ಉಗ್ರ ಹೋರಾಟ ನೀಡಿ ಕೊನೆಗೆ ಆಕ್ರೆ ವಶವಾಯಿತು. ನೈಸರ್ಗಿಕ ವಿಕೋಪ ಮತ್ತು ಸೈನಿಕ ನಷ್ಟಗಳಿಂದಾಗಿ ಸಿರಿಯಾದಿಂದ ಈಜಿಪ್ಟ್‌ಗೆ ನೆಪೋಲಿಯನ್ ಹಿಂದಿರುಗಲು ತೀರ್ಮಾನಿಸಿದನು. ಹಿಂದಿರುಗುವಾಗ ಅನೇಕ ಕಷ್ಟ ನಷ್ಟಗಳನ್ನು ಎದುರಿಸಿ 5,000 ಸೈನಿಕರನ್ನು ಕಳೆದುಕೊಳ್ಳುವಂತಾಯಿತು. ಕೈರೋಗೆ ಮರಳಿದ ನಂತರವೂ 1799ರ ಜುಲೈ 25ರಂದು ನಡೆದ ಅಬುಕಿರ್ ಯುದ್ದದಲ್ಲಿ

ಅರ್ಕರನ್ನು ನೆಪೋಲಿಯನ್ ಸಂಪೂರ್ಣವಾಗಿ ಸೋಲಿಸಿದನು. ಈ ಜಯವು ನೆಪೋಲಿಯನ್ನನ ಈಜಿಪ್ಟ್ ದಂಡಯಾತ್ರೆಯ ಕೊನೆಯ ಜಯವಾಗಿತ್ತು. ಫ್ರಾನ್ಸ್‌ನಿಂದ ಬಂದ ಕೆಲವು ಸುದ್ದಿಗಳು ಅವನನ್ನು ಫ್ರಾನ್ಸ್‌ಗೆ ಹಿಂದಿರುಗುವಂತೆ ಮಾಡಿದವು. ನೆಪೋಲಿಯನ್ನನು ಸೇನೆಯ ನಾಯಕತ್ವವನ್ನು ಕ್ಲೇಬರ್‌ನಿಗೆ ವಹಿಸಿ ಬ್ರಿಟಿಷ್ ಕಾವಲುಪಡೆಯ ಕಣ್ಣು ತಪ್ಪಿಸಿಕೊಂಡು 1799ರಲ್ಲಿ ಫ್ರಾನ್ಸ್‌ಗೆ ಹಿಂದಿರುಗಿದನು. ಈಜಿಪ್ಟ್ ದಂಡಯಾತ್ರೆಯು ಅಯಶಸ್ವಿಯಾದರೂ ಫ್ರಾನ್ಸ್‌ನ ಜನತೆ ನೆಪೋಲಿಯನ್ನನಿಗೆ ಭವ್ಯ ಸ್ವಾಗತ ಕೋರಿದರು.

ದ್ವಿತೀಯ ಇಟಲಿ ದಂಡಯಾತ್ರೆ (ಆಸ್ಟ್ರಿಯಾದೊಡನೆ ಯುದ್ಧ) 1800

ನೆಪೋಲಿಯನ್ನನು ಈಜಿಪ್ಟ್‌ನಲ್ಲಿದ್ದಾಗ ಇಟಲಿಯ ಭಾಗಗಳನ್ನು ಆಸ್ಟ್ರಿಯನ್ನರು ಪುನಹ ವಶಪಡಿಸಿಕೊಂಡಿದ್ದರು. ಆದ್ದರಿಂದ ಇಟಲಿಯ ಕಳೆದುಹೋದ ಭಾಗಗಳನ್ನು ಮರಳಿ ಪಡೆಯುವ ಉದ್ದೇಶದಿಂದ ಆಸ್ಟ್ರಿಯಾವನ್ನು ಎರಡು ಕಡೆಯಿಂದ ಧಾಳಿ ಮಾಡಲು ಯೋಜಿಸಿದನು. ರೈನ್ ನದಿ ದಂಡೆಯಲ್ಲಿದ್ದ ಆಸ್ಟ್ರಿಯಾದ ಸೈನ್ಯಗಳ ಮೇಲೆ ಧಾಳಿ ಮಾಡಲು ಮೋರಿಯೊ ಎಂಬ ದಂಡನಾಯಕನನ್ನು ಕಳುಹಿಸಿದನು. ಉತ್ತರ ಇಟಲಿಯಲ್ಲಿದ್ದ ಆಸ್ಟ್ರಿಯಾದ ಮತ್ತೊಂದು ಪಡೆಯ ಮೇಲೆ ಧಾಳಿ ಮಾಡಲು ಸ್ವತಃ ತಾನೇ ಹೋದನು. ನೆಪೋಲಿಯನ್ನನು ಸೇಂಟ್ ಬರ್ನಾರ್ಡ್ ಕಣಿವೆಯ ಮೂಲಕ ಹಾದುಹೋಗಿ ಇಟಲಿಯನ್ನು ಪ್ರವೇಶಿಸಿದನು. ಆಸ್ಟ್ರಿಯಾದ ಮುಖ್ಯ ಸೇನಾನೆಲೆಯಾದ ಅಲೆಕ್ಸಾಂಡ್ರಿಯಾದ ಮೇಲೆ ಧಾಳಿ ಮಾಡಿ 1800ರ ಜೂನ್ 14ರಂದು ಮರೆಂಗೊ ಕದನದಲ್ಲಿ ಆಸ್ಟ್ರಿಯನ್ನರನ್ನು ಸೋಲಿಸಿದನು. ಇದರಿಂದಾಗಿ ಫ್ರಾನ್ಸ್ ಕಳೆದುಕೊಂಡಿದ್ದ ಎಲ್ಲ ಪ್ರದೇಶಗಳನ್ನು ಮತ್ತೆ ಪಡೆಯಿತು. ಫ್ರಾನ್ಸ್‌ನ ಮತ್ತೊಬ್ಬ ಸೇನಾನಾಯಕನಾದ ಮೋರಿಯೊ ಜರ್ಮನಿಯಲ್ಲಿ 1800ರ ಡಿಸೆಂಬರ್ 3ರಂದು ಹೋಹೆನ್‌ಲಿಂಡನ್ ಎಂಬಲ್ಲಿ ಆಸ್ಟ್ರಿಯನ್ನರನ್ನು ಸಂಪೂರ್ಣವಾಗಿ ಸೋಲಿಸಿದನು.

ಹೀಗೆ ಎರಡು ಯುದ್ಧಗಳಲ್ಲಿ ಸೋತ ಆಸ್ಟ್ರಿಯ ಶಾಂತಿಗಾಗಿ ಮುಂದೆ ಬಂದಿತು. ಅದರಂತೆ ಫ್ರಾನ್ಸ್ ಮತ್ತು ಆಸ್ಟ್ರಿಯಾದ ನಡುವೆ 1801ರ ಫೆಬ್ರವರಿ 9ರಂದು ಲೂನೆ ವಿಲ್ಲೆ ಒಪ್ಪಂದ'ವಾಯಿತು. ಈ ಒಪ್ಪಂದಿಂದಾಗಿ ರೈನ್ ನದಿಯ ಎಡ ದಂಡೆಯ ಪ್ರದೇಶಗಳು ಫ್ರಾನ್ಸಿಗೆ ದೊರಕಿದವು. ಉತ್ತರ ಇಟಲಿ ಫ್ರೆಂಚರ ಕೈ ವಶವಾಯಿತು. ಲೂನೆವಿಲ್ಲೆ ಒಪ್ಪಂದವು ಹಿಂದಿನ ಕ್ಯಾಂಪೊಫೋರ್ಮಿಯ ಒಪ್ಪಂದದ ಅನೇಕ ಅಂಶಗಳನ್ನೊಳಗೊಂಡಿತ್ತು.

ಇಂಗ್ಲೆಂಡಿನೊಡನೆ ಶಾಂತಿ ಒಪ್ಪಂದ (1802)

ಯೂರೋಪಿನ ರಾಷ್ಟ್ರಗಳ ಎರಡನೇ ಒಕ್ಕೂಟವು ಲೂನೆವಿಲ್ಲೆ ಒಪ್ಪಂದದ ಮೂಲಕ ಆಸ್ಟ್ರಿಯಾ ಹೊರಹೋಗುವುದರೊಂದಿಗೆ ಮುರಿದು ಬಿದ್ದಿತು. ಅದರೂ ಇಂಗ್ಲೆಂಡ್ ಫ್ರಾನ್ಸ್ ವಿರುದ್ಧ ಯುದ್ಧ ಮುಂದುವರಿಸಿತು. ಈ ಎರಡೂ ರಾಷ್ಟ್ರಗಳು ಬಹಳ ಕಾಲ ಯುದ್ಧ ನಿರತರಾಗಿದ್ದರಿಂದ ಬಹು ನಷ್ಟಕ್ಕೀಡಾದವು. ಹಾಗಾಗಿ ಫ್ರಾನ್ಸ್ ಮತ್ತು ಇಂಗ್ಲೆಂಡ್‌ಗಳೆರಡೂ ಶಾಂತಿಯನ್ನು ಬಯಸುತ್ತಿದ್ದವು. ಇದರಿಂದಾಗಿ 1802ರ ಮಾರ್ಚ್ 2ರಂದು ಫ್ರಾನ್ಸ್ ಮತ್ತು ಇಂಗ್ಲೆಂಡ್‌ಗಳು ಅಮೀನ್ಸ್ ಶಾಂತಿ ಒಪ್ಪಂದಕ್ಕೆ ಸಹಿ ಹಾಕಿದವು. ಆಮೀನ್ಸ್ ಒಪ್ಪಂದದ ಪ್ರಕಾರ: 1) ಇಂಗ್ಲೆಂಡ್ ಫ್ರಾನ್ಸಿನ ಗಣರಾಜ್ಯದ ಅಸ್ತಿತ್ವವನ್ನು ಒಪ್ಪಿಕೊಂಡಿತು. 2) ಫ್ರಾನ್ಸಿನಿಂದ ವಶಪಡಿಸಿಕೊಂಡಿದ್ದ ಪ್ರದೇಶಗಳನ್ನು ಇಂಗ್ಲೆಂಡ್ ಬಿಟ್ಟುಕೊಡಲು ಒಪ್ಪಿತು. 3) ಸಿಲೋಲ್ ಮತ್ತು ಟ್ರಿನಿಡಾಡ್‌ಗಳನ್ನು ಇಂಗ್ಲೆಂಡ್ ಉಳಿಸಿಕೊಂಡಿತು. 4) ಫ್ರಾನ್ಸಿಗೆ ಡಚ್ ಹಾಗೂ ಸ್ಪೈನ್‌ನ ಕೆಲವು ವಸಾಹತುಗಳನ್ನು ಇಂಗ್ಲೆಂಡ್ ಮರಳಿ ಒಪ್ಪಿಸಿತು. 5) ಮಾಲ್ಟಾ ಮತ್ತು ಈಜಿಪ್ಟ್‌ಗಳಿಂದ ಇಂಗ್ಲೆಂಡ್ ತನ್ನ ಸೈನ್ಯವನ್ನು ವಾಪಸ್ಸು ಕರೆಸಿಕೊಳ್ಳಲು ಒಪ್ಪಿತು.

ಅಮೀನ್ಸ್ ಒಪ್ಪಂದವು ಫ್ರಾನ್ಸಿಗೆ ಹೆಚ್ಚು ಲಾಭಕರವಾಗಿದ್ದು ಇದರಿಂದಾಗಿ ಫ್ರಾನ್ಸ್‌ಗೆ ಪುರಾತನ ಸಾಮ್ರಾಜ್ಯಕ್ಕಿಂತ ವಿಸ್ತಾರವಾದ ಭೂಭಾಗಗಳು ದೊರೆತವು. ಈ ಒಪ್ಪಂದದ ಬಗ್ಗೆ ಫ್ರಾನ್ಸ್ ಮತ್ತು ಇಂಗ್ಲೆಂಡ್‌ಗಳೆರಡೂ ಸಂತೋಷ ವ್ಯಕ್ತಪಡಿಸಿದವು. ಆದರೆ ಈ ಒಪ್ಪಂದದಲ್ಲಿ ಫ್ರೆಂಚರು ಆಕ್ರಮಿಸಿದ್ದ ಬೆಲ್ಜಿಯಂ ಮತ್ತು ರೈನ್ ನದಿಯ ಎಡದಂಡೆಯ ಬಗ್ಗೆ ಮೌನದಿಂದಿದ್ದುದು ಭಿನ್ನಾಭಿಪ್ರಾಯಕ್ಕೆ ಕಾರಣವಾಗಿ ಒಂದೇ ವರ್ಷದಲ್ಲಿ ಮತ್ತೆ ಈ ಎರಡೂ ರಾಷ್ಟ್ರಗಳು ಯುದ್ಧ ನಿರತವಾಗಿದ್ದವು.

ಚಕ್ರವರ್ತಿಯಾಗಿ ನೆಪೋಲಿಯನ್

ನೆಪೋಲಿಯನ್ನನು ಗಳಿಸಿದ ಸೈನಿಕ ವಿಜಯಗಳು ಆತನನ್ನು ಫ್ರಾನ್ಸಿನಾದ್ಯಂತ ಜನಪ್ರಿಯನನ್ನಾಗಿಸಿದವು. ಗ್ರಾಂಟ್ ಮತ್ತು ಟೆಂಪರ್ಲಿಯವರು ತಿಳಿಸುವಂತೆ "ಅವನು ಯಾವ ಪರಿಸ್ಥಿತಿಯಲ್ಲಿಯೇ ಆಗಲಿ ಮತ್ತು ಯಾವ ದೇಶದಲ್ಲಿಯೇ ಆಗಲಿ ತನಗಾಗಿ ಉನ್ನತ ಸ್ಥಾನವನ್ನು ಗಳಿಸಿಕೊಳ್ಳುವ ಮಹಾವ್ಯಕ್ತಿಯಾಗಿದ್ದನು" ಎಂದಿದ್ದಾರೆ. ಫ್ರಾನ್ಸ್ ಕ್ರಾಂತಿ ನಡೆಯುತ್ತಿರುವಾಗಲೇ ಎಡ್ಮಂಡ್ ಬರ್ಕ್ ಈ ಕೆಳಕಂಡಂತೆ ಭವಿಷ್ಯ ನುಡಿದಿದ್ದನು. "ಒಬ್ಬ ಜನಪ್ರಿಯ ಸೇನಾನಿ ಸೈನಿಕರನ್ನು ಸಂಮೋಹನಗೊಳಿಸಿ

ಅವರನ್ನು ತನ್ನೆಡೆಗೆ ಸೆಳೆದುಕೊಂಡು ನಿಮ್ಮ ಪ್ರಭುವಾಗುತ್ತಾನೆ. ನಿಮ್ಮ ರಾಜನ ಪ್ರಭುವಾಗುತ್ತಾನೆ ಮತ್ತು ನಿಮ್ಮ ಗಣರಾಜ್ಯದ ಪ್ರಭುವಾಗುತ್ತಾನೆ" ಎಂಬ ಮಾತುಗಳು ಈಗ ನಿಜವಾಗಲಾರಂಭಿಸಿದವು.

1802ರಲ್ಲಿ ಮೊದಲ ಕಾನ್ಸುಲ್ ಆಗಿ ಅಧಿಕಾರವನ್ನು ಕೇಂದ್ರೀಕರಿಸಿಕೊಂಡ ನೆಪೋಲಿಯನ್ ತನ್ನ ಅಧಿಕಾರವನ್ನು ಭದ್ರಪಡಿಸಿಕೊಳ್ಳಲು ಹತ್ತು ವರ್ಷಗಳ ಅಧಿಕಾರಾವಧಿಯನ್ನು ಉತ್ತರಾಧಿಕಾರಿ ನೇಮಿಸುವ ಹಕ್ಕಿನೊಂದಿಗೆ ಜೀವಾವಧಿ ಕಾಲಕ್ಕೆ ಏರಿಸಿಕೊಂಡನು. ನೆಪೋಲಿಯನ್ನನಿಗೆ ವಿಧೇಯವಾಗಿದ್ದ ಶಾಸನಸಭೆಯು 1804ರಲ್ಲಿ ಹೊಸ ಸಂವಿಧಾನದಲ್ಲಿ ತಿದ್ದುಪಡಿಯೊಂದನ್ನು ಮಾಡಿ ನೆಪೋಲಿಯನ್ನನನ್ನು ಫ್ರಾನ್ಸಿನ ಜನತೆಯ ಸಾಮ್ರಾಟನೆಂದು ಘೋಷಿಸಿತು. ಜನತೆಯು ಮತಹಾಕುವುದರ ಮೂಲಕ ಪ್ರಚಂಡ ಬೆಂಬಲ ಸೂಚಿಸಿದರು. ಹಂತಹಂತವಾಗಿ ಅಧಿಕಾರದ ಔನ್ನತ್ಯಕ್ಕೇರಿದ ನೆಪೋಲಿಯನ್ನನು "ನೆಲದ ಮೇಲೆ ಹೊರಳಾಡುತ್ತಿದ್ದ ಫ್ರಾನ್ಸಿನ ರಾಜಮುಕುಟವನ್ನು ಕಂಡು ಅದನ್ನು ಖಡ್ಗದಿಂದ ಎತ್ತಿಕೊಂಡೆ" ಎಂದು ಹೇಳಿದ್ದಾನೆ.

ಚಕ್ರವರ್ತಿ ನೆಪೋಲಿಯನ್ನನ ಯುದ್ಧಗಳು

ನೆಪೋಲಿಯನ್ನನು ಚಕ್ರವರ್ತಿಯಾಗಿದ್ದ ವರ್ಷಗಳೆಲ್ಲ ಯುದ್ಧಗಳಿಂದಲೇ ಕೂಡಿದ್ದವು. ಅಮೀನ್ಸ್ ಶಾಂತಿ ಒಪ್ಪಂದವು ಒಂದು ವರ್ಷದಲ್ಲೇ ಮುರಿದು ಬಿದ್ದಿತು. ನೆಪೋಲಿಯನ್ನನು ಇಟಲಿ ಮತ್ತು ಹಾಲೆಂಡ್ ದೇಶಗಳ ಆಂತರಿಕ ವಿಷಯಗಳಲ್ಲಿ ತಲೆಹಾಕಿದುದು ಮತ್ತು ಫ್ರಾನ್ಸ್ ಅತಿಬೇಗನೆ ಪ್ರಾದೇಶಿಕ ವಿಸ್ತರಣೆಯಿಂದಾಗಿ ರಾಜಕೀಯವಾಗಿ ಪ್ರಾಮುಖ್ಯತೆಗೆ ಬಂದುದು ಇಂಗ್ಲೆಂಡ್ ಮತ್ತಿತರ ರಾಷ್ಟ್ರಗಳಲ್ಲಿ ಮಾತ್ಸರ್ಯಕ್ಕೆ ಕಾರಣವಾಯಿತು. ಲೂನೆವಿಲ್ಲೆ ಒಪ್ಪಂದದ ಪ್ರಕಾರ ಸ್ವತಂತ್ರವಾಗಿದ್ದ ರಾಷ್ಟ್ರಗಳನ್ನು ಸಹ ನೆಪೋಲಿಯನ್ನನು ಫ್ರಾನ್ಸಿನ ಆಶ್ರಿತ ರಾಜ್ಯಗಳೆಂದು ಪರಿಗಣಿಸಿದನು. ಫ್ರಾನ್ಸ್‌ನೊಂದಿಗೆ ಶಾಂತಿ ಒಪ್ಪಂದವಾದರೆ ವ್ಯಾಪಾರ ಹಾಗೂ ಕೈಗಾರಿಕೆಗಳನ್ನು ಊರ್ಜಿತಗೊಳಿಸಬಹುದೆಂಬ ಇಂಗ್ಲೆಂಡಿನ ನಿರೀಕ್ಷೆ ನೆಪೋಲಿಯನ್ನನ ಕ್ರಮಗಳಿಂದ ಸುಳ್ಳಾಯಿತು. ಫ್ರಾನ್ಸಿನ ವ್ಯಾಪಾರ ಮತ್ತು ಉದ್ದಿಮೆಗಳನ್ನು ಬಲಗೊಳಿಸಲು ವಿದೇಶಿ ವಸ್ತುಗಳ ಮೇಲೆ ಅಧಿಕ ತೆರಿಗೆಗಳನ್ನು ವಿಧಿಸಿದನು. ಇದರಿಂದಾಗಿ ಇಂಗ್ಲೆಂಡ್ ಯೂರೋಪಿನ ಮಾರುಕಟ್ಟೆಗಳನ್ನು ಕಳೆದುಕೊಳ್ಳಬೇಕಾಯಿತು.

ಇವುಗಳೆಲ್ಲದರ ಜೊತೆಗೆ ನೆಪೋಲಿಯನ್ನನ ಯೂರೋಪನ್ನೆ ಗೆಲ್ಲಬೇಕೆಂಬ ಮಹತ್ವಾಕಾಂಕ್ಷೆಯು ಅನೇಕರಿಗೆ ದ್ವೇಷ, ಸಂಶಯ ಮತ್ತು ಭೀತಿಗಳನ್ನುಟ್ಟಿಸಿತು.

ಫ್ರಾನ್ಸ್ ಮತ್ತು ಇಂಗ್ಲೆಂಡ್‌ಗಳ ನಡುವೆ ಮತ್ತೆ ಯುದ್ಧ

ಅಮೀನ್ಸ್ ಶಾಂತಿ ಒಪ್ಪಂದವನ್ನು ಒಂದು ಸತ್ತ ಕಾಗದವೆಂದು ನೆಪೋಲಿಯನ್ನನು ಘೋಷಿಸುವ ಮೂಲಕ 1803ರಲ್ಲಿ ಇಂಗ್ಲೆಂಡ್ ಮತ್ತು ಫ್ರಾನ್ಸ್‌ಗಳ ನಡುವೆ ಯುದ್ಧ ಆರಂಭವಾಯಿತು. ಮಾಲ್ಟಾ ದ್ವೀಪದ ಬಗ್ಗೆ ಎರಡೂ ರಾಷ್ಟ್ರಗಳು ಯುದ್ಧಕ್ಕೆ ನಿಂತವು. ನೆಪೋಲಿಯನ್ನನು ನೇಪಲ್ಸ್‌ನ್ನು ಜೊತೆ ಮಾಡಿಕೊಂಡು ಹಿಂದಿನಿಂದಲೂ ಇಂಗ್ಲಿಷರಿಗೆ ಸೇರಿದ್ದ ಜರ್ಮನ್ ಪ್ರದೇಶವಾದ ಹ್ಯಾನೊವರನ್ನು ಆಕ್ರಮಿಸಿದನು. ಮಾಲ್ಟಾ ದ್ವೀಪವನ್ನು ಬಿಡುವುದಾದರೆ ಹ್ಯಾನೊವರನ್ನು ಬಿಡುವುದಾಗಿ ಹೇಳಿದನು. ಇಂಗ್ಲೆಂಡಿನ ಮೇಲೆ ಧಾಳಿ ಮಾಡುವ ಉದ್ದೇಶದಿಂದ ಬೊಲಾಗ್‌ನಲ್ಲಿ ನೌಕಾಪಡೆಯೊಂದನ್ನು ನಿರ್ಮಿಸಲು ವಿವರವಾದ ಯೋಜನೆಯೊಂದನ್ನು ನಿರ್ಮಿಸಿದನು.

ಫ್ರಾನ್ಸಿನ ವಿರುದ್ಧ ಮೂರನೇ ಒಕ್ಕೂಟ

ನೆಪೋಲಿಯನ್ನನ ಯೂರೋಪಿನ ಚಟುವಟಿಕೆಗಳನ್ನು ತಡೆಗಟ್ಟಲು ಇಂಗ್ಲೆಂಡ್, ಆಸ್ಟ್ರಿಯಾ ಮತ್ತು ರಷ್ಯಾಗಳು ಮೂರನೆ ಒಕ್ಕೂಟವನ್ನು ರಚಿಸಿಕೊಂಡವು. ಆಸ್ಟ್ರಿಯಾವು ನೆಪೋಲಿಯನ್ನನ ಕೈಲಿ ಅನುಭವಿಸಿದ್ದ ಹಿಂದಿನ ಸೋಲುಗಳ ಕಹಿ ನೆನಪನ್ನು ತೊಡೆದು ಹಾಕಲು ಕಾತುರವಾಗಿತ್ತು. ಸ್ವೀಡನ್ ಸಹ ಮೂರನೆ ಒಕ್ಕೂಟವನ್ನು ಸೇರಿತು. 18 ತಿಂಗಳ ಯುದ್ಧ ಸಿದ್ಧತೆಯ ನಂತರವೂ ನೆಪೋಲಿಯನ್ನನು ಇಂಗ್ಲೆಂಡ್ ಮೇಲೆ ಧಾಳಿ ಮಾಡಲು ಧೈರ್ಯಮಾಡಲಿಲ್ಲ. ನೆಪೋಲಿಯನ್ನನ ಧಾಳಿಯನ್ನು ಎದುರಿಸಲು ಇಂಗ್ಲೆಂಡ್‌ನಲ್ಲಿ ಭರದಿಂದ ಸಿದ್ಧತೆಗಳು ನಡೆದವು.

ಆಸ್ಟ್ರಿಯಾದ ವಿರುದ್ಧ ಉಲ್ಮ್ ವಿಜಯ : ಮೂರನೇ ಒಕ್ಕೂಟ ರಚನೆಯಿಂದ ನೆಪೋಲಿಯನ್ನನು ಇಂಗ್ಲೆಂಡ್ ಧಾಳಿಯ ಯೋಜನೆಯನ್ನು ಬದಲಿಸಿದನು. ಒಕ್ಕೂಟದ ಸದಸ್ಯ ರಾಷ್ಟ್ರವು ಮತ್ತು ಹಳೆಯ ವೈರಿಯಾದ ಆಸ್ಟ್ರಿಯಾದ ಮೇಲೆ ತನ್ನ ಮಹಾಸೇನೆಯನ್ನು ನುಗ್ಗಿಸಿದನು. ಡ್ಯಾನ್ಯುಬ್ ನದಿ ತೀರದ ಉಲ್ಮ್ ಎಂಬಲ್ಲಿ 1805ರ ಅಕ್ಟೋಬರ್ 20 ರಂದು ನೆಪೋಲಿಯನ್ನನು ಆಸ್ಟ್ರಿಯಾದ 80,000 ಸೇನೆಯನ್ನು ಸಂಪೂರ್ಣವಾಗಿ ಸೋಲಿಸಿದನು. ಈ ಜಯದಿಂದಾಗಿ ಆಸ್ಟ್ರಿಯಾದ 60,000 ಸೈನಿಕರನ್ನು, 30 ಸೇನಾಧಿಕಾರಿಗಳನ್ನು ಸೆರೆ ಹಿಡಿಯಲಾಯಿತು.

ಟ್ರಫಾಲ್ಗರ್ ಕದನದಲ್ಲಿ ನೆಪೋಲಿಯನ್ನನಿಗೆ ಸೋಲು: ನೆಪೋಲಿಯನ್ ಉಲ್ಮ್ ಕದನದಲ್ಲಿ ಜಯಗಳಿಸಿದ ಒಂದೇ ದಿನದ ನಂತರ 1805ರ ಅಕ್ಟೋಬರ್ 21ರಂದು ಇಂಗ್ಲೆಂಡ್ ಮತ್ತು ಫ್ರಾನ್ಸ್ ನಡುವಣ ಟ್ರಫಾಲ್ಗರ್ ಎಂಬಲ್ಲಿ ಭೀಕರ

ಯುದ್ಧ ನಡೆಯಿತು. ಇಂಗ್ಲೆಂಡ್‌ನ ನೌಕಾ ದಳಪತಿಗಳಾದ ನೆಲ್ಸನ್ ಮತ್ತು ಕಾಲಿಂಗ್‌ವುಡ್ ಇಬ್ಬರೂ ಸೇರಿ ಫ್ರಾನ್ಸ್ ಮತ್ತು ಸ್ಪೇನಿನ ಸಂಯುಕ್ತ ನೌಕಾ ಪಡೆಯನ್ನು ನಾಶಪಡಿಸಿದರು. ನೆಲ್ಸನ್ನನು ಈ ಯುದ್ಧದಲ್ಲಿ ಮರಣ ಹೊಂದಿದರೂ ನೆಪೋಲಿಯನ್ನನ ಇಂಗ್ಲೆಂಡ್ ಧಾಳಿಯ ಕನಸನ್ನು ನುಚ್ಚು ನೂರು ಮಾಡಿದನು.

ಆಸ್ಟರ್‌ಲಿಟ್ಜ್ ವಿಜಯ: ನೆಪೋಲಿಯನ್ನನು ಉಲ್ಮ್ ವಿಜಯದ ನಂತರ ವಿಯನ್ನಾ ನಗರವನ್ನು ಆಕ್ರಮಿಸುವುದನ್ನು ತಡೆಯಲು ಆಸ್ಟ್ರಿಯಾದ ಎರಡನೇ ಫ್ರಾನ್ಸಿಸ್ ಮತ್ತು ರಷ್ಯಾದ ಜಾರ್ ಒಂದನೇ ಅಲೆಗ್ಸಾಂಡರ್ ಒಗ್ಗೂಡಿ ತಮ್ಮ ಸೈನ್ಯವನ್ನು ಆಸ್ಟರ್‌ಲಿಟ್ಜ್ ಎಂಬಲ್ಲಿ ಕೂಡಿಸಿದರು. 1805ನೇ ಡಿಸೆಂಬರ್ 2ರಂದು ನಡೆದ ಆಸ್ಟರ್‌ಲಿಡ್ಜ್ ಕದನದಲ್ಲಿ ನೆಪೋಲಿಯನ್ನನು ಆಸ್ಟ್ರಿಯಾ ಮತ್ತು ರಷ್ಯಾದ ಸಂಯುಕ್ತ ಸೈನ್ಯವನ್ನು ಸೋಲಿಸಿದನು. ನೆಪೋಲಿಯನ್ನನು ತನ್ನ ಕಿರೀಟಧಾರಣ ಮಹೋತ್ಸವದ ಮೊದಲ ವರ್ಷದ ದಿನದಂದು ನಿರ್ಣಾಯಕ ಯುದ್ಧವೊಂದನ್ನು ಜಯಗಳಿಸಿದನು. ಆಸ್ಟರ್‌ಲಿಟ್ಜ್ ಕದನದ ಪರಿಣಾಮದ ಬಗ್ಗೆ ಇಂಗ್ಲೆಂಡಿನ ಪಿಟ್ "ಯೂರೋಪಿನ ಭೂಪಟವನ್ನು ಮುಚ್ಚಿ ಎಸೆಯಿರಿ. ಮುಂದಿನ ಹತ್ತು ವರ್ಷ ಅದರ ಅಗತ್ಯವಿಲ್ಲ" ವೆಂಬುದಾಗಿ ಹೇಳಿದ್ದನು.

ಪ್ರೆಸ್‌ಬರ್ಗ್ ಒಪ್ಪಂದ

ಆಸ್ಟರ್‌ಲಿಟ್ಜ್ ಯುದ್ಧದಲ್ಲಿ ಸೋತ ಆಸ್ಟ್ರಿಯಾ ನೆಪೋಲಿಯನ್ನನೊಂದಿಗೆ ಪ್ರೆಸ್‌ಬರ್ಗ್ ಒಪ್ಪಂದ ಮಾಡಿಕೊಂಡಿತು. 1805ನೇ ಡಿಸೆಂಬರ್ 26ರಂದು ಅಸ್ತಿತ್ವಕ್ಕೆ ಬಂದ ಪ್ರೆಸ್‌ಬರ್ಗ್ ಒಪ್ಪಂದವು ನೆಪೋಲಿಯನ್ನನಿಂದ ಹೇಳಿ ಬರೆಸಿದ ಷರತ್ತುಗಳನ್ನೊಳಗೊಂಡಿತ್ತು. ಈ ಒಪ್ಪಂದದ ಪ್ರಕಾರವಾಗಿ ಆಸ್ಟ್ರಿಯಾವು ಮಿತ್ರ ರಾಷ್ಟ್ರಗಳ ಒಕ್ಕೂಟವನ್ನು ತ್ಯಜಿಸಿತು. ಇದರಿಂದಾಗಿ ಫ್ರಾನ್ಸಿನ ವಿರುದ್ಧದ ತೃತೀಯ ಒಕ್ಕೂಟವು ಮುರಿದು ಬಿದ್ದಿತು. ಈ ಒಪ್ಪಂದದ ಪ್ರಕಾರ ಆಸ್ಟ್ರಿಯ ಕೆಲವು ಪ್ರದೇಶಗಳನ್ನು ಫ್ರಾನ್ಸ್‌ಗೆ ಬಿಟ್ಟುಕೊಟ್ಟಿತು. ವೆನಿಷಿಯಾವನ್ನು ಇಟಲಿ ರಾಜ್ಯಕ್ಕೆ ವಹಿಸಿಕೊಡಲಾಯಿತು. ಟೈರಾಲನ್ನು ಬವೇರಿಯಾಕ್ಕೆ ಬಿಟ್ಟುಕೊಟ್ಟು ಆಸ್ಟ್ರಿಯಾದ ಅಧೀನದಲ್ಲಿದ್ದ ಬವೇರಿಯಾ ಮತ್ತು ವರ್ಟೆಂಬರ್ಗ್‌ಗಳೆರಡನ್ನು ಸ್ವತಂತ್ರ ರಾಜ್ಯಗಳೆಂದು ರೂಪಿಸಲಾಯಿತು. ಹೀಗೆ ಇಟಲಿ, ಸ್ವಿಟ್ಜರ್‌ಲ್ಯಾಂಡ್, ಜರ್ಮನಿ ಮತ್ತಿತ್ತರ ಪ್ರದೇಶಗಳಿಂದ ಹೊರದೂಡಲ್ಪಟ್ಟ ಆಸ್ಟ್ರಿಯಾ ಎರಡನೇ ದರ್ಜೆಯ ರಾಜ್ಯವಾಯಿತು. ನೆಪೋಲಿಯನ್ನನು ಮಾಡಿದ ಅನೇಕ ಪ್ರಾದೇಶಿಕ ಮಾರ್ಪಾಡುಗಳನ್ನು ಆಸ್ಟ್ರಿಯಾ ಮೂಕವಾಗಿ ಒಪ್ಪಿಕೊಳ್ಳುವಂತಾಯಿತು.

ರಾಜ ಮತ್ತು ರಾಜ್ಯಗಳ ಪ್ರತಿಷ್ಠಾಪಕನಾಗಿ ನೆಪೋಲಿಯನ್

1806ರಲ್ಲಿ ನೆಪೋಲಿಯನ್ ನಾಲ್ಕು ರಾಜರನ್ನು ಸೃಷ್ಟಿಸಿದನು. ಅಲ್ಲಿಯವರೆಗೆ ಸಂಸ್ಥಾನಗಳಾಗಿದ್ದ ಬವೇರಿಯಾ ಹಾಗೂ ವರ್ಟೆಂಬರ್ಗ್‌ಗಳನ್ನು ಸ್ವತಂತ್ರ ರಾಜ್ಯಗಳನ್ನಾಗಿ ರೂಪಿಸಿದನು. ನೇಪಲ್ಸ್‌ನ ರಾಜನು ನೆಪೋಲಿಯನ್ನನ ಶತ್ರು ಪಕ್ಷ ಸೇರಿದ್ದರಿಂದ ಒಂದು ಆಜ್ಞೆ ಹೊರಡಿಸಿ ನೇಪಲ್ಸ್‌ನ ಬೋರ್ಬನ್ ಆಳ್ವಿಕೆಯನ್ನು ಕೊನೆಗೊಳಿಸಿ ತನ್ನ ಅಣ್ಣ ಜೋಸೆಫ್‌ನನ್ನು ಸಿಂಹಾಸನಕ್ಕೇರಿಸಿದನು. ಬಟಾವಿಯ ಅಥವಾ ಹಾಲೆಂಡ್‌ನಲ್ಲಿದ್ದ ಗಣರಾಜ್ಯವನ್ನು ರಾಜಪ್ರಭುತ್ವಕ್ಕೆ ಬದಲಾಯಿಸಿ ಅಲ್ಲಿಗೆ ತನ್ನ ತಮ್ಮ ಲೂಯಿ ಬೋನಾಪಾರ್ಟೆಯನ್ನು ರಾಜನನ್ನಾಗಿಸಿದನು.

ನೆಪೋಲಿಯನ್ನನು ತನ್ನ ಕುಟುಂಬದ ಒಬ್ಬೊಬ್ಬ ಸದಸ್ಯರನ್ನು ಉನ್ನತ ಸ್ಥಾನಕ್ಕೇರಿಸಲು ಪ್ರಯತ್ನಪಟ್ಟನು. ತನ್ನ ಸೋದರಿ ಎಲ್ಯೆಜಳನ್ನು ಲುಕ್ಕಾ ಹಾಗೂ ಕ್ಯಾರ್‍ರಾರ್‌ನ ರಾಜಕುಮಾರಿಯಾಗಿಸಿದನು. ಮತ್ತೊಬ್ಬ ಸೋದರಿ ಪೌಲಿನ್‌ಳನ್ನು ಗುಮಸ್ಟಲಾ ಸಂಸ್ಥಾನದ ರಾಜಕುಮಾರಿಯಾಗಿಸಿದನು. ಕಿರಿಯ ಸೋದರಿ ಕ್ಯಾರೋಲಿನ್‌ಳನ್ನು ಅಶ್ವದಳದ ಸಾಹಸಿ ಅಧಿಕಾರಿಯಾದ ಮ್ಯುರಾಟ್‌ನಿಗೆ ಮದುವೆ ಮಾಡಿ ಸ್ಪೇನ್ ಪ್ರದೇಶದ ಬರ್ಗ್ ಸಂಸ್ಥಾನದ ರಾಜನನ್ನಾಗಿಸಿದನು. ನೆಪೋಲಿಯನ್ನನ ಇಷ್ಟಕ್ಕೆ ವಿರುದ್ಧವಾಗಿ ಮದುವೆಯಾದ ಸೋದರರಿಬ್ಬರಿಗೆ ಯಾವುದೇ ಸ್ಥಾನ ನೀಡಲಿಲ್ಲ.

ನೆಪೋಲಿಯನ್ನನು ಜರ್ಮನಿಯಲ್ಲಿ 1806ನೇ ಜುಲೈ 12 ರಂದು ರೈನ್ ಒಕ್ಕೂಟವನ್ನು ಸ್ಥಾಪಿಸಿದನು. ಈ ಹೊಸ ಒಕ್ಕೂಟದಲ್ಲಿ ಹದಿನಾರು ಸಂಸ್ಥಾನಗಳಿದ್ದವು. ಒಕ್ಕೂಟಕ್ಕೆ ಸಂಬಂಧಪಟ್ಟ ವಿಷಯಗಳನ್ನು ಚರ್ಚಿಸಲು ಡಯಟ್ ಎಂಬ ಸಂಸ್ಥೆಯಿದ್ದು ಅದು ಫ್ರಾಂಕ್‌ಫರ್ಟ್‌ನಲ್ಲಿ ಅಧಿವೇಶಗೊಳ್ಳಬೇಕೆಂದು ವ್ಯವಸ್ಥೆ ಮಾಡಲಾಗಿತ್ತು. ಆದರೆ ಈ ವ್ಯವಸ್ಥೆಗಳೆಲ್ಲಾ ಕಾಗದದಲ್ಲಿದ್ದುವೇ ಹೊರತು ಅನುಷ್ಠಾನದಲ್ಲಿರಲಿಲ್ಲ. ಈ ಒಕ್ಕೂಟದ ರಾಜರೆಲ್ಲರೂ ನೆಪೋಲಿಯನ್ನನನ್ನು ತಮ್ಮ ಸಂರಕ್ಷಕನೆಂಬುದಾಗಿ ಒಪ್ಪಿಕೊಂಡರು. ಸಂರಕ್ಷಣೆಗೆ ಪ್ರತಿಯಾಗಿ ಪ್ರತಿಯೊಬ್ಬ ಸದಸ್ಯ ರಾಜನು ನೆಪೋಲಿಯನ್ನನಿಗೆ ಅವನೇ ನಿರ್ದಿಷ್ಟಗೊಳಿಸಿದಷ್ಟು ಸೈನ್ಯವನ್ನು ಕಳುಹಿಸಬೇಕಿತ್ತು. ನೆಪೋಲಿಯನ್ನನು ಜರ್ಮನಿಯನ್ನು ತನ್ನ ಖಡ್ಗದಿಂದಲೇ ತನಗೆ ತಕ್ಕಂತೆ ಬದಲಾಯಿಸಿಕೊಂಡನು. ಜರ್ಮನಿಯ ಈ ಒಕ್ಕೂಟದಿಂದ 63,000 ಸೈನಿಕರು ದೊರೆಯುವಂತಾಯಿತು.

ಸಾವಿರಕ್ಕೂ ಹೆಚ್ಚು ವರ್ಷ ಅಸ್ತಿತ್ವದಲ್ಲಿದ್ದ ಪವಿತ್ರ ರೋಮನ್ ಸಾಮ್ರಾಜ್ಯವು ನೆಪೋಲಿಯನ್ನನ ರೈನ್ ಒಕ್ಕೂಟ ಸ್ಥಾಪನೆಯೊಂದಿಗೆ ಅವಸಾನಗೊಂಡಿತು. ರೈನ್ ಒಕ್ಕೂಟದ ಹದಿನಾರು ಸದಸ್ಯ ರಾಷ್ಟ್ರಗಳು ಪವಿತ್ರ ರೋಮನ್ ಚಕ್ರಾಧಿಪತ್ಯಕ್ಕೆ ನಿಷ್ಠೆಯನ್ನು ಹಿಂತೆಗೆದುಕೊಂಡವು. ಆಸ್ಟರ್‌ಲಿಟ್ಜ್ ವಿಜಯದ ನಂತರ ಆಸ್ಟ್ರಿಯಾದ ಚಕ್ರವರ್ತಿ ಎರಡನೇ ಫ್ರಾನ್ಸಿಸ್‌ನು ಪವಿತ್ರ ರೋಮನ್ ಚಕ್ರವರ್ತಿ ಪದವಿಯನ್ನು ತೊರೆಯಬೇಕೆಂದು ನೆಪೋಲಿಯನ್ ಆಜ್ಞಾಪಿಸಿದನು. ಫ್ರಾನ್ಸಿಸ್‌ನು ಪವಿತ್ರ ರೋಮನ್ ಚಕ್ರವರ್ತಿ ಬಿರುದನ್ನು ತ್ಯಜಿಸಿದನು.

ಪ್ರಷ್ಯಾದೊಂದಿಗೆ ಯುದ್ಧ (1806)

1795ರ ಬಾಸೆಲ್ ಒಪ್ಪಂದ ನಂತರ ಫ್ರಾನ್ಸಿನ ವಿಷಯದಲ್ಲಿ ಪ್ರಷ್ಯ ತಟಸ್ಥ ನೀತಿಯನ್ನನುಸರಿಸುತ್ತಿತ್ತು. ಆದರೆ ಆಸ್ಟ್ರಿಯಾ ಮತ್ತು ಪ್ರಷ್ಯಗಳಿಂದ ಪ್ರತ್ಯೇಕಗೊಂಡ ಜರ್ಮನಿಯ ಸಂಸ್ಥಾನಗಳಲ್ಲಿ ಫ್ರಾನ್ಸ್ ಹಸ್ತಕ್ಷೇಪ ನಡೆಸಿ ಆಳ್ವಿಕೆ ನಡೆಸಿದ್ದನ್ನು ಪ್ರಷ್ಯದ ಜನತೆ ಇಷ್ಟಪಡಲಿಲ್ಲ. ನೆಪೋಲಿಯನ್ನನು ಪ್ರಷ್ಯದ ನೆಲದಲ್ಲಿ ಸಾಕಷ್ಟು ಸೈನ್ಯವನ್ನು ಇರಿಸಿದ್ದನು. ಪ್ರಷ್ಯಕ್ಕೆ ಸೇರಬೇಕಿದ್ದ ಹ್ಯಾನೋವರನ್ನು ವಾಪಸ್ಸು ಕೊಡಲು ಹಿಂದೆ ಮುಂದೆ ನೋಡುತ್ತಿದ್ದುದು ಮುಂತಾದ ಕಾರಣಗಳಿಂದ ಪ್ರಷ್ಯನ್ನರು ಕೋಪಗೊಂಡರು. ಫ್ರೆಂಚ್ ಸೈನ್ಯವನ್ನು ತಕ್ಷಣ ರೈನ್ ನದಿಯ ಆಚೆಗೆ ಕರೆಸಿಕೊಳ್ಳಬೇಕೆಂದು ಪ್ರಷ್ಯ ತಿಳಿಸಿತು. ಪ್ರಷ್ಯವು ರಷ್ಯಾದೊಡನೆ ಮೈತ್ರಿಕೂಟವನ್ನು ರಚಿಸಿಕೊಂಡು ಫ್ರಾನ್ಸಿನ ವಿರುದ್ಧ ಯುದ್ಧ ಘೋಷಿಸಿತು. ನೆಪೋಲಿಯನ್ನನು ಯುದ್ಧ ಸಿದ್ಧತೆ ಮಾಡಿಕೊಂಡಿದ್ದು 1806ರ ಅಕ್ಟೋಬರ್ 14ರಂದು ಜೀನಾ ಮತ್ತು ಔರ್‌ಸ್ಟಾಟ್ ಎಂಬ ಎರಡು ಕದನಗಳಲ್ಲಿ ಪ್ರಷ್ಯನ್ನರನ್ನು ಸೋಲಿಸಿದನು. ಅಕ್ಟೋಬರ್ 25ರಂದು ನೆಪೋಲಿಯನ್ನನು ಬರ್ಲಿನ್ ನಗರವನ್ನು ವಿಜಯೋತ್ಸವದಿಂದ ಪ್ರವೇಶಿಸಿದನು.

ರಷ್ಯಾದೊಡನೆ ಯುದ್ಧ (1807)

1806ರ ಪ್ರಷ್ಯ ಯುದ್ಧದಲ್ಲಿ ರಷ್ಯಾ ಪ್ರಷ್ಯದ ಪರವಾಗಿದ್ದುದ್ದು ನೆಪೋಲಿಯನ್ನನು ರಷ್ಯಾದ ವಿರುದ್ಧ ಯುದ್ಧ ಕೈಗೊಳ್ಳಲು ಕಾರಣವಾಯಿತು. 1807ರ ಫೆಬ್ರವರಿಯಲ್ಲಿ ಫ್ರೈಡ್‌ಲ್ಯಾಂಡ್ ಹಾಗೂ ಎಯ್ಲೆ ಯುದ್ಧಗಳಲ್ಲಿ ರಷ್ಯನ್ನರನ್ನು ನೆಪೋಲಿಯನ್ ಸಂಪೂರ್ಣವಾಗಿ ಸೋಲಿಸಿದನು. ಫ್ರೈಡ್‌ಲ್ಯಾಂಡ್ ಕದನದ ಭೀಕರತೆ ಮತ್ತು ರಕ್ತಪಾತದ ಬಗ್ಗೆ ಸ್ವತಃ ನೆಪೋಲಿಯನ್ನನೇ "ಅದೊಂದು ನಿರ್ದಯ ನರಹತ್ಯೆ"ಎಂದು ಅಭಿಪ್ರಾಯಪಟ್ಟಿದ್ದಾನೆ. ಫ್ರೈಡ್‌ಲ್ಯಾಂಡ್‌ನಲ್ಲಿನ ಯುದ್ಧವು ನಿರ್ಣಾಯಕವಾದುದಾಗಿದ್ದು ರಷ್ಯಾದ ಜಾರ್ ಅಲೆಗ್ಸಾಂಡರನು ಸೋತು ಟಿಲ್ಸಿತ್ ಒಪ್ಪಂದಕ್ಕೆ ಸಹಿ ಹಾಕಿದನು.

ಟಿಲ್ಸಿತ್ ಒಪ್ಪಂದ (1807)

ನೆಪೋಲಿಯನ್ ಮತ್ತು ಜಾರ್ ಅಲೆಕ್ಸಾಂಡರ್ ನಡುವೆ ನೀಮೆನ್ ನದಿಯ ಮಧ್ಯದಲ್ಲಿ ತೇಲುವ ತೆಪ್ಪದ ಮೇಲೆ ನಡೆದ ಮಾತುಕತೆಯ ಅಂಶಗಳನ್ನೇ ಟಿಲ್ಸಿತ್ ಒಪ್ಪಂದದಲ್ಲಿ ಸೇರಿಸಲಾಗಿತ್ತು. ಈ ಒಪ್ಪಂದವು ಕೇವಲ ಶಾಂತಿ ಒಪ್ಪಂದವಾಗಿರದೆ ಆಕ್ರಮಣ ಹಾಗೂ ಪ್ರತ್ಯಾಕ್ರಮಣಗಳಿಗೆ ಸಂಬಂಧಿಸಿದ ಸೈನಿಕ ಕೂಟವೂ ಆಗಿತ್ತು. ಟಿಲ್ಸಿತ್ ಒಪ್ಪಂದವು ನೆಪೋಲಿಯನ್ನನ ಶ್ರೇಷ್ಠ ರಾಜಕಾರಣದ ಕೌಶಲ್ಯದ ಪ್ರತೀಕವೆಂದೇ ಹೇಳಬಹುದು. ನೆಪೋಲಿಯನ್ನನು ಒಪ್ಪಂದದಲ್ಲಿ ರಷ್ಯಾದಿಂದ ಒಂದು ಇಂಚು ಭೂಮಿಯನ್ನು ಕೇಳದೆ ಯೂರೋಪ್ ಖಂಡದಿಂದ ಇಂಗ್ಲಿಷ್ ವ್ಯಾಪಾರಿ ಹಡಗುಗಳನ್ನು ಮಾತ್ರ ಹೊರಗಿಡುವ ಭರವಸೆಯನ್ನು ಕೇಳಿದನು. ಮಾತುಕತೆಯಲ್ಲಿ ಅಲೆಕ್ಸಾಂಡರನು ಬಯಸಿದ್ದ ಫಿನ್‌ಲ್ಯಾಂಡ್ ಮತ್ತು ಟರ್ಕಿಗೆ ಸಂಬಂಧಿಸಿದಂತೆ ಅವನು ಸ್ವೇಚ್ಛೆಯಾಗಿ ವ್ಯವಹರಿಸಲು ಅವಕಾಶ ನೀಡಲಾಯಿತು. ರಷ್ಯಾ ಯಾವುದೇ ಭೂಭಾಗವನ್ನು ಕಳೆದುಕೊಳ್ಳದಿದ್ದರೂ ಪ್ರಷ್ಯಾ ಬಲಿಯಾಗಬೇಕಾಯಿತು. ರೈನ್ ತೀರದಲ್ಲಿದ್ದ ಪ್ರಷ್ಯಾದ ಪ್ರಾಂತ್ಯಗಳನ್ನು ಒಗ್ಗೂಡಿಸಿ ವೆಸ್ಟ್‌ಫೇಲಿಯಾ ಎಂಬ ಹೊಸ ರಾಜ್ಯವನ್ನು ನಿರ್ಮಿಸಿ ಅದಕ್ಕೆ ತನ್ನ ಸೋದರ ಜೆರೋಮ್‌ನನ್ನು ರಾಜನನ್ನಾಗಿ ಮಾಡಲಾಯಿತು. ಪ್ರಷ್ಯದ ಅಧೀನದಲ್ಲಿದ್ದ ಪೋಲೆಂಡಿನ ಬಹುಭಾಗವನ್ನು ಕೂಡಿಸಿ ಗ್ರ್ಯಾಂಡ್ ಡಚಿ ಆಫ್ ವಾರ್ಸಾ ಎಂಬುದಾಗಿ ರಚಿಸಿ ಅದನ್ನು ಸ್ಯಾಕ್ಸನಿಯ ಡ್ಯೂಕನಿಗೆ ವಹಿಸಿಕೊಡಲಾಯಿತು. 1807ರ ಟಿಲ್ಸಿತ್ ಒಪ್ಪಂದದಲ್ಲಿ ರಷ್ಯಾದ ಅಲೆಕ್ಸಾಂಡರ್ ಮತ್ತು ನೆಪೋಲಿಯನ್ ಇಬ್ಬರು ಯೂರೋಪ್‌ಅನ್ನು ತಮ್ಮಲ್ಲಿಯೇ ಹಂಚಿಕೊಳ್ಳುವ ಬಗ್ಗೆ ಗುಪ್ತ ಒಪ್ಪಂದವನ್ನು ಮಾಡಿಕೊಂಡಿದ್ದರು. ಅಲೆಕ್ಸಾಂಡರನು ಇಂಗ್ಲೆಂಡ್ ಮತ್ತು ಫ್ರಾನ್ಸ್‌ಗಳ ನಡುವಣ ಮೈತ್ರಿಗಾಗಿ ಮಧ್ಯಸ್ಥಿಕೆ ವಹಿಸುವುದಾಗಿಯೂ ಇಂಗ್ಲೆಂಡ್ ಒಪ್ಪದಿದ್ದರೆ ನೆಪೋಲಿಯನ್ನನು ಬ್ರಿಟನ್ನಿನ ವಿರುದ್ಧ ಯೋಜಿಸಿದ್ದ ಆರ್ಥಿಕ ದಿಗ್ಬಂದನಕ್ಕೆ (ಖಂಡಾಂತರ ಪದ್ಧತಿ) ಬೆಂಬಲ ಕೊಡಲು ಒಪ್ಪಿದನು.

ಖಂಡಾಂತರ ಪದ್ಧತಿ (Continental System)

ಯೂರೋಪಿನ ಪ್ರಮುಖ ರಾಷ್ಟ್ರಗಳಾದ ಆಸ್ಟ್ರಿಯಾ, ಪ್ರಷ್ಯಾ ಮತ್ತು ರಷ್ಯಾಗಳನ್ನು ನೆಪೋಲಿಯನ್ನನು ಸೋಲಿಸಿದ ಮೇಲೆ ಇಂಗ್ಲೆಂಡ್ ವಿರುದ್ಧ ಸಂಪೂರ್ಣ ಶಕ್ತಿಯನ್ನು, ಗಮನವನ್ನು ಕೇಂದ್ರಿಕರಿಸಿದನು. ಇಂಗ್ಲೆಂಡ್ ನೌಕಾಶಕ್ತಿಯು

ಪ್ರಬಲವಾಗಿದ್ದುದರಿಂದ ನೇರ ಯುದ್ಧದ ಮೂಲಕ ಸೋಲಿಸುವುದು ಅಸಾಧ್ಯವಾಗಿತ್ತು. ಆದ್ದರಿಂದ ಆಳವಾಗಿ ಆಲೋಚಿಸಿದ ನೆಪೋಲಿಯನ್ ಇಂಗ್ಲೆಂಡ್ ಒಂದು ವರ್ತಕರ ಮತ್ತು ಉತ್ಪಾದಕರ ರಾಜ್ಯ; ಅದರ ವಾಣಿಜ್ಯ, ವ್ಯಾಪಾರ ಮತ್ತು ವಸಾಹುತುಗಳೇ ಅದರ ಆಧಾರ ಸ್ತಂಭಗಳು. ಬ್ರಿಟನ್ನಿನ ಪ್ರಾಬಲ್ಯ ಅದರ ಸಂಪತ್ತನ್ನು ಅವಲಂಬಿಸಿದೆ. ಈ ಸಂಪತ್ತನ್ನು ಇಂಗ್ಲೆಂಡ್ ಅಂತರರಾಷ್ಟ್ರೀಯ ವ್ಯಾಪಾರದಿಂದ ಗಳಿಸುತ್ತಿದೆ. ಆ ವ್ಯಾಪಾರವನ್ನೇ ಸ್ಥಗಿತಗೊಳಿಸಿದರೆ ಅದರ ಸಂಪತ್ತು ಸಮೃದ್ಧಿ ಇಳಿಮುಖಗೊಳ್ಳುವುದರ ಮೂಲಕ ಅದರ ರಾಜಕೀಯ ಹಾಗೂ ಸೈನಿಕ ಶಕ್ತಿಯು ಕುಸಿಯುತ್ತದೆ ಎಂದು ತರ್ಕಿಸಿದನು. ಇಂಗ್ಲೆಂಡಿನ ವ್ಯಾಪಾರವನ್ನು ತಡೆಯುವುದರಿಂದ ಇಂಗ್ಲೆಂಡಿನ ಕಾರ್ಖಾನೆಗಳು ಮುಚ್ಚುತ್ತವೆ. ಕಾರ್ಖಾನೆಗಳು ಮುಚ್ಚುವುದರಿಂದ ಕಾರ್ಮಿಕರು ನಿರುದ್ಯೋಗಿಗಳಾಗುತ್ತಾರೆ. ನಿರುದ್ಯೋಗಿ ಕಾರ್ಮಿಕರು ಉಪವಾಸದಿಂದ ಬೇಸತ್ತು ಬಂಡವಾಳಗಾರರು, ಹಾಗೂ ವ್ಯಾಪಾರಸ್ತರ ಜೊತೆ ಸೇರಿ ಸರ್ಕಾರದ ವಿರುದ್ಧ ಬಂಡಾಯವೆದ್ದು ಫ್ರಾನ್ಸ್‌ನೊಡನೆ ಶಾಂತಿ ಒಪ್ಪಂದ ಮಾಡಿಕೊಳ್ಳಲು ಅಥವಾ ಶರಣಾಗಲು ಇಂಗ್ಲೆಂಡ್ ಸರ್ಕಾರವನ್ನು ಒತ್ತಾಯಿಸುತ್ತಾರೆಂದು ಕನಸುಕಂಡನು. ಆದ್ದರಿಂದ ಇಂಗ್ಲೆಂಡ್ ವಿರುದ್ಧ ಸೈನಿಕ ಯುದ್ಧಕ್ಕೆ ಬದಲಾಗಿ ಆರ್ಥಿಕ ಯುದ್ಧವನ್ನು ಕೈಗೊಳ್ಳಲು ಯೋಜಿಸಿದನು. ಆ ಆರ್ಥಿಕ ಯುದ್ಧವೇ ಖಂಡಾಂತರ ಪದ್ಧತಿ ಅಥವಾ ಆರ್ಥಿಕ ದಿಗ್ಬಂಧನ.

ನೆಪೋಲಿಯನ್ನನು 1806ರಲ್ಲಿ ಬರ್ಲಿನ್ ಶಾಸನಗಳನ್ನು ಹೊರಡಿಸುವುದರ ಮೂಲಕ ಬ್ರಿಟಿಷ್ ದ್ವೀಪಗಳ ಮೇಲೆ ಆರ್ಥಿಕ ದಿಗ್ಬಂಧನ ಹೇರಿದನು. ಬ್ರಿಟಿಷ್ ದ್ವೀಪಗಳು ಆರ್ಥಿಕ ದಿಗ್ಬಂದನಕ್ಕೆ ಒಳಗಾಗಿರುವುದರಿಂದ ಯೋರೋಪಿನ ಯಾವ ರಾಷ್ಟ್ರವೂ ಅವುಗಳೊಡನೆ ವ್ಯಾಪಾರ ಸಂಬಂಧವನ್ನು ಇಟ್ಟುಕೊಳ್ಳಕೂಡದೆಂದು ಆಜ್ಞೆ ಹೊರಡಿಸಿದನು. ಫ್ರಾನ್ಸ್ ಅಥವಾ ಫ್ರಾನ್ಸಿನ ಮಿತ್ರರಾಷ್ಟ್ರಗಳ ಬಂದರುಗಳಿಗೆ ಬ್ರಿಟಿಷ್ ಹಡಗುಗಳು ಬರಕೂಡದೆಂದೂ, ಹಾಗೇನಾದರೂ ಬಂದರೆ ಅವುಗಳನ್ನು ಮುಟ್ಟುಗೋಲು ಹಾಕಿಕೊಳ್ಳುವುದಾಗಿ ಘೋಷಿಸಿದನು. ಫ್ರಾನ್ಸಿನಲ್ಲಿ ಮತ್ತು ಫ್ರಾನ್ಸಿನ ಮಿತ್ರರಾಷ್ಟ್ರಗಳಲ್ಲಿ ಕಂಡುಬರುವ ಬ್ರಿಟಿಷ್ ವಸ್ತುಗಳನ್ನು ಮುಟ್ಟುಗೋಲು ಹಾಕಿಕೊಂಡು ನಾಶಪಡಿಸುವಂತೆಯೂ ಆಜ್ಞೆ ಮಾಡಿದನು. ಬ್ರಿಟನ್ ಮತ್ತು ಅದರ ವಸಾಹತುಗಳಿಂದ ಬರುವ ಎಲ್ಲ ಹಡಗುಗಳನ್ನು ಯೂರೋಪಿನ ರಾಷ್ಟ್ರಗಳ ಬಂದರುಗಳಿಗೆ ಪ್ರತಿಬಂಧಿಸಲಾಯಿತು. ನೆಪೋಲಿಯನ್ನನ ಈ ಕ್ರಮಗಳಿಗೆ ಉತ್ತರವಾಗಿ ಇಂಗ್ಲೆಂಡ್ ಸಹ 1807ರಲ್ಲಿ ಕೆಲವು ನಿಷೇದ ಕಾನೂನುಗಳನ್ನು ಹೊರಡಿಸಿತು. ಇವುಗಳ ಪ್ರಕಾರ ಇಂಗ್ಲೆಂಡ್ ನೆಪೋಲಿಯನ್ನನ ಅಧಿಕಾರ ಹಾಗೂ ಪ್ರಭಾವ ಹೊಂದಿರುವ ಯೂರೋಪಿನ ದೇಶಗಳ ಮೇಲೆ ಆರ್ಥಿಕ ಪ್ರತಿದಿಗ್ಬಂಧನ ವಿಧಿಸಿತು. ಜೊತೆಗೆ ತಟಸ್ಥ ರಾಷ್ಟ್ರಗಳೂ ಯೂರೋಪಿನ ರಾಷ್ಟ್ರಗಳೊಂದಿಗೆ ವ್ಯಾಪಾರ ಮಾಡಕೂಡದೆಂದು ಆಜ್ಞೆ ವಿಧಿಸಿತು. ಇದಕ್ಕೆ ಪ್ರತಿಯಾಗಿ ನೆಪೋಲಿಯನ್ನನು 1807ರಲ್ಲಿ ಮಿಲಾನ್ ಎಂಬಲ್ಲಿ ಕೆಲವು ಪೂರಕ ಕಾಯ್ದೆಗಳನ್ನು ಜಾರಿಗೊಳಿಸಿದನು. ಅವುಗಳ ಪ್ರಕಾರ ತಟಸ್ಥ ರಾಷ್ಟ್ರಗಳ ಹಡಗುಗಳು ಯೂರೋಪನ್ನು ಸೇರುವುದಕ್ಕೆ ಮುಂಚೆ ಇಂಗ್ಲೆಂಡ್ ಬಂದರಿಗೆ ಭೇಟಿ ನೀಡಿದರೆ ಅವುಗಳನ್ನು ವಶಪಡಿಸಿಕೊಳ್ಳಲಾಗುವುದು ಎಂದು ಘೋಷಿಸಿದನು.

ನೆಪೋಲಿಯನ್ನನ ಖಂಡಾಂತರ ಪದ್ಧತಿಯು ಯಶಸ್ವಿಯುತವಾಗಿ ಕಾರ್ಯವೆಸಗಿದ್ದರೆ ಪರಿಣಾಮಕಾರಿಯಾಗುತ್ತಿತ್ತು. ಆದರೆ ನೆಪೋಲಿಯನ್ನನು ಕೇವಲ ಫ್ರಾನ್ಸ್ ದೇಶ ಹಾಗೂ ಅದರ ಅಧೀನ ದೇಶಗಳ ಬಂದರುಗಳನ್ನು ಇಂಗ್ಲೆಂಡಿನ ವ್ಯಾಪಾರಕ್ಕೆ ಮುಚ್ಚಿದರೆ ಉದ್ದೇಶಿತ ಗುರಿ ಈಡೇರುತ್ತಿರಲಿಲ್ಲ. ಇಡೀ ಯೂರೋಪ್ ಖಂಡದಲ್ಲಿ ಸಮುದ್ರತೀರ ಹೊಂದಿದ ಪ್ರತಿಯೊಂದು ದೇಶದ ಸಹಕಾರವು ನೆಪೋಲಿಯನ್ನನಿಗೆ ಅವಶ್ಯಕವಾಗಿತ್ತು. ಆಗತಾನೇ ಸೋಲೊಪ್ಪಿದ್ದ ಆಸ್ಟ್ರಿಯಾ, ಪ್ರಷ್ಯಾ ಮತ್ತು ರಷ್ಯಾಗಳು ಬೆಂಬಲ ನೀಡಿದವು. ನೆಪೋಲಿಯನ್ನನ ಒತ್ತಾಯಕ್ಕಾಗಿ ಡೆನ್ಮಾರ್ಕ್, ಸ್ವೀಡನ್ ಮುಂತಾದ ರಾಷ್ಟ್ರಗಳು ಒಪ್ಪಿಕೊಂಡವು. ಖಂಡಾಂತರ ಪದ್ಧತಿಯು ಯಶಸ್ವಿಯಾಗಬೇಕಾದರೆ ಯೂರೋಪಿನ ದೇಶಗಳೊಳಗೆ ಇಂಗ್ಲೆಂಡಿನ ವಸ್ತುಗಳು ನುಸುಳದಂತೆ ನೋಡಿಕೊಳ್ಳಬೇಕಾಗಿತ್ತು. ಅದಕ್ಕಾಗಿ ನಿರಂತರ ಯುದ್ಧದಲ್ಲಿ ತೊಡಗಿ ವಿನಾಶಕಾರಿಯಾದ ಆಕ್ರಮಣ ನೀತಿಯನ್ನು ಅನುಸರಿಸಬೇಕಾಯಿತು. ಖಂಡಾಂತರ ಪದ್ಧತಿಯನ್ನು ಕುರಿತು ಜೇ. ಆರ್. ಮ್ಯಾರಿಯಟ್ ಅಭಿಪ್ರಾಯಪಟ್ಟಿರುವಂತೆ "ಅದು ಆಟದ ಬಿಗುವಿನ ಪರಿಸ್ಥಿತಿಯಿಂದಾಗಿ ಸರ್ವಸ್ವವನ್ನೂ ಪಣಕ್ಕೆ ಒಡ್ಡು ಅಥವಾ ಸರ್ವನಾಶಕ್ಕೆ ಸಿದ್ಧವಾಗು ಎನ್ನುತ್ತ ಎಸೆದ ರಾಜಕಾರಣಿ ಜೂಜುಗಾರನ ಅಂತಿಮ ದಾಳವಾಗಿತ್ತು".

ಖಂಡಾಂತರ ಪದ್ಧತಿಯ ಪರಿಣಾಮಗಳು

ಖಂಡಾಂತರ ಪದ್ಧತಿಯ ಆರ್ಥಿಕ ದಿಗ್ಬಂಧನದಿಂದಾಗಿ ಮೊದಮೊದಲು ಇಂಗ್ಲೆಂಡಿಗೆ ತೀವ್ರತರವಾಗಿ ಧಕ್ಕೆಯಾಯಿತು. ಅಲ್ಲಿನ ವ್ಯಾಪಾರಿ ಕಂಪನಿಗಳು ದಿವಾಳಿಯಾದವು, ನಿರುದ್ಯೋಗ ಹೆಚ್ಚಿತು. ಆರ್ಥಿಕ ಪರಿಸ್ಥಿತಿ ಹದಗೆಟ್ಟರೂ ಅದನ್ನು ತಡೆದುಕೊಳ್ಳುವಷ್ಟು ಶಕ್ತಿ ಸಂಪತ್ತನ್ನು ಇಂಗ್ಲೆಂಡ್ ಹೊಂದಿತ್ತು. ಇಂಗ್ಲೆಂಡಿನ ವಸ್ತುಗಳಿಗೆ ಯೂರೋಪಿನ ಬಂದರುಗಳು ಮುಚ್ಚಿದ್ದರೂ ಅದಕ್ಕೆ ವಿಶ್ವದ ಮಾರುಕಟ್ಟೆಯ ಹೆಬ್ಬಾಗಿಲು ತೆರೆದೇ ಇತ್ತು. ಕೈಗಾರಿಕಾ ಕ್ರಾಂತಿಯಿಂದಾಗಿ ಇಂಗ್ಲೆಂಡ್ ಇತರ ಯೂರೋಪಿನ ರಾಷ್ಟ್ರಗಳಿಗಿಂತ ಎಲ್ಲ ಕ್ಷೇತ್ರದಲ್ಲೂ ಬೆಳವಣಿಗೆಗೊಂಡಿತ್ತು. ಇಂಗ್ಲೆಂಡಿಗೆ ಹೋಲಿಸಿದಾಗ ಫ್ರಾನ್ ಆರ್ಥಿಕವಾಗಿ

ಕೆಳಮಟ್ಟದಲ್ಲೇ ಇದ್ದಿತು. ಇಂಗ್ಲಿಷರು ತಮ್ಮ ವಸಾಹತುಗಳಿಂದ ಫ್ರಾನ್ಸ್‌ಗೆ ವಸ್ತುಗಳು ಬರುವುದನ್ನು ತಡೆದಿದ್ದರೂ ಅದರ ಪರಿಣಾಮವನ್ನು ತಡೆದುಕೊಳ್ಳಲು ಫ್ರಾನ್ಸಿನ ಕೃಷಿ ಮತ್ತು ವಿಜ್ಞಾನ ಕ್ಷೇತ್ರಗಳ ಸಾಧನೆ ಸಹಾಯಕವಾಯಿತು. ಉದಾಹರಣೆಗಾಗಿ ಸಕ್ಕರೆ ಅಭಾವವಾಗಿ ಬೆಲೆ ಏರಿದಾಗ ಫ್ರೆಂಚ್ ವಿಜ್ಞಾನಿಗಳು ಒಂದು ವಿಧದ ಗೆಣಸಿನಿಂದ ಸಕ್ಕರೆ ಉತ್ಪಾದಿಸಿ ಪರಿಸ್ಥಿತಿ ನಿಭಾಯಿಸಿದರು. ಒಟ್ಟಾರೆ ಖಂಡಾಂತರ ಪದ್ಧತಿಯ ಆರ್ಥಿಕ ದಿಗ್ಬಂಧನದಿಂದಾಗಿ ಇಂಗ್ಲೆಂಡ್ ಮತ್ತು ಫ್ರಾನ್ಸ್‌ಗಳಿಗಿಂತ ತೊಂದರೆಗೀಡಾದವರು ಇತರೆ ಯೂರೋಪಿನ ರಾಷ್ಟ್ರಗಳು.

ಯೂರೋಪಿನ ಅನೇಕ ರಾಷ್ಟ್ರಗಳು ಇಂಗ್ಲೆಂಡಿನ ವಸ್ತುಗಳನ್ನು ಅವಲಂಬಿಸಿದ್ದವೇ ಹೊರತು ಇಂಗ್ಲೆಂಡ್ ಯೂರೋಪಿನ ರಾಷ್ಟ್ರಗಳ ವ್ಯಾಪಾರವನ್ನೇ ಅವಲಂಬಿಸಿರಲಿಲ್ಲ. ಅಲ್ಲದೆ ಇಂಗ್ಲೆಂಡಿನ ವ್ಯಾಪಾರವು ಪೌರ್ವಾತ್ಯ ದೇಶಗಳೊಡನೆ ವಿಪುಲವಾಗಿತ್ತೇ ಹೊರತು ಯೂರೋಪಿನೊಂದಿಗಲ್ಲ. ಇಂಗ್ಲೆಂಡ್ ತನ್ನ ಅವಶ್ಯಕ ವಸ್ತುಗಳನ್ನು ತನ್ನ ಪ್ರಬಲ ನೌಕಾಪಡೆಯ ಸಹಾಯದಿಂದ ಏಷ್ಯಾ ಅಥವಾ ಅಮೆರಿಕಾಗಳಿಂದ ಪಡೆಯಬಹುದಾಗಿತ್ತು. ಆದರೆ ಸಾಗರಗಳ ಮೇಲೆ ಪ್ರಾಬಲ್ಯ ಹೊಂದಿದ ಇಂಗ್ಲೆಂಡಿನ ಬಲಾಢ್ಯ ನೌಕಾಪಡೆಯು ಯೂರೋಪಿನ ರಾಷ್ಟ್ರಗಳಿಗೆ ಯಾವುದೇ ಪ್ರದೇಶದಿಂದಲೂ ವಸ್ತುಗಳು ಬರದಂತೆ ತಡೆಯಬಲ್ಲದಾಗಿತ್ತು. ಇದರಿಂದಾಗಿ ಯೂರೋಪಿನ ರಾಷ್ಟ್ರಗಳಲ್ಲಿ ಜೀವನಾವಶ್ಯಕ ವಸ್ತುಗಳ ಬೆಲೆಗಳು ಅತಿಯಾಗಿ ಏರಿ ಅಭಾವ ಸ್ಥಿತಿಯಿಂದ ಜನಸಾಮಾನ್ಯರು ಕಡುಕಷ್ಟಗಳಿಗೀಡಾದರು. ಫ್ರಾನ್ಸಿನ ಮಿತ್ರ ರಾಷ್ಟ್ರಗಳಾಗಿದ್ದವರೂ ಸಹ ವಸ್ತುಗಳ ಅಭಾವದಿಂದಾಗಿ ನೆಪೋಲಿಯನ್ನನ ಬಗ್ಗೆ ಅಸಮದಾನಗೊಂಡರು. ಕೊನೆಗೆ ಅಗತ್ಯ ವಸ್ತುಗಳನ್ನು ಇಂಗ್ಲೆಂಡಿನಿಂದ ಕಳ್ಳಸಾಗಾಣಿಕೆಯ ಮೂಲಕ ತರಸಿಕೊಳ್ಳಲಾರಂಭಿಸಿದರು. ಫ್ರಾನ್ಸ್ ಸಹ ಕಳ್ಳ ಸಾಗಾಣಿಕೆಯಲ್ಲಿ ತೊಡಗಿತು. ಶವದ ಪೆಟ್ಟಿಗೆಗಳಲ್ಲಿ ಸಕ್ಕರೆಯನ್ನು ಫ್ರಾನ್ಸ್‌ಗೆ ಕಳ್ಳಸಾಗಾಣಿಕೆ ಮಾಡಲಾಗುತ್ತಿತ್ತೆಂದರೆ ಅದರ ಅಭಾವದ ಮತ್ತು ಅವಶ್ಯಕತೆಯ ತೀವ್ರತೆಯನ್ನರಿಯಬಹುದು. ನೆಪೋಲಿಯನ್ನನು ಬ್ರಿಟಿಷ್ ವಸ್ತುಗಳ ಕಳ್ಳಸಾಗಾಣಿಕೆಯನ್ನು ತಡೆಗಟ್ಟಲು ಅನೇಕ ಉಗ್ರ ಕ್ರಮಗಳನ್ನು ಕೈಗೊಂಡನು.

ಖಂಡಾಂತರ ಪದ್ಧತಿಯನ್ನು ಹಾಲೆಂಡ್‌ನಲ್ಲಿ ಜಾರಿಗೆ ತರುವುದರಿಂದ ಅದು ಆರ್ಥಿಕ ನಷ್ಟಕ್ಕೀಡಾಗುತ್ತದೆಂಬ ಕಾರಣಕ್ಕೆ ನೆಪೋಲಿಯನ್ನನ ಸೋದರನಾದ ಹಾಲೆಂಡಿನ ರಾಜ ಜೋಸೆಫ್‌ನು ಈ ಪದ್ಧತಿಯನ್ನು ಜಾರಿಗೆ ತರಲು ಸಾಧ್ಯವಿಲ್ಲವೆಂದು ತಿಳಿಸಿದಾಗ ಅವನನ್ನು ಪದಚ್ಯುತಗೊಳಿಸಿ 1810ರಲ್ಲಿ ಹಾಲೆಂಡನ್ನು ಫ್ರಾನ್ಸ್‌ಗೆ ಸೇರಿಸಿಕೊಳ್ಳಲಾಯಿತು. ಅಲ್ಲದೆ ಜರ್ಮನಿಯ ಮಧ್ಯಪ್ರವೇಶದೊಡನೆ ಸಂಪರ್ಕ ಕಲ್ಪಿಸುವಂತಹ ನದಿಮುಖಜ ಭೂಮಿ, ಉತ್ತರ ಜರ್ಮನಿಯ ಸಮುದ್ರ ತೀರವನ್ನೆಲ್ಲ ಫ್ರಾನ್ಸ್ ಆಕ್ರಮಿಸಿತು. ಪೋಪನು ತಾಟಸ್ಥ್ಯ ನೀತಿಯನ್ನು ಅನುಸರಿಸುವುದಾಗಿ ತೀರ್ಮಾನಿಸಿದನು. ತಾಟಸ್ಥ್ಯ ನೀತಿಯನ್ನು ಒಪ್ಪದ ನೆಪೋಲಿಯನ್ ಇಟಲಿಯ ಪೋಪ್‌ನ ಪ್ರದೇಶಗಳನ್ನು 1809ರಲ್ಲಿ ಆಕ್ರಮಿಸಿ ಅವುಗಳನ್ನು ಫ್ರಾನ್ಸ್ ಸಾಮ್ರಾಜ್ಯಕ್ಕೆ ಸೇರಿಸಿಕೊಂಡನು. ತಕ್ಷಣವೇ ಪೋಪನು ನೆಪೋಲಿಯನ್ನನನ್ನು ಧರ್ಮಭಾಹಿರನೆಂದು ಸಾರಿ ಅವನ ವಿರುದ್ಧ ಧರ್ಮಯುದ್ಧ ಘೋಷಿಸಿದನು. ಇದಕ್ಕೆ ಪ್ರತಿಯಾಗಿ ನೆಪೋಲಿಯನ್ ಪೋಪನನ್ನು ಬಂಧಿಸಿ ಅನೇಕ ವರ್ಷ ಸೆರೆಮನೆಯಲ್ಲಿರಿಸಿದನು.

ಇಂಗ್ಲೆಂಡಿನೊಂದಿಗೆ ನಿಕಟ ಸಂಬಂಧ ಹೊಂದಿದ್ದ ಪೋರ್ಚುಗಲ್ ನೆಪೋಲಿಯನ್ನನ ಆರ್ಥಿಕ ದಿಗ್ಬಂಧನವನ್ನು ಕಾರ್ಯಗತಗೊಳಿಸಲು ನಿರಾಕರಿಸಿತು. ಅದರ ಸಮುದ್ರ ತೀರವು ಮಹತ್ವದ್ದಾಗಿದ್ದರಿಂದ ಮತ್ತು ಮೊದಲ ವಿರೋಧವನ್ನು ಧಮನ ಮಾಡುವ ಉದ್ಧೇಶದ ಮೇರೆಗೆ ನೆಪೋಲಿಯನ್ನನು ಸ್ಪೇನಿನೊಡನೆ ಪೋರ್ಚುಗಲ್ ಮತ್ತು ಅದರ ವಸಾಹತುಗಳನ್ನು ತಮ್ಮ ನಡುವೆ ಹಂಚಿಕೊಳ್ಳುವ ಫಾಂಟೆನ್ ಬ್ಲೂ ಒಪ್ಪಂದವನ್ನು ಮಾಡಿಕೊಂಡನು. ಅದರಂತೆ 1807ರಲ್ಲಿ ಫ್ರಾನ್ಸ್ ಹಾಗೂ ಸ್ಪೇನಿನ ಸಂಯುಕ್ತ ಸೈನ್ಯವು ಪೋರ್ಚುಗಲ್‌ನ ರಾಜಧಾನಿ ಲಿಸ್ಬನ್ ಮೇಲೆ ಧಾಳಿ ಮಾಡಿದವು. ಪೋರ್ಚುಗಲ್ಲಿನ ರಾಜಪರಿವಾರವು ಬ್ರಿಟನ್ ನೌಕಾದಳದ ಸಹಾಯದಿಂದ ಬ್ರೆಜಿಲ್‌ಗೆ ಪಲಾಯನ ಮಾಡಿತು.

ಸ್ಪೇನಿನೊಡನೆ ಯುದ್ಧ (ಪರ್ಯಾಯ ದ್ವೀಪದ ಯುದ್ಧ)

ಫಾಂಟೆನ್ ಬ್ಲೂ ಒಪ್ಪಂದದ ಮೇರೆಗೆ ಸ್ಪೇನಿನ ನಾಲ್ಕನೇ ಚಾರ್ಲ್ಸ್‌ನು ನೆಪೋಲಿಯನ್ನನ ಜೊತೆಗೂಡಿ ಪೋರ್ಚುಗಲ್ಲನ್ನು ಆಕ್ರಮಿಸಿದರು. ಪೋರ್ಚುಗಲ್ ಧಾಳಿಯ ವೇಳೆಯಲ್ಲಿ ಸೈನಿಕ ನೆರವು ನೀಡುವ ನೆಪವಿಟ್ಟುಕೊಂಡು ನೆಪೋಲಿಯನ್ನನು ಸ್ಪೇನಿನಲ್ಲಿ ಅಧಿಕ ಸಂಖ್ಯೆಯ ಸೇನೆಯನ್ನು ಜಮಾಯಿಸಿದ್ದನು. ಪೋರ್ಚುಗಲ್ ವಶವಾದ ನಂತರವೂ ನೆಪೋಲಿಯನ್ನನು ತನ್ನ ಸೈನ್ಯವನ್ನು ತೆರವು ಮಾಡದೆ ಸ್ಪೇನ್ ದೇಶವನ್ನು ಕಬಳಿಸಲು ಸಮಯ ಕಾಯುತ್ತಿದ್ದನು. ಅಧಿಕಾರದ ವಿಷಯದಲ್ಲಿ ಸ್ಪೇನಿನ ದೊರೆ ನಾಲ್ಕನೇ ಚಾರ್ಲ್ಸ್‌ಗೂ ಅವನ ಮಗ ಫರ್ಡಿನಾಂಡನಿಗೂ ಆದ ಕಚ್ಚಾಟವನ್ನು ಉಪಯೋಗಿಸಿಕೊಂಡ ನೆಪೋಲಿಯನ್ ಇಬ್ಬರನ್ನೂ ದೇಶದಿಂದ ಹೊರಗಿಟ್ಟು ತನ್ನ ಸೋದರನಾದ ಜೋಸೆಫನಿಗೆ ಸ್ಪೇನಿನ ಸಿಂಹಾಸನವನ್ನು ದೊರಕಿಸಿಕೊಟ್ಟನು. ಹೀಗೆ ಮೋಸ, ಕಪಟತನದಿಂದ ಮತ್ತು ದುರಾಕ್ರಮಣದಿಂದ ಸ್ಪೇನನ್ನು ವಶಪಡಿಸಿಕೊಂಡ ನೆಪೋಲಿಯನ್ನನು ಕ್ರಮವು ಮಹಾಪ್ರಮಾದವಾಗಿ ಪರಿಣಮಿಸಿತು. ಈತನ ದುರಾಕ್ರಮಣದ ವಿರುದ್ಧ ಸ್ಪೇನಿನ ಜನತೆ ದಂಗೆಯೆದ್ದರು. ನೆಪೋಲಿಯನ್ನನ

ಸರ್ವಾಧಿಕಾರಿ ಧೋರಣೆಯನ್ನು ಸ್ಪೇನಿನ ಪ್ರಾಂತ್ಯ ಸಭೆಗಳೆಲ್ಲ ಒಕ್ಕೊರಲಿನಿಂದ ಟೀಕಿಸಿ ಯುದ್ಧಕ್ಕೆ ನಿಂತವು. ನೆಪೋಲಿಯನ್ನನು ಇಲ್ಲಿಯವರೆಗೂ ಪರಮಾಧಿಕಾರದ ಶಕ್ತಿಯ ವಿರುದ್ಧ ಹೋರಾಟ ಮಾಡಿದ್ದನು. ಆದರೆ ಒಗ್ಗಟ್ಟಿನಿಂದ ಹೋರಾಡುವ ಜನತಾ ಸ್ವಾತಂತ್ರ್ಯ ಹೋರಾಟಗಾರರ ವಿರುದ್ಧ ಹೋರಾಡುವಾಗ ಬಹು ಕಷ್ಟ ನಷ್ಟವನ್ನನುಭವಿಸಿದನು. ನೆಪೋಲಿಯನ್ನನು ಪೋಪನ ಜೊತೆ ಸಂಬಂಧ ಕೆಡಿಸಿಕೊಂಡಿದ್ದರಿಂದ ಸ್ಪೇನಿನ ಜನತೆ ದುರಾಕ್ರಮಣದಿಂದ ತಮ್ಮ ದೇಶವನ್ನು ವಶಪಡಿಸಿಕೊಂಡ ಅವನನ್ನು ಧರ್ಮದ್ರೋಹಿಯೆಂದು ಪರಿಗಣಿಸಿಯೂ ಹೋರಾಡಿದರು.

ಸ್ಪೇನಿನ ದಂಗೆಯು ರಾಷ್ಟ್ರೀಯ ಸ್ವರೂಪ ಹೊಂದುವ ಹೋರಾಟವಾಗಿತ್ತು. ದಂಗೆಯಲ್ಲಿ ಭಾಗವಹಿಸಿದ ಜನತೆಗೆ ಯಾವುದೇ ಶಿಸ್ತುಬದ್ಧವಾದ ಸೈನಿಕ ಶಿಕ್ಷಣವಿರದಿದ್ದರೂ ದೇಶದ ಉಳಿವಿಗಾಗಿ, ಸ್ವಾತಂತ್ರ್ಯಕ್ಕಾಗಿ ಹೋರಾಡುವ ನಿಷ್ಠೆ, ತ್ಯಾಗ ಮತ್ತು ಹೋರಾಡುವ ಮನೋಭಾವಗಳಿಗೆ ಕೊರತೆಯಿರಲಿಲ್ಲ. ಹೋರಾಟಗಾರರಿಗೆ ತಮ್ಮದೇ ಸರ್ಕಾರದ ನಾಯಕತ್ವ ಹಾಗೂ ಸೈನ್ಯವಿಲ್ಲದಿದ್ದರೂ ಆಕ್ರಮಣಕಾರಿ ಫ್ರೆಂಚ್ ಸೈನ್ಯದ ವಿರುದ್ಧ ಕೂಟಯುದ್ಧ ಅಥವಾ ಗೆರಿಲ್ಲಾ ಮಾದರಿಯ ಹೋರಾಟ ಮಾಡುತ್ತಾ ನೆಪೋಲಿಯನ್ನನ ಸೈನ್ಯಗಳ ಮೇಲೆ ಹಠಾತ್ ಆಕ್ರಮಣ ಮಾಡಿ ಅನೇಕ ಕಡೆ ನಷ್ಟ ಮತ್ತು ಸೋಲುಂಟುಮಾಡಿದರು. ಸ್ಪೇನಿನ ಬೆಟ್ಟಗಳಿಂದ ಕೂಡಿದ ಭೌಗೋಳಿಕ ಲಕ್ಷಣಗಳು ಗೆರಿಲ್ಲಾ ಯುದ್ಧಕ್ಕೆ ಸಹಾಯಕವಾಗಿದ್ದವು. ಆದರೆ ಫ್ರಾನ್ಸಿನ ಬೃಹತ್ ಸೈನ್ಯವು ಬೆಟ್ಟಗುಡ್ಡಗಳಿಂದಾಗಿ ಶೀಘ್ರವಾಗಿ ಚಲಿಸಲಾಗದೆ ಕಷ್ಟಪಡಬೇಕಾಯಿತು. ಜಾರನ ವಿರುದ್ಧ ಹಿಂದೆ ಹೋರಾಡಿ ಅನುಭವಿಸಿದ್ದ ತಮ್ಮ ಗೆರಿಲ್ಲಾ ಯುದ್ಧವನ್ನು ಸ್ಪೈನಿನ ಜನತೆ ನೆಪೋಲಿಯನ್ನನ ವಿರುದ್ಧ ಯಶಸ್ವಿಯಾಗಿ ಮುಂದುವರಿಸಿದರು. ಪೋಪನನ್ನು ಸೆರೆಯಲ್ಲಿಟ್ಟ ಅಂಶವು ಕ್ಯಾಥೋಲಿಕ್ ಪಾದ್ರಿಗಳು ಹೋರಾಟಕ್ಕೆ ಬೆಂಬಲ ನೀಡುವಂತಾಗಿ ಜನತೆಯಲ್ಲಿ ರಾಷ್ಟ್ರಭಕ್ತಿಯ ಜೊತೆ ಧಾರ್ಮಿಕ ನಿಷ್ಠೆಯೂ ಹೋರಾಟವನ್ನು ಪ್ರಖರಗೊಳಿಸಿತು.

ಸ್ಪೇನಿನ ಹೋರಾಟಗಾರರು ಫ್ರಾನ್ಸಿನ ಬೃಹತ್ ಸೈನ್ಯದ ಸಂಪರ್ಕ ಸಾಧನಗಳನ್ನು ಕಡಿದು ಹಾಕಿ ಹಿಂದಿನಿಂದ ಹಾಗೂ ಮುಂದಿನಿಂದ ಧಾಳಿ ಮಾಡಿದ ಫಲವಾಗಿ ಫ್ರಾನ್ಸ್ ಸೈನ್ಯ ದಂಡನಾಯಕ ಡ್ಯೂಪಾನನು 1808ರ ಜುಲೈನಲ್ಲಿ ಬೆಲೆನ್ ಎಂಬಲ್ಲಿ ಸೋತು ತನ್ನ 20,000 ಸೈನ್ಯದೊಂದಿಗೆ ಶರಣಾಗತನಾದನು. ಈ ಶರಣಾಗತಿ ಯೂರೋಪ್ ಖಂಡದ ತುಂಬೆಲ್ಲ ಹರಡಿತು. ಮೊದಲ ಬಾರಿಗೆ ಶಸ್ತ್ರಾಸ್ತ್ರ ತೊರೆದು ಶರಣಾದ ಫ್ರಾನ್ಸಿನ ಸೈನ್ಯದ ಉದಾಹರಣೆಯೊಂದಿಗೆ ಸ್ಪೇನಿನ ಜನತೆ ಹಾಗೂ ಯೂರೋಪಿನ ಇತರ ರಾಷ್ಟ್ರಗಳು ಉತ್ಸಾಹದೊಂದಿಗೆ ನೆಪೋಲಿಯನ್ನನ ವಿರುದ್ಧ ಹೋರಾಟ ನಡೆಸಿದವು. ಹೊಸದಾಗಿ ಸ್ಪೇನಿನ ದೊರೆಯಾಗಿದ್ದ ಜೊಸೆಫ್ ಬೊನಾಪಾರ್ಟೆಯು ಸ್ಪೇನಿನ ರಾಜಧಾನಿ ಮ್ಯಾಡ್ರಿಡ್‌ನಿಂದ ತಲೆತಪ್ಪಿಸಿಕೊಂಡು ಪೀರ್‌ನಿಜ್ ಗುಡ್ಡಗಾಡುಗಳಲ್ಲಿ ಸೇರಿಕೊಂಡನು. ಸ್ಪೇನಿನಲ್ಲಿ ನಡೆಯುತ್ತಿದ್ದ ಜನಾಂದೋಲನವನ್ನು ಕಣ್ಣಾರೆ ಕಂಡು ಅನುಭವಿಸಿದ್ದ ಜೋಸೆಫ್ ಬೋನಾಪಾರ್ಟೆಯು ತನ್ನ ಸೋದರನಿಗೆ ಈ ರೀತಿ ಕಾಗದ ಬರೆದಿದ್ದಾನೆ "ಸ್ಪೇನ್ ಇನ್ನಿತರ ದೇಶಗಳಂತಲ್ಲ. ಅಲ್ಲಿನ ಹೋರಾಟಕ್ಕಾಗಿ 50,000 ಸೈನಿಕರಿದ್ದರೆ ಸಾಧನ ಸಂಪರ್ಕಗಳನ್ನು ಮುಕ್ತವಾಗಿಡಲು ಮತ್ತೆ 50,000 ಸೈನಿಕರು ಬೇಕು"ಎಂದು ಅಭಿಪ್ರಾಯಪಟ್ಟಿರುವುದು ಸ್ಪೇನಿನ ಹೋರಾಟದ ತೀವ್ರತೆಯನ್ನು ತಿಳಿಸುತ್ತದೆ.

ಸ್ಪೇನ್ ಪರ್ಯಾಯ ದ್ವೀಪದ ಯುದ್ಧದ ವೈಶಿಷ್ಟ್ಯವೆಂದರೆ ಇಂಗ್ಲೆಂಡ್ ಪ್ರವೇಶಿಸಿದುದು. ಸ್ಪೇನ್ ಮತ್ತು ಪೋರ್ಚುಗಲ್ ಹೋರಾಟಗಾರರಿಗೆ ಉತ್ಸಾಹ ತುಂಬಲು ಸರ್ ಅರ್ಥರ್ ವೆಲ್ಲಸ್ಲಿಯ ನೇತೃತ್ವದಲ್ಲಿ ಒಂದು ಸೈನ್ಯ ಪೋರ್ಚುಗಲ್ ತಲುಪಿತು. ಲಿಸ್ಬನ್‌ಗೆ ವೆಲ್ಲಸ್ಲಿಯು ಸೇನೆ ಕಳುಹಿಸಿ ವಿಮಿರೊ ಎಂಬಲ್ಲಿ ಫ್ರೆಂಚ್ ಸೇನೆಯನ್ನು ಸೋಲಿಸಿದನು. ಇದರೊಂದಿಗೆ ಫ್ರೆಂಚ್ ಸೈನ್ಯ ಪೋರ್ಚುಗಲ್‌ನಿಂದ ಹೊರದೂಡಿದಂತಾಗಿ ಪೋರ್ಚುಗಲ್ ಬ್ರಿಟಿಷರ ನೆಲೆಯಾಯಿತು.

ಸ್ಪೇನಿನ ಎರಡು ಸೋಲುಗಳು ನೆಪೋಲಿಯನ್ನನೆ ಎರಡು ಲಕ್ಷದಷ್ಟು ಬೃಹತ್ ಸೈನ್ಯದೊಂದಿಗೆ ಬರುವಂತೆ ಮಾಡಿದವು. ಕೇವಲ ಒಂದೇ ತಿಂಗಳಲ್ಲಿ ಸ್ಪ್ಯಾನಿಷ್ ಪಡೆಗಳನ್ನು ಸೋಲಿಸಿದ ನೆಪೋಲಿಯನ್ ಮ್ಯಾಡ್ರಿಡ್ ನಗರವನ್ನು ಪ್ರವೇಶಿಸಿ ಪಲಾಯನಗೈದಿದ್ದ ಸೋದರ ಜೋಸೆಫ್‌ನನ್ನು ಮತ್ತೆ ಸಿಂಹಾಸನದಲ್ಲಿ ಕುಳ್ಳಿರಿಸಿದನು. ಮ್ಯಾಡ್ರಿಡ್‌ನಲ್ಲಿ ಒಂದು ತಿಂಗಳು ವಾಸ್ತವ್ಯ ಹೂಡಿದ್ದ ನೆಪೋಲಿಯನ್ ಸ್ಪೇನಿನ ಆಡಳಿತಾತ್ಮಕ ಸುಧಾರಣೆಗಳಲ್ಲಿ ತೊಡಗಿದನು. ಸ್ಪೇನಿನ ಜನತೆಯ ವಿಶ್ವಾಸಗಳಿಸಲು ಧಾರ್ಮಿಕ ನ್ಯಾಯಾಲಯ ವ್ಯವಸ್ಥೆಯನ್ನು ರದ್ದುಗೊಳಿಸಿದನು. ಜಮಿನ್ದಾರಿ ಪದ್ಧತಿಯನ್ನು, ಪ್ರಾಂತ ಪ್ರಾಂತಗಳಲ್ಲಿದ್ದ ವಿಭಿನ್ನ ಸುಂಕ ವ್ಯವಸ್ಥೆಯನ್ನು ತೆಗೆದು ಹಾಕಿ ಏಕರೀತಿಯಾಗಿ ಮಾಡಿದನು. ಫ್ರಾನ್ಸಿನ ಸಮಸ್ಯೆಗಳು ಅವನನ್ನು ಮ್ಯಾಡ್ರಿಡ್ ಬಿಡುವಂತೆ ಮಾಡಿದವು. ಆಸ್ಟ್ರಿಯನ್ನರು ಫ್ರಾನ್ಸಿನ ವಿರುದ್ಧ ಯುದ್ಧ ಸನ್ನದ್ಧರಾದ್ದರಿಂದ ಸ್ಪೇನಿನ ಹೋರಾಟಕ್ಕೆ ಮಾರ್ಷಲ್ ಸೌಲ್ಟ್‌ನನ್ನು ನೇಮಿಸಿ ನೆಪೋಲಿಯನ್ ಫ್ರಾನ್ಸಿಗೆ ಹಿಂತಿರುಗಿದನು.

ಮ್ಯಾಡ್ರಿಡ್‌ನಿಂದ ನೆಪೋಲಿಯನ್ ವಾಪಸ್ಸಾಗುತ್ತಿದ್ದಂತೆ ಇಂಗ್ಲೆಂಡ್ ಬೆಂಬಲ ಪಡೆದ ಸ್ಪೇನ್ ಹೋರಾಟ ಮುಂದುವರಿಯಿತು. ಬ್ರಿಟನ್ನಿನ ದಳಪತಿ ವೆಲ್ಲಸ್ಲಿಯು ಫ್ರೆಂಚರನ್ನು ಟಲವಿರಾ ಎಂಬಲ್ಲಿ 1804 ರಲ್ಲಿ ಸೋಲಿಸಿದನು.

ವೆಲ್ಲಸ್ಲಿಯು ಪೋರ್ಚುಗಲ್‌ನ ರಾಜಧಾನಿ ಲಿಸ್ಬನ್‌ಅನ್ನು ರಕ್ಷಿಸಿ ನಂತರ ಸ್ಪೇನ್‌ನಲ್ಲಿದ್ದ ಫ್ರೆಂಚ್ ಸೈನ್ಯದ ಮೇಲೆ ಧಾಳಿ ಮಾಡಿದನು. ಬ್ರಿಟಿಷ್ ಸೈನ್ಯದೊಂದಿಗೆ ಸೇರಿಕೊಂಡ ಸ್ಪಾನಿಷ್ ಜನತೆಯ ಒಕ್ಕೂಟ ಸೈನ್ಯ 1812ರಲ್ಲಿ ಸಲಮಾಂಕ ಎಂಬಲ್ಲಿ ಫ್ರೆಂಚ್ ಸೈನ್ಯವನ್ನು ಸೋಲಿಸಿ ಮ್ಯಾಡ್ರಿಡನ್ನು ವಶಪಡಿಸಿಕೊಂಡಿತು. ವೆಲ್ಲೆಸ್ಲಿಯು ವಿಟ್ಟೋರಿಯಾ ಎಂಬಲ್ಲಿ ಜೋಸೆಫ್ ಬೋನಾಪಾರ್ಟೆಯನ್ನು ಸಂಪೂರ್ಣವಾಗಿ ಸೋಲಿಸಿ ಫ್ರೆಂಚ್ ಸೇನೆಯನ್ನು ವೆಲಂಕಾದ ಉತ್ತರಕ್ಕೆ ಸರಿಯುವಂತೆ ಹೊಡೆದಟ್ಟಿದನು. ಇದರೊಂದಿಗೆ ಪರ್ಯಾಯ ಯುದ್ಧ ಕೊನೆಗೊಂಡಿತು.

ಪರ್ಯಾಯ ದ್ವೀಪ ಯುದ್ಧದ ಮಹತ್ವ ಮತ್ತು ಪರಿಣಾಮಗಳು

ಪರ್ಯಾಯ ದ್ವೀಪದ ಯುದ್ಧವು 1809ರಿಂದ 1813 ರವರೆಗೆ ಸುಮಾರು ಐದು ವರ್ಷಗಳ ಕಾಲ ನಡೆದು ನೆಪೋಲಿಯನ್ನನ ಪತನಕ್ಕೆ ಕಾರಣವಾಯಿತು. ನೆಪೋಲಿಯನ್ನನೇ ಅಭಿಪ್ರಾಯಪಟ್ಟಿರುವಂತೆ "ಸ್ಪೇನಿನ ಹುಣ್ಣು ನನ್ನನ್ನು ನಾಶಪಡಿಸಿತು". ನೆಪೋಲಿಯನ್ನನು ಸ್ಪೇನಿನ ಜನತೆಯ ಹೋರಾಟವನ್ನು ಎದುರಿಸಲು ಬೃಹತ್ ಸೇನೆಯನ್ನು ಅಲ್ಲಿ ಇಟ್ಟಿದುದರಿಂದ ಅವನ ಇನ್ನಿತರ ಯುದ್ಧಗಳಿಗೆ ಸೈನಿಕರ ಕೊರತೆಯುಂಟಾಯಿತು. ಜೊತೆಗೆ ಪರ್ಯಾಯ ದ್ವೀಪದ ಯುದ್ಧಗಳಲ್ಲಿ ಫ್ರಾನ್ಸಿನ ಅಗಾಧ ಸೈನ್ಯ ನಾಶಹೊಂದಿತು. ನೆಪೋಲಿಯನ್ನನೇ ಹೇಳಿರುವಂತೆ "ಸ್ಪೇನ್ ದೇಶವನ್ನು ಗೆದ್ದುಕೊಳ್ಳಲು 80,000 ಸೈನಿಕರನ್ನು ಕಳೆದುಕೊಳ್ಳಬೇಕಾಗಿ ಬಂದರೆ ನಾನು ಆ ಪ್ರಯತ್ನದಲ್ಲಿ ತೊಡಗುವುದಿಲ್ಲ. ಅದು 12,000ಕ್ಕಿಂತ ಹೆಚ್ಚಿನ ಸೈನ್ಯವನ್ನು ಬಲಿ ತೆಗೆದುಕೊಳ್ಳಲಾರದು ಎಂದು ಆರಂಭದಲ್ಲಿ ನಂಬಿದ್ದನು. ಆದರೆ ಸ್ಪೇನಿನ ಯುದ್ಧ 3,000,00 ಸೈನಿಕರನ್ನು ಆಹುತಿ ತೆಗೆದುಕೊಂಡುದಲ್ಲದೆ ಸೋಲಿನಲ್ಲೇ ಕೊನೆಗೊಂಡಿತು.

ನೆಪೋಲಿಯನ್ನನಿಂದ ನಾಲ್ಕನೇ ಬಾರಿ ಆಸ್ಟ್ರಿಯಾದೊಂದಿಗೆ ಯುದ್ಧ

ಫ್ರಾನ್ಸ್ ಕೈಯಲ್ಲಿ ತಾನು ಅನುಭವಿಸಿದ್ದ ಸೋಲಿನ ಸೇಡನ್ನು ತೀರಿಸಿಕೊಳ್ಳಲು ಆಸ್ಟ್ರಿಯನ್ನರು ಸಮಯ ಕಾಯುತ್ತಿದ್ದರು. ನೆಪೋಲಿಯನ್ನನು ಸ್ಪೇನಿನಲ್ಲಿ ಅನುಭವಿಸುತ್ತಿದ್ದ ಸೋಲಿನ ಹಿನ್ನೆಲೆಯಲ್ಲಿ ಆಸ್ಟ್ರಿಯನ್ನರು 1809ರ ಆರಂಭದಲ್ಲಿ ಫ್ರಾನ್ಸ್ ವಿರುದ್ಧ ಯುದ್ಧ ಘೋಷಿಸಿದರು. ನೆಪೋಲಿಯನ್ನನ ವಿರುದ್ಧ ಜರ್ಮನಿಯರು ದಂಗೆಯೇಳುವಂತೆ ಪ್ರೋತ್ಸಾಹವನ್ನು ನೀಡಿದರು. ನೆಪೋಲಿಯನ್ನನು ಆಸ್ಟ್ರಿಯಾ ಸೈನ್ಯದ ಮೇಲೆ ಮಿಂಚಿನ ಧಾಳಿ ಮಾಡಿ ಬವೇರಿಯಾದಲ್ಲಿ ಐದು ದಿನಗಳಲ್ಲಿ ಐದು ಯುದ್ಧಗಳನ್ನು ಗೆದ್ದು ಆಸ್ಟ್ರಿಯನ್ನರನ್ನು ಹಿಮ್ಮೆಟ್ಟಿಸಿದನು. 1809ರ ಜುಲೈ 5 ಮತ್ತು 6 ರಂದು 'ವಾಗ್ರಂ' ಎಂಬ ಪ್ರಖ್ಯಾತ ಯುದ್ಧದಲ್ಲಿ ಆಸ್ಟ್ರಿಯನ್ನರನ್ನು ಸಂಪೂರ್ಣವಾಗಿ ಸೋಲಿಸಿದನು. ಸೋತ ಆಸ್ಟ್ರಿಯ ವಿಯನ್ನಾ ಒಪ್ಪಂದ ಅಥವಾ ಸ್ಕಾನ್‌ವಾನ್ ಒಪ್ಪಂದ ಮಾಡಿಕೊಂಡಿತು. ಈ ಒಪ್ಪಂದದ ಪ್ರಕಾರ ಆಸ್ಟ್ರಿಯಾ ಪೋಲೆಂಡಿನ ತನ್ನ ಭಾಗವಾದ ಗ್ಯಾಲಿಷಿಯ ಮತ್ತು ಜರ್ಮನಿ, ಇಟಲಿಯ ಗಡಿ ಭಾಗದ ಪ್ರದೇಶಗಳನ್ನು ಫ್ರಾನ್ಸ್‌ಗೆ ಬಿಟ್ಟುಕೊಟ್ಟಿತು. ಆಸ್ಟ್ರಿಯಾ ತನಗೆ ಸೇರಿದ್ದ ಒಂದೇ ಒಂದು ಬಂದರನ್ನು ಕಳೆದುಕೊಂಡು ಭೂಮಿಯಿಂದ ಆವೃತವಾದ ಪ್ರದೇಶವಾಯಿತು. ಇದಲ್ಲದೆ ಯುದ್ಧನಷ್ಟದ ಪರಿಹಾರವಾಗಿ ಅಪಾರ ನಷ್ಟ ಭರ್ತಿಯನ್ನು ತುಂಬಿಕೊಡಬೇಕಾಯಿತು.

ಎರಡೂ ದೇಶಗಳ ನಡುವೆ ಇನ್ನು ಮುಂದೆ ತೊಂದರೆಗಳು ಬಾರದಿರಲು ರಾಜಕೀಯ ವಿವಾಹವು ಅನುಕೂಲಕರವೆಂದು ಕೆಲವರು ಭಾವಿಸಿದರು. ಅಲ್ಲದೆ ಜೊಸೆಫೈನಳಿಂದ ನೆಪೋಲಿಯನ್ನನ ಉತ್ತರಾಧಿಕಾರಿ ಜನಿಸಿಲ್ಲದೆ ಇದ್ದುದರಿಂದ ಅವಳಿಂದ ವಿವಾಹ ವಿಚ್ಛೇದನ ಪಡೆಯಲಾಯಿತು. ಈ ದ್ವಿರಾಷ್ಟ್ರಗಳ ವೈವಾಹಿಕ ಸಂಬಂಧವು ಆಸ್ಟ್ರಿಯಾಕ್ಕೆ ರಕ್ಷಣೆಯನ್ನು, ನೆಪೋಲಿಯನ್ನನಿಗೆ ಪ್ರತಿಷ್ಠೆಯನ್ನು ತರಬಹುದೆಂದು ನಿರೀಕ್ಷಿಸಲಾಗಿತ್ತು. ಅದರಂತೆ ನೆಪೋಲಿಯನ್ ಮತ್ತು ಮೇರಿ ಲೂಯಿಸಳ ವಿವಾಹವು 1810ರ ಏಪ್ರಿಲ್‌ನಲ್ಲಿ ಜರುಗಿತು. ಮರುವರ್ಷವೇ ಒಂದು ಗಂಡು ಮಗು ಹುಟ್ಟಿತು. ನೆಪೋಲಿಯನ್ನನ ಉತ್ತರಾಧಿಕಾರಿಗೆ "ರೋಮನ್ ಚಕ್ರವರ್ತಿ"ಎಂಬ ಬಿರುದನ್ನು ಕಾಯ್ದಿಟ್ಟಿದ್ದು ನೀಡಲಾಯಿತು.

ರಷ್ಯಾದ ಮೇಲೆ ದಂಡಯಾತ್ರೆ (1812)

1807ರ ಟಿಲ್ಸಿತ್ ಒಪ್ಪಂದದ ಮೂಲಕ ರಚಿತವಾದ ಫ್ರಾನ್ಸ್ ಮತ್ತು ರಷ್ಯಾಗಳ ಸ್ನೇಹ ಕೂಟವು 1812ರವರೆವಿಗೂ ಅಸ್ತಿತ್ವದಲ್ಲಿತ್ತು. ಈ ಒಪ್ಪಂದದ ಮೂಲಕ ಅನೇಕ ಪ್ರಯೋಜನಗಳನ್ನು ಪಡೆದುಕೊಂಡ ಒಂದನೇ ಅಲೆಕ್ಸಾಂಡರನು ನಂತರ ನೆಪೋಲಿಯನ್ನನ ತೀರ್ಮಾನಗಳಿಂದ ಬೇಸರಗೊಂಡನು. ಟಿಲ್ಸಿತ್ ಒಪ್ಪಂದವು ತಾತ್ಕಾಲಿಕ ಒಪ್ಪಂದವಾಗಿದ್ದು ಜಾರನು ನೆಪೋಲಿಯನ್ನನ ಖಂಡಾಂತರ ಪದ್ಧತಿಯನ್ನು ಮನಃಪೂರ್ವಕವಾಗಿ ರಷ್ಯಾದಲ್ಲಿ ಜಾರಿಗೆ ತರಲಿಲ್ಲ. ಕಾಂಟಿನೆಂಟಲ್ ಪದ್ಧತಿಯ ಯಶಸ್ಸು ಮುಖ್ಯವಾಗಿ ರಷ್ಯಾದ ಸಹಕಾರವನ್ನವಲಂಬಿಸಿತ್ತು. ನೆಪೋಲಿಯನ್ನನು ಪ್ರಷ್ಯಾ ಹಾಗೂ ಆಸ್ಟ್ರಿಯಾಗಳ ಅಧೀನದ ಪೋಲೆಂಡಿನ ಕೆಲವು ಪ್ರಾಂತಗಳನ್ನು ಸೇರಿಸಿ ವಾರ್ಸಾ ಗ್ರಾಂಡ್ ಡಚೆಯನ್ನು ನಿರ್ಮಿಸಿದುದು ರಷ್ಯಾದ ಪೋಲೆಂಡಿನ ಹಿತಾಸಕ್ತಿಗಳಿಗೆ ಧಕ್ಕೆಯಾಗುವುದೆಂದು ಅಲೆಗ್ಸಾಂಡರ್ ಬೇಸರಗೊಂಡನು. ಅಲ್ಲದೆ ಆರ್ಥಿಕ ದಿಗ್ಬಂಧನದಿಂದಾಗಿ

ರಷ್ಯಾದ ಗೋಧಿ, ಅಗಸೆ, ನಾರು ಮುಂತಾದ ವಸ್ತುಗಳ ವ್ಯಾಪಾರಕ್ಕೆ ಹೊಡೆತ ಬಿದ್ದು ಆರ್ಥಿಕ ನಷ್ಟ ಉಂಟಾಯಿತು. ಇದರಿಂದಾಗಿ ಅಲೆಕ್ಸಾಂಡ್ ಬೇಸರಗೊಂಡನು ಬಹಳವಾಗಿ ಪಶ್ಚಾತ್ತಾಪ ಪಟ್ಟು ಆರ್ಥಿಕ ದಿಗ್ಬಂಧನವನ್ನು ಮುರಿಯಲು ಮತ್ತು ಬ್ರಿಟಿಷ್ ವಾಣಿಜ್ಯಕ್ಕೆ ಪ್ರೋತ್ಸಾಹ ಕೊಡಲಾರಂಭಿಸಿದನು. ಆರ್ಥಿಕ ದಿಗ್ಬಂಧನವನ್ನು ಜರ್ಮನಿ ಮತ್ತು ರಷ್ಯಾದ ಭಾಗಗಳಲ್ಲಿ ಕಠಿಣವಾಗಿ ಜಾರಿಗೆ ತರಲು 1811ರಲ್ಲಿ ಅಲೆಗ್ಸಾಂಡರನ ಸೋದರಳಿಯನ ಓಲ್ಡನ್ ಬರ್ಗ್ ಸಂಸ್ಥಾನವನ್ನು ನೆಪೋಲಿಯನ್ ವಶಪಡಿಸಿಕೊಂಡನು.

1812ರಲ್ಲಿ ನೆಪೋಲಿಯನ್ನನು ಅಲೆಕ್ಸಾಂಡರನಿಗೆ ಕಾಗದ ಬರೆದು ತಾನಿತ್ತ ವಚನದಂತೆ ಇಂಗ್ಲೆಂಡಿನೊಡನೆ ವ್ಯಾಪಾರಿ ಸಂಬಂಧವನ್ನು ರಷ್ಯ ಕಡಿದುಹಾಕಬೇಕೆಂದು ಕೇಳಿಕೊಂಡನು. ಅಲೆಕ್ಸಾಂಡರನು ಜಾರಿಕೆಯ ಉತ್ತರ ನೀಡಿದ್ದರಿಂದ 1812ರ ಜೂನ್‌ನಲ್ಲಿ ಆರು ಲಕ್ಷ ಸೈನ್ಯದ ನೇತೃತ್ವ ವಹಿಸಿ ದಂಡೆಯಾತ್ರೆ ಕೈಗೊಂಡನು. ನೆಪೋಲಿಯನ್ನನ ಸೇನೆಯಲ್ಲಿ ಆಸ್ಟ್ರಿಯಾ, ಪ್ರಷ್ಯಾ, ಇಟಾಲಿಯನ್, ಡೇನರು ಮುಂತಾದವರಿದ್ದುದ್ದರಿಂದ ರಷ್ಯನ್ನರು ಆ ಸೈನ್ಯವನ್ನು "ಇಪ್ಪತ್ತು ರಾಷ್ಟ್ರಗಳ ಸೈನ್ಯ" ಎಂದು ಕರೆಯುತ್ತಿದ್ದರು.

ಮಾಸ್ಕೋ ದಂಡಯಾತ್ರೆಯ ಪ್ರಧಾನ ಘಟನೆಗಳು

ಮಾಸ್ಕೋ ದಂಡೆಯಾತ್ರೆಯನ್ನು ಕುರಿತು ಸ್ವತಃ ನೆಪೋಲಿಯನ್ನನೇ "ನಾಟಕದ ಕೊನೆಯ ಅಂಕ"ವೆಂದು ಕರೆದಿದ್ದಾನೆ. ನೆಪೋಲಿಯನ್ನನು ರಷ್ಯಾ ದಂಡಯಾತ್ರೆಯ ಗುರಿಯನ್ನು ಕೇವಲ ಮಾಸ್ಕೋಗೆ ಮಾತ್ರವಿಟ್ಟುಕೊಳ್ಳದೆ ಭಾರತವನ್ನು ಗುರಿಯಾಗಿಟ್ಟುಕೊಂಡಿದ್ದನು. ನೆಪೋಲಿಯನ್ನನೇ ಹೇಳಿರುವ ಹಾಗೆ "ಮಾಸ್ಕೊ ಭಾರತಕ್ಕೆ ಹೋಗುವ ತಂಗುದಾಣ"ವೆಂದು. ಹೀಗೆ ಮಹದುದ್ದೇಶಗಳಿಂದ ಕೈಗೊಂಡ ಮಾಸ್ಕೋ ದಂಡಯಾತ್ರೆಯು ಪ್ರಸಿದ್ಧವಾದುದು. ಸಂಖ್ಯೆಯಲ್ಲಿ ಶಕ್ತಿಯಿರುವುದಕ್ಕಿಂತಲೂ ದೌರ್ಬಲ್ಯವಿರುತ್ತದೆ ಎಂಬಂತೆ ಮಹಾಸೈನ್ಯವು ಸಾಗುವಿಕೆಯ ಐದನೇ ದಿನದಿಂದಲೇ ಆಹಾರದ ಕೊರತೆಯನ್ನನುಭವಿಸಿತು. ರಷ್ಯನ್ನರು ಸಹ ಸೈನಿಕವಾಗಿ ಹೋರಾಡದೆ ಇಮ್ಮುಖವಾಗಿ ಸರಿಯುತ್ತಾ ವೈರಿಗಳಿಗೆ ಆಹಾರ, ಆಶ್ರಯಗಳು ದೊರೆಯದಂತೆ ಹೊಲ, ಮನೆಗಳನ್ನು ಹಾಳುಗೆಡುವುತ್ತಾ ಸಾಗಿದರು. ಕೊನೆಗೆ ಬೊರೊಡಿನೊ ಎಂಬಲ್ಲಿ 1812ರ ಸೆಪ್ಟೆಂಬರ್ 7ರಂದು ರಷ್ಯ ಮತ್ತು ಫ್ರಾನ್ಸ್ ಸೈನ್ಯದ ನಡುವೆ ಘೋರ ಯುದ್ಧ ನಡೆದು ಫ್ರಾನ್ಸಿನ 30,000 ಸೈನಿಕರು ಮತ್ತು ರಷ್ಯಾದ 40,000 ಸೈನಿಕರು ಅಸುನೀಗಿದರು. ಈ ಯುದ್ದವು ನಿರ್ಣಾಯಕವಾದುದಾಗಿರಲಿಲ್ಲ. ಈ ಯುದ್ಧದ ನಂತರವೂ ರಷ್ಯನ್ನರು ಹಿಂದೆ ಹಿಂದೆ ಸರಿಯುತ್ತಾ ಸಾಗಿದರು. ನೆಪೋಲಿಯನ್ನನು ನಿರಾತಂಕವಾಗಿ 1812ರ ಸೆಪ್ಟೆಂಬರ್ 18 ರಂದು ಮಾಸ್ಕೋ ನಗರವನ್ನು ಪ್ರವೇಶಿಸಿದನು. ಏಳು ನೂರು ಮೈಲಿಗಳಿಂದ ಮಳೆ, ಬಿರುಗಾಳಿಗೆ ಅಸಂಖ್ಯ ಸೈನಿಕರನ್ನು ಕಳೆದುಕೊಂಡರೂ ರಷ್ಯನ್ನರು ಮಾಸ್ಕೋಗೆ ಗಂಡಾಂತರವೊದಗಿದರೆ ಶರಣಾಗತರಾಗುವರೆಂಬ ಆಶಾಭಾವನೆಯಿಂದಲೇ ನೆಪೋಲಿಯನ್ ಮುನ್ನುಗಿದನು. ಆದರೆ ರಷ್ಯನ್ನರು ಶಾಂತಿ ಒಪ್ಪಂದಕ್ಕೆ ಮುಂದಾಗದೆ ಮಾಸ್ಕೋ ನಗರವನ್ನೇ ತೆರವು ಮಾಡಿದರು. ನಿರ್ಜನವಾದ ನಗರದಲ್ಲಿ ಸೈನಿಕರಿಗೆ ಮತ್ತು ಕುದುರೆಗಳಿಗೆ ಉಳಿದಿದ್ದ ಆಹಾರವೆಲ್ಲ ಬೆಂಕಿಯಿಂದ ನಾಶಗೊಂಡಿತು. ಆದರೂ ನೆಪೋಲಿಯನ್ನನು ಅಲೆಗ್ಸಾಂಡರನು ಶಾಂತಿಗಾಗಿ ಬರುವನೆಂದು ಒಂದು ತಿಂಗಳು ಮಾಸ್ಕೋದ ಕ್ರೆಮ್ಲಿನ್ ಅರಮನೆಯಲ್ಲೇ ಉಳಿದನು.

ರಷ್ಯಾದ ಸೈನ್ಯವನ್ನು ಬೆನ್ನಟ್ಟುವುದು ಇನ್ನು ಅಪಾಯಕ್ಕೆ ದಾರಿಯಾಗುವುದೆಂದು ಯೋಚಿಸಿದ ನೆಪೋಲಿಯನ್ ಅಕ್ಟೋಬರ್ 19ರಂದು ಮಾಸ್ಕೋದಿಂದ ಸೇನೆಯ ವಾಪಸಾತಿ ಆರಂಭಿಸಿದನು. ಮಾಸ್ಕೋದಿಂದ ಮರು ಪ್ರಯಾಣವು ಅತ್ಯಂತ ದುರಂತಮಯವಾಯಿತು. ವಾಪಾಸ್ಸಾಗುತ್ತಿದ್ದ ಫ್ರಾನ್ಸಿನ ಸೈನ್ಯದ ಮೇಲೆ ರಷ್ಯಾದ ಕೊಸಾಕ್ ಯೋಧರು ನಡೆಸಿದ ಗೆರಿಲ್ಲಾ ಧಾಳಿಯಿಂದಾಗಿ ಅಪಾರ ನಷ್ಟ ಉಂಟುಮಾಡಿದರು. ಇದರ ಜೊತೆಗೆ ಬೇಸಿಗೆಯ ದಂಡಯಾತ್ರೆಗೆ ಅಗತ್ಯವಾದ ಬಟ್ಟೆಗಳನ್ನು ಧರಿಸಿದ್ದ ಫ್ರಾನ್ಸಿನ ಸೈನಿಕರು ರಷ್ಯಾದ ತೀಕ್ಷ್ಣ ಚಳಿಗೆ ಮತ್ತು ಚಳಿಗಾಳಿಗೆ ಮೃತಪಟ್ಟರು. ಬೆರಸ್ನಿಯ ಎಂಬ ಸೇತುವೆಯನ್ನು ದಾಟುವಾಗ ಆದ ಸೈನಿಕರ, ಕುದುರೆಗಳ ಗೊಂದಲದಲ್ಲಿ ಮತ್ತು ರಷ್ಯಾದ ಶಸ್ತ್ರಪಡೆಗಳು ಇಟ್ಟ ಬೆಂಕಿಗಳಿಂದಾಗಿ ಸಾವಿರಾರು ಜನರು ಸತ್ತರು. ಅನೇಕರು ಹಿಮಗಟ್ಟಿದ ನದಿಯಲ್ಲಿ ಹಾರಿ ಪ್ರಾಣ ಕಳೆದುಕೊಂಡರು. ಕೆಲ ಸಮಯದ ನಂತರ ರಷ್ಯನ್ನರು ಬಂದು ನೋಡಿದಾಗ "ಸತ್ತ ಸೈನಿಕರ, ಹೆಣ್ಣು ಮಕ್ಕಳ ಹೆಣಗಳು ರಾಶಿರಾಶಿಯಾಗಿ ನೀರಿನ ಮೇಲೆ ತೇಲುತ್ತಿದ್ದವು. ಮನಸ್ಸಿಲ್ಲದೆ ಸಾವನ್ನಪ್ಪಿದ ಸೈನಿಕರು ಕುದುರೆಗಳ ಮೇಲೆ ಶಿಲಾಮೂರ್ತಿಗಳಂತೆ ಕುಳಿತ ದೃಶ್ಯಗಳು ಕಣ್ಣಿಗೆ ಬೀಳುತ್ತಿದ್ದವು" ಎಂದು ಒಬ್ಬ ಲೇಖಕ ವರ್ಣಿಸಿದ್ದಾನೆ. ರಷ್ಯಾ ದಂಡೆಯಾತ್ರೆಗೋದ ಆರುಲಕ್ಷ ಸೈನಿಕರಲ್ಲಿ ಒಂದು ಲಕ್ಷಕ್ಕೂ ಕಡಿಮೆ ಸೈನಿಕರು ಜೀವಂತರಾಗಿ ಹಿಂದಿರುಗಿದರೆಂದರೆ ಅದರ ಭೀಕರತೆಯ ಅರಿವಾಗುತ್ತದೆ. ಸ್ವತಃ ನೆಪೋಲಿಯನ್ನನೇ ತನ್ನ ಸೈನ್ಯವನ್ನು ತೊರೆದು ಮಾರುವೇಷದಲ್ಲಿ 1812ರ ಡಿಸೆಂಬರ್ 18ರಂದು ಪ್ಯಾರಿಸ್ಸಿಗೆ ಬಂದು ತಲುಪಿದನು.

ಫ್ರಾನ್ಸಿನ ವಿರುದ್ಧ ನಾಲ್ಕನೇ ಒಕ್ಕೂಟ: ರಷ್ಯಾದ ದಂಡಯಾತ್ರೆಯಲ್ಲಿ ನೆಪೋಲಿಯನ್ನನು ಕಳೆದುಕೊಂಡ ಅಗಾಧ ಸೈನ್ಯವನ್ನು ಗಮನಿಸಿದ ರಷ್ಯಾ, ಪ್ರಷ್ಯಾ, ಆಸ್ಟ್ರಿಯಾ, ಇಂಗ್ಲೆಂಡ್ ಮತ್ತು ಸ್ವೀಡನ್‌ಗಳು ಒಟ್ಟಾಗಿ ನೆಪೋಲಿಯನ್ನನ ವಿರುದ್ಧ ಮತ್ತು ಫ್ರಾನ್ಸಿನ ವಿರುದ್ಧ ನಾಲ್ಕನೇ ಒಕ್ಕೂಟವನ್ನು ರಚಿಸಿಕೊಂಡವು. ನೆಪೋಲಿಯನ್ನನ ಅಸಹಾಯಕತೆಯನ್ನು ಅವು

ಸದುಪಯೋಗಪಡಿಸಿಕೊಂಡು ತಮ್ಮ ಸಾಮಾನ್ಯ ಶತ್ರುವಾದ ನೆಪೋಲಿಯನ್ನನನ್ನು ಸೋಲಿಸಲು ರಷ್ಯಾ, ಪ್ರಷ್ಯಾ ಮತ್ತು ಆಸ್ಟ್ರಿಯಾಗಳು ಯುದ್ಧ ಘೋಷಿಸಿದವು.

ನೆಪೋಲಿಯನ್ನನು ರಷ್ಯದಿಂದ ಮರಳಿದ ನಂತರ ಕೆಲವು ಕಾಲ ನಿರುತ್ಸಾಹಿಯಂತೆ ಇದ್ದರೂ ನಂತರ 2 ಲಕ್ಷ ಸೈನ್ಯವನ್ನು ಸಂಘಟಿಸಿದನು. ನೆಪೋಲಿಯನ್ನನು ಪ್ರಷ್ಯನ್ನರನ್ನು ಮತ್ತು ರಷ್ಯನ್ನರನ್ನು ಲುಟ್ಜೆನ್ ಮತ್ತು ಬಾಟ್ಜೆನ್ ಯುದ್ಧಗಳಲ್ಲಿ ಸೋಲಿಸಿ ಡ್ರೆಸ್‌ಡನ್ ಅನ್ನು ಪುನಃ ವಶಪಡಿಸಿಕೊಂಡನು.

ಲೀಪ್‌ಜಿಗ್ ಅಥವಾ ರಾಷ್ಟ್ರಗಳ ಯುದ್ಧ (Battle of Nations 1813): ನೆಪೋಲಿಯನ್ನನು ಮತ್ತೆ ಸಂಘಟಿಸಿದ ಹೊಸ ಸೈನ್ಯವು ಮೊದಲಿನ ಮಹಾಸೈನ್ಯಕ್ಕೆ ಯಾವುದರಲ್ಲೂ ಹೋಲಿಕೆಯಿರಲಿಲ್ಲ. ಹೊಸ ಸೈನ್ಯದಲ್ಲಿ ಫ್ರಾನ್ಸಿನ ಬಾಲಕರನ್ನು ಆರಿಸಿಕೊಳ್ಳಲಾಗಿತ್ತು. ಅದರಲ್ಲಿ ಬಹು ಜನರಿಗೆ ತರಬೇತಿಯಿರಲಿಲ್ಲ. ಅಂತಹ ಸೈನ್ಯದ ಸಹಾಯದಿಂದಲೇ ಒಕ್ಕೂಟ ಸೈನ್ಯದ ಎರಡೂ ಯುದ್ಧಗಳನ್ನು ಗೆದ್ದಿದ್ದನು. ಆದರೆ ಸೋತ ಮಿತ್ರ ರಾಷ್ಟ್ರಗಳಾದ ರಷ್ಯಾ, ಪ್ರಷ್ಯಾ ಮತ್ತು ಆಸ್ಟ್ರಿಯಾಗಳು ಮತ್ತೆ ಮೂರು ಲಕ್ಷ ಸೈನಿಕರನ್ನೊಳಗೊಂಡ ಬೃಹತ್ ಸೇನೆಯೊಂದಿಗೆ ಇತಿಹಾಸ ಪ್ರಸಿದ್ಧವಾದ ಲೀಪ್‌ಜಿಗ್ ಎಂಬಲ್ಲಿ 1813ರ ಅಕ್ಟೋಬರ್ 16ರಿಂದ 18ರವರೆಗೆ ನೆಪೋಲಿಯನ್ನನ ಎರಡೂ ಲಕ್ಷ ಸೈನ್ಯವನ್ನು ಎದುರಿಸಿದರು. ಈ ಯುದ್ಧವನ್ನು ರಾಷ್ಟ್ರಗಳ ಯುದ್ಧವೆಂದು ಕರೆಯಲಾಗಿದೆ. ಈ ಯುದ್ಧವು ನಿರ್ಣಾಯಕವಾದುದಾಗಿದ್ದು ನೆಪೋಲಿಯನ್ನನು ಸಂಪೂರ್ಣವಾಗಿ ಸೋಲಿಸಲ್ಪಟ್ಟನು. ಲೀಪ್‌ಜಿಗ್‌ನಿಂದ ಮರಳುವಾಗಲೂ ಸೋಲನ್ನು ಒಪ್ಪಿಕೊಳ್ಳದೆ "ಮೇ ತಿಂಗಳಲ್ಲಿ 2,50,000 ಸೈನ್ಯದೊಂದಿಗೆ ಮರಳಿ ಬರುವೆ ಎಂದು ನುಡಿದನು.

ಫ್ರಾನ್ಸಿನ ಮೇಲೆ ಮಿತ್ರರಾಷ್ಟ್ರಗಳ ಧಾಳಿ (1814): ನೆಪೋಲಿಯನ್ನನಿಗೆ ಮತ್ತೊಂದು ಸೈನ್ಯವನ್ನು ರೂಪಿಸಿಕೊಳ್ಳಲು ಅವಕಾಶ ನೀಡದೆ ಡಿಸೆಂಬರ್‌ನಲ್ಲಿ ಫ್ರಾನ್ಸ್ ಮೇಲೆ ಮಿತ್ರ ರಾಷ್ಟ್ರಗಳು ಧಾಳಿ ಮಾಡಿದವು. ಇದಕ್ಕೆ ಮೊದಲು ಜಯಗಳಿಸಿದ ಮಿತ್ರರಾಷ್ಟ್ರಗಳು ಗೌರವ ಪೂರ್ಣವಾದ ಶಾಂತಿ ಸಂಧಾನವನ್ನು ಮಾಡಿಕೊಳ್ಳಲು ನೆಪೋಲಿಯನ್ನನನ್ನು ಆಹ್ವಾನಿಸಿದವು. ಅವನು ಫ್ರಾನ್ಸಿನ ಸಿಂಹಾಸನವನ್ನು ಉಳಿಸಿಕೊಂಡು, ರೈನ್, ಆಲ್ಪ್ಸ್ ಮತ್ತು ಪೀರ್‌ನೀಸ್‌ಗಳನ್ನು ಫ್ರಾನ್ಸ್‌ನ ಗಡಿಯೆಂದೂ ಬೆಲ್ಜಿಯಂ ಮತ್ತು ಸವಾಯ್‌ಗಳನ್ನು ಅವನೇ ಉಳಿಸಿಕೊಳ್ಳಬಹುದೆಂಬ ಉದಾರ ಷರತ್ತುಗಳನ್ನು ಸೂಚಿಸಿದರು. ನೆಪೋಲಿಯನ್ನನು ಉದಾರ ಷರತ್ತುಗಳನ್ನು ಧಿಕ್ಕರಿಸಿ "ನಿಮ್ಮಲ್ಲಿ ಹುಟ್ಟಿದ ದೊರೆಗಳು ಇಪ್ಪತ್ತು ಸಲವಾದರೂ ಸೋಲನ್ನು ಒಪ್ಪಿಕೊಂಡು ಮತ್ತೆ ತಮ್ಮ ಅರಮನೆಗಳಿಗೆ ಹೋಗಬಹುದು. ಆದರೆ ನಾನೊಬ್ಬ ಅದೃಷ್ಟದ ಶಿಶು ಹಾಗೆ ಮಾಡಲಾರೆ" ಎಂದು ತಿಳಿಸಿ ಹೋರಾಟದ ಹಾದಿಯನ್ನಿಡಿದನು.

ತಕ್ಷಣವೇ ಮಿತ್ರರಾಷ್ಟ್ರಗಳು ಫ್ರಾನ್ಸ್ ಮೇಲೆ ಧಾಳಿ ಮಾಡಿದವು. ಧಾಳಿ 1814ರ ಫೆಬ್ರವರಿ ಮತ್ತು ಮಾರ್ಚ್ ಎರಡೂ ತಿಂಗಳು ನಡೆಯಿತು. ಸಂಖ್ಯೆಯ ದೃಷ್ಟಿಯಿಂದ ಚಿಕ್ಕದಾಗಿದ್ದರೂ ಸ್ವಸಂರಕ್ಷಣೆಗೆ ನೀಡಿದ ಪ್ರಾಧಾನ್ಯತೆ ಮತ್ತು ಆಗೊಮ್ಮೆ ಈಗೊಮ್ಮೆ ಮಾಡಿದ ಧಾಳಿಗಳು ಆತನ ಎಲ್ಲ ದಂಡಯಾತ್ರೆಗಳಲ್ಲಿ ಇದು ಉತ್ತಮವೆಂದು ಹೊಗಳುವಂತಾಯಿತು. 1814ರ ಮಾರ್ಚ್ 30ರಂದು ಫ್ರಾನ್ಸ್ ಸೋಲನ್ನನುಭವಿಸಿ ಮಿತ್ರರಾಷ್ಟ್ರಗಳ ಸೈನ್ಯ ಪ್ಯಾರಿಸ್ ಪ್ರವೇಶಿಸಿತು.

ಮಿತ್ರರಾಷ್ಟ್ರಗಳು ನೆಪೋಲಿಯನ್ನನಿಗೆ ಫೌಂಟನ್ ಬ್ಲೂ ಒಪ್ಪಂದದ ಪ್ರಕಾರ ಸಿಂಹಾಸನ ತ್ಯಾಗ ಮಾಡುವಂತೆ ಒತ್ತಡ ತಂದರು. ಆದರೆ ಆತನಿಗೆ ಚಕ್ರವರ್ತಿ ಎಂಬ ಬಿರುದನ್ನು ಉಳಿಸಿಕೊಳ್ಳಲು ಅವಕಾಶ ನೀಡಲಾಯಿತು. ಮೆಡಿಟರೇನಿಯನ್ ಸಮುದ್ರದ 19 ಮೈಲಿ ಉದ್ದದ ಹಾಗೂ ಆರು ಮೈಲಿ ಅಗಲದ ಎಲ್ಬಾ ದ್ವೀಪವನ್ನು ಆಳುವ ಅವಕಾಶವನ್ನು ನೆಪೋಲಿಯನ್ನನಿಗೆ ನೀಡಲಾಯಿತು. ನೆಪೋಲಿಯನ್ನನು ಫೌಂಟನ್ ಬ್ಲೂ ಅರಮನೆಯ ಅಂಗಳದಿಂದ ತನ್ನ ಪಡೆಯಿಂದ ಬೀಳ್ಕೊಂಡು ಹೊರಡುವಾಗ ಫ್ರಾನ್ಸಿನ ಜನರೆಲ್ಲರೂ ಬಿಕ್ಕಿ ಬಿಕ್ಕಿ ಅತ್ತರು.

ಫ್ರಾನ್ಸ್‌ನ ಸೆನೆಟ್ ಸಭೆಯು ನೆಪೋಲಿಯನ್ನನಿಂದ ತೆರವಾದ ಸಿಂಹಾಸನಕ್ಕೆ ಬೋರ್ಬೋನ್ ಮನೆತನದ 18ನೇ ಲೂಯಿಯನ್ನು ಫ್ರಾನ್ಸಿನ ಅರಸನೆಂದು ಸಾರಿತು. 18ನೇ ಲೂಯಿಯು 22ವರ್ಷ ವಿದೇಶಗಳಲ್ಲಿ ಅಲೆಯುತ್ತಿದ್ದು ವಿದೇಶಿ ಸೈನ್ಯಗಳ ಸಹಾಯದಿಂದ ಫ್ರಾನ್ಸಿನ ರಾಜನಾದನು.

ನೆಪೋಲಿಯನ್ನನ ಪುನರಾಗಮನ (1815): ನೆಪೋಲಿಯನ್ನನು ಹತ್ತು ತಿಂಗಳು ಚಿಕ್ಕ ಎಲ್ಬಾ ದ್ವೀಪವನ್ನು ಆಳಿದನು. ಕೇವಲ 1200 ಜನ ಸೈನಿಕರೊಡನೆ ದ್ವೀಪವನ್ನು ತೊರೆದು ಇಂಗ್ಲಿಷ್ ಕಾವಲು ಪಡೆಯ ಕಣ್ಣು ತಪ್ಪಿಸಿ ಮಾರ್ಚ್ 1ರಂದು ಕ್ಯಾನ್ ಎಂಬಲ್ಲಿಗೆ ಬಂದನು. ಅಲ್ಲಿಂದ ಪ್ಯಾರಿಸ್‌ಗೆ ದಂಡಯಾತ್ರೆ ಹೊರಟನು. ಆತನನ್ನು ಬಂಧಿಸಲು ಕಳುಹಿಸಿದ ಸೇನಾಧಿಕಾರಿಗಳು ಆತನ ಕಡೆ ಸೇರಿದರು. ನೆಪೋಲಿಯನ್ನನು ಮಾರ್ಚ್ 20ರಂದು ಪ್ಯಾರಿಸ್ ತಲುಪಿದನು. 18ನೇ ಲೂಯಿಯು ನೆಪೋಲಿಯನ್ ಬರುವ ಸುದ್ದಿ ಕೇಳಿಯೇ ಗಡಿಯಿಂದಾಚೆ ಪಲಾಯನ ಗೈದಿದ್ದನು. ಟ್ಯೂಲರಿಸ್ ಅರಮನೆಗೆ

ಫ್ರಾನ್ಸಿನ ಸಾಮ್ರಾಟನಾಗಿ ಪುನರ್ ಪ್ರವೇಶಿಸಿದನು. ಹೀಗೆ ಎಲ್ಬಾದಿಂದ ಪ್ಯಾರಿಸ್ಸಿಗೆ ನೆಪೋಲಿಯನ್ನನ ಪುನರಾಗಮನ ಇತಿಹಾಸದಲ್ಲಿನ ಮಹಾನ್ ರೋಮಾಂಚಕ ಘಟನೆಗಳಲ್ಲಿ ಒಂದು ಎಂದು ಹೆಸರಾಗಿದೆ.

ನೆಪೋಲಿಯನ್ನನು ದಾರಿಯುದ್ದಕ್ಕೂ ಜನರನ್ನು ತನ್ನ ಕಡೆಗೆ ಒಲಿಸಿಕೊಂಡುದಲ್ಲದೆ ಫ್ರಾನ್ಸಿನ ಯೋಧರನ್ನು ಕುರಿತ ಪ್ರಕಟಣೆಯು ಸೇನೆಯು ಅವನನ್ನು ಬೆಂಬಲಿಸುವಂತೆ ಮಾಡಿತು. ನೆಪೋಲಿಯನ್ನನು ತಾನು ಮಾಡಿದ ಪ್ರಮಾದಗಳನ್ನು ಒಪ್ಪಿಕೊಂಡು ಇನ್ನು ಮುಂದೆ ಶಾಂತಿ ಹಾಗೂ ಸ್ವಾತಂತ್ರ್ಯದ ಮಾರ್ಗವನ್ನು ಅನುಸರಿಸುವುದಾಗಿ ಭರವಸೆಯಿತ್ತನು. ಗಂಡಾಂತರದಲ್ಲಿರುವ ಕ್ರಾಂತಿಯ ಕೊಡುಗೆಗಳ ರಕ್ಷಕನಾಗಿ ವಾಪಸ್ಸು ಬಂದಿರುವುದಾಗಿ ಜನರನ್ನು ನಂಬಿಸಿ ಎರಡನೇ ಬಾರಿ ಫ್ರಾನ್ಸ್‌ನಲ್ಲಿ 100 ದಿನಗಳ ಆಳ್ವಿಕೆಯನ್ನು ಆರಂಭಿಸಿದನು.

ವಾಟರ್ ಲೂ ಕಾಳಗ (1815): ನೆಪೋಲಿಯನ್ನನು ಮಿತ್ರ ರಾಷ್ಟ್ರಗಳೊಂದಿಗೆ ಶಾಂತಿ ಸಂಧಾನಕ್ಕೆ ಸಿದ್ಧನಾದರೂ ಮಿತ್ರ ರಾಷ್ಟ್ರಗಳು ಅದಕ್ಕೊಪ್ಪದೆ ಧಾಳಿಯನ್ನಾರಂಭಿಸಿದರು. ನೆಪೋಲಿಯನ್ನನು ಮಿತ್ರರಾಷ್ಟ್ರಗಳ ಒಕ್ಕೂಟ ಸೈನ್ಯವು ಒಂದೆಡೆ ಸೇರುವ ಮೊದಲೇ ಧಾಳಿ ಮಾಡಬೇಕೆಂದು ಆಲೋಚಿಸಿದನು. ಯುದ್ಧವು ಬೆಲ್ಜಿಯಂನಲ್ಲಿ ನಡೆಯಿತು. ಇಂಗ್ಲೆಂಡ್, ಹಾಲೆಂಡ್, ಬೆಲ್ಜಿಯಂ ಹಾಗೂ ಜರ್ಮನ್‌ಗಳ ಸೇನೆಯ ನಾಯಕತ್ವವನ್ನು ಇಂಗ್ಲಿಷ್ ದಳಪತಿ ವೆಲ್ಲಿಂಗ್ಟನ್ ವಹಿಸಿದ್ದನು. ಪ್ರಷ್ಯದ ಸೇನೆಯು ಬ್ಲೂಚರ್‌ನ ನೇತೃತ್ವದಲ್ಲಿತ್ತು. ನೆಪೋಲಿಯನ್ನನು ಪ್ರಷ್ಯಾದ ಬ್ಲೂಚರ್‌ನ ಪ್ರಬಲ ಸೇನೆಯನ್ನು "ಲಿಗ್ನಿ" ಎಂಬಲ್ಲಿ ಸೋಲಿಸಿದನು. ಕೊನೆಗೆ ಬ್ರಸೆಲ್ಸ್‌ನಿಂದ ಹನ್ನೆರಡು ಮೈಲಿ ದೂರದಲ್ಲಿರುವ ವಾಟರ್‌ಲೂ ಎಂಬಲ್ಲಿ 1815ರ ಜೂನ್ 18 ರಂದು ಭಾನುವಾರ ನೆಪೋಲಿಯನ್ನನನ್ನು ಸಂಪೂರ್ಣವಾಗಿ ಸೋಲಿಸಲಾಯಿತು.

ನೆಪೋಲಿಯನ್ನನು ಪ್ಯಾರಿಸ್‌ಗೆ ಪಲಾಯನಗೈದು ಅನಂತರ ಅಮೇರಿಕಾಕ್ಕೆ ಪಾರಾಗಬೇಕೆಂದು ಬಯಸಿದ್ದನು. ಆದರೆ ಬ್ರಿಟನ್‌ನ ಕಾವಲು ಪಡೆಗಳಿಂದ ತಪ್ಪಿಸಿಕೊಳ್ಳಲಾಗದೆ ಬ್ರಿಟಿಷರಿಗೆ ಶರಣಾದನು. ನೆಪೋಲಿಯನ್ನನನ್ನು ದಕ್ಷಿಣ ಅಟ್ಲಾಂಟಿಕ್ ಮಹಾಸಾಗರದಲ್ಲಿನ ಸೇಂಟ್ ಹೆಲೆನಾ ಎಂಬ ದ್ವೀಪಕ್ಕೆ ಸಾಗಿಸಿ ಬಿಗಿ ಕಾವಲಿನಲ್ಲಿ ಬಂಧಿಸಿಡಲಾಯಿತು. ನೆಪೋಲಿಯನ್ನನು ಅಲ್ಲಿ ಆರು ವರ್ಷಗಳ ಕಾಲ ಸೆರೆವಾಸದ ಕಷ್ಟವನ್ನನುಭವಿಸಿ ತನ್ನ 52ನೇ ವಯಸ್ಸಿನಲ್ಲಿ ಕರುಳಿನ ಕ್ಯಾನ್ಸರ್‌ನಿಂದ ಬಳಲಿ 1821ರ ಮೇ 5ರಂದು ನಿಧನ ಹೊಂದಿದನು. ನೆಪೋಲಿಯನ್ನನು ತನ್ನನ್ನು ಫ್ರಾನ್ಸಿನ ಸಿಯನ್ನೆ ನದಿ ದಂಡೆಯಲ್ಲಿ ಹೂಳಬೇಕೆಂದು ಮೃತ್ಯು ಪತ್ರದಲ್ಲಿ ತಿಳಿಸಿದ್ದನು. ಆದರೆ ಆತನನ್ನು ಸೇಂಟ್ ಹೆಲೆನಾ ದ್ವೀಪದಲ್ಲೇ ಸಮಾದಿ ಮಾಡಲಾಯಿತು. ಇಪ್ಪತ್ತು ವರ್ಷಗಳ ನಂತರ ಮೂರನೇ ನೆಪೋಲಿಯನ್ ಆಳ್ವಿಕೆಯಲ್ಲಿ ಅವನ ಅವಶೇಷಗಳನ್ನು ಫ್ರಾನ್ಸಿಗೆ ತಂದು ಪ್ಯಾರಿಸ್ಸಿನ ಇನ್‌ವ್ಯಾಲಿಡ್ ಎಂಬ ಗುಮ್ಮಟದ ಕೆಳಗೆ ಸಮಾದಿ ಮಾಡಲಾಯಿತು.

ನೆಪೋಲಿಯನ್ ಸಾವನ್ನಪ್ಪಿರುವುದು

ಪ್ಯಾರಿಸ್‌ನಲ್ಲಿರುವ ನೆಪೋಲಿಯನ್ನನ ಸಮಾದಿ

ನೆಪೋಲಿಯನ್ನನು ಜಾರಿಗೆ ತಂದ ಸುಧಾರಣೆಗಳು

ನೆಪೋಲಿಯನ್ನನು ಅಪ್ರತಿಮ ಯೋಧನಾಗಿದ್ದಲ್ಲದೆ ಉತ್ತಮ ಸಂಘಟಕನೂ ಆಡಳಿತಗಾರನೂ ಹಾಗೂ ರಾಜನೀತಿಜ್ಞನಾಗಿದ್ದನು. ಅವನ ಸೈನಿಕ ಸಾಧನೆಗಳು ಫ್ರಾನ್ಸನ್ನು ವಿದೇಶಿ ಶತ್ರುಗಳಿಂದ ರಕ್ಷಿಸಿದವು ಮತ್ತು ಫ್ರಾನ್ಸಿನ ಪ್ರತಿಷ್ಠೆಯನ್ನು ಅಧಿಕಗೊಳಿಸಿದವು. ಅವನು ತಂದ ಅನೇಕ ಸುಧಾರಣೆಗಳು ಫಾನ್ಸನ್ನು 1789ರ ಕ್ರಾಂತಿಯ ಸಮಯದ ಅರಾಜಕತೆಯ ಸ್ಥಿತಿಯಿಂದ ಮುಕ್ತಗೊಳಿಸಿ ಶಾಂತಿ, ಭದ್ರತೆಯಿಂದ ಕೂಡಿದ ದಕ್ಷ ಆಡಳಿತವನ್ನು ಒದಗಿಸುವುದಕ್ಕೆ ಕಾರಣವಾದವು. ನೆಪೋಲಿಯನ್ನನು ಜಾರಿಗೆ ತಂದ ಯಶಸ್ವಿ ಸುಧಾರಣೆಗಳನ್ನು ಕುರಿತು ಗ್ರಾಂಟ್ ಮತ್ತು ಟೆಂಪರ್ಲಿಯವರು "ವೀರ

ಯೋಧರಲ್ಲೆಲ್ಲಾ ಶ್ರೇಷ್ಠ ಸ್ಥಾನವನ್ನು ತಂದುಕೊಟ್ಟ ರಾಜನೈಪುಣ್ಯತೆಗೆ ಕಾರಣ ನೆಪೋಲಿಯನ್ನನಿಗಿದ್ದ ಅಧಿಕಾರವು ಸಂಪೂರ್ಣವಾಗಿ ಆ ಕಾಲದ ಒಳಾಡಳಿತ ನೀತಿಯ ಕ್ರಮಗಳನ್ನವಲಂಬಿಸಿತ್ತು" ಎಂದು ಅಭಿಪ್ರಾಯಪಟ್ಟಿದ್ದಾರೆ. ಅದೇ ರೀತಿ ಹೆಸರಾಂತ ಇತಿಹಾಸಕಾರರಾದ ಎಚ್.ಎ.ಎಲ್ ಫಿಷರ್‌ರವರು "ನೆಪೋಲಿಯನ್ನನ ದಿಗ್ವಿಜಯಗಳು ನಶ್ವರವಾಗಿದ್ದಲ್ಲಿ ಅವನ ನಾಗರಿಕ ಸುಧಾರಣೆಗಳು ಭದ್ರವಾದ ಬುನಾದಿಯ ಮೇಲೆ ನಿರ್ಮಿಸಲ್ಪಟ್ಟಿವೆ" ಎಂದಿದ್ದಾರೆ. ಒಟ್ಟಾರೆ ನೆಪೋಲಿಯನ್ನನ ರಾಜಕೀಯ ಗೆಲುವುಗಳಿಗಿಂತಲೂ ಅವನು ಆಡಳಿತ ರಂಗದಲ್ಲಿ ಮಾಡಿದ ಪ್ರಯೋಗ, ಜಾರಿಗೆ ತಂದ ಪ್ರಗತಿಪರ ಸುಧಾರಣೆಗಳು ಅವನ ಹೆಸರನ್ನು ಫ್ರಾನ್ಸಿನ ಇತಿಹಾಸದಲ್ಲಿ ಚಿರಸ್ಥಾಯಿಯಾಗುವಂತೆ ಮಾಡಿವೆ.

ಧಾರ್ಮಿಕ ಸುಧಾರಣೆಗಳು (ಕನ್‌ಕಾರ್ಡೆಟ್ ಒಪ್ಪಂದ)

ಕ್ರಾಂತಿಯ ಕಾಲದ ಒಂದು ದಶಕದಲ್ಲಿ ನಡೆದ ಧಾರ್ಮಿಕ ಅಂತಃಕಲಹವನ್ನು ಕೊನೆಗಾಣಿಸಲು ನೆಪೋಲಿಯನ್ ಮನಸ್ಸು ಮಾಡಿದನು. ನೆಪೋಲಿಯನ್ನನು ಸ್ವತಃ ಧಾರ್ಮಿಕ ಶ್ರದ್ಧೆ ಹೊಂದಿರದಿದ್ದರೂ ಧರ್ಮವೆಂಬುದು ಒಂದು ಪ್ರಚಂಡ ಶಕ್ತಿಯೆಂಬುದನ್ನು ಮನಗಂಡಿದ್ದನು. ಹಾಗಾಗಿ ಕ್ರಾಂತಿ ಕಾಲದಲ್ಲಿ ಮೂಲೆಗುಂಪಾಗಿದ್ದ ಕ್ಯಾಥೋಲಿಕ್ ಧರ್ಮವನ್ನು ಫ್ರಾನ್ಸ್‌ನಲ್ಲಿ ಪುನರ್‌ಸ್ಥಾಪನೆ ಮಾಡುವುದರಿಂದ ಕ್ಯಾಥೋಲಿಕರು ತನ್ನ ರಾಜಕೀಯ ಸ್ಥಾನಮಾನಗಳಿಗೆ ಬೆಂಬಲ ಕೊಡುವರೆಂದು ಯೋಚಿಸಿದನು. ಕ್ರಾಂತಿಕಾರರು ಧರ್ಮಾಧಿಕಾರಿಗಳ ಪೌರಸಂವಿಧಾನವನ್ನು ಜಾರಿಗೊಳಿಸಿದಂದಿನಿಂದ ಫ್ರಾನ್ಸ್ ದೇಶವು ರೋಂನ ಕ್ಯಾಥೋಲಿಕ್ ಚರ್ಚಿನ ಬೆಂಬಲವನ್ನು ಕಳೆದುಕೊಂಡಿತ್ತು. ಆದ್ದರಿಂದ ನೆಪೋಲಿಯನ್ನನು 1802ರಲ್ಲಿ ಪೋಪನಾದ ಏಳನೇ ಪಯಸ್‌ನೊಂದಿಗೆ ಮಾತುಕತೆಗಳನ್ನಾರಂಭಿಸಿದನು. ಮಾತುಕತೆಯ ಫಲವಾಗಿ 1802ರಲ್ಲಿ ಕನ್‌ಕಾರ್ಡೆಟ್ ಎಂಬ ಒಪ್ಪಂದವು ಜಾರಿಗೆ ಬಂದಿತು. ಈ ಒಪ್ಪಂದದ ಪ್ರಕಾರ ಫ್ರಾನ್ಸಿನಲ್ಲಿ ರೋಮನ್ ಕ್ಯಾಥೋಲಿಕ್ ಧರ್ಮವು ಪುನಃ ಸ್ಥಾಪನೆಯಾಗಿ ಗಣರಾಜ್ಯದ ಧರ್ಮವೆಂದೂ ಅಂಗೀಕರಿಸಲ್ಪಟ್ಟಿತು. ಆದರೂ ಫ್ರಾನ್ಸಿನ ಇತರ ಧರ್ಮಗಳನ್ನು ಕಡೆಗಣಿಸದೆ ಧಾರ್ಮಿಕ ಸಹಿಷ್ಣುತಾ ನೀತಿಯನ್ನು ಅನುಸರಿಸಲಾಯಿತು. ಕನ್‌ಕಾರ್ಡೆಟ್ ಒಪ್ಪಂದದ ಪ್ರಕಾರ ಪೋಪನು ಫ್ರಾನ್ಸಿನ ಬಿಷಪ್ಪರನ್ನು ನೇಮಿಸುವ ಅಧಿಕಾರವನ್ನು ಫ್ರಾನ್ಸಿನ ಸೇನಾ ದಂಡನಾಯಕನಿಗಿತ್ತು ದೀಕ್ಷೆ ಕೊಡುವ ಅಧಿಕಾರವನ್ನು ಮಾತ್ರ ತಾನಿಟ್ಟುಕೊಂಡನು. ಕ್ರಾಂತಿ ಕಾಲದಲ್ಲಿ ಸರ್ಕಾರವು ಚರ್ಚಿನ ಆಸ್ತಿಗಳನ್ನು ಮುಟ್ಟುಗೋಲು ಹಾಕಿಕೊಂಡು ಮಾರಾಟ ಮಾಡಿದುದನ್ನು ಮನ್ನಿಸಲಾಯಿತು. ಈ ಒಪ್ಪಂದದ ಪ್ರಕಾರ ಚರ್ಚು ಮತ್ತು ಧರ್ಮವನ್ನು ರಾಜ್ಯದ ಅಧೀನದಲ್ಲಿರುವಂತೆ ಮಾಡಿ ರಾಜ್ಯದ ಬೊಕ್ಕಸದಿಂದ ಸಂಬಳ ಕೊಡುವ ವ್ಯವಸ್ಥೆ ಮಾಡಲಾಯಿತು. ಪಾದ್ರಿಗಳು ಶಿಕ್ಷಣದಲ್ಲಿ ಗ್ಯಾಲಿಕನ್ ಸ್ವಾತಂತ್ರ್ಯ ಸೂತ್ರಗಳನ್ನು ಉಪದೇಶಿಸಬೇಕೆಂದು ಒತ್ತಿ ಹೇಳಲಾಯಿತು. ಪಾದ್ರಿಗಳು ಸರ್ಕಾರಿ ಅಧಿಕಾರಿಗಳಾಗಿ ರಾಷ್ಟ್ರದ ಮುಖ್ಯಸ್ಥನಿಗೆ ನಿಷ್ಠೆಯಿಂದಿರುವುದಾಗಿ ಪ್ರಮಾಣ ಸ್ವೀಕರಿಸುತ್ತಿದ್ದರು.

ಆಡಳಿತಾತ್ಮಕ ಸುಧಾರಣೆಗಳು

ನೆಪೋಲಿಯನ್ನನು ಸರ್ಕಾರದ ಆಡಳಿತದಲ್ಲಿ ಅನೇಕ ಸುಧಾರಣೆಗಳನ್ನು ಜಾರಿಗೆ ತಂದನು. 1799ರ ಸಂವಿಧಾನವು ಕಾರ್ಯಾಂಗ ಮತ್ತು ಶಾಸಕಾಂಗಗಳ ಅಧಿಕಾರಗಳನ್ನು ನೆಪೋಲಿಯನ್ನನಿಗೆ ವಹಿಸಿಕೊಟ್ಟಿತು. ನಂತರ ನೆಪೋಲಿಯನ್ನನು ಫ್ರಾನ್ಸ್ ದೇಶದ ಆಡಳಿತವನ್ನೆಲ್ಲ ಕೇಂದ್ರೀಕೃತಗೊಳಿಸಿ ಎಲ್ಲ ಅಧಿಕಾರಗಳನ್ನು ತನ್ನ ಅಧೀನದಲ್ಲಿರಿಸಿಕೊಂಡನು. ನೆಪೋಲಿಯನ್ನನು ಹಿಂದಿನ ಆಡಳಿತ ವಿಭಾಗಗಳನ್ನು ಮತ್ತು ಚುನಾಯಿತ ಸ್ಥಾನಿಕ ಸಂಸ್ಥೆಗಳನ್ನು ಹಾಗೆಯೇ ಮುಂದುವರಿಸಿದನು. ಆದರೆ ಅವು ಹೊಂದಿದ್ದ ಆಡಳಿತ ಸ್ವಾಯತ್ತತೆಯನ್ನು ತಪ್ಪಿಸಿ ಅವುಗಳ ಅಧಿಕಾರವನ್ನು ಕುಂಠಿತಗೊಳಿಸಿದನು. ನೆಪೋಲಿಯನ್ನನೇ ವಿಭಾಗಾಧಿಕಾರಿಗಳಾದ ಪ್ರಿಫೆಕ್ಟ್ ಮತ್ತು ಸಬ್ ಪ್ರಿಫೆಕ್ಟ್ ಹಾಗೂ ಕಮ್ಯೂನ್‌ಗಳ ಮೇಯರ್‌ಗಳನ್ನು ನೇಮಕಮಾಡುತ್ತಿದ್ದನು. ಒಂದು ಲಕ್ಷಕ್ಕೂ ಹೆಚ್ಚು ಜನರಿದ್ದ ನಗರಗಳ ಪೋಲಿಸ್ ಅಧಿಕಾರಿಗಳನ್ನು ಕೇಂದ್ರ ಸರ್ಕಾರವೇ ನೇಮಿಸುತ್ತಿತ್ತು. ಹೀಗೆ ಸ್ಥಳೀಯ ಸಂಸ್ಥೆಗಳ ಸ್ವಾಯತ್ತತೆಯನ್ನು ಮೊಟಕುಗೊಳಿಸಿದ್ದರಿಂದ ಫ್ರೆಂಚ್ ನಾಗರಿಕರು ಆಡಳಿತದಲ್ಲಿ ನೇರವಾಗಿ ಭಾಗವಹಿಸುವ ಅವಕಾಶವನ್ನು ಕಳೆದುಕೊಂಡರು. ಆದರೂ ಫ್ರಾನ್ಸಿನಾದ್ಯಂತ ಕೇಂದ್ರ ಸರ್ಕಾರದಡಿಯಲ್ಲಿ ಏಕರೀತಿಯ ಆಡಳಿತವನ್ನು ಜಾರಿಗೆ ತರುವುದರ ಮೂಲಕ ಸುವ್ಯವಸ್ಥಿತ ಮತ್ತು ದಕ್ಷ ಆಡಳಿತವೇರ್ಪಟ್ಟಿತು. ಇದರಿಂದಾಗಿ ರಾಜ್ಯದಲ್ಲಿ ತೆರಿಗೆ ವಿಧಿಸಲು ಮತ್ತು ವಸೂಲಿ ಮಾಡುವಲ್ಲಿ ಹಾಗೂ ರಾಜ್ಯಕ್ಕೆ ನಿರ್ದಿಷ್ಟ ಆದಾಯವನ್ನು ದೊರಕಿಸುವಲ್ಲೂ ಸಹಾಯವಾಯಿತು. ನೆಪೋಲಿಯನ್ನನು ಉತ್ತಮ ವ್ಯಕ್ತಿಗಳನ್ನು ಮಂತ್ರಿಗಳನ್ನಾಗಿ ಮಾಡಿ ಅವರು ಆತನಿಗೆ ಮಾತ್ರ ಅಧೀನವಾಗಿದ್ದು ಉತ್ತಮ ಸೇವೆಯನ್ನು ಮಾಡಲು ಸಾಧ್ಯವಾಯಿತು.

ನ್ಯಾಯಾಂಗ ಸುಧಾರಣೆಗಳು (ಕೋಡ್ ನೆಪೋಲಿಯನ್)

ನೆಪೋಲಿಯನ್ನನು ಕೈಗೊಂಡ ಸುಧಾರಣೆಗಳಲ್ಲೆಲ್ಲಾ ಪ್ರಮುಖವಾದವು ಅವನ ನ್ಯಾಯಾಂಗ ಸುಧಾರಣೆಗಳು. ನೆಪೋಲಿಯನ್ನನ ಶಾಶ್ವತ ಸಾಧನೆಯೆಂದರೆ ಆತನ ಕೋಡ್ ನೆಪೋಲಿಯನ್ ಅಥವಾ ನೆಪೋಲಿಯನ್ ಕಾನೂನು

ಸಂಹಿತೆಗಳು. ಅವನೇ ಸೇಂಟ್ ಹೆಲೆನಾದಲ್ಲಿದ್ದಾಗ ಹೇಳಿರುವಂತೆ "ನನ್ನ ಖ್ಯಾತಿ ನಿಂತಿರುವುದು ನಾನು ಯೂರೋಪಿನಲ್ಲಿ ಗೆದ್ದ ನಲವತ್ತು ಯುದ್ಧಗಳಿಂದಲ್ಲ ಅದು ನಿಂತಿರುವುದು ನಾನು ನಿರ್ಮಿಸಿದ ಕೋಡ್ ನೆಪೋಲಿಯನ್ ಮೇಲೆ" ಎಂದಿರುವುದು ಸತ್ಯಪೂರ್ಣವಾದುದು. ನೆಪೋಲಿಯನ್ನನು 1804ರಲ್ಲಿ ಚಕ್ರವರ್ತಿಯಾದ ಮೇಲೆ ಕಾನೂನು ಸಂಹಿತೆಗಳನ್ನು ಜಾರಿಗೊಳಿಸಿದನು. ಫ್ರಾನ್ಸ್ ಕ್ರಾಂತಿಯ ಉದ್ದೇಶವೇ ಸರ್ವಸಮಾನವಾದ ಕಾನೂನುಗಳಿರಬೇಕೆಂಬುದಾಗಿತ್ತು. ಆದರೆ ಕ್ರಾಂತಿ ಸಂಭವಿಸಿ ಅನೇಕ ವರ್ಷಗಳಾದರೂ ಫ್ರಾನ್ಸಿನ ಅಶಾಂತ ಮತ್ತು ಅರಾಜಕತಾ ಸ್ಥಿತಿಗಳು ಫ್ರಾನ್ಸಿನಲ್ಲಿ ಸಮಾನ ನ್ಯಾಯದಾನ ವ್ಯವಸ್ಥೆಯನ್ನು ಜಾರಿಗೊಳಿಸಲಾಗಿರಲಿಲ್ಲ.

ನೆಪೋಲಿಯನ್ನನು ಶ್ರೇಷ್ಠ ನ್ಯಾಯಾಂಗ ಪಂಡಿತನಾಗಿಲ್ಲದಿದ್ದರೂ ಹಲವಾರು ನ್ಯಾಯಪಂಡಿತರನ್ನು ಕಲೆಹಾಕಿ ಎರಡು ಸಮಿತಿಗಳನ್ನು ರಚಿಸಿದನು. ಆ ಸಭೆಗಳ ಅಧ್ಯಕ್ಷತೆಯನ್ನು ತಾನೇ ವಹಿಸಿ ಕೂಲಂಕುಷವಾದ ಚರ್ಚೆಯ ನಂತರ ಸರಳ ಮತ್ತು ವೈಜ್ಞಾನಿಕವಾದ ಕಾನೂನುಗಳನ್ನು ಸಂಗ್ರಹಿಸಲಾಯಿತು. ಅವುಗಳನ್ನು ಕೋಡ್ ನೆಪೋಲಿಯನ್ ಎಂದು ಕರೆಯುತ್ತಾರೆ. ನೆಪೋಲಿಯನ್ನನ ನ್ಯಾಯ ಸಂಹಿತೆಯು ಫ್ರಾನ್ಸಿನಲ್ಲಿದ್ದ ಅನಿಶ್ಚಿತತೆ ಮತ್ತು ಗಲಿಬಿಲಿಯ ವಾತಾವರಣವನ್ನು ನ್ಯಾಯಾಂಗ ಕ್ಷೇತ್ರದಿಂದ ದೂರ ಮಾಡಿತು. ಇವುಗಳು ಸರಳವಾಗಿ, ಸಂಕ್ಷಿಪ್ತವಾಗಿದ್ದುದರಿಂದ ಪ್ರತಿಯೊಬ್ಬ ನಾಗರಿಕನು ತನ್ನ ಹಕ್ಕು ಬಾಧ್ಯತೆಗಳೇನು ಎಂಬುದನ್ನು ಸುಲಭವಾಗಿ ತಿಳಿದುಕೊಳ್ಳುವಂತಾಯಿತು. ನೆಪೋಲಿಯನ್ನನ ಈ ಕಾನೂನು ಸಂಹಿತೆಯು ಕ್ರಾಂತಿಯ ಮೂಲತತ್ವವಾದ ಸಾಮಾಜಿಕ ಸಮಾನತೆಯ ತತ್ವವನ್ನು ಎತ್ತಿ ಹಿಡಿಯಿತು. ಕೋಡ್ ನೆಪೋಲಿಯನ್ ಐದು ಕಾನೂನುಗಳನ್ನು ಹೊಂದಿದ್ದಿತು. ಅವುಗಳೆಂದರೆ 1) ಸಿವಿಲ್ ಕೋಡ್ 2) ಸಿವಿಲ್ ಪ್ರೋಸಿಜರ್ ಸಂಹಿತೆ 3) ಕ್ರಿಮಿನಲ್ ಪ್ರೊಸಿಜರ್ 4) ಪೀನಲ್ ಕೋಡ್ 5) ಕಮರ್ಷಿಯಲ್ ಕೋಡ್.

ಸಿವಿಲ್ ಕೋಡ್‌ನಲ್ಲಿ ರೋಮನ್ ಕಾಯ್ದೆಗಳು, ಫ್ರಾಂಕ್‌ಫರ್ಟ್‌ನ ಸಂಪ್ರದಾಯಗಳು ಮತ್ತು ಕ್ರಾಂತಿಯ ತತ್ವಗಳು ಅಡಕವಾಗಿದ್ದವು. ಈ ಕಾಯ್ದೆಗಳಲ್ಲಿ ಕುಟುಂಬದಲ್ಲಿ ತಂದೆಗೂ ರಾಜ್ಯದಲ್ಲಿ ರಾಜನ ಅಧಿಕಾರಕ್ಕೂ ಗೌರವ ನೀಡಬೇಕೆಂದು ತಿಳಿಸುತ್ತದೆ. ಪಿತ್ರಾರ್ಜಿತ ಆಸ್ತಿಯಲ್ಲಿ ಮಕ್ಕಳಿಗೆಲ್ಲ ಸಮಾನ ಹಕ್ಕನ್ನು ಸೂಚಿಸಲಾಗಿತ್ತು. ಸ್ತ್ರೀಯರಿಗೆ ವಿವಾಹ ವಿಚ್ಛೇದನಕ್ಕೆ ಅವಕಾಶ ನೀಡಿತು. ಜ್ಯೂರಿ ಪದ್ಧತಿಯು ಮುಂದುವರಿಯಿತು. ಆದರೆ ಬಹುಮತದ ಮೇಲೆ ನಿರ್ಣಯವನ್ನು ತೆಗೆದುಕೊಳ್ಳುವಂತಾಯಿತು. ವಿಚಾರಣೆಗಳು ಬಹಿರಂಗವಾಗಿ ನಡೆಯುತ್ತಿದ್ದು ಎಲ್ಲ ಪ್ರಕರಣಗಳಲ್ಲೂ ಸಲಹೆ ಸೂಚನೆಗಳಿಗೆ ಅವಕಾಶವಿತ್ತು. ಎಲ್ಲ ಧರ್ಮಗಳು ಸಮಾನವೆಂಬ ತತ್ವದ ಮೇಲೆ ಯಹೂದಿಗಳು ಕ್ರಿಶ್ಚಿಯನ್ನರಿಗೆ ಸರಿಸಮಾನರಾದರು. ಪೀನಲ್ ಕೋಡ್ ಆಸ್ತಿಪಾಸ್ತಿಗಳನ್ನು ಜಪ್ತಿ ಮಾಡುವುದಕ್ಕೆ ಅವಕಾಶ ನೀಡಿದುದಲ್ಲದೆ ಸಭೆ, ಸಮಾರಂಭಗಳನ್ನು ಸೇರುವ ಹಕ್ಕನ್ನು ಮೊಟಕುಗೊಳಿಸಿತು.

ನೆಪೋಲಿಯನ್ನನ ಈ ಕಾನೂನು ಸಂಹಿತೆಗಳು ಮುಂದೆ ಜರ್ಮನಿ, ಇಟಲಿ ಮುಂತಾದ ಅವನ ಅಧೀನದ ಪ್ರದೇಶಗಳಲ್ಲೂ ಜಾರಿಗೆ ಬಂದವು. ಹಾಗಾಗಿ ಇಂದಿಗೂ ಅನೇಕ ಯೂರೋಪಿನ ರಾಷ್ಟ್ರಗಳ ನ್ಯಾಯಾಂಗದ ಮೇಲೆ ಕೋಡ್ ನೆಪೋಲಿಯನ್ ಪ್ರಭಾವವನ್ನು ಗುರುತಿಸಬಹುದಾಗಿದೆ. ನೆಪೋಲಿಯನ್ನನು ಕಾನೂನು ಕ್ಷೇತ್ರದಲ್ಲಿ ಮಾಡಿದ ಅಮೋಘ ಸಾಧನೆಗಾಗಿ ಅವನನ್ನು "ಎರಡನೇ ಜಸ್ಟಿನಿಯನ್" ಎಂದು ಕರೆಯುವುದುಂಟು.

ಶೈಕ್ಷಣಿಕ ಸುಧಾರಣೆಗಳು

ಕ್ರಾಂತಿ ಕಾಲದಲ್ಲಿ ಆದರ್ಶ ಶಿಕ್ಷಣ ನೀಡುವ ವ್ಯವಸ್ಥೆಯನ್ನು ರೂಪಿಸುವ ಪ್ರಯತ್ನಗಳು ನಡೆದಿದ್ದವು. ಅವು ನೆಪೋಲಿಯನ್ನನ ಶೈಕ್ಷಣಿಕ ಸುಧಾರಣೆಗಳ ಮೂಲಕ ಆಚರಣೆಗೆ ಬಂದವು. ಶಾಲಾ ಕಾಲೇಜುಗಳನ್ನು ಖಾಸಗಿ ಸಂಸ್ಥೆಗಳ ಅಧೀನಕ್ಕೆ ಬಿಡುವುದನ್ನು ನೆಪೋಲಿಯನ್ ವಿರೋಧಿಸಿದನು. ಸರ್ಕಾರದ ನೆರವು ಪಡೆಯುವ ಮತ್ತು ಖಾಸಗಿ ಶಾಲೆಗಳನ್ನು ಕೇಂದ್ರ ಸರ್ಕಾರದ ಅಧೀನಕ್ಕೆ ಒಪ್ಪಿಸಲಾಯಿತು. ಕೇವಲ ಯುದ್ಧ ಪರಿಸ್ಥಿತಿಯಲ್ಲಿ ಸರ್ಕಾರವು ಅನುಧಾನ ನೀಡಲು ಸಾಧ್ಯವಿಲ್ಲದಾಗ ಮಾತ್ರ ಖಾಸಗಿ ಸಂಸ್ಥೆಗಳು ಕಾರ್ಯನಿರ್ವಹಿಸಬಹುದಿತ್ತು. ಶಿಕ್ಷಣ ವ್ಯವಸ್ಥೆಯನ್ನು ಹಂತ ಹಂತವಾಗಿ ರಾಷ್ಟ್ರೀಕರಣಗೊಳಿಸಿದ ನೆಪೋಲಿಯನ್ ವಿದ್ಯಾರ್ಥಿ ವೇತನ ನೀಡುವುದರ ಮೂಲಕ ವಿದ್ಯಾರ್ಥಿಗಳನ್ನು ಪ್ರೋತ್ಸಾಹಿಸಿದನು.

ಪ್ರಾಥಮಿಕ ಮತ್ತು ಮೂಲ ಶಿಕ್ಷಣ ನೀಡುವ ಶಾಲೆಗಳನ್ನು ಸ್ಥಳೀಯ ಸಂಸ್ಥೆಗಳ ಹತೋಟಿಗೊಳಪಡಿಸಲಾಯಿತು. ಏಕರೀತಿಯ ಶಿಕ್ಷಣ ಪದ್ಧತಿಯನ್ನು ರೂಪಿಸುವುದಕ್ಕಾಗಿ 1808ರಲ್ಲಿ ಪ್ಯಾರಿಸ್ಸಿನಲ್ಲಿ "ಫ್ರಾನ್ಸಿನ ವಿಶ್ವವಿದ್ಯಾನಿಲಯ"ವನ್ನು ಸ್ಥಾಪಿಸಲಾಯಿತು. 1795ರಲ್ಲಿ "ಲಾ ಇನ್‌ಸ್ಟಿಟ್ಯೂಟ್ ಡಿ ಫ್ರಾನ್ಸ್" ಎಂಬ ಸಂಸ್ಥೆಯನ್ನು ಸ್ಥಾಪಿಸಿ ಉನ್ನತ ವ್ಯಾಸಂಗ ಹಾಗೂ ಸಂಶೋಧನೆಗಳಿಗೆ ಪ್ರೋತ್ಸಾಹಿಸಿದನು. ಈ ಸಂಸ್ಥೆಯು ವಿಜ್ಞಾನ, ಗಣಿತ ಮತ್ತು ಸಾಹಿತ್ಯ ಕ್ಷೇತ್ರಗಳಲ್ಲಿ ಅಮೋಘ ಕಾರ್ಯಗಳನ್ನು ಮಾಡಿತು. ಶಿಕ್ಷಕರ ತರಬೇತಿ ಮತ್ತು ತಾಂತ್ರಿಕ ಶಿಕ್ಷಣದ ಸಂಸ್ಥೆಗಳಿಗೆ ಆದ್ಯ ಗಮನ ನೀಡಲಾಗಿತ್ತು. ಎಲ್ಲ ಶೈಕ್ಷಣಿಕ ಸಂಸ್ಥೆಗಳು

ವಿದ್ಯಾರ್ಥಿಗಳಿಗೆ ಕ್ರೈಸ್ತಮತದ ನೀತಿ ತತ್ವಗಳನ್ನು, ನೆಪೋಲಿಯನ್ನನ ಬಗ್ಗೆ ನಿಷ್ಠೆಯನ್ನು ಬೆಳೆಸುವ ಶಿಕ್ಷಣ ಬೋಧಿಸಬೇಕಾಗಿತ್ತು. ಸ್ತ್ರೀ ಶಿಕ್ಷಣದಲ್ಲಿ ಅಶ್ಲೀಲತೆಯನ್ನು ತೊಡೆದು ಹಾಕಿ ಕಟ್ಟುನಿಟ್ಟಿನ ಶಿಕ್ಷಣವನ್ನು ಸ್ತ್ರೀಯರಿಗೆ ಕೊಡಲಾಗುತ್ತಿತ್ತು. ಅಸೂಯೆಯನ್ನು ಬೆಳೆಸುವುದೆಂಬ ಕಾರಣದ ಮೇಲೆ ಸ್ತ್ರೀ ಸೌಂದರ್ಯ ಸ್ಪರ್ಧೆಗಳನ್ನು ರದ್ದುಮಾಡಲಾಯಿತು. ಪಠ್ಯಪುಸ್ತಕಗಳು ಪ್ರಕಟವಾಗುವ ಮೊದಲು ಸರ್ಕಾರದ ಅನುಮತಿಯನ್ನು ಪಡೆಯಬೇಕಿತ್ತು.

ಆರ್ಥಿಕ ಸುಧಾರಣೆಗಳು (ಬ್ಯಾಂಕ್ ಆಫ್ ಫ್ರಾನ್ಸ್ ಸ್ಥಾಪನೆ)

ಫ್ರಾನ್ಸಿನಲ್ಲಿ ಸದೃಢ ಆರ್ಥಿಕ ವ್ಯವಸ್ಥೆಯನ್ನು ರೂಪಿಸಲು ನೆಪೋಲಿಯನ್ನನು ಅನೇಕ ಕ್ರಮಗಳನ್ನು ಕೈಗೊಂಡನು. ಏಕರೀತಿಯ ಆಡಳಿತ ವ್ಯವಸ್ಥೆಯನ್ನು ಫ್ರಾನ್ಸಿನಾದ್ಯಂತ ಜಾರಿಗೆ ತರುವುದರ ಜೊತೆ ಜೊತೆಗೆ ತೆರಿಗೆ ವಿಧಿಸುವಿಕೆ, ವಸೂಲಿ ಕ್ರಮಗಳನ್ನು ವ್ಯವಸ್ಥೆಗೊಳಿಸಲಾಯಿತು. ಭೂತೆರಿಗೆಯ ಪುನರ್ ಮೌಲ್ಯೀಕರಣ ಮಾಡಿ ಹೊಸ ಭೂಕಂದಾಯ ಪದ್ಧತಿಯನ್ನು ಜಾರಿಗೆ ತರಲಾಯಿತು. ತೆರಿಗೆಯ ಹೆಚ್ಚಳ ಮತ್ತು ವಸೂಲಿಯಲ್ಲಿ ಶ್ರೀಸಾಮಾನ್ಯರಿಗೆ ಹೊರೆಯಾಗದಂತೆ ನೋಡಿಕೊಳ್ಳಲಾಯಿತು. ತೆರಿಗೆಯಲ್ಲಿ ಕ್ರಮಬದ್ಧತೆ ಮತ್ತು ತೆರಿಗೆ ವಸೂಲಿಯಲ್ಲಾಗುತ್ತಿದ್ದ ಅಕ್ರಮಗಳ ಬಗ್ಗೆ ಮುಂಜಾಗ್ರತೆ ವಹಿಸಲಾಯಿತು. ಭ್ರಷ್ಟ ಅಧಿಕಾರ ವರ್ಗವನ್ನು ಶಿಕ್ಷಿಸುವುದರ ಮೂಲಕ ಆದಾಯ ಸೋರಿಹೋಗದಂತೆ ಮಾಡಲಾಯಿತು. ಆಡಳಿತದಲ್ಲಿ ಮಿತವ್ಯಯ ಮತ್ತು ಫ್ರೆಂಚ್ ಸೈನ್ಯದ ವೆಚ್ಚವನ್ನು ಅಧೀನ ರಾಷ್ಟ್ರಗಳು ಭರಿಸುವಂತೆ ಮಾಡಿ ಮೊಟ್ಟ ಮೊದಲ ಬಾರಿಗೆ ಫ್ರಾನ್ಸಿನಲ್ಲಿ ಉಳಿತಾಯದ ಆಯವ್ಯಯವನ್ನು ರೂಪಿಸಲಾಯಿತು.

ಫ್ರಾನ್ಸ್‌ನಲ್ಲಿ ವ್ಯಾಪಾರಿ ಸಂಸ್ಥೆಗಳನ್ನು ವ್ಯವಸ್ಥೆಗೊಳಿಸಿ ಅವುಗಳ ಮೂಲಕ ಕೈಗಾರಿಕೆಗಳ ಅಭಿವೃದ್ಧಿಗಾಗಿ ಕ್ರಮ ಕೈಗೊಂಡನು. ಬೆಲ್ಜಿಯಂ ಮತ್ತು ಬ್ರಿಟನ್ನಿನ ಕೃಷಿಕರ ಮಾದರಿಯಲ್ಲಿ ಫ್ರೆಂಚ್ ಕೃಷಿಕರು ವ್ಯವಸಾಯ ಮಾಡುವಂತೆ ಪ್ರೋತ್ಸಾಹಿಸಲಾಯಿತು. ಪೌರ್ವಾತ್ಯ ದೇಶಗಳಿಂದ ಹತ್ತಿಯನ್ನು ಆಮದು ಮಾಡಿಕೊಂಡು ಹತ್ತಿ ಕೈಗಾರಿಕೆಗಳು ಬಲಗೊಳ್ಳುವಂತೆ ಮಾಡಲಾಯಿತು. ನಶಿಸಿ ಹೋಗುವ ಹಂತದಲ್ಲಿದ್ದ ರೇಷ್ಮೆ ಕೈಗಾರಿಕೆಗೆ ಸರ್ಕಾರದ ವತಿಯಿಂದ ಆರ್ಥಿಕ ಸಹಾಯ ನೀಡಿ ಪುನಶ್ಚೇತನಗೊಳಿಸಲಾಯಿತು. ಹೀಗೆ ಕೈಗಾರಿಕೆಗಳು ಫ್ರಾನ್ಸಿನ ಆರ್ಥಿಕ ಸುಭದ್ರತೆಗೆ ತಳಪಾಯವಾಗುವಂತಾಯಿತು.

ಫ್ರಾನ್ಸಿನ ಹಣಕಾಸಿನ ವ್ಯವಹಾರಗಳನ್ನು ನಿರ್ವಹಿಸಲು ಮತ್ತು ಸದೃಢಗೊಂಡ ಆರ್ಥಿಕ ವ್ಯವಸ್ಥೆಯನ್ನು ಮುಂದುವರಿಸಿಕೊಂಡು ಹೋಗಲು "ಬ್ಯಾಂಕ್ ಆಫ್ ಫ್ರಾನ್ಸ್" ಎಂಬ ಸಂಸ್ಥೆಯನ್ನು ಪ್ರಥಮಬಾರಿಗೆ ಸ್ಥಾಪಿಸಲಾಯಿತು. ಈ ಸಂಸ್ಥೆಯು ಫ್ರಾನ್ಸ್ ಸರ್ಕಾರಕ್ಕೂ ಉದ್ದಿಮೆದಾರರಿಗೂ ಅಮೂಲ್ಯ ಸಲಹೆ, ಸಹಾಯ ನೀಡುತ್ತಾ ಫ್ರಾನ್ಸಿನ ಬೆಳವಣಿಗೆಗೆ ಕಾರಣವಾಯಿತು. ಈ ಬ್ಯಾಂಕು 1804ರಲ್ಲಿ "ಫ್ರಾಂಕ್" ಎಂಬ ಹೊಸ ನಾಣ್ಯ ವ್ಯವಸ್ಥೆಯನ್ನು ಜಾರಿಗೆ ತಂದಿತು. ಈ ಸಂಸ್ಥೆಯು ಹಲವು ಮಾರ್ಪಾಡುಗಳೊಂದಿಗೆ ಇಂದಿಗೂ ಸುಭದ್ರ ಆರ್ಥಿಕ ಸಂಸ್ಥೆಯಾಗಿ ಉಳಿದುಕೊಂಡಿದೆ.

ಲೀಜನ್ ಆಫ್ ಹಾನರ್ (Legion of Honour)

1789ರ ಕ್ರಾಂತಿಯು ಬಿರುದು ಬಾವಲಿಗಳು ಪ್ರಜಾಸತ್ತೆಗೆ ವಿರುದ್ಧವಾದುವೆಂದು ರದ್ದುಪಡಿಸಿತು. ನೆಪೋಲಿಯನ್ನನು ಫ್ರೆಂಚರು ಗೌರವ, ಬಿರುದು ಬಾವಲಿಗಳಿಂದ ಆಕರ್ಷಿತರಾಗುತ್ತಾರೆಂಬುದನ್ನು ಮನಗಂಡು 1802ರಲ್ಲಿ ಲೀಜನ್ ಆಫ್ ಹಾನರ್ ಎಂಬ ಪದ್ಧತಿಯನ್ನು ಮತ್ತೆ ಜಾರಿಗೆ ತಂದನು. ಲೀಜನ್ ಆಫ್ ಹಾನರ್ ಎಂದರೆ ದೇಶಕ್ಕಾಗಿ ಮಹತ್ವದ ಸೇವೆಯನ್ನು ಸಲ್ಲಿಸಿದವರಿಗೆ ಗೌರವ ಪ್ರಶಸ್ತಿ ಹಾಗೂ ಧನ ಸಹಾಯ ನೀಡುವ ವಿಧಾನವಾಗಿತ್ತು. ಈ ಪ್ರಶಸ್ತಿಯನ್ನು ನಿಷ್ಠಾವಂತ ಸಿವಿಲ್ ಮತ್ತು ಮಿಲಿಟರಿ ಅಧಿಕಾರಿಗಳಿಗೆ ಹಾಗೂ ವಿವಿಧ ಕ್ಷೇತ್ರಗಳಲ್ಲಿ ಸಾಹಸ ಕಾರ್ಯಕೈಗೊಂಡ ವ್ಯಕ್ತಿಗಳನ್ನು ಗುರುತಿಸಿ ಅವರ ಸೇವೆಗೆ ತಕ್ಕಂತೆ ಗೌರವ ಪ್ರಶಸ್ತಿಗಳನ್ನು ನೀಡಲಾಗುತ್ತಿತ್ತು.

ಲೀಜನ್ ಆಫ್ ಹಾನರ್ ಪ್ರಶಸ್ತಿ

ಫ್ರಾನ್ಸಿನ ಹಳೆಯ ಆಳ್ವಿಕೆಯಲ್ಲಿ ಇಂತಹ ಪ್ರಶಸ್ತಿಗಳು ಮತ್ತು ಉನ್ನತ ಹುದ್ದೆಗಳು ಕೇವಲ ರಾಜಕುಟುಂಬಕ್ಕೆ ಮತ್ತು ಉನ್ನತ ವರ್ಗಕ್ಕೆ ಸೀಮಿತವಾಗಿದ್ದವು. ಆದರೆ ನೆಪೋಲಿಯನ್ನನು ಆಡಳಿತ ವರ್ಗದ ಅಧಿಕಾರಿಗಳನ್ನು, ಪಾದ್ರಿಗಳು, ಸೇನಾನಾಯಕರನ್ನು ನೇಮಿಸಿಕೊಳ್ಳುವಾಗ ಮತ್ತು ಗೌರವ ಪ್ರಶಸ್ತಿ ನೀಡುವಾಗ ಅಭ್ಯರ್ಥಿಯ ಯೋಗ್ಯತೆಗೆ ಮಾತ್ರ ಗಮನ ನೀಡಿದ್ದರಿಂದ ಯೋಗ್ಯತೆಯುಳ್ಳವರಿಗೆ ಉನ್ನತ ಹುದ್ದೆಗಳು ದೊರೆಯುವಂತಾದವು. ಇದಕ್ಕೆ ಮುಖ್ಯ ಉದಾಹರಣೆಯಾಗಿ ನೆಪೋಲಿಯನ್ನನೇ ಇದ್ದುದರ ಜೊತೆಗೆ ಸೇನೆಯ ಉನ್ನತ ಸ್ಥಾನಗಳಲ್ಲಿದ್ದ ಮಾಸಾನಾ, ಓಸೊರೊ, ಮೂರ ಮುಂತಾದವರು ಕೆಳವರ್ಗದಿಂದ ಬಂದವರಾಗಿದ್ದರು. ಫ್ರಾನ್ಸಿನಲ್ಲಿ ದಿ ಲೀಜನ್ ಆಫ್ ಹಾನರ್ ಪ್ರಶಸ್ತಿ ನೀಡುವ ಪರಿಪಾಠ ಇಂದಿಗೂ ಉಳಿದಿದೆ.

ಲೋಕೋಪಯೋಗಿ ಕಾರ್ಯಗಳು

ನೆಪೋಲಿಯನ್ನನು ತನ್ನ ಬೃಹತ್ ಸೈನ್ಯಗಳ ಸುಗಮ ಸಂಚಾರಕ್ಕಾಗಿ ಮತ್ತು ವ್ಯಾಪಾರ, ವಾಣಿಜ್ಯಗಳ ಅನುಕೂಲಕ್ಕಾಗಿ ಕೆಲವು ಹೆದ್ದಾರಿಗಳು ಹಾಗೂ ಸೇತುವೆಗಳನ್ನು ನಿರ್ಮಿಸಿದನು. ನೀರಾವರಿ ಅನುಕೂಲಕ್ಕಾಗಿ ಅಣೆಕಟ್ಟೆಗಳೂ ಮತ್ತು ಕಾಲುವೆಗಳನ್ನು ನಿರ್ಮಿಸಿದನು. ಜೌಗು ಪ್ರದೇಶವನ್ನು ವ್ಯವಸಾಯಕ್ಕೆ ಯೋಗ್ಯ ಭೂಮಿಯನ್ನಾಗಿಸಿದನು. ದೋಣಿಗಳು ಮತ್ತು ಹಡಗುಗಳ ಸಂಚಾರಕ್ಕಾಗಿ ಒಳನಾಡಿನ ನದಿಗಳನ್ನು ಬಳಸಲು ಕ್ರಮ ಕೈಗೊಳ್ಳಲಾಯಿತು. ಕರಾವಳಿಯಲ್ಲಿ ಬಂದರುಗಳನ್ನು ಅಭಿವೃದ್ಧಿಗೊಳಿಸಿ ರಕ್ಷಣೆ ನೀಡಿದ್ದರಿಂದ ವಿದೇಶಿ ವ್ಯಾಪಾರವು ಚುರುಕುಗೊಂಡಿತು. ಅನೇಕ ಹೊಸ ಬಂದರುಗಳು ನಿರ್ಮಿತಗೊಂಡವು. ಅಂದಿನ ಇಂಜಿನಿಯರುಗಳ ಬುದ್ಧಿವಂತಿಕೆಯ ಪ್ರತೀಕವಾಗಿ ಹೊಸ ಬಂದರುಗಳು ನಿರ್ಮಿತವಾದವು. ಪ್ಯಾರಿಸ್‌ನಿಂದ ಟ್ಯೂರಿನ್, ರೋಮ್, ಮಿಲಾನ್ ಮತ್ತು ನೇಪಲ್ಸ್‌ಗಳಿಗೆ ಸಂಪರ್ಕಿಸುವ ಹೆದ್ದಾರಿಗಳನ್ನು ಇಂದಿಗೂ ನೋಡಬಹುದಾಗಿದೆ.

ಫ್ರಾನ್ಸಿನಲ್ಲಿ ಅನೇಕ ಹೊಸ ಸಾರ್ವಜನಿಕ ಕಟ್ಟಡಗಳು, ಸ್ಮಾರಕಭವನಗಳು ಮತ್ತು ಅರಮನೆಗಳನ್ನು ನಿರ್ಮಿಸಲಾಯಿತು. ಪ್ಯಾರಿಸ್ಸಿನ ಸೌಂದರ್ಯವೃದ್ಧಿಗಾಗಿ ಅನೇಕ ರಸ್ತೆಗಳನ್ನು ವಿಸ್ತರಿಸಿ, ಉದ್ಯಾನವನಗಳು, ಕಾರಂಜಿಗಳು, ಭವ್ಯ ಅರಮನೆಗಳನ್ನು ನಿರ್ಮಿಸಲಾಯಿತು. ಇದರಿಂದಾಗಿ ಪ್ಯಾರಿಸ್ ಯೂರೋಪಿನ ಸುಂದರ ಮತ್ತು ಜನನಿಬಿಡ ರಾಜಧಾನಿಯಾಗಿ ಹೆಸರು ಪಡೆಯುವಂತಾಯಿತು. ನೆಪೋಲಿಯನ್ನನು ಕಲೆ ಮತ್ತು ಸಾಹಿತ್ಯಾಭಿಮಾನಿಯಾಗಿದ್ದು "ಲೌರೆ"ಎಂಬ ಅರಮನೆಯನ್ನು ವಸ್ತು ಸಂಗ್ರಹಾಲಯವನ್ನಾಗಿ ಪರಿವರ್ತಿಸಿದನು. ಇಟಲಿ ಮತ್ತಿತರ ಪ್ರಾಚೀನ ರಾಜ್ಯಗಳಿಂದ ಗೆದ್ದು ತಂದ ಕಲಾತ್ಮಕ ವಸ್ತುಗಳು ಮತ್ತು ಚಿತ್ರಗಳನ್ನು ಅಲ್ಲಿ ಸಂಗ್ರಹಿಸಿದನು. ಹೀಗೆ ಪ್ಯಾರಿಸನ್ನು ಯೂರೋಪಿನಲ್ಲೆ ಒಂದು ಪ್ರವಾಸಿ ತಾಣವಾಗಿ ಸಿದ್ಧಗೊಳಿಸುವಲ್ಲಿ ನೆಪೋಲಿಯನ್ನನ ಲೋಕೋಪಯೋಗಿ ಕಾರ್ಯಗಳ ಮಹತ್ವ ಪ್ರಮುಖವಾದುದಾಗಿದೆ.

ಲೌರೆ ಅರಮನೆ

ನೆಪೋಲಿಯನ್ನನು ಜಾರಿಗೆ ತಂದ ಅನೇಕ ಕ್ಷೇತ್ರಗಳ ಸುಧಾರಣೆಗಳ ಮಹತ್ವವನ್ನು ಎಚ್.ಎ.ಎಲ್. ಫಿಷರ್‌ರವರು ಈ ರೀತಿ ವ್ಯಕ್ತಪಡಿಸಿದ್ದಾರೆ "ಸಾಮಾಜಿಕ ಸಂಬಂಧವನ್ನು ಉಂಟುಮಾಡಲು ಸಹಕಾರಿಯಾದ ಪ್ರತಿಯೊಂದು ಶಕ್ತಿಯು ಈ ಪರಾಕ್ರಮಿಯಲ್ಲಿ ಉತ್ತೇಜನ ಹೊಂದಬಹುದಿತ್ತು. ಧರ್ಮವೆಂಬುದು ಸಾಮಾಜಿಕ ವ್ಯವಸ್ಥೆಯ ನಿಗೂಢ ತತ್ವವಾಗಿತ್ತು. ಶಿಕ್ಷಣವೆಂಬುದನ್ನು ಅವನು ತನ್ನ ಇಚ್ಛೆಗೆ ತಕ್ಕಂತೆ ರೂಪಿಸಬಲ್ಲವನಾಗಿದ್ದನು. ಸರ್ಕಾರದಲ್ಲಿ ಖಚಿತ ಭಾವವನ್ನು ಮತ್ತು ವಿಜ್ಞಾನದ ಚೈತನ್ಯವನ್ನು ಅವನು ಆಶಿಸಿದ್ದನು. ಏಕೆಂದರೆ ಅದು ಪ್ಯಾರಿಸ್ಸಿನ ವಿನೋದ ಕುಡಿತದ ನೀರೋಧಕವಾಗಿ ಅಧಿಕಾರಕ್ಕೆ ಹೊರಗಿನ ಮೆರುಗನ್ನು ಕೊಡುತ್ತಿತ್ತು."

ನೆಪೋಲಿಯನ್ನನ ಅವನತಿಗೆ ಕಾರಣಗಳು

1804 ರಿಂದ 1814ರವರೆಗೆ ಆಳ್ವಿಕೆ ನಡೆಸಿದ ನೆಪೋಲಿಯನ್ನನ ಕಾಲವನ್ನು ನೆಪೋಲಿಯನ್ ಯುಗವೆಂದು ಇತಿಹಾಸತಜ್ಞರು ಅಭಿಪ್ರಾಯಪಟ್ಟಿದ್ದಾರೆ. ಯೂರೋಪಿನ ಬೃಹತ್ ರಾಷ್ಟ್ರಗಳನ್ನು ತನ್ನ ನಲವತ್ತು ಯುದ್ಧಗಳಿಂದ ಹತೋಟಿಗಿಟ್ಟುಕೊಂಡು ಯೂರೋಪಿನ ಭೂಪಟ ಮತ್ತು ಇತಿಹಾಸವನ್ನು ತನ್ನಿಚ್ಛೆಯಂತೆ ನಿರ್ಮಿಸಲೆತ್ನಿಸಿದ ಮಹಾ ಸೇನಾನಿ ನೆಪೋಲಿಯನ್ನನಿಗೂ ಅವನತಿ ಕಾದಿತ್ತು. 1815ರ ವಾಟರ್ ಲೂ ಕಾಳಗದ ಸೋಲಿನೊಂದಿಗೆ ಅವನ ಅವನತಿ ಪರಿಸಮಾಪ್ತಿಯಾಯ್ತು. ಅದಕ್ಕೆ ಅನೇಕ ಕಾರಣಗಳಿವೆ ಅವುಗಳನ್ನು ಕೆಳಕಂಡಂತೆ ಚರ್ಚಿಸಬಹುದು.

1) ಫ್ರಾನ್ಸ್ ಕ್ರಾಂತಿಯ ನಂತರದ ಅರಾಜಕತಾ ಸ್ಥಿತಿಯಿಂದ ಉಲ್ಕೆಯಂತೆ ಕಂಗೊಳಿಸಿದ ನೆಪೋಲಿಯನ್ ಫ್ರಾನ್ಸಿನ ಚಕ್ರವರ್ತಿಯಾದನು. ಆದರೆ ಅವನಿಗಿದ್ದ ವಿಶ್ವವನ್ನೇ ಗೆಲ್ಲಬೇಕೆಂಬ ಮಹತ್ವಾಕಾಂಕ್ಷೆ ಅವನನ್ನು ಯುದ್ಧಗಳಲ್ಲಿ ತೊಡಗಿಸಿ ಯುದ್ಧಗಳಲ್ಲೇ ಸೋಲನ್ನು ಕಾಣುವಂತೆ ಮಾಡಿತು. ಫ್ರಾನ್ಸಿನ ಚಕ್ರವರ್ತಿ ಪದವಿಯು ಸಾಲದೆ ಇಡೀ ಯೂರೋಪನ್ನು ತನ್ನ ಅಧೀನದಲ್ಲಿರಿಸಿಕೊಳ್ಳಬೇಕೆಂಬ ಅವನ ಮಿತಿಮೀರಿದ ಮಹತ್ವಕಾಂಕ್ಷೆಯು ಅವನ ಅವನತಿಗೆ ಕಾರಣವಾಯಿತು.

2) ನೆಪೋಲಿಯನ್ನನು ಸ್ಥಾಪಿಸಿದ ವಿಶಾಲವಾದ ಸಾಮ್ರಾಜ್ಯದಲ್ಲಿ ವಿವಿಧ ರಾಷ್ಟ್ರೀಯ ಜನರು ಒಳಪಟ್ಟಿದ್ದರು. ಈ ವಿವಿಧ ರಾಷ್ಟ್ರೀಯರು ಯುದ್ಧ ಮತ್ತು ದುರಾಕ್ರಮಣ ನೀತಿಯಿಂದ ತಮ್ಮ ರಾಷ್ಟ್ರವನ್ನು ವಶಪಡಿಸಿಕೊಂಡ ನೆಪೋಲಿಯನ್ನನ

ಮೇಲೆ ರಾಜನಿಷ್ಠೆಯನ್ನು ಹೊಂದಿರಲಿಲ್ಲ. ಅವನು ಸೈನಿಕನಾಗಿ ಪ್ರಬಲನಾಗಿರುವವರೆಗೂ ಭಯದಿಂದ ಅವನಿಗೆ ನಿಷ್ಠೆ ವ್ಯಕ್ತಪಡಿಸುತ್ತಿದ್ದುದು ಅವನು ದುರ್ಬಲನಾದ ಸಮಯದಲ್ಲಿ ಅವನ ವಿರುದ್ಧವೇ ತಿರುಗಿ ನಿಲ್ಲುವಂತಾದುದು ಅವನ ಸೋಲಿಗೆ ಕಾರಣವೆನ್ನಬಹದು.

3) ಮಾನವನ ಯೋಚನೆಗೆ, ಸಾಧನೆಗೆ ಮಿತಿಯುಂಟು. ನೆಪೋಲಿಯನ್ನನು ಮಹಾಬುದ್ಧಿಶಾಲಿ ಮತ್ತು ದೂರದೃಷ್ಟಿ ರಾಜಕಾರಣಿಯಾಗಿದ್ದರೂ ಸದಾ ಯುದ್ಧ, ರಾಜಕಾರಣದಿಂದ ಅವನ ಮನಸ್ಸು ಮೈಗಳೆರಡು ದಣಿದಿದ್ದವು. ವಿಫಲ ಸಾಧನೆಗಳನ್ನು ಮಾಡಿದ ಅವನ ಮೈಮನಸ್ಸುಗಳೆರಡೂ ತಮ್ಮ ಶಕ್ತಿಯನ್ನು ಕಳೆದುಕೊಂಡು ಯೋಚನೆ ಮತ್ತು ಕಾರ್ಯದಲ್ಲಿ ತಮ್ಮ ತೀವ್ರತೆಯನ್ನು ಕಳೆದುಕೊಂಡು ಮುಂದಿನ ವಿಫಲ ರಾಜಕಾರಣಕ್ಕೆ ಕಾರಣವಾದವು. ವರ್ಷಗಳು ಕಳೆದಂತೆ ದೈಹಿಕ ಶಕ್ತಿ ಕುಂಠಿತಗೊಂಡು ಕಾರ್ಯಕ್ಷೇತ್ರ ವಿಶಾಲವಾಗಿ ಬಳಲಿದ ನೆಪೋಲಿಯನ್ ತನ್ನ ಹೊಣೆಗಾರಿಕೆಯನ್ನು ತನ್ನ ಸೇನಾಧಿಕಾರಿಗಳಿಗೆ ವಹಿಸಿದನು. ಆ ಅಧಿಕಾರಿಗಳು ನೆಪೋಲಿಯನ್ನನಿಗೆ ಸಾಟಿಯಾಗದೆ ಸೋಲಪ್ಪಲು ಕಾರಣವಾಯಿತು.

4) ನೆಪೋಲಿಯನ್ನನ ಅವನತಿಗೆ ಅವನ ಸೈನಿಕ ನೀತಿಯೂ ಕಾರಣವೆಂದು ಹೇಳಬಹುದು. ಫ್ರೆಂಚ್ ಕ್ರಾಂತಿಯ ನಂತರ ಉಗ್ರರಾಷ್ಟ್ರೀಯತೆಯನ್ನ ಬೆಳೆಸಿಕೊಂಡ ಫ್ರೆಂಚರು ನೆಪೋಲಿಯನ್ನನ ನಾಯಕತ್ವದಲ್ಲಿ ಯೂರೋಪಿನ ಒಕ್ಕೂಟ ಸೈನ್ಯದ ವಿರುದ್ಧ ಅನೇಕ ಗೆಲುವುಗಳನ್ನು ಸಾಧಿಸಲು ಕಾರಣವಾಯಿತು. ನೆಪೋಲಿಯನ್ನನು ತನ್ನ ಸರಣಿ ಯುದ್ಧಗಳಿಗೆ ಅಗಾಧ ಸಂಖ್ಯೆಯ ಫ್ರೆಂಚ್ ಯುವಜನತೆಯನ್ನು ತರಬೇತುಗೊಳಿಸಿ ಸೈನಿಕರನ್ನಾಗಿಸಿ ಯೂರೋಪಿನ ರಾಷ್ಟ್ರಗಳನ್ನು ಒಂದಾದ ಮೇಲೊಂದರಂತೆ ಗೆದ್ದನು. ಆದರೆ ಆ ಯುದ್ಧಗಳು ಅಸಂಖ್ಯ ಫ್ರೆಂಚ್ ಯುವ ಸೈನಿಕರ ಸಾವಿಗೆ ಕಾರಣವಾದವು. ನಂತರದ ನೆಪೋಲಿಯನ್ನನ ದಂಡಯಾತ್ರೆಗಳಿಗೆ ಫ್ರಾನ್ಸ್‌ನಲ್ಲಿ ಯುವಶಕ್ತಿ ಕಡಿಮೆಯಾದ್ದರಿಂದ ಮತ್ತು ತನ್ನ ಬೃಹತ್ ಸೈನ್ಯಕ್ಕೆ ಪೋಲರು, ಜರ್ಮನ್ನರು, ಇಟಾಲಿಯನ್ನರು, ಡಚ್ಚರು, ಸ್ಪ್ಯಾನಿಷರು ಮುಂತಾದ ರಾಷ್ಟ್ರೀಯನ್ನರನ್ನು ನೇಮಕ ಮಾಡಿಕೊಳ್ಳಲಾರಂಭಿಸಿದನು. ವಿವಿಧ ರಾಷ್ಟ್ರೀಯರು ಸೇನೆಯಲ್ಲಿ ಸೇರಿದ್ದರಿಂದ ನೆಪೋಲಿಯನ್ನನ ಸೈನ್ಯದ ರಾಷ್ಟ್ರೀಯತಾ ಅಂಶವು ಕುಗ್ಗಿ ಹೋರಾಟದ ಪ್ರಖರತೆ ಕುಂಠಿತಗೊಂಡು ಮುಂದಿನ ಯುದ್ಧಗಳ ಸೋಲಿಗೆ ಕಾರಣವಾಯಿತು.

5) ನೆಪೋಲಿಯನ್ನನು ಬಲಯುತವಾಗಿ ಇಂಗ್ಲೆಂಡನ್ನು ಸೋಲಿಸಬೇಕೆಂಬ ಕಾರಣದಿಂದ ಖಂಡಾಂತರ ಪದ್ಧತಿಯನ್ನು ಜಾರಿಗೆ ತಂದನು. ನೆಪೋಲಿಯನ್ನನು ಇಂಗ್ಲೆಂಡಿನ ಶಕ್ತಿ ಅದರ ವಾಣಿಜ್ಯದಲ್ಲಡಗಿದೆ ಆದ್ದರಿಂದ ಅದನ್ನು ತಡೆದರೆ ಇಂಗ್ಲೆಂಡಿನ ಪ್ರಾಬಲ್ಯವನ್ನು ಮುರಿಯಬಹುದೆಂಬ ಅವನ ಎಣಿಕೆ ತಪ್ಪಾಯಿತು. ಏಕೆಂದರೆ ಇಂಗ್ಲೆಂಡಿನ ಶಕ್ತಿ ಕೇವಲ ವಾಣಿಜ್ಯದಲ್ಲಿರದೇ ಅದರ ಉತ್ಪಾದನೆಯಲ್ಲೂ ನೆಲೆಗೊಂಡಿತ್ತು ಎಂಬುದನ್ನು ನೆಪೋಲಿಯನ್ ಯೋಚಿಸಲೇ ಇಲ್ಲ. ಇಂಗ್ಲೆಂಡ್ ವಿರುದ್ಧ ಘೋಷಿಸಿದ ಆರ್ಥಿಕ ದಿಗ್ಬಂಧನವು ಯಶಸ್ವಿಯಾಗಬೇಕಾದರೆ ಯೂರೋಪಿನ ಎಲ್ಲ ರಾಷ್ಟ್ರಗಳ ಬಂದರುಗಳಿಗೆ ಇಂಗ್ಲೆಂಡ್ ಹಡಗುಗಳು ನುಸುಳದಂತೆ ಕಾವಲು ಕಾಯಬೇಕಿತ್ತು. ಅದಕ್ಕಾಗಿ ಬಲವಾದ ನೌಕಾಶಕ್ತಿ ಅವಶ್ಯವಾಗಿದ್ದು ಫ್ರಾನ್ಸ್‌ಗೆ ಅದರ ಕೊರತೆಯಿತ್ತು.

ಖಂಡಾಂತರ ಪದ್ಧತಿಯು ಇಂಗ್ಲೆಂಡ್‌ಗೆ ಪ್ರಮಾದವಾಗಬಹುದೆಂಬ ನೆಪೋಲಿಯನ್ನನ ಎಣಿಕೆಯು ಹುಸಿಯಾಗಿ ಅವನ ಬೆಂಬಲಿತ ರಾಷ್ಟ್ರಗಳ ಮೇಲೆ ದುಷ್ಪರಿಣಾಮ ಬೀರಿತು. ಜೀವನಾವಶ್ಯಕ ವಸ್ತುಗಳ ತೊಂದರೆಯುಂಟಾದೊಡನೆ ನೆಪೋಲಿಯನ್ನನನ್ನು ಬೆಂಬಲಿಸುತ್ತಿದ್ದ ರಾಜರು ಮತ್ತು ರಾಷ್ಟ್ರಗಳ ಜನರು ದ್ವೇಷಿಸಲಾರಂಭಿಸಿದರು. ಇದರಿಂದಾಗಿ ಯೂರೋಪಿನ ಅನೇಕ ರಾಷ್ಟ್ರಗಳು ಶತ್ರುರಾಷ್ಟ್ರಗಳಾಗಿ ಪರಿಣಮಿಸಿ ನಿರಂತರ ಯುದ್ಧಗಳಲ್ಲಿ ತೊಡಗುವಂತಾದುದು ಅವನ ಅವನತಿಗೆ ಕಾರಣವೆನ್ನಬಹುದು.

6) ಸ್ಪೇನಿನ ದುರಾಕ್ರಮಣವು ನೆಪೋಲಿಯನ್ನನೇ ಹೇಳಿರುವಂತೆ "ಸ್ಪ್ಯಾನಿಷ್ ಹುಣ್ಣು ನನ್ನನ್ನು ನಾಶಪಡಿಸಿತು" ಎಂಬುದು ಅವನ ಅವನತಿಯ ಮತ್ತೊಂದು ಪ್ರಮುಖ ಕಾರಣ. ಫ್ರಾನ್ಸಿನ ಕ್ರಾಂತಿಯ ನಂತರದ ರಾಷ್ಟ್ರೀಯತಾ ಮನೋಭಾವವನ್ನೇ ಉಪಯೋಗಿಸಿಕೊಂಡು ಉನ್ನತ ಸ್ಥಾನಕ್ಕೇರಿದ ನೆಪೋಲಿಯನ್ ಸ್ಪೇನಿನ ರಾಷ್ಟ್ರೀಯತೆಯ ಶಕ್ತಿಯನ್ನು ಅರಿಯದೇ ಹೋದುದು ದುರಾದೃಷ್ಟಕರ. ಸ್ಪೇನಿನ ಸಿಂಹಾಸನದ ಮೇಲೆ ಅವನ ಸೋದರನನ್ನು ದುರಾಕ್ರಮಣ ಮತ್ತು ಕಪಟತನದಿಂದ ಕೂಡಿಸಿದ ಕ್ರಮವನ್ನು ಸ್ಪೇನಿನ ಸ್ವಾತಂತ್ರ್ಯ ಹೋರಾಟಗಾರರು ಇಂಗ್ಲೆಂಡಿನ ಸಹಾಯದೊಂದಿಗೆ ಕೊನೆಯವರೆಗೂ ವಿರೋಧಿಸಿ ಗೆರಿಲ್ಲಾ ಯುದ್ಧದ ಮೂಲಕ ಸುಮಾರು ಮೂರು ಲಕ್ಷ ನೆಪೋಲಿಯನ್ನನ ಸೈನಿಕರ ಮಾರಣಹೋಮಕ್ಕೆ ಕಾರಣವಾಯಿತು.

7) ನೆಪೋಲಿಯನ್ನನು ತನ್ನ ಎಲ್ಲ ಸೋದರ ಸೋದರಿಯರನ್ನು ಉನ್ನತ ಸ್ಥಾನಕ್ಕೇರಿಸಲು ಪ್ರಯತ್ನಪಟ್ಟನು. ಆದರೆ ಅವನ ಸೋದರರು ಕೊನೆಗಾಲದಲ್ಲಿ ಕೃತಘ್ನರಾಗಿ ದೂರಸರಿದರು. ಸೋದರರಾದ ಕ್ಯಾರೊಲಿನ್ ಮತ್ತು ಜೆರೋಮ್ ಇಟಲಿ ಮತ್ತು ಜರ್ಮನಿಗಳ ಅಧಿಕಾರವನ್ನು ಕಳೆದುಕೊಳ್ಳುವಲ್ಲಿ ಪ್ರಮುಖ ಕಾರಣಕರ್ತರಾದರು. ಹಾಲೆಂಡಿನ ದೊರೆಯಾದ ಜೋಸೆಫ್ ಬೋನಾಪಾರ್ಟೆಯು ಖಂಡಾಂತರ ಪದ್ಧತಿಯನ್ನು ಪಾಲಿಸಲು ನಿರಾಕರಿಸಿದುದು ವಿರೋಧದ ಬೀಜಕ್ಕೆ ಅಂಕುರವಾಯಿತು. ನೆಪೋಲಿಯನ್ನನು ತನ್ನ ಸೋದರರನ್ನು ಗಿಡುಗಗಳನ್ನಾಗಿಸಲು ಇಚ್ಛೆಪಟ್ಟನು ಆದರೆ ಅವರು ಗುಬ್ಬಚ್ಚಿಗಳಾಗೆ ಉಳಿದರು. ಆದ್ದರಿಂದಲೇ ಅನೇಕ ಇತಿಹಾಸಕಾರರು ನೆಪೋಲಿಯನ್ನನು ಕೆಟ್ಟ ಸೋದರನಾಗಿದ್ದರೆ ಉತ್ತಮ ಆಡಳಿತಗಾರನಾಗುತ್ತಿದ್ದ ಎಂದು ಅಭಿಪ್ರಾಯಪಟ್ಟಿದ್ದಾರೆ. ನೆಪೋಲಿಯನ್ನನು ಮೆಟರ್ನಿಕನಿಗೆ “ನನ್ನ ಸಂಬಂಧಿಕರಿಗೆ ನಾನು ಮಾಡಿದ ಒಳ್ಳೆಯದಕ್ಕಿಂತ, ಅವರು ನನಗೆ ಹೆಚ್ಚಿನ ಕೆಟ್ಟದ್ದನ್ನು ಮಾಡಿದ್ದಾರೆ” ಎಂದು ತನ್ನ ಸೋದರರ ಬಗ್ಗೆ ನೊಂದು ನುಡಿದಿದ್ದನು.

8) ನೆಪೋಲಿಯನ್ನನು ತನ್ನ ಖಂಡಾಂತರ ಪದ್ಧತಿಗೆ ಬೆಂಬಲಿಸದೆ ತಟಸ್ಥ ನೀತಿಯನ್ನನುಸರಿಸಿದ ಪೋಪನನ್ನು ಬಂಧಿಸಿ ಸೆರೆಮನೆಯಲ್ಲಿಟ್ಟುದಲ್ಲದೆ ಅವನ ರಾಜ್ಯವನ್ನು ಫ್ರಾನ್ಸಿಗೆ ಸೇರಿಸಿದನು. ಈ ಕ್ರಮದಿಂದ ಯೂರೋಪಿನ ವಿವಿಧ ರಾಷ್ಟ್ರಗಳಲ್ಲಿ ಬಹುಸಂಖ್ಯಾತರಾಗಿದ್ದ ಕ್ಯಾಥೋಲಿಕರು ನೆಪೋಲಿಯನ್ನನ ವಿರೋಧಿಗಳಾಗುವಂತಾಯಿತು.ಸ್ಪೇನ್‌ನ ರಾಷ್ಟ್ರೀಯತಾ ಹೋರಾಟಗಾರರಿಗೆ ಅಲ್ಲಿನ ಕ್ಯಾಥೊಲಿಕ್ ಪಾದ್ರಿಗಳು ಉತ್ತೇಜನ ನೀಡಿದ ಅಂಶವು ನೆಪೋಲಿಯನ್ನನ ಅವನತಿಗೆ ಪೋಪನ ಅಂಶವು ಎಷ್ಟರ ಮಟ್ಟಿಗೆ ಕಾರಣವಾಯಿತೆಂಬುದನ್ನು ತಿಳಿಸುತ್ತದೆ.

9) ನೆಪೋಲಿಯನ್ನನು ಭೂ ಯುದ್ಧಗಳಲ್ಲಿ ಅಜೇಯನನ್ನಾಗಿಸಿದ್ದು ಆತನ ಮಹಾಸೈನ್ಯ (Grand Army) ಆತನ ಶಕ್ತಿ, ಪ್ರತಿಷ್ಠೆಯ ಮೂಲವಾಗಿದ್ದ ಸುಮಾರು ಆರು ಲಕ್ಷ ಸೈನಿಕರನ್ನೊಳಗೊಂಡ ಮಹಾಸೈನ್ಯವನ್ನು ರಷ್ಯಾದ ದಂಡಯಾತ್ರೆಗೆ ತೊಡಗಿಸಿದುದು ಅವನ ಅವನತಿಗೆ ಕಾರಣವೊಂದೆಂದು ಹೇಳಬಹುದು. ನೆಪೋಲಿಯನ್ನನ ಯಶಸ್ವಿಯಲ್ಲದ ಈ ದಂಡೆಯಾತ್ರೆ ಅವನ ಸುಮಾರು ಐದುಲಕ್ಷ ಸೈನಿಕರ ಸಾವುನೋವುಗಳಿಗೆ ಕಾರಣವಾಯಿತು. ದಂಡಯಾತ್ರೆಯಿಂದಾಗಿ ಕುಂಠಿತಗೊಂಡ ಸೈನಿಕ ಶಕ್ತಿಯನ್ನು ಗಮನಿಸಿದ ಯೂರೋಪಿನ ರಾಷ್ಟ್ರಗಳೆಲ್ಲ ಒಗ್ಗೂಡಲು ಉತ್ತೇಜನ ದೊರೆಯಿತು. ನೆಪೋಲಿಯನ್ನನೇ “ನಾನು ಮಾಸ್ಕೋ ದಂಡಯಾತ್ರೆ ಕೈಗೊಳ್ಳಬಾರದಿತ್ತು ಮತ್ತು ನಾನಲ್ಲಿ ಬಹುಕಾಲ ಉಳಿಯಬಾರದಾಗಿತ್ತು” ಎಂದು ತನ್ನ ತಪ್ಪಿನ ಬಗ್ಗೆ ಪಶ್ಚಾತ್ತಾಪ ಪಟ್ಟಿದ್ದಾನೆ.

10) ನೆಪೋಲಿಯನ್ನನ ಉದ್ಧಟತನ, ವಾಸ್ತವಿಕತೆಯನ್ನರಿಯದ ಮತ್ತು ಹೊಂದಾಣಿಕಾ ಮನೋಭಾವನೆಯ ಕೊರತೆಗಳು ಅವನ ಅವನತಿಗೆ ಕಾರಣವಾದವು. ಮಿತ್ರರಾಷ್ಟ್ರಗಳು 1814ರ ಫ್ರಾನ್ಸ್ ದಾಳಿಯಲ್ಲಿ ನೆಪೋಲಿಯನ್ನನನ್ನು ಸೋಲಿಸಿದ ನಂತರವೂ ಫ್ರಾನ್ಸಿನ ಸಿಂಹಾಸನ ನೀಡುವ ಮತ್ತಿತರ ಉದಾರ ಷರತ್ತುಗಳನ್ನು ಸೂಚಿಸಿದರು. ಆದರೆ ನೆಪೋಲಿಯನ್ನನು ಉದಾರ ಷರತ್ತುಗಳನ್ನು ಧಿಕ್ಕರಿಸಿ ನಾನೊಬ್ಬ ಅದೃಷ್ಟದ ಶಿಶು ಎಂದೇ ನಂಬಿ ಹೋರಾಟದ ಹಾದಿ ಹಿಡಿದು ವಾಟರ್‌ಲೂ ಕದನದಲ್ಲಿ ಸೋಲುಂಡನು.

11) ಬ್ರಿಟನ್ನಿನ ನೌಕಾಶಕ್ತಿಯ ಪ್ರಾಬಲ್ಯ ಮತ್ತು ಅದರ ದಂಡನಾಯಕರುಗಳ ಕಾರ್ಯದಕ್ಷತೆಗಳು ಅವನ ಸೋಲಿಗೆ ಕಾರಣವಾದವು. ನೆಲ್ಸನ್ ಮೊದಮೊದಲು ನೆಪೋಲಿಯನ್ನನ ಇಂಗ್ಲೆಂಡ್ ಧಾಳಿಯ ಯೋಜನೆಯನ್ನು ಹಾಳುಗೆಡವಿದನು. ನೆಪೋಲಿಯನ್ನನ ಅಂತಿಮ ಯುದ್ಧಗಳ ಸೋಲಿಗೆ ಡ್ಯೂಕ್ ಆಫ್ ವೆಲ್ಲಿಂಗ್‌ಟನ್ ಕಾರಣಕರ್ತನಾದನು. ನೆಪೋಲಿಯನ್ನನು ತನ್ನ ಶತ್ರು ರಾಷ್ಟ್ರಗಳ ದಂಡನಾಯಕರ ಬಗ್ಗೆ ಹೊಂದಿದ್ದ ಕೆಳಮಟ್ಟದ ಅಭಿಪ್ರಾಯಗಳು ಅವನ ಸೋಲಿಗೆ ಕಾರಣವಾದವು..

12) ನೆಪೋಲಿಯನ್ನನ ವಿದೇಶಾಂಗ ನೀತಿಯ ಸೋಲುಗಳ ಜೊತೆಗೆ ಅವನು ಅನುಸರಿಸಿದ ಒಳಾಡಳಿತ ನೀತಿಯು ಕೆಲವು ವರ್ಗಗಳ ಬೆಂಬಲವನ್ನು ಕಳೆದುಕೊಳ್ಳುವಂತೆ ಮಾಡಿತು. ನೆಪೋಲಿಯನ್ನನ ಮೊದಲ ಬೆಳವಣಿಗೆಗಳಿಗೆ ಪ್ರೋತ್ಸಾಹ ನೀಡಿದ ಜಾಕೋಬಿಯನ್ನರು ನೆಪೋಲಿಯನ್ನನನ್ನು ಫ್ರಾನ್ಸಿನ ವಿಮೋಚಕನೆಂದು ಸ್ವಾಗತಿಸಿದರು. ಆದರೆ ನೆಪೋಲಿಯನ್ನನು ಸಾಮ್ರಾಜ್ಯಶಾಹಿಯಾಗಿ ಬೆಳೆಯಲಾರಂಭಿಸಿದ್ದರಿಂದ ಗಣರಾಜ್ಯವಾದಿಗಳ ಗುಂಪು ಅವನನ್ನು ವಿರೋಧಿಸಲಾರಂಭಿಸಿತು. ಹಾಗೆಯೇ ನೆಪೋಲಿಯನ್ನನ ಮಂತ್ರಿಗಳಾದ ಟ್ಯಾಲಿರೆಂಡ್ ಮತ್ತು ಫೌಚೆ ಮುಂತಾದವರು ವಿಧೇಯರಾಗಿದ್ದುಕೊಂಡೇ ಅವನಿಗೆ ದ್ರೋಹಬಗೆದರು.

ಹೀಗೆ ನೆಪೋಲಿಯನ್ನನು ಅನುಸರಿಸಿದ ಅವನದೇ ಆದ ನೀತಿಗಳು ಮತ್ತು ತಪ್ಪುಗಳು ಅವನ ಅವನತಿಗೆ ಹಾದಿ ಮಾಡಿಕೊಟ್ಟವು.

* * * * *

ಅಟ್‌ಲಾಂಟಿಕ್ ಮಹಾಸಾಗರ
ಫ್ರೆಂಚ್ ಸಾಮ್ರಾಜ್ಯ
ರೈನ್ ಒಕ್ಕೂಟ /ಹೆಲ್ವೆಟಿಕ್ ರಿಪಬ್ಲಿಕ್
ಪ್ರಶ್ಯ / ಆಸ್ಟ್ರಿಯನ್ ಸಾಮ್ರಾಜ್ಯ
ಪೋರ್ಚುಗಲ್
ಸ್ಪೇನ್
ಕೊರ್ಸಿಕಾ
ಸಾರ್ಡಿನಿಯಾ ಸಾಮ್ರಾಜ್ಯ
ಮೆಡಿಟರೇನಿಯನ್ ಸಮುದ್ರ
ಸಿಸಿಲಿಯ ಸಾಮ್ರಾಜ್ಯ
ಆಫ್ರಿಕಾ ಸಾಮ್ರಾಜ್ಯ
0 170 340 680 Nautical Miles

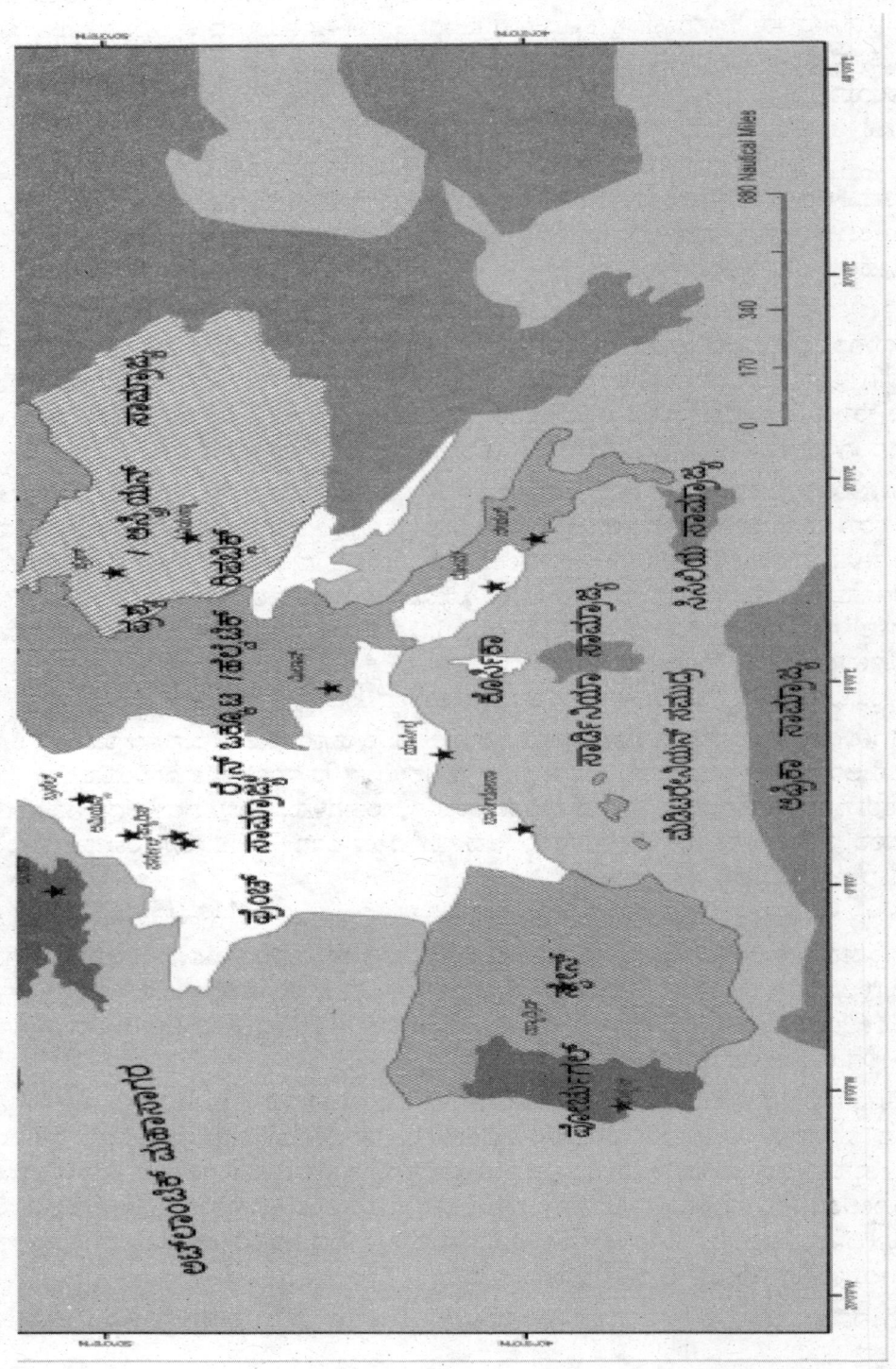

ಅಧ್ಯಾಯ - 12

ವಿಯನ್ನಾ ಕಾಂಗ್ರೆಸ್ (1814-15) ಮತ್ತು ಯೂರೋಪಿನ ಮೇಳ

ನೆಪೋಲಿಯನ್ನನ ಪತನವು ಯೂರೋಪಿನ ರಾಜಕಾರಣಿಗಳಿಗೆ ಹಾಗೂ ರಾಜಕಾರಣ ಚತುರರಿಗೆ ಹಿಂದೆಂದೂ ಕಾಣದ ಕಠಿಣವಾದ ಹಾಗೂ ಸಂಕೀರ್ಣವಾದ ಸಮಸ್ಯೆಯೊಂದನ್ನು ತಂದೊಡ್ಡಿತು. ಆತನ ಸಾಧನೆಗಳಿಂದ ಅಗಾಧವಾದ ಪರಿಣಾಮಗಳನ್ನು ಅನುಭವಿಸಿದಂತೆಯೇ ಆತನ ಪತನದಿಂದಲೂ ಅಷ್ಟೇ ಅಗಾಧವಾದ ಪರಿಣಾಮಗಳನ್ನು ಯೂರೋಪಿನ ಎಲ್ಲಾ ರಾಷ್ಟ್ರಗಳು ಅನುಭವಿಸಬೇಕಾಯಿತು. ನೆಪೋಲಿಯನ್ನನ ಕದನಗಳಿಂದಾಗಿ ಯೂರೋಪಿನಾದ್ಯಂತ ಅಶಾಂತಿ ತಲೆದೋರಿ ಆತನ ಪ್ರಭುತ್ವ ನಿರ್ನಾಮವಾದ ಮೇಲೆ ಯೂರೋಪಿನ ರಾಷ್ಟ್ರಗಳು ಒಂದೆಡೆ ಸೇರಿ ಯೂರೋಪಿನ ಪುನರ್‌ರಚನೆಯ ಕಾರ್ಯವನ್ನು ಆರಂಭಿಸಿದವು. ಈ ಪುನರ್‌ರಚನೆಯ ಕಾರ್ಯವನ್ನು ಕೈಗೊಂಡ ಸಮ್ಮೇಳನವೇ "ವಿಯನ್ನಾ ಕಾಂಗ್ರೆಸ್" ಈ ಸಮ್ಮೇಳನವು ಆಸ್ಟ್ರಿಯಾದ ರಾಜಧಾನಿಯಾದ ವಿಯನ್ನಾ ನಗರದಲ್ಲಿ 1814ರ ಸೆಪ್ಟೆಂಬರ್‌ನಿಂದ 1815ರ ಜೂನ್‌ವರೆಗೆ ಜರುಗಿ ಯೂರೋಪಿನ ಇತಿಹಾಸದಲ್ಲಿಯೇ ಅತಿದೊಡ್ಡ ಅಂತರರಾಷ್ಟ್ರೀಯ ಮತ್ತು ರಾಜತಾಂತ್ರಿಕ ಸಮ್ಮೇಳನವೆಂದು ಹೆಸರುವಾಸಿಯಾಗಿದೆ.

ನೆಪೋಲಿಯನ್ನನ ಕದನಗಳಿಂದ ಪೂರ್ಣ ಯೂರೋಪ್ ಅಸ್ತವ್ಯಸ್ತಗೊಂಡಿದ್ದಿತಾದರೂ ಸ್ವಲ್ಪ ಕಾಲ ಆಸ್ಟ್ರಿಯಾ ಯಾವ ಪ್ರತಿಕ್ರಿಯೆಯನ್ನು ವ್ಯಕ್ತಪಡಿಸಲಾರದೇ ತಟಸ್ಥವಾಗಿತ್ತು. ಕಾರಣ ನೆಪೋಲಿಯನ್ನನ ಹೆಂಡತಿ ಲೂಯಿಸ್ ಮೇರಿಯು ಆಸ್ಟ್ರಿಯಾದ ರಾಜ ಫ್ರಾನ್ಸಿಸ್‌ನ ಮಗಳಾಗಿದ್ದಳು. ಆದರೂ ಕೊನೆಗೆ ಮಹಾನ್ ರಾಜನೀತಿಜ್ಞ ಹಾಗೂ ವ್ಯವಹಾರ ಚತುರನೂ ಆಸ್ಟ್ರೀಯಾದ ಪ್ರಧಾನಿಯೂ ಆಗಿದ್ದ ಮೆಟರ್ನಿಕನು ಯೂರೋಪಿನ ಎಲ್ಲಾ ರಾಷ್ಟ್ರಗಳನ್ನು ನೆಪೋಲಿಯನ್ನನ ವಿರುದ್ಧ ಎತ್ತಿಕಟ್ಟಿ ಅವನ ಪ್ರಭುತ್ವವನ್ನು ಸ್ವಾಭಾವಿಕವಾಗಿ ನಿರ್ನಾಮ ಮಾಡುವಲ್ಲಿ ಯಶಸ್ವಿಯಾದನು. ಈತನು ನೆಪೋಲಿಯನ್ನನ ಆಳ್ವಿಕೆಯನ್ನು ಅಂತ್ಯಗೊಳಿಸುವುದರಲ್ಲಿ ವಹಿಸಿದ ಪಾತ್ರ ಅದ್ವಿತಿಯವಾಗಿದ್ದು 1815ರಲ್ಲಿ ಜರುಗಿದ ಒಪ್ಪಂದದ ಮಾತುಕತೆಗೆ ಅವನ ರಾಷ್ಟ್ರದ ರಾಜಧಾನಿಯಾದ ವಿಯೆನ್ನಾ ನಗರವನ್ನೇ ಆರಿಸಿಕೊಳ್ಳಲಾಯಿತು ಮತ್ತು ಆ ಸಮಾವೇಶದಲ್ಲಿ ಅಧ್ಯಕ್ಷನೂ ಕೇಂದ್ರವ್ಯಕ್ತಿಯೂ ಅವನೇ ಆಗಿದ್ದನು.

ವಿಯೆನ್ನಾ ಸಮ್ಮೇಳನವು ಯೂರೋಪಿನ ಪ್ರಮುಖ ರಾಜಮಹಾರಾಜರು, ಚಕ್ರವರ್ತಿಗಳು, ರಾಜಕಾರಣಪಟುಗಳು, ರಾಜತಂತ್ರಜ್ಞರು ಮತ್ತು ಪ್ರತಿಭಾನ್ವಿತ ವ್ಯಕ್ತಿಗಳ ಭಾಗವಹಿಸುವಿಕೆಯಿಂದಾಗಿ ಪ್ರಾಮುಖ್ಯತೆಯನ್ನು ಪಡೆದಿದೆ. ನೆಪೋಲಿಯನ್ನನನ್ನು ಸೋಲಿಸಿ ಸೇಂಟ್ ಹೆಲೆನಾ ದ್ವೀಪಕ್ಕೆ ವರ್ಗಾಯಿಸಿದ ಮೇಲೆ ಮಿತ್ರರಾಷ್ಟ್ರಗಳ ಪ್ರತಿನಿಧಿಗಳು ಒಂದೆಡೆ ಸೇರಿದರು. ಅಂತಹ ಸಂದರ್ಭದಲ್ಲಿ ಈ ರಾಜಕಾರಣಿಗಳ ಮುಂದಿದ್ದ ಕಠಿಣ ಸಮಸ್ಯೆಗಳೆಂದರೆ ಸಮಗ್ರ ಯೂರೋಪಿನ ರೂಪುರೇಷೆಗಳನ್ನು ಬದಲಾಯಿಸುವುದು, ಯೂರೋಪಿನ ಭೂಪಟವನ್ನು ಪುನರ್‌ರಚಿಸುವುದು, ನೆಪೋಲಿಯನ್ನನ ದಿಗ್ವಿಜಯ ಮತ್ತು ಅಧಿಕಾರದಾಹದಿಂದ ಉಂಟಾಗಿದ್ದ ಗೊಂದಲ ಮತ್ತು ಅವ್ಯವಸ್ಥೆಯನ್ನು ಹೋಗಲಾಡಿಸಿ ಬಗೆಹರಿಯದ ರಾಷ್ಟ್ರೀಯ ಗಡಿಸಮಸ್ಯೆಗಳನ್ನು ವ್ಯವಸ್ಥಿತವಾಗಿ ಇತ್ಯರ್ಥಪಡಿಸುವುದಾಗಿತ್ತು. ಅಲ್ಲದೇ ಯೂರೋಪಿನಲ್ಲಿ ಶಾಂತಿ ನೆಮ್ಮದಿ ನೆಲೆಗೊಳಿಸುವಂತೆ ಮಾಡುವುದು ಹಾಗೂ ಶಾಂತಿಗೆ ಭಂಗತರುವಂತಹ ಚಟುವಟಿಕೆಗಳನ್ನು ಒಟ್ಟಾಗಿ ಸೇರಿ ಎದುರಿಸುವುದಾಗಿತ್ತು. ನೆಪೋಲಿಯನ್ನನಂತಹ ಯಾವುದೇ ವ್ಯಕ್ತಿ ಫ್ರಾನ್ಸಿನ ಸಿಂಹಾಸನವನ್ನು ಪಡೆಯಲೆತ್ನಿಸಿದರೆ ಮತ್ತು ಯೂರೋಪಿನ ಯಾವುದೇ ಮೂಲೆಯಲ್ಲಿ ಕಂಡುಬಂದರೆ ಅದನ್ನು ಅನೂರ್ಜಿತಗೊಳಿಸಿ ನಿರಂಕುಶ ಪ್ರಭುಗಳ ಹಕ್ಕು ಬಾಧ್ಯತೆಗಳನ್ನು ರಕ್ಷಿಸುವುದು. ಯೂರೋಪಿನಲ್ಲಿ ರಾಷ್ಟ್ರೀಯ ಮತ್ತು ಪ್ರಜಾಸತ್ತಾತ್ಮಕ ಕ್ರಾಂತಿಕಾರಕ ಬೆಳವಣಿಗೆಗಳನ್ನು ಹತ್ತಿಕ್ಕುವುದು ಹಾಗೂ ಫ್ರಾನ್ಸಿನ ಕ್ರಾಂತಿಯಿಂದ ಹೊರ ಹೊಮ್ಮಿದ್ದ ಮಹಾತತ್ವಗಳಾದ ಸ್ವಾತಂತ್ರ್ಯ, ಸಮಾನತೆ, ಭ್ರಾತೃತ್ವ ಇವುಗಳನ್ನು ದಮನಮಾಡುವುದು ಇವರ ಮುಂದಿದ್ದ ಪ್ರಮುಖ ಸಮಸ್ಯೆಗಳಾಗಿದ್ದವು. ಆ ಬಗ್ಗೆ ವಿಷಯ ವಿನಿಮಯ ಹಾಗೂ ಸಮಸ್ಯೆಗಳನ್ನು ಅರಿಯುವ ದೃಷ್ಟಿಯಿಂದಾಗಿ ಆಗಾಗ್ಗೆ ಅವು ಅವಶ್ಯಕವೆನಿಸಿದಾಗ ಒಂದೆಡೆ ಸೇರಿ ಚರ್ಚಿಸುವ ನಿರ್ಧಾರವನ್ನು ಕೈಗೊಂಡವು. ಅಧಿವೇಶನದ ಮೂಲಕ ರಾಯಭಾರ ಪದ್ಧತಿಯನ್ನು ಪ್ರಾರಂಭಿಸಲಾಯಿತು. ಇದರ ಜೊತೆಗೆ ಜನಜೀವನಮಟ್ಟ, ವ್ಯಾಪಾರ ವಾಣಿಜ್ಯ ವೃದ್ಧಿಗೊಳಿಸುವುದು, ಏರುತ್ತಿದ ಬೆಲೆಗಳನ್ನು ತಡೆಗಟ್ಟುವುದು, ನಿರುದ್ಯೋಗ ನಿರ್ಮೂಲನ ಇನ್ನೂ ಮುಂತಾದ ಜನಹಿತ ಕಾರ್ಯಗಳನ್ನು ಆಯಾಯ ದೇಶಗಳಲ್ಲಿ ಕೈಗೊಳ್ಳುವುದು ಮತ್ತು ಶಾಂತಿಸ್ಥಾಪನೆ ಮುಂತಾದವು ವಿಯೆನ್ನಾ ಕಾಂಗೆಸ್ಸಿನ ಇತರ ಸಮಸ್ಯೆಗಳಾಗಿದ್ದು ಇವುಗಳನ್ನು ಬಗೆಹರಿಸುವ ಉದ್ದೇಶದಿಂದ ಟರ್ಕಿಯನ್ನು ಬಿಟ್ಟು ಉಳಿದ ರಾಷ್ಟ್ರಗಳಾದ ಆಸ್ಟ್ರಿಯಾ ಹಾಗೂ ರಷ್ಯಾದ ಸಾಮ್ರಾಟರು, ಪ್ರಷ್ಯ, ಬವೇರಿಯಾ, ವರ್ಟೆಂಬರ್ಗ್, ಡೆನ್ಮಾರ್ಕ್‌ಗಳ ಅರಸರು, ದೊಡ್ಡ ಸಂಖ್ಯೆಯಲ್ಲಿ ರಾಜಕುಮಾರರು, ಇಂಗ್ಲೆಂಡ್ ಹಾಗೂ ಯೂರೋಪಿನ ಎಲ್ಲಾ ರಾಜಕಾರಣ ನಿಪುಣರು ಅಲ್ಲಿ ನೆರೆದರು. ಕ್ರಾಂತಿಗೆ

ಪ್ರತಿಯಾಗಿ ಪ್ರತಿಗಾಮಿ ತತ್ವವನ್ನು, ಉದಾರತೆಗೆ ಬದಲಾಗಿ ಸಂಪ್ರದಾಯ ಶರಣತೆಯನ್ನು ಮತ್ತು ಬದಲಾವಣೆಗೆ ವಿರುದ್ಧವಾಗಿ ತಟಸ್ಥತೆಯನ್ನು ಇವರು ಬಯಸಿ ಆಸ್ಟ್ರೀಯಾದ ರಾಜಧಾನಿ ವಿಯೆನ್ನಾದಲ್ಲಿ 1815ರಲ್ಲಿ ಸಭೆ ಸೇರಿದರು. ಈ ರೀತಿ ಪ್ರತಿಭಾನ್ವಿತ ವ್ಯಕ್ತಿಗಳು ಒಂದೆಡೆಗೆ ಸೇರಿದ್ದು ಇದೇ ಮೊದಲ ಸಲವಾಗಿದ್ದು ಈ ಸಭೆಯನ್ನು ಅಂತರರಾಷ್ಟ್ರೀಯ ಸರ್ಕಾರ ರಚನೆಯ ಹಾದಿಯಲ್ಲಿ ಈ ರಾಜಕಾರಣಿಗಳು ಇಟ್ಟ ಮೊದಲ ಹೆಜ್ಜೆ ಇದೆನ್ನಬಹುದು.

ವಿಯೆನ್ನಾ ಕಾಂಗ್ರೆಸ್‌ನಲ್ಲಿ ಭಾಗವಹಿಸಿದ ಪ್ರಮುಖ ನಾಯಕರು ಮತ್ತು ಅವರ ದೃಷ್ಟಿಕೋನ

ವಿಯೆನ್ನಾ ಸಮ್ಮೇಳನದಲ್ಲಿ ಆಸ್ಟ್ರಿಯಾದ ಛಾನ್ಸಲರ್ ಪ್ರಿನ್ಸ್ ಮೆಟರ್ನಿಕ್, ಫ್ರಾನ್ಸಿನ ಪ್ರತಿನಿಧಿ ಟ್ಯಾಲಿರ್‍ಯಾಂಡ್ ಮತ್ತು ಇಂಗ್ಲೆಂಡಿನ ವಿದೇಶಾಂಗ ಮಂತ್ರಿ ಲಾರ್ಡ್ ಕ್ಯಾಸಲ್‌ರೀಗ್ ಇವರು ಗಮನಾರ್ಹ ಪಾತ್ರ ವಹಿಸಿದವರಲ್ಲಿ ಮುಖ್ಯರಾದವರು. ಅಲ್ಲದೇ ರಷ್ಯಾದ ದೊರೆ ಒಂದನೇ ಜಾರ್ ಅಲೆಗ್ಸಾಂಡರ್, ಆಸ್ಟ್ರಿಯಾದ ದೊರೆ ಒಂದನೇ ಫ್ರಾನ್ಸಿಸ್, ಪ್ರಷ್ಯಾದ ಅರಸ 3ನೇ ಫ್ರೆಡ್ರಿಕ್ ವಿಲಿಯಂ ಇವರ ಜೊತೆಗೆ ಬವೇರಿಯಾ, ವರ್ಟೆಂಬರ್ಗ್, ಡೆನ್ಮಾರ್ಕ್ ಮತ್ತಿತರ ಅನೇಕ ಸಣ್ಣ ಪುಟ್ಟ ರಾಜ್ಯಗಳ ಅರಸರು, ರಾಜಕಾರಣ ನಿಪುಣರು ಮತ್ತು ಪ್ರತಿಭಾನ್ವಿತ ವ್ಯಕ್ತಿಗಳು ಭಾಗವಹಿಸಿದ್ದರು.

ವಿಯೆನ್ನಾ ಸಮ್ಮೇಳನದಲ್ಲಿ ಭಾಗವಹಿಸಿದ್ದ ಗಣ್ಯ ವ್ಯಕ್ತಿಗಳ ದೃಷ್ಟಿಕೋನ ವಿಭಿನ್ನವಾಗಿದ್ದವು. ಫ್ರಾನ್ಸಿನ ಪ್ರತಿನಿಧಿಯಾದ ಟ್ಯಾಲಿರ್‍ಯಾಂಡನು ರಾಜನೀತಿಯಲ್ಲಿ ಚಾಣಾಕ್ಷನಾಗಿದ್ದು ಸಭೆಯ ಅನೇಕ ಸಂಧಾನಗಳಲ್ಲಿ ನ್ಯಾಯಬದ್ಧ ತತ್ವವನ್ನು ಮುಂದೊಡ್ಡುವುದರ ಮೂಲಕ ಪ್ರಾದೇಶಿಕ ವ್ಯವಸ್ಥೆಯಲ್ಲಿ ಫ್ರಾನ್ಸಿಗೆ ಹೆಚ್ಚು ನಷ್ಟವಾಗದಂತೆ ನೋಡಿಕೊಂಡನು. ಇಂಗ್ಲೆಂಡಿನ ವಿದೇಶಾಂಗ ಮಂತ್ರಿ ಲಾರ್ಡ್ ಕ್ಯಾಸೆಲ್‌ರೀಗ್ ಈ ಸಮ್ಮೇಳನದಲ್ಲಿ ಗಮನಾರ್ಹ ವ್ಯಕ್ತಿಯಾಗಿದ್ದನು. ರಾಜನೀತಿ ನಿಪುಣ ಮತ್ತು ಸಮಯ ಸಾಧಕನಾಗಿದ್ದು ಸಂದರ್ಭೋಚಿತವಾಗಿ ಒಡಂಬಡಿಕೆಗೆ ಹೊಂದಿಕೊಳ್ಳುವ ಪ್ರವೃತ್ತಿವುಳ್ಳವನಾಗಿದ್ದನು. ಡ್ಯೂಕ್ ಆಫ್ ವೆಲ್ಲಿಂಗ್‌ಟನ್ ಎಂಬುವವನು ಸಹ ಇವನ ಪ್ರತಿನಿಧಿಯಾಗಿದ್ದನು. ರಷ್ಯಾದ ದೊರೆ ಜಾರ್ ಒಂದನೇ ಅಲೆಗ್ಸಾಂಡರನು ಮಹತ್ವಾಕಾಂಕ್ಷಿಯೂ, ಸ್ವಾರ್ಥಿಯೂ, ಉದಾರವಾದಿಯೂ ಆಗಿದ್ದನು. ಆದರೆ ಅಂತಿಮವಾಗಿ ಮೆಟರ್ನಿಕನ ಒತ್ತಾಯಕ್ಕೆ ಒಳಗಾಗಿ ಪ್ರಗತಿ ವಿರೋಧಿಯಾದನು. ಆಸ್ಟ್ರಿಯಾದ ದೊರೆ ಒಂದನೇ ಫ್ರಾನ್ಸಿಸನು ಸಂಕುಚಿತ ಮನೋಧರ್ಮಿ ಮತು ಪ್ರಗತಿ ವಿರೋಧಿಯಾಗಿದ್ದನು. ಪ್ರಷ್ಯಾದ ಅರಸ ಮೂರನೇ ಫ್ರೆಡೆರಿಕ್ ವಿಲಿಯಮ್ ನಿಷ್ಠಾವಂತ ಸಂಪ್ರದಾಯಸ್ಥನಾಗಿದ್ದನು. ಸಟ್ರೈನ್ ಹರ್ಡನ್‌ಬರ್ಗ್ ಇವನ ಸಹ ಪ್ರತಿನಿಧಿ. ಆಸ್ಟ್ರಿಯಾದ ಛಾನ್ಸಲರ್ ಆಗಿದ್ದ ಪ್ರಿನ್ಸ್ ಮೆಟರ್ನಿಕನು ಮುತ್ಸದ್ದಿ ರಾಜಕಾರಣಿ ಮತ್ತು ವ್ಯವಹಾರ ಚತುರನಾಗಿದ್ದು ಈ ಸಮ್ಮೇಳನದ ಅಧ್ಯಕ್ಷತೆ ವಹಿಸಿಕೊಂಡು ಸುಮಾರು ಅರ್ಧಶತಮಾನಗಳ ಕಾಲ ಯೂರೋಪಿನ ರಾಜಕೀಯ ರಂಗವನ್ನು ತನ್ನ ಬಿಗಿ ಮುಷ್ಟಿಯಲ್ಲಿಟ್ಟುಕೊಂಡು ಮೆರೆದನಲ್ಲದೆ ಅಂತರಾಷ್ಟ್ರೀಯವಲಯದಲ್ಲಿ ಆಸ್ಟ್ರಿಯಾದ ಹಿತಾಸಕ್ತಿಯನ್ನು ಕಾಪಾಡುವಲ್ಲಿ ಮತ್ತು ರಷ್ಯಾದ ಜಾರ್ ಒಂದನೇ ಅಲೆಗ್ಸಾಂಡರ್‌ನನ್ನು ಕೂಡ ಉದಾರಪ್ರವೃತ್ತಿಯಿಂದ ಪ್ರತಿಗಾಮಿ ಪಥದ ಕಡೆ ಎಳೆದೊಯ್ಯುವುದರಲ್ಲಿ ಯಶಸ್ವಿಯಾದನು.

ವಿಯನ್ನಾ ಕಾಂಗ್ರೆಸ್ಸಿನ ಧ್ಯೇಯಗಳು:

1815ರ ಜೂನ್ ತಿಂಗಳಲ್ಲಿ ವಿಯನ್ನಾ ನಗರದಲ್ಲಿ ಸಮಾವೇಶಗೊಂಡ ಯೂರೋಪಿನ ಗಣ್ಯ ವ್ಯಕ್ತಿಗಳ ಈ ಸಭೆಯು ಹೊಂದಿದ್ದ ಧ್ಯೇಯೊದ್ದೇಶಗಳು ಇಂತಿವೆ:

1) ನೆಪೋಲಿಯನ್ನನನ್ನು ಎದುರಿಸಿದ ವಿಜೇತ ರಾಜ್ಯಗಳಿಗೆ ಯಾವ ರೀತಿಯಲ್ಲಿ ಬಹುಮಾನ ನೀಡಬೇಕು ಹಾಗೂ ಆತನಿಗೆ ಬೆಂಬಲ ನೀಡಿದ್ದ ರಾಜ್ಯಗಳನ್ನು ಹೇಗೆ ಶಿಕ್ಷಿಸಬೇಕು.
2) ಯೂರೋಪಿನ ಹಳೆಯ ವ್ಯವಸ್ಥೆ ಹಾಗೂ ಶಾಂತಿಯನ್ನು ಕದಡಿದ ಫ್ರಾನ್ಸಿನ ಮಹಾಕ್ರಾಂತಿಯು ಪುನರಾವರ್ತನೆಯಾಗದಂತೆ ಮಾಡಲು ಏನು ಮಾಡಬೇಕು.
3) ಯೂರೋಪಿನಲ್ಲಿ ಶಾಂತಿ ನೆಲಸುವಂತೆ ಮಾಡುವುದು.
4) ಫ್ರಾನ್ಸಿನ ಸುತ್ತಲೂ ಪ್ರಬಲ ರಾಷ್ಟ್ರಗಳನ್ನು ನಿರ್ಮಿಸುವುದು.
5) ಯುದ್ದಗಳಲ್ಲಿ ನೆಪೋಲಿಯನ್ನನು ದೋಚಿದ ಸಂಪತ್ತನ್ನು ಹೇಗೆ ಹಂಚಿಕೊಳ್ಳುವುದು.
6) ನ್ಯಾಯಬದ್ಧ ತತ್ವಕ್ಕನುಗುಣವಾಗಿ ಅರಸನನ್ನು ಅಧಿಕಾರದಲ್ಲಿ ತರುವುದು.
7) ಗಣರಾಜ್ಯಗಳನ್ನು ನಿರ್ನಾಮ ಮಾಡುವುದು
8) ಕ್ರಾಂತಿಕಾರಕ ಚಟುವಟಿಕೆಗಳಿಗೆ ಪ್ರೋತ್ಸಾಹ ನೀಡುವ ಸಂಘಗಳನ್ನು ಹತ್ತಿಕ್ಕುವುದು.

ವಿಯೆನ್ನಾ ಸಮ್ಮೇಳನದ ಪರಮ ಧ್ಯೇಯವೇನೆಂದರೆ ರಾಜಪ್ರಭುತ್ವ ಮತ್ತು ಹಳೆಯ ರಾಜಕೀಯ ವ್ಯವಸ್ಥೆಯನ್ನು ಜಾರಿಗೆ ತರುವುದು. ನ್ಯಾಯಬದ್ಧ ಉತ್ತರಾಧಿಕಾರದ ತತ್ವಗಳನ್ನು ಆಧರಿಸಿ ಆದಷ್ಟುಮಟ್ಟಿಗೆ ಫ್ರಾನ್ಸಿನ ಮಹಾಕ್ರಾಂತಿ ಮತ್ತು ನೆಪೋಲಿಯನ್ನನ ಏಳಿಗೆಗೆ ಮುನ್ನ ಯೂರೋಪಿನಲ್ಲಿದ್ದ ರಾಜ್ಯಗಳನ್ನು ಮತ್ತು ಅವುಗಳ ಗಡಿಗಳನ್ನು ಹಾಗೂ ರಾಜ

ಮನೆತನಗಳನ್ನು ಪುನರ್ ಸ್ಥಾಪಿಸುವುದಾಗಿತ್ತು. ಹೀಗೆ ಮಿತ್ರರಾಷ್ಟ್ರಗಳು ಫ್ರಾನ್ಸ್ ಕಡೆ ಔದಾರ್ಯದಿಂದಲೇ ನೋಡುತ್ತಾ ನೆಪೋಲಿಯನ್ನನು ಗೆದ್ದಿದ್ದ ಪರರಾಷ್ಟ್ರಗಳನ್ನು ಫ್ರಾನ್ಸಿನಿಂದ ಕಿತ್ತುಕೊಂಡು 1792ರಲ್ಲಿ ಅದು ಎಷ್ಟು ಪ್ರದೇಶಗಳನ್ನು ಹೊಂದಿತ್ತೋ ಅಷ್ಟೇ ಪ್ರದೇಶಗಳನ್ನು ಬಿಟ್ಟುಕೊಟ್ಟು ಸಾಧ್ಯವಾದಷ್ಟು ಮಟ್ಟಿಗೆ ಕ್ರಾಂತಿಪೂರ್ವದಲ್ಲಿದ್ದ ರಾಜಕೀಯ ಸ್ಥಿತಿಯನ್ನೇ ಫ್ರಾನ್ಸಿನಲ್ಲಿ ನಿರ್ಮಾಣ ಮಾಡಲು ಪ್ರಯತ್ನಿಸಿದವು.

ವಿಯನ್ನಾ ಕಾಂಗ್ರೆಸ್ಸಿನ ಪ್ರಾದೇಶಿಕ ಪುನರ್ ವ್ಯವಸ್ಥೆ

ಯೂರೋಪಿನ ಭೂಪಟವನ್ನು ಪುನರ್ರಚಿಸುವ ಕಾರ್ಯವನ್ನು ಪ್ರಾರಂಭಿಸಿದ ವಿಯೆನ್ನಾ ಕಾಂಗ್ರೆಸ್ಸಿನ ಸಭೆಯು ಪ್ರಮುಖ ಮೂರು ತತ್ವಗಳನ್ನು ಆಧಾರವಾಗಿರಿಸಿಕೊಂಡಿತ್ತು. ಅವುಗಳೆಂದರೆ: 1) ನ್ಯಾಯಬದ್ದ ತತ್ವ 2) ಶಕ್ತಿ ಸಮತೋಲನ ತತ್ವ 3) ಸ್ವಾತಂತ್ರ್ಯ, ಭ್ರಾತೃತ್ವ, ಪ್ರಜಾಪ್ರಭುತ್ವ ಮುಂತಾದ ಉದಾರ ತತ್ವಗಳನ್ನು ದಮನ ಮಾಡುವುದು.

ನ್ಯಾಯಬದ್ಧ ತತ್ವಕ್ಕನುಸಾರವಾಗಿ ಸಾಧ್ಯವಾದಷ್ಟು ಮಟ್ಟಿಗೆ ಯೂರೋಪಿನ ರಾಷ್ಟ್ರಗಳಲ್ಲಿ ಫ್ರಾನ್ಸಿನ ಕ್ರಾಂತಿಗಿಂತ ಪೂರ್ವದಲ್ಲಿದ್ದ ರಾಜಮನೆತನಗಳನ್ನು ಪುನರ್ ಸ್ಥಾಪಿಸುವುದೆಂದು ತೀರ್ಮಾನಿಸಲಾಯಿತು. ಶಕ್ತಿ ಸಮತೋಲನ ತತ್ವದ ಪ್ರಕಾರ ಯೂರೋಪಿನಾದ್ಯಂತ ಸಾಧ್ಯವಾದಷ್ಟು ಮಟ್ಟಿಗೆ ವಿವಿಧ ರಾಷ್ಟ್ರಗಳ ಮಧ್ಯೆ ಶಕ್ತಿ ಸಮತೋಲನವನ್ನು ಕಾಯ್ದುಕೊಳ್ಳಲು ಗಮನಹರಿಸಲಾಯಿತು. ಮತ್ತೊಂದು ತತ್ವವಾದ ಉದಾರ ತತ್ವಗಳ ದಮನದ ಪ್ರಕಾರ ಯುರೋಪಿನಾದ್ಯಂತ ಸ್ವಾತಂತ್ರ್ಯ, ಸಮಾನತೆ, ಭ್ರಾತೃತ್ವ ಮುಂತಾದ ತತ್ವಗಳ ಮೊಳಕೆಯನ್ನು ಮೊಟಕುಗೊಳಿಸುವಂತೆ ಮುನ್ನೆಚ್ಚರಿಕೆ ವಹಿಸಲಾಯಿತು. ಈ ತತ್ವಗಳ ಆಧಾರದ ಮೇಲೆ ಮಾಡಿದ ಪ್ರಾದೇಶಿಕ ಪುನರ್ ವ್ಯವಸ್ಥೆಯು ಈ ಕೆಳಕಂಡಂತಿದೆ.

1) 1815ರ ದ್ವಿತೀಯ ಪ್ಯಾರಿಸ್ ಒಪ್ಪಂದದ ಪ್ರಕಾರ ಫ್ರಾನ್ಸ್ ದೇಶವು 1789ರಲ್ಲಿ ಹೊಂದಿದ್ದ ಮೇರೆಗಳನ್ನು ಪಡೆಯಿತಲ್ಲದೇ ಮಿತ್ರರಾಷ್ಟ್ರಗಳಿಗೆ ಯುದ್ಧ ನಷ್ಟ ಭರ್ತಿ ಹಣ ಕೊಡಬೇಕಾಯಿತು. ಅಲ್ಲದೇ ಬೋರ್ಬನ್ ವಂಶದ 18ನೇ ಲೂಯಿಯನ್ನು ಫ್ರಾನ್ಸಿನ ದೊರೆಯನ್ನಾಗಿ ನೇಮಿಸಿ ಫ್ರಾನ್ಸ್ ಇನ್ನು ಮುಂದೆ ಯೂರೋಪಿನ ಇತರ ಭಾಗಗಳ ಮೇಲೆ ಆಕ್ರಮಣ ಮಾಡದಂತೆ ಎಚ್ಚರಿಕೆ ವಹಿಸಲಾಯಿತು.

2) ಬೆಲ್ಜಿಯಂ ಮತ್ತು ಹಾಲೆಂಡ್‌ಗಳನ್ನು ಒಟ್ಟುಗೂಡಿಸಿ ಅದನ್ನು ಯುನೈಟೆಡ್ ನೆದರ್‌ಲ್ಯಾಂಡ್ ರಾಜ್ಯವೆಂದು ಕರೆದು ಅಲ್ಲಿನ ಆಡಳಿತವನ್ನು ಆರೆಂಜ್ ಸಂತತಿಯ ರಾಜಕುಮಾರ ವಿಲಿಯಮ್‌ನಿಗೆ ವಹಿಸಿಕೊಡಲಾಯಿತು. ಈ ರೀತಿಯ ಬದಲಾವಣೆಯಿಂದ ಫ್ರಾನ್ಸಿನ ಈಶಾನ್ಯ ಭಾಗದಲ್ಲಿ ಒಂದು ಪ್ರಬಲ ಕೋಟೆಯನ್ನು ನಿರ್ಮಿಸಿದಂತಾಯಿತು.

3) ರಷ್ಯಾವು ನೆಪೋಲಿಯನ್ನನ ಅಧೀನದಲ್ಲಿದ್ದ ವಾರ್ಸಾದ ಹಿರಿಯ ಸಂಸ್ಥಾನವನ್ನು, ಪೋಲೆಂಡಿನ ಬಹುಭಾಗವನ್ನು ಬೆಸರಾಬಿಯಾ ಹಾಗೂ ಸ್ವೀಡನ್ನಿನಿಂದ ಫಿನ್‌ಲ್ಯಾಂಡ್‌ಗಳನ್ನು ಪಡೆದುಕೊಂಡಿತು. ಇದಕ್ಕೆ ಪರಿಹಾರವಾಗಿ ಸ್ವೀಡನ್ನಿಗೆ ಡೆನ್ಮಾರ್ಕಿನಿಂದ ನಾರ್ವೆಯನ್ನು ಕಿತ್ತುಕೊಟ್ಟು ನೆಪೋಲಿಯನ್ನನ ದಿಗ್ವಿಜಯದ ಕಾಲದಲ್ಲಿ ಡೆನ್ಮಾರ್ಕ್ ಆತನಿಗೆ ಸಹಾಯಮಾಡಿದ್ದರಿಂದ ಅದನ್ನು ಈ ರೀತಿ ಶಿಕ್ಷೆಗೊಳಪಡಿಸಲಾಯಿತು. ಒಟ್ಟಿನಲ್ಲಿ ಈ ವಿಯೆನ್ನಾ ಅಧಿವೇಶನದಲ್ಲಿ ರಷ್ಯಾ ಸಿಂಹಪಾಲನ್ನು ಪಡೆಯಿತು.

4) ಆಸ್ಟ್ರಿಯಾ ತನ್ನ ಸಮೀಪದ ಇಟಲಿಯ ಈಶಾನ್ಯ ಪ್ರಾಂತ್ಯಗಳಾದ ವೆನಿಷಿಯಾ, ಲೊಂಬಾರ್ಡಿ, ಇಲೀರಿಯಾ ಮತ್ತು ಟೈರೂಲ್‌ಗಳನ್ನು ಪಡೆಯುವುದರ ಮೂಲಕ ಇಟಲಿಯ ಉಳಿದ ಸಂಸ್ಥಾನಗಳ ಮೇಲೆಯೂ ನಿಯಂತ್ರಣವನ್ನು ಹೊಂದಿತ್ತು. ಇದಕ್ಕೆ ಪ್ರತಿಯಾಗಿ ದೂರದ ಬೆಲ್ಜಿಯಂನ್ನು ಬಿಟ್ಟುಕೊಟ್ಟಿತು.

5) ಪ್ರಷ್ಯಾವು ಸ್ವೀಡಿಷ್, ಪೋಮೆರಾನಿಯ ಮತ್ತು ಸ್ಯಾಕ್ಸೋನಿಯಾದ ಕೆಲವು ಭಾಗಗಳನ್ನು ಪಡೆದದ್ದು ಫ್ರಾನ್ಸಿನ ಪೂರ್ವಭಾಗದಲ್ಲಿ ಮತ್ತೊಂದು ಪ್ರಬಲ ಕೋಟೆ ನಿರ್ಮಾಣವಾದಂತಾಯಿತು.

6) ಜರ್ಮನಿಯಲ್ಲಿ 39 ರಾಜ್ಯಗಳನ್ನೊಳಗೊಂಡ ಜರ್ಮನ್ ಒಕ್ಕೂಟವನ್ನು ನಿರ್ಮಿಸಿ ಅದಕ್ಕೆ ಫೆಡರಲ್ ಡಯಟನ್ನು ರಚಿಸಿ ಆಸ್ಟ್ರಿಯಾವು ಈ ಡಯೆಟ್‌ನ ಅಧ್ಯಕ್ಷತೆಯನ್ನು ವಹಿಸಿಕೊಳ್ಳುವುದರ ಮೂಲಕ ಜರ್ಮನ್ ಒಕ್ಕೂಟವನ್ನೂ ತನ್ನ ನಿಯಂತ್ರಣಕ್ಕೆ ಒಳಪಡಿಸಿಕೊಂಡಿತು.

7) ಇಟಲಿಯ ಫಾರ್ಮ, ಮೊಡೆನಾ, ರೊಮಾಗ್ನ ಮತ್ತು ಟಸ್ಕನಿಗಳನ್ನು ಆಸ್ಟ್ರಿಯಾದ ಹ್ಯಾಸಪ್ಸ್‌ಬರ್ಗ್ ವಂಶಸ್ಥರಿಗೆ ವಹಿಸಿಕೊಟ್ಟು ಇಟಲಿಯಲ್ಲಿ ಆಸ್ಟಿಯಾದ ಪ್ರಭಾವವನ್ನು ಹೆಚ್ಚಿಸಲಾಯಿತು ಮತ್ತು ಇಟಲಿಯು ಕೆಲವು ಸ್ವತಂತ್ರ ರಾಜ್ಯಗಳ ಕೂಟವಾಗಿರಲಿ ಹಾಗೂ ಕೇವಲ ಒಂದು "ಭೌಗೋಳಿಕ ಘಟಕ" (Geographical Expression) ವಾಗಿರಲಿ ಎಂಬುದು ಮೆಟರ್ನಿಕನ ಬಯಕೆಯಾಗಿದ್ದಿತು.

8) ನೆಪೋಲಿಯನ್ನನ ಎರಡನೇ ಹೆಂಡತಿ ಆಸ್ಟ್ರಿಯಾದ ಮೇರಿ ಲೂಯಿಸ್ ಫಾರ್ಮಾವನ್ನು ಪಡೆದಳು.

9) ಮೂರು ಕ್ಯಾಂಟನ್‌ಗಳನ್ನು ಒಟ್ಟುಗೂಡಿಸಿ ಸ್ವಿಸ್ ಒಕ್ಕೂಟವನ್ನು ಸ್ಥಾಪಿಸಲಾಯಿತು.

10) ಆಗ್ನೇಯದಲ್ಲಿ ಫ್ರೆಂಚ್ ಆಕ್ರಮಣವನ್ನು ತಡೆಗಟ್ಟಲು ಸಾರ್ಡಿನೀಯಕ್ಕೆ ಪೀಡ್ಮಾಂಟ್, ನೈಸ್ ಮತ್ತು ಸವಾಯ್ ಸೇರಿಸಿ ಆ ರಾಜ್ಯವನ್ನು ಬಲಪಡಿಸಲಾಯಿತು. ಅಲ್ಲದೇ, ಈ ರಾಜ್ಯಕ್ಕೆ ಜಿನೋವವನ್ನು ಸೇರಿಸಲಾಯಿತು.

11) ನೆಪೋಲಿಯನ್ನನ ವಿರುದ್ಧ ನಿರಂತರವಾಗಿ ಹೋರಾಡಿದ ಇಂಗ್ಲೆಂಡ್ ದೇಶವು ಹ್ಯಾಲಿಗೋಲ್ಯಾಂಡ್, ಭೂಮಧ್ಯ ಸಮುದ್ರದಲ್ಲಿನ ಮಾಲ್ಟಾ ಹಾಗೂ ಅಯೋನಿಯನ್ ದ್ವೀಪಗಳನ್ನು, ದಕ್ಷಿಣ ಆಫ್ರಿಕಾದ ಕೇಫ್ ಆಫ್ ಗುಡ್ ಹೋಪ್ ವಸಾಹತುವನ್ನು, ಸಿಲೋನ್ ಹಾಗೂ ಮಾರಿಷಸ್, ಸೈಂಟ್ ಲೂಯಿಸ್, ಟ್ರೆನಿಡಾಡ್, ಟೊಬ್ಯಾಗೋ ಮತ್ತು ಇತರ ದ್ವೀಪಗಳನ್ನು ಪಡೆದುಕೊಂಡ ಇಂಗ್ಲೆಂಡ್ ಅತ್ಯಂತ ಬಲಾಢ್ಯವಾದ ವಸಹಾತು ಸಾಮ್ರಾಜ್ಯವಾಯಿತು.

12) ಇಂಗ್ಲೆಂಡ್ ಹಾಲೆಂಡಿಗೆ ಆರು ಮಿಲಿಯನ್ ಪೌಂಡುಗಳನ್ನು ಪರಿಹಾರವಾಗಿ ಕೊಟ್ಟಿತು.

13) ರೋಮ್‌ನಲ್ಲಿ ಬೋರ್ಬನ್ ವಂಶದ 7ನೇ ಫರ್ಡಿನಾಂಡ್‌ನನ್ನು ಸಿಂಹಾಸನಕ್ಕೆ ತರಲಾಯಿತು.

ಈ ರೀತಿ ಪ್ರಬಲರಾಜ್ಯಗಳಿಂದ ಫ್ರಾನ್ಸ್‌ನ್ನು ಸುತ್ತುಗಟ್ಟುವುದು, ನೆಪೋಲಿಯನ್ನನ ಜೊತೆಗೂಡಿ ಹೋರಾಡಿದ ರಾಜ್ಯಗಳನ್ನು ಶಿಕ್ಷಿಸುವುದು ಮಿತ್ರರಾಷ್ಟ್ರಗಳ ಉದ್ದೇಶವಾಗಿದ್ದಿತು. ಈ ರೀತಿ ಮಾಡಿದರೆ ಮತ್ತೊಮ್ಮೆ ಫ್ರಾನ್ಸಿನಿಂದ ಯೂರೋಪಿಗೆ ಯುದ್ಧ ಭೀತಿಯುಂಟಾಗುವುದಿಲ್ಲವೆಂದು ಅವರು ಯೋಜಿಸಿದ್ದರು. ಈ ದಿಸೆಯಲ್ಲಿ ಕೆಲವು ರಾಷ್ಟ್ರಗಳು ಈಗಾಗಲೇ ರಹಸ್ಯ ಒಪ್ಪಂದಗಳನ್ನು ಮಾಡಿಕೊಳ್ಳಲು ಕಾತರಿಸುತ್ತಿದ್ದವು.

ವಿಯನ್ನಾ ಕಾಂಗ್ರೆಸ್‌ನ ವ್ಯವಸ್ಥೆಯ ಬಗೆಗಿನ ವಿಮರ್ಶೆ

ವಿಯನ್ನಾ ಸಮ್ಮೇಳನದಲ್ಲಿ ಕೈಗೊಂಡ ತೀರ್ಮಾನಗಳು ಅನೇಕ ತಾರತಮ್ಯದಿಂದ ಕೂಡಿದ್ದು ಪ್ರಬಲ ರಾಷ್ಟ್ರಗಳ ಮೇಲೆ ಸಣ್ಣ ರಾಷ್ಟ್ರಗಳು ಅಸಮಾಧಾನಗೊಂಡವು. ಅಲ್ಲದೇ ವಿಯನ್ನಾ ಸಮ್ಮೇಳನದ ತೀರ್ಮಾನದಿಂದ ಮುಂದೆ ಏನನ್ನೂ ಸಾಧಿಸಲಾಗಲಿಲ್ಲ. ತಮ್ಮ ತಮ್ಮ ರಾಜ್ಯಗಳನ್ನು ಪಡೆದ ಹಳೆಯ ರಾಜಮನೆತನದ ರಾಜರುಗಳು ತಮ್ಮ ಮನಬಂದಂತೆ ವ್ಯವಹರಿಸಲಾರಂಭಿಸಿದರು. ಇದರಿಂದಾಗಿ ಸ್ಪೇನ್ ಮತ್ತು ನೇಪಲ್ಸ್‌ಗಳಲ್ಲಿ ಜನರು ದಂಗೆ ಎದ್ದರು. ಆದರೆ ಅವುಗಳೆಲ್ಲವನ್ನು ಅಲ್ಲಿನ ರಾಜರುಗಳು ವಿದೇಶಗಳಿಂದ ಸೈನಿಕ ಸಹಾಯವನ್ನು ಪಡೆದು ಅಡಗಿಸಿದರು. ಇಂಗ್ಲೆಂಡ್, ರಷ್ಯಾ, ಆಸ್ಟ್ರಿಯಾ ಮತ್ತು ಪ್ರಷ್ಯಾಗಳು ಚಿಕ್ಕ ರಾಷ್ಟ್ರಗಳಾದ ಸ್ಪೇನ್, ಪೋರ್ಚುಗಲ್, ಸ್ವೀಡನ್ ಮುಂತಾದವನ್ನು ಚರ್ಚೆಯಲ್ಲಿ ಪರಿಗಣಿಸದೇ ಹೋದವು. ಇದು ರಾಷ್ಟ್ರಗಳ ನಡುವೆ ಅಸಮಾಧಾನಕ್ಕೆ ದಾರಿಮಾಡಿಕೊಟ್ಟಿತು. ಫ್ರಾನ್ಸಿನ ಸುತ್ತಲೂ ಪ್ರಬಲ ರಾಷ್ಟ್ರಗಳ ವೃತ್ತವನ್ನು ಸೃಷ್ಟಿಸಿ ಅದನ್ನು ಪ್ರತಿಬಂಧಿಸುವ ಆತುರದಲ್ಲಿ ವಿಯನ್ನಾ ಸಭೆಯ ನೀತಿಜ್ಞರು ಅನೇಕ ವೇಳೆ ಅವಿವೇಕತನದಿಂದ ವರ್ತಿಸಿದರು. ಅವರು ಮಾಡಿದ ಪ್ರಾದೇಶಿಕ ವ್ಯವಸ್ಥೆಯಂತೂ ಕೇವಲ ಪ್ರಭುಗಳ ಹಿತಾಶಕ್ತಿಯಿಂದ ಕೂಡಿದ್ದಿತೇ ಹೊರತು ಪ್ರಜೆಗಳ ದೃಷ್ಟಿಯದಾಗಿರಲಿಲ್ಲ. ಪ್ರೊ. ಹೇಸ್ ಅವರು ಅಭಿಪ್ರಾಯಪಡುವಂತೆ "ತಮ್ಮ ಮನೆತನಗಳ ಕೀರ್ತಿ ಪ್ರತಿಷ್ಠೆ ಹೆಚ್ಚಿಸಿಕೊಳ್ಳುವ ಪ್ರಬಲ ರಾಷ್ಟ್ರಗಳ ವಿಯನ್ನಾ ಚದುರಂಗದಾಟದಲ್ಲಿ ಪ್ರಜೆಗಳು ಪಗಡೆ ಕಾಯಿಗಳಂತಾದುದೇ ಈ ಸಮಿತಿಯ ವ್ಯವಸ್ಥೆಯಲ್ಲಿ ಎದ್ದು ಕಾಣುವ ದೋಷ" ಎಂದಿದ್ದಾರೆ. ಫ್ರಾನ್ಸಿನ ಮಹಾಕ್ರಾಂತಿಯು ಹಳೆಯ ವ್ಯವಸ್ಥೆಗೆ ಒಡ್ಡಿದ ಪ್ರಬಲವಾದ ಆಹ್ವಾನವನ್ನು ಸಂಪೂರ್ಣವಾಗಿ ಕಡೆಗಣಿಸಿದರು. ಐರೋಪ್ಯ ದೇಶಗಳ ಶಕ್ತಿ ಸಮತೋಲನ ಮತ್ತು ಹಳೆಯ ರಾಜವಂಶಗಳ ಹಿತಾಸಕ್ತಿಗಳನ್ನು ಕಾಪಾಡುವಲ್ಲಿ ನಿರತರಾದ ರಾಜಕಾರಣಿಗಳು ಫ್ರೆಂಚ್ ಕ್ರಾಂತಿಯ ನಂತರ ಉದಯಿಸಿದ ಪ್ರಜಾಪ್ರಭುತ್ವ ಹಾಗೂ ರಾಷ್ಟ್ರೀಯತೆಯ ಶಕ್ತಿಗಳನ್ನು ನಿರ್ಲಕ್ಷಿಸಿದರು.

ಧಾರ್ಮಿಕವಾಗಿ ಬೆಲ್ಜಿಯನ್ನರು ಕ್ಯಾಥೋಲಿಕರಾಗಿದ್ದು ಅವರು ಫ್ರೆಂಚ್ ಭಾಷೆಯನ್ನಾಡುತ್ತಿದ್ದರು. ಆದರೆ ಇವರನ್ನು ಪ್ರಾಟೆಸ್ಟಂಟ್ ಧರ್ಮಿಯರು ಮತ್ತು ಡಚ್ ಭಾಷೆಯನ್ನಾಡುತ್ತಿದ್ದ ಹಾಲೆಂಡಿನೊಡನೆ ವಿಲೀನಗೊಳಿಸಿದ್ದು ಒಂದು ರೀತಿಯ ವಿಪರ್ಯಾಸವೆಂದೇ ಹೇಳಬಹುದು. ಅಲ್ಲದೆ ಬೆಲ್ಜಿಯನ್ನರು ಗಣಿ ಉದ್ಯಮ ಮತ್ತು ಕೈಗಾರಿಕೋದ್ಯಮಿಗಳಾದರೆ ಹಾಲೆಂಡಿನ ಡಚ್ಚರು ವಸಾಹತು ಮತ್ತು ವಾಣಿಜ್ಯೋದ್ಯಮಿಗಳಾಗಿದ್ದರು. ಮೇಲಾಗಿ ಅವರು ಪ್ರಜಾಪ್ರಭುತ್ವವಾದಿಗಳು. ಇದರ ಪರಿಣಾಮವಾಗಿ ಬೆಲ್ಜಿಯಮ್ ಹಾಲೆಂಡಿನೊಂದಿಗೆ ಸಂಬಂಧ ಹೊಂದಲು ನಿರಾಕರಿಸಿತು. ಹೀಗೆ ಉತ್ತರ ಮತ್ತು ದಕ್ಷಿಣ ಧ್ರುವಗಳಂತಿದ್ದ ಈ ಎರಡೂ ದೇಶಗಳ ಮಧ್ಯೆ ವಿರಸ ಅನಿವಾರ್ಯವಾಗಿ 1830ರಲ್ಲಿ ಬೆಲ್ಜಿಯಂ ಕ್ರಾಂತಿಯ ಪಥದಲ್ಲಿ ಧುಮುಕಿ ಸ್ವತಂತ್ರವಾಯಿತು.

ಜಾಗೃತ ಜನತಾ ಪ್ರತಿಭಟನೆಯಿಂದಾಗಿಯೇ ನೆಪೋಲಿಯನ್ನನು ಪತನಹೊಂದಿದನೆಂಬ ವಾಸ್ತವಾಂಶವನ್ನು ವಿಯನ್ನಾ ಸಮ್ಮೇಳನವು ಗಣನೆಗೆ ತೆಗೆದುಕೊಳ್ಳಲಿಲ್ಲ. ಯೂರೋಪಿನ ದೊರೆಗಳು ಪ್ರಜೆಗಳನ್ನು ತಮ್ಮ ಕೈಗೊಂಬೆಗಳೆಂದು ಭಾವಿಸಿ ಜನತೆಯ ಆಶೋತ್ತರಗಳನ್ನು ಗಾಳಿಗೆ ತೂರಿ, ತಮಗೆ ಅನುಕೂಲವಾದ ರೀತಿಯಲ್ಲಿ ಯೂರೋಪಿನ ರಾಜಕೀಯ ಭೂಪಟವನ್ನು ಪುನರ್ರಚಿಸಿದರು. ಐತಿಹಾಸಿಕವಾಗಿ ನಾರ್ವೆ ಆರಂಭದಿಂದಲೂ ಡೆನ್ಮಾರ್ಕಿಗೆ ಸೇರಿಕೊಂಡಿದ್ದಾಗಿತ್ತು. ಆದರೆ

ಸ್ವಾರ್ಥಪರರಾದ ವಿಯನ್ನಾ ಸಮಿತಿಯ ಸದಸ್ಯರು ಯೂರೋಪಿನಲ್ಲಿ ಶಕ್ತಿ ಸಮತೋಲನ ತರುವ ನೆಪದಲ್ಲಿ ನಾರ್ವೆಯನ್ನು ಸ್ವೀಡನ್ನಿನೊಂದಿಗೆ ಜೋಡಿಸಿ ತೃಪ್ತಿಪಟ್ಟರು. ಇದೇ ನೀತಿಯನ್ನು ಮುಂದೊಡ್ಡಿ ಪೋಲೆಂಡನ್ನು ರಷ್ಯಾದ ಅಧೀನದಲ್ಲಿಡಲಾಯಿತು. ನ್ಯಾಯಬದ್ಧ ಉತ್ತರಾಧಿಕಾರದ ತತ್ವದ ಪ್ರಕಾರ ಫ್ರಾನ್ಸ್, ಸ್ಪೇನ್, ನೇಪಲ್ಸ್ ಮತ್ತು ಸಿಸಿಲಿ ರಾಜ್ಯಗಳಲ್ಲಿ ಬೋರ್ಬನ್ ವಂಶದ ಆಳ್ವಿಕೆಯನ್ನು, ಹಾಲೆಂಡಿನಲ್ಲಿ ಆರೆಂಜ್ ಮನೆತನ ಮತ್ತು ಸಾರ್ಡಿನೀಯಾದಲ್ಲಿ ಸವಾಯ್ ವಂಶದ ಆಳ್ವಿಕೆಯನ್ನು ಪುನಃ ಸ್ಥಾಪಿಸಲಾಯಿತು. ರಾಷ್ಟ್ರೀಯ ಏಕತೆಯನ್ನು ಬಯಸಿದ್ದ ಇಟಾಲಿಯನ್ ಹಾಗೂ ಜರ್ಮನ್ ದೇಶಭಕ್ತರಿಗೆ 1815ರ ವಿಯನ್ನಾ ವ್ಯವಸ್ಥೆಯಿಂದ ತೀವ್ರ ನಿರಾಸೆಯಾಯಿತು. ರಾಷ್ಟ್ರೀಯ ಆಂದೋಲನವನ್ನು ವಿಯನ್ನಾ ಸಮ್ಮೇಳನವು ಸಂಪೂರ್ಣವಾಗಿ ನಿರ್ಲಕ್ಷಿಸಿದ್ದರಿಂದ ಅದರ ಏರ್ಪಾಡುಗಳು ಶಾಶ್ವತವಾಗಿ ಉಳಿಯುವುದು ಸಾಧ್ಯವಿರಲಿಲ್ಲ. ವಿಯೆನ್ನಾ ಸಮ್ಮೇಳನವು ಯೂರೋಪಿನ ಚಿಕ್ಕಪುಟ್ಟರಾಜ್ಯಗಳ ಹಿತಾಸಕ್ತಿಗಳನ್ನು ಕಡೆಗಣಿಸಿ ಪ್ರಬಲ ರಾಜ್ಯಗಳ ಹಿತಾಸಕ್ತಿಗಳನ್ನು ಬೆಂಬಲಿಸಿತು. ದೊಡ್ಡ ರಾಜ್ಯಗಳ ವಿಷಯದಲ್ಲಿ ನ್ಯಾಯಬದ್ಧ ತತ್ವವನ್ನು ಅನುಸರಿಸಿದ ಪ್ರಬಲ ರಾಷ್ಟ್ರಗಳು ಇದೇ ತತ್ವವನ್ನು ಚಿಕ್ಕ ಗಣರಾಜ್ಯಗಳಾದ ವೆನಿಸ್ ಮತ್ತು ಜಿನೋವಾಗಳಿಗೆ ಅನ್ವಯಿಸಲಿಲ್ಲ. ಹೀಗೆ ಗಣರಾಜ್ಯಗಳ ಅಸ್ತಿತ್ವವನ್ನೇ ಅಳಿಸಿ ಹಾಕಲಾಯಿತು.

ಫಿನ್‌ಲ್ಯಾಂಡ್, ಸರ್ಬಿಯಾ, ಪೋಲೆಂಡ್ ಮುಂತಾದವುಗಳನ್ನು ಪಡೆದುಕೊಳ್ಳುವುದರ ಮೂಲಕ ಯೂರೋಪಿನ ರಾಜಕೀಯ ರಂಗದಲ್ಲಿ ಪ್ರವೇಶಮಾಡಿದ ರಷ್ಯಾ ಮುಂದೆ ಯೂರೋಪಿನಲ್ಲಿ ಉದ್ಭವಿಸಿದ ಪೌರ್ವಾತ್ಯ ಸಮಸ್ಯೆಗೆ ದಾರಿ ಮಾಡಿತು. ಪೋಲೆಂಡಿನ ವ್ಯವಸ್ಥೆಯು ಒಂದು ಶತಮಾನಕ್ಕಿಂತ ಹೆಚ್ಚಿನ ಕಾಲ ಬಾಳಲಿಲ್ಲ. ವಿಯೆನ್ನಾ ಸಮ್ಮೇಳನವು 19ನೇ ಶತಮಾನದ ಪ್ರಧಾನ ಮತ್ತು ಪ್ರಭಾವಯುತ ತತ್ವಗಳಾದ ರಾಷ್ಟ್ರೀಯತೆ ಮತ್ತು ಪ್ರಜಾಪ್ರಭುತ್ವಗಳನ್ನು ಕಡೆಗಣಿಸಿ ದೊಡ್ಡ ಅಪರಾಧವನ್ನೆಸಗಿತು. ವಿಯನ್ನಾದಲ್ಲಿ ಸಭೆ ಸೇರಿದ್ದ ಪ್ರತಿಗಾಮಿ ನಾಯಕರಿಗೆ ಈ ತತ್ವಗಳು ಮಾನವ ಜನಾಂಗಕ್ಕೆ ಒದಗಿದ ಶಾಪಗಳಾಗಿ ಕಂಡುಬಂದವು. ಆದ್ದರಿಂದ ಅವುಗಳನ್ನು ಹತ್ತಿಕ್ಕಲು ಅವರು ಸರ್ವಯತ್ನ ಮಾಡಿದರು. ಆದರೆ ಅಂತಿಮವಾಗಿ ಈ ತತ್ವಗಳೇ ವಿಯನ್ನಾ ಸಮ್ಮೇಳನದ ಎಲ್ಲಾ ವ್ಯವಸ್ಥೆಗಳು ಮುರಿದು ಬೀಳಲು ಕಾರಣವಾದವು. ಈ ಸಮ್ಮೇಳನವು ರಾಜರ ಮತ್ತು ಅವರ ಮಂತ್ರಿಗಳ ಸಮ್ಮೇಳನವಾಗದ್ದಿತೇ ವಿನಃ ಜನತೆಯ ಸಮ್ಮೇಳನವಾಗಿರಲಿಲ್ಲ. ಜನತೆಯ ಅಭಿಪ್ರಾಯಗಳಿಗೆ ಮತ್ತು ಹಿತಾಸಕ್ತಿಗಳಿಗೆ ಕಿಂಚಿತ್ತು ಗಮನ ಕೊಡದ ಈ ಸಮ್ಮೇಳನ ರಾಜರ ಹಿತಾಸಕ್ತಿಗೆ ಪ್ರಜೆಗಳನ್ನು ಬಲಿಪಶುಗಳನ್ನಾಗಿ ಮಾಡಿತು. ಮೆಟರ್ನಿಕನ ಮೂಲಮಂತ್ರದ ಪ್ರಕಾರ ಪೂರ್ವ ಯೂರೋಪನ್ನು ಪೋಲಿಸ್ ಆಡಳಿತಕ್ಕೆ ಒಳಪಡಿಸಬೇಕೆಂಬುದಾಗಿತ್ತು.ಇದರ ಹಿನ್ನೆಲೆಯಲ್ಲಿ ಅವನು "ಯೂರೋಪಿನ ಜನತೆಗೆ ಸ್ವಾತಂತ್ರ್ಯ ಬೇಕಾಗಿಲ್ಲ ಬದಲಾಗಿ ಶಾಂತಿ ಬೇಕಾಗಿದೆ" ಎಂದು ಹೇಳಿದುದು ಉದಾರವಾದಿಗಳ ಎಲ್ಲಾ ಆಶೋತ್ತರಗಳನ್ನು ಮಣ್ಣುಪಾಲು ಮಾಡಿದಂತಾಗಿತ್ತು.

ಪ್ರೊ.ಸಿ.ಡಿ.ಹೇಜನ್‌ರವರು ಹೇಳುವಂತೆ "ವಿಯನ್ನಾ ಕಾಂಗ್ರೆಸ್ ಅಧಿವೇಶನವು ಶ್ರೀಮಂತರ ಒಂದು ಕೂಟ. ಪ್ರಜಾಪ್ರಭುತ್ವ ಮತ್ತು ರಾಷ್ಟ್ರೀಯತಾ ತತ್ವಗಳು ಅದರ ಚರ್ಚೆಗೆ ಒಳಪಡದ ಅಂಶಗಳು ಮತ್ತು ಉದಾರವಾದಿಗಳು ವಿಯನ್ನಾದ ಅಂತಹ ದೋಷಗಳನ್ನು ತೊಡೆದು ಹಾಕಲು ನಡೆಸಿದ ಹೋರಾಟವೇ 1815ರ ಅನಂತರದ ಯೂರೋಪಿನ ಇತಿಹಾಸ ಎಂದಿದ್ದಾರೆ". ಈ ಎಲ್ಲ ನ್ಯೂನತೆಗಳಿಂದಾಗಿ ಈ ಸಮ್ಮೇಳನದ ಕಾರ್ಯ ಮತ್ತು ಸಾಧನೆಗಳು ಶಾಶ್ವತವಾಗಿ ಮಾರ್ಪಟ್ಟುವು. ಪ್ರೊ.ಪೀಪ್‌ರವರು ಅಭಿಪ್ರಾಯಪಡುವಂತೆ "ಎರಡು ಯುಗಗಳ ಮಧ್ಯರೇಖೆಯಲ್ಲಿ ನಿಂತು ನೋಡಿದಾಗ ವಿಯನ್ನಾ ಸಮ್ಮೇಳನದ ತೀರ್ಮಾನಗಳು ಇತಿಹಾಸದ ಹೆಗ್ಗುರುತುಗಳಾಗಿ ಕಾಣುತ್ತವೆ" ಎಂದಿದ್ದಾರೆ.

ಇಷ್ಟೆಲ್ಲಾ ದೋಷಗಳಿದ್ದರೂ ವಿಯನ್ನಾ ಸಭೆ ಇತಿಹಾಸದಲ್ಲಿ ಒಂದು ಹೊಸ ಅಧ್ಯಾಯವನ್ನು ಸೃಷ್ಟಿಸಿತು. 1919ರ ವರ್ಸೇಲ್ಸ್ ಒಪ್ಪಂದವು ಜರ್ಮನಿಯನ್ನು ಶಿಕ್ಷಿಸಿದಂತೆ ಈ ಸಭೆ ನೆಪೋಲಿಯನ್ನನು ಮಾಡಿದ ತಪ್ಪುಗಳಿಗೆಲ್ಲಾ ಫ್ರಾನ್ಸ್ ದೇಶವನ್ನು ಗುರಿಪಡಿಸಲಿಲ್ಲ. ಇದು ಫ್ರಾನ್ಸಿನಲ್ಲಿ ಸೇಡಿನ ಪ್ರವೃತ್ತಿಗೆ ಅವಕಾಶವಿಲ್ಲದಂತೆ ಮಾಡಿತು ಮತ್ತು ಮುಂದೆ 99 ವರ್ಷಗಳವರೆಗೆ (1815–1914) ಯೂರೋಪಿನಲ್ಲಿ ಯುದ್ಧ ಜ್ವಾಲೆ ಏಳದಂತೆ ಮಾಡಿದ್ದು ಈ ಸಮಿತಿಯ ಒಂದು ವೈಶಿಷ್ಟ್ಯತೆಯಾಗಿದೆ.

ರಹಸ್ಯ ಒಪ್ಪಂದಗಳು ಪವಿತ್ರ ಮೈತ್ರಿಕೂಟ (Holly Alliance)

1815ರಲ್ಲಿ ಜಾರಿಗೆ ಬಂದ ಮೈತ್ರಿಕೂಟಗಳಲ್ಲಿ "ಪವಿತ್ರ ಮೈತಿಕೂಟವು" ಮುಖ್ಯವಾದುದಾಗಿದ್ದು ಇದರ ಕರ್ತೃ ರಷ್ಯಾದ ಚಕ್ರವರ್ತಿ ಒಂದನೇ ಜಾರ್ ಅಲೆಗ್ಸಾಂಡರ್‌ನಾಗಿದ್ದನು. ಇವನಲ್ಲಿ ಮನೆಮಾಡಿಕೊಂಡಿದ್ದ ಧಾರ್ಮಿಕ ನಂಬಿಕೆಗಳು ಮತ್ತು ಪ್ರವೃತ್ತಿಗಳು ಈ ಕೂಟವನ್ನು ಯೋಜಿಸಿ ಮತ್ತು ರೂಪಿಸಲು ಪ್ರೋತ್ಸಾಹಿಸಿದವು. ಈ ಒಪ್ಪಂದಕ್ಕೆ ರಷ್ಯಾ, ಆಸ್ಟ್ರಿಯಾ ಮತ್ತು ಪ್ರಷ್ಯಾಗಳು ಸಹಿ ಹಾಕಿದವು. ಆಂತರಿಕ ಮತ್ತು ವಿದೇಶಾಂಗ ವ್ಯವಹಾರಗಳಲ್ಲಿ ಸದಸ್ಯರುಗಳು ಬೈಬಲ್ ಯಾವ ತತ್ವವನ್ನು ಪ್ರತಿಪಾದಿಸುತ್ತದೆಯೋ ಅದರಂತಯೇ ನಡೆದುಕೊಳ್ಳಬೇಕು. ತಾವು ಪರಸ್ಪರ ಸಹೋದರರಿದ್ದಂತೆ ಹಾಗೂ ತಮ್ಮ ಪ್ರಜೆಗಳನ್ನು ತಮ್ಮ ಮಕ್ಕಳಿದ್ದಂತೆ ಭಾವಿಸಬೇಕೆಂದು ಈ ಒಪ್ಪಂದದಲ್ಲಿ ಸಾರಿದರು. ಎಲ್ಲಾ ಪ್ರಸಂಗ ಹಾಗೂ ಸ್ಥಳಗಳಲ್ಲಿ

ಪರಸ್ಪರ ಸಹಕರಿಸುವುದಾಗಿ ಅವರು ವಚನವಿತ್ತರು. ಈ ರೀತಿ ರಷ್ಯಾದ ಸಾಮ್ರಾಟನು, ಕ್ರೈಸ್ತ ಧರ್ಮದ ತತ್ವಗಳಿಗೆ ಮನ್ನಣೆ ಕೊಡಬೇಕೆಂದು ಕೇಳಿದಾಗ ಉಳಿದ ರಾಷ್ಟ್ರಗಳು ಒಪ್ಪಿಗೆ ಸೂಚಿಸಿದವು. ಆದರೆ ವಾಸ್ತವಿಕವಾಗಿ ಉದಾತ್ತವಾಗಿ ಒಪ್ಪಿಗೆ ಸೂಚಿಸಿದ ಯಾವ ರಾಷ್ಟ್ರವೂ ಈ ತತ್ವಗಳನ್ನು ಅನುಷ್ಠಾನಕ್ಕೆ ತರಲು ಪ್ರಯತ್ನ ಮಾಡಲಿಲ್ಲ.

ರಾಜಕೀಯಕ್ಕೆ ಧರ್ಮವನ್ನು ಸೇರಿಸಿ ಧರ್ಮದ ಹೆಸರಿನಲ್ಲಿ ಎಲ್ಲಾ ರಾಷ್ಟ್ರೀಯ ಚಳುವಳಿಗಳನ್ನು ನಿರ್ಮೂಲನ ಮಾಡಿ ನಿರಂಕುಶಪ್ರಭುಗಳ ಕೈಗಳನ್ನು ಬಲಪಡಿಸಿ, ಜನರು ಅವರಿಗೆ ನಿಷ್ಠೆಯಿಂದಿರಬೇಕೆಂದು ಒತ್ತಾಯ ಮಾಡಲಾಯಿತು. ಆಸ್ಟ್ರಿಯಾದ ಪ್ರಧಾನಿ ಈ ಒಪ್ಪಂದಕ್ಕೆ ಪೂರ್ಣ ಬೆಂಬಲವನ್ನು ಕೊಟ್ಟು ರಾಷ್ಟ್ರೀಯ ಚಳುವಳಿಗಳನ್ನು ಸದೆಬಡಿಯಲು ಎಲ್ಲಾ ಅವಕಾಶಗಳ್ಳೂ ಉಪಯೋಗಿಸಿಕೊಂಡನಲ್ಲದೆ ವಿದೇಶಿ ವ್ಯಾವಹಾರಗಳಲ್ಲಿ ಪರಸ್ಪರ ಸಹಕರಿಸುವುದಾಗಿಯೂ ಒಪ್ಪಿಕೊಂಡನು. ಆದರೆ ಕಾರ್ಯರೂಪದಲ್ಲಿ ಅವರ ಘೋಷಣೆಗಳಾವುವು ಉದಾರನೀತಿಯನ್ನು ಅನುಸರಿಸಲಿಲ್ಲ. ಬದಲಾಗಿ ಪ್ರಜೆಗಳು ಅವರ ನಿರಂಕುಶ ಆಳ್ವಿಕೆಯ ಕೃಪಾಕಟಾಕ್ಷದಲ್ಲೇ ಉಳಿಯುವಂತಾಯಿತು. ಹತ್ತೊಂಬತ್ತನೆಯ ಶತಮಾನದ ಉದಾರವಾದಿಗಳಿಗೆ ಹಾಗೂ ಪ್ರಜಾಪ್ರಭುತ್ವ ಮತ್ತು ರಾಷ್ಟ್ರೀಯತೆಗೆ ಈ ಕೂಟವು ಕಂಟಕಪ್ರಾಯವಾದ ದರ್ಪಿಷ್ಟ ಪ್ರಭುಗಳ ಒಂದು ಅಪವಿತ್ರ ಕೂಟದಂತೆ ಕಂಡಿತು. ಈ ಕೂಟವನ್ನು ಪ್ರೋತ್ಸಾಹಿಸಿದ ಮೆಟರ್ನಿಕ್ ಒದಗಿ ಬಂದ ಸಂದರ್ಭವನ್ನೆಲ್ಲಾ ಉಪಯೋಗಿಸಿಕೊಂಡು ಉದಾರ ತತ್ವಗಳನ್ನು ಹತ್ತಿಕ್ಕಲು ಬಳಸಿಕೊಂಡನು ಆದರೆ ಇಂಗ್ಲೆಂಡ್ ಈ ಕೂಟವನ್ನು ಸೇರಲು ನಿರಾಕರಿಸಿತು. ಕೊನೆಗೆ 1825ರಲ್ಲಿ ಜಾರ್ ಅಲೆಗ್ಸಾಂಡರನು ಮರಣ ಹೊಂದಿದ ಮೇಲೆ ಪವಿತ್ರ ಕೂಟವು ಕೊನೆಗೊಂಡಿತು. ಈ ಒಪ್ಪಂದವನ್ನು ಕುರಿತಂತೆ ಕ್ಯಾಸಲ್‌ರೀಗ್‌ನು "ಈ ಪವಿತ್ರಕೂಟವು ಉನ್ನತ ಆಧ್ಯಾತ್ಮ ಮತ್ತು ಅರ್ಥರಹಿತವು ಆಗಿದ್ದಿತೆಂದು" ಮತ್ತು ಪ್ರಿನ್ಸ್ ಮೆಟರ್ನಿಕನು "ಇದು ಅರ್ಥವಿಲ್ಲದ ಬಡಾಯಿ" ಎಂದು ಅಭಿಪ್ರಾಯಪಟ್ಟಿದ್ದಾರೆ.

ಚತುರ್ ರಾಷ್ಟ್ರ ಮೈತ್ರಿಕೂಟ (Quadruple Alliance)

ಯೂರೋಪಿನಲ್ಲಿ ಪ್ರಾದೇಶಿಕ ವ್ಯವಸ್ಥೆಯನ್ನು ಮಾಡಿದ ನಂತರ ವಿಯನ್ನಾ ಕಾಂಗ್ರೆಸ್ಸಿನ ರಾಜಕಾರಣಿಗಳ ಮುಂದೆ ಉಳಿದ ಸಮಸ್ಯೆಯೆಂದರೆ ಯೂರೋಪಿನಲ್ಲಿ ಶಾಂತಿ ಸ್ಥಾಪಿಸುವುದಾಗಿತ್ತು. ಆ ಬಗ್ಗೆ ಚರ್ಚೆ ನಡೆಸಿದ ಅಗ್ರರಾಷ್ಟ್ರಗಳಾದ ಆಸ್ಟ್ರಿಯಾ, ಪ್ರಷ್ಯಾ, ರಷ್ಯಾ ಮತ್ತು ಇಂಗ್ಲೆಂಡ್ 1815ರ ನವೆಂಬರ್ 20ರಂದು ಮೈತ್ರಿ ಒಪ್ಪಂದಕ್ಕೆ ಅಂಕಿತ ಹಾಕಿದವು. ಈ ಮೈತ್ರಿಕೂಟಕ್ಕೆ "ಚತುರ್ ರಾಷ್ಟ್ರ ಮೈತ್ರಿಕೂಟ" ಎಂದು ಕರೆಯಲಾಗಿದೆ. ಯೂರೋಪಿನ ವ್ಯವಹಾರ ಹಾಗೂ ಅಗತ್ಯಗಳನ್ನು ಕುರಿತು ತಾವು ಆಗಾಗ್ಗೆ ಸಭೆ ಸೇರಿ ಚರ್ಚೆ ನಡೆಸಿ ಒಂದು ನಿರ್ಣಯಕ್ಕೆ ಬರಬೇಕೆಂದು ಅಲ್ಲಿ ವಿವರಿಸಲಾಯಿತು. ಅಂದಿನಿಂದ ಅಧಿವೇಶನಗಳನ್ನು ನಡೆಸುವುದರ ಮೂಲಕ ಸರ್ಕಾರಗಳನ್ನು ರೂಪಿಸುವ ಹೊಸ ವಿಧಾನವೊಂದನ್ನು ಜಾರಿಗೆ ತರಲಾಯಿತು. ಈ ಒಪ್ಪಂದದ ಪ್ರಕಾರ ಯೂರೋಪಿನಲ್ಲಿ ಶಾಂತಿಗೆ ಭಂಗ ತರುವಂತಹ ಪರಿಸ್ಥಿತಿಯನ್ನು ಮಿತ್ರರಾಷ್ಟ್ರಗಳು ಒಟ್ಟಾಗಿ ಸೇರಿ ಎದುರಿಸುವುದು ಮತ್ತು ಆ ರಾಜ್ಯಗಳ ಆಂತರಿಕ ವ್ಯವಹಾರಗಳಲ್ಲಿ ಹಸ್ತಕ್ಷೇಪ ನಡೆಸಿ ಅವುಗಳ ಸಮಸ್ಯೆಗಳನ್ನು ಬಗೆಹರಿಸಲು ಸೈನ್ಯದ ಬಲವನ್ನು ನೀಡುವಂತೆ ಮೆಟರ್ನಿಕನು ಘೋಷಿಸಿದನು. ಆದರೆ ಕಾಲಕ್ರಮೇಣ ಈ ತತ್ವಗಳ ಬಗ್ಗೆ ಭಿನ್ನಾಭಿಪ್ರಾಯ ಉಂಟಾಯಿತು. ಈ ಮೈತ್ರಿಕೂಟಕ್ಕೆ ಸಹಿಹಾಕಿದ್ದ ಸದಸ್ಯ ರಾಷ್ಟ್ರಗಳು ತಮ್ಮ ತಮ್ಮ ಸಮಸ್ಯೆಗಳಿಗೆ ಸೂಕ್ತ ಪರಿಹಾರವನ್ನು ಕಂಡು ಹಿಡಿಯುವಲ್ಲಿ ಅಪಾರ ಆಸಕ್ತಿಯನ್ನು ತೋರಿದರೂ ಸಹ ಶಾಂತಿ ಸ್ಥಾಪನೆಯ ಕಾರ್ಯದಲ್ಲಿ ಅನ್ಯ ರಾಷ್ಟ್ರಗಳ ಆಂತರಿಕ ವ್ಯವಹಾರದಲ್ಲಿ ಸೈನಿಕ ಶಕ್ತಿ ಬಳಸುವುದನ್ನು ಇಂಗ್ಲೆಂಡ್ ವಿರೋಧಿಸಿ ಚತುಷ್ಕೂಟದಿಂದ ಹೊರಬಂದಿತು. ಇದು ಮುಂದೆ ಯೂರೋಪಿನ ಒಕ್ಕೂಟಗಳ ಆರಂಭಕ್ಕೆ ನಾಂದಿಯಾಗಿ ಅಂತರ ರಾಷ್ಟ್ರೀಯ ಸರ್ಕಾರ ರಚನೆಯ ನಿಟ್ಟಿನಲ್ಲಿ ಮೊದಲ ಪ್ರಮುಖ ಪ್ರಯತ್ನವಾಗಿ ಮಾರ್ಪಟ್ಟಿತು.

ಯೂರೋಪಿನ ಮೇಳ (The Concert of Europe)

ನೆಪೋಲಿಯನ್ನನನ್ನು ವಾಟರ್‌ಲೂ ಕದನದಲ್ಲಿ ಸೋಲಿಸಿ ಸ್ವಾಭಾವಿಕವಾಗಿ ನಿರ್ಮೂಲನ ಮಾಡಿದ ಮೇಲೆ ಯೂರೋಪಿನಲ್ಲಿ ನೆಲೆಗೊಂಡಿದ್ದ ಅಶಾಂತಿಯನ್ನು ಹೋಗಲಾಡಿಸುವ ಸಲುವಾಗಿ ಮಿತ್ರರಾಷ್ಟ್ರಗಳಾದ ಇಂಗ್ಲೆಂಡ್, ರಷ್ಯಾ, ಆಸ್ಟ್ರಿಯಾ ಮತ್ತು ಪ್ರಷ್ಯಾಗಳು ಒಂದೆಡೆ ಸೇರಿ ಇನ್ನು ಮುಂದೆ ಫ್ರಾನ್ಸಿನ ಕಡೆಯಿಂದ ಯೂರೋಪಿಗೆ ಪುನಃ ಅಂತಹ ಗಂಡಾಂತರ ಒದಗಿಬರದಂತೆ ನೋಡಿಕೊಳ್ಳುವ ದೃಷ್ಟಿಯಿಂದ ಯೂರೋಪಿನ ಮೇಳವನ್ನು ಸ್ಥಾಪಿಸಿಕೊಂಡವು. ವಿಯನ್ನಾ ಸಮ್ಮೇಳನದಲ್ಲೇ ತಮ್ಮ ಕಾರ್ಯಸಾಧನೆಗೆ ಬೇಕಾದ ಎಲ್ಲಾ ಏರ್ಪಾಡುಗಳನ್ನು ಅವು ಮಾಡಿಕೊಂಡಿದ್ದವು. ಈ ಸಮ್ಮೇಳನದಲ್ಲಿ ಮಿತ್ರರಾಷ್ಟ್ರಗಳು ಅನುಸರಿಸಿದ ಪ್ರತಿಗಾಮಿ ನೀತಿಯೇ ಯಶಸ್ವಿಯಾಯಿತು. ಈ ವ್ಯವಸ್ಥೆ ಭವಿಷ್ಯತ್ತಿನಲ್ಲೂ ಶಾಶ್ವತವಾಗಿ ನೆಲೆಗೊಳ್ಳಬೇಕೆಂಬುದು ಆ ಸಮಿತಿಯ ಇಚ್ಛೆಯಾಗಿದ್ದಿತು. ಯೂರೋಪಿನ ಬೃಹತ್ ರಾಷ್ಟ್ರಗಳನ್ನು ಒಂದೆಡೆ ತರಲು ಮತ್ತು ಅವುಗಳನ್ನು ಒಂದುಗೂಡಿಸಲು ಅನೇಕ ಪ್ರಯತ್ನಗಳು ಜರುಗಿದವು. ಇಂತಹ ಒಕ್ಕೂಟದ ಶಿಲ್ಪಿಯಾಗಿ ಕಾಣಿಸಿಕೊಂಡ ಆಸ್ಟ್ರಿಯಾದ ಛಾನ್ಸಲರ್ ಆದ ಮೆಟರ್ನಿಕನು ತೋರಿದ ಆಸಕ್ತಿ ಮತ್ತು ಶ್ರಮದ ಫಲವಾಗಿ ಯೂರೋಪಿನ ಒಕ್ಕೂಟ

1815ರ ನವೆಂಬರ್‌ನಲ್ಲಿ ಜಾರಿಗೆ ಬಂದಿತು. ಇದರ ಮುಖ್ಯ ಸದಸ್ಯ ರಾಷ್ಟ್ರಗಳೆಂದರೆ ಬ್ರಿಟನ್, ಪ್ರಷ್ಯಾ, ರಷ್ಯಾ ಮತ್ತು ಆಸ್ಟ್ರಿಯಾ ಈ ನಾಲ್ಕು ರಾಷ್ಟ್ರಗಳು ಯೂರೋಪಿನ ಶಾಂತಿಗೆ ಧಕ್ಕೆ ಒದಗಿ ಬಂದಾಗ ಮತ್ತು ಎಲ್ಲಾದರೂ ಆಕ್ರಮಣಕಾರಕ ಘಟನೆಗಳು ಸಂಭವಿಸಿದರೆ ಪರಸ್ಪರ ಒಟ್ಟಿಗೆ ಕಲೆತು ಚರ್ಚಿಸಿ ಸೂಕ್ತ ಪರಿಹಾರ ಕ್ರಮಗಳನ್ನು ಕೈಗೊಳ್ಳಲು ಒಪ್ಪಿಕೊಂಡವು. ಈ ಪ್ರಕಾರವಾಗಿ ಅನೇಕ ಬಹಿರಂಗ ಮತ್ತು ರಹಸ್ಯ ಒಪ್ಪಂದಗಳು ಯೂರೋಪಿನ ರಾಷ್ಟ್ರಗಳ ನಡುವೆ ಅಸ್ತಿತ್ವಕ್ಕೆ ಬಂದವು.

1. ಏಕ್ಸ್-ಲಾ ಚಾಪೆಲ್ ಕಾಂಗ್ರೆಸ್ (1818) (Congress of Aix-la-chapelle)

ಚತುಷ್ಕೂಟ ಒಕ್ಕೂಟವು ಫ್ರಾನ್ಸಿನ ಸಮಸ್ಯೆಯನ್ನು ಚರ್ಚಿಸಲು 1818ರಲ್ಲಿ ಪವಿತ್ರ ರೋಮನ್ ಸಾಮ್ರಾಜ್ಯದ ಹಳೆ ರಾಜಧಾನಿಯಾಗಿದ್ದ ಏಕ್ಸ್-ಲಾ ಚಾಪೆಲ್‌ನಲ್ಲಿ ಯೂರೋಪಿನ ಮೇಳದ ಮೊದಲನೆಯ ಸಮ್ಮೇಳನವನ್ನು ನಡೆಸಿತು. ಈ ಅವಧಿಯಲ್ಲಿ ಈ ಕೆಳಕಂಡ ನಿರ್ಣಯಗಳನ್ನು ಕೈಗೆತ್ತಿಕೊಳ್ಳಲಾಯಿತು. ಯೂರೋಪಿನ ಎಲ್ಲಾ ವ್ಯವಹಾರಗಳ ಮೇಲೆ ತಮ್ಮ ಹತೋಟಿಯನ್ನು ಸ್ಥಾಪಿಸುವಲ್ಲಿ ಮಿತ್ರರಾಷ್ಟ್ರಗಳು ಮಾಡಿಕೊಂಡ ಒಪ್ಪಂದದಲ್ಲಿ ಈ ಕಾಂಗ್ರೆಸ್ ಉತ್ತುಂಗ ಶಿಖರ ಮುಟ್ಟಿದ್ದಿತು. ಈ ಕಾಂಗ್ರೆಸ್ ಯೂರೋಪಿನ ಉಚ್ಚ ಸಮಿತಿ ಎಂದು ಪರಿಗಣಿಸಲ್ಪಟ್ಟು ಎಲ್ಲಾ ಬಗೆಯ ವಿದ್ಯಮಾನಗಳ ಬಗ್ಗೆ ಅದು ಮನವಿಯನ್ನು ಸ್ವೀಕರಿಸಬಹುದೆಂದು ತೀರ್ಮಾನಿಸಲಾಯಿತು. ಈ ಸಭೆಯಲ್ಲಿ ನಡೆಸಿದ ಚರ್ಚೆಯಲ್ಲಿ ಫ್ರಾನ್ಸನ್ನು ಚತುಷ್ಕೂಟಕ್ಕೆ ರಷ್ಯಾದ ಜಾರ್ ಅಲೆಗ್ಸಾಂಡರನ ಒತ್ತಾಯ ಹಾಗೂ ಕೆಲವು ಷರತ್ತುಗಳ ಮೇಲೆ ಯೂರೋಪಿನ ಮೇಳದಲ್ಲಿ ಸೇರಿಸಿಕೊಳ್ಳಬೇಕು. ಫ್ರಾನ್ಸ್ ಯುದ್ಧ ಪರಿಹಾರದ ಹಣವನ್ನೆಲ್ಲಾ ಪಾವತಿ ಮಾಡಿದ್ದರಿಂದ ಫ್ರೆಂಚ್ ನೆಲದ ಮೇಲಿದ್ದ ಮಿತ್ರರಾಷ್ಟ್ರಗಳ ಸೈನ್ಯವನ್ನು ಹಿಂದಕ್ಕೆ ಕರೆಸಿಕೊಳ್ಳಬೇಕೆಂದೂ ತೀರ್ಮಾನಿಸಿ ಯೂರೋಪಿನ ಒಕ್ಕೂಟಕ್ಕೆ ಫ್ರಾನ್ಸನ್ನು ಸೇರಿಸಿಕೊಂಡು ಚತುರ್ ರಾಷ್ಟ್ರಗಳ ಒಕ್ಕೂಟವು ಪಂಚ ರಾಷ್ಟ್ರಗಳ ಒಕ್ಕೂಟವಾಗಿ ಮಾರ್ಪಟ್ಟಿತು. ಇದನ್ನು ಮೆಟರ್ನಿಕ್ "ಮಾರಲ್ ಪೆಂಟಾರ್ಕಿ ಅಥವಾ ನೈತಿಕ ಪಂಚಗಣ" ಎಂಬುದಾಗಿ ಕರೆದನು. ಆದರೆ ಈ ಒಕ್ಕೂಟದಲ್ಲಿ ಫ್ರಾನ್ಸಿಗೆ ಪ್ರವೇಶ ದೊರೆತರೂ ಕೂಡ ಅದರಿಂದ ಸಂಭವಿಸಬಹುದಾದಂತಹ ಅಪಾಯಗಳನ್ನು ತೊಡೆದುಹಾಕಲು ಚತುರ್ ರಾಷ್ಟ್ರಗಳು ಪ್ರತ್ಯೇಕವಾಗಿಯೇ ಸಭೆಗಳನ್ನು ನಡೆಸುತ್ತಿದ್ದವು.

ಪಂಚರಾಷ್ಟ್ರಗಳ ಸಂಘದ ಉದ್ದೇಶಗಳನ್ನು ಸುಪ್ರೀತಗೊಳಿಸಲು ದೊಡ್ಡ ದೊಡ್ಡ ಪದಗಳ ಮೂಲಕವೇ ವಿವರಿಸಲಾಯಿತು. ಮಾನವ ಹಕ್ಕುಗಳನ್ನು ಕಾಪಾಡುವುದು, ಶಾಂತಿ ಸೌಹಾರ್ದತೆಯನ್ನು ರಕ್ಷಿಸುವುದು, ರಾಜ್ಯದ ಸಂಪತ್ತನ್ನು ಅಧಿಕಗೊಳಿಸುವುದು, ಜನತೆಯಲ್ಲಿ ಧಾರ್ಮಿಕ ಭಾವನೆಯನ್ನು ಮೂಡಿಸುವುದು ಮತ್ತು ನ್ಯಾಯ ನಿಬಂಧನೆಗಳಿಗೆ ಗೌರವ ಸೂಚಿಸುವುದು ಇವೇ ಮೊದಲಾದ ಉದ್ದೇಶಗಳನ್ನು ಪ್ರಕಟಿಸಲಾಯಿತು. ನಾರ್ವೆ ಮತ್ತು ಡೆನ್ಮಾರ್ಕಿನ ಸಂಬಂಧವಾಗಿ ಸ್ವೀಡನ್ನಿನ ಅರಸನನ್ನು ಕರೆದು ಸಮಜಾಯಿಷಿ ಕೇಳಲಾಯಿತು. ತನ್ನ ದೇಶದಲ್ಲಿನ ಆಡಳಿತ ವ್ಯವಸ್ಥೆಯನ್ನು ಸುಧಾರಿಸಿಕೊಳ್ಳುವಂತೆ ಮೊನಾರ್ಕೋದ ಅರಸನಿಗೆ ಆಜ್ಞೆ ಹೊರಡಿಸಲಾಯಿತು. ಬೇಡನ್‌ನಲ್ಲಿ ಉತ್ತರಾಧಿಕಾರತ್ವವನ್ನು ಪುರಸ್ಕರಿಸಿದ ಮೈತ್ರಿಕೂಟ ತನ್ನ ಗಡಿ ವಿಸ್ತರಣೆಯಲ್ಲಿ ತೊಡಗಿದ್ದ ಬವೇರಿಯಾದ ಅರಸನನ್ನು ತರಾಟೆಗೆ ತೆಗೆದುಕೊಂಡಿತು.

ಇಷ್ಟೆಲ್ಲಾ ಸಾಧನೆಗಳನ್ನು ಮಾಡಿದಾಗ್ಯೂ ಏಕ್ಸ್-ಲಾ ಚಾಪೆಲ್ ಕಾಂಗ್ರೆಸ್ಸಿನ ಭಾಗಿಗಳಾಗಿದ್ದ ರಾಷ್ಟ್ರಗಳ ನಡುವೆ ಭಿನ್ನಾಭಿಪ್ರಾಯಗಳು ತಲೆದೋರಿ ಕ್ರಮೇಣ ಅವುಗಳಲ್ಲಿ ಕಾಣಿಸಿಕೊಂಡ ತಮ್ಮದೇ ಆದ ಹಿತಾಸಕ್ತಿ ಮತ್ತು ಪರಸ್ಪರರ ನಡುವೆ ಇದ್ದ ಅಸೂಯೆಯಿಂದಾಗಿ ಈ ಒಪ್ಪಂದವು ಕುಸಿಯತೊಡಗಿತು. 1819ರ ನಂತರ ಇದು ಮತ್ತಷ್ಟು ಹೆಚ್ಚಾಗುತ್ತಾ ಬಂದಿತು. ಮೆಡಿಟರೇನಿಯನ್ ಸಮುದ್ರದಲ್ಲಾಗುತ್ತಿದ್ದ ಕಡಲ್ಗಳ್ಳರ ಉಪಟಳವನ್ನು ಹತ್ತಿಕ್ಕಲು ಮೆಡಿಟರೇನಿಯನ್‌ನಲ್ಲಿ ಸೇರಿದ ಮೈತ್ರಿಕೂಟದಲ್ಲಿ ಅಂತರಾಷ್ಟ್ರೀಯ ನೌಕಾಪಡೆ ನೆಲೆಗೊಳಿಸಬೇಕೆಂದು ರಷ್ಯಾ ಸೂಚಿಸಿತು. ಆದರೆ ಈ ಸಲಹೆಯನ್ನು ಇಂಗ್ಲೆಂಡ್ ತಿರಸ್ಕರಿಸಿತು. ಏಕೆಂದರೆ ಮೆಡಿಟರೇನಿಯನ್‌ನಲ್ಲಿ ರಷ್ಯಾದ ನೌಕೆ ಪ್ರವೇಶಿಸುವುದು ಇಂಗ್ಲೆಂಡಿಗೆ ಇಷ್ಟವಿರಲಿಲ್ಲ. ಕಾರಣ ಬಾರ್ಬರಿ ಕಡಲ್ಗಳ್ಳರು ಇಂಗ್ಲೆಂಡ್ ಮತ್ತು ಐರ್ಲೆಂಡ್ ರಾಷ್ಟ್ರಗಳ ಧ್ವಜವನ್ನು ಆಗಲೇ ಗೌರವಿಸುತ್ತಿದ್ದರಿಂದ ಇಂಗ್ಲೆಂಡ್ ರಷ್ಯಾದ ಅಭಿಪ್ರಾಯವನ್ನು ತಳ್ಳಿಹಾಕಿತು. ಈ ರೀತಿಯ ಕಡಲ್ಗಳ್ಳರ ಹಾವಳಿ ಹೆಚ್ಚಿದಂತೆ ಎಕ್ಸ್‌ಲಾ ಚಾಪೆಲ್‌ನ ಯೋಜನೆಗಳೆಲ್ಲಾ ಪೂರ್ಣ ಯಶಸ್ವಿಯಾಗದೇ ಹಾಗೇ ಉಳಿದಿದ್ದನ್ನು ನೋಡಿದರೆ ಇಂಗ್ಲೆಂಡಿನ ಸ್ವಹಿತಾಸಕ್ತಿಯ ಮನೋಭಾವನೆ ಈ ಒಕ್ಕೂಟದಲ್ಲಿ ಹೇಗೆ ಪ್ರಭಾವ ಬೀರಿತ್ತೆಂಬುದನ್ನು ತಿಳಿಯಬಹುದಾಗಿದೆ.

2. ಟ್ರೊಪ್ಪಾವು ಕಾಂಗ್ರೆಸ್ 1820 (Troppau Congress)

ಯೂರೋಪಿನ ಮೇಳದ ಕರಾರಿನಂತೆ ಮಿತ್ರರಾಷ್ಟ್ರಗಳು ಟ್ರೊಪ್ಪಾವುನಲ್ಲಿ ದ್ವಿತೀಯ ಭಾರಿಗೆ 1820ರಲ್ಲಿ ಸಮಾವೇಶ ನಡೆಸಿದವು. ಇದಕೆ ಮುಖ್ಯ ಕಾರಣವೆಂದರೆ ಈ ವೇಳೆಗೆ ಸ್ಪೇನ್, ನೇಪಲ್ಸ್ ಮತ್ತು ಪೋರ್ಚುಗಲ್ ಜನರು ವಿಯನ್ನಾ ಕಾಂಗ್ರೆಸ್ಸು ಜಾರಿಗೆ ತಂದ ಪ್ರತಿಗಾಮಿ ನೀತಿಯ ಆಡಳಿತದಿಂದ ಬೇಸತ್ತು ತಮ್ಮ ತಮ್ಮ ದೊರೆಗಳ ವಿರುದ್ಧ ದಂಗೆಯೆದ್ದು ತಮಗೆ ಉದಾರ ಸಂವಿಧಾನವನ್ನು ರೂಪಿಸಬೇಕೆಂದು ಒತ್ತಾಯಿಸುತ್ತಿದ್ದರು. ಈ ಬಂಡಾಯವನ್ನು ಮಿತ್ರರಾಷ್ಟ್ರಗಳು

ವಿರೋಧಿಸಿ ಅದನ್ನು ಅಡಗಿಸಲು ರಷ್ಯಾವು ಸ್ಪೇನಿಗೆ ಶಸ್ತ್ರಾಸ್ತ್ರಗಳ ನೆರವನ್ನು ನೀಡುವುದಾಗಿ ಘೋಷಿಸಿತು. ಆದರೆ ಮೆಟರ್ನಿಕ್ ಮಧ್ಯೆ ಪ್ರವೇಶಿಸಿ ಇದನ್ನು ತಡೆಗಟ್ಟಿದನು. ಏಕೆಂದರೆ ರಷ್ಯಾ ಮುಂದೆ ಬರುವುದು ಆತನಿಗೆ ಇಷ್ಟವಿರಲಿಲ್ಲವಾದ್ದರಿಂದ ನೇಪಲ್ಸ್‌ನ ಪ್ರಶ್ನೆ ಬಹುಮುಖ್ಯವಾದುದೆಂದು ಅದನ್ನು ಕೂಡಲೇ ಚರ್ಚೆಗೆ ತೆಗೆದುಕೊಳ್ಳಬೇಕೆಂದು ಸೂಚಿಸಿದನು. ಕಾರಣ ನೇಪಲ್ಸ್ ಮತ್ತು ಪೀಡ್ಮಾಂಟ್‌ಗಳಲ್ಲಿ ಕ್ರಾಂತಿ ಸಂಭವಿಸಿದರೆ ಇಟಲಿಯಲ್ಲಿನ ಆಸ್ಟ್ರಿಯಾದ ಅಧಿಪತ್ಯಕ್ಕೆ ಅಪಾಯ ಉಂಟಾಗಬಹುದೆಂದು ಭಾವಿಸಿದ ಮೆಟರ್ನಿಕನು ಯೂರೋಪಿನ ಮೇಳವನ್ನು ಮತ್ತೊಮ್ಮೆ ಏರ್ಪಡಿಸಬೇಕೆಂಬ ಜಾರ್‌ನ ಬೇಡಿಕೆಗೆ ಬೆಂಬಲ ಸೂಚಿಸಿದನು. ಹೀಗೆ 1820ರಲ್ಲಿ ಟ್ರೊಪ್ಪಾವು ಎಂಬಲ್ಲಿ ಯೂರೋಪಿನ ಮೇಳದ ಎರಡನೆಯ ಸಮ್ಮೇಳನವು ನಡೆಯಿತು. ಈ ಸಮ್ಮೇಳನದಲ್ಲಿ ತೆಗೆದುಕೊಂಡ ನಿರ್ಣಯಗಳೆಂದರೆ: ಯಾವುದೇ ಐರೋಪ್ಯ ರಾಜ್ಯದಲ್ಲಿ ಕ್ರಾಂತಿ ಸಂಭವಿಸಿ ಅದರಿಂದ ಇತರೆ ರಾಜ್ಯಗಳ ಮೇಲೆ ಅಪಾಯಕಾರಿ ಪರಿಣಾಮವನ್ನು ಬೀರುತ್ತದೆಂದು ಕಂಡುಬಂದಲ್ಲಿ ಅದನ್ನು ಯೂರೋಪಿನ ಅಗ್ರರಾಷ್ಟ್ರಗಳು ಒಗ್ಗಟ್ಟಿನಿಂದ ಧಮನಗೊಳಿಸುವುದಾಗಿ ಘೋಷಣೆ ಹೊರಡಿಸಿತು. ಆದರೆ ಬ್ರಿಟಿಷ್ ಮಂತ್ರಿ ಕ್ಯಾಸಲ್ ರೀಗನು ವಿದೇಶಗಳ ಆಂತರೀಕ ವ್ಯವಹಾರಗಳಲ್ಲಿ ಹಸ್ತಕ್ಷೇಪ ಮಾಡುವ ನೀತಿಯನ್ನು ಬಲವಾಗಿ ಪ್ರತಿಭಟಿಸಿದನು. ಟ್ರೊಪ್ಪಾವು ಘೋಷಣೆಗೆ ಸಹಿ ಹಾಕದಂತೆ ಬ್ರಿಟಿಷ್ ಪ್ರತಿನಿಧಿಗಳಿಗೆ ನಿರ್ದೇಶನವಿತ್ತನು. ಈ ರೀತಿಯ ಇಂಗ್ಲೆಂಡಿನ ಪ್ರತಿಭಟನೆಯು ಯೂರೋಪಿನ ಮೇಳದ ಒಡಕಿಗೆ ಕಾರಣವಾಯಿತು.

3. ಲೈಬಾಕ್ ಕಾಂಗ್ರೆಸ್ 1821 (Laibach Congress)

1821ರಲ್ಲಿ ತೃತೀಯ ಕಾಂಗ್ರೆಸ್ ಅಧಿವೇಶನವು ಲೈಬಾಕ್ ಎಂಬಲ್ಲಿ ನಡೆಯಿತು. ಈ ಅಧಿವೇಶನದಲ್ಲಿ ನೇಪಲ್ಸ್‌ನ ದಂಗೆಯನ್ನು ದಮನ ಮಾಡಲು ಆಸ್ಟ್ರಿಯಾದ ಸೈನ್ಯ ಪಡೆಯನ್ನು ಕಳುಹಿಸಬೇಕೆಂದು ತೀರ್ಮಾನಿಸಿದಂತೆ ಆಸ್ಟ್ರಿಯಾ ಸೈನ್ಯವು ದಂಗೆಯನ್ನು ಅಡಗಿಸಿತು. ಅದೇ ರೀತಿ ಇಟಲಿಯ ಉತ್ತರದ ಪೀಡ್ಮಾಂಟಿನಲ್ಲೂ ದಂಗೆ ಆರಂಭವಾದಾಗ ಆಸ್ಟ್ರಿಯಾದ ಸೇನೆಯು ಅಲ್ಲಿಗೂ ಹೋಗಿ ಅದನ್ನು ದಮನಮಾಡಿತು.

4. ವೆರೋನಾ ಕಾಂಗ್ರೆಸ್ 1822 (Congress of Verona)

ಸ್ಪೇನಿನ ಪರಿಸ್ಥಿತಿಯನ್ನು ಕುರಿತು ಚರ್ಚಿಸುವ ಸಲುವಾಗಿ ಯೂರೋಪಿನ ಮೇಳದ ಅಂತಿಮ ಕಾಂಗ್ರೆಸ್ ಸಭೆಯು 1822ರಲ್ಲಿ ವೆರೋನಾದಲ್ಲಿ ಸೇರಿತು. ಇದೇ ವೇಳೆಗೆ ಗ್ರೀಕರೂ ಸಹ ಟರ್ಕಿಯ ದುರಾಡಳಿತದ ವಿರುದ್ಧ ದಂಗೆಯೆದ್ದಿದ್ದರು. ಗ್ರೀಕ್ ಪ್ರಶ್ನೆಯು ಈ ಸಮ್ಮೇಳನದಲ್ಲಿ ಚರ್ಚಿಸಲ್ಪಟ್ಟಿತು. ರಷ್ಯಾದ ಜಾರನು ಟರ್ಕಿ ಸಾಮ್ರಾಜ್ಯದ ಬಗ್ಗೆ ವಿಶೇಷ ಆಸಕ್ತಿ ಹೊಂದಿದ್ದನು. ಸಭೆಯು ಮೇಲ್ಕಂಡ ಸಮಸ್ಯೆಗಳನ್ನಲ್ಲದೇ ಈ ಕೆಳಕಂಡ ಎರಡು ಪ್ರಮುಖ ಸಮಸ್ಯೆಗಳನ್ನು ಬಗೆಹರಿಸುವುದಾಗಿತ್ತು.

1) ಕಪ್ಪು ಸಮುದ್ರ, ಕ್ಯಾಸ್ಪಿಯನ್ ಸಮುದ್ರ ಮತ್ತು ಕಾನ್‌ಸ್ಟಾಂಟಿನೋಪಲ್ ಮೇಲೆ ದುರಾಸೆಯ ಕಣ್ಣಾಡಿಸಿದ ರಷ್ಯಾ ಅವನ್ನು ಪಡೆಯಲೋಸುಗ ಟರ್ಕಿಸುಲ್ತಾನನ ವಿರುದ್ಧ ಗ್ರೀಕರು ನಡೆಸಿದ ಕ್ರಾಂತಿಗೆ ನೆರವು ನೀಡಲಾರಂಭಿಸಿತು.

2) ವೆರೋನಾ ಕಾಂಗ್ರೆಸ್ಸಿನ ಮುಂದಿದ್ದ ಮತ್ತೊಂದು ಸಮಸ್ಯೆಯೆಂದರೆ ಸ್ಪೇನರು ತಮ್ಮ ಅರಸ ಏಳನೇ ಫರ್ಡಿನಾಂಡನ ವಿರುದ್ಧ ನಡೆಸಿದ ಕ್ರಾಂತಿಯನ್ನು ಸುಗ್ರೀವಾಜ್ಞೆ ಹೊರಡಿಸುವುದರ ಮೂಲಕ ಜನತೆಯ ಹಲವು ಹಕ್ಕು ಬಾಧ್ಯತೆಗಳನ್ನು ಮೊಟಕುಗೊಳಿಸಿದ ಕಾರಣದಿಂದ ಸಂಭವಿಸಿದ ದಂಗೆಯನ್ನು ಕುರಿತದ್ದಾಗಿತ್ತು. ಫರ್ಡಿನಾಂಡನು ಫ್ರಾನ್ಸಿನ ಬೋರ್ಬನ್ ವಂಶಸ್ಥನಾದುದರಿಂದ 18ನೇ ಲೂಯಿ ಅವರ ನೆರವಿಗೆ ಧಾವಿಸಿ ಸ್ಪೇನಿನ ಕ್ರಾಂತಿಯನ್ನು ಅಡಗಿಸಲು ತನಗೆ ಅನುಮತಿ ನೀಡಬೇಕೆಂದು ಕಾಂಗ್ರೆಸನ್ನು ಕೇಳಿಕೊಂಡನು. ಅದೇ ರೀತಿ ಟರ್ಕಿ ಸಾಮ್ರಾಜ್ಯದಲ್ಲಿ ಸಂಭವಿಸಿದ್ದ ಸಮಸ್ಯೆಯನ್ನು ಬಗೆಹರಿಸಲು ರಷ್ಯಾವು ಮುಂದೆ ಬಂದಿತು. ಆದರೆ ಪ್ರಾರಂಭದಲ್ಲಿ ಆಸ್ಟ್ರಿಯಾ ಮತ್ತು ಇಂಗ್ಲೆಂಡ್, ಫ್ರಾನ್ಸ್ ಮತ್ತು ರಷ್ಯಾದ ಆಕ್ರಮಣ ನೀತಿಯನ್ನು ಮನ್ನಿಸಲಿಲ್ಲ ಕ್ಯಾಸಲ್‌ರೀಗ್‌ನ ತರುವಾಯ ಬ್ರಿಟಿಷ್ ವಿದೇಶಾಂಗ ಮಂತ್ರಿಯಾಗಿದ್ದ ಲಾರ್ಡ್‌ಕ್ಯಾನಿಂಗ್ ಸ್ಪೇನ್‌ನಲ್ಲಿ ವಿದೇಶಿ ಹಸ್ತಕ್ಷೇಪವನ್ನು ಸಂಪೂರ್ಣವಾಗಿ ವಿರೋಧಿಸಿದನು. ಆದರೆ ಪರಿಸ್ಥಿತಿಯು ತೀರಾ ಹದಗೆಟ್ಟಿದ್ದರಿಂದ ಬ್ರಿಟಿಷ್ ಪ್ರತಿಭಟನೆಯನ್ನು ಲೆಕ್ಕಿಸದೆ ಉಳಿದ ಅಗ್ರ ರಾಷ್ಟ್ರಗಳು ಸ್ಪೇನಿನಲ್ಲಿ ಹಸ್ತಕ್ಷೇಪ ಮಾಡುವುದಕ್ಕೆ ಅಂತಿಮ ನಿರ್ಧಾರ ತೆಗೆದುಕೊಂಡವು. ಫ್ರೆಂಚ್ ಸೈನ್ಯವು ಸ್ಪೇನಿನಲ್ಲಿ ಪ್ರವೇಶಿಸಿ ಜನತಾ ದಂಗೆಯನ್ನು ಅಡಗಿಸಿ ದೊರೆ ಏಳನೇ ಫರ್ಡಿನಾಂಡನ ನಿರಂಕುಶ ಪ್ರಭುತ್ವವನ್ನು ಪುನಃ ಸ್ಥಾಪಿಸಿದವು. ಇದನ್ನು ವಿರೋಧಿಸಿ ಇಂಗ್ಲೆಂಡ್ ವೆರೋನಾ ಸಮ್ಮೇಳನದಿಂದ ಹೊರಬಂದಿತು. ಸ್ಪೇನಿನ ದೊರೆ ಮತ್ತು ರಷ್ಯಾದ ಜಾರನು ಯೂರೋಪಿನ ಸಮ್ಮೇಳನವನ್ನು ಮತ್ತೆ ಕರೆಯಲು ಯತ್ನಿಸಿದರು. ಆದರೆ ಕ್ಯಾನಿಂಗನು ತನ್ನ ರಾಷ್ಟ್ರದ ಪ್ರತಿನಿಧಿಯನ್ನು ಕಳುಹಿಸಲು ನಿರಾಕರಿಸಿದ್ದರಿಂದ ಯೂರೋಪಿನ ಮೇಳದ ಪದ್ಧತಿ ಕೊನೆಗೊಂಡಿತು.

ಯೂರೋಪಿನ ಮೇಳದ ವಿಫಲತೆಗೆ ಕಾರಣಗಳು

1818ರಲ್ಲಿ ಸ್ಥಾಪನೆಗೊಂಡ ಯೂರೋಪಿನ ಒಕ್ಕೂಟವು ಯೂರೋಪಿನ ರಾಜಕೀಯ ಕ್ಷೇತ್ರದಲ್ಲೇ ಅತ್ಯಂತ ಸ್ವಾರಸ್ಯಕರವಾದ ಪ್ರಯೋಗವಾಗಿತ್ತು. ಆದರೆ ಬಹುಬೇಗನೆ ಇದು ವಿಫಲತೆಯನ್ನು ಹೊಂದಿತು. ಈ ವಿಫಲತೆಗೆ ಕಾರಣಗಳಿಂತಿವೆ:

1) ಯೂರೋಪಿನ ಮೇಳಕ್ಕೆ ಯೂರೋಪಿನ ಜನತೆಯ ಸಹಾನುಭೂತಿ ಲಭಿಸಿರಲಿಲ್ಲ. ಕಾರಣವೇನೆಂದರೆ ಯೂರೋಪಿನ ಮೇಳದಲ್ಲಿ ಚಿಕ್ಕಪುಟ್ಟ ಐರೋಪ್ಯ ರಾಜ್ಯಗಳಿಗೆ ಸ್ಥಾನವಿರಲಿಲ್ಲ.

2) ಮೆಟರ್ನಿಕ್ ಮತ್ತು ಜಾರ್ ಅಲೆಗ್ಸಾಂಡರ್ ಇವರ ಪ್ರತಿಗಾಮಿ ವಿಚಾರಗಳಿಂದಾಗಿ ಯೂರೋಪಿನ ಮೇಳವು ನಿರಂಕುಶ ದಬ್ಬಾಳಿಕೆಗಾರರ ಕೂಟವೆಂದು ಜನತೆ ಭಾವಿಸಿದ್ದರು. ಇಂಗ್ಲೆಂಡ್‌ನ್ನು ಬಿಟ್ಟರೆ ಇದರ ಸದಸ್ಯರು ವಿದೇಶಗಳ ಆಂತರಿಕ ವ್ಯವಹಾರಗಳಲ್ಲಿ ಹಸ್ತಕ್ಷೇಪ ನಡೆಸಿ ಜನತಾ ಆಂದೋಲನವನ್ನು ಅಡಗಿಸಲು ಮುಂದಾದರು.

3) ಕೇವಲ ನಾಲ್ಕೈದು ರಾಷ್ಟ್ರಗಳು ಮಾತ್ರವೇ ಅದರಲ್ಲಿ ಸೇರಿದ್ದು ಉಳಿದ ಅನೇಕ ರಾಷ್ಟ್ರಗಳು ನಿರ್ಲಕ್ಷಿತವಾಗಿದ್ದವು.

4) ಅನ್ಯರ ಆಂತರಿಕ ವ್ಯವಹಾರದಲ್ಲಿ ಮಿಲಿಟರಿ ಶಕ್ತಿ ಪ್ರಯೋಗಿಸಬೇಕೆಂದು ರಷ್ಯಾ, ಆಸ್ಟ್ರಿಯಾ ಮತ್ತು ಪ್ರಷ್ಯಾಗಳು ತೀರ್ಮಾನಿಸಿದವು.

5) ಇಂಗ್ಲೆಂಡನ್ನು ಬಿಟ್ಟರೆ ಉಳಿದೆಲ್ಲಾ ಸದಸ್ಯ ರಾಷ್ಟ್ರಗಳು ಪ್ರತಿಗಾಮಿ ನೀತಿಯನ್ನು ಹೊಂದಿದ್ದವಾಗಿದ್ದವು. ಉದಾರ ತತ್ವಗಳಾದ ಸ್ವಾತಂತ್ರ್ಯ, ಸಮಾನತೆ ಮತ್ತು ಭ್ರಾತೃತ್ವ ಅವರಿಗೆ ಒಗ್ಗದ ವಿಚಾರಗಳಾಗಿದ್ದವು. ಅವರೆಲ್ಲರ ತೀರ್ಮಾನಗಳು ರಾಷ್ಟ್ರೀಯತೆ ಮತ್ತು ಸಾರ್ವಜನಿಕ ಅಭಿಪ್ರಾಯಕ್ಕೆ ವಿರುದ್ಧವಾಗಿರುತ್ತಿದ್ದರಿಂದ ಜನಪ್ರಿಯವಾಗಿರಲಿಲ್ಲ.

6) ತಮ್ಮಲ್ಲೇ ಸ್ವಹಿತಾಸಕ್ತಿಗಳನ್ನು ಹೊಂದಿದ್ದ ಸದಸ್ಯ ರಾಷ್ಟ್ರಗಳಲ್ಲಿ ತಾರತಮ್ಯ ಮತ್ತು ಭಿನ್ನಾಭಿಪ್ರಾಯಗಳಿದ್ದವು.

7) ಈ ಸಮ್ಮೇಳನವು ಒಂದು ನಿಖರವಾದ ತತ್ವ ಪರಿಪಾಲಿಸಲಿಲ್ಲ ಮತ್ತು ಒಂದು ನಿರ್ದಿಷ್ಟ ಕಾರ್ಯಾಚರಣೆಯನ್ನು ಅದು ಹೊಂದಿರಲಿಲ್ಲ.

8) ನೆಪೋಲಿಯನ್ನನ ನಿರಂಕುಶ ಆಳ್ವಿಕೆಯ ವಿರುದ್ಧ ಎಲ್ಲಾ ದೇಶಗಳು ತಮ್ಮದೇ ಆದ ಒಂದು ಗುಂಪನ್ನು ರಚಿಸಿಕೊಂಡಿದ್ದವು.

ಯೂರೋಪಿನ ಒಕ್ಕೂಟವೆಂಬುದು ನೆಪೋಲಿಯನ್ನನ ಯುದ್ಧಗಳ ಪರಿಣಾಮವಾಗಿ ಹುಟ್ಟಿದ ಶಿಶು. ಅದರ ಉದ್ದೇಶ ತಮ್ಮೆಲ್ಲರ ಶತ್ರುವಾಗಿದ್ದ ಫ್ರಾನ್ಸ್‌ನ್ನು ದೂರವಿಡುವುದೇ ಆಗಿತ್ತೆಂದೂ ಹೇಳಲಾಗಿದೆ. ಫ್ರಾನ್ಸಿನಿಂದ ಅಪಾಯವಿಲ್ಲವೆಂದು ಮನವರಿಕೆಯಾದಾಗ ಮಿತ್ರರಾಷ್ಟಗಳಲ್ಲಿದ್ದ ಏಕತೆ ಸೌಹಾರ್ದತೆಗಳು ಮಾಯವಾದವು. ಪ್ರತಿಯೊಂದು ರಾಷ್ಟ್ರವು ತನಗೆ ಇಷ್ಟವಾದಂತೆ ನಡೆಯಲು ಆರಂಭಿಸಿದವು. ಇದರ ಪರಿಣಾಮವಾಗಿ ಯೂರೋಪಿನ ಒಕ್ಕೂಟವು ಮುರಿದು ಬಿದ್ದತು.

* * * * *

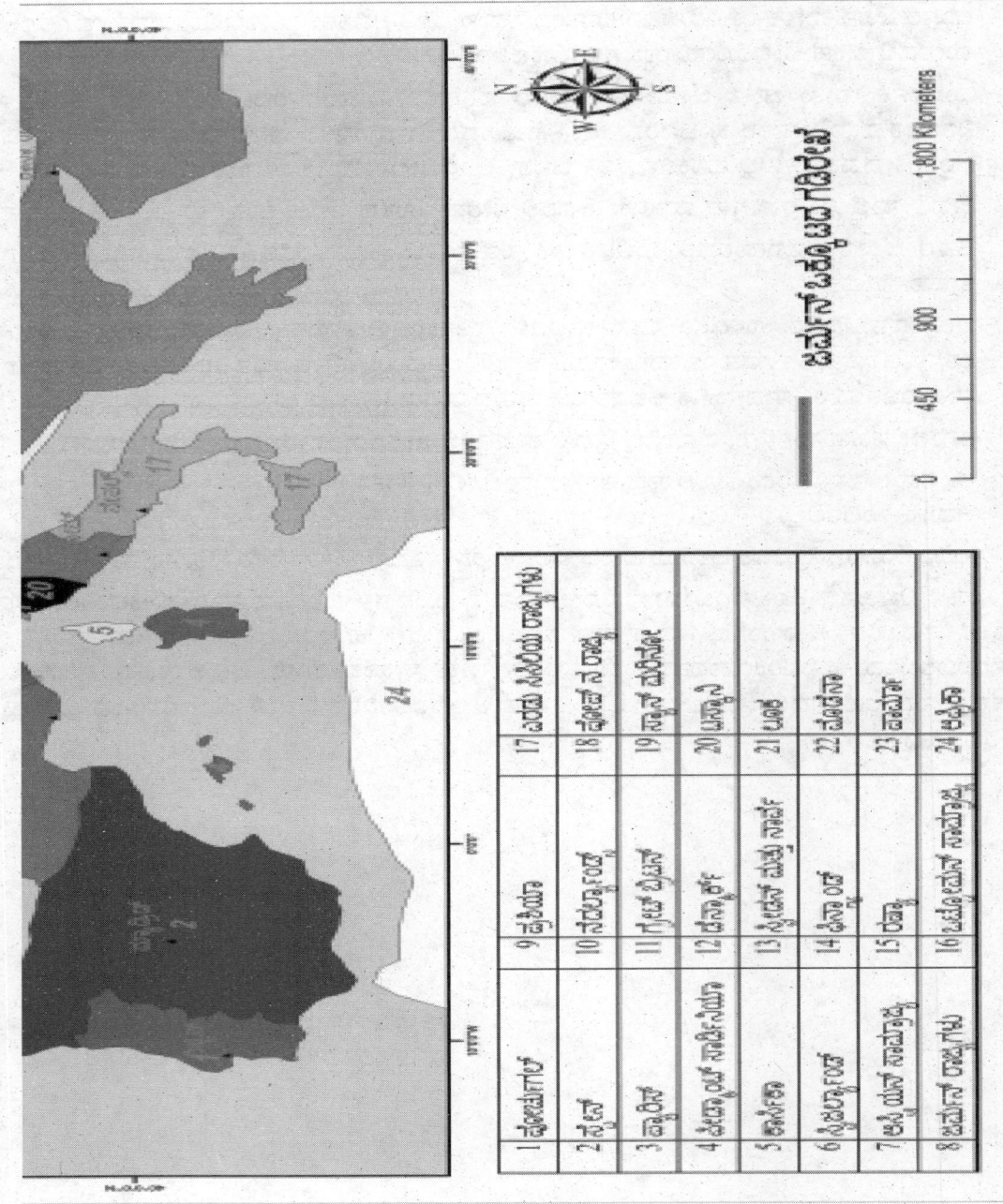

1	ಪೋರ್ಚುಗಲ್	9	ಪ್ರಶಿಯಾ	17	ಎರಡು ಸಿಸಿಲಿಯ ರಾಜ್ಯಗಳು
2	ಸ್ಪೇನ್	10	ನೆದರ್ಲ್ಯಾಂಡ್ಸ್	18	ಪೋಪ್ ನ ರಾಜ್ಯ
3	ಪ್ಯಾರಿಸ್	11	ಗ್ರೇಟ್ ಬ್ರಿಟನ್	19	ಸ್ಯಾನ್ ಮರಿನೋ
4	ಪೀಡ್ಮ್ಯಾಂಟ್ ಸಾರ್ಡಿನಿಯಾ	12	ಡೆನ್ಮಾರ್ಕ್	20	ಟಸ್ಕಾನಿ
5	ಕಾರ್ಸಿಕಾ	13	ಸ್ವೀಡನ್ ಮತ್ತು ನಾರ್ವೆ	21	ಲೂಕ
6	ಸ್ವಿಟ್ಜರ್ಲ್ಯಾಂಡ್	14	ಫಿನ್ಲ್ಯಾಂಡ್	22	ಮೊಡೆನಾ
7	ಆಸ್ಟ್ರಿಯನ್ ಸಾಮ್ರಾಜ್ಯ	15	ರಷ್ಯಾ	23	ಪಾರ್ಮಾ
8	ಜರ್ಮನ್ ರಾಜ್ಯಗಳು	16	ಒಟ್ಟೋಮನ್ ಸಾಮ್ರಾಜ್ಯ	24	ಆಫ್ರಿಕಾ

ಅಧ್ಯಾಯ - 13

ಪ್ರತಿಗಾಮಿ ಯುಗ (ಮೆಟರ್ನಿಕ್ ಯುಗ: 1815-1848)

ಯೂರೋಪಿನ ರಾಜಕೀಯದಲ್ಲಿ 1815 ರಿಂದ 1848ರ ನಡುವೆ ಪ್ರಭಾವಿ ವ್ಯಕ್ತಿಯಾಗಿ, ಕೇಂದ್ರ ಬಿಂದುವಾಗಿ ಕಂಡು ಬರುವವನೇ ಮೆಟರ್ನಿಕ್. ಆಸ್ಟ್ರಿಯಾದ ಛಾನ್ಸಲರ್ ಅಥವಾ ಪ್ರಧಾನಿಯಾಗಿದ್ದುಕೊಂಡು ಯೂರೋಪಿನಲ್ಲಿ ಸಂಭವಿಸಿದ ರಾಜಕೀಯ ಘಟನಾವಳಿಗಳ ಮೇಲೆಲ್ಲಾ ವಿಶೇಷ ಪ್ರಭಾವವನ್ನು ಬೀರಿದನು. ಆದ್ದರಿಂದ ಈತನ ಕಾಲವನ್ನು "ಮೆಟರ್ನಿಕ್ ಯುಗ"ವೆಂದು, ಆತನು ಅನುಸರಿಸಿದ ನೀತಿಯ ಆಧಾರದ ಮೇಲೆ "ಮೆಟರ್ನಿಕ್ ಪದ್ಧತಿಯೆಂದು" ಕರೆಯಲಾಗಿದೆ. ಆಸ್ಟ್ರಿಯಾದ ಛಾನ್ಸಲರ್ ಆದ ಮೆಟರ್ನಿಕನು ರಾಜಕಾರಣ ಪ್ರವೀಣನು, ವ್ಯವಹಾರಚತುರನು, ಅಸದೃಶ ರಾಜನೀತಿಜ್ಞನೆಂಬ ಹೆಸರನ್ನು ಪಡೆದಿದ್ದನು. ಇವನ ಪೂರ್ಣ ಹೆಸರು ಪ್ರಿನ್ಸ್ ಕ್ಲೆಮನ್ಸ್ ಲೂಥರ್ ವಾನ್ ಮೆಟರ್ನಿಕ್. ಈತನು 19ನೇ ಶತಮಾನದ ಪೂರ್ವಾರ್ಧದಲ್ಲಿ ಯೂರೋಪಿನ ರಾಜಕೀಯ ರಂಗವನ್ನೇ ತನ್ನ ಪ್ರಭಾವದಲ್ಲಿಟ್ಟುಕೊಂಡು ತನ್ನ ಇಚ್ಛೆಗನುಸಾರವಾಗಿ ರಾಜಕೀಯ ವ್ಯವಹಾರಗಳನ್ನು ಜರುಗಿಸಿದನು. ಇವನು ಇಚ್ಛಿಸಿದುದೇ ಕಾರ್ಯ ರೂಪಕ್ಕಿಳಿಯುತ್ತಿತ್ತು. ಎಷ್ಟೋ ಸಂದರ್ಭದಲ್ಲಿ ಅನೇಕ ರಾಷ್ಟ್ರಗಳು ಇವನ ಕೃಪಾಕಟಾಕ್ಷದಲ್ಲಿ ಉಳಿದಿದ್ದವು.

ಆರಂಭದ ಜೀವನ

ಪ್ರಿನ್ಸ್ ಮೆಟರ್ನಿಕನು ಜರ್ಮನಿಯ ರ್‍ಹೈನ್ ನದಿ ತೀರದಲ್ಲಿನ ಶ್ರೀಮಂತ ಕುಟುಂಬವೊಂದರಲ್ಲಿ ಜನಿಸಿದನು. ಉತ್ತಮ ಶಿಕ್ಷಣವನ್ನು ಸ್ಟ್ರೆಸ್‌ಬರ್ಗ್ ಮತ್ತು ಮೇನ್ಸ್ ವಿಶ್ವವಿದ್ಯಾಲಯಗಳಿಂದ ಪಡೆದ ಮೆಟರ್ನಿಕ್ ತನ್ನ 22ನೇ ವಯಸ್ಸಿನಲ್ಲೇ ಆಸ್ಟ್ರಿಯಾದ ವಿದೇಶಾಂಗ ಇಲಾಖೆಯಲ್ಲಿ ಉದ್ಯೋಗಕ್ಕೆ ಸೇರಿದನು. ಆಗಿನ ಆಸ್ಟ್ರಿಯಾದ ಪ್ರಧಾನಿಯಾದ ಕಾನಿಟ್ಜನ ಮಗಳನ್ನು ವಿವಾಹವಾಗುವುದರೊಂದಿಗೆ ರಾಜನೊಡನೆ ಹತ್ತಿರದ ಸಂಪರ್ಕ ಹೊಂದಿದನು. ಮೆಟರ್ನಿಕನ ಅಸಾಧಾರಣ ಪ್ರತಿಭೆ ಹಾಗೂ ವ್ಯವಹಾರ ಕೌಶಲ್ಯವನ್ನು ಮೆಚ್ಚಿಕೊಂಡ ಆಸ್ಟ್ರಿಯಾದ ದೊರೆ ಒಂದನೇ ಫ್ರಾನ್ಸಿಸನು ಅವನನ್ನು ತನ್ನ ರಾಯಭಾರ ವ್ಯವಹಾರವನ್ನು ನೋಡಿಕೊಳ್ಳುವಂತೆ ನೇಮಿಸಿಕೊಂಡನು. ನಂತರ ಕೆಲವು ವರ್ಷ ಫ್ರಾನ್ಸ್ ಜರ್ಮನಿ ಮತ್ತು ರಷ್ಯಾಗಳಲ್ಲಿ ರಾಯಭಾರಿಯಾಗಿ ಸೇವೆಸಲ್ಲಿಸುವುದರೊಂದಿಗೆ ಅಂತರ ರಾಷ್ಟ್ರೀಯ ವ್ಯವಹಾರದಲ್ಲಿ ನಿಷ್ಣಾತನಾದನು. ಸ್ವಲ್ಪಕಾಲ ನೆಪೋಲಿಯನ್ನನ ಆಸ್ಥಾನದಲ್ಲೂ ರಾಯಭಾರಿಯಾಗಿದ್ದನು. ನಂತರ ತನ್ನ 36ನೇ ವರ್ಷದಲ್ಲೇ ಆಸ್ಟ್ರಿಯಾದ ಛಾನ್ಸಲರ್ ಆಗಿ ನೇಮಕಗೊಂಡು 1809 ರಿಂದ 1848ರವರೆಗೆ ಸುಮಾರು 40 ವರ್ಷಗಳ ಕಾಲ ಆ ಹುದ್ದೆಯನ್ನು ಅಲಂಕರಿಸಿದ್ದನು.

ಮೆಟರ್ನಿಕನ ವ್ಯಕ್ತಿತ್ವ

ಮೆಟರ್ನಿಕ್

ಮೆಟರ್ನಿಕ್ ಅತ್ಯಂತ ಪ್ರಭಾವಶಾಲಿ ರಾಜನೀತಿಜ್ಞನಾಗಿದ್ದು ಇವನ ಆಡಳಿತ ನೀತಿ ಮತ್ತು ವಿದೇಶಾಂಗ ನೀತಿಯನ್ನು ಮೆಟರ್ನಿಕ್ ಪದ್ಧತಿ ಎಂದು ಕರೆಯಲಾಗಿದೆ. ಮೆಟರ್ನಿಕನು ಸುಶಿಕ್ಷಿತನು, ನಯವಿನಯ ಸಂಪನ್ನನಾಗಿದ್ದು ಸಮಯಸಾಧಕನೂ ಸೂಕ್ಷ್ಮಮತಿಯೂ ಕುಟಿಲ ಸಂಚುಗಾರನು ಮತ್ತು ದುರಹಂಕಾರಿಯೂ ಆಗಿದ್ದನು. ಇತರ ರಾಜಕಾರಣಿಗಳ ಮನದಿಂಗಿತವನ್ನು ಅರ್ಥಮಾಡಿಕೊಳ್ಳುವ ಸಾಮರ್ಥ್ಯ ಈತನಿಗಿತ್ತು. ಸೂಕ್ಷ್ಮವಾದ ಹಾಗೂ ಕ್ಲಿಷ್ಟವಾದ ಸಮಸ್ಯೆಗಳನ್ನು ಬಹು ಸುಲಭವಾಗಿ ಬಗೆಹರಿಸಬಲ್ಲ ಸಾಮರ್ಥ್ಯ ಹೊಂದಿದ್ದನು. ಈತನ ವ್ಯಕ್ತಿತ್ವ ಹಾಗೂ ಕಾರ್ಯ ಸಾಧನೆಯ ಬಗ್ಗೆ ಅದೇ ಕಾಲದ ಅನೇಕ ಪ್ರಮುಖರು ಬಿನ್ನಾಭಿಪ್ರಾಯಗಳನ್ನು ವ್ಯಕ್ತಪಡಿಸಿದ್ದಾರೆ. ಒಂದನೇ ಅಲೆಕ್ಸಾಂಡರನು ಮೆಟರ್ನಿಕನನ್ನು "ಮಹಾಸುಳ್ಳುಗಾರ"ನೆಂದೂ ಉದಾರವಾದಿಗಳು ಮತ್ತು ಗಣತಂತ್ರವಾದಿಗಳು ಆತನನ್ನು "ಪ್ರಗತಿ ವಿರೋಧಿ ಮತ್ತು ಪ್ರಜಾ ವಿರೋಧಿ"ಯೆಂದು ಟೀಕಿಸಿದ್ದಾರೆ. ಸ್ವತಹ ಮೆಟರ್ನಿಕನೇ ತನ್ನ ಆತ್ಮ ಪ್ರಶಂಸೆ ಮಾಡಿಕೊಳ್ಳುತ್ತಾ "ಕುಸಿದು ಬೀಳುತ್ತಿದ್ದ ಸಾಮಾಜಿಕ ಕಟ್ಟಡಕ್ಕೆ ನಾನು ಆಧಾರ ಸ್ಥಂಭ"ವಾಗಿರುವುದಾಗಿಯೂ ಆತನು ಹೇಳಿಕೊಳ್ಳುತ್ತಿದ್ದನು. ಸಂಪೂರ್ಣ ಜಗತ್ತು ತನ್ನನ್ನು ಅವಲಂಬಿಸಿದೆಯೆಂದೂ

ಆದ್ದರಿಂದ ಎಲ್ಲರ ದೃಷ್ಟಿ, ಎಲ್ಲರ ಆಸೆಗಳು ತನ್ನ ಕಡೆಗೆ ಕೇಂದ್ರೀಕರಿಸಿರುವುದೇ ನನ್ನ ಸ್ಥಾನದ ವೈಶಿಷ್ಟ್ಯವೆಂದೂ, ಹಲವು ಕೋಟಿ ಜನರಲ್ಲಿ ಯಾರೂ ಯೋಚಿಸದ ವಿಚಾರಗಳನ್ನು ತಾನು ಯೋಚಿಸುತ್ತೇನೆಂಬ ಅಹಂಭಾವವನ್ನು ಹೊಂದಿದ್ದನು. ಕೊನೆಕೊನೆಗೆ ದಿನೇ ದಿನೇ ಹದಗೆಡುತ್ತಿರುವ ಯೂರೋಪಿನ ರಾಜಕೀಯವನ್ನು ಸುಧಾರಿಸಲು ತಾನು ಜನ್ಮ ತಾಳಿರುವುದಾಗಿಯೂ ಇಡೀ ಯೂರೋಪಿನ ಭವಿಷ್ಯ ತನ್ನ ಕೈಲಿದೆಯೆಂದು ಜಂಬ ಕೊಚ್ಚಿಕೊಳ್ಳುತ್ತಿದ್ದನು.

ಮೆಟರ್ನಿಕನ ನೀತಿ

ಮೆಟರ್ನಿಕ್ ಮಹಾನ್ ರಾಜನೀತಿಜ್ಞನು ಹಾಗೂ ವ್ಯವಹಾರ ಚತುರನಾಗಿದ್ದರೂ ವಿಚಾರ ಸರಣಿಯಲ್ಲಿ ಕ್ರಿಯಾತ್ಮಕವಾಗಿರದೆ ಪ್ರತಿಗಾಮಿಯಾಗಿದ್ದನು. ಶ್ರೀಮಂತ ವರ್ಗದಲ್ಲಿ ಹುಟ್ಟಿ ರಾಜಪ್ರಭುತ್ವದೊಡನೆ ಚಿಕ್ಕ ವಯಸ್ಸಿನಿಂದಲೂ ಒಡನಾಟ ಹೊಂದಿದ್ದರಿಂದಾಗಿ ರಾಜಪ್ರಭುತ್ವ ಹಾಗೂ ಹಳೆಯ ಪ್ರಭುತ್ವ ನಿರಂಕುಶಾಡಳಿತದ ಬೆಂಬಲಿಗನಾಗಿದ್ದನು. ಮುಂದಿನ ಇವನ ನೀತಿಗಳೆಲ್ಲ ಅವುಗಳನ್ನು ಮುಂದುವರಿಸಿಕೊಂಡು ಹೋಗುವಂಥವಾಗಿದ್ದವು. ಈತನು ಫ್ರಾನ್ಸಿನ ಕ್ರಾಂತಿಯ ವಿಷಯದಲ್ಲಿ ಜಿಗುಪ್ಸೆಯನ್ನೊಂದಿದ್ದು ಅದರಿಂದ ವ್ಯಕ್ತವಾದ ಪ್ರಜಾಪ್ರಭುತ್ವದ ತತ್ವಗಳು, ಪ್ರತಿನಿಧಿ ಸಭೆಗಳು, ಸ್ವಾತಂತ್ರ್ಯ, ಸಮಾನತೆ, ಮೂಲಭೂತ ಹಕ್ಕುಗಳು, ಸಂವಿಧಾನ, ರಾಷ್ಟ್ರೀಯತೆ ಮುಂತಾದವನ್ನು ತಿರಸ್ಕಾರದಿಂದ ಕಾಣುತ್ತಿದ್ದನು. ಇವುಗಳನ್ನು ವಿರೋಧಿಸುವುದೇ ಆತನ ಜೀವನ ಪರ್ಯಾಂತರದ ಉದ್ದೇಶವಾಗಿತ್ತು. ಇವನು ವಿದ್ಯಾರ್ಥಿದಿಸೆಯಿಂದಲೂ ಪ್ರಗತಿಪರ ಉದಾರ ತತ್ವಗಳನ್ನು ದ್ವೇಷಿಸುತ್ತಿದ್ದನು. ಫ್ರಾನ್ಸಿನ ಕ್ರಾಂತಿ ಮತ್ತು ಅದರ ತತ್ವಗಳ ಬಗ್ಗೆ ಅವನು "ಅದೊಂದು ರೋಗ ಬೇಗನೆ ಗುಣಪಡಿಸಬೇಕು. ಅದೊಂದು ಜ್ವಾಲಾಮುಖಿ ನಂದಿಸಲೇಬೇಕು. ಅದೊಂದು ದೇಹದ ಕೊಳೆತ ಭಾಗ ಅದನ್ನು ಕಾದ ಕಬ್ಬಿಣದಿಂದ ಸುಡಬೇಕು, ಸಮಾಜ ವ್ಯವಸ್ಥೆಯನ್ನು ನುಂಗಲು ಬಂದಿರುವ ಭಯಂಕರ ಪ್ರಾಣಿಯದೆಂದು ಆತ ಭಾವಿಸಿದ್ದನು". ನಿರಂಕುಶ ರಾಜಪ್ರಭುತ್ವದಲ್ಲಿ ಮತ್ತು ಯಥಾಸ್ಥಿತಿಯನ್ನು ಮುಂದುವರಿಸಿಕೊಂಡು ಹೋಗುವುದೇ ಅವನ ನೀತಿಯ ಮೂಲಮಂತ್ರವಾಗಿತ್ತು. ಅದನ್ನು ಬೆಂಬಲಿಸುವುದಕ್ಕಾಗಿಯೇ ದೇವರು ತನ್ನನ್ನು ತನ್ನ ಸಹಾಯಕನಾಗಿಟ್ಟುಕೊಂಡಿರುವನೆಂಬುದು ಆತನ ಭಾವನೆಯಾಗಿತ್ತು.

ಅರಸ ಒಂದನೇ ಫ್ರಾನ್ಸಿಸ್ ಅಸಮರ್ಥನೂ ಮತ್ತು ಆತನ ಕೈಗೊಂಬೆಯೂ ಆಗಿದ್ದುದರ ಪರಿಣಾಮವಾಗಿ ಆಸ್ಟ್ರಿಯಾದ ಆಡಳಿತದ ಪೂರ್ಣ ಜವಾಬ್ದಾರಿ ಆತನ ಮುಷ್ಠಿಗೆ ಸಿಲುಕಿತ್ತು. ಹೀಗಾಗಿ ಪ್ರಧಾನ ಮಂತ್ರಿಯಾದ ಮೆಟರ್ನಿಕನ ನೀತಿಯೇ ಆಸ್ಟ್ರಿಯಾದ ನೀತಿಯಾಯಿತು. ಆಸ್ಟ್ರಿಯಾ–ಹಂಗೇರಿ ಸಾಮ್ರಾಜ್ಯವು ಅನೇಕ ಜನಾಂಗಗಳು ಮತ್ತು ಭಾಷೆಗಳನ್ನೊಳಗೊಂಡ ವೈವಿಧ್ಯಮಯ ಸಾಮ್ರಾಜ್ಯವಾಗಿತ್ತು. ಆಸ್ಟ್ರಿಯಾದ ಚಕ್ರವರ್ತಿಗೆ ಅಲ್ಲಿನ ಪ್ರಜೆಗಳು ತೋರುತ್ತಿದ್ದ ನಿಷ್ಠೆಯೊಂದೇ ಅದರ ಐಕ್ಯತೆಯ ಸೂತ್ರವಾಗಿತ್ತು. ಇಂತಹ ಸಂಪ್ರದಾಯಬದ್ಧ ಹಳೆ ಆಳ್ವಿಕೆಯ ಪ್ರದೇಶದಲ್ಲಿ ಉದಾರವಾದ, ಪ್ರಜಾಸತ್ತಾತ್ಮಕ ಇಲ್ಲವೇ ರಾಷ್ಟ್ರೀಯತೆಯ ವಿಚಾರಗಳು ಹರಡದಂತೆ ಬಿಗಿಯುತ ಕ್ರಮಗಳನ್ನು ಕೈಗೊಳ್ಳುವುದೇ ಅವನ ಪ್ರತಿಗಾಮಿ ನೀತಿಯ ಮೂಲ ಮಂತ್ರವಾಗಿತ್ತು. "ಸ್ವಾತಂತ್ರ್ಯ, ಸಮಾನತೆ ಸಂವಿಧಾನಗಳು ಸೋಂಕು ರೋಗವೆಂದೂ ಸುಧಾರಣೆಯೆನ್ನುವುದೆಲ್ಲ ಹುಚ್ಚೆಂದು ಕರೆಯುತ್ತಿದ್ದನು. ಪ್ರಜಾಪ್ರಭುತ್ವವು ಹಗಲನ್ನು ರಾತ್ರಿಯನ್ನಾಗಿಸುತ್ತದೆಂದು ಆತ ಹೇಳುತ್ತಿದ್ದ.

ಮೆಟರ್ನಿಕನು ನೆಪೋಲಿಯನ್ನನನ್ನು ಕೆಲವು ಕಾಲ ವಿರೋಧಿಸಲಾಗಲಿಲ್ಲ. ಕಾರಣ ನೆಪೋಲಿಯನ್ನನ ಹೆಂಡತಿ ಮೇರಿ ಲೂಯಿಸ್ ಆಸ್ಟ್ರಿಯಾದ ಫ್ರಾನ್ಸಿಸ್‌ನ ಮಗಳಾಗಿದ್ದು. ಆದರೂ ನೆಪೋಲಿಯನ್ನನಿಂದ ಆದ ಬದಲಾವಣೆಗಳು ಮತ್ತು ಸುಧಾರಣೆಗಳ ಪರಿಣಾಮಗಳು ಯೂರೋಪನ್ನು ಹಾಳುಗೆಡವುದೆಂದು ವಾದಿಸಿ ಯೂರೋಪಿನ ಎಲ್ಲ ರಾಷ್ಟ್ರಗಳನ್ನು ನೆಪೋಲಿಯನ್ನನ ವಿರುದ್ಧ ಎತ್ತಿಕಟ್ಟುವಲ್ಲಿ ಯಶಸ್ವಿಯಾದನು. ಇವನ ಪ್ರಯತ್ನದ ಪರಿಣಾಮವಾಗಿ ನೆಪೋಲಿಯನ್ನನ ಅವನತಿಯು ವಾಟರ್‌ಲೂ ಕಾಳಗದಲ್ಲಿ ಕೊನೆಗೊಂಡಿತು. ನಂತರದ ಕಾಲದಲ್ಲಿ ಮೆಟರ್ನಿಕ್ ಯೂರೋಪಿನ ವ್ಯವಹಾರಗಳಲ್ಲಿ ಪ್ರಬಲ ವ್ಯಕ್ತಿಯಾಗಿ ಮೆರೆದನು. ಮೆಟರ್ನಿಕನ ವಿದೇಶಾಂಗ ನೀತಿಯ ಪ್ರಧಾನ ಅಂಶವೆಂದರೆ ಆಸ್ಟ್ರಿಯಾಕ್ಕೆ ರಕ್ಷಣೆ ಒದಗಿಸುವುದರೊಂದಿಗೆ ಅದರ ಹಿತಾಸಕ್ತಿಗಳನ್ನು ಕಾಪಾಡುವುದಾಗಿತ್ತು. ಆಸ್ಟ್ರಿಯಾದ ನೀತಿಯನ್ನು ಒಪ್ಪುವ ಮತ್ತು ಏಕಾಭಿಪ್ರಾಯವುಳ್ಳ ಐರೋಪ್ಯ ರಾಷ್ಟ್ರಗಳ ಮೈತ್ರಿ ಕೂಟವೊಂದನ್ನು ಏರ್ಪಡಿಸಿ ಆಸ್ಟ್ರಿಯಾಕ್ಕೆ ರಕ್ಷಣೆ ಒದಗಿಸುವುದು.

ಮೆಟರ್ನಿಕ್ ಮತ್ತು ವಿಯನ್ನಾ ಕಾಂಗ್ರೆಸ್

ವಿಯನ್ನಾ ಸಮ್ಮೇಳನ ಮತ್ತು ಅದರ ತೀರ್ಮಾನಗಳು ಮೆಟರ್ನಿಕನ ಪ್ರಯತ್ನದ ಫಲವಾಗಿದ್ದವು. ಸಮ್ಮೇಳನದ ಅಧ್ಯಕ್ಷನಾಗಿದ್ದುಕೊಂಡು ತನ್ನ ಚಾಣಾಕ್ಷತನದಿಂದ ಯೂರೋಪಿನ ನಾಯಕತ್ವವನ್ನು ಫ್ರಾನ್ಸ್‌ನಿಂದ ಆಸ್ಟ್ರಿಯಾಕ್ಕೆ ವರ್ಗಾಯಿಸಲು ತನ್ನೆಲ್ಲ ಶಕ್ತಿಯನ್ನುಪಯೋಗಿಸಿದನು. ವಿಯೆನ್ನಾ ಕಾಂಗ್ರೆಸ್‌ನಲ್ಲಿ ಆಸ್ಟ್ರಿಯಾಕ್ಕೆ ಆದಷ್ಟು ಲಾಭವಾಗುವಂತೆ ಅದರಲ್ಲೂ ಇಟಲಿ

ಮತ್ತು ಜರ್ಮನಿಗಳಲ್ಲಿ ಆಸ್ಟ್ರಿಯಾಕ್ಕೆ ಪ್ರಮುಖ ಸ್ಥಾನ ಮತ್ತು ಪ್ರಭಾವಗಳು ಉಳಿಯುವಂತೆ ನೋಡಿಕೊಂಡನು. ಲೊಂಬಾರ್ಡಿ ಮತ್ತು ವೆನಿಷಿಯಾ ಪ್ರಾಂತಗಳು ಇವನ ಆಸಕ್ತಿಯಿಂದಾಗಿ ಆಸ್ಟ್ರಿಯಾಕ್ಕೆ ದೊರೆತವು. ಈ ಸಮ್ಮೇಳನವು ಅಂಗೀಕರಿಸಿ ತನ್ನ ತೀರ್ಮಾನಗಳಲ್ಲಿ ಆಚರಣೆಗೆ ತಂದ ರಾಜಪ್ರಭುತ್ವಗಳ ಪುನರ್ ಸ್ಥಾಪನೆ, ನ್ಯಾಯಬದ್ಧ ಉತ್ತರಾಧಿಕಾರತ್ವ ಮತ್ತು ಪ್ರತಿಫಲ ತತ್ವಗಳು ಇವನಿಂದ ಪ್ರತಿಪಾದಿತವಾದವುಗಳಾಗಿದ್ದವು. ವಿಯನ್ನಾ ಕಾಂಗ್ರೆಸ್ಸಿನ ಪ್ರಾದೇಶಿಕ ಪುನರ್ ವಿಂಗಡಣೆಯಲ್ಲಿ ಆಸ್ಟ್ರಿಯಾಕ್ಕೆ ಅಧಿಕ ಪಾಲನ್ನು ಕೊಡಿಸಿ ಆಸ್ಟ್ರಿಯಾ ಹಿಂದೆಂದು ಹೊಂದಿಲ್ಲದಷ್ಟು ವಿಶಾಲ ಸಾಮ್ರಾಜ್ಯವನ್ನಾಗಿ ಮಾಡಿದನು. ನೆಪೋಲಿಯನ್ನನಿಂದ ಮತ್ತು ಫ್ರಾನ್ಸ್ ಕ್ರಾಂತಿಯಿಂದಾಗಿ ಯೂರೋಪಿನಲ್ಲಿ ಅಳಿಸಿ ಹೋಗಿದ್ದ ರಾಜಮನೆತನಗಳನ್ನು ಪುನರ್ ಸ್ಥಾಪಿಸಿದನು. ವಿಯೆನ್ನಾ ಕಾಂಗ್ರೆಸ್‌ನಲ್ಲಿ ಕೈಗೊಂಡ ತೀರ್ಮಾನಗಳನ್ನು ಶಾಶ್ವತವಾಗಿ ಆಚರಣೆಗೆ ತರಲು ಪ್ರಷ್ಯಾ, ರಷ್ಯಾ ಮತ್ತು ಇಂಗ್ಲೆಂಡ್‌ಗಳನ್ನೊಳಗೊಂಡ "ಚತುಷ್ಕೂಟ"ವೆಂಬ ಒಪ್ಪಂದವನ್ನು ಜಾರಿಗೆ ತರುವಲ್ಲಿ ನೆರವಾದನು. ಯೂರೋಪಿನಾದ್ಯಂತ ರಾಷ್ಟ್ರೀಯತೆ ಮತ್ತು ಪ್ರಜಾಪ್ರಭುತ್ವದ ತತ್ವಗಳು ಪ್ರಸರಿಸದಂತೆ ತಡೆಹಾಕಲು ವಿಚಾರ ವಿನಿಮಯ, ಸೈನಿಕ ಸಹಕಾರ ಮುಂತಾದ ಅಂಶಗಳನ್ನು ಚರ್ಚಿಸಲು ಮತ್ತು ಅನುಷ್ಠಾನಕ್ಕೆ ತರಲು ಟ್ರೊಪ್ಪಾವು, ಲೈಬಾಕ್ ಮತ್ತು ವೆರೋನಾ ಎಂಬ ಸ್ಥಳಗಳಲ್ಲಿ ಯೂರೋಪಿನ ಮೇಳವನ್ನು ಸಂಘಟಿಸುವಲ್ಲೂ ಇವನ ಪ್ರಯತ್ನ ಪ್ರಮುಖವಾಗಿತ್ತು. ಇವನು ವಿಯೆನ್ನಾ ಸಮ್ಮೇಳನದಲ್ಲಿ ವಹಿಸಿದ ಪ್ರಭಾವವು ಮತ್ತೆ ಎರಡು ದಶಕಗಳ ಕಾಲ ಯೂರೋಪಿನ ರಾಜಕಾರಣದಲ್ಲಿ ಪ್ರಮುಖ ಪಾತ್ರವಹಿಸಿತು.

ಮೆಟರ್ನಿಕನ ಒಳಾಡಳಿತ ನೀತಿ

1809ರಲ್ಲಿ ಆಸ್ಟ್ರಿಯಾದ ಛಾನ್ಸಲರ್ ಆಗಿ ಅಧಿಕಾರ ಸೂತ್ರವಿಡಿದ ಮೆಟರ್ನಿಕನು ಸುಮಾರು ನಾಲ್ಕು ದಶಕಗಳ ಕಾಲ ಆಸ್ಟ್ರಿಯಾದ ಶ್ರೇಷ್ಠತೆಗಾಗಿ ದುಡಿದನು. ಇವನು ತನ್ನ ಒಳಾಡಳಿತದಲ್ಲಿ ಪ್ರತಿಗಾಮಿ ನೀತಿಯನ್ನು ಅನುಸರಿಸಿದನು. ಮೆಟರ್ನಿಕನು ತನ್ನ ಪ್ರತಿಗಾಮಿ ನೀತಿಯನ್ನು ವಿದೇಶಗಳಲ್ಲಿ ಬಳಸುವ ಮೊದಲು ತನ್ನ ದೇಶವಾದ ಆಸ್ಟ್ರಿಯಾದಲ್ಲಿ ಪ್ರಯೋಗಿಸಿ ನೋಡಿದನು. ಮೆಟರ್ನಿಕನು ವಿಶಾಲವಾದ ಆಸ್ಟ್ರಿಯಾ ಸಾಮ್ರಾಜ್ಯದಲ್ಲಿ ಉದಾರವಾದಿ ನೀತಿಗಳು ಮತ್ತು ರಾಷ್ಟ್ರೀಯವಾದ ಹರಡದಂತೆ ತಡೆಯಲು ಪೋಲಿಸ್ ಆಡಳಿತ ಕ್ರಮಗಳನ್ನು ಜಾರಿಗೆ ತಂದನು. ಈತನ ಪೋಲಿಸ್ ಪಡೆ, ಗುಪ್ತಚರ ದಳ, ಮುಕ್ತ ವಿಚಾರಗಳ ನಿಯಂತ್ರಣಕ್ಕಾಗಿ ನೇಮಿತವಾದ ಜಾಗೃತ ದಳಗಳು ಆತನ ಆಡಳಿತ ವ್ಯವಸ್ಥೆಯ ಆಧಾರ ಸ್ತಂಭಗಳಾಗಿದ್ದವು. ಚಲನಚಿತ್ರ, ಸಮಾಚಾರ ಪತ್ರಿಕೆಗಳು ಹಾಗೂ ಗ್ರಂಥಗಳು ಪ್ರಕಟಣೆಯ ಮೊದಲು ನಿಯಂತ್ರಣ ಮಂಡಳಿಯಿಂದ ಅನುಮೋದನೆ ಪಡೆಯಬೇಕಿತ್ತು. ಉದಾರವಾದಿ ವಿಚಾರಗಳನ್ನು ಒಳಗೊಂಡ ವಿದೇಶಿ ಗ್ರಂಥಗಳು, ಪತ್ರಿಕೆಗಳು ದೇಶದೊಳಗೆ ಪ್ರವೇಶಿಸಿ ಜನತೆಯ ವಿಚಾರಗಳನ್ನು ಕೆಡಿಸುತ್ತವೆಂದು ಅವುಗಳು ಪ್ರವೇಶಿಸದಂತೆ ದೇಶದ ಗಡಿಗಳಲ್ಲಿ ಭದ್ರ ಕಾವಲಿಡಲಾಯಿತು. ರಾಜ್ಯಶಾಸ್ತ್ರ ಮತ್ತು ಇತಿಹಾಸ ವಿಷಯಗಳು ತಮ್ಮ ಮಹತ್ವವನ್ನು ಕಳೆದುಕೊಂಡವು. ಸರ್ಕಾರಿ ಕಛೇರಿಗಳು, ನಾಟಕ ಗೃಹಗಳು, ಶಾಲಾ ಕಾಲೇಜುಗಳು ಎಲ್ಲ ಕಡೆಗಳಲ್ಲೂ ಗೂಢಾಚಾರರು ಸೇರಿಕೊಂಡರು.

ಮೆಟರ್ನಿಕನ ಸರ್ಕಾರವು ವಿಶೇಷವಾಗಿ ವಿಶ್ವವಿದ್ಯಾಲಯಗಳು ಸ್ವತಂತ್ರ ವಿಚಾರಗಳನ್ನು ಹುಟ್ಟಿಸುವ ಮೂಲಸ್ಥಳಗಳೆಂದು ಅನುಮಾನಿಸಿ ಅಲ್ಲಿನ ಚಟುವಟಿಕೆಗಳ ಮೇಲೆ ಗೂಢಾಚಾರ ವ್ಯವಸ್ಥೆ ಮಾಡಲಾಗಿತ್ತು. ವಿದ್ಯಾರ್ಥಿಗಳು ಮತ್ತು ಪ್ರಾಧ್ಯಾಪಕರನ್ನು ಹೀನಾಯವಾದ ಕಾನೂನುಗಳಿಗೆ ಒಳಪಡಿಸಲಾಗಿತ್ತು. ಪ್ರಾಧ್ಯಾಪಕರು ಮಾಡುತ್ತಿದ್ದ ಉಪನ್ಯಾಸಗಳನ್ನು ಗೂಢಾಚಾರರು ಕದ್ದು ಕೇಳುತ್ತಿದ್ದರು. ಪ್ರತಿಯೊಬ್ಬ ಪ್ರಾಧ್ಯಾಪಕನು ಗ್ರಂಥಾಲಯಗಳಿಂದ ತೆಗೆದುಕೊಳ್ಳುವ ಪುಸ್ತಕಗಳ ಪಟ್ಟಿಯನ್ನು ಪರಿಶೀಲಿಸಲಾಗುತ್ತಿತ್ತು. ಸರ್ಕಾರವು ನಿರ್ದಿಷ್ಟಪಡಿಸಿದ ಪಠ್ಯಪುಸ್ತಕಗಳನ್ನು ಅಧ್ಯಯನ ಮಾಡಬೇಕಿತ್ತು. ವಿದ್ಯಾರ್ಥಿಗಳು ವಿದೇಶಗಳಲ್ಲಿ ವ್ಯಾಸಂಗ ಮಾಡಲು ಹೋಗುವಂತಿರಲಿಲ್ಲ. ವಿದ್ಯಾರ್ಥಿಗಳ ಸಂಘಗಳನ್ನು ನಿಷೇಧಿಸಲಾಗಿತ್ತು. ಸರ್ಕಾರದ ಅನುಮತಿಯಿಲ್ಲದೆ ಪ್ರಜೆಗಳು ವಿದೇಶಿ ಪ್ರವಾಸ ಕೈಗೊಳ್ಳುವಂತಿರಲಿಲ್ಲ. ಹೀಗೆ ಮೆಟರ್ನಿಕನು ತನ್ನ ಪ್ರತಿಗಾಮಿ ನೀತಿಯ ಯಶಸ್ವಿಗಾಗಿ ಆಸ್ಟ್ರಿಯಾ ಮತ್ತು ಯೂರೋಪಿನ ಸಂಪರ್ಕವನ್ನು ಕಡಿದುಹಾಕಿದನು. ಇದರಿಂದಾಗಿ ಆಸ್ಟ್ರಿಯಾದಲ್ಲಿ ವೈಚಾರಿಕತೆಯು ಸಾವನ್ನಪ್ಪಿತು. ಇವನ ನೀತಿಗೆ ವಿರುದ್ಧವಾದವರನ್ನು ಉಗ್ರ ಶಿಕ್ಷೆಗೊಳಪಡಿಸುವುದರ ಮೂಲಕ ಆಸ್ಟ್ರಿಯಾದಲ್ಲಿ ತನ್ನ ಪ್ರತಿಗಾಮಿ ನೀತಿಯನ್ನು ಭದ್ರವಾಗಿ ಸ್ಥಾಪಿಸಿದನು. ಇದರಿಂದಾಗಿ ಆಸ್ಟ್ರಿಯಾ ಸಾಮ್ರಾಜ್ಯದಲ್ಲಿ ವೈಚಾರಿಕ, ಬೌದ್ಧಿಕ ಹಾಗೂ ಆರ್ಥಿಕ ಪ್ರಗತಿಯುಂಟಾಗಲಿಲ್ಲ. ಒಟ್ಟಾರೆ ಮೆಟರ್ನಿಕನ ಒಳಾಡಳಿತ ನೀತಿಯು ಪ್ರಗತಿಪರ ಮತ್ತು ರಚನಾತ್ಮಕತೆಯಿಂದ ಕೂಡಿರದೆ ತಟಸ್ಥವೂ ಪ್ರಗತಿಹೀನ ನೀತಿಯೂ ಆಗಿತ್ತು. ಮೆಟರ್ನಿಕನು ಉದಾರವಾದಿ ಮತ್ತು ಕ್ರಾಂತಿಕಾರಕ ವಿಚಾರಗಳನ್ನು ಆಸ್ಟ್ರಿಯಾದಿಂದ

ಪ್ರತಿಬಂಧಿಸಲು ಎಷ್ಟೇ ಪ್ರಯತ್ನಿಸಿದರೂ ನಿಧಾನವಾಗಿ ಅವು ಪ್ರವೇಶಿಸುವಲ್ಲಿ ಯಶಸ್ವಿಯಾದವು. ಹಳೆಯ ವ್ಯವಸ್ಥೆಯನ್ನು ಮುಂದುವರಿಸಿಕೊಂಡು ಹೋಗುವ ಮೆಟರ್ನಿಕನ ಪ್ರಯತ್ನಗಳು ತಾತ್ಕಾಲಿಕವಾಗಿ ಯಶಸ್ಸುಗಳಿಸಿದರೂ ನಂತರ ಅದರ ಅವನತಿಯನ್ನು ತಪ್ಪಿಸಲಾಗಲಿಲ್ಲ.

ಯೂರೋಪಿನ ರಾಷ್ಟ್ರಗಳ ಮೇಲೆ ಮೆಟರ್ನಿಕನ ಪ್ರತಿಗಾಮಿ ನೀತಿ

ಮೆಟರ್ನಿಕನು ಆಸ್ಟ್ರಿಯಾದಲ್ಲಿ ಪೋಲಿಸ್ ಆಡಳಿತದ ಮೂಲಕ ಪ್ರತಿಗಾಮಿ ನೀತಿಯನ್ನು ಅಳವಡಿಸುವಲ್ಲಿ ಯಶಸ್ವಿಯಾದ ನಂತರ ತನ್ನ ಪ್ರಜೆಗಳು ಯೂರೋಪಿನ ಇತರ ದೇಶಗಳ ಜನರ ಉದಾರವಾದಿ ವಿಚಾರಗಳಿಂದ ಪ್ರಭಾವಿತರಾಗದಂತೆ ಮಾಡಲು ಆಸ್ಟ್ರಿಯಾದ ಪ್ರಭಾವೀ ವಲಯದ ರಾಷ್ಟ್ರಗಳಾದ ಜರ್ಮನಿ, ಇಟಲಿ, ಫ್ರಾನ್ಸ್, ರಷ್ಯಾ ಮತ್ತು ಸ್ಪೇನ್‌ಗಳಲ್ಲಿ ತನ್ನ ಪತ್ರಿಗಾಮಿ ನೀತಿಯನ್ನು ನೆಲೆಗೊಳಿಸಲು ಆಸ್ಥೆವಹಿಸಿದನು. ಈ ನಿಟ್ಟಿನಲ್ಲಿ ಅವನು ವಹಿಸಿದ ಮುಂಜಾಗರೂಕತೆ ಹಾಗೂ ಶ್ರಮ ವಿಶೇಷವಾಗಿದ್ದಿತು. ಆದರೆ ಯಶಸ್ಸು ಮಾತ್ರ ತಾತ್ಕಾಲಿಕವಾಗಿತ್ತು.

ಮೆಟರ್ನಿಕ್ ಮತ್ತು ಜರ್ಮನಿ

ಮೆಟರ್ನಿಕನ ಪ್ರತಿಗಾಮಿ ನೀತಿಯ ಹೊರೆಯನ್ನು ಪ್ರಥಮವಾಗಿ ಅನುಭವಿಸಿದ ಯೂರೋಪಿನ ರಾಜ್ಯವೆಂದರೆ ಜರ್ಮನಿ. ಜರ್ಮನಿಯು ಹಲವಾರು ರಾಜ್ಯಗಳನ್ನೊಳಗೊಂಡಿದ್ದು ಅನೈಕ್ಯತೆಯಿಂದ ಕೂಡಿತ್ತು. ವಿಯನ್ನಾ ಸಭೆಯಲ್ಲಿ ಮೆಟರ್ನಿಕನು ಪ್ರಾದೇಶಿಕ ಪುನರ್ ವಿಂಗಡನೆಯಲ್ಲಿ ತನ್ನ ಪ್ರತಿಗಾಮಿ ನೀತಿಯ ಆಚರಣೆಗೆ ಅನುಕೂಲವಾಗುವಂತೆ, ಆದರೆ ಜರ್ಮನ್ನರ ಭಾವನೆಗಳನ್ನು ನಿರ್ಲಕ್ಷಿಸಿ 39 ರಾಜ್ಯಗಳ ಒಂದು ಜರ್ಮನ್ ಒಕ್ಕೂಟವನ್ನು ರಚಿಸಿದನು. ಈ ಒಕ್ಕೂಟದ ಕೇಂದ್ರ ಕಾರ್ಯಾಲಯ ಫ್ರಾಂಕ್‌ಫರ್ಟ್‌ನಲ್ಲಿದ್ದು ಆಸ್ಟ್ರಿಯಾದ ಅಧ್ಯಕ್ಷತೆಯಲ್ಲಿ ಸಭೆ ಸೇರಬೇಕಿತ್ತು. ಈ ಒಕ್ಕೂಟದ ಸದಸ್ಯರು ಪ್ರಜಾಪ್ರತಿನಿಧಿಗಳಾಗಿರದೆ ವಿವಿಧ ಅರಸರಿಂದ ನೇಮಿತರಾದ ಪ್ರತಿನಿಧಿಗಳಾಗಿದ್ದರು. ಈ ಪ್ರತಿನಿಧಿಗಳು ತಮ್ಮ ಅರಸರು ನಿರ್ದೇಶಿಸಿದಂತೆ ಮತ ಚಲಾಯಿಸುತ್ತಿದ್ದರು. ಮೆಟರ್ನಿಕನು ಸಣ್ಣ ರಾಷ್ಟ್ರಗಳು ಸ್ವತಂತ್ರವಾಗಿರಲು ಅವಕಾಶ ನೀಡಿ, ಅವುಗಳು ಯುದ್ಧದ ಸಮಯದಲ್ಲಿ ಒಕ್ಕೂಟಕ್ಕೆ ನೆರವು ನೀಡಬೇಕಿತ್ತು. ಆದರೆ ಸಣ್ಣ ರಾಷ್ಟ್ರಗಳು ದೊಡ್ಡ ರಾಷ್ಟ್ರಗಳೊಡನೆ ಸೇರಿಕೊಂಡು ಒಕ್ಕೂಟ ಸ್ಥಾಪಿಸಿಕೊಳ್ಳಲು ಅವಕಾಶ ಕೊಡಲಿಲ್ಲ. ಏಕೆಂದರೆ ಮೆಟರ್ನಿಕನು ಜರ್ಮನ್ ಒಕ್ಕೂಟವು ಯಾವಾಗಲೂ ಅಭದ್ರವಾಗಿರಬೇಕೆಂದು ಬಯಸಿದುದೇ ಆಗಿತ್ತು. ಮೆಟರ್ನಿಕನ ನೇತೃತ್ವದಲ್ಲಿ ಒಕ್ಕೂಟಗೊಂಡ ಜರ್ಮನಿಯ ರಾಜ್ಯಗಳು ಪ್ರಬಲ ಪ್ರಷ್ಯಾವನ್ನು ಮಾತ್ಸರ್ಯದಿಂದ ನೋಡುತ್ತಿದ್ದುದು ಅವುಗಳ ಒಗ್ಗೂಡುವಿಕೆಗೆ ತೊಂದರೆಯಾಗಿ ಮೆಟರ್ನಿಕನು ತನ್ನ ಪ್ರತಿಗಾಮಿ ನೀತಿಯನ್ನು ಅನುಸರಿಸಲು ಸುಲಭವಾಯಿತು. ಜರ್ಮನ್ ಒಕ್ಕೂಟವು ರಾಷ್ಟ್ರೀಯತೆಯ ಬುನಾದಿಯ ಮೇಲೆ ರಚನೆಯಾಗಿರದೆ ಅದೊಂದು ಕೇವಲ ಸ್ವತಂತ್ರ ರಾಷ್ಟ್ರಗಳ ಶಿಥಿಲ ಸಂಘವಾಗಿತ್ತು. ಮೆಟರ್ನಿಕನು ಜರ್ಮನಿಯ ಐಕ್ಯತೆಯನ್ನು "ಅಪ್ರಿಯ ವಸ್ತು" ವೆಂದು ಕರೆದಿದ್ದಾನೆ.

ಮೆಟರ್ನಿಕನ ಅಭಿಪ್ರಾಯದಲ್ಲಿ ಜಗತ್ತಿನ ಸಮಸ್ಯೆಗಳಿಗೆ ದಬ್ಬಾಳಿಕೆಯೊಂದೇ ಯೋಗ್ಯ ಪರಿಹಾರವಾಗಿದ್ದಿತು. 1819ರಲ್ಲಿ ಮೆಟರ್ನಿಕನು ಫ್ರಾಂಕ್‌ಪರ್ಟ್‌ನಲ್ಲಿನ ಜರ್ಮನಿಯ ಒಕ್ಕೂಟದ ಡಯಟ್‌ನಿಂದ ತನ್ನ ಕಾರ್ಲ್ಸ್‌ಬಾದ್ ಕಾನೂನುಗಳು ಅಥವಾ ಕಾರ್ಲ್ಸ್‌ಬಾದ್ ಡಿಕ್ರಿಗಳಿಗೆ ಅಂಗೀಕಾರ ಪಡೆದನು. ಈ ಕಾರ್ಲ್ಸ್‌ಬಾದ್ ಕಾನೂನುಗಳಿಂದಾಗಿ ಸಕಲ ಜರ್ಮನ್ ಒಕ್ಕೂಟವು ಆತನ ಅಧೀನವಾಯಿತು. ಈ ಕಾನೂನುಗಳು ಜರ್ಮನ್ ದೇಶದ ಇತಿಹಾಸದಲ್ಲಿ ಐತಿಹಾಸಿಕ ಮಹತ್ವ ಹೊಂದಿವೆ. ಕಾರ್ಲ್ಸ್‌ಬಾದ್ ಪ್ರಕಟಣೆಯ ಪ್ರಕಾರ ವೃತ್ತ ಪತ್ರಿಕೆಗಳು ತಮ್ಮ ಸ್ವಾತಂತ್ರ್ಯವನ್ನು ಕಳೆದುಕೊಂಡವು. ವಿಶ್ವವಿದ್ಯಾಲಯಗಳು ಮತ್ತು ಅಲ್ಲಿನ ಶಿಕ್ಷಕರು ವಿದ್ಯಾರ್ಥಿಗಳು ಸರ್ಕಾರದ ಕಟ್ಟುನಿಟ್ಟಾದ ಮೇಲ್ವಿಚಾರಣೆಗೆ ಒಳಪಟ್ಟರು. ಮೆಟರ್ನಿಕನ ವಿಚಾರಧಾರೆಗಳನ್ನು ವಿರೋಧಿಸುವ ವ್ಯಕ್ತಿಗಳನ್ನು ಅವರ ಸ್ಥಾನದಿಂದ ಕಿತ್ತುಹಾಕಲಾಯಿತು ಹಾಗೂ ಜರ್ಮನಿಯಲ್ಲಿ ಅಂತಹವರಿಗೆ ಯಾವ ಉದ್ಯೋಗವು ದೊರೆಯದಂತೆ ಮಾಡಲಾಯಿತು. ವಿದ್ಯಾರ್ಥಿ ಸಂಘಗಳನ್ನು ನಿಷೇಧಿಸಲಾಯಿತು. ಒಂದು ವಿಶ್ವವಿದ್ಯಾಲಯದಿಂದ ಹೊರಹಾಕಲ್ಪಟ್ಟ ವಿದ್ಯಾರ್ಥಿಗೆ ಬೇರಾವ ವಿಶ್ವವಿದ್ಯಾಲಯದಲ್ಲೂ ಪ್ರವೇಶಾವಕಾಶವಿರಲಿಲ್ಲ. ಉದಾರವಾದಿ ಭಾವನೆಗಳನ್ನು ಹೊಂದಿರುವವರ ಮೇಲೆ ಗೂಢಚರ್ಯೆ ನಡೆಸಿ ಅವರನ್ನು ವಿಚಾರಣೆಗೊಳಪಡಿಸಿ ಶಿಕ್ಷಿಸುವ ಅಧಿಕಾರಗಳನ್ನು ನೀಡಲಾಗಿತ್ತು. ಕಾರ್ಲ್ಸ್‌ಬಾದ್ ಕಾನೂನುಗಳ ಮತ್ತೊಂದು ಅಪರೋಕ್ಷ ಪರಿಣಾಮವೆಂದರೆ ಜರ್ಮನಿಯ ಐಕ್ಯತೆಗೆ ತೊಡಕಾದುದು. ಹೇಗೆಂದರೆ ಈ ಕಾನೂನಿನ ಪ್ರಕಾರ ಯಾವುದೇ ರಾಜ್ಯ ಹೊಸರಾಜ್ಯಾಂಗವನ್ನು ಜಾರಿಗೆ ತರುವಂತಿರಲಿಲ್ಲ. ಕಾರ್ಲ್ಸ್‌ಬಾದ್ ಕಾನೂನುಗಳ ಮೂಲಕ ಮೆಟರ್ನಿಕನು ಜರ್ಮನಿಯ ರಾಜ್ಯಗಳ ಮೇಲೆ ಸಂಪೂರ್ಣ ಹಿಡಿತವನ್ನು ಸಾಧಿಸಿದನು. ಈ ಹಿಡಿತದಿಂದಾಗಿ ಜರ್ಮನಿ ನಿರಂಕುಶ, ಬರ್ಬರ ದಬ್ಬಾಳಿಕೆಯನ್ನು ಅನುಭವಿಸಬೇಕಾಯಿತು.

ಮೆಟರ್ನಿಕ್ ಮತ್ತು ಇಟಲಿ

ಜರ್ಮನಿಯಂತೆ ಇಟಲಿಯು ಸಹ ಹಲವು ರಾಜ್ಯಗಳು ಮತ್ತು ರಾಜರುಗಳಿಂದ ಕೂಡಿದುದಾಗಿತ್ತು. ವಿಯೆನ್ನಾ ಕಾಂಗ್ರೆಸ್‌ನಲ್ಲಿ ಮೆಟರ್ನಿಕನು ತನ್ನ ಪ್ರಭಾವವನ್ನು ಬೀರಿ ಇಟಲಿಯ ಅನೇಕ ರಾಜ್ಯಗಳಲ್ಲಿ ತನ್ನ ಪ್ರಭಾವವನ್ನು ಹೊಂದಿದ್ದನು. ಇಟಲಿಯ ರಾಜ್ಯಗಳಾದ ಫಾರ್ಮಾ, ಮೊಡೆನ, ಟಸ್ಕನಿಗಳಲ್ಲಿ ಆಸ್ಟ್ರಿಯಾದ ಹ್ಯಾಪ್ಸ್‌ಬರ್ಗ್ ಮನೆತನದ ರಾಜಕುಮಾರರನ್ನು ಸಿಂಹಾಸನದ ಮೇಲೆ ಕುಳ್ಳಿರಿಸಲಾಯಿತು. ಇಟಲಿಯ ಮತ್ತೆರಡು ರಾಜ್ಯಗಳಾದ ಲೊಂಬಾರ್ಡಿ ಮತ್ತು ವೆನಿಸ್‌ಗಳು ಆಸ್ಟ್ರಿಯಾದ ನೇರ ಆಳ್ವಿಕೆಗೆ ಒಳಪಟ್ಟವು. ಜಿನೋವಾವನ್ನು ಪೀಡ್‌ಮಾಂಟಿನ ಅಧೀನಕ್ಕೆ ನೀಡಲಾಗಿತ್ತು. ಹೀಗೆ ಇಟಲಿಯ ರಾಜ್ಯಗಳ ಪುನರ್ ವಿಂಗಡಣೆಯಿಂದ ರಾಜ್ಯಗಳು ಸ್ವಾವಲಂಬಿಯಾಗಲೂ ಅವಶ್ಯವಾದಷ್ಟು ದೊಡ್ಡವುಗಳಾಗಲಿಲ್ಲ. ಪರಿಣಾಮವಾಗಿ ಇಟಲಿಯು ಸುಮಾರು ಐವತ್ತು ವರ್ಷಗಳ ಕಾಲ ವಿದೇಶಿ ಶಕ್ತಿಗಳ ಕೈಗೊಂಬೆಯಾಗಿದ್ದು ಅದರಲ್ಲೂ ಆಸ್ಟ್ರಿಯಾವನ್ನು ಸಂಪೂರ್ಣವಾಗಿ ಅವಲಂಭಿಸಿತ್ತು. ಹೀಗೆ ಉತ್ತರ ಮತ್ತು ದಕ್ಷಿಣ ಇಟಲಿಯ ಮೇಲೆ ಆಸ್ಟ್ರಿಯಾ ತನ್ನ ಪ್ರಭುತ್ವ ಸಂಪಾದಿಸಿತ್ತು.

ನೆಪೋಲಿಯನ್ನನು ಜಾರಿಗೆ ತಂದಿದ್ದ ಅನೇಕ ಸುಧಾರಣೆಗಳು, ಕಾನೂನುಗಳು ಮತ್ತು ಪ್ರಜಾಸತ್ತಾತ್ಮಕ ಸಂಸ್ಥೆಗಳನ್ನು ಮೆಟರ್ನಿಕನ ಪ್ರತಿಗಾಮಿ ನೀತಿಯಿಂದಾಗಿ ತೆಗೆದುಹಾಕಲಾಯಿತು. ಮೆಟರ್ನಿಕನು ಇಟಲಿಯಲ್ಲೂ ಉದಾರವಾದಿ ತತ್ವಗಳು ಹರಡದಂತೆ ಅನೇಕ ಕ್ರಮಗಳನ್ನು ತೆಗೆದುಕೊಂಡನು. ಇಟಲಿಯ ಅನೇಕ ರಾಜ್ಯಗಳು ಆಸ್ಟ್ರಿಯಾದ ಪ್ರಭಾವದಲ್ಲಿದ್ದುದರಿಂದ ರಾಷ್ಟ್ರೀಯ ಚಳುವಳಿಗಳನ್ನು ಮತ್ತು ಸುಧಾರಣೆಗಳನ್ನು ದಮನ ಮಾಡಲು ಮೆಟರ್ನಿಕನಿಗೆ ಅವಕಾಶ ದೊರೆಯಿತು. 1820-21ರಲ್ಲಿ ನೇಪಲ್ಸ್ ಮತ್ತು ಪೀಡ್ಮಾಂಟ್‌ಗಳಲ್ಲಿ ಸೈನಿಕ ಕ್ರಾಂತಿ ಸಂಭವಿಸಿ ಅರಸನಿಂದ ರಾಜ್ಯಾಂಗ ಸುಧಾರಣೆ ಆಗುವ ಭರವಸೆ ಪಡೆಯಲಾಯಿತು. ಆದರೆ ಮೆಟರ್ನಿಕನು ತಕ್ಷಣಕ್ಕೆ ಆಸ್ಟ್ರಿಯಾದ ಸೈನ್ಯವನ್ನು ಕಳುಹಿಸಿ ಉದಾರವಾದಿಗಳನ್ನು ಅತ್ಯಂತ ಕ್ರೂರವಾಗಿ ದಮನ ಮಾಡಿದನು. 1831ರಲ್ಲೂ ಮತ್ತೊಮ್ಮೆ ಇಟಲಿಯಲ್ಲಿ ಕ್ರಾಂತಿಯಾಗಿ ರಾಜಪ್ರಭುತ್ವವನ್ನು ಕೊನೆಗಾಣಿಸಿ ಹೊಸ ರಾಜ್ಯಾಂಗಗಳನ್ನು ಚಳವಳಿಗಾರರು ಜಾರಿಗೆ ತಂದರು. ಆದರೆ ಮೆಟರ್ನಿಕನು ಮತ್ತೊಮ್ಮೆ ಸೈನ್ಯದ ಸಹಾಯದಿಂದ ಕ್ರಾಂತಿಯನ್ನು ಹತ್ತಿಕ್ಕಿ ರಾಜಪ್ರಭುತ್ವವನ್ನು ಪುನರ್ ಸ್ಥಾಪಿಸಿದನು. ಹೀಗೆ ಮೆಟರ್ನಿಕನು ಇಟಲಿಯಲ್ಲೂ ತನ್ನ ಪ್ರತಿಗಾಮಿ ನೀತಿಯನ್ನು ಕೆಲವು ವರ್ಷ ಮುಂದುವರಿಸಿದನು. ಆದರೂ ಇಟಾಲಿಯನ್ನರಲ್ಲಿ ಮೊಳೆತಿದ್ದ ರಾಷ್ಟ್ರೀಯತೆಯು ಕಾರ್ಬೋನರಿ ಮುಂತಾದ ಸಂಘಗಳ ಮೂಲಕ ಪ್ರಸರಿಸಿ ಮೆಟರ್ನಿಕನ ಪತನದ ನಂತರ ಅವನ ಪತ್ರಿಗಾಮಿ ನೀತಿಯು ಮರೆಯಾಗುವಂತಾಯಿತು.

ಮೆಟರ್ನಿಕ್ ಮತ್ತು ಸ್ಪೇನ್

ನೆಪೋಲಿಯನ್ನನ ಸೋಲಿಗೆ ಸ್ಪೇನ್ ಸ್ವಾತಂತ್ರ್ಯ ಹೋರಾಟಗಾರರ ಅಂಶವು ಪ್ರಮುಖವಾಗಿತ್ತೆಂಬುದನ್ನು ಹಿಂದೆ ತಿಳಿದುಕೊಂಡಿದ್ದೇವೆ. ಆಗ ನೆಪೋಲಿಯನ್ನನು ಸ್ಪೇನ್‌ನ ಉತ್ತರಾಧಿಕಾರಿಯಾಗಿದ್ದ ಏಳನೇ ಫರ್ಡಿನಾಂಡ್‌ನನ್ನು ಸೆರೆಯಲ್ಲಿಟ್ಟಿದ್ದನು. ಸ್ಪೇನಿನ ಜನತೆ ರಾಜನ ಅನುಪಸ್ಥಿತಿಯಲ್ಲಿ ನೆಪೋಲಿಯನ್ನನ ವಿರುದ್ಧ ಹೋರಾಡಿ 1812ರಲ್ಲಿ ಉದಾರವಾದಿ ಸಂವಿಧಾನವೊಂದನ್ನು ರಚಿಸಿಕೊಂಡಿದ್ದರು. ವಿಯನ್ನಾ ಸಭೆಯು ನ್ಯಾಯಬದ್ಧ, ತತ್ವದ ಪ್ರಕಾರ ಏಳನೇ ಫರ್ಡಿನಾಂಡನನ್ನು ಸ್ಪೇನಿನ ರಾಜನನ್ನಾಗಿ ಮಾಡಿತು. ಹೀಗೆ ವಿಯನ್ನಾ ಸಭೆಯು ಸ್ಪೇನಿನ ಜನತೆಯ 1812ರ ಸಂವಿಧಾನವು ಪ್ರಜಾಪ್ರಭುತ್ವ ತತ್ವವನ್ನು ಎತ್ತಿ ಹಿಡಿದಿದ್ದರೂ ಅದನ್ನು ಕಡೆಗಣಿಸಿತು. ಫರ್ಡಿನಾಂಡನು ಸಿಂಹಾಸನವೇರಿದ ಮೇಲೆ 1812ರ ಸಂವಿಧಾನವನ್ನು ಹತ್ತಿಕ್ಕಿ ದಬ್ಬಾಳಿಕೆಯಿಂದ ಕೂಡಿದ ಆಡಳಿತ ನಡೆಸಲಾರಂಭಿಸಿದನು. ವೃತ್ತಪತ್ರಿಕೆಗಳ ಮೇಲೆ ನಿಯಂತ್ರಣ, ವಿಚಾರವಾದಿ ಪುಸ್ತಕಗಳು, ಸಂವಿಧಾನ ಪತ್ರಿಕೆಗಳನ್ನು ಕಂಡಲ್ಲಿ ಸುಡಲಾಯಿತು. ಸಾವಿರಾರು ರಾಜಕೀಯ ಬಂಧಿಗಳನ್ನು ಅಮಾನುಷವಾಗಿ ಶಿಕ್ಷಿಸಲಾಯಿತು. ಇವುಗಳಗೆ ವಿರುದ್ಧವಾಗಿ 1820ರಲ್ಲಿ ಸೈನಿಕ ಕ್ರಾಂತಿಯೊಂದು ನಡೆದು 1812ರ ಸಂವಿಧಾನವನ್ನು ಜಾರಿಗೆ ತಂದು ಅದಕ್ಕನುಗುಣವಾಗಿ ರಾಜ್ಯವಾಳುವ ವಚನ ಕೊಡಬೇಕೆಂದು ರಾಜನ ಮೇಲೆ ಒತ್ತಡ ತಂದಿತು. ಸ್ಪೇನಿನಲ್ಲಾದ ದಂಗೆಯ ಪರಿಣಾಮಗಳು ತಮ್ಮ ದೇಶಕ್ಕೂ ಪಸರಿಸಬಹುದೆಂಬ ಮುಂದಾಲೋಚನೆಯಿಂದ 1822ರಲ್ಲಿ ವೆರೋನಾದಲ್ಲಿ ಯೂರೋಪಿನ ಮೇಳದ ಸಭೆಯು ಮೆಟರ್ನಿಕನ ಅಣತಿಯಂತೆ ನಡೆಯಿತು. ವೆರೋನಾ ಕಾಂಗ್ರೆಸ್‌ನ ಸಭೆಯು ಸ್ಪೇನ್‌ನಲ್ಲಿನ ಕ್ರಾಂತಿಯನ್ನು ದಮನಗೊಳಿಸಲು ಫ್ರಾನ್ಸ್‌ಗೆ ವಹಿಸಿಕೊಟ್ಟಿತು. ಕ್ರಾಂತಿಯನ್ನು ಬಹುಬೇಗ ಹತ್ತಿಕ್ಕಿದ ಫ್ರಾನ್ಸ್ ಹೋರದೂಡಲ್ಪಟ್ಟಿದ್ದ ಫರ್ಡಿನಾಂಡನನ್ನು ಮತ್ತೆ ಸ್ಪೇನ್‌ನ ರಾಜನನ್ನಾಗಿ ಮಾಡಿತು. ಹೀಗೆ ಸ್ಪೇನ್‌ನಲ್ಲೂ ಕ್ರಾಂತಿಕಾರಕ ವಿಚಾರಗಳು ಹರಡದಂತೆ ಮಾಡಲು ಮೆಟರ್ನಿಕ್‌ನ ಪ್ರತಿಗಾಮಿ ನೀತಿ ಕಾರ್ಯನಿರ್ವಹಿಸಿತು.

ಮೆಟರ್ನಿಕನು ತನ್ನ ಪ್ರತಿಗಾಮಿ ನೀತಿಯನ್ನು ಜಾರಿಗೆ ತರುವುದರ ಮೂಲಕ ಯೂರೋಪಿನಾದ್ಯಂತ ವ್ಯವಸ್ಥಿತವಾಗಿ ಉದಾರವಾದಿ ಮತ್ತು ರಾಷ್ಟ್ರೀಯ ಚಳುವಳಿಗಳನ್ನು ದಮನಗೊಳಿಸಿದನು. 1821ರಲ್ಲಿ ಗ್ರೀಕರು ಟರ್ಕಿಯ ವಿರುದ್ಧ ಸ್ವಾತಂತ್ರ್ಯ ಹೋರಾಟದಲ್ಲಿ ತೊಡಗಿ ಧರ್ಮದ ಆಧಾರದ ಮೇಲೆ ಕ್ರಿಶ್ಚಿಯನ್ ರಾಷ್ಟ್ರಗಳು ಮುಸ್ಲಿಂ ರಾಜ್ಯವಾದ ಟರ್ಕಿಯ ವಿರುದ್ಧ ಸಹಾಯ ನೀಡಬೇಕೆಂದು ಕೇಳಿಕೊಂಡವು. ಕ್ರಿಶ್ಚಿಯನ್ ಧರ್ಮದ ತನ್ನ ಗ್ರೀಕ್ ಸಹೋದರರಿಗೆ ಬೆಂಬಲ ನೀಡಲು ರಷ್ಯಾ ಮುಂದಾವಿಸಿತು. ಆದರೆ ಯೂರೋಪಿನಲ್ಲಿ ಶಾಂತಿ ಕಾಪಾಡಬೇಕು ಮತ್ತು ಸ್ವಾತಂತ್ರ್ಯ ಹೋರಾಟಗಳಿಗೆ ಸಹಾಯ ನೀಡಬಾರದೆಂಬ ಮೆಟರ್ನಿಕನ ಹೇಳಿಕೆಯನ್ನು ತಿರಸ್ಕರಿಸಿ ಫ್ರಾನ್ಸ್ ಮತ್ತು ರಷ್ಯಾಗಳು ಗ್ರೀಕರಿಗೆ ಸೈನಿಕ ಸಹಾಯ ನೀಡಿದವು. ಈ ವಿಫಲತೆಗೆ ಕಾರಣ ಆಸ್ಟ್ರಿಯಾ, ರಷ್ಯಾ ಮತ್ತು ಫ್ರಾನ್ಸ್‌ಗಳು ಬಾಲ್ಕನ್ ಪ್ರದೇಶದಲ್ಲಿ ಪ್ರಾಬಲ್ಯ ಹೊಂದಬೇಕೆಂಬ ಆಸೆಯೇ ಆಗಿತ್ತು.

ಹೀಗೆ ಮೆಟರ್ನಿಕನು ಯೂರೋಪಿನ ಯಾವ ಭಾಗದಲ್ಲೇ ಆಗಲಿ ತಲೆ ಎತ್ತಿದ ರಾಷ್ಟ್ರೀಯತೆ ಮತ್ತು ಉದಾರವಾದಿ ತತ್ವಗಳನ್ನು ಹತ್ತಿಕ್ಕಲು ಚಾಣಾಕ್ಷತನದಿಂದ ಸ್ಥಾಪಿಸಿದ್ದ ಪವಿತ್ರ ಮೈತ್ರಿಕೂಟ ಮತ್ತು ಚತುಷ್ಕೂಟಗಳ ರಾಷ್ಟ್ರಗಳನ್ನು ಸಮಯ ಸಮಯಕ್ಕೆ ಬಳಸಿಕೊಂಡುದು ಅವನ ರಾಜನೀತಿಯ ಶ್ರೇಷ್ಠತೆಯನ್ನು ಎತ್ತಿ ತೋರುತ್ತದೆ.

ಮೆಟರ್ನಿಕನ ಪತನ

1789ರ ಫ್ರಾನ್ಸ್‌ನ ಮಹಾಕ್ರಾಂತಿಯ ತತ್ವಗಳು ಯೂರೋಪಿನಾದ್ಯಂತ ಹಬ್ಬಿದ್ದರೂ ಅವುಗಳನ್ನು ಮೆಟರ್ನಿಕನು ತನ್ನ ಪ್ರತಿಗಾಮಿ ನೀತಿಯಿಂದ ಧಮನಗೊಳಿಸಿದನು. ಆದರೆ 1830ರಲ್ಲಿ ಮತ್ತೊಂದು ಕ್ರಾಂತಿ ಫ್ರಾನ್ಸ್‌ನಲ್ಲಿ ನಡೆದು ಬೋರ್ಬನ್ ವಂಶವನ್ನು ಕೊನೆಗೊಳಿಸಿ ಗಣರಾಜ್ಯ ಸ್ಥಾಪಿತವಾಯಿತು. ಬೆಲ್ಜಿಯಂ ಹಾಲೆಂಡಿನಿಂದ ಪ್ರತ್ಯೇಕವಾಯಿತು. ಈ ಘಟನೆಗಳಲ್ಲಿ ಮೆಟರ್ನಿಕನ ನೀತಿ ವಿಫಲಗೊಂಡಿತು. 1848ರಲ್ಲಿ ಫ್ರಾನ್ಸಿನಲ್ಲಿ ನಡೆದ ಕ್ರಾಂತಿಯು ಇಡೀ ಯೂರೋಪನ್ನೇ ಆವರಿಸಿ ಅನೇಕ ರಾಜ್ಯಗಳಲ್ಲಿ ಕ್ರಾಂತಿಗಳು ಸಂಭವಿಸಲು ಕಾರಣವಾಯಿತು. ಈ ಕ್ರಾಂತಿಯ ಪ್ರಭಾವದಿಂದಾಗಿ ಹಂಗೇರಿಯಲ್ಲಿ ಲೂಯಿಸ್ ಕೊಸ್ಸುತ್ ಎಂಬುವವನ ನೇತೃತ್ವದಲ್ಲಿ ಮೆಟರ್ನಿಕನ ಪ್ರತಿಗಾಮಿ ನೀತಿಯನ್ನು ಪ್ರತಿಭಟಿಸಿ ಕ್ರಾಂತಿ ನಡೆಸಿದರು. ಇದರ ಪರಿಣಾಮವಾಗಿ ಇಟಲಿ, ಜರ್ಮನಿಗಳಲ್ಲೂ ದಂಗೆಗಳು ಸಂಭವಿಸಿದವು. ಲೂಯಿಸ್ ಕೊಸ್ಸುತ್‌ನ ಭಾಷಣಗಳಿಂದ ಉತ್ತೇಜಿತರಾದ ಕ್ರಾಂತಿಕಾರರು ಆಸ್ಟ್ರಿಯಾದ ರಾಜಧಾನಿಯಾದ ವಿಯನ್ನಾದಲ್ಲಿ ದಂಗೆಯೆದ್ದರು. ಕ್ರಾಂತಿಕಾರಿಗಳನ್ನು ದಮನಗೊಳಿಸಲು ಸೇನೆಯು ವಿಫಲವಾಯಿತು. ವಿಯನ್ನಾದಲ್ಲಿ ಪಾರ್ಲಿಮೆಂಟ್ ಭವನಕ್ಕೆ ಮುತ್ತಿಗೆ ಹಾಕಿದ ಕ್ರಾಂತಿಕಾರರು ಮೆಟರ್ನಿಕನ ವಿರುದ್ಧ ಘೋಷಣೆಗಳನ್ನು ಕೂಗಿ ಅವನ ಪದಚ್ಯುತಿಗೆ ಒತ್ತಾಯಿಸಿದರು. ಪ್ರತಿಕೂಲ ಪರಿಸ್ಥಿತಿಯ ಕಾವನ್ನರಿತ ಮೆಟರ್ನಿಕ್ ಛಾನ್ಸಲರ್ ಪದವಿಗೆ ರಾಜೀನಾಮೆ ನೀಡಿ ರಕ್ಷಣೆಗಾಗಿ ಇಂಗ್ಲೆಂಡಿಗೆ ಓಡಿಹೋದನು. ಇಂಗ್ಲೆಂಡಿನಲ್ಲಿ ಆಶ್ರಯ ಪಡೆದ ಮೆಟರ್ನಿಕ್ 1859ರಲ್ಲಿ ನಿಧನನಾದನು.

* * * * *

ಅಧ್ಯಾಯ – 14

1830 ಮತ್ತು 1848ರ ಫ್ರಾನ್ಸ್‌ನ ಕ್ರಾಂತಿಗಳು

ಫ್ರಾನ್ಸ್‌ನಲ್ಲಿ ಉದಾರವಾದಿಗಳು ಮತ್ತು ಪ್ರತಿಗಾಮಿಗಳ ನಡುವೆ ನಡೆದ ಕ್ರಾಂತಿಯಲ್ಲಿ 1830 ಮತ್ತು 1848ರ ಕ್ರಾಂತಿಗಳು ಅತ್ಯಂತ ಪ್ರಮುಖವಾದವು. 1789ರಲ್ಲಿ ಬಹುದೊಡ್ಡ ಕ್ರಾಂತಿಯನ್ನು ಕಂಡ ಫ್ರಾನ್ಸ್ ಅತಿಸ್ವಲ್ಪ ಕಾಲದಲ್ಲೇ ಮತ್ತೊಮ್ಮೆ ಇವೆರಡೂ ಕ್ರಾಂತಿಗಳನ್ನು ಅನುಭವಿಸಬೇಕಾಯಿತು. 1789ರ ಕ್ರಾಂತಿಯಲ್ಲಿ ನೆಪೋಲಿಯನ್ ಫ್ರಾನ್ಸಿನ ಜನರಲ್ಲಿ ಬಿತ್ತಿದ್ದ ರಾಷ್ಟ್ರೀಯ ಮನೋಭಾವವು ನಿರಂಕುಶ ಪ್ರಭುತ್ವದ ತಳಪಾಯವನ್ನೇ ಅಲುಗಾಡಿಸಿತು. ಇದರಿಂದಾಗಿ ಫ್ರಾನ್ಸಿನ ಮೂಲೆ ಮೂಲೆಯಲ್ಲೂ ಉದಾರ ಮತ್ತು ಪ್ರಗತಿಪರ ರಾಜ್ಯಾಂಗಕ್ಕಾಗಿ ಒತ್ತಾಯ ಆರಂಭವಾಯಿತು. ಈ ಪ್ರಕ್ಷುಬ್ಧ ಪರಿಸ್ಥಿತಿಯಲ್ಲಿ ವಿಯನ್ನಾದಲ್ಲಿ ಸಭೆ ಸೇರಿದ ಪ್ರಗತಿ ವಿರೋಧಿ ನಾಯಕರು ಪ್ರಗತಿ ವಿರೋಧಿ ಕಾರ್ಯದಲ್ಲೇ ತೊಡಗಿದರು. ಈ ಉದಾರ ರಾಜ್ಯಾಂಗಕ್ಕಾಗಿ ನಡೆಯುತ್ತಿದ್ದ ಚಳವಳಿಯನ್ನು (ಕ್ರಾಂತಿಯನ್ನು) ಬುಡಸಮೇತ ಕಿತ್ತುಹಾಕಲು ಪ್ರತಿಗಾಮಿ ನಾಯಕನಾದ ಮೆಟರ್ನಿಕ್ ಕ್ರಮಕೈಗೊಂಡನು. ಆದರೆ ಅದರಲ್ಲಿ ಅವನು ಸಂಪೂರ್ಣವಾಗಿ ಯಶಸ್ಸನ್ನು ಕಾಣಲಿಲ್ಲ.

ಹದಿನೆಂಟನೇ ಲೂಯಿ (1815–1824)

ಫ್ರಾನ್ಸ್‌ನಲ್ಲಿ ನೆಪೋಲಿಯನ್‌ನನ್ನು ಸೋಲಿಸಿದ ಮಿತ್ರರಾಷ್ಟ್ರಗಳು ಮತ್ತೊಮ್ಮೆ ಬೋರ್ಬನ್ ಅರಸು ಮನೆತನವನ್ನೇ ರಾಜಪ್ರಭುತ್ವದಲ್ಲಿ ಕೂರಿಸಿದವು. ರಾಜನಾದ 18ನೇ ಲೂಯಿಯು ಬುದ್ಧಿವಂತನಾಗಿ ಉದಾರ ವಿಚಾರಗಳನ್ನು ಹೊಂದಿದ್ದನು. ರಾಜಪ್ರಭುತ್ವವು ಸಂವಿಧಾನಬದ್ಧವಾಗಿರಬೇಕು ಹಾಗೂ ಜನತೆಯ ಆಶೋತ್ತರಗಳಿಗೆ ಸ್ಪಂದಿಸುವ ಮನೋಭಾವವುಳ್ಳವನಾಗಿದ್ದು ಕ್ರಾಂತಿಯ ಸಮಯದಲ್ಲಿ ಹುಟ್ಟಿಕೊಂಡಿದ್ದ ಹೊಸ ಸಂಸ್ಥೆ ಮತ್ತು ಸುಧಾರಣೆಗಳನ್ನು ಕಾಪಾಡಿಕೊಂಡು ಹೋಗಲೇಬೇಕು ಇಲ್ಲವಾದರೆ ರಾಜಪ್ರಭುತ್ವಕ್ಕೆ ಅಸ್ತಿತ್ವವಿಲ್ಲವೆಂದು 18ನೇ ಲೂಯಿ ತಿಳಿದಿದ್ದನು. ಇಷ್ಟೆಲ್ಲಾ ಇದ್ದರೂ 18ನೇ ಲೂಯಿ ಸ್ವಲ್ಪ ಸೋಮಾರಿ. ಮಾತಿಗೆ ತಕ್ಕಂತೆ ಕೆಲಸವಿರಲಿಲ್ಲ. ಈ ದುರ್ಬಲತೆಯು ಅವನ ಮಂತ್ರಿಗಳ ಬೆಳವಣಿಗೆಗೆ ಕಾರಣವಾಯಿತು. ಇದನ್ನು ಮನಗಂಡ ಮಂತ್ರಿಗಳು ಸೈನ್ಯದಲ್ಲಿ ಸೈನಿಕರ ಸಂಖ್ಯೆಯನ್ನು ಕಡಿಮೆ ಮಾಡಿ ಪತ್ರಿಕೆಗಳ ಮೇಲೆ ಹಲವಾರು ನಿರ್ಬಂಧಗಳನ್ನು ಏರಿದರು. ರಾಷ್ಟ್ರಧ್ವಜವನ್ನು ಅಳಿಸಿ ಮಾರ್ಷಲ್‌ನೇ ಎಂಬುವವನನ್ನು ಗುಂಡಿಕ್ಕಿಕೊಂದು ಜನರ ಆಕ್ರೋಶವನ್ನು ಹೆಚ್ಚಿಸಿದರು. ಇಷ್ಟೆಲ್ಲದರ ಮಧ್ಯೆ 18ನೇ ಲೂಯಿಯು 1814ರಲ್ಲಿ ಫ್ರಾನ್ಸಿಗೆ ಹೊಸ ಸಂವಿಧಾನವನ್ನು ದಯಪಾಲಿಸಿ ತಾನು ಸಂವಿಧಾನಬದ್ಧವಾಗಿ ಆಡಳಿತ ನಡೆಸುವುದಾಗಿ ಭರವಸೆಯಿತ್ತನು.

18ನೇ ಲೂಯಿಯ ಹೊಸ ಸಂವಿಧಾನಾತ್ಮಕ ಸನ್ನದು

18ನೇ ಲೂಯಿ ದಯಪಾಲಿಸಿದ ಸಂವಿಧಾನತ್ಮಕ ಸನ್ನದು ಮಹತ್ವದ ಅಂಶಗಳನ್ನು ಒಳಗೊಂಡಿತ್ತು. ಈ ಸಂವಿಧಾನಾತ್ಮಕ ಸನ್ನದು ಎರಡು ಸದನಗಳನ್ನೊಳಗೊಂಡ ಪಾರ್ಲಿಮೆಂಟನ್ನು ಸ್ಥಾಪಿಸಿತು. ಅವುಗಳಲ್ಲಿ ಒಂದು ಶ್ರೀಮಂತ ಸಭೆ (House of Peers) ಈ ಸಭೆಯ ಸದಸ್ಯರನ್ನು ಅವರ ಜೀವಿತ ಕಾಲಾವಧಿಯವರೆಗೆ ನೇಮಿಸಲಾಗುತ್ತಿತ್ತು. ಇನ್ನೊಂದು ಪ್ರತಿನಿಧಿಮಂಡಳಿ (Chamber of Deputies) ಈ ಸಭೆಯ ಸದಸ್ಯರನ್ನು 5 ವರ್ಷಗಳ ಕಾಲಾವಧಿಗೆ ಚುನಾಯಿಸಲಾಗುತ್ತಿದ್ದಿತು, ಫ್ರಾನ್ಸಿನ 29,000,000 ಜನಸಂಖ್ಯೆಯಲ್ಲಿ ಕೇವಲ 100,000 ಜನರಿಗೆ ಮಾತ್ರ ಮತಚಲಾವಣೆಯ ಅಧಿಕಾರವಿದ್ದಿತು. ಮತ್ತು ಕೇವಲ 12,000 ಜನರು ಮಾತ್ರ ಪ್ರತಿನಿಧಿಯಾಗಲು ಅರ್ಹರಾಗಿದ್ದರು. ಸಂವಿಧಾನದಲ್ಲಿ ಉದಾರವಾದ ಮತ್ತು ಸಮಾನತೆಯನ್ನು ನೀಡಿದ್ದರೂ ಆಡಳಿತದಲ್ಲಿ ಭಾಗವಹಿಸಲು ಸ್ವಲ್ಪವೇ ಜನರಿಗೆ ಮಾತ್ರ ಅವಕಾಶವಿದ್ದಿತು. ಫ್ರಾನ್ಸ್‌ನ ರಾಜಕೀಯದಲ್ಲಿ ಇನ್ನೂ ವಿಶೇಷ ಹಕ್ಕು ಬಾಧ್ಯತೆಗಳಿದ್ದವು. 18ನೇ ಲೂಯಿಯ ರಾಜಪ್ರಭುತ್ವದ ಪುನರ್ ಪ್ರತಿಷ್ಠಾಪನೆಯಿಂದ ಫ್ರಾನ್ಸಿನ ಜನತೆಯ ಸ್ವಾತಂತ್ರ್ಯ ಮತ್ತು ಹಕ್ಕುಗಳನ್ನು ರಕ್ಷಿಸುವ ಉದ್ದೇಶದಿಂದ ಈ ಸಂವಿಧಾನವನ್ನು ರೂಪಿಸಲಾಗಿದ್ದಿತು. ಸಂವಿಧಾನದಲ್ಲಿ ಹಲವಾರು ಉದಾರವಾದ ಅಂಶಗಳನ್ನು ಅಳವಡಿಸಲಾಗಿತ್ತು. ಫ್ರಾನ್ಸ್‌ನಲ್ಲಿ ಸೈನಿಕ ಹುದ್ದೆ ಮತ್ತು ಆಡಳಿತಾತ್ಮಕ ಹುದ್ದೆಗಳಿಗೆ ಸರ್ವರೂ ಸಮಾನ ಅರ್ಹರು, ಫ್ರಾನ್ಸಿನಲ್ಲಿ ಕ್ರಾಂತಿಯ ಹಿಂದೆ ಇದ್ದ ಆಡಳಿತವರ್ಗದ ಏಕಸ್ವಾಮ್ಯವನ್ನು ಕೊನೆಗೊಳಿಸಿ ಸರ್ವರಿಗೂ ಸಾರ್ವಜನಿಕ ಸೇವಾವಕಾಶವನ್ನು ಒದಗಿಸಿಕೊಡಲಾಯಿತು. ಶಾಸನವಿರೋಧಿ ಬಂಧನವನ್ನು ಕೊನೆಗೊಳಿಸಲಾಯಿತು. ವೃತ್ತಪತ್ರಿಕೆಗಳ ಮೇಲೆ ಏರಿದ್ದ ನಿರ್ಬಂಧವನ್ನು ತೆಗೆದುಹಾಕಿ ಸ್ವಾತಂತ್ರ್ಯ ನೀಡಿ ಕ್ಯಾಥೋಲಿಕ್ ಧರ್ಮವನ್ನು ರಾಷ್ಟ್ರೀಯ ಧರ್ಮವೆಂದು ಸಾರಲಾಯಿತಲ್ಲದೇ ಎಲ್ಲಾ ಮತ, ಧರ್ಮಗಳಿಗೂ ಸಂಪೂರ್ಣ ಧಾರ್ಮಿಕ ಸ್ವಾತಂತ್ರ್ಯವನ್ನೂ ನೀಡಲಾಯಿತು. ಧಾರ್ಮಿಕ ಮುಖಂಡರಿಂದ, ಧಾರ್ಮಿಕ ಸಂಸ್ಥೆಗಳಿಂದ ಹಾಗೂ ಶ್ರೀಮಂತ ಸರದಾರರಿಂದ ವಶಪಡಿಸಿಕೊಳ್ಳಲಾದ ಭೂಮಿಯನ್ನು ಖರೀದಿಸಿದವರಿಗೆ ಅವರ ಹಕ್ಕಗಳನ್ನು ಮಾನ್ಯ ಮಾಡಲಾಯಿತು. ಇವು ಸಂವಿಧಾನದ

ವಿಶೇಷ ಕೊಡುಗೆಗಳಾಗಿದ್ದವು. ಹದಿನೆಂಟನೇ ಲೂಯಿ ದಯಪಾಲಿಸಿದ ಈ ಸನ್ನದು ಕ್ರಾಂತಿಯು ಮೂಡಿಸಿದ್ದ ಆಶೋತ್ತರಗಳನ್ನೆಲ್ಲ ಪೂರೈಸದಿದ್ದರೂ ಅದು ಉದಾರವಾಗಿತ್ತೆಂದು ಹೇಳಬಹುದು.

ವಿಭಿನ್ನ ಸೈದ್ಧಾಂತಿಕ ಪಕ್ಷಗಳು

18ನೇ ಲೂಯಿಯು ಕ್ರೌರ್ಯಭ್ರಾಂತಿಯಿಲ್ಲದ ಯಾವುದೇ ಸೇಡಿನ ಮನೋಭಾವನೆಯಿಲ್ಲದೆ ಶಾಂತಿಯುತವಾದ ಆಡಳಿತ ನಡೆಸಬೇಕೆಂದು ಬಯಸಿದನು. ಆದರೆ ಇವನ ಕಾಲದಲ್ಲಿದ್ದ ಹಲವಾರು ರಾಜಕೀಯ, ಸೈದ್ಧಾಂತಿಕ ಪಕ್ಷಗಳು ಇವನನ್ನೇ ಇಕ್ಕಟ್ಟಿಗೆ ಸಿಲುಕಿಸಿದವು. ಅವುಗಳಲ್ಲಿ ಬೋನಾಪಾರ್ಟಿಸ್ಟರು ಪ್ರಮುಖರು. ಈ ವರ್ಗವು ನೆಪೋಲಿಯನ್‌ನ ಕಾಲದಲ್ಲಿದ್ದ ವೈಭವವನ್ನು ಮತ್ತೆ ಫ್ರಾನ್ಸ್‌ನಲ್ಲಿ ತರಬೇಕೆಂದು ಬಯಸಿದರು. ರಿಪಬ್ಲಿಕನ್‌ರು ಬೊರ್ಬನ್ ಮನೆತನವನ್ನು ಮತ್ತೆ ಫ್ರಾನ್ಸ್‌ನಲ್ಲಿ ಪ್ರತಿಷ್ಠಾಪಿಸಿದ್ದರಿಂದ ಅತೃಪ್ತರಾಗಿದ್ದರು, ತೀವ್ರ ರಾಜಪ್ರಭುತ್ವವಾದಿಗಳು (Ultra Royalist) ಅರಸೊತ್ತಿಗೆಯ ವಿಚಾರದಲ್ಲಿ ತಮಗೆ ಅರಸನಿಗಿಂತಲೂ ಹೆಚ್ಚು ಗೌರವ ಭಾವನೆ ಇದೆ ಎಂದು ಬಗೆದು ಇವರು ಬೋನಾಪಾರ್ಟಿಸ್ಟರ ಮತ್ತು ಗಣರಾಜ್ಯವಾದಿಗಳ ಕಡು ದ್ವೇಷಿಗಳಾಗಿದ್ದರು. ಕ್ರಾಂತಿಯನ್ನು ದರೋಡೆ, ಲೂಟಿ, ಧರ್ಮದ್ರೋಹ ಹಾಗೂ ಸಂಪೂರ್ಣ ಅನ್ಯಾಯವೆಂದು ಭಾವಿಸಿದ್ದರು. ಹೊಸ ಸಂವಿಧಾನವು 18ನೇ ಲೂಯಿಗೆ ತೀವ್ರವಾದ ತೊಂದರೆಯನ್ನು ತರುವುದಲ್ಲದೆ ಅದು ಕ್ರಾಂತಿಯನ್ನು ಸಹ ತೀವ್ರಗೊಳಿಸುತ್ತದೆಂದು ತೀವ್ರ ರಾಜಪ್ರಭುತ್ವ ವಾದಿಗಳು ಟೀಕಿಸಿದರು. ಹೊಸ ಸಂವಿಧಾನದಲ್ಲಿರುವ ಹಲವಾರು ಉದಾರವಾದಿ ಅಂಶಗಳನ್ನು ರದ್ದುಪಡಿಸಬೇಕೆಂದು ಅವರು ಬಯಸಿದರು.

ಫ್ರಾನ್ಸಿನ ಕ್ರಾಂತಿಯ ಸಮಯದಲ್ಲಿ ವಲಸೆ ಹೋಗಿದ್ದು ನಂತರ ಮರಳಿ ಬಂದಿದ್ದ ಶ್ರೀಮಂತ ಫ್ರೆಂಚ್ ವಲಸೆಗಾರರು ಮತ್ತು ಕ್ರೈಸ್ತ ಧರ್ಮಾಧಿಕಾರಿಗಳು ಮತ್ತೆ ಫ್ರಾನ್ಸ್‌ನಲ್ಲಿ ಹಳೆಯ ವ್ಯವಸ್ಥೆಯನ್ನು ಸ್ಥಾಪಿಸಬೇಕೆಂದು ಕಾತುರರಾಗಿದ್ದರು. ಬುದ್ಧಿವಂತನಾದ 18ನೇ ಲೂಯಿ ಈ ಉಗ್ರಗಾಮಿಗಳ ನೀತಿಯನ್ನು ಪರಿಗಣಿಸದೆ ಮಂದಗಾಮಿ ರಾಜಪಕ್ಷದವರ ಬೆಂಬಲ ಪಡೆದು ರಾಜ್ಯಭಾರ ನಡೆಸುತ್ತಿದ್ದನು 18ನೇ ಲೂಯಿಯು ಬಹುಸಂಖ್ಯಾತ ಉದಾರವಾದಿಗಳ ಬೆಂಬಲದಿಂದ 1820ರ ವರೆಗೂ ಸಂಸತ್ತನ್ನು ತನ್ನ ನಿಯಂತ್ರಣದಲ್ಲಿಟ್ಟುಕೊಂಡಿದ್ದನು. ಆದರೆ ಪ್ರತಿಗಾಮಿಗಳು ಅದನ್ನೇ ಮುರಿಯಲು ಸಾಕಷ್ಟು ಪ್ರಯತ್ನ ಮಾಡಿದರು. ಪ್ರತಿನಿಧಿ ಮಂಡಳಿಗೆ ಕೆಲವು ಕ್ರಾಂತಿಕಾರಿಗಳು ಚುನಾಯಿತರಾದರು. ಸಿಂಹಾಸನಕ್ಕೆ ಉತ್ತರಾಧಿಕಾರಿಯಾಗಲಿದ್ದ ಬೆರಿಯ ರಾಜಕುಮಾರನ ಕೊಲೆ (1820) ಕ್ರಾಂತಿಕಾರಿಗಳಿಗೆ ಒಳ್ಳೆಯ ಅವಕಾಶವನ್ನು ಕಲ್ಪಿಸಿತು. ಸಂಸತ್ತಿನ ಹಲವಾರು ಸದಸ್ಯರು ಈ ಕೊಲೆಯಿಂದ ಭಯಗ್ರಸ್ಥರಾದರು. ತನ್ನ ಆಳ್ವಿಕೆಯ ಕೊನೆಯ ವರ್ಷಗಳಲ್ಲಿ 18ನೇ ಲೂಯಿಯು ಮೊದಲಿನಷ್ಟು ಉದಾರವಾಗಿರಲಿಲ್ಲ. 1823ರಲ್ಲಿ ಸ್ಪೈನ್‌ನಲ್ಲಿ ನಡೆದ ದಂಗೆಯನ್ನು ಅಡಗಿಸಿದುದು ಹದಿನೆಂಟನೇ ಲೂಯಿಯ ಕೀರ್ತಿಗೆ ಧಕ್ಕೆಯನ್ನು ತಂದಿತು. 1824ರಲ್ಲಿ ಹದಿನೆಂಟನೇ ಲೂಯಿಯು ಮರಣಹೊಂದಿದನು. ಆತನ ತರುವಾಯ ಕೌಂಟ್ ಆಫ್ ಆರ್ಟ್ವಾ ಎಂಬುವವನು ಹತ್ತನೆಯ ಚಾರ್ಲ್ಸ್ ಎಂಬ ಹೆಸರಿನಿಂದ ಫ್ರಾನ್ಸ್‌ನ ಸಿಂಹಾಸನವನ್ನೇರಿದನು.

ಹತ್ತನೇ ಚಾರ್ಲ್ಸ್‌ನ ಆಡಳಿತ ಮತ್ತು ವಿಲ್ಲೇಲೆಯ ಕ್ರಾಂತಿಕಾರಿ ಶಾಸನಗಳು

ಹತ್ತನೇ ಚಾರ್ಲ್ಸ್‌ನು ಹಿಂದಿನ ದೊರೆಯಂತೆ ಸಂಸದೀಯ ಸಂಸ್ಥೆಗಳಿಗೆ ಅನುಗುಣವಾಗಿ ಆಳ್ವಿಕೆ ನಡೆಸುವುದಾಗಿ ಘೋಷಿಸಿ ಸಿಂಹಾಸನಕ್ಕೆ ಬಂದನು. ಅತ್ಯಲ್ಪ ಸಮಯದಲ್ಲೇ ಜನರ ಪ್ರೀತಿ ವಿಶ್ವಾಸಗಳನ್ನು ಕಳೆದುಕೊಂಡು ಫ್ರಾನ್ಸಿನ ಜನತೆಯ ದ್ವೇಷಕ್ಕೆ ತುತ್ತಾದನು. 18ನೇ ಲೂಯಿ ದಯಪಾಲಿಸಿದ್ದ ಹಲವಾರು ಉದಾರವಾದಿ ಕೊಡುಗೆಗಳನ್ನು ಸುಧಾರಿಸುವಲ್ಲಿ ಇವನು ಯಶಸ್ಸನ್ನು ಸಾಧಿಸಲಿಲ್ಲ. ಫ್ರಾನ್ಸಿನಲ್ಲಿ ವರ್ಗ ವೈಷಮ್ಯ ಮತ್ತು ನಿರಂಕುಶ ಪ್ರಭುತ್ವವನ್ನು ಮತ್ತೆ ತರಲು ಯತ್ನಿಸಿದನು.

ಅರಸನ ಒತ್ತಾಯದಿಂದ ಮಾನ್ಯತೆ ಪಡೆದ ಶಾಸನಗಳು ಹಿಂದುಳಿದ ರಾಜಕೀಯ ಮತ್ತು ಸಾಮಾಜಿಕ ವಿಚಾರಗಳ ಮೇಲೆ ಬೆಳಕನ್ನು ಚೆಲ್ಲಿದವು. 1789ರ ಮಹಾಕ್ರಾಂತಿಯಲ್ಲಿ ನೊಬೆಲರ ಆಸ್ತಿಯನ್ನು ಬಲತ್ಕಾರವಾಗಿ ಕಿತ್ತುಕೊಳ್ಳಲಾಗಿತ್ತು. ಇದರಿಂದ ಹಲವಾರು ನೊಬೆಲರು ವಲಸೆ ಹೋಗಿದ್ದರು, ನೊಬೆಲರು ಮತ್ತು ಕ್ರೈಸ್ತ ಪಾದ್ರಿಗಳ ಪರಮ ಮಿತ್ರನಾದ ಹತ್ತನೇ ಚಾರ್ಲ್ಸ್ ನೊಬೆಲರಿಗೆ ಹಲವಾರು ಸವಲತ್ತುಗಳನ್ನು ನೀಡಿದನು. ಕ್ರಾಂತಿಯ ಕಾಲದಲ್ಲಿ ಸರದಾರರಿಂದ ಕಿತ್ತುಕೊಂಡು ಮಾರಲ್ಪಟ್ಟ ಭೂಮಿಗೆ ಪ್ರತಿಯಾಗಿ ಸರದಾರರಿಗೆ ಪರಿಹಾರ ರೂಪದಲ್ಲಿ ನೀಡಲು ಒಂದು ಲಕ್ಷ ಬಿಲಿಯನ್ ಫ್ರಾಂಕ್‌ಗಳನ್ನು ಕೊಡಲಾಯಿತಲ್ಲದೆ ಅವರಿಗೆ ವಿಶೇಷ ಹಕ್ಕುಗಳನ್ನು ನೀಡಲಾಯಿತು. ಫ್ರಾನ್ಸ್‌ನಲ್ಲಿ ಸಾರ್ವಜನಿಕ ಸಾಲದ ಮೇಲೆ ಬಡ್ಡಿಯ ದರವನ್ನು ಕಡಿಮೆಗೊಳಿಸಲಾಯಿತು. ಇದು ಶೇ. 5ರಿಂದ ಶೇ. 4ಕ್ಕೆ ಇಳಿಯಿತು. ಇದರಿಂದ ವರ್ಷಕ್ಕೆ 28 ಮಿಲಿಯನ್ ಫ್ರಾಂಕ್‌ಗಳನ್ನು ಉಳಿತಾಯ ಮಾಡಿದಂತಾಯಿತು. ಆದರೆ ಯಾವುದೇ ರೀತಿಯ ತೆರಿಗೆಯನ್ನೂ ಸಹಾ ಹೆಚ್ಚಿಸಲಿಲ್ಲ. ಈ ಕ್ರಮದಿಂದ ಬಂಡವಾಳಶಾಹಿಗಳು ಮತ್ತು ಮಧ್ಯಮವರ್ಗದವರು ತಮ್ಮ ವಾರ್ಷಿಕ ಆದಾಯದಲ್ಲಿ $^1/_5$ ಭಾಗವನ್ನು ಕಳೆದುಕೊಳ್ಳಬೇಕಾಯಿತು. ಆದ್ದರಿಂದ ಈ ವರ್ಗದವರು ವಿಲ್ಲೇಲೆಯನ್ನು ರಾಜೀನಾಮೆ ನೀಡುವಂತೆ ಒತ್ತಾಯಿಸಿದರು.

ಚರ್ಚುಗಳು ಮೊದಲಿನ ಸ್ಥಿತಿಯನ್ನು ಅನುಭವಿಸುವಂತಾಯಿತು. ಮಧ್ಯಯುಗದ ಕ್ಯಾಥೋಲಿಕ್ ಧರ್ಮದ ಪುನರ್ ಪ್ರತಿಷ್ಠಾಪನೆಗೆ ಅವಕಾಶ ನೀಡಲಾಯಿತು. ಕ್ರೈಸ್ತಪಾದ್ರಿಗಳ ಪರಮಮಿತ್ರನಾದ 10ನೇ ಚಾರ್ಲ್ಸ್ ಚರ್ಚ್ ಅಥವಾ ಕ್ಯಾಥೊಲಿಕ್ ಧರ್ಮದ ಬಗ್ಗೆ "ಸರ್ಕಾರವು ಪಾದ್ರಿಗಳಿಂದ, ಪಾದ್ರಿಗಳ ಮೂಲಕ, ಪಾದ್ರಿಗಳಿಗಾಗಿ" ಎಂದು ಹೇಳಿದ್ದನು. ಚಾರ್ಲ್ಸ್‌ನ ಕಾಲದಲ್ಲಿ ಚರ್ಚ್ ವಿದ್ಯಾಭ್ಯಾಸ, ವಿವಾಹ, ಜನನ ಮತ್ತು ಮರಣ ನೋಂದಾವಣೆಯ ಪ್ರಭುತ್ವವನ್ನು ಸಾಧಿಸಿತು. ಸ್ತ್ರೀಯರ ಮೇಲೆ ಧಾರ್ಮಿಕ ಸಂಪ್ರದಾಯಗಳನ್ನು ಪುನರ್ ಹೇರಲಾಯಿತು.

ವಿಲ್ಲೇಲೆ ಮಂತ್ರಿ ಮಂಡಲವು ಮೊಟ್ಟಮೊದಲನೆಯದಾಗಿ ಪತ್ರಿಕಾ ಕಾಯಿದೆಯನ್ನು ಜಾರಿಗೊಳಿಸಿತು. ಯಾವುದೇ ವೃತ್ತ ಪತ್ರಿಕೆಯನ್ನು ರಾಜಪ್ರಭುತ್ವದ ಅಥವಾ ರಾಜನ ಅನುಮತಿ ಇಲ್ಲದೇ ಪ್ರಕಟಿಸಬಾರದು ಮತ್ತು ವೃತ್ತಪತ್ರಿಕೆಗಳ ಪರಿವಿಡಿಯ ಮೇಲೆ ಸರ್ಕಾರ ನಿರ್ಬಂಧವನ್ನು ಏರಿತು. ಯಾವುದೇ ಬರಹಗಾರರು ತಮ್ಮ ಯಾವುದೇ ಪತ್ರಿಕೆಯಲ್ಲಿ ಅಥವಾ ಲೇಖನದಲ್ಲಿ ಧರ್ಮವನ್ನು ಕೀಳಾಗಿ ಇಲ್ಲವೇ ಯಾವುದೇ ವರ್ಗದ ಜನರನ್ನು ಕೀಳಾಗಿ, ಯಾವುದೇ ರಾಜ್ಯವನ್ನು ಕೀಳಾಗಿ ಅಥವಾ ದ್ವೇಷ ಮನೋಭಾವನೆಯನ್ನು ವ್ಯಕ್ತಪಡಿಸಿದಲ್ಲಿ ಅಂತಹ ಲೇಖಕರಿಗೆ ದಂಡವಿಧಿಸಲಾಗಿತ್ತು ಇಲ್ಲವೆ 7 ವರ್ಷಗಳ ಕಾಲ ಸೆರೆಮನೆಗೆ ನೂಕಲಾಗುತ್ತಿತ್ತು.

ವಿಲ್ಲೇಲೆಯ ಅಪಕೀರ್ತಿಯು ಹೆಚ್ಚುತ್ತಾ ಹೋಯಿತು. ಈ ಅಪಕೀರ್ತಿಯನ್ನು ತಿಳಿದ ವಿಲ್ಲೇಲೆ ತನ್ನ ತಪ್ಪುಗಳನ್ನು ಪುನರ್‌ವಿಮರ್ಶೆ ಮಾಡಿಕೊಳ್ಳಲು ಹೊರಟನು. ಈ ಸಮಯದಲ್ಲಿ ಅವನು ನ್ಯಾಷನಲ್‌ಗಾರ್ಡ್‌ನ್ನು ವಿಸರ್ಜಿಸಿದನು. ಇದು ಅವನ ಅಪಕೀರ್ತಿಯನ್ನು ಮತ್ತಷ್ಟು ಹೆಚ್ಚಿಸಿತು. ನ್ಯಾಷನಲ್‌ಗಾರ್ಡ್ "ಜಸ್ಯೂಟರಿಗೆ ಧಿಕ್ಕಾರ, ಮತ್ತು ಮಂತ್ರಿಮಂಡಲಕ್ಕೆ ಧಿಕ್ಕಾರ" ಎಂಬ ಘೋಷಣೆಯನ್ನು ಕೂಗಿತು. ಈ ಎಲ್ಲಾ ಘಟನೆಯು ವಿಲ್ಲೇಲೆಯನ್ನು ರಾಜಿನಾಮೆ ಕೊಡುವಂತೆ ಒತ್ತಾಯಿಸಿತು. ಆದರಿಂದ ಜನವರಿ 5, 1828ರಲ್ಲಿ ವಿಲ್ಲೇಲೆ ರಾಜೀನಾಮೆಯನ್ನು ನೀಡಿದನು. ಈತನ ನಂತರ ಮಾರ್ಟಿಗ್ನಾಕ್ 1829ರಲ್ಲಿ ಪ್ರಧಾನ ಮಂತ್ರಿಯಾದನು.

ತೀವ್ರಗಾಮಿ ರಾಜಪಕ್ಷದವನಾದ ಪ್ರಿನ್ಸ್ ಡಿ ಪೊಲಿಗ್ನಾಕ್ 10ನೇ ಚಾರ್ಲ್ಸ್‌ಗಿಂತಲೂ ಪ್ರತಿಗಾಮಿಯಾಗಿದ್ದನು. ಈತನು ಯಾವ ಉದ್ದೇಶವನ್ನು ಹೊಂದಿದ್ದನೆಂಬುದು ಪ್ರಧಾನಮಂತ್ರಿಯಾಗಿ ಅಧಿಕಾರವಹಿಸಿಕೊಳ್ಳುವಾಗ ಹೊರಡಿಸಿದ ಕೆಳಕಂಡ ಮಾತುಗಳಿಂದ ತಿಳಿದುಬರುತ್ತದೆ. "ಸಮಾಜವನ್ನು ಪುನರ್ ಸಂಘಟಿಸುವುದು, ಪಾದ್ರಿವರ್ಗವನ್ನು ಹಿಂದಿನ ಘನತೆ, ಗೌರವಕ್ಕೆ ಏರಿಸುವುದು, ಪ್ರಬಲವಾದ ಮತ್ತು ಅತ್ಯಂತ ಶಕ್ತಿಶಾಲಿಯಾದ ಶ್ರೀಮಂತವರ್ಗವನ್ನು ರಚಿಸಿ ಅದಕ್ಕೆ ವಿಶೇಷ ಹಕ್ಕು ಮತ್ತು ಸವಲತ್ತುಗಳನ್ನು ಒದಗಿಸುವುದು" ಈತನ ಉದ್ದೇಶಗಳಾಗಿದ್ದವು.

ಎ.ಜೆ.ಗ್ರಾಂಟ್ ಮತ್ತು ಹೆಚ್. ಟೆಂಪರ್‌ಲೇರವರು ಪೊಲಿಗ್ನಾಕನನ್ನು ಈ ರೀತಿ ವಿವರಿಸಿದ್ದಾರೆ "ಅವನು ಆಕ್ರಮಣಶೀಲವಾದ ಸ್ವದೇಶ ಪ್ರೇಮ ಹೊಂದಿದ್ದು ಕೆಟ್ಟದ್ದಾಗಿತ್ತು; ಅತಿಯಾಗಿ ಪಾದ್ರಿಗಳ ಕೆಲಸದಲ್ಲಿ ತಲ್ಲೀನನಾದದ್ದು ಇನ್ನೂ ಕೆಟ್ಟದ್ದಾಗಿತ್ತು ಮತ್ತೆ ಶಾಸಕಾಂಗದ ಶತ್ರುವಾದದ್ದು ವಿಧಿಯ ಲೀಲೆಯೇ ಆಗಿತ್ತು" ಎಂದು ತಿಳಿಸಿದ್ದಾರೆ.

ಪೊಲಿಗ್ನಾಕನು ಸರ್ಕಾರದ ಹಲವಾರು ತತ್ವಗಳನ್ನು ಮತ್ತು ಕಾನೂನುಗಳನ್ನು ಉಲ್ಲಂಘಿಸಿದನು. ಈ ಬಿಕ್ಕಟ್ಟು ಅತಿ ಶೀಘ್ರದಲ್ಲೇ ಕ್ರಾಂತಿಯ ರೂಪದಲ್ಲಿ ಹೊರಹೊಮ್ಮಿತು. 1830ರ ಮಾರ್ಚ್ 18ರಂದು ಜರುಗಿದ ಶಾಸಕಾಂಗ ಚುನಾವಣೆಯಲ್ಲಿ 221 ಶಾಸಕರ ಪೈಕಿ 181 ಶಾಸಕರ ಮತಗಳನ್ನು ಪಡೆದನು. ಆದರೆ 10ನೇ ಚಾರ್ಲ್ಸ್ ಈ ಅಪಕೀರ್ತಿಯ ಸರ್ಕಾರವನ್ನು ಮತ್ತು ಛೇಂಬರ್ ಆಫ್ ಡೆಪ್ಯೂಟಿಸ್ ಅನ್ನು ವಿಸರ್ಜಿಸಿದನು.

ಜುಲೈ ತಿಂಗಳ ಸುಗ್ರಿವಾಜ್ಞೆಗಳು

10ನೇ ಚಾರ್ಲ್ಸ್ ತನ್ನ ಎಲ್ಲಾ ಯತ್ನಗಳು ವಿಫಲವಾದಾಗ ದಬ್ಬಾಳಿಕೆಯನ್ನು ಅವಲಂಬಿಸುವ ನಿರ್ಧಾರಕ್ಕೆ ಬಂದನು. ಇದನ್ನು ಮನಗಂಡ 10ನೇ ಚಾರ್ಲ್ಸ್ ಜುಲೈ 26, 1830ರಂದು ಸುಗ್ರಿವಾಜ್ಞೆ ಜಾರಿಗೊಳಿಸಿದನು. ಅದರ ಪ್ರಮುಖ ಅಂಶಗಳೆಂದರೆ:

1) ಪತ್ರಿಕಾ ಸ್ವಾತಂತ್ರ್ಯವನ್ನು ರದ್ದುಗೊಳಿಸಿ ಅವುಗಳ ಮೇಲೆ ನಿರ್ಬಂಧ ಹೇರಲಾಯಿತು.
2) ಹೊಸದಾಗಿ ಅಸ್ತಿತ್ವಕ್ಕೆ ಬಂದಿದ್ದ ಛೇಂಬರ್ ಆಫ್ ಡೆಪ್ಯೂಟಿಸ್ ಅನ್ನು ವಿಸರ್ಜಿಸಲಾಯಿತು.
3) ಛೇಂಬರ್ ಆಫ್ ಡೆಪ್ಯೂಟೀಸ್ ಅವಧಿಯನ್ನು ಏಳು ವರ್ಷಗಳಿಂದ ಐದು ವರ್ಷಕ್ಕೆ ಇಳಿಸಲಾಯಿತು.
4) ಚುನಾವಣಾ ಪದ್ಧತಿಯನ್ನು ಮಾರ್ಪಡಿಸಲಾಯಿತು.
5) ಮತದಾರರ ಸಂಖ್ಯೆಯನ್ನು 1,00,000 ದಿಂದ 25,000ಕ್ಕಿಳಿಸಿ ಹೊಸ ಚುನಾವಣೆಯನ್ನು ನಡೆಸುವಂತೆ ಆದೇಶ ಹೊರಡಿಸಿದನು.

ಈ ಆಜ್ಞೆಗಳು ಅರಸನೇ ಶ್ರೇಷ್ಠ ಶಾಸನಕರ್ತನೆಂಬುದನ್ನು ತಿಳಿಸುತ್ತಿದ್ದವು. ಈ ಆಜ್ಞೆಗಳನ್ನು ಗೌರವಿಸಿ ಅನುಷ್ಠಾನಕ್ಕೆ ತಂದುದಾದರೆ ರಾಜನ ಅನುಗ್ರಹದಿಂದಾಗಿ ಜನತೆ ಸ್ವಾತಂತ್ರ್ಯವನ್ನು ಅನುಭವಿಸುತ್ತಿದ್ದರು. ಒಂದುವೇಳೆ ಈ ಆಜ್ಞೆಗಳನ್ನು ಪ್ರತಿಭಟಿಸದಿದ್ದರೆ ಸರ್ಕಾರ 14ನೇ ಲೂಯಿಯ ನಿರಂಕುಶ ಪ್ರಭುತ್ವಕ್ಕೆ ಪರಿವರ್ತಿತವಾಗುತ್ತಿತ್ತು.

1830 ಜುಲೈ ಕ್ರಾಂತಿ

ಪ್ಯಾರಿಸ್ ಜನತೆಗೆ ಈ ಆಜ್ಞೆಗಳ ಮಹತ್ವ ತಿಳಿದಾಗ ಅವರು ತೀವ್ರವಾದ ಹೋರಾಟಕ್ಕೆ ಇಳಿದರು. ಜನತೆಯು ಫ್ರಾನ್ಸಿನ ಬೀದಿಯಲ್ಲಿ ತಮ್ಮ ಪ್ರತಿಭಟನೆಯನ್ನು ಕೂಗುತ್ತಾ ಬೀದಿ ಬೀದಿಗಳಲ್ಲಿ ಮೆರವಣಿಗೆ ನಡೆಸಿದರು. ಈ ಕ್ರಾಂತಿಕಾರಿ ಜನರಲ್ಲಿ ನಿವೃತ್ತ ಸೇನಾನಾಯಕರು, ಗಣರಾಜ್ಯವಾದಿಗಳು ಹಾಗೂ ಕೂಲಿಕಾರ್ಮಿಕರು ಪ್ರಮುಖವಾಗಿದ್ದರು. ಇವರೆಲ್ಲರೂ ಬೋರ್ಬನ್ ದೊರೆಗಳ ದಬ್ಬಾಳಿಕೆಯನ್ನು ಧಿಕ್ಕರಿಸಿ ರಾಜಪ್ರಭುತ್ವದ ಶ್ವೇತಧ್ವಜಕ್ಕಿಂತಲೂ ತ್ರಿವರ್ಣ ಧ್ವಜವೇ ಅವರಿಗೆ ರಾಷ್ಟ್ರೀಯ ಸಂಕೇತವಾಗಿದ್ದಿತು. ಈ ದಂಗೆಯೆದ್ದ ಜನರು ಸುಮಾರು 10,000ದಷ್ಟು ಇದ್ದು ಹಲವಾರು ಅಡೆತಡೆಗಳನ್ನು ಒಡ್ಡಿದರು. ಕ್ರಾಂತಿಯನ್ನು ಹತ್ತಿಕ್ಕಲು ಸರ್ಕಾರಿ ಪಡೆಗಳು ಸುತ್ತಲು ಚದುರಿದವು. ಜನರು ಶಸ್ತ್ರಾಸ್ತ್ರಗಳನ್ನು ದೋರಕಿಸಿಕೊಂಡರು. ತಮ್ಮ ಮನೆಯಲ್ಲಿ ಸಿಕ್ಕ ಸಿಕ್ಕ ವಸ್ತುಗಳನ್ನು ಬೀದಿಯಲ್ಲಿ ಎಸೆದು ದಾರಿಯನ್ನು ಅಡ್ಡಗಟ್ಟಿದರು. ದೊಡ್ಡ ದೊಡ್ಡ ಕಲ್ಲುಗಳನ್ನು ದಾರಿಯಲ್ಲಿ ಹಾಕಿ ಮತ್ತು ದೊಡ್ಡ ದೊಡ್ಡ ಪಿಪಾಯಿಗಳು, ಪೆಟ್ಟಿಗೆಗಳು, ಪೀಠೋಪಕರಣಗಳು ಹಾಗೂ ಮರಗಳನ್ನು ಹಾಕಿ ಸಂಚಾರಕ್ಕೆ ತೊಂದರೆಗೊಳಿಸಿದರು. ಇಂತಹ ಅಡೆತಡೆಯನ್ನು ದಾಟುವುದಕ್ಕೆ ಸೈನಿಕರಿಂದ ಸಾಧ್ಯವಾಗುತ್ತಿರಲಿಲ್ಲ. ಒಂದು ಅಡೆತಡೆಯನ್ನು ನುಗ್ಗಿ ಮುನ್ನಡೆದರೆ ಹಿಂದೆಯೇ ಅದನ್ನು ಮುಚ್ಚಲಾಗುತ್ತಿತ್ತು. ಇದರಿಂದ ಸೈನಿಕರಿಗೆ ತಂಬಾ ತೊಂದರೆಯಾಯಿತು. ಬೀದಿ ಬೀದಿಗಳಲ್ಲಿ ಕ್ರಾಂತಿಕಾರಿಗಳು "ಮಂತ್ರಿಮಂಡಲಕ್ಕೆ ಧಿಕ್ಕಾರ, ಸಂವಿಧಾನ ಚಿರಾಯುವಾಗಲಿ" ಎಂದು ಘೋಷಣೆಯನ್ನು ಕೂಗುತ್ತಾ ಮುನ್ನಡೆದರು. ಈ ಭೀಕರ ಹೋರಾಟದಲ್ಲಿ ರಾಜನ ಸೈನ್ಯವು ಘಾಸಿಗೊಂಡಿತು. ಈ ಕ್ರಾಂತಿಯು ಜುಲೈ ತಿಂಗಳ 28-30 ಮತ್ತು 31ನೇ ತಾರೀಖಿನಲ್ಲಿ ನಡೆಯಿತಲ್ಲದೆ ಇದು ಬೀದಿ ಕಾಳಗವಾಗಿತ್ತು, ಈ ಕ್ರಾಂತಿಯು ಫ್ರಾನ್ಸಿಗೆ ಮಾತ್ರ ಸೀಮಿತವಾಗಿತ್ತು. ಜುಲೈ 31, 1830ರಲ್ಲಿ 10ನೇ ಚಾರ್ಲ್ಸ್ ತನ್ನ 9ವರ್ಷದ ಮೊಮ್ಮಗನಾದ ಬೋರ್ಡೆಯ ರಾಜಕುಮಾರನಿಗೆ ಸಿಂಹಾಸನವನ್ನೊಪ್ಪಿಸಿ ತನ್ನ ಕುಟುಂಬದೊಡನೆ ಇಂಗ್ಲೆಂಡ್‌ಗೆ ಓಡಿಹೋದನು. ಕೆಲವು ವರ್ಷಗಳು ಇಂಗ್ಲೆಂಡಿನಲ್ಲಿ ವಾಸಮಾಡಿ ನಂತರ ಆಸ್ಟ್ರಿಯದಲ್ಲಿ 1836ರಲ್ಲಿ ಮರಣ ಹೊಂದಿದನು.

1830ರ ಜುಲೈ ಕ್ರಾಂತಿಯಿಂದ ಯೂರೋಪಿನ ಮೇಲಾದ ಪರಿಣಾಮಗಳು

1830ರ ಜುಲೈ ಕ್ರಾಂತಿಯ ಪರಿಣಾಮವು ಫ್ರಾನ್ಸಿಗೆ ಮಾತ್ರ ಸೀಮಿತವಾಗಿರದೆ ಇಡೀ ಯೂರೋಪಿಗೆ ಹಬ್ಬಿತ್ತಲ್ಲದೆ ಪೋಲೆಂಡ್, ಜರ್ಮನಿ, ಇಟಲಿ, ಸ್ವಿಟ್ಜರ್‌ಲ್ಯಾಂಡ್, ನೆದರ್‌ಲ್ಯಾಂಡ್, ಇಂಗ್ಲೆಂಡ್ ಮತ್ತು ಇನ್ನೂ ಮುಂತಾದ ಕಡೆ ಹರಡಿತು. ಈ ಕ್ರಾಂತಿಯು ಯೂರೋಪಿನ ಹಲವಾರು ಚಳುವಳಿಗೆ ನಾಂದಿಯಾಯಿತಲ್ಲದೇ ಅದಕ್ಕೆ ಸ್ಫೂರ್ತಿಯಾಯಿತು. ಇದು ಯೂರೋಪಿನ ರಾಜಪ್ರಭುತ್ವದ ಅರಸರಿಗೆ ಒಂದು ತಲೆನೋವಾಗಿ ಮಾರ್ಪಟ್ಟಿತು. ಈ ಕ್ರಾಂತಿಯು ಪ್ರಮುಖವಾಗಿ 1815ರಲ್ಲಿ ವಿಯೆನ್ನಾ ಸಮ್ಮೇಳನದ ಬುಡವನ್ನೇ ಅಲುಗಾಡುವಂತೆ ಮಾಡಿತು. ಫ್ರಾನ್ಸಿನಲ್ಲಿ ಇದುವರೆಗೂ ಬೇರುಬಿಟ್ಟದ್ದ ಸಂವಿಧಾನಬದ್ಧ ರಾಜಪ್ರಭುತ್ವವು ಹತ್ತನೇ ಚಾರ್ಲ್ಸ್‌ನ ರಾಜೀನಾಮೆಯೊಂದಿಗೆ ಕೊನೆಗೊಂಡು ಉದಾರವಾದಕ್ಕೆ ಜಯ ದೊರಕಿತು. ಇಷ್ಟೆಲ್ಲವನ್ನೂ 1830ರ ಜುಲೈ ಕ್ರಾಂತಿಯು ಸಾಧಿಸಿದ್ದಿತು.

1) ಬೆಲ್ಜಿಯಂ ರಾಜ್ಯದ ನಿರ್ಮಾಣ : 1830ರ ಜುಲೈ ಕ್ರಾಂತಿಯ ಪ್ರಭಾವಕ್ಕೊಳಗಾದ ರಾಷ್ಟ್ರಗಳಲ್ಲಿ ಬೆಲ್ಜಿಯಂ ಮೊದಲನೆಯದು. ಫ್ರಾನ್ಸಿನಲ್ಲಿ ನಡೆದಂತೆ ಬ್ರಸೆಲ್‌ನಲ್ಲಿಯೂ ಬೀದಿಕಾಳಗಗಳು ನಡೆದವು. ಕ್ರಾಂತಿಯು ಕ್ಷಿಪ್ರಗತಿಯಲ್ಲಿ ಎಲ್ಲೆಡೆಗೂ ಹರಡಿತು. ಇಲ್ಲಿಯೂ ರಾಜನ ಸೈನ್ಯವನ್ನು ಓಡಿಸಲಾಯಿತು. ಬೆಲ್ಜಿಯಂಅನ್ನು ಹಾಲೆಂಡ್ ಪ್ರಾಂತ್ಯದೊಡನೆ ಸೇರಿಸಲಾಯಿತು. ಆದರೆ ಬೆಲ್ಜಿಯನ್ನರು ಅವರದೆ ಆದ ಭಾಷೆ, ಧರ್ಮವನ್ನು ಹೊಂದಿ ಡಚ್ಚರಿಗಿಂತ ತೀರಾ ಭಿನ್ನವಾಗಿದ್ದರು. ಧಾರ್ಮಿಕವಾಗಿ ಬೆಲ್ಜಿಯಂ ಕ್ಯಾಥೋಲಿಕ್ ಧರ್ಮವನ್ನು ರಾಷ್ಟ್ರೀಯ ಧರ್ಮವಾಗಿ ಅಳವಡಿಸಿಕೊಂಡಿದ್ದರೆ ಹಾಲೆಂಡ್ ಪ್ರಾಟೆಸ್ಟೆಂಟ್ ಧರ್ಮವನ್ನು ರಾಷ್ಟ್ರೀಯ ಧರ್ಮವಾಗಿ ಹೊಂದಿತ್ತು. ಜನಾಂಗೀಯ ದೃಷ್ಟಿಯಲ್ಲಿ ಡಚ್ಚರು ಕಡಿಮೆ ಜನಸಂಖ್ಯೆಯನ್ನು ಹೊಂದಿ ಹೆಚ್ಚು ಪ್ರಮಾಣದ ರಾಜಕೀಯ ಅಧಿಕಾರವನ್ನು ಚಲಾಯಿಸುತ್ತಿದ್ದರು ಮತ್ತು ಡಚ್ಚರು ದೊಡ್ಡ ವಾಣಿಜ್ಯೋದ್ಯಮಿಗಳು ಹಾಗೂ ವಸಾಹತುಗಳನ್ನು ಹೊಂದಿದ್ದರು. ಆದರೆ ಬೆಲ್ಜಿಯನ್ನರು ಶತಶತಮಾನಗಳಿಂದಲೂ ಗಣಿ ಉದ್ಯಮ ಹಾಗೂ ಉತ್ಪಾದಕ ಕ್ಷೇತ್ರದವರಾಗಿದ್ದರು. ಅಲ್ಲದೇ ಹಲವು ಸರ್ಕಾರಿ ಹುದ್ದೆಗಳಿಗೆ ಕೇವಲ ಡಚ್ಚರನ್ನೇ ನೇಮಿಸಿಕೊಳ್ಳಲಾಗುತ್ತಿತ್ತು. ಬೆಲ್ಜಿಯನ್ನರನ್ನು ಸಂಪೂರ್ಣವಾಗಿ ಕಡೆಗಣಿಸಲಾಗಿತ್ತು. ಇದು ಬೆಲ್ಜಿಯನ್ನರನ್ನು ಸ್ವಾಭಾವಿಕವಾಗಿ ಕೆರಳಿಸಿತು ನಂತರ ಉಂಟಾದ ಭಾಷಾ ಸಮಸ್ಯೆಯು ಇವರೀರ್ವರ ನಡುವೆ ಮತ್ತಷ್ಟು ಭಿನ್ನಾಭಿಪ್ರಾಯವನ್ನು ಹೆಚ್ಚಿಸಿತು. ಅಲ್ಪಸಂಖ್ಯಾತರಾದ ಡಚ್ಚರು ತಮ್ಮ ಡಚ್ ಭಾಷೆಯನ್ನು ಆಡಳಿತ ಭಾಷೆಯನ್ನಾಗಿ ಮಾಡಲು ಯತ್ನಿಸಿದರು. ಆದರೆ

ಇದನ್ನು ಬೆಲ್ಜಿಯನ್ನರು ವಿರೋಧಿಸಿ ತಮಗೆ ಪ್ರತ್ಯೇಕ ಆಡಳಿತ ವ್ಯವಸ್ಥೆಯನ್ನು ರೂಪಿಸುವಂತೆ ಹಾಲೆಂಡಿನ ದೊರೆ ವಿಲಿಯಂನನ್ನು ಒತ್ತಾಯಿಸಿದರು. ಆದರೆ ಈ ಮನವಿಯನ್ನು ವಿಲಿಯಂ ಗಾಳಿಗೆ ತೂರಿ ಅದನ್ನು ತಿರಸ್ಕರಿಸಿದನು. ಇದರಿಂದ ಕ್ರೋಧಗೊಂಡ ಬೆಲ್ಜಿಯನ್ನರು 1830ರ ಫ್ರೆಂಚ್ ಕ್ರಾಂತಿಯಿಂದ ಸ್ಫೂರ್ತಿಪಡೆದು ಹಾಲೆಂಡಿನ ಪ್ರಭುತ್ವದ ವಿರುದ್ಧ ದಂಗೆಯೆದ್ದರು. ವಿಲಿಯಂನ ಸೈನ್ಯವನ್ನು ಹತ್ತಿಕ್ಕಿ 1830ರ ಅಕ್ಟೋಬರ್ 4ರಂದು ಬೆಲ್ಜಿಯಮ್ ತಾನು ಸ್ವತಂತ್ರ ರಾಷ್ಟ್ರವೆಂದು ಘೋಷಿಸಿಕೊಂಡಿತು. ಸರ್ಕಾರದ ಸ್ವರೂಪವನ್ನು ನಿರ್ಧರಿಸುವುದಕ್ಕಾಗಿ ಸಭೆಯೊಂದನ್ನು ಕರೆಯಲಾಯಿತು. ಇದರ ಪರಿಣಾಮವಾಗಿ 1830ರ ಕೊನೆಯಲ್ಲಿ ಲಂಡನ್ನಿನಲ್ಲಿ ಜರುಗಿದ ಸಮ್ಮೇಳನದಲ್ಲಿ ಭಾಗವಹಿಸಿದ ರಷ್ಯ, ಪ್ರಷ್ಯ, ಆಸ್ಟ್ರಿಯ ಮತ್ತು ಇಂಗ್ಲೆಂಡ್ ದೇಶಗಳು ಬೆಲ್ಜಿಯಂನ ಸ್ವಾತಂತ್ರ್ಯವನ್ನು ಮಾನ್ಯ ಮಾಡಿದವು. 1833ರಲ್ಲಿ ಈ ರಾಷ್ಟ್ರಗಳು ಮಾನ್ಯಮಾಡಿದ್ದ ಸ್ವಾತಂತ್ರ್ಯವನ್ನು ಒಪ್ಪಿಕೊಳ್ಳುವಂತೆ ಹಾಲೆಂಡ್‌ನ್ನು ಒತ್ತಾಯಿಸಲಾಯಿತು. ಪರಿಣಾಮವಾಗಿ ಬೆಲ್ಜಿಯಂನ ಸ್ವಾತಂತ್ರ್ಯವನ್ನು ಹಾಲೆಂಡ್ ಸಹ ಮಾನ್ಯಮಾಡಿ ಬೆಲ್ಜಿಯಂನಲ್ಲಿ ಸಾಂವಿಧಾನಿಕ ರಾಜಪ್ರಭುತ್ವ ಅಸ್ತಿತ್ವಕ್ಕೆ ಬಂದಿತು ಮತ್ತು ಉದಾರವಾದಿ ಸಂವಿಧಾನವು ಸಹ ಅಸ್ತಿತ್ವಕ್ಕೆ ಬಂದು ಕೋಬರ್ಗದ ಲಿಯೊಪಾಲ್ಡನನ್ನು ಅರಸನನ್ನಾಗಿ ಆರಿಸಿತು. ಆತನು 1831ರ ಜುಲೈನಲ್ಲಿ ಸಿಂಹಾಸವನ್ನೇರಿದನು.

2) ಪೋಲೆಂಡ್ ಜನತೆಯ ಬಂಡಾಯ: 1830ರ ಕ್ರಾಂತಿಯ ಪ್ರಭಾವವು ಸಂಪೂರ್ಣವಾಗಿ ನಿರ್ನಾಮವಾಗಿದ್ದ ಪೋಲೆಂಡ್ ರಾಷ್ಟ್ರವನ್ನು ಪುನರ್ ನಿರ್ಮಿಸುವಲ್ಲಿ ಯಶಸ್ವಿಯಾಯಿತು. 1815ರ ವಿಯನ್ನಾ ಸಮ್ಮೇಳನದಲ್ಲಿ ರಷ್ಯಾ ಪೋಲೆಂಡ್‌ನ ಸಿಂಹಪಾಲನ್ನು ಪಡೆದಿತ್ತು. 1ನೇ ಜಾರ್ ಅಲೆಗ್ಸಾಂಡರ್ ಪೋಲೆಂಡ್ ಜನತೆಗೆ ಉದಾರ ಸಂವಿಧಾನವನ್ನು ದಯಪಾಲಿಸಿ ದ್ವಿಸದನಗಳುಳ್ಳ ಶಾಸಕಾಂಗವನ್ನು ಸ್ಥಾಪಿಸಿದನು. ಪತ್ರಿಕಾ ಸ್ವಾತಂತ್ರ್ಯವನ್ನು ದಯಪಾಲಿಸಿದನು ಮತ್ತು ಪೋಲಿಷ್ ಭಾಷೆಯನ್ನು ಆಡಳಿತ ಭಾಷೆಯನ್ನಾಗಿ ಮಾಡಿದನು. ಎಲ್ಲಾ ಸ್ಥಾನಮಾನಗಳನ್ನು ರಷ್ಯನ್ನರಿಗಲ್ಲದೇ ಪೋಲೆಂಡರಿಗೂ ಮೀಸಲಿರಿಸಿದನು. ಅಲ್ಲದೇ ಕ್ಯಾಥೋಲಿಕ್ ಪಂಥವನ್ನು ಸರ್ಕಾರಿ ಧರ್ಮವೆಂದು ಮನ್ನಿಸಲಾಯಿತು. ಉಳಿದ ಎಲ್ಲಾ ಪಂಥಗಳ ವಿಷಯದಲ್ಲೂ ಉದಾರವಾದ ನೀತಿಯನ್ನು ಅನುಸರಿಸಲಾಯಿತು. ಇಂತಹ ಸ್ವಾತಂತ್ರ್ಯವನ್ನು ಪೋಲೆಂಡ್ ಜನತೆ ಎಂದೂ ಅನುಭವಿಸಿರಲಿಲ್ಲ. ಆದರೆ ಪೋಲೆಂಡ್‌ನ ಜನತೆಗೆ ನೀಡಿದ ಈ ಉದಾರ ಧೋರಣೆಯನ್ನು ರಷ್ಯನ್ನರು ಪ್ರಬಲವಾಗಿ ವಿರೋಧಿಸಿದರು. ತಮ್ಮಲ್ಲಿ ಇರದ ಈ ರೀತಿಯಾದ ಉದಾರ ಧೋರಣೆಯು ಸ್ವಾಭಾವಿಕವಾಗಿ ರಷ್ಯನ್ನರನ್ನು ಕೆರಳಿಸಿತು. ಶತಮಾನಗಳಷ್ಟು ಹಳೆಯದಾದ ರಷ್ಯ ಮತ್ತು ಪೋಲೆಂಡ್‌ಗಳ ದ್ವೇಷ ಹಾಗೆಯೇ ಮುಂದುವರೆಯಿತು. ಈ ಸಂದರ್ಭದಲ್ಲಿ ಗ್ರಾಂಟ್ ಮತ್ತು ಟೆಂಪರ್ಲಿರವರ ಹೇಳಿಕೆ ಗಮನಾರ್ಹವಾದದ್ದು "ರಷ್ಯದ ತೈಲ ಮತ್ತು ಪೋಲರ ಹುಳಿರಸ ಬೆರೆಯಲು ನಿರಾಕರಿಸಿದವು. ಸಾಂಸ್ಕೃತಿಕ ಗತವೈಭವ, ಸಂಪ್ರದಾಯ, ಸ್ವಾತಂತ್ರ್ಯ ಮತ್ತು ಪೌರುಷ ಇವೆಲ್ಲದರಲ್ಲೂ ರಷ್ಯನ್ನರಿಗಿಂಥ ಪೋಲೆಂಡ್‌ರು ಮುಂದಿದ್ದರು ಆದ್ದರಿಂದ ತಮ್ಮನ್ನು ಗುಲಾಮರಂತೆ ಕಾಣಲು ರಷ್ಯನ್ನರಿಗೆ ಅವಕಾಶ ಕೊಡಲಿಲ್ಲ. 1825ರಲ್ಲಿ ಉದಾರವಾದಿ ಧೋರಣೆಯ ಸ್ವಭಾವದ ಜಾರ್ ಅಲೆಗ್ಸಾಂಡರ್ ಮರಣ ಹೊಂದಿದನು. ಆನಂತರ ನಿರಂಕುಶ ಸ್ವಭಾವದ ಒಂದನೆಯ ನಿಕೊಲಸನು ರಷ್ಯಾದ ಝಾರ್‌ನಾದನು. ಇವನ ಪ್ರತಿಗಾಮಿ ನೀತಿಯಿಂದ ಪೋಲೆಂಡ್‌ರು ಅತೃಪ್ತರಾಗಿ ದಂಗೆಯೇಳಲಾರಂಭಿಸಿದರು.

ಒಂದನೇ ನಿಕೊಲಸನು ನಿರಂಕುಶ ಪ್ರಭುತ್ವವನ್ನು ಜಾರಿಗೆ ತರಲು ಬಯಸಿದನು. ಈ ದಬ್ಬಾಳಿಕೆಯನ್ನು ಸಹಿಸದ ಪೋಲೆಂಡರು 1830ರ ಜುಲೈ ಕ್ರಾಂತಿಯಿಂದ ಸ್ಫೂರ್ತಿಗೊಂಡು ಪೋಲೆಂಡ್‌ನ ರಾಜಧಾನಿ ವಾರ್ಸಾದಲ್ಲಿ ನಿಕೊಲಸನ ವಿರುದ್ಧ ದಂಗೆಯೆದ್ದರು. ಪೋಲರು ಬ್ರಿಟನ್ ಮತ್ತು ಫ್ರಾನ್ಸಿನಿಂದ ಸೈನಿಕ ಸಹಾಯವನ್ನು ಅಪೇಕ್ಷಿಸಿದರು. ಆದರೆ ಅವರಿಂದ ಯಾವುದೇ ಸಹಾಯ ದೊರೆಯದಿದ್ದಾಗ ಅತ್ಯುತ್ಸಾಹಿ ದಂಗೆಗಾರರು ಒಂಟಿಯಾಗಿಯೇ ರಷ್ಯಾದ ಸೈನಿಕರನ್ನು ಎದುರಿಸಬೇಕಾಯಿತು ದಂಗೆಕಾರರಲ್ಲಿ ಯಾವುದೇ ಒಳ್ಳೆಯ ನಾಯಕತ್ವವಿರಲಿಲ್ಲ. ಆದರೂ ಧೈರ್ಯವಾಗಿ ಸೈನಿಕರನ್ನು ಎದುರಿಸಿದರು. ಸೈನಿಕರಲ್ಲಿ ಒಳ್ಳೆಯ ಸಂಘಟನೆ ವಿಧೇಯತೆಯ ಅಭಾವವಿದ್ದಿತು. 1831ರ ಜನವರಿಯಿಂದ ವಾರ್ಸಾ ರಷ್ಯನ್ನರ ವಶವಾಗುವವರೆಗೆ ಅಂದರೆ ಸೆಪ್ಟೆಂಬರ್‌ವರೆಗೆ ಯುದ್ಧ ಮುಂದುವರೆಯಿತು. ಈ ರೀತಿ ಮಾರ್ಗದರ್ಶನವಿಲ್ಲದ ಹಾಗೂ ಅಸಂಘಟಿತ ಕಾರ್ಯಾಚರಣೆಯ ಈ ಕ್ರಾಂತಿಯ ಪರಿಣಾಮಗಳು ಅತ್ಯಂತ ಕರುಣಾಜನಕವಾಗಿದ್ದವು. ಜಾರ್ ನಿಕೋಲಸ್ ಪೋಲೆಂಡನ್ನು ರಷ್ಯಾದ ಸಾಮ್ರಾಜ್ಯಕ್ಕೆ ಸೇರಿಸಿಕೊಂಡನು. ಜಾರ್ ಅಲೆಗ್ಸಾಂಡರ್ ನೀಡಿದ್ದ ಉದಾರವಾದಿ ಸಂವಿಧಾನವನ್ನು ನಿರ್ಮೂಲನ ಮಾಡಲಾಯಿತು. ಕ್ರಾಂತಿಕಾರರನ್ನು ಶಿಕ್ಷೆಗೆ ಗುರಿಪಡಿಸಲಾಯಿತಲ್ಲದೆ ಕೆಲವರನ್ನು ಮರಣದಂಡನೆಗೆ ಗುರಿಪಡಿಸಲಾಯಿತು, ಮತ್ತೆ ಕೆಲವರನ್ನು ಸೈಬೀರಿಯಾಕ್ಕೆ ಗಡಿಪಾರು ಮಾಡಲಾಯಿತು. ಪೋಲಿಷ್ ಭಾಷೆಯನ್ನು ಕಿತ್ತುಹಾಕಿ ರಷ್ಯನ್ ಭಾಷೆಯನ್ನು ಆಡಳಿತ ಭಾಷೆಯನ್ನಾಗಿ ಮಾಡಲಾಯಿತು. ಪೋಲರ ಯತ್ನವು ತಾತ್ಕಾಲಿಕವಾಗಿ ನಿಂತಿದ್ದರೂ ಅವರಲ್ಲಿ ಸ್ವಾತಂತ್ರ್ಯ ಪ್ರೇಮ ಕಡಿಮೆಯಾಗಲಿಲ್ಲ.

3) ಜರ್ಮನಿಯಲ್ಲಿ ಕ್ರಾಂತಿ: 1830ರ ಜುಲೈ ಕ್ರಾಂತಿಯ ಪ್ರಭಾವವು ಜರ್ಮನಿಗೂ ಸಹ ಹಬ್ಬಿತು. ಪ್ರತಿಗಾಮಿ ಅರಸರ ಸರ್ಕಾರವನ್ನು ಕಿತ್ತೊಗೆಯಲು ಜರ್ಮನರು ಹೋರಾಟ ಆರಂಭಿಸಿದರು. ಜರ್ಮನಿಯ ಪ್ರತಿಗಾಮಿ ನಾಯಕರಾದ ಬರ್ನ್ಸ್‌ವಿಕ್ ಸ್ಯಾಕ್ಸೋನಿ ಮತ್ತು ಹ್ಯಾನೋವರ್‌ರವರ ವಿರುದ್ಧ ಜರ್ಮನ್ನರು ದಂಗೆಯೆದ್ದರು. ಈ ಅರಸರನ್ನು ಸೋಲಿಸಿದ ಜರ್ಮನರು ಜರ್ಮನ್ ರಾಜ್ಯಗಳಲ್ಲಿ ಹೊಸ ರಾಜ್ಯಾಂಗವನ್ನು ಸ್ಥಾಪಿಸಿಕೊಂಡರು. ಆದರೆ ಇದು ಬಹುಕಾಲ ಯಶಸ್ಸನ್ನು ಕಾಣಲಿಲ್ಲ. ಪ್ರತಿಗಾಮಿ ಅರಸನಾದ ಒಂದನೇ ಫ್ರಾನ್ಸಿಸ್ ಮತ್ತು ಅವನ ಪ್ರಧಾನಿ ಮೆಟರ್ನಿಕ್ ಈ ಕ್ರಾಂತಿಯನ್ನು ಅಡಗಿಸಿದರು, ಪರಿಣಾಮವಾಗಿ ಜರ್ಮನಿಯಲ್ಲಿ ಪ್ರತಿಗಾಮಿ ನಾಯಕರೇ ಜಯಗಳಿಸಿದರು.

4) ಇಟಲಿಯಲ್ಲಿ ಕ್ರಾಂತಿ: ಜರ್ಮನಿಯಲ್ಲಿ ನಡೆದಂತೆ ಇಟಾಲಿಯನ್ನರು ಸಹಾ 1830ರ ಕ್ರಾಂತಿಯಿಂದ ಸ್ಫೂರ್ತಿ ಪಡೆದು ಕ್ರಾಂತಿಯನ್ನಾರಂಭಿಸಿದರು. ಇಟಲಿಯ ದೊರೆಗಳ ದಬ್ಬಾಳಿಕೆಯ ವಿರುದ್ಧ ಇಟಲಿಯಲ್ಲಿ ಕ್ರಾಂತಿ ಜರುಗಿತು. ಈ ಕ್ರಾಂತಿಯಲ್ಲಿ ಹಲವಾರು ಗುಪ್ತಸಂಘಗಳು ಪ್ರಮುಖ ಪಾತ್ರವಹಿಸಿದವು. ದಂಗೆಯ ಪ್ರಮುಖ ಕೇಂದ್ರವಾದ ಮೊಡೆನಾದಲ್ಲಿ ಕ್ರಾಂತಿಯು ತೀವ್ರವಾಗಿ ನಡೆಯಿತು. ಇಟಾಲಿಯನ್ ಕ್ರಾಂತಿಕಾರರು ಫ್ರಾನ್ಸ್ ಮತ್ತು ವಿಯನ್ನಾದಿಂದ ಸೈನಿಕ ನೆರವನ್ನು ಪಡೆದು ಫಾರ್ಮ, ಮೊಡೆನಾ ಮತ್ತು ರೋಮನ್ನು ವಶಪಡಿಸಿಕೊಂಡರು. ಆದರೆ ಆಸ್ಟ್ರಿಯಾದ ಪ್ರಧಾನಿ ಮೆಟರ್ನಿಕ್ ಆಸ್ಟ್ರಿಯಾದ ಸೇನೆಯೊಡನೆ ಧಾವಿಸಿ ಕ್ರಾಂತಿಯನ್ನು ಹತ್ತಿಕ್ಕಿದನು. ಇದರ ಪರಿಣಾಮವಾಗಿ ಮತ್ತೆ ಇಟಲಿಯಲ್ಲಿ ಪ್ರತಿಗಾಮಿ ಸರ್ಕಾರವೇ ಅಸ್ತಿತ್ವಕ್ಕೆ ಬಂದಿತು. ಇಟಾಲಿಯನ್ ರಾಷ್ಟ್ರ ಭಕ್ತರಲ್ಲಿ ಇದರಿಂದ ಮತ್ತಷ್ಟು ರಾಷ್ಟ್ರಪ್ರೇಮ ಬೆಳೆಯಿತು.

5) ಸ್ವಿಡ್ಸ್‌ರ್‌ಲ್ಯಾಂಡ್‌ನಲ್ಲಿ ಕ್ರಾಂತಿ: 1830ರ ಜುಲೈ ಕ್ರಾಂತಿಯ ಪ್ರಭಾವವು ಸ್ವಿಡ್ಸ್‌ರ್‌ಲ್ಯಾಂಡ್‌ಗೂ ಹಬ್ಬಿತು. ಇದು ಸ್ವಿಡ್ಸ್‌ರ್‌ಲ್ಯಾಂಡ್‌ನ 22 ಕ್ಯಾಂಟನ್‌ಗಳಿಗೂ ಹರಡಿತು. ಸ್ವಿಸ್‌ನ ಬಹುತೇಕ ಕ್ಯಾಂಟನ್‌ಗಳು ತಮ್ಮದೇ ಆದ ಉದಾರವಾದ ಮತ್ತು ಪ್ರಜಾಪ್ರಭುತ್ವ ಸಂವಿಧಾನವನ್ನು ಕೆಲವೇ ಉದಾರವಾದಿ ಗುಂಪುಗಳ ಒತ್ತಾಯದ ಮೇಲೆ ನೀಡಲಾಗಿತ್ತು. ಈ ಕೆಲವೇ ಉದಾರವಾದಿಗಳು 1830ರ ಜುಲೈ ಕ್ರಾಂತಿಯಿಂದ ಪ್ರಚೋದನೆಗೊಂಡವರಾಗಿದ್ದರು. ಈ ಉದಾರವಾದಿಗಳಲ್ಲಿ ವಿದ್ಯಾರ್ಥಿಗಳು, ಪತ್ರಿಕೋದ್ಯಮಿಗಳು ಮತ್ತು ಹಲವಾರು ಉದಾರವಾದಿಗಳ ಗುಂಪಿನವರು ಇದರಲ್ಲಿದ್ದರು. ಹೆಚ್ಚಿನ ಬದಲಾವಣೆಗಳು 1848ರವರೆಗೆ ಜಾರಿಗೆ ಬರಲಿಲ್ಲ. ಅತಿ ಶೀಘ್ರದಲ್ಲೇ ಇವು ಪತನ ಹೊಂದಿದವು. 1830ರ ಕ್ರಾಂತಿಯು ಪೂರ್ಣಫಲಪ್ರದವಾದುದು ಫ್ರಾನ್ಸ್ ಮತ್ತು ಬೆಲ್ಜಿಯಂಗಳಲ್ಲಿ ಮಾತ್ರ ಇನ್ನುಳಿದ ಭಾಗಗಳಲ್ಲಿ ಅನೇಕ ಕಾರಣಗಳಿಂದಾಗಿ ಅದು ಯಶಸ್ವಿಯಾಗಲಿಲ್ಲ. ಈ ರೀತಿಯಾಗಿ ಫ್ರಾನ್ಸ್‌ನಲ್ಲಿ ಉಂಟಾದ ಒಂದು ಕ್ರಾಂತಿ ಇಡಿ ಯೂರೋಪಿನಲ್ಲೆಲ್ಲಾ ಪಸರಿಸಿತು. ಆದ್ದರಿಂದ "ಫ್ರಾನ್ಸ್‌ಗೆ ನೆಗಡಿಯಾದರೆ ಇಡೀ ಯೂರೋಪ್ ಸೀನುತ್ತದೆ" ಎನ್ನುವ ಮೆಟರ್ನಿಕ್‌ನ ಮಾತು ಅರ್ಥಪೂರ್ಣವಾಗಿದೆ.

ಫ್ರಾನ್ಸ್‌ನಲ್ಲಿ ಮತ್ತೆ ರಾಜಪ್ರಭುತ್ವ

ಲೂಯಿ ಫಿಲಿಫ್‌ನ ಆಳ್ವಿಕೆ (1830–1848)

ಫ್ರಾನ್ಸಿನ ಆರ್ಲಿಯನ್ಸ್ ಮನೆತನದ ಲೂಯಿ ಫಿಲಿಫ್‌ನನ್ನು 1830ರ ಕ್ರಾಂತಿಯ ನಂತರ ಫ್ರೆಂಚರ ದೊರೆಯನ್ನಾಗಿ ಮಾಡಲಾಯಿತು. ಲೂಯಿಫಿಲಿಫ್‌ಗೆ ಆಗ 57ವರ್ಷ ವಯಸ್ಸಾಗಿತ್ತು, ಈತನು ಫಿಲಿಫ್ ಎಗಾಲೈಟ್ ಎಂಬುವವನ ಮಗನಾಗಿ ಬೋರ್ಬನ್ ರಾಜವಂಶದ ಉಪಶಾಖೆಗೆ ಸೇರಿದವನಾಗಿದ್ದನು. ಈತನು ಸರಳ ಸ್ವಭಾವದವನು ಉದಾರಿಯು ಮತ್ತು ಗರ್ವರಹಿತನು ಆಗಿದ್ದನು. ಆರಂಭದಲ್ಲಿ ಫಿಲಿಪ್ ಜಾಕೋಬಿನ್ ಪಕ್ಷದ ಸದಸ್ಯನಾಗಿ ಹಲವಾರು ಸಕ್ರಿಯ ಕಾರ್ಯಕ್ರಮದಲ್ಲಿ ಭಾಗವಹಿಸಿದ್ದನು ನಂತರ ಸೈನಿಕನಾಗಿ ಫ್ರಾನ್ಸ್ ಗಣರಾಜ್ಯದ ಪರವಾಗಿ ವಾಲ್ಮಿ ಹಾಗೂ ಜೆಂಪ್ಪೆಸ್‌ಗಳಲ್ಲಿ ವೀರಾವೇಶದಿಂದ ಹೋರಾಡಿದ್ದನು. ನಂತರ ದೇಶದ್ರೋಹದ ಸಂಶಯಕ್ಕೊಳಗಾಗಿ ಫ್ರಾನ್ಸಿನಿಂದ ಪಲಾಯನಗೈದನು. ನಂತರ 21 ವರ್ಷಗಳ ಕಾಲ ಅಜ್ಞಾತ ಜೀವನವನ್ನು ನಡೆಸಿ ಸ್ವಿಟ್ಜರ್‌ಲ್ಯಾಂಡ್‌ಗೆ ತೆರಳಿ ಭೂಗೋಳ ಮತ್ತು ಗಣಿತಶಾಸ್ತ್ರದ ಅಧ್ಯಾಪಕನಾಗಿ ಸ್ವಲ್ಪ ಸಮಯವನ್ನು ಕಳೆದನು. ಅಲ್ಲೂ ನೆಲೆಯೂರದೇ ಇಂಗ್ಲೆಂಡ್‌ಗೆ ಮರಳಿ ಆ ಸರ್ಕಾರವು ಕೊಡುತ್ತಿದ್ದ ನಿವೃತ್ತಿ ವೇತನದ ಸಹಾಯದಿಂದ ಜೀವನ ಸಾಗಿಸುತ್ತಿದ್ದನು. ಫ್ರಾನ್ಸ್‌ನಲ್ಲಿ ನೆಪೋಲಿಯನ್ನನ ಪತನಾನಂತರ ಫ್ರಾನ್ಸ್ ದೇಶಕ್ಕೆ ಮರಳಿ ಆತನ ಮನೆತನದ ದೊಡ್ಡ ಆಸ್ತಿಯ ಒಡೆಯನಾದನು. ಕ್ರಾಂತಿಯ ಕಾಲದಲ್ಲಿ ಫಿಲಿಪ್‌ನ ಆಸ್ತಿಯನ್ನು ವಶಪಡಿಸಿಕೊಂಡಿದ್ದರೂ ಅದನ್ನು ಮಾರಲಾಗಿರಲಿಲ್ಲ. ನಂತರ ಇವನು ಫ್ರಾನ್ಸಿನ ದೊರೆಯಾದನು. ಈತನು ಉದಾರವಾದಿಯಾಗಿದ್ದು ಯಾವುದೇ ತಾರತಮ್ಯವನ್ನೂ ಮಾಡಿರಲಿಲ್ಲ. ಪ್ಯಾರಿಸ್ಸಿನ ಬೀದಿಗಳಲ್ಲಿ ಆತನು ಒಬ್ಬನೇ ಅಲೆದಾಡುತ್ತಿದ್ದನು. ಕೂಲಿಕಾರರು ಮತ್ತು ಬಡವರ ನಡುವೆ ಯಾವುದೇ ಸಂಪ್ರದಾಯವಿಲ್ಲದ ಮುಕ್ತ ಸಂಭಾಷಣೆಯಲ್ಲಿ ತೊಡಗಿರುತ್ತಿದ್ದನು. ಅಲ್ಲದೇ ಅವನನ್ನು ಪೌರದೊರೆ ಎಂದು ಕರೆದುಕೊಂಡನು. ಬೋರ್ಬನ್ ದೊರೆಗಳ ಶ್ವೇತಧ್ವಜಕ್ಕೆ ಬದಲಾಗಿ ಕ್ರಾಂತಿಕಾರರ ತ್ರಿವರ್ಣಧ್ವಜವನ್ನು ರಾಷ್ಟ್ರಚಿಹ್ನೆಯನ್ನಾಗಿ ಮಾಡಿದನು. ಪತ್ರಿಕಾ ಸ್ವಾತಂತ್ರ್ಯವನ್ನು ನೀಡಲಾಯಿತು. ಈ ಹಿಂದೆ ರಾಜಪ್ರಭುತ್ವ ಶಕ್ತಿಗಳು ಜಾರಿಗೊಳಿಸಿದ್ದ ಸುಗ್ರೀವಾಜ್ಞೆಗಳನ್ನು ನಿರ್ಬಂಧಿಸಿದನು. ಮತದಾನ ಪದ್ಧತಿಯಲ್ಲಿ ಸುಧಾರಣೆ ತಂದು ಮತದಾರರು ಆಸ್ತಿಯ ಅರ್ಹತೆಯನ್ನು

ಹೊಂದಿರಬೇಕೆಂದು ನಿಗದಿಗೊಳಿಸಿದನು. ಇತರರಿಗೆ ಮಾದರಿಯಾಗುವಂತೆ ತನ್ನ ಮಗನನ್ನು ಸಾರ್ವಜನಿಕ ಶಾಲೆಗೆ ಕಳುಹಿಸಿದನು. ಇವೆಲ್ಲವೂ ಅವನ ಉದಾರವಾದಿ ಸರ್ಕಾರದ ಧೋರಣೆಯನ್ನು ತಿಳಿಸುತ್ತವೆ. ತನ್ನ ಸರ್ಕಾರದ ಧೋರಣೆಯು "ಮಧ್ಯಮ ವರ್ಗದ್ದಾಗಿರುವುದಾಗಿಯೂ ಲೂಯಿ ಫಿಲಿಪ್ ದೃಢಪಡಿಸಿದನು. ಅದು ಸಂಪ್ರದಾಯವಾದಿ ಆಗಿರದೆ, ಕ್ರಾಂತಿಕಾರಿಯೂ ಆಗಿರದೆ ಸೌಮ್ಯಸ್ವರೂಪದ್ದಾಗಿದ್ದಿತು" ಎಂದು ತಿಳಿಸಿದನು.

ಲೂಯಿ ಫಿಲಿಪ್‌ನ ಒಳಾಡಳಿತ ನೀತಿ

1) ಉದಾರವಾದಿ ನೀತಿ : ಲೂಯಿ ಫಿಲಿಪ್‌ನು ಹಲವಾರು ಉದಾರವಾದ ಕಾನೂನುಗಳನ್ನು ಫ್ರಾನ್ಸ್‌ನಲ್ಲಿ ಜಾರಿಗೊಳಿಸಿದನು. ದೊರೆಯು ಪ್ರಜೆಗಳ ಸೇವಕ ಮಾತ್ರವಲ್ಲದೆ ಯಾವುದೇ ಕಾನೂನು ಜಾರಿಗೆ ತರುವ ಇಲ್ಲವೇ ಯಾವುದೇ ಕಾನೂನನ್ನು ಮುರಿಯುವ ವ್ಯಕ್ತಿಯಲ್ಲವೆಂದು ಘೋಷಿಸಿದನು. ಫ್ರಾನ್ಸಿನ ಸಂಸತ್ತಿನ ಎರಡೂ ಸದನಗಳಿಗೆ ಕಾನೂನುಗಳನ್ನು ಮಂಡಿಸುವ ಅಧಿಕಾರವನ್ನು ನೀಡಲಾಯಿತು. ಅಲ್ಲದೇ ಪತ್ರಿಕೆ ಮೇಲೆ ನಿರ್ಬಂಧವನ್ನು ಸಂಪೂರ್ಣವಾಗಿ ರದ್ದುಪಡಿಸಿ ಅವು ಸ್ವತಂತ್ರವಾಗಿ ಕಾರ್ಯ ನಿರ್ವಹಿಸುವಂತೆ ಆದೇಶಿಸಲಾಯಿತು. ಕೆಳಮನೆಯಾದ ಛೇಂಬರ್ ಆಫ್ ಡೆಪ್ಯೂಟಿಸ್‌ನ ಸದಸ್ಯರ ವಯೋಮಿತಿಯನ್ನು 30 ವರ್ಷಕ್ಕೆ ಮತ್ತು ಮತದಾನದ ವಯಸ್ಸನ್ನು 25 ವರ್ಷಕ್ಕೆ ಇಳಿಸಲಾಯಿತು. ಬೋರ್ಬನ್ ರಾಜವಂಶದ ಶ್ವೇತ ಧ್ವಜಕ್ಕೆ ಬದಲಾಗಿ ಕ್ರಾಂತಿಕಾರರ ತ್ರಿವರ್ಣ ಧ್ವಜವನ್ನು ರಾಷ್ಟ್ರ ಧ್ವಜವನ್ನಾಗಿ ಒಪ್ಪಿಕೊಳ್ಳಲಾಯಿತು.

2) 1831ರ ಚುನಾವಣಾ ಕಾನೂನಿನಲ್ಲಿ ಸುಧಾರಣೆ ಅಥವಾ ರಾಜಕೀಯ ಸುಧಾರಣೆ: ಚುನಾವಣಾ ಕಾನೂನಿನಲ್ಲೂ ಫಿಲಿಪ್ ಹಲವಾರು ಮಾರ್ಪಾಡುಗಳನ್ನು ಮಾಡಿದನು. ಮೊದಲನೆಯದಾಗಿ 1831ರಲ್ಲಿ ಹೊಸ ಚುನಾವಣಾ ಸುಧಾರಣಾ ಕಾಯಿದೆಯನ್ನು ಪಾಸುಮಾಡಿ ಇದರಲ್ಲಿ 200 ಫ್ರಾಂಕ್ ತೆರಿಗೆ ಪಾವತಿ ಮಾಡುವ ಪ್ರತಿಯೊಬ್ಬ ಪೌರನಿಗೂ ಮತಾಧಿಕಾರ ಲಭ್ಯವಾಯಿತು. ಈ ಹಿಂದೆ ಈ ಮತಾಧಿಕಾರವು 300 ಫ್ರಾಂಕ್ ನೀಡುತ್ತಿದ್ದ ತೆರಿಗೆದಾರರಿಗೆ ಮಾತ್ರ ಮೀಸಲಾಗಿತ್ತು. ಆದರೆ ಮತದಾನದ ಹಕ್ಕು ಇತರ ದೇಶಗಳಲ್ಲಿರುವಂತೆ ಸಾರ್ವತ್ರಿಕವಾಗಿರಲಿಲ್ಲ. ಇದು ಬಹುಸಂಖ್ಯಾತ ಫ್ರೆಂಚ್‌ರನ್ನು ರಾಜಕೀಯ ರಂಗದಿಂದಲೇ ದೂರವಿರಿಸಿತು. 1831ರ ಈ ಹೊಸ ಚುನಾವಣಾ ಕಾಯಿದೆಗಳು 1848ರವರೆಗೆ ಯಾವುದೇ ಬದಲಾವಣೆಯನ್ನು ಮಾಡದೆ ಜಾರಿಯಲ್ಲಿದ್ದವು. ಲೂಯಿಫಿಲಿಪ್‌ನು ತನ್ನನ್ನು ಪೌರದೊರೆ ಎಂದು ಕರೆದುಕೊಳ್ಳುತ್ತಿದ್ದು ಸಂವಿಧಾನ ಬದ್ಧವಾಗಿ ರಾಜ್ಯಭಾರ ಮಾಡುವುದಾಗಿ ಘೋಷಿಸಿದನು. ಈತನು ಕಿರೀಟ ಮತ್ತು ರಾಜದಂಡವನ್ನು ಧರಿಸುತ್ತಿರಲಿಲ್ಲ. ಕಿರೀಟಕ್ಕೆ ಬದಲಾಗಿ ಬಿಳಿಯ ಬಣ್ಣದ ಉದ್ದವಾದ ಹ್ಯಾಟನ್ನು ಧರಿಸುತ್ತಿದ್ದನು.

3) ಆರ್ಥಿಕ ಸುಧಾರಣೆ ಮತ್ತು ಕಾರ್ಮಿಕರ ಕಾನೂನುಗಳ ಸುಧಾರಣೆ: ಲೂಯಿ ಫಿಲಿಪ್‌ನ ಕಾಲದಲ್ಲಿ ಫ್ರಾನ್ಸಿನ ಉದ್ಯಮಗಳು ಇನ್ನೂ ಬಾಲ್ಯಾವಸ್ಥೆಯಲ್ಲಿದ್ದವು. ಉದ್ದಿಮೆಗಳಿಗೆ ಸರ್ಕಾರದಿಂದ ರಕ್ಷಣೆಯನ್ನೊದಗಿಸಿದನು. ಇದರಿಂದ ಉದ್ದಿಮೆಗಳ ಉತ್ಪಾದನೆಯು ಹೆಚ್ಚಿ ಅವುಗಳು ಕೈಗಾರಿಕಾ ಕ್ರಾಂತಿಯ ಪಥದಲ್ಲಿ ನಡೆದವು. ಉತ್ಪಾದನೆ ಅಧಿಕಗೊಂಡಿದ್ದರಿಂದ ಅವುಗಳ ಮಾರಾಟ ವ್ಯವಸ್ಥೆಗೆ ಅಂದರೆ ಸಾರಿಗೆ ಸಂಪರ್ಕವನ್ನು ವೃದ್ಧಿಪಡಿಸಬೇಕೆಂದು ತಿಳಿದು ರೈಲುಮಾರ್ಗಗಳು ಮತ್ತು ಟೆಲಿಗ್ರಾಫ್‌ಗಳ ಸೌಲಭ್ಯವನ್ನು ವಿಸ್ತರಿಸಲಾಯಿತು. ಲೂಯಿಫಿಲಿಫ್‌ನು ಬಂಡವಾಳಶಾಹಿಗಳು ಮತ್ತು ಮಧ್ಯಮ ವರ್ಗದವರಿಗೆ ಮತ್ತು ಲೇವಾದೇವಿಗಾರರಿಗೆ ಬೆಂಬಲ ನೀಡಿದನು. ಫಿಲಿಪ್‌ನ ಸರ್ಕಾರವು ಶ್ರೀಮಂತ ವ್ಯಾಪಾರಿಗಳು, ಉದ್ದಿಮೆದಾರರು ಮತ್ತು ಲೇವಾದೇವಿಗಾರರಿಗೆ ತುಂಬಾ ಸಹಾಯಕವಾಗಿತ್ತು. ಫ್ರಾನ್ಸ್‌ನಲ್ಲಿ ಹೊಸ ಜಾಯಿಂಟ್‌ಸ್ಟಾಕ್ ಕಂಪನಿಗಳನ್ನು ತೆರೆಯಲಾಯಿತು. ಫ್ರಾನ್ಸ್ ಆಲ್ಜೀರ್ಸನ್ನು ವಶಪಡಿಸಿಕೊಂಡಿದ್ದರಿಂದ ಫ್ರಾನ್ಸಿನ ವ್ಯಾಪಾರ, ವಾಣಿಜ್ಯಕ್ಕೆ ಇದರಿಂದ ಉತ್ತೇಜನ ದೊರೆಯಿತು. ಕೈಗಾರಿಕಾ ಕ್ರಾಂತಿಯಿಂದಾಗಿ ಫ್ರಾನ್ಸ್‌ನಲ್ಲಿ ಕಾರ್ಮಿಕರ ಶೋಷಣೆ ಆರಂಭವಾಯಿತು. ಕಾರ್ಖಾನೆಗಳಲ್ಲಿ ಕಾರ್ಮಿಕರ ಸ್ಥಿತಿ ಚಿಂತಾಜನಕವಾಯಿತು ಮತ್ತು ಬಾಲಕಾರ್ಮಿಕರನ್ನು ನೇಮಿಸಿಕೊಂಡು ಅವರಿಂದ ಬಲವಂತದ ದುಡಿಮೆ ಮಾಡಿಸಿಕೊಳ್ಳಲಾಗುತ್ತಿತ್ತು. ಈ ನಡುವೆ ಫಿಲಿಪ್‌ನ ಸರ್ಕಾರ ಕಾರ್ಖಾನೆಗಳ ಕಾಯಿದೆಯನ್ನು ಜಾರಿಗೊಳಿಸಿ ಬಾಲಕಾರ್ಮಿಕರನ್ನು ಕಾರ್ಖಾನೆಗಳಲ್ಲಿ ನೇಮಿಸಕೊಳ್ಳಬಾರದೆಂದು ಮತ್ತು ಕಾರ್ಮಿಕರ ಕೆಲಸದ ವೇಳೆಯನ್ನು ದಿನಕ್ಕೆ 12 ಗಂಟೆಗಳಿಗೆ ಸೀಮಿತಗೊಳಿಸಿದನು.

4) ಶೈಕ್ಷಣಿಕ ಹಾಗೂ ಧಾರ್ಮಿಕ ಸುಧಾರಣೆ : ಲೂಯಿಫಿಲಿಪ್‌ನು ಶೈಕ್ಷಣಿಕ ಸಂಸ್ಥೆಗಳನ್ನು ಧಾರ್ಮಿಕ ಸಂಸ್ಥೆಗಳೊಡನೆ ವಿಲೀನಗೊಳಿಸಿದನು. ಕಡ್ಡಾಯ ಪ್ರಾಥಮಿಕ ಶಿಕ್ಷಣವನ್ನು ಜಾರಿಗೊಳಿಸಿ ಶಿಕ್ಷಣ ಪ್ರಚಾರಕ್ಕೆ ಉತ್ತೇಜನ ನೀಡಲಾಯಿತು. ಧಾರ್ಮಿಕ ಸಂಸ್ಥೆಗಳು ಅಥವಾ ಚರ್ಚುಗಳು ಪ್ರಾಥಮಿಕ ಶಾಲೆಗಳನ್ನು ನಡೆಸುತ್ತಿದ್ದವು. ಮಾಧ್ಯಮಿಕ ಶಿಕ್ಷಣ ಮತ್ತು ಉನ್ನತ ಶಿಕ್ಷಣವನ್ನು ಸರ್ಕಾರವು ತನ್ನ ಹತೋಟಿಯಲ್ಲಿಟ್ಟುಕೊಂಡಿತ್ತು. ಧರ್ಮದ ವಿಷಯದಲ್ಲಿ ಲೂಯಿಫಿಲಿಪ್‌ನ ಸರ್ಕಾರವು ತಟಸ್ಥ ನೀತಿಯನ್ನು ಅನುಸರಿಸಿತು. ಆದ್ದರಿಂದ ಹಿಂದೆ ನೆಪೋಲಿಯನ್ ಬೋನಾಪಾರ್ಟೆ 1812ರಲ್ಲಿ ಪೋಪನೊಡನೆ ಮಾಡಿಕೊಂಡಿದ್ದ ಒಪ್ಪಂದವನ್ನು ಲೂಯಿ ಫಿಲಿಪ್‌ನು ಸಹಾ ಮುಂದುವರಿಸಿಕೊಂಡು ಹೋದನು. ಅಲ್ಲದೇ

ಕ್ರೈಸ್ತಮತವೊಂದನಲ್ಲದೇ ಉಳಿದ ಎಲ್ಲಾ ಮತ ಧರ್ಮ ಪಂಥಗಳನ್ನು ಸಮಾನವಾಗಿ ನೋಡಿಕೊಳ್ಳಲಾಯಿತು. ಇದರಿಂದ ಯಹೂದಿ ಧರ್ಮವೂ ಸಹ ಇತರ ಧರ್ಮಗಳು ಹೊಂದಿದ್ದ ಸ್ಥಾನಮಾನವನ್ನು ಹೊಂದಿತು. ಅನೇಕ ಧಾರ್ಮಿಕ ಕೃತಿಗಳನ್ನು ಲೂಯಿ ಫಿಲಿಪ್‌ನ ಕಾಲದಲ್ಲಿ ರಚಿಸಲಾಯಿತು.

5) ದಂಗೆಗಳ ಧಮನ: ಲೂಯಿ ಫಿಲಿಪ್ ತನ್ನ ಆಳ್ವಿಕೆಯಲ್ಲಿ ಹಲವಾರು ತೊಂದರೆಗಳನ್ನು ಎದುರಿಸಬೇಕಾಯಿತು. ಆತನ ಕಾಲದಲ್ಲಿ ನಡೆದ ದಂಗೆಗಳು, ಮುಷ್ಕರಗಳು ಮತ್ತು ಗಲಭೆಗಳಿಂದ ಆತನ ಆಳ್ವಿಕೆ ಇನ್ನೂ ದೀರ್ಘಕಾಲ ಮುಂದುವರಿಯಬಹುದೇ ಎಂಬ ಸಂಶಯ ಮೂಡಲಾರಂಭಿಸಿತು. ದೊರೆತನಕ್ಕೆ ನೇರ ಸ್ವಾತಂತ್ರ್ಯದ ಹಕ್ಕಿರಬೇಕೆಂಬುದರ ಅನುಯಾಯಿಗಳು, ಪ್ರಜಾಪ್ರಭುತ್ವವಾದಿಗಳು, ಬೋನಾಪಾರ್ಟೆಸ್ಟರು ಇನ್ನೂ ಮುಂತಾದವರು ಆತನ ವಿರೋಧಿಗಳಾಗಿದ್ದರು. ನ್ಯಾಯವಾದಿಗಳು ಹತ್ತನೆಯ ಚಾರ್ಲ್ಸ್‌ನ ಹಾಗೂ ಆತನ ವಂಶಸ್ಥರ ಹಕ್ಕನ್ನು ಎತ್ತಿಹಿಡಿದರು. ಲೂಯಿಫಿಲಿಪ್‌ನನ್ನು ನ್ಯಾಯಯುತವಾದ ಉತ್ತರಾಧಿಕಾರಿ ಎಂದು ಮನ್ನಿಸದೆ ಬೋರ್ಡೆದ ರಾಜಕುಮಾರನಿಗೆ ಸಲ್ಲಬೇಕಾದ ಸಿಂಹಾಸನವನ್ನು ಕಿತ್ತುಕೊಂಡ ದಂಗೆಕೋರನೆಂದು ಲೂಯಿ ಫಿಲಿಪ್‌ನನ್ನು ಕರೆದರು. ಆದರೆ ಇವುಗಳಾವುವನ್ನು ಲೆಕ್ಕಿಸದೆ ಫಿಲಿಪ್ ಈ ದಂಗೆಗಳನ್ನು ಸುಲಭವಾಗಿ ಹತ್ತಿಕ್ಕಿದನು.

ಲೂಯಿಫಿಲಿಪ್‌ನ ವಿರುದ್ಧ ಪ್ರಜಾಪ್ರಭುತ್ವವಾದಿಗಳು ನಡೆಸಿದ ಹೋರಾಟ ತೀವ್ರ ಸ್ವರೂಪದ್ದಾಗಿತ್ತು. ಲೂಯಿಫಿಲಿಪ್‌ನ ಪ್ರಧಾನಿಯಾದ ಲಫಾಯಟ್‌ನು ಗಣತಂತ್ರವಾದಿ ಆಡಳಿತಗಳಲ್ಲೆಲ್ಲ ಉತ್ತಮವಾದುದು ಎಂಬ ವಿಶ್ವಾಸವನ್ನು ನೀಡಿದನು. ಪ್ರಜಾಪ್ರಭುತ್ವವಾದಿಯಾಗಿರುವ ಈ ಜನಪ್ರಿಯ ದೊರೆಯು ಪ್ರಜಾಪ್ರಭುತ್ವವಾದಿ ಸಂಸ್ಥೆಗಳಿಂದ ಸುತ್ತುವರಿಯಲ್ಪಟ್ಟಿರುವನೆಂಬ ಭರವಸೆಯನ್ನು ಲಫಾಯಟ್ ನೀಡಿದನು. ಹೊಸದಾಗಿ ರೂಪತಾಳುತ್ತಿದ್ದ ಈ ವಿಷಯಗಳಿಂದ ತೀವ್ರವಾಗಿ ನಿರಾಶೆಗೊಂಡ ಪ್ರಜಾಪ್ರಭುತ್ವವಾದಿಗಳು ಲೂಯಿಫಿಲಿಪ್‌ನ ವಿರುದ್ಧ ದಂಗೆಯೆದ್ದರು. ಅವರ ದಂಗೆಗಳು ತೀವ್ರ ಸ್ವರೂಪದ್ದಾಗಿದ್ದು ಅವನ್ನು ಹತ್ತಿಕ್ಕಲು ಕಠಿಣ ಕ್ರಮಗಳನ್ನು ಕೈಗೊಳ್ಳಲಾಯಿತು. ಸಂಘಟನೆಯನ್ನು ಮುರಿದು ಸಂಘಟನಾಕಾರರ ಹಕ್ಕುಗಳನ್ನು ಮೊಟಕುಗೊಳಿಸಲಾಯಿತು. ದಂಗೆಯನ್ನು ಪ್ರಚೋದಿಸುತ್ತಿದ್ದ ಪತ್ರಿಕೆಗಳ ಮಾಲಿಕರನ್ನು ಮತ್ತು ಸಂಪಾದಕರನ್ನು ವಿಚಾರಣೆಗೆ ಒಳಪಡಿಸಿ ಶಿಕ್ಷಿಸಲಾಯಿತು. ಅರಸು ಮನೆತನದ ಬಗ್ಗೆ ಕೀಳಾಗಿ ಮಾತಾಡುವುದನ್ನು ನಿಷೇದಿಸಲಾಯಿತು. ಯಾವುದೇ ಸರ್ಕಾರದ ಪರವಾಗಿ ವಾದಿಸುವುದನ್ನು ಕಾನೂನುಬಾಹಿರ ಕೃತ್ಯವೆಂದು ಸಾರಲಾಯಿತು.

6) ಮಂತ್ರಿಮಂಡಲ ಮತ್ತು ಪ್ರಮುಖ ನಾಯಕರು: ಲೂಯಿಫಿಲಿಪ್‌ನ ಆಳ್ವಿಕೆಯ ಕಾಲದಲ್ಲಿನ ರಾಜಕೀಯ ಪರಿಸ್ಥಿತಿಯು ತೀರಾ ಹದಗೆಟ್ಟಿತು. ಮಂತ್ರಿಮಂಡಲದಲ್ಲಿ ಅಭದ್ರತೆ ತಲೆದೋರಿತು. ಹತ್ತು ವರ್ಷಗಳ ಅವಧಿಯಲ್ಲಿ 10 ಮಂತ್ರಿಮಂಡಲಗಳು ಅಧಿಕಾರಕ್ಕೆ ಬಂದುಹೋಗಿದ್ದವು. 1840 ರಿಂದ 1848ರ ಅವಧಿಯಲ್ಲಿನ ಮಂತ್ರಿಮಂಡಲವೇ ಹೆಚ್ಚು ದೀರ್ಘಕಾಲ ಅಧಿಕಾರದಲ್ಲುಳಿಯಿತು. ಸಿಂಹಾಸನಾರೋಹಣದ ನಂತರ ಅನೇಕ ವರ್ಷಗಳವರೆಗೆ ಲೂಯಿಫಿಲಿಪ್ ತಾನು ಸರ್ವಾಧಿಕಾರಿ ಎಂಬುದನ್ನು ತಿಳಿಸಲಿಲ್ಲ. ಎಲ್ಲ ವೈರಿಗಳನ್ನು ಮತ್ತು ವಿರೋಧಗಳನ್ನು ಅಡಗಿಸಿದ ನಂತರ ತಾನು ಸಾಮ್ರಾಟನಾದುದರ ಉದ್ದೇಶವನ್ನು ತಿಳಿಸಿದನು.

ಹತ್ತನೇ ಚಾರ್ಲ್ಸ್‌ನ ಪತನಕ್ಕೆ ಕಾರಣನಾದ ಪ್ರಮುಖ ವ್ಯಕ್ತಿಗಳಲ್ಲಿ ಥೈಯರ್ಸ್‌ನು ಅತ್ಯಂತ ಪ್ರಮುಖನು. ಈತನು ಸಮಯಸಾಧಕನು, ರಾಜನೀತಿಜ್ಞನಾಗಿದ್ದನು. ಥೈಯರ್ಸ್‌ನ ವಿದೇಶಾಂಗ ನೀತಿಯು ಸ್ವಾತಂತ್ರ್ಯ ಮತ್ತು ಫ್ರಾನ್ಸ್‌ನ ಜನತೆಯಲ್ಲಿ ಚೇತನವನ್ನು ತುಂಬಿತು. ಈತನು 1832ರಿಂದ 1836ರವರೆಗೆ ಸಾಮಾನ್ಯ ಮಂತ್ರಿಯಾಗಿದ್ದು 1840ರಲ್ಲಿ ಪ್ರಧಾನಿಯಾಗಿದ್ದನು. ಈ ರೀತಿ ಗೀಜೋ, ಥೈಯರ್ಸ್ ಇವರು ಲೂಯಿಯ ಕಾಲದಲ್ಲಿನ ಮಂತ್ರಿಮಂಡಲದ ಪ್ರಮುಖ ವ್ಯಕ್ತಿಗಳಾಗಿದ್ದರು.

ಲೂಯಿಫಿಲಿಪ್‌ನ ವಿದೇಶಾಂಗ ನೀತಿ

ಶಾಂತಿ ಮತ್ತು ಸಾಹಸರಹಿತ ನೀತಿ: ಲೂಯಿಫಿಲಿಪ್‌ನು ಹಲವಾರು ಸಮಸ್ಯೆಗಳನ್ನು 1830ರ ಕ್ರಾಂತಿಯ ಸಮಯದಲ್ಲಿ ಎದುರಿಸಬೇಕಾಯಿತು. 1815ರ ವಿಯೆನ್ನಾ ಸಭೆಯ ಕಾನೂನಿನ ಪ್ರಕಾರ ಇವನು ನ್ಯಾಯಬದ್ಧ ತತ್ವಕ್ಕೆ ಅನುಗುಣವಾಗಿ ಅಧಿಕಾರಕ್ಕೆ ಬಂದಿರಲಿಲ್ಲ. ಆದ್ದರಿಂದ ಆತನ ಅರಸೊತ್ತಿಗೆಯು ಹಲವಾರು ರಾಷ್ಟ್ರಗಳ ಮಾನ್ಯತೆಯನ್ನು ಪಡೆಯುವುದು ಕಷ್ಟಸಾಧ್ಯವಾಗಿತ್ತು. ಇಂತಹ ಸಮಯದಲ್ಲಿ ಇವನು ಯೂರೋಪಿನ ಯಾವುದೇ ರಾಷ್ಟ್ರವನ್ನು ಎದುರುಹಾಕಿಕೊಳ್ಳದೆ ಶಾಂತಿಯುತವಾಗಿ ಆಡಳಿತ ನಡೆಸಿದನು. ಯಾವುದೇ ವಿದೇಶಿ ಆಕ್ರಮಣಕ್ಕೂ ಫ್ರಾನ್ಸ್ ಅನ್ನು ಸಿಲುಕದಂತೆ ನೋಡಿಕೊಂಡು ತನ್ನ ಸಮಯ ಸಾಧಕತೆಯನ್ನು ಪ್ರದರ್ಶಿಸಿದನು. ಬ್ರಿಟನ್‌ನ ವಿದೇಶಾಂಗ ಕಾರ್ಯದರ್ಶಿ ಫಾಮರ್‌ಸ್ಟನ್‌ನು ತನ್ನ ಸಹಾಯವನ್ನು ಫಿಲಿಪ್‌ನಿಗೆ ನೀಡಿದನು. ಇದರಿಂದ ಸ್ಫೂರ್ತಿಗೊಂಡ ಫಿಲಿಪ್ ಯೂರೋಪಿನ ಇತರ ರಾಷ್ಟ್ರಗಳ ಬೆಂಬಲಗಳಿಸುವುದು ಸುಲಭವೆಂದು ತಿಳಿದನು.

ಫಿಲಿಪ್‌ನ ಬೆಲ್ಜಿಯಂ ನೀತಿ (1830): 1830ರ ಫ್ರೆಂಚ್ ಕ್ರಾಂತಿಯಿಂದ ಸ್ಫೂರ್ತಿಪಡೆದು ಡಚ್ಚರ ವಿರುದ್ಧ ಬೆಲ್ಜಿಯನ್ನರು ದಂಗೆಯೆದ್ದರು. ವಿಯನ್ನಾ ಸಭೆಯ ಪ್ರಾದೇಶಿಕ ವಿಸ್ತರಣೆಯಲ್ಲಿ ಬೆಲ್ಜಿಯಂ ಅನ್ನು ಹಾಲೆಂಡಿಗೆ ಸೇರಿಸಲಾಗಿತ್ತು. ಆದರೆ ಹಾಲೆಂಡಿನಲ್ಲಿದ್ದ ಡಚ್ಚರು ಬಹುಸಂಖ್ಯಾತರಾದ ಬೆಲ್ಜಿಯಂರ ಮೇಲೆ ದಬ್ಬಾಳಿಕೆಯನ್ನು ನಡೆಸುತ್ತಿದ್ದರು. ಈ ದಬ್ಬಾಳಿಕೆಯನ್ನು ಸಹಿಸದ ಬೆಲ್ಜಿಯಂರು ಡಚ್ಚರ ವಿರುದ್ಧ ದಂಗೆಯೆದ್ದು ಅವರನ್ನು ಯಶಸ್ವಿಯಾಗಿ ಎದುರಿಸಿ ತಮ್ಮ ಸ್ವಾತಂತ್ರ್ಯವನ್ನು ಘೋಷಿಸಿಕೊಂಡರು. ಹಲವಾರು ರಾಷ್ಟ್ರಗಳು ಈ ಬಿಕ್ಕಟ್ಟನ್ನು ಬಗೆಹರಿಸಲು ತೀರ್ಮಾನಿಸಿ ಬೆಲ್ಜಿಯಂಗೆ ತಿಳಿಸಿದವು. ಸ್ವತಂತ್ರ ಬೆಲ್ಜಿಯಂನಲ್ಲಿ ಲಕ್ಸೆಂಬರ್ಗ್ ಸೇರಕೂಡದು ಹಾಗೂ ತಾವು ಆರಿಸಿದ ದೊರೆಯನ್ನು ಬೆಲ್ಜಿಯಂ ಒಪ್ಪಿಕೊಳ್ಳಬೇಕೆಂಬ ಷರತ್ತನ್ನು ಹಾಕಿತು. ಅದರಂತೆ ಫ್ರಾನ್ಸಿನ ಲೂಯಿಫಿಲಿಪ್‌ನ ಮಗನನ್ನು ಬೆಲ್ಜಿಯಂನ ದೊರೆಯೆಂದು ಘೋಷಿಸಿದರು. ಆದರೆ ಫಿಲಿಪ್‌ನು ತನ್ನ ಮಗನನ್ನು ಬೆಲ್ಜಿಯಂನ ದೊರೆಯಾಗಿ ಮಾಡಿದರೆ ಯೂರೋಪಿನ ಹಲವಾರು ರಾಷ್ಟ್ರಗಳ ದ್ವೇಷ ಕಟ್ಟಿಕೊಳ್ಳಬೇಕಾಗುತ್ತದೆ ಎಂದು ತಿಳಿದು ಸಂಕಷ್ಟಕ್ಕೆ ಈಡಾದನು. ಆದರೆ ಅಂತಿಮವಾಗಿ ಸ್ಯಾಕ್ಸ್‌ಕೊಬರ್ಗ್‌ದ ಪ್ರಿನ್ಸ್ ಲಿಯೋಪಾಲ್ಡನು ಸ್ವತಂತ್ರ ಬೆಲ್ಜಿಯಂನ ದೊರೆಯಾದನು. ಈ ಆಯ್ಕೆಯನ್ನು ಲೂಯಿಫಿಲಿಪ್‌ನು ಒಪ್ಪಿಕೊಂಡನು ಅಂತೆಯೇ ಬೆಲ್ಜಿಯನ್ನರು ಸಹ ತಮ್ಮ ಸಮ್ಮತಿಯನ್ನು ಸೂಚಿಸಿದರು. ರಾಷ್ಟ್ರೀಯ ಪ್ರತಿಷ್ಠೆಯೇ ಮುಖ್ಯವಾಗಿದ್ದ ಜನತೆಗೆ ಲೂಯಿಫಿಲಿಪ್‌ನ ಈ ಕ್ರಮವು ಅಪಾರವಾದ ನೋವುಂಟು ಮಾಡಿತಲ್ಲದೆ ಫ್ರಾನ್ಸಿನ ಪ್ರತಿಷ್ಠೆಗೆ ಬಲವಾದ ಪೆಟ್ಟುಬಿದ್ದಂತಾಯಿತು.

ಫಿಲಿಪ್‌ನ ಈಜಿಪ್ಟ್ ನೀತಿ: ಈಜಿಪ್ಟ್‌ನ ಮೆಹಬತ್ ಆಲಿಯಿಯು ಟರ್ಕಿ ಸುಲ್ತಾನನ ಸಾಮಂತನಾಗಿದ್ದು ಟರ್ಕಿ ಸುಲ್ತಾನನಿಗೆ ಹಲವಾರು ಯುದ್ಧಗಳಲ್ಲಿ ಸಹಾಯವನ್ನು ಮಾಡಿದ್ದನು. ಆದರೆ ಟರ್ಕಿ ಸುಲ್ತಾನನು ಯುದ್ಧಾನಂತರ ಮೆಹಬತ್ ಆಲಿಯನ್ನು ತಾತ್ಸಾರದಿಂದ ನೋಡಲಾರಂಭಿಸಿದ್ದಲ್ಲದೆ ತನಗೆ ಗೌರವವನ್ನು ನೀಡಲಿಲ್ಲವೆಂದು ಅತೃಪ್ತಿಗೊಂಡ ಮೆಹಬತ್ ಆಲಿಯು ಟರ್ಕಿ ಸುಲ್ತಾನನ ಸಾಮ್ರಾಜ್ಯದ ವಿರುದ್ಧ ಯುದ್ಧ ಹೂಡಿ ಟರ್ಕಿ ಸಾಮ್ರಾಜ್ಯದ ಭಾಗಗಳನ್ನು ಕಿತ್ತುಕೊಳ್ಳಲಾರಂಭಿಸಿದನು. 1832ರ ವೇಳೆಗೆ ಆಲಿಯು ಇಡೀ ಸಿರಿಯಾವನ್ನೇ ಆಕ್ರಮಿಸಿಕೊಂಡನು. ಇದರಿಂದ ಟರ್ಕಿ ಸುಲ್ತಾನನಿಗೆ ಉಳಿಗಾಲವಿಲ್ಲದಂತಾಯಿತು. ಮೆಹಬತ್ ಆಲಿಗೆ ಫ್ರಾನ್ಸ್ ಬೆಂಬಲವನ್ನು ಸೂಚಿಸಿತು. ಈಜಿಪ್ಟ್‌ನೊಡನೆ ಒಪ್ಪಂದ ಮಾಡಿಕೊಂಡರೆ ಭೂಮಧ್ಯ ಸಮುದ್ರದಲ್ಲಿ ವ್ಯಾಪಾರ ಮತ್ತು ವಾಣಿಜ್ಯೋದ್ಯಮ ಅಭಿವೃದ್ಧಿಯಾಗುವುದೆಂದು ಫ್ರಾನ್ಸಿನ ಎಣಿಕೆಯಾಗಿತ್ತು. ಇದಕ್ಕೆ ವಿರುದ್ಧವಾಗಿ ಟರ್ಕಿಗೆ ಆಸ್ಟ್ರಿಯಾ, ರಷ್ಯಾ, ಇಂಗ್ಲೆಂಡ್‌ಗಳು ತಮ್ಮ ಬೆಂಬಲವನ್ನು ಸೂಚಿಸಿದವು. ಐರೋಪ್ಯರಾಷ್ಟ್ರಗಳು ಮೆಹಬತ್ ಆಲಿಯನ್ನು ಶಾಂತಿಸಂಧಾನಕ್ಕೆ ಬಲವಂತಪಡಿಸಿದವು. ಫ್ರಾನ್ಸಿನ ಪ್ರಧಾನಿ ಥೈಯರ್ಸ್ ಇದರಲ್ಲಿ ಪ್ರಮುಖ ಪಾತ್ರವಹಿಸಿದನು. ಆದರೆ ಲೂಯಿ ಫಿಲಿಪ್ ಇವನ ನೀತಿಯನ್ನು ವಿರೋಧಿಸಿದನು. ಇದರಿಂದ ಥೈಯರ್ಸ್ ಪ್ರಧಾನಮಂತ್ರಿ ಪದವಿಯನ್ನು ತ್ಯಜಿಸಬೇಕಾಯಿತು. ಈಜಿಪ್ಟ್‌ನ ಮೆಹಬತ್ ಆಲಿಗೆ ಬೆಂಬಲ ನೀಡುವ ಕ್ರಮದಲ್ಲೂ ದೊರೆ ಫಿಲಿಪ್‌ನ ನೀತಿಯು ಫ್ರೆಂಚ್ ಜನತೆಗೆ ತುಂಬಾ ಅಸಂತೋಷ ಉಂಟುಮಾಡಿತ್ತಲ್ಲದೆ ಫಿಲಿಪ್‌ನ ಈ ಕ್ರಮದಿಂದ ಫ್ರಾನ್ಸ್ ಮತ್ತು ವಿದೇಶಗಳಲ್ಲೂ ಅಪಕೀರ್ತಿಗೆ ಗುರಿಯಾದನು. ನೆಪೋಲಿಯನ್ನನ ವೈಭವವನ್ನು ನೆನೆದುಕೊಳ್ಳುತ್ತಿದ್ದ ಫ್ರೆಂಚ್ ಜನತೆಗೆ ಇದು ತುಂಬಾ ಬೇಸರವನ್ನುಂಟುಮಾಡಿತು.

ಆಲ್ಜೀರಿಯಾದ ಆಕ್ರಮಣ: ಆಲ್ಜೀರಿಯವನ್ನು ಗೆದ್ದುಕೊಂಡದ್ದು ಫೆಂಚ್ ಸೈನ್ಯದ ಮತ್ತು ಲೂಯಿಫಿಲಿಪೆಯ ಅತಿಮುಖ್ಯವಾದ ಸೈನಿಕ ಸಾಧನೆಯಾಗಿತ್ತು. ಗೆದ್ದನಂತರ ಆಲ್ಜೀರಿಯಾದಲ್ಲಿ 40,000 ಫ್ರೆಂಚ್ ವಲಸೆಗಾರರನ್ನು ಆ ದೇಶದಲ್ಲಿ ನೆಲಸುವಂತೆ ಮಾಡಲಾಯಿತು. ಇಲ್ಲಿ ಲೂಯಿಫಿಲಿಪ್ ವೈಯಕ್ತಿಕವಾಗಿ ಮೇಲೇರಲು ಯತ್ನಿಸಿದನು. ಹಲವಾರು ಸಂಬಂಧಗಳನ್ನು ಆಲ್ಜೀರಿಯಾದಲ್ಲಿ ನಡೆಸಿದನು. ತನ್ನ ಒಬ್ಬ ಮಗಳನ್ನು ಬೆಲ್ಜಿಯಂ ದೊರೆ ಲಿಯೋಪಾಲ್ಡ್‌ನಿಗೆ ಮದುವೆ ಮಾಡಿದನು. ತನ್ನ ಒಬ್ಬ ಮಗನನ್ನು ಸ್ಪೇನಿನ ರಾಣಿ ಇಸಬೆಲ್ಲಾಳ ಸಹೋದರಿಗೆ ವಿವಾಹ ಮಾಡಿದನು. ಈ ರೀತಿ ಫಿಲಿಪ್ ತನ್ನ ರಾಷ್ಟ್ರದ ಹಿತಾಸಕ್ತಿಗಿಂತಲೂ ಕುಟುಂಬದ ಹಿತಾಸಕ್ತಿಗೆ ಹೆಚ್ಚು ಗಮನ ನೀಡಿದನು.

ಫ್ರಾನ್ಸಿನ 1848ರ ಫೆಬ್ರವರಿ ಕ್ರಾಂತಿ: 1848ರಲ್ಲಿ ಮತ್ತೆ ಫ್ರಾನ್ಸ್‌ನಲ್ಲಿ ಕ್ರಾಂತಿ ಜರುಗಿತು. 1848ರ ಸಮಯದಲ್ಲಿ ಯೂರೋಪಿನಲ್ಲಿ ಅರಾಜಕತೆ ತಲೆದೋರಿತಲ್ಲದೆ ಜನತೆಯೂ ಹಳೆಯ ವ್ಯವಸ್ಥೆಯಿಂದ ಬೇಸತ್ತು ಯೂರೋಪಿನಾದ್ಯಂತ ಜನರು ಬದಲಾವಣೆಯನ್ನು ಬಯಸಿದ್ದರು. ಅವರಲ್ಲಿ ಕ್ರಾಂತಿಯ ಜ್ವಾಲೆ ತುಂಬಿತುಳುಕುತಿತ್ತು. ಈ ಸಮಯದಲ್ಲಿ ಇಂಗ್ಲೆಂಡಿನಲ್ಲಿ ಉಂಟಾದ ಕೈಗಾರಿಕಾ ಕ್ರಾಂತಿಯು ತನ್ನ ಪ್ರಭಾವವನ್ನು ಎಲ್ಲಾ ಕಡೆ ಹರಡಿತು. ಇದು ಸಹಜವಾಗಿ ಜನತೆಯಲ್ಲಿ ರಾಷ್ಟ್ರೀಯ ಮನೋಭಾವನೆಯನ್ನು ಬೆಳೆಸಿತಲ್ಲದೇ ಅವರಲ್ಲಿ ಚೈತನ್ಯವನ್ನು ತುಂಬಿತು. ಈ ರೀತಿ ಯೂರೋಪಿನಾದ್ಯಂತ ಹೊಗೆಯಾಡುತ್ತಿದ್ದ ಸಮಸ್ಯೆಗಳೆಲ್ಲವೂ 1848ರ ಫೆಬ್ರವರಿಯಲ್ಲಿ ಕ್ರಾಂತಿ ರೂಪದಲ್ಲಿ ಹೊರ ಹೊಮ್ಮಿದವು. 1848ರ ಕ್ರಾಂತಿಯು ಆ ಶತಮಾನದಲ್ಲಿಯೇ ಅತ್ಯಂತ ವಿಶಾಲವಾದ ಗಲಭೆಗೆ ನಾಂದಿ ಹಾಡಿತು.

ಕ್ರಾಂತಿಗೆ ಕಾರಣಗಳು

1) ಲೂಯಿ ಫಿಲಿಪ್‌ನ ದುರ್ಬಲ ಆಡಳಿತ: ಲೂಯಿಫಿಲಿಪ್‌ನಿಗೆ ಫ್ರಾನ್ಸಿನ ಸಿಂಹಾಸನವನ್ನೇರಲು ಯಾವುದೇ ರೀತಿಯಾದ ಹಕ್ಕಿರಲಿಲ್ಲ. ಆದರೂ ಹೇಗೋ ಲೂಯಿಫಿಲಿಪ್ ಫ್ರಾನ್ಸ್ ಸಿಂಹಾಸನವನ್ನೇರಿದನು. ಇದನ್ನು ಹಲವರು ಟೀಕಿಸಿದರು. ಬೋರ್ಬನ್ ವಂಶಸ್ಥರಲ್ಲದೆ ಬೇರ್‍ಯಾರು ಫ್ರಾನ್ಸಿನ ಸಿಂಹಾಸನಕ್ಕೆ ಅನರ್ಹರೆಂಬ ವಾದವನ್ನು ನ್ಯಾಯಬದ್ಧ ಪ್ರಭುತ್ವವಾದಿಗಳು ವಾದಿಸಿದರು. ಆದ್ದರಿಂದ ಇವನ ತಳಪಾಯವೇ ಅಸ್ಥಿರವಾಗಿತ್ತು. ಅಲ್ಲದೇ ಇವನ ಆಳ್ವಿಕೆಗೆ ಯಾವುದೇ ರಾಷ್ಟ್ರವು ತನ್ನ ಮನ್ನಣೆಯನ್ನು ನೀಡಿರಲಿಲ್ಲ. ಫ್ರಾನ್ಸಿನ ಯಾವುದೇ ವರ್ಗ ಇಲ್ಲವೇ ಪಕ್ಷ ಈತನ ಅಸ್ತಿತ್ವವನ್ನು ಪ್ರೋತ್ಸಾಹಿಸಿರಲಿಲ್ಲ. ಶ್ರೀಮಂತ ವರ್ತಕರು ಮತ್ತು ವಾಣಿಜ್ಯೋದ್ಯಮಿಗಳು ಮಾತ್ರ ಫಿಲಿಪ್‌ನಿಗೆ ತಮ್ಮ ಬೆಂಬಲವನ್ನು ಸೂಚಿಸಿದರು, ಆದ್ದರಿಂದ ಇವನನ್ನು ಶ್ರೀಮಂತರ ರಾಜ ಎಂದು ಅವಹೇಳನ ಮಾಡಲಾಗಿತ್ತು.

2) ಪ್ರಗತಿರಹಿತ ಭ್ರಷ್ಟ ಆಡಳಿತ ಮತ್ತು ದುರ್ಬಲ ವಿದೇಶಾಂಗ ನೀತಿ: 1848ರ ಫೆಬ್ರವರಿ ಕ್ರಾಂತಿಗೆ ಲೂಯಿ ಫಿಲಿಪ್‌ನ ಪ್ರಗತಿ ರಹಿತ ಮತ್ತು ಭ್ರಷ್ಟ ಆಡಳಿತ ಪ್ರಮುಖ ಕಾರಣವಾಗಿತ್ತು. ಲೂಯಿ ಫಿಲಿಪ್‌ನ ಆಂತರಿಕ ನೀತಿಯು ಜಡತ್ವದಿಂದ ಕೂಡಿದ್ದು ಇದು ಬದಲಾವಣೆಗೆ ಹೊಂದಿಕೊಳ್ಳುತ್ತಿರಲಿಲ್ಲ. ಫ್ರಾನ್ಸಿನ ಜನತೆಯ ಆಶೋತ್ತರಗಳು, ಭಾವನೆಗಳು ಬದಲಾದಂತೆ ಇವುಗಳನ್ನು ಫಿಲಿಪ್ ಬದಲಾಯಿಸುತ್ತಿರಲಿಲ್ಲ. ಫ್ರಾನ್ಸ್‌ನಲ್ಲಿ ಹಲವಾರು ಆರ್ಥಿಕ ಸಂಸ್ಥೆಗಳು ಮಧ್ಯಮ ವರ್ಗ ಮತ್ತು ಶ್ರೀಮಂತ ವರ್ಗದವರ ಏಕಸ್ವಾಮ್ಯವಾಗಿದ್ದು ಶ್ರೀಸಾಮಾನ್ಯನ ಸ್ಥಿತಿ ಶೋಚನೀಯವಾಗಿತ್ತು. ಇದರಿಂದ ಕ್ರೋಧಗೊಂಡ ಜನರು ದಂಗೆಯೆದ್ದರೆ ಅವುಗಳ ಧಮನಕ್ಕಾಗಿ ಕಠಿಣ ಕ್ರಮಗಳನ್ನು ಕೈಗೊಳ್ಳುತ್ತಿದ್ದನೇ ವಿನಃ ಅದನ್ನು ಬಗೆಹರಿಸಲು ಯಾವುದೇ ಗಮನವನ್ನು ನೀಡುತ್ತಿರಲಿಲ್ಲ. ಇವನ ಈ ಧಮನಕಾರಿ ನೀತಿಗೆ ಇವನ ಪ್ರಧಾನಿಯಾಗಿದ್ದ ಗಿಜೋ ಬೆಂಬಲಿಗನಾಗಿದ್ದನು, ಗಿಜೋನ ಏಳು ವರ್ಷದ ಆಡಳಿತದಲ್ಲಿ ಸ್ವಲ್ಪವೂ ಸುಧಾರಣೆಯಾಗಿರಲಿಲ್ಲ. ಇದರಿಂದ ಬೇಸತ್ತ ಫ್ರಾನ್ಸಿನ ಜನರು ಲೂಯಿ ಫಿಲಿಪ್‌ನನ್ನು ಮತ್ತು ಆತನ ಪ್ರಧಾನಿ ಗಿಜೋನನ್ನು ತೆಗೆದುಹಾಕಬೇಕೆಂದು ಕ್ರಾಂತಿಯನ್ನು ಆರಂಭಿಸಿದರು. ಅಲ್ಲದೇ ಈತನ ವಿದೇಶಾಂಗ ನೀತಿಯೂ ಸಹ ಇಂಗ್ಲೆಂಡ್‌ನ ವಿದೇಶಾಂಗ ನೀತಿಗೆ ಅಧೀನವಾಗಿತ್ತು. ಫ್ರಾನ್ಸಿಗೆ ಕೀರ್ತಿಯನ್ನು ತರುವ ಸಂದರ್ಭಗಳಲ್ಲಿ ದೃಢವಾದ ಮತ್ತು ನಿಶ್ಚಿತವಾದ ನೀತಿಯನ್ನು ಅನುಸರಿಸಲಿಲ್ಲ. ಫ್ರಾನ್ಸಿನ ಜನರು ಯಾವಾಗಲೂ ನೆಪೋಲಿಯನ್‌ನ ವೈಭವವನ್ನು ಮೆಲುಕು ಹಾಕುತ್ತಿದ್ದರು. ಆ ಪ್ರತಿಷ್ಠೆಯನ್ನು ನೆನೆದುಕೊಳ್ಳುತ್ತಿದ್ದ ಫ್ರೆಂಚ್ ಜನತೆಗೆ ಇವನ ದುರ್ಬಲ ವಿದೇಶಾಂಗ ನೀತಿಯು ತುಂಬಾ ಬೇಸರವನ್ನುಂಟುಮಾಡಿತು.

3) ಸಮಾಜವಾದ ಮತ್ತು ಕಾರ್ಮಿಕ ಸಂಘಟನೆ: ಇಂಗ್ಲೆಂಡ್‌ನಲ್ಲಿ ಆರಂಭವಾಗಿದ್ದ ಕೈಗಾರಿಕಾ ಕ್ರಾಂತಿಯು ಬಹುಬೇಗ ಯೂರೋಪಿನಾದ್ಯಂತ ಹರಡಿತು. ಫ್ರಾನ್ಸ್‌ನಲ್ಲಿ ಆರಂಭವಾದ ಕೈಗಾರಿಕಾ ಕ್ರಾಂತಿಯು ಅನೇಕ ಸಮಸ್ಯೆಯಿಂದ ಆವೃತವಾಗಿತ್ತು. ಫಿಲಿಪ್‌ನು ಕಾರ್ಮಿಕರ ಸ್ಥಿತಿಗತಿಗಳನ್ನು ಸುಧಾರಿಸಲು ಯಾವುದೇ ಸೂಕ್ತ ಕ್ರಮಗಳನ್ನು ಕೈಗೊಳ್ಳಲಿಲ್ಲ. ಕಾರ್ಖಾನೆಯಲ್ಲಿನ ವ್ಯವಸ್ಥೆಯು ಹದಗೆಟ್ಟಿತ್ತು. ಕಾರ್ಖಾನೆಯಲ್ಲಿ ಕಾರ್ಮಿಕರನ್ನು ಹೆಚ್ಚು ಅವಧಿಯವರೆಗೆ ದುಡಿಸಿಕೊಳ್ಳಲಾಗುತ್ತಿತ್ತು ಮತ್ತು ಬಾಲ ಕಾರ್ಮಿಕರಿಂದಲೂ ದುಡಿಮೆ ಮಾಡಿಸಿಕೊಂಡು ಅತ್ಯಲ್ಪ ವೇತನವನ್ನು ನೀಡಲಾಗುತ್ತಿತ್ತು. ಈ ರೀತಿಯಾದ ಕಾರ್ಮಿಕರ ಅತೃಪ್ತಿಯು ಮುಂದೆ ಸಮಾಜವಾದದ ರೂಪದಲ್ಲಿ ಹೊರಹೊಮ್ಮಿತು. ಸಮಾಜವಾದಿಗಳಾದ ಪ್ರೌಧನ್, ಲೂಯಿಬ್ಲಾಂಕ್, ಸೈಂಟ್ ಸೈಮನ್, ಲೆರಾಕ್ಸು ಮುಂತಾದವರ ಸಮಾಜವಾದದ ಕರೆಗೆ ಕಾರ್ಮಿಕರು ಒಗ್ಗೂಡಿದರು. ಔದ್ಯಮಿಕ ಸಂಘಟನೆ ಹಾಗೂ ಹಣ ಮತ್ತು ಮಾನವ ಶ್ರಮ ಇವುಗಳನ್ನು ಕುರಿತ ಹೊಸ ಸಿದ್ಧಾಂತಗಳನ್ನು ಸಮಾಜವಾದಿಗಳು ರೂಪಿಸಿದರು. ಇವುಗಳನ್ನೇ ಸಮಾಜವಾದಿ ಸಿದ್ಧಾಂತಗಳೆಂದು ಕರೆಯಲಾಯಿತು. ಈ ಸಿದ್ಧಾಂತಗಳು ಅನೇಕ ಶ್ರಮ ಜೀವಿಗಳನ್ನು ಆಕರ್ಷಿಸಿತ್ತು. ತಮ್ಮ ಶ್ರಮಕ್ಕೆ ಸರಿಯಾದ ಪ್ರತಿಫಲ ದೊರೆಯಲಿಲ್ಲವೆಂದು ನಂಬಿಕೊಂಡಿದ್ದ ಲಕ್ಷೋಪಲಕ್ಷ ಶ್ರಮಿಕರನ್ನು ಈ ಸಿದ್ಧಾಂತಗಳು ಅತ್ಯಂತ ಪ್ರಭಾವಯುತವಾಗಿ ಆಕರ್ಷಿಸಿದವು. ಸಮಾಜವನ್ನು ಪುನರಚಿಸುವ ಸಮಾಜವಾದಿ ಯೋಜನೆಯನ್ನು ಸೇಂಟ್‌ಸೈಮನ್ ಮೊದಲಿಗೆ ಘೋಷಿಸಿದನು, ಉತ್ಪಾದನಾ ಸಾಧನಗಳನ್ನು ಸರ್ಕಾರ ತನ್ನ ವಶದಲ್ಲಿರಿಸಿಕೊಂಡು "ಸಾಮರ್ಥ್ಯಕ್ಕೆ ತಕ್ಕ ಶ್ರಮ ಹಾಗೂ ಸೇವೆಗೆ ತಕ್ಕ ಪ್ರತಿಫಲ" ಎಂಬ ತತ್ವಗಳಿಗನುಗುಣವಾಗಿ ಉದ್ಯಮಗಳನ್ನು ಸಂಘಟಿಸಬೇಕೆಂಬುದು ಆತನ ವಿಚಾರವಾಗಿದ್ದಿತು. ಭಾರಿ ಉದ್ದಿಮೆಗಳು, ರೈಲ್ವೆ, ಬ್ಯಾಂಕ್‌ಗಳು, ಸಾರಿಗೆ ಸಂಪರ್ಕದ ಮೇಲಿನ ಖಾಸಗಿ ಒಡೆತನವನ್ನು ರದ್ದುಪಡಿಸಿ ಅವುಗಳನ್ನು ರಾಷ್ಟ್ರೀಕರಣಗೊಳಿಸಬೇಕೆಂದು ಒತ್ತಾಯಿಸಿದನು. ರಾಷ್ಟ್ರದ ಸಂಪತ್ತಿಗೆ ಬರೀ ಮಧ್ಯಮ ಮತ್ತು ಶ್ರೀಮಂತ ವರ್ಗದವರೇ ಮುಖ್ಯರಲ್ಲ, ಎಲ್ಲಾ ವರ್ಗದ ಜನರಿಗೂ ಸಮಪಾಲು ದೊರೆಯುವಂತೆ ಮಾಡುವುದೇ ಸಮಾಜವಾದದ ಗುರಿಯಾಗಿತ್ತು.

4) ರಾಜಕೀಯ ಮತ್ತು ಸಾಮಾಜಿಕ ಸುಧಾರಣೆಗಳಿಗೆ ಬೇಡಿಕೆ: ಲೂಯಿಫಿಲಿಪ್‌ನ ಆಳ್ವಿಕೆಯಲ್ಲಿ ಫ್ರಾನ್ಸಿನಲ್ಲಿ ಅರಾಜಕತೆ, ಭ್ರಷ್ಟಾಚಾರ ಮತ್ತು ಲಂಚಗುಳಿತನ ತಾಂಡವವಾಡುತ್ತಿತ್ತು. ಈ ಭ್ರಷ್ಟಾಚಾರವು ಫ್ರೆಂಚ್ ಪಾರ್ಲಿಮೆಂಟ್‌ನಲ್ಲಿಯೂ ಇದ್ದು

ಪ್ರಧಾನಮಂತ್ರಿಯೂ ಭ್ರಷ್ಟಾಚಾರದಿಂದ ಕೂಡಿದ್ದನು. ಇವನು ಕೆಳಮನೆಯಾದ ಛೇಂಬರ್ ಆಫ್ ಡೆಪ್ಯೂಟೀಸ್‌ನ ಸದಸ್ಯರನ್ನು ಲಂಚನೀಡಿ ತನ್ನತ್ತ ಸೆಳೆದುಕೊಂಡಿದ್ದನು ಮತ್ತು ಮತದಾನದ ಅಧಿಕಾರವನ್ನು ಶ್ರೀಮಂತರು ಮತ್ತು ಮಧ್ಯಮವರ್ಗದವರಿಗೆ ಮಾತ್ರ ಮೀಸಲಿಡಲಾಗಿತ್ತು. ಹಲವಾರು ಉದಾರವಾದಿಗಳು ಮತಾಧಿಕಾರವನ್ನು ಫ್ರಾನ್ಸ್‌ನ ನಾಗರಿಕರೆಲ್ಲರಿಗೂ ವಿಸ್ತರಿಸುವಂತೆ ಒತ್ತಾಯಿಸಿದರು. ಆದರೆ ಪ್ರಧಾನಮಂತ್ರಿ ಗಿಜೋ ಈ ಬೇಡಿಕೆಯನ್ನು ತಳ್ಳಿಹಾಕಿದನು.

5) ನೆಪೋಲಿಯನ್ ಯುಗದ ಪುನರ್ ಸ್ಮರಣೆ: ನೆಪೋಲಿಯನ್‌ನ ವೈಭವಯುತವಾದ ಮತ್ತು ಸಾಹಸಯುತವಾದ ವಿದೇಶಾಂಗ ನೀತಿಯು ಇಡೀ ಫ್ರಾನ್ಸಿನ ಜನರನ್ನೇ ಅಚ್ಚರಿಗೊಳಿಸಿದ್ದಿತು. ಆ ಸಾಹಸಯುತ ವಿದೇಶಾಂಗ ನೀತಿಯನ್ನು ಮತ್ತು ನೆಪೋಲಿಯನ್ ಹೆಚ್ಚಿಸಿದ್ದ ಪ್ರತಿಷ್ಠೆಯನ್ನು ಫ್ರಾನ್ಸಿನ ಜನತೆ ಎಂದೂ ಮರೆತಿರಲಾರರು. ಈ ರೀತಿಯಾದ ಆಲೋಚನೆಯಲ್ಲಿದ್ದ ಫ್ರಾನ್ಸಿನ ಜನತೆಗೆ ಲೂಯಿ ಫಿಲಿಪ್‌ನ ಅಪಕೀರ್ತಿ, ಸಾಹಸರಹಿತ ವಿದೇಶಾಂಗ ನೀತಿಯು ಒಲ್ಲದ ಕಷಾಯವಾಗಿ ಪರಿಣಮಿಸಿತು. ಇದನ್ನು ಮನಗಂಡ ಫಿಲಿಪ್‌ನು ನೆಪೋಲಿಯನ್ನನ ಬಗ್ಗೆ ಗೌರವಾದರಗಳನ್ನು ನೀಡಿದರೆ ತನಗೆ ಅನುಕೂಲವಾಗುವುದೆಂದು ತಿಳಿದು ನೆಪೋಲಿಯನ್ನನ ಕಥೆಯನ್ನು ಜನಪ್ರಿಯವಾಗಿಸಿದನು. ನೆಪೋಲಿಯನ್ನನ ವೈಭವದ ಸ್ಮರಣೆಯನ್ನು ಮತ್ತೆ ತರಲು ಪ್ಯಾರಿಸ್ಸಿನ ರಸ್ತೆಗಳಿಗೆ ಅವನ ಯುದ್ಧದ ಹೆಸರುಗಳನ್ನಿಡಲು ಅನುಮತಿ ನೀಡಿದನು. 1840ರಲ್ಲಿ ಸೇಂಟ್ ಹೆಲೆನಾದಿಂದ ನೆಪೋಲಿಯನ್ನನ ಚಿತಾಭಸ್ಮವನ್ನು ಪ್ಯಾರಿಸಿಗೆ ತಂದು ಹೂಳಲಾಯಿತು. ಆದರೆ ಲೂಯಿ ಫಿಲಿಪ್‌ನ ಈ ಎಲ್ಲಾ ಕ್ರಮಗಳು ಫ್ರಾನ್ಸ್‌ನ ಜನತೆಗೆ ನಿಧಾನವಾಗಿ ಅರಿವಾಗತೊಡಗಿ ಅವನ ಆಳ್ವಿಕೆಯು ಮತ್ತಷ್ಟು ಅಸಂತೋಷವನ್ನುಂಟುಮಾಡಿತು.

6) ತಕ್ಷಣದ ಕಾರಣ ಔತಣ ಕೂಟವನ್ನು ನಿಷೇಧಿಸಿದುದು: ಫ್ರಾನ್ಸ್‌ನಲ್ಲಿ ಥೈಯರ್ಸ್‌ನ ನೇತೃತ್ವದಲ್ಲಿ ಫೆಬ್ರವರಿ 22, 1848ರಲ್ಲಿ ಸುಧಾರಣಾ ಮೆರವಣಿಗೆಯನ್ನು ಮತ್ತು ಬೃಹತ್ ಔತಣ ಕೂಟವನ್ನು ನಡೆಸಲು ನಿರ್ಧರಿಸಿದ್ದರು. ಫ್ರಾನ್ಸ್ ದೊರೆ ಲೂಯಿ ಫಿಲಿಪ್ ಮತ್ತು ಪ್ರಧಾನಿ ಗಿಜೋರವರು ಮುಂದಿನ ಅಪಾಯವನ್ನು ತಿಳಿದು ಈ ಔತಣಕೂಟವನ್ನೇ ನಿಷೇಧಿಸಿದರು. ಇದು 1848ರ ಫೆಬ್ರವರಿ ಕ್ರಾಂತಿಗೆ ತಕ್ಷಣದ ಕಾರಣವಾಯಿತು.

ಕ್ರಾಂತಿಯ ಪ್ರಮುಖ ಘಟನೆಗಳು: ಥೈಯರ್ಸ್‌ನ ನೇತೃತ್ವದ ಸುಧಾರಣಾ ಮೆರವಣಿಗೆ ಮತ್ತು ಬೃಹತ್ ಔತಣ ಕೂಟವನ್ನು ನಿಷೇಧಿಸಿದುದರ ಪರಿಣಾಮವಾಗಿ ಫ್ರಾನ್ಸ್‌ನಲ್ಲಿ ಅರಾಜಕತೆ ತಲೆದೋರಿತು. ರಕ್ತಪಾತವಾಗುವುದನ್ನು ತಪ್ಪಿಸಲು ಲೂಯಿಫಿಲಿಪ್ ಹಲವಾರು ಕ್ರಮಗಳನ್ನು ಕೈಗೊಂಡರೂ ಸಹ ಉದ್ರಿಕ್ತ ಜನರು "ಗಿಜೋನಿಗೆ ಧಿಕ್ಕಾರ, ಸುಧಾರಣೆ ಚಿರಾಯುವಾಗಲಿ" ಎಂದು ಘೋಷಿಸಿದರು. ಪರಿಸ್ಥಿತಿಯನ್ನು ಅರಿತ ಲೂಯಿ ಫಿಲಿಪ್ ಗಿಜೋನನ್ನು ಪ್ರಧಾನಿ ಹುದ್ದೆಯಿಂದ ವಜಾ ಮಾಡಿದನು. ಜನರು ಪ್ರಧಾನಿಯ ಪತನದಿಂದ ತೃಪ್ತರಾಗಲಿಲ್ಲ. ಇವರು ಲೂಯಿ ಫಿಲಿಪ್‌ನನ್ನು ಸಹ ಅರಸೊತ್ತಿಗೆಯಿಂದ ಕಿತ್ತು ಹಾಕಲು ನಿರ್ಧರಿಸಿದರು. 1848ರ ಫೆಬ್ರವರಿ 23 ರಂದು ಗಿಜೋನ ಮನೆಯ ಮುಂದೆ ಪ್ರದರ್ಶನಕಾರರು ಘೋಷಣೆಯನ್ನು ಕೂಗಿಕೊಳ್ಳುತ್ತಿದ್ದಾಗ ಯಾವುದೋ ವ್ಯಕ್ತಿ ಕಾವಲುಗಾರರತ್ತ ಗುಂಡು ಹಾರಿಸಿದನು. ತಕ್ಷಣವೇ ಕಾವಲುಗಾರರು ಸಹ ಗುಂಡು ಹಾರಿಸಿದರು. ಇದರಿಂದಾಗಿ ಪ್ರದರ್ಶನಕಾರರಲ್ಲಿ 20 ಮಂದಿ ಸತ್ತು ಹೋದರು. ಜನರು ಗಾಡಿಯಲ್ಲಿ ಹೆಣವನ್ನು ಹೇರಿಕೊಂಡು ಪ್ಯಾರಿಸ್ಸಿನ ಬೀದಿ ಬೀದಿಯಲ್ಲಿ ಪ್ರದರ್ಶನ ನಡೆಸಿದರು. ಇದರಿಂದ ಭೀತಿಗೊಂಡ ಲೂಯಿ ಫಿಲಿಪ್ ತನ್ನ ಮೊಮ್ಮಗನ ಪರವಾಗಿ ಸಿಂಹಾಸನವನ್ನು ತ್ಯಾಗ ಮಾಡಬೇಕಾಯಿತು. ಇದರ ನಂತರ ಮತ್ತೆ ರಾಜಪ್ರಭುತ್ವ ಅಸ್ತಿತ್ವಕ್ಕೆ ಬರುವುದನ್ನೇ ಸಹಿಸದ ಗಣರಾಜ್ಯ ವಾದಿಗಳು ಫ್ರಾನ್ಸ್‌ನಲ್ಲಿ ತಾತ್ಕಾಲಿಕ ಸರ್ಕಾರವನ್ನು ಲ್ಯಾಮರ್ಟೈನ್ ನೇತೃತ್ವದಲ್ಲಿ ಸ್ಥಾಪಿಸಿದರು.

1848ರ ಕ್ರಾಂತಿಯ ಪರಿಣಾಮಗಳು: 1848ರ ಕ್ರಾಂತಿಯು ತಾತ್ಕಾಲಿಕವಾಗಿ ಹಲವಾರು ರಾಷ್ಟ್ರಗಳಲ್ಲಿ ಜಯಗಳಿಸಿದ್ದರೂ ಅನೇಕ ರಾಷ್ಟ್ರಗಳೂ ಇದರಲ್ಲಿ ವಿಫಲತೆಯನ್ನನುಭವಿಸಿದವು. ಪುನಃ ಎಲ್ಲೆಡೆಯಲ್ಲೂ ಪ್ರತಿಗಾಮಿ ನೀತಿಯೇ ಜಯಗಳಿಸಿತು. ಸಂವಿಧಾನ ಪ್ರಾಪ್ತವಾದುದ್ದು ಪ್ರಷ್ಯ ಮತ್ತು ಸಾರ್ಡಿನಿಯಾಕ್ಕೆ ಮಾತ್ರವಾಗಿತ್ತು. ಬೆಲ್ಜಿಯಂ ಮತ್ತು ಹಾಲೆಂಡ್ ರಾಜ್ಯದ ದೊರೆಗಳು ಅಲ್ಲಿನ ಜನತೆಗೆ ಅಪಾರವಾದ ಉದಾರವಾದಿ ಕಾನೂನುಗಳನ್ನು ಮತ್ತು ಸುಧಾರಣೆಗಳನ್ನು ಜಾರಿಗೊಳಿಸಿದರು. 1848ರ ಕ್ರಾಂತಿಯ ಪ್ರಮುಖವಾದ ಪರಿಣಾಮವೆಂದರೆ ಯೂರೋಪಿನಾದ್ಯಂತ ನಿರಂಕುಶ ಪ್ರಭುತ್ವದ ತಳಪಾಯವನ್ನೇ ಅಲುಗಾಡಿಸಿದ್ದು. ಜರ್ಮನಿ ಮತ್ತು ಇಟಲಿಯ ಏಕೀಕರಣದಲ್ಲಿ ಈ ಕ್ರಾಂತಿಯ ತತ್ವಗಳು ಪ್ರಮುಖ ಪಾತ್ರವಹಿಸಿದವು. ಅಲ್ಲದೆ 1848ರ ಫ್ರಾನ್ಸ್‌ನ ಪ್ರಜಾಸತ್ತಾತ್ಮಕ ಕ್ರಾಂತಿಯ ವಿಜಯವು ಯೂರೋಪಿನಾದ್ಯಂತ ನವಚೈತನ್ಯವನ್ನು ಹರಡಿತು. ಈ ಕ್ರಾಂತಿಯಿಂದ ಯೂರೋಪಿನಾದ್ಯಂತ ಜನತಾ ಆಂದೋಲನಗಳು ನಡೆಯಲು ಪ್ರೇರಣೆಯನ್ನು ನೀಡಿತು.

1848ರ ಕ್ರಾಂತಿಯ ಪ್ರಭಾವಗಳು: 1848ರ ಫೆಬ್ರವರಿ ಕ್ರಾಂತಿ ಪ್ರಭಾವವು ಬರೀ ಫ್ರಾನ್ಸ್‌ಗೆ ಮಾತ್ರ ಸೀಮಿತವಾಗಿರದೆ ಯೂರೋಪಿನಾದ್ಯಂತ ಇದರ ಪ್ರಭಾವ ಹರಡಿತು. ಫ್ರಾನ್ಸ್‌ನಲ್ಲಿ ಯಾವುದೇ ಘಟನೆ ಅಥವಾ ಕ್ರಾಂತಿ ಜರುಗಿದರೂ ಅದರ

ಪರಿಣಾಮವು ಯೂರೋಪಿನ ರಾಷ್ಟ್ರಗಳ ಮೇಲೆ ಆಗದೇ ಇರದು. ಇದಕ್ಕೆ ಹಲವಾರು ನಿದರ್ಶನಗಳಿವೆ. ಅದೇ ರೀತಿಯಾಗಿ 1848ರ ಕ್ರಾಂತಿಯ ಪ್ರಭಾವವೂ ಸಹಾ ಯೂರೋಪಿನ ರಾಷ್ಟ್ರಗಳ ಮೇಲೆ ಆಗಿದೆ.

ಆಸ್ಟ್ರಿಯಾ ಮತ್ತು ವಿಯನ್ನಾ ಸಾಮ್ರಾಜ್ಯದಲ್ಲಿ ಮೆಟರ್ನಿಕ್ ವ್ಯವಸ್ಥೆಯ ವಿರುದ್ಧ ಕ್ರಾಂತಿ: 1848ರ ಕ್ರಾಂತಿಯ ಪ್ರಭಾವವು ಆಸ್ಟ್ರಿಯಾವನ್ನು ಬಹಳ ಬೇಗ ಕ್ರಾಂತಿಯಲ್ಲಿ ಸಿಲುಕುವಂತೆ ಮಾಡಿತು. ಆಸ್ಟ್ರಿಯನ್ ಸಾಮ್ರಾಜ್ಯವು ಹಲವಾರು ಜನಾಂಗದವರಿಂದ ಕೂಡಿತ್ತು. ಬೊಹಿಮಿಯಾದಲ್ಲಿ ಸ್ಲಾವರು, ಹಂಗೇರಿಯಲ್ಲಿ ಮಾಗ್ಯರು, ವೆನಿಸ್ ಮತ್ತು ಲಂಬಾರ್ಡಿಯಲ್ಲಿ ಇಟಲಿಯನ್ನರು ಈ ಕ್ರಾಂತಿಯಿಂದ ಪ್ರಭಾವಿತರಾಗಿದ್ದರು. ಹಂಗೇರಿಯ ಮಹಾನ್ ನಾಯಕನಾದ ಕೊಸುಥ್ ಆಸ್ಟ್ರಿಯಾದ ಸರ್ಕಾರವನ್ನು ಕಟುವಾಗಿ ಟೀಕಿಸಿದನು. ಇವನ ಭಾಷಣದಿಂದ ಕೆರಳಿದ ಜನರು ಹತ್ತು ದಿನಗಳ ನಂತರ ವಿಯಾನ್ನಾದಲ್ಲಿ ಕ್ರಾಂತಿಯನ್ನು ರೂಪಿಸಿದರು. ಈ ಕ್ರಾಂತಿಯನ್ನು ವಿಶೇಷವಾಗಿ ವಿದ್ಯಾರ್ಥಿಗಳು ಹಾಗೂ ಕೂಲಿಕಾರರು ಸಂಘಟಿಸಿದ್ದರು. ಈ ಕ್ರಾಂತಿಕಾರರ ಮೇಲೆ ಸೈನಿಕರು ಗುಂಡು ಹಾರಿಸಿದರು. ಪರಿಣಾಮವಾಗಿ ರಕ್ತದ ಕಾಲುವೆ ಹರಿಯಿತು. ದಾರಿಯನ್ನು ಬಂದ್ ಮಾಡಿ ಸಂಚಾರಕ್ಕೆ ಅಡ್ಡಿಪಡಿಸಲಾಯಿತು. ಸೈನಿಕರು ಮತ್ತು ಜನರ ನಡುವೆ ಹೋರಾಟ ತೀವ್ರವಾಯಿತು. ಜನರ ಗುಂಪು ಸಂಸತ್ ಸಭೆಯೊಳಕ್ಕೆ ನುಗ್ಗಿ "ಮೆಟರ್ನಿಕನಿಗೆ ಧಿಕ್ಕಾರ, ಮೆಟರ್ನಿಕ್ ತೊಲಗಲಿ" ಎಂದು ಘೋಷಣೆಗಳನ್ನು ಕೂಗುತ್ತಾ ಕುಳಿತರು. 39 ವರ್ಷಗಳಿಗಿಂತ ಹೆಚ್ಚು ಕಾಲ ಆಸ್ಟ್ರಿಯಾದ ಮುಖ್ಯಸ್ಥನಾಗಿ ಮೆರೆದಿದ್ದ ಮೆಟರ್ನಿಕ್ ರಾಜಿನಾಮೆ ನೀಡಿ ವೇಷ ಮರೆಸಿಕೊಂಡು ಇಂಗ್ಲೆಂಡಿಗೆ ಪಲಾಯನಗೈದನು.

ಇಟಲಿಯ ವಿಮೋಚನಾ ಹೋರಾಟ: ಇಟಲಿಯಲ್ಲಿ ಆಸ್ಟ್ರಿಯನ್ನರ ಪ್ರಭಾವ ಹೆಚ್ಚಾಗಿತ್ತು. ಇಟಾಲಿಯನ್ನರ ಆಸ್ಟ್ರಿಯಾದ ಪ್ರಭಾವವನ್ನು ಹತ್ತಿಕ್ಕಲು ಸಿದ್ಧರಾದರು. 1815ರಿಂದ ಹ್ಯಾಪ್ಸ್‌ಬರ್ಗ್ ಮನೆತನದ ಆಳ್ವಿಕೆಗೆ ಒಳಗಾಗಿದ್ದ ಲೊಂಬಾರ್ಡಿ ಮತ್ತು ವೆನಿಷಿಯಾ ಪ್ರಾಂತಗಳು ವಿದೇಶಿ ಅರಸರ ದಬ್ಬಾಳಿಕೆಯ ವಿರುದ್ಧ ಹೋರಾಟ ನಡೆಸಿದವು. ಡ್ಯಾನಿಯಲ್ ಮ್ಯಾನಿನ್‌ನ ನೇತೃತ್ವದಲ್ಲಿ ನೆಪೋಲಿಯನ್ ತನ್ನ 2ನೇ ದಂಡಯಾತ್ರೆಯಲ್ಲಿ ಪತನಗೊಳಿಸಿದ್ದ ವೆನಿಸ್ಸಿನ ಗಣರಾಜ್ಯವನ್ನು ಪುನಃ ಪ್ರತಿಷ್ಠಾಪಿಸಿದರು. ಈ ಕ್ರಾಂತಿಕಾರರ ಬೆಂಬಲಕ್ಕೆ ಫೀಡ್ಮಾಂಟ್ ನೆರವು ನೀಡಿತು. ಯುದ್ಧಕ್ಕೆ ತನ್ನ ಸೈನಿಕ ನೆರವನ್ನು ಸಹ ನೀಡಿತು. ಈ ರೀತಿಯಾಗಿ ಅನೇಕ ರಾಜ್ಯಗಳು ಟಸ್ಕನಿಯ ಮತ್ತು ಪೋಪನ ಅಧೀನ ರಾಜ್ಯಗಳು, ನೇಪಲ್ಸ್ ಮುಂತಾದ ಇನ್ನೂ ಕೆಲವು ಇಟಲಿಯ ಉಳಿದ ಸಂಸ್ಥಾನಗಳು ಫೀಡ್ಮಾಂಟನ ಮಾರ್ಗವನ್ನೇ ಅನುಸರಿಸಿದವು. ಈ ಸಮಯದಲ್ಲಿ ಇಟಲಿಯಲ್ಲಿ ಉದಾರವಾದಿ ಸಂವಿಧಾನವನ್ನು ಅಳವಡಿಸಿಕೊಳ್ಳಲಾಯಿತು. ಈ ರೀತಿ ಇಟಲಿ ತನ್ನ ವಿಮೋಚನಾ ಹೋರಾಟದಲ್ಲಿ ಯಶಸ್ವಿಯಾಗಿ ತನ್ನ ಸ್ವಾತಂತ್ರ್ಯವನ್ನು ಘೋಷಿಸಿಕೊಂಡಿತು.

ಜರ್ಮನಿಯಲ್ಲಿ ಕ್ರಾಂತಿ: ಜರ್ಮನಿಯಲ್ಲಿ ಮಾರ್ಚ್ ತಿಂಗಳಲ್ಲಿ ಕ್ರಾಂತಿಕಾರಕ ವಾತಾವರಣ ನಿರ್ಮಿತವಾಗಿತ್ತು. ದೊರೆಯ ಶೋಷಣೆಯ ವಿರುದ್ಧ ಬರ್ಲಿನ್‌ನ ಜನತೆ ದಂಗೆಯೆದ್ದರು. ಬೀದಿಬೀದಿಗಳಲ್ಲಿ ಕ್ರಾಂತಿಯು ತೀವ್ರ ಸ್ವರೂಪವನ್ನು ತಾಳಿತು. ಕ್ರಾಂತಿಕಾರರು ದಾರಿಯನ್ನು ಮುಚ್ಚಿದರು. ಅಲ್ಲದೆ, ಭಯಂಕರ ರಕ್ತಪಾತಗಳು ಬರ್ಲಿನ್ ಜನತೆಯ ದಂಗೆಯ ಪ್ರಮುಖ ಲಕ್ಷಣಗಳಾಗಿದ್ದವು. ಇದರಿಂದ ಭೀತಿಗೊಂಡ ಪ್ರಷ್ಯಾದ ದೊರೆ ಸಂವಿಧಾನವನ್ನು ಕೊಡುವುದಾಗಿ ಭರವಸೆಯಿತ್ತನು. ಜರ್ಮನಿಯ ಐಕ್ಯ ಸಾಧನೆಯ ಮುಖಂಡತ್ವವನ್ನು ವಹಿಸುವುದಾಗಿಯೂ ಭರವಸೆಯಿತ್ತನು. ಉದಾರ ಸಂವಿಧಾನವನ್ನು ಜಾರಿಗೊಳಿಸಿದನು. ಎ.ಜೆ. ಗ್ರಾಂಟ್ ಮತ್ತು ಹೆಚ್ ಟೆಂಪರ್ಲಿ ರವರು ಸಂವಿಧಾನದ ಬಗ್ಗೆ ಈ ರೀತಿಯಾಗಿ ತಮ್ಮ ಅಭಿಪ್ರಾಯವನ್ನು ವ್ಯಕ್ತಪಡಿಸಿದ್ದಾರೆ. "ಪ್ರತಿಯೊಬ್ಬ ರಾಜ, ಡ್ಯೂಕ್ ಅಥವಾ ರಾಜಕುಮಾರರು ಉದಾರ ಸಂವಿಧಾನಕ್ಕೆ ಪ್ರಮಾಣಬದ್ಧರಾಗಿರಬೇಕು ಅಥವಾ ಉದಾರ ಮಂತ್ರಿಗಳನ್ನು ನೇಮಿಸಿಕೊಳ್ಳುವಂತಾಯಿತು, ರಾಜನು ಕ್ರಾಂತಿಕಾರಿ ನಾಯಕರುಗಳಿಗೆ ಹಸ್ತಲಾಘವ ಕೊಟ್ಟನು. ರಾಜರ ಸೈನಿಕರುಗಳು ಕ್ರಾಂತಿಕಾರಿ ಗುಂಪಿನಲ್ಲಿ ಸೇರಿಕೊಂಡರು. ಪ್ರಾಧ್ಯಾಪಕರು ಪ್ರಧಾನಮಂತ್ರಿಗಳಂತೆ ಗೋಚರಿಸಿದರು. ವಿದ್ಯಾರ್ಥಿಗಳು, ಕುಶಲಕರ್ಮಿಗಳು, ವ್ಯಾಪಾರಸ್ಥರು ಹೊಸದಾಗಿ ಕರೆಯಲ್ಪಟ್ಟ ಶಾಸಕಾಂಗದಲ್ಲಿ ಡೆಪ್ಯೂಟಿಗಳಾಗಿ ಕುಳಿತರು" ಎಂದು ತಿಳಿಸಿದ್ದಾರೆ.

ಜರ್ಮನಿಯ ರಾಷ್ಟ್ರೀಯ ಸಭೆ ಅಥವಾ ಸಂಸತ್ತು ಈ ಉದ್ದೇಶದ ಸಾಧನೆಗಾಗಿ ಆರಂಭದ ಪ್ರಯತ್ನಗಳನ್ನು ಮಾಡಿತು. ಎರಡು ತಿಂಗಳ ನಂತರ ಈ ಸಭೆಯು ಫ್ರಾಂಕ್‌ಫರ್ಟ್‌ನಲ್ಲಿ ಸಭೆ ಸೇರಿ ಜರ್ಮನಿಯ ಹಲವಾರು ಸಂಸ್ಥಾನಗಳ ರಾಜರು ತಮ್ಮ ಸಂಸ್ಥಾನಗಳಿಗೆ ಅಥವಾ ಜನತೆಗೆ ಉದಾರವಾದಿ ಸಂವಿಧಾನವನ್ನು ನೀಡಿದರು.

ಹಂಗೇರಿಯಲ್ಲಿ ಕ್ರಾಂತಿ: 1848ರ ಕ್ರಾಂತಿಯಿಂದ ಸ್ಫೂರ್ತಿ ಪಡೆದ ಹಂಗೇರಿಯನ್ನರು ಪ್ರತ್ಯೇಕ ಸಂಸದೀಯ ಸರ್ಕಾರಕ್ಕಾಗಿ ಚಳವಳಿ ನಡೆಸಿದರು. ಮೆಟರ್ನಿಕ್‌ನ ಪತನದ ಸುದ್ದಿ ತಿಳಿದ ಹಂಗೇರಿಯನ್ನರು ಹಂಗೇರಿಯ ರಾಜಧಾನಿ ಬುಡಾಪೆಸ್ಟ್‌ನಲ್ಲಿ ಸಭೆ ಸೇರಿ ಪ್ರತ್ಯೇಕ ಸಂವಿಧಾನ ಮತ್ತು ಉದಾರ ಸಂಸತ್ತನ್ನು ನೀಡಬೇಕೆಂದು ಒತ್ತಾಯಿಸಿದರು. ಇದರಿಂದ 1848ರ ಮಾರ್ಚ್ 31ರಂದು ಹಂಗೇರಿಯನ್ನರಿಗೆ ಉದಾರವಾದಿ ಸಂವಿಧಾನ ಮತ್ತು ಸಂಸತ್ತನ್ನು ನೀಡಲಾಯಿತು. ಆಸ್ಟ್ರಿಯಾದ

ರಾಜ 1ನೇ ಫೆಡೆರಿಕ್‌ನು ತನ್ನ ಸೋದರ ಸಂಬಂಧಿ 18 ವರ್ಷದ ವಯಸ್ಸಿನ ಫ್ರಾನ್ಸಿಸ್ ಜೋಸೆಫ್‌ನ ಪರವಾಗಿ ಸಿಂಹಾಸನ ತ್ಯಾಗ ಮಾಡಿದನು.

ಬೊಹೀಮಿಯಾದಲ್ಲಿ ಆಂದೋಲನ: ಬೊಹೀಮಿಯಾದಲ್ಲಿ ಕೂಡ ಉದಾರ ಸಂವಿಧಾನ ಮತ್ತು ಪಾರ್ಲಿಮೆಂಟ್‌ಗಾಗಿ ದಂಗೆ ನಡೆಯಿತು. ಇವರು ಕೂಡ ಹಂಗೇರಿಯನ್ನರ ಮಾದರಿಯಲ್ಲಿ ಹೋರಾಟವನ್ನು ಆರಂಭಿಸಿದರು. ಬೊಹೀಮಿಯಾವು ಜರ್ಮನರು ಹಾಗೂ ಝೆಕ್‌ರೆಂಬ ಎರಡು ಜನಾಂಗಗಳಿಂದ ಕೂಡಿತ್ತು. ಜರ್ಮನರು ಅಲ್ಪಸಂಖ್ಯಾತರಾಗಿದ್ದರೂ ಸುಶಿಕ್ಷಿತರಾಗಿದ್ದರು. ಸ್ಲಾವ್ ಜನಾಂಗದ ಶಾಖೆಯೊಂದಿಗೆ ಸೇರಿದ ಝೆಕ್ ಜನರು ಬಹುಸಂಖ್ಯಾತರಾಗಿದ್ದರು. ಅಲ್ಲದೇ ಅವರು ಬಡವರಾಗಿದ್ದರು. ಅರಸನ ಆಳ್ವಿಕೆಗೊಳಪಟ್ಟ ಸ್ವತಂತ್ರ ಬೊಹೀಮಿಯಾ ರಾಷ್ಟ್ರ ಸ್ಥಾಪನೆಯು ಇವರ ಮಹಾದಾಸೆಯಾಗಿತ್ತು. ಬೊಹೀಮಿಯಾ ಮತ್ತು ಹಂಗೇರಿ ಜನತೆಯ ಬೇಡಿಕೆಗಳು ಒಂದೇ ಆಗಿದ್ದವು. ಈ ಬೇಡಿಕೆಗಳಿಗೆ ಅರಸನು ಮನ್ನಣೆಯಿತ್ತನು. ಅದರಂತೆ ಸ್ಥಳೀಯ ಡಯಟ್ 1848ರ ಏಪ್ರಿಲ್ 8ರಂದು ಸಂಸತ್ ರೂಪವನ್ನು ತಾಳಿತು. ಆದರೆ ಝೆಕ್ಕರಿಗೂ ಮತ್ತು ಜರ್ಮನರಿಗೂ ಭಿನ್ನಾಭಿಪ್ರಾಯಗಳುಂಟಾದವು. ಇದೇ ಸಮಯವನ್ನು ಕಾಯುತ್ತಿದ್ದ ಆಸ್ಟ್ರಿಯಾದ ಸೇನಾದಂಡನಾಯಕನಾದ ವಿಂಡಿಸ್ ಗ್ರಾಟ್ಸ್‌ನು ಜರ್ಮನ್ನರ ಸಹಾಯದೊಂದಿಗೆ ಬೊಹೀಮಿಯಾಕ್ಕೆ ನುಗ್ಗಿ, ಸೈನಿಕ ಕಾನೂನನ್ನು ಘೋಷಿಸಿ ಝೆಕ್ಕರನ್ನು ದಮನಗೊಳಿಸುವುದರ ಮೂಲಕ ಬೊಹೀಮಿಯಾದ ಸ್ವಾತಂತ್ರ್ಯ ಚಳವಳಿಯನ್ನು ದಮನ ಮಾಡಿದನು.

ಮ್ಯಾಜಿನಿಯ ರೋಂನ ಆಕ್ರಮಣ: 1848ರ ಕ್ರಾಂತಿಯ ಪ್ರಭಾವವು ಪೋಪ್‌ನ ಅಧೀನದಲ್ಲಿದ್ದ ರೋಮ್ ಮತ್ತು ಸುತ್ತಮುತ್ತಲ ಪ್ರದೇಶಗಳಿಗೂ ತಟ್ಟಿತು. ಇಟಾಲಿಯನ್ನರು ಪೋಪ್‌ನ ಅಧಿಕಾರವನ್ನೇ ಕೊನೆಗೊಳಿಸಲು ಮ್ಯಾಜಿನಿಯ ನಾಯಕತ್ವದಲ್ಲಿ ದಂಗೆಯೆದ್ದು ಪೋಪ್‌ನ ಅಧಿಕಾರವನ್ನು ಕಸಿದುಕೊಂಡರು. ಭಯಗೊಂಡ ಪೋಪ್ ರೋಮಿನಿಂದ ಓಡಿಹೋದನು. ನಂತರ ರೋಮ್‌ನಲ್ಲಿ ಪೋಪನ ಅಧಿಕಾರ ಕೊನೆಗೊಂಡು ಇಟಾಲಿಯನ್ನರು ಮ್ಯಾಜಿನಿಯ ನೇತೃತ್ವದಲ್ಲಿ ಗಣರಾಜ್ಯವನ್ನು ಸ್ಥಾಪಿಸಿದರು. ಆದರೆ ಮ್ಯಾಜಿನಿಯ ನೇತೃತ್ವದ ಗಣರಾಜ್ಯವು ಹೆಚ್ಚು ಕಾಲ ಉಳಿಯಲಿಲ್ಲ. ಏಕೆಂದರೆ ಫ್ರಾನ್ಸ್‌ನ ಹೊಸ ಅಧ್ಯಕ್ಷನಾದ 3ನೇ ನೆಪೋಲಿಯನ್ ತನ್ನ ರಾಷ್ಟ್ರದ ಕ್ಯಾಥೊಲಿಕ್ಕರ ಬೆಂಬಲವನ್ನು ಗಳಿಸುವ ದೃಷ್ಟಿಯಿಂದ ಫ್ರಾನ್ಸಿನ ಸೈನ್ಯವನ್ನು ರೋಮ್‌ಗೆ ನುಗ್ಗಿಸಿ ಮ್ಯಾಜಿನಿಯ ನೇತೃತ್ವದ ಗಣರಾಜ್ಯವನ್ನು ಕಿತ್ತು ಹಾಕಿ ಪುನಃ ರೋಮ್‌ನಲ್ಲಿ ಪೋಪ್‌ನ ಅಧಿಪತ್ಯವನ್ನು ಸ್ಥಾಪಿಸಿದನು.

ನೊವಾರಾ ಕಾಳಗ: ಇಟ್ಯಾಲಿಯನ್ ರಾಷ್ಟ್ರೀಯರು ಆಸ್ಟ್ರಿಯಾದ ಒಡೆತನದಿಂದ ಇಟಲಿಯನ್ನು ವಿಮೋಚನೆ ಗೊಳಿಸಬೇಕೆಂದು ಸಾರ್ಡಿನಿಯಾದ ದೊರೆ ಚಾರ್ಲ್ಸ್ ಆಲ್ಬರ್ಟ್‌ನನ್ನು ಒತ್ತಾಯಪಡಿಸಿದರು. ಒತ್ತಾಯಕ್ಕೆ ಮಣಿದ ದೊರೆ ಚಾರ್ಲ್ಸ್ ಆಲ್ಬರ್ಟ್ ವಿಮೋಚನೆಗೊಳಿಸಲು ಮುಂದೆ ಬಂದನು. ಕಸ್ಟೋಜಾ ಒಪ್ಪಂದವನ್ನು ಟೀಕಿಸಿ ಮಿಲಾನ್‌ನತ್ತ ಸೈನ್ಯದೊಡನೆ ಹೊರಟನು. ಆದರೆ ಆಲ್ಬರ್ಟ್ ಆಸ್ಟ್ರಿಯನ್ನರಿಂದ ನೊವಾರಾ ಎಂಬಲ್ಲಿ ಸಂಪೂರ್ಣವಾಗಿ ಸೋತನು ಇದರಿಂದ ಇಟಲಿಯಲ್ಲಿ ಪ್ರತಿಗಾಮಿ ನೀತಿಯೇ ಯಶಸ್ಸನ್ನು ಕಂಡಿತು.

ರೋಮ್ ಗಣರಾಜ್ಯದ ಪತನ: ಮ್ಯಾಜಿನಿಯ ನೇತೃತ್ವದಲ್ಲಿ ಇಟಲಿಯಲ್ಲಿ ಸ್ಥಾಪಿತವಾದ ಗಣರಾಜ್ಯವು 3ನೇ ನೆಪೋಲಿಯನ್‌ನಿಂದ ನಿರ್ಮೂಲನೆಗೊಂಡಿತು ಮತ್ತು ಇಟಲಿಯಲ್ಲಿ ಪೋಪನ ಅಧಿಕಾರವನ್ನು ಸ್ಥಾಪಿಸಿತು. ಆಸ್ಟ್ರಿಯಾವು ಉತ್ತರ ಇಟಲಿಯ ಲೊಂಬಾರ್ಡಿ ಮತ್ತು ವೆನಿಷಿಯಾಗಳನ್ನು ಮತ್ತೆ ಆಕ್ರಮಿಸಿಕೊಂಡಿತು. ಸಾರ್ಡಿನಿಯಾ ಮತ್ತು ಪೀಡ್ಮಾಂಟ್‌ಗಳನ್ನು ಹೊರತುಪಡಿಸಿ ಉಳಿದೆಲ್ಲಾ ರಾಜ್ಯಗಳಲ್ಲಿ ನಿರಂಕುಶ ಪ್ರಭುತ್ವ ಮತ್ತೆ ಅಸ್ತಿತ್ವಕ್ಕೆ ಬಂದಿತು. ಈ ರೀತಿಯಾಗಿ ಇಟಲಿಯಲ್ಲಿ ಪೋಪನ ಅಧಿಪತ್ಯ ಸ್ಥಾಪಿತವಾಯಿತಲ್ಲದೇ ಅವರ ಸ್ವಾತಂತ್ರಾಂದೋಲನವು ವಿಫಲವಾಯಿತು.

ಹೀಗೆ 1830 ಮತ್ತು 1848ರ ಫ್ರಾನ್ಸಿನ ಕ್ರಾಂತಿಗಳ ಪ್ರಭಾವವು ಯೂರೋಪಿನ ವಿವಿಧ ದೇಶಗಳಲ್ಲಿ ಕಾಣಿಸಿಕೊಂಡು ಸಫಲತೆ ಮತ್ತು ವಿಫಲತೆಯ ಫಲವನ್ನು ಅನುಭವಿಸಿದವು. ಈ ಕ್ರಾಂತಿಗಳು ಮತ್ತು ಅವುಗಳ ಮಧ್ಯಂತರ ಕಾಲವನ್ನು ಪ್ರತಿಗಾಮಿ ನೀತಿಯ ವಿರುದ್ಧದ ರಾಷ್ಟ್ರೀಯತಾ ಆಂದೋಲನದ ಕಾಲವೆಂದು ಕರೆಯಬಹುದಾಗಿದೆ.

* * * * *

ಅಧ್ಯಾಯ - 15

ಕೈಗಾರಿಕಾ ಕ್ರಾಂತಿ

ಕೈಗಾರಿಕಾ ಕ್ರಾಂತಿಯೆಂದರೆ ಕೈಗಾರಿಕಾ ಕ್ಷೇತ್ರದಲ್ಲಿ ಮಾನವ ಶಕ್ತಿಗೆ ಬದಲಾಗಿ ಕೇವಲ ಯಂತ್ರಶಕ್ತಿಯನ್ನು ಉಪಯೋಗಿಸಿಕೊಂಡು ವಸ್ತುಗಳನ್ನು ಉತ್ಪಾದಿಸುವುದು. ಬೃಹತ್ ಪ್ರಮಾಣದ ಹೊಸ, ಹೊಸ ಯಂತ್ರಗಳನ್ನುಪಯೋಗಿಸಿ ಹೆಚ್ಚು ವಸ್ತುಗಳನ್ನು ಉತ್ಪಾದಿಸುವ ಕ್ರಿಯೆಗೂ ಸಹ ಕೈಗಾರಿಕಾ ಕ್ರಾಂತಿಯೆಂದು ಕರೆಯಲಾಗುತ್ತದೆ. ಇದರಿಂದ ವಸ್ತುಗಳ ಉತ್ಪಾದನೆಯು ಅಪಾರ ಪ್ರಮಾಣಕ್ಕೇರಿದಂತಾಯಿತು. ಹೇಗೆಂದರೆ ಮೊದಲು ಮಾನವಶಕ್ತಿ ಅಥವಾ ಶ್ರಮವನ್ನುಪಯೋಗಿಸಿ ಸ್ಥಳೀಯ ಸಮಾಜಕ್ಕೆ ಅವಶ್ಯಕವಾದಷ್ಟು ಪದಾರ್ಥಗಳನ್ನು ಉತ್ಪಾದಿಸಲು ಸಾಧ್ಯವಾಗುತ್ತಿರಲಿಲ್ಲ. ಆದ್ದರಿಂದ ವಸ್ತುಗಳ ಉತ್ಪಾದನೆಯಲ್ಲಿ ಹೊಸ ಯಂತ್ರಗಳನ್ನು ಸಂಶೋಧಿಸಿದ್ದರಿಂದ ಬೃಹತ್ ಪ್ರಮಾಣದಲ್ಲಿ ವಸ್ತುಗಳನ್ನು ಉತ್ಪಾದಿಸಿದುದುಲ್ಲದೆ ವಸ್ತುಗಳ ಆಕಾರದಲ್ಲಿ ಬದಲಾವಣೆಯನ್ನು, ನಾಜೂಕನ್ನು ಸಹ ಕಂಡುಕೊಳ್ಳುವಂತಾಯಿತು. ಪದಾರ್ಥಗಳ ಉತ್ಪಾದನೆ ಮತ್ತು ವಿತರಣೆಯ ವ್ಯವಸ್ಥೆಯಲ್ಲಿ ಅಪಾರವಾದ ಸುಧಾರಣೆಗಳು ಸಹ ಉಂಟಾದವು. ಅತಿಯಾಗಿ ಉಪಯೋಗಿಸುತ್ತಿದ್ದ ಮಾನವ ಶ್ರಮಕ್ಕೆ ಸ್ವಲ್ಪ ವಿರಾಮವನ್ನು ಸಹ ಕೊಟ್ಟಂತಾಯಿತು ಎನ್ನಬಹುದು.

ಕೈಗಾರಿಕಾ ಕ್ರಾಂತಿ ಜರುಗಲು ಕಾರಣಗಳು

18ನೇ ಶತಮಾನದಲ್ಲಿ ಉಂಟಾದ ಈ ಕೈಗಾರಿಕಾ ಕ್ರಾಂತಿಗೆ ಹಲವಾರು ಕಾರಣಗಳುಂಟು.

1) 15ನೇ ಮತ್ತು 16ನೇ ಶತಮಾನದಲ್ಲಿ ಯೂರೋಪಿನಲ್ಲುಂಟಾದ ಭೌಗೋಳಿಕ ಸಂಶೋಧನೆ. ಈ ಭೌಗೋಳಿಕ ಸಂಶೋಧನೆಯು ವ್ಯಾಪಾರ, ವಾಣಿಜ್ಯಕ್ಕೆ ಅವಕಾಶ ಮಾಡಿಕೊಟ್ಟಿತು. ಇದು ಯೂರೋಪಿನಲ್ಲಿ ಹೊಸ ಹೊಸ ಬಂಡವಾಳಗಾರರು, ಶ್ರೀಮಂತರು, ವ್ಯಾಪಾರ, ವಾಣಿಜ್ಯದಲ್ಲಿ ತೊಡಗುವಂತೆ ಮಾಡಿ ಯೂರೋಪ್ ಆರ್ಥಿಕಾಭಿವೃದ್ಧಿ ಸಾಧಿಸಲು ಅವಕಾಶ ಮಾಡಿಕೊಟ್ಟಿತು. ಈ ಬಂಡವಾಳಗಾರರು ಅಧಿಕ ಲಾಭದ ದೃಷ್ಟಿಯಿಂದ ಹೊಸ, ಹೊಸ ಉತ್ಪಾದನಾ ರಂಗಕ್ಕೆ ಕಾಲಿಡುವಂತಾದ್ದರಿಂದ ಕೈಗಾರಿಕಾ ಕ್ರಾಂತಿಯು ಜರುಗಲು ಕಾರಣವಾಯಿತು.

2) 18ನೇ ಶತಮಾನದಲ್ಲಿ ನಡೆದ ಹೊಸ ವಸ್ತುಗಳ ಸಂಶೋಧನೆಯು ಕೈಗಾರಿಕಾ ಕ್ರಾಂತಿಗೆ ಅವಕಾಶ ಮಾಡಿಕೊಟ್ಟಿತು. ಈ ಸಮಯದಲ್ಲಿ ಗಡಿಯಾರ, ಗಾಜಿನ ತಯಾರಿಕೆ, ಗಾಳಿ ಯಂತ್ರಗಳ ಚಲನೆ, ಉಷ್ಣಮಾಪಕ, ಇನ್ನೂ ಮುಂತಾದ ವಸ್ತುಗಳು ಸಂಶೋಧಿಸಲ್ಪಟ್ಟಿದ್ದರಿಂದ ಹಾಗೂ ಇವುಗಳಲ್ಲಾದ ಪ್ರಗತಿ ಕೈಗಾರಿಕಾ ಕ್ರಾಂತಿಗೆ ಹೊಸ ಅಸ್ತಿಭಾರ ಹಾಕಿದವೆನ್ನಬಹುದು.

3) ಹೊಸ ಹೊಸ ವಸಾಹತುಶಾಹಿ ಸಾಮ್ರಾಜ್ಯಗಳ ಸ್ಥಾಪನೆ ಕೈಗಾರಿಕಾ ಕ್ರಾಂತಿ ಜರುಗಲು ಪ್ರಮುಖ ಕಾರಣವೆನ್ನಬಹುದು. 18ನೇ ಶತಮಾಣದಲ್ಲಿ ಯೂರೋಪ್ ಅಪಾರ ಪ್ರಮಾಣದಲ್ಲಿ ವಸಾಹತು ರಾಜ್ಯಗಳನ್ನು ಸ್ಥಾಪಿಸಿತು. ಈ ರಾಜ್ಯಗಳಲ್ಲಿನ ಜನಸಂಖ್ಯೆಗೆ ಜೀವನಾವಶ್ಯಕವಾದಷ್ಟು ವಸ್ತುಗಳನ್ನು ಪೂರೈಸುವುದು ಅಂದಿನ ಮಾನವ ಶಕ್ತಿಯ ಸಣ್ಣ ಪ್ರಮಾಣದ ಉತ್ಪಾದನೆಯಿಂದ ಸಾಧ್ಯವಿಲ್ಲದಂತಾಯಿತು. ಅಪಾರ ಪ್ರಮಾಣದಲ್ಲಿ ವಸ್ತುಗಳ ಅವಶ್ಯಕತೆಯಿದ್ದುದು, ಬೃಹತ್ ಯಂತ್ರಗಳನ್ನು ಬಳಸಿ ಆ ಅವಶ್ಯಕತೆಯನ್ನು ಪೂರೈಸಲು ಪ್ರಯತ್ನಿಸಿದುದು ಕೈಗಾರಿಕಾ ಕ್ರಾಂತಿಗೆ ಮತ್ತೊಂದು ಕಾರಣವೆನ್ನಬಹುದು.

4) 'ಅವಶ್ಯಕತೆಯು ಸಂಶೋಧನೆಯ ಜನನಿ' ಎನ್ನುವಂತೆ ಅಂದಿನ ಯೂರೋಪಿನಲ್ಲಿದ್ದಂತಹ ವಸ್ತುಗಳ ಅವಶ್ಯಕತೆ, ಪೂರೈಕೆ, ಹೊಸ ಕ್ರಾಂತಿಕಾರಕ ಬದಲಾವಣೆಗೆ ಅವಕಾಶ ಮಾಡಿಕೊಟ್ಟು, ಕೈಗಾರಿಕಾ ಕ್ರಾಂತಿ ಜರುಗಲು ಕಾರಣವಾಯಿತು.

5) ಫ್ರಾನ್ಸಿನಲ್ಲುಂಟಾದ ಮಹಾಕ್ರಾಂತಿ ಮತ್ತು ನೆಪೋಲಿಯನ್ನನ ಯುದ್ಧಗಳು ಕೈಗಾರಿಕಾ ಕ್ರಾಂತಿ ಜರುಗಲು ಸ್ವಲ್ಪ ಮಟ್ಟಿಗೆ ಕಾರಣವೆನ್ನಬಹುದು. ಈ ಕೈಗಾರಿಕಾ ಕ್ರಾಂತಿ ಪ್ರಥಮವಾಗಿ ಇಂಗ್ಲೆಂಡಿನಲ್ಲೇ ಜರುಗಿತೆಂದು ನಿಸ್ಸಂಶಯವಾಗಿ ಹೇಳಬಹುದು. ಇದಕ್ಕೆ ಅನೇಕ ಕಾರಣಗಳು ಇದ್ದು ಅವುಗಳನ್ನು ಈ ಕೆಳಕಂಡಂತೆ ವಿಶ್ಲೇಷಿಸಬಹುದು.

1. ಇಂಗ್ಲೆಂಡ್ ವಸಾಹತುಗಳನ್ನು ಸ್ಥಾಪಿಸುವುದರಲ್ಲಿ ಯೂರೋಪಿನ ಉಳಿದೆಲ್ಲಾ ದೇಶಗಳಿಗಿಂತ ಮುಂದಿತ್ತು. ಅದು ಆ ಪ್ರದೇಶಗಳಲ್ಲಿನ ಜನರಿಗೆ ಬೇಕಾದಂತಹ ವಸ್ತುಗಳ ಬೇಡಿಕೆಯನ್ನು ಪೂರೈಸುವುದು ಅತ್ಯಗತ್ಯವಾಗಿತ್ತು. ಈ ರೀತಿಯ ಬೇಡಿಕೆಯನ್ನು ಪೂರೈಸಲು ಇಂಗ್ಲೆಂಡ್ ಅಪಾರ ಪ್ರಮಾಣದಲ್ಲಿ ಪದಾರ್ಥಗಳನ್ನು ಉತ್ಪಾದಿಸಬೇಕಾಗಿತ್ತು.

2. ಇಂಗ್ಲೆಂಡ್ ಸಮುದ್ರ ವ್ಯಾಪಾರದಲ್ಲಿ ಅಪಾರ ಹೆಸರನ್ನು ಗಳಿಸಿದ್ದಿತು. ಅಲ್ಲಿನ ವ್ಯಾಪಾರೋದ್ಯಮಿಗಳು ತಮ್ಮ ಸಮುದ್ರ ವ್ಯಾಪಾರದಿಂದಲೇ ಅಪಾರವಾದ ಲಾಭ ಸಂಪಾದಿಸಿ ಶ್ರೀಮಂತರುಗಳಾಗತೊಡಗಿದರು.ಇವರುಗಳು ತಮ್ಮ ಅಪಾರ

ಬಂಡವಾಳದಿಂದ ಇಂಗ್ಲೆಂಡಿನಲ್ಲಿ ದೊಡ್ಡ ದೊಡ್ಡ ಕೈಗಾರಿಕೆಗಳನ್ನು ಸ್ಥಾಪಿಸಲು ಮುಂದಾದರು.

3. ಅಂದು ಇಂಗ್ಲೆಂಡ್‌ನಲ್ಲಿದ್ದ ಗೃಹ ಕೈಗಾರಿಕೆಗಳಲ್ಲಿ ಬಟ್ಟೆಗಿರಣಿಯು ಅತಿ ಮುಖ್ಯವಾದ, ಬೃಹತ್ ಪ್ರಮಾಣದ ಕೈಗಾರಿಕೆಯಾಗಿತ್ತು. ಯೂರೋಪಿನಾದ್ಯಂತ ಇಂಗ್ಲೆಂಡ್‌ನ ಹತ್ತಿ ಬಟ್ಟೆಗಳಿಗೆ ಅಪಾರವಾದ ಬೇಡಿಕೆಯುಂಟಾಯಿತು. ಅದನ್ನು ಅಂದು ಇಂಗ್ಲೆಂಡಿನಲ್ಲಿದ್ದ ಗೃಹಕೈಗಾರಿಕೆಗಳು ಪೂರೈಸಲು ಅಸಮರ್ಥವಾದವು. ಇದರಿಂದ ಇಂಗ್ಲೆಂಡಿನಲ್ಲಿ ಸಂಶೋಧಕರುಗಳು ಹೊಸ ಹೊಸ ಯಂತ್ರೋಪಕರಣಗಳನ್ನು ಕಂಡುಹಿಡಿದು ಅಧಿಕ ಪ್ರಮಾಣದ ನೂಲು, ಇನ್ನಿತರ ವಸ್ತುಗಳನ್ನು ಉತ್ಪಾದಿಸತೊಡಗಿದರು.

4. ನೆಪೋಲಿಯನ್ ವಿಧಿಸಿದ್ದ ಖಂಡಾಂತರ ಪದ್ಧತಿಯೂ ಸಹ ಇಂಗ್ಲೆಂಡಿನಲ್ಲಿ ಅತಿ ಶೀಘ್ರವಾಗಿ ಕೈಗಾರಿಕಾ ಕ್ರಾಂತಿ ಜರುಗಲು ಮತ್ತೊಂದು ಕಾರಣವಾಯಿತೆನ್ನಬಹುದು. ಹೇಗೆಂದರೆ ನೆಪೋಲಿಯನ್ ಇಂಗ್ಲೆಂಡನ್ನು ವ್ಯಾಪಾರ ವಾಣಿಜ್ಯದಲ್ಲೇ ಅಲ್ಲದೆ ಇಡೀ ಯೂರೋಪಿನಲ್ಲೇ ದುರ್ಬಲ ರಾಷ್ಟ್ರವನ್ನಾಗಿ ಮಾಡಬೇಕೆಂಬ ದೃಷ್ಟಿ ಹೊಂದಿದ್ದನು. ಆದ್ದರಿಂದ ಇಡೀ ಯೂರೋಪಿನ ಯಾವೊಂದು ರಾಷ್ಟ್ರಗಳು ಇಂಗ್ಲೆಂಡಿನೊಂದಿಗೆ ವ್ಯಾಪಾರ ಸಂಪರ್ಕ ಹೊಂದದಂತೆ "ಖಂಡಾಂತರ ದಿಗ್ಬಂಧನ"ವನ್ನು ಹೇರಿದನು. ಇಂತಹ ಸಮಯದಲ್ಲಿ ಇಂಗ್ಲೆಂಡ್ ಸ್ವ-ಸಾಮರ್ಥ್ಯ ಕಂಡುಕೊಳ್ಳಲು ಮುಂದಾಗಿ ಅನೇಕ ಹೊಸ ಆವಿಷ್ಕಾರಗಳಿಗೆ ಜನ್ಮನೀಡಿ ತನ್ನಲ್ಲಿ ಕೈಗಾರಿಕಾ ಕ್ರಾಂತಿಗೆ ಅನುವು ಮಾಡಿಕೊಟ್ಟಿತು.

5. ಇಂಗ್ಲೆಂಡ್‌ನ ಸೂಕ್ತ ವಾತಾವರಣವು ಸಹ ಕ್ಷಿಪ್ರರೀತಿಯಲ್ಲಿ ಕೈಗಾರಿಕಾ ಕ್ರಾಂತಿ ಜರುಗಲು ಕಾರಣವಾಯಿತೆನ್ನಬಹುದು. ಕೈಗಾರಿಕೆಗಳಿಗೆ ವಿಫುಲ ಪ್ರಮಾಣದಲ್ಲಿ ಬೇಕಾಗುವ ನೀರು ಇಂಗ್ಲೆಂಡಿನಲ್ಲಿ ಯಥೇಚ್ಛವಾಗಿದೆಯಲ್ಲದೆ ಅಲ್ಲಿನ ಪ್ರಕೃತಿ ಸಂಪತ್ತು ಹಿತಕರವಾದ ವಾಯುಗುಣ, ರಾಜಕೀಯದಲ್ಲಿನ ಸ್ಥಿರತೆ ಅತಿ ಮುಖ್ಯ ಕಾರಣವಾದವೆನ್ನಬಹುದು.

6. ಯೂರೋಪಿನಲ್ಲೇ ಅತ್ಯಧಿಕ ವಸಾಹತುಗಳನ್ನು ಹೊಂದಿದ್ದ ಇಂಗ್ಲೆಂಡ್ ಅಲ್ಲಿನ ಜನತೆಗೆ ಜೀವನಾವಶ್ಯಕ ವಸ್ತುಗಳನ್ನು ಅಪಾರವಾಗಿ ಪೂರೈಸಿ ಅತ್ಯಧಿಕ ಲಾಭ ಸಂಪಾದನೆಯ ದೃಷ್ಟಿಯಿಟ್ಟುಕೊಂಡಿದ್ದರಿಂದ ತನ್ನಲ್ಲಿ ಬೃಹತ್ ಪ್ರಮಾಣದ ಕೈಗಾರಿಕೆಗಳ ಸ್ಥಾಪನೆಗೆ ಮುಂದಾಯಿತು. ಆದ್ದರಿಂದ 1767ರಿಂದ 1787ರ ಅವಧಿಯಲ್ಲಿ ಕೈಗಾರಿಕಾ ಕ್ಷೇತ್ರದಲ್ಲಿ ಮಹತ್ವಪೂರ್ಣವಾದ ಯಾಂತ್ರಿಕ ಸಂಶೋಧನೆಗಳು ಉಂಟಾಗಿ ಕೈಗಾರಿಕಾ ಕ್ರಾಂತಿಯುಂಟಾಯಿತೆನ್ನಬಹುದು.

ಹತ್ತಿ ಬಟ್ಟೆ ಉದ್ಯಮದಲ್ಲಿ ನವೀನ ಯಂತ್ರಗಳ ಆವಿಷ್ಕಾರದೊಂದಿಗೆ ಕ್ರಾಂತಿ ಆರಂಭ

ಪ್ರಥಮವಾಗಿ ಕೈಗಾರಿಕಾ ಕ್ರಾಂತಿ ಆರಂಭವಾದುದು ಹತ್ತಿ ಬಟ್ಟೆ ಉದ್ಯಮದಲ್ಲಿ ಎನ್ನಬಹುದು. ಈ ಬಟ್ಟೆ ತಯಾರಿಕೆಯು ಪ್ರಥಮ ಹಂತದಲ್ಲಿ ಹತ್ತಿ, ಉಣ್ಣೆ, ನಾರು ಮುಂತಾದ ಕಚ್ಚಾ ಸಾಮಗ್ರಿಗಳಿಂದ ನೂಲನ್ನು ತೆಗೆಯುವುದು; ದ್ವಿತೀಯ ಹಂತದಲ್ಲಿ ಆ ಪರಿಷ್ಕೃತ ನೂಲನ್ನು ನೇಯ್ದು ಪರಿಪೂರ್ಣ ಬಟ್ಟೆ ತಯಾರಿಸುವುದಾಗಿತ್ತು. ಇದು ಹಿಂದಿನಿಂದಲೂ ಬೆಳೆದುಕೊಂಡು ಬಂದ ವಿಧಾನವಾಗಿತ್ತು. ತಕಲಿ ಅಥವಾ ನೂಲುವ ರಾಟಿಯ ಸಹಾಯದಿಂದ ಒಬ್ಬ ವ್ಯಕ್ತಿ ಒಂದು ಸಮಯದಲ್ಲಿ ಒಂದೇ ಎಳೆಯನ್ನು ಮಾತ್ರ ತೆಗೆಯಬಹುದಾಗಿತ್ತು. 1733ರಲ್ಲಿ ಜೇಮ್ಸ್ ಕೇ ಎಂಬುವವನು ಕಂಡುಹಿಡಿದ 'ಚಲಿಸುವ ಲಾಳಿ' (Flying shuttle) ಎಂಬುದು ಮಹತ್ತರ ಸಂಶೋಧನೆ ಎನ್ನಬಹುದು. ಇದು ನೇಯ್ಗೆಯವನು ಕೇವಲ ಲಾಳಿಯನ್ನು (String) ಹಿಡಿದು ಎಳೆದರೆ ಚಲಿಸುವ ಲಾಳಿ ತನ್ನಷ್ಟಕ್ಕೆ ತಾನೇ ಕೆಲಸ ಮಾಡುವಂತಾಯಿತು. ಇದರಿಂದ ನೇಯ್ಗೆಯ ವೇಗ ಹೆಚ್ಚಾದುದಲ್ಲದೆ ಉತ್ಪಾದನೆಯ ಪ್ರಮಾಣವು ಹೆಚ್ಚಾದಂತಾಯಿತು. 1754ರಲ್ಲಿ ಇಂಗ್ಲೆಂಡಿನ ನೂಲುವ ಕೆಲಸಗಾರ ಜೇಮ್ಸ್ ಹಾರ್ ಗ್ರೀವ್ಸ್‌ನು ಇನ್ನೂ ಒಂದು ಹೆಜ್ಜೆ ಮುಂದಕ್ಕೆ ಹೋಗಿ ಸ್ಪಿನ್ನಿಂಗ್ ಜೆನ್ನಿ (Spinning Jenny) ಎಂಬ ಯಂತ್ರವನ್ನು ಸಂಶೋಧಿಸಿದನು. ಇದು ಏಕಕಾಲಕ್ಕೆ 8 ಅಥವಾ 10 ಜನರು ಮಾಡುವಂತಹ ಕೆಲಸವನ್ನು ಮಾಡುತ್ತಿತ್ತು. ತನ್ನ ಈ ಸಂಶೋಧನೆಯಲ್ಲಿ ಸ್ಫೂರ್ತಿಯ ಬೆನ್ನೆಲುಬಾಗಿದ್ದ ಪತ್ನಿ ಜೆನ್ನಿಯ ಹೆಸರನ್ನೆ ಗ್ರೀವ್ಸ್ ತನ್ನ ಈ ಯಂತ್ರಕ್ಕೆ ಹೆಸರಿಸಿದ್ದ. 1769ರಲ್ಲಿ ರಿಚರ್ಡ್‌ಆರ್ಕ್‌ರೈಟ್ ಎಂಬುವವನು 'ವಾಟರ್ ಫ್ರೇಮ್' ಎಂಬ ಯಂತ್ರವನ್ನು ಕಂಡುಹಿಡಿದು

ಸ್ಪಿನ್ನಿಂಗ್ ಜೆನ್ನಿ ಯಂತ್ರ

ಅದು ಕೇವಲ ನೀರಿನ ಶಕ್ತಿಯಿಂದ ಸಂಚಲಿಸುವಂತೆ ಮಾಡಿದನು. ಅದು ಹೆಚ್ಚು ಗಟ್ಟಿಯಾದ ಹತ್ತಿ ಎಳೆಯನ್ನು ತೆಗೆಯುತ್ತಿದ್ದುದಲ್ಲದೆ ಹೆಚ್ಚಿನ ಪ್ರಮಾಣದಲ್ಲಿ ಹತ್ತಿಯನ್ನು ಹೊರತೆಗೆಯುತ್ತಿತ್ತು.

1779ರಲ್ಲಿ ಕ್ರಾಮ್ಪನ್ ಮ್ಯೂಲ್ ಕಂಡುಹಿಡಿದ 'ಮ್ಯೂಲ್' ಯಂತ್ರ ಕಡಿಮೆ ವೆಚ್ಚದಲ್ಲಿ ಬಹುಬೇಗನೆ ನೂಲನ್ನು ಉತ್ಪಾದಿಸುವಂತಾಯಿತು. 1785ರಲ್ಲಿ ಎಡ್ಮಂಡ್ ಕಾರ್ಟ್‌ರೈಟ್ ಎಂಬುವವನು 'ಪವರ್‌ಲೂಮ್' ಎಂಬ ಸ್ವಯಂ ಚಾಲಿತ ನೇಯ್ಗೆ ಯಂತ್ರ ಸಿದ್ಧಪಡಿಸಿದ. ಹಳೇ ವಿಧಾನದಲ್ಲಿ 200 ಮಂದಿ ನೇಯುತ್ತಿದ್ದ ನೂಲನ್ನು ಈಗ ಇದೊಂದೆ ಕೇವಲ ಜಲಶಕ್ತಿಯಿಂದ ಒಬ್ಬ ವ್ಯಕ್ತಿಯ ಮೇಲ್ವಿಚಾರಣೆಯಲ್ಲಿ ನಿರ್ವಹಿಸುವಂತಾಯಿತು. 1793ರಲ್ಲಿ ಅಮೇರಿಕಾದ ಎಲಿವಿಟ್ನಿ ಕಂಡುಹಿಡಿದ 'ಕಾಟನ್ ಜಿನ್' ಯಂತ್ರ ಹತ್ತಿ ಕೈಗಾರಿಕೆಯಲ್ಲಿ ಮಹತ್ತರ ಬದಲಾವಣೆಯನ್ನು ಉಂಟುಮಾಡಿತು. ಇದು ಹತ್ತಿಯಿಂದ ಬೀಜ ಇನ್ನಿತರ ಕಸದ ಪದಾರ್ಥಗಳನ್ನು ಬೇರ್ಪಡಿಸಿ ಶುದ್ಧ ಹತ್ತಿಯನ್ನು ಒಂದೆಡೆ ಸೇರಿಸುವಂತೆ ಮಾಡಿತು. ಇದು ಒಂದೇ ದಿನದಲ್ಲಿ 100ಕ್ಕಿಂತಲೂ ಅಧಿಕ ಪೌಂಡ್ ಹತ್ತಿಯನ್ನು ಶುದ್ಧಿ ಮಾಡುತ್ತಿತ್ತು. ಹಿಂದಿದ್ದ ವಿಧಾನದಲ್ಲಿ ದಿನವೊಂದಕ್ಕೆ ಕೇವಲ 3 ಪೌಂಡ್ ಹತ್ತಿಯನ್ನು ಮಾತ್ರ ಶುದ್ಧಿಗೊಳಿಸಬಹುದಾಗಿತ್ತು. ಇದೇ ಸಮಯಕ್ಕೆ ರಾಸಾಯನಿಕ ಕ್ಷೇತ್ರ ಅಪಾರವಾಗಿ ಅಭಿವೃದ್ಧಿ ಹೊಂದಿತ್ತು. ಟೆನೆಂಟ್ ಎಂಬುವವನು ರಾಸಾಯನಿಕ ದ್ರವ್ಯಗಳ ಸಹಾಯದಿಂದ ಬಟ್ಟೆಗೆ ಬಣ್ಣ ಹಾಕುವ ಆಧುನಿಕ ವಿಧಾನವನ್ನು ಕಂಡಹಿಡಿದನು. ಇದರಿಂದ ಬಣ್ಣ, ಬಣ್ಣದ ಮನಸ್ಸಿಗೊಪ್ಪುವ ಬಟ್ಟೆಗಳು ಉತ್ಪಾದನೆಯಾಗ ತೊಡಗಿದವು. ಈ ರೀತಿ ಬಟ್ಟೆ ಉದ್ಯಮದಲ್ಲಿ ಕ್ರಾಂತಿಕಾರಕ ವಿಧಾನಗಳು ಸಂಶೋಧಿಸಲ್ಪಟ್ಟು, ಬಟ್ಟೆ ಉದ್ಯಮವನ್ನು ಉತ್ಕೃಷ್ಟ ಕಾರ್ಯಕ್ಷೇತ್ರವನ್ನಾಗಿ ಪರಿವರ್ತಿಸಿ ಹತ್ತಿ ಬಟ್ಟೆಯ ಬಗ್ಗೆ ಇದ್ದ ಬೇಡಿಕೆಯನ್ನು ಪೂರೈಸಲು ಸಾಧ್ಯವಾಯಿತು. ಬಟ್ಟೆ ಉದ್ಯಮದಲ್ಲಾದ ಈ ರೀತಿಯ ಕ್ರಾಂತಿಕಾರಕ ಬದಲಾವಣೆಗಳು ಉಳಿದ ಉದ್ಯಮಗಳಲ್ಲೂ ಸಹ ಕಂಡುಬಂದವು.

ಉಗಿ ಶಕ್ತಿಯ ಶೋಧನೆ ಮತ್ತು ಬಳಕೆ

ಅಂದಿನ ಕೈಗಾರಿಕಾ ಕ್ಷೇತ್ರದಲ್ಲಿನ ಯಂತ್ರೋಪಕರಣಗಳ ಬಳಕೆಯಲ್ಲಿ ಅಪರಿಮಿತ ಲೋಪದೋಷವಿದ್ದು, ಅಡಚಣೆಯು ಸಹ ಉಂಟಾಗುತ್ತಿತ್ತು. ಮೊದಲು ಯಂತ್ರಗಳನ್ನು ಕೇವಲ ನೀರಿನ ಮತ್ತು ಗಾಳಿಯ ಶಕ್ತಿಯ ಸಹಾಯದಿಂದ ನಡೆಸಲಾಗುತ್ತಿತ್ತು. ಇದರಿಂದ ಕೇವಲ ನದಿಯ ತೀರದಲ್ಲಿ ಮತ್ತು ವಿಪುಲ ಪ್ರಮಾಣದಲ್ಲಿ ಗಾಳಿ ದೊರಕುತ್ತಿದ್ದ ಪ್ರದೇಶದಲ್ಲಿ ಕೈಗಾರಿಕೆಗಳನ್ನು ಸ್ಥಾಪಿಸಬೇಕಾಗುತ್ತಿತ್ತು. ಕೆಲವೊಮ್ಮೆ ನದಿ ನೀರಿನ ಬತ್ತುವಿಕೆ ಮತ್ತು ಗಾಳಿಯ ಕೊರತೆಯಿದ್ದಾಗ ಸಂಪೂರ್ಣವಾಗಿ ಕೈಗಾರಿಕೆಗಳು ಸ್ಥಗಿತವಾಗಿಬಿಡುತ್ತಿದ್ದವು. ಇದರಿಂದ ಎಲ್ಲಾ ವೇಳೆಯಲ್ಲಿ ಕಾರ್ಯನಿರ್ವಹಿಸುವ ಯಂತ್ರದ ಶೋಧನೆ ಅನಿವಾರ್ಯವಾಯಿತು. ಅದರ ಪರಿಣಾಮವೇ ಹಬೆಯ ಯಂತ್ರದ ಸಂಶೋಧನೆ ಎನ್ನಬಹುದು. ಇಂಗ್ಲೆಂಡಿನ ಥಾಮಸ್ ನ್ಯೂಕಾಮೆನ್ನನು ಪ್ರಥಮ ಬಾರಿಗೆ ಹಬೆಯ ಯಂತ್ರವನ್ನು ಸಂಶೋಧಿಸಿ ಗಣಿ ಮತ್ತು ಕಾರ್ಖಾನೆಗಳಲ್ಲಿ ನೀರೆತ್ತುವ ಕಾರ್ಯವನ್ನು ಮಾಡಿದನು. 1769ರಲ್ಲಿ ಸ್ಕಾಟ್‌ಲ್ಯಾಂಡಿನ ಜೇಮ್ಸ್‌ವಾಟ್ ಎಂಬುವವನು ಈ ನಿಟ್ಟಿನಲ್ಲಿ ಪರಿಷ್ಕರಿಸಿ ಸಂಶೋಧಿಸಿದ 'ಉಗಿಶಕ್ತಿ' ಅತ್ಯಂತ ಮುಖ್ಯವಾದುದೆನ್ನಬಹುದು. ಇದರಿಂದ ಯಂತ್ರಗಳ ಚಲನೆ ನಿರಂತರವಾಗಿ ನಡೆಯುವಂತಾಯಿತು. ಅಷ್ಟೇ ಅಲ್ಲದೆ ಒಂದು ದೇಶದ ಯಾವುದೇ ಭಾಗದಲ್ಲಾದರೂ ಕಾರ್ಖಾನೆಗಳನ್ನು ಸ್ಥಾಪಿಸಿ ಯಂತ್ರಗಳನ್ನು ನಡೆಸಿ ವಸ್ತುಗಳನ್ನು ನಿರಂತರವಾಗಿ ಉತ್ಪಾದಿಸುವ ಕ್ರಮ ತ್ವರಿತಗೊಂಡಿತು. 1815ರ ವೇಳೆಗೆ ಇಂಗ್ಲೆಂಡ್ ಒಂದರಲ್ಲಿಯೇ ಸಾವಿರಾರು ಉಗಿಶಕ್ತಿಯ ಯಂತ್ರಗಳು ಕಾರ್ಯಾಚರಣೆಯಲ್ಲಿದ್ದವು. ಮುಂದೆ ಮಾನವನು ಉಗಿ ಶಕ್ತಿಯನ್ನು ಕೈಗಾರಿಕಾ ವಲಯವೊಂದಷ್ಟೇ ಅಲ್ಲದೆ ವ್ಯಾಪಾರ, ಸಾರಿಗೆ ಮತ್ತಿತರ ಕೆಲಸ ಕಾರ್ಯಗಳಿಗೂ ಸಹ ಉಪಯೋಗಿಸಿಕೊಂಡನು.

ಕಬ್ಬಿಣ ಮತ್ತು ಕಲ್ಲಿದ್ದಲು ಉದ್ಯಮಗಳಲ್ಲಿ ಹೊಸ ಸಂಶೋಧನೆಗಳು

ಕೈಗಾರಿಕಾ ಕ್ಷೇತ್ರದಲ್ಲಿ ಹೊಸ ಹೊಸ ಸಂಶೋಧನೆಗಳು ಜರುಗಿದಂತೆ ಹೊಸ ಹೊಸ ಯಂತ್ರಗಳನ್ನು ತಯಾರಿಸಲು ಕಬ್ಬಿಣ ಹೆಚ್ಚಿನ ಪ್ರಮಾಣದಲ್ಲಿ ಅವಶ್ಯವಾಯಿತು. ಅಲ್ಲದೆ ಕಬ್ಬಿಣವನ್ನು ಕರಗಿಸಲು ಕಲ್ಲಿದ್ದಲಿನ ಶೋಧನೆಯು ಅತಿ ಮುಖ್ಯವೆನಿಸಿತು. ಅಲ್ಲದೆ ಕಬ್ಬಿಣ ಮತ್ತು ಕಲ್ಲಿದ್ದಲು ಕೈಗಾರಿಕೆಯ ಬೆನ್ನು ಮೂಳೆಯೆಂದು ಸಹ ಪರಿಗಣಿಸಲಾಯಿತು. ಕೈಗಾರಿಕಾ ಕ್ರಾಂತಿಯ ಮೊದಲು ಇಂಗ್ಲೆಂಡಿನಲ್ಲಿ ಸೌದೆಯನ್ನು ಬಳಸಿ ಶಕ್ತಿಯನ್ನಾಗಿ ಪರಿವರ್ತಿಸುತ್ತಿದ್ದರು. ಇದರಿಂದ ಹೆಚ್ಚು ಸೌದೆಯ ಅವಶ್ಯಕತೆಯುಂಟಾಗಿ ಅಂದು ಇಂಗ್ಲೆಂಡಿನ ಕಾಡುಗಳೆಲ್ಲ ಮಾಯವಾದಂತಾಗಿದ್ದವು. ಈ ಸಮಸ್ಯೆಯನ್ನು ನೀಗಿಸಿದವನೆಂದರೆ ಅಬ್ರಹಾಮ್ ಡರ್ಬಿ. ಈತ ಕಬ್ಬಿಣವನ್ನು ಕರಗಿಸಲು ಇದ್ದಲಿನ ಬದಲು ಕಲ್ಲಿದ್ದಲಿನಿಂದ ಕಬ್ಬಿಣವನ್ನು ಕರಿಗಿಸುವ ವಿಧಾನವನ್ನು ತೋರಿಸಿಕೊಟ್ಟನು. ಇದರಿಂದ ಇಂಗ್ಲೆಂಡಿನಲ್ಲಿ ಕಬ್ಬಿಣದ ಯುಗ ಆರಂಭವಾಯಿತು. 1856ರಲ್ಲಿ ಇಂಗ್ಲೆಂಡಿನ ಹೆನ್ರಿ ಬೆಸ್‌ಮೆರ್ ಎಂಬವವನು ಕಬ್ಬಿಣದಿಂದ ಉಕ್ಕನ್ನು ತಯಾರಿಸುವ ವಿಧಾನವನ್ನು ಕಂಡುಹಿಡಿದನು. ಅಷ್ಟೇ ಅಲ್ಲದೆ ಉಕ್ಕು ಕಬ್ಬಿಣಕ್ಕಿಂತ ಹಗುರವು ಮತ್ತು ಗಟ್ಟಿಯು ಎಂಬ ಅಂಶವನ್ನು ತಿಳಿಯಪಡಿಸಿದನು. ಇದರಿಂದ ಕಾರ್ಖಾನೆಗಳಲ್ಲಿ ಉಕ್ಕಿನ

ಯಂತ್ರೋಪಕರಣಗಳನ್ನು ಹೆಚ್ಚಾಗಿ ಬಳಸಲಾಯಿತು. ಇಂಗ್ಲೆಂಡಿನಲ್ಲಿ ಕಬ್ಬಿಣ ಯುಗದ ಜೊತೆಗೆ ಉಕ್ಕಿನ ಯುಗವೂ ಸಹ ಏಕಕಾಲದಲ್ಲಿ ಪ್ರಾರಂಭವಾದವು. ನಂತರ ಹಂಫ್ರಿಡೇವಿಸ್ ಎಂಬಾತನು 'ಸುರಕ್ಷಿತ ದೀಪ' (safety light) ಕಂಡುಹಿಡಿದನು. ಇದು ಗಣಿ ಉದ್ಯಮದಲ್ಲಿ ಕೆಲಸ ಮಾಡುವ ಕಾರ್ಮಿಕರಿಗೆ ವರಪ್ರಸಾದವೆನಿಸಿತು. ಹೆನ್ರಿಕಾರ್ಟ್ ಎಂಬುವವನು ದೊಡ್ಡ, ದೊಡ್ಡ ರೋಲರ್‌ಗಳ ಮೂಲಕ ಕಾದ ಕಬ್ಬಿಣವನ್ನು ಹದಕ್ಕೆ ತಂದು ತಗಡು, ಪಟ್ಟಿಯಾಕಾರದ ಕಬ್ಬಿಣವನ್ನಾಗಿ ಮಾಡುವ ವಿಧಾನವನ್ನು ಕಂಡುಹಿಡಿದನು. ಮುಂದೆ ವ್ಯಾಟ್ಸನ್ ಹ್ಯಾಮರ್, ಎಲಿಮೆಂಟ್ಸ್‌ನ ಪ್ಲ್ಯಾನಿಂಗ್, ಗ್ರೈಂಡರ್ ಮತ್ತು ಲೇತ್ ಇನ್ನಿತರ ಯಂತ್ರಗಳ ಸಹಾಯದಿಂದ ಹೊಸ ಹೊಸ ಯಂತ್ರಗಳನ್ನು ತಯಾರಿಸಲಾಯಿತು.

20ನೇ ಶತಮಾನದ ಆರಂಭದ ವೇಳೆಗೆ ಮ್ಯಾಂಗನೀಸ್ ಮತ್ತು ಟಂಗ್‌ಸ್ಟನ್‌ಗಳನ್ನು ಉಕ್ಕಿನೊಂದಿಗೆ ಸಂಯೋಜಿಸಿ ಅದನ್ನು ಗಟ್ಟಿಯಾದ 'ಮಿಶ್ರಿತ ಲೋಹ'ವನ್ನಾಗಿ ಮಾಡಲಾಯಿತು. ಇದರಿಂದ ದೀರ್ಘಕಾಲದ ಬಾಳಿಕೆಯ ಸಾಧನೋಪಕರಣಗಳನ್ನು ತಯಾರಿಸಲು ಅನುಕೂಲವಾದಂತಾಯಿತು.

ಸಾರಿಗೆ – ಸಂಪರ್ಕದಲ್ಲಿನ ಸುಧಾರಣೆಗಳು

ಸಾಮಾನ್ಯವಾಗಿ ಕೈಗಾರಿಕೆ ಮತ್ತು ಸಾರಿಗೆ ಒಂದೇ ರಥದ ಎರಡು ಗಾಲಿಗಳಿದ್ದಂತೆ. ಸರಿಯಾದ ಸಾರಿಗೆ ಸಂಪರ್ಕವಿಲ್ಲದಿದ್ದರೆ ಕೈಗಾರಿಕೆಗೆ ಬೇಕಾಗುವ ಕಚ್ಚಾ ಸಾಮಗ್ರಿಗಳನ್ನು ಪೂರೈಸಲು ಸಾಧ್ಯವಾಗುವುದಿಲ್ಲ. ಇದರಿಂದ ಕೈಗಾರಿಕೆ ಸಹ ಮುಂದುವರೆಯುವುದಿಲ್ಲ. ಕೈಗಾರಿಕೆ ಉತ್ಪಾದಿಸಿದ ವಸ್ತುಗಳನ್ನು ಒಂದು ಸ್ಥಳದಿಂದ ಮತ್ತೊಂದು ಸ್ಥಳಕ್ಕೆ ಕೊಂಡೊಯ್ಯಲು ಸಾರಿಗೆಯ ಪಾತ್ರ ಅತಿಮುಖ್ಯವಾದದ್ದಾಗಿದೆ. ಅಂದಿನ ಇಂಗ್ಲೆಂಡಿನಲ್ಲಿ ಕೈಗಾರಿಕೆಗಳು ಅಭಿವೃದ್ಧಿಯಾದಂತೆ ಸಾರಿಗೆಯ ಗುಣಮಟ್ಟ ಉತ್ತಮವಾಗಿರಲಿಲ್ಲ. ಕ್ರಿ.ಶ.1700ರಲ್ಲಿ ಕುದುರೆಗಾಡಿಯಲ್ಲಿ ಲಂಡನ್ನಿನಿಂದ ಯಾರ್ಕ್‌ಗೆ ಪ್ರಯಾಣಿಸಲು 7 ದಿನಗಳ ಕಾಲಾವಕಾಶ ಬೇಕಾಗುತ್ತಿತ್ತು. ಇದರಿಂದ ಉತ್ತಮವಾದ ಮಾರ್ಗಗಳನ್ನು, ವೇಗವಾಗಿ ಚಲಿಸುವ ವಾಹನವನ್ನು ನಿರ್ಮಿಸುವುದು ಅತ್ಯಗತ್ಯವಾಯಿತು. ಸ್ಕಾಟ್‌ಲ್ಯಾಂಡಿನ ಜಾನ್‌ಮ್ಯಾಕ್ ಆಡಮ್ ಮತ್ತು ಥಾಮಸ್ ಟಲ್‌ಫೋರ್ಡ್ ಎಂಬ ಇಂಜಿನಿಯರುಗಳು ಸಣ್ಣ ಸಣ್ಣ ಚೂರು ಕಲ್ಲುಗಳನ್ನುಪಯೋಗಿಸಿ ಗಟ್ಟಿಯಾದ ರಸ್ತೆಗಳನ್ನು ನಿರ್ಮಿಸಿದರು. ಇದರಿಂದ ಲಂಡನ್ನಿನಿಂದ ಯಾರ್ಕ್‌ಗೆ ಪ್ರಯಾಣಿಸಲು ಕೇವಲ 20 ಗಂಟೆಗಳ ಸಮಯ ಸಾಕಾಗುವಂತಾಯಿತು.

ಇದೇ ರೀತಿ ಇಂಗ್ಲೆಂಡ್‌ನಲ್ಲಿ ಹಲವಾರು ರಸ್ತೆಗಳನ್ನು ನಿರ್ಮಿಸಲಾಯಿತು. ಸಾಗರ, ಸಮುದ್ರಗಳಿಂದ ಕೂಡಿದ್ದ ಇಂಗ್ಲೆಂಡ್‌ನಲ್ಲಿ ಕಾಲುವೆಗಳ, ಹಡಗುಗಳ ಮಾರ್ಗ ಅತಿ ಪ್ರಮುಖವಾಗಿದ್ದಿತು. ಮ್ಯಾಂಚೆಸ್ಟರ್ ಮತ್ತು ಲಿವರ್‌ಪೂಲ್‌ಗಳ ಕೈಗಾರಿಕಾ ಪ್ರದೇಶಗಳ ನಡುವಿನ ಅಂತರ ಕೇವಲ 30 ಮೈಲಿಯಿತ್ತು. ಈ ಎರಡು ಪ್ರದೇಶಗಳನ್ನು ಸಂಧಿಸಲು ಮೂರು ಕಾಲುವೆಗಳನ್ನು ದಾಟ ಬೇಕಾಗಿದ್ದಿತು. ಇದರಿಂದ ಕಾರ್ಖಾನೆಗಳಿಗೆ ಯಾವುದೇ ರೀತಿಯ ಕಚ್ಚಾ ಸಾಮಾಗ್ರಿಗಳನ್ನು ತಲುಪಿಸಲು ಕೆಲವೊಂದು ವೇಳೆ ಒಂದು ತಿಂಗಳುಗಳ ಸಮಯಾವಕಾಶ ಬೇಕಾಗುತ್ತಿತ್ತು. ಈ ನಿಟ್ಟಿನಲ್ಲಿ ಜೇಮ್ಸ್ ಬ್ರಿಂಡ್ಲೆ ಎಂಬುವವನು ಉತ್ತಮವಾದ ಕಾಲುವೆಮಾರ್ಗಗಳನ್ನು ನಿರ್ಮಿಸಲು ಮುಂದಾದನು. 1800ರ ಹೊತ್ತಿಗೆ ಇಂಗ್ಲೆಂಡ್‌ನಲ್ಲಿ ಸುಮಾರು 3000 ಮೈಲಿಗಳಷ್ಟು ಉದ್ದದ ಕಾಲುವೆಗಳು ನಿರ್ಮಾಣವಾದಂತಾದವು. 1869ರಲ್ಲಿ ಫರ್ಡಿನೆಂಡ್ ಡಿ ಲೆಸೆಪ್ ಎಂಬ ಫ್ರೆಂಚ್ ಇಂಜಿನಿಯರ್ ನೇತೃತ್ವದಲ್ಲಿ ಮೆಡಿಟರೇನಿಯನ್ ಮತ್ತು ಕೆಂಪು ಸಮುದ್ರಗಳನ್ನು ಸೇರಿಸುವ ಸೂಯಜ್ ಕಾಲುವೆಯನ್ನು ನಿರ್ಮಿಸಲಾಯಿತು. 1914ರಲ್ಲಿ ಅಟ್ಲಾಂಟಿಕ್ ಸಾಗರ ಮತ್ತು ಫೆಸಿಫಿಕ್ ಸಾಗರಗಳ ನಡುವೆ ಪನಾಮ ಕಾಲುವೆಯನ್ನು ನಿರ್ಮಿಸಲಾಯಿತು. ಇದರಿಂದ ವ್ಯಾಪಾರ ಸಂಪರ್ಕಕ್ಕೆ, ಕೈಗಾರಿಕೆಗಳಿಗೆ ಅವಶ್ಯಕವಾದ ಕಚ್ಚಾ ಸಾಮಾಗ್ರಿಗಳನ್ನು ಏಷ್ಯಾ, ಆಫ್ರಿಕಾ ಮುಂತಾದ ವಸಾಹತುಶಾಹಿ ರಾಷ್ಟ್ರಗಳಿಂದ ಸುಲಭವಾಗಿ ತರುವಂತಾಗಿ ಹೆಚ್ಚಿನ ಅನುಕೂಲವುಂಟಾಯಿತು. ಹೆಚ್ಚಿನ ಸಂಶೋಧನೆಗಳ ಪರಿಣಾಮವಾಗಿ ಸಮುದ್ರದ ಮೂಲಕ ಜರುಗುತ್ತಿದ್ದ ವ್ಯಾಪಾರ, ವಾಣಿಜ್ಯದಲ್ಲಿ ಮಹತ್ತರವಾದ ಬದಲಾವಣೆಯುಂಟಾಯಿತು.

1807ರಲ್ಲಿ ಅಮೇರಿಕಾದ ರಾಬರ್ಟ್ ಪಲ್ಟನ್ ನಿರ್ಮಿಸಿದ 'ಕ್ಲೆರ್‌ಮಾಂಟ್'ಎಂಬ ಉಗಿದೋಣಿ ಮುಖ್ಯವಾದುದು. ಇದು 1807ರ ಆಗಸ್ಟ್ 7ರಂದು ನ್ಯೂಯಾರ್ಕ್‌ನಿಂದ ಹೊರಟು 150 ಮೈಲಿ ದೂರದ ಆಲ್ಬೆನಿಯಾವನ್ನು ಕೇವಲ 32ಗಂಟೆಗಳಲ್ಲಿ ತಲುಪಿತು. 1838ರಲ್ಲಿ 'ದಿ ಗ್ರೇಟ್ ವೆಸ್ಟರ್ನ್'ಎಂಬ ಇಂಗ್ಲೆಂಡಿನ ಹಡಗು ಬ್ರಿಸ್ಟಾಲ್‌ನಿಂದ ಹೊರಟು 15 ದಿನಗಳಲ್ಲಿ ನ್ಯೂಯಾರ್ಕ್ ತಲುಪಿತು. ಇಂಗ್ಲೆಂಡಿನಲ್ಲಿ ವಾಸವಾಗಿದ್ದ ನೋವಾ ಸ್ಕೋಷಿಯಾದ ಮೂಲನಿವಾಸಿ ಸ್ಯಾಮ್ಯೂಯಲ್ ಕ್ಯುನಾರ್ಡ್ 1840ರಲ್ಲಿ ಅಟ್ಲಾಂಟಿಕ್ ಮಹಾಸಾಗರದ ಮೇಲೆ ಮೊದಲ ಉಗಿಹಡಗಿನ ಪ್ರಯಾಣವನ್ನು ಆರಂಭಿಸಿದನು. 1847ರಲ್ಲಿ ಹ್ಯಾಂಬರ್ಗ್–ಅಮೇರಿಕನ್, 1857ರಲ್ಲಿ ನಾರ್ಥ್‌ಜರ್ಮನ್‌ಲೊಯ್ಡ, 1862ರಲ್ಲಿ ಫ್ರಾನ್ಸ್‌ನ ಹಡಗುಗಳು ಕ್ಯೂನಾರ್ಡ್‌ನಿಂದ ಉತ್ತೇಜಿತರಾಗಿ ತಮ್ಮ ಸಮುದ್ರಯಾನವನ್ನು ಆರಂಭಿಸಿದವು.

ಹಬೆದೋಣಿ ಮತ್ತು ಹಬೆಹಡಗುಗಳಂತೆ ಹಬೆರೈಲಿನ ಸಂಶೋಧನೆ ಸಾರಿಗೆ ವಲಯದಲ್ಲಿ ಮಹತ್ತರವಾದ ಪ್ರಗತಿಯೆನ್ನಬಹುದು. ಹೊಗೆ ಬಂಡಿಯನ್ನು ನಿರ್ಮಿಸಿದ ಕೀರ್ತಿ ರಿಚರ್ಡ್ ತ್ರೆವಿಥಿಕ್‌ನಿಗೆ ಸಲ್ಲುತ್ತದೆ. ಈತ ಪ್ರಥಮವಾಗಿ ನಿರ್ಮಿಸಿದ ರೈಲು ಬಂಡಿ ಗಂಟೆಗೆ 12–15ಮೈಲಿ ದೂರವನ್ನು ಕ್ರಮಿಸುತ್ತಿತ್ತು. 1804ರಲ್ಲಿ ಜಾರ್ಜ್ ಸ್ಟೀಫನ್ ಸನ್ ಎಂಬುವನು ಹಳೆಯ ಹೊಗೆ ಬಂಡಿಯ ರೂಪುರೇಷೆಗಳನ್ನು ಬದಲಾಯಿಸಿ ಉಗಿಶಕ್ತಿಯಿಂದ ಚಲಿಸುವ ರೈಲ್ವೆ ಎಂಜಿನನ್ನು ಕಂಡುಹಿಡಿದನು. ಇದು 90 ಟನ್ ಭಾರವನ್ನು ಹೊತ್ತು ಗಂಟೆಗೆ 12 ಮೈಲಿ ದೂರವನ್ನು ಕ್ರಮಿಸುವಂತಾಯಿತು. 1813ರಲ್ಲಿ ನೂಕ್ಯಾಸಲ್ ಸಮೀಪದಲ್ಲಿನ ಕಲ್ಲದ್ದಲು ಗಣಿಯ ಇಂಜಿನಿಯರ್ ಆಗಿದ್ದ ವಿಲಿಯಂ ಹೆಡ್ಲಿಯು 'ಪಫಿಂಗ್ ಬಿಲ್ಲಿ' ಎಂಬ ಸ್ವಯಂ ಚಾಲಿತ ವಾಹನವೊಂದನ್ನು ನಿರ್ಮಿಸಿದನು. ಜಾರ್ಜ್ ಸ್ಟೀಫನ್‌ಸನ್‌ನು ರೈಲ್ವೆ ಎಂಜಿನ್‌ನಲ್ಲಿ ಕೈಗೊಂಡ ಹಲವಾರು ವರ್ಷಗಳ ಸಂಶೋಧನೆಯ ಫಲವಾಗಿ 1830ರ ವೇಳೆಗೆ ಪ್ರಥಮ ಬಾರಿಗೆ ರೈಲುಗಾಡಿಯ ಪ್ರಯಾಣವು ಮ್ಯಾಂಚೆಸ್ಟರ್‌ನಿಂದ ಲಿವರ್‌ಪೂಲ್ ನಡುವೆ ಆರಂಭವಾಯಿತು. ತನ್ನ ಸಂಶೋಧನೆಯನ್ನು ಮುಂದುವರೆಸಿದ ಜಾರ್ಜ್ ಸ್ಟೀಫನ್‌ಸನ್ 1829ರಲ್ಲಿ 'ರಾಕೆಟ್'ನ್ನು ನಿರ್ಮಿಸಿದನು. ತನ್ನ ರಾಕೆಟ್ ಗಂಟೆಗೆ 14ಮೈಲಿಯಂತೆ 31 ಮೈಲಿದೂರವನ್ನು ಕ್ರಮಿಸುವಂತೆ ಮಾಡಿ ಅಂತರಿಕ್ಷಯಾನದಲ್ಲಿ ಸ್ಟೀಪನ್‌ಸನ್ ಅದ್ಭುತ ಪ್ರಗತಿ ಸಾಧಿಸಿದನು. 1903ರಲ್ಲಿ ವಿಲ್ಬರ್‌ರೈಟ್ ಮತ್ತು ಆರ್ವಿಲ್ ರೈಟ್ ಎಂಬ ಸಹೋದರರು ಗಗನದಲ್ಲಿ ತಮ್ಮ ಪ್ರಥಮ ವಿಮಾನಯಾನವನ್ನು ಆರಂಭಿಸಿದರು. ಇದರಿಂದ ಸೈನಿಕ ವಲಯದಲ್ಲಿ ಅತಿ ಪ್ರಾಮುಖ್ಯತೆಯನ್ನು ವಿಮಾನಯಾನ ಗಳಿಸಿಕೊಂಡಿತು. ಪ್ರಯಾಣಿಕರ ಮತ್ತು ಶೀಘ್ರ ಸಂಪರ್ಕದ ವಾಹನವಾಗಿಯೂ ಅದು ಜನಪ್ರಿಯತೆಯನ್ನು ಗಳಿಸಿಕೊಂಡಿತು.

ಕೈಗಾರಿಕಾ ಕ್ರಾಂತಿಗಿಂತ ಮುಂಚೆ ಪ್ರಸಾರ ಮಾಧ್ಯಮದಲ್ಲಿ ಪತ್ರಿಕೆಗಳನ್ನು ಕೇವಲ ಕೈ ಬರಹದಿಂದಲೇ ಬರೆದು ಪ್ರಸಾರ ಮಾಡಲಾಗುತ್ತಿತ್ತು. ಹೊಸ ಸಂಶೋಧನೆಗಳು ಜರುಗಿದಂತೆ ಮುದ್ರಣ ಕಾರ್ಯದಲ್ಲೂ ಯಂತ್ರಗಳು ಬಳಕೆಗೆ ಬಂದವು. 1814ರಲ್ಲಿ ಪ್ರಥಮ ಹಬೆ ಮುದ್ರಣ ಯಂತ್ರವನ್ನು ದಿ ಲಂಡನ್ ಟೈಮ್ಸ್ ಸಂಶೋಧಿಸಿತು. ಇದರಿಂದ ವೇಗವಾಗಿ ಕಡಿಮೆ ವೆಚ್ಚದಲ್ಲಿ ಪತ್ರಿಕೆಗಳನ್ನು ಮುದ್ರಿಸಲು ಸಾಧ್ಯವಾಯಿತು. ಈ ಮುದ್ರಣ ಯಂತ್ರ ಕಂಡುಹಿಡಿಯಲ್ಪಟ್ಟಿದ್ದರಿಂದ ಎಲ್ಲಾ ಜನತೆಯು ಪತ್ರಿಕೆಗಳನ್ನು ಕೊಂಡು ಓದಿ ವಿಷಯಗಳನ್ನು ಗ್ರಹಿಸುವಂತಾದರು. ಇದರಿಂದ ಶಿಕ್ಷಣ ಹಾಗೂ ದೇಶದ ಆಡಳಿತ ಯಂತ್ರದ ಮೇಲೆ ಹೆಚ್ಚಿನ ಪ್ರಭಾವ ಬೀರಿತು.

ಈ ಮುದ್ರಣ ಯಂತ್ರದಲ್ಲುಂಟಾದ ಕೈಗಾರಿಕಾ ಕ್ರಾಂತಿ ಇಡೀ ವಿಶ್ವದ ರೂಪವನ್ನೇ ಸಂಪೂರ್ಣ ಬದಲಾಯಿಸಿತೆನ್ನಬಹುದು. ಅಲೆಗ್ಸಾಂಡರ್ ಗ್ರಹಾಂ ಬೆಲ್‌ನಿಂದ ಟೆಲಿಪೋನ್, ಸ್ಯಾಮುಯೆಲ್ ಮಾರ್ಸ್‌ನಿಂದ ಟೆಲಿಗ್ರಾಪ್, ಸಿರಸ್‌ಫೀಲ್ಡ್‌ನಿಂದ ಕೇಬಲ್‌ಗಳ ಸಂಶೋಧನೆಗಳು ಕಂಡುಹಿಡಿಯಲ್ಪಟ್ಟವು. 1895ರಲ್ಲಿ ಮಾರ್ಕೋನಿ ರೇಡಿಯೋವನ್ನು ಕಂಡುಹಿಡಿದನು. ಈ ರೀತಿಯ ಸಂಪರ್ಕ ಮಾಧ್ಯಮದಲ್ಲಾದ ಹೊಸ ಸಂಶೋಧನೆಗಳು ಕಾಲ ಮತ್ತು ದೂರದ ಎಲ್ಲಾ ಸಮಸ್ಯೆಗಳನ್ನು ಹೋಗಲಾಡಿಸಿ ಜಗತ್ತಿನ ವಿಸ್ತಾರವನ್ನೇ ಸಂಕುಚಿತವನ್ನಾಗಿ ಮಾಡಿದವು. ಅಷ್ಟೇ ಅಲ್ಲದೆ ಪ್ರಪಂಚದ ಯಾವೊಂದು ಭಾಗವು ಅಥವಾ ಸ್ಥಳ, ವಿಷಯ, ಮಾಧ್ಯಮದಿಂದ ಪ್ರತ್ಯೇಕವಾಗಿರುವುದು ಅಸಾಧ್ಯವಾಯಿತು.

ಕೃಷಿ ಕ್ಷೇತ್ರದಲ್ಲಾದ ಬದಲಾವಣೆಗಳು

ಕೈಗಾರಿಕಾ ಕ್ರಾಂತಿ ಆರಂಭವಾಗುವುದಕ್ಕೆ ಮುಂಚೆ ಕೃಷಿ ಕ್ಷೇತ್ರ ಅಪಾರವಾಗಿ ಹಿಂದುಳಿದಿತ್ತಲ್ಲದೆ ಅದರಲ್ಲಿ ಉಪಯೋಗಿಸುತ್ತಿದ್ದ ಸಾಧನಗಳು ಪುರಾತನ ಕಾಲದವಾಗಿದ್ದವು. ಭೂಮಾಲೀಕರು ಕಡಿಮೆ ಸಂಖ್ಯೆಯಲ್ಲಿದ್ದು ಭೂಮಿಯನ್ನು ಮೂರು ಭಾಗಗಳಾಗಿ ವಿಂಗಡಿಸಿ ಉಳುವವನಿಗೆ ಮಾತ್ರ ಭೂಮಿಯನ್ನು ನೀಡುತ್ತಿದ್ದರು. ಭೂಮಿಯ ಎರಡು ಭಾಗವನ್ನು ಮಾತ್ರ ಉಪಯೋಗಿಸಿಕೊಂಡು ಉಳಿದೊಂದು ಭಾಗವನ್ನು ಪಾಳು ಭೂಮಿಯನ್ನಾಗಿ ಬಿಡುತ್ತಿದ್ದರು. ಈ ಬಂಜರು ಭೂಮಿಯಲ್ಲಿ ಅಪಾರವಾಗಿ ಕಳೆ, ಗಿಡಗಳು, ಪೊದೆಗಳು ಬೆಳೆದು ಸಾಗುವಳಿ ಭೂಮಿಗೆ ನಷ್ಟವನ್ನುಂಟುಮಾಡುತ್ತಿದ್ದವು. ಇಂತಹ ಪುರಾತನ ಕಾಲದ ಕೃಷಿ ಪದ್ಧತಿಯಲ್ಲಿ ಮಾರ್ಪಾಡು ತಂದವನೆಂದರೆ ಟೌನ್‌ಶೆಂಡ್. ಇವನು ಬಂಜರು ಭೂಮಿಯಲ್ಲಿ ಬಲವಾದ ಬೇರೂರುವ ಬೆಳೆಯನ್ನು ಬೆಳೆದರೆ ಭೂಮಿ ಫಲವತ್ತಾಗುವುದೆಂದು ತಿಳಿಸಿದನು. ಭೂಮಿಯಲ್ಲಿ ಬೆಳೆಗಳ ಪರ್ಯಾಯ ಪದ್ಧತಿಯನ್ನು ಅನುಸರಿಸುವುದರಿಂದ ಮಣ್ಣಿನ ಫಲವತ್ತತೆ ಹೆಚ್ಚಾಗುವುದಲ್ಲದೆ ಇಳುವರಿಯು ಅಧಿಕವಾಗುವುದೆಂದು ಕಂಡುಹಿಡಿದನು. ಇದರಿಂದ ಜನಗಳು ಬಂಜರು ಮತ್ತು ಗೋಮಾಳ ಪ್ರದೇಶಗಳನ್ನು ವಶಪಡಿಸಿಕೊಂಡು ಉತ್ತಮ ಬೆಳೆ ಬೆಳೆಯಲು ಪ್ರಾರಂಭಿಸಿದರು. ಪಶು ಪಾಲನೆಗಳ ಸುಧಾರಣೆಯಲ್ಲಿ ಸಾಕಷ್ಟು ಸಂಶೋಧನೆಗಳು ನಡೆದವು. ರಾಬರ್ಟ್‌ಬೇಕ್‌ವೆಲ್, ಚಾರ್ಲ್ಸ್‌ಕೋಲಿಂಗ್ ಇನ್ನೂ ಮುಂತಾದವರು ಜಾನುವಾರುಗಳ ಉತ್ಪತ್ತಿ ಮತ್ತು ಅವುಗಳ ಪಾಲನೆಯಲ್ಲಿ ಹೊಸ ಹೊಸ ಸಂಶೋಧನೆಯನ್ನು ಕೈಗೊಂಡರು. ಕುರಿಗಳ ವೃದ್ಧಿ ಮತ್ತು ಹೊಸ ತಳಿಗಳನ್ನು ಪಡೆಯಲು ಹೊಸ ಹೊಸ ವಿಧಾನಗಳನ್ನು ಅನುಸರಿಸಲಾಯಿತು. 1702ರಲ್ಲಿ ಜಥ್ರೊಟಲ್ ಎಂಬುವವನು 'ಡಿಲ್' ಎಂಬ ಯಂತ್ರವನ್ನು ಕಂಡುಹಿಡಿದು ಭೂಮಿಯಲ್ಲಿ

ಸಾಲು ಸಾಲಾಗಿ ಬೀಜಗಳನ್ನು ಬಿತ್ತುವುದು ಅತೀ ಹೆಚ್ಚಿನ ಪ್ರಯೋಜನಕಾರಿಯೆಂದು ತಿಳಿಸಿದನು. ಈ ಸುಧಾರಿತ ವಿಧಾನದಿಂದ ಬೀಜ ಬಿತ್ತುವುದರಿಂದ ಕೃಷಿ ಯೋಗ್ಯವಾದ ಭೂಮಿಯಲ್ಲಿ ಅಧಿಕ ಪ್ರಮಾಣದಲ್ಲಿ ಗೋಧಿ ಬೆಳೆಯಬಹುದೆಂದು ಕಂಡುಹಿಡಿಯಲಾಯಿತು. ಹಾಗೆಯೇ ಕೃಷಿಕ್ಷೇತ್ರದಲ್ಲಿ ಉಪಯೋಗಿಸುತ್ತಿದ್ದ ಮರದ ಆಯುಧಗಳನ್ನು ಕೈಬಿಟ್ಟು ಹೊಸಹೊಸ ಕಬ್ಬಿಣದ ಯಂತ್ರಗಳ ಸಲಕರಣೆಗಳನ್ನು ಉಪಯೋಗಿಸಿ ಶೀಘ್ರವಾಗಿ ಭೂಮಿಯನ್ನು ವ್ಯವಸಾಯ ಯೋಗ್ಯವನ್ನಾಗಿ ಮಾಡಲಾಯಿತು. ಲೋಹದ ಕೃಷಿ ಉಪಕರಣಗಳಿಂದ ಭೂಮಿಯನ್ನು ಆಳವಾಗಿ ಉಳುವಂತಾಗಿ ಭೂಮಿಯ ಫಲವತ್ತತೆ ಹೆಚ್ಚಿತು. ಇದರಿಂದ ಲೋಹ ಕೈಗಾರಿಕೆಗಳು ಸಹ ಅಭಿವೃದ್ಧಿಯಾದಂತಾದವು. ಹೀಗೆ ಕೃಷಿ ಕ್ಷೇತ್ರದಲ್ಲೂ ಹೊಸ ಬದಲಾವಣೆಯನ್ನು ತಂದಿದ್ದರಿಂದ ಅತ್ಯುತ್ತಮವಾದ, ಅಧಿಕ ಪ್ರಮಾಣದಲ್ಲಿ ಆಹಾರವನ್ನು ಬೆಳೆಯಲು ಸಾಧ್ಯವಾಯಿತು. ಇದರಿಂದ ಯೂರೋಪಿನ ಕೈಗಾರಿಕೆಗೆ ಅತ್ಯಮೂಲ್ಯವಾಗಿ ಬೇಕಾಗಿದ್ದ ಕಚ್ಚಾ ಪದಾರ್ಥವನ್ನು ಯಥೇಚ್ಛವಾಗಿ ಉತ್ಪಾದಿಸಲು ಸಾಧ್ಯವಾಯಿತು.

ಕೈಗಾರಿಕಾ ಕ್ರಾಂತಿಯ ಪ್ರಸಾರ

ಕೈಗಾರಿಕಾ ಕ್ರಾಂತಿ ಇಂಗ್ಲೆಂಡಿನಲ್ಲಿ ಉಂಟಾದರೂ ಸಹ ಅದು ಅಲ್ಲೇ ಕೇಂದ್ರೀಕೃತವಾಗದೆ ವಿಶ್ವದ ಎಲ್ಲೆಡೆ ಮಿಂಚಿನಂತೆ ಹರಡಿಕೊಂಡು ಒಂದು ಬೃಹತ್ ಶಕ್ತಿಯಾಗಿ ಬೆಳೆಯಿತು. ಇನ್ನೂ ಬೆಳೆಯುತ್ತಲೇ ಇದೆ. ಯೂರೋಪಿನಲ್ಲಿ ಇಂಗ್ಲೆಂಡ್‌ನ ಮಾರ್ಗವನ್ನು ಅನುಸರಿಸುವಲ್ಲಿ ಅಂದು ಪ್ರಥಮವಾಗಿದ್ದ ರಾಷ್ಟ್ರಗಳೆಂದರೆ ಫ್ರಾನ್ಸ್ ಮತ್ತು ಜರ್ಮನಿ ಎನ್ನಬಹುದು. ಫ್ರಾನ್ಸಿನಲ್ಲಿ ಸಂಭವಿಸಿದ ಮಹಾಕ್ರಾಂತಿಯಿಂದ ಕೈಗಾರಿಕಾಭಿವೃದ್ಧಿಯು ಆ ದೇಶದಲ್ಲಿ ಕುಂಟಿತಗೊಂಡಿತು. ಕ್ರಾಂತಿಯ ನಂತರ ಅಧಿಕಾರಕ್ಕೆ ಬಂದಿದ್ದ ನೆಪೋಲಿಯನ್ ಇಂಗ್ಲೆಂಡ್‌ನಲ್ಲಾಗಿದ್ದ ಕೈಗಾರಿಕಾ ಕ್ರಾಂತಿಯನ್ನು ಮನಗಂಡು ಫ್ರಾನ್ಸ್‌ನ್ನು ಇಂಗ್ಲೆಂಡ್‌ಗಿಂತಲೂ ಪ್ರಬಲ ಕೈಗರಿಕಾ ಶಕ್ತಿಯನ್ನಾಗಿ ಮಾಡಬೇಕೆಂದು ಉದ್ದೇಶಿಸಿದನು. ಈ ನಿಟ್ಟಿನಲ್ಲಿ ತನ್ನ ದೇಶದಲ್ಲಿ ಕೈಗಾರಿಕೆಗಳಿಗೆ ಅಪಾರ ಹಣ ಖರ್ಚು ಮಾಡಿ ಹೊಸ ಹೊಸ ತಾಂತ್ರಿಕ ಯಂತ್ರೋಪಕರಣಗಳ ಆವಿಷ್ಕಾರಕ್ಕೆ ಪ್ರೋತ್ಸಾಹವಿತ್ತನು. 1848ರ ನಂತರ ಫ್ರಾನ್ಸ್‌ನಲ್ಲಿ ಅಧಿಕಾರಕ್ಕೆ ಬಂದಿದ್ದ ಮೂರನೇ ನೆಪೋಲಿಯನ್ನನ ಕಾಲದಲ್ಲಿ ಫ್ರಾನ್ಸ್ ಕೈಗಾರಿಕೆಯಲ್ಲಿ ಅದ್ವಿತೀಯ ಸಾಧನೆಗೈದು ಇಂಗ್ಲೆಂಡಿನ ನಂತರದ ಸ್ಥಾನವನ್ನು ಕೈಗಾರಿಕಾ ವಲಯದಲ್ಲಿ ಪಡೆದುಕೊಂಡಿತ್ತು.

ಜರ್ಮನಿ ಕೈಗಾರಿಕಾ ಕ್ರಾಂತಿಯ ಸಮಯದಲ್ಲಿ ಅನೇಕ ರಾಜ್ಯಗಳಾಗಿ ವಿಭಜನೆಗೊಂಡಿದ್ದರಿಂದ ಅಲ್ಲಿ ಕೈಗಾರಿಕೆ ಬಹಳ ನಿಧಾನಗತಿಯಲ್ಲಿ ಸಾಗಿತ್ತು. ನಂತರ ಪ್ರಷ್ಯದ ನೇತೃತ್ವದಲ್ಲಿ ಝೊಲ್ವೆರಿನ್ ಎಂಬ ಸುಂಕದ ಸಂಘದ ಮೂಲಕ ಜರ್ಮನ್‌ನಲ್ಲಿ ಕೈಗಾರಿಕೆ, ವ್ಯಾಪಾರ ವಾಣಿಜ್ಯಗಳ ಬೆಳವಣಿಗೆಯುಂಟಾಯಿತು. ಜರ್ಮನಿ ತನ್ನ ಒಕ್ಕೂಟ ಸಾಮ್ರಾಜ್ಯವನ್ನು ಸ್ಥಾಪಿಸಿದ ನಂತರ ಕೈಗಾರಿಕಾ ವಲಯದಲ್ಲಿ ಫ್ರಾನ್ಸನ್ನು ಮೀರಿಸಿ ವ್ಯಾಪಾರ, ವಾಣಿಜ್ಯ ಕೈಗಾರಿಕೆಯಲ್ಲಿ ಇಂಗ್ಲೆಂಡ್‌ನ ಪ್ರಬಲ ಸ್ಪರ್ಧಿಯಾಗಿ ಮಾರ್ಪಟ್ಟಿತು. ಈ ರೀತಿಯಾಗಿ ಜರ್ಮನಿ ಇಂಗ್ಲೆಂಡ್‌ನೊಡನೆ ತನ್ನ ವಾಣಿಜ್ಯ ಸ್ಪರ್ಧೆಯೇರ್ಪಡಿಸಿದುದು ಅದು ಪ್ರಥಮ ಮಹಾಯುದ್ಧಕ್ಕೂ ಒಂದು ಕಾರಣವಾಗಿ ಮಾರ್ಪಟ್ಟಿತೆನ್ನಬಹುದು. ರಷ್ಯಾ 1917ರಲ್ಲಿ ಕ್ರಾಂತಿ ಸಂಭವಿಸುವವರೆಗೂ ಕೈಗಾರಿಕೆಯಲ್ಲಿ ಅಷ್ಟಾಗಿ ಪ್ರಗತಿ ಸಾಧಿಸಿರಲಿಲ್ಲ. ಕ್ರಾಂತಿಯ ನಂತರ ಅಧಿಕಾರಕ್ಕೆ ಬಂದ ಲೆನಿನ್ ಮತ್ತು ಸ್ಟಾಲಿನ್‌ರವರುಗಳ ಕಾಲದಲ್ಲಿ ರಷ್ಯ ಕೈಗಾರಿಕಾವಲಯದಲ್ಲಿ ತ್ವರಿತವಾದ ಪ್ರಗತಿ ಸಾಧಿಸಿತು. ಉತ್ತರ ಅಮೇರಿಕಾದ ಸಂಯುಕ್ತ ಸಂಸ್ಥಾನಗಳಲ್ಲೂ ಕೈಗಾರಿಕಾ ಕ್ರಾಂತಿ ಈ ಎಲ್ಲಾ ರಾಷ್ಟ್ರಗಳಿಗಿಂತ ಸ್ವಲ್ಪ ನಿಧಾನದಲ್ಲಿ ಆರಂಭವಾದರೂ ಸಹ ಅದು ಆಶ್ಚರ್ಯಕರವಾದ ರೀತಿಯಲ್ಲಿ ಕೈಗಾರಿಕೆಯಲ್ಲಿ ಪ್ರಗತಿ ಸಾಧಿಸಿ ಪ್ರಪಂಚದ ಕೈಗಾರಿಕಾ ದೇಶಗಳಲ್ಲಿಯೇ ಅದ್ವಿತೀಯ ಸ್ಥಾನವನ್ನು ಗಳಿಸಿಕೊಂಡು ಶ್ರೀಮಂತ ರಾಷ್ಟ್ರವೆನಿಸಿಕೊಂಡಿದೆ. ಏಷ್ಯಾದಲ್ಲಿ ಇಪ್ಪತ್ತನೆ ಶತಮಾನದ ಆರಂಭದಲ್ಲಿ ಕೈಗಾರಿಕಾ ಕ್ರಾಂತಿ ಆರಂಭವಾದರೂ ಜಪಾನ್ ಕೈಗಾರಿಕಾ ವಲಯದಲ್ಲಿ ಬೃಹತ್ ಸಾಧನೆಗೈದು ಪ್ರಪಂಚದ ಪ್ರಮುಖ ಕೈಗಾರಿಕಾ ರಾಷ್ಟ್ರಗಳ ಸಾಲಿನಲ್ಲಿ ನಿಲ್ಲುವಂತಾಗಿದೆ. ಆದರೆ ಇತ್ತೀಚಿನ ವರ್ಷಗಳಲ್ಲಿ ಭಾರತ, ಚೀನಾ ಮುಂತಾದ ಏಷ್ಯನ್ ರಾಷ್ಟ್ರಗಳು ಕೈಗಾರಿಕೆಗೆ ಹೆಚ್ಚಿನ ಪ್ರಾಮುಖ್ಯತೆ ನೀಡುತ್ತಾ ಬಂದಿವೆ.

ಕೈಗಾರಿಕಾ ಕ್ರಾಂತಿಯ ಪರಿಣಾಮಗಳು

ಕೈಗಾರಿಕಾ ಕ್ರಾಂತಿಯಿಂದ ಮಾನವನ ರಾಜಕೀಯ, ಆರ್ಥಿಕ, ಸಾಮಾಜಿಕ ಕ್ಷೇತ್ರಗಳ ಮೇಲೆ ಬಹಳ ಪ್ರಭಾವ ಉಂಟಾಯಿತೆನ್ನಬಹುದು. ಕೈಗಾರಿಕಾ ಕ್ರಾಂತಿಯನ್ನನುಭವಿಸಿದ ಪ್ರತಿಯೊಂದು ದೇಶವು ಐಶ್ವರ್ಯ ಹೊಂದುವಂತಾಯಿತು. ಮಾನವನ ಜೀವನ ಉತ್ತಮಗೊಂಡಿತು. ಆದರೆ ಅದಕ್ಕೆ ತದ್ವಿರುದ್ಧವಾಗಿ ಕೈಗಾರಿಕಾ ಕ್ರಾಂತಿಯಿಂದ ಮಾನವನ ಜೀವನದ ಮೇಲೆ ಕೆಲವೊಂದು ದುಷ್ಪರಿಣಾಮಗಳು ಸಹ ಕಾಣಿಸಿಕೊಂಡವು. ಆದ್ದರಿಂದ ಕೈಗಾರಿಕಾ ಕ್ರಾಂತಿಯಿಂದುಂಟಾದ ಉಪಯುಕ್ತ ಮತ್ತು ಅನುಪಯುಕ್ತ ಪರಿಣಾಮಗಳನ್ನು ಈ ರೀತಿ ಪರಿಶೀಲಿಸಬಹುದು.

ಉಪಯುಕ್ತ ಪರಿಣಾಮಗಳು

1. ಕೈಗಾರಿಕಾ ಕ್ರಾಂತಿಯು ಯೂರೋಪಿನ ರಾಷ್ಟ್ರಗಳು ವಸಾಹತು ಸಾಮ್ರಾಜ್ಯಗಳನ್ನು ಹೊಂದುವಂತೆ ಮಾಡಿತು. ಅವುಗಳು ತಮ್ಮ ಕೈಗಾರಿಕಾಭಿವೃದ್ಧಿಗೆ ಬೇಕಾಗಬಲ್ಲ ಕಚ್ಚಾ ಪದಾರ್ಥಗಳನ್ನು ಆ ರಾಷ್ಟ್ರಗಳಿಂದ ಪಡೆಯುವಂತಾದವು. ಈ ನಿಟ್ಟಿನಲ್ಲಿ ಇಂಗ್ಲೆಂಡ್, ಫ್ರಾನ್ಸ್, ಜರ್ಮನಿ, ಇಟಲಿಗಳು ಅಪಾರ ವಸಾಹತುಗಳನ್ನು ಹೊಂದಿ ಯೂರೋಪಿನಲ್ಲೇ ಶ್ರೀಮಂತ ರಾಷ್ಟ್ರಗಳಾದವು. ಜಾಗತಿಕ ರಾಜಕೀಯ ಕ್ಷೇತ್ರ ಬದಲಾವಣೆಗೊಂಡಿತು. ಬೃಹತ್ ಕಾರ್ಖಾನೆಗಳ ಸ್ಥಾಪನೆಯಿಂದ ಉತ್ಪಾದನೆ ಅಧಿಕಗೊಂಡಿತು. ಇದರಿಂದ ರಾಷ್ಟ್ರಗಳ ರಫ್ತಿನ ಪ್ರಮಾಣವು ಹೆಚ್ಚಾಯಿತು. ದೇಶದ ರಾಷ್ಟ್ರೀಯ ಆದಾಯವು ಹೆಚ್ಚಿತು. ಕಾರ್ಖಾನೆಗಳು ಹೆಚ್ಚು ಹೆಚ್ಚು ಜನರಿಗೆ ಉದ್ಯೋಗ ಒದಗಿಸಿದಂತೆ ಜನತೆಯ ಜೀವನಮಟ್ಟವು ಉತ್ತಮಗೊಂಡಿತು. ವ್ಯಾಪಾರ, ವಾಣಿಜ್ಯ ಅಭಿವೃದ್ಧಿ ಹೊಂದುವಂತಾದವು. ಅಧಿಕ ಲಾಭ ಸಂಪಾದಿಸಿದ ಬಂಡವಾಳಗಾರರು ಅನೇಕ ಬೃಹತ್ ಉದ್ದಿಮೆಗಳನ್ನು ಸ್ಥಾಪಿಸಲು ಮುಂದಾದರು. ಇದರಿಂದ ವ್ಯಾಪಾರಿ ಸಂಘ, ಸಂಸ್ಥೆಗಳು, ಹಣಕಾಸು ಸಂಸ್ಥೆಗಳು, ವಿಮಾ ನಿಗಮಗಳು, ಬ್ಯಾಂಕ್‌ಗಳು ಜನ್ಮ ತಾಳುವಂತಾದವು. ಅನೇಕ ಬೃಹತ್ ನಗರಗಳು ಉದಯಿಸಿ ಜನತೆ ನಗರಜೀವನವನ್ನು ನಡೆಸುವಂತಾದರು. ಜನರಿಗೆ ಉತ್ತಮ ಗುಣಮಟ್ಟದ ವಸ್ತುಗಳು ಕಡಿಮೆ ಬೆಲೆಗೆ ಸಿಗುವಂತಾಯಿತು. ಉತ್ಪಾದನೆ ಒಕ್ಕಲುತನಗಳಲ್ಲಿ ಆಧುನಿಕ ರೀತಿಯ ವಿಧಾನಗಳನ್ನು ಅಳವಡಿಸಿ ವಸ್ತುಗಳ ಉತ್ಪಾದನೆ ಹೆಚ್ಚಾದ್ದರಿಂದ ಹಿಂದೆ ಕೇವಲ ಶ್ರೀಮಂತರ ಉಪಭೋಗ ವಸ್ತುಗಳಾಗಿದ್ದವು ಈಗ ಕೋಟ್ಯಾಂತರ ಸಾಮಾನ್ಯ ಜನರ ದಿನ ಬಳಕೆಯ ವಸ್ತುಗಳಾಗಿ ಪರಿಣಮಿಸಿದವು. ಸಾಮಾನ್ಯ ಜನತೆಯು ಶ್ರೀಮಂತಿಕೆಯನ್ನು ಅನುಭವಿಸುವಂತಾಯಿತು. ವೈದ್ಯಕೀಯ ವಿಜ್ಞಾನದಲ್ಲಿ ಅಮೋಘ ಪ್ರಗತಿ ಸಾಧಿಸಿದ್ದರಿಂದ ಜನತೆಯ ಆರೋಗ್ಯ ಸುಧಾರಿಸಿ ಅವರ ಬದುಕಿನ ಆಯುಷ್ಯದ ಪ್ರಮಾಣವೂ ಹೆಚ್ಚಿತು. ಅನೇಕ ಭಯಾನಕ ಸಾಂಕ್ರಮಿಕರೋಗಗಳು ನಿಯಂತ್ರಿಸಲ್ಪಟ್ಟವು. ಸಾರಿಗೆ ಮತ್ತು ಸಂಪರ್ಕದಲ್ಲುಂಟಾದ ಮಹತ್ತರ ಸಾಧನೆಯಿಂದ ಜನತೆ ಎಲ್ಲಿಗೆ ಬೇಕೆಂದರಲ್ಲಿಗೆ ತಕ್ಷಣ ಹೋಗಿ ಬರುವ ಮತ್ತು ಸಂಪರ್ಕವಿರಿಸಿಕೊಳ್ಳಲು ಸಾಧ್ಯವಾದ್ದರಿಂದ ಕಾಲ ಮತ್ತು ದೂರದ ಸಮಸ್ಯೆ ಕಾಣಿಸದಂತಾಯಿತು. ಅಷ್ಟೇ ಅಲ್ಲದೆ ಇಡೀ ವಿಶ್ವವೇ ಒಂದೇ ಮನೆಯಂತೆ ಕಾಣಿಸುವಂತಾಯಿತು. ಪ್ರಜಾಸತ್ತಾತ್ಮಕ ಸರ್ಕಾರಗಳು ಪ್ರಪಂಚದ ವಿವಿಧ ಭಾಗಗಳಲ್ಲಿ ಸ್ಥಾಪನೆಯಾದವು.

ಇವುಗಳು ಕಾರ್ಮಿಕರಿಗೆ ಉದ್ಯೋಗ ದೊರಕಿಸಿಕೊಟ್ಟು ಅವರ ಬಡತನವನ್ನು ನಿರ್ಮೂಲನಗೊಳಿಸಿದವು. ಕಾರ್ಮಿಕರು ತಮ್ಮ ಕಷ್ಟಗಳನ್ನು ಪರಿಹರಿಸಿಕೊಳ್ಳಲು ಚಳುವಳಿಯನ್ನು ನಡೆಸಲು ಸಂಘ ಸಂಸ್ಥೆಗಳನ್ನು ಕಟ್ಟಿಕೊಳ್ಳಲು ಈ ಸರ್ಕಾರಗಳು ಅವಕಾಶ ಮಾಡಿಕೊಟ್ಟವು. ಕೈಗಾರಿಕಾ ವಿವಾದಗಳಿಗೆ ಸಂಬಂಧಿಸಿದಂತೆ 1896ರಲ್ಲಿ ಒಂದು ಶಾಸನ ಜಾರಿಯಾಗಿ ಸಂಧಾನ ಮಂಡಳಿಗೆ ಅವಕಾಶ ಮಾಡಿಕೊಟ್ಟಿತು. 1908ರಲ್ಲಿ ಖಾಯಂ ಪಂಚಾಯಿತಿ ಕೋರ್ಟ್ ಅಸ್ತಿತ್ವಕ್ಕೆ ಬಂದಿತು. ಇಂಗ್ಲೆಂಡ್‌ನಲ್ಲೂ 1909ರಲ್ಲಿ ಕೈಗಾರಿಕಾ ಕಾನೂನು ಜಾರಿಗೆ ಬಂದಿತು. ಈ ಕಾನೂನು ಔದ್ಯೋಗಿಕ ಸಂಘಗಳ ಪ್ರಭಾವಕ್ಕೆ ಸಿಲುಕಿದ ಕೆಲವೊಂದು ಉದ್ಯೋಗಗಳಲ್ಲಿ ಉತ್ತಮವಾದ ವ್ಯವಸ್ಥೆ ಕೂಲಿ ಕಾರ್ಮಿಕರಿಗೆ ಸಿಗುವಂತೆ ಮಾಡಿತು. 1906ರಲ್ಲಿ "ಕಾರ್ಮಿಕರ ಪರಿಹಾರ ಕಾನೂನನ್ನು" ಜಾರಿಗೆ ತರಲಾಯಿತು. ಇದರ ಪ್ರಕಾರ ಕಾರ್ಖಾನೆಯಲ್ಲಿ ಕಾರ್ಮಿಕನು ಕೆಲಸ ಮಾಡುತ್ತಿದ್ದಾಗ ಆಕಸ್ಮಿಕವಾಗಿ ಮರಣ ಹೊಂದಿದರೆ ಅಂಥವನಿಗೆ ಮಾಲೀಕನು ಪರಿಹಾರ ನೀಡಬೇಕಾಗಿತ್ತು.

1908ರಲ್ಲಿ ಇಂಗ್ಲೆಂಡ್ ಪ್ರಥಮವಾಗಿ ವೃದ್ಧಾಪ್ಯ ವೇತನದ ಕಾನೂನನ್ನು ಜಾರಿಗೆ ತಂದಿತು. 1914ರಲ್ಲಿ ಆರೋಗ್ಯ ವಿಮಾ ಯೋಜನೆಗಳ ಕಾನೂನನ್ನು ಇಂಗ್ಲೆಂಡ್ ಜಾರಿಗೆ ತಂದಿತು. ಇದರಿಂದ ಔಷದೋಪಚಾರ ಮತ್ತು ಹೆರಿಗೆಯ ಸೌಲಭ್ಯಗಳು ಕಾರ್ಮಿಕರಿಗೆ ದೊರೆಯುವಂತಾದವು. ಈ ವಿಮಾ ಯೋಜನೆಗೆ ಒಳಪಟ್ಟ ಯಾವೊಬ್ಬ ಕಾರ್ಮಿಕನು ಅಂಗೀಕರಿಸಲ್ಪಟ್ಟ ವೈದ್ಯರ ಪಟ್ಟಿಯಲ್ಲಿದ್ದ ಯಾವ ವೈದ್ಯನ ಸಹಾಯವನ್ನಾದರೂ ಪಡೆಯಬಹುದಾಗಿತ್ತು. ಈ ವಿಮಾ ಯೋಜನೆಯ ನಿಧಿಗೆ ಕಾರ್ಮಿಕನಷ್ಟೆ ಅಲ್ಲದೆ ಮಾಲೀಕ ಮತ್ತು ರಾಜ್ಯ ಇಬ್ಬರು ಹಣ ನೀಡಬೇಕಾಗಿತ್ತು.

1918ರಲ್ಲಿ ಇಪ್ಪತ್ತೊಂದು ವರ್ಷದ ಪ್ರತಿಯೊಬ್ಬ ಗಂಡಸು ಹಾಗೂ ಮೂವತ್ತು ವರ್ಷದ ಪ್ರತಿಯೊಬ್ಬ ಮಹಿಳೆಗೂ ಇಂಗ್ಲೆಂಡಿನಲ್ಲಿ ಮತದಾನದ ಹಕ್ಕನ್ನು ದೊರಕಿಸಿಕೊಡಲಾಯಿತು. 1928ರಲ್ಲಿ ಮಹಿಳೆಯರ ಮತದಾನದ ವಯಸ್ಸನ್ನು ಪುರುಷರಷ್ಟಕ್ಕೆ ಇಳಿಸಲಾಯಿತು. ಹತ್ತೊಂಬತ್ತನೆಯ ಶತಮಾನದ ಅಂತ್ಯದ ಹೊತ್ತಿಗೆ ಯೂರೋಪಿನ ಬಹುಪಾಲು ರಾಷ್ಟ್ರಗಳು ಹದಿನಾಲ್ಕು ವರ್ಷದ ಕೆಳಗಿರುವ ಮಕ್ಕಳನ್ನು ಕೆಲಸಕ್ಕೆ ನೇಮಿಸಿಕೊಳ್ಳುವುದನ್ನು ನಿಷೇಧಿಸಿದವು. ಹೆಂಗಸರು ಮತ್ತು ಮಕ್ಕಳು ರಾತ್ರಿಯ ವೇಳೆಯಲ್ಲಿ ಕಾರ್ಖಾನೆಗಳಲ್ಲಿ ಕೆಲಸ ಮಾಡುವುದನ್ನು ಹಂತ ಹಂತವಾಗಿ ಕೈ ಬಿಡಲಾಯಿತು. ಕಾರ್ಖಾನೆಗಳು ಒಳಗೂ ಹೊರಗೂ ಶುಚಿತ್ವವನ್ನು ಕಾಪಾಡಿಕೊಂಡು ಬರಬೇಕೆಂಬ ಕಾನೂನು ಜಾರಿಗೆ ಬಂದಿತು. ಕಾರ್ಖಾನೆಯ ಕಾಯಿದೆಗಳನ್ನು ಕಟ್ಟುನಿಟ್ಟಾಗಿ ಜಾರಿಗೆ ತರಲು ಇನ್‌ಸ್ಪೆಕ್ಟರ್‌ಗಳನ್ನು ನೇಮಿಸಲಾಯಿತು. 1914ರ ಹೊತ್ತಿಗೆ ಫ್ರಾನ್ಸ್, ಹಾಲೆಂಡ್, ಬೆಲ್ಜಿಯಂ ಇನ್ನೂ

ಮುಂತಾದ ದೇಶಗಳು ಜೀವ ವಿಮಾ ಪದ್ಧತಿಯನ್ನು ಜಾರಿಗೆ ತಂದವು. ಇಪ್ಪತ್ತನೇ ಶತಮಾನದ ಪ್ರಥಮ ಭಾಗದ ಹೊತ್ತಿಗೆ ಯೂರೋಪಿನಾದ್ಯಂತ ಹೊರಡಿಸಲಾದ ಅನೇಕ ಸಾಮಾಜಿಕ ಶಾಸನಗಳು ವಿವಿಧ ರೀತಿಯಲ್ಲಿ ಕಾರ್ಮಿಕರಿಗೆ ಅನುಕೂಲ ಮಾಡಿಕೊಟ್ಟವು.

ದುಷ್ಪರಿಣಾಮಗಳು

ಯೂರೋಪಿನ ರಾಷ್ಟ್ರಗಳು ಅಪಾರ ವಸಾಹತುಗಳನ್ನು ಹೊಂದಿ ಶ್ರೀಮಂತವಾದವೇನೋ ನಿಜ, ಆದರೆ ಅವುಗಳು ತಮ್ಮ ವಸಾಹತುಗಳನ್ನು ಪಡೆಯಲು ತಮ್ಮತಮ್ಮಲ್ಲಿಯೇ ಘರ್ಷಣೆ ಹೋರಾಟಕ್ಕಿಳಿದವು. ಉದಾಹರಣೆಗೆ ಮಧ್ಯ ಏಷ್ಯಾದಲ್ಲಿ ಇಂಗ್ಲೆಂಡಿಗೂ ಮತ್ತು ರಷ್ಯಾಕ್ಕೂ, ಆಗ್ನೇಯ ಏಷ್ಯಾ ಮತ್ತು ಆಫ್ರಿಕಾಗಳಲ್ಲಿ ಇಂಗ್ಲೆಂಡ್ ಮತ್ತು ಫ್ರಾನ್ಸ್‌ಗಳಿಗೂ ಮತ್ತು ಆಫ್ರಿಕಾದಲ್ಲಿ ಫ್ರಾನ್ಸ್, ಇಟಲಿ, ಜರ್ಮನಿಗಳಿಗೂ ನಡೆದ ಘರ್ಷಣೆ ಇದಕ್ಕೆ ನಿದರ್ಶನಗಳಾಗಿವೆ. ಈ ಹೋರಾಟಗಳು ಯೂರೋಪಿಯನ್ ದೇಶಗಳಲ್ಲೇ ಆಂತರಿಕ ವೈಮನಸ್ಸು, ದ್ವೇಷ ಸಂಶಯ, ಭೀತಿಗಳಿಗೆ ಎಡೆಮಾಡಿಕೊಟ್ಟು ಇವುಗಳ ನಡುವೆ ಅನೇಕ ವಸಾಹತು ಯುದ್ಧಗಳು ಈ ರಾಷ್ಟ್ರಗಳಲ್ಲಿ ಉಂಟಾದವು. ಅಷ್ಟೇ ಅಲ್ಲದೆ ಮೊದಲನೆ ಮಹಾಯುದ್ಧಕ್ಕೆ ಈ ವಸಾಹತುಗಳಲ್ಲಿನ ಘರ್ಷಣೆಯು ಸಹ ಒಂದು ಪ್ರಬಲ ಕಾರಣವಾಗಿ ಮಾರ್ಪಟ್ಟಿತು. ಈ ರಾಷ್ಟ್ರಗಳು ತಮ್ಮಲ್ಲಿ ಹೋರಾಟ ನಡೆಸಿಕೊಂಡಿದುದಷ್ಟೇ ಅಲ್ಲದೆ ಈ ವಸಾಹತುಗಳಲ್ಲಿನ ಲಕ್ಷಾಂತರ ಜನರ ರಾಜಕೀಯ ಮತ್ತು ಆರ್ಥಿಕ ಸ್ವಾತಂತ್ರ್ಯವನ್ನು ನಾಶಮಾಡಿದುವು. ಆ ರಾಷ್ಟ್ರಗಳು ಅನೇಕ ದಶಕಗಳವರೆಗೆ ಆರ್ಥಿಕ ಶೋಷಣೆಗೊಳಗಾಗಿ ದಟ್ಟದಾರಿದ್ರ್ಯವನ್ನು ಅನುಭವಿಸುವಂತಾದವು. ಈ ಕೈಗಾರಿಕೀಕರಣ ಹೆಚ್ಚು ಹೆಚ್ಚು ಜನರಿಗೆ ಉದ್ಯೋಗವಕಾಶ ನೀಡಿದ್ದರಿಂದ ಹಳ್ಳಿಗಳಿಂದ ವ್ಯವಸಾಯದ ಜನತೆ ನಗರಗಳಿಗೆ ವಲಸೆ ಬಂದುದರಿಂದ ಆಹಾರ ಧಾನ್ಯಗಳ ಕೊರತೆ ಉದ್ಭವಿಸಿತು. ಅಲ್ಲಿನ ಗೃಹ ಕೈಗಾರಿಕೆಗಳು ತಾವಾಗಿಯೇ ನಶಿಸಿ ಹೋದವು. ಕಾರ್ಖಾನೆಗಳು ಆಧುನಿಕ ರೀತಿಯಲ್ಲಿ ಬಟ್ಟೆ ಉತ್ಪಾದಿಸಲು ತೊಡಗಿದ್ದರಿಂದ ಹಳ್ಳಿಯ ಹಳೆ ಕೈಮಗ್ಗಗಳಲ್ಲಿ ಸಿದ್ಧಗೊಂಡ ಬಟ್ಟೆಯನ್ನು ಕೊಂಡುಕೊಳ್ಳದಂತಾದರು. ಇದರಿಂದ ಕೈಮಗ್ಗಗಳನ್ನಾಶ್ರಯಿಸಿದ್ದ ಜನತೆಯ ಜೀವನ ಕಡು ಕಷ್ಟಕ್ಕೀಡಾಯಿತು. ಕೈಗಾರಿಕಾ ಕ್ರಾಂತಿಯಿಂದ ಆರ್ಥಿಕ, ವೈಜ್ಞಾನಿಕ, ವೈದ್ಯಕೀಯ ಪ್ರಗತಿಯುಂಟಾದುದೇನೋ ನಿಜ ಆದರೆ ಜನಸಂಖ್ಯೆ ಅದೇ ತೆರನಾಗಿ ತೀವ್ರ ರೀತಿಯಲ್ಲಿ ಹೆಚ್ಚಾಯಿತು. 1815 ಮತ್ತು 1914ರ ಅವಧಿಯಲ್ಲಿ ಇಂಗ್ಲೆಂಡ್‌ನ ಜನಸಂಖ್ಯೆ ಅದರ ನಾಲ್ಕು ಪಟ್ಟು ಹೆಚ್ಚಾಯಿತು. 1800ರಲ್ಲಿ ಯುರೋಪಿನ ಜನಸಂಖ್ಯೆ 190,000,000 ಇದ್ದದ್ದು ಮೊದಲನೆ ಮಹಾಯುದ್ಧದ ಹೊತ್ತಿಗೆ 460,000,000 ಕ್ಕೇರಿತು. ಇದರಿಂದ ಆಹಾರದ ಸಮಸ್ಯೆ ತೀವ್ರವಾಗಿ ತಲೆದೋರಿತು. ಕೈಗಾರಿಕಾ ನಗರಗಳಲ್ಲಿ ಈ ರೀತಿಯ ಜನದಟ್ಟಣೆ ಹೆಚ್ಚಾದುದರಿಂದ ನಿರುದ್ಯೋಗ, ಕಡಿಮೆ ಆದಾಯ, ವಸತಿಗೃಹಗಳ ಕೊರತೆ, ಅಪರಾಧಗಳು ಸಾಮಾಜಿಕ ವ್ಯವಸ್ಥೆಯನ್ನು ಅಸ್ತವ್ಯಸ್ತಗೊಳಿಸಿದವು. ಕೈಗಾರಿಕಾ ಕ್ರಾಂತಿಯಿಂದ ಬಂಡವಾಳಗಾರರು ಮತ್ತು ಕಾರ್ಮಿಕರು ಎಂಬ ಮೇಲು ಕೀಳು ವರ್ಗ ಕಾಣಿಸಿಕೊಂಡಿತು. ಕಾರ್ಮಿಕರ ಶ್ರಮದಿಂದ ಅಪಾರ ಲಾಭ ಸಂಪಾದಿಸಿದ ಬಂಡವಾಳಗಾರರು ದೇಶದ ಎಲ್ಲಾ ಗಣಿ, ಕೈಗಾರಿಕೆಗಳನ್ನು ತಮ್ಮ ವಶದಲ್ಲಿರಿಸಿಕೊಂಡು ದೇಶದ ರಾಜಕೀಯ, ಆರ್ಥಿಕ ಪರಿಸ್ಥಿತಿಯ ಮೇಲೆ ತಮ್ಮ ಪ್ರಭಾವವನ್ನು ಬೀರುವಂತಾದರು. ಕಾರ್ಖಾನೆಗಳಲ್ಲಿ ಕೆಲಸ ಮಾಡುವ ಕಾರ್ಮಿಕರ ಸ್ಥಿತಿ–ಗತಿಯ ಬಗ್ಗೆ ಮಾಲೀಕ ಯಾವುದೇ ರೀತಿಯ ಯೋಚನೆ ಮಾಡುತ್ತಿರಲಿಲ್ಲ. ಆತನಿಗೆ ಕೂಲಿಯನ್ನು ಕಡಿಮೆ ಕೊಡುತ್ತಿದ್ದುದಲ್ಲದೆ ಹೆಚ್ಚಿನ ವೇಳೆ ಕಾರ್ಖಾನೆಗಳಲ್ಲಿ ದುಡಿಯಬೇಕಾಗಿತ್ತು. ಅಂದರೆ ಒಬ್ಬ ಕಾರ್ಮಿಕ ದಿನವೊಂದಕ್ಕೆ ಹದಿನೆಂಟು ಗಂಟೆಗಳ ಕಾಲ ಕಾರ್ಖಾನೆಯಲ್ಲಿ ದುಡಿಯಬೇಕಾಗಿತ್ತು.

ಕಾರ್ಮಿಕನು ಕಾಯಿಲೆಗೊಳಗಾದರೆ, ಅಧಿಕ ಕೂಲಿಯನ್ನು ಕೇಳಿದರೆ ಆತನನ್ನು ಕೆಲಸದಿಂದ ವಜಾ ಮಾಡಲಾಗುತ್ತಿತ್ತು. ಅಷ್ಟೇ ಅಲ್ಲದೆ ಹೆಂಗಸರು ಮತ್ತು ಮಕ್ಕಳನ್ನು ಕಾರ್ಖಾನೆಗಳಲ್ಲಿ ಕಡಿಮೆ ಕೂಲಿಗೆ ಬಂಡವಾಳಗಾರರು ನೇಮಿಸಿಕೊಂಡು ಅವರನ್ನು ಸಹ ತಮ್ಮ ದಬ್ಬಾಳಿಕೆಗೊಳಪಡಿಸಿಕೊಂಡಿದ್ದರು. ಇವರು ಪಡೆಯುತ್ತಿದ್ದ ಅಧಿಕ ಲಾಭದಲ್ಲಿ ಕಾರ್ಮಿಕನಿಗೆ ಸ್ವಲ್ಪ ಭಾಗವನ್ನೂ ಕೂಲಿಯ ರೂಪದಲ್ಲಿ ನೀಡುತ್ತಿರಲಿಲ್ಲ. ಒಟ್ಟಿನಲ್ಲಿ ಬಂಡವಾಳಗಾರರು ಕಾರ್ಮಿಕರನ್ನು ಶೋಷಣೆಗೀಡು ಮಾಡಿದರು. ಇದರಿಂದ ಕಾರ್ಮಿಕರು ಅವರ ವಿರುದ್ಧ ಹೋರಾಟ ನಡೆಸಲು ಸಿದ್ಧರಾದರು. ಕಾರ್ಮಿಕರಲ್ಲಿ ಜಾಗೃತಿಯುಂಟಾಗಿ ಕಾರ್ಮಿಕರ ಮತ್ತು ಮಾಲೀಕರ ನಡುವೆ ವರ್ಗ ಹೋರಾಟ ಸಂಭವಿಸಲು ಸಹ ಕಾರಣವಾಯಿತು.

ಬಂಡವಾಳಗಾರರ ಪ್ರಭುತ್ವ ಕೇವಲ ಕೈಗಾರಿಕೆಗಳಲ್ಲಷ್ಟೇ ಅಲ್ಲದೆ ಕೃಷಿಯಲ್ಲೂ ಸಹ ಉದ್ಭವಿಸುವಂತಾಯಿತು. ಕೈಗಾರಿಕಾ ಕ್ರಾಂತಿಯಿಂದ ಕಾರ್ಖಾನೆಗಳು ಪಟ್ಟಣಗಳಲ್ಲಿ ಸ್ಥಾಪನೆಯಾಗಿರುವುದನ್ನು ಮನಗಂಡ ಹಳ್ಳಿಯ ಸಣ್ಣ ಪುಟ್ಟ ಜಮೀನಿನ ರೈತನು ತನ್ನ ಅಲ್ಪ ಹುಟ್ಟುವಳಿಯಲ್ಲಿ ಜೀವನ ಸಾಗಿಸುವುದು ಅಸಾಧ್ಯವೆಂದು ಮನಗಂಡು ಭೂ ಒಡೆಯರುಗಳಿಗೆ ಮಾರಿ ಪಟ್ಟಣಕ್ಕೆ ವಲಸೆ ಬಂದನು. ಇಂತಹ ಹಲವಾರು ರೈತರುಗಳ ಜಮೀನನ್ನು ಕಡಿಮೆ ಬೆಲೆಗೆ ಕೊಂಡ ಜಮೀನ್ದಾರರು ಅಪಾರ ಜಮೀನಿನ ಭೂ ಒಡೆಯರಾದರು. ಇವರು ಅನೇಕ ಸಣ್ಣ ಪುಟ್ಟ ರೈತರನ್ನು ತಮ್ಮ ಜಮೀನಿನಲ್ಲಿ ಅಲ್ಪ ವೇತನಕ್ಕೆ ದುಡಿಸಿಕೊಳ್ಳುತ್ತಾ ಆ ರೈತಾಪಿ ವರ್ಗವನ್ನು ಶೋಷಣೆ ಮಾಡುವಂತಾದರು. ಕೈಗಾರಿಕಾ ಕ್ರಾಂತಿಯಿಂದ ಅನೇಕ ನಗರಗಳು ನಿರ್ಮಿತವಾದವು. ಈ

ನಗರಗಳಲ್ಲಿ ಹೆಚ್ಚಾದ ಜನಸಂಖ್ಯೆ ಅಲ್ಲೇ ವಾಸ ಮಾಡಲಾರಂಭಿಸಿದರು. ಇದರಿಂದ ಕೊಳಚೆ ಪ್ರದೇಶಗಳ ನಿರ್ಮಾಣವಾಯಿತು. ಬೆಳಿಗ್ಗೆಯಿಂದ ಸಂಜೆ ತನಕ ದುಡಿದು ಬಂದ ಕಾರ್ಮಿಕ ತನ್ನ ಅಲ್ಪ ಸಂಬಳದಲ್ಲಿ ಹೆಂಡತಿ ಮಕ್ಕಳ ಜೀವನ ಸಾಗಿಸಲು ಅಪಾರ ಕಷ್ಟಪಡಬೇಕಾಯಿತು. ಇದರಿಂದ ಆತ ತನ್ನ ವಸತಿ ಸೌಕರ್ಯದ ಕಡೆ ಯಾವುದೇ ರೀತಿಯ ಗಮನ ನೀಡದಿದ್ದರಿಂದ ರೋಗ ರುಜಿನಗಳು ಕಾಣಿಸಿಕೊಳ್ಳಲಾರಂಭಿಸಿದವು. ಕಾರ್ಮಿಕರ ದೇಹವು ಇದರಿಂದ ಕ್ಷೀಣಿಸತೊಡಗಿ ಅತನ ದುಡಿಯುವ ಶಕ್ತಿಯೂ ಸಹ ಕಡಿಮೆಯಾಯಿತು. ನಗರಗಳ ಬೆಳವಣಿಗೆಯಿಂದ ಮಧ್ಯಪಾನ, ಜೂಜು, ವ್ಯಭಿಚಾರ ಮುಂತಾದ ದುಷ್ಕೃತ್ಯಗಳು ಕಾಣಿಸಿಕೊಳ್ಳಲಾರಂಭಿಸಿದವು.

ಕೈಗಾರಿಕಾ ಕ್ರಾಂತಿಯೊಂದಿಗೆ ಸಮತಾವಾದದ ಬೆಳವಣಿಗೆ

18ನೇ ಶತಮಾನದಲ್ಲಿ ಸಂಭವಿಸಿದ ಕೈಗಾರಿಕಾ ಕ್ರಾಂತಿಯು ಅನೇಕ ಪ್ರಯೋಜನಗಳನ್ನುಂಟು ಮಾಡಿದರೂ ಸಹ ಅದು ಕಾರ್ಮಿಕ ವರ್ಗದ ಮೇಲೆ ಅನೇಕ ದುಷ್ಪರಿಣಾಮಗಳನ್ನು ಬೀರಿತು. ಬಂಡವಾಳಗಾರರು ಕಾರ್ಮಿಕರನ್ನು ಹೆಚ್ಚಿನ ಶೋಷಣೆಗೈದು ತಮ್ಮ ಮತ್ತು ಕಾರ್ಮಿಕರ ನಡುವೆ ಆರ್ಥಿಕ ತಾರತಮ್ಯ ಏರ್ಪಡಿಸಿಕೊಂಡರು. ಇದು ಕಾರ್ಮಿಕ – ಮಾಲೀಕರ ನಡುವೆ ವರ್ಗ ಸಂಘರ್ಷಕ್ಕೂ ಎಡೆಮಾಡಿಕೊಟ್ಟು ಸಮಾತಾವಾದದ ಬೆಳವಣಿಗೆಗೆ ಭದ್ರ ಬುನಾದಿಯನ್ನು ಕಲ್ಪಿಸಿತೆನ್ನಬಹುದು. ಅಂದರೆ ಎಲ್ಲಾ ಉತ್ಪಾದಕ ಕೈಗಾರಿಕೆಗಳನ್ನು ಸರ್ಕಾರವೇ ವಹಿಸಿಕೊಂಡು ಪ್ರತಿಯೊಬ್ಬರಿಗೂ ಉತ್ತಮ ಸಂಬಳ ಮತ್ತು ಉದ್ಯೋಗವನ್ನು ದೊರಕಿಸಿಕೊಡಬೇಕೆಂದು ಕಾರ್ಮಿಕವರ್ಗ ತನ್ನ ವಾದವನ್ನು ಮಂಡಿಸಿತು. ಇದೇ ಸಮತಾವಾದದ ತತ್ವ. ಈ ಸಮತಾವಾದವು ಕ್ರಿ.ಶ. 1871ರಲ್ಲಿ ಉದಯಿಸಿತೆನ್ನಬಹುದು. ಆದರೆ ಇದಕ್ಕೂ ಮುಂಚೆ 1794ರಲ್ಲಿಯೇ ಅಂದರೆ ಕೈಗಾರಿಕೀಕರಣದ ಜೊತೆಯಲ್ಲಿಯೇ ಬಾಬೀಫ್ ಎಂಬ ಫ್ರೆಂಚ್ ವ್ಯಕ್ತಿ ಸಂಪತ್ತಿನ ಹಾಗೂ ಆರ್ಥಿಕ ಅವಕಾಶದ ಅಸಮಾನತೆಯನ್ನೇರ್ಪಡಿಸಿಕೊಂಡು ರಾಜಕೀಯದ ಮತ್ತು ಸಮಾನತೆಯ ತತ್ವದ ಬಗ್ಗೆ ಮಾತನಾಡುವುದು ಅಷ್ಟೇನು ಸರಿಯಲ್ಲವೆಂದು ಪ್ರತಿಪಾದಿಸಿದ್ದನು. ಕೈಗಾರಿಕಾ ಕ್ರಾಂತಿ ಬೆಳೆದಂತೆ ಕಾರ್ಮಿಕರು ಮತ್ತು ಮಾಲೀಕರಲ್ಲಿನ ಅಸಮಾನತೆಯನ್ನು ಹೋಗಲಾಡಿಸಲು ಸೆಂಟ್‌ಸೈಮನ್, ಓವನ್ ಫಾರಿಯರ್ ಮುಂತಾದವರು ಕಾರ್ಮಿಕರ ಪರ ಹೋರಾಡಿದರು. ಕಾರ್ಮಿಕರ ಹಿತಾಸಕ್ತಿಗಳಿಗೆ ಬೆಂಬಲವಾಗಿ ಸಮತಾವಾದ ಮತ್ತು ಸಮಾಜವಾದಗಳು ರಾಜಕೀಯ ಸಿದ್ಧಾಂತಗಳಾಗಿ ಬೆಳವಣಿಗೆ ಹೊಂದಿದ್ದವು. ಫ್ರಾನ್ಸ್ ಮತ್ತು ಜರ್ಮನಿಗಳು ಈ ವಾದಗಳ ಮತ್ತು ಕಾರ್ಯಚಟುವಟಿಕೆಗಳ ಕೇಂದ್ರವಾಗಿ ಪರಿಣಮಿಸಿದವು. 1848ರ ಫ್ರಾನ್ಸಿನ ಕ್ರಾಂತಿಯ ನಾಯಕರುಗಳಾಗಿದ್ದ ಸೈಂಟ್ ಸೈಮನ್ ಮತ್ತು ಲೂಯಿಸ್ ಬ್ಲಾಂಕ್‌ರವರುಗಳು ಪ್ರತಿಯೊಬ್ಬರಿಗೂ ಉದ್ಯೋಗ ದೊರಕಿಸಿಕೊಡಬೇಕೆಂದು ಹೋರಾಡಿದರು.

ಜರ್ಮನಿಯಲ್ಲಿ ಸಮತಾವಾದವನ್ನು ಕಾರ್ಲ್‌ಮಾರ್ಕ್ಸ್ ಜನಪ್ರಿಯಗೊಳಿಸಿದ್ದನು. ಈತನು ತನ್ನ 'ದಾಸ್‌ಕ್ಯಾಪಿಟಲ್' ಎಂಬ ಗ್ರಂಥದಲ್ಲಿ ಕಾರ್ಮಿಕರ ಶ್ರಮದಿಂದ ಬಂಡವಾಳವು ಜನಿಸಿತೆಂದು ಕಾರ್ಮಿಕರು ಅದನ್ನು ತಮ್ಮಲ್ಲಿ ವಶಪಡಿಸಿಕೊಂಡು ಸಮತಾವಾದವನ್ನು ಸ್ಥಾಪಿಸಬೇಕೆಂದು ಕರೆಕೊಟ್ಟಿದ್ದನು. ಅಲ್ಲದೆ ತನ್ನ ಪ್ರಸಿದ್ಧ ಕೃತಿಯಾದ 'ಕಮ್ಯೂನಿಸ್ಟ್ ಮ್ಯಾನಿಫೆಸ್ಟೋ'ದಲ್ಲಿ ಜಗತ್ತಿನ ಕಾರ್ಮಿಕರೆಲ್ಲಾ ಒಂದಾಗಿ ಬಂಡವಾಳಶಾಹಿಗಳನ್ನು ಕಿತ್ತೊಗೆದು ಜಗತ್ತಿನಲ್ಲಿ ಅಸಮಾನತೆಯನ್ನು ತೊಲಗಿಸಿ ಸಮಾನತೆಯನ್ನು ಸ್ಥಾಪಿಸಬೇಕೆಂಬ ಕರೆಯಿತ್ತಿದ್ದನು. ಅದೇ ರೀತಿ ರಷ್ಯಾದಲ್ಲಿ ಕಾರ್ಲ್‌ಮಾರ್ಕ್ಸ್‌ನ ತತ್ವಗಳು ಕಾರ್ಯರೂಪಕ್ಕೆ ಬಂದು 1917ರಲ್ಲಿ ಬಂಡವಾಳಶಾಹಿಗಳು ಮತ್ತು ಅರಸೊತ್ತಿಗೆಯ ವಿರುದ್ಧ ಕ್ರಾಂತಿ ಜರುಗಿತು. ಈ ಕ್ರಾಂತಿಯೊಂದಿಗೆ ರಷ್ಯಾದಲ್ಲಿ ಸಮತಾವಾದಿ ತತ್ವಗಳ ಆಧಾರದ ಮೇಲೆ ಸರ್ಕಾರ ರಚನೆಗೊಂಡಿತು. ಎರಡನೇ ಮಹಾಯುದ್ಧದ ವೇಳೆಯಲ್ಲಿ ರಷ್ಯಾವು ಯೂರೋಪ್ ಮತ್ತಿತರ ಪ್ರದೇಶಗಳಲ್ಲಿ ಆಕ್ರಮಿಸಿಕೊಂಡ ಮತ್ತು ಅದರ ಪ್ರಭಾವಿ ಪ್ರದೇಶಗಳಲ್ಲಿ ಸಮತಾವಾದ ತತ್ತ್ವದ ಆಧಾರದ ಮೇಲೆ ಸರ್ಕಾರಗಳನ್ನು ರಚಿಸಿತು. ಹಾಗೆಯೇ ಚೀನಾದಲ್ಲೂ ಸಮತಾವಾದ ಹರಡಿ ಅಲ್ಲಿನ ದರ್ಪಿಷ್ಟ ಪ್ರಭುತ್ವದ ವಿರುದ್ಧ ಕ್ರಾಂತಿ ಜರುಗಿ ಸಮತಾವಾದ ಸರ್ಕಾರ ರಚನೆಗೊಂಡಿತು. ದ್ವಿತೀಯ ಮಹಾಯುದ್ಧಾನಂತರ ಸಮತಾವಾದ ಮತ್ತು ಪ್ರಜಾಪ್ರಭುತ್ವಗಳೆಂಬ ತಾತ್ವಿಕ ವಿಭೇದದ ಮೇಲೆ ರಷ್ಯಾ ಮತ್ತು ಅಮೇರಿಕಾಗಳ ನಡುವಣ ಇತ್ತೀಚಿನವರೆಗೂ ಶೀತಲಯುದ್ಧ ನಡೆಯುತ್ತಿದ್ದುದ್ದನ್ನು ಗಮನಿಸಿದ್ದೇವೆ. ಒಟ್ಟಾರೆ ಕೈಗಾರಿಕಾ ಕ್ರಾಂತಿಯ ಫಲವಾಗಿ ಉದಯಿಸಿದ ಸಮತಾವಾದದ ತತ್ವಕ್ಕೆ ಪ್ರಪಂಚದ ಅನೇಕ ರಾಷ್ಟ್ರಗಳ ಆರ್ಥಿಕ ಸಂಕಷ್ಟಕ್ಕೀಡಾದ ಜನತೆ ತಮ್ಮ ಪರಿಹಾರಕ್ಕಾಗಿ ಸಮತಾವಾದದ ತತ್ವಗಳನ್ನು ಜೀವನದ ಆಶಾಕಿರಣಗಳೆಂದು ಇಂದಿಗೂ ಹಂಬಲಿಸುವವರಿದ್ದಾರೆ.

* * * * *

ಅಧ್ಯಾಯ – 16

ಯೂರೋಪಿನಲ್ಲಿ ಸಮಾಜವಾದಿ ಮತ್ತು ಕಾರ್ಮಿಕ ಚಳುವಳಿ

ಆಧುನಿಕ ಸಮಾಜವಾದದ ಹುಟ್ಟು ಕೈಗಾರಿಕಾ ಕ್ರಾಂತಿಯ ನೇರ ಬಳುವಳಿಯಾಗಿದೆ. ಆಧುನಿಕ ಸಮಾಜವಾದದ ವಿವಿಧ ಸಿದ್ಧಾಂತಗಳನ್ನು ಕೈಗಾರಿಕಾ ಕಾರ್ಖಾನೆಗಳು ವ್ಯವಸ್ಥಿತವಾಗಿ ಬೆಳೆದ ಹಿನ್ನೆಲೆಯಲ್ಲಿ ಮಾತ್ರ ಸೂಕ್ತವಾಗಿ ಪರಿಶೀಲಿಸಬಹುದು. ಕಾರ್ಖಾನೆ ಪದ್ಧತಿಯ ಅಭಿವೃದ್ಧಿಯೆಂದರೆ ಅದು ಅವಲಂಭಿತವಾಗಿದ್ದ ಬಂಡವಾಳಶಾಹಿ ಪದ್ಧತಿಯು, ಜೊತೆಜೊತೆಯಾಗಿ ಬೆಳೆದು ಬಂದ ಬಗೆಯೂ ಆಗಿದೆ. ಯಂತ್ರಗಳು ಮತ್ತು ಕಾರ್ಖಾನೆಗಳ ಒಡೆತನ ಹೊಂದಿದ ಜನರು ಒಂದು ಕಡೆಯಾದರೆ, ಅವುಗಳನ್ನು ಬಳಸುವ ಮತ್ತು ಅವು ನಡೆಯುವಂತೆ ಮಾಡುವ ಜನರು ಇನ್ನೊಂದು ಕಡೆ ಇದ್ದರು. ಇದು ಬಂಡವಾಳ ಮತ್ತು ದುಡಿಮೆ–ಇವುಗಳ ನಡುವೆ ಹರಿತವಾದ ವಿಭಜನೆಯನ್ನುಂಟು ಮಾಡಿತು. ಅವರ ನಡುವಿನ ಸ್ಪರ್ಧೆಯು ಅಸಮಾನತೆಯಿಂದ ಕೂಡಿದ್ದಿತು. ಇಬ್ಬರ ಸಹಕಾರದಿಂದ ಸೃಷ್ಟಿಗೊಂಡ ಈ ಸಂಪತ್ತಿನ ಉತ್ಪಾದನೆಯ ವಿಂಗಡಣೆಯು ಇನ್ನು ಹೆಚ್ಚು ಅಸಮ ಪ್ರಮಾಣದಲ್ಲಿದ್ದಿತು. ಒಂದು ಕಡೆ ಕೆಲವರ ಸಂಪತ್ತು ಶೀಘ್ರವಾಗಿ ಹೆಚ್ಚುತ್ತಿದ್ದರೆ ಇನ್ನೊಂದು ಕಡೆ ಮೈಮುರಿವ ದುಡಿತ ಮತ್ತು ಭಯಂಕರ ಬಡತನ ಕಾರ್ಮಿಕರ ಸಮೂಹವನ್ನು ಆವರಿಸಿತ್ತು.

ಈ ಹೊಸ ಕೈಗಾರಿಕೆ ಮತ್ತು ಗಣಿಗಾರಿಕೆಯ ಕೇಂದ್ರಗಳಲ್ಲಿ ಸದಾ ಹೆಚ್ಚುತ್ತಿರುವ ಉತ್ಪಾದಕತೆಯು ಸಾಧ್ಯವಾದದ್ದು ಯಂತ್ರಗಳನ್ನು ಬಳಸಿದ್ದರಿಂದ ಮತ್ತು ಜನಸಾಮಾನ್ಯರ ಕಷ್ಟಪರತೆಯ ಶ್ರಮದಿಂದ. ಈ ವಿರೋಧಾಭಾಸದ ಪರಿಸ್ಥಿತಿಯಲ್ಲಿ ಹುಟ್ಟಿಕೊಂಡ ಚಿಂತನಾ ಪ್ರವಾಹವು ಆರಂಭದಲ್ಲಿ ದುರ್ಬಲವಾಗಿ ಕಂಡರೂ ಅದು ಸಮಾಜವಾದವೆಂದು ಕರೆಸಿಕೊಂಡು ವ್ಯಾಪಕವಾಗಿ ಮತ್ತು ತೀವ್ರವಾಗಿ ಬೆಳೆಯಿತು. "ಸಮಾಜವಾದವು ನಿರಾಶೆಗೊಂಡ ಮತ್ತು ಭ್ರಮನಿರಸವಾದ ಬಂಡವಾಳಶಾಹಿ ಉದ್ಯೋಗಿಗಳಿಂದ ಬಂಡವಾಳಶಾಹಿಗೆ ನೀಡಿದ ಉತ್ತರವೆಂದು" ಸೂಕ್ತವಾಗಿಯೇ ಹೇಳಬಹುದಾಗಿದೆ. ಬಂಡವಾಳಶಾಹಿಯು ಬೆಳೆದಂತೆಲ್ಲ ಸಮಾಜವಾದವು ಬೆಳೆದು ಅದರ ಸಹ ಭಾಗವೂ ಮತ್ತು ಸವಾಲೂ ಆಗಿ ಪರಿಣಮಿಸಿತು. ಇವರೆಡೂ ಕೈಗಾರಿಕಾ ಕ್ರಾಂತಿಯ ಸತತ ಪ್ರಗತಿಯಿಂದಾಗಿ ಹೆಚ್ಚುಹೆಚ್ಚು ಬೆಂಬಲ ಪಡೆದವು.

ಸಮಾಜವಾದವು ಸಂಕಷ್ಟದ ಕೂಗಿನಲ್ಲಿ ಅಸಹನೀಯವಾದ ಪರಿಸ್ಥಿತಿಗಳ ವಿರುದ್ಧ ಎದ್ದ ಪ್ರತಿಭಟನೆಯಲ್ಲಿ ಫ್ರೆಂಚ್ ಕ್ರಾಂತಿಯು ರಾಜಕೀಯ ಮತ್ತು ಸಾಮಾಜಿಕ ವಲಯದಲ್ಲಿ ಸಾಧಿಸಿದಂತೆ ಆರ್ಥಿಕ ವಲಯದಲ್ಲಿ ನ್ಯಾಯಕ್ಕಾಗಿ ಹೂಡಿದ ಹೋರಾಟದಲ್ಲಿ ತನ್ನ ಮೂಲವನ್ನು ಕಂಡುಕೊಂಡಿತು. ಬರ್ಟೆಂಡ್ ರಸ್ಸೆಲ್ಲನು ತನ್ನ "ಪ್ರೊಪೋಸ್ಡ್ ರೋಡ್ಸ್ ಟು ಫ್ರೀಡಂ" ಕೃತಿಯಲ್ಲಿ ಹತ್ತೊಂಬತ್ತನೆಯ ಶತಮಾನದ ಉತ್ತರಾರ್ಧದಲ್ಲಿ ಸಮೃದ್ಧವಾಗಿ ರೂಪುಗೊಂಡ ಸಮಾಜವಾದ, ಅರಾಜಕತಾವಾದ ಮತ್ತು ಇತರ ಸಾಮಾಜಿಕ ತತ್ವಗಳ ಹಿಂದಿನ ಪ್ರೇರಕಶಕ್ತಿಯನ್ನು ಅದುವರೆಗೂ ವಿನಾಶಕಾರಿ ಮತ್ತು ಕ್ರೂರ ಅವ್ಯವಸ್ಥೆಯ ಕ್ಷೋಭೆಯಿಂದ ಬಳಲುತ್ತಿದ್ದ ಮಾನವ ಕುಲಕ್ಕೆ ಉತ್ತಮವೆನಿಸಬಹುದಾದ ಸಮಾಜದ ವ್ಯವಸ್ಥೆಯನ್ನು ರೂಪಿಸಲು ನಡೆಸಿದ ಕಾಲ್ಪನಿಕ ಪ್ರಯತ್ನದಲ್ಲಿ ಗುರುತಿಸಿದ್ದಾನೆ.

ಇಂಗ್ಲೆಂಡ್‌ನಲ್ಲಿ ಸಮಾಜವಾದಿ ಎಂಬ ಪದವನ್ನು ರಾಬರ್ಟ್ ಓವನ್‌ನ ಅನುಯಾಯಿಗಳನ್ನು ಸೂಚಿಸಲು ಬಳಸಲಾಯಿತು. ಅದು 1827ರಲ್ಲಿ ಸಹಕಾರಿ ಮ್ಯಾಗ್‌ಝಿನ್‌ನಲ್ಲಿ ಮೊದಲ ಬಾರಿಗೆ ಕಂಡುಬಂದಿತು. ಆದಾಗ್ಯೂ ಸಂತ ಸೈಮನ್‌ನ ಶಿಷ್ಯರಲ್ಲೊಬ್ಬನಾದ ಪೈರ ಲೆರೌಕ್ಸನು "ಸಮಾಜವಾದ" (1838) ಎಂಬ ಪದವನ್ನು ಬಳಸಿದ ಹೆಗ್ಗಳಿಕೆಗೆ ಪಾತ್ರನಾಗಿದ್ದಾನೆ. ಅದು ತ್ವರಿತವಾಗಿ ಸಾಮಾನ್ಯ ಬಳಕೆಗೆ ಬಂದಿತು.

ಸಮಾಜವಾದದ ಬಹುರೂಪಗಳು

ಸಮಾಜವಾದವು ವಿವಿಧ ವ್ಯಕ್ತಿಗಳ ದೃಷ್ಟಿಯಲ್ಲಿ ವಿವಿಧ ರೂಪಗಳನ್ನು ಪಡೆಯಿತು. ಕೆಲವರಿಗೆ ಅದು ಕೈಗಾರಿಕಾ ಜೀವನಕ್ಕೆ ಮಾನವೀಯ ಮತ್ತು ಕ್ರೈಸ್ತ ತತ್ವಗಳ ಲೇಪನ ನೀಡಿತು. ಇತರರಿಗೆ ಸಂಪತ್ತು ಮತ್ತು ಅವಕಾಶದಲ್ಲಿ ಸಮಾನತೆಯನ್ನು ತರುವುದಾಗಿತ್ತು. ಇನ್ನು ಕೆಲವರಿಗೆ ಅದು ಸಾರ್ವಜನಿಕ ಒಡೆತನವನ್ನು ಮತ್ತು ಜಮೀನು ಹಾಗೂ ಇತರ ಉತ್ಪಾದನಾ ಸಾಧನಗಳ ಮೇಲೆ ನಿಯಂತ್ರಣವನ್ನು ಸ್ಥಾಪಿಸುವುದಾಗಿತ್ತು; ಮತ್ತಿತರರಿಗೆ ಅಂದರೆ ಕಾರ್ಲ್‌ಮಾರ್ಕ್ಸ್‌ನ ಅನುಯಾಯಿಗಳಿಗೆ ವರ್ಗ ಹೋರಾಟದ ಪ್ರತಿಫಲವಾಗಿ ಶ್ರಮಿಕವರ್ಗದ ಸರ್ವಾಧಿಕಾರತ್ವವನ್ನು ಪ್ರತಿಪಾದಿಸುವ ತತ್ವವಾಗಿತ್ತು. ಕೈಗಾರಿಕಾ ಸಾಹಸೋದ್ಯಮವನ್ನು ಸಂಘಟಿಸುವ ಮತ್ತು ನಿರ್ದೇಶಿಸುವ ಮಂಡಳಿಗಳಿಗೆ ಸೂಕ್ತವೆನಿಸಿದಂತೆ ಅದಕ್ಕನುಗುಣವಾಗಿ ಗಿಲ್ಡ್ ಸಮಾಜವಾದ, ಪೌರ ಮತ್ತು ರಾಷ್ಟ್ರೀಯ ಸಮಾಜವಾದಗಳು ಹುಟ್ಟಿಕೊಂಡವು. ಕೆಲವರಿಗೆ ಎಲ್ಲವುಗಳಿಗಿಂತ ಹೆಚ್ಚು ತಾರ್ಕಿಕವಾದ ರಾಷ್ಟ್ರೀಯ ಸಮಾಜವಾದ ಸಾಕಾಗದು. ಈ ಚಿಂತಕರು ಪ್ರಪಂಚದಾದ್ಯಂತ ಕಂಡುಬರುವ ಪ್ರಾಕೃತಿಕ ಸಂಪನ್ಮೂಲಗಳ ಅಸಮ ವಿತರಣೆಯನ್ನು ಗಮನಿಸಿದರು. ಉದಾಹರಣೆಗೆ ಅವರು ಆಧುನಿಕ ಸೈನ್ಯದ ಸಲಕರಣೆಗಳಿಗೆ

ಅಗತ್ಯವಾದ ಕಚ್ಚಾವಸ್ತುಗಳು ಚೀನಾದಲ್ಲಿ ದೊರಕದೇ ಜಪಾನಿನಲ್ಲಿ ದೊರಕುತ್ತಿರುವುದು ನ್ಯಾಯವೇ ಎಂದು ಕೇಳಿದರು. ಹಾಗೆಯೇ ತೈಲ ಇಟಲಿಯಲ್ಲಿ ಲಭ್ಯವಾಗದೆ ರುಮೇನಿಯಾದಲ್ಲಿ ಲಭ್ಯವಾಗುತ್ತಿರುವುದರ ವೈಪರೀತ್ಯವನ್ನು ಕಂಡುಕೊಂಡರು. ಅವರು ಪ್ರಪಂಚದ ಸಂಪನ್ಮೂಲಗಳನ್ನು ಒಂದು ಯೋಜಿತರೀತಿಯಲ್ಲಿ ಅಂತರರಾಷ್ಟ್ರೀಯವಾಗಿ ವಿತರಿಸದೆ ವಿಶ್ವ ಶಾಂತಿಯನ್ನು ಗಳಿಸಲು ಸಾಧ್ಯವಿಲ್ಲವೆಂಬ ಅಭಿಪ್ರಾಯಕ್ಕೆ ಬಂದರು. ಒಂದು ಮಾತಿನಲ್ಲಿ ಹೇಳುವುದಾದರೆ ಇವರು ಅಂತರರಾಷ್ಟ್ರೀಯ ಸಮಾಜವಾದಿಗಳು.

ಸಮಾಜವಾದದ ಕಾರ್ಯಶೀಲ ಅರ್ಥವಿವರಣೆ

ಈ ಹಿಂದಿನ ವ್ಯಾಖ್ಯಾನಗಳಿಂದ ಸಮಾಜವಾದಕ್ಕೆ ಒಂದು ನಿಖರವಾದ ಸೂತ್ರೀಕರಣ ಒದಗಿಸುವುದು ಮತ್ತು ಯಾವುದೇ ನಿಷ್ಕೃಷ್ಟವಾದ ಮತ್ತು ತಾತ್ವಿಕವಾದ ಅರ್ಥ ವಿವರಣೆ ನೀಡುವುದು ಸಾಧ್ಯವಿಲ್ಲ. ಆದರೆ ಇದುವರೆಗೂ ಈ ವಿಷಯವನ್ನು ಕುರಿತು ನಡೆದಿರತಕ್ಕ ಅಗಾಧ ಚರ್ಚೆಯ ಹಿನ್ನೆಲೆಯಲ್ಲಿ ನಾವು ಒಂದು ಕಾರ್ಯಶೀಲ ಅರ್ಥವಿವರಣೆಯನ್ನು ರೂಪಿಸುವುದು ಸಾಧ್ಯ. ಕೈಗಾರಿಕಾ ಕ್ರಾಂತಿಯ ನಿಮಿತ್ತವಾಗಿ ಖಾಸಗಿ ಬಂಡವಾಳದ ಮತ್ತು ಉತ್ಪಾದನಾ ಸಾಧನಗಳ ನಿಯಂತ್ರಣವು ಖಾಸಗಿ ಒಡೆತನದಲ್ಲಿದ್ದು ಇಂದಿಗೂ ಹಾಗೆಯೇ ಮುಂದುವರಿದಿದೆ ಎಂಬ ಅಂಶಕ್ಕೆ ವಿರೋಧಾಭಾಸವಾಗಿ ಎಲ್ಲ ಕಾರ್ಮಿಕರ ಹಿತದೃಷ್ಟಿಯಿಂದ ಸಮಾಜವಾದವು ಅವುಗಳ ಮೇಲೆ ಸಮಗ್ರ ಸಮುದಾಯದ, ಇಡೀ ಸಮಾಜದ ಪೂರ್ಣ ನಿಯಂತ್ರಣವನ್ನು ಸಾಧಿಸಲು ಒತ್ತಾಯಿಸುತ್ತದೆ. ಸಂಕ್ಷಿಪ್ತವಾಗಿ ಹೇಳುವುದಾದರೆ ಸಮಾಜವಾದವು ಸ್ಪರ್ಧಾತ್ಮಕ ವ್ಯವಸ್ಥೆಗೆ ಬದಲಾಗಿ ಉತ್ಪಾದನೆಯ ಸಾಧನಗಳು ಮತ್ತು ವಿತರಣೆಯನ್ನು ಸಮುದಾಯದ ಕೈಯಲ್ಲಿರಿಸುವ ಒಂದು ಸಿದ್ಧಾಂತ, ತತ್ವ ಅಥವಾ ಸಾಮಾಜಿಕ ಸಂಘಟನೆಯ ಯೋಜನೆ.

ಹತ್ತೊಂಬತ್ತನೆಯ ಶತಮಾನದಲ್ಲಿದ್ದ ಸಮಾಜವಾದದ ಬಗೆಗಳು

ಥಾಮಸ್‌ಮೋರ್ 1516ರಲ್ಲಿ ರಚಿಸಿದ "ಯುಟೋಪಿಯ" ಕೃತಿಯಲ್ಲಿ ಆದರ್ಶವಾದ ಶಾಂತಿ, ಸಮೃದ್ಧತೆ ಮತ್ತು ಸಂತೋಷದಿಂದ ಕೂಡಿದ ಗಣರಾಜ್ಯದ ಚಿತ್ರಣವಿದೆ. ಪ್ಲೇಟೋ ಮತ್ತು ಥಾಮಸ್ ಮೋರ್‌ನಂತಹವರು "ಕಾಲ್ಪನಿಕ ಸುಖೀರಾಜ್ಯದ" ರೂಪುರೇಖೆಯನ್ನು ಕಟ್ಟಿಕೊಟ್ಟಿದ್ದು ಹತ್ತೊಂಬತ್ತನೆಯ ಶತಮಾನದ ಚಿಂತನೆ ಅದಕ್ಕಿಂತ ಭಿನ್ನವಾಗಿತ್ತು. ಅದು ಕೈಗಾರಿಕಾ ಸಮಾಜವನ್ನು ಮಾನವೀಯ ಮತ್ತು ವೈಜ್ಞಾನಿಕ ತತ್ವಗಳ ಆಧಾರದ ಮೇಲೆ ಪುನರ್ ಸಂಘಟಿಸಲು ಮಾರ್ಗೋಪಾಯಗಳನ್ನು ಅರಸುವತ್ತ ಮತ್ತು ತನ್ಮೂಲಕ ಉತ್ತಮವಾದ ಹಾಗೂ ಪರಿಣಾಮಕಾರಿಯಾದ ಸಮಾಜ ನಿರ್ಮಿಸುವತ್ತ ಹರಿಸಿದ ಚಿಂತನೆಯಾಗಿದ್ದಿತು. ಈ ವಿವಿಧ ಮಾರ್ಗೋಪಾಯಗಳನ್ನು ಈ ಕೆಳಕಂಡಂತೆ ಗುರುತಿಸಲಾಗಿದೆ:

ಅ. ಯುಟೋಪಿಯನ್ ಸಮಾಜದವಾದ (ರಾಬರ್ಟ್ ಓವೆನ್ ಮತ್ತು ಸಂತ ಸೈಮನ್)

ಆ. ಸಾಮರಸ್ಯವನ್ನಾಧರಿಸಿದ ಸಮಾಜವಾದ

ಇ. ಸರ್ಕಾರಿ ಒಡೆತನ (ಲೂಯಿ ಬ್ಲಾಂಕ್) ಮತ್ತು

ಈ. ವೈಜ್ಞಾನಿಕ ಸಮಾಜವಾದ (ಕಾರ್ಲ್‌ಮಾರ್ಕ್ಸ್)

ಅ. ಯುಥೋಪಿಯನ್ ಅಥವಾ ಆದರ್ಶ ಸಮಾಜವಾದ

i. ರಾಬರ್ಟ್ ಓವೆನ್ (1771–1858): ಈತ ಬುದ್ಧಿವಂತ ಮತ್ತು ಸೂಕ್ಷ್ಮ ಪರಿಜ್ಞಾನದ ವ್ಯಕ್ತಿ. ಇವನು ಕಾರ್ಖಾನೆ ವ್ಯವಸ್ಥೆಯಿಂದ ಸಾಕಷ್ಟು ಲಾಭ ಪಡೆದಿದ್ದವನಾದರೂ ಅದರ ದಬ್ಬಾಳಿಕೆ ಮತ್ತು ಒರಟುತನದಲ್ಲಿ ದೋಷಗಳನ್ನು ಕಂಡವನು. ತಾನು ಉದ್ಯಮ ನಡೆಸುತ್ತಿದ್ದ ಸ್ಕಾಟ್‌ಲ್ಯಾಂಡ್‌ನ ನ್ಯೂ ಲನಾರ್ಕ್‌ನಲ್ಲಿ ಅವನು ಹೆಚ್ಚುಹೆಚ್ಚಾಗಿ ಬಡವರ ಮತ್ತು ಅಸಹಾಯಕರ ಸಮಸ್ಯೆಯಲ್ಲಿ ತೊಡಗಿಕೊಂಡನು. ಜನರು ಪರಿಸರದ ಶಿಶುಗಳು; ಆದ್ದರಿಂದ ಅವರ ಜೀವನದ ಸ್ಥಿತಿಗಳನ್ನು ಉತ್ತಮಪಡಿಸಬೇಕೆಂದು ನಿಶ್ಚಯಿಸಿ ಮುಂದುವರಿದನು. ದೀರ್ಘ ಗಂಟೆಗಳ ದುಡಿಮೆ, ಗುಲಾಮಚಾಕರಿಯ ಜೀವನ, ಶಿಕ್ಷಣದ ಕೊರತೆ, ಅವರ ಇಡುಕಿರಿದ, ದಾರಿದ್ರ್ಯದ ಕೊಳಕುತನದ ವಾಸಸ್ಥಳಗಳು, ಹೆಚ್ಚು ಕುಟುಂಬಗಳು ಒಂದೇ ಕೋಣೆಯಲ್ಲಿ ವಾಸಿಸುವುದು ಅವರಲ್ಲಿ ಮನೆಮಾಡಿದ್ದ ಕುಡಿತ ಮತ್ತಿತರ ದುಶ್ಚಟಗಳು, ಬಾಲ ಕಾರ್ಮಿಕರ ಅಸಹನೀಯ ಸ್ಥಿತಿ–ಇವನ್ನೆಲ್ಲ ಅವನು ಬದಲಾಯಿಸಲು ನಿರ್ಧರಿಸಿದನು. ಅವನು ನ್ಯೂ ಲನಾರ್ಕ್‌ನಲ್ಲಿ ನಡೆಸಿದ ತನ್ನ ಪ್ರಯತ್ನದಲ್ಲಿ ಸಾಕಷ್ಟು ಯಶಸ್ಸನ್ನೂ ಗಳಿಸಿದನು. ಅವನ ನಾಯಕತ್ವ ಶಕ್ತಿ, ವಿವೇಕ ಮತ್ತು ಉತ್ಸಾಹಗಳು ನ್ಯೂ ಲನಾರ್ಕ್‌ನ್ನು ಮಾದರಿ ಕಾರ್ಖಾನೆ ಪಟ್ಟಣವನ್ನಾಗಿ ಮಾಡಿದವು. ಅವನು ಅಲ್ಲಿ ಒಳ್ಳೆಯ ಕೆಲಸದ ಸ್ಥಿತಿಗಳನ್ನು ನಿರ್ಮಿಸಲು, ಯೋಗ್ಯ ಸಂಬಳ ಕೊಡಲು, ಸಾರ್ವಜನಿಕ ಶಾಲೆಗಳನ್ನು ತೆರೆಯಲು, ಸರಕು ಮನೆಗಳು ಮತ್ತು ಸಹಕಾರಿ ಮಳಿಗೆಗಳನ್ನು ಸ್ಥಾಪಿಸಲು – ಹೀಗೆ ಎಲ್ಲ ರೀತಿಯ ಒಳಿತಿಗಾಗಿ ಶ್ರಮಿಸಿದನು.

ಒಂದು ರೀತಿಯಲ್ಲಿ ಹೇಳಬೇಕೆಂದರೆ ಹಿಂದೆ ಕೇವಲ ಕಸ ಮತ್ತು ದೂಳಿನಿಂದ ತುಂಬಿದ್ದ ಸ್ಥಳದಲ್ಲಿ ಓವೆನ್ನನು ಅದ್ಭುತವಾಗಿ ಕಾಣುವ ದೇವಾಲಯವನ್ನು ಕಟ್ಟಿದನು. ವಾಸ್ತವವಾಗಿ ನ್ಯೂಲನಾರ್ಕ್ ಸಮಾಜ ಸುಧಾರಣೆಯಲ್ಲಿ ನಂಬಿಕೆ ಇರುವವರಿಗೆ ಯಾತ್ರಾ ಸ್ಥಳವಾಗಿ ಪರಿಣಮಿಸಿತು. ಎಲ್ಲ ತಯಾರಕರು ರಾಬರ್ಟ್ ಓವೆನ್ನನ ಉದಾಹರಣೆಯನ್ನು ಪಾಲಿಸುವುದಾದರೆ ಈ ಪ್ರಪಂಚ ಖಂಡಿತವಾಗಿಯೂ ಬದುಕಲು ಹೆಚ್ಚು ಉತ್ತಮವಾದ ಸ್ಥಳವಾಗುತ್ತಿತ್ತು. ಆದರೆ ಹಾಗಾಗಲಿಲ್ಲ. ಹೆಚ್ಚಿನ ತಯಾರಕರು ಕಾರ್ಮಿಕರ ಶೋಚನೀಯ ಜೀವನ ಸ್ಥಿತಿಯನ್ನು ಉತ್ತಮಪಡಿಸುವತ್ತ ಗಮನ ನೀಡದೆ ತಾವು ಶ್ರೀಮಂತರಾಗುವತ್ತ ಮಾತ್ರ ಆಸಕ್ತರಾದರು. ಓವೆನ್ನನು ತನ್ನ ಸುಖವನ್ನು ಮಾತ್ರ ನೋಡದೆ ಇಡೀ ಕಾರ್ಖಾನೆ ವ್ಯವಸ್ಥೆಯ ಉತ್ತಮೀಕರಣಕ್ಕೆ ಕಂಕಣ ಬದ್ಧನಾದನು. ಮಾಲೀಕರ ಜಗ್ಗದ ಸ್ವಾರ್ಥದಿಂದ ನಿರಾಶನಾಗಿ ಅವನು ಈ ವ್ಯವಸ್ಥೆಯನ್ನು ಸುಧಾರಿಸಲು ರಾಜ್ಯವು ಮುಂದಾಗಬೇಕೆಂದು ಕರೆಕೊಟ್ಟನು. ಹಾಗೆಯೇ ಅವನು ಕಾರ್ಮಿಕರಿಗೆ ನಿಮ್ಮ ಉನ್ನತಿಯನ್ನು ನೀವೇ ಸಾಧಿಸಿಕೊಳ್ಳಬೇಕೆಂಬ ಕಿವಿ ಮಾತನ್ನು ಹೇಳಿದನು. ಆದರೆ ಅವನು ಕೀರ್ತಿಯ ಶಿಖರವನ್ನು ತಲುಪುತ್ತಿದ್ದಾಗ ಅನಗತ್ಯವಾದ ವಿವಾದಗಳನ್ನು ಸೃಷ್ಟಿಸಿಕೊಂಡನು. ಅವನು ಧಾರ್ಮಿಕ ಆಚರಣೆಗಳನ್ನು ಟೀಕಿಸಲು ತೊಡಗಿ ತನ್ನ ಅಸಂಖ್ಯಾತ ಸಹ ಪ್ರಜೆಗಳ ನಿಷ್ಠುರಕ್ಕೊಳಗಾದನು. ಇದು ಅವನು ಕೈಗೊಂಡಿದ್ದ ಉದಾತ್ತ ಕಾರ್ಯಸಾಧನೆಗೆ ಧಕ್ಕೆ ತಂದಿತು ಮತ್ತು ಜನಸಾಮಾನ್ಯರು ಅವನ ವಿಚಾರಗಳನ್ನು ಸಂಶಯದಿಂದ ನೋಡತೊಡಗಿದರು.

ಓವೆನ್ನನು ಇಂಗ್ಲೆಂಡಿನಲ್ಲಿ ಸಾಮಾಜಿಕ ಪುನರ್ ಸಂಘಟನೆ ಮಾಡುವ ಅವಕಾಶಗಳು ಕಡಿಮೆ ಎಂದು ಭಾವಿಸಿ 1825ರಲ್ಲಿ ಇಂಡಿಯಾನದ ನ್ಯೂ ಹಾರ್ಮೊನಿ ಎಂಬ ಸ್ಥಳದಲ್ಲಿ ಇನ್ನೊಂದು ಯುಥೋಯ ಕಾರ್ಯಕ್ರಮವನ್ನು ಪ್ರಾರಂಭಿಸಿದನು. ಅವನು ತಾನು ಭಾವಿಸಿದಂತೆ ಸಾಮಾಜಿಕ ಪುನರ್ ಸಂಘಟನೆಯು ಸರಳವಾದ ವಿಷಯವಲ್ಲವೆಂದೂ, ಅದು ಪ್ರಪಂಚದಲ್ಲಿನ ಅತ್ಯಂತ ಸಂಕೀರ್ಣವಾದ ಮತ್ತು ಕಷ್ಟಸಾಧ್ಯವಾದ ಕೆಲಸವೆಂದು ಅರಿಯಲಿಲ್ಲ. ಅಮೆರಿಕಾದಲ್ಲಿ ಅವನು ಎರಡು ಮೂರು ವರ್ಷಗಳ ಕಾಲ ಪ್ರಯೋಗ ನಡೆಸಿ ಹತಾಶನಾಗಿ ಇಂಗ್ಲೆಂಡಿಗೆ ಹಿಂದಿರುಗಿದನು. ಅವನು ತನ್ನ ಜೀವಿತದ ಉಳಿದ ಕಾಲವನ್ನು ಉಪನ್ಯಾಸಗಳನ್ನು ನೀಡುತ್ತಾ, ಕರಪತ್ರಗಳು ಮತ್ತು ಗ್ರಂಥಗಳನ್ನು ಪ್ರಕಟಿಸುವ ಮೂಲಕ ತನ್ನ ವಿಚಾರಗಳನ್ನು ಪ್ರಚಾರಗೊಳಿಸುತ್ತ ಕಳೆದನು. 1835ರಲ್ಲಿ ಅವನು "ಸಮಗ್ರ ರಾಷ್ಟ್ರಗಳ ಎಲ್ಲ ವರ್ಗಗಳ ಸಂಘ" ಎಂಬ ಸಂಘವನ್ನು ಸ್ಥಾಪಿಸಿದನು. ಈ ಸಂಘದ ಚರ್ಚೆಗಳಲ್ಲಿ 'ಸಮಾಜವಾದ' ಎಂಬ ಪದ ಅತ್ಯಂತ ಮಹತ್ವದ ಚಳವಳಿಗೆ ನಾಂದಿಯಾಗುವುದಿದ್ದು ಹೆಚ್ಚು ಚಲಾವಣೆಗೆ ಬಂದಿತು.

ಓವೆನ್ನನ ಕಾರ್ಯವನ್ನು ಕಿರ್ಕ್‌ಪ್‌ನು ತನ್ನ "ಹಿಸ್ಟರಿ ಆಫ್ ಸೋಷಿಯಲಿಸಂ" ಎಂಬ ಗ್ರಂಥದಲ್ಲಿ ಅತ್ಯಂತ ಪರಿಣಾಮಕಾರಿಯಾಗಿ ವಿವರಿಸಿದ್ದಾನೆ ಓವೆನ್ನನು ಕಾರ್ಮಿಕರ ಜೀವನ ಸುಧಾರಣೆಯ ಕಾರ್ಯಕ್ಕೆ ಕೈಹಾಕಿದವರಲ್ಲಿ ಮೊದಲಿಗ. ಆದ್ದರಿಂದ ಅವನ ಪ್ರಭಾವ ಮತ್ತು ಸಾಧನೆಗಳನ್ನು ಕೇವಲ ಅವುಗಳ ಪ್ರತಿಫಲದಿಂದ ನಿರ್ಣಯಿಸುವುದು ಅವನಿಗೆ ನ್ಯಾಯವನ್ನು ಒದಗಿಸಿದಂತಾಗುವುದಿಲ್ಲ. ಅವನು ಪ್ರತಿಪಾದಿಸಿದ ಸಮಾಜವಾದಿ ಸಿದ್ಧಾಂತಗಳಿಗೆ ಹೊರತಾಗಿಯೂ ಅವನು ಪ್ರಾರಂಭಿಸಿದ ಅನೇಕ ಚಳವಳಿಗಳು ದೀರ್ಘ ಕಾಲದ ಪರಿಣಾಮಗಳನ್ನು ಹೊಂದಿದ್ದವು. ಇಂಗ್ಲೆಂಡಿನಲ್ಲಿ ಎಳೆಯ ಮಕ್ಕಳ ಶಾಲೆಗಳನ್ನು ಅವನು ಸ್ಥಾಪಿಸಿದನು. ಕಾರ್ಖಾನೆ ಕಾರ್ಮಿಕರಿಗೆ ಸಾಧ್ಯವಾದಷ್ಟು ದುಡಿಮೆ ಅವಧಿಯನ್ನು ಮೊಟ್ಟಮೊದಲ ಬಾರಿಗೆ ನಿಗದಿಗೊಳಿಸಿದ್ದ ಕೀರ್ತಿಯೂ ಅವನದೇ. ಅವನು ಉತ್ಸಾಹದಿಂದ ರೂಪಿಸಿದ ಕಾರ್ಖಾನೆ ಶಾಸನ ಬಹು ಅಗತ್ಯವಾದ ಕ್ರಮವಾಗಿದ್ದು ಅದು ಆ ಶತಮಾನದ ಅತ್ಯಂತ ಉಪಯುಕ್ತ ಸುಧಾರಣೆಗಳಲ್ಲೊಂದಾಯಿತು. ವಾಸ್ತವವಾಗಿ ಸಹಕಾರಿ ಚಳುವಳಿಯ ಸ್ಥಾಪಕನೂ ಅವನೇ. ಒಟ್ಟಾರೆ ಸಾಮಾನ್ಯ ಶಿಕ್ಷಣ, ನೈರ್ಮಲ್ಯ ಸುಧಾರಣೆ ಮತ್ತು ಸಾಮಾನ್ಯ ಜನಜೀವನದ ಬಗ್ಗೆ ಆತನು ಹೊಂದಿದ್ದ ದೃಢವಾದ ಮಾನವೀಯ ದೃಷ್ಟಿಗಳಿಂದ ಅವನು ತನ್ನ ಕಾಲಕ್ಕಿಂತ ಬಹು ದೂರಗಾಮಿ ಆದರ್ಶಗಳನ್ನು ಹೊಂದಿದ್ದ ವ್ಯಕ್ತಿಯಾಗಿದ್ದುದು ಕಂಡುಬರುತ್ತದೆ."

ii. ಸೈಂಟ್ ಸೈಮನ್ (1760–1825) ಫ್ರೆಂಚ್ ಸಮಾಜವಾದಿ ಬರಹಗಾರರು ಸಹ ಹೊಸ ವಿಚಾರಗಳನ್ನು ಹರಿಯಬಿಟ್ಟರು. ಅವರಲ್ಲಿ ಪ್ರಮುಖನಾದವನು ಕೌಂಟ್ ಕ್ಲಾಡ್ ಹೆನ್ರಿ ಡ ಸೈಂಟ್ ಸೈಮನ್. ಅವನನ್ನು ಫ್ರಾನ್ಸ್‌ನ ಸಮಾಜವಾದದ ಸ್ಥಾಪಕ ಎಂದು ಕರೆಯಲಾಗಿದೆ.

ಸೈಮನ್ನನು ಫ್ರಾನ್ಸ್‌ನ ಪ್ರಸಿದ್ಧ ಕುಟುಂಬವೊಂದಕ್ಕೆ ಸೇರಿದವನು. ಆ ಕುಟುಂಬದಿಂದ ಅನೇಕ ಪ್ರಸಿದ್ಧ ವ್ಯಕ್ತಿಗಳು ಬಂದಿದ್ದಾರೆ. ಸೈಂಟ್ ಸೈಮನ್ನನು ವೈಜ್ಞಾನಿಕ, ರಾಜಕೀಯ ಮತ್ತು ಸಾಮಾಜಿಕ ವಿಷಯಗಳ ಅಧ್ಯಯನಕ್ಕೆ ತನ್ನ ಜೀವನವನ್ನು ಮೀಸಲಿಟ್ಟನು. ಒಬ್ಬ ಚಿಂತಕನಾಗಿ ಸೈಮನ್ ತನ್ನ ಆಲೋಚನೆಗಳ ಬಗ್ಗೆ ಸ್ಪಷ್ಟತೆಯನ್ನಾಗಲಿ, ವ್ಯವಸ್ಥಿತ ವಿಚಾರವನ್ನಾಗಲಿ ಹೊಂದಿರಲಿಲ್ಲ. ಆದರೆ ಅವನಲ್ಲಿ ಅಪಾರ ವಿಚಾರ ಸಂಪತ್ತಿದ್ದಿತು. ಸಾಮಾಜಿಕ ಸುಧಾರಣೆಯ ಬಗ್ಗೆ ವಿನೂತನವಾದ ಯೋಜನೆಗಳಿದ್ದವು. ಅವನ ಬೋಧನೆಗಳ ಜನಪ್ರಿಯತೆ ಮತ್ತು ಉಪಕಾರಿ ವಿಚಾರಗಳಿಂದಾಗಿ ಆಕರ್ಷಿತರಾದ ಯುವಜನರ

ಒಂದು ಸಣ್ಣ ಗುಂಪು ಅವನ ಹಿಂದಿದ್ದಿತು. ಅವನು ವಿಜ್ಞಾನ ಮತ್ತು ಇತಿಹಾಸದಿಂದ ಕಲಿತ ಪಾಠಗಳಿಂದ ಪ್ರಪಂಚವನ್ನು ಪುನರ್ ಸಂಘಟಿಸಬೇಕೆಂದು ಬಯಸಿದ್ದನು. ಅವನು ಕೈಗಾರಿಕಾ ರಾಜ್ಯದ ಪರವಾಗಿದ್ದನು. ಈ ವ್ಯವಸ್ಥೆಯನ್ನು ವಂಶಪಾರಂಪರ್ಯದ ಶ್ರೀಮಂತ ವರ್ಗವಾಗಲೀ, ಸೈನಿಕ ವರ್ಗಗಳಾಗಲಿ ನಿರ್ಮಿಸದೆ ಬುದ್ಧಿಜೀವಿಗಳು ನಿರ್ಮಿಸಬೇಕೆಂದು ಅಪೇಕ್ಷಿಸಿದ್ದನು. ತಾಂತ್ರಿಕ ತಜ್ಞರಿಗೆ ಮಾತ್ರ ಪ್ರಕೃತಿಯು ನೀಡಿರುವ ಅವಕಾಶಗಳನ್ನು ನಿಯಂತ್ರಿಸಲು ಮತ್ತು ಅವನ್ನು ವ್ಯವಸ್ಥಿತವಾಗಿ ಬಳಸಲು ಅಗತ್ಯವಾದ ಜ್ಞಾನವಿರುತ್ತದೆ ಎಂದು ಅವನು ನಂಬಿದ್ದನು. ಅವನ ಪ್ರಕಾರ ಅವರು ಮಾತ್ರ "ಕೆಡುಕುಗಳನ್ನು ನಿವಾರಿಸಬಲ್ಲರು, ವ್ಯಕ್ತಿ ವಾದವನ್ನು ಹತ್ತಿಕ್ಕಬಲ್ಲರು, ಸಾಮಾಜಿಕ ಸಂಕಷ್ಟ ಸೃಷ್ಟಿಸಿ ಅದರ ಅವನತಿಗೆ ಕಾರಣವಾಗುವ ಸ್ಪರ್ಧಾತ್ಮಕ ಮನೋತ್ಸವವನ್ನು ತಡೆಯಬಲ್ಲರು, ಯುದ್ಧಗಳಿಗೆ ಕಾರಣವಾಗಬಹುದಾದ ರಾಜ್ಯಗಳ ನಡುವಿನ ವೈಮನಸ್ಸನ್ನು ತೊಡೆದುಹಾಕಬಲ್ಲರು, ಅವರಿಗೆ ಮಾತ್ರ ಒಟ್ಟಿನ ದುಡಿಮೆಯಲ್ಲಿ ಎಲ್ಲರನ್ನು ಒಂದುಗೂಡಿಸಿ ತೊಡಗಿಸುವ ಸಾಮರ್ಥ್ಯವಿರುವುದು. ಅವರು ಸಂಘಟಿಸಿದ ಮತ್ತು ನಿರ್ದೇಶಿಸಿದ ಮಾನವ ಕುಲವು ಸಾಮಾಜಿಕ ಸಂತೋಷವನ್ನು ಮತ್ತು ಸಮೃದ್ಧತೆಯನ್ನು ಸಾಧಿಸಬಲ್ಲದು". ಬೇರೆ ಮಾತಿನಲ್ಲಿ ಹೇಳುವುದಾದರೆ ಸೈಂಟ್ ಸೈಮನ್ನನ ಯೋಜನೆಯು ಸುಮಾರು 1932ರಲ್ಲಿ ಅಮೇರಿಕದಲ್ಲಿ ಜನಪ್ರಿಯವಾದ "ತಾಂತ್ರಿಕಾಧಿಕಾರ"ವನ್ನು ಹೋಲುತ್ತಿತ್ತು. (ತಾಂತ್ರಿಕಾಧಿಕಾರ ಎಂದರೆ ಅಕ್ಷರಶಃ ತಾಂತ್ರಿಕ ಪರಿಣಿತರು ರೂಪಿಸಿದ ತತ್ವಗಳ ಆಧಾರದ ಮೇಲೆ ರಚಿತವಾದ ಮತ್ತು ನಿರ್ವಹಿಸಲ್ಪಟ್ಟ ಸಾಮಾಜಿಕ ವ್ಯವಸ್ಥೆ. ಹಾಗೆ ಸಾಧಿತವಾದ ಸಾಮಾಜಿಕ ವ್ಯವಸ್ಥೆಯು ಪಕ್ಷ ರಾಜಕೀಯದ ಸರ್ಕಾರದಿಂದ ನಡೆಸಲ್ಪಡದೆ ಆರ್ಥಿಕ ತತ್ವಗಳನ್ನು ಆಧರಿಸಿದ ತಾಂತ್ರಿಕ ತಜ್ಞರ ಸರ್ಕಾರದಿಂದ ನಡೆಸಲ್ಪಡುತ್ತದೆ.)

ಸೈಂಟ್ ಸೈಮನ್ನನ ಯೋಜನೆ ಕಾಲ್ಪನಿಕ ಯೋಜನೆಯಾದರೂ ಅದರಲ್ಲಿ ಆಧುನಿಕ ಲಕ್ಷಣಗಳು ಗಾಢವಾಗಿದ್ದವು. ಅದು ಚಿಂತನಾ ಪ್ರಪಂಚದಲ್ಲಿ ಫಲಕಾರಿಯಾದ ಪರಿಣಾಮವನ್ನು ಹೊಂದಿದ್ದಿತು. ಆದರೆ ಸೈಂಟ್ ಸೈಮನ್ ವಾದವು ಆಂತರಿಕ ಭಿನ್ನಾಭಿಪ್ರಾಯಗಳಿಂದ ಒಂದು ಪಂಥವಾಗಿ ನಿಲ್ಲಲಾಗದೆ ಹರಿದು ಹಂಚಿಹೋಗಿ ಕಣ್ಮರೆಯಾಯಿತು.

ಆ. ಸಾಮರಸ್ಯವನ್ನಾಧರಿಸಿದ ಸಮಾಜವಾದ

ಚಾರ್ಲ್ಸ್ ಫೋರಿಯರ್ (1772–1837) ಫ್ರೆಂಚ್ ಚಿಂತಕ. ಅವನು ಕೈಗಾರಿಕಾ ವಲಯದಲ್ಲಿ ಅಸಂತೃಪ್ತಿಯನ್ನು ಮತ್ತು ಭಾರಿ ಪ್ರಮಾಣದ ಉತ್ಪಾದನಾ ವ್ಯವಸ್ಥೆಯಿಂದ ಉದ್ಭವಿಸಿದ ದೋಷಗಳನ್ನು ಗಮನಿಸಿ ಅವುಗಳ ನಿವಾರಣೆಗೆ ತನ್ನದೇ ಆದ ಒಂದು ನಿವಾರಣಾ ಯೋಜನೆಯನ್ನೂ ರೂಪಿಸಿದ. ಅವನು ಸ್ವಾವಲಂಬಿಯಾದ ಸಮಾಜವಾದಿ ಸಮುದಾಯ ಘಟಕಗಳುಳ್ಳ ಸಮಾಜವನ್ನು ರಚಿಸಲು ಸಲಹೆ ಮಾಡಿದ. ಈ ಸಮಾಜವಾದಿ ಘಟಕಗಳಲ್ಲಿ ಸುಮಾರು 1800 ಜನರು ವಾಸಿಸಬೇಕಾಗಿತ್ತು. ಅವುಗಳಿಗೆ ಸಮುದಾಯ ಗೂಡುಗಳೆಂದು ಹೆಸರಿಟ್ಟನು. ಅಲ್ಲಿ ಅವರು ಒಟ್ಟಾಗಿ ದುಡಿದು ತಮ್ಮ ಉತ್ಪಾದನೆಯನ್ನು ಹಂಚಿಕೊಳ್ಳಬೇಕಾಗಿತ್ತು. ಫೋರಿಯರನು ಪ್ರಸ್ತುತ ಇರುವ ಜನರ ಕಷ್ಟಕಾರ್ಪಣ್ಯಗಳಿಗೆ ಅಸ್ತಿತ್ವದಲ್ಲಿರುವ ಸಾಮಾಜಿಕ ಮತ್ತು ಆರ್ಥಿಕ ವ್ಯವಸ್ಥೆಯೇ ಕಾರಣವೆಂದು ನಿರ್ಧರಿಸಿದನು. ಆದ್ದರಿಂದ ಅವರಿಗೆ ಸ್ವ–ಅಭಿವ್ಯಕ್ತಿಗೆ ಸರಿಯಾದ ಅವಕಾಶ ಕಲ್ಪಿಸಿದಲ್ಲಿ ಅವರು ಸಾಮರಸ್ಯದಿಂದ ಮತ್ತು ಶಾಂತಿ, ಸಂತೋಷದಿಂದ ಬದುಕಬಹುದೆಂದು ಭಾವಿಸಿದನು. ವ್ಯಕ್ತಿಗೆ ತನಗೆ ಇಷ್ಟಬಂದ ಕೆಲಸವನ್ನು ಮಾಡುವ ಸ್ವಾತಂತ್ರ್ಯವಿರಬೇಕು, ಅವನ ಅಭಿರುಚಿಗೆ ತಕ್ಕಂತೆ ಬದುಕಲು ಬಿಡಬೇಕು. ಇದರಿಂದ ಅವನಿಗೆ ಸಮಾಜದಲ್ಲಿ ತನಗೆ ತಕ್ಕದಾದಂತಹ ಸ್ಥಾನವನ್ನು ಕಂಡುಕೊಳ್ಳಲು ಮತ್ತು ಅದರಿಂದ ತನ್ನ ಪ್ರವೃತ್ತಿಗಳು ಮತ್ತು ಗುಣಗಳಿಗನುಗುಣವಾಗಿ ಸಮಾಜದೊಂದಿಗೆ ಸಾಮರಸ್ಯ ಸಾಧಿಸಲು ಸಾಧ್ಯವಾಗುತ್ತದೆಂದು ಅವನು ಬಗೆದನು. ಈ ತತ್ವಗಳನ್ನನುಸರಿಸಿ ಅಮೇರಿಕದಲ್ಲಿ ಬೋಸ್ಟನ್‌ಗೆ ಹತ್ತು ಮೈಲಿಗಳ ದೂರದಲ್ಲಿ ಬ್ರೂಕ್ ಫಾರ್ಮ್‌ನಲ್ಲಿ ಮತ್ತು ಮತ್ತಿತರ ಕಡೆ ಪ್ರಯೋಗಗಳನ್ನು ನಡೆಸಲಾಯಿತು. ಆದರೆ ಇವೆಲ್ಲ ಅಲ್ಪಾಯುಗಳಾದವು.

ಫೋರಿಯರನ ಯೋಜನೆಯು "ಸಾಕಷ್ಟು ಆಕರ್ಷಣೀಯವಾಗಿದ್ದಿತು ಮತ್ತು ತನ್ನ ಮನಶಾಸ್ತ್ರೀಯ ಅಡಿಪಾಯದಲ್ಲಿ ಬಹು ದುರ್ಬಲವಾಗಿದ್ದಿತು; ಮಾನವ ಅಹಂನ ಬಲವನ್ನು ಅದರಲ್ಲಿ ಪೂರ್ಣವಾಗಿ ಕಡೆಗಣಿಸಲಾಗಿತ್ತು."

ಓವೆನ್, ಸೈಂಟ್ ಸೈಮನ್ ಮತ್ತು ಫೋರಿಯರ್ ಪ್ರತಿಪಾದಿಸಿದ ಯೋಜನೆಗಳ ಬಗ್ಗೆ ಟೀಕೆಗಳು

ಈ ಎಲ್ಲ ಚಿಂತಕರು ಮತ್ತು ಅವರ ಅನುಯಾಯಿಗಳು ಸಮಗ್ರವಾಗಿ ಹೊಸ ಸಾಮಾಜಿಕ ವ್ಯವಸ್ಥೆಯನ್ನು ಅನುಷ್ಠಾನಕ್ಕೆ ತರಲು ಯೋಜನೆಗಳನ್ನು ರೂಪಿಸಿದರು. ಆದರೆ ಅವರ ಯೋಜನೆಗಳು ಬಹು ಜನರ ಅಭ್ಯುದಯದ ದೃಷ್ಟಿಯನ್ನಿಟ್ಟುಕೊಂಡಿದ್ದರೂ "ಭಾಗಶಃ ಅವು ಅದ್ಭುತವಾಗಿದ್ದರೆ ಇನ್ನು ಭಾಗಶಃ ಅವು ಮಾನವ ಸ್ವರೂಪ ಮತ್ತು ಮಾನವ ಸಮಾಜದ ಸ್ವರೂಪಗಳೆರಡನ್ನೂ ವಿಶ್ಲೇಷಿಸುವಲ್ಲಿ ಅಸಮರ್ಪಕವಾಗಿದ್ದವು. ಈ ಕಾರಣಗಳಿಂದಾಗಿ ಅವು ವಿಫಲವಾಗುವುದು ಪೂರ್ವನಿಶ್ಚಿತವಾಗಿದ್ದಿತು. ಮಿಗಿಲಾಗಿ, ಅವರ ಮಾನವೀಯ ವಿಚಾರಗಳಿಂದ ಸ್ಫೂರ್ತಿ ಪಡೆದು ಪ್ರಭಾವಿತರಾದವರೂ ಸಹ ಅವರು ಧರ್ಮ ಮತ್ತು ಕುಟುಂಬದ ಮೇಲೆ ನಡೆಸಿದ ದಾಳಿಗಳಿಂದ ಅವರ ಬಗ್ಗೆ ಸಂಶಯಾತ್ಮಕವಾಗಿ ನೋಡತೊಡಗಿದರು.

ಒಬ್ಬ ಸಾಮಾಜಿಕ ಸುಧಾರಕನು ಹಳೆಯ ಸಮಾಜ ವ್ಯವಸ್ಥೆಯ ಸ್ಥಾನದಲ್ಲಿ ಹೊಸ ಸಮಾಜ ವ್ಯವಸ್ಥೆಯನ್ನು ತರಲು ಇತಿಹಾಸದಿಂದ ತಿಳಿದುಬರುವ ಮಾನವ ಸ್ವಭಾವ ಮತ್ತು ಸಾಮಾಜಿಕ ವಿಕಾಸದ ನಿಯಮಗಳ ಬಗ್ಗೆ ಪೂರ್ಣ ಅರಿವು ಹೊಂದಿರಬೇಕಾದದ್ದು ಅತ್ಯಗತ್ಯವೆಂಬುದನ್ನು ಅವರ ಬೋಧನೆಗಳು ಮತ್ತು ಪ್ರಯೋಗಗಳು ಸಾಬೀತುಗೊಳಿಸಿವೆ. ಇಲ್ಲದಿದ್ದರೆ ಜಾರು ಮರಳಿನ ರಾಶಿಯ ಮೇಲೆ ಮನೆಗಳನ್ನು ಕಟ್ಟಿದಂತೆಲ್ಲ ಅವು ಕುಸಿದು ಬೀಳುವಂತೆ ಆತನ ನಿರ್ಮಾಣಗಳನ್ನೆಲ್ಲ ಅದು ಅಳಿಸಿಹಾಕುತ್ತದೆ. ಜಾನ್ ರಸ್ಕಿನ್ನನು ಸೂಚಿಸಿರುವಂತೆ ಮಾನವ ಸ್ವಭಾವದ ವಿಜ್ಞಾನವು ಬಹು ನಿಗೂಢವಾಗಿರುವ ಅಂಶಗಳ ಬಗ್ಗೆ ಬೆಳಕು ಚೆಲ್ಲುತ್ತದೆ".

ಈ ಸಮಾಜವಾದಿಗಳು ಸ್ಪರ್ಧಾತ್ಮಕ ಆರ್ಥಿಕ ನೀತಿಯ ವಿರುದ್ಧ ಸಾರ್ವಜನಿಕ ಅಭಿಪ್ರಾಯವನ್ನು ಸಂಘಟಿಸಿದ್ದು ಕಡಿಮೆ ಸಾಧನೆಯಲ್ಲ. ಇದರಿಂದ ಕಾರ್ಮಿಕರಿಗೆ ಉತ್ತಮ ದುಡಿಮೆಯ ಸ್ಥಿತಿಗತಿಗಳು ಮತ್ತು ಉತ್ತಮ ಜೀವನ ಮಟ್ಟವನ್ನು ಒದಗಿಸುವುದು, ಹೆಚ್ಚು ವಿರಾಮವನ್ನು ಒದಗಿಸುವುದು, ಮಹಿಳೆಯರು ಮತ್ತು ಮಕ್ಕಳಿಗೆ ನ್ಯಾಯವಾದ ವೇತನ ಒದಗಿಸುವುದು ಸಾಧ್ಯವಾಯಿತು.

ಇ. ಸರ್ಕಾರಿ ಒಡೆತನ

ಲೂಯಿ ಬ್ಲಾಂಕ್ (1811–1882): ಕೈಗಾರಿಕಾ ಸಮಾಜದ ಅಗತ್ಯಗಳಿಗೆ ಹೊಂದಿಕೊಳ್ಳದ ರಾಜ್ಯ ವ್ಯವಸ್ಥೆಯಲ್ಲಿರುವ ಅನೇಕ ದೋಷದೌರ್ಬಲ್ಯಗಳನ್ನು ಎತ್ತಿ ತೋರಿಸಿದವನು ಲೂಯಿ ಬ್ಲಾಂಕ್. ಬ್ಲಾಂಕ್‌ನು ತನ್ನ ಬರವಣಿಗೆಗಳಲ್ಲಿ ಅಂದಿನ ಆರ್ಥಿಕ ಪರಿಸ್ಥಿತಿಗಳು ಹೇಗೆ ಫ್ರಾನ್ಸ್‌ನ ಕಾರ್ಮಿಕರಿಗೆ ಪ್ರತಿಕೂಲವಾಗಿದ್ದವು ಎಂದು ಮನಗಾಣಿಸಲು ಪ್ರಯತ್ನಿಸಿದ. ಅವನು ಬೂರ್ಷ್ವಾ ಸರ್ಕಾರವು ಶ್ರೀಮಂತರ, ಶ್ರೀಮಂತರಿಂದ, ಶ್ರೀಮಂತರಿಗಾಗಿ ಇರುವ ಸರ್ಕಾರವೆಂದು ಅದನ್ನು ಕಠಿಣ ಪದಗಳಲ್ಲಿ ಖಂಡಿಸಿದನು. ಅದನ್ನು ಕೊನೆಗಾಣಿಸಿ ರಾಜ್ಯವನ್ನು ಪೂರ್ಣವಾಗಿ ಪ್ರಜಾಸತ್ತಾತ್ಮಕವಾಗಿ ಪುನರ್‌ರೂಪಿಸಬೇಕು ಎಂದು ಅವನು ಕರೆಕೊಟ್ಟನು. ಇದು ಎಲ್ಲ ಯಶಸ್ಸಿಗೂ ಮೆಟ್ಟಿಲೆಂದು ಅವನು ಹೇಳಿದನು. ಆಗ ಮಾತ್ರ ರಾಜಾಧಿಕಾರದ ಪೂರ್ಣ ಅಧಿಕಾರವನ್ನು ಕೈಯಲ್ಲಿಟ್ಟುಕೊಂಡು ದುಡಿಯುವ ವರ್ಗಗಳು ತಮ್ಮ ವಿಮೋಚನೆಯನ್ನು ಸಾಧಿಸಿಕೊಳ್ಳಬಹುದೆಂಬುದು ಅವನ ನಂಬುಗೆಯಾಗಿದ್ದಿತು. ರಾಜ್ಯವನ್ನು ಪ್ರಜಾಸತ್ತಾತ್ಮಕ ಗಣರಾಜ್ಯವಾಗಿ ಪರಿವರ್ತಿಸಿ ಅದರಲ್ಲಿ ರಾಷ್ಟ್ರೀಯ ಅಥವಾ ಸಾಮಾಜಿಕ ಕಾರ್ಯಗಾರಗಳನ್ನು ನಿರ್ಮಿಸಿ ಆ ಮೂಲಕ ಅಗತ್ಯವಾದ ಬಂಡವಾಳವನ್ನು ತೊಡಗಿಸಬೇಕು. ಇವನ್ನು ಅವುಗಳಿಂದ ಪ್ರತಿಫಲ ಪಡೆಯುವ ಕಾರ್ಮಿಕರು ನಿಯಂತ್ರಿಸಬೇಕೆಂಬುದು ಈ ಸಿದ್ಧಾಂತದ ನಿಲುವು. ಈ ಸಂಸ್ಥೆಗಳು ಕ್ರಮೇಣ ಖಾಸಗಿ ವ್ಯಕ್ತಿಗಳು ಬಂಡವಾಳ ಒದಗಿಸಿ ಅವುಗಳಿಂದ ಪ್ರಯೋಜನ ಪಡೆಯುವ ಮತ್ತು ಅವನ್ನು ನಿಯಂತ್ರಿಸುವ ಹಾಲಿ ಕಾರ್ಖಾನೆ ವ್ಯವಸ್ಥೆಯನ್ನು ಪಲ್ಲಟಗೊಳಿಸಿ ಆ ಸ್ಥಾನವನ್ನು ಆಕ್ರಮಿಸಬೇಕೆಂದು ವಾದಿಸಲಾಯಿತು. ಖಾಸಗಿ ಪ್ರಯತ್ನಗಳ ಸ್ಥಾನದಲ್ಲಿ ಸಹಕಾರಿ ಉತ್ಪಾದನೆ ನೆಲೆಗೊಳ್ಳಬೇಕಾಗಿತ್ತು. ಖಾಸಗಿ ಉತ್ಪಾದಕ ವ್ಯಕ್ತಿ ಕಣ್ಮರೆಯಾಗುವವನಿದ್ದ. ಬ್ಲಾಂಕ್‌ನ ಸಿದ್ಧಾಂತಗಳು ಸ್ಪಷ್ಟವೂ ವೈವಿಧ್ಯವೂ ಆಗಿದ್ದು ಅವನ್ನು ಹೆಚ್ಚಾಗಿ ಕಾರ್ಮಿಕರು ಅಳವಡಿಸಿಕೊಂಡರು. ಹೀಗೆ ಫ್ರಾನ್ಸ್‌ನಲ್ಲಿ ಸಮಾಜವಾದಿ ಪಕ್ಷವು ಹುಟ್ಟಿಕೊಂಡಿತು. ಈ ಪಕ್ಷವು ರಾಜತ್ವದ ಅಸ್ತಿತ್ವಕ್ಕೆ ಅಪಾಯ ಒಡ್ಡಿತು. ಅದು ಕೈಗಾರಿಕಾ ಮತ್ತು ವಾಣಿಜ್ಯ ಪದ್ಧತಿಗೂ ಬೆದರಿಕೆಯಾಯಿತು. ಅದು ಪ್ರಜಾಸತ್ತೆಯು ನಿಯಂತ್ರಿಸಬಹುದಾದ ಸರ್ಕಾರವೆಂದರೆ ಗಣರಾಜ್ಯ ಸರ್ಕಾರವೆಂದು ನಂಬಿದ್ದಿತು. ಈ ಸಿದ್ಧಾಂತ ಗಣರಾಜ್ಯಗಳ ಸ್ವರೂಪದ ಬಗ್ಗೆ ಇತರ ಸಿದ್ಧಾಂತಗಳಿಂದ ಭಿನ್ನವಾಗಿದ್ದಿತು. ಅವು ಸರ್ಕಾರದ ರೀತಿಯಲ್ಲಿ ಬದಲಾವಣೆ ಬಯಸಿದರೆ ಇದು ಸಮಾಜದಾದ್ಯಂತ ಬದಲಾವಣೆ ಬಯಸುತ್ತಿತ್ತು.

ಈ ಬೆಳವಣಿಗೆಗಳ ಹಿನ್ನೆಲೆಯಲ್ಲಿಯೇ ಫ್ರಾನ್ಸ್‌ನಲ್ಲಿ 1848ರ ಕ್ರಾಂತಿಯು 'ಸಾಮಾಜಿಕ ಕ್ರಾಂತಿ'ಯಾಗಿ ಪರಿಣಮಿಸಿತು. 1842ರಲ್ಲಿಯೇ ಸ್ಪೇನ್ ಎಂಬ ಜರ್ಮನ್ನನು ಹೀಗೆ ಬರೆದ: "ಫ್ರಾನ್ಸ್‌ನಲ್ಲಿ ಶುದ್ಧ ರಾಜಕೀಯ ಚಳವಳಿಗಳ ಕಾಲ ಮುಗಿಯಿತು; ಮುಂದಿನ ಕ್ರಾಂತಿ ಅನಿವಾರ್ಯವಾಗಿ ಸಾಮಾಜಿಕ ಕ್ರಾಂತಿಯಾಗಿರುತ್ತದೆ."

ಆದರೆ ಇದರ ಇನ್ನೊಂದು ಮುಖವನ್ನು ಗಮನಿಸಬೇಕು. ಬ್ಲಾಂಕನು ಪ್ರತಿಪಾದಿಸಿದ ರಾಷ್ಟ್ರೀಯ ಅಥವಾ ಸಾಮಾಜಿಕ ಕಾರ್ಯಗಾರಗಳು ವಾಸ್ತವವಾಗಿ ಅವನ ಸಿದ್ಧಾಂತದ ಅಡಿಗಲ್ಲುಗಳಾಗಿದ್ದು ಅವು ಎಂದೂ ಪ್ರಯೋಗಕ್ಕೆ ಒಳಪಡಲೇ ಇಲ್ಲ; ರಾಜಕೀಯ ಗುಂಪುಗಳು ಅವನ್ನು ತಿರಸ್ಕರಿಸಿಬಿಟ್ಟವು.

ಈ. ವೈಜ್ಞಾನಿಕ ಸಮಾಜವಾದ

ಕಾರ್ಲ್‌ಮಾರ್ಕ್ಸ್ (1818–1883): ಆಧುನಿಕ ಸಮಾಜವಾದಕ್ಕೆ ಕಾರ್ಲ್‌ಮಾರ್ಕ್ಸ್‌ನು ಪ್ರತಿಪಾದಿಸಿದ ಸಿದ್ಧಾಂತಗಳು ತಳಹದಿಯಾಗಿದ್ದವು.

ಕಾರ್ಲ್‌ಮಾರ್ಕ್ಸ್‌ನ ಜೀವನ: ಮಾರ್ಕ್ಸ್‌ನು ಟ್ರೆವೆಸ್ ನಗರದಲ್ಲಿ ಪ್ರಭಾವಶಾಲಿ ಬೂರ್ಷ್ವಾ ತಂದೆತಾಯಿಗಳಲ್ಲಿ ಜನಿಸಿದನು. ಅವನಿಗೆ ಒಳ್ಳೆಯ ಶಿಕ್ಷಣ ದೊರೆಯಿತು. ಅವನು ಬಾನ್ ಮತ್ತು ಬರ್ಲಿನ್ ವಿಶ್ವವಿದ್ಯಾನಿಲಯಗಳಲ್ಲಿ ಕಲಿತನು. ಅವನು

ಅಭ್ಯಾಸಕ್ಕಾಗಿ ತನ್ನ ತಂದೆ ಗೊತ್ತುಪಡಿಸಿದ್ದ ಕಾನೂನಿನ ವಿಷಯಕ್ಕಿಂತಲೂ ಇತಿಹಾಸ ಮತ್ತು ತತ್ವಶಾಸ್ತ್ರದಲ್ಲಿ ಹೆಚ್ಚು ಆಸಕ್ತಿ ತೋರಿದನು. ಅವನು ಹೆಗಲ್ಲನ(1770–1831) ಪ್ರಭಾವಕ್ಕೊಳಗಾದನು. ಹೆಗಲ್ಲನು ಆಗ ಜರ್ಮನಿಯ ಪ್ರಮುಖ ತತ್ವಶಾಸ್ತ್ರಜ್ಞನಾಗಿದ್ದನು. ಮಾರ್ಕ್ಸ್‌ನ ತತ್ವಗಳಲ್ಲಿ ಕಂಡುಬರುವ ಉದಾರ ಗುಣಗಳಿಗೆ ಹೆಗಲ್ಲನ ವ್ಯಕ್ತಿ ಸ್ವಾತಂತ್ರ್ಯದ ಸಿದ್ಧಾಂತ ಮುಖ್ಯವಾಗಿ ಕಾರಣವಾಯಿತು. ಮಾರ್ಕ್ಸ್‌ನು 1841ರಲ್ಲಿ ತನ್ನ ಡಾಕ್ಟರ್ ಆಫ್ ಫಿಲೋಸಫಿ ಪದವಿಯನ್ನು ಪಡೆದನು. ಅವನು ಅಧ್ಯಯನ ನಡೆಸಿದ ವಿಷಯ ಪ್ರಾಚೀನ ಗ್ರೀಕ್ ತತ್ವಶಾಸ್ತ್ರಜ್ಞ ಎಪಿಕ್ಯುರಸನು (ಕ್ರಿ.ಪೂ. 341–270) ಭೌತಶಾಸ್ತ್ರದಲ್ಲಿ ಅಣು ಭೌತಿಕವಾದ ಹಾಗೂ ನೀತಿಶಾಸ್ತ್ರದಲ್ಲಿ ಸೌಖ್ಯತಾವಾದ ಕುರಿತು. ಇದನ್ನು ವಿರೋಧಿಗಳು ಹಸಿಹಸಿ ಇಂದ್ರಿಯ ಸುಖವಾದಕ್ಕೆ ಸಂಬಂಧಿಸಿದ್ದೆಂದು ಟೀಕಿಸಿದರು. ಮಾರ್ಕ್ಸ್‌ನು ಮೊದಲಿಗೆ ಬಾನ್‌ನಲ್ಲಿ ನೆಲೆಸಿ ತತ್ವಶಾಸ್ತ್ರದ ಶಿಕ್ಷಕನಾಗಲು ಉದ್ದೇಶಿಸಿದ್ದನು. ಆದರೆ ತರುವಾಯ ಈ ವಿಚಾರವನ್ನು ಕೈಬಿಟ್ಟು ಪ್ರತಿಕೋದ್ಯಮ ಕ್ಷೇತ್ರಕ್ಕೆ ಕಾಲಿಟ್ಟನು. ಅವನು ಜರ್ಮನಿಯಲ್ಲಿ ಪತ್ರಿಕಾ ಸ್ವಾತಂತ್ರ್ಯಬೇಕೆಂಬ ಚಳವಳಿ ಹೂಡಿದನು; ಆದರೆ ಅದರಲ್ಲಿ ಅವನು ಸಫಲನಾಗಲಿಲ್ಲ. 1843ರಲ್ಲಿ ಅವನು ಪ್ಯಾರಿಸ್‌ಗೆ ಹೋಗಿ ಬಹುಶಃ ಮೊದಲಬಾರಿಗೆ ಕಾರ್ಮಿಕರೊದಿಂಗೆ ಬೆರೆತನು. ಅಲ್ಲಿ ಅವನು ಅರ್ಥಶಾಸ್ತ್ರವನ್ನ ಅಭ್ಯಾಸ ಮಾಡಿ ಇತಿಹಾಸದ ಗತಿಯನ್ನು ಸಾಂಪತ್ತಿಕ ಮಾದರಿಯಲ್ಲಿ, ಸಾಮಾಜಿಕ ವಿಕಾಸದ ದೃಷ್ಟಿಯಿಂದ ಅಭ್ಯಾಸ ಮಾಡಿದನು. ಪ್ಯಾರಿಸ್‌ನಲ್ಲಿದ್ದಾಗ ಮಾರ್ಕ್ಸ್‌ನು ಪ್ರೊಧನ್, ಬಕುನಿನ್, ಹೈನೆ ಮತ್ತು ಏಂಗಲ್ಸ್‌ರೊಂದಿಗೆ ನಿಕಟ ಸಂಪರ್ಕ ಪಡೆದಿದ್ದನು. ಫ್ರೆಡ್ರಿಚ್ ಏಂಗಲ್ಸ್‌ನು (1820–1895) ಅವನ ಸ್ನೇಹಿತರಲ್ಲಿ ಬಹು ಮುಖ್ಯವಾಗಿದ್ದನು. ಅವನು ಮಾರ್ಕ್ಸ್‌ನೊಂದಿಗೆ ಜೀವನದುದ್ದಕ್ಕೂ ಸಹ ಕಾರ್ಯಕರ್ತನಾಗಿ ಕೆಲಸ ಮಾಡಿದ್ದಲ್ಲದೆ ಅವನ ಪ್ರಾಣ ಸ್ನೇಹಿತನಾಗಿದ್ದನು. ಅವರಿಬ್ಬರೂ ಯಹೂದಿ ಮೂಲದವರಾಗಿದ್ದುದಲ್ಲದೆ ಆರ್ಥಿಕ ಅಧ್ಯಯನದಲ್ಲಿ ತಲ್ಲೀನರಾಗಿದ್ದರು. ಮಾರ್ಕ್ಸ್‌ನಂತಲ್ಲದೆ ಏಂಗಲ್ಸ್‌ನು ಕಾರ್ಖಾನೆ ವ್ಯವಸ್ಥೆಯಲ್ಲಿ ಕಾರ್ಮಿಕರ ಸ್ಥಿತಿಗತಿಯ ಬಗ್ಗೆ ಹೆಚ್ಚಿನ ತಿಳಿವಳಿಕೆ ಪಡೆದಿದ್ದನು. ಅವನು ಮ್ಯಾಂಚೆಸ್ಟರ್‌ನ ಹತ್ತಿ ಗಿರಣಿಯೊಂದಿಗೆ ಸ್ವಲ್ಪ ಕಾಲ ಸಂಪರ್ಕ ಹೊಂದಿದ್ದನು. ಇವರಿಬ್ಬರು ನಲವತ್ತು ವರ್ಷಗಳ ಕಾಲ ಸಂಶೋಧನೆಯಲ್ಲಿ ಮತ್ತು ಚಳವಳಿಯಲ್ಲಿ ಅವಿಭಜಿತ ಸಹಯೋಗದೊಂದಿಗೆ ಕೂಡಿ ಕೆಲಸ ಮಾಡಿದರು.

ಕಾರ್ಲ್‌ಮಾರ್ಕ್ಸ್

ಮಾರ್ಕ್ಸ್‌ನು ತಾನು ಸಂಪಾದಿಸುತ್ತಿದ್ದ 'ವೋರ್‌ವಾರ್ಟ್ಸ್'ಪತ್ರಿಕೆಯಲ್ಲಿ ಬರೆಯುತ್ತಿದ್ದ ವೈಚಾರಿಕ ಬರವಣಿಗೆಗಳಿಂದಾಗಿ 1845ರಲ್ಲಿ ಪ್ಯಾರಿಸನ್ನು ಬಿಡುವುದು ಅನಿವಾರ್ಯವಾಯಿತು. ಅವನು ಬ್ರಸ್ಸೆಲ್ಸ್‌ನಲ್ಲಿ ನೆಲೆಸಿ ಅಲ್ಲಿ ಮೂರು ವರ್ಷಗಳ ಕಾಲ ಕಳೆದನು. ಅವನು ತನ್ನ ಪ್ರಷ್ಯಾದ ಪೌರತ್ವವನ್ನು ಬಿಟ್ಟುಕೊಟ್ಟನು ಮತ್ತು ಅವನು ಬೇರಾವುದೇ ರಾಷ್ಟ್ರದ ನಾಗರಿಕತ್ವವನ್ನು ಕೋರದ್ದರಿಂದ ಪರದೇಶಿಯಾದನು.

ಏಂಗಲ್ಸ್‌ನು 1845ರಲ್ಲಿ 'ದ ಕಂಡೀಷನ್ ಆಫ್‌ದ ವರ್ಕಿಂಗ್ ಕ್ಲಾಸ್ ಇನ್ ಇಂಗ್ಲೆಂಡ್'ಎಂಬ ಕೃತಿಯನ್ನು ಪ್ರಕಟಿಸಿದನು. ಎರಡು ವರ್ಷಗಳ ತರುವಾಯ ಮಾರ್ಕ್ಸ್‌ನು ಪ್ರೊಧಾನನ ಸಿದ್ಧಾಂತಗಳ ಬಗ್ಗೆ ವಿಮರ್ಶೆ ಮಾಡಿ ಪ್ರಕಟಿಸಿದನು. ಅದರ ತಾತ್ಪರ್ಯವೆಂದರೆ 'ಆಸ್ತಿ ಒಂದು ಚೌರ್ಯ'.

ಕಮ್ಯುನಿಸ್ಟ್ ಮ್ಯಾನಿಫೆಸ್ಟೊ (1848)

1848ರಲ್ಲಿ ಮಾರ್ಕ್ಸ್‌ನು ಏಂಗಲ್ಸ್‌ನ ಸಹಭಾಗಿತ್ವದೊಂದಿಗೆ ಸಿದ್ಧಪಡಿಸಿದ ಒಂದು ಘೋಷಣಾ ಪ್ರಣಾಳಿಕೆಯು ಪ್ರಪಂಚದಾದ್ಯಂತ ಆಸಕ್ತಿಯನ್ನು ಕೆರಳಿಸುವುದಾಗಿತ್ತು. ಅದರಲ್ಲಿ ದುಡಿಮೆಗಾರರ ಕ್ಲಬ್‌ಗಳ ತತ್ವಗಳ ಕುರಿತ ಹೇಳಿಕೆಯು ಅಡಕವಾಗಿದ್ದಿತು. ಅದು ಹೊಸ ಸಮಾಜವಾದದ ತಳಹದಿಯಾಗಿದ್ದಿತು.

ಈ ಜ್ವಲಿತ ದಾಖಲೆಯು ಇತಿಹಾಸದ ಹೊಸ ತತ್ವವನ್ನು, ಕ್ರಾಂತಿಕಾರಿ ಸುಧಾರಣೆಯ ಹೊಸ ಕಾರ್ಯಕ್ರಮವನ್ನು ಮತ್ತು ಅಂತರರಾಷ್ಟ್ರೀಯ ಕಾರ್ಯಶೀಲತೆಗೆ ಹೊಸ ಕರೆಯನ್ನು ಒಳಗೊಂಡಿದ್ದಿತು. ಅದು ಬೂರ್ಷ್ವಾ ವರ್ಗ ಅಂದರೆ ಪಟ್ಟಭದ್ರ ವರ್ಗವು ತನ್ನ ಕೃತ್ಯದಿಂದಾಗಿಯೇ ಪ್ರೊಲೆಟರಿಯೆಟ್ ಅಂದರೆ ದುಡಿಯುವ ವರ್ಗವನ್ನು ಹುಟ್ಟುಹಾಕಿದೆ. ಈ ಎರಡು ವರ್ಗಗಳ ನಡುವಿನ ಹೋರಾಟವೇ ಆಧುನಿಕ ಇತಿಹಾಸ; ಈ ವರ್ಗಪ್ರಜ್ಞೆ ಇರುವ ದುಡಿಯುವ ವರ್ಗವೇ

ಕಮ್ಯೂನಿಸ್ಟರು. (ಮಾರ್ಕ್ಸ್‌ನು ಇವರನ್ನು ಸೋಷಿಯಲಿಸ್ಟ್ ಅಥವಾ ಸಮಾಜವಾದಿಗಳು ಎಂದು ಕರೆಯುವ ಬದಲು ಕಮ್ಯೂನಿಷ್ಟರು ಎಂದು ಕರೆದ. ಕಾರಣ ಅವನಿಗೆ ಸಮಾಜವಾದಿಗಳ ಯುಥೋಪಿಯನ್ ಅಥವಾ ಕಾಲ್ಪನಿಕ ಸಮಾಜದ ಬಗ್ಗೆ ನಂಬಿಕೆ ಇರಲಿಲ್ಲ.) ಈ ಕಮ್ಯೂನಿಸ್ಟರಿಗೆ "ಹಿಂಸಾತ್ಮಕ ಕ್ರಮದಿಂದ ಇಡೀ ಪ್ರಪಂಚದ ಸಾಮಾಜಿಕ ವ್ಯವಸ್ಥೆಯನ್ನು ಅಳಿಸಿಹಾಕುವವರೆಗೆ ನೆಮ್ಮದಿ ಇಲ್ಲವೆಂದು ಸಾರಿದ. ಅನೇಕ ಉಪಯುಕ್ತವಾದ ಮತ್ತು ವ್ಯಾಪಕವಾಗಿ ಅಂಗೀಕಾರ ಪಡೆದ ಕೂಡಲೇ ಜಾರಿಗೆ ತರಬೇಕಾದ ಸುಧಾರಣೆಗಳನ್ನು 'ಮ್ಯಾನಿಫೆಸ್ಟೊ' ಅಥವಾ ಘೋಷಣಾ ಪ್ರಣಾಳಿಕೆಯಲ್ಲಿ ಸೇರಿಸಿದ. ಈ ಘೋಷಣೆಯ ಮುಖ್ಯಾಂಶಗಳೆಂದರೆ ಅನುವಂಶಿಕ ಹಕ್ಕುಗಳನ್ನು ಮತ್ತು ಖಾಸಗಿ ಆಸ್ತಿಯನ್ನು ರದ್ದುಪಡಿಸುವುದು. ರಾಜ್ಯದ ಸಮಗ್ರ ನಿಯಂತ್ರಣಕ್ಕೆ ಬಂಡವಾಳ ಹೂಡಿಕೆ ಮತ್ತು ಸಾಲ ನೀಡಿಕೆ ಇತ್ಯಾದಿ ಆರ್ಥಿಕ ಚಟುವಟಿಕೆಗಳನ್ನು ಅಧೀನಪಡಿಸುವುದು. ಕಾರ್ಖಾನೆಗಳು, ವ್ಯವಸಾಯ ಜಮೀನು ಇವೆಲ್ಲವನ್ನೂ ಸರ್ಕಾರದ ಒಡೆತನದಲ್ಲಿ ನಡೆಸುವುದು. ದುಡಿಮೆಯನ್ನು ಕಡ್ಡಾಯಗೊಳಿಸುವುದು, ಶ್ರಮಿಕರ ಸೈನ್ಯಕಟ್ಟುವುದು. ಮಕ್ಕಳ ಶಿಕ್ಷಣದಿಂದ ಹಿಡಿದು ಎಲ್ಲ ಕ್ಷೇಮಾಭಿವೃದ್ಧಿ ಕಾರ್ಯಗಳು ಸರ್ಕಾರದ ಮಾರ್ಗದರ್ಶನದಲ್ಲಿ ನಡೆಯತಕ್ಕದ್ದು. ಭಾವಿ ಸಮಾಜದ ವಿಂಗಡಣೆಯು ಧರ್ಮ ಅಥವಾ ರಾಷ್ಟ್ರೀಯತೆಯನ್ನು ಆಧರಿಸದೆ ಕೇವಲ ವರ್ಗವನ್ನು ಆಧರಿಸುವುದು. ಈ ಪ್ರಣಾಳಿಕೆಯು ನೇರ ಮಾತುಗಳಲ್ಲಿ ಜರ್ಮನ್ ಮಾಲೀಕರಿಗೂ ಜರ್ಮನ್ ಕಾರ್ಮಿಕರಿಗೂ ಯಾವ ಸಂಬಂಧವೂ ಇಲ್ಲ, ಸಂಬಂಧವಿರುವುದು ವಿಶ್ವ ಕಾರ್ಮಿಕರ ನಡುವೆ ಎಂದು ಸಾರಿತು. ಅದು ಯಾವ ಬಂಡವಾಳಶಾಹಿಗಳಿಂದ ಶೋಷಿತರಾಗುತ್ತಿದ್ದಾರೋ ಅವರನ್ನು ಕೊನೆಗಾಣಿಸುವುದೇ ಕಾರ್ಮಿಕ ಸಂಘಟನೆಯ ಗುರಿ ಎಂದು ಸ್ಪಷ್ಟಪಡಿಸಿತು. ಈ ಮ್ಯಾನಿಫೆಸ್ಟೊ ಅಥವಾ ಪ್ರಣಾಳಿಕೆ ಈ ಮುಂದಿನ ಮಾತುಗಳಿಂದ ಕೊನೆಗೊಳ್ಳುತ್ತದೆ.

"ಕಮ್ಯೂನಿಸ್ಟ್ ಕ್ರಾಂತಿಯ ಎದುರು ಆಳುವ ವರ್ಗಗಳು ಮಣಿಯಲಿ. ಪ್ರೊಲಿಟೆರೇನಿಯನ್ನರು ತಮ್ಮ ಕೋಳಗಳನ್ನಲ್ಲದೆ ಇನ್ನೇನನ್ನೂ ಕಳೆದುಕೊಳ್ಳಲಾರರು. ಅವರ ಎದುರಿಗೆ ಜಯಿಸಲು ಇಡೀ ಪ್ರಪಂಚವಿದೆ. ಎಲ್ಲ ದೇಶಗಳ ಪ್ರೊಲೇಟೇರಿಯನ್ನರು ಒಂದಾಗಿ"

'ಕಮ್ಯೂನಿಸ್ಟ್ ಮ್ಯಾನಿಫೆಸ್ಟೊ' ಕುರಿತ ಟೀಕೆಗಳು

ಫ್ರಾನ್ಸ್‌ನಲ್ಲಿ ಕ್ರಾಂತಿ ನಡೆದ ತಿಂಗಳಾದ 1848ರ ಫೆಬ್ರವರಿಯಂದೆ ಲಂಡನ್‌ನಲ್ಲಿ 'ಮ್ಯಾನಿಫೆಸ್ಟೊ' ಮೊದಲಿಗೆ ಕಾಣಿಸಿಕೊಂಡಿತು. ಆ ಕ್ರಾಂತಿ ಘಟಿಸಲು ಅದರ ಯಾವುದೇ ಪಾತ್ರವಿರಲಿಲ್ಲ ಮತ್ತು ಆಗ ಅದನ್ನು ಓದಿದ್ದವರೂ ಕಮ್ಮಿ. ಆದರೆ ಮುಂದಿನ ಎರಡು ದಶಕಗಳಲ್ಲಿ ಅದು ಯೂರೋಪಿನಲ್ಲಿ ಪ್ರಸಾರವಾಗಿ ಜರ್ಮನಿ ಒಂದರಲ್ಲೇ ಹನ್ನೆರಡು ಆವೃತ್ತಿಗಳು ಕಾಣಿಸಿಕೊಂಡವು. 'ಮ್ಯಾನಿಫೆಸ್ಟೊ' ಮಧ್ಯಮವರ್ಗವು ಐತಿಹಾಸಿಕವಾಗಿ ಕ್ರಮೇಣ ಮೇಲೇರಿದ್ದನ್ನು ಚಿತ್ರಿಸಲು ಪ್ರಯತ್ನಿಸುತ್ತಾ ವರ್ಗ ಎನ್ನುವುದು ಅನೇಕ ಬಾರಿ ಉತ್ಪ್ರೇಕ್ಷಿಸಲಾಗಿರುವ ವಿಷಯವೆಂದು ಸೂಚಿಸಿತು. ಅದೇ ವೇಳೆಗೆ ಅದು ಕಾರ್ಮಿಕರಿಗೆ ಸಮಾಜವಾದವು ಸೂಕ್ತವೇದಿಕೆಯಾಗಿದ್ದು, ಆ ಸಂಸ್ಥೆಯಡಿ ಅವರು ಸಂಘಟಿತರಾಗಬೇಕೆಂದು ಕರೆಕೊಟ್ಟಿತು. ಈ ಮ್ಯಾನಿಫೆಸ್ಟೊ ಅಥವಾ ಪ್ರಣಾಳಿಕೆ ಮೊದಲಬಾರಿಗೆ ಸಾಮಾಜಿಕ ಕ್ರಾಂತಿಯ ಪೂರ್ಣ ಸಿದ್ಧಾಂತವನ್ನು ನಿರೂಪಿಸಿದ್ದಲ್ಲದೆ ಸಾಮಾಜಿಕ ಕ್ರಾಂತಿಯ ವ್ಯೂಹ ರಚನೆಯನ್ನು ಸೂಚಿಸಿತು. ಹೆರಾಲ್ಡ್ ಲಾಸ್ಕಿಯ ಮಾತಿನಲ್ಲಿ ಹೇಳಬೇಕೆಂದರೆ 'ಮ್ಯಾನಿಫೆಸ್ಟೊ' ಅನ್ಯಾಯದ ವಿರುದ್ಧದ ಕೇವಲ ಹುಂಬ ಪ್ರತಿಭಟನೆಗಿಂತ ಮಿಗಿಲಾಗಿ ಕ್ರಿಯೆಗೆ ಒಂದು ನಿರ್ದೇಶನ ಮತ್ತು ತಾತ್ವಿಕ ನೆಲೆ ಒದಗಿಸಿತು.

'ಮ್ಯಾನಿಫೆಸ್ಟೊ' ಬೋಧಿಸಿದ ತತ್ವವು ಒಂದು ಶತಮಾನದ ತರುವಾಯ ಬಹುತೇಕ ಅರ್ಧಭಾಗ ಮಾನವಕೋಟಿಗೆ ಅಧಿಕೃತ ರಾಜಕೀಯ ಪಥವಾಗಿ ಪರಿಣಮಿಸಿತು. ಅದು ಆಧುನಿಕ ಇತಿಹಾಸದ ಅತ್ಯಂತ ಪ್ರಮುಖ ದಾಖಲೆಗಳಲ್ಲೊಂದು.

'ದಾಸ್ ಕ್ಯಾಪಿಟಲ್'ನ ಮೊದಲ ಸಂಪುಟ (1867)

1848ರಲ್ಲಿ ಯೂರೋಪಿನಲ್ಲಿ ಎರಡು ಮುಖ್ಯ ಆದರ್ಶಗಳಾದ ರಾಷ್ಟ್ರೀಯವಾದ ಮತ್ತು ವ್ಯಕ್ತಿ ಸ್ವಾತಂತ್ರ್ಯದ ಚಳುವಳಿಗಳು ಭುಗಿಲೆದ್ದವು. ಆಗ ಮಾರ್ಕ್ಸ್‌ನು ಈಗ ಪ್ರೊಲೆಟರಿಯೆಟ್ ವರ್ಗ ಒಂದುಗೂಡುತ್ತದೆ ಎಂಬ ಆಶಾ ಭಾವನೆಯಿಂದಿದ್ದನು. ಆತ ತಾನೇ ಜರ್ಮನಿಯಲ್ಲಿ ಚಳವಳಿಯ ಮುಂದಾಳತ್ವ ವಹಿಸಿದನು. ಆದರೆ ಅವನು ಬೇಗ ಭ್ರಮನಿರಸನಾಗಬೇಕಾಯಿತು. ಪ್ರಷ್ಯ ಸರ್ಕಾರ ಅವನನ್ನು ದೇಶದಿಂದ ಹೊರದೂಡಿತು. 1849 ರಿಂದ 1883ರವರೆಗೆ ಅವನು ಲಂಡನ್‌ನಲ್ಲಿ ವಾಸವಾಗಿದ್ದನು. ಅಲ್ಲಿನ ಬಂಡವಾಳಶಾಹಿ ಸರ್ಕಾರದಿಂದ ಅವನಿಗೆ ಕಿರುಕುಳ ಉಂಟಾಗಲಿಲ್ಲ.

ಅವನು ಲಂಡನ್‌ನಲ್ಲಿದ್ದಾಗ ಅನಾರೋಗ್ಯಕ್ಕೊಳಗಾದರೂ ಅವರ ಉತ್ಸಾಹ ಕುಂದಲಿಲ್ಲ. ಅವನು ಸರಳವಾಗಿ ಬದುಕುತ್ತಾ ಅನೇಕ ವೇಳೆ ಹಣಕಾಸಿನ ಸಂಕಷ್ಟಗಳಿಗೆ ಸಿಲುಕಿದರೂ ಹಗಲು ರಾತ್ರಿ ಅವನು ಅತ್ಯಂತ ಸೂಕ್ಷ್ಮವಾದ ಐತಿಹಾಸಿಕ, ಆರ್ಥಿಕ ಮತ್ತು ತಾತ್ವಿಕ ಸಂಶೋಧನೆಗಳಲ್ಲಿ ತೊಡಗಿದನು. ಅವನ ಸಂಶೋಧನೆಯ ಫಲವಾಗಿ 'ಕ್ರಿಟಿಸಿಸಮ್

ಆಫ್ ಪೊಲಿಟಿಕಲ್ ಎಕಾನಮಿ' (ರಾಜಕೀಯ ಆರ್ಥಿಕತೆಯ ಬಗ್ಗೆ ವಿವೇಚನೆ) ಎಂಬ ಕೃತಿ 1859ರಲ್ಲಿ ಹೊರಬಂದಿತು. ಅವನ ಅತ್ಯಂತ ಪ್ರಸಿದ್ಧ ಮಹಾಕೃತಿ 'ದಾಸ್ ಕ್ಯಾಪಿಟಲ್' 1867ರಲ್ಲಿ ಪ್ರಕಟವಾಯಿತು. ಮಾರ್ಕ್ಸ್‌ನ ನಿಧನಾನಂತರ ಏಂಗಲ್ಸ್‌ನು ಆತನು ಬಿಟ್ಟಿದ್ದ ಹಸ್ತಪ್ರತಿಗಳನ್ನೆಲ್ಲ ಕ್ರೋಡೀಕರಿಸಿ 1883ರಲ್ಲಿ ಅದರ ಇನ್ನೂ ಎರಡು ಸಂಪುಟಗಳನ್ನು ಪ್ರಕಟಿಸಿದನು.

'ದಾಸ್ ಕ್ಯಾಪಿಟಲ್' ಬಗ್ಗೆ ಒಂದು ವಿವೇಚನೆ

ಪ್ರಸ್ತುತ ಆರ್ಥಿಕ ವ್ಯವಸ್ಥೆಯನ್ನು ಕಟುವಾಗಿ ಟೀಕಿಸಲಾದ ಈ ಅವಿಸ್ಮರಣೀಯ ಕೃತಿಯು ಪ್ರಪಂಚದಾದ್ಯಂತ ಸಮಾಜವಾದಿಗಳ ಬೈಬಲ್ ಆಗಿ ಪರಿಣಮಿಸಿತು. ಬೈಬಲ್‌ನಂತೆಯೇ ಅದು ಟೀಕಾಕಾರರ ಮತ್ತು ವ್ಯಾಖ್ಯಾನಕಾರರ ಹಾಗೂ ಆರಾಧಕರ ಮತ್ತು ಭಂಜಕರ ಅಕ್ಷೋಹಿಣಿ ಸಮೂಹವನ್ನೇ ಗಳಿಸಿತು. ಅದು ಅಪರಿಮಿತ ಹೊಗಳಿಕೆಗೆ ಪಾತ್ರವಾದಂತೆಯೇ ತೀವ್ರತರವಾದ ಉಗ್ರ ಟೀಕೆಗೂ ಒಳಗಾಯಿತು. ಅದು ಪ್ರಕಟವಾದ ಮೂವತ್ತು ವರ್ಷಗಳಲ್ಲಿ ಅನೇಕ ಸಮರ್ಥ ಸಮಾಜವಾದಿಗಳೇ ಅದನ್ನು ಅಸಮಗ್ರವಾದ ಮತ್ತು ಪಕ್ಷಪಾತದಿಂದ ಕೂಡಿದ ಸಂಶೋಧನೆಗಳನ್ನು ಆಧರಿಸಿದ ದೋಷಪೂರ್ಣವಾದ ಮತ್ತು ಅಸಮರ್ಥನೀಯವಾದ ನಿರೂಪಣೆ ಎಂದು ನಿಂದಿಸಿದರು. ಅದು ಅತ್ಯಂತ ವಿವಾದಾಸ್ಪದ ಗ್ರಂಥವಾಗಿ ಪರಿಣಮಿಸಿ ಅದರ ಕುರಿತ ಚರ್ಚೆ ಮತ್ತು ವಿಮರ್ಶೆಗಳು ಅವಿರತವಾಗಿ ಸಾಗಿದವು. ಆ ಗ್ರಂಥದಲ್ಲಿ ಹಿಂದಿನ ರಾಜಕೀಯ ಆರ್ಥಿಕ ವಿಜ್ಞಾನವನ್ನು ಬರೆದದ್ದೆಂದು ಕರೆದದ್ದಲ್ಲದೆ ಐಸಾಕ್ ನ್ಯೂಟನ್ನನ ಭೌತಶಾಸ್ತ್ರದಂತೆ, ಚಾರ್ಲ್ಸ್ ಡಾರ್ವಿನ್ನನ ಜೀವಶಾಸ್ತ್ರದಂತೆ ಶುದ್ಧವಾದ ವೈಜ್ಞಾನಿಕ ರಾಜಕೀಯ ಆರ್ಥಿಕತೆಯನ್ನು ಇಲ್ಲಿ ಒದಗಿಸಿರುವುದಾಗಿ ಹೇಳಿಕೊಳ್ಳಲಾಯಿತು. ಈ ಕೃತಿ ಅರ್ಥಶಾಸ್ತ್ರ ಮತ್ತು ಇತಿಹಾಸದ ಅಂತಿಮ ಸತ್ಯಗಳನ್ನು ಹೊರಗೆಡವಿದ್ದಕ್ಕಿಂತ ಹೆಚ್ಚಾಗಿ ಇತಿಹಾಸದಲ್ಲಿಯೇ ಅತ್ಯಂತ ಪ್ರಚಾರ ಪಡೆದ ಕೆಲವೇ ಗ್ರಂಥಗಳ ಸಾಲಿಗೆ ಸೇರಿತು.

ಮಾರ್ಕ್ಸ್‌ನ ಸಮಾಜವಾದದ ಮೂಲಭೂತ ತತ್ವಗಳು

i. ಇತಿಹಾಸದ ಆರ್ಥಿಕ ಅಥವಾ ಸಾಂಪತ್ತಿಕ ವ್ಯಾಖ್ಯಾನ: ಮಾರ್ಕ್ಸ್‌ನು ತಾನು ಪ್ರತಿಪಾದಿಸಿದ ಸಮಾಜವಾದವು ವೈಜ್ಞಾನಿಕವಾಗಿದ್ದು ಅದು ಕೆಲವು ಸ್ಥಿರವಾದ ನಿಯಮಗಳಿಂದ ಕೂಡಿದೆ ಎಂದು ಹೇಳಿಕೊಂಡನು. ಅವನು ತನ್ನ ಹಿಂದಿನ ಸಿದ್ಧಾಂತಕಾರರು ಪ್ರತಿಪಾದಿಸಿರುವ ಸಮಾಜವಾದಿ ತತ್ವಗಳು ಕೇವಲ ಕಾಲ್ಪನಿಕವೆಂದು ಅವುಗಳನ್ನು ನಿರಾಕರಿಸಿದನು. ಮಾರ್ಕ್ಸ್‌ನ ಪ್ರಕಾರ "ಭಾವೀ ರಾಜ್ಯವು ಒಬ್ಬ ವ್ಯಕ್ತಿ ಎಷ್ಟೇ ಸಮರ್ಥವಾದ ಬೌದ್ಧಿಕ ಪ್ರತಿಭೆಯನ್ನು ಅಥವಾ ದೂರದೃಷ್ಟಿಯನ್ನು ಹೊಂದಿದ್ದರೂ ಅದು ಆತನ ಸೃಷ್ಟಿಯಾಗಲು ಸಾಧ್ಯವಿಲ್ಲ. ಅದು ನೀವು ಸಾಕಷ್ಟು ಪ್ರತಿಭೆಯಿಂದ ಸೃಷ್ಟಿಸಬಹುದಾದ ಮಹಾಕಾವ್ಯವಾಗಲಿ ಅಥವಾ ಕಲಾ ಕೃತಿಯಾಗಲಿ ಅಲ್ಲ. ಸಮಾಜವಾದಿ ರಾಜ್ಯವು ಯಾವುದೇ ಘನತೆವೆತ್ತ ಸುಧಾರಕನ ಕೊಡುಗೆಯಾಗಲು ಸಾಧ್ಯವಿಲ್ಲ. ಭವಿಷ್ಯವನ್ನು ಭೂತಕಾಲ ನಿರ್ಧರಿಸುತ್ತದೆ. ಅದು ಪ್ರಪಂಚದಲ್ಲಿ ಕಾರ್ಯನಿರತವಾಗಿರುವ ಕೆಲವು ಶಕ್ತಿಗಳ ಅನಿವಾರ್ಯ ಪರಿಣಾಮ. ಆರ್ಥಿಕ ಪ್ರವೃತ್ತಿಯ ಪರಿಣಾಮಗಳು ಗುರುತ್ವಾಕರ್ಷಣೆಯ ನಿಯಮದಷ್ಟೇ ಅನುಲ್ಲಂಘನೀಯವಾಗಿವೆ. ಈ ಪ್ರವೃತ್ತಿಗಳು ನಿರ್ದಯವಾಗಿ ಘಟನಾವಳಿಗಳ ಗತಿಯನ್ನು ನಿರ್ಣಯಿಸುತ್ತವೆ. ಹವ್ಯಾಸಿಗಳು ರೂಪಿಸುವ ಆರ್ಥಿಕ ಮತ್ತು ಸಾಮಾಜಿಕ ಪುನರ್ ಸಂಘಟನೆ ಮಕ್ಕಳು ಸೋಪಿನಿಂದ ರೂಪಿಸುವ ಗುಳ್ಳೆಗಳಿಗಿಂತ ಮಿಗಿಲಾದವಲ್ಲ. ಏಕೆಂದರೆ ಈ ತತ್ವಗಳು ಸಹ ಸೋಪಿನ ಗುಳ್ಳೆಗಳಂತೆ ಬಹು ಸುಂದರವಾಗಿ ಕಂಡರೂ ಒಳಗೆ ಟೊಳ್ಳಾಗಿದ್ದು ಏನೂ ಸತ್ವ ಪಡೆದಿರುವುದಿಲ್ಲ. ಗಂಭೀರವಾಗಿ ಯೋಚಿಸುವ ಮನುಷ್ಯನಿಗೆ ಮೊದಲು ಎದುರಾಗುವ ಸಮಸ್ಯೆಯೆಂದರೆ ಪ್ರಪಂಚದ ಭಾವೀ ವ್ಯವಸ್ಥೆಯನ್ನು ವಿಶದೀಕರಿಸುವುದಾಗಿರದೆ ಇಂದು ಜನರಲ್ಲಿ ಒಂದು ಭಾವಿ ಪ್ರಪಂಚದ ಭಾವೀ ವ್ಯವಸ್ಥೆಯನ್ನು ಸೃಷ್ಟಿಸುವ ಸಲುವಾಗಿ ನಿರತವಾಗಿರುವ ಶಕ್ತಿಗಳನ್ನು–ಅವು ಅವನಿಗೆ ಇಷ್ಟವಾಗಿರಲಿ, ಇಲ್ಲದಿರಲಿ ಅಧ್ಯಯನ ಮಾಡುವುದು ಮಾತ್ರ ಸಂಶೋಧಕನ ಕಾರ್ಯ. ಸರ್ವಪರಿಹಾರೋಪಾಯವನ್ನು ಕಂಡು ಹಿಡಿಯುವುದಲ್ಲ. ನಿಯಮಗಳನ್ನು ಪತ್ತೆ ಮಾಡುವುದು ಮಾತ್ರ. ಈ ನಿಯಮಗಳು ಇತಿಹಾಸದ ಅಧ್ಯಯನದಲ್ಲಿ ಕಂಡುಬರುತ್ತವೆ ಎಂದು ಮಾರ್ಕ್ಸ್‌ನು ನಂಬಿದ್ದನು. ಮಾರ್ಕ್ಸ್‌ನ ಸಮಾಜವಾದವು ಹಿಂದಿನ ಎಲ್ಲ ಸಮಾಜವಾದಿ ಸಿದ್ಧಾಂತಗಳಿಗಿಂತ ಮೂಲಭೂತವಾಗಿ ಭಿನ್ನವಾಗಿತ್ತು. ಏಂಗಲ್ಸ್ ಹೇಳುವಂತೆ ಅದು ಇತಿಹಾಸದ ಆರ್ಥಿಕ ವ್ಯಾಖ್ಯಾನವನ್ನೊಳಗೊಂಡ ಒಂದೇ "ಮೂಲಭೂತ ಪ್ರಮೇಯ"ವನ್ನು ಹೊಂದಿದ್ದಿತು. ಬೇರೆ ಮಾತಿನಲ್ಲಿ ಹೇಳುವುದಾದರೆ ಮಾರ್ಕ್ಸ್‌ನು ಆರ್ಥಿಕ ಪರಿಸ್ಥಿತಿಗಳೇ ಇಡೀ ಇತಿಹಾಸದ ಗತಿಯನ್ನು ನಿರ್ಧರಿಸುತ್ತವೆ ಮತ್ತು ಇತಿಹಾಸವು ಆರ್ಥಿಕ ಪರಿಸ್ಥಿತಿಗಳ ಹಾಗೂ ಸಂಸ್ಥೆಗಳ ಮತ್ತು ವಿಚಾರಗಳ ದಾಖಲೆಯಾಗಿದೆ ಎಂದು ಸದೃಢವಾಗಿ ನಂಬಿದ್ದನು. ಉತ್ಪಾದನೆ ಮತ್ತು ವಿತರಣೆಗಳ ವಿಧಾನಗಳು ಆರ್ಥಿಕ ಜೀವನದ ಅಂಗವಾಗಿ ಪರಿಣಮಿಸಿರುವುದಲ್ಲದೆ ಜೀವನದ ಪ್ರತಿಯೊಂದು ಭಾಗವನ್ನು ನಿರ್ಣಯಿಸುವವೇ ಅವೆಂದು ಅವನು ಪ್ರತಿಪಾದಿಸಿದನು. "ನಮ್ಮ ರಾಜಕೀಯ ಸಂಸ್ಥೆಗಳು, ನಮ್ಮ ಧಾರ್ಮಿಕ ಪರಿಕಲ್ಪನೆಗಳು ಮತ್ತು ಭಾವಾವೇಶಗಳು, ನಮ್ಮ ವಿಜ್ಞಾನಗಳು, ನಮ್ಮ

ಕಾನೂನು ಸಂಸ್ಥೆಗಳು, ನಮ್ಮ ನೀತಿಶಾಸ್ತ್ರ, ನಮ್ಮ ತತ್ವಶಾಸ್ತ್ರಗಳು ಮತ್ತು ಸಾಹಿತ್ಯ ಇವೆಲ್ಲ ಪ್ರಸ್ತುತ ಆರ್ಥಿಕ ಪ್ರಕ್ರಿಯೆಗಳಿಂದ ಪ್ರೇರೇಪಿತವಾಗಿವೆ, ರೂಪುಗೊಂಡಿವೆ ಮತ್ತು ವಿನ್ಯಾಸಗೊಂಡಿವೆ ಹಾಗೂ ವಿವರಿಸಲ್ಪಟ್ಟಿವೆ." ಇದು ಇತಿಹಾಸದ ಪ್ರಸಿದ್ಧ ಆರ್ಥಿಕ ಮತು ಸಾಂಪತ್ತಿಕ ವ್ಯಾಖ್ಯಾನ ಹಾಗೂ ಅದು ಮಾರ್ಕ್ಸ್‌ನ ಸಮಾಜವಾದದ ಮುಖ್ಯ ತಿರುಳು.

ii. **ವರ್ಗ ಸಂಘರ್ಷ** : ವರ್ಗ ಸಂಘರ್ಷ ಮಾರ್ಕ್ಸ್‌ನ ಸಮಾಜವಾದದ ಅವಿಭಾಜ್ಯ ಅಂಗ. ಅವನ ಪ್ರಕಾರ "ಇದುವರೆಗೆ ಅಸ್ತಿತ್ವದಲ್ಲಿರುವ ಎಲ್ಲ ಸಮಾಜಗಳ ಇತಿಹಾಸವು ವರ್ಗ ಹೋರಾಟಗಳ ಇತಿಹಾಸ. ಸ್ವತಂತ್ರ ವ್ಯಕ್ತಿ ಮತ್ತು ಗುಲಾಮ; ಕುಲೀನ ಮತ್ತು ಪಾಮರ; ಒಡೆಯ ಮತ್ತು ಆಳು, ಬಂಡವಾಳಸ್ಥ ಮತ್ತು ಕಾರ್ಮಿಕ ಹೀಗೆ ಒಂದೇ ಮಾತಿನಲ್ಲಿ ಹೇಳುವುದಾದರೆ ಶೋಷಕ ಮತ್ತು ಶೋಷಿತ–ಇವರು ನಿರಂತರವಾಗಿ ಪರಸ್ಪರ ವಿರೋಧಿ ನೆಲೆಯಲ್ಲಿ ನಿಂತಿದ್ದಾರೆ ಹಾಗೂ ಅವಿರತವಾಗಿ ಹೋರಾಡುತ್ತಿದ್ದಾರೆ. ಈ ಹೋರಾಟ ಒಮ್ಮೆ ಪ್ರಕಟವಾದರೆ ಇನ್ನೊಮ್ಮೆ ಗುಪ್ತವಾಗಿರುತ್ತದೆ ಮತ್ತು ಅದು ಸಮಾಜವನ್ನು ಒಟ್ಟಾರೆ ಪುನರ್ ರಚಿಸುತ್ತದೆ ಇಲ್ಲವೇ ಹೋರಾಡುವ ವರ್ಗಗಳನ್ನು ಒಟ್ಟಾರೆ ಪುನರ್‌ರಚಿಸುತ್ತದೆ ಇಲ್ಲವೆ ಹೋರಾಡುವ ವರ್ಗಗಳನ್ನು ಒಟ್ಟಾರೆ ನಾಶಪಡಿಸುತ್ತದೆ." ಇತಿಹಾಸ ಈ ವರ್ಗಗಳ ಹತಾಶವಾದ ಮತ್ತು ವಿನಾಶಕಾರಿಯಾದ ಹೋರಾಟದ ಪ್ರಗತಿಪರ ದಾಖಲೆಯಾಗಿರುತ್ತದೆ.

ಮಾರ್ಕ್ಸ್‌ನ ತತ್ವ ಮುಖ್ಯವಾಗಿ ಮಾನವ ಪ್ರಗತಿಗೆ ಸಂಬಂಧಿಸಿದಂತೆ ಹೆಗಲ್‌ನ ತತ್ವಶಾಸ್ತ್ರವನ್ನು ಅವಲಂಬಿಸಿದ್ದಿತು. ಆದರೆ ಗತಕಾಲದ, ವರ್ತಮಾನ ಕಾಲದ ಮತ್ತು ಭವಿಷ್ಯದ ಮಾನವ ಕುಲವನ್ನು ತಾರ್ಕಿಕವಾದ ಮತ್ತು ಅಗತ್ಯವಾದ ಅನುಕ್ರಮದಲ್ಲಿರಿಸಿ ಮುಖ್ಯವಾದ ವಿವರಗಳಲ್ಲಿ ಅವನು ಹೆಗಲ್‌ಗಿಂತ ಭಿನ್ನವಾಗಿದ್ದನು. ಮೂಲ ಸಮಾಜವು ಸಮತಾ ಸಮುದಾಯವಾಗಿದ್ದು ಅದು ಊಳಿಗಮಾನ್ಯ ಸಮಾಜವಾಗಿ ಪರಿವರ್ತಿತವಾಯಿತು; ಈ ಊಳಿಗಮಾನ್ಯ ಸಮಾಜವು ಬೂರ್ಷ್ವಾ ಬಂಡವಾಳಶಾಹಿ ಸಮಾಜದ ರೂಪಪಡೆಯಿತು; ಈಗ ಬೂರ್ಷ್ವಾ ಸಮಾಜವನ್ನು ಪ್ರೊಲೆಟರಿಯೆಟ್ ಸಮಾಜವಾಗಿ ಪರಿವರ್ತಿಸಬೇಕಾಗಿದೆ ಎಂಬುದು ಮಾರ್ಕ್ಸ್‌ನ ದೃಷ್ಟಿ. ಇಡೀ ಇತಿಹಾಸವೇ ಜೀವನದ ಸಾಂಪತ್ತಿಕ ಸರಕುಗಳಿಗಾಗಿ ನಡೆದ ವರ್ಗ ಹೋರಾಟದ ಕಥೆ, ವರ್ಗ ದ್ವೇಷ, ವರ್ಗ ಯುದ್ಧ–ಇವು ಬದಲಾವಣೆಯ ಮೂಲ ನಿಯಮಗಳು. ಇದರಿಂದ ಬಂಡವಾಳಶಾಹಿಗಳ ಸರ್ವಾಧಿಕಾರದ ಸ್ಥಾನದಲ್ಲಿ ಪ್ರೊಲೆಟರಿಯೆಟ್‌ಗಳ ಅಂದರೆ ದುಡಿಮೆಗಾರರ ಸರ್ವಾಧಿಕಾರ ಬರುತ್ತದೆ ಹಾಗೂ ಈ ಬದಲಾವಣೆ ವರ್ಗರಹಿತ ಸಮಾಜ ರಚನೆಗೆ ಕಾರಣವಾಗುತ್ತದೆ; ಇದು ಬಹು ಕಾಲದಿಂದಲೂ ಸಾಂಪತ್ತಿಕ ವಸ್ತುಗಳಿಗಾಗಿ ನಡೆಯುತ್ತಿರುವ ಕ್ರೂರ ಕಚ್ಚಾಟಕ್ಕೆ ಅಂತಿಮ ತೆರೆ ಎಳೆಯುತ್ತದೆ.

iii. **ಅನಿವಾರ್ಯ ಸಾಮಾಜಿಕ ಕ್ರಾಂತಿ:** ಮಾರ್ಕ್ಸ್ ಪ್ರಕಾರ ಬಂಡವಾಳಶಾಹಿಯು ತನ್ನಲ್ಲಿಯೇ ತನ್ನ ನಾಶದ ಬೀಜಗಳನ್ನು ಹೊಂದಿದೆ. ಮಾರ್ಕ್ಸ್ ಈ ನಾಶ ಹೇಗೆ ಬರುತ್ತದೆ ಎಂಬುದನ್ನು ಈ ಮುಂದಿನಂತೆ ವಿವರಿಸುತ್ತಾನೆ; ಬಂಡವಾಳಶಾಹಿ ಪದ್ಧತಿ ಮೂಲೋತ್ಪಾಟನೆಗೊಳ್ಳುವುದು ಪೂರ್ವ ನಿಶ್ಚಿತವಾದುದು; ವ್ಯವಹಾರ ಹೆಚ್ಚಿದಂತೆಲ್ಲ ಬಂಡವಾಳಶಾಹಿಗಳು ಕಡಿಮೆ ಇರುತ್ತಾರೆ; ಬಡತನ ಮತ್ತು ದಬ್ಬಾಳಿಕೆಗೊಳಗಾದ ಜನರ ಸಮೂಹ ಬೆಳೆಯುತ್ತಾ ಹೋಗುತ್ತದೆ; ಇದರಿಂದಾಗಿ ಅಷ್ಟೇ ಪ್ರಮಾಣದಲ್ಲಿ ನೈತಿಕ ಕುಸಿತ ಮತ್ತು ಶೋಷಣೆ ಹೆಚ್ಚುತ್ತದೆ. ಅಂತಿಮವಾಗಿ ತನ್ನ ಹೊರೆಗಳಿಂದಾಗಿ ಈ ವ್ಯವಸ್ಥೆ ನಶಿಸುತ್ತದೆ.

ಈ ಬಂಡವಾಳಶಾಹಿ ಉತ್ಪಾದಕ ಪದ್ಧತಿಯೇ ಕಾರ್ಮಿಕ ವರ್ಗ ಹೆಚ್ಚಿ ಅದು ಅಭಿವೃದ್ಧಿಗೊಂಡು ಏಕೀಕೃತವಾಗಿ ಸಂಘಟಿತವಾಗಲು ಕಾರಣವಾಗುತ್ತದೆ. ಬಂಡವಾಳಶಾಹಿ ವರ್ಗವು ತನ್ನ ಏಕಸ್ವಾಮ್ಯ ಮತ್ತು ವಿಲಾಸ ಜೀವನದಿಂದ ಕಾರ್ಮಿಕರ ಸಹನೆಯನ್ನು ಕೆರಳಿಸಿ ಅವರ ದ್ವೇಷ ಆಸ್ಫೋಟಗೊಳ್ಳುತ್ತದೆ. ಆಗ ಅನಿವಾರ್ಯವಾದುದು ಘಟಿಸುತ್ತದೆ. "ಉತ್ಪಾದನೆಯ ಸಾಧನಗಳನ್ನು ಕೇಂದ್ರೀಕೃತಗೊಳಿಸುವುದರಿಂದ ಮತ್ತು ದುಡಿಮೆಯನ್ನು ಸಾಮಾಜೀಕರಣಗೊಳಿಸುವುದರಿಂದ ಬಂಡವಾಳಶಾಹಿಯ ವ್ಯಾದಿಯೊಂದಿಗೆ ಹೊಂದಿಕೊಳ್ಳಲಾಗದ ಹಂತಕ್ಕೆ ಕಾರ್ಮಿಕ ವರ್ಗ ತಲುಪುತ್ತದೆ. ಅಗ ಕ್ರಾಂತಿ ಸ್ಫೋಟಿಸುತ್ತದೆ. ಬಂಡವಾಳಶಾಹಿಯ ಖಾಸಗಿ ಆಸ್ತಿಗೆ ಅಂತ್ಯ ಒದಗುತ್ತದೆ. ವಂಚಕರೇ ವಂಚಿತರಾಗುತ್ತಾರೆ. ಈ ಪರಿಸ್ಥಿತಿಗೆ ಬಂಡವಾಳಶಾಹಿ ವಿಧಾನದ ಉತ್ಪಾದನೆ ಕಾರಣವಾಗುವುದರಿಂದ "ಬೂರ್ಷ್ವಾಗಳು ಎಲ್ಲಕ್ಕಿಂತ ಹೆಚ್ಚಾಗಿ ತಮ್ಮ ಸಮಾಧಿಗಳನ್ನು ತೋಡುವವರನ್ನು ಉತ್ಪಾದಿಸುತ್ತಾರೆ. ಅದರ ಪತನವಾಗಿ ಪ್ರೊಲೆಟರಿಯೆಟ್‌ಗಳ ಜಯ ಅನಿವಾರ್ಯವಾಗುತ್ತದೆ," ಒಂದೇ ವಾಕ್ಯದಲ್ಲಿ ಹೇಳುವುದಾದರೆ ಬಂಡವಾಳಶಾಹಿಯು ತಾನು ನೇಯ್ದ ಬಲೆಗೆ ತಾನೇ ಬಲಿಯಾಗುತ್ತದೆ. ಹೀಗೆ ಮಾರ್ಕ್ಸ್‌ನ ಸಮಾಜವಾದದ ಮುಖ್ಯ ತತ್ವಗಳು ಮೂರು.

ಮಾರ್ಕ್ಸ್‌ನ ಸಮಾಜವಾದದ ಇತರ ತತ್ವಗಳು ಮತ್ತು ಸಿದ್ಧಾಂತಗಳು

ಅ. ಹೆಚ್ಚುವರಿ ಮೌಲ್ಯ ತತ್ವ : ಮಾರ್ಕ್ಸನ ಪ್ರಕಾರ "ಒಂದು ಸಾಮಗ್ರಿಯ ವಾಸ್ತವ ಬೆಲೆಯನ್ನು ಅದಕ್ಕೆ ವಿನಿಯೋಗಿಸಲಾದ ದುಡಿಮೆಯ ಮೊತ್ತ ಮತ್ತು ಲಕ್ಷಣದಿಂದ ಅಳೆಯಬೇಕು". ವಾಸ್ತವವಾಗಿ ಸಂಬಳ ರೂಪದಲ್ಲಿ ದುಡಿಮೆಗೆ ಕೊಡಲಾದ ಮೊಬಲಗಿಗೆ ಮಿಗಿಲಾದ ಮೌಲ್ಯವೇ ಹೆಚ್ಚುವರಿ ಮೌಲ್ಯ. ಅದನ್ನು ಬಂಡವಾಳಶಾಹಿ ಲಾಭವೆಂದು ಕಬಳಿಸುತ್ತಾನೆ.

ಮಾರ್ಕ್ಸ್‌ನ ಪ್ರಕಾರ ಮೌಲ್ಯ ಎಂದರೆ ಸಂಗ್ರಹಿತ ದುಡಿಮೆ, ಇದನ್ನು ಬಂಡವಾಳಶಾಹಿ ಶೋಷಿಸಿ ತಾನು ಶ್ರೀಮಂತನಾಗುತ್ತಾನೆ. ಬಡವ ಇನ್ನೂ ಬಡವನಾಗುತ್ತಾನೆ.

ಆ. ಪುನರಾವರ್ತಕ ಆರ್ಥಿಕ ಬಿಕ್ಕಟ್ಟು : ಪುನರಾವರ್ತಕ ಆರ್ಥಿಕ ಬಿಕ್ಕಟುಗಳು ಹಾಲಿ ಆರ್ಥಿಕ ವ್ಯವಸ್ಥೆಯಲ್ಲಿ ಅಂತರ್ಗತವಾಗಿವೆ ಎಂದು ಮಾರ್ಕ್ಸ್ ಖಚಿತವಾದ ಅಭಿಪ್ರಾಯಕ್ಕೆ ಬಂದಿದ್ದಾನೆ.

ಇ. ಅಂತರರಾಷ್ಟ್ರೀಯ ಚಳವಳಿಯಾಗಿ ಸಮಾಜವಾದ : ಮಾರ್ಕ್ಸ್‌ವಾದದ ಇನ್ನೊಂದು ಮುಖ್ಯ ಲಕ್ಷಣವೆಂದರೆ ಆರ್ಥಿಕ ಚಳವಳಿ ರಾಷ್ಟ್ರೀಯವಾದುದಲ್ಲ, ಅಂತರರಾಷ್ಟ್ರೀಯ ಎಂಬುದು. ಒಂದು ದೇಶದ ಕಾರ್ಮಿಕರಿಗೆ ಅವರದೇ ದೇಶದ ಬಂಡವಾಳಶಾಹಿಗಳಿಗಿಂತ ಇತರ ದೇಶಗಳ ಕಾರ್ಮಿಕರೊಂದಿಗೆ ಹೆಚ್ಚು ಸಮಾನ ಹಿತಾಸಕ್ತಿ ಇರುತ್ತದೆ. "ಎಲ್ಲ ಜರ್ಮನರು ಅಥವಾ ಫ್ರೆಂಚರು ಅಥವಾ ಅಮೆರಿಕನ್ನರು ಸಹೋದರರಲ್ಲದಿದ್ದರೂ ಎಲ್ಲ ಸಮಾಜವಾದಿಗಳು ಸಹೋದರರಾಗಿದ್ದಾರೆ. ಎಲ್ಲರೂ ಕಾಮ್ರೇಡ್‌ಗಳು. ವರ್ಗಹಿತಾಸಕ್ತಿಗಳು ರಾಷ್ಟ್ರೀಯ ಹಿತಾಸಕ್ತಿಗಳಿಗಿಂತ ಮಿಗಿಲಾಗಿವೆ. ದುಡಿಯುವ ವರ್ಗಕ್ಕೆ ಸೇರಿದ ಪ್ರೊಲೆಟೇರಿಯನ್ನನಿಗೆ ದೇಶವಿಲ್ಲ, ಕೇವಲ ಜನ್ಮಸ್ಥಳ ಮಾತ್ರವಿರುತ್ತದೆ." ಎಲ್ಲ ದೇಶಗಳ ಪ್ರೊಲೆಟೇರಿಯನ್ನರೆ ಒಂದುಗೂಡಿ ಇದು ಅವನ ಸೂತ್ರವಾಕ್ಯ.

ಮಾರ್ಕ್ಸ್‌ನ ಸಮಾಜವಾದದ ಬಗ್ಗೆ ಟೀಕೆಗಳು

ಮಾರ್ಕ್ಸ್‌ನ ಸಮಾಜವಾದವೆಂಬ ಅಗಾಧ ಚಿಂತನಾ ಕ್ರಮವನ್ನು ವಿಮರ್ಶಕರು ಸ್ಪಷ್ಟಮಾತುಗಳಲ್ಲಿ ಟೀಕಿಸಿದರು. ಈಗ ಮಾರ್ಕ್ಸ್‌ನ ಅನೇಕ ವಿಚಾರಗಳು ಅರ್ಧ ಸತ್ಯ, ಅಥವಾ ಸದ್ಯದ ಸತ್ಯ ಅಥವಾ ಸತ್ಯವೇ ಅಲ್ಲ ಎಂದು ಪರಿಗಣಿತವಾಗಿವೆ. ಇತಿಹಾಸದಲ್ಲಿ ಆರ್ಥಿಕ ಅಂಶಗಳನ್ನು ಕಡಿಮೆಯಾಗಿ ಎಣಿಸಿರುವುದು ನಿಜವಾದರೂ ಮನುಷ್ಯನು ವಾಸ್ತವ ಪರಿಗಣನೆಗಳಿಂದಲೇ ಪ್ರೇರಿತನಾಗಿ ತನ್ನ ಭಾವಾವೇಶಗಳಿಗೆ ಬಲಿಯಾಗಿರುವುದು ಹೆಚ್ಚು ಎಂಬ ದೃಷ್ಟಿಯಿಂದ ನೋಡಿದಾಗ ಮಾರ್ಕ್ಸ್‌ನ ಇತಿಹಾಸ ಕುರಿತ ಸಾಂಪತ್ತಿಕ ಪರಿಕಲ್ಪನೆಯು ಎಲ್ಲ ಬದಲಾವಣೆಗಳಿಗೂ ಆರ್ಥಿಕ ಕಾರಣಗಳೇ ಮೂಲವಾಗಿವೆ ಎಂದು ಟೀಕಿಸಲಾಯಿತು. "ಜೀವನ ಕೇವಲ ಅನ್ನಕ್ಕಿಂತ ಬಟ್ಟೆಗಿಂತ ಮಿಗಿಲಾದುದು ಹಾಗೂ ಯಾವುದೇ ಸಾಂಪತ್ತಿಕ ತತ್ವಕ್ಕೂ ಅದನ್ನು ವಿವರಿಸಲಿಕ್ಕಾಗಲಿ ಅಥವಾ ಅಗಾಧವಾದ ವೈವಿಧ್ಯಮಯ ವಿದ್ಯಮಾನವನ್ನು ಸಮಗ್ರವಾಗಿ ಕಾರಣೀಕರಿಸಲಾಗಲಿ ಸಾಧ್ಯವಿಲ್ಲ." ಮಾರ್ಕ್ಸ್‌ನು ತನ್ನ ಸಮಾಜವಾದವನ್ನು ಕಟ್ಟುನಿಟ್ಟಾಗಿ ವೈಜ್ಞಾನಿಕವಾಗಿದೆ ಎಂದು ಹೇಳಿಕೊಂಡಿದ್ದಲ್ಲದೆ ತನ್ನ ಸಮಾಜವಾದಿ ಪೂರ್ವಾಧಿಕಾರಿಗಳ ಯುಟೋಪಿಯನ್ ವಾದದಿಂದ ಇದು ಪೂರ್ಣವಾಗಿ ಬೇರೆಯಾದುದು ಎಂದು ತಿಳಿದಿದ್ದನು. ಆದರೆ ಗತಕಾಲದ ಎಲ್ಲ ಘಟನೆಗಳಿಗೂ ಒಂದು ಶಕ್ತಿ, ಜನರ ಒಂದು ಆಸಕ್ತಿ ಮತ್ತು ತನ್ನ ಸ್ವಭಾವದ ಒಂದು ಮುಖ ಮಾತ್ರ ಹೊಣೆಯೆಂದು ಹೇಳುವವನು ವಿಜ್ಞಾನಿಯೆಂದು ಕರೆದುಕೊಳ್ಳಲಾಗದು. ಅವನು ಆ ರೀತಿ ಮುಂದುವರಿದಿದ್ದರೆ ಅಂತಹವನನ್ನು ಪ್ರಚಾರಪ್ರಿಯನೆಂದು ಅಥವಾ ಪಂಥವಾದಿ ಎಂದು ಕರೆಯಬಹುದೇ ಹೊರತು ಆತನ ತತ್ವವು ವೈಜ್ಞಾನಿಕವೆಂದು ಹೇಳಲಾಗದು.

ಮಾರ್ಕ್ಸ್‌ನ ಸಿದ್ಧಾಂತಗಳು ಸಮಾಜದಲ್ಲಿ ಕೆಲವು ಪ್ರವೃತ್ತಿಗಳು ಮಹಾಕ್ರಾಂತಿ ಆಗುವವರೆಗೂ ಮುಂದುವರಿಯುತ್ತಿರುತ್ತವೆ ಎಂಬ ನಂಬಿಕೆಯನ್ನು ಆಧರಿಸಿದ್ದವು. ಆದರೆ ಸಾಮಾಜಿಕ ವಿಷಯಗಳಲ್ಲಿ ಅಂತಹ ದೊಡ್ಡ ಸೂತ್ರವನ್ನು ಮುಂದಿಡುವುದು ಅಷ್ಟೇ ಅಪಾಯಕಾರಿ. ಏಕೆಂದರೆ ಸಮಾಜವು ತನಗೆ ಆಘಾತಕಾರಿ ಎಂದು ಭಾವಿಸುವ ಪ್ರವೃತ್ತಿಗಳಿಗೆ ಕೂಡಲೇ ಪ್ರತಿಕ್ರಿಯಿಸುವ ಸ್ವಭಾವವನ್ನು ಪಡೆದಿರುತ್ತದೆ. ಬೇರೆ ಮಾತಿನಲ್ಲಿ ಹೇಳುವುದಾದರೆ ಪ್ರವೃತ್ತಿಗಳು ಪ್ರತಿ ಪ್ರವೃತ್ತಿಗಳನ್ನು ಬೆಳೆಸುತ್ತವೆ. ಇದು ಸಾಮಾಜಿಕ ಕ್ರಾಂತಿಯ ಅನಿವಾರ್ಯತೆಯ ವಿಚಾರಕ್ಕೆ ಆಘಾತಕಾರಿಯಾದುದಾಗಿದ್ದಿತು.

ವಸ್ತುವಿನ ಉಪಯುಕ್ತತೆಯ ಗುಣಗಳಿಗೆ ದುಡಿಮೆಯೊಂದೇ ಏಕಮಾತ್ರ ಮೌಲ್ಯವಲ್ಲವೆಂಬ ಅಂಶವನ್ನು ಮಾರ್ಕ್ಸ್‌ನ 'ಹೆಚ್ಚುವರಿ ಮೌಲ್ಯದ' ಸಿದ್ಧಾಂತ ಗಣನೆಗೆ ತೆಗೆದುಕೊಂಡಿಲ್ಲ.

ಶ್ರೀಮಂತರು ಶ್ರೀಮಂತರಾಗುತ್ತಲೇ ಹೋಗುತ್ತಾರೆ, ಬಡವರು ಬಡವರಾಗುತ್ತಾ ಹೋಗುತ್ತಾರೆ; ಅಂತಿಮವಾಗಿ ಕೆಲವೇ ಬಂಡವಾಳಶಾಹಿಗಳು ಸಾಮಾಜಿಕ ರಚನೆಯ ತುದಿಯಲ್ಲಿ ಉಳಿದುಕೊಂಡು ಅವರು ಜನಸ್ತೋಮದ ಒತ್ತಡ ತಡೆಯಲಾರರು ಹಾಗೂ ಅದರಿಂದ ಪ್ರೊಲೆಟರೇನಿಯನ್ ಸಮಾಜ ಉದ್ಭವಿಸುತ್ತದೆ ಎಂಬ ತತ್ವವನ್ನು ರೂಪಿಸಿದ ಮಾರ್ಕ್ಸ್‌ನು ತಪ್ಪಿದ್ದನು. ಕಾಲಕಳೆದಂತೆ ಈ ಟೀಕೆಗೆ ಸಮರ್ಥನೆ ದೊರೆಯಿತು. ಮುಂದೆ ಯಾವುದೇ ಪ್ರೊಲೆಟರೇನಿಯನ್ ಪ್ರಪಂಚದ ಸೃಷ್ಟಿಯಾಗಲಿಲ್ಲ ಮತ್ತು ಬಂಡವಾಳಶಾಹಿ ಪೂರ್ಣವಾಗಿ ಕುಸಿಯಲಿಲ್ಲ.

ನಾವು ನಮ್ಮ ಟೀಕೆ ಟಿಪ್ಪಣಿಗಳನ್ನು ಸಿಮ್‌ಕೋವಿಚ್‌ನು (Simkhovitch) 'ಮಾರ್ಕ್ಸಿಸಂ ಮತ್ತು ಸೋಷಿಯಲಿಸಂ'ಎಂಬ ಕೃತಿಯಲ್ಲಿ ಬರೆದಿರುವ ಅಭಿಪ್ರಾಯವನ್ನು ಉಲ್ಲೇಖಿಸುವ ಮೂಲಕ ಮುಕ್ತಾಯಗೊಳಿಸಬಹುದು. "ಮಾರ್ಕ್ಸ್ ಮತ್ತು ಏಂಗಲ್ಸ್‌ರು ಗುರುತಿಸಿದ ಪ್ರತಿಯೊಂದು ಪ್ರವೃತ್ತಿಯನ್ನು ತಡೆಯಲಾಗಿದೆ, ಹಿಮ್ಮೆಟ್ಟಿಸಲಾಗಿದೆ, ದಾರಿತಪ್ಪಿಸಲಾಗಿದೆ ಅಥವಾ

ಹಿಂದಿರುಗಿಸಲಾಗಿದೆ. ವೈಜ್ಞಾನಿಕ ಸಮಾಜವಾದದ ಪಿತೃಗಳು ನಿರೀಕ್ಷಿಸಿದಂತೆ ಕೈಗಾರಿಕೆಯು ಅಷ್ಟರಮಟ್ಟಿಗೆ ಸಾಂದ್ರೀಕೃತವಾಗಲಿಲ್ಲ. ವ್ಯವಸಾಯವು ವಿಕೇಂದ್ರೀಕರಣದತ್ತ ವಾಲಿತು. ಸಂಪತ್ತಿನ ಹೆಪ್ಪುಗಟ್ಟುವಿಕೆ ಮತ್ತು ಮಧ್ಯಮವರ್ಗದ ಪ್ರೊಲೇಟೇರೀಕರಣ ಎಂಬ ಕಲ್ಪನೆ ಹುಸಿಯಾಯಿತು. ಸಾಮಾನ್ಯರ ಆದಾಯ ನಿಯತವಾಗಿ ಹೆಚ್ಚಿತು. ದುಡಿಯುವ ವರ್ಗದ ದುಃಸ್ಥಿತಿ ಎಂಬುದು ಅನೇಕ ಸಂದರ್ಭಗಳಲ್ಲಿ ತಿರುಗು ಮುರುಗಾಯಿತು. ವರ್ಗ ಸಂಘರ್ಷ ಹೆಚ್ಚುವ ಬದಲು ಕಡಿಮೆಯಾಯಿತು. ವಾಣಿಜ್ಯ ಬಿಕ್ಕಟ್ಟುಗಳು ಮತ್ತು ಕೈಗಾರಿಕಾ ಸಂಘಟನೆಗಳು ಭೂಕಂಪದಂತೆ ನಾಶವಾಗುವವರೆಗೂ ಹೆಚ್ಚುತ್ತಾ ಹೋಗುತ್ತವೆಂಬ ನಂಬುಗೆ ನಿಜವಾಗಲಿಲ್ಲ. ನಮಗೆ ಕುತೂಹಲ ಹುಟ್ಟಿಸುವುದು ನಮ್ಮ ಕೈಗಾರಿಕಾ ಸಮಾಜದ ಸಮಸ್ಯೆಯಲ್ಲ ಅದರ ಬದಲು ಮುರಿದುಬಿದ್ದ ಮಾರ್ಕ್ಸ್‌ನ ಸಿದ್ಧಾಂತ."

ಮಾರ್ಕ್ಸ್‌ನ ಸಾಧನೆ

ಮಾರ್ಕ್ಸ್‌ನ ಮಹತ್ವ ಇರುವುದು ಆತನ ಸಿದ್ಧಾಂತಗಳಲ್ಲಲ್ಲ; ಆದರೆ ಆತನ ಸ್ಫೂರ್ತಿಯಲ್ಲಿ. ಅವನ ಪ್ರಚಂಡ ಪ್ರಭಾವವಿರುವುದು ಅವನೊಬ್ಬ ಕ್ರಾಂತಿಯ ಪ್ರವಾದಿಯಾದುದರಲ್ಲಿ. ಅವನು ತನ್ನೆಲ್ಲ ಅಹಂಪೂರ್ವಕವಾದ ಆತ್ಮ ವಿಶ್ವಾಸದಿಂದ ಅಸ್ತಿತ್ವದಲ್ಲಿದ್ದ ಸಾಮಾಜಿಕ ಮತ್ತು ಆರ್ಥಿಕ ವ್ಯವಸ್ಥೆಯ ಮೇಲೆ ತನ್ನ ಆವೇಶಪೂರ್ಣ ದಾಳಿಯನ್ನಿಟ್ಟು ಇತಿಹಾಸದುದ್ದಕ್ಕೂ ಶ್ರೀಮಂತರು ಬಡವರನ್ನು ಸುಲಿದಿದ್ದಾರೆ ಈಗ ಬಡವರು ಶ್ರೀಮಂತರನ್ನು ಸುಲಿಯುವ ಕಾಲ ಪ್ರಾಪ್ತವಾಗಿದೆ; ಇದೇ ಮಾನವ ಪ್ರಗತಿ ಎಂಬ ಸೂತ್ರವನ್ನು ಮುಂದಿಟ್ಟು ಹೊಸ ಚಿಂತನೆಗೆ ಕಾರಣನಾದನು. ವಿವಿಧ ದೇಶಗಳ ದುಡಿಯುವ ವರ್ಗದ ಬುದ್ಧಿಜೀವಿಗಳಲ್ಲಿ ತಮ್ಮ ವಿಜಯದ ಕಾಲ ಸನ್ನಿಹಿತವಾಗಿದೆ ಎಂಬ ಭಾವನೆ ಮೂಡಿಸಿದ್ದು ಮಾರ್ಕ್ಸ್‌ನ ಸಾಧನೆ. ಜನರು ವಿಜಯ ಖಚಿತವೆಂಬ ನಂಬುಗೆಯಿಂದ ಈ ಸಿದ್ಧಾಂತವನ್ನು ಬೆಂಬಲಿಸಲು ಒಲವು ತೋರಿದರು.

ಹಾಲಿ ಕೈಗಾರಿಕಾ ವ್ಯವಸ್ಥೆಯ ದೋಷಗಳನ್ನು ನಿವಾರಿಸಲು ಮತ್ತು ಸಮಾಜವಾದದ ವಿವಿಧ ಮಜಲುಗಳನ್ನು ತಲುಪಲು ಅವಿರತ ಹೋರಾಟ ನಡೆಸುವಂತೆ ಮಾರ್ಕ್ಸ್‌ನು ಕಾರ್ಮಿಕರಿಗೆ ಸಾರಿ ಹೇಳಿದ್ದನು. ಇತಿಹಾಸದುದ್ದಕ್ಕೂ ನಡೆದು ಬಂದಿದೆ ಎಂದು ಹೇಳಲಾದ ವರ್ಗ ಹೋರಾಟದ ಸಿದ್ಧಾಂತವು ಮಾರ್ಕ್ಸ್‌ನ ಬೋಧನೆಗಳ ಮುಖ್ಯ ಲಕ್ಷಣವಾಗಿದ್ದು ಅದು ಆತನ ಅನುಯಾಯಿಗಳ ಮೇಲೆ ಭಾರಿ ಪರಿಣಾಮ ಬೀರಿತು. ಅವನು ಬೋಧಿಸಿದ ಸಮಾಜವಾದದ ವಾಸ್ತವವಾದ ಮತ್ತು 'ವೈಜ್ಞಾನಿಕವಾದ' ಮುಖವೆಂದರೆ ಇದೇ.

ಈ ಸಿದ್ಧಾಂತ ನೊಂದವರಿಗೆ ಮತ್ತು ಅತೃಪ್ತರಿಗೆ ಆಕರ್ಷಿತವಾಗಲು ಅದು ಸರಿಯಾಗಿರಬೇಕಾಗಿಯೂ ಇರಲಿಲ್ಲ, ವಾಸ್ತವವಾಗಿಯೂ ಇರಬೇಕಾಗಿರಲಿಲ್ಲ. ಮಾರ್ಕ್ಸ್‌ನು ದುಡಿಯುವ ವರ್ಗಕ್ಕೆ ಸ್ಫೂರ್ತಿಯನ್ನು ಮತ್ತು ಶ್ರಮದ ದೀಕ್ಷೆಯನ್ನು ಒದಗಿಸಿದ್ದಲ್ಲದೆ ಸಮಾಜವಾದವನ್ನು ಒಂದು ಅಂತರರಾಷ್ಟ್ರೀಯ ಚಳವಳಿಯನ್ನಾಗಿ ಮಾಡಿದನು. ಕಾರ್ಮಿಕರು ಪ್ರತಿಯೊಂದು ದೇಶದ ಜನಸಂಖ್ಯೆಯಲ್ಲಿ ದೊಡ್ಡ ಭಾಗವಾಗಿದ್ದು ಅವರು ಒಗ್ಗಟ್ಟಾಗಿ ಕೆಲಸ ಮಾಡಿದರೆ ಏನನ್ನಾದರೂ ಸಾಧಿಸಲು ಸಾಧ್ಯವಿತ್ತು. ಅವರು ಒಗ್ಗಟ್ಟಿನಲ್ಲಿ ಬಲವಿದೆ ಎಂಬುದನ್ನು ಕಂಡುಕೊಂಡರು. 1848ರಲ್ಲಿ 'ಮ್ಯಾನಿಫೆಸ್ಟೋ' ಪ್ರಕಟವಾದ ಹದಿನಾರು ವರ್ಷಗಳ ತರುವಾಯ 1864ರಲ್ಲಿ ಲಂಡನ್‌ನಲ್ಲಿ ದುಡಿಯುವ ಜನರ ಅಂತರರಾಷ್ಟ್ರೀಯ ಸಂಘದ ಸ್ಥಾಪನೆಯಾಯಿತು. ಈಗ ಅದನ್ನು ಸಮಾಜವಾದಿ ಸಂಘಗಳ, ಗುಂಪುಗಳ ಮತ್ತು ಪಕ್ಷಗಳ ಕಾರ್ಯಾಚರಣೆಗಳನ್ನು ಕ್ರೋಢೀಕರಿಸುವ ಮತ್ತು ಅವಕ್ಕೆ ವ್ಯವಸ್ಥಿತ ರೂಪು ಕೊಡುವ ಉದ್ದೇಶದಿಂದ ಹುಟ್ಟಿದ ಮೊಟ್ಟಮೊದಲ ಸಂಘ ಎಂದು ಪರಿಗಣಿಸಲಾಗಿದೆ. ಕಾರ್ಮಿಕರ ಸಮಸ್ಯೆಯನ್ನು ಅದು ಸ್ಥಳೀಯವಾದುದಲ್ಲ, ರಾಷ್ಟ್ರೀಯ ಮಾತ್ರವಾದುದಲ್ಲ ಅದು ಅಂತರರಾಷ್ಟ್ರೀಯವಾದುದು ಎಂದು ಘೋಷಿಸಲಾಯಿತು. ಮಾರ್ಕ್ಸ್‌ನು ಕಾರ್ಮಿಕರಿಗೆ ಬಹುಸಂಖ್ಯೆ ನಿಮ್ಮ ಕಡೆಯಿದೆ, ಈಗ ಅದನ್ನು ಪರಿಣಾಮಕಾರಿಯಾಗಿ ಮಾಡಬೇಕಾದರೆ ಒಗ್ಗಟ್ಟನ್ನು ಸ್ಥಾಪಿಸಬೇಕು ಮತ್ತು ಅಂತಹ ಒಗ್ಗಟ್ಟು ರಾಷ್ಟ್ರೀಯ ಸರಹದ್ದುಗಳನ್ನು ಮೀರಿ ವಿಸ್ತರಿಸಬೇಕು ಎಂದು ಕರೆಕೊಟ್ಟನು.

ಮಾರ್ಕ್ಸ್‌ನು ಪ್ರತಿಪಾದಿಸಿದ "ವೈಜ್ಞಾನಿಕ ಸಮಾಜವಾದ" ಯಾವ ಸಿದ್ಧಾಂತಗಳನ್ನು ಆಧರಿಸಿದೆಯೋ ಅವು ಟೀಕಾಸ್ಪದವಾದವು ಎಂಬ ವಾಸ್ತವತೆಯ ನಡುವೆಯೂ ಮಾರ್ಕ್ಸ್‌ನು ಅದನ್ನು ಎತ್ತಿಕಟ್ಟಿದ ಮೇಲೆ ಸಮಾಜವಾದವು ವ್ಯಾಪಕವಾಗಿ ಮತ್ತು ಅವಿರತವಾಗಿ ಬೆಳೆದಿದೆ. ಎಲ್ಲ ದೇಶಗಳಲ್ಲೂ ಸಮಾಜವಾದಿ ಪಕ್ಷಗಳಿವೆ. ಎಲ್ಲೆಡೆಯೂ ರಾಜಕೀಯದಲ್ಲಿ ಸಮಾಜವಾದಿ ಮತಶಕ್ತಿ ಗಮನಾರ್ಹ ಶಕ್ತಿಯಾಗಿದೆ ಹಾಗೂ ಅನೇಕ ದೇಶಗಳಲ್ಲಿ ಅದು ತುಂಬ ಪ್ರಭಾವಶಾಲಿ ಕೂಡ.

ಪ್ರಪಂಚದ ರಾಜಕೀಯದಲ್ಲಿ ಯಾರಾದರೂ ಇಷ್ಟಪಡಲಿ ಪಡದಿರಲಿ ಸಮಾಜವಾದವು ಒಂದು ಗಮನಿಸಲೇಬೇಕಾದ ಅಂಶವಾಗಿರುವುದೇ ಮಾರ್ಕ್ಸ್‌ನ ಕೊಡುಗೆ.

* * * * *

ಅಧ್ಯಾಯ – 17

ಇಟಲಿಯ ಏಕೀಕರಣ

ಏಕೀಕರಣಕ್ಕೆ ಮುನ್ನ ಇಟಲಿಯಲ್ಲಿದ್ದ ರಾಜಕೀಯ ಸ್ಥಿತಿಗತಿಗಳು

ಹತ್ತೊಂಬತ್ತನೆಯ ಶತಮಾನದ ಪೂರ್ವಾರ್ಧದಲ್ಲಿ ಇಟಲಿಯ ರಾಜಕೀಯ ಸ್ಥಿತಿಯು ಹೀನಾಯವಾಗಿತ್ತು. ಇಡೀ ಇಟಲಿಯು ಹನ್ನೆರಡಕ್ಕೂ ಹೆಚ್ಚು ಸ್ವತಂತ್ರ ರಾಜ್ಯಗಳಾಗಿ ಛಿದ್ರವಾಗಿದ್ದಲ್ಲದೆ, ಅಲ್ಲಿ ಅರಾಜಕತೆಯು ಮನೆಮಾಡಿತ್ತು. ದೇಶೀಯ ಹಾಗೂ ವಿದೇಶೀಯ ರಾಜರುಗಳು ತಮ್ಮನ್ನು ದೇವರ ಪ್ರತಿನಿಧಿಗಳೆಂದು ಭಾವಿಸಿ ತಮ್ಮ ಇಚ್ಛಾನುಸಾರವಾಗಿ ನಿರಂಕುಶ, ದರ್ಪಿಷ್ಟ ಪ್ರಭುಗಳಂತೆ ಆಡಳಿತವನ್ನು ನಡೆಸುತ್ತಿದ್ದರು. ಜನರ ಅಭಿಪ್ರಾಯ, ಹಿತಾಸಕ್ತಿ, ಅವರ ಕ್ಷೇಮಾಭ್ಯುದಯಕ್ಕೆ ಯಾವುದೇ ಬೆಲೆಯು ಇರಲಿಲ್ಲ. ಇಟಲಿಯ ಉತ್ತರ ಭಾಗದಲ್ಲಿದ್ದ ಲ್ಯಾಂಬೋರ್ಡಿ, ವೆನೀಷಿಯ ಪ್ರಾಂತ್ಯಗಳು ಆಸ್ಟ್ರಿಯಾದ ನೇರ ಆಡಳಿತಕ್ಕೆ ಒಳಪಟ್ಟಿದ್ದವು. ಇತರ ಸಣ್ಣಪುಟ್ಟ ಪ್ರಾಂತ್ಯಗಳು ಆಸ್ಟ್ರಿಯಾದ ಹ್ಯಾಪ್ಸ್‌ಬರ್ಗ್ ಮನೆತನಕ್ಕೆ ಸೇರಿದ ರಾಜವಂಶದ ಆಡಳಿತಕ್ಕೆ ಒಳಪಟ್ಟಿದ್ದವು.

ಫಾರ್ಮ, ಮೊಡೆನಾ ಮತ್ತು ಟಸ್ಕನಿ ರಾಜ್ಯಗಳಲ್ಲಿ ಆಸ್ಟ್ರಿಯಾ ರಾಜವಂಶದವರು ಆಡಳಿತ ನಡೆಸುತ್ತಿದ್ದರು. ಇಟಲಿಯ ದಕ್ಷಿಣಭಾಗದ ರಾಜ್ಯಗಳಾದ ನೇಪಲ್ಸ್ ಮತ್ತು ಸಿಸಲಿ ರಾಜ್ಯಗಳು ಸ್ಪೇನಿನ ಬೋರ್ಬನ್ ರಾಜವಂಶದ ದೊರೆ ಫರ್ಡಿನಾಂಡನ ನಿಯಂತ್ರಣಕ್ಕೆ ಒಳಪಟ್ಟಿದ್ದವು ಪೀಡ್‌ಮಾಂಟ್, ಸವಾಯ್, ಜಿನೀವಾ ಮತ್ತು ಸಾರ್ಡಿನೀಯ ದ್ವೀಪವನ್ನೊಳಗೊಂಡ ರಾಜ್ಯಗಳಲ್ಲಿ ಇಟಲಿಯ ರಾಜವಂಶದ ದೊರೆಯಾದ ವಿಕ್ಟರ್ ಇಮ್ಯಾನ್ಯುಯಲ್ ವಾಸ್ತವವಾಗಿ ತನ್ನದೇ ಆದಂತಹ ಸ್ವತಂತ್ರ ನೀತಿಯನ್ನು ಅನುಸರಿಸುವ ಮೂಲಕ ಆ ರಾಜ್ಯಗಳ ಆಡಳಿತವನ್ನು ನಿರ್ವಹಿಸುತ್ತಿದ್ದನು.

ಇಂತಹ ಸನ್ನಿವೇಶಗಳನ್ನು ಸದುಪಯೋಗಪಡಿಸಿಕೊಂಡ ನೆಪೋಲಿಯನ್ನನು ಇಟಲಿಯನ್ನು ತನ್ನ ಅಧೀನಕ್ಕೆ ಒಳಪಡಿಸಿಕೊಂಡು ಅದನ್ನು ಕೇವಲ ಮೂರು ಭಾಗಗಳನ್ನಾಗಿ ವಿಂಗಡಿಸುವುದರ ಮೂಲಕ ರಾಜಕೀಯ ಅರಾಜಕತೆಯನ್ನು ತೊಡೆದುಹಾಕಲು ಪ್ರಯತ್ನಿಸಿ ಇಟಲಿಯಲ್ಲಿ ಸುಭದ್ರವಾದ ಆಡಳಿತವನ್ನು ತಂದನು. ಫ್ರೆಂಚ್ ಕಾನೂನನ್ನು ಜಾರಿಗೆ ತಂದು ಇಟಾಲಿಯನ್ನರು ಸಮಾನತೆಯಿಂದ, ಸಹಿಷ್ಣುತವಾದಿಗಳಾಗಿ, ಪ್ರಗತಿಪರರಾಗಿ ಜೀವನ ನಡೆಸಲು ಅವಕಾಶಮಾಡಿಕೊಟ್ಟನು. ಆದರೆ ನೇಪೋಲಿಯನ್ನನ ಅವನತಿಯ ನಂತರ 1815ರಲ್ಲಿ ವಿಯನ್ನಾದಲ್ಲಿ ಸಭೆ ಸೇರಿದ ಯೂರೋಪಿನ ಪ್ರಮುಖ ನಾಯಕರುಗಳು ಯೂರೋಪಿನ ರಾಜಕೀಯ ಭೂಪಟವನ್ನೇ ಪುನರ್‌ನಿರ್ಮಾಣ ಮಾಡಿ, ಮತ್ತೊಮ್ಮೆ ಇಟಲಿಯನ್ನು ಅನೈಕ್ಯತೆಯ ಬೀಡನ್ನಾಗಿಸಿದರು.

ಆಸ್ಟ್ರಿಯಾದ ಛಾನ್ಸಲರಾಗಿದ್ದ ಮೆಟರ್ನಿಕನು ಪ್ರತಿಗಾಮಿ ನೀತಿಯುಳ್ಳವನಾಗಿದ್ದು. ವಿಯನ್ನಾ ಸಮ್ಮೇಳನದಲ್ಲಿ ಪ್ರಮುಖ ಪಾತ್ರವನ್ನು ವಹಿಸಿದ್ದನು. ಇಟಲಿಯಲ್ಲಿ ಹಿಂದೆ ಇದ್ದಂತಹ ಛಿದ್ರಕಾರಕ ಹಾಗೂ ಅನೈಕ್ಯತೆಯನ್ನು ಮುಂದುವರಿಸಬೇಕೆಂಬ ಮಹತ್ವಾಕಾಂಕ್ಷೆಯನ್ನು ಹೊಂದಿದ್ದ. ಅವನು ಅದಕ್ಕಾಗಿ ಸಾಕಷ್ಟು ಶ್ರಮವಹಿಸಿದನು. ಅವನ ಮಾತಿನಲ್ಲಿಯೇ ಹೇಳುವುದಾದರೆ "ಇಟಲಿಯು ಕೇವಲ ಭೌಗೋಳಿಕ ಪದವಿನ್ಯಾಸ ಮಾತ್ರ" ಎಂಬುದಾಗಿತ್ತು. ಆ ಕಾರಣದಿಂದಾಗಿ ಇಟಲಿಯಲ್ಲಿ ಜನಾಂಗ ಮತ್ತು ಸಂಸ್ಕೃತಿಯ ಅಸ್ತಿತ್ವವಿತ್ತೇ ಹೊರತು ರಾಜ್ಯ ಅಥವಾ ರಾಷ್ಟ್ರವೆಂಬುದು ಇರಲಿಲ್ಲ. ಇಟಲಿಯ ಪ್ರತಿಯೊಂದು ರಾಜ್ಯವು ತನ್ನದೇ ಆದಂತಹ ವಿಭಿನ್ನ ರೀತಿಯ ಆಡಳಿತ ವ್ಯವಸ್ಥೆಯನ್ನು ಹೊಂದಿತ್ತಲ್ಲದೆ, ಅವುಗಳ ನಡುವೆ ಕಚ್ಚಾಟವು ಸರ್ವೇಸಾಮಾನ್ಯವಾಗಿದ್ದು, ದ್ವೇಷಾಸೂಯೆ ಅಲ್ಲಿ ತಾಂಡವವಾಡುತ್ತಿತ್ತು.

ಯೂರೋಪಿನ ಇತಿಹಾಸದಲ್ಲಿ ಇಟಲಿಯ ಏಕೀಕರಣವು ಪ್ರಮುಖ ಘಟನೆಯಾಗಿದೆ. ಭೌಗೋಳಿಕವಾಗಿ ಛಿದ್ರ ಛಿದ್ರವಾಗಿದ್ದ ಹಾಗೂ ವಿಭಿನ್ನ ರೀತಿಯ ರಾಜಕೀಯ ಅನೈಕ್ಯತೆಯ ಆಡಳಿತದಿಂದ ಬೇಸರಗೊಂಡಿದ್ದ ಇಟಾಲಿಯನ್ನರು ತಾವು ಸಂವಿಧಾನಾತ್ಮಕ ಸರ್ಕಾರವನ್ನು ಸ್ಥಾಪಿಸಿಕೊಳ್ಳಬೇಕೆಂಬ ಹಂಬಲವನ್ನು ಹೊಂದಿದ್ದರು. ಆ ನಿಟ್ಟಿನಲ್ಲಿ ಸಾಕಷ್ಟು ಜಾಗ್ರುತರಾದರು. 19ನೇ ಶತಮಾನಕ್ಕಿಂತ ಮೊದಲು ಇಟಲಿ ಏಕೀಕರಣಗೊಳ್ಳಲು ಸಾಧ್ಯವಿರಲಿಲ್ಲವೆನ್ನಬಹುದು. ಏಕೆಂದರೆ ಅದು ತನ್ನ ಏಕೀಕರಣಕ್ಕೆ ಎಲ್ಲಾ ರಾಜ್ಯದ ರಾಜರುಗಳಿಂದ ವಿರೋಧ, ಆಸ್ಟ್ರಿಯಾದ ಪ್ರಬಲ ಒತ್ತಡದ ಆಡಳಿತ, ಧರ್ಮಾಧಿಕಾರಿ ಪೋಪನ ಮತ್ತು ಧಾರ್ಮಿಕ ವಿಧಿಗಳ ದಂಡನೆ ಪ್ರಬಲವಾಗಿದ್ದು ಇಟಲಿ ಏಕತೆಯಿಂದ ಐಕ್ಯಗೊಳ್ಳಲು ಮತ್ತು ಜನತೆಯಲ್ಲಿ ರಾಷ್ಟ್ರೀಯತಾ ಭಾವನೆ ಬೆಳೆಯಲು ಬಹಳ ಅಡಚಣೆಯುಂಟಾಗಿತ್ತು.

ಇಟಲಿಯಲ್ಲಿ ರಾಷ್ಟ್ರೀಯತೆಯ ಬೆಳವಣಿಗೆ

ಹತ್ತೊಂಬತ್ತನೆಯ ಶತಮಾನದ ಯೂರೋಪಿನ ಇತಿಹಾಸದ ಕಾಲವು ರಾಷ್ಟ್ರೀಯತೆಯ ಯುಗವೆಂದು ಪ್ರಸಿದ್ಧಿಯಾಗಿದೆ. 1789ರಲ್ಲಿ ಫ್ರಾನ್ಸಿನಲ್ಲಿ ಜರುಗಿದ ಮಹಾಕ್ರಾಂತಿಯಿಂದ ಹೊರ ಹೊಮ್ಮಿದ ರಾಷ್ಟ್ರೀಯತೆಯ ಕಿಡಿಯು ಇಟಲಿಯ ರಾಷ್ಟ್ರೀಯತೆಯ

ಬೆಳವಣಿಗೆಯಲ್ಲಿ ಪ್ರಮುಖ ಪಾತ್ರವಹಿಸಿತು. ಸ್ವಾತಂತ್ರ್ಯ, ಸಮಾನತೆ, ಭ್ರಾತೃತ್ವದ ಭಾವನೆಗಳು ಇಟಲಿಯ ಜನತೆಯನ್ನು ಜಾಗೃತಗೊಳಿಸಿದವು. ನೆಪೋಲಿಯನ್ನನು ಇಟಲಿಯಲ್ಲಿ ಕೈಗೊಂಡ ರಾಜಕೀಯ ಮತ್ತು ಸೈನಿಕ ಕಾರ್ಯಾಚರಣೆಗಳು ಇಟಲಿಯಲ್ಲಿ ರಾಷ್ಟ್ರೀಯ ಭಾವನೆ ಬೆಳೆಯಲು ಸಹಕಾರಿಯಾದವು. ಕಾರಣವೆಂದರೆ ನೆಪೋಲಿಯನ್ನನು ಅಲ್ಲಿನ ದಂಡಯಾತ್ರೆಯ ಕಾಲದಲ್ಲಿ ಇಟಲಿಯಲ್ಲಿದ್ದ ಕೆಲವು ವಿದೇಶಿ ರಾಜರನ್ನು ಸೋಲಿಸಿದ್ದಲ್ಲದೇ ಅಲ್ಲಿಯ ಸ್ಥಳೀಯ ರಾಜರುಗಳನ್ನು ಒಗ್ಗೂಡಿಸಿ ಆ ರಾಜ್ಯಗಳಲ್ಲಿ ಏಕರೂಪತೆಯ ಕಾನೂನು ಮತ್ತು ಆಡಳಿತ ವ್ಯವಸ್ಥೆಯನ್ನು ಜಾರಿಗೆ ತಂದನು. ಇಟಲಿಯನ್ನು ಒಂದುಗೂಡಿಸಿ ಆ ಮೂಲಕ ಇಟಾಲಿಯ್ನನರಲ್ಲಿ ರಾಷ್ಟ್ರೀಯ ಐಕ್ಯತೆಯ ಬೀಜವನ್ನು ಬಿತ್ತಿದನು.

1830ರ ಜುಲೈನಲ್ಲಿ ಹಾಗೂ 1848ರ ಫೆಬ್ರವರಿಯಲ್ಲಿ ಫ್ರಾನ್ಸಿನಲ್ಲಿ ಜರುಗಿದ ಕ್ರಾಂತಿಗಳ ಪ್ರಭಾವವು ಮತ್ತೊಮ್ಮೆ ಇಟಲಿಯ ಜನತೆಯಲ್ಲಿ ರಾಷ್ಟ್ರೀಯತೆಯ ಭಾವನೆಯನ್ನು ಬಡಿದೆಬ್ಬಿಸಿದವು. ದಬ್ಬಾಳಿಕೆ, ಅನೈಕ್ಯತೆ, ಪರತಂತ್ರವನ್ನೇ ಅನುಭವಿಸಿ ರೋಸಿ ಹೋಗಿದ್ದ ಇಟಲಿಯನ್ನರ ಮನಸ್ಸಿನಲ್ಲಿ ಹೊಸ ಹೊಸ ಆಶೋತ್ತರಗಳು ಮೂಡಲಾರಂಭಿಸಿದವು. ಅನೇಕ ಶತಮಾನಗಳಿಂದ ಸ್ಥಳೀಯ ಹಾಗೂ ವಿದೇಶಿ ರಾಜರ ಕ್ರೂರ ದಬ್ಬಾಳಿಕೆಗೆ ಒಳಗಾಗಿ ಗಾಢಾಂಧಕಾರದಲ್ಲಿ ಮುಳುಗಿದ್ದವರು ಹೊಸ ಬೆಳಕಿನ ಜಗತ್ತಿನತ್ತ ನಡೆಯಲಾರಂಭಿಸಿದರು. ಅವರ ಮನದಲ್ಲಿ ರಾಷ್ಟ್ರಪ್ರೇಮ ಮತ್ತು ದೇಶಭಕ್ತಿ ಮನೆಮಾಡಿದವು.

ಸ್ವಾತಂತ್ರ್ಯ, ಸಮಾನತೆ, ಭ್ರಾತೃತ್ವದ ಅಂಶಗಳೊಂದಿಗೆ ರಾಷ್ಟ್ರೀಯತೆಯ ಮಹತ್ವಾಕಾಂಕ್ಷೆಯು ದೇಶದ ಸ್ವಾತಂತ್ರ್ಯಕ್ಕಾಗಿ ಮತ್ತು ಸಂಘಟನೆಗಾಗಿ ತಮ್ಮ ತನು-ಮನ-ಧನಗಳನ್ನು ಅರ್ಪಿಸುವುದರ ಮೂಲಕ ಇಟಾಲಿಯನ್ನರು ಹೋರಾಟಕ್ಕೆ ನಾಂದಿಯಾಡಿದರು. ರಾಷ್ಟ್ರೀಯತೆಯನ್ನು ಮೂಡಿಸುವಲ್ಲಿ, ಬೆಳೆಸುವಲ್ಲಿ ಗುಪ್ತ ಸಂಘ ಹಾಗೂ ಪತ್ರಿಕೆಗಳ ಪಾತ್ರ ಅಮೋಘವಾದುದು. ಇವುಗಳೊಂದಿಗೆ ಇಟಲಿಯ ಮಹಾನ್ ನಾಯಕರುಗಳಾದ ಜೋಸೆಫ್ ಮ್ಯಾಜಿನಿ, ಕೌಂಟ್-ಡಿ-ಕೆವೊರ್, ವಿಕ್ಟರ್ ಇಮ್ಯಾನ್ಯುಯಲ್, ಗ್ಯಾರಿಬಾಲ್ಡಿ ಇವರ ಪಾತ್ರವು ಇಟಲಿಯ ಏಕೀಕರಣದಲ್ಲಿ ಅವಿಸ್ಮರಣೀಯವಾದ ಪ್ರಭಾವವನ್ನು ಬೀರಿದೆ. ಇವರುಗಳು ಇಟಲಿಯ ಜನರ ಹೃದಯದಲ್ಲಿ ರಾಷ್ಟ್ರೀಯತೆಯ ತತ್ವವನ್ನು ಅಚ್ಚಳಿಯದಂತೆ ಮೂಡಿಸಿ, ದೇಶವನ್ನು ವಿದೇಶಿ ದಬ್ಬಾಳಿಕೆಯಿಂದ ಮುಕ್ತಿಗೊಳಿಸಿ, ಅದನ್ನು ಒಂದು ಸರ್ವಸ್ವತಂತ್ರ ರಾಜ್ಯವನ್ನಾಗಿ ಮಾಡಬೇಕು ಹಾಗೂ ಫ್ರಾನ್ಸಿನ ಜನತೆಯು ಕಂಡು ಅನುಭವಿಸಿದಂತಹ ಸ್ವಾತಂತ್ರ್ಯ, ಸಮಾನತೆ, ಭ್ರಾತೃತ್ವಗಳ ಅರ್ಥದ ಸವಿಯನ್ನು ಇಟಾಲಿಯನ್ನರು ಸವಿಯಬೇಕೆಂದು ಕರೆ ನೀಡಿದರು. ಅದಕ್ಕಾಗಿ ಇಟಲಿಯ ಪ್ರತಿಯೊಬ್ಬರೂ ಕ್ರಾಂತಿಗೆ ಸಿದ್ಧರಾಗಿರುವಂತೆ ಮಾಡಲು ಅವರಲ್ಲಿ ರಾಷ್ಟ್ರೀಯ ಭಾವನೆಯನ್ನು ಮೂಡಿಸಿದರು.

ಗುಪ್ತ ಸಂಘದ ಪಾತ್ರ (ಕಾರ್ಬೋನರಿ ಸಂಘ)

ಇಟಲಿಯ ಜನರಲ್ಲಿ ರಾಷ್ಟ್ರೀಯತೆಯನ್ನು ಬೆಳೆಸುವುದು, ವಿದೇಶಿ ದಬ್ಬಾಳಿಕೆಯ ವಿರುದ್ಧ ಒಂದುಗೂಡಿ ದೇಶವನ್ನು ಒಗ್ಗೂಡಿಸುವುದು, ಸರ್ವವಿಧದಲ್ಲಿಯೂ ಸ್ವತಂತ್ರ ಇಟಲಿಯನ್ನು ನಿರ್ಮಿಸಬೇಕೆಂಬ ಮಹಾನ್ ಉದ್ದೇಶವನ್ನು ಇಟ್ಟುಕೊಂಡು ಅಸ್ತಿತ್ವಕ್ಕೆ ಬಂದ ಸಂಘವೇ ಕಾರ್ಬೋನರಿ ಸಂಘ. ಇದರ ಪ್ರಮುಖವಾದ ಗುರಿ ಎಂದರೆ ಇಟಲಿಯಿಂದ ಸಂಪೂರ್ಣವಾಗಿ ವಿದೇಶಿಯರನ್ನು ಹೊಡೆದೋಡಿಸುವುದಾಗಿತ್ತು. ಆ ಕಾರಣಕ್ಕಾಗಿಯೇ ಈ ಸಂಘದ ಶಾಖೆಗಳು ದೇಶದ ಎಲ್ಲಾ ಭಾಗಗಳಲ್ಲಿ ಸ್ಥಾಪಿತವಾದವು. ಇದರಲಿ ಶ್ರೀಮಂತರು, ಸೇನಾಧಿಕಾರಿಗಳು, ಧರ್ಮಾಧಿಕಾರಿಗಳು, ಕಾರ್ಮಿಕರು, ರೈತರು ಹೀಗೆ ಎಲ್ಲಾ ವರ್ಗದ ಜನರು ಸದಸ್ಯತ್ವವನ್ನು ಪಡೆದಿದ್ದರು. 1820-31ರ ಅವಧಿಯಲ್ಲಿ ಅನೇಕ ಕ್ರಾಂತಿಕಾರಕ ದಂಗೆಗಳನ್ನು ಈ ಸಂಘವು ನಡೆಸಿತು. ಅಲ್ಲದೆ ಇದರ ಸದಸ್ಯರು ತಮ್ಮ ಪ್ರಾಣದ ಹಂಗನ್ನು ತೊರೆದು ಹೋರಾಟಕ್ಕೆ ಸಿದ್ಧರಾಗಿದ್ದರು. ಆದರೆ ಇಟಲಿಯೊಳಗೆ ತನ್ನ ಸೈನಿಕ ಶಕ್ತಿಯನ್ನು, ಪ್ರಾಬಲ್ಯವನ್ನು ಮುಂದುವರಿಸಿಕೊಂಡು ಬಂದಿದ್ದ ಆಸ್ಟ್ರಿಯಾ ದೇಶವು ತನ್ನ ಸೈನಿಕ ಕಾರ್ಯಾಚರಣೆಯ ಮೂಲಕ ಈ ಸಂಘ, ಅದರ ಉಪಶಾಖೆಗಳು ಮತ್ತು ಸರ್ವಸ್ವತಂತ್ರಕ್ಕಾಗಿ ಕೈಗೊಳ್ಳುತ್ತಿದ್ದಂತಹ ಕಾರ್ಯಾಚರಣೆಯನ್ನು ಧಮನ ಮಾಡಿತು. ಆದರೆ ಇಟಲಿಯ ಜನರ ಮನಸ್ಸಿನಲ್ಲಿ ಆಳವಾಗಿ ಬೇರುಬಿಟ್ಟಿದ್ದ ಕ್ರಾಂತಿಯ ಭಾವನೆ ಹಾಗೂ ನವಚೈತನ್ಯವನ್ನು ಸ್ವಲ್ಪಮಾತ್ರವೂ ಅಳಿಸಿಹಾಕಲು ಸಾಧ್ಯವಾಗಲಿಲ್ಲ.

ರಿಸಾರ್ಜಿಮೆಂಟೋ (ಪುನರುತ್ಥಾನ) ಆಂದೋಲನ

ಇಟಲಿಯ ಸ್ವಾತಂತ್ರ್ಯ ಮತ್ತು ಏಕತೆಗಾಗಿ ನಡೆದ ಆಂದೋಲನಗಳಲ್ಲಿ 'ರಿಸಾರ್ಜಿಮೆಂಟೊ" ಚಳುವಳಿಯು ಕೂಡ ಒಂದಾಗಿದ್ದು ಜನಜಾಗೃತಿಯ ತಳಹದಿಯ ಮೇಲೆ ನಡೆದ ಪ್ರಮುಖ ಆಂದೋಲನವಾಗಿತ್ತು. ಈ ಆಂದೋಲನವು ಇಟಲಿಯ ಹಿಂದಿನ ಗತವೈಭವ ಹಾಗೂ ಕೀರ್ತಿ ಪ್ರತಿಷ್ಠೆಯನ್ನು ಜನತೆಯ ಮನದಲ್ಲಿ ಪುನರ್ ಪ್ರತಿಷ್ಠಾಪಿಸಲು ಇಟಲಿಯಾದ್ಯಂತ ತನ್ನ ಆಂದೋಲನವನ್ನು ನಡೆಸಿತು. ಮಾತ್ರವಲ್ಲದೆ ಜನತೆಯಲ್ಲಿ ದೇಶಪ್ರೇಮ ಹಾಗೂ ಐಕ್ಯಮತ್ಯದ ಭಾವನೆಯನ್ನು ಪ್ರಚೋದಿಸುವಂತೆ ಮಾಡಿ, ದೇಶದಲ್ಲಿ ಪತ್ರಿಕಾ ಸ್ವಾತಂತ್ರ್ಯ ಮತ್ತು ಗಣರಾಜ್ಯದ ಸ್ಥಾಪನೆಯತ್ತ ಚರ್ಚ್ ಹೊಂದಿದ್ದ

ಅಪರಿಮಿತವಾದ ಅಧಿಕಾರವನ್ನು ಕಡಿತಗೊಳಸಬೇಕೆಂಬ ಬೇಡಿಕೆಯನ್ನು ಸಲ್ಲಿಸಿತು. ಎಲ್ಲಾ ವಿಧದಲ್ಲಿಯೂ ಇಟಲಿಯು ಆರ್ಥಿಕತೆ, ವಿದ್ಯಾಭ್ಯಾಸ, ವಿಜ್ಞಾನ ಮತ್ತು ವೈಜ್ಞಾನಿಕ ರಂಗಗಳಲ್ಲಿ ಪ್ರಗತಿಯನ್ನು ಸಾಧಿಸುವಲ್ಲಿ ತನ್ನ ಒಲವನ್ನು ತೋರಿಸಿತು. ಒಟ್ಟಿನಲ್ಲಿ ಪುನರುತ್ಥಾನ ಆಂದೋಲನವು ರಾಷ್ಟ್ರೀಯವಾದಿ ಮತ್ತು ಪ್ರಜಾಪ್ರಭುತ್ವವಾದಿ ಸ್ವರೂಪದ್ದಾಗಿತ್ತು.

1830 ಮತ್ತು 1848ರ ಕ್ರಾಂತಿಯ ಪ್ರಭಾವ

1830ರಲ್ಲಿ ನಡೆದ ಫ್ರೆಂಚ್ ಕ್ರಾಂತಿಯು ಇಟಾಲಿಯ ರಾಷ್ಟ್ರೀಯವಾದಿಗಳ ಮನದಲ್ಲಿ ಬೇರುಬಿಟ್ಟಿದ್ದ ರಾಷ್ಟ್ರೀಯತೆಯ ಭಾವನೆ ಚಿಗುರೊಡೆಯಲು ಸಹಾಯಕವಾಯಿತು. ಇಟಲಿಯ ಅನೇಕ ರಾಜ್ಯಗಳಲ್ಲಿ ಅದರಲ್ಲಿಯೂ ನೇಪಲ್ಸ್ ರಾಜ್ಯದಲ್ಲಿ ಬೃಹತ್ ದಂಗೆಯು ಕಾಣಿಸಿಕೊಳ್ಳುವಂತೆ ಮಾಡಿತು. ಇಂತಹ ಸಮಯದಲ್ಲಿ ಆಸ್ಟ್ರಿಯಾದ ಪ್ರತಿಗಾಮಿ ನೀತಿಯ ಪ್ರವರ್ತಕನಾದ ಮೆಟರ್ನಿಕ್ ತನ್ನ ಸೈನ್ಯವನ್ನು ನೇಪಲ್ಸ್‌ಗೆ ಕಳುಹಿಸಿ ಕ್ರಾಂತಿಯ ಜ್ವಾಲೆಯು ಎಲ್ಲ ಕಡೆಯೂ ಹರಡದಂತೆ ಎಚ್ಚರವಹಿಸುವುದರೊಂದಿಗೆ ಕ್ರಾಂತಿಯ ಜ್ವಾಲೆಯನ್ನು ನಂದಿಸಿದನು.

ಇದರಿಂದ ಇಟಾಲಿಯನ್ನರ ಮನಸ್ಸಿನಲ್ಲಿ ತಾವು ವಿದೇಶಗಳ ಸಹಾಯವಿಲ್ಲದೆ ಇಟಲಿಯನ್ನು ವಿದೇಶಿ ರಾಜರ ಬಂಧನದಿಂದ ಮುಕ್ತಿಗೊಳಿಸಲು ಸಾಧ್ಯವಿಲ್ಲವೆಂದು ಅರಿತು ಇಂತಹ ಹೋರಾಟಗಳು ನಿಷ್ಪ್ರಯೋಜಕ ಎಂಬ ಪಾಠವನ್ನು ಈ ಕ್ರಾಂತಿಯ ವಿಫಲತೆಯಿಂದ ಕಲಿತರು.

1848ರ ಫೆಬ್ರವರಿಯಲ್ಲಿ ಫ್ರಾನ್ಸ್‌ನಲ್ಲಿ ಮತ್ತೊಂದು ಕ್ರಾಂತಿಯು ಜರುಗಿ ಇಟಲಿಯ ಮೇಲೆ ಮತ್ತೊಮ್ಮೆ ತನ್ನ ಪ್ರಭಾವವನ್ನು ಬೀರಿ ಅನೇಕ ರಾಜ್ಯಗಳಲ್ಲಿ ಹಳೆಯ ರಾಜಪ್ರಭುತ್ವಗಳು ನಿರ್ನಾಮವಾಗಿ ಹೊಸ ಪ್ರಜಾಪ್ರಭುತ್ವದ ಆಳ್ವಿಕೆಯ ರಾಜ್ಯಗಳು ಸ್ಥಾಪನೆಗೊಂಡವು. ರೋಂನಲ್ಲಿ ಪೋಪ್‌ನನ್ನು ಸಿಂಹಾಸನದಿಂದ ಕೆಳಗಿಳಿಸಿದುದರ ಫಲವಾಗಿ ರೋಂ ಮ್ಯಾಜಿನಿಯ ನೇತೃತ್ವದಲ್ಲಿ ಗಣರಾಜ್ಯವಾಯಿತು. ಹಂಗೇರಿ ಮತ್ತು ಬೋಹಿಮಿಯಾಗಳು ಆಸ್ಟ್ರಿಯಾದ ದರ್ಪಿಷ್ಠ ಆಡಳಿತದ ವಿರುದ್ಧ ದಂಗೆ ಎದ್ದವು ಮತ್ತು ಇಟಲಿಯ ಉತ್ತರ ಪ್ರಾಂತ್ಯದ ರಾಜ್ಯಗಳಾದ ಲೊಂಬಾರ್ಡಿ, ವೆನೀಷಿಯಾಗಳು ತಮ್ಮಲ್ಲಿ ನೆಲೆಯೂರಿದ್ದ ಆಸ್ಟ್ರಿಯಾದ ಸೈನ್ಯವನ್ನು ಹೊಡೆದೋಡಿಸಿ ಸ್ವಾತಂತ್ರ್ಯವನ್ನು ಘೋಷಿಸಿಕೊಂಡವು.

ಸಾರ್ಡೀನಿಯಾ–ಪೀಡ್‌ಮಾಂಟಿನ ರಾಜ ಚಾರ್ಲ್ಸ್ ಆಲ್ಬರ್ಟನು ಆಸ್ಟ್ರಿಯನ್ನರನ್ನು ಸಂಪೂರ್ಣವಾಗಿ ಇಟಲಿಯಿಂದ ಹೊಡೆದೋಡಿಸಬೇಕೆಂದು ಪಣತೊಟ್ಟು ಆಸ್ಟ್ರಿಯಾದ ಮೇಲೆ ಯುದ್ಧಕ್ಕೆ ಹೋದನು. ಕಸ್ಟೋಜ ಮತ್ತು ನವೋರ ಎಂಬಲ್ಲಿ ನಡೆದ ಯುದ್ಧಗಳಲ್ಲಿ ಪೂರ್ಣ ಸೋಲನ್ನು ಅನುಭವಿಸಿದ ಚಾರ್ಲ್ಸ್ ಆಲ್ಬರ್ಟನು ತನ್ನ ರಾಜ ಪದವಿಯಿಂದ ಸನ್ಯಾಸತ್ವವನ್ನು ಸ್ವೀಕರಿಸಿ ತನ್ನ ಮಗ ವಿಕ್ಟರ್ ಇಮ್ಯಾನ್ಯುಯಲ್‌ನಿಗೆ ರಾಜಪದವಿಯನ್ನು ನೀಡಿದನು. ಇದೇ ಸಮಯದಲ್ಲಿ 1849ರಲ್ಲಿ ಮೂರನೆಯ ನೆಪೋಲಿಯನ್ನನು ತನ್ನ ಸೈನ್ಯವನ್ನು ರೋಮಿಗೆ ಕಳುಹಿಸಿ ಅಲ್ಲಿ ಮ್ಯಾಜಿನಿಯ ನೇತೃತ್ವದಲ್ಲಿ ಸ್ಥಾಪಿತವಾಗಿದ್ದ ಗಣರಾಜ್ಯವನ್ನು ನಿರ್ಮೂಲನೆ ಮಾಡಿ ಅಲ್ಲಿ ಪೋಪನನ್ನು ಪುನಃ ರೋಮಿನ ಸಿಂಹಾಸನಾಧಿಪತಿಯಾಗುವಂತೆ ಮಾಡಿದನು. ಅಷ್ಟೇ ಅಲ್ಲದೆ ಆಸ್ಟ್ರಿಯಾ ಸೈನ್ಯದ ಜೊತೆಗೂಡಿ ಇಟಲಿಯ ಇತರ ಭಾಗಗಳಲ್ಲಿ ಕಾಣಿಸಿಕೊಂಡಿದ್ದ ರಾಷ್ಟ್ರೀಯತೆಯ ಜ್ವಾಲೆಯನ್ನು ಅಲ್ಪ ಸಮಯದಲ್ಲಿಯೇ ನಂದುವಂತೆ ಮಾಡಿದನು.

ಜೋಸೆಫ್ ಮ್ಯಾಜಿನಿ

ಹೀಗೆ 1830 ಮತ್ತು 1848ರ ಫ್ರಾನ್ಸಿನ ಕ್ರಾಂತಿಯ ಪ್ರಭಾವದಿಂದ ಇಟಲಿಯ ಜನತೆ ಸಿಡಿದೆದ್ದರೂ ಸಹ ಅವರಲ್ಲಿ ಸೇನಾನಾಯಕರ ಅಭಾವ ಮತ್ತು ವಿದೇಶಿಯರ ನೆರವಿನ ಕೊರತೆ ಇದ್ದುದರಿಂದ ಇಟಾಲಿಯನ್ನರು ಕ್ರಾಂತಿಯಲ್ಲಿ ಸಫಲರಾಗಲಿಲ್ಲ. ಇದಲ್ಲದೇ ಇಟಲಿಯ ಜನತೆ ದೇಶದಲ್ಲಿ ರಾಜ್ಯಗಳನ್ನೊಳಗೊಂಡ ಸಂಯುಕ್ತ ಸರ್ಕಾರ ಸ್ಥಾಪಿತವಾಗಬೇಕೆಂಬ ಅಪೇಕ್ಷೆಯನ್ನು ರಾಜ್ಯಾಂಗ ನಿಯಮಿತ ರಾಜಪ್ರಭುತ್ವ ರಾಜ್ಯಗಳನ್ನು ಹೊಂದಬೇಕೆಂಬ ಹಂಬಲ, ಗಣರಾಜ್ಯದ ತತ್ವಗಳನ್ನೊಳಗೊಂಡ ಪ್ರಜಾರಾಜ್ಯ ಸ್ಥಾಪನೆಯಾಗಬೇಕೆಂಬ ಹಲವಾರು ಅಭಿಪ್ರಾಯಗಳು ಇಟಾಲಿಯನ್ನರಲ್ಲಿ ಮನೆಮಾಡಿಕೊಂಡಿದ್ದರಿಂದ ಅವರು ಸ್ವಾತಂತ್ರ್ಯವನ್ನು ಪಡೆಯುವ ಹಾದಿಯಲ್ಲಿ ವಿಫಲತೆಯನ್ನು ಕಂಡರು.

ಜೋಸೆಫ್ ಮ್ಯಾಜಿನಿ (1805–1872)

ಇಟಲಿಯ ಏಕೀಕರಣ ಚಳುವಳಿಯಲ್ಲಿ ಮತ್ತು ದೇಶದ ಜನರಲ್ಲಿ ರಾಷ್ಟ್ರೀಯತೆಯನ್ನು ಸಂಘಟಿಸುವಲ್ಲಿ ಮ್ಯಾಜಿನಿಯ ಪಾತ್ರ

ಮಹತ್ತರವಾದುದು. ಮ್ಯಾಜಿನಿಯು 1805ರಲ್ಲಿ ಇಟಲಿಯ ಜಿನೇವಾ ನಗರದಲ್ಲಿ ಜನಿಸಿದ. ಈತನ ತಂದೆ ವೃತ್ತಿಯಲ್ಲಿ ವೈದ್ಯನಾಗಿದ್ದುದಲ್ಲದೆ ಅಲ್ಲಿನ ವಿಶ್ವವಿದ್ಯಾನಿಲಯವೊಂದರಲ್ಲಿ ಪ್ರಾಧ್ಯಾಪಕನಾಗಿದ್ದನು ಮತ್ತು ಲೈಗೂರಿಯನ್ ಗಣರಾಜ್ಯದ ಅಧಿಕಾರಿಯಾಗಿದ್ದನು. ಆದ್ದರಿಂದ ಚಿಕ್ಕಂದಿನಿಂದಲೇ ತನ್ನ ತಂದೆಯ ಪ್ರಭಾವದಿಂದಾಗಿ ಮ್ಯಾಜಿನಿಯು ಉತ್ತಮ ಶಿಕ್ಷಣವನ್ನು ಪಡೆದು ಜಿನೇವಾ ವಿಶ್ವವಿದ್ಯಾಲಯದಲ್ಲಿ ನ್ಯಾಯಶಾಸ್ತ್ರದ ಪದವಿಯನ್ನು ಪಡೆದನು. ವಿದ್ಯಾರ್ಥಿ ದೆಸೆಯಿಂದಲೇ ಸಾಹಿತ್ಯದ ಬಗ್ಗೆ ಅಪಾರವಾದ ಆಸಕ್ತಿಯನ್ನು ಹೊಂದಿದ್ದ ಮ್ಯಾಜಿನಿಯು ಷೇಕ್ಸ್‌ಪಿಯರ್, ಬೈರನ್, ಗಯಟೆ, ಸ್ಕಾಟ್ ಮತ್ತು ಡಾಂಟೆ ಮುಂತಾದವರ ಪ್ರಮುಖ ಸಾಹಿತ್ಯ ಕೃತಿಗಳನ್ನು ಆಳವಾಗಿ ಅಭ್ಯಸಿಸಿದ್ದನಲ್ಲದೆ ಡಾಂಟೆಯ ಮೇಲೆ ವಿಮರ್ಶಾತ್ಮಕವಾದ ಲೇಖನವೊಂದನ್ನು ಬರೆದನು. "ಸಾವಿರಾರು ಐತಿಹಾಸಿಕ ನಾಟಕ ಹಾಗೂ ಸಾಹಸಮಯ ದೃಶ್ಯಗಳು ಆತನ ಅಂತಃಚಕ್ಷುವಿನ ಎದುರುತೋರುತ್ತಿದ್ದವು". ದೇಶದ ಸ್ವಾತಂತ್ರ್ಯ ಚಳುವಳಿಯ ಆಂದೋಲನಕ್ಕಾಗಿ ತನ್ನ ಸಂಪೂರ್ಣ ಕನಸನ್ನು ತ್ಯಾಗ ಮಾಡಿದನು.

ಈತ 16 ವರ್ಷದವನಾಗಿದ್ದಾಗ ಒಂದು ದಿನ ತಾಯಿಯ ಜೊತೆ ನಗರದಲ್ಲಿ ತಿರುಗಾಡುತ್ತಿದ್ದಾಗ ದೇಶದ ಸ್ವಾತಂತ್ರ್ಯಕ್ಕಾಗಿ ಹೋರಾಡಿ ಸೋತು ಅಬಲನಾಗಿದ್ದ ಸೈನಿಕರುಗಳಲ್ಲೊಬ್ಬಾತನು. ಮ್ಯಾಜಿನಿಯ ಬಳಿ ಬಂದು "ಪ್ರಭುವೇ ನ್ಯಾಯ ರಕ್ಷಣೆಗೆ ಬಾಹಿರನಾದವನಿಗೆ ಏನಾದರೊಂದು ಸ್ವಲ್ಪ ಸಹಾಯ ಮಾಡಿ" ಎಂದು ಅಂಗಲಾಚಿದನು. ಆಗ ಮ್ಯಾಜಿನಿ ಆತನಿಗೆ ಸ್ವಲ್ಪ ಧನಸಹಾಯವನ್ನು ಮಾಡಿದನು. ಆದರೆ ಆ ಸೈನಿಕನು ಹಸಿವಿನಿಂದಾಗಿ ಬೇಡುತ್ತಿದ್ದ ಆ ಕಠೋರ ದೃಶ್ಯವು ಅವನ ಮನಸ್ಸಿನಲ್ಲಿ ಅಚ್ಚಳಿಯದೆ ಉಳಿಯುವಂತೆ ಮಾಡಿತು. ಆತನ ಮನಸ್ಸು ದೇಶದ ಸ್ವಾತಂತ್ರ್ಯಗಳಿಕೆಯ ಕಡೆ ತಿರುಗಿದ್ದಷ್ಟೇ ಅಲ್ಲದೆ ಮುಂದೆ ಅದೇ ಮ್ಯಾಜಿನಿಯ ಮೂಲಮಂತ್ರವಾಯಿತು.

ಮ್ಯಾಜಿನಿಯು ಅಂದಿನಿಂದ ಯಾವಾಗಲೂ "ನಾನು ಮೌನ ಆಲೋಚನೆಯಿಂದಿರುವುದಷ್ಟೇ ಅಲ್ಲದೆ ಅನ್ಯರ ಮಾತುಗಳಿಗೆ ಕಿವಿಗೊಡದೆ ಗದ್ದಲ ಪ್ರವೃತ್ತಿಯ ಹಾಗೂ ವಿದ್ರೋಹಿ ವಿದ್ಯಾರ್ಥಿಗಳ ಮಧ್ಯದಲ್ಲಿ ವ್ಯಾಕುಲಚಿತ್ತವನ್ನು, ವಿಚಾರಕ್ರಾಂತಿಯುತನೂ ಆಗಿದ್ದು ಅಕಸ್ಮಾತ್ತಾಗಿ ವಯಸ್ಸಾದವನಂತೆ ತೋರುತ್ತಿದ್ದೆ. ತನ್ನ ದೇಶಕ್ಕಾಗಿ ಮರುಕಪಟ್ಟವನಂತೆ ಭಾವಿಸಿ ಹುಡುಗತನದಲ್ಲಿಂದ ಎಂದೆಂದೂ ನಾನು ಕಪ್ಪುಬಟ್ಟೆ ಧರಿಸಿಕೊಳ್ಳುವ ನಿರ್ಧಾರ ಮಾಡಿದೆ" ಎಂದು ಒಂದೆಡೆ ತಿಳಿಸಿದ್ದಾನೆ. ತನ್ನ ಕ್ರಾಂತಿಕಾರಕ ಬರವಣಿಗೆಯಿಂದ ಅನೇಕ ಕಾರ್ಯಕ್ರಮಗಳನ್ನು ಹಮ್ಮಿಕೊಂಡು, ಆ ಮೂಲಕ ಜನತೆಯನ್ನು ಬಡಿದೆಬ್ಬಿಸಿದನು. ಖಡ್ಗಕ್ಕಿಂತ ಲೇಖನಿ ಹರಿತ (Pen is mightier than the sword) ಎಂಬುದು ಅವನ ನಂಬಿಕೆಯಾಗಿತ್ತು. ಈ ಕಾರ್ಯಾಚರಣೆಯೊಂದಿಗೆ ಕಾರ್ಬೋನರಿ ಸಂಘವನ್ನು ಸೇರಿ ಕ್ರಾಂತಿಕಾರಕ ಚಟುವಟಿಕೆಗಳಲ್ಲಿ ತೊಡಗಿ ತನ್ನ ಜೀವಮಾನದ ಮಹತ್ವಾಕಾಂಕ್ಷೆಯಾದ ಇಟಲಿಯಿಂದ ಆಸ್ಟ್ರಿಯಾದವರನ್ನು ಹೊರದೂಡುವುದಕ್ಕಾಗಿ ಕಂಕಣಬದ್ಧನಾದನು.

ಈತನ ಈ ಕ್ರಾಂತಿಕಾರಕ ಚಟುವಟಿಕೆಗಳನ್ನು ಮತ್ತು ಹೇಳಿಕೆಗಳನ್ನು ಗಮನಿಸಿದ ಆಸ್ಟ್ರಿಯಾ ಸರ್ಕಾರವು 1830ರಲ್ಲಿ ಈತನನ್ನು ಸವೋನಾ ಕೋಟೆಯಲ್ಲಿ 6 ತಿಂಗಳು ಕಾಲ ಬಂಧಿಸಿತು. ಜೈಲಿನಿಂದ ಬಿಡುಗಡೆಗೊಂಡ ಸ್ವಲ್ಪ ಸಮಯದ ನಂತರ ಮತ್ತೆ ಮ್ಯಾಜಿನಿಯು ವಿದೇಶಿ ವಿಧ್ವಂಸಕ ಕೃತ್ಯಗಳಲ್ಲಿ ತೊಡಗಿದನು. ಇದನ್ನು ಕಂಡು ನಡುಗಿದ ಆಸ್ಟ್ರಿಯಾ ಸರ್ಕಾರ ದೇಶದಿಂದಲೇ ಈತನನ್ನು ಗಡಿಪಾರು ಮಾಡಿತು. ದೇಶಭ್ರಷ್ಟನಾದ ಮ್ಯಾಜಿನಿಯು ಸುಮಾರು 40ವರ್ಷಗಳ ಕಾಲ ಫ್ರಾನ್ಸ್, ಸ್ವಿಟ್ಜರ್‌ಲ್ಯಾಂಡ್ ಮತ್ತು ಇಂಗ್ಲೆಂಡ್‌ಗಳಲ್ಲಿ ಅಲೆಮಾರಿಯಾಗಿ ತನ್ನ ಜೀವನವನ್ನು ಕಳೆದನು.

ಯಂಗ್ ಇಟಲಿ (Young Italy):

ಮ್ಯಾಜಿನಿಯು ತಾನು ಹಚ್ಚಿದ ದೇಶಪ್ರೇಮದ ಅಣತೆಯು ಸದಾಕಾಲ ಬೆಳಗುವಂತೆ ಮಾಡಲು 1831ರಲ್ಲಿ "ಯಂಗ್ ಇಟಲಿ" ಎಂಬ ಹೊಸ ಸಂಸ್ಥೆಯೊಂದನ್ನು ಸ್ಥಾಪಿಸಿದನು ಈ ಸಂಸ್ಥೆಯು ರಹಸ್ಯವಾಗಿದ್ದುಕೊಂಡು ಆಧುನಿಕ ಇಟಲಿಯ ನಿರ್ಮಾಣಕಾರ್ಯದಲ್ಲಿ ಮಹತ್ತರವಾದ ಪಾತ್ರವನ್ನು ವಹಿಸಿತು. ಮ್ಯಾಜಿನಿಯ ದೃಷ್ಟಿಯಲ್ಲಿ ಇಟಲಿಯ ಸ್ವಾತಂತ್ರ್ಯ ಹಾಗೂ ಐಕ್ಯತೆಯು ವಾಸ್ತವಿಕವಾಗಿ ಅದೊಂದು ನವೀನ ಧರ್ಮವಾಗಿತ್ತು. ಮಹೋನ್ನತ ಭಾವನೆಗಳಿಗೆ ಕರೆನೀಡುವುದು, ಸ್ವಾರ್ಥ ತ್ಯಾಗದ ದೀಕ್ಷೆನೀಡುವುದು, ಆದರ್ಶವನ್ನು ಅಳವಡಿಸಿಕೊಳ್ಳುವುದು ಮತ್ತು ಯುವಕರು ಅದರ ಪ್ರವರ್ತಕರಾಗುವುದು ಇವುಗಳು ಮ್ಯಾಜಿನಿಯ ಧರ್ಮದ ಪ್ರಮುಖ ತತ್ತ್ವಗಳಾಗಿದ್ದವು. ಅಲ್ಲದೆ ಮ್ಯಾಜಿನಿಯ ಬರವಣಿಗೆಯನ್ನು ಗಮನಿಸಿದಾಗ "ಆ ಎಲ್ಲಾ ಮಹಾನ್ ರಾಷ್ಟ್ರೀಯ ಸಂಗ್ರಾಮಗಳು ಅಪರಿಚಿತ ವ್ಯಕ್ತಿಗಳಿಂದ ಆರಂಭಿಸಲ್ಪಡುತ್ತವೆ. ದೃಢವಿಶ್ವಾಸ ಹಾಗೂ ದೃಢ ಮನಸ್ಸೊಂದನ್ನು ಬಿಟ್ಟು ಬೇರಾವ ಪ್ರಭಾವವು ಅದರಲ್ಲಿರುವುದಿಲ್ಲ, ಅವರ ವಿಷಯದಲ್ಲಿ ವಿಶ್ವಾಸ ಮತ್ತು ಮನಸ್ಸುಗಳಲ್ಲದೆ ಸಮಯವಾಗಲೀ ಎಡರುತೊಡರುಗಳು ಮುಖ್ಯವಾದುವಲ್ಲ" ಎಂಬ ಹೇಳಿಕೆಯು ಅವನು ತನ್ನ ಬಗ್ಗೆ ಸ್ವತಃ ಹೊಂದಿದ್ದ ದೃಢವಿಶ್ವಾಸದ ಪ್ರತಿಬಿಂಬವಾಗಿದೆ.

ಈ ನಿಟ್ಟಿನಲ್ಲಿ ಮ್ಯಾಜಿನಿಯು ಸ್ಥಾಪಿಸಿದ ಯಂಗ್ ಇಟಲಿ ಎಂಬ ಸಂಸ್ಥೆಯು ಮಹತ್ವದ ಪಾತ್ರವನ್ನು ನಿರ್ವಹಿಸಿತು. ಇದರ ಮುಖ್ಯ ಧ್ಯೇಯೋದ್ದೇಶಗಳೆಂದರೆ ಆಸ್ಟ್ರಿಯಾವನ್ನು ಇಟಲಿಯಿಂದ ಹೊರಹಾಕುವುದು ಮೊದಲ ಗುರಿಯಾಗಿದ್ದು ಅದಕ್ಕಾಗಿ ಯುದ್ಧವನ್ನು ಆದಷ್ಟು ಬೇಗ ಪ್ರಾರಂಭಿಸಬೇಕು. ದೇಶದ ಒಗ್ಗಟ್ಟನ್ನು ಸಾಧಿಸಿ ವಿದೇಶಿಯರ ಮುಷ್ಠಿಯಿಂದ ಮುಕ್ತಿಯನ್ನು ಪಡೆಯಲು ಇಟಲಿಯಾದ್ಯಂತ ಜನಜಾಗೃತಿಯನ್ನು ಉಂಟುಮಾಡುವುದು ಮತ್ತು ಇಟಲಿಯ ಜನತೆ ಯಾವುದೇ ಸಹಾಯಕ್ಕೂ ವಿದೇಶಗಳನ್ನು ಅವಲಂಬಿಸದೆ ತಮ್ಮದೇ ಆದ ಸ್ವಯಂಶಕ್ತಿಯಿಂದ ಹೋರಾಡಬೇಕೆಂಬುದಾಗಿತ್ತು. ಜನತೆಗೆ ಶಿಕ್ಷಣವನ್ನು ನೀಡಿ, ತಮ್ಮ ದೇಶದ ಪ್ರಾಚೀನ ಗತವೈಭವವನ್ನು ಪುನಃ ಮನದಟ್ಟು ಮಾಡಿಸಿ, ಅದರ ಇತಿಹಾಸವನ್ನು ತಿಳಿದುಕೊಳ್ಳಲು ಅವಕಾಶಮಾಡಿಕೊಟ್ಟು ಜನತೆಯಲ್ಲಿ ದೇಶಕೋಸ್ಕರ ತ್ಯಾಗ-ದೇಶಪ್ರೇಮದ ಬೀಜವನ್ನು ಬಿತ್ತಿ ಆ ಮೂಲಕ ದೇಶಕ್ಕೆ ಸಂಭವಿಸುವ ಗಂಡಾಂತರವನ್ನು ಎದುರಿಸಲು ಸನ್ನದ್ಧರಾಗುವಂತೆ ಮಾಡುವುದು ಹಾಗೂ ಇಟಲಿಯ ಗಣರಾಜ್ಯದ ಸ್ಥಾಪನೆಗೆ ಶ್ರಮಿಸುವುದು. ಇಂತಹ ಹಲವಾರು ತತ್ತ್ವಗಳನ್ನೊಳಗೊಂಡ ವಿಶಾಲವಾದ ತಳಹದಿಯ ಮೇಲೆ ಈ ಯಂಗ್ ಇಟಲಿ ಎಂಬ ಸಂಸ್ಥೆಯು ನಿಂತಿತ್ತು.

ಇದರ ಸದಸ್ಯರು, ಧೈರ್ಯವಂತರೂ ಸಾಹಸಿಗಳೂ ನಿಸ್ವಾರ್ಥತರುಣರೂ ಆಗಿದ್ದರು. ಇವರು ಈ ಸಂಸ್ಥೆಯು ದೃಢವಾಗಿ ನಿಲ್ಲಲು ಆಧಾರಸ್ತಂಭಗಳಾಗಿದ್ದರು. ಈ ಸಂಸ್ಥೆಗೆ ಯುವಜನಾಂಗವು ಹೆಚ್ಚಿನ ಪ್ರಮಾಣದಲ್ಲಿ ಬೆಂಬಲ ನೀಡುತ್ತಿರುವುದನ್ನು ಮನಗಂಡು ಮ್ಯಾಜಿನಿಯು ಈ ರೀತಿಯಲ್ಲಿ ತನ್ನ ಅಭಿಪ್ರಾಯವನ್ನು ವ್ಯಕ್ತಪಡಿಸಿದ್ದಾನೆ: "ಕ್ರಾಂತಿಕಾರಿ ಗುಂಪಿನ ನಾಯಕತ್ವವನ್ನು ಯುವಕರು ವಹಿಸಿಕೊಳ್ಳಲಿ, ಅವರ ಹೃದಯದಲ್ಲಿ ಅಡಗಿರುವ ಸುಪ್ತಶಕ್ತಿಯ ರಹಸ್ಯದ ಕಲ್ಪನೆಯಾಗಲಿ, ಅಥವಾ ಜನಸಮುದಾಯದ ಮೇಲೆ ಯುವಕರ ಕೂಗು ಬೀರಬಲ್ಲ ಮಾಂತ್ರಿಕ ಪ್ರಭಾವದ ಕಲ್ಪನೆಯಾಗಲೀ ಈಗ ನಿಮಗಾಗಲಾರದು. ಯುವಜನಾಂಗದಲ್ಲಿ ಅನೇಕ ಜನ ಹೊಸ ಧರ್ಮದ ಪ್ರವಾದಿಗಳನ್ನು ನೀವು ಕಂಡುಕೊಳ್ಳುವಿರಿ" ಎನ್ನುತ್ತ ತನ್ನ ಈ ಸಂಸ್ಥೆಗೆ 40 ವರ್ಷಕ್ಕಿಂತ ಕಡಿಮೆ ವಯಸ್ಸಿನವರಿಗೆ ಮಾತ್ರ ಪ್ರವೇಶಾವಕಾಶವನ್ನು ನೀಡಿದ್ದನು. ಏಕೆಂದರೆ ಅವನಿಗೆ ಯುವ ಜನಾಂಗದ ಬಗ್ಗೆ ದೃಢವಿಶ್ವಾಸ ಮತ್ತು ನಂಬಿಕೆ ಇತ್ತು.

ಸ್ವಾತಂತ್ರ್ಯ ಮತ್ತು ರಾಷ್ಟ್ರೀಯ ಐಕ್ಯತೆಯು ಮ್ಯಾಜಿನಿಯು ಸ್ಥಾಪಿಸಿದ 'ಯಂಗ್ ಇಟಲಿ' ಸಂಸ್ಥೆಯ ಮೂಲ ಮಂತ್ರಗಳಾಗಿದ್ದವು. ಇಟಲಿ ಏಕೀಕರಣಕ್ಕಾಗಿ ತನ್ನೆಲ್ಲ ಪ್ರತಿಭೆ, ಕಲ್ಪನಾಶಕ್ತಿ, ಧೈರ್ಯ ಸಾಹಸವನ್ನೆಲ್ಲಾ ಧಾರೆಯೆರೆದು ಇಟಲಿಯ ಜನತೆಯ ಮೇಲೆ ಅಪಾರವಾದ ಪ್ರಭಾವ ಬೀರಿ ಲಕ್ಷಾಂತರ ಜನತೆಯ ಹೃದಯದಲ್ಲಿ ರಾಷ್ಟ್ರೀಯತೆಯನ್ನು ಬೆಳೆಸಿ ಅವರೆಲ್ಲರನ್ನು ಇಟಲಿಯ ಸ್ವಾತಂತ್ರ್ಯದ ಮಹಾನ್ ಹೋರಾಟಕ್ಕೆ ಸಜ್ಜುಗೊಳಿಸಿ ದೇಶದಿಂದ ಆಸ್ಟ್ರಿಯನ್ನರನ್ನು ಹೊಡೆದೋಡಿಸಬೇಕು, ಆ ಮೂಲಕ ಹರಿದು ಹಂಚಿಹೋಗಿದ್ದ ದೇಶ ಐಕ್ಯಗೊಳ್ಳಬೇಕು. ಸ್ವಾವಲಂಬನೆಯ ಶಕ್ತಿಯನ್ನು ಹೊರತುಪಡಿಸಿ ಬೇರಾವ ಶಕ್ತಿಯ ಅಗತ್ಯವೂ ಈ ಕಾರ್ಯಗಳಿಗೆ ಸಹಾಯಕವಾಗಲಾರದು ಎಂದೂ ಮತ್ತೊಂದೆಡೆ ಮ್ಯಾಜಿನಿಯು "ವಿದೇಶಿ ಬಂಧನದ ಬಿಡುಗಡೆ ಬಯಸಿರುವ ಇಟಲಿಯ 20 ದಶಲಕ್ಷ ಜನತೆಗೆ ಇರುವ ಕೊರತೆ ಶಕ್ತಿಯದಲ್ಲ, ವಿಶ್ವಾಸದ್ದು ಮಾತ್ರ" ಎಂದು ಅಭಿಪ್ರಾಯಪಟ್ಟಿದ್ದಾನೆ.

ಇಟಲಿಯ ಜನತೆ ದೇಶದ ಐಕ್ಯತೆಗೆ ಮಾರಕವಾಗಿದ್ದ ವಿದೇಶಿಯರ ಬರ್ಬರ ಆಡಳಿತದಿಂದ ದೇಶದ ಐಕ್ಯತೆ ಅಸಾಧ್ಯ ಮತ್ತು ಅದೊಂದು ಬರೀ ಕನಸೆಂದು ಭಾವಿಸಿದ್ದಂತಹ ಸಮಯದಲ್ಲಿ ಮ್ಯಾಜಿನಿಯು ಅದು ಸಾಧ್ಯ ಮತ್ತು ವಾಸ್ತವಿಕವಾದುದೆಂದು ಜನರ ಮನಮುಟ್ಟುವಂತೆ ತಿಳಿಹೇಳಿದನು. ತಾನೊಬ್ಬ ಗಣತಂತ್ರವಾದಿಯಾಗಿದ್ದುಕೊಂಡು ಇಟಲಿಯ ರಾಜ್ಯಗಳೆಲ್ಲ ಐಕ್ಯಗೊಂಡ ಮೇಲೆ ದೇಶವು ಸಂಪೂರ್ಣವಾಗಿ ಗಣರಾಜ್ಯವಾಗಬೇಕೆಂದು ಬಯಸಿದನು.

ಇಟಲಿಯ ಒಕ್ಕೂಟವನ್ನು ಸ್ಥಾಪಿಸುವುದರಲ್ಲಿಯೇ ಅದರ ಸಮಸ್ಯೆಗೆ ನಿಜವಾದ ಪರಿಹಾರ ಅಡಗಿದೆ ಎಂಬ ತತ್ವದಲ್ಲಿ ಮ್ಯಾಜಿನಿ ನಂಬಿಕೆಯನ್ನು ಹೊಂದಿರಲಿಲ್ಲ. ಒಕ್ಕೂಟ ರಚನೆಯಿಂದ ದೇಶದ ಏಕೀಕರಣದ ವಿಚಾರಕ್ಕೆ ಪೂರ್ಣ ಬಲ ಬರುವಂತಿದ್ದರೂ ದೇಶದ ಒಕ್ಕೂಟಕ್ಕಿಂತ ಐಕ್ಯತೆಗೆ ಮ್ಯಾಜಿನಿಯು ಹೆಚ್ಚು ಬೆಂಬಲವನ್ನು ನೀಡಿದ್ದನು. ಅದೇ ಅವನ ಪರಮೋದ್ದೇಶವೂ ಆಗಿತ್ತು. "ಇಟಲಿ ಸಂಪೂರ್ಣ ಇಟಲಿಯಾಗಿಯೇ ಇರಬೇಕೇ ಹೊರತು ಮತ್ತಾವ ಹೆಸರಿನಿಂದಲೂ ಉದಯಿಸುವುದು ಬೇಡ" ಎಂಬುದು ಅವನ ಅಂತಿಮ ತೀರ್ಮಾನವಾಗಿತ್ತು.

ಈ ಹಾದಿಯಲ್ಲಿ ಮ್ಯಾಜಿನಿಯು ಸುಮಾರು 41 ವರ್ಷಗಳಷ್ಟು ದೀರ್ಘಕಾಲ ಅಪಾರವಾದ ಕಷ್ಟನಷ್ಟಗಳನ್ನು ಅನುಭವಿಸಿದನು. 1848ರಲ್ಲಿ ಫ್ರಾನ್ಸ್‌ನಲ್ಲಿ ನಡೆದ ದಂಗೆಯಿಂದ ಪ್ರಭಾವಿತನಾಗಿ ರೋಂಗೆ ಬಂದು ಅಲ್ಲಿಯ ಪೋಪನನ್ನು ಪದಚ್ಯುತಗೊಳಿಸಿ ತನ್ನ ಕನಸಿನ ಗಣರಾಜ್ಯವನ್ನು ಸ್ಥಾಪಿಸಿದನು. ಆದರೆ ಮ್ಯಾಜಿನಿಯ ಇಷ್ಟಾರ್ಥದ ಗಣರಾಜ್ಯವು ಬಹುಕಾಲ ನಿಲ್ಲಲಾರದೆ ರೋಂನಲ್ಲಿ ಮತ್ತೆ ರಾಜಪ್ರಭುತ್ವ ತಲೆಯೆತ್ತಿತು. 1849ರಲ್ಲಿ ಫ್ರಾನ್ಸ್‌ನಲ್ಲಿ ನೂತನ ಅಧ್ಯಕ್ಷನಾಗಿ ಮೂರನೇ

ನೆಪೋಲಿಯನ್ನನು ಅಧಿಕಾರದ ಗದ್ದುಗೆಯನ್ನು ಅಲಂಕರಿಸಿದನು. ನಂತರ ತನ್ನ ಸೈನ್ಯವನ್ನು ರೋಂಗೆ ಕಳಹಿಸಿ ಮ್ಯಾಜಿನಿಯ ಗಣರಾಜ್ಯವನ್ನು ನಿರ್ನಾಮಮಾಡಿ, ಪೋಪನನ್ನು ಅಲ್ಲಿನ ಸಿಂಹಾಸನಕ್ಕೆ ತರುವ ಮೂಲಕ ತನ್ನ ದೇಶದಲ್ಲಿನ ಕ್ಯಾಥೋಲಿಕ್ಕರ ಬೆಂಬಲ ಮತ್ತು ಪ್ರೀತಿ ವಿಶ್ವಾಸವನ್ನು ಗಳಿಸಿಕೊಂಡು ತನ್ನ ಅಧ್ಯಕ್ಷ ಪದವಿಯ ಪಟ್ಟವನ್ನು ಭದ್ರಪಡಿಸಿಕೊಂಡನು.

ಇದರಿಂದಾಗಿ ಮ್ಯಾಜಿನಿಯ ರೋಂ ಮತ್ತು ಇಟಲಿಯ ಗಣರಾಜ್ಯದ ಕನಸು ಮಣ್ಣುಪಾಲಾಯಿತು. ನಂತರ ಗಡಿಪಾರಾದ ಮ್ಯಾಜಿನಿ ತನ್ನ ಎರಡನೆಯ ತವರುಮನೆಯಂತಿದ್ದ ಇಂಗ್ಲೆಂಡಿಗೆ ಹೋಗಿ ನೆಲೆಸಿದನು. ಅಲ್ಲಿದ್ದುಕೊಂಡೇ ಇಟಲಿಯ ಸ್ವಾತಂತ್ರ್ಯ ಚಳುವಳಿಗಾರರಿಗೆ ಮಾರ್ಗದರ್ಶನ ನೀಡುತ್ತಿದ್ದನು. ಆತನಲ್ಲಿ ಮನೆಮಾಡಿಕೊಂಡಿದ್ದ ಉತ್ಕಟವಾದ ದೇಶಪ್ರೇಮವನ್ನು ನೆನಸಿಕೊಂಡರೆ ತನ್ನ ಮಾತೃಭೂಮಿಯ ಬಗ್ಗೆ ಅವನಿಗಿದ್ದ ದೇಶ ಪ್ರೇಮದ ಆಳ ಅಗಲದ ಅರಿವಾಗುತ್ತದೆ.

ಚಾರ್ಲ್ಸ್ ಆಲ್ಬರ್ಟ್ ಮತ್ತು ಆಸ್ಟ್ರಿಯಾದೊನೆ ಯುದ್ಧ:

1815ರ ವಿಯನ್ನಾ ಸಮ್ಮೇಳನವು ಇಟಲಿಯ ಭೂಪ್ರದೇಶವನ್ನು ಹಲವು ರಾಜ್ಯಗಳನ್ನಾಗಿ ವಿಂಗಡಿಸಿ ಸ್ಪೇನ್, ಆಸ್ಟ್ರಿಯಾ ಮುಂತಾದ ವಿದೇಶಿಯರ ಆಳ್ವಿಕೆಯಲ್ಲಿಟ್ಟಿತ್ತು. ಆದರೆ ಸವಾಯ್, ಪೀಡ್‌ಮಾಂಟ್, ಜಿನೇವಾ ಮತ್ತು ಸಾರ್ಡೀನಿಯಾ ಎಂಬ ಏಕೈಕ ಹೆಸರಿನ ರಾಜ್ಯವನ್ನು ಇಟಲಿಯ ರಾಜವಂಶದ ದೊರೆ ಚಾರ್ಲ್ಸ್ ಆಲ್ಬರ್ಟ್ ಆಳುತ್ತಿದ್ದನು. ಈತನು ತನ್ನ ಪ್ರದೇಶಗಳ ಎಲ್ಲಾ ಜನತೆಗೆ ಉದಾರವಾದ ಸಂವಿಧಾನ ಪದ್ಧತಿಯನ್ನು ಜಾರಿಗೆ ತಂದುದಲ್ಲದೆ, ಇಟಲಿಯನ್ನು ವಿದೇಶಿಯರ ಆಳ್ವಿಕೆಯಿಂದ ಬಿಡುಗಡೆಗೊಳಿಸಿ ದೇಶವನ್ನು ಏಕೀಕರಣಗೊಳಿಸುವ ಸೂಕ್ತ ಸಮಯಕ್ಕಾಗಿ ಮತ್ತು ವಿದೇಶಿಯರ ವಿರುದ್ಧ ಹೋರಾಡಲು ಸನ್ನದ್ಧನಾಗಿದ್ದನು. ಇಂತಹ ಸಮಯದಲ್ಲಿ ಅಂದರೆ 1848ರ ಫೆಬ್ರವರಿಯಲ್ಲಿ ಫ್ರಾನ್ಸ್‌ನಲ್ಲಿ ಉಂಟಾದ ಕ್ರಾಂತಿ ಇಡೀ ಯೂರೋಪಿನಾದ್ಯಂತ ಹರಡಿತು. ಇಟಲಿಯ ರಾಜ್ಯಗಳಿಗೂ ಈ ಕ್ರಾಂತಿಯ ಕಿಡಿಯು ಕಾಳ್ಗಿಚ್ಚಿನಂತೆ ಹರಡಿತು.

ಲೊಂಬಾರ್ಡಿ ಮತ್ತು ವೆನೀಷಿಯಾದ ಜನತೆ ಆಸ್ಟ್ರಿಯಾದ ದಬ್ಬಾಳಿಕೆಯಿಂದ ಮುಕ್ತರಾಗಲು 1848ರ ಮಾರ್ಚ್ ತಿಂಗಳಿನಲ್ಲಿ ಹೋರಾಟವನ್ನು ಪ್ರಾರಂಭಿಸಿದರು. ಇದೇ ಸಮಯದಲ್ಲಿ ಸಾರ್ಡೀನೀಯಾದ ದೊರೆ ಚಾರ್ಲ್ಸ್ ಆಲ್ಬರ್ಟನು ಆಸ್ಟ್ರಿಯಾದ ದರ್ಪಿಷ್ಟ ಹಾಗೂ ಭ್ರಷ್ಟ ಸೈನ್ಯಾಡಳಿತದ ವಿರುದ್ಧ ಲೊಂಬಾರ್ಡಿಯಲ್ಲೂ ಯುದ್ಧ ಸಾರಿದನು. ಪ್ರಾರಂಭದ ಯುದ್ದದಲ್ಲಿ ದೊರೆ ಚಾರ್ಲ್ಸ್ ಆಲ್ಬರ್ಟನಿಗೆ ಜಯ ಲಭಿಸಿತಾದರೂ ಕಸ್ಟೋಜಾ ಎಂಬಲ್ಲಿ ನಡೆದ ಯುದ್ಧದಲ್ಲಿ ವಿದೇಶಿ ಸೈನ್ಯದೆದುರು ಸೋಲನ್ನು ಅನುಭವಿಸಿದನು. ಆದರೆ ವಿಯನ್ನಾದಲ್ಲಿ ಆರಂಭವಾದ ದಂಗೆಯಿಂದ ಸ್ಫೂರ್ತಿ ಪಡೆದ ಆಲ್ಬರ್ಟನು ತನ್ನ ಹಿಂದಿನ ಸೋಲಿನ ಕಹಿಯನ್ನು ಮರೆತು ಮತ್ತೊಮ್ಮೆ ಲೊಂಬಾರ್ಡಿಗೆ ಮುತ್ತಿಗೆ ಹಾಕಿದನು. ದುರಾದೃಷ್ಟವಶಾತ್ ನೋವಾರ ಎಂಬಲ್ಲಿ ಅಂತಿಮವಾಗಿ ವಿದೇಶಿಯರ ಶಕ್ತಿಗೆ ಶರಣಾಗತನಾದನು. ಆಸ್ಟ್ರಿಯನ್ನರನ್ನು ದೇಶದಿಂದ ಹೊಡೆದೋಡಿಸುವಲ್ಲಿ ವಿಫಲನಾಗಿ ಹತಾಶನಾದ ಚಾರ್ಲ್ಸ್ ಆಲ್ಬರ್ಟನು ಸಿಂಹಾಸನವನ್ನು ತ್ಯಜಿಸಿ ತನ್ನ ಮಗನಾದ ವಿಕ್ಟರ್ ಇಮ್ಯಾನ್ಯುಯಲ್‌ನಿಗೆ ಸಾರ್ಡೀನಿಯಾದ ರಾಜಪ್ರಭುತ್ವವನ್ನು ವಹಿಸಿ ಪೋರ್ಚುಗಲ್ಲಿಗೆ ನಿರಾಶ್ರಿತನಂತೆ ಹೋದನು. ಅಂತಿಮವಾಗಿ ಅಲ್ಲಿಯೇ ಇಟಲಿಯ ಏಕೀಕರಣದ ಕನಸನ್ನು ಕಾಣುತ್ತಾ ಮರಣ ಹೊಂದಿದನು.

ಇಟಲಿಯಲ್ಲಿ ಮತ್ತೆ ನಿರಂಕುಶಾಡಳಿತ

1848ರ ಫ್ರಾನ್ಸಿನ ಕ್ರಾಂತಿಯ ಪ್ರಭಾವದಿಂದ ಇಟಲಿಯಲ್ಲಿ ಹಲವಾರು ಹೋರಾಟಗಳು ನಡೆದರೂ ಸಹ ಅಂತಿಮವಾಗಿ ನಿರಂಕುಶಾಧಿಕಾರವೇ ತನ್ನ ಅಧಿಪತ್ಯವನ್ನು ಸ್ಥಾಪಿಸಿತು. 1849ರಲ್ಲಿ ಮೂರನೆಯ ನೆಪೋಲಿಯನ್ನನು ಫ್ರೆಂಚ್ ಸೈನ್ಯವನ್ನು ರೋಂಗೆ ಕಳುಹಿಸಿ ಪೋಪನನ್ನು ಪುನಹ ರೋಂನ ಗದ್ದಿಗೆಯ ಮೇಲೆ ಕುಳ್ಳಿರಿಸಿದನು. ಸಿಸಿಲಿ ಮತ್ತು ನೇಪಲ್ಸ್‌ಗಳ ದೊರೆಯಾದ ಫರ್ಡಿನಾಂಡನು 1849ರಲ್ಲಿ ಪುನಹ ತನ್ನ ನಿರಂಕುಶಾಧಿಪತ್ಯವನ್ನು ಸ್ಥಾಪಿಸಿದನು. 1848ರಲ್ಲಿ ವೆನೀಷಿಯನ್ನರು ಆಸ್ಟ್ರಿಯಾದ ಸೈನ್ಯವನ್ನು ಸೋಲಿಸಿ ಮ್ಯಾಜಿನಿಯ ನೇತೃತ್ವದಲ್ಲಿ ಗಣರಾಜ್ಯವನ್ನು ಸ್ಥಾಪಿಸಿದರೂ ಸಹ, 1849ರ ಆಗಸ್ಟ್‌ನಲ್ಲಿ ಅಲ್ಲಿನ ಗಣರಾಜ್ಯವನ್ನು ನಾಶಪಡಿಸಿ ತನ್ನ ಹಿಂದಿನ ನಿರಂಕುಶಾಧಿಕಾರವನ್ನು ಪುನರ್‌ಸ್ಥಾಪಿಸಲಾಯಿತು.

ಹೀಗೆ ರೋಂ, ಲೊಂಬಾರ್ಡಿ, ವೆನೀಷಿಯಾ, ಸಿಸಿಲಿ ಮತ್ತು ನೇಪಲ್ಸ್‌ಗಳಲ್ಲಿ ವಿದೇಶಿಯರನ್ನು ಹೊರದೂಡುವಲ್ಲಿ ನಡೆದ ಹೋರಾಟಗಳೆಲ್ಲವು ವಿಫಲತೆಯನ್ನು ಕಂಡವು.

ವಿಕ್ಟರ್ ಇಮ್ಯಾನ್ಯುಯಲ್

ಇಟಲಿಯ ಐಕ್ಯತೆ ಮತ್ತು ಐಕ್ಯತೆಯ ಹಾದಿಯಲ್ಲಿ ವಿಕ್ಟರ್ ಇಮ್ಯಾನ್ಯುಯಲ್‌ನ ಪಾತ್ರವು ಗಮನಾರ್ಹವಾದುದು. 1820ರಲ್ಲಿ ಇಟಲಿಯ ಟ್ಯೂರಿನ್‌ನಲ್ಲಿ ಜನಿಸಿದ ವಿಕ್ಟರ್ ಇಮ್ಯಾನ್ಯುಯಲ್ ಉತ್ತಮ ಶಿಕ್ಷಣದೊಂದಿಗೆ ಸೈನಿಕ ಶಿಕ್ಷಣವನ್ನು ಚಿಕ್ಕಂದಿನಿಂದಲೇ ಪಡೆದನು. ಚಾರ್ಲ್ಸ್ ಆಲ್ಬರ್ಟ್ 1848ರಲ್ಲಿ ಆಸ್ಟ್ರಿಯಾ ವಿರುದ್ಧದ ಹೋರಾಟದಲ್ಲಿ ಸೋಲನ್ನು ಅನುಭವಿಸಿ ವಿದೇಶಕ್ಕೆ ಪಲಾಯನ ಮಾಡುವಂತಹ ಸಮಯದಲ್ಲಿ ಸಾರ್ಡೀನಿಯಾದ ಸಿಂಹಾಸನವನ್ನು ವಿಕ್ಟರ್ ಇಮ್ಯಾನ್ಯುಯಲ್ಲನಿಗೆ ಬಿಟ್ಟುಕೊಟ್ಟು ದೇಶದ ಸ್ವಾತಂತ್ರ್ಯಕ್ಕಾಗಿ ಹೋರಾಡುವಂತೆ ತಿಳಿಸಿದನು.

ತನ್ನ ತಂದೆಯ ಆಸೆಯೊಂದಿಗೆ ಸ್ವತಃ ದೇಶಾಭಿಮಾನವನ್ನು ಮೈಗೂಡಿಸಿಕೊಂಡಿದ್ದ ವಿಕ್ಟರ್ ಇಮ್ಯಾನ್ಯುಯಲ್‌ನು ರಾಷ್ಟ್ರೀಯತೆ ಮತ್ತು ಉದಾರತೆಗೆ ಹೆಚ್ಚು ಒತ್ತನ್ನು ನೀಡಿದನು. ತನ್ನ ತಂದೆಯು ಫೀಡ್‌ಮಾಂಟಿನಲ್ಲಿ ಜಾರಿಗೆ ತಂದಿದ್ದಂತಹ ಉದಾರವಾದಿ ಸಂವಿಧಾನವನ್ನು ರದ್ದುಗೊಳಿಸಿದರೆ ಮಾತ್ರ ತಾವು ಇಟಲಿಯ ಜೊತೆ ಶಾಂತಿ ಸಂಧಾನದಿಂದ ಇರುವುದಾಗಿ ತಿಳಿಸಿದ ಆಸ್ಟ್ರಿಯನ್ನರ ಬೇಡಿಕೆಯನ್ನು ತಳ್ಳಿಹಾಕಿ ಕೌಂಟ್-ಡಿ-ಕೆವೂರನನ್ನು ತನ್ನ ಮಂತ್ರಿಯನ್ನಾಗಿ ನೇಮಿಸಿಕೊಂಡನು. ತನ್ನ ಹೋರಾಟದ ನೀತಿಯನ್ನು ಮುಂದುವರಿಸಲು ಮುಂದಾದನು. ಇದರಿಂದ ಈತನು ಇಟಲಿಯ ಜನತೆಯಿಂದ ಅಪಾರವಾದ ಪ್ರೀತಿ ವಿಶ್ವಾಸ ನಂಬಿಕೆಯನ್ನು ಗಳಿಸಿದ್ದಷ್ಟೆ ಅಲ್ಲದೆ "ದೇಶದ ಪ್ರಾಮಾಣಿಕ ದೊರೆ" (Honest king) ಎಂಬ ಗೌರವಕ್ಕೆ ಪಾತ್ರನಾದನು. ಶಾಂತಿ ಸಂಧಾನಕ್ಕೆ ಹೆಚ್ಚು ಒತ್ತನ್ನು ನೀಡುತ್ತಿದ್ದ ವಿಕ್ಟರ್ ಇಮ್ಯಾನ್ಯುಯಲ್‌ನು ಇಟಲಿಯಲ್ಲಿನ ಪೋಪನ ಸೈನ್ಯವನ್ನು ಸೋಲಿಸಿದರೂ ಸಹ 3ನೇ ನೆಪೋಲಿಯನ್ನನ ವಿರುದ್ಧ ದ್ವೇಷವನ್ನು ಕಟ್ಟಿಕೊಳ್ಳಬಾರದೆಂಬ ಉದ್ದೇಶದಿಂದ ಆತನು ರೋಂನಲ್ಲಿ ನಿರ್ಮಿಸಿದ್ದ ಪೋಪನ ಸಿಂಹಾಸನವನ್ನು ವಶಪಡಿಸಿಕೊಳ್ಳದೆ 1858ರ ಪಾಂಬ್ಲಿಯರ್ ಒಪ್ಪಂದದ ಪ್ರಕಾರವಾಗಿ ತನ್ನ ಮಗಳಾದ ಕ್ಲಾಲ್ಡೆಳನ್ನು ಮೂರನೇ ನೆಪೋಲಿಯನ್ನನ ದಾಯಾದಿ ವಿಕ್ಟರ್ ಜೆರೋಮ್ ನೆಪೋಲಿಯನ್ನನಿಗೆ ಮದುವೆ ಮಾಡಿಕೊಟ್ಟು, ಫ್ರಾನ್ಸಿನ ಸವಾಯ್ ಮತ್ತು ನೀಸ್ ಪ್ರದೇಶಗಳನ್ನು ಬಿಟ್ಟುಕೊಟ್ಟನು.

ವಿಕ್ಟರ್ ಇಮ್ಯಾನ್ಯುಯಲ್

1859ರಲ್ಲಿ ಆಸ್ಟ್ರಿಯಾದ ವಿರುದ್ಧ ಯುದ್ಧವನ್ನು ಕೈಗೊಳ್ಳಬೇಕೆಂದು ಮಂತ್ರಿ ಕೆವೂರ್ ಸಲಹೆ ಮಾಡಿದಾಗ ಯುದ್ಧಕ್ಕೆ ಇಚ್ಛಿಸದೆ ದೇಶದಲ್ಲಿ ಶಾಂತಿಯನ್ನು ಸ್ಥಾಪಿಸುವ ಮಹಾ ಉದ್ದೇಶದಿಂದ ಆಸ್ಟ್ರಿಯಾದ ಚಕ್ರವರ್ತಿಯೊಂದಿಗೆ ವಿಲ್ಲಾಫ್ರಾಂಕ್ ಒಪ್ಪಂದವನ್ನು ಮಾಡಿಕೊಂಡನು. ಇದರಿಂದ ಬೇಸತ್ತ ಮಂತ್ರಿ ಕೆವೂರನು ತನ್ನ ಸ್ಥಾನಕ್ಕೆ ರಾಜೀನಾಮೆಯನ್ನು ನೀಡಿದನು. ಆದರೆ 1870ರಲ್ಲಿ ರೋಂಗೆ ಮುತ್ತಿಗೆ ಹಾಕಿ ಅದನ್ನು ವಶಪಡಿಸಿಕೊಂಡು ಇಟಲಿಯ ರಾಜಧಾನಿಯನ್ನಾಗಿ ಮಾಡಿದನು. ಹೀಗೆ ತನ್ನ ಬುದ್ಧಿವಂತಿಕೆಗಳಿಂದ ಯುದ್ಧದ ಸಂದರ್ಭಗಳಲ್ಲೆಲ್ಲ ಕೈಗೊಂಡ ಶಾಂತಿ ಸಂಧಾನದ ಮಾತುಕತೆಯ ತೀರ್ಮಾನಗಳು, ರಾಜತಾಂತ್ರಿಕ ವ್ಯವಹಾರಗಳಿಂದಾಗಿ ಇಟಲಿಯನ್ನು 1870ರಲ್ಲಿ ಏಕೀಕರಣಗೊಳಿಸಿ ಸ್ವತಂತ್ರ ಇಟಲಿಯ ರಾಜ್ಯ ನಿರ್ಮಾಣಮಾಡಲು ಅಪಾರ ಶ್ರಮಪಟ್ಟ ವಿಕ್ಟರ್ ಇಮ್ಯಾನ್ಯುಯಲ್‌ನು ಸ್ಮರಣಾರ್ಹ ವ್ಯಕ್ತಿಯಾಗಿದ್ದಾನೆ.

ಕೌಂಟ್-ಡಿ-ಕೆವೂರ್ (1810-1861)

ಇಟಲಿಯ ಏಕೀಕರಣಕ್ಕಾಗಿ ಅಪಾರವಾಗಿ ಶ್ರಮಿಸಿ, ಅದನ್ನು ಸಾಧಿಸುವಲ್ಲಿ ಮಹತ್ತರ ಕಾರ್ಯವನ್ನು ನಿರ್ವಹಿಸಿದ ಕೀರ್ತಿ ಕೆವೂರನಿಗೆ ಸಲ್ಲುತ್ತದೆ. ಇಟಲಿಯ ಐಕ್ಯತೆಯ ಕನಸನ್ನು ಕಂಡು ಮ್ಯಾಜಿನಿಯ ಆಸೆಯನ್ನು ಪೂರೈಸಿದ್ದು ಕೆವೂರ್ ಎಂದರೆ ತಪ್ಪಾಗಲಾರದು. ಕೆವೂರ್ 1810ರ ಆಗಸ್ಟ್‌ನಲ್ಲಿ ಇಟಲಿಯ ಫೀಡ್‌ಮಾಂಟಿನ ಕುಲೀನ ಕುಟುಂಬವೊಂದರಲ್ಲಿ ಜನಿಸಿದನು. ಈತನ ತಂದೆ ಈತನಿಗೆ ಚಿಕ್ಕಂದಿನಿಂದಲೇ ಸೈನಿಕ ಶಿಕ್ಷಣದ ತರಬೇತಿಯನ್ನು ನೀಡಿದ್ದನು. ಈತನಿಗೆ ಗಣಿತಶಾಸ್ತ್ರದಲ್ಲಿ ಅಪಾರವಾದ ಆಸಕ್ತಿ ಇತ್ತು. ಸೈನಿಕ ಶಿಕ್ಷಣದ ನಂತರ ಸೈನಿಕ ಇಲಾಖೆಯಲ್ಲಿ ಇಂಜಿನಿಯರ್ ವೃತ್ತಿಯನ್ನು ಕೈಗೊಂಡನು. ಈತನು "ಸರಳವಾದ ಕಾವ್ಯ ರಚನೆಗಿಂತ ಇಟಲಿಯನ್ನು ಒಂದುಗೂಡಿಸುವುದು ಸುಲಭ" ಎನ್ನುತ್ತಿದ್ದನು. "ಸ್ವಾತಂತ್ರ್ಯದಿಂದಲೇ

ಕೌಂಟ್-ಡಿ-ಕೆವೂರ್

ಇಟಲಿಯ ನಿರ್ಮಾಣ ಸಾಧ್ಯ, ಇಲ್ಲವಾದರೆ ನಾವು ಇಟಲಿಯ ನಿರ್ಮಾಣದ ಪ್ರಯತ್ನವನ್ನು ಬಿಟ್ಟುಬಿಡಬೇಕು" ಎಂಬುದು ಇವನ ದೃಢವಾದ ನಿಲುವಾಗಿತ್ತು.

ಈತನದು ಪ್ರತಿಗಾಮಿ ನೀತಿಯ ಮನೋಭಾವವಾಗಿತ್ತು. ರಾಜನೀತಿಯನ್ನು ದ್ವೇಷಿಸುತ್ತಿದ್ದುದರಿಂದ ಕೆಲಕಾಲ ಗೃಹಬಂಧನಕ್ಕೆ ಒಳಗಾದನು. ಇಂತಹ ಸಮಯದಲ್ಲಿ ಸದಾ ಆಲೋಚನಾಪರನಾಗಿರುತ್ತಿದ್ದನು. ಈ ಸಮಯದಲ್ಲಿಯೇ ಆಡಂಸ್ಮಿತ್, ಬೆಂಥಾಂ ಮುಂತಾದವರ ಗ್ರಂಥಗಳನ್ನು ಅಭ್ಯಾಸಮಾಡಿದನು. ಜೊತೆಗೆ ಇಟಲಿಯ ಚರಿತ್ರೆ, ಭಾಷೆ, ಸಂಪ್ರದಾಯಗಳ ಬಗ್ಗೆ ಆಳವಾದ ಅಭ್ಯಾಸವನ್ನು ನಡೆಸಿ ದೇಶಾಭಿಮಾನವನ್ನು ಮೈಗೂಡಿಸಿಕೊಂಡನು. ಇವುಗಳೇ ನನ್ನ ಭವಿಷ್ಯವನ್ನು ನಿರ್ಧರಿಸುತ್ತವೆ ಎಂದು ತನ್ನ ದೃಢನಿರ್ಧಾರವನ್ನು ಕ್ಯಾಸಿಯೋ ಎಂಬ ಮಿತ್ರನಿಗೆ ತಿಳಿಸಿದ್ದನು.

1831ರಲ್ಲಿ ತನ್ನ ಇಂಜಿನಿಯರ್ ಹುದ್ದೆಗೆ ರಾಜೀನಾಮೆಯನ್ನು ನೀಡಿ 15ವರ್ಷಗಳ ಕಾಲ ಎಸ್ಟೇಟುಗಳ ಅಭಿವೃದ್ಧಿಯಲ್ಲಿ ಕಾರ್ಯನಿರತನಾಗಿ ಕೃಷಿ ಕ್ಷೇತ್ರದಲ್ಲಿ ಅಪಾರವಾದ ಅನುಭವವನ್ನು ಪಡೆದುಕೊಂಡನು. ಪುನಃ ರಾಜಕೀಯ ಚಟುವಟಿಕೆಗಳನ್ನು ಆರಂಭಿಸಿ ಪಾಶ್ಚಿಮಾತ್ಯ ಜನರ ರಾಜಕೀಯ ಸ್ಥಿತಿ, ಜನಜೀವನ ಮತ್ತು ಸಂಸ್ಕೃತಿಯ ಬಗೆಗಿನ ಅಭ್ಯಾಸಕ್ಕಾಗಿ ಫ್ರಾನ್ಸ್ ಮತ್ತು ಇಂಗ್ಲೆಂಡ್‌ಗಳಿಗೆ ಭೇಟಿ ನೀಡಿದನು. ಫ್ರೆಂಚರ ಸಾಹಿತ್ಯ, ವಿಜ್ಞಾನ, ಕಲೆ ಕೆವೂರನನ್ನು ಬಹುವಾಗಿ ಆಕರ್ಷಿಸಿದವು. ಫ್ರೆಂಚರು ಗಳಿಸಿ ಉಳಿಸಿಕೊಂಡುಬಂದಿರುವ ಸಂಸ್ಕೃತಿ, ಸಾಹಿತ್ಯ, ವಿಜ್ಞಾನದ ವಿಚಾರಗಳನ್ನು ತನ್ನ ದೇಶದಲ್ಲಿಯೂ ಆಚರಣೆಗೆ ತರಬೇಕೆಂದು ಆಲೋಚಿಸಿದನು. ಈತನ ಇಂಗ್ಲೆಂಡ್ ಭೇಟಿ ಸಮಯದಲ್ಲಿ ಅಲ್ಲಿನ "ರಾಯಲ್ ಜಿಯೋಗ್ರಾಫಿಕಲ್ ಸೊಸೈಟಿ" ಒಂದು ಭೋಜನಕೂಟವನ್ನು ಏರ್ಪಡಿಸಿತು. ಈ ಸಂತೋಷ ಸಮಾರಂಭದಲ್ಲಿ ಅನೇಕ ವಿಜ್ಞಾನಿಗಳ ಗಣ್ಯರ ಸ್ನೇಹ ಸಂಪರ್ಕ ಕೆವೂರನಿಗೆ ಉಂಟಾಯಿತು. ಜಾನ್‌ಮರ್ರೆ, ಫ್ಯಾರಡೆ, ಹ್ಯಾಲಂ, ಎಡ್ವರ್ಡ್ ರ್‍ಯಾಮಲ್‌ರವರ ಸ್ನೇಹವನ್ನು ಗಳಿಸಿದ್ದೇ ಅಲ್ಲದೆ ಇಂಗ್ಲೆಂಡಿನ ಪಾರ್ಲಿಮೆಂಟ್ ಸರ್ಕಾರ ಪದ್ಧತಿಯು ಕೆವೂರನನ್ನು ಬಹುವಾಗಿ ಆಕರ್ಷಿಸಿತು.

ಕೆವೂರ್ 1847ರಲ್ಲಿ ಟ್ಯೂರಿನ್‌ನಲ್ಲಿ 'ಇಲ್-ರಿಸಾರ್ಜಿಮೆಂಟೋ' ಪತ್ರಿಕೆಯನ್ನು ಪ್ರಾರಂಭಿಸಿ ಅದರ ಸಂಪಾದಕನಾದನು. "ಕ್ರಮಬದ್ಧವಾದ ಸುಧಾರಣೆಯನ್ನು ಸಮರ್ಥಿಸುವುದು" ಈ ಪತ್ರಿಕೆಯ ಉದ್ದೇಶವೆಂದು ತಿಳಿಸಿದನು. ಅಲ್ಲದೆ ರಾಜಕೀಯ, ಆರ್ಥಿಕ ಮತ್ತು ಕೈಗಾರಿಕಾ ಕ್ಷೇತ್ರದಲ್ಲಿ ಸುಧಾರಣೆಯ ಅವಶ್ಯಕತೆಯನ್ನು ಪ್ರತಿಪಾದಿಸಿದನು. ತನ್ನ ಪತ್ರಿಕೆಯಲ್ಲಿಯೂ ಅವಕ್ಕೆ ಸಂಬಂಧಿಸಿದಂತೆ ರಾಜನು ಸಂವಿಧಾನಾತ್ಮಕ ಸರ್ಕಾರವನ್ನು ಸ್ಥಾಪಿಸಬೇಕೆಂದು ಅನೇಕ ಲೇಖನಗಳನ್ನು ಬರೆದನು. ಈ ಮಧ್ಯೆ ಮಿಲಾನ್ ಸರ್ಕಾರ ಆಸ್ಟ್ರಿಯಾದ ನಿರಂಕುಶಾಡಳಿತದ ವಿರುದ್ಧ ದಂಗೆ ಎದ್ದಿತು. ಫೀಡ್‌ಮಾಂಟಿನ ರಾಜ ಚಾರ್ಲ್ಸ್ ಆಲ್ಬರ್ಟ್ ಆಸ್ಟ್ರಿಯಾ ಸೈನ್ಯಕ್ಕೆ ಶರಣಾದುದಲ್ಲದೆ ಸಿಂಹಾಸನವನ್ನು ತನ್ನ ಮಗನಾದ 2ನೇ ವಿಕ್ಟರ್ ಇಮ್ಯಾನ್ಯುಯಲ್ಲನಿಗೆ ಬಿಟ್ಟು ವಿದೇಶಕ್ಕೆ ತೆರಳಿದುದರಿಂದ ಆಸ್ಟ್ರಿಯಾ ಮತ್ತು ವಿಕ್ಟರ್ ಇಮ್ಯಾನ್ಯುಯಲ್ಲನ ನಡುವೆ ಶಾಂತಿ ಸಂಧಾನದ ಮಾತುಕತೆಗಳ ಫಲವಾಗಿ 1850ರಲ್ಲಿ ಫೀಡ್‌ಮಾಂಟ್ ಮತ್ತು ಸಾರ್ಡೀನಿಯಗಳಲ್ಲಿ ನಡೆದ ಚುನಾವಣೆಯಲ್ಲಿ 2ನೇ ಬಾರಿಗೆ ಪಾರ್ಲಿಮೆಂಟಿನ ಸದಸ್ಯನಾಗಿ ಆಯ್ಕೆಯಾದನು. ನಂತರ ಅರಸ ವಿಕ್ಟರ್ ಇಮ್ಯಾನ್ಯುಯಲ್ಲನು ಈತನ ಚತುರತೆ ಮತ್ತು ಬುದ್ಧಿವಂತಿಕೆಗಳನ್ನು ಗಮನಿಸಿ ತನ್ನ ರಾಜ್ಯದ ಪ್ರಧಾನಮಂತ್ರಿಯ ಪದವಿಯನ್ನು ನೀಡಿ ರಾಜ್ಯದ ಅಭಿವೃದ್ಧಿಗಾಗಿ ಶ್ರಮಿಸುವಂತೆ ಕರೆ ನೀಡಿದನು.

ಕೆವೂರನ ಸಾಧನೆಗಳು

1852ರ ನವೆಂಬರ್ 4ರಂದು ವಿಕ್ಟರ್ ಇಮ್ಯಾನ್ಯುಯಲ್ಲನ ಪ್ರಧಾನಮಂತ್ರಿಯಾಗಿ ಅಧಿಕಾರ ಸ್ವೀಕರಿಸಿದ ಕೆವೂರ್ ಇಟಲಿಯ ಸ್ವಾತಂತ್ರ್ಯ ಮತ್ತು ಐಕ್ಯತೆಯತ್ತ ತನ್ನ ಪೂರ್ಣ ಗಮನವನ್ನು ಕೇಂದ್ರೀಕರಿಸಿದನು. ಹೋರಾಟದ ನೇತೃತ್ವವನ್ನು ಪೀಡ್‌ಮಾಂಟ್ ರಾಜ್ಯ ವಹಿಸಬೇಕೆಂದು ಜನತೆಗೆ ಕರೆಯಿತ್ತನು. ಆಸ್ಟ್ರಿಯಾವನ್ನು ಹೊರಹಾಕುವವರೆಗೂ ಸಂಪೂರ್ಣ ಇಟಲಿಯ ಐಕ್ಯತೆಯು ಸಾಧ್ಯವಿಲ್ಲವೆಂಬುದಾಗಿ ನಂಬಿದ್ದನು. ಅದಕ್ಕಾಗಿ ವಿದೇಶದಿಂದ ಸಹಾಯವನ್ನು ಪಡೆಯಲು ನಿರ್ಧರಿಸಿದನು. ತನ್ನ ಆಡಳಿತಾವಧಿಯಲ್ಲಿ ರಾಜಕೀಯ, ಆರ್ಥಿಕ, ಸಾಮಾಜಿಕ, ವೈಜ್ಞಾನಿಕ ಮತ್ತು ಸೈನಿಕ ಕ್ಷೇತ್ರಗಳಲ್ಲಿ ಅಪಾರ ಸುಧಾರಣೆಗಳನ್ನು ಜಾರಿಗೆ ತಂದನು. ಸಂವಿಧಾನಬದ್ಧ ರಾಜಪ್ರಭುತ್ವವನ್ನು ಭದ್ರಪಡಿಸಿ, ಆ ಮೂಲಕ ಪ್ರತಿನಿಧಿಸಭೆಯ ಮುಖಾಂತರ ಜನರಿಗೆ ರಾಜಕೀಯ ಶಿಕ್ಷಣದ ಸೌಲಭ್ಯವನ್ನು ಕಲ್ಪಿಸಿದನು. ರಾಜ್ಯದಲ್ಲಿ ಕಟ್ಟುನಿಟ್ಟಿನ ತೆರಿಗೆ ಮತ್ತು ಕಂದಾಯ ನೀತಿಯನ್ನು ಜಾರಿಗೆ ತಂದು ರಾಜ್ಯದ ಬೊಕ್ಕಸ ತುಂಬುವಂತೆ ಮಾಡಿದನು. 14,000,000 ಫ್ರಾಂಕ್‌ಗಳಷ್ಟು ಹೊಸ ತೆರಿಗೆ ಮತ್ತು ಕಂದಾಯವನ್ನು ವಿಧಿಸಿ ಆ ಮೂಲಕ ವ್ಯಾಪಾರದ ಮೇಲಿನ ಸುಂಕ, ವೃತ್ತಿತೆರಿಗೆ, ಪೇಟೆಂಟ್ಸ್ ಸನ್ನದುಗಳು ಆಚಾರಣೆಗೆ ಬಂದವು. ಉಪ್ಪಿನ ಮೇಲೆ ಮೊದಲಿದ್ದ ಅಧಿಕ ಪ್ರಮಾಣದ ತೆರಿಗೆಯನ್ನು ಕಡಿಮೆ ಮಾಡಿ ವರ್ತಕರಿಗೆ ಅನುಕೂಲವಾಗುವಂತೆ ಮಾಡಿದನು. ವ್ಯಾಪಾರದಲ್ಲಿ ಹೆಚ್ಚಿನ ಸ್ವಾತಂತ್ರ್ಯ ನೀಡಿ ಯೂರೋಪಿನ ಕೆಲವು ರಾಜ್ಯಗಳೊಂದಿಗೆ ವ್ಯಾಪಾರ-ವಾಣಿಜ್ಯ ಒಪ್ಪಂದಮಾಡಿಕೊಂಡು ರಫ್ತು-ಆಮದುಗಳ ಮೇಲಿನ ಸುಂಕವನ್ನು

ಕಡಿಮೆಗೊಳಿಸಿದನು. ಕಂಪನಿ, ಸಹಕಾರ ಸಂಘಗಳು ಮತ್ತು ಬ್ಯಾಂಕುಗಳಿಗೆ ಅಗತ್ಯವಾದ ಕಾನೂನುಗಳನ್ನು ಜಾರಿಗೆ ತಂದು ದೇಶದ ಆರ್ಥಿಕ ಸ್ಥಿತಿಯನ್ನು ಸುಧಾರಿಸಿದನು.

ಅನೇಕ ಹೊಸ ಕೈಗಾರಿಕೆಗಳನ್ನು ಸ್ಥಾಪಿಸಿ ಕೈಗಾರಿಕಾವಲಯದಲ್ಲಿ ಸ್ವಲ್ಪ ಪ್ರಮಾಣದ ಕ್ಷಿಪ್ರಕ್ರಾಂತಿಯಾಗುವಂತೆ ಮಾಡಿದನು. ರೈಲು ನಿರ್ಮಾಣದ ಕಡೆಗೂ ತನ್ನ ಗಮನವನ್ನು ಹರಿಸಿ ಟ್ಯೂರಿನ್‌ನಿಂದ ಜಿನೀವಾದವರೆಗೂ ರೈಲುಹಳಿ ಹಾಕಿಸಿದನು. ವಿದೇಶ ವ್ಯಾಪಾರವನ್ನು ಪ್ರೋತ್ಸಾಹಿಸಿದಷ್ಟೇ ಅಲ್ಲದೆ ಆರ್ಥಿಕ ಬೆಂಬಲ ನೀಡಿ ಹಡಗು ನಿರ್ಮಾಣ ಕಾರ್ಯ ಕೈಗೊಂಡನು. ಆ ಮೂಲಕ ಹೊಸ ಹೊಸ ಹಡಗುಗಳ ನಿರ್ಮಾಣದಿಂದ ವಿದೇಶಿ ವ್ಯಾಪಾರ ಕ್ಷಿಪ್ರಗತಿಯಲ್ಲಿ ಸಾಗುವಂತೆ ಮಾಡಿದನು. ಇಷ್ಟೇ ಅಲ್ಲದೆ ಸ್ವತಃ ಕೃಷಿಯಲ್ಲಿ ಅಪಾರ ಅನುಭವಗಳಿಸಿದ್ದ ಕೆವೂರ್ ಕೃಷಿಯ ಅಭಿವೃದ್ಧಿಗಾಗಿ ನೀರಾವರಿ, ಹಣಕಾಸು, ರಸಗೊಬ್ಬರಗಳ ನೆರವು ನೀಡಿದನು. ಶಿಕ್ಷಣ ಕ್ಷೇತ್ರಕ್ಕೂ ಅಪಾರ ಗಮನವನ್ನು ನೀಡಿ ಅದರ ಅಭಿವೃದ್ಧಿಗೂ ಶ್ರಮಿಸಿದನು. ಚರ್ಚನ್ನು ರಾಜ್ಯದ ಅಧೀನವಾಗುವಂತೆ ಮಾಡಿದುದಲ್ಲದೆ ಧಾರ್ಮಿಕಾಧಿಕಾರಿಗಳು ಹೊಂದಿದ್ದ ವಿಶೇಷ ಅಪ್ರಯೋಜಕವಾದ ಸವಲತ್ತುಗಳನ್ನು ರದ್ದುಗೊಳಿಸಿ ಎಲ್ಲವೂ ರಾಜ್ಯದ ಅಧೀನವಾಗುವಂತೆ ಮಾಡಿ ರಾಜ್ಯಕ್ಕೆ ಮೊದಲ ಆಧ್ಯತೆಯನ್ನು ನೀಡಿದನು.

ಕೆವೂರ್ ಒಂದು ರಾಷ್ಟ್ರೀಯ ಸಂಸ್ಥೆಯನ್ನು ಸ್ಥಾಪಿಸಿದನು. ಆಸ್ಟ್ರಿಯನ್ನರ ದಬ್ಬಾಳಿಕೆ ಮತ್ತು ಪೋಪರ ಸರ್ವಾಧಿಕಾರವನ್ನು ಮಟ್ಟಹಾಕುವುದು, ಅವರನ್ನು ದೇಶದಿಂದಲೇ ಬುಡಸಮೇತ ಕಿತ್ತೊಗೆದು ಇಟಲಿಯನ್ನು ಸ್ವಾತಂತ್ರ್ಯ ಮತ್ತು ಏಕತೆಯತ್ತ ಕೊಂಡೊಯ್ಯುವುದು ಅದರ ಮುಖ್ಯ ಉದ್ದೇಶವಾಗಿತ್ತು. ಯುವಕರು ಅದರ ಸದಸ್ಯರಾಗುವಂತೆ ಮಾಡಿದುದಷ್ಟೇ ಅಲ್ಲದೆ, ಕೆವೂರ್ ತನ್ನ ಅಧಿಕಾರಾವಧಿಯಲ್ಲಿ ದೇಶದ ಪ್ರಗತಿ, ಐಕ್ಯತೆ ಮತ್ತು ಸ್ವಾತಂತ್ರ್ಯಕ್ಕಾಗಿ ಅಪಾರವಾಗಿ ಶ್ರಮಿಸಿದನು.

ಫ್ರಾನ್ಸಿನೊಡನೆ ಮೈತ್ರಿ ಒಪ್ಪಂದ (1858)

ಮೊದಲಿನಿಂದಲೂ ಇಟಲಿಯ ಐಕ್ಯತೆಯ ಹಾದಿಯಲ್ಲಿ 3ನೇ ನೆಪೋಲಿಯನ್ನನು ಅಡ್ಡಿ ಆತಂಕಗಳನ್ನು ಉಂಟುಮಾಡುತ್ತಿದ್ದನು. 1815ರ ವಿಯನ್ನಾ ಸಮ್ಮೇಳನದಲ್ಲಿ ಕೈಗೊಂಡ ತೀರ್ಮಾನವನ್ನು ಈತ ಗಾಳಿಗೆ ತೂರಿದ್ದನು. ಇಟಲಿಯ ಸ್ವಾತಂತ್ರ್ಯಗಳಿಸುವ ಹಾದಿಯಲ್ಲಿ ಮುಳ್ಳಿನಂತಿದ್ದ 3ನೇ ನೆಪೋಲಿಯನ್ನನನ್ನು ಇಟಲಿಯ ಆರ್ಸಿನಿ(Orisini) ಎಂಬ ದೇಶಭಕ್ತನು ಕೊಲೆ ಮಾಡಲು ಪ್ರಯತ್ನಿಸಿ ವಿಫಲನಾದನು. ಈ ಘಟನೆಯಿಂದ ಬೆದರಿದ 3ನೇ ನೆಪೋಲಿಯನ್ನನು ಇಟಲಿಯೊಂದಿಗೆ ಸ್ನೇಹಯುತನಾಗಿರಲು ನಿರ್ಧರಿಸಿದನು. ಅಲ್ಲದೆ ಅದರ ಧ್ಯೇಯೋದ್ಧೇಶಗಳಿಗೆ ನೆರವನ್ನು ನೀಡಲು ಮುಂದಾದನು. ಇದೇ ಸಮಯದಲ್ಲಿ ಇಟಲಿಯ ಐಕ್ಯತೆಗೆ ವಿದೇಶೀ ಸಹಾಯವನ್ನು ನಿರೀಕ್ಷಿಸುತ್ತಿದ್ದ ಕೆವೂರನನ್ನು 1858ರ ಜುಲೈ 21ರಂದು ಪಾಂಬ್ಲಿಯರ್ಸ್ ಎಂಬಲ್ಲಿಗೆ ಆಹ್ವಾನಿಸಿ ರಹಸ್ಯವಾಗಿ ಮಾತುಕತೆ ನಡೆಸಿ ಒಪ್ಪಂದವನ್ನು ಮಾಡಿಕೊಂಡನು.

ಪಾಂಬ್ಲಿಯರ್ಸ್ ಒಪ್ಪಂದದ ಮುಖ್ಯಾಂಶಗಳು

1) ಆಸ್ಟ್ರಿಯನ್ನರನ್ನು ಲೊಂಬಾರ್ಡಿ, ವೆನೀಷಿಯಾಗಳಿಂದ ಓಡಿಸಲು ಫ್ರಾನ್ಸ್ ಸೈನಿಕ ನೆರವನ್ನು ನೀಡಬೇಕು. ಇದಕ್ಕೆ ಪ್ರತಿಯಾಗಿ ಸಾರ್ಡಿನೀಯಕ್ಕೆ ಸೇರಿದ್ದ ನೀಸ್ ಮತ್ತು ಸವಾಯ್‌ಗಳನ್ನು ಫ್ರಾನ್ಸ್‌ಗೆ ಬಿಟ್ಟುಕೊಡುವುದು.

2) ಪೋಪನ ಅಧ್ಯಕ್ಷತೆಯಲ್ಲಿ ಇಟಲಿಯ ಎಲ್ಲಾ ರಾಜ್ಯಗಳು ಒಂದು ಒಕ್ಕೂಟವನ್ನು ರಚಿಸಿಕೊಳ್ಳುವುದು.

3) ವಿಕ್ಟರ್ ಇಮ್ಯಾನ್ಯುಯಲ್ಲನ ಮಗಳನ್ನು ತನ್ನ ಸಂಬಂಧಿ ಜೆರೋಮ್ ನೆಪೋಲಿಯನ್ನನಿಗೆ ವಿವಾಹ ಮಾಡಿಕೊಡುವುದು.

ಆಸ್ಟ್ರೋ ಸಾರ್ಡಿನಿಯನ್ ಯುದ್ಧ ಮತ್ತು ರಾಜ್ಯ ವಿಸ್ತರಣೆ

ಮೂರನೆಯ ನೆಪೋಲಿಯನ್ ಕೆವೂರನಿಗೆ ವಿದೇಶಿ ಆಕ್ರಮಣದ ಸಮಯದಲ್ಲಿ ಸಹಾಯವನ್ನು ಮಾಡುತ್ತೇನೆಂದು ಭರವಸೆಯನ್ನು ನೀಡಿದ್ದನು. ಇದರ ಅನ್ವಯ ಕೆವೂರನು ತನ್ನ ಶತ್ರುವಾದ ಆಸ್ಟ್ರಿಯಾದ ಮೇಲೆ ಸಾರ್ಡಿನೀಯದ ಸೈನ್ಯವನ್ನು ನುಗ್ಗಿಸಲು ಯುದ್ಧಾಸ್ತ್ರಗಳನ್ನು ಸಜ್ಜುಗೊಳಿಸಲು ಬಿರುಸಿನ ಕಾರ್ಯಾಚರಣೆಯನ್ನು ಕೈಗೊಂಡನು. ಆ ಸಮಯದಲ್ಲಿ ಕೆವೂರ್ ಈ ಮಾತುಗಳನ್ನು ಹೇಳಿದನು. "ದಾಳವನ್ನು ಎಸೆದಾಗಿದೆ ಮತ್ತು ಅದರಿಂದ ಇತಿಹಾಸ ನಿರ್ಮಾಣವಾಗಲಿದೆ". (The die cast and History is made).

ಕೆವೂರನ ಈ ಬಗೆಯಾದ ಸೈನಿಕ, ಆರ್ಥಿಕ, ರಾಜಕೀಯ ಸಾಧನೆಗಳು ಹಾಗೂ ಚಟುವಟಿಕೆಗಳು ಆಸ್ಟ್ರಿಯಾಕ್ಕೆ ಭೀತಿಯನ್ನು ಉಂಟುಮಾಡಿದವು. ಏಕೆಂದರೆ ಇಟಲಿಯ ರಾಜ್ಯವೊಂದು ಮಿಲಿಟರಿ ಹಾಗೂ ಆರ್ಥಿಕ ಕ್ಷೇತ್ರಗಳಲ್ಲಿ ಸ್ವಾವಲಂಬನೆಯನ್ನು ಸಾಧಿಸಿ ಆ ಮೂಲಕ ಐಕ್ಯತೆಯನ್ನು ಪಡೆಯುವುದು ಆಸ್ಟ್ರಿಯಾಕ್ಕೆ ಇಷ್ಟವಿರಲಿಲ್ಲ. ಜೊತೆಗೆ ಆಸ್ಟ್ರಿಯಾದ ಮೇಲಿನ ಕೆವೂರನ ಆಕ್ರಮಣ ಒಂದನೇ ಫ್ರಾನ್ಸಿಸ್‌ನನ್ನು ಕೋಪೋದ್ರಿಕ್ತನಾಗುವಂತೆ ಮಾಡಿತು. ಇಂತಹ ಸಮಯದಲ್ಲಿ ಸಾರ್ಡೀನಿಯಾದ ಯುದ್ಧಾಸ್ತ್ರಗಳನ್ನು ನಿಶಸ್ತ್ರೀಕರಣಗೊಳಿಸಬೇಕೆಂದು ಆಸ್ಟ್ರಿಯಾ ಒತ್ತಾಯಿಸಿತು. ಅದರ ಬೇಡಿಕೆಯನ್ನು

ನಿರಾಕರಿಸಿದ ಕೆವೂರ್ ಹೊರ ಪ್ರಪಂಚಕ್ಕೆ ಆಸ್ಟ್ರಿಯಾವೇ ಆಕ್ರಮಣಕಾರಿ ಎಂದು ತೋರುವ ಸನ್ನಿವೇಶವನ್ನು ಸೃಷ್ಟಿಸಿ 1859ರಲ್ಲಿ ಆಸ್ಟ್ರಿಯಾದ ಮೇಲೆ ಯುದ್ಧ ಸಾರಿದನು. ಪಾಂಬ್ಲಿಯರ್ಸ್ ಒಪ್ಪಂದದ ಮೇರೆಗೆ ಮೂರನೇ ನೆಪೋಲಿಯನ್ ತಾನೇ ಸೈನ್ಯದ ಮುಂದಾಳತ್ವವಹಿಸಿ ಸಾರ್ಡೀನಿಯಾದ ನೆರವಿಗೆ ಬಂದನು.

ಆಸ್ಟ್ರಿಯಾ ಮತ್ತು ಫ್ರೆಂಚ್ ಸೈನ್ಯಗಳು 1859ರ ಜೂನ್ 4ರಂದು ಮ್ಯಾಜೆಂಟಾದಲ್ಲಿ ಮತ್ತು ಜೂನ್ 24ರಂದು ಸಾಲ್‌ಫಿರಿನೋದಲ್ಲಿ ನಡೆದ ಯುದ್ಧದಲ್ಲಿ ಆಸ್ಟ್ರಿಯಾ ಸೈನ್ಯವನ್ನು ಸೋಲಿಸಿದವು. ಅವುಗಳಲ್ಲಿ ಜೂನ್ 24-1859ರಲ್ಲಿ ಸಾಲ್‌ಫಿರಿನೋದಲ್ಲಿ ನಡೆದ ಯುದ್ಧವು ಹತ್ತೊಂಬತ್ತನೆಯ ಶತಮಾನದಲ್ಲಿ ನಡೆದ ಅತ್ಯಂತ ಘೋರ ಯುದ್ಧಗಳಲ್ಲಿ ಒಂದಾಗಿದೆ. ಕೇವಲ 11 ಗಂಟೆಗಳ ಕಾಲ ನಡೆದ ಈ ಯುದ್ಧದಲ್ಲಿ 2,60,000 ಸೈನಿಕರು, 800 ಫಿರಂಗಿಗಳು ಕಾರ್ಯನಿರತವಾಗಿದ್ದವು. ಮಿತ್ರಸೈನ್ಯವು 17,000 ಸೈನಿಕರನ್ನು ಆಸ್ಟ್ರಿಯನ್ನರು 22,000 ಸೈನಿಕರನ್ನು ಈ ಹೋರಾಟದಲ್ಲಿ ಕಳೆದುಕೊಂಡರು. ಲೊಂಬಾರ್ಡಿ ಸಂಪೂರ್ಣವಾಗಿ ಮಿತ್ರಸೈನ್ಯದ ವಶವಾಯಿತು. ಮಿಲಾನ್‌ನನ್ನು ಆಕ್ರಮಿಸಿದ್ದರಿಂದ ವೆನೀಷಿಯಾವನ್ನು ಸೋಲಿಸಿ ಇಟಲಿಯಲ್ಲಿ ಆಸ್ಟ್ರಿಯಾದ ಆಳ್ವಿಕೆಯನ್ನು ಮುಕ್ತಾಯಗೊಳಿಸುವುದು ಮತ್ತು ತನ್ಮೂಲಕ ನೆಪೋಲಿಯನ್ನನು "ಆಲ್ಪ್ಸ್‌ನಿಂದ ಏಡ್ರಿಯಾಟಿಕ್"ವರೆಗೆ ಇಟಲಿಯನ್ನು ಸ್ವತಂತ್ರಗೊಳಿಸುವುದಾಗಿ ನೀಡಿದ್ದ ಮಾತನ್ನು ಪೂರೈಸುವುದು ಈಗ ಸುಲಭ ಸಾಧ್ಯವಾಯಿತು.

ಕೆವೂರನ ಐಕ್ಯತೆಯ ಎಲ್ಲಾ ಕನಸುಗಳು ನನಸಾಗುತ್ತಿದ್ದಂತಹ ವಿಜಯೋತ್ಸವದ ಯುದ್ಧದ ಸಂದರ್ಭದಲ್ಲಿ ನೆಪೋಲಿಯನ್ನನು ತಾನೇ ಸ್ವತಃ ಮುಂದೆ ನಿಂತು ತನ್ನ ರಾಷ್ಟ್ರದ ಪಕ್ಕದಲ್ಲಿಯೇ ಪ್ರಬಲ ಐಕ್ಯತೆಯ ಶತ್ರುರಾಷ್ಟ್ರವನ್ನು ಕಟ್ಟಿಕೊಳ್ಳುವಂತಾಗುತ್ತಿದೆ ಎಂಬುದನ್ನು ಮನಗಂಡನು. ಪರಿಣಾಮವಾಗಿ ಕೆವೂರನಿಗೆ ಯಾವುದೇ ಸೂಚನೆಯನ್ನು ನೀಡದೆ ಆಸ್ಟ್ರಿಯಾದ ಚಕ್ರವರ್ತಿ ಫ್ರಾನ್ಸಿಸ್ ಜೊಸೆಫನನ್ನು ರಹಸ್ಯವಾಗಿ 'ವಿಲ್ಲಾಫ್ರಾಂಕ್' ಎಂಬಲ್ಲಿ ಸಂಧಿಸಿ 'ಜೂರಿಚ್' ಒಪ್ಪಂದವನ್ನು ಮಾಡಿಕೊಂಡನು ಮತ್ತು ಆಸ್ಟ್ರಿಯಾದ ವಿರುದ್ಧ ನಡೆಯುತ್ತಿದ್ದ ಯುದ್ಧಕ್ಕೆ ತಿಲಾಂಜಲಿ ಇಟ್ಟನು. 'ವಿಲ್ಲಾಫ್ರಾಂಕ್' ಒಪ್ಪಂದದಂತೆ, ಆಸ್ಟ್ರಿಯಾವು ಲೊಂಬಾರ್ಡಿಯನ್ನು ಫ್ರಾನ್ಸ್‌ಗೆ ಬಿಟ್ಟುಕೊಡಬೇಕೆಂದೂ ನಂತರ ಫ್ರಾನ್ಸ್ ಅದನ್ನು ಪೀಡ್‌ಮಾಂಟಿಗೆ ಬಿಟ್ಟುಕೊಡುವುದಾಗಿಯೂ ವೆನೀಷಿಯಾ ಆಸ್ಟ್ರಿಯಾ ರಾಜ್ಯದ ಅಧೀನದಲ್ಲಿ ಉಳಿಯಬೇಕೆಂದು ಮತ್ತು ಫಾರ್ಮ, ಮೊಡೆನ ಮತ್ತು ಟಸ್ಕನಿ ರಾಜ್ಯಗಳನ್ನು ಪುನಹ ಆಯಾ ರಾಜರುಗಳಿಗೆ ಬಿಟ್ಟುಕೊಡಬೇಕೆಂದೂ ಹಾಗೂ ಅಂತಿಮವಾಗಿ ಪೋಪನ ಅಧ್ಯಕ್ಷತೆಯಲ್ಲಿ ಇಟಲಿಯ ಒಕ್ಕೂಟ ರಚನೆಯಾಗಿ ಪೋಪನ ರಾಜ್ಯಗಳಲ್ಲಿ ಸಾಕಷ್ಟು ಸುಧಾರಣೆಗಳಾಗಬೇಕೆಂಬ ಅಂಶವನ್ನು ಪೋಪನಿಗೆ ಮನವರಿಕೆ ಮಾಡಿಕೊಡಬೇಕೆಂಬ ತೀರ್ಮಾನಕ್ಕೆ ಬರಲಾಯಿತು.

ಈ ರೀತಿಯ 3ನೇ ನೆಪೋಲಿಯನ್ನನ ಸೈನ್ಯದ ಹಿಂತೆಗೆತ ಮತ್ತು ಒಪ್ಪಂದದ ವಿಷಯವನ್ನು ಕೇಳಿದ ಕೆವೂರನಿಗೆ ಸಿಡಿಲಿನ ಹೊಡೆತ ಬಿದ್ದಂತಾದರೂ ಅದನ್ನು ಲೆಕ್ಕಿಸದೆ, ದೊರೆ ವಿಕ್ಟರ್ ಇಮ್ಯಾನ್ಯುಯಲ್ಲನಿಗೆ ಫ್ರಾನ್ಸಿನ ನೆರವಿಲ್ಲದೆ ಆಸ್ಟ್ರಿಯಾದ ವಿರುದ್ಧ ಯುದ್ಧ ಮಾಡುವ ಸಲಹೆಯನ್ನು ನೀಡಿದನು. ಆದರೆ ಶಾಂತಿ ಸಂಧಾನಕ್ಕೆ ಹೆಚ್ಚು ಒಲವು ನೀಡಿದ್ದ ಇಮ್ಯಾನ್ಯುಯಲ್ಲನು ಕೆವೂರನ ಸಲಹೆಯನ್ನು ತಿರಸ್ಕರಿಸಿದನು. ಕೆವೂರನ ಸಮ್ಮತಿ ಇಲ್ಲದೆಯೇ ಜೂರಿಚ್ ಒಪ್ಪಂದದ ಅಂಶಗಳನ್ನು ಒಪ್ಪಿಕೊಂಡನು. ಇದರಿಂದ ಬೇಸತ್ತ ಕೆವೂರ್ ಮಂತ್ರಿ ಸ್ಥಾನಕ್ಕೆ ರಾಜೀನಾಮೆ ಇತ್ತನು.

ಸಾರ್ಡೀನಿಯಾ ರಾಜ್ಯ ವಿಸ್ತರಣೆ

ಕೆವೂರನ ನೇತೃತ್ವದಲ್ಲಿ ಆಸ್ಟ್ರಿಯಾ ಮತ್ತು ಸಾರ್ಡೀನಿಯಾದ ನಡುವೆ ನಡೆದ ಯುದ್ಧದಲ್ಲಿ ಆಸ್ಟ್ರಿಯಾದಿಂದ ಲೊಂಬಾರ್ಡಿಯನ್ನು ಇಟಲಿ ವಶಪಡಿಸಿಕೊಂಡಿತು. ಇಟಲಿಯ ಇನ್ನಿತರ ರಾಜ್ಯಗಳಾದ ಫಾರ್ಮ, ಮೊಡೆನಾ, ಟಸ್ಕನಿ, ರೊಮಾಗ್ನಗಳ ಜನತೆ ನಿರಂಕುಶಾಡಳಿತದ ವಿರುದ್ಧ ದಂಗೆಯೆದ್ದು ಅವರ ಆಳ್ವಿಕೆಯನ್ನು ಕೊನೆಗಾಣಿಸಿ ಸಾರ್ಡೀನಿಯಾ ಫೀಡ್‌ಮಾಂಟಿನ ಜೊತೆ ತಮ್ಮ ರಾಜ್ಯವನ್ನು ವಿಲೀನಗೊಳಿಸಿಕೊಳ್ಳಬೇಕೆಂದು ಜನಮತ ಗಣನೆಯ ಮೂಲಕ ತನ್ನ ಒಲವನ್ನು ತೋರಿದರು. ಇಂತಹ ಸಮಯದಲ್ಲಿ ಜನತೆಯ ರಾಷ್ಟ್ರೀಯ ಐಕ್ಯತೆಯ ಒಲವಿನ ಆದೇಶವನ್ನು ಮನಗಂಡ 3ನೇ ನೆಪೋಲಿಯನ್ನನು ಮಧ್ಯಸ್ಥಿಕೆಯನ್ನು ವಹಿಸಿ ಸಾರ್ಡೀನಿಯಾ ಮತ್ತು ಫೀಡ್‌ಮಾಂಟ್ ರಾಜ್ಯಗಳಿಗೆ ಲೊಂಬಾರ್ಡಿ, ಫಾರ್ಮ, ಟಸ್ಕನಿ, ರೋಮಾಗ್ನಗಳು ವಿಲೀನವಾಗುವಂತೆ ಮಾಡಿದನು. ಕೆವೂರನು 1860ರಲ್ಲಿ ನೆಪೋಲಿಯನ್ನನೊಂದಿಗೆ ಟ್ಯೂರಿನ್‌ನಲ್ಲಿ ಒಪ್ಪಂದ ಮಾಡಿಕೊಂಡು ಸವಾಯ್ ಮತ್ತು ನೀಸ್‌ಗಳನ್ನು ಫ್ರಾನ್ಸಿಗೆ ಬಿಟ್ಟುಕೊಟ್ಟನು. ಆಗ ಗ್ಯಾರಿಬಾಲ್ಡಿಯು ತಾನು ಜನಿಸಿದ ಮಾತೃಭೂಮಿಯು ವಿದೇಶಿಯರ ಕೈವಶವಾದುದನ್ನು ತಿಳಿದು "ತಾನು ಜನಿಸಿದ ಮಾತೃಭೂಮಿಯಲ್ಲಿಯೇ ಪರಕೀಯನಾದೆ" ಎಂದು ಕಣ್ಣೀರಿಡುವುದರೊಂದಿಗೆ ಕೆವೂರನ ವಿರುದ್ಧ ಕೆಂಡಕಾರಿದನು.

ಸವಾಯ್ ಮತ್ತು ನೀಸ್ ಸೇರ್ಪಡೆಯಿಲ್ಲದೆ ಸಾರ್ಡೀನಿಯಾ ರಾಜ್ಯದ ಪ್ರಥಮ ಪಾರ್ಲಿಮೆಂಟ್ 1860ರ ಫೆಬ್ರವರಿ 18ರಂದು ಟ್ಯೂರಿನ್‌ಲ್ಲಿ ಸಮಾವೇಶಗೊಂಡಿತು. ಇಮ್ಯಾನುಯಲ್ಲನನ್ನು ಇಟಲಿಯ ರಾಜನೆಂದು ಈ ಸಮಯದಲ್ಲಿ

ಘೋಷಿಸಲಾಯಿತು. ಆದರೆ ಸಂಪೂರ್ಣ ಏಕೀಕರಣಗೊಂಡ ಇಟಲಿಯನ್ನು ಕಾಣುವ ಭಾಗ್ಯ ಕೆವೂರನಿಗೆ ಇರಲಿಲ್ಲ. ಈ ಅತೃಪ್ತಿಯೊಂದಿಗೆ ಕೆವೂರನು 1861ರ ಜೂನ್ 6ರಂದು ತನ್ನ 51ನೇ ವಯಸ್ಸಿನಲ್ಲಿ ಮರಣಹೊಂದಿದನು.

ಕೆವೂರನ ವಿದೇಶಾಂಗ ನೀತಿ

ಇಟಲಿಯನ್ನು ಐಕ್ಯತೆಗೊಳಿಸುವುದು ಮತ್ತು ದೇಶದಲ್ಲಿ ಆಸ್ಟ್ರಿಯಾದ ನಿರಂಕುಶಾಡಳಿತವನ್ನು ಕೊನೆಗಾಣಿಸಲು ವಿದೇಶಿ ರಾಷ್ಟ್ರಗಳ ಸ್ನೇಹ ಬಾಂಧವ್ಯ ಹೊಂದುವುದು ಹಾಗೂ ವಿದೇಶಿ ರಾಷ್ಟ್ರಗಳ ಸೈನಿಕ ಸಹಾಯ ಪಡೆಯಲು ಯತ್ನಿಸುವುದು ಕೆವೂರನ ವಿದೇಶಾಂಗ ನೀತಿಯ ಪ್ರಮುಖ ಗುರಿಯಾಗಿತ್ತು. ಈ ನಿಟ್ಟಿನಲ್ಲಿ ಕೆವೂರ್ ಫ್ರಾನ್ಸ್, ಇಂಗ್ಲೆಂಡ್ ಮತ್ತು ಇನ್ನಿತರ ರಾಷ್ಟ್ರಗಳ ಸಹಾಯವನ್ನು ಬಯಸಿದನು. 1854 ರಿಂದ 1856ರವರೆಗೆ ಫ್ರಾನ್ಸ್ ಇಂಗ್ಲೆಂಡ್‌ಗಳ ಒಗ್ಗೂಡಿಕೆಯೊಂದಿಗೆ ರಷ್ಯಾದ ವಿರುದ್ಧ ನಡೆದ ಕ್ರಿಮಿಯಾ ಯುದ್ಧದಲ್ಲಿ ಸಾರ್ಡೀನಿಯಾದ 15,000 ಸೈನಿಕರನ್ನು ಫ್ರೆಂಚ್ ಮತ್ತು ಇಂಗ್ಲೆಂಡ್ ಪರವಾಗಿ ಹೋರಾಡುವಂತೆ ಕಳುಹಿಸಿದನು. ಆ ಸಮಯದಲ್ಲಿ ತನ್ನ ಸೈನಿಕರು ಕ್ರಿಮಿಯಾದ ಶೀತ ಪ್ರದೇಶದಲ್ಲಿ ಹೋರಾಡುವ ಬಗ್ಗೆ ಅಸಹನೆ ವ್ಯಕ್ತಪಡಿಸಿದಾಗ ಕೆವೂರ್–"ಕ್ರಿಮಿಯಾದ ಕೆಸರುಮಣ್ಣಿನಿಂದಲೇ ಸಂಪೂರ್ಣ ಇಟಲಿಯ ನಿರ್ಮಾಣವಾಗಲಿದೆ" ಎಂದು ಹೇಳಿ ಸೈನಿಕರಲ್ಲಿ ನವಚೈತನ್ಯವನ್ನು ತುಂಬಿದನು. ತನ್ನ ರಾಜ್ಯಕ್ಕೂ ಕ್ರಿಮಿಯಾ ಯುದ್ಧಕ್ಕೂ ಯಾವುದೇ ಕಾರಣ, ಸಂಬಂಧವಿರದಿದ್ದರೂ ಇಂಗ್ಲೆಂಡ್ ಮತ್ತು ಫ್ರಾನ್ಸ್‌ಗಳ ಮೈತ್ರಿ ಮತ್ತು ಸಹಾಯವನ್ನು ಪಡೆಯಲು ದೂರಾಲೋಚನೆಯನ್ನು ಇಟ್ಟುಕೊಂಡಿದ್ದನು. ಅಲ್ಲದೆ ಇಟಲಿಯಲ್ಲಿನ ಆಸ್ಟ್ರಿಯಾದ ನಿರಂಕುಶಾಡಳಿತದ ದಬ್ಬಾಳಿಕೆಯನ್ನು ಆ ರಾಷ್ಟ್ರಗಳು ತಿಳಿಯುವಂತೆ ಮಾಡುವುದು ಕೆವೂರನ ವಿದೇಶಾಂಗ ನೀತಿಯ ಮುಖ್ಯ ಉದ್ದೇಶವಾಗಿತ್ತು.

ಗ್ಯಾರಿಬಾಲ್ಡಿ (1807–1882)

ಇಟಲಿಯ ಏಕೀಕರಣವು ಕೇವಲ ಶಾಂತಿ–ಸಂಧಾನಗಳಿಂದ ಸಾಧ್ಯವಿಲ್ಲ ಅದೇನಿದ್ದರೂ ಖಡ್ಗಬಲದಿಂದ ಮಾತ್ರ ಸಾಧ್ಯವಾಗಬಲ್ಲದು ಎಂಬ ನಂಬಿಕೆ ಹೊಂದಿ ಇಟಲಿಯ ಐಕ್ಯತೆಗೆ ತೊಡಕಾಗಿದ್ದ ವಿದೇಶಿ ಆಳ್ವಿಕೆಯನ್ನು ಖಡ್ಗದಿಂದಲೇ ಹೊಡೆದೋಡಿಸಿದ ಕೀರ್ತಿ ಗ್ಯಾರಿಬಾಲ್ಡಿಗೆ ಸಲ್ಲುತ್ತದೆ. ಗ್ಯಾರಿಬಾಲ್ಡಿಯು 1807ರಲ್ಲಿ ಇಟಲಿಯ ನೀಸ್ ರಾಜ್ಯದಲ್ಲಿ ಜನಿಸಿದನು. ಈತ ಮ್ಯಾಜಿನಿಗಿಂತ 2 ವರ್ಷ ಚಿಕ್ಕವನು. ಕೆವೂರನಿಗಿಂತ 3 ವರ್ಷ ಹಿರಿಯವನೂ ಆಗಿದ್ದನು. ಇವನ ತಾಯಿ–ತಂದೆಯರು ಇವನನ್ನು ಒಬ್ಬ ಧರ್ಮ ಗುರುವನ್ನಾಗಿ ಮಾಡಬೇಕೆಂಬ ಮಹತ್ವಾಕಾಂಕ್ಷೆಯನ್ನು ಹೊಂದಿದ್ದರು. ಆದರೆ ಬಾಲ್ಯದಿಂದಲೂ ಸಾಹಸಮಯ ವೃತ್ತಿಯನ್ನೇ ಮೈಗೂಡಿಸಿಕೊಂಡು ಬೆಳೆದ ಗ್ಯಾರಿಬಾಲ್ಡಿಗೆ ಸಮುದ್ರಯಾನ ಮಾಡುವುದು ಮತ್ತು ಸಾಗರ ಯುದ್ಧಗಳಲ್ಲಿ ಭಾಗವಹಿಸುವುದೆಂದರೆ ಬಹಳ ಪ್ರಿಯವಾದ ಕೆಲಸವಾಗಿತ್ತು. ತನ್ನ ಜೀವನದ ಹಲವು ವರ್ಷಗಳ ಕಾಲವನ್ನು ಸಾಹಸಿ ನಾವಿಕನಾಗಿಯೇ ಕಳೆದನು. ನಂತರ ತನ್ನ 24ನೇ ವಯಸ್ಸಿನಲ್ಲಿ ಮ್ಯಾಜಿನಿ ಕಟ್ಟಿದ್ದ "ಯಂಗ್ ಇಟಲಿ" ಸಂಸ್ಥೆಯ ಸದಸ್ಯನಾಗಿ ಸೇರಿಕೊಂಡನು. ಇಟಲಿಯನ್ನು ಐಕ್ಯತೆಗೊಳಿಸುವುದಕ್ಕಾಗಿ ಮ್ಯಾಜಿನಿಯು ಕೈಗೊಳ್ಳುತ್ತಿದ್ದ ಪ್ರತಿಯೊಂದು ನಿರ್ಣಯಗಳನ್ನು ಮೆಚ್ಚಿಕೊಂಡು ಕ್ರಾಂತಿಕಾರಕ ಚಟುವಟಿಕೆಗಳಲ್ಲಿ ಭಾಗವಹಿಸಿದರೂ ಸಹ ಇಟಲಿಯ ಏಕೀಕರಣ ಕೇವಲ "ಖಡ್ಗದ ಹೋರಾಟದಿಂದ ಮಾತ್ರ ಸಾಧ್ಯ" ಎಂಬ ನಿಲುವಿಗೆ ಬದ್ಧನಾಗಿದ್ದನು.

ಗ್ಯಾರಿಬಾಲ್ಡಿ

1834ರಲ್ಲಿ ಮ್ಯಾಜಿನಿಯು ತನ್ನ ಕ್ರಾಂತಿಕಾರಕ ಸಂಘವಾದ "ಯಂಗ್ ಇಟಲಿ"ಯ ಸಹಾಯದಿಂದ ಸವಾಯ್ ರಾಜ್ಯದಲ್ಲಿ ಆಸ್ಟ್ರಿಯಾದ ದಬ್ಬಾಳಿಕೆಯ ವಿರುದ್ಧ ಪ್ರಾರಂಭಿಸಿದ ಯುದ್ಧದಲ್ಲಿ ಗ್ಯಾರಿಬಾಲ್ಡಿಯು ಸಹ ಭಾಗವಹಿಸಿದ್ದನು. ಈ ಹೋರಾಟದಲ್ಲಿ ಕ್ರಾಂತಿಕಾರಕ ಚಟುವಟಿಕೆಗಳನ್ನು ನಡೆಸಿದ ಆರೋಪದ ಮೇಲೆ ಗ್ಯಾರಿಬಾಲ್ಡಿಗೆ ಆಸ್ಟ್ರಿಯಾ ಸರ್ಕಾರವು ಮರಣದಂಡನೆಯ ಶಿಕ್ಷೆಯನ್ನು ವಿಧಿಸಿತು. ಆದರೆ ವಿದೇಶಿ ಸರ್ಕಾರದ ಕಣ್ತಪ್ಪಿಸಿ ದಕ್ಷಿಣ ಅಮೇರಿಕಾಕ್ಕೆ ಓಡಿಹೋದ ಗ್ಯಾರಿಬಾಲ್ಡಿಯು 14 ವರ್ಷಗಳ ಕಾಲ ತನ್ನ ಅಜ್ಞಾತವಾಸದ ಜೀವನವನ್ನು ನಡೆಸುತ್ತಾ ಕುದುರೆ ಸವಾರಿ, ಗೆರಿಲ್ಲಾ ಯುದ್ಧದ ತಂತ್ರ ಕಲೆಯನ್ನು ಕರಗತಮಾಡಿಕೊಂಡನು. ದಕ್ಷಿಣ ಅಮೇರಿಕಾ ದೇಶಗಳ ಅನೇಕ ಯುದ್ಧಗಳಲ್ಲಿ ತಾನೇ ಸಂಘಟಿಸಿ ಸೇನಾಧಿಪತ್ಯ ವಹಿಸಿದ್ದ ಪ್ರಸಿದ್ಧ "ಇಟಾಲಿಯನ್ ಲಿಜನ್"ಸೈನ್ಯದ ಸಹಾಯದಿಂದ ಭಾಗವಹಿಸಿದ್ದಷ್ಟೇ ಅಲ್ಲದೇ ಅಲ್ಲಿಯ

ಅನಿಟಾ ಎಂಬ ಸುಂದರ ಕನ್ಯೆಯನ್ನು ಪ್ರೀತಿಸಿ ತನ್ನ ಬಾಳಸಂಗಾತಿಯನ್ನಾಗಿ ಮಾಡಿಕೊಂಡನು. ಹೀಗೆ ಹಲವಾರು ವರ್ಷಗಳ ಸಮಯವನ್ನು ವಿದೇಶದಲ್ಲಿ ಕಳೆದ ಗ್ಯಾರಿಬಾಲ್ಡಿ 1848ರಲ್ಲಿ ಕ್ರಾಂತಿಯ ಸುದ್ದಿ ತಿಳಿದು ತನ್ನ ಸ್ವದೇಶಕ್ಕೆ ವಾಪಸ್ಸಾಗಿ ಅನುಯಾಯಿಗಳೆಲ್ಲರನ್ನು ಒಗ್ಗೂಡಿಸಿ, ಸೈನಿಕ ತರಬೇತಿಯನ್ನು ನೀಡಿದನು. ಅವರೆಲ್ಲರೂ ಕೆಂಪುಬಣ್ಣದ ಸಮವಸ್ತ್ರವನ್ನು ಧರಿಸುವಂತೆ ಮಾಡಿ ಒಟ್ಟು 1150 ಸೈನಿಕರಿರುವ ದಳವನ್ನು ರಚಸಿ ಅವರೆಲ್ಲರನ್ನು "ಕೆಂಪು ಅಂಗಿ" ಅಥವಾ ರೆಡ್‌ಷರ್ಟ್ ಮೂವ್‌ಮೆಂಟ್ (Red Shirt Movement) ದಳ ಎಂಬುದಾಗಿ ಕರೆದನು. ಆದ್ದರಿಂದಲೇ ಆತನ ಸೈನ್ಯದಲ್ಲಿ ಸಾವಿರಕ್ಕಿಂತ ಹೆಚ್ಚು ಸೈನಿಕರಿದ್ದರೂ ಅದನ್ನು "ಸಾವಿರ ದಳ" ಎಂದೇ ಕರೆಯಲಾಗುತ್ತಿತ್ತು.

1848ರಲ್ಲಿ ಮ್ಯಾಜಿನಿಯು ವಿದೇಶಿಯರ ವಿರುದ್ಧ ರೋಮ್‌ನಲ್ಲಿ ಹೋರಾಡುತ್ತಿದ್ದಾಗ ಗ್ಯಾರಿಬಾಲ್ಡಿಯು ಆತನಿಗೆ ತನ್ನ "ಕೆಂಪಂಗಿ ದಳ"ದ ಸೈನಿಕ ನೆರವನ್ನು ನೀಡಿದನು. ಅಲ್ಲದೆ ವೆನೀಷಿಯಾದಲ್ಲಿನ ಆಸ್ಟ್ರಿಯಾದ ಸೈನಿಕ ಪಡೆಯ ಮೇಲೆ ಧಾಳಿ ಇಡುವ ಉದ್ದೇಶವನ್ನು ಹೊಂದಿದ್ದನು. ಆದರೆ ವಿದೇಶಿ ರಾಷ್ಟ್ರದ ಸೈನಿಕ ಶಕ್ತಿಯ ಅಪಾರ ಬಲವಿದ್ದುದನ್ನು ಮನಗಂಡುದಲ್ಲದೆ, ಫ್ರೆಂಚ್ ಸೈನ್ಯ ರೋಮನ್ನು ಸಂಪೂರ್ಣ ವಶಪಡಿಸಿಕೊಂಡ ವಿಷಯ ತಿಳಿದ ಗ್ಯಾರಿಬಾಲ್ಡಿ ಅಲ್ಲಿಂದ ತಪ್ಪಿಸಿಕೊಂಡು ಏಡ್ರಿಯಾಟಿಕ್ ತೀರ ಪ್ರದೇಶಕ್ಕೆ ಓಡಿಹೋದನು. ಇಂತಹ ಸಮಯದಲ್ಲಿ ಆತನ ಬಾಳಸಂಗಾತಿ ಅನಿಟಾಳ ಆಕಸ್ಮಿಕ ಸಾವು ಆತನಿಗೆ ಅಪಾರ ನೋವನ್ನುಂಟುಮಾಡಿದ್ದರಿಂದ ಪುನಃ ದಕ್ಷಿಣ ಅಮೇರಿಕಾಕ್ಕೆ ಹಿಂತಿರುಗಿದ. ತನ್ನ ಪ್ರೀತಿ ಪಾತ್ರಳ ಆಕಸ್ಮಿಕ ಸಾವು ಅವನ ಬಾಳಿನಲ್ಲಿಯೇ ಅತ್ಯಂತ ದುರುಂತಮಯ ಘಟನೆಯಾಯಿತು. ಆಕೆ ಕೇವಲ ಆತನ ಬಾಳಸಂಗಾತಿಯಾಗಿರದೆ ಆತನಷ್ಟೇ ಧೈರ್ಯಗಾರ್ತಿಯೂ, ಎದೆಗಾರಳೂ ಆಗಿದ್ದಳು. ಅವನ ಕೆಲಸ ಕಾರ್ಯಗಳಿಗೆ ಅವಳೇ ಬೆನ್ನೆಲುಬಾಗಿದ್ದಳು. ನಂತರ ಗ್ಯಾರಿಬಾಲ್ಡಿಯು ಪೆರುವಿನ ನೌಕೆಗಳ ನಾಯಕನಾಗಿದ್ದನು. ಧೈರ್ಯ, ಶೌರ್ಯ ಹಾಗೂ ಸಾಹಸಗಳಿಂದ ತುಂಬಿದ್ದ ಗ್ಯಾರಿಬಾಲ್ಡಿಯ ಜೀವನ ವೃತ್ತಾಂತವು ಇಟಲಿಯ ಜನರ ಪ್ರೀತಿಯನ್ನು ಸಂಪಾದಿಸಲು ಕಾರಣವಾಯಿತು.

ಸಿಸಿಲಿ ಮತ್ತು ನೇಪಲ್ಸ್‌ಗಳ (ಸಾವಿರ ಕೆಂಪಂಗಿದಳ) ದಂಡಯಾತ್ರೆ 1860

ಮೊದಲೇ ತಿಳಿಸಿದಂತೆ ಗ್ಯಾರಿಬಾಲ್ಡಿಯು ಸ್ವಲ್ಪಕಾಲ ಪೆರುವಿನ ನೌಕೆಗಳ ನಾಯಕನಾಗಿ, ಸಾಗರಗಳ ಮೇಲೆ ತೇಲಾಡುತ್ತ ತನ್ನ ಸಾಹಸಮಯ ಜೀವನವನ್ನು ಸಾಗಿಸಿದ ನಂತರ ಸ್ಟೇಟನ್ ದ್ವೀಪದಲ್ಲಿ ಕೆಲವು ತಿಂಗಳುಗಳ ಕಾಲ ಮೇಣದ ದೀಪಗಳನ್ನು ತಯಾರಿಸುವ ಕಾರ್ಯದಲ್ಲಿ ನಿರತನಾಗಿದ್ದನು. 1854ರಲ್ಲಿ ಇಟಲಿಗೆ ಹಿಂತಿರುಗಿ ಕಾಪ್ರೆರು ದ್ವೀಪದಲ್ಲಿ ಕೃಷಿಕನಾಗಿ ಜೀವನವನ್ನು ಕಳೆದನು. 1859ರಲ್ಲಿ ಇಟಲಿಯಲ್ಲಿ ಆಸ್ಟ್ರಿಯಾದ ವಿರುದ್ಧ ಜರುಗಿದ ಮಹಾಹೋರಾಟ ಮತ್ತು 1860ರಲ್ಲಿ ಸಿಸಿಲಿಯ ಜನತೆ ಬೋರ್ಬನ್ ವಂಶದ ಎರಡನೆಯ ಫ್ರಾನ್ಸಿಸ್‌ನ ವಿರುದ್ಧವೆದ್ದ ದಂಗೆಯ ಪ್ರಭಾವಗಳು ಗ್ಯಾರಿಬಾಲ್ಡಿಯು ಪುನಹ ರಣರಂಗವನ್ನು ಪ್ರವೇಶಿಸುವಂತಹ ಸನ್ನಿವೇಶವನ್ನುಂಟು ಮಾಡಿದವು. ಇಂತಹ ಸಮಯದಲ್ಲಿ ಗ್ಯಾರಿಬಾಲ್ಡಿಯು ಕರೆದಲ್ಲಿಗೆ ಹೋಗಲು ಸಾಕಷ್ಟು ಜನರು ತಯಾರಿದ್ದರು. ಆದ್ದರಿಂದಲೇ ಗ್ಯಾರಿಬಾಲ್ಡಿಯು ನೇಪಲ್ಸ್‌ನ ದೊರೆ ಎರಡನೆಯ ಫ್ರಾನ್ಸಿಸ್‌ನ ವಿರುದ್ಧ ದಂಗೆ ಎದ್ದಿದ್ದ ಸಿಸಿಲಿಯ ಜನತೆಯ ಸಹಾಯಕ್ಕೆ ಹೋಗಲು ನಿರ್ಧರಿಸಿದನು.

1860ರ ಮೇ 5ರಂದು ಗ್ಯಾರಿಬಾಲ್ಡಿಯು ತನ್ನ ಹೆಸರಾಂತ ಸಾವಿರದಳದೊಡಗೂಡಿ ಸಿಸಿಲಿ ಮತ್ತು ನೇಪಲ್ಸ್‌ಗಳನ್ನು ವಶಪಡಿಸಿಕೊಳ್ಳಲು ಜಿನೀವಾದಿಂದ ಎರಡು ಹಡಗುಗಳಲ್ಲಿ ಮಾರ್ಸಾಲ ಪ್ರದೇಶಕ್ಕೆ ಬಂದನು. ನಂತರ ಸಿಸಿಲಿಗೆ ತನ್ನ ಸೈನ್ಯದೊಂದಿಗೆ ಪ್ರವೇಶಿಸಿದನು. ಅಲ್ಲಿಯ ಬೊರ್ಬನ್ ವಂಶದ ದೊರೆ 2ನೇ ಫ್ರಾನ್ಸಿಸ್‌ನ ಅಶಿಸ್ತಿನ ಮತ್ತು ಯುದ್ಧ ನೈಪುಣ್ಯತೆಯನ್ನು ಹೊಂದಿಲ್ಲದ 24,000 ಸೈನಿಕರನ್ನು ಕೆಲವೇ ವಾರಗಳಲ್ಲಿ ಸೋಲಿಸಿದ್ದಷೇ ಅಲ್ಲದೆ ಸಿಸಿಲಿಯನ್ನು 1860ರ ಆಗಸ್ಟ್ ತಿಂಗಳಲ್ಲಿ ವಶಪಡಿಸಿಕೊಂಡನು.

ಸಿಸಿಲಿಯ ಕ್ರಾಂತಿಕಾರರು, ನೇಪಲ್ಸ್‌ನಿಂದ ನುಗ್ಗಿ ಬಂದ ಸ್ವಯಂ ಸೇವಕರು ಹಾಗೂ ನೇಪಲ್ಸ್‌ನ ಸೈನ್ಯಾಧಿಕಾರಿಗಳಲ್ಲಿದ್ದ ಅಸಮರ್ಥತೆ – ಇವು ಗ್ಯಾರಿಬಾಲ್ಡಿಯು ಸಿಸಿಲಿಯನ್ನು ವಶಪಡಿಸಿಕೊಳ್ಳುವಲ್ಲಿ ಸಹಾಯಕವಾದವು. ನಂತರವೂ ಈತನು 2ನೇ ವಿಕ್ಟರ್ ಇಮ್ಯಾನ್ಯುಯಲ್ಲನ ಹೆಸರಿನಲ್ಲಿ 1860ರ ಆಗಸ್ಟ್ 5ರಂದು ಸಿಸಿಲಿಯ ಸರ್ವಾಧಿಕಾರಿಯೆಂದು ಘೋಷಿಸಿಕೊಂಡನು.

ನೇಪಲ್ಸ್ ರಾಜ್ಯದ ಆಕ್ರಮಣ

ಸಿಸಿಲಿಯ ಸರ್ವಾಧಿಕಾರಿಯಾದ ನಂತರ ಗ್ಯಾರಿಬಾಲ್ಡಿಯು 1860ರ ಆಗಸ್ಟ್ 19ರಂದು ಜಲಸಂಧಿಯನ್ನು ದಾಟಿ ತನ್ನ ಸೈನ್ಯದೊಂದಿಗೆ ನೇಪಲ್ಸ್ ಕಡೆಗೆ ಮುನ್ನುಗ್ಗಿದನು. ನೇಪಲ್ಸ್‌ನಲ್ಲಿ 2ನೇ ಫ್ರಾನ್ಸಿಸ್‌ನು 1,00,000 ಸೈನಿಕರನ್ನು ಹೊಂದಿದ್ದನು. ಆದರೆ ಗ್ಯಾರಿಬಾಲ್ಡಿಯ ಸೈನಿಕರು ಗೆರಿಲ್ಲಾ ಯುದ್ಧದ ತಂತ್ರದಲ್ಲಿ ನುರಿತವರಾಗಿದ್ದರು. ಇದರ ಮುಂದೆ ಫ್ರಾನ್ಸಿಸ್‌ನ ಸೈನ್ಯವು ಹೆಚ್ಚು ಪ್ರತಿರೋಧವನ್ನು ವ್ಯಕ್ತಪಡಿಸಲಾರದೇ ಶರಣಾಯಿತು. ದೊರೆ ಫ್ರಾನ್ಸಿಸನು ಗ್ಯಾರಿಬಾಲ್ಡಿಯ ಸೈನ್ಯಕ್ಕೆ ಹೆದರಿ ಗಯಾಟ ಪ್ರದೇಶಕ್ಕೆ ಓಡಿಹೋದನು. ಮಾರನೆಯ ದಿನ ಗ್ಯಾರಿಬಾಲ್ಡಿ ತನ್ನ ಕೆಲವು ವೀರ ಯೋಧರೊಡಗೂಡಿ ಗಯಾಟ ಪ್ರದೇಶಕ್ಕೆ

ಮುತ್ತಿಗೆ ಹಾಕಿ ಜನಸಮೂಹದ ನಡುವೆಯೇ ಫ್ರಾನ್ಸಿಸ್‌ನನ್ನು ಬೆನ್ನಟ್ಟಿಕೊಂಡು ಹೋಗಿ ಸೆರೆಹಿಡಿದನು. ಹೀಗೆ 5 ತಿಂಗಳುಗಳ ಕಾಲ ನಡೆದ ಸಿಸಿಲಿ ಮತ್ತು ನೇಪಲ್ಸ್‌ಗಳ ಆಕ್ರಮಣ ಅಂತಿಮವಾದಂತಾಗಿ ಗ್ಯಾರಿಬಾಲ್ಡಿಯು 11,000,000 ಜನಸಂಖ್ಯೆಯಿಂದ ಕೂಡಿರುವ ದೇಶವನ್ನು ಗೆದ್ದುಕೊಂಡದ್ದು ಒಂದು ವಿಶಿಷ್ಟ ಸಾಧನೆಯಾಗಿತ್ತು.

ಇಷ್ಟಾದರೂ ಇಟಲಿಯ ಏಕೀಕರಣ ಸಾಧ್ಯವಾಗದಿದ್ದುದನ್ನು ಮನಗಂಡ ಗ್ಯಾರಿಬಾಲ್ಡಿಯು ಅದೇ ಯುದ್ಧೋತ್ಸಾಹದಲ್ಲಿ ರೋಮನ್ನು ವಶಪಡಿಸಿಕೊಂಡು ದೇಶದ ಏಕೀಕರಣ ಸಾಧಿಸುವ ಮನೋಭಾವವನ್ನು ಹೊಂದಿದ್ದನು. ಇಂತಹ ಸಮಯದಲ್ಲಿ ಕೆವೂರ್ ಮಧ್ಯೆ ಪ್ರವೇಶಿಸಿ ರೋಮನ್ನು ವಶಪಡಿಸಿಕೊಳ್ಳುವುದೆಂದರೆ ಇಡೀ ಫ್ರಾನ್ಸನ್ನು ವಶಪಡಿಸಿಕೊಂಡಂತೆ, ಆದ್ದರಿಂದ ಅದೊಂದು ಅಪಾಯಕಾರಿ ಘಟನೆ ಎಂದು ಗ್ಯಾರಿಬಾಲ್ಡಿಗೆ ತಿಳಿಸಿ, ಭವಿಷ್ಯತ್ತಿನ ಬಗ್ಗೆ ಸೂಕ್ತ ಮಾರ್ಗದರ್ಶನ ನೀಡಿದನು. ಏಕೆಂದರೆ ಆ ಸಮಯದಲ್ಲಿ ರೋಂ ನಗರವನ್ನು ಸಂಪೂರ್ಣವಾಗಿ ಫ್ರಾನ್ಸ್ ಸೈನ್ಯ ವಶಪಡಿಸಿಕೊಂಡಿತ್ತು. ಆದ್ದರಿಂದ ಆಗಿನ ರೋಮ್ ಮೇಲಿನ ಧಾಳಿ ಎಂದರೆ ಫ್ರಾನ್ಸ್ ಮೇಲಿನ ಧಾಳಿ ಎಂಬರ್ಥವಿತ್ತು.

ನಂತರ ಗ್ಯಾರಿಬಾಲ್ಡಿಯು ದೇಶದ ಐಕ್ಯತೆ ಹಾಗೂ ಉನ್ನತಿಯ ಅಂಶಗಳಿಗೆ ಮಹತ್ವ ನೀಡಬೇಕೆಂದು ಮನಗಂಡು ತಾನು ಗಣತಂತ್ರವಾದಿಯಾಗಿದ್ದರೂ ಕೂಡ ತಾನು ವಶಪಡಿಸಿಕೊಂಡಿದ್ದ ಸಿಸಿಲಿ ಮತ್ತು ನೇಪಲ್ಸ್ ರಾಜ್ಯಗಳು ದೇಶದ ರಾಜವಂಶದ ನಾಯಕತ್ವದಲ್ಲಿರಬೇಕೆಂದು ಅಂತಿಮ ನಿರ್ಧಾರಕ್ಕೆ ಬಂದು, ದೊರೆ ಇಮ್ಯಾನ್ಯುಯಲ್ಲನಿಗೆ ಒಪ್ಪಿಸಿ ತನ್ನ ನಿಸ್ವಾರ್ಥತೆಯನ್ನು ಪ್ರದರ್ಶಿಸಿ ಸ್ವಲ್ಪ ದ್ರವ್ಯ ಮತ್ತು ಒಂದು ಚೀಲದಷ್ಟು ಬಿತ್ತನೆಯ ಬೀಜವನ್ನು ತೆಗೆದುಕೊಂಡು ಕ್ಯಾಪ್ರೆರ ದ್ವೀಪದಲ್ಲಿನ ತನ್ನ ಜಮೀನಿಗೆ ಹೋಗಿ ಕೃಷಿಕ ಜೀವನವನ್ನಾರಂಭಿಸಿ ತನ್ನ ಅಂತಿಮ ದಿನಗಳನ್ನು ಅಲ್ಲಿಯೇ ಕಳೆದನು.

ವೆನೀಷಿಯಾ (1866) ಮತ್ತು ರೋಮ್ (1870)ಗಳ ಸೇರ್ಪಡೆ

1861ರ ಫೆಬ್ರವರಿ 18ರಂದು ಟ್ಯೂರಿನ್‌ನಲ್ಲಿ ಸಮಾವೇಶಗೊಂಡಿದ್ದ ಪಾರ್ಲಿಮೆಂಟ್ ರಾಷ್ಟ್ರದ ಇಚ್ಚೆಯ ಮೇರೆಗೆ ವಿಕ್ಟರ್ ಇಮ್ಯಾನ್ಯುಯಲ್‌ನನ್ನು ಇಟಲಿಯ ರಾಜನೆಂದು ಘೋಷಿಸಿತು. 22 ದಶಲಕ್ಷ ಜನತೆಯುಳ್ಳ ಹೊಸ ರಾಷ್ಟ್ರವು ಉದಯಿಸಿತು. ಆದರೆ ಇಟಲಿಯ 2 ಪ್ರಮುಖ ಪ್ರದೇಶಗಳಾದ ವೆನೀಷಿಯ ಮತ್ತು ರೋಮ್‌ಗಳು ದೇಶದ ಒಕ್ಕೂಟಕ್ಕೆ ಸೇರ್ಪಡೆಯಾಗಬೇಕಾಗಿದ್ದರಿಂದ ಇಟಲಿಯ ಸಂಪೂರ್ಣ ಏಕೀಕರಣವು ಸಾಧ್ಯವಾಗಿರಲಿಲ್ಲ. ಏಕೆಂದರೆ ವೆನೀಷಿಯಾ ಪ್ರದೇಶವು ಸಂಪೂರ್ಣವಾಗಿ ಆಸ್ಟ್ರಿಯಾದ ಭದ್ರ ಆಳ್ವಿಕೆಗೆ ಒಳಪಟ್ಟಿದ್ದರೆ, ರೋಮ್ ನಗರವನ್ನು ಪೋಪನು ಹೊಂದಿದ್ದು ಫ್ರಾನ್ಸ್ ಸೈನ್ಯದ ಹಿಡಿತದಲ್ಲಿತ್ತು. ಹೀಗಾಗಿ ಈ ಎರಡು ಪ್ರದೇಶಗಳನ್ನು ವಿದೇಶಿ ಆಳ್ವಿಕೆಯಿಂದ ಮುಕ್ತಗೊಳಿಸಿ ದೇಶದ ಒಕ್ಕೂಟಕ್ಕೆ ಸೇರಿಸಿಕೊಳ್ಳುವ ಸೂಕ್ತ ಸಮಯಕ್ಕಾಗಿ ಕಾಯಲಾಯಿತು.

1866ರಲ್ಲಿ ಆಸ್ಟ್ರಿಯಾ ಮತ್ತು ಪ್ರಷ್ಯಗಳ ನಡುವೆ ಅವುಗಳ ಪ್ರಾಂತ್ಯಗಳ ಹಂಚುವಿಕೆಯಲ್ಲುಂಟಾದ ವಿವಾದದಿಂದ ಇವೆರಡು ರಾಷ್ಟ್ರಗಳ ನಡುವೆ ಯುದ್ಧಾರಂಭವಾಯಿತು. ಇಂತಹದೇ ಸಮಯಕ್ಕಾಗಿ ಕಾಯುತ್ತಿದ್ದ ವಿಕ್ಟರ್ ಇಮ್ಯಾನ್ಯುಯಲ್ ಪ್ರಷ್ಯಾದ ಪರವಾಗಿ ಆಸ್ಟ್ರಿಯಾದ ವಿರುದ್ಧ ತನ್ನ ಬೆಂಬಲ ನೀಡಿದನು. ಈ ಯುದ್ಧದಲ್ಲಿ ಪ್ರಷ್ಯಾವು ನಿರೀಕ್ಷಿಸಿದಂತೆ ಜಯವನ್ನು ಸಾಧಿಸಿತಲ್ಲದೆ ತನಗೆ ಯುದ್ಧದಲ್ಲಿ ನೀಡಿದ ಸಹಕಾರಕ್ಕಾಗಿ ಆಸ್ಟ್ರಿಯಾವು ವಶಪಡಿಸಿಕೊಂಡಿದ್ದ ವೆನೀಷಿಯಾವನ್ನು ಇಟಲಿಗೆ ಧಾರೆಯೆರೆಯಿತು. ಹಾಗಾಗಿ ಸಂಪೂರ್ಣ ಇಟಲಿಯ ಏಕೀಕರಣಕ್ಕೆ ರೋಂನ ಸೇರ್ಪಡೆಯೊಂದು ಬಾಕಿ ಉಳಿದಿತ್ತು.

ಆ ಅಮೃತಘಳಿಗೆಯು 1870ರಲ್ಲಿ ಕೂಡಿಬಂದಿತು. ಜರ್ಮನಿಯನ್ನು ಸಂಪೂರ್ಣವಾಗಿ ಏಕೀಕರಣ ರಾಷ್ಟ್ರವನ್ನಾಗಿ ಮಾಡಲು ಪ್ರಷ್ಯಾ ತನ್ನ ನಾಯಕತ್ವದಲ್ಲಿ ಫ್ರಾನ್ಸಿನ ಮೇಲೆ ಯುದ್ಧ ಸಾರಿತು. ಹೀಗಾಗಿ ಫ್ರಾನ್ಸ್ ತಾನು ರೋಮ್‌ನಲ್ಲಿ ಪೋಪನ ರಕ್ಷಣೆಗಾಗಿ ಕಾವಲಿರಿಸಿದ್ದ ರಕ್ಷಣಾ ಪಡೆಯನ್ನು ಕರೆಸಿಕೊಂಡಿತು. ಇಂತಹ ಸುವರ್ಣಾವಕಾಶವನ್ನು ಸದುಪಯೋಗಪಡಿಸಿಕೊಂಡ ಚತುರ ರಾಜನೀತಿಜ್ಞನಾದ ವಿಕ್ಟರ್ ಇಮ್ಯಾನ್ಯುಯಲ್ಲನು ಹೊರಹೋಗುತ್ತಿದ್ದ ಫ್ರೆಂಚ್ ಸೈನ್ಯವನ್ನು ಸಂಪೂರ್ಣವಾಗಿ ದೇಶದಿಂದ ಹೊರಕ್ಕೆ ತಳ್ಳಿ ರೋಮನ್ನು ವಿದೇಶಿ ಆಳ್ವಿಕೆಯಿಂದ ಮುಕ್ತಿಗೊಳಿಸಿದನು. ನಿರಾಯುಧನಾದ ಪೋಪ್‌ನನ್ನು ಸಿಂಹಾಸನದಿಂದ ಕೆಳಗಿಳಿಸಲಾಯಿತು. ರೋಂ ಇಟಲಿಯೊಡನೆ ಸಂಪೂರ್ಣವಾಗಿ ಐಕ್ಯವಾದುದಲ್ಲದೆ ರೋಮ್ ಇಟಲಿ ದೇಶದ ರಾಜಧಾನಿಯಾಯಿತು. ವಿಕ್ಟರ್ ಇಮ್ಯಾನ್ಯುಯಲ್ ಪೂರ್ಣ ಇಟಲಿಯ ಅರಸನೆಂದು ಬಿರುದು ಧರಿಸುವುದರೊಂದಿಗೆ ಇಟಲಿಯು 1870ರಲ್ಲಿ ಮ್ಯಾಜಿನಿಯ ಲೇಖನಿಯಿಂದಲೂ, ಕೆವೂರನ ರಾಜನೀತಿಯಿಂದಲೂ, ಗ್ಯಾರಿಬಾಲ್ಡಿಯ ಖಡ್ಗದಿಂದಲೂ ಹಾಗೂ ವಿಕ್ಟರ್ ಇಮ್ಯಾನ್ಯುಯಲ್ಲನ ಸಮಯ ಪ್ರಜ್ಞೆಯಿಂದಲೂ ಏಕೀಕೃತಗೊಂಡಿತು.

* * * * *

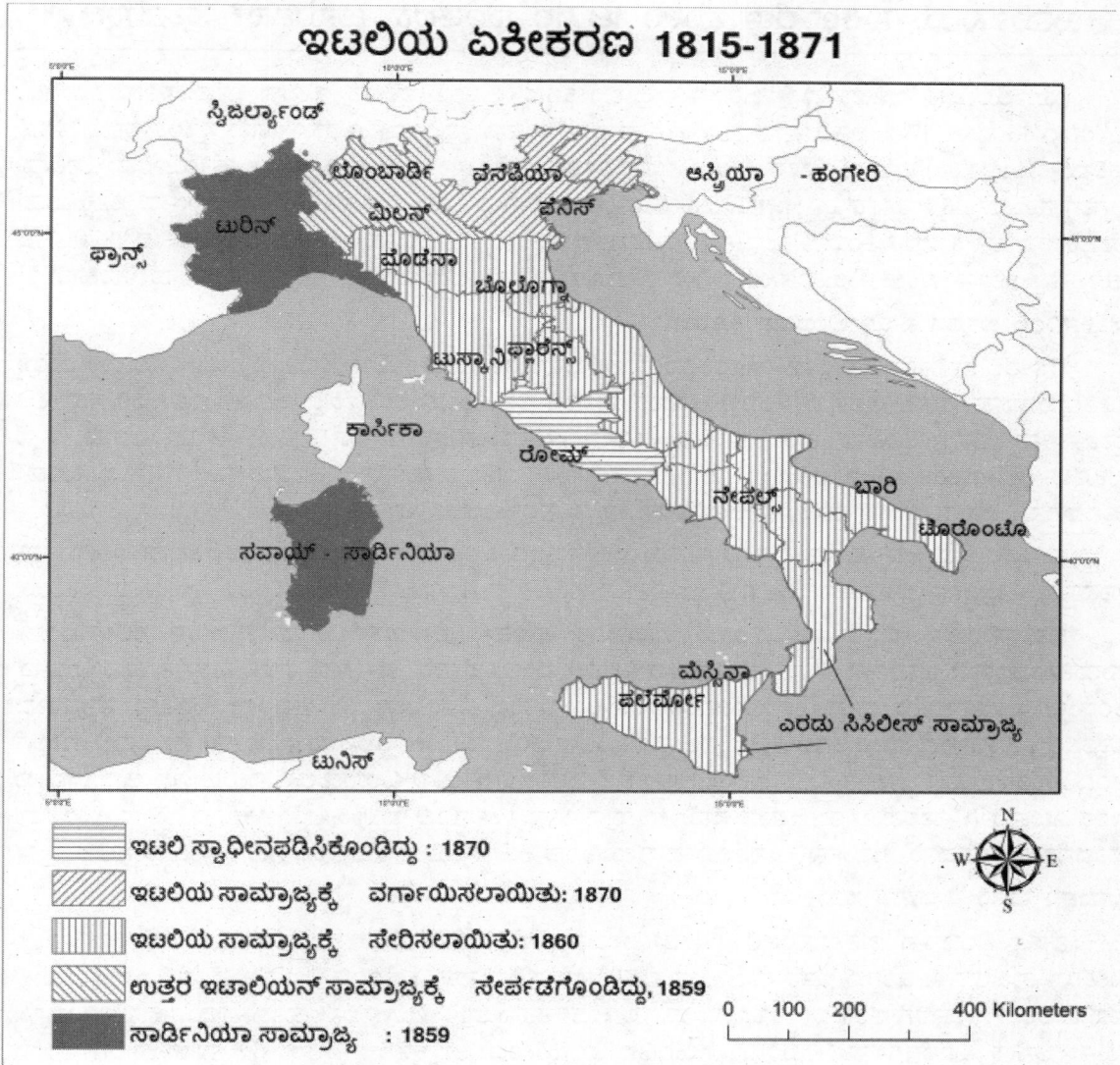

ಇಟಲಿಯ ಏಕೀಕರಣ 1815-1871

ಸ್ವಿಜರ್ಲ್ಯಾಂಡ್

ಫ್ರಾನ್ಸ್

ಟುರಿನ್

ಲೊಂಬಾರ್ಡಿ   ವೆನೆಷಿಯಾ   ಆಸ್ಟ್ರಿಯಾ - ಹಂಗೇರಿ

ಮಿಲನ್   ವೆನಿಸ್

ಮೊಡನಾ

ಬೊಲೊಗ್ನಾ

ಟುಸ್ಕಾನಿ ಫ್ಲಾರೆನ್ಸ್

ಕಾರ್ಸಿಕಾ

ರೋಮ್

ನೇಪಲ್ಸ್   ಬಾರಿ

ಸವಾಯ್ - ಸಾರ್ಡಿನಿಯಾ   ಟೊರೊಂಟೊ

ಮೆಸ್ಸಿನಾ

ಪಲೆರ್ಮೋ

ಎರಡು ಸಿಸಿಲೀಸ್ ಸಾಮ್ರಾಜ್ಯ

ಟುನಿಸ್

ಇಟಲಿ ಸ್ವಾಧೀನಪಡಿಸಿಕೊಂಡಿದ್ದು : 1870	
ಇಟಲಿಯ ಸಾಮ್ರಾಜ್ಯಕ್ಕೆ ವರ್ಗಾಯಿಸಲಾಯಿತು: 1870	
ಇಟಲಿಯ ಸಾಮ್ರಾಜ್ಯಕ್ಕೆ ಸೇರಿಸಲಾಯಿತು: 1860	
ಉತ್ತರ ಇಟಾಲಿಯನ್ ಸಾಮ್ರಾಜ್ಯಕ್ಕೆ ಸೇರ್ಪಡೆಗೊಂಡಿದ್ದು, 1859	
ಸಾರ್ಡಿನಿಯಾ ಸಾಮ್ರಾಜ್ಯ : 1859	

N
W   E
S

0   100   200   400 Kilometers

ಅಧ್ಯಾಯ – 18

ಜರ್ಮನಿಯ ಏಕೀಕರಣ ಮತ್ತು 1871ರ ನಂತರದ ಜರ್ಮನ್ ಸಾಮ್ರಾಜ್ಯ

ಯೂರೋಪಿನ ಇತಿಹಾಸದಲ್ಲಿ ಜರ್ಮನಿಯ ಏಕೀಕರಣ ಅತ್ಯಂತ ಮಹತ್ವ ಪೂರ್ಣವಾದ ಸಂಗತಿಯಾಗಿದೆ. ಏಕೆಂದರೆ 16 ಮತ್ತು 17ನೇ ಶತಮಾನದ ಹೊತ್ತಿಗೆ ಜರ್ಮನ್ ಸಾಮ್ರಾಜ್ಯವು ಮುನ್ನೂರಕ್ಕೂ ಹೆಚ್ಚು ಸ್ವತಂತ್ರ ರಾಜ್ಯಗಳಿಂದ ಹರಿದು ಹಂಚಿ ಹೋಗಿ ಇಟಲಿಯಂತೆ ಕೇವಲ "ಭೌಗೋಳಿಕ ಪದ ವಿನ್ಯಾಸ"ದಿಂದ ಕೂಡಿದ್ದು ಪ್ರತಿಯೊಂದು ರಾಜ್ಯವು ಆಗಾಗ್ಗೆ ಹೋರಾಟಕ್ಕಿಳಿಯುತ್ತಿದ್ದವು. ಹೀಗಾಗಿ ವಿದೇಶಿ ರಾಜಮನೆತನಗಳು ಜರ್ಮನಿಯನ್ನು ತಮ್ಮಗಳ ಅಧೀನದಲ್ಲಿಟ್ಟುಕೊಂಡು ರಾಜಕೀಯ ಅನ್ಯೈಕ್ಯ ಪರಿಸ್ಥಿತಿಯನ್ನು ಜರ್ಮನ್ ರಾಜ್ಯಗಳಲ್ಲಿ ಸೃಷ್ಟಿಸಿದ್ದವು. ಇಂತಹ ಸಂದರ್ಭದಲ್ಲಿ ಅಂದರೆ 1870–71ರ ಹೊತ್ತಿಗೆ ಜರ್ಮನಿ ಏಕೀಕೃತ ಜರ್ಮನಿಯಾಗಿ ರೂಪಗೊಂಡಿದ್ದು ಒಂದು ಸಾಹಸದ ಮೈಲಿಗಲ್ಲೆಂದೇ ಹೇಳಬಹುದು.

ಜರ್ಮನಿಯ ಐಕ್ಯತೆಗೆ ನೆಪೋಲಿಯನ್ನನ ಕೊಡುಗೆ:

1789ರಲ್ಲಿ ಫ್ರಾನ್ಸಿನಲ್ಲುಂಟಾದ ಮಹಾಕ್ರಾಂತಿಯ ನಂತರ ಅಧಿಕಾರಕ್ಕೆ ಬಂದ ನೆಪೋಲಿಯನ್ನನು ರಾಜ್ಯ ವಿಸ್ತರಣಾಕಾಂಕ್ಷೆಯ ನೀತಿಯುಳ್ಳವನಾಗಿದ್ದನು. ಇದೇ ವೇಳೆಯಲ್ಲಿ ಅಸಂಘಟಿತವಾಗಿ ಅನ್ಯೈಕ್ಯತೆಯಿಂದ ಕೂಡಿದ್ದ ಜರ್ಮನಿಯ 360 ಸಣ್ಣಪುಟ್ಟ ರಾಜ್ಯಗಳನ್ನು ನೆಪೋಲಿಯನ್ ಒಂದುಗೂಡಿಸಿ ಕೇವಲ 39 ರಾಜ್ಯಗಳನ್ನಾಗಿ ಮಾಡಿದುದೇ ಅಲ್ಲದೆ ಒಂದು ರೈನೆ ಒಕ್ಕೂಟ (Confederation of the Rhine) ವನ್ನು ರಚಿಸಿ ಇಡೀ ಜರ್ಮನ್ ಒಕ್ಕೂಟದ ರಾಜ್ಯಗಳಿಗೆಲ್ಲಾ ಒಂದೇ ಕಾನೂನನ್ನು ಜಾರಿಗೆ ತಂದು ರಾಜ್ಯಗಳ ಆಡಳಿತವನ್ನೆಲ್ಲಾ ಪುನರ್ ಸಂಘಟಿಸಿದ.

ಈ ಒಕ್ಕೂಟದ ಆಡಳಿತ ವ್ಯವಸ್ಥೆ ಜರ್ಮನಿಯ ಐಕ್ಯತೆಯಿಂದ ಒಂದಾಯಿತಷ್ಟೇ ಅಲ್ಲದೆ ರಾಷ್ಟ್ರೀಯವಾಗಿ ಜರ್ಮನ್ ಸಾಮ್ರಾಜ್ಯ ಎಚ್ಚೆತ್ತುಕೊಳ್ಳಲು ನೆಪೋಲಿಯನ್ನನು ಜರ್ಮನಿಗೆ ಪರೋಕ್ಷವಾಗಿ ಕೊಟ್ಟ 'ಪ್ರಥಮ ಐಕ್ಯತೆಯ'ಕಾಣಿಕೆಯೆನ್ನಬಹುದು.

ಜರ್ಮನಿಯ ಅಸ್ತವ್ಯಸ್ತಗೊಂಡಿದ್ದಂತಹ ಪ್ರದೇಶಗಳ ಭೂಪಟ ಈ ಐಕ್ಯತೆಯಿಂದಾಗಿ ಬಹಳ ಸರಳಗೊಂಡು ಗುರುತಿಸುವಂತಾಗಿ ಜರ್ಮನ್ ಜನತೆ ಅಂದಿನ ಆಡಳಿತದಲ್ಲಿ ಏಕರೂಪವಾದ ಕಾನೂನು ಮತ್ತು ಆಡಳಿತ ವ್ಯವಸ್ಥೆಯನ್ನು ಕಂಡುಕೊಳ್ಳುವಂತಾದರು. ಹಾಗೆಯೇ ಜರ್ಮನರಲ್ಲಿ ರಾಷ್ಟ್ರೀಯ ಪ್ರಜ್ಞೆ ಬೆಳೆಯಲಾರಂಭಿಸಿ ಫ್ರೆಂಚ್ ಕ್ರಾಂತಿಯ ತತ್ವಗಳಾದ ಸ್ವಾತಂತ್ರ್ಯ, ಸಮಾನತೆ, ಭ್ರಾತೃತ್ವಗಳ ಕಡೆ ಜನತೆ ಪ್ರಭಾವಿತರಾದರು. ನೆಪೋಲಿಯನ್ನನು ಜರ್ಮನ್ ರಾಜ್ಯದಲ್ಲಿ ಜಾರಿಗೆ ತಂದ ಏಕರೂಪವಾದ ಆಡಳಿತ ವ್ಯವಸ್ಥೆಯನ್ನು ಆತನ ಪತನಾನಂತರ 1815ರಲ್ಲಿ ವಿಯನ್ನಾದಲ್ಲಿ ಸೇರಿದ್ದ ಸಭೆ ಅವುಗಳನ್ನೆಲ್ಲಾ ಸಂಪೂರ್ಣವಾಗಿ ನಾಶಪಡಿಸಿತು. ಆದರೆ ನೆಪೋಲಿಯನ್ನನು ಜರ್ಮನರಲ್ಲಿ ಮೂಡಿಸಿದ್ದ ಐಕ್ಯತೆ ಮತ್ತು ರಾಷ್ಟ್ರೀಯತಾ ಭಾವನೆಗಳ ಅಂಶವನ್ನು ಜರ್ಮನ್ ಜನತೆಯ ಹೃದಯದಿಂದ ಕಿತ್ತೊಗೆಯಲು ವಿಯನ್ನಾ ಸಭೆಗೆ ಸಾಧ್ಯವಾಗಲಿಲ್ಲ.

ಜರ್ಮನಿ ಮತ್ತು ವಿಯನ್ನಾ ಸಮ್ಮೇಳನ:

ನೆಪೋಲಿಯನ್ನನ ಪತನಾನಂತರ 1815ರ ವಿಯನ್ನಾದಲ್ಲಿ ಸಭೆ ಸೇರಿದ್ದ ಯೂರೋಪಿನ ಎಲ್ಲಾ ಪ್ರತಿಗಾಮಿ ನೀತಿಯ ರಾಜರುಗಳು ಹಾಗೂ ಇತರ ರಾಜಕೀಯ ಧುರೀಣರು ಪ್ರಥಮವಾಗಿ ಕೈಗೊಂಡ ನಿರ್ಣಯವೆಂದರೆ ಜರ್ಮನಿಯಲ್ಲಿ ನೆಪೋಲಿಯನ್ ಜಾರಿಗೆ ತಂದಿದ್ದ ಕಾನೂನು ಹಾಗೂ ಆಡಳಿತವನ್ನೆಲ್ಲಾ ನಿರ್ಮೂಲನ ಮಾಡುವುದು, ಜರ್ಮನಿಯನ್ನು ಪುನಃ ಅನೇಕ ವಿಭಾಗಗಳನ್ನಾಗಿ ವಿಂಗಡಿಸಿ ಹಿಂದಿದ್ದ ರಾಜಕೀಯ ಅನ್ಯೈಕ್ಯತೆಯ ಸ್ಥಿತಿಯನ್ನೇ ಮತ್ತೆ ಜಾರಿಗೆ ತಂದು ಹಳೆಯ ರಾಜರುಗಳೇ ಆಯಾ ರಾಜ್ಯಗಳಲ್ಲಿ ಆಡಳಿತ ನಡೆಸುವಂತೆ ಮಾಡಿತು. ಕೆಲವು ಜರ್ಮನ್ ಪ್ರದೇಶಗಳನ್ನು ವಿದೇಶಿ ರಾಷ್ಟ್ರಗಳ ವಶದಲ್ಲಿರುವಂತೆ ಮಾಡಲಾಯಿತು. ಉದಾ: ಹ್ಯಾನೋವರ್ ಪ್ರಾಂತ್ಯ ಇಂಗ್ಲೆಂಡಿನ ವಶಕ್ಕೆ, ಹೋಲ್‌ಸ್ಟೈನ್ ಪ್ರಾಂತ್ಯ ಡೆನ್ಮಾರ್ಕ್‌ಗಳ ವಶದಲ್ಲಿರುವಂತೆಯೂ ಲಕ್ಸೆಂಬರ್ಗ್ ಹಾಲೆಂಡ್ ದೊರೆಯ ಅಧೀನದಲ್ಲಿರುವಂತೆ ಮಾಡಲಾಯಿತು. ಅಲ್ಲದೆ ಜರ್ಮನ್ನರ ರಾಜಕೀಯ ಆಶೋತ್ತರಗಳನ್ನು ಮತ್ತು ರಾಷ್ಟ್ರೀಯತೆಯ ಭಾವನೆಗಳನ್ನು ಈ ವಿಯನ್ನಾ ಸಭೆ ಸಂಪೂರ್ಣವಾಗಿ ನಿರ್ಲಕ್ಷಿಸಿತು. ಒಟ್ಟಿನಲ್ಲಿ ಐಕ್ಯತೆಯಿಂದ ಕೂಡಿರುವಂತಹ ಏಕೀಕೃತ ಜರ್ಮನಿಯನ್ನು ಕಾಣುವುದು ಈ ಸಭೆಯಲ್ಲಿದ್ದ ಎಲ್ಲಾ ವಿದೇಶಿ ರಾಜರುಗಳಿಗೆ ಸಂಪೂರ್ಣವಾಗಿ ಇಷ್ಟವಿರಲಿಲ್ಲ.

ಹೀಗಾಗಿ ಜರ್ಮನಿಯಲ್ಲಿ ಪುನಃ ಹಿಂದಿನ ಅನ್ಯೈಕ್ಯತೆಯ ದರ್ಪಿಷ್ಠ ವಿದೇಶಿ ನಿರಂಕುಶಾಡಳಿತವನ್ನು ಜರ್ಮನ್ ಸಾಮ್ರಾಜ್ಯದಾದ್ಯಂತ ಜಾರಿಗೆ ತರುವುದು ಈ ವಿಯನ್ನಾ ಸಭೆಯ ಮುಖ್ಯ ಉದ್ದೇಶವಾಗಿತ್ತು. ಆದರೆ ನೆಪೋಲಿಯನ್ ಸ್ಥಾಪಿಸಿದ್ದ 39 ರಾಜ್ಯಗಳ ಜರ್ಮನ್ ಒಕ್ಕೂಟವನ್ನು ಮುಂದುವರೆಸಿಕೊಂಡು ಹೋಗುವಂತೆ ಈ ವಿಯನ್ನಾ ಸಭೆಯಲ್ಲಿ ಕ್ರಮ ಕೈಗೊಳ್ಳಲಾಯಿತು. ಏಕೆಂದರೆ ಆ ವೇಳೆಗೆ ನೆಪೋಲಿಯನ್ ಹಿಂದೆ ಸ್ಥಾಪಿಸಿದ್ದ ಕೂಡಿದ್ದಷ್ಟೇ ಅಲ್ಲದೆ ಅದು ತನ್ನ

ಶಿಥಿಲತೆಯತ್ತ ದಾಪುಗಾಲು ಹಾಕುತಿತ್ತು. ಹೀಗಾಗಿ ಅದರ ನಂತರ ಒಕ್ಕೂಟದ ರಾಜ್ಯಗಳ ಅಧ್ಯಕ್ಷ ಸ್ಥಾನವನ್ನು ಆಸ್ಟ್ರಿಯಾ ಪಡೆದುಕೊಂಡಿದ್ದಲ್ಲದೆ ಇಂಪೀರಿಯಲ್ ಡಯಟ್ ಎಂಬ ಕಾರ್ಯಾಂಗ ಕ್ಷೇತ್ರವನ್ನು ಮಾಡಿಕೊಂಡಿತು. ಆ ಸಭೆಯಲ್ಲಿ ಜರ್ಮನ್ ಸಾಮ್ರಾಜ್ಯದ ಅಭದ್ರತೆಯ ಹಾಗೂ ಅದರ ಮೇಲಿನ ದಬ್ಬಾಳಿಕೆಗೆ ಕೈಗೊಳ್ಳಬೇಕಾದ ಎಲ್ಲಾ ಕ್ರಮಗಳನ್ನು ಈ ಸಭೆಯಲ್ಲಿದ್ದ ವಿದೇಶಿ ದೊರೆಗಳು, ರಾಜಕುಮಾರರುಗಳು, ಪ್ರತಿನಿಧಿಗಳು ಸೇರಿಕೊಂಡು ಚರ್ಚಿಸುತ್ತಿದ್ದರು.

ಜರ್ಮನಿಯಲ್ಲಿ ಮೆಟರ್ನಿಕನ ಪ್ರತಿಗಾಮಿ ನೀತಿ :

ವಿಯನ್ನಾ ಸಮ್ಮೇಳನದ ಪ್ರಮುಖ ಕೇಂದ್ರ ಬಿಂದುವಾಗಿದ್ದುಕೊಂಡು ಅದರ ಅಧ್ಯಕ್ಷ ಸ್ಥಾನವನ್ನಲಂಕರಿಸಿ ಬಹುಪಾಲು ಯೂರೋಪಿನ ರಾಷ್ಟ್ರಗಳನ್ನು ಆಸ್ಟ್ರಿಯಾದ ಅಧೀನದಲ್ಲಿರುವಂತೆ ಮಾಡಿ ತನ್ನ ಪ್ರತಿಗಾಮಿ ನೀತಿಯನ್ನು ಆ ರಾಷ್ಟ್ರಗಳು ಸಹ ಅನುಸರಿಸುವಂತೆ ಮಾಡುವುದರಲ್ಲಿ ಛಾನ್ಸಲರ್ ಮೆಟರ್ನಿಕ್ ವಹಿಸಿದ ಪಾತ್ರ ಅತಿ ಮುಖ್ಯವಾದುದು.

ವಿಯನ್ನಾ ಸಮ್ಮೇಳನದ ನಂತರ ಮೆಟರ್ನಿಕ್ ಜರ್ಮನಿಯನ್ನು ಆಸ್ಟ್ರಿಯಾದ ಅಧೀನದಲ್ಲಿರಿಸಿ ಅದರ ರಾಜಕೀಯ ಸ್ಥಿತಿ ಯಾವಾಗಲು ಅಭದ್ರವಾಗಿರುವಂತೆ ಮಾಡಿ ಅಲ್ಲಿ ರಾಷ್ಟ್ರೀಯತೆ ತಲೆಯೆತ್ತದಂತೆ ಕ್ರಮ ಕೈಗೊಂಡು ರಾಷ್ಟ್ರೀಯ ವಾದಿಗಳು ನಡೆಸುವ ರಾಜಕೀಯ ಚಳವಳಿಯನ್ನು ಧಮನಗೊಳಿಸಲು ಬೇಕಾದ ಅಗತ್ಯ ಕ್ರಮ ಕೈಗೊಂಡನು. ಅಲ್ಲದೆ ಮೆಟರ್ನಿಕ್ 1819ರಲ್ಲಿ ಡಿಕ್ರಿ ಕಾರ್ಲ್ಸ್‌ಬಾದ್ ಎಂಬ ಕಾನೂನುಗಳನ್ನು ಜಾರಿಗೆ ತಂದು ಅದರ ಪ್ರಕಾರ ಸಂಪೂರ್ಣ ಜರ್ಮನಿಯ ಶಿಕ್ಷಣ ಪದ್ಧತಿಯನ್ನು ಪೊಲೀಸ್ ಅಧೀನದಲ್ಲಿಟ್ಟು ವಿಶ್ವವಿದ್ಯಾನಿಲಯಗಳು, ಪ್ರಾಧ್ಯಾಪಕರು ಮತ್ತು ವಿದ್ಯಾರ್ಥಿಗಳನ್ನು ಸರ್ಕಾರದ ನೇರ ನಿಯಂತ್ರಣದಲ್ಲಿರುವಂತೆ ಮಾಡಿದನು. ಪತ್ರಿಕೆಗಳ ಮೇಲೆ ಸಂಪೂರ್ಣವಾಗಿ ನಿರ್ಬಂಧ ಹೇರಿ ಸಂಘ ಸಂಸ್ಥೆಗಳನ್ನು ಉಗ್ರವಾಗಿ ಹತ್ತಿಕ್ಕಿ ಸಭೆ ಸಮಾರಂಭಗಳನ್ನು ಸಂಪೂರ್ಣವಾಗಿ ನಿಷೇಧಿಸಲಾಯಿತು. ಉದಾರವಾದಿ ತತ್ವಗಳನ್ನು ಜಾರಿಗೊಳಿಸಲು ಪ್ರಚೋದಿಸುತ್ತಿದ್ದಂತಹ ಜರ್ಮನಿಯ ಎಲ್ಲಾ ರಾಜಕೀಯ ಧುರೀಣರನ್ನು ನಿರ್ದಾಕ್ಷಿಣ್ಯವಾಗಿ ವಿಚಾರಣೆಯಿಲ್ಲದೆ ಸೆರೆಮನೆಗೆ ಅನಿರ್ದಿಷ್ಟ ಕಾಲ ತಳ್ಳಲಾಯಿತು. ಜರ್ಮನಿಯ ಪ್ರತಿಯೊಂದು ರಾಜ್ಯದಲ್ಲೂ ರಾಜ್ಯಾಂಗವು ಕೈಗೊಳ್ಳುವ ನಿರ್ಣಯಗಳಿಗೆ ಅವಕಾಶವಿಲ್ಲದಂತೆ ನಿರ್ಬಂಧಿಸಲಾಯಿತು. ಹೀಗೆ ಮೆಟರ್ನಿಕ್ ಜರ್ಮನಿಯಲ್ಲಿ ತನ್ನ ಕಾಯಿದೆ ಮತ್ತು ಪ್ರತಿಗಾಮಿ ನೀತಿಯ ಮೂಲಕ ಅಲ್ಲಿನ ಉದಾರವಾದಿ ಚಟುವಟಿಕೆಗಳನ್ನು ಸಂಪೂರ್ಣವಾಗಿ ನಿರ್ನಾಮಗೊಳಿಸಿದನು.

1830 ಮತ್ತು 1848ರ ಕ್ರಾಂತಿ:

ಮೆಟರ್ನಿಕನ ಪ್ರಭಾವ ಮತ್ತು ಅವನ ಪ್ರತಿಗಾಮಿ ನಿರಂಕುಶ ಅಧಿಕಾರಕ್ಕೆ ಒಳಗಾದ ಜರ್ಮನಿಯಲ್ಲಿ ಉದಾರವಾದ ಮತ್ತು ರಾಷ್ಟ್ರೀಯತೆಗಳು ಬೆಳೆಯದಂತಾದವು. 1819ರ ಕಾರ್ಲ್ಸ್‌ಬಾದ್ ಪ್ರಕಟಣೆಯು ಜರ್ಮನಿಯ ರಾಜ್ಯಗಳಲ್ಲಿ ಕಾಣಿಸಿಕೊಳ್ಳುತ್ತಿದ್ದ ರಾಷ್ಟ್ರೀಯ ಚಳವಳಿಯನ್ನು ಮತ್ತು ಉದಾರವಾದಿ ಚಟುವಟಿಕೆಗಳನ್ನು ಧಮನ ಮಾಡಲು ಆಸ್ಟ್ರಿಯಾಕ್ಕೆ ಅಧಿಕಾರ ನೀಡಿತು. ಫ್ರಾನ್ಸ್‌ನ 1830ರ ಕ್ರಾಂತಿಯು ಯೂರೋಪಿನ ವಿವಿಧ ರಾಜ್ಯಗಳಲ್ಲಿ ಯಶಸ್ವಿಯುತ ಪರಿಣಾಮ ಬೀರಿದರೂ ಜರ್ಮನಿಯಲ್ಲಿ ಹೆಚ್ಚು ಪ್ರಭಾವ ಬೀರಲಾಗಲಿಲ್ಲ. ಅದಕ್ಕೆ ಕಾರಣ ಜರ್ಮನಿಯು ಮೆಟರ್ನಿಕ್‌ನ ಕಟ್ಟುನಿಟ್ಟಾದ ಪ್ರತಿಗಾಮಿ ನೀತಿಗೆ ಒಳಪಟ್ಟಿದ್ದು.

1848ರಲ್ಲಿ ಫ್ರಾನ್ಸ್‌ನಲ್ಲಿ ನಡೆದ ಕ್ರಾಂತಿಯ ಪ್ರಭಾವವು ಜರ್ಮನಿ ರಾಜ್ಯಗಳಲ್ಲೂ ಕಾಣಿಸಿಕೊಂಡಿತು. ಜರ್ಮನಿಯ ಅನೇಕ ರಾಜ್ಯಗಳ ಜನರು ಸಂವಿಧಾನಾತ್ಮಕ ಸುಧಾರಣೆಗಾಗಿ ತಮ್ಮ ರಾಜರಲ್ಲಿ ಒತ್ತಾಯ ತರಲಾರಂಭಿಸಿದರು. 1848ರ ಕ್ರಾಂತಿಯಿಂದಾಗಿ ಲೂಯಿ ಫಿಲಿಪ್‌ಯು ಅಧಿಕಾರ ಕಳೆದುಕೊಂಡುದನ್ನು ಗಮನಿಸಿದ ಅನೇಕ ಜರ್ಮನಿಯ ರಾಜ್ಯಗಳ ಅರಸರು ಜನರ ಬೇಡಿಕೆಗಳನ್ನು ಈಡೇರಿಸಿದರು. ಹೀಗೆ ಜರ್ಮನಿಯ ಉದಾರವಾದಿಗಳು ತಮ್ಮ ಪ್ರಯತ್ನದಲ್ಲಿ ಯಶಸ್ವಿಯಾದರು. 1848ರ ಮಾರ್ಚ್ ತಿಂಗಳಲ್ಲಿ ಬರ್ಲಿನ್‌ನಲ್ಲಿ ನಡೆದ ದಂಗೆಯಿಂದಾಗಿ ಪ್ರಷ್ಯಾದ ಫ್ರೆಡರಿಕ್ ವಿಲಿಯಮ್ ಸಂವಿಧಾನವನ್ನು ನೀಡುವುದಾಗಿಯೂ ಮತ್ತು ಜರ್ಮನಿಯ ಏಕೀಕರಣದ ನಾಯಕತ್ವ ವಹಿಸಿಕೊಳ್ಳುವುದಾಗಿಯೂ ಒಪ್ಪಿಕೊಂಡನು. ಹೀಗೆ 1848ರ ಕ್ರಾಂತಿಯು ಜರ್ಮನಿಯಲ್ಲಿ ಉದಾರವಾದ ಮತ್ತು ಏಕೀಕರಣದ ಚಳವಳಿಗೆ ಚಾಲನೆಯನ್ನು ನೀಡಿತು.

ಜರ್ಮನಿಯ ಏಕೀಕರಣದ ಪ್ರಥಮ ಹಂತ

ಝೊಲ್ವೆರಿನ್ ಪದ್ಧತಿ (ಸುಂಕದ ಸಂಘ): ಜರ್ಮನಿಯ ಒಕ್ಕೂಟದ ಪ್ರಥಮ ಹಂತವು ಈ ಝೊಲ್ವೆರಿನ್ ಪದ್ಧತಿಯಲ್ಲಿ ಪ್ರಥಮವಾಗಿ ಕಂಡು ಬರುತ್ತದೆ. ಅಂದು ಜರ್ಮನಿಯಲ್ಲಿದ್ದ ಪ್ರತಿಯೊಂದು ರಾಜ್ಯವು ತನ್ನದೇ ಆದ ಪ್ರತ್ಯೇಕ ಆರ್ಥಿಕ ನೀತಿಯನ್ನು ಹೊಂದಿದ್ದರಿಂದ ಇತರ ರಾಜ್ಯಗಳ ಸರಕು ಸಾಗಾಣಿಕೆಯು ತನ್ನ ರಾಜ್ಯದ ಮೂಲಕ ಹಾದು ಹೋಗುವಾಗ ತನ್ನದೇ ಆದ ದುಬಾರಿ ಸುಂಕವನ್ನು ಆ. ರಾಜ್ಯಗಳು ವಿಧಿಸುತ್ತಿದ್ದವು. ಆದ್ದರಿಂದ ತೆರಿಗೆಗಳ ಪಾವತಿ ವ್ಯಾಪಾರ, ವಾಣಿಜ್ಯಗಳ ಪ್ರಗತಿ ಮತ್ತು ಆರ್ಥಿಕಾಭಿವೃದ್ಧಿಯ ನೀತಿಗೆ ಸಂಬಂಧಿಸಿದಂತೆ ಬಹುದೊಡ್ಡ ತೊಡಕಾಗಿತ್ತು. ಜರ್ಮನಿಯ ಏಕೀಕರಣದಲ್ಲಿ ಪ್ರಮುಖ ಪಾತ್ರ ವಹಿಸಿಕೊಂಡಿದ್ದ ಪ್ರಷ್ಯ ರಾಜ್ಯ ತನ್ನ ನೇತೃತ್ವದಲ್ಲಿ ಜರ್ಮನಿಯ ಉಳಿದ ಎಲ್ಲಾ ರಾಜ್ಯಗಳ ಸಂಘಟನೆಯನ್ನು

ಮಾಡಿ ಝೊಲ್ವೆರಿನ್ (ಸುಂಕದ ಸಂಘ) ಎಂಬ ಒಕ್ಕೂಟವನ್ನೂ ಏರ್ಪಡಿಸಿಕೊಂಡಿತು. ಆದರೆ ಆಸ್ಟ್ರಿಯಾವನ್ನುಳಿದು ಫ್ರಾಂಕ್‌ಫರ್ಟ್ ಪಾರ್ಲಿಮೆಂಟಿನ ಉಳಿದೆಲ್ಲಾ ರಾಜ್ಯಗಳು ಸಹ ಪ್ರಷ್ಯ ನೇತೃತ್ವದ ಈ ಝೊಲ್ವೆರಿನ್ ಪದ್ಧತಿಯನ್ನು ಒಪ್ಪಿಕೊಂಡವು. ಏಕೆಂದರೆ ಆಸ್ಟ್ರಿಯಾಕ್ಕೆ ಐಕ್ಯತೆಯ ಮತ್ತು ಏಕರೂಪವಾದಂತಹ ಜರ್ಮನಿಯನ್ನು ಕಾಣುವುದು ಇಷ್ಟವಿರಲಿಲ್ಲ. ಆದರೆ ಇತರ ರಾಜ್ಯಗಳ ಈ ಒಕ್ಕೂಟದಿಂದ ಮುಕ್ತ ವ್ಯಾಪಾರ, ವಾಣಿಜ್ಯ ನೀತಿ ಜಾರಿಗೆ ಬಂದಂತಾಗಿ ರಾಜ್ಯ ನಿರ್ಬಂಧಿತ ಸುಂಕಪದ್ಧತಿಯನ್ನು ತೆಗೆದು ಹಾಕಲಾಯಿತು. ಇದರಿಂದ ವ್ಯಾಪಾರ, ತೆರಿಗೆಗಳ ಪಾವತಿ, ಇತರ ಎಲ್ಲಾ ಆರ್ಥಿಕ ಚಟುವಟಿಕೆಗಳು ಶೀಘ್ರವಾಗಿ ಮತ್ತು ಅನಿರ್ಬಂಧಿತವಾಗಿ ನಡೆಯುವಂತಾದುದಲ್ಲದೆ ಸಾರಿಗೆ ಸಂಪರ್ಕಗಳು ಸಹ ಅಭಿವೃದ್ಧಿಗೊಂಡಂತಾಗಿ ಜರ್ಮನಿಯ ಎಲ್ಲಾ ರಾಜ್ಯಗಳು ಹತ್ತಿರದಲ್ಲಿದ್ದಂತಾದವು. ಹೀಗಾಗಿ ಜರ್ಮನಿಯ ಜನತೆಯಲ್ಲಿ ತಾವೆಲ್ಲಾ ಒಂದೇ ಎಂಬ ಭಾವನೆ ಮೂಡಿದುದಲ್ಲದೆ ರಾಜಕೀಯವಾಗಿ ಒಂದುಗೂಡುವ ಅವಕಾಶ ದೊರೆತು ಜರ್ಮನಿಯ ಏಕೀಕರಣಕ್ಕಾಗಿ ಒಟ್ಟಾಗಿ ಹೋರಾಡುವ ಪ್ರಥಮ ಅವಕಾಶ ದೊರೆತಂತಾಯಿತು.

ಫ್ರಾಂಕ್‌ಫರ್ಟ್ ಪಾರ್ಲಿಮೆಂಟಿನ ಏಕೀಕರಣದ ವಿಫಲ ಯತ್ನ

1848ರಲ್ಲಿ ಜರ್ಮನಿಯಲ್ಲಿ ಮಹತ್ತರವಾದ ಘಟನೆಯೊಂದು ಜರುಗಿತು. ಆಸ್ಟ್ರಿಯಾದ ಮೆಟರ್ನಿಕನ ಪತನದ ಸುದ್ದಿ ತಿಳಿದ ಜರ್ಮನಿಯ ರಾಜಕೀಯ ಧುರೀಣರು 1848ರ ಮೇ ತಿಂಗಳಲ್ಲಿ ಪ್ರಾಂಕ್‌ಫರ್ಟಿನಲ್ಲಿ 550 ಪ್ರಜಾಪ್ರತಿನಿಧಿಗಳ ಸಭೆ ಸೇರಿಸಿ ಜರ್ಮನಿಯನ್ನು ಪ್ರಷ್ಯಾದ ನಾಯಕತ್ವದಲ್ಲಿ ಏಕೀಕರಣಗೊಳಿಸಲು ಪ್ರಯತ್ನಿಸಿದರು. ಹಾಗೆಯೇ ಹಲವಾರು ದಿನಗಳ ಸುದೀರ್ಘ ಚರ್ಚೆಯ ನಂತರ ಅವರೆಲ್ಲರೂ ಒಂದು ಅಂತಿಮ ತೀರ್ಮಾನಕ್ಕೆ ಬಂದರು. ಅದೇನೆಂದರೆ ಜರ್ಮನಿಯ ಎಲ್ಲಾ ರಾಜ್ಯಗಳ ಒಕ್ಕೂಟವನ್ನು ರಚಿಸಿ ಅದರ ಸಿಂಹಾಸನವನ್ನು ಅಲಂಕರಿಸುವಂತೆ ಪ್ರಷ್ಯಾದ ದೊರೆ ನಾಲ್ಕನೇ ವಿಲಿಯಮ್‌ನನ್ನು ಆಹ್ವಾನಿಸಿದರು. ಆದರೆ ದೊರೆ ವಿಲಿಯಮ್ ಈ ಆಹ್ವಾನವನ್ನು ತಿರಸ್ಕರಿಸಿದುದಷ್ಟೇ ಅಲ್ಲದೆ "ಅದೊಂದು ಅವಮಾನದ ಮತ್ತು ಚರಂಡಿಯಿಂದ ಬಂದ ಕಿರೀಟ" ವೆಂದು ಅವಹೇಳನ ಮಾಡಿದನು. ಈ ರೀತಿ ಪ್ರಾಂಕ್‌ಫರ್ಟ್ ಪಾರ್ಲಿಮೆಂಟಿನ ಸಿಂಹಾಸನವೇರುವ ಆಹ್ವಾನವನ್ನು ವಿಲಿಯಮ್ ತಿರಸ್ಕರಿಸಲು ಹಲವಾರು ಕಾರಣಗಳಿದ್ದವು.

ಮೊದಲನೆಯದಾಗಿ ಜರ್ಮನಿಯ ಸಿಂಹಾಸನವು ಜರ್ಮನ್ ರಾಜುರುಗಳಿಂದ ಆಹ್ವಾನಿಸಲ್ಪಟ್ಟಿದ್ದಲ್ಲದೆ ಅದೊಂದು ಕೇವಲ ಸಾಮಾನ್ಯ ಜನತೆಯ ಪ್ರತಿನಿಧಿಗಳು ಕೊಟ್ಟಿದ್ದ ಕೆಳದರ್ಜೆಯ ಕಿರೀಟವೆಂಬುದಾಗಿತ್ತು. ಎರಡನೆಯದಾಗಿ ತಾನು ಜರ್ಮನಿಯ ಸಿಂಹಾಸನವೇರುವುದೆಂದರೆ ಪ್ರಬಲ ನೆರೆಯ ವೈರಿ ಆಸ್ಟ್ರಿಯಾ ರಾಜ್ಯದ ವಿರುದ್ಧ ತಾನು ಯುದ್ಧ ಕಾರ್ಯಾಚರಣೆ ನಡೆಸಬೇಕೆಂತಲೂ ಅದು ತನ್ನಿಂದ ಸಾಧ್ಯವಿಲ್ಲವೆಂದು ಹೆದರಿದನು. ಮೂರನೆಯದಾಗಿ ರಷ್ಯಾದ ಝಾರ್ ವಂಶದ ದೊರೆ ನಿಕೋಲಸ್ ಜರ್ಮನ್ ರಾಜ್ಯ ಏಕೀಕರಣವಾದಲ್ಲಿ ಅದರ ವಿರುದ್ಧ ಯುದ್ಧ ಮಾಡುವನೆಂದು ಭಯಭೀತನಾಗಿ ದೊರೆ ವಿಲಿಯಮ್ ಸಿಂಹಾಸನವು ತನಗೆ ಬೇಡವೆಂದು ಹೊರನೋಟಕ್ಕೆ ತಿರಸ್ಕರಿಸಿದ್ದ.

ಇಂತಹ ಒಂದು ಅವಕಾಶವನ್ನು ಉಪಯೋಗಿಸಿಕೊಂಡು ಆಸ್ಟ್ರಿಯಾ ಜರ್ಮನ್ ರಾಜ್ಯಗಳ ಒಕ್ಕೂಟದ ಮೇಲೆ ತನ್ನ ಹತೋಟಿಯನ್ನು ಬಲಪಡಿಸಿತಲ್ಲದೆ ನಿರಂಕುಶ ಪ್ರಭುಗಳು ಪುನಃ ತಮ್ಮ ಆಳ್ವಿಕೆಯನ್ನು ಸ್ಥಾಪಿಸುವಂತೆ ಮಾಡಿ ಸಂವಿಧಾನ ಬದ್ಧ ವಿಧಿಗಳನ್ನು ನಿರ್ಲಕ್ಷಿಸಿ ತನ್ನ ಹಿಂದಿನ ಪ್ರತಿಗಾಮಿ ನೀತಿಯನ್ನೇ ಜರ್ಮನಿಯಾದ್ಯಂತ ಸ್ಥಾಪಿಸಿತು. ಇದರಿಂದ ಫ್ರಾಂಕ್‌ಫರ್ಟ್ ಪಾರ್ಲಿಮೆಂಟಿನಲ್ಲಿ ಪ್ರಜಾಪ್ರತಿನಿಧಿಗಳು ಕೈಗೊಂಡಿದ್ದ ನಿರ್ಣಯದ ಎಲ್ಲಾ ಕಾರ್ಯಗಳು ನಿಷ್ಪ್ರಯೋಜಕವಾದಂತಾಗಿ ಇದೊಂದು ಜರ್ಮನಿಯ ಏಕೀಕರಣದ ಸಫಲತೆಯ ವಿಫಲ ಯತ್ನವೆನ್ನಬಹುದು.

ದ್ವಿತೀಯ ಹಂತ (1861–1870)

1861ರ ದ್ವಿತೀಯ ಹಂತದ ಜರ್ಮನಿಯ ಏಕೀಕರಣ ಪ್ರಯತ್ನವು ಇತಿಹಾಸದಲ್ಲಿ ಹೊಸ ಅಧ್ಯಾಯವನ್ನು ಪ್ರಾರಂಭಿಸಿತು. 1861ರಲ್ಲಿ ಪ್ರಷ್ಯಾದ ನಾಲ್ಕನೆ ಫೆಡ್ರಿಕ್ ವಿಲಿಯಮ್ ಮರಣ ಹೊಂದಲಾಗಿ ಆತನ ಸಹೋದರ ಒಂದನೇ ವಿಲಿಯಮ್ ಪ್ರಷ್ಯಾದ ಸಿಂಹಾಸನವನ್ನೇರಿದನು. ತನ್ನ 69ನೇ ಇಳಿ ವಯಸ್ಸಿನಲ್ಲಿ ಅಧಿಕಾರ ವಹಿಸಿಕೊಂಡನು. ವಿಲಿಯಮ್ ಸೈನಿಕ ವಿಷಯದಲ್ಲಿ ಅಪಾರ ಆಸಕ್ತಿಯುಳ್ಳವನಾಗಿದ್ದಷ್ಟೇ ಅಲ್ಲದೇ ಧೀರ ಯೋಧನಾಗಿದ್ದು ಪ್ರಷ್ಯಾದ ನೇತೃತ್ವದಲ್ಲಿನ ಜರ್ಮನಿಯ ಏಕೀಕರಣ ಸಂಪೂರ್ಣ ಸೈನಿಕ ಶಕ್ತಿಯನ್ನವಲಂಬಿಸಿದೆ ಎಂಬುವುದು ಈತನ ದೃಢನಂಬಿಕೆಯಾಗಿತ್ತು. ಹಾಗೆಯೇ "ಜರ್ಮನಿಯನ್ನು ಯಾರು ಆಳಬಯಸುತ್ತಾರೋ ಅವರು ಅದರ ಆಡಳಿತವನ್ನು ವಹಿಸಿಕೊಳ್ಳಬೇಕು. ಆದರೆ ಅದು ಕೇವಲ ಬರೀ ಮಾತಿನಿಂದ ಸಾಧ್ಯವಿಲ್ಲ" ಎಂಬ ಧೀರೋಧಾತ್ತ ಹೇಳಿಕೆ ನೀಡಿದ. ಈ ರೀತಿ ಶಕ್ತಿ ಸಾಮರ್ಥ್ಯದ ಮೇಲೆ ನಂಬಿಕೆಯಿಟ್ಟಿದ್ದ ಒಂದನೇ ವಿಲಿಯಮ್ ತಾನು ಅಧಿಕಾರಕ್ಕೆ ಬಂದ ತಕ್ಷಣವೇ ಪ್ರಷ್ಯಾದ ಸೈನಿಕ ಶಕ್ತಿಯನ್ನು ಬಲಗೊಳಿಸಲು ಕ್ರಮ ಕೈಗೊಂಡು ಆ ನಿಟ್ಟಿನಲ್ಲಿ ಆಲ್‌ಬ್ರೆಟ್ ವಾನ್‌ರೂನ್‌ನನ್ನು ರಕ್ಷಣಾಮಂತ್ರಿಯನ್ನಾಗಿ ನೇಮಿಸಿಕೊಂಡು ಜರ್ಮನಿಯ ಸೈನ್ಯ ಬಲವನ್ನು ಸಜ್ಜುಗೊಳಿಸಲು ಎಲ್ಲಾ ರೀತಿಯ ಕ್ರಮ ಕೈಗೊಳ್ಳುವಂತೆ ವಾನ್‌ರೂನನಿಗೆ ಆದೇಶವಿತ್ತನು.

ವಿಲಿಯಮ್‌ನ ಹೇಳಿಕೆಯಂತೆ ವಾನ್‌ರೂನ್ ಎಲ್ಲಾ ಜರ್ಮನ್ನರಿಗೂ ಕಡ್ಡಾಯ ಸೈನಿಕ ಶಿಕ್ಷಣವನ್ನು ನೀಡಬೇಕೆಂಬುದಾಗಿ ಮತ್ತು ಪ್ರಷ್ಯಾದ ಸೈನ್ಯವಲ್ಲದೆ ಮತ್ತಾವ ಜರ್ಮನ್ ರಾಜ್ಯದ ಸೈನಿಕ ಶಕ್ತಿಯು ಜರ್ಮನಿಯ ಏಕೀಕರಣವನ್ನು ಸಾಧಿಸಲು ಸಾಧ್ಯವಿಲ್ಲವೆಂಬ ತನ್ನ ಅಂತಿಮ ನಿಲುವನ್ನು ತಿಳಿಸಿದನು. ಅಲ್ಲದೆ 3 ವರ್ಷದವರೆಗೆ ಸೈನಿಕರ ಸೇವಾವಧಿಯನ್ನು ಖಾಯಂಗೊಳಿಸಿ ಮೀಸಲು ಸೈನಿಕರ ಸೇವೆಯನ್ನು 4 ವರ್ಷಕ್ಕೆ ನಿಗಧಿಗೊಳಿಸಬೇಕೆಂದು ಈತನ ಇಚ್ಛೆಯಾಗಿತ್ತು. ಆದರೆ ಡಯಟ್‌ಗೆ ಯುದ್ಧದಂತಹ ಭೀಕರ ಹಿಂಸೆಯ ಮೂಲಕ ಜರ್ಮನಿಯ ಏಕೀಕರಣ ಸಾಧಿಸುವುದು ಇಷ್ಟವಿರಲಿಲ್ಲ. ಅದೇನಿದ್ದರೂ ಪ್ರತಿಯೊಬ್ಬ ಜರ್ಮನ್ನನ ಹೃದಯದಲ್ಲಿ ನನ್ನ ಮಾತೃಭೂಮಿ ನನ್ನ ರಾಷ್ಟ್ರವೆಂಬ ರಾಷ್ಟ್ರಪ್ರೇಮ ಮೂಡುವಂತೆ ಮಾಡಿ ಜನ ಜಾಗೃತಿಗೊಳಿಸುವ ಮೂಲಕ ಜರ್ಮನಿ ಏಕೀಕರಣಗೊಳ್ಳಬೇಕೆಂಬುದು ಅದರ ತೀರ್ಮಾನವಾಗಿತ್ತು. ಡಯಟ್ ವಿಲಿಯಂನ ಮತ್ತು ವಾನ್‌ರೂನನ ಯಾವುದೇ ಹೇಳಿಕೆ ಮತ್ತು ಸೈನಿಕ ಸುಧಾರಣೆಗಳಿಗೆ ಬೆಂಬಲ ಮತ್ತು ಅಧಿಕಾರ ಕೊಡುವುದಿಲ್ಲವೆಂಬ ತನ್ನ ತೀರ್ಮಾನವನ್ನು ನೇರವಾಗಿ ತಿಳಿಸಿತು.

ಇದರಿಂದ ದೊರೆ ವಿಲಿಯಂನಿಗೂ ಮತ್ತು ಡಯಟ್‌ಗೂ ಸಂಘರ್ಷವುಂಟಾಗಿ ಬೇಸತ್ತ ದೊರೆ ವಾನ್‌ರೂನನ ಸಲಹೆಯಂತೆ ಪ್ಯಾರಿಸ್‌ನಲ್ಲಿ ಪ್ರಷ್ಯಾದ ರಾಯಭಾರಿಯಾಗಿದ್ದ ಬಿಸ್ಮಾರ್ಕ್‌ನನ್ನು ವಾಪಸ್ಸು ಕರೆಸಿಕೊಂಡು ಪ್ರಷ್ಯಾದ ಪ್ರಧಾನಿಯನ್ನಾಗಿ ನೇಮಕ ಮಾಡಿಕೊಂಡನು. ಅಧಿಕಾರ ರೂಢನಾದ ತಕ್ಷಣವೇ ಬಿಸ್ಮಾರ್ಕ್ ವಿಲಿಯಂನ ಆಸೆಯಂತೆ ಪಾರ್ಲಿಮೆಂಟ್ ಒಪ್ಪಲಿ ಅಥವಾ ತಿರಸ್ಕರಿಸಲಿ ಸಿಂಹಾಸನದ ಎಲ್ಲ ತೀರ್ಮಾನಗಳನ್ನು ಸಂಪೂರ್ಣವಾಗಿ ಜಾರಿಗೆ ತರುವುದಲ್ಲದೆ "ಡಯಟ್‌ನೊಡನೆ ನಡೆಯುತ್ತಿರುವ ಸಂಘರ್ಷದಲ್ಲಿ ನಾನು ನಿಮ್ಮನ್ನು ತ್ಯಜಿಸುವುದಕ್ಕಿಂತ ನಿಮ್ಮೊಡನೆಯೇ ನಾಶವಾಗಲು ಸಿದ್ಧ" ಎಂದು ದೊರೆ ವಿಲಿಯಂನಿಗೆ ಭರವಸೆ ನೀಡಿದನು. ಅಂದಿನಿಂದ ಜರ್ಮನಿಯ ಏಕೀಕರಣಕ್ಕೆ ಪ್ರಮಾಣಿಕವಾಗಿ ಸೇವೆ ಸಲ್ಲಿಸಲು ಮತ್ತು ಪಾರ್ಲಿಮೆಂಟ್‌ನ ಜೊತೆ ದೊರೆಯು ನಡೆಸುತ್ತಿರುವ ಸಂಘರ್ಷದಲ್ಲಿ ಹೋರಾಡಲು ಪ್ರಧಾನಿ ಬಿಸ್ಮಾರ್ಕ್ ಸಿದ್ಧನಾದನು.

ಬಿಸ್ಮಾರ್ಕ್ (1815–1898): ಏಕೀಕರಣದ ಅಂತಿಮ ಹಂತ

ಪ್ರಷ್ಯಾದ ಬ್ರಾಂಡನ್‌ಬರ್ಗ್‌ನ ಶ್ರೀಮಂತ ಕುಟುಂಬದಲ್ಲಿ 1815ರಲ್ಲಿ ಬಿಸ್ಮಾರ್ಕ್ ಜನ್ಮತಾಳಿದನು. ಈತನ ಪೂರ್ವಿಕರು ಪ್ರಷ್ಯಾದ ರಾಜಮಹಾರಾಜರ ಆಸ್ಥಾನದಲ್ಲಿ ಸೇವೆ ಸಲ್ಲಿಸುತ್ತಿದ್ದರಿಂದ ಬಿಸ್ಮಾರ್ಕ್‌ನಿಗೆ ಸಹಜವಾಗಿಯೇ ಶ್ರೀಮಂತಿಕೆಯ ಸೊಗಡು ಮೈತುಂಬಿತ್ತಲ್ಲದೆ ಪ್ರಷ್ಯಾದ ದೊರೆತನದ ಬಗ್ಗೆ ಅಪಾರ ಗೌರವವನ್ನಿಟ್ಟುಕೊಂಡಿದ್ದು, ದೇಶಾಭಿಮಾನವನ್ನು ಬೆಳೆಸಿಕೊಂಡಿದ್ದನು. ತನ್ನ 7ನೇ ವಯಸ್ಸಿನಿಂದ ಬರ್ಲಿನ್‌ನಲ್ಲಿ ಶಿಕ್ಷಣವನ್ನಾರಂಭಿಸಿದ ಬಿಸ್ಮಾರ್ಕ್ ಶಿಸ್ತಿನ ಅಧ್ಯಾಪಕರ ಮಾರ್ಗದರ್ಶನದಲ್ಲಿ ಬೆಳೆಯುತ್ತಾ ಬರ್ಲಿನ್ ಮತ್ತು ಗಾಟೆಂಜನ್ ವಿಶ್ವವಿದ್ಯಾನಿಲಯಗಳಲ್ಲಿ ತತ್ವಶಾಸ್ತ್ರ, ಕಾನೂನು ಮತ್ತು ರಾಜನೀತಿ ಶಾಸ್ತ್ರಗಳನ್ನು ಅಧ್ಯಯನ ಮಾಡಿ ಅಪಾರ ಬುದ್ಧಿವಂತಿಕೆಯನ್ನು ಸಂಪಾದಿಸಿಕೊಂಡಿದ್ದನು. ನಂತರ ಪ್ರಷ್ಯಾದ ನಾಗರಿಕ ಸೇವಾ ಇಲಾಖೆಯನ್ನು ಸೇರಿದ ಬಿಸ್ಮಾರ್ಕ ಕೆಲವೇ ದಿನಗಳಲ್ಲಿ ತನ್ನ ಬೇಜವಾಬ್ದಾರಿತನದಿಂದ ಕೆಲಸವನ್ನು ಕಳೆದುಕೊಂಡು ತನ್ನದೇ ಆದಂತಹ ಕನ್ಸರ್‌ವೇಟಿವ್ ಪಕ್ಷವನ್ನು ಸ್ಥಾಪಿಸಿದನು. ನಂತರ 1848–49ರಲ್ಲಿ ಜರ್ಮನ್‌ಕ್ರಾಂತಿ ಕಾಲದಲ್ಲಿ ಪ್ರಷ್ಯಾದ ಪರವಾಗಿ ಹೋರಾಡಿ ಲಿಬರಲ್ ಪಕ್ಷದವರನ್ನು ಸೋಲಿಸಿದನು. 1847ರಲ್ಲಿ ಬಿಸ್ಮಾರ್ಕ್ ಪ್ರಷ್ಯಾ ಶಾಸನ ಸಭೆಯ ಸದಸ್ಯನಾಗಿದ್ದುದಲ್ಲದೆ 1859ರಲ್ಲಿ ಪ್ರಾಂಕ್‌ಫರ್ಟ್‌ನಲ್ಲಿದ್ದ ಜರ್ಮನ್ ಸಾಮ್ರಾಜ್ಯ ಒಕ್ಕೂಟದ ಡಯಟ್(ಶಾಸನ ಸಭೆ)ಗೆ ಪ್ರತಿನಿಧಿಯಾಗಿ ಆಯ್ಕೆಯಾದನು. ಇದರಿಂದ ಪ್ರಷ್ಯಾದ ಪ್ರತಿನಿಧಿಯಾಗಿದ್ದುಕೊಂಡು ಜರ್ಮನ್ ದೇಶದ ರಾಜಕೀಯವನ್ನು ಆಳವಾಗಿ ಅಭ್ಯಸಿಸಿದ ಬಿಸ್ಮಾರ್ಕ್ ಜರ್ಮನಿಯ ಏಕತೆಯ ಹಾದಿಯಲ್ಲಿ ಮುಳ್ಳಾಗಿದ್ದ ಆಸ್ಟ್ರಿಯಾದ ವಿರುದ್ಧ ತೀವ್ರತರವಾದ ದ್ವೇಷಾಸೂಯೆಯ ಭಾವನೆಯನ್ನು ಸಹ ಬೆಳೆಸಿಕೊಂಡನು. ಹಾಗೆಯೇ ಆಸ್ಟ್ರಿಯಾದೊಡನೆ ಉತ್ತಮತರವಾದ ಬಾಂಧವ್ಯಗಳನ್ನು ಬೆಳೆಸಿಕೊಳ್ಳಲಿಚ್ಛಿಸಿದ್ದ ಪ್ರಷ್ಯಾದ ದೊರೆ ಫ್ರೆಡ್ರಿಕ್ ವಿಲಿಯಮ್ ಬಿಸ್ಮಾರ್ಕನನ್ನು 1859ರಲ್ಲಿ ರಷ್ಯಾ ದೇಶಕ್ಕೆ ಪ್ರಷ್ಯಾದ ರಾಯಭಾರಿಯಾಗಿರುವಂತೆ ನೇಮಕಮಾಡಿದನು.

ಆಟೋವಾನ್ ಬಿಸ್ಮಾರ್ಕ

ರಷ್ಯಾದ ರಾಯಭಾರಿಯಾಗಿ ನೇಮಕಗೊಂಡ ಬಿಸ್ಮಾರ್ಕ್ ಅಲ್ಲಿನ ಜಾರ್‌ನ ಮೈತ್ರಿಯನ್ನು ಗಳಿಸಿ ತನ್ನ ರಾಜ್ಯವಾದ ಪ್ರಷ್ಯಾದ ಬಗ್ಗೆ ಗೌರವಭಾವನೆ ಮೂಡಿಸುವಲ್ಲಿ ಯಶಸ್ವಿಯಾದುದಷ್ಟೇ ಅಲ್ಲದೆ ಅಲ್ಲಿದ್ದುಕೊಂಡೇ ರಷ್ಯನ್ ಭಾಷೆಯನ್ನು ಸಹ ಕಲಿತನು. ನಂತರ 1862ರಲ್ಲಿ ಕೆಲವೇ ತಿಂಗಳುಗಳ ಕಾಲ ಫ್ರಾನ್ಸ್‌ನಲ್ಲಿ ಪ್ರಷ್ಯಾದ ರಾಯಭಾರಿಯಾಗಿಯೂ ಕೆಲಸ ನಿರ್ವಹಿಸಿ

ದೊರೆ ಫ್ರೆಡರಿಕ್ ವಿಲಿಯಂನ ಆಹ್ವಾನದ ಮೇರೆಗೆ ಸ್ವದೇಶಕ್ಕೆ ವಾಪಸ್ಸಾದ ಬಿಸ್ಮಾರ್ಕ್ ಅದೇ ವರ್ಷ ಅಂದರೆ 1862 ಸೆಪ್ಟೆಂಬರ್ 23ರಂದು ಪ್ರಷ್ಯಾದ ಪ್ರಧಾನಿಯಾಗಿ ದೊರೆಯಿಂದ ನೇಮಕಗೊಂಡನು.

ಬಿಸ್ಮಾರ್ಕನ ಗುರಿ ಮತ್ತು ನೀತಿ

ಬಿಸ್ಮಾರ್ಕನ ಧ್ಯೇಯವೆಂದರೆ ಜರ್ಮನಿಯ ಐಕ್ಯತೆಯನ್ನು ಸಾಧಿಸುವುದು ಹಾಗೂ ಹರಿದು ಹಂಚಿಹೋಗಿದ್ದ ಜರ್ಮನಿಯನ್ನು ಒಗ್ಗೂಡುವಂತೆ ಮಾಡಿ ಒಂದೇ ಜರ್ಮನ್ ರಾಜ್ಯವನ್ನಾಗುವಂತೆ ಮಾಡಬೇಕೆಂಬುದು. ಈ ನಿಟ್ಟಿನಲ್ಲಿ ಅಡ್ಡಗಾಲಾಗಿ ಪ್ರಜಾಪ್ರಭುತ್ವ ಮತ್ತು ಸಂವಿಧಾನ ವಿರೋಧಿಯಾಗಿ ಜರ್ಮನಿಯಲ್ಲಿ ಯಾವುದೇ ರೀತಿಯಾದಂತಹ ಬದಲಾವಣೆಗೆ ಅವಕಾಶಕೊಡದೆ ಕಟ್ಟೆಚ್ಚರ ವಹಿಸಿದ್ದ "ಆಸ್ಟ್ರಿಯಾವನ್ನು ಜರ್ಮನಿಯಿಂದ ಹೊರಗೆಸೆಯದ ಹೊರತು ಸಂಪೂರ್ಣ ಜರ್ಮನಿಯ ಒಕ್ಕೂಟ ಅಸಾಧ್ಯ"ವೆಂದು ಬಿಸ್ಮಾರ್ಕ್ ಶಾಸನ ಸಭೆಯಲ್ಲಿ ಘರ್ಜಿಸಿದನು.

ಜರ್ಮನಿಯ ಏಕತೆಯೆಂದರೆ ಪ್ರಷ್ಯಾದ ರಾಜಕೀಯಾಧಿಕಾರದ ಸಂಪೂರ್ಣ ವಿಸ್ತರಣೆಯೇ ಹೊರತು ಬೇರೇನೂ ಅಲ್ಲವೆಂದು ತಿಳಿದಿದ್ದ ಬಿಸ್ಮಾರ್ಕ್ ಅದರ ಏಕೀಕರಣವೇನಿದ್ದರೂ ಪ್ರಷ್ಯಾದ ನಾಯಕತ್ವದಲ್ಲೇ ನಡೆಯಬೇಕೆಂಬ ನಿರ್ಣಯದಿಂದ ಪ್ರಷ್ಯಾದ ಪ್ರಗತಿಪರ ಸದಸ್ಯರೊಡಗೂಡಿ ಈ ನಿಟ್ಟಿನಲ್ಲಿ ಚರ್ಚೆಯನ್ನಾರಂಭಿಸಿದನು. ಆದರೆ ಆತನ ನೀತಿ ಮತ್ತು ಧೋರಣೆಗಳನ್ನು ಪ್ರಗತಿಪರರು ತಿರಸ್ಕರಿಸಿದರು. ಇದರಿಂದ ಬೇಸತ್ತ ಬಿಸ್ಮಾರ್ಕ್ ಈಗಿನ ಈ ಜಟಿಲ ಸಮಸ್ಯೆಗಳನ್ನು ಭಾಷಣಗಳಿಂದಾಗಲಿ, ಬಹುಮತದ ಅಂಗೀಕಾರದಿಂದಾಗಲಿ ಬಗೆಹರಿಸಲಾಗದೆಂದು ಅರಿತು ಅವುಗಳನ್ನು "ಕತ್ತಿಯ ಪ್ರಯೋಗದ ಮೂಲಕ ರಕ್ತದ ಕೋಡಿಯ ನೀತಿಯಿಂದಲೇ ಮಾತ್ರ ಬಗೆಹರಿಸಲು ಸಾಧ್ಯ" ಎಂಬುದಾಗಿ ಪ್ರಷ್ಯಾದ ಪಾರ್ಲಿಮೆಂಟಿನಲ್ಲಿ ವಾದಿಸಿದನು. ಹಾಗೆಯೇ ತನಗೆ ಮತ್ತು ತನ್ನೆಲ್ಲಾ ನೀತಿಗಳಿಗೆ ಯಾವಾಗಲೂ ಬೆಂಬಲವಾಗಿ ನಿಂತಿದ್ದ ದೊರೆ ವಿಲಿಯಂನ ಅನುಮತಿ ಪಡೆದು ಪ್ರಷ್ಯಾದ ಪಾರ್ಲಿಮೆಂಟಿನ ಯಾವುದೇ ರೀತಿಯಾದಂತಹ ಅನುಮತಿ ಪಡೆಯದೆ ಜನತೆಯ ಮೇಲೆ ತೆರಿಗೆಯನ್ನು ವಿಧಿಸಿದನು. ಶ್ರೀಮಂತರುಗಳಿಂದ ಬಲಾತ್ಕಾರವಾಗಿ ತೆರಿಗೆ ವಸೂಲಿ ಮಾಡಿ ತನ್ನ ನೀತಿಯನ್ನು ವಿರೋಧಿಸುತ್ತಿದ್ದವರೆಲ್ಲರನ್ನು ಸೆರೆಮನೆಗೆ ತಳ್ಳಿ ಸೈನಿಕ ಸುಧಾರಣೆಯ ಯೋಜನೆಗಳನ್ನು ಕಾರ್ಯಗತಗೊಳಿಸಿ 39 ಹೊಸ ಕಾಲ್ದಳಗಳನ್ನು, 10 ಹೊಸ ಅಶ್ವಪಡೆಗಳನ್ನು ರಚಿಸಿದನು. ಈ ನಿಟ್ಟಿನಲ್ಲಿ ಬಿಸ್ಮಾರ್ಕ್‌ನಿಗೆ ಪ್ರಷ್ಯಾದ ರಕ್ಷಣಾಮಂತ್ರಿ ಆಲ್‌ಬ್ರೆಕ್ಟ್ ವಾನ್‌ರೂನ್, ಸೇನಾಪತಿ ಹಲ್‌ಮತ್-ವಾನ್-ಮಾಲ್ಟಕೆ ಬೆಂಬಲಿಗರಾಗಿ ನಿಂತು ಪ್ರಷ್ಯಾದ ಸೇನೆಯನ್ನು ಇಡೀ ಯೂರೋಪಿನಲ್ಲಿ ಅತ್ಯುತ್ತಮವಾದ, ಸುಸಜ್ಜಿತ ಸೈನ್ಯವನ್ನಾಗಿ ಅಣಿಗೊಳಿಸಿದನು. ಈ ರೀತಿಯ ಸುಸಜ್ಜಿತ ಸುಭದ್ರ ಸೈನ್ಯವನ್ನು ನಿರ್ಮಿಸಿ ಜರ್ಮನಿಯ ಏಕತೆಯನ್ನು ಸಾಧಿಸಲು ಬಿಸ್ಮಾರ್ಕ್ ವಿದೇಶಿ ಶಕ್ತಿಗಳ ಜೊತೆ ಮೂರು ಯುದ್ಧಗಳನ್ನು ಮಾಡಿದನು.

ಜರ್ಮನಿಯ ಏಕೀಕರಣಕ್ಕೆ ಕಾರಣವಾದ ಬಿಸ್ಮಾರ್ಕನ ಮೂರು ಯುದ್ಧಗಳು

ಡೆನ್ಮಾರ್ಕಿನೊಡನೆ ಯುದ್ಧ (1864): ಬಿಸ್ಮಾರ್ಕನು ಡೆನ್ಮಾರ್ಕಿನೊಡನೆ ಯುದ್ಧ ಕೈಗೊಳ್ಳಲು ಪ್ರಮುಖ ಕಾರಣವೇನೆಂದರೆ ಶ್ಲೇಷ್‌ವಿಗ್ ಮತ್ತು ಹೋಲ್‌ಸ್ಟೈನ್ ಪ್ರದೇಶಗಳ ಸಮಸ್ಯೆ. 1848ರಲ್ಲಿ ಜರ್ಮನಿ ಮತ್ತು ಡೆನ್ಮಾರ್ಕ್ ದೇಶಗಳ ನಡುವೆ ರಾಜಕೀಯ ಬಿಕ್ಕಟ್ಟು ಉಲ್ಬಣಿಸಿದುದರಿಂದ ಪ್ರಷ್ಯಾದ ಮುಂದಾಳತ್ವದಲ್ಲಿ ಜರ್ಮನಿಯ ಪರವಾಗಿ ಮತ್ತು ಇತರ ರಾಷ್ಟ್ರಗಳ ಮಧ್ಯಪ್ರವೇಶದಿಂದ 1852ರಲ್ಲಿ ಜರ್ಮನಿಗೆ ಸೇರಿದ ಶ್ಲೇಷ್‌ವಿಗ್ ಮತ್ತು ಹೋಲ್‌ಸ್ಟೈನ್ ಪ್ರದೇಶಗಳನ್ನು ಡೆನ್ಮಾರ್ಕಿನ ಅಧೀನದಲ್ಲಿರಿಸಿಕೊಳ್ಳುವಂತೆ ಅದರ ರಾಜ ಏಳನೇ ಫ್ರೆಡರಿಕ್‌ಗೆ ಸೂಚಿಸಲಾಗಿದ್ದಿತು. ಆದರೆ 1863ರಲ್ಲಿ ಫ್ರೆಡರಿಕ್ ಮರಣ ಹೊಂದಿದ್ದರಿಂದ ಆತನ ಉತ್ತರಾಧಿಕಾರಿಯಾಗಿ ಬಂದ ಒಂಭತ್ತನೆಯ ಕ್ರಿಶ್ಚಿಯನ್ ಸಿಂಹಾಸನವನ್ನೇರಿದ ತಕ್ಷಣವೇ ಡೆನ್ಮಾರ್ಕಿಗೆ ಹೊಸ ಸಂವಿಧಾನವನ್ನು ಜಾರಿಗೊಳಿಸಿ ಅದರಂತೆ ಜರ್ಮನಿಯ ಆ ಎರಡು ಪ್ರದೇಶಗಳನ್ನು ತನ್ನ ದೇಶದೊಳಗೆ ಸಂಪೂರ್ಣವಾಗಿ ವಿಲೀನಗೊಳಿಸಿಕೊಳ್ಳಲು ಪ್ರಯತ್ನಿಸಿದನು. ರಾಜನು ಕೈಗೊಂಡಂತಹ ಪ್ರಾಂತ್ಯಗಳ ಈ ವಿಲೀನ ಕ್ರಮವನ್ನು ಅಲ್ಲಿನ ಜನತೆ ತೀವ್ರವಾಗಿ ವಿರೋಧಿಸಿತು. ಏಕೆಂದರೆ 1852ರ ಲಂಡನ್ ಒಪ್ಪಂದದಂತೆ ಶ್ಲೇಷ್‌ವಿಗ್ ಮತ್ತು ಹೋಲ್‌ಸ್ಟೇನ್ ಪ್ರದೇಶಗಳನ್ನು ಡೆನ್ಮಾರ್ಕ್ ಅವುಗಳ ಮೇಲ್ವಿಚಾರಣೆ ನೋಡಿಕೊಳ್ಳಬಹುದಾಗಿತ್ತೇ ಹೊರತು ತನ್ನ ಸಾಮ್ರಾಜ್ಯದಲ್ಲಿ ವಿಲೀನಗೊಳಿಸಿಕೊಳ್ಳದಂತೆ ಕರಾರು ಮಾಡಲಾಗಿತ್ತು. ಆದ್ದರಿಂದ ಕ್ರಿಶ್ಚಿಯನ್‌ನಿಂದ 1852ರ ಲಂಡನ್ ಕರಾರು ಉಲ್ಲಂಘಿಸಲ್ಪಟ್ಟು ಪ್ರಾಂತ್ಯಗಳ ವಿಲೀನದ ಈ ಸದಾವಕಾಶವನ್ನು ಉಪಯೋಗಿಸಿಕೊಂಡ ಬಿಸ್ಮಾರ್ಕ್ ಅಲ್ಲಿನ ಜರ್ಮನ್ ಜನತೆಯ ಬೆಂಬಲವನ್ನು ಪಡೆದು ತಾನು ಸಿದ್ಧಪಡಿಸಿಕೊಂಡಿದ್ದ ಸೈನ್ಯದೊಡನೆ ಡೆನ್ಮಾರ್ಕಿನ ಮೇಲೆ ಯುದ್ಧ ಕಾರ್ಯಾಚರಣೆ ಕೈಗೊಳ್ಳಲು ಮುಂದಾದನು.

ಆದರೆ ಈ ಸಮಯದಲ್ಲಿ ತಾನು ಡೆನ್ಮಾರ್ಕಿನ ಮೇಲೆ ಆಕ್ರಮಣ ಮಾಡಿದರೆ ತನ್ನ ಪ್ರಾಂತ್ಯಾಕ್ರಮಣವನ್ನು ಸಹಿಸದ ಆಸ್ಟ್ರಿಯಾ ತನ್ನೊಡನೆ ಘರ್ಷಣೆ ನಡೆಸಬಹುದು ಅಥವಾ ಡೆನ್ಮಾರ್ಕಿಗೆ ಯುದ್ಧ ಸಹಾಯ ನೀಡಬಹುದೆಂದು ಬಿಸ್ಮಾರ್ಕ್ ಮುಂದಾಲೋಚನೆ ಮಾಡಿದನು. ಇಂತಹ ಪರಿಸ್ಥಿತಿಯಲ್ಲಿ ಆಸ್ಟ್ರಿಯಾದೊಡನೆ ಯುದ್ಧ ಮುಗಿಯುವವರೆಗಾದರೂ ಸಹ

ಸ್ನೇಹತ್ವವನ್ನು ಸಂಪಾದಿಸಿಕೊಂಡರೆ ಸುಲಭವಾಗಿ ಶ್ಲೇಷ್‌ವಿಗ್ ಮತ್ತು ಹೋಲ್‌ಸ್ಟೈನ್ ಪ್ರದೇಶಗಳನ್ನು ಪಡೆಯಬಹುದೆಂದು ಯೋಚಿಸಿ, ಆ ಪ್ರಕಾರವಾಗಿ ಆಸ್ಟ್ರಿಯಾದ ಜೊತೆ ಮಾತುಕತೆಯನ್ನಾರಂಭಿಸಿ ಡೆನ್ಮಾರ್ಕಿನ ವಿರುದ್ಧ ಪ್ರಷ್ಯಾ ಮತ್ತು ಆಸ್ಟ್ರಿಯಾ ಸಂಯುಕ್ತವಾಗಿ ಹೋರಾಡಬೇಕೆಂದು ಆಸ್ಟ್ರಿಯಾದ ಸಹಕಾರ ಮತ್ತು ಯುದ್ಧ ಸಹಾಯದ ಒಪ್ಪಂದ ಮಾಡಿಕೊಳ್ಳುವುದರ ಮೂಲಕ ತನ್ನ ಕುಟಿಲ ರಾಜತಾಂತ್ರಿಕ ನೀತಿಯನ್ನುಪಯೋಗಿಸಿದನು.

1864ರಲ್ಲಿ ಬಿಸ್ಮಾರ್ಕ್ ಡೆನ್ಮಾರ್ಕಿನ ದೊರೆಗೆ ಅಲ್ಲಿನ ಹೊಸ ರಾಜ್ಯಾಂಗವು ಜಾರಿಗೆ ತಂದಿದ್ದ ಡೆನ್ಮಾರ್ಕಿನೊಡನೆ ಶ್ಲೇಷ್‌ವೀಗ್ ಮತ್ತು ಹೋಲ್‌ಸ್ಟೈನ್ ಪ್ರಾಂತ್ಯಗಳ ವಿಲೀನದ ವಿಷಯವನ್ನು ವಾಪಸ್ಸು ಪಡೆಯುವುದಷ್ಟೇ ಅಲ್ಲದೆ ಕೂಡಲೇ ಅವುಗಳನ್ನು ಜರ್ಮನಿಗೆ ಬಿಟ್ಟುಕೊಡಬೇಕೆಂದು 48 ಗಂಟೆಗಳ ಅಂತಿಮ ಗಡುವನ್ನು ನೀಡಿದನು. ಆದರೆ ಆತನ ನಿರೀಕ್ಷೆಯಂತೆ ದೊರೆ ಕ್ರಿಶ್ಚಿಯನ್ನನಿಂದ ಯಾವುದೇ ರೀತಿಯ ಪ್ರತ್ಯುತ್ತರ ಬಾರದಿದ್ದನ್ನು ಮನಗಂಡ ಬಿಸ್ಮಾರ್ಕ್‌ನು ಪ್ರಷ್ಯ ಮತ್ತು ಆಸ್ಟ್ರಿಯಾ ಸೈನ್ಯಗಳ ಜೊತೆಗೂಡಿ 1864ರ ಫೆಬ್ರವರಿಯಲ್ಲಿ ಡೆನ್ಮಾರ್ಕಿನ ಮೇಲೆ ಯುದ್ಧವನ್ನಾರಂಭಿಸಿದನು.

ಈ ರೀತಿ ಎರಡೂ ರಾಷ್ಟ್ರಗಳ ಸೈನ್ಯವನ್ನು ಡೆನ್ಮಾರ್ಕ್ ಒಂದೆ ಬೇರಾವ ರಾಷ್ಟ್ರಗಳ ಸೈನ್ಯದ ಸಹಾಯವಿಲ್ಲದೆ ಸೋಲಿಸುವುದು ಅಸಾಧ್ಯವಾಗಿದ್ದರಿಂದ ಸೋತು ಶರಣಾದ ಡೆನ್ಮಾರ್ಕ್ ಶ್ಲೇಷ್‌ವಿಗ್ ಮತ್ತು ಹೋಲ್‌ಸ್ಟೈನ್ ಪ್ರದೇಶಗಳನ್ನು ಜರ್ಮನಿಗೆ ಬಿಟ್ಟುಕೊಟ್ಟಿತು. ಡೆನ್ಮಾರ್ಕ್ ಬಿಟ್ಟುಕೊಟ್ಟ ಆ ಪ್ರದೇಶಗಳನ್ನು ಸಂಪೂರ್ಣ ಜರ್ಮನಿಯ ಒಕ್ಕೂಟಕ್ಕೆ ಸೇರಿಸಿಕೊಂಡರೆ ಆಸ್ಟ್ರಿಯಾ ತನ್ನ ಮೇಲೆ ಯುದ್ಧ ಮಾಡುವುದೆಂದು ಅರಿತ ಬಿಸ್ಮಾರ್ಕ್ ತಾನು ಸದ್ಯದ ಪರಿಸ್ಥಿತಿಯಲ್ಲಿ ಅದಕ್ಕೆ ಸಿದ್ಧವಿಲ್ಲವೆಂದು 1865ರಲ್ಲಿ ಆಸ್ಟ್ರಿಯಾದ ಜೊತೆ ಗ್ಯಾಸ್ಟಿನ್ ಒಪ್ಪಂದ ಮಾಡಿಕೊಂಡನು. ಆ ಪ್ರಕಾರ ಪ್ರಷ್ಯಾ ಶ್ಲೇಷ್‌ವಿಗ್ಗನ್ನು, ಆಸ್ಟ್ರಿಯಾ ಹೋಲ್‌ಸ್ಟೈನ್ ಪ್ರದೇಶಗಳನ್ನು ಪಡೆದುಕೊಳ್ಳುವಂತೆ ನಿರ್ಧರಿಸಿದನು.

ಆಸ್ಟ್ರೋ-ಪ್ರಷ್ಯನ್ ಯುದ್ಧ (1866) : 1865ರಲ್ಲಿ ಪ್ರಷ್ಯಾ ಮತ್ತು ಆಸ್ಟ್ರಿಯಾಗಳ ನಡುವೆ ಪ್ರಾಂತ್ಯಗಳ ಹಂಚಿಕೆಯಲ್ಲಿ ಮಾಡಿಕೊಂಡ ಗ್ಯಾಸ್ಟಿನ್ ಒಪ್ಪಂದದಲ್ಲಿ ಉಂಟಾದ ಅಸಮಾಧಾನವೇ 1866ರ ಆಸ್ಟ್ರೋ-ಪ್ರಷ್ಯನ್ ಯುದ್ಧಕ್ಕೆ ಪ್ರಮುಖ ಕಾರಣವಾಯಿತೆನ್ನಬಹುದು. ಏಕೆಂದರೆ ಆಸ್ಟ್ರಿಯಾ ಪಡೆದುಕೊಂಡಿದ್ದ ಹೋಲ್‌ಸ್ಟೈನ್ ಪ್ರಾಂತ್ಯವು ಶ್ಲೇಷ್‌ವಿಗ್ ಪ್ರಾಂತ್ಯದಷ್ಟು ಸಂಪದ್ಭರಿತವಾಗಿರಲಿಲ್ಲವಷ್ಟೇ ಅಲ್ಲದೆ ಅದು ತನ್ನೆರಡೂ ಕಡೆಗಳಿಂದಲೂ ಪ್ರಷ್ಯಾದ ಪ್ರದೇಶಗಳಿಂದ ಆವೃತ್ತವಾಗಿತ್ತು. ಇದರಿಂದ ಅಸಮಾಧಾನಗೊಂಡ ಆಸ್ಟ್ರಿಯಾ ಪ್ರಷ್ಯಾದ ವಿರುದ್ಧ ತನ್ನ ಪ್ರಾಂತ್ಯ ಹಂಚಿಕೆಯಲ್ಲಿ ಉಂಟಾದ ಅಸಮಾಧಾನದ ಅತೃಪ್ತಿಯನ್ನು ಡಯಟ್‌ಗೆ ತಿಳಿಸಿತು. ಅಲ್ಲದೆ ಅಗಸ್ಟನ್‌ಬರ್ಗ್‌ನಲ್ಲಿದ್ದ ಡ್ಯೂಕನ ಉತ್ತರಾಧಿಕಾರವನ್ನು ಪ್ರೋತ್ಸಾಹಿಸಿತು.

ಪ್ರಷ್ಯಾದ ಬಗ್ಗೆ ಆಸ್ಟ್ರಿಯಾ ತಾಳಿದ ವಿರೋಧಿ ನಿಲುವು ಮತ್ತು ಕಾರ್ಯಾಚರಣೆಯಿಂದ ಜಾಗೃತನಾದ ಬಿಸ್ಮಾರ್ಕ್ ಹೋಲ್‌ಸ್ಟೈನ್‌ನ ಆಗಸ್ಟನ್‌ಬರ್ಗ್‌ನಲ್ಲಿದ್ದ ಡ್ಯೂಕನ ಉತ್ತರಾಧಿಕಾರತ್ವದ ಪರವಾಗಿ ಮಾಡುತ್ತಿದ್ದ ಪ್ರಚಾರವನ್ನು ಮತ್ತು ಪ್ರಷ್ಯಾದ ಬಗ್ಗೆ ತಳೆದಿದ್ದ ವಿರೋಧಿ ನಿಲುವನ್ನು ಬದಲಿಸಿಕೊಳ್ಳಬೇಕೆಂದು ಆಸ್ಟ್ರಿಯಾಕ್ಕೆ ಎಚ್ಚರಿಸಿದನು. ಆದರೆ ಬಿಸ್ಮಾರ್ಕ್‌ನ ಹೇಳಿಕೆಗೆ ಯಾವುದೇ ರೀತಿಯ ಬದಲಾವಣೆಯನ್ನು ಮಾಡಿಕೊಳ್ಳದ ಆಸ್ಟ್ರಿಯಾ ಪ್ರಷ್ಯಾದ ವಿರುದ್ಧದ ಕಾರ್ಯಾಚರಣೆಯನ್ನು ಎಂದಿನಂತೆಯೇ ಮುಂದುವರಿಸುತ್ತಿತ್ತು.

ಹೀಗೆ ಆಸ್ಟ್ರಿಯಾ ಪ್ರಷ್ಯಾದ ಬಗ್ಗೆ ಕೈಗೊಳ್ಳುತ್ತಿದ್ದ ಕಾರ್ಯಾಚರಣೆಗಳಿಗೆ ವಿರುದ್ಧವಾಗಿ ತನ್ನ ವಿದೇಶಿಯರೊಡನೆ ಸಹಾಯ ಒಪ್ಪಂದಗಳನ್ನು ಮಾಡಿಕೊಳ್ಳಲು ಮುಂದಾದನು. ಈಗಾಗಲೇ ಪ್ರಷ್ಯಾದ ನಾಯಕತ್ವದಲ್ಲಿ ಜಾರಿಗೆ ತಂದಿದ್ದ ಮುಕ್ತ ವ್ಯಾಪಾರ ನೀತಿಯ ಬಗ್ಗೆ ಇಂಗ್ಲೆಂಡ್ ಜರ್ಮನ್ ಬಗ್ಗೆ ಮೆಚ್ಚುಗೆ ವ್ಯಕ್ತಪಡಿಸಿತ್ತಲ್ಲದೆ ಸ್ನೇಹತ್ವದಿಂದ ಕೂಡಿತ್ತು. ಹಾಗೆಯೇ 1863ರಲ್ಲಿ ಪೋಲೆಂಡಿನ ಕ್ರಾಂತಿಯನ್ನು ಧಮನ ಮಾಡಲು ಪ್ರಷ್ಯಾ, ರಷ್ಯಾಕ್ಕೆ ಅಪಾರ ಸಹಾಯ ಮಾಡಿದ್ದರಿಂದ ರಷ್ಯಾವು ಸಹ ಜರ್ಮನಿಯೊಡನೆ ಮಿತ್ರತ್ವವನ್ನು ಮತ್ತು ತನ್ನ ಕೈಲಾದ ಸಹಾಯವನ್ನು ಮುಂದುವರೆಸುವುದಾಗಿ ಪ್ರಷ್ಯಾಕ್ಕೆ ತಿಳಿಸಿತು. ಆದ್ದರಿಂದ ಪ್ರಷ್ಯಾ ಮತ್ತು ಆಸ್ಟ್ರಿಯಾಗಳ ನಡುವೆ ಯಾವುದೇ ವೇಳೆಯಲ್ಲಿ ಸಂಭವಿಸಬಹುದಾದ ಯುದ್ಧದಲ್ಲಿ ರಷ್ಯಾ ಸುಮ್ಮನಿರುವಂತೆ ಬಿಸ್ಮಾರ್ಕ್ ಒಪ್ಪಂದ ಮಾಡಿಕೊಂಡನು. ನಂತರ 1865ರ ಅಕ್ಟೋಬರ್‌ನಲ್ಲಿ ಬಿಸ್ಮಾರ್ಕ್ ಫ್ರಾನ್ಸಿನ ಮೂರನೇ ನೆಪೋಲಿಯನ್‌ನನ್ನು ಬಯರಿಟ್ಜನಲ್ಲಿ ಭೇಟಿ ಮಾಡಿ ಜರ್ಮನಿ ಇತರ ರಾಷ್ಟ್ರಗಳೊಡನೆ ಕೈಗೊಳ್ಳುವ ಯಾವುದೇ ಯುದ್ಧ ಕಾರ್ಯಾಚರಣೆಯಲ್ಲಿ ಪೂರ್ಣ ಸಹಕಾರ ಅಥವಾ ತನಗೆ ಸ್ವಾತಂತ್ರ್ಯ ನೀಡಿದರೆ ಅದಕ್ಕಾಗಿ ಪರಿಹಾರ ಧನವನ್ನು ಕೊಡುವುದಾಗಿ ವಾಗ್ದಾನವಿತ್ತನು. ನಂತರ ಬಿಸ್ಮಾರ್ಕ್ ಇಟಲಿಯೊಡನೆ ಮಾತುಕತೆಯನ್ನಾರಂಭಿಸಿ ತಾನು ಆಸ್ಟ್ರಿಯಾದೊಡನೆ ಕೈಗೊಳ್ಳುವ ಸೈನಿಕ ಕಾರ್ಯಾಚರಣೆಯಲ್ಲಿ ಇಟಲಿ ಸಹಾಯ ಮಾಡಿ ಜಯಗಳಿಸಿದರೆ ಅದರ ಏಕೀಕರಣಕ್ಕೆ ಅಡಚಣೆಯಂತಿದ್ದ ವೆನಿಷಿಯಾ ಪ್ರದೇಶ ಆಸ್ಟ್ರಿಯಾದ ಅಧೀನದಲ್ಲಿದ್ದುದರಿಂದ ಆ ಪ್ರದೇಶವನ್ನು ಇಟಲಿಯು ತನ್ನ ಸ್ವಾಮ್ಯಕ್ಕೆ ಒಳಪಡಿಸಿಕೊಂಡು ಅದರ ಏಕೀಕರಣದ ಹಾದಿಯನ್ನು ಸುಗಮಗೊಳಿಸಿಕೊಳ್ಳಬಹುದೆಂದು ತಿಳಿಸಿ ಇಟಲಿಯ ಮೈತ್ರಿ ಮತ್ತು ಸಹಾಯವನ್ನು ಗಳಿಸಿಕೊಂಡನು.

ಹೀಗೆ ಬಿಸ್ಮಾರ್ಕನು ಯೂರೋಪಿನ ಬಹುಪಾಲು ಪ್ರಬಲ ರಾಷ್ಟ್ರಗಳ ಬೆಂಬಲ ಮತ್ತು ಸಹಾಯವನ್ನು ಪಡೆದು ತನಗೆ ಯೂರೋಪಿನಲ್ಲಿ ಶತ್ರುಗಳೇ ಇಲ್ಲದಂತಹ ವಾತಾವರಣವನ್ನು ನಿರ್ಮಾಣ ಮಾಡಿಕೊಂಡು ಆಸ್ಟ್ರಿಯಾದ ಮೇಲೆ ಸೈನಿಕ ಕಾರ್ಯಾಚರಣೆಯನ್ನು ಕೈಗೊಂಡನು.

1866ರ ಜೂನ್ 16ರಂದು ಬೊಹಿಮಿಯಾದ ಸಡೂವಾ ಎಂಬಲ್ಲಿ ಆಸ್ಟ್ರೋ-ಪ್ರಷ್ಯನ್ ರಾಷ್ಟ್ರಗಳ ನಡುವೆ ಸಂಭವಿಸಿದ ಯುದ್ಧದಲ್ಲಿ 1866ರ ಜುಲೈ ತಿಂಗಳ ಕೊನೆಯಲ್ಲಿ ಅಂದರೆ "ಕೇವಲ ಏಳು ವಾರಗಳಲ್ಲಿ" ಆಸ್ಟ್ರಿಯಾ ಸೇನೆ ಪ್ರಷ್ಯದ ಸೈನಿಕ ಶಕ್ತಿಯ ಮುಂದೆ ಸಂಪೂರ್ಣ ಶರಣಾಗತವಾಯಿತು. ಆದ್ದರಿಂದ ಈ ಯುದ್ಧವನ್ನು "ಸಪ್ತವಾರಗಳ ಯುದ್ಧ"ವೆಂತಲೂ ಕರೆಯುತ್ತಾರೆ. ನಂತರ ಆಸ್ಟ್ರಿಯಾ ಪ್ರಾಗ್‌ನಲ್ಲಿ ಪ್ರಷ್ಯಾದೊಂದಿಗೆ ಒಪ್ಪಂದವನ್ನು ಮಾಡಿಕೊಂಡಿತು.

ಪ್ರಾಗ್ ಒಪ್ಪಂದ (1866)

1866ರಲ್ಲಿ ಆಸ್ಟ್ರಿಯಾದೊಡನೆ ನಡೆದ ಯುದ್ಧದಲ್ಲಿ ಗೆಲುವು ಸಾಧಿಸಿದ ಪ್ರಷ್ಯಾದ ಬಿಸ್ಮಾರ್ಕ್ ಆಸ್ಟ್ರಿಯಾವು ಸಂಪೂರ್ಣವಾಗಿ ಜರ್ಮನಿಯಿಂದ ನಿರ್ಗಮಿಸುವಂತೆ ಮಾಡಿದ. ಅಲ್ಲದೆ 1866ರ ಆಗಸ್ಟ್‌ನಲ್ಲಿ ಪ್ರಾಗ್‌ನಲ್ಲಿ ನಡೆದ ಒಪ್ಪಂದಕ್ಕೆ ಸಹಿ ಹಾಕುವಂತೆ ಮಾಡಿದನು. ಇದರ ಪ್ರಕಾರವಾಗಿ ಆಸ್ಟ್ರಿಯಾ ತಾನು ಜರ್ಮನಿಯಲ್ಲಿ ಹೊಂದಿದ್ದ ಎಲ್ಲಾ ರೀತಿಯ ಹಕ್ಕು ಬಾಧ್ಯತೆಗಳನ್ನು ಪ್ರಷ್ಯಾ ನೇತೃತ್ವದಲ್ಲಿನ ರಾಜ್ಯಕ್ಕೆ ಬಿಟ್ಟುಕೊಡುವಂತಾಯಿತು. ಎರಡನೆಯದಾಗಿ ಆಸ್ಟ್ರಿಯಾ ತಾನು ವೆನಿಷಿಯಾ ಮತ್ತು ಹೋಲ್‌ಸ್ವೇನಿನ ಮೇಲೆ ಹೊಂದಿದ್ದ ಆಡಳಿತವನ್ನು ಸಂಪೂರ್ಣವಾಗಿ ಬಿಟ್ಟುಕೊಟ್ಟಿತ್ತಲ್ಲದೆ ಅವುಗಳನ್ನು ಜರ್ಮನ್ ರಾಜ್ಯಕ್ಕೆ ವಹಿಸಿತು. ಮೂರನೆಯದಾಗಿ ಯುದ್ಧದಲ್ಲಿ ಸಂಭವಿಸಿದ ಹಾನಿಗಾಗಿ ಯುದ್ಧ ಪರಿಹಾರವನ್ನು ಆಸ್ಟ್ರಿಯಾ ನೀಡುವಂತೆ ಮಾಡಲಾಯಿತು. ನಂತರ ಬಿಸ್ಮಾರ್ಕ್ ತಾನು ಯುದ್ಧ ಪೂರ್ವದಲ್ಲಿ ಇಟಲಿಗೆ ಆಶ್ವಾಸನೆಯಿತ್ತಿದ್ದಂತೆ ವೆನಿಷಿಯಾ ಪ್ರದೇಶವನ್ನು ಅದರ ಸಂಪೂರ್ಣ ಸ್ವಾಮ್ಯಕ್ಕೆ ಹಿಂತಿರುಗಿಸಿದನು. ಹೋಲ್‌ಸ್ವೇನ್ ಪ್ರಾಂತ್ಯವನ್ನು ಪ್ರಷ್ಯಾ ತನ್ನ ಜರ್ಮನ್ ಒಕ್ಕೂಟಕ್ಕೆ ಸೇರಿಸಿಕೊಂಡಿತು. ನಂತರ ಹಿಂದಿದ್ದ ಜರ್ಮನ್ ಒಕ್ಕೂಟವನ್ನು ವಿಸರ್ಜಿಸಿ ಪ್ರಷ್ಯಾದ ನೇತೃತ್ವದಲ್ಲಿ ಜಾರಿಗೆ ಬಂದ ಉತ್ತರ ಜರ್ಮನಿಯ ರಾಜ್ಯಗಳ ಒಕ್ಕೂಟ ವ್ಯವಸ್ಥೆಯ ರಚನೆಗೆ ಯಾವುದೇ ಹೇಳಿಕೆಯಿಲ್ಲದೆ ಆಸ್ಟ್ರಿಯಾ ತನ್ನ ಒಪ್ಪಿಗೆಯನ್ನು ನೀಡುವಂತೆ ಮಾಡಲಾಯಿತು. ಅಂತಿಮವಾಗಿ ರಷ್ಯಾ ಮತ್ತು ಡೆನ್ಮಾರ್ಕ್ ದೇಶದ ಗಡಿಯಿಂದಿಡಿದು ಮೇನ್ ನದಿಯ ಮತ್ತು ಫ್ರಾನ್ಸಿನ ರಾಜ್ಯದ ಗಡಿಯವರೆಗೆ ಅದರ ಅಂಚಿನಲ್ಲಿ ಹರಡಿಕೊಂಡಿದ್ದ ಸಣ್ಣಪುಟ್ಟ ರಾಜ್ಯಗಳನ್ನೆಲ್ಲಾ ಹೊಹೆನ್‌ಜೊಲೆರನ್ ವಂಶದ ರಾಜನ ಅಧೀನದಲ್ಲಿರುವಂತೆ ಕ್ರಮ ಕೈಗೊಳ್ಳಲಾಯಿತು.

ಆಸ್ಟ್ರೋ-ಪ್ರಷ್ಯನ್ ಯುದ್ಧದ ಪರಿಣಾಮಗಳು

ಆಸ್ಟ್ರೋ-ಪ್ರಷ್ಯನ್ ಯುದ್ಧದಲ್ಲಿ ಪ್ರಷ್ಯಾ ಸಾಧಿಸಿದ ಗೆಲುವು ಇಡೀ ಯೂರೋಪ್ ಖಂಡವೇ ಬಿಸ್ಮಾರ್ಕ್‌ನಿಗೆ ಮತ್ತು ಪ್ರಷ್ಯಾದ ಬಗ್ಗೆ ಗೌರವ ಭಾವನೆಯಿಂದಿರುವಂತೆ ಮಾಡಿತಲ್ಲದೆ ಪ್ರತಿಷ್ಠೆಯನ್ನು ಸಹ ತಂದುಕೊಟ್ಟಿತು. ಪ್ರಷ್ಯಾ ಕೈಗೊಂಡ ಎಲ್ಲಾ ಯುದ್ಧಗಳು ಗೆಲುವು ಸಾಧಿಸಿದ್ದರಿಂದ ಅದು ಪ್ರಬಲ ಮಿಲಿಟರಿ ಶಕ್ತಿಯನ್ನೊಂದಿದೆಯೆಂಬುದು ಇಡೀ ಯೂರೋಪಿನ ಎಲ್ಲಾ ರಾಷ್ಟ್ರಗಳಿಗೂ ಮನವರಿಕೆಯಾದಂತಾಗಿ ಪ್ರಷ್ಯಾದ ಮಿಲಿಟರಿ ಶಕ್ತಿಯಿಂದ ಅವುಗಳೆಲ್ಲಾ ದೂರವಿರುವಂತಾಯಿತು. ಹ್ಯಾನೋವರ್, ನ್ಯಾಸ್ಸೋ, ಹೆಸ್ಸ-ಕ್ಯಾಸೆಲ್, ಹೋಲ್‌ಸ್ಟೈನ್ ಪ್ರಾಂತ್ಯಗಳನ್ನು ಪ್ರಷ್ಯಾ ರಾಜ್ಯದೊಳಗೆ ವಿಲೀನಗೊಳಿಸಲಾಯಿತು. ಇದರಿಂದ ಸುಮಾರು 27,000 ಚ.ಮೈಲಿಯಷ್ಟು ಹೊಸ ಪ್ರದೇಶವನ್ನು ಪ್ರಷ್ಯಾ ಪಡೆಯಿತು. ಒಟ್ಟಾರೆ ಜರ್ಮನಿಯ ರಾಜ್ಯದ ವಿಸ್ತೀರ್ಣ ಹೆಚ್ಚಿದಂತಾಯಿತು. ಬಿಸ್ಮಾರ್ಕನು ಆಸ್ಟ್ರಿಯಾವನ್ನು ಜರ್ಮನಿಯ ರಾಜಕಾರಣದಿಂದ ಹೊರತಳ್ಳಿದ ನಂತರ ಉತ್ತರದಲ್ಲಿನ ಜರ್ಮನ್ ರಾಜ್ಯಗಳನ್ನೆಲ್ಲಾ 1867ರಲ್ಲಿ ಒಟ್ಟಾಗಿ ಸೇರಿಸಿ ಉತ್ತರ ಜರ್ಮನ್ ರಾಜ್ಯಗಳ ಒಕ್ಕೂಟವನ್ನು ರಚಿಸಿದನು.

ಆಸ್ಟ್ರೋ-ಪ್ರಷ್ಯನ್ ಯುದ್ಧದಲ್ಲಿ ಸೋಲನ್ನನುಭವಿಸಿ ಆಸ್ಟ್ರಿಯಾ ಜರ್ಮನಿಯಿಂದ ಕಾಲ್ತೆಗೆದ ನಂತರ ಅದರ ಚಕ್ರವರ್ತಿ ಫ್ರಾನ್ಸಿಸ್ ಜೋಸೆಫ್ ತನ್ನ ರಾಜ್ಯದಲ್ಲುಂಟಾಗಬಹುದಾದ ಆಂತರಿಕ ಗಲಭೆಯನ್ನು ನಿವಾರಿಸಲು ಮುಂದಾದನು. ಹಾಗೆಯೇ ಮ್ಯಾಗಾರ ಜನತೆಯೊಂದಿಗೆ ಸ್ನೇಹತ್ವದಿಂದಿರಲು ಬಯಸಿ ಅದರ ಮುಖಂಡ ಡೀಕ್‌ನ ಸಲಹೆಯ ಮೇರೆಗೆ 1867ರಲ್ಲಿ ತನ್ನ ದೇಶ ಆಸ್ಟ್ರಿಯಾ ಮತ್ತು ಹಂಗೇರಿಗಳೆಂಬ ಸ್ವತಂತ್ರ ಭಾಗಗಳಾಗಿರಲು ಸಹ ಒಪ್ಪಿದನು. ಆದ್ದರಿಂದ ಇವೆರಡು ರಾಷ್ಟ್ರಗಳು ಆಸ್ಟ್ರಿಯಾ ಹಂಗೇರಿಗಳೆಂಬ ಸ್ವತಂತ್ರ ರಾಷ್ಟ್ರಗಳಾಗಿದ್ದರೂ ಸಹ ಯುದ್ಧ ಮತ್ತು ವಿದೇಶಾಂಗ ನೀತಿಯಲ್ಲಿ ಏಕತೆಯನ್ನು ಕಾಪಾಡಿಕೊಂಡು ಆಡಳಿತದ ಉಳಿದೆಲ್ಲಾ ವಿಷಯದಲ್ಲಿ ಸ್ವತಂತ್ರತೆಯನ್ನು ಪಡೆದುಕೊಂಡು ದ್ವಿ-ರಾಜಪ್ರಭುತ್ವವನ್ನು ಪಡೆದವು.

ಉತ್ತರ ಜರ್ಮನಿಯ ಒಕ್ಕೂಟ ರಚನೆ (1867)

ಆಸ್ಟ್ರೋ–ಪ್ರಷ್ಯನ್ ಯುದ್ಧದಲ್ಲಿ ಪ್ರಷ್ಯಾ ಗಳಿಸಿದ ವಿಜಯೋತ್ಸವದ ಹಾದಿಯಲ್ಲಿ ಪ್ರತ್ಯೇಕವಾಗಿದ್ದ ಜರ್ಮನ್ ರಾಜ್ಯಗಳು ಒಂದುಗೂಡುವುದಕ್ಕೆ ಸಹಾಯಕವಾಯಿತು. ಪ್ರಷ್ಯಾದ ನೇತೃತ್ವದಲ್ಲಿ ಆಸ್ಟ್ರಿಯಾವನ್ನು ಜರ್ಮನಿಯಿಂದ ಬುಡಸಮೇತ ಕಿತ್ತು ಹಾಕಿದ ಆಸ್ಟ್ರೋ–ಪ್ರಷ್ಯನ್ ಯುದ್ಧದ ವಾರ್ತೆಯನ್ನು ಕೇಳುತ್ತಿದ್ದಂತೆ ಉತ್ತರ ಜರ್ಮನಿಯ ರಾಜರುಗಳೆಲ್ಲ ಪ್ರಷ್ಯಾದ ನಾಯಕತ್ವದಲ್ಲಿ ಜರ್ಮನ್ ರಾಜ್ಯಗಳ ಒಕ್ಕೂಟ ರಚನೆಯಾಗಬೇಕೆಂದು ಮುಂದೆ ಬಂದರು. ಆ ರಾಜರುಗಳ ಒಕ್ಕೂಟ ವ್ಯವಸ್ಥೆಯ ಆಹ್ವಾನವನ್ನು ಸ್ವೀಕರಿಸಿದ ಬಿಸ್ಮಾರ್ಕ್ ದಕ್ಷಿಣ ಜರ್ಮನಿಯ ನಾಲ್ಕು ರಾಜ್ಯಗಳಾದ ಬವೇರಿಯಾ, ವಟನ್‌ಬರ್ಗ್, ಬಾಡೆನ್ ಮತ್ತು ಹಿಸೆಡಾರ್ಮತ್‌ಗಳನ್ನು ಹೊರತುಪಡಿಸಿ 1867ರಲ್ಲಿ ಉತ್ತರ ಜರ್ಮನಿಯ ಉಳಿದೆಲ್ಲ ರಾಜ್ಯಗಳ ಒಕ್ಕೂಟವನ್ನು ರಚಿಸಿ ಅದನ್ನು "ಉತ್ತರ ಜರ್ಮನಿಯ ಒಕ್ಕೂಟ" ವೆಂಬುದಾಗಿ ಕರೆದು ಅದಕ್ಕೆ ಒಂದು ಹೊಸ ಸಂವಿಧಾನವನ್ನು ರಚಿಸಿದನು. ಹೊಸ ಸಂವಿಧಾನದ ಪ್ರಕಾರ ಪ್ರಷ್ಯಾದ ರಾಜನನ್ನು ಒಕ್ಕೂಟ ರಾಜ್ಯಗಳ ಅಧ್ಯಕ್ಷನನ್ನಾಗಿ ಮಾಡಿ ಅವನ ಸಹಾಯಕ್ಕೆ ಒಬ್ಬ ಛಾನ್ಸಲರ್ ಹಾಗೂ ಮತ್ತೊಬ್ಬ ಮಂತ್ರಿಯನ್ನು ನೇಮಿಸಲಾಯಿತು. ಹಾಗೆಯೇ ಪ್ರತಿಯೊಂದು ರಾಜ್ಯವು ತನ್ನ ಒಳಾಡಳಿತದಲ್ಲಿ ಸಾಕಷ್ಟು ಸ್ವಯಂ ಅಧಿಕಾರವನ್ನು ಹೊಂದಿದ್ದರೂ ಸಹ ಅಂತಿಮವಾಗಿ ಈ ಒಕ್ಕೂಟ ವ್ಯವಸ್ಥೆಯ ಅಧೀನಕ್ಕೆ ಒಳಪಡಬೇಕಾಗಿತ್ತು. ಈ ಎಲ್ಲಾ ರಾಜ್ಯಗಳ ಸಂಪೂರ್ಣ ಕಾರ್ಯನಿರ್ವಹಣಾಧಿಕಾರವನ್ನು ರಾಜನಿಗೆ ವಹಿಸಿ ಶಾಸನವನ್ನು ರಚಿಸುವ ಅಧಿಕಾರವೂ ಆಯಾ ರಾಜ್ಯಗಳ ರಾಜರುಗಳು ಚುನಾಯಿಸಿ ಕಳುಹಿಸಿದ ಒಂದು 'ಫೆಡರಲ್ ಕೌನ್ಸಿಲ್'ಗೂ ಮತ್ತೊಂದು ಜನತೆಯಿಂದ ಆರಿಸಲ್ಪಟ್ಟ "ಇಂಪೀರಿಯಲ್ ಕೌನ್ಸಿಲ್"ಎಂಬ ದ್ವಿಸದನಗಳನ್ನೊಳಗೊಂಡ ಪಾರ್ಲಿಮೆಂಟಿಗೆ ನೀಡಲಾಯಿತು.

ಇವುಗಳನ್ನು ಕ್ರಮವಾಗಿ ಬುಂಡೆಸ್ರಾಟ್(Bundesrat, ಮೇಲ್ಮನೆ) ರೀಚ್‌ಸ್ಟಾಗ್ (Reichstag, ಕೆಳಮನೆ) ಎಂದು ಕರೆಯಲಾಯಿತು. ಇಷ್ಟೇ ಅಲ್ಲದೆ ಒಕ್ಕೂಟದ ಅಧ್ಯಕ್ಷ ಸೈನಿಕ ಕಾರ್ಯಾಚರಣೆ, ಯುದ್ಧ ಘೋಷಣೆ, ಶಾಂತಿ ಸಂಧಾನ ಮತ್ತು ವಿದೇಶಾಂಗ ನೀತಿಗಳನ್ನು ನಿರ್ದೇಶಿಸುವ ಹೊಣೆಗಾರಿಕೆಯನ್ನು ನಿರ್ವಹಿಸುವಂತೆ ಮಾಡಲಾಯಿತು.

1867ರಲ್ಲಿ ಬಿಸ್ಮಾರ್ಕನು ಈ ಒಕ್ಕೂಟದ ಸಂವಿಧಾನಕ್ಕೆ ಒಂದು ಹೊಸ ತಿದ್ದುಪಡಿಯನ್ನು ಸೂಚಿಸಿ ಅದರನ್ವಯ ಜನರಿಂದ ಆರಿಸಲ್ಪಟ್ಟು ಇಂಪಿರಿಯಲ್ ಕೌನ್ಸಿಲ್‌ಗೆ ಬರುವ ಪ್ರತಿನಿಧಿಗಳು ಮತದಾನದ ಹಕ್ಕನ್ನು ಪಡೆದಿರುವ ಯುವಕರುಗಳಿಂದ ಮಾತ್ರ ನೇರವಾಗಿ ಆಯ್ಕೆಯಾಗಬೇಕೆಂದು ಸಲಹೆಯಿತ್ತನು. ಈ ಹೊಸ ಸಂವಿಧಾನಕ್ಕೆ ಯುವಕರುಗಳು ಹೆಚ್ಚಿನ ಸಂಖ್ಯೆಯಲ್ಲಿ ರಿಚ್‌ಸ್ಟಾಗಿಗೆ ಆರಿಸಿ ಬರುವಂತಾದ್ದರಿಂದ ಪಾರ್ಲಿಮೆಂಟಿನಲ್ಲೂ ಬಿಸ್ಮಾರ್ಕನ ರಾಷ್ಟ್ರೀಯ ಕ್ರಾಂತಿಕಾರಿ ಕಾರ್ಯಕ್ರಮಗಳಿಗೆ ಉತ್ತೇಜನ ದೊರೆತಂತಾಯಿತು. ಅಂತಿಮವಾಗಿ ಮೇನ್ ನದಿಯ ಉತ್ತರಕ್ಕೆ ಸ್ವತಂತ್ರವಾಗಿದ್ದ 20 ಸಣ್ಣ ಪುಟ್ಟ ಜರ್ಮನ್ ರಾಜ್ಯಗಳನ್ನು ಶಾಂತಿ ಸಂಧಾನಗಳ ಮೂಲಕ ಒಕ್ಕೂಟ ವ್ಯವಸ್ಥೆಗೆ ಸೇರುವಂತೆ ಮಾಡಿ ವಿಶಾಲ ಉತ್ತರ ಜರ್ಮನಿಯ ಒಕ್ಕೂಟವನ್ನು ಭದ್ರವಾಗಿರಿಸಲಾಯಿತು.

ಫ್ರಾಂಕೋ–ಪ್ರಷ್ಯನ್ ಯುದ್ಧ (1870–1871)

ಫ್ರಾಂಕೋ_ಪ್ರಷ್ಯನ್ ಯುದ್ಧವು ಜರ್ಮನಿಯ ಏಕೀಕರಣದ ನಿರ್ಣಾಯಕ ಯುದ್ಧವೆಂದರೆ ತಪ್ಪಾಗಲಾರದು. ಏಕೆಂದರೆ ಈ ಯುದ್ಧದಿಂದಲೇ ಬಿಸ್ಮಾರ್ಕ್ ಜರ್ಮನಿಯ ಉಳಿದೆಲ್ಲಾ ಪ್ರಾಂತ್ಯಗಳನ್ನು ದೇಶದ ಒಕ್ಕೂಟಕ್ಕೆ ಸೇರಿಸಿಕೊಳ್ಳುವುದರ ಮೂಲಕ ಸಂಪೂರ್ಣ ಏಕೀಕೃತ ಜರ್ಮನ್ ಸಾಮ್ರಾಜ್ಯವನ್ನು ಸ್ಥಾಪಿಸಿದನು. ಅದಕ್ಕಾಗಿಯೇ ಉಳಿದ ದಕ್ಷಿಣ ಜರ್ಮನಿಯ 4 ರಾಜ್ಯಗಳನ್ನು ಜರ್ಮನ್ ಸಾಮ್ರಾಜ್ಯಕ್ಕೆ ಸೇರಿಸಿಕೊಳ್ಳುವುದರ ಮೂಲಕ ದೇಶದ ಗಡಿಯನ್ನು ವಿಸ್ತರಿಸುವುದು ಬಿಸ್ಮಾರ್ಕನ ಮಹದಾಸೆಯಾಗಿತ್ತು. ಆದರೆ ದಕ್ಷಿಣ ಜರ್ಮನಿಯ ರಾಜ್ಯಗಳನ್ನು ಉತ್ತರ ಜರ್ಮನಿಯ ಒಕ್ಕೂಟದಲ್ಲಿ ವಿಲೀನಗೊಳಿಸುವ ಪ್ರಷ್ಯಾದ ಈ ಕ್ರಮವನ್ನು ಫ್ರಾನ್ಸ್ ವಿರೋಧಿಸುತ್ತಿತ್ತು. ಆದ್ದರಿಂದ ಪ್ರಷ್ಯಾ ಫ್ರಾನ್ಸ್ ಜೊತೆ ಯುದ್ಧಮಾಡುವುದು ಅನಿವಾರ್ಯವಾಗಿದ್ದಿತು. ಅಲ್ಲದೆ ಫ್ರಾನ್ಸಿನ ಸಂಪದ್ಭರಿತ ಪ್ರದೇಶಗಳಾದ ಆಲ್ಸೇಸ್ ಮತ್ತು ಲೊರೈನ್‌ಗಳನ್ನು ಪಡೆಯಬಹುದೆಂದು ಸಹ ಬಿಸ್ಮಾರ್ಕ್ ಯೋಚಿಸುತ್ತಿದ್ದನು. ಆದರೆ ಫ್ರಾನ್ಸಿನೊಡನೆ ಯುದ್ಧವಾರಂಭಿಸುವ ಮುನ್ನ ಅದನ್ನು ಯೂರೋಪಿನಲ್ಲೇ ಏಕಾಂಗಿ ರಾಷ್ಟ್ರವನ್ನಾಗಿ ಮಾಡಲು ತನ್ನ ರಾಜತಾಂತ್ರಿಕ ನಿಪುಣತೆಯನ್ನು ಉಪಯೋಗಿಸಿ ವಿದೇಶಿ ರಾಷ್ಟ್ರಗಳ ಸಹಕಾರ ಮತ್ತು ಸಹಾನುಭೂತಿಯನ್ನು ಬಿಸ್ಮಾರ್ಕ್ ಮತ್ತೆ ಪಡೆಯಲೆತ್ನಿಸಿದನು. ಈ ನಿಟ್ಟಿನಲ್ಲಿ ಇಟಲಿಗೆ ಈ ರೀತಿಯಾದ ಆಶ್ವಾಸನೆಯಿತ್ತನು. ಪ್ರಷ್ಯ ಫ್ರಾನ್ಸಿನೊಡನೆ ಯುದ್ಧವಾರಂಭಿಸಿದರೆ ಅದು ತನ್ನ ರಕ್ಷಣೆಗಾಗಿ ರೋಮ್‌ನಲ್ಲಿ ಪೋಪನ ಸಿಂಹಾಸನ ಭದ್ರತೆಗಾಗಿ ಇಟ್ಟಿರುವ ಸೈನ್ಯವನ್ನು ವಾಪಸ್ಸು ಕರೆಸಿಕೊಳ್ಳುವುದೆಂತಲೂ ಆ ಸಮಯದಲ್ಲಿ ನಿರಾಯುಧನಾದ ಪೋಪನನ್ನು ಸಿಂಹಾಸನದಿಂದ ಕೆಳಗಿಳಿಸುವುದರ ಮೂಲಕ ರೋಮನ್ನು ವಶಪಡಿಸಿಕೊಂಡು ನನೆಗುದಿಗೆ ಬಿದ್ದಿರುವ ಇಟಲಿಯ ಏಕೀಕರಣವನ್ನು ಸುಲಭವಾಗಿ ಸಾಧಿಸಿಕೊಳ್ಳಬಹುದೆಂದು ಇಟಲಿಗೆ ತಿಳಿಸಿದನು. ಹೀಗಾಗಿ ಜರ್ಮನಿಯ ನೆರವಿಗೆ ಇಟಲಿ ಅವಸರದಲ್ಲೇ ಧಾವಿಸುವಂತೆ ಮಾಡಿದನು.

ಹಾಗೆಯೇ ಮೂರನೇ ನೆಪೋಲಿಯನ್ನನು ಬೆಲ್ಜಿಯಂನ್ನು ಆಕ್ರಮಿಸಲು ಹೊಂಚು ಹಾಕುತ್ತಿರುವ ವಿಷಯವನ್ನು ಬಿಸ್ಮಾರ್ಕ್ ಇಂಗ್ಲೆಂಡಿಗೆ ರವಾನಿಸಿ ಸಹಜವಾಗಿಯೇ ಇಂಗ್ಲೆಂಡಿಗೆ ಫ್ರಾನ್ಸಿನ ಮೇಲೆ ಕೋಪೋದ್ರೇಕವುಂಟಾಗುವಂತೆ ಮಾಡಿದನು. ಅಲ್ಲದೆ 1863ರಲ್ಲಿ ರಷ್ಯಾ ಪೋಲರ ದಂಗೆಯನ್ನಡಗಿಸುತ್ತಿದ್ದ ಸಂದರ್ಭದಲ್ಲಿ ಬಿಸ್ಮಾರ್ಕ್ ರಷ್ಯಾಕ್ಕೆ ಸೈನಿಕ ನೆರವಿನ ಭರವಸೆಯಿತ್ತಿದ್ದನು. ಅದೇ ಸಮಯದಲ್ಲಿ ಮೂರನೇ ನೆಪೋಲಿಯನ್ ಪೋಲರ ಬಗ್ಗೆ ಕಣ್ಣೀರಿನ ಶೋಕದ ಸಹಾನುಭೂತಿಯನ್ನು ವ್ಯಕ್ತಪಡಿಸಿ ಸಹಜವಾಗಿಯೇ ರಷ್ಯಾದ ಸಿಡಿಲಿನಂತಹ ಕೋಪಕ್ಕೆ ಗುರಿಯಾಗಿದ್ದನು. ಹೀಗೆ ಅಂದಿನ ಪೋಲರ ದಂಗೆಯನ್ನಡಗಿಸಿದ ರಷ್ಯಾದ ಕ್ರಮದ ಘಟನೆಯನ್ನು ಮತ್ತು ತನ್ನ ಭರವಸೆಯ ಮಾತನ್ನು ಇಂತಹ ಸಮಯದಲ್ಲಿ ರಷ್ಯಾದ ನೆನಪಿಗೆ ತಂದ ಬಿಸ್ಮಾರ್ಕ್ ಫ್ರಾನ್ಸಿನ ವಿರುದ್ಧ ರಷ್ಯಕ್ಕೆ ಅಸಮಧಾನವುಂಟಾಗುವಂತೆ ಮಾಡಿ ತನ್ನ ಮತ್ತು ಪ್ರಷ್ಯಾದ ಬಗ್ಗೆ ಒಲವು ಮೂಡುವಂತೆ ಮಾಡಿದುದೇ ಅಲ್ಲದೆ ಸಹಕಾರದ ಭರವಸೆಯನ್ನು ರಷ್ಯದಿಂದ ಪಡೆದುಕೊಂಡನು. ಈ ರೀತಿ ಹಲವು ರಾಷ್ಟ್ರಗಳ ವಿದೇಶಿ ಬಲ ಮತ್ತು ಸಹಕಾರವನ್ನು ಫ್ರಾನ್ಸಿನೊಡನೆ ಯುದ್ಧವಾರಂಭಿಸುವ ಮುನ್ನ ಬಿಸ್ಮಾರ್ಕ್ ಪಡೆದುಕೊಂಡನು. ಆದರೆ ಇತ್ತ ಫ್ರಾನ್ಸಿನ ಮೂರನೇ ನೆಪೋಲಿಯನ್ ಸೈನಿಕ ಸಾಮರ್ಥ್ಯದಲ್ಲಿ ಅಸಮಾನ್ಯವೆನಿಸಿದ್ದ ಪ್ರಷ್ಯಾದೊಡನೆ ಯುದ್ಧ ಕಾರ್ಯಾಚರಣೆ ನಡೆಸುವ ಮನಸ್ಸಿನವನಾಗಿರಲಿಲ್ಲ. ಅಲ್ಲದೆ ಜರ್ಮನಿಗಿದ್ದಂತೆ ಆತನಿಗೆ ಯಾವುದೇ ರೀತಿಯ ವಿದೇಶಿ ರಾಷ್ಟ್ರಗಳ ಸೈನಿಕ ಸಹಾಯ ದೊರೆಯುವ ಸಣ್ಣ ಅವಕಾಶವೂ ಇರಲಿಲ್ಲ. ಆದರೂ ಸಹ ತನ್ನ ಕುಸಿಯುತ್ತಿದ್ದ ಫ್ರಾನ್ಸಿನ ಸಾಮ್ರಾಜ್ಯವನ್ನು ಉಳಿಸಿಕೊಳ್ಳುವ ಮತ್ತು ಏಕೀಕರಣದ ತನ್ನ ಕೊನೆಯ ಮೆಟ್ಟಿಲನ್ನೇರಲು ನಿಂತಿದ್ದ ಜರ್ಮನಿಯನ್ನು ಕೆಳಗುರುಳಿಸಿ ಫ್ರಾನ್ಸಿನ ಪ್ರತಿಷ್ಠೆ ಮತ್ತು ಅದರ ಸ್ಥಾನಮಾನವನ್ನು ಪುನರ್ ಸ್ಥಾಪಿಸುವ ಯೋಚನೆಯನ್ನು ಮೂರನೇ ನೆಪೋಲಿಯನ್ ಮಾಡುತ್ತಿದ್ದನು.

ಯುದ್ಧಕ್ಕೆ ತಾತ್ಕಾಲಿಕ ಕಾರಣ

ಫ್ರಾನ್ಸನ್ನು ಯೂರೋಪಿನಲ್ಲೇ ಒಂಟಿಯಾದ ಮತ್ತು ಅಸಹಾಯಕ ರಾಷ್ಟ್ರವನ್ನಾಗಿ ಮಾಡುವುದರಲ್ಲಿ ಯಶಸ್ವಿಯಾದ ಬಿಸ್ಮಾರ್ಕ್ ಜರ್ಮನ್ ಸೈನ್ಯವನ್ನು ಸುಸಜ್ಜಿತಗೊಳಿಸಿ ಫ್ರಾನ್ಸ್‌ನೊಡನೆ ಯುದ್ಧವನ್ನಾರಂಭಿಸುವ ಸೂಕ್ತ ಸಮಯಕ್ಕಾಗಿ ಎದುರು ನೋಡುತ್ತಿದ್ದನು. 1870ರಲ್ಲಿ ಸಂಭವಿಸಿದ ಸ್ಪೇನಿನ ಉತ್ತರಾಧಿಕಾರದ ಆಯ್ಕೆಯಲ್ಲುಂಟಾದ ಪ್ರಶ್ನೆಯೇ ಫ್ರಾನ್ಸ್‌ನ ಮತ್ತು ಪ್ರಷ್ಯಾಗಳ ನಡುವೆ ಯುದ್ಧ ಸಂಭವಿಸುವುದಕ್ಕೆ ತಕ್ಷಣದ ಕಾರಣವಾಯಿತು. 1868ರಲ್ಲಿ ಸ್ಪೇನ್‌ನಲ್ಲಿ ಕ್ರಾಂತಿ ಸಂಭವಿಸಿದುದರ ಪರಿಣಾಮವಾಗಿ ಅಲ್ಲಿನ ರಾಣಿ ಇಸಬೆಲ್ಲಳನ್ನು ಸಿಂಹಾಸನದಿಂದ ಕೆಳಗಿಳಿಸಿ ನಂತರ ಪ್ರಷ್ಯಾದ ದೊರೆಯ ಸೋದರಿಯ ಮಗನಾದ ಲಿಯೋಪಾಲ್ಡನಿಗೆ ಸ್ಪೇನಿನ ಸಿಂಹಾಸನಾಧಿಪತಿಯನ್ನಾಗುವಂತೆ ಅಲ್ಲಿನ ಜನತೆ ಒತ್ತಾಯಿಸಿದರು. ಆದರೆ ರಾಜಕುಮಾರ ಲಿಯೋಪಾಲ್ಡ್ ಅಂದಿನ ಸ್ಪೇನಿನ ಅತಂತ್ರ ಮತ್ತು ಅರಾಜಕತೆಯ ಸ್ಥಿತಿ ಕಂಡು ಆ ಸಿಂಹಾಸನದ ಕೀರಿಟವನ್ನು ತಿರಸ್ಕರಿಸಿದನು. ಆದರೆ ಲಿಯೋಪಾಲ್ಡ್‌ನನ್ನು ಸಿಂಹಾಸನಾಧಿಪತಿಯನ್ನಾಗಿ ಮಾಡಿದರೆ ಯೂರೋಪಿನ ಮತ್ತೊಂದು ರಾಷ್ಟ್ರ ತಾನಾಗಿಯೇ ಬಂದು ತನ್ನ ರಾಷ್ಟ್ರಕ್ಕೆ ಯಾವುದೇ ವೇಳೆಯಲ್ಲಾದರೂ ಸಹಾಯ ಮತ್ತು ಸಹಕಾರ ನೀಡುವುದಕ್ಕಾಗಿ ಕಾದು ನಿಂತಿರುತ್ತದೆಂದು ಭಾವಿಸಿದ ಬಿಸ್ಮಾರ್ಕ್ ತನ್ನ ನೇತೃತ್ವದಲ್ಲಿ ಸ್ಪೇನಿನ ಸಿಂಹಾಸನವನ್ನು ಲಿಯೋಪಾಲ್ಡನಿಗೆ ವಹಿಸಿಕೊಡುವುದರಲ್ಲಿ ಪ್ರಮುಖ ಪಾತ್ರ ವಹಿಸಿ ಅದರಲ್ಲಿ ಯಶಸ್ವಿಯಾದನು.

ಈ ರೀತಿಯ ಬಿಸ್ಮಾರ್ಕ್‌ನ ರಾಜತಾಂತ್ರಿಕ ನಿಪುಣತೆಯನ್ನು ಕಂಡು ಬೆದರಿದ ಫ್ರಾನ್ಸಿನ ಮೂರನೇ ನೆಪೋಲಿಯನ್ ಪ್ರಷ್ಯಾ ಮತ್ತು ಸ್ಪೇನ್‌ಗಳೆರಡೂ ಒಂದುಗೂಡಿ ತನ್ನ ಮೇಲೆ ಯುದ್ಧ ಮಾಡಬಹುದೆಂದೂ ಭಾವಿಸಿ ಸ್ಪೈನಿನಲ್ಲಿ ಲಿಯೋಪಾಲ್ಡ್ ಸಿಂಹಾಸನವೇರದಂತೆ ತಡೆಯಬೇಕೆಂದು ಪ್ರಷ್ಯಾದ ದೊರೆಗೆ ಆದೇಶವಿತ್ತನು. ನೆಪೋಲಿಯನ್ನನ ಹೇಳಿಕೆಯಂತೆ ದೊರೆ ವಿಲಿಯಂ ಲಿಯೋಪಾಲ್ಡನನ್ನು ಸ್ಪೇನಿನ ಉತ್ತಾಧಿಕಾರಿಯನ್ನಾಗಿ ಮಾಡುವುದಿಲ್ಲವೆಂದು ನೆಪೋಲಿಯನ್ನನಿಗೆ ಭರವಸೆಯಿತ್ತನು.

ಆದರೆ ಕೇವಲ ವಿಲಿಯಂನ ಹೇಳಿಕೆಯಿಂದಷ್ಟೇ ಸುಮ್ಮನಾಗದ ಮೂರನೆ ನೆಪೋಲಿಯನ್, ಲಿಯೋಪಾಲ್ಡನನ್ನು ಮತ್ತು ಹೊಹೆನ್‌ಜೊಲೆರನ್ ರಾಜಮನೆತನಕ್ಕೆ ಸೇರಿದ ಯಾವುದೇ ವ್ಯಕ್ತಿಯನ್ನು ಸಹ ಸ್ಪೇನಿನ ಸಿಂಹಾಸನದ ಮೇಲೆ ಕೂರಿಸುವುದಿಲ್ಲವೆಂಬ ಕರಾರು ಪತ್ರವನ್ನು ದೊರೆ ವಿಲಿಯಂ ಮಾಡಿಕೊಡಬೇಕೆಂದು ಬರ್ಲಿನ್‌ನಲ್ಲಿದ್ದ ಫ್ರಾನ್ಸಿನ ರಾಯಭಾರಿ ಬೆನೆಡೆಟ್ಟೊಗೆ ಸೂಚಿಸಿದನು. ಅದರಂತೆ ಫ್ರಾನ್ಸಿನ ರಾಯಭಾರಿ ಪ್ರಷ್ಯಾದ ದೊರೆಯನ್ನು ಎಮ್ಸ್ ಎಂಬಲ್ಲಿ ಭೇಟಿಮಾಡಿ ನೆಪೋಲಿಯನ್ನನ ಆದೇಶವನ್ನು ತಿಳಿಸಿದನು. ದೊರೆ ವಿಲಿಯಂ ಆತನ ಆದೇಶವನ್ನು ಖಡಾಖಂಡಿತವಾಗಿ ತಿರಸ್ಕರಿಸಿದುದಷ್ಟೇ ಅಲ್ಲದೆ ತನ್ನ ತಿರಸ್ಕೃತ ದೃಢ ನಿರ್ಧಾರವನ್ನು ತಕ್ಷಣವೇ ಟೆಲಿಗ್ರಾಫ್ ಮೂಲಕ ಬಿಸ್ಮಾರ್ಕ್‌ನಿಗೆ ತಿಳಿಸಿದನು. ಇದೇ ಸಮಯಕ್ಕೆ ಫ್ರಾನ್ಸಿನಿಂದ ಕೂದಲೆಳೆಯಷ್ಟು ತಪ್ಪು ಕಂಡುಬಂದರಷ್ಟೇ ಸಾಕು ಅದನ್ನು ಯೂರೋಪಿನಾದ್ಯಂತ ಎತ್ತಿಹಿಡಿದು ಅದರ ಮೇಲೆ ಯುದ್ಧ ಸಾರಿ ಫ್ರಾನ್ಸನ್ನೇ ತಪ್ಪಿತಸ್ಥ ರಾಷ್ಟ್ರವನ್ನಾಗಿ ಮಾಡಬೇಕೆಂದು ಬಿಸ್ಮಾರ್ಕ್ ಸಮಯ ಕಾಯುತ್ತಿದ್ದನು. ಅದರಂತೆ ದೊರೆ ವಿಲಿಯಂನಿಂದ ಬಂದಂತಹ ಕೇವಲ ತಿರಸ್ಕಾರದ ಮಾತನ್ನು ಬಿಸ್ಮಾರ್ಕ್ ತನ್ನ ಚಾಣಾಕ್ಷ ಬುದ್ಧಿಯಿಂದ ಈ ರೀತಿ ಬದಲಾಯಿಸಿದನು.

ಅಂದರೆ ಫ್ರೆಂಚ್ ರಾಯಭಾರಿ ಬೆನೆಡೆಟ್ಟೊ ಪ್ರಷ್ಯಾದ ದೊರೆಯನ್ನು ಎಮ್ಸ್‌ನಲ್ಲಿ ಅಪಮಾನ ಪಡಿಸಿದನೆಂತಲೂ ಹಾಗೂ ಪ್ರಷ್ಯಾದ ದೊರೆ ವಿಲಿಯಂ ಎಮ್ಸ್‌ನಲ್ಲಿ ಫ್ರೆಂಚ್ ರಾಯಭಾರಿಯನ್ನು ಅವಮಾನ ಮಾಡಿದನೆಂತಲೂ ಪ್ರಷ್ಯಾ ಮತ್ತು ಫ್ರೆಂಚ್ ಪತ್ರಿಕೆಗಳಲ್ಲಿ ಏಕಕಾಲದಲ್ಲಿ ಎರಡೂ ರಾಷ್ಟ್ರಗಳಲ್ಲಿ ಸುದ್ದಿ ಪ್ರಕಟವಾಗುವಂತೆ ಮಾಡಿದನು. 1870ರ ಜುಲೈ 14ರಂದು ಫ್ರೆಂಚರು ತಮ್ಮ ರಾಷ್ಟ್ರೀಯ ಹಬ್ಬದ ದಿನವಾದ ಅಂದು ತಮ್ಮ ರಾಯಭಾರಿಯ ಅವಮಾನದ ಸುದ್ಧಿಯನ್ನು ತಿಳಿದು ಪ್ರಷ್ಯಾದ ವಿರುದ್ಧ ಫ್ರಾನ್ಸ್ ಯುದ್ಧ ಘೋಷಿಸುವಂತೆ ಕೂಗಾಡಿದರು. ಪರಿಸ್ಥಿತಿಯ ವಿಕೋಪವನ್ನರಿತ ಮೂರನೇ ನೆಪೋಲಿಯನ್ ತಾನು ಪ್ರಷ್ಯಾದೊಡನೆ ಯುದ್ಧ ಕಾರ್ಯಾಚರಣೆ ಕೈಗೊಳ್ಳಲು ಅಸಹಾಯಕ ಸ್ಥಿತಿಯಲ್ಲಿದ್ದರೂ ಸಹ ಅದನ್ನು ಲೆಕ್ಕಿಸದೆ ಮಾರನೇ ದಿನವೇ ಅಂದರೆ 1870ರ ಜುಲೈ 15ರಂದು ಪ್ರಷ್ಯಾದ ಮೇಲೆ ಯುದ್ಧ ಸಾರಿದನು. ಹಾಗೆಯೇ ತನ್ನ ಯುದ್ಧ ಕಾರ್ಯಾಚರಣೆಗೋಸ್ಕರ ತಾನು ರೋಮ್‌ನಲ್ಲಿ ಪೋಪನ ರಕ್ಷಣೆಗಾಗಿ ಇಟ್ಟಿದ್ದ ಸೈನ್ಯವನ್ನು ಸಹ ವಾಪಸ್ಸು ಕರೆಯಿಸಿಕೊಂಡು ಸೇನಾಧಿಪತಿ ಮ್ಯಾಕ್‌ಮಹೊನ್ ನೇತೃತ್ವದಲ್ಲಿ 85,000 ಸೈನಿಕರೊಡಗೂಡಿ ಜರ್ಮನಿಯ ಸೈನ್ಯದ ಮೇಲೆ ಹೋರಾಟಕ್ಕಿಳಿದನು. ಜರ್ಮನಿಯ ಸೇನೆ ಫ್ರಾನ್ಸಿನ ಸೇನೆಗಿಂತ ಅತ್ಯಂತ ಬಲಿಷ್ಟವಾಗಿದ್ದು ಫ್ರಾನ್ಸಿನ ಸಂಪದ್ಭರಿತ ಪ್ರದೇಶಗಳಾದ ಆಲ್ಸೇಸ್ ಮತ್ತು ಲೊರ್ರೈನ್‌ಗಳ ಮೇಲೆ ಧಾಳಿಯಿಟ್ಟು ಅವುಗಳನ್ನು ವಶಪಡಿಸಿಕೊಳ್ಳುವುದರಲ್ಲಿ ಯಶಸ್ವಿಯಾಯಿತು. ನಂತರ ಅಲ್ಲಿಂದ ಮುಂದುವರಿದ ಜರ್ಮನ್ ಸೇನೆಯು ಫ್ರಾನ್ಸಿನ ಸೇನೆಯ ಮುಖ್ಯ ರಕ್ಷಣಾ ನೆಲೆಯಾಗಿದ್ದ ಮೆಟ್ಜ್ (Metz) ಕೋಟೆಗೆ ಮುತ್ತಿಗೆ ಹಾಕಿ ಅಲ್ಲಿ ಸೈನಿಕ ಕಾರ್ಯಾಚರಣೆಯನ್ನು ನಿರ್ವಹಿಸುತ್ತಿದ್ದ ಮಾರ್ಷಲ್ ಬಜೈನ್ ಎಂಬುವವನನ್ನು ಸೆರೆ ಹಿಡಿಯಿತು.

ಮತ್ತೊಂದು ಕಡೆ ಹೋರಾಡುತ್ತಿದ್ದ ಮೂರನೇ ನೆಪೋಲಿಯನ್ ಜರ್ಮನ್ನರು ಮೆಟ್ಜ್ ಕೋಟೆಯನ್ನು ವಶಪಡಿಸಿಕೊಂಡ ಸುದ್ದಿ ತಿಳಿದು ಅದನ್ನು ಪುನಃ ತನ್ನ ವಶಕ್ಕೆ ತೆಗೆದುಕೊಳ್ಳಲು ಮ್ಯಾಕ್‌ಮಹೋನ್ ಜೊತೆಗೂಡಿ ಮ್ಯೂಸ್ ನದಿಯ ಕೆಳಭಾಗದ ಮುಖಾಂತರ ಅವರಸರದಲ್ಲೇ ಧಾವಿಸುತ್ತಿದ್ದನು. ಆದರೆ ಅನಿರೀಕ್ಷಿತವಾಗಿ ಜರ್ಮನ್ ಸೈನ್ಯವು 1870 ಸೆಪ್ಟೆಂಬರ್ 2ರಂದು ಬೆಲ್ಜಿಯಂ ಗಡಿಯ ಹತ್ತಿರದ ಸೆಡಾನ್ ಎಂಬ ಸ್ಥಳದಲ್ಲಿ ಮೂರನೇ ನೆಪೋಲಿಯನ್ನನನ್ನು ಸಂಪೂರ್ಣವಾಗಿ ಸೋಲಿಸಿ ಸೆರೆಹಿಡಿಯಿತು. ನೆಪೋಲಿಯನ್ ಸೆಡಾನಿನಲ್ಲಿ ಜರ್ಮನ್ನರಿಗೆ ಶರಣಾದ ಸುದ್ದಿ ತಿಳಿದ ತಕ್ಷಣವೇ ಫ್ರಾನ್ಸ್ ಜನತೆ ಅಲ್ಲಿನ ಎರಡನೇ ಫ್ರೆಂಚ್ ಸಾಮ್ರಾಜ್ಯವನ್ನು ನಿರ್ನಾಮ ಮಾಡಿ ಮೂರನೇ ಫ್ರೆಂಚ್ ಹೊಸ ಗಣರಾಜ್ಯವನ್ನು ಪ್ಯಾರಿಸ್‌ನಲ್ಲಿ ಸ್ಥಾಪಿಸಿ ಜರ್ಮನ್ನರ ವಿರುದ್ಧ ತನ್ನ ಹೋರಾಟವನ್ನು ಮುಂದುವರೆಸಿತು.

ಇದರಿಂದ ಪ್ರಷ್ಯನ್ ಸೇನೆಗಳು ಪ್ಯಾರಿಸ್‌ನತ್ತ ಮುನ್ನುಗ್ಗಿ ನಾಲ್ಕು ತಿಂಗಳ ಕಾಲದ ತನ್ನ ಸಾಹಸದ ಹೋರಾಟವನ್ನು ನಡೆಸಿತು. ಅಲ್ಲಿನ ಜನತೆ ಫ್ರಾನ್ಸಿನ ಸೈನ್ಯದೊಡಗೂಡಿ ತಮ್ಮ ಅತೀವ ರಾಷ್ಟ್ರಾಭಿಮಾನದಿಂದ ಪ್ಯಾರಿಸ್ಸನ್ನಾದರೂ ಸಹ ರಕ್ಷಿಸಿಕೊಳ್ಳಲು ಹೋರಾಡಿದರು. ಆದರೆ ಪ್ರಷ್ಯಾದ ಶಸ್ತ್ರಸಜ್ಜಿತ ಸೈನ್ಯದ ನಿರಂತರ ಧಾಳಿಯನ್ನು, ಕೊರೆವ ಚಳಿಯನ್ನು ತಡೆಯದಾದರು. ಅಲ್ಲದೆ ಆಯುಧ, ಆಹಾರದ ಅಭಾವದ ಆಹಾಕಾರದಿಂದ ಬಳಲಿ ಬೆಂಡಾಗಿದ್ದ ಫ್ರೆಂಚ್ ಜನತೆ ಮತ್ತು ಸೈನ್ಯ ಪ್ಯಾರಿಸ್ಸನ್ನು ರಕ್ಷಿಸಿಕೊಳ್ಳುವ ಅಂತಿಮ ಆಸೆಯನ್ನು ಕೈಬಿಟ್ಟು 1871ರ ಜನವರಿ 28ರಂದು ಪ್ರಷ್ಯಾ ಸೈನ್ಯಕ್ಕೆ ಸಂಪೂರ್ಣ ಶರಣಾಗತವಾಗಿ ಫ್ರಾಂಕ್‌ಫರ್ಟ್‌ನಲ್ಲಿ ನಡೆದ ಉಭಯ ರಾಷ್ಟ್ರಗಳ ಒಪ್ಪಂದಕ್ಕೆ ಫ್ರಾನ್ಸ್ ಸಹಿ ಹಾಕಿತು.

ಫ್ರಾಂಕ್‌ಫರ್ಟ್ ಒಪ್ಪಂದ (1871)

ಫ್ರಾನ್ಸಿನ ಮೂರನೇ ಗಣರಾಜ್ಯವು ಅಂತಿಮದಲ್ಲಿ ಪ್ರಷ್ಯಾದೊಡನೆ ನಡೆಸಿದ ಯುದ್ಧದಲ್ಲಿ ಪ್ಯಾರಿಸ್‌ನಲ್ಲಿ ಸೋಲನ್ನೊಪ್ಪಿಕೊಂಡಿದ್ದಷ್ಟೇ ಅಲ್ಲದೆ 1871ರ ಸೆಪ್ಟೆಂಬರ್ ತಿಂಗಳಲ್ಲಿ ಫ್ರಾಂಕ್‌ಫರ್ಟ್‌ನಲ್ಲಿ ನಡೆದ ಒಪ್ಪಂದದ ಕರಾರುಗಳನ್ನು ಒಪ್ಪಿಕೊಂಡಿತು. ಒಪ್ಪಂದದ ಅಂಶಗಳೆಂದರೆ ಫ್ರಾನ್ಸ್ ತನ್ನ ಸಂಪದ್ಭರಿತ ಪ್ರದೇಶಗಳಾದ ಆಲ್ಸೇಸ್ ಮತ್ತು ಲೊರ್ರೈನ್‌ಗಳನ್ನು ಜರ್ಮನಿಗೆ ಬಿಟ್ಟುಕೊಡುವುದು ಹಾಗೆಯೇ ಅಪಾರ ರಕ್ಷಣಾ ಸಾಮಗ್ರಿಗಳನ್ನೊಳಗೊಂಡಿದ್ದ ಮೆಟ್ಜ್ ಕೋಟೆಯನ್ನು ಫ್ರಾನ್ಸ್ ಜರ್ಮನಿಗೆ ಬಿಟ್ಟುಕೊಡಬೇಕಾಯಿತು.

ಫ್ರಾನ್ಸ್ ಪ್ರಷ್ಯಾದೊಂದಿಗೆ ನಡೆಸಿದ ಯುದ್ಧದ ವೆಚ್ಚಕ್ಕಾಗಿ 5000 ದಶಲಕ್ಷ ಫ್ರಾಂಕ್‌ಗಳನ್ನು ಜರ್ಮನಿಗೆ ಕೊಡುವಂತೆಯೂ ಅಷ್ಟೊಂದು ಹಣವನ್ನು ತಾನು ಕೊಡುವವರೆಗೂ ಪ್ರಷ್ಯಾದ ಸೈನ್ಯವನ್ನು ತನ್ನ ರಾಷ್ಟ್ರದಲ್ಲಿರಿಸಿಕೊಂಡು ಅದರ ಎಲ್ಲಾ ಖರ್ಚುವೆಚ್ಚಗಳನ್ನು ಫ್ರಾನ್ಸ್ ನೋಡಿಕೊಳ್ಳುವಂತಾಯಿತು.

ಫ್ರಾಂಕೋ-ಪ್ರಷ್ಯನ್ ಯುದ್ಧದ ಪರಿಣಾಮಗಳು

ಮೊದಲನೆಯದಾಗಿ ಫ್ರಾಂಕೋ-ಪ್ರಷ್ಯನ್ ಯುದ್ಧದಲ್ಲಿ ಫ್ರಾನ್ಸಿನ ವಿರುದ್ಧ ಪ್ರಷ್ಯಾಗಳಿಸಿದ ಅದ್ಭುತ ವಿಜಯದಿಂದ ಬಿಸ್ಮಾರ್ಕ್‌ನು ಕಾಣುತ್ತಿದ್ದ ಸಂಪೂರ್ಣ ಜರ್ಮನಿಯ ಏಕೀಕರಣದ ಕನಸು ನನಸಾಯಿತು. ನಂತರ ಉತ್ತರ ಜರ್ಮನಿಯ

ಒಕ್ಕೂಟದಿಂದ ಹೊರಗುಳಿದಿದ್ದ ದಕ್ಷಿಣ ಜರ್ಮನಿಯ ಉಳಿದೆಲ್ಲಾ ರಾಜ್ಯಗಳು ಈ ಯುದ್ಧದ ನಂತರ ತಾವಾಗಿಯೇ ಬಂದು ಉತ್ತರ ಜರ್ಮನ್ ಒಕ್ಕೂಟ ಸೇರಿದ್ದರಿಂದ ಜರ್ಮನಿಯ ಏಕೀಕರಣ ಪೂರ್ಣಗೊಂಡು "ಜರ್ಮನ್ ಸಾಮ್ರಾಜ್ಯವೆಂಬ" ಹೆಸರಿನಿಂದ ಕರೆಯುವಂತಾಯಿತು. ಅಲ್ಲದೆ 1871ರ ಜನವರಿ 18ರಂದು ವರ್ಸೇಲ್ಸ್‌ನ ಅರಮನೆಯಲ್ಲಿ ಜರ್ಮನ್ ಸಾಮ್ರಾಜ್ಯದ ಉದ್ಘಾಟನಾ ಸಮಾರಂಭ ಜರುಗಿ ಪ್ರಷ್ಯಾದ ಒಂದನೇ ವಿಲಿಯಂನನ್ನು ಜರ್ಮನಿಯ ಚಕ್ರವರ್ತಿ ಎಂದು ಘೋಷಿಸಿದುದಲ್ಲದೆ ಆತ ದೇಶದ ಪ್ರಥಮ ಕೈಸರ್(ಚಕ್ರವರ್ತಿ) ಆದನು.

1871ರ ನಂತರದ ಜರ್ಮನ್ ಸಾಮ್ರಾಜ್ಯ

ಬಿಸ್ಮಾರ್ಕನು 1864ರಲ್ಲಿ ಡೇನಿಷ್‌ರನ್ನು, 1866ರಲ್ಲಿ ಆಸ್ಟ್ರಿಯರನ್ನರನ್ನೂ ಮತ್ತು 1870-71ರಲ್ಲಿ ಫ್ರೆಂಚ್‌ರನ್ನು ಸೋಲಿಸುವುದರ ಮೂಲಕ ತನ್ನ ಕನಸಿನ ಜರ್ಮನಿಯ ಏಕೀಕರಣವನ್ನು ಸಾಧಿಸಿದನು. ಹೀಗೆ ಅಪಾರ ಕಷ್ಟಗಳನ್ನನುಭವಿಸಿದ ಬಿಸ್ಮಾರ್ಕ್ ಕೊನೆಗೆ 1871ರಲ್ಲಿ ಏಕೀಕರಣಗೊಳಿಸಿ ಜರ್ಮನ್ ಸಾಮ್ರಾಜ್ಯವನ್ನು ಸ್ಥಾಪಿಸಿದನು. ಇದರ ಮೊದಲನೇ ದೊರೆಯನ್ನಾಗಿ ಒಂದನೇ ವಿಲಿಯಂನನ್ನು ಸಿಂಹಾಸನಕ್ಕೆ ತರಲಾಯಿತು. ಜರ್ಮನ್ ಸಾಮ್ರಾಜ್ಯದ ರಕ್ಷಣೆಯ ಹೊಣೆಯನ್ನು ಹೊತ್ತ ಬಿಸ್ಮಾರ್ಕ್ 20 ವರ್ಷಗಳ ಕಾಲ ಛಾನ್ಸಲರ್ ಹುದ್ದೆಯಲ್ಲಿದ್ದುಕೊಂಡು ಅತ್ಯಂತ ಯಶಸ್ವಿಯಾಗಿ ಆಡಳಿತ ನಡೆಸಿದನು. ಯುದ್ಧವಿಲ್ಲದ ಮತ್ತು ಶಾಂತಿಯುತವಾಗಿ ಆಡಳಿತ ನಡೆಸುವ ನೀತಿಯನ್ನು ಹೊಂದಿದ್ದ ಇವನು ನಿರಂಕುಶ ರಾಜಪ್ರಭುತ್ವದಲ್ಲಿ ನಂಬಿಕೆಯುಳ್ಳವನಾಗಿದ್ದನು. ಬಿಸ್ಮಾರ್ಕ್‌ನಿಗೆ ಮತದಾನದಲ್ಲಾಗಲಿ ಅಥವಾ ಪಾರ್ಲಿಮೆಂಟರಿ ಪದ್ಧತಿಯ ಸರ್ಕಾರದಲ್ಲಾಗಲಿ ನಂಬಿಕೆ ಇರಲಿಲ್ಲ. ಜರ್ಮನಿಯಲ್ಲಿ ಪಾರ್ಲಿಮೆಂಟರಿ ವ್ಯವಸ್ಥೆ ಇದ್ದರೂ ಕೂಡ ಅದನ್ನು ತನ್ನ ರಾಜತಾಂತ್ರಿಕ ನಿಪುಣತೆಯಿಂದ ಕಡೆಗಣಿಸಿ ಅಧಿಕಾರ ನಡೆಸಿದನು. 1871ರಿಂದ 1890ರವರೆಗಿನ ಕಾಲವನ್ನು ಬಿಸ್ಮಾರ್ಕ್ ಯುಗವೆಂದು, ಬಿಸ್ಮಾರ್ಕ್‌ನನ್ನು ಆಧುನಿಕ ಜರ್ಮನಿಯ ನಿರ್ಮಾಪಕನೆಂದು ಕರೆಯಲಾಗಿದೆ.

ಜರ್ಮನ್ ಸಾಮ್ರಾಜ್ಯದ ಸಂವಿಧಾನ

1871ರಲ್ಲಿ ಜರ್ಮನ್ ಸಾಮ್ರಾಜ್ಯವನ್ನು ಸ್ಥಾಪಿಸಿದ ಬಿಸ್ಮಾರ್ಕ್ ಅದಕ್ಕೆ ಒಂದು ರಾಜ್ಯಾಂಗವನ್ನು ನೀಡಲು ತೀರ್ಮಾನಿಸಿದನು. ಅದರಂತೆ ಬಿಸ್ಮಾರ್ಕ್ ಉತ್ತರ ಜರ್ಮನಿಯಲ್ಲಿದ್ದ ಸಂವಿಧಾನ ಮಾದರಿಯ ರಾಜ್ಯಾಂಗವನ್ನೇ ಜರ್ಮನ್ ಸಾಮ್ರಾಜ್ಯಕ್ಕೂ ಜಾರಿಗೊಳಿಸಿದನು. ಅದರಂತೆ ಹೊಸ ರಾಜ್ಯಾಂಗವು 1871ರ ಏಪ್ರಿಲ್ 6ರಂದು ಜಾರಿಗೆ ಬಂದಿತು. ಜರ್ಮನಿಯ ಒಕ್ಕೂಟದಲ್ಲಿ 25 ರಾಜ್ಯಗಳಿದ್ದು ಅಲ್ಸೈಸ್ ಮತ್ತು ಲೊರೈನ್ ಪ್ರದೇಶಗಳು ಈ ಒಕ್ಕೂಟದಲ್ಲಿದ್ದವು. ಈ ರಾಜ್ಯಾಂಗದ ಮುಖ್ಯಸ್ಥನಾಗಿ ಚಕ್ರವರ್ತಿ ಇದ್ದನು. ಛಾನ್ಸಲರನು ಈ ಚಕ್ರವರ್ತಿಗೆ ಮಾತ್ರ ಜವಾಬ್ದಾರನಾಗಿದ್ದುದಲ್ಲದೆ ಅವನಿಗೆ ಪ್ರಧಾನ ಸಲಹೆಗಾರನಾಗಿದ್ದನು. ಈ ಒಕ್ಕೂಟದ ರಾಜ್ಯಗಳಿಗೆ ಸಾಕಷ್ಟು ಸ್ವಾತಂತ್ರ್ಯಗಳಿದ್ದರೂ ಅವು ಸಾಮ್ರಾಟನ ಅಧೀನದಲ್ಲಿ ಒಂದುಗೂಡಿದ್ದವು.

ಶಾಸನ ಸಭೆಗಳು

ಜರ್ಮನಿಯಲ್ಲಿ ಹೊಸದಾಗಿ ಅಸ್ತಿತ್ವಕ್ಕೆ ಬಂದ ರಾಜ್ಯಾಂಗದಲ್ಲಿ ದ್ವಿಸದನಗಳಿದ್ದವು. ಅವುಗಳೆಂದರೆ ಬುಂಡೆಸ್ರಾಟ್ ಮತ್ತು ರೀಚ್‌ಸ್ಟ್ಯಾಗ್

1. ಬುಂಡೆಸ್ರಾಟ್ (ಶಾಸನಸಭೆ): ಬುಂಡೆಸ್ರಾಟ್ ಮೇಲ್ಮನೆಯಾಗಿದ್ದು ಅತ್ಯಂತ ಪ್ರಭಾವಯುತವಾದ ಮತ್ತು ಮಹತ್ವದ ಶಾಸನಸಭೆಯಾಗಿತ್ತು. ಈ ಸದನವು 58 ಜನ ಪ್ರತಿನಿಧಿಗಳನ್ನೊಂದಿತ್ತು. ಇವರನ್ನು ಜರ್ಮನಿಯ ರಾಜ್ಯಗಳ ಅರಸರುಗಳು ನೇಮಿಸುವ ಹಕ್ಕನ್ನು ಹೊಂದಿದ್ದರು. ಇದರಲ್ಲಿ ಪ್ರಷ್ಯಾಕ್ಕೆ 17 ಮತಗಳು ಹಾಗೆಯೇ ಬವೇರಿಯಕ್ಕೆ 2, ವುರ್ಟೆಂಬರ್ಗ್ ಮತ್ತು ಸಾಕ್ಸನಿಗಳಿಗೆ 4 ಹೀಗೆ ಮತಾಧಿಕಾರವು ಒಂದೇ ರೀತಿಯಾಗಿ ಹಂಚಲ್ಪಡದೇ ಅದರಲ್ಲಿ ಅಸಮಾನತೆ ಇತ್ತು. ಈ ಸಭೆಯ ಸದಸ್ಯರು ರಾಜರ ಕೈಗೊಂಬೆಯಾಗಿದ್ದು ಅವರ ನಿರ್ದೇಶನದ ಪ್ರಕಾರ ಮತ ಚಲಾಯಿಸುತ್ತಿದ್ದರು. ಈ ಶಾಸನಸಭೆಯು ವಾಸ್ತವವಾಗಿ ಜರ್ಮನಿಯ ಸಾಮ್ರಾಟರ ಸಭೆಯಾಗಿತ್ತು.

2. ರೀಚ್‌ಸ್ಟ್ಯಾಗ್ (ಪ್ರಜಾಪ್ರತಿನಿಧಿ ಸಭೆ): ರೀಚ್‌ಸ್ಟ್ಯಾಗ್ ಜರ್ಮನ್ ಶಾಸಕಾಂಗದ ಕೆಳಮನೆಯಾಗಿದ್ದು, ಇದು ಪ್ರಜಾಪ್ರತಿನಿಧಿಗಳ ಸಭೆಯಾಗಿತ್ತು. ಇದರಲ್ಲಿ 367 ಸದಸ್ಯರಿದ್ದರು. ಈ ಸದಸ್ಯರನ್ನು 25 ವರ್ಷಕ್ಕಿಂತ ಮೇಲ್ಪಟ್ಟ ವಯಸ್ಕರು 5 ವರ್ಷದ ಅವಧಿಗೆ ಚುನಾಯಿಸುತ್ತಿದ್ದರು. ಇದು ಒಂದು ಸಲಹಾ ಸಭೆಯಾಗಿದ್ದು ಯಾವುದೇ ಅಧಿಕಾರವು ಮಂತ್ರಿಮಂಡಲದ ಮೇಲಿರಲಿಲ್ಲ. ಹೊಸ ಶಾಸನವನ್ನು ವೀಟೋ ಮಾಡುವ ಅಧಿಕಾರವನ್ನು ಮಾತ್ರ ಇದು ಹೊಂದಿತ್ತು.

ಇವೆರಡೂ ಶಾಸನ ಸಭೆಗಳಲ್ಲದೇ ಚಕ್ರವರ್ತಿ ಮತ್ತು ಛಾನ್ಸಲರ್ ಹುದ್ದೆಯು ಸಹ ಇದ್ದು ಈ ಹುದ್ದೆಗಳು ಆಡಳಿತದಲ್ಲಿ ಪ್ರಮುಖ ಪಾತ್ರವಹಿಸುತ್ತಿದ್ದವು.

ಛಾನ್ಸಲರ್ ಆಗಿ ಬಿಸ್ಮಾರ್ಕ್ (1871–1890)

1871ರಿಂದ 1890ರವರೆಗಿನ 20 ವರ್ಷಗಳವರೆಗೆ ಬಿಸ್ಮಾರ್ಕ್ ರಾಜ್ಯದ ಎಲ್ಲಾ ಆಡಳಿತ ಸೂತ್ರವನ್ನು ತನ್ನ ಕೈಯಲ್ಲಿಟ್ಟುಕೊಂಡು ಒಳಾಡಳಿತ ಮತ್ತು ಅಂತರಾಷ್ಟ್ರೀಯ ನೀತಿಯಲ್ಲಿ ಪ್ರಮುಖವಾದ ವ್ಯಕ್ತಿಯಾಗಿದ್ದನು. ಇವನ ಆಳ್ವಿಕೆಗೆ ಚಕ್ರವರ್ತಿ ಒಂದನೇ ವಿಲಿಯಂನು ನೀಡಿದ ಬೆಂಬಲವೇ ಆಧಾರವಾಗಿತ್ತು. ಈ ಬೆಂಬಲವನ್ನು ಮೂರನೇ ಫ್ರೆಡರಿಕ್ ಮತ್ತು ಎರಡನೇ ವಿಲಿಯಂರ ಆಳ್ವಿಕೆಯಲ್ಲಿಯೂ ಬಿಸ್ಮಾರ್ಕ್ ಪಡೆದು ಅದೇ ಛಾನ್ಸಲರ್ ಹುದ್ದೆಯಿಂದ.ಈ ಮೂವರು ಚಕ್ರವರ್ತಿಗಳಿಗೂ ಸೇವೆ ಸಲ್ಲಿಸಿದ್ದಾನೆ. ಒಂದನೇ ವಿಲಿಯಂನು ಬಿಸ್ಮಾರ್ಕ್‌ನನ್ನು ತನ್ನ ನಿಷ್ಠಾವಂತ ಸೇವಕನೆಂದು ಕರೆಯುತ್ತಿದ್ದನು. ವಿಲಿಯಂನ ನಂತರ ಅಧಿಕಾರಕ್ಕೆ ಬಂದ ಮೂರನೇ ಫ್ರೆಡರಿಕ್ ವಿಲಿಯಂ ಕೆಲವೇ ದಿನಗಳು ಮಾತ್ರ ಅಧಿಕಾರದಲ್ಲಿದ್ದನು. ಈತನ ನಂತರ ಅಧಿಕಾರರೂಢನಾದ ಎರಡನೇ ವಿಲಿಯಂನ ಕಾಲದಲ್ಲಿ ಬಿಸ್ಮಾರ್ಕ್ ಮತ್ತು ಚಕ್ರವರ್ತಿಗಳ ಸಂಬಂಧ ಅನ್ಯೋನ್ಯವಾಗಿರಲಿಲ್ಲ. ಇವರಿಬ್ಬರಲ್ಲೂ ಅಧಿಕಾರಕ್ಕಾಗಿ ಕಲಹ ಕಚ್ಚಾಟಗಳು ಆರಂಭವಾದವು. ಎಲ್ಲಾ ಅಧಿಕಾರಗಳು ಛಾನ್ಸಲರ್‌ನ ಕೈಯಲ್ಲಿದ್ದುದನ್ನು ಮನಗಂಡ ವಿಲಿಯಂ ಅದನ್ನು ಮೊಟಕುಗೊಳಿಸಿ ತಾನೇ ನೋಡಿಕೊಳ್ಳುವ ದೃಢ ನಿರ್ಧಾರವನ್ನು ಕೈಗೊಂಡನು. ಆದರೆ ಯಾರಿಗೂ ಅಧೀನನಾಗಿ ಅಥವಾ ಎರಡನೇ ಸ್ಥಾನದಲ್ಲಿದ್ದುಕೊಂಡು ಆಳ್ವಿಕೆ ಮಾಡುವುದು ಬಿಸ್ಮಾರ್ಕ್‌ನಿಗೆ ಇಷ್ಟವಿರಲಿಲ್ಲ. ಆದರೆ ಚಕ್ರವರ್ತಿ ವಿಲಿಯಂ ಬಿಸ್ಮಾರ್ಕ್‌ನ ಎಲ್ಲಾ ಅಧಿಕಾರವನ್ನು ಮೊಟಕುಗೊಳಿಸಿ ತನ್ನ ಅಧೀನಕ್ಕೆ ತಂದನು. ಪೂರ್ಣ ಅಧಿಕಾರದ ಸವಿಯುಂಡ ಬಿಸ್ಮಾರ್ಕ್ ಯಾವುದೇ ಮಾರ್ಪಾಡು ಮಾಡಲು ಇಚ್ಛಿಸಲಿಲ್ಲ. ಬಿಸ್ಮಾರ್ಕ್ ಚಕ್ರವರ್ತಿಗೆ ತಲೆಬಾಗಿ ವ್ಯವಹರಿಸುವ ಮನೋಭಾವ ಉಳ್ಳವನಾಗಿರಲಿಲ್ಲ. ಹೀಗೆ ಚಕ್ರವರ್ತಿ ಮತ್ತು ಬಿಸ್ಮಾರ್ಕ್‌ನ ನಡುವೆ ಉಂಟಾದ ಭಿನ್ನಾಭಿಪ್ರಾಯಗಳು ಅಂತಿಮವಾಗಿ 1890ರಲ್ಲಿ ಬಿಸ್ಮಾರ್ಕನು ಛಾನ್ಸಲರ್ ಹುದ್ದೆಗೆ ರಾಜೀನಾಮೆ ನೀಡುವುದರ ಮೂಲಕ ಕೊನೆಗೊಂಡಿತು. ರಾಜೀನಾಮೆ ನೀಡಿದ ಎಂಟು ವರ್ಷಗಳ ನಂತರ ಬಿಸ್ಮಾರ್ಕ್ ಮರಣ ಹೊಂದಿದ್ದನು.

ಬಿಸ್ಮಾರ್ಕ್‌ನ ಒಳಾಡಳಿತ ನೀತಿ

ಜರ್ಮನ್ ಸಾಮ್ರಾಜ್ಯದ ಸ್ಥಾಪನೆಯ ನಂತರ ಅದಕ್ಕೆ ಭದ್ರವಾದ ತಳಪಾಯವನ್ನು ಹಾಕಿಕೊಡಲು ಛಾನ್ಸಲರ್ ಬಿಸ್ಮಾರ್ಕ್ ಕ್ರಮಕೈಗೊಂಡನು. ಸಾಮ್ರಾಜ್ಯವನ್ನು ಪ್ರಗತಿಪಥದತ್ತ ಕೊಂಡೊಯ್ಯಲು ಅನೇಕ ರಚನಾತ್ಮಕ ಕಾರ್ಯಕ್ರಮಗಳನ್ನು ಹಮ್ಮಿಕೊಂಡನು. ವಿಶಾಲವಾದ ಜರ್ಮನ್ ಸಾಮ್ರಾಜ್ಯವನ್ನು ಒಂದುಗೂಡಿಸಲು ಹಲವಾರು ಕ್ರಾಂತಿಕಾರಕ ಸುಧಾರಣೆಗಳನ್ನು ಜಾರಿಗೆ ತಂದನು. ಬಿಸ್ಮಾರ್ಕ್ ತನ್ನ ಆಡಳಿತಾವಧಿಯಲ್ಲಿ ಯುದ್ಧವನ್ನು ದೂರಮಾಡಿ ಶಾಂತಿ ಸ್ಥಾಪಿಸುವ ಧ್ಯೇಯವನ್ನು ಹೊಂದಿದ್ದನು. ಜರ್ಮನ್ ಸಾಮ್ರಾಜ್ಯದ ವಿವಿಧ ರಾಜ್ಯಗಳನ್ನು ಮತ್ತು ಜನಾಂಗಗಳನ್ನು ಒಂದುಗೂಡಿಸಿದನು.

1. ಆಡಳಿತ ವ್ಯವಸ್ಥೆಯಲ್ಲಿ ಏಕರೂಪತೆ: ಬಿಸ್ಮಾರ್ಕ್‌ನು ಛಾನ್ಸಲರ್ ಆಗುವುದಕ್ಕಿಂತ ಮುಂಚೆ ವಿವಿಧ ರಾಜ್ಯಗಳು ತಮ್ಮದೇ ಆದ ಕಾನೂನು ಕಟ್ಟಳೆಯನ್ನು ಹೊಂದಿದ್ದವು. ಜರ್ಮನ್ ಸಾಮ್ರಾಜ್ಯದಾದ್ಯಂತ ಏಕರೂಪವಾದ ಕಾನೂನುಗಳನ್ನು ಜಾರಿಗೆ ತರುವ ದೃಷ್ಟಿಯಿಂದ ವೈವಿಧ್ಯವಾದ ಕಾನೂನುಗಳನ್ನು ತೊಡೆದುಹಾಕಿ ಏಕರೂಪವಾದ ಕಾನೂನು ಸಂಹಿತೆಯನ್ನು ಜಾರಿಗೆ ತಂದನು. ಜರ್ಮನ್ ಸಾಮ್ರಾಜ್ಯದ ವೈವಿಧ್ಯವಾದ ನಾಣ್ಯ ಪದ್ಧತಿಯನ್ನು ಸಹ ರದ್ದುಪಡಿಸಿ ಒಂದೇ ನಾಣ್ಯ ಪದ್ಧತಿಯನ್ನು ಜಾರಿಗೊಳಿಸಿದನು. ಜರ್ಮನಿಯ ಎಲ್ಲಾ ಭಾಗದಲ್ಲೂ ಕಡ್ಡಾಯ ಸೈನಿಕ ಸೇವೆಯನ್ನು ನಿಗದಿಗೊಳಿಸಲಾಯಿತು. ಅಲ್ಲದೆ ಸೈನಿಕರಿಗೆ ಸಾರಿಗೆ ಸಂಪರ್ಕ ಮತ್ತು ಸಂಬಳವನ್ನು ರಾಜ್ಯ ಸರ್ಕಾರಗಳೇ ಕೊಡಬೇಕೆಂದು ತೀರ್ಮಾನಿಸಲಾಯಿತು. ವಿವಿಧ ರೈಲ್ವೆ ವಲಯಗಳನ್ನು ಒಟ್ಟುಗೂಡಿಸಿ ಒಂದೇ ರೈಲ್ವೆ ವ್ಯವಸ್ಥೆಯನ್ನು ಜಾರಿಗೆ ತರಲು 'ಇಂಪೀರಿಯಲ್ ರೈಲ್ವೆ ಬ್ಯೂರೋ'ವನ್ನು ಸ್ಥಾಪಿಸಲಾಯಿತು. ಅಂಚೆ ಮತ್ತು ಟೆಲಿಗ್ರಾಫ್ ವ್ಯವಸ್ಥೆಗೆ ರೈಲ್ವೆಯೊಡನೆ ಸಂಪರ್ಕ ಕಲ್ಪಿಸಿದನು. ಬ್ಯಾಂಕ್ ಕಾಯಿದೆ ರೀತಿಯಲ್ಲೂ ಸಹ ಏಕರೂಪತೆ ತರಲು 1876ರಲ್ಲಿ ಇಂಪೀರಿಯಲ್ ಬ್ಯಾಂಕ್ ಸ್ಥಾಪನೆಯಾಯಿತು. ಬಿಸ್ಮಾರ್ಕ್ ಕಾರ್ಮಿಕರ ಹಿತವನ್ನು ಕಾಪಾಡುವ ದೃಷ್ಟಿಯಿಂದ ಕಾರ್ಮಿಕರ ಕಲ್ಯಾಣಕ್ಕಾಗಿ ಅನೇಕ ಕಾಯಿದೆಗಳನ್ನು ಜಾರಿಗೊಳಿಸಿದನು. ಕಾರ್ಮಿಕರಿಗೆ ವಿಮಾ ಸೌಲಭ್ಯಗಳು ಮತ್ತು ವಯಸ್ಸಾದವರಿಗೆ ವೃದ್ಧಾಪ್ಯ ವೇತನವನ್ನು ನೀಡಲಾಯಿತು.

2. 1879ರ ರಕ್ಷಣಾ ತೆರಿಗೆ ನೀತಿ : ಛಾನ್ಸಲರ್ ಬಿಸ್ಮಾರ್ಕನು ಜರ್ಮನಿಯ ಕೈಗಾರಿಕೆ ಮತ್ತು ಕೃಷಿ ವಲಯದಲ್ಲಿ ಗಣನೀಯ ಪ್ರಮಾಣದ ಆದಾಯವನ್ನು ಹೆಚ್ಚಿಸಲು 1879ರಲ್ಲಿ ಸುಂಕದ ನೀತಿಯನ್ನು ಜಾರಿಗೆ ತಂದನು. ಇದರ ಉದ್ದೇಶವೆಂದರೆ ವಿದೇಶಿ ಪೈಪೋಟಿಯಿಂದ ಜರ್ಮನಿಯ ಕೈಗಾರಿಕೆ ಮತ್ತು ಕೃಷಿಯನ್ನು ರಕ್ಷಿಸುವುದಾಗಿತ್ತು. ಇದರಿಂದ ಎಷ್ಟು ಸಾಧ್ಯವೋ ಅಷ್ಟು ಉತ್ಪಾದನೆಯನ್ನು ಹೆಚ್ಚಿಸಿ ಸ್ವಾವಲಂಬನೆಯನ್ನು ಸಾಧಿಸುವುದಾಗಿತ್ತು. ಇದುವರೆಗೂ ಜರ್ಮನಿಯು ಮುಕ್ತ ವ್ಯಾಪಾರವನ್ನು ಅನುಸರಿಸುತ್ತಿದ್ದು ಈ ಹೊಸ ಸುಂಕ ನೀತಿಯು ಕೈಗಾರಿಕೆ ಮತ್ತು ಕೃಷಿ ಇವೆರಡೂ ವಲಯಗಳಿಗೂ ಸೂಕ್ತ ರಕ್ಷಣೆಯನ್ನು ಒದಗಿಸಿತು. ಇದರಿಂದ ಜರ್ಮನಿಯಲ್ಲಿ ಕೈಗಾರಿಕೆ ಮತ್ತು ಕೃಷಿಗಳು ಪ್ರಗತಿಪಥದಲ್ಲಿ ಮುನ್ನಡೆದವು.

3. ಕುಲ್ತುರ್‌ಕಂಫ್ ಅಥವಾ ಸಾಂಸ್ಕೃತಿಕ ಸಂಘರ್ಷ (Kultur kampf) :

ಜರ್ಮನ್ ಸಾಮ್ರಾಜ್ಯದಲ್ಲಿ ಪ್ರಬಲರಾಗಿದ್ದ ರೋಮನ್ ಕ್ಯಾಥೋಲಿಕ್‌ರನ್ನು ಹತ್ತಿಕ್ಕಲು ಬಿಸ್ಮಾರ್ಕನು ಕ್ರಮಕೈಗೊಂಡನು. ಬಿಸ್ಮಾರ್ಕನು ರೋಮನ್ ಕ್ಯಾಥೋಲಿಕ್ಕರ ವಿರೋಧಿಯಾಗಿದ್ದು ಅವರ ವಿರುದ್ಧ ಹೋರಾಟವನ್ನು ಆರಂಭಿಸಿದನು. ಇದನ್ನೇ ಸಾಂಸ್ಕೃತಿಕ ಸಂಘರ್ಷ ಅಥವಾ ಧರ್ಮ ರಕ್ಷಣೆಗಾಗಿ ನಡೆದ ಹೋರಾಟ ಎಂದು ಕರೆದಿದ್ದಾನೆ. ಕ್ಯಾಥೋಲಿಕ್ ರಾಷ್ಟ್ರಗಳಾದ ಆಸ್ಟ್ರಿಯಾ ಮತ್ತು ಫ್ರಾನ್ಸ್‌ಗಳ ಮೇಲೆ ಪ್ರಾಟಿಸ್ಟೆಂಟ್ ರಾಜ್ಯವಾದ ಪ್ರಷ್ಯಾ ಜಯಗಳಿಸಿದ್ದು ಧಾರ್ಮಿಕ ವಲಯದಲ್ಲಿ ಅತೃಪ್ತಿ ಅಸಮಾಧಾನ ಮತ್ತು ಸಂಘರ್ಷಕ್ಕೆ ಎಡೆ ಮಾಡಿಕೊಟ್ಟಿತು. ಈ ವೇಳೆಗೆ ಪೋಪನು ತನ್ನ ಅಧೀನದಲ್ಲಿದ್ದ ರಾಜ್ಯಗಳನ್ನು ಕಳೆದುಕೊಂಡು ಕೇವಲ ಧರ್ಮಾಧಿಕಾರಿಯಾಗಿ ಮಾತ್ರ ಉಳಿದುಕೊಂಡದ್ದು ಕ್ಯಾಥೋಲಿಕರಿಗೆ ಅತೀವ ನಿರಾಸೆಯನ್ನುಂಟು ಮಾಡಿತು. ಜರ್ಮನಿಯಲ್ಲಿ ಪೋಪನ ಪ್ರಭಾವ ಹೆಚ್ಚಾಗಿತ್ತು. ಮೂಢನಂಬಿಕೆಯುಳ್ಳವರು ಪೋಪ್‌ನನ್ನು ದೇವರೆಂದೇ ನಂಬಿ ಪೂಜಿಸುತ್ತಿದ್ದರು. ಪ್ರಷ್ಯಾ ಸರ್ಕಾರವು ಹಳೆಯ ಕ್ಯಾಥೋಲಿಕ್‌ರನ್ನು ಅವರ ಹುದ್ದೆಗಳಿಂದ ತೆಗೆದು ಹಾಕಲು ನಿರಾಕರಿಸಿತು. ಪೋಪನಿಗೆ ಹಿಂದಿನ ಸ್ಥಾನಮಾನವನ್ನು ನೀಡಲು ಮತ್ತು ಚರ್ಚಿನ ಹಿತಾಸಕ್ತಿಯನ್ನು ಕಾಪಾಡಲು ಒಂದು ರಾಜಕೀಯ ಪಕ್ಷವನ್ನು ಸ್ಥಾಪಿಸಲಾಯಿತು. ಇದು ರಿಚ್‌ಸ್ಟ್ಯಾಗ್ ಚುನಾವಣೆಯಲ್ಲಿ 63 ಸ್ಥಾನಗಳನ್ನು ಗೆಲ್ಲುವುದರ ಮೂಲಕ ತನ್ನ ಬಲ ಪ್ರದರ್ಶನ ಮಾಡಿತು. ಇದರಿಂದ ಬಿಸ್ಮಾರ್ಕ್‌ನಿಗೂ ರೋಮನ್ ಕ್ಯಾಥೋಲಿಕ್‌ರಿಗೂ ಸಂಘರ್ಷ ಅನಿವಾರ್ಯವಾಯಿತು. ಇದರಿಂದ ಬಿಸ್ಮಾರ್ಕ್ ಕ್ಯಾಥೋಲಿಕ್‌ರ ಕಡುವೈರಿಯಾದುದಲ್ಲದೇ ಅವರ ರಾಜಕಾರಣವನ್ನು ಕಟುವಾಗಿ ಟೀಕಿಸಿದನು. 1864ರಲ್ಲಿ ಪೋಪ್ ಒಂಭತ್ತನೇ ಪಯಸ್ "ತಪ್ಪುಗಳ ಪಟ್ಟಿ"ಯನ್ನು ಮತ್ತು 1870ರಲ್ಲಿ ಪೆಪಲ್ 'ಇನ್‌ಫ್ಯಾಲಿಬಿಲಿಟಿ' ತತ್ವವನ್ನು ಪ್ರಕಟಿಸಿ ಕ್ಯಾಥೋಲಿಕ್ ಚರ್ಚಿನ ಹಿರಿಮೆಯನ್ನು ಎತ್ತಿಹಿಡಿದನು. ಕ್ಯಾಥೋಲಿಕ್ಕರು ರಾಜ್ಯಕ್ಕಿಂತ ಹೆಚ್ಚಾಗಿ ಚರ್ಚಿಗೆ ವಿಧೇಯರಾಗಿರಬೇಕೆಂದು ತಿಳಿಸಿದನು. ಬಿಸ್ಮಾರ್ಕ್ ಇದನ್ನು ಟೀಕಿಸಿ ಪೋಪ್‌ನ 'ಇನ್‌ಫ್ಯಾಲಿಬಿಲಿಟಿ'ಯು ರಾಜ್ಯಕ್ಕೆ ಬೆದರಿಕೆ ಹಾಕುತ್ತಿದೆ. ಯಾವ ಹಕ್ಕುಗಳು ಪೋಪನಿಗೆ ಇಷ್ಟವೋ ಅವನ್ನೇ ಸರಿಯೆಂದು ಹೇಳುತ್ತಿದ್ದಾನೆ. ಅವನು ಜರ್ಮನಿಯ ಕಾಯಿದೆ, ಕಾನೂನುಗಳನ್ನು ತುಳಿದು ಜನರ ಮೇಲೆ ತೆರಿಗೆಗಳನ್ನು ವಿಧಿಸುತ್ತಿದ್ದಾನೆಂದು ತಿಳಿಸಿದನು. ಪೋಪನ ಈ ಕ್ರಮದಿಂದ ಜರ್ಮನ್ ಸಾಮ್ರಾಜ್ಯ ದುರ್ಬಲವಾಗುವುದೆಂದು ಭಾವಿಸಿ ಪೋಪನ ಸೆಂಟರ್‌ಪಕ್ಷವನ್ನು ನಿರ್ಮೂಲನ ಮಾಡಲು ಕಠಿಣ ಕ್ರಮಗಳನ್ನು ಕೈಗೊಂಡನು.

ಫಾಕ್ ಕಾಯಿದೆಗಳು (Falk Laws):

ಬಿಸ್ಮಾರ್ಕ್ ರೋಮನ್ ಕ್ಯಾಥೊಲಿಕರನ್ನು ಹತ್ತಿಕ್ಕಲು ಹಲವಾರು ಕ್ರಮಗಳನ್ನು ಕೈಗೊಂಡನು. ಈ ಕಾಯ್ದೆಗಳನ್ನು ಜರ್ಮನಿಯ ಶಿಕ್ಷಣ ಸಚಿವ ಫಾಕ್‌ನ ಹೆಸರಿನಲ್ಲಿ ಜಾರಿಗೆ ತರಲಾಯಿತು. ಆದ್ದರಿಂದ ಈ ಕಾಯ್ದೆಗಳನ್ನು ಫಾಕ್ ಕಾಯಿದೆಗಳೆಂದು ಕರೆಯುತ್ತಾರೆ.

ಈ ಕಾಯಿದೆಯ ಪ್ರಕಾರ ಹಲವಾರು ಷರತ್ತುಗಳನ್ನು ಕ್ಯಾಥೊಲಿಕ್ ಚರ್ಚಿನ ಮೇಲೆ ಹೇರಲಾಯಿತು. ಅದರಂತೆ ಕ್ಯಾಥೊಲಿಕ್ ಚರ್ಚಿನ ಪ್ರತಿಯೊಬ್ಬ ಅಧಿಕಾರಿಯೂ ಅವನು ಧರ್ಮಾಧಿಕಾರಿಯಾಗಲೀ, ಬಿಷಪ್‌ನಾಗಲಿ, ಜರ್ಮನಿಯ ಪ್ರಜೆಯಾಗಿರಬೇಕು ಹಾಗೂ ಜರ್ಮನಿಯ ಶಾಲೆಯಲ್ಲಿ ಮತ್ತು ಜರ್ಮನ್ ವಿಶ್ವವಿದ್ಯಾನಿಲಯದಿಂದ ಪದವಿ ಪಡೆದು ಅರ್ಹತಾ ಪತ್ರವನ್ನು ಪಡೆದವನಾಗಿರಬೇಕು. ಕ್ಯಾಥೊಲಿಕ್ ಚರ್ಚ್‌ನ ಅಧೀನದಲ್ಲಿದ್ದ ಎಲ್ಲಾ ಶಾಲೆಗಳನ್ನು ರಾಜ್ಯದ ಹತೋಟಿಗೊಳಪಡಿಸಲಾಯಿತು. ಶಿಕ್ಷಣವನ್ನು ಜರ್ಮನ್ ಭಾಷೆಯಲ್ಲಿ ನೀಡಬೇಕೆಂದು ನಿಗಧಿಗೊಳಿಸಲಾಯಿತು. ಈ ಫಾಕ್ ಕಾಯಿದೆಗಳನ್ನು ವಿರೋಧಿಸಬೇಕೆಂದು ಪೋಪನು ಕರೆಯಿತ್ತನು. ಬಿಸ್ಮಾರ್ಕ್ ಕೂಡ ವಿರೋಧಿಗಳನ್ನು ಹತ್ತಿಕ್ಕಲು ಉಗ್ರ ಕ್ರಮಗಳನ್ನು ಕೈಗೊಂಡನು. ವಿಂಡ್‌ಥಾರ್ಸ್ಟ್‌ನ ನಾಯಕತ್ವದಲ್ಲಿನ ಸೆಂಟ್ರಲ್ ಪಾರ್ಟಿ ರೋಮನ್ ಕ್ಯಾಥೊಲಿಕ್ಕರ ವಿರುದ್ಧ ಜಾರಿಗೊಳಿಸಿದ್ದ ಎಲ್ಲಾ ಶಾಸನಗಳನ್ನು ಹಿಂದಕ್ಕೆ ಪಡೆಯಬೇಕೆಂದು ಒತ್ತಾಯ ಹಾಕಿತು. 1879ರಲ್ಲಿ ನಡೆದ ಚುನಾವಣೆಯಲ್ಲಿ ವಿಂಡಥಾರ್ಸ್ಟ್‌ನ ನಾಯಕತ್ವದ ಸೆಂಟ್ರಲ್ ಪಾರ್ಟಿ ರೀಚ್‌ಸ್ಟ್ಯಾಗ್‌ನಲ್ಲಿ ಹೆಚ್ಚು ಸ್ಥಾನಗಳನ್ನು ಗಳಿಸಿ ಬಿಸ್ಮಾರ್ಕ್‌ನಿಗೆ ತಲೆನೋವಾಗಿ ಪರಿಣಮಿಸಿತು. ಸಂಪ್ರದಾಯವಾದಿಗಳು ಮತ್ತು ಸಮಾಜವಾದಿಗಳೂ ಅವನಿಗೆ ವಿರೋಧಿಗಳಾದರು. ಆದರೆ ಅಂತಿಮವಾಗಿ ಬಿಸ್ಮಾರ್ಕ್ ಕ್ಯಾಥೊಲಿಕ್‌ರೊಡನೆ ರಾಜಿ ಮಾಡಿಕೊಳ್ಳಬೇಕಾಯಿತು. ಇದರಿಂದ ಬಿಸ್ಮಾರ್ಕ್ ಸಾಂಸ್ಕೃತಿಕ ಸಂಘರ್ಷದಲ್ಲಿ ವಿಫಲನಾದನು ಕ್ಯಾಥೊಲಿಕ್ಕರು ಜಯಶೀಲರಾದರು.

4. ಸಮಾಜವಾದಿಗಳು ಮತ್ತು ಬಿಸ್ಮಾರ್ಕ್ : ಬಿಸ್ಮಾರ್ಕ್ ಸಮಾಜವಾದಿಗಳ ವಿರುದ್ಧ ಹಲವಾರು ಉಗ್ರವಾದ ಕಾನೂನುಗಳನ್ನು ಜಾರಿಗೊಳಿಸಿದನು. ಜರ್ಮನಿಯಲ್ಲಿ ನಡೆದ ಕೈಗಾರಿಕಾ ಕ್ರಾಂತಿಯಿಂದ ಸಮಾಜವಾದದ ತತ್ವಗಳು ಹರಡಿದವು. ಕಾರ್ಮಿಕರು ಸಮಾಜವಾದದಿಂದ ಪ್ರಭಾವಿತರಾದರು. ಅವರು ಸೋಷಿಯಲ್ ಡೆಮಾಕ್ರಟಿಕ್ ಪಕ್ಷವನ್ನು ಬೆಂಬಲಿಸಿದರು. 1877ರಲ್ಲಿ ನಡೆದ ಚುನಾವಣೆಯಲ್ಲಿ ಈ ಪಕ್ಷವು 12 ಸ್ಥಾನಗಳನ್ನು ಗೆದ್ದುಕೊಂಡಿತು. ಇದರಿಂದ ಈ ಪಕ್ಷದ ವರ್ಚಸ್ಸು ಹೆಚ್ಚಿತಲ್ಲದೇ ಸಮಾಜವಾದವು ಮತ್ತಷ್ಟು ಪ್ರಬಲವಾಗಲು ಕಾರಣವಾಯಿತು. ಕಾರ್ಮಿಕರ ಮತ್ತು ದುಡಿಯುವ ವರ್ಗದವರ ಹಿತಾಸಕ್ತಿಯನ್ನು

ಕಾಪಾಡುವುದು ಸಮಾಜವಾದಿಗಳ ಧ್ಯೇಯವಾಗಿತ್ತು. ಇದು ಬಂಡವಾಳಶಾಹಿಗಳ ವಿರೋಧಿಯಾಯಿತು. ಆದರೆ ಬಿಸ್ಮಾರ್ಕ್ ಒಂದು ಕಾಯಿದೆಯನ್ನು ಜಾರಿಗೆ ತಂದು ಜರ್ಮನಿಯಲ್ಲಿನ ಸಮಾಜವಾದಿಗಳ ಗ್ರಂಥಗಳು ಮತ್ತು ಪತ್ರಿಕೆಗಳನ್ನೆಲ್ಲವನ್ನು ನಿಷೇಧಿಸಿದನು. 1878ರಲ್ಲಿ ಒಂದನೇ ವಿಲಿಯಂ ಕೊಲೆಯಾದನು. ಇವನ ಕೊಲೆಗೆ ಸಮಾಜವಾದಿಗಳೇ ಕಾರಣವೆಂದು ಬಿಸ್ಮಾರ್ಕನು ತೀರ್ಮಾನಕೊಟ್ಟನು. ಬಿಸ್ಮಾರ್ಕನು ಸಮಾಜವಾದಿ ಆಂದೋಲನವನ್ನು ಉಗ್ರವಾಗಿ ಹತ್ತಿಕ್ಕಿದನು. ಕಾರ್ಮಿಕ ವರ್ಗದ ಸ್ಥಿತಿಗತಿಗಳ ಸಂಪೂರ್ಣ ಸುಧಾರಣೆ ಹಾಗೆಯೇ ಸಮಾಜವಾದದ ಪ್ರಭಾವದಿಂದ ಕಾರ್ಮಿಕರನ್ನು ದೂರವಿಡಲು ಅನುಕೂಲ ಕಾರ್ಯಗಳನ್ನು ಕೈಗೊಂಡನು. ಕಾರ್ಮಿಕರ ಹಿತರಕ್ಷಣೆಗೆ ಉತ್ತೇಜನ ನೀಡಿ ಉತ್ತಮ ಸಂಬಳ, ವಿಶ್ರಾಂತಿ ವೇತನ, ಅಪಘಾತ ಪರಿಹಾರ ನಿಧಿಯನ್ನು ನೀಡಲಾಯಿತು. ಆದರೂ ಜನತೆಯ ವಿಶ್ವಾಸವನ್ನು ಗಳಿಸುವಲ್ಲಿ ಬಿಸ್ಮಾರ್ಕ್ ವಿಫಲನಾದನು. ಆದರೆ ಸಮಾಜವಾದಿಗಳ ಸಂಖ್ಯೆ ದಿನೇ ದಿನೇ ಏರುತ್ತಾ ಹೋಯಿತು.

5. ಬಿಸ್ಮಾರ್ಕನ ಸಾಮಾಜಿಕ ಶಾಸನಗಳು : ಜರ್ಮನಿಯಲ್ಲಿ ಬಿಸ್ಮಾರ್ಕ್ ಕಾರ್ಮಿಕರ ಕಲ್ಯಾಣ ಸಾಧನೆಗಾಗಿ ಹಲವಾರು ಶಾಸನಗಳನ್ನು ಜಾರಿಗೊಳಿಸುವುದರ ಮೂಲಕ ಯೂರೋಪಿನ ಅಗ್ರಗಣ್ಯ ನಾಯಕನೆಂಬ ಕೀರ್ತಿಗೆ ಪಾತ್ರನಾಗಿದ್ದಾನೆ. ಈ ಶಾಸನಗಳ ಮೂಲಕ ಎರಡು ಉದ್ದೇಶಗಳನ್ನು ಸಾಧಿಸುವ ನಿಟ್ಟಿನಲ್ಲಿದ್ದನು. ಒಂದು ಕಡೆ ಸಮಾಜವಾದಿಗಳನ್ನು ಹತ್ತಿಕ್ಕುವುದು ಮತ್ತೊಂದು ಕಡೆ ಕಾರ್ಮಿಕರ ಕಷ್ಟಗಳನ್ನು ನಿವಾರಿಸುವುದಾಗಿತ್ತು. ಕಾರ್ಮಿಕರಿಗಾಗಿ ಶಾಸನಗಳನ್ನು ಜಾರಿಗೊಳಿಸಿ ಅವರ ಸ್ಥಿತಿಯನ್ನು ಉತ್ತಮಪಡಿಸಿದನೆಂದೇ ಹೇಳಬಹುದು. 1883ರಲ್ಲಿ ಶಾಸನವೊಂದನ್ನು ಜಾರಿಗೊಳಿಸಿ ಕಾರ್ಮಿಕರುಗಳಿಗೆ ರೋಗರುಜಿನಗಳು ಬಂದಾಗ ವೈದ್ಯಕೀಯ ಸೌಲಭ್ಯಗಳನ್ನು ಒದಗಿಸಿಕೊಡಲಾಯಿತು. ಅಲ್ಲದೇ ಕಾರ್ಮಿಕರಿಗೆ ಅಪಘಾತ, ದೈಹಿಕ ಅಸಮರ್ಥರಿಗೆ ಮತ್ತು ವೃದ್ಧರು ಮುಂತಾದವರಿಗೆ ವಿಮಾಯೋಜನೆಯನ್ನು ಬಿಸ್ಮಾರ್ಕ್ ಜಾರಿಗೆ ತಂದನು. ಈ ಯೋಜನೆಗಳ ಹಣಕಾಸಿನ ಹೊರೆಯನ್ನು ಮಾಲಿಕರು, ಕಾರ್ಮಿಕರು ಹಾಗೂ ಸರ್ಕಾರ ಭರಿಸಬೇಕಾಗುತ್ತಿತ್ತು. ಈ ಶಾಸನಗಳು ಜರ್ಮನಿಯನ್ನು ಕೈಗಾರಿಕಾ ಕ್ಷೇತ್ರದಲ್ಲಿ ಒಂದು ಪ್ರಮುಖ ರಾಷ್ಟ್ರವನ್ನಾಗುವಂತೆ ಮಾಡಿದವು.

6. ಬಿಸ್ಮಾರ್ಕ್‌ನ ಕೈಗಾರಿಕಾ ರಕ್ಷಣಾ ನೀತಿ: ಬಿಸ್ಮಾರ್ಕನು ಜರ್ಮನಿಯ ಔದ್ಯಮಿಕ ವಲಯದಲ್ಲಿ ಮಹತ್ತರವಾದ ಮತ್ತು ಪ್ರಗತಿಪರವಾದ ಬದಲಾವಣೆಯನ್ನು ಜಾರಿಗೆ ತಂದನು. ಹಿಂದೆ ಇದ್ದ ಸುಂಕ ಪದ್ಧತಿಯನ್ನು ರದ್ದುಗೊಳಿಸಿ ಮತ್ತು ಮುಕ್ತ ವ್ಯಾಪಾರ ನೀತಿಯನ್ನು ರದ್ದುಗೊಳಿಸಿ ಸುಂಕ ಮತ್ತು ಕೈಗಾರಿಕಾ ರಕ್ಷಣಾ ನೀತಿಯನ್ನು ಜಾರಿಗೆ ತಂದನು. ಜರ್ಮನಿಯಲ್ಲಿನ ಗೃಹ ಮತ್ತು ಗುಡಿ ಕೈಗಾರಿಕೆಗಳನ್ನು ರಕ್ಷಿಸಲು ವಿದೇಶಿ ಸರಕುಗಳ ಮೇಲೆ ಅತಿ ಹೆಚ್ಚಿನ ತೆರಿಗೆಯನ್ನು ಹೇರಿದನು. ತಂಬಾಕು, ಸಕ್ಕರೆ ಮೇಲೂ ಸುಂಕವನ್ನು ಹೆಚ್ಚಿಸಿ ದೇಶಿಯ ಉತ್ಪಾದನೆಯನ್ನು ಅಧಿಕಗೊಳಿಸಿದನು. ಇದರಿಂದ ದೇಶೀಯ ಕೈಗಾರಿಕೆಗಳ ಉತ್ಪಾದನೆ ಅಧಿಕಗೊಂಡಿತಲ್ಲದೆ ವರಮಾನವೂ ಹೆಚ್ಚಾಯಿತು. ಬಿಸ್ಮಾರ್ಕನು ವಿದೇಶಿ ಪೈಪೋಟಿಯಿಂದ ಸ್ವದೇಶಿ ಉದ್ಯಮಗಳ ಪೈಪೋಟಿಯನ್ನು ತಪ್ಪಿಸಿ ಜರ್ಮನಿಯಲ್ಲಿ ಉತ್ಪಾದಿತವಾದ ಸರಕುಗಳು ವಿದೇಶಿ ಮಾರುಕಟ್ಟೆಯಲ್ಲಿ ಪೈಪೋಟಿಯನ್ನು ಎದುರಿಸುವಲ್ಲಿ ಸ್ವಲ್ಪ ಮಟ್ಟಿನ ಯಶಸ್ಸನ್ನು ಗಳಿಸಿಕೊಂಡವು. ಕೈಗಾರಿಕೆಗಳೇ ಅಲ್ಲದೇ ರೈಲು, ಬ್ಯಾಂಕೋದ್ಯಮ ಮತ್ತು ತಾಂತ್ರಿಕ ಶಿಕ್ಷಣವು ಮುನ್ನಡೆದವು. ಸಾಮ್ರಾಜ್ಯದ ಭದ್ರತೆಯ ದೃಷ್ಟಿಯಲ್ಲಿ ಈ ಕೈಗಾರಿಕಾ ನೀತಿಯು ಅತ್ಯಂತ ಪ್ರಮುಖವಾದುದಾಗಿತ್ತು.

ಬಿಸ್ಮಾರ್ಕನ ವಿದೇಶಾಂಗ ನೀತಿ

ಬಿಸ್ಮಾರ್ಕ್ ಜರ್ಮನಿಯನ್ನು ಒಂದು ಬಲಾಢ್ಯ ಮತ್ತು ಶಕ್ತಿಯುತವಾದ ರಾಷ್ಟ್ರವನ್ನಾಗಿ ಮಾಡಲು ತನ್ನ ಶಕ್ತಿ ಸಾಮರ್ಥ್ಯ, ರಾಜತಾಂತ್ರಿಕ ನೈಪುಣ್ಯತೆ ಮತ್ತು ದೃಢವಾದ ನೀತಿಯನ್ನು ಪ್ರದರ್ಶಿಸಿದನು. ಜರ್ಮನಿಗೆ ರಕ್ಷಣೆಯನ್ನೊದಗಿಸಲು ಹಲವಾರು ಯುದ್ಧ ಮತ್ತು ಮೈತ್ರಿ ಒಪ್ಪಂದಗಳನ್ನು ಯೂರೋಪಿನ ರಾಷ್ಟ್ರಗಳ ಜೊತೆ ಮಾಡಿಕೊಂಡನು. ಜರ್ಮನಿಯ ಏಕೀಕರಣವನ್ನು ಬಿಸ್ಮಾರ್ಕ್ ರಕ್ತ ಮತ್ತು ಕಬ್ಬಿಣ ನೀತಿಯಿಂದ ಸಾಧಿಸಿದನು. ಆದರೆ ಅದನ್ನು ಉಳಿಸಿ ಬೆಳೆಸಲು ಅವನು ಬಯಸಿದ್ದು ಶಾಂತಿಯನ್ನು, ಈ ನಿಟ್ಟಿನಲ್ಲಿ ಮೆಟರ್ನಿಕನಷ್ಟೇ ರಾಜತಾಂತ್ರಿಕ ನಿಪುಣತೆ ಮತ್ತು ಕೌಶಲ್ಯತೆಯನ್ನು ಪ್ರದರ್ಶಿಸಿದನು. ಆದಷ್ಟು ಜರ್ಮನಿಯನ್ನು ಯುದ್ಧ ಮತ್ತು ಆಕ್ರಮಣಗಳಿಂದ ದೂರವಿಟ್ಟನು. ಆದರೆ ಹಲವಾರು ಸನ್ನಿವೇಶ ಮತ್ತು ಕಾರಣಗಳು ಬಿಸ್ಮಾರ್ಕ್‌ನ ಈ ನೀತಿಯನ್ನು ಬದಲಿಸಿಕೊಂಡು ಯುದ್ಧ ಮತ್ತು ವಿಸ್ತರಣೆಗೆ ಆಹ್ವಾನಿಸಿದವು.

1. ಫ್ರಾನ್ಸನ್ನು ಏಕಾಂಗಿಗೊಳಿಸುವ ನೀತಿ: ಬಿಸ್ಮಾರ್ಕನು ತನ್ನ ವಿದೇಶಾಂಗ ನೀತಿಯಲ್ಲಿ ಫ್ರಾನ್ಸನ್ನು ಜರ್ಮನಿಯ ಕಡುವೈರಿ ಎಂದು ತಿಳಿದು ಸಾಧ್ಯವಾದಷ್ಟು ಫ್ರಾನ್ಸನ್ನು ಯೂರೋಪಿನ ಪ್ರಬಲ ರಾಷ್ಟ್ರಗಳ ಜೊತೆ ಉತ್ತಮ ಸಂಬಂಧ ಹೊಂದದಂತೆ ಮಾಡುವುದು ಇವನ ಉದ್ದೇಶವಾಗಿತ್ತು. ಫ್ರಾನ್ಸಿನಿಂದ ಮುಂದೆ ಒದಗಬಹುದಾದ ಅಪಾಯವನ್ನು ಅರಿತಿದ್ದ ಬಿಸ್ಮಾರ್ಕ್ ತನ್ನ ರಾಜತಾಂತ್ರಿಕ ನಿಪುಣತೆಯಿಂದ ಅದನ್ನು ಏಕಾಂಗಿಗೊಳಿಸುವ ನೀತಿಯನ್ನು ಅನುಸರಿಸಿದನು. ಫ್ರಾನ್ಸಿನಿಂದ 1870–71ರ ಯುದ್ಧದ ಸಮಯದಲ್ಲಿ ಕಿತ್ತುಕೊಂಡ ಆಲ್ಸೆಸ್ ಮತ್ತು ಲೋರೈನ್ ಪ್ರಾಂತ್ಯಗಳನ್ನು ಫ್ರಾನ್ಸ್ ಮತ್ತೆ ಪಡೆಯುವ

ಧೃಡ ನಿಲುವನ್ನು ಹೊಂದಿತ್ತು. ಅಲ್ಲದೆ ಇದು ಫ್ರಾನ್ಸ್ ಜನತೆಗೆ ಅವಮಾನಕರ ಸಂಗತಿಯಾಗಿತ್ತು. ಇದರಿಂದ ಎಂದಾದರೂ ಫ್ರಾನ್ಸ್ ಜರ್ಮನಿಯೊಡನೆ ಯುದ್ಧ ಮಾಡಬಹುದೆಂದು ತಿಳಿದು ಯೂರೋಪಿನ ಪ್ರಬಲ ರಾಷ್ಟ್ರಗಳಾದ ಆಸ್ಟ್ರಿಯಾ, ಇಟಲಿ ಮತ್ತು ಇಂಗ್ಲೆಂಡ್‌ಗಳೊಡನೆ ಬಿಸ್ಮಾರ್ಕ್ ಉತ್ತಮ ಸಂಬಂಧವನ್ನೇರ್ಪಡಿಸಿಕೊಳ್ಳಲು ಮುಂದಾದನು. ಆದರೆ ಬಹುಬೇಗನೆ ಚೇತರಿಸಿಕೊಂಡ ಫ್ರಾನ್ಸ್ ಜರ್ಮನಿಗೆ ಕೊಡಬೇಕಾದ ಯುದ್ಧ ನಷ್ಟ ಪರಿಹಾರ ಹಣವನ್ನು ನೀಡಿತು. ಇದರಿಂದ ಜರ್ಮನಿಯ ಸೈನ್ಯವು ಫ್ರಾನ್ಸ್‌ನ ಉತ್ತರ ಭಾಗದಿಂದ ಕಾಲ್ತೆಗೆಯಬೇಕಾಯಿತು. ಫ್ರಾನ್ಸ್‌ನ ಪ್ರಗತಿಯನ್ನು ಕಂಡ ಬಿಸ್ಮಾರ್ಕ್ ಆದಷ್ಟು ಸೈನ್ಯವನ್ನೂ ಪುನರ್‌ಸಂಘಟಿಸಿದನು. ಅಲ್ಲದೇ ಯೂರೋಪಿನ ಪ್ರಬಲ ಶಕ್ತಿಯುತ ರಾಷ್ಟ್ರಗಳು ಫ್ರಾನ್ಸ್ ವಿರುದ್ಧ ಜರ್ಮನಿಯು ಯುದ್ಧಕ್ಕೆ ಹೋಗಬಾರದೆಂದು ಮುನ್ನೆಚ್ಚರಿಕೆಯನ್ನು ನೀಡಿದವು. ಹೀಗೆ ಫ್ರಾನ್ಸ್‌ನ್ನು ಏಕಾಂಗಿಗೊಳಿಸುವ ಹಾಗೂ ಜರ್ಮನಿಯ ರಕ್ಷಣೆಗೆ ಹಲವಾರು ಮೈತ್ರಿಕೂಟಗಳನ್ನು ರಚಿಸುವಲ್ಲಿ ಸ್ವಲ್ಪಮಟ್ಟಿನ ಯಶಸ್ಸನ್ನು ಕಂಡರೂ ಅಂತಿಮವಾಗಿ ಅವನು ಜಯಸಾಧಿಸಲಾಗಲಿಲ್ಲ. ಈ ನಿಟ್ಟಿನಲ್ಲಿ ಬಿಸ್ಮಾರ್ಕ್ ಕೈಗೊಂಡ ರಾಜತಾಂತ್ರಿಕ ಸಂಬಂಧ ಮತ್ತು ಮೈತ್ರಿ ಒಪ್ಪಂದಗಳನ್ನು ಕೆಳಕಂಡಂತೆ ಅಧ್ಯಯನ ಮಾಡಬಹುದು.

ಮೂವರು ಚಕ್ರವರ್ತಿಗಳ ಒಕ್ಕೂಟ (1872)

ಬಿಸ್ಮಾರ್ಕ್ ಜರ್ಮನಿಯಲ್ಲಿ ಹಿಂದೆ ಇದ್ದ ಶಾಂತಿ ಮತ್ತು ನೆಮ್ಮದಿಯನ್ನು ತರಲು ತೀರ್ಮಾನಿಸಿದನು. ಆದರೆ ಫ್ರಾನ್ಸ್‌ನ ಸೇಡಿನ ಮನೋಭಾವನೆಯು ಈ ನೀತಿಗೆ ಅಡ್ಡಿಯಾಯಿತು. ಇದರಿಂದ ಜರ್ಮನ್ ಸಾಮ್ರಾಜ್ಯವನ್ನು ರಕ್ಷಿಸಲು ಯೂರೋಪಿನ ಪ್ರಬಲ ರಾಷ್ಟ್ರಗಳೊಡನೆ ಮೈತ್ರಿಕೂಟವನ್ನು ರೂಪಿಸಿಕೊಳ್ಳುವ ನೀತಿಯನ್ನು ಅನುಸರಿಸಬೇಕಾಯಿತು. 1873ರಲ್ಲಿ ಜರ್ಮನಿ, ಆಸ್ಟ್ರಿಯಾ ಮತ್ತು ರಷ್ಯಾದ ಚಕ್ರವರ್ತಿಗಳು ಬರ್ಲಿನ್‌ನಲ್ಲಿ ಸಭೆ ಸೇರಿ ಒಂದು ಮೈತ್ರಿಕೂಟವನ್ನು ರಚಿಸಿಕೊಂಡರು. ಇದನ್ನೇ ಮೂವರು ಚಕ್ರವರ್ತಿಗಳ ಒಕ್ಕೂಟ ಎಂದು ಕರೆಯಲಾಯಿತು. ಇದು ಒಂದು ಸೈನಿಕ ಮೈತ್ರಿಕೂಟವಾಗಿರದೆ ಮೂವರು ಚಕ್ರವರ್ತಿಗಳ ಪರಸ್ಪರ ತಿಳುವಳಿಕೆ ಮತ್ತು ಮೈತ್ರಿಯ ಸಂಕೇತವಾಗಿತ್ತು. ಈ ಲೀಗನ್ನು ಸ್ಥಾಪಿಸಿಕೊಂಡದ್ದು ಬಿಸ್ಮಾರ್ಕ್‌ನ ಒಂದು ಭಾರಿ ಸಾಧನೆಯಾದರೂ ಅದನ್ನು ದೀರ್ಘಕಾಲ ಮುಂದುವರಿಸಿಕೊಂಡು ಹೋಗಲು ಸಾಧ್ಯವಾಗಲಿಲ್ಲ.

ಆಸ್ಟ್ರೋ–ಜರ್ಮನ್ ಮೈತ್ರಿ ಒಪ್ಪಂದ (1879)

ಬಿಸ್ಮಾರ್ಕ್ ರಚಿಸಿಕೊಂಡ ಮೂವರು ಚಕ್ರವರ್ತಿಗಳ ಒಕ್ಕೂಟವು ಅತಿ ಶೀಘ್ರದಲ್ಲೇ ಮುರಿದುಬಿತ್ತು. ರಷ್ಯಾವು ಜರ್ಮನಿಯೊಡನೆ ಭಿನ್ನಾಭಿಪ್ರಾಯ ಹೊಂದಿ ಅದರೊಡನೆ ತನ್ನ ಸಂಬಂಧವನ್ನು ಕಡಿದುಕೊಂಡು ಮೂವರು ಚಕ್ರವರ್ತಿಗಳ ಒಕ್ಕೂಟದಿಂದ ಹೊರಬಂದಿತು. ಇದು ಬಿಸ್ಮಾರ್ಕ್‌ನಿಗೆ ತಲೆನೋವಾಗಿ ಮಾರ್ಪಟ್ಟಿತು. ಹೀಗೆ ಉಂಟಾದ ನಷ್ಟವನ್ನು ತುಂಬಿಕೊಳ್ಳಲು ಆಸ್ಟ್ರಿಯಾದೊಡನೆ ನಿಕಟ ಮೈತ್ರಿ ಬೆಳೆಸಲು ಮುಂದಾದನು. ಆ ದೇಶದೊಡನೆ ಅಕ್ಟೋಬರ್ 7, 1879ರಲ್ಲಿ ಮೈತ್ರಿ ಒಪ್ಪಂದವನ್ನು ಮಾಡಿಕೊಂಡನು, ಇದನ್ನು ಆಸ್ಟ್ರೋ–ಜರ್ಮನ್ ಮೈತ್ರಿ ಒಪ್ಪಂದ ಎಂದು ಕರೆಯಲಾಗಿದೆ. ಈ ಒಪ್ಪಂದದ ಪ್ರಕಾರ ಜರ್ಮನಿಯ ಮೇಲೆ ಇಲ್ಲವೇ ಆಸ್ಟ್ರಿಯಾದ ಮೇಲೆ ರಷ್ಯಾ ಆಕ್ರಮಣ ಮಾಡಿದರೆ ಇವೆರಡೂ ರಾಷ್ಟ್ರಗಳು ಒಟ್ಟಾಗಿ ಅವುಗಳ ಮೇಲೆ ಯುದ್ಧ ಮಾಡಬೇಕು. ಶಾಂತಿ ಸಂಧಾನದ ಕಾಲದಲ್ಲೂ ಸಹ ಪರಸ್ಪರ ಎರಡೂ ರಾಷ್ಟ್ರಗಳು ಒಟ್ಟುಗೂಡದ ಹೊರತು ಯಾವುದೇ ತೀರ್ಮಾನ ಮಾಡಿಕೊಳ್ಳಬಾರದು. ಫ್ರಾನ್ಸಿನ ವಿರುದ್ಧ ಜರ್ಮನಿಯನ್ನು ಪ್ರಬಲಗೊಳಿಸುವುದು ಈ ಒಪ್ಪಂದದ ಮುಖ್ಯ ಉದ್ದೇಶವಾಗಿತ್ತು.

ತ್ರಿರಾಷ್ಟ್ರ ಮೈತ್ರಿಕೂಟ (Triple Alliance)

ಬಿಸ್ಮಾರ್ಕ್‌ನು 1879ರಲ್ಲಿ ಮಾಡಿಕೊಂಡಿದ್ದ ಆಸ್ಟ್ರೋ–ಜರ್ಮನ್ ಮೈತ್ರಿ ಒಪ್ಪಂದಕ್ಕೆ ಇಟಲಿಯ ಸೇರ್ಪಡೆಯಿಂದ ಇದು ತ್ರಿರಾಷ್ಟ್ರ ಮೈತ್ರಿಕೂಟವಾಗಿ ಪರಿಣಮಿಸಿತು. ಈ ಹೊಸ ಒಪ್ಪಂದವು 1882ರಲ್ಲಿ ಅಸ್ತಿತ್ವಕ್ಕೆ ಬಂದಿತು. ಈ ಒಪ್ಪಂದವೂ ಸೈನಿಕ ಒಪ್ಪಂದವಾಗಿದ್ದು ಈ ತ್ರಿರಾಷ್ಟ್ರಗಳ ಮೇಲೆ ಯಾವುದೇ ಮತ್ತೊಂದು ರಾಷ್ಟ್ರವು ದಾಳಿ ಮಾಡಿದಲ್ಲಿ ಆ ರಾಷ್ಟ್ರದ ವಿರುದ್ಧ ಈ ಮೂರು ರಾಷ್ಟ್ರಗಳು ಒಟ್ಟಾಗಿ ಸೇರಿ ಯುದ್ಧಮಾಡಿ ಎದುರಿಸಬೇಕೆಂದು ಒಪ್ಪಿದವು. ಆಗಾಗ್ಗೆ ಪುನರ್ ರಚನೆಯೊಂದಿಗೆ ಈ ಮೈತ್ರಿ ಒಪ್ಪಂದವು ಮೊದಲನೇ ಮಹಾಯುದ್ಧದವರೆಗೂ ಮುಂದುವರೆಯಿತು. ಈ ಒಪ್ಪಂದದ ಮುಖ್ಯ ಉದ್ದೇಶ ಇಟಲಿಯು ಫ್ರಾನ್ಸ್‌ನ ಜೊತೆ ಸೇರುವುದನ್ನು ತಡೆಯುವುದಾಗಿತ್ತು.

ಮೂವರು ಚಕ್ರವರ್ತಿಗಳ ಒಕ್ಕೂಟದ ಪುನರ್‌ಸ್ಥಾಪನೆ (1881)

ಬಿಸ್ಮಾರ್ಕ್‌ನು ರಷ್ಯಾದೊಡನೆ ಸಂಬಂಧವನ್ನು ಯಾವುದೇ ಕಾರಣಕ್ಕೂ ಕಡಿದು ಹಾಕಲು ಇಷ್ಟಪಡಲಿಲ್ಲ. ಏಕೆಂದರೆ 1878ರಲ್ಲಿ ಮುರಿದುಬಿದ್ದ ಮೂವರು ಚಕ್ರವರ್ತಿಗಳ ಕೂಟದಲ್ಲಿ ರಷ್ಯಾವು ಹೊರಬಂದಿದ್ದಿತು. ಒಂದು ವೇಳೆ ರಷ್ಯಾವು ಫ್ರಾನ್ಸಿನ ಪಕ್ಷವನ್ನು ಸೇರಿದರೆ, ಜರ್ಮನ್ ಸಾಮ್ರಾಜ್ಯಕ್ಕೆ ಉಳಿಗಾಲವಿಲ್ಲವೆಂಬುದು ಬಿಸ್ಮಾರ್ಕ್‌ನ ಎಣಿಕೆಯಾಗಿತ್ತು. ಆದ್ದರಿಂದ

ಇದರೊಡನೆ ಉತ್ತಮ ಸಂಬಂಧವಿಟ್ಟುಕೊಳ್ಳುವ ಸಲುವಾಗಿ 1878ರಲ್ಲಿ ಮುರಿದುಬಿದ್ದಿದ್ದ ಮೂವರು ಚಕ್ರವರ್ತಿಗಳ ಕೂಟವನ್ನು ಪುನಃ 1881ರ ಜೂನ್‌ನಲ್ಲಿ ಪುನರುತ್ಥಾನಗೊಳಿಸಿದನು. ಹೊಸ ಒಪ್ಪಂದದ ಪ್ರಕಾರ ಜರ್ಮನಿ, ಆಸ್ಟ್ರಿಯಾ ಮತ್ತು ರಷ್ಯಾ ಇವುಗಳಲ್ಲಿ ಯಾವುದೊಂದು ರಾಷ್ಟ್ರವೇ ಆದರೂ ಫ್ರಾನ್ಸ್‌ನೊಡನೆ ಯುದ್ಧಕ್ಕಿಳಿದರೆ ಉಳಿದೆರಡು ರಾಷ್ಟ್ರಗಳು ತಟಸ್ಥನೀತಿಯನ್ನು ಅನುಸರಿಸಬೇಕು ಎಂದು ತೀರ್ಮಾನಿಸಲಾಯಿತು. 1884ರಲ್ಲಿ ಪುನಃ ಈ ಮೂವರು ಚಕ್ರವರ್ತಿಗಳ ಒಕ್ಕೂಟವನ್ನು ಪುನರ್‌ನವೀಕರಿಸಲಾಯಿತು.

ರಷ್ಯಾದೊಡನೆ ರಿಇನ್ಸುರೆನ್ಸ್ ಒಪ್ಪಂದ (1887)

1881ರಲ್ಲಿ ಪುನರ್‌ನವೀಕರಿಸಿದ್ದ ಮೂವರು ಚಕ್ರವತಿಗಳ ಒಕ್ಕೂಟವು 1886ರಲ್ಲಿ ಮುರಿದುಬಿದ್ದಿತು, ಏಕೆಂದರೆ ಬಲ್ಗೇರಿಯಾದ ಬಿಕ್ಕಟ್ಟಿನಲ್ಲಿ ಇವೆರಡೂ ರಾಷ್ಟ್ರಗಳೂ ವಿರುದ್ಧ ನಿಲುವನ್ನು ಹೊಂದಿದ್ದವು. ಇದರಿಂದ ಈ ಒಕ್ಕೂಟವು ಮುರಿದುಬಿತ್ತು. ಇಷ್ಟಾದರೂ ಬಿಸ್ಮಾರ್ಕ್ ರಷ್ಯಾದೊಡನೆ ಉತ್ತಮ ಸಂಬಂಧ ಮತ್ತು ಮೈತ್ರಿಯನ್ನೇರ್ಪಡಿಸುವ ದೃಷ್ಟಿಯಿಂದ ರಷ್ಯಾವು ಫ್ರಾನ್ಸ್‌ನ ಜೊತೆ ಸೇರದಂತೆ ತಡೆದನು. ಆಸ್ಟ್ರಿಯಾಕ್ಕೆ ತಿಳಿಯದಂತೆ ಗುಪ್ತವಾಗಿ 1887ರಲ್ಲಿ ಬಿಸ್ಮಾರ್ಕನು ರಷ್ಯಾದೊಡನೆ "ರಿಇನ್ಸುರೆನ್ಸ್" ಒಪ್ಪಂದವನ್ನು ಮಾಡಿಕೊಂಡನು. ರಷ್ಯಾ ಇಲ್ಲವೇ ಜರ್ಮನಿ ಯಾವುದೇ ರಾಷ್ಟ್ರದೊಡನೆ ಅಂದರೆ ಫ್ರಾನ್ಸ್ ಅಥವಾ ಆಸ್ಟ್ರಿಯಾದೊಡನೆ ಯುದ್ಧರಂಗಕ್ಕಿಳಿದರೆ ಮಿತ್ರರಾಷ್ಟ್ರವು ಆ ಯುದ್ಧದಲ್ಲಿ ಭಾಗವಹಿಸದೇ ತಟಸ್ಥವಾಗಿರಬೇಕೆಂಬ ಕರಾರಿನೊಡನೆ ಈ ಒಪ್ಪಂದವನ್ನು ಮಾಡಿಕೊಳ್ಳಲಾಯಿತು.

ಬಿಸ್ಮಾರ್ಕ್‌ನ ಸಾಮ್ರಾಜ್ಯದಾಹ

ಜರ್ಮನ್ ಸಾಮ್ರಾಜ್ಯವನ್ನು ಸ್ಥಾಪಿಸಿದ ಆರಂಭದಲ್ಲಿ ಯಾವುದೇ ಯುದ್ಧ ಆಕ್ರಮಣ ಮತ್ತು ಯಾವುದೇ ವಸಾಹತುವನ್ನು ಸ್ಥಾಪಿಸುವ ಬಯಕೆ ಬಿಸ್ಮಾರ್ಕನಿಗಿರಲಿಲ್ಲ. ಒಂದು ವೇಳೆ ವಸಾಹತುಗಳನ್ನು ಗಳಿಸಲು ಮುಂದಾಗಿದ್ದರೆ ಅದು ಯೂರೋಪಿನ ಪ್ರಬಲ ರಾಷ್ಟ್ರವಾದ ಇಂಗ್ಲೆಂಡ್‌ನ ಕೋಪಕ್ಕೆ ತುತ್ತಾಗ ಬೇಕಾಗುತ್ತಿತ್ತು. ಆದರೆ ಜರ್ಮನಿಯಲ್ಲಿ ಕೈಗಾರಿಕೆಗಳು ಅಭಿವೃದ್ಧಿಗೊಂಡಿದ್ದರಿಂದ ಕಚ್ಚಾವಸ್ತುಗಳ ತೊಂದರೆ ಜರ್ಮನಿಯಲ್ಲಿ ಕಂಡು ಬಂದಿತು. ಅಲ್ಲದೇ ಜರ್ಮನಿಯಲ್ಲಿ ಉತ್ಪಾದಿತವಾದ ವಸ್ತುಗಳನ್ನು ಮಾರಾಟ ಮಾಡಲು ಮಾರುಕಟ್ಟೆಗಳನ್ನು ಹಿಡಿಯಬೇಕಾಯಿತು, ಕ್ರೈಸ್ತ ಪಾದ್ರಿಗಳು ತಮ್ಮ ಮತ ಪ್ರಚಾರಕ್ಕಾಗಿ ವಸಾಹತುಗಳನ್ನು ಪಡೆಯಲು ಮುಂದಾದರು. ಈ ಎಲ್ಲಾ ದೃಷ್ಟಿಯಿಂದ ಬಿಸ್ಮಾರ್ಕ್ ವಸಾಹತು ವಿಸ್ತರಣಾ ಕಾರ್ಯವನ್ನು ಕೈಗೊಂಡನು. ಫ್ರಾನ್ಸ್, ಇಂಗ್ಲೆಂಡ್ ಮತ್ತು ಅಮೇರಿಕಾಗಳು ಏಷ್ಯಾ ಖಂಡದಲ್ಲಿ ತಮ್ಮ ಪ್ರಭಾವವನ್ನು ಹೆಚ್ಚಿಸಿಕೊಂಡವು. ಇದರಿಂದ ಸ್ಫೂರ್ತಿ ಪಡೆದ ಬಿಸ್ಮಾರ್ಕ್ ಸಹಾ ಆಫ್ರಿಕಾದಲ್ಲಿ ವಸಾಹತುಗಳ ಸ್ಥಾಪನಾ ಕಾರ್ಯವನ್ನು ಕೈಗೊಂಡನು. ಸ್ವಲ್ಪಕಾಲದಲ್ಲೇ ಜರ್ಮನಿ, ಹ್ಯಾಂಬರ್ಗ್, ಬ್ರೆಮನ್, ಲೂಬೆಕ್, ಪೂರ್ವಆಫ್ರಿಕಾ ಇವುಗಳಲ್ಲಿ ಬಿಸ್ಮಾರ್ಕ್ ವ್ಯಾಪಾರಿ ಮಾರುಕಟ್ಟೆಗಳನ್ನು ಸ್ಥಾಪಿಸಿ ವಸಾಹತು ಸಾಮ್ರಾಜ್ಯಕ್ಕೆ ತಳಹದಿಹಾಕಿದನು.

ಇಂಗ್ಲೆಂಡಿನೊಡನೆ ಉತ್ತಮ ಸಂಬಂಧ:

ಬಿಸ್ಮಾರ್ಕನು ಇಂಗ್ಲೆಂಡ್‌ನೊಡನೆ ಉತ್ತಮ ಸಂಬಂಧವನ್ನಿಟ್ಟುಕೊಳ್ಳಲು ಬಯಸಿದ್ದನು. ಇಂಗ್ಲೆಂಡಿನೊಡನೆ ದ್ವೇಷ ಕಟ್ಟಿಕೊಳ್ಳುವುದು ಮೂರ್ಖತನವೆಂದು ಬಿಸ್ಮಾರ್ಕ್ ಭಾವಿಸಿದ್ದನು. ಇಂಗ್ಲೆಂಡ್ ಸಹಾ ಜರ್ಮನಿಯೊಡನೆ ಉತ್ತಮ ಬಾಂಧವ್ಯವನ್ನು ಹೊಂದಿದ್ದು ಅವೆರಡು ರಾಷ್ಟ್ರಗಳು ಘರ್ಷಣೆಗೆ ಒಳಗಾಗಲು ಯಾವುದೇ ಕಾರಣವಿರಲಿಲ್ಲ. ಇಂಗ್ಲೆಂಡಿನೊಡನೆ ಮಧುರ ಬಾಂಧವ್ಯವನ್ನು ಬಯಸಿ ಬಿಸ್ಮಾರ್ಕ್ ತನ್ನ ಸಾಮ್ರಾಜ್ಯದ ನೌಕಾಬಲವನ್ನಾಗಲೀ ಅಥವಾ ವಸಾಹತುಗಳನ್ನಾಗಲೀ ಅಭಿವೃದ್ಧಿಪಡಿಸಲು ಬಯಸಲಿಲ್ಲ. ಅಲ್ಲದೇ ಬಿಸ್ಮಾರ್ಕ್ ತನ್ನ ಮಗನನ್ನೇ ಇಂಗ್ಲೆಂಡ್‌ನ ರಾಯಭಾರಿಯನ್ನಾಗಿ ನೇಮಿಸುವುದರ ಮೂಲಕ ಇಂಗ್ಲೆಂಡ್ ಜೊತೆ ಸಂಬಂಧವನ್ನು ಉತ್ತಮಪಡಿಸಲು ಬಯಸಿದನು. ಬಿಸ್ಮಾರ್ಕನು ಇಂಗ್ಲೆಂಡಿನೊಡನೆ ಮೈತ್ರಿ ಮಾಡಿಕೊಳ್ಳಲು ಬಯಸಿದನಾದರೂ ಇಂಗ್ಲೆಂಡ್‌ನ ತಿರಸ್ಕಾರದಿಂದ ಇದು ಸಾಧ್ಯವಾಗಲಿಲ್ಲ. ಫ್ರಾನ್ಸ್ ಮತ್ತು ಇಂಗ್ಲೆಂಡ್‌ನೊಡನೆ ಮಿತ್ರತ್ವ ಬೆಳೆಯದಂತೆ ಕ್ರಮಕೈಗೊಂಡು ತಾನು ಮಾಡಿಕೊಂಡಿದ್ದ ತ್ರಿರಾಷ್ಟ್ರ ಮೈತ್ರಿಕೂಟಕ್ಕೆ ವಿರುದ್ಧವಾಗದಂತೆ ತನ್ನ ರಾಜತಾಂತ್ರಿಕ ಚುತುರತೆಯನ್ನು ಪ್ರದರ್ಶಿಸಿದನು.

ಬಿಸ್ಮಾರ್ಕ್‌ನ ವಿದೇಶಾಂಗ ನೀತಿಯ ವಿಮರ್ಶೆ

ಬಿಸ್ಮಾರ್ಕನು ತನ್ನ ವಿದೇಶಾಂಗ ನೀತಿಯಲ್ಲಿ ಆರಂಭದಲ್ಲಿ ಯಶಸ್ವಿಯಾದನೇ ವಿನಃ ಅದರಲ್ಲಿ ಸಂಪೂರ್ಣವಾಗಿ ಯಶಸ್ಸನ್ನು ಕಾಣಲಿಲ್ಲ. ಜರ್ಮನಿ ಸಾಮ್ರಾಜ್ಯಕ್ಕೆ ಸಾಕಷ್ಟು ಮಿತ್ರ ರಾಷ್ಟ್ರಗಳನ್ನು ಒದಗಿಸಿಕೊಟ್ಟು ಆ ಮಿತ್ರ ರಾಷ್ಟ್ರಗಳೊಡನೆ ಉತ್ತಮ ಸಂಬಂಧದಿಂದ ಫ್ರಾನ್ಸನ್ನು ಏಕಾಂಗಿಗೊಳಿಸಿ ಅದು ಯೂರೋಪಿನಲ್ಲಿ ತಲೆಯೆತ್ತದಂತೆ ಮಾಡುವುದೇ ಆಗಿತ್ತು. ಆದರೆ ಬಿಸ್ಮಾರ್ಕ್ ಈ ರೀತಿಯಾಗಿ ಹಲವಾರು ಯೂರೋಪಿನ ರಾಷ್ಟ್ರಗಳೊಡನೆ ಮೈತ್ರಿ ಒಪ್ಪಂದಗಳನ್ನು ಫ್ರಾನ್ಸಿನ ವಿರುದ್ಧ ಮಾಡಿಕೊಳ್ಳುವಾಗ ವಿಧಿಯಿಲ್ಲದೆ ಫ್ರಾನ್ಸ್ ಸಹ ಯೂರೋಪಿನ ರಾಷ್ಟ್ರಗಳೊಡನೆ ಒಪ್ಪಂದಗಳನ್ನು ಮಾಡಿಕೊಳ್ಳಲು ಮುಂದಾಯಿತು.

ಬಿಸ್ಮಾರ್ಕ್‌ನು ರಚಿಸಿಕೊಂಡಿದ್ದ ಮೂವರು ಚಕ್ರವರ್ತಿಗಳ ಒಕ್ಕೂಟವು ಒಂದು ಮಧುರವಾದ ಒಪ್ಪಂದವಾಗಿರಲಿಲ್ಲ. ಒಳಗೊಳಗೆ ದ್ವೇಷಾಸೂಯೆಯಿಂದ ಕೂಡಿದ್ದು, ಒಂದು ರಾಷ್ಟ್ರವು ಮತ್ತೊಂದು ರಾಷ್ಟ್ರದ ಬಗ್ಗೆ ಪರಸ್ಪರ ಸಂಶಯ ಮತ್ತು ಭೀತಿಯಿಂದ ನೋಡುತ್ತಿತ್ತು. ಇದರ ಪರಿಣಾಮವಾಗಿ ಈ ಒಕ್ಕೂಟವು ಮುರಿದು ಬಿತ್ತು. ಜರ್ಮನಿ ರಚಿಸಿಕೊಂಡಿದ್ದ ಜರ್ಮನಿ, ಆಸ್ಟ್ರಿಯಾ ಮತ್ತು ರಷ್ಯಾಗಳ ತ್ರಿರಾಷ್ಟ್ರ ಮೈತ್ರಿಕೂಟಕ್ಕೆ ಬದಲಾಗಿ ಫ್ರಾನ್ಸ್, ರಷ್ಯಾ ಮತ್ತು ಇಂಗ್ಲೆಂಡ್‌ಗಳು ಒಂದಾಗಿ ಟ್ರಿಪಲ್ ಅಂಟಿಟಿಯನ್ನು ರಚಿಸಿಕೊಂಡವು. ಹೀಗೆ ಬಿಸ್ಮಾರ್ಕ್ ಮತ್ತು ಫ್ರಾನ್ಸ್‌ನ ಮೈತ್ರಿಕೂಟ ವ್ಯವಸ್ಥೆಯು ಇಡೀ ಯೂರೋಪನ್ನೇ ಎರಡು ವಿರೋಧಿ ಶಸ್ತ್ರಾಸ್ತ್ರ ಬಣಗಳನ್ನಾಗಿ ಮಾಡಿ ಅಂತಿಮವಾಗಿ ಮೊದಲ ಮಹಾಯುದ್ಧಕ್ಕೆ ಕಾರಣವಾದವು.

ಬಿಸ್ಮಾರ್ಕ್‌ನ ವಿದೇಶಾಂಗ ನೀತಿಯ ಅತಿಮುಖ್ಯವಾದ ದೋಷವೆಂದರೆ ಫ್ರಾನ್ಸನ್ನು ಕೊನೆಯವರೆಗೂ ತನ್ನ ಶತ್ರುವೆಂದೇ ಭಾವಿಸಿದ್ದುದು. ಹಲವಾರು ರಾಷ್ಟ್ರಗಳೊಡನೆ ಉತ್ತಮ ಸಂಬಂಧವನ್ನಿಟ್ಟುಕೊಂಡಿದ್ದ ಬಿಸ್ಮಾರ್ಕ್ ಫ್ರಾನ್ಸ್‌ನೊಡನೆ ಮಾತ್ರ ಯಾವುದೇ ರೀತಿಯಾದ ಸಂಬಂಧವನ್ನು ಇಟ್ಟುಕೊಳ್ಳಲು ಬಯಸಲಿಲ್ಲ. ಇದು ಅಂತಿಮವಾಗಿ ಅವನ ವಿನಾಶಕ್ಕೆ ನಾಂದಿಯಾಯಿತು.

ಬಿಸ್ಮಾರ್ಕ್‌ನ ಪತನ:

19ನೇ ಶತಮಾನದ ಯೂರೋಪಿನ ಮಹಾನ್ ರಾಜಕೀಯ ಮುತ್ಸದ್ದಿಗಳಲ್ಲಿ ಬಿಸ್ಮಾರ್ಕ್ ಅತಿ ಶ್ರೇಷ್ಠನು. ಜರ್ಮನಿಯ ಇತಿಹಾಸದಲ್ಲಿ ಅವನೊಬ್ಬ ಶ್ರೇಷ್ಠ ರಾಜನೀತಿ ನಿಪುಣ ಮಾತ್ರವಲ್ಲದೇ ಆಧುನಿಕ ಜರ್ಮನಿಯ ನಿರ್ಮಾಪಕನೆಂದೂ ಕರೆಯಲ್ಪಟ್ಟಿರುವನು. ಆಸ್ಟ್ರೋ–ಜರ್ಮನ್ ಒಪ್ಪಂದದ ಹೊರತು ಉಳಿದೆಲ್ಲಾ ವಿಷಯಗಳಲ್ಲೂ ಬಿಸ್ಮಾರ್ಕ್‌ನಿಗೂ ಚಕ್ರವರ್ತಿ ಒಂದನೇ ವಿಲಿಯಂನಿಗೂ ಉತ್ತಮವಾದ ಸಂಬಂಧವಿತ್ತು. ಆದರೆ ಒಂದನೇ ವಿಲಿಯಂನ ಉತ್ತರಾಧಿಕಾರಿಯಾದ ಎರಡನೇ ವಿಲಿಯಂ ಮತ್ತು ಬಿಸ್ಮಾರ್ಕ್‌ನ ನಡುವೆ ಕಲಹ, ಕಚ್ಚಾಟಗಳು ಆರಂಭವಾದವು. ಎರಡನೇ ವಿಲಿಯಂ ಛಾನ್ಸಲರ್‌ಗಿದ್ದ ಸ್ಥಾನಮಾನಗಳನ್ನು ಕಿತ್ತುಕೊಂಡು ಚಕ್ರವರ್ತಿಯ ಅಧೀನದಲ್ಲಿ ಛಾನ್ಸಲರ್ ಕಾರ್ಯ ನಿರ್ವಹಿಸಬೇಕೆಂದು ತಿಳಿಸಿದನು. ಯಾರ ಕೈಕೆಳಗೂ ವ್ಯವಹಾರ ಮಾಡಲು ಇಚ್ಛಿಸದ ಛಾನ್ಸಲರ್ ಬಿಸ್ಮಾರ್ಕ್‌ನು 1890ರ ಮಾರ್ಚ್ 20ರಂದು ತನ್ನ ಸ್ಥಾನಕ್ಕೆ ರಾಜೀನಾಮೆ ನೀಡಿದನು. ಸ್ವಲ್ಪ ದಿನಗಳನ್ನು ತನ್ನ ಸ್ವಗ್ರಾಮದಲ್ಲಿ ಕಳೆದು 1898ರಲ್ಲಿ ಬಿಸ್ಮಾರ್ಕ್ ಮರಣಹೊಂದಿದನು. ಇದರೊಂದಿಗೆ ಜರ್ಮನಿ ಮತ್ತು ಪ್ರಷ್ಯಾದ ಇತಿಹಾಸದಲ್ಲಿ ಉಜ್ವಲಶಕ್ತಿಯಾಗಿ ಮೆರೆದ ವ್ಯಕ್ತಿಯೋರ್ವನ ರಾಜಕೀಯ ಜೀವನವು ನಿಷ್ಠುರ ಹಾಗೂ ಅವಮಾನಕರ ರೀತಿಯಲ್ಲಿ ಕೊನೆಗೊಂಡಿತು.

ಎರಡನೇ ಕೈಸರ್ ವಿಲಿಯಂನ ಆಳ್ವಿಕೆ (1888–1918)

ಫ್ರೆಡ್ರಿಕ್ ನಂತರ ಆತನ ಉತ್ತರಾಧಿಕಾರಿಯಾದ ಎರಡನೇ ವಿಲಿಯಂ ಅತ್ಯಂತ ಸೂಕ್ಷ್ಮಬುದ್ಧಿಯ ಮಹತ್ವಾಕಾಂಕ್ಷಿ ಮತ್ತು ಸಾಮಾನ್ಯ ಚಟುವಟಿಕೆಯ ವ್ಯಕ್ತಿಯಾಗಿದ್ದನು. ವಿಲಿಯಂನು ಸಿಂಹಾಸನವನ್ನು ಏರಿ ಕೈಝರ್ (ಚಕ್ರವರ್ತಿ) ಎಂಬ ಬಿರುದನ್ನು ಪಡೆದನು. ಇವನು ಧಾರ್ಮಿಕ ಸಂಪ್ರದಾಯಬದ್ಧತೆಗೆ ಮತ್ತು ಅರಸನ ದೈವದತ್ತ ಅಧಿಕಾರ ತತ್ವದ ಮೇರಗೆ ತನ್ನ ಅಧಿಕಾರವಿರುವುದಾಗಿ ಹೇಳಿ ಸುಮಾರು 30 ವರ್ಷಗಳವರೆಗೆ ಜರ್ಮನಿಯನ್ನು ತನ್ನ ಸಂಪೂರ್ಣ ನಿಯಂತ್ರಣದಲ್ಲಿ ಇಟ್ಟುಕೊಂಡಿದ್ದನು. ಜರ್ಮನ್ ಸಾಮ್ರಾಜ್ಯವನ್ನು ಯೂರೋಪಿನಲ್ಲೇ ಒಂದು ಅಗ್ರಗಣ್ಯ ರಾಷ್ಟ್ರವನ್ನಾಗಿ ಮಾಡಲೆತ್ನಿಸಿದನು. ಎರಡನೇ ವಿಲಿಯಂನು ಅಧಿಕಾರರೂಢನಾದ ನಂತರ ಛಾನ್ಸಲರ್ ಬಿಸ್ಮಾರ್ಕ್ ಮತ್ತು ಚಕ್ರವರ್ತಿಯ ನಡುವೆ ತಿಕ್ಕಾಟಗಳು ಆರಂಭವಾಗಿ ಕೊನೆಗೆ ಎಲ್ಲಾ ಅಧಿಕಾರವನ್ನು ಚಕ್ರವರ್ತಿ ಪಡೆದನು, ಈ ರೀತಿ ಎರಡನೇ ವಿಲಿಯಂ ಅಧಿಕಾರ ಲಾಲಸೆಯುಳ್ಳ ವ್ಯಕ್ತಿಯಾಗಿದ್ದನು. ವಿಲಿಯಂನಲ್ಲಿ ಅನೇಕ ಒಳ್ಳೆಯ ಮತ್ತು ಕೆಟ್ಟಗುಣಗಳೂ ಮನೆಮಾಡಿಕೊಂಡಿದ್ದವು. ಈತನು ದಕ್ಷನೂ, ಮಹತ್ವಾಕಾಂಕ್ಷಿಯೂ ಆಗಿದ್ದಂತೆ ದುಡುಕುತನ ಮತ್ತು ದುರಾಹಂಕಾರ, ಪರರ ಅಧಿಕಾರ ಹಾಗೂ ಅಭಿಪ್ರಾಯಗಳ ಬಗ್ಗೆ ಅಸಹನೆಯಿತ್ತು ಮತ್ತು ಮಿತಿಮೀರಿದ ಆಕಾಂಕ್ಷೆ ಈತನ ಪ್ರಮುಖ ದೋಷಗಳಾಗಿದ್ದವು.

ಎರಡನೇ ಕೈಸರ್ ವಿಲಿಯಂ

ಎರಡನೇ ಕೈಸರ್ ವಿಲಿಯಂನ ಒಳಾಡಳಿತ ನೀತಿ:

ಜರ್ಮನಿಯನ್ನು ಪ್ರಗತಿ ಪಥದತ್ತ ಕೊಂಡೊಯ್ಯಲು 2ನೇ ವಿಲಿಯಂ ಹಲವಾರು ಕ್ರಮಗಳನ್ನು ಕೈಗೊಂಡನು, ಅಲ್ಲದೇ ಇವನ ಅಧಿಕಾರಕ್ಕೆ ಧಕ್ಕೆಯಾದವರನ್ನು ಸಂಪೂರ್ಣವಾಗಿ ಹತ್ತಿಕ್ಕಲು ಯತ್ನಿಸಿದನು.

ಎರಡನೇ ವಿಲಿಯಂ ಹಾಗೂ ಸಮಾಜವಾದಿಗಳು:

ಎರಡನೇ ವಿಲಿಯಂ ತನ್ನ ರಾಜತಾಂತ್ರಿಕ ನಿಪುಣತೆಯಿಂದ ಬಿಸ್ಮಾರ್ಕ್‌ನನ್ನು ತೆಗೆದುಹಾಕುವುದರ ಮೂಲಕ ತೀರ ವಿಷಮ ಸ್ಥಿತಿಯಲ್ಲಿದ್ದ ರಾಜಕೀಯ ಸ್ಥಿತಿಯನ್ನು ಉಪಶಮನಗೊಳಿಸಿದನು. ಹೊಸ ಆಳ್ವಿಕೆಯಲ್ಲಿ ಹಲವಾರು ಉದಾರವಾದಿ ಕ್ರಮಗಳನ್ನು ಜರ್ಮನಿಯಲ್ಲಿ ಜಾರಿಗೊಳಿಸಿದನು. 1890ರಲ್ಲಿ ಬಿಸ್ಮಾರ್ಕ್‌ನು ಸಮಾಜವಾದಿಗಳ ಬಗ್ಗೆ ಜಾರಿಗೊಳಿಸಿದ ಕಾನೂನುಗಳನ್ನು ಮುಂದುವರೆಸುವ ಇಚ್ಛೆ ವಿಲಿಯಂನಿಗೆ ಇರಲಿಲ್ಲ. ಚಕ್ರವರ್ತಿಯು ಆರ್ಥಿಕ ಮತ್ತು ಸಾಮಾಜಿಕ ಕ್ರಮಗಳನ್ನು ಜಾರಿಗೊಳಿಸುವುದರ ಮೂಲಕ ಸಮಾಜವಾದಿಗಳನ್ನು ಹತ್ತಿಕ್ಕಲು ಬಯಸಿದನು. ಆದರೆ ಈ ಸೌಮ್ಯ ವಿಧಾನಗಳಿಂದ ಯಾವುದೇ ಪ್ರಯೋಜನವಾಗದೇ ಸಮಾಜವಾದಿಗಳು ಇದರಿಂದ ಎಚ್ಚೆತ್ತು ಬಹಿರಂಗವಾಗಿ ಪುನಃ ಸಂಘಟಿತರಾದರು. ಚಕ್ರವರ್ತಿಯ ಧಮನಕಾರಿ ಕಾರ್ಯವೈಖರಿಯನ್ನು ಗುರುತಿಸಿದ ಸಮಾಜವಾದಿಗಳು ಚಕ್ರವರ್ತಿಯ ಕಡುವೈರಿಯಾದರು, ಅವರನ್ನು ಶಿಕ್ಷಿಸಲು ಚಕ್ರವರ್ತಿ ಯತ್ನಿಸಿದನೇ ವಿನಃ ಯಾವುದೇ ಹೊಸ ಕಾನೂನನ್ನು ರಚಿಸಲಿಲ್ಲ.

ವಾಣಿಜ್ಯ ಹಾಗೂ ನೌಕಾಬಲದ ವಿಸ್ತರಣೆ:

ಎರಡನೇ ವಿಲಿಯಂನ ಆಳ್ವಿಕೆಯಲ್ಲಿ ವಾಣಿಜ್ಯ ಹಾಗೂ ಕೈಗಾರಿಕಾ ಕ್ಷೇತ್ರಗಳಲ್ಲಿ ಗಣನೀಯ ಪ್ರಮಾಣದಲ್ಲಿ ಸಾಧನೆಯಾಯಿತು. ದೇಶದಲ್ಲಿ ಬೃಹತ್ ಕಲ್ಲಿದ್ದಲು ಮತ್ತು ಕಬ್ಬಿಣದ ಗಣಿಗಳಿದ್ದು ಹತ್ತಿ, ಉಕ್ಕು ಮತ್ತು ಯಂತ್ರೋಪಕರಣಗಳ ಕಾರ್ಖಾನೆಗಳು ಆರಂಭಗೊಳ್ಳಲು ಅನುವಾಯಿತು. ಕಾರ್ಖಾನೆಗಳು ಬಹು ಬೇಗನೆ ಪ್ರಗತಿಯ ಉತ್ತುಂಗ ಶಿಖರವನ್ನೇರಿದವು. ಕೈಗಾರಿಕೆಗಳು ಹೆಚ್ಚಿ ಉತ್ಪಾದನೆ ಅಧಿಕಗೊಂಡಿದ್ದರಿಂದ ಮಾರುಕಟ್ಟೆಯಲ್ಲಿ ವಿದೇಶಿ ಸರುಕುಗಳ ಜೊತೆ ಪ್ರಬಲವಾದ ಪೈಪೋಟಿಯನ್ನು ಎದುರಿಸುವಂತಾಯಿತು. 1914ರ ವೇಳೆಗೆ ಉಕ್ಕಿನ ಉದ್ಯಮದಲ್ಲಿ ಜರ್ಮನಿಯು ಇಂಗ್ಲೆಂಡ್‌ಗಿಂತ ಮುಂದಾಯಿತು. ವ್ಯಾಪಾರದ ಅನುಕೂಲಕ್ಕಾಗಿ ಹಲವಾರು ಬಂದರುಗಳನ್ನು ನಿರ್ಮಾಣ ಮಾಡಲಾಯಿತು. ಜರ್ಮನಿಯ ಹ್ಯಾಂಬರ್ಗ್ ಬಂದರು ಜಗತ್ತಿನ ಮಹಾ ಬಂದರುಗಳಲ್ಲಿ ಒಂದಾಯಿತು. ಕೈಗಾರಿಕೆಯಲ್ಲದೆ ಕೃಷಿವಲಯದಲ್ಲೂ ಸಹ ಪ್ರಗತಿಯನ್ನು ಸಾಧಿಸಲಾಯಿತು. ದುಡಿಯುವ ವರ್ಗ ಅಥವಾ ರೈತರಿಗೆ ಸರ್ಕಾರದಿಂದ ಹಲವಾರು ರೀತಿಯ ನೆರವನ್ನು ನೀಡಲಾಯಿತು. ಹೊಸ ಕೃಷಿ ಸಾಧನಗಳನ್ನು ತಯಾರಿಸಲಾಯಿತು. ಕೃಷಿ ಶಾಖೆಗಳನ್ನು ತೆರೆದು ರೈತರಿಗೆ ಗೊಬ್ಬರ ಮತ್ತು ಉತ್ತಮ ತಳಿಯನ್ನು ಒದಗಿಸುವ ಮೂಲಕ ರೈತರ ಉತ್ಪಾದನೆ ಅಧಿಕಗೊಂಡಿತು. ಈ ರೀತಿ ಕೃಷಿ ಮತ್ತು ಕೈಗಾರಿಕಾ ಕ್ಷೇತ್ರದಲ್ಲಿ ಗಣನೀಯ ಪ್ರಮಾಣದ ಸಾಧನೆ ಮಾಡಿದ ವಿಲಿಯಂ ವಸಾಹತು ಮತ್ತು ಸೈನ್ಯ ವಿಸ್ತರಣೆ ಕಾರ್ಯವನ್ನು ಸಹ ಕೈಗೊಂಡನು. 2ನೇ ವಿಲಿಯಂ ವಸಾಹತು ವಿದೇಶಿ ವ್ಯವಹಾರಗಳಲ್ಲಿ ಆಕ್ರಮಣಕಾರಿ ನೀತಿಯನ್ನು ಅನುಸರಿಸಿದನು. ಜರ್ಮನಿಯ ವಸಾಹತುಗಳು ಅಷ್ಟೇನೂ ಉಪಯುಕ್ತವಾಗಿರಲಿಲ್ಲ. ಭಾರಿ ವೆಚ್ಚದಿಂದ ಕೂಡಿದ್ದಲ್ಲದೇ ಅಲ್ಪ ಲಾಭವನ್ನು ಗಳಿಸುತ್ತಿದ್ದವು. ಆದ್ದರಿಂದ ಬೃಹತ್ ವಸಾಹತುನೀತಿ 2ನೇ ವಿಲಿಯಂ ಸರ್ಕಾರದ ಸ್ಥಿರವಾದ ನೀತಿಯಾಯಿತು. ವಾಣಿಜ್ಯ ಮತ್ತು ವಸಾಹತುನೀತಿಯ ಜೊತೆಗೆ ನೌಕಾಸೈನ್ಯದಲ್ಲಿನ ಆಸಕ್ತಿಯು ಹೆಚ್ಚಿತು. ನೌಕಾಬಲದಲ್ಲಿ ಜರ್ಮನಿಯು ಇಂಗ್ಲೆಂಡ್‌ಗೆ ಸರಿಸಮಾನವಾಗಿರಬೇಕೆಂದು ಬಯಸಿದನು. ಇದರಿಂದ ಇಂಗ್ಲೆಂಡ್ ಮತ್ತು ಜರ್ಮನಿಯ ನಡುವೆ ನೌಕಾಬಲ ಪೈಪೋಟಿಯ ವಿಷಯದಲ್ಲಿ ದ್ವೇಷದ ವಾತಾವರಣ ನಿರ್ಮಾಣವಾಯಿತು. ಜರ್ಮನಿ ನೌಕಾ ಸೈನ್ಯದ ಬಲದಲ್ಲಿ ಪ್ರಪಂಚದ ಯಾವುದೇ ಭಾಗದಲ್ಲಿ ನಿರ್ಣಾಯಕ ಶಕ್ತಿಯಾಗಿ ಕೆಲಸ ಮಾಡಬೇಕೆಂದು ವಿಲಿಯಂ ಬಯಸಿದನು. ಯೂರೋಪ್, ಏಷ್ಯಾ ಮತ್ತು ಆಫ್ರಿಕಾದಲ್ಲಿ ಜರ್ಮನಿಯ ಅನುಮತಿ ಇಲ್ಲದೆ ವಿಶ್ವ ರಾಜಕೀಯದಲ್ಲಿ ಯಾವುದೇ ಮಹತ್ವದ ಕಾರ್ಯ ನಡೆಯಬಾರದು. ಅಲ್ಲದೇ ಅಂತರರಾಷ್ಟ್ರೀಯ ಮಟ್ಟದಲ್ಲಿ ಯಾವ ರಾಷ್ಟ್ರಕ್ಕೂ ಸರಿಸಮಾನವಾಗಿಲ್ಲದಂತೆ ತನ್ನ ನೌಕಾಸೈನ್ಯವನ್ನು ಪ್ರಬಲಗೊಳಿಸಬೇಕೆಂದು 2ನೇ ವಿಲಿಯಂ ತೀರ್ಮಾನಿಸಿದನು.

ಎರಡನೇ ಕೈಸರ್ ವಿಲಿಯಂನ ವಿದೇಶಾಂಗ ನೀತಿ:

ಎರಡನೇ ವಿಲಿಯಂನ ವಿದೇಶಾಂಗ ನೀತಿಯು ಬಿಸ್ಮಾರ್ಕ್‌ನ ವಿದೇಶಾಂಗ ನೀತಿಯಂತೆ ದೃಢವಾಗಿರಲಿಲ್ಲ. ವಿಲಿಯಂನಲ್ಲಿ ದುಡುಕುತನ ಹೆಚ್ಚಾಗಿದ್ದು ವಿಶ್ವದ ರಾಷ್ಟ್ರಗಳೊಡನೆ ಹೇಗೆ ಹೊಂದಿಕೊಳ್ಳಬೇಕೆಂಬ ಜಾಣ್ಮೆ ಈತನಲ್ಲಿರಲಿಲ್ಲ. ಇವನ ವಿದೇಶಾಂಗ ನೀತಿಯು ವಸಾಹತು ಮತ್ತು ನೌಕಾಬಲ ವಿಸ್ತರಣೆಯ ಮೇಲೆ ನಿಂತಿತ್ತು. ಆದರೆ ಬಿಸ್ಮಾರ್ಕ್‌ನಂತೆ ಯಾವುದೇ ಪ್ರಬಲ ರಾಷ್ಟ್ರಗಳೊಡನೆ ಮೈತ್ರಿಯನ್ನು ಮಾಡಿಕೊಳ್ಳಲು ವಿಲಿಯಂ ಇಚ್ಛಿಸಲಿಲ್ಲ. ವಿಲಿಯಂನ ನೀತಿಯು ಆಕ್ರಮಣಶೀಲ ಮತ್ತು ವಿಸ್ತರಣಾವಾದಿಯಾಗಿತ್ತೆ ವಿನಃ ಯಥಾಸ್ಥಿತಿ ಮತ್ತು ಶಾಂತಿಪಾಲನೆಯದ್ದಾಗಿರಲಿಲ್ಲ. ಇದು ಸಹಜವಾಗಿಯೇ ವಿಶ್ವದ ರಾಷ್ಟ್ರಗಳೊಡನೆ ಜರ್ಮನಿಯ ಸಂಬಂಧ ಹದಗೆಡುವಂತೆ ಮಾಡಿತು.

ಬಿಸ್ಮಾರ್ಕ್ ಯೂರೋಪಿನ ರಾಷ್ಟ್ರಗಳೊಡನೆ ಮಾಡಿಕೊಂಡಿದ್ದ ಪರಸ್ಪರ ಮೈತ್ರಿ ಒಪ್ಪಂದವು ಅವನ ಪತನಾನಂತರ ಮುರಿದು ಬೀಳಲಾರಂಭಿಸಿದವು. ಏಕೆಂದರೆ ವಿಲಿಯಂನ ಆಕ್ರಮಣಶೀಲ ನೀತಿಯು ಜರ್ಮನಿಯ ಮಿತ್ರರಾಷ್ಟ್ರಗಳು ಈ

ಒಕ್ಕೂಟದಿಂದ ಹೊರ ಬೀಳುವಂತೆ ಮಾಡಿದುವು. ವಿಲಿಯಂ ರಷ್ಯಾದ ಸ್ನೇಹವನ್ನು ಕಡೆಗಣಿಸಿ ಆಸ್ಟ್ರಿಯಾದೊಡನೆ ಉತ್ತಮ ಸಂಬಂಧವನ್ನೇರ್ಪಡಿಸಿಕೊಂಡನು. ಇದರಿಂದ ನಿರಾಶೆಗೊಂಡ ರಷ್ಯಾ ತಾನು ಜರ್ಮನಿಯೊಡನೆ ಮಾಡಿಕೊಂಡಿದ್ದ ರಿಇನ್ಸುರೆನ್ಸ್ ಒಪ್ಪಂದವನ್ನು ರದ್ದುಪಡಿಸಿತಲ್ಲದೆ ಫ್ರಾನ್ಸಿನೊಡನೆ ಉತ್ತಮ ಸಂಬಂಧವನ್ನು ಹೊಂದಲು ಮುಂದಾಯಿತು. ವಿಲಿಯಂನು ತನ್ನ ದುಡುಕು ಸ್ವಭಾವದಿಂದ ರಷ್ಯಾವನ್ನು ಒಂದು ಪ್ರಬಲ ವೈರಿ ರಾಷ್ಟ್ರವನ್ನಾಗಿ ಮಾಡಿಕೊಂಡನು. ವಿಲಿಯಂನ ವಿಸ್ತರಣಾ ನೀತಿಯು ಜರ್ಮನಿಯನ್ನು ಒಂದು ಶಕ್ತಿಯುತ ರಾಷ್ಟ್ರವನ್ನಾಗಿ ಮಾಡಿತು. ಇದಕ್ಕೆ ವಿರುದ್ಧವಾಗಿ ಇಂಗ್ಲೆಂಡ್, ರಷ್ಯಾ ಮತ್ತು ಫ್ರಾನ್ಸ್ ಒಂದುಗೂಡಿದವು. ಜರ್ಮನಿಯ ಭವಿಷ್ಯ ಸಾಗರಗಳ ಮೇಲೆ ನಿರ್ಧಾರವಾಗುತ್ತದೆಂದು ವಿಲಿಯಂ ಸಾರಿದ್ದರಿಂದ ಇಂಗ್ಲೆಂಡ್‌ಗೆ ಆತಂಕವುಂಟಾಗಿದ್ದರೂ ಜರ್ಮನಿಯೊಡನೆ ಸ್ನೇಹ ಹಸ್ತವನ್ನು ಚಾಚಿತು. ಆದರೆ ವಿಲಿಯಂ ಇಂಗ್ಲೆಂಡ್‌ನ ಸ್ನೇಹ ಹಸ್ತವನ್ನು ತಳ್ಳಿಹಾಕಿದನು. ಅಲ್ಲದೇ ಬೋಯರ್ ಯುದ್ಧದಲ್ಲಿ ಆಂಗ್ಲರ ಪ್ರವೃತ್ತಿಯನ್ನೇ ಟೀಕಿಸಿದ್ದರಿಂದ ಇಂಗ್ಲೆಂಡ್ ಜರ್ಮನಿಯ ವೈರಿರಾಷ್ಟ್ರವಾಗಿ ಮಾರ್ಪಟ್ಟಿತು. ಇದರಿಂದ ವಿಲಿಯಂ ರಷ್ಯಾದ ವೈರತ್ವವಲ್ಲದೇ ಇಂಗ್ಲೆಂಡ್‌ನ ವೈರತ್ವವನ್ನೂ ಸಹ ಕಟ್ಟಿಕೊಂಡನು. ಕೈಛರ್ ವಿಲಿಯಂ ತನ್ನ ತಪ್ಪು ನೀತಿಗಳಿಂದಾಗಿ ಯೂರೋಪಿನ ಹಲವಾರು ರಾಷ್ಟ್ರಗಳೊಡನೆ ತನ್ನ ಮೈತ್ರಿಯುತ ಸಂಬಂಧವನ್ನು ಕಡಿದುಕೊಂಡನು. ಇನ್ನು ಜರ್ಮನಿಗೆ ಉಳಿದ ಅರೆಮೈತ್ರಿ ರಾಷ್ಟ್ರಗಳೆಂದರೆ ಇಟಲಿ ಹಾಗೂ ಟರ್ಕಿಗಳು ಮಾತ್ರ. ಆರಂಭದ ವರ್ಷದಲ್ಲಿ ಜಯಕಂಡ ವಿಲಿಯಂನ ಕಣ್ಣ ಮುಂದೆಯೇ ಅವನ ಸಾಮ್ರಾಜ್ಯ ಪತನಹೊಂದಿತು.

* * * * *

ಜರ್ಮನಿಯ ಏಕೀಕರಣ

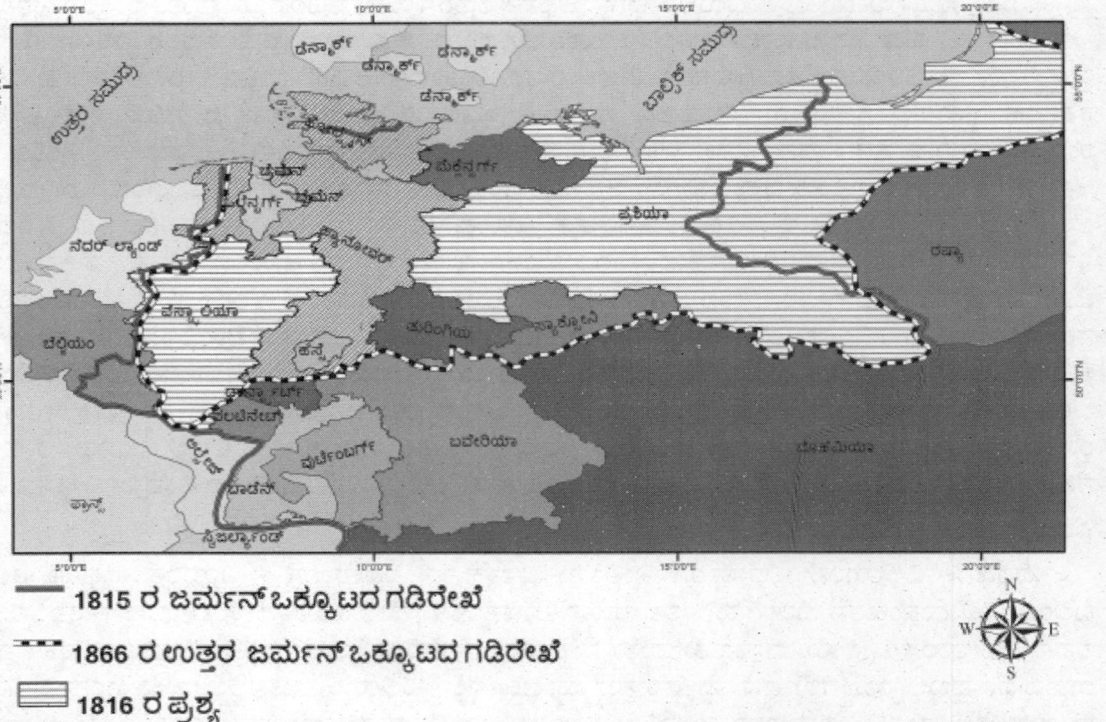

1815 ರ ಜರ್ಮನ್ ಒಕ್ಕೂಟದ ಗಡಿರೇಖೆ
1866 ರ ಉತ್ತರ ಜರ್ಮನ್ ಒಕ್ಕೂಟದ ಗಡಿರೇಖೆ
1816 ರ ಪ್ರಶ್ಯ
1815-66 ರ ನಡುವೆ ಪ್ರಶ್ಯ ಅಕ್ರಮಿಕೊಂಡ ಪ್ರದೇಶಗಳು
E
S
0 115 230 460 Kilometers

ಅಧ್ಯಾಯ - 19

ಅಮೆರಿಕದ ಅಂತರ್ಯುದ್ಧ

ನೂತನ ಗಣರಾಜ್ಯದ ಪ್ರಾರಂಭಿಕ ವರ್ಷಗಳು

ಸ್ವಾತಂತ್ರ್ಯ ಯುದ್ಧದಲ್ಲಿ ಗೆಲುವು ಪಡೆದೊಡನೆ ಅಮೇರಿಕಾದ ಕಾಲೋನಿಗಳು ರಾಜ್ಯಗಳಾದವು. ಅವು ಏಕೀಕೃತವಾಗಿ ಒಕ್ಕೂಟದ ಅನುಚ್ಛೇದಗಳ ಅವಕಾಶಗಳನ್ವಯ ಆಳ್ವಿಕೆಗೆ ಒಳಪಟ್ಟವು. 1787ರಲ್ಲಿ ಒಂದು ರಾಜ್ಯಾಂಗ ರಚನಾ ಸಮಾವೇಶ ಜರುಗಿತು. ಅಮೆರಿಕಾ ಸಂಯುಕ್ತ ಸಂಸ್ಥಾನಗಳಿಗಾಗಿ ನೂತನವಾದ ಸಂವಿಧಾನವೊಂದನ್ನು ರಚಿಸುವುದು ಅದರ ಉದ್ದೇಶವಾಗಿತ್ತು. ಅದರ ನಾಯಕತ್ವ ವಹಿಸಿದ್ದವನು ಜಾರ್ಜ್‌ವಾಷಿಂಗ್‌ಟನ್. ನೂತನ ಸಂವಿಧಾನವನ್ನು ರಚಿಸುವುದರಲ್ಲಿ ಅತ್ಯಂತ ಪ್ರಸಿದ್ಧ ಕ್ರಾಂತಿಕಾರರೂ ವಕೀಲರೂ ಭಾಗವಹಿಸಿದ್ದರು. 1789ರಲ್ಲಿ ಕೆಲಸವು ಪೂರ್ಣಗೊಂಡು ಅದೇ ವರ್ಷ ಜಾರಿಗೆ ಬಂದಿತು. ಪ್ರಜಾಪ್ರಭುತ್ವ ರೂಪದ ಸರಕಾರವನ್ನು ಹೊಂದಿರಲು ಅಮೆರಿಕನ್ನರು ನಿರ್ಧರಿಸಿದರು. ಚುನಾಯಿತ ಅಧ್ಯಕ್ಷನು ನಿಶ್ಚಿತ ಅವಧಿಗೆ ಸರಕಾರದ ನೇತಾರನಾಗಿದ್ದನು. ಆ ಸ್ಥಾನಕ್ಕೆ ವಾಷಿಂಗ್‌ಟನ್ನನ ಆಯ್ಕೆ ಸ್ಪಷ್ಟವಾಗಿತ್ತು. ಆತನು ಅಮೆರಿಕ ಸಂಯುಕ್ತ ಸಂಸ್ಥಾನದ ಮೊತ್ತಮೊದಲ ಅಧ್ಯಕ್ಷನಾಗಿ ಆಯ್ಕೆಯಾದನು. ಗಣರಾಜ್ಯದ ಮೊದಲ ವರ್ಷಗಳಲ್ಲಿ ಅವನು ರಾಜ್ಯಗಳ ಒಕ್ಕೂಟವನ್ನು ಇನ್ನೂ ಬಲಪಡಿಸುವುದರ ಕಡೆಗೆ ಗಮನ ನೀಡಿದನು. ನೂತನ ಪ್ರಜಾಸತ್ತೆಯ ಆರ್ಥಿಕ ಸ್ಥಿರತೆಯೂ ಅವನ ಮುಖ್ಯ ಕಾಳಜಿಯಾಯಿತು. ಖಜಾನೆಯ ಕಾರ್ಯದರ್ಶಿ ಅಲೆಗ್ಸಾಂಡರ್ ಹ್ಯಾಮಿಲ್ಟನ್ ಅನೇಕ ಆರ್ಥಿಕ ಸುಧಾರಣೆಗಳನ್ನು ಜಾರಿಗೊಳಿಸಿ ದೇಶದಲ್ಲಿ ಸ್ಥಿರತೆಯನ್ನು ಮೂಡಿಸಿದನು. ಅಮೆರಿಕದಲ್ಲಿ ದ್ವಿಪಕ್ಷೀಯ ವ್ಯವಸ್ಥೆ ವಿಕಾಸಗೊಂಡಿತು. ಒಂದು ಕಡೆ ಹ್ಯಾಮಿಲ್ಟನ್, ಬಲವಾದ ಒಕ್ಕೂಟ ಐಕ್ಯವನ್ನು ಪ್ರತಿಪಾದಿಸಿದರೆ, ವಾಷಿಂಗ್‌ಟನ್ನನ ಸೆಕ್ರೆಟರಿ ಆಫ್ ಸ್ಟೇಟ್ ಥಾಮಸ್ ಜಫರ್ಸನ್ ಫೆಡರಲಿಸಂ ವಿರೋಧಿ ಬಣದ ಮುಂದಾಳಾದನು. ಅವರು ಸ್ಥಾಪಿಸಿದ ಪಕ್ಷಗಳು ಕ್ರಮವಾಗಿ ಫೆಡರಲಿಸ್ಟ್ ಪಾರ್ಟಿ ಮತ್ತು ಆಂಟಿ ಫೆಡರಲಿಸ್ಟ್ ಪಾರ್ಟಿ ಎಂದು ಹೆಸರಾದವು. ಇಂದು ಅಮೆರಿಕದಲ್ಲಿ ರಿಪಬ್ಲಿಕನ್ ಪಕ್ಷವು ಫೆಡರಲಿಸ್ಟ್ ಪಾರ್ಟಿಯ ಅನೇಕ ತತ್ವಗಳನ್ನು ಅಳವಡಿಸಿಕೊಂಡಿದೆ. ಹಾಗೆಯೇ ಡೆಮಾಕ್ರಾಟಿಕ್ ಪಕ್ಷದಲ್ಲಿ ಆಂಟಿ ಫೆಡರಲಿಸ್ಟ್ ಪಕ್ಷದ ಸಿದ್ಧಾಂತಗಳಿವೆ. ಕಾಲ ಕಳೆದಂತೆ ಈ ದ್ವಿಪಕ್ಷೀಯ ವ್ಯವಸ್ಥೆಯು ದೇಶದ ಪ್ರಜಾಸತ್ತಾತ್ಮಕ ರಾಜಕೀಯ ವ್ಯವಸ್ಥೆಯು ಸರಾಗವಾಗಿ ನಡೆಯಲು ಅಗತ್ಯವಾದ ಭದ್ರವಾದ ತಳಹದಿಯನ್ನು ಹಾಕಿದುವು.

ಅಮೆರಿಕ ಸಂಯುಕ್ತ ಸಂಸ್ಥಾನದ ಭೂ ಪ್ರದೇಶ ವಿಸ್ತರಣ

ಅಧ್ಯಕ್ಷ ಜೆಫರ್ಸನ್ನನ ನೇತೃತ್ವದಲ್ಲಿ ಅಮೆರಿಕವು ನೆಪೋಲಿಯನ್ನನ ಫ್ರಾನ್ಸಿನಿಂದ ಲೂಸಿಯಾನಾ ಪ್ರದೇಶವನ್ನು ಕೊಂಡುಕೊಂಡು ತನ್ನ ಭೂ ಪ್ರದೇಶವನ್ನು ದುಪ್ಪಟ್ಟುಗೊಳಿಸಿಕೊಂಡಿತು. ಮಿಸಿಸಿಪ್ಪಿಯ ಎರಡೂ ದಂಡೆಗಳುದ್ದಕ್ಕೂ ಇದ್ದ ಇಡೀ ಭೂ ಪ್ರದೇಶವನ್ನು ಕೊಳ್ಳಲು ಅಮೆರಿಕಾ 15,000,000 ಡಾಲರ್ ಕೊಡಬೇಕಾಯಿತು. ಅನೇಕ ಪ್ರಜೆಗಳು ವಲಸೆ ಹೋಗಿ ನೆಲೆಸಲು ರಾಕೀಪರ್ವತದವರೆಗೂ ಹೋದರು.

1812ರ ಯುದ್ಧ ಮತ್ತು ಅದರ ಫಲಿತಾಂಶ:

ಫ್ರಾನ್ಸ್ ಮತ್ತು ಬ್ರಿಟನ್‌ಗಳ ನಡುವೆ ಸಂಘರ್ಷವಿದ್ದಾಗ ಅಮೆರಿಕ ಕಟ್ಟುನಿಟ್ಟಾಗಿ ತಾಟಸ್ಥ್ಯ ನೀತಿಯನ್ನು ಪಾಲಿಸಿಕೊಂಡು ಬಂದಿತ್ತು. ಹೀಗೆ ತಟಸ್ಥವಾಗಿದ್ದರೂ ನೌಕಾ ಚಲನ ನಿರ್ಬಂಧಗಳಿಂದಾಗಿ ಯೂರೋಪಿನೊಂದಿಗೆ ಅದರ ವಾಣಿಜ್ಯ ವ್ಯವಹಾರಗಳಿಗೆ ಚ್ಯುತಿ ಬಂದಿತು. ಬ್ರಿಟನ್ ದೇಶವು ಅಮೆರಿಕದ ಸಾಗರ ಹಕ್ಕುಗಳನ್ನು ಪುರಸ್ಕರಿಸಲಿಲ್ಲವಾಗಿ ಅದು ಬ್ರಿಟನ್ನಿನ ಮೇಲೆ ಯುದ್ಧವನ್ನು ಸಾರಬೇಕಾಯಿತು. ಇದೇ 1812ರ ಯುದ್ಧ. ಅಂತಿಮವಾಗಿ ಇದರಲ್ಲಿ ಯಾವ ಪಕ್ಷಕ್ಕೂ ವಿಜಯ ಲಭ್ಯವಾಗಲಿಲ್ಲ. ಯುದ್ಧವನ್ನು ನಿಲ್ಲಿಸಲು ಇಬ್ಬರೂ ಒಪ್ಪಿಕೊಂಡರು. ಈ ಯುದ್ಧದ ಪರಿಣಾಮ ಅಮೆರಿಕದ ಮೇಲೆ ತೀವ್ರವಾಗಿತ್ತು. ಅದು ರಾಷ್ಟ್ರೀಯ ಏಕತೆ ಮತ್ತು ಆತ್ಮ ವಿಶ್ವಾಸಗಳ ಹೊಸ ಭಾವನೆಯೊಂದನ್ನು ತುಂಬಿತ್ತು. ಅಮೆರಿಕನ್ನರು ಅಲ್ಲಿಂದ ಮುಂದಕ್ಕೆ ತಮ್ಮ ಅರ್ಥವ್ಯವಸ್ಥೆಯನ್ನು ಸುಧಾರಿಸಿಕೊಳ್ಳಲು ಯೂರೋಪನ್ನು ಅವಲಂಬಿಸಲಿಲ್ಲ. ಅಮೆರಿಕದ ಸರಕಾರವು ತನ್ನ ಅರ್ಥ ವ್ಯವಸ್ಥೆಯನ್ನು ಬಲಪಡಿಸಿಕೊಳ್ಳಲು ತನ್ನದೇ ಆದ ಹಲವಾರು ಯೋಜನೆಗಳನ್ನು ಹಾಕಿಕೊಂಡಿತು. 'ಶೈಶಾವಸ್ಥೆಯಲ್ಲಿರುವ ಕೈಗಾರಿಕೆ'ಗಳನ್ನು ರಕ್ಷಿಸುವ ಸಲುವಾಗಿ ಅಮೆರಿಕನ್ ಕಾಂಗ್ರೆಸ್ ಶಾಸನದ ಮೂಲಕ ಸಂರಕ್ಷಕ ಕ್ರಮಗಳನ್ನು ಜಾರಿಗೆ ತಂದಿತು. ದೇಶವು ವೇಗವಾಗಿ ಕೈಗಾರಿಕೆಗಳ ಅಭಿವೃದ್ಧಿಗೆ ಗಮನ ನೀಡಿತು. ಪಶ್ಚಿಮದ ಕಡೆಗೆ ಚಲನೆ

ವೇಗವಾಗಿತ್ತು. ಹನ್ನೊಂದು ನೂತನ ರಾಜ್ಯಗಳನ್ನು ಒಕ್ಕೂಟಕ್ಕೆ ಸೇರಿಸಿಕೊಳ್ಳಲಾಯಿತು. ಸುಧಾರಿತ ಸಾರಿಗೆ ಮತ್ತು ಸಂಪರ್ಕಗಳಿಂದ ನೂತನ ಸಂಪದ್ಭರಿತ ಸ್ಥಿತಿಯನ್ನು ಸಾಧಿಸಲು ಅಮೆರಿಕ ಶ್ರಮಿಸಿತು. ಅಧ್ಯಕ್ಷ ಮ್ಯಾಡಿಸನ್ನನ ಕಾಲದಲ್ಲಿ ಪಶ್ಚಿಮ ಫ್ಲಾರಿಡಾವನ್ನು ವಶಪಡಿಸಿಕೊಳ್ಳಲಾಯಿತು. 1819ರಲ್ಲಿ ಸ್ಪೇನ್ ಅಮೆರಿಕಕ್ಕೆ ಫ್ಲಾರಿಡವನ್ನು ಮಾರಿತು. ಪಶ್ಚಿಮ ಭಾಗವು ದೇಶದ ಬದುಕಿನಲ್ಲಿ ಮುಖ್ಯವಾದ ಪಾತ್ರವನ್ನು ನಿರ್ವಹಿಸತೊಡಗಿತು.

ಮನ್ರೋ ಸಿದ್ಧಾಂತ:

ವಿದೇಶಾಂಗ ನೀತಿಯ ಕ್ಷೇತ್ರದಲ್ಲಿ ಅಮೆರಿಕವು ಯೂರೋಪಿಯನ್ ಮಧ್ಯಪ್ರವೇಶದ ಮತ್ತೊಂದು ಅಲೆಯನ್ನು ತಡೆಯಲು ಮೊದಲು ಕ್ರಮಗಳನ್ನು ಕೈಗೊಂಡಿತು. ಮನ್ರೋ ಸಿದ್ಧಾಂತವೆಂದು ಕರೆಯಲಾದ ನೀತಿಯನ್ನು ಅನ್ವಯಿಸಿ ಅಮೆರಿಕನ್ ಖಂಡಾಂತರ ಪ್ರದೇಶಗಳ ವಸಾಹತು ರಚನೆಗೆ ಅವಕಾಶ ಮಾಡಿಕೊಂಡಿತು. ಕಾಂಗ್ರೆಸ್ಸಿಗೆ ಕಳುಹಿಸಿದ ಒಂದು ಸಂದೇಶದಲ್ಲಿ ಅಧ್ಯಕ್ಷ ಮನ್ರೋ (1817–25), ಯೂರೋಪಿಯನ್ ದೇಶಗಳು ಸ್ಪ್ಯಾನಿಷ್ ಕಾಲೋನಿಗಳಿಗೆ ಮಧ್ಯ ಪ್ರವೇಶಮಾಡಿ ವಸಾಹತುಗಾರಿಕೆಗೆ ತೊಡಗಿದರೆ, ಅಂತಹ ಕ್ರಮವನ್ನು ಅಮೆರಿಕದ ಎದುರಾಗಿ ತೋರಿಸಿದ ಶತೃ ಕ್ರಮವೆಂದೇ ಪರಿಗಣಿಸಲಾಗುವುದು ಎಂದು ಎಚ್ಚರಿಕೆ ನೀಡಿದನು. ಅವನ ಈ ಘೋಷಣೆಯು ಇಡೀ ಅಮೆರಿಕ ಉಪಖಂಡದ ಮೇಲೆ ಅಮೆರಿಕಾದ ಸರ್ವೋನ್ನತ ಅಧಿಕಾರವನ್ನು ಸೂಚಿಸಿತು. ಪಶ್ಚಿಮದ ಜನಪ್ರಿಯ ಅಭ್ಯರ್ಥಿ ಆಂಡ್ರ್ಯೂ ಜಾಕ್ಸನ್‌ನನ್ನು 1828ರಲ್ಲಿ ಅಧ್ಯಕ್ಷನನ್ನಾಗಿ ಚುನಾಯಿಸಲಾಯಿತು. ಅವನು ಶ್ರೀಸಾಮಾನ್ಯರ ನಡುವಿನಿಂದ ಬಂದವನು 'ಜನತಾ ಅಧ್ಯಕ್ಷ' ಜಾಕ್ಸೋನಿಯನ್ ಪ್ರಜಾಪ್ರಭುತ್ವವು ಶ್ರೀ ಸಾಮಾನ್ಯನ ಆಶೋತ್ತರಗಳಲ್ಲಿ ಹಲವನ್ನು ಈಡೇರಿಸಿತು.

ದೇಶದ ವಿಭಜನೆಗೆ ಕಾರಣವಾದ ವಾದಗ್ರಸ್ತ ಅಂಶಗಳು

ಮುಂದಿನ ವರ್ಷಗಳಲ್ಲಿ ರಾಜಕಾರಣಿಗಳು ಹಾಗೂ ರಾಜಕೀಯ ಮುತ್ಸದ್ದಿಗಳ ಮನಸ್ಸನ್ನು ತೀವ್ರವಾಗಿ ಕಾಡುತ್ತಿದ್ದ ಅಂಶ ಗುಲಾಮ ಪದ್ಧತಿಯ ಹರಡಿಕೆ. ಯೂನಿಯನ್ನಿಗೆ ಸೇರಿಕೊಳ್ಳಲು ಬಯಸಿದ ಹೊಸ ರಾಜ್ಯಗಳು ಗುಲಾಮರಿಲ್ಲದ ರಾಜ್ಯಗಳಾಗಿರಬೇಕೆ, ಗುಲಾಮರಿರುವ ರಾಜ್ಯಗಳಾಗಿರಬೇಕೆ ಎನ್ನುವುದು ಉತ್ತರ ಮತ್ತು ದಕ್ಷಿಣಗಳ ನಡುವೆ ಬಿಸಿಬಿಸಿಯಾದ ಭಿನ್ನಾಭಿಪ್ರಾಯಗಳನ್ನು ಎತ್ತಿದ ಪ್ರಶ್ನೆಯಾಯಿತು. ದುರದೃಷ್ಟವಶಾತ್ ಉತ್ತರ ಹಾಗೂ ದಕ್ಷಿಣದ ದೇಶಗಳು ಅನೇಕ ವಿಷಯಗಳಲ್ಲಿ ಮುಖಕ್ಕೆ ಮುಖಕೊಟ್ಟು ನೋಡಲಾರದೆ ಹೋದವು. ದೇಶವನ್ನು ಒಡೆದು, ಅಂತರ್ಯುದ್ಧಕ್ಕೆ ಕಾರಣವಾದ ಎರಡು ಅಂಶಗಳೆಂದರೆ ಕಾಂಗ್ರೆಸ್ಸಿನೆದುರಿಗಿದ್ದ ತೆರಿಗೆ ದರಪಟ್ಟಿ ಹಾಗೂ ಗುಲಾಮಗಿರಿಯ ಪ್ರಶ್ನೆ.

ಉತ್ತರ–ದಕ್ಷಿಣ ಭಿನ್ನಾಭಿಪ್ರಾಯಗಳು: ಉತ್ತರ ಮತ್ತು ದಕ್ಷಿಣಗಳ ಮೇಲೆ ಪರಿಣಾಮವನ್ನುಂಟು ಮಾಡಿದ ಈ ಎರಡು ವಾದಗ್ರಸ್ತ ವಿಷಯಗಳನ್ನು ಸ್ವಲ್ಪ ಪರಿಶೀಲಿಸಬಹುದು. ಉತ್ತರದ ರಾಜ್ಯಗಳಲ್ಲಿ ವೇಗವಾಗಿ ಕೈಗಾರಿಕೆಗಳು ಬೆಳೆದುದರಿಂದ ಮತ್ತು ವಾಣಿಜ್ಯವು ಅಧಿಕಗೊಂಡುದರಿಂದ ದಕ್ಷಿಣದ ರಾಜ್ಯಗಳಿಗಿಂತಲೂ ಹೆಚ್ಚು ಏಳಿಗೆ ಹೊಂದಿದ್ದುವು. ಹೊಸ ಸುಂಕದ ದರಗಳು ಅವುಗಳ ಉಚ್ಛ್ರಾಯವನ್ನು ಇನ್ನಷ್ಟು ಕ್ಷಿಪ್ರಗೊಳಿಸಲು ನೆರವಾಗುತ್ತಿದ್ದವು. ಆದರೆ ಈ ಬೆಳವಣಿಗೆಯಿಂದ ದಕ್ಷಿಣದ ರಾಜ್ಯಗಳ ಮೇಲೆ ವಿರುದ್ಧ ಪರಿಣಾಮವುಂಟಾಗುತ್ತಿದ್ದಿತು. ಸಾಮಾನ್ಯವಾಗಿ ದಕ್ಷಿಣದ ರಾಜ್ಯಗಳು ಹಿಂದುಳಿದಿದ್ದುವು. ಅವರು ಕೃಷಿಯನ್ನು ಅವಲಂಬಿಸಿದ್ದರು. ಅನೇಕ ಕೃಷಿ ಉಪಕರಣಗಳನ್ನು, ಇತರ ಅಗತ್ಯ ವಸ್ತುಗಳನ್ನು ಅವರು ವಿದೇಶದಿಂದ ತರಿಸಿಕೊಳ್ಳುತ್ತಿದ್ದರು. ನೂತನ ಸುಂಕದರಗಳ ಮಸೂದೆಯು ಶಾಸನವಾಗಿ ಅಂಗೀಕೃತವಾದರೆ ಆಮದು ವಸ್ತುಗಳಿಗೆ ಬೆಲೆ ಹೆಚ್ಚಾಗುತ್ತಿದ್ದಿತು. ಎರಡನೆಯದಾಗಿ, ಉತ್ತರದವರು ಗುಲಾಮ ಪದ್ಧತಿಯನ್ನು ವಿರೋಧಿಸುತ್ತಿದ್ದರು. ಅದು ತಮ್ಮ ದೇಶದ ಒಳ್ಳೆಯ ಹೆಸರಿಗೆ ಬಳಿದ ಕಳಂಕ ಎಂದು ಭಾವಿಸುತ್ತಿದ್ದರು. ಯೂನಿಯನ್ನಿಗೆ ಸೇರಿಸಿಕೊಳ್ಳ ಬಯಸುವ ನೂತನ ರಾಜ್ಯಗಳಲ್ಲಿ ಗುಲಾಮ ಪದ್ಧತಿ ಇರಲೇಕೂಡದು ಎಂದು ಪಟ್ಟುಹಿಡಿದು ವಾದ ಮಾಡುತ್ತಿದ್ದರು. ದಕ್ಷಿಣದವರಿಗೆ ಈ ಯಾವುದೇ ವಾದವು ಪಥ್ಯವಾಗುತ್ತಿರಲಿಲ್ಲ. ಅವರಿಗೆ ಗುಲಾಮರು ತಮ್ಮ ಅರ್ಥವ್ಯವಸ್ಥೆಯ ಮಹತ್ವಯುತವಾದ ಒಂದು ಭಾಗವಾಗಿದ್ದರು. ಗುಲಾಮರ ದುಡಿಮೆಯಿಲ್ಲದೆ ದಕ್ಷಿಣ ರಾಜ್ಯಗಳ ಕೃಷಿಯು ಅಪಾಯಕ್ಕೆ ಸಿಲುಕಿಕೊಳ್ಳುತ್ತಿದ್ದಿತು. ಗುಲಾಮಗಿರಿಗೆ ಅನುಮತಿ ನೀಡಕೂಡದು ಎಂಬ ವಾದವು ದಕ್ಷಿಣದ ರಾಜ್ಯಗಳಿಗೆ ಭಾರೀ ಅಪಾಯವನ್ನು ತರಲಿದ್ದಿತು. ಈ ವಾದಾಸ್ಪದ ವಿಷಯಗಳು ಎಷ್ಟು ಮಟ್ಟಿಗೆ ರಾಜಕೀಯಗೊಳಿಸಲ್ಪಟ್ಟವೆಂದರೆ, ಅಂತರ್ಯುದ್ಧ ಅನಿವಾರ್ಯವಾಯಿತು. ರಿಪಬ್ಲಿಕನ್ ಪಕ್ಷವು ಗುಲಾಮ ಪದ್ಧತಿಯನ್ನು ದ್ವೇಷಿಸಿದ ಉತ್ತರದವರಿಂದ ಸ್ಥಾಪಿತವಾಗಿತ್ತು.

ಅಂತರ್ಯುದ್ಧದ ಕಾರಣಗಳು

ಬಹು ಹಿಂದಿನಿಂದಲೂ ಅಮೆರಿಕದ ದಕ್ಷಿಣದ ರಾಜ್ಯಗಳೂ, ಉತ್ತರದ ರಾಜ್ಯಗಳೂ ಪರಸ್ಪರ ಹೋರಾಡುತ್ತಿದ್ದುವು. 1787ರಲ್ಲಿ ಫೆಡರಲ್ ಮತ್ತು ಡೆಮೊಕ್ರಾಟಿಕ್ ವರ್ಗಗಳ ನಡುವೆ ಭಿನ್ನಾಭಿಪ್ರಾಯಗಳು ಹೆಚ್ಚಿದುವು. 19ನೆಯ ಶತಮಾನದ ಆರ್ಥಿಕ ಬಿಕ್ಕಟ್ಟು ಅವುಗಳಿಗೆ ಗಾಳಿ ಹಾಕಿತು. ಅಮೆರಿಕದಲ್ಲಿ ಅಂತರ್ಯುದ್ಧ ಪ್ರಾರಂಭವಾದುದಕ್ಕೆ ಈ ಕಾರಣಗಳನ್ನು ಕೊಡಲಾಗಿದೆ.

ಆರ್ಥಿಕ ತಾರತಮ್ಯ

ಪ್ರಾರಂಭದಿಂದಲೇ ಉತ್ತರ ಮತ್ತು ದಕ್ಷಿಣ ಅಮೆರಿಕಗಳ ನಡುವೆ ಆರ್ಥಿಕ ತಾರತಮ್ಯವಿದ್ದಿತು. ಉತ್ತರ ಅಮೆರಿಕದಲ್ಲಿ ಕೈಗಾರಿಕೆಗಳು ಚೆನ್ನಾಗಿ ಬೆಳೆದಿದ್ದುದರಿಂದ ದೊಡ್ಡ ದೊಡ್ಡ ಕಾರ್ಖಾನೆಗಳು ಅಲ್ಲಿ ತಲೆಯೆತ್ತಿದ್ದುವು. ಈ ಕಾರ್ಖಾನೆಗಳು ಯಂತ್ರಗಳ ಸಹಾಯದಿಂದ ನಡೆಯುತ್ತಿದ್ದವಾದ್ದರಿಂದ ಅವುಗಳಲ್ಲಿ ಗುಲಾಮರಿಗೆ ಅಷ್ಟಾಗಿ ಪ್ರಾಮುಖ್ಯವಿರಲಿಲ್ಲ. ಇದಕ್ಕೆ ವಿರುದ್ಧವಾಗಿ ದಕ್ಷಿಣ ಅಮೆರಿಕದ ಅರ್ಥವ್ಯವಸ್ಥೆಯು ಕೃಷಿಯನ್ನು ಆಧರಿಸಿದ್ದಿತು. ಅಲ್ಲಿ ಕೃಷಿ ಉಪಕರಣಗಳಿಗೆ ಕೊರತೆಯಿದ್ದುದರಿಂದ, ದಕ್ಷಿಣದ ಜನರು ಗುಲಾಮರ ದುಡಿಮೆಯನ್ನು ಅವಲಂಬಿಸಿದ್ದರು. ವಾಸ್ತವವಾಗಿ ಗುಲಾಮರೇ ಅವರ ಯಶಸ್ಸಿನ ಆಧಾರಗಳಾಗಿದ್ದರು. ಆದ್ದರಿಂದ ಅವರು ಈ ಪದ್ಧತಿಯನ್ನು ತೊಡೆದುಹಾಕಲು ಬಯಸಲಿಲ್ಲ. ಹೀಗೆ ದಕ್ಷಿಣ ಮತ್ತು ಉತ್ತರದ ರಾಜ್ಯಗಳ ಆರ್ಥಿಕ ಹಿತಾಸಕ್ತಿಗಳು ಪರಸ್ಪರ ಭಿನ್ನವಾಗಿದ್ದುವು. ಅಮೆರಿಕದಲ್ಲಿ ಎರಡು ಬಲಿಷ್ಠ ರಾಜಕೀಯ ಪಕ್ಷಗಳಿದ್ದವು. ಒಂದು ಪಕ್ಷವು ಪ್ರತಿಯೊಂದು ರಾಜ್ಯದ ಪರಮಾಧಿಕಾರದ ಪರವಾಗಿದ್ದಿತು. ಇನ್ನೊಂದು ಒಂದು ಪ್ರಬಲ ಕೇಂದ್ರ ಸರಕಾರವನ್ನು ಬಯಸುತ್ತಿದ್ದಿತು. ಆರ್ಥಿಕ ಅವಕಾಶಗಳು ಉತ್ತರದಲ್ಲಿ ಬಹಳ ಆಕರ್ಷಕವಾಗಿದ್ದುದರಿಂದ ಹೋಲಿಸಿ ನೋಡಿದರೆ ದಕ್ಷಿಣಕ್ಕಿಂತ ಉತ್ತರಕ್ಕೆ ಬಂದು ನೆಲೆಸಿದವರ ಸಂಖ್ಯೆ ಹೆಚ್ಚು. ಅಬ್ರಹಾಂ ಲಿಂಕನನು ಈ ತಾರತಮ್ಯವನ್ನು ಹೋಗಲಾಡಿಸಿ ಅಮೆರಿಕದಲ್ಲಿ ಫೆಡರಲ್ ವ್ಯವಸ್ಥೆಯನ್ನು ಬಲಗೊಳಿಸಲು ಬಯಸಿದನು.

ಗುಲಾಮಗಿರಿ ಪದ್ಧತಿ

18ನೆಯ ಶತಮಾನದ ಕೊನೆಗೆ ಅಮೆರಿಕದ ಜನರು ಗುಲಾಮಗಿರಿ ಪದ್ಧತಿಯನ್ನು ತಿರಸ್ಕಾರದಿಂದ ನೋಡತೊಡಗಿದರು. 1787ರ ಒಂದು ಶಾಸನದಿಂದ ಉತ್ತರ ಅಮೇರಿಕದಲ್ಲಿ ಅದನ್ನು ನಿಷೇಧಿಸಲಾಯಿತು. ಆದರೆ ದಕ್ಷಿಣದಲ್ಲಿ ಬಲಪ್ರಯೋಗದ ಬದಲು ನಿಧಾನವಾಗಿ ಜನರ ಮನವೊಲಿಸಿ ಅದನ್ನು ಕಡಿಮೆ ಮಾಡಲಾಗುತ್ತಿತ್ತು. ಆದರೆ ಈ ಮಧ್ಯೆ ಕೈಗಾರಿಕೆಯ ಅಭಿವೃದ್ಧಿಯಿಂದಾಗಿ ಗುಲಾಮರ ವ್ಯಾಪಾರವು ಒಂದು ಪಟ್ಟಭದ್ರ ಹಿತಾಸಕ್ತಿಯಾಯಿತು. ಈಗ ಯಾರಿಗೂ ಅದನ್ನು ನಿಷೇಧಿಸುವುದು ಬೇಕಾಗಿರಲಿಲ್ಲ. ಹೀಗೆ ಗುಲಾಮಗಿರಿ ಪದ್ಧತಿಯು ಅಮೆರಿಕದಲ್ಲಿ ಪರಿಹರಿಸಲು ಸಾಧ್ಯವಾಗದ ಒಂದು ಸಮಸ್ಯೆಯಾಗಿ ಪರಿಣಮಿಸಿತು.

ಮೂರನೆಯ ಜಾರ್ಜನ ಸ್ವಾತಂತ್ರ್ಯ ಘೋಷಣೆಯಲ್ಲಿ ಗುಲಾಮರ ವ್ಯಾಪಾರವು ಒಂದು ಪಾಪಕೃತ್ಯವೆಂದು ಹೇಳಲಾಗಿತ್ತು. ಆದರೆ ಮುಂದೆ ಆ ಘೋಷಣೆಯಿಂದ ಈ ಅಂಶವನ್ನು ತೆಗೆದು ಹಾಕಲಾಯಿತು. 1787ರ ಶಾಸನದಂತೆ ಗುಲಾಮಗಿರಿಯನ್ನು ಅಮೆರಿಕದ ಉತ್ತರ ಭಾಗದಲ್ಲಿ ನಿಷೇಧಿಸಿದ್ದರೂ, ನಿರಾಶ್ರಿತ ಗುಲಾಮರನ್ನು ಬಂಧಿಸಬಹುದು ಎಂದು ಅನುಮತಿಸಲಾಗಿತ್ತು. ಬಹುಶಃ ಅಮೆರಿಕದ ಸಂವಿಧಾನ ಕರ್ತೃಗಳು ಕಾಲದ ಸ್ಥಿತಿಗತಿಯನ್ನು ಒಪ್ಪಿಕೊಂಡರೆಂದು ತೋರುತ್ತದೆ. ಶಾಸನಸಭಾ ಚುನಾಣೆಯಲ್ಲಿ ನೀಗ್ರೊ ಗುಲಾಮರೂ ಭಾಗವಹಿಸಲು ಅವಕಾಶ ನೀಡಲಾಗುತ್ತದೆ. ಆದರೆ ಅವರ ಸಂಖ್ಯೆ ಐದನೆ ಮೂರಕ್ಕಿಂತ ಹೆಚ್ಚಬಾರದು ಎಂದು ಸಂವಿಧಾನದಲ್ಲಿಯೇ ಒಪ್ಪಿಕೊಳ್ಳಲಾಗಿತ್ತು. ಇದಾದ ಮೇಲೆ ಗುಲಾಮ ವ್ಯಾಪಾರವು ಮೂವತ್ತು ವರ್ಷಗಳ ಕಾಲ ಮುಂದುವರಿದಿತ್ತು, 1850ರ ಮುಸ್ಸೋರಿ ಒಪ್ಪಂದದ ಪ್ರಕಾರ 1850ರ ವೇಳೆಗೆ ಗುಲಾಮರ ಸಂಖ್ಯೆ 32 ಲಕ್ಷವನ್ನು ಮುಟ್ಟಿತ್ತು. 1850ರಲ್ಲಿ ಫ್ಯೂಜಿಟಿವ್ ಸ್ಲೇವ್ ಲಾ ಅಂಗೀಕೃತವಾಯಿತು. ಇದನ್ನು ಉತ್ತರದ ರಾಜ್ಯಗಳು ವಿರೋಧಿಸಿದುವು. ಮುಂದೆ ಈ ಕರಾರನ್ನು ದಕ್ಷಿಣವು ಸಂಪೂರ್ಣವಾಗಿ ತಿರಸ್ಕರಿಸಿತು.

ಹೀಗೆ ಉತ್ತರ ಮತ್ತು ದಕ್ಷಿಣದ ರಾಜ್ಯಗಳು ಗುಲಾಮ ಪದ್ಧತಿಯ ವಿಷಯದಲ್ಲಿ ಏಕಾಭಿಪ್ರಾಯ ಹೊಂದಿರಲಿಲ್ಲ. ಇಬ್ಬರಲ್ಲಿ ಯಾರೊಬ್ಬರೂ ಈ ವಿಚಾರದಲ್ಲಿ ರಾಜಿ ಮಾಡಿಕೊಳ್ಳಲು ಸಿದ್ಧವಾಗಿರಲಿಲ್ಲ. ಅಮೆರಿಕವು ಗುಲಾಮರ ವ್ಯಾಪಾರವೆಂಬ ಹೆಸರಿನಲ್ಲಿ ತನ್ನ ಭೂ ಪ್ರದೇಶವನ್ನು ಪಶ್ಚಿಮದಲ್ಲಿ ವಿಸ್ತರಿಸಲು ಬಯಸುತ್ತಿರುವುದಾಗಿ ಕೆಲವು ಚಿಂತಕರು ಅಭಿಪ್ರಾಯಪಟ್ಟರು.

ಅಬ್ರಹಾಂ ಲಿಂಕನ್

ಅಬ್ರಹಾಂ ಲಿಂಕನನ ಆಯ್ಕೆ

ಅಮೆರಿಕದ ಇತಿಹಾಸದಲ್ಲಿ ಅಬ್ರಹಾಂ ಲಿಂಕನನು ಒಂದು ಮಹತ್ವಪೂರ್ಣವಾದ ಸ್ಥಾನವನ್ನು ಪಡೆದಿದ್ದಾನೆ. 1860ರ ಅಧ್ಯಕ್ಷೀಯ ಚುನಾವಣೆಯಲ್ಲಿ ರಿಪಬ್ಲಿಕನ್ ಪಕ್ಷದ ಅಬ್ರಹಾಂ ಲಿಂಕನನನ್ನು ಅಧ್ಯಕ್ಷನನ್ನಾಗಿ ಆರಿಸಲಾಯಿತು. ನೂತನ ಅಧ್ಯಕ್ಷನು ಗುಲಾಮಗಿರಿಯ ನಿಷೇಧವನ್ನು ಪ್ರತಿಪಾದಿಸುತ್ತಿದ್ದವನು. ಅವನು ಚುನಾಯಿತನಾದ ಸ್ವಲ್ಪದರಲ್ಲೇ ದಕ್ಷಿಣದ ರಾಜ್ಯಗಳು ಒಕ್ಕೂಟದಿಂದ ಪ್ರತ್ಯೇಕಗೊಂಡವು. ಅವು ತಮ್ಮದೇ ಒಂದು ಒಕ್ಕೂಟವನ್ನು ರಚಿಸಿಕೊಂಡು ಕೇಂದ್ರ ಆಡಳಿತದ ವಿರುದ್ಧವಾಗಿ ಹೋರಾಟಲು ಸಿದ್ಧವಾದವು, ದೇಶದಲ್ಲಿ ಅಂತರ್ಯುದ್ಧವು ಮೊದಲಾಯಿತು.

ಚುನಾವಣೆಯಲ್ಲಿ ಲಿಂಕನ್ ಜಯಗೊಳಿಸಿದ್ದರಿಂದ, ಇನ್ನು ದೀರ್ಘ ಕಾಲದವರೆಗೆ ಅಮೆರಿಕದಲ್ಲಿ ಗುಲಾಮ ಪದ್ಧತಿಯು ಉಳಿಯುವುದಿಲ್ಲ ಎನ್ನುವುದು ಖಚಿತವಾಯಿತು. ಲಿಂಕನ್ ಆಗಲಿ, ಅವನ ರಿಪಬ್ಲಿಕನ್ ಪಕ್ಷವಾಗಲಿ ಗುಲಾಮ ಪದ್ಧತಿಯ ಮೇಲೆ ಅತಿಹೆಚ್ಚು ಒತ್ತು ಕೊಟ್ಟಿರಲಿಲ್ಲವಾದರೂ, ಅವನ ವಿಜಯವು ನೂತನ ಸರಕಾರವು ಅಮೆರಿಕನ್ ಸಾಂಸ್ಥಿಕತೆಗಳನ್ನು ರದ್ದುಪಡಿಸುವ ಚಿಂತನೆಗೆ ಅವಕಾಶ ನೀಡಿತು. ಅದು ದಕ್ಷಿಣದ ರಾಜ್ಯಗಳು ಯೂನಿಯನ್ನಿನಿಂದ ಪ್ರತ್ಯೇಕಗೊಳ್ಳಲು ಎಡೆಮಾಡಿಕೊಟ್ಟಿತು.

ರಾಜಕೀಯ ಪ್ರಚಾರದಿಂದ ಭೀತಿಯ ವಾತಾವರಣ

ಗುಲಾಮಗಿರಿಯನ್ನು ವಿರೋಧಿಸುತ್ತಿದ್ದವರು ದಕ್ಷಿಣದ ರಾಜ್ಯಗಳಲ್ಲಿ ಐತಿಹಾಸಿಕವಾಗಿ ಬೆಳೆದು ಬಂದಿದ್ದ ಕೂಲಿ ಪದ್ಧತಿಯನ್ನೇ ಉತ್ತರವು ರದ್ದುಪಡಿಸುವುದು ಎಂಬ ಭೀತಿಯನ್ನು ಸೃಷ್ಟಿಸಿದ್ದರು. ಉತ್ತರದ ಮುಖಂಡರೆನಿಸಿಕೊಂಡವರು ದಕ್ಷಿಣದ ಜನರಲ್ಲಿ ಸಂದೇಹ, ತಲ್ಲಣ, ದ್ವೇಷ ಮತ್ತು ಪ್ರತಿಭಟನೆಗಳನ್ನು ಹುಟ್ಟಿಸಿದ್ದರು. ದಕ್ಷಿಣ ರಾಜ್ಯಗಳ ಮುಖಂಡರು ಗುಲಾಮ ಪದ್ಧತಿಯನ್ನು ವಿಸ್ತರಿಸಲು ಶಕ್ತಿಮೀರಿ ಪ್ರಯತ್ನಿಸುತ್ತಿದ್ದರು; ಆದ್ದರಿಂದ ಅಬ್ರಹಾಂಲಿಂಕನನು ಸ್ಟೀಫನ್ ಡೋಗ್ಲಾಸ್‌ನೊಂದಿಗೆ ಮಾತುಕತೆ ನಡೆಸಿದನು. ಗುಲಾಮ ಪದ್ಧತಿಯು ಅನೈತಿಕವಾದದ್ದು, ಅನ್ಯಾಯವಾದ್ದದೂ ಎಂದು ಒತ್ತಿ ಹೇಳಿದನು. ಆದರೆ ಡೋಗ್ಲಾಸ್ ಅದನ್ನು ಒಪ್ಪಲಿಲ್ಲ. ಗುಲಾಮಗಿರಿಯ ವಿಚಾರವು ಪ್ರಾಂತೀಯ ಸಂವಿಧಾನದ ಚೌಕಟ್ಟಿನೊಳಗೇ ಇದೆ ಎಂದು ಅವನು ಪಟ್ಟುಹಿಡಿದು ಹೇಳಿದನು. ಹಾಗಾಗಿ ಭೀತಿಯ ಭಾವನೆಗಳು ಹರಡಿದವು, ಅಂತರ್ಯುದ್ಧವು ಖಚಿತವಾದಂತಾಯಿತು.

ದಕ್ಷಿಣದ ರಾಜ್ಯಗಳು ಪ್ರತ್ಯೇಕಗೊಂಡದ್ದು

ಅಮೆರಿಕದ ದಕ್ಷಿಣ ರಾಜ್ಯಗಳು ಅಬ್ರಹಾಂ ಲಿಂಕನನ ವಿಜಯದ ವಿಷಯದಲ್ಲಿ ಸಂತೋಷಪಡಲಿಲ್ಲ. ರಿಪಬ್ಲಿಕನ್ ಪಕ್ಷದ ಅಧ್ಯಕ್ಷನ ಕೈಕೆಳಗೆ ತಾವು ಯೂನಿಯನ್ನಿನ ಭಾಗವಾಗಿ ಇರುವುದಿಲ್ಲ ಎಂದು ಆಗಲೇ ದಕ್ಷಿಣ ರಾಜ್ಯಗಳ ಮುಖಂಡರು ನಿರ್ಧರಿಸಿದ್ದರು. ಮೊದಲು ವಿರೋಧಿಸಿದ ರಾಜ್ಯ ಕೆರೋಲಿನಾ. 1860ರ ಡಿಸೆಂಬರ್ 20ರಂದು ಅದು ಯೂನಿಯನ್ನಿನಿಂದ ತನ್ನ ಪ್ರತ್ಯೇಕತೆಯನ್ನು ಘೋಷಿಸಿತು. ಉತ್ತರದ ಹದಿಮೂರು ರಾಜ್ಯಗಳು ಅಂಗೀಕರಿಸಿದ ವ್ಯಕ್ತಿ ಸ್ವಾತಂತ್ರ್ಯ ಸಂಬಂಧದ ಕಾನೂನುಗಳು ಸಂವಿಧಾನಕ್ಕೆ ಅನುಗುಣವಾಗಿಲ್ಲ ಎಂದು ಅದು ಹೇಳಿತು. ಅಲ್ಲದೆ, ಉತ್ತರದ ರಾಜ್ಯಗಳ ಗುಲಾಮ ವಿರೋಧಿ ಚಳುವಳಿಯು ತಮ್ಮ ಸ್ವತ್ತಿಗೆ, ಅಂದರೆ ಗುಲಾಮರಿಗೆ ರಕ್ಷಣೆಯಿಲ್ಲದಂತೆ ಮಾಡಿವೆ ಎಂದಿತು. 1861ರ ಮಾರ್ಚಿ 4ನೆಯ ತಾರೀಖು ಲಿಂಕನ್ ಅಧ್ಯಕ್ಷನಾಗಿ ಅಧಿಕಾರ ಸ್ವೀಕರಿಸಿದಾಗ ದಕ್ಷಿಣದ ಏಳು ರಾಜ್ಯಗಳು ಯೂನಿಯನ್ನಿನಿಂದ ಪ್ರತ್ಯೇಕವಾಗಿದ್ದವು. ಈ ರಾಜ್ಯಗಳು ದಕ್ಷಿಣದ ಒಕ್ಕೂಟವೊಂದನ್ನು ರಚಿಸಿಕೊಂಡು ತಮ್ಮ ಅಧ್ಯಕ್ಷನನ್ನಾಗಿ ಡೇವಿಡ್ ಜಫರ್‌ಸನ್‌ನನ್ನು ಆಯ್ಕೆ ಮಾಡಿದವು. ತಮ್ಮದೇ ಆದ ಬೇರೊಂದು ಸಂವಿಧಾನವನ್ನು ಅವರು ರಚಿಸಿಕೊಂಡರು. ಅದರ ಪ್ರಕಾರ ಪ್ರತಿಯೊಂದು ರಾಜ್ಯವೂ ಕೇಂದ್ರದಿಂದ ಪ್ರತ್ಯೇಕಗೊಳ್ಳಲು ಅಧಿಕಾರ ಪಡೆದಿತ್ತು. ಹೀಗೆ ಪರಿಸ್ಥಿತಿಯು ತುಂಬ ಗಂಭೀರವಾಗಿದ್ದರೂ ಅಬ್ರಹಾಂ ಲಿಂಕನ್ ಯುದ್ಧವನ್ನು ನಿವಾರಿಸಲು ಬಯಸಿದನು. ತನ್ನ ಆಯ್ಕೆಯಾದ ಮೇಲೆ ಅಮೆರಿಕ ಸಂಯುಕ್ತ ಸಂಸ್ಥಾನದ ಅಧ್ಯಕ್ಷನಾಗಿ ಘೋಷಿತನಾಗಿ, ಕೇಂದ್ರದಲ್ಲಿ ಒಡಕು ಬರುವುದಿಲ್ಲ, ಅಮೆರಿಕದ ಅಖಂಡತೆ ಮತ್ತು ಏಕತೆಗಳನ್ನು ಏನೇ ಆದರೂ ಕಾಪಾಡಲಾಗುತ್ತದೆ ಎಂದು ಸಾರಿದನು. ಹಾಗಾಗಿ ಲಿಂಕನನ ಸೈನ್ಯಕ್ಕೂ ದಂಗೆಯೆದ್ದಿದ್ದ ರಾಜ್ಯಗಳ ಸೈನ್ಯಕ್ಕೂ ನಡುವೆ ಒಂದು ಅಂತರ್ಯುದ್ಧ ಪ್ರಾರಂಭವಾಯಿತು.

ಅಂತರ್ಯುದ್ಧದ ಆರಂಭ

1861ರ ಏಪ್ರಿಲ್ 12ರಂದು ದಕ್ಷಿಣ ಕೆರೊಲಿನಾ ರಾಜ್ಯವು ಸೆಂಟರ್ ಕೋಟೆಯ ಮೇಲೆ ಒಂದು ಬಾಂಬ್ ಹಾಕಿ, ಯೂನಿಯನ್ನಿನ ವಿರುದ್ಧವಾಗಿ ಯುದ್ಧವನ್ನು ಪ್ರಾರಂಭಿಸಿತು. ಈಗ ಶಸ್ತ್ರಬಲದ ಮಧ್ಯಪ್ರವೇಶದ ಮೂಲಕವಾಗಿ ಶಿಥಿಲಗೊಂಡ ಯೂನಿಯನ್ನನ್ನು ಸಂರಕ್ಷಿಸುವುದು ಲಿಂಕನನ ಮುಖ್ಯ ಕಾರ್ಯವಾಯಿತು. 1861ರ ಏಪ್ರಿಲ್ 15ರಂದು ಕೇಂದ್ರದ ಕಾನೂನ್ನು ಜಾರಿಗೆ ತರಲು 75 ಸಾವಿರ ಪ್ರಜೆಗಳ ಒಂದು ಸೈನ್ಯವನ್ನು ಅವನು ನೇಮಿಸಿದನು. ದಕ್ಷಿಣದ ಒಕ್ಕೂಟದ ವಿರುದ್ಧವಾಗಿ ಸೈನ್ಯವನ್ನು ನೇಮಿಸಲು ಆದೇಶ ಹೊರಡಿಸಿದನು. ವಾಷಿಂಗ್ಟನ್ನಿನಿಂದ ಸುಮಾರು 130 ಕಿ.ಮೀ. ದೂರದಲ್ಲಿದ್ದ ರಿಚ್‌ಮೌಂಟ್‌ಗೆ ರಾಜ್ಯದ ರಾಜಧಾನಿಯನ್ನು ವರ್ಗಾಯಿಸಿದನು. ಉತ್ತರ ಮತ್ತು ದಕ್ಷಿಣ ಅಮೆರಿಕಗಳ ನಡುವಣ ಯುದ್ಧವು 1861ರ ಏಪ್ರಿಲ್ 12ರಿಂದ 1865 ಮೇ 26ರವರೆಗೆ ನಡೆಯಿತು. ಉತ್ತರದ ರಾಜ್ಯಗಳು ಅದನ್ನು 'ಮಹಾದಂಗೆ' (ಗ್ರೇಟ್ ರಿವೋಲ್ಟ್) ಎಂದು ಕರೆದರು, ದಕ್ಷಿಣದವರಿಗೆ ಅದು 'ರಾಜ್ಯಗಳ ಯುದ್ಧ' (ವಾರ್ ಆಫ್ ದಿ ಸ್ಟೇಟ್ಸ್) ಎನಿಸಿತು. ಆದರೆ ಜನಪ್ರಿಯವಾಗಿ ಅದು 'ಸಿವಿಲ್‌ವಾರ್ ಆಫ್ ಅಮೆರಿಕಾ'ಎಂದು ಪ್ರಸಿದ್ಧವಾಗಿದೆ.

ಎರಡೂ ಪಕ್ಷಗಳು ಸಮಾನವಾಗಿ ಸಂಪನ್ಮೂಲಗಳನ್ನು ಪಡೆದಿದ್ದುವು, ಪರಸ್ಪರ ಶಕ್ತಿಯನ್ನು ಕಡೆಗಣಿಸಿದ್ದವು. ಒಬ್ಬರು ಇನ್ನೊಬ್ಬರ ಮೇಲೆ ಬಹು ಸುಲಭವಾಗಿ ವಿಜಯಗಳಿಸಬಹುದೆಂದು ಭಾವಿಸಿದರು. ಆದರೆ ಯುದ್ಧವು ಸುಮಾರು ನಾಲ್ಕು ವರ್ಷಗಳ ಕಾಲ ಎಳೆದಾಡಿತು. ದಕ್ಷಿಣದ ಜನರಿಗೆ ಯುದ್ಧವು ಸಾಕಾಗಿಹೋಯಿತು. ಉತ್ತರದ ಪರಿಸ್ಥಿತಿ ಮೊದಲನಿಂದಲೂ ಬಲವಾಗಿಯೇ ಇದ್ದಿತು. ಕೈಗಾರಿಕೆಗಳಿಂದಾಗಿ ಅದು ವಿಫುಲವಾದ ಸಂಪತ್ತನ್ನು ಸಂಗ್ರಹಿಸಿಕೊಂಡಿದ್ದಿತು. ಅವರ ಸಾರಿಗೆ ಸಂಪರ್ಕ ಮೂಲಗಳೂ ಗಣನೀಯವಾಗಿದ್ದವು; ಆದ್ದರಿಂದ ಅವರು ವೈರಿಯನ್ನು ಯಶಸ್ವಿಯಾಗಿ ಎದುರಿಸಿದರು.

ದಕ್ಷಿಣದ ಮುಖಂಡರು ತಮ್ಮ ಸೈನ್ಯವನ್ನು ಸೊಗಸಾದ ರೀತಿಯಲ್ಲಿ ವ್ಯವಸ್ಥೆಗೊಳಿಸಿದ್ದರೂ ಕಡ್ಡಾಯ ಮಿಲಿಟರಿ ಸೇವೆಯನ್ನು ಜಾರಿಗೊಳಿಸಿದ್ದರೂ ದುರ್ಬಲ ಆರ್ಥಿಕ ಸ್ಥಿತಿಯಿಂದಾಗಿ ಅವರು ಉತ್ತರದ ಎದುರು ನಿಲ್ಲಲಾಗಲಿಲ್ಲ. ಇಷ್ಟೆಲ್ಲ ಅಸಮಾನತೆಗಳಿದ್ದರೂ ಯುದ್ಧವು ಸುಮಾರು ನಾಲ್ಕು ವರ್ಷಗಳ ಕಾಲ ನಡೆಯಿತು.

ಅಂತರ್ಯುದ್ಧವನ್ನು ಕುರಿತು ಯೂರೋಪಿಯನ್ ದೇಶಗಳ ಮನೋಭಾವ

ಯುದ್ಧವು ಪ್ರಾರಂಭವಾದಾಗ ಆಡಳಿತ ವರ್ಗವು ಒಕ್ಕೂಟದ ಪರವಾಗಿತ್ತು. ಆದರೆ ಈ ದೇಶಗಳ ಸಾರ್ವಜನಿಕ ಅಭಿಪ್ರಾಯದ ವಿಚಾರದಲ್ಲಿ ಎರಡಾಗಿ ಒಡೆದಿತ್ತು. ಬಹುತೇಕ ಜನರು ಇದು ಗುಲಾಮಗಿರಿಗೂ ಸ್ವಾತಂತ್ರ್ಯಕ್ಕೂ ನಡುವೆ ನಡೆದಿರುವ ಹೋರಾಟ ಎಂದು ಭಾವಿಸಿದ್ದರು. ತಮ್ಮ ಸಹಾನುಭೂತಿಯನ್ನು ಉತ್ತರದ ಕಡೆಗೆ ಸೂಚಿಸಿದರು. ದಕ್ಷಿಣದ ರಾಜ್ಯಗಳಾದರೋ ಇಂಗ್ಲೆಂಡಿನ ಸಹಕಾರವನ್ನು ನಿರೀಕ್ಷಿಸಿದವು. ಆದರೆ ಇಂಗ್ಲೆಂಡಿನ ಜನರು ಉತ್ತರವನ್ನೇ ಬೆಂಬಲಿಸಿದರು.

ವಿದೇಶಗಳಿಂದ ತಮ್ಮ ಉದ್ದೇಶಕ್ಕೆ ಮನ್ನಣೆ ಮತ್ತು ಬೆಂಬಲ ದೊರೆತ ಪಕ್ಷದಲ್ಲಿ ಅವರಿಂದ ತಮಗೆ ಯುದ್ಧದಲ್ಲಿ ನೆರವು ಬರಬಹುದು ಎಂದು ದಕ್ಷಿಣದ ರಾಜ್ಯಗಳು ಯೋಚಿಸಿದುವು. ಇಂಗ್ಲೆಂಡ್ ಮತ್ತು ಫ್ರಾನ್ಸ್‌ಗಳನ್ನು ಮಧ್ಯಸ್ಥಿಕೆಗಾಗಿ ಸಿದ್ಧಪಡಿಸಿದವು. ಉತ್ತರದ ರಾಜ್ಯಗಳಾದರೋ ದಕ್ಷಿಣಕ್ಕೆ ಯೂರೋಪಿನ ಶಕ್ತಿಗಳ ಬೆಂಬಲ ದೊರೆಕದೆ ಹೋದರೆ ಅವರನ್ನ ಸೋಲಿಸುವುದು ಸುಲಭ ಎಂದು ಭಾವಿಸಿದುವು. ಇಂಗ್ಲೆಂಡ್ ಮತ್ತು ಫ್ರಾನ್ಸ್ ದೇಶಗಳು ಬೆಂಬಲ ನೀಡದಂತೆ ನೋಡಿಕೊಂಡವು. ಆ ಎರಡೂ ದೇಶಗಳು ಈ ಅಂತರ್ಯುದ್ಧದ ಮೇಲೆ ಅಪಾರವಾದ ಪ್ರಭಾವ ಬೀರಿದವು. ಕ್ರಿಮಿಯನ್ ಯುದ್ಧದಲ್ಲಿ ಅವೆರಡೂ ಒಟ್ಟುಗೂಡಿ ರಷ್ಯಾದೆದುರು ಹೋರಾಡಿದವು. ಅಮೆರಿಕಕ್ಕೆ ಸಂಬಂಧಪಟ್ಟ ವಿಚಾರದಲ್ಲಿ ಇಂಗ್ಲೆಂಡಿನ ಸಲಹೆಯನ್ನು ಒಪ್ಪಿಕೊಳ್ಳಲಾಗುತ್ತದೆ ಎಂದು ಒಂದು ಕರಾರಿನಲ್ಲಿ ನಿರ್ಧರಿಸಲಾಗಿತ್ತು. ಆದ್ದರಿಂದ ರಷ್ಯವು ಉತ್ತರ ಅಮೆರಿಕವನ್ನು ಬೆಂಬಲಿಸಿದ್ದರಿಂದ ದಕ್ಷಿಣದ ಪರಿಸ್ಥಿತಿಯು ತುಂಬಾ ಗಂಡಾಂತರಕ್ಕೀಡಾಯಿತು.

ಗುಲಾಮಗಿರಿಯು ಕೊನೆಗೊಂಡದ್ದು 1863

ಅಬ್ರಹಾಂ ಲಿಂಕನನು ಗುಲಾಮರಿಗೆ ಸ್ವಾತಂತ್ರ್ಯ ನೀಡುವುದರ ಬೆಂಬಲಿಗನಾಗಿದ್ದರೂ ಸಿವಿಲ್‌ವಾರ್ ಪ್ರಾರಂಭವಾದಾಗ ಅದನ್ನು ಘೋಷಿಸಲಿಲ್ಲ. ಏಕೆಂದರೆ ಅದರಿಂದ ಬಹಳ ಹಾನಿಕರ ಪರಿಣಾಮಗಳಾಗುತ್ತಿದ್ದವು. ದೇಶದ ಕೆಲವು ಭಾಗಗಳಲ್ಲಿ ಗುಲಾಮಗಿರಿ ಪದ್ಧತಿಯನ್ನುಳಿಸಿಕೊಂಡು ಮಿಕ್ಕ ಕಡೆಗಳಲ್ಲಿ ಅದನ್ನು ನಿರ್ಮೂಲನೆ ಮಾಡುವುದು ಸಾಧ್ಯವಲ್ಲದ ವಿಷಯವೆಂಬುದೂ ಅವನಿಗೆ ತಿಳಿದಿತ್ತು. ಅಂತರ್ಯುದ್ಧದಲ್ಲಿ ಉತ್ತರವು ಜಯಗಳಿಸಿದೊಡನೆಯೇ ಗುಲಾಮಪದ್ಧತಿಯನ್ನು ಸಂಪೂರ್ಣವಾಗಿ ನಿರ್ಮೂಲನ ಮಾಡಲಾಗುವುದೆಂಬುದು ಯುದ್ಧದ ನಡುವೆಯೇ ಸುವ್ಯಕ್ತವಾಯಿತು. ಆದ್ದರಿಂದ ಅವರು

ಕೇಂದ್ರದ ಸೈನ್ಯಗಳಿಗೆ ಹೃತ್ಪೂರ್ವಕ ಬೆಂಬಲ ನೀಡಿದರು. ತಾನು ಅಂತರ್ಯುದ್ಧದಲ್ಲಿ ಪಾಲುಗೊಂಡಿರುವುದು ಕೇಂದ್ರದ ಸುರಕ್ಷತೆಗಾಗಿ ಮತ್ತು ಗುಲಾಮರ ವಿಮೋಚನೆಗಾಗಿ ಎಂದು ಲಿಂಕನ್ ಹೇಳಿದ್ದರೂ, 1863ರ ಜನವರಿ 1ನೆಯ ತಾರಿಖು, ಯೂನಿಯನ್ನಿನ ವಿರುದ್ಧವಾಗಿ ಯುದ್ಧ ಮಾಡುತ್ತಿದ್ದ ಎಲ್ಲಾ ರಾಜ್ಯಗಳಲ್ಲಿ ವಾಸಮಾಡುತ್ತಿದ್ದ ಎಲ್ಲ ಗುಲಾಮರಿಗೆ ಸ್ವಾತಂತ್ರ್ಯವನ್ನು ಅವನು ಘೋಷಿಸಿದನು. ಇದರಿಂದಾಗಿ ಗುಲಾಮರ ಮಾರಾಟವು ನಿಂತಿತು. ಗುಲಾಮರನ್ನು ಸೈನ್ಯಕ್ಕೆ ಭರ್ತಿ ಮಾಡಿಕೊಳ್ಳಲು ಪ್ರಾರಂಭಿಸಲಾಯಿತು. ಸೈನ್ಯಕ್ಕೆ ಸೇರಿದ ನಂತರ ಯುದ್ಧ ಮುಗಿದ ಮೇಲೆ ಅವರನ್ನು ಬಿಡುಗಡೆ ಮಾಡುವುದಾಗಿ ಭರವಸೆ ನೀಡಲಾಯಿತು.

ಗುಲಾಮರ ವಿಮೋಚನೆಯ ಘೋಷಣೆಯಾದ ಮೇಲೆ ಯುದ್ಧದ ಫಲಿತಾಂಶವು ಉತ್ತರದ ಪರವಾಗಿ ವಾಲಿಕೊಂಡಿತು. ದಕ್ಷಿಣ ಅಮೆರಿಕದ ದಂಡನಾಯಕ ಜಾಕ್ಸನ್ ಮೃತನಾದುದು ದಕ್ಷಿಣದ ಶವಪೆಟ್ಟಿಗೆಗೆ ಹೊಡೆದ ಕೊನೆಯ ಮೊಳೆಯಾಯಿತು. ಅಂತಿಮವಾಗಿ ಅವರು 1865ರ ಮೇ 26ರಂದು ಯೂನಿಯನ್ನಿನ ಸೈನ್ಯದೆದುರಿಗೆ ಶರಣಾಗತರಾದರು.

ಲಿಂಕನನ ಕೊಲೆ

1865ರ ಮಾರ್ಚ್ 4ರಂದು ಅಬ್ರಹಾಂ ಲಿಂಕನ್ ಅಧ್ಯಕ್ಷನಾಗಿ ಎರಡನೆಯ ಅವಧಿಗೆ ಅಧಿಕಾರವನ್ನು ಪ್ರಾರಂಭಿಸಿದನು. ಪ್ರಾರಂಭಿಕ ಭಾಷಣದಲ್ಲಿ ಅವನು ತನ್ನ ಜನತೆಗೆ ತನ್ನ ಸಮಸ್ತಶಕ್ತಿಯನ್ನೂ ಮೀಸಲಿಡುವುದಾಗಿ ಆಶ್ವಾಸನೆ ನೀಡಿದನು. ಆದರೆ ಅವನ ಕನಸು ಈಡೇರಲಿಲ್ಲ. 1865ರ ಏಪ್ರಿಲ್ 14ರಂದು ಅವನನ್ನು ಕೊಲೆ ಮಾಡಲಾಯಿತು.

ಅಂತರ್ಯುದ್ಧದ ಪರಿಣಾಮಗಳು

ಅಮೆರಿಕದ ಇತಿಹಾಸಕ್ಕೆ ಅಂತರ್ಯುದ್ಧವು ಹೊಸತೊಂದು ಅಧ್ಯಾಯವನ್ನು ಸೇರಿಸಿತು. ಅದು ಸೋದರರ ರಕ್ತ ಹರಿಸಿದುದು ಮಾತ್ರವಲ್ಲದೆ ಸಾಮಾಜಿಕ, ರಾಜಕೀಯ ಮತ್ತು ಆರ್ಥಿಕ ಮೌಲ್ಯಗಳನ್ನು ಹೆಚ್ಚಿಸಿತು.

ಜೀವಹಾನಿ–ಆಸ್ತಿ ಹಾನಿ: ಇದು ಅಮೆರಿಕದಲ್ಲಿ ನಡೆದ ಅತ್ಯಂತ ದೊಡ್ಡ ಯುದ್ಧ. ಎರಡೂ ಕಡೆಗಳಲ್ಲಿ ಒಟ್ಟು ಸುಮಾರು ಆರು ಲಕ್ಷ ಜನರು ಯುದ್ಧದಲ್ಲಿ ಸತ್ತರು, ಅಂಗವಿಕಲರಾದವರ ಸಂಖ್ಯೆಯೂ ಅಪಾರ. ಕೇಂದ್ರ ಸರಕಾರವು ದಿನಕ್ಕೆ 30 ಲಕ್ಷ ಡಾಲರ್‌ನಂತೆ ಖರ್ಚುಮಾಡಿತು. ಈ ಯುದ್ಧಕ್ಕಾಗಿ ಮಾಡಿದ ಒಟ್ಟು ವೆಚ್ಚ ಸುಮಾರು 10 ಕೋಟಿ ಡಾಲರುಗಳು!

ಬಲವಾದ ರಾಜಕೀಯ ವ್ಯವಸ್ಥೆಯ ಸ್ಥಾಪನೆ: ಇತ್ಯರ್ಥವಾಗದೆ ಉಳಿದಿದ್ದ ಪ್ರಾಂತೀಯ ಹಾಗೂ ಫೆಡರಲ್ ರಾಜ್ಯಗಳ ಹಕ್ಕುಗಳ ಪ್ರಶ್ನೆಯನ್ನು ಯುದ್ಧವು ಬಗೆಹರಿಸಿತು. ಮತ್ತು ಅಮೆರಿಕದ ರಾಜಕೀಯ ಮತ್ತು ಆಡಳಿತೀಯ ಕೇಂದ್ರಗಳನ್ನು ಬಲಪಡಿಸಿತು. ಕಪ್ಪು ಶಾಸನಗಳನ್ನು ಹೊರಡಿಸಿದ್ದ ದಕ್ಷಿಣದ ರಾಜ್ಯಗಳು ಅವನ್ನು ಹಿಂತೆಗೆದುಕೊಳ್ಳುವಂತೆ ಬಲಾತ್ಕರಿಸಲಾಯಿತು. ಸಂವಿಧಾನಕ್ಕೆ ತಂದ 14 ಮತ್ತು 15ನೆಯ ತಿದ್ದುಪಡಿಗಳ ಅನ್ವಯ ಗುಲಾಮರಿಗೂ ಮತದಾನದ ಹಕ್ಕು ದೊರಕಿತು. ಅವರಿಗೆ ಪೌರರ ಎಲ್ಲಾ ಹಕ್ಕುಗಳೂ ಸಮಾನವಾಗಿ ದೊರೆತವು. ಈಗ ಅಮೆರಿಕಕ್ಕೆ ನಿಜವಾದ ಸಂಯುಕ್ತ ಸಂಸ್ಥಾನಗಳ ಸ್ವರೂಪ ಮೂಡಿತು. ವಾಸ್ತವವಾಗಿ ಗುಲಾಮಗಿರಿಯ ನಿರ್ಮೂಲನೆ, ಕೇಂದ್ರದ ಅಧಿಕಾರಗಳ ವ್ಯವಸ್ಥೆ ಮತ್ತು ದೇಶಗಳ ಸಮಾನತೆ ಇವು ಈ ಯುದ್ಧದ ಮುಖ್ಯ ಸಾಧನೆಗಳಾಗಿದ್ದವು.

ಕೈಗಾರಿಕಾ ವಿಸ್ತರಣೆ: ಅಂತರ್ಯುದ್ಧದ ಫಲವಾಗಿ ಅಮೆರಿಕದ ಹಳೆಯ ಆರ್ಥಿಕ ವ್ಯವಸ್ಥೆಯು ನಿರ್ಮೂಲಗೊಂಡು ಅದರ ಸ್ಥಾನದಲ್ಲಿ ಕೈಗಾರಿಕೀಕರಣವು ಕಾಣಿಸಿಕೊಂಡಿತು. ದಕ್ಷಿಣದ ಕೃಷಿ ಅರ್ಥವ್ಯವಸ್ಥೆಯು ಕಣ್ಮರೆಯಾಯಿತು. ಉತ್ತರದ ಕೈಗಾರಿಕಾಭಿವೃದ್ಧಿಯ ಮೇಲೂ ಅದರ ಪ್ರಭಾವ ತಪ್ಪಲಿಲ್ಲ. ಅಲ್ಲದೆ ಮದ್ದುಗುಂಡುಗಳ ಕಾರ್ಖಾನೆಗಳು, ಹತ್ತಿ ತಯಾರಿಕೆಯೇ ಮೊದಲಾದ ಉದ್ಯಮಗಳು ಆಧುನಿಕಗೊಳ್ಳತೊಡಗಿದವು. ಕೈಗಾರಿಕಾ ಕ್ರಾಂತಿಯಿಂದ ನಗರಗಳು, ಸಾರಿಗೆ ಮತ್ತು ರೈಲು ಉದ್ಯಮ ತಲೆಯೆತ್ತಿದುವು. ಈ ಸಂದರ್ಭದಲ್ಲಿ ಅಮೆರಿಕದಲ್ಲಿ ಒಂದು ನೂತನ ಆರ್ಥಿಕ ಯುಗ ಪ್ರಾರಂಭವಾಯಿತು. ಅಮೆರಿಕವು ಕೈಗಾರಿಕಾ ಅಭ್ಯುದಯ ಹಾಗೂ ಬಂಡವಾಳಶಾಹಿಯ ಕಡೆಗೆ ಮುನ್ನಡೆಯಿತು.

ಸಾಮಾಜಿಕ ಮೌಲ್ಯಗಳಲ್ಲಿ ಬದಲಾವಣೆ : ಯುದ್ಧದ ಸಮಯದಲ್ಲಿ ಉತ್ತರ–ದಕ್ಷಿಣಗಳೆರಡೂ ಪರಸ್ಪರ ಕತ್ತಿಹಿರಿದಿದ್ದರೂ ಯುದ್ಧ ಮುಗಿದ ಮೇಲೆ ಅವುಗಳ ನಡುವೆ ಆತ್ಮೀಯ ನಂಟು ಬೆಳೆಯಿತು. ಅದರಿಂದ ನೂತನ ಸಾಮಾಜಿಕ ಮೌಲ್ಯಗಳು ಮೂಡಿದವು. ಸಮಾಜದಲ್ಲಿ ಬಂಡವಾಳದಾರರೂ ಶ್ರೀಮಂತ ವರ್ಗದವರೂ ಉಚ್ಛ್ರಾಯ ಸ್ಥಿತಿಯಲ್ಲಿದ್ದರೂ, ಕಾರ್ಮಿಕರ

ಸ್ಥಿತಿಯನ್ನು ಉತ್ತಮಪಡಿಸಿ ಅವರಿಗೆ ಶಿಕ್ಷಣ ಕೊಡುವ ಕಡೆಗೆ ಗಮನಕೊಡಲಾಯಿತು. ಸೈನಿಕರ ಹಿತಾಸಕ್ತಿಗಳ ಕಡೆಗೆ ವಿಶೇಷ ಗಮನ ನೀಡಲಾಯಿತು. ಅಮೆರಿಕನ್ ರೆಡ್‌ಕ್ರಾಸ್ ಸೊಸೈಟಿ ನೂತನ ರೂಪ ಪಡೆಯಿತು.

ಹೀಗೆ ಅಮೆರಿಕದ ಅಂತರ್ಯುದ್ಧವು ಸಾಮಾಜಿಕ ಮತ್ತು ರಾಜಕೀಯ ಪುನರ್‌ನಿರ್ಮಾಣಕ್ಕೆ ಹಾದಿಯನ್ನು ಸುಗಮಗೊಳಿಸಿತು. ಅದೊಂದು ಅಮೋಘವಾದ ಯುದ್ಧ ಎಂದು ಕೆಲವು ರಾಷ್ಟ್ರೀಯ ಲೇಖಕರು ವರ್ಣಿಸಿದರು. ಈ ಯುದ್ಧದಿಂದ ಅಮೆರಿಕಕ್ಕೆ ಪರೋಕ್ಷವಾಗಿ ಬಹಳ ಪ್ರಯೋಜನವುಂಟು ಎಂದು ಪರಿಗಣಿಸಿದರು. ಅದು ಹಿಂಸಾಯುತವಾಗಿತ್ತೇನೋ ನಿಜ, ಆದರೆ ಅದು ಮುಸುಕು ಹಾಕಿದಂತಾಯಿತು.

ಅಮೆರಿಕಾದ ಮುಂದಿನ ವಿಸ್ತರಣೆ: ಕೆಲವು ಸಾವಿರ ಅಮೆರಿಕನ್ನರು ಆಗ ಮೆಕ್ಸಿಕೋದ ಭಾಗವಾಗಿದ್ದ ಟೆಕ್ಸಾಸ್ ಕಡೆಗೆ ಹೋಗಿ ಅಲ್ಲಿ ನೆಲೆಸಿದರು. ಟೆಕ್ಸನರು ಮೆಕ್ಸಿಕೋ ಸರಕಾರದ ಆದೇಶಗಳನ್ನು ವಿರೋಧಿಸಿದರು. ಆಮೇಲೆ ಟೆಕ್ಸನರು ದಂಗೆಯೆದ್ದು 1836ರಲ್ಲಿ ತಮ್ಮ ಸ್ವಾತಂತ್ರ್ಯವನ್ನು ಘೋಷಿಸಿಕೊಂಡರು. ಯೂನಿಯನ್ನಿಗೆ (ಯು.ಎಸ್.ಎ) ಸೇರಿಕೊಳ್ಳಬೇಕೆಂದು ಟೆಕ್ಸಾಸ್ ಅರ್ಜಿಹಾಕಿತು. ಆದರೆ ಹಲವು ವರ್ಷಗಳ ಕಾಲ ಅದು ಕಾದಿರಬೇಕಾಯಿತು. 1845ರಲ್ಲಿ ಪ್ರವೇಶ ದೊರೆತು ಟೆಕ್ಸಾಸ್ ಅಮೆರಿಕದ ಒಂದು ರಾಜ್ಯವಾಯಿತು. ಹೀಗೆ ಟೆಕ್ಸಾಸನ್ನು ಅಮೆರಿಕಕ್ಕೆ ನೇರವಾಗಿ ಸೇರಿಸಿಕೊಂಡದ್ದರಿಂದ ಮೆಕ್ಸಿಕೋ ಮೇಲೆ ಯುದ್ಧ ಮಾಡಬೇಕಾಯಿತು. ಈ ಯುದ್ಧವನ್ನು ಗೆಲ್ಲಲಾಗಿ ರಿಯೋಗ್ರಾಂಡೆ ನದಿಯ ಪಶ್ಚಿಮದ ಕಡೆಗಿದ್ದ ವಿಶಾಲವಾದ ಪ್ರದೇಶ ಅಮೆರಿಕಕ್ಕೆ ದೊರೆತ ಹಾಗಾಯಿತು. ಇದು ಕ್ಯಾಲಿಫೋರ್ನಿಯ ಪ್ರದೇಶವನ್ನು ಒಳಗೊಂಡಿದ್ದಿತು. ಇದಕ್ಕಿಂತ ಮುಂಚಿನ ಇನ್ನೊಂದು ಬೆಳವಣಿಗೆಯಲ್ಲಿ ಒರಿಗಾನ್ ಪ್ರದೇಶದ ಮೇಲೆ ಅಮೆರಿಕವು ಸಾರಿದ್ದ ಹಕ್ಕನ್ನು ವಿರೋಧಿಸುತ್ತಿದ್ದ ಬ್ರಿಟನ್ 1846ರಲ್ಲಿ ಒಂದು ಶಾಂತಿಯುತ ಒಪ್ಪಂದಕ್ಕೆ ಬಂದಿತು. ಗ್ಯಾಸ್ಡನ್ ಕೊಳ್ಳುವಿಕೆಯಿಂದ ನೈರುತ್ಯ ಕರಾವಳಿಯ ಬಳಿ ಸ್ವಲ್ಪ ಭೂಪ್ರದೇಶವು ಅಮೆರಿಕದ ಕೈವಶವಾಯಿತು. ಹಾಗಾಗಿ 19ನೆಯ ಶತಮಾನದ ಮಧ್ಯದ ವೇಳೆಗೆ ಅಮೆರಿಕವು ಮೊದಲು ಇದ್ದ 13 ರಾಜ್ಯಗಳ ಸಂಯುಕ್ತ ರೂಪದಿಂದ ಹತ್ತಿರ ಹತ್ತಿರ 48 ರಾಜ್ಯಗಳವರೆಗೆ ಬೆಳೆದು, ಪೂರ್ವದಲ್ಲಿ ಅಟ್ಲಾಂಟಿಕ್ ಸಮುದ್ರ ತೀರದಿಂದ ಪಶ್ಚಿಮದಲ್ಲಿ ಪೆಸಿಫಿಕ್ ಕರಾವಳಿಯವರೆಗೆ ಹರಡಿತ್ತು. 1867ರಲ್ಲಿ ಅಮೆರಿಕನ್ನರು ಬೆರ್ರಿಂಗ್ ಸಮುದ್ರದಲ್ಲಿ ಮೀನುಗಾರಿಕೆ ನಡೆಸುತ್ತಿದ್ದುದರಿಂದಾಗಿ ರಷ್ಯಾದಿಂದ 7,200,000 ಡಾಲರ್‌ಕೊಟ್ಟು ಅಲಾಸ್ಕಾವನ್ನು ಕೊಳ್ಳುವಂತಾಯಿತು.

ಕ್ಯೂಬಾದಲ್ಲಿ ಅಮೆರಿಕದ ಆಸಕ್ತಿ ಬೆಳೆದುದು ಹತ್ತೊಂಬತ್ತನೆ ಶತಮಾನದ ಕೊನೆಯ ದಶಕದಲ್ಲಿ. ಕ್ಯೂಬನರ ಮೇಲೆ ಸ್ಪ್ಯಾನಿಷ್ ದಬ್ಬಾಳಿಕೆಯು ಅಮೆರಿಕದ ಜನರಲ್ಲಿ ಸಹಾನುಭೂತಿಯಯನ್ನು ಪ್ರಚೋದಿಸಿತು. ಸ್ಪೇನ್ ಮತ್ತು ಅಮೆರಿಕಗಳ ನಡುವೆ ಸಂಬಂಧ ಕೆಟ್ಟಿತು. ಹಾವಾನಾ ಬಂದರಿನಲ್ಲಿ ನಿಂತಿದ್ದ ಅಮೆರಿಕನ್ ಹಡಗು ಮೇನೆ (Maine) ಯನ್ನು ನಿಗೂಢ ರೀತಿಯಲ್ಲಿ ಸಿಡಿಸಿ ನಾಶಪಡಿಸಲಾಯಿತು. ಅಮೆರಿಕನ್ ಕಾಂಗ್ರೆಸಿನ ಅಪೇಕ್ಷೆಯಂತೆ ಅಧ್ಯಕ್ಷ ಮಿಕಿನ್ಲೇ 1898ರಲ್ಲಿ ಸ್ಪೇನ್ ದೇಶದ ಮೇಲೆ ಯುದ್ಧವನ್ನು ಸಾರಿದನು. ಸ್ಪೇನ್ ಸೋತು ಪ್ಯಾರಿಸ್ ಒಪ್ಪಂದಕ್ಕೆ ಸಹಿ ಹಾಕಿತು. ಅದರ ಪ್ರಕಾರ ಕ್ಯೂಬಾದಲ್ಲಿ ಸ್ಪೇನಿನ ವಸಾಹತು ಆಳ್ವಿಕೆಯು ಕೊನೆಗೊಂಡಿತು. ಅಲ್ಲದೆ ಪೋರ್ಟೋರಿಕೋ, ಗುವಾಮ್ ಮತ್ತು ಫಿಲಿಫೈನ್ಸ್‌ಗಳನ್ನು ಸ್ಪೇನ್ ಅಮೆರಿಕಕ್ಕೆ ಒಪ್ಪಿಸಿತು, ಈ ರೀತಿ ಆದ ಭೂಪ್ರದೇಶದ ನಷ್ಟಕ್ಕೆ ಪರಿಹಾರವಾಗಿ ಅಮೆರಿಕವು ಅದಕ್ಕೆ ಇಪ್ಪತ್ತು ಮಿಲಿಯನ್ ಡಾಲರುಗಳನ್ನು ಪಾವತಿಮಾಡಿತು. ಯುದ್ಧ ನಡೆಯುತ್ತಿರುವಾಗಲೇ ಅಮೆರಿಕವು ಹವಾಯಿ ದ್ವೀಪಗಳನ್ನು ಆಕ್ರಮಿಸಿಕೊಂಡಿತೆಂಬುದನ್ನು ನೆನಪಿನಲ್ಲಿಡಬೇಕು. ಅಲಾಸ್ಕಾ ಮತ್ತು ಹವಾಯಿಗಳು ಅಮೆರಿಕಕ್ಕೆ ಸೇರಿಕೊಂಡ ಕೊನೆಯ ಎರಡು ರಾಜ್ಯಗಳು. ಆದ್ದರಿಂದ ಅಮೆರಿಕದ ರಾಷ್ಟ್ರಧ್ವಜದಲ್ಲಿ ಐವತ್ತು ನಕ್ಷತ್ರಗಳಿವೆ. ಅವು ಒಂದೊಂದು ರಾಜ್ಯವನ್ನು ಪ್ರತಿನಿಧಿಸುತ್ತವೆ. ಪ್ರಸ್ತುತ ಶತಮಾನದ ಮೊದಲ ವರ್ಷಗಳಲ್ಲಿ ಅಮೆರಿಕವು ಪನಾಮಾ ಕಾಲುವೆಯನ್ನು ನಿರ್ಮಿಸಿ, ಆ ವಲಯದ ಮೇಲೆ ತನ್ನ ಹತೋಟಿಯನ್ನು ವಿಸ್ತರಿಸಿತು. ಮೊದಲನೆಯ ಮಹಾಯುದ್ಧದಲ್ಲಿ ಅಮೆರಿಕವು ಮಿತ್ರ ರಾಷ್ಟ್ರಗಳೊಂದಿಗೆ ಸೇರಿಕೊಂಡಾಗಲೇ ಜಗತ್ತಿಗೆ ಅದರ ಅಗಾಧ ಸಾಮರ್ಥ್ಯದ ಅರಿವಾದದ್ದು.

* * * * *

ಅಧ್ಯಾಯ - 20

19 ಮತ್ತು 20ನೆಯ ಶತಮಾನಗಳಲ್ಲಿ ಆಫ್ರಿಕಾ ಮತ್ತು ಏಷ್ಯಾಗಳಲ್ಲಿ ವಸಾಹತುಶಾಹಿ ಮತ್ತು ಸಾಮ್ರಾಜ್ಯಶಾಹಿ ಹಾಗೂ ಆಫ್ರಿಕಾದ ವಿಭಜನೆ

1815ರಲ್ಲಿ ನೆಪೋಲಿಯನ್ನನು ಸೋತುದರಿಂದ ಸುಮಾರು ನಾನೂರು ವರ್ಷಗಳ ಯೂರೋಪಿಯನ್ ಸಾಮ್ರಾಜ್ಯಶಾಹಿಯು ಕೊನೆಗೊಂಡಿತು. ಆದರೆ ಇದರ ಫಲವಾಗಿ ಜಗತ್ತಿನ ಇತರ ಭಾಗಗಳಲ್ಲಿ ಯೂರೋಪಿನ ವಿಸ್ತರಣೆ, ವಾಣಿಜ್ಯ, ಮಿಷನರಿ ಚಟುವಟಿಕೆ, ಸಾಹಸ, ಲೂಟಿ, ಕೊಳ್ಳೆ, ವಿಜಯಗಳು, ವಿರೋಧಿಶಕ್ತಿಗಳೊಂದಿಗೆ ಯುದ್ಧಗಳು ಇವೆಲ್ಲ ಕಾಣಸಿಕೊಂಡವು. ಈ ವಿಸ್ತರಣ ಪ್ರಕ್ರಿಯೆಯು ನೆಪೋಲಿಯನ್ ಕಾಲದ ನಂತರದ 1815–1870ರ ಅವಧಿಯಲ್ಲಿ ತಾತ್ಕಾಲಿಕವಾಗಿ ಹಿಂಜರಿತವನ್ನು ಕಂಡರೂ ಹತ್ತೊಂಬತ್ತನೆಯ ಶತಮಾನದ ಕೊನೆಯ ಹಂತದಲ್ಲಿ ಹೆಚ್ಚಿನ ಉತ್ಸಾಹದಿಂದ ಮರುಕಳಿಸಿತು. ಇಲ್ಲಿ ಸ್ವಾರಸ್ಯವಾದ ವಿಚಾರವೆಂದರೆ 1820ರ ವೇಳೆಗೆ, ವಿವಿಧ ಯೂರೋಪಿಯನ್ ದೇಶಗಳು ತಮ್ಮ ವಸಾಹತುಗಳನ್ನು ಕಳೆದುಕೊಂಡಿದ್ದವು. ಅಮೆರಿಕಾ ಮತ್ತು ಪೂರ್ವದಲ್ಲಿನ ತನ್ನ ನೆಲಸು ನಾಡುಗಳನ್ನು ಫ್ರಾನ್ಸ್ ಕಳೆದುಕೊಂಡಿತ್ತು. ಸ್ಪೇನ್ ತನ್ನ ವಿಶಾಲವಾದ ದಕ್ಷಿಣ ಅಮೆರಿಕದ ವಸಾಹತುಗಳನ್ನು ಕಳೆದುಕೊಂಡಿತ್ತು. ಇದಕ್ಕಿಂತ ಮೊದಲೇ ಹದಿಮೂರು ಅಮೆರಿಕನ್ ಕಾಲೋನಿಗಳು ಗ್ರೇಟ್ ಬ್ರಿಟನ್ನಿನಿಂದ ಕಳಚಿಕೊಂಡಿದ್ದುವು. 1822ರ ವೇಳೆಗೆ ಪೋರ್ಚುಗಲ್ ಬ್ರೆಜಿಲ್ ಅನ್ನು ಕಳೆದುಕೊಂಡಿತು.

ಹೀಗೆ ವಸಾಹತುಗಳು ಕೈತಪ್ಪಿ ಹೋದುದಕ್ಕಾಗಿ ಯಾರೂ ಕಣ್ಣೀರು ಹಾಕಲಿಲ್ಲ. ಅದಕ್ಕೆ ಬದಲು ಅನೇಕರು ಆ ಘಟನೆಗಳನ್ನು ಸ್ವಾಗತಿಸಿದರು. ಸುಪ್ರಸಿದ್ಧ ಅರ್ಥಶಾಸ್ತ್ರಜ್ಞ ಆಡಂಸ್ಮಿತ್ ವಸಾಹತುಗಳ ಹೊರೆ ಅದರ ಅನುಕೂಲಗಳಿಗಿಂತ ಹೆಚ್ಚು ಭಾರವಾಗಿದೆ ಎಂದು ಒಪ್ಪಿಕೊಂಡನು. ಇಂಗ್ಲಿಷ್ ತತ್ವಶಾಸ್ತ್ರಜ್ಞ ಮತ್ತು ನ್ಯಾಯವಾದಿ ಬೆಂಥಾಮ್, ಫ್ರೆಂಚರು ತಮ್ಮ ವಸಾಹತುಗಳಿಗೆ ಸ್ವಾತಂತ್ರ್ಯ ನೀಡಬೇಕೆಂದು ಒತ್ತಾಯಪಡಿಸಿದನು. ಇಂಗ್ಲಿಷ್ ರಾಜನೀತಿಜ್ಞ ಕಾಬ್‌ಡೆನ್ ಮುಕ್ತ ವ್ಯಾಪಾರ ಮತ್ತು ವಾಣಿಜ್ಯ ಸವಲತ್ತುಗಳ ನಿಷೇಧವನ್ನು ಬಲವಾಗಿ ಪ್ರತಿಪಾದಿಸಿದನು. ಐತಿಹಾಸಿಕ ಬ್ರಿಟಿಷ್ ಪ್ರಧಾನಮಂತ್ರಿ ಗ್ಲಾಡ್‌ಸ್ಟನ್ ಅಂತಿಮ ವಿಶ್ಲೇಷಣೆಯಲ್ಲಿ, ಬ್ರಿಟಿಷ್ ಸಾಮ್ರಾಜ್ಯವನ್ನು ವಿಸರ್ಜಿಸಬೇಕು ಎಂದು ಆಶಿಸಿದನು. 1852ರಲ್ಲಿ ಡಿಸ್ರೇಲಿ (ಇವನೂ ಮುಂದೆ ಇಂಗ್ಲೆಂಡಿನ ಪ್ರಧಾನ ಮಂತ್ರಿಯಾದನು) ಒತ್ತಾಯ ಪೂರ್ವಕವಾಗಿ ಹೀಗೆ ಹೇಳಿದನು. "ಇನ್ನು ಕೆಲವೇ ವರ್ಷಗಳಲ್ಲಿ ಈ ಹಾಳು ಕಾಲೋನಿಗಳು ಸ್ವತಂತ್ರವಾಗುತ್ತವೆ. ಇವು ನಮ್ಮ ಕೊರಳಿಗೆ ಕಟ್ಟಿದ ಗಾಣಗಳಾಗಿವೆ". ಜರ್ಮನಿಯ ಛಾನ್ಸಲರ್ ಆದ ಬಿಸ್ಮಾರ್ಕನೂ 1868ರಲ್ಲಿ ಸ್ಥಿರೀಕರಿಸಿ ಹೀಗೆ ಹೇಳಿದನು. "ತಾಯಿನಾಡಿನಿಂದ ಕೋರುವ ಎಲ್ಲಾ ಅನುಕೂಲಗಳಿಗೂ ಬಹುಮಟ್ಟಿಗೆ ಭ್ರಮೆಯಾಗಿವೆ, ಇಂಗ್ಲೆಂಡು ತನ್ನ ವಸಾಹತು ನೀತಿಯನ್ನು ತೊರೆಯುತ್ತಿದೆ. ಅದು ತುಂಬಾ ದುಬಾರಿಯೆಂದು ಕಂಡುಕೊಳ್ಳುತ್ತಿದೆ".

ಆದರೆ ಈ ವಸಾಹತು–ವಿರೋಧಿ ಯುಗವು ಅನತಿಕಾಲದಲ್ಲೇ ಕೊನೆಗೊಂಡಿತು. 1870ರಿಂದ ಎಲ್ಲಾ ಯೂರೋಪಿಯನ್ ದೇಶಗಳ ಸಾರ್ವಜನಿಕ ಅಭಿಪ್ರಾಯವು ವಸಾಹತುಗಳನ್ನು ಗಳಿಸಿಕೊಳ್ಳಲು ಹೆಚ್ಚು ಸ್ಪರ್ಧೆಗೆ ಎಡೆಗೊಟ್ಟಿತು. 1870ರ ನಂತರದ ಕಾಲವನ್ನು 'ಸಾಮ್ರಾಜ್ಯಶಾಹಿಯ ಯುಗ' ಎಂದು ಕರೆಯುವಂತಾಯಿತು. ಸಾಮ್ರಾಜ್ಯತತ್ವದ ಈ ಆಧುನಿಕ ಪರಿಕಲ್ಪನೆಯು ನಾಟಕೀಯವಾಗಿ ಕಾಣಿಸಿಕೊಂಡಿತು. ಹತ್ತೊಂಬತ್ತನೆಯ ಶತಮಾನದ ಕೊನೆಯ ಹಂತದಲ್ಲಿ ಯೂರೋಪಿಯನ್ ಶಕ್ತಿಗಳು ರಾಜಕಾರಣದಲ್ಲಿ ಕೌಶಲವನ್ನು ಮೆರೆದುವು.

ಸಾಮ್ರಾಜ್ಯಶಾಹಿ ತತ್ವ (Imperialism)

ಸಾಮ್ರಾಜ್ಯಶಾಹಿ ತತ್ವ ಎಂಬ ಪದ ಬಂದಿರುವುದು ಲ್ಯಾಟಿನ್ ಭಾಷೆಯ 'ಇಂಪೀರಿಯಂ' ಎಂಬುದರಿಂದ. ಅದರ ಅರ್ಥ ಶಕ್ತಿ ಎಂದು. ಶಕ್ತಿಶಾಲಿಗಳಾದ ಔದ್ಯಮೀಕೃತ ರಾಷ್ಟ್ರಗಳು ಕೆಲವು ಹಿಂದುಳಿದ ಪ್ರದೇಶಗಳ ಸರಕಾರಗಳನ್ನು ತಮ್ಮ ಹತೋಟಿಯಲ್ಲಿಟ್ಟುಕೊಂಡು ಅವುಗಳನ್ನು ಶೋಷಿಸಲು ಪ್ರಯತ್ನಿಸಿದುವು. ಹೇಸ್‌ನ (Hayes) ಪ್ರಕಾರ, 'ನಾಗರಿಕ ರಾಷ್ಟ್ರಗಳು ದುರ್ಬಲವಾದ ಹಾಗೂ ಹಿಂದುಳಿದ ಜನರನ್ನು ಆಳಲು ಬಯಸುವುದು ಮತ್ತು ಆ ನೀತಿ ಸಾಮ್ರಾಜ್ಯತತ್ವ ಎನಿಸುತ್ತದೆ'. ಚಾರ್ಲ್ಸ್ ಎ.ಬಿಯರ್ಡ್ ಹೀಗೆ ಹೇಳುತ್ತಾನೆ, 'ಸರಕಾರದ ಶಕ್ತಿಯನ್ನು ರಾಜಕಾರಣ ಕೌಶಲವನ್ನು ಇತರ ಜನಾಂಗಗಳಿಗೆ ಅಥವಾ ಜನರಿಗೆ ಸೇರಿದ ಭೂಪ್ರದೇಶಗಳನ್ನು ಪ್ರಭಾವ ವಲಯಗಳನ್ನು ಗಳಿಸಲು ಉಪಯೋಗಿಸುವುದು, ಅಲ್ಲಿ ಉದ್ಯಮ, ವಾಣಿಜ್ಯ ಮತ್ತು ಬಂಡವಾಳ ಹೂಡಿಕೆಯ ಅವಕಾಶಗಳನ್ನು ಹೆಚ್ಚಿಸಲು ಪ್ರಯತ್ನಿಸುವುದು ಸಾಮ್ರಾಜ್ಯಶಾಹಿ ತತ್ವ'. ಏಷ್ಯಾ ಮತ್ತು ಆಫ್ರಿಕಾ ಖಂಡಗಳ ಇತಿಹಾಸದಲ್ಲಿ, ಮೊದಲನೆಯ ಮಹಾಯುದ್ಧವು ಪ್ರಾರಂಭವಾಗುವುದಕ್ಕೆ ಮೊದಲು (1914) ಒಂದು ಶತಮಾನದ ಇತಿಹಾಸದಲ್ಲಿ ಸಾಮ್ರಾಜ್ಯಶಾಹಿ ತತ್ವವು ಮುಖ್ಯವಾದ ಅಂಶವಾಗಿತ್ತು.

ವಸಾಹತುಗಳನ್ನು ಸಂಪಾದಿಸುವ ಈ ಜ್ವರವು ಬಹುತೇಕ ಯೂರೋಪಿಯನ್ ರಾಷ್ಟ್ರಗಳಲ್ಲಿ ಹರಡಿತು. ಗ್ರೇಟ್ ಬ್ರಿಟನ್ ಮತ್ತು ರಷ್ಯಾ ತಮ್ಮ ವಿಸ್ತಾರವಾದ ಸಾಮ್ರಾಜ್ಯಗಳನ್ನು ಇನ್ನಷ್ಟು ವಿಸ್ತರಿಸಿದುವು. ಫ್ರಾನ್ಸ್ ದೇಶವು ಇಂಡೋ–ಚೈನಾದಲ್ಲೂ, ಆಫ್ರಿಕಾದಲ್ಲೂ ಒಂದು ಸಾಮ್ರಾಜ್ಯವನ್ನು ಸೃಷ್ಟಿಸಿದರೆ, ಜರ್ಮನಿ ಆಫ್ರಿಕಾದ ಕೆಲವು ಭಾಗಗಳನ್ನು, ಪೆಸಿಫಿಕ್ ಸಾಗರದ ಕೆಲವು ದ್ವೀಪಗಳನ್ನು ಆಕ್ರಮಿಸಿಕೊಂಡು, ಜೊತೆಗೆ ಚೈನಾದಲ್ಲೂ ತನ್ನ ಪ್ರಭಾವದ ಒಂದು ವಲಯವನ್ನು ರೂಪಿಸಿಕೊಂಡಿತು. ಇಟಲಿ, ಪೋರ್ಚುಗಲ್, ಸ್ಪೇನ್ ಮತ್ತು ಬೆಲ್ಜಿಯಂ ದೇಶಗಳು ಆಫ್ರಿಕದಲ್ಲಿ ಭೂಪ್ರದೇಶಗಳನ್ನು ಸ್ವಾಧೀನ ಪಡಿಸಿಕೊಂಡವು. ಹಾಲೆಂಡ್ ಆಗಲೇ ಈಸ್ಟ್ ಇಂಡೀಸ್ ಅನ್ನು ವಶಪಡಿಸಿಕೊಂಡಿತ್ತು. ಯೂರೋಪಿಯನ್ ದೇಶಗಳಿಂದ ಸೂಚನೆಯನ್ನು ಪಡೆದುಕೊಂಡ ಜಪಾನ್, ಫಾರ್ಮೋಸಾ ಮತ್ತು ಕೊರಿಯಾಗಳನ್ನು ಆಕ್ರಮಿಸಿ ವಿಸ್ತರಿಸಿಕೊಂಡಿತು. ಜೊತೆಗೆ ತಾನು ವಶಪಡಿಸಿಕೊಳ್ಳಬಹುದಾದ ಇತರ ಪ್ರದೇಶಗಳ ಮೇಲೂ ಕಣ್ಣು ಹಾಕಿತು. ಹಾಗಾಗಿ ಮೊದಲನೆಯ ಮಹಾಯುದ್ಧವು ಪ್ರಾರಂಭವಾಗುವ ವೇಳೆಗೆ ಆಫ್ರಿಕಾ, ಏಷ್ಯಾ ಮತ್ತು ಈಸ್ಟ್ ಇಂಡಿಸ್‌ಗಳು ಹತೋಟಿಗೆ ಬಂದಿದ್ದವು. ಇಲ್ಲವೇ ಒತ್ತುವರಿ ಮಾಡಿಕೊಳ್ಳಲು ಗುರುತು ಮಾಡಲ್ಪಟ್ಟಿದ್ದವು.

ಲ್ಯಾಟಿನ್ ಅಮೇರಿಕದ ದೇಶಗಳು ಇವರಿಂದ ತಪ್ಪಿಸಿಕೊಂಡುವು. ಏಕೆಂದರೆ ಹಳೆಯ ಯೂರೋಪಿಯನ್ ದೇಶಗಳು ಹೊಸ ಜಗತ್ತಿನ ಯಾವುದೇ ಭೂಪ್ರದೇಶವನ್ನು ವಶಪಡಿಸಿಕೊಳ್ಳುವುದಕ್ಕೆ ಅಮೇರಿಕವು ಅವಕಾಶಕೊಡಲಿಲ್ಲ. ಇದರ ಪರಿಣಾಮವಾಗಿ ಈ ದೇಶಗಳು ತಮ್ಮದೇ ಆದ ರೀತಿಯಲ್ಲಿ ಅಭಿವೃದ್ಧಿ ಹೊಂದಿದುವು.

ಸಾಮ್ರಾಜ್ಯಶಾಹಿತ್ವದ ಕಾರಣಗಳು

1. ದೇಶಗಳು ಹೆಚ್ಚು ಔದ್ಯಮೀಕೃತವಾದಂತೆ, ಅನೇಕ ವ್ಯವಹಾರಸ್ಥರು ತಮ್ಮ ದೇಶವು ವಸಾಹತುಗಳ ಮೇಲೆ ಪ್ರಭುತ್ವ ಪಡೆದು ಕಚ್ಚಾ ವಸ್ತುಗಳನ್ನು ಪಡೆಯುವುದಕ್ಕೂ, ಸಿದ್ಧವಾದ ಹೆಚ್ಚುವರಿ ಸರಕುಗಳ ಮಾರಾಟಕ್ಕೂ, ಅಭಿವೃದ್ಧಿ ಪ್ರದೇಶಗಳಲ್ಲಿ ಮತ್ತಷ್ಟು ಬಂಡವಾಳ ಹೂಡುವುದಕ್ಕೂ ಕಾತುರರಾದರು. ಸಾಮ್ರಾಜ್ಯಶಾಹಿಗೆ ಬಹುಶಃ ಆರ್ಥಿಕ ಉದ್ದೇಶವೇ ಅತ್ಯಂತ ಮುಖ್ಯವಾದ ಪ್ರೇರಣೆಯಾಗಿತ್ತೆಂದು ತೋರುತ್ತದೆ.

2. ನೂತನ ಸಾಮ್ರಾಜ್ಯಶಾಹಿಯ ಬೆಳವಣಿಗೆಗೆ ರಾಷ್ಟ್ರೀಯತೆ ಕೂಡ ಇನ್ನೊಂದು ಕಾರಣವಾಗಿತ್ತು. ದೇಶಪ್ರೇಮಿಗಳು ತಮ್ಮ ದೇಶವು ಇನ್ನಷ್ಟು ಭೂಪ್ರದೇಶಗಳಲ್ಲಿ ಹರಡಬೇಕೆಂದು ಉತ್ಕಟವಾಗಿ ಬಯಸಿದರು. ಜರ್ಮನಿ ಮತ್ತು ಇಟಲಿ ಹೀಗೆ ತನ್ನ ನೆಲವನ್ನು ವಿಸ್ತರಿಸಿಕೊಳ್ಳಬೇಕೆಂದು ಬಯಸಿದವು. ತನ್ನ ಹಿಂದಿನ ವೈಭವವನ್ನು ಮರಳಿ ಗಳಿಸಲು ಫ್ರಾನ್ಸ್ ಅಪೇಕ್ಷಿಸಿತು. ಈಗಾಗಲೇ ತನ್ನವಾಗಿದ್ದ ಪ್ರದೇಶಗಳ ಮೇಲೆ ಹತೋಟಿಯನ್ನು ಸ್ಥಾಪಿಸಿಕೊಳ್ಳುವುದರ ಜೊತೆಗೆ ಅವನ್ನು ವಿಸ್ತರಿಸಲು ಗ್ರೇಟ್ ಬ್ರಿಟನ್ ಅಪೇಕ್ಷಿಸಿತು. ಇತರರು ಮಿಲಿಟರಿ ಹಾಗೂ ನೌಕಾಪಡೆಯ ಕೇಂದ್ರಗಳಾಗಿ ವಸಾಹತುಗಳನ್ನು ಉಪಯೋಗಿಸಿಕೊಳ್ಳಲು ಬಯಸಿದುವು. ಸಂಕ್ಷಿಪ್ತವಾಗಿ ಹೇಳಬೇಕೆಂದರೆ ಜಾಗತಿಕವಾಗಿ ಕೀರ್ತಿಯನ್ನು, ಪ್ರತಿಷ್ಠೆಯನ್ನು ಗಳಿಸುವುದು ಇವೆಲ್ಲದರ ಹಿಂದಿನ ಉದ್ದೇಶವಾಗಿತ್ತು. ಯೂರೋಪಿಯನ್ ದೇಶಗಳು ಸಾಗರೋತ್ತರ ಪ್ರದೇಶಗಳಲ್ಲಿ ಎಷ್ಟು ಭೂಭಾಗಗಳ ಮೇಲೆ ಪ್ರಭುತ್ವವಿರಿಸಿಕೊಂಡಿದ್ದಾರೆನ್ನುವುದರ ಮೇಲೆ ಅವುಗಳ ಶ್ರೇಷ್ಠತೆಯನ್ನು ಅಳೆಯತೊಡಗಿದವು. ಯೂರೋಪಿನ ಪ್ರತಿಯೊಂದು ದೇಶವೂ ಜಾಗತಿಕ ಶಕ್ತಿಯೆಂಬ ಸ್ಥಾನವನ್ನು ಗಳಿಸಲು ಉತ್ಸುಕವಾದವು.

3. ಜನಸಂಖ್ಯೆ ಹೆಚ್ಚಿದಂತೆ ತಮ್ಮ ಜನರಲ್ಲಿ ಅನೇಕರು ಇತರ ದೇಶಗಳಿಗೆ ವಲಸೆಹೋಗಿ ಅಲ್ಲಿ ನೆಲಸುತ್ತಾರೆ ಎಂಬ ಭೀತಿ ರಾಷ್ಟ್ರೀಯವಾದಿಗಳಿಗೆ ಉಂಟಾಯಿತು. ಹೆಚ್ಚುವರಿ ಜನಸಂಖ್ಯೆಯನ್ನು ಕಳುಹಿಸಿಕೊಡಲು ತಮ್ಮದೇ ವಸಾಹತುಗಳನ್ನು ಗಳಿಸಿಕೊಳ್ಳಲು ಅವರು ಪ್ರಯತ್ನಿಸಿದರು.

4. ನೂತನ ಸಾಮ್ರಾಜ್ಯಶಾಹಿಯು ಕ್ರೈಸ್ತಧರ್ಮವನ್ನು ಹರಡಲು ಸರಿಯಾದ ಮಾರ್ಗ ಎಂದು ಅದನ್ನು ಬೆಂಬಲಿಸಿದ ಅನೇಕರಿದ್ದರು. ವಾಸ್ತವವಾಗಿ ಬಹುಮಟ್ಟಿನ ಮುಂಚೂಣಿಯ ಕೆಲಸವನ್ನು ಮಿಷನರಿಗಳೇ ಮಾಡಿದರು ಎಂದೇ ಅವರನ್ನು ಸಾಮ್ರಾಜ್ಯವಾದಿಗಳ ಬಲಭುಜವೆಂದು ಕರೆಯಲಾಗಿದೆ.

5. ಹಿಂದುಳಿದ ಪ್ರದೇಶಗಳ ಜನರು ಶಿಕ್ಷಣ, ಆರೋಗ್ಯ, ಮತ್ತಿತರ ಬದುಕಿನ ಸುಖ ಸೌಲಭ್ಯಗಳನ್ನು ಸವಿಯಬೇಕಾದರೆ ಅದಕ್ಕೆ ಸಾಮ್ರಾಜ್ಯವಾದವು ಒಂದು ಮಾರ್ಗ ಎಂದು ಅನೇಕರು ನಂಬಿದ್ದರು. ತಮಗೆ ಮೇಲುಮಟ್ಟದ ನಾಗರಿಕತೆಯೊಂದಿಗೆ ತಮ್ಮ ಈ ಉನ್ನತ ನಾಗರಿಕತೆಯನ್ನು ಹಿಂದುಳಿದ ಪ್ರದೇಶಗಳಲ್ಲಿ ಹರಡುವುದು ತಮ್ಮ ಧರ್ಮ. ಅದು ತಮ್ಮ ಜೀವಿತ ಧ್ಯೇಯ ಎಂದು ಈ ವ್ಯಕ್ತಿಗಳು ಭಾವಿಸಿದ್ದರು. ಬ್ರಿಟಿಷ್ ಕವಿ ರುಡ್ಯಾರ್ಡ್ ಕಿಪ್ಲಿಂಗ್ ಅದನ್ನು 'ಮನುಷ್ಯನ ಹೊರೆ' ಎಂದು ಕರೆಯುವ ಮೂಲಕ್ಕೆ ಹೋದನು.

ವಸಾಹತುಗಳನ್ನು ಗಳಿಸಲು ಬಳಸಿದ ಮಾರ್ಗಗಳು

1. ಅನಭಿವೃದ್ಧಿ ಪ್ರದೇಶಗಳಲ್ಲಿದ್ದ ಜನರು ಗುಂಡುಗಳು ಮತ್ತು ಬಾಂಬುಗಳಿಂದ ಸಜ್ಜಿತರಾದ ಆಧುನಿಕ ಸಾಮ್ರಾಜ್ಯವಾದಿಗಳ ಎದುರಾಗಿ ತಮ್ಮನ್ನು ಸಂರಕ್ಷಿಸಿಕೊಳ್ಳಲು ಅಸಮರ್ಥರಾದರು.
2. ಸಾಮ್ರಾಜ್ಯವಾದಿಗಳು ಹಿಡಿದ ಇನ್ನೊಂದು ದಾರಿ ಜನರಿಗೆ ಆಲ್ಕೊಹಾಲ್, ಅಫೀಮು ಅಥವಾ ಕೊಕೇನ್ ಮೊದಲಾದ ಮಾದಕ ದ್ರವ್ಯಗಳನ್ನು ಪೂರೈಸುವುದು. ಈ ಮೂಲಕ ಹಿಂದುಳಿದ ವಸಾಹತುಗಳ ಜನರ ಮೇಲೆ ಅವರು ತಮ್ಮ ಹಿಡಿತವನ್ನು ಹೆಚ್ಚಿಸಿಕೊಂಡರು.
3. ಇಷ್ಟು ಮಾತ್ರವಲ್ಲ, ಉದ್ದೇಶವಿಲ್ಲದೆಯೇ ಮತ್ತು ಅರಿವೇ ಇಲ್ಲದೆ ವಸಾಹತುಗಳಲ್ಲಿನ ರಾಜರು ಅತ್ಯಲ್ಪ ಆಮಿಷಗಳಿಗೆ ತಮ್ಮ ವಿಶಾಲ ಭೂಭಾಗಗಳನ್ನು ಒಪ್ಪಿಸಿದರು.
4. ಯುಗಾಂತರಗಳಿಂದ ಸಾಮ್ರಾಜ್ಯವಾದಿಗಳು ಬಳಸುತ್ತಾ ಬಂದ ಇನ್ನೊಂದು ಕಾರ್ಯತಂತ್ರ 'ಒಡೆದು ಆಳುವ' ನೀತಿ. ಧಾರ್ಮಿಕ ಭಿನ್ನಾಭಿಪ್ರಾಯಗಳನ್ನು ಪ್ರೋತ್ಸಾಹಿಸಲಾಯಿತು. ಜಾತಿಗಳನ್ನು, ವಿವಿಧ ರಾಜಕೀಯ ವಿಚಾರಗಳನ್ನು ಒಂದರ ಎದುರಾಗಿ ಇನ್ನೊಂದನ್ನು ಒಡ್ಡಿ ಹಗೆತನ ಬೆಳೆಸಲಾಯಿತು. ಇದರ ಮುಖ್ಯವಾದ ಉದ್ದೇಶ, ತಮ್ಮ ಅಧೀನರಾದ ಪ್ರಜೆಗಳು ಸಾಮ್ರಾಜ್ಯಕ್ಕೆ ವಿರುದ್ಧವಾಗಿ ಒಂದುಗೂಡದಂತೆ ಮಾಡುವುದು.
5. ಅಲ್ಲದೆ ಸಾಮ್ರಾಜ್ಯವಾದೀ ದೇಶಗಳು ಪರಸ್ಪರ ಮೈತ್ರಿ ಸಂಬಂಧಗಳನ್ನು ರೂಢಿಸಿಕೊಂಡು ಒಬ್ಬರಿಂದೊಬ್ಬರು ವಸಾಹತುಗಳನ್ನು ಪಡೆದುಕೊಂಡರು.
6. ತಮ್ಮ ಪ್ರಭಾವದ ವಿಸ್ತರಣೆಗಾಗಿ ಸಾಮ್ರಾಜ್ಯವಾದಿಗಳು ಯಾವಾಗಲೂ ಮುಖ್ಯವಾದ ಜಲಮಾರ್ಗಗಳ ಮೇಲೆ ಹತೋಟಿಯನ್ನು ಇಟ್ಟುಕೊಳ್ಳುತ್ತಿದ್ದರು. ಮೆಡಿಟರೇನಿಯನ್ ಸಾಗರವನ್ನು ಪ್ರವೇಶಿಸಲು ಬ್ರಿಟಿಷರು ಸೂಯೆಜ್ ಕಾಲುವೆಯನ್ನು ಹಿಡಿದರೆ, ರಷ್ಯನ್ನರು ಡಾರ್ಡ್‌ನೆಲ್ಸ್ ಹಿಡಿದರು. ಅಮೆರಿಕವು ಪನಾಮಾ ಕಾಲುವೆಯನ್ನು ವಶಪಡಿಸಿಕೊಂಡುದರಿಂದ ಕೆರೆಬಿಯನ್ ಸಮುದ್ರವನ್ನು ಒಂದು ಅಮೆರಿಕನ್ ಸರೋವರವನ್ನಾಗಿ ಮಾಡಲಾಯಿತು.

ನಿಯಂತ್ರಣದ ಬಗೆಗಳು

1. ಸಾಮ್ರಾಜ್ಯವಾದಿಗಳು ತಾವು ಗೆದ್ದ ಜನರ ಮೇಲೆ ಬಗೆಬಗೆಯ ರೀತಿಯ ಹತೋಟಿಯನ್ನು ಇಟ್ಟುಕೊಂಡರು. ಕೆಲವು ಸಲ ಅದು ಪೂರ್ಣ ಪ್ರಮಾಣದ ಸ್ವಾಧೀನತೆಯಾಗಿ ಆ ಪ್ರದೇಶವು ಒಂದು ವಸಾಹತುವಾಗುತ್ತಿತ್ತು.
2. ಇತರ ಕೆಲವು ಸಂದರ್ಭಗಳಲ್ಲಿ ದೇಶೀಯ ರಾಜನನ್ನು ಅಥವಾ ರಾಜರನ್ನು ಯಾವುದೇ ಅಧಿಕಾರವಾಗಲಿ ಪ್ರಭಾವವಾಗಲಿ ಇಲ್ಲದೆ ಕೇವಲ ನಾಮಮಾತ್ರದ ಗೊಂಬೆಯಾಗಿರುವಂತೆ ಮಾಡಲಾಗುತ್ತಿತ್ತು. ಇಂತಹ ಪ್ರಭುತ್ವದಿಂದ ಆಶ್ರಿತ ಸಂಸ್ಥಾನಗಳು (Protectorates) ಉದಯಿಸಿದವು.
3. ರೈಲುಮಾರ್ಗಗಳನ್ನು ಹಾಕಲು ಅಥವಾ ಗಣಿಗಳನ್ನು ಅಗೆಯಲು, ತೋಟಗಾರಿಕೆಯನ್ನು ಬೆಳೆಸಲು ಅನುಮತಿ ಪಡೆಯಲಾಗುತ್ತಿತ್ತು. ಈ ಸೌಲಭ್ಯಗಳನ್ನು ರಿಯಾಯಿತಿಗಳು ಎಂದು ಕರೆಯಲಾಗುತ್ತಿತ್ತು.
4. ಕೊನೆಯದಾಗಿ ಹಿಂದುಳಿದಿದ್ದ ಪ್ರದೇಶವೊಂದರ ಮೇಲೆ ಸಾಮ್ರಾಜ್ಯವು ರಾಜಕೀಯ ಅಥವಾ ಆರ್ಥಿಕ ಏಕಸ್ವಾಮ್ಯವನ್ನು ಸಾಧಿಸಿಕೊಂಡರೆ ಅದನ್ನು ಪ್ರಭಾವವಲಯ ಎಂದು ಕರೆಯಲಾಗುತ್ತಿತ್ತು.

ದೂರಪ್ರಾಚ್ಯದಲ್ಲಿ ಸಾಮ್ರಾಜ್ಯಶಾಹಿ

ಯೂರೋಪು ಮತ್ತು ಅಮೆರಿಕಗಳಲ್ಲಿ ಚೀನಿಯ ವಸ್ತುಗಳ ಜನಪ್ರಿಯತೆ ಹೆಚ್ಚಿದುರಿಂದಾಗಿ ಚೈನಾ ದೇಶವನ್ನು ತೊರೆಯಬೇಕಾದ ಅಗತ್ಯವುಂಟಾಯಿತು. ಪಶ್ಚಿಮ ದೇಶಗಳಿಗೆ ದಂತದ ಬೀಸಣಿಗೆಗಳು, ಅರಗಿನ ಪೆಟ್ಟಿಗೆಗಳು, ಪೋರ್ಸಿಲೇನ್ ದಾನಿಗಳು, ಟೀ ಮತ್ತು ರೇಷ್ಮೆಗಳು ಬೇಕಾದವು. ಜನರ ಮೇಲೆ ಮಾರಕ ಪ್ರಭಾವ ಬೀರುತ್ತಿದ್ದ ಅಫೀಮನ್ನು ಚೈನಾದೇಶಕ್ಕೆ ಕದ್ದು ಸಾಗಿಸುತ್ತಿದ್ದುದನ್ನು ಚೈನಾದ ಚಕ್ರವರ್ತಿಯು ತಡೆಯಲು ಆದೇಶಿಸಿದನು. ಇದನ್ನೇ ನೆಪವಾಗಿಟ್ಟುಕೊಂಡು ಬ್ರಿಟಿಷರು ಚೈನಾ ದೇಶದ ಮೇಲೆ ಯುದ್ಧವನ್ನು ಸಾರಿದರು. ಮೊದಲನೆಯ ಅಫೀಮು ಯುದ್ಧ (1839–42)–(First opium war)ಎಂದು ಇದನ್ನು ಕರೆಯಲಾಗಿದೆ. ಯುದ್ಧವು ಚೈನಾಕ್ಕೆ ಬಹಳ ದುಬಾರಿಯಾಯಿತು. ಅದು ಬ್ರಿಟಿಷರಿಗೆ ಹಾಂಗ್‌ಕಾಂಗನ್ನು ಸೋತಿತು. ಇಂಗ್ಲೆಂಡಿನ ಅಫೀಮು ಮಾರುವ ಹಕ್ಕನ್ನು ಒಪ್ಪಿಕೊಂಡಿತು ಮತ್ತು ಯೂರೋಪಿಯನ್ ವಾಣಿಜ್ಯಕ್ಕೆ ನಾಲ್ಕು ಹೆಚ್ಚಿನ ಬಂದರುಗಳನ್ನು ತೆರೆಯಲು ಅನುಮತಿ ನೀಡಿತು. 1717ರಿಂದ ಸಂಪೂರ್ಣವಾಗಿ ಮುಚ್ಚಿದ್ದ ಚೈನಾ ದೇಶವು ಬಲತ್ಕಾರವಾಗಿ ತೆರೆಯಲ್ಪಟ್ಟಿತು. ಎರಡನೆಯ ಅಫೀಮು ಯುದ್ಧ (1856–1860)–(Second Opium war)ದ ಫಲವಾಗಿ

ಹೆಚ್ಚಿನ ಪ್ರದೇಶಗಳು ಮುಕ್ತವಾದುವು. ಚೀನಿಯರ ಮೇಲೆ ಕ್ರೈಸ್ತ ಧರ್ಮವನ್ನು ಹೇರಲಾಯಿತು. ಮುಖ್ಯವಾದ ವ್ಯತ್ಯಾಸವೆಂದರೆ ಎರಡನೆಯ ಯುದ್ಧದಲ್ಲಿ ಫ್ರಾನ್ಸ್ ದೇಶವು ಬ್ರಿಟನ್ನಿನೊಂದಿಗೆ ಸೇರಿಕೊಂಡು ರಿಯಾಯಿತಿಗಳಿಗಾಗಿ ಚೈನಾವನ್ನು ಒತ್ತಾಯಪಡಿಸಿತು. ಬಹುಬೇಗ ಇತರ ದೇಶಗಳು ಫ್ರಾನ್ಸ್ ಮತ್ತು ಬ್ರಿಟನ್ನುಗಳೊಂದಿಗೆ, ಚೈನಾದೇಶದಲ್ಲಿ ವಿಶೇಷ ಸವಲತ್ತುಗಳಿಗಾಗಿ ಸ್ಪರ್ಧಿಸಿದ್ದವು. ಅಮೆರಿಕನ್ನರೂ ಈ ಪಂಕ್ತಿಯಲ್ಲಿ ಸೇರಿಕೊಂಡರು. ಒಬ್ಬ ಚೀನಿಯ ಲೇಖಕನು ಹೇಳಿದಂತೆ ಯೂರೋಪಿಯನ್ ದೇಶಗಳು 'ಹುಲಿಗಳ ಹಾಗೆ ಚೈನಾವನ್ನು ಹರಿದುಹಾಕತೊಡಗಿದುವು'.

ಸಾಮ್ರಾಜ್ಯವಾದದ ಈ ಹೊಸ ಅಲೆಯು ತನ್ನ ವಿಷದ ಹಲ್ಲನ್ನು ವಿಸ್ತರಿಸತೊಡಗುವುದಕ್ಕೂ ಮುಂಚೆಯೇ ಈಸ್ಟ್ ಇಂಡೀಸ್ ಡಚ್ ಸಾಮ್ರಾಜ್ಯದ ಒಂದು ಭಾಗವಾಗಿ ಪರಿಣಮಿಸಿತು. ಭಾರತ, ಸಿಲೋನ್, ಮಲಯರಾಜ್ಯಗಳು, ಆಸ್ಟ್ರೇಲಿಯ ಮತ್ತು ನ್ಯೂಜಿಲೆಂಡ್‌ಗಳು ಇನ್ನಿತರ ಪ್ರದೇಶಗಳು ಬ್ರಿಟಿಷ್ ಸಾಮ್ರಾಜ್ಯದ ಭಾಗಗಳಾಗಿದ್ದವು. 1870ರ ನಂತರ ಫ್ರಾನ್ಸ್ ದೇಶವು ಇಂಡೋ-ಚೈನಾ, ಬ್ರಿಟಿಷ್-ಬರ್ಮಾ, ಜಪಾನ್ ಫಾರ್ಮೋಸಾ ಮತ್ತು ಕೊರಿಯಾಗಳನ್ನು ಸ್ವಾಧೀನಪಡಿಸಿಕೊಂಡಿತು. ರಷ್ಯನ್ನರು ಮಂಚೂರಿಯಕ್ಕೂ, ಜರ್ಮನರು ಷಾಂಟುಂಗ್‌ಗೆ ನುಗ್ಗಿದರು. 1898ರಲ್ಲಿ ಅಮೆರಿಕವು ಹವಾಯಿ ದ್ವೀಪಗಳನ್ನು ಗೆದ್ದುಕೊಂಡಿತು. ಅದರ ಬೆನ್ನಿಗೇ ಫಿಲಿಫೈನ್ಸ್, ಗುವಾಮ್ ಮತ್ತು ಇತರ ಕೆಲವು ಸಮೋವನ್ ದ್ವೀಪಗಳನ್ನು 1899ರಲ್ಲಿ ವಶಪಡಿಸಿಕೊಂಡಿತು.

ಸಾಮ್ರಾಜ್ಯಶಾಹಿ ಮತ್ತು ಆಫ್ರಿಕಾ

ಆಫ್ರಿಕಾ 'ಕಗ್ಗತ್ತಲ ಖಂಡ'ವಾಗಿಯೇ ಉಳಿದಿತ್ತು. ಏಕೆಂದರೆ 1871ರ ವೇಳೆಗೆ ಫ್ರಾನ್ಸ್ ಉತ್ತರದಲ್ಲಿ ಅಲ್ಜೀರಿಯವನ್ನು, ಬ್ರಿಟನ್ ದಕ್ಷಿಣದಲ್ಲಿ ಕೇಪ್ ಕಾಲೋನಿಯನ್ನು ವಶಪಡಿಸಿಕೊಂಡಿದ್ದರೂ ಆಫ್ರಿಕಾ ಖಂಡದ ಬಗೆಗೆ ಏನೂ ತಿಳಿದಿರಲಿಲ್ಲ. 1880ರಲ್ಲಿ ಡೇವಿಡ್ ಲಿವಿಂಗ್‌ಸ್ಟನ್ ಮಧ್ಯ ಆಫ್ರಿಕಾಕ್ಕೆ ಪರಿಶೋಧಿಸಲು ಧುಮುಕಿದನು. ಉದ್ದೇಶವಿಲ್ಲದೆಯೇ 1871ರ ನಂತರ ಯೂರೋಪಿನ ಸಾಮ್ರಾಜ್ಯವಾದಿಗಳಿಗೆ ಒಳ್ಳೆಯ ಫಲವತ್ತಾದ ಬೇಟೆಯ ಭೂಮಿಯನ್ನಾಗಿ ಅದನ್ನು ತೋರಿಸಿಕೊಟ್ಟನು. ಆಫ್ರಿಕಾದ ಜನರ ಮೇಲೆ ಹೇರಿದ ಕ್ರೌರ್ಯಗಳಲ್ಲಿ ಒಂದು ಗುಲಾಮರ ವ್ಯಾಪಾರ ಪದ್ಧತಿ. ಇದನ್ನು ಲಿವಿಂಗ್‌ಸ್ಟನ್ 'ಕೀತುಕೊಂಡ ತೆರೆದ ಹುಣ್ಣು' ಎಂದು ಕರೆದನು. ಆದರೆ ಅವನ ಟೀಕೆಗಳಿಗೆ ಯಾರೂ ಲಕ್ಷ್ಯಕೊಡಲಿಲ್ಲ? ಸುಲಭವಾಗಿ ಹಣ ಸಿಕ್ಕುತ್ತಿತ್ತು. ಅಗ್ಗದ ಕಾರ್ಮಿಕರು ಧಾರಾಳವಾಗಿ ದೊರಕುತ್ತಿದ್ದರು.

ಆಫ್ರಿಕಾಕ್ಕೆ ತಡಕಾಟ

'ತಡಕಾಟ'ವೆಂದರೆ ಸಾಮಾನ್ಯವಾದ ಅರ್ಥ 'ಪಡೆಯಬಹುದಾದುದಕ್ಕಾಗಿ ಧಾವತಿಯಿಂದ ಹೋರಾಡುವುದು'. ಉತ್ಸುಕತೆಯಿಂದ ಕೂಡಿದ ಅನೌಪಚಾರಿಕ ಹೋರಾಟ ಅಥವಾ ಯಾವುದಾದರೂ ಒಂದು ವಸ್ತುವಿಗಾಗಿ ಸ್ಪರ್ಧೆ.

ಯೂರೋಪಿಗೆ ಅಷ್ಟು ಹತ್ತಿರದಲ್ಲಿದ್ದು – ಹೆಚ್ಚು ಕಡಿಮೆ ದೃಷ್ಟಿಗೋಚರವಾಗುವಷ್ಟು ಸಮೀಪದಲ್ಲಿ–ಆಫ್ರಿಕಾ ಖಂಡವು ಹತ್ತೊಂಬತ್ತನೆಯ ಶತಮಾನದ ಮಧ್ಯಭಾಗದವರೆಗೂ ವಸಾಹತುಗಾರಿಕೆಯ ದುರಾಸೆಯ ಕಣ್ಣುಗಳಿಂದ ತಪ್ಪಿಸಿಕೊಂಡಿದ್ದಿತು. ಅದುವರೆಗೆ ಆಫ್ರಿಕವು ವಾಸ್ತವ ಉದ್ದೇಶಗಳಿಗಾಗಿ ಅಪರಿಚಿತವಾದ ದೇಶವಾಗಿತ್ತು. ಅಷ್ಟು ಹತ್ತಿರದ ಒಂದು ಖಂಡವು ಅಷ್ಟುಕಾಲ ಪರಿಶೋಧಿತವಾಗದೆ ಉಳಿದುಕೊಂಡದ್ದೇ ಇತಿಹಾಸದ ವಿಚಿತ್ರ ಸನ್ನಿವೇಶಗಳಲ್ಲಿ ಒಂದು. 19ನೇ ಶತಮಾನದ ಮಧ್ಯದವರೆಗೆ ಆಫ್ರಿಕಾ ಯಾರಿಗೂ ಸೇರದ ನೆಲವಾಗಿತ್ತು. ಅತಿ ದಕ್ಷಿಣದ ಬ್ರಿಟಿಷ್ ವಸಾಹತು, ಈಚೆಗೆ ಫ್ರೆಂಚರು ವಶಪಡಿಸಿಕೊಂಡ ಅಲ್ಜೀರಿಯ (1830)ಗಳನ್ನು ಬಿಟ್ಟರೆ ಯೂರೋಪಿಯನ್ ದೇಶಗಳ ಕೆಲವು ಅವಶೇಷಗಳು, ಪೋರ್ಚುಗೀಸ್ ಮತ್ತು ಸ್ಪ್ಯಾನಿಷ್ ಸಾಮ್ರಾಜ್ಯಶಾಹಿಯ ಪ್ರತಿನಿಧಿಗಳಾಗಿ ಅಲ್ಲಿ ಗೋಚರಿಸುತ್ತಿದ್ದುವು.

ಹತ್ತೊಂಬತ್ತನೆಯ ಶತಮಾನದ ಮಧ್ಯಭಾಗದವರೆಗೆ ಆಫ್ರಿಕವು ಯೂರೋಪಿಗೆ ಏಕೆ ತಿಳಿದಿರಲಿಲ್ಲ? ಈ ಕಾರಣಗಳು ಮುಖ್ಯವಾಗಿ ನೈಸರ್ಗಿಕವಾದವು. 'ಕತ್ತಲಖಂಡದ' ಕರಾವಳಿಯು ಅತ್ಯಂತ ದುರ್ದಮ್ಯವಾಗಿದ್ದಿತು. ಅಲ್ಲಿಯ ಒಳನಾಡು ಎಲ್ಲ ಕಡೆಯೂ ಮರುಭೂಮಿ ಅಥವಾ ಮಲೇರಿಯಾದ ಜೌಗುಪ್ರದೇಶಗಳಿಂದ ಸುತ್ತುವರಿದ ಪ್ರಸ್ಥಭೂಮಿ. ನದಿಗಳು ಕೂಡ ಒಳನಾಡಿಗೆ ಹೋಗಲು ಅನುಕೂಲಕರವಾದ ಹೆದ್ದಾರಿಯಾಗುವುದಿಲ್ಲ. ಏಕೆಂದರೆ ಅವುಗಳ ಮೇಲೆ ಮುಖಭಾಗದಿಂದ ನೌಕೆಗಳು ಹೋಗಲು ಸಾಧ್ಯವಿಲ್ಲ, ಅಲ್ಲಲ್ಲೇ ಜಲಪಾತಗಳು ಮತ್ತು ಸುಳಿಗಳು, ಸುತ್ತ ಉಷ್ಣವಲಯದ ದಟ್ಟ ಕಾಡು. ಅಲ್ಲದೆಸ ಅಲ್ಲಿಯ ನಿವಾಸಿಗಳು ತೀರಾ ಹಿಂದುಳಿದವರಾಗಿದ್ದು ಅಂತಹ ಆಸೆಗಳು ಅವರಿಗಿರಲಿಲ್ಲವಾದ್ದರಿಂದ ಅವರೊಂದಿಗೆ ವಾಣಿಜ್ಯವು ಲಾಭದಾಯಕವೆಂದು ಪರಿಗಣಿಸಿರಲಿಲ್ಲ.

ಯೂರೋಪಿಯನ್ನರನ್ನು ಆಫ್ರಿಕಕ್ಕೆ ಸೆಳೆದ ಅಂಶಗಳು ಇವು. 'ಈ ಕತ್ತಲ ಉಪೇಕ್ಷಿತ ಖಂಡದೊಂದಿಗೆ' ಯೂರೋಪಿಯನ್ನರು ಇಟ್ಟುಕೊಂಡ ಸಂಪರ್ಕದಲ್ಲಿ ಒಂದು ಪರಿವರ್ತನೆಯುಂಟಾಯಿತು. ಈಜಿಪ್ಟ್ ತನ್ನ ಆಯಕಟ್ಟಿನ

ಸ್ಥಳದ ಪ್ರಾಮುಖ್ಯದಿಂದಾಗಿ, ಯೂರೋಪಿಯನ್ ಶಕ್ತಿಗಳ ಗಮನವನ್ನು ನಾಗರಿಕತೆಯ ಅತಿ ಪ್ರಾಚೀನ ನೆಲೆಯ ಕಡೆಗೆ ಎಳೆಯಿತು. 1807ರಲ್ಲಿ ಬ್ರಿಟನ್ನಿನಲ್ಲಿ ಗುಲಾಮರ ವ್ಯಾಪಾರ ಪದ್ಧತಿಯನ್ನು ನಿಷೇಧಿಸಲಾಯಿತು. ಅದನ್ನು ವಿಶ್ವಾದ್ಯಂತ ರದ್ದುಗೊಳಿಸಬೇಕೆಂದು ಬ್ರಿಟನ್ ಮಾಡಿದ ಪ್ರಯತ್ನ ಆಫ್ರಿಕದ ಮೇಲೆ ಹೆಚ್ಚಿನ ಆಸಕ್ತಿಯನ್ನು ಕೆರಳಿಸಿತು. ಮಿಶನರಿಗಳು ಖಂಡದ ಕತ್ತಲ ಮೂಲೆಗಳಲ್ಲಿ ನಡೆಯುತ್ತಿದ್ದ ಗುಲಾಮಗಿರಿಯ ವಿರುದ್ಧ ಹೋರಾಡಿ, ಅದರಿಂದ ತಪ್ಪಿಸಿದ ನೀಗ್ರೋಗಳನ್ನು ಕ್ರೈಸ್ತಧರ್ಮಕ್ಕೆ ಪರಿವರ್ತಿಸಿಕೊಳ್ಳುವ ಕೆಲಸವನ್ನು ಉತ್ಸಾಹದಿಂದ ಕೈಗೊಂಡರು. ದಕ್ಷಿಣ ಅಮೆರಿಕದಿಂದ ಮನ್ರೋ ಸಿದ್ಧಾಂತದ ಅನ್ವಯ ಉಚ್ಚಾಟಿತರಾದ ಯೂರೋಪಿಯನ್ ದೇಶಗಳು ತಮ್ಮ ಗಮನವನ್ನು ಆಫ್ರಿಕಾದ ಕಡೆಗೆ ತಿರುಗಿಸಿದರು. ಔದ್ಯೋಗಿಕ ಕ್ರಾಂತಿಯಿಂದಾಗಿ ಉಷ್ಣವಲಯದ ವಸ್ತುಗಳಿಗೆ ಹೆಚ್ಚಿನ ಬೇಡಿಕೆ ಉಂಟಾದುದರಿಂದ ವಿಶೇಷವಾಗಿ ಅವರ ಗಮನ ಆ ಕಡೆಗೆ ಹರಿಯಿತು.

ಆಫ್ರಿಕದ ಬಾಗಿಲು ತೆರೆಯಿತು

ಕತ್ತಲ ಖಂಡವೆಂಬ ಕಲ್ಪನೆಯು ಜನರು ಅದರೊಳಕ್ಕೆ ಪ್ರವೇಶಿಸಿ ಪರಿಶೋಧಿಸತೊಡಗಿದಂತೆ ಪರಿಹಾರವಾಗತೊಡಗಿತು. ಹತ್ತೊಂಬತ್ತನೆಯ ಶತಮಾನದ ಮಧ್ಯಭಾಗದಲ್ಲಿ ಅಂತಹ ಅನೇಕ ಪರಿಶೋಧಕರು ದೇಶದೊಳಕ್ಕೆ ನುಗ್ಗಿದರು. ನೂತನ ಭೌಗೋಳಿಕ ಶೋಧನೆಗಳು ಕಾಣಿಸಿಕೊಂಡವು. ಸ್ಪೋಕ್ (Spoke) ಮತ್ತು ಸರ್ ಸ್ಯಾಮ್ಯುಯಲ್ ಬೇಕರ್ ಇವರು ನೈಲ್ ನದಿಯ ಮೂಲವನ್ನು ಕಂಡುಹಿಡಿಯಲು ಅಪಾರವಾಗಿ ಶ್ರಮಿಸಿದರು. ಸಂಶೋಧನೆಯ ಕ್ಷೇತ್ರದಲ್ಲಿ ಅತ್ಯಂತ ದೊಡ್ಡ ಕೆಲಸ ಮಾಡಿದವನು ಸ್ಕಾಟಿಷ್ ಮಿಶನರಿ ಡೇವಿಡ್ ಲಿವಿಂಗ್‌ಸ್ಟನ್ (1813–1873) ಹಾಗೂ ಹೆನ್ರಿ ಮಾರ್ಟಿನ್ ಸ್ಟ್ಯಾನ್ಲಿ (1841–1908). ಜಾನ್ ರೋಲಂಡ್ಸ್ ಎಂಬ 13 ವರ್ಷದ ಒಬ್ಬ ಬಡ ಪಿಲ್‌ಬಾಲಕನು ಅಮೆರಿಕಕ್ಕೆ 1854ರಲ್ಲಿ ವಲಸೆಹೋದನು. ಅಲ್ಲಿ ಸ್ಟಾನ್ಲೇ ಎಂಬ ನ್ಯೂ ಆರ್ಲಿಯನ್ಸಿನ್ ಒಬ್ಬ ವರ್ತಕನ ಗೆಳೆತನ ಸಂಪಾದಿಸಿದನು. ಅವನ ಹೆಸರನ್ನೇ ತಾನು ಇಟ್ಟುಕೊಂಡನು. ಕಿರಿಯ ಸ್ಟಾನ್ಲೇ ಒಬ್ಬ ಪತ್ರಿಕೋದ್ಯೋಗಿಯಾದನು. ಲಿವಿಂಗ್‌ಸ್ಟನ್ 1852 ಮತ್ತು 1873ರ ಅವಧಿಯಲ್ಲಿ ಗ್ರೇಟ್‌ಸೆಂಟ್ರಲ್ ಪ್ರಸ್ಥಭೂಮಿಯನ್ನು ಕಂಡುಹಿಡಿದನು. ಅವನ ಕೊನೆಯ ಪರಿಶೋಧನೆ ಪ್ರವಾಸದ ಸಮಯದಲ್ಲಿ ಸುದ್ದಿ ಸರಿಯಾಗಿ ಹೊರಕ್ಕೆ ಬರದೆ ಜಗತ್ತಿನಾದ್ಯಂತ ಅವನ ಯೋಗಕ್ಷೇಮಕ್ಕಾಗಿ ಕಳವಳವುಂಟಾಗಿತ್ತು. 1869ರಲ್ಲಿ ನ್ಯೂಯಾರ್ಕ್ ಹೆರಾಲ್ಡ್ ಪತ್ರಿಕೆಯ ಗೋರ್ಡನ್ ಬೆನ್ನೆಟ್, ಆ ಪತ್ರಿಕೆಯ ಬಾತ್ಮೀದಾರನಾಗಿದ್ದ ಸ್ಟ್ಯಾನ್ಲೆಗೆ ತಂತಿಕೊಟ್ಟು ಲಿವಿಂಗ್‌ಸ್ಟನ್ನನ ಬಗೆಗೆ ಕಂಡುಹಿಡಿಯಲು ಆದೇಶಿಸಿದನು.

ಲಿವಿಂಗ್‌ಸ್ಟನ್‌ನಿಗೆ ಏನಾಯಿತೆಂದು ಕಂಡುಹಿಡಿಯಲು ಹೊರಟ ಸ್ಟ್ಯಾನ್ಲೆ 1871ರ ಮಾರ್ಚ್ ಕೊನೆಗೆ ಜಾಂಜಿಬಾರ್ ಬಿಟ್ಟನು. ನವೆಂಬರ್ 10ನೆಯ ತಾರೀಖು ಟಾಂಗಾನ್ಯಿಕಾ ಸರೋವರದ ದಂಡೆಯ ಮೇಲೆ ತನ್ನ ನಾಯಕನನ್ನು ಕಂಡನು. 'ಮಿ. ಲಿವಿಂಗ್‌ಸ್ಟನ್ ಎಂದುಕೊಂಡಿದ್ದೇನೆ. ನಾನು ಸ್ಟ್ಯಾನ್ಲೆ' ಎಂಬ ಮಾತುಗಳಿಂದ ಅವನನ್ನು ಸ್ವಾಗತಿಸಿದನು. ಯೂರೋಪಿನ ಜನರ ಗಮನವನ್ನು ಆಫ್ರಿಕದ ಮೇಲೆ ಹಾಯಿಸಿ ಲಿವಿಂಗ್‌ಸ್ಟನ್ 1873ರಲ್ಲಿ ಮೃತಪಟ್ಟನು. ಈಗ ಅವನ ಕೆಲಸವನ್ನು ಮುಂದುವರಿಸಿದ ಸ್ಟ್ಯಾನ್ಲೇ ಭೂಮಧ್ಯ ಆಫ್ರಿಕಾದ ಪರಿಶೋಧನೆಗೆ ಪ್ರತಿಜ್ಞೆ ಮಾಡಿದನು. ಲಂಡನ್ನಿನ ಡೈಲಿ ಟೆಲಿಗ್ರಾಫ್ ಮತ್ತು ನ್ಯೂಯಾರ್ಕ್ ಹೆರಾಲ್ಡ್ ಪತ್ರಿಕೆಗಳು ಜಂಟಿಯಾಗಿ ಈ ಅಧ್ಯಯನ ತಂಡವನ್ನು ಸಜ್ಜುಗೊಳಿಸಿದುವು. ಸ್ಟ್ಯಾನ್ಲೆ 1874ರ ನವೆಂಬರಿನಲ್ಲಿ ಜಾಂಜಿಬಾರ್ ಎದುರಿಗಿದ್ದ ಬಾಗಮೋಯೆ ಎಂಬ ಸ್ಥಳವನ್ನು ಬಿಟ್ಟು, ವಿಕ್ಟೋರಿಯ ಮತ್ತು ನ್ಯಾಜಾ ಸರೋವರಗಳನ್ನು ಪರಿಶೋಧಿಸಿದನು, ಆಮೇಲೆ ಟಾಂಗಾನ್ಯಿಕಾವನ್ನು ಪರೀಕ್ಷಿಸಿದನು. ಅರಬ್ ಕೊಲೆಗಾರರ ವರದಿಗಳನ್ನು ಕೇಳಿ ಪ್ರಚೋದಿತನಾಗಿ ಅವನು ಮಧ್ಯ ಆಫ್ರಿಕ ನದಿಗಳ ಸಮಸ್ಯೆಯನ್ನು ಬಿಡಿಸಲು ದೃಢನಿರ್ಧಾರ ಮಾಡಿದನು. ಕಾಂಗೋದೊಂದಿಗೆ ಸೇರಿಕೊಳ್ಳಬಹುದೆಂದು ಊಹಿಸಿ ಒಂದು ನದಿಯನ್ನು ಅನುಸರಿಸಿಹೋದನು. ಅದು ಲುಆಲಬಾ ನದಿ. ಹತ್ತು ತಿಂಗಳ ನಂತರ ಅವನು ಕಾಂಗೋ ನದೀ ಮುಖಜಕ್ಕೆ ಬಂದು ಸೇರಿದನು. ಆ ವೇಳೆಗೆ ಅವನ ಕಪ್ಪು ಕೂದಲು ಬೆಳ್ಳಗಾಗಿತ್ತು. ತನ್ನ ಬಿಳಿಯ ಜೊತೆಗಾರರನ್ನೆಲ್ಲಾ ತೊರೆದಿದ್ದನು, ತನ್ನ ಹಿಂದೆ ಬರುತ್ತಿದ್ದ ದೇಶೀಯ ಹೊರೆ ವಾಹಕರಲ್ಲಿ ಮೂರನೆ ಎರಡರಷ್ಟು ಜನರನ್ನು ತೊರೆದಿದ್ದನು. ಸ್ಟ್ಯಾನ್ಲೆ ಕಾಂಗೋ ಮುಖಜ ಭೂಮಿಯನ್ನು ಪರಿಶೋಧಿಸಿದ್ದನು. ಹೀಗೆ ಹಿಂದೊಮ್ಮೆ 'ಕಗ್ಗತ್ತಲ ಖಂಡ'ವಾಗಿದ್ದ ಆಫ್ರಿಕಾ ಈಗ ನದಿಗಳು, ಸರೋವರಗಳು ಮತ್ತು ಕಣಿವೆಗಳೊಂದಿಗೆ ಯೂರೋಪಿಗೆ ತಿಳಿಯುವಂತಾಯಿತು. ಈ ಕೀರ್ತಿಗೆ ಪರಿಶೋಧಕರೇ ಕಾರಣರಾದರು. ಲಿವಿಂಗ್‌ಸ್ಟನ್ ಮತ್ತು ಸ್ಟ್ಯಾನ್ಲೆ ಒಟ್ಟುಗೂಡಿ ಆಫ್ರಿಕಾ ಖಂಡವೆಂಬ ನಿಗೂಢತೆಯ ಬೀಗ ತೆರೆದರು. ಆಮೇಲೆ ಮಿಶನರಿಗಳು, ಪರಿಶೋಧಕರು ಮತ್ತು ವ್ಯಾಪಾರಿಗಳು ಆಫ್ರಿಕಾಕ್ಕೆ ಹುಚ್ಚು ಹತ್ತಿದಂತೆ ನುಗ್ಗತೊಡಗಿದರು. ವಾಸ್ತವವಾಗಿ ಸ್ಟ್ಯಾನ್ಲಿ ಸಾಮ್ರಾಜ್ಯವಾದಿಗಳಿಗೆ ಅಗತ್ಯವಾದ ಪ್ರೇರಣೆಯನ್ನು ಒದಗಿಸಿದ್ದನು. ಒಂದು ಭಾಷಣದಲ್ಲಿ ಅವನು ಹೀಗೆ ನುಡಿದನು. 'ಒಡೆಯರು ಯಾರೂ ಇಲ್ಲದ ಒಂದು ನಾಡನ್ನು ನಾನು ನೋಡಿಬಂದಿದ್ದೇನೆ. ಬುದ್ಧಿವಂತರಿಗೆ ಒಂದು ಮಾತು ಸಾಕು. ನಿಮ್ಮ ಬಳಿ ಬಟ್ಟೆಯಿದೆ, ಕಬ್ಬಿಣ ಇದೆ, ಗಾಜು ಪಾತ್ರೆಗಳಿವೆ, ಸಿಡಿಮದ್ದುಗಳಿವೆ, ಅಲ್ಲಿ

ಮಿಲಿಯಾಂತರ ದೇಶೀಯರ ಬಳಿ ದಂತ ಇದೆ, ಗೋಂದು, ರಬ್ಬರು ಮತ್ತು ರಂಗಿನ ವಸ್ತುಗಳು ಇವೆ. ಅವುಗಳ ವಿನಿಮಯದಿಂದ ಒಳ್ಳೆಯ ಲಾಭವುಂಟು."

ಲಿವಿಂಗ್‌ಸ್ಟನ್ ಮತ್ತು ಸ್ಟ್ಯಾನ್ಲಿಯರ ಸಾಧನೆಯು ಯೂರೋಪು ಮತ್ತು ಅಮೆರಿಕಗಳ ಉದ್ದಗಲಕ್ಕೂ ನಿಷ್ಕಳಂಕ ಮೆಚ್ಚುಗೆಯನ್ನು ಗಳಿಸಿತು. ಹಾಗೆಯೇ ಯೂರೋಪಿಯನ್ ದೇಶಗಳ ಸರಕಾರಗಳಿಗೆ ಅದುವರೆಗೆ ಯಾರೂ ಕೈಹಾಕಿರದ ಕತ್ತಲ ಖಂಡದ ಅಪಾರ ಸಂಪತ್ತನ್ನು ತೆರೆದು ತೋರಿಸಿತು. ಕಳೆದ ನಾಲ್ಕು ಶತಮಾನಗಳಲ್ಲಿ ಕೇವಲ ಕರಾವಳಿಯನ್ನಷ್ಟೆ ಮುಟ್ಟಲು ಸಾಧ್ಯವಾಗಿತ್ತು. ಕಚ್ಚಾವಸ್ತುಗಳ ಈ ವಿಶಾಲ ಭಂಡಾರದ ವಾಣಿಜ್ಯ ಸಾಧ್ಯತೆಗಳನ್ನು ಅರ್ಥಮಾಡಿಕೊಂಡ ಮೊದಲಿಗರಲ್ಲಿ ಪ್ರಮುಖನೆಂದರೆ ಬೆಲ್ಜಿಯಂ ದೇಶದ ರಾಜ ಎರಡನೆಯ ಲಿಯೋಪೋಲ್ಡ್. ಆಫ್ರಿಕದ ಪರಿಶೋಧನೆಯಲ್ಲಿ ಅವನಿಗೆ ಅಪಾರವಾದ ಆಸಕ್ತಿಯಿದ್ದಿತು.

ಆಫ್ರಿಕದ ಪರಿಶೋಧನೆ ಮತ್ತು ನಾಗರಿಕತೆಯ ಅಧ್ಯಯನಗಳಿಗಾಗಿ ಅಂತರರಾಷ್ಟ್ರೀಯ ಸಂಘವೊಂದು ಸ್ಥಾಪನೆಗೊಂಡಿತು. 1876ರ ಸೆಪ್ಟೆಂಬರ್ ತಿಂಗಳಲ್ಲಿ ಲಿಯೋಪೋಲ್ಡ್ ವಿವಿಧ ದೇಶಗಳ ಮುಖ್ಯಸ್ಥರ ಒಂದು ಸಮಾವೇಶವನ್ನು ಕರೆದನು. 'ಪರಿಶೋಧನೆಯ ಪ್ರಶ್ನೆಯನ್ನು ಚರ್ಚಿಸುವುದು ಮತ್ತು ಖಂಡದ ಒಳನಾಡನ್ನು ನಾಗರಿಕ ಜಗತ್ತಿನ ವಾಣಿಜ್ಯ, ಕೈಗಾರಿಕೆ ಮತ್ತು ವೈಜ್ಞಾನಿಕ ಉದ್ಯಮಗಳಿಗಾಗಿ ತೆರೆಯುವ ವಿಚಾರದ ಪರಿಶೀಲನೆ' ಈ ಸಮಾವೇಶದ ಉದ್ದೇಶವಾಗಿತ್ತು. ಹಾಗೆಯೇ 'ಖಂಡದ ಒಳನಾಡಿನ ವಿಶಾಲವು ಜಲಭರಿತವೂ ಆದ ಪ್ರದೇಶಗಳಲ್ಲಿ ಪ್ರಚಲಿತವಾಗಿದೆಯೆಂದು ತಿಳಿದುಬಂದಿರುವ ಘೋರ ಅಪರಾಧವಾದ ಗುಲಾಮಗಿರಿಯನ್ನು ನಿರ್ಮೂಲ ಮಾಡಲು' ತಕ್ಕ ಕ್ರಮಗಳನ್ನು ಪರಿಶೀಲಿಸಬೇಕಾಗಿತ್ತು. ಈ ಸಮಾವೇಶದಲ್ಲಿ ಬ್ರಿಟನ್, ಬೆಲ್ಜಿಯಂ, ಫ್ರಾನ್ಸ್, ಜರ್ಮನಿ, ಆಸ್ಟ್ರಿಯಾ–ಹಂಗೇರಿ, ಇಟಲಿ ಮತ್ತು ರಷ್ಯಾ ಭಾಗವಹಿಸಿದ್ದವು. ಇಲ್ಲಿ ನಡೆದ ಕಾರ್ಯಕಲಾಪಗಳ ಫಲವಾಗಿ ಅಂತರರಾಷ್ಟ್ರಿಯಾ ಆಫ್ರಿಕನ್ ಸಂಘವೊಂದು ರೂಪುಗೊಂಡಿತು. ಅದರ ಕೇಂದ್ರ ಬ್ರಸೆಲ್ಸ್‌ನಲ್ಲಿತ್ತು. ಅದರ ಗುರಿ ಮಧ್ಯ ಆಫ್ರಿಕದ ಪರಿಶೋಧನೆ ಮತ್ತು ಅದನ್ನು ನಾಗರಿಕತೆಗೊಳಿಸುವುದಾಗಿತ್ತು. ಇದರಲ್ಲಿ ಸಹಕರಿಸಲು ಅಪೇಕ್ಷಿಸುವ ಪ್ರತಿಯೊಂದು ದೇಶವೂ ಸಮಾನ ಉದ್ದೇಶವಿರಿಸಿಕೊಂಡು ಹಣವನ್ನು ಸಂಗ್ರಹಿಸಿಕೊಡಬೇಕಾಗಿತ್ತು.

ಬ್ರಸೆಲ್ಸ್‌ನ ಸಂಘದ ಒಂದು ಪ್ರತ್ಯೇಕ ಸಮಿತಿಯು ಕಾಂಗೋದ ಅಂತರರಾಷ್ಟ್ರೀಯ ಸಂಘ (1879)ವಾಗಿ ವಿಕಾಸಗೊಂಡಿತು. ಲಿಯೋಪೋಲ್ಡ್ ವೆಚ್ಚವನ್ನು ನಿರ್ವಹಿಸಿ ಸ್ಟಾನ್ಲೇ ಕಾರ್ಯ ಪ್ರವೃತ್ತವಾಗುವಂತೆ ಮಾಡಿದ. ಈ ಸಂಘವು ಕಾಂಗೋ ಮುಖಜ ಭೂಮಿಯಲ್ಲಿ ವ್ಯಾಪಾರ ಕೋಠಿಗಳನ್ನು ಸ್ಥಾಪಿಸಿ, ಸ್ಥಳೀಯ ರಾಜರಿಂದ ರಿಯಾಯಿತಿಗಳನ್ನು ಪಡೆಯಿತು.

ಬರ್ಲಿನ್ ಸಮ್ಮೇಳನ 1884–1885

ಎಂಬತ್ತರ ಪ್ರಾರಂಭದ ವರ್ಷಗಳಲ್ಲಿ ಬ್ರಿಟನ್ ಮತ್ತು ಈಜಿಪ್ಟ್ ಸಮೀಪ ಹಾಗೂ ದೂರ ಪ್ರಾಚ್ಯಗಳ ಸಮಸ್ಯೆಗಳಲ್ಲಿ ಮಗ್ನವಾಗಿದ್ದವು. ಅಲ್ಲದೆ ಲಿಬರಲ್ ಪಕ್ಷವು ರಾಷ್ಟ್ರೀಯ ಹೊಣೆಗಾರಿಕೆಗಳ ಕೊನೆಯಿಲ್ಲದ ವಿಸ್ತರಣವನ್ನು ವಿರೋಧಿಸಿತ್ತು. ಏಕೆಂದರೆ, ಈಜಿಪ್ಟನ್ನು ಸ್ವಾಧೀನ ಪಡಿಸಿಕೊಂಡುದು ಭಾರತದ ಕಡೆಗೆ ರಷ್ಯನ್ ಆಕ್ರಮಣವನ್ನು ತಡೆಗಟ್ಟುವುದಕ್ಕಾಗಿತ್ತು ಆದರೆ ಅದು ಬಹಳ ದುಬಾರಿಯಾಗಿತ್ತು. ಸಕ್ರಿಯ ಅಂತರರಾಷ್ಟ್ರೀಯ ಪರಿಣಾಮಗಳು ಅದರಿಂದ ಉಂಟಾಗಿದ್ದುವು. ಆದರೆ ಫ್ರೆಂಚರು ಕಾಂಗೋ ಉದ್ಯಮದಲ್ಲಿ ಧುಮುಕಿದರು. ಡಿಬ್ರಾಜಾ(Debrazza) ಕಾಂಗೋ ನದಿಯ ಉತ್ತರಕ್ಕೆ ವಿಶಾಲವಾದ ಪ್ರದೇಶವನ್ನು ಪರಿಶೋಧಿಸಿದನು. ಫ್ರೆಂಚರು ಅದನ್ನು ವಶಪಡಿಸಿಕೊಂಡರು. ಪೋರ್ಚುಗೀಸರು ಈ ಇಡೀ ಪ್ರದೇಶದ ಮೇಲೆ ತಮ್ಮ ಹಕ್ಕು ಸ್ಥಾಪಿಸಲು ಮುಂದಾಗಿದ್ದರು. ಅನೇಕ ಉದ್ಯಮಶೀಲ ಜರ್ಮನರು ಆಫ್ರಿಕಾದಲ್ಲಿ ನೆಲೆಸಿ ತಮ್ಮ ದೇಶದ ಹಕ್ಕನ್ನು ತಮ್ಮ ದೇಶದ ಹೊರಗೂ ಸ್ಥಾಪಿಸಿಕೊಳ್ಳುತ್ತಿದ್ದರು.

ಈ ವಿವಾದಗಳನ್ನು ಪರಿಹರಿಸುವ ಸಲುವಾಗಿ 1884–85ರಲ್ಲಿ ಬರ್ಲಿನಿನಲ್ಲಿ ಒಂದು ಸಮ್ಮೇಳನವು ನಡೆಯಬೇಕೆಂದು ಸೂಚಿಸಲಾಯಿತು. ಭೂಪ್ರದೇಶದ ಸ್ವಾಮ್ಯವನ್ನು ಹೊಂದಿಸಿ ಆಫ್ರಿಕಾದಲ್ಲಿ ಪರಿಶೋಧನೆಯ ಕ್ಷೇತ್ರಗಳನ್ನು ನಿಗದಿಪಡಿಸಿ ಗುರುತಿಸುವುದು ಈ ಸಮ್ಮೇಳನದ ಉದ್ದೇಶವಾಗಿತ್ತು. ಆದರೆ ಸಮ್ಮೇಳನವು ಸೇರುವುದಕ್ಕೆ ಮೊದಲೇ ಅಮೆರಿಕವು ತನ್ನ ವಾಗ್ಝರಿಯಿಂದ ಎಲ್ಲರ ಗಮನ ಸೆಳೆದು ಲಿಯೋಪೋಲ್ಡನ ಕಾಂಗೋ ಅಸೋಸಿಯೇಷನ್ನಿನ ಹಕ್ಕುಗಳನ್ನು ಪುರಸ್ಕರಿಸಿತು. ಆಮೇಲೆ ಸಂಘದ ಸ್ಥಾನಮಾನದ ಬಗೆಗೆ ತಾನು ಒಡ್ಡಿದ್ದ ಆಕ್ಷೇಪಣೆಗಳನ್ನು ಫ್ರಾನ್ಸ್ ಹಿಂದಕ್ಕೆ ಪಡೆದುಕೊಂಡಿತು. ಇತರ ಸರಕಾರಗಳೂ ಅದನ್ನು ಅನುಸರಿಸಿದವು. ಕಾಂಗೋ ಅಂತರರಾಷ್ಟ್ರೀಯ ಸಂಘದ ಅಸಮಾನ ಸ್ಥಾನವನ್ನು ಯೂರೋಪಿನ ಸಾರ್ವಜನಿಕ ಶಾಸನವು ಸ್ಥಿರೀಕರಿಸಿತು.

ಬರ್ಲಿನ್ ಸಮಾವೇಶವು 1884ರ ನವೆಂಬರಿನಲ್ಲಿ ಸೇರಿತು. ಆಫ್ರಿಕದ ಅನಾಕ್ರಮಿತ ಪ್ರದೇಶಗಳನ್ನು ವಿಭಜಿಸಿಕೊಳ್ಳಲು ಯೂರೋಪಿಯನ್ ಶಕ್ತಿಗಳು ಕೈಗೊಳ್ಳಬೇಕಾದ ವಿಧಿವಿಧಾನವನ್ನು ರೂಪಿಸಲು ಸಮ್ಮೇಳನವು ಶ್ರಮಿಸಬೇಕೆಂದು ಬಿಸ್ಮಾರ್ಕ್

ಸೂಚಿಸಿದನು. ರಾಜಕೀಯ ಪ್ರಭಾವವುಳ್ಳ ಎರಡು ದೊಡ್ಡ ಜಲಮಾರ್ಗಗಳಾದ ಕಾಂಗೋ ಮತ್ತು ನೇಜರ್ ನದಿಗಳಲ್ಲಿ ನೌಕಾ ಸಂಚಾರದ ಆಶ್ವಾಸನೆಗಾಗಿ; ಕಾಂಗೋ ಪ್ರದೇಶದಲ್ಲಿ ವಾಣಿಜ್ಯ ಸ್ವಾತಂತ್ರ್ಯ ಮತ್ತು ಸಮಾನ ಸ್ಥಾನಮಾನಗಳ ಆಶ್ವಾಸನೆಗಾಗಿ ಸೂಕ್ತ ಕ್ರಮಗಳನ್ನು ಕೈಗೊಳ್ಳಬೇಕೆಂದು ಹೇಳಿದನು. ಮೊದಲನೆಯದನ್ನು ಕುರಿತಂತೆ ಸಮ್ಮೇಳನವು, ಆಫ್ರಿಕದ ಯಾವುದೇ ಪ್ರದೇಶವನ್ನು ಸ್ವಾಧೀನಪಡಿಸಿಕೊಳ್ಳುವ ದೇಶವು ಇತರ ದೇಶಗಳಿಗೆ ಅದನ್ನು ತಿಳಿಯಪಡಿಸತಕ್ಕದ್ದು, ಹಾಗೂ ಯಾವುದಾದರೂ ಪ್ರದೇಶವನ್ನು ಇನ್ನೂ ಪೂರ್ಣ ಪರಿಣಾಮಕಾರಿಯಾಗಿ ಆಕ್ರಮಿಸಿಕೊಂಡಿಲ್ಲವಾದರೆ ಅಂತಹ ಪ್ರದೇಶವನ್ನು ಇನ್ನೊಂದು ದೇಶವು ಸ್ವಾಧೀನ ಪಡಿಸಿಕೊಳ್ಳಕೂಡದು ಎಂದು ನಿರ್ಣಯಿಸಿತು. ತಕ್ಷಣವೇ ಬ್ರಿಟಿಷ್ ಪ್ರತಿನಿಧಿಯು 1844ರಿಂದಲೂ ಕೆಳ ನೈಜರ್ ಪ್ರದೇಶದಲ್ಲಿ ಬ್ರಿಟಿಷ್ ಆಳ್ವಿಕೆಯ ವಲಯ ಅಸ್ತಿತ್ವದಲ್ಲಿದೆಯೆಂದೂ ಆ ನದಿಯಲ್ಲಿ ನೌಕಾ ಸಂಚಾರದ ಹಕ್ಕನ್ನು ಬ್ರಿಟನ್ ಉಳಿಸಿಕೊಳ್ಳುವುದೆಂದೂ ಆ ಸಂಬಂಧವಾಗಿ ಅಂತರರಾಷ್ಟ್ರೀಯ ನಿಯಂತ್ರಣವನ್ನು ಒಪ್ಪಿಕೊಳ್ಳುವುದಿಲ್ಲವೆಂದೂ ಹೇಳಿದನು. ಆ ವೇಳೆಗೆ ಫ್ರೆಂಚರು ಮೇಲಣ ನೈಜರ್ ಪ್ರದೇಶವನ್ನು ಆಕ್ರಮಿಸಿಕೊಂಡಿದ್ದು ಅದರ ಮೇಲೆ ತಮ್ಮ ಹಕ್ಕನ್ನು ಸ್ಥಾಪಿಸಿದ್ದುದರಿಂದ, ಸ್ವಲ್ಪ ಕಾಲದಲ್ಲೇ ಆ ನದಿಯ ಮೇಲೆ ನೌಕಾ ಸಂಚಾರ ವ್ಯವಸ್ಥೆಗಾಗಿ ಒಂದು ಆಂಗ್ಲೋ-ಫ್ರೆಂಚ್ ಆಯೋಗವನ್ನು ಸ್ಥಾಪಿಸಲಾಯಿತು. ವಸ್ತುತಃ ಅದು ಎಲ್ಲಾ ರಾಷ್ಟ್ರೀಯರ ಮುಕ್ತ ಸ್ಪರ್ಧೆಗೆ ತೆರೆದಿತ್ತು. ಕಾಂಗೋಗೆ ಸಂಬಂಧಿಸಿದಂತೆ ಅಂತರರಾಷ್ಟ್ರೀಯ ವ್ಯಾಪಾರ ಸ್ವಾತಂತ್ರ್ಯ ತತ್ವವನ್ನು ಅಂಗೀಕರಿಸಲಾಯಿತು. ಗುಲಾಮರ ಮಾರಾಟವನ್ನು ನಿಷೇಧಿಸಲು ಕರೆ ನೀಡಲಾಯಿತು. ಆದರೆ ದೇಶಿಯರಿಗೆ ಮಾದಕಪಾನೀಯ ಮಾರುವುದನ್ನು ಕಟ್ಟುನಿಟ್ಟಾಗಿ ನಿಯಂತ್ರಿಸುವ ಸಲಹೆಯನ್ನು ಜರ್ಮನಿ ಮತ್ತು ಹಾಲೆಂಡ್ ವಿರೋಧಿಸಿ ತಡೆದವು. ಫ್ರಾನ್ಸ್ ದೇಶಕ್ಕೆ ಕಾಂಗೋನದಿಯ ಉತ್ತರಕ್ಕೆ 2,57,000 ಚ. ಮೈ. ವಿಸ್ತಾರವಾದ ಪ್ರದೇಶದ ಸ್ವಾಮ್ಯತ್ವವನ್ನು ಒಪ್ಪಲಾಯಿತು. ಪೋರ್ಚುಗಲ್ಲಿಗೆ ಸುಮಾರು 3,50,000 ಚ. ಮೈ. ಪ್ರದೇಶ ದೊರಕಿತು. ಕಾಂಗೋ ಮುಖಜ ಭೂಮಿಯ 9,00,000ಚ. ಮೈ. ವಿಸ್ತಾರವಾದ ಹಿನ್ನಾಡನ್ನು ಕಾಂಗೋ ಅಸೋಸಿಯೇಷನ್ ವಹಿಸಿಕೊಂಡಿತು. ಆದರೆ ಅದನ್ನು ಯೂರೋಪಿನ ಎಲ್ಲಾ ರಾಷ್ಟ್ರಗಳ ವ್ಯಾಪಾರ ಮತ್ತು ವಾಣಿಜ್ಯಗಳಿಗೆ ತೆರೆದಿಡಲಾಯಿತು.

ಕಾಂಗೋ ಫ್ರೀಸ್ಟೇಟ್

ಬರ್ಲಿನ್ ಸಮ್ಮೇಳನದಲ್ಲಿ ಪ್ರತಿನಿಧಿಗಳು ಹೇಳಿದ ಸಲಹೆಗಳು ಸ್ವೀಕೃತವಾದುವು, ಆದರೆ ಅವುಗಳನ್ನು ಮುಂದೆ ಕಾರ್ಯರೂಪದಲ್ಲಿ ಅನುಷ್ಠಾನಗೊಳಿಸುವುದಕ್ಕಾಗಿ ಯಾವ ಅವಕಾಶವನ್ನೂ ಮಾಡಲಾಗಲಿಲ್ಲ. ಸಮ್ಮೇಳನವಾದ ಕೆಲವೇ ತಿಂಗಳಲ್ಲಿ ಎರಡನೆಯ ಲಿಯೋಪೋಲ್ಡ್ ತಾನು ಆ ಪ್ರದೇಶದ ಚಕ್ರವರ್ತಿ ಎಂದು ಘೋಷಿಸಿಕೊಂಡನು. ಅದನ್ನು ಕಾಂಗೋ ಫ್ರೀಸ್ಟೇಟ್ ಎಂದು ಕರೆಯಲಾಯಿತು (ಏಪ್ರಿಲ್ 1885). ಯೂರೋಪಿನ ಸರಕಾರಗಳು ಒಡನೆಯೇ ಅದಕ್ಕೆ ಒಪ್ಪಿಗೆ ಸೂಚಿಸಿದುವು. ಮುಂದೆ 1889ರಲ್ಲಿ ತನ್ನ ಈ ಆಸ್ತಿಯು ತನ್ನ ಮರಣಾನಂತರ ಬೆಲ್ಜಿಯಂಗೆ ಸೇರುವುದಾಗಿ ಪ್ರಕಟಿಸಿದನು. ಹೀಗೆ ಎರಡನೆಯ ಲಿಯೋಪೋಲ್ಡ್ ಸುಮಾರು 9,00,000 ಚ. ಮೈ. ವಿಸ್ತೀರ್ಣದ ಸುಮಾರು ಐದು ಮಿಲಿಯನ್ ದೇಶೀಯ ಜನಸಂಖ್ಯೆಯುಳ್ಳ ಕಾಂಗೋ ರಾಜ್ಯದ ಒಡೆಯನಾದನು. 1908ರ ನವೆಂಬರ್ 15ರವರೆಗೆ ಆ ಪ್ರದೇಶದ ಭಯಂಕರ ಇತಿಹಾಸಕ್ಕೆ ಅವನೇ ವೈಯಕ್ತಿಕವಾಗಿ ಹೊಣೆಗಾರನಾಗಬೇಕಾಯಿತು. ಹೇಗೆಂದರೆ ಆದಿವಾಸಿಗಳ ಆಚಾರ ವ್ಯವಹಾರಗಳನ್ನು, ಸಾಮಾನ್ಯ ಮಾನವ ಹಕ್ಕುಗಳನ್ನು ಅಲಕ್ಷಿಸಲಾಯಿತು, ಆ ಪ್ರದೇಶವನ್ನು ಲಾಭಕ್ಕಾಗಿ ಶೋಷಿಸಲಾಯಿತು. ಇಂಟರ್‌ನ್ಯಾಷನಲ್ ಅಸೋಸಿಯೇಷನ್ ಆಫ್ ಕಾಂಗೋ ಹೇಳಿದ ಆಡಂಬರದ ಮಾತುಗಳ ಮೇಲೆ ಅಪಹಾಸ್ಯಕರವಾದ ವ್ಯಾಖ್ಯಾನವಾಯಿತು. ಬೆಲ್ಜಿಯನ್ನರು ಮಾಡಿದ ನಂಬಲು ಸಾಧ್ಯವೇ ಇಲ್ಲದಂತಹ ಕ್ರೌರ್ಯ ದೌರ್ಜನ್ಯಗಳ ಭಯಾನಕ ವೃತ್ತಾಂತಗಳು ಸಾಮ್ರಾಜ್ಯವಾದಿ ಯೂರೋಪಿನ ಪ್ರಜೆಗಳಿಗೇ ಆಘಾತವನ್ನುಂಟುಮಾಡಿದವು. ದೇಶದೊಳಗೂ ಹೊರಗೂ ಟೀಕೆಗಳು ಎಷ್ಟು ಒತ್ತಡ ಉಂಟುಮಾಡಿದವೆಂದರೆ 1908ರಲ್ಲಿ ಲಿಯೋಪೋಲ್ಡನು ತನ್ನ ಸ್ವಂತ ಆಸ್ತಿ ಆದ ಅದನ್ನು ಬೆಲ್ಜಿಯಂ ಸರಕಾರಕ್ಕೆ ಪರಿಹಾರ ಪಡೆದು ವಹಿಸಿಕೊಡಲೇಬೇಕಾಯಿತು. ಅದು ಬೆಲ್ಜಿಯಂ ಕಾಲೋನಿಯಾಯಿತು. ಹೀಗೆ ಯಾವುದು ಒಂದು ಅಂತರರಾಷ್ಟ್ರೀಯ ರಾಜ್ಯವಾಗಬೇಕಾಗಿತ್ತೋ ಆ ಕಾಂಗೋ ಫ್ರೀಸ್ಟೇಟ್ ರಾಜ ಲಿಯೋಪೋಲ್ಡನ ವ್ಯಕ್ತಿಗತ ಆಸ್ತಿಯಾಯಿತು. ಆಮೇಲೆ ನಡೆದ ಯುದ್ಧವು ಅದನ್ನು ಒಂದು ಬೆಲ್ಜಿಯಂ ಕಾಲೋನಿಯನ್ನಾಗಿ ಪರಿವರ್ತಿಸಿ ಬೆಲ್ಜಿಯನ್ ಪಾರ್ಲಿಮೆಂಟಿಗೆ ಅಧೀನಗೊಳಿಸಿತು.

ಆಫ್ರಿಕದಲ್ಲಿ ಫ್ರಾನ್ಸ್

1830ರಲ್ಲಿ ಆಲ್ಜೀರಿಯವನ್ನು ಆಕ್ರಮಿಸಿಕೊಂಡಾಗಿನಿಂದ (ಔಪಚಾರಿಕವಾಗಿ ಅದು ಸೇರ್ಪಡೆಯಾದುದು 1842ರಲ್ಲಿ) ಆ ಪ್ರದೇಶವು ವಸಾಹತು ಶೋಷಣೆಯ ಕ್ಷೇತ್ರವಾಗಿ ಉಳಿಯದೆ ಕ್ರಮೇಣ ಹೆಚ್ಚು ಕಡಿಮೆ ಫ್ರಾನ್ಸಿನ ವಿಸ್ತರಣವೇ ಆಗಿ ಪರಿಣಮಿಸಿತು. ಯೂರೋಪಿಯನ್ನರ ಸಂಖ್ಯೆ ಹೆಚ್ಚಿತು ಹಾಗೂ ಬೆಳೆಯಿತು. ಅದರದೇ ನಾಗರಿಕ ಹಕ್ಕುಗಳು ಜಾರಿಗೆ

ಬಂದವು. ಫ್ರಾನ್ಸಿನ ಘನತೆಯೂ, ರಕ್ಷಣೆಯೂ ದೊರಕಿತು. ಆಲ್ಜೀರಿಯಾದ ಜೊತೆಗೆ ಫ್ರೆಂಚರು ಆಫ್ರಿಕದ ಪಶ್ಚಿಮ ಕರಾವಳಿಯಲ್ಲಿ ಸೆನೆಗಲ್ ಮತ್ತು ಗಾಂಬಿಯ ನದಿಗಳ ದಡದಲ್ಲಿ ವ್ಯಾಪಾರೀ ನೆಲೆಗಳನ್ನು ಸ್ಥಾಪಿಸಿಕೊಂಡಿದ್ದರು. ಆದರೆ ಮಿಷನರಿ ಮತ್ತು ವ್ಯಾಪಾರೀ ಆಸಕ್ತಿಗಳ ಹೊರತು ಫ್ರಾನ್ಸ್ ಆ ಪ್ರದೇಶಗಳ ಕಡೆಗೆ ಗಮನಕೊಟ್ಟುದ್ದೇ ಅಲ್ಪ.

ಜನರಲ್ ಫೇಯ್ಡ್‌ಹರ್ಬ್‌ನನ್ನು ಫ್ರೆಂಚ್ ಪಶ್ಚಿಮ ಆಫ್ರಿಕದ ಗವರ್ನರ್ ಆಗಿ ನೇಮಿಸಲಾಯಿತು. ಫ್ರೆಂಚ್ ರಾಜಕೀಯ ಪ್ರಭಾವವನ್ನು ವಿಸ್ತರಿಸುವ ಉದ್ದೇಶದಿಂದ ಪಶ್ಚಿಮ ಆಫ್ರಿಕದ ತಮಗೆ ಸೇರಿದ ಪ್ರದೇಶಗಳನ್ನು ಆಲ್ಜೀರಿಯದೊಂದಿಗೆ ಕೂಡಿಸಿ, ಒಂದು ದೊಡ್ಡ ವಸಾಹತು ಸಾಮ್ರಾಜ್ಯವನ್ನು ಸ್ಥಾಪಿಸಲು ಅದು ಬಯಸಿತು. ಮುಂದಿನ ಮೂವತ್ತು ವರ್ಷಗಳ ಅವಧಿಯಲ್ಲಿ ಫೇಯ್ಡ್‌ಹರ್ಬ್ (Faidherbe) ಸಂಶೋಧನೆಗಾಗಿ ರಾಜಕೀಯ ನಿಯೋಗಗಳನ್ನು ಕಳುಹಿಸಿದನು. ಅವರು ನೈಜರ್ ನದಿಯ ಮೇಲೂ ಭೂಮಿಯನ್ನು ಸ್ವಾಧೀನ ಪಡಿಸಿಕೊಂಡರು. ಛಾಡ್ ಸರೋವರದ ತೀರಕ್ಕೆ ಪ್ರವೇಶಿಸಿದರು. ತೊಂಬತ್ತರ ವೇಳೆಗೆ ಈಜಿಪ್ಷಿಯನ್ ಸೂಡನ್ ಕಡೆಗೆ ವಿಸ್ತರಿಸತೊಡಗಿದರು. 1881ರಲ್ಲಿ ಅವರು ಟ್ಯೂನಿಸ್ ಅನ್ನು ಆಕ್ರಮಿಸಿಕೊಂಡರು. ಅದೇ ಸಮಯಕ್ಕೆ ಕಾಂಗೋದ ಉತ್ತರಕ್ಕಿದ್ದ ವಿಶಾಲವಾದ ಪ್ರದೇಶದಲ್ಲಿ ತಮ್ಮ ಹಕ್ಕನ್ನು ಸ್ಥಾಪಿಸಿದರು, ಅದನ್ನು ತಮ್ಮ ಪಶ್ಚಿಮ ಆಫ್ರಿಕದ ಭೂಭಾಗಗಳೊಂದಿಗೆ ಸಂಬಂಧಗೊಳಿಸಿದರು. 1892ರಲ್ಲಿ ಡಾಹೊಮೆಯನ್ನು ಅದರ ಮುಂದಿನ ವರ್ಷ ಟಿಂಬಕ್ಟುವನ್ನು ವಶಪಡಿಸಿಕೊಂಡರು.

ಅದೇ ವರ್ಷಗಳಲ್ಲಿ ಇನ್ನೊಂದು ಪ್ರದೇಶದಲ್ಲಿ ಅಂದರೆ, ಮಡಗಾಸ್ಕರಿನಲ್ಲಿ ಫ್ರೆಂಚರು ತಮ್ಮ ಪ್ರಾಚೀನ ಹಕ್ಕುಗಳನ್ನು ಸ್ಥಾಪಿಸಿದರು, ಅಂತಿಮವಾಗಿ 1895ರ ಕೊನೆಗೆ ದ್ವೀಪದ ಸಂಪೂರ್ಣ ಹತೋಟಿಯನ್ನು ಪಡೆದುಕೊಂಡರು. ಇದರಿಂದ ಬ್ರಿಟನ್ನಿಗೆ ತುಂಬ ಬೇಸರವುಂಟಾಯಿತು. ಅದೇ ಸಮಯಕ್ಕೆ ಅವರ ಪರಿಶೋಧಕರು ಮತ್ತು ಪ್ರತಿನಿಧಿಗಳು ಸೂಡಾನಿಗೆ ಹೋಗುವ ಗುರಿಯನ್ನಿಟ್ಟುಕೊಂಡು ಸಹಾರಾ ದಾಟಿದರು. ಈ ವಿಶಾಲ ಪ್ರದೇಶಗಳನ್ನು ಒಂದುಗೂಡಿಸಿ ಸೂಡಾನಿನೊಂದಿಗೆ ಸೇರಿಸಲು ಇಚ್ಛಿಸಿದರು. ಅವರ ನೆಲೆಯು ಸೋಮಿಲ್ಯಾಂಡಿನ ಒಬೋಕ್(Obok)ನಲ್ಲಿತ್ತು. 1897ರಲ್ಲಿ ಅವರನ್ನು ಕೆಳನೈಜರ್‌ನಲ್ಲಿ ತಡೆಯಲಾಯಿತು. 1898ರಲ್ಲಿ ಸೂಡಾನ್ ಅನ್ನು ಫಷೋಡಾದ ಬಳಿ ತಡೆಯಲಾಯಿತು. ಆದರೆ ಹತ್ತೊಂಬತ್ತನೆಯ ಶತಮಾನದ ಕೊನೆಗೆ ಫ್ರೆಂಚರು 3,800,000 ಚ. ಮೈ.ಗಿಂತಲೂ ವಿಸ್ತಾರವಾದ ಅಂದರೆ ಆಫ್ರಿಕಾದ ಮೂರನೆ ಒಂದರಷ್ಟು ಭಾಗದ ಸ್ವಾಮ್ಯತ್ವನ್ನು ಪಡೆದಿದ್ದರು. ಆಫ್ರಿಕ ಸಾಮ್ರಾಜ್ಯವನ್ನು ಕ್ರೋಢೀಕರಿಸುವ ಆಸೆಯಿಂದ ಆಗಲೇ ಮೊರಾಕೋವನ್ನು ಪ್ರವೇಶಿಸಿದ್ದರು. ಅದು ಇಪ್ಪತ್ತನೆಯ ಶತಮಾನದ ಸಾಹಸಗಳಿಗೆ ಎಡೆಮಾಡಿಕೊಟ್ಟಿತು. ವಿಸ್ತಾರವಾದ ಯೂರೋಪಿಯನ್ ದೇಶಗಳ ಎರಡು ವಿರೋಧಿ ಶಕ್ತಿಗಳ ನಡುವೆ ಸಂಘರ್ಷವನ್ನು ಅದು ಕೆರಳಿಸುವ ಮಟ್ಟಕ್ಕೆ ಹೋಯಿತು.

ಆಫ್ರಿಕದಲ್ಲಿ ಪೋರ್ಚುಗಲ್

ನುಗ್ಗಾಟದಲ್ಲಿ ಪೋರ್ಚುಗಲ್ ಏನು ಹಿಂದೆ ಬೀಳಲಿಲ್ಲ. ತನ್ನ ಕ್ಷಯಿಸುತ್ತಿದ್ದ ಕರಾವಳಿ ಠಾಣ್ಯಗಳನ್ನು ಬೆಲ್ಜಿಯನ್ ಕಾಂಗೋದ ದಕ್ಷಿಣಕ್ಕೆ ವಿಸ್ತರಿಸಿತು. ಅವು ಮುಂದೆ ದೊಡ್ಡ ಅಂಗೋಲಾ ಪ್ರಾಂತವಾಗಿ ಬೆಳೆಯಿತು. ಪಶ್ಚಿಮ ಕರಾವಳಿಯಲ್ಲಿ ಮೊಜಾಂಬಿಕ್ ಅಥವಾ ಪೋರ್ಚುಗೀಸ್ ಪೂರ್ವ–ಆಫ್ರಿಕಾ ಕಾಲೋನಿಯನ್ನು ಸ್ಥಾಪಿಸಿತು. ಆಫ್ರಿಕಾದ ಅಗಲಕ್ಕೆ ಒಂದು ವಲಯವನ್ನು ಸ್ವಾಧೀನಪಡಿಸಿಕೊಂಡು ತನ್ನ ಪೂರ್ವ ಹಾಗೂ ಪಶ್ಚಿಮ ಭೂಭಾಗಗಳನ್ನು ಒಂದುಗೂಡಿಸಿಕೊಳ್ಳಲು ಪೋರ್ಚುಗಲ್ ಪ್ರಯತ್ನಿಸಿತಾದರೂ ಬ್ರಿಟಿಷರ ವೈಮನಸ್ಯವು ಅದಕ್ಕೆ ಅವಕಾಶಕೊಡಲಿಲ್ಲ.

ಆಫ್ರಿಕದಲ್ಲಿ ಇಟಲಿ

ಆಫ್ರಿಕದಲ್ಲಿ ಇಟಲಿಯ ವಸಾಹತು ವಿಸ್ತರಣೆಯ ಕತೆ ತುಂಬಾ ಚಿಕ್ಕದು. 1883ರಲ್ಲಿ ಇಟಲಿಯು ಕೆಂಪುಸಾಗರದ ಮೇಲೆ ಎರಿಟ್ರಿಯವನ್ನು ಗೆದ್ದುಕೊಂಡಾಗ ಇಟಾಲಿಯನ್ ಸಾಮ್ರಾಜ್ಯಶಾಹಿಯು ಆಫ್ರಿಕದಲ್ಲಿ ಪ್ರಾರಂಭವಾಯಿತು. ಆಮೇಲೆ ಆಫ್ರಿಕದ ಪೂರ್ವ ಕರಾವಳಿಯಲ್ಲಿ ಇಟಾಲಿಯನ್ ಸೋಮೈಲ್ಯಾಂಡ್‌ನ ಸರದಿ ಬಂದಿತು. ಆಮೇಲೆ ಅಬಿಸೀನಿಯವನ್ನು ಗೆದ್ದುಕೊಂಡು ಈ ಪ್ರದೇಶಗಳನ್ನು ಕೂಡಿಸುವ ಪ್ರಯತ್ನ ನಡೆಯಿತು. ಆದರೆ 1896ರಲ್ಲಿ ಅಡೋವಾದಲ್ಲಿ ಅಬಿಸೀನಿಯನ್ನರು ಇದನ್ನು ತಡೆದರು. ಅದರಿಂದಾಗಿ ಇಟಲಿಯು ಉತ್ತರದಲ್ಲಿ ಟ್ರಿಪೋಲಿಯ ಕಡೆಗೆ ತಿರುಗಿ ಅದನ್ನು 1912ರಲ್ಲಿ ಟರ್ಕಿಯಿಂದ ಗೆದ್ದುಕೊಂಡಿತು. ಜೊತೆಗೆ ಸೈರೆನೈಕಾ ಕೂಡ ಕೈವಶವಾಯಿತು. ಈ ಎರಡೂ ಪ್ರಾಂತಗಳು ಲಿಬಿಯಾದ ಇಟಾಲಿಯನ್ ವಸಾಹತುಗಳಾದವು.

ಆಫ್ರಿಕದಲ್ಲಿ ಜರ್ಮನಿ

ಆಫ್ರಿಕದಲ್ಲಿ ಮೊದಲನೆಯ ಜರ್ಮನ್ ಕಾಲೋನಿಯನ್ನು 1884ರಲ್ಲಿ ಸ್ಥಾಪಿಸಲಾಯಿತು. ಜರ್ಮನ್ ನೈರುತ್ಯ ಆಫ್ರಿಕವನ್ನು ಆಗ ಆಕ್ರಮಿಸಿಕೊಂಡಿತು. ಅದಕ್ಕೆ ಎರಡು ಶತಮಾನಗಳ ಮುಂಚೆ ಬ್ರಾಂಡೆನ್ ಬರ್ಗಿನ್ ಗ್ರೇಟ್ ಎಲೆಕ್ಟರ್ ಆದ ಫ್ರೆಡರಿಕ್

ವಿಲಿಯಂನು ಗೋಲ್ಡ್ ಕೋಸ್ಟ್ ಮೇಲೆ ರಿಯಾಯಿತಿಯನ್ನು ಪಡೆದಿದ್ದನು; ಆದರೆ ಆ ಯೋಜನೆಯು ಹದಿನೆಂಟನೆಯ ಶತಮಾನದ ಮೊದಲಲ್ಲೇ ಕುಸಿದುಬಿದ್ದಿತ್ತು. ಹತ್ತೊಂಬತ್ತನೆ ಶತಮಾನದಲ್ಲಿ ವಸಾಹತು ವಿಸ್ತರಣದ ಆಸಕ್ತಿ ಬೆಳೆದಾಗ, ವಿಶೇಷವಾಗಿ ಆಫ್ರಿಕದಲ್ಲಿ ಜರ್ಮನಿಯ ಮಿಷನರಿಗಳು, ವರ್ತಕರು, ಸಂಶೋಧಕರು ಮತ್ತು ರಾಜಕಾರಣಿಗಳು ಅದನ್ನು ಪುನಶ್ಚೇತನಗೊಳಿಸಿದರು. 1797ರಲ್ಲಿ ಹಾರ್ನಿಮನ್‌ನು ಟ್ರಿಪೋಲಿಯಿಂದ ನೈಜರ್‌ಗೆ ಪ್ರಯಾಣಕೈಗೊಂಡನು. ಸ್ವಲ್ಪ ಕಾಲಾನಂತರ ಹೆನ್ರಿಕ್ ಬಾರ್ತ್ ಆ ಸ್ಥಳದಿಂದ ಸಹರಾ ದಾಟಿ ಛಾಡ್ ಸರೋವರಕ್ಕೆ ಹೋದನು. ದಾರಿಯಲ್ಲಿ ನಿಗೂಢನಗರ ಟಿಂಬಕ್ಟುವನ್ನು ಸಂದರ್ಶಿಸಿದನು. ಹತ್ತೊಂಬತ್ತನೆ ಶತಮಾನದ ಮಧ್ಯಭಾಗದಲ್ಲಿ ಇತರ ಜರ್ಮನ್ ಸಂಶೋಧಕರು ಸೂಡಾನ್ ಹಾಗೂ ಮೇಲು ನೈಲ್ ಮುಖಜ ಭೂಮಿಗಳಲ್ಲಿ ಸಂಚಾರ ಮಾಡಿದರು. 1860ರಲ್ಲಿ ಬಾರೋನ್ ವಾನ್ ಡೆರ್‌ಡೀಕನ್ ಕಿಲಿಮಾಂಜರೋ ಪರ್ವತದ ಸರ್ವೆಮಾಡಿದನು. ಅದರ ಸಮೃದ್ಧ ಪ್ರದೇಶವು ಜರ್ಮನಿ ಕಾಲೋನಿಯಾಗುವುದೆಂಬ ಆಶಯವನ್ನು ವ್ಯಕ್ತಪಡಿಸಿದನು. 1885ರಲ್ಲಿ ಕಾರ್ಲ್ ಪೀಟರ್ಸ್‌ನ ಪ್ರಯತ್ನದಿಂದ ಅದು ಸಾಧ್ಯವಾಯಿತು. ಮೋಹ್ರ್ ಮತ್ತು ಮಾಚ್ ಮೊದಲಾದ ಇತರರು ಜಾಂಬೆಸಿ ಪ್ರದೇಶವನ್ನು ಮಶೋನಾಲ್ಯಾಂಡ್ ಅನ್ನು ಪರಿಶೋಧಿಸಿದರು. ಈ ಎರಡನೆಯದು 'ಕಿಂಗ್ ಸಾಲೋಮನ್ಸ್ ಮೈನ್ಸ್' ಎಂಬ ಗುಪ್ತ ನಾಗರಿಕತೆಯ ನಿವೇಶನ ಮತ್ತು ಜಿಂಬಾಬ್ವೆಯ ವಿಶಾಲವಾದ ಪಾಳು ಪ್ರದೇಶ. ಸ್ವಲ್ಪ ಕಾಲಾನಂತರ ನಾವು ಅಧ್ಯಯನ ಮಾಡುತ್ತಿರುವ ಕಾಲಾವಧಿಯಲ್ಲಿ ರೋಲ್ಫ್ಸ್, ನ್ಯಾಕ್ಟಿಗಲ್ ಮತ್ತು ಶ್ವೀನ್ ಫರ್ತ್ ಈ ಪ್ರವಾಸಿಗಳು ಸಹಾರದ ಓಯಸಿಸ್‌ಗಳ ಸುತ್ತಮುತ್ತ ಸಂಚರಿಸಿದರು. ಪಶ್ಚಿಮ ಆಫ್ರಿಕವನ್ನು ಸಮೀಕ್ಷೆ ಮಾಡಿದರು. ಕತ್ತಲ ಖಂಡದೊಳಕ್ಕೆ ಬೆಳಕು ಹಾಯಿಸಿದರು. ಅಲ್ಲಿಯ ವಿಪುಲ ಸಾಧ್ಯತೆಗಳ ಬಗೆಗೆ ಜರ್ಮನಿಯಲ್ಲಿ ಜನಾಭಿಪ್ರಾಯವನ್ನು ಬೆಳೆಸಿದರು. ಇವರು ಮೂವರೂ 1878ರಲ್ಲಿ ಲಿಯೋಪೋಲ್ಡ್ ವ್ಯವಸ್ಥೆ ಮಾಡಿದ ಬ್ರಸೆಲ್ಸ್ ಸಮ್ಮೇಳನದಲ್ಲಿ ಭಾಗವಹಿಸಿದ್ದರು. 1878ರಲ್ಲಿ ಒಂದು ಜರ್ಮನ್ ಶಾಖೆಯನ್ನು ರೂಪಿಸಿದರು. ಮೂರು ವರ್ಷಗಳ ನಂತರ ಡ್ಯೂಷ್ ಕೊಲೋನಿಯಲ್ ಜೆಸೆಲ್ಸ್ ಷಾಫ್ಟ್ ರಚಿತವಾಯಿತು. ಈ ಸಮಯದಲ್ಲಿ ಜರ್ಮನ್ ವರ್ತಕರು ಮತ್ತು ಮಿಶನರಿಗಳು ಎಂದೂ ಪಟ್ಟಿಗೊಳ್ಳದ, ಬಣ್ಣವಾಗಲಿ ಸಂಕೇತವಾಗಲಿ ಇರದ ಜನಸಮೂಹವು ಆಫ್ರಿಕದಾದ್ಯಂತ ತಮ್ಮ ಕೆಲಸವನ್ನು ತಮ್ಮ ಧ್ವಜದ ಸೀಮಿತವಿಲ್ಲದೆ, ಸಾಮಾನ್ಯವಾಗಿ ಯೂನಿಯನ್ ಜಾಕ್ ಆಶ್ರಯದಲ್ಲಿ ನಡೆಸುತ್ತಿದ್ದರು.

ಬಿಸ್ಮಾರ್ಕನ ವಸಾಹತು ನೀತಿ

ಆದರೆ ಉಕ್ಕಿನಂತೆ ಅಚಲನಾದ ಛಾನ್ಸಲರನು ಅವರ ಕರೆಗೆ ಕಿವಿಗೊಡಲಿಲ್ಲ. 'ನನಗೆ ವಸಾಹತುಗಳು ಬೇಕಾಗಿಲ್ಲ. ಅವು ಉದ್ಯೋಗಗಳನ್ನು ಕೊಡುವುದಕ್ಕಷ್ಟೆ ಸೂಕ್ತವಾದವು'. ನಮಗೆ ಈ ವಸಾಹತು ಉದ್ಯಮವು ಪೋಲಿಷ್ ಗಣ್ಯ ಕುಟುಂಬಗಳು ರೇಷ್ಮೆ ಮತ್ತು ತುಪ್ಪಳುಡುಗೆಗಳನ್ನು ಹೊಂದಿದ್ದು ಮಿಕ್ಕವರಿಗೆ ಷರ್ಟುಗಳೂ ಇಲ್ಲದ ಸ್ಥಿತಿಯ ಹಾಗೆ ಎಂದು 1880ರಲ್ಲೇ ಅವನು ಹೇಳಿದ್ದನು. 'ನಾನು ವಸಾಹತು ಪರವಾದವನಲ್ಲ' ಎಂದು ಅವನು ಘೋಷಿಸಿದನು. ಅವನಿಗೆ 'ವಸಾಹತುಗಳು ದೌರ್ಬಲ್ಯಗಳ ಕಾರಣಗಳು ಮಾತ್ರ'. ಅದುವರೆಗೆ ಅವನ ಆಸಕ್ತಿಗಳು ಯೂರೋಪಿಯನ್ ಪ್ರದೇಶಗಳೇ ಆಗಿದ್ದುವು. ಆಗ ಅವನು ತನ್ನ ಮೂಗಿನ ನೇರಕ್ಕಿಂತ ಆಚೆಗೆ ನೋಡಲು ಶಕ್ತನಾಗಿರಲಿಲ್ಲ. ಜನಾಭಿಪ್ರಾಯ ಮತ್ತು ಆರ್ಥಿಕ ಒತ್ತಡಗಳು ಬಿಸ್ಮಾರ್ಕನನ್ನು ವಸಾಹತು ವಿಸ್ತರಣ ನೀತಿಯನ್ನು ಹಿಡಿಯುವಂತೆ ಬಲಾತ್ಕರಿಸಿದವು.

ಆದರೆ 1884ರಲ್ಲಿ ಸಾರ್ವಜನಿಕ ಅಭಿಪ್ರಾಯ ಹಾಗೂ ಆರ್ಥಿಕ ಒತ್ತಡಗಳಿಂದಾಗಿ ಬಿಸ್ಮಾರ್ಕನು ವಸಾಹತು ಕ್ಷೇತ್ರವನ್ನು ಪ್ರವೇಶಿಸಬೇಕಾಯಿತು (1882ರಲ್ಲಿ 2,50,000 ಜರ್ಮನರು ವಿದೇಶಗಳಿಗೆ ವಲಸೆ ಹೋಗಿದ್ದರು.) 1884ರಲ್ಲಿ ಬರ್ಲಿನ್ನಿನಿಂದ ಬ್ರಿಟಿಷ್ ರಾಯಭಾರಿ ಲಾರ್ಡ್ ಆಂಪ್ಟ್‌ಹಿಲ್ ಹೀಗೆ ಹೇಳಿದನು; "ತನ್ನ ನಂಬಿಕೆ ಮತ್ತು ಅಪೇಕ್ಷೆಗಳಿಗೆ ವಿರುದ್ಧವಾಗಿ ಬಿಸ್ಮಾರ್ಕನು ಜರ್ಮನ್ ಶಕ್ತಿಯ ಕೇಂದ್ರೀಕರಣಕ್ಕೆ ಮಾರಕವೆಂದು ಅದುವರೆಗೆ ಕೈಬಿಟ್ಟಿದ್ದ ವಸಾಹತು ನೀತಿಯನ್ನು ಜನಾಭಿಪ್ರಾಯವು ಒಪ್ಪಿಕೊಳ್ಳುವಂತೆ ಮಾಡಿದುದು ವಿಚಿತ್ರವಾದ ಸಂಗತಿಯಾಗಿದೆ."

ಬ್ರಿಟಿಷರ ಮೌನ ಸಮ್ಮತಿಯಿಂದ ಜರ್ಮನ್ ಕಾಲೋನಿಗಳ ವಿಕಾಸ

ಬ್ರಿಟಿಷರು ಈಜಿಪ್ಟನ್ನು ಆಕ್ರಮಿಸಿಕೊಂಡದ್ದನ್ನು ಕುರಿತು ಫ್ರಾನ್ಸಿನಲ್ಲಿ ಪ್ರತಿಭಟನೆ ವ್ಯಕ್ತವಾದುದರಿಂದ ಜರ್ಮನ್ ಕಾಲೋನಿಗಳ ಬೆಳವಣಿಗೆಗೆ ಅವಕಾಶವಾಯಿತು ಎಂಬುದನ್ನು ಸಾಮಾನ್ಯವಾಗಿ ಒಪ್ಪುವುದಿಲ್ಲ. ಫ್ರಾನ್ಸಿನ ಅಸಮಾಧಾನ ಮತ್ತು ರಷ್ಯದ ಹೊಟ್ಟೆಕಿಚ್ಚುಗಳಿಗೆದುರಾಗಿ ಬ್ರಿಟನ್ನಿಗೆ ಬೆಂಬಲವು ಅಗತ್ಯವಾಗಿತ್ತು. ಇದು ಜರ್ಮನಿಯಲ್ಲಿ ಸ್ವಲ್ಪ ಮಟ್ಟಿಗೆ ಲಭ್ಯವಾಗಿತ್ತು. ಜರ್ಮನ್ ನೆರವಿನ ಒಂದು ಷರತ್ತಾಗಿ ಜರ್ಮನ್ ಕಾಲೋನಿಗಳ ವಿಸ್ತರಣಕ್ಕೆ ಬಿಸ್ಮಾರ್ಕ್ ತನ್ನ ಮೌನ ಸಮ್ಮತಿ ನೀಡಿದನು.

ಆಲ್ಸೇಸ್ ಮತ್ತು ಲೋರೈನ್‌ಗಳನ್ನು ಕಳೆದುಕೊಂಡು ಫ್ರಾನ್ಸ್ ಕಷ್ಟವನ್ನನುಭವಿಸುತ್ತಿದ್ದಾಗ ಅದನ್ನು ಶಮನಗೊಳಿಸಲು ವಸಾಹತುಗಳನ್ನು ಸ್ಥಾಪಿಸಲು ಅದಕ್ಕೆ ಪ್ರಚೋದನೆ ನೀಡಿದವನು ಬಿಸ್ಮಾರ್ಕನೇ. ಹಾಗೆಯೇ ಜರ್ಮನ್ ಕಾಲೋನಿಗಳು

ಹುಟ್ಟಲು ಬ್ರಿಟನ್ ಪ್ರೇರಕವಾಯಿತು. ಎರಡೂ ಸಂದರ್ಭಗಳಲ್ಲಿ ಕೈಗೊಂಡ ಕ್ರಮವು ಅಲ್ಪದೃಷ್ಟಿಯದಾಗಿತ್ತು. ಬಿಸ್ಮಾರ್ಕ್ ಮತ್ತು ಬ್ರಿಟನ್ ಇಬ್ಬರೂ ಮುಂದೆ ಇದನ್ನು ಒಪ್ಪಿಕೊಳ್ಳಬೇಕಾಯಿತು.

ಜರ್ಮನ್ ವಸಾಹತುಗಳ ಬೆಳವಣಿಗೆ

ಜರ್ಮನಿ ಮೊತ್ತಮೊದಲ ಕಾಲೋನಿಯನ್ನು ಸ್ಥಾಪಿಸುವುದಕ್ಕೆ ಮುಂಚಿತವಾಗಿ ಬಿಸ್ಮಾರ್ಕ್‌ನು ಅಸಾಧ್ಯಶವಾದ ಸಹನೆಯನ್ನು ಮತ್ತು ಪರಿಶೀಲನೆಯನ್ನು ಮೆರೆದನು; ಆದರೆ ಈಗ ಅತ್ಯಂತ ರಭಸದಿಂದ ಕಾರ್ಯಪ್ರವೃತ್ತನಾದನು. ಒಂದು ವರ್ಷದೊಳಗಾಗಿ (1884ರಲ್ಲಿ) ಜರ್ಮನಿಯು ನೈರುತ್ಯ ಆಫ್ರಿಕಾ, ಟೋಗೋಲ್ಯಾಂಡಿನ ಭಾಗ, ಕಾಮರೂನ್‌ನ ವಿಶಾಲ ಪ್ರದೇಶ ಮತ್ತು ಪೂರ್ವ ಆಫ್ರಿಕದಲ್ಲಿ ಜಾಂಜಿಬಾರ್‌ಗಳನ್ನು ಸ್ವಾಧೀನಪಡಿಸಿಕೊಂಡಿತು. ಅದೇ ವರ್ಷ ಪೆಸಿಫಿಕ್‌ನ ನ್ಯೂಗಿನಿಯಾದ ಈಶಾನ್ಯ ಭಾಗ ಹಾಗೂ ಸುತ್ತಣ ಹಲವು ದ್ವೀಪಗಳ ಮೇಲೆ ತನ್ನ ಹಕ್ಕನ್ನು ಸ್ಥಾಪಿಸಿತು. (ಇದನ್ನು ಬಿಸ್ಮಾರ್ಕ್ ಆರ್ಕಿಪಿಲಾಗೋ ಎಂದು ಕರೆದನು). ಮುಂದಿನ ವರ್ಷ (1885) ಮಾರ್ಷಲ್ ಮತ್ತು ಸಾಲೋಮನ್ ದ್ವೀಪಗಳು ತಮಗೆ ಸೇರಿದವೆಂದು ಘೋಷಿಸಲಾಯಿತು. ಆ ದಶಕದ ಕೊನೆಗೆ ಜರ್ಮನಿಯು ಸಾಲೋಮನ್ ದ್ವೀಪಗಳ ಮೇಲೆ ಸಹ ಪ್ರಭುತ್ವ ನಡೆಸುವ ವಿಷಯವಾಗಿ ಬ್ರಿಟನ್ ಮತ್ತು ಅಮೆರಿಕ ಸಂಯುಕ್ತ ಸಂಸ್ಥಾನಗಳೊಂದಿಗೆ ಒಂದು ಒಪ್ಪಂದಕ್ಕೆ ಬಂದಿತ್ತು. ಗೂಚ್ ಹೇಳುವಂತೆ "ಒಂದೇ ಒಂದು ನೌಕೆಯಿಲ್ಲದೆ, ಒಬ್ಬ ಸೈನಿಕನು ಚಲಿಸದೆ ಗಳಿಸಿದ ಕಾಲೋನಿಗಳು ಮಾತೃಭೂಮಿಯಿಂದ ಬಹುದೂರದಲ್ಲಿ ಪ್ರತ್ಯೇಕವಾಗಿದ್ದುವು, ಒಂದರಿಂದೊಂದು ಬೇರೆಯಾಗಿದ್ದುವು; ಬಿಳಿಯ ಜನರು ಬಹುಸಂಖ್ಯೆಯಲ್ಲಿ ನೆಲೆಸಲು ಹೊಂದದಂಥವಾಗಿದ್ದುವು. ಆದರೆ ಅವುಗಳ ಸ್ವಾಮ್ಯವು ನೂತನವಾಗಿ ಜನಿಸಿದ ಜರ್ಮನ್ ಸಾಮ್ರಾಜ್ಯದ ಘನತೆಯನ್ನು, ಆತ್ಮ–ವಿಶ್ವಾಸವನ್ನು ಹೆಚ್ಚಿಸಿದುವು. ಜರ್ಮನ್ ಜನತೆಯ ದೃಷ್ಟಿಯನ್ನು ಯೂರೋಪಿಯನ್ ಚದುರಂಗ ದಾಟದ ಚಿಂತೆಯಿಂದ ಇನ್ನು ದೊಡ್ಡ ವೆಲ್ಟ್‌ಪಾಲಿಟಿಕ್(Welt politik) ಕಡೆಗೆ ತಿರುಗಿಸಿದವು. ಅಂತಿಮವಾಗಿ ಸಾಗರ ಶಕ್ತಿಯ ಬೇಡಿಕೆಯನ್ನು ಪ್ರಚೋದಿಸಿದುವು".

ಜರ್ಮನಿಯ ವಸಾಹತು ಅಭಿವೃದ್ಧಿಗೆ ಬ್ರಿಟಿಷ್ ಪ್ರತಿಕ್ರಿಯೆ

ಮೊದಲಿಗೆ ಜರ್ಮನಿಯ ವಸಾಹತು ಅಭಿವೃದ್ಧಿ ಕ್ರಮಕ್ಕೆ ಇಂಗ್ಲೆಂಡಿನ ಪ್ರತಿಕ್ರಿಯೆ ಅಹಿತಕರವಾಗಿರಲಿಲ್ಲ. ದಿಢೀರನೆ ಸಂಭವಿಸಿದ ಈ ವಿಸ್ತರಣೆಯ ನಂತರ ಗ್ಲಾಡ್‌ಸ್ಟನ್‌ನು ಕಾಮನ್ಸ್ ಸಭೆಯಲ್ಲಿ ಈ ಕೆಳಕಂಡಂತೆ ಹೇಳಿದನು; "ಜರ್ಮನಿಯು ವಸಾಹತು ನಿರ್ಮಾಣ ಶಕ್ತಿಯಾಗಲು ಬಯಸುವುದಾದರೆ, ದೇವರು ಒಳ್ಳೆಯದು ಮಾಡಲಿ ಎಂದಷ್ಟೇ ನಾನು ಹೇಳಬಲ್ಲೆ. ಮಾನವ ಕುಲದ ಅನುಕೂಲಕ್ಕೋಸ್ಕರವಾಗಿ ವಿಧಿಯ ಉದ್ದೇಶವನ್ನು ಈಡೇರಿಸುವುದರಲ್ಲಿ ಜರ್ಮನಿ ನಮ್ಮ ಮಿತ್ರನೂ ಭಾಗೀದಾರನೂ ಆಗುತ್ತದೆ." ಆದರೆ ಜರ್ಮನ್ ನೀತಿಯಲ್ಲಾದ ಈ ದಿಢೀರ್ ಬದಲಾವಣೆಯ ಬಗೆಗೆ ಬ್ರಿಟಿಷ್ ಸರಕಾರಕ್ಕೆ ಬಹಳ ಮುಜುಗರವಾಗಿತ್ತು. ಬ್ರಿಟಿಷ್ ವಿದೇಶಾಂಗ ಕಾರ್ಯದರ್ಶಿ ಲಾರ್ಡ್‌ಗ್ರಾನ್‌ವಿಲ್ ಈ ಸ್ಪರ್ಧೆಗಳಿಗೆ ಪೂರ್ವಭಾವಿಯಾಗಿ ಜರ್ಮನಿ ಮಾಡಿದ ವಿಚಾರಣೆಗಳಿಗೆ ಉತ್ತರ ಕೊಡುವಲ್ಲಿ ಸಡಿಲವಾಗಿ, ಹೊಯ್ದಾಡುವ ಅನಿಶ್ಚಿತ ಮಾತುಗಳನ್ನು ಆಡುತ್ತಿದ್ದನು. ಜರ್ಮನಿಯ ನಡೆ ಇದ್ದಕ್ಕಿದ್ದಂತೆ ರಭಸವಾಗಿ ನಡೆದು ಹೋಯಿತು. ಅದು ಬಿಸ್ಮಾರ್ಕನ ರಾಜಕಾರಣದ ಲಕ್ಷಣವಾಗಿತ್ತು. ಎರಡೂ ಶಕ್ತಿಗಳ ನಡುವೆ ತೀವ್ರವಾದ ಸಂಘರ್ಷ ಉಂಟಾಯಿತು. ಶತಮಾನವು ಕೊನೆಗೊಳ್ಳುವುದಕ್ಕೆ ಮುಂಚೆ ಜರ್ಮನ್ ನೌಕಾ ಶಕ್ತಿಯ ಬೆಳವಣಿಗೆಯಿಂದಾಗಿ ಅದು ಸ್ಥಿರಗತಿಯಲ್ಲಿ ವೈರವಾಗಿ ಬೆಳೆಯಿತು.

ಆಫ್ರಿಕದ ಜರ್ಮನ್ ಕಾಲೋನಿಗಳು

ವರ್ತಕರು ಮತ್ತು ಸಂಶೋಧಕರ ದೂರದೃಷ್ಟಿ ಮತ್ತು ಶಕ್ತಿಗಳ ಮೂಲಕವಾಗಿ ಸಂಪಾದಿಸಿದ ಬಿಸ್ಮಾರ್ಕನ ಹುರುಪಿನ, ನಿರ್ಧಾರಯುತ ಕ್ರಮಗಳಿಂದಾಗಿ ಉಳಿಸಿಕೊಂಡ ಆಫ್ರಿಕದ ಜರ್ಮನ್ ಸಾಮ್ರಾಜ್ಯವು 1,028,000 ಚದರ ಮೈಲಿ ವಿಸ್ತೀರ್ಣವಾಗಿತ್ತು. ಇದು ಬೆಲ್ಜಿಯನ್ ಕಾಂಗೋಗಿಂತ ತುಂಬ ವಿಸ್ತಾರವಾದುದಾಗಿರಲಿಲ್ಲ; ಬ್ರಿಟನ್ ಅಥವಾ ಫ್ರಾನ್ಸ್ ದೇಶಗಳು ಆಫ್ರಿಕದಲ್ಲಿ ಸ್ವಾಧೀನಪಡಿಸಿಕೊಂಡಿದ್ದ ಭೂಭಾಗಗಳಿಗಿಂತ ತುಂಬ ಚಿಕ್ಕದೇನೂ ಆಗಿರಲಿಲ್ಲ. ಬಡತನದ ದೇಶಗಳು ಒಂದೊಂದು ಬೃಹತ್ ಖಂಡದ ಸುಮಾರು ಮೂರನೆ ಒಂದರಷ್ಟು ಪ್ರದೇಶವನ್ನು ಹೊಂದಿದ್ದುವು. ಜರ್ಮನ್ ಕಾಲೋನಿಗಳು ತಮ್ಮ ಮೂವತ್ತು ವರ್ಷಗಳ ಅಸ್ತಿತ್ವದಲ್ಲಿ ಜರ್ಮನರ ವಲಸೆಗೆ ತಕ್ಕ ಕ್ಷೇತ್ರವಾಗಲಿಲ್ಲ. 1914ರಲ್ಲಿ ಎಲ್ಲಾ ಜರ್ಮನ್ ಕಾಲೋನಿಗಳಲ್ಲಿ ಇದ್ದ ಶ್ವೇತವರ್ಣೀಯರ ಸಂಖ್ಯೆ 28,846. ಇವರಲ್ಲಿ 23,952 ಜನರು ಜರ್ಮನರು. ಇವರ ಪೈಕಿ 5746 ಜನ ಯೋಧರು ಅಥವಾ ಮಿಲಿಟರಿ ಪೋಲಿಸರು. ಈ ಪ್ರದೇಶಗಳನ್ನು ಕೈಗಾರಿಕೆಗಳಿಗೆ ಮುಖ್ಯವಾಗಿ ಆರ್ಥಿಕ ಶೋಷಣೆಯ ಪ್ರದೇಶಗಳನ್ನಾಗಿ ಪರಿಗಣಿಸಲಾಯಿತು ಮತ್ತು ಜರ್ಮನ್ ಕೈಗಾರಿಕೆಗಳಿಗೆ ಅವು ಕಚ್ಚಾ ಸಾಮಗ್ರಿಗಳ ಮೂಲಗಳಾದವು. 1914ರಲ್ಲಿ ಅವುಗಳ ಮೌಲ್ಯ ಸುಮಾರು 8 ಮಿಲಿಯನ್ ಸ್ಟರ್ಲಿಂಗುಗಳಾಗಿದ್ದುವು. ಜರ್ಮನ್ ತೆರಿಗೆದಾರನು ಅದನ್ನು

ಜರ್ಮನಿಯ ಪ್ರತಿಷ್ಠೆಯ ಭಾಗವೆಂದೂ, ಒಂದು ಜಾಗತಿಕ ಶಕ್ತಿಯಾಗಿ ಜರ್ಮನಿಯ ಘನತೆಯೆಂದೂ ಪರಿಗಣಿಸಿದ್ದನು. ಮೊದಲನೆಯ ಮಹಾಯುದ್ಧವಾದ ಮೇಲೆ ಜರ್ಮನ್ ಕಾಲೋನಿಗಳನ್ನು ಲೀಗ್ ಆಫ್ ನೇಷನ್ಸ್ ಆದೇಶದ ಪ್ರಕಾರ ಮುಖ್ಯವಾಗಿ ಬ್ರಿಟನ್ ಮತ್ತು ಫ್ರಾನ್ಸ್ ದೇಶಗಳಿಗೆ ಹಂಚಲಾಯಿತು.

ಆಫ್ರಿಕದಲ್ಲಿ ಬ್ರಿಟನ್

ಆಫ್ರಿಕಕ್ಕಾಗಿ ನಡೆದ ಮೇಲಾಟ-ನುಗ್ಗಾಟಗಳಲ್ಲಿ ಆ ಖಂಡದ ಅತ್ಯುತ್ತಮವಾದ ಭಾಗಗಳಲ್ಲಿ ಬ್ರಿಟನ್ ಸಿಂಹಪಾಲುಗಳಿಸಿತು. ಉತ್ತರದಲ್ಲಿ ಈಜಿಪ್ಟ್ ಮತ್ತು ಸೂಡಾನ್‌ಗಳ ಮೇಲೆ ಪ್ರಭುತ್ವವನ್ನು ಸ್ಥಾಪಿಸಿತು. ಬ್ರಿಟಿಷ್ ಪೂರ್ವ ಆಫ್ರಿಕಾದ ಸ್ವಾಧೀನತೆ, ಅದರ ಹಿಂದೆಯೇ ಉಗಾಂಡದ ಮೇಲೆ ಆಶ್ರಿತ ರಕ್ಷಣೆಯ ಸ್ಥಾನಮಾನಗಳಿಗೆ ಇವು ರಾಜ್ಯವನ್ನು ಹಿಂದೂ ಮಹಾಸಾಗರದಿಂದ ಮೆಡಿಟರೇನಿಯನ್‌ವರೆಗೆ ಒಂದೇ ಸಮನಾದ ವಿಸ್ತಾರವಾದ ಪ್ರದೇಶವನ್ನಾಗಿ ಮಾಡಿದುವು. ಖಂಡದ ದಕ್ಷಿಣದ ತುದಿಯಲ್ಲಿ ಬ್ರಿಟನ್ ಕೇಪ್‌ಕಾಲೋನಿ, ನೇಟಾಲ್, ಟ್ರಾನ್ಸ್‌ವಾಲ್ ಮತ್ತು ಆರೆಂಜ್ ರಿವರ್ ಕಾಲೋನಿ (ಇಷ್ಟೂ ಕೂಡಿ 1909ರಲ್ಲಿ ದಕ್ಷಿಣ ಆಫ್ರಿಕದ ಒಕ್ಕೂಟ (**Union Of South Africa**) ಎನಿಸಿದವು. ಇವುಗಳ ಮೇಲೆ ತನ್ನ ಪ್ರಭುತ್ವವನ್ನು ಸ್ಥಾಪಿಸಿತು. ಈ ಒಕ್ಕೂಟದ ಉತ್ತರಕ್ಕೆ ಬೆಚುನಾಲ್ಯಾಂಡ್ ಎಂಬ ಆಶ್ರಿತ ರಾಜ್ಯವಿದ್ದಿತು, ಅದರ ಉತ್ತರಕ್ಕೆ ರ್‍ಹೊಡೀಶಿಯಾ, ಜರ್ಮನ್ ಪೂರ್ವ ಆಫ್ರಿಕಾದ ದಕ್ಷಿಣದ ಗಡಿಯನ್ನು ಮುಟ್ಟಿತ್ತು. ಹೀಗೆ ಕೇಪ್ಸಿ ಕಾಲೋನಿಯಿಂದ ಉತ್ತರ ದಿಕ್ಕಿಗೆ ನುಗ್ಗುತ್ತಾ ಬ್ರಿಟನ್ನಿನಲ್ಲಿ ಟಾಂಗಾನ್ಯಿಕಾ ಸರೋವರದವರೆಗೆ ಅಖಂಡವಾದ ಭೂ ಪ್ರದೇಶವನ್ನು ಸ್ವಾಧೀನ ಪಡೆಸಿಕೊಂಡಿತು. ಜರ್ಮನ್ ಪೂರ್ವ-ಆಫ್ರಿಕಾ ಇಲ್ಲದೆ ಹೋಗಿದ್ದಿದ್ದರೆ ಬ್ರಿಟನ್ನಿನ ವಸಾಹತು ಸಾಮ್ರಾಜ್ಯವು ಕೇಪ್ ಭೂಶಿರದಿಂದ ಕೈರೋವರೆಗೆ ಅಖಂಡವಾಗಿ ಹರಡಿರುತ್ತಿತ್ತು. ಆಫ್ರಿಕದಲ್ಲಿ ಬ್ರಿಟನ್ನಿಗೆ ಸೇರಿದ್ದ ಇತರ ಪ್ರದೇಶಗಳೆಂದರೆ ಗಾಂಬಿಯ, ದಿ ಗೋಲ್ಡ್ ಕೋಸ್ಟ್, ಸಿಯೆರಾ ಲಿಯೋನ್ ಮತ್ತು ನೈಜೀರಿಯ-ಇವಿಷ್ಟು ಪಶ್ಚಿಮದಲ್ಲಿ; ಸೋಮ್ಯೈಲ್ಯಾಂಡಿನ ಭಾಗವು ಪೂರ್ವ ಕರಾವಳಿಯಲ್ಲಿ. ಆಂಗ್ಲೋ ಈಜಿಪ್ಷಿಯನ್ ಸೂಡಾನ್ ಅವಲ್ಲಿ ಹೊರತುಪಡಿಸಿದರೆ ಬ್ರಿಟನ್ನಿಗೆ ಸೇರಿದ್ದ ಭೂಪ್ರದೇಶಗಳ ವಿಸ್ತಾರ 2,700,000 ಚದರ ಮೈಲಿ.

ಆಫ್ರಿಕಾದ ವಿಭಜನೆಯಲ್ಲಿ ಬರ್ಲಿನ್ ಸಮ್ಮೇಳನದ ಮಹತ್ವ: (1884–85)

1880ರ ಹೊತ್ತಿಗೆ ಆಫ್ರಿಕಾದ ಬಹುಪಾಲು ಪ್ರದೇಶಗಳು ಯೂರೋಪಿಯನ್ ರಾಷ್ಟ್ರಗಳ ಹಿಡಿತದಲ್ಲಿದ್ದವು. ಹಾಗೆಯೇ ಪ್ರಪಂಚದ ಜನತೆ ಅದರ ಬಗ್ಗೆ ತಾಳಿದ್ದಂತಹ "ಕಗ್ಗತ್ತಲೆಯ ಖಂಡ" ಎಂಬ ಭಾವನೆಯನ್ನು ಸಹ ಈ ರಾಷ್ಟ್ರಗಳು ಹೋಗಲಾಡಿಸಿದ್ದವು. ಅಲ್ಲಿನ ಅಪಾರ ಖನಿಜ ಸಂಪತ್ತು, ನೈಸರ್ಗಿಕ ಸಂಪತ್ತನ್ನು ಬೃಹತ್ ಪ್ರಮಾಣದಲ್ಲಿ ದೋಚಬೇಕೆಂದು ಯೂರೋಪಿನ ರಾಷ್ಟ್ರಗಳು ತಮ್ಮ ತಮ್ಮಲ್ಲಿಯೇ ಪ್ರಬಲ ಹೋರಾಟವನ್ನು ಮತ್ತೆ ಮುಂದುವರಿಸಿದವು. ಅಪಾರ ಸಂಪತ್ತುಳ್ಳ ಕಾಂಗೋ ಪ್ರದೇಶವನ್ನು ಬೆಲ್ಜಿಯಂ ವಶಪಡಿಸಿಕೊಂಡಿರುವುದನ್ನು ಮನಗಂಡ ಪೋರ್ಚುಗಲ್ ಅದರೊಡನೆ ಹೋರಾಟಕ್ಕಿಳಿಯಿತು.

1881ರಲ್ಲಿ ಫ್ರಾನ್ಸ್ ಟ್ಯೂನಿಸ್ಸನ್ನು ತನ್ನ ಆಶ್ರಿತ ಪ್ರದೇಶವನ್ನಾಗಿ ಮಾಡಿಕೊಳ್ಳುವುದಕ್ಕೆ ಮತ್ತು 1882ರಲ್ಲಿ ಇಂಗ್ಲೆಂಡ್ ಈಜಿಪ್ಟನ್ನು ಸಂಪೂರ್ಣವಾಗಿ ವಶಪಡಿಸಿಕೊಳ್ಳಲು ಮುಂದಾಯಿತು. ಇದರಿಂದ ದೊಡ್ಡ ಘರ್ಷಣೆಗೆ ಅವಕಾಶ ಮಾಡಿಕೊಟ್ಟಂತಾಯಿತು. ಇಲ್ಲಿಯ ತನಕ ತಮ್ಮ ಮನೆಯ ಮುಂಬಾಗಿಲಿನಲ್ಲಿದ್ದು, ತಿರಸ್ಕೃತಕ್ಕೊಳಗಾಗಿದ್ದಂತಹ ಈ ಭೂ ಖಂಡದ ಮೇಲೆ ಯೂರೋಪಿನ ಶಕ್ತಿಗಳೆಲ್ಲಾ ಹಾವಳಿ ನಡೆಸಿ ಅದನ್ನು ಕಚ್ಚಾಡಿಕೊಂಡು ತಿನ್ನುವಂತೆ ಧಾಳಿಯಿಟ್ಟವು. ಇಂತಹ ಪರಿಸ್ಥಿತಿಯನ್ನು ಮನಗಂಡ ಜರ್ಮನಿಯ ಬಿಸ್ಮಾರ್ಕ್ ಆಫ್ರಿಕಾದಲ್ಲಿನ ಯೂರೋಪಿಯನ್ ರಾಷ್ಟ್ರಗಳ ಸಮಸ್ಯೆಯನ್ನು ಚರ್ಚಿಸಿ ತೀರ್ಮಾನಿಸಲು ತನ್ನ ಅಧ್ಯಕ್ಷತೆಯಲ್ಲಿ 1884–85ರಲ್ಲಿ ಬರ್ಲಿನ್‌ನಲ್ಲಿ ಸಭೆಯೊಂದನ್ನು ಕರೆದನು.

ಸಿಟ್ಜರ್‌ಲ್ಯಾಂಡ್ ಮತ್ತು ಯುನೈಟೆಡ್ ಸ್ಟೇಟ್ಸ್ ದೇಶಗಳನ್ನು ಬಿಟ್ಟು ಉಳಿದೆಲ್ಲಾ ಯೂರೋಪಿನ ರಾಜ್ಯಗಳು ಈ ಸಮ್ಮೇಳನದಲ್ಲಿ ಭಾಗವಹಿಸಿದ್ದವು. ಈ ಸಮ್ಮೇಳನದಲ್ಲಿ ತೀರ್ಮಾನಿಸಿದ ನಿರ್ಣಯಗಳು ಹೀಗಿದ್ದವು:

1) ಕಾಂಗೋ ಸ್ವತಂತ್ರ ರಾಜ್ಯವಾಗಿರುವುದು.

2) ಸಮಾನ ಷರತ್ತನ್ನೊಳಗೊಂಡು ಎಲ್ಲಾ ರಾಷ್ಟ್ರಗಳು ಕಾಂಗೋದೊಂದಿಗೆ ಮುಕ್ತ ವ್ಯಾಪಾರ ಕೈಗೊಳ್ಳಬಹುದು.

3) ಆಫ್ರಿಕಾದ ನದಿಗಳೆಲ್ಲಾ ಸಂಪರ್ಕ ಸಾಧನಕ್ಕೆ ಮುಕ್ತವಾಗಿರತಕ್ಕದ್ದು.

4) ವ್ಯಾಪಾರ, ವಾಣಿಜ್ಯಗಳಿಗೆ ಮಾತ್ರ ಸುಂಕ ವಿಧಿಸತಕ್ಕದ್ದು.

5) ಇನ್ನಿತರ ಆಫ್ರಿಕನ್ ರಾಜ್ಯಗಳನ್ನು ಕೇವಲ ಒಡಂಬಡಿಕೆ ಒಪ್ಪಂದದ ಮೂಲಕ ವಶಪಡಿಸಿಕೊಳ್ಳಬೇಕೆ ಹೊರತು ಯಾವುದೇ ರಾಷ್ಟ್ರವು ಬೇರೊಂದು ಯೂರೋಪಿಯನ್ ರಾಷ್ಟ್ರದೊಡನೆ ಯುದ್ಧ ಹೂಡುವಂತಿಲ್ಲ.

6) ಕಡಿಮೆ ಪ್ರದೇಶವನ್ನು ವಶಪಡಿಸಿಕೊಂಡಿದ್ದ ಪೋರ್ಚುಗಲ್ಲಿಗೆ ಅಂಗೋಲ, ಮೊಜಾಂಬಿಕ್ ಮತ್ತು ಗಿನಿಯಾಗಳನ್ನು ವಹಿಸಿಕೊಡಲಾಯಿತು.

7) ಬೆಲ್ಜಿಯಂ, ಸ್ಪೇನ್ ಮತ್ತು ಇಟಲಿಗಳ ಆಫ್ರಿಕಾದ ಸಾರ್ವಭೌಮತ್ವವನ್ನು ಹಾಗೆಯೇ ಮಾನ್ಯ ಮಾಡಲಾಯಿತು.

8) ಇಂಗ್ಲೆಂಡ್, ಫ್ರಾನ್ಸ್ ಮತ್ತು ಜರ್ಮನಿ, ಆಫ್ರಿಕಾದ ವಿಭಜನೆಯಲ್ಲಿ ಬಹುಪಾಲು ಸಂಪದ್ಭರಿತ ಪ್ರದೇಶಗಳನ್ನು ಪಡೆದವು. ಹಾಗೆಯೇ ಇವುಗಳು ಯೂರೋಪಿನಲ್ಲಿಯೇ ಪ್ರಬಲ ಸಂಪತ್–ಶಕ್ತಿಭರಿತ ರಾಷ್ಟ್ರಗಳಾಗಿ ಮುಂದೆ ಬಂದವು.

ಹೀಗೆ 20ನೇ ಶತಮಾನದ ಆರಂಭದ ಹೊತ್ತಿಗೆ ಆಫ್ರಿಕಾದಲ್ಲಿ ಸ್ವತಂತ್ರವಾಗುಳಿದ ಎರಡು ರಾಜ್ಯಗಳೆಂದರೆ ಅಬಿಸಿನಿಯಾ ಮತ್ತು ಲೈಬೀರಿಯಾ ಮಾತ್ರ. ಹೀಗೆ ಆಫ್ರಿಕಾದ ಬಹುಭಾಗವು ಯೂರೋಪಿನ ರಾಷ್ಟ್ರಗಳಲ್ಲಿ ಹಂಚಲ್ಪಟ್ಟು ಆಫ್ರಿಕಾ ಖಂಡ ವಿಭಜಿತ ಖಂಡವಾಗಿ ಯೂರೋಪಿನ ರಾಷ್ಟ್ರಗಳ ಅಧೀನದಲ್ಲುಳಿಯಿತು.

ಅಂತಿಮ ವಿಶ್ಲೇಷಣೆ

ಹತ್ತೊಂಬತ್ತನೆಯ ಶತಮಾನದ ಕೊನೆಗೆ ಆಫ್ರಿಕವು ಹೆಚ್ಚುಕಡಿಮೆ ಯೂರೋಪಿನ ಪಾಶ್ಚಿಮಾತ್ಯ ಶಕ್ತಿಗಳ ನಡುವೆ ಹೀಗೆ ಹಂಚಿಹೋಗಿತ್ತು.

ಫ್ರಾನ್ಸ್	3,800,000	ಚ.ಮೈಲಿಗಳು
ಬ್ರಿಟನ್	2,700,000	ಚ.ಮೈಲಿಗಳು
ಆಂಗ್ಲೋ–ಈಜಿಪ್ಟಿಯನ್ ಸೂಡಾನ್	6,10,000	ಚ.ಮೈಲಿಗಳು
ಜರ್ಮನಿ	1,028,000	ಚ.ಮೈಲಿಗಳು
ಬೆಲ್ಜಿಯಂ (ಕಾಂಗೋ ಫ್ರೀಸ್ಟೇಟ್)	900,000	ಚ.ಮೈಲಿಗಳು
ಪೋರ್ಚುಗಲ್	7,90,000	ಚ.ಮೈಲಿಗಳು
ಇಟಲಿ	1,88,000	ಚ.ಮೈಲಿಗಳು

ಆಗಿನಿಂದ ಮೊರಾಕ್ಕೋ ನಡುನಡುವೆ ಕೆಲವು ಸ್ಪ್ಯಾನಿಷ್ ವಲಯಗಳನ್ನು ಬಿಟ್ಟರೆ ಒಂದು ಫ್ರೆಂಚ್ ಆಶ್ರಿತ ರಾಜ್ಯವಾಗಿತ್ತು (1912) ಬರೋತ್ಸೆಲ್ಯಾಂಡ್ ಅನ್ನು ಬ್ರಿಟನ್ ಆಕ್ರಮಿಸಿಕೊಂಡಿತ್ತು.

ಮೊದಲನೆಯ ಮಹಾಯುದ್ಧದ ಪ್ರಾರಂಭದಲ್ಲಿ ಆ ವಿಶಾಲ ಭೂಖಂಡದಲ್ಲಿ ದೇಶೀಯ ನಿವಾಸಿಗಳು ತಮ್ಮ ಹತೋಟಿಯಲ್ಲಿಟ್ಟುಕೊಂಡಿದ್ದ ಭಾಗಗಳು ಅಬಿಸೀನಿಯ ಮತ್ತು ಲೈಬೀರಿಯ ಮಾತ್ರ. ಮೊದಲನೆಯದಕ್ಕೆ ಕಾರಣ ಇಟಲಿಯು ಅದನ್ನು ಗೆಲ್ಲಲು ಎರಡು ಸಾರಿ (1885 ಮತ್ತು 1896) ಪ್ರಯತ್ನಿಸಿ ಸೋತುದ್ದು; ಎರಡನೆಯದು ಗಣನೆಗೇ ಬಾರದಷ್ಟು ಚಿಕ್ಕದಾದ ನೀಗ್ರೋ ಗಣರಾಜ್ಯ, ಅಮೆರಿಕ ಮತ್ತು ಬ್ರಿಟನ್‌ಗಳಲ್ಲಿ ಗುಲಾಮಗಿರಿಯ ರದ್ಧತಿಯನ್ನು ಕುರಿತು ಇದ್ದ ಮಾನವೀಯ ಭಾವನೆ ಅದು ಹಾಗೆಯೇ ಉಳಿಯಲು ಕಾರಣವಾಗಿತ್ತು.

ಆಫ್ರಿಕದ ವಿಭಜನೆಯನ್ನು ಕುರಿತು

ಆಫ್ರಿಕದ ಪರಿಶೋಧನೆ ಪೂರ್ಣವಾಗುತ್ತಾ ಬಂದಹಾಗೆ ಶಕ್ತಿಯ ಹಸಿವೆಯಿಂದ ಕೆರಳಿದ್ದ ಯೂರೋಪಿಯನ್ ದೇಶಗಳು ಅದನ್ನು ತಮ್ಮಲ್ಲಿ ವಿಭಜಿಸಿಕೊಳ್ಳಲು ನುಗ್ಗಾಡಿದವು. ಖಂಡದ ವಿಭಜನೆಯಲ್ಲಿ ಎರಡು ಅಂಶಗಳು ಮುಖ್ಯವಾಗಿ ಎದ್ದುಕಾಣುತ್ತವೆ. ಮೊದಲನೆಯದಾಗಿ ಯೂರೋಪಿಯನ್ ಯುದ್ಧವಿಲ್ಲದೆ ಅದನ್ನು ಸಾಧಿಸಲಾಯಿತು. ಧಾವಂತವು ಅನೇಕ ವೇಳೆ ಘರ್ಷಣೆಗೆ ಹಾಗೂ ರಾಜಕೀಯ ಗೋಜಲುಗಳಿಗೆ ದಾರಿಮಾಡಿತು ಎನ್ನುವುದರಲ್ಲಿ ಸಂದೇಹವಿಲ್ಲ. ಆದರೆ ತಮ್ಮ ತಮ್ಮಲ್ಲೇ ವಿಚಾರವಿನಿಮಯ ಚರ್ಚೆಗಳಿಂದ ಅವನ್ನು ಪರಿಹರಿಸಿಕೊಂಡರು. ಅವರವರ ಪ್ರದೇಶಗಳ ಗಡಿಗಳನ್ನು ಖಚಿತವಾಗಿ ಗುರುತಿಸಿದ್ದಾಯಿತು. ಅವರವರ ಪ್ರಭಾವ ವಲಯ ಎಷ್ಟೆಂದು ವಿವರಿಸಲಾಯಿತು. ಎರಡನೆಯದಾಗಿ ವಿಭಜನೆಯು ನಿಧಾನವಾಗಿ ಕ್ರಮೇಣ ಆಗಲಿಲ್ಲ. ಅದೊಂದು ಅಸಾಧಾರಣ ವೇಗದಿಂದ ನಡೆದ ಕಾರ್ಯಚರಣೆ. ಎಪ್ಪತ್ತರ ದಶಕದಲ್ಲಿ ಬಿರುಸಾಗಿ ಪ್ರಾರಂಭವಾಗಿ ಶತಮಾನವು ಮುಗಿಯುವಷ್ಟರಲ್ಲಿ ಆ ಪ್ರಕ್ರಿಯೆ ಹೆಚ್ಚುಕಡಿಮೆ ಮುಗಿದೇ ಹೋಗಿತ್ತು. ಈ ವಿಷಯದಲ್ಲಿ 1884–85ರಲ್ಲಿ ಬರ್ಲಿನ್ನಿನಲ್ಲಿ ನಡೆದ ಅಂತರರಾಷ್ಟ್ರೀಯ ಸಮ್ಮೇಳನದಲ್ಲಿ ಕೈಗೊಂಡ ನಿರ್ಣಯದ ಪಾತ್ರ ಕಡಿಮೆಯದಲ್ಲ. ಅಲ್ಲಿಂದ ಮುಂದಕ್ಕೆ ಆಫ್ರಿಕದ ಭೂಭಾಗವನ್ನು ಪರಿಣಾಮಕಾರಿಯಾಗಿ ವಶಪಡಿಸಿಕೊಂಡಿರುವ ಯಾವುದೇ ದೇಶವು ಇತರ ದೇಶಗಳಿಗೆ ಅದನ್ನು ತಿಳಿಯಪಡಿಸಿ ಅಲ್ಲಿ ತನ್ನ ಆಳ್ವಿಕೆಯನ್ನು ಸ್ಥಾಪಿಸಬಹುದು ಎಂದು ಅಲ್ಲಿ ನಿರ್ಣಯಿಸಲಾಯಿತು. ಇದು ವಸಾಹತು ನಿರ್ಮಾಣಕ್ಕೆ ಕೈಹಾಕಿದ ಎಲ್ಲಾ ದೇಶಗಳು ಆಫ್ರಿಕಾ ಖಂಡವನ್ನು ಬಾಚಿಕೊಂಡು ವಸಾಹತುಶಾಹಿ ನೂತನ ಯುಗವನ್ನು ಉದ್ಘಾಟಿಸಲು ಸಂಕೇತವಾಯಿತು.

ವಸಾಹತಶಾಹಿಯ ಸ್ವರೂಪ

ವಸಾಹತುಗಳನ್ನು ಗಳಿಸಿಕೊಂಡ ದೇಶಗಳು ದೇಶೀಯರನ್ನು ಸುಲಿದು ಅಪಾರವಾದ ಸಂಪತ್ತನ್ನು ಅತ್ಯಂತ ಶೀಘ್ರವಾಗಿ ಬಾಚಿಕೊಳ್ಳುವುದರೆದುರಿಗೆ ಬೇರೆ ಎಲ್ಲಾ ಪರಿಗಣನೆಗಳನ್ನು ಗೌಣವಾಗಿ ಕಂಡರು. ಈ ಅನೈತಿಕ ಶೋಷಣೆಯ ಪ್ರಕ್ರಿಯೆಯಲ್ಲಿ ಕ್ರಿಶ್ಚಿಯನ್ ಮಿಶನರಿಗಳ ಮಾನವೀಯ ಪ್ರಯತ್ನಗಳೆಲ್ಲ ತೊಡೆದುಹೋದವು. ಯೂರೋಪಿನ ಸರಕಾರಗಳು ಮಧ್ಯಪ್ರವೇಶ ಮಾಡಬೇಕೆಂಬ ಒತ್ತಾಯ ಬಂದಾಗಲೂ ಅವರ ನೀತಿಯು ಕೆಲವು ವರ್ಷ ಅಸಂಗತವಾಗಿತ್ತು. ಏಕೆಂದರೆ ಅವರು 'ಆಫ್ರಿಕದ ಪ್ರಶ್ನೆ'ಯನ್ನು ಯೂರೋಪಿನ ರಾಜಕಾರಣ ಪರಿಸ್ಥಿತಿಗಳಿಗೆ ಮತ್ತು ತಮ್ಮ ಪ್ರಜೆಗಳ ಸ್ವಂತ ಹಿತಾಸಕ್ತಿಗಳಿಗೆ ಅಧೀನಗೊಳಿಸಿದರು.

ಆಫ್ರಿಕಕ್ಕೆ ನಾಗರಿಕತೆಯ ಸಾಧನವನ್ನು ವಿಸ್ತರಿಸುವ ಹಾಗೂ ಅಲ್ಲಿಯ ಮಿಲಿಯಾಂತರ ದೇಶೀಯರನ್ನು ಅದಕ್ಕೆ ಹೊಂದಿಸಿಕೊಳ್ಳುವ ಶುದ್ಧಾಂಗವಾದ ರಾಜಕೀಯ ಸಮಸ್ಯೆಗಳನ್ನು ಹಳೆಯ ಈಸ್ಟ್ ಇಂಡಿಯಾ ಕಂಪನಿಯಂತಹ ಹಲವು ನಿಯಂತ್ರಿತ ಕಂಪನಿಗಳಿಗೆ ವಹಿಸಲಾಯಿತು. ಈ ನೀತಿಯು ಕೊನೆಯ ಪಕ್ಷ ಬ್ರಿಟನ್ನಿಗೆ ಚೆನ್ನಾಗಿ ಅರಿವಾದಂತೆ ಅನೇಕ ಕಷ್ಟಗಳನ್ನು ಹುಟ್ಟುಹಾಕಿತು. ಕಾಂಗೋ ಫ್ರೀಸ್ಟೇಟಿನ ಭಯಾನಕ ಇತಿಹಾಸವು ಈ ಬಗೆಯ ರಾಜಕೀಯ ಮಧ್ಯಪ್ರವೇಶದ ಈ ಹಂತದ ಅತ್ಯಂತ ಕೆಟ್ಟ ಮಾದರಿಯಾಯಿತು. ಏಕೆಂದರೆ, ಬ್ರಿಟಿಷ್ ಸೌತ್ ಆಫ್ರಿಕಾ ಕಂಪನಿ ಮತ್ತು ಇಂಪೀರಿಯಲ್ ಬ್ರಿಟಿಷ್ ಈಸ್ಟ್ ಆಫ್ರಿಕಾ ಕಂಪನಿಗಳ ನಡವಳಿಕೆಯು, ಸಂಯಮರಹಿತ ಸಂಗ್ರಹಣಶೀಲತೆಯ ದೌರ್ಜನ್ಯಗಳಿಂದಲೂ 'ಶಾಸನಾತೀತ'ವಾದ ಪ್ರದೇಶಗಳ ಬಗೆಗೆ ಅಂತರರಾಷ್ಟ್ರೀಯ ವೈಷಮ್ಯದಿಂದಲೂ ಕಳಂಕಿತವಾಗದೆ ಉಳಿಯಲಿಲ್ಲ. ಬಿಸ್ಮಾರ್ಕನು ಅಂತಹದೊಂದು ಪರಿಸ್ಥಿತಿಯನ್ನು ಸಿನಿಕತನದಿಂದ ಒಪ್ಪಿಕೊಂಡನು. ಧ್ವಜವು ವ್ಯಾಪಾರದ ಬೆನ್ನಿಗೆ ಬರಬೇಕು. ಖಾಸಗಿ ಉದ್ಯಮಕ್ಕಿಂತಲೂ ಅಧಿಕೃತ ಸ್ವಾಧೀನತೆಯು ಹೆಚ್ಚಿನ ಲಾಭ ತರುವಂತಾದಾಗ ಮಾತ್ರವೇ ಧ್ವಜವನ್ನು ಹಾರಿಸಬೇಕು ಎಂಬ ಸೂತ್ರದಂತೆ ವರ್ತಿಸಿದನು. ಜರ್ಮನರು ಪೂರ್ವ ಮತ್ತು ನೈಋತ್ಯ ಆಫ್ರಿಕಗಳ ದೇಶಿಯರನ್ನು ನಡೆಸಿಕೊಳ್ಳುತ್ತಿದ್ದ ರೀತಿಯು ದಂಗೆಗಳನ್ನು ಪ್ರಚೋದಿಸಿತು. ದುಬಾರಿ ಬೆಲೆತೆತ್ತು, ದೇಶೀಯರ ಹಕ್ಕುಗಳಿಗೆ ಸ್ವಲ್ಪವೂ ಪುರಸ್ಕಾರ ಕೊಡದೆ ಆ ದಂಗೆಗಳನ್ನು ಹತ್ತಿಕ್ಕಲಾಯಿತು.

ಖಂಡದ ವಿಭಜನೆಯು ಹೆಚ್ಚುಕಡಿಮೆ ಮುಗಿದ ಮೇಲೆ ಯೂರೋಪಿನ ಜನರು, ದೇಶಿಯ ನಿವಾಸಿಗಳ ಹಿತರಕ್ಷಣೆಗೋಸ್ಕರವಾಗಿ ಅನಾಸಕ್ತ ರಾಜಕೀಯ ಹತೋಟಿಯ ಸೂತ್ರಗಳನ್ನು ಅಲ್ಲಿ ಅನ್ವಯಿಸಬೇಕೆಂದು ತಮ್ಮ ಸರಕಾರಗಳನ್ನು ಒತ್ತಾಯಪಡಿಸಿದರು. ಹತ್ತೊಂಬತ್ತನೆಯ ಶತಮಾನದ 'ಕಗ್ಗತ್ತಲ ಖಂಡ'ವು ಬಹುವೇಗವಾಗಿ ನಾಗರಿಕ ಬೆಳಕು ಹರಿದ ಪ್ರದೇಶವಾಗಿ ಬದಲಾಯಿತು.

1914ರ ವೇಳೆಗೆ ಕತ್ತಲಖಂಡವೆಂಬ ಕಲ್ಪನೆ ಸಂಪೂರ್ಣವಾಗಿ ನಾಶವಾಗಿ, ಯಾವುದೇ ದಾಕ್ಷಿಣ್ಯವಿಲ್ಲದಿದ್ದ ಖಂಡವು ಸಾಮ್ರಾಜ್ಯ ಶಕ್ತಿಗಳಾದ ಫ್ರಾನ್ಸ್, ಬ್ರಿಟನ್, ಜರ್ಮನಿ, ಬೆಲ್ಜಿಯಂ, ಪೋರ್ಚುಗಲ್ ಮತ್ತು ಇಟಲಿಗಳ ನಡುವೆ ವಿಭಜಿತವಾಯಿತು.

ಸಾಮ್ರಾಜ್ಯವಾದಿಗಳು ಮತ್ತು ಮಧ್ಯಪ್ರಾಚ್ಯ

ಮಧ್ಯಪ್ರಾಚ್ಯವು ಪ್ರಾಚೀನ ಕಾಲದಲ್ಲಿ ಹಲವು ಪ್ರಮುಖ ಸಾಮ್ರಾಜ್ಯಗಳು ಮತ್ತು ನಾಗರಿಕತೆಗಳ ನೆಲೆಯಾಗಿದ್ದರೂ ಅದು ಒಂದು ಹಿಂದುಳಿದ ಪ್ರದೇಶವಾಗಿಯೇ ಮುಂದುವರಿಯಿತು. ಈ ಪ್ರದೇಶದಲ್ಲಿ ರಷ್ಯಾ ಮತ್ತು ಬ್ರಿಟನ್ ಸಾಮ್ರಾಜ್ಯ ವೈರಿಗಳಾದರು. ರಷ್ಯ ಅನೇಕ ಶತಮಾನಗಳಿಂದ ಕಪ್ಪು ಸಮುದ್ರದ ಪ್ರದೇಶವನ್ನು ಪರ್ಷಿಯನ್ ಕೊಲ್ಲಿಯನ್ನು ಆಳಲು ಪ್ರಯತ್ನ ನಡೆಸಿತ್ತು. ರಷ್ಯದ ಕ್ಯಾಥರೀನ್ ದಿ ಗ್ರೇಟ್ ಕಪ್ಪು ಸಮುದ್ರದ ಕೆಲವು ಬಂದರುಗಳನ್ನು ಟರ್ಕಿಯಿಂದ ಪಡೆದುಕೊಂಡಿದ್ದಳು. ಹತ್ತೊಂಬತ್ತನೆಯ ಶತಮಾನದಲ್ಲಿ ಡಾರ್ಡನೆಲ್ಸ್ ಮತ್ತು ಮೆಡಿಟರೇನಿಯನ್ ಸಮುದ್ರವನ್ನು ಕ್ರಿಮಿಯನ್ ಮತ್ತು ರೂಸೋ ಟರ್ಕಿಯುದ್ಧಗಳ ಮೂಲಕ ಪಡೆಯಲು ರಷ್ಯ ಪ್ರಯತ್ನಿಸಿತು. ಹತ್ತೊಂಬತ್ತನೆಯ ಶತಮಾನದ ಕೊನೆಯ ವರ್ಷಗಳಲ್ಲಿ ರಷ್ಯವು ದಕ್ಷಿಣಕ್ಕೂ, ಬ್ರಿಟನ್ ಉತ್ತರಕ್ಕೂ ವಿಸ್ತರಿಸುತ್ತಾ ಹೋಯಿತು. ಬ್ರಿಟನ್ ಮತ್ತು ರಷ್ಯಗಳು ಪದೇ ಪದೇ ಘರ್ಷಿಸುತ್ತಲೇ ಇದ್ದುವು, ಆದರೆ ಪ್ರತಿಸಾರಿಯೂ ತಾತ್ಕಾಲಿಕ ಇತ್ಯರ್ಥ ಮಾಡಿಕೊಳ್ಳುತ್ತಿದ್ದುವು. ಇದಕ್ಕೆ ಪಣವಾಗಿದ್ದ ಪ್ರದೇಶಗಳು ಆಫ್ಘಾನಿಸ್ತಾನ ಮತ್ತು ಬಲೂಚಿಸ್ಥಾನಗಳು, ಟಿಬೆಟ್ ಮತ್ತು ಪರ್ಷಿಯ. 1820ರ ನಂತರದ ಸ್ವಲ್ಪ ಕಾಲ ಪರ್ಷಿಯ ಮತ್ತು ಮೆಡಿಟರೇನಿಯನ್ ನಡುವಣ ಪ್ರದೇಶ ಇರಾಕ್, ಸಿರಿಯಾ, ಸೌದಿ ಅರೇಬಿಯ ಮತ್ತು ಪ್ಯಾಲಸ್ಟೈನ್‌ಗಳ ಮೇಲೆ ಬ್ರಿಟನ್ ಮತ್ತು ಫ್ರಾನ್ಸ್ ಸ್ವಾಮ್ಯತ್ವ ಪಡೆದಿದ್ದುವು.

ಏಷ್ಯಾದಲ್ಲಿ ಸಾಮ್ರಾಜ್ಯಶಾಹಿ

ಹದಿನಾರನೆಯ ಶತಮಾನದ ಯೂರೋಪಿನ ದೇಶಗಳಲ್ಲಿ ವಸಾಹತುಗಳಿಗಾಗಿ ಉತ್ಕಟ ಸ್ಪರ್ಧೆ ಚಾಲಕ ಶಕ್ತಿಯಾಗಿದ್ದಿತು. ಈ ದೇಶಗಳು ಪೋರ್ಚುಗಲ್, ಸ್ಪೇನ್, ಹಾಲೆಂಡ್, ಫ್ರಾನ್ಸ್ ಮತ್ತು ಇಂಗ್ಲೆಂಡ್. ಭಾರತದ ಪಶ್ಚಿಮ ಕರಾವಳಿಯಲ್ಲಿ

ಮೊಟ್ಟಮೊದಲು ಅಮೂಲ್ಯವಾದ ವ್ಯಾಪಾರೀ ಬಂದರುಗಳನ್ನು ಗೆದ್ದುಕೊಂಡವರು ಪೋರ್ಚುಗೀಸರು ಅವರ ಮುಖ್ಯವಾದ ಗಳಿಕೆಗಳು ಗೋವಾ, ದಾಮನ್ ಮತ್ತು ಡಿಯೂ. ಅವರ ಹಿಂದೆಯೇ ಡಚ್ಚರು, ಇಂಗ್ಲಿಷರು ಮತ್ತು ಫ್ರೆಂಚರು ಬಂದರು. ಹದಿನಾರನೆಯ ಶತಮಾನದಲ್ಲಿ ಯೂರೋಪಿಯನರ ವಶದಲ್ಲಿದ್ದವು ಕೇವಲ ಕೆಲವು ಠಾಣ್ಯಗಳು ಮತ್ತು ಉಗ್ರಾಣಗಳು. ಹದಿನೇಳನೆಯ ಶತಮಾನದಲ್ಲಿ ವ್ಯಾಪಾರ ಕೋಠಿಗಳು ಮತ್ತು ನೆಲೆಗಳು ಕಾಣಿಸಿಕೊಂಡವು. ಭಾರತೀಯ ರಾಜ್ಯಗಳನ್ನು ಅವರು ವ್ಯವಸ್ಥಿತವಾಗಿ ಸ್ವಾಧೀನ ಪಡಿಸಿಕೊಳ್ಳಲು ಪ್ರಯತ್ನಿಸಿದ್ದು ಹದಿನೆಂಟನೆಯ ಶತಮಾನದಲ್ಲಿ.

ಇಲ್ಲಿ ಗಮನಿಸಬೇಕಾದ ಮುಖ್ಯ ವಿಷಯವೆಂದರೆ, ಹದಿನೆಂಟನೆಯ ಶತಮಾನದ ಮಧ್ಯಭಾಗದಲ್ಲಿ ಯೂರೋಪಿಯನ್ ರಾಷ್ಟ್ರಗಳು ಬಲಿಷ್ಠ ಮೊಗಲ್ ಸಾಮ್ರಾಜ್ಯದೊಂದಿಗೆ ಸೆಣಸಲಿಲ್ಲ. ಬದಲು ಪರಸ್ಪರ ಪಾರಮ್ಯಕ್ಕಾಗಿ ಕಾದಾಡುತ್ತಿದ್ದ ಸಣ್ಣ ದೊಡ್ಡ ಬಿಡಿಬಿಡಿ ರಾಜ್ಯಗಳೊಂದಿಗೆ ಕಾದಿದರು. ಅವರು ತಮ್ಮ ಸ್ಥಳೀಯ ವೈರಿಗಳೊಂದಿಗೆ ಹೋರಾಡುವಲ್ಲಿ ಯೂರೋಪಿಯನ್ನರ ನೆರವನ್ನು ಪಡೆದುಕೊಂಡರು. ಈ ಅವಧಿಯಲ್ಲಿ ಭಾರತದಲ್ಲಿ ಗುರುತಿಸುವಷ್ಟು ಪ್ರಾಧಾನ್ಯ ಪಡೆದಿದ್ದ ಶಕ್ತಿಗಳೆಂದರೆ ಇಂಗ್ಲಿಷ್ ಮತ್ತು ಫ್ರೆಂಚ್ ಈಸ್ಟ್ ಇಂಡಿಯಾ ಕಂಪನಿಗಳು. ಅವರವರ ಸರಕಾರಗಳು ಅವರಿಗೆ ಯುದ್ಧ ಹಾಗೂ ಆಡಳಿತ ಅಧಿಕಾರಗಳನ್ನು ವ್ಯಾಪಾರೀ ಹಕ್ಕುಗಳನ್ನು ನೀಡಿದ್ದವು. ಇಂಗ್ಲಿಷರು ಮುಂಬಾಯಿ, ಮದರಾಸು ಮತ್ತು ಕಲ್ಕತ್ತ ನಗರಗಳನ್ನು ನಿಯಂತ್ರಣದಲ್ಲಿಟ್ಟುಕೊಂಡಿದ್ದರೆ ಬಲವಾದ ಫ್ರೆಂಚ್ ನೆಲೆಗಳು ಪಾಂಡಿಚೇರಿ ಮತ್ತು ಚಂದ್ರನಾಗೂರ್.

ಮೊದಲು ಒಂದು ವಸಾಹತು ರಾಜ್ಯವನ್ನು ನಿರ್ಮಿಸಲು ಪ್ರಯತ್ನ ಮಾಡಿದುದು ಫ್ರೆಂಚ್ ಕಂಪೆನಿಯೇ. ಡೂಪ್ಲೆ ಒಂದು ಪ್ರಬಲವಾದ ಫ್ರೆಂಚ್ ಸಾಮ್ರಾಜ್ಯವನ್ನು ಅದಕ್ಕೆ ನವಾಬನಾಗಿ ತಾನು ಕನಸು ಕಂಡನು. ಈ ಅವಧಿಯ ಮುಖ್ಯವಾದ ಲಕ್ಷಣ ಫ್ರೆಂಚರಿಗೂ ಇಂಗ್ಲಿಷರಿಗೂ ಪಾರಮ್ಯಕ್ಕಾಗಿ ನಡೆದ ಹೋರಾಟ. ಮೂರು ಯುದ್ಧಗಳ ಸರಣಿಯಲ್ಲಿ–ಕರ್ನಾಟಿಕ್ ಯುದ್ಧಗಳು–ಇಂಗ್ಲಿಷರು ಫ್ರೆಂಚರನ್ನು ಸೋಲಿಸಿ ಅವರ ಬಲಗುಂದಿಸಿದರು. ಚಂದ್ರನಾಗೂರ್ ಮತ್ತು ಪಾಂಡಿಚೇರಿಗಳನ್ನು ಉಳಿಸಿಕೊಂಡಿದ್ದರೂ ಅವರಿಗೆ ಪ್ರಾಮುಖ್ಯವೇನೂ ಉಳಿದಿರಲಿಲ್ಲ.

ಫ್ರೆಂಚರನ್ನು ಸೋಲಿಸಿದ್ದಾದ ಮೇಲೆ ಇಂಗ್ಲಿಷರು ತಾವು ಗೆದ್ದ ಪ್ರದೇಶಗಳನ್ನು ಕ್ರೋಢಿಕರಿಸಿ ಮತ್ತಷ್ಟು ವಿಸ್ತರಿಸುವ ಕೆಲಸಕ್ಕೆ ಕೈಹಾಕಿದರು. ಶತಮಾನದ ಮೊದಲಲ್ಲಿ ಅತ್ಯಂತ ಪುರೋಭಿವೃದ್ಧಿ ಸಂಸ್ಥಾನಗಳಲ್ಲೊಂದಾಗಿದ್ದ ಬಂಗಾಳದ ಮೇಲೆ ಅವರ ಈರ್ಷೆಯ ಕಣ್ಣುಗಳು ಬಿದ್ದುವು. ಬ್ರಿಟಿಷರು ಕಲ್ಕತ್ತೆಯನ್ನು ಆಕ್ರಮಿಸಲು ನಡೆಸಿದ ಅನೇಕ ಕ್ರಮಗಳಿಂದ ಬಂಗಾಳದ ನವಾಬ ಸಿರಾಜುದ್ದೌಲನು ತೀವ್ರ ಅಸಮಾಧಾನಗೊಂಡಿದ್ದನು. ರಾಬರ್ಟ್‌ಕ್ಲೈವನು ಕಲ್ಕತ್ತೆಯನ್ನು ಸ್ವಾಧೀನಪಡಿಸಿಕೊಂಡು ನವಾಬನ ವಿಜಯದ ಮೇಲೆ ಮುಯ್ಯಿ ತೀರಿಸಿಕೊಂಡನು. ನವಾಬನ ಮಂತ್ರಿ ಮೀರ್‌ಜಾಫರನಿಗೆ ಲಂಚಕೊಟ್ಟು ಕ್ಲೈವ್ ಒಂದು ದಾಖಲೆ ಪತ್ರವನ್ನು ನಕಲು ಮಾಡಿಸಿದನು. ಹೀಗೆ ದ್ರೋಹ, ಫೋರ್ಜರಿಗಳಿಂದ ಕ್ಲೈವ್‌ನು ಪ್ಲಾಸೀ ಕದನ ಭೂಮಿಕೆಯನ್ನು ಸಿದ್ಧಪಡಿಸಿದನು. ಪ್ಲಾಸೀ ಕದನವು (1757) ಬಹು ಮಹತ್ವದ್ದಾಯಿತು. ಅದು ಬಂಗಾಳದ ವಿಧಿಯನ್ನು ನಿರ್ಧರಿಸಿ ಭಾರತದಲ್ಲಿ ಬ್ರಿಟಿಷ್ ಆಳ್ವಿಕೆಗೆ ತಳಹದಿಯನ್ನು ಹಾಕಿತು.

ಕೆಲವು ವರ್ಷಗಳ ಅನಂತರ ಬಕ್ಸಾರ್ ಎಂಬಲ್ಲಿ ಬ್ರಿಟಿಷರು ಇನ್ನೊಂದು ಯುದ್ಧ ಮಾಡಿ ಜಯಗಳಿಸಿದರು. 1765ರಲ್ಲಿ ಸಹಿಯಾದ ಅಲಹಾಬಾದ್ ಒಪ್ಪಂದದನ್ವಯ, ಮೊಗಲ್ ಚಕ್ರವರ್ತಿಯು ಇಂಗ್ಲಿಷ್ ಸರಕಾರದ ನಿವೃತ್ತಿವೇತನ ಪಡೆಯುವವನಾದನು. ಬಂಗಾಳ ಮತ್ತು ಬಿಹಾರಗಳ ಮೇಲೆ ಇಂಗ್ಲಿಷರ ಪ್ರಭುತ್ವವು ಪ್ರಶ್ನಾತೀತವಾಯಿತು. ಈಗ ಬ್ರಿಟಿಷರ ಸ್ಥಾನಮಾನವು ಯಾವುದೇ ಹೊಣೆಗಾರಿಕೆಯಿಲ್ಲದೆ, ಅಧಿಕಾರ ಮತ್ತು ಸಂಪತ್ತುಗಳ ಸ್ಥಾನವಾಯಿತು. ಇಂಗ್ಲಿಷ್ ಕಂಪೆನಿಯು ಕೇವಲ ವ್ಯಾಪಾರೀ ಕಂಪೆನಿಯಾಗಿದ್ದದ್ದು ದಿವಾನ್ ಆಗಿ ಬೆಳೆಯಿತು.

ಹದಿನೆಂಟನೆಯ ಶತಮಾನದ ಕೊನೆಯ ಭಾಗದಲ್ಲಿ ಕಂಪನಿಯು ತನ್ನ ಅಧಿಕಾರವನ್ನು, ಪ್ರಭಾವವನ್ನೂ ಆಗಲೇ ತಮ್ಮ ಹತೋಟಿಯಲ್ಲಿದ್ದ ಪ್ರದೇಶಗಳಲ್ಲಿ ಕ್ರೋಡೀಕರಿಸಿ, ಭಾರತದ ಸ್ವತಂತ್ರ ರಾಜ್ಯಗಳಲ್ಲಿ ತನ್ನ ಪ್ರಭಾವವನ್ನು ವಿಸ್ತರಿಸಲು ಕಾರ್ಯಮಗ್ನವಾಯಿತು.

ಸಹಾಯಕ ಸೈನ್ಯ ಒಪ್ಪಂದಗಳ ಮೂಲಕ ಹೀಗೆ ಪ್ರಭಾವ ವಿಸ್ತರಣ ಕಾರ್ಯವನ್ನು ಕೈಗೊಳ್ಳಲಾಯಿತು. ಈ ಕರಾರಿನ ಷರತ್ತುಗಳ ಪ್ರಕಾರ ಸ್ವತಂತ್ರ ಅರಸರು, ತಮ್ಮ ರಾಜ್ಯಗಳಲ್ಲಿ ಆಂತರಿಕ ಬಂಡಾಯಗಳನ್ನು, ಹೊರಗಿನ ಅಪಾಯಗಳನ್ನು ಅಡಗಿಸಿಲು ಬ್ರಿಟಿಷ್ ಪಡೆಯನ್ನು ಇರಿಸಿಕೊಳ್ಳಲು ಒಪ್ಪಿಕೊಂಡರು. ಇದಕ್ಕೆ ಪ್ರತಿಯಾಗಿ ಅರಸರು ವಿದೇಶಾಂಗ ವ್ಯವಹಾರದ ಸ್ವಾತಂತ್ರ್ಯವನ್ನು ಬಿಟ್ಟುಕೊಟ್ಟರು. ಇತರರೊಂದಿಗೆ ತಮ್ಮ ಸಮಸ್ತ ವ್ಯವಹಾರವನ್ನು ಕಂಪನಿಯ ಮೂಲಕವಾಗಿಯೇ ನಡೆಸಬೇಕಾಗಿತ್ತು. ತಮ್ಮ ಸೈನ್ಯದಲ್ಲಿದ್ದ ಫ್ರೆಂಚ್ ಸೇನಾ ತುಕಡಿಗಳನ್ನು ವಿಸರ್ಜಿಸಬೇಕಾಗಿತ್ತು ಅಥವಾ ಸೇವೆಯಿಂದ ವಜಾಮಾಡಬೇಕಾಗಿತ್ತು. ಎಲ್ಲಕ್ಕಿಂತ ಮಿಗಿಲಾಗಿ ಈ ಸಹಾಯಕ ಸೈನ್ಯವನ್ನು ಸಂರಕ್ಷಿಸುವ ವೆಚ್ಚವನ್ನು ದೇಶೀಯ ರಾಜ್ಯವೇ ವಹಿಸಿಕೊಳ್ಳಬೇಕಾಗಿತ್ತು. ಹೀಗಾಗಿ ಬ್ರಿಟಿಷರು ತಮಗೆ ಯಾವ ವೆಚ್ಚವೂ ಬೀಳದೆ ತಮ್ಮ ಸೈನ್ಯಗಳನ್ನು ಅತ್ಯಂತ ಸುಸಜ್ಜಿತವಾಗಿ ಇಟ್ಟುಕೊಳ್ಳಲು ಸಮರ್ಥರಾದರು. ಸಹಾಯಕ ಸೈನ್ಯ ಕರಾರುಗಳ ಮೂಲಕವಾಗಿ ಅವರು ಬ್ರಿಟಿಷ್ ಸಾಮ್ರಾಜ್ಯಶಾಹಿಯ

ಕಬಂಧಬಾಹುಗಳನ್ನು ಚಾಚಿದರು. ಈ ಯೋಜನೆಯನ್ನು ಪರಿಪೂರ್ಣಗೊಳಿಸಿದವನು 1798ರಲ್ಲಿ ಗವರ್ನರ್ ಜನರಲ್ ಆದ ಲಾರ್ಡ್‌ವೆಲ್ಲೆಸ್ಲಿ. ಅವನು ಮಾಡಿದುದು ಹೊಸದಾಗಿರಲಿಲ್ಲ, ಆದರೆ ಅದರ ವ್ಯಾಪ್ತಿಯನ್ನು, ಉಪಯೋಗವನ್ನು ವಿಸ್ತರಿಸಿದನು. ವಾಸ್ತವವಾಗಿ ವಾರನ್ ಹೇಸ್ಟಿಂಗ್ಸ್‌ನೇ ಬ್ರಿಟಿಷ್ ನಿಯಂತ್ರಣದಲ್ಲಿ ಭಾರತೀಯ ಅರಸರನ್ನು ಕೈಗೊಂಬೆಗಳನ್ನಾಗಿ ಇಟ್ಟುಕೊಳ್ಳುವ ಪರಿಪಾಟವನ್ನು ಪ್ರಾರಂಭಿಸಿದ್ದನು. ಈ ರಾಜರು ಕೇವಲ ಕೈಗೊಂಬೆಗಳೇ ಆದರು.

ಕಾಲ ಉರುಳಿದಂತೆ ಬ್ರಿಟಿಷ್ ಸಾಮ್ರಾಜ್ಯವು ಬೆಳೆದು ಅಭಿವೃದ್ಧಿ ಹೊಂದಿದಂತೆ ಬ್ರಿಟಿಷರು ಭಾರತದ ಹಲವು ಜನಾಂಗಗಳೊಂದಿಗೆ ಜನರೊಂದಿಗೆ ಅನೇಕ ಯುದ್ಧಗಳನ್ನು ಮಾಡಿದರು. ಮರಾಠರು, ಆಫ್ಘನ್ನರು ಮತ್ತು ಸಿಖ್ಖರು – ಹೀಗೆ ಈ ಯುದ್ಧಗಳ ವಿಶಿಷ್ಟ ಲಕ್ಷಣ ಅವುಗಳನ್ನು ಕಾದಿದ್ದು ಇಂಗೆಂಡಿನ ಲಾಭಕ್ಕಾಗಿ ಹಣತೆತ್ತದ್ದು ಭಾರತ. ಹಣಕಾಸು ದೃಷ್ಟಿಯಿಂದ ತಮಗೆ ಯಾವುದೇ ಹೊರೆಯನ್ನು ಮಾಡಿಕೊಳ್ಳದ ಇಂಗ್ಲಿಷರು ಲಾಭವನ್ನು ಮಾತ್ರ ಬಾಚಿಕೊಂಡರು.

ಭಾರತ ಸರಕಾರವನ್ನು ಒಂದು ವ್ಯಾಪಾರೀ ಸಂಸ್ಥೆಯಾದ ಈಸ್ಟ್ ಇಂಡಿಯಾ ಕಂಪೆನಿಯು ನಿಯಂತ್ರಿಸುತ್ತಿತ್ತು. ದೇಶಕ್ಕೆ ಒಂದು ಉತ್ತಮ ಸರಕಾರವನ್ನು ಕೊಡಬೇಕೆಂಬ ದೃಷ್ಟಿಯಿಂದ ಹಲವು ಶಾಸನಗಳನ್ನು ಮಸೂದೆಗಳನ್ನು ಜಾರಿಗೆ ತಂದು ಬ್ರಿಟಿಷ್ ಪಾರ್ಲಿಮೆಂಟು ಕ್ರಮೇಣ ತನ್ನ ಹತೋಟಿಯನ್ನು ಹೆಚ್ಚಿಸಿಕೊಂಡಿತು. ರೆಗ್ಯೂಲೇಟಿಂಗ್ ಆಕ್ಟ್(1773) ಮತ್ತು ಪಿಟ್ಸ್ ಇಂಡಿಯಾ ಬಿಲ್ (1784)ಗಳ ಮೂಲಕ ಈ ಪ್ರಕ್ರಿಯೆ ಪ್ರಾರಂಭವಾಯಿತು. ಬಹಳ ಕೆಟ್ಟ ಸ್ಥಿತಿಯಲ್ಲಿದ್ದ ಈಸ್ಟ್ ಇಂಡಿಯಾ ಕಂಪೆನಿಯ ವ್ಯವಹಾರಗಳನ್ನ ಸರಿಪಡಿಸುವ ಕೆಲಸ ಮೊದಲಾಯಿತು. ಆದರೂ ಭಾರತದ ಭವಿಷ್ಯವು ಮುಖ್ಯವಾಗಿ ಭಾರೀ ವ್ಯವಹಾರೋದ್ಯಮಿಗಳ ಕೈಗಳಲ್ಲಿದ್ದಿತು. ಸರಕಾರ ಇದ್ದದ್ದು ಬಹುತೇಕ ವ್ಯಾಪಾರಕ್ಕಾಗಿ, ವ್ಯಾಪಾರವೆನ್ನುವುದು ಬೃಹತ್ ಪ್ರಮಾಣದ ಲೂಟಿಯಾಗಿತ್ತು. ಈಸ್ಟ್ ಇಂಡಿಯಾ ಕಂಪೆನಿಯ ಆಡಳಿತವು 1857ರವರೆಗೆ ಮುಂದುವರಿಯಿತು. ಆಗ ನಡೆದ ಮಹಾಕ್ರಾಂತಿಯ ನಂತರ ಬ್ರಿಟಿಷ್ ಅರಸೊತ್ತಿಗೆಯು ಆಡಳಿತವನ್ನು ನೇರವಾಗಿ ವಹಿಸಿಕೊಂಡಿತು.

ಭಾರತದ ಔದ್ಯೋಗಿಕ ಅಭಿವೃದ್ಧಿ ಮತ್ತು ಕೈಗಾರಿಕೀಕರಣಗಳನ್ನು ಐತಿಹಾಸಿಕವಾಗಿ ಗುರುತಿಸುವುದು ಅಗತ್ಯ. 19ನೆಯ ಶತಮಾನಕ್ಕಿಂತ ಹಿಂದೆ ಭಾರತೀಯ ಕೈಗಾರಿಕೆಗಳ ಕಾರ್ಯಕ್ಷಮತೆ ಇತರ ದೇಶಗಳಿಗಿಂತ ಅತ್ಯಂತ ಉತ್ತಮ ಸ್ಥಿತಿಯಲ್ಲಿದ್ದಿತು. 18ನೆಯ ಶತಮಾನದವರೆಗೂ ಭಾರತವು ಒಂದು ದೊಡ್ಡ ಉತ್ಪಾದಕ ದೇಶವಾಗಿತ್ತು. ಅಷ್ಟು ಮಾತ್ರವಲ್ಲ, 'ಆರ್ಥಿಕ ಬೆಳವಣಿಗೆಯ ಸಂಪ್ರದಾಯ, ವಹಿವಾಟುಗಳ ಸ್ಥಾಪನೆ, ಕೈಗಾರಿಕೀಕರಣ, ಆಧುನಿಕ ಭಾರತವು ಪರಂಪರೆಯಿಂದ ಪಡೆದುಕೊಂಡಿದ್ದ ಈ ಗುಣಗಳು ಸಮಕಾಲೀನ ಪ್ರಮಾಣಗಳ ದೃಷ್ಟಿಯಿಂದ ಬಹು ಪರಿಣಾಮಕಾರಿಯಾಗಿದ್ದುವು'. ಉತ್ಪಾದಕತೆಯು ಪಶ್ಚಿಮದ ಅನೇಕ ಪೂರ್ವ ಯೂರೋಪಿಯನ್ ದೇಶಗಳಿಗಿಂತ, ಪೂರ್ವದ ಜಪಾನಿನ ಕೈಗಾರಿಕಾ ಕೇಂದ್ರಗಳಿಗಿಂತ ಉತ್ತಮ ಮಟ್ಟದಲ್ಲಿದ್ದಿತು; ಕೇವಲ ಬಂಗಾಳದ ಅಥವಾ ಕೋರಮಂಡಲ ಕರಾವಳಿಯ ಉತ್ಪಾದಕತೆಯನ್ನು ಗಮನಿಸಿದರೂ ಇದು ಮನವರಿಕೆಯಾಗುತ್ತಿತ್ತು.

ಇಡೀ ಆಗ್ನೇಯ ಏಷ್ಯಾ ಇರಾನ್ ಮತ್ತು ಅರಬ್ ದೇಶಗಳು ಹಾಗೂ ಪೂರ್ವ ಆಫ್ರಿಕಗಳಿಗೆ ಹತ್ತಿಬಟ್ಟೆಯನ್ನು ಬಹು ಮುಖ್ಯವಾಗಿ ಪೂರೈಸುತ್ತಿದ್ದುದೇ ಭಾರತ. ಟೆಕ್ಸ್‌ಟೈಲ್ಸ್ ಎಂದರೆ ಅತ್ಯಂತ ನವಿರಾದ ಬಟ್ಟೆಗಳು ಮಾತ್ರವಲ್ಲದೆ, ಜನಸಾಮಾನ್ಯರ ದೈನಂದಿನ ಉಪಯೋಗದ ಬಟ್ಟೆಗಳೂ ಸೇರಿದ್ದುವು. ಚೆನ್ನಾಗಿ ಅಭಿವೃದ್ಧಿಗೊಂಡಿದ್ದ ಇತರ ಕೈಗಾರಿಕೆಗಳೆಂದರೆ ಕಾಶ್ಮೀರದ ಶಾಲು ತಯಾರಿಕೆ, ಢಾಕಾದ ಮಸ್ಲಿನ್, ಅನಿಲಿನ್‌ರಂಗುಗಳು, ಮರದ ಕೆತ್ತನೆಗಳು, ಬಿದಿರು ಕೆಲಸ ಇತ್ಯಾದಿ. ರಫ್ತಾಗುತ್ತಿದ್ದ ಇತರ ಮುಖ್ಯ ಸರಕುಗಳಲ್ಲಿ ಕಚ್ಚಾರೇಷ್ಮೆ, ಸಕ್ಕರೆ ಮತ್ತು ಪೆಟ್ಲುಪ್ಪು ಸೇರಿದ್ದುವು. ಬೃಹತ್ ಪ್ರಮಾಣದಲ್ಲಿ ರಫ್ತಾಗುತ್ತಿದ್ದ ಏಕೈಕ ಪ್ರಮುಖ ಕೃಷಿ ಉತ್ಪನ್ನವೆಂದರೆ ನೀಲಿ. ಅದಕ್ಕೆ ಸಂಸ್ಕರಣವೂ ಅಗತ್ಯವಾಗಿತ್ತು. ವಿದೇಶಿ ವ್ಯಾಪಾರದಲ್ಲಿ ಭಾರತವು ಬಹುಮಟ್ಟಿಗೆ ಸಿದ್ಧವಸ್ತುಗಳ ರಫ್ತುದಾರ ದೇಶವಾಗಿತ್ತು. ಮೂಲ ಸರಕುಗಳ ಆಮದುದಾರ ದೇಶವಾಗಿತ್ತು. ಆಮದುಗಳಲ್ಲಿ ಅಲ್ಪಪ್ರಮಾಣದ ಭೋಗವಸ್ತುಗಳು, ಕೆತ್ತನೆ ಕೆಲಸ ಮಾಡಿದ ಖಡ್ಗಗಳು, ಫಿರಂಗಿಗಳು ಇವುಗಳ ಹೊರತು ಭಾರತವು ಬೇರೆ ಯಾವುದೇ ಸಿದ್ಧ ಲೋಹ ವಸ್ತುಗಳನ್ನು ಆಮದು ಮಾಡಿಕೊಳ್ಳುತ್ತಿರಲಿಲ್ಲ.

17 ಮತ್ತು 18ನೆಯ ಶತಮಾನಗಳಲ್ಲಿ ತಮ್ಮದೇ ಹಡಗುಗಳಲ್ಲಿ ಸರಕು ತುಂಬಿಕೊಂಡು ದೂರದ ಮಾರುಕಟ್ಟೆಗಳಲ್ಲಿ ವ್ಯಾಪಾರ ನಡೆಸುತ್ತಿದ್ದ ಶ್ರೀಮಂತ ವರ್ತಕ ವರ್ಗವಿದ್ದ ಏಷ್ಯಾಖಂಡದ ದೇಶಗಳೆಂದರೆ ಭಾರತ ಮತ್ತು ಚೈನಾಗಳು ಮಾತ್ರ. ಯೂರೋಪಿನಲ್ಲೂ ಕೂಡ ಎಲ್ಲೋ ಕೆಲವೇ ದೇಶಗಳಲ್ಲಿ ಇಷ್ಟರಮಟ್ಟಿಗೆ ನಗದು ಹಣವನ್ನಿಟ್ಟುಕೊಂಡು ವ್ಯವಹಾರದ ಇಷ್ಟು ದೊಡ್ಡ ಪ್ರದೇಶ ವ್ಯಾಪ್ತಿಯಿದ್ದ ವರ್ತಕರಿದ್ದರು. ಶ್ರಾಫರು ಮತ್ತು ಪೊದ್ದಾರರು ಹಣವನ್ನು ವಿನಿಮಯ ಮಾಡುವವರು ಮತ್ತು ದಲ್ಲಾಳಿಗಳು–ಇನ್ನೊಂದು ವರ್ಗವು ಶತಮಾನದ ಬಹುಭಾಗದುದ್ದಕ್ಕೂ ಗಮನಾರ್ಹವಾಗಿದ್ದಿತು. ಆದರೂ ಭಾರತ ದೇಶೀಯ ಆಸ್ಥಾನಗಳ ಆಶ್ರಯದ ಜವಬ್ದಾರಿ ದೇಶೀಯ ಕೈಗಾರಿಕೆಗಳಿಗೆ ಒಂದು ವಿಶೇಷ ಚುರುಕನ್ನು ನೀಡುವುದರಲ್ಲಿ ಕಡಿಮೆಯಾಗಿರಲಿಲ್ಲ. ಸನ್ನಿವೇಶಗಳು ಅವಕಾಶಕೊಟ್ಟಹಾಗೆ ನಗರ ಪ್ರದೇಶದ ಕೈಗಾರಿಕೆಗಳು ಸುವ್ಯವಸ್ಥಿತವಾಗಿದ್ದುವು, ಅವುಗಳ ಉತ್ಪಾದನೆಗಳಿಗೆ ಬೇಡಿಕೆ ಅಧಿಕವಾಗುವುದನ್ನು ಕಾದು, ಅವು ಉಚ್ಛ್ರಾಯ ಸ್ಥಿತಿಯಲ್ಲಿದ್ದುವೆಂದೇ ಹೇಳಬಹುದು.

ಸಂಕ್ಷೇಪವಾಗಿ ಹೇಳಬೇಕೆಂದರೆ, 19ನೆಯ ಶತಮಾನದ ಪ್ರಾರಂಭದಲ್ಲಿ ಭಾರತದ ಆರ್ಥಿಕ ಚಟುವಟಿಕೆಯಲ್ಲಿ ಅವರು ಬಹು ಮುಖ್ಯವಾದ ಸ್ಥಾನವನ್ನು ಪಡೆದಿದ್ದರು.

ಬ್ರಿಟಿಷ್ ಸಾಮ್ರಾಜ್ಯವು ಕ್ಷಯಿಸಿ, ಬ್ರಿಟಿಷ್ ರಾಜಕೀಯ ಶಕ್ತಿಯು ಬೆಳೆದ ಮೇಲೆ ಆರ್ಥಿಕ ಕಾರ್ಯಕ್ರಮದ ನೂತನ ಸಂಧಿಕಾಲದ ಹಂತವು ಅಸ್ತಿತ್ವಕ್ಕೆ ಬಂದಿತು. 1757ರಲ್ಲಿ ಕ್ಲೈವ್‌ನು ಪ್ಲಾಸಿಯಲ್ಲಿ ವಿಜಯವನ್ನು ಗಳಿಸಿದಾಗಿನಿಂದ ದೇಶೀಯ ಹಾಗೂ ಬ್ರಿಟಿಷ್ ವ್ಯವಹಾರೋದ್ಯಮವು ಬೇರೆ ಬೇರೆ ರೀತಿಗಳಿಂದ ಪರಸ್ಪರ ಸ್ಪರ್ಧಾತ್ಮಕವಾಗಿಯೋ, ಪೂರಕವಾಗಿಯೋ ತಮ್ಮ ಪಾತ್ರವನ್ನು ನಿರ್ವಹಿಸಿದುವು. ಬ್ರಿಟಿಷ್ ಉದ್ಯಮವು ಈಸ್ಟ್ ಇಂಡಿಯಾ ಕಂಪೆನಿ ಹಾಗೂ ಚಕ್ರವರ್ತಿ ಆಡಳಿತಗಳಲ್ಲಿ ಎರಡು ಮುಖ್ಯವಾದ ರೂಪಗಳನ್ನು ಪಡೆಯಿತು. ಏಜೆನ್ಸಿ ಸಂಸ್ಥೆಗಳ ಸ್ಥಾಪನೆಯಿಂದ ಮೊದಲುಗೊಂಡು ಅದು ಆಮೇಲೆ ಮ್ಯಾನೇಜಿಂಗ್ ಏಜೆನ್ಸಿ ವ್ಯವಸ್ಥೆಯ ರೂಪವಾಗಿ ಬದಲಾಯಿಸಿತು. ಬಂಡವಾಳ ಹೂಡಿಕೆಯ ಕ್ಷೇತ್ರದಲ್ಲಿ ಆಗಷ್ಟೆ ಮಾಡುತ್ತಿದ್ದ ವಿನ್ಯಾಸಕ್ಕೆ ಒಂದು ಆಕಾರವನ್ನೂ ಉದ್ಯಮದ ಪಾತ್ರವನ್ನು ರೂಪಿಸಿತು. ಇದು ಕೈಗಾರಿಕೆಗಳ ಅಭಿವೃದ್ಧಿಗೆ ಕಾರಣವಾಯಿತು.

ಆರ್ಥಿಕ ಹಿತಾಸಕ್ತಿಗಳಿಗೆ ಸಂಬಂಧಪಟ್ಟಂತೆ ಸ್ಪಷ್ಟವಾಗಿ ಒಂದು ಸಂಘರ್ಷವಿದ್ದಿತು. ಯಾವಾಗಲೂ ವ್ಯಾಜ್ಯದ ತೀರ್ಪು ಮಾತೃದೇಶವಾದ ಇಂಗ್ಲೆಂಡಿಗೆ ಅನುಕೂಲಕರವಾಗುವಂತೆಯೇ ಇರುತ್ತಿದ್ದಿತು. ಈಸ್ಟ್ ಇಂಡಿಯಾ ಕಂಪೆನಿಯ ಆಡಳಿತದ ಹಾನಿಕಾರಕ ಪರಿಣಾಮಗಳನ್ನು ಕುರಿತು ಆಡಂಸ್ಮಿತ್ ಹೀಗೆ ಹೇಳುತ್ತಾನೆ–'ವರ್ತಕರ ವಿಶಿಷ್ಟ ಕಂಪೆನಿಯೊಂದರ ಆಡಳಿತವು ಬಹುಶಃ ಯಾವುದೇ ದೇಶದ ಯಾವುದೇ ಸರಕಾರಗಳಲ್ಲಿ ಅತ್ಯಂತ ಹೀನವಾದ ಆಡಳಿತವಾಗಿರುತ್ತದೆ. ಆಳುವವರಾಗಿ ಈಸ್ಟ್ ಇಂಡಿಯಾ ಕಂಪನಿಯ ಆಸಕ್ತಿಯು ಭಾರತಕ್ಕೆ ತಂದ ಯೂರೋಪಿಯನ್ ಸರಕುಗಳನ್ನು ಆದಷ್ಟು ಅಗ್ಗವಾಗಿಯೂ, ಅಲ್ಲಿಂದ ತಂದ ಭಾರತೀಯ ಸರಕುಗಳನ್ನು ಇಲ್ಲಿ ಆದಷ್ಟು ತುಟ್ಟಿಯಾಗಿಯೂ ಮಾರಾಟ ಮಾಡುವುದಾಗಿರಬೇಕಾಗಿತ್ತು. ಆದರೆ ವರ್ತಕರಾಗಿ ಅವರ ಆಸಕ್ತಿ ಇದಕ್ಕೆ ವಿರುದ್ಧವಾಗಿತ್ತು. ಆಳುವವರಾಗಿ ಅವರ ಆಸಕ್ತಿಯು ಖಚಿತವಾಗಿ ಆ ದೇಶದ ಆಸಕ್ತಿಯೇ ಆಗಿತ್ತು; ವರ್ತಕರಾಗಿ ಅವರ ಆಸಕ್ತಿಯು ಅದಕ್ಕೆ ತದ್ವಿರುದ್ಧವಾಗಿತ್ತು.'

ಅದು ಮಾತ್ರವಲ್ಲ, ಸುಪ್ರಸಿದ್ಧವಾದ ರಾಬಿನ್‌ಸನ್ ಕ್ರೂಸೋ ಕೃತಿಯ ಲೇಖಕ ಡೇನಿಯಲ್ ಡೀಫೋ ಭಾರತೀಯವಾದ ಬಟ್ಟೆಗಳು "ನಮ್ಮ ಮನೆಗಳಿಗೆ ನಮ್ಮ ವ್ಯಾಸಂಗ ಕೊಠಡಿಗೆ, ಮಲಗುವ ಕೋಣೆಗೆ, ತೆರೆಗಳಿಗೆ, ಕುರ್ಚಿಗಳಿಗೆ ಕೊನೆಗೆ ಹಾಸಿಗೆಗಳಿಗೆ ಭಾರತೀಯ ಕ್ಯಾಲಿಕೋ ಬಟ್ಟೆಗಳಾಗಿ ಪ್ರವೇಶಿಸಿದುವು" ಎಂದು ಹೇಳಿದ್ದಾನೆ. ಆದ್ದರಿಂದಾಗಿ ಹದಿನೆಂಟನೆಯ ಶತಮಾನದ ಪ್ರಾರಂಭದಲ್ಲಿ ಭಾರತೀಯ ಸರಕುಗಳ ಮೇಲೆ ನಿರ್ಬಂಧ ಹಾಕುವುದು ಮೊದಲಾಯಿತು.

ಕೈಗಾರಿಕಾ ಕ್ರಾಂತಿಯಿಂದಾಗಿ ಭಾರತಕ್ಕೆ ಸಂಬಂಧಿಸಿದಂತೆ ಆರ್ಥಿಕ ನೀತಿಯಲ್ಲಿ ಸಂಪೂರ್ಣ ಪರಿವರ್ತನೆಯುಂಟಾಯಿತು. ಮುಖ್ಯವಾಗಿ ಕೃಷಿದೇಶವಾದ ಭಾರತವು ಬಹುಬೇಗನೇ ಇಂಗ್ಲೆಂಡಿನ ಒಂದು ಆರ್ಥಿಕ ಕಾಲೋನಿಯಾಗಿ ಪರಿಣಮಿಸಿತು.

ಈಗ ಸರಕಾರವು ಒಂದು ಮುಕ್ತ ವ್ಯಾಪಾರ ನೀತಿಯನ್ನು ಅನುಸರಿಸಿತು. ಅಂದರೆ ಬ್ರಿಟಿಷ್ ಸರಕುಗಳು ಅನಿರ್ಬಂಧಿತವಾಗಿ ಹರಿದು ಬರತೊಡಗಿದುವು. ಭಾರತೀಯ ಕರಕುಶಲ ವಸ್ತುಗಳು ಕೈಗಾರಿಕೀಕೃತ ಬ್ರಿಟನ್ನಿನ ಯಂತ್ರೋತ್ಪಾದಿತ ವಸ್ತುಗಳೊಂದಿಗೆ ಸ್ಪರ್ಧಿಸಬೇಕಾಯಿತು. ಭಾರತೀಯರ ದುರಾದೃಷ್ಟಕ್ಕೆ ಬ್ರಿಟನ್ನಿಗೆ ಕಳುಹಿಸಿದ ಸರಕುಗಳಿಗೆ ಭಾರಿ ಮೊತ್ತದ ಸುಂಕಗಳನ್ನು ಹೇರಲಾಯಿತು. ಅದರಿಂದಾಗಿ ಬ್ರಿಟನ್ನಿಗೆ ಅವುಗಳ ರಫ್ತು ನಿಂತಿತು. 1824ರಲ್ಲಿ ಭಾರತೀಯ ಹತ್ತಿ ಬಟ್ಟೆಯ ಮೇಲೆ ಶೇ. $67^1/_2$ ಸುಂಕವನ್ನು, ಮಸ್ಲಿನ್ ಮೇಲೆ ಶೇ. $37^1/_2$ ಸುಂಕವನ್ನು ಹೇರಲಾಯಿತು. ಈ ಸಂದರ್ಭವನ್ನು ಕುರಿತು ವಿಲ್ಸನ್ ಹೀಗೆ ಅಭಿಪ್ರಾಯಪಟ್ಟಿದ್ದಾನೆ, "ಈ ಸಮಯದವರೆಗೂ ಭಾರತದ ಹತ್ತಿ ಮತ್ತು ರೇಷ್ಮೆ ಬಟ್ಟೆಗಳನ್ನು ಬ್ರಿಟಿಷ್ ಮಾರುಕಟ್ಟೆಯಲ್ಲಿ ಲಾಭಕ್ಕೆ ಮಾರಲಾಗುತ್ತಿತ್ತು. ಅದು ಇಂಗ್ಲೆಂಡಿನಲ್ಲೇ ನೇಯ್ದ ವಸ್ತುಗಳಿಗಿಂತ ಶೇ.50 ರಿಂದ 60 ರಷ್ಟು ಕಡಿಮೆಯಾಗಿರುತ್ತಿತ್ತು. ಆದ್ದರಿಂದ ಇದರ ಪರಿಣಾಮವಾಗಿ ಅವುಗಳ ಮೌಲ್ಯದ ಶೇ. 70 ರಿಂದ 80 ಸುಂಕ ವಿಧಿಸಿ ಅಥವಾ ಅವುಗಳನ್ನು ನಿಷೇಧಿಸಿ ಬ್ರಿಟಿಷ್ ಸರಕುಗಳನ್ನು ಸಂರಕ್ಷಿಸಬೇಕಾಗಿತ್ತು. ಪರಿಸ್ಥಿತಿ ಹೀಗಿರದಿದ್ದರೆ ಅಷ್ಟು ದುಬಾರಿಯದಾದ ತೆರಿಗೆಗಳು ಮತ್ತು ಆದೇಶಗಳು ಬಾರದೆ ಹೋಗಿದ್ದರೆ ಪೈಸ್ಲೆ ಮತ್ತು ಮ್ಯಾಂಚೆಸ್ಟರ್ ಕಾರ್ಖಾನೆಗಳು ಸ್ಥಗಿತಗೊಳ್ಳುತ್ತಿದ್ದುವು. ಉಗಿ ಶಕ್ತಿಯಿಂದಲೂ ಶೇ 70 ರಿಂದ 80 ಶುಂಕ ವಿಧಿಸಿ ಅಥವಾ ಅವುಗಳನ್ನು ನಿಷೇಧಿಸಿ ಬ್ರಿಟಿಷ್ ಸರಕುಗಳನ್ನು ಸಂರಕ್ಷಿಸಬೇಕಾಗಿತ್ತು. ಪರಿಸ್ಥಿತಿ ಹೀಗಿರದಿದ್ದರೆ ಅಷ್ಟು ದುಬಾರಿಯಾದ ತೆರಿಗೆಗಳು ಮತ್ತು ಆದೇಶಗಳು ಬಾರದೆ ಹೋಗಿದ್ದರೆ ಪೈಸ್ಲೆ ಮತ್ತು ಮ್ಯಾಂಚೆಸ್ಟರ್ ಕಾರ್ಖಾನೆಗಳು ಸ್ಥಗಿತಗೊಳ್ಳುತ್ತಿದ್ದವು ಉಗಿ ಶಕ್ತಿಯಿಂದಲೂ ಮತ್ತೆ ಅವುಗಳನ್ನು ನಡೆಸಲು ಸಾಧ್ಯವಾಗುತ್ತಿರಲಿಲ್ಲ. ಅವುಗಳನ್ನು ಹುಟ್ಟುಹಾಕಿದ್ದೇ ಭಾರತೀಯ ಉತ್ಪಾದಕರನ್ನು ಬಲಿಕೊಡುವುದರಿಂದ. ಭಾರತವು ಸ್ವತಂತ್ರವಾಗಿದ್ದರೆ, ಅದು ಈ ಸನ್ನಿವೇಶವನ್ನು ಉಗ್ರವಾಗಿ ಪ್ರತಿಭಟಿಸುತ್ತಿದ್ದಿತು. ಭಾರತಕ್ಕೆ ಬರುವ ಬ್ರಿಟಿಷ್ ಸರಕುಗಳ ಮೇಲೆ ಅಗಾಧವಾದ ಸುಂಕಗಳನ್ನು ವಿಧಿಸಿ, ತನ್ನ ಉತ್ಪಾದಕ ಕೈಗಾರಿಕೆಗಳು ನಾಶವಾಗುವುದನ್ನು ತಪ್ಪಿಸಿ ಅವುಗಳನ್ನು ಕಾಪಾಡಬಹುದಾಗಿತ್ತು. ಈ ಬಗೆಯ ಆತ್ಮ ಸಂರಕ್ಷಣೆಗೆ ಭಾರತಕ್ಕೆ ಅವಕಾಶವಿರಲಿಲ್ಲ. ಅದು ಈಗ ಅನ್ಯ ದೇಶಿಯರ ಕೃಪೆಯ ಅಧೀನವಾಗಿತ್ತು. ಯಾವುದೇ ಸುಂಕವಿಲ್ಲದೆ ಬ್ರಿಟಿಷ್ ಸರಕುಗಳ ಪ್ರವಾಹವು

ಇಲ್ಲಿಗೆ ಹರಿದು ಬಂದಿತು; ವಿದೇಶೀಯ ಉತ್ಪಾದಕನು ಬೆಲೆಯನ್ನು ತಗ್ಗಿದ ದರದಲ್ಲಿಡಲು ರಾಜಕೀಯ ಅನ್ಯಾಯದ ಆಯುಧವನ್ನು ಬಳಸಿಕೊಂಡನು; ಸಮಾನ ನೆಲೆಯಲ್ಲಿ ಸ್ಪರ್ಧಿಸಲು ಸಾಧ್ಯವಿರದಿದ್ದ ತನ್ನ ಸ್ಪರ್ಧಿಯ ಕೊರಳನ್ನು ಅಂತಿಮವಾಗಿ ಕೊರಳು ಹಿಸುಕಿ ಸಾಯಿಸಿದನು.'

ಬ್ರಿಟಿಷರು ಭಾರತದಿಂದ ತಮ್ಮೊಂದಿಗೆ ಅಪಾರವಾದ ಸಂಪತ್ತನ್ನು ದೋಚಿಕೊಂಡು ಹೋದರು. ಬೋರ್ಡ್ ಆಫ್ ರೆವಿನ್ಯೂ ಅಧ್ಯಕ್ಷ ಜಾನ್ ಸಲಿವನ್ ಹೀಗೆ ನುಡಿದನು. "ನಮ್ಮ ವ್ಯವಸ್ಥೆ ಸ್ಪಂಜಿನಂತೆ ವರ್ತಿಸುತ್ತಿದೆ. ಗಂಗೆಯ ತಡಿಯಿಂದ ಎಲ್ಲಾ ಉತ್ತಮ ವಸ್ತುಗಳನ್ನು ಪೂರ್ತಿಯಾಗಿ ಹೀರಿಕೊಂಡು ಥೇಮ್ಸ್ ದಂಡೆಯ ಮೇಲೆ ಹಿಂಡಿ ಸುರಿಯುತ್ತಿದೆ". ಆಗ ಏನು ನಡೆದಿತ್ತು ಎನ್ನುವುದರ ಒಂದು ಚಿತ್ರವು ನಮಗೆ ಇದರಿಂದ ದೊರಕುತ್ತದೆ. ಹೀಗೆ ಹರಿದುಹೋದ ಹಣ ಎಷ್ಟು ಎಂಬುದನ್ನು ಅಂದಾಜು ಮಾಡುವುದೇ ಸಾಧ್ಯವಿಲ್ಲ.

ಭಾರತೀಯ ಕರಕುಶಲ ವಸ್ತುಗಳನ್ನು ಹಾಳುಗೆಡವಿದುದರಿಂದಾಗಿ ಒಂದೊಮ್ಮೆ ಅತ್ಯಂತ ಉಚ್ಛ್ರಾಯದಲ್ಲಿ ಸಂಪದ್ಭರಿತ ಸ್ಥಿತಿಯಲ್ಲಿದ್ದ ಕೈಗಾರಿಕಾ ನಗರಗಳು ಅವನತಿ ಹೊಂದಿದುವು ಹಾಗೂ ಅಳಿಸಿಯೇ ಹೋದವು. ಭಾರತದ ಗವರ್ನರ್ ಜನರಲ್ ವಿಲಿಯಂ ಬೆಂಟಿಂಕ್ 1835ರಲ್ಲಿ ಹೇಳಿದನು "ಈ ದುರ್ದೆಶೆಗೆ ವಾಣಿಜ್ಯದ ಇತಿಹಾಸದಲ್ಲೇ ಎಣೆಯಾಗುವಂಥದು ಇನ್ನೊಂದಿಲ್ಲ. ಹತ್ತಿ ಬಟ್ಟೆಯ ನೇಕಾರರ ಮೂಳೆಗಳು ಭಾರತದ ಬಯಲುಗಳಲ್ಲಿ ಬಣ್ಣಗಳೆದು ಕ್ಷಯಿಸುತ್ತಿವೆ."

ಭಾರತೀಯ ಕೈಗಾರಿಕೆಯ ವಿನಾಶದೊಂದಿಗೆ ಹತ್ತೊಂಬತ್ತನೆಯ ಶತಮಾನದಲ್ಲಿ ಭಾರತೀಯ ಕೃಷಿಕನೂ ದಟ್ಟದರಿದ್ರ ಸ್ಥಿತಿಗೆ ಬಂದನು. ಇದಕ್ಕೆ ಕಾರಣ ಅತಿರೇಕ ಪ್ರಮಾಣದ ಭೂಕಂದಾಯದ ಹೇರಿಕೆ. ಅದು ಕೃಷಿಕರ ಕಷ್ಟಕ್ಕೆ, ದುಃಖದ ಉರಿಗೆ ಉಪ್ಪು ಸುರಿಯಿತು. ಬಿಷಪ್ ಹೆಬರ್ ಇದನ್ನು ಕುರಿತು ಹೀಗೆ ಬರೆದಿದ್ದಾನೆ. "ಪ್ರಸ್ತುತ ಜಾರಿಯಲ್ಲಿರುವ ತೆರಿಗೆಯ ಭಾರದಲ್ಲಿ ದೇಶೀಯನಾಗಲಿ ಯೂರೋಪಿಯನಾಗಲಿ ಕೃಷಿಕನು ತಲೆಯೆತ್ತುವುದು ಸಾಧ್ಯವೇ ಇಲ್ಲ. ಭೂಮಿಯಿಂದ ತೆಗೆದ ಉತ್ಪಾದನೆಯ ಅರ್ಧವನ್ನು ತೆರಿಗೆಯಾಗಿ ಸರಕಾರವು ಹಿಂಡಿಕೊಳ್ಳುತ್ತಿದೆ.

ಬರ್ಮಾ ಮತ್ತು ಇತರ ಪ್ರದೇಶಗಳಲ್ಲಿ ಬ್ರಿಟಿಷರು

ಬ್ರಿಟಿಷರು ಬರ್ಮಾದ ಮೇಲೆ ಕಣ್ಣು ಹಾಕಿದರು. ಬರ್ಮಾದ ರಾಜನು 1880ರಲ್ಲಿ ಟೋಂಕಿನ್‌ನಿಂದ ಮಾಂಡಲೆವರೆಗೆ ರೈಲು ಹಾದಿ ನಿರ್ಮಿಸುವ ಹಕ್ಕನ್ನು ಫ್ರೆಂಚರಿಗೆ ಕೊಟ್ಟಾಗ, ಇಂಗ್ಲೆಂಡು ಯುದ್ಧವನ್ನು ಹೂಡಲು ಅಗತ್ಯವಾಗಿದ್ದ ಒಂದು ನೆಪವನ್ನು ಒದಗಿಸಿದಂತಾಯಿತು. ಬರ್ಮಾದ ರಾಜನನ್ನು ಸೋಲಿಸಿ ಭಾರತಕ್ಕೆ ರವಾನಿಸಿ ಬರ್ಮಾವನ್ನು ಸ್ವಾಧೀನಪಡಿಸಿಕೊಳ್ಳಲಾಯಿತು. 1886ರಲ್ಲಿ ಅದು ಬ್ರಿಟಿಷ್ ಸಾಮ್ರಾಜ್ಯದ ಭಾಗವಾಗಿಬಿಟ್ಟಿತು.

ಬರ್ಮದಲ್ಲಿ ಬ್ರಿಟಿಷರು ಹಾಗೂ ಇಂಡೋ ಚೈನಾದಲ್ಲಿ ಫ್ರೆಂಚ್ ನೆಲೆಗಳು ಸುತ್ತುಗಟ್ಟಿದ್ದರೂ ಥಾಯ್‌ಲೆಂಡ್ ಸ್ವತಂತ್ರವಾಗಿಯೇ ಉಳಿದುಕೊಂಡಿತು. ಅದು ಸ್ವತಂತ್ರವಾಗಿದ್ದರೂ ಅದರ ಆಡಳಿತ ನೀತಿಯ ಮೇಲೆ ಬ್ರಿಟನ್ ಮತ್ತು ಫ್ರಾನ್ಸ್‌ಗಳು ಗಣನೀಯ ಪ್ರಮಾಣದ ಪ್ರಭಾವವನ್ನು ಬೀರಿದ್ದವು.

ಹತ್ತೊಂಬತ್ತನೆಯ ಶತಮಾನದ ಕೊನೆಗೆ ಆಗ್ನೇಯ ಏಷ್ಯಾದಲ್ಲಿ ವಸಾಹತುಗಳನ್ನು ನಿರ್ಮಿಸಿಕೊಳ್ಳಲು ಅಮೆರಿಕವೂ ಸ್ಪರ್ಧೆಗಿಳಿಯಿತು. ಸ್ಪ್ಯಾನಿಷ್ ಆಳ್ವಿಕೆಗೆ ವಿರುದ್ಧವಾಗಿ ಕ್ಯೂಬನ್ನರು ಎದ್ದ ದಂಗೆಯು ಅಮೆರಿಕಾ ಮತ್ತು ಸ್ಪೇನ್‌ಗಳ ನಡುವಣ ಯುದ್ಧಕ್ಕೆ ಎಡೆಗೊಟ್ಟಿತು. ಸ್ಪೇನಿಗೆ ವಿರುದ್ಧವಾಗಿ ಫಿಲಿಫೈನ್ಸ್‌ನಲ್ಲಿ ನಡೆದ ಅದೇ ಬಗೆಯ ದಂಗೆಯೂ ಅಮೆರಿಕವು ಸ್ಪೇನ್ ಮೇಲೆ ಆಕ್ರಮಣ ಮಾಡಲು ಕಾರಣವಾಯಿತು. ಸ್ಪೇನ್ ಸೋತು ಅಮೆರಿಕ ಸಂಯುಕ್ತ ಸಂಸ್ಥಾನವು ಕ್ಯೂಬಾ ಮತ್ತು ಫಿಲಿಫೈನ್ಸ್ ದ್ವೀಪಗಳನ್ನು ಆಕ್ರಮಿಸಿಕೊಂಡಿತು. ಅಮೆರಿಕನ್ ಆಕ್ರಮಣದ ವಿರುದ್ಧ ಫಿಲಿಫೈನ್ಸರು ದಂಗೆಯೆದ್ದರು. ಆದರೆ ಅವರನ್ನು ನಿರ್ದಾಕ್ಷಿಣ್ಯವಾಗಿ ಬಗ್ಗುಬಡಿಯಲಾಯಿತು. ಫಿಲಿಫೈನ್ಸ್ ಒಂದು ಅಮೆರಿಕಾದ ವಸಾಹತುವಾಯಿತು. ಫಿಲಿಫೈನ್ಸ್‌ಗಾಗಿ ಅಮೆರಿಕವು ಸ್ಪೇನಿಗೆ 20 ಮಿಲಿಯನ್ ಡಾಲರುಗಳನ್ನು ಪಾವತಿಮಾಡಿತು.

ಸಾಮ್ರಾಜ್ಯಶಾಹಿಯು ತನ್ನ ಕೈಗಳನ್ನು ಮಧ್ಯ ಮತ್ತು ಪಶ್ಚಿಮ ಏಷ್ಯಾಗಳಲ್ಲೂ ಚಾಚಿತು. ಇಂಗ್ಲೆಂಡ್ ಮತ್ತು ರಷ್ಯಾ ಹಳೆಯ ವೈರಿಗಳು. ಮಧ್ಯ ಏಷ್ಯಾ, ಪರ್ಷಿಯ, ಆಫ್ಘಾನಿಸ್ತಾನ ಮತ್ತು ಟಿಬೆಟ್ ಮೇಲೆ ನಿಯಂತ್ರಣವನ್ನು ಇಟ್ಟುಕೊಳ್ಳಲು ಅವು ಹೋರಾಡುತ್ತಲೇ ಇದ್ದವು. ಮೊದಮೊದಲು ರಷ್ಯಾದ ಪಾಲಿಗೆ ಗೆಲುವು ಕಾಣಿಸಿ 19ನೇ ಶತಮಾನದ ದ್ವಿತೀಯಾರ್ಧದಲ್ಲಿ ಹೆಚ್ಚುಕಡಿಮೆ ಮಧ್ಯ ಏಷ್ಯಾ ಪೂರ್ತಿಯಾಗಿ ಅದರ ಪಾಲಿಗೆ ಬಂದಿತು. ಆಸಕ್ತಿಗಳ ಘರ್ಷಣೆಯಿಂದ ಇಂಗ್ಲೆಂಡ್ ಮತ್ತು ರಷ್ಯಾಗಳ ನಡುವೆ ಪರ್ಷಿಯ ಮತ್ತು ಅಫ್ಘಾನಿಸ್ತಾನಗಳ ವಿಷಯವಾಗಿ ಯುದ್ಧ ನಡೆಯಿತು. ಆರ್ಥಿಕ ಪರಿಗಣನೆಗಳಲ್ಲದೆ, ಇಂಗ್ಲೆಂಡಿನ ಮುಖ್ಯ ಗುರಿ ಇದ್ದುದು ಭಾರತದ ತನ್ನ ಸಾಮ್ರಾಜ್ಯವನ್ನು ಸಂರಕ್ಷಿಸಿಕೊಂಡು ರಷ್ಯವು ಆ ಕಡೆಗೆ ವಿಸ್ತರಿಸದ ಹಾಗೆ ನೋಡಿಕೊಳ್ಳುವುದಾಗಿತ್ತು. ರಾಜಕೀಯ ಪ್ರಭುತ್ವದ ಮೊದಲನೆಯ ಹೆಜ್ಜೆಯಾಗಿ ಇರಾನಿನಲ್ಲಿ ಬ್ಯಾಂಕುಗಳನ್ನು ತೆರೆದು ಇಂಗ್ಲೆಂಡು ಮತ್ತು ರಷ್ಯಾ ಎರಡೂ ಆರ್ಥಿಕ ಹತೋಟಿಯನ್ನು ಪಡೆಯಲು ಪ್ರಯತ್ನಿಸಿದುವು.

ಈ ಮಧ್ಯೆ ಆಫ್ಘಾನಿಸ್ತಾನ ಮತ್ತು ಟಿಬೆಟ್‌ಗಳ ಹತೋಟಿಗಾಗಿ ಇಂಗ್ಲೆಂಡ್ ಮತ್ತು ರಷ್ಯಾ ಸೆಣಸಾಟದಲ್ಲಿ ತೊಡಗಿದುವು. ಕೊನೆಗೆ 1907ರಲ್ಲಿ ಎರಡೂ ದೇಶಗಳು ಆಫ್ಘಾನಿಸ್ತಾನ, ಟಿಬೆಟ್ ಮತ್ತು ಇರಾನ್ (ಪರ್ಷಿಯಾ)ಗಳನ್ನು ಕುರಿತು ಒಂದು ಸಹಮತಕ್ಕೆ ಬಂದುವು. ಟಿಬೆಟ್ ವಿಷಯದಲ್ಲಿ ಮಧ್ಯಪ್ರವೇಶ ಮಾಡದಿರಲು ಎರಡು ದೇಶಗಳೂ ಸಮ್ಮತಿಸಿದುವು. ಆಫ್ಘಾನಿಸ್ತಾನವು ತನ್ನ ಅಧಿಕಾರದಿಂದ ಹೊರಗು ಎಂದು ರಷ್ಯಾ ಒಪ್ಪಿತು, ಇಂಗ್ಲೆಂಡ್ ಅದನ್ನು ಸೇರಿಸಿಕೊಳ್ಳದಿರಲು ಒಪ್ಪಿತು. ಇರಾನನ್ನು ಮೂರು ತುಂಡುಗಳನ್ನಾಗಿ ಒಡೆದು ಇಂಗ್ಲೆಂಡ್ ಮತ್ತು ರಷ್ಯಾ ಒಂದೊಂದನ್ನು ಹಿಡಿದವು. ಮೂರನೇ ಭಾಗವು ಎರಡೂ ಶಕ್ತಿಗಳಿಗೆ ತೆರೆದಿಟ್ಟ ಭಾಗವಾಯಿತು. ಹೀಗೆ ಇರಾನಿನ ಮೇಲೆ ಬ್ರಿಟಿಷ್ ಮತ್ತು ರಷ್ಯನ್ ಜಂಟಿ ನಿಯಂತ್ರಣವು ಜಾರಿಗೆ ಬಂದಿತು. 1917ರಲ್ಲಿ ರಷ್ಯಾದ ಮಹಾಕ್ರಾಂತಿಯಾದಾಗ ನೂತನ ರಷ್ಯನ್ ಸರಕಾರವು ಆ ಒಪ್ಪಂದವನ್ನು ಪುರಸ್ಕರಿಸಲಿಲ್ಲ, ಇರಾನ್ ಮೇಲೆ ತನ್ನ ಹಕ್ಕನ್ನು ತೆಗೆದುಹಾಕಿತು. ಇದು ಇಂಗ್ಲೆಂಡಿಗೆ ಇರಾನನ್ನು ಆಕ್ರಮಿಸಿಕೊಳ್ಳಲು ಅವಕಾಶಕೊಟ್ಟಿತು. ಇರಾನಿನಲ್ಲಿ ತೈಲದ ಸಂಶೋಧನೆಯಾದದ್ದು ಇನ್ನೂ ಹೆಚ್ಚಿನ ನಿಯಂತ್ರಣಕ್ಕೆ ಆಸ್ಪದವಾಯಿತು. ಇರಾನ್ ಕಾನೂನುಬದ್ಧವಾಗಿ ಸ್ವತಂತ್ರವಾಗಿದ್ದರೂ ಪ್ರಸ್ತುತ ಅಲ್ಲಿ ಅಮೆರಿಕ ಹಾಗೂ ಇಂಗ್ಲೆಂಡ್ ಸ್ಥಾಪಿಸಿದ ಬಲಿಷ್ಠ ತೈಲ ಕಂಪೆನಿಗಳ ನಿಯಂತ್ರಣದಲ್ಲಿದ್ದಿತು. 1911ರಲ್ಲಿ ಚೈನಾದಲ್ಲಿ ಕ್ರಾಂತಿಯಾದ ಮೇಲೆ ಟಿಬೆಟ್ ಹೆಚ್ಚುಹೆಚ್ಚಾಗಿ ಬ್ರಿಟಿಷ್ ಹತೋಟಿಗೆ ಬಂದಿತು.

ಜರ್ಮನಿ ವಸಾಹತು ನಿರ್ಮಾಣದಲ್ಲಿ ತಡವಾಗಿ ಕಾಲಿಟ್ಟಿದ್ದರೂ, ಟರ್ಕಿಯ ಮೇಲೆ ಹಾಗೂ ತನ್ನ ಏಷ್ಯಾದ ಭಾಗಗಳ ಮೇಲೆ ಪ್ರಭಾವವನ್ನು ಅಧಿಕಗೊಳಿಸಿಕೊಳ್ಳುತ್ತಿತ್ತು. ಕಾನ್‌ಸ್ಟಾಂಟಿನೋಪಲ್‌ನಿಂದ ಬಾಗ್ದಾದಿಗೆ ಮತ್ತು ಪರ್ಷಿಯನ್ ಕೊಲ್ಲಿಗೆ ರೈಲು ಹಾದಿ ನಿರ್ಮಿಸುವ ಹಕ್ಕನ್ನು ಒಂದು ಜರ್ಮನ್ ಕಂಪೆನಿಯು ಪಡೆದುಕೊಂಡಿತು. ಇದು ಇರಾನಿಗೆ ಜರ್ಮನಿಯ ದಾರಿಯಾಗಲಿತ್ತು. ಅಲ್ಲಿಂದ ಭಾರತಕ್ಕೆ ದಾರಿಯಾಗುತ್ತಿತ್ತು. ಸ್ವಾರ್ಥ ಹಿತಾಸಕ್ತಿಗಳಿಂದ ಪ್ರಚೋದಿತರಾಗಿ ಫ್ರಾನ್ಸ್, ಇಂಗ್ಲೆಂಡ್ ಮತ್ತು ರಷ್ಯಾ ಇದನ್ನು ವಿರೋಧಿಸಲು ನಿರ್ಧರಿಸಿದುವು. ಈ ಪ್ರದೇಶವನ್ನು ಮೂರು ಶಕ್ತಿಗಳ–ರಷ್ಯಾ, ಇಂಗ್ಲೆಂಡ್ ಮತ್ತು ಫ್ರಾನ್ಸ್–ನಡುವೆ ಒಡೆದು ಹಂಚಿಕೊಳ್ಳಲು ಒಪ್ಪಂದ ಮಾಡಿಕೊಂಡವು. ಜಾಗತಿಕ ಯುದ್ಧವು ನಡೆದು ಜರ್ಮನರ ಆಶೋತ್ತರಗಳು ಕೊನೆಗೊಂಡವು. ಏಷ್ಯಾ ಮತ್ತು ಜಗತ್ತಿನ ಇತರ ಭಾಗಗಳಿಂದ ಜರ್ಮನಿಯನ್ನು ಸಂಪೂರ್ಣವಾಗಿ ನಿವಾರಿಸಲಾಯಿತು.

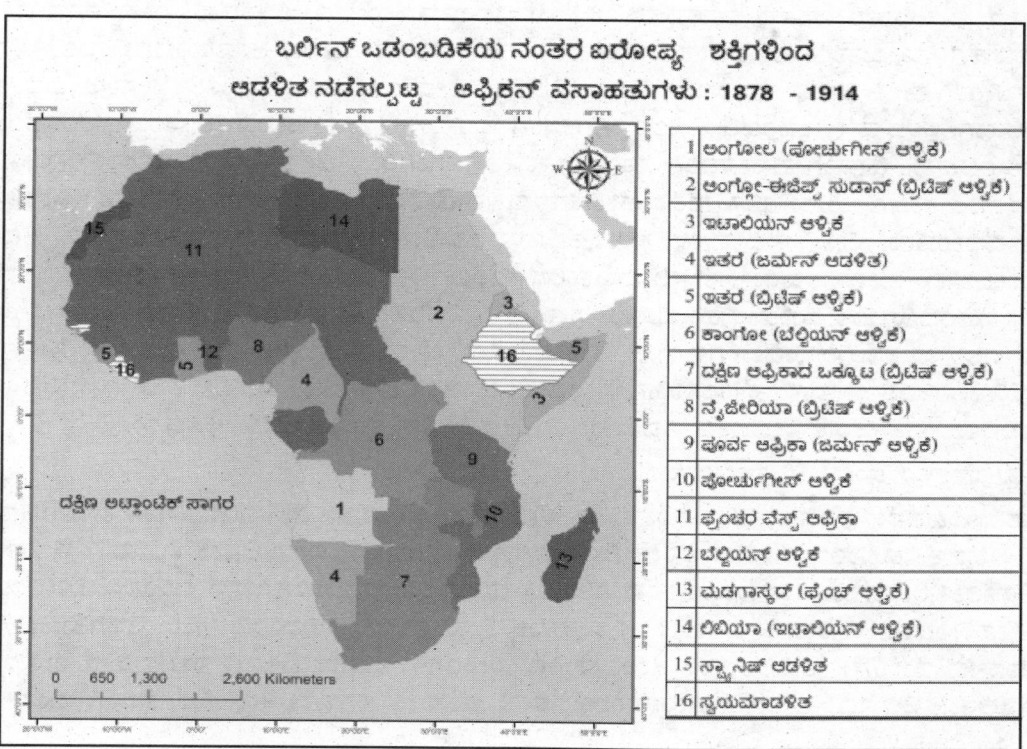

* * * * *

ಬರ್ಲಿನ್ ಒಡಂಬಡಿಕೆಯ ನಂತರ ಐರೋಪ್ಯ ಶಕ್ತಿಗಳಿಂದ ಆಡಳಿತ ನಡೆಸಲ್ಪಟ್ಟ ಆಫ್ರಿಕನ್ ವಸಾಹತುಗಳು : 1878 - 1914

1	ಅಂಗೋಲ (ಪೋರ್ಚುಗೀಸ್ ಆಳ್ವಿಕೆ)
2	ಆಂಗ್ಲೋ-ಈಜಿಪ್ಟ್ ಸುಡಾನ್ (ಬ್ರಿಟಿಷ್ ಆಳ್ವಿಕೆ)
3	ಇಟಾಲಿಯನ್ ಆಳ್ವಿಕೆ
4	ಇತರೆ (ಜರ್ಮನ್ ಆಡಳಿತ)
5	ಇತರೆ (ಬ್ರಿಟಿಷ್ ಆಳ್ವಿಕೆ)
6	ಕಾಂಗೋ (ಬೆಲ್ಜಿಯನ್ ಆಳ್ವಿಕೆ)
7	ದಕ್ಷಿಣ ಆಫ್ರಿಕಾದ ಒಕ್ಕೂಟ (ಬ್ರಿಟಿಷ್ ಆಳ್ವಿಕೆ)
8	ನೈಜೀರಿಯಾ (ಬ್ರಿಟಿಷ್ ಆಳ್ವಿಕೆ)
9	ಪೂರ್ವ ಆಫ್ರಿಕಾ (ಜರ್ಮನ್ ಆಳ್ವಿಕೆ)
10	ಪೋರ್ಚುಗೀಸ್ ಆಳ್ವಿಕೆ
11	ಫ್ರೆಂಚರ ವೆಸ್ಟ್ ಆಫ್ರಿಕಾ
12	ಬೆಲ್ಜಿಯನ್ ಆಳ್ವಿಕೆ
13	ಮಡಗಾಸ್ಕರ್ (ಫ್ರೆಂಚ್ ಆಳ್ವಿಕೆ)
14	ಲಿಬಿಯಾ (ಇಟಾಲಿಯನ್ ಆಳ್ವಿಕೆ)
15	ಸ್ಪ್ಯಾನಿಷ್ ಆಡಳಿತ
16	ಸ್ವಯಮಾಡಳಿತ

ಅಧ್ಯಾಯ - 21

ಚೀನಾ ಮತ್ತು ಪಾಶ್ಚಾತ್ಯ ಶಕ್ತಿಗಳು

ಚೀನಾದಲ್ಲಿ ಪಾಶ್ಚಾತ್ಯರ ವಾಣಿಜ್ಯದ ಬೆಳವಣಿಗೆ

ಹತ್ತೊಂಬತ್ತನೇ ಶತಮಾನದಲ್ಲಿ ಪಾಶ್ಚಾತ್ಯ ಜಗತ್ತು ಆರ್ಥಿಕವಾಗಿ, ರಾಜಕೀಯವಾಗಿ ಮತ್ತು ಬೌದ್ಧಿಕವಾಗಿ ಭಾರೀ ಪ್ರಗತಿಯನ್ನು ಸಾಧಿಸಿದರೆ, ಚೀನಾಗೆ ಇದು ತೊಂದರೆಗಳ ಕಾಲವಾಗಿತ್ತು. ಮಂಚು ಸಂತತಿಯ ಅವನತಿ ಮತ್ತು ಮಂಚು ಆಡಳಿತದ ಅದಕ್ಷತೆಗಳು ಚೀನಾದ ಸಂಕ್ಷೋಭೆಗೆ ಪ್ರಧಾನ ಕಾರಣಗಳಾಗಿದ್ದವು. ಜೊತೆಗೆ ದೂರಪ್ರಾಚ್ಯದ ರಾಷ್ಟ್ರಗಳ ಮೇಲೆ ಪಾಶ್ಚಾತ್ಯ ಶಕ್ತಿಗಳು ಹೇರುತ್ತಿದ್ದ ಒತ್ತಡಗಳು ಚೀನಾದ ಸಮಸ್ಯೆಗಳು ಉಲ್ಬಣಿಸುವಂತೆ ಮಾಡಿದವು. ಭಾರತದಂತೆಯೇ ಚೀನಾದಲ್ಲೂ ಪಾಶ್ಚಾತ್ಯರ ಪ್ರಧಾನ ಹಿತಾಸಕ್ತಿಗಳು ಮೇಲ್ನೋಟಕ್ಕೆ ಸಂಪೂರ್ಣವಾಗಿ ವಾಣಿಜ್ಯ ಕ್ಷೇತ್ರಕ್ಕೆ ಸಂಬಂಧಿಸಿದವಾಗಿದ್ದವು. ಭಾರತದಲ್ಲಾದಂತೆಯೇ ಚೀನಾದಲ್ಲೂ ಬ್ರಿಟಿಷರು ಉಳಿದೆಲ್ಲರಿಗಿಂತ ಪ್ರಮುಖ ಪಾತ್ರವಹಿಸಿದ್ದರು. ಚೀನಾ ಸಂಪೂರ್ಣವಾಗಿ ಪಾಶ್ಚಾತ್ಯರ ಅಧೀನಕ್ಕೊಳಗಾಗುವುದರಿಂದ ತಪ್ಪಿಸಿಕೊಂಡರೂ, ಪಾಶ್ಚಾತ್ಯ ಪ್ರಭಾವವು ಅಲ್ಲಿನ ಆಡಳಿತ ಮತ್ತು ಸಂಘಟನೆಗಳಲ್ಲಿ ಭಾರಿ ಬದಲಾವಣೆಗಳನ್ನು ತಂದಿತು. ತನ್ನ ಭೂಭಾಗಗಳು ಮತ್ತು ಸಾರ್ವಭೌಮಾಧಿಕಾರಗಳ ಮೇಲೆ ಯುರೋಪಿಯನ್ನರ ಹತೋಟಿಯಿಂದಾಗಿ ಚೀನಾ ಭಾರೀ ಅಪಮಾನವನ್ನನುಭವಿಸಿತು ಮತ್ತು ಇತಿಹಾಸದಲ್ಲೇ ಮೊದಲಬಾರಿಗೆ ಜಪಾನ್, ಏಷ್ಯಾದ ಮುಂಚೂಣಿ ರಾಷ್ಟ್ರದ ಸ್ಥಾನದಿಂದ ಚೀನಾವನ್ನು ಪಲ್ಲಟಗೊಳಿಸಿತು.

ಚೀನಾದ ರಾಜಪ್ರಭುತ್ವವು ಕ್ರಿಯಾಶೀಲ ನಾಯಕತ್ವದ ಕೊರತೆ ಮತ್ತು ಭ್ರಷ್ಟ ವ್ಯವಹಾರಗಳಿಂದಾಗಿ ಬಹುತೇಕ ಪತನದ ಸ್ಥಿತಿಯಲ್ಲಿದ್ದಾಗಲೇ ಪಾಶ್ಚಾತ್ಯ ರಾಷ್ಟ್ರಗಳು ಇಲ್ಲಿನ ವಾಣಿಜ್ಯ ಕ್ಷೇತ್ರದಲ್ಲಿ ಹೆಚ್ಚಿನ ಆಸಕ್ತಿ ತೋರಲಾರಂಭಿಸಿದ್ದು ದುರದೃಷ್ಟಕರವಾಗಿತ್ತು. ಚೀನಾದ ಪೂರ್ವ ಇತಿಹಾಸವನ್ನು ಗಮನಸಿದರೆ ಅನೇಕ ಸಂದರ್ಭಗಳಲ್ಲಿ ಚೀನಿಯರು ತಾವು ಕೇವಲ ನಿಪುಣ ವರ್ತಕರಷ್ಟೇ ಅಲ್ಲದೆ ಹೊರಜಗತ್ತಿನ ಸಂಪರ್ಕವು ತಂದ ಅವಕಾಶಗಳಿಂದ ಲಾಭಪಡೆಯಬಲ್ಲ ಸಾಮರ್ಥ್ಯವಿರುವವರೆಂಬುದನ್ನು ನಿರೂಪಿಸಿರುವುದನ್ನು ನಾವು ನೋಡಬಹುದು. ಆದರೆ 19ನೇ ಶತಮಾನದ ವೇಳೆಗೆ ಇಲ್ಲಿನ ಅಧಿಕಾರ ವರ್ಗವು ಯಾವುದೇ ರೀತಿಯ ಬದಲಾವಣೆಯನ್ನೂ ಆಶಿಸದಷ್ಟು ಮತ್ತು ತನಗೆ ಬೇಡದ ಬದಲಾವಣೆಗಳನ್ನು ಒತ್ತಾಯಪೂರ್ವಕವಾಗಿಯಾದರೂ ಅಂಗೀಕರಿಸಬೇಕಾಗುವ ಅಪಾಯವನ್ನು ಗುರುತಿಸದಷ್ಟು ಕುರುಡಾಗಿತ್ತು. ಈ ಅಧಿಕಾರ ವಲಯಕ್ಕೆ ಸೇರಿದ್ದ ಮಂಚು ಶ್ರೀಮಂತರ ವರ್ಗ ಮತ್ತು ಚೀನಾದ ವಿದ್ವಾಂಸ-ಅಧಿಕಾರ ವರ್ಗಗಳು, ವಾಣಿಜ್ಯವೆಂದರೆ ಸುಸಂಸ್ಕೃತನ ಆಸಕ್ತಿಗೆ ಅರ್ಹವಲ್ಲದ ಹೀನ ಚಟುವಟಿಕೆಯೆಂಬ ಪರಂಪರೆಯಲ್ಲೇ ಬೆಳೆದುಬಂದಿದ್ದವು. ಹೀಗಾಗಿ ಪ್ರಧಾನವಾಗಿ ವಾಣಿಜ್ಯೋದ್ದೇಶಗಳಿಗಾಗಿಯೇ ಚೀನಾಗೆ ಬಂದ ಪಾಶ್ಚಾತ್ಯರನ್ನು ನಿಕೃಷ್ಟ ಮನುಷ್ಯರಂತೆ ಕಾಣಲಾಯಿತು ಮತ್ತು ತಮ್ಮ ಬೇಡಿಕೆಗಳನ್ನು ಈಡೇರಿಸಿಕೊಳ್ಳಬಲ್ಲ ಅವರ ಶಕ್ತಿಯನ್ನು ಗುರುತಿಸಲು ತಡಮಾಡಲಾಯಿತು. ಚೀನಿ ಜನಜೀವನವು ಕಲುಷಿತಗೊಳ್ಳದಂತೆ ತಡೆಗಟ್ಟಲು ಪಾಶ್ಚಾತ್ಯ ವ್ಯಾಪಾರಸ್ಥರನ್ನು ಆದಷ್ಟೂ ದೂರವಿಡುವುದು ಮತ್ತು ಅವರು ಸರ್ಕಾರಿ ಅಧಿಕಾರಿಗಳೊಂದಿಗಲ್ಲದೆ ಕೇವಲ ಚೀನೀ ವರ್ತಕರೊಂದಿಗೆ ಮಾತ್ರ ಸಂಪರ್ಕಹೊಂದಿರುವಂತೆ ಮಾಡುವುದು ಮಂಚು ಸರ್ಕಾರ ಅನುಸರಿಸಿದ ನೀತಿಯಾಗಿತ್ತು. ಆದರೆ ತಾನು ಅನುಮತಿ ನೀಡಿದ ಎಲ್ಲಾ ವ್ಯಾಪಾರಿ ಚಟುವಟಿಕೆಗಳ ಮೇಲೂ ತೆರಿಗೆಗಳನ್ನು ಹೇರುವ ಮೂಲಕ ಲಾಭಪಡೆಯಲು ಸರ್ಕಾರವು ಉದ್ದೇಶಿಸಿತ್ತು. ಅಂತೆಯೆ ಚೀನಿ ನೌಕರಶಾಹಿಗೆ ಸೇರಿದ ಕೆಳಹಂತದಿಂದ ಹಿಡಿದು ಮೇಲಿನ ಹಂತದವರೆಗಿನ ಎಲ್ಲಾ ಅಧಿಕಾರಿಗಳೂ ವರ್ತಕರಿಗೆ ನೀಡಲಾದ ಸವಲತ್ತುಗಳಿಗಾಗಿ ಕಮಿಷನ್ ವಸೂಲಿ ಮಾಡುತ್ತಿದ್ದರು.

ಪಾಶ್ಚಾತ್ಯ ವರ್ತಕರ ಮೇಲೆ ನಿರ್ಬಂಧಗಳು

ಹತ್ತೊಂಬತ್ತನೇ ಶತಮಾನದ ಆರಂಭದ ವೇಳೆಗೆ ಪಾಶ್ಚಾತ್ಯ ವಾಣಿಜ್ಯವು ಸಾಕಷ್ಟು ವಿಸ್ತೃತಗೊಂಡಿದ್ದರೂ ಇನ್ನೂ ಅದು ತೊಡಕಿನಿಂದ ಕೂಡಿದ ಅನೇಕ ನಿರ್ಬಂಧಗಳಿಗೊಳಗಾಗಿತ್ತು. ಇದು ಅನೇಕ ವಿಧವಾಗಿ ಚೀನಿಯರು ಮತ್ತು ಪಾಶ್ಚಾತ್ಯರಿಬ್ಬರಿಗೂ ಅನಾನುಕೂಲಕರವಾಗಿತ್ತು. ಮಕಾವ್‌ನಲ್ಲಿದ್ದ ಪೋರ್ಚುಗೀಸರ ವ್ಯಾಪಾರಿ ಕೋಠಿಯನ್ನು ಹೊರತುಪಡಿಸಿದರೆ, ಕ್ಯಾಂಟನ್ ಒಂದೇ ಏಕೈಕ ಅಧಿಕೃತ ವ್ಯಾಪಾರೀ ವಿನಿಮಯ ಕೇಂದ್ರವಾಗಿತ್ತು (1757ರ ರಾಜಶಾಸನದ ಮೇರೆಗೆ). ಇದು ಆಡಳಿತ ಕೇಂದ್ರವಾಗಿದ್ದ ಪೀಕಿಂಗ್‌ಗೆ ವಿರುದ್ಧ ದಿಕ್ಕಿನಲ್ಲಿ ಸಾಮ್ರಾಜ್ಯದ ಮತ್ತೊಂದು ತುದಿಯಲ್ಲಿತ್ತು. ಚೀನಾದ ಪ್ರಮುಖ ರಫ್ತುಗಳಾಗಿದ್ದ ರೇಷ್ಮೆ ಮತ್ತು ಚಹಗಳನ್ನು ಭೂಮಾರ್ಗವಾಗಿ ಕನಿಷ್ಠ 500

ಮೈಲಿಗಳನ್ನು ಕ್ರಮಿಸಿ ಕ್ಯಾಂಟನ್‌ಗೆ ಸಾಗಿಸಬೇಕಿತ್ತು; ಸುಂಕ ನೀಡುವುದರಿಂದ ತಪ್ಪಿಸಿಕೊಳ್ಳಬಹುದೆಂಬ ಭಯದಿಂದ ತೀರಪ್ರದೇಶದ ದೋಣಿಗಳ ಮೂಲಕ ಸರಕುಸಾಗಿಸುವುದಕ್ಕೆ ಅವಕಾಶವನ್ನು ನೀಡಲಾಗಿರಲಿಲ್ಲ. ಕ್ಯಾಂಟನ್‌ನ ವಾಣಿಜ್ಯವು ಮಂಚು ಅಧಿಕಾರಿಯೊಬ್ಬನ ಸಾಮಾನ್ಯ ಮೇಲ್ವಿಚಾರಣೆಗೊಳಪಟ್ಟಿತ್ತು. ವಿದೇಶಿಯರು ಇವನನ್ನು 'ಹ್ಯಾಪ್ಪೆ' ಎನ್ನುತ್ತಿದ್ದರು. ಇಲ್ಲಿನ ವಾಣಿಜ್ಯ ಚಟುವಟಿಕೆಗಳ ನಿರ್ವಹಣೆಯನ್ನು ಕೋ-ಹಾಂಗ್ ಎಂದು ಕರೆಯಲ್ಪಡುತ್ತಿದ್ದ ಚೀನಿ ವರ್ತಕರ ಶ್ರೇಣಿಯು (ಸಂಘವು) ನೋಡಿಕೊಳ್ಳುತ್ತಿತ್ತು. ಕೊ-ಹಾಂಗ್ ವರ್ತಕರು ವಿದೇಶಿ ವ್ಯಾಪಾರದಲ್ಲಿ ಏಕಸ್ವಾಮ್ಯವನ್ನು ಹೊಂದಿದ್ದರು. ಇವರಿಂದ ವಿವಿಧ ಅಧಿಕಾರಿಗಳು ತೆರಿಗೆಗಳನ್ನು ವಸೂಲಿ ಮಾಡಿ ನಾನಾ ರೀತಿಯಲ್ಲಿ ಹಣ ಹಿಂಡುತ್ತಿದ್ದರು. ಜೊತೆಗೆ ಇವರೊಂದಿಗೆ ವ್ಯವಹರಿಸುತ್ತಿದ್ದ ವಿದೇಶೀಯರ ನಡವಳಿಕೆಗೂ ಇವರನ್ನೇ ವೈಯಕ್ತಿಕವಾಗಿ ಜವಬ್ದಾರರನ್ನಾಗಿ ಮಾಡಲಾಗಿತ್ತು. ಸುಮಾರು 18ನೇ ಶತಮಾನದ ಮಧ್ಯಭಾಗದ ವೇಳೆಗೆ 'ರಕ್ಷಣಾ ವರ್ತಕರ' ವ್ಯವಸ್ಥೆಯೊಂದನ್ನು ರೂಪಿಸಲಾಯಿತು. ಈ ವ್ಯವಸ್ಥೆಯಲ್ಲಿ ವಿದೇಶದಿಂದ ಆಗಮಿಸುತ್ತಿದ್ದ ಪ್ರತಿಯೊಂದು ಹಡಗನ್ನು ಅದು ಬಂದರಿನಲ್ಲಿ ತಂಗಿರುವಷ್ಟು ಕಾಲವೂ ಚೀನೀ ವರ್ತಕ ಸಂಘದ ನಿರ್ದಿಷ್ಟ ಸದಸ್ಯನೊಬ್ಬನ ಮೇಲ್ವಿಚಾರಣೆಗೆ ಒಳಪಡಿಸಲಾಗುತ್ತಿತ್ತು. ಈ ಮೊದಲೇ ನಿಗಧಿಪಡಿಸಲಾಗಿದ್ದ ವ್ಯಾಪಾರೀ ಅವಧಿಯಲ್ಲಿ (ಚಳಿಗಾಲದ ತಿಂಗಳುಗಳು) ಮಾತ್ರ ಕ್ಯಾಂಟನ್‌ಗೆ ಆಗಮಿಸಲು ವಿದೇಶಿ ವರ್ತಕರಿಗೆ ಪರವಾನಗಿ ನೀಡಲಾಗಿತ್ತು ಮತ್ತು ಅವರ ಚಟುವಟಿಕೆಗಳನ್ನು ನಿಶ್ಚಿತ ಪರಿಶೀಲನೆಗೊಳಪಡಿಸಲಾಗಿತ್ತು. ಅವರು ತಮ್ಮೊಡನೆ ತಮ್ಮ ಪತ್ನಿ ಅಥವಾ ಕುಟುಂಬಗಳನ್ನು ಕರೆತರುವಂತಿರಲಿಲ್ಲ. ಸೆಡಾನ್ ಕಾರುಗಳಲ್ಲಿ ಓಡಾಡುವಂತಿರಲಿಲ್ಲ, ಅಥವಾ ಚೀನೀ ಸೇವಕರನ್ನು ಕೆಲಸಕ್ಕಿಟ್ಟುಕೊಳ್ಳವಂತಿರಲಿಲ್ಲ. ಅವರು ತಾತ್ವಿಕವಾಗಿಯಾದರೂ 'ಕಾರ್ಖಾನೆ'ಗಳಿಗಾಗಿ ನಿಗಧಿಗೊಳಿಸಲಾಗಿದ್ದ ವಿಶೇಷ ಪ್ರದೇಶಗಳಲ್ಲಿ ವಾಸಿಸುವ ನಿರ್ಬಂದಕ್ಕೊಳಗಾಗಿದ್ದರು ಮತ್ತು ಕೋಹಾಂಗ್ ವರ್ತಕನ ಮಧ್ಯಸ್ಥಿತಿಕೆಯಿಲ್ಲದೆ ಸರ್ಕಾರಿ ಅಧಿಕಾರಿಗಳಿಗೆ ಯಾವ ಬೇಡಿಕೆಯನ್ನು ಸಲ್ಲಿಸುವಂತಿರಲಿಲ್ಲ.

ವಾಣಿಜ್ಯದ ವಿಧಾನಗಳು

ಕ್ಯಾಂಟನ್ ವ್ಯಾಪಾರವು ಚೀನಿಯರು ಮತ್ತು ವಿದೇಶಿಯರಿಬ್ಬರಿಗೂ ಲಾಭದಾಯಕವಾಗಿತ್ತು ಎಂಬುದನ್ನು ಕಿರಿಕಿರಿಯುಂಟು ಮಾಡುವ ಕಟ್ಟುಪಾಡುಗಳು ಮತ್ತು ಏರುಪೇರುಗಳ ನಡುವೆಯೂ ವಾಣಿಜ್ಯಾಭಿವೃದ್ಧಿ ಹೊಂದಿದ್ದು ನಿರೂಪಿಸುತ್ತದೆ. ಪೀಕಿಂಗ್ ಸರ್ಕಾರವು ನಿಗಧಿಗೊಳಿಸುತ್ತಿದ್ದ ಸುಂಕ, ತೆರಿಗೆಗಳ ವಿವರಗಳು ಸಾಮಾನ್ಯವಾಗಿ ವಿದೇಶೀಯರಿಗೆ ತಿಳಿಯುತ್ತಿರಲಿಲ್ಲ. ಕೊ-ಹಾಂಗ್ ವರ್ತಕರು ಹಾಪ್ಪೆಯ ಒತ್ತಡಕ್ಕೊಳಗಾಗಿ ಸಾಧ್ಯವಾದಷ್ಟು ಹೆಚ್ಚು ತೆರಿಗೆಗಳನ್ನು ವಿಧಿಸುತ್ತಿದ್ದರು. ಹಾಪ್ಪೆ ಇತರ ಅನೇಕ ಲೋಭಿಗಳಾದ ಅಧಿಕಾರಸ್ಥರನ್ನು ತೃಪ್ತಿಪಡಿಸಬೇಕಾಗಿತ್ತು ಮತ್ತು ತಾನು ಅಧಿಕಾರಕ್ಕೆ ಬರಲು ವೆಚ್ಚಮಾಡಿದ ಹಣವನ್ನು ಮರಳಿಗಳಿಸಬೇಕಿತ್ತು. ತಮ್ಮಿಂದ ಅನ್ಯಾಯವಾಗಿ ಹಣ ವಸೂಲಿ ಮಾಡಿದರೆ ಸಂಪೂರ್ಣವಾಗಿ ಸಂಬಂಧಗಳನ್ನು ಕಡಿದುಕೊಳ್ಳುವುದಾಗಿ ವಿದೇಶೀ ವರ್ತಕರು ಬೆದರಿಕೆ ಹಾಕಬಹುದಾಗಿತ್ತು. ವಾಸ್ತವದಲ್ಲಿ, ಕ್ಯಾಂಟನ್‌ನಲ್ಲಿ ಚೀನೀಯರು ಮತ್ತು ವಿದೇಶೀ ವರ್ತಕರ ನಡುವೆ ಅಚ್ಚರಿ ಹುಟ್ಟಿಸಬಲ್ಲಷ್ಟು ಸ್ಥಿರವಾದ ಸಂಬಂಧವೇರ್ಪಟ್ಟಿತ್ತು. ಕೆಲವೊಮ್ಮೆ ಎರಡೂ ಪಂಗಡಗಳ ನಡುವೆ ಕೇವಲ ಮೌಖಿಕವಾಗಿ ಏರ್ಪಡುತ್ತಿದ್ದವು. ಒಪ್ಪಂದಗಳ ಮೇರೆಗೆ ಸಾಲದ ಆಧಾರದ ಮೇಲೆ ಭಾರೀ ಪ್ರಮಾಣದ ವ್ಯವಹಾರಗಳು ನಡೆಯುತ್ತಿದ್ದವು. ಇವರಿಬ್ಬರ ನಡುವೆ 'ಪಿಡ್‌ಗಿನ್' ಇಂಗ್ಲಿಷ್ ಎಂಬ ಸ್ಥಳೀಯ ಭಾಷೆಯು ಸಂಪರ್ಕದ ಕೊಂಡಿಯಾಗಿತ್ತು.

ಚೀನೀಯರು ಮತ್ತು ಪಾಶ್ಚಾತ್ಯರ ನಡುವೆ ತಿಕ್ಕಾಟಗಳು

ಪಾಶ್ಚಾತ್ಯ ವ್ಯಾಪಾರದ ಪ್ರಮಾಣ ಹೆಚ್ಚಿದಂತೆಲ್ಲಾ ತಿಕ್ಕಾಟಗಳು ಹುಟ್ಟುವುದು ಅನಿವಾರ್ಯವಾಗಿತ್ತು. ಏಕೆಂದರೆ ಮೂಲಭೂತವಾಗಿ ವಿಭಿನ್ನವಾದ ಎರಡು ನಾಗರಿಕತೆಗಳು ಈ ಮೂಲಕ ಪರಸ್ಪರ ಸಂಪರ್ಕಕ್ಕೆ ಬಂದಿದ್ದವು. ನ್ಯಾಯ ಮತ್ತು ಕಾನೂನು ಕ್ರಮಗಳಿಗೆ ಸಂಬಂಧಿಸಿದಂತೆ ಪಾಶ್ಚಾತ್ಯರ ಮತ್ತು ಚೀನಿಯರ ಚಿಂತನೆಯಲ್ಲಿ ಭಾರೀ ಅಂತರಗಳಿದ್ದವು. ದುರ್ವರ್ತನೆಗೆ ವ್ಯಕ್ತಿಯ ಮೇಲಲ್ಲದೆ ಗುಂಪಿನ ಮೇಲೆ ಹೊಣೆಗಾರಿಕೆಯನ್ನು ವಿಧಿಸುತ್ತಿದ್ದ ಮತ್ತು ತಪ್ಪೊಪ್ಪಿಗೆಯಲ್ಲಿ ಹಿಂಸಾತ್ಮಕ ವಿಧಾನಗಳನ್ನು ಅನುಸರಿಸುತ್ತಿದ್ದ ಚೀನೀಯರ ಕ್ರಮಗಳನ್ನು ಪಾಶ್ಚಾತ್ಯರು ಅನಾಗರೀಕವೆಂದು ಪರಿಗಣಿಸಿದ್ದರು. ಅಂತೆಯೇ ಅಪರಾಧಿಗಳನ್ನು ಸೆರೆಹಿಡಿಯುವುದು ಮತ್ತು ಶಿಕ್ಷಿಸುವುದಕ್ಕೆ ಸಂಬಂಧಿಸಿಯೂ ಇವರಿಬ್ಬರ ನಡುವೆ ಭಿನ್ನಾಭಿಪ್ರಾಗಳುಂಟಾದವು. ಪ್ರಾಯಶಃ ಇವರಿಬ್ಬರ ನಡುವಿನ ವಾಣಿಜ್ಯದ ಸ್ವರೂಪವು ಚೀನೀಯರಿಗೆ ಪ್ರತಿಕೂಲಕರವಾದ ದಿಕ್ಕಿನಲ್ಲಿ ಬದಲಾಗುತ್ತಾ ನಡೆದಿತ್ತು ಮತ್ತು ಗಂಭೀರವಾದ ವಿಷಯವಾಗಿತ್ತು. ಆರಂಭದ ದಿನಗಳಲ್ಲಿ ಚೀನಾದ ರಫ್ತುಗಳಾದ ಚಹ, ರೇಷ್ಮೆ ಮತ್ತು ಹತ್ತಿ ಬಟ್ಟೆಗಳು ಕಡಿಮೆ ಪ್ರಮಾಣದಲ್ಲಿದ್ದರೂ ಚೀನಾಕ್ಕೆ ಬರುತ್ತಿದ್ದ ಆಮದುಗಳಿಗೆ ಹೋಲಿಸಿದರೆ ಅವುಗಳ ಮೌಲ್ಯವು ಭಾರೀ ಹೆಚ್ಚಾಗಿತ್ತು; ಮತ್ತು ವಿನಿಮಯದ ಅಂತರವನ್ನು ಚೀನಾದ ವರ್ತಕರಿಗೆ

ಬೆಳ್ಳಿಯ ರೂಪದಲ್ಲಿ ಪಾವತಿಮಾಡುವ ಮೂಲಕ ತುಂಬಲಾಗುತ್ತಿತ್ತು. ವಸ್ತುರೂಪದಲ್ಲಿ ವಿನಿಮಯ ನಡೆಸಲು ಪಾಶ್ಚಾತ್ಯ ವರ್ತಕರು ಇಚ್ಛೆಪಡುತ್ತಿದ್ದರೂ ತಾವು ಸರಬರಾಜು ಮಾಡಬಲ್ಲ ಸರಕುಗಳಿಗೆ ಚೀನಿಯರು ಯಾವ ಬೇಡಿಕೆಯನ್ನೂ ಹೊಂದಿರದಿದ್ದುದು ಇದನ್ನು ಕಷ್ಟಕರವಾಗಿಸಿತ್ತು. ಚಕ್ರವರ್ತಿ ಚಿಯೆನ್ ಲುಂಗ್ 1793ರಲ್ಲಿ ಬ್ರಿಟಿಷರಿಗೆ ಹೇಳಿದ್ದರಲ್ಲಿ ಈ ಬಗೆಗಿನ ಚೀನೀಯರ ನಡವಳಿಕೆ ವ್ಯಕ್ತವಾಗುತ್ತದೆ. ಆತ ಹೇಳಿದ್ದು; "ತಮ್ಮ ದೈವೀ ಸಾಮ್ರಾಜ್ಯವು ಎಲ್ಲಾ ವಸ್ತುಗಳನ್ನೂ ಅತ್ಯಧಿಕ ಬಾಹುಳ್ಯದಲ್ಲಿ ಪಡೆದಿದೆ ಮತ್ತು ತನ್ನ ಗಡಿಗಳೊಳಗೆ ಯಾವ ವಸ್ತುವಿನ ಕೊರತೆಯನ್ನೂ ಹೊಂದಿಲ್ಲ. ಆದ್ದರಿಂದ ತಮ್ಮದೇ ಆದ ಸ್ವಂತ ಸರಕುಗಳಿಗೆ ವಿನಿಮಯವಾಗಿ ಹೊರಗಿನ ಅನಾಗರೀಕರ ಉತ್ಪಾದನೆಗಳನ್ನು ಆಮದುಮಾಡಿಕೊಳ್ಳುವ ಯಾವ ಅಗತ್ಯವೂ ಇಲ್ಲ."

ಆದರೆ ಅಂತಿಮವಾಗಿ ಚೀನಾದಲ್ಲಿ ಅಫೀಮಿನ ಬಳಕೆಯ ಹೆಚ್ಚಳವು ಈ ವಿನಿಮಯ ಅಸಮತೋಲನವನ್ನು ಬದಲಾಯಿಸುವ ಮಾರ್ಗವನ್ನು ಒದಗಿಸಿತು. ಅಫೀಮನ್ನು ಬಹಳ ಹಿಂದಿನಿಂದಲೂ ಚೀನಾದಲ್ಲಿ ಔಷಧಿಯಾಗಿ ಮತ್ತು ಮಾದಕದ್ರವ್ಯವಾಗಿ ಬಳಸಲಾಗುತ್ತಿದ್ದರೂ, ಇದನ್ನು ಸೇದುವ ಅಭ್ಯಾಸವು 17ನೇ ಶತಮಾನದಲ್ಲಿ ತಂಬಾಕಿನ ಸೇದುವಿಕೆಯೊಂದಿಗೆ ಮೊದಲಾಯಿತು. ಚಕ್ರವರ್ತಿಯು 1729ರಲ್ಲಿ ಆದೇಶವೊಂದನ್ನು ಹೊರಡಿಸಿ ಈ ಅಭ್ಯಾಸವನ್ನು ಹತ್ತಿಕ್ಕಲು ಪ್ರಯತ್ನಿಸಿದರೂ ಇದು ಸಫಲವಾಗಲಿಲ್ಲ. ಜೊತೆಗೆ ಹೊರದೇಶಗಳಿಂದ ಅಫೀಮಿನ ಆಮದು ಈ ಸಮಸ್ಯೆಯನ್ನು ಮತ್ತಷ್ಟು ತೀವ್ರಗೊಳಿಸಿತು. 1800ರಲ್ಲಿ ಹೊರಡಿಸಲಾದ ಮತ್ತೊಂದು ರಾಜಾಜ್ಞೆಯು ಅಫೀಮು ವ್ಯಾಪಾರವನ್ನು ನಿರ್ಬಂಧಿಸುವಲ್ಲಿ ಯಾವ ಮಟ್ಟಿಗೆ ವಿಫಲಗೊಂಡಿತೆಂದರೆ 1829ರ ವೇಳೆಗೆ ವಾರ್ಷಿಕ 4 ಮಿಲಿಯನ್ ಪೌಂಡುಗಳಿಗಿಂತಲೂ ಹೆಚ್ಚಿನ ಪ್ರಮಾಣದಲ್ಲಿ ಅಫೀಮು ಹಡಗುಗಳ ಮೂಲಕ ಚೀನಾವನ್ನು ತಲುಪುತ್ತಿತ್ತು. ದೇಶೀಯ ಉತ್ಪಾದನೆಯು ಇದಕ್ಕಿಂತಲೂ ಹೆಚ್ಚಿನ ಪ್ರಮಾಣದಲ್ಲಿತ್ತು. ಆದರೆ ಅಫೀಮು ಸಾಗಣೆಯಲ್ಲಿ ವಿದೇಶೀಯರ ಪಾಲ್ಗೊಳ್ಳುವಿಕೆಯು ಸರ್ಕಾರವನ್ನು ಆತಂಕಕ್ಕೀಡುಮಾಡಿತು. ಅಫೀಮಿನ ಆಮದುಗಳಿಂದಾಗಿ ಚೀನಾ ಭಾರೀ ಮೊತ್ತದಲ್ಲಿ ನಗದುಹಣವನ್ನು ಕಳೆದುಕೊಳ್ಳುತ್ತಿತ್ತೆಂಬ ಆರೋಪಕ್ಕೆ ಯಾವ ಆಧಾರವೂ ಇಲ್ಲ. ಏಕೆಂದರೆ ಅಫೀಮಿನ ವ್ಯಾಪಾರವು ಕಾನೂನು ಬಾಹಿರವಾಗಿದ್ದು ಇದರಿಂದ ಸರ್ಕಾರಕ್ಕೆ ಯಾವ ಆದಾಯವೂ ದೊರೆಯುತ್ತಿರಲಿಲ್ಲ. ಇದು ಕೇವಲ ಕಳ್ಳಸಾಗಣೆದಾರರು ಮತ್ತು ಶಾಮೀಲಾದ ಅಧಿಕಾರಿಗಳ ಜೇಬುಗಳನ್ನು ಮಾತ್ರ ಭರ್ತಿಮಾಡುತ್ತಿತ್ತು.

ಅಮೆರಿಕನ್ನರೂ ಸೇರಿದಂತೆ ವಿವಿಧ ರಾಷ್ಟ್ರಗಳ ವರ್ತಕರು ಚೀನಾದೊಂದಿಗೆ ವ್ಯಾಪಾರದಲ್ಲಿ ತೊಡಗಿದ್ದರೂ ಸಹ ಇದರಲ್ಲಿ ಸಿಂಹಪಾಲು ಬ್ರಿಟಿಷ್ ಈಸ್ಟ್ ಇಂಡಿಯಾ ಕಂಪನಿಯದ್ದಾಗಿತ್ತು. ಆದರೆ 1834ರಲ್ಲಿ ಈ ಕಂಪನಿಯಿಂದ ವ್ಯಾಪಾರೀ ಚಟುವಟಿಕೆಯ ಎಲ್ಲಾ ಹಕ್ಕುಗಳನ್ನು ಕಿತ್ತುಕೊಂಡು ವಾಣಿಜ್ಯವನ್ನು ಎಲ್ಲರಿಗೂ ತೆರೆದಿದ್ದರಿಂದ ಚೀನಾದಲ್ಲಿ ಪರಿಸ್ಥಿತಿಯು ಹಿಂದಿಗಿಂತಲೂ ಹೆಚ್ಚು ಗಂಭೀರವಾಯಿತು. ದೂರಪ್ರಾಚ್ಯದಲ್ಲಿ ಬ್ರಿಟಿಷರ ವ್ಯಾಪಾರೀ ಹಿತಾಸಕ್ತಿಗಳು ವಿಸ್ತರಿಸಲಾರಂಭಿಸಿದಂತೆ, ಚೀನೀ ಸರ್ಕಾರದೊಂದಿಗೆ ನಿಯಮಿತವಾಗಿ ರಾಜತಾಂತ್ರಿಕ ಸಂಬಂಧಗಳನ್ನು ಏರ್ಪಡಿಸಿಕೊಳ್ಳುವಂತೆ ಇಂಗ್ಲೆಂಡಿನಲ್ಲಿ ಬೇಡಿಕೆ ಹುಟ್ಟಿಕೊಂಡಿತು. 1834ರಲ್ಲಿ ಲಾರ್ಡ್ ನೇಪಿಯರ್ ಎಂಬುವವನನ್ನು ಬ್ರಿಟಿಷ್ ವಾಣಿಜ್ಯದ ಮುಖ್ಯ ಅಧೀಕ್ಷಕ (ಸೂಪರಿಂಟೆಂಡೆಂಟ್)ನನ್ನಾಗಿ ನೇಮಿಸಿ, ಕ್ಯಾಂಟನ್‌ನಲ್ಲಿ ಚೀನೀ ಉನ್ನತಾಧಿಕಾರಿಯಾಗಿದ್ದ ವೈಸ್‌ರಾಯನನ್ನೇ ನೇರವಾಗಿ ಕಾಣಬೇಕೆಂಬ ಸೂಚನೆಯೊಂದಿಗೆ ಕಳುಹಿಸಲಾಯಿತು. ಆದರೆ ಈ 'ಅನಾಗರೀಕರ ಮುಖ್ಯಸ್ಥ'ನು ಅಲ್ಲಿನ ಕಾನೂನು ಮತ್ತು ಸಂಪ್ರದಾಯದನ್ವಯ ಕೊ-ಹಾಂಗ್ ವರ್ತಕರ ಮೂಲಕ ಮಾತ್ರ ವ್ಯಾಪಾರವನ್ನು ನಡೆಸಬೇಕೆಂದು ಭಾವಿಸಿದ ವೈಸ್‌ರಾಯ್ ಇವನನ್ನು ನೋಡಲು ನಿರಾಕರಿಸಿದ್ದರಿಂದ, ನೇಪಿಯರ್‌ಗೆ ತನಗೆ ನೀಡಲಾದ ಸೂಚನೆಗಳನ್ನು ಪಾಲಿಸಲಾಗಲಿಲ್ಲ. ವೈಸ್‌ರಾಯ್‌ನ ಪ್ರಕಾರ: 'ವಾಣಿಜ್ಯದಂತಹ ಕನಿಷ್ಟ ಚಟುವಟಿಕೆಗಳನ್ನು ಸ್ವತಃ ವರ್ತಕರೇ ನಿರ್ವಹಿಸಬೇಕು. ಇಂತಹ ವಿಷಯಗಳೊಂದಿಗೆ ಅಧಿಕಾರಿಗಳು ಯಾವ ರೀತಿಯ ಸಂಬಂಧವನ್ನೂ ಹೊಂದಿಲ್ಲ. ಒಟ್ಟಾರೆಯಾಗಿ ಹೇಳುವುದಾದರೆ: ಈ ರಾಷ್ಟ್ರಕ್ಕೆ ತನ್ನದೇ ಆದ ಕಾನೂನುಗಳಿವೆ; ಇದು ಎಲ್ಲ ರಾಷ್ಟ್ರಗಳಿಗೂ ಅನ್ವಯಿಸುತ್ತದೆ. ಇಂಗ್ಲೆಂಡಿಗೂ ಸಹ ತನ್ನದೇ ಕಾನೂನುಗಳಿವೆ; ಇನ್ನು ನಮ್ಮ ದೈವೀ ಸಾಮ್ರಾಜ್ಯದ ಬಗ್ಗೆ ಹೇಳುವುದೇ ಬೇಡ!"

ಅಫೀಮು ಯುದ್ಧಗಳು (The opium Wars)

ಅಫೀಮು ಕಳ್ಳಸಾಗಣೆಯ ವಿರುದ್ಧ ನಿರ್ಬಂಧಗಳನ್ನು ಜಾರಿಗೊಳಿಸಲು ವಿಶೇಷ ಚೀನೀ ಕಮಿಷನರ್ ಕೈಗೊಂಡ ತೀವ್ರ ಪ್ರಯತ್ನಗಳು ಅನೇಕ ಘಟನೆಗಳ ಸರಣಿಯನ್ನು ಸೃಷ್ಟಿಸಿ 1839-42 ಆಂಗ್ಲೋ-ಚೀನಾ ಯುದ್ಧದಲ್ಲಿ ಕೊನೆಗೊಂಡಿತು. ಈ ಸಂಘರ್ಷವು ಕ್ಯಾಂಟನ್ ಬಳಿಯ ತೀರಪ್ರದೇಶಗಳಿಗೆ ಮತ್ತು ಕೆಳ ಯಾಂಗ್‌ಟ್ಜೆ ಬಂದರುಗಳಿಗೆ ಮಾತ್ರ ಸೀಮಿತವಾಗಿದ್ದು, ಅಫೀಮಿನ ಕಾರಣವಾಗಿ ತಲೆದೋರಿದ್ದರಿಂದ ಅಫೀಮು ಯುದ್ಧವೆಂದೇ ಕರೆಯಲ್ಪಟ್ಟಿದೆ.

ವಾಸ್ತವದಲ್ಲಿ ಬ್ರಿಟಿಷರ ಉದ್ದೇಶಗಳು ಈ ಹೆಸರು ಸೂಚಿಸುವುದಕ್ಕಿಂತ ಹೆಚ್ಚು ವಿಶಾಲವೂ ಮತ್ತು ಮಹತ್ವಾಕಾಂಕ್ಷಿಯಿಂದ ಕೂಡಿದವೂ ಆಗಿದ್ದವು. ಈ ಯುದ್ಧದ ನಿಜವಾದ ಮಹತ್ವವೆಂದರೆ ಇದು ವಾಣಿಜ್ಯ ಚಟುವಟಿಕೆಗಳ ವಿಸ್ತರಣೆಗೆ ದಾರಿಮಾಡಿತು ಮತ್ತು ಪಾಶ್ಚಾತ್ಯ ಶಕ್ತಿಗಳು ಹೇರುವ ನಿಯಮ–ನಿಬಂಧನೆಗಳಿಗೆ ಚೀನಾ ಒಳಗಾಗಲು ಆರಂಭಿಸಿದ್ದನ್ನು ಸೂಚಿಸುತ್ತಿತ್ತು. 1842ರ ನ್ಯಾನ್‌ಕಿಂಗ್ ಒಪ್ಪಂದದ ಮೂಲಕ ಚೀನೀ ಸರ್ಕಾರವು ಹಾಂಗ್‌ಕಾಂಗ್ ದ್ವೀಪವನ್ನು ಬ್ರಿಟಿಷರಿಗೆ ಬಿಟ್ಟುಕೊಟ್ಟಿತು. ಭವಿಷ್ಯದಲ್ಲಿ ನಷ್ಟವಾಗದಂತೆ ರಕ್ಷಣೆಯನ್ನು ಮತ್ತು ವಶಪಡಿಸಿಕೊಳ್ಳಲಾದ ಅಫೀಮಿಗೆ ಪರಿಹಾರವನ್ನೂ ಕೊಡುವುದಾಗಿ ಭರವಸೆ ನೀಡಿತು ಹಾಗೂ ಇನ್ನು ಮುಂದೆ ತಾನು ಯಾವುದೇ ರಿಯಾಯಿತಿಗಳನ್ನು ನೀಡುವಾಗ ಬ್ರಿಟನ್ನನ್ನು ಪರಮಾಪ್ತ ರಾಷ್ಟ್ರವೆಂದು ಪರಿಗಣಿಸಲು ಅಂಗೀಕರಿಸಿತು. ಕ್ಯಾಂಟನ್ ಜೊತೆಗೆ ಇತರ ನಾಲ್ಕು ಬಂದರುಗಳನ್ನು ವ್ಯಾಪಾರಕ್ಕೆ ತೆರೆಯಲಾಯಿತು. ಕೊ–ಹಾಂಗ್ ಏಕಸ್ವಾಮ್ಯವನ್ನು ರದ್ದುಗೊಳಿಸಲಾಯಿತು ಮತ್ತು ಒಪ್ಪಂದಕ್ಕೊಳಪಟ್ಟ ಬಂದರುಗಳಲ್ಲಿ ವಿದೇಶಿಯರಿಗೆ ವಾಸ್ತವ್ಯದ ಹಕ್ಕನ್ನು ನೀಡಲಾಯಿತು. ಈ ಯುದ್ಧದ ಗತಿಯನ್ನೇ ಆಸಕ್ತಿಯಿಂದ ಗಮನಿಸುತ್ತಿದ್ದ ಇತರ ರಾಷ್ಟ್ರಗಳು ತ್ವರಿತವಾಗಿ ಪ್ರತಿಕ್ರಿಯಿಸಿ ಬ್ರಿಟನ್ನಿನ ಮಾದರಿಯಲ್ಲೇ ವಿವಿಧ ಸವಲತ್ತುಗಳಿಗಾಗಿ ಬೇಡಿಕೆ ಮುಂದಿಟ್ಟು, ಪ್ರತ್ಯೇಕ ಒಪ್ಪಂದಗಳನ್ನೇರ್ಪಡಿಸಿಕೊಂಡವು. ಅಮೆರಿಕಾದ ಸಚಿವ ಕಾಲೆಬ್ ಕುಶಿಂಗ್ ಏರ್ಪಡಿಸಿಕೊಂಡ ಒಪ್ಪಂದದಲ್ಲಿ ಕಾನೂನು ಕ್ರಮದ ವಿರುದ್ಧ ರಕ್ಷಣೆಯ ತತ್ತ್ವವು ಬಹುಮುಖ್ಯ ಅಂಶವಾಗಿತ್ತು. ಇದು ಅಪರಾಧದ ಆರೋಪಕ್ಕೊಳಗಾದ ವಿದೇಶಿಯರಿಗೆ ಚೀನಾದ ನ್ಯಾಯಮಂಡಳಿಗಳಿಗೆ ಬದಲಾಗಿ ತಮ್ಮ ತಮ್ಮ ರಾಷ್ಟ್ರಗಳ ನ್ಯಾಯಾಲಗಳಿಂದ ವಿಚಾರಣೆಗೊಳಪಡುವ ಹಕ್ಕನ್ನು ನೀಡಿತು. ಈ ಆರಂಭದ ಒಪ್ಪಂದಗಳು ಅಫೀಮು ಸಾಗಣೆಯನ್ನು ಪ್ರಸ್ತಾಪಿಸದಿದ್ದರೂ, ಆಮದು ಮತ್ತು ರಫ್ತುಗಳ ಮೇಲೆ ಚೀನಾ ವಿಧಿಸುವ ಸುಂಕವು "ಏಕರೂಪವಾಗಿ ಮತ್ತು ಅನುಕೂಲಕರವಾಗಿ ಇರಬೇಕೆಂದು ಹೇಳಿದವು. ಈ ಪದಗಳನ್ನು ಪಾಶ್ಚಾತ್ಯ ವಾಣಿಜ್ಯ ಶಕ್ತಿಗಳ ಒಪ್ಪಿಗೆಯಿಲ್ಲದೆ ಸುಂಕವನ್ನು ಹೆಚ್ಚಿಸುವ ಚೀನೀ ಸರ್ಕಾರದ ಹಕ್ಕಿನ ನಿರಾಕರಣೆಯೆಂದೇ ಅರ್ಥೈಸಲಾಗುತ್ತದೆ. ಹೀಗೆ 1844ರ ವೇಳೆಗೆ ಚೀನಾ "ಅಸಮಾನ ಒಪ್ಪಂದ"ಗಳಿಗೆ ಸಿಕ್ಕಿಹಾಕಿಕೊಂಡು ಸುಂಕ–ತೆರಿಗೆಗಳ ಮೇಲಿನ ಹತೋಟಿಯನ್ನು ಕಳೆದುಕೊಂಡಿತು ಮತ್ತು ವಿದೇಶೀಯರನ್ನು ತನ್ನ ನ್ಯಾಯಾಲಯಗಳಲ್ಲಿ ವಿಚಾರಣೆಗೊಳಪಡಿಸುವ ಅದರ ಶಕ್ತಿಯು ಕುಂಠಿತಗೊಂಡಿತು.

ಅಫೀಮು ಯುದ್ಧದ ಪರಿಣಾಮಗಳು

ಮೊದಲ ಆಂಗ್ಲೋ–ಚೀನಾ ಯುದ್ಧದ ಪರಿಣಾಮಗಳು ಈಗಾಗಲೇ ತಲೆದೋರಿದ್ದ ಸಂಘರ್ಷವನ್ನು ನಿವಾರಿಸುವುದಕ್ಕೆ ಬದಲಾಗಿ ಇನ್ನಷ್ಟು ತೀವ್ರಗೊಳಿಸಿದವು. ಇಲ್ಲಿ ದೋಷವು ಪ್ರಧಾನವಾಗಿ ವಿದೇಶೀಯರದ್ದೇ ಆಗಿತ್ತು. ತಮ್ಮ ಸ್ವಹಿತಾಸಕ್ತಿಗಳ ಸಾಧನೆಗಾಗಿ ಅವರು ಚೀನೀ ಆಡಳಿತದಲ್ಲಿದ್ದ ಭ್ರಷ್ಟತೆ ಮತ್ತು ದೌರ್ಬಲ್ಯಗಳ ಅನುಕೂಲವನ್ನು ಪಡೆಯಲಾರಂಭಿಸಿದರು. ಕಾನೂನು ಕ್ರಮದ ವಿರುದ್ಧ ರಕ್ಷಣೆಯ ಸವಲತ್ತನ್ನು ವಿದೇಶೀಯರ ಬಳಿ ನೌಕರಿಯಲ್ಲಿದ್ದ ಚೀನೀ ಸೇವಕರ ರಕ್ಷಣೆಗೆ ಬಳಸುವ ಮೂಲಕ ದುರುಪಯೋಗಪಡಿಸಿಕೊಳ್ಳಲಾಯಿತು ಮತ್ತು ವಿದೇಶೀ ಶಕ್ತಿಗಳು ಅಪರಾಧಗಳನ್ನೆಸಗಿದ ತಮ್ಮದೇ ದೇಶದ ಪ್ರಜೆಗಳಿಗೆ ಕಡಿಮೆ ಪ್ರಮಾಣದ ಶಿಕ್ಷೆಗಳನ್ನು ವಿಧಿಸಿದವು. "ರಕ್ಷಣಾ" ಕಾರ್ಯದಲ್ಲಿ ನಿರತವಾಗಿದ್ದ ಪೋರ್ಚುಗೀಸ್ ಮತ್ತು ಇತರ ಕೆಲವು ಹಡಗುಗಳು ಹೆಸರಿಗೆ ಮಾತ್ರ ತೀರಪ್ರದೇಶದ ಹಡಗುಗಳನ್ನು ಕಡಲ್ಗಳ್ಳರ ಹಾವಳಿಯಿಂದ ತಡೆಗಟ್ಟುವುದಾಗಿ ಹೇಳಿಕೊಂಡು ವಾಸ್ತವದಲ್ಲಿ ಕಾನೂನುಬದ್ಧವಾಗಿ ವ್ಯಾಪಾರದಲ್ಲಿ ತೊಡಗಿದ್ದ ವರ್ತಕರಿಂದ ಬಲವಂತವಾಗಿ ಹಣಕೀಳುತ್ತಿದ್ದವು. ಹಿಂದಿನ ಆಫ್ರಿಕಾದ ಗುಲಾಮೀ ವ್ಯಾಪಾರವನ್ನೇ ಹೋಲುವಂತೆ ಚೀನೀ ಕಾರ್ಮಿಕರನ್ನು ಒಪ್ಪಂದದ ಮೇರೆಗೆ ನೇಮಿಸಿಕೊಂಡು ಹೊಸ ಜಗತ್ತಿಗೆ ಸೇರಿದ ಭೂಭಾಗಗಳ ತೋಟಗಳಲ್ಲಿ ಕೆಲಸಮಾಡಲು ರಫ್ತುಮಾಡುತ್ತಿದ್ದುದು, 19ನೇ ಶತಮಾನದ ಮಧ್ಯಭಾಗದ ವೇಳೆಗೆ ಯೂರೋಪಿಯನ್ನರು ಮತ್ತು ಅಮೆರಿಕನ್ನರು ರೂಢಿಸಿಕೊಂಡ ಮತ್ತೊಂದು ಅಸಹ್ಯಕರ ಆಚರಣೆಯಾಗಿತ್ತು. ಇದೆಲ್ಲದರ ಜೊತೆಗೆ ಈ ಒಪ್ಪಂದಗಳನ್ನು ಸರಿಯಾಗಿ ಪಾಲಿಸುತ್ತಿಲ್ಲವೆಂದು ಚೀನಿಯರನ್ನು ಪಾಶ್ಚಾತ್ಯರು ದೂರುತ್ತಿದ್ದರು. ಕ್ಯಾಂಟನ್‌ನಲ್ಲಿ ವಿದೇಶಿ ವಸತಿಗಳನ್ನು ಸ್ಥಾಪಿಸುವ ಯತ್ನವು ದಂಗೆಗಳಿಗೆ ದಾರಿಮಾಡಿತು. ಏಕೆಂದರೆ ಈ ಒಪ್ಪಂದಗಳು ತಮ್ಮ ನಗರದ ಗಡಿಯಾಚೆ ಮಾತ್ರ ವಿದೇಶೀಯರಿಗೆ ವಸತಿ ಹಕ್ಕನ್ನು ನೀಡಿವೆಯೆಂದು ಕ್ಯಾಂಟನ್‌ನ ಪ್ರಜೆಗಳು ಭಾವಿಸಿದ್ದು ಇದಕ್ಕೆ ಕಾರಣವಾಯಿತು. ಕ್ಯಾಂಟನ್‌ನ ಏಕಸ್ವಾಮ್ಯವು ಮುರಿದುಬಿದ್ದು ಕ್ಯಾಂಟನ್‌ನಿಂದ ವಾಣಿಜ್ಯ ಚಟುವಟಿಕೆಗಳನ್ನು ತಮ್ಮೆಡೆಗೆ ಸೆಳೆದುಕೊಳ್ಳಲು ಸ್ಥಳೀಯರು ಉತ್ಸುಕರಾಗಿದ್ದುದರಿಂದ ವಾಣಿಜ್ಯಕ್ಕೆ ತೆರೆಯಲಾದ ಹೊಸ ಬಂದರುಗಳಲ್ಲಿ ವಿದೇಶೀಯರು ಹೆಚ್ಚಿನ ತೊಂದರೆಯನ್ನೆದುರಿಸಲಿಲ್ಲ. ಷಾಂಘೈನಲ್ಲಿ ವಿದೇಶೀಯರ ಆಗಮನದ ಪರಿಣಾಮವಾಗಿ ಬ್ರಿಟಿಷರು ಮತ್ತು ಅಮೆರಿಕನ್ನರ ಜಂಟಿ ಹತೋಟಿಗೊಳಪಟ್ಟ "ಅಂತರರಾಷ್ಟ್ರೀಯ ವಸತಿ" ಪ್ರದೇಶವು ಅಸ್ತಿತ್ವಕ್ಕೆ ಬಂದಿತು. ಇದೇ ನಗರದಲ್ಲೆ ಪ್ರತ್ಯೇಕ ಫ್ರೆಂಚ್ ವಸತಿಯೂ ಏರ್ಪಟ್ಟಿತು.

1858–1860ರ ಯುದ್ಧ

ಉತ್ತಮ ಮತ್ತು ಬಲಿಷ್ಠ ಸೇನಾಪಡೆಯನ್ನು ಹೊಂದಿದ್ದುದು ಚೀನಾದೊಂದಿಗಿನ ಕಲಹಗಳಲ್ಲಿ ಪಾಶ್ಚಾತ್ಯ ಶಕ್ತಿಗಳಿಗೆ ಹೆಚ್ಚಿನ ಅನುಕೂಲವನ್ನೊದಗಿಸಿತ್ತು. ಸಂದರ್ಭ ಬಂದಾಗ ಅವು ಬಲಪ್ರಯೋಗ ಮಾಡಲು ಹಿಂಜರಿಯುತ್ತಿರಲಿಲ್ಲ. ಕೆಲ ಸಮಯ ಇವು ಅನಪೇಕ್ಷಿತ ಘಟನೆ ನಡೆದ ನಿರ್ದಿಷ್ಟ ಜಿಲ್ಲೆಯೊಂದರಲ್ಲಿ ಸ್ಥಳೀಯವಾಗಿ ಮಾತ್ರ ಬಲಪ್ರಯೋಗ ಮಾಡುತ್ತಿದ್ದವು. ಆದರೆ 1858ರಲ್ಲಿ ಬ್ರಿಟಿಷರು ಮತ್ತು ಫ್ರೆಂಚರು ಪರಸ್ಪರ ಸಹಕರಿಸಿ ಪೀಕಿಂಗ್ ಸರ್ಕಾರದ ವಿರುದ್ಧ ಭಾರೀ ಸಂಘರ್ಷವನ್ನು ನಡೆಸಿದರು. ಟೇನ್‌ಟ್ಸಿನ್(ಪೀಕಿಂಗ್‌ನ ಬಂದರು)ನಲ್ಲಿ ಮಾತುಕತೆಗಳಾದ ನಂತರ ಪೀಕಿಂಗಿಗೆ ತೆರಳಲು ವಿದೇಶೀ ಪ್ರತಿನಿಧಿಗಳು ಅನುಸರಿಸಬೇಕಾದ ಮಾರ್ಗವನ್ನು ಕುರಿತು ಭಿನ್ನಾಭಿಪ್ರಾಯ ತಲೆದೋರಿತು. 'ಇದಾದ ಮೇಲೆ ಬ್ರಿಟಿಷರು ಮತ್ತು ಫ್ರೆಂಚರು ನದಿಗೆ ಮೇಲ್ಮುಖವಾಗಿ ಸಂಚರಿಸಿ ರಾಜಧಾನಿ'ಗೆ ನುಗ್ಗಿದರು, ಪರಿಣಾಮವಾಗಿ ಚಕ್ರವರ್ತಿಯು ಮಂಚೂರಿಯಾಗೆ ಪಲಾಯನ ಮಾಡಿದರೆ ವಿದೇಶೀಯರು ಮಂಚುಗಳ ಸುಂದರ ಬೇಸಿಗೆ ಅರಮನೆಯನ್ನು ಸುಟ್ಟುಹಾಕಿದರು. 1858–1860ರ ಈ ಯುದ್ಧವು ಚೀನಾದಲ್ಲಿ ಪಾಶ್ಚಾತ್ಯರಿಗೆ ಮತ್ತಷ್ಟು ಒಳನುಗ್ಗಲು ಅವಕಾಶ ಕಲ್ಪಿಸಿತು. ಟೇನ್‌ಟ್ಸಿನ್ ಮತ್ತು ಪೀಕಿಂಗ್ ಒಪ್ಪಂದಗಳು, ಅಧಿಕೃತ ವಾಣಿಜ್ಯಕೇಂದ್ರಗಳ ಪಟ್ಟಿಗೆ ಮತ್ತೂ ಹನ್ನೊಂದು ಬಂದರುಗಳನ್ನು ಸೇರಿಸಿದವು. ಅಫೀಮು ಸಾಗಣೆಯನ್ನು ಕಾನೂನುಬದ್ಧಗೊಳಿಸಿ, ತೆರಿಗೆ ವಿಧಿಸಿದವು. ಚೀನಾದ ಎಲ್ಲ ಭಾಗಗಳಲ್ಲೂ ಪ್ರಯಾಣಿಸುವ ಹಕ್ಕನ್ನು ವಿದೇಶೀಯರಿಗೆ ನೀಡಿದವು ಮತ್ತು ಪಾಶ್ಚಾತ್ಯ ರಾಷ್ಟ್ರಗಳು ಕಳುಹಿಸುವ ರಾಜತಾಂತ್ರಿಕ ಪ್ರತಿನಿಧಿಯನ್ನು ಪೀಕಿಂಗ್‌ನಲ್ಲಿ ಸ್ವಾಗತಿಸುವುದಾಗಿ ಭರವಸೆ ನೀಡಿದವು. ಮಿಷನರಿ ಚಟುವಟಿಕೆಯಲ್ಲಿ ಫ್ರೆಂಚರು ಭಾರೀ ಆಸಕ್ತಿಯನ್ನು ಹೊಂದಿದ್ದರಿಂದಾಗಿ 'ಕ್ರೈಸ್ತ ಧರ್ಮವು ಸದ್ವರ್ತನೆಯ ಆಚರಣೆಯನ್ನು ಒಳಗೊಂಡಿದೆ' ಎಂದು ಚೀನೀ ಸರ್ಕಾರವು ಅಂಗೀಕರಿಸಬೇಕಾಯಿತು ಮತ್ತು ಮಿಷನರಿಗಳು ಮತ್ತವರ ಆಸ್ತಿ–ಪಾಸ್ತಿಯನ್ನು ರಕ್ಷಿಸಲು ಮುಂದಾಗಬೇಕಾಯಿತು.

ಚೀನೀ ಸರ್ಕಾರದ ದೂರದೃಷ್ಟಿರಹಿತ ನೀತಿಗಳು

1860ರ ವೇಳೆಗಾಗಲೇ ಸಾರ್ವಭೌಮ ರಾಷ್ಟ್ರವಾಗಿ ಚೀನಾದ ವಿಫಲತೆಯು ಸ್ಪಷ್ಟವಾಗಿ ನಿರೂಪಿತವಾಗಿದ್ದರೂ, ಪರಿಸ್ಥಿತಿಯನ್ನು ವಸ್ತುನಿಷ್ಠವಾಗಿ ಪರಿಶೀಲಿಸಲು ಅಥವಾ ತನ್ನ ತಪ್ಪುಗಳಿಂದ ಪಾಠಕಲಿಯಲು ಮಂಚು ಸರ್ಕಾರವು ಆಸಕ್ತಿತೋರಲಿಲ್ಲ. ಸಂಖ್ಯಾ ಬಾಹುಳ್ಯದಿಂದ ಕೂಡಿದ್ದ ಅಧಿಕಾರಶಾಹಿಯಲ್ಲಿ ನಿಜವಾದ ಸಾಮರ್ಥ್ಯವಿದ್ದ ಕೆಲ ವ್ಯಕ್ತಿಗಳಿದ್ದರೂ, ವಾಸ್ತವದಲ್ಲಿ ಅದು ತನ್ನ ನಿಷ್ಕ್ರಿಯತೆಯಿಂದಾಗಿ ಸಂಪೂರ್ಣವಾಗಿ ಜಡಗೊಂಡಿತ್ತು. ಸಮಸ್ಯೆಗಳನ್ನು ಎದುರಿಸುವ ಬದಲಾಗಿ ಅವುಗಳನ್ನು ಹಗುರವಾಗಿ ಕಾಣುವ ಅಥವಾ ಮುಚ್ಚಿಡುವ ಪ್ರವೃತ್ತಿಯನ್ನು ಸ್ಥಳೀಯ ಅಧಿಕಾರಿಗಳು ಬೆಳೆಸಿಕೊಂಡರೆ, ಯೂರೋಪಿನ ಶಕ್ತಿಗಳ ಮಧ್ಯಪ್ರವೇಶವನ್ನು ತಡೆಯಲಾಗುವಂತೆ ರಾಷ್ಟ್ರವನ್ನು ಬಲಪಡಿಸಲು ಅಗತ್ಯವಾದ ಅಮೂಲಾಗ್ರ ಪುನರ್‌ರಚನೆಯ ಬಗ್ಗೆ ಉನ್ನತಾಧಿಕಾರಿಗಳು ಯಾವ ಉತ್ಸಾಹವನ್ನೂ ತೋರಲಿಲ್ಲ. ಬದಲಾವಣೆಯ ಅಗತ್ಯವನ್ನಾಗಲಿ ಅಥವಾ ಅನಿವಾರ್ಯತೆಯನ್ನಾಗಲಿ ಗುರುತಿಸಲು ಇಚ್ಛಿಸದೆ, ಪಾಶ್ಚಾತ್ಯರು ಹೇರುತ್ತಿದ್ದ ಒತ್ತಡವನ್ನು ತಾತ್ಕಾಲಿಕ ತೊಂದರೆಯೆಂದು ಪರಿಗಣಿಸಿದ ಅವರು, ಈ ಹಿಂದಿನ ಅನೇಕ ವಿಕೋಪಗಳಂತೆಯೇ ಇದೂ ಸಹ ಕಾಲಾನುಕ್ರಮದಲ್ಲಿ ಕಣ್ಮರೆಯಾಗುವುದೆಂದು ಭಾವಿಸಿದರು. ಸಮುದ್ರಮಾರ್ಗವಾಗಿ ಆಗಮಿಸುತ್ತಿದ್ದ 'ಅನಾಗರಿಕ'ರನ್ನು ಹಿಮ್ಮೆಟ್ಟಿಸಲು ತನ್ನಿಂದಾಗದಿದ್ದರೂ ಚೀನೀ ಸರ್ಕಾರವು ಪಾಶ್ಚಾತ್ಯರ ತಾಳ್ಮೆಗೆ ಸವಾಲಾಗುವಂತಹ ಕಿರುಕುಳದ ಕ್ರಮಗಳಲ್ಲಿ ತೊಡಗಿತು. ಇದಕ್ಕೆ ಪ್ರತಿಯಾಗಿ ಅದಕ್ಕೆ ಹೇಳಿಕೊಳ್ಳುವಂತಹ ಯಾವ ಲಾಭವೂ ದೊರೆಯಲಿಲ್ಲ. ವಿದೇಶೀ ರಾಯಭಾರಿಗಳೆಂದರೆ ಸಾಮಂತ ರಾಜ್ಯಗಳಿಂದ ಕೇವಲ ಕಪ್ಪವನ್ನು ತರುವವರು ಮತ್ತು ಸಿಂಹಾಸನಕ್ಕೆ ಪ್ರಣಾಮಗಳನ್ನು ಸಲ್ಲಿಸಬೇಕಾದವರು ಎಂಬ ಭ್ರಮೆಯನ್ನು ಕೈಬಿಡಲು ಮಂಚು ದೊರೆಗಳು ಸಿದ್ಧರಿರಲಿಲ್ಲ. 1860ರಲ್ಲಿ ಭರವಸೆ ನೀಡಲಾಗಿದ್ದರೂ, 1873ಕ್ಕೂ ಮುನ್ನ ಪೀಕಿಂಗ್‌ನಲ್ಲಿ ಯಾವ ವಿದೇಶೀ ರಾಜತಾಂತ್ರಿಕ ಪ್ರತಿನಿಧಿಗೂ ಚಕ್ರವರ್ತಿಯ ಭೇಟಿಗೆ ಅವಕಾಶ ನೀಡಲಿಲ್ಲ ಮತ್ತು ನಂತರದ 20 ವರ್ಷಗಳಾಗುವವರೆಗೂ ಪಾಶ್ಚಾತ್ಯ ಸಚಿವರಿಗೆ ಅಂಗೀಕೃತವಾಗುವ ರೀತಿಯಲ್ಲಿ ರಾಜಪ್ರಭುತ್ವವು ವರ್ತಿಸಲಿಲ್ಲ. ವಿಚಿತ್ರವೆಂದರೆ, ಪಾಶ್ಚಾತ್ಯ ರಾಷ್ಟ್ರಗಳ ಬಗ್ಗೆ ಮಂಚು ಆಡಳಿತಗಾರರು ಬೇಜವಾಬ್ದಾರಿತನ ಮತ್ತು ತೀವ್ರ ಮೇಲರಿಮೆಯ ನಡವಳಿಕೆಯನ್ನೇ ಮುಂದುವರೆಸಿದರೂ. ಚೀನೀ ಸಾಮ್ರಾಜ್ಯದೊಳಗೆ ಸರ್ಕಾರದ ಕೆಲ ಸಾಮಾನ್ಯ ಚಟುವಟಿಕೆಗಳನ್ನು ನಿರ್ವಹಿಸಲೂ ಮತ್ತು ದಂಗೆಗಳುಂಟಾದಾಗ ತಮ್ಮ ಆಳ್ವಿಕೆಯನ್ನು ರಕ್ಷಿಸಿಕೊಳ್ಳಲು ಅವರು ಈ ರಾಷ್ಟ್ರಗಳನ್ನೇ ಅವಲಂಬಿಸತೊಡಗಿದರು.

ತೈಪಿಂಗ್ ದಂಗೆ

ಪಾಶ್ಚಾತ್ಯ ಶಕ್ತಿಗಳು ಚೀನಾದ ವಾಣಿಜ್ಯದ ಮೇಲೆ ತಮ್ಮ ಹಿಡಿತವನ್ನು ಬಿಗಿಗೊಳಿಸುತ್ತಾ ತೀರಪ್ರದೇಶದ ನಗರಗಳಲ್ಲಿ ತಮ್ಮ ಪ್ರತಿನಿಧಿಗಳನ್ನು ಸ್ಥಾಪಿಸುವುದರಲ್ಲಿ ನಿರತರಾಗಿದ್ದರೆ, ಆಂತರಿಕ ಬಂಡಾಯಗಳು ಕಲ್ಲೋಲವನ್ನು

ತೈಪಿಂಗ್ ದಂಗೆ

ಸೃಷ್ಟಿಸಿ ರಾಜಪ್ರಭುತ್ವವನ್ನು ನಿರ್ಮೂಲನೆ ಮಾಡುವ ಬೆದರಿಕೆಯನ್ನೊಡ್ಡಿದವು. ಅನೇಕ ಸಮಕಾಲೀನ ಬಂಡಾಯಗಳಲ್ಲಿ ಒಂದಾದ ಮತ್ತು ಪ್ರಖ್ಯಾತವಾದ ಉದಾಹರಣೆಯೆಂದರೆ, 1851ರಲ್ಲಿ ಆರಂಭಗೊಂಡ ತೈಪಿಂಗ್ ದಂಗೆಯೆಂದು ಹೆಸರಾಗಿರುವ ಚಳುವಳಿ. ಈ ಬಂಡಾಯವನ್ನು ನಂತರದ ಒಂದು ದಶಕವಾಗುವವರೆಗೂ ಹತ್ತಿಕ್ಕಲಾಗಲಿಲ್ಲ. ಈ ದಂಗೆಯನ್ನು ಆರಂಭಿಸಿ ನಾಯಕತ್ವವನ್ನು ವಹಿಸಿದ ಹುಂಗ್ ಸಿಯುಚುವಾನ್, ಕ್ವಾಂಗ್‌ಟುಂಗ್ ಪ್ರಾಂತದಲ್ಲಿ ಕ್ಯಾಂಟನ್ ಸಮೀಪದ ಪ್ರದೇಶಕ್ಕೆ ಸೇರಿದವನಾಗಿದ್ದನು. ಆರಂಭದಲ್ಲಿ ಇವನು ವಿದ್ವಾಂಸನಾಗುವ ಭರವಸೆಯನ್ನು ತೋರಿದರೂ ಪ್ರಾದೇಶಿಕ ನಾಗರಿಕ ಸೇವಾ ಪರೀಕ್ಷೆಗಳಲ್ಲಿ ಮೂರು ಬಾರಿ ವಿಫಲಗೊಂಡಿದ್ದನು. ಅಧಿಕಾರಿಯಾಗಲು ಯತ್ನಿಸಿ ಸೋತು ಅಸಂತೃಪ್ತನಾದ ಇವನು ಮಂಚು ಸರ್ಕಾರದ ವಿರುದ್ಧ ತೀವ್ರ ದ್ವೇಷವನ್ನು ಬೆಳೆಸಿಕೊಂಡನು (ದಕ್ಷಿಣ ಚೀನೀಯರ ವಿರುದ್ಧ ಸರ್ಕಾರವು ಪಕ್ಷಪಾತದ ನೀತಿಯನ್ನು ಅನುಸರಿಸುವ ಅನುಮಾನವಿದ್ದುದರಿಂದ, ಇದು ಕೆಲಮಟ್ಟಿಗೆ ಸಮರ್ಥನೀಯವಾಗಿತ್ತು.) ಕ್ರಮೇಣ ಇವನ ಅಸಂತೃಪ್ತಿಯೊಂದಿಗೆ ತಾನು ದೈವೀಪ್ರೇರಣೆಯಿಂದ ಮಹತ್ಕಾರ್ಯವೊಂದನ್ನು ನಡೆಸಬೇಕಾಗಿದೆಯೆಂಬ ನಂಬಿಕೆಯೂ ಸೇರಿಕೊಂಡಿತು. ತನ್ನ ಕಲ್ಪನೆಯಲ್ಲಿ ಇವನು ಚೀನಾವನ್ನು ರಾಜಕೀಯವಾಗಿ ಮತ್ತು ಆರ್ಥಿಕವಾಗಿ ಆಧುನೀಕರಿಸುವ ಹಾಗೂ ಇದರೊಂದಿಗೆ ಸಮಾನತೆಯುಳ್ಳ ಆದರೆ ಸಾಮೂಹಿಕ ಪಾಲ್ಗೊಳ್ಳುವಿಕೆಯಿರುವ ಮತ್ತು ತಾತ್ವಿಕ ನಿರ್ದೇಶನದಂತೆ ನಡೆಯುವ ಸಮಾಜವನ್ನು ಸೃಷ್ಟಿಸುವ ಮಹತ್ವಾಕಾಂಕ್ಷೆಯ ಕಾರ್ಯಕ್ರಮವೊಂದನ್ನು ಪ್ರತಿಪಾದಿಸಿದನು. ಹುಂಗ್ ಕೆಲಕಾಲ ಕ್ಯಾಂಟನ್ನಲ್ಲಿ ಬ್ಯಾಪ್ಟಿಸ್ಟ್ ಮಿಷನರಿಯೊಬ್ಬನಿಂದ ಮಾರ್ಗದರ್ಶನವನ್ನು ಪಡೆದನು. ಕೆಲಕಾಲ ಖಾಯಿಲೆಗೊಳಗಾಗಿ ಚೇತರಿಸಿಕೊಂಡ ಇವನು ತನ್ನ ಮನಸ್ಸಿಗೆ ಗೋಚರವಾದ ಅನೇಕ ದೃಶ್ಯಗಳನ್ನು ಸರ್ವಶಕ್ತನಾದ ಭಗವಂತನ ಪ್ರೇರಣೆಯೆಂದು ಅರ್ಥೈಸಿದನು. ನಂತರ ತಾನು ಕಂಡುಕೊಂಡ ನಿಜತತ್ವದ ಪ್ರಚಾರದಲ್ಲಿ ತೊಡಗಿದನು. ಹುಂಗ್‌ನು ಪ್ರತಿಪಾದಿಸಿದ ಧರ್ಮವು ಕೆಲವು ವಿಚಿತ್ರ ಮಾರ್ಪಾಡುಗಳೊಂದಿಗೆ ಪ್ರಧಾನವಾಗಿ ಕ್ರೈಸ್ತ ತತ್ವಗಳನ್ನೇ ಒಳಗೊಂಡಿತ್ತು. ಕ್ರಿಸ್ತನನ್ನು ಹಿರಿಯ ಸೋದರನೆಂದು ಗೌರವಿಸಿದ ಇವನು, ತನ್ನನ್ನು 'ದೈವೀ ದೊರೆ ಮತ್ತು ಏಸುವಿನ ಕಿರಿಯ ಸೋದರ'ನೆಂದು ಬಣ್ಣಿಸಿಕೊಂಡನು. ಇವನು ದೇವರನ್ನು ಚೌ ಯುಗಕ್ಕೂ ಮುನ್ನ ಚೀನಿಯರು ಆರಾಧಿಸುತ್ತಿದ್ದ ಪ್ರಾಚೀನ ದೇವತೆ ಷಾಂಗ್ ಟಿ ಯೆಂದು ಗುರುತಿಸಿದನು. ಆದ್ದರಿಂದಲೇ ತನ್ನದೇ ರೀತಿಯ ಕ್ರೈಸ್ತಮತವನ್ನು ಪ್ರಚಾರ ಮಾಡುವ ಮೂಲಕ ವಾಸ್ತವದಲ್ಲಿ

ತಾನು ಚೀನೀಯರನ್ನು ತಮ್ಮ ನೈಜಧರ್ಮಕ್ಕೆ ಹಿಂದಿರುಗುವಂತೆ ಮಾಡುತ್ತಿರುವುದಾಗಿ ನಂಬಿದ್ದನು. ತಾವೋಮತ, ಬೌದ್ಧಮತ ಮತ್ತು ಪೂರ್ವಿಕರ ಆರಾಧನೆಗಳನ್ನು ಇವನು ವಿಗ್ರಹಾರಾಧನೆಯೆಂದು ಪರಿಗಣಿಸಿದ್ದನು ಮತ್ತು ಇವನ ಅನುಯಾಯಿಗಳು ದೇವಾಲಯಗಳನ್ನು ಅಪವಿತ್ರಗೊಳಿಸುವಲ್ಲಿ ಅತ್ಯುತ್ಸಾಹವನ್ನು ತೋರುವ ಮೂಲಕ ಮೊದಲು ಅಧಿಕಾರಿಗಳ ಗಮನವನ್ನು ಸೆಳೆದರು. ಕೊನೆಗೆ 'ದೇವರ ಆರಾಧನೆಯ ಸಂಘ'ವನ್ನು ಒಂದು ಚಳುವಳಿಯನ್ನಾಗಿ ಬೆಳೆಸಿ ಮುಂದಾಳತ್ವವಹಿಸುವ ಮೂಲಕ ಮಂಚುಗಳನ್ನು ಪದಚ್ಯುತಗೊಳಿಸುವುದು ಮತ್ತು 'ಮಹಾನ್ ಶಾಂತಿಯ ದೈವೀ ಸಾಮ್ರಾಜ್ಯವನ್ನು' ಉದ್ಘಾಟಿಸುವುದೇ ತನ್ನ ವಿಧಿಯೆಂದು ಹುಂಗ್ ಭಾವಿಸಿದನು. ಹೀಗೆ ತೈಪಿಂಗ್ ಬಂಡಾಯವು ರಾಜಸಂತತಿಯ ವಿರುದ್ಧದ ದಂಗೆಯೂ ಮತ್ತು ಧರ್ಮಯುದ್ಧವು ಆಗಿತ್ತು.

ಹುಂಗ್ ಸ್ಯೂಚುವಾನ್

ತೈಪಿಂಗ್ ದಂಗೆಯ ವಿಫಲತೆಗೆ ಕಾರಣಗಳು

ದಕ್ಷಿಣದ ತುದಿಯಲ್ಲಿ ಆರಂಭಗೊಂಡ ಈ ದಂಗೆಯು ಉತ್ತರದ ಕಡೆಗೆ ವಿಸ್ತರಿಸಿದಂತೆಲ್ಲಾ ತೀವ್ರಗೊಳ್ಳುತ್ತಾ ಹೋಯಿತು. ಅತ್ಯಂತ ಭಾವುಕವೂ, ತಾತ್ವಿಕವಾಗಿ ಕ್ರಾಂತಿಕಾರಕವೂ ಮತ್ತು ಸುಖೀರಾಜ್ಯದ ಕನಸನ್ನೂ ಹೊತ್ತಿದ್ದ ಈ ಚಳವಳಿಯು ಇಪ್ಪತ್ತನೇ ಶತಮಾನದ ಚೀನೀ ಕಮ್ಯುನಿಸ್ಟ್ ಕ್ರಾಂತಿಯ ಕೆಲ ಅಂಶಗಳನ್ನು ಒಳಗೊಂಡಿತ್ತು. 1853ರಲ್ಲಿ ತೈಪಿಂಗ್ ನಾಯಕರು ನಾನ್‌ಕಿಂಗ್ ಅನ್ನು ವಶಪಡಿಸಿಕೊಂಡು ಸುಮಾರು ಹನ್ನೊಂದು ವರ್ಷಗಳ ಕಾಲ ತಮ್ಮ ಹತೋಟಿಯಲ್ಲಿಟ್ಟುಕೊಳ್ಳುವ ಮೂಲಕ ಸಮೃದ್ಧ ಯಾಂಗ್ಟ್ಸಿ ಕಣಿವೆಯನ್ನು ಸಂಪೂರ್ಣವಾಗಿ ಪೀಕಿಂಗ್ ಸರ್ಕಾರದ ಹತೋಟಿಯಿಂದ ಕಡಿದುಹಾಕಿದರು. ಚೀನಾದ ಹದಿನೆಂಟು ಪ್ರಾಂತ್ಯಗಳಲ್ಲಿ ಹದಿನಾಲ್ಕರಲ್ಲಿ ಯುದ್ಧವು ನಡೆಯಿತು ಮತ್ತು 1853ರಲ್ಲಿ ದಂಗೆಕೋರ ಪಡೆಗಳು ಟೀನ್‌ಸ್ಟಿನ್‌ಗೆ 12ಮೈಲಿಗಳ ದೂರದವರೆಗೂ ಬಂದವು. ಮಂಚುಗಳಿಗೆ ಇದನ್ನು ಹತ್ತಿಕ್ಕುವ ಸಾಮರ್ಥ್ಯವಿಲ್ಲದಿದ್ದರೂ ತೈಪಿಂಗ್ ಆಡಳಿತವು ಅಂತಿಮವಾಗಿ ಕುಸಿಯಲು, ಭಾಗಶಃ ಈ ಚಳವಳಿಯಲ್ಲಿ ಆಂತರಿಕವಾಗಿಯೇ ಇದ್ದ ಮಿತಿಗಳೂ ಮತ್ತು ಭಾಗಶಃ ಶಕ್ತರಾಷ್ಟ್ರಗಳು ಹೊಂದಿದ್ದ ಧೋರಣೆಯೂ ಕಾರಣಗಳಾಗಿದ್ದವು. ಮೂಲಭೂತವಾಗಿ ರೈತಹೋರಾಟವಾಗಿದ್ದ ಈ ಬಂಡಾಯವು ಚೀನಾದ ಬುದ್ಧಿಜೀವಿವರ್ಗದ ಬೆಂಬಲವನ್ನು ಪಡೆಯುವಲ್ಲಿ ಸೋತಿತು. ವಾಸ್ತವದಲ್ಲಿ ಇದು ಕೇವಲ ಜನಪ್ರಿಯ ಧರ್ಮಗಳನ್ನೇ ಅಲ್ಲದೆ ಕನ್‌ಫ್ಯೂಶಿಯಷ್‌ನ ಪರಂಪರೆಯನ್ನು ಸಂಪೂರ್ಣವಾಗಿ ಹೀಗಳೆಯುವ ಮೂಲಕ ಬುದ್ಧಿಜೀವಿ ವರ್ಗದ ವಿರೋಧವನ್ನು ಕಟ್ಟಿಕೊಂಡಿತು. ಜೊತೆಗೆ ತೈಪಿಂಗ್ ಬಂಡುಕೋರರು ಖಾಸಗಿ ಆಸ್ತಿಹಕ್ಕುಗಳಿಗೆ ಮಾರಕವಾಗಬಲ್ಲ ಕ್ರಾಂತಿಕಾರಿ ಆರ್ಥಿಕ ಬದಲಾವಣೆಗಳನ್ನು ಕೈಗೊಳ್ಳುವರೆಂಬುದನ್ನು ಚೀನಾದ ಶ್ರೀಮಂತ ವರ್ಗವು ಮನಗಂಡಿತು. ಕ್ರೈಸ್ತ ತತ್ವಗಳೊಂದಿಗೆ ಈ ಪಂಥವು ಹೊಂದಿದ್ದ ಸಂಬಂಧದಿಂದಾಗಿ ಆರಂಭದಲ್ಲಿ ಕೆಲ ವಿದೇಶಿ ನಿವಾಸಿಗಳು, ವಿಶೇಷವಾಗಿ ಪೋರ್ಚುಗೀಸರು ಈ ಬಂಡಾಯವನ್ನು ಸಹಾನುಭೂತಿಯಿಂದ ಕಾಣಲೆತ್ನಿಸಿದರೂ, ತೈಪಿಂಗ್ ಬಂಡುಕೋರರ ವಿಜಯದಿಂದ ಕ್ರೈಸ್ತ ಮಿಷನರಿಗಳ ಹಿತರಕ್ಷಣೆಯಾಗುವುದಿಲ್ಲವೆಂಬುದು ಶೀಘ್ರದಲ್ಲೇ ಅವರ ಅರಿವಿಗೆ ಬಂದಿತು. ತನ್ನ ತತ್ವಗಳು ಬೈಬಲ್ಲಿನಲ್ಲಿ ವಿವರಿಸಿರುವುದಕ್ಕಿಂತ ಹೆಚ್ಚು ಸಮಕಾಲೀನವಾಗಿರುವುದರಿಂದ ಚೀನಾದ ಎಲ್ಲಾ ಕ್ರೈಸ್ತ ಮತೀಯರೂ ತನ್ನ ಅಧಿಕಾರವನ್ನು ಒಪ್ಪಿಕೊಳ್ಳಬೇಕೆಂಬುದು ಹುಂಗನ ನಂಬಿಕೆಯಾಗಿತ್ತು. ಇದಕ್ಕೆ ತಕ್ಕಂತೆಯೇ ದಂಗೆಕೋರ ನಾಯಕರು ಮೂಲಭೂತವಾದಿಗಳಾಗುತ್ತಾ ಹೋದರು. ತೈಪಿಂಗ್ ಚಳವಳಿಯನ್ನು ಬೆಂಬಲಿಸದಂತೆ ನಿರ್ಧಾರಕೈಗೊಳ್ಳಲು ಪಾಶ್ಚಾತ್ಯ ಶಕ್ತಿಗಳನ್ನು ನಿರ್ವಿವಾದವಾಗಿ ಪ್ರಭಾವಿಸಿದ ಅಂಶವೆಂದರೆ, ಈಗಾಗಲೇ ಮಂಚು ಸರ್ಕಾರದ ಮೇಲೆ ತಮ್ಮ ಬೇಡಿಕೆಗಳನ್ನು ಈ ಶಕ್ತಿಗಳು ಯಶಸ್ವಿಯಾಗಿ ಹೇರಿದ್ದುದು ಮತ್ತು ಕ್ರಾಂತಿಯನ್ನಾಧರಿಸಿ ರೂಪುಗೊಂಡ ಆಕ್ರಮಣಶೀಲ ಆಡಳಿತಕ್ಕಿಂತ ಮೊದಲೇ ಇದ್ದ ದುರ್ಬಲ ಆಡಳಿತ ವ್ಯವಸ್ಥೆಯ ಬಗ್ಗೆ ಅವರು ಒಲವನ್ನು ಹೊಂದಿದ್ದುದೇ ಆಗಿತ್ತು.

ಈಗಾಗಲೇ ಪೀಕಿಂಗ್‌ನ ಅಧಿಕಾರಿಗಳ ವಿರುದ್ಧ ಬ್ರಿಟಿಷರು ಮತ್ತು ಫ್ರೆಂಚರು 1858–60ರಲ್ಲಿ ತಮ್ಮದೇ ಆದ ಯುದ್ಧಗಳಲ್ಲಿ ತೊಡಗಿದ್ದರೂ, ಪಾಶ್ಚಾತ್ಯ ಶಕ್ತಿಗಳು ತೈಪಿಂಗ್ ಯುದ್ಧಗಳಲ್ಲಿ ಅಧಿಕೃತವಾಗಿ ಮಧ್ಯಪ್ರವೇಶ ಮಾಡದೇ ಈ ಬಂಡಾಯವನ್ನು ಹತ್ತಿಕ್ಕಲು ಮಂಚುಗಳಿಗೆ ನೆರವು ನೀಡಿದರು. ಚೀನಾದ ವ್ಯವಹಾರಗಳ ಗೊಂದಲಮಯ ಸ್ಥಿತಿಯನ್ನು ಗಮನಿಸಿದರೆ ದೊರೆಗಳ ಸೇನೆಯಲ್ಲಿದ್ದ ಮಿಲಿಟರಿ ದಂಡನಾಯಕರಲ್ಲೊಬ್ಬನಾದ ಮಸ್ಸಾಚುಸೆಟ್ಸ್‌ನ ಸಾಲೆಂನಿಂದ ಬಂದ ನೌಕಾ ಕ್ಯಾಪ್ಟನ್ ಫ್ರೆಡ್ರಿಕ್ ಟಿ. ವಾರ್ಡ್‌ನು ತನ್ನ ದೇಶದ ಸರ್ಕಾರದ ಇಚ್ಛೆಗೆ ವಿರುದ್ಧವಾಗಿ ಮತ್ತು ಬ್ರಿಟಿಷ್ ನೌಕಾಧಿಕಾರಿಗಳ ವಿರೋಧವನ್ನು ಲೆಕ್ಕಿಸದೆ ಷಾಂಘೈನ ರಕ್ಷಣೆಗೆಂದು ಸ್ವಯಂಸೇವಕರ ಪಡೆಯೊಂದನ್ನು

ರಚಿಸಿದ್ದು ವಿಚಿತ್ರವಾಗಿ ಕಾಣಿಸುವುದಿಲ್ಲ. ಜನರಲ್ ವಾರ್ಡನು ಚೀನಾದ ಪೌರತ್ವವನ್ನು ಪಡೆದಿದ್ದನು. ಇವನ 'ಸದಾ ದಿಗ್ವಿಜಯಿ ಸೇನೆ'ಯ ಸಾಧನೆಗೆ ಕೃತಜ್ಞತಾಪೂರ್ವಕವಾಗಿ ವೇದಿಕೆಗಳನ್ನು ನಿರ್ಮಿಸಿ ಬಲಿಗಳನ್ನು ನೀಡುವುದರ ಮೂಲಕ ವಾರ್ಡ್‌ನ ಆತ್ಮಕ್ಕೆ ಶಾಂತಿಕೋರಬೇಕೆಂದು ಚಕ್ರವರ್ತಿಯು ಆದೇಶಿಸಿದ್ದ'ನು. ಈ ಮಧ್ಯೆ ವೃತ್ತಿವಂತ ಮಿಲಿಟರಿ ಪಡೆಗಲ್ಲದೆ ಶ್ರೀಮಂತವರ್ಗಕ್ಕೆ ಸೇರಿದ್ದ ಅನೇಕ ಸಮರ್ಥ ಚೀನಿಯರು ಅಸಹಾಯಕ ಮಂಚುಗಳ ನೆರವಿಗೆ ಧಾವಿಸಿ ಈ ಬಂಡಾಯವನ್ನು ಹತ್ತಿಕ್ಕಿದ ಕೀರ್ತಿಗೆ ಪಾತ್ರರಾದರು. 1864ರಲ್ಲಿ ಸಂಘಟಿತ ಚೀನೀ, ಫ್ರೆಂಚ್ ಮತ್ತು ಬ್ರಿಟಿಷ್ ಪಡೆಗಳು ತೈಪಿಂಗ್‌ನ ಕೊನೆಯ ನೆಲೆಯಾಗಿದ್ದ ನಾನ್‌ಕಿಂಗ್ ಅನ್ನು ವಶಪಡಿಸಿಕೊಂಡವು.

ದಂಗೆಗಳ ಪರಿಣಾಮಗಳು

ಹುಂಗನ 'ಸ್ವರ್ಗೀಯ ಶಾಂತಿ'ಚಳುವಳಿಯ ನಿರ್ಮೂಲನೆಯು ಚೀನಾಗೆ ಯಾವ ರೀತಿಯ ಶಾಂತಿಯನ್ನು ತರಲಿಲ್ಲ. ಚೀನಾದ ನೈಋತ್ಯ ಮತ್ತು ಆಗ್ನೇಯ ಪ್ರಾಂತ್ಯಗಳಲ್ಲಿ ಮುಸ್ಲಿಂ ಬಂಡಾಯಗಳು ದೀರ್ಘ ಕಾಲದವರೆಗೆ ಮುಂದುವರೆದವು. ಹದಿಮೂರು ವರ್ಷಗಳ ತೈಪಿಂಗ್ ಸಂಘರ್ಷದ ಅವಧಿಯಲ್ಲಿ ಚೀನಾದ ಮೂರನೇ ಎರಡು ಭಾಗದಷ್ಟು ಪ್ರಾಂತ್ಯಗಳು ವಿನಾಶಕ್ಕೀಡಾದವು, ಸಂಪೂರ್ಣ ರಾಷ್ಟ್ರವು ಬಡತನಕ್ಕೀಡಾಯಿತು ಮತ್ತು ಯುದ್ಧ, ಕೊಲೆ ಹಾಗೂ ಕ್ಷಾಮಗಳಿಗೀಡಾಗಿ ಪ್ರಾಯಶಃ 20 ದಶಲಕ್ಷಕ್ಕೆ ಕಡಿಮೆಯಿಲ್ಲದಂತೆ ಜನರು ಕೊಲ್ಲಲ್ಪಟ್ಟರು. ಮಂಚು ಸಂತತಿಯು ಕೇವಲ ಅದರ ಚೀನೀ ಪ್ರಜೆಗಳ ಪ್ರಯತ್ನಗಳು ಮತ್ತು ವಿದೇಶೀ ಶಕ್ತಿಗಳ ಕೃಪೆಯಿಂದ ಮಾತ್ರ ರಕ್ಷಿಸಲ್ಪಟ್ಟಿತು. ಇಷ್ಟೇ ಅಲ್ಲದೆ ಯಾಂಗ್ಟ್ಸಿ ಕಣಿವೆಯಲ್ಲಿ ಗ್ರಂಥಾಲಯಗಳು ಮತ್ತು ಸಂಸ್ಥೆಗಳ ನಾಶದಿಂದಾಗಿ ಚೀನಾದ ಬೌದ್ಧಿಕ ಪರಂಪರೆಗೆ ಎಣಿಸಲಾರದಷ್ಟು ಹಾನಿಯಾಗಿತ್ತು. ತೈಪಿಂಗ್ ಮೂಲಭೂತವಾದಕ್ಕೆ ಪ್ರತಿಕ್ರಿಯೆಯಾಗಿ ಚೀನೀ ಅಧಿಕಾರಶಾಹಿಯು ಹಿಂದಿಗಿಂತಲೂ ಹೆಚ್ಚು ಸಂಪ್ರದಾಯವಾದಿಯಾಯಿತು.

1869 ರಿಂದ 1911ರವರೆಗಿನ ಚೀನಾದ ಕಥೆಯು ದುಃಖಕರವಾಗಿತ್ತು. ಪ್ರತಿಷ್ಠೆಯನ್ನು ಕಳೆದುಕೊಂಡಿದ್ದ ರಾಜಸಂತತಿಯು ತನ್ನ ಸವಲತ್ತುಗಳಿಗೆ ಜೋತುಬಿದ್ದಿದ್ದರೆ, ಜನತೆ ಧಮನಕ್ಕೀಡಾಗಿತ್ತು ಮತ್ತು ರಾಷ್ಟ್ರದ ಸ್ವಾತಂತ್ರ್ಯವು ಕ್ರಮೇಣ ಕಳೆದುಹೋಗಲಾರಂಭಿಸಿತ್ತು. ಈ ಪರಿಸ್ಥಿತಿಯಲ್ಲಿ ಖ್ಯಾತ ಡೂವೇಜರ್ ಮಹಾರಾಣಿ ತ್ಸುಷಿಯಿಂದಾಗಿ ಕೆಲಮಟ್ಟಿಗೆ ಹೊಸಗಾಳಿ ಬೀಸಿತು. ಕುಟಿಲೋಪಾಯ ಚತುರಳೂ ಮತ್ತು ಧೃಡಮನಸ್ಕಳೂ ಆಗಿದ್ದ ಈ ಮಂಚು ಮಹಿಳೆಯು 1861 ರಿಂದ 1908ರಲ್ಲಿ ತಾನು ಮರಣ ಹೊಂದುವವರೆಗೂ, ಕೈಗೊಂಬೆಗಳಂತಿದ್ದ ಚೀನೀ ಚಕ್ರವರ್ತಿಗಳನ್ನು ನಿಯಂತ್ರಿಸುವ ಮೂಲಕ ಪೀಕಿಂಗ್‌ನ ಆಡಳಿತದಲ್ಲಿ ಪ್ರಾಧಾನ್ಯವನ್ನು ವಹಿಸಿದ್ದಳು. 'ಹಳೇ ಬುದ್ಧ'ನೆಂದು ಕರೆಯಲ್ಪಡುತ್ತಿದ್ದ ಈಕೆ, ಅನಿಯಮಿತ ಮತ್ತು ಅನೀತಿಯುತ ಕ್ರಮಗಳನ್ನನುಸರಿಸಿಯೂ ರಾಜಮನೆತನಕ್ಕೆ ಕೆಲಮಟ್ಟಿಗೆ ಘನತೆಯನ್ನು ತಂದುಕೊಟ್ಟಳು. ಆದರೆ ಚೀನಾದ ಮೂಲಭೂತ ಸಮಸ್ಯೆಗಳನ್ನು ಈಕೆ ಅರ್ಥಮಾಡಿಕೊಳ್ಳಲೂ ಇಲ್ಲ, ಅವುಗಳ ಪರಿಹಾರಕ್ಕೆ ಯಾವ ಕೊಡುಗೆಯನ್ನೂ ನೀಡಲಿಲ್ಲ. ತೈಪಿಂಗ್ ಯುಗದ ಕಲ್ಲೋಲದ ಸ್ಥಿತಿಯಿಂದಾಗಿ ಚೀನಾದ ಸಾಗರಸಂಬಂಧಿ ಸುಂಕ ಪದ್ಧತಿಯು ಪುನರ್ವ್ಯವಸ್ಥೆಗೊಂಡು ಕೇಂದ್ರೀಕೃತವಾಯಿತು. ಪೀಕಿಂಗ್ ಸರ್ಕಾರದ ಅಧಿಕಾರವು ಕುಂಠಿತಗೊಂಡಿದ್ದರಿಂದ ಷಾಂಘೈನಲ್ಲಿ ವಿದೇಶೀಯರು ಸುಂಕವನ್ನು ಸಂಗ್ರಹಿಸುವ ತಾತ್ಕಾಲಿಕ ವ್ಯವಸ್ಥೆಯೊಂದು ತಲೆದೋರಿ ಕ್ರಮೇಣ ಇದು ಒಪ್ಪಂದಕ್ಕೊಳಗಾಗಿದ್ದ ಎಲ್ಲಾ ಬಂದರುಗಳಿಗೂ ವಿಸ್ತರಿಸಿತು. ಸುಂಕದ ಇಲಾಖೆಯ ಉನ್ನತಾಧಿಕಾರಿಗಳು ವಿದೇಶೀಯರಾಗಿದ್ದರು. ಇವರನ್ನು ಆಯಾ ದೇಶದ ಕಾನ್ಸುಲ್‌ಗಳ ಸೂಚನೆಯ ಮೇರೆಗೆ ಪೀಕಿಂಗ್ ನೇಮಕಮಾಡುತ್ತಿತ್ತು. ಅಂತೆಯೇ ಚೀನಾದ ವಿದೇಶೀ ವ್ಯಾಪಾರದಲ್ಲಿ ಇಂಗ್ಲಿಷರು ಮೇಲುಗೈ ಪಡೆದಿರುವವರೆಗೂ ಬ್ರಿಟಿಷ್ ಪ್ರಜೆಯೇ ಇನ್ಸ್‌ಪೆಕ್ಟರ್ ಜನರಲ್ ಹುದ್ದೆಯನ್ನು ನಿರ್ವಹಿಸುವನೆಂದೂ ಅಂಗೀಕರಿಸಲಾಗಿತ್ತು. ಹೀಗೆ ಸುಂಕದ ಆಡಳಿತವು ವಿದೇಶೀ ಅಧಿಕಾರಿಗಳಿಂದ ಕೂಡಿದ್ದು ಚೀನೀ ಸರ್ಕಾರದ ಸಂಘಟನೆಯಾಗಿತ್ತು. ಪೀಕಿಂಗ್‌ನಲ್ಲಿ ಪ್ರಧಾನಕಚೇರಿಯನ್ನು ಹೊಂದಿತ್ತು ಮತ್ತು ಪ್ರಾದೇಶಿಕ ವಿಭಾಗಗಳನ್ನು ಪರಿಗಣಿಸದೆ ಒಂದೇ ಘಟಕವಾಗಿ ಕಾರ್ಯನಿರ್ವಹಿಸುತ್ತಿತ್ತು. ವಿದೇಶೀ ಮೇಲ್ವಿಚಾರಣಾ ಪದ್ಧತಿಯು ದಕ್ಷತೆಯಿಂದ ಕಾರ್ಯನಿರ್ವಹಿಸುತ್ತಿದ್ದುದು, ಮಂಚು ಆಡಳಿತದ ದುರ್ಬಲತೆಯು ಮತ್ತಷ್ಟು ಎದ್ದುಕಾಣುವಂತೆ ಮಾಡಿತು.

19ನೇ ಶತಮಾನದ ಕೊನೆಯ ಭಾಗದಲ್ಲಿ ತನಗೆ ಸೇರಿದ ಹಲವು ಪ್ರದೇಶಗಳನ್ನು ಕಳೆದುಕೊಳ್ಳುವ ಮೂಲಕ ಚೀನಾ ತನ್ನ ದುರ್ಬಲತೆಯನ್ನು ಮತ್ತಷ್ಟು ಸ್ಪಷ್ಟಪಡಿಸಿತು. 1860ರ ವೇಳೆಗೆ ಅದು ಅಮುರ್ ಮತ್ತು ಉಸ್ಸೂರಿ ನದಿಗಳಾಚೆಗಿನ ಪ್ರದೇಶದ ಮೇಲಿನ ಎಲ್ಲಾ ಹಕ್ಕುಗಳನ್ನು ರಷ್ಯಾಕ್ಕೆ ಕಳೆದುಕೊಂಡಿತು. ಇದು ಮಂಚೂರಿಯವನ್ನು ಸುತ್ತುವರೆಯಲು ಮತ್ತು ಕೊರಿಯಾದ ಉತ್ತರಕ್ಕೆ ಏಷ್ಯಾದ ಸಾಗರತೀರದ ಮೇಲೆ ನಿಯಂತ್ರಣ ಸಾಧಿಸಲು ರಷ್ಯಾಕ್ಕೆ ಅವಕಾಶ ನೀಡಿತು. ರಾಜತಾಂತ್ರಿಕ ಮತ್ತು ಮಿಲಿಟರಿ ಒತ್ತಡಗಳನ್ನು ಒಳಗೊಳ್ಳುವ ಮೂಲಕ ಮತ್ತು ಸಣ್ಣ ಪ್ರಮಾಣದ

ಯುದ್ಧ (1884–1885)ವನ್ನು ನಡೆಸುವ ಮೂಲಕ ಫ್ರಾನ್ಸ್, ಸ್ವತಂತ್ರ ರಾಜ್ಯ ಸಿಯಾಂ ಅನ್ನು ಹೊರತುಪಡಿಸಿ ಬಹುತೇಕ ಪೂರ್ಣ ಇಂಡೋಚೈನಾದ ಮೇಲೆ ರಕ್ಷಣಾ ಹತೋಟಿಯನ್ನು ಪಡೆಯಿತು. ಚೀನಾದ ನೈರುತ್ಯದಲ್ಲಿದ್ದ ಯುನಾನ್ ಪ್ರಾಂತ್ಯದಲ್ಲಿ ಬ್ರಿಟಿಷ್ ಅನ್ವೇಷಕನೊಬ್ಬನು ಕೊಲೆಗೀಡಾಗಿದ್ದರಿಂದ ಉತ್ತರ ಬರ್ಮಾದ(1886) ಸಾರ್ವಭೌಮಾಧಿಕಾರವನ್ನು ನೀಡುವಂತೆ ಬ್ರಿಟಿಷರು ಒತ್ತಾಯಿಸಿದರು ಮತ್ತು ಚೀನಾ ಇದಕ್ಕೆ ತಲೆಬಾಗಿತು. ರ್‍ಯುಕ್ಯು ದ್ವೀಪಗಳ ಮೇಲೆ (1881)ಜಪಾನ್ ಸರ್ಕಾರವು ಹತೋಟಿಯನ್ನು ಪಡೆಯಿತು. ಪೋರ್ಚುಗೀಸರೂ ಈ ಪೈಪೋಟಿಯಲ್ಲಿ ಹಿಂದೆ ಬೀಳಲಿಲ್ಲ. ಸುಮಾರು 300 ವರ್ಷಗಳಿಂದ ತಾವು ಆಕ್ರಮಿಸಿಕೊಂಡಿದ್ದ ಮಕಾವ್ ಪ್ರಾಂತ್ಯವನ್ನು 1887ರಲ್ಲಿ ಅಧಿಕೃತವಾಗಿ ಅವರು ಪಡೆದುಕೊಂಡರು. ಆದರೆ ಚೀನಾ ಅತ್ಯಂತ ಹೀನಾಯ ಅವಮಾನವನ್ನನುಭವಿಸಿದ್ದು 1894–95ರ ಚೈನಾ–ಜಪಾನ್ ಯುದ್ಧದ ನಂತರದಲ್ಲಿ. ಊಳಿಗಮಾನ್ಯ ಪದ್ಧತಿ ಮತ್ತು ಏಕಾಂಗಿತನಗಳಿಂದ ಹೊರಬಂದಿದ್ದ ಜಪಾನ್, ಕೇವಲ ಎಂಟು ತಿಂಗಳಷ್ಟು ಕಡಿಮೆ ಅವಧಿಯಲ್ಲಿ ಪವಿತ್ರ ಸಾಮ್ರಾಜ್ಯವನ್ನು ಸೋಲಿಸುವ ಮೂಲಕ ಚೀನಾದ ಅಶಕ್ತತೆಯನ್ನು ಅದ್ಭುತವಾಗಿ ಎತ್ತಿತೋರಿಸಿತು. ಇದಾದ ಕೆಲಸಮಯದಲ್ಲೇ ಐದು ಮಹಾನ್ ಶಕ್ತಿಗಳಾದ ರಷ್ಯಾ, ಗ್ರೇಟ್ ಬ್ರಿಟನ್, ಫ್ರಾನ್ಸ್, ಜರ್ಮನಿ ಮತ್ತು ಜಪಾನ್‌ಗಳು– "ರಿಯಾಯಿತಿಗಳಿಗಾಗಿ ಯುದ್ಧ"ದಲ್ಲಿ ಪಾಲ್ಗೊಂಡವು ಮತ್ತು ಈ ಮೂಲಕ ಚೀನಾದ ಹೆಚ್ಚಿನ ಭಾಗವನ್ನು "ಆಸಕ್ತಿಯ ವಲಯ"ಗಳನ್ನಾಗಿ ವಿಭಜಿಸಿದವು. ಆಸಕ್ತಿಯ ವಲಯವೆಂದರೇನೆಂಬುದನ್ನು ಸ್ಪಷ್ಟವಾಗಿ ವಿವರಿಸಿರದಿದ್ದರೂ ಇದು ಭೋಗ್ಯಕ್ಕೆ ಬಂದರೊಂದನ್ನು ಪಡೆಯುವುದರೊಂದಿಗೆ ಹುಟ್ಟಿಕೊಂಡಿತು. ಇದು ತಾತ್ವಿಕವಾಗಿ ಚೀನಾದ ಸಾರ್ವಭೌಮಾಧಿಕಾರಕ್ಕೆ ಕುಂದು ತರದಿದ್ದರೂ; ಒಟ್ಟಾರೆಯಾಗಿ ಈ ಎಲ್ಲಾ ರಿಯಾಯಿತಿಗಳೂ ಈ ರಾಷ್ಟ್ರವನ್ನು ಆರ್ಥಿಕವಾಗಿ ಜಾಗತಿಕ ಶಕ್ತಿಗಳಿಗೆ ಅಧೀನವಾಗುವಂತೆ ಮಾಡಿದವು.

ಬುದ್ಧಿ ಜೀವಿಗಳ ಬಿಕ್ಕಟ್ಟು

19ನೇ ಶತಮಾನವು ಮುಗಿಯುವುದರೊಳಗೆ ಚೀನಾದ ಸ್ಥಿತಿಗತಿಗಳು, ಅಲ್ಲಿನ ಅದಕ್ಷ ಸರ್ಕಾರ ಮತ್ತು ಇದರಿಂದ ಲಾಭಪಡೆದ ವಿದೇಶೀ ಶಕ್ತಿಗಳೆರಡರ ವಿರುದ್ಧ ತೀವ್ರ ಅಸಮಾಧಾನವನ್ನು ಹುಟ್ಟುಹಾಕಿದವು. ಈ ಸಂದರ್ಭದಲ್ಲಿ ಕ್ರಾಂತಿಯಾಗುವುದು ಅಸಂಭವವಾಗಿತ್ತು. ಚೀನಾದ ಸಮಸ್ಯೆಗಳಿಗೆ ಕ್ರಾಂತಿಯೇ ಪರಿಹಾರವೆಂದು ಅಲ್ಲಿನ ಬುದ್ಧಿಜೀವಿಗಳು ಅಂಗೀಕರಿಸದಿದ್ದುದು ಮತ್ತು ತಮ್ಮ ವಿಚಾರಗಳನ್ನು ಬಲಪಡಿಸುವಂತಹ ಪರಿಣಾಮಕಾರಿ ಬೆಂಬಲ ದೊರೆಯದಿದ್ದುದು ಇದಕ್ಕೆ ಕಾರಣಗಳಾಗಿದ್ದವು. ಚೀನಾದ ಶೈಕ್ಷಣಿಕ ಪದ್ಧತಿಯು ವ್ಯವಸ್ಥೆಯನ್ನೊಪ್ಪುವ ಸುಶಿಕ್ಷಿತರನ್ನೂ ಮತ್ತು ಸುಲಕ್ಷಣವಾಗಿ ತಲೆಬಾಗುವ ನಾಗರಿಕ ಅಧಿಕಾರಿಗಳನ್ನು ಸೃಷ್ಟಿಸಿತೇ ಹೊರತು ಬದಲಾಗುತ್ತಿದ್ದ ಜಗತ್ತಿನ ಸಮಸ್ಯೆಗಳನ್ನು ಎದುರಿಸಲು ಆಸಕ್ತರಾದ ಸೃಷ್ಟಿಶೀಲ ವ್ಯಕ್ತಿಗಳನ್ನಲ್ಲ. ಇಂತಹ ಸ್ಥಿತಿಯಲ್ಲಿ ಸುಧಾರಣೆಗಾಗಿ ದನಿಎತ್ತಿದವರು ಜಪಾನ್, ಯೂರೋಪ್ ಅಥವಾ ಅಮೆರಿಕಾಗಳಲ್ಲಿ ಶಿಕ್ಷಣ ಪಡೆದವರಾಗಿದ್ದರು. ಪಾಶ್ಚಾತ್ಯರೊಂದಿಗೆ ಹೆಚ್ಚುತ್ತಿದ್ದ ಸಂಪರ್ಕವು ತಮ್ಮ ದೇಶದಲ್ಲಿ ಹಸ್ತಕ್ಷೇಪಮಾಡುತ್ತಿದ್ದ ವಿದೇಶೀಯರ ವಿರುದ್ಧ ದ್ವೇಷವನ್ನು ಮತ್ತು ಜೊತೆಗೆ ಅಸೂಯೆ ಹಾಗೂ ಮೆಚ್ಚುಗೆಗಳನ್ನು ಹುಟ್ಟುಹಾಕಿತು. ಚೀನಾ, ಕೈಗಾರಿಕಾ ಕ್ರಾಂತಿಯಿಂದ ದೂರವಿದ್ದ ಬಹುತೇಕ ಕೃಷಿಕರಿಂದ ಕೂಡಿದ ನಾಡಾಗಿದ್ದರೂ, ಇಂತಹ ಕ್ರಾಂತಿಯೊಂದರ ಫಲಗಳನ್ನು ಇಲ್ಲಿನ ಒಪ್ಪಂದದ ಬಂದರುಗಳಲ್ಲಿ ಕಾಣಬಹುದಾಗಿತ್ತು. ಇಲ್ಲಿ ಬ್ಯಾಂಕಿಂಗ್, ವಾಣಿಜ್ಯ ಮತ್ತು ಉತ್ಪಾದನೆಗಳು ಬಿರುಸಿನಿಂದ ನಡೆಯತೊಡಗಿದವು. ವ್ಯವಸ್ಥೆಯ ವಿರೋಧಿಗಳಾಗಿದ್ದ ಬುದ್ಧಿಜೀವಿಗಳು ಪಾಶ್ಚಾತ್ಯ ಸಂಸ್ಥೆಗಳ ಬಗ್ಗೆ ಮತ್ತು ಅವು ತಮ್ಮ ದೇಶಕ್ಕೆ ಸರಿಹೊಂದುವವೆ ಎಂಬ ಬಗ್ಗೆ ಅನುಮಾನಗಳನ್ನು ಹೊಂದಿದ್ದರು. ಇಂತಹ ಬುದ್ಧಿಜೀವಿ ವರ್ಗದ ಅತ್ಯಂತ ಸಮರ್ಥರಲ್ಲೊಬ್ಬನೆನಿಸಿದ ಕಾಂಗ್ ಯು–ವೈ ರಾಜಪ್ರಭುತ್ವವನ್ನು ಉಳಿಸಿಕೊಂಡು ಸಂವಿಧಾನದ ಮಾರ್ಗದರ್ಶನದಲ್ಲಿ ಅದನ್ನು ಮುನ್ನಡೆಸುವ ಮೂಲಕ ಉನ್ನತಧ್ಯೇಯಗಳನ್ನು ಸಾಧಿಸಬಹುದೆಂಬ ವಿಶ್ವಾಸವನ್ನು ಹೊಂದಿದ್ದನು. ಕಾಂಗನು ಕೆಲವು ಅತ್ಯಾಧುನಿಕ ವಿಚಾರಗಳನ್ನು ಹೊಂದಿದ ಉತ್ಸಾಹಿ ಮತ್ತು ಸ್ವಂತಿಕೆಯುಳ್ಳ ಚಿಂತಕನಾಗಿದ್ದನು. ಸ್ತ್ರೀ–ಪುರುಷರ ನಡುವೆ ಸ್ವಾಭಾವಿಕ ಸಮಾನತೆಯನ್ನು ಎತ್ತಿಹಿಡಿದ ಇವನು, ತಮ್ಮ ಪರಾಧೀನತೆಯನ್ನು ಅಂತ್ಯಗೊಳಿಸಲು ಜೊತೆಯಾಗಿ ಕೆಲಸಮಾಡುವಂತೆ ಜಗತ್ತಿನ 800 ದಶಲಕ್ಷ ಮಹಿಳೆಯರಿಗೆ ಕರೆನೀಡಿದನು. ವರ್ತಮಾನಕ್ಕಾಗಿ ಹೊಂದಾಣಿಕೆಗೆ ಸಿದ್ಧವಿದ್ದ ಮತ್ತು ಸರಳ ಸುಧಾರಣೆಗಳನ್ನು ಒಪ್ಪಿಕೊಳ್ಳಬಲ್ಲವನಾಗಿದ್ದ ಇವನು, ಇತರ ರಾಷ್ಟ್ರಗಳ ನಡುವೆ ತಲೆಯೆತ್ತಿ ನಿಲ್ಲಬಲ್ಲ ಸಮರ್ಥ ಚೀನಾವನ್ನು ಮಾತ್ರವೇ ಅಲ್ಲದೆ ರಾಷ್ಟ್ರೀಯ ರಾಜ್ಯಗಳ ವಿಕಾಸದ ಮೂಲಕ ಅಂತಿಮವಾಗಿ ಜಾಗತಿಕ ಐಕ್ಯತೆಯ ಕನಸನ್ನು ಕಂಡಿದ್ದನು. ಅವನ ಸುಖೀ ರಾಜ್ಯದ ಪರಿಕಲ್ಪನೆಯಲ್ಲಿ ಖಾಸಗಿ ಆಸ್ತಿ ಮತ್ತು ಕುಟುಂಬಗಳು, ಸಾರ್ವತ್ರಿಕ ಭಾಷೆ ಮತ್ತು ಸಾಮಾನ್ಯ ಜನಾಂಗಗಳಿಂದ ಒಂದುಗೂಡಿದ 'ಮಹಾನ್ ಸಮುದಾಯ'ವೊಂದರಲ್ಲಿ ವಿಲೀನವಾಗುತ್ತಿದ್ದವು. 'ಸುಧಾರಣೆಗಳ ನೂರುದಿನ' (1898ರ ಜೂನ್‌ನಿಂದ ಸೆಪ್ಟೆಂಬರ್)ವೆಂದೇ ಹೆಸರಾದ ಸೀಮಿತ ಅವಧಿಯಲ್ಲಿ ಯುವ ಚಕ್ರವರ್ತಿಯು

ಕಾಂಗನ ಮಾರ್ಗದರ್ಶನದಲ್ಲಿ ಭೂತಕಾಲದಿಂದ ಬಿಡಿಸಿಕೊಳ್ಳುವುದನ್ನು ಸೂಚಿಸುವ ಅನೇಕ ಸರಣಿ ಶಾಸನಗಳನ್ನು ಹೊರಡಿಸಿದನು.

ಬಾಕ್ಸರ್ ದಂಗೆ

ಉದಾರವಾದಿ ಸುಧಾರಕರನ್ನು ಟೀಕಿಸಿದ ಮಂಚು ಆಸ್ಥಾನವು ನಂತರ ತೀವ್ರ ಪ್ರತಿಗಾಮಿಗಳಿಗೆ ತನ್ನ ಅಭಯಹಸ್ತವನ್ನು ನೀಡಿತು. ಡೊವೇಜರ್ ಮಹಾರಾಣಿಯು ರಾಜಸಂತತಿಗೆ ಬಲವಾದ ಬೆದರಿಕೆಯನ್ನೊಡ್ಡಿದ್ದ ಹಲವಾರು ರಹಸ್ಯಸಂಘಗಳ ಧೋರಣೆಯು ವಿದೇಶೀ ವಿರೋಧಿ ನಿಲುವಾಗಿ ರೂಪುಗೊಳ್ಳುವಂತೆ ಜಾಣ್ಮೆಯಿಂದ ನಿರ್ದೇಶಿಸಿದಳು. ಈ ಬೆಳವಣಿಗೆಯು 1900ರಲ್ಲಿ ಉತ್ತುಂಗವನ್ನು ತಲುಪಿತು. ತಮ್ಮನ್ನು ಬಾಕ್ಸರ್ (ಸಮನ್ವಯ ಮುಷ್ಟಿಗಳ ಸಂಘ)ಗಳೆಂದು ಕರೆದುಕೊಂಡ ಹಲವರು, ಶಾಂಟುಂಗ್ ಮತ್ತು ಅದರ ವಾಯುವ್ಯಕ್ಕಿದ್ದ ಪ್ರಾಂತ್ಯಗಳ ಮೇಲೆ ಹಿಂಸಾತ್ಮಕ ಆಕ್ರಮಣವನ್ನು ಕೈಗೊಳ್ಳುವ ಮೂಲಕ ಈ ಸನ್ನಿವೇಶವನ್ನು ಸೃಷ್ಟಿಸಿದರು. ಬಾಕ್ಸರ್ ಚಳವಳಿಯು ರಾಜಸಂತತಿಯ ವಿರೋಧಿಯಾಗದೆ ಕ್ರೈಸ್ತರ ಮತ್ತು ವಿದೇಶೀ ವಿರೋಧಿಯಾಗಿದ್ದರೂ ಸಹ, ಇದು ಉತ್ತರ ಚೀನಾದ ಭೀಕರ ಕ್ಷಾಮದಿಂದ ತೀವ್ರಗೊಂಡ ವಿದೇಶೀಯರ ತೀವ್ರ ಅತೃಪ್ತಿಯ ಅಭಿವ್ಯಕ್ತಿಯಾಗಿತ್ತು. ಕೆಲವು ದಶಕಗಳ ಹಿಂದೆ ನಡೆದ ತೈಪಿಂಗ್ ಬಂಡಾಯದಂತೆಯೇ ಇದು ವಿಶೇಷವಾಗಿ ಯುವಜನತೆಯಲ್ಲಿ ಹಿಂಸಾತ್ಮಕ ಭಾವನೆಗಳನ್ನು ಪ್ರಚೋದಿಸಿತು; ಮತ್ತು ಎಲ್ಲರೂ ದ್ವೇಷಿಸುತ್ತಿದ್ದ "ದೆವ್ವ"ಗಳ ನಿರ್ಮೂಲನೆಯು ಸಮಾಜದಲ್ಲಿ ಮಾಂತ್ರಿಕ ಬೆಳವಣಿಗೆಯನ್ನುಂಟು ಮಾಡುವುದೆಂಬ ಸರಳ ನಂಬಿಕೆಯಿಂದ ತನ್ನ ಅನುಯಾಯಿಗಳಲ್ಲಿ ಸ್ಫೂರ್ತಿಯನ್ನು ತುಂಬಿತು. ಈ ಚಳವಳಿಗೆ ಡೊವೇಜರ್ ಮಹಾರಾಣಿಯ ರಹಸ್ಯ ಪ್ರೋತ್ಸಾಹವಿದ್ದುದನ್ನು ಮತ್ತು ಇದು ತೀವ್ರ ಪಾಶ್ಚಾತ್ಯ ವಿರೋಧಿ ಮೂಲಭೂತವಾದವನ್ನು ಆಧರಿಸಿ ರೂಪುಗೊಂಡಿದ್ದನ್ನು ಗಮನದಲ್ಲಿರಿಸಿಕೊಂಡು ಪರಿಶೀಲಿಸಿದರೆ, ಇದು ತೀವ್ರವಾಗಿದ್ದ ಪ್ರದೇಶಗಳಲ್ಲಿ ಜೀವಕಳೆದುಕೊಂಡವರ ಸಂಖ್ಯೆಯು ಹೆಚ್ಚೇನಿರಲಿಲ್ಲ. ಚೀನಾದ ಇನ್ನಿತರ ಭಾಗಗಳಲ್ಲಿ ಪ್ರಾಂತ್ಯಾಧಿಕಾರಿಗಳು, ತುಸ್ಸಿಯ ಸೂಚನೆಗಳನ್ನು ನಿರ್ಲಕ್ಷಿಸಿ ಸುವ್ಯವಸ್ಥೆಯನ್ನು ಕಾಪಾಡಲು ಮತ್ತು ವಿದೇಶಿ ನಿವಾಸಿಗಳನ್ನು ರಕ್ಷಿಸಲು ಯತ್ನಿಸಿದರು. ಹೀಗೆ ಬಾಕ್ಸರ್ ಚಳವಳಿಯು ಕ್ರಾಂತಿಯೂ ಆಗಿರಲಿಲ್ಲ ಅಥವಾ ಪಾಶ್ಚಾತ್ಯರ ವಿರುದ್ಧದ ನಿಜವಾದ ಯುದ್ಧವೂ ಆಗಿರಲಿಲ್ಲ; ಆದರೆ ಇದನ್ನಡಗಿಸಲು ಶ್ರದ್ಧೆ ಮತ್ತು ಉತ್ಸಾಹಗಳಿಂದ ಸಹಕರಿಸಿದ ಪಾಶ್ಚಾತ್ಯ ಶಕ್ತಿಗಳು, ಟೇನ್‌ಟ್ಸಿನ್ ಮತ್ತು ಪೀಕಿಂಗ್‌ಗಳಲ್ಲಿ ಮನಬಂದಂತೆ ಲೂಟಿಮಾಡಲು ತಮ್ಮ ಪಡೆಗಳಿಗೆ ಅವಕಾಶ ನೀಡಿದವು. ವಿದೇಶಿ ಶಕ್ತಿಗಳು ರಾಜಧಾನಿಯನ್ನು ಆಕ್ರಮಿಸಿಕೊಂಡಿದ್ದರಿಂದ, ಬಾಕ್ಸರ್‌ಗಳ ಹತೋಟಿಯಲ್ಲಿದ್ದುದಕ್ಕಿಂತಲೂ ಭಾರೀ ಹೆಚ್ಚಿನ ಹಾನಿಯನ್ನು ಅದು ಅನುಭವಿಸಿತು. ಮಂಚು ಸಂತತಿಯನ್ನು ಸುಲಭವಾಗಿ ಪದಚ್ಯುತ ಗೊಳಿಸಬಹುದಾಗಿದ್ದರೂ ಸಹ ಇದಕ್ಕೆ ಬದಲಾಗಿ, ಭವಿಷ್ಯದಲ್ಲಿ ಸದ್ವರ್ತನೆಯ ಭರವಸೆಯನ್ನು ಒತ್ತಾಯಪೂರ್ವಕವಾಗಿ ಪಡೆದು ಅದನ್ನು ಬಲಪಡಿಸಲು ಪಾಶ್ಚಾತ್ಯ ಸರ್ಕಾರಗಳು ನಿರ್ಧರಿಸಿದವು. ಒಪ್ಪಂದದ ನಿಬಂಧನೆಗಳ ಪ್ರಕಾರ (1901ರ ಬಾಕ್ಸರ್ ಒಪ್ಪಂದ) ರಾಜಪ್ರಭುತ್ವವು ಭಾರೀ ಪ್ರಮಾಣದ ನಷ್ಟಪರಿಹಾರವನ್ನು ನೀಡಬೇಕಿತ್ತು ಮತ್ತು ತನ್ನವರೇ ಆದ ಕೆಲವು ಅಧಿಕಾರಿಗಳನ್ನು ಶಿಕ್ಷೆಗೊಳಪಡಿಸಬೇಕಿತ್ತು. ನಾಗರಿಕ ಸೇವಾ ಪರೀಕ್ಷೆಗಳನ್ನು ಹಾಗೂ ಶಸ್ತ್ರಾಸ್ತ್ರಗಳ ಆಮದನ್ನು ತಾತ್ಕಾಲಿಕವಾಗಿ ರದ್ದುಗೊಳಿಸಲಾಯಿತು ಮತ್ತು ಪೀಕಿಂಗ್ ಪ್ರದೇಶದಲ್ಲಿ ಮಿಲಿಟರಿ ಘಟಕಗಳನ್ನು ಹೊಂದಿರಲು ಪಾಶ್ಚಾತ್ಯ ಶಕ್ತಿಗಳಿಗೆ ಅನುಮತಿಯನ್ನು ನೀಡಲಾಯಿತು.

ರಾಜತ್ವವನ್ನು ರಕ್ಷಿಸಿಕೊಳ್ಳುವ ಅಂತಿಮ ಪ್ರಯತ್ನವಾಗಿ ಮತ್ತು ಭಾಗಶಃ ವಿದೇಶೀ ಒತ್ತಡಕ್ಕೆ ಪ್ರತಿಕ್ರಿಯೆಯಾಗಿ 1901–1911ರ ಅವಧಿಯಲ್ಲಿ ಮಂಚು ಆಡಳಿತಗಾರರು ಅನೇಕ ಸುಧಾರಣೆಗಳನ್ನು ಪ್ರಕಟಿಸಿದರು. ಇವು ರೈಲು ಮಾರ್ಗಗಳ ನಿರ್ಮಾಣ, ಮಿಲಿಟರಿ ಸೇವೆಯ ಆಧುನೀಕರಣ, ಸಾರ್ವಜನಿಕ ಶಿಕ್ಷಣ ಮತ್ತು ರಾಜಕೀಯ ವ್ಯವಸ್ಥೆಯ ಉದಾರೀಕರಣಗಳಿಗೆ ಒತ್ತುನೀಡಿದ್ದವು. 1905ರಲ್ಲಿ ಆಧುನಿಕ ಶಿಕ್ಷಣ ವ್ಯವಸ್ಥೆಯನ್ನು ರೂಪಿಸುವುದಕ್ಕೆ ಪೂರ್ವಭಾವಿಯಾಗಿ, ಪ್ರಾಚೀನ ನಾಗರಿಕ ಸೇವಾ ಪರೀಕ್ಷೆಗಳನ್ನು ಅಧಿಕೃತವಾಗಿ ರದ್ದುಪಡಿಸಲಾಯಿತು ಆದರೆ ಈ ಕಾರ್ಯಕ್ರಮವನ್ನು ಜಾರಿಗೊಳಿಸುವ ಕಾರ್ಯವನ್ನು ಪ್ರಾಂತೀಯ ಗವರ್ನರುಗಳಿಗೆ ಒಪ್ಪಿಸಲಾಗಿತ್ತು. ಈ ಬಗ್ಗೆ ಅವರು ಹೆಚ್ಚೇನನ್ನೂ ಮಾಡಲಿಲ್ಲ. ಮಹತ್ವಾಕಾಂಕ್ಷಿಗಳಾಗಿದ್ದ ಚೀನಾದ ಅನೇಕ ಯುವಕರು ಶಿಕ್ಷಣಕ್ಕಾಗಿ ವಿದೇಶಗಳಿಗೆ ವಿಶೇಷವಾಗಿ ಜಪಾನ್‌ಗೆ ತೆರಳತೊಡಗಿದರು. ಜಪಾನ್ ದೇಶಭ್ರಷ್ಟರಾಗಿದ್ದ ಚೀನಾದ ಕ್ರಾಂತಿಕಾರಿಗಳಿಗೆ ಸ್ವರ್ಗದಂತಿತ್ತು. ಏತನ್ಮಧ್ಯೆ ಚುನಾಯಿತ ಸಂಸತ್ತನ್ನು ಹೊಂದಿದ್ದ ಸಂವಿಧಾನಬದ್ಧ ವ್ಯವಸ್ಥೆಗೆ ಕ್ರಮೇಣ ಬದಲಾಗುವುದಕ್ಕಾಗಿ ಸರ್ಕಾರವು ತನ್ನ ಯೋಜನೆಗಳನ್ನು ಘೋಷಿಸಿತು. ಈ ದಿಕ್ಕಿನಲ್ಲಿ ಮೊದಲ ಹೆಜ್ಜೆಯಾಗಿ 1909ರಲ್ಲಿ ಪ್ರಾಂತೀಯ ಅಸೆಂಬ್ಲಿಗಳನ್ನು ಸ್ಥಾಪಿಸಲಾಯಿತು. ಈ ಅಸೆಂಬ್ಲಿಗಳು ಪ್ರಜಾಸತ್ತಾತ್ಮಕವಾಗಿ ಚುನಾಯಿತವಾದವುಗಳಾಗಿರದೆ, ಕೇವಲ ಚರ್ಚಾವೇದಿಕೆಗಳಾಗಿರುವಂತೆ ಉದ್ದೇಶಿಸಲಾಗಿದ್ದರೂ, ಇವು ಗಟ್ಟಿಯಾಗಿ ದನಿಯೆತ್ತಿದ್ದರಿಂದ ಮರುವರ್ಷವೇ

ರಾಷ್ಟ್ರೀಯ ಅಸೆಂಬ್ಲಿಯನ್ನು ಕರೆಯುವುದು ಅತ್ಯಗತ್ಯವೆಂಬುದನ್ನು ಸರ್ಕಾರವು ಮನಗಂಡಿತು. 1910ರ ರಾಷ್ಟ್ರೀಯ ಅಸೆಂಬ್ಲಿಯನ್ನು ಸಂಪ್ರದಾಯವಾದದ ರಕ್ಷಾಕವಚದಂತೆ ರೂಪಿಸಲಾಗಿತ್ತು. ಇದರ ಅರ್ಧದಷ್ಟು ಸದಸ್ಯರು ನೇರವಾಗಿ ಚಕ್ರವರ್ತಿಯಿಂದ ನೇಮಕಗೊಂಡಿದ್ದರು. ಆದರೂ, ಇದು ಸರ್ಕಾರವನ್ನು ವಿಮರ್ಶಿಸಿ ತ್ವರಿತಗತಿಯಲ್ಲಿ ಸುಧಾರಣೆಗಳನ್ನು ಕೈಗೊಳ್ಳುವಂತೆ ಬೇಡಿಕೆಯನ್ನು ಮುಂದಿಟ್ಟಿತು.

1911ರ ಕ್ರಾಂತಿ

ಈ ಮಧ್ಯೆ ರೈಲುಮಾರ್ಗ ನಿರ್ಮಾಣಕ್ಕೆ ಸಂಬಂಧಿಸಿದಂತೆ ಸರ್ಕಾರದ ನೀತಿಯ ವಿರುದ್ಧ ಅಸಮಾಧಾನ ಬೆಳೆಯುತ್ತಿತ್ತು. ರೈಲುಮಾರ್ಗಗಳ ಏಕೀಕೃತ ಜಾಲವನ್ನು ನಿರ್ಮಿಸುವುದು ಮತ್ತು ನಿರ್ದಿಷ್ಟ ವಿಭಾಗಗಳ ನಿರ್ಮಾಣದ ಜವಾಬ್ದಾರಿಯನ್ನು ಪ್ರಾಂತೀಯ ಅಧಿಕಾರಿಗಳಿಗೆ ಒಪ್ಪಿಸುವುದು ಹಾಗೂ ಇದಕ್ಕೆ ಅಗತ್ಯವಾದ ಹಣವನ್ನು ಪ್ರತಿಪ್ರಾಂತ್ಯದ ಶ್ರೀಮಂತ ಪ್ರಜೆಗಳಿಂದ ಷೇರು ಬಂಡವಾಳದ ರೂಪದಲ್ಲಿ ಸಂಗ್ರಹಿಸಬೇಕೆಂಬುದು ಮೊದಲಿನ ಯೋಜನೆಯಾಗಿತ್ತು. ಹೀಗೆ ಮಾಡುವ ಮೂಲಕ ಈ ಯೋಜನೆಯಲ್ಲಿ ರಾಷ್ಟ್ರದ ಆಸಕ್ತಿಯನ್ನು ಮೂಡಿಸುವುದು ಮತ್ತು ವಿದೇಶಿ ಸಾಲಗಳಿಗೆ ಮರಳದಂತೆ ತಡೆಯೊಡ್ಡಬೇಕೆಂದು ಆಶಿಸಲಾಗಿತ್ತು. ಆದರೆ 1909ರಲ್ಲಿ ಪೀಕಿಂಗ್ ಸರ್ಕಾರವು ಸಂಪೂರ್ಣ ಯೋಜನೆಯನ್ನು ತನ್ನ ಕೈಗೆ ತೆಗೆದುಕೊಂಡಿತು. ಇದಕ್ಕೆ ವಿಕೇಂದ್ರೀಕರಣವು ರಾಜರ ಅಧಿಕಾರಕ್ಕೆ ಅಪಾಯಕಾರಿಯೆಂಬ ಅದರ ಭಯವು ಭಾಗಶಃ ಕಾರಣವಾಗಿದ್ದರೆ, ಪ್ರಾಂತ್ಯಗಳಲ್ಲಿ ಅವ್ಯವಸ್ಥೆ ಮತ್ತು ಹಣದ ದುರ್ಬಳಕೆಗಳು ಬಂಡವಾಳವನ್ನು ತಿಂದುಹಾಕುತ್ತಿದ್ದುದು ಭಾಗಶಃ ಕಾರಣವಾಗಿತ್ತು. ಸರ್ಕಾರದ ಈ ನಿರ್ಧಾರದಿಂದಾಗಿ ವಿದೇಶೀ ಬಂಡವಾಳಶಾಹಿಗಳಿಂದ ಹಣ ತರುವುದು ಅಗತ್ಯವಾಯಿತು. ಮತ್ತು ಇದು ಪ್ರಾಂತೀಯ ಹಿತಕ್ಕೆ ಧಕ್ಕೆಯನ್ನು ತಂದಿತು. ತಮ್ಮ ಷೇರುಗಳನ್ನು ಮೂಲಬೆಲೆಗೆ ಹಿಂದಕ್ಕೆ ಪಡೆಯಲು ಸಾಧ್ಯವಿಲ್ಲವೆಂಬ ಅಂಶವು ಹೂಡಿಕೆದಾರರನ್ನು ಕೋಪಗೊಳಿಸಿತು. ಹೀಗಾಗಿ 1911ರ ಚಳಗಾಲದಲ್ಲಿ ಹಿಂಸೆ ಭುಗಿಲೆದ್ದಿತು. ರಾಜಪ್ರಭುತ್ವ ವಿರೋಧಿ ಭಾವನೆಯು ಮುಕ್ತಬಂಡಾಯದ ಮಟ್ಟಕ್ಕೆ ತೀವ್ರಗೊಳ್ಳಲು ಕಾರಣವಾದ ಅನೇಕ ಅಂಶಗಳಲ್ಲಿ ರೈಲುಮಾರ್ಗದ ವಿವಾದವು ಕೇವಲ ಒಂದು ಅಂಶವಾಗಿತ್ತು. ಹ್ಯಾನ್‌ಕೌನಲ್ಲಿ ಅಕ್ಟೋಬರ್ 9ರಂದು ಬಾಂಬೊಂದು ಸ್ಫೋಟಗೊಂಡಿದ್ದು ಯಾಂಗ್ಟ್ಸಿ ಕಣಿವೆಯ ನಗರಗಳಲ್ಲಿ ಬಂಡಾಯವು ತಲೆಯೆತ್ತಲು ಕಾರಣವಾಯಿತು. ಈ ಸಂದರ್ಭದಲ್ಲಿ ಮಂಚುಗಳಿಗೆ ಸೇರಿದ್ದ ಮಿಲಿಟರಿಯಲ್ಲಿ ಬಂಡುಕೋರ ಪಡೆಯ ದಂಡನಾಯಕನಾಗಿದ್ದ ಯುವಾನ್ ಹುಂಗನು ಇತರ ಕ್ರಾಂತಿಕಾರಿಗಳನ್ನು ಸೇರಿಕೊಂಡನು.

1911ರಲ್ಲಿ ಪೂರ್ವಸಿದ್ಧತೆಯಿಲ್ಲದ ದಂಗೆಗಳಿಂದಾಗಿ ಒಟ್ಟಾಗಿ ಪ್ರಾಧ್ಯಾನ್ಯಕ್ಕೆ ಬಂದ ಚೀನಾದ ಕ್ರಾಂತಿಕಾರಿ ಗುಂಪುಗಳಲ್ಲಿ ಕಾರ್ಯಕ್ರಮಕ್ಕೆ ಸಂಬಂಧಿಸಿಯಾಗಲಿ ಅಥವಾ ತಂತ್ರಗಾರಿಕೆಗೆ ಸಂಬಂಧಿಸಿಯಾಗಲೀ ಎಳ್ಳಷ್ಟು ಒಮ್ಮತವಿರಲಿಲ್ಲ. ಕಾಂಗ್‌ಯು–ವೈನ್ ನೇತೃತ್ವದ ಉದಾರವಾದಿ ನಾಯಕರು ಸೀಮಿತ ರಾಜಪ್ರಭುತ್ವದ ಧ್ಯೇಯಕ್ಕೆ ಅಂಟಿಕೊಂಡಿದ್ದರು. ರಾಜರು ಸರ್ವಾಧಿಕಾರವನ್ನು ಕೈಬಿಟ್ಟು, ಪ್ರಗತಿಪರ ಆಳ್ವಿಕೆಗೆ ಒಪ್ಪುವುದಾದರೆ ರಾಜತ್ವದ ಮುಂದುವರಿಕೆಗೆ ಅವರ ಅಂಗೀಕಾರವಿತ್ತು. ತೀವ್ರವಾದಿಗಳ ಮತ್ತೊಂದು ಗುಂಪು ರಾಜಪ್ರಭುತ್ವವನ್ನು ಸಂಪೂರ್ಣವಾಗಿ ರದ್ದುಗೊಳಿಸಿ, ಚೀನಾವನ್ನು ಗಣರಾಜ್ಯವನ್ನಾಗಿ ಪರಿವರ್ತಿಸಬೇಕೆಂದು ಆಶಿಸಿತು. ಡಾ. ಸನ್‌ಯಾತ್‌ಸೇನ್ ಈ ತೀವ್ರವಾದಿಗಳಲ್ಲಿ ಪ್ರಮುಖನಾಗಿದ್ದನು. ತೈಪಿಂಗರ ನಾಯಕನನ್ನೂ ಮತ್ತು ಮಂಚು ಆಳ್ವಿಕೆಯ ಅಸಂಖ್ಯ ವಿರೋಧಿಗಳನ್ನು ಸೃಷ್ಟಿಸಿದ ಪ್ರಾಂತ್ಯವಾದ ಕ್ಯಾಂಟನ್‌ನ ಸಮೀಪದ ರೈತ ಕುಟುಂಬವೊಂದರಲ್ಲಿ ಇವನು ಜನಿಸಿದನು. ತನ್ನ ಹಿರಿಯ ಸೋದರನ ಆಹ್ವಾನದ ಮೇರೆ ಸೇನ್‌ನು ಪಾಶ್ಚಾತ್ಯ ಶಿಕ್ಷಣ ಪಡೆಯಲು ಹವಾಯ್‌ಗೆ ತೆರಳಿದನು ಮತ್ತು ಅಲ್ಲಿ ಕ್ರೈಸ್ತಧರ್ಮಕ್ಕೆ ಮತಾಂತರಿಸಲ್ಪಟ್ಟನು. ಚೀನಾಕ್ಕೆ ಹಿಂದಿರುಗಿದ ಮೇಲೆ ಇವನು ಪ್ರಧಾನವಾಗಿ ಪ್ರಾಟಿಸ್ಟೆಂಟ್ ಮಿಶನರಿ ವೈದ್ಯರೊಂದಿಗೆ ಸೇರಿ ವೈದ್ಯಕೀಯವನ್ನು ಅಭ್ಯಸಿಸಿ ಹಾಂಕ್‌ಕಾಂಗ್‌ನಲ್ಲಿ ವೈದ್ಯಕೀಯ ಡಿಪ್ಲೋಮಾ ಒಂದನ್ನು ಪಡೆದುಕೊಂಡನು. 1895ರಲ್ಲಿ ಸರ್ಕಾರದ ವಿರುದ್ಧ ನಡೆದ ವಿಫಲ ಬಂಡಾಯವೊಂದರಲ್ಲಿ ಪಾಲ್ಗೊಂಡು, ಪ್ರಾಣಾಪಾಯದಿಂದ ಪಾರಾದನು. ಇದಾದ ಮೇಲೆ ವ್ಯಾಪಕ ಓಡಾಟಗಳಲ್ಲಿ ನಿರತನಾದ ಡಾ.ಸೇನ್ ಅಮೆರಿಕಾದಲ್ಲಿ ಕೆಲಕಾಲ ತಂಗಿದ್ದು, ಇಂಗ್ಲೆಂಡ್ ಮತ್ತು ಯೂರೋಪ್ ಖಂಡದ ಇತರ ಭಾಗಗಳಿಗೂ ಭೇಟಿನೀಡಿದನು. ಈ ಅವಧಿಯಲ್ಲಿ ಪಾಶ್ಚಾತ್ಯ ಸಂಘ–ಸಂಸ್ಥೆಗಳ ಅಧ್ಯಯನ ಕೈಗೊಂಡ ಡಾ. ಸೇನ್‌ಗೆ ಚೀನಾದಲ್ಲೂ ಇವುಗಳನ್ನು ಯಶಸ್ವಿಯಾಗಿ ಅಳವಡಿಸಿಕೊಳ್ಳಬಹುದೆಂದು ಮನದಟ್ಟಾಯಿತು. ಸ್ವದೇಶೀ ಮತ್ತು ವಿದೇಶೀ ಚೀನಿಯರಲ್ಲಿ ಮಂಚು ವಿರೋಧವನ್ನು ಮೂಡಿಸುವುದಕ್ಕೆ ಅವನು ತನ್ನೆಲ್ಲಾ ಶಕ್ತಿಯನ್ನೂ ವ್ಯಯಿಸಿದನು. ಚೀನಾದಲ್ಲಿ ಇವನ ಕಾರ್ಯವನ್ನು ರಹಸ್ಯ 'ಕ್ರಾಂತಿಕಾರಿ ಒಕ್ಕೂಟವು' ಮುಂದುವರೆಸಿತು. 1911ರ ದಂಗೆಗೆ ಮುಂಚಿನ ಅವಧಿಯಲ್ಲಿ ಅದರಿಂದ ಪ್ರಭಾವಿತರಾಗದೇ ಉಳಿದಿದ್ದ ಅನೇಕರನ್ನು ಇದು ತನ್ನತ್ತ ಸೆಳೆಯಿತು.

ಯುವಾನ್ ಷಿಕಾಯ್

ನಂತರದ ಕೆಲವು ವರ್ಷಗಳ ಘಟನೆಗಳು ಗೊಂದಲದಿಂದಲೂ, ವಿರೋಧಭಾಸದಿಂದಲೂ ಕೂಡಿದ್ದವು. ಉತ್ತರಚೀನಾದಲ್ಲಿ ಸೇನೆಯನ್ನು ಪುನರ್ ಸಂಘಟಸಿದ್ದ ಸಂಪ್ರದಾಯನಿಷ್ಠ ಅಧಿಕಾರಿ ಯುವಾನ್ ಷಿಕಾಯ್‌ನಿಗೆ ಈ ಬಂಡಾಯವನ್ನು ಹತ್ತಿಕ್ಕುವಂತೆ ಮಂಚು ಆಸ್ಥಾನವು ಆದೇಶ ನೀಡಿತು. ಪ್ರಾಯಶಃ ರಾಜತ್ವದ ಅಂತ್ಯವು ದೂರವಿಲ್ಲವೆಂಬುದನ್ನು ಮನಗಂಡಿದ್ದರಿಂದ, ತನ್ನ ಸೇನೆಯೇ ಶ್ರೇಷ್ಠವೂ, ಬಲಿಷ್ಠವೂ ಆಗಿದ್ದರೂ ಸಹ ಅವನು ದಕ್ಷಿಣದ ಬಂಡುಕೋರರೊಂದಿಗೆ ನಿರ್ಣಾಯಕ ಯುದ್ಧಗಳನ್ನು ಮಾಡುವುದರಿಂದ ತಪ್ಪಿಸಿಕೊಂಡನು. ಪೀಕಿಂಗ್‌ನ ರಾಷ್ಟ್ರೀಯ ಅಸೆಂಬ್ಲಿಯು ಕೂಡಲೇ ಸಾಂವಿಧಾನಿಕ ಸುಧಾರಣೆಗಳಾಗಬೇಕೆಂದೂ ಮತ್ತು ಬಂಡಾಯಗಾರರಿಗೆ ರಕ್ಷಣೆ ನೀಡಬೇಕೆಂದೂ ಒತ್ತಾಯಿಸುತ್ತಾ, ಇದೇ ಸಮಯದಲ್ಲೇ ಮಂಚುಗಳ ಕೊನೆಯ ಆಶಾಕಿರಣವಾಗಿದ್ದ ಯುವಾನ್ ಷಿಕಾಯ್‌ನನ್ನು ಪ್ರಧಾನಮಂತ್ರಿಯನ್ನಾಗಿ ನೇಮಿಸಿತು. ನಾನ್‌ಕಿಂಗ್‌ನ ಅಸೆಂಬ್ಲಿಯಲ್ಲಿ ಮಧ್ಯಚೀನ ಮತ್ತು ಕ್ಯಾಟೋನಿಯನ್ನರು ಪರಸ್ಪರ ಸಹಕರಿಸುವ ಮೂಲಕ ರಾಜಪ್ರಭುತ್ವದ ವಿರುದ್ಧ ತಾವೆಲ್ಲರೂ ಒಂದಾಗಿರುವಂತೆ ತೋರಿಸಿದರೂ, ದಕ್ಷಿಣ ಚೀನಾದಲ್ಲಿ ಉತ್ತರಕ್ಕಿಂತ ಹೆಚ್ಚು ಗೊಂದಲ ತಲೆದೋರಿತ್ತು. ಅದೀಗತಾನೆ ಚೀನಾಗೆ ಆಗಮಿಸಿ ಗಣರಾಜ್ಯವನ್ನು ಘೋಷಿಸಿದ್ದ ಡಾ.ಸೆನ್‌ನನ್ನು ನಾನ್‌ಕಿಂಗ್‌ನ ಅಸೆಂಬ್ಲಿಯ ಅಧ್ಯಕ್ಷನನ್ನಾಗಿ ಚುನಾಯಿಸಲಾಯಿತು. ಈ ಕ್ರಾಂತಿಕಾರಿ ಪ್ರಯೋಗವನ್ನು ಒಂದೇ ಏಟಿಗೆ ಅಂತ್ಯಗೊಳಿಸುವುದಕ್ಕೆ ಬದಲಾಗಿ ಯುವಾನನು, ಉತ್ತರ ಮತ್ತು ದಕ್ಷಿಣದ ಗುಂಪುಗಳ ನಡುವೆ ಹೊಂದಾಣಿಕೆ ಮೂಡಿಸ ಬಯಸಿ ನಾನ್‌ಕಿಂಗ್‌ನ ಪ್ರತಿನಿಧಿಗಳೊಂದಿಗೆ ಒಪ್ಪಂದವೊಂದನ್ನು ಏರ್ಪಡಿಸಿದನು. ದಕ್ಷಿಣದ (ತೀವ್ರವಾದಿ) ಪಂಗಡಗಳಿಗೆ ರಿಯಾಯಿತಿಯಾಗಿ ಚೀನಾವನ್ನು ಗಣರಾಜ್ಯವೆಂದು ಘೋಷಿಸಿ, ಲೀ ಯುವಾನ್ ಹಂಗ್‌ನನ್ನು ಉಪಾಧ್ಯಕ್ಷನನ್ನಾಗಿ ನೇಮಿಸಲಾಯಿತು ಮತ್ತು ನಾನ್‌ಕಿಂಗ್ ಅದರ ರಾಜಧಾನಿಯಾಯಿತು. ಆದರೆ ಶಾಂತಿ, ಸಮನ್ವಯಗಳನ್ನು ಮೂಡಿಸಲು ಅಧಿಕಾರದಿಂದ ಕೆಳಗಿಳಿದ ಡಾ. ಸೇನ್‌ನು ಉತ್ತರದ ಸೇನಾಪಡೆಗಳ ಬೆಂಬಲವನ್ನು ಹೊಂದಿದ್ದ ಯುವಾನ್ ಷಿಕಾಯ್‌ನನ್ನು ಗಣರಾಜ್ಯದ ತಾತ್ಕಾಲಿಕ ಅಧ್ಯಕ್ಷನನ್ನಾಗಿ ನೇಮಿಸುವಂತೆ ಸೂಚಿಸಿದನು. ಹೊಸ ವ್ಯವಸ್ಥೆಯಲ್ಲಿ ಮಂಚು ಚಕ್ರವರ್ತಿಯು ಪದವಿ ತ್ಯಾಗಮಾಡಬೇಕಾಗಿ ಬಂದರೂ ರಾಜಕುಟುಂಬದ ಪರವಾಗಿ ಅತ್ಯಂತ ಉದಾರವಾದ ಒಪ್ಪಂದವೊಂದನ್ನು ಯುವಾನನು ತೆಗೆದುಕೊಂಡನು.

ಯುವಾನ್ ಷಿಕಾಯ್

ಹೀಗೆ, ತುಲನಾತ್ಮಕವಾಗಿ ನೋಡಿದರೆ ಕಡಿಮೆ ರಕ್ತಪಾತ ಅಥವಾ ಸಾಮಾಜಿಕ ಸಂಕ್ಷೋಭೆಯೊಂದಿಗೆ ಮತ್ತು ಪಾಶ್ಚಾತ್ಯ ಬಲಿಷ್ಠ ಶಕ್ತಿಗಳ ಹಸ್ತಕ್ಷೇಪವಿಲ್ಲದೆ ಮಂಚುಸಂತತಿಯನ್ನು ಹಾಗೂ ರಾಜಪ್ರಭುತ್ವವನ್ನು ಕಿತ್ತುಹಾಕಲಾಯಿತು. ಆದರೆ ಈ ಘಟನೆಗಳು ಚೀನಾದ ಕ್ರಾಂತಿಯ ಆರಂಭವನ್ನು ಸೂಚಿಸುತ್ತಿದ್ದವು ಮತ್ತು ಚೀನಾದ ದೀರ್ಘ ಇತಿಹಾಸದಲ್ಲಿ ಅತ್ಯಂತ ಗಂಭೀರ ಯಾತನೆಯ ಅವಧಿಗಳಲ್ಲೊಂದರ ಮುನ್ಸೂಚನೆಯಾಗಿದ್ದವು. ಮಂಚುಗಳ ಉತ್ತರಾಧಿಕಾರಿಗಳಾಗಿ ಅಧಿಕಾರಕ್ಕೆ ಬರುವ ಯಾವುದೇ ಆಳ್ವಿಕೆಯಾಗಲೀ, ಮಂಚು ದುರಾಡಳಿತದ ಫಲಗಳಾದ ಭ್ರಷ್ಟ ಆಡಳಿತ, ಆರ್ಥಿಕ ಜಡತ್ವ ಮತ್ತು ಸಾಮಾನ್ಯ ಅನೀತಿಯಂತಹ ಬೃಹತ್ ಸಮಸ್ಯೆಗಳನ್ನು ಎದುರಿಸಲೇಬೇಕಿತ್ತು. ಇಷ್ಟೇ ಅಲ್ಲದೆ ಸರ್ಕಾರದ ಕಾರ್ಯನಿರ್ವಹಣಾ ಸ್ವಾತಂತ್ರ್ಯವು ಬೃಹತ್ ಶಕ್ತಿಗಳ ಒತ್ತಡದಿಂದಾಗಿ ಸೀಮಿತಗೊಂಡಿತು. ತಮ್ಮ ತಮ್ಮ ಆಸಕ್ತಿಯ ವಲಯಗಳಲ್ಲಿ ಮುಳುಗಿಹೋಗಿದ್ದ ಈ ಶಕ್ತಿಗಳನ್ನೇ ಚೀನಾ ಬಂಡವಾಳ ಹೂಡಿಕೆಗಾಗಿ ಅವಲಂಬಿಸಿತ್ತು. ಹೀಗಾಗಿ ತೀವ್ರಗತಿಯಲ್ಲಿ ಪ್ರಗತಿಯಾಗುವಂತಿರಲಿಲ್ಲ. ಆದರೆ ಕ್ರಾಂತಿಯ ಈ ಹಂತದಲ್ಲಿ ಅಧಿಕಾರಕ್ಕೆ ಬಂದ ವ್ಯಕ್ತಿಗಳು ರಾಷ್ಟ್ರದ ಹಿತವನ್ನು ಕಾಯುವ ಬದಲಾಗಿ ತಮ್ಮ ಸ್ವಂತದ ಹಿತಾಸಕ್ತಿಗಳನ್ನು ಪೂರೈಸಿಕೊಳ್ಳುವತ್ತಲೇ ಹೆಚ್ಚಿನ ಗಮನನೀಡಿದಂತಿದ್ದರು. ಗಣರಾಜ್ಯದ ತತ್ವಗಳ ಬಗ್ಗೆ ಕಿಂಚಿತ್ತೂ ಒಲವಿರದಿದ್ದ ಯುವಾನ್ ಷಿಕಾಯ್ ಸರ್ವಾಧಿಕಾರಿಯಾಗಿ ರೂಪುಗೊಂಡನು. ಸರ್ಕಾರದ ಕೇಂದ್ರಸ್ಥಾನವನ್ನು ದಕ್ಷಿಣಕ್ಕೆ ವರ್ಗಾಯಿಸಲು

ನಿರಾಕರಿಸಿದ ಅವನು, ಸಂವಿಧಾನವನ್ನು ರಚಿಸಲು 1913ರಲ್ಲಿ ಪೀಕಿಂಗ್‌ನಲ್ಲಿ ಸಂಸತ್ತು ಸಭೆಸೇರಿದಾಗ ಇದಾಗದಂತೆ ತಡೆಯಲು ಸದಸ್ಯರನ್ನು ಒತ್ತಾಯಿಸಿ, ವಂಚಿಸಿ, ಲಂಚವನ್ನು ನೀಡಿದನು. ಡಾ.ಸೇನ್‌ನ ಕ್ರಾಂತಿಕಾರಿ ಒಕ್ಕೂಟವು ಕೊಮಿಂಟಾಂಗ್ (ಚೀನೀ ರಾಷ್ಟ್ರೀಯ ಪಕ್ಷ) ಪಕ್ಷವಾಗಿ ಪುನರ್ ಸಂಘಟಿತಗೊಂಡಿತು. ಸರ್ಕಾರದ ರಚನೆಯನ್ನು ಸಿದ್ಧಪಡಿಸಲೆತ್ನಿಸುತ್ತಿದ್ದ ಸಂಸತ್ತಿನಲ್ಲಿ ಕೊಮಿಂಟಾಂಗ್ ಪಕ್ಷದವರೇ ಹೆಚ್ಚಿನ ಸಂಖ್ಯೆಯಲ್ಲಿದ್ದರು. ಹೀಗೆ ರಚನೆಗೊಂಡ ಸಂವಿಧಾನವು ಕಾರ್ಯಾಂಗದ ಅಧಿಕಾರದ ಮೇಲೆ ಮಿತಿಗಳನ್ನು ಹೇರಿತು; ಆದರೆ ಸಂಸತ್ ಸದಸ್ಯರನ್ನು ಭ್ರಷ್ಟಗೊಳಿಸುವ ಯತ್ನದಲ್ಲಿ ಯುವಾನನು ಎಷ್ಟು ಯಶಸ್ವಿಯಾದನೆಂದರೆ, ಅವರು ಯುವಾನನ್ನೇ ತಮ್ಮ ಅಧ್ಯಕ್ಷನನ್ನಾಗಿ ಚುನಾಯಿಸಿದರು. ಇದಾದ ನಂತರ ಯುವಾನನು ಅಸೆಂಬ್ಲಿಯನ್ನು ತಿರಸ್ಕಾರದಿಂದ ರದ್ದುಗೊಳಿಸಿ, ಕೊಮಿಂಟಾಂಗ್ ಅನ್ನು ನಿಷೇಧಿಸಿ, ತನ್ನನ್ನು ಅಧ್ಯಕ್ಷನನ್ನಾಗಿ ಉಳಿಸಿಕೊಂಡು 'ಸಂವಿಧಾನಿಕ ಒಪ್ಪಂದ'ವೊಂದನ್ನು ಘೋಷಿಸಿದನು. ಯುವಾನ್ ಷಿಕಾಯ್‌ನು 1914ರಿಂದ 1916ರಲ್ಲಿ ತಾನು ಮರಣ ಹೊಂದುವವರೆಗೆ ಮಿಲಿಟರಿ ಸರ್ವಾಧಿಕಾರಿಯಾಗಿ ಆಳ್ವಿಕೆ ನಡೆಸಿದನು, ಇವನಿಗೆ ಸ್ವತಃ ತಾನೆ ರಾಜರ ಸೇವೆಗಾಗಿ ಸಂಘಟಿಸಿದ್ದ ಉತ್ತರದ ಸೇನಾಪಡೆಗಳ ಬೆಂಬಲವಿತ್ತು. ಚೀನಾದ ಕ್ರಾಂತಿಯ ಬಗ್ಗೆ ಆಶ್ಚರ್ಯಕರವೆನ್ನಿಸುವಂತೆ ಯಾವ ಆಸಕ್ತಿಯನ್ನೂ ತೋರದಿದ್ದ ಪಾಶ್ಚಾತ್ಯ ಸರ್ಕಾರಗಳು, ಒಟ್ಟಾರೆಯಾಗಿ ಯುವಾನನ ಪರವಾಗಿದ್ದು ಅಂತರರಾಷ್ಟ್ರಿಯ ಬ್ಯಾಂಕಿಂಗ್ ಗುಂಪೊಂದರ ಮುಖಾಂತರ ಸಾಲಗಳನ್ನು ನೀಡಿದವು. ಸ್ವತಃ ಚೀನಾ ದುರ್ಬಲವಾಗಿರುವವರೆಗೂ ಚೀನಾದಲ್ಲಿ 'ಬಲಿಷ್ಠ ವ್ಯಕ್ತಿ'ಯೊಬ್ಬನನ್ನು ಬೆಂಬಲಿಸಲು ಈ ಶಕ್ತಿಗಳು ಇಚ್ಛಿಸುತ್ತಿದ್ದವು. ಹೊರ ಮಂಗೋಲಿಯಾಕ್ಕೆ ಸ್ವಾಯತ್ತತೆಯನ್ನು ದೊರಕಿಸಿಕೊಳ್ಳಲು ಮಂಗೋಲಿಯನ್ನರಲ್ಲಿ ತಲೆದೋರಿದ ರಾಷ್ಟ್ರೀಯ ಭಾವನೆಗಳು, ಇದರೊಂದಿಗೆ ರಷ್ಯಾದ ಪಿತೂರಿ; ಟಿಬೆಟ್‌ನಲ್ಲಿ ಬಂಡಾಯಗಳು ಚೀನಾದಲ್ಲಿ ಪ್ರಭಾವವನ್ನು ವಿಸ್ತರಿಸಿಕೊಳ್ಳಲು ಬ್ರಿಟಿಷರಿಗೆ ನೆರವಾದವು; ಮತ್ತು ಇದೇ ಸಮಯದಲ್ಲಿ ಷಾಂಟುಂಗ್ ಪರ್ಯಾಯ ದ್ವೀಪದ ಮೇಲೆ ಜಪಾನ್ ಕಣ್ಣು ಹಾಕಲಾರಂಬಿಸಿತು.

ಪ್ರತಿಗಾಮಿಯಾಗಿದ್ದರೂ ಸಹ ಯುವಾನ್ ಷಿಕಾಯ್‌ನ ನಿರಂಕುಶಾಧಿಕಾರವು ಕನಿಷ್ಠ ಚೀನಾದಲ್ಲಿ ರಾಜಪ್ರಭುತ್ವವು ಸಂಪೂರ್ಣವಾಗಿ ಪ್ರತಿಷ್ಠೆಯನ್ನು ಕಳೆದುಕೊಂಡಿತ್ತೆಂಬುದನ್ನು ನಿರೂಪಿಸಿತು. ಯುವಾನನು ಹೊಸ ಸಂತತಿಯ ಸ್ಥಾಪಕನಾಗಿ ರಾಜಸಿಂಹಾಸನವನ್ನೇರಿ ತನ್ನ ಕುಟುಂಬದ ಅಧಿಕಾರವನ್ನು ವಿಸ್ತರಿಸಲೆತ್ನಿಸುವ ತಪ್ಪುಮಾಡಿದಾಗ, ಅವನು ಅನಿರೀಕ್ಷಿತ ವಿರೋಧವನ್ನು ಎದುರಿಸಬೇಕಾಯಿತು. ಬೃಹತ್ ಶಕ್ತಿಗಳು, ವಿಶೇಷವಾಗಿ ಜಪಾನ್ ಈ ಯೋಜನೆಯನ್ನು ವಿರೋಧಿಸಿದವು ಮತ್ತು ದಕ್ಷಿಣದ ಪ್ರಾಂತ್ಯಗಳಲ್ಲಿ ಹೊಸ ದಂಗೆಗಳು ಭುಗಿಲೆದ್ದವು. 1916ರ ಬೇಸಿಗೆಯಲ್ಲಿ ಈ ಅತೃಪ್ತ ಸರ್ವಾಧಿಕಾರಿಯ ದಿಢೀರ್ ಸಾವು, ತಾತ್ವಿಕವಾಗಿ ಗಣರಾಜ್ಯವನ್ನು ಅದರ 'ಶಾಶ್ವತ' ಸಂವಿಧಾನದ ತೆಕ್ಕೆಗೊಳಪಡಿಸಿತು. ಆದರೆ ಪೀಕಿಂಗ್‌ನ ಸಣ್ಣ ಗುಂಪೊಂದು ಯುವಾನನ ದರ್ಪದ ವಿಧಾನಗಳನ್ನೇ ಮುಂದುವರಿಸಿದರೆ, ಹಲವಾರು ಪ್ರಾಂತೀಯ ರಾಜ್ಯಪಾಲರು ಮತ್ತು ಮಿಲಿಟರಿ ದಂಡನಾಯಕರು ಯಾವುದೇ ಕೇಂದ್ರೀಯ ಅಧಿಕಾರಕ್ಕೂ ಒಳಪಡದೆ ಸ್ವತಂತ್ರರಾಗತೊಡಗಿದರು. ಪರಿಣಾಮವಾಗಿ ಚೀನಾ, ದುರಾಸೆಯವರೂ ಮತ್ತು ಅನೀತಿವಂತರೂ ಆದ ಶಕ್ತಿಶಾಲಿ ಮಿಲಿಟರಿ ದಂಡನಾಯಕರ ದವಡೆಗೆ ಸಿಲುಕಲೆಂದೇ ಮಂಚುಗಳಿಂದ ಬಿಡುಗಡೆ ಪಡೆದಂತಿತ್ತು.

* * * * *

ಅಧ್ಯಾಯ - 22

ಜಪಾನಿನ ಆಧುನಿಕತೆ ಮತ್ತು ಬಲಿಷ್ಠ ಶಕ್ತಿಯಾಗಿ ಅದರ ಬೆಳವಣಿಗೆ

17 ಹಾಗೂ 18ನೇ ಶತಮಾನದ ಆರಂಭ ಕಾಲದ ಜಪಾನ್

ದೂರಪ್ರಾಚ್ಯದ ದೇಶಗಳಲ್ಲಿ ಪಾಶ್ಚಿಮಾತ್ಯ ದೇಶಗಳು ತಮ್ಮ ವ್ಯಾಪಾರವನ್ನು ವಿಸ್ತರಿಸುವವರೆಗೂ ಟೊಕುಗಾವ ಶೋಗನ್‌ಗಳ ಕಾಲದಿಂದಲೂ ಮುಂದುವರೆಸಿಕೊಂಡು ಬಂದಿದ್ದ ತನ್ನ ಪರಿಮಿತ ಅಂತರರಾಷ್ಟ್ರೀಯ ಚಟುವಟಿಕೆಯ ನೀತಿಯನ್ನು ಜಪಾನ್ ಕೈಬಿಡಲಿಲ್ಲ. 19ನೆಯ ಶತಮಾನದ ಪೂರ್ವಾರ್ಧದವರೆಗೂ ಜಪಾನನ್ನು ಅಂತರರಾಷ್ಟ್ರೀಯ ವಾಣಿಜ್ಯ ವ್ಯವಹಾರಕ್ಕೆಳೆಯುವ ಯೂರೋಪಿನ ಎಲ್ಲ ಪ್ರಯತ್ನಗಳೂ ವಿಫಲವಾದವು. ಕೊನೆಗೆ ಅಮೆರಿಕಾ ಸಂಯುಕ್ತ ಸಂಸ್ಥಾನವೇ ಈ ದಿಸೆಯಲ್ಲಿ ಮೊದಲ ಹೆಜ್ಜೆಯಿಡಬೇಕಾಯಿತು. ಇದಕ್ಕೆ ಬ್ರಿಟನ್ ಪೂರ್ತಿಯಾಗಿ ಚೈನಾದೊಂದಿಗಿನ ವ್ಯಾಪಾರದಲ್ಲಿಯೇ ಮಗ್ನವಾದದ್ದು ಒಂದು ಕಾರಣವಾದರೆ ಅಮೆರಿಕದ ದೂರಪ್ರಾಚ್ಯದೊಂದಿಗಿನ ವ್ಯಾಪಾರವು ಬೃಹತ್ತಾಗಿ ಬೆಳೆದದ್ದು ಇನ್ನೊಂದು ಕಾರಣವಾಗಿತ್ತು. 1800ರ ಸುಮಾರಿಗೆ ಅಮೇರಿಕಾ ದೇಶದ ತಿಮಿಂಗಲಗಳನ್ನು ಹಿಡಿಯುವ ಹಾಗೂ ಕ್ಲಿಪ್ಪರ್ (Clipper) ಹಡಗುಗಳು ಜಪಾನಿನ ಜಲಮಾರ್ಗದ ಮೂಲಕ ಚೈನಾಕ್ಕೆ ಹೋಗುತ್ತಿದ್ದವು. ಉಗಿಯುಂತ್ರಗಳಿಂದ ಚಲಿಸುತ್ತಿದ್ದ ಈ ಹಡಗುಗಳಿಗೆ ಮಾರ್ಗಮಧ್ಯದಲ್ಲಿ ಉರುವಲನ್ನು ತುಂಬಿಕೊಳ್ಳುವ ನಿಲ್ದಾಣಗಳ ಅಸ್ತಿತ್ವವು ಅತ್ಯಗತ್ಯವಾಗಿತ್ತು.

ಕಮಡೋರ್ ಪೆರ್ರಿ ಹಾಗೂ ಟೌನ್‌ಸೆಂಡ್ ಹ್ಯಾರಿಸ್

1853ರ ಜುಲೈನಲ್ಲಿ ಕಮಡೋರ್ ಪೆರ್ರಿಯ ಕುಖ್ಯಾತ 'ಕಪ್ಪು ಹಡಗುಗಳು' ಜಪಾನಿನ ಕೊಲ್ಲಿಯಲ್ಲಿ ಬಂದಿಳಿದಾಗ ಆತನಿಗೆ ಜಪಾನ್ ಸರ್ಕಾರದಿಂದ ಅಪಘಾತಕ್ಕೀಡಾದ ಅಮೆರಿಕನ್ ನಾವಿಕರಿಗೆ ರಕ್ಷಣೆಯ ಭರವಸೆಯನ್ನು ಹಾಗೂ ವ್ಯಾಪಾರ ನೌಕೆಗಳಿಗೆ ದುರಸ್ತಿ ಮತ್ತು ಇಂಧನ ಪೂರೈಕೆಯ ಪರವಾನಗಿಯನ್ನು ಪಡೆಯುವಂತೆ ವಾಷಿಂಗ್‌ಟನ್ ಸೂಚಿಸಿತ್ತು. ಅವನು ತನ್ನ ಮರುಭೇಟಿಯಲ್ಲಿ ತನ್ನೊಂದಿಗೆ ಕರೆತಂದ ಯುದ್ಧ ನೌಕೆಗಳಿಂದಾಗಿ ಮಾತ್ರವೇ ಶೋಗನ್ ಸರ್ಕಾರದಿಂದ ಅನುಕೂಲಕರವಾದ ಪ್ರತಿಕ್ರಿಯೆಯನ್ನು ಹೊರಡಿಸುವುದು ಸಾಧ್ಯವಾಯಿತು. ಆದರೂ 1858ರಲ್ಲಿ ಅಮೆರಿಕಾದ ಕಾನ್ಸುಲ್ ಜನರಲ್ ಟೌನ್‌ಸೆಂಡ್ ಹ್ಯಾರಿಸ್ಸನು ಹಲವಾರು ಅಡೆತಡೆಗಳನ್ನೆದುರಿಸಿ ಒಂದು ವ್ಯಾಪಾರಿ ಒಪ್ಪಂದವನ್ನು ಕುದುರಿಸಿಕೊಳ್ಳುವವರೆಗೂ ಜಪಾನಿನ ನೀತಿಯಲ್ಲಿನ ಬದಲಾವಣೆಯು ಎದ್ದು ಕಾಣುವಂಥದ್ದಾಗಿರಲಿಲ್ಲ. ಆತನಿಗೆ ತನ್ನ ವಾದವನ್ನು ಬೆಂಬಲಿಸಲು ಯಾವುದೇ ಯುದ್ಧ ನೌಕೆಗಳ ನೆರವಿಲ್ಲದಿದ್ದರೂ ಚೈನಾದಲ್ಲಿ ಯೂರೋಪಿನ ಹಸ್ತಕ್ಷೇಪದ ಉದಾಹರಣೆಯನ್ನು ಕೌಶಲದಿಂದ ಬಳಸಿ ಅಮೆರಿಕಾದ ಒತ್ತಡಕ್ಕೆ ಜಪಾನ್ ಸರ್ಕಾರವು ಶಾಂತಿಯುತವಾಗಿ ಮಣಿಯದಿದ್ದರೆ ಆಗಬಹುದಾದ ಅಪಾಯವನ್ನು ಮನದಟ್ಟು ಮಾಡುವಲ್ಲಿ ಯಶಸ್ವಿಯಾದನು. ಹ್ಯಾರಿಸ್ ಒಪ್ಪಂದವು ಹಲವಾರು ಬಂದರುಗಳನ್ನು ವ್ಯಾಪಾರಕ್ಕೆ ಮುಕ್ತಗೊಳಿಸಿ ರಾಜಕೀಯ ಸಂಬಂಧವನ್ನು ಏರ್ಪಡಿಸಿದ್ದಷ್ಟೆ ಅಲ್ಲದೆ ಜಪಾನಿನ ಸುಂಕ (Tariff) ವನ್ನು ಪರಿಮಿತಗೊಳಿಸಿ ಆಡಳಿತದ ಮೇಲೆ ವಿಶೇಷ ಪಾರಮ್ಯತೆ (Extra territoriality)ಯ ನಿಯಮವನ್ನು ಅಂಗೀಕರಿಸಿತು. ಅಮೆರಿಕಾ ಸಂಯುಕ್ತ ಸಂಸ್ಥಾನವನ್ನನುಸರಿಸಿ ಇತರ ಪಾಶ್ಚಿಮಾತ್ಯ ದೇಶಗಳು ಕೂಡ ಒಪ್ಪಂದಗಳನ್ನು ಕುದುರಿಸಿಕೊಂಡು ಚೈನಾದ ಪರಿಸ್ಥಿತಿಯೇ ಇಲ್ಲಿಯೂ ಉಂಟಾಗುವಂತೆ ಕಂಡಿತು. ಆದರೆ ವಿದೇಶಿ ಪ್ರಭಾವಕ್ಕೆ ಜಪಾನ್ ತೋರಿದ ಪ್ರತಿಕ್ರಿಯೆಯಿಂದಾಗಿ ಸಮಕಾಲೀನ ಚೈನಾದ ಸ್ಥಿತಿಗೆ ವಿರುದ್ಧವಾದ ಬೆಳವಣಿಗೆಯುಂಟಾಯಿತು. ಇದಕ್ಕೆ ಕಾರಣವೇನೆಂದರೆ ಆರಂಭದಲ್ಲಿ ಆಘಾತವನ್ನು ಅನುಭವಿಸಿದರೂ ಸಹ ಜಪಾನಿ ಜನರು ಉತ್ಸಾಹದಿಂದ ಪಾಶ್ಚಾತ್ಯ ಸಂಸ್ಕೃತಿ ಹಾಗೂ ತಂತ್ರಗಳನ್ನು ಅಳವಡಿಸಿಕೊಂಡು ತಮ್ಮ ರಾಜ್ಯವನ್ನು ಬಲಪಡಿಸುವ ಹಾಗೂ ಇತರ ದೇಶಗಳೊಂದಿಗೆ ಸರಿಸಾಟಿಯಾಗಿ ನಿಲ್ಲುವ ಕಾರ್ಯದಲ್ಲಿ ತೊಡಗಿದ್ದು.

ಶೋಗನ್ ಆಡಳಿತದ ರದ್ಧತಿ

ಜಪಾನ್ ವಿದೇಶಿ ವ್ಯಾಪಾರಕ್ಕೆ ಬಾಗಿಲು ತೆರೆದದ್ದರಿಂದ ಆದ ಮೊದಲ ಮುಖ್ಯ ಪರಿಣಾಮವೆಂದರೆ ಶೋಗನ್‌ಶಾಹಿಯು ರದ್ದಾಗಿ ಆಧುನಿಕ ಮಾದರಿಯಲ್ಲಿ ಪ್ರಭುತ್ವ ರಚನೆಯ ಪ್ರಯತ್ನಗಳಾದದ್ದು. 'ಹೊರಗಿನ ಡೈಮೊ' ಎಂದು ಕರೆಯಲ್ಪಡುತ್ತಿದ್ದ ಜಪಾನಿನ ನಾಲ್ಕು ಪ್ರಮುಖ ಪ್ರಾಂತ್ಯಗಳಾದ ಚೋಶು, ಸತ್ಸುಮೊ, ಹೈಜೆನ್ ಮತ್ತು ತೋಸಾಗಳ ಮುಖ್ಯಸ್ಥರುಗಳು ಟೋಕುಗಾವ ಕುಟುಂಬವನ್ನು ಪಲ್ಲಟಗೊಳಿಸುವ ಸಂದರ್ಭಕ್ಕಾಗಿ ಕಾಯುತ್ತಿದ್ದರು. ಅತ್ಯಂತ ಬಲಶಾಲಿಯಾಗಿದ್ದ ಶೋಗನ್ ಪಾಶ್ಚಿಮಾತ್ಯ ಶಕ್ತಿಗಳಿಗೆ ಮಣಿದದ್ದು ಅವರಿಗೆ ಅವಕಾಶವನ್ನು ಒದಗಿಸಿತು. ಒಪ್ಪಂದಗಳಿಗೆ ಸಹಿ ಹಾಕುವ ಮುನ್ನ ಶೋಗನ್ ತಾನೇ ಸ್ವತಃ ನಿರ್ಣಯವನ್ನು ಕೈಗೊಳ್ಳುವ ಬದಲು ಮೊತ್ತಮೊದಲ ಬಾರಿಗೆ ಕ್ಯೊಟೋಗೆ ಭೇಟಿ ನೀಡಿ ಚಕ್ರವರ್ತಿಯನ್ನು ಈ ವಿಷಯವಾಗಿ ಸಂಪರ್ಕಿಸಿತು.

ಇದರ ಪರಿಣಾಮವಾಗಿ ನಾಲ್ಕು ಪ್ರಾಂತ್ಯಗಳ ಪ್ರಭುಗಳು ಚಕ್ರವರ್ತಿಯನ್ನು ಆತನ ಹಕ್ಕಿನಂತೆ ಮತ್ತೆ ಪಾಲಕನನ್ನಾಗಿಸುವ ವಿದೇಶೀಯರಿಗೆ ಮಣಿದ ಶೋಗನ್ ಅನ್ನು ಆಡಳಿತದಿಂದ ತೊಲಗಿಸುವ ಮತ್ತು 'ಬರ್ಬರ'ರನ್ನು ಹೊರದೂಡುವ ಬೇಡಿಕೆಗಳನ್ನು ಮುಂದಿಟ್ಟರು.

ಆದರೆ ಈ ವಿದೇಶೀ ವಿರೋಧವು ಆ 'ಬರ್ಬರ'ರ ನೇರ ಕಾರ್ಯಾಚರಣೆಯಿಂದಾಗಿ ಮುರಿದುಬಿತ್ತು. 1863ರಲ್ಲಿ ಸತ್ಸುಮೊ ಪ್ರಾಂತ್ಯದ ಜನರಿಂದ ಒಬ್ಬ ಆಂಗ್ಲನು ಕೊಲೆಗೀಡಾದಾಗ ಬ್ರಿಟಿಷ್ ಯುದ್ಧನೌಕೆಗಳು ಆ ಪ್ರಾಂತ್ಯದ ರಾಜಧಾನಿಯ ಮೇಲೆ ಧಾಳಿ ನಡೆಸಿದವು. ಇದರಿಂದಾಗಿ ಆಶ್ಚರ್ಯಚಕಿತರಾದ ಪ್ರಾಂತ್ಯದ ನಾಯಕರುಗಳು ತಾವೂ ಸಹ ಅಂತದ್ದೇ ನೌಕಾಪಡೆಯೊಂದನ್ನು ಹೊಂದುವ ಆಕಾಂಕ್ಷೆಯನ್ನು ವ್ಯಕ್ತಪಡಿಸಿದರು. 'ಚೋಶು' ಪ್ರಾಂತ್ಯದ ಪ್ರಭುಗಳು ಸಹ 1864ರಲ್ಲಿ ಬ್ರಿಟಿಷ್, ಡಚ್, ಫ್ರೆಂಚ್ ಮತ್ತು ಅಮೆರಿಕೆಯ ಪಡೆಗಳು 'ಶಿಮೊನೋ ಸೆಕಿ'ಯ ಮೇಲೆ ಒಟ್ಟಾಗಿ ಬಿದ್ದಾಗ ತಮ್ಮ ಪ್ರತಿರೋಧವನ್ನು ಬದಿಗಿಟ್ಟರು. ಹೀಗೆ ಅಚ್ಚರಿಗೊಳಿಸುವಷ್ಟು ಕಡಿಮೆ ಅವಧಿಯಲ್ಲಿಯೇ ಎಲ್ಲ ಪ್ರಾಂತ್ಯಗಳ ಮುಖ್ಯಸ್ಥರೂ ತಮ್ಮ ರಾಜಿಯಿಲ್ಲದೆ ವಿದೇಶೀ ವಿದ್ವೇಷವನ್ನು ಕೈಬಿಟ್ಟರು ಮತ್ತು ಅಪ್ರಸ್ತುತವಾಗಿದ್ದ ತಮ್ಮ ಎರಡು ಹಂತದ ಆಡಳಿತ ಪದ್ಧತಿಯನ್ನು ಮುಕ್ತಾಯಗೊಳಿಸಲು ಇನ್ನಷ್ಟು ದೃಢವಾಗಿ ನಿಶ್ಚಯಿಸಿದರು.

ಮೈಜಿ ವಂಶದ ಪುನರ್ ಸ್ಥಾಪನೆ

1867ರಲ್ಲಿ ಶೋಗನ್ ತನ್ನ ಹಕ್ಕು ಬಾಧ್ಯತೆಗಳನ್ನು ಚಕ್ರವರ್ತಿಗೆ ಒಪ್ಪಿಸುವಂತೆ ಹೇಳಲಾಯಿತು. ಆಡಳಿತ ನಡೆಸುವ ಅಧಿಕಾರವನ್ನು ಕಳೆದುಕೊಂಡ ಶೋಗನ್ ಸೈನ್ಯದ ಅಧಿಪತಿಯಾಗಿ ಮುಂದುವರೆಸಬಹುದೆಂದು ತಿಳಿದಿದ್ದನು. ಆದರೆ ಅದನ್ನು ಬಿಟ್ಟುಕೊಡಲು ಸೂಚಿಸಿದಾಗ ವಿರೋಧ ವ್ಯಕ್ತಪಡಿಸಿದನು. ಚಕ್ರವರ್ತಿಯ ಪರವಾಗಿ ಯುದ್ಧಕ್ಕಿಳಿದ ಪ್ರಧಾನ ಡೈಮ್ಯೊ ಸೇನೆಯು ಆತನನ್ನು ಸುಲಭವಾಗಿ ಸೋಲಿಸಿ ಟೋಕುಗಾವ ಕುಟುಂಬವನ್ನು ಪೂರ್ತಿಯಾಗಿ ಅನಾಮಿಕಗೊಳಿಸದೆ ಒಂದು ಹೊಸ ಪ್ರಾಂತ್ಯಕ್ಕೆ ಪರಿಮಿತಗೊಳಿಸಿತು. ಈ ರೀತಿಯಾಗಿ ಶೋಗನ್ ಶಾಹಿಯನ್ನು ರದ್ದುಪಡಿಸಿದ ನಂತರ ಚಕ್ರವರ್ತಿಯ ವಾಸಸ್ಥಳವನ್ನು 700 ವರ್ಷಗಳ ಕಾಲ ಅಸ್ತಿತ್ವದಲ್ಲಿದ್ದ 'ಕ್ಯೋಟೋ'ದಿಂದ 'ಎಡೊ'ಗೆ ಸ್ಥಳಾಂತರಿಸಿ ಅದರ ಹೆಸರನ್ನು ಟೋಕಿಯೋ (ಪೂರ್ವ ರಾಜಧಾನಿ) ಎಂದು ಬದಲಾಯಿಸಿತು. ಹಳೆಯ ಶೋಗನ್ ಕೋಟೆಯನ್ನು ಚಕ್ರವರ್ತಿಯ ಅರಮನೆಯಾಗಿ ಪರಿವರ್ತಿಸಲಾಯಿತು. ಈ ಘಟನಾವಳಿಯನ್ನು ಮೈಜಿ ಪುನರಾಗಮನ ಎನ್ನಲಾಗಿದೆ.

ಈ ಕಾಲದಲ್ಲಿ ಹದಿನೈದು ವರ್ಷದವನಾಗಿದ್ದ ಚಕ್ರವರ್ತಿ ಮಾಟ್ಸುಹಿಟೋನು ತನ್ನ ಸಾಮರ್ಥ್ಯವನ್ನು ರುಜುವಾತುಪಡಿಸಿದ್ದಷ್ಟೆ ಅಲ್ಲದೆ ಜಪಾನಿನ ನಾಯಕನಾಗಿ ಸಂಸ್ಥೆಗಳನ್ನು ಪುನರ್ ನಿರ್ಮಿಸುವ ಕಾರ್ಯಕ್ಕೆ ಧನ ಸಹಾಯ ಮಾಡಿದನು. ಆತನ ಆಡಳಿತ ಕಾಲವು ಮೈಜಿ ಅಥವಾ ಜ್ಞಾನೋದಯದ ಯುಗ (1868–1912) ಎಂದು ಕರೆಯಲ್ಪಟ್ಟಿದೆ. ಜಪಾನ್ ಒಂದು ಆಧುನಿಕ ಶಕ್ತಿಶಾಲಿ ದೇಶವಾಗಿ ಬೆಳೆದದ್ದು ಸಹ ಆಗಲೇ. ಹೀಗಿದ್ದರೂ ಜಪಾನಿನ ಪರಿವರ್ತನೆಗೆ ಕೇವಲ ಚಕ್ರವರ್ತಿಯ ಪ್ರಯತ್ನ ಮಾತ್ರವೇ ಕಾರಣವೆಂದರೆ ತಪ್ಪಾಗುತ್ತದೆ. ದೇಶದ ಗತ ಚರಿತ್ರೆಯಲ್ಲಿ ಆದಂತೆಯೇ ಸಮರ್ಥ ನಾಯಕತ್ವವು ಕೆಳಗಿನ ವಲಯಗಳಲ್ಲಿ ಮೂಡಿಬಂದು ದೇಶದ ಒಗ್ಗಟ್ಟನ್ನು ಎತ್ತಿಹಿಡಿದು ಕಾರ್ಯಪಾಲನಾ ಅಧಿಕಾರವನ್ನು ಪಡೆದುಕೊಂಡು ಸಿಂಹಾಸನವನ್ನು ತನ್ನ ಸಂಕೇತವಾಗಿ ಬಳಸಿಕೊಂಡಿತು. ನಾವು ಊಹಿಸಬಹುದಾದಂತೆ ರಾಜಕೀಯ ನಾಯಕತ್ವವು ಕುಲೀನ ಹಾಗೂ ಉನ್ನತಾಧಿಕಾರಿ ವರ್ಗದಿಂದಲೇ ಉದ್ಭವವಾದರೂ ಸಹ ಅದು ಪಾಶ್ಚಿಮಾತ್ಯ ಮಾದರಿಯಲ್ಲಿ ನಿಜವಾದ ಅಭಿವೃದ್ಧಿಯನ್ನು ಸಾಧಿಸಬೇಕಾದರೆ ತನ್ನ ಹಿಂದಿನ ವ್ಯವಸ್ಥೆಯನ್ನು ಕೈಬಿಡಬೇಕೆಂದು ಅರಿತುಕೊಂಡಿತು. ಕೆಲವು ಪ್ರಾಂತ್ಯಗಳಂತೂ ತಮ್ಮ ಊಳಿಗಮಾನ್ಯ ಸಂಸ್ಥೆಗಳನ್ನು ಸ್ವಯಿಚ್ಛೆಯಿಂದ ರದ್ದುಪಡಿಸಿ ಇತರರನ್ನೂ ತಮ್ಮಂತೆಯೇ ಮಾಡಲು ಕೋರಿದವು. ಕೊನೆಗೆ 1871ರಲ್ಲಿ ಚಕ್ರವರ್ತಿಯು ಇಡೀ ಊಳಿಗಮಾನ್ಯ ಪದ್ಧತಿಯನ್ನು ರದ್ದುಪಡಿಸಿಬಿಟ್ಟನು. ವಂಶಾಡಳಿತದಲ್ಲಿದ್ದ ಪ್ರದೇಶಗಳು ರಾಜ್ಯಕ್ಕೆ ಸೇರಿ ಚಕ್ರವರ್ತಿಯು ಅವನ್ನು ಆಡಳಿತ ವಿಭಾಗಗಳನ್ನಾಗಿ ಮಾಡಿದನು. ಪ್ರಭುಗಳಿಗೆ ಗುತ್ತಿಗೆ ನೀಡುವ ಬದಲು ರಾಜ್ಯಕ್ಕೆ ಕಂದಾಯವನ್ನು ಕಟ್ಟುವಂತಾಗಿ ಕೃಷಿಕರು ಸ್ವತಂತ್ರ ರೈತರಾದರು. ಡೈಮ್ಯೊಗಳ ಸಮುರಾಯಿ ಪ್ರಭುಗಳಿಗೆ ನಿವೃತ್ತಿ ವೇತನ ನೀಡಲಾಯಿತು. (ನಂತರ ಅದನ್ನು ಒಟ್ಟಾರೆ ಮೊತ್ತವನ್ನಾಗಿ ನೀಡಿದಾಗಲೂ ಅದು ಅವರ ಮುಂಚಿನ ವರಮಾನಕ್ಕಿಂತ ಕಡಿಮೆಯಿತ್ತು.)

ಮೈಜಿ ಕಾಲದಲ್ಲಿ ಸಂಭವಿಸಿದ ಈ ಎಲ್ಲ ರಾಜಕೀಯ, ಸಾಮಾಜಿಕ ಹಾಗೂ ಬೌದ್ಧಿಕ ಬದಲಾವಣೆಗಳು ಒಂದು ಕ್ರಾಂತಿಯನ್ನುಂಟುಮಾಡಲು ಸಾಕಾಗುವಷ್ಟಿದ್ದವು. ಆದರೆ ಅವಾವೂ ಜನರ ಆಂದೋಲನದಲ್ಲಿಯಾಗಲೀ ಸಮಾಜದ ವರ್ಗಗಳಲ್ಲಾದ ವೈಪರೀತ್ಯಗಳಿಂದಾಗಲೀ ಉಂಟಾದವಲ್ಲ. ಈ ಕ್ರಾಂತಿಯು ಏಕಮುಖವಾಗಿದ್ದು ಮೇಲಿಂದ ಬಹಳ

ಜಾಗರೂಕತೆಯಿಂದ ನಿಯಂತ್ರಿಸಲ್ಪಟ್ಟಿತ್ತು. ಟೋಕುಗಾವ ಕುಟುಂಬವು ಇಡೀ ದೇಶವನ್ನು ಐಕ್ಯಗೊಳಿಸಿ ಜನರಲ್ಲಿ ವಿಧೇಯತೆಯನ್ನು ರೂಢಿಸಿದ್ದು ಅನುಕೂಲಕರವಾಗಿ ಪರಿಣಮಿಸಿತು. ಬಹುಸಂಖ್ಯಾತ ಜನರು ತಮ್ಮ ಜೀವನದ ಮೇಲೆ ಗಾಢವಾಗಿ ಪ್ರಭಾವ ಬೀರಿದ ಈ ಬದಲಾವಣೆಗಳ ಕಾಲದಲ್ಲಿ ಕೇವಲ ಮೂಕ ಪ್ರೇಕ್ಷಕರಾಗಿದ್ದರಷ್ಟೆ.

ನವೋದಯ ಅಥವಾ ಜ್ಞಾನೋದಯದ ಕಾಲ

ಮೈಜಿ ಕಾಲದಲ್ಲಿ ಸಂಭವಿಸಿದ ಈ ಎಲ್ಲ ಮಹತ್ವಾಕಾಂಕ್ಷಿ ಮಾರ್ಪಾಡುಗಳು ಜಪಾನಿನ ಬುದ್ಧಿಜೀವಿಗಳಲ್ಲಿ ಭವಿಷ್ಯದ ಬಗ್ಗೆ ಆಶಾಭಾವನೆಯನ್ನು ಮೂಡಿಸಿತು. ಈ ಚೈತನ್ಯವು ಆ ಕಾಲಕ್ಕೆ ಕೇವಲ ಪಾಶ್ಚಿಮಾತ್ಯರಲ್ಲಷ್ಟೆ ಕಂಡುಬರುತ್ತಿತ್ತು. ಪುರೋಗಾಮಿ ಸಿದ್ಧಾಂತಗಳಲ್ಲಿ ನಂಬಿಕೆಯಿಟ್ಟಿದ್ದ ಅವರು ಅದು ತಮ್ಮ ಲೌಕಿಕ ಯಶಸ್ಸಿನಲ್ಲಿಯೂ ಪ್ರಪಂಚದಾದ್ಯಂತ ತಮ್ಮ ಶಕ್ತಿಯ ವಿಸ್ತರಣೆಯಲ್ಲಿಯೂ ವ್ಯಕ್ತವಾಗುತ್ತದೆಂದು ತಿಳಿದಿದ್ದರು. ಜಪಾನಿನ ನಾಯಕರೂ ಸಹ ಇದನ್ನು ಒಪ್ಪಿಕೊಂಡದ್ದಷ್ಟೆ ಅಲ್ಲದೆ ಪಾಶ್ಚಾತ್ಯ ಮಾದರಿಯ ನ್ಯಾಯ ಹಾಗೂ ವಿದ್ಯಾಸಂಸ್ಥೆಗಳು, ಕೈಗಾರಿಕೆ ಮತ್ತು ತಂತ್ರಜ್ಞಾನವಿಲ್ಲದ್ದರಿಂದ ತಮ್ಮ ಸಮಾಜವನ್ನೇ ಅರ್ಧನಾಗರಿಕ ಅಥವಾ ಅನಾಗರಿಕ ಸಮಾಜವೆಂದು ಕರೆದರು. ಹೀಗೆ ಪಾಶ್ಚಾತ್ಯ ಶ್ರೇಷ್ಠತೆಯನ್ನು ಎತ್ತಿಹಿಡಿದರೂ ಸಹ ಅವರಲ್ಲಿ ತಮ್ಮ ಬಗ್ಗೆ ಯಾವುದೇ ಕೀಳರಿಮೆ ಇರಲಿಲ್ಲವೆಂಬುದು ಅಚ್ಚರಿದಾಯಕವಾಗಿದೆ. ಅದಕ್ಕೆ ಬದಲಾಗಿ ಅವರು ಎಚ್ಚೆತ್ತ ಜಪಾನ್ ದೇಶವು ಪಾಶ್ಚಾತ್ಯರನ್ನು ಸರಿಗಟ್ಟುವುದಷ್ಟೆ ಅಲ್ಲದೆ ಅಂತರರಾಷ್ಟ್ರೀಯವಾಗಿ ಗೌರವಯುತ ದೇಶವಾಗುತ್ತದೆಂಬ ಆತ್ಮ ವಿಶ್ವಾಸವನ್ನು ಹೊಂದಿದ್ದರು. ಬದಲಾವಣೆಯನ್ನು ಬಯಸುವವರಲ್ಲಿಯೂ ಅದನ್ನು ವಿರೋಧಿಸುವವರಲ್ಲಿಯೂ ಒಟ್ಟಾರೆಯಾಗಿ ಬಲವಾದ ರಾಷ್ಟ್ರೀಯ ಭಾವನೆ ಬೇರೂರಿತ್ತು. ಚೈನಾದಲ್ಲಿ ಆದಂತೆ ಸರ್ಕಾರವು ಅಸಹಾಯಕವಾಗಿ ಕ್ರಾಂತಿಕಾರಿಗಳು ಹತಾಶರಾಗಿ ದಂಗೆಯೇಳುವಂತಾಗದೆ ಜಪಾನಿನಲ್ಲಿ ಪ್ರಗತಿಶೀಲರು ತಮ್ಮ ಸರ್ಕಾರವು ತರುತ್ತಿದ್ದ ಬದಲಾವಣೆಗಳನ್ನು ತೃಪ್ತಿಯಿಂದ ವೀಕ್ಷಿಸುವಂತಾಯಿತು. ಜನರಲ್ಲಿ ರಾಷ್ಟ್ರೀಯ ಭಾವನೆಯನ್ನುಂಟುಮಾಡಲು ಉನ್ನತ ವ್ಯಾಸಂಗ ನಡೆಸಿದ ಸಮುರಾಯಿ ಮೂಲದ ಹತ್ತು ಜನರು ಒಂದು ಸಂಘವನ್ನು ಕಟ್ಟಿ ಚರ್ಚೆಗೆಂದು ಕಾಲಕಾಲಕ್ಕೆ ತಪ್ಪದೆ ಸೇರುತ್ತಾ ಜನರಲ್ಲಿ ಜಾಗೃತಿ ಮೂಡಿಸಲು ಸಾರ್ವಜನಿಕ ಭಾಷಣಗಳನ್ನು ಏರ್ಪಡಿಸುತ್ತಿದ್ದದಷ್ಟೆ ಅಲ್ಲದೆ ಒಂದು ಪತ್ರಿಕೆಯನ್ನು ಸಹ ಹೊರಡಿಸುತ್ತಿದ್ದರು. ಎರಡೇ ವರ್ಷಗಳಲ್ಲಿ (1874–1876) ಈ ಪತ್ರಿಕೆಯು ಕಠಿಣವಾಗಿದ್ದ ಪತ್ರಿಕಾನೀತಿಯ ದೆಸೆಯಿಂದಾಗಿ ನಿಂತುಹೋದರೂ ಸಹ ಅದರ ಲೇಖನಗಳು ಮಹತ್ವದ ರಾಜಕೀಯ, ಆರ್ಥಿಕ, ತಾತ್ವಿಕ, ನೈತಿಕ ಹಾಗೂ ವೈಜ್ಞಾನಿಕ ವಿಚಾರಗಳ ಮೇಲೆ ತೀಕ್ಷ್ಣನೋಟವನ್ನು ಬೀರಿದ್ದಲ್ಲದೆ ಚಿತ್ರಹಿಂಸೆಯನ್ನು ರದ್ದುಗೊಳಿಸುವ ಹಾಗೂ ಮಹಿಳೆಯರ ಹಕ್ಕುಗಳನ್ನು ಕಾಪಾಡುವ (ಸ್ತ್ರೀ ಪುರುಷರು ಸಮಾನರೆಂದು ಘೋಷಿಸುವುದಕ್ಕೆ ಸ್ವಲ್ಪವೇ ಬಾಕಿಯಿತ್ತು.) ವಿಚಾರಗಳನ್ನು ಮಂಡಿಸಿತು. ಆರಂಭದ ಅತ್ಯುತ್ಸಾಹದ ಕಾಲದಲ್ಲಿಯೂ ಸಹ ಹೊಸ ರಾಜನ ಕಾರ್ಯಕ್ರಮದ ವಿರುದ್ಧ ಆಕ್ಷೇಪಣೆಯ ದನಿಗಳೆದ್ದವು. ಒಬ್ಬ ಟೀಕಾಕಾರನಂತೂ ಜನರು ಪೂರ್ತಿಯಾಗಿ ನಿರ್ವೀರ್ಯರಾಗಿ ಸರ್ಕಾರದ ಗುಲಾಮರಾಗಿದ್ದರೆಂದು ಗೋಳಾಡಿದ. ಪಾಶ್ಚಿಮಾತ್ಯರಿಂದ ತಾವು ತೆಗೆದುಕೊಳ್ಳಬೇಕಾದ್ದು ಅವರ ಸಂಸ್ಥೆಗಳನ್ನು ಕಟ್ಟುವರೀತಿ ಹಾಗೂ ತಂತ್ರಗಳೆಲ್ಲ ಅವರ ವೈಯಕ್ತಿಕ ಮನೋಭಾವ ಎಂದು ಸಾರಿದ.

ಊಳಿಗಮಾನ್ಯ ಪದ್ಧತಿಯ ಕೊನೆಯ ಅವಶೇಷ

ಸಮುರಾಯಿ ಸಮುದಾಯದ ಬಹುಸಂಖ್ಯಾತರು ಉತ್ತಮ ಸ್ಥಾನಗಳನ್ನು ಹೊಂದಿದರೂ ಸಹ ಊಳಿಗಮಾನ್ಯ ಪದ್ಧತಿಯ ಸಂಪೂರ್ಣ ರದ್ಧತಿಗೆ ಆ ವರ್ಗದ ಸಂಪೂರ್ಣ ನಿರ್ನಾಮ ಅತ್ಯಗತ್ಯವಾಗಿತ್ತು. ಡೈಮ್ಯೊಗಳು ಹೊಸದಾಗಿ ಆವಿರ್ಭವಿಸಿದ ವ್ಯವಸ್ಥೆಯಲ್ಲಿ ತಕ್ಕಷ್ಟು ಆರ್ಥಿಕ ಸಹಾಯವನ್ನು ಪಡೆದು ಉತ್ತಮ ದರ್ಜೆಗಳನ್ನು ಪಡೆದುಕೊಂಡಂತಾದರೂ ಸಮುರಾಯಿಗಳು ತಮ್ಮ ಆದಾಯವನ್ನು ಕಳೆದುಕೊಂಡರು. ಅಷ್ಟೇ ಅಲ್ಲದೆ ಸರ್ಕಾರವು ಅವರು ಎರಡು ಖಡ್ಗಗಳನ್ನು ಧರಿಸುವುದನ್ನು ನಿಷೇಧಿಸಿ ಸಾಮಾನ್ಯ ಜನರಲ್ಲಿ ಒಂದಾಗುವಂತೆ ಆಜ್ಞೆಹೊರಡಿಸಿತು. ಅವರಲ್ಲಿ ಕುದಿಯತೊಡಗಿದ ಅಸಮಾಧಾನವು 1877ರಲ್ಲಿ ಬಂಡೇಳುವಂತೆ ಮಾಡಿದಾಗ ಸರ್ಕಾರವು ಅದನ್ನು ಯಶಸ್ವಿಯಾಗಿ ಹತ್ತಿಕ್ಕಿತು. ಹೊಸದಾಗಿ ರಚಿತವಾದ ಸೈನ್ಯವು ರೈತರನ್ನು ಹಾಗೂ ಆಧುನಿಕ ಶಸ್ತ್ರಾಸ್ತ್ರಗಳನ್ನು ಬಳಸಿದ್ದರಿಂದ ಸ್ವಲ್ಪ ಕಾಲದಲ್ಲಿಯೇ ಸಮುರಾಯಿಗಳ ಗರ್ವಭಂಗವಾಗಿ ಅವರ 1877ರ ಬಂಡಾಯವು 'ಅವನತಿಯಲ್ಲಿದ್ದ ಊಳಿಗಮಾನ್ಯ ಸಮಾಜದ ಕೊನೆಯ ಅವಶೇಷ'ವಾಗಿ ಪರಿಣಮಿಸಿಬಿಟ್ಟಿತು.

1889ರ ಸಂವಿಧಾನ

ಅತ್ಯಂತ ಜಾಗರೂಕತೆಯಿಂದ ನಿರ್ವಹಿಸಲ್ಪಟ್ಟ ಜಪಾನ್ ಕ್ರಾಂತಿಯ ನಾಯಕರು ಎಲ್ಲ ಪಾಶ್ಚಾತ್ಯ ದೇಶಗಳ ಸಂಘ ಸಂಸ್ಥೆಗಳ ಕಾರ್ಯವಿಧಾನವನ್ನು ವಿವರವಾಗಿ ಪರಿಶೀಲಿಸಿ ಅವುಗಳ ಅತ್ಯುತ್ತಮ ಅಂಶಗಳನ್ನು ಅಳವಡಿಸಿಕೊಂಡರು. ರಾಜಕೀಯ ಕ್ಷೇತ್ರದಲ್ಲಿ ಸಂವಿಧಾನಾತ್ಮಕ ರಾಜಪ್ರಭುತ್ವದ ಮೂಲ ಸೂತ್ರಗಳನ್ನು ಜಾರಿಗೊಳಿಸಲು ನಿರ್ಣಯಿಸಿದರು. ಚಕ್ರವರ್ತಿಯ 'ಚಾರ್ಟರ್ ಓತ್' ಎಂದು ಕರೆಯಲ್ಪಡುವ ಒಂದು ದಿಟ್ಟ ಆದರೆ ಗೊಂದಲಮಯವಾದ ಹೇಳಿಕೆಯು

(1868) ಪ್ರಜಾಪರಿಷತ್ ಅನ್ನು ರಚಿಸುವತ್ತ ನಡೆದಂತೆ ಕಂಡರೂ ಸಂವಿಧಾನ ರಚನೆಯ ಯೋಜನೆಯನ್ನು ಘೋಷಿಸಿದಾಗ ಮಾತ್ರ ಜನರಿಗೆ ಲಭಿಸುವ ಯಾವುದೇ ರಿಯಾಯಿತಿಯು ಸಿಂಹಾಸನದ ಕೊಡುಗೆಯ ರೂಪದಲ್ಲಿರುತ್ತದೆಯೇ ಹೊರತು ಅವರ ಹಕ್ಕುಗಳನ್ನು ಎತ್ತಿಹಿಡಿಯುವ ರೂಪದಲ್ಲಿ ಅಲ್ಲವೆಂದು ಸ್ಪಷ್ಟಪಡಿಸಲಾಯಿತು. 1889ರಲ್ಲಿ ಚಕ್ರವರ್ತಿಯು ಅನುಮೋದಿಸಿದ ಸಂವಿಧಾನವು ಆಯ್ದ ಕೆಲವೇ ಸದಸ್ಯರಿಂದ ರಚಿತವಾಗಿ 1871ರ ಜರ್ಮನ್ ಚಕ್ರಾಧಿಪತ್ಯದ ಸಂವಿಧಾನವನ್ನು ಕೆಲಮಟ್ಟಿಗೆ ಹೋಲುತ್ತಿತ್ತು. ಅದು ಎರಡು ಸದನಗಳ (BICAMERAL) ಶಾಸನಸಭೆ ಅಥವಾ ಡಯೆಟ್ ಅನ್ನು ಅಸ್ತಿತ್ವಕ್ಕೆ ತಂದಿತು. ಶ್ರೀಮಂತ ತೆರಿಗೆದಾರರ ಕೆಲವು ಪ್ರತಿನಿಧಿಗಳನ್ನು ಮತ್ತು ಕುಲೀನರನ್ನು ಒಳಗೊಂಡ ಮೇಲ್ಮನೆ ಹಾಗೂ ಆಸ್ತಿಗಳುಳ್ಳ ಜನರಿಂದ ಚುನಾಯಿಸಲ್ಪಟ್ಟ ಪ್ರತಿನಿಧಿಗಳಿಂದ ಕೂಡಿದ ಕೆಳಮನೆ ಏರ್ಪಟ್ಟವು. ಸಾಮಾನ್ಯ ಶಾಸನಗಳನ್ನು ರಚಿಸುವ ಅಧಿಕಾರವನ್ನು ಡಯೆಟ್‌ಗೆ ನೀಡಲಾಯಿತಾದರೂ ಅರ್ಥವ್ಯವಸ್ಥೆಯ ಮೇಲೆ ಅದರ ನಿಯಂತ್ರಣ ತುಂಬ ಕಡಿಮೆಯಿತ್ತು. ಹಕ್ಕುಗಳ ಒಂದು ಕರಡನ್ನು (Bill) ಸಂವಿಧಾನವು ಒಳಗೊಂಡಿತ್ತು. ಕೆಲವು ಉದಾರವಾದಿ ಅಂಶಗಳಿದ್ದರೂ ಸಹ ನೂತನ ಸರ್ಕಾರದ ಸಂಪ್ರದಾಯವಾದಿ ಸ್ವರೂಪ ನಿಚ್ಚಳವಾಗಿತ್ತು. ಮತ ಚಲಾಯಿಸುವ ಅರ್ಹತೆಗೆಂದು ನಿಗಧಿಪಡಿಸಿದ್ದ ಆಸ್ತಿಯ ಪ್ರಮಾಣ ಎಷ್ಟು ಹೆಚ್ಚಾಗಿತ್ತೆಂದರೆ ಜನಸಂಖ್ಯೆಯಲ್ಲಿ ಶೇಕಡ ಒಂದರಷ್ಟು ಮಾತ್ರವೇ ಪಟ್ಟಿಯಲ್ಲಿತ್ತು. ಚಕ್ರವರ್ತಿಯ ಸ್ಥಾನವು ಪ್ರಶ್ನಾತೀತವಾಗಿದ್ದು ಭೂಸೇನೆ ಮತ್ತು ನೌಕಾಪಡೆಗಳು ಆತನ ಸಂಪೂರ್ಣ ಹತೋಟಿಯಲ್ಲಿದ್ದವು. ವಿದೇಶಿ ವ್ಯವಹಾರಗಳ ನಿಯಂತ್ರಣದ ಜೊತೆಗೆ ಶಾಸನಸಭೆಯು ಅನುಮೋದಿಸಿದ ಕರಡನ್ನು ತಿರಸ್ಕರಿಸುವ ಹಕ್ಕು ಸಹ ಆತನಿಗಿತ್ತು. ಜಪಾನ್ ಸಂವಿಧಾನದ ಎದ್ದು ಕಾಣುವ ನ್ಯೂನತೆಯೆಂದರೆ ಕಾರ್ಯಾಂಗದ ಮೇಲೆ ಶಾಸನಸಭೆಯ ಹತೋಟಿಯಿಲ್ಲದ್ದು ಮತ್ತು ಮಂತ್ರಿಗಳು ಚಕ್ರವರ್ತಿಗೆ ಮಾತ್ರವೇ ಜವಾಬ್ದಾರರಾಗಿದ್ದದ್ದು. ಮಂತ್ರಿಮಂಡಲ ಹಾಗೂ ಸಂಪುಟ ಸಭೆಗಳು ಸಂವಿಧಾನಕ್ಕೆ ಮುಂಚೆಯೇ ರಚಿತವಾಗಿ ಹಾಗೆಯೇ ಮುಂದುವರೆದವು. ಜಪಾನ್ ಸಂವಿಧಾನದ ಮತ್ತೊಂದು ವೈಚಿತ್ರ್ಯವೆಂದರೆ ಭೂಸೇನೆ ಹಾಗೂ ನೌಕಾಪಡೆಗಳ ಸಚಿವರು ಪ್ರಧಾನಿಯ ಮಧ್ಯವರ್ತಿತ್ವವಿಲ್ಲದೆ ನೇರವಾಗಿ ಚಕ್ರವರ್ತಿಯನ್ನು ಸಂಪರ್ಕಿಸಬಹುದಾಗಿತ್ತು.

ಮುಂದುವರೆದ ಪ್ರಾಚೀನ ಸಂಪ್ರದಾಯಗಳು

ಜಪಾನ್ ಸಂವಿಧಾನವು ಹಲವಾರು ಅಂಶಗಳಲ್ಲಿ ಹಾಗೂ ಹೆಚ್ಚಿನ ಪದಪ್ರಯೋಗಗಳಲ್ಲಿ ಪಾಶ್ಚಿಮಾತ್ಯ ರಾಜಕೀಯ ಸಂಸ್ಥೆಗಳಂತೆ ಕಂಡರೂ ಸರ್ಕಾರವು ಮಾತ್ರ ತನ್ನ ಕಾರ್ಯವೈಖರಿಯಲ್ಲಿ ಜಪಾನೀ ಸಂಪ್ರದಾಯಗಳ ಅಂತಃಸತ್ವವನ್ನು ಉಳಿಸಿಕೊಂಡಿತು. ಈ ಸಂಪ್ರದಾಯಗಳು (ಪಶ್ಚಿಮಕ್ಕಿಂತ ಕನ್‌ಫ್ಯೂಷಿಯನ್ ತತ್ವಗಳಿಗೆ ಹೆಚ್ಚು ಹತ್ತಿರವಿದ್ದವು) ನೈಸರ್ಗಿಕವಾಗಿ ಮನುಷ್ಯರು ಸಮಾನರಲ್ಲ; ಉತ್ತಮನಿಗೆ ಅಧಮನು ಅಧೀನದಲ್ಲಿರಬೇಕು. ವ್ಯಕ್ತಿಗಿಂತ ಸಮಾಜ ಮುಖ್ಯ; ಶಾಸನಗಳ ಸರ್ಕಾರಕ್ಕಿಂತ ವ್ಯಕ್ತಿಯ ಆಡಳಿತ ಉತ್ತಮವಾದದ್ದು; ರಾಜ್ಯಕ್ಕೆ ಪಿತೃಸ್ವಾಮಿಕ ಸಮಾಜವೇ ಸೂಕ್ತವಾದುದ್ದು ಎಂಬಂತಹ ಮೂಲಭೂತ ಕಲ್ಪನೆಗಳನ್ನು ಒಳಗೊಂಡಿದ್ದವು. ರಾಜಕೀಯ ಸುಧಾರಣೆಗಳು ಧ್ಯೇಯ ಸಾಧನೆಗೆ ಮಾರ್ಗವೆಂದಷ್ಟೆ ಪರಿಗಣಿತವಾಗಿದ್ದು, ಆ ಧ್ಯೇಯವು ಹೆಚ್ಚಿನ ಜನರ ಹೆಚ್ಚಿನ ಸಂತೋಷವಾಗಿರದೆ ರಾಜ್ಯದ ಶಕ್ತಿ, ಸಾಮರ್ಥ್ಯ ಮತ್ತು ಗೌರವವನ್ನು ಹೆಚ್ಚಿಸುವುದಷ್ಟೆ ಆಗಿತ್ತು. ಚಕ್ರವರ್ತಿಯೊಂದಿಗೆ ಚರ್ಚಿಸಿ 1889ರ ಸಂವಿಧಾನವನ್ನು ಜಾರಿಗೊಳಿಸಿದ ಜನರು ಶಾಸನಸಭೆಯ ಅಭಿಪ್ರಾಯಕ್ಕಾಗಲಿ, ಜನಾಭಿಪ್ರಾಯದ ಒತ್ತಡಕ್ಕಾಗಲೀ ಮಣಿದು ತಮ್ಮ ಅಧಿಕಾರವನ್ನು ಕೈಬಿಡಲಿಲ್ಲ. ಈ ಮಾರ್ಗದರ್ಶಿಗಳ ಸಂಖ್ಯೆಯು ನೂರರಷ್ಟಿದ್ದು ಅವರೆಲ್ಲರೂ ಹಳೆಯ ಡೈಮ್ಯೊಗಳ ಪ್ರಮುಖರು ಹಾಗೂ ಸಮುರಾಯ್‌ಗಳಾಗಿದ್ದ ಅವರ ಗುಂಪು ಒಂದು ರೀತಿಯ ಸ್ವಲ್ಪ ಜನಾಧಿಪತ್ಯ (Oligarchy) ಆಗಿತ್ತು. ಪುನರುಜ್ಜೀವನ (Reformation) ಕಾಲದ ಯುವಕರು ತಮ್ಮ ಪ್ರಭಾವವನ್ನು ಮೈಜಿ ಆಡಳಿತಾದ್ಯಂತ ಉಳಿಸಿಕೊಳ್ಳುವುದರ ಜೊತೆಗೆ ನಂತರವೂ ಅದನ್ನು ಕಾಯ್ದುಕೊಂಡು 'ಹಿರಿಯ ರಾಜಕೀಯ ಧುರೀಣ' (Genro) ಎಂದು ಕರೆಯಲ್ಪಟ್ಟರು. ತೆರೆಮರೆಯಲ್ಲಿ ನಿಶ್ಯಬ್ಧವಾಗಿ ಕೆಲಸಮಾಡುತ್ತ ಆಗಿಂದಾಗ್ಗೆ ಮುಖ್ಯ ರಾಜಕೀಯ ತೀರ್ಮಾನಗಳನ್ನು ಕೈಗೊಳ್ಳುತ್ತಿದ್ದರು. ಜಪಾನಿನ ಅದೃಷ್ಟದಿಂದಾಗಿ ಈ ಹಿರಿಯರು ವಾಸ್ತವವಾದಿಗಳು, ನ್ಯಾಯವಾದಿಗಳು ಮತ್ತು ಉನ್ನತ ಬುದ್ಧಿಮತ್ತೆಯುಳ್ಳವರೂ ಆಗಿದ್ದರು.

ರಾಜಕೀಯ ಪಕ್ಷಗಳು

ದೇಶದಲ್ಲಿ ಪ್ರಜಾಪ್ರಭುತ್ವದ ಹಿನ್ನೆಲೆಯಿಲ್ಲದೆ, ಪುನರುಜ್ಜೀವನದ ಸರ್ಕಾರವು ಅಧಿಕಾರಶಾಹಿ ಸ್ವರೂಪದ್ದಾಗಿದ್ದರೂ ಸಹ ಸಂವಿಧಾನವೊಂದು ಒದಗಿದ್ದು ಇನ್ನಷ್ಟು ರಾಜಕೀಯ ಸುಧಾರಣೆಗಳ ಆಕಾಂಕ್ಷೆಯನ್ನು ಹುಟ್ಟುಹಾಕಿತು. ಶಾಸನ ಸಭೆಯ ಸದಸ್ಯರಿಗೆ ಮಂತ್ರಿಗಳನ್ನು ಟೀಕಿಸುವ ಹಕ್ಕಾದರೂ ಇದ್ದು, ಮಂತ್ರಿಮಂಡಲದ ಮೇಲೆ ಶಾಸಕರ ಹತೋಟಿಯನ್ನು ಕುರಿತು ಆಗಿಂದಾಗ್ಗೆ ಚರ್ಚೆಯಾಗುತ್ತಿತ್ತು. ಪಕ್ಷಗಳು ಸಂಘಟಿಸಲ್ಪಟ್ಟು ನೌಕರಶಾಹಿ ಸರ್ಕಾರದ ಬೆಂಬಲಿಗರ ಹಾಗೂ ಸಚಿವ ಸಂಪುಟದ ಬೆಂಬಲಿಗರ ನಡುವೆ ಡಯಟ್‌ನಲ್ಲಿ ಹೋರಾಟ ಆರಂಭವಾಯಿತು. ರಾಜಕೀಯ ಪಕ್ಷಗಳ ಆರಂಭವು ಸಂವಿಧಾನಕ್ಕೆ ಮುಂಚೆಯೇ ಆಗಿತ್ತು. 1881ರಲ್ಲಿ ರಾಜ್ಯಶಾಸ್ತ್ರವನ್ನು ಅಭ್ಯಸಿಸುವ ಸಲುವಾಗಿ ಆರಂಭಗೊಂಡ 'ಉದಾರವಾದಿ'

(ಲಿಬರಲ್)ಪಕ್ಷವು ಟೋಸ ಪ್ರಾಂತ್ಯದ ಸಮುರಾಯ್ ಇಟಗಾಕಿ ಎಂಬುವವನಿಂದ ಸ್ಥಾಪಿಸಲ್ಪಟ್ಟಿತು. 1882ರಲ್ಲಿ ಒಕುಮ ಹಿಜೆನ್ ಎಂಬ ನಾಯಕನು ಪ್ರಗತಿಶೀಲ ಪಕ್ಷವನ್ನು ಹುಟ್ಟುಹಾಕಿದನು. ಈ ಇಬ್ಬರೂ ಕ್ರಾಂತಿಕಾರಿ ಮೇಲ್ವರ್ಗದವರು ನೌಕರ ವರ್ಗದಲ್ಲಿ ತಮ್ಮ ಕಡೆಯವರಿಗೆ ಜೋಶು ಮತ್ತು ಸತ್ಸುಮ ಪ್ರಾಂತ್ಯಗಳವರಿಗೆ ಸಿಕ್ಕಷ್ಟು ಸ್ಥಾನಗಳು ಲಭಿಸಲಿಲ್ಲವೆಂಬ ಅಸಮಾಧಾನದಿಂದಲೂ ಭಾಗಶಃ ಪ್ರೇರಿತರಾಗಿದ್ದರು. ಒಟ್ಟಿನಲ್ಲಿ ರಾಜಕೀಯ ಪಕ್ಷಗಳ ಆರಂಭವು ಪ್ರತಿನಿಧಿ ಸರ್ಕಾರವನ್ನು ರಚಿಸಿಲು ನಡೆದ ಆಂದೋಲನವನ್ನು ಬಲಪಡಿಸಿತು.

ಸಂವಿಧಾನವು ಅಸ್ತಿತ್ವಕ್ಕೆ ಬಂದ ತರುವಾಯ ಜಪಾನಿನಲ್ಲಿದ್ದ ರಾಜಕೀಯ ಪಕ್ಷಗಳ ಕಾರ್ಯಚಟುವಟಿಕೆಗಳು ವಿಚಿತ್ರವಾಗಿಯೂ ಅನಾರೋಗ್ಯಕರವಾಗಿಯೂ ಇದ್ದವು. ನಿರ್ದಿಷ್ಟ ಕಾರ್ಯಕ್ರಮಗಳನ್ನಲ್ಲದೆ ವ್ಯಕ್ತಿಗಳನ್ನು ಎತ್ತಿಹಿಡಿಯುತ್ತ ಪಕ್ಷಗಳು ಆರಂಭವಾಗುತ್ತ ಕೊನೆಗೊಳ್ಳುತ್ತ, ಒಂದರಲ್ಲೊಂದು ವಿಲೀನವಾಗುತ್ತ ಹೆಸರುಗಳನ್ನು ಮೇಲಿಂದ ಮೇಲೆ ಬದಲಿಸುತ್ತ ಸಾಗಿದವು. ವಿಸ್ತಾರವಾದ ಜನ ಬೆಂಬಲವಿಲ್ಲದ್ದರಿಂದಲೂ ವಾಕ್ ಹಾಗೂ ಪತ್ರಿಕಾ ಸ್ವಾತಂತ್ರ್ಯದ ಮೇಲೆ ಸರ್ಕಾರದ ಹಿಡಿತದಿಂದಾಗಿಯೂ ಪಕ್ಷದ ವಕ್ತಾರರು ಹೆಚ್ಚು ತೊಂದರೆ ಕೊಟ್ಟಾಗ ಅವರಿಗೆ ನೌಕರಿ ಮುಂತಾದ ಅನುಕೂಲಗಳನ್ನು ಕಲ್ಪಿಸಿ ಸುಮ್ಮನಾಗಿಸುತ್ತಿದ್ದರಿಂದಲೂ ಈ ಪಕ್ಷಗಳ ಪ್ರಭಾವವು ಕ್ಷೀಣಿಸಿತು. ಇವೆಲ್ಲ ದೋಷಗಳಿದ್ದರೂ ಸಹ ಪಕ್ಷಗಳು ರಾಜಕೀಯ ಅನುಭವ ನೀಡುವಲ್ಲಿ ಹಾಗೂ ಆಡಳಿತಗಾರರಿಗೆ ತಮ್ಮ ನೀತಿಯನ್ನು ಜನರ ಮುಂದೆ ಸಮರ್ಥಿಸಿಕೊಳ್ಳಲು ಅವಕಾಶ ನೀಡುವಲ್ಲಿ ಯಶಸ್ವಿಯಾದವು. ಪಕ್ಷದ ಪ್ರಭುತ್ವಕ್ಕಾಗಿ ಅಂದರೆ ಮಂತ್ರಿಮಂಡಲವನ್ನು ಶಾಸನಸಭೆಗೆ ಅಧೀನಗೊಳಿಸುವ ಸಲುವಾಗಿ ನಡೆದ ಹೋರಾಟವು ಬಲಗೊಂಡು ಪ್ರಥಮ ಜಾಗತಿಕ ಸಮರದ ಕಾಲಕ್ಕೆ ಮತ್ತಷ್ಟು ಬಲವನ್ನು ಗಳಿಸಿಕೊಂಡಿತು.

ಸೈನಿಕವಾದ ಹಾಗೂ ವಿದೇಶಿ ಸವಲತ್ತುಗಳ ರದ್ದು

ಸಂವಿಧಾನಾತ್ಮಕ ಸರ್ಕಾರದ ಪ್ರಯೋಗವು ಜಪಾನಿನ ರಾಜಕೀಯ ಬದಲಾವಣೆಯಲ್ಲಿ ಕೇವಲ ಒಂದು ಭಾಗ ಮಾತ್ರವೇ ಆಗಿದ್ದಿತು. ಒಂದು ಆಧುನಿಕ ಸೈನ್ಯ ನಿರ್ಮಾಣವು ಪ್ರಧಾನ ಧ್ಯೇಯವಾಗಿದ್ದು ಬ್ರಿಟನ್ ಮಾದರಿಯ ನೌಕಾಪಡೆಯನ್ನು ಜರ್ಮನ್ ಮಾದರಿಯ ಭೂಸೇನೆಯನ್ನು ತ್ವರಿತಗತಿಯಲ್ಲಿ ಸ್ಥಾಪಿಸಲಾಯಿತು. ಫ್ರಾಂಕೋ–ಪ್ರಷ್ಯನ್ ಯುದ್ಧದಲ್ಲಿ ಜರ್ಮನ್ ಸೈನ್ಯದ ಮೇಲುಗೈ ಜಪಾನಿಯರಿಗೆ ಪ್ರಿಯವಾಯಿತು. 1873ರಲ್ಲಿ ದೇಶದ ಪ್ರಜೆಗಳೆಲ್ಲರೂ ಸೈನ್ಯಕ್ಕೆ ಸೇರಿಕೊಳ್ಳಬೇಕೆಂಬ ಆಜ್ಞೆಯನ್ನು ಹೊರಡಿಸಲಾಯಿತು. ಚೈನಾ ಹಾಗೂ ಜಪಾನುಗಳಲ್ಲಿ ಕಡ್ಡಾಯ ಸೈನಿಕ ವೃತ್ತಿಯು ಪ್ರಾಚೀನ ಕಾಲದಿಂದಲೂ ಜಾರಿಯಲ್ಲಿತ್ತು. 16ನೇ ಶತಮಾನದ ಜಪಾನಿನ ಆಂತರಿಕ ಕಲಹಗಳಲ್ಲಿ ಭಾಗವಹಿಸಿದ ಸೇನೆಯಲ್ಲಿ ರೈತರೇ ತುಂಬಿರುತ್ತಿದ್ದರು. ಹೀಗಿದ್ದರೂ ಯೂರೋಪಿನ ಮಾದರಿಯನ್ನನುಸರಿಸಿ ಸೈನಿಕ ಸೇವೆಯನ್ನು ಕಡ್ಡಾಯಗೊಳಿಸಲಾಯಿತು. ಆಡಳಿತ ಪದ್ಧತಿಯು ಪುನರ್ರಚಿತವಾಯಿತು. ಹೊಸ ನ್ಯಾಯಾಂಗ ಹಾಗೂ ನ್ಯಾಯ ಸಂಹಿತೆಗಳು ಜಾರಿಗೊಳಿಸಲ್ಪಟ್ಟು ತಾವು ಪಾಶ್ಚಾತ್ಯರಿಗೆ ನ್ಯಾಯ ನಿರ್ಣಯದಲ್ಲಿ ಹಿಂದೆ ಬಿದ್ದಿಲ್ಲವೆಂಬ ಭಾವನೆಯನ್ನು ಜನರಲ್ಲಿ ಮೂಡಿಸಿತು. 1894ರಲ್ಲಿ ಬ್ರಿಟನ್ ಸ್ವಇಚ್ಛೆಯಿಂದ ತನ್ನ ವಿಶೇಷ ಪಾರಮ್ಯದ ಹಕ್ಕನ್ನು ಬಿಟ್ಟುಕೊಟ್ಟಿತು. 1899ರ ವೇಳೆಗೆ ಇತರ ಎಲ್ಲ ವಿದೇಶಿ ಶಕ್ತಿಗಳು ಸಹ ಬ್ರಿಟನ್ನನ್ನು ಅನುಸರಿಸಿದವು. ದೇಶದ ಆಮದು ರಫ್ತಿನ ಮೇಲಿನ ಹೊರಗಿನ ಹತೋಟಿಯನ್ನು ಇಲ್ಲವಾಗಿಸುವುದು ದೀರ್ಘಕಾಲಿಕ ಮಾತುಕತೆಗಳ ಮೇಲೆ ಆಧಾರಪಟ್ಟಿರುತ್ತದೆ. ಆದರೆ 1911ರ ಹೊತ್ತಿಗೆ 'ಸುಂಕದ ಸ್ವಾಯತ್ತತೆ'ಯು ಸಾರಲ್ಪಟ್ಟಿತು. ಹೀಗಾಗಿ ಜಪಾನ್ ಅಸಮಾನ ಒಪ್ಪಂದಗಳಿಂದ ಸಂಪೂರ್ಣವಾಗಿ ಮುಕ್ತಯವಾಯಿತು.

ಬಂಡವಾಳಶಾಹಿಯ ಬೆಳವಣಿಗೆ

ಮಿಜಿ ಯುಗದಲ್ಲಿ ಜಪಾನಿನ ಅರ್ಥವ್ಯವಸ್ಥೆಯಲ್ಲಿ ಸಂಭವಿಸಿದ ಬದಲಾವಣೆಗಳು ಆ ಕಾಲದಲ್ಲಾದ ರಾಜಕೀಯ ಮಾರ್ಪಾಡಿಗಿಂತ ತುಂಬ ಮಹತ್ವವಾದದ್ದಾಗಿದ್ದವು. ಟೋಕುಗಾವ ಕಾಲದಲ್ಲಿಯೂ ಅದು ಪೂರ್ತಿಯಾಗಿ ವ್ಯವಸಾಯ ಆಧಾರಿತ ದೇಶವೇನೂ ಆಗಿರಲಿಲ್ಲ. ಆಗ ವಾಣಿಜ್ಯ ಹಾಗೂ ಬಂಡವಾಳಶಾಹಿಯು ಅಸ್ತಿತ್ವಕ್ಕೆ ಬಂದಿತ್ತು. ನೂತನ ಪ್ರಭುತ್ವ ಅಧಿಕಾರಕ್ಕೆ ಬಂದಾಗ ಅದು ರಾಜ್ಯವನ್ನು ಬಲಪಡಿಸಿ ಪಾಶ್ಚಾತ್ಯೀಕರಣದಿಂದ ಒದಗುವ ಅನುಕೂಲತೆಗಳನ್ನು ಪಡೆಯುವುದಕ್ಕಾಗಿ ಮಹತ್ವಾಕಾಂಕ್ಷಿ ಕಾರ್ಯಕ್ರಮಗಳನ್ನು ಹಮ್ಮಿಕೊಂಡು ಕೈಗಾರಿಕೆಯನ್ನು ಹಾಗೂ ಸಂಪರ್ಕ ವ್ಯವಸ್ಥೆಯನ್ನು ಆಧುನಿಕರಿಸಿತು. ಖಾಸಗಿ ಬಂಡವಾಳವು ತಕ್ಕಷ್ಟು ಪ್ರಮಾಣದಲ್ಲಿ ಲಭಿಸದೇ ಇದ್ದುದರಿಂದಲೂ ವಿದೇಶಗಳಿಂದ ಹೆಚ್ಚಿನ ಹಣಕಾಸಿನ ನೆರವನ್ನು ಪಡೆದರೆ ಅದು ಜಪಾನಿನ ಆರ್ಥಿಕ ಸ್ವಾಯತ್ತತೆಗೆ ಧಕ್ಕೆ ತರುತ್ತದೆಂಬ ಭಯದಿಂದಲೂ ಸರ್ಕಾರವೇ ಮುಂದಾಗಿ ರೈಲುಮಾರ್ಗಗಳನ್ನು, ದೂರವಾಣಿ ಹಾಗೂ ತಂತಿ ಸಂಪರ್ಕಗಳನ್ನು, ಹಡಗುಕಟ್ಟೆಗಳನ್ನು, ಬಂದರುಗಳನ್ನು ಮತ್ತು ಬೃಹತ್ ಉತ್ಪಾದನಾ ಕೇಂದ್ರಗಳನ್ನು ನಿರ್ಮಿಸಿದ್ದಷ್ಟೇ ಅಲ್ಲದೆ ಖಾಸಗಿ ಉದ್ಯಮಕ್ಕೆ ಸಾಲವನ್ನು ರಿಯಾಯಿತಿ ದರದಲ್ಲಿ ನೀಡಿತು. ಜಪಾನಿನಲ್ಲಿ 'ಮುಕ್ತ ಆರ್ಥಿಕತೆ' (Laissez faire) ನ ಸಂಪ್ರದಾಯವಿರಲಿಲ್ಲವಾದ್ದರಿಂದ ಹಣಕಾಸಿನ ವಲಯದಲ್ಲಿ

ಸರ್ಕಾರ ಭಾಗವಹಿಸುವುದಕ್ಕೆ ಯಾವ ಅಡ್ಡಿಯೂ ಇರಲಿಲ್ಲ. ಉದ್ಯೋಗ ವಲಯವೂ ಸಹ ಸಾಧ್ಯವಾದಷ್ಟು ವೇಗವಾಗಿ ಮುನ್ನಡೆಯಲು ಆತುರ ಪಡುತ್ತಿತ್ತು. ದೇಶದ ಭದ್ರತೆಯ ದೃಷ್ಟಿಯಿಂದ ರೈಲ್ವೆ ಮತ್ತು ತಂತಿ ವ್ಯವಸ್ಥೆಯನ್ನು ತನ್ನ ಹತೋಟಿಯಲ್ಲಿಟ್ಟುಕೊಂಡು ಸರ್ಕಾರವು ತಾನು ನಡೆಸುತ್ತಿದ್ದ ಉದ್ಯಮಗಳೆಲ್ಲವನ್ನು ಒಂದೊಂದಾಗಿ ಖಾಸಗಿ ವಲಯಕ್ಕೆ ಬಿಟ್ಟುಕೊಟ್ಟಿತು. ಹೀಗಾಗಿ ಜಪಾನಿನಲ್ಲಿ ಆರ್ಥಿಕ ಅಭಿವೃದ್ಧಿಯು ಖಾಸಗಿ ಉದ್ಯಮಗಳ ವರ್ಗವನ್ನು ಬೆಳೆಸಿತು. ಆದರೆ ಈ ವರ್ಗವು ಮಾತ್ರ ಪಶ್ಚಿಮದ ಉದ್ಯಮಶೀಲ ದೇಶಗಳಲ್ಲಿನ ಶ್ರೀಮಂತ ವರ್ಗವನ್ನು ಹೋಲುತ್ತಿರಲಿಲ್ಲ. ರಾಜಕೀಯ ಧುರೀಣರಂತೆ ಉದ್ಯಮಿಗಳು ಸಹ ಬಹುಪಾಲು ಹಳೆಯ ಪಾಲಕವರ್ಗದಿಂದಲೇ ಬಂದವರು. ಟೋಕುಗಾವ ಕಾಲದ ಬಡ್ಡಿ ವ್ಯವಹಾರಸ್ಥರು ಮತ್ತು ಅಕ್ಕಿ ವ್ಯಾಪಾರಿಗಳು ಕೂಡ ಇದ್ದರು. ಡೈಮ್ಯೊಗಳಿಗೆ ತಮ್ಮ ಹಿಂದಿನ ಸ್ಥಾನಮಾನವನ್ನು ಬಿಟ್ಟುಕೊಟ್ಟದ್ದಕ್ಕೆಂದು ಸಂದಾಯವಾದ ಹಣವನ್ನು ಹೂಡಲು ಲಾಭದಾಯಕವಾದ ಆರ್ಥಿಕ ವಲಯವೊಂದು ಸೃಷ್ಟಿಯಾಯಿತು. ಸಮುರಾಯಿಗಳು ಕೂಡ ಉದ್ಯಮಗಳ ಅಭಿವೃದ್ಧಿಯಲ್ಲಿ ಪಾಲ್ಗೊಂಡರು.

ಮಿಟ್ಸುಯಿ ಮತ್ತು ಮಿಟ್ಸುಬಿಶಿ

ಪ್ರಸಿದ್ಧ ಮಿಟ್ಸುಯಿ ಕುಟುಂಬದ ಚರಿತ್ರೆಯು ಬದಲಾವಣೆಗಳನ್ನ ನಿರೀಕ್ಷಿಸಿ ಅತಿದೊಡ್ಡ ವಾಣಿಜ್ಯ ಹಣಕಾಸು ಹಾಗೂ ಕೈಗಾರಿಕೆಗೆಳ ಸಮುಚ್ಚಯವಾಗಿ ಬೆಳೆದ ಸಮುರಾಯಿ ಕುಟುಂಬವೊಂದರ ಯಶಸ್ಸನ್ನು ನೆನಪಿಸುತ್ತದೆ. ಆರಂಭಿಕ ಟೋಕುಗಾವ ಆಡಳತ ಕಾಲದಲ್ಲಿಯೇ ತಮ್ಮ ವರ್ಗದ ಇತರರಲ್ಲಿದ್ದ ಪೂರ್ವಾಗ್ರಹಗಳನ್ನು ಬದಿಗೊತ್ತಿ ಮಿಟ್ಸುಯಿ ಕುಟುಂಬವು ವ್ಯಾಪಾರದಿಂದೊದಗುವ ಆರ್ಥಿಕ ಲಾಭಕ್ಕಾಗಿ ಹೋರಾಟಗಳಲ್ಲಿ ಪಾಲ್ಗೊಳ್ಳುವುದನ್ನು ನಿಲ್ಲಿಸಿತು. ಕ್ಯೊಟೋನಲ್ಲಿ ಒಂದು ಅಂಗಡಿಯನ್ನು ತೆರೆದು, ಭಿತ್ತಿಪತ್ರಗಳನ್ನು ಅಂಟಿಸುವುದರಿಂದಲೂ, ಗ್ರಾಹಕರಿಗೆ ಮಿಟ್ಸುಯಿ ವ್ಯಾಪಾರ ಚಿನ್ಹೆಗಳಿದ್ದ ಕೊಡೆಗಳನ್ನು ನೀಡುವುದರಿಂದಲೂ ಆಧುನಿಕ ಪದ್ಧತಿಗಳನ್ನು ಮೊತ್ತಮೊದಲ ಬಾರಿಗೆ ಜಾರಿಗೆ ತಂದಿತು. 17ನೇ ಶತಮಾನದ ಕೊನೆಯ ವೇಳೆಗೆ 'ಎಡೊ'ನಲ್ಲಿ ಒಂದು ಬ್ಯಾಂಕನ್ನು ಈ ಕುಟುಂಬವು ಆರಂಭಿಸಿತು. ಜಪಾನು ವಿದೇಶಿ ವ್ಯಾಪಾರಕ್ಕೆ ಬಾಗಿಲು ತೆರೆದದ್ದನ್ನು ಪೂರ್ಣ ಮನಸ್ಸಿನಿಂದ ಆಹ್ವಾನಿಸಿದ್ದಷ್ಟೇ ಅಲ್ಲದೆ ಆಗತಾನೆ ಅಸ್ತಿತ್ವಕ್ಕೆ ಬರುತ್ತಿದ್ದ ಹೊಸಪ್ರಭುತ್ವಕ್ಕೆ ಅಪಾರವಾದ ಧನ ಸಹಾಯವನ್ನು ನೀಡಿ, ಚಕ್ರವರ್ತಿಯ ತಿರುಗಾಟಕ್ಕೆ ವ್ಯವಸ್ಥೆ ಮಾಡಿತು. ಸರ್ಕಾರದ ಪ್ರಮುಖ ಹುದ್ದೆಗಳಲ್ಲಿದ್ದ ಜೋಶು ಪ್ರಾಂತ್ಯದವರೊಂದಿಗೆ ಸಂಬಂಧವನ್ನು ಉತ್ತಮಪಡಿಸಿಕೊಂಡು ಆ ಮೂಲಕ ಆರ್ಥಿಕ ಯೋಜನೆಯ ವಿವಿಧ ಸ್ತರಗಳಲ್ಲಿ ಪಾಲ್ಗೊಂಡಿತು. 'ಮಿಟ್ಸುಯಿ'ಯಂತೆಯೇ ಸಮುರಾಯಿ ನಾಯಕತ್ವವನ್ನು ಪಡೆದಿದ್ದ ಅತಿದೊಡ್ಡ ಸ್ಪರ್ಧಿಯಾಗಿದ್ದ 'ಮಿಟ್ಸುಬಿಶಿ' ಕುಟುಂಬವು ಸತ್ಸುಮ ಗುಂಪಿನೊಂದಿಗೆ ಇಂಥದ್ದೇ ಸಂಬಂಧವನ್ನು ಹೊಂದಿತ್ತು. ಜಪಾನಿನಲ್ಲಿ ಕೈಗಾರಿಕೀಕರಣವು ಅತಿ ವೇಗವಾಗಿ ನಡೆದರೂ, ಬಂಡವಾಳಗಾರರು ತುಂಬ ಕಡಿಮೆ ಸಂಖ್ಯೆಯಲ್ಲಿದ್ದು ತಮ್ಮದೇ ಆಡಳಿತ ವರ್ಗಗಳನ್ನು ಹೊಂದಿದ್ದು ಸರ್ಕಾರವನ್ನು ನಿಯಂತ್ರಿಸುತ್ತಿದ್ದರು.

ಜಪಾನಿನ ಬಂಡವಾಳಶಾಹಿಯ ವೈಚಿತ್ರಗಳು

17ನೇ ಶತಮಾನದ ಅಂತ್ಯದಲ್ಲಿ ಹಾಗೂ 20ನೇ ಶತಮಾನದ ಆರಂಭದಲ್ಲಿ ಜಪಾನಿನಲ್ಲಿ ಸಂಭವಿಸಿದ ಔದ್ಯಮಿಕ ಬೆಳವಣಿಗೆಗಳು ಯೂರೋಪಿನಲ್ಲಾದ ಅಂಥವೇ ಬದಲಾವಣೆಗಳಿಗಿಂತ ಹಲವಾರು ರೀತಿಯಲ್ಲಿ ಭಿನ್ನವಾಗಿದ್ದವು. ಮೊದಲನೆಯದಾಗಿ ಈ ಬದಲಾವಣೆಗಳು ಎಷ್ಟು ಶೀಘ್ರಗತಿಯಲ್ಲಿ ಸಂಭವಿಸಿದವೆಂದರೆ ಒಂದೇ ತಲೆಮಾರಿನಲ್ಲಿಯೇ ಅದು ಉತ್ಪಾದನೆಯಲ್ಲಿ ರಫ್ತುಮಾಡುವ ಮಟ್ಟವನ್ನು ಮುಟ್ಟಿ ವಿದೇಶೀ ವ್ಯಾಪಾರವು ದೇಶದ ಅರ್ಥವ್ಯವಸ್ಥೆಗೆ ಅತ್ಯಗತ್ಯವಾಯಿತು. ಎರಡನೆಯದಾಗಿ ಕೈಗಾರಿಕಾ ಕ್ರಾಂತಿಯು ಪಾಶ್ಚಿಮಾತ್ಯ ದೇಶಗಳ ಉನ್ನತ ಮಟ್ಟವನ್ನು ಮುಟ್ಟಿದ ನಂತರ ಜಪಾನಿಗೆ ರವಾನೆಯಾದದ್ದರಿಂದ ಕೈಗಾರಿಕಾ ಕ್ರಾಂತಿಯ ಆರಂಭದ ಹಾಗೂ ನಂತರದ ಗುಣಲಕ್ಷಣಗಳು ಬೆರೆತು ಹೋಗಿದ್ದವು. ಸ್ತ್ರೀಯರಿಗೆ ಕಡಿಮೆ ವೇತನ ನೀಡುವುದು, ಕಾರ್ಮಿಕರಲ್ಲಿ ಒಗ್ಗಟ್ಟಿಲ್ಲದೆ ಅವರಿಗೆ ಯಾವ ಕಾನೂನಿನ ರಕ್ಷಣೆಯೂ ಇಲ್ಲದಿರುವುದೂ, ಕಾರ್ಖಾನೆಗಳಲ್ಲಿ ಮತ್ತು ಗಣಿಗಳಲ್ಲಿನ ಪರಿಸ್ಥಿತಿಗಳು ಪಾಶ್ಚಾತ್ಯದೇಶಗಳ ಕೈಗಾರಿಕಾ ಕ್ರಾಂತಿಯ ಆರಂಭಿಕ ಹಂತದಲ್ಲಿದ್ದಂತೆ ಇದ್ದವು. ಇನ್ನೊಂದೆಡೆಯಲ್ಲಿ ವ್ಯಾಪಾರಿ ವಲಯದೊಳಗೆ ಸರ್ಕಾರದ ಪ್ರವೇಶ ಮತ್ತು ಕೇವಲ ಹಣಹೂಡಿಕೆಯ ಉದ್ಯಮಶೀಲತೆಗಳು (ಆಗತಾನೆ ಪಶ್ಚಿಮದಲ್ಲಿ ಹಾಗೂ ಅಮೆರಿಕಾದಲ್ಲಿ ಕಂಡುಬರುತ್ತಿದ್ದಂತಹ ಅಂಶಗಳು) ಗೋಚರವಾದವು. ಜಪಾನಿನಲ್ಲಿ ಬಹುಪಾಲು ಬಂಡವಾಳ ಹೂಡಿಕೆಯು ಕೈಗಾರಿಕಾ ಉದ್ಯಮಗಳಿಗಿಂತ ಮುಂಚೆಯೇ ಅಸ್ತಿತ್ವಕ್ಕೆ ಬಂದಿತ್ತು. ಏಕೆಂದರೆ ಶ್ರೀಮಂತ ವರ್ಗವೇ ಉದ್ಯಮಗಳಲ್ಲಿ ಮುಂದಾಳಾಗಿದ್ದುದರಿಂದ ಪಶ್ಚಿಮದಲ್ಲಿಯಂತೆ ಕೈಗಾರಿಕೋದ್ಯಮಿಗಳೇ ಶ್ರೀಮಂತರಾಗಿ ಹಣ ಹೂಡುವವರೆಗೂ ಕಾಯುವ ಅಗತ್ಯವಿಲ್ಲದೆ ಗಣಿಗಾರಿಕೆ, ಉತ್ಪಾದನೆ ಮತ್ತು ಹಂಚಿಕೆಗಳು ಅಭಿವೃದ್ಧಿ ಹೊಂದುವ ಘಟ್ಟದಲ್ಲಿ ಇವರ ಒಡೆತನವೇ ಮುಂದುವರೆಯಿತು.

ಜಪಾನಿನ ಟ್ರಸ್ಟುಗಳು

ಜಪಾನಿನ ಕೈಗಾರಿಕಾ ಅಭಿವೃದ್ಧಿಯ ಇನ್ನೊಂದು ವಿಚಿತ್ರವೆಂದರೆ ಬೃಹತ್ ಉತ್ಪಾದನೆಗೆಂದು ಕೆಲವು ಉದ್ಯಮಗಳು ಸ್ಥಾಪಿತವಾಗಿ ಉತ್ಪಾದಕತೆ ಅತಿ ವೇಗವಾಗಿ ಹೆಚ್ಚಿದರೂ ಸಹ ಬಹುಸಂಖ್ಯಾತ ಕಾರ್ಖಾನೆಗಳು ಚಿಕ್ಕವೇ ಆಗಿದ್ದವು. 1930ರಲ್ಲಿ ಕೂಡ ಜಪಾನಿನ 60 ಲಕ್ಷ ಕಾರ್ಮಿಕರಲ್ಲಿ ಮೂರನೆ ಒಂದು ಭಾಗದಷ್ಟು ಜನ ನೂರಕ್ಕಿಂತ ಕಡಿಮೆ ಕೆಲಸಗಾರರಿರುವ ಕೈಗಾರಿಕೆಗಳಲ್ಲಿಯೂ, ಅದರಲ್ಲಿ ಅರ್ಧದಷ್ಟು ಮಂದಿ ಐದಕ್ಕಿಂತ ಕಡಿಮೆಯಿರುವ ಕಾರ್ಖಾನೆಗಳಲ್ಲಿಯೂ ಶ್ರಮಿಸುತ್ತಿದ್ದರು. ಈ ಚಿಕ್ಕ ಉದ್ಯಮಗಳು ಸ್ವತಂತ್ರವಾಗಿಲ್ಲದೆ ಬೃಹತ್ ಹಣಕಾಸು ಸಂಸ್ಥೆಗಳಿಂದ ನಿಯಂತ್ರಿಸಲ್ಪಡುತ್ತಿದ್ದವು. ಸಂಸ್ಥೆಗಳು ಒಂದು ಟ್ರಸ್ಟ್‌ನಂತೆ ವರ್ತಿಸಿ ಇಡೀ ಉತ್ಪಾದನಾ ರಂಗದ ಮೇಲೆ ಏಕಸ್ವಾಮ್ಯವನ್ನು ಸಾಧಿಸಿದ್ದವು. ಜಪಾನಿನ ಹತ್ತಿ ಮತ್ತು ರೇಷ್ಮೆ ಕೆಲಸಗಾರರನ್ನು ಆಧುನಿಕ ಯೂರೋಪಿನ ಆರಂಭದಲ್ಲಿನ ಸ್ವದೇಶಿ ಕಾರ್ಮಿಕರಿಗೆ ಹೋಲಿಸಬಹುದಿತ್ತು (ಅವರು ಕೈಗಳಿಗಿಂತಲೂ ಹೆಚ್ಚಾಗಿ ಯಂತ್ರಗಳನ್ನೆ ಬಳಸಿದರೂ ಸಹ). ದೇಶದಾದ್ಯಂತ ವ್ಯಾಪಿಸಿದ ಸಣ್ಣಸಣ್ಣ ಕೈಗಾರಿಕೋದ್ಯಮಗಳಿಗೆ ಕಚ್ಚಾವಸ್ತುವಿನ ಸರಬರಾಜನ್ನು ಮತ್ತು ಉತ್ಪಾದಿತ ವಸ್ತುಗಳ ವಿತರಣೆಯನ್ನು-ವಿಶೇಷವಾಗಿ ರಫ್ತು ವ್ಯಾಪಾರ ಕೆಲವೇ ಕೇಂದ್ರೀಕೃತ ಸಂಸ್ಥೆಗಳ ಹತೋಟಿಯಲ್ಲಿಟ್ಟಿದ್ದವು. ಇದು ಸಹಜವಾಗಿ ಕೆಲಸಗಾರನನ್ನು ದುರ್ಬಲಗೊಳಿಸಿದ್ದಲ್ಲದೆ, ಕಡಿಮೆ ವೇತನಕ್ಕೆ ದುಡಿಯುವ ಅಸಂಖ್ಯಾತ ಕೆಲಸಗಾರರಿದ್ದುದರಿಂದ ಆತನ ಸ್ಥಿತಿ ಇನ್ನಷ್ಟು ಹದಗೆಟ್ಟಿತು. ನಗರಗಳು ಬೃಹತ್ತಾಗಿ ಬೆಳೆದರೂ ಕೂಡ ಬಹುಸಂಖ್ಯಾತ ರೈತರು ಕುಟುಂಬ ನಿರ್ವಹಣೆಗೆ ಸಾಕಷ್ಟು ಆದಾಯ ನೀಡದ ಭೂಮಿಯನ್ನೇ ಆಶ್ರಯಿಸಿದ್ದರು. ಹೀಗಾಗಿ ಈ ಕುಟುಂಬಗಳು ಆಧಾಯ ಹೆಚ್ಚಿಲ್ಲವಾದರೂ ವೇತನಕ್ಕಾಗಿ ದುಡಿಯಲು ತಮ್ಮ ಹೆಣ್ಣುಮಕ್ಕಳನ್ನು ಕಳಿಸುತ್ತಿದ್ದರು. ಬಡಕಾರ್ಮಿಕ ಮತ್ತು ರೈತರ ಹಾಗೂ ಶ್ರೀಮಂತ ಬಂಡವಾಳಗಾರ ನಡುವಿನ ಅಂತರವು ಊಳಿಗಮಾನ್ಯ ಸಮಾಜದ ಮೇಲಿನ ಹಾಗೂ ಕೆಳಗಿನ ಸ್ತರಗಳಲ್ಲಿದ್ದಷ್ಟೇ ಇದ್ದಿತು.

ಸಾಮಾಜಿಕ ಹಾಗೂ ಸಾಂಸ್ಕೃತಿಕ ಬದಲಾವಣೆಗಳು

ಜಪಾನಿನ ಆರ್ಥಿಕ ಹಾಗೂ ರಾಜಕೀಯ ಮಾರ್ಪಾಡಿನೊಂದಿಗೆ ವಿಸ್ತೃತವಾದ ಸಾಮಾಜಿಕ ಮತ್ತು ಸಾಂಸ್ಕೃತಿಕ ಬದಲಾವಣೆಗಳು ಸಂಭವಿಸಿದವು. ಇವುಗಳಲ್ಲಿ ಕೆಲವನ್ನು ಸರ್ಕಾರವೇ ಕಡ್ಡಾಯಗೊಳಿಸಿದರೆ ಉಳಿದವು ಬಯಸದೇ ಇದ್ದಂತವಾಗಿದ್ದವು. ಪಾಶ್ಚಾತ್ಯೀಕರಣದ ಯೋಜನೆಯನ್ನು ಅನುಷ್ಠಾನಕ್ಕೆ ತರಲು ಒಂದು ಸಾರ್ವಜನಿಕ ಶಿಕ್ಷಣ ವಿಧಾನವು ಅಗತ್ಯವಾಗಿತ್ತು. ಪಾಶ್ಚಾತ್ಯ ದೇಶಗಳ ಪದ್ಧತಿಗಳನ್ನು ಅಭ್ಯಸಿಸಲೆಂದು 1871ರಲ್ಲಿ ಶಿಕ್ಷಣಕ್ಕೆಂದೇ ಸಚಿವಾಲಯವೊಂದು ಸ್ಥಾಪಿತವಾಗಿ ರಾಜ್ಯದ ಖರ್ಚಿನಲ್ಲಿ ವೇಗವಾಗಿ ಶಾಲೆಗಳು ಕಟ್ಟಲ್ಪಟ್ಟವು. ಜಪಾನ್ ಇಡೀ ಏಷ್ಯಾದಲ್ಲಿ ಕಡ್ಡಾಯ ಶಿಕ್ಷಣವನ್ನು ಜಾರಿಗೊಳಿಸಿದ ಪ್ರಥಮ ದೇಶವಾದದ್ದಷ್ಟೇ ಅಲ್ಲದೆ ಅದನ್ನು ಎಷ್ಟು ಯಶಸ್ವಿಯಾಗಿ ನಡೆಸಿತೆಂದರೆ ಸಮಾಜದ ಅತ್ಯಂತ ಕೆಳಗಿನ ವರ್ಗದಲ್ಲಿಯೂ ಅನಕ್ಷರತೆ ಮಾಯವಾಯಿತು. ಉನ್ನತ ಶಿಕ್ಷಣದಲ್ಲಿಯೂ ಅವಕಾಶಗಳು ಹೆಚ್ಚಿ ವಿದ್ಯಾರ್ಥಿಗಳಿಗೆ ತಾಂತ್ರಿಕ ಹಾಗೂ ಮಾನವಿಕ ವಿಷಯಗಳಲ್ಲಿ ವಿಶೇಷ ತರಬೇತಿ ಲಭಿಸಿತು. ಹೆಣ್ಣು ಮಕ್ಕಳಿಗೆ ಪರಿಮಿತವಾಗಿ ಹಾಗೂ ಪ್ರತ್ಯೇಕವಾಗಿ ತರಬೇತಿ ನೀಡಲಾಯಿತು. ಪಠ್ಯ ವಿಷಯಗಳನ್ನು ವಿಪರೀತವಾದ ಮಹತ್ವಾಕಾಂಕ್ಷೆಯಿಂದ ರಚಿಸಿ ಮಾಧ್ಯಮಿಕ ಹಾಗು ಪ್ರೌಢಶಾಲೆಗಳ ವಿದ್ಯಾರ್ಥಿಗಳಿಂದ ಅತಿ ಹೆಚ್ಚು ವ್ಯಾಸಂಗವನ್ನು ನಿರೀಕ್ಷಿಸಲಾಯಿತು. ಕನ್‌ಫ್ಯೂಷಿಯನ್ ತತ್ವಜ್ಞಾನ, ಚೀನಿ ಉದ್ಗ್ರಂಥಗಳು, ಜಪಾನೀ ಭಾಷೆ, ಸಾಹಿತ್ಯ ಮತ್ತು ಚರಿತ್ರೆಯ ಜೊತೆಗೆ ಪಾಶ್ಚಾತ್ಯ ಭಾಷೆಗಳನ್ನು ಮತ್ತು ವಿಜ್ಞಾನ ಹಾಗೂ ತಂತ್ರಜ್ಞಾನವನ್ನು ಅಭ್ಯಸಿಸಬೇಕಿತ್ತು. ಆದರೆ ಈ ಶಿಕ್ಷಣ ಪದ್ಧತಿಯಲ್ಲಿನ ಎದ್ದು ಕಾಣುವಂತಹ ದೋಷವೆಂದರೆ ಸ್ವಂತ ಆಲೋಚನೆಗಳಿಗೆ ಪ್ರೋತ್ಸಾಹವಿಲ್ಲದ್ದು. ಸರ್ಕಾರದ ಗುರಿಗಳನ್ನು ಈಡೇರಿಸುವ ವಿಧೇಯ, ದಕ್ಷ ಮತ್ತು ಶಿಸ್ತಿನಿಂದ ಕೂಡಿದ, ವಿರೋಧವನ್ನು ತೋರದ ಪ್ರಜೆಗಳ ನಿರ್ಮಾಣದತ್ತ ಮಾತ್ರವೇ ಗಮನವನ್ನು ಕೇಂದ್ರೀಕರಿಸಲಾಗಿತ್ತು. ಎಲ್ಲಾ ವಿದ್ಯಾರ್ಥಿಗಳೂ ಕಡ್ಡಾಯವಾಗಿ 'ನೀತಿಪಾಠ'ಗಳನ್ನು ಕಲಿತು ದೇಶಭಕ್ತಿಯನ್ನು ರೂಢಿಸಿಕೊಳ್ಳಬೇಕಿತ್ತು. ಪಾಶ್ಚಾತ್ಯ ವಿಜ್ಞಾನ ಹಾಗೂ ತಂತ್ರಜ್ಞಾನಗಳು ಅವುಗಳ ಬೆಳವಣಿಗೆಗೆ ಕಾರಣವಾದ ಮಾನವತವಾದ ಮತ್ತು ಸ್ವೇಚ್ಛೆಗಳಿಲ್ಲದೆ ಕಲಿಯಬೇಕಾಗಿ ಬಂದದ್ದೇ ಅಲ್ಲದೆ ಸಾಮಾಜಿಕ ವಿಜ್ಞಾನಗಳಲ್ಲಿ ಪರಿಶೋಧನೆಯು ಪೂರ್ತಿಯಾಗಿ ನಿರ್ಲಕ್ಷಕ್ಕೀಡಾಯಿತು. ಹೀಗಾಗಿ ಶಿಕ್ಷಣದ ಒತ್ತು ಮನುಷ್ಯನ ಪರಿಪೂರ್ಣ ವಿಕಾಸದ ಮೇಲಲ್ಲದೆ ಒಂದು ನಿರ್ದಿಷ್ಟ ಚೌಕಟ್ಟಿನೊಳಗೆ ಪ್ರಶ್ನೆಗಳಿಲ್ಲದೆ ಒಗ್ಗಿಕೊಳ್ಳುವುದರ ಮೇಲಿತ್ತು. ಶಿಕ್ಷಣ ಸಚಿವಾಲಯವು ಪಠ್ಯದ ಮೇಲೆ ಮತ್ತು ಶಿಕ್ಷಕರ ಮೇಲೆ ಕಟ್ಟುನಿಟ್ಟಿನ ಮೇಲ್ವಿಚಾರಣೆ ನಡೆಸಿ ಶಾಲೆಗಳನ್ನು ಶಕ್ತಿಯುತವಾದ ಬೋಧನಾಕೇಂದ್ರಗಳನ್ನಾಗಿಸಿತ್ತು.

ಸಾಹಿತ್ಯಿಕ ಸೃಷ್ಟಿ

ವಿಸ್ತೃತವಾದ ಓದುಗರ ಸಮುದಾಯವೊಂದು ಹುಟ್ಟಿಕೊಂಡದ್ದರಿಂದ ಸಾಹಿತ್ಯವು ವಿಪುಲವಾಗಿ ಸೃಷ್ಟಿಯಾಯಿತು. ಇದರಲ್ಲಿ ಹೆಚ್ಚಿನ ಭಾಗ ನಿಯತಕಾಲಿಕೆಗಳಾಗಿದ್ದವು. ಜಪಾನಿ ಬರಹಗಾರರು ತಮ್ಮ ವಾಸ್ತವವಾದ ನಿಲುವುಗಳಿಂದಾಗಿ ಪಾಶ್ಚಾತ್ಯ ಸಾಹಿತ್ಯದಿಂದ ಗಾಢವಾಗಿ ಪ್ರಭಾವಿತರಾಗಿದ್ದರೂ ಸಹ ಕೇವಲ ಅವುಗಳ ನಕಲುಗಳನ್ನಲ್ಲದೆ ಶ್ರೇಷ್ಠ ಸಾಹಿತ್ಯವನ್ನು

ರಚಿಸಿದರು. ಪತ್ರಿಕೋದ್ಯಮವು ಲಾಭದಾಯಕವಾದ ವೃತ್ತಿಯಾಗಿ ಉತ್ತಮ ಗುಣಮಟ್ಟದ ಪತ್ರಿಕೆಗಳು ಆರಂಭಗೊಂಡವು. ಆದರೆ ಜಪಾನ್ ಪತ್ರಿಕೋದ್ಯಮವು ಸರ್ಕಾರದ ಸ್ವೇಚ್ಛಾಚಾರದ ನಿಷೇಧಗಳಿಂದಾಗಿ ತುಂಬಾ ಅನಾನುಕೂಲಗಳನ್ನು ಎದುರಿಸಬೇಕಿತ್ತು. ಸರ್ಕಾರಿ ನೌಕರರನ್ನು ಟೀಕಿಸುವ ಧೈರ್ಯತೋರಿದ ಸಂಪಾದಕರನ್ನು, ಪಾಲಕ ವರ್ಗವು ಜನರಿಂದ ಮರೆಮಾಚ ಬಯಸಿದ್ದ ಸುದ್ದಿಯನ್ನು ದುರದೃಷ್ಟವಶಾತ್ ಪ್ರಕಟಿಸಿದವರನ್ನು ಕಠಿಣ ಶಿಕ್ಷೆಗೆ ಈಡುಮಾಡಿ, ದೊಡ್ಡಮೊತ್ತದ ದಂಡವನ್ನು ಹಾಕಿ ಅವರ ಪತ್ರಿಕಾಲಯಗಳನ್ನು ಮುಚ್ಚಲಾಗುತ್ತಿತ್ತು. ಪರಿಸ್ಥಿತಿ ಹೀಗಿದ್ದರೂ ಸಹ ಬಹುಪಾಲು ಪತ್ರಕರ್ತರು ತಮ್ಮ ಸ್ವತಂತ್ರವಾದ ಅಭಿಪ್ರಾಯಗಳಿಗೆ ಮತ್ತು ವಿಮರ್ಶೆಗಳಿಗೆ ಅಭಿವ್ಯಕ್ತಿನೀಡದೆ ಇರುತ್ತಿರಲಿಲ್ಲ ಎನ್ನುವುದು ಮಹತ್ವದ ಸಂಗತಿಯಾಗಿತ್ತು.

ನೂತನ ಸಾಮಾಜಿಕ ಸಮಸ್ಯೆಗಳು

ಪುನರ್ ನಿರ್ಮಾಣ ಕಾಲದ ಕಷ್ಟಗಳನ್ನು ಹಾಯ್ದು ಬರುವಾಗ ಜಪಾನಿಯರು ಅಪಾರವಾದ ಧೈರ್ಯ, ಸಹನಶೀಲತೆ ಹಾಗೂ ಕ್ರಿಯಾ ಶೀಲತೆಯನ್ನು ಪ್ರದರ್ಶಿಸಿದರು. ಹಲವಾರು ಕ್ಷೇತ್ರಗಳಲ್ಲಿ ಅವರು ಪಾಶ್ಚಾತ್ಯರನ್ನು ಮೀರಿಸಿದ್ದರ ಜೊತೆಗೆ ತಮ್ಮ ವಿಶಿಷ್ಟ ಸಾಂಸ್ಕೃತಿಕ ಪರಂಪರೆಯನ್ನು ಉಳಿಸಿಕೊಂಡರು. ಆದರೆ ಎಲ್ಲವೂ ಒಳ್ಳೆಯ ಪರಿಣಾಮಗಳೇ ಆಗಿರದೆ ಸುಲಭವಾಗಿ ಪರಿಹರಿಸಲಾಗದ ಸಮಸ್ಯೆಗಳು ಸಹ ಅದೇ ಕಾಲದಲ್ಲಿ ಉದ್ಭವಿಸಿದವು. ಅವುಗಳಲ್ಲೆಲ್ಲ ಅತ್ಯಂತ ವಿಲಕ್ಷಣವಾದದ್ದೆಂದರೆ ಜಪಾನಿನ ಜನಸಂಖ್ಯಾಸ್ಫೋಟ. ಆಧುನಿಕ ವಿಜ್ಞಾನ ಹಾಗೂ ತಂತ್ರಜ್ಞಾನದಿಂದಾಗಿ, ಆರ್ಥಿಕ ರಂಗವು ಬಲಗೊಂಡು ನಾಗರೀಕ ಸೌಲಭ್ಯಗಳು ಹೆಚ್ಚಿ ಜನರು ಉತ್ತಮ ಆರೋಗ್ಯವನ್ನು ಪಡೆಯುತ್ತಿದ್ದಂತೆಯೇ ಕೈಗಾರಿಕಾ ಕ್ರಾಂತಿ ಮುಂಚಿನ ಒಂದು ನೂರು ವರ್ಷಗಳ ಕಾಲ ಸ್ಥಗಿತವಾಗಿದ್ದ ಜನಸಂಖ್ಯೆಯ ಬೆಳವಣಿಗೆಯು 1867 ಮತ್ತು 1913ರ ಮಧ್ಯದಲ್ಲಿ 3 ಕೋಟಿಯಿಂದ 5 ಕೋಟಿಯಾಯಿತು. ಇಲ್ಲಿಂದ ಮುಂದಕ್ಕೆ ಅದರ ವೇಗ ಇನ್ನೂ ಹೆಚ್ಚಾಯಿತು. ಅತ್ಯಂತ ಆಧುನಿಕ ತಂತ್ರಜ್ಞಾನವನ್ನು ಬಳಸಿಯೂ ಸಹ ಇಷ್ಟು ಬೃಹತ್ ಜನಸಂಖ್ಯೆಗೆ ಸಾಕಾಗುವಷ್ಟು ಆಹಾರವನ್ನು ಉತ್ಪಾದಿಸಲು ತಕ್ಕಷ್ಟು ನೆಲ ಇರಲಿಲ್ಲ. ವಿದೇಶಿ ವ್ಯಾಪಾರವನ್ನು ಹೆಚ್ಚಿಸುವುದರಿಂದ ಈ ನ್ಯೂನತೆಯನ್ನು ಸರಿಪಡಿಸಬಹುದಿತ್ತಾದರೂ ವಾಣಿಜ್ಯವು ಕೆಲವೇ ಜನರ ಹತೋಟಿಯಲ್ಲಿದ್ದುದರಿಂದ ಅದು ಅಸಾಧ್ಯವಾಯಿತು. ಬಹುಸಂಖ್ಯಾತರಾದ ರೈತರ ಜೀವನ ಮಟ್ಟವಂತೂ ಸ್ಥಗಿತಗೊಂಡುಬಿಟ್ಟಿತು. ರಾಷ್ಟ್ರೀಯ ಆದಾಯದ ಹೆಚ್ಚಳದಿಂದಾಗಿ ಅವರ ಜೀವನದಲ್ಲಿ ಯಾವುದೇ ಬದಲಾವಣೆ ಕಾಣಲಿಲ್ಲ. ಊಳಿಗಮಾನ್ಯ ಪದ್ಧತಿಯ ರದ್ಧತಿಯಿಂದಾಗಿ ರೈತರು ಸ್ವತಂತ್ರರಾಗಿ ನೆಲದೊಡೆಯರಾದರೂ ಸಹ ಅಂತಹ ಪರಿಣಾಮವೇನು ಉಂಟಾಗಲಿಲ್ಲ. ತೆರಿಗೆಗಳು ವಿಪರೀತವಿದ್ದುದು, ದೊಡ್ಡ ದೊಡ್ಡ ಉದ್ಯಮಿಗಳೊಂದಿಗೆ ಹಣಕಾಸು ಮಾರುಕಟ್ಟೆಯಲ್ಲಿ ಪೈಪೋಟಿ ನಡೆಸಬೇಕಿದ್ದು, ಹಾಗೂ ವ್ಯಕ್ತಿಗತ ಆಸ್ತಿಯು ತೀರಾ ಚಿಕ್ಕದಾಗಿದ್ದುದರಿಂದ ಕುಟುಂಬ ನಿರ್ವಹಣೆಗೆ ಅವರ ಆದಾಯ ಸಾಲದಾಗಿತ್ತು. ಹೆಚ್ಚಿನ ರೈತರು ಗುತ್ತಿಗೆಗೆ ನೆಲವನ್ನು ನೀಡಿ ಗಳಿಕೆಯನ್ನು ಹೆಚ್ಚಿಸಿಕೊಳ್ಳಬೇಕಿತ್ತು. ಹೀಗಾಗಿ ಗುತ್ತಿಗೆ ವ್ಯವಸಾಯವು ಜಪಾನಿನ ಬೇಸಾಯದ ಪ್ರಮುಖ ಲಕ್ಷಣವಾಯಿತು. ಪಟ್ಟಣದ ಕೆಲಸಗಾರರ ಸ್ಥಿತಿ ಇನ್ನೂ ಅಧೋಗತಿಯಲ್ಲಿದ್ದು ಸಮಾಜದ ಅಸಮಾತೆಗಳನ್ನು ಸರಿದೂಗಿಸಬಲ್ಲ ಒಂದು ಬಲವಾದ ಮಧ್ಯಮವರ್ಗದ ಕೊರತೆಯಿತ್ತು. ಮಿಜಿ ಯುಗದ ಕ್ರಾಂತಿಗಳು ಪಶ್ಚಿಮದಲ್ಲಿಯಂತೆ ಮಧ್ಯಮ ವರ್ಗದ ಆಂದೋಲನಗಳಾಗಿರಲಿಲ್ಲವಾದ್ದರಿಂದ ಹಿಂದಿನ ಯುಗದಲ್ಲಿ ರೂಪುಗೊಂಡ ನಾಯಕತ್ವವನ್ನು ಮುರಿಯಲಾಗಲಿಲ್ಲ.

ಸರ್ವಾಧಿಕಾರದತ್ತ ನಡೆಸಿದ ಅಂಶಗಳು

ಹಳೆಯ ಜಪಾನಿನ ನಡಾವಳಿಗಳೂ ಮತ್ತು ವಿಧೇಯತೆಗಳು ನೂತನ ಯುಗಕ್ಕೂ ಕಾಲಿಟ್ಟವು. ಮೇಲುನೋಟಕ್ಕೆ ಮಾತ್ರವೇ ಬೇರೆ ರೂಪದಲ್ಲಿದ್ದು ಅವು ಮೊದಲಿಗಿಂತಲೂ ಪರಿಣಾಮಕಾರಿಯಾಗಿದ್ದವು. ಪ್ರಾಂತೀಯ ಪ್ರಭುವಿಗೆ ಪ್ರಶ್ನಾತೀತ ವಿಧೇಯತೆಗಳನ್ನು ತೋರುತ್ತಿದ್ದ ಸಮೂಹಕ್ಕೆ ಚಕ್ರವರ್ತಿ ದೇಶಭಕ್ತಿಯ ಚಿಹ್ನೆಯಾಗಿ, ರಾಷ್ಟ್ರದ ಏಕತೆಯ ಕುರುಹಾದಾಗ ಅದೇ ರಾಜಭಕ್ತಿಯನ್ನು ಪ್ರದರ್ಶಿಸುವುದು ಕಷ್ಟವೇನಾಗಿರಲಿಲ್ಲ. ಜಪಾನಿನ ವಿಶಿಷ್ಟತೆಯನ್ನು ಎತ್ತಿಹಿಡಿಯಲೆಂದು ಪ್ರಾಚೀನ ದಂತಕಥೆಗಳನ್ನು ಮತ್ತು ಶಿಂಟೋ ಆರಾಧನೆಯನ್ನು ಪುನಃ ಸಾರಲಾಯಿತು. ಈಗಾಗಲೇ ಹೇಳಿರುವಂತೆ ಪರಿಣಾಮಕಾರಿಯಾಗಿದ್ದು ಹಲವಾರು ರೀತಿಯಲ್ಲಿ ಪ್ರಗತಿಶೀಲವಾಗಿದ್ದ ಶಿಕ್ಷಣ ಮಾಧ್ಯಮವನ್ನು ಈ ಗುರಿಯ ಸಾಧನೆಗೆಂದೇ ಬಳಸಿಕೊಳ್ಳಲಾಯಿತು. ಸೈನ್ಯವು ಸಹ ಒಂದು ಅತ್ಯಂತ ಬಲಶಾಲಿಯಾದ ಶಿಕ್ಷಣ ವಿಧಾನವಾಯಿತು. ಅದು ಸಣ್ಣಸಣ್ಣ ರೈತರನ್ನು ತಮ್ಮ ಕೋಟಲೆಗಳಿಂದ ಮುಕ್ತಗೊಳಿಸಿ ಆರ್ಥಿಕವಾಗಿ ಲಾಭದಾಯಕವಾದದ್ದಷ್ಟೆ ಅಲ್ಲದೆ, ಶಿಕ್ಷಿತರಾಗಿದ್ದರೂ ಒರಟರಾಗಿದ್ದ ರೈತರ 'ಅಹಂ' ಅನ್ನು ತೃಪ್ತಿಪಡಿಸುತ್ತಿತ್ತು. ಇವರ ಪ್ರಾಂತೀಯತೆ, ಪೂರ್ವಾಗ್ರಹ ಮತ್ತು ತಮ್ಮ ಸ್ಥಿತಿಯ ಬಗೆಗಿನ ಆಕ್ರೋಶಗಳು ಮೂಲಭೂತವಾದಿಗಳಿಗೆ ಸುಲಭವಾಗಿ ಗ್ರಾಸವಾಗಿಸಿ ಇತರ ದೇಶಗಳಿಗಿಂತ ಜಪಾನಿನ ಶ್ರೇಷ್ಠತೆಯನ್ನು, ಸಾಮ್ರಾಟನ ದೈವದತ್ತವಾದ ಶಾಶ್ವತ ಶಕ್ತಿಯನ್ನು ಮತ್ತು ಎಲ್ಲ ನಾಗರಿಕರ ಸೈನಿಕ ವಿಧೇಯತೆಯನ್ನು ಬೋಧಿಸುವುದು

ಸುಲಭವಾಯಿತು. ಸೈನ್ಯಾಧಿಪತ್ಯವನ್ನಾಗಲೀ, ಸರ್ವಾಧಿಕಾರವನ್ನಾಗಲಿ ಸಾರುವ ಪ್ರಭಾವಗಳು ಎಂದೂ ವಿರೋಧಿಸಲ್ಪಡಲಿಲ್ಲ. ಆದರೂ ನಿರಂತರವಾಗಿ ವ್ಯಾಪಿಸುತ್ತಿದ್ದ ವಿದೇಶಿ ಸಂಪರ್ಕ ಹಾಗೂ ಶೀಘ್ರಗತಿಯಲ್ಲಿ ಸಂಭವಿಸಿದ ಆರ್ಥಿಕ ಪ್ರಗತಿಯಿಂದ ಉಂಟಾದ ಕಳವಳಕಾರೀ ಪರಿಣಾಮಗಳಿಗೆ ತುಂಬಾ ನಿಧಾನವಾಗಿ ಪ್ರತಿಕ್ರಿಯಿಸುತ್ತಿದ್ದುದು ಸಂಪ್ರದಾಯವಾದವನ್ನು ಪ್ರಶ್ನಿಸುವ ಸ್ವತಂತ್ರ ಆಲೋಚನೆಗಳ ಸರಣಿಯನ್ನು ಹುಟ್ಟುಹಾಕಿತು.

ಮಂದಗಾಮಿಗಳು ಹಾಗೂ ತೀವ್ರಗಾಮಿಗಳು

'ಮಿಜಿ' ಯುಗದ ಜಪಾನಿನ ಬಾಹ್ಯ ಸಂಬಂಧಗಳು ಆಂತರಿಕ ಬೆಳವಣಿಗೆಗಳಿಂದ ನೇರವಾಗಿ ಪ್ರಭಾವಿತವಾಗಿದ್ದವು. ಆಧುನಿಕತೆಯತ್ತ ಹೆಜ್ಜೆಯಿಟ್ಟ ಜಪಾನ್ ಪಾಶ್ಚಾತ್ಯ ತಂತ್ರಗಳನ್ನು ಯಶಸ್ವಿಯಾಗಿ ಜೀರ್ಣಿಸಿಕೊಂಡು ಕೈಗಾರಿಕೀಕರಣದ ಪರಿಣಾಮವಾಗಿ ಅನೇಕ ಒತ್ತಡಗಳನ್ನು ಅನುಭವಿಸಿದ್ದರಿಂದ ಸಾಮ್ರಾಜ್ಯಶಾಹಿಯನ್ನು ತನ್ನ ನೀತಿಯಾಗಿಸಿಕೊಂಡದ್ದರಲ್ಲಿ ವಿಸ್ಮಯಕರವಾದದ್ದೇನೂ ಇಲ್ಲ. ಆದರೆ ಕಾಲಕ್ರಮೇಣ ಜಪಾನಿನ ರಾಜನೀತಿಜ್ಞರಲ್ಲಿ, ಉದ್ಯಮಿಗಳಲ್ಲಿ, ವ್ಯವಹಾರಸ್ಥರಲ್ಲಿ ಹಾಗೂ ಬುದ್ಧಿಜೀವಿಗಳಲ್ಲಿ ರಾಜ್ಯವು ಅನುಸರಿಸಬೇಕಾದ ಮಾರ್ಗವನ್ನು ಕುರಿತು ಭಿನ್ನಾಭಿಪ್ರಾಯಗಳು ತಲೆದೋರಿದವು. ಶಾಸನ ಸಭೆಯ ಬಗ್ಗೆ ಅಸಹನೆಯಿದ್ದ ಸಂಪ್ರದಾಯನಿಷ್ಠ ಆಡಳಿತಶಾಹಿಯು ಆಕ್ರಮಣಶೀಲ ವಿದೇಶೀನೀತಿಯನ್ನು ಬಯಸಿತು. ಇತರರು ಪ್ರಧಾನವಾಗಿ ಜಪಾನಿನ ಆರ್ಥಿಕ ಶಕ್ತಿಯನ್ನು ಹೆಚ್ಚಿಸುವುದರಲ್ಲಿಯೂ, ಶಾಂತಿಯುತ ಮಾರ್ಗದಲ್ಲಿ ವಿದೇಶಿ ಮಾರುಕಟ್ಟೆಯನ್ನು ಸಂಪಾದಿಸುವುದರಲ್ಲಿಯೂ, ಸ್ವದೇಶದಲ್ಲಿ ಸಂಪದ್ಭರಿತವಾದ ಸ್ಥಿರ ಸಮಾಜವನ್ನು ಕಟ್ಟುವುದರಲ್ಲಿಯೂ ಆಸಕ್ತರಾಗಿದ್ದರು. ಸಂಪೂರ್ಣವಾಗಿ ಪ್ರಜಾಪ್ರಭುತ್ವವಾದಿಗಳಲ್ಲದಿದ್ದರೂ ಸಹ ಅವರು ಸಂವಿಧಾನಾತ್ಮಕ ಸರ್ಕಾರದ ಪರಿಣಾಮಗಳನ್ನು ಒಪ್ಪಿಕೊಂಡು ಇತರ ದೇಶಗಳ ನಡುವೆ ಗೌರವಯುತವಾದ ಸ್ಥಾನವನ್ನು ಪಡೆಯಲು ಉತ್ಸುಕರಾಗಿದ್ದರು. ಕೆಲವು ರಿಯಾಯಿತಿಗಳನ್ನು ತೋರಿದರೂ ಕೂಡ ಮಂದಗಾಮಿಗಳು ಸಮರಶೀಲ ಗುಂಪನ್ನು ಹತೋಟಿಯಲ್ಲಿಡುವಲ್ಲಿ ಯಶಸ್ವಿಯಾದದ್ದು ಜಪಾನಿನ ಅದೃಷ್ಟವೇ ಸರಿ.

ಸಾಮ್ರಾಜ್ಯಶಾಹಿ ಶಕ್ತಿಯಾಗಿ ಜಪಾನ್

ಚೈನಾ ಸಾಮ್ರಾಜ್ಯದ ಅವನತಿಯಿಂದಾಗಿಯೇ ಜಪಾನ್ ಪೂರ್ವ ಏಷಿಯಾದಲ್ಲಿ ವ್ಯಾಪಿಸುವುದು ಸಾಧ್ಯವಾಯಿತು. 1876ರಲ್ಲಿ ಏಕಾಂತವಾಸದಲ್ಲಿದ್ದ ಕೊರಿಯಾವನ್ನು ಹೊರಗೆಳೆಯುವ ನೇರಕ್ರಮವನ್ನು ಕೈಗೊಂಡಿತು. ಟೋಕುಗಾವ ಶೋಗನ್ ಆಡಳಿತ ಕಾಲದ ಜಪಾನಿಗಿಂತಲೂ ಬಿಗಿಯಾಗಿ ಮುಚ್ಚಿಕೊಂಡು 'ಅರಣ್ಯವಾಸಿ ದೇಶ'ವಾಗಿದ್ದ ಕೊರಿಯಾದೊಂದಿಗೆ ಪಾಶ್ಚಿಮಾತ್ಯರನ್ನು ಅನುಸರಿಸಿ ಕೊರಿಯನ್ ಸರ್ಕಾರದೊಂದಿಗೆ ಒಪ್ಪಂದವನ್ನು ಕುದುರಿಸಿಕೊಂಡು ಹಕ್ಕನ್ನು ಪಡೆದದ್ದೇ ಅಲ್ಲದೆ ಆ ದೇಶವನ್ನು ವಾಣಿಜ್ಯ ವ್ಯಾಪಾರಕ್ಕೆಳೆಯಿತು. ಪೇಕಿಂಗ್ ಪ್ರಭುತ್ವವು ಕೊರಿಯನ್ ಪರ್ಯಾಯ ದ್ವೀಪವನ್ನು ತನ್ನ ಮಂಚು ಸಾಮ್ರಾಜ್ಯದ ಅಧೀನ ದೇಶವೆಂದು ಪರಿಗಣಿಸಿದ್ದನ್ನು ನಿರ್ಲಕ್ಷಿಸಿ ಈ ಒಪ್ಪಂದವು ಕೊರಿಯಾ ದೇಶವನ್ನು ಸ್ವತಂತ್ರವೆಂದು ಘೋಷಿಸಿತು. ಮಂಚು ಅಧಿಕಾರಿಗಳು ತಮ್ಮ ಅಧಿಪತ್ಯ ಸಾರುವುದನ್ನು ನಿರ್ಲಕ್ಷಿಸಿದ್ದರಿಂದ ನಂತರದ ಅವರ ಪ್ರಯತ್ನಗಳು ಫಲಿಸದೇ ಅವರ ತಂತ್ರಗಳು ಜಪಾನಿನೊಂದಿಗೆ ಘರ್ಷಣೆಯನ್ನು ಉಂಟುಮಾಡಿದವು. ಈ ಸಮಯದಲ್ಲಿ ಕೊರಿಯಾ ಯುದ್ಧಭೂಮಿಯಾಗಲು ಹೇಳಿಮಾಡಿಸಿದಂತಿತ್ತು. ಗತಕಾಲದಲ್ಲಿ ವೈಭವದ ದಿನಗಳನ್ನು ಕಂಡಿದ್ದರೂ ಸಹ ಅದು ಏಷಿಯಾದ ಅತ್ಯಂತ ಹಿಂದುಳಿದ ಪ್ರಾಂತ್ಯವಾಗಿ ಮಾರ್ಪಟ್ಟಿತ್ತು. ಆಡಳಿತವು ಭ್ರಷ್ಟ ಹಾಗೂ ಕ್ರೂರಿಯಾಗಿದ್ದು, ರೈತರು ಅಜ್ಞಾನಿಗಳೂ ದುಷ್ಟರೂ ಆಗಿದ್ದು ಸಾಮಾನ್ಯ ಪರಿಸ್ಥಿತಿಯು ಆ ದೇಶದ ಕಾವ್ಯನಾಮವಾದ 'ಚೋಸೆನ್'(ಬೆಳಗಿನ ನೀರವತೆಯ ನಾಡು) ಎಂಬುದಕ್ಕೆ ವ್ಯತಿರಿಕ್ತವಾಗಿತ್ತು. ಕೊರಿಯಾದಲ್ಲಿ ಜಪಾನ್ ತಳೆದ ಆಸಕ್ತಿಗೆ ಆರ್ಥಿಕ ಹಾಗೂ ರಕ್ಷಣಾತ್ಮಕ ಅಂಶಗಳು ಕಾರಣವಾಗಿದ್ದವು. ಕೊರಿಯನ್ ಗಡಿಯ ಪೆಸಿಫಿಕ್ ತೀರದಲ್ಲಿ ರಷ್ಯಾ ದೇಶವು ಜಲಮಾರ್ಗಗಳನ್ನು ಏರ್ಪಡಿಸಿಕೊಂಡು ಆ ದೇಶದ ಅಂತಃ ಕಲಹಗಳಲ್ಲಿ ಮಧ್ಯ ಪ್ರವೇಶಿಸುವ ಪ್ರಯತ್ನವನ್ನಾಗಲೇ ಮಾಡಿತ್ತು. ಒಂದು ಪ್ರಾಂತೀಯ ಬಂಡಾಯವು ಚೈನಾ ಹಾಗೂ ಜಪಾನ್ ದೇಶಗಳೆರಡಕ್ಕೂ ಸೈನ್ಯವನ್ನು ನುಗ್ಗಿಸಲು ನೆಪವಾಗಿ ಸೈನೋ-ಜಪಾನ್ ಯುದ್ಧವು ಸಂಭವಿಸಿತು.

ಚೈನಾ ಮತ್ತು ರಷ್ಯಾಗಳೊಂದಿಗೆ ಯುದ್ಧ

1895ರಲ್ಲಿ ಚೈನಾದ ಮೇಲೆ ಶೀಘ್ರಗತಿಯಲ್ಲಿ ಜಯಗಳಿಸಿದ ನಂತರ ಏಷಿಯಾದಲ್ಲಿ ಜಪಾನಿನ ನೀತಿಯು ಪ್ರಾಂತೀಯ ದುರಾಕ್ರಮಣದ್ದಾಯಿತು ಎಂದು ವಾದಿಸಬಹುದಾಗಿದೆ. ಷಿಮಾನೋರ ಸೆಕಿ ಒಪ್ಪಂದದಲ್ಲಿ ಚೈನಾದಿಂದ ಕೊರಿಯಾ ದೇಶದ ಸ್ವಾತಂತ್ರ್ಯಕ್ಕೆ ಮಾನ್ಯತೆಯನ್ನು, ಯುದ್ಧದ ಖರ್ಚನ್ನು ಅಲ್ಲದೆ ಫಾರ್ಮೋಸಾ, ಪೈಸ್ಕಡೋರ್ಸ್ ದ್ವೀಪಗಳು ಮತ್ತು ಮಂಚೂರಿಯಾದ ದಕ್ಷಿಣಭಾಗವನ್ನು ಪಡೆದುಕೊಂಡಿತು. ಚೈನಾದಲ್ಲಿ ಸವಲತ್ತುಗಳನ್ನು ಪಡೆಯುವ ಮೇಲಾಟದಲ್ಲಿ ಜಪಾನ್ ಸಹ ಭಾಗವಹಿಸಿ ಫಾರ್ಮೋಸಾ ಪ್ರಾಂತ್ಯದ ಎದುರಿನಲ್ಲಿರುವ ಪುಕೇನ್ ಪ್ರಾಂತ್ಯದಲ್ಲಿ ತನ್ನ ಮೇಲುಗೈಯನ್ನು ಸಾಧಿಸಿತು. ರಷ್ಯನ್ ಸಾಮ್ರಾಜ್ಯಶಾಹಿಯಿಂದ ತೊಂದರೆಯಾಗುತ್ತಿದ್ದಂತೆಯೇ 1904ರಲ್ಲಿ ರಷ್ಯಾದ ಮೇಲೆ ಆಕ್ರಮಣ ನಡೆಸಿ ಅದರ ಭೂಸೇನೆಯನ್ನು,

ನೌಕಾದಳವನ್ನು ಸೋಲಿಸಿತು. ಸಖಲಿನ್ ದ್ವೀಪದ ದಕ್ಷಿಣ ಭಾಗವನ್ನು ಆಕ್ರಮಿಸಿಕೊಂಡು ಮಂಚೂರಿಯಾದಲ್ಲಿ ವ್ಯಾಪಾರಿ ಸವಲತ್ತುಗಳನ್ನು ಪಡೆದುಕೊಂಡಿತು. ಈ ಘಟನೆಗಳು ಕೇವಲ ಕೆಲವೇ ಉದಾಹರಣೆಗಳಷ್ಟೆ. ಅದರ ಉಳಿದ ಚಟುವಟಿಕೆಗಳು ಪಾಶ್ಚಾತ್ಯ ದೇಶಗಳ ವಿದೇಶಿ ವ್ಯವಹಾರಗಳಿಂದ ಮತ್ತು ಶಕ್ತಿ ರಾಜಕಾರಣದಿಂದ ಎಂತಹ ಪಾಠವನ್ನು ಕಲಿಯಿತೆಂದು ಸ್ಪಷ್ಟವಾಗಿ ತೋರುತ್ತದೆ. ಚೈನಾ ಯುದ್ಧದ ನಂತರ ರಷ್ಯಾ, ಫ್ರಾನ್ಸ್ ಮತ್ತು ಜರ್ಮನಿ ದೇಶಗಳ ಒತ್ತಡಕ್ಕೆ ಮಣಿದು ಲಿಯಾವೊಟುಂಗ್ ಭೂಶಿರದಲ್ಲಿ ತನ್ನ ಹಕ್ಕನ್ನು ಬಿಟ್ಟುಕೊಟ್ಟಿತು. ಈ ಪ್ರದೇಶದ ಆಕ್ರಮಣವು ಚೈನಾ ದೇಶದ ರಕ್ಷಣೆಗೆ ಧಕ್ಕೆಯುಂಟುಮಾಡುತ್ತದೆಂಬುದನ್ನು ಒಪ್ಪಿಕೊಂಡಿತು. ಹೀಗಾದ ಕೂಡಲೆ ರಷ್ಯಾವು ಚೈನಾದೊಂದಿಗೆ ಒಪ್ಪಂದ ಮಾಡಿಕೊಂಡು ಅದೇ ಪ್ರಾಂತ್ಯವನ್ನು ಸ್ವಾಧೀನಪಡಿಸಿಕೊಂಡು ಇಡೀ ಮಂಚೂರಿಯಾ ಪ್ರಾಂತ್ಯವನ್ನು ತನ್ನ ವಲಯದೊಳಕ್ಕೆ ಸೆಳೆದುಕೊಂಡಿತು. ಮಂಚೂರಿಯಾ ಮತ್ತು ಕೊರಿಯಾವನ್ನು ಕುರಿತಂತೆ ಜಪಾನ್ ರಷ್ಯಾದೊಂದಿಗೆ ನಡೆಸಿದ ಪ್ರಯತ್ನ ಝಾರ್‌ನ ಪ್ರತಿನಿಧಿಗಳ ನಿರ್ಲಕ್ಷ್ಯ ಮತ್ತು ಇಬ್ಬಂದಿತನದಿಂದಾಗಿ ವ್ಯರ್ಥವಾದವು. ಹೀಗಿದ್ದರೂ ಹಲವಾರು ಜಪಾನಿ ನಾಯಕರುಗಳು ರಷ್ಯಾದೊಂದಿಗಿನ ಯುದ್ಧ ಅಪಾಯಕಾರಿಯೆಂದೇ ಪರಿಗಣಿಸಿದರು. ಜಗತ್ತಿನ ಅತ್ಯಂತ ಬಲಶಾಲಿ ನೌಕಾಪಡೆಯನ್ನೊಳಗೊಂಡ ಇಂಗ್ಲೆಂಡಿನ ಸಹಾಯ (1902ರ ಆಂಗ್ಲೋ-ಜಪಾನ್ ಒಡಂಬಡಿಕೆ) ಹಸ್ತವಿಲ್ಲದಿದ್ದರೆ ಜಪಾನ್ ಸರ್ಕಾರವು ಬಹುಶಃ ಧೈರ್ಯ ಮಾಡುತ್ತಿರಲಿಲ್ಲವೇನೋ. ಬ್ರಿಟಿಷರು ದೂರಪ್ರಾಚ್ಯದಲ್ಲಿ ರಷ್ಯಾವನ್ನು ಹತೋಟಿಯಲ್ಲಿಡಲೆಂದು ಜಪಾನಿನ ಏಳಿಗೆಯನ್ನು ಸ್ವಾಗತಿಸಿದರು. ರಷ್ಯಾ-ಜಪಾನ್ ಸಮರದ ಕಾಲದಲ್ಲಿ ಬ್ರಿಟನ್ ಹಾಗೂ ಅಮೆರಿಕನ್ ಜನರ ಸಹಾನುಭೂತಿಯು ಜಪಾನಿಯರ ಕಡೆಯಿತ್ತು. ಇದಕ್ಕೆ ಪ್ರಧಾನವಾಗಿ ರಷ್ಯಾವು ಪ್ರದರ್ಶಿಸುತ್ತಿದ್ದ ದುಷ್ಟ ತಂತ್ರಗಳೇ ಕಾರಣವಾಗಿದ್ದವು. ಅಮೆರಿಕನ್ ಅಧ್ಯಕ್ಷ ಥಿಯೊಡೊರ್ ರೂಸ್‌ವೆಲ್ಟ್‌ರ ಜಪಾನಿ ಪಕ್ಷಪಾತವು ಪೋರ್ಟ್ಸ್‌ಮೌತ್‌ನ ನ್ಯೂಹ್ಯಾಂಪ್‌ಶೈರ್ ಮಾತುಕತೆಗಳಿಗೆ ಕಾರಣವಾಗಿ ದ್ವೇಷಾಸೂಯೆಗಳನ್ನು ಮುಕ್ತಾಯಗೊಳಿಸಿತು.

ಏಷ್ಯಾದಲ್ಲಿ ತಾತ್ಕಾಲಿಕ ರಾಜಕೀಯ ಸಮತೋಲನ

ಜಪಾನಿನ ವಿಜಯವು ಕೆಲಕಾಲ ದೂರಪ್ರಾಚ್ಯದಲ್ಲಿ ಸಮತೋಲನವನ್ನು ಸಾಧಿಸಿದಂತೆ ಕಂಡಿತು. ಆದರೆ 1905ರ ರಷ್ಯಾ ದೇಶದೊಂದಿಗಿನ ಯುದ್ಧದಿಂದಾಗಿ ಆರ್ಥಿಕ ಸಂಪನ್ಮೂಲಗಳು ಕ್ಷೀಣಿಸಿದ್ದರಿಂದ ಜಪಾನ್ ಮತ್ತೆ ಮಂಚೂರಿಯಾದಲ್ಲಿನ ತಮ್ಮ ಪ್ರಭಾವೀ ವಲಯಗಳನ್ನು ಪಡೆಯಲು ನಿರ್ಧರಿಸಿದವು. ಚೈನಾ ದೇಶದ ಸಾರ್ವಭೌಮತ್ವಕ್ಕೆ ಧಕ್ಕೆ ತರುವುದು ತಮ್ಮ ಉದ್ದೇಶವಲ್ಲ ಎಂದು ಘೋಷಿಸಿದರೂ ಸಹ ಆ ಪ್ರಾಂತ್ಯದ ಸಮತೋಲನವು ಮುರಿದುಬಿತ್ತು. 1914ರಲ್ಲಿ ಯೂರೋಪಿಯನ್ ಯುದ್ಧವು ಸಂಭವಿಸಿ ಏಷ್ಯಾದಿಂದ 'ಪಾಶ್ಚಾತ್ಯರ ಹಿಂಜರಿತ'ವನ್ನು ಅನಿವಾರ್ಯಗೊಳಿಸಿದಾಗ ಜಪಾನ್‌ಗೆ ಆ ಪ್ರಾಂತ್ಯದಲ್ಲಿ ತನ್ನ ಸ್ಥಾನವನ್ನು ಭದ್ರಪಡಿಸಿಕೊಂಡು ವಿಸ್ತಾರಗೊಳ್ಳಲು ಅದೊಂದು ಸುವರ್ಣಾವಕಾಶವನ್ನು ಒದಗಿಸಿತು.

1918ರಲ್ಲಿ ಜಪಾನ್ ದೂರಪ್ರಾಚ್ಯದಲ್ಲಿ ಬಲವಾದ ಸ್ಥಾನವನ್ನು ಹೊಂದಿತ್ತು. ಬಲಶಾಲಿ ನೌಕಾಪಡೆಯನ್ನು ಹೊಂದಿದ್ದು, ಚೈನಾದಲ್ಲಿ ಪ್ರಭಾವವನ್ನು ಪಡೆದು ಮೊದಲ ಜಾಗತಿಕ ಯುದ್ಧದಿಂದ ಆರ್ಥಿಕವಾಗಿ ಲಾಭಹೊಂದಿತ್ತು. ಯೂರೋಪಿನ ರಾಜ್ಯಗಳು ತಮ್ಮೊಳಗೆ ಹೋರಾಡುತ್ತಿದ್ದ ಆ ಸಂಧರ್ಭವನ್ನು ಬಳಸಿಕೊಂಡು ಆಲೈಡ್ ಮಿತ್ರ ರಾಷ್ಟ್ರಗಳಿಗೆ ಹಡಗು ಮತ್ತು ಇತರ ಪದಾರ್ಥಗಳನ್ನು ಒದಗಿಸುವ ಹಾಗೂ ಏಷ್ಯಾದಲ್ಲಿ ಯೂರೋಪಿಯನ್ನರಿಂದ ಸಾಧ್ಯವಾಗದ ಪೂರೈಕೆಯ ಅನುಜ್ಞೆಯನ್ನು ಪಡೆದುಕೊಂಡಿತು. ಯುದ್ಧಕಾಲದಲ್ಲಿ ಅದರ ಹತ್ತಿರ ಬಟ್ಟೆಯ ರಫ್ತು ಮೂರುಪಟ್ಟು ಹೆಚ್ಚಿ ಅದರ ವ್ಯಾಪಾರಿ ನೌಕೆಗಳು ದ್ವಿಗುಣಗೊಂಡವು. 1925ರಲ್ಲಿ ಎಲ್ಲ ಪುರುಷರಿಗೂ ಮತದಾನದ ಹಕ್ಕನ್ನು ನೀಡಿದಾಗ ಪ್ರಜಾಪ್ರಭುತ್ವಕ್ಕೆ ರಾಜಕೀಯವಾಗಿ ಸಜ್ಜಾಯಿತು. ಆದರೆ 1930ರಲ್ಲಿ ಸೈನ್ಯವು ತನ್ನ ಅಧಿಕಾರವನ್ನು ಸ್ಥಾಪಿಸಿದಾಗ ಆ ಆಶಾಭಾವನೆಯು ಕಮರಿಹೋಯಿತು.

ಸೈನಿಕ ನಿಯಂತೃತ್ವದ ದೇಶವಾಗಿ ಜಪಾನ್

1920ರ ದಶಕದಲ್ಲಿ ಇಟಲಿ ಮತ್ತು ಜರ್ಮನಿಯಲ್ಲಾದಂತೆ ಜನರಿಂದ ಆಯ್ಕೆಯಾದ ಪ್ರಜಾಪ್ರಭುತ್ವಕ್ಕೆ ಪರಿಹರಿಸಲಾಗದಂತಹ ಸಮಸ್ಯೆಗಳು ತಲೆದೋರಿದವು.

ಸೈನ್ಯ ಹಾಗೂ ಶಾಸನಸಭೆಯ ಮೇಲ್ಮನೆಯಲ್ಲಿ ಮತ್ತು ಪ್ರಿವಿಕೌನ್ಸಿಲ್‌ನಲ್ಲಿ ಬಲವಾಗಿ ಬೇರೂರಿದ್ದ ಅನೇಕ ಪ್ರಭಾವಶಾಲಿ ಗುಂಪುಗಳಿಗೆ ಮೊದಲಿನಿಂದಲೂ ಪ್ರಜಾಪ್ರಭುತ್ವದತ್ತ ಒಲವಿರಲಿಲ್ಲ. ಅವರು ಸರ್ಕಾರವನ್ನು ಜನರ ಕಣ್ಣಲ್ಲಿ ಕೀಳಾಗಿಸುವ ಯಾವ ಅವಕಾಶವನ್ನು ಕಳೆದುಕೊಳ್ಳುತ್ತಿರಲಿಲ್ಲ. ಜಪಾನಿನ ಆರ್ಥಿಕ ಸ್ಥಿತಿಯನ್ನು ಗಮನದಲ್ಲಿಟ್ಟುಕೊಂಡು ಚೈನಾದೊಂದಿಗೆ ಸಂಧಾನಕ್ಕೆ ಅಣಿಯಾದ ಬರನ್ ಶೆಡಹರ ಕಿಜುರೋ (ವಿದೇಶಾಂಗ ಮಂತ್ರಿ 1924-27)ನನ್ನು ಕಟುವಾಗಿ ಟೀಕಿಸಲಾಯಿತು. ಯುದ್ಧಕ್ಕೆಂದು ಕಾಲುಕೆರೆಯುತ್ತಿದ್ದ ಸೈನ್ಯವು ಅಂತಃಕಲಹದಿಂದ ಛಿದ್ರವಾಗಿದ್ದ ಚೀನಾ ಹಸ್ತಕ್ಷೇಪಕ್ಕೆ ತಕ್ಕ ಸ್ಥಿತಿಯಲ್ಲಿದೆಯೆಂದು ನಿರ್ಧರಿಸಿ ಕಿಜುರೋನ ನೀತಿಯು ತುಂಬ ನಯವಾದದ್ದೆಂದು ಪರಿಗಣಿಸಿತು. 1927ರಲ್ಲಿ ಅದು ಸರ್ಕಾರವನ್ನು ಉರುಳಿಸಿ ಆತನ ನೀತಿಯನ್ನು ತಿರುಗು ಮುರುಗಾಗಿಸಿತು. ಹೆಚ್ಚಿನ ರಾಜಕಾರಣಿಗಳು ಭ್ರಷ್ಟರಾಗಿದ್ದು ಬೃಹತ್ ಉದ್ಯಮಗಳಿಂದ

ಲಂಚವನ್ನು ಪಡೆಯುತ್ತಿದ್ದರು. ಇದು ಪದೇ ಪದೇ ಕೆಳಮನೆಯಲ್ಲಿ ಗಲಭೆಗೆ ಕಾರಣವಾಗುತ್ತಿತ್ತು. ಇದು ಯಾರಲ್ಲಿಯೂ ಆತ್ಮವಿಶ್ವಾಸವನ್ನು ತುಂಬಲಾರದೆ ಶಾಸನ ಸಭೆಯ ಗೌರವವು ಮಣ್ಣುಗೂಡಿತು. ಈ ರಾಜಕೀಯ ಸಮಸ್ಯೆಗಳಿಗೆ ಆರ್ಥಿಕ ಸಮಸ್ಯೆಗಳು ಕೂಡ ಜೊತೆಯಾದಾಗ ಸೈನಿಕ ಸರ್ವಾಧಿಕಾರವು ಅನಿವಾರ್ಯವಾಯಿತು.

ಯುದ್ಧಕಾಲದ ವಿದೇಶಿ ವ್ಯವಹಾರವು ಕೇವಲ 1921ರ ಮೊದಲರ್ಧದವರೆಗೆ ಮಾತ್ರವೇ ಮುನ್ನಡೆಯಿತು. ಯೂರೋಪ್ ತಾನು ಕಳೆದುಕೊಂಡ ಮಾರುಕಟ್ಟೆಯನ್ನು ಪುನಃ ಪಡೆದುಕೊಳ್ಳಲಾರಂಭಿಸಿದ್ದೇ ಇದಕ್ಕೆ ಕಾರಣ. ಇದರಿಂದಾಗಿ ನಿರುದ್ಯೋಗ ಮತ್ತು ಕಾರ್ಮಿಕರ ಅಸಂತೋಷ ಹೆಚ್ಚಾದದ್ದಷ್ಟೇ ಅಲ್ಲದೆ ರೈತರು ಸತತವಾಗಿ ಉತ್ತಮ ಫಸಲನ್ನು ಪಡೆದಿದ್ದರಿಂದ ಬೆಲೆ ಕುಸಿದು ಕಂಗಾಲಾದರು. ಕಾರ್ಮಿಕರು ಮತ್ತು ರೈತರು ಒಗ್ಗೂಡಿ ತಮ್ಮದೇ ಪಕ್ಷವೊಂದನ್ನು ರಚಿಸಿಕೊಳ್ಳಲು ಯತ್ನಿಸಿದಾಗ ಪೋಲಿಸರು ಅದನ್ನು ಕ್ರೂರವಾಗಿ ಹತ್ತಿಕ್ಕಿದರು. ಹೀಗಾಗಿ ಕೆಲಸಗಾರರು ಮತ್ತು ಬಲಪಂಥೀಯರು ಸಹ ಪ್ರಜಾಪ್ರಭುತ್ವದ ಸೋಗಿನಲ್ಲಿ ಎಡಪಂಥೀಯರ ದಮನ ನಡೆಸಿ ಉದ್ಯಮಿಗಳಿಂದ ಲಂಚವನ್ನು ಸ್ವೀಕರಿಸುತ್ತಿದ್ದ ಶಾಸನಸಭೆಯ ವಿರುದ್ಧ ಕುಪಿತರಾದರು.

1929ರಲ್ಲಿ ಆರಂಭವಾದ ವಿಶ್ವ ಆರ್ಥಿಕ ಮುಗ್ಗಟ್ಟು ಜಪಾನನ್ನು ಸಹ ಮುತ್ತಿಕೊಂಡಿತು. ಇತರ ದೇಶಗಳು ತಮ್ಮ ಹಿತಾಸಕ್ತಿಗಳನ್ನು ಕಾಪಾಡಿಕೊಳ್ಳಲು ತೆರಿಗೆಗಳನ್ನು ಹೆಚ್ಚು ಅಥವಾ ಕಡಿಮೆ ಮಾಡಿದ್ದರಿಂದ ಅದರ ರಫ್ತು ವ್ಯಾಪಾರವು ನೆಲಕಚ್ಚಿತು. ಹೆಚ್ಚಿನ ಹೊಡೆತವನ್ನು ಅನುಭವಿಸಿದ್ದೆಂದರೆ ಅಮೇರಿಕೆಯೊಂದಿಗಿನ ರೇಷ್ಮೆ ವ್ಯಾಪಾರ. ವಾಲ್‌ಸ್ಟ್ರೀಟ್‌ನ ಷೇರುಪೇಟೆಯ ಕುಸಿತದಿಂದಾಗಿ ಅಮೇರಿಕನ್ನರು ಕಚ್ಚಾ ರೇಷ್ಮೆಯ ಆಮದನ್ನು ಕಡಿತಗೊಳಿಸಿದ್ದರಿಂದ ಅದರ ಬೆಲೆಯು 1923ರಲ್ಲಿದ್ದುದರ ಐದು ಪಟ್ಟು ಕುಸಿಯಿತು. ಅರ್ಧದಷ್ಟು ಜಪಾನೀ ರೈತರು ಅಕ್ಕಿಯೊಂದಿಗೆ ಕಚ್ಚಾರೇಷ್ಮೆಯ ಬೆಳೆಯಲ್ಲಿ ತೊಡಗಿದ್ದರಿಂದ ಇದೊಂದು ಬಲವಾದ ಪೆಟ್ಟಾಯಿತು. ಇದರಿಂದ ಉಂಟಾದ ಬಡತನಕ್ಕಾಗಿ ದೇಶದ ಉತ್ತರ ಭಾಗದಲ್ಲಿ ಸರ್ಕಾರ ಹಾಗೂ ಬೃಹತ್ ಉದ್ಯಮವನ್ನು ಹೊಣೆಯಾಗಿಸಲಾಯಿತು. ಹೆಚ್ಚಿನ ಸಂಖ್ಯೆಯ ಸೈನಿಕರು ಹಾಗೂ ಸೇನಾ ನಾಯಕರುಗಳು ರೈತವರ್ಗದಿಂದಲೇ ಬಂದವರಾದ್ದರಿಂದ ತಾವು ದುರ್ಬಲವೆಂದು ಪರಿಗಣಿಸಿದ ಶಾಸನಸಭೆಯ ಮೇಲೆ ಜಿಗುಪ್ಸೆಹೊಂದಿದರು. 1927ರಷ್ಟು ಹಿಂದೆಯೇ ಫ್ಯಾಸಿಸಮ್ಮಿನಿಂದ ಆಕರ್ಷಿತರಾದ ಸೇನಾ ನಾಯಕರುಗಳು ಅಧಿಕಾರವನ್ನು ಕಿತ್ತುಕೊಂಡು ದೇಶದಲ್ಲಿ ಒಂದು ಬಲವಾದ ರಾಷ್ಟ್ರೀಯವಾದಿ ಸರ್ಕಾರವನ್ನು ನೆಲೆಗೊಳಿಸುವ ಯೋಜನೆಯಲ್ಲಿ ತೊಡಗಿದ್ದರು.

1931ರಲ್ಲಿ ಚೈನಾ ಮಂಚೂರಿಯಾದಿಂದ ಜಪಾನೀ ವ್ಯಾಪಾರವನ್ನು ಹೊರಗಟ್ಟುವ ಯತ್ನ ನಡೆಸಿದಾಗ ಮೊದಲೇ ದಯಾನಿಯ ಸ್ಥಿತಿಯಲ್ಲಿದ್ದ ಜಪಾನೀ ಆರ್ಥಿಕತೆಯು ಪೂರ್ತಿಯಾಗಿ ಕುಸಿಯುವುದನ್ನು ತಡೆಗಟ್ಟಲೆಂದು ಸೈನ್ಯದ ತುಕಡಿಗಳು ಸರ್ಕಾರದ ಅನುಮತಿಯಿಲ್ಲದೆಯೇ ಮುಗಿಬಿದ್ದು ಮಂಚೂರಿಯಾವನ್ನು ಆಕ್ರಮಿಸಿಕೊಂಡವು. (1931ರ ಸೆಪ್ಟೆಂಬರ್). ಪ್ರಧಾನಿ ಇನುಕಾಯಿಯು ಇದನ್ನು ಟೀಕಿಸಿದಾಗ ಸೈನ್ಯಾಧಿಕಾರಿಗಳ ಗುಂಪೊಂದು ಆತನನ್ನು ಕೊಂದುಹಾಕಿತು.(1932ರ ಮೇ) ಆತನ ಉತ್ತಾರಾಧಿಕಾರಿಯು ಸೈನ್ಯವನ್ನು ಬೆಂಬಲಿಸಲು ನಿರ್ಧರಿಸಿದನು. ಮುಂದಿನ 13 ವರ್ಷಗಳ ಕಾಲ ಸೈನ್ಯವೇ ದೇಶವನ್ನು ಆಳಿತು. ಇಟಲಿ ಹಾಗೂ ಜರ್ಮನಿಯಂತೆ ಮಾರ್ಕ್ಸಿಸ್ಟರನ್ನು ಹತ್ತಿಕ್ಕುವ, ವಿರೋಧಿಗಳನ್ನು ನಾಶಪಡಿಸುವ, ಶಿಕ್ಷಣದ ಮೇಲೆ ಹತೋಟಿಯಿಡುವ, ಶಸ್ತ್ರಾಸ್ತ್ರಗಳನ್ನು ವೃದ್ಧಿಪಡಿಸುವ ಏಷ್ಯಾದ ಮಾರುಕಟ್ಟೆ ಪಡೆಯುವ ಆಕ್ರಮಣಶೀಲ ವಿದೇಶಿ ನೀತಿಯನ್ನು ಅನುಸರಿಸುವ ಕಾರ್ಯದಲ್ಲಿ ನಿರತವಾಯಿತು. ಇದು 1937ರಲ್ಲಿ ಚೈನಾದ ಮೇಲಿನ ಆಕ್ರಮಣದತ್ತ ಮತ್ತು ಫೆಸಿಫಿಕ್ ಪ್ರಾಂತ್ಯದಲ್ಲಿ ಎರಡನೇ ಪ್ರಪಂಚ ಯುದ್ಧದಲ್ಲಿ ಪಾಲ್ಗೊಳ್ಳುವಿಕೆಯತ್ತ ನಡೆಸಿತು.

* * * * *

ಅಧ್ಯಾಯ - 23

ಐರೋಪ್ಯ ಶಕ್ತಿಗಳು ಮತ್ತು ಆಟ್ಟೋಮನ್ ಸಾಮ್ರಾಜ್ಯ (1815–1914)

1453ರಲ್ಲಿ ಆಟ್ಟೋಮನ್ ಟರ್ಕರು ಕಾನ್‌ಸ್ಟಾಂಟಿನೋಪಲ್ಲನ್ನು ವಶಪಡಿಸಿಕೊಂಡು ಮುಂದಿನ ಎರಡು ಶತಮಾನಗಳವರೆಗೂ ನೈರುತ್ಯ ಯೂರೋಪು ಮತ್ತು ಉತ್ತರ ಆಫ್ರಿಕಾ ಖಂಡದಲ್ಲಿ ತಮ್ಮ ಅಧಿಕಾರವನ್ನು ಚಲಾಯಿಸಿದರು. ಅವರು ಹದಿನೇಳನೆ ಶತಮಾನದ ಮಧ್ಯಭಾಗದಲ್ಲಿ ತಮ್ಮ ಅಧಿಕಾರದ ಉತ್ತುಂಗವನ್ನು ಮುಟ್ಟಿದರು. ತಮ್ಮ ಹಾಗೂ ಆಸ್ಟ್ರೀಯಾ ದೇಶಗಳ ನಡುವಿನ ಎಲ್ಲ ಭೂಭಾಗವನ್ನು ಅವರು ಗೆದ್ದುಕೊಂಡರು. ಹಂಗೇರಿಯನ್ನು ಆಕ್ರಮಿಸಿ ತಮ್ಮ ಸುಲ್ತಾನನಾದ ಸುಲೇಮನ್ ದ ಮಾಗ್ನಿಫಿಸೆಂಟ್‌ನ ನೇತೃತ್ವದಲ್ಲಿ (16ನೆ ಶತಮಾನ) ವಿಯೆನ್ನಾಕ್ಕೆ ಮುತ್ತಿಗೆ ಹಾಕಿದರು. ಪವಿತ್ರ ರೋಮನ್ ಸಾಮ್ರಾಜ್ಯದ ಚಕ್ರವರ್ತಿಯು ಪೋಲೆಂಡಿನ ಸಾಮ್ರಾಟನ ಸಹಾಯವನ್ನು ಪಡೆದು ಟರ್ಕರನ್ನು ಸೋಲಿಸಿ ಅವರನ್ನು ವಿಯೆನ್ನಾದಿಂದ ಹೊರಗಟ್ಟಿದನು. ಟರ್ಕರು ರೋಮನ್ ಸಾಮ್ರಾಜ್ಯಕ್ಕೆ ಹದಿನೇಳನೆ ಶತಮಾನದ ಕೊನೆಯವರೆಗೂ ಬೆದರಿಕೆಯನ್ನೊಡ್ಡಿದರು. ಆ ಶತಮಾನದ ಅಂತ್ಯದಲ್ಲಿ ಅವರು ಸೋಲಿನ ಸರಮಾಲೆಯನ್ನೆದುರಿಸಿದ್ದು ಅದು ಅವರ ಅವನತಿಗೆ ಆರಂಭ ಬಿಂದುವಾಯಿತು.

ಒಮ್ಮೆ ರೋಮನ್ ಸಾಮ್ರಾಜ್ಯದ ಪೂರ್ವಭಾಗವಾಗಿದ್ದ ಬಾಲ್ಕನ್ ಭೂಶಿರ ಪ್ರಾಂತ್ಯವು ದುರದೃಷ್ಟವಶಾತ್ ಟರ್ಕರ ಸ್ವಾಧೀನದಲ್ಲಿಯೇ ಉಳಿದುಬಿಟ್ಟಿತು. ಟರ್ಕಿಯ ಸುಲ್ತಾನರು ಆ ಪ್ರಾಂತ್ಯದ ಕ್ರಿಶ್ಚಿಯನ್ ಸಮುದಾಯವನ್ನು ಅತಿ ಹೀನವಾದ ದುರಾಡಳಿತಕ್ಕೀಡುಮಾಡಿದರು. 19ನೇ ಶತಮಾನದ ಆರಂಭದಲ್ಲಿ ಯೂರೋಪಿನ ಪಶ್ಚಿಮ ಭಾಗದಲ್ಲಿ ರಾಷ್ಟ್ರೀಯತೆ ಹಾಗೂ ಸ್ವಾತಂತ್ರ್ಯದ ಹೊಸ ಅಲೆಯೊಂದು ಮೂಡಿಬಂದಾಗ ಬಾಲ್ಕನ್ನಿನ ಕ್ರಿಶ್ಚಿಯನ್ ಪ್ರಜೆಗಳು ತಾವೂ ಸಹ ಟರ್ಕಿ ಸುಲ್ತಾನರ ಕಪಿಮುಷ್ಟಿಯಿಂದ ಪಾರಾಗಿ ಸ್ವತಂತ್ರರಾಗಲು ಬಯಸಿದರು.

ಪೂರ್ವದ ಪ್ರಶ್ನೆಯ ಅರ್ಥ

1815ರ ವಿಯೆನ್ನಾ ಕಾಂಗ್ರೆಸ್ ಟರ್ಕಿಯಲ್ಲಿ ವಾಸಿಸುತ್ತಿದ್ದ ಕ್ರಿಶ್ಚಿಯನ್ನರ ಬಯಕೆಯನ್ನು ಅರಿಯುವಲ್ಲಿ ವಿಫಲವಾಯಿತು ಮತ್ತು ಸಂಧಾನಕಾರರು ಟರ್ಕಿ ಸಾಮ್ರಾಜ್ಯದ ಸಾರ್ವಭೌಮತ್ವವನ್ನು ಪ್ರಶ್ನಿಸದಿರಲು ನಿರ್ಧರಿಸಿದರು. ನಂತರದ ಸಮಾವೇಶಗಳಲ್ಲೊಂದರಲ್ಲಿ ಝಾರ್ ನಿಕೋಲಸ್ ಟರ್ಕಿ ಸಾಮ್ರಾಜ್ಯವನ್ನು ಯೂರೋಪಿನ ರೋಗಿ ಎಂದು ವರ್ಣಿಸಿದನು. ಪೀಟರ್ ದ ಗ್ರೇಟ್‌ನ ಕಾಲದಿಂದಲೂ ರಷ್ಯಾ ದೇಶವು ಟರ್ಕಿಯನ್ನು ಬೀಳಿಸಿ ತನ್ನ ಸಾಮ್ರಾಜ್ಯವನ್ನು ವಿಸ್ತರಿಸಲು ಕಾತರಿಸುತ್ತಿತ್ತು. ಆದರೆ 20ನೇ ಶತಮಾನದ ಆರಂಭದ ದಶಕಗಳವರೆಗೂ ಅದಕ್ಕೆ ಈ ದಿಸೆಯಲ್ಲಿ ಹೆಜ್ಜೆಯಿಡಲು ಅವಕಾಶಗಳು ಒದಗಲಿಲ್ಲ. ಇತರ ಯೂರೋಪಿಯನ್ ರಾಷ್ಟ್ರಗಳಲ್ಲಿ ಅದರಲ್ಲಿಯೂ ಬ್ರಿಟನ್ ಮತ್ತು ಫ್ರಾನ್ಸ್‌ಗಳು ಪ್ರಧಾನವಾಗಿ ಆ ಪ್ರಾಂತ್ಯದ ಸೂಕ್ಷ್ಮವಾದ ಅಧಿಕಾರ ಸಮತೋಲನವನ್ನು ಉಳಿಸಿಕೊಳ್ಳುವುದಕ್ಕಾಗಿ ರಷ್ಯನ್ ಪ್ರಯತ್ನಗಳನ್ನು ವಿಫಲಗೊಳಿಸಲು ಹಾತೊರೆಯುತ್ತಿದ್ದವು. ರಷ್ಯನ್ ಸಾಮ್ರಾಜ್ಯವು ಟರ್ಕಿಯನ್ನು ಆಕ್ರಮಿಸಿ ದಕ್ಷಿಣ ಏಷ್ಯಾದತ್ತ ವಿಸ್ತರಿಸಿದರೆ ಅದು ಒಡ್ಡಬಹುದಾಗಿದ್ದ ಬೆದರಿಕೆಯ ಬಗ್ಗೆ ಬ್ರಿಟನ್ ಚಿಂತಿತವಾಗಿತ್ತು. ಹೀಗಾಗಿ ಪೂರ್ವದ ಪ್ರಶ್ನೆ ಎಂದು ಪ್ರಸಿದ್ಧವಾದ ಮಾತುಕತೆಯಲ್ಲಿ ಮೂರು ಮುಖ್ಯ ಅಂಶಗಳು ಪ್ರಧಾನವಾಗಿದ್ದವು. ಆಟ್ಟೋಮನ್ ಸಾಮ್ರಾಜ್ಯದ ಅವನತಿ, ಬಾಲ್ಕನ್ನಿನಲ್ಲಿ ಕ್ರಿಶ್ಚಿಯನ್ ದೇಶಗಳ ಏಳಿಗೆ ಮತ್ತು ಬೃಹತ್ ಶಕ್ತಿಗಳ ಆಶಯಗಳ ನಡುವಿನ ವೈರುದ್ಯಗಳು ಹಾಗೂ ಒಳಸಂಚುಗಳು.

1878ರ ಆಟ್ಟೋಮನ್ ಸಾಮ್ರಾಜ್ಯ

1878ರಲ್ಲಿ ತನ್ನ ಸಾಮ್ರಾಜ್ಯದ ಹಲವು ಭಾಗಗಳನ್ನು ಕಳೆದುಕೊಂಡರೂ ಸಹ ಆಟ್ಟೋಮನ್ ಚಕ್ರಾಧಿಪತ್ಯವು ಸಾಮ್ರಾಜ್ಯಶಾಹಿಯಾಗಿಯೇ ಉಳಿದಿತ್ತು. ಯೂರೋಪಿನ ಬಾಲ್ಕನ್ ಭೂಶಿರದಲ್ಲಿ ಅದು ಏಡ್ರಿಯಾಟಿಕ್‌ನಿಂದ ಕಪ್ಪು ಸಮುದ್ರದವರೆಗೂ ಹಬ್ಬಿತ್ತು. ಅದರಲ್ಲಿ ಮ್ಯಾಸಿಡೋನಿಯ, ಥ್ರೇಸ್, ಆಲ್ಬೇನಿಯ ಮತ್ತು ಕಾನ್‌ಸ್ಟಾಂಟಿನೋಪಲ್‌ನ ಪ್ರಾಚೀನ ರಾಜಧಾನಿ ಸೇರಿದ್ದವು. ಏಷ್ಯಾದಲ್ಲಿ ಅದು ಏಜಿಯನ್ ಸಮುದ್ರದಿಂದ ಪರ್ಶಿಯನ್ ಕೊಲ್ಲಿಯವರೆಗೆ ಮತ್ತು ಕಪ್ಪು ಸಮುದ್ರದಿಂದ ಕೆಂಪು ಸಮುದ್ರದವರೆಗೆ ವ್ಯಾಪಿಸಿತ್ತು. ಯೂರೋಪು ಮತ್ತು ಏಷ್ಯಾಗಳ ನಡುವಿನ ಕ್ರೀಟ್‌ಅನ್ನು ಒಳಗೊಂಡಂತೆ ಅಲ್ಲಿ ಏಜಿಯನ್ ದ್ವೀಪಗಳೂ ಅದರ ಅಡಿಯಲ್ಲಿದ್ದವು. ಉತ್ತರ ಆಫ್ರಿಕಾದಲ್ಲಿ ಟ್ರಿಪೋಲಿ ಮತ್ತು ಬಾರ್ಕಾ (ಸೈರೆನೈಕ) ಪ್ರಾಂತ್ಯಗಳನ್ನು ಹೊಂದಿತ್ತು. ನೇರ ಅಧಿಕಾರವುಳ್ಳ ಇವುಗಳ ಜೊತೆಗೆ ಬೊಸ್ನಿಯ, ಹೆರ್ಜಗೋವಿನ ಮತ್ತು ನೋವಿಬಜಾರ್ (ಈಗ ಹಾಬ್ಸ್‌ಬರ್ಗ್‌ನ ದೊರೆಯ ಆಡಳಿತದಲ್ಲಿದೆ) ಬಲ್ಗೇರಿಯ (ಸ್ವಂತ ರಾಜನಿಂದ ಆಳಲ್ಪಡುತ್ತಿದೆ) ಸೈಪ್ರಸ್ (ಬ್ರಿಟನ್ ಅಧೀನದಲ್ಲಿದೆ) ಹಾಗೂ ಈಜಿಪ್ಟ್ (1866 ರಿಂದ ಸ್ವತಂತ್ರ ಆಡಳಿತದಲ್ಲಿದೆ)ಗಳ ಮೇಲೆ ಪರೋಕ್ಷ ಅಧಿಕಾರವನ್ನು ಇನ್ನೂ ಪಡೆದಿತ್ತು.

ಈ ಸಾಮ್ರಾಜ್ಯವು ಮೂರು ಖಂಡಗಳಲ್ಲಿ ವಿಸ್ತರಿಸಿದ್ದರೂ ಸಹ 16 ಮತ್ತು 17ನೇ ಶತಮಾನಗಳಲ್ಲಿಯಂತೆ ಭೀತಿ ಹುಟ್ಟಿಸುವ ಬೃಹತ್ ಶಕ್ತಿಯಾಗಿ ಉಳಿದಿರಲಿಲ್ಲ. ಒಂದು ಶತಮಾನಕ್ಕಿಂತಲೂ ಹೆಚ್ಚು ಕಾಲದಿಂದ ಅದು ತನ್ನ ಶಕ್ತಿಯನ್ನು ಗೌರವವನ್ನು ಕಳೆದುಕೊಳ್ಳುತ್ತ ಎಷ್ಟರ ಮಟ್ಟಿಗೆ ದುರ್ಬಲವಾಯಿತೆಂದರೆ ಕನಿಷ್ಠ ಆರು ಯೂರೋಪಿಯನ್ ರಾಜ್ಯಗಳು (ಬ್ರಿಟನ್, ಜರ್ಮನಿ, ಫ್ರಾನ್ಸ್, ಇಟಲಿ, ರಷ್ಯಾ ಮತ್ತು ಆಸ್ಟ್ರೀಯಾ-ಹಂಗರಿ) ಅದನ್ನು ಹಿಂದೆ ಹಾಕಿದವು. ಯೂರೋಪಿಗೆ ಅದರಿಂದ ಆಗಬಹುದಾಗಿದ್ದ ಹಾನಿಯ ಭಯವು ಯೂರೋಪಿನಿಂದ ಅದಕ್ಕೆ ಒದಗಬಹುದಾಗಿದ್ದ ಧಕ್ಕೆಯ ಮರೆಯಲ್ಲಿ ಕಣ್ಮರೆಯಾಯಿತು.

ಯಾಂತ್ರೀಕೃತ ಕೈಗಾರಿಕಾ ಯುಗವು ಯೂರೋಪಿನ ಬಹಳಷ್ಟು ರಾಷ್ಟ್ರಗಳಲ್ಲಿ ಅಲ್ಲಿನ ಜನಸಂಖ್ಯೆಯ ಪ್ರಮಾಣ ಮತ್ತು ಸಂಪತ್ತನ್ನು ಹೆಚ್ಚಿಸುತ್ತಾ, ಸರ್ಕಾರಗಳನ್ನು ಪ್ರಜಾಸತ್ತಾತ್ಮಕ ಗೊಳಿಸುತ್ತಾ ಮತ್ತು ತಮ್ಮ ಶಸ್ತ್ರಾಸ್ತ್ರಗಳ ಬಲವನ್ನು ಹೆಚ್ಚಿಸಿಕೊಳ್ಳುವತ್ತ ಕೊಂಡೊಯ್ಯುತ್ತಿದ್ದಾಗ, ಆಟ್ಟೋಮನ್ ಸಾಮ್ರಾಜ್ಯವು ಆರ್ಥಿಕತೆ, ರಾಜಕಾರಣ ಮತ್ತು ಭೌತಿಕ ಶಕ್ತಿಗಳಲ್ಲಿ ವಿಶೇಷವಾಗಿ ಹಿಂದುಳಿದಿತ್ತು. ಅದರ ಪ್ರಾದೇಶಿಕ ವಿಸ್ತಾರಕ್ಕೆ ಅಥವಾ ಬಹುತೇಕ ಐರೋಪ್ಯ ಶಕ್ತಿಗಳ ಜನಸಂಖ್ಯೆಗೆ ಹೋಲಿಸಿದರೆ ಆಟ್ಟೋಮನ್ ಸಾಮ್ರಾಜ್ಯದ ಜನಸಂಖ್ಯೆಯು ಕಡಿಮೆಯಿತ್ತು. 1878 ಮತ್ತು 1914ರ ನಡುವಿನ ಅವಧಿಯಲ್ಲಿ 25 ಮಿಲಿಯನ್ ಅನ್ನೂ ದಾಟಿರದ ಚಲನಶೀಲವಲ್ಲದ ಈ ಜನಸಂಖ್ಯೆಯು ಬಹುತೇಕ ಪೂರ್ಣಪ್ರಮಾಣದಲ್ಲಿ ಹಿಂದುಳಿದ ಕೃಷಿಯನ್ನೇ ಅವಲಂಭಿಸಿತ್ತು. ಕೈಗಾರಿಕೀಕೃತ ರಾಷ್ಟ್ರಗಳ ರಾಜಕೀಯ ಮತ್ತು ಮಿಲಿಟರಿ ಪ್ರಗತಿಯೊಂದಿಗೆ ಹೆಜ್ಜೆಹಾಕಲು ಅಗತ್ಯವಾದ ಹಣಕಾಸಿನ ಸಂಪನ್ಮೂಲಗಳನ್ನು ಒದಗಿಸುವುದು ಅದಕ್ಕೆ ಸಾಧ್ಯವೇ ಇರಲಿಲ್ಲ.

ಅದರಲ್ಲೂ ಯೂರೋಪಿನ ಬಹಳಷ್ಟು ಶಕ್ತರಾಷ್ಟ್ರಗಳು ರಾಷ್ಟ್ರೀಯ ರಾಜ್ಯಗಳಾಗಿ ಮಾರ್ಪಟ್ಟು ತಮ್ಮ ಪ್ರಜೆಗಳ ಉತ್ಸಾಹಿ ನಿಷ್ಠೆಯನ್ನು ಪಡೆದು ಮುಂದುವರೆಯುತ್ತಿದ್ದಾಗ, ಆಟ್ಟೋಮನ್ ಸಾಮ್ರಾಜ್ಯವು ಬಹಳ ಹಿಂದಿನಿಂದಲೂ ಬಂದ ದೋಷಪೂರಿತವಾದ ಧಾರ್ಮಿಕ ಸೈನಿಕ ಸಾಮ್ರಾಜ್ಯಶಾಹಿಯನ್ನೇ ಮುಂದುವರೆಸಿತ್ತು. ಅದರ ಚಕ್ರವರ್ತಿಯಾಗಿದ್ದ ಸುಲ್ತಾನನು ರಷ್ಯಾದ ಝಾರ್‌ನಂತೆ ಕೇವಲ ಜಾತ್ಯಾತೀತ ನಿರಂಕುಶ ಪ್ರಭುವಷ್ಟೇ ಆಗಿರಲಿಲ್ಲ. ಅವನು ಟರ್ಕಿಯ ಸರ್ವಾಧಿಕಾರಿಯೂ ಮತ್ತು ಸಂಪೂರ್ಣ ಜಗತ್ತಿನ ಸಂಪ್ರದಾಯನಿಷ್ಠ ಸುನ್ನಿಮುಸ್ಲಿಮರ ದೊರೆ ಅಥವಾ ಗೌರವ ಮುಖ್ಯಸ್ಥನಾದ 'ಖಲೀಫ'ನೂ ಆಗಿದ್ದನು. ಇದಕ್ಕೂ ಮಿಗಿಲಾಗಿ, ಅನಟೋಲಿಯಾ (ಏಷ್ಯಾಮೈನರ್)ದ ಸಂಘಟಿತ ಮತ್ತು ಬಹುತೇಕ ಜನಾಂಗೀಯ ಏಕತೆಯುಳ್ಳ ಸಮುದಾಯವಾಗಿದ್ದ ಆಟ್ಟೋಮನ್ ಟರ್ಕರು ಸುಲ್ತಾನನ ನೌಕರಶಾಹಿಯಲ್ಲಿ ಹೆಚ್ಚಿನ ಸಂಖ್ಯೆಯಲ್ಲಿದ್ದು, ಅವನ ಸೇನೆಗೆ ಬೆನ್ನೆಲುಬಿನಂತಿದ್ದರೂ, ಸಾಮ್ರಾಜ್ಯದ ಪ್ರಜೆಗಳಲ್ಲಿ ಅವರು ಅಲ್ಪಸಂಖ್ಯಾತರಾಗಿದ್ದರು ಮತ್ತು 19ನೇ ಶತಮಾನದ ಯೂರೋಪಿನ ಪ್ರಧಾನ ಲಕ್ಷಣವಾಗಿದ್ದ ರಾಷ್ಟ್ರೀಯತೆಯ ಭಾವನೆಯನ್ನು ನಿಧಾನವಾಗಿ ಬೆಳಸಿಕೊಂಡರು. ಇಂತಹ ಹಿಂದುಳಿದ ಮತ್ತು ದೋಷಪೂರಿತ ಆಳ್ವಿಕೆಯು 19 ಮತ್ತು 20ನೇ ಶತಮಾನಗಳ ಕೈಗಾರಿಕೀಕೃತ ಮತ್ತು ರಾಷ್ಟ್ರೀಕೃತ ಯೂರೋಪಿನೊಂದಿಗೆ ಅಸ್ತಿತ್ವ ಉಳಿಸಿಕೊಳ್ಳುವ ಯತ್ನದಲ್ಲಿ ಆಂತರಿಕ ಮತ್ತು ಬಾಹ್ಯತೊಂದರೆಗಳನ್ನು ಅಪಾರವಾಗಿ ಎದುರಿಸಬೇಕಿತ್ತು.

ಸುಲ್ತಾನ್ ಎರಡನೇ ಅಬ್ದುಲ್ ಹಮೀದ್

ಸುಲ್ತಾನ ಎರಡನೇ ಅಬ್ದುಲ್ ಹಮೀದ್ (1876-1909) ತನ್ನ ಆಳ್ವಿಕೆಯನ್ನು ಆಟ್ಟೋಮನ್ ಸಾಮ್ರಾಜ್ಯವನ್ನು ಆಧುನೀಕರಿಸುವ ಸೋಗಿನೊಂದಿಗೆ ಪ್ರಾರಂಭಿಸಿದನು. ಅಂದಿನ ಪಾಶ್ಚಾತ್ಯ ವಿಧಾನದಂತೆ ಉದಾರವಾದಿ ಸಂವಿಧಾನವೊಂದನ್ನು ಘೋಷಿಸಿದನು. ತಮ್ಮ ಸಾಮ್ರಾಜ್ಯದ ಗೌರವಾನ್ವಿತ ಸಂಪ್ರದಾಯಗಳಿಗೆ ಬದಲಿಯಾಗಿ ಈ ರೀತಿಯ ಯಾವುದೇ ಹೊಸ ವ್ಯವಸ್ಥೆಗೆ ಅಲ್ಲಿನ ಸಂಪ್ರದಾಯನಿಷ್ಟ ಮುಸ್ಲಿಮರು ತೋರಿಸಿದ ವಿರೋಧ ಎಷ್ಟು ತೀವ್ರವಾಗಿತ್ತು ಮತ್ತು ಸ್ವತಃ ಸುಲ್ತಾನ ಎಂತಹ ದರ್ಪಿಷ್ಠ ವ್ಯಕ್ತಿಯಾಗಿದ್ದನೆಂದರೆ, 1876ರ ಸಂವಿಧಾನವನ್ನು 'ರದ್ದುಗೊಳಿಸಲಾಯಿತು' ಮತ್ತು ಮೂವತ್ತು ವರ್ಷಗಳಿಗೂ ಹೆಚ್ಚುಕಾಲ ಅದು ನಿಷ್ಕ್ರಿಯ ಪತ್ರವಾಗಿತ್ತು. ಜೊತೆಗೆ ಅತ್ಯಂತ ಗಂಭೀರವಾದ ಸಂಗತಿಯೆಂದರೆ, ಅಬ್ದುಲ್ ಹಮೀದನು ತನ್ನ ಆಳ್ವಿಕೆಯ ಆರಂಭದಲ್ಲಿ ಸಾಮ್ರಾಜ್ಯದಲ್ಲಿ ತಲೆದೋರಿದ ಬೋಸ್ನಿಯನ್ನರ ಮತ್ತು ಬಲ್ಗೇರಿಯನ್ನರ ದಂಗೆಗಳನ್ನು ಹತ್ತಿಕ್ಕುವಲ್ಲಿ ಮತ್ತು ಹೊರಗಿನ ರಷ್ಯನ್ನರ ಆಕ್ರಮಣಶೀಲತೆಯನ್ನು ತಡೆಗಟ್ಟುವಲ್ಲಿ ವಿಫಲನಾಗಿದ್ದು. ಪರಿಣಾಮವಾಗಿ 1877-78ರಲ್ಲಿ ಸಂಭವಿಸಿದ ರೂಸೊ-ಟರ್ಕಿ ಯುದ್ಧವು ಆಟ್ಟೋಮನ್ ಸಾಮ್ರಾಜ್ಯದ ವಿರುದ್ಧ ಕಾರ್ಯವೆಸಗುತ್ತಿದ್ದ ಶಕ್ತಿಗಳ ಬಲ ಮತ್ತು ಬಹುಮುಖೀ ಸ್ವಭಾವವನ್ನು ನಿಚ್ಚಳವಾಗಿ ಬೆಳಕಿಗೆ ತಂದಿತು.

ಸಾಮ್ರಾಜ್ಯ ಮತ್ತು ಬಲಿಷ್ಠ ಶಕ್ತಿಗಳು

ಮೊದಲನೆಯದಾಗಿ ಆಟ್ಟೋಮನ್ ಸಾಮ್ರಾಜ್ಯದ ದೌರ್ಬಲ್ಯದ ಲಾಭವನ್ನು ರಾಜಕೀಯವಾಗಿ ಮತ್ತು ಆರ್ಥಿಕವಾಗಿ ಪಡೆದುಕೊಳ್ಳುವುದು ಯೂರೋಪಿನ ಬಲಿಷ್ಟ ಶಕ್ತಿಗಳ ಹೆಚ್ಚುತ್ತಿದ್ದ ಬಯಕೆಯಾಗಿತ್ತು. ರಷ್ಯಾ 1878ರಲ್ಲಿ ಆ ಸಾಮ್ರಾಜ್ಯದ

ಕೆಲವು ಪ್ರದೇಶವನ್ನು ಪಡೆದುಕೊಂಡಿತು ಮತ್ತು ರಷ್ಯಾ ಇನ್ನೂ ಹೆಚ್ಚು ಪ್ರದೇಶಗಳನ್ನು ಕಬಳಿಸದಂತೆ ತಡೆಗಟ್ಟಬೇಕಾದರೆ, ಗ್ರೇಟ್ ಬ್ರಿಟನ್ ಮತ್ತು ಆಸ್ಟ್ರೀಯ–ಹಂಗೇರಿಗಳ ನೆರವನ್ನು ಕೇಳುವುದೊಂದೇ ಸುಲ್ತಾನನಿಗಿದ್ದ ಏಕೈಕ ಮಾರ್ಗವಾಗಿತ್ತು. ಹಾಗೂ ಇದಕ್ಕೆ ಅವನು ಬೆಲೆಯನ್ನು ತೆರಬೇಕಾಗಿತ್ತು. ಈ ಸಹಾಯಕ್ಕಾಗಿ ಬ್ರಿಟನ್ನಿಗೆ ಸೈಪ್ರಸ್ ಅನ್ನೂ, ಬೋಸ್ನಿಯಾ ಹರ್ಜಗೋವಿನಾ ಮತ್ತು ನೋವಿಬಜಾರ್‌ಗಳನ್ನು ಆಸ್ಟ್ರಿಯ–ಹಂಗರಿಗೂ ನೀಡಲಾಯಿತು. ಇಷ್ಟೂ ಸಾಲದೆಂಬಂತೆ 1878ರ ಶಾಂತಿ ಒಪ್ಪಂದದ ಪ್ರಕಾರ 'ಸುಧಾರಣೆಗಳ' ಕಾರ್ಯಕ್ರಮವೊಂದನ್ನು ಜಾರಿಗೊಳಿಸಲು ಬಲಿಷ್ಠ ಶಕ್ತಿಗಳೊಂದಿಗೆ ಸಹಕರಿಸಲು ಸುಲ್ತಾನನು ಒಪ್ಪಿಕೊಳ್ಳಬೇಕಾಯಿತು. ಇವುಗಳನ್ನು ಜಾರಿಗೆ ತಂದಲ್ಲಿ ತನ್ನವರೇ ಆದ ಟರ್ಕಿ ಪ್ರಜೆಗಳಲ್ಲಿ ವೈಷಮ್ಯವನ್ನು ಹುಟ್ಟುಹಾಕುವುದು ನಿಶ್ಚಿತವಾಗಿತ್ತು. ಆದರೆ ಜಾರಿಗೊಳಿಸದಿದ್ದಲ್ಲಿ ವಿದೇಶೀಯರಿಗೆ ಸಾಮ್ರಾಜ್ಯದ ವ್ಯವಹಾರಗಳಲ್ಲಿ ಹಸ್ತಕ್ಷೇಪಮಾಡಲು ಅವಕಾಶ ನೀಡಿದಂತಾಗುತ್ತಿತ್ತು. ಜೊತೆಗೆ, ಈಗಾಗಲೇ ಗೊಂದಲದ ಸ್ಥಿತಿಯಲ್ಲಿದ್ದ ಆಟ್ಟೋಮನ್ ಸಾಮ್ರಾಜ್ಯದ ಸಾರ್ವಜನಿಕ ಹಣಕಾಸಿನ ಪರಿಸ್ಥಿತಿಯು ರೂಸೊ–ಟರ್ಕಿ ಯುದ್ಧದಿಂದಾಗಿ ಸಂಪೂರ್ಣ ಅವ್ಯವಸ್ಥೆಗೀಡಾಗಿದ್ದರಿಂದ ಸುಲ್ತಾನನು 1881ರಲ್ಲಿ ಇದನ್ನು ವಿದೇಶೀ ಬ್ಯಾಂಕರುಗಳ ಆಯೋಗವೊಂದರ ಮಾರ್ಗದರ್ಶನಕ್ಕೆ ಒಳಪಡಿಸಬೇಕಾಯಿತು. ಇದರಿಂದಾಗಿ ಟರ್ಕಿ ಬೊಕ್ಕಸಕ್ಕೆ ಬರುತ್ತಿದ್ದ ಆದಾಯಕ್ಕೆ ಹೊಡೆತ ಬಿದ್ದಿತು ಹಾಗೂ ರಾಷ್ಟ್ರದೊಳಗೆ ಅಶಾಂತಿಗೆ ದಾರಿಮಾಡಿತು. ಜೊತೆಗೆ ಇದು ವಿದೇಶೀ ಬಂಡವಾಳಶಾಹಿಗಳನ್ನು ವಿಶೇಷವಾಗಿ ಬ್ರಿಟನ್, ಫ್ರಾನ್ಸ್ ಮತ್ತು ಜರ್ಮನಿಯ ಬಂಡವಾಳಶಾಹಿಯನ್ನು ತಮಗೆ ಲಾಭದಾಯಕವಾದ ರಿಯಾಯ್ತಿಗಳನ್ನು ಪಡೆಯಬಲ್ಲ ಮತ್ತು ಸಾಮ್ರಾಜ್ಯದ ಮೇಲೆ ಹತೋಟಿ ಪಡೆಯಬಲ್ಲ ಸ್ಥಿತಿಯಲ್ಲಿರಿಸಿತು.

ಸಾಮ್ರಾಜ್ಯ ಮತ್ತು ಪ್ರಜಾಸಮೂಹ

ಎರಡನೇ ವಿಧ್ವಂಸಕ ಶಕ್ತಿಯೆಂದರೆ ಆಟ್ಟೋಮನ್ ಸಾಮ್ರಾಜ್ಯದ ಬಾಲ್ಕನ್ ಪ್ರಜೆಗಳಲ್ಲಿ ರಾಷ್ಟ್ರೀಯತೆ ತಲೆಯೆತ್ತಿದ್ದು. ಇದು ಈ ವೇಳೆಗಾಗಲೇ 1832ರಲ್ಲಿ ರಾಷ್ಟ್ರೀಯ ಗ್ರೀಕ್ ರಾಜ್ಯದ ಸ್ಥಾಪನೆಗೆ ಮತ್ತು 1878ರಲ್ಲಿ ಸುಲ್ತಾನನು ರುಮೇನಿಯಾ, ಸರ್ಬಿಯ, ಮಾಂಟೆನಿಗ್ರೊಗಳ ಸಂಪೂರ್ಣ ಸ್ವಾತಂತ್ರ್ಯವನ್ನು ಅಂಗೀಕರಿಸುವುದಕ್ಕೆ ಹಾಗೂ ಬಲ್ಗೇರಿಯಾದ ಪೂರ್ಣ ಸ್ವಾಯತ್ತತೆಯನ್ನು ಮತ್ತು ಪೂರ್ವ ರುಮೇನಿಯಾದ ಭಾಗಶಃ ಸ್ವಾಯತ್ತತೆಯನ್ನು ಗುರುತಿಸುವುದಕ್ಕೆ ಕಾರಣವಾಗಿತ್ತು. 1878ರ ಒಪ್ಪಂದದಿಂದ ಈ ಯಾವ ರಾಜ್ಯಗಳೂ ತೃಪ್ತಿಗೊಂಡಿರಲಿಲ್ಲ, ಇದು ಆಟ್ಟೋಮನ್ ಆಳ್ವಿಕೆಯಲ್ಲೇ ಉಳಿದುಹೋಗಿದ್ದ ತಮ್ಮ ತಮ್ಮ ರಾಷ್ಟ್ರದವರನ್ನು ತಮ್ಮೆಡೆಗೆ ಸೆಳೆದುಕೊಳ್ಳುವ ಆಕಾಂಕ್ಷೆಯನ್ನು ಹೆಚ್ಚಿಸಿತಷ್ಟೆ. ಆದ್ದರಿಂದ ಪ್ರತಿಪ್ರಾಂತ್ಯದಲ್ಲೂ ಪ್ರಚೋದನಕಾರಿ ಪ್ರಚಾರಸಾಹಿತ್ಯದ ಪ್ರಕಟಣೆಗಳು, ಶಸ್ತ್ರಸಜ್ಜಿತ ತಂಡಗಳು ಮತ್ತು ಗುಪ್ತಸಂಘಗಳು ಹೆಚ್ಚುತ್ತಾ ಹೋದವು.

ಇಂತಹ ರಾಷ್ಟ್ರೀಯತೆಯ ಉತ್ಕರ್ಷವು ಕ್ರಿಶ್ಚಿಯನ್ ಬಾಲ್ಕನ್ ರಾಜ್ಯಗಳಿಗೆ ಮಾತ್ರ ಸೀಮಿತವಾಗುವಂತದ್ದಾಗಿರಲಿಲ್ಲ. ಇದು ಸಾಂಕ್ರಮಿಕವೆಂದು ನಿರೂಪಿತವಾಯಿತು ಮತ್ತು ಆರ್ಮೇನಿಯನ್ನರು, ಅಲ್ಬೇನಿಯನ್ನರು ಹಾಗೂ ಅರಬ್ಬರಿಗೂ ಸಹ ಹರಡಿತು. ಟರ್ಕರೂ ಇದರಿಂದ ಹೊರತಾಗಿರಲಿಲ್ಲ. ಫ್ರಾನ್ಸ್ ಅಥವಾ ಜರ್ಮನಿಯ ವಿಶ್ವವಿದ್ಯಾನಿಲಯಗಳಲ್ಲಿ ಕಲಿತ ಅಥವಾ ಪಾಶ್ಚಾತ್ಯ ನಾಗರೀಕತೆಯೊಂದಿಗೆ ಸಂಪರ್ಕಪಡೆದ ಕೆಲ ಟರ್ಕಿ ಬುದ್ಧಿಜೀವಿಗಳು ರಾಷ್ಟ್ರೀಯತೆಯಿಂದ ಪ್ರೇರಿತರಾದರು ಆದರೆ ಬಹುತೇಕ ಟರ್ಕರು, ತಮ್ಮ ಸಾಮ್ರಾಜ್ಯಕ್ಕೆ ಸೇರಿದ್ದು ತೀವ್ರ ರಾಷ್ಟ್ರೀಯತೆಯನ್ನು ಬೆಳೆಸಿಕೊಂಡ ಪ್ರಜೆಗಳನ್ನು ಹತ್ತಿಕ್ಕುವಾಗ ರಾಷ್ಟ್ರೀಯತೆಯನ್ನು ಮೈಗೂಡಿಸಿಕೊಂಡರು. ಗ್ರೀಕರು, ಆರ್ಮೇನಿಯನ್ನರು ಮತ್ತು ಸರ್ಬಿಯನ್ನರು ತಾವು ಟರ್ಕರಿಗೆ ಸಮಾನರು ಅಥವಾ ಅವರಿಗಿಂತಲೂ ಮೇಲಿನವರೆಂದು ಪ್ರತಿಪಾದಿಸುತ್ತಾ ಹೋದಂತೆಲ್ಲಾ ಅವರನ್ನು ಅಧೀನ ಸ್ಥಾನದಲ್ಲಿಯೇ ಇರಿಸಲು ಟರ್ಕರೂ ಪ್ರಯತ್ನಿಸಿದರು. ಅವರು ಹಿಂಸಾತ್ಮಕಗೊಳ್ಳುತ್ತಾ ಹೋದಂತೆ, ಇವರ ಪ್ರತೀಕಾರದ ಭಾವನೆಯೂ ಉಲ್ಬಣಿಸಿತು. ಅಟ್ಟೋಮನ್ ಸಾಮ್ರಾಜ್ಯವು ಮುಸ್ಲಿಮರು ಮತ್ತು ಕ್ರಿಶ್ಚಿಯನ್ನರನ್ನು ಒಳಗೊಂಡಾಗ ಅಷ್ಟೇನೂ ಹೆಚ್ಚಾಗಿಲ್ಲದ ಮತ್ತು ಅಲ್ಲಲ್ಲಿ ಮಾತ್ರ ಸಂಭವಿಸುತ್ತಿದ್ದ ಕಗ್ಗೊಲೆಗಳು, ಈ ಸಾಮ್ರಾಜ್ಯವು ಸ್ವಯಂಜಾಗೃತಿ ಮತ್ತು ರಾಷ್ಟ್ರೀಯತೆಯ ಭಾವನೆಗಳಿರುವ ಜನಾಂಗಗಳನ್ನು ಒಳಗೊಂಡಂತೆ ಸರ್ವೇಸಾಧಾರಣವಾಗಿ ನಡೆಯತೊಡಗಿದವು.

ಸುಲ್ತಾನ ಎರಡನೇ ಅಬ್ದುಲ್ ಹಮೀದನು ಅಪಾರ ಕೌಶಲವನ್ನು ಬಳಸಿ, ಅನಿವಾರ್ಯವೆಂಬಂತೆ ಕಾಣುತ್ತಿದ್ದ ಆಟ್ಟೋಮನ್ ಸಾಮ್ರಾಜ್ಯದ ವಿಸರ್ಜನೆಯನ್ನು ಮುಂದೂಡುವಲ್ಲಿ ಯಶಸ್ವಿಯಾದನು. ಅವನು ಒಂದು ಬಲಿಷ್ಟ ಶಕ್ತಿಯ ವಿರುದ್ಧ ಮತ್ತೊಂದನ್ನು, ಒಂದು ಬಾಲ್ಕನ್ ರಾಜ್ಯದ ವಿರುದ್ಧ ಮತ್ತೊಂದು ರಾಜ್ಯವನ್ನು ಎತ್ತಿಕಟ್ಟಿದನು. ಮೊದಲಿಗೆ ರಷ್ಯಾದ ಆಕ್ರಮಣಶೀಲತೆಯನ್ನು ತಡೆಗಟ್ಟಲು ಪ್ರಧಾನವಾಗಿ ಗ್ರೇಟ್‌ಬ್ರಿಟನ್ ಅನ್ನು ಅವಲಂಭಿಸಿದನು. ಕೊನೆಗೆ ಜರ್ಮನಿಯನ್ನು ಅತ್ಯಂತ ನಂಬಲರ್ಹ ಸಾಧನವೆಂದು ಪರಿಗಣಿಸಿದನು. ಇದಕ್ಕೆ ಉಳಿದ ರಾಷ್ಟ್ರಗಳಿಗೆ ಹೋಲಿಸಿದರೆ ರಾಜಕೀಯವಾಗಿ ಮತ್ತು ಪ್ರಾದೇಶಿಕವಾಗಿ ಜರ್ಮನಿ ತನ್ನ ಸಾಮ್ರಾಜ್ಯದ ಬಗ್ಗೆ ಆಸಕ್ತಿಯನ್ನು ಹೊಂದಿರದಿದ್ದುದು ಮತ್ತು ರಷ್ಯಾ ಅಥವಾ ಬ್ರಿಟನ್‌ಗಳ ವಿರುದ್ಧ ನಿಲ್ಲಬಲ್ಲಷ್ಟು ಅದು ಶಕ್ತಿಯುತವಾಗಿದ್ದುದು ಕಾರಣಗಳಾಗಿದ್ದವು. ಆದ್ದರಿಂದ ಸುಲ್ತಾನನು ತನ್ನ

ಸೇನೆಯನ್ನು ಪುನರ್ ಸಂಘಟಿಸಲು ಜರ್ಮನಿಯ ಸೇನಾಧಿಕಾರಿಗಳನ್ನು ಮತ್ತು ಬೊಕ್ಕಸಕ್ಕೆ ಸಂಬಂಧಿಸಿದ ವಿಷಯಗಳ ಬಗ್ಗೆ ಸಲಹೆನೀಡಲು ಜರ್ಮನಿಯ ಹಣಕಾಸು ತಜ್ಞರನ್ನೂ ನೇಮಿಸಿಕೊಂಡನು. 1889 ಮತ್ತು 1899ರಲ್ಲಿ ಜರ್ಮನಿಯ ಚಕ್ರವರ್ತಿ ಎರಡನೇ ವಿಲಿಯಂನ ಕೆಲಮಟ್ಟಿಗೆ ನಾಟಕೀಯವೆನಿಸುವಂತಿದ್ದ ಕಾನ್‌ಸ್ಟಾಂಟಿನೋಪಲ್‌ನ ಭೇಟಿಗಳನ್ನು ಸ್ವಾಗತಿಸಿದನು. ಜರ್ಮನಿಯ ಬ್ಯಾಂಕರುಗಳಿಗೆ ಏಷ್ಯಾಟಿಕ್ ಟರ್ಕಿಯಲ್ಲಿ ಬಾಸ್ಫರಸ್‌ನಿಂದ ಬಾಗ್ದಾದ್ ಮತ್ತು ಪರ್ಷಿಯನ್ ಕೊಲ್ಲಿವರೆಗೆ ರೈಲ್ವೆ ನಿರ್ಮಾಣವನ್ನು ಒಳಗೊಂಡಂತೆ ಮುಖ್ಯ ಆರ್ಥಿಕ ರಿಯಾಯ್ತಿಗಳನ್ನು ನೀಡಿದನು.

ಆಂತರಿಕ ವ್ಯವಹಾರಗಳಲ್ಲಿ ತನ್ನ ಸರ್ವಾಧಿಕಾರವನ್ನು ಎತ್ತಿಹಿಡಿಯಲು ಗೂಢಚಾರರು ಮತ್ತು ಭಯೋತ್ಪಾದನೆಯನ್ನು ಬಳಸಿಕೊಂಡನು. ತನ್ನ ಕ್ರಿಶ್ಚಿಯನ್ ಪ್ರಜೆಗಳು ತೀವ್ರ ಅಶಾಂತಿಗೊಳಗಾಗಿ ದಂಗೆಯೇಳುವುದಾಗಿ ಬೆದರಿಕೆ ಹಾಕಿದಾಗ, ಮೂಲಭೂತವಾದಿ ಮುಸ್ಲಿಂ ಪಂಗಡಗಳಾದ ಕರ್ಡಿಷ್ ಅಥವಾ ಆಲ್ಬೇನಿಯನ್ನರಿಗೆ ಇವರ ಮೇಲೆರಗಿ ಕಗ್ಗೊಲೆಗಳಲ್ಲಿ ತೊಡಗಲು ಅನುಮತಿಸಿದನು.

ಸಾಮ್ರಾಜ್ಯದ ವಿಸರ್ಜನೆ

ಆದರೂ ಆಟ್ಟೋಮನ್ ಸಾಮ್ರಾಜ್ಯವು ಶೀಘ್ರವಾಗಿ ವಿಸರ್ಜನೆಯತ್ತ ಸಾಗಿತು. ಈಗಾಗಲೇ ಸೈಪ್ರಸ್ ಅನ್ನು ಆಕ್ರಮಿಸಿಕೊಂಡಿದ್ದ ಗ್ರೇಟ್ ಬ್ರಿಟನ್, 1882ರಲ್ಲಿ ಈಜಿಪ್ಟನ್ನು ಮಿಲಿಟರಿ ಆಕ್ರಮಣಕ್ಕೊಳಪಡಿಸಿ ಆಟ್ಟೋಮನ್ ಸಾಮ್ರಾಜ್ಯದ ಮೇಲೆ ನಾಮಮಾತ್ರಕ್ಕೆ ಆಧಾರಿತವಾಗಿದ್ದ ಈ ಪ್ರದೇಶದ ಮೇಲೆ ರಕ್ಷಣಾ ಹತೋಟಿಯನ್ನು ಸ್ಥಾಪಿಸಿತು. 1885ರಲ್ಲಿ ಪೂರ್ವ ರುಮೇನಿಯಾದ ಬಲ್ಗೇರಿಯನ್ನರು ತಮ್ಮ ಟರ್ಕಿಯ ರಾಜ್ಯಪಾಲನನ್ನು ಹೊರದೂಡಿ ಭಾಗಶಃ ಸ್ವಾಯತ್ತವಾಗಿದ್ದ ತಮ್ಮ ಪ್ರಾಂತ್ಯವು ಪೂರ್ಣ ಸ್ವಾಯತ್ತ ಸಂಸ್ಥಾನವಾದ ಬಲ್ಗೇರಿಯಾದೊಂದಿಗೆ ಸೇರ್ಪಡೆಯಾಗುವಂತೆ ಮಾಡಿದರು. ಪರಿಣಾಮವಾಗಿ ಇದರ ಪ್ರಾಂತೀಯ ವಿಸ್ತಾರವು ದುಪ್ಪಟ್ಟುಗೊಂಡಿದ್ದೇ ಅಲ್ಲದೆ ಸಾಮ್ರಾಜ್ಯಕ್ಕಿದ್ದ ಗಂಭೀರ ಬೆದರಿಕೆಯೂ ತೀವ್ರಗೊಂಡಿತು.

1896ರಲ್ಲಿ ಕ್ರೀಟ್‌ನಲ್ಲಿದ್ದ ಗ್ರೀಕರು ದಂಗೆಯೆದ್ದರು ಮತ್ತು ಮರುವರ್ಷ ಗ್ರೀಸ್ ರಾಜ್ಯವು ಅವರ ಪರವಾಗಿ ಆಟ್ಟೋಮನ್ ಸಾಮ್ರಾಜ್ಯದೊಂದಿಗೆ ಯುದ್ಧಕ್ಕಿಳಿಯಿತು. ಈ ಬಾರಿ ಸುಲ್ತಾನನ ಸೇನೆಯು ಬಲವಾದ ಪ್ರತಿರೋಧವನ್ನೊಡ್ಡಿ ಗ್ರೀಕ್ ಪಡೆಗಳನ್ನು ಅಲ್ಲಿನ ಭೂಭಾಗದಲ್ಲೇ ಸೋಲಿಸಿ ಅಥೇನ್ಸ್‌ವರೆಗೂ ಮುನ್ನುಗ್ಗಿದವು. ಆನಂತರ ಗ್ರೀಸಿನ 'ರಕ್ಷಕ ಶಕ್ತಿ'ಗಳಾಗಿದ್ದ ರಷ್ಯಾ, ಬ್ರಿಟನ್, ಫ್ರಾನ್ಸ್ ಮತ್ತು ಇಟಲಿಗಳು ಮಧ್ಯಪ್ರವೇಶಿಸಿ ಗ್ರೀಕೋ-ಟರ್ಕಿ ಯುದ್ಧವನ್ನು ಅಂತ್ಯಗೊಳಿಸಿದವು. ಗ್ರೀಸ್ ಯುದ್ಧನಷ್ಟವನ್ನು ನೀಡಬೇಕಾಯಿತು ಮತ್ತು ಆಟ್ಟೋಮನ್ ಸಾಮ್ರಾಜ್ಯಕ್ಕೆ ಅನುಕೂಲಕರವಾಗಿದ್ದ ಉತ್ತರದ ಗಡಿಗಳನ್ನು ಸರಿಪಡಿಸಲು ಅಂಗೀಕರಿಸಬೇಕಾಯಿತು. ಕ್ರೀಟ್ ಅನ್ನು ವಶಪಡಿಸಿಕೊಳ್ಳಲು ಗ್ರೀಸಿಗೆ ಅನುಮತಿ ನೀಡದಿದ್ದರೂ, ವಾಸ್ತವವಾಗಿ ಆಟ್ಟೋಮನ್ ಸಾಮ್ರಾಜ್ಯವು ಅದನ್ನು ಕಳೆದುಕೊಂಡಿತು; ಕ್ರೀಟ್, ನಾಲ್ಕು ಬಲಿಷ್ಠ ಶಕ್ತಿಗಳ ರಕ್ಷಣೆಯಲ್ಲಿ ಸ್ವಾಯತ್ತತೆಯನ್ನು ಪಡೆದುಕೊಂಡಿತು ಮತ್ತು ಈ ಶಕ್ತಿಗಳು ಗ್ರೀಕ್ ದೊರೆಯ ಮಗನೋರ್ವನನ್ನು ಅದರ ರಾಜ್ಯಪಾಲನನ್ನಾಗಿ ನೇಮಿಸಿದವು.

ಆರ್ಮೇನಿಯನ್ನರೂ ಸಹ 1894ರಲ್ಲಿ ದಂಗೆಯೆದ್ದರು. ಇದನ್ನು ಕ್ರೂರವಾಗಿ ಹತ್ತಿಕ್ಕಲಾಯಿತು. ಕರ್ಡಿಷ್ ಮತ್ತಿತರ ಕ್ರೋಧಿತ ಮುಸ್ಲಿಮರು ಕನಿಷ್ಠ 1,00,000 ಮತ್ತು ಪ್ರಾಯಶಃ 2,00,000 ಕ್ರಿಶ್ಚಿಯನ್ ಆರ್ಮೇನಿಯನ್ನರನ್ನು ಕತ್ತರಿಸಿ ಹಾಕಿದರು. ಈ ಕೃತ್ಯದ ವಿರುದ್ಧ ಕ್ರಮಕೈಗೊಳ್ಳುವಂತೆ ಬಲಿಷ್ಠ ಶಕ್ತಿಗಳು ಸುಲ್ತಾನನನ್ನು ಒತ್ತಾಯಿಸಿದವು. ಆದರೆ ಅವರಿಗೆ ಸಿಕ್ಕಿದ್ದು ಸುಧಾರಣೆಗಳನ್ನು ಕೈಗೊಳ್ಳುವೆನೆಂಬ ಹಾರಿಕೆಯ ಆಶ್ವಾಸನೆ ಮಾತ್ರ.

20ನೇ ಶತಮಾನದ ಮೊದಲ ವರ್ಷಗಳಲ್ಲಿ ಸುಲ್ತಾನನ ಸರ್ಕಾರದ ಬಗೆಗಿನ ಆಂತರಿಕ ವಿಮರ್ಶೆಯು ಮುಸ್ಲಿಮರು ಹಾಗೂ ಕ್ರಿಶ್ಚಿಯನ್ನರನ್ನೂ ಏಷ್ಯಾ ಹಾಗೂ ಐರೋಪ್ಯ ಪ್ರಾಂತ್ಯಗಳನ್ನು ಪ್ರಭಾವಿಸಿ ವ್ಯಾಪಕ ಕ್ರಾಂತಿಕಾರಿ ಸಂಕ್ಷೋಭೆಯನ್ನು ಹುಟ್ಟುಹಾಕಿತು. ಇದು ಭಾಗಶಃ ಟರ್ಕರನ್ನು ಆವರಿಸಲಾರಂಭಿಸುತ್ತಿದ್ದ ರಾಷ್ಟ್ರೀಯ ಪ್ರಜ್ಞೆಯ ಸಂಕೇತವಾಗಿತ್ತು. ಹಾಗೂ ಭಾಗಶಃ ತಮ್ಮ ದೇಶವನ್ನು ಶೋಷಿಸಲು ವಿದೇಶಿಯರಿಗೆ ಪರವಾನಗಿ ನೀಡಿದ ಮತ್ತು ತನ್ನ ಪ್ರಜೆಗಳ ಮೇಲೆ ಅಸಹನೀಯ ಆರ್ಥಿಕ ಹೊರೆಗಳನ್ನು ಹೊರಿಸಿದ ಹಾಗೂ ಇಷ್ಟಾದರೂ ಆಂತರಿಕವಾಗಿ ಸುವ್ಯವಸ್ಥೆಯನ್ನು ಕಾಪಾಡಲಾಗದ ಮತ್ತು ಬಾಹ್ಯವಾಗಿ ತನ್ನ ಘನತೆ ಹಾಗೂ ಪ್ರಾದೇಶಿಕ ನಷ್ಟವನ್ನು ತಡೆಗಟ್ಟಲಾಗದ ಸರ್ಕಾರದ ವಿರುದ್ಧದ ಪ್ರತಿಕ್ರಿಯೆಯಾಗಿತ್ತು. ಇದು ಕೆಲಮಟ್ಟಿಗೆ ಅಬ್ದುಲ್ ಹಮೀದನ ಆಳ್ವಿಕೆಯ ಅತ್ಯಂತ ಗಮನಾರ್ಹ ಸಾಧನೆಗಳಲ್ಲೊಂದಾದ ರೈಲ್ವೆ ನಿರ್ಮಾಣದಿಂದಾಗಿ ಆಟ್ಟೋಮನ್ ಸಾಮ್ರಾಜ್ಯದ ಪ್ರಜೆಗಳು ಪರಸ್ಪರರೊಂದಿಗೆ ಮತ್ತು ಪಾಶ್ಚಾತ್ಯ ಯೂರೋಪಿಯನೊಂದಿಗೆ ನಿಕಟ ಸಂಪರ್ಕವೇರ್ಪಡಿಸಿಕೊಂಡಿದ್ದರ ಫಲವಾಗಿತ್ತು. 1885ರಲ್ಲಿ ಸಾಮ್ರಾಜ್ಯದ ಒಟ್ಟು ರೈಲ್ವೆ ಮಾರ್ಗದ ಉದ್ದವು ಕೇವಲ 1,250 ಮೈಲಿಗಳಷ್ಟಿದ್ದು, ಇದು ಬಹುಮಟ್ಟಿಗೆ ಯೂರೋಪಿನ ಪ್ರಾಂತ್ಯಗಳಿಗೆ ಸಂಬಂಧಿಸಿದ್ದರೆ, 1908ರ ವೇಳೆಗೆ ರೈಲು ಮಾರ್ಗದ ಉದ್ದವು 4,400 ಮೈಲಿಗಳಷ್ಟಾಗಿದ್ದು, ಇದರಲ್ಲಿ ಬಹುತೇಕ ನಾಲ್ಕನೇ ಮೂರರಷ್ಟು ನಿರ್ಮಾಣವು ಏಷ್ಯಾದಲ್ಲೇ ಇತ್ತು

ಮತ್ತು ಪಾಶ್ಚಾತ್ಯ ವಿಚಾರಧಾರೆಯನ್ನು ಹಾಗೂ ಸರಕುಗಳನ್ನು ಅಂಕಾರ, ಬಾಗ್ದಾದ್, ಡಮಾಸ್ಕಸ್ ಹಾಗೂ ಮೆಕ್ಕಾಗಳಿಗೆ ಸಾಗಿಸಲು ನೆರವಾಯಿತು. 1908ರಲ್ಲಿ ದೇಶೀಯ ಕ್ರಾಂತಿಗಳು ಮತ್ತು ವಿದೇಶೀ ಯುದ್ಧಗಳ ಸರಣಿಯೇ ಪ್ರಾರಂಭಗೊಂಡು ಆಟ್ಟೋಮನ್ ಸಾಮ್ರಾಜ್ಯಕ್ಕೆ ಮಾರಣಾಂತಿಕ ಪೆಟ್ಟುಗಳನ್ನು ನೀಡಿದವು.

ಗ್ರೀಸ್

ಏತನ್ಮಧ್ಯೆ, 19ನೇ ಶತಮಾನದಲ್ಲಿ ಆಟ್ಟೋಮನ್ ಸಾಮ್ರಾಜ್ಯದಿಂದ ಪೂರ್ಣ ಅಥವಾ ಭಾಗಶಃ ಸ್ವಾತಂತ್ರ್ಯವನ್ನು ಗಳಿಸಿಕೊಂಡ ರಾಷ್ಟ್ರೀಯ ಬಾಲ್ಕನ್ ರಾಜ್ಯಗಳಲ್ಲಿನ ಬೆಳವಣಿಗೆಯನ್ನು ಗುರುತಿಸೋಣ. ಇವುಗಳಲ್ಲಿ ಮೊದಲನೆಯ ರಾಜ್ಯ ಗ್ರೀಸ್, 1832ರಲ್ಲಿ ಇದು ಅಧಿಕೃತವಾಗಿ ರಾಷ್ಟ್ರೀಯ ಚಟುವಟಿಕೆಗಳನ್ನು ಪ್ರಾರಂಭಿಸಿ 1860ರಲ್ಲಿ ಹೊಸ ರಾಜನನ್ನೂ ಮತ್ತು ಹೊಸದೊಂದು ಪ್ರಜಾಸತ್ತಾತ್ಮಕ ಸಂವಿಧಾನವನ್ನೂ ಪಡೆದುಕೊಂಡಿತು. ಮೊದಲನೇ ಜಾರ್ಜ್ (1883–1913)ನ ಆಳ್ವಿಕೆಯಲ್ಲಿ ಅನೇಕ ರಾಜಕೀಯ ಮತ್ತು ಹಣಕಾಸಿನ ತೊಂದರೆಗಳಿದ್ದಾಗ್ಯೂ ರಾಷ್ಟ್ರವು ಬೌದ್ಧಿಕವಾಗಿ ಮತ್ತು ಭೌತಿಕವಾಗಿ ಗಮನಾರ್ಹ ಪ್ರಗತಿಯನ್ನು ಸಾಧಿಸಿತು.

1832 ರಿಂದ 1913ರವರೆಗೆ ಅಸ್ತಿತ್ವದಲ್ಲಿದ್ದ ಗ್ರೀಕ್ ರಾಜ್ಯವು ಕೇವಲ ಅಲ್ಪಸಂಖ್ಯಾತ ಗ್ರೀಕ್ ಪ್ರಜೆಗಳನ್ನು ಮಾತ್ರ ಒಳಗೊಂಡಿತ್ತು. ಬಹುಸಂಖ್ಯಾತರು ಇನ್ನೂ ಆಟ್ಟೋಮನ್ ಸಾಮ್ರಾಜ್ಯದ ಅಧೀನದಲ್ಲಿಯೇ–ಮ್ಯಾಸಿಡೋನಿಯಾ, ಥ್ರೇಸ್, ಕಾನ್‌ಸ್ಟಾಂಟಿನೋಪಲ್, ಸ್ಮಿರ್ನಾ ಮತ್ತು ಏಷ್ಯಾ ಮೈನರ್‌ನ ಸಾಗರತೀರದ ಪಟ್ಟಣಗಳಲ್ಲಿ ಏಜಿಯನ್ ದ್ವೀಪಗಳು ಹಾಗೂ ಕ್ರೀಟ್‌ನಲ್ಲಿ ನೆಲೆಸಿದ್ದರು. ಗ್ರೀಸ್ 1897ರಲ್ಲಿ ನಾವೀಗಾಗಲೇ ತಿಳಿದಿರುವಂತೆ ಆಟ್ಟೋಮನ್ ಸಾಮ್ರಾಜ್ಯದಿಂದ ಕ್ರೀಟ್ ಅನ್ನು ಸೆಳೆದುಕೊಳ್ಳಲು ಪ್ರಯತ್ನಿಸಿತು. ತಕ್ಷಣದ ಉದ್ದೇಶ ಈಡೇರಿಕೆಯಲ್ಲಿ ಈ ಪ್ರಯತ್ನವು ವಿಫಲಗೊಂಡರೂ, ಅಪ್ರತಿಮ ಗ್ರೀಕ್ ನಾಯಕ ಎಲ್ಯುಥೆರಿಯೋಸ್ ವೆನಿಜೆಲೋಸ್‌ನನ್ನು ಇದು ಬೆಳಕಿಗೆ ತಂದಿತು. ಜನ್ಮತಃ ಕ್ರೀಟ್‌ನವನಾಗಿದ್ದ ವೆನಿಜೆಲೋಸ್, ಕ್ರೀಟ್ ಅನ್ನು ಗ್ರೀಸ್‌ನೊಂದಿಗೆ ಒಗ್ಗೂಡಿಸುವ ಕ್ರಾಂತಿಕಾರಿ ಚಳವಳಿಯ ನಾಯಕತ್ವವನ್ನು ವಹಿಸಿದ್ದನು ಮತ್ತು 1897ರ ಯುದ್ಧದ ಫಲವಾಗಿ ರೂಪುಗೊಂಡ ಇವನು ಕ್ರೀಟ್‌ನ ಸ್ವಾಯತ್ತ ಸರ್ಕಾರದ ನಿರ್ವಹಣೆಗೆ ಪ್ರಧಾನವಾಗಿ ಜವಾಬ್ದಾರನಾಗಿದ್ದನು. 1910ರ ವೇಳೆಗೆ ಗ್ರೀಸ್ ರಾಜ್ಯದಲ್ಲಿ ಇವನ ಜನಪ್ರಿಯತೆ ಯಾವ ಉತ್ತುಂಗವನ್ನು ತಲುಪಿತೆಂದರೆ, ದೊರೆ ಮೊದಲನೇ ಜಾರ್ಜನು ತನ್ನ ಸ್ವಇಚ್ಛೆಗೆ ವಿರುದ್ಧವಾಗಿ ವೆನಿಜೆಲೋಸ್‌ನನ್ನು ಆಹ್ವಾನಿಸಿ ಗ್ರೀಸಿನ ಪ್ರೀಮಿಯರ್‌ನ ಪದವಿಯನ್ನು ಇವನಿಗೆ ವಹಿಸಿಕೊಡಬೇಕಾಯಿತು. ಗ್ರೀಕ್ ಸರ್ಕಾರವನ್ನು ಸುಧಾರಣೆಗೊಳಪಡಿಸಿ, ಅದರ ಸೇನೆ ಮತ್ತು ನೌಕಾಪಡೆಯನ್ನು ಪುನರ್‌ಸಂಘಟಿಸಿದ ವೆನಿಜೆಲೋಸ್, ಆಟ್ಟೋಮನ್ ಸಾಮ್ರಾಜ್ಯದ ವಿರುದ್ಧ ನಿಲ್ಲುವಂತೆ ಬಾಲ್ಕನ್ ಲೀಗಿಗೆ ಸೇರಿದ ಸರ್ಬಿಯ ಮತ್ತು ಬಲ್ಗೇರಿಯಾಗಳೊಂದಿಗೆ ಮಾತುಕತೆ ನಡೆಸಿದನು. ಹೀಗೆ ಅವನು, ಕೆವೊರ್ ಸಾರ್ಡೀನಿಯಾವನ್ನು ಸಿದ್ಧಗೊಳಿಸಿದಂತೆ ಅಥವಾ ಬಿಸ್ಮಾರ್ಕನು ಪ್ರಷ್ಯಾವನ್ನು ಸಿದ್ಧಗೊಳಿಸಿದಂತೆ, ರಾಷ್ಟ್ರೀಯ ಏಕತೆಯನ್ನು ಸಾಧಿಸುವ ಯುದ್ಧಗಳಿಗೆ ಗ್ರೀಸ್ ಅನ್ನು ಆಂತರಿಕವಾಗಿ ಮತ್ತು ಬಾಹ್ಯವಾಗಿ ಸಿದ್ಧಗೊಳಿಸಿದನು.

ಬಾಲ್ಕನ್ ರಾಷ್ಟ್ರೀಯತೆಯ ಏಳಿಗೆ

ಟರ್ಕಿ ಯಜಮಾನನ ವಿರುದ್ಧ ದಂಗೆಯೆದ್ದ ಮೊದಲಿಗರೆಂದರೆ ಮಾಂಟೆನಿಗ್ರೊ ಎಂಬ ಸಣ್ಣ ರಾಜ್ಯದ ಪ್ರಜೆಗಳು. 1799ರಲ್ಲಿ ಅವರು ತಮ್ಮ ರಾಷ್ಟ್ರದಿಂದ ಟರ್ಕರನ್ನು ಹೊರದೂಡಿ ಸ್ವತಂತ್ರರಾಗುವಲ್ಲಿ ಯಶಸ್ವಿಯಾದರು. ಅನಂತರ ಟರ್ಕಿ ಸುಲ್ತಾನನ ವಿರುದ್ಧ ದಂಗೆಯೆದ್ದವರು ಸರ್ಬಿಯನ್ನರು. ಇವರಿಗೆ ರಷ್ಯನ್ನರ ಬೆಂಬಲವಿತ್ತು. ಅವರು ಸ್ವಯಮಾಡಳಿತವನ್ನು ಪಡೆಯುವಲ್ಲಿ ಯಶಸ್ವಿಯಾದರೂ 1812ರಲ್ಲಿ ಸುಲ್ತಾನನು ತನ್ನ ಅಧಿಕಾರವನ್ನು ಪುನರ್ ಸ್ಥಾಪಿಸಿದ್ದರಿಂದ ಅಧಿಕಾರವನ್ನು ಕಳೆದುಕೊಂಡರು. 1830ರವರೆಗೂ ಸರ್ಬಿಯನ್ನರಿಗೆ ತಮ್ಮ ಸ್ವಾತಂತ್ರ್ಯವನ್ನು ಪುನಃ ಗಳಿಸಿಕೊಳ್ಳಲು ಸಾಧ್ಯವಾಗಲಿಲ್ಲ.

ಕ್ರಿಮಿಯನ್ ಯುದ್ಧ (1854–56) ಮತ್ತು ಪ್ಯಾರಿಸ್ ಒಪ್ಪಂದ (1856)

ಪೌರ್ವಾತ್ಯ ಪ್ರಶ್ನೆಯ ಮುಂದಿನ ಘಟ್ಟವು 1850ರಲ್ಲಿ ಆರಂಭಗೊಂಡಿತು. ಆಟ್ಟೋಮನ್ ಸಾಮ್ರಾಜ್ಯದ ಹೀನಸ್ಥಿತಿಯು ಝಾರ್ ನಿಕೋಲಸ್‌ನ ಗಮನವನ್ನು ಸೆಳೆಯಿತು. ಝಾರನು 'ಯೂರೋಪಿನ ರೋಗಿ'ಯನ್ನು ಕೊಂದು, ಕಪ್ಪುಸಮುದ್ರ ಮತ್ತು ಸ್ಟ್ರೈಟ್ಸ್‌ಗಳ ಮೇಲೆ ಹಾಗೂ ಟರ್ಕಿಯ ವ್ಯಾಪಕ ಪ್ರದೇಶಗಳ ಮೇಲೆ ನಿಯಂತ್ರಣದಂತಹ ಮಹತ್ವದ ಲಾಭಗಳನ್ನು ಪಡೆಯಲು ಉತ್ಸುಕನಾಗಿದ್ದನು. 1844ರಲ್ಲಿ ಆಟ್ಟೋಮನ್ ಸಾಮ್ರಾಜ್ಯವನ್ನು ತಮ್ಮ ನಡುವೆ ಹಂಚಿಕೊಳ್ಳುವ ಪ್ರಸ್ತಾವನೆಯನ್ನು ರಷ್ಯಾದ ಝಾರ್, ಬ್ರಿಟಿಷ್ ರಾಜನೀತಿಜ್ಞರ ಮುಂದಿಟ್ಟನು. ಆದರೆ ಇದಕ್ಕೆ ಅವನಿಗೆ ಕೂಡಲೆ ಪ್ರತಿಕ್ರಿಯೆ ದೊರೆಯಲಿಲ್ಲ. ಯೂರೋಪಿನಲ್ಲಿ ಶಕ್ತಿಸಮತೋಲನವನ್ನು ಕಾಯ್ದುಕೊಳ್ಳಲು ಕಾತುರವಾಗಿದ್ದ ಬ್ರಿಟನ್ನಿಗೆ, ಟರ್ಕಿಯ ಶೋಷಣೆಯಿಂದ ರಷ್ಯಾ ಬಲಿಷ್ಠವಾಗಿ ಬೆಳೆಯುವುದು ಬೇಕಿರಲಿಲ್ಲ. ಆದ್ದರಿಂದ ಏಕಾಂಗಿಯಾಗಿ ಈ ಕಾರ್ಯವನ್ನು ಸಾಧಿಸಲು ನಿರ್ಧರಿಸಿದ

ರಷ್ಯಾದ ಝಾರ್, ಸುಲ್ತಾನನ ಹತೋಟಿಯಲ್ಲಿದ್ದ ಪವಿತ್ರ ಭೂಮಿಯ ಕ್ರಿಶ್ಚಿಯನ್ ಪ್ರಜೆಗಳನ್ನು ರಕ್ಷಿಸಲು ಮುಂದಾದನು. ರಷ್ಯಾದ ಪಡೆಗಳು ಡ್ಯಾನ್ಯೂಬಿನ ಸಂಸ್ಥಾನಗಳನ್ನು ಆಕ್ರಮಿಸಿಕೊಂಡು ಯೂರೋಪಿನ ಶಕ್ತಿಗಳನ್ನು ಪ್ರಚೋದಿಸಿದವು. ಪರಿಣಾಮವಾಗಿ 1854ರಲ್ಲಿ ಕ್ರಿಮಿಯಾ ಯುದ್ಧ ಆರಂಭಗೊಂಡಿತು. ಬ್ರಿಟನ್, ಫ್ರಾನ್ಸ್ ಮತ್ತು ಸಾರ್ಡೀನಿಯಾಗಳು ಟರ್ಕಿಯನ್ನು ಬೆಂಬಲಿಸಿದವು. ಕ್ರಿಮಿಯಾ ಪರ್ಯಾಯದ್ವೀಪದಲ್ಲಿ ಪ್ರಧಾನ ಯುದ್ಧಗಳು ಸಂಭವಿಸಿದವು. ಇವು ಅಲ್ಮಾ, ಬಾಲಕ್ಲಾವ ಮತ್ತು ಇನ್‌ಕರ್‌ಮನ್ ಯುದ್ಧಗಳಾಗಿದ್ದವು. 1854-55ರ ಕ್ರಿಮಿಯಾದ ಅಸಹನೀಯ ಚಳಿಯು ಭಾರೀ ಹಾನಿಯನ್ನುಂಟುಮಾಡಿತು ಮತ್ತು ಗಾಯಗೊಂಡ ಸೈನಿಕರನ್ನು ನಿರ್ಲಕ್ಷಿಸಿದ್ದರಿಂದಾಗಿ ಬ್ರಿಟಿಷ್ ಪಡೆಯಲ್ಲಿ ಸಾವುಗಳ ಪ್ರಮಾಣಹೆಚ್ಚಿತು. ಈ ಪರಿಸ್ಥಿತಿಯಲ್ಲೇ ಫ್ಲಾರೆನ್ಸ್ ನೈಟಿಂಗೇಲ್ ಅದ್ಭುತ ಸೇವೆಸಲ್ಲಿಸಿ ಮರಣದ ಪ್ರಮಾಣವನ್ನು ಶೇ. 44ರಿಂದ ಶೇ.2ಕ್ಕೆ ಇಳಿಸಿದಳು. ಅಂತಿಮವಾಗಿ 1856ರಲ್ಲಿ ಸೋಲಿಸಲ್ಪಟ್ಟ ರಷ್ಯಾ ಶಾಂತಿಯ ಬೇಡಿಕೆಯನ್ನು ಮುಂದಿಟ್ಟಿತು. 1856ರ ಒಪ್ಪಂದವು ಪವಿತ್ರ ಭೂಮಿಯಲ್ಲಿ ಕ್ರಿಶ್ಚಿಯನ್ ಪ್ರಜೆಗಳನ್ನು ರಕ್ಷಿಸುವ ಹಕ್ಕನ್ನು ರಷ್ಯನ್ನರು ಒತ್ತಾಯಪೂರ್ವಕವಾಗಿ ಕೈಬಿಡುವಂತೆ ಮಾಡಿತು. ಇದಕ್ಕೆ ಬದಲಾಗಿ ತನ್ನ ಕ್ರಿಶ್ಚಿಯನ್ ಪ್ರಜೆಗಳನ್ನು ಸಹಾನುಭೂತಿಯಿಂದ ನೋಡುವುದಾಗಿ ಮತ್ತು ಸುಧಾರಣೆಗಳನ್ನು ಕೈಗೊಳ್ಳುವುದಾಗಿ ಸುಲ್ತಾನನು ಒತ್ತಾಯ ಪೂರ್ವಕವಾಗಿ ಭರವಸೆಯನ್ನು ನೀಡಬೇಕಾಯಿತು. ಕಪ್ಪು ಸಮುದ್ರವನ್ನು ತಟಸ್ಥಗೊಳಿಸಲಾಯಿತು. ಈ ಮೂಲಕ ಈ ಪ್ರದೇಶದಲ್ಲಿ ರಷ್ಯಾ ಯಾವುದೇ ರೀತಿಯ ಪ್ರಭಾವ ಹೊಂದುವುದನ್ನು ತಡೆಗಟ್ಟಲಾಯಿತು. ತಾವು ಶಾಶ್ವತ ಶಾಂತಿಯನ್ನು ಏರ್ಪಡಿಸಿದ್ದಾಗಿ ಮಿತ್ರಪಕ್ಷಗಳು ಆಶಿಸಿದವು. ಆದರೆ ಸಂಬಂಧಪಟ್ಟ ಯಾವ ಶಕ್ತಿಯೂ ತಮ್ಮ ವಚನಗಳನ್ನು ಪಾಲಿಸದಿದ್ದರಿಂದ ಈ ಒಪ್ಪಂದವು ಎಷ್ಟು ಅಮುಖ್ಯವಾದದ್ದು ಎಂಬುದನ್ನು ನಂತರದ ಘಟನೆಗಳು ನಿರೂಪಿಸಿದವು.

"ಪ್ಯಾನ್-ಸಾಲ್ವಿಸಂ" ಮತ್ತು ರೂಸೊ-ಟರ್ಕಿ ಯುದ್ಧ (1877-78)

ಸುಲ್ತಾನನು ಪುನಃ ಕ್ರಿಶ್ಚಿಯನ್ ಪ್ರಜೆಗಳ ಮೇಲೆ ದೌರ್ಜನ್ಯವನ್ನು ಆರಂಭಿಸಿದನು ಮತ್ತು ಟರ್ಕಿಯ ಪ್ರಾಂತ್ಯಗಳನ್ನು ಗೆಲ್ಲುವ ತನ್ನ ಮಹತ್ವಾಕಾಂಕ್ಷೆಯನ್ನು ರಷ್ಯಾ ಕೈಬಿಡಲಿಲ್ಲ. ಟರ್ಕಿಯ ಆಳ್ವಿಕೆಯನ್ನು ಕಿತ್ತೆಸೆಯಲು ಬಾಲ್ಕನ್ನರಲ್ಲಿ 'ಪ್ಯಾನ್-ಸಾಲ್ವಿಸಂ' ಎಂಬ ರಾಷ್ಟ್ರೀಯ ಚಳವಳಿಯನ್ನು ರಷ್ಯಾ ಪ್ರೋತ್ಸಾಹಿಸಲಾರಂಭಿಸಿತು. ಸುಲ್ತಾನನು ತಾನು ಭರವಸೆ ನೀಡಿದಂತೆ ಯಾವ ಸುಧಾರಣೆಗಳನ್ನೂ ಕೈಗೊಳ್ಳದಿದ್ದರಿಂದ ಮತ್ತು ಇದರ ಜೊತೆಗೆ ಬಾಲ್ಕನ್ನಿನ ಎರಡು ಪ್ರಾಂತ್ಯಗಳಾದ ಬೋಸ್ನಿಯಾ ಮತ್ತು ಹರ್ಜಗೋವಿನಾಗಳಲ್ಲಿ ಬರಗಾಲದ ಪರಿಸ್ಥಿತಿಯು ಮುಂದುವರೆದಿದ್ದರಿಂದ ತೊಂದರೆಯುದ್ಭವಿಸುವುದು ಸಹಜವಾಗಿತ್ತು. ಕ್ರೈಸ್ತ ಪ್ರಜೆಗಳು 1875ರಲ್ಲಿ ದಂಗೆಯೆದ್ದರು ಮತ್ತು ಇವರಿಗೆ ಸರ್ಬಿಯಾ ಹಾಗೂ ಮಾಂಟೆನಿಗ್ರೊಗಳ ಬೆಂಬಲ ದೊರೆಯಿತು. ನಂತರ ಇದು ಬಲ್ಗೇರಿಯಾಕ್ಕೂ ವಿಸ್ತರಿಸಿ ಅಲ್ಲಿನ ಪ್ರಜೆಗಳೂ ಸುಲ್ತಾನನ ವಿರುದ್ಧ ಬಂಡಾಯವೆದ್ದರು. ಈ ದಂಗೆಗಳನ್ನು ಹತ್ತಿಕ್ಕಲು ಸುಲ್ತಾನನು ತನ್ನ ಪಡೆಗಳನ್ನು ಕಳುಹಿಸಿದನು ಮತ್ತು ಟರ್ಕರು ಭಾರೀ ಪ್ರಮಾಣದಲ್ಲಿ ಕ್ರಿಶ್ಚಿಯನ್ನರನ್ನು ಕಗ್ಗೊಲೆಗೀಡು ಮಾಡಿದರು. ಈ ಬಾಲ್ಕನ್ ರಾಷ್ಟ್ರಗಳ ಪರವಾಗಿ ರಷ್ಯ ಮಧ್ಯಪ್ರವೇಶಿಸಿತು. ರೂಸೊ ಟರ್ಕಿ ಯುದ್ಧವು (1877-78) ಸುಲ್ತಾನನ ಸೋಲು ಮತ್ತು ಶಾಂತಿಯ ಬೇಡಿಕೆಯಲ್ಲಿ ಅಂತ್ಯಗೊಂಡಿತು. ಸುಲ್ತಾನನು ಸ್ಯಾನ್‌ಸ್ಟಿಫಾನೊ ಒಪ್ಪಂದಕ್ಕೆ ಸಹಿಹಾಕಿದ್ದರ ಪರಿಣಾಮವಾಗಿ ಶಕ್ತಿ ಸಮತೋಲನವು ರಷ್ಯಾದ ಕಡೆಗೆ ವಾಲಿತು. ಈ ಒಪ್ಪಂದದ ಪ್ರಕಾರ, ಮೂರು ಬಾಲ್ಕನ್ ರಾಷ್ಟ್ರಗಳಾದ ಮಾಂಟೆನಿಗ್ರೊ, ಸರ್ಬಿಯ ಮತ್ತು ರುಮೇನಿಯಾಗಳ ಸ್ವಾತಂತ್ರ್ಯವನ್ನು ಸುಲ್ತಾನನು ಅಂಗೀಕರಿಸಬೇಕಾಯಿತು. ಬಲ್ಗೇರಿಯಾ ಎಂಬ ಹೊಸ ರಾಜ್ಯವೊಂದು ಉದಯಿಸಿ ರಷ್ಯಾದ ರಕ್ಷಣೆಗೊಳಪಟ್ಟಿತು. ರಷ್ಯಾ ಟರ್ಕಿಯಿಂದ ಮತ್ತೂ ಹೆಚ್ಚಿನ ಪ್ರದೇಶಗಳನ್ನು ಪಡೆದುಕೊಂಡಿತು. ಈ ಒಪ್ಪಂದವು ಬ್ರಿಟನ್, ಆಸ್ಟ್ರಿಯಾ, ಫ್ರಾನ್ಸ್ ಮತ್ತು ಜರ್ಮನಿಯಂತಹ ಪ್ರಮುಖ ಶಕ್ತಿಗಳಲ್ಲಿ ಭಾರೀ ಆತಂಕವನ್ನೂ ಹಾಗೂ ಅಸೂಯೆಯನ್ನೂ ಹುಟ್ಟುಹಾಕಿತು.

ಬರ್ಲಿನ್ ಕಾಂಗ್ರೆಸ್ (1878)

ಈ ಒಪ್ಪಂದವನ್ನು ಸಮಿತಿ (ಕಾಂಗ್ರೆಸ್) ಯೊಂದರಿಂದ ಪುನರ್ ಪರಿಶೀಲನೆಗೊಳಪಡಿಸುವ ಬೇಡಿಕೆಗೆ ರಷ್ಯಾ ಅಂಗೀಕರಿಸದಿದ್ದಲ್ಲಿ ಅವರೊಂದಿಗೆ ಯುದ್ಧಕ್ಕಿಳಿಯುವುದಾಗಿ ಬ್ರಿಟಿಷ್ ಪ್ರಧಾನಮಂತ್ರಿ ಡಿಸ್ರೇಲಿ ಬೆದರಿಕೆ ಹಾಕಿದನು. ಜರ್ಮನ್ ಸಾಮ್ರಾಜ್ಯದ ಛಾನ್ಸ್‌ಲರ್ ಬಿಸ್ಮಾರ್ಕನು, ಅತಿಥೇಯನ ಪಾತ್ರವಹಿಸಿ 1878ರಲ್ಲಿ ಈ ವಿವಾದಕ್ಕೆ ಸಂಬಂಧಿಸಿದ ಶಕ್ತಿಗಳ ಕಾಂಗ್ರೆಸ್ಸೊಂದನ್ನು ಬರ್ಲಿನ್‌ನಲ್ಲಿ ಸಮಾವೇಶಗೊಳಿಸಿದನು. ರಷ್ಯಾ ಮತ್ತೊಂದು ಯೂರೋಪಿನ ಯುದ್ಧಕ್ಕೆ ಸಿದ್ಧವಿಲ್ಲದ್ದರಿಂದ ಈ ಪುನರ್ ಪರಿಶೀಲನೆಗೆ ಮೌನವಾಗಿ ಒಪ್ಪಿಕೊಂಡಿತು. ಪುನರ್ ಪರಿಶೀಲಿತ ಒಪ್ಪಂದದ ನಿಬಂಧನೆಗಳ ಪ್ರಕಾರ (ಎ) ಟರ್ಕಿಯಿಂದ ತಾನು ಪಡೆದಿದ್ದ ಪ್ರದೇಶಗಳಲ್ಲಿ ಕೆಲವನ್ನು ರಷ್ಯಾ ಹಿಂದಿರುಗಿಸಿತು, (ಬಿ) ಬಲ್ಗೇರಿಯಾದ ಗಾತ್ರವನ್ನು ಕಡಿಮೆಗೊಳಿಸಿ ಸ್ವಾಯತ್ತತೆಯನ್ನು ನೀಡಲಾಯಿತು ಮತ್ತು (ಸಿ) ರಷ್ಯಾದೊಂದಿಗೆ ಸಮಾನತೆಯುಳಿಸಿಕೊಳ್ಳಲು, ಬ್ರಿಟನ್ ಸೈಪ್ರಸ್ ದ್ವೀಪವನ್ನು ಮತ್ತು ಆಸ್ಟ್ರಿಯಾ ಬೋಸ್ನಿಯಾ ಹಾಗೂ ಹರ್ಜಗೋವಿನ ಪ್ರಾಂತ್ಯಗಳನ್ನು ಪಡೆದುಕೊಂಡವು. ಹೀಗೆ

ವಿವಾದಕ್ಕೀಡಾದ ಪಕ್ಷಗಳ ನಡುವೆ ಎಲ್ಲರಿಗೂ ಒಪ್ಪಿತವಾಗಬಲ್ಲ ಒಪ್ಪಂದವೊಂದನ್ನು ಏರ್ಪಡಿಸುವ ಮೂಲಕ ಬಿಸ್ಮಾರ್ಕನು, ಮತ್ತೊಂದು ಐರೋಪ್ಯ ಯುದ್ಧ ಸಂಭವಿಸದಂತೆ ತಡೆಗಟ್ಟಿದ ಕೀರ್ತಿಗೆ ಪಾತ್ರನಾದನು. ಆದರೆ, ಶಾಂತಿಯನ್ನೇರ್ಪಡಿಸುವ ಅನೇಕ ಪ್ರಯತ್ನಗಳ ನಡುವೆಯೂ ಬಾಲ್ಕನ್ ಪ್ರಾಂತ್ಯದಲ್ಲಿ ರಾಷ್ಟ್ರೀಯತೆಯ ಸಂಘರ್ಷಗಳು ಮುಂದುವರೆದವು.

ರಾಜಕೀಯ ಕೋಲಾಹಲ

ಈ ಎಲ್ಲ ಬೆಳವಣಿಗೆಗಳಿಂದ ರಷ್ಯಾ ಆಗಲೀ ಅಥವಾ ಹೊಸದಾಗಿ ಉದಯಿಸಿದ ಬಾಲ್ಕನ್ ರಾಷ್ಟ್ರಗಳಾಗಲಿ ಸಂತಸಗೊಂಡಿರಲಿಲ್ಲ. ಈ ರಾಷ್ಟ್ರಗಳು ತಮ್ಮ ಪ್ರದೇಶಗಳ ವಿಸ್ತರಣೆಗಾಗಿ ಸುಲ್ತಾನನ ವಿರುದ್ಧ ದಂಗೆಗಳನ್ನು ಪ್ರೋತ್ಸಾಹಿಸಿದವು. ಕೆಲವೊಮ್ಮೆ ತಮ್ಮ ಗಡಿವಿಸ್ತರಣೆಗಾಗಿ ಆಗಾಗ್ಗೆ ತಮ್ಮೊಳಗೆ ಕದನಗಳಿಗೆ ತೊಡಗುತ್ತಿದ್ದವು. ಈ ಪ್ರಾಂತ್ಯವು ಸದಾ ಉದ್ವಿಗ್ನವಾಗಿಯೇ ಇರಲು ಕಾರಣವಾದ ಮತ್ತೊಂದು ಅಂಶವೆಂದರೆ, ಸ್ಲಾವ್ ಜನರಿಂದ ಕೂಡಿದ್ದ ಬೋಸ್ನಿಯಾ ಮತ್ತು ಹರ್ಜೆಗೋವಿನಾಗಳ ಮೇಲ್ವಿಚಾರಣೆಯನ್ನು ವಹಿಸಿದ್ದ ಆಸ್ಟ್ರಿಯಾ-ಹಂಗೇರಿಯ ಬಗ್ಗೆ ಸರ್ಬಿಯನ್ನರಿಗಿದ್ದ ದ್ವೇಷಭಾವನೆ. ಈ ಪ್ರಾಂತ್ಯಗಳು ಸರ್ಬಿಯನ್ನರಿಂದ ಕೂಡಿದ್ದರಿಂದ ಇವುಗಳನ್ನು ಪಡೆದುಕೊಳ್ಳಲು ಸರ್ಬಿಯ ಧೈರ್ಯವಾಗಿ ಮುಂದಾಯಿತು. ಈ ಪ್ರದೇಶವನ್ನು ಗೆದ್ದುಕೊಳ್ಳುವ ಸರ್ಬಿಯಾದ ಅದ್ಭುತ ಯೋಜನೆಗೆ ರಷ್ಯಾದ ಪ್ರೋತ್ಸಾಹವಿತ್ತು.

ಯಂಗ್ ಟರ್ಕರ ಕ್ರಾಂತಿ (1908)

ಸುಲ್ತಾನನ ಭ್ರಷ್ಟ ಮತ್ತು ಅದಕ್ಷ ಆಳ್ವಿಕೆಯಿಂದ ಜಿಗುಪ್ಸೆಗೊಂಡಿದ್ದ ಸೈನಿಕರು ಮತ್ತು ಬುದ್ಧಿಜೀವಿಗಳ ಗುಂಪೊಂದು ತನ್ನನ್ನು "ಯಂಗ್ ಟರ್ಕರು" ಎಂದು ಕರೆದುಕೊಂಡು 1908ರಲ್ಲಿ ಅಧಿಕಾರವನ್ನು ವಶಪಡಿಸಿಕೊಳ್ಳುವಲ್ಲಿ ಯಶಸ್ವಿಯಾಯಿತು. ಫಲವಾಗಿ ತನ್ನ ಪ್ರಜೆಗಳಿಗಾಗಿ ಸುಧಾರಣೆಗಳನ್ನು ಕೈಗೊಳ್ಳಲು ಸುಲ್ತಾನನು ಒತ್ತಾಯಪೂರ್ವಕವಾಗಿ ಅನುಮತಿ ನೀಡಬೇಕಾಯಿತು ಮತ್ತು ಸಂವಿಧಾನವೊಂದಕ್ಕೆ ಬದ್ಧವಾಗಿ ಸಾಮ್ರಾಜ್ಯದ ಆಡಳಿತ ನಡೆಸಲು ಅಂಗೀಕರಿಸಬೇಕಾಯಿತು. ಈ ಸುಧಾರಣೆಗಳಲ್ಲಿ ಕೆಲವು ಸಂಸದೀಯ ಪ್ರಜಾಪ್ರಭುತ್ವ, ಪತ್ರಿಕೆ ಮತ್ತು ವಾಕ್ ಸ್ವಾತಂತ್ರ್ಯ ಹಾಗೂ ಸಾಮ್ರಾಟನಿಗೆ ಸೀಮಿತ ಅಧಿಕಾರಗಳಿಗೆ ಸಂಬಂಧಿಸಿದವಾಗಿದ್ದವು. ಈ ಬೆಳವಣಿಗೆಗಳು ಬಾಲ್ಕನ್ ರಾಷ್ಟ್ರಗಳ ಪ್ರಜೆಗಳಲ್ಲಿ ತೀವ್ರವಾದ ಆತಂಕವನ್ನು ಉಂಟುಮಾಡಿದವು. ಯಂಗ್ ಟರ್ಕರು ಆಟ್ಟೋಮನ್ ಸಾಮ್ರಾಜ್ಯದ ಎಲ್ಲಾ ಪ್ರಜೆಗಳನ್ನೂ "ಟರ್ಕೀಕರಣ" ಗೊಳಿಸಲು ಕಟಿಬದ್ಧರಾಗಿರುವರೆಂದು ಕೇಳಿದಕೂಡಲೇ ಅವರು ಅಸ್ಥಿರಗೊಂಡರು. ಟರ್ಕೀಕರಣವೆಂದರೆ ಆಟ್ಟೋಮನ್ ಸಾಮ್ರಾಜ್ಯದಲ್ಲಿ ವಾಸಿಸುವ ಎಲ್ಲಾ ಜನರೂ ಟರ್ಕಿ ಭಾಷೆ ಮತ್ತು ಸಂಸ್ಕೃತಿಗಳನ್ನು ಅಳವಡಿಸಿಕೊಳ್ಳುವುದೆಂದರ್ಥ. ಸಾಮ್ರಾಜ್ಯದ ಕ್ರೈಸ್ತ ಮತ್ತು ಅರಬ್ ಪ್ರಜೆಗಳು ಈ ಯೋಜನೆಯನ್ನೊಪ್ಪಲು ಸಿದ್ಧವಿಲ್ಲದ್ದರಿಂದ, ಇದನ್ನು ಸಂಪೂರ್ಣವಾಗಿ ವಿರೋಧಿಸಲು ಅವರು ಸಿದ್ಧರಾದರು.

ಒಡಕು:

ಈ ಅವಧಿಯಲ್ಲಿ ಟರ್ಕಿಯ ನಿಯಂತ್ರಣದಿಂದ ಬಿಡಿಸಿಕೊಂಡು ಪ್ರತ್ಯೇಕಗೊಂಡ ಮೊದಲ ಬಾಲ್ಕನ್ ರಾಷ್ಟ್ರ ಬಲ್ಗೇರಿಯಾ ಆಗಿತ್ತು. 1908ರ ಕ್ರಾಂತಿಯಿಂದಾಗಿ ಆಟ್ಟೋಮನ್ ರಾಜಧಾನಿಯಲ್ಲಿ ತಲೆದೋರಿದ ಗೊಂದಲದ ಸನ್ನಿವೇಶದ ಲಾಭಪಡೆದು ಬಲ್ಗೇರಿಯಾ ಸ್ವಾತಂತ್ರ್ಯವನ್ನು ಘೋಷಿಸಿಕೊಂಡಿತು. ಇಲ್ಲಿನ ಆಡಳಿತಗಾರನು ದೊರೆಯ ಪದವಿಯನ್ನು ಪಡೆದನು. ಆಸ್ಟ್ರಿಯಾ ಹಂಗೇರಿಯು ಇದ್ದಕ್ಕಿದ್ದಂತೆ ಬಾಲ್ಕನ್ ಸಂಸ್ಥಾನಗಳಾದ ಬೋಸ್ನಿಯಾ ಮತ್ತು ಹರ್ಜೆಗೋವಿನಾಗಳನ್ನು ವಶಪಡಿಸಿಕೊಂಡಿದ್ದು ಸರ್ಬಿಯಾವನ್ನು ಪ್ರಚೋದಿಸಿತು. ಈ ವ್ಯವಹಾರದಿಂದಾಗಿ ಸ್ಟ್ರೈಟ್ಸ್‌ನಲ್ಲಿ ರಷ್ಯಾದ ಯುದ್ಧನೌಕೆಗಳಿಗೆ ಪ್ರವೇಶಾವಕಾಶ ದೊರಯದ್ದರಿಂದ ಆಸ್ಟ್ರಿಯಾ ತನ್ನನ್ನು ಮೋಸಗೊಳಿಸಿತೆಂದು ರಷ್ಯಾ ಅಪಮಾನಕ್ಕೀಡಾಯಿತು.

ಜೊತೆಗೆ ಸರ್ಬಿಯಾ ಮತ್ತು ಆಸ್ಟ್ರಿಯಾ-ಹಂಗೇರಿಗಳ ನಡುವೆ ಯುದ್ಧವೇನಾದರೂ ಸಂಭವಿಸಿದಲ್ಲಿ ಸರ್ಬಿಯಾವನ್ನು ಬೆಂಬಲಿಸಲೂ ಅದು ಸಿದ್ಧವಿರಲಿಲ್ಲ. ಏತನ್ಮಧ್ಯೆ, ಬೋಸ್ನಿಯಾ ಮತ್ತು ಹರ್ಜೆಗೋವಿನಾಗಳನ್ನು ವಶಪಡಿಸಿಕೊಂಡಿದ್ದಕ್ಕೆ ನಗದು-ಪರಿಹಾರವನ್ನು ನೀಡಲು ಮುಂದಾಗುವ ಮೂಲಕ ಟರ್ಕಿಯನ್ನು ಸಂಪ್ರೀತಗೊಳಿಸಲು ಆಸ್ಟ್ರಿಯ ಯತ್ನಿಸಿತು. ಆಸ್ಟ್ರಿಯಾದ ವಿರುದ್ಧ ಟರ್ಕಿಯನ್ನು ಬೆಂಬಲಿಸಲು ಯಾವ ಐರೋಪ್ಯ ಶಕ್ತಿಯೂ ಸಿದ್ಧವಿಲ್ಲದ್ದರಿಂದ ಈ ಪ್ರಸ್ತಾವನೆಯನ್ನು ಟರ್ಕಿ ಅಂಗೀಕರಿಸಿತು.

ಇಟಲಿ-ಟರ್ಕಿ ಯುದ್ಧ (1911-12):

1911ರಲ್ಲಿ ಕಾಲವು ಪಕ್ವಗೊಂಡಿದೆಯೆಂದು ಭಾವಿಸಿದ ಇಟಲಿ, ಟರ್ಕಿಯ ವಿರುದ್ಧ ಯುದ್ಧವನ್ನು ಘೋಷಿಸಿತು. ಟರ್ಕಿಗೆ ಸೇರಿದ್ದ ಟ್ರಿಪೋಲಿ ಮತ್ತು ಸಿರೆನೈಕಾಗಳೆರಡನ್ನೂ ಅದು ಪಡೆದುಕೊಂಡಿತು. ಯುದ್ಧವು ಮುಂದುವರೆದಂತೆ, ಭವಿಷ್ಯದಲ್ಲಿ ಟರ್ಕಿಯ ಆಕ್ರಮಣಗಳಿಂದ ತಮ್ಮನ್ನು ರಕ್ಷಿಸಿಕೊಳ್ಳಲು ಗ್ರೀಸ್, ಸರ್ಬಿಯ ಮತ್ತು ಬಲ್ಗೇರಿಯಾಗಳು ಬಾಲ್ಕನ್ ಲೀಗ್ ಅನ್ನು ರಚಿಸಿಕೊಂಡವು. ಟರ್ಕಿಯು ತಾನು ಇನ್ನೂ ದೊಡ್ಡ ಪ್ರಮಾಣದ ಯುದ್ಧ ನಡೆಸಬೇಕಾಗುವ ಬಗ್ಗೆ ಆತಂಕಗೊಂಡಿತು. ಆದ್ದರಿಂದ 1912ರಲ್ಲಿ ಶಾಂತಿಯ ಬೇಡಿಕೆಯನ್ನಿಟ್ಟು ಲಾಸೇನ್ ಒಪ್ಪಂದಕ್ಕೆ ಸಹಿಹಾಕಿತು.

ರುಮೇನಿಯ

1856ರಲ್ಲಿ ರುಮೇನಿಯಾದ ಪ್ರಾಂತ್ಯಗಳಾದ ಮೊಲ್ಡೇವಿಯಾ ಮತ್ತು ವಲ್ಲಾಚಿಯಾ ಪ್ರಾಂತ್ಯಗಳಿಗೆ ಸ್ವಾಯತ್ತತೆಯನ್ನು ನೀಡಲಾಯಿತು ಮತ್ತು 1862ರಲ್ಲಿ ಏಕೀಕೃತ ರುಮೇನಿಯಾ ಸಂಸ್ಥಾನವನ್ನು ರಚಿಸಿಕೊಳ್ಳಲು ಅನುಮತಿ ನೀಡಲಾಯಿತು. 1866ರಲ್ಲಿ ಸ್ಥಳೀಯ ಪ್ರಭುವನ್ನು ಕೆಳಗಿಸಿ ಜರ್ಮನಿಯ ಹೊಹೆನ್‌ಜೋಲರ್ನ್–ಸಿಗ್ಮರಿಂಜನ್ ಮನೆತನದ ರಾಜಪುತ್ರ ಕರೋಲ್‌ನನ್ನು ಆಡಳಿತಗಾರನನ್ನಾಗಿಸಲಾಯಿತು. 1878ರಲ್ಲಿ ನಡೆದ ರಷ್ಯಾ–ಟರ್ಕಿ ಯುದ್ಧದ ಪರಿಣಾಮವಾಗಿ ಇದಕ್ಕೆ ಸ್ವತಂತ್ರ ರಾಜ್ಯದ ಸ್ಥಾನಮಾನವು ಲಭಿಸಿತಲ್ಲದೆ 1881ರಲ್ಲಿ 'ಸಾಮ್ರಾಜ್ಯ'ವೆಂದು ಘೋಷಿತವಾಗಿ ಪ್ರಭುವಾಗಿದ್ದ ಕರೋಲ್ ಪ್ಲೆವ್ನದಲ್ಲಿ ಸೆರೆಸಿಕ್ಕ ಟರ್ಕಿಯ ಪಿರಂಗಿಯೊಂದರ ಲೋಹದಿಂದ ತಯಾರಿಸಿದ ಕಿರೀಟವನ್ನು ಧರಿಸಿ ಒಂದನೇ ಕರೋಲ್ ರಾಜ ಎಂಬ ಬಿರುದಿನೊಂದಿಗೆ ಸಿಂಹಾಸನವೇರಿದನು.

ಗ್ರೀಕ್‌ನಂತೆಯೇ ರುಮೇನಿಯಾ ಸಹ ತನ್ನ ಅಧಿಕಾರ ಪರಿಧಿಯ ಹೊರಗಿದ್ದ ರುಮೇನಿಯನ್ ಮೂಲವಾಸಿಗಳಿದ್ದ ಪ್ರಾಂತ್ಯಗಳಲ್ಲಿ ತನ್ನ ಅಧಿಕಾರವನ್ನು ವಿಸ್ತರಿಸಲು ಹವಣಿಸಿತು. ಆದರೆ ಗ್ರೀಕರಂತೆ ರುಮೇನಿಯನ್ನರು ಕೇವಲ ಆಟ್ಟೋಮನ್ ಸಾಮ್ರಾಜ್ಯಕ್ಕೆ ಮಾತ್ರವೇ ಸೇರಿರಲಿಲ್ಲ. ಆ ಗ್ರಾಮಗಳು ಮ್ಯಾಸಿಡೋನಿಯದಲ್ಲಿದ್ದರೂ ಕೂಡ ಹೆಚ್ಚಿನ ರುಮೇನಿಯನ್ ಜನಸಂಖ್ಯೆಯು ರಷ್ಯಾ, ಹಂಗೇರಿ, ಆಸ್ಟ್ರಿಯಾಗಳಲ್ಲಿತ್ತು. ಹೀಗಾಗಿ ರುಮೇನಿಯಾ ಏಕೀಕರಣವು ಗ್ರೀಕ್‌ನದ್ದಕ್ಕಿಂತ ಜಟಿಲವಾಗಿತ್ತು. 1878ರ ಯುದ್ಧದಲ್ಲಿ ರುಮೇನಿಯಾ ಆಸ್ಟ್ರಿಯಾ ಮತ್ತು ಹಂಗೇರಿಗಳ ಜೊತೆ ರಹಸ್ಯ ಒಪ್ಪಂದವನ್ನು ಕುದುರಿಸಿಕೊಂಡು ಜರ್ಮನಿ–ಇಟಲಿ ಹಂಗೇರಿಗಳ ತ್ರಿವಳಿ ಒಕ್ಕೂಟದ ಭಾಗವಾಯಿತು. ಮುಂದಿನ 30 ವರ್ಷಗಳ ಕಾಲ ಜರ್ಮನಿಯ ಪ್ರಭಾವದಲ್ಲಿದ್ದು ಪ್ರಷ್ಯಾದ ಮಾದರಿಯಲ್ಲಿ ಉಳ್ಳವರ ಅಧಿಕಾರವನ್ನು ಅನುಮೋದಿಸುವ ಪಾರ್ಲಿಮೆಂಟು ಕಾರ್ಯನಿರ್ವಹಿಸಿತು.

ಮೊದಲನೆ ಕರೋಲ್ ಕಾಲದಲ್ಲಿ (1881–1914) ರುಮೇನಿಯಾ ಆರ್ಥಿಕ ವಲಯದಲ್ಲಿ ಗಣನೀಯ ಸಾಧನೆಯನ್ನು ಮಾಡಿತು. ವ್ಯವಸಾಯದಲ್ಲಿ ಯಂತ್ರೋಪರಣಗಳ ಪ್ರವೇಶ ಮತ್ತು ಉದ್ಯಮಶೀಲ ರಾಷ್ಟ್ರಗಳಾದ ಆಸ್ಟ್ರಿಯ ಮತ್ತು ಜರ್ಮನಿಗಳಲ್ಲಿ ಮಾರುಕಟ್ಟೆಯು ಲಭ್ಯವಾದ್ದರಿಂದ ಬೇಸಾಯವು ಅಭಿವೃದ್ಧಿ ಹೊಂದಿತು. ಅದೇ ಕಾಲದಲ್ಲಿ ದೇಶದ ನೈಸರ್ಗಿಕ ಸಂಪನ್ಮೂಲಗಳಾದ ಕಲ್ಲಿದ್ದಲು, ಪೆಟ್ರೋಲಿಯಂ ಮತ್ತು ಇತರ ಖನಿಜಗಳ ಉಪಯೋಗವನ್ನು ವಿದೇಶಿ ಬಂಡವಾಳದಿಂದ ಆರಂಭಿಸಿತು. ಆದರೆ ಹೀಗೆ ಉಂಟಾದ ದೇಶದ ಸಂಪತ್ತು ಅಲ್ಲಿನ ಜನರಲ್ಲಿ ಹಂಚಿಕೆಯಾಗದೆ ವಿದೇಶೀ ಬಂಡವಾಳಗಾರರನ್ನು, ಸ್ವದೇಶಿ ಪಾಳೆಗಾರರನ್ನು ಮತ್ತು ಮಧ್ಯವರ್ತಿಗಳನ್ನು ಸೇರಿತು. ರುಮೇನಿಯಾವು ದೊಡ್ಡ ದೊಡ್ಡ ಎಸ್ಟೇಟುಗಳಿಂದಾದ ನಾಡಾಗಿದ್ದು, ಅವುಗಳ ಮಾಲೀಕರು ಜನರ ಕೆಂಗಣ್ಣು ಪಟ್ಟಣದ ಲೇವಾದೇವಿ ವರ್ಗವಾಗಿದ್ದ ಯಹೂದ್ಯರ ಮೇಲೆ ತಿರುಗಿ ತಮಗೆ ಹಾನಿಯಾಗುತ್ತದೆಂದು ಹೆದರಿ ಯಾವುದೇ ರೀತಿಯ ಸುಧಾರಣೆಯನ್ನು ಮಾಡುತ್ತಿರಲಿಲ್ಲ. ಈ ಅಂಶವು ಧಾರ್ಮಿಕ ಅಸಹಿಷ್ಣತೆಯೊಂದಿಗೆ ಸೇರಿಕೊಂಡು ತೀವ್ರವಾದ ಯಹೂದ್ಯ ದ್ವೇಷವನ್ನೂ ಹುಟ್ಟುಹಾಕಿತು. ಆ ಕಾಲದ ರಾಜಕೀಯ ಈ ವಿದ್ವೇಷದ ವ್ಯಕ್ತರೂಪವಷ್ಟೇ ಆಗಿತ್ತೆನ್ನಬಹುದಾದರೂ ಅದು ರುಮೇನಿಯಾದ ರೈತರ ಬಡತನದ ಒಂದಾನೊಂದು ಲಕ್ಷಣ ಮಾತ್ರವೇ ಆಗಿತ್ತು. ವಲಸೆ ಹಾಗೂ ದೊಂಬಿಗಳು ಇತರ ಸಮಸ್ಯೆಗಳಾಗಿದ್ದವು.

ಉತ್ತರದ ರುಮೇನಿಯಾ ಮತ್ತು ದಕ್ಷಿಣದ ಗ್ರೀಕರ ನಡುವಿನ ಪ್ರಾಂತ್ಯವಾದ ಬಾಲ್ಕನ್ ಪ್ರದೇಶಗಳಲ್ಲಿ ಸ್ಲಾವಿಕ್ ಭಾಷೆಯನ್ನಾಡುವ ಜನರು ವಾಸಿಸುತ್ತಿದ್ದರು. ಇವರೆಲ್ಲರನ್ನೂ ಒಟ್ಟಾಗಿ ಯುಗೋಸ್ಲಾವ್‌ಗಳೆಂದು ಅಂದರೆ, ದಕ್ಷಿಣದ ಸ್ಲಾವ್‌ಗಳು ಎಂದು ಕರೆಯಬಹುದಾಗಿದೆ. ರಷ್ಯನ್ನರನ್ನು ಪೂರ್ವದ ಸ್ಲಾವ್‌ಗಳೆಂದು ಪೋಲಿಷ್ ಹಾಗೂ ಜೆಕ್ ಜನರನ್ನು ಪಶ್ಚಿಮದ ಸ್ಲಾವ್‌ಗಳೆಂದೂ ಗುರುತಿಸಲಾಗುತ್ತದೆ. ಆದರೆ ವ್ಯಾವಹಾರಿಕವಾಗಿ 'ಯುಗೋಸ್ಲಾವ್'ಎಂಬ ಶಬ್ಧವು ಬಾಲ್ಕನ್ ಭೂಶಿರದ ಪಶ್ಚಿಮಭಾಗದ ಸ್ಲಾವ್‌ಗಳನ್ನೂ, ಸರ್ಬಿಯ ಮಾಂಟೆನೀಗ್ರೊ, ಹಂಗೇರಿಯ ಬನತ್ ಪ್ರಾಂತ್ಯ, ಆಟೋಮನ್ ಸಾಮ್ರಾಜ್ಯದ ಪಶ್ಚಿಮ ಮ್ಯಾಸಿಡೋನಿಯಾ ಪ್ರದೇಶಗಳಲ್ಲಿದ್ದ ಸರ್ಬ್‌ಗಳನ್ನು, ಹಂಗೇರಿ ದೇಶದ ಕ್ರೋಷಿಯಾ ಪ್ರಾಂತ್ಯದ ಕ್ರೋಯೆಟ್‌ಗಳನ್ನು, ಆಸ್ಟ್ರಿಯಾ ದೇಶದ ಕಾರ್ನೋಲಿಯಾ, ಕರಿಂಥಿಯ ಮತ್ತು ಇಸ್ಟ್ರಿಯಾ ಪ್ರಾಂತ್ಯಗಳ ಸ್ಲಾವೀನ್ ಜನರನ್ನು ಉದ್ದೇಶಿಸುತ್ತದೆ. ಬಾಲ್ಕನ್ ಪ್ರಾಂತ್ಯದ ಪೂರ್ವಾರ್ಧದ ಸ್ಲಾವ್ ಜನರನ್ನು ಬಲ್ಗೇರಿಯನ್ನರು ಎನ್ನಲಾಗುತ್ತದೆ.

ಸರ್ಬಿಯ ಮತ್ತು ಮಾಂಟೆನಿಗ್ರೊ

ಸರ್ಬ್ ಜನರಿಗೆಂದು ಸರ್ಬಿಯಾ ಮತ್ತು ಮಾಂಟೆನಿಗ್ರೊ ದೇಶಗಳು ಸೃಷ್ಟಿಯಾದವು ಏಡ್ರಿಯಾಟಿಕ್ ಸಮುದ್ರದ ಬಳಿಯಿರುವ ಮಾಂಟೆನಿಗ್ರೊ ಅಥವಾ 'ಕಪ್ಪು ಪರ್ವತ'ವು 1878ರ ಬರ್ಲಿನ್ ಒಪ್ಪಂದಕ್ಕೆ ಮುನ್ನ ಆಟ್ಟೋಮನ್ ಸಾಮ್ರಾಜ್ಯದ ಅಧೀನವಾಗಿದ್ದ ಕುಟುಂಬವೊಂದರಿಂದ ಪಾಲಿಸಲ್ಪಡುತ್ತಿದ್ದ ಸಣ್ಣ ರಾಜ್ಯ. ಪೂರ್ತಿಯಾಗಿ ಸ್ವತಂತ್ರರಾದ ಸಂದರ್ಭದಲ್ಲಿ ಅದನ್ನಾಳುತ್ತಿದ್ದವನು ಒಂದನೇ ನಿಕೊಲಸ್ (1860–1981). ರಷ್ಯನ್ನರನ್ನು ಆರಾಧಿಸುತ್ತಿದ್ದ ಇವನು ಝಾರ್‌ನ ಆತ್ಮೀಯನಾಗಿದ್ದನು. 1905ರಲ್ಲಿ ಸಂವಿಧಾನವೊಂದನ್ನು ನೀಡಿ 1910ರಲ್ಲಿ ಪ್ರಜಾಸತ್ತಾತ್ಮಕ ಯುವರಾಜನ ಸ್ಥಾನದಿಂದ ಅರಸನ ಸ್ಥಾನಕ್ಕೆ ಏರಿದನು.

ಈ ಎರಡು ಸರ್ಬ್ ರಾಜ್ಯಗಳಲ್ಲಿ ದೊಡ್ಡದೂ ಮತ್ತು ಮುಖ್ಯವೂ ಆದ ಸರ್ಬಿಯಾವು 1830ರಿಂದಲೂ ಸ್ವಾಯತ್ತತೆಯನ್ನು ಅನುಭವಿಸುತ್ತಿದ್ದು 1878ರಲ್ಲಿ ಸಂಪೂರ್ಣವಾಗಿ ಸ್ವತಂತ್ರಗೊಂಡಿತು. ಇದು ಹಿಂದುಳಿದ ಹಾಗೂ ಅನಾಗರಿಕ ರೈತರಿಂದ ಕೂಡಿದ್ದು ದೀರ್ಘಕಾಲದಿಂದಲೂ ಅಧಿಕಾರಶಾಹಿ ವರ್ಗಗಳ ಘರ್ಷಣೆಗೂ, ವಿದೇಶಗಳ ಹಸ್ತಕ್ಷೇಪಕ್ಕೂ ಈಡಾಗಿತ್ತು. ಅಟ್ಟೋಮನ್ ಸಾಮ್ರಾಜ್ಯದ ಬಂಡಾಯದ ನಾಯಕನಾಗಿದ್ದ ಕಾರಜಾರ್ಜ್‌ನ ಅನುಯಾಯಿಗಳ ಹಾಗೂ ಸರ್ಬಿಯಾಕ್ಕೆ ಸ್ವಾಯತ್ತತೆಯನ್ನು ತಂದು ಕೊಟ್ಟ ಮಿಲೊಸ್ ಒಬ್ರೊನೊವಿಕ್ ಎಂಬ ಸೈನಿಕನ ಅನುಯಾಯಿಗಳ ನಡುವೆ ಅಧಿಕಾರಕ್ಕಾಗಿ ತೀವ್ರವಾದ ಪೈಪೋಟಿಯಿತ್ತು. ಒಬ್ರೊನೊವಿಕ್ ಮನೆತನವು 1859 ರಿಂದ 1903 ರವರೆಗೂ ಅಧಿಕಾರ ನಡೆಸಿದರೂ ಸಹ ಮಧ್ಯೆ ಮಧ್ಯೆ ಕರಜಾರ್ಜ್ ಕಡೆಯವರಿಂದ ಭೀಕರವಾಗಿ ಹತ್ಯೆಗೀಡಾಗುತ್ತಿದ್ದರು. ಈ ಘರ್ಷಣೆಗಳಿಂದ ಸರ್ಬಿಯಾ ಸದಾ ಅಶಾಂತಿಯನ್ನು ಅನುಭವಿಸುತ್ತ ರಷ್ಯಾ ಮತ್ತು ಆಸ್ಟ್ರಿಯಾ–ಹಂಗೇರಿಗಳ ನಡುವಿನ ಕುತಂತ್ರಗಳಿಗೆ ಆಟದ ಚೆಂಡಿನಂತೆ ಆಗಿತ್ತು.

ರಷ್ಯಾ–ಟರ್ಕಿ ಯುದ್ಧದ (1877–78) ಕಾಲಕ್ಕೆ ಸರ್ಬಿಯಾದ ಯುವ ರಾಜನಾಗಿದ್ದವನು ಮಿಲಾನ್ ಒಬ್ರೊನೊವಿಕ್. ಇವನು ಪ್ರತಿಭಾಶಾಲಿಯಾದರೂ ಈತನ ಜೀವನದ ಬಗ್ಗೆ ಜನರಲ್ಲಿ ವಿಪರೀತವಾದ ಊಹಾಪೋಹಗಳಿದ್ದವು. ಆಸ್ಟ್ರಿಯಾದತ್ತ ವಾಲುತ್ತಿದ್ದ ಇವನು 1878ರ ಶಾಂತಿ ಒಪ್ಪಂದ ಕಾಲಕ್ಕೆ ರಷ್ಯಾವು ಬಲ್ಗೇರಿಯಾದ ಮೇಲೆ ಕಣ್ಣಿಟ್ಟಿದ್ದರಿಂದ 1881ರಲ್ಲಿ ಆಸ್ಟ್ರಿಯಾ–ಹಂಗೇರಿಯೊಡನೆ ರಹಸ್ಯ ಒಪ್ಪಂದವೊಂದನ್ನು ಮಾಡಿಕೊಂಡನು. 1882ರಲ್ಲಿ ಆಸ್ಟ್ರಿಯಾದ ಸಮರ್ಥನೆಯನ್ನು ಪಡೆದು ತನ್ನ ರಾಜ್ಯವನ್ನು ಅಧೀನ ಸ್ಥಿತಿಯಿಂದ ಮುಕ್ತಗೊಳಿಸಿ ಸ್ವತಂತ್ರ ರಾಜನಾದನು. 1885ರಲ್ಲಿ ಬಲ್ಗೇರಿಯಾವು ರುಮೇನಿಯವನ್ನು ವಶಪಡಿಸಿಕೊಂಡದ್ದನ್ನು ನೆಪವಾಗಿಸಿಕೊಂಡು ಅದರ ಮೇಲೆ ಯುದ್ಧಕ್ಕೆ ನಿಂತನು. ಈ ಯುದ್ಧವು ಬಲ್ಗೇರಿಯಾಕ್ಕೆ ಸರಣಿ ವಿಜಯವನ್ನು ತಂದು ಕೊಟ್ಟು ಆಸ್ಟ್ರಿಯಾ ದೇಶವು ಮಧ್ಯ ಪ್ರವೇಶಿಸದೆ ಇದ್ದರೆ ಸರ್ಬಿಯಾವನ್ನು ನುಚ್ಚುನೂರಾಗಿಸಿ ಬಿಡುತ್ತಿತ್ತು. ಪರಿಣಾಮವಾಗಿ ಮಿಲಾನ್ ದೊರೆಯು ಜನರಲ್ಲಿ ಗೌರವವನ್ನು ಕಳೆದುಕೊಂಡು ಸರ್ಬಿಯಾವು ಹಾಬ್ಸ್‌ಬರ್ಗ್ ಸಾಮ್ರಾಜ್ಯದ ಭಾಗವಾಯಿತು. ಯುದ್ಧದ ಖರ್ಚನ್ನು ಸರಿದೂಗಿಸಲು ಜನರ ಮೇಲೆ ಹೆಚ್ಚಿನ ತೆರಿಗೆಯನ್ನು ವಿಧಿಸಬೇಕಾಯಿತು. 1889ರಲ್ಲಿ ಜನಪ್ರಿಯತೆಗಾಗಿ ಕೊನೆಯ ಯತ್ನ ನಡೆಸಿ ಪ್ರಜಾಸತ್ತಾತ್ಮಕ ಸಂವಿಧಾನವನ್ನು ಜಾರಿಗೊಳಿಸಿದನು. ಎರಡು ತಿಂಗಳುಗಳ ನಂತರ ತನ್ನ ಮಗ ಅಲೆಗ್ಸಾಂಡರನಿಗೆ (1889–1903) ರಾಜ್ಯಾಧಿಕಾರವನ್ನು ಬಿಟ್ಟುಕೊಟ್ಟನು.

ಅಲೆಗ್ಸಾಂಡರನ ಆಡಳಿತವು ಮಿಲಾನ್‌ನಿಂದಾದ ಹೆಚ್ಚಿನ ತೊಂದರೆಗಳಿಂದ ಕೂಡಿತ್ತು. ಅವನು ಸಂವಿಧಾನವನ್ನು ನಿರ್ಲಕ್ಷಿಸಿ ತನ್ನ ಜನರಿಂದ ಆಡಳಿತ ನಡೆಸಿದನು. ರಾಷ್ಟ್ರೀಯ ಪಕ್ಷವನ್ನು ಪಕ್ಕಕ್ಕಿಟ್ಟು ಆಸ್ಟ್ರಿಯಾದೊಂದಿಗೆ ಸಖ್ಯ ಬೆಳೆಸಿದನು. ತನ್ನ ಅಧಿಕಾರವಧಿಯ ಕೊನೆಯಲ್ಲಿ ಇದ್ದಕ್ಕಿದ್ದಂತೆ ರಷ್ಯನ್ ಅಭಿಮಾನಿಯಾದನು. ಇದರಿಂದ ನಂಬಿಕೆಯನ್ನು ಕಳೆದುಕೊಂಡುದ್ದಲ್ಲದೆ ಕೆಟ್ಟ ನಡವಳಿಕೆಗೆ ಹೆಸರಾಗಿದ್ದ ಅಧಿಕಾರದಾಹಿ ಹೆಣ್ಣನ್ನು ಮದುವೆಯಾಗಿ ಜನರ ಕೆಂಗಣ್ಣಿಗೆ ಈಡಾದನು. 'ಕಪ್ಪುಹಸ್ತ' ಎಂದು ಕರೆಯಲ್ಪಡುತ್ತಿದ್ದ ಸೈನಿಕರ ರಹಸ್ಯವಾದ ಗುಂಪೊಂದು ಕರಜಾರ್ಜ್ ಅನುಯಾಯಿಗಳೊಡನೆ ಸೇರಿಕೊಂಡು ಒಬ್ರೊನೊವಿಕ್ ಕುಟುಂಬವನ್ನು ಅಧಿಕಾರದಿಂದ ಕೆಳಗಿಳಿಸಲು ಸಂಚುನಡೆಸಿದರು. 1903ರ ಒಳಸಂಚಿನಲ್ಲಿ ಅಲೆಗ್ಸಾಂಡರ್, ಆತನ ಐವತ್ತು ಜನ ಮಂತ್ರಿಗಳು ಹಾಗೂ ಸೇವಕರು ಹತ್ಯೆಗೀಡಾದರು. ಕಾರಜಾರ್ಜ್‌ನ ಮೊಮ್ಮಗನಾದ ಮೊದಲನೆ ಪೀಟರ್ ರಕ್ತಸಿಕ್ತ ಸರ್ಬಿಯಾ ಸಿಂಹಾಸನವನ್ನು ಏರಿದನು.

ಪೀಟರ್‌ನ ಪಟ್ಟಾಭಿಷೇಕವು ಸರ್ಬಿಯಾ ಚರಿತ್ರೆಗೆ ಒಂದು ಮುಖ್ಯ ತಿರುವನ್ನು ನೀಡಿತು. ಅದು ಒಬ್ರೊನೊವಿಕ್ ಆಡಳಿತವನ್ನಷ್ಟೆ ಅಲ್ಲದೆ ಅಧಿಕಾರಕ್ಕಾಗಿ ನಡೆಯುತ್ತಿದ್ದ ಘರ್ಷಣೆಯನ್ನು ಅಂತ್ಯಗೊಳಿಸಿತು. ಆಸ್ಟ್ರಿಯಾದೊಂದಿಗಿನ ಅಧೀನ ಸ್ಥಿತಿಯನ್ನು ಕೊನೆಗೊಳಿಸಿ ಸರ್ಬಿಯವನ್ನು ರಾಷ್ಟ್ರೀಯತೆಗೆ ಹಾದಿಮಾಡಿಕೊಟ್ಟು ಆಟ್ಟೋಮಾನ್ ಹಾಗೂ ಹಾಬ್ಸ್‌ಬರ್ಗ್ ಸಾಮ್ರಾಜ್ಯದಲ್ಲಿ ಹಂಚಿಹೋಗಿದ್ದ ಎಲ್ಲ ಸ್ಲಾವ್‌ಗಳನ್ನು ರಷ್ಯದ ಸಹಾಯದೊಂದಿಗೆ ಒಟ್ಟುಗೂಡಿಸುವ ಆಕಾಂಕ್ಷೆಯನ್ನು ಬೆಳೆಸಿತು. ಪೀಟರನು ಪ್ರಜಾಸತ್ತೆಯನ್ನು ಒಪ್ಪುವ ದೇಶ ಭಕ್ತನಾದ ಸೈನಿಕನಾಗಿದ್ದನು. 1889ರಲ್ಲಿ ಆತನು ಸಂವಿಧಾನವನ್ನು ಪುನಃ ಜಾರಿಗೆ ತಂದು ಪಾರ್ಲಿಮೆಂಟಿಗೆ ಚುನಾಯಿತರಾದ ತೀವ್ರಗಾಮಿ ಪಕ್ಷವಾದ ರ್‍ಯಾಡಿಕಲ್ ಪಕ್ಷದಿಂದ ತನ್ನ ಸಚಿವರನ್ನು ಆಯ್ಕೆಮಾಡಿದನು. ಈ ಪಕ್ಷದ ನಾಯಕನಾದ ನಿಕೊಲಸ್ ಪ್ಯಾಸಿಕ್ ಎಂಬುವನು ವಿದೇಶಗಳಲ್ಲಿ ವಿದ್ಯಾಭ್ಯಾಸ ನಡೆಸಿದ ಎಂಜಿನಿಯರ್ ಆಗಿದ್ದು ತೀವ್ರವಾದ ದೇಶ ಪ್ರೇಮಿಯಾಗಿದ್ದನು. ರಾಜನು ಸೈನ್ಯವನ್ನು ಕಟ್ಟುವುದರಲ್ಲಿ ತೊಡಗಿದ್ದಾಗ ಇವನು ದೇಶವಿದೇಶಗಳಲ್ಲಿ ಹಣವನ್ನು ಸಂಗ್ರಹಿಸಿದನು. 1908ರಲ್ಲಿ ಆಸ್ಟ್ರಿಯಾವು ಬೋಸ್ನಿಯಾ–ಹರ್ಜೆಗೋವಿನಾ ಪ್ರಾಂತ್ಯವನ್ನು ಆಕ್ರಮಿಸಿದ್ದು ಜನರಲ್ಲಿ ಆಸ್ಟ್ರಿಯಾ ಬಗ್ಗೆ ದ್ವೇಷವನ್ನು ಹೆಚ್ಚುಮಾಡಿ ಸಾಧ್ಯವಾದಷ್ಟು ಬೇಗ ತನ್ನ ಪ್ರಾಂತ್ಯಗಳನ್ನು ಹಿಂದಕ್ಕೆ ಪಡೆಯುವ ಅಚಲ ನಿರ್ಧಾರವನ್ನು ಉಂಟುಮಾಡಿತು.

* * * * *

ಅಧ್ಯಾಯ - 24

ಪೌರ್ವಾತ್ಯ ಸಮಸ್ಯೆ (Eastern Question)

ಪೌರ್ವಾತ್ಯ ಸಮಸ್ಯೆಯ ಅರ್ಥ:

ಡ್ಯಾನುಬ್ ನದಿಯಿಂದಿಡಿದು ಈಜಿಪ್ಟ್‌ನ ನೈಲ್ ನದಿಯವರೆಗಿನ ರಾಷ್ಟ್ರಗಳ ಜನಾಂಗಗಳಲ್ಲುಂಟಾದ ಘರ್ಷಣೆಯ ವಿಷಯವನ್ನು ಅಥವಾ ಸಮಸ್ಯೆಯನ್ನು ಪೌರ್ವಾತ್ಯ ಸಮಸ್ಯೆ ಎಂದು ಕರೆಯಲಾಗಿದೆ. ಇವೆರಡು ನದಿ ಬಯಲುಗಳ ಒಟ್ಟಾರೆ ಪ್ರದೇಶವನ್ನು ಬಾಲ್ಕನ್ ಪ್ರದೇಶ ಎಂದೂ ಸಹ ಕರೆಯಲಾಗಿದೆ. ಬಾಲ್ಕನ್ ಎಂಬ ತುರ್ಕಿ ಭಾಷೆಯ ಶಬ್ಧದ ಅರ್ಥ ಪರ್ವತಗಳು ಎಂದು. ಈ ಬಾಲ್ಕನ್ ಪ್ರದೇಶದಲ್ಲಿ ಸರ್ಬಿಯನ್ನರು, ಗ್ರೀಕರು, ಬಲ್ಗೇರಿಯನ್ನರು, ರುಮೇನಿಯನ್ನರು, ಮಾಲ್ಡೇವಿಯನ್ನರು, ವೆಲ್ಲೇಷಿಯನ್ನರು ವಾಸಿಸುತ್ತಿದ್ದಾರೆ. ಈ ಜನಾಂಗಗಳು ವಾಸಿಸುವ ಇಡೀ ಭೂ ಪ್ರದೇಶವನ್ನು ಪಶ್ಚಿಮಕ್ಕೆ ಏಡ್ರಿಯಾಟಿಕ್ ಸಮುದ್ರವೂ, ಪೂರ್ವದಲ್ಲಿ ಕಪ್ಪು ಸಮುದ್ರವೂ, ದಕ್ಷಿಣದಲ್ಲಿ ಮೆಡಿಟರೇನಿಯನ್ ಸಮುದ್ರವೂ ಸುತ್ತುವರಿದಿದ್ದು ಇದೊಂದು ಬಾಲ್ಕನ್ ಪರ್ಯಾಯ ದ್ವೀಪವೆಂತಲೂ ಸಹ ಹೆಸರು ಪಡೆದಿದೆ. ಈ ಪ್ರದೇಶವು ಬಹುತೇಕ ಕ್ರಿಶ್ಚಿಯನ್ನರಿಂದ ಕೂಡಿ ಅಲ್ಪಸಂಖ್ಯಾತ ಮುಸಲ್ಮಾನರನ್ನೊಳಗೊಂಡ ತುರ್ಕ್(ಟರ್ಕ್) ಪ್ರದೇಶವಾಗಿತ್ತು. ಲಾರ್ಡ್ ಮಾರ್ಲೆರವರು ಈ ಪೌರ್ವಾತ್ಯ ಸಮಸ್ಯೆಯು ಪರಸ್ಪರ ವಿರೋಧಿ ಹಿತಾಸಕ್ತಿಗಳ, ವಿರೋಧಿ ಜನಾಂಗಗಳ ಹಾಗೂ ಮತ ಪಂಥಗಳ ಜಟಿಲ ಹಾಗೂ ಬಹಳ ಸಂಕೀರ್ಣವಾದ ಸಂಘರ್ಷದ ವಿಷಯವಾಗಿತ್ತು ಎಂದು ತಿಳಿಸಿದ್ದಾರೆ.

13ನೇ ಶತಮಾನದಲ್ಲಿ ಟರ್ಕ (ತುರ್ಕ)ರ ನಾಯಕ ಉಸ್ಮಾನ್ (ಆಟೋಮನ್) ಎಂಬುವವನು ಅನಟೋಲಿಯಾದಲ್ಲಿ ಒಂದು ಚಿಕ್ಕ ರಾಜ್ಯ ಕಟ್ಟಿದನು. ಆದ್ದರಿಂದ ಈತನು ಸ್ಥಾಪಿಸಿದ ಈ ರಾಜ್ಯಕ್ಕೆ ಆಟೋಮನ್ ಟರ್ಕ್ ರಾಜ್ಯ ಅಥವಾ ಆಟೋಮನ್ ಟರ್ಕ್ ರಾಜವಂಶ ಎಂದು ಕರೆಯಲಾಯಿತು. 15ನೇ ಶತಮಾನದಲ್ಲಿ ಈ ಆಟೊಮನ್ ಟರ್ಕರು 2ನೇ ಮಹಮದ್‌ನ ನೇತೃತ್ವದಲ್ಲಿ ಪಶ್ಚಿಮ ಭಾಗದ ಪ್ರದೇಶದ ಮೇಲೆ ಧಾಳಿ ಎಸಗಿದರು. ಹಾಗೆಯೇ 1453ರಲ್ಲಿ ಬೈಜಾಂಟಿಯನ್ ಸಾಮ್ರಾಜ್ಯದ ರಾಜಧಾನಿಯಾಗಿದ್ದ ಕಾನ್‌ಸ್ಟಾಂಟಿನೋಪಲನ್ನು ವಶಪಡಿಸಿಕೊಂಡರು. ತಮ್ಮ ಆಕ್ರಮಣವನ್ನು ಮುಂದುವರೆಸಿದ ಟರ್ಕರು ಈಜಿಪ್ಟ್, ಅರಬ್, ಸಿರಿಯಾ ಮತ್ತು ಆಫ್ರಿಕಾದ ಉತ್ತರ ಕರಾವಳಿತೀರ ಪ್ರದೇಶದುದ್ದಕ್ಕೂ ತಮ್ಮ ನೆಲೆಯನ್ನು ವಿಸ್ತರಿಸಿದರು. 16ನೇ ಶತಮಾನದಲ್ಲಿ ಸುಲ್ತಾನನಾದ ಸುಲೈಮಾನನ ನಾಯಕತ್ವದಲ್ಲಿ ಟರ್ಕರ ಅಧಿಕಾರ ಪ್ರಾಬಲ್ಯ ಹೆಚ್ಚಾಗಿ 1682ರಲ್ಲಿ ಟರ್ಕರು ಹಂಗೇರಿಯನ್ನು ವಶಪಡಿಸಿಕೊಂಡರು. 1683ರಲ್ಲಿ ವಿಯನ್ನಾ ನಗರಕ್ಕೆ ಮುತ್ತಿಗೆ ಹಾಕಿದರು. ಪವಿತ್ರ ರೋಮನ್ ಚಕ್ರಾಧಿಪತ್ಯ ಟರ್ಕಿಯರ ವಶವಾಗುವುದನ್ನು ಮನಗಂಡ ಪೋಲೆಂಡಿನ ದೊರೆ 3ನೇ ಜಾನನು ತನ್ನ ಸೈನಿಕ ಕಾರ್ಯಾಚರಣೆಯಿಂದ ಟರ್ಕಿಯರನ್ನು ಅಲ್ಲಿಂದ ಓಡಿಸಿದನು. ಆದರೆ ಸುಲೈಮಾನನು ಬಾಲ್ಕನ್ ಪರ್ಯಾಯ ದ್ವೀಪದ, ಏಷ್ಯಾ ಮೈನರ್‌ನ, ಪೂರ್ವ ಮೆಡಿಟರೇನಿಯನ್ ಮತ್ತು ಕಪ್ಪು ಸಮುದ್ರಗಳ ವಿಶಾಲ ಭೂಭಾಗದ ಒಟ್ಟಾರೆ ಬಹುಸಂಖ್ಯಾತ ಕ್ರೈಸ್ತ ಧರ್ಮೀಯರನ್ನು ತನ್ನ ಅಧೀನಕ್ಕೊಳಪಡಿಸಿಕೊಂಡು ದರ್ಪಿಷ್ಟ ನಿರಂಕುಶಾಡಳಿತವನ್ನು ನಡೆಸುತ್ತಿದ್ದನು. ಈತನ ಅವನತಿಯ ನಂತರ ಟರ್ಕ್ ಸಾಮ್ರಾಜ್ಯವು ಅವನತಿಯ ಹಾದಿಯತ್ತ ನಡೆಯುವಂತಾಯಿತಲ್ಲದೆ, ಅದು ಬಾಲ್ಕನ್ ಪ್ರದೇಶದ ಮೇಲೆ ಹೊಂದಿದ್ದಂತಹ ಹಿಡಿತದ ಅವನತಿಯು ಸಹ ಪ್ರಥಮ ಮಹಾಯುದ್ಧದವರೆಗೂ ಮುಂದುವರೆಯಿತು. ಈ ರೀತಿಯ ಅವನತಿಯ ಹಾದಿಯನ್ನು ಹಿಡಿಯುತ್ತಿದ್ದ ಸಂದರ್ಭದಲ್ಲಿ ಟರ್ಕ್ ಸಾಮ್ರಾಜ್ಯವು ಅನೇಕ ಅಶಾಂತಿ, ಘರ್ಷಣೆ, ಹೋರಾಟ, ತೊಡಕು, ಹೊಡೆದಾಟಗಳ ಬೆಳವಣಿಗೆಗೆ ಎಡೆಮಾಡಿಕೊಟ್ಟಿತು.

ಬಾಲ್ಕನ್ ಪ್ರದೇಶದ ಇಂತಹ ಸಮಸ್ಯೆಯನ್ನು ಕಂಡ ರಷ್ಯಾದ ರಾಜತಾಂತ್ರಿಕನೊಬ್ಬನು ಈ ರೀತಿ ತಿಳಿಸಿದ್ದಾನೆ. "ಈ ತಿರಸ್ಕೃತ ಪೌರ್ವಾತ್ಯ ಪ್ರದೇಶದ ಪ್ರಶ್ನೆಯು ಒಂದು ಕೀಲು ನೋವು ಕಾಯಿಲೆಯಿದ್ದಂತೆ. ಕೆಲವು ಸಮಯ ಅದು ಕಾಲನ್ನು ಹಿಡಿಯುತ್ತದೆ. ಇನ್ನೊಮ್ಮೆ ಕೈಯನ್ನು ಚಿವುಟುತ್ತದೆ. ಆದರೆ ಅದು ಹೊಟ್ಟೆಗೆ ತೊಂದರೆ ಕೊಡದಿದ್ದರೆ ಅವನೊಬ್ಬ ಅದೃಷ್ಟವಂತ". 19ನೇ ಶತಮಾನದ ಅಂತಿಮ ವೇಳೆಗೆ ಸಂಪೂರ್ಣ ಪೌರ್ವಾತ್ಯ ಪ್ರದೇಶವು ಆಂತರಿಕ ಗಲಭೆ, ಕ್ಷೋಭೆ, ಹೊಡೆದಾಟಗಳ ತುಮುಲದಲ್ಲಿ ಸಿಲುಕಿಕೊಂಡು ಒಂದು ಪ್ರದೇಶದಲ್ಲಿ ದಂಗೆಯನ್ನಡಗಿಸಿದರೆ ಮತ್ತೊಂದು ಭಾಗದಲ್ಲಿ ದಂಗೆ ಉಲ್ಬಣಿಸುತ್ತಿತ್ತು.

ಈ ರೀತಿ ಯೂರೋಪಿನ ರೋಗಿ ಎಂದೆನಿಸಿಕೊಂಡಿದ್ದ ಟರ್ಕ್ ಸಾಮ್ರಾಜ್ಯ ಹೆಚ್ಚು ಹೆಚ್ಚು ದುರ್ಬಲಗೊಂಡರೆ ಅದರ ಹಿಡಿತದಲ್ಲಿದ್ದ ಬಾಲ್ಕನ್ ಪ್ರದೇಶಗಳ ಮುಂದಿನ ಪಾಡೇನು? ಅದರ ದುರ್ಬಲ ಸ್ಥಾನದಲ್ಲಿ ಪ್ರಬಲವಾಗಿ ರಷ್ಯ ಬೇರೂರಿಬಿಡುವುದೇನೊ? ಆಟೊಮನ್ ಸಾಮ್ರಾಜ್ಯ ಸಂಪೂರ್ಣ ನಾಶವಾದರೆ ಅದರ ಬದಲಿಗೆ ಬೇರಾವ ವ್ಯವಸ್ಥೆಯನ್ನು ಮಾಡಬೇಕು? ಎಂಬುದು ಪೌರ್ವಾತ್ಯ ಸಮಸ್ಯೆಯ ಪ್ರಶ್ನೆಯಾಗಿತ್ತು. ಇದೇ ಸಮಯದಲ್ಲಿ ಬಹುಸಂಖ್ಯಾತ ಕ್ರೈಸ್ತ ಯೂರೋಪ್‌ನಲ್ಲಿ ಸಣ್ಣ ಇಸ್ಲಾಂ ಧರ್ಮ ಕಾಣಿಸಿಕೊಂಡುದುದು ಅಲ್ಲಿನ ಕ್ರಿಶ್ಚಿಯನ್ನರಿಗೂ ಮತ್ತು ಮುಸ್ಲಿಮರಿಗೂ ಕೋಮು ಭಾವನೆಯ

ಮತೀಯ ಕಲಹವನ್ನುಂಟು ಮಾಡಿತು. ಅಲ್ಲಿನ ಜನತೆ ಈ ರೀತಿಯ ಮತೀಯ ಕಲಹ ಮತ್ತು ಮುಸ್ಲಿಂ ನಿರಂಕುಶಾಡಳಿತದಿಂದ ನೊಂದು ಸುಲ್ತಾನನ ವಿರುದ್ಧ ದಂಗೆಯೇಳುವಂತಾದರು. ಇದೇ ಸಮಯದಲ್ಲಿ ರಷ್ಯಾವು ತಾನು ಪೀಟರ್ ಮಹಾಶಯ ಮತ್ತು ಕ್ಯಾಥರೀನ್ ರಾಣಿಯ ಕಾಲದಿಂದಲೂ ಹೊಂದಿದ್ದಂತಹ ದಕ್ಷಿಣಾಭಿಮುಖ ಪ್ರದೇಶದ ಸಾಮ್ರಾಜ್ಯ ವಿಸ್ತರಣೆಯ ಆಕಾಂಕ್ಷೆಯನ್ನು ಈ ಸಮಯದಲ್ಲಿ ಮುಂದುವರೆಸಲು ಪ್ರಯತ್ನಿಸಿತು. ಅದರಂತೆ ರಷ್ಯಾ ಕಪ್ಪುಸಮುದ್ರ ಬಾಸ್ಪರಸ್ ಮತ್ತು ಡಾರ್ಡನಲ್ಸ್ ಜಲಸಂಧಿಗಳ ಮೇಲೆ ತನ್ನ ಅಧಿಪತ್ಯವನ್ನು ಸ್ಥಾಪಿಸಿ ಮೆಡಿಟರೇನಿಯನ್ ಸಮುದ್ರಕ್ಕೆ ಪ್ರವೇಶಾವಕಾಶ ದೊರೆಕಿಸಿಕೊಳ್ಳುವುದು ರಷ್ಯಾದ ಉದ್ದೇಶವಾಗಿತ್ತು. 1774ರಲ್ಲಿ ರಷ್ಯಾ ಟರ್ಕ್ ಜೊತೆ ಕೈನರ್ಜಿ ಒಪ್ಪಂದ ಮಾಡಿಕೊಂಡು ಆ ಮೂಲಕ ಅಲ್ಲಿನ ಕ್ರೈಸ್ತ ಪ್ರಜೆಗಳ ಹಿತ ಕಾಪಾಡುವ ಹಕ್ಕನ್ನು ಪಡೆದಿತ್ತು. ಅಲ್ಲದೆ ಸ್ವತಃ ಸ್ಲಾವ್ ದೇಶವಾಗಿದ್ದ ರಷ್ಯಾ ಬಾಲ್ಕನ್ ಪರ್ಯಾಯ ದ್ವೀಪದಲ್ಲಿ ವಾಸಿಸುತ್ತಿದ್ದ ಸ್ಲಾವ್ ಜನಾಂಗಗಳ ರಕ್ಷಣೆಯ ಹೊಣೆಯನ್ನೂ ಸಹ ಹೊತ್ತಿತ್ತಲ್ಲದೆ ಅವರುಗಳಿಗೆಲ್ಲಾ ಹಿರಿಯಣ್ಣನಂತೆ ಕಂಡುಬಂದಿತು. ಇದಿಷ್ಟು ಸಾಲದೆಂಬಂತೆ ರಷ್ಯಾ ಅಲ್ಲಿನ ಸುಲ್ತಾನನ ಅಸ್ತಿತ್ವವನ್ನೇ ನಿರ್ನಾಮ ಮಾಡಿ ಆತನ ಸ್ಥಾನವನ್ನೇ ತಾನು ಆಕ್ರಮಿಸಿಕೊಳ್ಳುವ ಹಾದಿಯಲ್ಲಿ ಮುನ್ನಡೆಯಿತು. ಈ ರೀತಿಯ ರಷ್ಯಾದ ದುರಾಕ್ರಮಣವನ್ನು ಮನಗಂಡ ಫ್ರಾನ್ಸ್ ಮತ್ತು ಇಂಗ್ಲೆಂಡ್‌ಗಳು ಬಾಲ್ಕನ್ ಪ್ರದೇಶದಲ್ಲಿನ ಅದರ ವಸಾಹತು ನಿರ್ಮಾಣ ಕ್ರಮವನ್ನು ಮೊಟಕುಗೊಳಿಸಿ ಯೂರೋಪಿನಲ್ಲೇ ಅದರ ಪ್ರಭಾವವನ್ನು ಕಡಿಮೆಗೊಳಿಸಲು ಬಲು ಬೇಗನೆ ಮುಂದಾದವು.

ರಷ್ಯಾದಂತೆ ಬಾಲ್ಕನ್ ಪ್ರದೇಶಕ್ಕೆ ಹತ್ತಿರವಾಗಿದ್ದ ಆಸ್ಟ್ರಿಯಾ ತನಗೆ ಕೊರತೆಯಾಗಿದ್ದ ವಿಶಾಲ ಕರಾವಳಿ ಪ್ರದೇಶ ಮತ್ತು ವಾಣಿಜ್ಯವನ್ನು ವಿಸ್ತರಿಸಿ ಅಭಿವೃದ್ಧಿಪಡಿಸಬೇಕೆಂದು, ಅದನ್ನು ಬಾಲ್ಕನ್ ಪರ್ಯಾಯ ದ್ವೀಪದಲ್ಲಿ ಮುಂದುವರಿಸಬೇಕೆಂಬ ಆಸೆಯನ್ನು ಹೊಂದಿತ್ತು. ಪ್ರತಿಗಾಮಿ ನೀತಿಯುಳ್ಳವನಾಗಿದ್ದ ಆಸ್ಟ್ರಿಯಾದ ಮೆಟರ್ನಿಕ್‌ನು ಬಾಲ್ಕನ್ ಪ್ರದೇಶದ ಮೇಲೆ ರಷ್ಯಾ ಇಟ್ಟಿದ್ದ ದುರಾಕ್ರಮಣದ ಆಸೆಯನ್ನು ಮನಗಂಡು ತನ್ನ ಲೆಜಿಟಮಸಿ ತತ್ವದಂತೆ ಆ ಪ್ರದೇಶದಲ್ಲಿ ಬೇರಾವುದೇ ರಾಷ್ಟ್ರದ ಕ್ರಾಂತಿಕಾರಿ ಚಟುವಟಿಕೆಯನ್ನು ಸಹಿಸುವುದಿಲ್ಲವೆಂತಲೂ ಸುಲ್ತಾನನ ಸಿಂಹಾಸನ ಹಾಗೆಯೇ ಇರಬೇಕೆಂದು ಗುಡುಗಿದನು.

ಈ ವೇಳೆಗೆ ಬಾಲ್ಕನ್ ಪ್ರದೇಶದಲ್ಲಿನ ಸ್ಲಾವ್ ಜನಾಂಗವು ರಷ್ಯಾದ ಪ್ರಭಾವದಿಂದ ತನ್ನ ಐಕ್ಯಮತ್ಯಕ್ಕಾಗಿ ಚಳುವಳಿಯನ್ನು ಪ್ರಾರಂಭಿಸಿತು. ಈ ಚಳುವಳಿಯನ್ನು ಕಂಡ ಆಸ್ಟ್ರಿಯಾ ಬಹಳ ಗಾಬರಿಗೊಂಡಿತು. ಏಕೆಂದರೆ ಅದರ ಪ್ರಭಾವ ತನ್ನ ದೇಶದಲ್ಲಿ ವಾಸಿಸುತ್ತಿದ್ದ ಸ್ಲಾವ್ ಜನಾಂಗದ ಮೇಲೂ ಉಂಟಾಗಬಹುದೆಂಬ ಭಯ ಅದನ್ನು ಕಾಡುವಂತಾಯಿತು. ಅಧಿಕ ಸಂಖ್ಯೆಯಿಂದ ಕೂಡಿದ್ದ ಸ್ಲಾವ್ ರಾಷ್ಟ್ರವಾದ ಸರ್ಬಿಯಾವನ್ನು ಅವರಲ್ಲುಂಟಾಗುತ್ತಿದ್ದ ರಾಷ್ಟ್ರೀಯ ಐಕ್ಯಮತ್ಯದ ಚಳುವಳಿಯನ್ನು ಸಂಪೂರ್ಣವಾಗಿ ಹತ್ತಿಕ್ಕಿ ಅದನ್ನು ನಿರ್ಮೂಲನ ಮಾಡಬೇಕೆಂಬ ಉದ್ದೇಶವನ್ನು ಆಸ್ಟ್ರಿಯಾ ಹೊಂದಿತ್ತು. ಈ ರೀತಿ ಆಸ್ಟ್ರಿಯಾ ಸರ್ಬಿಯಾದ ಮೇಲೆ ತಾಳಿದ್ದ ವೈರತ್ವದ ಕಿಡಿ 1914ರಲ್ಲಿ ಇವೆರಡು ರಾಷ್ಟ್ರಗಳ ನಡುವೆ ಸ್ಫೋಟಗೊಂಡ ಪ್ರಥಮ ಮಹಾಯುದ್ಧಕ್ಕೆ ಕಾರಣವಾದುದ್ದನ್ನು ನಾವು ಇಲ್ಲೇ ತಿಳಿಯಬಹುದು.

ಬಾಲ್ಕನ್ ಪ್ರದೇಶದಲ್ಲಿ ಆಗಾಗ್ಗೆ ಕಾಣಿಸಿಕೊಳ್ಳುತ್ತಿದ್ದ ರಾಷ್ಟ್ರೀಯ ಸ್ವತಂತ್ರ ಚಳುವಳಿಗಳಿಗೆ ಇಂಗ್ಲೆಂಡ್ ಮತ್ತು ಫ್ರಾನ್ಸ್‌ಗಳು ತಮ್ಮ ಬೆಂಬಲವನ್ನು ಸೂಚಿಸುತ್ತಲೇ ಇದ್ದವು. ಹಾಗೆಯೇ ಆ ಪ್ರದೇಶದಲ್ಲಿ ರಷ್ಯಾ ಆಕ್ರಮಣ ಮಾಡಿದರೆ ಅದು ಇಂಗ್ಲೆಂಡ್‌ನ ಪೂರ್ವ ಭಾಗದಲ್ಲಿನ ಎಲ್ಲಾ ವ್ಯಾಪಾರ ವಾಣಿಜ್ಯಾಸಕ್ತಿಗಳಿಗೆ ಧಕ್ಕೆ ಉಂಟಾಗಬಹುದೆಂದು ಅಲ್ಲಿನ ರಾಜನೀತಿಜ್ಞರು ಅಭಿಪ್ರಾಯಪಟ್ಟಿದ್ದರು. ಇದರಿಂದ ಅಲ್ಲಿಗೆ ರಷ್ಯಾದ ಪ್ರವೇಶವನ್ನು ಸಂಪೂರ್ಣವಾಗಿ ತಡೆಗಟ್ಟಿ, ಟರ್ಕ್ ಸಾಮ್ರಾಜ್ಯವನ್ನು ಭದ್ರವಾಗಿರಿಸುವುದು ಇಂಗ್ಲೆಂಡ್‌ನ ಪಾಮರ್‌ಸ್ವನ್‌ನ ನೀತಿಯಾಗಿತ್ತು. ಬಾಲ್ಕನ್‌ನ ಸಂಪದ್ಭರಿತ ಪ್ರದೇಶಗಳನ್ನು ತನ್ನ ವಶದಲ್ಲಿಟ್ಟುಕೊಂಡು ತನ್ನ ಅಭಿವೃದ್ಧಿಯನ್ನು ಸಾಧಿಸುವುದು ಇಂಗ್ಲೆಂಡ್‌ನ ಧೋರಣೆಯಾಗಿತ್ತು. ಈ ವಿಷಯದಲ್ಲಿ ಫ್ರಾನ್ಸ್ ಇಂಗೆಂಡ್‌ಗಿಂತಲೂ ಮುಂದೆ ಇದ್ದಿತೆನ್ನಬಹುದು. ಅದು ಮೊದಲಿನಿಂದಲೂ ಟರ್ಕ್ ಸಾಮ್ರಾಜ್ಯದ ಮಿತ್ರ ದೇಶವಾಗಿದ್ದು ಅಲ್ಲಿನ ವ್ಯಾಪಾರ ವಾಣಿಜ್ಯದ ಬಗ್ಗೆ ತನ್ನ ವಿಶೇಷಾಧಿಕಾರವನ್ನು ಗಳಿಸಿತಲ್ಲದೆ ಬಾಲ್ಕನ್ ಪ್ರದೇಶದ ಕ್ರೈಸ್ತ ಪ್ರಜೆಗಳ, ಅವರ ಪವಿತ್ರ ಕ್ಷೇತ್ರಗಳ ಸಂರಕ್ಷಣೆಯ ಜವಾಬ್ದಾರಿಯನ್ನು ಸಹ ಹೊತ್ತಿತ್ತು. ಅದ್ದರಿಂದ ತನ್ನ ವ್ಯಾಪಾರ, ವಾಣಿಜ್ಯ, ವಸಾಹತನ್ನು ಮತ್ತಷ್ಟು ಆ ಪ್ರದೇಶದಲ್ಲಿ ವಿಸ್ತರಿಸಬೇಕೆಂಬ ಮಹಾದಾಸೆಯನ್ನು ಫ್ರಾನ್ಸ್ ಹೊಂದಿತ್ತು. ಟರ್ಕ್ ಸಾಮ್ರಾಜ್ಯದಲ್ಲಿ ಪ್ರವೇಶಿಸುವ ವಿಚಾರದಲ್ಲಿ ಜರ್ಮನಿಯು ಸಹ ಹಿಂದೆ ಬಿದ್ದಿರಲಿಲ್ಲವೆನ್ನಬಹುದು. 1878ರಲ್ಲಿ ಬರ್ಲಿನ್ ಕಾಂಗ್ರೆಸ್ಸಿನ ಅಧ್ಯಕ್ಷ ಸ್ಥಾನವನ್ನಲಂಕರಿಸಿದ್ದ ಜರ್ಮನಿಯ ಛಾನ್ಸಲರ್ ಬಿಸ್ಮಾರ್ಕ್ ಆಸ್ಟ್ರಿಯಾದ ಸ್ನೇಹ ಸಂಪಾದಿಸುವ ದೃಷ್ಟಿಯಿಂದ ಅದರ ವೈರಿಯಾಗಿದ್ದ ರಷ್ಯಾವನ್ನು ಬಾಲ್ಕನ್‌ನಲ್ಲಿ ಮುನ್ನುಗ್ಗದಂತೆ ತಡೆದನು. ನಂತರ ಜರ್ಮನಿಯು ಟರ್ಕಿಯ ಜೊತೆ ಸ್ನೇಹ, ಸೌಹಾರ್ದ ಬೆಳೆಸಿಕೊಂಡಿದ್ದಷ್ಟೇ ಅಲ್ಲದೆ ದೊರೆ ಎರಡನೆ ವಿಲಿಯಂನ ಕಾಲದಲ್ಲಿ ತನ್ನ ರಾಜಧಾನಿ ಬರ್ಲಿನ್‌ನಿಂದ ಬಾಗ್ದಾದ್‌ಗೆ ರೈಲ್ವೆ ಹಳಿಯನ್ನು ಹಾಕಿ ಎರಡೂ ರಾಷ್ಟ್ರಗಳ ವ್ಯಾಪಾರ ವಾಣಿಜ್ಯವನ್ನು ಅಭಿವೃದ್ಧಿಪಡಿಸಬೇಕೆಂಬ ಉದ್ದೇಶ ಹೊಂದಿತ್ತು.

ಈ ರೀತಿಯ ಅನೇಕ ವಿದೇಶಿ ಶಕ್ತಿಗಳು ಬಾಲ್ಕನ್‌ನಲ್ಲಿ ಪ್ರವೇಶಿಸುತ್ತಿದ್ದರಿಂದ ಪೌರ್ವಾತ್ಯ ಪ್ರದೇಶದ ಪ್ರಶ್ನೆ ಅತ್ಯಂತ ಜಟಿಲತೆಯಿಂದ ಕೂಡಿದ್ದಿತೆನ್ನಬಹುದು. ಟರ್ಕಿ ಸುಲ್ತಾನನನ್ನು ವಿದೇಶಿ ಶಕ್ತಿಗಳು ಸುತ್ತುವರಿದಿರುವುದಕ್ಕಿಂತ ಹೆಚ್ಚಾಗಿ ಬಾಲ್ಕನ್‌ನ ಆಂತರಿಕ ಸಮಸ್ಯೆಗಳು ಆತನನ್ನು ಕಾಡುತ್ತಿದ್ದವು. ಅಲ್ಲಿನ ಪ್ರಾಂತೀಯ ಗವರ್ನರ್‌ಗಳು ಸುಲ್ತಾನನ ಅಧೀನವರ್ತಿಗಳಾಗಿರದೆ ತಮ್ಮದೇ ಸ್ವತಂತ್ರ ನೀತಿಯನ್ನು ರೂಪಿಸಿಕೊಂಡಿದ್ದರು. ಮೊದಲು ಅತ್ಯಂತ ದರ್ಪಿಷ್ಟ ಹಾಗೂ ಶಕ್ತಿಯುತವಾಗಿ ಕೂಡಿದ್ದ ಸುಲ್ತಾನನ ಸೈನ್ಯ ಕಾಲಕಳೆದಂತೆ ನಿಸ್ತೇಜಿತವಾದುದಲ್ಲದೆ ಸಾಮ್ರಾಜ್ಯವನ್ನು ನಿಯಂತ್ರಿಸಲು ಅಸಮರ್ಥವಾಯಿತು. ಈಜಿಪ್ಟ್‌ನಲ್ಲಿ ಮಹಮದಾಲಿ ಮತ್ತು ಆಲ್ಬೇನಿಯಾದ ಆಲಿಯು ತಮ್ಮ ತಮ್ಮ ಸ್ವತಂತ್ರ ಪ್ರಭುತ್ವದ ತಳಹದಿಗೆ ಈ ರಾಷ್ಟ್ರಗಳಲ್ಲಿ ಅಡಿಪಾಯ ಹಾಕಲು ಮುಂದಾದರು. ಫ್ರಾನ್ಸಿನ ಮಹಾಕ್ರಾಂತಿಯ ತತ್ವಗಳು ಮತ್ತು ನೆಪೋಲಿಯನ್ ಯೂರೋಪಿನ ರಾಷ್ಟ್ರಗಳ ಮೇಲೆ ಕೈಗೊಂಡ ಯುದ್ಧ ಮತ್ತು ದಂಡಯಾತ್ರೆಗಳು ಬಾಲ್ಕನ್ ಜನತೆಯಲ್ಲೂ ರಾಷ್ಟ್ರೀಯ ಭಾವನೆಯನ್ನು ಮೂಡಿಸಿದ್ದವು. ಸರ್ಬಿಯನ್ನರು, ಗ್ರೀಕರು, ರುಮೇನಿಯನ್ನರು, ಬೋಸ್ನಿಯನ್ನರು ಸುಲ್ತಾನನ ನಿರಂಕುಶಾಡಳಿತದ ವಿರುದ್ಧ ದಂಗೆಯೆದ್ದು ತಮ್ಮ ತಮ್ಮ ರಾಷ್ಟ್ರಗಳ ಸ್ವಾತಂತ್ರ್ಯ ಪಡೆದು ಐಕ್ಯತೆಯಿಂದಿರಲು ಆತುರರಾದರು. ಆದ್ದರಿಂದ ಬಾಲ್ಕನ್‌ನಲ್ಲಿನ ಕ್ರೈಸ್ತ ದೇಶಗಳ ಸ್ವಾತಂತ್ರ್ಯ ಹೋರಾಟ ಮೊದಲನೇ ಮಹಾಯುದ್ಧದ ತನಕ ಮುಂದುವರಿದು ಆ ದೇಶಗಳು ಸ್ವಾತಂತ್ರ್ಯ ಪಡೆದ ಹಾದಿಯನ್ನು ನಾವು ಮೂರು ಭಾಗಗಳಾಗಿ ವಿಂಗಡಿಸಿಕೊಂಡು ಅಧ್ಯಯನ ಮಾಡಬಹುದು.

1. ಸರ್ಬಿಯನ್ನರ ಸ್ವಾತಂತ್ರ್ಯದಿಂದಿಡಿದು 1856ರ ವರೆಗಿನ ಪ್ಯಾರಿಸ್ ಒಪ್ಪಂದದವರೆಗೆ.
2. ಪ್ಯಾರಿಸ್ ಒಪ್ಪಂದದಿಂದ ಬರ್ಲಿನ್ ಒಪ್ಪಂದದವರೆಗೆ (1856ರಿಂದ 1878)
3. ಬರ್ಲಿನ್ ಒಪ್ಪಂದದಿಂದ ಬುಖಾರೆಸ್ಟ್ ಒಪ್ಪಂದದ ತನಕ (1878ರಿಂದ 1913–14ರ ಪ್ರಥಮ ಮಹಾಯುದ್ಧದವರೆಗೂ)

ಸರ್ಬಿಯಾದ ಸ್ವಾತಂತ್ರ್ಯ ಹೋರಾಟ:

ಟರ್ಕ್‌ರ ದರ್ಪಿಷ್ಟ ಪ್ರಭುತ್ವದ ವಿರುದ್ಧ ಬಾಲ್ಕನ್ ಪ್ರದೇಶದಲ್ಲಿ ಮೊದಲು ದಂಗೆಯೆದ್ದವರೆಂದರೆ ಸರ್ಬಿಯನ್ನರು. ಇವರು 1804ರಲ್ಲಿ ಕಾರಜಾರ್ಜ್‌ನ ನೇತೃತ್ವದಲ್ಲಿ ಸರ್ಬಿಯಾದ ಸ್ವಾತಂತ್ರ್ಯಕ್ಕಾಗಿ ದಂಗೆಯೆದ್ದು ಅಲ್ಲಿನ ತುರ್ಕರನ್ನು ತಮ್ಮ ರಾಜ್ಯ ಬಿಟ್ಟುಹೋಗುವಂತೆ ಮಾಡಿದರು. 1813ರ ವೇಳೆಗೆ ತುರ್ಕರು ಮತ್ತೆ ಸರ್ಬಿಯವನ್ನು ತಮ್ಮ ಆಳ್ವಿಕೆಗೆ ಒಳಪಡಿಸಿಕೊಂಡರು. ಮತ್ತೆ ಕಾರಜಾರ್ಜ್‌ನ ನೇತೃತ್ವದಲ್ಲಿ ಸ್ವಾತಂತ್ರ್ಯಕ್ಕಾಗಿ ಹೋರಾಟ ಉಗ್ರರೂಪ ತಾಳಿತು. ಜಾರ್ಜ್‌ನ ನೇತೃತ್ವದಲ್ಲಿ ಮುಂದುವರೆಯುತ್ತಿದ್ದ ಸ್ವಾತಂತ್ರ್ಯದ ಹೋರಾಟದ ಯಶಸ್ಸನ್ನು ಸಹಿಸದ ಮಿಲೋಷ್ ಒಬ್ರೊನೊವಿಕ್‌ನ ವಿರೋಧಿ ಗುಂಪು ಕಾರಜಾರ್ಜ್‌ನನ್ನು 1817ರಲ್ಲಿ ಕೊಲೆಗೈದಿತು. ಆದರೆ ಟರ್ಕ್‌ರ ವಿರುದ್ಧ ಒಬ್ರೊನೊವಿಕ್‌ನ ನೇತೃತ್ವದಲ್ಲಿ ಹೋರಾಟ ಮುಂದುವರೆಯಿತು. ಸಂಪೂರ್ಣ ಸ್ವಾತಂತ್ರ್ಯ ಪಡೆಯುವುದು ಒಬ್ರೊನೊವಿಕ್‌ನ ದೃಢ ನಿಲುವಾಗಿದ್ದಿತು. ಇದೇ ಸಮಯದಲ್ಲಿ ರಷ್ಯಾವು ಸಹ ಸರ್ಬಿಯನ್ನರ ಸ್ವಾತಂತ್ರ್ಯ ಹೋರಾಟಕ್ಕೆ ತನ್ನ ಬೆಂಬಲ ನೀಡಿತು. ಹೋರಾಟ ಉಗ್ರರೂಪ ತಳೆದುದನ್ನು ಮನಗಂಡ ಅಸಮರ್ಥ ಟರ್ಕಿ ಸುಲ್ತಾನ ಸರ್ಬಿಯಾಕ್ಕೆ ಆಂತರಿಕ ಸ್ವಾತಂತ್ರ್ಯ ನೀಡುವ ಭರವಸೆ ನೀಡಿದನಲ್ಲದೆ ಒಬ್ರೊನೊವಿಕ್‌ನನ್ನು 1830ರಲ್ಲಿ "ಸರ್ಬಿಯನ್ನರ ಅನುವಂಶಿಕ ಅರಸೊತ್ತಿಗೆಯ ರಾಜಕುಮಾರ"ನೆಂಬುದಾಗಿ ಗೌರವಿಸಿದನು. ನಂತರ ಟರ್ಕಿ ಸಾಮ್ರಾಜ್ಯ ಅವನತಿ ಹಿಡಿದ ಮೇಲೆ ಸರ್ಬಿಯ ಟರ್ಕ್‌ನಿಂದ ಬೇರ್ಪಟ್ಟಿದ್ದುದಲ್ಲದೆ ತನ್ನ ಸಂಪೂರ್ಣ ಸ್ವಾತಂತ್ರ್ಯ ಘೋಷಿಸಿಕೊಂಡಿತು. ಬೆಲ್‌ಗ್ರೇಡ್ ನಗರವನ್ನು ತನ್ನ ರಾಜಧಾನಿಯನ್ನಾಗಿ ಮಾಡಿಕೊಂಡಿತು.

ಗ್ರೀಕರ ಸ್ವಾತಂತ್ರ್ಯ ಚಳುವಳಿ (1814–1832):

ಸರ್ಬಿಯನ್ನರ ನಂತರ ಬಾಲ್ಕನ್ ಪ್ರದೇಶದಲ್ಲಿ ಸ್ವಾತಂತ್ರ್ಯಕ್ಕಾಗಿ ಹೋರಾಟ ನಡೆಸಿ ಯಶಸ್ವಿಯಾದ ಮತ್ತೊಂದು ರಾಜ್ಯವೆಂದರೆ ಗ್ರೀಕರೆನ್ನಬಹುದು. ಟರ್ಕ್‌ರ ನಿರಂಕುಶಾಡಳಿತದಿಂದ ಬೇಸತ್ತಿದ್ದ ಗ್ರೀಕರಲ್ಲಿ ಫ್ರಾನ್ಸಿನ ಮಹಾಕ್ರಾಂತಿಯ ತತ್ವಗಳು ಅವರನ್ನು ಎಚ್ಚರಗೊಳ್ಳುವಂತೆ ಮಾಡಿದವು. ಹಾಗೆಯೇ ಗ್ರೀಕರಲ್ಲುಂಟಾದ ಸಾಹಿತ್ಯ ಜ್ಞಾನದ ಪುನರುಜ್ಜೀವನ ಅವರನ್ನು ಹೊಸದೊಂದು ಪ್ರಪಂಚಕ್ಕೆ ಕೊಂಡೊಯ್ಯುವಂತೆ ಮಾಡಿತು. ಪ್ರಸಿದ್ಧ ತತ್ವಜ್ಞಾನಿಗಳಾದ ಅರಿಸ್ಟಾಟಲ್, ಪ್ಲೇಟೊ, ಹೆರೋಡೋಟಸ್ ಮುಂತಾದವರ ಮಹಾಕಾವ್ಯಗಳನ್ನು ಜನತೆ ಸುಲಭವಾಗಿ ಓದಿ ಅರ್ಥಮಾಡಿಕೊಳ್ಳುವಂತಾದರು. ಈ ದಿಸೆಯಲ್ಲಿ ಗ್ರೀಕ್ ವಿದ್ವಾಂಸ ಕೊರೇಸ್‌ನ ಶ್ರಮ ಶ್ಲಾಘನೀಯವಾದುದೆನ್ನಬಹುದು. ಈತನು ಗ್ರೀಕ್ ಭಾಷೆಯನ್ನು ಸರಳಗೊಳಿಸಿ ಜನತೆ ಆ ವಿದ್ವಾಂಸರ ಕೃತಿಗಳನ್ನು ಸುಲಭವಾಗಿ ಓದಿ ಅರ್ಥಮಾಡಿಕೊಳ್ಳುವಂತೆ ಮಾಡಿದನಲ್ಲದೆ ಅವರ ಜ್ಞಾನದ ಕಣ್ಣನ್ನು ತೆರೆಸಿದನೆನ್ನಬಹುದು. 1814ರಲ್ಲಿ ಗ್ರೀಸ್‌ನಲ್ಲಿ ಸ್ಥಾಪಿತವಾದ ಮಿತ್ರ ಮಂಡಳಿ ಎಂಬ ಸಂಘವು ಸಹ ಜನತೆಯನ್ನು ಸ್ವಾತಂತ್ರ್ಯ ಚಳುವಳಿಯ ಹೋರಾಟದಲ್ಲಿ ಭಾಗವಹಿಸುವಂತೆ ಮಾಡಲು ಅಪಾರವಾಗಿ ಶ್ರಮಿಸಿತು. ಇದು ಟರ್ಕರನ್ನು ತಮ್ಮ ರಾಜ್ಯದಿಂದ ಹೊರಹಾಕುವುದಷ್ಟೇ ಅಲ್ಲದೆ ತಮ್ಮ ದೇಶದ ಪ್ರಾಗೈತಿಹಾಸಿಕ ಭವ್ಯ ಇತಿಹಾಸದ ಮೇಲೆ ರಾಷ್ಟ್ರದ ಭದ್ರ ಕಟ್ಟಡವನ್ನು

ಕಟ್ಟಬೇಕೆಂದು ಜನತೆಗೆ ಸಾರಿತು. ತಮ್ಮ ರಾಜ್ಯದ ಸ್ವಾತಂತ್ರ್ಯಕ್ಕಾಗಿ ಈ ರೀತಿ ಉತ್ತೇಜಿತಗೊಂಡ ಜನತೆ 1821ರಲ್ಲಿ ಅಲೆಗ್ಸಾಂಡರ್ ಇಪ್ಸಿಲಾಂಟಿಯ ನಾಯಕತ್ವದಲ್ಲಿ ಗ್ರೀಕ್‌ನ ಉತ್ತರ ಭಾಗದಲ್ಲಿ ಟರ್ಕ್ ದುರಾಡಳಿತದ ವಿರುದ್ಧ ದಂಗೆಯೆದ್ದರು. ಶಕ್ತಿ ಸಾಮರ್ಥ್ಯದಲ್ಲಿ ಸ್ವಲ್ಪ ದುರ್ಬಲವಾಗಿದ್ದ ಈ ಗುಂಪು ನೇರವಾಗಿ ಸುಲ್ತಾನನ ಸೈನ್ಯವನ್ನು ಎದುರಿಸಲು ಸಾಧ್ಯವಾಗದ ಕಾರಣ ತಮ್ಮ ಕ್ರೈಸ್ತ ಜನಾಂಗದ ಆಪದ್ಬಾಂದವನಂತಿದ್ದ ರಷ್ಯಾದ ಸಹಾಯವನ್ನು ಕೇಳಿಕೊಂಡಿತು. ಈ ಸಮಯದಲ್ಲಿ ರಷ್ಯಾ ಗ್ರೀಸಿನ ಸ್ವಾತಂತ್ರ್ಯ ಚಳುವಳಿಗೆ ಸಹಾಯ ಹಸ್ತ ನೀಡಬೇಕನ್ನುವಷ್ಟರಲ್ಲಿ ಆಸ್ಟ್ರಿಯಾದ ಪ್ರತಿಗಾಮಿ ನೀತಿಯ ಪ್ರವರ್ತಕನಾದ ಛಾನ್ಸಲರ್ ಮೆಟರ್ನಿಕ್‌ನ ಪ್ರಭಾವಕ್ಕೊಳಗಾಯಿತು. ಈತ ರಷ್ಯಾ ಗ್ರೀಸಿಗೆ ಬೆಂಬಲ ನೀಡುವುದನ್ನು ತಡೆದು ಗ್ರೀಸಿನಲ್ಲಿ ಉದ್ಭವಿಸಿದ ಸ್ವಾತಂತ್ರ್ಯದ ಜ್ಯೋತಿ ತನ್ನಷ್ಟಕ್ಕೆ ತಾನೇ ನಂದಿಹೋಗಬೇಕೆಂದು ಅದಕ್ಕೆ ಬೇರಾವ ರಾಷ್ಟ್ರ ಸಹಾಯ ಮಾಡಿ ಅದನ್ನು ಪ್ರಜ್ವಲಿಸುವಂತೆ ಮಾಡಬಾರದೆಂಬುದಾಗಿ ತಿಳಿಸಿದನು. ಯಾವುದೇ ವಿದೇಶಿ ಪ್ರಬಲ ಶಕ್ತಿಯ ಬೆಂಬಲ ದೊರೆಯದ ಕಾರಣ ಇಪ್ಸಿಲಾಂಟಿ ಟರ್ಕ್ ಸೈನ್ಯಕ್ಕೆ ಸೋತು ಆಸ್ಟ್ರಿಯಾಕ್ಕೆ ಗಡಿಪಾರಾದನು.

ಗ್ರೀಸ್‌ನ ಸ್ವಾತಂತ್ರ್ಯ ಚಳುವಳಿಯನ್ನು ಇಪ್ಸಿಲಾಂಟಿಯ ಗಡಿಪಾರಿನೊಂದಿಗೆ ಉಪಶಮನ ಮಾಡಿದಂತೆ ಎಂದು ಟರ್ಕ್ ಸೈನ್ಯ ತಿಳಿದುಕೊಂಡಿತು. ಆದರೆ ತಕ್ಷಣವೇ ಗ್ರೀಸ್ ಜನತೆ ತಮ್ಮ ಹೋರಾಟವನ್ನು ಮುಂದುವರೆಸಿ 1821ರಲ್ಲಿ ಮೊರಿಯಾ ಎಂಬ ಸ್ಥಳದಲ್ಲಿ ಉಗ್ರವಾಗಿ ಟರ್ಕ್‌ರ ವಿರುದ್ಧ ದಂಗೆಯೆದ್ದಿತು. 1821ರಲ್ಲಿ ಪ್ರಾರಂಭವಾದ ಈ ಉಗ್ರಹೋರಾಟ ಹಲವು ಭಯಾನಕ ಕೃತ್ಯಗಳನ್ನು ಕಂಡಿತು. ಟರ್ಕರು ಕಾನ್‌ಸ್ಟಾಂಟಿನೋಪಲ್‌ನಲ್ಲಿನ ಗ್ರೀಕರನ್ನು ಅಮಾನುಷ ರೀತಿಯಲ್ಲಿ ಹತ್ಯೆಗೈದರು. ಚರ್ಚಿನ ಮುಖ್ಯ ಪಾದ್ರಿಯಾಗಿದ್ದ ಪೆಟ್ರಿಯಾರ್ಕ್‌ನನ್ನು ಟರ್ಕ್ ಸೈನ್ಯ ಸೆರೆಹಿಡಿದು ಬಹಿರಂಗವಾಗಿ ನೇಣಿಗೇರಿಸಿತು. ಆತನ ಅನುಯಾಯಿಗಳಾಗಿದ್ದ ಅನೇಕ ಜನರನ್ನು ಸಾಮೂಹಿಕವಾಗಿ ಕೊಲೆಗಯ್ಯಲಾಯಿತು. ಒಟ್ಟಿನಲ್ಲಿ 23,000 ಜನರನ್ನು ಕೊಂದು 43,000 ಜನರನ್ನು ಗುಲಾಮರನ್ನಾಗಿ ಮಾಡಲಾಯಿತು ಎಂದು ಅಲ್ಲಿನ ಒಂದು ಅಂದಾಜಿನಲ್ಲಿ ತಿಳಿಸಲಾಗಿದೆ. ಗ್ರೀಸ್‌ನ ನಾಯಕನೊಬ್ಬನು ತಿಳಿಸಿರುವಂತೆ "ತಾನು ಕೋಟೆಯ ಹೆಬ್ಬಾಗಿಲಿನಿಂದ ಅದರ ಆವರಣದೊಳಕ್ಕೆ ಕುದುರೆಯ ಮೇಲೆ ಹೊರಟಾಗ ತನ್ನ ಕುದುರೆಯ ಕಾಲುಗಳು ಭೂಮಿಯನ್ನು ಮುಟ್ಟಲೇ ಇಲ್ಲ" ಎಂಬುದನ್ನು ನೆನಪಿಸಿಕೊಂಡರೆ ನಿಜಕ್ಕೂ ಮೈ ಜುಮ್ಮೆನ್ನುತ್ತದೆ. ಇಷ್ಟಾದರೂ ಗ್ರೀಸ್ ಜನತೆ ತಮ್ಮ ಸ್ವಾತಂತ್ರ್ಯಾಭಿಮಾನಕ್ಕೆ ಅಪಾರ ಬೆಲೆಕೊಟ್ಟು ಹೋರಾಟವನ್ನು ನಿಲ್ಲಿಸದೆ ಮುಂದುವರೆಸಿದರು. ಆದರಿಂದ ಗ್ರೀಸ್‌ನ ಸ್ವಾತಂತ್ರ್ಯ ದಂಗೆಯನ್ನು ಸಂಪೂರ್ಣವಾಗಿ ಧಮನಗೊಳಿಸುವ ದೃಷ್ಟಿಯಿಂದ ಟರ್ಕಿಯ ಸುಲ್ತಾನ ಈಜಿಪ್ಟ್‌ನಲ್ಲಿ ತನ್ನ ಮಾಂಡಲಿಕನಾಗಿದ್ದ ಷಾಮೆಹ್ಮತ್ ಅಲಿಯ ನೆರವನ್ನು ಕೋರಿದನು. ಆಲಿಯು ಸುಲ್ತಾನನ ಕೋರಿಕೆಯ ಮೇರೆಗೆ ತನ್ನ ಮಗನಾದ ಇಬ್ರಾಹಿಂನ ನೇತೃತ್ವದಲ್ಲಿ ಪ್ರಬಲ ಸೈನ್ಯವನ್ನು 1825ರಲ್ಲಿ ಮೊರಿಯಾಕ್ಕೆ ಕಳುಹಿಸಿದನು. ಅಧಿಕ ಸಂಖ್ಯೆಯ ಗ್ರೀಕ್ ಜನತೆಯ ಪ್ರಾಣವನ್ನು ಹತ್ಯೆ ಮಾಡಿದ ಇಬ್ರಾಹಿಮ್ ಮೊರಿಯಾ, ಅಕ್ರಪೋಲಿಸ್ ಮಿಸಲೋಂಗಿ, ಅಥೇನ್ಸ್ ಮುಂತಾದ ನಗರಗಳನ್ನು ತನ್ನ ಅಧೀನಕ್ಕೆ ತಂದುಕೊಂಡನು.

ಗ್ರೀಸ್‌ನ ಜನತೆಯ ಈ ದಾರುಣ ಹತ್ಯೆಯ ಸ್ಥಿತಿಯನ್ನು ಕಂಡು ಇಡೀ ಯೂರೋಪ್ ಮರುಕಪಟ್ಟಿತು. ಅಲ್ಲದೆ ಪ್ರಪಂಚದ ನಾಗರೀಕತೆಯ ತೊಟ್ಟಿಲೆನಿಸಿಕೊಂಡಿದ್ದ ಗ್ರೀಕ್ ಇಂತಹ ವಿದೇಶಿ ಶಕ್ತಿಗಳ ಹಿಡಿತದಲ್ಲಿರುವುದನ್ನು ಕಂಡು ಅದಕ್ಕೆ ನೆರವನ್ನು ನೀಡಲು ಮುಂದೆ ಬಂದಿತು. ಫ್ರಾನ್ಸ್, ಇಂಗ್ಲೆಂಡ್, ಜರ್ಮನಿ, ಸ್ವಿಡ್ಸರ್‌ಲ್ಯಾಂಡ್ ಮುಂತಾದ ದೇಶಗಳು ಗ್ರೀಕರಿಗೆ ಧನ, ಆಹಾರ ಮುಂತಾದ ಸಾಮಗ್ರಿಗಳನ್ನು ನೀಡಿದುದಲ್ಲದೆ ಸೈನ್ಯದ ನೆರವನ್ನು ನೀಡುವಂತೆ ತಮ್ಮ ರಾಷ್ಟ್ರಗಳ ಸರ್ಕಾರಗಳಲ್ಲಿ ಮನವಿ ಮಾಡಿಕೊಂಡವು. ಇಂತಹ ಸಮಯದಲ್ಲಿ ಇಂಗ್ಲೆಂಡ್‌ನ ಲಾರ್ಡ್ ಕ್ಯಾನಿಂಗ್ ಟರ್ಕ್ ಗ್ರೀಸಿನೊಡನೆ ನಡೆಸುತ್ತಿದ್ದ ಪೈಶಾಚಿಕ ಕೃತ್ಯವನ್ನು ನಿಲ್ಲಿಸಿ ಅದರೊಡನೆ ಸ್ನೇಹತ್ವದಿಂದ ಇರಬೇಕೆಂದು ತಿಳಿಸಿದನು. ರಷ್ಯಾವೊಂದೇ ಬಾಲ್ಕನ್ ಪರ್ಯಾಯ ದ್ವೀಪದಲ್ಲಿ ಪ್ರವೇಶಿಸುವ ಮತ್ತು ಅಲ್ಲಲ್ಲಿ ಅದು ಹಿರಿಯಣ್ಣನಂತೆ ವರ್ತಿಸುವ ರೀತಿಯನ್ನು ನಿಲ್ಲಿಸಲು ಕ್ಯಾನಿಂಗ್ ಮುಂದಾದನು. ಪೌರ್ವಾತ್ಯ ಪ್ರದೇಶದ ಮೇಲೆ ಇಂಗ್ಲೆಂಡ್ ತೋರುತ್ತಿದ್ದ ಆ ಆದರಾಭಿಮಾನವನ್ನು ನೋಡಿಕೊಂಡು ಸುಮ್ಮನೆ ಕುಳಿತಿರುವುದು ಸರಿಯಲ್ಲವೆಂದು ರಷ್ಯಾ ಭಾವಿಸಿತು. 1825ರಲ್ಲಿ ರಷ್ಯಾದ ಸಿಂಹಾಸನವನ್ನೇರಿದ ಒಂದನೇ ನಿಕೋಸನು ಗ್ರೀಕ್‌ರ ಸ್ವಾತಂತ್ರ್ಯ ರಕ್ಷಣೆಯ ಜವಾಬ್ದಾರಿಯನ್ನು ತಾನೂ ಸಹ ಹೊರುವುದಾಗಿ ಮುಂದೆ ಬಂದನು. ಈ ದಿಸೆಯಲ್ಲಿ ಫ್ರಾನ್ಸ್ ಸಹ ತಾನು ಮೊದಲು ಬಾಲ್ಕನ್ ಪ್ರದೇಶದಲ್ಲಿ ಸ್ಥಾಪಿಸಿದ್ದ ಹಕ್ಕುಗಳಿಗಿಂತ ಹೆಚ್ಚಾಗಿ ಈ ಸಮಯದಲ್ಲಿ ಗ್ರೀಸಿನ ಜನತೆಯ ರಕ್ಷಣೆಗೆ ಇನ್ನೂ ಮುಂದೆ ಬಂದಿತು.

ಅಂತಿಮವಾಗಿ ಈ ಮೂರು ರಾಷ್ಟ್ರಗಳು ಗ್ರೀಸಿನ ರಕ್ಷಣೆಯ ಬಗ್ಗೆ ಹೆಚ್ಚಿನ ಒಲವು ತಳೆದಿದ್ದರಿಂದ 1827ರಲ್ಲಿ ಲಂಡನ್‌ನಲ್ಲಿ ಈ ರಾಷ್ಟ್ರಗಳ ನಡುವೆ ಅನೇಕ ಮಾತುಕತೆಗಳು ಜರುಗಿದವು. ಅದರ ಪ್ರತಿಫಲವಾಗಿ ಗ್ರೀಸ್ ಜನತೆಗೆ ಸಂಪೂರ್ಣ ಸ್ವಾತಂತ್ರ್ಯ ಕೊಡುವಂತೆ ಸುಲ್ತಾನ ಎರಡನೆ ಮಹಮ್ಮದನಿಗೆ ಎಚ್ಚರಿಕೆ ನೀಡಿದವು. ಸುಲ್ತಾನ ಈ ರಾಷ್ಟ್ರಗಳ ಸಲಹೆಯನ್ನು ಸಂಪೂರ್ಣವಾಗಿ ತಿರಸ್ಕರಿಸಿದನು. ಸಿಟ್ಟಿಗೆದ್ದ ಮಿತ್ರರಾಷ್ಟ್ರಗಳು ಟರ್ಕ್‌ನ ಮೇಲೆ 1827 ಅಕ್ಟೋಬರ್

20ರಂದು ಯುದ್ಧ ಸಾರಿದವು. ನವರಿನೋ ಎಂಬಲ್ಲಿ ಭೀಕರ ಯುದ್ಧ ಜರುಗಿ ಟರ್ಕ್ ಮತ್ತು ಈಜಿಪ್ಟಿನ ಯುದ್ಧ ನೌಕೆಗಳನ್ನು ಸಂಪೂರ್ಣವಾಗಿ ನಾಶಗೊಳಿಸಲಾಯಿತು. ಈ ಮಧ್ಯೆ ಅಂದರೆ 1828ರ ಆಗಸ್ಟ್‌ನಲ್ಲಿ ಇಂಗ್ಲೆಂಡಿನ ಪ್ರಧಾನಿ ಕ್ಯಾನಿಂಗ್ ಮರಣ ಹೊಂದಿದ್ದರಿಂದ ಇಂಗ್ಲೆಂಡ್ ಯುದ್ಧ ಭೂಮಿಯಿಂದ ಹಿಂತೆಗೆಯಿತು. ಫ್ರಾನ್ಸ್ ಸಹ ಅದೇ ದಾರಿಯನ್ನು ಹಿಡಿಯಿತು. ಈಗ ರಷ್ಯಾವೊಂದೆ ಟರ್ಕಿ ವಿರುದ್ಧ ಹೋರಾಡುವಂತಾಯಿತು. ರಷ್ಯಾವೊಂದೇ ಟರ್ಕ್‌ನ ಮೇಲೆ ಯುದ್ಧ ಮಾಡುತ್ತಿದ್ದುದ್ದನ್ನು ಮನಗಂಡ ಸುಲ್ತಾನನು ಒಂದು ಪತ್ರಿಕೆಯನ್ನು ಹೊರಡಿಸಿ ತನ್ನ ಮೇಲೆ ನಡೆಯುತ್ತಿರುವ ಇಂತಹ ದುರಾಕ್ರಮಣಕ್ಕೆಲ್ಲಾ ರಷ್ಯಾವೇ ಮೂಲ ಕಾರಣವೆಂದು ಘೋಷಿಸಿದನು. ಇದರಿಂದ ಇನ್ನೂ ಸಿಟ್ಟಿಗೆದ್ದಂತಾದ ರಷ್ಯಾ 1828 ಏಪ್ರಿಲ್ 26ರಂದು ಟರ್ಕ್ ಸೈನ್ಯದ ಮೇಲೆ ತನ್ನ ಆಕ್ರಮಣವನ್ನು ಮತ್ತಷ್ಟು ಮುಂದುವರಿಸಿತು. ಒಂದು ವರ್ಷದ ತನಕ ಟರ್ಕ್ ಮತ್ತು ರಷ್ಯಾಗಳ ನಡುವೆ ನಡೆದ ಈ ಯುದ್ಧದಲ್ಲಿ ರಷ್ಯಾ ಸೋತಿತು. ಅಷ್ಟಕ್ಕೆ ಸುಮ್ಮನಾಗದೆ ಕೆಲವೇ ದಿನಗಳಲ್ಲಿ ತನ್ನ ಸೈನಿಕ ಶಕ್ತಿಯನ್ನು ದ್ವಿಗುಣಗೊಳಿಸಿಕೊಂಡು ರಷ್ಯಾ ಕಾನ್‌ಸ್ಟಾಂಟಿನೋಪಲ್‌ಗೆ ಬಂದು ನೆಲೆ ನಿಂತಿತು. ಫ್ರಾನ್ಸ್ ತಾನು ಟರ್ಕ್ ಮೇಲೆ ತಳೆದಿದ್ದ ತನ್ನ ಶಾಂತಿ ನಿಲುವನ್ನು ಬದಲಿಸಿತು. ಕ್ಯಾನಿಂಗ್‌ನ ಸ್ಥಾನದಲ್ಲಿ ಪ್ರಧಾನಿಯಾಗಿ ಬಂದಿದ್ದ ಇಂಗ್ಲೆಂಡ್‌ನ ವೆಲ್ಲಿಂಗ್‌ಟನ್‌ನನ್ನು ಸುಲ್ತಾನನ ಸೈನ್ಯವನ್ನು ಧಮನ ಮಾಡಲು ರಷ್ಯಾದ ಜೊತೆ ಸೇರಬೇಕೆಂದು ಫ್ರಾನ್ಸ್ ಕೇಳಿಕೊಂಡಿತು. ಅದರಂತೆ ವೆಲ್ಲಿಂಗ್‌ಟನ್ ಕ್ರಾಡಿಂಗ್‌ಟನ್ ನೇತೃತ್ವದಲ್ಲಿ ಸೈನ್ಯವನ್ನು ಟರ್ಕ್ ವಿರುದ್ಧ ಹೋರಾಡಲು ಕಳುಹಿಸಿದನು. ಫ್ರೆಂಚ್ ಸೈನ್ಯ ಮೊರಿಯಾಕ್ಕೆ ಬರುವುದಕ್ಕೆ ಮುಂಚೆಯೇ ಕ್ರಾಡಿಂಗ್‌ಟನ್ ತನ್ನ ಸೈನ್ಯದೊಡಗೂಡಿ ಮೊರಿಯಾಕ್ಕೆ ಬಂದು ಅಲ್ಲಿದ್ದ ಟರ್ಕ್ ಸೈನ್ಯವನ್ನು ಧೂಳಿಪಟ ಮಾಡಿದನು. ಇದರಿಂದ ಅತ್ಯುತ್ಸಾಹಗೊಂಡ ರಷ್ಯಾದ ಸೇನಾಧಿಪತಿ ಡಯಬಿಶ್ಚ್ ತನ್ನ 13,000 ಸೈನಿಕ ಶಕ್ತಿಯೊಂದಿಗೆ ಕಾನ್‌ಸ್ಟಾಂಟಿನೋಪಲನ್ನು ಸಂಪೂರ್ಣವಾಗಿ ವಶಪಡಿಸಿಕೊಂಡನು. ಈ ಮಿತ್ರ ರಾಷ್ಟ್ರಗಳ ಅಪಾರ ಸೈನ್ಯ ಶಕ್ತಿಗೆ ಹೆದರಿದ ಸುಲ್ತಾನ ತನ್ನ ಹೋರಾಟವನ್ನು ನಿಲ್ಲಿಸಿ 1829ರ ಸೆಪ್ಟೆಂಬರ್ ತಿಂಗಳಿನಲ್ಲಿ ಏಡ್ರಿಯಾನೋಪಲ್ ಒಪ್ಪಂದಕ್ಕೆ ಸಹಿ ಹಾಕಿದನು.

ಏಡ್ರಿಯಾನೋಪಲ್ ಒಪ್ಪಂದದ ಕರಾರುಗಳು (1829)

ಮೊದಲನೆಯದಾಗಿ ಗ್ರೀಸಿನ ಸ್ವಾತಂತ್ರ್ಯವನ್ನು ಟರ್ಕಿ ಸಂಪೂರ್ಣವಾಗಿ ಒಪ್ಪಿಕೊಳ್ಳುವಂತಾಯಿತು. ಹಾಗೆಯೇ ಇಂಗ್ಲೆಂಡ್, ಫ್ರಾನ್ಸ್, ರಷ್ಯಾಗಳು ಗ್ರೀಸಿನ ಸ್ವಾತಂತ್ರ್ಯಕ್ಕೆ ಮನ್ನಣೆ ನೀಡಿದವು. ಎರಡನೆಯದಾಗಿ ಡ್ಯಾನುಬ್ ನದಿಯ ಪ್ರಾಂತ್ಯದಲ್ಲಿದ್ದ ಮಾಲ್ಡೇವಿಯಾ ಮತ್ತು ವೆಲ್ಲೇಷಿಯಾಗಳು ಟರ್ಕ್‌ರ ದಬ್ಬಾಳಿಕೆಯಿಂದ ಮುಕ್ತಗೊಂಡವು. ಮೂರನೆಯದಾಗಿ ಯುದ್ಧದಲ್ಲಿ ಅಪಾರವಾಗಿ ಶ್ರಮಿಸಿದ ರಷ್ಯಾಕ್ಕೆ ಟರ್ಕಿ ಏಷ್ಯಾ ಮೈನರ್‌ನಲ್ಲಿ ಹೊಂದಿದ್ದ ಕೆಲವು ಪ್ರದೇಶಗಳನ್ನು ಬಿಟ್ಟುಕೊಡುವಂತೆ ಮಾಡಲಾಯಿತು. ಅಂತಿಮವಾಗಿ ಬವೇರಿಯಾದ ರಾಜ ಒಂದನೇ ಲೂಯಿಯ ಮಗ ಒಟ್ಟೋ ರಾಜಕುಮಾರನನ್ನು ಗ್ರೀಸ್‌ನ ಸಿಂಹಾಸನಾಧಿಪತಿಯಾಗಿರುವಂತೆ ಮಾಡಲಾಯಿತು.

ಈ ಒಪ್ಪಂದದಿಂದ ಟರ್ಕ್ ಬಾಲ್ಕನ್‌ನ ಮೇಲೆ ಹೊಂದಿದ್ದ ಹಿಡಿತ ಸಡಿಲಗೊಂಡಂತಾಯಿತು. ಹಾಗೆಯೇ ಯೂರೋಪಿನಾದ್ಯಂತ ತನ್ನ ಪ್ರತಿಗಾಮಿ ನೀತಿಯನ್ನು ಸ್ಥಾಪಿಸಲೆತ್ನಿಸುತ್ತಿದ್ದ ಆಸ್ಟ್ರಿಯಾದ ಛಾನ್ಸಲರ್ ಮೆಟರ್ನಿಕನ ನೀತಿಗೆ ಪೆಟ್ಟು ಬಿದ್ದಂತಾಯಿತು.

ಸಿರಿಯನ್ ಆಕ್ರಮಣ (ಸುಲ್ತಾನನ ವಿರುದ್ಧ ಮೆಹಮತ್ ಆಲಿಯ ಹೋರಾಟ):

ಟರ್ಕಿಯ ಸುಲ್ತಾನನು ಗ್ರೀಕರೊಂದಿಗೆ ಹೋರಾಡುವಾಗ ತನ್ನ ಈಜಿಪ್ಟ್‌ನ ಮಾಂಡಲೀಕನಾದ ಮೆಹಮತ್ ಆಲಿಯ ಅಪಾರ ಸೈನಿಕ ನೇರವನ್ನು ಪಡೆದಿದ್ದನು. ಆದ್ದರಿಂದ ಅದಕ್ಕೆ ಪ್ರತಿಫಲವಾಗಿ ಆಲಿಗೆ ಕ್ರೀಟ್ ದ್ವೀಪವನ್ನು ಸುಲ್ತಾನ ಬಳುವಳಿಯಾಗಿ ನೀಡಿದನು. ಮೆಹಮತ್ ಆಲಿಯು ತನ್ನ ಸಾರ್ವಭೌಮತ್ವನ್ನು ಮತ್ತುಷ್ಟು ವಿಸ್ತರಿಸಬೇಕೆಂಬ ದೃಷ್ಟಿಯಿಂದ 1837ರಲ್ಲಿ ಸಿರಿಯಾವನ್ನು ವಶಪಡಿಸಿಕೊಳ್ಳಲು ಮುಂದಾದನು. ತನ್ನ ಮಗನಾದ ಇಬ್ರಾಹಿಂನನ್ನು ಸಿರಿಯಾದ ಮೇಲಿನ ಆಕ್ರಮಣಕ್ಕಾಗಿ ಕಳುಹಿಸಿದನು. ಇಬ್ರಾಹಿಂ ಸುಲ್ತಾನನ ಸೈನ್ಯವನ್ನು ನುಚ್ಚುನೂರು ಮಾಡಿ ಸಿರಿಯಾವನ್ನು ವಶಪಡಿಸಿಕೊಂಡುದೇ ಅಲ್ಲದೆ ಕಾನ್‌ಸ್ಟಾಂಟಿನೋಪಲ್‌ವರೆಗೂ ಮುನ್ನುಗ್ಗಿದನು. ಅಸಹಾಯಕನಾದ ಸುಲ್ತಾನ ತನ್ನ ಸಹಾಯಕ್ಕಾಗಿ ರಷ್ಯಾಕ್ಕೆ ನೆರವು ನೀಡುವಂತೆ ಕೇಳಿಕೊಂಡನು. ರಷ್ಯಾ ಸುಲ್ತಾನನ ಬೇಡಿಕೆಯನ್ನು ಮನ್ನಿಸಿ ಆತನ ಸಹಾಯಕ್ಕೆ ಧಾವಿಸಿತು. ರಷ್ಯಾದ ಸಹಾಯದಿಂದ ಸುಲ್ತಾನ ಇಬ್ರಾಹಿಂನ ವಿರುದ್ಧ ಹೋರಾಡಿದನಾದರೂ ಆತನನ್ನು ಸಂಪೂರ್ಣವಾಗಿ ಧಮನಗೊಳಿಸದೆ ಸಿರಿಯಾ ಮತ್ತು ಮೆಸಪಟೋಮಿಯಾದ ಕೆಲವು ಭಾಗಗಳನ್ನು ಬಿಟ್ಟುಕೊಟ್ಟು ಯುದ್ಧವನ್ನು ನಿಲ್ಲಿಸಿದನು. ನಂತರ ರಷ್ಯಾದೊಡನೆ ಸುಲ್ತಾನ 1833ರಲ್ಲಿ ಆನ್‌ಕೈರ್‌ಸ್ಕೆಲ್‌ಸಿ ಒಪ್ಪಂದವನ್ನು ಮಾಡಿಕೊಂಡನು. ಆ ಪ್ರಕಾರವಾಗಿ ಟರ್ಕ್ ಈ ತರಹ ಯಾವುದೇ ವಿದೇಶಿ ಶಕ್ತಿಗಳಿಂದ ತೊಂದರೆಗೊಳಗಾದಾಗ ರಷ್ಯಾ ಅದರ ನೆರವಿಗೆ ಬರುವುದೆಂತಲೂ ಯೂರೋಪಿನ ಬೇರಾವ ರಾಷ್ಟ್ರಗಳ ಜೊತೆ ರಷ್ಯಾ ಯುದ್ಧ ಕೈಗೊಂಡರೆ ಟರ್ಕಿ ಡಾರ್ಡನಲ್ಸ್ ಜಲಸಂಧಿಯನ್ನು ಶತ್ರುರಾಷ್ಟ್ರಗಳಿಗೆ ಮುಚ್ಚಿರುವುದಾಗಿಯೂ,

ಈ ಒಪ್ಪಂದವು 8 ವರ್ಷಗಳ ತನಕವಿರುವುದೆಂದು ತಿಳಿಸಲಾಗಿತ್ತು. ಟರ್ಕ್ ಸಾಮ್ರಾಜ್ಯದಲ್ಲಿ ರಷ್ಯಾದ ಪ್ರವೇಶವನ್ನು ಸಹಿಸದ ಇಂಗ್ಲೆಂಡ್, ಫ್ರಾನ್ಸ್‌ಗಳು ಸುಲ್ತಾನನ ನೆರವಿಗೆ ಬಂದವು. ಮತ್ತೆ ಇಬ್ರಾಹಿಂ ಜೊತೆ ಯುದ್ಧ ಮುಂದುವರೆಸುವುದನ್ನು ಇಷ್ಟಪಡದ ಮಿತ್ರರಾಷ್ಟ್ರಗಳು ಆತನ ಜೊತೆ 1841 ರಲ್ಲಿ ಲಂಡನ್‌ನಲ್ಲಿ ಶಾಂತಿ ಒಪ್ಪಂದವನ್ನು ಮಾಡಿಕೊಂಡವು.

ಲಂಡನ್ ಒಪ್ಪಂದದ ಷರತ್ತುಗಳು (1841)

ಅ) ಮೆಹಮತ್ ಆಲಿಯು ಸಿರಿಯಾದ ಮೇಲೆ ಸ್ಥಾಪಿಸಿದ್ದ ಪ್ರಭುತ್ವವನ್ನು ಕೈಬಿಟ್ಟು ಅದನ್ನು ಸುಲ್ತಾನನಿಗೆ ಒಪ್ಪಿಸುವುದು.

ಆ) ಆಲಿಯು ಈಜಿಪ್ಟ್‌ನ ಅನುವಂಶಿಕ ಪಾಷಾನಾಗಿರುವಂತೆ ಸುಲ್ತಾನನು ಆತನನ್ನು ಮಾನ್ಯ ಮಾಡುವುದು.

ಇ) ಡಾರ್ಡನಲ್ಸ್, ಬಾಸ್ಪರಸ್ ಜಲಮಾರ್ಗಗಳನ್ನು ಯಾವುದೇ ಯುದ್ಧ ಸಮಯದಲ್ಲಿ ಯಾವ ರಾಷ್ಟ್ರಕ್ಕೂ ತೆರೆಯದಂತೆ ಮುಚ್ಚಿರುವುದು.

ಈ ಕರಾರುಗಳನ್ನು ಮೆಹಮತ್ ಆಲಿಯು ಸಂಪೂರ್ಣವಾಗಿ ವಿರೋಧಿಸಿದನು. ಇದರಿಂದ ಸಿಟ್ಟಿಗೆದ್ದ ಇಂಗ್ಲೆಂಡ್ ಮತ್ತು ಫ್ರಾನ್ಸ್ ಆತನ ಮೇಲೆ ಸೈನಿಕ ದಾಳಿ ನಡೆಸಿ ಶರಣಾಗುವಂತೆ ಮಾಡಿದವು. ಯಾವುದೇ ವಿಧಿಯಿಲ್ಲದೆ ಆಲಿಯು ಲಂಡನ್ ಕರಾರನ್ನು ಒಪ್ಪಿಕೊಂಡನು. ರಷ್ಯಾ ಟರ್ಕಿಯೊಂದಿಗೆ ಗುಪ್ತವಾಗಿ ಮಾಡಿಕೊಂಡಿದ್ದ ಅನ್‌ಕೀರ್‌ಸ್ಕೆಲಸಿ ಒಪ್ಪಂದವನ್ನು ಮಿತ್ರರಾಷ್ಟ್ರಗಳು ಮನ್ನಿಸದೇ ಹೋದವು.

ಕ್ರಿಮಿಯಾ ಯುದ್ಧ (1854–1856):

1854ರಲ್ಲಿ ರಷ್ಯಾದ ವಿರುದ್ಧ ಇಂಗ್ಲೆಂಡ್, ಫ್ರಾನ್ಸ್, ಟರ್ಕಿಗಳೊಡಗೂಡಿ ನಡೆಸಿದ ಈ ಯುದ್ಧವು ಬಾಲ್ಕನ್ ಪ್ರದೇಶದಲ್ಲಷ್ಟೇ ಅಲ್ಲದೆ ಇಡೀ ಯೂರೋಪಿನಲ್ಲೇ ಅತ್ಯಂತ ಮಹತ್ವದ ಘಟನೆಯಾಗಿದೆ. ಈ ಯುದ್ಧಕ್ಕೆ ಹಲವಾರು ಕಾರಣಗಳುಂಟು.

1. **ಬಾಲ್ಕನ್ ಪ್ರದೇಶದಲ್ಲಿ ರಷ್ಯಾದ ವಸಾಹತು ನೀತಿಯ ವಿಸ್ತರಣೆ:**
   1829ರ ಸೆಪ್ಟಂಬರ್‌ನಲ್ಲಿ ಟರ್ಕ್‌ರ ವಿರುದ್ಧ ವಿಜಯ ಸಾಧಿಸಿ ಗ್ರೀಸಿಗೆ ಸ್ವಾತಂತ್ರ್ಯ ಕೊಡಿಸಲು ರಷ್ಯಾ ಅಪಾರವಾಗಿ ಶ್ರಮಿಸಿತ್ತು. ಅದಕ್ಕೆ ಪ್ರತಿಫಲವಾಗಿ ಟರ್ಕ್ ಏಷ್ಯಾದ ಮೇಲೆ ತಾನು ಪ್ರಭುತ್ವ ಸಾಧಿಸಿದ್ದ ಕೆಲವೊಂದು ಪ್ರದೇಶಗಳನ್ನು ಬಿಟ್ಟುಕೊಟ್ಟಿತು. ಆದರೆ ರಷ್ಯಾ ಆಟೋಮನ್ ಸಾಮ್ರಾಜ್ಯ ಬಾಲ್ಕನ್‌ನ ಮೇಲೆ ಹೊಂದಿದ್ದ ಎಲ್ಲಾ ಹಿಡಿತವನ್ನು ನಿಸ್ತೇಜಕಗೊಳಿಸಬೇಕೆಂದು ಆ ಪ್ರದೇಶಗಳ ಮೇಲೆ ತನ್ನ ಅಧಿಪತ್ಯವನ್ನು ಸ್ಥಾಪಿಸಬೇಕೆಂದು ಬಯಸಿತು. ಝಾರ್ ಒಂದನೇ ನಿಕೋಲಸ್ ಸೆಂಟ್‌ಪೀಟರ್ಸ್‌ಬರ್ಗ್‌ನಲ್ಲಿ ಇಂಗ್ಲೆಂಡ್ ರಾಯಭಾರಿಯನ್ನು ಸಂಧಿಸಿ "ಟರ್ಕ್ ಸಾಮ್ರಾಜ್ಯ ಯೂರೋಪಿನ ರೋಗಿಯಿದ್ದಂತೆ" ಅದೊಂದು ಗುಣಪಡಿಸಲಾಗದ ರೋಗ. ಆದ್ದರಿಂದ ಅದರ ಎಲ್ಲಾ ಪ್ರದೇಶಗಳನ್ನು ತಾವು ವಶಪಡಿಸಿಕೊಳ್ಳಬೇಕೆಂದು ಸೂಚಿಸಿದನು. ಇಂಗ್ಲೆಂಡ್ ಝಾರ್‌ನ ಸಲಹೆಯನ್ನು ಸಂಪೂರ್ಣವಾಗಿ ತಿರಸ್ಕರಿಸಿತು.

2. **ಪ್ಯಾಲಸ್ಟೈನ್ ಪವಿತ್ರ ಕ್ಷೇತ್ರಗಳ ಬಗ್ಗೆ ರಷ್ಯಾದ ಹೋರಾಟ:** ರಷ್ಯವು ಯಾವುದೇ ಕ್ರಮಗಳಿಂದಲೂ ಬಾಲ್ಕನ್ ಪ್ರದೇಶದಲ್ಲಿ ಪ್ರವೇಶಿಸದಂತೆ ಇಂಗ್ಲೆಂಡ್ ಸೂಚಿಸಿದರೂ ಸಹ ಸುಮ್ಮನಾಗಲಿಲ್ಲ. ಜೆರುಸಲೇಮ್‌ನ ಭಾಗದ ಎಲ್ಲಾ ಪವಿತ್ರ ಕ್ಷೇತ್ರಗಳನ್ನು ಸಂರಕ್ಷಿಸುವ ಜವಾಬ್ದಾರಿಯನ್ನು ರಷ್ಯಾ ನೋಡಿಕೊಳ್ಳುತಿತ್ತು. ಆದರೆ ಇದಕ್ಕೂ ಹಿಂದೆ ಆ ಕ್ಷೇತ್ರಗಳ ಪಾಲನೆಯ ಹಕ್ಕನ್ನು ಸುಲ್ತಾನ ಫ್ರಾನ್ಸ್‌ಗೆ ವಹಿಸಿದ್ದನು. ಫ್ರಾನ್ಸ್ ಕೆಲವು ಸಮಯ ಅವುಗಳ ರಕ್ಷಣೆಯ ಜವಾಬ್ದಾರಿಯನ್ನು ಕೈಬಿಟ್ಟಿತ್ತು. ಆದರೆ 1850ರಲ್ಲಿ ಫ್ರೆಂಚ್ ಗಣರಾಜ್ಯದ ನೂತನ ಅಧ್ಯಕ್ಷನಾಗಿ ಬಂದ ಲೂಯಿ ನೆಪೋಲಿಯನ್ ತನ್ನ ದೇಶದಲ್ಲಿನ ಕ್ಯಾಥೋಲಿಕ್ಕರನ್ನು ಸಂತೃಪ್ತಿಪಡಿಸುವ ದೃಷ್ಟಿಯಿಂದ ಪ್ಯಾಲಸ್ಟೈನ್ ಕ್ಷೇತ್ರಗಳ ಪಾಲನೆಯ ಹಿಂದಿನ ತನ್ನ ದೇಶದ ಹಕ್ಕನ್ನು ಮತ್ತೆ ದೊರಕಿಸಿ ಕೊಡಬೇಕೆಂದು ಸುಲ್ತಾನನಲ್ಲಿ ಒತ್ತಾಯತಂದನು. ಸುಲ್ತಾನ ರಷ್ಯಾವು ಆ ಪ್ರದೇಶಗಳ ಮೇಲೆ ಹೊಂದಿದ್ದ ಹಕ್ಕನ್ನು ನಿರ್ಲಕ್ಷಿಸಿ ಫ್ರಾನ್ಸ್‌ಗೆ ಅವುಗಳ ಪೋಷಣೆಯ ಹಕ್ಕನ್ನು ನೀಡಿದನು. ಇದರಿಂದ ರಷ್ಯಾಕ್ಕೆ ಸಹಜವಾಗಿಯೇ ಸುಲ್ತಾನನ ಮತ್ತು ನೆಪೋಲಿಯನ್ನನ ಮೇಲೆ ಕೋಪವುಂಟಾಯಿತು.

3. ಮೂರನೆ ನೆಪೋಲಿಯನ್ ಸಹ ರಷ್ಯದ ಮೇಲೆ ಆಕ್ರಮಣ ಮಾಡುವ ಮನೋಭಾವದವನಾಗಿದ್ದನು. ಏಕೆಂದರೆ 1812ರಲ್ಲಿ ನೆಪೋಲಿಯನ್ ಬೋನೋಪಾರ್ಟ ರಷ್ಯದ ದಂಡಯಾತ್ರೆಯಲ್ಲಿ ಸೋಲನ್ನನುಭವಿಸಿದನು. ಅಷ್ಟೇ ಅಲ್ಲದೆ ಸ್ವತಃ ತನ್ನ ಕಿರೀಟಧಾರಣೆ ಸಂದರ್ಭದಲ್ಲಿ (1852) ಝಾರನು ಆತನನ್ನು ಸಹೋದರ ಎಂದು ಸಂಭೋದಿಸದೆ 'ನನ್ನ ಪ್ರೀತಿಯ ಮಿತ್ರ' ಎಂಬುದಾಗಿ ಕರೆದದ್ದು ನೆಪೋಲಿಯನ್ನನನ್ನು ಸಿಟ್ಟಿಗೇಡುಮಾಡಿತು. ಅದೊಂದು ಅಪಮಾನವೆಂದು ತಿಳಿದು ತನ್ನ ಸೇಡನ್ನು ತೀರಿಸಿಕೊಳ್ಳಲು ನೆಪೋಲಿಯನ್ ಸಮಯ ಕಾಯುತ್ತಿದ್ದನು.

4. ರಷ್ಯಾದ ಬಾಲ್ಕನ್ ಪ್ರದೇಶದಲ್ಲಿನ ದುರಾಕ್ರಮಣವನ್ನು ಮನಗಂಡ ಸುಲ್ತಾನ ಇಂಗ್ಲೆಂಡ್‌ನ ಸಲಹೆಯಂತೆ ಕೆಲವೊಂದು ಕ್ರೈಸ್ತ ಪ್ರದೇಶಗಳ ರಕ್ಷಣೆಯನ್ನು ರಷ್ಯಾಕ್ಕೆ ನೀಡಿದನು. ಆದರೆ ಅದರಿಚ್ಛೆಯಂತೆ ಸಂಪೂರ್ಣ ಗ್ರೀಕ್ ಕ್ರೈಸ್ತರ ರಕ್ಷಣೆಯ ಯಾವುದೇ ಜವಾಬ್ದಾರಿಯನ್ನು ನೀಡಲಿಲ್ಲ. ಇದರಿಂದ ಸಿಟ್ಟಿಗೆದ್ದ ರಷ್ಯಾ 1853ರಲ್ಲಿ 'ಮಾಲ್ಡೇವಿಯಾ' ಮತ್ತು ವೆಲ್ಲೆಷಿಯಾ ಪ್ರದೇಶಗಳನ್ನು ವಶಪಡಿಸಿಕೊಂಡು ಟರ್ಕನ ಮೇಲೆ ಸಂಪೂರ್ಣ ಯುದ್ಧ ಸಾರಿತು. ಇದಕ್ಕೆ ವಿರುದ್ಧವಾಗಿ ಇಂಗ್ಲೆಂಡ್ ಮತ್ತು ಫ್ರಾನ್ಸ್‌ಗಳು 1854ರ ಮಾರ್ಚ 27ರಂದು ಟರ್ಕಿಯ ಜೊತೆ ಸೇರಿ ರಷ್ಯಾದ ವಿರುದ್ಧ ಹೋರಾಟಕ್ಕಿಳಿದವು. ಇದೇ ಸಮಯದಲ್ಲಿ ತನ್ನ ಏಕೀಕರಣಕ್ಕೆ ನೆರವು ಪಡೆಯಲು ಇಟಲಿ ಮಿತ್ರ ರಾಷ್ಟ್ರಗಳ ಜೊತೆ ಸೇರಿತು. ಟರ್ಕ್ ಸೈನ್ಯ ಡ್ಯಾನ್ಯೂಬ್ ಪ್ರದೇಶದಲ್ಲಿ ರಷ್ಯಾದ ವಿರುದ್ಧ ಹೋರಾಡಿತು. 1854ರ ಜುಲೈ ತಿಂಗಳ ಹೊತ್ತಿಗೆ ರಷ್ಯಾವನ್ನು ಮಾಲ್ಡೇವಿಯಾ ಮತ್ತು ವೆನಿಶಿಯಾಗಳಿಂದ ಕಾಲ್ತೆಗೆಸುವಲ್ಲಿ ಮಿತ್ರರಾಷ್ಟ್ರಗಳು ಯಶಸ್ವಿಯಾದವು. ಫ್ರಾನ್ಸ್ ಮತ್ತು ಇಂಗ್ಲೆಂಡ್‌ಗಳು ರಷ್ಯಾದ ಬಲವನ್ನು ಸಂಪೂರ್ಣವಾಗಿ ನಿಷ್ಕ್ರಿಯಗೊಳಿಸುವ ದೃಷ್ಟಿಯನ್ನಿರಿಸಿಕೊಂಡವು. ಆದ್ದರಿಂದ ರಷ್ಯಾ ಕಪ್ಪು ಸಮುದ್ರದ ಅಂಚಿನ ಕ್ರಿಮಿಯಾ ಪ್ರದೇಶದಲ್ಲಿ ಬೀಡು ಬಿಟ್ಟಿದ್ದ ಸೈನ್ಯದ ಮೇಲೆ ತಮ್ಮ ಸೈನಿಕ ದಾಳಿ ನಡೆಸಿದವು. ನಂತರ ರಷ್ಯಾದ ಪ್ರಮುಖ ನೌಕಾನೆಲೆಯಾದ ಸೆಬಾಸ್ಟಪೋಲನ್ನು ವಶಪಡಿಸಿಕೊಳ್ಳುವಷ್ಟರಲ್ಲಿ ಮಿತ್ರರಾಷ್ಟ್ರಗಳು ರಷ್ಯಾದ ವಿರುದ್ಧ 11 ತಿಂಗಳು ಹೋರಾಡಿದವು. ಆದರೂ ಬಾಲಕ್ಲಾವ, ಆಲ್ಮಗಳಲ್ಲಿ ಭೀಕರ ಕದನ ಜರುಗಿತು. ಅಸಾಧ್ಯ ಕೊರೆವ ಚಳಿಯಿಂದ ಎರಡೂ ಬಣಗಳು ಅಪಾರ ಕಷ್ಟ ನಷ್ಟವನ್ನು ಅನುಭವಿಸಿದವು. ಅನೇಕ ಸೈನಿಕರು ಆಹಾರದ ಕೊರತೆಯಿಂದ ಅಪಾರ ಚಳಿಯನ್ನು ತಾಳಲಾರದೆ ದಾರಿ ದಾರಿಗಳಲ್ಲೇ ಮೃತಪಟ್ಟರು. ಇಡೀ ಸೆಬಾಸ್ಟಪೋಲ್ ಪ್ರದೇಶ ಸತ್ತ ದೇಹಗಳಿಂದ ತುಂಬಿ ಹೋಗಿತ್ತು. ಒಂದು ಅಂಕಿ ಅಂಶದಂತೆ ಆ ಪ್ರದೇಶದಲ್ಲಿ ಪರಿಸ್ಥಿತಿಯು ವಿಕೋಪಕ್ಕೆ ಸಿಲುಕಿ ದಿನಕ್ಕೆ ಸಾವಿರಾರು ಜನ ಸಾಯುತ್ತಿದ್ದರೆನ್ನಲಾಗಿದೆ. ಯುದ್ಧ ನಡೆಯುತ್ತಿರುವಾಗಲೇ ತನ್ನ ಸೈನ್ಯದ ಅಸಮರ್ಥತೆಯನ್ನು ತಿಳಿದ ರಷ್ಯಾದ ಝಾರ್ ನಿಕೋಲಸನು 1855ರ ಮಾರ್ಚ್ 2ರಂದು ಕೊನೆಯುಸಿರೆಳೆದನು. ಅಂತಿಮವಾಗಿ ಸೆಬಸ್ಟಪೋಲನ್ನು 1855 ಸೆಪ್ಟೆಂಬರ್ 8ರಂದು ಮಿತ್ರರಾಷ್ಟ್ರಗಳು ವಶಪಡಿಸಿಕೊಂಡು ರಷ್ಯಾವನ್ನು ಶರಣಾಗುವಂತೆ ಮಾಡಿದವು. 1856ರ ಮಾರ್ಚ್ 30 ರಂದು ಪ್ಯಾರಿಸ್‌ನಲ್ಲಿ ಜರುಗಿದ ಮಿತ್ರರಾಷ್ಟ್ರಗಳ ಮಾತುಕತೆಗೆ ರಷ್ಯಾ ಒಪ್ಪಿಕೊಂಡಿತು. ಈ ಸಭೆಯು ಫ್ರಾನ್ಸಿನ ಚಕ್ರವರ್ತಿ ಮೂರನೆ ನೆಪೋಲಿಯನ್‌ನ ಅಧ್ಯಕ್ಷತೆಯಲ್ಲಿ ನಡೆಯಿತು.

1856ರ ಪ್ಯಾರಿಸ್ ಶಾಂತಿ ಒಪ್ಪಂದ

1. ಕಪ್ಪು ಸಮುದ್ರವು ಯಾವಾಗಲೂ ಶಾಂತ ಪ್ರದೇಶವಾಗಿರಬೇಕೆಂದು ಘೋಷಿಸಲಾಯಿತು. ಅಂದರೆ ಅದರ ತೀರ ಪ್ರದೇಶದಲ್ಲಿ ಯಾವುದೇ ರಾಷ್ಟ್ರವು ಸೈನಿಕ ನೆಲೆಗಳನ್ನು ನಿರ್ಮಿಸುವುದಾಗಲೀ ಅಥವಾ ಆ ಸ್ಥಳದಲ್ಲಿ ಅದರ ರಕ್ಷಣೆಗಾಗಿ ಮಿಲಿಟರಿ ನೆಲೆಯನ್ನು ಇರಿಸುವುದನ್ನು ನಿಷೇಧಿಸಲಾಯಿತು.
2. ಯಾವುದೇ ರಾಷ್ಟ್ರದ ವ್ಯಾಪಾರಿ ಹಡಗುಗಳು ನಿರ್ಬಂಧವಿಲ್ಲದೆ ಕಪ್ಪು ಸಮುದ್ರದಲ್ಲಿ ಮುಕ್ತಯಾನಕ್ಕೆ ಅವಕಾಶ ಮಾಡಿಕೊಡಲಾಯಿತು. ಹಾಗೆಯೇ ಡ್ಯಾನ್ಯೂಬ್ ನದಿಯಲ್ಲಿ ಹಡಗುಗಳ ಸಂಚಾರಕ್ಕೆ ಪ್ರವೇಶ ದೊರಕಿಸಿಕೊಡಲಾಯಿತು.
3. ಮಾಲ್ಡೇವಿಯಾ ಮತ್ತು ವೆಲ್ಲೇಷಿಯಾ ಪ್ರಾಂತ್ಯಗಳ ಮೇಲೆ ರಷ್ಯಾ ಹೇರಿದ್ದ ಸೈನಿಕ ನಿರ್ಬಂಧವನ್ನು ಕೊನೆಗಾಣಿಸಲಾಯಿತು. ಟರ್ಕ್ ಸಾಮ್ರಾಜ್ಯದ ಅಧಿಪತ್ಯದಿಂದ ಅವೆರಡು ರಾಷ್ಟ್ರಗಳನ್ನು ಬಂಧ ಮುಕ್ತಗೊಳಿಸಿ ಅವುಗಳಿಗೆ ಸಂಪೂರ್ಣ ಸ್ವಾತಂತ್ರ್ಯ ದೊರಕಿಸಿಕೊಡಲಾಯಿತು.
4. ಬಾಲ್ಕನ್ ಪ್ರದೇಶದ ಕ್ರೈಸ್ತ ಪ್ರಜೆಗಳೊಡನೆ ಶಾಂತಿ, ಸೌಹಾರ್ದ ರೀತಿಯಿಂದ ವರ್ತಿಸುವಂತೆ ಸುಲ್ತಾನನಿಗೆ ಆಜ್ಞಾಪಿಸಿ ಯೂರೋಪಿನ ಒಕ್ಕೂಟದಿಂದ ಪ್ರತ್ಯೇಕವಿರಿಸಿದ್ದ ಟರ್ಕಿಗೆ ಯೂರೋಪಿನ ಮೇಳದಲ್ಲಿ ಪ್ರವೇಶಾವಕಾಶ ದೊರಕಿಸಿ ಕೊಡಲಾಯಿತು.
5. ಕೇವಲ ವ್ಯಾಪಾರಿ ಹಡಗುಗಳನ್ನು ಬಿಟ್ಟು, ಯುದ್ಧನೌಕೆ, ಶಸ್ತ್ರ ಸರಬರಾಜು ಹಡಗು ಮತ್ತಿತರ ಯಾವುದೇ ವಿಧ್ವಂಸಕಾರಿ ಕೃತ್ಯವೆಸಗುವಂತಹ ಹಡಗು ದೋಣಿಗಳ ಸಂಚಾರಗಳಿಗೆ ಡಾರ್ಡನಲ್ಸ್ ಜಲಸಂಧಿಯಲ್ಲಿ ಪ್ರವೇಶಾವಕಾಶವನ್ನು ಸಂಪೂರ್ಣವಾಗಿ ನಿರ್ಬಂಧಿಸಲಾಯಿತು.
6. ಕ್ರಿಮಿಯಾ ಯುದ್ಧದಲ್ಲಿ ಆಕ್ರಮಿಸಿಕೊಂಡ ಎಲ್ಲಾ ಪ್ರದೇಶಗಳನ್ನೂ ಪುನಃ ಆಯಾ ರಾಷ್ಟ್ರಗಳಿಗೆ ಬಿಟ್ಟುಕೊಡಲಾಯಿತು.
7. ಈ ಪ್ಯಾರಿಸ್ ಒಪ್ಪಂದದಲ್ಲಿ ಇಂಗ್ಲೆಂಡ್, ಫ್ರಾನ್ಸ್, ಆಸ್ಟ್ರಿಯಾ, ರಷ್ಯಾ, ಟರ್ಕಿ, ಪೀಡ್‌ಮಾಂಟಿನ ರಾಜನೀತಿ ಧುರೀಣರು ಭಾಗವಹಿಸಿದ್ದರು.

ಕ್ರಿಮಿಯಾ ಯುದ್ಧದಿಂದಾದ ಪರಿಣಾಮಗಳು

1. ಕ್ರಿಮಿಯಾ ಯುದ್ಧ ಟರ್ಕಿಗೆ ಹೊಸ ಜೀವ ಮೂಡಿಸಿತೆನ್ನಬಹುದು. ಏಕೆಂದರೆ ವಿನಾಶದ ಅಂಚಿನಲ್ಲಿದ್ದ ಟರ್ಕ್ ಸಾಮ್ರಾಜ್ಯವನ್ನು ಪುನಃ ಭದ್ರತೆಯ ಸ್ಥಿತಿಗೆ ತಂದಿತು.
2. ಮಾಲ್ಡೇವಿಯಾ, ವೆಲೆಷಿಯಾಗಳಿಗೆ ಸ್ವಾತಂತ್ರ್ಯ ನೀಡಲಾಯಿತೇ ಹೊರತು ಅವುಗಳನ್ನು ಒಂದುಗೂಡದಂತೆ ನಿರ್ಬಂಧಿಸಲಾಯಿತು.
3.. ಟರ್ಕ್ ಸುಲ್ತಾನ ತನ್ನ ಸಾಮ್ರಾಜ್ಯದ ಭದ್ರತೆಯನ್ನುಳಿಸಿಕೊಂಡರೂ ಸಹ ಇಂಗ್ಲೆಂಡ್ ಮತ್ತು ಫ್ರಾನ್ಸ್‌ಗಳ ಕೈಗೊಂಬೆಯಂತಾದನು.
4. ಬಾಲ್ಕನ್ ಪ್ರದೇಶದಲ್ಲಿ ಪ್ರವೇಶಿಸಬೇಕೆಂದಿದ್ದ ರಷ್ಯಾ ಈ ಯುದ್ಧದಿಂದ ಅದು ತನ್ನ ವಿಸ್ತರಣಾ ನೀತಿಯನ್ನು ತಕ್ಷಣ ನಿಲ್ಲಿಸಿತು. ಹಾಗೆಯೇ ಆ ಪ್ರದೇಶದಲ್ಲಿ ಇಂಗ್ಲೆಂಡ್ ಪ್ರವೇಶಿಸಿದುದರಿಂದ ಅದಕ್ಕೆ ಕೋಪವುಂಟಾಯಿತು. ಆದರೆ ತನ್ನ ದೇಶದಲ್ಲಿ ಅನೇಕ ಆಂತರಿಕ ಸುಧಾರಣೆಗಳನ್ನು ಜಾರಿಗೆ ತಂದಿತು. ಅನೇಕ ಶತಮಾನಗಳಿಂದ ಬೆಳೆಸಿಕೊಂಡು ಬಂದಿದ್ದ ಗುಲಾಮಗಿರಿ ಪದ್ಧತಿಯನ್ನು ನಿರ್ಮೂಲನೆಗೊಳಿಸಿ ಸ್ವಲ್ಪ ಕಾಲದವರೆಗಾದರೂ ದೇಶದಲ್ಲಿ ಶಾಂತಿ ಸ್ಥಾಪಿಸಬೇಕೆಂದು ರಷ್ಯಾ ಮನಸ್ಸು ಮಾಡಿತು.
5. ಈ ಯುದ್ಧದ ನಂತರ ರಷ್ಯಾ ಮತ್ತು ಆಸ್ಟ್ರಿಯಾ ಬದ್ಧ ವೈರಿಗಳಾದವು. ಏಕೆಂದರೆ ರಷ್ಯಾ 1848–49ರ ವೇಳೆಯಲ್ಲಿ ಹಂಗೇರಿಯಲ್ಲಿ ಸಂಭವಿಸಿದ ದಂಗೆಯನ್ನು ಅಡಗಿಸಲು ಆಸ್ಟ್ರಿಯಾಕ್ಕೆ ಬೆಂಬಲ ನೀಡಿತ್ತು. ಆದರೆ ಈ ಕ್ರಿಮಿಯಾ ಯುದ್ಧದ ಸಂದರ್ಭದಲ್ಲಿ ಆಸ್ಟ್ರಿಯಾ ರಷ್ಯಾಕ್ಕೆ ಯಾವುದೇ ರೀತಿಯ ತನ್ನ ಪ್ರತ್ಯುಪಕಾರವನ್ನು ತೀರಿಸಲಿಲ್ಲ.
6. ರಷ್ಯಾ ಮತ್ತು ಆಸ್ಟ್ರಿಯಾಗಳ ವೈರತ್ವವನ್ನು ಕಂಡ ಜರ್ಮನಿಯ ಬಿಸ್ಮಾರ್ಕ್ ರಷ್ಯಾದ ಸ್ನೇಹ ಸಂಪಾದಿಸಿಕೊಂಡನು. ರಷ್ಯಾ ಬಿಸ್ಮಾರ್ಕ್‌ನ ಸ್ನೇಹ ಸಂಪಾದಿಸಿಕೊಂಡು ಆತನು ಆಸ್ಟ್ರಿಯಾದ ಮೇಲೆ ಕೈಗೊಂಡ ಯುದ್ಧದಲ್ಲಿ ಪರೋಕ್ಷವಾಗಿ ಜರ್ಮನಿಗೆ ಬೆಂಬಲಿಸಿ ಆಸ್ಟ್ರಿಯಾವನ್ನು ಬಿಸ್ಮಾರ್ಕ್ ಸೋಲಿಸುವುದರ ಮೂಲಕ ತನ್ನ ಈ ಸೇಡನ್ನು ರಷ್ಯಾ ತೀರಿಸಿಕೊಂಡಿತು.
7. ಕ್ರಿಮಿಯಾ ಯುದ್ಧದಲ್ಲಿ ಮಿತ್ರರಾಷ್ಟ್ರಗಳ ಪರವಾಗಿ ಭಾಗವಹಿಸಿದ ಕೆವೂರ್ ಇಟಲಿಯಲ್ಲಿ ಆಸ್ಟ್ರಿಯಾ ಸ್ಥಾಪಿಸಿದ್ದ ನಿರಂಕುಶಾಡಳಿತವನ್ನು ಪ್ಯಾರಿಸ್ ಶಾಂತಿ ಸಮ್ಮೇಳನದಲ್ಲಿ ಎತ್ತಿ ಹಿಡಿದನು. ತನ್ನ ದೇಶದ ಏಕೀಕರಣಕ್ಕಾಗಿ ಯೂರೋಪಿನ ಪ್ರಬಲ ರಾಷ್ಟ್ರಗಳಾದ ಇಂಗ್ಲೆಂಡ್, ಫ್ರಾನ್ಸ್‌ಗಳ ಸ್ನೇಹತ್ವವನ್ನು ಸಂಪಾದಿಸಿಕೊಂಡನು.
8. ಕ್ರಿಮಿಯಾ ಕದನದಲ್ಲಿ ಫ್ರಾನ್ಸ್ ಭಾಗವಹಿಸಿ ತನ್ನ ಶತ್ರು ರಾಷ್ಟ್ರವಾಗಿದ್ದ ರಷ್ಯದ ಮೇಲೆ ತನ್ನೆಲ್ಲಾ ಹಿಂದಿನ ಸೇಡನ್ನು ತೀರಿಸಿಕೊಂಡಿತು. ಯುದ್ಧದ ನಂತರ ಪ್ಯಾರಿಸ್ ಶಾಂತಿ ಸಮ್ಮೇಳನದಲ್ಲಿ ಅಧ್ಯಕ್ಷ ಸ್ಥಾನವನ್ನು ಅಲಂಕರಿಸಿದ್ದ ನೆಪೋಲಿಯನ್‌ನ ವ್ಯಕ್ತಿತ್ವ ಹಾಗೂ ಫ್ರಾನ್ಸ್‌ನ ಪ್ರತಿಷ್ಠೆ ಒಮ್ಮೆಲೆ ಯೂರೋಪಿನಾದ್ಯಂತ ಹೆಚ್ಚಾಗತೊಡಗಿತು.
9. ಕ್ರಿಮಿಯಾ ಯುದ್ಧವು ಪ್ಲಾರೆನ್ಸ್ ನೈಟಿಂಗೇಲ್ ಎಂಬ ಆಂಗ್ಲ ಮಾನವೀಯ ಮಹಿಳೆಯನ್ನು ಪ್ರಪಂಚದಾದ್ಯಂತ ಬೆಳಕಿಗೆ ತಂದಿತು. ಈಕೆ ಈ ಯುದ್ಧದಲ್ಲಿ ಗಾಯಗೊಂಡ ಸೈನಿಕರನ್ನು ತನ್ನ ಹಲವಾರು ಸಂಖ್ಯೆಯ ದಾದಿಯರೊಡಗೂಡಿ ಮರಣದ ಅಂಚಿನಲ್ಲಿದ್ದ ಕೆಲವು ಸೈನಿಕರನ್ನು ಉಳಿಸಿ, ಗಾಯಗೊಂಡ ಸೈನಿಕರ ಶುಶ್ರೂಷೆಯನ್ನು ಹಗಲಿರುಳೆನ್ನದೆ ಕೈಗೊಂಡಿದ್ದಳು.

ಪ್ಯಾರಿಸ್ ಒಪ್ಪಂದದಿಂದ ಬರ್ಲಿನ್ ಒಪ್ಪಂದದವರೆಗೆ (1856 ರಿಂದ 1878):

ಸ್ವತಂತ್ರ ರುಮೇನಿಯಾದ ಉದಯ (1861): ರುಮೇನಿಯಾದಲ್ಲಿ ಸ್ವಾತಂತ್ರ್ಯಕ್ಕಾಗಿ ನಡೆದ ಚಳವಳಿ 1856ರ ಪ್ಯಾರಿಸ್ ಒಪ್ಪಂದದ ಮೊದಲನೆಯ ಉಲ್ಲಂಘನೆಯೆನ್ನಬಹುದು. ಪ್ಯಾರಿಸ್ ಶಾಂತಿ ಸಮ್ಮೇಳನದಲ್ಲಿ ಅಂಗೀಕರಿಸಿದ್ದ ನಿರ್ಣಯದಂತೆ ಮಾಲ್ಡೇವಿಯಾ ಮತ್ತು ವೆಲ್ಲೇಷಿಯಾಗಳಿಗೆ ಪ್ರತ್ಯೇಕ ಸ್ವಾತಂತ್ರ್ಯ ನೀಡಿತ್ತಾದರೂ ಅವೆರಡು ಸಂಸ್ಥಾನಗಳು ಒಗ್ಗೂಡದಂತೆ ನಿರ್ಬಂಧ ವಿಧಿಸಲಾಗಿತ್ತು. ಆದರೆ ಅಲ್ಲಿನ ರಾಜಕೀಯ ಸ್ಥಿತಿ ಬದಲಾದಂತೆ ಅವುಗಳು ಸ್ವತಃ ರುಮೇನಿಯಾ ಎಂಬ ಒಂದೇ ಹೆಸರಿನಲ್ಲಿ ಐಕ್ಯಗೊಳ್ಳಲು 1858ರಲ್ಲಿ ಹೋರಾಟ ನಡೆಸಿದವು. ಏಕೆಂದರೆ ಇವೆರಡೂ ಸಂಸ್ಥಾನಗಳು ತಾವು ಒಂದೇ ರೋಮನ್ ಬುಡಕಟ್ಟಿಗೆ ಸೇರಿದವರೆಂದೂ, ತಾವೆಲ್ಲರೂ ಒಂದೇ ಭಾಷೆಯನ್ನಾಡುತ್ತಿದ್ದೇವೆಂದು ಭಾವಿಸಿದರು. ತಮ್ಮ ಚಳುವಳಿಯನ್ನು ಮತ್ತಷ್ಟು ಮುಂದುವರೆಸಿದ ಇವೆರಡು ಪ್ರದೇಶದವರು 1866ರಲ್ಲಿ ಹೊಹೆಂಜೊಲರನ್ ವಂಶಕ್ಕೆ ಸೇರಿದ 1ನೇ ಚಾರ್ಲ್ಸ್‌ನನ್ನು ತಮ್ಮ ಅರಸನನ್ನಾಗಿ ಮಾಡಿಕೊಂಡವು. ಈ ರಾಜಕುಮಾರನು ಎರಡೂ ಪ್ರಾಂತ್ಯಗಳ ಶಾಸನ ಸಭೆಯನ್ನು ಒಗ್ಗೂಡಿಸಿ ಜನತೆಯ ಅಭಿಲಾಷೆಯಂತೆ ಅದನ್ನು ರುಮೇನಿಯಾ ಎಂಬ ರಾಜ್ಯವನ್ನಾಗಿ ಮಾಡಿದನು. ಬುಖಾರೆಸ್ಟ್ ನಗರ ಹೊಸರಾಜ್ಯದ ರಾಜಧಾನಿಯಾಯಿತು. ಕೇವಲ ತನ್ನ 27ನೇ ವಯಸ್ಸಿನಲ್ಲಿ ಹೊಸ ರುಮೇನಿಯಾದ ರಾಜನಾಗಿ ಸಿಂಹಾಸನವೇರಿದ 1ನೇ ಚಾರ್ಲ್ಸ್ 1914ರ ತನ್ನ ಮರಣದವರೆಗೂ ಅದರ ಅನುವಂಶಿಕ ರಾಜನಾಗಿ ರಾಜ್ಯಭಾರ

ಮಾಡಿದನು. ತನ್ನ ಆಳ್ವಿಕೆಯ ಪ್ರಾರಂಭಿಕ ವರ್ಷದಲ್ಲಿ ರಾಜ್ಯದ ಸೈನಿಕ ಸಾಧನೆಗೆ ಅತ್ಯಂತ ಮಹತ್ವ ನೀಡಿದನು. ಪ್ರಷ್ಯದಿಂದ ಮಿಲಿಟರಿ ಶಸ್ತ್ರಾಸ್ತ್ರಗಳ ನೆರವು ಪಡೆದನು. ಇದರಿಂದ ರಷ್ಯಾ ಮತ್ತು ಟರ್ಕಿಗಳೆರಡು ರುಮೇನಿಯಾದ ಮೇಲೆ ಕೈಗೊಳ್ಳಬೇಕೆನ್ನುತ್ತಿದ್ದ ಆಕ್ರಮಣದ ನೀತಿ ತನ್ನಷ್ಟಕ್ಕೆ ತಾನೇ ಮಾಯವಾದಂತಾಯಿತು. ಚಾರ್ಲ್ಸ್‌ನ ರುಮೇನಿಯಾದ ಆಂತರಿಕ ಸಾಧನೆಗಳಲ್ಲಿ ಆತನ ಜರ್ಮನ್ ಪತ್ನಿ ಅಪಾರವಾಗಿ ಶ್ರಮಿಸಿದ್ದಳು. ಇವಳು ರುಮೇನಿಯಾದ ಉಡುಗೆ, ತೊಡುಗೆಗಳನ್ನು ಧರಿಸಿ ದೇಶದ ಹಿಂದಿನ ಸಂಸ್ಕೃತಿಗೆ ಮನ್ನಣೆ ನೀಡಿದಳು. ಇಷ್ಟೇ ಅಲ್ಲದೆ ರುಮೇನಿಯಾದ ಬಗ್ಗೆ ಅನೇಕ ಕವನ ಕಥೆಗಳನ್ನು ಬರೆದು ಜನರಲ್ಲಿ ರಾಷ್ಟ್ರೀಯತೆಯ ಕಲ್ಪನೆ ಮೂಡುವಂತೆ ಮಾಡಿದಳು.

ಈ ರೀತಿ ಪ್ರಗತಿಯತ್ತ ನಡೆಯುತ್ತಿದ್ದ ರುಮೇನಿಯಾದ ಒಕ್ಕೂಟವನ್ನು ಟರ್ಕಿ, ಇಂಗ್ಲೆಂಡ್, ಆಸ್ಟ್ರಿಯಾ ವಿರೋಧಿಸಿದವು. ಫ್ರಾನ್ಸಿನ ಮೂರನೆ ನೆಪೋಲಿಯನ್ ರುಮೇನಿಯಾದ ಆಂತರಿಕ, ಸೈನಿಕ ಸಾಧನೆಗಳನ್ನು ಬಹುವಾಗಿ ಮೆಚ್ಚಿದುದೇ ಅಲ್ಲದೆ ಮಧ್ಯ ಪ್ರವೇಶಿಸಿ ಅದರ ಸ್ವಾತಂತ್ರ್ಯವನ್ನು ಆ ರಾಷ್ಟ್ರಗಳು ಮನ್ನಿಸುವಂತೆ ಮಾಡಿದನು.

ಬಲ್ಗೇರಿಯಾದಲ್ಲಿನ ಹತ್ಯಾಕಾಂಡ: ಟರ್ಕ್ ಪ್ರಭುತ್ವದಿಂದ ಬೇಸತ್ತು ಸ್ವತಂತ್ರವಾಗಲು ಬಯಸಿದ ಬಾಲ್ಕನ್ ಪ್ರದೇಶದ ಮತ್ತೊಂದು ಜನಾಂಗವೆಂದರೆ ಬಲ್ಗೇರಿಯನ್ನರು. ಇವರೆಲ್ಲರೂ ಒಂದೇ ಗ್ರೀಕ್ ಭಾಷೆಯನ್ನಾಡುತ್ತಿದ್ದರಿಂದ ತಾವೆಲ್ಲರೂ ಸಹ ಒಂದೇ ಜನಾಂಗವೆಂಬ ಭಾವನೆ ರುಮೇನಿಯನ್ನರಲ್ಲಿ ಮೂಡಿದಂತೆ ಇವರಲ್ಲೂ ಸಹ ಮೊಳೆಯ ತೊಡಗಿತು. 1875ರಲ್ಲಿ ಬಲ್ಗೇರಿಯನ್ನರು ತಮ್ಮ ಸ್ವಾತಂತ್ರ್ಯಕ್ಕಾಗಿ ಹೋರಾಟ ಆರಂಭಿಸಿದರು. ಈ ರೀತಿಯ ತನ್ನ ಅಧಿಪತ್ಯದಿಂದ ಒಂದೊಂದಾಗಿ ಕೊಂಡಿಯಂತೆ ಕಳಚಿಕೊಳ್ಳುತ್ತಿದ್ದ ರಾಜ್ಯಗಳ ಬಗ್ಗೆ ಟರ್ಕ್ ಸುಲ್ತಾನನ ಕೋಪ ನೆತ್ತಿಗೇರಿದಂತಾಯಿತು. ಈತ ಬಲ್ಗೇರಿಯಾದಲ್ಲಿನ ಸ್ವಾತಂತ್ರ್ಯ ಚಳುವಳಿಯನ್ನು ದಮನ ಮಾಡಲು 'ಬಷಿ–ಬಜೌಕ್' ಎಂಬ ಅಪಾರ ಸಂಖ್ಯೆಯ ವೀರ ಯೋಧರನ್ನು ಕಳುಹಿಸಿದನು. ಬಲ್ಗೇರಿಯನ್ನರು ಅನೇಕ ದರ್ಪಿಷ್ಟ ಟರ್ಕಿ ಅಧಿಕಾರಿಗಳನ್ನು ಕೊಲೆ ಮಾಡಿದರು. ಇದಕ್ಕೆ ಪ್ರತಿಯಾಗಿ ಸುಲ್ತಾನನ ಸೈನ್ಯ ಬಲ್ಗೇರಿಯಾದಲ್ಲಿನ ಸಾವಿರಾರು ಜನತೆಯನ್ನು ಕೊಲೆಗೈದಿತು. ಬಾಟಿಕ್ ನಗರಕ್ಕೆ ನುಗ್ಗಿದ ಸುಲ್ತಾನನ ಸೈನ್ಯ ಅಲ್ಲಿನ 7000 ಜನತೆಯಲ್ಲಿ 5000 ಕ್ಕಿಂತಲೂ ಹೆಚ್ಚಿನ ಸಂಖ್ಯೆಯ ಗಂಡಸರು, ಮಹಿಳೆಯರು, ಮಕ್ಕಳುಗಳೆನ್ನದೆ ಸಾಮೂಹಿಕ ಕೊಲೆಗೈದಿತು. ಮಾರಿಝೂ ಎಂಬ ವಿಶಾಲ ಕಣಿವೆ ಪ್ರದೇಶದಲ್ಲಿನ 80 ಗ್ರಾಮಗಳಲ್ಲಿ 15 ಗ್ರಾಮಗಳನ್ನು ಹೊರತುಪಡಿಸಿ ಉಳಿದೆಲ್ಲಾ ಗ್ರಾಮಗಳ ಜನರನ್ನು ಸುಲ್ತಾನನ ಸೈನ್ಯ ಮೃಗಗಳನ್ನು ಬೇಟೆಯಾಡುವಂತೆ ಓಡಾಡಿಸಿಕೊಂಡು ಕೊಲೆಗೈದಿತು. ಈ ರೀತಿಯ ಬಲ್ಗೇರಿಯಾದಲ್ಲಿ ನಡೆದ ಹತ್ಯಾಕಾಂಡದ ಬಗ್ಗೆ ಇಡೀ ಯೂರೋಪ್ ಭಯದಿಂದ ತಲ್ಲಣಿಸುವಂತಾಯಿತು. ಅಷ್ಟೇ ಅಲ್ಲದೆ ಆ ಘಟನೆಯನ್ನು ಯೂರೋಪ್ ಕೇವಲ ಮೂಕ ಪ್ರೇಕ್ಷಕನಂತೆ ವೀಕ್ಷಿಸಿತು.

ಸರ್ಬಿಯಾ ಮತ್ತು ಮಾಂಟೆನಿಗ್ರೋಗಳ ಹೋರಾಟ: ಟರ್ಕಿ ಸುಲ್ತಾನನ ದರ್ಪಿಷ್ಟ ಆಡಳಿತದಿಂದ ಬೇಸತ್ತು ಹೋಗಿದ್ದ ಸರ್ಬಿಯಾ ಮತ್ತು ಮಾಂಟೆನಿಗ್ರೋಗಳ ಜನತೆ 1876ರ ಜುಲೈ ತಿಂಗಳಲ್ಲಿ ಸುಲ್ತಾನನ ವಿರುದ್ಧ ದಂಗೆಯೆದ್ದರು. ಸುಲ್ತಾನನು ತನ್ನ ಹಿಂದಿನ ಸೈನಿಕ ಧಮನಕಾರಿ ಕೃತ್ಯವನ್ನೇ ಈ ಎರಡು ಪ್ರದೇಶಗಳ ಮೇಲೆ ಪ್ರಯೋಗಿಸಿದನು. ಸುಲ್ತಾನನು ತನ್ನ ಸಹಧರ್ಮಿಯರ ಮೇಲೆ ಕೈಗೊಂಡ ಈ ಹಿಂಸಾ ಕೃತ್ಯದಿಂದ ರಷ್ಯಾಕ್ಕೆ ಕೋಪವುಂಟಾಯಿತು. ಅಷ್ಟೇ ಅಲ್ಲದೆ ಸುಲ್ತಾನನು ಬಲ್ಗೇರಿಯಾದಲ್ಲಿ ನಡೆಸುತ್ತಿದ್ದ ಸಾಮೂಹಿಕ ಹತ್ಯಾಕಾಂಡದಿಂದ ರೋಸಿ ಹೋಗಿದ್ದ ರಷ್ಯಾ 1877ರ ಏಪ್ರಿಲ್ 24ರಂದು ಟರ್ಕಿಯ ಮೇಲೆ ಯುದ್ಧಸಾರಿತು. 5 ತಿಂಗಳ ಕಾಲ ನಡೆದ ಈ ರಷ್ಯಾ ಮತ್ತು ಟರ್ಕಿ ಯುದ್ಧದಲ್ಲಿ ಅಪಾರ ಸಾವು ನೋವು ಎರಡು ಕಡೆಯೂ ಸಂಭವಿಸಿದವು. ರಷ್ಯಾ ಸೈನ್ಯದ ಅಪ್ರತಿಮ ಸೇನಾರಕ್ಷಕನೆಂಬ ಬಿರುದು ಪಡೆದಿದ್ದ ಟಾಡ್ಲಬೆನ್ ಟರ್ಕರ ಮುಖ್ಯ ಸೇನಾ ನೆಲೆಯಾದ ಪ್ಲೆವ್ನ ಕೋಟೆಯನ್ನು ವಶಪಡಿಸಿಕೊಂಡನು. ಯುದ್ಧ ಮುಂದುವರೆಸಲಾರದ ಟರ್ಕ್ ಸೇನಾನಿ ಉಸ್ಮಾನ್ ಪಾಷ ತನ್ನ ಸೈನಿಕರೊಂದಿಗೆ ರಷ್ಯನ್ನರಿಗೆ ಸಂಪೂರ್ಣವಾಗಿ ಶರಣಾದನು. ವಿಜಯೋತ್ಸವದಲ್ಲಿ ರಷ್ಯನ್ ಸೇನೆ ಕಾನ್‌ಸ್ಟಾಂಟಿನೋಪಲ್ಲನ್ನು ವಶಪಡಿಸಿಕೊಳ್ಳಲು 1878ರ ಜನವರಿ 20ರಂದು ಮುನ್ನುಗ್ಗಿತು. ತನ್ನ ಸೇನಾ ಬಲದ ಅಸಮರ್ಥತೆಯನ್ನು ಮನಗಂಡ ಸುಲ್ತಾನ ಯುದ್ಧ ಮುಂದುವರಿಸದೆ 1878ರ ಮಾರ್ಚ್ 3ರಂದು ರಷ್ಯಾದ ಜೊತೆ ಸ್ಯಾನ್‌ಸ್ಟೆಫಾನೊ ಒಪ್ಪಂದಕ್ಕೆ ಸಹಿ ಹಾಕಿದನು.

ಸ್ಯಾನ್‌ಸ್ಟೆಫಾನೋ ಒಪ್ಪಂದದ ಕರಾರುಗಳು (1878 ಮಾರ್ಚ್ 3)

1. ಟರ್ಕಿ ಸರ್ಬಿಯಾ, ಮಾಂಟೆನಿಗ್ರೋಗಳಿಗೆ ಸಂಪೂರ್ಣ ಸ್ವಾತಂತ್ರ್ಯ ನೀಡುವುದು. ಹಾಗೆಯೇ ಟರ್ಕಿ ರುಮೇನಿಯಾಕ್ಕೆ ಸಂಪೂರ್ಣ ಪರಮಾಧಿಕಾರ ನೀಡುವುದು.
2. ಸರ್ಬಿಯಾ ಮತ್ತು ಮಾಂಟಿನಿಗ್ರೋಗಳ ಗಡಿ ಪ್ರದೇಶಗಳನ್ನು ಮತ್ತಷ್ಟು ವಿಸ್ತರಿಸುವುದು.
3. ಹೊಸ ಬಲ್ಗೇರಿಯಾ ರಾಜ್ಯವನ್ನು ರಚಿಸುವುದು. ಇದು ಸುಲ್ತಾನನಿಗೆ ವಾರ್ಷಿಕ ಪೊಗದಿಯನ್ನು ನೀಡಬೇಕು. ಅದರ ಸ್ವಯಂ ಆಡಳಿತದಲ್ಲಿ ಸುಲ್ತಾನನು ಹಸ್ತಕ್ಷೇಪ ನಡೆಸುವಂತಿಲ್ಲವೆಂದು ಸೂಚಿಸಲಾಯಿತು.

4. ಕೆಲವೊಂದು ನಿರ್ದಿಷ್ಟ ವರುಷಗಳ ತನಕ ಹೊಸ ಬಲ್ಗೇರಿಯಾ ರಷ್ಯಾದ ಅಧೀನಕ್ಕನುಗುಣವಾಗಿ ಆಡಳಿತ ನಡೆಸಬೇಕು.
5. ರಷ್ಯಾವು ಏಷ್ಯಾ ಪ್ರದೇಶದ ಬೇಟಂ ಮತ್ತು ಕಾರ್ಸ ಪ್ರದೇಶಗಳನ್ನು, ಯೂರೋಪಿನ ರುಮೇನಿಯಾದಲ್ಲಿರುವ ಬಿಸರೇಬಿಯಾ ಪ್ರದೇಶವನ್ನು ಪಡೆಯುವಂತಾಯಿತು.
6. ರುಮೇನಿಯಾಕ್ಕೆ ದೊಬ್ರಜ್ ಪ್ರದೇಶವನ್ನು ಬಿಸರೇಬಿಯಾದ ಬದಲಿಗೆ ನೀಡತಕ್ಕದ್ದೆಂದು ತಿಳಿಸಲಾಯಿತು.
7. ರಷ್ಯಾಕ್ಕೆ ಟರ್ಕ್ ಯುದ್ಧ ವೆಚ್ಚವನ್ನು ತುಂಬಿಕೊಡುವುದು.

ಸ್ಯಾನ್‌ಸ್ಟೆಫಾನೋ ಒಪ್ಪಂದಕ್ಕೆ ಇಂಗ್ಲೆಂಡ್‌ನ ವಿರೋಧ

ರಷ್ಯಾ, ಟರ್ಕಿಯೊಡನೆ ಏಕಾಂಗಿಯಾಗಿ ಮಾಡಿಕೊಂಡ ಈ ಸ್ಯಾನ್‌ಸ್ಟೆಫಾನೋ ಒಪ್ಪಂದದಿಂದ ಇಂಗ್ಲೆಂಡ್‌ಗೆ ಗಾಬರಿಯುಂಟಾಯಿತು. ಬಾಲ್ಕನ್ ಪ್ರದೇಶದ ರಾಷ್ಟ್ರಗಳು ರಷ್ಯಾದ ಕೈಗೊಂಬೆಯಾಗಿರುವುದನ್ನು ಇಂಗ್ಲೆಂಡ್ ಇಷ್ಟಪಡಲಿಲ್ಲ. ಆ ರಾಜ್ಯಗಳ ಸ್ವಾತಂತ್ರ್ಯದ ಅಥವಾ ಮತ್ತಿನ್ನಾವುದೇ ಪ್ರಶ್ನೆಯನ್ನು ಇಡೀ ಯೂರೋಪಿನ ರಾಷ್ಟ್ರಗಳ ಪರಿಶೀಲನೆಗೆ ಬಿಡಬೇಕೆಂದು ಆಗ್ರಹ ಪಡಿಸಿತು. ರಷ್ಯಾ ಟರ್ಕಿಯೊಡನೆ ಮಾಡಿಕೊಂಡಿರುವ ಸ್ಯಾನ್‌ಸ್ಟೆಫಾನೋ ಒಪ್ಪಂದವು ಅತ್ಯಂತ ದುರದೃಷ್ಟಕರವಾದುದೆಂದು ತಿಳಿಸಿತು. ಅದು ಅಂತರರಾಷ್ಟ್ರೀಯ ಕಾನೂನಿಗೆ ವಿರೋಧವಾಗಿದೆಯೆಂದು ತನ್ನ ಅಭಿಪ್ರಾಯ ಸೂಚಿಸಿತು. ಆ ಒಪ್ಪಂದವನ್ನು ಸಾಮಾನ್ಯ ಕಾಂಗ್ರೆಸ್ಸಿನ ಪರಿಶೀಲನೆಗೆ ವಹಿಸಿಕೊಟ್ಟು ಅದನ್ನು ಅನೂರ್ಜಿತ ಮಾಡಬೇಕೆಂದು ಇಂಗ್ಲೆಂಡ್ ತೀರ್ಮಾನಿಸಿತು. ಆಸ್ಟ್ರಿಯಾವು ಸಹ ಇಂಗ್ಲೆಂಡ್‌ನ ಸೂಚನೆಗೆ ತನ್ನ ಸಹಮತಿ ಸೂಚಿಸಿತು. ಇಂಗ್ಲೆಂಡ್‌ನ ಪ್ರಧಾನಿಯಾಗಿದ್ದ ಡಿಸ್ರೇಲಿ ಸ್ಯಾನ್‌ಸ್ಟೆಫಾನೋ ಒಪ್ಪಂದವನ್ನು ತನ್ನ ರಾಷ್ಟ್ರದ ಸಹಮತಿಯಂತೆ ಯೂರೋಪಿಯನ್ ಕಾಂಗ್ರೆಸ್ಸಿನ ಪರಿಶೀಲನೆಗೆ ಕಳುಹಿಸಿಕೊಡಬೇಕೆಂದು ರಷ್ಯಾಕ್ಕೆ ಎಚ್ಚರಿಕೆಯಿತ್ತನು. ಅಷ್ಟೇ ಅಲ್ಲದೆ ರಷ್ಯಾ ಇಂಗ್ಲೆಂಡ್‌ನ ಆದೇಶವನ್ನು ಪಾಲಿಸದಿದ್ದ ಪಕ್ಷದಲ್ಲಿ ಅದರ ಜೊತೆ ಯುದ್ಧ ಹೂಡಲು 7000 ಭಾರತೀಯ ಸೈನ್ಯ ಮಾಲ್ಟಾಕ್ಕೆ ಹೋಗುವಂತೆ ಮಾಡಿದನು. ರಷ್ಯಾವು ಸಹ ಇಂಗ್ಲೆಂಡ್‌ನ ಯಾವುದೇ ಒತ್ತಡಕ್ಕೆ ಮಣಿಯದೆ ಯುದ್ಧಕ್ಕೆ ಸಿದ್ಧವಾಗಿತ್ತು. ಇಂಗ್ಲೆಂಡ್ ಜೊತೆ ಹೋರಾಡಲು ರಷ್ಯಾ ಜರ್ಮನಿಯ ಬಿಸ್ಮಾರ್ಕ್‌ನ ಸಹಾಯ ಕೋರಿತು. ಬಿಸ್ಮಾರ್ಕ್ ರಷ್ಯಾಕ್ಕೆ ಯಾವುದೇ ರೀತಿಯ ಸಹಾಯ ನೀಡಲು ತಿರಸ್ಕರಿಸಿದನು. ಯೂರೋಪಿನ ಹಲವಾರು ರಾಷ್ಟ್ರಗಳು ಇಂಗ್ಲೆಂಡ್‌ಗೆ ಬೆಂಬಲ ಸೂಚಿಸಿದುದನ್ನು ಮನಗಂಡ ರಷ್ಯಾ ಇಂಗ್ಲೆಂಡ್‌ನ ಸಲಹೆಯನ್ನು ಮೌನವಾಗಿ ಸ್ವೀಕರಿಸಿ ಐರೋಪ್ಯ ರಾಷ್ಟ್ರಗಳ ಕಾಂಗ್ರೆಸ್ಸಿನ ತೀರ್ಮಾನಕ್ಕೆ ತನ್ನ ಒಪ್ಪಿಗೆಯನ್ನು ಸೂಚಿಸಿತು.

ಬರ್ಲಿನ್ ಕಾಂಗ್ರೆಸ್ ಅಧಿವೇಶನ (1878)

ಜರ್ಮನಿಯ ಛಾನ್ಸಲರ್ ಬಿಸ್ಮಾರ್ಕ್‌ನ ಅಧ್ಯಕ್ಷತೆಯಲ್ಲಿ 1878ರ ಜುಲೈ 13ರಂದು ಬರ್ಲಿನ್‌ನಲ್ಲಿ ನಡೆದ ಒಪ್ಪಂದದ ಮಾತುಕತೆಗೆ ಐರೋಪ್ಯ ರಾಷ್ಟ್ರಗಳ ಕಾಂಗ್ರೆಸ್ ತನ್ನ ಸಹಿಯನ್ನು ಹಾಕಿತು. ಇಂಗ್ಲೆಂಡಿನ ಪ್ರಧಾನಿ ಡಿಸ್ರೇಲಿ ಈ ಸಭೆಯಲ್ಲಿ ಪ್ರಮುಖ ಪಾತ್ರವಹಿಸಿದ್ದನು. ರಷ್ಯಾ ಟರ್ಕಿಯೊಂದಿಗೆ ಮಾಡಿಕೊಂಡಿದ್ದ ಸ್ಯಾನ್‌ಸ್ಟೆಫಾನೋ ಒಪ್ಪಂದವನ್ನು ಈ ಸಭೆಯಲ್ಲಿ ಪರಾಮರ್ಶಿಸಿ ಈ ಕೆಳಕಂಡ ನಿರ್ಣಯಗಳನ್ನು ಬರ್ಲಿನ್ ಕಾಂಗ್ರೆಸ್ ಜಾರಿಗೆ ತಂದಿತು.

1. ಕಾಂಗ್ರೆಸ್ ತನ್ನ ಪ್ರಥಮ ನಿರ್ಣಯದಲ್ಲಿಯೇ ರಷ್ಯಾ ಟರ್ಕಿಯೊಡನೆ ಮಾಡಿಕೊಂಡಿದ್ದ ಸ್ಯಾನ್‌ಸ್ಟೆಫಾನೋ ಒಪ್ಪಂದದ ಎಲ್ಲಾ ಕರಾರುಗಳನ್ನು ಅನುರ್ಜಿತಗೊಳಿಸಿತು.
2. ಮಾಂಟೆನಿಗ್ರೊ, ಸರ್ಬಿಯಾ, ರುಮೇನಿಯಾಗಳು ಹೊಂದಿದ್ದ ಸ್ವಾತಂತ್ರ್ಯಕ್ಕೆ ಮತ್ತೆ ಮನ್ನಣೆ ನೀಡಲಾಯಿತು.
3. ಬೃಹತ್ ಬಲ್ಗೇರಿಯಾವನ್ನು ಮೂರು ಭಾಗಗಳಾಗಿ ವಿಂಗಡಿಸಿ ಅದರ ಒಂದು ಭಾಗವಾದ ಮ್ಯಾಸಿಡೋನಿಯಾ ಪ್ರದೇಶವನ್ನು ಟರ್ಕಿಗೆ ವಹಿಸಿಕೊಡಲಾಯಿತು. ಮತ್ತೊಂದು ಭಾಗವನ್ನು ಪೂರ್ವ ರುಮೇನಿಯಾ ಎಂದು ಹೆಸರಿಸಿ ಟರ್ಕ್ ಸುಲ್ತಾನನಿಂದ ನೇಮಿಸಲ್ಪಟ್ಟ ಕ್ರಿಶ್ಚಿಯನ್ ಗವರ್ನರ್‌ನ ಆಳ್ವಿಕೆಗೆ ವಹಿಸಿಕೊಡಲಾಯಿತು. ಉಳಿದೊಂದು ಭಾಗವನ್ನು ಬಲ್ಗೇರಿಯಾ ಎಂಬ ಸ್ವತಂತ್ರ ರಾಜ್ಯವನ್ನಾಗಿ ಮಾಡಲಾಯಿತು.
4. ಆಸ್ಟ್ರಿಯಾಕ್ಕೆ ಬೋಸ್ನಿಯಾ, ಹರ್ಜಿಗೋವಿನ ಪ್ರದೇಶಗಳನ್ನು ವಹಿಸಿಕೊಡಲಾಯಿತು. ಆದರೆ ಅವುಗಳನ್ನು ಆಸ್ಟ್ರಿಯಾ ತನ್ನಲ್ಲಿ ಐಕ್ಯಗೊಳಿಸಿಕೊಳ್ಳದಂತೆ ಸೂಚಿಸಲಾಯಿತು.
5. ಇಂಗ್ಲೆಂಡ್‌ಗೆ ಸೈಪ್ರೆಸ್ ದ್ವೀಪವನ್ನು, ಫ್ರಾನ್ಸಿಗೆ ಟ್ಯುನಿಸ್‌ನ್ನು, ಇಟಲಿಗೆ ಟ್ರಿಪೋಲಿಯಾ ಪ್ರದೇಶವನ್ನು ವಹಿಸಿಕೊಡಲಾಯಿತು.
6. ಹಿಂದಿನಂತೆ ರಷ್ಯಾಕ್ಕೆ ರುಮೇನಿಯಾವು ಬಿಸರೇಬಿಯಾವನ್ನು ಬಿಟ್ಟುಕೊಟ್ಟು ಪ್ರತಿಯಾಗಿ ದೊಬ್ರಾಜ್ ಪ್ರದೇಶವನ್ನು ಪಡೆದುಕೊಳ್ಳುವಂತೆ ಸೂಚಿಸಲಾಯಿತು.
7. ಏಷ್ಯಾದ ಪ್ರದೇಶದಲ್ಲಿ ಸುಲ್ತಾನನ ಅಧೀನ ರಾಜ್ಯಗಳಿಗೆ ಇಂಗ್ಲೆಂಡ್ ರಕ್ಷಣೆಯ ಭರವಸೆಯನ್ನು ನೀಡಿತು.

8. ತನ್ನ ಅಧೀನ ರಾಜ್ಯಗಳ ಎಲ್ಲಾ ಕ್ರೈಸ್ತ ಪ್ರಜೆಗಳ ಹಕ್ಕನ್ನು ಗೌರವಿಸುವ ಹಾಗೂ ಎಲ್ಲಾ ಜನತೆಯನ್ನು ಸಮಾನ ದೃಷ್ಟಿಯಿಂದ ನೋಡಿಕೊಳ್ಳುವುದಾಗಿ ಸುಲ್ತಾನ ಒಪ್ಪಂದದಲ್ಲಿ ತಿಳಿಸಿದನು.
9. ಬಾಲ್ಕನ್ ಪ್ರದೇಶದಲ್ಲಿ ರಷ್ಯಾಕ್ಕೆ ತಡೆಯೊಡ್ಡಿ ಅದು ತನ್ನ ವಸಾಹತನ್ನು ವಿಸ್ತರಿಸಬೇಕೆಂದಿದ್ದರೆ ಪರ್ಷಿಯಾ, ಆಫ್ಘಾನಿಸ್ತಾನಗಳ ಕಡೆ ಹೋಗಬೇಕೆಂದು ತಿಳಿಸಲಾಯಿತು.

ಬರ್ಲಿನ್ ಒಪ್ಪಂದದ ವಿಮರ್ಶೆ

ಬರ್ಲಿನ್ ಒಪ್ಪಂದವು ಪೌರ್ವಾತ್ಯ ಸಮಸ್ಯೆಗೆ ನಿಜವಾದ ಮತ್ತು ಅಂತಿಮವಾದ ಪರಿಹಾರವನ್ನು ಕಂಡುಕೊಳ್ಳುವಲ್ಲಿ ವಿಫಲವಾಯಿತು. ಇಂಗ್ಲೆಂಡ್ ಮತ್ತು ಆಸ್ಟ್ರಿಯಾಗಳು ಬಾಲ್ಕನ್ ರಾಷ್ಟ್ರಗಳಲ್ಲಿ ತಮ್ಮ ಉದ್ದೇಶವನ್ನು ಈಡೇರಿಸಿಕೊಳ್ಳಲು ಮುಂದಾದವು. ಈ ಒಪ್ಪಂದವು ಬಿಸ್ಮಾರ್ಕ್‌ನ ನೇತೃತ್ವದಲ್ಲಿ ನಡೆದರೂ ಜರ್ಮನಿಯು ಯಾವುದೇ ಭೂಭಾಗವನ್ನು ಪಡೆಯಲಿಚ್ಛಿಸಲಿಲ್ಲ. ಈ ಒಪ್ಪಂದದ ಮುಖ್ಯ ದೋಷವೆಂದರೆ ಟರ್ಕಿ ಮತ್ತು ಬಾಲ್ಕನ್ ರಾಷ್ಟ್ರಗಳನ್ನು ಸಂಪೂರ್ಣವಾಗಿ ನಿರ್ಲಕ್ಷಿಸಿಸಲಾಗಿತ್ತು. ಬಲ್ಗೇರಿಯಾವು ಹಲವಾರು ರಾಷ್ಟ್ರಗಳು ಈ ಒಪ್ಪಂದವನ್ನು ಉಲ್ಲಂಘಿಸುತ್ತಿರುವಾಗ ತಾವೇಕೆ ಅದನ್ನು ಪಾಲಿಸಬೇಕೆಂದು ವಾದಿಸತೊಡಗಿತು. ಬರ್ಲಿನ್ ಒಪ್ಪಂದದಲ್ಲಿ ಟರ್ಕಿಗೆ ಸರ್ಬಿಯಾ, ಮಾಂಟೆನಿಗ್ರೋ ಮತ್ತು ರುಮೇನಿಯಾಗಳನ್ನು ನೀಡಲಾಗಿತ್ತು. ಆದರೆ ಕೆಲವೇ ದಿನಗಳಲ್ಲಿ ಈ ರಾಷ್ಟ್ರಗಳು ಟರ್ಕಿ ಸಾಮ್ರಾಜ್ಯದಿಂದ ಹೊರಬಂದು ಸಂಪೂರ್ಣವಾಗಿ ಸ್ವತಂತ್ರವಾದವು. ಇಂಗ್ಲೆಂಡ್, ಆಸ್ಟ್ರಿಯಾ ಕೂಡ ಟರ್ಕಿಯ ಪ್ರದೇಶವನ್ನು ಕಬಳಿಸಿದವು. ಬಲ್ಗೇರಿಯಾವನ್ನು ಪೂರ್ವ ರುಮೇನಿಯಾ ಮತ್ತು ಮ್ಯಾಸಿಡೋನಿಯಾ ಎಂಬುದಾಗಿ ಬೃಹತ್ ಬಲ್ಗೇರಿಯಾವನ್ನು ವಿಭಾಗಿಸಿದುದು ಬಾಲ್ಕನ್ ಬಗ್ಗೆ ರಷ್ಯಾಕ್ಕೆ ಇದ್ದ ಆಸೆಯನ್ನು ಸಂಪೂರ್ಣವಾಗಿ ನಾಶಮಾಡಿತು. ಅಲ್ಲದೆ ಬಲ್ಗೇರಿಯಾ ನಿರ್ಮಾಣಕ್ಕೆ ರಷ್ಯಾವೇ ಕಾರಣವಾಗಿದ್ದುದರಿಂದ ಗ್ರೀಸ್ ಮತ್ತು ಸರ್ಬಿಯಗಳಿಗೆ ಅದು ಒಂದು ಅಪಾಯವಾಗಿ ಪರಿಣಿಮಿಸಿತು.

ಆಸ್ಟ್ರಿಯಾವು ಬೋಸ್ನಿಯ ಮತ್ತು ಹರ್ಜೆಗೊವಿನಗಳನ್ನು ವಶಪಡಿಸಿಕೊಂಡಿದ್ದರಿಂದ ಸ್ಲಾವ್ ಜನರಿಗೆ ತುಂಬಾ ನಿರಾಶೆಯಾಯಿತು. ಬರ್ಲಿನ್ ಒಪ್ಪಂದದಲ್ಲಿ ಬಾಲ್ಕನ್ ಜನತೆಯ ಆಶೋತ್ತರಗಳನ್ನು ಸಂಪೂರ್ಣವಾಗಿ ಕಡೆಗಣಿಸಲಾಗಿತ್ತು. ಇದು ಸರ್ಬಿಯಾ ಮತ್ತು ಆಸ್ಟ್ರಿಯಾಗಳ ನಡುವೆ ವೈರತ್ವ ಬೆಳೆಯಲು ಕಾರಣವಾಯಿತು. ರಷ್ಯಾ ಮತ್ತು ಆಸ್ಟ್ರಿಯಾಗಳೆರಡರ ಹಿತಾಸಕ್ತಿಯನ್ನು ಕಾಪಾಡಬೇಕಾದ ಬಿಸ್ಮಾರ್ಕ್ ಆಸ್ಟ್ರಿಯಾದತ್ತ ತನ್ನ ಒಲವನ್ನು ತೋರಿಸಿದನು. ಇದಕ್ಕೆ ಆಸ್ಟ್ರಿಯಾ ಜರ್ಮನಿಯೊಡನೆ ಹೊಂದಿದ್ದ ಮಿತ್ರತ್ವವೇ ಕಾರಣವಾಗಿತ್ತು. ಆಸ್ಟ್ರಿಯಾ ಜರ್ಮನಿಯ ಕಡೆ ವಾಲಿದ್ದರಿಂದ ರಷ್ಯಾ ಇಂಗ್ಲೆಂಡ್ ಮತ್ತು ಫ್ರಾನ್ಸ್ ಕಡೆಗೆ ವಾಲಿತು. ಇದು ಅಂತಿಮವಾಗಿ ಮತ್ತೆ ಬಾಲ್ಕನ್ ರಾಜ್ಯಗಳಲ್ಲಿ ಪೌರ್ವಾತ್ಯ ಸಮಸ್ಯೆ ತಲೆದೋರಲು ಕಾರಣವಾಯಿತು.

ಬರ್ಲಿನ್ ಒಪ್ಪಂದದಿಂದ ಬುಖಾರೆಸ್ಟ್ ಒಪ್ಪಂದದವರೆಗೆ (1878 ರಿಂದ 1913-14ರ ಪ್ರಥಮ ಮಹಾಯುದ್ಧದವರೆಗೆ)

1878ರ ಬರ್ಲಿನ್ ಕಾಂಗ್ರೆಸ್ ನಂತರ ಬಾಲ್ಕನ್ ಪರಿಸ್ಥಿತಿ : ಬರ್ಲಿನ್ ಕಾಂಗ್ರೆಸ್ ಹೊತ್ತಿಗೆ ಟರ್ಕ್ ಸಾಮ್ರಾಜ್ಯದ ಹಿಡಿತದಲ್ಲಿದ್ದ ಗ್ರೀಸ್, ಸರ್ಬಿಯಾ, ಬಲ್ಗೇರಿಯಾ, ರುಮೇನಿಯಾ, ಮೊಂಟೆನಿಗ್ರೊ ಸ್ವತಂತ್ರ ರಾಜ್ಯಗಳಾಗಿದ್ದರೂ ಸಹ ಬರ್ಲಿನ್ ಕಾಂಗ್ರೆಸ್ ಅವುಗಳ ಸಂಪೂರ್ಣ ಸ್ವಾತಂತ್ರ್ಯದ ಪರಮಾಧಿಕಾರಕ್ಕೆ ಮುದ್ರೆ ಒತ್ತಿತೆನ್ನಬಹುದು. ಇವುಗಳು ತಮ್ಮ ಸ್ವಾತಂತ್ರ್ಯಾನಂತರ ತಮ್ಮ ತಮ್ಮಲ್ಲೇ ಪ್ರಾಂತ್ಯಾಕ್ರಮಣಗಳ ಕಬಳಿಕೆಗಾಗಿ ಹೋರಾಟ ನಡೆಸಲು ಮುಂದಾದವು ಮ್ಯಾಸಿಡೋನಿಯಾದ ಗ್ರೀಕರು ಆಲ್ಬೇನಿಯನ್ನರು, ಬಲ್ಗೇರಿಯನ್ನರು ಇನ್ನೂ ಸಹ ಟರ್ಕಿಯ ನಿರಂಕುಶಾಡಳಿತದ ತುಳಿತಕ್ಕೆ ಒಳಪಟ್ಟಿದ್ದರು. ಆಸ್ಟ್ರಿಯಾ ತನ್ನ ಅಧೀನದಲ್ಲಿದ್ದ ಬೋಸ್ನಿಯಾ ಹರ್ಜೆಗೋವಿನಾ ಪ್ರಾಂತ್ಯಗಳನ್ನು ಬರ್ಲಿನ್ ಕಾಂಗ್ರೆಸ್‌ನ್ನು ಧಿಕ್ಕರಿಸಿ ತನ್ನಲ್ಲಿ ಐಕ್ಯಗೊಳಿಸಲು ಮುಂದಾಯಿತು. ಇದರಿಂದ ಆ ಪ್ರದೇಶಗಳ ಬಹುಸಂಖ್ಯಾತ ಸರ್ಬಿಯನ್ ಜನಾಂಗ ಆಸ್ಟ್ರಿಯಾದ ವಿರುದ್ಧ ಕೋಪಗೊಂಡರು. ಇಂಗ್ಲೆಂಡ್ ಮತ್ತು ರಷ್ಯಾಗಳು ಆಸ್ಟ್ರಿಯಾದ ಈ ನೀತಿಯನ್ನು ವಿರೋಧಿಸಿದವು. ರಷ್ಯಾವಂತೂ ಆಸ್ಟ್ರಿಯಾದ ಪ್ರಬಲ ಶತ್ರುವಾಯಿತು. ಬೋಸ್ನಿಯಾ ಮತ್ತು ಹರ್ಜೆಗೋವಿನಾ ಪ್ರದೇಶದ ತಮ್ಮ ಜನಾಂಗಗಳೊಂದಿಗೆ ಐಕ್ಯಗೊಳ್ಳುವ ಕನಸು ಕಾಣುತ್ತಿದ್ದ ಸರ್ಬಿಯಾಕ್ಕೆ ಆಸ್ಟ್ರಿಯಾದ ಈ ನೀತಿ ಬಲು ಬೇಸರ ತಂದಿತು. ಈ ದಿಸೆಯಲ್ಲಿ ರಷ್ಯಾ ಸರ್ಬಿಯಾಕ್ಕೆ ಬೆಂಬಲ ವ್ಯಕ್ತಪಡಿಸಿತು. ಬರ್ಲಿನ್ ಒಪ್ಪಂದದ ನಂತರ ಹೊಡೆದು ಹೋಳಾಗಿದ್ದ ಪೂರ್ವ ರುಮೇನಿಯಾದ ಜನತೆ ಮೂಲ ಬಲ್ಗೇರಿಯಾದೊಡನೆ ಪುನಃ ಐಕ್ಯಗೊಳ್ಳಲು ಹೋರಾಟ ಆರಂಭಿಸಿದರು. 1879ರಲ್ಲಿ ಅಲೆಗ್ಸಾಂಡರ್ ಆಫ್ ಬ್ಯಾಟನ್‌ಬರ್ಗ್‌ನನ್ನು ಬಲ್ಗೇರಿಯನ್ನರು ತಮ್ಮ ರಾಜನಾಗಿ ಆಯ್ಕೆ ಮಾಡಿಕೊಂಡರು. 1885ರಲ್ಲಿ ಪೂರ್ವ ರುಮೇನಿಯಾದ ಬಲ್ಗೇರಿಯನ್ನರು ದಂಗೆ ಎದ್ದು ಅಲ್ಲಿನ ಗವರ್ನರ್ ಆದ ಗಮಿಲ್ ಪಾಷನನ್ನು ತಮ್ಮ ರಾಜ್ಯದಿಂದ ಹೊರಗಟ್ಟಿ ತಮ್ಮ ಮಾತೃಭೂಮಿಯಾದ ಬಲ್ಗೇರಿಯಾದೊಡನೆ ಸೇರಿಕೊಂಡಿರುವುದಾಗಿ ಸಾರಿದರು. ರಷ್ಯಾ ಪೂರ್ವ ರುಮೇನಿಯಾದ ಈ ಐಕ್ಯತೆಯನ್ನು ಸಂಪೂರ್ಣವಾಗಿ ವಿರೋಧಿಸಿತು. 1840ರಲ್ಲಿ ಕ್ರೇಟ್ ಸುಲ್ತಾನನ ವಶದಿಂದ ಹೊರಬರಲು ದಂಗೆಯೆದ್ದಿತು.

ಅವರ ಮುಖ್ಯ ಉದ್ದೇಶ ಗ್ರೀಸ್‌ನೊಡನೆ ತಮ್ಮ ರಾಜ್ಯವನ್ನು ಐಕ್ಯಗೊಳಿಸಿಕೊಳ್ಳಬೇಕೆಂಬುದಾಗಿತ್ತು. 1897ರಲ್ಲಿ ಗ್ರೀಸ್ ಕ್ರೀಟ್‌ನ ಆಕಾಂಕ್ಷೆಯಂತೆ ಅದನ್ನು ತನ್ನಲ್ಲಿ ಐಕ್ಯಗೊಳಿಸಿಕೊಳ್ಳಲು ಟರ್ಕಿಯ ವಿರುದ್ಧ ಯುದ್ಧ ಸಾರಿತು. ಆದರೆ ಟರ್ಕ್ ಸೈನ್ಯಕ್ಕೆ ಸೋತು ಶರಣಾಗಿ ಥೆಸ್ಸಲಿಯಾದ ಕೆಲವೊಂದು ಭಾಗಗಳನ್ನು ಸುಲ್ತಾನನಿಗೆ ಗ್ರೀಸ್ ಬಿಟ್ಟುಕೊಟ್ಟಿತು. ಜರ್ಮನಿಯು ಸಹ ಇತರ ರಾಷ್ಟ್ರಗಳಂತೆ ತಾನು ಬಾಲ್ಕನ್‌ನಲ್ಲಿ ಪ್ರವೇಶಿಸುವ ಆಕಾಂಕ್ಷೆಯನ್ನು ವ್ಯಕ್ತಪಡಿಸಿತು. ಅದರ ಅರಸ 2ನೇ ವಿಲಿಯಮ್ ಟರ್ಕ್ ಸುಲ್ತಾನನ ಸ್ನೇಹತ್ವವನ್ನು ಸಂಪಾದಿಸಿಕೊಂಡನು ಬಾಲ್ಕನ್ ಪ್ರದೇಶದಲ್ಲಿನ ಆರ್ಥಿಕ ಸಂಪತ್ತನ್ನು ದೋಚಲು ಬರ್ಲಿನ್‌ನಿಂದ ಬಾಗ್ದಾದ್‌ವರೆಗಿನ ರೈಲು ನಿರ್ಮಾಣದ ಯೋಜನೆಯನ್ನು ವಿಲಿಯಮ್ ಕೈಗೊಂಡನು. ತನ್ನ ಈ ದುರುದ್ದೇಶವನ್ನು ಮರೆಮಾಚಿ ಸುಲ್ತಾನನಿಗೆ ಟರ್ಕ್‌ನ ರಕ್ಷಣೆಗಾಗಿ ತನ್ನ ಸೈನಿಕ ಸಹಾಯ ಮಾಡಲು ಈ ರೈಲು ನಿರ್ಮಾಣದ ಯೋಜನೆಯೆಂದು ತಿಳಿಸಿದನು.

ಹೀಗೆ ಬಾಲ್ಕನ್ ಪ್ರದೇಶದಲ್ಲಿ ಹಿಂದಿನಂತೆಯೇ ವಿದೇಶಿ ಶಕ್ತಿಗಳ ಆಂತರಿಕ, ಬಾಹ್ಯ ಪ್ರವೇಶ; ಅದಕ್ಕೆ ಅಲ್ಲಿನ ರಾಜ್ಯಗಳ ವಿರೋಧದಿಂದ ಅಶಾಂತಿ ಅತೃಪ್ತಿಯ ವಾತಾವರಣ, ಅವುಗಳು ತಮ್ಮ ರಾಜ್ಯಗಳ ಆಂತರಿಕ ಶಾಂತಿ, ಸುವ್ಯವಸ್ಥೆಗೆ ಗಮನ ನೀಡುವ ಬದಲು, ಕೇವಲ ಗಡಿ ವಿಸ್ತರಣೆಗೆ ಬೇರೊಂದು ಪ್ರದೇಶದೊಡನೆ ಹೋರಾಟಕ್ಕಿಳಿದುದರಿಂದ ಇಡೀ ಬಾಲ್ಕನ್ ಪ್ರದೇಶ ಸಂಪೂರ್ಣ ಘರ್ಷಣೆಯ ವಾತಾವರಣವನ್ನು ನಿರ್ಮಿಸಿಕೊಂಡಿತು.

ಅಂದಿನ ಬಾಲ್ಕನ್ ಪ್ರದೇಶದ ಕ್ಲಿಷ್ಟ ಸಮಸ್ಯೆಯನ್ನು ಸೂಕ್ಷ್ಮವಾಗಿ ಅಭ್ಯಸಿಸಿದ್ದ ಜರ್ಮನಿಯ ಬಿಸ್ಮಾರ್ಕ್ ಈ ರೀತಿ ನುಡಿದಿದ್ದನು. "ಪ್ರಪಂಚದಲ್ಲಿ ಮಹಾಯುದ್ಧವೇನಾದರೂ ಸಂಭವಿಸಿದರೆ ಅದರ ಆರಂಭ ಈ ಬಾಲ್ಕನ್ ಪ್ರದೇಶಗಳಿಂದಲೇ".

ಯಂಗ್ ಟರ್ಕರ ಹೋರಾಟ (1908) : 1908ರ ಜುಲೈ ತಿಂಗಳಲ್ಲಿ ಟರ್ಕಿ ಆಶ್ಚರ್ಯಕರ ರೀತಿಯಲ್ಲಿ ತನ್ನಲ್ಲೇ ಆಂತರಿಕ ದಂಗೆಯನ್ನು ಕಂಡಿತು. ಯೂರೋಪಿನಲ್ಲಿ ನಡೆಯುತ್ತಿದ್ದ ಹೊಸ ರಾಜಕೀಯ ವ್ಯವಸ್ಥೆಗಳಿಂದ ಪ್ರಭಾವಿತರಾದ ಮತ್ತು ಪಾಶ್ಚಾತ್ಯ ರೀತಿಯ ಶಿಕ್ಷಣ ಪಡೆದು ಬಂದಿದ್ದ ಯುವ ಟರ್ಕರು ಸುಲ್ತಾನನ ವಿರುದ್ಧ ಕ್ರಾಂತಿ ಎಸಗಿದರು. ಇವರ ಮುಖ್ಯ ಉದ್ದೇಶವೇನೆಂದರೆ ಟರ್ಕಿಯನ್ನು ವಿದೇಶಿ ಶಕ್ತಿಗಳ ಕೈವಶದಿಂದ ಬಂಧಮುಕ್ತಗೊಳಿಸುವುದು. ಟರ್ಕಿಯನ್ನು ಪಾಶ್ಚಾತ್ಯ ದೇಶಗಳಂತೆ ಆಧುನೀಕರಿಸುವುದು. ಸುಲ್ತಾನನ ದಬ್ಬಾಳಿಕೆಯ ಭ್ರಷ್ಟಾಚಾರದ ಆಡಳಿತವನ್ನು ಕಿತ್ತೊಗೆಯುವುದು, ರಾಷ್ಟ್ರದ ಹಿತಾಸಕ್ತಿಗೆ ಪೂರಕವಾದಂತಹ ಯೋಜನೆಗಳನ್ನು ಕೈಗೊಳ್ಳುವುದು. ಆ ಮೂಲಕ ಟರ್ಕಿಯನ್ನು ಪ್ರಗತಿಪರ ರಾಷ್ಟ್ರಗಳ ಸಾಲಿಗೆ ಸೇರಿಸುವ ಅಪೇಕ್ಷೆ ಹೊಂದಿದ್ದರು. ಯುವ ಟರ್ಕರು ಸುಲ್ತಾನನ ಸೈನ್ಯವನ್ನು ಈ ನಿಟ್ಟಿನಲ್ಲಿ ತಮ್ಮೆಡೆಗೆ ಸೆಳೆದುಕೊಳ್ಳಲು ಯಶಸ್ವಿಯಾಗಿ 1876ರ ಸಂವಿಧಾನವನ್ನು ಪುನರ್ ಜಾರಿಗೆ ತರುವಂತೆ ಸುಲ್ತಾನ 2ನೇ ಅಬ್ದುಲ್ ಹಮೀದ್‌ನಲ್ಲಿ ಒತ್ತಾಯ ತಂದರು. ತನ್ನ ಸೈನ್ಯವು ಯುವ ಟರ್ಕರ ಹಿತಾಸಕ್ತಿಗೆ ಬಲಿಯಾಗಿರುವುದನ್ನು ಮನಗಂಡ ಸುಲ್ತಾನ 1876ರ ಸಂವಿಧಾನವನ್ನು ಪುನಃ 1908ರ ಜುಲೈ 24ರಂದು ಜಾರಿಗೆ ತಂದನು. ಸಂಸತ್ತಿನ ಚುನಾವಣೆಗೂ ಸಹ ಪ್ರಕಟಣೆ ಹೊರಡಿಸಿದನು. ಸುಲ್ತಾನನ ಈ ಕ್ರಮದಿಂದ ಟರ್ಕ್ ಜನತೆಯಷ್ಟೇ ಅಲ್ಲದೆ ಇಡೀ ಬಾಲ್ಕನ್ ಪ್ರದೇಶದ ಎಲ್ಲಾ ರಾಜ್ಯಗಳು ಸಂತಸ ವ್ಯಕ್ತಪಡಿಸಿದವು. ನಾಲ್ಕು ತಿಂಗಳ ನಂತರ ಈ ಸಂವಿಧಾನಾತ್ಮಕ ಹೊಸ ಸರಕಾರವನ್ನು ಕೊನೆಗೊಳಿಸಲು ಸುಲ್ತಾನ ಪ್ರಯತ್ನಿಸಿದನು. ಸಿಟ್ಟಿಗೆದ್ದ ಯುವ ಟರ್ಕರು 1909ರಲ್ಲಿ ಸುಲ್ತಾನ ಹಮೀದ್‌ನನ್ನು ಸಿಂಹಾಸನದಿಂದ ಪದಚ್ಯುತಿಗೊಳಿಸಿದರು. ಯಂಗ್ ಟರ್ಕರು ತಮ್ಮ ಉದ್ದೇಶಗಳಿಗನುಗುಣವಾಗಿ ಆಡಳಿತ ನಡೆಸುವಂತೆ ಹಮೀದನ ಸಹೋದರನಾದ 5ನೇ ಮಹಮ್ಮದನನ್ನು ಟರ್ಕ್ ಸುಲ್ತಾನನ್ನಾಗಿ ಮಾಡಿದರು.

ತಮ್ಮ ಕಾರ್ಯ ಸಾಧನೆಯಲ್ಲಿ ಯಶಸ್ವಿಯಾದ ಯುವ ಟರ್ಕರು ತಾವು ಜನತೆಯಲ್ಲಿ ಮೂಡಿಸಿದ್ದ ನಿರೀಕ್ಷೆಗಳನ್ನು ಜಾರಿಗೊಳಿಸಲು ವಿಫಲರಾದರು. ಬದಲಿಗೆ ಅಧಿಕಾರದ ಅಮಲಿನಲ್ಲಿ ಎಂದಿನಂತೆ ನಿರಂಕುಶಾಡಳಿತ ಸರಕಾರಕ್ಕೆ ತಮ್ಮ ಒಂದೇ ಜನಾಂಗದ ಪ್ರಭುತ್ವಕ್ಕೆ ಒಗ್ಗೂಡಿಕೊಂಡರು. ವಿವಿಧ ಸಂಸ್ಕೃತಿ ಮತ್ತು ಜನಾಂಗಗಳ ಮೇಲೆ ತಮ್ಮ ಪ್ರಭುತ್ವ ಸಾಧಿಸಿದರು. ರಾಜ್ಯದಾದ್ಯಂತ ಟರ್ಕಿ ಭಾಷೆಯನ್ನು ಕಡ್ಡಾಯಗೊಳಿಸುವುದು. ಒಂದೇ ರಾಷ್ಟ್ರೀಯ ಶಿಕ್ಷಣ ಪದ್ಧತಿಯನ್ನು ಜಾರಿಗೆ ತರುವುದು. ಕಡ್ಡಾಯ ಮಿಲಿಟರಿ ಸೇವೆಯನ್ನು ಅನುಷ್ಠಾನಗೊಳಿಸುವುದು. ಒಟ್ಟಿನಲ್ಲಿ ಇಡೀ ರಾಷ್ಟ್ರವನ್ನು ತುರ್ಕೀಕರಣ ಗೊಳಿಸಲು ಯುವ ಟರ್ಕರು ಪಣತೊಟ್ಟರು. ಯುವ ಟರ್ಕರು ತಮ್ಮ ಹಿಂದಿನ ವಿಶಾಲ ದೃಷ್ಟಿಕೋನ ತ್ಯಜಿಸಿ ಆಕ್ರಮಣ ನೀತಿಯನ್ನು ಅನುಸರಿಸಲಾರಂಭಿಸಿದರು. ಮ್ಯಾಸಿಡೋನಿಯಾ ಮತ್ತು ಅಲ್ಬೇನಿಯಾಗಳ ಮೇಲೆ ಹಿಂಸಾತ್ಮಕ ಕೃತ್ಯ ನಡೆಸಿದರು. ಟರ್ಕ್‌ನಲ್ಲಿನ ಇಂತಹ ದುರಾಡಳಿತವನ್ನು ಸದುಪಯೋಗಪಡಿಸಿಕೊಂಡ ಯೂರೋಪಿಯನ್ ರಾಷ್ಟ್ರಗಳು ತಮ್ಮ ಪ್ರಭಾವವನ್ನು ಅಲ್ಲಿ ವಿಸ್ತರಿಸಲು ಮುಂದಾದವು. ಇದರಿಂದ ಬಾಲ್ಕನ್ ಪ್ರದೇಶದಲ್ಲಿ ಮತ್ತೆ ಬಿಕ್ಕಟ್ಟಿನ ಸಂದಿಗ್ಧಮಯ ಪರಿಸ್ಥಿತಿ ತಲೆದೋರಿತು. ಇದರ ಲಾಭ ಪಡೆದ ಇಟಲಿ 1911ರ ಸೆಪ್ಟೆಂಬರ್‌ನಲ್ಲಿ ಟ್ರಿಪೋಲಿಯಾವನ್ನು ಗೆದ್ದುಕೊಂಡು ಅಲ್ಲಿನ ಇತರ ಹನ್ನೊಂದು ದ್ವೀಪಗಳನ್ನು ಸಹ ವಶಪಡಿಸಿಕೊಂಡಿತು. ಇದೇ ಸಮಯಕ್ಕೆ ಅಲ್ಬೇನಿಯಾದಲ್ಲಿ ಕ್ರಾಂತಿ ಸಂಭವಿಸುವಂತಾಯಿತು. ಪರಿಸ್ಥಿತಿ

ಮಿತಿಮೀರಿ ಹೋಗುವುದನ್ನು ಮನಗಂಡ ಯುವ ಟರ್ಕರು ಆಲ್ಬೇನಿಯಾದಲ್ಲಿ ಉದಯಿಸುತ್ತಿದ್ದ ಕ್ರಾಂತಿಯನ್ನು ಧಮನ ಮಾಡಲು ತಾವು ಸ್ವತಂತ್ರರಾಗಿಬೇಕೆಂದು ಮನಗಂಡರು. ಟರ್ಕರು ಇಟಲಿಯೊಂದಿಗೆ 1912ರ ಅಕ್ಟೋಬರ್ 15ರಂದು ಲೌಸೆನ್ನಾ ಶಾಂತಿ ಒಪ್ಪಂದಕ್ಕೆ ಸಹಿ ಹಾಕಿದರು. ಆ ಪ್ರಕಾರ ಟರ್ಕಿ ಟ್ರಿಪೋಲಿಯದ ಮೇಲಿನ ಇಟಲಿಯ ಸಾರ್ವಭೌಮತ್ವ ಒಪ್ಪಿಕೊಂಡಿತು. ಟ್ರಿಪೋಲಿಯಾದಲ್ಲಿದ್ದ ತನ್ನ ಸೈನ್ಯವನ್ನು ಟರ್ಕಿ ಹಿಂದಕ್ಕೆ ಕರೆಯಿಸಿಕೊಂಡಿತು. ಇಟಲಿ ತಾನು ಇತರ ದ್ವೀಪಗಳಲ್ಲಿರಿಸಿದ್ದ ಸೈನ್ಯವನ್ನು ವಾಪಸ್ ತೆಗೆದುಕೊಂಡಿತು. ಟ್ರಿಪೋಲಿಯಾದಲ್ಲಿನ ಇಟಲಿಯ ಸಾರ್ವಭೌಮತ್ವ ಟರ್ಕನ ರಾಜ್ಯದ ಬುಡವನ್ನೇ ಅಲುಗಾಡಿಸಿದಂತಾಯಿತು. ಬಾಲ್ಕನ್ ರಾಷ್ಟ್ರಗಳು ಟರ್ಕನಲ್ಲಿನ ಅಭದ್ರತೆಯ ಮೂಲವನ್ನು ಕಂಡುಕೊಂಡು ಅದರ ಮೇಲೆ ಯುದ್ಧ ಸಾರಲು ಮುಂದಾದವು.

ಪ್ರಥಮ ಬಾಲ್ಕನ್ ಯುದ್ಧ (1912)

ಟರ್ಕಿಯು ಮ್ಯಾಸಿಡೋನಿಯಾದ ಕ್ರೈಸ್ತ ಪ್ರಜೆಗಳ ಮೇಲೆ ದಬ್ಬಾಳಿಕೆ ನಡೆಸುವುದನ್ನು ಬಾಲ್ಕನ್‌ನ ಇತರ ಕ್ರೈಸ್ತ ರಾಷ್ಟ್ರಗಳು ವಿರೋಧಿಸಿದವು. ಸರ್ಬಿಯಾ ಮಾಂಟಿನಿಗ್ರೋ, ಗ್ರೀಸ್, ಬಲ್ಗೇರಿಯಾಗಳು ಈ ನಿಟ್ಟಿನಲ್ಲಿ ಮುಂದೆ ಬಂದು ಮ್ಯಾಸಿಡೋನಿಯಾ ಪ್ರದೇಶದಲ್ಲಿ ಕ್ರೈಸ್ತರ ಮೇಲೆ ನಡೆಸುತ್ತಿದ್ದ ದುರಾಡಳಿತವನ್ನು ನಿಲ್ಲಿಸುವಂತೆ ಟರ್ಕಿಯನ್ನು ಒತ್ತಾಯಿಸಿದವು. ಟರ್ಕಿಯು ಈ ರಾಷ್ಟ್ರಗಳ ಬೇಡಿಕೆಯನ್ನು ತಿರಸ್ಕರಿಸಿತು. ಮ್ಯಾಸಿಡೋನಿಯಾದಲ್ಲಿನ ತಮ್ಮ ಜನಾಂಗದ ರಕ್ಷಣೆಗಾಗಿ ಮಿತ್ರರಾಷ್ಟ್ರಗಳು ತಾತ್ಕಾಲಿಕವಾಗಿಯಾದರೂ ತಮ್ಮ ಭಿನ್ನಾಭಿಪ್ರಾಯವನ್ನು ಮರೆತು 1912ರಲ್ಲಿ ಬಾಲ್ಕನ್ ಒಕ್ಕೂಟವನ್ನು ರಚಿಸಿಕೊಂಡವು. 1912ರ ನವೆಂಬರ್ 8ರಂದು ಬಾಲ್ಕನ್ ಲೀಗ್ ಟರ್ಕಿಯ ಮೇಲೆ ಯುದ್ಧ ಘೋಷಿಸಿದವು. ಗ್ರೀಕರು ಮ್ಯಾಸಿಡೋನಿಯಾದಲ್ಲಿನ ಟರ್ಕ್ ಸೈನ್ಯದ ಮೇಲೆ ದಾಳಿ ನಡೆಸಿದರು. ಸರ್ಬಿಯನ್ನರು ಹಾಗೂ ಮಾಂಟಿನಿಗ್ರೋಗಳು ಮೊನಾಸ್ಟಿರ್ ಪ್ರದೇಶವನ್ನು ವಶಪಡಿಸಿಕೊಂಡರು, ಬೃಹತ್ ಸೈನ್ಯ ಹೊಂದಿದ್ದ ಬಲ್ಗೇರಿಯನ್ನರು ಕಿರ್ಕ್‌ಕಿಲಿಸ್ಸೆ ಮತ್ತು ಲುಲೆಬರ್ಗಾಸ್‌ಗಳಲ್ಲಿ ನಡೆಸಿದ ಯುದ್ಧದಲ್ಲಿ ಟರ್ಕರನ್ನು ಸಂಪೂರ್ಣವಾಗಿ ಸೋಲಿಸಿದರು. ನಂತರ ಏಡ್ರಿಯಾನೋಪಲನ್ನು ವಶಪಡಿಸಿಕೊಂಡು ಟರ್ಕಿಯ ರಾಜಧಾನಿಯಾದ ಇಸ್ತಾನ್‌ಬುಲ್ (ಕಾನ್‌ಸ್ಟಾಂಟಿನೋಪಲ್)ನ ಮೇಲೆ ದಾಳಿ ನಡೆಸಿದರು. ಮೊನಾಸ್ಟಿಕ್ ವಶಪಡಿಸಿಕೊಂಡು ಬಹುಬೇಗ ಮುಂದೆ ಬಂದು ಮಾಂಟೆನಿಗ್ರೊ, ಸ್ಕುಟಾರಿ ಪ್ರದೇಶಗಳನ್ನು ಆಕ್ರಮಿಸಿಕೊಂಡಿತು. ಹೀಗೆ ಮಿತ್ರ ರಾಷ್ಟ್ರಗಳ ಅಪಾರ ಸೈನ್ಯದಿಂದ ಸುತ್ತುವರೆಯಲ್ಪಟ್ಟಿದ್ದ ಟರ್ಕಿ ಕಂಗಾಲಾದಂತಾಯಿತು. ಟರ್ಕಿಯ ಶೋಚನೀಯ ಪರಿಸ್ಥಿತಿಯನ್ನು ಮನಗಂಡ ಇಂಗ್ಲೆಂಡ್ ಟರ್ಕಿಯನ್ನು ಮಿತ್ರರಾಷ್ಟ್ರಗಳಿಗೆ ಶರಣಾಗುವಂತೆ ತಿಳಿಸಿತು. ಇಂಗ್ಲೆಂಡ್ ತನ್ನ ಮಧ್ಯಸ್ಥಿಕೆಯಿಂದ ಮಿತ್ರರಾಷ್ಟ್ರಗಳು ಮತ್ತು ಟರ್ಕಿಯ ನಡುವೆ 1913ರ ಮೇ 30ರಂದು ಲಂಡನ್ ಒಪ್ಪಂದವನ್ನೇರ್ಪಡಿಸಿತು.

ಲಂಡನ್ ಒಪ್ಪಂದದ ಕರಾರುಗಳು (1913)

1. ಮ್ಯಾಸಿಡೋನಿಯಾ, ಮಾಂಟೆನಿಗ್ರೋ, ಏಡ್ರಿಯೊನೋಪಲ್ ಪ್ರದೇಶಗಳನ್ನು ಟರ್ಕಿ ಬಿಟ್ಟುಕೊಡುವುದು.
2. ಮ್ಯಾಸಿಡೋನಿಯಾವನ್ನು ಕ್ರಮವಾಗಿ ಸರ್ಬಿಯಾ, ಬಲ್ಗೇರಿಯಾ, ಗ್ರೀಸ್‌ಗಳು ಹಂಚಿಕೊಳ್ಳುವುದು.
3. ಟರ್ಕಿಯು ಗ್ರೀಸ್‌ಗೆ ಕ್ರೀಟ್ ಪ್ರದೇಶವನ್ನು ವಹಿಸಿಕೊಡುವುದು.
4. ಆಲ್ಬೇನಿಯಾ ರಾಜ್ಯವನ್ನು ಸಂಪೂರ್ಣ ಸ್ವಯಂ ಆಡಳಿತ ರಾಜ್ಯವನ್ನಾಗಿ ಮಾಡುವುದು.
5. ಗ್ರೀಸ್ ವಶಪಡಿಸಿಕೊಂಡಿದ್ದ ಈಜಿಯನ್‌ನಲ್ಲಿನ ದ್ವೀಪಗಳನ್ನು ಎಲ್ಲಾ ಮಿತ್ರರಾಷ್ಟ್ರಗಳ ಅಧೀನಕ್ಕೆ ವಹಿಸಿಕೊಡಲಾಯಿತು.

ದ್ವಿತೀಯ ಬಾಲ್ಕನ್ ಯುದ್ಧ (1913)

1913ರ ಲಂಡನ್ ಕರಾರಿನಂತೆ ಮ್ಯಾಸಿಡೋನಿಯಾವನ್ನು ಮಿತ್ರರಾಷ್ಟ್ರಗಳು ಸಮವಾಗಿ ಹಂಚಿಕೊಳ್ಳುವಂತೆ ಸೂಚಿಸಲಾಗಿತ್ತು. ಮ್ಯಾಸಿಡೋನಿಯಾದಲ್ಲಿ ಅತ್ಯಧಿಕ ಪಾಲು ತನಗೆ ಬರಬೇಕೆಂದು ಬಲ್ಗೇರಿಯಾ ಉಳಿದ ಮಿತ್ರರಾಷ್ಟ್ರಗಳ ಜೊತೆ ಸಂಘರ್ಷಕ್ಕಿಳಿದುದೇ ದ್ವಿತೀಯ ಬಾಲ್ಕನ್ ಯುದ್ಧಕ್ಕೆ ಮೂಲ ಕಾರಣವಾಯಿತು. ಇದಕ್ಕೆ ಪ್ರತಿಯಾಗಿ ಸರ್ಬಿಯಾ ತನಗೆ ಆಲ್ಬೇನಿಯಾದಲ್ಲಿ ಪಾಲು ಬರಬೇಕೆಂದು ಬಲ್ಗೇರಿಯಾವನ್ನು ಒತ್ತಾಯಿಸಿತು. ಏಜಿಯನ್ ಸಮುದ್ರದ ತೀರದಲ್ಲಿ ಹಂಚಿಕೆಯಾಗಿದ್ದ ಬಂದರುಗಳನ್ನು ವಶಪಡಿಸಿಕೊಳ್ಳಲು ಸರ್ಬಿಯಾ ಮುಂದಾಯಿತು. ಪ್ರಥಮ ಬಾಲ್ಕನ್ ಯುದ್ಧದ ಗೆಲುವಿಗೆ ತನ್ನ ಪಾತ್ರವೇ ಅಧಿಕವೆಂದು ಬಲ್ಗೇರಿಯಾ ಗರ್ವಪಟ್ಟಿತು. ತನ್ನಲ್ಲಿ ಇನ್ನೂ ಅದೇ ರಣೋತ್ಸಾಹವಿದೆಯೆಂದು ದುರಹಂಕಾರಿಯಾಗಿ ವರ್ತಿಸುತ್ತಾ 1913ರ ಜೂನ್‌ನಲ್ಲಿ ತನ್ನ ಇತರ ಮಿತ್ರರಾಷ್ಟ್ರಗಳಾಗಿದ್ದ ಗ್ರೀಸ್ ಮತ್ತು ಸರ್ಬಿಯಾದ ಮೇಲೆ ಬಲ್ಗೇರಿಯಾ ಯುದ್ಧ ಸಾರಿತು. ಗ್ರೀಸ್ ಮತ್ತು ಸರ್ಬಿಯಾ ಒಟ್ಟುಗೂಡಿ ಬಲ್ಗೇರಿಯಾದ ವಿರುದ್ಧ ಹೋರಾಡುತ್ತಿದ್ದವು. ರುಮೇನಿಯಾವು ಬಲ್ಗೇರಿಯಾದ ವಿರುದ್ಧ ಯುದ್ಧ ಸಾರಿತು. ಗ್ರೀಸ್, ಸರ್ಬಿಯಾ, ರುಮೇನಿಯಾ ಒಟ್ಟಾಗಿ ಹೋರಾಡುವುದನ್ನು ಮನಗಂಡ ಟರ್ಕಿಯು ಸಹ ತನ್ನ ಹಿಂದಿನ ಬಲ್ಗೇರಿಯಾದ ಮೇಲಿನ ಸೇಡನ್ನು ತೀರಿಸಿಕೊಳ್ಳಲು ಮತ್ತು ತನ್ನ ಪ್ರದೇಶಗಳನ್ನು

ಹಿಂತಿರುಗಿ ಪಡೆಯಲು ಮಿತ್ರರಾಷ್ಟ್ರಗಳ ಒಕ್ಕೂಟಕ್ಕೆ ಸೇರಿತು. ಮಾಂಟೆನೀಗ್ರೊವು ಬಲ್ಗೇರಿಯಾದ ವಿರುದ್ಧ ಯುದ್ಧ ಸಾರಿತು. ಈ ರೀತಿಯ 5 ರಾಷ್ಟ್ರಗಳ ಜರ್ಜರಿತ ದಾಳಿಗೆ ಸಿಲುಕಿ ಬಲ್ಗೇರಿಯಾ ಸಂಪೂರ್ಣ ಸೋಲನ್ನನುಭವಿಸಿತು. ಶಾಂತಿಗಾಗಿ ಕ್ಷಮೆಕೋರಿ 1913ರ ಆಗಸ್ಟ್ 10ರಂದು ಏರ್ಪಟ್ಟ ಬುಖಾರೆಸ್ಟ್ ಒಪ್ಪಂದಕ್ಕೆ ಬಲ್ಗೇರಿಯಾ ಸಹಿ ಹಾಕಿತು.

ಬುಖಾರೆಸ್ಟ್ ಒಪ್ಪಂದ (1913)

ಬಾಲ್ಕನ್ ಯುದ್ಧದಲ್ಲಿ ವಿಜಯಿಯಾದ ರಾಷ್ಟ್ರಗಳು ಈ ಒಪ್ಪಂದದ ಪ್ರಕಾರ ಮ್ಯಾಸಿಡೋನಿಯವನ್ನು ವಿಭಜಿಸಿ ಹಂಚಿಕೊಂಡವು.

1. ಸರ್ಬಿಯಾವು ಈ ಒಪ್ಪಂದದಿಂದ ತಾನು ಯೋಚಿಸಿದ್ದಕ್ಕಿಂತಲೂ ಹೆಚ್ಚು ವಿಸ್ತಾರವಾದ ಪ್ರದೇಶವನ್ನು ಪಡೆಯಿತು. ಸರ್ಬಿಯಾವು ಉತ್ತರ ಮ್ಯಾಸಿಡೋನಿಯಾ ಮತ್ತು ಮಧ್ಯ ಮ್ಯಾಸಿಡೋನಿಯಾವನ್ನು ಪಡೆಯಿತು.
2. ಗ್ರೀಸ್ ಸಹ ಮ್ಯಾಸಿಡೋನಿಯಾದ ಗಣನೀಯವಾದ ಭಾಗವನ್ನು ಪಡೆದುಕೊಳ್ಳುವಲ್ಲಿ ಯಶಸ್ವಿಯಾಯಿತು. ಈ ಒಪ್ಪಂದದಿಂದ ಗ್ರೀಸ್ ದಕ್ಷಿಣ ಮ್ಯಾಸಿಡೋನಿಯಾ ಮತ್ತು ಸೊಲೋನಿಕಾಗಳನ್ನು ಪಡೆಯಿತು.
3. ಬಲ್ಗೇರಿಯಾವು ಪೂರ್ವ ಮ್ಯಾಸಿಡೋನಿಯ ಮತ್ತು ಥ್ರೇಸ್ ಪ್ರದೇಶಗಳನ್ನು ಪಡೆಯಿತು.
4. ಟರ್ಕಿ ಸಹ ಹಿಂದಿನ ವರ್ಷ ತಾನು ಕಳೆದುಕೊಂಡಿದ್ದ ವಿಸ್ತಾರವಾದ ಪ್ರದೇಶವನ್ನು, ಮಹತ್ವದ ಏಡ್ರಿಯಾನೋಪಾಲ್ ನಗರವನ್ನು ಕೋಟೆ ಸಹಿತ ಸಂಪಾದಿಸಿತು.
5. ರುಮೇನಿಯಾವು ಬಲ್ಗೇರಿಯಾದ ಒಂದು ಚಿಕ್ಕ ಪ್ರದೇಶವನ್ನು ಪಡೆಯಿತು.

ಬಾಲ್ಕನ್ ಯುದ್ಧದ ಪರಿಣಾಮಗಳು:

ಎರಡು ಬಾಲ್ಕನ್ ಯುದ್ದಗಳಿಂದ ಅಪಾರ ಜೀವಹಾನಿ ಹಾಗೂ ಸಂಪತ್ತು ಹಾನಿಯಾಯಿತು. ವಿಜಯಿರಾಷ್ಟ್ರಗಳಿಗೆ ಈ ಯುದ್ಧಗಳು ಬಹಳ ಉಪಯುಕ್ತವಾದವು. ಮಾಂಟೆನೀಗ್ರೋ, ಗ್ರೀಸ್ ಮತ್ತು ಸರ್ಬಿಯಾಗಳು ಹಲವಾರು ಪ್ರಾಂತ್ಯಗಳನ್ನು ಪಡೆದು ತಮ್ಮ ಗಾತ್ರವನ್ನು ವಿಸ್ತಾರಗೊಳಿಸಿದವು. ಬಲ್ಗೇರಿಯಾ ಮತ್ತು ರುಮೇನಿಯಾ ಸಹ ವಿಸ್ತಾರವಾದವು. ಬಾಲ್ಕನ್‌ನಲ್ಲಿನ ಈ ಪರಿವರ್ತನೆಗಳು ಯೂರೋಪಿನ ಮೇಲೆ ಅಪಾರ ಪ್ರಭಾವವನ್ನು ಬೀರಿದವು. ಬಾಲ್ಕನ್ ಯುದ್ಧದಲ್ಲಿ ಭಾಗವಹಿಸಿದ ಟರ್ಕಿ ಪತನದ ಹಾದಿಯನ್ನು ಹಿಡಿಯಿತು. ಅಲ್ಲದೇ ಬಾಲ್ಕನ್ ಯುದ್ಧವು ಆಸ್ಟ್ರಿಯಾ ಮತ್ತು ರಷ್ಯಾಗಳ ನಡುವೆ ವೈರತ್ವ ಹೆಚ್ಚಿಸಿತು. ಇದರಿಂದಾಗಿ ಆಸ್ಟ್ರಿಯಾ ಮತ್ತು ರಷ್ಯಾಗಳು ಎರಡು ಬದ್ಧವೈರಿಗಳಾಗಿ ಆಸ್ಟ್ರಿಯಾವು ಟ್ರಿಪಲ್ ಅಲಯನ್ಸ್ ಬಣವನ್ನು ಸೇರಿದರೆ ರಷ್ಯಾ ಟ್ರಿಪಲ್ ಎಂಟಿಟಿಯನ್ನು ಸೇರಿತು. ಪರಸ್ಪರ ವೈರಿಗಳಾದ ಇವೆರಡೂ ರಾಷ್ಟ್ರಗಳು ಸೇಡಿಗಾಗಿ ಕಾಯುತ್ತಿದ್ದವು. 1914ರ ಮೊದಲನೇ ಮಹಾಯುದ್ಧದಲ್ಲಿ ಇವರಿಗೆ ಅಂತಹ ಅವಕಾಶ ದೊರೆಯಿತು. ಆಸ್ಟ್ರಿಯಾದ ಶತ್ರುರಾಷ್ಟ್ರವಾದ ಸರ್ಬಿಯಾ ಸೆರಾಜಿವೋದಲ್ಲಿ ಆಸ್ಟ್ರಿಯಾ ರಾಜಕುಮಾರ ಆರ್ಚ್‌ಡ್ಯೂಕನನ್ನು ಕೊಲೆಮಾಡಿತು. ಇದರಿಂದ ಕ್ರೋಧಗೊಂಡ ಆಸ್ಟ್ರಿಯಾ ಜರ್ಮನಿಯ ಸಹಾಯದೊಡನೆ ಮೊದಲನೆ ಮಹಾಯುದ್ಧಕ್ಕೆ ಪ್ರವೇಶಿಸಿತು. ಇದಕ್ಕೆ ವಿರುದ್ಧವಾಗಿ ಸರ್ಬಿಯಾ, ಇಂಗ್ಲೆಂಡ್, ರಷ್ಯಾ ಮತ್ತು ಫ್ರಾನ್ಸ್‌ಗಳೊಡಗೂಡಿ ಮೊದಲನೆ ಮಹಾಯುದ್ಧಕ್ಕೆ ಕಾಲಿಟ್ಟಿತು. ಹೀಗೆ ಅಂತಿಮವಾಗಿ ಬಾಲ್ಕನ್ ಸಮಸ್ಯೆಯು ಮೊದಲನೇ ಮಹಾಯುದ್ಧಕ್ಕೆ ನಾಂದಿಯಾಯಿತು.

* * * * *

ಅಧ್ಯಾಯ - 25

1870ರಿಂದ ಮೊದಲನೇ ಮಹಾಯುದ್ಧದವರೆಗಿನ ಅಂತರರಾಷ್ಟ್ರೀಯ ಸಂಬಂಧಗಳು

1870ರಿಂದ ಮೊದಲನೇ ಮಹಾಯುದ್ಧದವರೆಗಿನ ಅವಧಿಯಲ್ಲಿ ಯೂರೋಪಿನ ಪ್ರಬಲ ರಾಷ್ಟ್ರಗಳ ಮೈತ್ರಿ ಸಂಬಂಧದಲ್ಲಿ ಬದಲಾವಣೆಗಳು ಮತ್ತು ಬೆಳವಣಿಗೆಗಳು ಕಂಡುಬಂದವು. ಈ ಅವಧಿಯಲ್ಲಿ ಯೂರೋಪಿನಲ್ಲಿ ಕ್ರಾಂತಿಕಾರಕ ಘಟನೆಗಳು ಜರುಗಿದ್ದವು. ಇಟಲಿಯ ಐಕ್ಯತೆ, ಜರ್ಮನ್ ಸಾಮ್ರಾಜ್ಯದ ಸ್ಥಾಪನೆ, ಸೋತು ಶರಣಾಗತವಾಗಿದ್ದ ಎರಡು ಪ್ರಬಲ ರಾಷ್ಟ್ರಗಳಾದ ಆಸ್ಟ್ರಿಯಾ ಮತ್ತು ಫ್ರಾನ್ಸ್‌ಗಳು ವಿಯನ್ನಾ ಸಮ್ಮೇಳನವು ಜಾರಿಗೊಳಿಸಿದ್ದ ಶಕ್ತಿ ಸಮತೋಲನವನ್ನು ಹಾಳುಗೆಡವಿದ್ದವು. ಈ ಕಾಲದಲ್ಲಿ (1870-1914) ಯೂರೋಪಿನಲ್ಲಿ ಹೊರನೋಟಕ್ಕೆ ವಾತಾವರಣ ತಿಳಿಯಾಗಿ ಕಂಡುಬಂದರೂ ಯೂರೋಪಿನ ಎಲ್ಲಾ ರಾಷ್ಟ್ರಗಳೂ ತೆರೆಯಮರೆಯಲ್ಲಿ ಹೋರಾಟಕ್ಕೆ ಶಸ್ತ್ರಾಸ್ತ್ರಗಳನ್ನು ತಯಾರಿಸಿಕೊಳ್ಳುತ್ತಿದ್ದವು. ಪರಸ್ಪರ ಅನುಮಾನ ಮತ್ತು ಭಯ ಇಡೀ ಯೂರೋಪನ್ನೇ ಆವರಿಸಿದ್ದವು. ಈ ರೀತಿಯಾದ ಭಯ ಮತ್ತು ಅನುಮಾನಗಳು ತಮ್ಮ ರಾಷ್ಟ್ರದ ರಕ್ಷಣೆಗಾಗಿ ತಮ್ಮ ತಮ್ಮಲ್ಲೇ ಮೈತ್ರಿಕೂಟಗಳನ್ನು ಏರ್ಪಡಿಸಿಕೊಳ್ಳುವಂತೆ ಮಾಡಿದವು. ಯೂರೋಪಿನಲ್ಲಿ ರಾಜಕೀಯ ಶಕ್ತಿಗಳ ಪುನರ್‌ವ್ಯವಸ್ಥೆ ಅವಶ್ಯಕವಾಗಿದ್ದಿತು. 1866ರ ಆಸ್ಟ್ರೋ-ಪ್ರಷ್ಯನ್ ಯುದ್ಧದಲ್ಲಿ ಬಿಸ್ಮಾರ್ಕ್ ಸೋತ ಆಸ್ಟ್ರಿಯಾದ ಬಗ್ಗೆ ಉದಾರ ಮನೋಭಾವನೆಯನ್ನು ವ್ಯಕ್ತಪಡಿಸಿ ತನ್ನ ರಾಜಕೀಯ ನಿಪುಣತೆಯನ್ನು ತೋರ್ಪಡಿಸಿದ್ದನು. ಆದರೆ ಅದೇ ಮನೋಭಾವನೆಯನ್ನು 1871ರ ಫ್ರಾಂಕೋ-ಪ್ರಷ್ಯನ್ ಯುದ್ಧದಲ್ಲಿ ಸೋತ ಫ್ರಾನ್ಸ್‌ಗೆ ತೋರಲಿಲ್ಲ. ಫ್ರಾನ್ಸಿನ ಬಗ್ಗೆ ಸೇಡಿನ ಮನೋಭಾವವನ್ನು ತಳೆದನು. ಫ್ರಾನ್ಸನ್ನು ತನ್ನ ರಾಜಕೀಯ ಶತ್ರುವೆಂದು ತಿಳಿದ ಜರ್ಮನಿ ಆದಷ್ಟು ಫ್ರಾನ್ಸನ್ನು ತುಳಿಯಲು ಪ್ರಯತ್ನಿಸಿತು. ಕೈಗಾರಿಕಾ ದೃಷ್ಟಿಯಿಂದ ಮತ್ತು ಅಪಾರ ಸಂಪನ್ಮೂಲಗಳಿಂದ ಕೂಡಿದ್ದ ಶ್ರೀಮಂತ ಪ್ರಾಂತಗಳಾದ ಆಲ್ಸೇಸ್ ಮತ್ತು ಲೊರೈನ್ ಪ್ರಾಂತಗಳನ್ನು ಕಿತ್ತುಕೊಂಡು ಫ್ರಾನ್ಸಿನ ಮೇಲೆ ಅಪಾರ ಮೊತ್ತದ ಯುದ್ಧ ವೆಚ್ಚವನ್ನು ಹೇರಿದನು. ಬಿಸ್ಮಾರ್ಕನ ಈ ಕ್ರಮವೂ ಫ್ರಾನ್ಸಿನ ಜನತೆಯಲ್ಲಿ ಜರ್ಮನಿಯ ವಿರುದ್ಧ ಸೇಡಿನ ಮನೋಭಾವ ಬೆಳೆಯುವಂತೆ ಮಾಡಿತು. ಫ್ರಾನ್ಸ್ ಮತ್ತು ಜರ್ಮನಿಗಳು ಪ್ರಬಲ ಶತ್ರುಗಳಾಗಿ ನಿಂತವು. ಇದರಿಂದ ಯುರೋಪಿನಾದ್ಯಂತ ರಾಜಕೀಯ ವಲಯದಲ್ಲಿ ದ್ವೇಷ ವೈಷಮ್ಯಗಳು, ಸಂಶಯ ಮತ್ತು ಭೀತಿಗಳು ತಲೆದೋರಿದವು. ಜರ್ಮನ್ ಸಾಮ್ರಾಜ್ಯ ಯುರೋಪ್ ಖಂಡದಲ್ಲೇ ಶಕ್ತಿಶಾಲಿಯಾದ ರಾಷ್ಟ್ರವಾಗಿದ್ದು, ಅಂತರರಾಷ್ಟ್ರೀಯ ರಾಜಕಾರಣದಲ್ಲಿ ಪ್ರಜ್ವಲಿಸಿದ ವ್ಯಕ್ತಿ ಬಿಸ್ಮಾರ್ಕ್. ಇವನ ರಾಜನೀತಿ ನೈಪುಣ್ಯತೆ ಮತ್ತು ಪ್ರಭಾವಗಳು ಯುರೋಪಿನ ಇತಿಹಾಸದ ಮೇಲೆ ಬೀರಿದ ಪ್ರಭಾವ ಅಪೂರ್ವವಾದುದು. ಫ್ರಾನ್ಸಿನ ಬಗೆಗೆ ಅವನಿಗಿದ್ದ ಸಂಶಯಗಳು ಅವನ ವಿದೇಶಾಂಗ ನೀತಿಯನ್ನು ನಿರ್ಣಯಿಸಿದವು. ಅವನ ಪ್ರಕಾರ ಫ್ರಾನ್ಸ್ ಅಪಾಯಕಾರಿಯಾದ ಶತ್ರುವೆಂದು ತಿಳಿದು ಅದನ್ನು ಯೂರೋಪಿನ ಯಾವುದೇ ರಾಷ್ಟ್ರದ ಜೊತೆಗೆ ಸೇರದಂತೆ ಮಾಡಲು ಪ್ರಯತ್ನಿಸಿದನು. ಆದಷ್ಟು ಫ್ರಾನ್ಸ್‌ನ್ನು ಏಕಾಂಗಿಯಾಗಿ ಉಳಿಯುವಂತೆ ಮಾಡಿ ಫ್ರಾನ್ಸ್ ಯೂರೋಪಿನಲ್ಲಿ ಯಾವುದೇ ಮೈತ್ರಿಕೂಟವನ್ನು ರಚಿಸಿಕೊಳ್ಳದಂತೆ ಎಚ್ಚರವಹಿಸಿದನು.

ಮೂರು ಮಂದಿ ಚಕ್ರವರ್ತಿಗಳ ಒಕ್ಕೂಟ (1873)

ಫ್ರಾನ್ಸಿನ ದಾಳಿಯ ವಿರುದ್ಧವಾಗಿ ಜರ್ಮನಿಯ ಸಾಮ್ರಾಜ್ಯವನ್ನು ರಕ್ಷಿಸಲು ಬಿಸ್ಮಾರ್ಕ್‌ನು ರಚಿಸಿದ ಮೊದಲ ಒಕ್ಕೂಟವೇ ಮೂರು ಮಂದಿ ಚಕ್ರವರ್ತಿಗಳ ಒಕ್ಕೂಟ. ಈ ತಂತ್ರದಿಂದ ಅವನು ಆಸ್ಟ್ರಿಯಾ, ರಷ್ಯ ಮತ್ತು ಜರ್ಮನಿಯನ್ನು ಒಂದುಗೂಡಿಸಿದನು. ಇದನ್ನು ತ್ರಿ ಚಕ್ರವರ್ತಿಗಳಕೂಟ ಅಥವಾ ಟ್ರೈಕೈಸರ್‌ಬಂದ್ ಎಂದು ಕರೆಯಲಾಗಿದೆ. ಈ ಕೂಟದ ಮುಖ್ಯ ಉದ್ದೇಶವೆಂದರೆ ಈ ಕೂಟದಲ್ಲಿನ ರಾಷ್ಟ್ರಗಳಿಗೆ ಒದಗಬಹುದಾದ ಕದನವನ್ನು ತಡೆಯುವುದು ಮತ್ತು ಪರಸ್ಪರ ಸಹಕಾರ ಮತ್ತು ಶಾಂತಿಯನ್ನು ಸ್ಥಾಪಿಸುವುದು. 1873ರಲ್ಲಿ ಜರ್ಮನಿ, ಆಸ್ಟ್ರಿಯಾ ಮತ್ತು ರಷ್ಯಾದ ಚಕ್ರವರ್ತಿಗಳು ಬರ್ಲಿನ್ ನಗರದಲ್ಲಿ ಸಭೆ ಸೇರಿ ಈ ಒಕ್ಕೂಟವನ್ನು ರಚಿಸಲು ನಿರ್ಧರಿಸಿದ್ದರು. ಈ ಒಪ್ಪಂದವು ಮೂರು ಮಂದಿ ಚಕ್ರವರ್ತಿಗಳಿಗೆ ಒಂದೇ ಹಿತಾಸಕ್ತಿಯನ್ನು ಅದು ಪ್ರತಿಬಿಂಬಿಸುತ್ತಿತ್ತು. ಈ ಒಕ್ಕೂಟ ಸ್ಥಾಪನೆಯು ಜರ್ಮನಿಯ ಒಂದು ದೊಡ್ಡ ಸಾಧನೆಯಾದರೂ ಅದನ್ನು ಮುಂದುವರಿಸುವುದು ತುಂಬಾ ಕಷ್ಟವಾಯಿತು.

ತ್ರಿ ಚಕ್ರವರ್ತಿಗಳ ಒಕ್ಕೂಟದ ಪುನರ್ ಸ್ಥಾಪನೆ: (1881)

ಬಿಸ್ಮಾರ್ಕ್‌ನು 1873ರಲ್ಲಿ ಜರ್ಮನಿ, ಆಸ್ಟ್ರಿಯಾ ಮತ್ತು ರಷ್ಯಾದ ಚಕ್ರವರ್ತಿಗಳೊಡನೆ ಮಾಡಿಕೊಂಡ ಮೂರು ಮಂದಿ ಚಕ್ರವರ್ತಿಗಳ ಒಕ್ಕೂಟವು 1878ರ ಬರ್ಲಿನ್ ಕಾಂಗ್ರೆಸ್‌ವರೆಗೂ ಮುಂದುವರಿದು ಆನಂತರ ಮುರಿದುಬಿದ್ದಿತು. ರಷ್ಯಾ ಈ ಕೂಟದಿಂದ ದೂರ ಸರಿಯಿತು. ಏಕೆಂದರೆ ಬರ್ಲಿನ್ ಕಾಂಗ್ರೆಸ್‌ನ ಅಧ್ಯಕ್ಷನಾದ ಬಿಸ್ಮಾರ್ಕ್ ಆಸ್ಟ್ರಿಯಾದ

ಪರವಹಿಸಿದನೆಂದು ಆಪಾದಿಸಿತು. ಇದನ್ನು ಮನಗಂಡ ಬಿಸ್ಮಾರ್ಕ್ ತನ್ನ ರಾಜತಾಂತ್ರಿಕ ನಿಪುಣತೆಯನ್ನು ಉಪಯೋಗಿಸಿ 1881ರಲ್ಲಿ ಈ ತ್ರಿ ಚಕ್ರವರ್ತಿಗಳ ಒಕ್ಕೂಟವನ್ನು ಪುನರುಜ್ಜೀವನಗೊಳಿಸಿದನು. ಇದರ ಪ್ರಕಾರ ಈ ಮೂವರು ಚಕ್ರವರ್ತಿಗಳ ಕೂಟದ ರಾಷ್ಟ್ರಗಳಾದ ಆಸ್ಟ್ರಿಯಾ, ರಷ್ಯಾ ಮತ್ತು ಜರ್ಮನಿಗಳ ಮೇಲೆ ಯಾವುದೇ ಬೇರೊಂದು ರಾಷ್ಟ್ರ ಯುದ್ಧಕ್ಕಿಳಿದರೆ ಅವುಗಳಿಗೆ ಪರಸ್ಪರ ಸಹಾಯ ಮಾಡುವುದಾಗಿ ಒಪ್ಪಿಕೊಂಡವು. ಈ ಒಪ್ಪಂದವನ್ನು ರಹಸ್ಯವಾಗಿ ಪುನರ್ ನವೀಕರಿಸಿದರು.

ದ್ವಿರಾಷ್ಟ್ರ ಮೈತ್ರಿಕೂಟ (ಆಸ್ಟ್ರೋ-ಜರ್ಮನ್ ಒಪ್ಪಂದ) 1879

ಬಿಸ್ಮಾರ್ಕ್‌ನು ಆಸ್ಟ್ರಿಯಾದೊಡನೆ ನಿಕಟ ಮೈತ್ರಿಯನ್ನು ಬೆಳೆಸಿಕೊಳ್ಳಲು 1879ರ ಅಕ್ಟೋಬರ್ 7ರಂದು ಜರ್ಮನಿ ಮತ್ತು ಆಸ್ಟ್ರಿಯಾಗಳ ನಡುವೆ ದ್ವಿರಾಷ್ಟ್ರ ಮೈತ್ರಿಕೂಟ ಏರ್ಪಡಿಸಿದನು. ಈ ಒಪ್ಪಂದ ಮಾಡಿಕೊಳ್ಳಲು ಮುಖ್ಯ ಕಾರಣವೆಂದರೆ ರಷ್ಯಾದ ಬಗ್ಗೆ ಬಿಸ್ಮಾರ್ಕ್‌ನಿಗಿದ್ದ ಸಂಶಯವೇ ಆಗಿತ್ತು. 1878ರವರೆಗೂ ಮಿತ್ರರಾಷ್ಟ್ರವಾಗಿದ್ದ ರಷ್ಯಾ 1878ರ ಬರ್ಲಿನ್ ಕಾಂಗ್ರೆಸ್‌ನಲ್ಲಿ ಬಿಸ್ಮಾರ್ಕ್‌ನು ಆಸ್ಟ್ರಿಯಾದ ಪಕ್ಷಪಾತಿ ಎಂದು ಬಗೆದು ಜರ್ಮನಿಯನ್ನು ತನ್ನ ವೈರಿ ಎಂದು ತಿಳಿಯಿತು.

ಈ ಒಪ್ಪಂದದ ಮುಖ್ಯ ಅಂಶಗಳೆಂದರೆ: ಒಂದು ವೇಳೆ ಜರ್ಮನಿಯ ಮೇಲೆ ಇಲ್ಲವೇ ಆಸ್ಟ್ರಿಯಾದ ಮೇಲೆ ರಷ್ಯಾ ಆಕ್ರಮಣ ಮಾಡಿದ್ದಾದರೆ ಅವೆರಡು ರಾಷ್ಟ್ರಗಳು ಪರಸ್ಪರ ಸೈನಿಕ ಶಕ್ತಿಯೊಂದಿಗೆ ಸಹಾಯಕ್ಕೆ ಬರಬೇಕು ಮತ್ತು ಯುದ್ಧಾನಂತರ ಇವೆರಡೂ ರಾಷ್ಟ್ರಗಳ ಅಭಿಪ್ರಾಯವು ಒಂದೇ ಆಗದ ಹೊರತು ಯಾವುದೇ ಕರಾರುಗಳನ್ನು ಮಾಡಿಕೊಳ್ಳಬಾರದು. ಜರ್ಮನಿಯ ಮೇಲೆ ಅಥವಾ ಆಸ್ಟ್ರಿಯಾದ ಮೇಲೆ ಫ್ರಾನ್ಸ್ ಆಕ್ರಮಣ ಮಾಡಿದ್ದಾದರೆ ಮಿತ್ರರಾಷ್ಟ್ರ ತಟಸ್ಥವಾಗಿ ಉಳಿಯಬೇಕು. ಶತ್ರುರಾಷ್ಟ್ರಕ್ಕೆ ರಷ್ಯಾ ಸಹಾಯವನ್ನು ಮಾಡಿದ್ದಾದರೆ ಆಗ ಜರ್ಮನಿ ಹಾಗೂ ಆಸ್ಟ್ರಿಯಾ ತಮ್ಮ ಸಮಗ್ರ ಸೈನಿಕ ಬಲದೊಂದಿಗೆ ಒಟ್ಟಿಗೆ ಸೇರಿ ಕಾರ್ಯ ಕೈಗೊಳ್ಳಬೇಕು ಮತ್ತು ಶಾಂತಿ ಒಪ್ಪಂದ ಮಾಡಿಕೊಳ್ಳಬೇಕು.

ಇದರ ಪ್ರಕಾರ 1879ರ ಆಸ್ಟ್ರೋ-ಜರ್ಮನ್ ಒಪ್ಪಂದವು ವಿಶೇಷವಾಗಿ ರಷ್ಯಾದ ವಿರುದ್ಧ ಹಾಗೂ ಕೆಲಮಟ್ಟಿಗೆ ಫ್ರಾನ್ಸ್‌ನ ವಿರುದ್ಧ ಪರಸ್ಪರ ರಕ್ಷಣಾತ್ಮಕ ಮೈತ್ರಿಯನ್ನು ಸ್ಥಾಪಿಸಿತು. ಈ ಒಪ್ಪಂದವು ಗುಪ್ತವಾಗಿದ್ದು 1887ರವರೆಗೆ ಬಹಿರಂಗಪಡಿಸಲಿಲ್ಲ. ಈ ಒಪ್ಪಂದವು ಪುನರ್ ನವೀಕರಣದೊಂದಿಗೆ ಮೊದಲನೇ ಮಹಾಯುದ್ಧದವರೆಗೆ ಮುಂದುವರೆಯಿತು. ಈ ಮೈತ್ರಿ ಒಪ್ಪಂದವು ಬಿಸ್ಮಾರ್ಕ್‌ನ ರಾಜನೀತಿ ನೈಪುಣ್ಯದ ದ್ಯೋತಕವಾಗಿದ್ದಿತು.

ತ್ರಿರಾಷ್ಟ್ರ ಮೈತ್ರಿ ಒಕ್ಕೂಟ (Triple Alliance 1882)

1882ರಲ್ಲಿ ಜರ್ಮನಿ ಇಟಲಿ, ಮತ್ತು ಆಸ್ಟ್ರಿಯಾಗಳು ಒಂದಾಗಿ ಒಂದು ಒಪ್ಪಂದವನ್ನು ಮಾಡಿಕೊಂಡವು. ಇದನ್ನು ತ್ರಿರಾಷ್ಟ್ರ ಮೈತ್ರಿ ಒಪ್ಪಂದ ಎಂದು ಕರೆಯಲಾಯಿತು. ಯೂರೋಪಿನ ಪ್ರಬಲ ರಾಷ್ಟ್ರಗಳಲ್ಲಿ ಒಂದಾದ ಇಟಲಿಯನ್ನು ಜರ್ಮನಿಯು ತನ್ನ ಮೈತ್ರಿ ಒಪ್ಪಂದಕ್ಕೆ ಸೇರಿಸಿಕೊಳ್ಳಲು ಬಯಸಿತು. ಇಟಲಿಯನ್ನು ಸೇರಿಸಿಕೊಳ್ಳಲು ಬಿಸ್ಮಾರ್ಕ್ ಆಸ್ಥೆಯನ್ನು ತೋರಿದನು. ಫ್ರಾನ್ಸ್ ಮತ್ತು ಇಟಲಿಗಳ ನಡುವೆ ಇದ್ದ ದ್ವೇಷವನ್ನು ಮತ್ತಷ್ಟು ಹೆಚ್ಚಿಸಿ ಇಟಲಿಯನ್ನು ಮೈತ್ರಿ ಒಪ್ಪಂದದತ್ತ ಸೆಳೆದುಕೊಂಡನು. ಉತ್ತರ ಆಫ್ರಿಕಾದಲ್ಲಿನ ಟ್ಯೂನಿಜ್ ಪ್ರಾಂತ್ಯವು ಇಟಲಿ ಮತ್ತು ಫ್ರಾನ್ಸ್ ಬದ್ಧ ವೈರಿಗಳಾಗಲು ಕಾರಣವಾಯಿತು. ಈ ಪ್ರಾಂತ್ಯವನ್ನು ವಸಾಹತುವನ್ನಾಗಿ ಪಡೆಯಲು ಎರಡೂ ರಾಷ್ಟ್ರಗಳೂ ಇಚ್ಛಿಸಿದವು. ಆದರೆ ಅಂತಿಮವಾಗಿ 1881ರಲ್ಲಿ ಫ್ರಾನ್ಸ್ ಟ್ಯೂನಿಜ್‌ಅನ್ನು ಆಕ್ರಮಿಸಿತು. ಇದರಿಂದ ಅತೃಪ್ತಿಗೊಂಡ ಇಟಲಿ ಫ್ರಾನ್ಸನ್ನು ತನ್ನ ಬದ್ಧ ವೈರಿ ಎಂದು ತಿಳಿದು ಆಸ್ಟ್ರೋ-ಜರ್ಮನ್ ಮೈತ್ರಿಕೂಟವನ್ನು ಸೇರಿತು. ಹೀಗೆ ದ್ವಿರಾಷ್ಟ್ರ ಮೈತ್ರಿ ಕೂಟವು 1882ರಲ್ಲಿ ಇಟಲಿಯ ಸೇರ್ಪಡೆಯಿಂದ ತ್ರಿರಾಷ್ಟ್ರ ಮೈತ್ರಿ ಕೂಟವಾಗಿ ರೂಪುಗೊಂಡಿತು. ತ್ರಿರಾಷ್ಟ್ರ ಮೈತ್ರಿ ಕೂಟವು 5 ವರ್ಷಗಳ ಕಾಲ ಅಸ್ತಿತ್ವದಲ್ಲಿರಬೇಕೆಂದು ಜರ್ಮನಿ, ಆಸ್ಟ್ರಿಯಾ ಮತ್ತು ಇಟಲಿಗಳು ಒಪ್ಪಿದವು.

ಫ್ರಾನ್ಸ್‌ನಿಂದ ಇಟಲಿಯ ಮೇಲಾಗಬಹುದಾದ ಅಪಾಯವನ್ನು ತಡೆಗಟ್ಟುವುದಾಗಿ ಜರ್ಮನಿ ಮತ್ತು ಆಸ್ಟ್ರಿಯಾ ಭರವಸೆ ಇತ್ತವು. ಒಂದು ವೇಳೆ ರಷ್ಯಾವು ಜರ್ಮನಿ ಮತ್ತು ಆಸ್ಟ್ರಿಯಾಗಳ ಮೇಲೆ ಧಾಳಿ ಮಾಡಿದಲ್ಲಿ ಇಟಲಿಯು ಜರ್ಮನಿ ಮತ್ತು ಆಸ್ಟ್ರಿಯಾಗಳ ನೆರವಿಗೆ ಬರಬೇಕೆಂದು ನಿರ್ಧರಿಸಲಾಯಿತು. ಈ ಒಪ್ಪಂದವು ಕಾಲಕಾಲಕ್ಕೆ ನವೀಕರಣಗೊಳ್ಳುತ್ತಾ 1915ರವರೆಗೆ ಅಸ್ತಿತ್ವದಲ್ಲಿತ್ತು. ಆದರೆ 1915ರಲ್ಲಿ ಇಟಲಿಯು ಈ ಒಕ್ಕೂಟದಿಂದ ಹೊರಬಂದಿದ್ದರಿಂದ ಈ ಮೈತ್ರಿಕೂಟವು ಮುರಿದು ಬತ್ತು.

ಜರ್ಮನಿ ಮತ್ತು ರಷ್ಯಾದೊಡನೆ ರಿ ಇನ್ಸುರೆನ್ಸ್ ಒಪ್ಪಂದ: (1887)

1887ರ ವೇಳೆಗೆ ಮೂರು ಮಂದಿ ಚಕ್ರವರ್ತಿಗಳ ಒಕ್ಕೂಟ ಮುರಿದು ಬಿದ್ದಿತು. ಬಿಸ್ಮಾರ್ಕ್‌ನು ಆಸ್ಟ್ರಿಯಾ ಮತ್ತು ಇಟಲಿಗಳನ್ನು ನಿಕಟ ಮಿತ್ರರಾಷ್ಟ್ರಗಳನ್ನಾಗಿ ಮಾಡಿಕೊಂಡು ರಷ್ಯಾದೊಡನೆ ಒಳ್ಳೆಯ ಸಂಬಂಧವನ್ನು ಮುಂದುವರೆಸಿಕೊಂಡು ಹೋಗಲು ಯತ್ನಿಸಿದನು. 1879ರಲ್ಲಿ ಜರ್ಮನಿಯನ್ನು ಆಸ್ಟ್ರಿಯಾದೊಂದಿಗೆ ಕೂಡಿಸಿದ ಬಿಸ್ಮಾರ್ಕ್‌ನಿಗೆ ರಷ್ಯಾದ ವಿಶ್ವಾಸವನ್ನು

ಕಳೆದುಕೊಳ್ಳುವ ಮನಸ್ಸು ಇರಲಿಲ್ಲ. ರಷ್ಯಾ ಎಲ್ಲಿ ಫ್ರಾನ್ಸ್‌ನೊಂದಿಗೆ ಸೇರಿಕೊಳ್ಳುತ್ತದೆಯೋ ಎಂಬ ಸಂಶಯ ಜರ್ಮನಿಯನ್ನು ಕಾಡಿತು. ರಷ್ಯಾ ಯಾವುದೇ ಬಣ ಸೇರುವುದಾದಲ್ಲಿ ರಷ್ಯಾ ಮತ್ತು ಆಸ್ಟ್ರಿಯಾಗಳ ನಡುವೆ ಯುದ್ಧವಾಗುವ ಸಾಧ್ಯತೆ ಇತ್ತು. ಇದರ ಉದ್ದೇಶಕ್ಕಾಗಿಯೇ ಬಿಸ್ಮಾರ್ಕ್‌ನು ರಷ್ಯಾದೊಡನೆ 1887ರಲ್ಲಿ ರೂಸೋ-ಜರ್ಮನ್ ರಿ ಇನ್ಸುರೆನ್ಸ್ ಒಪ್ಪಂದವನ್ನು ರಹಸ್ಯವಾಗಿ ಮಾಡಿಕೊಂಡನು. ಈ ಒಪ್ಪಂದವು ಮೂರು ವರ್ಷಗಳವರೆಗೆ ಅಸ್ತಿತ್ವದಲ್ಲಿರುವುದೆಂದು ಜರ್ಮನಿ ಮತ್ತು ರಷ್ಯಾ ಒಪ್ಪಿಕೊಂಡವು. ಈ ಒಪ್ಪಂದದ ಪ್ರಕಾರ ರಷ್ಯಾ ಮತ್ತು ಆಸ್ಟ್ರಿಯಾಗಳ ನಡುವೆ ಯುದ್ಧವಾದಲ್ಲಿ ಜರ್ಮನಿಯು ತಟಸ್ಥವಾಗಿ ಉಳಿಯಲು ಸಮ್ಮತಿಸಿತು. ಈ ಒಪ್ಪಂದವು 1879ರ ಆಸ್ಟ್ರೋ-ಜರ್ಮನ್ ಒಪ್ಪಂದದ ವಿರುದ್ಧವಾಗಿದ್ದು ಜರ್ಮನಿಯೊಂದಿಗೆ ಈ ಹೊಸ ಮೈತ್ರಿ ಆಸ್ಟ್ರೋ-ರಷ್ಯನ್ ಕದನವನ್ನು ನಿಲ್ಲಿಸಲು ಯತ್ನಿಸಿತು. ಈ ಒಪ್ಪಂದವು ಸಹ ಬಿಸ್ಮಾರ್ಕ್‌ನ ರಾಜನೀತಿ ನಿಪುಣತೆಯನ್ನು ಪ್ರದರ್ಶಿಸಿತು.

ಫ್ರಾನ್ಸ್ ಮತ್ತು ರಷ್ಯಾದೊಡನೆ ಒಪ್ಪಂದ (1893)

ಜರ್ಮನಿ ಯೂರೋಪಿನ ರಾಷ್ಟ್ರಗಳ ಜೊತೆ ಒಂದರ ಮೇಲೆ ಒಂದರಂತೆ ಮೈತ್ರಿ ಒಪ್ಪಂದಗಳನ್ನು ಏರ್ಪಡಿಸಿಕೊಳ್ಳುತ್ತಿರುವಾಗ ಯೂರೋಪಿನ ಇನ್ನಿತರ ರಾಷ್ಟ್ರಗಳು ಸಹ ವಿಧಿ ಇಲ್ಲದೆ ಮೈತ್ರಿ ಒಪ್ಪಂದಗಳನ್ನು ಮಾಡಿಕೊಳ್ಳಬೇಕಾಯಿತು. ಇದರ ಫಲವಾಗಿ 1894ರಲ್ಲಿ ಫ್ರಾನ್ಸ್ ಮತ್ತು ರಷ್ಯಾಗಳು ಒಂದು ಒಪ್ಪಂದವನ್ನು ಮಾಡಿಕೊಂಡವು. ಜರ್ಮನಿಯ ಛಾನ್ಸಲರ್ ಬಿಸ್ಮಾರ್ಕ್ ಹಲವಾರು ವರ್ಷಗಳವರೆಗೆ ಫ್ರಾನ್ಸ್‌ನ್ನು ಏಕಾಂಗಿಗೊಳಿಸುವ ದೃಷ್ಟಿಯಿಂದ ಯಾವುದೇ ಯೂರೋಪಿನ ರಾಷ್ಟ್ರ ಅದರೊಂದಿಗೆ ಯಾವುದೇ ಒಪ್ಪಂದವನ್ನೂ ಮಾಡಿಕೊಳ್ಳದಂತೆ ಎಚ್ಚರವಹಿಸಿದ್ದನು. ತ್ರಿರಾಷ್ಟ್ರಗಳ ಮೈತ್ರಿ ಕೂಟದ ಭೀತಿಯು ರಷ್ಯಾವನ್ನು ಕಾಡಿತು. ಈ ಮೂರು ರಾಷ್ಟ್ರಗಳು ಒಂದಾಗಿ ರಷ್ಯಾದ ಮೇಲೆ ಯುದ್ಧ ಮಾಡಿದರೆ ತಾನೊಬ್ಬನೆ ಏಕಾಂಗಿಯಾಗಿ ಹೋರಾಡಬೇಕೆಂದು ತಿಳಿದ ರಷ್ಯಾ, ಯೂರೋಪಿನಲ್ಲಿ ತನ್ನದೆ ಸರಿಸಮಾನ ಮಿತ್ರರಾಷ್ಟ್ರವನ್ನು ಹುಡುಕಲಾರಂಭಿಸಿತು. ಫ್ರಾನ್ಸ್ ಸರಿಯಾದ ಮಿತ್ರನೆಂದು ತಿಳಿದು ಅದರೊಂದಿಗೆ ರಷ್ಯಾ ಒಪ್ಪಂದವನ್ನು ಮಾಡಿಕೊಂಡಿತು. 1893ರ ಡಿಸೆಂಬರ್‌ನಲ್ಲಿ ಫ್ರಾನ್ಸ್ ಮತ್ತು ರಷ್ಯಾಗಳು ಸೈನಿಕ ಒಡಂಬಡಿಕೆಗೆ ಸಹಿ ಹಾಕಿದವು. ಈ ಒಪ್ಪಂದದ ಪ್ರಕಾರ ಜರ್ಮನಿಯ ಸಹಾಯವನ್ನು ಪಡೆದ ಇಟಲಿಯು ಫ್ರಾನ್ಸ್‌ನ ಮೇಲೆ ಧಾಳಿ ಮಾಡಿದಲ್ಲಿ, ರಷ್ಯಾ ಫ್ರಾನ್ಸಿನ ಸಹಾಯಕ್ಕೆ ಬರುವುದೆಂತಲೂ, ಅದೇ ರೀತಿ ಜರ್ಮನಿಯ ಬೆಂಬಲ ಪಡೆದ ಆಸ್ಟ್ರಿಯ ರಷ್ಯಾದ ಮೇಲೆ ಧಾಳಿ ಮಾಡಿದಲ್ಲಿ, ಫ್ರಾನ್ಸ್ ರಷ್ಯಾದ ನೆರವಿಗೆ ಬರುವುದೆಂತಲೂ ನಿರ್ಧರಿಸಲಾಯಿತು. ಎರಡೂ ರಾಷ್ಟ್ರಗಳು ಮಾಡಿಕೊಂಡ ಈ ಒಪ್ಪಂದವು ಗೌಪ್ಯವಾಗಿರಬೇಕೆಂದು ನಿರ್ಧರಿಸಲಾಯಿತು. ಈ ಒಪ್ಪಂದವು 1917ರ ರಷ್ಯಾ ಕ್ರಾಂತಿಯವರೆಗೂ ಮುಂದುವರೆಯಿತು.

ಆಂಗ್ಲೋ-ಫ್ರೆಂಚ್ ಒಪ್ಪಂದ ಅಥವಾ ಎಂಟಿಟಿ ಕಾರ್ಡಿಯೆಲ್ (1904)

ಬಹಳ ಹಿಂದಿನಿಂದಲೂ ಇಂಗ್ಲೆಂಡ್ ಮತ್ತು ಫ್ರಾನ್ಸ್‌ಗಳು ವ್ಯಾಪಾರ ಮತ್ತು ವಸಾಹತು ಸ್ಥಾಪನೆಯಲ್ಲಿ ತೀವ್ರತರವಾದ ಪೈಪೋಟಿಯನ್ನು ಎದುರಿಸುತ್ತಿದ್ದವು. ಜರ್ಮನಿಯಲ್ಲಿ ಬಿಸ್ಮಾರ್ಕ್‌ನ ನಂತರ ಅಧಿಕಾರಕ್ಕೆ ಬಂದ ಚಕ್ರವರ್ತಿ 2ನೇ ವಿಲಿಯಂ ಜರ್ಮನಿ ಮತ್ತು ಯೂರೋಪಿನ ಇತರ ರಾಷ್ಟ್ರಗಳ ಮೇಲೆ ಬೀರಿದ ಪ್ರಭಾವ ಮುಖ್ಯವಾದದ್ದು. 1896ರ ಬೋಯರ್ ಯುದ್ಧದಲ್ಲಿ ವ್ಯಕ್ತಪಡಿಸಿದ ವಿರೋಧ ಭಾವನೆಯು ಜರ್ಮನಿ ಮತ್ತು ಬ್ರಿಟನ್‌ಗಳ ಸಂಬಂಧವು ಮುರಿದು ಬೀಳಲು ಪ್ರಮುಖ ಕಾರಣವಾಯಿತು. ಜರ್ಮನಿಯು ಇಂಗ್ಲೆಂಡಿನ ಸಾರ್ವಭೌಮತ್ವವನ್ನು ಹಾಳು ಮಾಡಲು ಯತ್ನಿಸಿತು. ಇದರಿಂದ ಫ್ರಾನ್ಸ್ ಮತ್ತು ಬ್ರಿಟನ್‌ಗಳು ತಮ್ಮ ದ್ವೇಷವನ್ನು ಮರೆತು ಒಂದಾಗಲು ಪ್ರಯತ್ನಿಸುತ್ತಿದ್ದವು. ಆಫ್ರಿಕಾದಲ್ಲಿ ನಡೆದ ಬೋಯರ್ ಯುದ್ಧವು ಬ್ರಿಟನ್‌ನ ಪ್ರತ್ಯೇಕತಾ ನೀತಿಯನ್ನು ಕೊನೆಗೊಳಿಸಿ ಫ್ರಾನ್ಸ್ ಮತ್ತು ರಷ್ಯಾಗಳೊಡನೆ ಒಪ್ಪಂದವನ್ನು ಮಾಡಿಕೊಳ್ಳಲು ಮುಂದಾಯಿತು. ಇದರ ಪರಿಣಾಮವಾಗಿ 1904ರಲ್ಲಿ ಬ್ರಿಟನ್ ಮತ್ತು ಫ್ರಾನ್ಸ್‌ಗಳ ನಡುವೆ ಅಸ್ತಿತ್ವಕ್ಕೆ ಬಂದ ಆಂಗ್ಲೋ-ಫ್ರೆಂಚ್ ಒಪ್ಪಂದ ಅಥವಾ 'ಎಂಟೆಟಿ ಕಾರ್ಡಿಯಲ್' ಇಂಗ್ಲೆಂಡ್ ಮತ್ತು ಫ್ರಾನ್ಸಿನ ನಡುವೆ ಉತ್ತಮ ಸಂಬಂಧವನ್ನು ಏರ್ಪಡಿಸಿತು. ಈ ಒಪ್ಪಂದದಿಂದ ದೀರ್ಘಕಾಲದಿಂದ ಇವರೆಡೂ ರಾಷ್ಟ್ರಗಳ ನಡುವೆ ಇದ್ದ ವಸಾಹತು ಮತ್ತು ವಾಣಿಜ್ಯ ಪೈಪೋಟಿಯು ನಿಂತಿತು. 1898ರಲ್ಲಿ ಉತ್ತರ ಈಜಿಪ್ಟ್‌ನ ಫಷೋಡದಲ್ಲಿ ಫ್ರೆಂಚ್ ಧ್ವಜವನ್ನು ಫ್ರೆಂಚ್ ಕ್ಯಾಪ್ಟನ್ ಹಾರಿಸಿದನು. ಈ ಪ್ರದೇಶವು ಬ್ರಿಟಿಷರ ಅಧೀನದಲ್ಲಿದ್ದರಿಂದ ಇಂಗ್ಲಿಷರು ಕೂಡಲೇ ಧ್ವಜವನ್ನು ತೆಗೆದು ಹಾಕುವಂತೆ ಒತ್ತಡ ತಂದರು. ಸ್ವಲ್ಪ ಸಮಯದ ತಿಕ್ಕಾಟದ ನಂತರ ಫ್ರೆಂಚ್ ಸೈನ್ಯ ಅಲ್ಲಿಂದ ನಿರ್ಗಮಿಸಿತು. ಇದೇ ಫಷೋಡ ಘಟನೆಯಾಗಿದೆ. ಈ ಕರಾರಿನ ಪ್ರಕಾರ ಈಜಿಪ್ಟ್ ಮತ್ತು ಸುಡಾನ್‌ನಲ್ಲಿ ಫ್ರಾನ್ಸ್ ಇಂಗ್ಲೆಂಡಿನ ಅಧಿಪತ್ಯವನ್ನು ಒಪ್ಪಿಕೊಂಡಿತು. ಮೊರಾಕ್ಕೊ, ಸೈಯಾಮ್, ನೈಜೀರಿಯಾ ಮತ್ತು ಮಡಗಾಸ್ಕರ್‌ಗಳಲ್ಲಿ ಫ್ರಾನ್ಸಿನ ಅಧಿಪತ್ಯವನ್ನು ಇಂಗ್ಲೆಂಡ್ ಮಾನ್ಯ ಮಾಡುವುದೆಂದು ಒಪ್ಪಿಕೊಳ್ಳಲಾಯಿತು. ಹಲವಾರು ಭಾರಿ ಈ ಒಪ್ಪಂದವು ಮುರಿದು ಬೀಳುವ ಪ್ರಸಂಗ ಬಂದರೂ ಬ್ರಿಟನ್ ಅದನ್ನು ತಡೆಗಟ್ಟಿತು.

ಆಂಗ್ಲೋ-ಫ್ರೆಂಚ್ ಎಂಟಿಟಿಯ ಮುಖ್ಯವಾದ ನ್ಯೂನತೆಯೆಂದರೆ ಅದರಲ್ಲಿ ರಷ್ಯಾಕ್ಕೆ ಸ್ಥಾನವಿಲ್ಲದೇ ಹೋದುದು. ಕೈಸರ್ ವಿಲಿಯಂ ರಷ್ಯಾವನ್ನು ಈ ಒಪ್ಪಂದದಿಂದ ದೂರವಿಡಲು ಯತ್ನಿಸಿದನು. ಇದಕ್ಕಾಗಿ ಜರ್ಮನಿ ಮತ್ತು ರಷ್ಯಾಗಳ ಮೈತ್ರಿಯನ್ನು ಉತ್ತಮಪಡಿಸಲು ರಷ್ಯಾವನ್ನು ಬ್ರಿಟನ್ ವಿರೋಧಿ ರಾಷ್ಟ್ರವನ್ನಾಗಿ ಮಾಡಲು ಯತ್ನಿಸಿದನು. ಇದರಿಂದ 1905ರ ಜುಲೈ 23ರಂದು ಕೈಸರ್‌ನು ರಷ್ಯಾದ ಝಾರ್‌ನನ್ನು ಒಂದು ಗುಪ್ತ ಸ್ಥಳದಲ್ಲಿ ಭೇಟಿ ಮಾಡಿ ಒಪ್ಪಂದವೊಂದಕ್ಕೆ ಸಹಿ ಹಾಕಿದನು. ಇದರ ಪ್ರಕಾರ ಎರಡು ರಾಷ್ಟ್ರಗಳ ಮೇಲೆ ಯಾವುದೇ ಬೇರೆ ರಾಷ್ಟ್ರ ಯುದ್ಧ ಮಾಡಿದಲ್ಲಿ ಪರಸ್ಪರ ಸಹಾಯ ಮಾಡಬೇಕೆಂದು ಒಪ್ಪಿಗೆಯಾಗಿದ್ದಿತು. ಆದರೆ ಈ ಒಪ್ಪಂದವೂ ಯಶಸ್ವಿಯಾಗಲಿಲ್ಲ.

ಆಂಗ್ಲೋ-ರಷ್ಯನ್ ಒಪ್ಪಂದ (1907)

ಇಂಗ್ಲೆಂಡ್, ಯೂರೋಪಿನ ರಾಜಕೀಯದಲ್ಲಿ ತಟಸ್ಥ ನೀತಿಯನ್ನು ಅನುಸರಿಸಿತು. ಆದರೆ ಕೆಲವೇ ದಿನಗಳಲ್ಲಿ ಅದಕ್ಕೆ ತಟಸ್ಥತೆಯಿಂದ ಆಗುವ ಅನಾನುಕೂಲಗಳ ಅರಿವಾಯಿತು. ಇದರಿಂದ ಎಚ್ಚೆತ್ತ ಇಂಗ್ಲೆಂಡ್ 1907ರಲ್ಲಿ ಆಂಗ್ಲೋ-ರಷ್ಯನ್ ಒಪ್ಪಂದಕ್ಕೆ ಸಹಿ ಹಾಕುವಂತೆ ಮಾಡಿತು. ಫ್ರಾನ್ಸಿನ ವಿದೇಶಾಂಗ ಮಂತ್ರಿ ಡಿಕ್ಲಾಸನು ಬ್ರಿಟನ್ ಮತ್ತು ರಷ್ಯಾಗಳೊಡನೆ ಉತ್ತಮ ಸಂಬಂಧವನ್ನು ತರಲು ಪ್ರಯತ್ನಿಸಿದನು ಆದರೆ ಅದು ವಿಫಲವಾಯಿತು. ಡಾಗರ್ ಬ್ಯಾಂಕ್ ಪ್ರಕರಣದಲ್ಲಿ ಬ್ರಿಟನ್ ಮತ್ತು ರಷ್ಯಾಗಳ ನಡುವೆ ಉಂಟಾಗಿದ್ದ ಘರ್ಷಣೆಯನ್ನು ತಪ್ಪಿಸಿದನು. ಬ್ರಿಟನ್ ಎಲ್ಲಿ ಜರ್ಮನಿಯ ಸಂಗಡ ಸೇರುತ್ತದೋ ಎಂಬ ಭಯ ಅವನನ್ನು ಕಾಡಿತು. ಎ.ಜೆ.ಪಿ.ಟೈಲರ್ ಅಭಿಪ್ರಾಯದಂತೆ "ಡಾಗರ್‌ಬ್ಯಾಂಕ್ ಘಟನೆಯು ಯೂರೋಪಿನ ಇತಿಹಾಸದಲ್ಲಿ ಅತಿ ಮುಖ್ಯವಾದುದ್ದಾಗಿದ್ದು ಒಂದು ಯುಗವನ್ನೇ ಮುಕ್ತಾಯಗೊಳಿಸಿತು. ಆಂಗ್ಲೋ-ರಷ್ಯನ್ ಯುದ್ಧ ಅನಿವಾರ್ಯವಾಗಿದ್ದಿತು. ಈ ಯುದ್ಧ 1904ರ ನಂತರ ಮುಂದೂಡಲ್ಪಟ್ಟಿತು. ಇದರಿಂದ ಫ್ರಾನ್ಸ್ ಬ್ರಿಟಿಷರೊಂದಿಗೆ ತನ್ನ ವೈಮನಸ್ಸನ್ನು ತಿಳಿಗೊಳಿಸಿತು. ರಷ್ಯಾದೊಂದಿಗೆ ಯುದ್ಧ ತಪ್ಪಿಸಿಕೊಂಡಿತು"ಎಂದು ತಿಳಿಸಿದ್ದಾರೆ. ಇಷ್ಟಾದರೂ ಬ್ರಿಟನ್ ಮತ್ತು ರಷ್ಯಾಗಳ ಮೈತ್ರಿ ಒಪ್ಪಂದವನ್ನು ಏರ್ಪಡಿಸಲು ಮಾತುಕತೆಗಳು ನಡೆಯುತ್ತಲೇ ಇದ್ದವು. ಅಂತಿಮವಾಗಿ 1907ರ ಆಗಸ್ಟ್ 31ರಂದು 'ಆಂಗ್ಲೋ-ರಷ್ಯನ್' ಮೈತ್ರಿ ಒಪ್ಪಂದಕ್ಕೆ ಸಹಿ ಹಾಕಲಾಯಿತು.

1907ರ ಈ ಒಪ್ಪಂದದ ಪ್ರಕಾರ ಇವೆರಡೂ ರಾಷ್ಟ್ರಗಳು ಚೈನಾದ ಆಂತರಿಕ ವಿಷಯದಲ್ಲಿ ತಲೆಹಾಕುವುದಿಲ್ಲವೆಂದು ಮತ್ತು ಅದರಿಂದ ಯಾವುದೇ ರಿಯಾಯಿತಿಯನ್ನು ಪಡೆಯುವುದಿಲ್ಲವೆಂದು ಒಪ್ಪಿಕೊಂಡವು. ಪರ್ಷಿಯಾದ ವಿಷಯದಲ್ಲೂ ಸಹಾ ಇದೇ ನಿಲುವನ್ನು ತಳೆದವು. ಈ ಒಪ್ಪಂದವನ್ನು ಕೊಡುವ ಮತ್ತು ಕೊಳ್ಳುವ ವ್ಯವಹಾರವೆಂದು ಟೀಕಿಸಲಾಗಿದ್ದರೂ ಇದು ರಷ್ಯಾಕ್ಕೆ ಮತ್ತೆ ಯೂರೋಪಿನಲ್ಲಿದ್ದ ಸ್ಥಾನಮಾನವನ್ನು ತಂದುಕೊಟ್ಟಿತು. ರಷ್ಯಾ ಮತ್ತು ಫ್ರಾನ್ಸ್‌ಗಳ ಮೈತ್ರಿ ಒಪ್ಪಂದ ಬ್ರಿಟನ್ ಮತ್ತು ಫ್ರಾನ್ಸ್‌ಗಳ ಒಪ್ಪಂದ, ಬ್ರಿಟನ್ ಮತ್ತು ರಷ್ಯಾ ಒಪ್ಪಂದ ಇವೆಲ್ಲವೂ ಒಂದೂಗೂಡಿ 'ಟ್ರಿಪಲ್ ಎಂಟೆಟಿ ಅಥವಾ ತ್ರಿರಾಷ್ಟ್ರ ಮೈತ್ರಿಕೂಟವಾಗಿ ಮಾರ್ಪಟ್ಟವು. ಈ ರೀತಿಯಾಗಿ ಟ್ರಿಪಲ್ ಎಂಟೆಟಿ ಮತ್ತು ಟ್ರಿಪಲ್ ಅಲೆಯನ್ಸ್ ಮೊದಲನೇ ಮಹಾಯುದ್ಧದ ವೇಳೆಗೆ ಪ್ರಬಲ ಶಕ್ತಿಯಾಗಿ ಬೆಳೆದವು.

ಟ್ರಿಪಲ್ ಅಲಯನ್ಸ್ ಮತ್ತು ಟ್ರಿಪಲ್ ಎಂಟಿಟಿ ಶಕ್ತಿ ಬಣಗಳ ನಡುವಿನ ಸ್ಪರ್ಧೆ:

ಜರ್ಮನಿಯ ಬಿಸ್ಮಾರ್ಕ್ ತನ್ನೆಲ್ಲಾ ರಾಜತಾಂತ್ರಿಕ ನೈಪುಣ್ಯತೆಯನ್ನು ಪ್ರದರ್ಶಿಸಿ ಹಲವಾರು ಮೈತ್ರಿ ಒಪ್ಪಂದಗಳನ್ನು ಯೂರೋಪಿನ ಪ್ರಬಲ ರಾಷ್ಟ್ರಗಳೊಡನೆ ಮಾಡಿಕೊಂಡನು. ಇದಕ್ಕೆ ಪ್ರತಿಯಾಗಿ ಇನ್ನಿತರ ರಾಷ್ಟ್ರಗಳೂ ಸಹ ಜರ್ಮನಿಯ ಈ ಕ್ರಮದಿಂದ ಭೀತಿಗೊಂಡು ಅವು ಸಹ ತಮ್ಮ ತಮ್ಮಲ್ಲೇ ಮೈತ್ರಿಕೂಟಗಳನ್ನು ರಚಿಸಿಕೊಂಡವು. ಇದರ ಪರಿಣಾಮವಾಗಿ ಇಡೀ ಯೂರೋಪ್ ಎರಡು ಶಸ್ತ್ರಾಸ್ತ್ರ ಬಣಗಳಾಗಿ ಇಬ್ಭಾಗವಾಯಿತು. ಜರ್ಮನಿ ಟ್ರಿಪಲ್ ಅಲಯನ್ಸ್ ಶಕ್ತಿ ಬಣದ ಮುಖ್ಯ ರಾಷ್ಟ್ರವಾದರೆ, ಇದಕ್ಕೆ ವಿರುದ್ಧವಾಗಿ ಇಂಗ್ಲೆಂಡ್ ಟ್ರಿಪಲ್ ಎಂಟಿಟಿಯ ಮುಖ್ಯ ರಾಷ್ಟ್ರವಾಯಿತು. ಈ ರೀತಿ ಏರ್ಪಟ್ಟ ಶಕ್ತಿ ಕೂಟಗಳು 1914ರ ವೇಳೆಗೆ ಮತ್ತಷ್ಟು ಪ್ರಬಲಗೊಂಡು ಯುದ್ಧವನ್ನು ಸನಿಹಗೊಳಿಸಿಕೊಂಡರೂ ಅದು ಮುಂದೆ ಅಶಕ್ತ ಮತ್ತು ಅಭದ್ರ ಕೂಟವಾಗಿತ್ತು. ಈ ಕೂಟದ ರಾಷ್ಟ್ರಗಳು ತಮ್ಮ ತಮ್ಮಲ್ಲೇ ವೈಮನಸ್ಸು ಮತ್ತು ದ್ವೇಷ ಮನೋಭಾವನೆಯನ್ನು ಹೊಂದಿದ್ದವು. ಆದರೆ ಟ್ರಿಪಲ್ ಎಂಟಿಟಿ ರಾಷ್ಟ್ರಗಳಾದ ರಷ್ಯಾ ಫ್ರಾನ್ಸ್ ಮತ್ತು ಇಂಗ್ಲೆಂಡ್‌ಗಳು ತಮ್ಮಲ್ಲಿದ್ದ ದ್ವೇಷ, ಸಂಶಯ ಇವುಗಳನ್ನು ಮರೆತು ಪರಸ್ಪರ ಸಂಘಟನೆಯಿಂದ ಕೂಡಿದ ಒಂದು ಭದ್ರವಾದ ಕೂಟವಾದವು. ಇದರಿಂದಾಗಿ ಈ ಎರಡು ಬಣಗಳಲ್ಲಿ ಶಸ್ತ್ರಾಸ್ತ್ರ ಸ್ಪರ್ಧೆ ತೀವ್ರವಾಗಿ ಮುಂದುವರೆದಿತ್ತು. ಪ್ರೊ. ಸ್ಕಿಮಿಟ್‌ರವರ ಪ್ರಕಾರ "ಟ್ರಿಪಲ್ ಅಲೆಯನ್ಸ್ ಮತ್ತು ಟ್ರಿಪಲ್ ಎಂಟಿಟಿ ಬಣಗಳು 1907ರ ವರೆಗೂ ಸ್ನೇಹಯುತವಾಗಿ ಒಂದರ ಪಕ್ಕ ಒಂದು ನಿಂತಿದ್ದವು. ಆದರೆ ಮೊದಲ ಮಹಾಯುದ್ಧದ ವೇಳೆಗೆ ಇವು ಪರಸ್ಪರ ಶತ್ರು ಬಣಗಳಾಗಿ ಎದುರು ಬದುರು ಬಣಗಳಾಗಿ ನಿಂತಿದ್ದವು" ಎಂದು ತಿಳಿಸಿದ್ದಾರೆ. ಈ ರೀತಿಯಾಗಿ ಬಣಗಳ ನಡುವೆ ಯಾವುದೇ ಶಾಂತಿ ಸಂಧಾನದ ಮಾತೇ ಇರಲಿಲ್ಲ. ಆದ್ದರಿಂದ ಇದು ಅಂತಿಮವಾಗಿ ಯೂರೋಪನ್ನು ಇಬ್ಭಾಗ ಮಾಡಿ ಮೊದಲನೇ ಮಹಾಯುದ್ಧಕ್ಕೆ ನಾಂದಿಯಾಯಿತು.

* * * * *

ಮೊದಲನೆ ಮಹಾಯುದ್ಧ (1914-1918)

20ನೇ ಶತಮಾನದಲ್ಲಿ ವಿಶ್ವದ ಅತಿಮುಖ್ಯವಾದ ಘಟನೆಯಾಗಿ ಸಂಭವಿಸಿದ ಮೊದಲನೆಯ ಮಹಾಯುದ್ಧವು 1914ರಿಂದ 1918ರವರೆಗೆ ನಡೆಯಿತು. 1914ರಲ್ಲಿ ಪ್ರಾರಂಭವಾಗಿ ನಾಲ್ಕು ವರ್ಷಗಳ ನಂತರವೂ ಮುಂದುವರಿದು ಹಿಂದೆಂದೂ ಕಾಣದಂತಹ ವಿಪತ್ತು, ವಿನಾಶ, ಭೀಕರ ನರಹತ್ಯೆ, ಆರ್ಥಿಕ ದುಂದುವೆಚ್ಚ, ಅವ್ಯವಸ್ಥೆ ಮತ್ತು ಅರಾಜಕತೆಯಲ್ಲಿ ಜಗತ್ತನ್ನೇ ಮುಳುಗಿಸಿತು. ಈ ಯುದ್ಧವು ಹಿಂದಿನ ಶತಮಾನಗಳಲ್ಲಿ ನಡೆದ ಯುದ್ಧಗಳಿಗಿಂತ ವಿಭಿನ್ನವಾಗಿದ್ದು ಭಾರೀ ಪ್ರಮಾಣದ ಸೈನ್ಯ ಹಾಗೂ ನೌಕಾಪಡೆ, ವಾಯುಪಡೆ ಮತ್ತು ವಿಷಾನಿಲವನ್ನು ಬಳಸಲಾಯಿತು. ಈ ಯುದ್ಧವು ವಿಶ್ವವ್ಯಾಪಿಯಾಗಿದ್ದು ಅದರಲ್ಲಿ ಭಾಗವಹಿಸಿದ್ದ ರಾಜ್ಯಗಳ ಮತ್ತು ಜನಾಂಗಗಳ ಸಂಖ್ಯೆ ಮತ್ತು ಸೈನ್ಯವು ಇಲ್ಲಿಯವರೆಗೆ ನಡೆದಿರುವ ಯಾವ ಯುದ್ಧಗಳಲ್ಲೂ ಇಲ್ಲದಷ್ಟು ಅಪಾರವಾಗಿತ್ತು. ಈ ಯುದ್ಧವು ಯೂರೋಪಿನಲ್ಲೇ ಸಂಭವಿಸಿತಾದರೂ ಕ್ರಮೇಣ ಪ್ರಪಂಚದ ನಾನಾ ಭಾಗಗಳಿಗೂ ವ್ಯಾಪಿಸಿ ಅಪಾರ ಸಾವು-ನೋವನ್ನುಂಟುಮಾಡಿತು.

ಪ್ರಥಮ ಮಹಾಯುದ್ಧವು ಆಕಸ್ಮಿಕವಾದ ಘಟನೆಯಾಗಿರದೇ 19ನೇ ಶತಮಾನದ ಉತ್ತರಾರ್ಧದಿಂದಲೂ ಇದಕ್ಕೆ ಕಾರಣವಾದ ಪ್ರಕ್ಷುಬ್ಧ ಪರಿಸ್ಥಿತಿಯು ರೂಪುಗೊಳ್ಳುತ್ತಲೇ ಬಂದಿತ್ತು. 1870ರಲ್ಲಿ ಫ್ರಾನ್ಸ್ ಜರ್ಮನಿಯಿಂದ ಸೋಲುಂಡು ಆಲ್ಸೆಸ್ ಮತ್ತು ಲೊರೈನ್‌ಗಳನ್ನು ಜರ್ಮನಿಗೆ ಬಿಟ್ಟುಕೊಟ್ಟು ಅಪಮಾನದ ಬೇಗೆಯಲ್ಲಿ ಕುದಿಯಲಾರಂಭಿಸಿ ಜರ್ಮನಿಯ ವಿರುದ್ಧ ಸೇಡನ್ನು ತೀರಿಸಿಕೊಳ್ಳಲು ಸಮಯವನ್ನು ಕಾಯುತ್ತಿತ್ತು. ಇದನ್ನರಿತ ಬಿಸ್ಮಾರ್ಕ್‌ನು ತನ್ನ ರಾಜನೀತಿ ನೈಪುಣ್ಯದಿಂದ ಫ್ರಾನ್ಸ್‌ನ್ನು ಏಕಾಂಗಿಗೊಳಿಸುವ ಹಾಗೂ ಜರ್ಮನ್ ಸಾಮ್ರಾಜ್ಯಕ್ಕೆ ಮಿತ್ರರಾಷ್ಟ್ರಗಳನ್ನು ಸಂಪಾದಿಸುವ ನೀತಿಯನ್ನು ಅನುಸರಿಸಿದನೇ ವಿನಃ ಫ್ರಾನ್ಸಿನ ವೈರತ್ವವನ್ನು ಶಮನಗೊಳಿಸಲು ಯತ್ನಿಸಲಿಲ್ಲ. ಇದರಿಂದಾಗಿ ಫ್ರಾನ್ಸ್ ಮತ್ತು ಜರ್ಮನಿಗಳ ನಡುವೆ ಶತೃತ್ವ ಮುಂದುವರೆಯಿತು. ಈ ರೀತಿಯಾಗಿ ಯೂರೋಪಿನಲ್ಲಿ ಸಂಭವಿಸಿದ ಅನೇಕ ಘಟನೆಗಳು ಮೊದಲನೆಯ ಮಹಾಯುದ್ಧಕ್ಕೆ ನಾಂದಿಯಾದವು.

ಮೊದಲನೇ ಮಹಾಯುದ್ಧಕ್ಕೆ ಕಾರಣಗಳು:

ಮೊದಲನೆಯ ಮಹಾಯುದ್ಧವೆಂಬ ಅಗ್ನಿಪರ್ವತವು ಇದ್ದಕ್ಕಿದ್ದಂತೆ ಆಸ್ಫೋಟಿಸಿ ಆಕಸ್ಮಿಕವಾಗಿ ಸಂಭವಿಸದೇ ಯೂರೋಪಿನಲ್ಲಿ ಅನೇಕ ವರ್ಷಗಳಿಂದ ಏರ್ಪಟ್ಟ ಅಶಾಂತಿ, ಅರಾಜಕತೆ, ಅತೃಪ್ತಿ, ಅಸಮಾಧಾನ, ದ್ವೇಷ ಮತ್ತು ವೈಷಮ್ಯಗಳ ಫಲವಾಗಿ 1914ರಲ್ಲಿ ಮಂದಗತಿಯಲ್ಲೇ ಆರಂಭವಾಗಿ ಕ್ರಮೇಣ ಇಡೀ ವಿಶ್ವವನ್ನೇ ವ್ಯಾಪಿಸಿತು ಮೊದಲನೆ ಮಹಾ ಯುದ್ಧದ ಪ್ರಮುಖ ಕಾರಣಗಳನ್ನು ಈ ಕೆಳಕಂಡಂತೆ ಚರ್ಚಿಸಬಹುದು.

1. ಉತ್ಕಟ ರಾಷ್ಟ್ರಾಭಿಮಾನ : 19ನೇ ಶತಮಾನದಲ್ಲಿ ಯೂರೋಪಿನಾದ್ಯಂತ ಉದಯಿಸಿದ ರಾಷ್ಟ್ರೀಯತೆಯು ಸರ್ವಾಧಿಕಾರಿಗಳ ಏಳಿಗೆಗೆ ದಾರಿ ಮಾಡಿಕೊಟ್ಟಿತು. ಈ ರೀತಿಯಾಗಿ ಹುಟ್ಟಿಕೊಂಡ ಅನೇಕ ರಾಷ್ಟ್ರಗಳಲ್ಲಿ ಜರ್ಮನಿಯೂ ಕೂಡ ಒಂದಾಗಿತ್ತು. ಇಡೀ ಯೂರೋಪಿನ ಮೇಲೆ ತನ್ನ ಸರ್ವಾಧಿಕಾರವನ್ನು ಸ್ಥಾಪಿಸಬೇಕೆನ್ನುವ ಜರ್ಮನಿಯ ಉತ್ಕಟಾಕಾಂಕ್ಷೆಯೇ ಈ ಯುದ್ಧಕ್ಕೆ ಮೂಲಕಾರಣವಾಯಿತು. ತಾವು ಶ್ರೇಷ್ಟ ವಂಶದವರೆಂದೂ, ತಾವು ಹುಟ್ಟಿರುವುದೇ ಪ್ರಪಂಚವನ್ನಾಳುವುದಕ್ಕಾಗಿ ಎಂದವರು ನಂಬಿದ್ದರು. ಟ್ಯೂಟೋನಿಕ್ ಬುಡಕಟ್ಟಿಗೆ ಸೇರಿದ ಜರ್ಮನರು ವಿಶ್ವಪ್ರಭುತ್ವಕ್ಕೆ ಅರ್ಹರೆಂದು ಭಾವಿಸಿದ್ದ ಜರ್ಮನಿಯ ದೊರೆ ಕೈಸರ್ ಎರಡನೇ ವಿಲಿಯಂ "ನಾವು ಉಚ್ಚ ವರ್ಗಕ್ಕೆ ಸೇರಿದವರು, ಪ್ರಪಂಚವನ್ನು ನಾಗರಿಕವನ್ನಾಗಿ ಮಾಡುವುದಕ್ಕಾಗಿಯೇ ದೇವರು ನಮ್ಮನ್ನು ಸೃಷ್ಟಿಸಿದ್ದಾನೆಂದು" ಘೋಷಿಸಿದನು. ಈ ರೀತಿಯ ಘೋಷಣೆಯು ಆ ರಾಷ್ಟ್ರದ ಭಾಷೆ, ಬುಡಕಟ್ಟು, ಸಂಸ್ಕೃತಿ, ಆರ್ಥಿಕ ಹಾಗೂ ರಾಜಕೀಯ ಪ್ರಾಬಲ್ಯದ ಬಗ್ಗೆ ದುರಭಿಮಾನ ಬೆಳೆದು, ಸ್ವಪ್ರತಿಷ್ಠೆ ಮತ್ತು ಸ್ವಗೌರವಗಳ ಗುಂಗಿನಲ್ಲಿ ಮುಳುಗಿ ಹೋದ ಜರ್ಮನಿಯು ಬೇರೆ ರಾಜ್ಯಗಳನ್ನು ಹೀನವಾಗಿ ಕಾಣಲು ಆರಂಭಿಸಿತು. ಪ್ರಬಲ ರಾಷ್ಟ್ರಗಳು ದುರ್ಬಲ ರಾಷ್ಟ್ರಗಳನ್ನು ಕಬಳಿಸುವ ವಿಸ್ತರಣಾಕಾಂಕ್ಷೆಯನ್ನು ಬೆಳೆಸಿಕೊಂಡು ಪರಿಸ್ಥಿತಿಯ ಸದುಪಯೋಗ ಪಡೆಯಲು ಯೂರೋಪಿನಲ್ಲಿ ಸ್ಪರ್ಧೆಗಿಳಿದವು. ಈ ಸ್ಪರ್ಧೆಯಲ್ಲಿ ಜರ್ಮನಿಯು ಅಗ್ರಗಣ್ಯ ರಾಷ್ಟ್ರವಾಗಿದ್ದು ಇದರೊಡನೆ ಸಂಬಂಧವನ್ನಿಟ್ಟುಕೊಂಡಿದ್ದ ಅನೇಕ ರಾಷ್ಟ್ರಗಳ ರಕ್ಷಣಾ ಕೂಟವು ಅಂತರರಾಷ್ಟ್ರೀಯ ವಲಯದಲ್ಲಿ ಜಟಿಲತೆಯನ್ನುಂಟು ಮಾಡಿತು. ಅಲ್ಲದೇ ಮೇಲ್ಕಂಡ ಈ ನೀತಿಯನ್ನು ಅನುಸರಿಸುವುದರಲ್ಲಿ ಇಂಗ್ಲೆಂಡೇನೂ ಹೊರತಾಗಿರಲಿಲ್ಲ. ಆಸ್ಟ್ರಿಯಾದ ಅಧೀನಕ್ಕೊಳಗಾಗಿದ್ದ ಇಟಲಿಯ ಪ್ರಾಂತ್ಯಗಳಾದ ಟ್ರೆಂಟಿನೊ ಮತ್ತು ಟ್ರೈಸ್ಟೆಗಳನ್ನು ಪಡೆದುಕೊಳ್ಳಲು ಇಟಲಿಯು ಕೂಡಾ ಉತ್ಸುಕವಾಗಿತ್ತು. ಅದೇ ರೀತಿ 1912ರ ಬಾಲ್ಕನ್ ಯುದ್ಧದಲ್ಲಿ ಸರ್ಬಿಯಾ ಜಯಗಳಿಸಿ ಬಲಾಢ್ಯವಾಗಿದ್ದು ಕೂಡ ಆಸ್ಟ್ರಿಯಾಕ್ಕೆ ಭಯವನ್ನು ಉಂಟುಮಾಡಿತು. ಇದನ್ನು ಕುರಿತು ಲಾರ್ಡ್ ಆಕ್ಟನ್ ಈ

ರೀತಿ ಅಭಿಪ್ರಾಯಪಟ್ಟಿದ್ದಾರೆ "ಮಿತಿ ಮೀರಿದ ಉತ್ಕಟ ರಾಷ್ಟ್ರಾಭಿಮಾನದಿಂದಾಗಿ ಜರ್ಮನಿ ಮತ್ತು ಇಂಗ್ಲೆಂಡ್‌ನಂತಹ ರಾಷ್ಟ್ರಗಳ ನಡುವೆ ಮಾತ್ಸರ್ಯಭರಿತ ದ್ವೇಷ ಬೆಳೆಯಿತು. ನೌಕಾ ಮತ್ತು ಮಿಲಿಟರಿ ಶಕ್ತಿಗಳನ್ನು ಬಲಪಡಿಸುವುದರಲ್ಲಿ ತೀವ್ರ ಸ್ಪರ್ಧೆ ಉಂಟಾಯಿತು". ಈ ರೀತಿ ಯೂರೋಪಿನಲ್ಲಿ ರಾಷ್ಟ್ರ ರಾಷ್ಟ್ರಗಳ ನಡುವೆ ಉಂಟಾದ ತೀವ್ರತರವಾದ ಪೈಪೋಟಿ ಮತ್ತು ತಿಕ್ಕಾಟಗಳು, ಕಲಹ ಕಚ್ಚಾಟಗಳು ಅಂತಿಮವಾಗಿ ಮೊದಲನೆಯ ಮಹಾಯುದ್ಧಕ್ಕೆ ದಾರಿ ಮಾಡಿಕೊಟ್ಟವು.

2. ವಾಣಿಜ್ಯ ಪೈಪೋಟಿ ಮತ್ತು ವಸಾಹತುಗಳ ಸ್ಥಾಪನೆ : ಭೌಗೋಳಿಕ ಅನ್ವೇಷಣೆಯ ನಂತರ ಅನೇಕ ಹೊಸ ಭೂಭಾಗಗಳು ಸಂಶೋಧಿಸಲ್ಪಟ್ಟು ದೂರದ ದೇಶಗಳೊಡನೆ ವ್ಯಾಪಾರ ಸಂಪರ್ಕವನ್ನು ಹೊಂದಲು, ದೂರ ಪ್ರಾಚ್ಯ ಪ್ರದೇಶಗಳಲ್ಲಿ ವಸಾಹತುಗಳನ್ನು ಸ್ಥಾಪಿಸಲೂ ಮತ್ತು ಅಲ್ಲಿ ಸಂಪತ್ತನ್ನು ಗಳಿಸಲು ಯೂರೋಪಿನ ರಾಷ್ಟ್ರಗಳಲ್ಲಿ ಪೈಪೋಟಿ ಹೆಚ್ಚಿತು. ಪ್ರಾರಂಭದಲ್ಲಿ ಘರ್ಷಣೆಗಳು ಸಂಭವಿಸಲಿಲ್ಲ. ಕಾರಣ ಸಾಹಸ ಕಾರ್ಯದಲ್ಲಿ ತೊಡಗಿದ್ದ ರಾಷ್ಟ್ರಗಳಿಗೆಲ್ಲ ಸಂಪತ್ತು ಸಾಮಗ್ರಿಗಳು ಹೇರಳವಾಗಿ ದೊರಕುತ್ತಿದ್ದವು. ಔದ್ಯೋಗಿಕ ರಂಗದಲ್ಲಿ ಮುನ್ನಡೆ ಸಾಧಿಸಿದ ಐರೋಪ್ಯ ರಾಷ್ಟ್ರಗಳು ಅಗ್ಗದ ಕಚ್ಚಾವಸ್ತುಗಳನ್ನು ಮತ್ತು ಉತ್ಪಾದಿತ ವಸ್ತುಗಳಿಗೆ ವಿಶ್ವದಾದ್ಯಂತ ಮಾರುಕಟ್ಟೆಗಳನ್ನು ಸ್ಥಾಪಿಸಲು ಮುನ್ನಡೆದು ಪ್ರಪಂಚದ ಅನೇಕ ಭಾಗಗಳಲ್ಲಿ ವಸಾಹತುಗಳನ್ನು ನಿರ್ಮಿಸಿದವು. 19ನೇ ಶತಮಾನದಲ್ಲಿ ಯೂರೋಪಿನ ಸಾಮ್ರಾಜ್ಯಶಾಹಿ ರಾಷ್ಟ್ರಗಳು ಆಫ್ರಿಕಾವನ್ನು ತಮ್ಮ ತಮ್ಮಲ್ಲೇ ಹರಿದು ಹಂಚಿಕೊಂಡುವು. ಈ ಹಂತದಲ್ಲಿ ವಸಾಹತು ಸಾಮ್ರಾಜ್ಯ ನಿರ್ಮಾಣದಲ್ಲಿ ಇಂಗ್ಲೆಂಡ್ ಪ್ರಥಮ ಸ್ಥಾನ ಪಡೆಯಿತು. ಹೀಗೆ ಆಫ್ರಿಕಾ ಮತ್ತು ಆಸ್ಟ್ರೇಲಿಯಾಗಳನ್ನು ವಸಾಹತುಗಳಾಗಿ ಪರಿವರ್ತಿಸಿದ ಮೇಲೆ ಹೊಸದಾಗಿ ವಸಾಹತು ಸ್ಥಾಪಿಸಲು ಮತ್ತು ಸಂಪತ್ತನ್ನು ಸೂರೆಗೊಳ್ಳಲು ಯಾವುದೇ ಭೂ ಭಾಗಗಳು ಉಳಿಯಲಿಲ್ಲ. ಇದರಿಂದಾಗಿ ಯೂರೋಪಿನ ರಾಷ್ಟ್ರಗಳಲ್ಲೇ ವಸಾಹತು ಭೂ ಭಾಗಗಳಿಗಾಗಿ ಸ್ಪರ್ಧೆ ಏರ್ಪಟ್ಟಿತು. ತಮ್ಮ ತಮ್ಮ ದೇಶದ ಕೈಗಾರಿಕೆಗಳ ಬೆಳವಣಿಗೆಗೆ ಬೇಕಾದ ಕಚ್ಚಾ ಪದಾರ್ಥಗಳು ಮತ್ತು ಸಿದ್ಧಗೊಂಡ ವಸ್ತುಗಳಿಗಾಗಿ ಮಾರುಕಟ್ಟೆಗಳು ಅವಶ್ಯಕವಾಗಿ ಬೇಕಾಗಿದ್ದುದರಿಂದ ಅವುಗಳನ್ನು ಪಡೆಯಲು ಈ ರಾಷ್ಟ್ರಗಳಲ್ಲಿ ಪೈಪೋಟಿ ಅಧಿಕವಾಯಿತು. ಹೊಸದಾಗಿ ಕೈಗಾರಿಕೆಯಲ್ಲಿ ಬೆಳವಣಿಗೆಗೊಂಡ ಜರ್ಮನಿ ತನ್ನ ಉತ್ಪಾದಕ ವಸ್ತುಗಳನ್ನು ಕಡಿಮೆ ಬೆಲೆಯಲ್ಲಿ ಮಾರಾಟ ಮಾಡುವುದರ ಮೂಲಕ ಮತ್ತು ನೌಕಾಶಕ್ತಿಗೆ ನೀಡಿದ ಆದ್ಯತೆಗಳು ವಿಶ್ವ ಮಾರುಕಟ್ಟೆಯ ಏಕಸ್ವಾಮ್ಯವನ್ನು ಜರ್ಮನಿ ಸಾಧಿಸಬಹುದೆಂಬ ಭಯ, ಅನುಮಾನಗಳು ಬ್ರಿಟನ್ನಿನೊಡನೆ ಸಂಬಂಧವನ್ನು ಕೆಡಿಸಿದವು. ಹೀಗೆ ವಾಣಿಜ್ಯ ಪೈಪೋಟಿ ಮತ್ತು ವಸಾಹತು ಸ್ಥಾಪನೆಯ ಮಹತ್ವಾಕಾಂಕ್ಷೆಗಳು ಅಂತಿಮವಾಗಿ ಮೊದಲನೆಯ ಮಹಾಯುದ್ಧಕ್ಕೆ ಕಾರಣವಾದವು.

3. ಇತ್ಯರ್ಥವಾಗದ ಗಡಿ ಸಮಸ್ಯೆಗಳು: ವಿಯನ್ನಾ ಸಮ್ಮೇಳನದ ನಂತರದ ಪ್ರಾದೇಶಿಕ ವಿಂಗಡಣೆಗಳಿಂದಾಗಿ ಅನೇಕ ಗಡಿ ಸಮಸ್ಯೆಗಳು ಹುಟ್ಟಿಕೊಂಡಿದ್ದವು. ಫ್ರಾನ್ಸ್ ಮತ್ತು ಜರ್ಮನಿಗಳ ಮಧ್ಯೆ ಆಲ್ಸೆಸ್ ಮತ್ತು ಲೋರೈನ್ ಪ್ರದೇಶಗಳು, ಇಟಲಿ ಮತ್ತು ಆಸ್ಟ್ರಿಯಾಗಳ ನಡುವಿನ ಟ್ರೆಂಟಿನೊ ಮತ್ತು ಟ್ರೈಸ್ಟ್‌ಗಳ ಸಮಸ್ಯೆ, ಗ್ರೀಕ್, ಸರ್ಬಿಯಾ, ಬಲ್ಗೇರಿಯಾ, ರುಮೇನಿಯಾ ಮುಂತಾದ ರಾಷ್ಟ್ರಗಳ ಗಡಿ ಸಮಸ್ಯೆಗಳು ಪ್ರಮುಖವಾಗಿದ್ದವು. ಈ ರಾಷ್ಟ್ರಗಳು ತಮ್ಮ ಗಡಿ ಸಮಸ್ಯೆಗಳನ್ನು ಶಾಂತಿ ಮತ್ತು ಸಂಧಾನಗಳಿಂದ ಬಗೆಹರಿಸಲು ಸಾಧ್ಯವಿಲ್ಲವೆಂದು ತೀರ್ಮಾನಕ್ಕೆ ಬಂದವು. ಈ ಎಲ್ಲಾ ರಾಷ್ಟ್ರಗಳ ಯುದ್ಧ ಹಂಬಲಕ್ಕೆ ಕಡಿವಾಣ ಹಾಕಿ ಗಡಿಸಮಸ್ಯೆಗಳನ್ನು ಇತ್ಯರ್ಥಗೊಳಿಸುವ ಯಾವುದೇ ಒಂದು ಅಂತರರಾಷ್ಟ್ರೀಯ ಸಂಸ್ಥೆಯಿಲ್ಲದುದ್ದು ಯುದ್ಧವನ್ನು ಅನಿವಾರ್ಯಗೊಳಿಸಿತು.

4. ಟ್ರಿಪಲ್ ಅಲಯನ್ಸ್ ಮತ್ತು ಟ್ರಿಪಲ್ ಎಂಟಿಟಿಯಂತಹ ಗುಪ್ತ ಒಪ್ಪಂದಗಳು: ಯೂರೋಪಿನಲ್ಲಿ ಉದ್ಭವಗೊಂಡ ಅನೇಕ ಸಮಸ್ಯೆಗಳು 1914ರ ವೇಳೆಗೆ ಯೂರೋಪಿನಲ್ಲಿ ಎರಡು ಪ್ರಬಲ ಶಕ್ತಿ ಬಣಗಳು ರೂಪುಗೊಳ್ಳುವಂತಾಯಿತು. ಜರ್ಮನಿ, ಆಸ್ಟ್ರಿಯಾ ಮತ್ತು ಇಟಲಿಗಳು ಟ್ರಿಪಲ್ ಅಲೆಯನ್ಸ್‌ನ್ನು ಸ್ಥಾಪಿಸಿಕೊಂಡು ಅದರ ಶಕ್ತಿ ವರ್ಧನೆಗಾಗಿ ಪ್ರಯತ್ನಿಸಿದವು. ಇದಕ್ಕೆ ವಿರುದ್ಧವಾಗಿ ಬ್ರಿಟನ್, ಫ್ರಾನ್ಸ್ ಮತ್ತು ರಷ್ಯಾಗಳು ಟ್ರಿಪಲ್ ಎಂಟಿಟಿ ಶಕ್ತಿ ಗುಂಪನ್ನು ಪ್ರಬಲಗೊಳಿಸಲು ಸಜ್ಜಾದವು. ಈ ಮೈತ್ರಿಕೂಟಗಳು ತಮ್ಮ ತಮ್ಮ ನಡುವೆ ಅನೇಕ ಗುಪ್ತ ಒಪ್ಪಂದಗಳನ್ನು ಮಾಡಿಕೊಂಡಿದ್ದವು. ಈ ಎರಡು ಬಣಗಳಲ್ಲಿ ದ್ವೇಷ ವೈಷಮ್ಯಗಳು ಮತ್ತು ಸ್ಪರ್ಧಾ ಮನೋಭಾವ ಮೂಡಿ ಯೂರೋಪಿನ ರಾಜಕೀಯ ಪರಿಸ್ಥಿತಿಯನ್ನು ಪ್ರಕ್ಷುಬ್ಧಗೊಳಿಸಿತು. 1907ರಿಂದ 1914ರ ಅವಧಿಯಲ್ಲಿ ಉದ್ಭವಗೊಂಡ ಯೂರೋಪಿನ ಬಿಕ್ಕಟ್ಟುಗಳಲ್ಲಿ ಈ ಎರಡೂ ವಿರೋಧಿ ಬಣಗಳು ಅಪರೋಕ್ಷವಾಗಿ ಪಾಲ್ಗೊಳ್ಳಲಾರಂಭಿಸಿದವು. 1911ರ ಮೊರಾಕ್ಕೊ ಬಿಕ್ಕಟ್ಟಿನಲ್ಲಿ ಫ್ರಾನ್ಸ್ ಮತ್ತು ಜರ್ಮನಿಗಳು ರಾಜತಾಂತ್ರಿಕ ಹೋರಾಟದಲ್ಲಿ ತೊಡಗಿದವು. 1911ರ ಫ್ರಾಂಕೋ ಜರ್ಮನ್ ಒಪ್ಪಂದವು ಫ್ರಾನ್ಸ್ ಪರವಾಗಿದ್ದುದು ಜರ್ಮನ್ನರ ದ್ವೇಷಕ್ಕೆ ಕಾರಣವಾಯಿತು. ಈ ಘಟನೆಯ ನಂತರ ಫ್ರಾನ್ಸ್ ಮತ್ತು ಇಂಗ್ಲೆಂಡ್‌ಗಳು ತಮ್ಮ ಸ್ನೇಹ ಸಂಬಂಧವನ್ನು ವೃದ್ಧಿಸಿಕೊಂಡವು. ಮೊರಾಕೋದಲ್ಲಿ ತನ್ನ ಹಿತಾಸಕ್ತಿಯ ಭಂಗಕ್ಕೆ ಫ್ರಾನ್ಸ್ ಮತ್ತು ಇಂಗ್ಲೆಂಡ್‌ಗಳು ಕಾರಣವೆಂಬ ಆಪಾದನೆಯು ವಿರೋಧಿ ಬಣಗಳಲ್ಲಿ ಮತ್ತಷ್ಟು ದ್ವೇಷವನ್ನು ಹೆಚ್ಚಿಸಿತು. ಹೀಗೆ ಜರ್ಮನಿಯ ಪರಾಭವವು ತ್ರಿರಾಷ್ಟ್ರ ಮೈತ್ರಿಕೂಟದ ಸೋಲೆಂದೇ

ಭಾವಿಸಲಾಯಿತು. ಹೀಗೆ ವಿರೋಧಿ ಬಣಗಳಲ್ಲಿ ಏರ್ಪಟ್ಟ ತಿಕ್ಕಾಟ ಮತ್ತು ಘರ್ಷಣೆಗಳು ಮೊದಲನೆಯ ಮಹಾಯುದ್ಧಕ್ಕೆ ಕಾರಣವಾದವೆಂದು ಹೇಳಬಹುದು.

5. ಸೈನಿಕೀಕರಣ ಮತ್ತು ಶಸ್ತ್ರಾಸ್ತ್ರಗಳ ಪೈಪೋಟಿ: ಯೂರೋಪಿನ ರಾಷ್ಟ್ರಗಳು ತಮ್ಮ ರಕ್ಷಣೆಯ ದೃಷ್ಟಿಯಿಂದ ಶಕ್ತಿ ಸಮತೋಲನಕ್ಕಾಗಿ ತಮ್ಮ ಮಿಲಿಟರಿ ಶಕ್ತಿಯನ್ನು ಹೆಚ್ಚಿಸಿಕೊಳ್ಳಲು ಕ್ರಮಕೈಗೊಂಡವು. ಯೂರೋಪಿನಲ್ಲಿ ಉಂಟಾಗಿದ್ದ ಉತ್ಕಟ ರಾಷ್ಟ್ರೀಯತೆ ಪರಸ್ಪರ ದ್ವೇಷ, ವೈಷಮ್ಯಗಳು, ಪೈಪೋಟಿಯಿಂದ ಕೂಡಿದ ಸ್ಪರ್ಧೆ, ಅಸಹನೆ ಮತ್ತು ಸಂಶಯಗಳು ಆ ರಾಷ್ಟ್ರಗಳಲ್ಲಿ ತೀವ್ರ ಶಸ್ತ್ರಾಸ್ತ್ರ ಪೈಪೋಟಿಗೆ ದಾರಿಮಾಡಿಕೊಟ್ಟವು. ಇದರಿಂದ ಅಧಿಕ ಪ್ರಮಾಣದಲ್ಲಿ ವಿನಾಶಕಾರಿ ಶಸ್ತ್ರಾಸ್ತ್ರಗಳನ್ನು ಉತ್ಪಾದಿಸುವಲ್ಲಿ ಮತ್ತು ಶೇಖರಣೆ ಮಾಡುವಲ್ಲಿ ಪ್ರತಿಯೊಂದು ರಾಜ್ಯವೂ ಅತ್ಯಂತ ಆಸಕ್ತಿ ತೋರಿಸಿದವು. ಸಮರ ಸನ್ನಾಹದ ಪೈಪೋಟಿಯಿಂದಾಗಿ ಅಪಾರ ಹಣವನ್ನು ವೆಚ್ಚಮಾಡಿದವು. ಯೂರೋಪ್ ಒಂದು ಸೈನಿಕ ಶಿಬಿರವಾಗಿ ಮಾರ್ಪಟ್ಟು ದೊಡ್ಡಗಾತ್ರದ ಸೈನ್ಯ, ನೌಕಾ ಬಲ ಹಾಗೂ ವಿಫುಲ ಶಸ್ತ್ರಾಸ್ತ್ರ ಸಂಗ್ರಹಗಳು ಯುದ್ಧಕ್ಕೆ ಸಿದ್ಧವಾದವು. 20ನೇ ಶತಮಾನದ ವಿಜ್ಞಾನವು ಮಹಾವಿನಾಶಕಾರಿ ಅಸ್ತ್ರಗಳನ್ನು ಒದಗಿಸಿಕೊಟ್ಟಿತು. ಟಾರ್ಪೆಡೊಗಳು (ನೌಕಾ ಸ್ಫೋಟಕಗಳು)ಹೊಸ ಮೆಶಿನ್‌ಗನ್‌ಗಳು, ಸ್ಫೋಟಕ ಷೆಲ್‌ಗಳು, ಯುದ್ಧ ವಿಮಾನಗಳು ಮತ್ತು ಜಲಂತರ್ಗಾಮಿ ಹಡಗುಗಳು ಬಳಕೆಯಲ್ಲಿ ಬಂದವಲ್ಲದೇ ಯುದ್ಧ ನೀತಿಯನ್ನು ಸಮರ್ಥಿಸುವ ಸಿದ್ಧಾಂತಗಳು ಕೂಡ ಜನಪ್ರಿಯವಾದವು. ಅತ್ಯಾಧುನಿಕ ಉಪಕರಣಗಳಾದ ಕ್ಷಿಪಣಿಗಳು ಬಳಕೆಗೆ ಬಂದು ಯುದ್ಧೋತ್ಸಾಹಿಯಾಗಿದ್ದ ಜರ್ಮನಿಯ ದೊರೆ ಎರಡನೇ ಕೈಸರ್ ವಿಲಿಯಂ ಇಡೀ ಪ್ರಪಂಚವನ್ನಾಳುವ ಅರ್ಹತೆ ಕೇವಲ ಜರ್ಮನ್ ಜನಾಂಗಕ್ಕೆ ಮಾತ್ರ ಇರುವುದೆಂದು ಗುಡುಗುವಂತೆ ಮಾಡಿತು. ಹೀಗೆ 19ನೇ ಶತಮಾನದ ಉತ್ತರಾರ್ಧದಲ್ಲಿ ಐರೋಪ್ಯ ರಾಷ್ಟ್ರಗಳು ಕಡ್ಡಾಯ ಸೈನಿಕ ತರಬೇತಿ ಹಾಗೂ ಸೈನಿಕ ಸೇವೆಯ ಅನೇಕ ಯೋಜನೆಗಳನ್ನು ಜಾರಿಗೊಳಿಸಿದವು. ಇಂಗ್ಲೆಂಡ್ ಅಧಿಕ ಮಿಲಿಟರಿ ಮತ್ತು ನೌಕಾ ಸಿದ್ಧತೆಯ ಯೋಜನೆಗಳನ್ನು ರೂಪಿಸಿಕೊಂಡಿತು. ಒಟ್ಟಿನಲ್ಲಿ 1914ರ ವೇಳೆಗೆ ಇಡೀ ಯೂರೋಪ್ ಒಂದು ಶಸ್ತ್ರಾಗಾರವಾಗಿ ಕಂಡುಬಂದು ಪರಸ್ಪರ ಶಸ್ತ್ರಾಸ್ತ್ರಗಳ ಪೈಪೋಟಿಯು ಯುದ್ಧಕ್ಕೆ ನಾಂದಿಯಾಯಿತು.

6. ಕೈಸರ್ ಎರಡನೇ ವಿಲಿಯಂನ ವಿಶ್ವ ಸಾಮ್ರಾಜ್ಯ ಸ್ಥಾಪನೆಯ ಮಹತ್ವಾಕಾಂಕ್ಷೆ: 1890ರಲ್ಲಿ ಬಿಸ್ಮಾರ್ಕ್‌ನನ್ನು ಅಧಿಕಾರದಿಂದ ಕೆಳಗಿಳಿಸಿ ಜರ್ಮನ್ ಸಾಮ್ರಾಜ್ಯದ ರಾಜಕೀಯ ಚುಕ್ಕಾಣಿಯನ್ನು ಹಿಡಿದ ಕೈಸರ್ ಎರಡನೇ ವಿಲಿಯಂನು ವಿಶ್ವ ಸಾಮ್ರಾಜ್ಯವನ್ನೇ ಗೆಲ್ಲಬೇಕೆಂಬ ಮಹತ್ವಾಕಾಂಕ್ಷೆಯನ್ನು ಹೊಂದಿದ್ದನು. ಈ ಗುರಿ ಸಾಧನೆಗಾಗಿ ಸೇನಾಬಲ ಹಾಗೂ ನೌಕಾಬಲವನ್ನು ಹೆಚ್ಚಿಸಿಕೊಂಡು ವಸಾಹತು ಸಾಮ್ರಾಜ್ಯದ ವಿಸ್ತರಣೆಗಾಗಿ ಯತ್ನಿಸಿ ಐರೋಪ್ಯ ರಾಷ್ಟ್ರಗಳ ವೈರತ್ವವನ್ನು ಕಟ್ಟಿಕೊಂಡನು. ವಿಲಿಯಂನು ಅಂತರರಾಷ್ಟ್ರೀಯ ಶಾಂತಿ, ಸಹಕಾರ ಮತ್ತು ಸಹಯೋಜನೆಗಳನ್ನು ಧಿಕ್ಕರಿಸಿ ಜರ್ಮನ್ ಸಾಮ್ರಾಜ್ಯದ ವಿಸ್ತರಣೆ ಮತ್ತು ಅದರ ಪ್ರತಿಷ್ಠೆಯನ್ನು ಎತ್ತಿ ಹಿಡಿಯಲು ಯತ್ನಿಸಿದ ಸಮರೋತ್ಸಾಹಿಯಾಗಿದ್ದನು. ಕೈಸರ್ ವಿಲಿಯಂನ ನೀತಿ ಮತ್ತು ದುಡುಕು ತೀರ್ಮಾನಗಳ ಫಲವಾಗಿ ಅಂತರರಾಷ್ಟ್ರೀಯ ವ್ಯವಹಾರಗಳಲ್ಲಿ ಬಿಕ್ಕಟ್ಟು ತಲೆದೋರಿ ಮೊದಲನೆಯ ಮಹಾಯುದ್ಧಕ್ಕೆ ಕಾರಣವಾಯಿತು.

7. ಬಾಲ್ಕನ್ ವಿವಿಧ ರಾಷ್ಟ್ರಗಳ ನಡುವಿನಲ್ಲಿನ ಪೈಪೋಟಿ ಮತ್ತು ವೈರತ್ವ: ಬಾಲ್ಕನ್ ರಾಜ್ಯಗಳಲ್ಲಿ ಏರ್ಪಟಿದ್ದ ಆಸ್ಫೋಟಕ ಸ್ಥಿತಿಯು ಮೊದಲನೆಯ ಮಹಾಯುದ್ಧಕ್ಕೆ ಮತ್ತೊಂದು ಕಾರಣವಾಗಿ ಪರಿಣಮಿಸಿತು. ಬಾಲ್ಕನ್ ರಾಜ್ಯಗಳಾದ ಗ್ರೀಸ್, ಸರ್ಬಿಯ, ರುಮೇನಿಯಾ, ಬಲ್ಗೇರಿಯಾಗಳಲ್ಲಿ ತೀವ್ರತರವಾದ ಅತೃಪ್ತಿ ಮತ್ತು ಅಸಮಾಧಾನಗಳು ಮನೆ ಮಾಡಿದ್ದವು. 1878ರಲ್ಲಿ ಸೇರಿದ ಬರ್ಲಿನ್ ಸಮ್ಮೇಳನವು ಬಾಲ್ಕನ್‌ನಲ್ಲಿನ ಬೋಸ್ನಿಯಾ ಮತ್ತು ಹರ್ಜಿಗೋವಿನಾಗಳನ್ನು ಆಳುವ ಅಧಿಕಾರವನ್ನು ಆಸ್ಟ್ರಿಯಾಕ್ಕೆ ನೀಡಿತು. ರಷ್ಯಾ ಮತ್ತು ಆಸ್ಟ್ರಿಯಾಗಳು ಬಾಲ್ಕನ್ ಪ್ರದೇಶದಲ್ಲಿ ತೀವ್ರವಾದ ವೈರಿಗಳಾದವು. ಇದೇ ರೀತಿ ಇಂಗ್ಲೆಂಡ್ ತನ್ನ ಸ್ವಾರ್ಥವನ್ನು ಮುಂದಿಟ್ಟುಕೊಂಡು ಟರ್ಕಿಯ ಸುಲ್ತಾನನ ಸಮಗ್ರತೆ ಮತ್ತು ಸ್ಥಾನವನ್ನುಳಿಸಲು ಅವನಿಗೆ ಸಹಾಯ ಮಾಡಲು ಮುಂದೆ ಬಂದಿತು. ಹೀಗೆ ಬಾಲ್ಕನ್ ರಾಜ್ಯಗಳ ರಾಜಕೀಯದಲ್ಲಿ ಆಸ್ಟ್ರಿಯಾ, ಇಂಗ್ಲೆಂಡ್, ರಷ್ಯಾಗಳು ತೀವ್ರ ಆಸಕ್ತಿ ವಹಿಸಿದ್ದು 1908ರಲ್ಲಿ ಸಂಭವಿಸಿದ ಬೋಸ್ನಿಯಾದ ಬಿಕ್ಕಟ್ಟಿನಲ್ಲಿ ಹೊರಹೊಮ್ಮಿ ರಷ್ಯಾವು ಸರ್ಬಿಯಕ್ಕೆ ಬೆಂಬಲ ನೀಡುವುದರ ಮೂಲಕ ತನ್ನ ನಿಲುವನ್ನು ವ್ಯಕ್ತಪಡಿಸಿತು. ಇದಲ್ಲದೇ ಬಾಲ್ಕನ್ ಪ್ರದೇಶದಲ್ಲಿ ರೂಪುಗೊಂಡ 'ಪ್ಯಾನ್‌ಸ್ಲಾವಿಕ್ ಚಳವಳಿಯು' ಬಾಲ್ಕನ್ ಬಿಕ್ಕಟ್ಟನ್ನು ಮತ್ತಷ್ಟು ತೀವ್ರಗೊಳಿಸಿತು. ಈ ರೀತಿ ಬಾಲ್ಕನ್ ದೇಶಗಳಲ್ಲಿ ಹೆಚ್ಚುತ್ತಾ ಹೋದ ಬಿಕ್ಕಟ್ಟು ಆಗಸ್ಟ್ 1913ರಲ್ಲಿ ಬುಖಾರೆಸ್ಟ್ ಒಪ್ಪಂದದೊಂದಿಗೆ ನಿಸ್ಸಂದೇಹವಾಗಿ ಬಗೆಹರಿಯುತ್ತದೆಂದು ಯೂರೋಪಿನ ಜನತೆ ಭಾವಿಸಿದರು. ಆದರೆ ಆಸ್ಟ್ರಿಯಾ ಮತ್ತು ಜರ್ಮನಿಗಳು ಈ ಭಾವನೆಯನ್ನು ಹೊಂದಿರಲಿಲ್ಲವೆಂದು ಹಿಂದಿನ ತಮ್ಮ ನಿಲುವನ್ನು ಬದಲಾಯಿಸಿಕೊಂಡಿರಲಿಲ್ಲವೆಂಬುದು ಮುಂದಿನ ಅವುಗಳ ಚಟುವಟಿಕೆಗಳಿಂದ ತಿಳಿದು ಬಂದಿತು. ಈ ರೀತಿಯ ಬಾಲ್ಕನ್ ಆಸ್ಫೋಟಕ ಪರಿಸ್ಥಿತಿಯು ಮೊದಲನೆಯ ಮಹಾಯುದ್ಧಕ್ಕೆ ಪೂರ್ವಭಾವಿಯಾಯಿತು.

8. ರಾಷ್ಟ್ರೀಯತೆಯನ್ನು ಪ್ರಚೋದಿಸುವ ವೃತ್ತ ಪತ್ರಿಕೆಗಳು: ಮೊದಲನೆಯ ಮಹಾಯುದ್ಧಕ್ಕೆ ಮುನ್ನ ಯೂರೋಪಿನಲ್ಲಿ ಕಾಣಬರುತ್ತಿದ್ದ ವೃತ್ತ ಪತ್ರಿಕೆಗಳು ರಾಷ್ಟ್ರ ರಾಷ್ಟ್ರಗಳ ನಡುವೆ ಮತ್ತು ತಮ್ಮ ರಾಜ್ಯದೊಳಗೆ ಆಡಳಿತದಲ್ಲಿ ನಡೆಯುತ್ತಿದ್ದ ದ್ವೇಷ ವೈಷ್ಯಮದ ಸಂಶಯ ಮತ್ತು ಭೀತಿಗಳ ವಿಷ ಬೀಜಗಳನ್ನು ಬಿತ್ತಿ ಜನರಲ್ಲಿ ತೀವ್ರತರವಾದ ಭಾವನೆಗಳನ್ನು ಉತ್ತೇಜಿಸುವಲ್ಲಿ ಯಶಸ್ವಿಯಾದವು. ರಾಜಕೀಯ ಧುರೀಣರಿಗೆ ಇವುಗಳಿಂದುಂಟಾಗುವ ಪರಿಣಾಮದ ಬಗ್ಗೆ ಅರಿವಿದ್ದರೂ ಅವರು ಅಸಹಾಯಕರಾಗಿದ್ದರು. ಯೂರೋಪಿನ ರಾಷ್ಟ್ರಗಳ ಅಳಿವು ಮತ್ತು ಉಳಿವುಗಳು ಸಹ ಈ ಪತ್ರಿಕೆಗಳನ್ನೇ ಅವಲಂಭಿಸಿದ್ದವು. ಈ ವೃತ್ತಪತ್ರಿಕೆಗಳು ರಾಷ್ಟ್ರದ ಬಗ್ಗೆ ದುರಭಿಮಾನವನ್ನು, ವಿದೇಶಗಳ ಬಗ್ಗೆ ವೈರತ್ವಭಾವನೆಯ ವಿಷಯಗಳನ್ನು ಜನರಿಗೆ ಮನದಟ್ಟು ಮಾಡಿಕೊಟ್ಟು ಅವರಲ್ಲಿ ರಾಷ್ಟ್ರೀಯ ಪ್ರಜ್ಞೆ ಬೆಳೆಯಲು ಅವಕಾಶ ಮಾಡಿಕೊಟ್ಟವು. ಈ ರೀತಿಯಲ್ಲಿ ಬೆಳೆದ ಹುಚ್ಚು ರಾಷ್ಟ್ರೀಯತೆಯು ಮೊದಲನೆಯ ಮಹಾಯುದ್ಧಕ್ಕೆ ಮತ್ತೊಂದು ಕಾರಣವಾಗಿ ಪರಿಣಮಿಸಿತು.

9. ಪ್ರಬಲವಾದ ಅಂತರರಾಷ್ಟ್ರೀಯ ಸಂಸ್ಥೆಗಳ ಅಭಾವ: ಮೊದಲನೆಯ ಮಹಾಯುದ್ಧಕ್ಕೆ ಮುನ್ನ ರಾಷ್ಟ್ರ ಅಥವಾ ಅಂತರರಾಷ್ಟ್ರೀಯ ಮಟ್ಟದಲ್ಲಿ ಉದ್ಭವಿಸಿದ ಸಮಸ್ಯೆಗಳನ್ನು ಬಗೆಹರಿಸುವಂತಹ ಅಂತರರಾಷ್ಟ್ರೀಯ ಸಂಸ್ಥೆಗಳು ಇಲ್ಲದೇ ಹೋದದ್ದು 1914ರಲ್ಲಿ ಯುದ್ಧ ಆರಂಭವಾಗಲು ಮುಖ್ಯ ಕಾರಣವಾಯಿತು. ಅಂತರರಾಷ್ಟ್ರೀಯ ಸಂಬಂಧಗಳು ಶಾಂತಿಯುತವಾಗಿರದೇ ಪರಸ್ಪರ ದ್ವೇಷ, ಅಸೂಯೆ, ಸಂಶಯದಿಂದ ಕೂಡಿದ್ದು ಎಲ್ಲಾ ವಿವಾದಗಳು ಪರಸ್ಪರ ಕೊಲೆ ಮತ್ತು ಯುದ್ಧಗಳಲ್ಲೇ ಕೊನೆಗೊಳ್ಳುತ್ತಿದ್ದವು. ಒಂದು ವೇಳೆ ಲೀಗ್ ಅಥವಾ ವಿಶ್ವಸಂಸ್ಥೆಯಂತಹ ಅಂತರರಾಷ್ಟ್ರೀಯ ಸಂಸ್ಥೆಗಳು ಅಸ್ತಿತ್ವದಲ್ಲಿದ್ದರೆ ಈ ಯುದ್ಧಗಳನ್ನು ತಡೆಗಟ್ಟಲು ಪ್ರಯತ್ನಿಸಿ ವಿಶ್ವದಲ್ಲಿ ಶಾಂತಿಯನ್ನು ಸಾಧಿಸಲು ಪ್ರಯತ್ನಿಸಲಾಗುತ್ತಿತ್ತೆಂದು ಭಾವಿಸಬಹುದಾಗಿತ್ತು. ಆದರೆ ಅಂತಹ ಸಂಸ್ಥೆಗಳ ಅಭಾವವಿದ್ದುದ್ದರಿಂದ ಯುದ್ಧವು ಅನಿವಾರ್ಯವಾಯಿತು.

10. ಯುದ್ಧಕ್ಕೆ ತಕ್ಷಣದ ಕಾರಣ: ಆರ್ಚ್ ಡ್ಯೂಕ್ ಫರ್ಡಿನಾಂಡನ ಕಗ್ಗೊಲೆ: 1914ರ ಜೂನ್ 28ರಂದು ಆಸ್ಟ್ರಿಯಾದ ಚಕ್ರವರ್ತಿ ಫ್ರಾನ್ಸಿಸ್ ಜೋಸೆಫ್‌ನ ಸೋದರಳಿಯ ಹಾಗೂ ಆಸ್ಟ್ರಿಯಾ ಸಿಂಹಾಸನಕ್ಕೆ ಉತ್ತರಾಧಿಕಾರಿಯೂ ಆಗಬೇಕಾಗಿದ್ದ ಆರ್ಚ್‌ಡ್ಯೂಕ್ ಫ್ರಾನ್ಸಿಸ್ ಫರ್ಡಿನಾಂಡ್ ಮತ್ತು ಆತನ ಪತ್ನಿಯು ಮಿಲಿಟರಿ ಪರಿಶೀಲನೆಗಾಗಿ ಆಗಮಿಸಿದಾಗ ಸರ್ಬಿಯಾದ ತರುಣ ವಿದ್ಯಾರ್ಥಿಯಾದ ಗವ್ರಿಲ್ಲೊಪ್ರಿನ್ಸ್‌ಪ್ ಎಂಬುವವನು ಬೋಸ್ನಿಯಾದ ರಾಜಧಾನಿ ಸರಾಜಿವೋ ನಗರದ ಬೀದಿಯಲ್ಲಿ ಅವರನ್ನು ಕೊಲೆ ಮಾಡಿದನು. ಈ ಹೇಯ ಕೃತ್ಯವನ್ನು ಮಾಡಿದವ ಆಸ್ಟ್ರಿಯಾದ ಪ್ರಜೆಯಾದರೂ ಬೋಸ್ನಿಯಾದ ನಾಗರಿಕನಾಗಿದ್ದು ಸರ್ಬಿಯ ಬುಡಕಟ್ಟಿಗೆ ಸೇರಿದವನಾಗಿದ್ದನು. ಈ ಘಟನೆಯಿಂದಾಗಿ ಸರ್ಬಿಯನ್ನರು ತೀವ್ರ ಕೋಪಕ್ಕೆ ಗುರಿಯಾಗಿ "ಕೊಲೆ ಪಾತಕರ ರಾಷ್ಟ್ರ"ವೆಂದು ಕರೆಯಲ್ಪಟ್ಟಿತು. ಆಸ್ಟ್ರಿಯಾದ ಅನೇಕ ವೃತ್ತಪತ್ರಿಕೆಗಳಲ್ಲಿ ಯುದ್ಧಾಸಕ್ತ ಮನೋಭಾವನೆ ವ್ಯಕ್ತಪಡಿಸುವುದರ ಜೊತೆಗೆ ಸರ್ಬಿಯಾದ ಸರ್ಕಾರವೇ ಕೊಲೆಗೆ ಹೊಣೆಗಾರವೆಂದು ನಿರ್ಣಯಿಸಿದವು. ಆಸ್ಟ್ರೋ-ಹಂಗೇರಿಯಾದ ವಿದೇಶಿ ವ್ಯವಹಾರ ಮಂತ್ರಿ ಕೌಂಟ್‌ಬರ್ಚ್‌ಟೋಲ್ಡ್ ಈ ಕೊಲೆಗಳ ಗುಪ್ತ ತನಿಖೆಗಳಿಗೆ ಅಪ್ಪಣೆ ಮಾಡಿದಾಗ ಸರ್ಬಿಯಾದ ಸರ್ಕಾರಕ್ಕೂ ಮತ್ತು ಈ ಅಪರಾಧಿಗೂ ಯಾವ ಸಂಬಂಧವಿರಲಿಲ್ಲವೆಂದು ಕಂಡುಬರುವ ತನಿಖಾ ವರದಿಯನ್ನು ಈತನು ತನ್ನ ಸ್ವಂತ ಚಕ್ರವರ್ತಿಗೆ ಅಥವಾ ಜರ್ಮನ್ ಸರ್ಕಾರಕ್ಕೆ ತಿಳಿಸದಂತೆ ಮುಚ್ಚಿಟ್ಟನು.

ಈ ಘಟನೆ ಸಂಭವಿಸಿದ ಒಂದು ವಾರವಾದರೂ ಆಸ್ಟ್ರಿಯಾ ಸರ್ಕಾರ ಮೌನವಾಗಿ ಉಳಿದಿದ್ದರಿಂದ ವಿಯನ್ನಾದಲ್ಲಿದ್ದ ರಾಜನೀತಿಜ್ಞರಿಗೆ ಯಾವ ಸುಳಿವು ಸಿಕ್ಕದೇ ಪತ್ರವೊಂದು ಪೂರ್ತಿ ಗುಟ್ಟಿನಲ್ಲಿ ಹಾಗೂ ರಹಸ್ಯವಾಗಿ ರೂಪಿತವಾಗಿ ಆಸ್ಟ್ರಿಯಾದಿಂದ ಜುಲೈ 23ರಂದು ಸರ್ಬಿಯಾಕ್ಕೆ ತಲುಪಿತು. ಆ ಪತ್ರದಲ್ಲಿ ಸರ್ಬಿಯಾದ ವೃತ್ತಪತ್ರಿಕೆಗಳು ಹಾಗೂ ಗುಪ್ತಚರ ಸಂಸ್ಥೆಗಳು ಆಸ್ಟ್ರಿಯಾದ ವಿರುದ್ಧ ನಡೆಸುತ್ತಿದ್ದ ಒಳಸಂಚನ್ನು ಹತ್ತಿಕ್ಕುವುದು, ಈ ಕಾರ್ಯದಲ್ಲಿ ತೊಡಗಿರುವ ಸೈನಿಕರನ್ನು ಮತ್ತು ಸರ್ಕಾರಿ ಅಧಿಕಾರಿಗಳನ್ನು ವೃತ್ತಿಯಿಂದ ವಜಾ ಮಾಡುವುದು, ಮತ್ತು ಜೂನ್ 24ರಂದು ಸಂಭವಿಸಿದ ಘಟನೆಯ ಬಗ್ಗೆ ನ್ಯಾಯಾಲಯಗಳಲ್ಲಿ ನ್ಯಾಯ ನಿರ್ಣಾಯಕ ತೀರ್ಮಾನ ನೀಡುವುದಕ್ಕೆ ಸರ್ಬಿಯ ಸರ್ಕಾರ ಅವಕಾಶ ಮಾಡಿಕೊಡಬೇಕೆಂಬುದಾಗಿತ್ತು. ಜೊತೆಗೆ ಈ ಹೇಯ ಕೃತ್ಯವು ಸರ್ಬಿಯಾದ ಅಧಿಕಾರಿಗಳ ಸಹಕಾರದ ಮೂಲಕ ನಡೆಯಿತೆಂದು ಸಾಧಿಸುವ ಜ್ಞಾಪನ ಪತ್ರ ಇದಾಗಿತ್ತು. ಒರಟು ಭಾಷೆಯನ್ನೊಳಗೊಂಡು ಉದ್ಧಟ ಬೇಡಿಕೆಗಳನ್ನು ಹೊತ್ತ ಈ ಪತ್ರ ಅಂತಿಮ ಎಚ್ಚರಿಕೆಯೊಂದನ್ನು ನೀಡಿತ್ತು. ಅದೇನೆಂದರೆ ಈ ಪತ್ರ ತಲುಪಿದ 48 ಘಂಟೆಯೊಳಗೆ ಉತ್ತರವನ್ನು ಕಳುಹಿಸಬೇಕೆಂದು ಸರ್ಬಿಯಾದ ಸರ್ಕಾರವನ್ನು ಕೋರಿತು.

ಸ್ವತಂತ್ರ ರಾಷ್ಟ್ರವೊಂದರ ಗೌರವ ಘನತೆಗಳಿಗೆ ದಕ್ಕೆ ತರುವಂತಿದ್ದ ಪತ್ರಕ್ಕೆ ಸರ್ಬಿಯಾ ದೇಶವು ರಷ್ಯಾ, ಇಂಗ್ಲೆಂಡ್ ಮತ್ತು ಫ್ರಾನ್ಸ್ ದೇಶಗಳ ಮನವಿಯ ಮೇರೆಗೆ ರಾಜೀ ಮನೋಭಾವವೊಂದಿದ್ದ ತನ್ನ ಉತ್ತರದಲ್ಲಿ ಆಸ್ಟ್ರಿಯಾದ ಬೇಡಿಕೆಯ ಬಹುಭಾಗವನ್ನು ನಡೆಸಿಕೊಡುವುದಾಗಿಯೂ, ಆಸ್ಟ್ರಿಯಾಕ್ಕೆ ಒಪ್ಪಿಗೆಯಾಗದಿದ್ದರೆ ಹೇಗ್ ನ್ಯಾಯಮಂಡಳಿಗೆ ವಿಚಾರಣೆಗೊಪ್ಪಿಸಲು ಸಿದ್ಧರೆಂದು ತಿಳಿಸಿತು. ಅದೇ ವೇಳೆಗೆ ಸರ್ಬಿಯಾದ ಹಿತೈಷಿ ರಾಷ್ಟ್ರಗಳಾದ ಇಂಗ್ಲೆಂಡ್, ರಷ್ಯಾ ಮತ್ತು ಫ್ರಾನ್ಸ್‌ಗಳು

ಆಸ್ಟ್ರಿಯಾದ ಕಾಲಗಡುವಿನ ಅವಧಿಯನ್ನು ವಿಸ್ತರಿಸುವಂತೆ ಮನವಿ ಮಾಡಿಕೊಂಡವು. ಆಸ್ಟ್ರಿಯಾ ದೇಶವು ಈ ದೇಶಗಳ ಮನವಿಯನ್ನು ಕೇಳದೆ ಸರ್ಬಿಯಾದ ಉತ್ತರ ಸಮರ್ಪಕವಾಗಿಲ್ಲವೆಂದು ತಿಳಿಸಿ 1914ರ ಜುಲೈ 28ರಂದು ಸರ್ಬಿಯಾದ ಮೇಲೆ ಯುದ್ಧ ಘೋಷಿಸಿತು. ಇದರೊಂದಿಗೆ ಮೊದಲನೇ ಮಹಾಯುದ್ಧ ಪ್ರಾರಂಭವಾಯಿತು.

ಯುದ್ಧದ ಪ್ರಮುಖ ಘಟನೆಗಳು:

ಮೊದಲನೇ ಮಹಾಯುದ್ಧವು ಪ್ರಾರಂಭವಾದುದು ಸರ್ಬಿಯಾ ಮತ್ತು ಆಸ್ಟ್ರಿಯಾ ನಡುವೆ. ಇದು ಮೊದಲು ಒಂದು ಸ್ಥಳೀಯ ಯುದ್ಧವಾಗಿ ಆರಂಭವಾದದ್ದು; ನಂತರ ಯೂರೋಪಿನಲ್ಲಿ ಏರ್ಪಟ್ಟಿದ್ದ ಗುಪ್ತ ಒಪ್ಪಂದಗಳು ಮತ್ತು ಮೈತ್ರಿ ಒಪ್ಪಂದಗಳು ಬಹು ಬೇಗನೆ ಯೂರೋಪಿನಾದ್ಯಂತ ಹರಡುವಂತೆ ಮಾಡಿದವು. ಆಸ್ಟ್ರಿಯಾಕ್ಕೆ ಬೆಂಬಲವಾಗಿ ಜರ್ಮನಿ ಯುದ್ಧರಂಗಕ್ಕಿಳಿಯಿತು. ರಷ್ಯಾ ಸರ್ಬಿಯಾದ ಪಕ್ಷವಹಿಸಿ ಯುದ್ಧರಂಗಕ್ಕಿಳಿಯಿತು. ಇದರಿಂದ ಯೂರೋಪಿನ ಪ್ರಬಲ ಶಕ್ತಿಯುತ ರಾಷ್ಟ್ರಗಳಾದ ಬ್ರಿಟನ್, ಫ್ರಾನ್ಸ್, ಇಟಲಿ ಮುಂತಾದ ರಾಷ್ಟ್ರಗಳು ಒಂದಾದ ನಂತರ ಒಂದರಂತೆ ಯುದ್ಧರಂಗಕ್ಕೆ ಧಾವಿಸಿದವು. ರಷ್ಯಾದ ಮಿತ್ರರಾಷ್ಟ್ರವಾದ ಫ್ರಾನ್ಸಿನ ಮೇಲೆ ಜರ್ಮನಿ ಯುದ್ಧ ಘೋಷಿಸಿತು. ಇದುವರೆವಿಗೂ ಬ್ರಿಟನ್ ಶಾಂತಿ ಸ್ಥಾಪನೆಯ ಕೆಲಸದಲ್ಲೇ ತೊಡಗಿತ್ತು. ಆದರೆ ಪರಿಸ್ಥಿತಿಯ ಒತ್ತಡಕ್ಕೆ ಮಣಿದು ಅದು ತನ್ನ ನೀತಿಯನ್ನು ಬದಲಾಯಿಸಿಕೊಳ್ಳಬೇಕಾಗಿ ಬಂದಿತ್ತು. ಫ್ರಾನ್ಸ್‌ನ ಬಗ್ಗೆ ಮೊದಲಿನಿಂದಲೂ ದ್ವೇಷ ಭಾವನೆ ಹೊಂದಿದ್ದ ಜರ್ಮನಿ ಅದನ್ನು ನಾಶಪಡಿಸಲು ಅವಕಾಶವನ್ನು ಕಾಯುತ್ತಿತ್ತು. ಜರ್ಮನಿ ತನ್ನ ಸೈನ್ಯವು ಬೆಲ್ಜಿಯಂ ಮೂಲಕ ಹೋಗಲು ಅನುಮತಿ ನೀಡಬೇಕೆಂದು ಕೇಳಿತು. ಅನುಮತಿಯನ್ನು ತಿರಸ್ಕರಿಸಿದಾಗ ಜರ್ಮನಿಯು ತನ್ನ ಅಪಾರ ಸೈನ್ಯದೊಂದಿಗೆ ನುಗ್ಗಿತು. ಆಗ ಇಂಗ್ಲೆಂಡ್ ತಟಸ್ಥವಾಗಿರದೇ ಜರ್ಮನಿಯ ವಿರುದ್ಧ ಯುದ್ಧ ಘೋಷಿಸುವುದರ ಮೂಲಕ ಯುದ್ಧರಂಗಕ್ಕೆ ಪ್ರವೇಶಿಸಿತು, ಈ ರೀತಿಯ ವಿಶ್ವ ಸಮರಕ್ಕೆ ಜರ್ಮನಿಯ ದುರಾಸೆ ಮತ್ತು ದ್ವೇಷ ಮನೋಭಾವವು ಕಾರಣವಾಯಿತು. ಇವಷ್ಟೆ ರಾಷ್ಟ್ರಗಳಲ್ಲದೇ ಅಮೇರಿಕಾ, ಜಪಾನ್ ರಾಷ್ಟ್ರಗಳೂ ಭಾಗಿಯಾಗುವಂತೆ ಮಾಡಿ ಈ ಯುದ್ಧವನ್ನು ವಿಶ್ವ ಸಮರವನ್ನಾಗಿ ಮಾಡಿದವು. ಆಸ್ಟ್ರಿಯಾದ ಗೆಲವು ಖಚಿತವೆಂದೇ ಭಾವಿಸಲಾಗಿತ್ತು. ಈ ಪರಿಸ್ಥಿತಿಯು ಬಹಳ ಬೇಗ ಯೂರೋಪಿನ ರಾಷ್ಟ್ರಗಳ ಗಮನವನ್ನೂ ಸೆಳೆಯಿತು, ಜರ್ಮನರ ಮೊದಲ ಯೋಜನೆಯೆಂದರೆ ರಷ್ಯನ್ನರನ್ನು ದೂರವಾಗಿರಿಸಿ ಫ್ರಾನ್ಸ್‌ನ ಮೇಲೆ 6 ವಾರಗಳಲ್ಲಿ ಬೆಲ್ಜಿಯಂ, ಆಲ್ಸೈಸ್ ಮತ್ತು ಲೊರೈನ್‌ಗಳ ಮುಖಾಂತರ ಧಾಳಿ ಮಾಡಿ ಗೆಲ್ಲಬೇಕೆಂಬ ಮಹಾದಾಸೆಯನ್ನು ಜರ್ಮನಿಯ ದಂಡನಾಯಕ ಮಾಲ್ಟ್‌ಕೆ ಇಟ್ಟುಕೊಂಡಿದ್ದನು. ಇವನ ಮಹಾದಾಸೆಯು ನೆರವೇರಲಿಲ್ಲ.

ಮಾರ್ನೆಕಾಳಗ: ಮಾರ್ನೆಯುದ್ಧವು ಮೊದಲನೇ ಮಹಾಯುದ್ಧದ ಪ್ರಮುಖ ಘಟನೆಗಳಲ್ಲಿ ಒಂದಾಗಿದೆ. ಈ ಯುದ್ಧದಲ್ಲಿ ಫ್ರೆಂಚ್ ದಂಡನಾಯಕ ಜೋಫ್ರೆಯು ಪ್ರಬಲವಾಗಿ ಹೋರಾಡಿ ಜರ್ಮನ್ನರ ಸೈನ್ಯವನ್ನು ತಡೆಗಟ್ಟಿದನು. ಇಟಲಿಯು 1915ರ ಮೇ ನಲ್ಲಿ ತ್ರಿರಾಷ್ಟ್ರ ಮೈತ್ರಿಕೂಟವನ್ನು ತ್ಯಜಿಸಿ ಮಿತ್ರರಾಷ್ಟ್ರಗಳಾದ ಫ್ರಾನ್ಸ್, ಇಂಗ್ಲೆಂಡ್ ಮತ್ತು ರಷ್ಯಾಗಳ ಪಕ್ಷವನ್ನು ಸೇರಿತು. ತ್ರಿರಾಷ್ಟ್ರ ಮೈತ್ರಿಕೂಟವನ್ನು ಇಟಲಿಯು ತ್ಯಜಿಸಲು ಕಾರಣವೆಂದರೆ ಆಸ್ಟ್ರಿಯಾದ ಅಧೀನದಲ್ಲಿದ್ದ ಟ್ರೈಸ್ಟಿ ಮತ್ತು ಟ್ರೆಂಟಿನೊ ಎಂಬ ಪ್ರದೇಶಗಳನ್ನು ಪಡೆಯಲು ಇವೆರಡೂ ರಾಷ್ಟ್ರಗಳು ಪರಸ್ಪರ ಪೈಪೋಟಿ ನಡೆಸಿದವು. ಮೊದಲನೇ ಮಹಾಯುದ್ಧದ ಆರಂಭದಲ್ಲಿ ಜರ್ಮನಿ ಮಿತ್ರರಾಷ್ಟ್ರಗಳ ಮೇಲೆ ಜಯ ಸಾಧಿಸಿತು. ಜರ್ಮನಿಯ ಯುದ್ಧ ನೈಪುಣ್ಯತೆ ಹಾಗೂ ಸಂಘಟನೆ ಅದ್ಭುತವಾಗಿತ್ತು. ಜರ್ಮನ್ನರ ಅಪ್ರತಿಮ ಸಾಹಸ ಶೌರ್ಯ ಇವು ಇಡೀ ಯೂರೋಪನ್ನೇ ದಂಗುಗೊಳಿಸಿತು. ರಷ್ಯಾ, ಜರ್ಮನಿ ಮತ್ತು ಆಸ್ಟ್ರಿಯಾಗಳ ವಿರುದ್ಧ ಹೋರಾಡಬೇಕಾಗಿದ್ದಿತು. ಶಸ್ತ್ರಾಸ್ತ್ರಗಳ ಮತ್ತು ಸಂಘಟನೆಯ ಅಭಾವದಿಂದಾಗಿ ಅದರ ಸೈನ್ಯಗಳು ಹಲವಾರು ಅಪಜಯಗಳನ್ನು ಕಾಣಬೇಕಾಯಿತು. ಟ್ಯಾನನ್‌ಬರ್ಗ್ ಯುದ್ಧದಲ್ಲಿ ಅವರು ತೀವ್ರವಾದ ಸೋಲನ್ನು ಅನುಭವಿಸಬೇಕಾಯಿತು. ಇದೇ ಕಾಲಕ್ಕೆ ಜರ್ಮನಿಯು ಜಲಾಂತರ್ಗಾಮಿಗಳ ಸಹಾಯದಿಂದ ಎಲ್ಲಾ ಕಡೆ ನೌಕಾ ಸಮರವನ್ನು ಹೂಡಿ ಮಿತ್ರರಾಷ್ಟ್ರಗಳ ನೌಕೆಗಳ ಮೇಲೆ ನಿರಂತರ ಧಾಳಿ ನಡೆಸಿತು. ಇದಕ್ಕೆ ಪ್ರತಿಯಾಗಿ ಜರ್ಮನ್ ನೌಕೆಗಳ ಮೇಲೆ ಧಾಳಿ ಮಾಡಿತು.

ರಷ್ಯಾದ ಸೋಲು: ಜರ್ಮನಿ ಮತ್ತು ಆಸ್ಟ್ರಿಯಾಗಳ ಮೇಲೆ ರಷ್ಯಾ ದಾಳಿಮಾಡಿತು. ಆದರೆ ಜರ್ಮನ್ ಸೈನ್ಯವು ರಷ್ಯನ್ನರನ್ನು ಸೋಲಿಸಿ ರಷ್ಯನ್ನರ ವಶದಲ್ಲಿದ್ದ ಪೋಲೆಂಡನ್ನು ಗೆದ್ದುಕೊಂಡಿತು. ಈ ಯುದ್ಧದಲ್ಲಿ ರಷ್ಯಾ ಭಾರೀ ಸೋಲನ್ನುನನುಭವಿಸಿತು. ಲೆನಿನ್ ಜರ್ಮನಿಯೊಡನೆ ಶಾಂತಿ ಒಪ್ಪಂದ ಮಾಡಿಕೊಂಡನು. ಆದರೆ ರಷ್ಯನ್ನರು ಆಸ್ಟ್ರಿಯನ್ನರ ವಿರುದ್ಧ ನಡೆದ ಕದನಗಳಲ್ಲಿ ಜಯಗಳಿಸಿದರು. ಅವರು ಗ್ಯಾಲಿಷಿಯಾದ ಮೇಲೆ ಧಾಳಿ ಮಾಡಿ ಕಾರ್ಪೇತಿಯನ್ ಹೆದ್ದಾರಿಗಳನ್ನು ವಶಪಡಿಸಿಕೊಂಡು ಅಲ್ಲಿಂದ ಹಂಗೇರಿಯನ್ನು ಎದುರಿಸಿದರು. ಆದರೆ ಅದೇ ಕಾಲಕ್ಕೆ ಮಿತ್ರ ರಾಷ್ಟ್ರಗಳ ಸೇನಾಬಲ ಹೆಚ್ಚಿತು. ಬ್ರಿಟಿಷರೊಂದಿಗೆ ಅವರ ಸಾಮ್ರಾಜ್ಯದ ಸೈನಿಕರೂ, ಯುದ್ಧರಂಗಕ್ಕೆ ಧಾವಿಸಿ ಯುದ್ಧ ಮಾಡಲು ತೊಡಗಿದರು. 1915ರಲ್ಲಿ ಮಿತ್ರರಾಷ್ಟ್ರಗಳು ಟರ್ಕಿ ಮತ್ತು ಆಸ್ಟ್ರಿಯಾಗಳ ಮೇಲೆ ಧಾಳಿ ನಡೆಸಿ ಯುದ್ಧಕ್ಕೆ ಹೊಸ ತಿರುವು

ಕೊಡಬಯಸಿದವು. ಆದರೂ ಆಂಗ್ಲೋ–ಫ್ರೆಂಚ್ ಯುದ್ಧನೌಕೆ ಡಾರ್ಡೆನಲ್ಸ್‌ನಲ್ಲಿ ಭಾರಿ ನಷ್ಟವನ್ನನುಭವಿಸಬೇಕಾಯಿತು. ಮಿತ್ರರಾಷ್ಟ್ರಗಳು ಕಷ್ಟಪಟ್ಟು ಸೇನೆಯನ್ನು ಗ್ಯಾಲಿಪೋಲಿಗೆ ಕಳುಹಿಸಿದರೂ ಪರಿಣಾಮವೇನೂ ಹಿತಕರವಾಗಿರಲಿಲ್ಲವಾದ ಕಾರಣ ಮಿತ್ರರಾಷ್ಟ್ರಗಳು ದಕ್ಷಿಣ ಭಾಗದಿಂದ ಬಲ್ಗೇರಿಯನ್ನರೂ ಮತ್ತು ಉತ್ತರದಿಂದ ಆಸ್ಟ್ರೋ–ಜರ್ಮನ್ನರು ಮಾಡಿದ ಆಕ್ರಮಣಗಳಿಂದ ಸರ್ಬಿಯನ್ನರು ಸೋತು ಶರಣಾಗತರಾಗಬೇಕಾಯಿತು.

ವೆರ್ಡುನ್ ಕಾಳಗ: ಫ್ರಾನ್ಸಿನ ನೆಲೆ ವೆರ್ಡುನ್ ಮೇಲೆ 1916ರ ಫೆಬ್ರವರಿ 21ರಂದು ಶತೃಸೈನ್ಯವಾದ ಜರ್ಮನಿ ಪ್ರಚಂಡವಾದ ಧಾಳಿಮಾಡಿತು, ಈ ಆಕ್ರಮಣದಲ್ಲಿ ಜರ್ಮನ್ನರು ಬಹು ದೊಡ್ಡ ಪ್ರಮಾಣದಲ್ಲಿ ಸಿದ್ಧತೆ ಮಾಡಿಕೊಂಡು ಸೈನ್ಯ ಮತ್ತು ಸರಬರಾಜನ್ನು ತಂದಿದ್ದರು, ಫ್ರೆಂಚರು ಶೌರ್ಯ ಪರಾಕ್ರಮದಿಂದ ನೆಲದ ಪ್ರತಿಯೊಂದು ಅಂಗುಲಕ್ಕಾಗಿ ಹೋರಾಡಿದರೂ ನಾಲ್ಕು ದಿನಗಳ ಭಯಂಕರ ಹೋರಾಟದಲ್ಲಿ ನಾಲ್ಕು ಮೈಲಿ ಹಿಂದಕ್ಕೆ ತಳ್ಳಲ್ಪಟ್ಟರು. ಅತ್ಯಂತ ಪ್ರಮುಖ ನೆಲೆಗಳಿಗಾಗಿ ಅನೇಕ ವಾರಗಳು ಹಾಗೂ ಅನೇಕ ತಿಂಗಳ ಕಾಲ ಪದೇ ಪದೇ ಯುದ್ಧಗಳಾದವು. ಎಷ್ಟೇ ನಷ್ಟವಾದರೂ ವೆರ್ಡುನ್ ಕೈವಶಮಾಡಿಕೊಳ್ಳಲು ಜರ್ಮನ್ನರು ಧೃಡಸಂಕಲ್ಪ ಮಾಡಿದ್ದರು. ಆದರೆ ಅವರು ವಿಜಯಿಗಳಾಗಲಿಲ್ಲ. ಪ್ಯಾಡೇಟನ ನೇತೃತ್ವದಲ್ಲಿ ಫ್ರೆಂಚರು ಮನಃ ಸ್ಥೈರ್ಯವನ್ನು ಹೊಂದಿದ್ದರು. ಜರ್ಮನ್ನರು ಜಯಿಸಿದ್ದ ಬಹುತೇಕ ನೆಲೆಗಳ ಮೇಲೆ ಪ್ರಬಲವಾದ ಧಾಳಿಮಾಡಿ ಹಿಮ್ಮೆಟ್ಟಿಸಿದರು. ವೆರ್ಡುನ್ ಪತನವಾಗಲಿಲ್ಲ,

ಸೊಮ್ಮೆ ಕಾಳಗ: ವೆರ್ಡುನ್ ದಂಡಯಾತ್ರೆಯ ಪ್ರಭಾವ ಬೆಲ್ಜಿಯಂನಿಂದ ಫ್ರಾನ್ಸ್ ಮೂಲಕ ಸ್ವಿಟ್ಜರ್‌ಲ್ಯಾಂಡ್‌ನ ಪ್ರಾಂತ್ಯದವರೆಗೂ ಹಬ್ಬಿತು. ಇದರ ಪರಿಣಾಮವಾಗಿ ಸೊಮ್ಮೆಕಾಳಗ ನಡೆಯಿತು. ಈ ಯುದ್ಧ ಪಶ್ಚಿಮ ರಂಗದಲ್ಲಿನ ದೀರ್ಘಕಾಲದ ಬಿಕ್ಕಟ್ಟನ್ನು ಬಗೆಹರಿಸಲು ಮಾಡಿದ ಯತ್ನವಾಗಿದ್ದಿತು. ಸಾಂಪ್ರದಾಯಿಕ ಪೀಠಿಕಾ ರೂಪದ ಕಾರ್ಯಕೈಗೊಂಡು ಗುಂಡಿನ ಮಳೆ ಸುರಿಸಿ, ಅನಂತರ ಜುಲೈ ಒಂದರಂದು ಸಾರ್ವತ್ರಿಕ ಹಲ್ಲೆಯನ್ನು ಆರಂಭಿಸಲಾಯಿತು. ಮಿತ್ರರಾಷ್ಟ್ರಗಳು ಮುನ್ನಡೆ ಸಾಧಿಸಿದರೂ ಒಟ್ಟಾರೆ ಅದು ನಿಧಾನವಾಗಿತ್ತು. ಜರ್ಮನ್ ಯೋಧಪಂಕ್ತಿ ಗಡುಸಾಯಿತು. ಘೋರವಾಗಿ ಪ್ರತ್ಯಾಕ್ರಮಣ ಮಾಡಿತು. ಈ ಕಾಳಗ ಮಂದಗತಿಯಿಂದ ಸಾಗಿತು. ಆದರೂ ಮಿತ್ರರಾಷ್ಟ್ರಗಳು ಅಕ್ಟೋಬರ್ ವೇಳೆಗೆ ಈ ಯುದ್ಧವನ್ನು ಮುಕ್ತಾಯಗೊಳಿಸಿದವು. ಮಿತ್ರರಾಷ್ಟ್ರಗಳು ಗೆದ್ದ ಒಟ್ಟು ಪ್ರದೇಶ ಬಹಳ ಸಣ್ಣದಾಗಿತ್ತು. ಸುಮಾರು 120 ಮೈಲಿಗಳಿಗಿಂತ ಹೆಚ್ಚಿಗೆ ಮುಂದಕ್ಕೆ ಹೋಗಿರಲಿಲ್ಲ.

ಜಟ್‌ಲ್ಯಾಂಡ್ ಯುದ್ಧ: 1916ರಲ್ಲಿ ಇಂಗ್ಲೆಂಡ್ ಮತ್ತು ಜರ್ಮನಿಯ ನಡುವೆ ಜಟ್‌ಲ್ಯಾಂಡ್ ಯುದ್ಧವೆಂಬ ನೌಕಾಯುದ್ಧವು ಸಂಭವಿಸಿತು. 1916ರ ಮೇ 31ರಂದು ಜರ್ಮನ್ ನೌಕಾದಳದ ಅಡ್ಮಿರಲ್ ವಾನ್‌ಸೀರನ ನೇತೃತ್ವದಲ್ಲಿ ಬ್ರಿಟಿಷ್ ಗೂಢಾಚಾರರ ಸುಳಿವನ್ನು ಕಂಡೊಡನೆಯೇ ಯುದ್ಧ ಆರಂಭವಾಯಿತು. ಈ ಯುದ್ಧ 8–9 ಗಂಟೆಗಳವರೆಗೆ ಮುಂದುವರೆಯಿತು. ಅದು ಟ್ರಫಾಲ್ಗರ್ ಯುದ್ಧದಿಂದೀಚೆಗೆ ನಡೆದ ಅತ್ಯಂತ ದೊಡ್ಡ ನೌಕಾಯುದ್ಧವಾಗಿತ್ತು. ಯುದ್ಧದಲ್ಲಿ ತೊಡಗಿದ ನೌಕಾಬಲ ಹಾಗೂ ಶಕ್ತಿಗಳಿಂದ ಇದೊಂದು ಮಹಾನ್ ನೌಕಾಯುದ್ಧವೆಂದು ಪರಿಗಣಿಸಬಹುದು. ಎರಡೂ ಪಕ್ಷಗಳಲ್ಲಿನ ಮುಖ್ಯ ಹಡಗುಗಳು ನಾಶವಾದವು. ಆದರೆ ಅಂತಿಮವಾಗಿ ಬ್ರಿಟನ್ ಈ ಯುದ್ಧದಲ್ಲಿ ಜಯಗಳಿಸಿತು.

1916ರಲ್ಲಿ ನಡೆದ ವೆರ್ಡುನ್ ಮತ್ತು ಸೊಮ್ಮೆ ಕದನಗಳಲ್ಲಿ ಮಿತ್ರರಾಷ್ಟ್ರಗಳು ಜಯಗಳಿಸಿದರೂ ಸಹಾ ಬಾಲ್ಕನ್ ಪ್ರದೇಶದಲ್ಲಿ ಆಸ್ಟ್ರಿಯಾ, ಇಟಲಿ ಮತ್ತು ರುಮೇನಿಯಗಳ ವಿರುದ್ಧ ನಿರ್ಣಾಯಕ ವಿಜಯಗಳನ್ನು ಸಾಧಿಸಿತು. ಆಸ್ಟ್ರಿಯಾ ಆಲ್ಫ್ಸ್ ಪರ್ವತಗಳನ್ನು ಮಾತ್ರವಲ್ಲದೇ ಇಟಲಿಯ ಪ್ರದೇಶವನ್ನು ಆಕ್ರಮಿಸಿತು. 1916ರ ಡಿಸೆಂಬರ್‌ನಲ್ಲಿ ಆಸ್ಟ್ರಿಯಾ ಮತ್ತು ಜರ್ಮನಿಯ ಸೈನ್ಯಗಳು ರುಮೇನಿಯಾವನ್ನು ಸೋಲಿಸಿ ಶರಣಾಗುವಂತೆ ಮಾಡಿದವು.

ಫೆಬ್ರವರಿ 23 ರಂದು ಪೋರ್ಚುಗಲ್ ತನ್ನ ಬಂದರುಗಳಲ್ಲಿನ ಹಡಗುಗಳನ್ನು ಸ್ವಾಧೀನಕ್ಕೆ ತೆಗೆದುಕೊಂಡಿತು. ಜರ್ಮನಿಯ ಜಲಾಂತರ್ಗಾಮಿ ಯುದ್ಧ ಕಾರ್ಯದಿಂದ ಸಾರಿಗೆ ಹಡಗುಗಳ ಕೊರತೆಯಾಗಿರುವುದೆಂದು ಸಾಧಿಸಿ ತನ್ನ ಕಾರ್ಯವನ್ನು ಸಮರ್ಥಿಸಿಕೊಂಡಿತು. ಈ ಘಟನೆಯ ನಂತರ ಪೋರ್ಚುಗಲ್ ಫ್ರಾನ್ಸ್‌ಗೆ ಸೈನ್ಯವನ್ನು ಕಳುಹಿಸುವ ಮೂಲಕ ಹಾಗೂ ಆಫ್ರಿಕಾದಲ್ಲಿ ಇಂಗ್ಲೆಂಡ್‌ಗೆ ಸಹಾಯ ಮಾಡುವ ಮೂಲಕ ಯುದ್ಧದಲ್ಲಿ ಭಾಗಿಯಾಯಿತು.

1917ರಲ್ಲಿ ಮೊದಲನೇ ಮಹಾಯುದ್ಧವು ಹಲವಾರು ಪ್ರಮುಖ ಸೈನಿಕ ಮತ್ತು ರಾಜಕೀಯ ಘಟನೆಗಳಿಂದ ಕೂಡಿದ್ದಿತು. ನೌಕಾಯುದ್ಧ ಹೊಸ ಆಯಾಮವನ್ನು ಪಡೆಯಿತು. 1917ರ ವೇಳೆಗೆ ಜರ್ಮನ್ನರ ಯುದ್ಧದ ಯೋಜನೆಗಳು ಮತ್ತು ನೀತಿಗಳು ವಿಫಲವಾದವು. 1917ರಲ್ಲಿ ಮೂರು ಮುಖ್ಯ ಘಟನೆಗಳು ಜರುಗಿದವು. ಜರ್ಮನ್ನರ ಯೂಬೋಟ್ ದಾಳಿ, ರಷ್ಯಾದ ಕ್ರಾಂತಿ, ಅಮೆರಿಕಾ ಯುದ್ಧರಂಗಕ್ಕೆ ದುಮುಕಿದುದು. 1917ರಲ್ಲಿ ಜರುಗಿದ ರಷ್ಯಾದ ಕ್ರಾಂತಿಯಿಂದಾಗಿ ರಷ್ಯಾ ಯುದ್ಧರಂಗದಿಂದ ಕಾಲ್ತೆಗೆದುದರಿಂದ ಉಂಟಾದ ಸ್ಥಾನವನ್ನು ಅಮೆರಿಕ ತುಂಬಿತು.

ಅಮೆರಿಕಾದ ಯುದ್ಧ ಪ್ರವೇಶ ವಿಜಯದ ತಕ್ಕಡಿಯನ್ನು ಮಿತ್ರರಾಷ್ಟ್ರಗಳ ಕಡೆ ವಾಲಿಸಿತು. ಅಮೆರಿಕಾ ಯುದ್ಧವನ್ನು ಪ್ರವೇಶಿಸುವುದಕ್ಕೆ ಮುಖ್ಯ ಕಾರಣ ಜರ್ಮನಿ ಬ್ರಿಟನ್ನಿನ "ಲೂಸಿಟಾನಿಯ" ಹಡಗನ್ನು ಮುಳುಗಿಸಿದುದು. ಶೀಘ್ರದಲ್ಲಿಯೇ ಇಂಗ್ಲೆಂಡ್ ಜರ್ಮನ್‌ಗೆ ಶರಣಾಗುವುದೆಂದು ಜನತೆಗೆ ಹೇಳುತ್ತಿತ್ತು. ಆದರೆ ಅದು ಕೈಗೂಡದಿರಲು ಈ ಆಶ್ವಾಸನೆಗಳು ಹಾಗೂ ನಿರೀಕ್ಷೆಗಳನ್ನು ಸಮರ್ಥಿಸಲಿಕ್ಕೆ ಹಾಗೂ ಸ್ವದೇಶದಲ್ಲಿನ ಟೀಕೆ ಇಲ್ಲವೆ ಅಧೈರ್ಯವಾಗುವುದನ್ನು ಹೋಗಲಾಡಿಸುವುದಕ್ಕೆ ಏನಾದರೂ ಕೌತುಕಕಾರಿಯಾದ ಕಾರ್ಯಸಾಧನೆಯನ್ನು ಮಾಡುವುದು ಅವಶ್ಯವಿತ್ತು. ಆದಕಾರಣ ಬ್ರಿಟಿಷ್ ಸಾರಿಗೆಯಲ್ಲಿದ್ದ ಅಟ್ಲಾಂಟಿಕ್ ಸಾಗರವನ್ನು ದಾಟುವ ಅತಿದೊಡ್ಡ ಹಡಗನ್ನು ನಾಶಮಾಡಲು ನಿರ್ಧರಿಸಿತು. ಇದನ್ನು ನಾಶಮಾಡಿದರೆ ಜಗತ್ತು ಅದನ್ನು ಗಮನಿಸುವುದು ಎಂದು ತಿಳಿಯಲಾಯಿತು. ಮೇ 7ರಂದು ಎಚ್ಚರಿಕೆಯನ್ನು ನೀಡದೆ ಲೂಸಿಟಾನಿಯಾವನ್ನು ಎರಡು ಭಾರಿ ಟಾರ್ಪಿಡೋ ಹೊಡೆದು ನಾಶಮಾಡಿತಲ್ಲದೇ ಅದನ್ನು ಸಂಪೂರ್ಣವಾಗಿ ಮುಳುಗಿಸಲಾಯಿತು. ಹೆಚ್ಚು ಕಡಿಮೆ ಇದರಲ್ಲಿ ಪ್ರಯಾಣಿಸುತ್ತಿದ್ದ 1200 ಪುರುಷರು, ಮಹಿಳೆಯರು ಹಾಗೂ ಮಕ್ಕಳು ಮುಳುಗಿದರು. ಅವರಲ್ಲಿ ನೂರು ಅಮೇರಿಕನ್ನರು ಸಾವನ್ನಪ್ಪಿದರು. ಇದರ ವಿರುದ್ಧವಾಗಿ ಜರ್ಮನಿಗೆ ಅಮೇರಿಕಾ ತೀವ್ರ ಪ್ರತಿಭಟನೆ ವ್ಯಕ್ತಪಡಿಸಿತು, ಆದರೆ ಜರ್ಮನಿ ಈ ಪ್ರತಿಭಟನೆಯನ್ನು ತಿರಸ್ಕರಿಸಿತು, ಅಮೇರಿಕದ ಜನತೆ ಅದನ್ನು ತೀವ್ರವಾಗಿ ಪ್ರತಿಭಟಿಸಿದರು. ಜರ್ಮನಿಯು ತನ್ನ ಜಲಾಂತರ್ಗಾಮಿಗಳನ್ನು ಇನ್ನೂ ತೀವ್ರವಾಗಿ ಮುಂದುವರಿಸಿದುದರಿಂದ ಗತ್ಯಂತರವಿಲ್ಲದೇ ಅಮೇರಿಕ ಯುದ್ಧರಂಗವನ್ನು ಪ್ರವೇಶಿಸಬೇಕಾಯಿತು. ಮೇ 13ರಂದು ಈ ಕಾರ್ಯವನ್ನು ಅಂತರರಾಷ್ಟ್ರೀಯ ಕಾನೂನಿನ ಉಲ್ಲಂಘನೆಯೆಂದು ಖಂಡಿಸುತ್ತಾ ಅಧ್ಯಕ್ಷ ವಿಲ್ಸನ್ ಜರ್ಮನಿಗೆ ಒಂದು ಸಂದೇಶವನ್ನು ಕಳುಹಿಸಿದನು. ನಷ್ಟ ಭರ್ತಿ ಎಷ್ಟು ಸಾಧ್ಯವೋ ಅಷ್ಟು ನಷ್ಟ ಭರ್ತಿ ಮಾಡಬೇಕೆಂದು ಅದರಲ್ಲಿ ಕೇಳಲಾಗಿತ್ತು. ಅಮೇರಿಕಾ ಹಾಗೂ ಅದರ ನಾಗರಿಕ ಹಕ್ಕುಗಳನ್ನು ಕಾಯ್ದುಕೊಳ್ಳುವ ಯಾವುದೇ ಪವಿತ್ರ ಕೆಲಸಕ್ಕೆ, ಆಚರಣೆಗೆ ಹಾಗೂ ಅದರ ಮುಕ್ತ ಚಟುವಟಿಕೆ ಮತ್ತು ಅನುಭೋಗದ ರಕ್ಷಣೆಗೆ ಅವಶ್ಯವಿರುವ ಯಾವುದೇ ಹೇಳಿಕೆಯನ್ನು ಇಲ್ಲವೇ ಕಾರ್ಯವನ್ನು ಮಾಡದೇ ಬಿಡುವುದಿಲ್ಲವೆಂದು ಸಾರಿತು. ಜರ್ಮನಿ ಮೇ 28ರಂದು ಅಮೇರಿಕಾ ಎತ್ತಿದ ಮುಖ್ಯ ವಿಷಯಗಳಿಂದ ನುಣಚಿಕೊಳ್ಳುವ ಹಾಗೂ ಶೀಘ್ರದಲ್ಲಿಯೇ ಸುಳ್ಳು ಹೇಳಿಕೆಗಳೆಂದು ಅನೇಕ ಪ್ರತಿಪಾದನೆಗಳನ್ನೊಳಗೊಂಡ ಉತ್ತರವನ್ನು ಕಳಿಸಿತು. ಅವೆರಡು ಸರ್ಕಾರಗಳ ನಡುವೆ ಪತ್ರ ವ್ಯವಹಾರ ಮುಂದುವರೆಯಿತು. ಅದರಲ್ಲಿ ಜರ್ಮನಿ ಆ ಕಾರ್ಯಕ್ಕೆ ಹೊಣೆಯಲ್ಲವೆಂದು ಸಿದ್ಧ ಮಾಡಬೇಕೆಂದು ಹಾಗೂ ಸಾಧ್ಯವಿರುವ ಸಕಲ ಪರಿಹಾರವನ್ನು ಕೊಡಬೇಕೆಂದು ಅಧ್ಯಕ್ಷ ವಿಲ್ಸನ್ ತನ್ನ ಬೇಡಿಕೆಯನ್ನು ಮತ್ತೊಮ್ಮೆ ಮುಂದಿಟ್ಟನು. ಕೊನೆಗೆ ಜೀವಹಾನಿಯಾದವರಿಗೆ ಹಣಕೊಡಲು ಜರ್ಮನಿ ಒಪ್ಪಿಕೊಂಡಿತು. ಆದರೆ ಹಡಗನ್ನು ಮುಳುಗಿಸಿದ್ದು ನ್ಯಾಯ ವಿರೋಧಿಯೆಂದು ಒಪ್ಪಿಕೊಳ್ಳಲಿಕ್ಕೆ ನಿರಾಕರಿಸಿತು. ಇವೆರಡೂ ರಾಷ್ಟ್ರಗಳ ನಡುವೆ ಈ ರೀತಿಯಾದ ಕ್ರಮದಿಂದ ಯಾವುದೇ ಪರಿಹಾರ ದೊರಕಲಿಲ್ಲ. ಅಂತಿಮವಾಗಿ 1913ರ ಜನವರಿ 31ರಂದು ಜರ್ಮನಿ ಅನಿರ್ಬಂಧ ಹಾಗೂ ನಿಷ್ಕರುಣೆಯ ಜಲಾಂತರ್ಗಾಮಿ ಯುದ್ಧ ಕಾರ್ಯಾಚರಣೆಯನ್ನು ಘೋಷಿಸಿತು. 1917ರ ಏಪ್ರಿಲ್ 2ರಂದು ಅಧ್ಯಕ್ಷ ವಿಲ್ಸನ್ ಕಾಂಗ್ರೆಸ್ ಮುಂದೆ ಕಾಣಿಸಿಕೊಂಡಾಗ ಮತ್ತು ಜಗತ್ತಿನ ಸಮ್ಮುಖದಲ್ಲಿ ಜರ್ಮನಿಯ ಮೇಲೆ ತೀಕ್ಷ್ಣವಾಗಿ ದೋಷಾರೋಪಣೆ ಮಾಡಿದ ಭಾಷಣದಲ್ಲಿ ಈ ಸ್ವಾತಂತ್ರ್ಯದ ಸಹಜ ಶತೃವಿನ ವಿರುದ್ಧ ಯುದ್ಧ ಘೋಷಣೆ ಮಾಡಬೇಕೆಂಬ ಶಿಫಾರಸ್ಸನ್ನು ಮುಂದಿಟ್ಟನು. ಅವನಿಗೆ ಅತ್ಯುತ್ಸಾಹದ ಬೆಂಬಲವನ್ನು ತೋರಿಸಲಾಯಿತು. ಏಪ್ರಿಲ್ 6ರಂದು ಅಮೇರಿಕೆಯ ಮೇಲೆ ಒತ್ತಾಯ ಪೂರ್ವಕವಾಗಿ ಹೇರಲಾಗಿರುವ ಅಮೇರಿಕಾ ಹಾಗೂ ಇಂಪೀರಿಯಲ್ ಜರ್ಮನ್ ನಡುವಣ ಯುದ್ಧವನ್ನು ಈ ಮೂಲಕ ವಿಧ್ಯುಕ್ತವಾಗಿ ಸಾರಲಾಗುತ್ತಿದೆ ಎಂದು ಕಾಂಗ್ರೆಸ್ ಒಂದು ಗೊತ್ತುವಳಿಯನ್ನು ಅಂಗಿಕರಿಸಿತು.

1918ನೇ ವರ್ಷವು ಮೊದಲನೆ ಮಹಾಯುದ್ಧದ ಅಂತಿಮ ಘಟ್ಟ ಮತ್ತು ಜೀವನ್ಮರಣದ ತೀವ್ರ ಹೋರಾಟವನ್ನು ಕಂಡಿತು. ತನ್ನ ಸೈನ್ಯಕ್ಕೆ ಮೇಲಿಂದ ಮೇಲೆ ಒದಗಿದ ಆಪತ್ತು ಮತ್ತು ಒತ್ತಡಗಳಿಂದ ಎರಡನೆ ವಿಲಿಯಂನು ಪಶ್ಚಿಮದ ರಣರಂಗದಲ್ಲಿ ಅಂತಿಮ ಹೋರಾಟಕ್ಕೆ ತನ್ನ ಸೈನಿಕರಿಗೆ ಆಜ್ಞೆ ಇತ್ತನು. 1918ರ ಏಪ್ರಿಲ್‌ನಲ್ಲಿ ಮಾರ್ಷಲ್ ಫಾಕ್‌ನನ್ನು ಮಿತ್ರ ರಾಷ್ಟ್ರಗಳ ಸೈನ್ಯಗಳ ಪ್ರಧಾನ ದಂಡನಾಯಕನನ್ನಾಗಿ ನೇಮಿಸಲಾಯಿತು. ಮಾರ್ಷಲ್ ಫಾಕ್‌ನು ಜರ್ಮನ್ನರ ಮೇಲೆ ನಿರ್ಣಾಯಕವಾಗಿ ಜಯಗಳಿಸಿದನು. ಬಲ್ಗೇರಿಯಾ, ಟರ್ಕಿ, ಆಸ್ಟ್ರಿಯಾ-ಹಂಗೇರಿ ಶರಣಾಗತವಾದವು. 1918ರ ನವೆಂಬರ್ 11 ರಂದು ಜರ್ಮನಿ ಶಾಂತಿ ಒಪ್ಪಂದ ಮಾಡಿಕೊಂಡಿತು. ಜರ್ಮನ್ನರು ಹಿಂಡೆನ್‌ಬರ್ಗ್ ರೇಖೆಯಿಂದ ದೂರ ಸರಿದರು. 1918ರ ಸೆಪ್ಟೆಂಬರ್‌ನಲ್ಲಿ ಮಿತ್ರ ರಾಷ್ಟ್ರಗಳು ಹಿಂಡೆನ್‌ಬರ್ಗ್ ರೇಖೆಯನ್ನು ದಾಟಿ ಜರ್ಮನ್ ಸೈನ್ಯಗಳನ್ನು ಬೆನ್ನಟ್ಟಿ ನಡೆದವು. 2ನೇ ವಿಲಿಯಂನು ಅಧಿಕಾರದ ಗದ್ದುಗೆಯಿಂದ ಕೆಳಗಿಳಿದನು. ಜರ್ಮನಿಯು ಸೋತು ಶರಣಾಗತವಾಯಿತು. ಜರ್ಮನಿಯ ಸೋಲು ಮತ್ತು ಶರಣಾಗತಿ ಅದರ ಮಿತ್ರ ರಾಷ್ಟ್ರಗಳ ಸೋಲಿಗೆ ಮತ್ತು ಶರಣಾಗತಿಗೆ ನಾಂದಿಯಾಯಿತು. ಜನರಲ್ ಅಲ್ಲೆನ್‌ಭೆ ಟರ್ಕಿಯನ್ನು ಸಿರಿಯಾ ಅರೇಬಿಯಾ, ಪ್ಯಾಲಸ್ಟೈನ್ ಮತ್ತು ಮೆಸಪಟೋಮಿಯಾಗಳಲ್ಲಿ ಸೋಲಿಸಿದನು.

ಟರ್ಕಿಷ್ ಸಾಮ್ರಾಜ್ಯ ತನ್ನ ಅವಮಾನದ ಅಂತ್ಯವನ್ನು ಕಂಡಿತು. ಬಲ್ಗೇರಿಯಾದ ಕ್ರಾಂತಿಯು ಅಲ್ಲಿನ ರಾಜನ ಪದಚ್ಯುತಿಗೆ ಕಾರಣವಾಗಿ 1918ರ ನವೆಂಬರ್ 3ರಂದು ಸಂಪೂರ್ಣವಾಗಿ ಶರಣಾಯಿತು. ಆಸ್ಟ್ರಿಯಾವೂ ಕೂಡ ಮಿತ್ರರಾಷ್ಟ್ರಗಳಿಗೆ ಶರಣಾಯಿತು. ಮಿತ್ರರಾಷ್ಟ್ರಗಳು ಅಪಾರ ಕಷ್ಟ ನಷ್ಟಗಳನ್ನು ಅನುಭವಿಸಿದರೂ ಅಂತಿಮವಾಗಿ ವಿಜಯವನ್ನು ತಮ್ಮದಾಗಿಸಿಕೊಂಡವು. ಜಗತ್ತಿನ ಬಹುಪಾಲು ದೇಶಗಳು ಈ ಯುದ್ಧದಲ್ಲಿ ಭಾಗವಹಿಸಿದ್ದವು.

ಮೊದಲನೇ ಮಹಾಯುದ್ಧದ ಪ್ರಮುಖ ಪರಿಣಾಮಗಳು.

ಪ್ಯಾರಿಸ್ಸಿನ ಶಾಂತಿ ಸಮ್ಮೇಳನ: (1919)

ಜರ್ಮನಿಯು 1918ರ ನವೆಂಬರ್ 11ರಂದು ಯುದ್ಧ ನಿಲುಗಡೆ ಒಪ್ಪಂದಕ್ಕೆ ಒಪ್ಪಿಕೊಂಡಿತು. ಇದು 1919ರ ಜನವರಿ 18ರಂದು ಪ್ಯಾರಿಸ್‌ನಲ್ಲಿ ಜರುಗಿತು. 1919ರಲ್ಲಿ ಪ್ಯಾರಿಸ್ಸಿನಲ್ಲಿ ಜರುಗಿದ ಶಾಂತಿ ಸಮ್ಮೇಳನವು 1815ರ ವಿಯನ್ನಾ ಸಮ್ಮೇಳನದ ನಂತರ ಯೂರೋಪಿನಲ್ಲಿ ಜರುಗಿದ ಅಂತರರಾಷ್ಟ್ರೀಯ ಸಮ್ಮೇಳನಗಳಲ್ಲಿ ಅತ್ಯಂತ ಪ್ರಮುಖವಾದುದು. ಅಮೇರಿಕಾ, ಬ್ರಿಟನ್, ಫ್ರಾನ್ಸ್, ಇಟಲಿ ಹಾಗೂ ಜಪಾನ್ ತಲಾ ಐದು ಪ್ರತಿನಿಧಿಗಳನ್ನು ಸಮ್ಮೇಳನಕ್ಕೆ ಕಳುಹಿಸಲಿದ್ದವು. ಆಸ್ಟ್ರೇಲಿಯಾ, ಕೆನಡಾ, ದಕ್ಷಿಣ ಆಫ್ರಿಕಾ ಹಾಗೂ ಭಾರತಗಳು ಇಬ್ಬರು ಪ್ರತಿನಿಧಿಗಳನ್ನು ಹಾಗೂ ನ್ಯೂಜಿಲ್ಯಾಂಡ್ ಒಬ್ಬ ಪ್ರತಿನಿಧಿಯನ್ನು, ಬ್ರೆಜಿಲ್ ಮೂವರು ಪ್ರತಿನಿಧಿಗಳನ್ನು ಕಳುಹಿಸಬಹುದಾಗಿತ್ತು.

ಜರ್ಮನ್ ಸಾಮ್ರಾಜ್ಯದ 48ನೇ ವಾರ್ಷಿಕೋತ್ಸವದ ಘೋಷಣೆಯ ದಿನ 1919ರ ಜನವರಿ 18 ರಂದು ವರ್ಸೆಲ್ಸ್ ಅರಮನೆಯಲ್ಲಿ ಈ ಸಮ್ಮೇಳನ ಪ್ರಾರಂಭವಾಯಿತು. ಫ್ರಾನ್ಸಿನ ಪ್ರಖ್ಯಾತ ಯುದ್ಧ ಸಚಿವ ಕ್ಲೆಮನ್ಸೂನನ್ನು ಒಮ್ಮತದಿಂದ ಅಧ್ಯಕ್ಷನನ್ನಾಗಿ ಆಯ್ಕೆಮಾಡಲಾಯಿತು. ಇತ್ಯರ್ಥಗೊಳಿಸಬೇಕಾದ ಮಹತ್ವದ ವಿಷಯಗಳ ಪರಿಶೀಲನೆಗಾಗಿ ಹಾಗೂ ವರದಿಗಾಗಿ ಸಮಿತಿಗಳನ್ನು ರಚಿಸಲಾಯಿತು. ಯುದ್ಧದ ಹೊಣೆಗಾರಿಕೆ, ಯುದ್ಧ ಪರಿಹಾರ, ಅಂತರರಾಷ್ಟ್ರೀಯ ಕಾರ್ಮಿಕ ಶಾಸನ ರಚನೆ, ಬಂದರುಗಳ ನಿಬಂಧನೆಗಳು, ಜಲಮಾರ್ಗಗಳು ಹಾಗೂ ರಸ್ತೆ ಮಾರ್ಗಗಳು ಮತ್ತು ಜನಾಂಗಗಳ ಸಂಘ ಮುಂತಾದವುಗಳಿಗೆ ಸಂಬಂಧಿಸಿದ ಸಮಿತಿಗಳು ರಚಿತವಾದವು. ಸಮ್ಮೇಳನದ ಕಾರ್ಯದಲ್ಲಿ ತನ್ನ ಪ್ರಮುಖ ಆಸಕ್ತಿಗಳು ಜನಾಂಗಗಳ ಸಂಘವೊಂದರ ರಚನೆಯಲ್ಲಿ ಕೇಂದ್ರಿಕೃತವಾಗಿರುವುದಾಗಿ ಸಾರಿದ ಅಧ್ಯಕ್ಷ ವಿಲ್ಸನ್‌ನನ್ನು ಆ ವಿಷಯಗಳ ಸಮಿತಿಯ ಅಧ್ಯಕ್ಷನನ್ನಾಗಿ ನಿಯಮಿಸಲಾಯಿತು. ಈ ಪ್ರಕಾರ 1919ರ ಜನವರಿ 18ರಂದು ವಿಧ್ಯುಕ್ತವಾಗಿ ಆರಂಭವಾದ ಪ್ಯಾರಿಸ್ ಸಮ್ಮೇಳನ ಆ ವರ್ಷದುದ್ದಕ್ಕೂ ತನ್ನ ಅಧಿವೇಶನವನ್ನು ಮುಂದುವರೆಸಿತ್ತು.

ಥಾಮಸ್ ವುಡ್ರೋವಿಲ್ಸನ್

ಈ ಸಮ್ಮೇಳನದಲ್ಲಿ ಹಲವಾರು ಮಹತ್ವದ ತೀರ್ಮಾನಗಳನ್ನು ಕೈಗೊಳ್ಳಲಾಯಿತು. ಅವುಗಳೆಂದರೆ:

ವುಡ್ರೋವಿಲ್ಸನ್‌ನ ಹದಿನಾಲ್ಕು ಅಂಶಗಳು :

ಅಮೇರಿಕ ಅಧ್ಯಕ್ಷ ವುಡ್ರೋ ವಿಲ್ಸನ್ 1919ರ ಜನವರಿ 8ರಂದು ಅಮೇರಿಕ ಕಾಂಗ್ರೆಸ್ಸಿಗೆ ನೀಡಿದ ತನ್ನ ಸಂದೇಶದಲ್ಲಿ, ಮೊದಲನೇ ಮಹಾಯುದ್ಧ ಮುಗಿದನಂತರ ಶಾಂತಿಸ್ಥಾಪನೆಗೆ ಆಧಾರವಾಗಿ ಮಿತ್ರರಾಷ್ಟ್ರಗಳು ಒಪ್ಪಬಹುದಾದ ಹದಿನಾಲ್ಕು ಅಂಶಗಳನ್ನು ಪ್ರಸ್ತಾಪಿಸಿದನು. ಈ 14 ಅಂಶಗಳು ಆಧುನಿಕ ಉದಾರ ತತ್ವಗಳ ಆಧಾರದ ಮೇಲೆ ರೂಪಿತವಾಗಿದ್ದವು. ಯೂರೋಪಿನ ಎಲ್ಲಾ ರಾಷ್ಟ್ರಗಳು ವಿಲ್ಸನ್‌ನ 14 ಅಂಶಗಳನ್ನು ಒಪ್ಪಿಕೊಂಡವು. ಅವು ಯಾವುವೆಂದರೆ:

1) ಯೂರೋಪಿನ ರಾಷ್ಟ್ರಗಳು ಈ ಹಿಂದೆ ಮಾಡಿಕೊಂಡಿದ್ದ ಎಲ್ಲಾ ಗುಪ್ತ ಒಪ್ಪಂದಗಳು, ಮೈತ್ರಿಕೂಟಗಳು ಮತ್ತು ಸಂಧಾನಗಳು ಕೊನೆಗೊಳ್ಳಬೇಕು. ಎಲ್ಲಾ ಒಪ್ಪಂದಗಳು ಬಹಿರಂಗವಾಗಿರಬೇಕು.

2) ಇನ್ನು ಮುಂದೆ ಶಾಂತಿ ಮತ್ತು ಯುದ್ಧದ ಸಮಯಗಳಲ್ಲಿ ನೌಕಾಯಾನದ ಸಂಪೂರ್ಣ ಸ್ವಾತಂತ್ರ್ಯವಿರಬೇಕು.

3) ಎಲ್ಲ ವಿಧವಾದ ಆರ್ಥಿಕ ಮತ್ತು ವಾಣಿಜ್ಯ, ವ್ಯಾಪಾರ ಕ್ಷೇತ್ರದಲ್ಲಿ ಸಾಧ್ಯವಾದಷ್ಟು ಮಟ್ಟಿಗೆ ಸುಂಕದ ಪ್ರತಿಬಂಧಗಳನ್ನು ರದ್ದುಪಡಿಸಬೇಕು.

4) ಎಲ್ಲ ರಾಷ್ಟ್ರಗಳ ಶಸ್ತ್ರಾಸ್ತ್ರಗಳನ್ನು ಅತ್ಯಂತ ಕಡಿಮೆ ಪ್ರಮಾಣಕ್ಕೆ ಮಿತಗೊಳಿಸಬೇಕು.

5) ವಸಾಹತುಶಾಹಿ ರಾಜ್ಯಗಳ ಮತ್ತು ಜನತೆಯ ಹಿತಕ್ಕೆ ಅನುಗುಣವಾಗಿ ವಸಾಹತು ಸಂಬಂಧಗಳನ್ನು ಮುಕ್ತಗೊಳಿಸಬೇಕು.

6) ಮಿತ್ರ ರಾಷ್ಟ್ರಗಳು ರಷ್ಯಾದ ಆಕ್ರಮಿತ ಪ್ರದೇಶಗಳನ್ನು ತೆರವುಮಾಡಿ ರಷ್ಯನ್ನರು ತಮ್ಮ ಅದೃಷ್ಟವನ್ನು ತೀರ್ಮಾನಿಸಲು ಬಿಡಬೇಕು.

7) ಬೆಲ್ಜಿಯಂನಿಂದ ವಿದೇಶಿ ಪಡೆಗಳು ವಾಪಾಸಾಗಬೇಕು ಹಾಗೂ ಬೆಲ್ಜಿಯಂ ಪುನರ್ ಸ್ಥಾಪಿಸಲ್ಪಡಬೇಕು.

8) 1871ರಲ್ಲಿ ಜರ್ಮನಿಯ ವಶವಾಗಿದ್ದ ಅಲ್ಸೈಸ್ ಮತ್ತು ಲೊರೈನ್ ಪ್ರಾಂತಗಳನ್ನು ಫ್ರಾನ್ಸಿಗೆ ಹಿಂತಿರುಗಿಸಬೇಕು.

9) ಆಸ್ಟ್ರಿಯಾದ ಅಧೀನವಾಗಿದ್ದ ಟ್ರೆಂಟಿನೋ ಪ್ರಾಂತ ಹಾಗೂ ಟೈರೋಲ್‌ನ ಭಾಗವು ಇಟಲಿಗೆ ಸೇರಿ ಇಟಲಿಯ ಏಕೀಕರಣ ಪೂರ್ತಿಗೊಳ್ಳಬೇಕು ಅಥವಾ ಇಟಲಿಯ ಗಡಿಗಳನ್ನು ಶಾಸ್ತ್ರೀಯವಾಗಿ ಪುನರ್ರಚಿಸಬೇಕು.

10) ಆಸ್ಟ್ರಿಯಾ-ಹಂಗೇರಿ ಸಾಮ್ರಾಜ್ಯದಲ್ಲಿನ ವಿವಿಧ ಜನಾಂಗಗಳಿಗೆ ಸ್ವತಂತ್ರ ರಾಷ್ಟ್ರ ರಚಿಸುವ ಆತ್ಮನಿರ್ಣಯ ಅಧಿಕಾರದ ಹಕ್ಕನ್ನು ನೀಡಬೇಕು ಅಥವಾ ಆಸ್ಟ್ರಿಯಾ-ಹಂಗೇರಿಗೆ ಸ್ವಯಮಾಧಿಕಾರ.

11) ರುಮೇನಿಯಾ, ಸರ್ಬಿಯ ಮತ್ತು ಮಾಂಟೆನೀಗ್ರೊಗಳನ್ನು ತೆರವು ಮಾಡಿ ಸರ್ಬಿಯಾಕ್ಕೆ ಸಮುದ್ರ ಸಂಪರ್ಕವನ್ನು ಕಲ್ಪಿಸಬೇಕು. ಬಾಲ್ಕನ್ ದೇಶಗಳ ಗಡಿಗಳನ್ನು ಗುರುತಿಸುವಾಗ ಅಲ್ಲಿನ ಜನರ ರಾಷ್ಟ್ರೀಯತೆಗೆ ಪ್ರಾಶ್ಯಸ್ತ್ಯ ನೀಡಬೇಕು.

12) ಟರ್ಕಿ ಸಾಮ್ರಾಜ್ಯದಲ್ಲಿ ಅರಬ್ಬರ ಭಾಗಕ್ಕೆ ಸ್ವಯಾಮಾಧಿಕಾರ ನೀಡುವುದು, ಟರ್ಕಿಗೆ ಸೇರಿದ ಭಾಗಗಳಿಗೆ ಸ್ವಾಯತ್ತತೆಯನ್ನು ನೀಡುವುದು ಮತ್ತು ಕಪ್ಪು ಸಮುದ್ರಕ್ಕೆ ಸಂಪರ್ಕ ಕಲ್ಪಿಸುವ ಡಾರ್ಡನೆಲ್ಸ್ ಜಲಸಂಧಿಯನ್ನು ಮುಕ್ತದ್ವಾರವೆಂದು ಪರಿಗಣಿಸಿ ಎಲ್ಲ ರಾಷ್ಟ್ರಗಳ ನೌಕಾಯಾನಕ್ಕೆ ತೆರೆಯಬೇಕು.

13) ತನ್ನ ನಿವಾಸಿಗಳಿರುವ ಪ್ರಾಂತಗಳನ್ನೊಳಗೊಂಡ ಪೋಲೆಂಡಿಗೆ ಸ್ವಾತಂತ್ರ್ಯ.

14) ಯೂರೋಪಿನಲ್ಲಿ ಇನ್ನು ಮುಂದೆ ಯಾವುದೇ ರೀತಿಯಾದ ಯುದ್ಧಗಳು ಮತ್ತು ಘರ್ಷಣೆಗಳು ನಡೆಯದಂತೆ ತಡೆಯಲು ಹಾಗೂ ಪ್ರಾದೇಶಿಕ ಸಮಗ್ರತೆಯನ್ನು ಕಾಪಾಡಲು 'ರಾಷ್ಟ್ರಸಂಘ'ವನ್ನು ಸ್ಥಾಪಿಸಬೇಕು.

1919ರ ಪ್ಯಾರಿಸ್ ಶಾಂತಿ ಸಮ್ಮೇಳನವು ವಿಲ್ಸನ್ನನ ಈ ಎಲ್ಲಾ ಅಂಶಗಳನ್ನು ಜಾರಿಗೊಳಿಸಲಿಲ್ಲ. ಆದರೆ ವಿಲ್ಸನ್ನನ 14 ಅಂಶಗಳು ಈ ಶಾಂತಿ ಸಮ್ಮೇಳನದ ಮೇಲೆ ಸಾಕಷ್ಟು ಪ್ರಭಾವವನ್ನು ಬೀರಿದವೆಂದು ಹೇಳಲಾಗಿದೆ. ಮಿತ್ರ ರಾಷ್ಟ್ರಗಳು ಆರಂಭದಲ್ಲಿ ಪರಿಪಾಲಿಸಲು ಒಪ್ಪಿದವು ನಿಜ. ಆದರೆ ಅವುಗಳ ಪಾಲನೆಯಲ್ಲಿ ಅವು ಹಿಂದೆ ಮುಂದೆ ನೋಡಿದವು. ಅವುಗಳಲ್ಲಿ ಕಾಣಿಸಿಕೊಂಡ ಪರಸ್ಪರ ಮಾತ್ಸರ್ಯ ಮತ್ತು ಸ್ವಾರ್ಥಧ್ಯೇಯ ಇದಕ್ಕೆ ಕಾರಣವಾಯಿತು.

ವರ್ಸೈಲ್ಸ್ ಒಪ್ಪಂದ (1919 ಜೂನ್ 28)

ಯುದ್ಧ ವಿರಾಮದ ನಂತರ ಪ್ಯಾರಿಸ್‌ನಲ್ಲಿ ಶಾಂತಿ ಸಮ್ಮೇಳನವೊಂದು ಜರುಗಿತು. ಮಿತ್ರರಾಷ್ಟ್ರಗಳು ಶಾಂತಿ ಕರಾರುಗಳನ್ನು ರಚಿಸತೊಡಗಿದವು. ವರ್ಸೈಲ್ಸ್ ಒಪ್ಪಂದದಲ್ಲಿ ಎಲ್ಲಾ ವಿನಾಶ ಮತ್ತು ವಿಪತ್ತಿಗೆ ಜರ್ಮನಿಯನ್ನು ಹೊಣೆಯನ್ನಾಗಿ ಮಾಡಿ ಅತಿ ಕಠಿಣವಾದ ಷರತ್ತುಗಳನ್ನು ಜರ್ಮನಿಯ ಮೇಲೆ ಹೇರಲಾಯಿತು. ಇದನ್ನು ಸೋತ ಜರ್ಮನಿಯು ಯಾವುದೇ ವಿರೋಧವಿಲ್ಲದೇ ಒಪ್ಪಿಕೊಳ್ಳಬೇಕಾಯಿತು. ಜರ್ಮನ್ ಪ್ರತಿನಿಧಿಗಳು ವರ್ಸೈಲ್ಸ್ ಒಪ್ಪಂದಕ್ಕೆ 1919ರ ಜೂನ್ 28ರಂದು ಸಹಿ ಹಾಕಿದರು.

1) ವರ್ಸೈಲ್ಸ್ ಒಪ್ಪಂದದ ಮುಖ್ಯ ಪ್ರಾದೇಶಿಕ ಕರಾರುಗಳು : 1919ರ ಜೂನ್ 28ರಂದು ಜರುಗಿದ ವರ್ಸೈಲ್ಸ್ ಒಪ್ಪಂದದಲ್ಲಿ ಹಲವಾರು ಕರಾರು ಮತ್ತು ಷರತ್ತುಗಳನ್ನು ಯೂರೋಪಿನ ಮಿತ್ರರಾಷ್ಟ್ರಗಳು ಕೈಗೊಂಡವು. ಅವುಗಳೆಂದರೆ, ಜರ್ಮನಿಯು ಫ್ರಾನ್ಸಿನಿಂದ ಕಿತ್ತುಕೊಂಡಿದ್ದ ಅಲ್ಸೈಸ್ ಮತ್ತು ಲೊರೈನ್ ಪ್ರಾಂತಗಳನ್ನು ಫ್ರಾನ್ಸಿಗೆ ಬಿಟ್ಟುಕೊಡಬೇಕಾಯಿತು. ಜರ್ಮನಿಯ ಧಾಳಿಯ ನಷ್ಟವನ್ನು ತುಂಬಲು ಬೆಲ್ಜಿಯಂಗೆ ಮಾರ್ಸನೆಟ್, ಯೂಫೆನ್ ಮತ್ತು ಮೆಸದಿಗಳನ್ನು ಕೊಡಲಾಯಿತು. ಫ್ರಾನ್ಸಿನ ಈ ನಷ್ಟವನ್ನು ತುಂಬಲು ಜರ್ಮನಿ ಖನಿಜ ಸಂಪತ್ತಿನಿಂದ ಕೂಡಿದ ಸಾರ್ ಕಣಿವೆಯನ್ನು 15 ವರ್ಷಗಳ ಕಾಲ ಬಿಟ್ಟುಕೊಡಬೇಕು. 1864ರಲ್ಲಿ ಜರ್ಮನಿ ವಶಪಡಿಸಿಕೊಂಡಿದ್ದ ಡೇನಿಷ್ ಜಿಲ್ಲೆಗಳಾದ ಶ್ಲೇಷ್ ಮತ್ತು ಹಾಲ್‌ಸ್ಟೈನ್‌ಗಳನ್ನು ಡೆನ್ಮಾರ್ಕಿಗೆ ಹಿಂದಿರುಗಿಸಲಾಯಿತು. ಜರ್ಮನಿಯ ಡೇನ್‌ಜಿಗ್ ನಗರವನ್ನು ಮುಕ್ತ ನಗರವೆಂದು ಸಾರಿ ಲೀಗ್‌ನ ಉಸ್ತುವಾರಿಗೆ ಒಪ್ಪಿಸಲಾಯಿತು. ಮೆಮಲ್ ನಗರ ಲಿಥುವೇನಿಯಾಕ್ಕೆ ದೊರೆಯಿತು. ಸೈಲಿಸಿಯಾ ಪ್ರದೇಶ ಕೂಡ ಪೋಲೆಂಡಿನ ಅಧೀನವಾಯಿತು. ಜರ್ಮನಿ ಹೊಸದಾಗಿ ಅಸ್ತಿತ್ವಕ್ಕೆ ಬಂದ ಪೋಲೆಂಡ್ ಮತ್ತು ಜಕೋಸ್ಲಾವಾಕಿಯ ರಾಜ್ಯಗಳನ್ನು ಮತ್ತು ಬೆಲ್ಜಿಯಂನ ಪ್ರಭುತ್ವವನ್ನು ಮಾನ್ಯಮಾಡಿತು. ಇದರಿಂದ ಜರ್ಮನಿ ಆಫ್ರಿಕಾದ ವಸಾಹತುಗಳಲ್ಲೂ ಮತ್ತು ಯೂರೋಪಿನ ಹೊರಗಿದ್ದ ಪ್ರದೇಶಗಳಲ್ಲೂ ಅನುಭವಿಸುತ್ತಿದ್ದ ವಿಶೇಷ ರಿಯಾಯಿತಿಗಳನ್ನು ತ್ಯಜಿಸಬೇಕಾಯಿತು. ರಾಷ್ಟ್ರಗಳ ಒಕ್ಕೂಟದ ಅನುಮತಿ ಇಲ್ಲದೇ ಜರ್ಮನಿ ಮತ್ತು ಆಸ್ಟ್ರಿಯಾ ನಡುವೆ ಯಾವ ವಿಧವಾದ ರಾಜಕೀಯ ಸಂಘರ್ಷವೂ ಏರ್ಪಡಕೂಡದೆಂದು ವಿವರಿಸಿ ಆಸ್ಟ್ರಿಯಾವನ್ನು ಹಂಗೇರಿಯಿಂದ ಪ್ರತ್ಯೇಕಿಸಿ ಅದನ್ನು ಒಂದು ಸಣ್ಣ ರಾಜ್ಯವನ್ನಾಗಿ ಮಾಡಲಾಯಿತು. ಇಟಲಿ

ಆಸ್ಟ್ರಿಯಾದಿಂದ ಬೊಟಜನ್ ಮತ್ತು ಟ್ರಂಚ್, ಟ್ರೆಸ್ಟ್ ಮತ್ತು ಇಟಲಿಯನ್ನೊಳಗೊಂಡ ದಕ್ಷಿಣ ಟೈರಾಲನ್ನು ಮತ್ತು ಏಡ್ರಿಯಾಟಿಕ್‌ನ ಎರಡು ದ್ವೀಪಗಳನ್ನೂ ಪಡೆಯಿತು. ಸ್ಲಾವ್ ಸಂಸ್ಥಾನಗಳಾದ ಬೋಸ್ನಿಯಾ, ಹರ್ಜಗೋವಿನ, ಕ್ರೋಷಿಯ ಮತ್ತಿತರ ಪ್ರದೇಶಗಳು ಸರ್ಬಿಯಾದೊಂದಿಗೆ ಸೇರಿಕೊಂಡವು. ರುಮೇನಿಯಾ ಟ್ರಾನ್ಸಿಲ್ವೇನಿಯವನ್ನು ಪಡೆಯಿತು.

2) ಸೈನಿಕ ಷರತ್ತುಗಳ ಮೂಲಕ ಜರ್ಮನ್ ಯುದ್ಧ ಶಕ್ತಿಯ ವಿನಾಶ: ಜರ್ಮನಿ ಮತ್ತೊಮ್ಮೆ ಜಗತ್ತಿನ ಶಾಂತಿಯನ್ನು ಕಲಕದಂತಾಗಲು ಅದನ್ನು ಸೈನಿಕವಾಗಿ ಬಲಹೀನಗೊಳಿಸುವುದು ವರ್ಸೈಲ್ಸ್ ಒಪ್ಪಂದದ ಗುರಿಯಾಗಿದ್ದಿತು. ಯುದ್ಧವನ್ನು ಮುಗಿಸಿದ ಅನೇಕ ಒಪ್ಪಂದಗಳಲ್ಲಿ ಉಲ್ಲೇಖಿಸಿದ ಮುಖ್ಯ ಪ್ರಾದೇಶಿಕ ಬದಲಾವಣೆಗಳು ಇಷ್ಟು. ಈ ಅನೇಕ ಒಪ್ಪಂದಗಳ ಇನ್ನೊಂದು ಮಹತ್ವದ ಅಂಶವೆಂದರೆ ಈ ವ್ಯವಸ್ಥೆಗಳನ್ನು ಕಾಯಂ ಆಗಿ ನಡೆಸಿಕೊಂಡು ಬರುವುದು ಹಾಗೂ ಸೋತ ರಾಷ್ಟ್ರಗಳ ಭವಿಷ್ಯತ್ತಿನ ಸೈನಿಕ ಶಕ್ತಿಯ ಮೇಲೆ ಉಗ್ರವಾದ ಮಿತಿಯನ್ನು ವಿಧಿಸುವ ಮೂಲಕ ಆ ರಾಷ್ಟ್ರಗಳು ಯುದ್ಧವನ್ನು ಪುನಃ ಆರಂಭಿಸುವುದಕ್ಕೆ ಆಸ್ಪದವೀಯದಂತೆ ನೋಡಿಕೊಳ್ಳುವುದಾಗಿತ್ತು. ಆಸ್ಟ್ರಿಯಾ ಹಂಗೇರಿ ಹಾಗೂ ಬಲ್ಗೇರಿಯಾದೊಂದಿಗಿನ ಒಪ್ಪಂದಗಳು ಆ ದೇಶಗಳಿಗೆ ತೀರಾ ಸಣ್ಣ ಸಂಖ್ಯೆಯ ಸೈನ್ಯ ಹಾಗೂ ಅತ್ಯಲ್ಪ ಶಸ್ತ್ರಾಸ್ತ್ರಗಳನ್ನು ಹೊಂದಿರಬೇಕೆಂದು ವಿಧಿಸಿದವು. ಉದಾಹರಣೆಗೆ ಆಸ್ಟ್ರಿಯಾದ ವಿಷಯದಲ್ಲಿ ಅದರ ಸೈನ್ಯ 30 ಸಾವಿರ ಸಂಖ್ಯೆಯನ್ನು ಮೀರತಕ್ಕದ್ದಲ್ಲ. ಇನ್ನು ಮುಂದೆ ಅದರ ನೌಕಾಬಲ ಡ್ಯಾನ್ಯೂಬ್‌ನ ಮೇಲೆ ಕಾವಲಿನ ಮೂರು ನಾವೆಗಳನ್ನು ಹೊಂದಿರಬೇಕು. ಹಾಗೂ ಅದು ಸೈನಿಕ ಇಲ್ಲವೆ ನೌಕಾಬಲದ ವಾಯುಪಡೆಗಳನ್ನು ಹೊಂದುವಂತಿಲ್ಲ. ಆದರೆ ತೀರ ಎರಡನೆಯ ದರ್ಜೆಯ ರಾಷ್ಟ್ರಗಳಾದ ಆಸ್ಟ್ರಿಯಾ, ಹಂಗೇರಿ ಇಲ್ಲವೇ ಬಲ್ಗೇರಿಯಾದ ವಿಷಯಕ್ಕಿಂತ ಹೆಚ್ಚಾಗಿ ಜರ್ಮನಿಯ ಸಂಬಂಧದಲ್ಲಿ ಮುನ್ನೆಚ್ಚರಿಕೆಯನ್ನು ತೆಗೆದುಕೊಳ್ಳಲಾಯಿತು. ಜರ್ಮನಿ ಯುದ್ಧ ಮನಸ್ಥಿತಿಯ ಮುಖ್ಯ ಪ್ರತಿನಿಧಿಯಾಗಿತ್ತು. ಜರ್ಮನ್‌ನ ಯುದ್ಧ ಮನಸ್ಥಿತಿ ಈ ಯುದ್ಧದ ಪ್ರಮುಖ ಕಾರಣಗಳಲ್ಲಿ ಒಂದೆಂದು ಸಾಮಾನ್ಯವಾಗಿ ಪರಿಗಣಿಸಲಾಗಿತ್ತು ಮತ್ತು ಅದನ್ನು ಅಳಿಸಿ ಹಾಕುವುದು ಮಿತ್ರರಾಷ್ಟ್ರಗಳ ಸ್ವೀಕೃತ ಧ್ಯೇಯಗಳಲ್ಲಿ ಒಂದಾಗಿತ್ತು. ಸಾಮಾನ್ಯ ರೀತಿಯಲ್ಲಿ ಈ ನಿರ್ಬಂಧಗಳು ಜರ್ಮನಿಯ ಸೈನ್ಯಬಲವನ್ನು ಅನೇಕ ಸಣ್ಣ ರಾಜ್ಯಗಳು ಈವರೆಗೆ ಹೊಂದಿದ್ದ ಹಾಗೂ ಈಗ ಹೆಚ್ಚು ಪ್ರಮಾಣದಲ್ಲಿ ಅನುಭವಿಸುತ್ತಿದ್ದ ಮಟ್ಟಕ್ಕಿಂತ ಕೆಳಕ್ಕೆ ಇಳಿಸಿದವು. ಒಂದು ವೇಳೆ ಈ ನಿರ್ಬಂಧಗಳನ್ನು ಆಚರಣೆಯಲ್ಲಿ ತಂದಿದ್ದಾದರೆ ಜರ್ಮನಿ ತನ್ನ ಹೊಳಪಿನ ಕತ್ತಿಯನ್ನು ಝಳಪಿಸುವ ಮೂಲಕ ತನ್ನ ನೆರೆಯ ರಾಷ್ಟ್ರಗಳನ್ನು ಅಂಜಿಸಲಿಕ್ಕೆ, ಇಲ್ಲವೆ ಗಾಬರಿಪಡಿಸಲಿಕ್ಕೆ ಇನ್ನು ಮೇಲೆ ಸಾಧ್ಯವಾಗದು. ಇನ್ನು ಮುಂದೆ ಅದರ ಸೈನ್ಯ ನಾಲ್ಕು ಸಾವಿರಕ್ಕಿಂತ ಹೆಚ್ಚಿಲ್ಲದ ಅಧಿಕಾರಿಗಳ ಸಂಖ್ಯೆಯನ್ನು ಒಳಗೊಂಡು ಒಂದು ಲಕ್ಷವನ್ನು ಮೀರುವಂತಿರಲಿಲ್ಲ. ಸಾರ್ವತ್ರಿಕ ಕಡ್ಡಾಯದ ಸೈನಿಕ ಸೇವೆಯನ್ನು ತೆಗೆದು ಹಾಕಲಾಯಿತು ಹಾಗೂ ಆತ್ಮಸಂತೋಷದಿಂದ ಸೈನಿಕ ವೃತ್ತಿಗೆ ಸೇರುವವರನ್ನು ಭರ್ತಿ ಮಾಡಿಕೊಳ್ಳುವ ಮೂಲಕ ಮಾತ್ರವೇ ಜರ್ಮನ್ ಸೈನ್ಯವನ್ನು ರಚಿಸಬಹುದು. ಈ ರೀತಿ ಯಾರೂ ಈ ಸೇವೆಗೆ ಬರದಂತೆ ಅಡ್ಡಿ ಮಾಡಲು ಸೇವೆಯ ಅವಧಿಯನ್ನು ನಿರ್ಧರಿಸಲಾಯಿತು. ಅದು ಉತ್ಪಾದಿಸಬಹುದಾದ ಯುದ್ಧ ಸಾಮಗ್ರಿಗಳು ಹಾಗೂ ಸಲಕರಣೆಗಳ ಮೊತ್ತವನ್ನು ಒಪ್ಪಂದದಲ್ಲಿನ ಮುದ್ರಿತವಾದ ಕೋಷ್ಟಕಗಳಲ್ಲಿ ನಿಖರವಾಗಿ ನಮೂದಿಸಲಾಗಿದೆ. ಜರ್ಮನಿ ಯಾವುದೇ ಸೈನಿಕ ಇಲ್ಲವೇ ನೌಕಾ ವಿಮಾನವನ್ನು ಹೊಂದುವಂತಿಲ್ಲ. ಪ್ರಾಣ ನಿರೋಧಕ, ವಿಷಕಾರಿ ಇಲ್ಲವೆ ಇತರ ವಾಯುಗಳನ್ನು ಅಥವಾ ರಕ್ಷಾ ಕವಚವುಳ್ಳ ಬಂಡಿಗಳು ಇಲ್ಲವೇ ಟ್ಯಾಂಕರುಗಳನ್ನು ಸಹಾ ಅದು ತಯಾರಿಸುವಂತಿಲ್ಲ. ಅನಂತರ ಜರ್ಮನ್ ನೌಕಾಬಲ 6 ಯುದ್ಧ ನೌಕೆಗಳಿಗೆ, 6 ಸಣ್ಣ ಕಾವಲು ಹಡಗುಗಳಿಗೆ, 12 ಟಾರ್ಪಿಡೊ ನಾವೆಗಳಿಗೆ ಹಾಗೂ 12 ಟಾರ್ಪಿಡೋ ಹಡಗು ಭಂಜಕಗಳಿಗೆ ಸೀಮಿತವಾಯಿತು. ನಂತರ ಜರ್ಮನಿಯು ಜಲಾಂತರ್ಗಾಮಿ ಹಡಗುಗಳನ್ನು ವಾಣಿಜ್ಯದ ಉದ್ದೇಶಕ್ಕೂ ಸಹ ಹೊಂದಬಾರದೆಂದು ಕಟ್ಟಪ್ಪಣೆ ಮಾಡಲಾಯಿತು. ವರ್ಸೈಲ್ಸ್ ಒಪ್ಪಂದದ ಇಂತಹ ಕಠೋರ ಮಾರ್ಪಾಡುಗಳನ್ನು ಒಂದು ವೇಳೆ ಆಚರಣೆಯಲ್ಲಿ ತಂದುದಾದರೆ ಜಗತ್ತನ್ನು ವಿಪ್ಲವಕ್ಕೊಳಗಾಗಿಸಿದ ಜರ್ಮನ್‌ನ ಯುದ್ಧ ಮನಸ್ಥಿತಿಯನ್ನು ಅವು ನಾಶ ಮಾಡಬಲ್ಲವಾಗಿದ್ದವು. ಜರ್ಮನಿಯು ಈ ಎಲ್ಲ ಷರತ್ತುಗಳನ್ನು ಜಾರಿಗೆ ತರುವಂತೆ ಮಾಡಲು ರೈನ್ ನದಿಯ ಎಡದಂಡೆಯನ್ನು 15 ವರ್ಷಗಳ ಕಾಲ ಮಿತ್ರ ರಾಷ್ಟ್ರಗಳ ಸಂಯುಕ್ತ ಹತೋಟಿಗೆ ಒಳಪಡಿಸಲಾಯಿತು.

3. ಯುದ್ಧ ಪರಿಹಾರ ದ್ರವ್ಯ : ವರ್ಸೈಲ್ಸ್ ಒಪ್ಪಂದದ ಇನ್ನೊಂದು ಮಹತ್ವದ ಅಂಶವೆಂದರೆ ಜರ್ಮನಿ ತನ್ನ ವೈರಿಗಳಿಗೆ ಮಾಡಿದ ನಷ್ಟಕ್ಕೆ ತಾನು ಹೊಣೆಗಾರ ಎಂದು ಒಪ್ಪಿಕೊಳ್ಳುವಂತೆ ಅದರಲ್ಲಿ ಒತ್ತಾಯ ಮಾಡಲಾಗಿತ್ತು. ಕೊಡಬೇಕಾದ ಯುದ್ಧ ಪರಿಹಾರಗಳಿಗೆ ಅದು ಸಂಬಂಧಪಟ್ಟಿತ್ತು. ಆದರೆ ಅದು ಯಾವ ಪ್ರಮಾಣದಲ್ಲಿರಬೇಕೆಂದು ಮಿತ್ರರಾಷ್ಟ್ರಗಳ ಯುದ್ಧ ಪರಿಹಾರದ ಆಯೋಗವು ನಷ್ಟ ಪರಿಹಾರದ ಮೊತ್ತವನ್ನು 1921 ಮೇ 1 ರ ಹೊತ್ತಿಗೆ ನಿರ್ಧರಿಸಬೇಕೆಂದು ಈ ಒಪ್ಪಂದದಲ್ಲಿ ಕಾಣಿಸಲಾಗಿತ್ತು. ಜರ್ಮನಿಯು 54 ಬಿಲಿಯನ್ ಡಾಲರುಗಳ ಮೊತ್ತವನ್ನು ಮಿತ್ರ ರಾಷ್ಟ್ರಗಳಿಗೆ ಕೊಡಬೇಕೆಂದು ಆಯೋಗವು ನಿಗಧಿಗೊಳಿಸಿತು, ಅಲ್ಲದೇ ದೊಡ್ಡ ವಾಣಿಜ್ಯ ಮತ್ತು ಯುದ್ಧದ ಹಡಗುಗಳನ್ನು ಫ್ರಾನ್ಸ್ ಮತ್ತು ಬ್ರಿಟನಿಗೆ ಒಪ್ಪಿಸಿತು. ಜರ್ಮನಿ ಮಿತ್ರ ರಾಷ್ಟ್ರಗಳಿಗೆ ತನ್ನ ವೆಚ್ಚದಲ್ಲಿ ಹಡಗುಗಳನ್ನು ನಿರ್ಮಿಸಿಕೊಡಬೇಕಾಯಿತು. ಜರ್ಮನಿಯಲ್ಲಿ

ದೊರೆಯುತ್ತಿದ್ದ ಕಲ್ಲಿದ್ದಲನ್ನು 10 ವರ್ಷಗಳವರೆಗೆ ಫ್ರಾನ್ಸ್, ಇಟಲಿ ಮತ್ತು ಬೆಲ್ಜಿಯಂಗೆ ನೀಡಬೇಕಾಯಿತು. ಮಿತ್ರ ರಾಷ್ಟ್ರಗಳು 5 ವರ್ಷಗಳ ಕಾಲ ಜರ್ಮನಿಯ ರಫ್ತು ಮತ್ತು ಆಮದು ವ್ಯಾಪಾರದ ಮೇಲೆ ಹತೋಟಿ ಹೊಂದಿದವು. ಜರ್ಮನಿಯ ಎಲ್ಬ್ ಮತ್ತು ಓಡರ್ ನದಿಗಳನ್ನು ಅಂತರರಾಷ್ಟ್ರೀಯಗೊಳಿಸಲಾಯಿತು. ಈ ರೀತಿ ಮಿತ್ರ ರಾಷ್ಟ್ರಗಳು ಜರ್ಮನಿಯ ಮೇಲೆ ಅಪಾರವಾದ ಯುದ್ಧ ಪರಿಹಾರವನ್ನು ಹೇರಿದವು. ಇದು ಜರ್ಮನಿ ಹಾಗೂ ಮಿತ್ರ ರಾಷ್ಟ್ರಗಳ ನಡುವೆ ಬಹಳಷ್ಟು ವಿವಾದ ಹಾಗೂ ಸಂಧಾನಗಳಿಗೆ ಕಾರಣೀಭೂತವಾಗಿದ್ದು ಸಮ್ಮೇಳನಗಳ ದೀರ್ಘ ಮಾಲಿಕೆಗಳೇ ನಡೆದರೂ ಅವು ಯಾವುದೇ ಪರಿಹಾರವನ್ನು ಕಾಣಲಿಲ್ಲ.

ವರ್ಸೈಲ್ಸ್ ಒಪ್ಪಂದದ ವಿಮರ್ಶೆ : 1919ರ ವರ್ಸೈಲ್ಸ್ ಒಪ್ಪಂದವು ಹಲವಾರು ದೋಷಗಳಿಂದ ಕೂಡಿತ್ತು. ಈ ಒಪ್ಪಂದವು ಮಿತ್ರರಾಷ್ಟ್ರಗಳ ಪರವಾಗಿತ್ತೇ ವಿನಃ ಅದು ಸೋತ ರಾಷ್ಟ್ರಗಳ ಪರವಾಗಿರಲಿಲ್ಲ. ವಿಜಯಿಗಳು ಸೋತವರ ಮೇಲೆ ಹೊರಿಸಿದ ದೊಡ್ಡ ಹೊರೆ ಎಂದು ಬಗೆದರು. ಈ ಒಪ್ಪಂದದಲ್ಲಿ ಜರ್ಮನ್ನರನ್ನು ಸ್ವಲ್ಪವೂ ಗಣನೆಗೆ ತೆಗೆದುಕೊಳ್ಳಲಿಲ್ಲ, ಯೂರೋಪಿನ ಜನರು ಮತ್ತು ಯೂರೋಪಿನ ಪ್ರಬಲ ರಾಷ್ಟ್ರಗಳು ಜರ್ಮನಿಯನ್ನು ತಮ್ಮ ಕೈಲಾದಷ್ಟು ತುಳಿಯಲು ನಿರ್ಧರಿಸಿದವು. ಇದರಿಂದ ಅವರು ಜರ್ಮನರ ಬಗ್ಗೆ ಕಿಂಚಿತ್ತೂ ದಯೆ, ಕರುಣೆಯನ್ನು ತೋರಲಿಲ್ಲ. ಈ ಒಪ್ಪಂದವನ್ನು ಮಿತ್ರ ರಾಷ್ಟ್ರಗಳು ಜರ್ಮನಿಗೆ ಬಂದೂಕಿನ ಬಲಾತ್ಕಾರದ ಒತ್ತಡದ ಮೂಲಕ ಒಪ್ಪಿಸಲಾಯಿತು. ಮಿತ್ರ ರಾಷ್ಟ್ರಗಳು ಈ ಒಪ್ಪಂದವನ್ನು ತಯಾರಿಸುವಾಗ ಯಾವುದೇ ಸಂದರ್ಭದಲ್ಲೂ ಜರ್ಮನರೊಡನೆ ಚರ್ಚಿಸಲಿಲ್ಲ; ಬರವಣಿಗೆಯ ರೂಪದ ಅಭಿಪ್ರಾಯವನ್ನು ಪಡೆದರೂ ಸಹ ಅದಕ್ಕೆ ಯಾವುದೇ ಪ್ರಾಮುಖ್ಯತೆ ನೀಡಲಿಲ್ಲ. ಸುಲಿಗೆ ವಸ್ತುಗಳೆಲ್ಲ ಗೆದ್ದವರ ಸ್ವತ್ತು ಎಂಬ ತತ್ವದ ಆಧಾರದ ಮೇಲೆ ಈ ಕರಾರನ್ನು ರಚಿಸಲಾಯಿತು. ಈ ಒಪ್ಪಂದದ ದೊಡ್ಡ ದೋಷವೆಂದರೆ ಜರ್ಮನಿಗೆ ಅಸಾಧ್ಯ ಮೊತ್ತದ ಪರಿಹಾರ ದ್ರವ್ಯದ ಹೊರೆಯನ್ನು ಹೊರಿಸಲಾಯಿತು. ಅಲ್ಲದೇ ಜರ್ಮನಿಯನ್ನು ಸೇಡು ತೀರಿಸಿಕೊಳ್ಳುವ ಮನೋಭಾವದಿಂದ ನಡೆಸಿಕೊಂಡು, ಯುದ್ಧದ ತಪ್ಪನ್ನೆಲ್ಲಾ ಜರ್ಮನಿಯ ಮೇಲೆ ಹಾಕಲಾಯಿತು. 'ಶಕ್ತಿ ಮೀರಿದ ಯುದ್ಧ' ವೆಚ್ಚವನ್ನು ಜರ್ಮನಿ ಕೊಡಬೇಕಾಯಿತು. ಜರ್ಮನಿಯಲ್ಲಿದ್ದ ಕಡ್ಡಾಯ ಸೈನಿಕ ಶಿಕ್ಷಣವನ್ನು ರದ್ದುಗೊಳಿಸಲಾಯಿತು. ವರ್ಸೈಲ್ಸ್ ಒಪ್ಪಂದದ ಆರ್ಥಿಕ ಮತ್ತು ವಸಾಹತು ವಿಧಿಗಳು ನ್ಯಾಯಬಾಹಿರವಾಗಿದ್ದವು. ಜರ್ಮನಿಯನ್ನು ದುರ್ಬಲಗೊಳಿಸಲೋಸುಗ ಅದರ ಪ್ರದೇಶಗಳನ್ನು ಕಿತ್ತುಕೊಂಡುದಲ್ಲದೇ ಅದರ ಸಂಪದ್ಭರಿತ ಪ್ರದೇಶಗಳನ್ನು ವಿದೇಶಗಳ ಹತೋಟಿಗೆ ಒಪ್ಪಿಸಲಾಗಿದ್ದಿತು.

ವರ್ಸೈಲ್ಸ್ ಒಪ್ಪಂದವು ಮಾಡಿದ ಮತ್ತೊಂದು ದೋಷವೆಂದರೆ ಯೂರೋಪಿನ ಪ್ರಾದೇಶಿಕ ಕರಾರರನ್ನು ಸ್ವಯಂ ನಿರ್ಧಾರದ ಹಕ್ಕಿನ ಆಧಾರದ ಮೇಲೆ ಪುನರ್ ನಿರ್ಮಾಣ ಮಾಡದಿದ್ದದ್ದು. ಈ ತತ್ವಗಳನ್ನು ಹಲವು ಬಾರಿ ಉಲ್ಲಂಘಿಸಿ ಅನೇಕ ಸಮಸ್ಯೆಗಳ ಉದ್ಭವಕ್ಕೆ ಕಾರಣವಾಗಿದ್ದಿತು. ಹಲವು ಕಡೆ ಅಲ್ಪಸಂಖ್ಯಾತರ ಸಮಸ್ಯೆಯನ್ನು ಹುಟ್ಟು ಹಾಕಿ ಮುಂದಿನ ಅನೇಕ ಸಮಸ್ಯೆಗಳಿಗೆ ಜನ್ಮವಿತ್ತಿತು. ಈ ಒಪ್ಪಂದಕ್ಕೆ ಸಹಿ ಹಾಕಿದ ಎಲ್ಲಾ ಮಿತ್ರರಾಷ್ಟ್ರಗಳು ಈ ಅಂಶಗಳನ್ನು ಒಪ್ಪಿಕೊಂಡರೂ ಸಹ ಇದನ್ನು ವಾಸ್ತವವಾಗಿ ಇವುಗಳು ಪಾಲಿಸಲಿಲ್ಲ. ಆದರೆ ಜರ್ಮನಿಯ ಮೇಲೆ ಇದನ್ನು ಒತ್ತಾಯ ಪೂರ್ವಕವಾಗಿ ಜಾರಿಗೆ ತಂದರೂ ತಾವು ಮಾತ್ರ ಇದರ ಗೋಜಿಗೆ ಹೋಗಲಿಲ್ಲ. ಆಸ್ಟ್ರಿಯಾ ಹಂಗೇರಿ ಚಕ್ರಾಧಿಪತ್ಯವು ಒಡೆದು ಆಯಾ ಪ್ರದೇಶಗಳ ಜನರ ಸ್ವಯಂನಿರ್ಣಯದ ಹಕ್ಕಿಗನುಸಾರವಾಗಿ ಅನೇಕ ರಾಜ್ಯಗಳು ಉದಯಿಸಿದವು. ಆದರೆ ಇದೇ ನೀತಿಯನ್ನು ಎಲ್ಲಾ ರಾಷ್ಟ್ರಗಳಲ್ಲೂ ಕಾರ್ಯರೂಪದಲ್ಲಿ ತರಲಿಲ್ಲ. ವರ್ಸೈಲ್ಸ್ ಒಪ್ಪಂದದಲ್ಲಿ ಜಾರಿಗೊಳಿಸಿದ್ದ ಲೀಗ್, ಯುದ್ಧ ನಿಲ್ಲಿಸಲಾರದ ಒಂದು ಮೂಕ ಅಂತರರಾಷ್ಟ್ರೀಯ ಸಂಸ್ಥೆಯಾಗಿತ್ತು. ಈ ಲೀಗಿನ ವಿಫಲತೆಯು ಎರಡನೇ ಮಹಾಯುದ್ಧಕ್ಕೆ ನಾಂದಿಯಾಯಿತು. ಒಟ್ಟಾರೆ ವರ್ಸೈಲ್ಸ್ ಒಪ್ಪಂದದ ನ್ಯೂನತೆಗಳು ಮೊದಲನೇ ಮಹಾಯುದ್ಧಕ್ಕೆ ಅಂತ್ಯವನ್ನಾಡದೆ ದ್ವಿತೀಯ ಮಹಾಯುದ್ಧಕ್ಕೆ ನಾಂದಿಯಾಡಿದವು.

ಪ್ಯಾರಿಸ್ಸಿನ ಸಮ್ಮೇಳನದಲ್ಲಿ ಆದ ಇನ್ನಿತರ ಒಪ್ಪಂದಗಳು:

ವರ್ಸೈಲ್ಸ್ ಒಪ್ಪಂದದಲ್ಲಿ ಮಿತ್ರರಾಷ್ಟ್ರಗಳು ಹಲವಾರು ಒಪ್ಪಂದಗಳನ್ನು ಮಾಡಿಕೊಂಡವು. ಅವುಗಳಲ್ಲಿ ಈ ಕೆಳಕಂಡವು ಮುಖ್ಯವಾದವುಗಳು.

1) ಸೆಂಟ್ ಜರ್ಮನ್ ಒಪ್ಪಂದ (1919): ಈ ಒಪ್ಪಂದವನ್ನು ಮಿತ್ರ ರಾಷ್ಟ್ರಗಳು 1919ರ ಸೆಪ್ಟೆಂಬರ್ 10ರಂದು ಆಸ್ಟ್ರಿಯಾದೊಡನೆ ಮಾಡಿಕೊಂಡವು. ಈ ಒಪ್ಪಂದದಿಂದ ಹಲವಾರು ವರ್ಷಗಳಿಂದ ಅಸ್ತಿತ್ವದಲ್ಲಿದ್ದ ಹ್ಯಾಪ್ಸ್‌ಬರ್ಗ್ ಮನೆತನವು ತನ್ನ ಅಸ್ಥಿತ್ವವನ್ನು ಕಳೆದುಕೊಳ್ಳಬೇಕಾಯಿತು. ಇದರ ಪರಿಣಾಮವಾಗಿ ಹಲವಾರು ಸ್ವತಂತ್ರ ರಾಜ್ಯಗಳು ಅಸ್ತಿತ್ವಕ್ಕೆ ಬಂದವು. ಆಸ್ಟ್ರೀಯಾ, ಹಂಗೇರಿ, ಜಕೋಸ್ಲಾವಾಕಿಯಾ ಮತ್ತು ಯುಗೋಸ್ಲಾವಿಯ ಸ್ವತಂತ್ರ ರಾಜ್ಯಗಳಾದವು. ಇಷ್ಟೆ ಅಲ್ಲದೇ ಆಸ್ಟ್ರಿಯಾದ ಸೈನ್ಯವನ್ನು 30,000ಕ್ಕೆ ಸೀಮಿತಗೊಳಿಸಲಾಯಿತು. ಆಸ್ಟ್ರಿಯಾವನ್ನು ಹಂಗೇರಿಯಿಂದ ಪ್ರತ್ಯೇಕಿಸಲಾಯಿತು.

ಆಸ್ಟ್ರಿಯಾ ಒಂದು ಚಿಕ್ಕರಾಜ್ಯವಾಯಿತು. ಇದು ಜರ್ಮನಿಯೊಡನೆ ಯಾವುದೇ ರಾಜಕೀಯ, ಸೈನಿಕ, ಇನ್ನಿತರ ಯಾವುದೇ ಒಪ್ಪಂದವನ್ನು ಏರ್ಪಡಿಸಿಕೊಳ್ಳದಂತೆ ನಿರ್ಬಂಧ ಹೇರಲಾಯಿತು.

2) ನಿಯುಲಿ ಒಪ್ಪಂದ (1919): ನಿಯುಲಿ ಒಪ್ಪಂದವನ್ನು ಬಲ್ಗೇರಿಯಾದೊಂದಿಗೆ 1919 ನವೆಂಬರ್ 27ರಂದು ಮಾಡಿಕೊಳ್ಳಲಾಯಿತು. ಈ ಒಪ್ಪಂದದ ಪ್ರಕಾರ ತನ್ನೆಲ್ಲಾ ಕರಾವಳಿ ಪ್ರದೇಶವನ್ನು ಬಲ್ಗೇರಿಯಾ ಗ್ರೀಸಿಗೆ ಬಿಟ್ಟುಕೊಡಬೇಕಾಯಿತು. ಬಲ್ಗೇರಿಯಾವು ತನ್ನ ವಶದಲ್ಲಿದ್ದ ಸ್ಟ್ರುಮ್ನಿಟ್ಜ್ ಮತ್ತು ಮ್ಯಾಸಿಡೋನಿಯಾ, ದೋಬ್ರುಜವನ್ನು ಯುಗೋಸ್ಲಾವಿಯಾ ಮತ್ತು ರುಮೇನಿಯಾಕ್ಕೆ ಬಿಟ್ಟುಕೊಡಬೇಕಾಯಿತಲ್ಲದೇ ಯುದ್ಧ ನಷ್ಟ ಪರಿಹಾರ ದ್ರವ್ಯವನ್ನು ಸಹಾ ನೀಡಬೇಕಾಯಿತು.

3) ಟ್ರೈನಾನ್ ಒಪ್ಪಂದ (1920): 1920ರಲ್ಲಿ ಟ್ರೈನಾನ್ ಒಪ್ಪಂದವನ್ನು ಹಂಗೇರಿಯೊಂದಿಗೆ ಮಾಡಿಕೊಳ್ಳಲಾಯಿತು. ಇದರಿಂದ ಹಂಗೇರಿ ಚಿಕ್ಕ ಸ್ವತಂತ್ರ ರಾಷ್ಟ್ರವಾಯಿತು. ಇದರಿಂದ ಹಂಗೇರಿಯಲ್ಲಿ ಹಲವಾರು ಬದಲಾವಣೆಗಳಾದವು. ಹಂಗೇರಿ ತನ್ನ ಮೈಗ್ಯರ್ ಜನಾಂಗಕ್ಕೆ ಸೇರದೇ ಇದ್ದವರನ್ನು ಜಕೋಸ್ಲೋವಾಕಿಯ ಮತ್ತು ಯುಗೋಸ್ಲಾವಿಯಗಳಿಗೆ ಕೊಡಲಾಯಿತು. ಹಂಗೇರಿಯ ಸೈನಿಕ ಸಂಖ್ಯೆಯನ್ನು 35,000ಕ್ಕೆ ಸೀಮಿತಗೊಳಿಸಲಾಯಿತು. ಕ್ರೋಷಿಯವನ್ನು ಯುಗೋಸ್ಲಾವಿಯಕ್ಕೆ ಮತ್ತು ಸ್ಲೊವಿಕ್ ಪ್ರಾಂತಗಳನ್ನು ಜಕೋಸ್ಲೊವಾಕಿಯಕ್ಕೆ ಬಿಟ್ಟುಕೊಟ್ಟಿತು.

4) ಸೆವ್ರಸ್ ಶಾಂತಿ ಒಪ್ಪಂದ (1920): 1920ರಲ್ಲಿ ಟರ್ಕಿಯೊಡನೆ ಈ ಒಪ್ಪಂದವನ್ನು ಮಾಡಿಕೊಳ್ಳಲಾಯಿತು. ಸೆವ್ರಸ್ ಒಪ್ಪಂದದ ಪ್ರಕಾರ ಟರ್ಕಿಯ ಗಡಿಗಳನ್ನು ತೀವ್ರವಾಗಿ ಸಂಕುಚಿತಗೊಳಿಸಲಾಯಿತು. ಡಾರ್ಡ್‌ನೆಲ್ಸ್ ಜಲಸಂಧಿಯನ್ನು ಲೀಗಿನ ಆಡಳಿತಕ್ಕೆ ಒಪ್ಪಿಸಲಾಯಿತು. ಪ್ಯಾಲಸ್ಟೈನ್ ಮತ್ತು ಮೆಸಪಟೋಮಿಯಾ ಬ್ರಿಟನ್ನಿನ ಹತೋಟಿಗೂ ಮತ್ತು ಸ್ಮೈರ್ನ್‌ಅನ್ನು ಗ್ರೀಸಿನ ಆಡಳಿತಕ್ಕೆ ಒಳಪಡಿಸಲಾಯಿತು. ಸೆವ್ರಸ್ ಒಪ್ಪಂದವು ಟರ್ಕಿಷ್ ಜನರಲ್ಲಿ ತೀವ್ರ ಅತೃಪ್ತಿ ಮತ್ತು ಅಸಮಾಧಾನ ಮೂಡಿಸಿತು.

5) ಲಾಸೆನ್ ಒಪ್ಪಂದ (1923): ಟರ್ಕಿಯೊಂದಿಗೆ 1912ರ ಜುಲೈ 24ರಂದು ಹೊಸ ಲಾಸೆನ್ ಒಪ್ಪಂದವನ್ನು ಮಾಡಿಕೊಳ್ಳಲಾಯಿತು. ಈ ಒಪ್ಪಂದದ ಪ್ರಕಾರ ಗ್ರೀಸ್ ಪೂರ್ವ ಥ್ರೇಸ್ ಮತ್ತು ಇಂಬ್ರೋಸ್ ಮತ್ತು ಟೆನಿಡೋಸ್ ದ್ವೀಪಗಳನ್ನು ಟರ್ಕಿಗೆ ಹಿಂತಿರುಗಿಸಿತು. ಸ್ಮೈರ್ನ ಮತ್ತು ಅನುಡೋಲಿಯದ ಉಳಿದ ಭಾಗಗಳು ಟರ್ಕಿಯಲ್ಲಿ ಉಳಿದವು. ಆದರೆ ಈಜಿಪ್ಟ್, ಸೂಡಾನ್, ಸಿರಿಯಾ, ಸೈಪ್ರಸ್, ಪ್ಯಾಲಸ್ಟೈನ್, ಮೆಸಪಟೋಮಿಯ ಮತ್ತು ಅರೇಬಿಯಾಗಳ ಹಕ್ಕುಗಳನ್ನು ಬಿಟ್ಟುಕೊಡಬೇಕಾಯಿತು. ಬಹುಸಂಖ್ಯಾತ ಕ್ರೈಸ್ತ ಧರ್ಮಿಯರನ್ನು ಹೊಂದಿದ್ದ ಆರ್ಮೇನಿಯ ಟರ್ಕಿಯ ಅಧೀನವಾಯಿತು.

ಮೊದಲನೇ ಮಹಾಯುದ್ಧದಿಂದಾದ ಇನ್ನಿತರ ಪರಿಣಾಮಗಳು

1. ಮ್ಯಾಂಡೇಟರಿ ವ್ಯವಸ್ಥೆ: ಮೊದಲನೇ ಮಹಾಯುದ್ಧದಲ್ಲಿ ಸೋತು ಶರಣಾದ ಹಲವಾರು ಪ್ರದೇಶಗಳನ್ನು ವಿಜಯಿರಾಷ್ಟ್ರಗಳ ಆಡಳಿತಕ್ಕೆ ಒಪ್ಪಿಸಲಾಯಿತು. ಟರ್ಕಿ ಪ್ರದೇಶ ಹಾಗೂ ಜರ್ಮನಿಯ ವಸಾಹತುಗಳನ್ನು ವಿಜಯಿರಾಷ್ಟ್ರಗಳ ಮ್ಯಾಂಡೇಟರಿ ವ್ಯವಸ್ಥೆಗೆ ಒಳಪಡಿಸಲಾಯಿತು. ಮ್ಯಾಂಡೇಟರಿ ವ್ಯವಸ್ಥೆಗೆ ಒಳಪಟ್ಟ ಪ್ರದೇಶಗಳ ಬಗ್ಗೆ ಪ್ರತಿವರ್ಷವೂ ಲೀಗ್ ಆಫ್ ನೇಷನ್ಸ್‌ಗೆ ವರದಿಯನ್ನು ಸಲ್ಲಿಸಬೇಕಾಗಿತ್ತು. ಆಫ್ರಿಕಾದ ಟೋಗೋಲ್ಯಾಂಡ್ ಮತ್ತು ಟಾಂಗನೀಕಗಳನ್ನು ಬ್ರಿಟನ್ನಿಗೆ ಮತ್ತು ಜರ್ಮನ್ ನೈರುತ್ಯ ಭಾಗವನ್ನು ದಕ್ಷಿಣ ಆಫ್ರಿಕಾದ ಒಡೆತನಕ್ಕೆ ಒಪ್ಪಿಸಲಾಯಿತು. ಸ್ಯಾಮೋನ್ ದ್ವೀಪಗಳು ನ್ಯೂಜಿಲೆಂಡಿಗೆ ಮತ್ತು ಮಾರ್ಷೆಲ್ ದ್ವೀಪಗಳು ಜಪಾನಿಗೆ ಕೊಡಲಟ್ಟವು. ಟಾಂಗನೀಕದ ಕೆಲವು ಪ್ರದೇಶಗಳು ಬೆಲ್ಜಿಯಂ ಮತ್ತು ಕ್ಯಾಮರೂನ್ ಫ್ರಾನ್ಸಿನ ಆಳ್ವಿಕೆಗೆ ಒಳಗಾದವು.

2. ಯುದ್ಧದಿಂದಾದ ಅಪಾರ ಸಾವು ನೋವು: ಮೊದಲನೇ ಮಹಾಯುದ್ಧವು ವಿಶ್ವದಲ್ಲಿ ಹಿಂದೆಂದೂ ಕಾಣದಂತಹ ವಿಪತ್ತು ಮತ್ತು ವಿನಾಶದಿಂದ ಕೂಡಿತ್ತು. ಇದರಿಂದ ಆದ ಜನಹಾನಿ ಅಪಾರ, ಸುಮಾರು 80 ಲಕ್ಷ ಜನರು ಈ ಯುದ್ಧದಲ್ಲಿ ಮಡಿದರು. ಗಾಯಗೊಂಡವರು ಮತ್ತು ಅಂಗವಿಕಲರಾದವರ ಸಂಖ್ಯೆ ಸುಮಾರು 240 ಲಕ್ಷಕ್ಕೂ ಹೆಚ್ಚು. ಈ ಯುದ್ಧದಿಂದ ಒದಗಿದ ರೋಗ ರುಜಿನಾದಿಗಳಿಂದ ಮತ್ತು ಆಹಾರದ ಅಭಾವಗಳಿಂದ ಸತ್ತವರ ಸಂಖ್ಯೆ ವಿಪರೀತವಾದುದು. ಈ ಯುದ್ಧದಲ್ಲಿ ಉಂಟಾದ ಆರ್ಥಿಕ ಹಾನಿಯಿಂದ ಚೇತರಿಸಿಕೊಳ್ಳಲು ಯೂರೋಪಿನ ರಾಷ್ಟ್ರಗಳಿಗೆ ಹಲವಾರು ವರ್ಷಗಳೇ ಬೇಕಾದವು. ಈ ಯುದ್ಧದಲ್ಲಿ ಭಾಗವಹಿಸಿದ್ದ ರಾಷ್ಟ್ರಗಳ ಸಾಲದ ಹೊರೆ ವಿಪರೀತವಾಗಿ ಹೆಚ್ಚಿತು. ಉದ್ದಿಮೆಗಳು, ವ್ಯಾಪಾರ ಮತ್ತು ವಾಣಿಜ್ಯಗಳು ಹಿನ್ನಡೆಯನ್ನು ಅನುಭವಿಸಿದವು. ಯುದ್ಧದಿಂದ ರಾಷ್ಟ್ರದ ಸಂಪತ್ತು ಇಳಿಮುಖವಾಯಿತು. ಹಲವಾರು ರಾಷ್ಟ್ರಗಳು ಯುದ್ಧದ ಆರ್ಥಿಕ ಹೊರೆಯನ್ನು ಹೊರಲಾರದೇ ದಿವಾಳಿಯ ಅಂಚಿನಲ್ಲಿದ್ದವು. ಹಣದ ಚಲಾವಣೆ ಹೆಚ್ಚಾದ್ದರಿಂದ ಬೆಲೆಗಳು ವಿಪರೀತ ಏರಿ ಜನಸಾಮಾನ್ಯರ ಜೀವನ ಮಟ್ಟ ಅತ್ಯಂತ ಕೆಳಮಟ್ಟಕ್ಕಿಳಿಯಿತು.

3. ಹೊಸ ರಾಷ್ಟ್ರಗಳ ಉದಯ: ಈ ಯುದ್ಧದಲ್ಲಿ ಸೋತ ಜರ್ಮನ್, ಆಸ್ಟ್ರಿಯಾ, ರಷ್ಯನ್ ಮತ್ತು ಆಟೋಮನ್ ಸಾಮ್ರಾಜ್ಯಗಳು ಪತನವಾದವು. ಈ ಎಲ್ಲಾ ಸಾಮ್ರಾಜ್ಯಗಳ ಅವಶೇಷಗಳಲ್ಲಿ ಹೊಸ ರಾಜ್ಯಗಳು ಉದಯಿಸಿದವು. ಜರ್ಮನ್

ಸಾಮ್ರಾಜ್ಯ ಅನ್ಯಾಯಕರ ತೀರ್ಮಾನದಿಂದ ತನ್ನೆಲ್ಲಾ ವಸಾಹತುಗಳನ್ನು ಕಳೆದುಕೊಳ್ಳಬೇಕಾಯಿತು. ಪೋಲೆಂಡನ್ನು ಪುನರ್‌ಸ್ಥಾಪಿಸಲಾಯಿತು. ಲಾಟ್ವಿಯಾ, ಲಿಥುವೇನಿಯ, ಫಿನ್‌ಲ್ಯಾಂಡ್, ಇಸ್ತೋನಿಯ, ಯುಗೋಸ್ಲಾವಿಯಾ ಎಂಬ ಹೊಸ ರಾಷ್ಟ್ರಗಳು ಅಸ್ತಿತ್ವಕ್ಕೆ ಬಂದವು. ಟರ್ಕಿ ಮತ್ತು ಐರ್ಲೆಂಡಿನಲ್ಲಿ ರಾಷ್ಟ್ರೀಯ ಜಾಗೃತಿ ತೀವ್ರ ಸ್ವರೂಪ ತಳೆಯಿತು.

4. ರಾಜತ್ವದ ಪತನ ಮತ್ತು ಪ್ರಜಾಪ್ರಭುತ್ವದ ಏಳಿಗೆ: ಮೊದಲನೇ ಮಹಾಯುದ್ಧದಿಂದ ಅನೇಕ ಸಾಮ್ರಾಜ್ಯದ ರಾಜಮನೆತನಗಳು ಪತನ ಹೊಂದಿ ಅಲ್ಲಿ ನೂತನ ಗಣತಂತ್ರ ಸಂವಿಧಾನಗಳು ಜಾರಿಗೆ ಬಂದವು. ಜರ್ಮನಿಯ ಹೊಹೆನ್ ಜೊಲರ್ನ್ ರಾಜವಂಶ, ಆಸ್ಟ್ರಿಯಾದ ಹ್ಯಾಪ್ಸ್‌ಬರ್ಗ್ ರಾಜವಂಶ, ರಷ್ಯಾದ ರೋಮನಾವ್ ರಾಜವಂಶಗಳು ಕೊನೆಗೊಂಡು ಆ ದೇಶಗಳಲ್ಲಿ ಪ್ರಜಾಪ್ರಭುತ್ವ ಸರ್ಕಾರಗಳು ಅಸ್ತಿತ್ವಕ್ಕೆ ಬಂದವು. ಈ ಎಲ್ಲಾ ಸಂಸದೀಯ ಸರ್ಕಾರಗಳು ಆಡಳಿತ ನಡೆಸಲಾರಂಭಿಸಿದವು. ಮೊದಲ ಮಹಾಯುದ್ಧದಲ್ಲಿ ಟರ್ಕರಿಂದ ಸೋತ ಗ್ರೀಸ್ ರಾಜಪ್ರಭುತ್ವವನ್ನು ಕೊನೆಗೊಳಿಸಿ ಅಲ್ಲಿ ಗಣರಾಜ್ಯವನ್ನು ಸ್ಥಾಪಿಸಿತು. ಈ ರೀತಿ ಮೊದಲನೇ ಮಹಾಯುದ್ದವು ಅನೇಕ ರಾಜಪ್ರಭುತ್ವ ಸಾಮ್ರಾಜ್ಯಗಳನ್ನು ಕೊನೆಗೊಳಿಸಿ ಅಲ್ಲೆಲ್ಲಾ ಪ್ರಜಾಪ್ರಭುತ್ವ ಸರ್ಕಾರಗಳು ಅಸ್ತಿತ್ವಕ್ಕೆ ಬರುವಂತೆ ಮಾಡಿತು.

5. ಲೀಗ್ ಆಫ್ ನೇಷನ್ಸ್‌ನ ಸ್ಥಾಪನೆ: ಇನ್ನು ಮುಂದೆ ಯೂರೋಪಿನಲ್ಲಿ ಅಥವಾ ವಿಶ್ವದಲ್ಲಿ ಈ ರೀತಿಯ ಯುದ್ಧಗಳು ನಡೆಯದಂತೆ ತಡೆಯಲು ವಿಶ್ವಶಾಂತಿಯನ್ನು ಸ್ಥಾಪಿಸಲು ಯೂರೋಪಿನ ಅಗ್ರಗಣ್ಯ ರಾಷ್ಟ್ರಗಳ ಮುಖಂಡರಿಗೆ ಮನವರಿಕೆಯಾಯಿತು. ಈ ಮಹಾಯುದ್ದವು ಭವಿಷ್ಯದಲ್ಲಿ ಯುದ್ಧ ಸಮಾಪ್ತಿಗೆ ನಾಂದಿಯಾಗಬೇಕೆಂದು ವುಡ್ರೋ ವಿಲ್ಸನ್ ಬಯಸಿದ್ದನು. ಅವನು ವಿಶ್ವಶಾಂತಿ ರಕ್ಷಣೆಗಾಗಿ ಅಂತರ್‌ರಾಷ್ಟ್ರೀಯ ಸಮಸ್ಯೆಗಳನ್ನು ಅಂತರರಾಷ್ಟ್ರೀಯ ಸಂಸ್ಥೆಯ ಮಧ್ಯಸ್ಥಿಕೆಯಿಂದ ಶಾಂತ ರೀತಿಯಲ್ಲಿ ಬಗೆಹರಿಸುವ ಯೋಜನೆಯನ್ನು ರೂಪಿಸಿದನು. ಇದು ವಿಲ್ಸನ್ನನ ಹದಿನಾಲ್ಕು ಅಂಶಗಳಲ್ಲಿ ಒಂದಾಗಿತ್ತು. ಪ್ಯಾರಿಸ್ ಶಾಂತಿ ಸಮ್ಮೇಳನವು ಈ ಸಲಹೆಯನ್ನು ಅಂಗೀಕರಿಸಿತು. 'ರಾಷ್ಟ್ರ ಸಂಘ'(League of Nations-1919) ಎಂಬ ವಿಶ್ವಶಾಂತಿ ರಕ್ಷಕ ಅಂತರಾಷ್ಟ್ರೀಯ ಸಂಸ್ಥೆಯನ್ನು ಸ್ಥಾಪಿಸಿತು. ರಾಷ್ಟ್ರಸಂಘವು ಮಹಾಯುದ್ಧದಿಂದ ನೊಂದ ಜನತೆಗೆ ವಿಲ್ಸನ್‌ನ ಮಹಾನ್ ಕೊಡುಗೆಯಾಗಿದೆ.

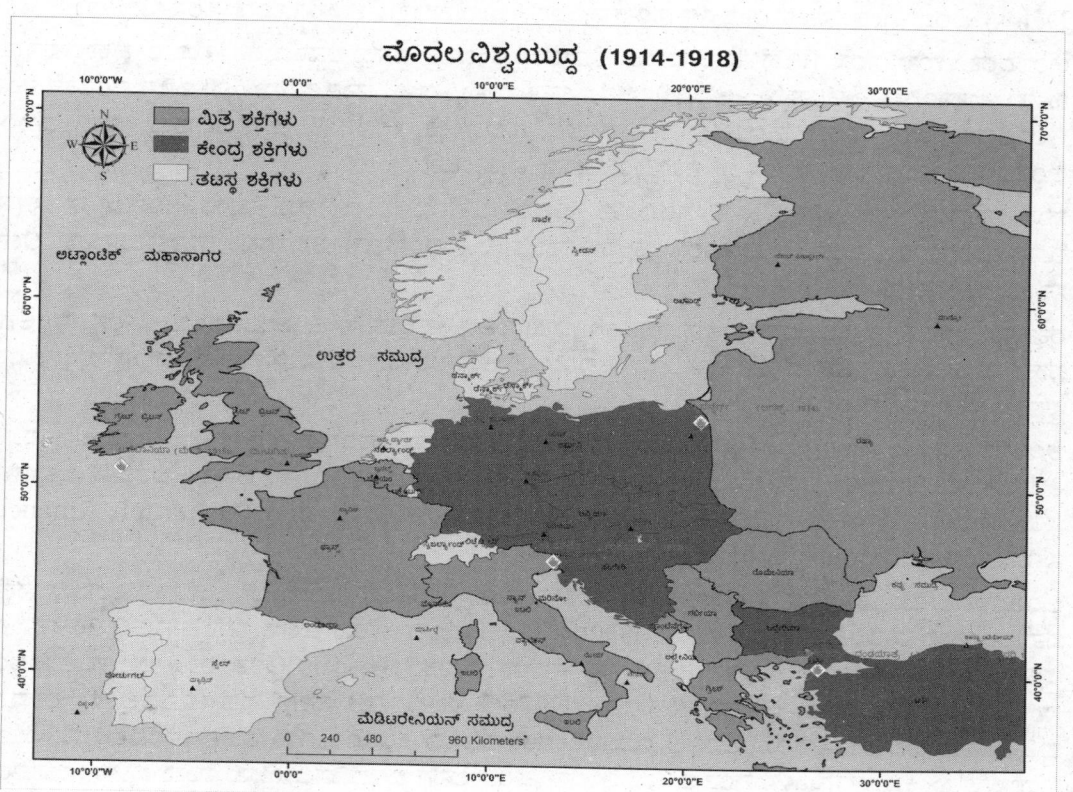

* * * * *

ಮೊದಲ ವಿಶ್ವಯುದ್ಧ (1914-1918)

ಅಧ್ಯಾಯ - 27

ರಾಷ್ಟ್ರ ಸಂಘ (The League of Nations)

ಅಂತರರಾಷ್ಟ್ರೀಯ ಮಟ್ಟದಲ್ಲಿ ಶಾಂತಿಯನ್ನು ಸ್ಥಾಪಿಸಿ ಆ ಮೂಲಕ ವಿಶ್ವದ ಜನತೆಗೆ ಸುಭದ್ರತೆಯನ್ನು ಒದಗಿಸಿಕೊಡುವುದಕ್ಕಾಗಿ ಮೊದಲನೆಯ ಮಹಾಯುದ್ಧದ ನಂತರ ರಾಷ್ಟ್ರಸಂಘವು ಅಸ್ತಿತ್ವಕ್ಕೆ ಬಂದಿತು. ಮೊದಲನೆಯ ಮಹಾಯುದ್ಧದ ಪರಿಣಾಮವಾಗಿ ವಿಶ್ವದ ಜನತೆಯು ಅಪಾರ ಕಷ್ಟನಷ್ಟಗಳಿಗೆ ಗುರಿಯಾಗಬೇಕಾಯಿತು. ಜೊತೆಗೆ ಭೀಕರ ನರಹತ್ಯೆ, ಆರ್ಥಿಕ ದುಂದುವೆಚ್ಚ, ಅವ್ಯವಸ್ಥೆ ಮತ್ತು ಅರಾಜಕತೆಯ ಪರಿಣಾಮವಾಗಿ ಇಡೀ ವಿಶ್ವವೇ ತಲ್ಲಣಿಸಿತು. ಮಹಾಯುದ್ಧದ ಕ್ರೂರ ಪರಿಣಾಮ ಮತ್ತು ಶಾಂತಿಯ ಕೂಗು ಪ್ರಥಮ ಪ್ರಮುಖ ಅಂತರರಾಷ್ಟ್ರೀಯ ಸಂಸ್ಥೆಯ ಜನನಕ್ಕೆ ಕಾರಣವಾಯಿತು. ರಾಷ್ಟ್ರಸಂಘವು ಏಕಾಏಕೀ ಉದ್ಭವಗೊಂಡ ಸಂಸ್ಥೆಯಲ್ಲ, ಇದರ ಸ್ಥಾಪನೆಗೂ ಮುಂಚೆ ಶಾಂತಿಯನ್ನು ಮೂಡಿಸುವುದಕ್ಕಾಗಿ ಹಲವಾರು ಪ್ರಯತ್ನಗಳು ನಡೆದಿರುವುದನ್ನು ಕಾಣಬಹುದು. ಅವುಗಳ ಹಿನ್ನೆಲೆಯನ್ನು ಈ ಕೆಳಕಂಡಂತೆ ಪರಿಶೀಲಿಸಬಹುದಾಗಿದೆ.

ಅಂತರರಾಷ್ಟ್ರೀಯ ಸಂಸ್ಥೆಗಳ ಬೆಳವಣಿಗೆಯ ಇತಿಹಾಸ

ರಾಷ್ಟ್ರಸಂಘವು ಅಸ್ತಿತ್ವಕ್ಕೆ ಬರುವ ಮುಂಚೆ ರಾಷ್ಟ್ರ ರಾಷ್ಟ್ರಗಳ ನಡುವೆ ಉಂಟಾಗಬಹುದಾದ ಬಿಕ್ಕಟ್ಟು ವಿವಾದಗಳನ್ನು ಇತ್ಯಾರ್ಥಪಡಿಸುವುದಕ್ಕಾಗಿ ಅಂತರರಾಷ್ಟ್ರೀಯ ಮಟ್ಟದ ಒಂದು ಶಾಶ್ವತ ಸಂಸ್ಥೆಯ ಅಗತ್ಯವಿದ್ದು, ಅಂತಹ ಸಂಸ್ಥೆಯ ಸ್ಥಾಪನೆಯ ಪ್ರಯತ್ನಗಳನ್ನು ಇಲ್ಲಿ ಗುರ್ತಿಸಬಹುದಾಗಿದೆ.

1) ಪ್ರಾಚೀನ ಗ್ರೀಕ್‌ನಗರ ರಾಜ್ಯಗಳ ನಡುವೆ ಯುದ್ಧವು ಸಾಮಾನ್ಯವಾಗಿತ್ತು. ಈ ಯುದ್ಧಗಳನ್ನು ತಡೆಗಟ್ಟಿ ಶಾಂತಿ, ಸುವ್ಯವಸ್ಥೆಯನ್ನು ಕಾಪಾಡುವುದಕ್ಕಾಗಿ ಪ್ರಯತ್ನಿಸಲಾಯಿತು. ಅವುಗಳೆಂದರೆ ಗ್ರೀಕರ ಧಾರ್ಮಿಕ ಕ್ಷೇತ್ರದಲ್ಲಿದ್ದ ಅಂಫಿಕ್ಷನ್(Amphyctions). ಧಾರ್ಮಿಕ ಸಂಸ್ಥೆಗಳ ಉದ್ದೇಶ ಸದಸ್ಯರ ನಡುವೆ ಉಂಟಾಗುವ ವಿವಾದಗಳನ್ನು ನ್ಯಾಯಪಂಚಾಯಿತಿಯ ಮೂಲಕ ಇತ್ಯರ್ಥಪಡಿಸುವುದಾಗಿತ್ತು. ಕಾನ್‌ಫೆಡರಸಿ ಆಫ್ ಡೆಲೊಸ್ (Confederacy of Delos) ಎಂಬ ಗ್ರೀಕ್ ನಗರ ರಾಷ್ಟ್ರಗಳ ಸಂಘವು ಇದೇ ಉದ್ದೇಶಕ್ಕಾಗಿ ರಚನೆಗೊಂಡ ಸಂಸ್ಥೆಯಾಗಿತ್ತು.

2) ಅಂತರರಾಷ್ಟ್ರೀಯ ಸಂಸ್ಥೆಗಳ ಬೆಳವಣಿಗೆಯಲ್ಲಿ ರೋಮನ್ನರ ಪಾತ್ರ ಪ್ರಮುಖವಾದುದು. ರೋಂ ಚಕ್ರಾಧಿಪತ್ಯದಲ್ಲಿ ವಿವಿಧ ಜನಾಂಗದ ಜನರಿದ್ದರು. ಅವರಲ್ಲಿ ಅನ್ಯೋನ್ಯತೆಯನ್ನು, ವಿಶ್ವ ಭ್ರಾತೃತ್ವವನ್ನು ಮೂಡಿಸುವಂತಹ ಮತ್ತು ಅಂತರರಾಷ್ಟ್ರೀಯ ಸಂಸ್ಥೆಗೆ ಹೊಂದಿಕೆಯಾಗುವಂತಹ ಹಲವಾರು ಸಂಸ್ಥೆಗಳು ಅಸ್ತಿತ್ವದಲ್ಲಿದ್ದವು. ಇವು ಮುಂದೆ ಅಂತರರಾಷ್ಟ್ರೀಯ ಸಂಸ್ಥೆಯ ಅಸ್ತಿತ್ವಕ್ಕೆ ನಾಂದಿಯಾದವು ಎನ್ನಬಹುದು.

3) ಮಧ್ಯಯುಗದಲ್ಲಿ ಅಂತರರಾಷ್ಟ್ರೀಯ ಸ್ವರೂಪದ ಹಲವು ಬಗೆಯ ರಾಜಕೀಯ ಮತ್ತು ವಾಣಿಜ್ಯ ಸಂಸ್ಥೆಗಳು ರೂಪಿತವಾಗಿದ್ದವು. ಉದಾ: ಜರ್ಮನಿಯ ಹಲವು ರಾಜ್ಯಗಳು ಒಪ್ಪಂದ ಮಾಡಿಕೊಂಡು "ಹ್ಯಾನ್ಸಿಯಾಟಿಕ್ ಲೀಗ್" ಸ್ಥಾಪಿಸಿಕೊಂಡಿದ್ದವು.

4) ರಾಷ್ಟ್ರಗಳ ನಡುವಣ ಸಂಬಂಧವು ಕ್ರಮೇಣವಾಗಿ ವೃದ್ಧಿಸುತ್ತಿದ್ದ ಫಲವಾಗಿ ಅಂತರರಾಷ್ಟ್ರೀಯ ಸಂಸ್ಥೆಗಳ ಅಗತ್ಯ ಸಹಜವಾಗಿ ಹೆಚ್ಚಿತು. 1648ರ ವೆಸ್ಟ್‌ಫಾಲಿಯ ಒಪ್ಪಂದವು ಅಂತರರಾಷ್ಟ್ರೀಯ ಸಂಸ್ಥೆಗಳ ಬೆಳವಣಿಗೆಯಲ್ಲಿ ಒಂದು ಪ್ರಮುಖ ಮೈಲುಗಲ್ಲಾಯಿತು.

5) ಅಂತರರಾಷ್ಟ್ರೀಯ ಸಂಸ್ಥೆಗಳ ಬೆಳವಣಿಗೆಯ ಹಂತದಲ್ಲಿ ವಿಯೆನ್ನಾ ಕಾಂಗ್ರೆಸ್ (1814-15) ಒಂದು ಪ್ರಮುಖ ತಿರುವನ್ನು ನೀಡಿತು. ಈ ಸಮ್ಮೇಳನದ ನಂತರ ಕೆಲವು ಅಂತರರಾಷ್ಟ್ರೀಯ ಸಂಸ್ಥೆಗಳು ಅಸ್ತಿತ್ವಕ್ಕೆ ಬಂದವು ಅವುಗಳಲ್ಲಿ ಪ್ರಮುಖವಾದವುಗಳೆಂದರೆ-ಪವಿತ್ರ ಮೈತ್ರಿ (Holy Alliance), ಚತುಷ್ಕೂಟ ಮೈತ್ರಿ (Quadruple Alliance), ಐರೋಪ್ಯ ಕೂಟ (Concert of Europe).

6) ಅಂತರರಾಷ್ಟ್ರೀಯ ಸಂಸ್ಥೆಗಳ ಬೆಳವಣಿಗೆಯಲ್ಲಿ 1899 ಮತ್ತು 1907ರಲ್ಲಿ ಹಾಲೆಂಡ್‌ನ ಹೇಗ್ ಎಂಬಲ್ಲಿ ನಡೆದ ಸಮ್ಮೇಳನಗಳು ಪ್ರಮುಖವಾದವುಗಳಾಗಿವೆ. 1899ರಲ್ಲಿ ನಡೆದ ಮೊದಲನೆಯ ಹೇಗ್ ಸಮ್ಮೇಳನದಲ್ಲಿ 26 ರಾಷ್ಟ್ರಗಳ ಪ್ರತಿನಿಧಿಗಳು ಭಾಗವಹಿಸಿದ್ದು, ವಿವಾದಗಳನ್ನು ಇತ್ಯರ್ಥಪಡಿಸುವುದಕ್ಕಾಗಿ ಖಾಯಂ ಅಂತರರಾಷ್ಟ್ರೀಯ ನ್ಯಾಯಾಲಯ ಸ್ಥಾಪಿಸುವ ನಿರ್ಣಯವನ್ನು ಅನುಮೋದಿಸಿದವು. 1907ರಲ್ಲಿ ನಡೆದ 2ನೇ ಹೇಗ್ ಸಮ್ಮೇಳನದಲ್ಲಿ 44 ರಾಷ್ಟ್ರಗಳ ಪ್ರತಿನಿಧಿಗಳು ಭಾಗವಹಿಸಿದ್ದರು. ಇದರಲ್ಲಿ ಯುದ್ಧಕ್ಕೆ ಸಂಬಂಧಿಸಿದ ಕಾನೂನುಗಳು ರಚನೆಗೊಂಡಿದ್ದಲ್ಲದೆ, ಯುದ್ಧ ವಿಧಾನಗಳನ್ನು ಕ್ರಮಬದ್ಧಗೊಳಿಸುವಂತಹ ಸಮಸ್ಯೆಗಳನ್ನು ಪರಿಶೀಲನೆಗೆ ಒಳಪಡಿಸಲಾಯಿತು ಮತ್ತು ಬ್ರಿಟನ್ ನೇತೃತ್ವದಲ್ಲಿ

ಅಂತರರಾಷ್ಟ್ರೀಯ ಬಹುಮಾನ ಅಪೀಲು ನ್ಯಾಯಾಲಯವನ್ನು (International Prize Court of Appeal) ಸ್ಥಾಪಿಸುವ ಆಶಯವನ್ನು ವ್ಯಕ್ತಪಡಿಸಿದವು. 1899 ರಿಂದ 1912 ರವರೆಗೆ 11 ರಾಷ್ಟ್ರಗಳು ತಮ್ಮ ವಿವಾದಗಳನ್ನು ಅಂತರರಾಷ್ಟ್ರೀಯ ನ್ಯಾಯಾಲಯದ ಮೂಲಕ ಬಗೆಹರಿಸಿಕೊಂಡವು. ಇವೆಲ್ಲವುಗಳ ತಳಪಾಯದ ಮೇಲೆ ರಾಷ್ಟ್ರಸಂಘವು ರೂಪಿತವಾಯಿತು.

ರಾಷ್ಟ್ರಸಂಘದ ಉದಯ: ರಾಷ್ಟ್ರಸಂಘವು ವಿಶ್ವದ ಪ್ರಥಮ ಜಾಗತಿಕ ಸಂಸ್ಥೆ, ಮೊದಲನೆಯ ಮಹಾಯುದ್ಧದ ಭೀಕರತೆಯ ಫಲವಾಗಿ ಅಂತರರಾಷ್ಟ್ರೀಯ ಶಾಂತಿ ಸ್ಥಾಪನೆಗೋಸ್ಕರ ಈ ಸಂಘವು ಅಸ್ತಿತ್ವಕ್ಕೆ ಬಂದಿತು. ಯುದ್ಧದಿಂದ ರಾಷ್ಟ್ರಗಳ ಸಮಸ್ಯೆಯನ್ನು ಪೂರ್ಣವಾಗಿ ನಿವಾರಿಸಿಕೊಳ್ಳಲು ಸಾಧ್ಯವಿಲ್ಲ ಮತ್ತು ಗೆದ್ದ ರಾಷ್ಟ್ರಗಳಿಗೆ ಅದರಿಂದ ಲಾಭವಿಲ್ಲ ಎಂಬ ಸತ್ಯವನ್ನು ವಿಶ್ವದ ರಾಷ್ಟ್ರಗಳು ಅರಿತವು. ಅಂತರರಾಷ್ಟ್ರೀಯ ಶಾಂತಿ ಮತ್ತು ಭದ್ರತೆಯನ್ನು ಸ್ಥಾಪಿಸುವುದಕ್ಕಾಗಿ ವುಡ್ರೋವಿಲ್ಸನ್‌ರವರು 14 ಅಂಶಗಳನ್ನು ಪ್ರಪಂಚದ ಮುಂದಿರಿಸಿದರು. 14ನೇ ಅಂಶವು ರಾಷ್ಟ್ರಸಂಘದ ಸ್ಥಾಪನೆಗೆ ಸಂಬಂಧಿಸಿತ್ತು.

ಲೀಗ್‌ಆಫ್ ನೇಷನ್ಸ್‌ನ ಬಾವುಟ

ರಾಷ್ಟ್ರಸಂಘದ ಕರಡನ್ನು ಅಮೇರಿಕಾದ ಅಧ್ಯಕ್ಷರಾಗಿದ್ದ ವಿಲ್ಸನ್‌ರವರೇ ಬರೆದರು. ಇದನ್ನು ತಜ್ಞ ಸಮಿತಿಯೊಂದು ಪುನರ್ ಪರಿಶೀಲಿಸಿ ಈ ತಾಮ್ರಪಟದ ಮೇಲೆ ಸಾಕಷ್ಟು ಚರ್ಚೆ ನಡೆಯಿತು. ಲೀಗ್‌ನ ತಾಮ್ರಪಟವನ್ನು ವರ್ಸೇಲ್ಸ್ ಒಪ್ಪಂದದಲ್ಲಿ ಸೇರಿಸಲಾಯಿತು. ವರ್ಸೇಲ್ಸ್ ಒಪ್ಪಂದಕ್ಕೆ ದಿನಾಂಕ 28–6–1919 ರಂದು ಅಂಕಿತ ಹಾಕಲಾಯಿತು. ಅಧಿಕೃತವಾಗಿ ದಿನಾಂಕ 10–1–1920 ರಂದು ರಾಷ್ಟ್ರಸಂಘವು ಅಸ್ತಿತ್ವಕ್ಕೆ ಬಂದಿತು. ಇದರ ಕಛೇರಿಯನ್ನು ಸ್ವಿಟ್ಜರ್‌ಲ್ಯಾಂಡ್‌ನ ಜಿನೀವಾದಲ್ಲಿ ಸ್ಥಾಪಿಸಲಾಯಿತು.

ಲೀಗ್‌ನ ಸದಸ್ಯತ್ವ: ರಾಷ್ಟ್ರಸಂಘದ ತಾಮ್ರಪಟದ ಮೊದಲನೆಯ ಏಳು ಕಲಮುಗಳು ಸದಸ್ಯತ್ವಕ್ಕೆ ಸಂಬಂಧಿಸಿವೆ. ಅವುಗಳಲ್ಲಿ ಲೀಗಿನ ಸದಸ್ಯತ್ವಕ್ಕೆ ಅರ್ಹತೆ ಮತ್ತು ಕಟ್ಟಳೆಗಳನ್ನು ವಿವರಿಸಲಾಗಿದೆ. ಇಲ್ಲಿ ಎರಡು ವಿಧವಾದ ಸದಸ್ಯ ರಾಷ್ಟ್ರಗಳನ್ನು ಗುರ್ತಿಸಬಹುದಾಗಿದೆ. 1. ಮೂಲ ಸದಸ್ಯ ರಾಷ್ಟ್ರಗಳು 2. ಮೂಲವಲ್ಲದ ಸದಸ್ಯ ರಾಷ್ಟ್ರಗಳು

ಮೂಲ ಸದಸ್ಯರಾಷ್ಟ್ರಗಳು: ಒಪ್ಪಂದಕ್ಕೆ ಸಹಿಹಾಕಿದ ರಾಷ್ಟ್ರಗಳು ಮತ್ತು 20–3–1920 ರೊಳಗೆ ಲೀಗಿನ ತಾಮ್ರಪಟಕ್ಕೆ ಆಮಂತ್ರಣದ ಮೇರೆಗೆ ಬಂದು ಸಹಿಹಾಕಿದಂತಹ ರಾಷ್ಟ್ರಗಳನ್ನು ಮೂಲಸದಸ್ಯ ರಾಷ್ಟ್ರಗಳೆನ್ನುತ್ತಾರೆ. ಮೂಲಸದಸ್ಯ ರಾಷ್ಟ್ರಗಳ ಸಂಖ್ಯೆ 43. ಅವುಗಳಲ್ಲಿ 30 ರಾಷ್ಟ್ರಗಳು ಮಿತ್ರರಾಷ್ಟ್ರಗಳ ಗುಂಪಿಗೆ ಸೇರಿದ್ದು ಅವೆಲ್ಲ ವರ್ಸೇಲ್ಸ್ ಒಪ್ಪಂದಕ್ಕೆ ಸಹಿಹಾಕಿದವು. ಇತರ 13 ರಾಷ್ಟ್ರಗಳು ಲೀಗಿನ ಆಮಂತ್ರಣದನ್ವಯ ನಿರ್ಧಿಷ್ಟಗೊಳಿಸಿದ ದಿನಾಂಕದೊಳಗೆ ಸಹಿ ಹಾಕುವುದರ ಮೂಲಕ ಇವು ಮೂಲ ಸದಸ್ಯ ರಾಷ್ಟ್ರಗಳೆನಿಸಿಕೊಂಡವು.

ಮೂಲವಲ್ಲದ ಸದಸ್ಯ ರಾಷ್ಟ್ರಗಳು: ದಿನಾಂಕ 20–3–1920ರ ನಂತರ ಸದಸ್ಯತ್ವವನ್ನು ಪಡೆದ ರಾಷ್ಟ್ರಗಳನ್ನು ಮೂಲವಲ್ಲದ ಸದಸ್ಯರಾಷ್ಟ್ರಗಳೆನ್ನುತ್ತಾರೆ. ಕ್ರಮೇಣ ಲೀಗಿನ ಸದಸ್ಯರಾಷ್ಟ್ರಗಳ ಸಂಖ್ಯೆಯು ಏರು ಪೇರಾಗುತ್ತಾ ಹೋಯಿತು. 1935ರಲ್ಲಿ 62 ರಾಷ್ಟ್ರಗಳ ಸದಸ್ಯತ್ವವನ್ನು ಹೊಂದಿದ್ದ ರಾಷ್ಟ್ರಸಂಘವು, 1935ರ ನಂತರದಲ್ಲಿ ಸದಸ್ಯರ ಸಂಖ್ಯೆಯು ಇಳಿಮುಖವಾಗುತ್ತಾ ಹೋಯಿತು. ಅಮೇರಿಕಾ ದೇಶವು ರಾಷ್ಟ್ರಸಂಘದ ಸದಸ್ಯತ್ವವನ್ನು ಪಡೆದಿರಲಿಲ್ಲ. ರಾಷ್ಟ್ರಸಂಘದ ನಿಯಮದ ಪ್ರಕಾರ ಯಾವುದೇ ಒಂದು ರಾಷ್ಟ್ರವು ರಾಷ್ಟ್ರಸಂಘದ ಸದಸ್ಯತ್ವವನ್ನು ಪಡೆಯಬೇಕಾದರೆ ಕೆಲವು ಅರ್ಹತೆಗಳನ್ನು ಪಡೆದಿರಬೇಕೆಂದು ತಿಳಿಸಿದೆ. ಅವುಗಳಾವುವೆಂದರೆ ಮಹಾಸಭೆಯ (Assembly) $^{2}/_{3}$ರಷ್ಟು ಸದಸ್ಯರು ಒಪ್ಪಿ ಅನುಮೋದಿಸಲ್ಪಟ್ಟ ಯಾವುದೇ ಒಂದು ರಾಷ್ಟ್ರ ಅಥವಾ ಡೊಮಿನಿಯನ್ ಅಥವಾ ವಸಾಹತು ರಾಷ್ಟ್ರವು ರಾಷ್ಟ್ರಸಂಘದ ಸದಸ್ಯತ್ವವನ್ನು ಪಡೆಯಬಹುದಾಗಿತ್ತು. ಜೊತೆಗೆ ರಾಷ್ಟ್ರಸಂಘದ ಎಲ್ಲ ನೀತಿ ನಿಬಂಧನೆಗಳಿಗೆ ಅನುಗುಣವಾಗಿ ನಡೆಯುತ್ತೇನೆಂಬ ಭರವಸೆಯನ್ನು ಸಹ ಆ ರಾಷ್ಟ್ರಗಳು ನೀಡಬೇಕಾಗಿತ್ತು.

ರಾಷ್ಟ್ರಸಂಘದ ಸದಸ್ಯತ್ವವನ್ನು ಪಡೆದಂತಹ ರಾಷ್ಟ್ರಗಳು ಕೆಲವು ನಿಯಮಗಳನ್ನು ಪಾಲಿಸಬೇಕಾಗಿದ್ದಿತು, ಅವುಗಳೆಂದರೆ:

1. ಸದಸ್ಯ ರಾಷ್ಟ್ರವು ಒಂದು ವಿವಾದಾಸ್ಪದ ವಿಷಯವನ್ನು ಮೊದಲು ರಾಷ್ಟ್ರಸಂಘದ ಮುಂದಿಡದೆ ಹಾಗೂ ಅದರ ಸಲಹೆಯನ್ನು ಪಡೆಯದೆ ಮತ್ತೊಂದು ರಾಷ್ಟ್ರದ ಮೇಲೆ ಯುದ್ಧವನ್ನು ಮಾಡುವಂತಿರಲಿಲ್ಲ.

2. ವಿವಾದದ ಬಗ್ಗೆ ರಾಷ್ಟ್ರಸಂಘವು ತನ್ನ ತೀರ್ಪನ್ನು ಕೊಟ್ಟನಂತರ ಮೂರು ತಿಂಗಳು ಕಳೆಯುವವರೆಗೂ ಯುದ್ಧವನ್ನು ಘೋಷಿಸುವಂತಿರಲಿಲ್ಲ.
3. ಯಾವುದೇ ಸದಸ್ಯ ರಾಷ್ಟ್ರ ಈ ನಿಯಮವನ್ನು ಉಲ್ಲಂಘಿಸಿ ತನ್ನ ನೆರೆ ರಾಷ್ಟ್ರದ ಮೇಲೆ ಆಕ್ರಮಣ ಮಾಡಿದರೆ ತಕ್ಷಣ ಆ ರಾಷ್ಟ್ರವನ್ನು ಆಕ್ರಮಣಕಾರಿ ರಾಷ್ಟ್ರವೆಂದು ಘೋಷಿಸಿ, ಉಳಿದ ರಾಷ್ಟ್ರಗಳು ಅದರ ಮೇಲೆ ಆರ್ಥಿಕ ದಿಗ್ಬಂಧನವನ್ನು ವಿಧಿಸುವುದು. ಇದು ಫಲಕಾರಿಯಾಗದಿದ್ದರೆ ಬಲ ಪ್ರಯೋಗದ ಮೂಲಕ ಕ್ರಮ ಕೈಗೊಳ್ಳುವ ಅಧಿಕಾರ ರಾಷ್ಟ್ರಸಂಘಕ್ಕಿತ್ತು.
4. ಎಲ್ಲಾ ಸದಸ್ಯರಾಷ್ಟ್ರಗಳು ರಹಸ್ಯವಾಗಿ ಮಾಡಿಕೊಳ್ಳುತ್ತಿದ್ದ ಒಪ್ಪಂದಗಳು, ರಾಜ ತಾಂತ್ರಿಕ ವ್ಯವಹಾರಗಳನ್ನು ಕೈಬಿಡಬೇಕಾಗಿತ್ತು. ವಿಶ್ವಶಾಂತಿಗೆ ಭಂಗತರುವಂತಹ ಇಂತಹ ಒಪ್ಪಂದಗಳ ಬಗ್ಗೆ ಎಚ್ಚರಿಕೆಯನ್ನು ನೀಡುವ ಅಧಿಕಾರವು ರಾಷ್ಟ್ರಸಂಘಕ್ಕಿದ್ದುದರಿಂದ ಸದಸ್ಯರಾಷ್ಟ್ರಗಳು ಕೆಲವು ನೀತಿ ನಿಯಮಗಳಿಗನುಗುಣವಾಗಿ ನಡೆಯಬೇಕಾಗಿತ್ತು.

ರಾಷ್ಟ್ರ ಸಂಘದ ಗುರಿಗಳು ಮತ್ತು ಉದ್ದೇಶಗಳು

ರಾಷ್ಟ್ರಸಂಘದ ಪ್ರಣಾಳಿಕೆಯು ಪ್ರಸ್ತಾವನೆ ಮತ್ತು 26 ವಿಧಿಗಳನ್ನು ಮತ್ತು 4000 ಪದಗಳನ್ನು ಒಳಗೊಂಡಿತ್ತು. ಮೊದಲ 7 ವಿಧಿಗಳು ರಾಷ್ಟ್ರಸಂಘದ ಸದಸ್ಯತ್ವ ಮತ್ತು ಅದರ ಸಂವಿಧಾನಾತ್ಮಕ ವ್ಯವಸ್ಥೆಯ ಬಗ್ಗೆ ವಿವರಗಳನ್ನು ನೀಡುತ್ತದೆ. 8 ರಿಂದ 17ನೇ ವಿಧಿಗಳಲ್ಲಿ ವಿಶ್ವಶಾಂತಿ ಸಂರಕ್ಷಣೆಯ ಬಗ್ಗೆ ವಿವರಗಳನ್ನು ಹೊಂದಿವೆ. 18 ರಿಂದ 21 ರವರೆಗಿನ ವಿಧಿಗಳು, ಒಪ್ಪಂದಗಳು, ವಲಯಕೂಟಗಳು ಮತ್ತು ಶಾಂತಿಯುತ ಬದಲಾವಣೆಗೆ ಸಂಬಂಧಿಸಿದ್ದರೆ, 22–26ನೇ ವಿಧಿಗಳು ಪ್ರಣಾಳಿಕೆಯ ತಿದ್ದುಪಡಿ, ಅಂತರರಾಷ್ಟ್ರೀಯ ಸಹಕಾರ ಮತ್ತು ವಿಶ್ವಕಲ್ಯಾಣದ ಸಮಸ್ಯೆಗಳಿಗೆ ಸಂಬಂಧಪಟ್ಟಿದ್ದವು.

ರಾಷ್ಟ್ರಸಂಘದ ಪೀಠಿಕೆ:

"ಅಂತರರಾಷ್ಟ್ರೀಯ ಶಾಂತಿ, ಭದ್ರತೆ ಮತ್ತು ಸಹಕಾರವನ್ನು ಸಾಧಿಸುವುದಕ್ಕಾಗಿ ಯುದ್ಧವನ್ನು ಹೂಡುವುದಿಲ್ಲವೆಂಬ ನಮ್ಮ ಕರ್ತವ್ಯವನ್ನು ಪಾಲಿಸಲು ರಾಷ್ಟ್ರಗಳ ನಡುವೆ ಬಹಿರಂಗವಾದ, ನ್ಯಾಯಯುತವಾದ ಮತ್ತು ಗೌರವಪೂರ್ಣವಾದ ಸಂಬಂಧವನ್ನು ಬೆಳೆಸಲು ಅಂತರರಾಷ್ಟ್ರೀಯ ಕಾನೂನನ್ನು ಸ್ಥಾಪಿಸಿ ಆ ಮೂಲಕ ರಾಷ್ಟ್ರಗಳ ನಡವಳಿಕೆಯನ್ನು ಸಾಗಿಸಿಕೊಂಡು ಹೋಗಲು ಮತ್ತು ಎಲ್ಲಾ ಅಂತರರಾಷ್ಟ್ರೀಯ ಒಪ್ಪಂದಗಳನ್ನು ಗೌರವಿಸಲು ಮತ್ತು ರಾಷ್ಟ್ರಗಳ ನಡುವಿನ ಸಂಬಂಧಗಳಲ್ಲಿ ನ್ಯಾಯವನ್ನು ದೊರಕಿಸಲು ಇಂದು ನಾವು ರಾಷ್ಟ್ರಸಂಘದ ತಾಮ್ರಪಟವನ್ನು ಒಪ್ಪಿಕೊಳ್ಳುತ್ತೇವೆ" ಎಂಬ ಪೂರ್ವ ಪೀಠಿಕೆಯಲ್ಲಿ ರಾಷ್ಟ್ರಸಂಘವು ತನ್ನ ಉದಾತ್ತವಾದ ಭಾವನೆಗಳನ್ನು ವ್ಯಕ್ತಪಡಿಸಿದೆ.

ಮೊದಲನೆಯ ಮಹಾಯುದ್ಧದಿಂದಾಗಿ ಹೌಹಾರಿದ್ದ ವಿಶ್ವಜನತೆಯ ಮನದಲ್ಲಿ ಕಗ್ಗತ್ತಲು ಕವಿದು ಮುಂದಿನ ಭವಿಷ್ಯದಲ್ಲಿ ಅನಿಶ್ಚಿತತೆಯನ್ನು ಹೊಂದಿದ್ದರು. ಈ ಸಮಯದಲ್ಲಿ ಆಶಾಕಿರಣದಂತೆ ಮೂಡಿಬಂದಿತ್ತು, ರಾಷ್ಟ್ರಸಂಘ. ಇದು ಕೆಲವು ಧ್ಯೇಯೋದ್ಧೇಶಗಳನ್ನು ಹೊಂದಿತ್ತು. ಅವುಗಳೆಂದರೆ

1. ಜಗತ್ತಿನಲ್ಲಿ ಮತ್ತೊಂದು ಮಹಾಯುದ್ಧವನ್ನು ತಡೆಗಟ್ಟಿ ಆ ಮೂಲಕ ಅಂತರರಾಷ್ಟ್ರೀಯ ಶಾಂತಿ ಮತ್ತು ಸುಭದ್ರತೆಯನ್ನು ಕಾಪಾಡುವುದು.
2. ವಿಶ್ವದ ರಾಷ್ಟ್ರಗಳ ನಡುವೆ ಅಂತರರಾಷ್ಟ್ರೀಯ ಭಾವನೆಯನ್ನು ಹೆಚ್ಚಿಸಿ ಅವುಗಳ ನಡುವೆ ಪರಸ್ಪರ ಶಾಂತಿಯುತ ಸಹಬಾಳ್ವೆ–ಸಹಕಾರವನ್ನು ವೃದ್ಧಿಸುವುದು.
3. ನಿಶ್ಯಸ್ತ್ರೀಕರಣವನ್ನು ಜಾರಿಗೊಳಿಸುವ ಮೂಲಕ ಶಸ್ತ್ರಾಸ್ತ್ರ ಮತ್ತು ಸೈನ್ಯದ ಬಲವನ್ನು ಕಡಿತಗೊಳಿಸುವುದು. ರಾಷ್ಟ್ರಗಳ ನಡುವೆ ನಡೆಯುವ ರಹಸ್ಯ ಒಪ್ಪಂದಗಳನ್ನು ಕೊನೆಗೊಳಿಸಿ ಎಲ್ಲಾ ರಾಷ್ಟ್ರಗಳು ಸಮಾನವಾಗಿ ಅಂತರರಾಷ್ಟ್ರೀಯ ನಿಬಂಧನೆಗೆ ಒಳಪಡುವಂತೆ ಮಾಡುವುದು. ಆ ಮೂಲಕ ಯುದ್ಧವನ್ನು ತಡೆಗಟ್ಟುವುದು ಮತ್ತು ತಡೆಗಟ್ಟುವ ವಿವಿಧ ಮಾರ್ಗಗಳನ್ನು ಗೊತ್ತುಪಡಿಸುವುದು.
4. ಅಂತರರಾಷ್ಟ್ರೀಯ ವಿವಾದಗಳನ್ನು ನ್ಯಾಯಪಂಚಾಯಿತಿಯ ಮೂಲಕ ಶಾಂತಿಯುತವಾಗಿ ಮತ್ತು ಸಂಧಾನದ ಮೂಲಕ ಬಗೆಹರಿಸಿಕೊಳ್ಳುವುದು. ಶಾಂತಿ ಮಾರ್ಗಗಳನ್ನು ಉಲ್ಲಂಘಿಸುವ ರಾಷ್ಟ್ರಗಳ ವಿರುದ್ಧ ಕ್ರಮ ಕೈಗೊಳ್ಳುವುದು.
5. ವಸಾಹತು ರಾಷ್ಟ್ರಗಳ ನಿವಾಸಿಗಳ ಹಿತಾಸಕ್ತಿಗಳನ್ನು ಕಾಪಾಡುವುದು ಮತ್ತು ಅವರುಗಳ ಶ್ರೇಯೋಭಿವೃದ್ಧಿಗೆ ಶ್ರಮಿಸುವುದು.
6. ತನ್ನ ಸದಸ್ಯ ರಾಷ್ಟ್ರಗಳ ಸ್ವಾತಂತ್ರ್ಯ ಮತ್ತು ಸಮಗ್ರತೆಯನ್ನು ಕಾಪಾಡುವುದು.
7. ಅಂತರರಾಷ್ಟ್ರೀಯ ಸಂಸ್ಥೆಯ ಗುರಿ ಉದ್ದೇಶಗಳನ್ನು ಕಾರ್ಯಗತಗೊಳಿಸಲು ಸ್ಥಾಯಿಸಮಿತಿಗಳನ್ನು ಸ್ಥಾಪಿಸುವುದು.
8. ಪ್ರಪಂಚದ ಜನತೆಗೆ ಉತ್ತಮ ಜೀವನಾವಕಾಶಗಳನ್ನು ಕಲ್ಪಿಸಿಕೊಡುವುದು.

ಹೀಗೆ ರಾಷ್ಟ್ರಸಂಘವು ಕೆಲವು ಧ್ಯೇಯೋದ್ದೇಶಗಳನ್ನು ಹೊಂದಿದ್ದು ಅವುಗಳನ್ನು ಅನುಷ್ಠಾನಕ್ಕೆ ತರಲು ಯತ್ನಿಸಿತು.

ರಾಷ್ಟ್ರಸಂಘದ ಆಡಳಿತ

ರಾಷ್ಟ್ರಸಂಘವು ತನ್ನ ಆಡಳಿತವನ್ನು ಯಶಸ್ವಿಯಾಗಿ ನಡೆಸಿಕೊಂಡು ಹೋಗುವುದಕ್ಕಾಗಿ ಕೆಲವು ಅಂಗಸಂಸ್ಥೆಗಳನ್ನು ಹೊಂದಿತ್ತು. ಅವುಗಳೆಂದರೆ–

1. ಮಹಾಸಭೆ (The Assembly) 2. ಮಹಾಮಂಡಳಿ (The Council)
3. ಸಚಿವಾಲಯ (Secretariat)

ಇವುಗಳಲ್ಲದೆ ಅಂತರರಾಷ್ಟ್ರೀಯ ಖಾಯಂ ನ್ಯಾಯಾಲಯ, ಅಂತರರಾಷ್ಟ್ರೀಯ ಕಾರ್ಮಿಕರ ಸಂಸ್ಥೆ ಮತ್ತು ಕೆಲವು ತಾಂತ್ರಿಕ ಸಂಸ್ಥೆಗಳನ್ನು ಹೊಂದಿತ್ತು.

ಮಹಾಸಭೆ (The Assembly)

ಮಹಾಸಭೆಯು ವಿಶ್ವದ ಸಂಸತ್ತಿನೋಪಾದಿಯಲ್ಲಿತ್ತು. ಸಮಾನ ತತ್ವದ ಆಧಾರದ ಮೇಲೆ ಸದಸ್ಯ ರಾಷ್ಟ್ರಗಳೆಲ್ಲವು ಇದರ ಸದಸ್ಯತ್ವವನ್ನು ಪಡೆದಿದ್ದವು. ಪ್ರತಿಯೊಂದು ರಾಷ್ಟ್ರವು ಮಹಾಸಭೆಗೆ 3 ಜನ ಪ್ರತಿನಿಧಿಗಳನ್ನು ಕಳುಹಿಸುತ್ತಿದ್ದವು. ಆದರೆ ಒಂದೇ ಮತವನ್ನು ಚಲಾಯಿಸುವ ಅವಕಾಶವಿತ್ತು. ವಾರ್ಷಿಕ ಅಧಿವೇಶನವು ಜಿನೇವಾದಲ್ಲಿ ಪ್ರತಿವರ್ಷ ಸೆಪ್ಟೆಂಬರ್ ತಿಂಗಳ ಮೊದಲನೆಯ ಸೋಮವಾರ ನಡೆಯುತ್ತಿತ್ತು. ಅವಶ್ಯಕತೆಗೆ ಅನುಗುಣವಾಗಿ ವಿಶೇಷ ಅಧಿವೇಶನವನ್ನು ಕರೆಯಲು ಅವಕಾಶವಿತ್ತು. ಸಭೆಯ ಅಧಿವೇಶನಗಳು ಬಹಿರಂಗವಾಗಿ ನಡೆಯುತ್ತಿದ್ದವು. ಮಹಾಮಂಡಳಿಯು ಚರ್ಚಿಸುತ್ತಿದ್ದ ವಿಷಯವನ್ನುಳಿದು ವಿಶ್ವಶಾಂತಿ ಹಾಗೂ ಭದ್ರತೆಗೆ ಸಂಬಂಧಿಸಿದ ವಿಷಯವನ್ನು ಚರ್ಚಿಸಲು ಮತ್ತು ತೀರ್ಮಾನವನ್ನು ಕೈಗೊಳ್ಳಲು ಅವಕಾಶವಿತ್ತು. ತೀರ್ಮಾನವನ್ನು ಸರಳ ಬಹುಮತದ ಆಧಾರದ ಮೇಲೆ ಕೈಗೊಳ್ಳಲಾಗುತ್ತಿತ್ತು.

ಪ್ರತಿಯೊಂದು ಅಧಿವೇಶನದಲ್ಲಿಯೂ ಮಹಾಸಭೆಯು ಒಬ್ಬ ಅಧ್ಯಕ್ಷ ಮತ್ತು 12 ಜನ ಉಪಾಧ್ಯಕ್ಷರನ್ನು ಆಯ್ಕೆಮಾಡಿಕೊಳ್ಳುತ್ತಿತ್ತು. ಅಧ್ಯಕ್ಷನು ಸಭೆಯ ಕಾರ್ಯಕಲಾಪಗಳನ್ನು ನಡೆಸಿಕೊಂಡು ಹೋಗುತ್ತಿದ್ದನು. ಮಹಾಮಂಡಳಿಯ ಸದಸ್ಯನಲ್ಲದ ಸಣ್ಣ ರಾಷ್ಟ್ರದ ಪ್ರತಿನಿಧಿಯೊಬ್ಬನನ್ನು ಸಭೆಯ ಅಧ್ಯಕ್ಷನನ್ನಾಗಿ ಆರಿಸುವ ರೂಢಿ ಇತ್ತು. ಸಭೆಯು ಆರು ಸ್ಥಾಯಿ ಸಮಿತಿಗಳ ಮೂಲಕ ತನ್ನ ಕಾರ್ಯಗಳನ್ನು ನಿರ್ವಹಿಸುತ್ತಿತ್ತು. ಅವುಗಳೆಂದರೆ

1. ಸಂವಿಧಾನಾತ್ಮಕ ಮತ್ತು ಶಾಸನೀಯ ಸಮಸ್ಯೆಗಳ ಸಮಿತಿ
2. ತಾಂತ್ರಿಕ ಸಂಸ್ಥೆಗಳ ಸಮಿತಿ
3. ಶಸ್ತ್ರಾಸ್ತ್ರಗಳ ಖೋತದ ಸಮಿತಿ
4. ಆಯವ್ಯಯ ವಿಷಯಗಳ ಸಮಿತಿ
5. ಸಾಮಾಜಿಕ ಮತ್ತು ಮಾನವೀಯ ವಿಷಯಗಳ ಸಮಿತಿ
6. ರಾಜಕೀಯ ಸಮಸ್ಯೆಗಳ ಸಮತಿ ಮಹಾಸಭೆಯ ಪ್ರಥಮ ಅಧಿವೇಶನವು ನವೆಂಬರ್ 15,1920ರಲ್ಲಿ ನಡೆಯಿತು. ಈ ಅಧಿವೇಶನದಲ್ಲಿ 42 ರಾಷ್ಟ್ರಗಳು ಭಾಗವಹಿಸಿದ್ದವು.

ಮಹಾಸಭೆಯ ಕಾರ್ಯಗಳು: ಮಹಾಸಭೆಯ ಕಾರ್ಯಗಳನ್ನು ಈ ರೀತಿಯಾಗಿ ವಿಂಗಡಿಸಬಹುದಾಗಿದೆ.

1. ಚುನಾವಣಾ ಕಾರ್ಯಗಳು
2. ಸಂವಿಧಾನಿಕ ಕಾರ್ಯಗಳು
3. ಪರ್ಯಾಲೋಚಕ ಕಾರ್ಯಗಳು ಅಥವಾ ಚರ್ಚಾ ಕಾರ್ಯಗಳು

1. ಚುನಾವಣಾ ಕಾರ್ಯಗಳು:

1) ಮಹಾಮಂಡಳಿಯ ತಾತ್ಕಾಲಿಕ ಸದಸ್ಯರನ್ನು ಆಯ್ಕೆ ಮಾಡುವುದು.
2) ಮಹಾಸಮತಿಯು ಯಾವುದೇ ರಾಷ್ಟ್ರವನ್ನಾದರೂ ಖಾಯಂ ಸದಸ್ಯನನ್ನಾಗಿ ಮಾಡಿಕೊಳ್ಳಬೇಕೆಂದು ಸೂಚಿಸಿದಾಗ ಆ ವಿಷಯದ ಬಗ್ಗೆ ಬಹುಮತದ ಮೂಲಕ ನಿರ್ಣಯವನ್ನು ಕೈಗೊಳ್ಳುವುದು.
3) ಮಹಾಮಂಡಳಿಯು ತನ್ನ ಸದಸ್ಯ ರಾಷ್ಟ್ರಗಳ ಸಂಖ್ಯೆಯನ್ನು ಏರಿಸಬೇಕೆಂದು ಸಲಹೆಯನ್ನು ಮಾಡಿದಾಗ ಅದರ ಬಗ್ಗೆ ನಿರ್ಣಯ ತೆಗೆದುಕೊಳ್ಳುವುದು ಮತ್ತು ಅದಕ್ಕೆ ಅನುಮತಿ ಸಿಕ್ಕಿದರೆ ಅವರನ್ನು ಆಯ್ಕೆ ಮಾಡುವುದು.
4) ಮಹಾಕಾರ್ಯದರ್ಶಿಯ ಆಯ್ಕೆಯಲ್ಲಿಯೂ ಪ್ರಮುಖ ಪಾತ್ರ ವಹಿಸುತ್ತಿತ್ತು.
5) ಮಹಾಸಮತಿಯೊಂದಿಗೆ ಅಂತರರಾಷ್ಟ್ರೀಯ ಖಾಯಂ ನ್ಯಾಯಾಲಯದ ನ್ಯಾಯಾಧೀಶರನ್ನು ಆಯ್ಕೆ ಮಾಡುವುದು.

2. ಸಂವಿಧಾನಿಕ ಕಾರ್ಯಗಳು: ಮಹಾಸಮಿತಿಯ ಸದಸ್ಯರ ಒಪ್ಪಿಗೆಯೊಂದಿಗೆ ರಾಷ್ಟ್ರಸಂಘದ ಪ್ರಣಾಳಿಕೆಯನ್ನು ತಿದ್ದುವ ಅಧಿಕಾರವನ್ನು ಹೊಂದಿತ್ತು.

ಚರ್ಚಾ ಕಾರ್ಯಗಳು:

1) ವಿಶ್ವಶಾಂತಿ, ಸುಭದ್ರತೆ ಹಾಗೂ ಅಂತರರಾಷ್ಟ್ರೀಯ ಸಹಕಾರಕ್ಕೆ ಸಂಬಂಧಿಸಿದ ಯಾವ ವಿಷಯದ ಬಗ್ಗೆಯಾದರೂ ಚರ್ಚಿಸಲು ಅವಕಾಶವಿತ್ತು.
2) ವಿಶ್ವಶಾಂತಿಗೆ ಮಾರಕವಾಗುವ ಅಂತರರಾಷ್ಟ್ರೀಯ ರಾಜಕೀಯ ಮತ್ತು ಆರ್ಥಿಕ ಬಿಕ್ಕಟ್ಟುಗಳ ಬಗ್ಗೆ ಚರ್ಚಿಸುತ್ತಿತ್ತು.
3) ವಾರ್ಷಿಕ ಆಯವ್ಯಯದ ಬಗ್ಗೆ ಕೂಲಂಕಷವಾಗಿ ಚರ್ಚಿಸುತ್ತಿತ್ತು.
4) ಹಲವಾರು ತಾಂತ್ರಿಕ ಸಂಸ್ಥೆಗಳ ಕಾರ್ಯದ ಮೇಲ್ವಿಚಾರಣೆ ನಡೆಸುತ್ತಿತ್ತು.

ಮಹಾ ಮಂಡಳಿ (The Council)

ಮಹಾಸಭೆಯನ್ನು ವಿಶ್ವ ಶಾಸಕಾಂಗವೆಂದು ಕರೆಯುವಾಗ ಮಹಾಸಮಿತಿಯನ್ನು ವಿಶ್ವ ಕಾರ್ಯಾಂಗವೆಂದು ಕರೆದರೆ ತಪ್ಪಾಗಲಾರದು. ಇದರಲ್ಲಿ 3 ವರ್ಗದ ಸದಸ್ಯರುಗಳಿದ್ದರು–ಅವರುಗಳೆಂದರೆ 1. ಖಾಯಂ ಸದಸ್ಯರು 2. ಖಾಯಂ ಅಲ್ಲದ ಸದಸ್ಯರು 3. ವಿಶೇಷ ಸದಸ್ಯರು

ಬ್ರಿಟನ್, ಫ್ರಾನ್ಸ್, ಇಟಲಿ, ಜರ್ಮನಿ ಮತ್ತು ಜಪಾನ್ ಇವುಗಳು ಖಾಯಂ ಸದಸ್ಯ ರಾಷ್ಟ್ರಗಳಾಗಿದ್ದವು. ಇವು ವಿಶ್ವದ ಶಕ್ತಿ ಬಣ ರಾಷ್ಟ್ರಗಳಾಗಿದ್ದವು. ಅಮೇರಿಕಾಕ್ಕೆ ಖಾಯಂ ಸದಸ್ಯರಾಷ್ಟ್ರವಾಗಲು ಅವಕಾಶವನ್ನು ಮಾಡಿಕೊಡಲಾಗಿತ್ತು. ಆದರೆ ಅಮೆರಿಕಾವು ರಾಷ್ಟ್ರಸಂಘದ ಸದಸ್ಯತ್ವವನ್ನು ಪಡೆಯಲಿಲ್ಲ. ಖಾಯಂ ಸದಸ್ಯರ ಸಂಖ್ಯೆಯನ್ನು ಹೆಚ್ಚಿಸಲು ಸಹ ಅವಕಾಶವಿತ್ತು. ಮಹಾಸಭೆಯು ಮಹಾಸಮಿತಿಯ ಖಾಯಂ ಅಲ್ಲದ ಸದಸ್ಯರಾಷ್ಟ್ರಗಳನ್ನು ಆಯ್ಕೆ ಮಾಡುತ್ತಿತ್ತು. ಇವುಗಳ ಅಧಿಕಾರಾವಧಿ ಮೂರು ವರ್ಷಗಳಾಗಿದ್ದವು. 1937ರ ಹೊತ್ತಿಗೆ ಖಾಯಂ ಅಲ್ಲದ ಸದಸ್ಯರಾಷ್ಟ್ರಗಳ ಸಂಖ್ಯೆ ಹತ್ತಕ್ಕೇರಿತು.

ಮಹಾಸಮಿತಿಯಲ್ಲಿ ವಿಶೇಷ ಸದಸ್ಯರಿಗೆ ಅವಕಾಶವನ್ನು ನೀಡಲಾಗಿತ್ತು. ರಾಷ್ಟ್ರಸಂಘದ ಪ್ರಣಾಳಿಕೆಯ ಅನ್ವಯ–ಮಹಾಮಂಡಳಿಯ ಸದಸ್ಯತ್ವವನ್ನು ಪಡೆಯದ ಲೀಗ್‌ನ ಯಾವ ಸದಸ್ಯ ರಾಷ್ಟ್ರವಾಗಲಿ ಅದಕ್ಕೆ ಸಂಬಂಧಪಟ್ಟಂತೆ ವಿಚಾರ ಒಂದನ್ನು ಚರ್ಚಿಸುತ್ತಿರುವಾಗ ಅಥವಾ ಪರಿಶೀಲಿಸುತ್ತಿರುವಾಗ ಆ ರಾಷ್ಟ್ರವನ್ನು ವಿಶೇಷವಾಗಿ ಆಹ್ವಾನಿಸಲಾಗುತ್ತಿತ್ತು. ಆ ರಾಷ್ಟ್ರವು ಮಹಾಮಂಡಳಿಯ ಕಾರ್ಯಕಲಾಪಗಳಲ್ಲಿ ಭಾಗವಹಿಸುವ ಮತ್ತು ಮತ ಚಲಾಯಿಸುವ ಅವಕಾಶವನ್ನು ಹೊಂದಿತ್ತು. ಮಹಾ ಮಂಡಳಿಯ ಅಧಿವೇಶನವು ವರ್ಷಕ್ಕೆ ನಾಲ್ಕು ಭಾರಿ ಸೇರುತ್ತಿತ್ತು. ಸದಸ್ಯ ರಾಷ್ಟ್ರಗಳ ಕೋರಿಕೆಯ ಅನ್ವಯ ಮಹಾ ಮಂಡಳಿಯ ವಿಶೇಷ ಅಧಿವೇಶನವನ್ನು ಕರೆಯುವ ಅವಕಾಶವಿತ್ತು. ರಾಷ್ಟ್ರಸಂಘದ ವ್ಯಾಪ್ತಿಯೊಳಗೆ ಬರುವ ಎಲ್ಲಾ ವಿಷಯಗಳ ಬಗ್ಗೆ ಚರ್ಚಿಸುವ ಅಧಿಕಾರದೊಂದಿಗೆ, ತೀರ್ಮಾನವನ್ನು ಕೈಗೊಳ್ಳುವ ಅಧಿಕಾರವನ್ನು ಪಡೆದಿತ್ತು.

ಮಹಾಸಮಿತಿಯ ಕಾರ್ಯಗಳು: ರಾಷ್ಟ್ರಸಂಘದ ಯಶಸ್ಸು ಅಥವಾ ವಿಫಲತೆಯು ಮಹಾಸಮಿತಿಯ ಕಾರ್ಯವೈಖರಿಯನ್ನು ಅವಲಂಬಿಸಿತ್ತು. ಪ್ರಮುಖ ನಿರ್ಣಯಗಳನ್ನು ಕೈಗೊಳ್ಳಬೇಕಾದರೆ ಸಮಿತಿಯು ಎಲ್ಲಾ ಸದಸ್ಯರ ಬೆಂಬಲವನ್ನು ಪಡೆಯಬೇಕಾಗಿತ್ತು. ಸಮಿತಿಯ ಕಾರ್ಯಗಳೆಂದರೆ–

1) ವಿಶ್ವಶಾಂತಿ ಮತ್ತು ಭದ್ರತೆಗೆ ಸಂಬಂಧಿಸಿದ ವಿಷಯಗಳನ್ನು ಚರ್ಚಿಸಿ ತೀರ್ಮಾನಗಳನ್ನು ಕೈಗೊಳ್ಳುವ ಅಧಿಕಾರವನ್ನು ಹೊಂದಿತ್ತು.
2) ರಾಷ್ಟ್ರಗಳ ನಡುವಣ ವಿವಾದಗಳನ್ನು ಶಾಂತರೀತಿಯಲ್ಲಿ ಬಗೆಹರಿಸುವುದು.
3) ಲೀಗ್‌ನ ಪ್ರಧಾನ ಕಾರ್ಯದರ್ಶಿ ಮಾಡಿದ ನೇಮಕಗಳನ್ನು ದೃಢೀಕರಿಸುವುದು.
4) ನಿಶಸ್ತ್ರೀಕರಣದ ಬಗ್ಗೆ ಯೋಜನೆಗಳನ್ನ ರೂಪಿಸಿ, ಶಸ್ತ್ರಾಸ್ತ್ರಗಳ ತಯಾರಿಕೆಯನ್ನು ಕಡಿತಗೊಳಿಸುವುದು.
5) ಲೀಗ್‌ನ ಪ್ರಣಾಳಿಕೆಯನ್ನು ಉಲ್ಲಂಘಿಸಿದ ಸದಸ್ಯ ರಾಷ್ಟ್ರಗಳನ್ನು ಲೀಗ್‌ನಿಂದ ಉಚ್ಚಾಟಿಸುವುದು ಮತ್ತು ಲೀಗ್‌ನ ಪ್ರಣಾಳಿಕೆಯನ್ನು ಒಪ್ಪಿಕೊಂಡಂತಹ ರಾಷ್ಟ್ರಗಳಿಗೆ ಹೊಸ ಸದಸ್ಯತ್ವವನ್ನು ನೀಡುವುದು.
6) ಸಚಿವಾಲಯದ ಕಾರ್ಯಗಳ ಮೇಲ್ವಿಚಾರಣೆ ನಡೆಸುವುದು ಮತ್ತು ಮಾರ್ಗದರ್ಶನ ನೀಡುವುದು.
7) ಅಂತರರಾಷ್ಟ್ರೀಯ ಸಮ್ಮೇಳನಗಳನ್ನು ವ್ಯವಸ್ಥೆಗೊಳಿಸುವುದು.
8) ಅಂಗಸಂಸ್ಥೆಗಳ ವರದಿಗಳನ್ನು ಸ್ವೀಕರಿಸುವುದು.

9) ಮಹಾಸಭೆಯು ತೆಗೆದುಕೊಂಡ ತೀರ್ಮಾನಗಳನ್ನು ಕಾರ್ಯಗತಗೊಳಿಸುವುದು

10) ಮ್ಯಾಂಡೇಟ್‌ಗಳ ಮೇಲ್ವಿಚಾರಣೆಯನ್ನು ನಡೆಸುವುದು.

ಅಂತರರಾಷ್ಟ್ರೀಯ ಮಟ್ಟದಲ್ಲಿ ಶಾಂತಿಯನ್ನು ಸ್ಥಾಪಿಸುವ ಪ್ರಮುಖ ಜವಾಬ್ದಾರಿಯನ್ನು ಮಹಾಸಮಿತಿಯು ಹೊಂದಿತ್ತು.

ಸಚಿವಾಲಯ (The Secretariat)

ಸಚಿವಾಲಯವು ರಾಷ್ಟ್ರಸಂಘದ ಖಾಯಂ ಅಂಗತವಾಗಿತ್ತು. ಜೊತೆಗೆ ರಾಷ್ಟ್ರಸಂಘದ ಆಡಳಿತದ ಜವಾಬ್ದಾರಿಯನ್ನು ಹೊತ್ತಿದ್ದು ದೈನಂದಿನ ವ್ಯವಹಾರಗಳನ್ನು ನೋಡಿಕೊಳ್ಳುತ್ತಿತ್ತು. ಮಹಾಕಾರ್ಯದರ್ಶಿಯು ಮಹಾಮಂಡಳಿಯ ಶಿಫಾರಸ್ಸಿನ ಮೇಲೆ ಮಹಾಸಭೆಯಿಂದ ಆಯ್ಕೆಯಾಗುತ್ತಿದ್ದನು. ಮಹಾಮಂಡಳಿಯ ಒಪ್ಪಿಗೆಯ ಮೇರೆಗೆ ಸಚಿವಾಲಯದ ಅಧಿಕಾರಿಗಳು ಮತ್ತು ಸಿಬ್ಬಂಧಿಯನ್ನು ಈತ ನೇಮಿಸುತ್ತಿದ್ದನು. ಮಹಾಕಾರ್ಯದರ್ಶಿಯು ಇದರ ಮುಖ್ಯಸ್ಥನಾಗಿ ಎಲ್ಲ ಕಾರ್ಯಗಳನ್ನು ನಡೆಸಿಕೊಡುತ್ತಿದ್ದನು. ಸಚಿವಾಲಯದಲ್ಲಿ 700 ಜನ ಅಂತರರಾಷ್ಟ್ರೀಯ ಅಧಿಕಾರಿಗಳು ಕರ್ತವ್ಯವನ್ನು ನಿರ್ವಹಿಸುತ್ತಿದ್ದರು. ಮಹಾಕಾರ್ಯದರ್ಶಿ ಮತ್ತು ಇವನ ನಂತರ ನಾಲ್ಕು ಜನ ಸಹಾಯಕರು ಸಾಮಾನ್ಯವಾಗಿ ಬೃಹತ್ ರಾಷ್ಟ್ರಗಳಿಗೆ ಸೇರಿದವರಾಗಿರುತ್ತಿದ್ದರು.

ಸಚಿವಾಲಯದ ಕಾರ್ಯಗಳು:

1. ರಾಷ್ಟ್ರಸಂಘದ ದಾಖಲೆಗಳನ್ನು ವ್ಯವಸ್ಥಿತವಾಗಿಡುವುದು.
2. ಅಂತರರಾಷ್ಟ್ರೀಯ ಒಪ್ಪಂದಗಳನ್ನು ನೊಂದಾಯಿಸಿಕೊಂಡು ಪ್ರಕಟಿಸುವುದು.
3. ಮಹಾಸಭೆ ಮತ್ತು ಮಹಾಮಂಡಳಿಗಳ ಸಭೆಯನ್ನು ಕರೆಯುವುದು ಮತ್ತು ಸಭೆಗೆ ವ್ಯವಸ್ಥೆ ಮಾಡುವುದು ಮತ್ತು ಇವುಗಳ ಕಾರ್ಯಕಲಾಪಗಳ ಪಟ್ಟಿಯನ್ನು ಸಿದ್ಧಪಡಿಸುವುದು.
4. ಸಭೆಗಳಲ್ಲಿನ ಚರ್ಚೆ ಮತ್ತು ನಿರ್ಣಯಗಳನ್ನು ಟಿಪ್ಪಣಿ ಮಾಡಿಕೊಳ್ಳುವುದು.
5. ಲೀಗಿನ ಇತರ ಎಲ್ಲಾ ಬಗೆಯ ವ್ಯವಹಾರಗಳನ್ನು ನಡೆಸುವುದು.

ರಾಷ್ಟ್ರಸಂಘದ ಉಪ ಅಂಗ ಸಂಸ್ಥೆಗಳು:

ರಾಷ್ಟ್ರಸಂಘವು ಮಹಾಸಭೆ, ಮಹಾಮಂಡಳಿ, ಸಚಿವಾಲಯದೊಂದಿಗೆ ಕೆಲವು ಉಪ ಅಂಗಸಂಸ್ಥೆಗಳನ್ನು ಹೊಂದಿತ್ತು. ಅವುಗಳೆಂದರೆ–ಅಂತರರಾಷ್ಟ್ರೀಯ ನ್ಯಾಯಾಲಯ, ಅಂತರರಾಷ್ಟ್ರೀಯ ಕಾರ್ಮಿಕ ಸಂಸ್ಥೆ, ಮ್ಯಾಂಡೇಟ್ ಸಮಿತಿ ಮತ್ತು ತಾಂತ್ರಿಕ ಸಮಿತಿಗಳು.

1. ಅಂತರರಾಷ್ಟ್ರೀಯ ಖಾಯಂ ನ್ಯಾಯಾಲಯ : ರಾಷ್ಟ್ರಸಂಘದ 14ನೇ ಕಲಮಿನಲ್ಲಿ ಲೀಗಿನ ಕೌನ್ಸಿಲ್ ಜಾಗತಿಕ ನ್ಯಾಯಾಲಯವನ್ನು ಸ್ಥಾಪಿಸುವ ಬಗ್ಗೆ ಒಂದು ಯೋಜನೆಯನ್ನು ತಯಾರಿಸಿ ಅದನ್ನು ಲೀಗಿಗೆ ಒಪ್ಪಿಸಬೇಕೆಂದು ಹೇಳಿತ್ತು. 1922ರಲ್ಲಿ ಲೀಗಿನ ಕೌನ್ಸಿಲ್ ಪ್ರಪಂಚದ ಪ್ರಸಿದ್ಧ ನ್ಯಾಯವಾದಿಗಳನ್ನೊಳಗೊಂಡ ಒಂದು ಆಯೋಗವನ್ನು ನೇಮಿಸಿತು. ಈ ಆಯೋಗವು ಈ ವಿಷಯಕ್ಕೆ ಸಂಬಂಧಪಟ್ಟಂತೆ ಒಂದು ಕರಡನ್ನು ಸಿದ್ಧಪಡಿಸಿ ಲೀಗಿಗೆ ಕಳುಹಿಸಿತು. ಮಹಾಸಭೆ, ಮಹಾಮಂಡಳಿ ಮತ್ತು ರಾಷ್ಟ್ರಸಂಘದ ಎಲ್ಲಾ ಸದಸ್ಯರು ಈ ಕರಡನ್ನು ಮಾನ್ಯಮಾಡಿದವು. ಅಧಿಕೃತವಾಗಿ 15–2–1922ರಲ್ಲಿ ಹಾಲೆಂಡಿನ ದಿ ಹೇಗ್ ಎಂಬಲ್ಲಿ ಅಂತರರಾಷ್ಟ್ರೀಯ ಖಾಯಂ ನ್ಯಾಯಾಲಯವು ಅಸ್ತಿತ್ವಕ್ಕೆ ಬಂದಿತು.

ಅಂತರರಾಷ್ಟ್ರೀಯ ಖಾಯಂ ನ್ಯಾಯಾಲಯವನ್ನು ಲೀಗ್‌ನ ನ್ಯಾಯಾಲಯ ಎಂದು ಕರೆಯಲಾಗುತ್ತಿತ್ತು. ಈ ನ್ಯಾಯಾಲಯದಲ್ಲಿ 15 ಜನ ನ್ಯಾಯಧೀಶರಿದ್ದರು. ಇವರ ಅಧಿಕಾರಾವಧಿ 9 ವರ್ಷಗಳಾಗಿದ್ದವು. ಇವರು ಮಹಾಮಂಡಳಿಯ ಶಿಫಾರಸ್ಸಿನ ಮೇಲೆ ಮಹಾಸಭೆಯಿಂದ ಆಯ್ಕೆಯಾಗುತ್ತಿದ್ದರು. ಇದು ಅಂತರರಾಷ್ಟ್ರೀಯ ವಿವಾದಗಳನ್ನು ಇತ್ಯರ್ಥಪಡಿಸುವ ಅಧಿಕಾರ ವ್ಯಾಪ್ತಿಯನ್ನು ಹೊಂದಿತ್ತು. ಜೊತೆಗೆ ಮಹಾಸಭೆ ಮತ್ತು ಮಂಡಳಿ ಅಪೇಕ್ಷಿಸಿದ ವಿಷಯಗಳ ಬಗ್ಗೆ ಸಲಹೆಯನ್ನು ನೀಡುವ ಅಧಿಕಾರವನ್ನು ಹೊಂದಿತ್ತು. ಇದು 1922ರಿಂದ 1945ರವರೆಗೆ ತನ್ನ ಕಾರ್ಯವನ್ನು ನಿರ್ವಹಿಸಿತು. 1946ರ ಜನವರಿಯಲ್ಲಿ ಈ ನ್ಯಾಯಾಲಯದ ಎಲ್ಲಾ ನ್ಯಾಯಾಧೀಶರು ತಮ್ಮ ಹುದ್ದೆಗಳಿಗೆ ರಾಜೀನಾಮೆಯನ್ನು ನೀಡಿದರು. 1946ರ ಏಪ್ರಿಲ್‌ನಲ್ಲಿ ಈ ನ್ಯಾಯಾಲಯವು ರದ್ದುಗೊಳಿಸಲ್ಪಟ್ಟಿತು. ಈ ಸ್ಥಳದಲ್ಲಿಯೇ ವಿಶ್ವಸಂಸ್ಥೆಯ ಅಂಗಸಂಸ್ಥೆಯಾದ ಅಂತರರಾಷ್ಟ್ರೀಯ ನ್ಯಾಯಾಲಯವು ತನ್ನ ಸ್ಥಾನವನ್ನು ಅಲಂಕರಿಸಿದೆ.

ಅಂತರರಾಷ್ಟ್ರೀಯ ಖಾಯಂ ನ್ಯಾಯಾಲಯವು 65 ವಿವಾದಗಳಿಗೆ ಸಂಬಂಧಿಸಿದಂತೆ ಪರಿಶೀಲನೆ ಮಾಡಿ, 32 ವಿವಾದಗಳ ಬಗ್ಗೆ ತನ್ನ ತೀರ್ಪನ್ನು ನೀಡಿ 27 ಸಲಹೆಗಳನ್ನು ನೀಡಿತು. ಘೊಮನ್ "ಜಾಗತಿಕ ನ್ಯಾಯಾಲಯವು ಅತ್ಯಂತ

ಜಟಿಲವಾದ ರಾಷ್ಟ್ರಗಳ ವಿವಾದಗಳನ್ನು ಬಗೆಹರಿಸುವ ಪ್ರಪಂಚದ ನ್ಯಾಯಮಂಡಳಿ ಆಗಿತ್ತು" ಎಂಬ ಅಭಿಪ್ರಾಯವನ್ನು ವ್ಯಕ್ತಪಡಿಸಿದ್ದಾರೆ.

2. ಅಂತರರಾಷ್ಟ್ರೀಯ ಕಾರ್ಮಿಕ ಸಂಸ್ಥೆ : ಇದು ರಾಷ್ಟ್ರಸಂಘದ ಮತ್ತೊಂದು ಅಂಗ ಸಂಸ್ಥೆಯಾಗಿತ್ತು. ಲೀಗಿನ ಎಲ್ಲಾ ಸದಸ್ಯರಾಷ್ಟ್ರಗಳು ಇದರ ಸದಸ್ಯರಾಗಿದ್ದರು. ಪ್ರಾರಂಭದಲ್ಲಿ ಜಿನೀವಾ ಇದರ ಕೇಂದ್ರ ಸ್ಥಾನವಾಗಿತ್ತು. ನಂತರ 1940ರಲ್ಲಿ ಕೆನಡಾದ ಮಾಂಟ್ರಿಯಲ್‌ಗೆ ತನ್ನ ಕೇಂದ್ರವನ್ನು ವರ್ಗಾಯಿಸಿಕೊಂಡಿತು. ಈ ಕಾರ್ಮಿಕ ಸಂಸ್ಥೆಯಲ್ಲಿ 4 ಜನ ಪ್ರತಿನಿಧಿಗಳಿದ್ದು ಇಬ್ಬರು ಸರ್ಕಾರವನ್ನು, ಒಬ್ಬ ಕಾರ್ಮಿಕನನ್ನು ಮತ್ತೊಬ್ಬ ಮಾಲೀಕರನ್ನು ಪ್ರತಿನಿಧಿಸುತ್ತಿದ್ದರು. ಈ ಸಂಸ್ಥೆಯು ರಾಷ್ಟ್ರಸಂಘದ ಧ್ಯೇಯೋದ್ದೇಶಗಳಲ್ಲಿ ಒಂದಾಗಿದ್ದ ಶ್ರಮಜೀವಿಗಳ ಜೀವನವನ್ನು ಉತ್ತಮಗೊಳಿಸಲು ಶ್ರಮಿಸಿತು. ಕಾರ್ಮಿಕರಿಗೆ ಸಂಬಂಧಪಟ್ಟ ಸಮಸ್ಯೆಗಳನ್ನು ಬಗೆಹರಿಸಲು ಕ್ರಮಗಳನ್ನು ಕೈಗೊಂಡಿತು. ಜೊತೆಗೆ ಜಗತ್ತಿನಾದ್ಯಂತ ಏಕರೂಪವಾದ ಕಾರ್ಮಿಕ ಕಲ್ಯಾಣದ ಶಾಸನಗಳನ್ನು ಜಾರಿಗೆ ತರಲು ಶ್ರಮಿಸಿತು. ರಾಷ್ಟ್ರಸಂಘ ಪತನಗೊಂಡ ನಂತರವೂ ಈ ಸಂಸ್ಥೆಯು ಮುಂದುವರೆದು, ವಿಶ್ವಸಂಸ್ಥೆಯ ವಿಶಿಷ್ಟ ಅಂಗಸಂಸ್ಥೆಗಳಲ್ಲಿ ಒಂದಾಗಿ ಇಂದಿಗೂ ತನ್ನ ಕಾರ್ಯವನ್ನು ನಿರ್ವಹಿಸುತ್ತಿದೆ.

3. ಮ್ಯಾಂಡೇಟ್ ಸಮಿತಿ: ರಾಷ್ಟ್ರಸಂಘವು ತನ್ನ ತಾಮ್ರಪಟದಲ್ಲಿ ಉಸ್ತುವಾರಿ ಹಕ್ಕು ಅಥವಾ ಮ್ಯಾಂಡೇಟರಿ ಪದ್ಧತಿಯನ್ನು ನಮೂದಿಸಿತ್ತು. ವಿಶ್ವದ ಮೊದಲನೆಯ ಮಹಾಯುದ್ಧದ ನಂತರ ವಿಜಯಿ ರಾಷ್ಟ್ರಗಳು ಸೋತ ರಾಷ್ಟ್ರಗಳಾದ ಜರ್ಮನಿ ಮತ್ತು ಟರ್ಕಿಗಳಿಂದ ಗೆದ್ದ ಪ್ರದೇಶಗಳನ್ನು ಆಕ್ರಮಿಸಿಕೊಳ್ಳುವುದಕ್ಕೆ ಬದಲು ಆ ಪ್ರದೇಶಗಳ ಆಡಳಿತವನ್ನು ನೋಡಿಕೊಳ್ಳುವುದಕ್ಕಾಗಿ ಮ್ಯಾಂಡೇಟ್ ಅಥವಾ ನಿಯೋಜಿತ ಸಮಿತಿಯನ್ನು ರಚಿಸಿದವು. ಈ ಗೆದ್ದ ಪ್ರದೇಶಗಳನ್ನು ಮ್ಯಾಂಡೇಟರಿ ಪ್ರದೇಶಗಳೆಂದು ಸಾರಲಾಯಿತು.

ಮ್ಯಾಂಡೇಟರಿ ಪ್ರದೇಶಗಳ ಉಸ್ತುವಾರಿಯನ್ನು ಈ ಸಮಿತಿಗಳು ನೋಡಿಕೊಳ್ಳುತ್ತಿದ್ದವು. ಈ ಮ್ಯಾಂಡೇಟರಿ ಆಡಳಿತವನ್ನು ನಡೆಸುತ್ತಿದ್ದ ಬೃಹತ್ ರಾಷ್ಟ್ರಗಳಿಂದ ಆಗಾಗ್ಗೆ ವರದಿಯನ್ನು ಪಡೆದು, ಅವುಗಳಿಗೆ ಹಿಂದುಳಿದ ಪ್ರದೇಶಗಳ ಅಭಿವೃದ್ಧಿಯ ಬಗ್ಗೆ ಮಾರ್ಗದರ್ಶನ ಮಾಡುತ್ತಿತ್ತು. ಮ್ಯಾಂಡೇಟ್‌ರಿ ಪ್ರದೇಶಗಳು ಸಾಕಷ್ಟು ಅಭಿವೃದ್ಧಿಯನ್ನು ಹೊಂದಿದ ಕೂಡಲೇ ಅವುಗಳಿಗೆ ಸಂಪೂರ್ಣ ಸ್ವಾತಂತ್ರ್ಯವನ್ನು ಕೊಡುವ ಉದ್ದೇಶ ರಾಷ್ಟ್ರಸಂಘಕ್ಕಿತ್ತು.

ತಾಂತ್ರಿಕ ಸಂಸ್ಥೆಗಳು :

ಮೂರು ಬಗೆಯ ತಾಂತ್ರಿಕ ಸಂಸ್ಥೆಗಳಿದ್ದವು.

1. ಆರ್ಥಿಕ ಮತ್ತು ಹಣಕಾಸು ಸಂಸ್ಥೆ
2. ಸಾರಿಗೆ ಮತ್ತು ಸಂಪರ್ಕ ಸಂಸ್ಥೆ
3. ಆರೋಗ್ಯ ಸಂಸ್ಥೆ ಇವುಗಳ ಜೊತೆಗೆ ಅಲ್ಪಸಂಖ್ಯಾತರ ಹಿತರಕ್ಷಣೆಗಾಗಿ ಮೈನಾರಿಟಿ ಕಮಿಟಿ, ಭೀಕರ ರೋಗಗಳ ವಿರುದ್ಧ ಹೋರಾಡಲು ಮತ್ತು ಆರೋಗ್ಯ ರಕ್ಷಣೆಗಾಗಿ ವಿಶ್ವ ಆರೋಗ್ಯ ಸಂಸ್ಥೆ (W.H.O) ಸಮಾಜದ ಜನರ ಜೀವನಮಟ್ಟವನ್ನು ಉತ್ತಮಪಡಿಸಿ, ಹಿಂದುಳಿದ ರಾಷ್ಟ್ರಗಳಿಗೆ ಆರ್ಥಿಕ, ವೈಜ್ಞಾನಿಕ, ಸಾಂಸ್ಕೃತಿಕ ಕಾರ್ಯಕ್ರಮಗಳನ್ನು ರೂಪಿಸಿ ಪ್ರೋತ್ಸಾಹ ನೀಡಲು ಅಂತರರಾಷ್ಟ್ರೀಯ ಶೈಕ್ಷಣಿಕ, ವೈಜ್ಞಾನಿಕ ಮತ್ತು ಸಾಂಸ್ಕೃತಿಕ ಸಮಿತಿ (UNESCO) ಮುಂತಾದ ಉಪ ಅಂಗಸಂಸ್ಥೆಗಳನ್ನು ಸಹ ರಾಷ್ಟ್ರಸಂಘವು ಹೊಂದಿತ್ತು.

ರಾಷ್ಟ್ರಸಂಘದ ಸಾಧನೆಗಳು

ರಾಷ್ಟ್ರಸಂಘವು ತನ್ನ ಅವಧಿಯಲ್ಲಿ ಕೆಲವು ಸಾಧನೆಗಳನ್ನು ಮಾಡಿತು. ಅವುಗಳನ್ನು ರಾಜಕೀಯ ಹಾಗೂ ರಾಜಕೀಯೇತರ ಸಾಧನೆಗಳೆಂದು ವಿಂಗಡಿಸಬಹುದಾಗಿದೆ.

1. **ರಾಜಕೀಯ ಕ್ಷೇತ್ರದ ಸಾಧನೆಗಳು :** ರಾಷ್ಟ್ರಸಂಘವು ಈ ಕ್ಷೇತ್ರದಲ್ಲಿ 40 ರಾಜಕೀಯ ವಿವಾದಗಳನ್ನು ಪರಿಶೀಲಿಸಿತು. ತನ್ನ ಸದಸ್ಯ ರಾಷ್ಟ್ರಗಳ ಸಹಾಯ–ಸಹಕಾರ ಮತ್ತು ಬೆಂಬಲದಿಂದಾಗಿ ಕೆಲವು ಸಮಸ್ಯೆಗಳನ್ನು ಪರಿಹರಿಸುವಲ್ಲಿ ಯಶಸ್ಸನ್ನು ಪಡೆಯಿತು.

ಎ) **ಆಸ್‌ಲೆಂಡ್ ದ್ವೀಪಗಳ ವಿವಾದ:** ಆಸ್‌ಲೆಂಡ್ ದ್ವೀಪಗಳ ವಿವಾದವು ರಾಷ್ಟ್ರಸಂಘದ ಪರಿಹಾರಕ್ಕೆಂದು ಒಪ್ಪಿಸಲಾದ ಮೊದಲ ವಿವಾದವಾಗಿತ್ತು. ಈ ದ್ವೀಪಗಳು ಸ್ವೀಡನ್ ಮತ್ತು ಫಿನ್‌ಲ್ಯಾಂಡ್‌ಗಳ ನಡುವೆ ಇದ್ದು, ಹಿಂದೆ ಸ್ವೀಡನ್‌ಗೆ ಸೇರಿದ್ದವು. 1809ರಲ್ಲಿ ರಷ್ಯಾವು ಫಿನ್‌ಲ್ಯಾಂಡ್ ಮತ್ತು ಆಸ್‌ಲೆಂಡನ್ನು ಗೆದ್ದುಕೊಂಡಿತ್ತು. 1918ರಲ್ಲಿ ಫಿನ್‌ಲ್ಯಾಂಡ್ ಸ್ವಾತಂತ್ರ್ಯವನ್ನು ಪಡೆಯಿತು. ಆಸ್‌ಲೆಂಡಿನ ಜನತೆಯು ಸ್ವೀಡಿಷ್ ಜನಗಳಾದ್ದರಿಂದ ಅವರು ಆಸ್‌ಲೆಂಡ್ ಸ್ವೀಡನ್ನಿನ

ಜೊತೆಗೆ ಸೇರಬೇಕೆಂದು ಬಯಸಿ ಆಂದೋಲನ ಆರಂಭಿಸಿದರು. ಬ್ರಿಟನ್ ಈ ವಿವಾದವನ್ನು ಕೌನ್ಸಿಲ್‌ನ ಗಮನಕ್ಕೆ ತಂದಿತು. ಅಂತಿಮವಾಗಿ ಇಡೀ ಆಸ್‌ಲೆಂಡನ್ನು ಮುಕ್ತ ದ್ವೀಪಗಳನ್ನಾಗಿ (Neutral Islands) ಮಾಡಲಾಯಿತು. ಹೀಗೆ ಲೀಗ್ ಅಸ್‌ಲೆಂಡ್‌ನ ಸಮಸ್ಯೆಯನ್ನು ಬಗೆಹರಿಸಿತು.

2) ವಿಲ್ನಾ ಜಿಲ್ಲೆಯ ವಿಷಯವಾಗಿ ಲಿಥುವೇನಿಯ ಮತ್ತು ಪೋಲೆಂಡಗಳ ನಡುವೆ ವಿವಾದ ಉಂಟಾದಾಗ ರಾಷ್ಟ್ರಸಂಘವು ಮಧ್ಯೆ ಪ್ರವೇಶಿಸಿ, ಪೋಲೆಂಡ್‌ನ ಪರವಾಗಿ ತನ್ನ ತೀರ್ಪನ್ನು ನೀಡಿತು.

3) **ಯೂಪೆನ್ ಮತ್ತು ಮಾಲ್‌ಮೆಡಿ ಸಮಸ್ಯೆ:** ಮೊದಲನೆಯ ವಿಶ್ವಯುದ್ಧದ ನಂತರ ಯೂಪೆನ್ ಮತ್ತು ಮಾಲ್‌ಮೆಡಿ ಜಿಲ್ಲೆಗಳನ್ನು ಬೆಲ್ಜಿಯಂನೊಡನೆ ಸೇರಿಸಲಾಯಿತು. ಇದರ ವಿರುದ್ಧ ಜರ್ಮನಿಯು ರಾಷ್ಟ್ರಸಂಘಕ್ಕೆ ದೂರನ್ನು ಸಲ್ಲಿಸಿತು. ಸುದೀರ್ಘ ಚರ್ಚೆಯ ನಂತರ ಈ ಎರಡು ಪ್ರದೇಶಗಳನ್ನು ಜರ್ಮನಿಗೆ ವರ್ಗಾಯಿಸಲಾಯಿತು.

4) 1923ರಿಂದ 26ರ ಅವಧಿಯಲ್ಲಿ ರಾಷ್ಟ್ರಸಂಘವು ಇರಾಕ್ ಮತ್ತು ಟರ್ಕಿ ಇವುಗಳ ನಡುವೆ ಉಂಟಾಗಿದ್ದ ಮಾಸೂಲ್ ಗಡಿ ಸಮಸ್ಯೆಯನ್ನು ಬಗೆಹರಿಸಿತು. ಇವುಗಳ ಜೊತೆಗೆ ರಾಷ್ಟ್ರಸಂಘವು ಶಾಂತಿಯುತ ಮಾತುಕತೆಯ ಮೂಲಕ ಪೋಲೆಂಡ್ ಮತ್ತು ಸೈಲೀಸಿಯ, ಗ್ರೀಸ್ ಮತ್ತು ಬಲ್ಗೇರಿಯಾ, ಇಟಲಿ ಮತ್ತು ಗ್ರೀಸ್, ಇಟಲಿ ಮತ್ತು ಬಲ್ಗೇರಿಯ, ಬ್ರಿಟನ್ ಮತ್ತು ಟರ್ಕಿ ಮುಂತಾದ ರಾಷ್ಟ್ರಗಳ ನಡುವೆ ಉಂಟಾಗಿದ್ದ ರಾಜಕೀಯ ಸಮಸ್ಯೆಗಳನ್ನು ಯಶಸ್ವಿಯಾಗಿ ಪರಿಹರಿಸಿತು.

ರಾಜಕೀಯೇತರ ಸಾಧನೆಗಳು: ರಾಷ್ಟ್ರಸಂಘವು ರಾಜಕೀಯೇತರ ಕ್ಷೇತ್ರಗಳಲ್ಲಿ ಗಮನಾರ್ಹವಾದಂತಹ ಸಾಧನೆಗಳನ್ನು ಮಾಡಿತು. ಇದು ಜಗತ್ತಿನ ಆರ್ಥಿಕ, ಸಾಮಾಜಿಕ ಮತ್ತು ಬೌದ್ಧಿಕ ಪರಿಸ್ಥಿತಿಗಳನ್ನು ಸುಧಾರಿಸಲು ಪ್ರಯತ್ನಿಸಿತು. ಜೊತೆಗೆ ಮಾನವೀಯ ಕ್ಷೇತ್ರಗಳಲ್ಲಿಯೂ ಇದರ ಸಾಧನೆ ಗಮನಾರ್ಹವಾದುದಾಗಿದೆ. ರಾಜಕೀಯೇತರ ಸಾಧನೆಗಳನ್ನು ಈ ರೀತಿಯಾಗಿ ವಿಂಗಡಿಸಿ ಅಭ್ಯಸಿಸಬಹುದಾಗಿದೆ.

1. ಆರ್ಥಿಕ ಸಾಧನೆಗಳು 2. ಸಾಮಾಜಿಕ ಸಾಧನೆಗಳು

1. ಆರ್ಥಿಕ ಸಾಧನೆಗಳು:

1. ಮೊದಲನೆಯ ಮಹಾಯುದ್ಧದ ನಂತರ ಯೂರೋಪಿನ ಹಲವು ರಾಷ್ಟ್ರಗಳು ಆರ್ಥಿಕವಾಗಿ ದಿವಾಳಿಯಾದವು. ಅವುಗಳ ಪುನರ್ರಚನೆಯ ಕಾರ್ಯಕ್ರಮದಲ್ಲಿ ರಾಷ್ಟ್ರಸಂಘವು ಸಕ್ರಿಯವಾಗಿ ಪಾತ್ರವಹಿಸಿತು. ಆಶಕ್ತ ರಾಷ್ಟ್ರಗಳಿಗೆ ಹಣಕಾಸಿನ ನೆರವನ್ನು ಸಹ ನೀಡಿತು.
2. ಪ್ರಪಂಚದ ಆರ್ಥಿಕ ಸಮಸ್ಯೆಗಳನ್ನು ಚರ್ಚಿಸಿ, ಅವುಗಳಿಗೆ ಪರಿಹಾರ ನೀಡಲು ಹಾಗೂ ಆರ್ಥಿಕಾಭಿವೃದ್ಧಿಯನ್ನು ಸಾಧಿಸಲು ರಾಷ್ಟ್ರಸಂಘವು 1927ರಲ್ಲಿ "ಜಾಗತಿಕ ಆರ್ಥಿಕ ಸಮ್ಮೇಳನ"ವನ್ನು ಮತ್ತು 1930ರಲ್ಲಿ "ಜಾಗತಿಕ ಹಣಕಾಸಿನ ಮತ್ತು ಆರ್ಥಿಕ ಸಮ್ಮೇಳನ"ಗಳನ್ನು ಕರೆದಿತ್ತು.
3. ಸುಂಕ, ರಫ್ತು ವ್ಯಾಪಾರ, ನಕಲಿನಾಣ್ಯಗಳ ತಡೆಯುವಿಕೆಯ ಬಗ್ಗೆ ರಾಷ್ಟ್ರಸಂಘವು ಪ್ರಪಂಚದ ರಾಷ್ಟ್ರಗಳಿಗೆ ಕೆಲವು ಸಂಪ್ರದಾಯಗಳನ್ನು ಹಾಕಿಕೊಟ್ಟಿತು.
4. ಅಂತರರಾಷ್ಟ್ರೀಯ ನದಿಗಳಲ್ಲಿ ಸಾಗಾಟ, ಸಮುದ್ರದಲ್ಲಿ ಸಿಗ್ನಲ್ ಕೊಡುವುದು, ತೀರಪ್ರದೇಶಗಳಲ್ಲಿ ಲೈಟ್‌ಹೌಸ್‌ಗಳನ್ನು ಕಟ್ಟುವುದು ಮತ್ತು ರಸ್ತೆ ಸಾರಿಗೆಯ ಬಗ್ಗೆ ಕೆಲವು ಸಲಹೆಗಳನ್ನು ನೀಡಿ ಅವುಗಳನ್ನು ರಾಷ್ಟ್ರಗಳು ಅನುಸರಿಸುವಂತೆ ಮಾಡಿತು. 1920ರಲ್ಲಿ "ಅಂತರರಾಷ್ಟ್ರೀಯ ಸಂಪರ್ಕ ಮತ್ತು ಪ್ರಯಾಣ ಸಂಸ್ಥೆ"ಯನ್ನು ಸ್ಥಾಪಿಸಿತು.
5. ಪ್ರಪಂಚದ ಕೂಲಿಕಾರರ ಸ್ಥಿತಿಗತಿಗಳನ್ನು ವೃದ್ಧಿಸುವುದಕ್ಕಾಗಿ ಜಾಗತಿಕ ಕಾರ್ಮಿಕರ ಸಂಘವನ್ನು ಸ್ಥಾಪಿಸುವುದರ ಮೂಲಕ ಕಾರ್ಮಿಕರ ಒಳಿತಿಗಾಗಿ ಶ್ರಮಿಸಿತು. ಇದರ ಮುಖ್ಯ ಧ್ಯೇಯ ಸಾಮಾಜಿಕ ನ್ಯಾಯವನ್ನು ಒದಗಿಸಿ ಕೊಡುವುದಾಗಿತ್ತು.
6. ಆಸ್ಟ್ರಿಯಾವನ್ನು ಹಸಿವು ಮತ್ತು ದಾರಿದ್ರ್ಯದಿಂದ ಪಾರುಮಾಡಲು ಅಲ್ಲಿ ಹೊಸ ಕೈಗಾರಿಕೆಗಳನ್ನು ಸ್ಥಾಪಿಸಲಾಯಿತು ಮತ್ತು ಕೃಷಿಗೆ ಉತ್ತೇಜನ ನೀಡಲಾಯಿತು.

2. ಸಾಮಾಜಿಕ ಸಾಧನೆಗಳು:

1. 1923ರಲ್ಲಿ ಪ್ರಪಂಚದಲ್ಲಿ ಗುಲಾಮಗಿರಿಯನ್ನು ಅಳಿಸಿಹಾಕುವ ದೃಷ್ಟಿಯಿಂದ ಜಿನೀವಾ ಪಟ್ಟಣದಲ್ಲಿ ರಾಷ್ಟ್ರಸಂಘವು "ಸ್ಲೇವರಿ ಕನ್ವೆನ್‌ಶನ್" ಎಂಬ ಸಮ್ಮೇಳನವನ್ನು ಕರೆಯಿತು. ಜೊತೆಗೆ "ಶಾಶ್ವತ ಗುಲಾಮಗಿರಿ ಆಯೋಗ"ವನ್ನು ನೇಮಿಸಿತು.
2. ಮಹಾಯುದ್ಧದ ನಂತರ ನಿರಾಶ್ರಿತರ ಮತ್ತು ಯುದ್ಧ ಖೈದಿಗಳ ಸಮಸ್ಯೆಯನ್ನು ಸಹ ರಾಷ್ಟ್ರಸಂಘವು ಯಶಸ್ವಿಯಾಗಿ ಪರಿಹರಿಸಿತು.

3. 1923ರಲ್ಲಿ ಜಾಗತಿಕ ಆರೋಗ್ಯ ಸಂಸ್ಥೆಯನ್ನು ರಾಷ್ಟ್ರಸಂಘವು ರಚಿಸಿತು. ಈ ಸಂಸ್ಥೆಯು ವಿಶ್ವದ ಎಲ್ಲಾ ರಾಷ್ಟ್ರಗಳಲ್ಲಿಯೂ ಸಿಡುಬು, ಕಾಲರ, ಮಲೇರಿಯಾ, ಪ್ಲೇಗ್ ಮೊದಲಾದ ರೋಗಗಳ ನಿವಾರಣೆಗೆ ಶ್ರಮಿಸಿತು. ರಷ್ಯಾದಿಂದ ಇತರ ಭಾಗಗಳಿಗೆ ವಿಷಮಶೀತಜ್ವರವು ಹರಡದಂತೆ ತಡೆಗಟ್ಟಲು ವೈದ್ಯಕೀಯ ಸೇವೆಯನ್ನು ಒದಗಿಸಿತು.
4. ಮಕ್ಕಳ ಕಲ್ಯಾಣ, ಹೆಂಗಸರು ಮತ್ತು ಮಕ್ಕಳ ಮಾರಾಟ ನಿಷೇದ, ಕೆಲವು ಅಪಾಯಕಾರಿ ಮಾದಕ ದ್ರವ್ಯಗಳ ನಿಯಂತ್ರಣ, ಸೆರೆಮನೆಗಳ ಸುಧಾರಣೆ, ಬಲಾತ್ಕಾರದ ಸೇವೆ ಮತ್ತು ಅಶ್ಲೀಲ ಸಾಹಿತ್ಯವನ್ನು ಹತ್ತಿಕ್ಕುವುದು – ಇವೇ ಮೊದಲಾದ ವಿಷಯಗಳಲ್ಲಿ ರಾಷ್ಟ್ರಸಂಘವು ಮಹತ್ತರವಾದ ಸಾಧನೆಯನ್ನು ಮಾಡಿತು.
5. ರಾಷ್ಟ್ರಗಳ ನಡುವೆ ಬೌದ್ಧಿಕ ಸಹಕಾರವನ್ನು ವೃದ್ಧಿಸುವುದಕ್ಕಾಗಿ ಶ್ರಮಿಸಿತು. ಇದಕ್ಕಾಗಿ 1922ರಲ್ಲಿ ಬುದ್ಧಿಜೀವಿಗಳಿಗೆ ಸಂಬಂಧಿಸಿದ ಅಂತರರಾಷ್ಟ್ರೀಯ ಸಮಿತಿಯನ್ನು (International Committee on Intellectual Co-operation), 1926ರಲ್ಲಿ ಬುದ್ಧಿಜೀವಿಗಳ ಸಹಕಾರದ ಅಂತರರಾಷ್ಟ್ರೀಯ ಸಂಸ್ಥೆಯನ್ನು (International Institute for Intellectual Co-operation) ಸ್ಥಾಪಿಸಿತು. ಇದರ ಪ್ರಮುಖ ಉದ್ದೇಶವೆಂದರೆ ಕಲೆ ಮತ್ತು ವಿಜ್ಞಾನಗಳಿಗೆ ಸಂಬಂಧಿಸಿದ ಜ್ಞಾನವನ್ನು ವಿಶ್ವದ ಜನತೆಗೆ ಹರಡುವುದಾಗಿತ್ತು.

ಹೀಗೆ ರಾಷ್ಟ್ರಸಂಘವು ರಾಜಕೀಯೇತರ ಕ್ಷೇತ್ರಗಳಲ್ಲಿ ಗಮನಾರ್ಹವಾದ ಸಾಧನೆಗಳನ್ನು ಮಾಡಿರುವುದನ್ನು ಕಾಣಬಹುದಾಗಿದೆ.

ರಾಷ್ಟ್ರಸಂಘದ ರಾಜಕೀಯ ವೈಫಲ್ಯಗಳು

ರಾಷ್ಟ್ರಸಂಘವು 1920ರಿಂದ 1930ರ ನಡುವಣ ಅವಧಿಯಲ್ಲಿ ತನ್ನ ಸದಸ್ಯ ರಾಷ್ಟ್ರಗಳ ಸಹಕಾರದಿಂದಾಗಿ ಅನೇಕ ರಾಜಕೀಯ ಸಮಸ್ಯೆಗಳನ್ನು ಬಗೆಹರಿಸುವಲ್ಲಿ ಸಫಲವಾಯಿತು. ಆದರೆ 1931ರ ನಂತರ ಸದಸ್ಯ ರಾಷ್ಟ್ರಗಳು ಲೀಗಿನ ಕಾರ್ಯ ಚಟುವಟಿಕೆಗಳಲ್ಲಿ ಭಾಗವಹಿಸದೇ ತಮ್ಮ ಅಸಹಕಾರವನ್ನು ತೋರಿದ್ದರಿಂದ ಹಾಗೂ ಅನ್ಯ ರಾಷ್ಟ್ರಗಳ ಮೇಲೆ ಸೈನಿಕ ಆಕ್ರಮಣ ಮಾಡಿ ಲೀಗಿನ ಧ್ಯೇಯೋದ್ದೇಶಗಳನ್ನು ಧಿಕ್ಕರಿಸಿದ್ದರಿಂದಾಗಿ, ಲೀಗ್ ರಾಜಕೀಯ ಕ್ಷೇತ್ರದಲ್ಲಿನ ಸಮಸ್ಯೆಗಳನ್ನು ಬಗೆಹರಿಸುವಲ್ಲಿ ವಿಫಲವಾಯಿತು. ಹಾಗೂ ದ್ವಿತೀಯ ಮಹಾಯುದ್ಧವನ್ನು ತಡೆಯುವಲ್ಲಿ ವಿಫಲವಾಗಿ, ತನ್ನ ಅಸಹಾಯಕತೆಯನ್ನು ತೋರಿಸಿತು. ರಾಷ್ಟ್ರಸಂಘದ ರಾಜಕೀಯ ವೈಫಲ್ಯಗಳೆಂದರೆ:

1. ಮಂಚೂರಿಯಾದ ಮೇಲೆ ಜಪಾನಿನ ಆಕ್ರಮಣ: ರಾಷ್ಟ್ರಸಂಘದ ಧ್ಯೇಯೋದ್ದೇಶಗಳಲ್ಲಿ ಒಂದಾಗಿದ್ದ ನಿಶ್ಯಸ್ತ್ರೀಕರಣದ ನಿಯಮವನ್ನು ಜಪಾನ್ 1931ರಲ್ಲಿ ಉಲ್ಲಂಘಿಸಿ ಚೀನಾದ ಪರಮಾಧಿಕಾರಕ್ಕೆ ಸೇರಿದ್ದ ಮಂಚೂರಿಯಾವನ್ನು ಆಕ್ರಮಿಸಿಕೊಂಡಿತು. ಇದಕ್ಕೆ ಕಾರಣ ಜಪಾನ್ ಪ್ರಾದೇಶಿಕವಾಗಿ ವಿಸ್ತಾರವನ್ನು ಬಯಸಿದ್ದಿತು. ಜಪಾನ್ ಮಂಚೂರಿಯಾವನ್ನು ಸ್ವತಂತ್ರ ರಾಜ್ಯವೆಂದು ಘೋಷಿಸಿತು. ಆದರೆ ಇದು ಸ್ವತಂತ್ರ ರಾಷ್ಟ್ರವಾಗಿರದೆ ಜಪಾನಿನ ಕೈಗೊಂಬೆಯಾಯಿತು. ಈ ಆಕ್ರಮಣವನ್ನು ಮಂಚೂರಿಯಾ ಪ್ರಕರಣ, ಮಂಚುಕೋ ಪ್ರಕರಣ ಹಾಗೂ ಮುಕ್ಡೇನ್ ಪ್ರಕರಣ ಎಂದೂ ಸಹ ಕರೆಯಲಾಗುತ್ತದೆ.

ಈ ಪ್ರದೇಶವನ್ನು ತೆರವು ಮಾಡಿಸಬೇಕೆಂದು ಚೀನಾ ರಾಷ್ಟ್ರಸಂಘವನ್ನು ಕೇಳಿಕೊಂಡಿತು. ರಾಷ್ಟ್ರಸಂಘ 1931ರಲ್ಲಿ ಈ ಆಕ್ರಮಣದ ಬಗ್ಗೆ ವಿಚಾರಣೆ ನಡೆಸಲು ಲಿಟ್ಟನ್‌ನ ನೇತೃತ್ವದಲ್ಲಿ ಒಂದು ಸಮಿತಿಯನ್ನು ನೇಮಿಸಿತು. ಲಿಟ್ಟನ್ನನ ವರದಿಯ ಪ್ರಕಾರ ರಾಷ್ಟ್ರಸಂಘವು ಮಂಚೂರಿಯಾವನ್ನು ತೆರವು ಮಾಡುವಂತೆ ಜಪಾನನ್ನು ಕೇಳಿತು. ಜಪಾನು ರಾಷ್ಟ್ರಸಂಘದ ಆದೇಶವನ್ನು ಧಿಕ್ಕರಿಸಿ, ಮಂಚೂರಿಯಾವನ್ನು ತೆರವು ಮಾಡುವ ಬದಲು ರಾಷ್ಟ್ರಸಂಘದಿಂದ ತನ್ನ ಸದಸ್ಯತ್ವವನ್ನು 1933ರಲ್ಲಿ ಹಿಂತೆಗೆದುಕೊಂಡು ಹೊರನಡೆಯಿತು. ಇದರಿಂದಾಗಿ ಲೀಗ್ ಅಸಹಾಯಕವಾಗಿ ಜಪಾನ್ ವಿರುದ್ಧ ಏನನ್ನೂ ಮಾಡಲಾರದಂತಾಯಿತು.

2. ಮುಸಲೋನಿ ಇಥಿಯೋಪಿಯಾವನ್ನು ವಶಪಡಿಸಿಕೊಂಡದ್ದು: ರಾಷ್ಟ್ರಸಂಘವು ಮಂಚೂರಿಯಾ ಪ್ರಕರಣವನ್ನು ಬಗೆಹರಿಸುವಲ್ಲಿ ವಿಫಲವಾಯಿತು. ಇದರ ಅಸಹಾಯಕ ಸ್ಥಿತಿಯನ್ನು ಮನಗಂಡ ಇಟಲಿಯ ಫ್ಯಾಸಿಸ್ಟ್ ಸರ್ವಾಧಿಕಾರಿಯಾಗಿದ್ದ ಮುಸಲೋನಿ 1935ರಲ್ಲಿ ಇಥಿಯೋಪಿಯಾ (ಅಬಿಸಿನಿಯಾ)ವನ್ನು ಆಕ್ರಮಿಸಿಕೊಂಡನು. ಇವನು ಜಪಾನಿನ ಆಕ್ರಮಣಕಾರಿ ನೀತಿಯ ಜಾಡನ್ನೇ ಹಿಡಿದು ರಾಷ್ಟ್ರಸಂಘಕ್ಕೆ ಭಯಪಡಬೇಕಾದ ಕಾರಣವಿಲ್ಲವೆಂದು ಭಾವಿಸಿದನು. ಇದರಿಂದಾಗಿ ರಾಷ್ಟ್ರಸಂಘ ಇಟಲಿಯ ಮೇಲೆ ಆರ್ಥಿಕ ದಿಗ್ಬಂಧನ ವಿಧಿಸಲು ನಿರ್ಧರಿಸಿತು. ಈ ಬೆದರಿಕೆಗೆ ಮುಸೋಲಿನಿ ಭಯಪಡಲಿಲ್ಲ. ಇವನು ಇಥಿಯೋಪಿಯಾವನ್ನು ಇಟಲಿಗೆ ಸೇರಿಸಿಕೊಂಡನು. ಯೂರೋಪಿನ ಕೆಲವು ಮಹಾನ್ ರಾಷ್ಟ್ರಗಳು ಮುಸಲೋನಿಯನ್ನು ತೃಪ್ತಿಪಡಿಸುವ ತಪ್ಪು ನೀತಿಯನ್ನು ಅನುಸರಿಸಿದವು. ಇದರಿಂದಾಗಿ ರಾಷ್ಟ್ರಸಂಘದ ಪ್ರತಿಷ್ಠೆ ಮತ್ತಷ್ಟು ಕುಸಿಯುವಂತಾಯಿತು.

3. ಜರ್ಮನಿಯ ಆಕ್ರಮಣಗಳು: ಜರ್ಮನಿಯ ಸರ್ವಾಧಿಕಾರಿಯಾಗಿದ್ದ ಅಡಾಲ್ಫ್ ಹಿಟ್ಲರ್‌ನು 1919ರ ವರ್ಸೈಲ್ಸ್ ಒಪ್ಪಂದವನ್ನು ಬಹಿರಂಗವಾಗಿ ಉಲ್ಲಂಘಿಸಿ, ತನ್ನ ಸೇನಾ ಬಲವನ್ನು ಹೆಚ್ಚಿಸಿಕೊಂಡನು. ಇದರ ಸಹಾಯದಿಂದ ಆಸ್ಟ್ರಿಯಾ ಮತ್ತು ಜೆಕೋಸ್ಲೋವಾಕಿಯಾಗಳನ್ನು ವಶಪಡಿಸಿಕೊಂಡು ಜರ್ಮನಿಗೆ ಸೇರಿಸಿಕೊಂಡನು. ಈ ಸಮಯದಲ್ಲಿ ರಾಷ್ಟ್ರಸಂಘವು ಹಿಟ್ಲರನ ಆಕ್ರಮಣಗಳನ್ನು ಪ್ರತಿಭಟಿಸಿತ್ತೇ ವಿನಃ ಅದನ್ನು ತಡೆಗಟ್ಟಲು ಬೇರೇನೂ ಮಾಡಲಿಲ್ಲ. ಇದರಿಂದಾಗಿ 1938ರ ವೇಳೆಗೆ ರಾಷ್ಟ್ರಸಂಘವು ಬದುಕಿದ್ದೂ ಸತ್ತಂತೆ ಆಯಿತು.

4. ಫಿನ್‌ಲ್ಯಾಂಡ್ ಮೇಲೆ ರಷ್ಯಾದ ಆಕ್ರಮಣ: ಸೋವಿಯತ್ ರಷ್ಯಾ 1939ರಲ್ಲಿ ಫಿನ್‌ಲ್ಯಾಂಡ್ ಮೇಲೆ ದಾಳಿ ಮಾಡಿ ಅದನ್ನು ವಶಪಡಿಸಿಕೊಂಡಿತು. ರಾಷ್ಟ್ರಸಂಘವು ರಷ್ಯಾವನ್ನು ತನ್ನ ಸದಸ್ಯತ್ವದಿಂದ ಕಿತ್ತು ಹಾಕಿತು. ಇದರಿಂದ ಆಕ್ರಮಣಕಾರಿ ರಷ್ಯಾ ಹಿಂಜರಿಯದೆ ಫಿನ್‌ಲ್ಯಾಂಡನ್ನು ಆಕ್ರಮಿಸಿಕೊಂಡಿತು. ಇದು ರಾಷ್ಟ್ರಸಂಘದ (ಲೀಗಿನ) ಅಂತ್ಯವಾಗಿದ್ದಿತು.

1939ರ ವೇಳೆಗೆ ಮತ್ತೊಂದು ಮಹಾಯುದ್ಧವು ಪ್ರಾರಂಭವಾಯಿತು. ರಾಷ್ಟ್ರಸಂಘವು ಇದನ್ನು ತಡೆಗಟ್ಟಲು ವಿಫಲವಾಗಿ, ಕೇವಲ ಮೂಕ ಪ್ರೇಕ್ಷಕನಾಗಿರಬೇಕಾಯಿತು. ಯುದ್ಧ ಕಾಲದಲ್ಲಿ ನಾಮಮಾತ್ರವಾಗಿದ್ದ ಇದು 1946 ಏಪ್ರಿಲ್ 8ರಂದು ವಿಸರ್ಜಿಸಲ್ಪಟ್ಟಿತು. ದ್ವಿತೀಯ ಮಹಾಯುದ್ಧದ ನಂತರ ಅಸ್ತಿತ್ವಕ್ಕೆ ಬಂದ ವಿಶ್ವಸಂಸ್ಥೆ ಇದರ ಸ್ಥಾನವನ್ನು ತುಂಬಿತು.

ರಾಷ್ಟ್ರಸಂಘದ ವಿಫಲತೆಗೆ ಕಾರಣವಾದ ಅಂಶಗಳು: ಅಂತರರಾಷ್ಟ್ರೀಯ ವಿವಾದಗಳನ್ನು ಶಾಂತ ರೀತಿಯಲ್ಲಿ ಬಗೆಹರಿಸುವುದು, ಮುಂದೆ ನಡೆಯಬಹುದಾದಂತಹ ಯುದ್ಧಗಳನ್ನು ತಡೆಗಟ್ಟುವುದು, ನಿಶ್ಯಸ್ತ್ರೀಕರಣವನ್ನು ಜಾರಿಗೆ ತರುವುದು ಮುಂತಾದ ಹತ್ತು ಹಲವಾರು ಧ್ಯೇಯೋದ್ದೇಶಗಳನ್ನು ಹೊತ್ತು ಅವುಗಳನ್ನು ಸಾಧಿಸಲು ಸ್ಥಾಪನೆಯಾದಂತಹ ರಾಷ್ಟ್ರಸಂಘವು ಆ ವಿಷಯದಲ್ಲಿ ಅಷ್ಟೇನೂ ಫಲಕಾರಿಯಾಗಲಿಲ್ಲ. ಅಂದರೆ ಅದು ಸಂಪೂರ್ಣವಾಗಿ ವಿಫಲವಾಯಿತೆಂದರ್ಥವಲ್ಲ. ಅದರ ಇತಿಹಾಸವು ಸಾಧನೆ ಮತ್ತು ವಿಫಲತೆಯ ಮಿಶ್ರಣವಾಗಿದೆ. ತನ್ನ 2 ದಶಕಗಳ ಅವಧಿಯ ಮೊದಲ ದಶಕದಲ್ಲಿ ಹಲವಾರು ಶ್ಲಾಘನೀಯ ಸಾಧನೆಗಳನ್ನು ಮಾಡಿ ಎಲ್ಲರ ಮೆಚ್ಚುಗೆಗೆ ಪಾತ್ರವಾಯಿತು. ಆದರೆ 2ನೇ ದಶಕದಲ್ಲಿ ರಾಷ್ಟ್ರಸಂಘವು ತನ್ನ ಗುರಿ ಸಾಧನೆಯಲ್ಲಿ ವಿಫಲತೆಯನ್ನು ಕಂಡಿತು. ಈ ವಿಫಲತೆಗೆ ಅನೇಕ ಅಂಶಗಳು ಕಾರಣವಾಗಿದ್ದವು. ಅವುಗಳಲ್ಲಿ ಮುಖ್ಯವಾದವುಗಳನ್ನು ಈ ಕೆಳಗಿನಂತೆ ಪಟ್ಟಿಮಾಡಬಹುದು.

1. ವಿಜೇತ ರಾಷ್ಟ್ರಗಳ ಸಂಘ : ರಾಷ್ಟ್ರಸಂಘವು ಪ್ರಾರಂಭದಲ್ಲಿ ಕೇವಲ ವಿಜಯಿ ರಾಷ್ಟ್ರಗಳ ಸಂಘವಾಗಿತ್ತು. ಮೊದಲನೆಯ ಮಹಾಯುದ್ಧದಲ್ಲಿ ಪರಾಜಿತವಾಗಿದ್ದ ಆಸ್ಟ್ರಿಯಾ, ಟರ್ಕಿ, ಜರ್ಮನಿ ಮೊದಲಾದ ರಾಷ್ಟ್ರಗಳನ್ನು ಈ ವಿಜಯಿರಾಷ್ಟ್ರಗಳು ರಾಷ್ಟ್ರಸಂಘದಿಂದ ಹೊರಗಿಟ್ಟವು. ಇದರಿಂದಾಗಿ ರಾಷ್ಟ್ರಸಂಘಕ್ಕೆ ಸಾರ್ವತ್ರಿಕ ಬೆಂಬಲ ದೊರೆಯಲಿಲ್ಲ. ಈ ವಿಜೇತ ರಾಷ್ಟ್ರಗಳು ರಾಷ್ಟ್ರಸಂಘದ ಹಿತಾಸಕ್ತಿಗಳನ್ನು ಕಡೆಗಣಿಸಿ, ತಮ್ಮ ಸ್ವಾರ್ಥವನ್ನು ಸಾಧಿಸಿಕೊಳ್ಳುವಲ್ಲಿ ನಿರತವಾಗಿದ್ದವು.

2. ರಾಷ್ಟ್ರಸಂಘವು ವಾಸ್ತವಿಕ ಸಂಸ್ಥೆಯಾಗಿರಲಿಲ್ಲ : ರಾಷ್ಟ್ರ ಸಂಘವು ಒಂದು ಆದರ್ಶ ಸಂಸ್ಥೆಯಾಗಿತ್ತೇ ಹೊರತು ವಾಸ್ತವಿಕ ಸಂಸ್ಥೆಯಾಗಿರಲಿಲ್ಲ. ಇದರ ಕಲ್ಪನೆಗಳಾದ ವಿಶ್ವಶಾಂತಿ, ವಿಶ್ವಭ್ರಾತೃತ್ವ, ವಿಶ್ವ ಸಹಕಾರ ಮುಂತಾದವು ವಿಶ್ವದ ಜನಸಮುದಾಯದ ಕಲ್ಪನೆಗಳಿಗೆ ದೂರವಾಗಿದ್ದವು. ಜನತೆಯು ರಾಷ್ಟ್ರೀಯತೆ, ರಾಷ್ಟ್ರೀಯ ಗೌರವ, ರಾಷ್ಟ್ರೀಯ ಪ್ರತಿಷ್ಠೆ ಮುಂತಾದವುಗಳನ್ನು ಮೆಟ್ಟಿನಿಲ್ಲಲು ಸಿದ್ಧರಿರಲಿಲ್ಲ. ಮೊದಲನೆಯ ಮಹಾಯುದ್ಧವು ಜಗತ್ತಿನ ಜನತೆಯನ್ನು ಸಂಪೂರ್ಣವಾಗಿ ಎಚ್ಚರಿಸಿರಲಿಲ್ಲ. ಇದರಿಂದಾಗಿ ಜನತೆಯಲ್ಲಿ ಪುನಃ ದ್ವೇಷ ವೈಷಮ್ಯಗಳು, ಕಲಹ ಕಚ್ಚಾಟಗಳು ತಲೆ ಎತ್ತಿ, ವಿಶ್ವಶಾಂತಿಯ ಕಲ್ಪನೆ ಮತ್ತು ಸಹಬಾಳ್ವೆ ಗಾಳಿಗೆ ತೂರಲ್ಪಟ್ಟವು. ಮಾನವನ ರಾಕ್ಷಸೀ ಪ್ರವೃತ್ತಿ ಮತ್ತು ಅಮಾನವೀಯ ಲಕ್ಷಣಗಳು ಜಾಗೃತವಾಗಿ ಮೇಲುಗೈ ಪಡೆದವು. ರಾಷ್ಟ್ರೀಯತೆಯ ಮತ್ತಿನಲ್ಲಿ ಅಂತರರಾಷ್ಟ್ರೀಯತೆ ಮಾಯವಾಗಿ ಕೇವಲ 20 ವರ್ಷಗಳ ಅವಧಿಯಲ್ಲಿ ಮತ್ತೊಂದು ಮಹಾಯುದ್ಧದ ಕಾರ್ಮೋಡ ಪ್ರಪಂಚವನ್ನು ಆವರಿಸಿತು. ಈ ಸಮಯದಲ್ಲಿ ರಾಷ್ಟ್ರಸಂಘವು ಮೂಕ ಪ್ರೇಕ್ಷಕನಂತೆ ಯುದ್ಧವನ್ನು ವೀಕ್ಷಿಸಬೇಕಾಯಿತು. ಈ ಯುದ್ಧದಿಂದಾಗಿ ರಾಷ್ಟ್ರಸಂಘವು ತನ್ನ ಅಸ್ತಿತ್ವವನ್ನು ಕಳೆದುಕೊಳ್ಳಬೇಕಾಯಿತು.

3. ವರ್ಸೈಲ್ಸ್ ಒಪ್ಪಂದದ ಒಂದು ಭಾಗವಾಗಿದ್ದುದು: ರಾಷ್ಟ್ರಸಂಘದ ಪ್ರಣಾಳಿಕೆಯು ಪ್ರಥಮ ಮಹಾಯುದ್ಧದ ನಂತರ ಜಾರಿಗೆ ಬಂದ ವರ್ಸೈಲ್ಸ್ ಒಪ್ಪಂದದ ಒಂದು ಅವಿಭಾಜ್ಯ ಭಾಗವಾಗಿ, ಆ ಒಪ್ಪಂದವನ್ನು ಜಾರಿಗೆ ತರುವ ಜವಾಬ್ದಾರಿಯನ್ನು ಹೊಂದಿತ್ತು. ಇದರಿಂದಾಗಿ ರಾಷ್ಟ್ರಸಂಘವು ವಿಶ್ವಶಾಂತಿ ಸ್ಥಾಪಿಸುವುದಕ್ಕಿಂತ ಹೆಚ್ಚಾಗಿ ಒಪ್ಪಂದವನ್ನು ಜಾರಿಗೆ ತರುವ ಸಂಸ್ಥೆಯಂತಿತ್ತು. ಎಲ್ಲಕ್ಕಿಂತ ಹೆಚ್ಚಾಗಿ ಈ ವರ್ಸೈಲ್ಸ್ ಒಪ್ಪಂದವು ಅನೇಕ ದೋಷಗಳಿಂದ ಕೂಡಿದ್ದ ಕಾರಣ ಆ ದೋಷಗಳನ್ನು ಕಾಪಾಡಿಕೊಂಡು ಬರಬೇಕಾದ ಹೊಣೆಗಾರಿಕೆಗೆ ರಾಷ್ಟ್ರಸಂಘವು ಸಿಲುಕಿದಂತಾಗಿತ್ತು. ಇದರಿಂದಾಗಿ ಹಿಟ್ಲರ್ ರಾಷ್ಟ್ರಸಂಘವನ್ನು ಅಲ್ಲಗಳೆದು 1933ರಲ್ಲಿ ಜರ್ಮನಿಯ ಸದಸ್ಯತ್ವವನ್ನು ಹಿಂತೆಗೆದುಕೊಂಡನು.

4. ಅಗ್ರ ರಾಷ್ಟ್ರಗಳ ಅಸಹಕಾರ: ರಾಷ್ಟ್ರಸಂಘವು ರಚನೆಯಾಗಿದ್ದುದೇ ವಿಶ್ವದ ಎಲ್ಲಾ ರಾಷ್ಟ್ರಗಳ ಸಹಕಾರ ಮತ್ತು ಬೆಂಬಲದಿಂದಾಗಿ. ಅದು ತನ್ನ ಕಾರ್ಯಗಳನ್ನು ನೆರವೇರಿಸಬೇಕಾದರೆ ಎಲ್ಲಾ ರಾಷ್ಟ್ರಗಳ ಸಹಾಯ ಮತ್ತು ಸಹಕಾರ ಅಗತ್ಯವಾಗಿತ್ತು. ಆದರೆ ಅಂತಹ ಸಹಕಾರ ಮತ್ತು ಬೆಂಬಲ ಕಾಲಾನಂತರ ಅದಕ್ಕೆ ದೊರೆಯದೇ ಹೋದುದರಿಂದ ವಿಫಲತೆಯನ್ನು ಕಾಣಬೇಕಾಯಿತು. ಜಗತ್ತಿನ ರಾಷ್ಟ್ರಗಳು ರಾಷ್ಟ್ರಸಂಘಕ್ಕೆ ನೀಡಿದ ಬೆಂಬಲ ಬಾಯಿ ಮಾತಿನ ಮೂಲಕವೇ ಹೊರತು ಹೃದಯಾಂತರಾಳದಿಂದಲ್ಲ. ಅವುಗಳು ರಾಷ್ಟ್ರಸಂಘಕ್ಕೆ ಗೌರವವನ್ನು ನೀಡುತ್ತಿದ್ದರೂ, ಒಳಗೊಳಗೆ ಕತ್ತಿ ಮಸೆಯುವುದು, ಸ್ವಹಿತಾಸಕ್ತಿ ಸಾಧನೆ ಮತ್ತು ರಹಸ್ಯವಾಗಿ ಸಮಾಲೋಚನೆ ನಡೆಸುವುದನ್ನು ಬಿಡಲಿಲ್ಲ. ಈ ರೀತಿಯ ಚಟುವಟಿಕೆಗಳು ರಾಷ್ಟ್ರಸಂಘದ ವಿಫಲತೆಗೆ ಕಾರಣವಾದವು.

5. ಸದಸ್ಯತ್ವ ಸಾರ್ವತ್ರಿಕವಾಗದೇ ಹೋದದ್ದು: ರಾಷ್ಟ್ರಸಂಘದ ಸದಸ್ಯತ್ವವು ಸಾರ್ವತ್ರಿಕವಾಗಿರಲಿಲ್ಲ. ಅಂದರೆ ವಿಶ್ವದ ಎಲ್ಲಾ ರಾಷ್ಟ್ರಗಳು ಅದರ ಸದಸ್ಯರಾಗಿರಲಿಲ್ಲ. ಇದು ಲೀಗಿನ ವಿಫಲತೆಗೆ ಪ್ರಮುಖ ಕಾರಣವಾಯಿತು. ಲೀಗ್ ಆಫ್ ನೇಷನ್ಸಿನ ಸ್ಥಾಪನೆಗೆ ಪ್ರಮುಖವಾಗಿ ಶ್ರಮಿಸಿದ ಅಮೇರಿಕಾವೇ ಅದರ ಸದಸ್ಯತ್ವವನ್ನು ಪಡೆಯಲಿಲ್ಲ. ವುಡ್ರೋ ವಿಲ್ಸನ್ನನ ಯೋಜನೆಗಳನ್ನು ನಿರಾಕರಿಸಿದ ಸೆನೆಟ್, ಅಮೇರಿಕಾವು ಲೀಗಿನ ಸದಸ್ಯತ್ವವನ್ನು ಪಡೆಯಲು ಅನುಮತಿಯನ್ನು ನೀಡಲಿಲ್ಲ. ಇಂತಹ ಅಗ್ರಗಣ್ಯ ರಾಷ್ಟ್ರವು ಲೀಗನ್ನು ಸೇರದೇ ಹೋದುದುರಿಂದ ಅದು ದುರ್ಬಲವಾಯಿತು. ಇಷ್ಟೇ ಅಲ್ಲದೆ 1926ರವರೆಗೂ ಜರ್ಮನಿಗೆ ಸದಸ್ಯತ್ವ ದೊರೆತಿರಲಿಲ್ಲ. ಅದು ನಿಶ್ಯಸ್ತ್ರೀಕರಣದ ವಿವಾದದಿಂದಾಗಿ 1933ರಲ್ಲಿ ಲೀಗ್‌ನಿಂದ ಹಿಂದೆ ಸರಿಯಿತು. 1934ರವರೆಗೆ ರಷ್ಯಾ ಲೀಗಿನ ಸದಸ್ಯತ್ವ ಪಡೆದಿರಲಿಲ್ಲ. ಜಪಾನ್ ಮತ್ತು ಇಟಲಿ ಸದಸ್ಯತ್ವ ಪಡೆದಿದ್ದರೂ ರಾಷ್ಟ್ರಸಂಘ ತಮ್ಮ ಆಕ್ರಮಣಗಳಿಗೆ ಅಡ್ಡಿ ಬಂದಾಗ, ಅವು ರಾಷ್ಟ್ರಸಂಘದಿಂದ ಹೊರ ನಡೆದವು. ಇದರಿಂದಾಗಿ ರಾಷ್ಟ್ರಸಂಘವು ಅಶಕ್ತವಾದ ಮತ್ತು ಅಸಮರ್ಥವಾದ ಸಂಸ್ಥೆಯಾಗಿ ಮಾರ್ಪಟ್ಟಿತು.

6. ಬೃಹತ್ ರಾಷ್ಟ್ರಗಳ ಕೈಗೊಂಬೆ: ಜರ್ಮನಿ, ಜಪಾನ್ ಮತ್ತು ಇಟಲಿಗಳು ರಾಷ್ಟ್ರ ಸಂಘದಿಂದ ತಮ್ಮ ಸದಸ್ಯತ್ವವನ್ನು ಹಿಂತೆಗೆದುಕೊಂಡ ಮೇಲೆ ರಾಷ್ಟ್ರಸಂಘವು ಬ್ರಿಟನ್ ಮತ್ತು ಫ್ರಾನ್ಸ್‌ಗಳ ಕೈಗೊಂಬೆಯಾಯಿತು. ಇವುಗಳ ಪ್ರಾಧಾನ್ಯತೆಯಿಂದಾಗಿ ಉಳಿದ ರಾಷ್ಟ್ರಗಳು ಅದರಲ್ಲಿ ಆಸಕ್ತಿಯನ್ನು ಕಳೆದುಕೊಂಡವು. ರಾಷ್ಟ್ರಸಂಘದ ಈ ಬೃಹತ್ ರಾಷ್ಟ್ರಗಳು ಪಕ್ಷಪಾತ ನೀತಿಯನ್ನು ಅನುಸರಿಸಲಾರಂಭಿಸಿದವು. ಇದರಿಂದಾಗಿ ರಷ್ಯಾ ರಾಷ್ಟ್ರಸಂಘವನ್ನು 'ದರೋಡೆಕೋರ ರಾಷ್ಟ್ರಗಳ ಗುಂಪು' ಎಂಬುದಾಗಿ ಭಾವಿಸಿ ರಾಷ್ಟ್ರಸಂಘದಿಂದ ಹೊರನಡೆಯಿತು.

7. ಅಂಧರಾಷ್ಟ್ರೀಯತೆಯ ಪುನರ್ ಬೆಳವಣಿಗೆ: ಮೊದಲನೆಯ ಮಹಾಯುದ್ಧದ ನಂತರ ಏರ್ಪಟ್ಟ ವರ್ಸೈಲ್ಸ್ ಒಪ್ಪಂದದ ದೋಷಗಳಿಂದಾಗಿ ಅಂಧರಾಷ್ಟ್ರೀಯತೆ ಪುನರ್ ಬೆಳವಣಿಗೆಗೊಂಡಿತು. ಇದರಿಂದಾಗಿ ಸರ್ವಾಧಿಕಾರತ್ವ ಮತ್ತು ಸರ್ವಾಧಿಕಾರಿಗಳು ಏಳಿಗೆ ಹೊಂದಿ ರಾಷ್ಟ್ರಸಂಘದ ಪತನಕ್ಕೆ ಕಾರಣರಾದರು. ಇವರಲ್ಲಿ ಹಿಟ್ಲರ್ ಮತ್ತು ಮುಸಲೋನಿ ಪ್ರಮುಖರಾಗಿದ್ದರು. ಇವರು ಯುದ್ಧದಾಹಿಗಳಾಗಿದ್ದು, ರಾಷ್ಟ್ರಸಂಘದ ಆದೇಶಗಳನ್ನು ತಿರಸ್ಕರಿಸಿ ಆಕ್ರಮಣಗಳಲ್ಲಿ ತೊಡಗಿ ಮತ್ತೊಂದು ಮಹಾಯುದ್ಧಕ್ಕೆ ಕಾರಣರಾದರು. ಹಿಟ್ಲರ್‌ನು ಜರ್ಮನಿಯಲ್ಲಿ ಅಂಧರಾಷ್ಟ್ರೀಯತೆಯ ಬೀಜವನ್ನು ಬಿತ್ತಿದನು. ಇವನು 'ಜರ್ಮನರೆಲ್ಲಾ ಒಂದಾಗಿ'ಎಂಬ ಕರೆ ನೀಡಿದನು. ಜರ್ಮನ್ ಜನಾಂಗವೇ ಅತ್ಯಂತ ಶ್ರೇಷ್ಠವಾದುದು, ಇಡೀ ಯೂರೋಪನ್ನು ಆಳಲು ಜರ್ಮನರು ಮಾತ್ರ ಅರ್ಹರು ಎಂಬ ಪ್ರಚೋದಕ ಮಾತುಗಳನ್ನು ಆಡಿ ಹಿಟ್ಲರ್ ಜರ್ಮನರಲ್ಲಿ ಅಂಧರಾಷ್ಟ್ರೀಯತೆಯನ್ನು ಬೆಳೆಸಿದನು. ಈ ನಿಟ್ಟಿನಲ್ಲಿ ಹಿಟ್ಲರ್ ಮತ್ತು ಮುಸಲೋನಿ ಆಕ್ರಮಣ ನೀತಿಯನ್ನು ಅನುಸರಿಸಿದರು. ಇದರಿಂದಾಗಿ ಮತ್ತೊಂದು ಮಹಾಯುದ್ಧ ಅನಿವಾರ್ಯವಾಗಿ ರಾಷ್ಟ್ರಸಂಘವು ತನ್ನ ಅಸ್ತಿತ್ವವನ್ನು ಕಳೆದುಕೊಂಡಿತು.

8. ರಾಷ್ಟ್ರಸಂಘಕ್ಕೆ ತನ್ನದೇ ಆದ ಸೈನ್ಯವಿಲ್ಲದಿದ್ದುದು: ರಾಷ್ಟ್ರಸಂಘವು ಸದಸ್ಯ ರಾಷ್ಟ್ರಗಳ ಬೆಂಬಲ ಮತ್ತು ಸಹಕಾರದ ಆಧಾರದ ಮೇಲೆ ನಿಂತಿತ್ತೇ ಹೊರತು ಅದಕ್ಕೆ ಸಾರ್ವಭೌಮ ಅಧಿಕಾರವಾಗಲೀ ಅಥವಾ ತನ್ನದೇ ಆದ ಒಂದು ಸೈನ್ಯದ ವ್ಯವಸ್ಥೆಯಾಗಲಿ ಇರಲಿಲ್ಲ. ರಾಷ್ಟ್ರಸಂಘಕ್ಕೆ ಅವಿಧೇಯತೆಯನ್ನು ತೋರಿಸಿದ ರಾಷ್ಟ್ರಗಳ ವಿರುದ್ಧ ಕ್ರಮ ಕೈಗೊಳ್ಳುವುದಕ್ಕೆ ಸ್ವಂತ ಸೈನ್ಯ ಬಲವಿರಲಿಲ್ಲ. ಹಾಗೂ ತಾನು ಕೈಗೊಂಡ ನಿರ್ಣಯಗಳನ್ನು ಶೀಘ್ರವಾಗಿ ಮತ್ತು ಒತ್ತಾಯ ಪೂರ್ವಕವಾಗಿ ಜಾರಿಗೆ ತರಲು ಶಕ್ತವಾಗಿರಲಿಲ್ಲ. ರಾಷ್ಟ್ರಸಂಘದ ಆದೇಶಗಳನ್ನು ಪ್ರಬಲವಾದ ರಾಷ್ಟ್ರಗಳು ಉಲ್ಲಂಘಿಸಿದಾಗ ಸ್ವಾಭಾವಿಕವಾಗಿ ಅದರ ಅಶಕ್ತತೆ ಮತ್ತು ಅಸಮರ್ಥತೆಗಳು ವ್ಯಕ್ತವಾಗಿ, ರಕ್ಷಣೆ ಬಯಸಿದ್ದಂತಹ ಸಣ್ಣಪುಟ್ಟ ರಾಷ್ಟ್ರಗಳು ರಾಷ್ಟ್ರಸಂಘದಲ್ಲಿ ತಮ್ಮ ನಂಬಿಕೆಯನ್ನು ಕಳೆದುಕೊಳ್ಳುವಂತಾಯಿತು.

ಪ್ರೊ. ಮಹೇಶ್ ಪ್ರಸಾದ್ ಟಾಂಡನ್ ರವರು ಅಭಿಪ್ರಾಯಪಡುವಂತೆ "ರಾಷ್ಟ್ರಸಂಘವು ವಿಫಲವಾಯಿತು. ಕಾರಣ ಅದಕ್ಕೆ ಕಚ್ಚಲು ಹಲ್ಲುಗಳು ಇರದೇ ಇದ್ದುದು"ಎಂಬ ಅಭಿಪ್ರಾಯವು ಅರ್ಥಗರ್ಭಿತವಾಗಿದೆ.

9. ಜನ ಬೆಂಬಲದ ಕೊರತೆ: ರಾಷ್ಟ್ರಸಂಘವು ರಾಷ್ಟ್ರಗಳ ಕೂಟವಾಗಿತ್ತೇ ಹೊರತು ಜನತೆಯ ಕೂಟವಾಗಿರಲಿಲ್ಲ. ಇದು ಸದಸ್ಯ ರಾಷ್ಟ್ರಗಳ ಜನತೆಯನ್ನು ಪ್ರತಿನಿಧಿಸದೇ ಆ ರಾಷ್ಟ್ರಗಳ ಸರ್ಕಾರವನ್ನು ಪ್ರತಿನಿಧಿಸುತ್ತಿತ್ತು. ರಾಷ್ಟ್ರಸಂಘದ ಯಾವುದೇ ಕಾರ್ಯಕ್ರಮದಲ್ಲಿ ಜನತೆಗೆ ಸ್ಥಾನವಿರಲಿಲ್ಲವಾದ್ದರಿಂದ ಅದಕ್ಕೆ ಜನತೆಯ ಸಾರ್ವತ್ರಿಕ ಬೆಂಬಲದ ಕೊರತೆ ಎದ್ದುಕಾಣುತ್ತಿತ್ತು. ರಾಷ್ಟ್ರಸಂಘವು ಜಗತ್ತಿನ ಜನತೆಯ ಆಶೋತ್ತರಗಳನ್ನು ಪ್ರತಿನಿಧಿಸುವ ಅಂತರರಾಷ್ಟ್ರೀಯ ಸಂಸ್ಥೆಯಾಗಿರದೆ, ಅದು "ಕೆಲವೇ ರಾಷ್ಟ್ರಗಳ ಸಂಘ", "ಜಿನೀವಾ ಗಾಂಪರ ಗುಂಪು", "ಕಲ್ಪನೆಗಳ ರಾಷ್ಟ್ರಸಂಘ" ಎಂಬ ಮೊದಲಾದ ಅವಹೇಳನಕಾರಿ ಹೆಸರುಗಳಿಂದ ಕರೆಯಲ್ಪಟ್ಟು ನಿಂದನೆಗೆ ಒಳಗಾಯಿತು.

ಹೀಗೆ ರಾಷ್ಟ್ರಸಂಘವು ಮತ್ತೊಂದು ಮಹಾಯುದ್ಧವನ್ನು ತಡೆಗಟ್ಟುವಲ್ಲಿ ಸಂಪೂರ್ಣವಾಗಿ ವಿಫಲವಾಗಿ ಅಂತ್ಯವನ್ನು ಕಂಡರೂ ಸಹ ಅದರ ಧ್ಯೇಯೊದ್ದೇಶಗಳು ಸಂಪೂರ್ಣವಾಗಿ ವಿಫಲವಾದವೆಂದು ಹೇಳಲಾಗದು. ದ್ವಿತೀಯ ಮಹಾಯುದ್ಧದ ನಂತರ ಸ್ಥಾಪಿತವಾದ ವಿಶ್ವಸಂಸ್ಥೆ (UNO) ಯು ರಾಷ್ಟ್ರಸಂಘದ ಹಲವಾರು ಅಂಶಗಳನ್ನು ಅಳವಡಿಸಿಕೊಂಡು, ವಿಶ್ವದಲ್ಲಿ ಸಂಭವಿಸುವ ರಾಜಕೀಯ ಸಮಸ್ಯೆಗಳಿಗೆ ಪರಿಹಾರವನ್ನು ಸೂಚಿಸುತ್ತಾ ಮತ್ತು ಜಗತ್ತಿನಲ್ಲಿ ಶಾಂತಿಯನ್ನು ಕಾಪಾಡುತ್ತಾ ಬರುತ್ತಿದೆ.

ಒಟ್ಟಿನಲ್ಲಿ ರಾಷ್ಟ್ರಸಂಘದ ವಿಫಲತೆಯು ಮಾನವ ಜನಾಂಗಕ್ಕೆ ಒಂದು ಮಹತ್ತರವಾದ ಪಾಠವನ್ನು ಕಲಿಸಿದೆ. ಇಂದು ವಿಶ್ವದಲ್ಲಿ ಎಲ್ಲಿ ನೋಡಿದರೂ ಶಸ್ತ್ರಾಸ್ತ್ರಗಳ ಪೈಪೋಟಿ, ಆಂತರಿಕ ಯುದ್ಧಗಳು ಯಥೇಚ್ಚವಾಗಿ ಕಂಡುಬರುತ್ತಿವೆ. ವಿಶ್ವಸಂಸ್ಥೆ ಅಸ್ಥಿತ್ವದಲ್ಲಿದ್ದರೂ ಒಂದು ರಾಷ್ಟ್ರ ಮತ್ತೊಂದು ರಾಷ್ಟ್ರದ ಮೇಲೆ ಕತ್ತಿ ಮಸೆಯುತ್ತಲೇ ಬರುತ್ತಿವೆ. ಕೇವಲ ಒಂದೇ ಒಂದು ಸಣ್ಣ ಕಿಡಿ ಕಾಣಿಸಿಕೊಂಡರೂ ಸಾಕು ತೃತೀಯ ಮಹಾಯುದ್ಧ ಖಚಿತ ಎಂಬ ಈ ಅತಂತ್ರ ಪ್ರಪಂಚದಲ್ಲಿ ಇಂದು ನಾವು ಬದುಕುತ್ತಿದ್ದೇವೆ. ಈ ರೀತಿಯ ಮಹಾಯುದ್ಧಗಳನ್ನು ತಡೆಗಟ್ಟಲು ಆಗಿನಿಂದಲೂ ಶ್ರಮಿಸುತ್ತಿರುವ ಜಗತ್ತಿನ ಜನತೆಗೆ ಶಾಂತಿಯನ್ನು ನೀಡಬಯಸುತ್ತಿರುವ ಅಂತರ ರಾಷ್ಟ್ರೀಯ ಸಂಸ್ಥೆಗಳಲ್ಲಿ ಒಂದಾಗಿರುವ ವಿಶ್ವಸಂಸ್ಥೆಯನ್ನು ಸಾಯಲು ಬಿಡದೇ ಬದುಕಿಸುವುದು ನಮ್ಮೆಲ್ಲರ ಕರ್ತವ್ಯವೆಂಬುದನ್ನು ರಾಷ್ಟ್ರಸಂಘದ ಅಂತ್ಯದಿಂದ ನಾವು ಅರಿತುಕೊಳ್ಳಬೇಕಾಗಿದೆ.

* * * * *

ಅಧ್ಯಾಯ - 28

ರಷ್ಯಾದ ಕ್ರಾಂತಿ – 1917

1917ರ ರಷ್ಯಾದ ಮಹಾಕ್ರಾಂತಿಯು 20ನೇ ಶತಮಾನದ ಒಂದು ಪ್ರಮುಖ ಘಟನೆಯಾಗಿದ್ದು ವಿಶ್ವದ ಇತಿಹಾಸದಲ್ಲಿ ಒಂದು ಅದ್ವಿತೀಯ ಸ್ಥಾನ ಪಡೆದಿದೆ. ಶತಶತಮಾನಗಳಿಂದ ಬೇರುಬಿಟ್ಟುಕೊಂಡಿದ್ದ ನಿರಂಕುಶ ಪ್ರಭುತ್ವವನ್ನು ಕಿತ್ತುಹಾಕಿ ಇತಿಹಾಸದಲ್ಲಿಯೇ ಪ್ರಥಮ ಬಾರಿಗೆ ಸಮತಾವಾದದ ತತ್ವಗಳ ಆಧಾರದ ಮೇಲೆ ಆಧುನಿಕ ರಾಷ್ಟ್ರವೊಂದರ ನಿರ್ಮಾಣಕ್ಕೆ ಈ ಕ್ರಾಂತಿ ದಾರಿಮಾಡಿಕೊಟ್ಟಿತು. ಈ ದಿಸೆಯಲ್ಲಿ ಜಗತ್ತಿನ ಶೋಷಿತ ಜನಾಂಗಕ್ಕೆ ನವಮನ್ವಂತರವನ್ನು ಸೃಷ್ಟಿಸಿಕೊಟ್ಟ ಕೀರ್ತಿ ಈ ಕ್ರಾಂತಿಗೆ ಸಲ್ಲುತ್ತದೆ. ಪರದೇಶಗಳ ದಾಸ್ಯಕ್ಕೆ ಗುರಿಯಾಗಿದ್ದ ತಮ್ಮ ತಮ್ಮ ರಾಷ್ಟ್ರಗಳ ಸ್ವಾತಂತ್ರ್ಯಕ್ಕೆ ಹೋರಾಡುತ್ತಿದ್ದ ಕ್ರಾಂತಿಕಾರರಿಗೆ ರಷ್ಯಾದ ಕ್ರಾಂತಿ ಮಾರ್ಗದರ್ಶಕವಾಗಿ ಆ ರಾಷ್ಟ್ರಗಳಿಗೆ ಸವಾಲಾಗಿ ಮಾರ್ಪಟ್ಟಿತು. ಈ ಮಹಾಕ್ರಾಂತಿಯನ್ನು ರಷ್ಯಾದ ಐತಿಹಾಸಿಕ ಹಾಗೂ ಆರ್ಥಿಕ ಪರಿಸ್ಥಿತಿಗಳ ಫಲಿತಾಂಶದ ಕೂಸೆಂದು ವರ್ಣಿಸಲಾಗಿದೆ. ಇದೊಂದು ರಾಷ್ಟ್ರೀಯ ಹಾಗೂ ರಾಜಕೀಯ ಮಹಾಕ್ರಾಂತಿಯಾಗಿದ್ದಂತೆ ಪ್ರಧಾನವಾಗಿ ಸಾಮಾಜಿಕ ಮತ್ತು ಆರ್ಥಿಕ ಕ್ರಾಂತಿಯಾಗಿದ್ದು ಪ್ರಥಮ ಮಹಾಯುದ್ಧದ ಫಲವಾಗಿತ್ತು. ಈ ಕ್ರಾಂತಿಯು ಮುಖ್ಯವಾಗಿ ಕಾರ್ಮಿಕ ವರ್ಗದ ಕಲ್ಯಾಣಕ್ಕಾಗಿ ಮಾಡಿದ ಮಹಾ ಆಂದೋಲನವಾಗಿದ್ದು ಸಮತಾವಾದದ ಸಿದ್ಧಾಂತದನ್ವಯ ರಾಜಕೀಯ, ಸಾಮಾಜಿಕ ಹಾಗೂ ಆರ್ಥಿಕ ವ್ಯವಸ್ಥೆಯನ್ನು ಹೊಂದಿದ್ದ ನವರಾಷ್ಟ್ರದ ನಿರ್ಮಾಣಕ್ಕೆ ಕಾರಣವಾಯಿತು.

1789ರ ಫ್ರೆಂಚ್ ಮಹಾಕ್ರಾಂತಿಯೊಡನೆ ಹೋಲಿಕೆ :

1917ರ ರಷ್ಯಾದ ಕ್ರಾಂತಿಗೂ 1789ರ ಫ್ರೆಂಚ್ ಮಹಾಕ್ರಾಂತಿಗೂ ಹಲವು ವಿಚಾರಗಳಲ್ಲಿ ಸಾಮ್ಯವಿರುವುದನ್ನು ನೋಡಬಹುದು. ಆದರೆ ಕೆಲವು ಬಗೆಯಲ್ಲಿ ರಷ್ಯಾದ ಕ್ರಾಂತಿಯು 1789ರ ಫ್ರಾನ್ಸ್ ಮಹಾಕ್ರಾಂತಿಗಿಂತ ಆಕರ್ಷಕವು ಮತ್ತು ಪ್ರಾಮುಖ್ಯವು ಆಗಿದೆ. ಕೆಲವು ವಿಧದಲ್ಲಿ ಈ ಕ್ರಾಂತಿಯು ಫ್ರಾನ್ಸಿನ ಕ್ರಾಂತಿಯ ಮುಂದುವರೆದ ಭಾಗವಾಗಿದ್ದಿತು.

ಕ್ರಾಂತಿಯಿಂದಾದ ಮಹತ್ವದ ಮಾರ್ಪಾಡುಗಳು ಹಾಗೂ ವಿಶಾಲ ಪ್ರಭಾವದ ದೃಷ್ಟಿಯಿಂದ ಬೋಲ್ಷೆವಿಕ್ ಕ್ರಾಂತಿಯನ್ನು ಫ್ರಾನ್ಸಿನ ಮಹಾಕ್ರಾಂತಿಯೊಡನೆ ಹೋಲಿಸಬಹುದು. ಫ್ರಾನ್ಸಿನ ಮಹಾಕ್ರಾಂತಿ ಮಧ್ಯಮ ವರ್ಗದವರ ಹಿತಕ್ಕಾಗಿ ನಡೆದ ಕ್ರಾಂತಿಯಾದರೆ ಶ್ರಮಜೀವಿಗಳ ಹಿತರಕ್ಷಣೆ ರಷ್ಯಾದ ಕ್ರಾಂತಿಯ ಮೂಲ ಉದ್ದೇಶವಾಗಿತ್ತು. ಇವೆರಡು ಕ್ರಾಂತಿಗಳು ರಾಜರ ದರ್ಪಿಷ್ಟ ಪ್ರಭುತ್ವದ ವಿರುದ್ಧವಾಗಿದ್ದರೂ ಒಂದು ಪ್ರಜಾಪ್ರಭುತ್ವದ ಸ್ಥಾಪನೆಯಗುರಿ ಹೊಂದಿದ್ದರೆ ಇನ್ನೊಂದು ಸಮಾಜವಾದಿ ಅಥವಾ ಸಮತಾವಾದಿ ಪ್ರಭುತ್ವವನ್ನು ಸ್ಥಾಪಿಸುವ ಗುರಿಯನ್ನು ಹೊಂದಿತ್ತು. ರಷ್ಯಾದ ಕ್ರಾಂತಿಯು ಸಮಾಜವಾದಿ ತತ್ವಗಳಿಗೆ ಹೊಸ ಚಾಲನೆಯನ್ನು ನೀಡಿ ವಿಶ್ವದ ಇತಿಹಾಸದಲ್ಲಿ ಒಂದು ಹೊಸ ಶಕೆಯನ್ನಾರಂಭಿಸಲು ಮತ್ತು ರಾಜಕೀಯ ಸರ್ಕಾರ ಹಾಗೂ ಆರ್ಥಿಕ ವಿಧಾನದಲ್ಲಿ ಆಸಕ್ತಿ ಕೆರಳಿಸುವ ಒಂದು ಹೊಸ ಪ್ರಯೋಗಕ್ಕೆ ದಾರಿಮಾಡಿಕೊಟ್ಟಿತು.

ಫ್ರಾನ್ಸಿನ ಮಹಾಕ್ರಾಂತಿಯಂತೆ ರಷ್ಯಾ ಕ್ರಾಂತಿಯು ಕ್ರಾಂತಿಕಾರಕ ವಿಚಾರ ಮಂಥನದಿಂದ ಉಂಟಾಯಿತು. ಮಾರ್ಕ್ಸ್ ಮತ್ತು ಏಂಜಲ್ಸ್‌ರ ಲೇಖನಿಯಿಂದ ಹೊರಹೊಮ್ಮಿದ ಸಮಾಜವಾದಿ ವಿಚಾರಗಳು ರಾಷ್ಟ್ರಜೀವನಕ್ಕೆ ಅಳವಡಿಸಲ್ಪಟ್ಟು ಮಹತ್ವಪೂರ್ಣ ಯಶಸ್ಸು ಸಾಧಿಸಿ ಜಗತ್ತಿನ ಜನತೆಯ ಕಣ್ಣು ತೆರೆಸಿತು. ಸಮಾಜವಾದ ಎಲ್ಲ ದೇಶಗಳ ಗಡಿ ಮತ್ತು ಎಲ್ಲೆಗಳನ್ನು ದಾಟಿ ಜನಮನವನ್ನಾಕರ್ಷಿಸಿತು. ಫ್ರಾನ್ಸಿನ ಮಹಾಕ್ರಾಂತಿಯನ್ನು ರಾಜಕೀಯ ಕ್ರಾಂತಿಯೆಂದು ಕರೆದರೆ ರಷ್ಯದ ಕ್ರಾಂತಿಯನ್ನು ಆರ್ಥಿಕ ಮತ್ತು ಸಾಮಾಜಿಕ ಕ್ರಾಂತಿಯೆಂದು ವಿವರಿಸಬಹುದು. ಫ್ರೆಂಚರ ಸರ್ಕಾರದಂತೆ ರಷ್ಯನ್ನರ ಸರ್ಕಾರ ಯುದ್ಧದಲ್ಲಿ ಪರಾಭವಗೊಂಡಿದ್ದರಿಂದ ಅದರ ಬೊಕ್ಕಸ ಬರಿದಾಗಿತ್ತು. ಸುಧಾರಣೆಯ ಅಂದಾಜುಗಳೆಲ್ಲ ತಲೆಕೆಳಕಾಗಿ ಅದಕ್ಕೆ ಅಪಕೀರ್ತಿ ಬಂದೊದಗಿತ್ತು. ಒಟ್ಟಿನಲ್ಲಿ ಇವೆರಡು ಕ್ರಾಂತಿಗಳಿಗೂ ಹಲವಾರು ವಿಚಾರಗಳಲ್ಲಿ ಸಾಮ್ಯವಿದ್ದರೂ, ಪರಿಣಾಮದಲ್ಲಿ ರಷ್ಯಾದ ಕ್ರಾಂತಿಯು ಫ್ರಾನ್ಸಿನ ಮಹಾಕ್ರಾಂತಿಗಿಂತ ಅಪಾರ ಪ್ರಭಾವವುಳ್ಳದ್ದು ಮತ್ತು ಗಮನಾರ್ಹವು ಆದುದ್ದಾಗಿದೆ.

ರಷ್ಯಾದ ಕ್ರಾಂತಿಗೆ ಕಾರಣಗಳು

ಜಾರ್ ದೊರೆಗಳ ಆಡಳಿತದ ಅಸಮರ್ಥತೆ, ನಿರಂಕುಶಾಧಿಕಾರ, ಶ್ರೀಮಂತ ವರ್ಗದ ವಿಲಾಸಿ ಜೀವನ, ಹೊರಲಾರದ ತೆರಿಗೆಗಳು, ಆಹಾರದ ಅಭಾವ, ಜನತೆಯ ಅತೃಪ್ತಿಯನ್ನು ಅದುಮಿಡಲು ಆಗಾಗ್ಗೆ ಜಾರಿಗೆ ಬರುತ್ತಿದ್ದ ರಾಷ್ಟ್ರದ ಭಯೋತ್ಪಾದಕ ಶಾಸನಗಳು, ಕ್ರಿಮಿಯಾ ಮತ್ತು ಜಪಾನ್ ಯುದ್ಧದಲ್ಲಿ ರಷ್ಯಾದ ಸೋಲು, ಯೂರೋಪಿನ ಕಾರ್ಮಿಕ ಜಾಗೃತಿಯ ಕಾವು ಮತ್ತು ಮಹಾಯುದ್ಧದಿಂದ ಸಂಭವಿಸಿದ ಕಷ್ಟನಷ್ಟಗಳು, ಸಾವು ನೋವುಗಳು– ಇವೇ ಮುಂತಾದ ಕಾರಣಗಳು ಕ್ರಾಂತಿಯ

ಕಿಚ್ಚನ್ನು ಹರಡಿದವು. ಕಾರ್ಲ್‌ಮಾರ್ಕ್ಸ್, ಲೆನಿನ್, ಮ್ಯಾಕ್ಸಿಂಗಾರ್ಕಿ ಇವರೇ ಮುಂತಾದವರು ಕ್ರಾಂತಿಯು ತೀವ್ರಗತಿಯಲ್ಲಿ ಹರಡುವುದಕ್ಕೆ ಕಾರಣರಾದರು. 18ನೇ ಶತಮಾನದಲ್ಲಿ ರಷ್ಯಾದ ಜೀತದಾಳುಗಳು ತಮ್ಮ ನಿರಂಕುಶ ಜಾರ್‌ದೊರೆಯ ವಿರುದ್ಧ ಹಲವು ಬಾರಿ ದಂಗೆಯೆದ್ದಿದ್ದರು. ಆದರೆ ಜಾರ್‌ದೊರೆಗಳು ಅವುಗಳನ್ನೆಲ್ಲ ನಿರ್ದಯವಾಗಿ ಹತ್ತಿಕ್ಕಿದ್ದರು. ಆದರೆ 1917ರ ರಷ್ಯಾದ ಕ್ರಾಂತಿಯ ಕಾರಣ ಮತ್ತು ಪರಿಣಾಮಗಳು ಮಹತ್ವದ್ದಾಗಿದ್ದು ತನ್ನ ಉದ್ದೇಶವನ್ನು ಸಾಧಿಸುವುದರಲ್ಲಿ ಸಫಲವಾಯಿತು. ಇಂತಹ ರಾಷ್ಟ್ರೀಯ ಹಾಗೂ ರಾಜಕೀಯ ಸಾಮಾಜಿಕ ಮತ್ತು ಆರ್ಥಿಕ ಕ್ರಾಂತಿಗೆ ಹಲವಾರು ಕಾರಣಗಳನ್ನು ಗುರುತಿಸಬಹುದು.

1) ದರ್ಪಿಷ್ಟ ಜಾರ್ ದೊರೆಗಳ ದಬ್ಬಾಳಿಕೆ ಮತ್ತು ದುರಾಡಳಿತ: ನಿರಂಕುಶ ಮತ್ತು ದರ್ಪಿಷ್ಟ ಪ್ರಭುಗಳಾಗಿದ್ದ ರಷ್ಯಾದ ಝಾರ್ ದೊರೆಗಳು ತಮ್ಮ ಅಧಿಕಾರವು ದೈವದತ್ತವಾದುದೆಂದು ನಂಬಿ ಸ್ವೇಚ್ಛೆಯಿಂದ ರಾಜ್ಯಭಾರ ಮಾಡುತ್ತಿದ್ದರು. ರಷ್ಯಾ ರಾಜಕೀಯವಾಗಿ ದೀರ್ಘಕಾಲದಿಂದ ಇಂತಹ ದರ್ಪಿಷ್ಟ ಪ್ರಭುತ್ವಕ್ಕೆ ಒಳಗಾಗಿದ್ದು, 1789ರಲ್ಲಿ ಫ್ರಾನ್ಸಿನಲ್ಲಿ ಏರ್ಪಟ್ಟಿದ್ದ ದರ್ಪಿಷ್ಟ ಪ್ರಭುತ್ವಕ್ಕಿಂತ ನಿರ್ದಯವಾಗಿತ್ತು. ಪ್ರಜೆಗಳ ಹಿತವನ್ನು ನಿರ್ಲಕ್ಷಿಸಿ ತಮ್ಮಗಳ ವಿಲಾಸಿ ಜೀವನಕ್ಕೆ, ಸ್ವೇಚ್ಛೆಯ ಆಡಳಿತಕ್ಕೆ ಪ್ರಾಧಾನ್ಯತೆ ನೀಡಿದ್ದರು. ರಷ್ಯಾದ ಪ್ರಜೆಗಳಿಗೆ ಯಾವ ರಾಜಕೀಯ ಹೊಣೆಗಾರಿಕೆ ಹಾಗೂ ಹಕ್ಕುಗಳು ಇರಲಿಲ್ಲ. ಪ್ರಜೆಗಳಿಗೆ ಸ್ವಾತಂತ್ರ್ಯವೆಂಬುದು ಮರೀಚಿಕೆಯಾಗಿ ತಮ್ಮಗಳ ಮೇಲೆ ನಡೆಸುತ್ತಿದ್ದ ದಬ್ಬಾಳಿಕೆ ಮತ್ತು ವಿಧಿಸುತ್ತಿದ್ದ ಮಿತಿಮೀರಿದ ತೆರಿಗೆಗಳಿಂದ ಕುಗ್ಗಿಹೋಗಿದ್ದರು. ರಾಜ ಪ್ರಭುತ್ವವನ್ನು ವಿರೋಧಿಸಿ ಪ್ರಜೆಗಳು ತಮ್ಮ ಹಕ್ಕು ಬಾಧ್ಯತೆಗಳನ್ನು ರಕ್ಷಿಸಿಕೊಳ್ಳಲು ಪ್ರತಿಭಟನೆಯನ್ನು ತೋರಿದರೆ ಅದನ್ನು ನಿರ್ದಯವಾಗಿ ಅಡಗಿಸಲಾಗುತ್ತಿದ್ದಿತು. ರಾಜಪ್ರಭುತ್ವದ ವಿರೋಧಿಗಳನ್ನು ಕೊಲೆಮಾಡುವುದು ಇಲ್ಲವೆ ಸೈಬೀರಿಯಾಕ್ಕೆ ಗಡೀಪಾರು ಮಾಡುವುದರ ಮೂಲಕ ಧಮನ ಮಾಡುತ್ತಿದ್ದರು. ರಾಜರ ನಿರಂಕುಶ ಪ್ರಭುತ್ವಕ್ಕೆ ಮಿತಿ ಹಾಕುವ, ಪ್ರಜೆಗಳ ಕುಂದುಕೊರತೆಗಳನ್ನು ನಿವೇದಿಸಿಕೊಳ್ಳುವ ಯಾವುದೇ ರೀತಿಯ ಪ್ರತಿನಿಧಿ ಸಭೆಗಳು ರೂಪುಗೊಂಡಿರಲಿಲ್ಲ.

ಎಲ್ಲಾ ಝಾರ್ ದೊರೆಗಳು ನಿರಂಕುಶ ಪ್ರಭುಗಳಾಗಿದ್ದರು. ದೇಶದ ಮತ್ತು ಜನತೆಯ ಪ್ರಗತಿಗೆ ಮತ್ತು ಆಧುನೀಕರಣಕ್ಕೆ ಗಮನ ನೀಡಿದ ಉದಾರವಾದಿಗಳಾದ ಪೀಟರ್ ಮಹಾಶಯ, 2ನೇ ಕ್ಯಾಥರೀನ್, 1ನೇ ಅಲೆಕ್ಸಾಂಡರ್ ಮತ್ತು 2ನೇ ಅಲೆಕ್ಸಾಂಡರ್ ಮುಂತಾದವರು ಕೆಲವು ಸುಧಾರಣೆಗಳನ್ನು ಜಾರಿಗೆ ತಂದಿದ್ದರು. ಆದರೆ 1ನೇ ನಿಕೋಲಸ್, 3ನೇ ಅಲೆಕ್ಸಾಂಡರ್ ಮತ್ತು 2ನೇ ನಿಕೋಲಸ್ ದೊರೆಗಳು ನಿರಂಕುಶ ಪ್ರಭುಗಳಾಗಿದ್ದು, ಪ್ರಗತಿ ವಿರೋಧಿಗಳಾಗಿ ಜನತೆಯ ಎಲ್ಲ ಚಳುವಳಿಗಳನ್ನು ನಿರ್ದಯವಾಗಿ ಹತ್ತಿಕ್ಕಿದರು. ಇವರು ಜನತೆಗೆ ಕಂಟಕ ಪ್ರಾಯರಾಗಿದ್ದರೇ ವಿನಃ ಅವರ ದುಃಖ ದುಮ್ಮಾನಗಳನ್ನು ಕಡಿಮೆ ಮಾಡಲು ಯಾವುದೇ ಸುಧಾರಣೆಗಳನ್ನು ಕೈಗೊಳ್ಳಲಿಲ್ಲ. ಇವರ ಉದ್ದೇಶ ರಷ್ಯಾದಲ್ಲಿ "ಒಂದು ಚರ್ಚು, ಒಂದು ರಾಷ್ಟ್ರ ಮತ್ತು ಒಬ್ಬ ಜಾರ್' ಎಂದು ಮೆರೆಯುವುದೇ ಆಗಿದ್ದಿತು.

1ನೇ ನಿಕೋಲಸ್‌ನು ಎಲ್ಲ ರೀತಿಯ ಸುಧಾರಣಾ ಚಳುವಳಿಗಳ ವಿರೋಧಿಯಾಗಿದ್ದು ತನ್ನ ಪ್ರಭುತ್ವವನ್ನು ಪ್ರಶ್ನಿಸಿ ಚಳುವಳಿಗಳಲ್ಲಿ ಪಾಲ್ಗೊಂಡ ವ್ಯಕ್ತಿಗಳನ್ನು ನಿರ್ದಯವಾಗಿ ಕ್ರೂರ ರೀತಿಯಲ್ಲಿ ದಂಡಿಸುತ್ತಿದ್ದನು. ದೊರೆಯ ಈ ರೀತಿಯ ಕ್ರೂರ ನಡವಳಿಕೆಯನ್ನು ವಿರೋಧಿಸಿ ರಷ್ಯಾದಲ್ಲಿ ಅನೇಕ ಗುಪ್ತ ಸಂಘಗಳು ಉದಯವಾದವು. ರಾಜಪ್ರಭುತ್ವ ವಿರೋಧಿಗಳನ್ನು ನಾಶಪಡಿಸುವುದಕ್ಕಾಗಿಯೇ ನಿಕೋಲಸ್ ಪ್ರತ್ಯೇಕ ಪೋಲಿಸ್ ಪಡೆಯನ್ನು ನೇಮಿಸಿದನು. ಕೆಲವರನ್ನು ಚಿತ್ರಹಿಂಸೆಗೆ ಗುರಿಪಡಿಸಿ ಕೊಲೆ ಮಾಡಿಸಿದನು. ಮತ್ತೆ ಕೆಲವರನ್ನು ಸೈಬೀರಿಯಾಕ್ಕೆ ಗಡಿಪಾರು ಮಾಡಿದನು. ಜನತೆಯ ಗಮನವನ್ನು ಆಂತರಿಕ ವ್ಯವಹಾರಗಳಿಂದ ಬೇರೆಡೆಗೆ ಸೆಳೆಯಲು ಪರರಾಜ್ಯಗಳ ಮೇಲೆ ಆಕ್ರಮಣವನ್ನು ಕೈಗೊಂಡನು. ಕ್ರಿಮಿಯಾ ಯುದ್ಧದಲ್ಲಿ ಮಿತ್ರರಾಷ್ಟ್ರಗಳಿಂದ ಸೋಲನ್ನು ಅನುಭವಿಸಿ ತನಗೂ ತನ್ನ ರಾಜ್ಯಕ್ಕೂ ಅಪಕೀರ್ತಿಯನ್ನು ತಂದುಕೊಂಡನು. ನಿಕೋಲಸ್‌ನ ನಂತರ ಅವನ ಉತ್ತರಾಧಿಕಾರಿಯಾಗಿ ಬಂದ ಅಲೆಕ್ಸಾಂಡರ್ ಉದಾರವಾದಿಯಾಗಿದ್ದು ಹಲವಾರು ಸುಧಾರಣೆಗಳನ್ನು ಜಾರಿಗೆ ತರುವುದರ ಮೂಲಕ ಕ್ರಾಂತಿಕಾರಕ ಪ್ರವೃತ್ತಿಗಳನ್ನು ತಡೆಗಟ್ಟಲು ಶ್ರಮಿಸಿದನು. ಗುಲಾಮರನ್ನು ವಿಮುಕ್ತಿಗೊಳಿಸುವ ಸಲುವಾಗಿ 1861ರಲ್ಲಿ ಒಂದು ಶಾಸನವನ್ನು ಜಾರಿಗೆ ತಂದನು. ಕೈಗಾರಿಕಾ ಕ್ರಾಂತಿಯ ಪ್ರಭಾವ ರಷ್ಯಾಕ್ಕೂ ವಿಸ್ತರಿಸಿತು. ರಾಜ್ಯಾಂಗವನ್ನು ಪ್ರಜೆಗಳ ಅನುಕೂಲಕ್ಕೆ ತಕ್ಕಂತೆ ಮಾರ್ಪಡಿಸಲು ಸ್ವಯಂ ಆಡಳಿತವುಳ್ಳ ಸ್ಥಳೀಯ ಸಂಸ್ಥೆಗಳ ಸ್ಥಾಪನೆಗೆ ಒಪ್ಪಿಕೊಂಡನು. ಆದರೆ ಇಂತಹ ಉದಾರವಾದಿ ದೊರೆಯನ್ನು ಸ್ವಲ್ಪ ಕಾಲದಲ್ಲೆ ಕೊಲೆ ಮಾಡಲಾಯಿತು. ಇವನ ನಂತರ ಬಂದ ಉತ್ತರಾಧಿಕಾರಿಗಳು ಕ್ರೂರವಾಗಿ ವರ್ತಿಸಲು ಆರಂಭಿಸಿದರು. ಹೀಗೆ ಜಾರ್ ದೊರೆಗಳ ದರ್ಪಿಷ್ಟ ನಿರಂಕುಶ ಪ್ರಭುತ್ವವನ್ನು ಕೊನೆಗಾಣಿಸಲು ರಷ್ಯಾದ ಜನತೆ ಕ್ರಾಂತಿಯ ಹಾದಿಯನ್ನು ಹಿಡಿದರು.

2) 2ನೇ ನಿಕೋಲಸ್‌ನ ಅಸಮರ್ಥ ಮತ್ತು ನಿರಂಕುಶ ಆಡಳಿತ : ಕ್ರಾಂತಿಗೆ ಮೂಲ ಕಾರಣನಾದ 2ನೇ ನಿಕೋಲಸ್ ಅವಿವೇಕಿ ಮತ್ತು ಅಸಮರ್ಥನಾಗಿದ್ದು ನಿರಂಕುಶ ಪ್ರಭುವಾಗಿದ್ದನು. ನೀಚರು, ಕಟುಕರು, ಕುಹಕಿಗಳಾದ ಬೆಂಬಲಿಗರನ್ನು ಆಸ್ಥಾನದಲ್ಲಿ ಹೊಂದಿದ್ದನು. ಈತನ ಪತ್ನಿ ಝರಿನಾ ಆಡಳಿತದಲ್ಲಿ ಹಸ್ತಕ್ಷೇಪ ಮಾಡಿ ತನ್ನ ಪ್ರಭಾವವನ್ನು ಬೀರುತ್ತಿದ್ದಳು.

ರಷ್ಯಾದ ಎರಡನೆ ನಿಕೋಲಸ್

ಜಾರನ ಏಕಮಾತ್ರ ಪುತ್ರನ ಕಾಯಿಲೆಯನ್ನು ಗುಣಪಡಿಸಿ ಮಹಾರಾಣಿಯ ಕೃಪಾಕಟಾಕ್ಷಕ್ಕೆ ಪಾತ್ರನಾದ ರಾಸ್ಪುಟಿನ್ ಎಂಬ ಕಳ್ಳ ಸನ್ಯಾಸಿ ರಾಜಕೀಯದಲ್ಲಿ ಪ್ರಭಾವಶಾಲಿ ವ್ಯಕ್ತಿಯಾದನು. 2ನೇ ನಿಕೋಲಸ್ ಮತ್ತು ಆತನ ರಾಣಿ ಝರಿನಾ ಠಕ್ಕ, ದುರ್ಮಾಗಿ, ದುರಾಚಾರಿ ರಾಸ್ಪೊಟಿನ್ ಪ್ರಭಾವಕ್ಕೆ ಒಳಗಾಗಿ ಮಾಡಬಾರದ ಕೆಲಸಗಳನ್ನು ಮಾಡಿದರು. ರಾಜಕೀಯದಲ್ಲಿ ರಾಸ್ಪೊಟಿನ್ ಪ್ರಭಾವವನ್ನು ಸಹಿಸದ ಜನ ರೊಚ್ಚಿಗೆದ್ದು ಅವನನ್ನು ಕೊಲೆ ಮಾಡಿದರು. ಎಲ್ಲೆಡೆಯಿಂದ ಈ ಕಳ್ಳ ಸನ್ಯಾಸಿಯ ಕೊಲೆಗೆ ವ್ಯಾಪಕ ಸ್ವಾಗತ ಬಂದಿತು. ಇದನ್ನು ಸಹಿಸದ ದೊರೆ 2ನೇ ನಿಕೋಲಸ್ ಗುಪ್ತ ಪೋಲಿಸ್ ದಳವನ್ನು ನೇಮಿಸಿ ಜನರನ್ನು ದಂಡಿಸಿದನು.

1905ರಲ್ಲಿ ಜಪಾನ್ ಯುದ್ಧದಲ್ಲಿ ರಷ್ಯಾದ ಸೋಲು, ಭಯಂಕರ ಕ್ಷಾಮ ಮುಂತಾದ ಕಾರಣಗಳಿಂದ ಜನತೆಯ ಅತೃಪ್ತಿ ಅಧಿಕವಾಗಿ ಅವರ ಸ್ಥಿತಿ ಚಿಂತಾಜನಕವಾಯಿತು. 1905ರ ಜನವರಿ 22ರಂದು ಹಸಿದ ಕಾರ್ಮಿಕರ ಜನಸ್ತೋಮ ತಮ್ಮ ರಾಜಕೀಯ ಮತ್ತು ಆರ್ಥಿಕ ಬೇಡಿಕೆಗಳನ್ನು ಸಲ್ಲಿಸುವುದಕ್ಕಾಗಿ ಸೆಂಟ್‌ಪೀಟರ್ಸ್‌ಬರ್ಗಿನ ಅರಮನೆಯ ಹೆಬ್ಬಾಗಿಲಿನ ಮುಂದೆ ಸೇರಿದರು. ಹಸಿವಿನಿಂದ ಕಂಗೆಟ್ಟು ನಿರಾಶ್ರಿತರಾಗಿದ್ದ ನಿರಾಯುಧರಾದ ಆ ನಿಸ್ಸಹಾಯಕ ಜನತೆಯ ಮೇಲೆ ಸೈನಿಕರು ಗುಂಡು ಹಾರಿಸಿದರು. ಸಾವಿರಾರು ಮಂದಿ ಮೃತರಾದರು. ಈ ಕಗ್ಗೊಲೆಯ ಸಮಾಚಾರ ದೇಶದಾದ್ಯಂತ ಹರಡಿ ಜನರನ್ನು ಉದ್ರೇಕಗೊಳಿಸಿತು. ಕಾರ್ಮಿಕರು ಎಲ್ಲಾ ಆರ್ಥಿಕ ಚಟುವಟಿಕೆಗಳನ್ನು ಸ್ಥಗಿತಗೊಳಿಸಿ ದೇಶದಾದ್ಯಂತ ಮುಷ್ಕರ ಹೂಡಿದರು. ಕೃಷಿ ಕಾರ್ಮಿಕರು ತಮ್ಮ ಒಡೆಯರ ಮೇಲೆ ಬಿದ್ದು ಸಾವಿರಾರು ಮಂದಿಯನ್ನು ಕೊಂದರು. ದೇಶದ ಪರಿಸ್ಥಿತಿ ಹದಗೆಟ್ಟು ಅದನ್ನು ಸುಸ್ಥಿತಿಗೆ ತರುವ ದೃಷ್ಟಿಯಿಂದ 2ನೇ ನಿಕೋಲಸ್ ಜನತೆಗೆ ಉದಾರ ಸಂವಿಧಾನವನ್ನು ಕೊಡಲೊಪ್ಪಿದನು. ಪ್ರಜಾಸತ್ತಾತ್ಮಕವಾಗಿ ಚುನಾಯಿತವಾದ ಸಂಸತ್ತಿಗೆ ಶಾಸನ ರಚಿಸುವ ಅಧಿಕಾರ ನೀಡಬೇಕೆಂದು ತೀರ್ಮಾನವಾಯಿತು. 1906ರಲ್ಲಿ ಡ್ಯೂಮಾ ಎಂಬ ಪ್ರತಿನಿಧಿ ಸಭೆ ಸಮಾವೇಶಗೊಂಡಿತು. ಆದರೆ ಜಾರನು ಶಾಸನ ರಚಿಸುವ ಮತ್ತು ಮಂತ್ರಿಮಂಡಲವನ್ನು ಹಿಡಿತದಲ್ಲಿಟ್ಟುಕೊಳ್ಳುವ ಯಾವುದೇ ಅಧಿಕಾರವನ್ನು ಅದಕ್ಕೆ ಕೊಡಲಿಲ್ಲ. 1907ರಲ್ಲಿ ಮಂತ್ರಿಮಂಡಲವನ್ನು ನಿಯಂತ್ರಿಸುವ ಅಧಿಕಾರವನ್ನೇ ಡ್ಯೂಮಾಕ್ಕೆ ನೀಡಬೇಕೆಂದು ಅದರ ಪ್ರತಿನಿಧಿಗಳು ವಾದಿಸಿದ್ದರ ಪರಿಣಾಮವಾಗಿ ಆ ಡ್ಯೂಮಾವನ್ನೆ ವಿಸರ್ಜನೆ ಮಾಡಲಾಯಿತು. 2ನೇ ನಿಕೋಲಸ್‌ನ ಈ ಸಮಯಸಾಧಕ ನೀತಿ ಮತ್ತು ಮಹಾಯುದ್ಧದಲ್ಲಿ ಜರ್ಮನಿಯೊಂದಿಗೆ ರಷ್ಯಾ ಅನುಭವಿಸಿದ ಸೋಲು ಜನತೆಯ ಅಸಮಧಾನದ ಕಟ್ಟೆಯೊಡೆದು ಕ್ರಾಂತಿಯ ಕಿಚ್ಚು ಹರಡಲು ಕಾರಣವಾಯಿತು. ದೇಶದ ಅಭಿವೃದ್ಧಿಗೆ ಮತ್ತು ಜನತೆಯ ಸುಖ-ಸಂತೋಷಗಳಿಗೆ ಕಿಂಚಿತ್ತು ಬೆಲೆ ಕೊಡದೆ ಝಾರನ ಅಧಿಕಾರಿಗಳು ಮತ್ತು ಮಂತ್ರಿಗಳು ಸ್ವೇಚ್ಛೆಯಾಗಿ ವರ್ತಿಸುತ್ತಿದ್ದರು. ಇವುಗಳು ಕ್ರಾಂತಿಗೆ ಕಾರಣವಾದವು.

3) ಸೈನಿಕ ಅಪಜಯಗಳ ಅತೃಪ್ತಿ : ದರ್ಪಿಷ್ಟ ಪ್ರಭುತ್ವದ ಶಕ್ತಿ ಸಾಮರ್ಥ್ಯಗಳು ರಾಜರ ನಿರಂಕುಶ ಅಧಿಕಾರ, ದಬ್ಬಾಳಿಕೆ, ಸ್ವೇಚ್ಛಾಚಾರ ಮುಂತಾದವುಗಳು ನಿರಂತರವಾಗಿ ಇರಬೇಕಾದರೆ ಅದಕ್ಕೆ ಪ್ರಬಲವಾದ ಸೈನ್ಯದ ಆಧಾರ ಅತಿಮುಖ್ಯ. ಆದರೆ ಈ ನಿರಂಕುಶ ದರ್ಪಿಷ್ಟ ಪ್ರಭುತ್ವ ಶಾಶ್ವತವಲ್ಲ ಎಂಬುದು ಐತಿಹಾಸಿಕ ಸತ್ಯ. ರಷ್ಯಾದ ಜಾರ್ ಚಕ್ರವರ್ತಿಗಳು ಅಪಾರವಾದ ಸೈನ್ಯವನ್ನು ಹೊಂದಿದ್ದರೂ ಅದನ್ನು ಉತ್ತಮ ಶಸ್ತ್ರಾಸ್ತ್ರ ಮತ್ತು ಶಿಕ್ಷಣದಿಂದ ಆಧುನೀಕರಣಗೊಳಿಸಿಲು ಯಾವುದೇ ಕ್ರಮ ಕೈಗೊಂಡಿರಲಿಲ್ಲ. ಅವರಿಗೆ ತಮ್ಮ ಅಪರಿಮಿತ ಸೈನ್ಯದ ಮೇಲೆ ಗಾಢವಾದ ನಂಬಿಕೆ ಬೇರೂರಿದ್ದಿತು. 19 ಮತ್ತು 20ನೇ ಶತಮಾನಗಳಲ್ಲಿನ ರಷ್ಯಾ, ನೆಪೋಲಿಯಾನಿಕ್ ಯುದ್ಧ, ಕ್ರಿಮಿಯಾ ಯುದ್ಧ, ರಷ್ಯಾ ಜಪಾನ್ ಯುದ್ಧ ಮತ್ತು ಮೊದಲ ಮಹಾಯುದ್ಧಗಳಲ್ಲಿ ರಷ್ಯಾ ಅನುಭವಿಸಿದ ನಿರಂತರ ಸೋಲು ರಷ್ಯಾದ ರಾಜಕೀಯ ಮತ್ತು ಸೈನಿಕ ನಿಶ್ಯಕ್ತಿಯನ್ನು ಎತ್ತಿ ತೋರಿಸಿತು. 1ನೇ ನಿಕೋಲಸ್‌ನು ಕ್ರಿಮಿಯಾ ಯುದ್ಧದಲ್ಲಿ ಭಾಗವಹಿಸಿ ಮಿತ್ರರಾಷ್ಟ್ರಗಳಾದ ಬ್ರಿಟನ್, ಫ್ರಾನ್ಸ್ ಮತ್ತು ಟರ್ಕಿಗಳಿಂದ ಸೋಲನ್ನು ಅನುಭವಿಸಿ ತನಗೂ ತನ್ನ ರಾಜ್ಯಕ್ಕೂ ಅಪಕೀರ್ತಿ ತಂದುಕೊಂಡನು. 2ನೇ ನಿಕೋಲಸನ ಕಾಲದಲ್ಲಿ ರಷ್ಯಾದಂತಹ ಬೃಹತ್ ರಾಷ್ಟ್ರವು ಏಷ್ಯಾದ ಪುಟ್ಟ ರಾಷ್ಟ್ರವಾದ ಜಪಾನ್‌ನಿಂದ ಸೋಲನ್ನು ಅನುಭವಿಸಿದ್ದು ಜನತೆಯಲ್ಲಿ ಅತೃಪ್ತಿ ಉಂಟಾಗಲು ಕಾರಣವಾಯಿತು. ಜಾರ್ ನಿಕೋಲಸ್‌ನ ಸೋಲಿಗೆ ಪ್ರಮುಖ ಕಾರಣ ಅವನ ದುರ್ಬಲ ಮನಸ್ಸು, ಮೂಢನಂಬಿಕೆಯ ಕಂದಾಚಾರದ ಹೆಂಡತಿ ಝರಿನಾ ಅಲೆಗ್ಸಾಂಡ್ರಿಯಾ ಮತ್ತು ತನ್ನ ಆಪ್ತ ಸಲಹೆಗಾರನಾದ ಧರ್ಮಾಂಧ ರಾಸ್ಪುಟಿನ್‌ನನ ಮಾತಿಗೆ ಕಿವಿಗೊಟ್ಟು ದೇಶವನ್ನೆ ಅಪಮಾನಕ್ಕೆ ಗುರಿಮಾಡಿದ.

4) ಸಾಮಾಜಿಕ ಅಸಮಾನತೆ : ರಷ್ಯಾದ ಸಮಾಜ ಸಾಮಾಜಿಕವಾಗಿ ಹಲವಾರು ನ್ಯೂನತೆಗಳಿಂದ ಕೂಡಿದ್ದು ಅದು ಯೂರೋಪಿನ ಮಧ್ಯಯುಗದ ಸಮಾಜದಿಂದ ಇನ್ನೂ ಹೊರಬಂದಿರಲಿಲ್ಲ. ಅಲ್ಲಿ ಮಧ್ಯಯುಗದ ಊಳಿಗಮಾನ್ಯ

ವ್ಯವಸ್ಥೆಯು ಮುಂದುವರೆದಿದ್ದಿತು. ರಾಜರು, ಶ್ರೀಮಂತರು, ಪಾದ್ರಿಗಳು ಮತ್ತು ಗೇಣಿದಾರರು ಸಮಾಜದ ಮುಖ್ಯ ಅಂಗಗಳಾಗಿದ್ದರು. ಪ್ರಭುಗಳು ಮತ್ತು ಪ್ರಜೆಗಳು ಎಂಬ ಎರಡು ವರ್ಗಗಳಿದ್ದು, ಶ್ರೀಮಂತರು ಮತ್ತು ಅಧಿಕಾರಿಗಳು ಅಧಿಕಾರಕ್ಕೆ ಜಾರ್‌ನನ್ನು ಆಶ್ರಯಿಸಿದ್ದರೆ, ಹಣಕ್ಕಾಗಿ ಬಡ ರೈತರ ಕಡೆ ನೋಡುತ್ತಿದ್ದರು. ಇತ್ತೀಚೆಗೆ ರೂಪುಗೊಂಡಿದ್ದ ಮಧ್ಯಮ ವರ್ಗವು ವರ್ತಕರಿಂದ ಕೂಡಿದ್ದಿತು. ರಷ್ಯಾದಲ್ಲಿದ್ದ ಸಾಮಾಜಿಕ ಅಸಮಾನತೆಗಳು ವರ್ಗವಿಭಜನೆಗೆ, ಮೇಲ್ವರ್ಗದವರಿಂದ ಕೆಳವರ್ಗದವರ ಶೋಷಣೆಗೆ ಕಾರಣವಾಗಿದ್ದವು. ಕೈಗಾರಿಕಾ ಕ್ರಾಂತಿಯ ಹರಡುವಿಕೆಯಿಂದಾಗಿ ಹೊಸ ಸಾಮಾಜಿಕ ಆರ್ಥಿಕ ಸಮಸ್ಯೆಗಳು ಉದಯವಾದವು. ನಗರೀಕರಣದಿಂದಾಗಿ ಹೊಸ ಸಮಸ್ಯೆಗಳು ಬೆಳವಣಿಗೆಗೊಂಡವು. ಸಮಾಜದಲ್ಲಿ ಬಂಡವಾಳಗಾರರು ಮತ್ತು ಕಾರ್ಮಿಕರು, ಮಾಲೀಕರು ಮತ್ತು ಕೂಲಿಗಾರರು ಎಂಬ ಎರಡು ವರ್ಗಗಳು ಏಳಿಗೆ ಹೊಂದಿ ವರ್ಗ ಹೋರಾಟ ಆರಂಭವಾಯಿತು. ಅಧಿಕ ಲಾಭದ ದುರಾಸೆಯಿಂದ ಬಂಡವಾಳಗಾರರು ಕೂಲಿಕಾರರ ರಕ್ತವನ್ನು ಹೀರಲಾರಂಭಿಸಿದರು. ಕಾರ್ಮಿಕರು ತಮ್ಮ ಮೇಲಿನ ಶೋಷಣೆ ಅಧಿಕವಾದಂತೆ ಬಂಡವಾಳಗಾರರ ವಿರುದ್ಧ ಸಂಘ ಸಂಸ್ಥೆಗಳನ್ನು ಕಟ್ಟಿಕೊಂಡು ಅತೃಪ್ತಿ ಅಸಮಧಾನಗಳನ್ನು ವ್ಯಕ್ತಪಡಿಸಿದರು. 19ನೇ ಶತಮಾನದ ಅಂತ್ಯಭಾಗದ ಆರ್ಥಿಕ ಕುಸಿತವು ಕಾರ್ಮಿಕರ ಸಮಸ್ಯೆಗಳನ್ನು ಮತ್ತಷ್ಟು ತೀವ್ರಗೊಳಿಸಿ ಮುಷ್ಕರಗಳ ಸಂಖ್ಯೆ ದ್ವಿಗುಣಗೊಂಡವು. ಈ ಮುಷ್ಕರಗಳು ರಾಜಕೀಯ ರೂಪವನ್ನು ತಾಳಿ ಮಾಲೀಕರಿಗೆ ಮಾತ್ರವಲ್ಲದೆ ಆಳರಸರಿಗೂ ಬಿಸಿ ಮುಟ್ಟಿಸಿದವು.

ರೈತ ವರ್ಗದ ಸ್ಥಿತಿ ಶೋಚನೀಯವಾಗಿತ್ತು. ಅವರು ಶ್ರೀಮಂತ ಜಮೀನ್ದಾರರ ಶೋಷನೆಗೆ ಗುರಿಯಾಗಿದ್ದರು. ರೈತರು ವಾಸ್ತವಿಕವಾಗಿ ಗುಲಾಮರಾಗಿದ್ದು ವಾರದ ಕೆಲ ದಿನ ಜಮೀನ್ದಾರರಿಗೆ ಪುಕ್ಕಟೆ ಸೇವೆಸಲ್ಲಿಸಬೇಕಿತ್ತು. ಬೆವರು ಸುರಿಸಿ ಜಮೀನುಗಳಲ್ಲಿ ದುಡಿಯುತ್ತಿದ್ದ ರೈತರ ಶ್ರಮದ ಫಲ ಅಂತಿಮವಾಗಿ ಜಮೀನ್ದಾರರ ಪಾಲಾಗುತ್ತಿತ್ತು. ಜೀತದಾಳುಗಳ ವಿಮೋಚನೆಯ ನಂತರವೂ ಅವರ ಸ್ಥಿತಿ ಗಣನೀಯವಾಗಿ ಸುಧಾರಿಸಿರಲಿಲ್ಲ. ಚಿಕ್ಕಪುಟ್ಟ ಜಮೀನುಗಳನ್ನು ಹೊಂದಿದ್ದ ರೈತರ ಬೇಸಾಯ ಲಾಭದಾಯಕವಾಗಿರಲಿಲ್ಲ. ಬಡಜನತೆ ಅಧಿಕ ತೆರಿಗೆಗಳಿಂದ ಬಳಲುತ್ತಿದ್ದರು. ಬಹುಸಂಖ್ಯಾತ ಜನರು ದಟ್ಟ ದಾರಿದ್ರ್ಯ ಅಜ್ಞಾನ, ದಬ್ಬಾಳಿಕೆಯಲ್ಲಿ ತೊಳಲುತ್ತಿದ್ದರು. ಬೆಲೆಯೇರಿಕೆಯಿಂದಾಗಿ ಬಡಜನರು ತತ್ತರಿಸುತ್ತಿದ್ದರು. ಜನರನ್ನು ಸದೆಬಡಿಯಲು ಚರ್ಚನ್ನೂ ಒಂದು ಸಾಧನವಾಗಿ ಬಳಸಲಾಗುತ್ತಿತ್ತು. ಉಚ್ಚ ಶಿಕ್ಷಣ ಶ್ರೀಮಂತರ ಗುತ್ತಿಗೆಯಾಗಿತ್ತು. ಪ್ರಭುಗಳು ಪಾಶ್ಚಾತ್ಯ ಶಿಕ್ಷಣ ಪಡೆದರೆ ಬಡವರು ಶಿಕ್ಷಣದಿಂದ ವಂಚಿತರಾಗಿದ್ದರು. ಈ ಎಲ್ಲ ಸಮಸ್ಯೆಗಳು 1917ರ ಕ್ರಾಂತಿಗೆ ಕಾರಣವಾದವು.

5) ಆರ್ಥಿಕ ದುಸ್ಥಿತಿ : ಆರ್ಥಿಕವಾಗಿ ರಷ್ಯಾ ಯೂರೋಪಿನ ಇನ್ನಿತರ ರಾಜ್ಯಗಳಿಗಿಂತ ಅತ್ಯಂತ ಹಿಂದುಳಿದಿದ್ದಿತು. 1917ರ ರಷ್ಯಾ ಕ್ರಾಂತಿಗೆ ಆರ್ಥಿಕ ಕಾರಣಗಳು ಪ್ರಮುಖವಾದ ಕಾರಣಗಳಾಗಿದ್ದವು. ರಷ್ಯನ್ನರು ಬೇರೆಯವರಿಗಿಂತ ನೂರು ವರ್ಷ ಹಿಂದುಳಿದಿದ್ದಾರೆ ಎಂಬುದು ಆಗಿನ ವಾಡಿಕೆಯಾಗಿತ್ತು. ಕೈಗಾರಿಕಾ ಕ್ರಾಂತಿಯ ಪರಿಣಾಮವಾಗಿ ರಷ್ಯಾ ಅನೇಕ ದುಷ್ಪರಿಣಾಮಗಳನ್ನು ಎದುರಿಸಬೇಕಾಯಿತು. ಗೃಹ ಕೈಗಾರಿಕೆಗಳು ದುರವಸ್ಥೆಗೀಡಾಗಿ ಹಳ್ಳಿಗಳ ಆರ್ಥಿಕ ಜೀವನ ಹದಗೆಟ್ಟಿತು. ಇದರಿಂದಾಗಿ ಗ್ರಾಮೀಣ ನಿರುದ್ಯೋಗಿಗಳ ಸಂಖ್ಯೆ ಹೆಚ್ಚಾಗಿ ನಗರಗಳಲ್ಲಿದ್ದ ಔದ್ಯಮಿಕ ಕೇಂದ್ರಗಳಿಗೆ ಉದ್ಯೋಗವನ್ನು ಹುಡುಕುತ್ತಾ ವಲಸೆ ಹೋಗಲಾರಂಭಿಸಿದರು. ಕಾರ್ಖಾನೆಗಳಲ್ಲಿ ಕೆಲಸ ಮಾಡುತ್ತಿದ್ದ ಕಾರ್ಮಿಕರ ಸ್ಥಿತಿ ಶೋಚನೀಯವಾಗಿತ್ತು. ಅವರು ಪ್ರತಿದಿನ ಸುಮಾರು 16ಗಂಟೆಗಳವರಗೆ ದುಡಿಯುತ್ತಿದ್ದರೂ ಸಂಬಳ ತೀರಾ ಕಡಿಮೆಯಾಗಿತ್ತು. ಇದರಿಂದಾಗಿ ಬಡ ಕಾರ್ಮಿಕರ ಹೆಂಡರು ಮಕ್ಕಳು ಕೂಡಾ ಕಾರ್ಖಾನೆಗಳಲ್ಲಿ ದುಡಿಯುತ್ತಿದ್ದರು. ಕಾರ್ಮಿಕರ ವಸತಿಗಳು ಅನಾರೋಗ್ಯಕರವಾಗಿ ಕಾರ್ಮಿಕರು ನಿರಕ್ಷರತೆ, ದಾರಿದ್ರ್ಯ, ದುಶ್ಚಟ, ರೋಗರುಜಿನಗಳಿಗೆ ಬಲಿಯಾಗಿದ್ದರು. 1880ರ ನಂತರ ಕಾರ್ಮಿಕರ ಸೇವಾವಧಿಯನ್ನು ಸೀಮಿತಗೊಳಿಸುವ ಶಾಸನ ಮಾಡಿದ್ದರೂ ಸಂಘ ಸಂಸ್ಥೆಗಳನ್ನು ಸ್ಥಾಪಿಸಿಕೊಳ್ಳುವ ಹಕ್ಕು ಕಾರ್ಮಿಕರಿಗೆ ಇರಲಿಲ್ಲ. ಝಾರ್ ದೊರೆಗಳು ಕಾರ್ಮಿಕರನ್ನು ಹತ್ತಿಕ್ಕಲು ಕಾರ್ಖಾನೆಗಳ ಒಡೆಯರಿಗೆ ನೆರವು ನೀಡುತ್ತಿದ್ದರು. ಇದರಿಂದಾಗಿ ಕಾರ್ಮಿಕರು ಜ಼ಾರ್‌ನ ಆಡಳಿತವನ್ನು ವಿರೋಧಿಸಲು ಆರಂಭಿಸಿದರು.

ರಷ್ಯಾ ಪ್ರಮುಖವಾಗಿ ವ್ಯವಸಾಯ ಪ್ರಧಾನ ರಾಷ್ಟ್ರವಾಗಿದ್ದರೂ ಅದರ ಪ್ರಗತಿ ಸಾಕಷ್ಟಿರಲಿಲ್ಲ. ಕೃಷಿಯಲ್ಲಿ ಹಳೆಯ ವಿಧಾನಗಳೇ ಮುಂದುವರೆದಿದ್ದು ರೈತರ ಮೂಢನಂಬಿಕೆ, ಹಳೆಯ ಪದ್ಧತಿ ಇವೇ ಕಾರಣಗಳಿಂದಾಗಿ ಅವರು ಕಡುಬಡವರಾಗಿದ್ದರು. ದೇಶದ ಬಹುಪಾಲು ಭೂಮಿ ಶ್ರೀಮಂತರ ಕೈಯಲ್ಲಿದ್ದು ಅವರ ಸಂಖ್ಯೆ ಅತ್ಯಲ್ಪವಾಗಿತ್ತು. ಆದರೆ ದೇಶದ ಬಹುಸಂಖ್ಯಾತ ಗೇಣಿದಾರರು, ಕೃಷಿ ಕಾರ್ಮಿಕರು ಮತ್ತು ಶ್ರಮ ಜೀವಿಗಳ ಜೀವನದಲ್ಲಿ ಕಷ್ಟಕೋಟಲೆಗಳು ಅಪಾರ, ನಿಕೃಷ್ಟ ಜೀವನ ಸಮಸ್ಯೆಗಳ ಅಗರ. ಅತೃಪ್ತಿ ಅಸಮಧಾನದ ಗೂಡಾಗಿತ್ತು. 1881ರಲ್ಲಿ 2ನೇ ನಿಕೋಲಸ್ ಜೀತದಾಳು ಪದ್ಧತಿಯನ್ನು ರದ್ದುಪಡಿಸಿ ಜೀತದಾಳುಗಳನ್ನು ಜಮೀನುದಾರರಿಂದ ವಿಮುಕ್ತಿಗೊಳಿದರೂ ಅವರಿಗೆ ನಿಜವಾದ ಭೂ ಒಡೆತನ ನೀಡಲಿಲ್ಲ. ರೈತರ ಮೇಲಿನ ತೆರಿಗೆಯ ಭಾರ ಕಡಿಮೆಯಾಗಲಿಲ್ಲ. ಅವರ ಹಿಡುವಳಿಗಳು ಅತ್ಯಲ್ಪವಾಗಿದ್ದು ಆದಾಯ ಕಡಿಮೆ ಇದ್ದಿತು. ಹೀಗೆ ರಷ್ಯಾದಲ್ಲಿ ಏರ್ಪಟ್ಟಿದ್ದ ಅಸಮಾನ, ಅಸಮರ್ಪಕ ಮತ್ತು ನ್ಯಾಯಬಾಹಿರ ತೆರಿಗೆ ಪದ್ಧತಿ,

ಅಮಾನುಷ ಮತ್ತು ಹೇಯವಾದ ತೆರಿಗೆ ವಸೂಲಿ ವಿಧಾನಗಳು, ಬಡಜನತೆಯ ಜೀವನದ ಸಂಕಷ್ಟಗಳ ಸರಮಾಲೆ ಇವೆಲ್ಲಾ ಜನರ ಅತೃಪ್ತಿ ಅಸಮಧಾನಗಳಿಗೆ ಕಾರಣವಾದವು. ರೈತ ಮತ್ತು ಕಾರ್ಮಿಕ ವರ್ಗಗಳು ಸುಧಾರಣೆಗಳಿಗಾಗಿ ಸರ್ಕಾರವನ್ನು ಒತ್ತಾಯಪಡಿಸಿ ಹಲವಾರು ಕಡೆ ದಂಗೆಗಳನ್ನು ನಡೆಸಿದರು. ತಮ್ಮಗಳ ಸ್ಥಿತಿಗತಿಯ ಸುಧಾರಣೆಗೆ ಯಾವುದೇ ಭರವಸೆ ನೀಡದ ದರ್ಪಿಷ್ಟ ಪ್ರಭುತ್ವದ ವಿರುದ್ಧ ಕ್ರಾಂತಿಕಾರಿ ಆಂದೋಲನವನ್ನು ಆರಂಭಿಸಿದರು. ಇದು 1917ರ ಕ್ರಾಂತಿಯಲ್ಲಿ ಪರ್ಯಾವಸಾನಗೊಂಡಿತು.

6) ಕಾರ್ಮಿಕ ಶಕ್ತಿಯ ಸಂಘಟನೆ : ಕೈಗಾರಿಕಾ ಕ್ರಾಂತಿಯ ಪರಿಣಾಮವಾಗಿ ಮತ್ತು ಗುಲಾಮಗಿರಿಯನ್ನು ರದ್ದು ಪಡಿಸಿದ್ದರಿಂದ ದೇಶದಲ್ಲಿ ಹೊಸದಾದ ಒಂದು ಕಾರ್ಮಿಕ ವರ್ಗ ಉದಯವಾಯಿತು. ಅಸಮಧಾನಗೊಂಡ ರೈತರು ಕಾರ್ಖಾನೆಗಳಲ್ಲಿ ಉದ್ಯೋಗ ಹುಡುಕುವುದಕ್ಕಾಗಿ ನಗರಗಳತ್ತ ನಡೆದರು. ಅಲ್ಲದೆ ಗೃಹ ಕೈಗಾರಿಕೆಗಳ ನಾಶದಿಂದಾಗಿ ಲಕ್ಷಾಂತರ ಜನ ತಮ್ಮ ವೃತ್ತಿಯನ್ನು ಕಳೆದುಕೊಂಡು ಕಾರ್ಖಾನೆಗಳಿಗೆ ಬಂದು ಸೇರತೊಡಗಿದರು. ಅವರು ಕಡಿಮೆ ಕೂಲಿಗಾಗಿ ಹೆಚ್ಚು ಕಾಲ ಕೆಲಸ ಮಾಡಬೇಕಾಗಿತ್ತು. ಕಾರ್ಮಿಕರ ಪರಿಶ್ರಮದ ಫಲ ಅಂತಿಮವಾಗಿ ಮಾಲೀಕರ ಪಾಲಾಗಿ ಅವರು ಶ್ರೀಮಂತರಾದರು. ಕಾರ್ಮಿಕರು ತಮ್ಮ ಪರಿಸ್ಥಿತಿಯನ್ನು ಸುಧಾರಿಸಿಕೊಳ್ಳುವುದಕ್ಕಾಗಿ ಸಂಘಟನೆಗೊಂಡು ಸಂಘ ಸಂಸ್ಥೆಗಳನ್ನು ರಚಿಸಿಕೊಂಡರು. ಹೆಚ್ಚಿನ ಸಂಬಳ ಮತ್ತು ಇತರ ಸೌಲಭ್ಯಗಳಿಗಾಗಿ ಬೇಡಿಕೆಗಳನ್ನು ಮುಂದಿಟ್ಟರು. ಮಾಲೀಕರು ದೊರೆಗಳ ಬೆಂಬಲವನ್ನು ಪಡೆದಿದ್ದು ಕಾರ್ಮಿಕರ ಬೇಡಿಕೆಗಳನ್ನು ನಿರ್ಲಕ್ಷಿಸತೊಡಗಿದರು. ಸರ್ಕಾರದ ಶಾಸನಗಳು ಕೂಡ ಬಂಡವಾಳಗಾರರ ಪರವಾಗಿಯೇ ಇದ್ದವು. ಕಾರ್ಮಿಕರ ದುಡಿಮೆಯ ಫಲವು ಪೂರ್ಣವಾಗಿ ಬಂಡವಾಳಗಾರರ ಪಾಲಾಗಿ ಅವರು ದಿನೇ ದಿನೇ ಶ್ರೀಮಂತರಾದರೇ ವಿನಃ ಕಾರ್ಮಿಕರ ಕಷ್ಟನಷ್ಟಗಳು ಅವರ ಪರಿಸ್ಥಿತಿಗಳು ಉತ್ತಮಗೊಳ್ಳಲಿಲ್ಲ. ಇದರಿಂದಾಗಿ ಸ್ವಾಭಾವಿಕವಾಗಿ ಕಾರ್ಮಿಕರ ಮನಸ್ಸು ಪಾಶ್ಚಾತ್ಯ ರಾಷ್ಟ್ರಗಳಿಂದ ಹರಿದು ಬರುತ್ತಿದ್ದ ಕ್ರಾಂತಿಕಾರಿ ತತ್ವಗಳ ಕಡೆಗೆ ಸೆಳೆಯಲ್ಪಟ್ಟಿತು. ಕಾರ್ಮಿಕರು ಸಂಘಟನೆಗೊಂಡು ತಮ್ಮ ಶಕ್ತಿಯನ್ನು ಬಂಡವಾಳಗಾರ ಮಾಲೀಕರಿಗೆ ಮತ್ತು ಪ್ರಭುತ್ವಕ್ಕೆ ಮನವರಿಕೆ ಮಾಡಿಸಲು 1895ರಲ್ಲಿ ಕಾರ್ಮಿಕರ ಸೋಷಿಯಲ್ ಡೆಮೊಕ್ರಟಿಕ್ ಪಕ್ಷವನ್ನು ಸ್ಥಾಪಿಸಿಕೊಂಡರು.

7) ಬೌದ್ಧಿಕ ಕಾರಣಗಳು: ಫ್ರಾನ್ಸಿನಲ್ಲಿ ಸಂಭವಿಸಿದಂತೆ ರಷ್ಯಾದಲ್ಲಿಯೂ ಕ್ರಾಂತಿಯ ಮುನ್ನ ಬೌದ್ಧಿಕ ಕ್ಷೇತ್ರದಲ್ಲಿ ಕ್ರಾಂತಿ ಉಂಟಾಯಿತು. ರಷ್ಯಾದ ಜನತೆಯ ಬೌದ್ಧಿಕ ಎಚ್ಚರ ಕ್ರಾಂತಿಯ ಹರಡುವಿಕೆಗೆ ಕಾರಣವಾಗಿದ್ದಿತು. ರಷ್ಯಾದ ನಿರಂಕುಶ ದರ್ಪಿಷ್ಟ ಪ್ರಭುಗಳು ತಮ್ಮ ನಿರಂಕುಶಾಧಿಪತ್ಯವನ್ನು ವಿರೋಧಿಸುವ ಯಾವುದೇ ಚಟುವಟಿಕೆಗಳನ್ನು ಸಹಿಸದೆ ಅವುಗಳನ್ನು ಧಮನ ಮಾಡುವ ನೀತಿಯನ್ನು ಅನುಸರಿಸಲಾರಂಭಿಸಿದರು. ಕ್ರಾಂತಿಕಾರಿ ವಿಚಾರಗಳು ದೇಶದಲ್ಲಿ ಹರಡದಂತೆ ಮಾಡಲು ಗ್ರಂಥಗಳನ್ನು ಹಾಗೂ ವೃತ್ತಪತ್ರಿಕೆಗಳನ್ನು ಸರ್ಕಾರದ ಪೂರ್ವ ಪರಿಶೀಲನೆಗೆ ಒಳಪಡಿಸಿ ಸರ್ವವಿಧದಲ್ಲಿಯೂ ಅವುಗಳನ್ನು ಧಮನಮಾಡಲಾಗುತ್ತಿತ್ತು. ಆದರೆ ಕ್ರಾಂತಿಕಾರಿ ವಿಚಾರಗಳು ಎಲ್ಲಾ ಪ್ರತಿಬಂಧಗಳನ್ನು ಸಡಿಲಿಸಿ 19ನೇ ಶತಮಾನದಲ್ಲಿ ಪಾಶ್ಚಿಮಾತ್ಯ ಸಿದ್ಧಾಂತಗಳ ತೀವ್ರತರವಾದ ಹರಡುವಿಕೆಯಿಂದ ಬೌದ್ಧಿಕ ಚಳುವಳಿ ತೀವ್ರವಾಗಿ ಬೆಳೆಯಿತು. ರಷ್ಯಾದ ವಿಶ್ವವಿದ್ಯಾನಿಲಯಗಳು ಇಂತಹ ಬೌದ್ಧಿಕ ಚಟುವಟಿಕೆಗಳ ಕೇಂದ್ರಗಳಾಗಿದ್ದವು. ಜಾರ್ ದೊರೆಗಳು ವಿಶ್ವವಿದ್ಯಾನಿಲಯಗಳ ಇಂತಹ ಚಟುವಟಿಕೆಗಳಿಗೆ ತಡೆಯನ್ನು ಹಾಕಿ ಅವುಗಳನ್ನು ಸರ್ಕಾರದ ನಿಯಂತ್ರಣಕ್ಕೆ ಒಳಪಡಿಸಿದರು. ವಿದೇಶಿ ಸಾಹಿತ್ಯ, ರಾಜಕೀಯ ಸಿದ್ಧಾಂತಗಳು ಮತ್ತು ತತ್ವಜ್ಞಾನದ ಗ್ರಂಥಗಳು ದೇಶವನ್ನು ಪ್ರವೇಶಿಸದಂತೆ ತಡೆಯೊಡ್ಡಿದರು. ಝಾರ್ 2ನೇ ನಿಕೋಲಸ್ ಶೈಕ್ಷಣಿಕ ಸ್ವಾತಂತ್ರ್ಯವನ್ನು ಹತ್ತಿಕ್ಕಿ ಗ್ರಂಥಭಂಡಾರಗಳನ್ನು ಸರ್ಕಾರದ ಪರಿಶೀಲನೆಗೆ ಒಳಪಡಿಸಿದನು. ಆದರೆ ಇಂತಹ ನಿರ್ಬಂಧಗಳು ವಿಶ್ವವಿದ್ಯಾನಿಲಯಗಳ ಪ್ರಾಧ್ಯಾಪಕರ ಮತ್ತು ವಿದ್ಯಾರ್ಥಿಗಳ ಹೃದಯಗಳಲ್ಲಿ ಅಡಗಿದ್ದ ಮತ್ತು ಮೊಳಕೆ ಹೊಡೆಯುತ್ತಿದ್ದ ಕ್ರಾಂತಿಯ ಕಿಡಿಗಳನ್ನು ನಂದಿಸಲಾಗಲಿಲ್ಲ. ಸಮಾಜವಾದ ಮತ್ತು ಸಮತಾವಾದಗಳು ರಷ್ಯಾಕ್ಕೆ ಹರಡಿದಂತೆ ಅಲ್ಲಿ ಮಹತ್ತರ ಬದಲಾವಣೆವುಂಟಾಗಿ ಸಮಾಜವಾದಿ ಕ್ರಾಂತಿಕಾರರ ಸಂಖ್ಯೆ ಬೆಳೆಯಿತು. ರಾಜಪ್ರಭುತ್ವವನ್ನು ಅಂತ್ಯಗೊಳಿಸಿ ಸಮಾಜವಾದಿ ಪ್ರಜಾಪ್ರಭುತ್ವದ ಸ್ಥಾಪನೆ ಅವರ ಮುಖ್ಯ ಗುರಿಯಾಗಿದ್ದಿತು. ಇವುಗಳನ್ನು ಸಾಧಿಸಲು ರಷ್ಯಾದಲ್ಲಿ ಹಲವಾರು ಬೌದ್ಧಿಕ ಪಂಥಗಳು ಬೆಳವಣಿಗೆ ಹೊಂದಿದವು. ಅವುಗಳಲ್ಲಿ ಸ್ಲಾವೊಫಿಲ್ಸ್, ನಿಹಿಲಿಸ್ಟ್ ಮತ್ತು ಪಾಪುಲಿಸ್ಟ್ ಪಂಥಗಳು ಪ್ರಮುಖವಾದವು. ಸ್ಲಾವೊಫಿಲ್ಸ್ ಪಾಶ್ಚಿಮಾತ್ಯ ಭೌತಿಕವಾದವನ್ನು, ವಿಜ್ಞಾನ ಮತ್ತು ತಾಂತ್ರಿಕ ಜ್ಞಾನವನ್ನು, ಪಾಶ್ಚಿಮಾತ್ಯ ಸಿದ್ಧಾಂತ ಮತ್ತು ವಿಧಾನಗಳನ್ನು ವಿರೋಧಿಸಿದರು. ನಿಹಿಲಿಸ್ಟರು ಶೂನ್ಯವಾದಿಗಳಾಗಿದ್ದು ಎಲ್ಲಾ ಸಂಸ್ಥೆಗಳನ್ನು ಮತ್ತು ಪರಂಪರೆಯನ್ನು ಖಂಡಿಸಿದರು. ಪಾಪುಲಿಸ್ಟರು ಜನವಾದಿಗಳಾಗಿದ್ದು ಜನ ಸಂಪರ್ಕವನ್ನು ಹೊಂದಿ ರೈತಾಪಿ ಜನತೆಯ ಮುಖಾಂತರ ಸಾಮಾಜಿಕ ಕ್ರಾಂತಿಯನ್ನು ತರುವುದು ಅವರ ಮುಖ್ಯ ಉದ್ದೇಶವಾಗಿದ್ದಿತು.

ಬೌದ್ಧಿಕ ಪಂಥಗಳ ಜೊತೆಗೆ ಸಮಕಾಲೀನ ಸಾಹಿತ್ಯವು ರಷ್ಯಾದ ಜನತೆಯನ್ನು ಕ್ರಾಂತಿಯ ಅಂಚಿಗೆ ತರುವಲ್ಲಿ ಪ್ರಮುಖ ಪಾತ್ರವಹಿಸಿತು. ರಾಬರ್ಟ್ ಓವೆನ್, ಸೈಂಟ್‌ಸೈಮನ್, ಲೂಯಿಸ್‌ಬ್ಲಾಂಕ್, ಲಿಯೋ ಟಾಲ್‌ಸ್ಟಾಯ್, ಮಾಕ್ಸಿಂಗಾರ್ಕಿ, ಟರ್ಗಿನೋವ್, ಕಾರ್ಲ್‌ಮಾರ್ಕ್ಸ್, ಎಂಗಲ್ಸ್ ದಾಸ್ತೂವಸ್ಕಿ ಮತ್ತು ಚೆಕೋವ್ ಇನ್ನೂ ಮುಂತಾದವರ ಬರಹಗಳು ರಷ್ಯಾದ ಜನತೆಗೆ ಅವರ ಸ್ಥಿತಿಗತಿಗಳನ್ನು ಅರಿವು ಮಾಡಿಕೊಟ್ಟು ಅವರನ್ನು ಕ್ರಾಂತಿಗೆ ಹುರಿದುಂಬಿಸಿದವು. ಇಂಗ್ಲೆಂಡಿನ ಸಮಾಜ ಸುಧಾರಕನಾದ ರಾಬರ್ಟ್ ಓವೆನ್ ಇಂಗ್ಲೆಂಡಿನಲ್ಲಿ ಸಮಾಜವಾದದ ತಳಪಾಯವನ್ನು ಹಾಕಿದ. ಸೈಂಟ್ ಸೈಮನ್ ಫ್ರಾನ್ಸಿನಲ್ಲಿ ಸಮಾಜವಾದವನ್ನು ಸ್ಥಾಪಿಸಿ ಕಾರ್ಖಾನೆ ಪದ್ಧತಿಯಿಂದ ಉಂಟಾಗುವ ಕೆಡಕುಗಳನ್ನು ಬಯಲಿಗೆಳೆದನು. ಲೂಯಿಸ್‌ಬ್ಲಾಂಕ್ ಸಹಕಾರಿ ಘಟಕದ ಕೆಲಸಗಳನ್ನು ಮತ್ತು ಅವುಗಳ ಉಪಯುಕ್ತತೆಯನ್ನು ಪ್ರತಿಪಾದಿಸಿ, ಘಟಕಗಳ ಉತ್ಪಾದನೆ ಮತ್ತು ಹಂಚಿಕೆಯು ಸಹಕಾರ ತತ್ವದ ಆಧಾರದ ಮೇಲೆ ರೂಪಿತವಾಗಬೇಕೆಂದು ತೋರಿಸಿಕೊಟ್ಟ. ರಷ್ಯಾದ ಲೇಖಕರಲ್ಲಿ ಪ್ರಸಿದ್ಧರಾದ ಟಾಲ್‌ಸ್ಟಾಯ್‌ನ 'ವಾರ್ ಅಂಡ್ ಪೀಸ್', 'ಅನ್ನಕರೆನಿನಾ', 'ಟ್ವೆಂಟಿತ್ರಿ ಸ್ಟೋರಿಸ್' ಕೃತಿಗಳು ಮತ್ತು ಮ್ಯಾಕ್ಸಿಮ್ ಗಾರ್ಕಿಯ 'ದಿ ಮದರ್, ಎಂಬ ಕೃತಿ ಹಾಗೂ ಟರ್ಗಿನೋವ್‌ನ 'ಸ್ಟೋರಿಸ್', ಕಾರ್ಲ್‌ಮಾರ್ಕ್ಸ್ ಮತ್ತು ಏಂಗಲ್ಸ್‌ರ 'ಕಮ್ಯುನಿಸ್ಟ್ ಮ್ಯಾನಿಫೆಸ್ಟೋ' ಮತ್ತು 'ದಾಸ್ ಕ್ಯಾಪಿಟಲ್' ಮೊದಲಾದವು ರಷ್ಯನ್ನರ ಮೇಲೆ ತೀವ್ರ ಪ್ರಭಾವ ಬೀರಿ, ಕ್ರಾಂತಿಗೆ ಸಜ್ಜುಗೊಳಿಸಿದವು. ಕಾರ್ಲ್‌ಮಾರ್ಕ್ಸ್ 1848ರಲ್ಲಿ ತನ್ನ ಕಮ್ಯುನಿಸ್ಟ್ ಪ್ರಣಾಳಿಕೆಯನ್ನು ಪ್ರಕಟಿಸಿದಾಗ ಸಾಮಾಜಿಕ ಕ್ರಾಂತಿಯು ಔನ್ನತ್ಯವನ್ನು ಮುಟ್ಟಿತು.

ಕಾರ್ಲ್‌ಮಾರ್ಕ್ಸ್ (1818–1883)

ಸಮಾಜವಾದದ ಪಿತಾಮಹನಾದ ಕಾರ್ಲ್‌ಮಾರ್ಕ್ಸ್ ಒಬ್ಬ ಸರ್ವಶ್ರೇಷ್ಠ ಸಮಾಜವಾದಿ ಚಿಂತಕ. ಈತ ಜರ್ಮನ್ ಯಹೂದಿಯಾಗಿದ್ದು 1818ರಲ್ಲಿ ಜರ್ಮನಿಯ ರೈನ್‌ಲ್ಯಾಂಡ್‌ನಲ್ಲಿ ಜನಿಸಿದನು. ವಿಶ್ವವಿದ್ಯಾನಿಲಯದಿಂದ ಉಚ್ಚಶಿಕ್ಷಣ ಪಡೆದ ಕಾರ್ಲ್‌ಮಾರ್ಕ್ಸನು ತತ್ವಜ್ಞಾನ ಮತ್ತು ನ್ಯಾಯಶಾಸ್ತ್ರಗಳಲ್ಲಿ ಪರಿಣಿತನಾಗಿದ್ದನು. 1848ರಲ್ಲಿ ರಚಿಸಿದ ತನ್ನ 'ಕಮ್ಯುನಿಸ್ಟ್ ಮ್ಯಾನಿಫೆಸ್ಟೋ' ಎಂಬ ಕೃತಿಯಲ್ಲಿ ಸಮಾಜವಾದದ ಕಾರ್ಯಕ್ರಮವನ್ನು ನಿರೂಪಿಸಿದ್ದನು. ಕ್ರಾಂತಿಕಾರಿ ವಿಚಾರಗಳ ಕಿಡಿಯಾಗಿದ್ದ ಮಾರ್ಕ್ಸ್‌ನನ್ನು ಜರ್ಮನಿಯಿಂದ ಹೊರಹಾಕಲಾಯಿತು. ತನ್ನ ಜೀವನದ ಉಳಿದ ಕಾಲವನ್ನು ಇಂಗ್ಲೆಂಡಿನಲ್ಲಿ ಕಳೆದ ಈತ ಅಲ್ಲಿಯೇ 'ದಾಸ್‌ಕ್ಯಾಪಿಟಲ್' ಎಂಬ ಗ್ರಂಥವನ್ನು ಬರೆದನು. ಈತನ ಸಮಾಜವಾದದ ಕಲ್ಪನೆಗಳು ಅಗಾಧ ಮತ್ತು ಚಿರನೂತನವಾಗಿದ್ದು ಪ್ರಸಿದ್ಧ ತತ್ವಜ್ಞಾನಿ ಹೆಗಲ್‌ನಿಂದ ಸ್ಫೂರ್ತಿ ಪಡೆದಿದ್ದನು. ಎಫ್. ಏಂಗಲ್ಸ್ ಎಂಬ ಗೆಳೆಯನೊಂದಿಗೆ ಕೂಡಿ ರೂಪಿಸಿದ ಮಾರ್ಕ್ಸ್‌ನ ಸಿದ್ಧಾಂತವನ್ನು 'ವೈಜ್ಞಾನಿಕ ಸಮಾಜವಾದ'ಎಂದು ಕರೆಯಲಾಗಿದೆ.

ಕಾರ್ಲ್‌ಮಾರ್ಕ್ಸ್‌ನು ಬಂಡವಾಳಶಾಹಿಯ ಕಡುವೈರಿಯಾಗಿದ್ದನು. ಈತನ ಸಮಾಜವಾದ ಸಿದ್ಧಾಂತದ ಮುಖ್ಯ ಅಂಶಗಳೆಂದರೆ ಕಾರ್ಮಿಕರ ಶ್ರಮವೇ ನಿಜವಾದ ಸಂಪನ್ಮೂಲ. ಶ್ರಮದ ಫಲವನ್ನೆಲ್ಲಾ ತಮ್ಮದಾಗಿಸಿಕೊಂಡ ಧನಿಕರು ಸೋಮಾರಿಗಳು ದುಡಿಯದೆ ಲಾಭವನ್ನು ಗಳಿಸುವ ಮುತ್ಸದ್ಧಿಗಳಾಗಿದ್ದು ತಮ್ಮ ಆರ್ಥಿಕ ಬಲದಿಂದ ಕಾರ್ಮಿಕರ ನ್ಯಾಯಬದ್ಧ ಮುಷ್ಕರ ಹಾಗೂ ಆಂದೋಲನಗಳನ್ನು ಅಡಗಿಸುತ್ತಾರೆ. ಕಾರ್ಮಿಕರನ್ನು ಧನಿಕರ ಹಿಂಸಾತ್ಮಕ ಕ್ರಾಂತಿಯಿಂದ ಮುಕ್ತಗೊಳಿಸಬೇಕಾದರೆ ಧನಿಕರು ತಮ್ಮ ಧನವನ್ನು ಬಿಟ್ಟುಕೊಡುವಂತೆ ಮಾಡಬೇಕು. ಇದು ಹಿಂಸಾತ್ಮಕ ಕ್ರಾಂತಿಯಿಂದ ಮಾತ್ರ ಸಾಧ್ಯ. ಇಂತಹ ಕ್ರಾಂತಿ ಸಾಧನೆಗೆ ವಿಶ್ವದ ಕಾರ್ಮಿಕರೆಲ್ಲರು ಸಂಘಟಿತರಾಗಬೇಕು. ಬಂಡವಾಳಶಾಹಿಯ ನಿರ್ಮೂಲನ ಮಾಡಬೇಕು. ಇಂತಹ ಹೋರಾಟಗಳಲ್ಲಿ ಕಾರ್ಮಿಕರು ತಮ್ಮ ಶೃಂಖಲೆಗಳಿಂದ ಮುಕ್ತಿಗೊಳ್ಳುವರು. ಕ್ರಾಂತಿಯ ನಂತರ ರಾಜ್ಯವೇ ಎಲ್ಲ ಸಂಪನ್ಮೂಲಗಳ ಒಡೆತನ ಹೊಂದಬೇಕು. ರಾಜ್ಯದ ಸಂಪತ್ತು ಸರ್ವಜನರ ಕಲ್ಯಾಣಕ್ಕೆ ವಿನಿಯೋಗವಾಗಬೇಕು. ಪ್ರತಿಯೊಬ್ಬ ವ್ಯಕ್ತಿಯು ತನ್ನ ಸಾಮರ್ಥ್ಯಕ್ಕೆ ತಕ್ಕಂತೆ ದುಡಿಯಬೇಕು. ತನ್ನ ಅಗತ್ಯಗಳಿಗೆ ಅನುಗುಣವಾಗಿ ಸಂಭಾವನೆಯನ್ನು ಪಡೆಯಬೇಕು. ಕಾರ್ಮಿಕರ ಅಧಿಕಾರ ಸ್ಥಾಪಿತವಾಗಬೇಕು. ಉತ್ಪಾದನೆ ಮತ್ತು ಹಂಚಿಕೆ ಕಾರ್ಮಿಕರ ಅಧೀನವಾಗಿರಬೇಕು ಇಂತಹ ವ್ಯವಸ್ಥೆಯೇ ಸಮಾಜವಾದವೆಂದು ಕಾರ್ಲ್‌ಮಾರ್ಕ್ಸ್ ಪ್ರತಿಪಾದಿಸಿದ್ದಾನೆ. ಕಮ್ಯುನಿಸ್ಟ್ ನೇರ ಕ್ರಮದ ಮೂಲಕ ಅಂದರೆ ಮುಷ್ಕರ ಹಿಂಸಾಚಾರ ಮುಂತಾದವುಗಳ ಮೂಲಕ ಬಂಡವಾಳಶಾಹಿಗಳನ್ನು ಸದೆಬಡಿದು ಸಮಾಜವಾದವನ್ನು ಸ್ಥಾಪಿಸಲು ಯತ್ನಿಸುತ್ತಾರೆ ಎಂದಿದ್ದಾನೆ.

ನಿಕೊಲಾಯ್ ಲೆನಿನ್

ಲೆನಿನ್ ಕಾರ್ಲ್‌ಮಾರ್ಕ್ಸ್‌ನ ಅನುಯಾಯಿಯಾಗಿದ್ದು ಅವನ ಸಿದ್ಧಾಂತಗಳನ್ನು ಮತ್ತು ತತ್ವಗಳನ್ನು ರಷ್ಯಾದ ರಚನಾತ್ಮಕ ಕಾರ್ಯಗಳಲ್ಲಿ ಅಳವಡಿಸಿದನು. ಈತನು ರಷ್ಯಾದ ಜನತಾ ಆಂದೋಲನದ ನಾಯಕನಾಗಿ ಸಮಾಜವಾದದ ತತ್ವಗಳ ಆಧಾರದ ಮೇಲೆ ರಷ್ಯಾದ ರಾಜಕೀಯ ಸಾಮಾಜಿಕ ಮತ್ತು ಆರ್ಥಿಕ ಜೀವನವನ್ನು ಸುಧಾರಿಸಲು ಪ್ರಯತ್ನ ನಡೆಸಿದನು. ರಷ್ಯಾದಲ್ಲಿ ಜಾರನ ಪ್ರಭುತ್ವವನ್ನು ಕೊನೆಗಾಣಿಸುವುದು ಲೆನಿನ್ನನ ಗುರಿಯಾಗಿತ್ತು. ಕಾರ್ಲ್‌ಮಾರ್ಕ್ಸ್‌ನ ವಿಚಾರಧಾರೆಯನ್ನು ರಷ್ಯಾದಲ್ಲಿ ಹರಡಿ ಕ್ರಾಂತಿಯ ಕಿಡಿಯನ್ನು ಹತ್ತಿಸುವಲ್ಲಿ ಪ್ರಮುಖ ಪಾತ್ರ ವಹಿಸಿದನು.

ಮ್ಯಾಕ್ಸಿಂಗಾರ್ಕಿ: 'ದಿ ಮದರ್'ಎಂಬ ಕೃತಿಯ ಕರ್ತೃವಾದ ಮ್ಯಾಕ್ಸಿಂಗಾರ್ಕಿ ಎಂಬ ಕಾದಂಬರಿಕಾರ ರಷ್ಯಾದಲ್ಲಿ ಸಮಾಜವಾದಿ ತತ್ವಗಳನ್ನು ಹರಡಿದನು. 1888–1900 ಅವಧಿಯಲ್ಲಿ ರಷ್ಯಾದಲ್ಲಿ ಔದ್ಯೋಗಿಕ ಕ್ರಾಂತಿಯು ಪ್ರಗತಿ ಪಥದಲ್ಲಿದ್ದು ಹೊಸ ಕಾರ್ಮಿಕರ ವರ್ಗ ಉದಯವಾಯಿತು. ಇದು ಕಾರ್ಲ್‌ಮಾರ್ಕ್ಸ್‌ನ ಸಿದ್ಧಾಂತದಿಂದ ತುಂಬಾ ಪ್ರಭಾವಿತವಾಯಿತು. 1895ರಲ್ಲಿ ಕಾರ್ಮಿಕರ ಸೋಷಿಯಲ್ ಡೆಮೊಕ್ರಾಟಿಕ್ ಪಕ್ಷ ಮತ್ತು 1901ರಲ್ಲಿ ರೈತ ವರ್ಗದ ಮುಖಂಡರು ಸಾಮಾಜಿಕ ಕ್ರಾಂತಿಕಾರಿ ಪಕ್ಷವನ್ನು ಸ್ಥಾಪಿಸಿದರು. 1903ರಲ್ಲಿ ಸೋಷಿಯಲ್ ಡೆಮೊಕ್ರಾಟಿಕ್ ಪಕ್ಷ ಇಬ್ಭಾಗವಾಗಿ ಲೆನಿನ್ ನೇತೃತ್ವದಲ್ಲಿನ ತೀವ್ರಗಾಮಿಗಳನ್ನು ಬೊಲ್ಷೆವಿಕರೆಂದು ಕರೆಯಲಾಯಿತು. ಅಲ್ಪಸಂಖ್ಯಾತ ಮಂದಗಾಮಿಗಳನ್ನು ಕರೆನ್ಸ್ಕಿ ನೇತೃತ್ವದಲ್ಲಿ ಮೆನ್ಷೆವಿಕ್‌ರೆಂದು ಕರೆಯಲಾಯಿತು.

ನಿಹಿಲಿಸಂ: ರಷ್ಯಾದಲ್ಲಿ ಸಮಾಜವಾದದ ಜೊತೆಯಲ್ಲಿ ನಿಹಿಲಿಸಂ ಎಂಬ ಪಂಥವೊಂದು ಹರಡಿತು. ನಿಹಿಲಿಸ್ಟರು ಎಲ್ಲ ಪರಂಪರೆಗಳ, ನಂಬಿಕೆಗಳ ಹಾಗೂ ಸಂಸ್ಥೆಗಳ ವಿರೋಧಿಗಳಾಗಿದ್ದರು. ರಾಷ್ಟ್ರ, ಚರ್ಚ್, ರಾಜಪ್ರಭುತ್ವ, ವಿವಾಹ ಸಂಸ್ಥೆ, ಕುಟುಂಬ ವ್ಯವಸ್ಥೆ ಇವುಗಳೆಲ್ಲವನ್ನು ನಾಶಪಡಿಸಬೇಕೆಂದು ಪ್ರತಿಪಾದಿಸಿದರು. ಆದರೆ ನಿಹಿಲಿಸ್ಟ್‌ರನ್ನು ನಿರ್ದಯ ಹಿಂಸಾತ್ಮಕ ವಿಧಾನಗಳನ್ನು ಅನುಸರಿಸಿ ಜಾರ್‌ನ ಸರ್ಕಾರವು ಪೋಲಿಸ್ ಪಡೆಯನ್ನು ಬಳಸಿ ಧಮನಗೊಳಿಸಿತು.

ಪಾಪ್ಯುಲಿಸ್ಟರು: ಪಾಪ್ಯುಲಿಸ್ಟ್‌ರು ಜನಸಂಪರ್ಕವನ್ನು ಗಳಿಸಿ ಅವರ ಮುಖಾಂತರ ಸಾಮಾಜಿಕ ಕ್ರಾಂತಿಯನ್ನು ಉಂಟುಮಾಡುವ ಉದ್ದೇಶವನ್ನು ಹೊಂದಿದ್ದರು. ಸಾಮಾನ್ಯ ಜನತೆಯೆಡೆಗೆ ಹೋಗಿ ಅವರಲ್ಲಿ ಕ್ರಾಂತಿಯ ಅವಶ್ಯಕತೆಯನ್ನು ಮನವರಿಕೆ ಮಾಡಿಸಲು ಯತ್ನಿಸಿದರು. ಆದರೆ ನಿರಕ್ಷರಕುಕ್ಷಿಗಳಾದ ರಷ್ಯಾದ ರೈತ ಸಮುದಾಯ ಪಾಪ್ಯುಲಿಸ್ಟರ ಆಂದೋಲನದ ಕರೆಗೆ ಅಷ್ಟೇನು ಆಸಕ್ತಿ ವಹಿಸಲಿಲ್ಲ. ಜಾರನ ಸರ್ಕಾರವು ಈ ಆಂದೋಲನವನ್ನು ಹತ್ತಿಕ್ಕಿ ಅನೇಕ ಪಾಪ್ಯುಲಿಸ್ಟ್‌ರನ್ನು ಬಂಧಿಸಿ ಹಿಂಸೆ ಹಾಗೂ ಮರಣದಂಡನೆಗೆ ಗುರಿಮಾಡಿತು.

8) ಜಾರರ ರೂಸ್ಸೀಕರಣದ ನೀತಿ: ಜಾರ್ ದೊರೆಗಳ ರೂಸ್ಸೀಕರಣದ ನೀತಿಯು ಕ್ರಾಂತಿಗೆ ಕಾರಣವಾದ ಅಂಶವಾಗಿತ್ತು. ರಷ್ಯಾದಲ್ಲಿದ್ದ ಅಲ್ಪಸಂಖ್ಯಾತ ಪ್ರಜೆಗಳು ತುಂಬಾ ಅತೃಪ್ತರಾಗಿದ್ದರು. 19ನೇ ಶತಮಾನದಲ್ಲಿ ಜಾರರು ಅಲ್ಪಸಂಖ್ಯಾತರಾದ ಯಹೂದಿಗಳ, ಫಿನ್ನರ, ಪೋಲರ ಮತ್ತು ಜರ್ಮನ್ನರ ಹಿತಾಸಕ್ತಿಗಳನ್ನು ಕಡೆಗಣಿಸಿ ರೂಸ್ಸೀಕರಣದ ನೀತಿಯನ್ನು ಅನುಸರಿಸಿದ್ದುದು ಅಲ್ಪಸಂಖ್ಯಾತ ಪ್ರಜೆಗಳಿಗೆ ಅಸಮಧಾನವನ್ನು ಉಂಟುಮಾಡಿತು. ಅಲ್ಪಸಂಖ್ಯಾತ ಜನಾಂಗದ ಮೇಲೆ ರಷ್ಯಾದ ಸಂಸ್ಕೃತಿ ಮತ್ತು ಭಾಷೆಯ ಬಲವಂತ ಹೇರಿಕೆಯಿಂದಾಗಿ ಅವರು ರಷ್ಯಾದ ದೊರೆ ಮತ್ತು ಸರ್ಕಾರವನ್ನು ದ್ವೇಷಿಸಲಾರಂಭಿಸಿದರು. ಕ್ರಾಂತಿಯ ಕಾಲದಲ್ಲಿ ಯಹೂದಿಗಳು ಗಣನೀಯವಾದ ಪಾತ್ರವನ್ನು ವಹಿಸಿದರು.

9) ರಷ್ಯಾದಲ್ಲಿ ಸಾಂಪ್ರಾದಾಯಿಕ ಚರ್ಚ್‌ನ ವಿಶೇಷಾಧಿಕಾರ : ನಿರಂಕುಶ ದರ್ಪಿಷ್ಟ ಜಾರ್ ದೊರೆಗಳ ಉದ್ದೇಶ 'ಒಂದು ಚರ್ಚು, ಒಂದು ರಾಷ್ಟ್ರ ಮತ್ತು ಒಬ್ಬ ಜಾರ್' ಎಂಬ ನೀತಿಯನ್ನು ಅನುಸರಿಸಿ ಮೆರೆಯುವುದೇ ಆಗಿತ್ತು. ಜಾರರ ಇಂತಹ ಒಂದು ನಿರಂಕುಶಾಧಿಪತ್ಯಕ್ಕೆ ಚರ್ಚ್ ಸಮರ್ಥನೆ ನೀಡಿತು. ಆದ ಕಾರಣ ವಿಶೇಷ ಅಧಿಕಾರ, ಸ್ಥಾನಮಾನಗಳು ಚರ್ಚಿನ ಪಾಲಾಗಿದ್ದವು. ಇಂತಹ ಚರ್ಚಿನ ಬಗ್ಗೆ ರಷ್ಯನ್ನರಲ್ಲಿ ಅತೃಪ್ತಿ ಮೂಡಿ ಅದು ಕ್ರಾಂತಿಯಲ್ಲಿ ಪರ್ಯಾವಸಾನಗೊಂಡಿತು.

10) ತಾತ್ಕಾಲಿಕ ಕಾರಣ–ಪ್ರಥಮ ಮಹಾಯುದ್ದದಲ್ಲಿ ರಷ್ಯಾದ ಸರಣಿ ಸೋಲುಗಳು : ರಷ್ಯಾದ ಕ್ರಾಂತಿಯ ಜ್ವಾಲೆ 1917ರಲ್ಲಿಯೇ ಆರಂಭವಾಗುವುದಕ್ಕೆ ಮುಖ್ಯ ಕಾರಣವೆಂದರೆ ರಷ್ಯಾ ಪ್ರಥಮ ಮಹಾಯುದ್ಧದಲ್ಲಿ ಭಾಗವಹಿಸಿದ್ದು ಮತ್ತು ಅದು ಅನುಭವಿಸಿದ ನಿರಂತರ ಸೋಲುಗಳು. ಈ ಸೋಲುಗಳಿಂದ ರಷ್ಯಾದ ಜನತೆ ಅಪಾರ ಕಷ್ಟನಷ್ಟಗಳನ್ನು ಅನುಭವಿಸಬೇಕಾಯಿತು. ಯುದ್ಧ ಪೂರ್ವದಲ್ಲಿ ದೇಶದ ತರುಣರಲ್ಲಿದ್ದ ಹೊಸ ಚೇತನ ಲವಲವಿಕೆ ಯುದ್ಧ ಮುಂದುವರೆದಂತೆ ರಷ್ಯಾವು ಸೋಲಿನ ಮೇಲೆ ಸೋಲು ಅನುಭವಿಸುವ ಧಾರುಣ ವಾರ್ತೆಯು ರಾಜಧಾನಿಯನ್ನು ತಲುಪುತ್ತಿದ್ದಂತೆ ವಾತಾವರಣ ಹದಗೆಟ್ಟಿತು. ವೀರ ಯೋಧರಿಲ್ಲದೆ, ಸಮರ್ಥ ನಾಯಕತ್ವ, ಆಧುನಿಕ ಶಸ್ತ್ರಾಸ್ತ್ರಗಳಿಲ್ಲದೆ ಮತ್ತು ಉತ್ತಮ ಸೈನಿಕ ತರಬೇತಿ, ಸೈನಿಕರಲ್ಲಿ ಶಿಸ್ತು ಇಲ್ಲದೆ ರಷ್ಯಾದ ಸೇನೆ ರಣರಂಗದಲ್ಲಿ ಸೋಲನ್ನು ಅನುಭವಿಸಬೇಕಾಯಿತು. ತಕ್ಕ ಪೂರ್ವ ಸಿದ್ಧತೆಯಿಲ್ಲದೆ ದುರ್ಬಲ ದೊರೆಯು ರಷ್ಯಾವನ್ನು ಮಹಾಯುದ್ಧದಲ್ಲಿ ಭಾಗವಹಿಸುವ ತಪ್ಪನ್ನು ಮಾಡಿದನು. 1915ರಲ್ಲಿ ರಷ್ಯಾ ನಾಲ್ಕು ದಶಲಕ್ಷ ಜನರನ್ನು ಕಳೆದುಕೊಂಡಿತು. ಇವೆಲ್ಲವೂ ಜಾರನ ಸೈನಿಕ ಆಡಳಿತದ ಅದಕ್ಷತೆ, ದೌರ್ಬಲ್ಯ ಅಸಮರ್ಥತೆಯನ್ನು ಮತ್ತು ಸರ್ಕಾರದ ವೈಫಲ್ಯವನ್ನು ಎತ್ತಿ ತೋರಿಸಿದವು. ಸೈನಿಕರು ಮತ್ತು ಅಧಿಕಾರಿಗಳು ಸರ್ಕಾರವನ್ನು ದೂಷಿಸಿ ಜಾರ್‌ನ ನಡವಳಿಕೆಯನ್ನು ಹೀಯಾಳಿಸಿದರು. ಯುದ್ಧದ ವಿನಾಶಕ್ಕೆ ಸಂಪೂರ್ಣವಾಗಿ ಜಾರ್‌ದೊರೆಯನ್ನು ಹೊಣೆಗಾರನನ್ನಾಗಿ ಮಾಡಲಾಯಿತು. ಜರ್ಮನ್ನರ ಗೂಡಚಾರಿಯಾಗಿದ್ದಾನೆಂಬ ಶಂಕೆಯ ಮೇಲೆ ಮಂತ್ರಿಯಾದ ರಾಸ್ಪೂಟಿನ್‌ನನ್ನು ರಷ್ಯನ್ನರು ಕೊಂದುಹಾಕಿದರು. ಯುದ್ಧದ ವೆಚ್ಚ ದಿನ ದಿನಕ್ಕೂ ಹೆಚ್ಚುತ್ತಾ ಹೋದುದರಿಂದ ಜನತೆಯ ಮೇಲೆ ತೆರಿಗೆಯ ಭಾರ ಅಧಿಕವಾಗಿ ಆರ್ಥಿಕ ಸಮಸ್ಯೆಗಳು ಉಲ್ಬಣಗೊಂಡವು. ಯುದ್ಧದ ಜೊತೆಗೆ ಉಂಟಾದ ಕ್ಷಾಮ ಡಾಮರಗಳು ಜನತೆಯ ಸಂಕಷ್ಟಗಳನ್ನು ಮತ್ತಷ್ಟು ಹೆಚ್ಚಿಸಿದವು. ಸಮರ್ಪಕ ಸಾಗಾಣಿಕೆ ವ್ಯವಸ್ಥೆಯಿಲ್ಲದೆ ಹಲವು ಪಟ್ಟಣಗಳಲ್ಲಿ ಆಹಾರದ ಅಭಾವ

ಸಂಭವಿಸಿದುದು ಪರಿಸ್ಥಿತಿಯನ್ನು ಮತ್ತಷ್ಟು ವಿಕೋಪಕ್ಕೆ ತಿರುಗಿಸಿತು. ಕ್ರಾಂತಿಯ ಸೂಚನೆಗಳು ದೇಶದಲ್ಲಿ ಅಲೆ ಅಲೆಯಾಗಿ ಹರಡಲಾರಂಭಿಸಿದವು. ದೇಶದಾದ್ಯಂತ ಕ್ಷೋಭೆ, ದಂಗೆಗಳು, ಮುಷ್ಕರಗಳು ತಲೆದೋರಿದವು. 1917ರ ಜನವರಿ 22ರಂದು ಲೆನಿನ್ ಜೂರಿಚ್‌ನಲ್ಲಿ ಮಾತನಾಡುತ್ತಾ "ದೇಶಮೌನವಾಗಿದೆ ಎಂದು ಉತ್ಸಾಹ ಗುಂದದಿರಿ. ಆ ಪ್ರಶಾಂತತೆಯ ಅಂತರಾಳದಲ್ಲಿ ಕ್ರಾಂತಿಯ ಜ್ವಾಲಾಮುಖಿ ಉಕ್ಕಿ ಬರುತ್ತಿದೆ. ಕೆಳವರ್ಗದ ಜನತೆ ರಾಷ್ಟ್ರದ ಈ ಯುದ್ಧದಿಂದ ಅಪಾರ ಕಷ್ಟಗಳನ್ನು ಅನುಭವಿಸಿದ್ದಾರೆ. ಆ ಕಷ್ಟಗಳಿಗೆ ತಮ್ಮನ್ನು ನೂಕಿದ ಸಾಮ್ರಾಟರ ಮತ್ತು ಅವರ ಸರ್ಕಾರದ ವಿರುದ್ಧ ಜನತೆಯ ಆಕ್ರೋಶ ಉಕ್ಕೇರುತ್ತಿದೆ, ಅವರನ್ನು ಕ್ರಾಂತಿಗೆ ಕೈ ಹಾಕುವಂತೆ ಮಾಡಿದೆ, ಸಾಮ್ರಾಜ್ಯಶಾಹಿ ಸರ್ಕಾರವೂ, ಬಂಡವಾಳ ಶಾಹಿಯು ತಮ್ಮ ಗೋರಿಯನ್ನು ತಾವೇ ತೋಡಿಕೊಳ್ಳುತ್ತಿವೆ" ಎಂದು ಕ್ರಾಂತಿಕಾರರನ್ನು ಉದ್ದೇಶಿಸಿ ಮಾತನಾಡಿದನು. "ಬಹುಬೇಗ ಜನತೆಯ ಅತೃಪ್ತಿ ಮಹಾಕ್ರಾಂತಿಯ ರೂಪದಲ್ಲಿ ಒಡೆದು ಚಿಮ್ಮುವುದನ್ನು ನೀವು ಕಾಣುವಿರಿ" ಎಂದು ಭವಿಷ್ಯ ನುಡಿದನು. ಆತನು ನುಡಿದ ಭವಿಷ್ಯ ಕೆಲವೇ ದಿನಗಳಲ್ಲಿ ಕ್ರಾಂತಿಯ ರೂಪದಲ್ಲಿ ನಿಜವಾಯಿತು.

ಕ್ರಾಂತಿಯ ಪ್ರಮುಖ ಘಟನೆಗಳು

ಮಾರ್ಚ್ 8ರ ಕ್ರಾಂತಿ: ರಷ್ಯಾದ ಕ್ರಾಂತಿಯ ಪ್ರಥಮ ಘಟ್ಟವಾಗಿ 1917ರ ಮಾರ್ಚ್ 8ರಂದು ಪೆಟ್ರೋಗ್ರಾಡ್‌ನಲ್ಲಿ ನಡೆದ ಪ್ರದರ್ಶನದಿಂದ ಆರಂಭವಾಯಿತು. ಕಾರ್ಮಿಕರ ಮತ್ತು ಸೈನಿಕರ ಬೃಹತ್ ಸಂಘಟನೆಯೊಂದು ಆಹಾರ ಮತ್ತು ಶಾಂತಿಯ ಬೇಡಿಕೆಗಳನ್ನು ಮುಂದಿಟ್ಟು ಬೃಹತ್ ಪ್ರದರ್ಶನ ನಡೆಸಿತು. ಈ ಕ್ರಾಂತಿಯು ಕ್ಷಿಪ್ರವಾಗಿ ರಷ್ಯಾದ ಎಲ್ಲಾ ನಗರಗಳಲ್ಲಿ ಹರಡಿ ಎಲ್ಲ ಕಡೆ ಸೈನಿಕರು ಮತ್ತು ಕಾರ್ಮಿಕರು ದಂಗೆಯೆದ್ದರು. ಕ್ರಾಂತಿ ಆರಂಭವಾದ ಮಾರನೇ ದಿನವೇ ಪೆಟ್ರೋಗ್ರಾಡ್ ಪಟ್ಟಣವೊಂದರಲ್ಲೆ ಪ್ರದರ್ಶನಕಾರರ ಸಂಖ್ಯೆ 2 ಲಕ್ಷ 40 ಸಾವಿರಕ್ಕೆ ಏರಿತು. ಲೆನಿನ್ ಫಿನ್‌ಲ್ಯಾಂಡಿನ ಮಾರ್ಗವಾಗಿ ಪೆಟ್ರೋಗ್ರಾಡ್‌ನ್ನು ತಲುಪಿದನು. ನಾವಿಕರು, ಸೈನಿಕರು, ಕಾರ್ಮಿಕರು, ರೈತರು ಮತ್ತು ಪಕ್ಷದ ಮುಂದಾಳುಗಳು ಅವನಿಗೆ ಅಪೂರ್ವ ಹಾರ್ದಿಕ ಸ್ವಾಗತವನ್ನು ನೀಡಿದರು. ಲೆನಿನ್ ಶಸ್ತ್ರಸಜ್ಜಿತ ವಾಹನವೊಂದನ್ನೇರಿ ಪ್ರದರ್ಶನಕಾರರನ್ನು ಕುರಿತು "ಈಗ ಆರಂಭವಾಗಿರುವ ಕ್ರಾಂತಿ ಪೂರ್ಣವಾಗಬೇಕು. ಸಮತಾವಾದಿ ರಾಷ್ಟ್ರ ನಿರ್ಮಾಣವಾಗಬೇಕು, ಕ್ರಾಂತಿ ಚಿರಾಯುವಾಗಲಿ" ಎಂದು ಘೋಷಿಸಿದನು. ಜನತಾ ದಂಗೆಗಳನ್ನು ಅಡಗಿಸಲು ಜಾರ್ 2ನೇ ನಿಕೋಲಸ್ ಸೈನ್ಯವನ್ನು ಕಳಿಸಿದನು. ಆದರೆ ಸೈನ್ಯವು ಚಳುವಳಿಗಾರರ ಜೊತೆಗೂಡಿದ್ದರಿಂದ ಜಾರ್ ಅಸಹಾಯಕನಾದನು. ಜಾರನು ಮಾಸ್ಕೋದಿಂದ ಪೆಟ್ರೋಗ್ರಾಡ್‌ಗೆ ಹೊರಟನು. ಆದರೆ ಅವನು ಪ್ರಯಾಣ ಮಾಡುತ್ತಿದ್ದ ರೈಲುಗಾಡಿಯನ್ನು ಪಟ್ಟಣದ ಹೊರ ವಲಯದಲ್ಲೆ ತಡೆಯಲಾಯಿತು. ಪರಿಸ್ಥಿತಿಯು ವಿಕೋಪಕ್ಕೆ ತಿರುಗಿದ್ದುದರಿಂದ ಜಾರ್ 2ನೇ ನಿಕೋಲಸ್ 1917ರ ಮಾರ್ಚ್ 15ರಂದು ಅಧಿಕಾರದಿಂದ ಕೆಳಗಿಳಿದನು.

ರಾಜ ಮತ್ತು ಅವನ ಬೆಂಬಲಿಗರು ಕ್ರಾಂತಿಕಾರರ ಗುಂಡಿಗೆ ಬಲಿಯಾದರು. ರಷ್ಯಾದಲ್ಲಿ ದೀರ್ಘಾವಧಿಯ ದರ್ಪಿಷ್ಟ ಪ್ರಭುತ್ವದ ಆಳ್ವಿಕೆ ಅಂತ್ಯವಾಯಿತು. ಹೀಗೆ "ನಾಯಕ ರಹಿತವಾದ, ಸ್ವಯಂ ಪ್ರೇರಿತವಾದ ಮತ್ತು ಅನಾಮಧೇಯವಾದ ಮಾರ್ಚ್ 8ರ ಕ್ರಾಂತಿ ಯಶಸ್ವಿಯಾಯಿತು. ರಾಜಪ್ರಭುತ್ವ ಅಂತ್ಯಗೊಂಡು ರಷ್ಯಾದಲ್ಲಿ ಮೆನ್ಷವಿಕ್ ಪಕ್ಷದ ನಾಯಕನಾದ ಕೆರನ್‌ಸ್ಕಿಯ ನಾಯಕತ್ವದಲ್ಲಿ ಒಂದು ತಾತ್ಕಾಲಿಕ ಸರ್ಕಾರವೇರ್ಪಟ್ಟಿತು. ಕೆರನ್‌ಸ್ಕಿಯು ಪೆಟ್ರೋಗ್ರಾಡ್ ಸೋವಿಯಟ್ಟಿನ ಒಬ್ಬ ಸದಸ್ಯನಾಗಿದ್ದನು. ಕೆರನ್‌ಸ್ಕಿಯನ್ನು ಬೆಂಬಲಿಸಿ ಬಂದ ಸೈನಿಕರು ಮತ್ತು ಕಾರ್ಮಿಕರು ಆ ಸೋವಿಯೆಟ್ ಸಂಸ್ಥೆಯಲ್ಲಿದ್ದರು. ತಾತ್ಕಾಲಿಕ ಸರ್ಕಾರದ ಮಸೂದೆಗಳನ್ನು ಅವುಗಳ ಘೋಷಣೆಗೆ ಮುನ್ನ ಸೋವಿಯಟ್ ಸಂಸ್ಥೆ ಅಂಗೀಕರಿಸಬೇಕಾಗಿತ್ತು. ಸೋವಿಯಟ್‌ಗಳಿಂದ ಬೆಂಬಲ ಪಡೆದ ಆ ಸಂಸ್ಥೆ ಕ್ರಮೇಣ ಬಲಿಷ್ಠ ಸಂಸ್ಥೆಯಾಗಿ ಬೆಳೆಯಿತು. ಸೋವಿಯಟ್ ಸಂಸ್ಥೆಗಳು ಪಟ್ಟಣ, ಕಾರ್ಖಾನೆ ಮತ್ತಿತರ ಪ್ರಮುಖ ಸ್ಥಳಗಳಲ್ಲಿ ಅಸ್ತಿತ್ವಕ್ಕೆ ಬಂದವು.

ಇಂತಹ ಸಂದಿಗ್ಧ ಪರಿಸ್ಥಿತಿಯಲ್ಲೂ ಕೆರನ್‌ಸ್ಕಿ ಯುದ್ಧವನ್ನು ಮುಂದುವರೆಸುವ ಆಲೋಚನೆ ಹೊಂದಿದ್ದನು. ಆದರೆ ಕಾರ್ಮಿಕರು ದುಡಿಯಲು, ರೈತರು ಕಂದಾಯವನ್ನು ಕೊಡಲು ಮತ್ತು ಸೈನಿಕರು ಯುದ್ಧ ಮಾಡಲು ನಿರಾಕರಿಸಿದರು. ತರುಣರಲ್ಲಿ ಹಿಂದಿನಂತೆ ಯುದ್ಧೋತ್ಸಾಹವಿರಲಿಲ್ಲ. ಯುದ್ಧ ಸಾಮಗ್ರಿಗಳು ಸಾಕಷ್ಟು ಪ್ರಮಾಣದಲ್ಲಿರಲಿಲ್ಲ. ಹೀಗೆ ಕರೆನ್‌ಸ್ಕಿಯ ತಾತ್ಕಾಲಿಕ ಸರ್ಕಾರ ರಷ್ಯಾದ ಜನತೆಯ ತಕ್ಷಣದ ಸಮಸ್ಯೆಯಾದ ಆಹಾರ ಮತ್ತು ಶಾಂತಿಯನ್ನು ನೀಡುವಲ್ಲಿ ವಿಫಲವಾಯಿತು. ಇದರಿಂದ ಸುಭದ್ರ ಸರ್ಕಾರವನ್ನು ರೂಪಿಸಲು ಜನತೆಯ ತಕ್ಷಣದ ಸಮಸ್ಯೆಗಳನ್ನು ನಿವಾರಿಸಲು ರಷ್ಯಾದಲ್ಲಿ ಮತ್ತೊಂದು ಕ್ರಾಂತಿ ಅನಿವಾರ್ಯವಾಯಿತು. ಅದೇ ಪ್ರಖ್ಯಾತವಾದ 1917ರ ಲೆನಿನ್ ನೇತೃತ್ವದ ಬೊಲ್ಷವಿಕ್ ಕ್ರಾಂತಿ.

ಲೆನಿನ್ ನಾಯಕತ್ವದ ಬೊಲ್ಷವಿಕ್ ಕ್ರಾಂತಿ (ಅಕ್ಟೋಬರ್ ಕ್ರಾಂತಿ)

ಮಾರ್ಚ್ 8ರ ಕ್ರಾಂತಿಯ ನಂತರ ಕೆರನ್‌ಸ್ಕಿಯು ಮೆನ್ಷವಿಕ್ ಪಕ್ಷದ ನೇತಾರನಾಗಿ ತಾತ್ಕಾಲಿಕ ಸರ್ಕಾರವನ್ನು ಏರ್ಪಡಿಸಿದರೂ ಪರಿಸ್ಥಿತಿಯನ್ನು ನಿಭಾಯಿಸುವಲ್ಲಿ ವಿಫಲನಾದನು. ಇದು ಲೆನಿನ್ ಮತ್ತು ಅವನ ಅನುಯಾಯಿಗಳಿಗೆ ಸದಾವಕಾಶವನ್ನು ನೀಡಿತು. 1917ರ ಏಪ್ರಿಲ್‌ನಲ್ಲಿ ಲೆನಿನ್ ಸ್ವಿಟ್ಜರ್ಲೆಂಡಿನಿಂದ ಹಿಂತಿರುಗಿದನು. ತಾತ್ಕಾಲಿಕ ಸರ್ಕಾರದ ವೈಫಲ್ಯದ ಲಾಭವನ್ನು ಪಡೆದುಕೊಂಡು ಕೆರನ್‌ಸ್ಕಿಯಿಂದ ಅಧಿಕಾರವನ್ನು ಕಸಿದುಕೊಳ್ಳಲು ಸಂಚು ಹೂಡಿದನು. ಇಡೀ

ಅಧಿಕಾರ ಕಾರ್ಮಿಕ ಸೋವಿಯಟ್‌ಗೆ ಬರದ ಹೊರತು ರಷ್ಯಾಕ್ಕೆ ಭವ್ಯ ಭವಿಷ್ಯವಿಲ್ಲವೆಂದು ಸಾರಿದನು. ಬೋಲ್ಷೆವಿಕ್ ಪಕ್ಷದ ನೇತಾರನಾಗಿ ಕ್ಷಿಪ್ರ ಕ್ರಾಂತಿಯನ್ನು ನಡೆಸಿ ಕೆರನ್‌ಸ್ಕಿಯ ತಾತ್ಕಾಲಿಕ ಸರ್ಕಾರವನ್ನು ಉರುಳಿಸಿ ಬೋಲ್ಷೆವಿಕ್ ಪಕ್ಷದ ನಾಯಕತ್ವದಲ್ಲಿ ಸಮತಾವಾದಿ ಗಣರಾಜ್ಯವನ್ನು ರಷ್ಯಾದಲ್ಲಿ ಸ್ಥಾಪಿಸಿದನು. 1917ರ ಅಕ್ಟೋಬರ್ 15ರಂದು ಬೋಲ್ಷೆವಿಕ್ ಸರ್ಕಾರ ಸ್ಥಾಪಿತವಾಯಿತು. ಲೆನಿನ್ ಅಧಿಕಾರವನ್ನು ಪಡೆದ ಕೂಡಲೇ ಕಾರ್ಯಮಗ್ನನಾಗಿ ಜನತೆಯ ಮತ್ತು ದೇಶದ ಸಮಸ್ಯೆಗಳನ್ನು ಬಗೆಹರಿಸಲು ಸರ್ವ ಪ್ರಯತ್ನ ಮಾಡಿದನು. ಈ ಸಂದರ್ಭದಲ್ಲಿ ರಷ್ಯಾ ಯುದ್ಧದಲ್ಲಿ ಮುಂದುವರೆಯುವುದು ರಷ್ಯಾದ ಬೆಳವಣಿಗೆಗೆ ಪೂರಕವಲ್ಲವೆಂದು ನಿರ್ಧರಿಸಿ ಜರ್ಮನರೊಂದಿಗೆ ಬ್ರೆಸ್ಟ್‌ಲಿಟಾಸ್ಕ್ ಒಪ್ಪಂದವನ್ನು ಮಾಡಿಕೊಂಡು ರಷ್ಯಾವನ್ನು ಯುದ್ಧದಿಂದ ಹಿಂತೆಗೆದುಕೊಂಡು ಜನರ ಬೇಡಿಕೆಯಲ್ಲಿ ಒಂದಾಗಿದ್ದ ಶಾಂತಿಯನ್ನು ಕರುಣಿಸಿದನು. ಲೆನಿನ್ ನೇತೃತ್ವದ ಸಮತಾವಾದಿ ಸರ್ಕಾರ ಸಮಸ್ಯೆಗಳಿಂದ ಮುಕ್ತವಾಗಿರಲಿಲ್ಲ. ಸರ್ಕಾರವು ಮೊದಲಿನಿಂದಲೂ ದೇಶದ ಒಳಗಿನ ಮತ್ತು ಹೊರಗಿನ ಶತೃಗಳನ್ನು ಎದುರಿಸಬೇಕಾಗಿದ್ದಿತು. ರಷ್ಯಾದ ಆಂತರಿಕ ಸಮಸ್ಯೆಗಳ ಸುಧಾರಣೆಗೆ ಕ್ರಮಗಳನ್ನು ಕೈಗೊಳ್ಳಬೇಕಾಗಿತ್ತು. ಇದೇ ಸಮಯದಲ್ಲಿ ರಷ್ಯಾದ ಶ್ರೀಮಂತರು ಜಮೀನ್ದಾರರು ಮತ್ತು ಬಂಡವಾಳಗಾರರು ಒಂದು ಕಡೆ, ಯೂರೋಪಿನ ಬಂಡವಾಳಶಾಹಿ ರಾಷ್ಟ್ರಗಳು ಮತ್ತೊಂದು ಕಡೆ ಲೆನಿನ್‌ನ ಸಮತಾವಾದಿ ಸರ್ಕಾರವನ್ನು ನಾಶಗೊಳಿಸಲು ಸರ್ವಯತ್ನ ನಡೆಸಿದರು. 1918 ರಿಂದ 1921ರವರೆಗೆ ಲೆನಿನ್ ಈ ಆಂತರಿಕ ಮತ್ತು ವಿದೇಶಿ ಶತೃಗಳ ವಿರುದ್ಧ ನಿರಂತರವಾದ ಹೋರಾಟವನ್ನು ನಡೆಸಿದನು. ಅವನು ತನ್ನ ಸಂಗಡಿಗನಾದ ಟ್ರಾಟ್‌ಸ್ಕಿಯ ನೆರವಿನಿಂದ ಕೆಂಪು ಸೈನ್ಯವನ್ನು ಸ್ಥಾಪಿಸಿ ತನ್ನೆಲ್ಲ ಶತ್ರುಗಳನ್ನು ನಾಶಪಡಿಸಿದನು. ಎಲ್ಲ ಶತೃಗಳ ಭೀತಿಯಿಂದ ಮುಕ್ತವಾದ ಲೆನಿನ್ ನೇತೃತ್ವದ ಬೋಲ್ಷೆವಿಕ್ ಸರ್ಕಾರ ಜನತೆಗೆ ಆಹಾರ, ಭೂಮಿ ಮತ್ತು ಶಾಂತಿ ಇವುಗಳನ್ನು ಒದಗಿಸುವುದಾಗಿ ಭರವಸೆ ನೀಡಿ ದೇಶದ ಪ್ರಗತಿಗೆ ರಚನಾತ್ಮಕ ಕಾರ್ಯಕ್ರಮಗಳನ್ನು ಕೈಗೊಂಡಿತು. ಈ ಮೇಲಿನ ಬೋಲ್ಷೆವಿಕ್ ಕ್ರಾಂತಿಯು ಅಕ್ಟೋಬರ್ ಕ್ರಾಂತಿಯೆಂದೇ ಹೆಸರಾಗಿದೆ.

ಬೋಲ್ಷೆವಿಕ್ ಆಡಳಿತ: ಇತಿಹಾಸದಲ್ಲಿ ಅಕ್ಟೋಬರ್ ಮಹಾಕ್ರಾಂತಿಯೆಂದೇ ಪ್ರಸಿದ್ಧವಾದ ಬೋಲ್ಷೆವಿಕ್ ಕ್ರಾಂತಿಯಿಂದ ಕರೆನ್‌ಸ್ಕಿಯು ಅಧಿಕಾರವನ್ನು ಬಿಟ್ಟುಕೊಡಬೇಕಾಯಿತು. ಬೋಲ್ಷೆವಿಕ್ ಪಕ್ಷದ ನೇತಾರನಾದ ಲೆನಿನ್ ರಷ್ಯಾದ ಪ್ರಧಾನಮಂತ್ರಿಯಾದನು. ರಷ್ಯಾದ ಜನಸಂಖ್ಯೆಯಲ್ಲಿ ಬೋಲ್ಷೆವಿಕರು ಅಲ್ಪಸಂಖ್ಯಾತರಾಗಿದ್ದರು. ಲೆನಿನ್ ನೇತೃತ್ವದ ಸಮತಾವಾದಿ ಸರ್ಕಾರ ಆಂತರಿಕವಾಗಿ ಮತ್ತು ಬಾಹ್ಯವಾಗಿ ಹಲವಾರು ಸಮಸ್ಯೆಗಳನ್ನು ಎದುರಿಸಬೇಕಾಗಿದ್ದಿತು. ಮಾನವ ಇತಿಹಾಸದಲ್ಲೆ ಪ್ರಥಮ ಬಾರಿಗೆ ಮಾರ್ಕ್ಸ್‌ನ ಸಿದ್ಧಾಂತದ ಪ್ರಕಾರ ರಷ್ಯಾದಲ್ಲಿ ರಾಜಕೀಯ, ಸಾಮಾಜಿಕ ಹಾಗೂ ಆರ್ಥಿಕ ವ್ಯವಸ್ಥೆಯನ್ನು ಏರ್ಪಡಿಸಬೇಕಾಗಿದ್ದಿತು. ಬೋಲ್ಷೆವಿಕರು ತಮ್ಮ ಆಡಳಿತಕ್ಕೆ ಆಂತರಿಕವಾಗಿ ಮತ್ತು ಅಂತರರಾಷ್ಟ್ರೀಯ ಕ್ಷೇತ್ರದಲ್ಲಿ ಮನ್ನಣೆಗಳಿಸಬೇಕಿತ್ತು.

ಜರ್ಮನಿಯೊಂದಿಗೆ ಬ್ರೆಸ್ಟ್‌ಲಿಟಾಸ್ಕ್ ಒಪ್ಪಂದ: ದೇಶದ ಆಂತರಿಕ ಸಮಸ್ಯೆಗಳನ್ನು ಯಶಸ್ವಿಯಾಗಿ ಎದುರಿಸಲು ವಿದೇಶಗಳೊಡನೆ ಶಾಂತಿ ಸಂಧಾನ ಅವಶ್ಯಕವಾಗಿತ್ತು. ಲೆನಿನ್ ಅಧಿಕಾರವನ್ನು ವಹಿಸಿಕೊಂಡ ಕೂಡಲೆ ಯೂರೋಪಿನ ಮಧ್ಯ ರಾಷ್ಟ್ರಗಳ ಜೊತೆ ಶಾಂತಿ ಸಂಧಾನವನ್ನು ಆರಂಭಿಸಿದನು. 1918ರಲ್ಲಿ ಜರ್ಮನಿ ಮತ್ತು ಅದರ ಮಿತ್ರ ರಾಷ್ಟ್ರಗಳೊಡನೆ ಬ್ರೆಸ್ಟ್‌ಲಿಟಾಸ್ಕ್ ಒಪ್ಪಂದವನ್ನು ಮಾಡಿಕೊಂಡು ಯುದ್ಧದಿಂದ ರಷ್ಯಾವನ್ನು ಹಿಂತೆಗೆದುಕೊಂಡನು. ಈ ಒಪ್ಪಂದದನ್ವಯ ಪೋಲೆಂಡ್ ಮತ್ತು ಬಾಲ್ಟಿಕ್ ಪ್ರಾಂತ್ಯಗಳನ್ನು ಒಳಗೊಂಡಂತೆ ರಷ್ಯಾ ತನ್ನೆಲ್ಲ ಪಶ್ಚಿಮದ ಪ್ರಾಂತ್ಯಗಳನ್ನು ಜರ್ಮನಿಗೆ ಬಿಟ್ಟುಕೊಡಬೇಕಾಯಿತು. ಈ ಒಪ್ಪಂದ ರಷ್ಯಾಕ್ಕೆ ಅವಮಾನಕರವಾದರೂ ಕಮ್ಯುನಿಸ್ಟ್ ಕ್ರಾಂತಿಯ ಸ್ಥಾಪನೆಗೆ ತಕ್ಕ ವಾತಾವರಣವನ್ನು ನಿರ್ಮಿಸಲು ಅನುವು ಮಾಡಿಕೊಟ್ಟಿತು.

ಸಮಾಜವಾದದ ತತ್ವಗಳ ಜಾರಿಗೊಳಿಸುವಿಕೆ

ಪ್ರಪಂಚದ ಇತಿಹಾಸದಲ್ಲಿಯೇ ಪ್ರಥಮ ಬಾರಿಗೆ ಲೆನಿನ್ ರಷ್ಯಾದಲ್ಲಿ ಕಾರ್ಲ್‌ಮಾರ್ಕ್ಸ್‌ನ ಸಮಾಜವಾದದ ತತ್ವಗಳನ್ನು ಜಾರಿಗೊಳಿಸಲು ಕ್ರಮ ಕೈಗೊಂಡನು. ರಾಜಕೀಯವಾಗಿ ಸಾಮಾಜಿಕವಾಗಿ ಹಾಗೂ ಆರ್ಥಿಕವಾಗಿ ಕಮ್ಯುನಿಸ್ಟ್ ತತ್ವಗಳ ಆಧಾರದ ಮೇಲೆ ರಷ್ಯಾವನ್ನು ಪುನರ್ ನಿರ್ಮಾಣ ಮಾಡುವ ದಿಟ್ಟ ಪ್ರಯತ್ನವನ್ನು ಲೆನಿನ್ ಮಾಡಿದನು. ರೊಮನಾವ್ ವಂಶದ ಸದಸ್ಯರನ್ನು ಮರಣದಂಡನೆಗೆ ಗುರಿಪಡಿಸಿದನು. ರಷ್ಯಾದಲ್ಲಿ ಖಾಸಗಿ ಆಸ್ತಿಯನ್ನು ರದ್ದುಪಡಿಸಿ ರೈತರಿಗೆ ಜಮೀನುಗಳನ್ನು ಹಂಚಿದನು. ಅವರು ರಾಷ್ಟ್ರದ ಹಿತಕ್ಕಾಗಿ ಬೇಸಾಯವನ್ನು ಮಾಡಬೇಕಾಗಿದ್ದಿತು. ಸರ್ಕಾರವು ಕಾರ್ಖಾನೆಗಳನ್ನು, ಕಾರ್ಯಾಗಾರಗಳನ್ನು ವಶಪಡಿಸಿಕೊಂಡು ಅವುಗಳ ಆಡಳಿತ ವ್ಯವಸ್ಥೆಯನ್ನು ಕಾರ್ಮಿಕರಿಗೆ ವಹಿಸಿತು. ಅವುಗಳ ಹಿಂದಿನ ಮಾಲೀಕರಿಗೆ ಯಾವ ಪರಿಹಾರವನ್ನು ನೀಡಲಿಲ್ಲ. ಎಲ್ಲಾ ನಾಗರಿಕರು ಕೆಲಸವನ್ನು ಮಾಡಲೇಬೇಕಾಯಿತು. ಹಿಂದಿನ ಸರ್ಕಾರಗಳು ಏರ್ಪಡಿಸಿದ್ದ ಸಾರ್ವಜನಿಕ ಹಾಗೂ ವಿದೇಶಿ ಸಾಲಗಳನ್ನು ರದ್ದುಪಡಿಸಲಾಯಿತು. ರಷ್ಯಾದ ಸಾಂಪ್ರದಾಯಿಕ ಚರ್ಚನ್ನು ಮುಚ್ಚಲಾಯಿತು.

ಬೋಲ್ಷೆವಿಕ್ ಸರ್ಕಾರದ ವಿರುದ್ಧ ಪ್ರತಿಭಟನೆ

ಬೋಲ್ಷೆವಿಕ್ ಸರ್ಕಾರವು ಶೀಘ್ರಗತಿಯಲ್ಲಿ ಅಮೂಲಾಗ್ರವಾದ ಬದಲಾವಣೆಗಳನ್ನು ಜಾರಿಗೊಳಿಸಿದ್ದರಿಂದ ಅನೇಕ ಜನರು ಅದರ ವಿರುದ್ಧ ತಮ್ಮ ಪ್ರತಿಭಟನೆಯನ್ನು ವ್ಯಕ್ತಪಡಿಸಿದರು. ಖಾಸಗಿ ಆಸ್ತಿಯ ಪದ್ಧತಿಯಿಂದ ತಮ್ಮ ವಿಶೇಷ ಹಕ್ಕು ಮತ್ತು ಆಸ್ತಿಪಾಸ್ತಿಗಳನ್ನು ಕಳೆದುಕೊಂಡು ನಿರ್ಗತಿಕರಾದ ಜಮಿನ್ದಾರರು, ಉದ್ದಿಮೆದಾರರು ಮತ್ತು ಧರ್ಮಾಧಿಕಾರಿಗಳು ಬೋಲ್ಷೆವಿಕ್ ಸರ್ಕಾರದ ವಿರುದ್ಧ ತಮ್ಮ ಪ್ರತಿಭಟನೆಯನ್ನು ವ್ಯಕ್ತಪಡಿಸಿದರು. ಸಮಾಜವಾದಿ ತತ್ವಗಳಲ್ಲಿ ಇವರಿಗೆ ಎಳ್ಳಷ್ಟು ನಂಬಿಕೆಯಿರಲಿಲ್ಲ. ವ್ಯಕ್ತಿ ಸ್ವಾತಂತ್ರ್ಯ ಮತ್ತು ರಾಜಕೀಯ ಪ್ರಜಾತಂತ್ರಗಳ ನಾಶದಿಂದಾಗಿ ಮೆನ್ಷೆವಿಕ್‌ರನ್ನು ಒಳಗೊಂಡು ಅನೇಕ ಜನರಿಗೆ ಅಸಮಾಧಾನವಾಯಿತು. ಆದರೆ ಫ್ರಾನ್ಸಿನ ಜಾಕೋಬಿಯನ್ನರಂತೆ ರಷ್ಯಾದ ಬೋಲ್ಷೆವಿಕರು ಸಮಾಜವಾದಿ ತತ್ವಗಳನ್ನು ಜಾರಿಗೊಳಿಸುವಲ್ಲಿ ದೃಢ ನಿರ್ಧಾರವನ್ನು ಹೊಂದಿ ತಮ್ಮ ವಿರೋಧಿಗಳನ್ನು ಸದೆಬಡಿಯಲು ಆರಂಭಿಸಿದರು. ಸಾವಿರಾರು ವಿರೋಧಿಗಳನ್ನು ಮತ್ತು ಸಂದೇಹಾಸ್ಪದ ವ್ಯಕ್ತಿಗಳನ್ನು ಮರಣದಂಡನೆಗೆ ಗುರಿಪಡಿಸಿದರು. 1918ರ ಜುಲೈ ತಿಂಗಳಲ್ಲಿ ಜಾರ್ 2ನೇ ನಿಕೋಲಸ್ ಮತ್ತು ಅವನ ಕುಟುಂಬದ ಸದಸ್ಯರನ್ನು ಗುಂಡಿಕ್ಕಿ ಕೊಂದರು. ಹೀಗೆ ಆಂತರಿಕವಾಗಿ ಬೋಲ್ಷೆವಿಕರು ದೃಢ ನಿರ್ಧಾರವನ್ನು ಕೈಗೊಳ್ಳದಿದ್ದರೆ, ವಿರೋಧಿಗಳ ಪ್ರತಿಭಟನೆಗೆ ತಕ್ಕ ಉತ್ತರವನ್ನು ನೀಡದಿದ್ದರೆ ಸಮಾಜವಾದದ ತತ್ವಗಳನ್ನಾಗಲೀ ಅಥವಾ ಆಂತರಿಕ ಸುಧಾರಣೆಗಳನ್ನಾಗಲೀ ಜಾರಿಗೊಳಿಸಲು ಸಾಧ್ಯವಾಗುತ್ತಿರಲಿಲ್ಲ.

ಬೋಲ್ಷೆವಿಕ್ ಸರ್ಕಾರಕ್ಕೆ ವಿದೇಶಿ ಹಸ್ತಕ್ಷೇಪ

ರಷ್ಯಾದಲ್ಲಿ ಕಮ್ಯುನಿಷ್ಟ್ ಆಳ್ವಿಕೆ ಸ್ಥಾಪಿತವಾಗಿದ್ದು ಮತ್ತು ಬೋಲ್ಷೆವಿಕರು ವಿಶ್ವದಾದ್ಯಂತ ಸಮಾಜವಾದವನ್ನು ಹರಡುವ ಯೋಜನೆಯನ್ನು ಇಟ್ಟುಕೊಂಡಿದ್ದರಿಂದ ವಿದೇಶಗಳಲ್ಲಿ ಬಾರಿ ಆತಂಕ ಮತ್ತು ತೀವ್ರ ವಿರೋಧಗಳು ವ್ಯಕ್ತವಾದವು. ಇಂಗ್ಲೆಂಡ್, ಫ್ರಾನ್ಸ್ ಮತ್ತು ಜಪಾನ್‌ಗಳು ಬೋಲ್ಷೆವಿಕರನ್ನು ಹತ್ತಿಕ್ಕಲು ಪ್ರಯತ್ನಿಸಿದವು. ರಷ್ಯಾದಲ್ಲಿ ಬೋಲ್ಷೆವಿಕರನ್ನು ವಿರೋಧಿಸುತ್ತಿದ್ದ ಪಂಗಡಕ್ಕೆ ವಿದೇಶಗಳು ಬೆಂಬಲ ನೀಡಿದವು. ಆಂತರಿಕವಾಗಿ ವಿರೋಧ ಮತ್ತು ವಿದೇಶಿ ಹಸ್ತಕ್ಷೇಪಗಳಿಂದಾಗಿ ಬೋಲ್ಷೆವಿಕ್ ಸರ್ಕಾರದ ಪತನ ಸನ್ನಿಹಿತವಾದಂತೆ ಕಂಡುಬಂದಿತು. ಇದೇ ಸಂದರ್ಭದಲ್ಲಿ ಫ್ರಾನ್ಸಿನಿಂದ ಪ್ರಚೋದನೆಗೊಂಡ ಪೋಲೆಂಡ್ ತನ್ನ ಮೇರೆಗಳನ್ನು ವಿಸ್ತರಿಸುವ ಹಂಬಲದಿಂದ ರಷ್ಯಾದ ವಿರುದ್ಧ ಯುದ್ದ ಸಾರಿತು. ಆದರೆ ಬೋಲ್ಷೆವಿಕರು ಯಾವ ಬೆದರಿಕೆಗಳಿಗೂ ಅಂಜದೆ ಎಲ್ಲ ತೊಂದರೆಗಳನ್ನು ಯಶಸ್ವಿಯಾಗಿ ಎದುರಿಸಿದರು. ಬೋಲ್ಷೆವಿಕರ ಯಶಸ್ವಿಗೆ ಅನೇಕ ಕಾರಣಗಳಿದ್ದವು.

1) ಬೋಲ್ಷೆವಿಕರ ವಿರೋಧಿಗಳಲ್ಲಿ ಒಗ್ಗಟ್ಟು ಇರಲಿಲ್ಲ. ಇದರಿಂದಾಗಿ ಐಕ್ಯಮತದ ಕಾರ್ಯಾಚರಣೆ ಅವರಿಂದ ಸಾಧ್ಯವಾಗಲಿಲ್ಲ. ರಾಜಪ್ರಭುತ್ವ ಪಕ್ಷದವರು ಗಣತಂತ್ರವಾದಿಗಳೊಡನೆ ಸಹಕರಿಸಲಿಲ್ಲ.

2) ಬಹುಸಂಖ್ಯಾತರಾದ ರೈತರು ತಮ್ಮ ಸಂಪೂರ್ಣ ಬೆಂಬಲವನ್ನು ಬೋಲ್ಷೆವಿಕ್ ಸರ್ಕಾರಕ್ಕೆ ನೀಡಿದರು. ಏಕೆಂದರೆ ಬೋಲ್ಷೆವಿಕ್ ಸರ್ಕಾರದ ಪ್ರಯತ್ನದಿಂದಾಗಿ ತಾವು ಗಳಿಸಿಕೊಂಡಿದ್ದ ಜಮೀನುಗಳನ್ನು ಉಳಿಸಿಕೊಳ್ಳುವುದು ಅವರ ಉದ್ದೇಶವಾಗಿತ್ತು.

3) ವಿದೇಶಗಳು ಪ್ರಬಲವಾದ ಸಶಸ್ತ್ರ ಪ್ರತಿರೋಧವನ್ನು ಒಡ್ಡಲು ಸಾಧ್ಯವಿರಲಿಲ್ಲ. ಏಕೆಂದರೆ ಪ್ರಥಮ ಮಹಾಯುದ್ದದಿಂದ ಬಳಲಿದ್ದ ಮಿತ್ರ ರಾಷ್ಟ್ರಗಳು ರಷ್ಯಾದ ವಿರುದ್ಧ ವ್ಯಾಪಕವಾದ ಸೈನಿಕ ಕಾರ್ಯಚರಣೆಯನ್ನು ಕೈಗೊಳ್ಳಲು ಸಿದ್ಧರಿರಲಿಲ್ಲ. ಆದ್ದರಿಂದ ಅವುಗಳು 1919ರಲ್ಲಿ ರಷ್ಯಾದಿಂದ ತಮ್ಮ ಪಡೆಗಳನ್ನು ಹಿಂತೆಗೆದುಕೊಂಡವು. ವಿದೇಶಿ ಸೈನಿಕ ನೆರವನ್ನು ಕಳೆದುಕೊಂಡ ಬೋಲ್ಷೆವಿಕ್ ವಿರೋಧಿಗಳು ತೀರ ದುರ್ಬಲರಾದರು. ಟ್ರಾಟ್‌ಸ್ಕಿ ಸಂಘಟಿಸಿದ್ದ ಕೆಂಪು ಸೈನ್ಯ ಬೋಲ್ಷೆವಿಕ್ ಸರ್ಕಾರದ ವಿರೋಧಿಗಳನ್ನು ಸದೆಬಡಿಯಿತು. ಪೋಲೆಂಡ್ ಶಾಂತಿಯನ್ನು ಯಾಚಿಸಿತು. ಹೀಗೆ ಆಂತರಿಕವಾಗಿ ಮತ್ತು ವಿದೇಶಿಯವಾಗಿ ಬೋಲ್ಷೆವಿಕ್ ಸರ್ಕಾರಕ್ಕೆ ಅನೇಕ ಅಡೆತಡೆಗಳು, ಹಸ್ತಕ್ಷೇಪಗಳು ಬಂದರೂ ಪ್ರತಿಕ್ರಾಂತಿಯನ್ನು ಅಡಗಿಸುವಲ್ಲಿ ದೃಢ ನಿರ್ಧಾರವನ್ನು ಬೋಲ್ಷೆವಿಕರು ಎಂದೂ ಕೈಬಿಡಲಿಲ್ಲ.

ಸೋವಿಯಟ್ (ಕಾರ್ಮಿಕ ಮಂಡಳಿ) ಸ್ಥಾಪನೆ:

ಕಾರ್ಮಿಕರ ಸರ್ವಾಧಿಕಾರ ಸ್ಥಾಪನೆಯೇ ಬೋಲ್ಷೆವಿಕರ ಪ್ರಮುಖ ಗುರಿಯಾಗಿತ್ತು. ಬಂಡವಾಳಶಾಹಿಯನ್ನು ನಿರ್ಮೂಲನೆಗೊಳಸಿ ಕಾರ್ಲ್‌ಮಾರ್ಕ್ಸ್‌ನ ಸಮಾಜವಾದದ ಸಿದ್ಧಾಂತದ ಪ್ರಕಾರ ರಷ್ಯಾದಲ್ಲಿ ನೂತನ ಸಾಮಾಜಿಕ ಹಾಗೂ ಆರ್ಥಿಕ ವ್ಯವಸ್ಥೆಯನ್ನು ರೂಪಿಸಲು ಯತ್ನಿಸಿದರು. 1918ರಲ್ಲಿ ಜಾರಿಗೆ ಬಂದ ಹೊಸ ಸಂವಿಧಾನದ ಅನ್ವಯ ಪ್ರತಿ ನಗರ ಹಾಗೂ ಜಿಲ್ಲೆಯಲ್ಲಿ ಕಾರ್ಮಿಕ ಮಂಡಲಿಗಳನ್ನು ಸ್ಥಾಪಿಸಲಾಯಿತು. ಅಖಿಲ ರಷ್ಯಾ ಸೋವಿಯಟ್‌ಗಳ ಕಾಂಗ್ರೆಸ್ಸು ಕೇಂದ್ರ ಕಾರ್ಯಾಂಗ ಸಮಿತಿಯನ್ನು ಚುನಾಯಿಸಿತು. ಈ ಸಮಿತಿಯು ಮಂತ್ರಿಮಂಡಲದ ಸದಸ್ಯರನ್ನು ಆಯ್ಕೆ ಮಾಡಿತು.

ಸೋವಿಯಟ್‌ಗಳ ಚುನಾವಣೆಗಾಗಿ 18 ವಯಸ್ಸಿನ ಎಲ್ಲ ಸ್ತ್ರೀ–ಪುರುಷ ಶ್ರಮಿಕರಿಗೆ ಮತದಾನಾಧಿಕಾರವನ್ನು ನೀಡಲಾಯಿತು. ಧರ್ಮಾಧಿಕಾರಿಗಳಿಗೆ ಶ್ರೀಮಂತರಿಗೆ ಮತ್ತು ಮಧ್ಯಮ ವರ್ಗದ ಬಹುಜನರಿಗೆ ಮತದಾನದ ಅಧಿಕಾರವಿರಲಿಲ್ಲ.

1922ರಲ್ಲಿ ಒಕ್ಕೂಟ ವ್ಯವಸ್ಥೆಯನ್ನು ರಷ್ಯಾದಲ್ಲಿ ಸ್ಥಾಪಿಸಲಾಯಿತು. ಇದನ್ನು ಸಮಾಜವಾದಿ ಸೋವಿಯಟ್ ಗಣರಾಜ್ಯಗಳ ಒಕ್ಕೂಟ (ಯು.ಎಸ್.ಎಸ್.ಆರ್) ಎಂದು ಕರೆಯಲಾಯಿತು. ಬೋಲ್ಷೆವಿಕ್ ಪಕ್ಷವು ರಷ್ಯಾದಲ್ಲಿ ನಿಜವಾದ ವರಿಷ್ಠ ಅಧಿಕಾರವನ್ನು ಹೊಂದಿತು. ಈ ಪಕ್ಷದ ನೇತಾರ ಅಗ್ರಗಣ್ಯ ಲೆನಿನ್ ವಾಸ್ತವಿಕವಾಗಿ ರಷ್ಯಾದ ಸರ್ವಾಧಿಕಾರಿಯಾಗಿದ್ದನು.

ರಷ್ಯಾದ ಕ್ರಾಂತಿಯ ಪರಿಣಾಮಗಳು

1789ರ ಫ್ರಾನ್ಸಿನ ಮಹಾಕ್ರಾಂತಿಗೂ ರಷ್ಯಾದ ಕ್ರಾಂತಿಗೂ ಹಲವು ವಿಚಾರಗಳಲ್ಲಿ ಸಾಮ್ಯವಿರುವುದನ್ನು ಕಾಣಬಹುದಾದರೂ ಪರಿಣಾಮದಲ್ಲಿ ಮಾತ್ರ ಫ್ರಾನ್ಸಿನ ಮಹಾಕ್ರಾಂತಿಗಿಂತ ರಷ್ಯಾದ ಕ್ರಾಂತಿಯ ಪ್ರಭಾವ ಅಪಾರ ಮತ್ತು ಗಮನಾರ್ಹವಾದುದಾಗಿದೆ. ಪ್ರಪಂಚದಲ್ಲಿಯೇ ಪ್ರಥಮ ಬಾರಿಗೆ ಸಮಾಜವಾದದ ತತ್ವಗಳ ಆಧಾರದ ಮೇಲೆ ರಾಜಕೀಯ, ಸಾಮಾಜಿಕ ಮತ್ತು ಆರ್ಥಿಕ ಕ್ಷೇತ್ರಗಳಲ್ಲಿ ಆಮೂಲಾಗ್ರ ಬದಲಾವಣೆಗಳನ್ನುಂಟುಮಾಡಿ ಮಾನವ ಇತಿಹಾಸದ ಮೇಲೆ ತನ್ನದೆ ಆದ ಪ್ರಭಾವವನ್ನು ಬೀರಿದೆ. ಬೋಲ್ಷೆವಿಕ ಕ್ರಾಂತಿಯ ವಿರೋಧಿಗಳು ಕೂಡಾ ಅದರ ಮಹಾ ಯಶಸ್ಸನ್ನು ಕಂಡು ಬೆರುಗುಗೊಂಡರು. ರಷ್ಯಾದ ಕ್ರಾಂತಿಯ ಪರಿಣಾಮಗಳು ಮಾನವ ಚರಿತ್ರೆಯಲ್ಲಿ ಒಂದು ಮುಖ್ಯ ಮೈಲಿಗಲ್ಲಾಗಿವೆ.

1) ದೀರ್ಘಾವಧಿಯ ದರ್ಪಿಷ್ಟ ಜಾರರ ನಿರಂಕುಶ ಪ್ರಭುತ್ವದ ಅಂತ್ಯ: ದರ್ಪಿಷ್ಟ ನಿರಂಕುಶ ಜಾರ್ ದೊರೆಗಳು 3 ಶತಮಾನಗಳಿಗಿಂತಲೂ ಹೆಚ್ಚು ಕಾಲ ದಬ್ಬಾಳಿಕೆ ನಡೆಸಿ ಜನತೆಯ ವಿರೋಧವನ್ನು ಕಟ್ಟಿಕೊಂಡಿದ್ದರು. ರಾಜರು ಮತ್ತು ಅವನ ಬೆಂಬಲಿಗರಿಂದ ಸರ್ವವಿಧದಲ್ಲಿಯೂ ಸಾಮಾನ್ಯ ಜನತೆ ಶೋಷಣೆಗೆ ಒಳಗಾಗಿದ್ದರು. ಅಂತಿಮವಾಗಿ ಜನತೆಯ ಅತೃಪ್ತಿ ಅಸಮಾಧಾನದ ಕಟ್ಟೆಯೊಡೆದು 1917ರ ಮಾರ್ಚ್ 15ರಂದು ಜಾರ್ 2ನೇ ನಿಕೋಲಸ್‌ನನ್ನು ಅಧಿಕಾರದಿಂದ ಕೆಳಗಿಳಿಸುವುದರ ಮೂಲಕ ರೋಮನಾವ್ ವಂಶದ ಆಳ್ವಿಕೆಯನ್ನು ರಷ್ಯಾದಲ್ಲಿ ಕೊನೆಗಾಣಿಸಿದರು. 2ನೇ ನಿಕೋಲಸ್ ಮತ್ತು ಆತನ ಕುಟುಂಬದ ಸದಸ್ಯರನ್ನು ಗುಂಡಿಕ್ಕಿ ಕೊಲ್ಲಲಾಯಿತು. ರಷ್ಯಾದಲ್ಲಿ ಬೇರುಬಿಟ್ಟಿದ್ದ ಹಳೆಯ ವ್ಯವಸ್ಥೆ ನಿರ್ಮೂಲನೆಗಾಗಿ ನೂತನ ರಷ್ಯಾದ ನಿರ್ಮಾಣ ಆರಂಭವಾಯಿತು.

2) ಕಾರ್ಲ್‌ಮಾರ್ಕ್ಸ್‌ನ ಕಮ್ಯುನಿಷ್ಟ್ ತತ್ವದ ಆಧಾರದ ಮೇಲೆ ಆಡಳಿತ: ಬೋಲ್ಷೆವಿಕ್ ಕ್ರಾಂತಿಯ ನೇತಾರ ಲೆನಿನ್ ಕೆರನ್‌ಸ್ಕಿಯಿಂದ ಅಧಿಕಾರವನ್ನು ವಹಿಸಿಕೊಂಡ ಮೇಲೆ ಮಾನವ ಚರಿತ್ರೆಯಲ್ಲಿ ಪ್ರಥಮಬಾರಿಗೆ ಕಾರ್ಲ್‌ಮಾರ್ಕ್ಸ್‌ನ ಸಿದ್ಧಾಂತದ ಪ್ರಕಾರ ರಷ್ಯಾದಲ್ಲಿ ರಾಜಕೀಯ ಸಾಮಾಜಿಕ ಹಾಗೂ ಆರ್ಥಿಕ ಕ್ಷೇತ್ರದಲ್ಲಿ ನೂತನ ಆಡಳಿತ ವ್ಯವಸ್ಥೆಯನ್ನು ಏರ್ಪಡಿಸುವ ಕ್ರಮವನ್ನು ಕೈಗೊಂಡನು. ಬೋಲ್ಷೆವಿಕ್ ಕ್ರಾಂತಿಯ ಯಶಸ್ಸಿನಿಂದಾಗಿ ಕಾರ್ಲ್‌ಮಾರ್ಕ್ಸ್ ಸಿದ್ಧಾಂತದ ಪ್ರಸಾರಕ್ಕೆ ಅವಕಾಶ ಲಭಿಸಿತು. ರಷ್ಯಾದ ಯಶಸ್ವೀ ಉದಾಹರಣೆಯಿಂದ ಚೀನ ಮತ್ತು ಪೂರ್ವ ಯೂರೋಪಿನ ರಾಷ್ಟ್ರಗಳು ಸ್ಫೂರ್ತಿ ಪಡೆದವು. ಪ್ರಪಂಚದ $^1/_3$ ಭಾಗ ಕಮ್ಯುನಿಷ್ಟ್ ಸಿದ್ಧಾಂತವನ್ನು ಸ್ವೀಕರಿಸಿತು. ಜಗತ್ತಿನ ಶೋಷಿತ ಜನಗಳಿಗೆ ಆ ಸಮಯದಲ್ಲಿ ರಷ್ಯಾದ ಕಮ್ಯುನಿಷ್ಟ್ ಆಡಳಿತ ಸ್ಫೂರ್ತಿ ನೀಡಿತು.

3) ರಷ್ಯಾ ಮೊದಲನೇ ಮಹಾಯುದ್ಧದಿಂದ ಹಿಂತೆಗೆದದ್ದು: ಜಾರ್ 2ನೇ ನಿಕೋಲಸ್ ರಷ್ಯಾವನ್ನು ಪ್ರಥಮ ಮಹಾಯುದ್ಧದಲ್ಲಿ ತೊಡಗಿಸಿ ದೊಡ್ಡ ತಪ್ಪು ಮಾಡಿದ್ದನು. ಈ ಯುದ್ಧದಲ್ಲಿ ರಷ್ಯಾದ ಸರಣಿ ಸೋಲು ಅದರ ಅಸಮರ್ಥತೆ ಆಡಳಿತದ ದುಸ್ಥಿತಿಯನ್ನು ಎತ್ತಿ ತೋರಿಸಿತು. ಲೆನಿನ್ ಅಧಿಕಾರವನ್ನು ವಹಿಸಿಕೊಂಡ ಮೇಲೆ ರಷ್ಯಾದ ಆಂತರಿಕ ಸಮಸ್ಯೆಗಳನ್ನು ಯಶಸ್ವಿಯಾಗಿ ಎದುರಿಸಬೇಕಾದರೆ ವಿದೇಶಗಳೊಡನೆ ಶಾಂತಿ ಸಂಧಾನದ ಅನಿವಾರ್ಯವನ್ನು ಕಂಡುಕೊಂಡು ಜರ್ಮನಿ ಮತ್ತು ಅದರ ಮಿತ್ರ ರಾಷ್ಟ್ರಗಳೊಡನೆ ಬ್ರೆಸ್ಟ್‌ಲಿಟಾಸ್ಕ್ ಒಪ್ಪಂದವನ್ನು ಮಾಡಿಕೊಂಡನು. ಹೀಗೆ ಕ್ರಾಂತಿಯ ಪರಿಣಾಮವಾಗಿ ರಷ್ಯಾ ಯುದ್ಧ ಭೂಮಿಯಿಂದ ಹಿಂದೆ ಸರಿಯಿತು.

4) ಕಮ್ಯುನಿಷ್ಟ್ ನಾಯಕತ್ವದಡಿ ರಷ್ಯಾದ ಪ್ರಗತಿ: ಕ್ರಾಂತಿ ಪೂರ್ವದಲ್ಲಿ ಝಾರರ ಆಳ್ವಿಕೆಯಲ್ಲಿ ದುರ್ಬಲವಾಗಿದ್ದ ರಷ್ಯಾ ಕ್ರಾಂತಿಯ ನಂತರ ಲೆನಿನ್ ನಾಯಕತ್ವದಡಿ ಪ್ರಗತಿಪಥದಲ್ಲಿ ಮುಂದುವರೆಯಿತು. ಸಮಾಜವಾದದ ತತ್ವಗಳನ್ನು ಆಡಳಿತದಲ್ಲಿ ಅಳವಡಿಸಿಕೊಳ್ಳುವುದರ ಮೂಲಕ ಬಹುಸಂಖ್ಯಾತ ರೈತಾಪಿ ಮತ್ತು ಕಾರ್ಮಿಕರ ಅಪೂರ್ವ ಬೆಂಬಲವನ್ನು ಪಡೆದುಕೊಂಡು ಎಲ್ಲಾ ಸಮಸ್ಯೆಗಳನ್ನು ದಾಟಿ ರಷ್ಯಾ ಮುಂದುವರೆಯಿತು.

5) ಬಂಡವಾಳಶಾಹಿ ರಾಷ್ಟ್ರಗಳಿಗೆ ರಷ್ಯಾದ ಬೆದರಿಕೆ: ರಷ್ಯಾದಲ್ಲಿ ಬೋಲ್ಷೆವಿಕ್ ಕ್ರಾಂತಿಯ ಯಶಸ್ಸು ಬಂಡವಾಳಶಾಹಿ ರಾಷ್ಟ್ರಗಳಿಗೆ ದುಗಡವನ್ನುಂಟುಮಾಡಿತು. ಅಷ್ಟೇ ಅಲ್ಲದೆ ಬೋಲ್ಷೆವಿಕರು ಮಾರ್ಕ್ಸ್ ಸಿದ್ಧಾಂತವನ್ನು ವಿಶ್ವದಾದ್ಯಂತ ಹರಡುವ ಯತ್ನ ನಡೆಸಿದ್ದು ಅವುಗಳಿಗೆ ಭಯವನ್ನುಂಟುಮಾಡಿತು. ಕಮ್ಯುನಿಷ್ಟ್ ಕ್ರಾಂತಿಯ ಭಯದಿಂದಾಗಿ ಅನೇಕ ದೇಶಗಳು ತಮ್ಮ

ರೈತ ಮತ್ತು ಕಾರ್ಮಿಕ ವರ್ಗಗಳ ಹಿತರಕ್ಷಣೆಗೆ ಮುಂದಾದವು. ಏಷ್ಯಾ ಮತ್ತು ಪೂರ್ವ ಯೂರೋಪಿನ ದೇಶಗಳಲ್ಲಿ ಕಮ್ಯುನಿಸಂ ಹರಡಿತು. ಬಂಡವಾಳಶಾಹಿಗಳ ಸಾಮ್ರಾಜ್ಯವಾದವನ್ನು ಉಗ್ರವಾಗಿ ಖಂಡಿಸಿದ ಕಮ್ಯುನಿಷ್ಟರು ಹೊಸ ರೀತಿಯ ಸಾಮ್ರಾಜ್ಯಶಾಹಿ ನೀತಿಯನ್ನು ಅನುಸರಿಸಿದರು. ರಷ್ಯಾವು ಕಮ್ಯುನಿಸಂನ ಭದ್ರ ಕೋಟೆಯಂತಾಯಿತು. ಸಮಾಜವಾದವೆಂಬ ಸೋಗಿನಲ್ಲಿ ಮಾನವನ ಮೂಲಭೂತ ಹಕ್ಕುಗಳನ್ನು ಪರಿಗಣಿಸದೆ ಏಕಪಕ್ಷೀಯ ಸರ್ವಾಧಿಕಾರವನ್ನು ಸ್ಥಾಪಿಸಿ, ಬೌದ್ಧಿಕ ಸ್ವಾತಂತ್ರ್ಯವನ್ನು ನಿರ್ಮೂಲ ಮಾಡಿದ ಕಮ್ಯುನಿಷ್ಟ್ ದೇಶಗಳ ವರ್ತನೆಯಿಂದ ಪ್ರಜ್ಞಾವಂತ ಜನರು ಚಿಂತೆಗೀಡಾದರು. ಹಿಟ್ಲರ್ ಕಮ್ಯುನಿಸಂ ಭಯದಿಂದ ಜರ್ಮನಿಯಲ್ಲಿ ನಾಜಿಸಂ ಸ್ಥಾಪಿಸಿದನು. ಇಟಲಿಯಲ್ಲಿ ಫ್ಯಾಸಿಸಂ ತಲೆಎತ್ತಿಕೊಂಡಿತು. ಇವೆರಡು ಕಮ್ಯುನಿಸಂನ ವಿರೋಧಿಗಳಾಗಿ ಅದನ್ನು ಹತ್ತಿಕ್ಕುವ ಪ್ರಯತ್ನವನ್ನು ಮಾಡುತ್ತಿದ್ದ ಆಂದೋಲನಗಳಾಗಿದ್ದವು.

ನಿಕೋಲಾಯ್ ಲೆನಿನ್ (1870–1924)

ಜಗತ್ತಿನಾದ್ಯಂತ ಶೋಷಿತ ವರ್ಗದವರ ಹಿತ ಹಾಗೂ ಸುಖಕ್ಕಾಗಿ ಕಮ್ಯುನಿಷ್ಟ್ ತತ್ವಗಳನ್ನು ಪ್ರತಿಪಾದಿಸಿ ರೂಪಿಸಿದ ಕೀರ್ತಿ ಕಾರ್ಲ್‌ಮಾರ್ಕ್ಸ್ ಮತ್ತು ಅವನ ಜೊತೆ ಶ್ರಮಿಸಿದ ಫ್ರೆಡರಿಕ್ ಏಂಗಲ್ಸ್‌ರವದಾದರೆ ಕಾರ್ಲ್‌ಮಾರ್ಕ್ಸ್‌ನ ಸಿದ್ಧಾಂತಗಳನ್ನು ಚೆನ್ನಾಗಿ ಕರಗತಮಾಡಿಕೊಂಡು ಅವನ ಉದಾತ್ತ ತತ್ವಗಳನ್ನು ದೇಶದ ಅಭಿವೃದ್ಧಿಗಾಗಿ ಅಳವಡಿಸಿಕೊಂಡು ಸಮಾಜವಾದದ ಆಡಳಿತವನ್ನು ರೂಪಿಸಿದ ಕೀರ್ತಿ ನಿಕೋಲಾಯ್ ಲೆನಿನ್‌ನದಾಗಿದೆ.

ನಿಕೋಲಾಯ್ ಲೆನಿನ್

ಬಾಲ್ಯ ಮತ್ತು ವಿದ್ಯಾಭ್ಯಾಸ: ರಷ್ಯಾದ ಕ್ರಾಂತಿಯ ಮಹಾನೇತಾರನಾದ ನಿಕೋಲಾಯ್ ಲೆನಿನ್ ವೋಲ್ಗಾ ನದಿ ತೀರದಲ್ಲಿನ ಸಿಂಬಿರಿಸ್ಕ್ ಎಂಬ ಊರಿನಲ್ಲಿ ಉಲ್ಯನಾಫರ ಮನೆಯಲ್ಲಿ 1870ನೇ ಏಪ್ರಿಲ್ 22ರಂದು ಜನಿಸಿದನು. ಈತನ ಮೊದಲ ಹೆಸರು ವ್ಲಾಜಿಮಿರ್ ಇಲಿಚ್ ಉಲ್ಯನಾಫ್. ಲೆನಿನ್ ಎಂಬ ಹೆಸರು ಕ್ರಾಂತಿಯ ಹೋರಾಟದ ಸಮಯದಲ್ಲಿ ಇಟ್ಟುಕೊಂಡ ಗುಪ್ತನಾಮ. ತಂದೆ ಇಲ್ಯನಿಕೋಲಂಯು ವಿಟ್ ಉಲ್ಯನಾಪ್ ವೃತ್ತಿಂಯುಲ್ಲಿ ಶಾಲಾ ತಪಾಸಣಾಧಿಕಾರಿಯಾಗಿದ್ದನು. ತಾಯಿ ಸುಸಂಸ್ಕೃತ ಮಹಿಳೆ ಮೇರಿಯ ಅಲೆಕ್ಸಾಂಡ್ರೋವ್ನ. ಬಾಲ್ಯದಿಂದಲೇ ಲೆನಿನ್‌ನಿಗೆ ಕ್ರೀಡೆಗಳಲ್ಲಿ ಮತ್ತು ಗುಡ್ಡಗಾಡುಗಳಲ್ಲಿ ಸಂಚರಿಸುವುದೆಂದರೆ ತುಂಬಾ ಪ್ರಿಯವಾದ ಹವ್ಯಾಸಗಳಾಗಿದ್ದವು. ಈಜುವುದು, ಸ್ಕೇಟಿಂಗ್ ಮೆಚ್ಚುಗೆಯ ಕ್ರೀಡೆಗಳಾಗಿದ್ದವು. ವಿದ್ಯಾರ್ಥಿ ದೆಸೆಯಿಂದಲೂ ಲೆನಿನ್ ತುಂಬಾ ಪ್ರತಿಭಾವಂತ ವಿದ್ಯಾರ್ಥಿಯಾಗಿದ್ದು ಪ್ರಥಮ ದರ್ಜೆಯಲ್ಲಿ ತೇರ್ಗಡೆ ಹೊಂದುತ್ತಿದ್ದನು. ಚಿಕ್ಕವನಿರುವಾಗಲೇ ಪ್ರಷ್ಕಿನ್, ಲೆರ್‌ಮನ್‌ಕಾಫ್, ಗೊಗೋಲ್, ತೆರ್ಗಸೆಫ್, ನೇತ್ರಸಾವ್, ಟಾಲ್‌ಸ್ಟಾಯ್ ಮೊದಲಾದವರ ಕೃತಿಗಳನ್ನು ಅಭ್ಯಾಸಮಾಡತೊಡಗಿದ. ಮುಂದೆ ಬೆಲಿನ್‌ಸ್ಕಿ, ಹರ್‌ಜಿನ್, ಕೆರ್ನಿಷೆಟಸ್ಕಿ, ಐಸಾರೆಫ ಮೊದಲಾದ ಕ್ರಾಂತಿಕಾರರ ಕೃತಿಗಳನ್ನು ಅಧ್ಯಯನ ಮಾಡಿದ ಲೆನಿನ್‌ನಲ್ಲಿ ಸಹಜವಾಗಿ ಕ್ರಾಂತಿಕಾರಿ ವಿಚಾರಗಳು ಮೊಳಕೆಯೊಡೆಯತೊಡಗಿದವು.

ಈ ಮಧ್ಯೆ ಸಂಸಾರದ ಕಷ್ಟಗಳ ನಡುವೆ ಲೆನಿನ್‌ನ ತಾಯಿ ಮಗನನ್ನು ಕಜನ್ ವಿಶ್ವವಿದ್ಯಾನಿಲಯಕ್ಕೆ ಸೇರಿಸುವ ಏರ್ಪಾಡು ಮಾಡಿ ಸಿಂಬಿರಸ್ಕ್‌ದಲ್ಲಿದ್ದ ತಮ್ಮ ಸ್ಥಿರ ಚರಾಸ್ತಿಗಳನ್ನು ಮಾರಿ ಕಜನ್‌ಗೆ ಪ್ರಯಾಣ ಬೆಳಸಿದಳು. ಕಜನ್ ವಿಶ್ವವಿದ್ಯಾನಿಲಯದಲ್ಲಿ ಲೆನಿನ್ ನ್ಯಾಯಶಾಸ್ತ್ರದ ಅಧ್ಯಯನವನ್ನು ಆರಂಭಿಸಿದನು. 1887ರಲ್ಲಿ ಮಾಸ್ಕೋದಲ್ಲಿ ವಿದ್ಯಾರ್ಥಿಗಳು ತಮ್ಮ ಹಕ್ಕುಗಳಿಗಾಗಿ ಮುಷ್ಕರ ನಡೆಸಿದ ಸುದ್ಧಿಯನ್ನು ಕೇಳಿ ಕಜನ್ ವಿಶ್ವದ್ಯಾನಿಲಯದ ವಿದ್ಯಾರ್ಥಿಗಳು ಮುಷ್ಕರ ನಡೆಸಿದರು. ಈ ಮುಷ್ಕರದಲ್ಲಿ ಲೆನಿನ್ ಪ್ರಮುಖ ಪಾತ್ರ ವಹಿಸಿದ್ದರ ಪರಿಣಾಮವಾಗಿ ದಸ್ತಗಿರಿಗೆ ಒಳಗಾಗಿ ವಿಶ್ವವಿದ್ಯಾನಿಲಯ ಅವನನ್ನು ಹೊರಹಾಕಿತು. ಕೊನೆಗೆ ಸೇಂಟ್ ಪೀಟರ್ಸ್‌ಬರ್ಗ್‌ನ ವಿಶ್ವವಿದ್ಯಾನಿಲಯದಲ್ಲಿ ಖಾಸಗಿಯಾಗಿ ನ್ಯಾಯಶಾಸ್ತ್ರದ ಪರೀಕ್ಷೆಗೆ ಕುಳಿತು ತೇರ್ಗಡೆಯಾದನು. ನಂತರ ಲೆನಿನ್ ಕಮ್ಯುನಿಷ್ಟ್ ತತ್ವಗಳನ್ನು ಪ್ರಚಾರಪಡಿಸಲು ಮುಂದಾದನು. ಅನೇಕ ಕಾರ್ಮಿಕ ಮುಖಂಡರು ಮತ್ತು ಕಾರ್ಮಿಕರನ್ನು ಕಮ್ಯುನಿಷ್ಟ್ ತತ್ವಗಳನ್ನು ಅಳವಡಿಸಿಕೊಳ್ಳುವಂತೆ ಪ್ರಚೋದಿಸಿದನು. ಕಾರ್ಮಿಕರು ಮಾಡಬೇಕಾದ ಕಾರ್ಯದ ಪ್ರಣಾಳಿಕೆಗಳನ್ನು ಬರೆದು ಲೆನಿನ್ ಪ್ರಚಾರಮಾಡಿದನು. ಕರಪತ್ರಗಳನ್ನು ಹೊರಡಿಸಿ ಅದರಲ್ಲಿ ಕಾರ್ಮಿಕರು ಯಾವ ರೀತಿ ವ್ಯವಸ್ಥಿತವಾಗಿ ಹೋರಾಡಬೇಕೆಂಬುದನ್ನು ತೋರಿಸಿಕೊಟ್ಟನು. ಈ ಕರಪತ್ರಗಳು ರಾಷ್ಟ್ರದ ಎಲ್ಲ ಕಾರ್ಮಿಕರಿಗೂ ತಲುಪುವಂತೆ ಮಾಡದನು. ಅನೇಕ ಮಾರ್ಕ್ಸ್‌ವಾದಿ ಸಂಘಗಳನ್ನು ಒಗ್ಗೂಡಿಸಿ 1915ರಲ್ಲಿ ಸೇಂಟ್ ಪೀಟರ್ಸ್‌ಬರ್ಗಿನಲ್ಲಿ "ಕಾರ್ಮಿಕ ವಿಮೋಚನಾ ಸಂಘರ್ಷ ಸಮಿತಿ"ಎಂಬ ಸಂಘವನ್ನು ಸ್ಥಾಪಿಸಿ ಸಮಾಜವಾದೀ ಪ್ರಜಾಪ್ರಭುತ್ವ ಪಕ್ಷದ ನಾಯಕನಾದನು.

ಲೆನಿನ್‌ನ ಸಾಧನೆಗಳು : ನಿಕೊಲಾಯ್ ಲೆನಿನ್ 1917 ರಿಂದ 1921 ರವರೆಗೆ ರಷ್ಯದ ಅಧ್ಯಕ್ಷನಾಗಿ ಹಲವಾರು ಸಾಧನೆಗಳನ್ನು ಮಾಡಿದ್ದಾನೆ. ಮೊದಲನೆಯದಾಗಿ ಕಾರ್ಖಾನೆಯಲ್ಲಿ ಕಾರ್ಮಿಕರ ಕೆಲಸದ ಅವಧಿಯನ್ನು ದಿನಕ್ಕೆ ಎಂಟು ಗಂಟೆಗೆ ನಿಗಧಿಗೊಳಿಸಿದನು. ಉಳುವವನಿಗೆ ಭೂಮಿ ಎಂಬುದನ್ನು ಜಾರಿಗೊಳಿಸಲು ಸೂಕ್ತಕಾಯಿದೆಗಳನ್ನು ಜಾರಿಗೆ ತಂದನು. ಬಂಡವಾಳಗಾರರರಿಗೆ ಮತ್ತು ಜಮೀನುದಾರರಿಗೆ ಹೊಸ ಸರ್ಕಾರದಲ್ಲಿ ಸ್ಥಾನವಿರಲಿಲ್ಲ. ಮಹಿಳೆಯರಿಗೂ ಪುರುಷರಂತೆ ವಿಶೇಷ ಸ್ಥಾನಮಾನ ನೀಡಲಾಯಿತು. ಬ್ಯಾಂಕುಗಳು, ಶಾಲೆಗಳು ಮತ್ತು ಬೃಹತ್ ಕೈಗಾರಿಕೋದ್ಯಮಗಳನ್ನು ರಾಷ್ಟ್ರೀಕರಣಗೊಳಿಸಲಾಯಿತು. ಕ್ರೈಸ್ತ ಧರ್ಮಕ್ಕಿದ್ದ ವಿಶೇಷ ಸ್ಥಾನಮಾನವನ್ನು ರದ್ದುಪಡಿಸಲಾಯಿತು. "ಸ್ಮೋಲ್ನಿ" ಎಂಬ ಪ್ರಬಲವಾದ ಕೇಂದ್ರ ಸರ್ಕಾರ ಸ್ಥಾಪಿತವಾಯಿತು. ಲೆನಿನ್‌ನ ಸೋವಿಯತ್ ಸರ್ಕಾರವನ್ನು ಆರಂಭದಲ್ಲಿಯೇ ಉರುಳಿಸಲು ಬಂಡವಾಳಗಾರರು, ಜಮೀನುದಾರರು, ಬೃಹತ್ ಕೈಗಾರಿಕೋದ್ಯಮಿಗಳು ಹವಣಿಸುತ್ತಿದ್ದರು ಏಕೆಂದರೆ ಅವರೆಲ್ಲರಿಗೂ ತಮ್ಮ ಸಂಪತ್ತನ್ನು ರಾಷ್ಟ್ರಕ್ಕಾಗಿ ನೀಡಲು ಇಷ್ಟವಿರಲಿಲ್ಲ. ಕಾರ್ಮಿಕರಿಗೆ ಮತ್ತು ರೈತರಿಗೆ ಸ್ವಾತಂತ್ರ್ಯ ಕೊಡುವುದು ಅವರಿಗೆ ಅಪ್ರಿಯವಾಗಿತ್ತು. ಬೊಲ್ಶೆವಿಕ್ ವಿರೋಧಿಗಳನ್ನು ಹತ್ತಿಕ್ಕಿ ಸೋವಿಯತ್ ರಷ್ಯಾದಲ್ಲಿ ಅತ್ಯಂತ ಪ್ರಬಲ ಕೇಂದ್ರೀಕೃತವಾದ ಆಡಳಿತ ವ್ಯವಸ್ಥೆಯನ್ನು ರೂಪಿಸಿದನು. ಕೆಂಪುದಳ (Red Army) ವನ್ನು ಸುಸಜ್ಜಿತವಾಗಿ ಸಂಘಟಿಸಿದನು. ಅಂತೆಯೇ ಗುಪ್ತ ಪೋಲಿಸ್ ಪಡೆ ಮತ್ತು ಗೂಢಾಚಾರರನ್ನು ಸಹ ಸಂಘಟಿಸಿದನು. ಪ್ರತಿಭಟನಾಕಾರರನ್ನು ಹತ್ತಿಕ್ಕುವಲ್ಲಿ ಇವೆರಡು ಪಡೆಗಳು ಮಹತ್ವದ ಪಾತ್ರವಹಿಸಿದವು. 1918ರಲ್ಲಿ ಬೊಲ್ಶೆವಿಕ್ ಪಕ್ಷವನ್ನು ಕಮ್ಯುನಿಷ್ಟ್ ಪಕ್ಷವನ್ನಾಗಿ ಬದಲಾಯಿಸಲಾಯಿತು. ಕಮ್ಯುನಿಷ್ಟ್ ಪಕ್ಷವೊಂದನ್ನು ಬಿಟ್ಟು ಉಳಿದೆಲ್ಲ ಪಕ್ಷಗಳನ್ನು ಬಹಿಷ್ಕರಿಸಲಾಯಿತು. ಯುದ್ಧದಿಂದಾಗಿ ರಷ್ಯಾ ಅಪಾರ ಆರ್ಥಿಕ ನಷ್ಟಕ್ಕೊಳಗಾಯಿತು, ಆಹಾರ ಪದಾರ್ಥಗಳ ಅಭಾವದಿಂದ ದೇಶ ತತ್ತರಿಸಿತು, ಲೆನಿನ್‌ಗೆ ಯುದ್ಧವನ್ನು ಮುಂದುವರಿಸಲು ಇಷ್ಟವಿರಲಿಲ್ಲ. ಆದರೆ ಹಲವಾರು ವ್ಯಕ್ತಿಗಳ ಒತ್ತಾಯಕ್ಕೆ ಮಣಿದು ಜರ್ಮನಿಯ ವಿರುದ್ಧ ಯುದ್ಧವನ್ನು ಮುಂದುವರಿಸಿದನು. 1918ರಲ್ಲಿ ಜರ್ಮನರನ್ನು ರಷ್ಯಾದ ಬಹುಭಾಗದಿಂದ ಹೊರಹಾಕುವಲ್ಲಿ ಸ್ವಲ್ಪಮಟ್ಟಿನ ಯಶಸ್ಸನ್ನು ಸಾಧಿಸಿದನು. ಕಮ್ಯುನಿಷ್ಟ್ ಪಕ್ಷದ ಆದೇಶದ ಮೇರೆಗೆ ಜರ್ಮನರೊಡನೆ ಒಪ್ಪಂದ ಮಾಡಿಕೊಂಡನು. ಯುದ್ಧ ಕೊನೆಗೊಂಡಿದ್ದರಿಂದ ಲೆನಿನ್ ತನ್ನ ಗಮನವನ್ನು ರಾಷ್ಟ್ರದ ಅಭ್ಯುದಯದತ್ತ ಹರಿಸಲು ಸಾಧ್ಯವಾಯಿತು. ಕೃಷಿ, ಕೈಗಾರಿಕೆ ಮತ್ತು ವಾಣಿಜ್ಯೋದ್ಯಮಗಳ ರಾಷ್ಟ್ರೀಕರಣದಿಂದಾಗಿ ಯಾವುದೇ ಲಾಭವಾಗಲಿಲ್ಲ. ಉತ್ಪಾದನೆ ಮತ್ತಷ್ಟು ಕುಸಿದು ಅರಾಜಕತೆ ತಲೆದೋರಿತು. ಇದೇ ವೇಳೆಗೆ 1921ರಲ್ಲಿ ಭೀಕರ ಕ್ಷಾಮವು ಸಹ ಉಂಟಾಯಿತು. ಇಂತಹ ಆರ್ಥಿಕ ಶೋಚನೀಯ ಸ್ಥಿತಿಯನ್ನು ತಡೆಗಟ್ಟಲು ಅನೇಕ ಕ್ರಮಗಳನ್ನು ಕೈಗೊಂಡನು. ಕುಲಕರೆಂಬ ಶ್ರೀಮಂತ ರೈತವರ್ಗದವರು ಆಹಾರ ಪದಾರ್ಥಗಳನ್ನು ಲೂಟಿಮಾಡುತ್ತಿದ್ದು ಕಾನೂನುಬಾಹಿರ ಕೃತ್ಯಗಳಲ್ಲಿ ತೊಡಗಿದ್ದರು. ಲೆನಿನ್ ಆಜ್ಞೆಯ ಮೇರೆಗೆ ಸ್ಟ್ಯಾಲಿನ್ ಈ ವರ್ಗದವರ ಕೃತ್ಯವನ್ನು ಅಡಗಿಸಿದನು.

ಆಹಾರ, ವಸತಿ, ಬಟ್ಟೆ ಸಮಸ್ಯೆಯನ್ನು ಪರಿಹರಿಸಲು ಯೋಜನೆಯನ್ನು ಸಿದ್ಧಗೊಳಿಸಿದನು. ಅಲ್ಲದೇ ರಷ್ಯಾದಲ್ಲಿ ಹಲವಾರು ರೋಗರುಜಿನಗಳು ಕಾಣಿಸಿಕೊಂಡವು. ಅದರಲ್ಲಿ ಟೈಫಸ್ ಮತ್ತು ಇನ್‌ಫ್ಲೂಯೆನ್‌ಂಜ ರೋಗಗಳು ಅತ್ಯಂತ ಭಯಾನಕವಾಗಿ ಹರಡಿ ಹಲವಾರು ಜನರನ್ನು ಬಲಿತೆಗೆದುಕೊಂಡವು. ಈ ರೋಗಗಳಿಂದ ಜನರನ್ನು ರಕ್ಷಿಸಲು ಲೆನಿನ್ ವೈದ್ಯಕೀಯವಾದ ಚಿಕಿತ್ಸೆಗಳನ್ನು ಬಲಪಡಿಸಿದನು. 1919ರಲ್ಲಿ ಜಾರ್ ಸರ್ಕಾರದ ಕೆಲವು ಸೈನಿಕರು ಮತ್ತು ಅಧಿಕಾರಿಗಳೂ ಒಟ್ಟುಗೂಡಿ ಸರ್ಕಾರವನ್ನು ಉರುಳಿಸಲು ಪ್ರಯತ್ನಿಸಿದರು. ಇವರಲ್ಲಿ ಮುಖ್ಯರಾದವರು ಕೊಲ್‌ಚೆಕ್ ಮತ್ತು ದೆನಿಕನ್. ಇದೇ ವೇಳೆಯಲ್ಲಿ ರಷ್ಯಾದ ಮೇಲೆ ಇಂಗ್ಲಿಷ್ ಮತ್ತು ಫ್ರೆಂಚ್ ಸೇನೆಗಳೂ ದಾಳಿಮಾಡಿದವು. ಲೆನಿನ್‌ನ ಆಜ್ಞೆಯ ಮೇರೆಗೆ ಸ್ಟ್ಯಾಲಿನ್ ಸಂಘಟಿತವಾದ ಸೇನೆಯೊಡನೆ ಆಗಸ್ಟ್ ತಿಂಗಳಲ್ಲಿ ಕೊಲ್‌ಚೆಕ್‌ರ ಸೇನೆಯನ್ನು ಸೋಲಿಸಿದನು. ರಾಷ್ಟ್ರದ ಅಗತ್ಯತೆಯನ್ನು ಕುರಿತು ಲೆನಿನ್ ಪ್ರಾವ್ದಾ ಪತ್ರಿಕೆಯಲ್ಲಿ ಈ ರೀತಿ ಬರೆದರು, "ಸೋವಿಯತ್ ರಾಷ್ಟ್ರದ ಸೈನ್ಯವನ್ನು ಒಗ್ಗೂಡಿಸಲು ಎಲ್ಲರೂ ನೆರವು ನೀಡಬೇಕು ಸೈನ್ಯದಲ್ಲಿ ಅಶಿಸ್ತು ಮತ್ತು ಅವ್ಯವಸ್ಥೆಯನ್ನು ರೂಪಿಸುವವರು ರಾಷ್ಟ್ರದ್ರೋಹಿಗಳು, ಸೈನ್ಯವು ಬಲವಾಗಿರಬೇಕಾದರೆ ಆಹಾರದ ಸಂಗ್ರಹಣೆ ಅವಶ್ಯ ಆದ್ದರಿಂದ ಪ್ರತಿಯೊಬ್ಬ ರೈತನೂ ತಾನು ಬಳಸಿ ಉಳಿದ ಹೆಚ್ಚುವರಿ ಧಾನ್ಯವನ್ನು ಸರ್ಕಾರಕ್ಕೆ ಕೊಡಬೇಕು. ಅಶಿಸ್ತು ದುರ್ಬಲತೆಯ ಸಂಕೇತ; ಮತ್ತು ಕೊಲ್‌ಚಕ್‌ರ ಸೈನ್ಯವನ್ನು ಧ್ವಂಸಮಾಡಲು ರಾಷ್ಟ್ರವೇ ಒಂದಾಗಿ ನಿಲ್ಲಬೇಕು" ಎಂದು ಹೇಳಿದನು. ಲೆನಿನನ ಈ ಕರೆಗೆ ರಷ್ಯಾ ಓಗೊಟ್ಟಿತು. ಆದರೂ ರಷ್ಯಾದಲ್ಲಿ ಮಹಾಕ್ಷಾಮ ತಲೆದೋರಿತು. ಆಹಾರದ ಅಭಾವದಿಂದ ಲಕ್ಷಾಂತರ ಜನರು ಕಂಗಾಲಾದರು, ಬೆಳೆಗಳೆಲ್ಲ ಒಣಗಿದವು. ಲೆನಿನ್ ಈ ಪರಿಸ್ಥಿತಿಯನ್ನು ಧೈರ್ಯದಿಂದ ಎದುರಿಸಿದನು. ಇದಕ್ಕಾಗಿ ಹೊಸ ಆರ್ಥಿಕ ನೀತಿಯನ್ನು ಜಾರಿಗೊಳಿಸಿದನು.

ಹೊಸ ಆರ್ಥಿಕ ನೀತಿ (New Economic Policy-1921)

ಲೆನಿನ್ ವಾಸ್ತವವಾದಿಯಾಗಿದ್ದು ಅವನು 1921ರಲ್ಲಿ ಕಮ್ಯುನಿಷ್ಟ್ ಯುದ್ಧನೀತಿಯನ್ನು ಕೈಬಿಟ್ಟನು ಮತ್ತು ಶುದ್ಧ ಕಮ್ಯುನಿಸಂ ತತ್ವವನ್ನು ಸಹಾ ಕೈ ಬಿಟ್ಟು ಹೊಸ ಆರ್ಥಿಕ ನೀತಿಯನ್ನು ಸಮಾಜವಾದ, ರಾಜ್ಯ ಬಂಡವಾಳವಾದ ಮತ್ತು ಖಾಸಗಿ ಉದ್ಯಮಗಳ ತಳಹದಿಯ ಮೇಲೆ ಜಾರಿಗೊಳಿಸಿದನು. ಈ ಹೊಸ ಆರ್ಥಿಕ ನೀತಿಯ ಪ್ರಧಾನ ಅಂಶಗಳೆಂದರೆ

ಮೊದಲನೆಯದಾಗಿ ದುಡಿಯುವ ವರ್ಗ ಮತ್ತು ರೈತರ ನಡುವೆ ಆರ್ಥಿಕ ಮತ್ತು ರಾಜಕೀಯ ಸಾಮರಸ್ಯವನ್ನು ಸಾಧಿಸುವುದು. ರಷ್ಯಾದಲ್ಲಿನ ವಿನಾಶದ ಅಂಚಿನ ಆರ್ಥಿಕತೆಯನ್ನು ಕೊನೆಗಾಣಿಸಿ ಸಮಾಜವಾದಿ ಆರ್ಥಿಕತೆಯನ್ನು ಸಾಧಿಸಲು ರೈತರು ಮತ್ತು ದುಡಿಯುವ ವರ್ಗದವರ ಪರಿಶ್ರಮದಿಂದ ಮಾತ್ರ ಸಾಧ್ಯವೆಂದು ಲೆನಿನ್ ನಂಬಿದ್ದನು. ರೈತರು ಹೆಚ್ಚುವರಿ ಆಹಾರ ಧಾನ್ಯವನ್ನು ಕೊಡುವ ಬದಲು ಸರ್ಕಾರಕ್ಕೆ ನಿಗಧಿಯಾದ ಕಂದಾಯವನ್ನು ಕೊಡಬೇಕಾಯಿತು. ರೈತರು ಕಂದಾಯ ಪಾವತಿ ನಂತರ ಉಳಿದ ಹೆಚ್ಚುವರಿ ಧಾನ್ಯವನ್ನು ತಮ್ಮ ಇಚ್ಛೆಯಂತೆ ಮಾರಿಕೊಳ್ಳುವ ಸ್ವಾತಂತ್ರ್ಯವನ್ನು ನೀಡಲಾಯಿತು. ಸರ್ಕಾರ ಖಾಸಗಿ ವ್ಯಾಪಾರಕ್ಕೆ ಉತ್ತೇಜನಕೊಟ್ಟು ವ್ಯಾಪಾರವನ್ನು ಅಭಿವೃದ್ಧಿಪಡಿಸಿತು. ನಾಣ್ಯ ಚಲಾವಣೆಯನ್ನು ಸುಧಾರಿಸಿ ಪಡಿತರ ಪದ್ಧತಿಯನ್ನು ಕೊನೆಗೊಳಿಸಲಾಯಿತು, ಬೃಹತ್ ಕೈಗಾರಿಕೆ, ಸಾರಿಗೆ ಸಂಪರ್ಕ, ವಿದೇಶಿ ವ್ಯಾಪಾರ ಮತ್ತು ಬ್ಯಾಂಕುಗಳನ್ನು ರಾಷ್ಟ್ರೀಕರಣಗೊಳಿಸಿ ಇವುಗಳನ್ನು ಖಾಸಗಿ ಬಂಡವಾಳದಿಂದ ಮುಕ್ತಗೊಳಿಸಲಾಯಿತು. ಉತ್ಪಾದನೆ ಹೆಚ್ಚಿಸಲು ವಿದೇಶಿ ಬಂಡವಾಳಕ್ಕೆ ಉತ್ತೇಜನ ನೀಡಲಾಯಿತು. ಕೃಷಿಬ್ಯಾಂಕನ್ನು ಸ್ಥಾಪಿಸಿ ರೈತರಿಗೆ ಬೇಕಾದ ಉಳುಮೆ ಮತ್ತು ತೋಟಗಾರಿಕಾ ಯಂತ್ರಗಳನ್ನು ನೀಡಲಾಯಿತು.

ಕೇಂದ್ರ ಕೃಷಿ ಬ್ಯಾಂಕ್‌ನಿಂದ ರೈತರಿಗೆ ಸಾಲವನ್ನು ನೀಡಲಾಯಿತು. 1923–25ರಲ್ಲಿ 8.1 ಮಿಲಿಯನ್ ಇದ್ದ ಸಾಲದ ಪ್ರಮಾಣ 657.6ಮಿಲಿಯನ್ ರೂಬಲ್‌ಗೆ ಏರಿತು. ಇದರಿಂದ ಕೃಷಿ ಉತ್ಪಾದನೆ ಹೆಚ್ಚಿತಲ್ಲದೆ ಕೃಷಿಕಾರ್ಮಿಕರ ಪ್ರಮಾಣವು ಸಹ ಹೆಚ್ಚಾಯಿತು. ಕೃಷಿ ಕಾರ್ಮಿಕರ ಕೂಲಿಯ ಪ್ರಮಾಣವನ್ನು ಹೆಚ್ಚಿಸಿ ಅವರಿಗೆ ವೈದ್ಯಕೀಯ ಸೌಲಭ್ಯ, ಸಾಮೂಹಿಕ ವಿಮಾ ಮತ್ತು ರಜಾದಿನಗಳನ್ನು ಒದಗಿಸಲಾಯಿತು. ಚಿಲ್ಲರೆ ವ್ಯಾಪಾರದೊಡನೆ ಪೈಪೋಟಿ ನಡೆಸಲು ಸರ್ಕಾರವು ತನ್ನದೇ ಆದ ಚಿಲ್ಲರೆ ಮಾರಾಟ ಮಳಿಗೆಗಳನ್ನು ತೆರೆಯಿತು, ಗ್ರಾಹಕರ ಸಹಕಾರಿ ಸಂಘವನ್ನು ಸರ್ಕಾರ ಉತ್ತೇಜಿಸಿತು. ಲೆನಿನ್ ಮಿಶ್ರ ಬೇಸಾಯಕ್ಕೆ ಉತ್ತೇಜನವನ್ನು ನೀಡಿ ಸಣ್ಣ ಹಿಡುವಳಿಯನ್ನು ದೊಡ್ಡ ಹಿಡುವಳಿಯನ್ನಾಗಿ ಮಾಡಿ ಅಲ್ಲಿ ಸುಧಾರಿತ ಬೇಸಾಯ ಕ್ರಮವನ್ನು ಕೈಗೊಳ್ಳಲು ಪ್ರಯತ್ನಿಸಿದನು.

ಎಚ್.ಎ.ಎಲ್ ಫಿಷರ್ ಅವರ ಮಾತಿನಲ್ಲಿ ಹೇಳುವುದಾದರೆ "ಪ್ರತಿಯೊಬ್ಬ ರೈತನೂ ಓದುವ, ಬರೆಯುವ ಹಾಗೂ ಪ್ರತಿಯೊಂದು ಮನೆಯೂ ವಿದ್ಯುತ್ ದ್ವೀಪಗಳಿಂದ ಮತ್ತು ಶಾಖ ಯಂತ್ರಗಳಿಂದಲೂ ಕಂಗೊಳಿಸುವ ರಷ್ಯಾದ ಕನಸನ್ನು "ಲೆನಿನ್ ಕಂಡನು. ಲೆನಿನ್ ನೂತನ ರಾಷ್ಟ್ರ ನಿರ್ಮಾಣಕ್ಕಾಗಿ ಅಪಾರವಾಗಿ ದುಡಿದು ದೈಹಿಕವಾಗಿ ಅಸ್ವಸ್ಥನಾದನು. ಇದರ ಪರಿಣಾಮವಾಗಿ 1923ರಲ್ಲಿ ಪಾರ್ಶ್ವವಾಯುಪೀಡಿತನಾಗಿ ಸುಮಾರು ಒಂದು ವರ್ಷಗಳಕಾಲ ಬಳಲಿ 21 ಜನವರಿ 1924ರಂದು ಮರಣ ಹೊಂದಿದನು.

ವ್ಯಕ್ತಿತ್ವ ವಿಮರ್ಶೆ : ಲೆನಿನ್ ಮಹಾನ್ ರಾಜಕೀಯ ಮುತ್ಸದ್ಧಿ, ಸಂಘಟನಕಾರ, ದುಡಿಯುವ ವರ್ಗದವರ ಮತ್ತು ಕಾರ್ಮಿಕರ ಆರಾಧ್ಯ ದೈವವಾಗಿದ್ದನು, ಕಾರ್ಲ್‌ಮಾರ್ಕ್ಸ್‌ನ ಸಮಾಜವಾದಿ ತತ್ವಗಳ ಅನುಯಾಯಿಯಾಗಿದ್ದುದಲ್ಲದೇ ಅವುಗಳನ್ನು ರಷ್ಯಾದಲ್ಲಿ ಅಳವಡಿಸಲು ಪ್ರಯತ್ನಿಸಿ ಯಶಸ್ವಿಯಾಗಿದ್ದನು, ಲೆನಿನ್ ತತ್ವಜ್ಞಾನಿ ಮತ್ತು ಉತ್ತಮ ಲೇಖಕನೂ ಆಗಿದ್ದನು. ಹೊಸ ಆರ್ಥಿಕ ನೀತಿಯು ಲೆನಿನ್‌ನ ನಿಸ್ವಾರ್ಥ ಮನೋಭಾವ ಮತ್ತು ವಾಸ್ತವವಾದಿಯಾಗಿದ್ದನೆಂಬುದಕ್ಕೆ ಉತ್ತಮ ನಿದರ್ಶನವಾಗಿದೆ ಆದ್ದರಿಂದಲೇ ಆತ ಸೋವಿಯತ್ ದೇಶದ ಎಲ್ಲರಿಂದಲೂ ಇಂದಿಗೂ ಗೌರವ ಪಡೆಯುತ್ತಿರುವ ಮಹಾನ್ ಪುರುಷ. ಅವನ ಸಮಾಜವಾದಿ ತತ್ವಗಳು ರಷ್ಯಾದಲ್ಲಲ್ಲದೇ ಇತರ ರಾಷ್ಟ್ರಗಳಲ್ಲಿಯೂ ಮಾನ್ಯತೆ ಪಡೆದಿದೆ. ಈತನ ಗೌರವಾರ್ಥವಾಗಿ ಪೆಟ್ರೊಗ್ರಾಡ್ ನಗರವನ್ನು ಲೆನಿನ್ ಗ್ರಾಡ್ ಎಂದು ಕರೆಯಲಾಗಿತ್ತು.

ಜೋಸೆಫ್ ಸ್ಟಾಲಿನ್ (1879–1953)

ಜೋಸೆಫ್ ಸ್ಟಾಲಿನ್

1924ರಲ್ಲಿ ಲೆನಿನ್ ಮರಣ ಹೊಂದಿದ ನಂತರ ಅಧಿಕಾರಕ್ಕಾಗಿ ಟ್ರಾಟ್‌ಸ್ಕಿ ಮತ್ತು ಸ್ಟಾಲಿನ್‌ರ ನಡುವೆ ತೀವ್ರ ಹೋರಾಟ ಆರಂಭವಾಯಿತು. ಆದರೆ ಲೆನಿನ್ ತನ್ನ ನಂತರ ಟ್ರಾಟಸ್ಕಿ ಉತ್ತರಾಧಿಕಾರಿಯಾಗಬೇಕೆಂದು ಅಪೇಕ್ಷಿಸಿದನು. ಆದರೆ ಅಂತಿಮವಾಗಿ ಸ್ಟಾಲಿನ್ ಈ ಅಂತರ್‌ಯುದ್ಧದಲ್ಲಿ ಜಯಗೊಳಿಸಿದನು. ಸ್ಟಾಲಿನ್ 1879ರಲ್ಲಿ ಜಾರ್ಜಿಯಾದಲ್ಲಿ ಚರ್ಮಕಾರನ ಮಗನಾಗಿ ಜನಿಸಿದನು. ಧರ್ಮಾಧಿಕಾರಿಯಾಗಲು ಅಪೇಕ್ಷೆಪಟ್ಟು ಅಧ್ಯಯನ ಮಾಡಿದನು. ನಂತರ ರಷ್ಯಾದಲ್ಲಿನ ಅನೇಕ ಘಟನೆಗಳು ಅವನನ್ನು ಕ್ರಾಂತಿಕಾರಿ ಚಟುವಟಿಕೆಯಲ್ಲಿ ತೊಡಗುವಂತೆ ಮಾಡಿದವು. ಅನೇಕ ಬಾರಿ ಈತನನ್ನು ಬಂಧಿಸಿ ಜೈಲಿಗೂ ಕಳುಹಿಸಲಾಯಿತು. ಮತ್ತೆ ಕೆಲವು ಸಲ ಗಡೀಪಾರು ಶಿಕ್ಷೆಯನ್ನು ಸಹ ಸ್ಟಾಲಿನ್ ಅನುಭವಿಸಬೇಕಾಯಿತು.

1917ರ ಅಕ್ಟೋಬರ್ ಕ್ರಾಂತಿಯಲ್ಲಿ ಸ್ಟಾಲಿನ್ ಹಲವಾರು ಕ್ರಾಂತಿಕಾರಿಗಳನ್ನು ಅಡಗಿಸುವಲ್ಲಿ ಮತ್ತು ಕೆಂಪು ಸೈನ್ಯವನ್ನು ಸಂಘಟಿಸುವಲ್ಲಿ ಯಶಸ್ವಿಯಾಗಿದ್ದನು. ಅಲ್ಲದೇ

ಕಮ್ಯುನಿಷ್ಟ್ ವಿರೋಧಿಗಳನ್ನು ಹತ್ತಿಕ್ಕಿದನು. ರಾಜಕೀಯ ಚತುರನಾದ ಸ್ಟಾಲಿನ್ ತನ್ನ ರಾಜಕೀಯ ವಿರೋಧಿಯಾದ ಟ್ರಾವಸ್ಕಿಯನ್ನು ರಾಜಕೀಯ ರಂಗದಿಂದ ದೂರ ಸರಿಯುವಂತೆ ಮಾಡಿದನು, ಅನಂತರ ಅವನನ್ನು ಗಡೀಪಾರು ಮಾಡಲಾಯಿತು. 1927ರ ಹೊತ್ತಿಗೆ ಸ್ಟಾಲಿನ್ ರಾಜಕೀಯ ವಿರೋಧಿಗಳಿಂದ ಮುಕ್ತನಾಗಿದ್ದನು.

1917ರಲ್ಲಿ ಸ್ಟಾಲಿನ್ ಜನಾಂಗಗಳ ಮಂತ್ರಿಯಾಗಿ ನಿಯುಕ್ತನಾದನು. ಹಲವಾರು ಸಂಸ್ಥಾನಗಳನ್ನು ಒಟ್ಟುಗೂಡಿಸಿ 1923ರಲ್ಲಿ ಯೂನಿಯನ್ ಆಫ್ ಸೋಷಿಯಲಿಸ್ಟ್ ಸೋವಿಯಟ್ ರಿಪಬ್ಲಿಕ್ (Union of Socialist Soviet Republic)ಅನ್ನು ಸ್ಥಾಪಿಸಿದನು. ಸೋವಿಯತ್ ಒಕ್ಕೂಟದಲ್ಲಿ ಏಳು ಗಣರಾಜ್ಯಗಳಿದ್ದವು. ಕೇಂದ್ರ ಸರ್ಕಾರವು ರಕ್ಷಣೆ, ವಿದೇಶಿವ್ಯಾಪಾರ, ಹಣಕಾಸು ಮುಂತಾದವುಗಳನ್ನು ನೋಡಿಕೊಳ್ಳುತ್ತಿತ್ತು. ಯಾವ ಗಣರಾಜ್ಯವಾಗಲಿ ತಾನು ಒಕ್ಕೂಟದಿಂದ ಹೊರಬರುವ ಅಧಿಕಾರವನ್ನು ನೀಡಲಾಗಿತ್ತು. ಪ್ರತಿಯೊಂದು ಗಣರಾಜ್ಯವು ಹಲವಾರು ಪ್ರಾಂತೀಯ ಭಾಷೆ ಮತ್ತು ಸಂಸ್ಕೃತಿಯಿಂದ ಕೂಡಿತ್ತು.

ಸ್ಟಾಲಿನ್‌ನ ಸಾಧನೆಗಳು : ಸ್ಟಾಲಿನ್ ಶತೃಗಳ ಭಾದೆಯಿಂದ ಮುಕ್ತನಾದ ನಂತರ ದೇಶದ ಆರ್ಥಿಕಾಭಿವೃದ್ಧಿಯ ಕಡೆಗೆ ತನ್ನ ಗಮನವನ್ನು ನೀಡಿದನು. ರಷ್ಯಾದ ಆರ್ಥಿಕ ಹಾಗೂ ಸೈನಿಕ ಶಕ್ತಿಗಳನ್ನು ಬಲಗೊಳಿಸಿದನು. ಲೆನಿನ್ ಜಾರಿಗೊಳಿಸಿದ್ಧ ಹೊಸ ಆರ್ಥಿಕ ನೀತಿಯನ್ನು 1928ರಲ್ಲಿ ಕೊನೆಗೊಳಿಸಿದನು. ರಷ್ಯಾಕ್ಕೆ ಒಂದು ಪ್ರಜಾಪ್ರಭುತ್ವ ಮಾದರಿಯ ರಾಜ್ಯಾಂಗವನ್ನು 1935ರಲ್ಲಿ ಕೊಟ್ಟನು. ಈ ರಾಜ್ಯಾಂಗವು ಅಮೇರಿಕದ ಸೆನೆಟ್ ರೀತಿಯಲ್ಲಿ ಪ್ರತಿಯೊಂದು ಗಣರಾಜ್ಯಗಳೂ "ಕೌನ್ಸಿಲ್ ಆಫ್ ನ್ಯಾಷನಾಲಿಟೀಸ್(ರಾಷ್ಟ್ರೀಯ ಸಮಿತಿ) ಎಂಬ ಈ ಸಮಿತಿಯನ್ನು 4 ಜನರ ಮೂಲಕ ಪ್ರತಿನಿಧಿಸುತ್ತಿದ್ದವು". ಹೌಸ್ ಆಫ್ ರೆಪ್ರೆಸೆಂಟೇಟಿವ್ಸ್ (ಪ್ರತಿನಿಧಿಸಭೆ) ಮಾದರಿಯಂತೆ ರಷ್ಯಾದ "ಕೌನ್ಸಿಲ್ ಆಫ್ ದಿ ಯೂನಿಯನ್"ಗೆ ರಾಜ್ಯಗಳ ಜನಸಂಖ್ಯೆಯ ಪ್ರಮಾಣಕ್ಕೆ ಅನುಗುಣವಾಗಿ ಚುನಾವಣೆ ನಡೆಸಲಾಗುತ್ತಿತ್ತು. ಚುನಾವಣೆ ನಡೆಸಲು ವರ್ಷಕ್ಕೆ 2 ಬಾರಿ ಇವೆರಡು ಸದನಗಳಾದ 'ಕೌನ್ಸಿಲ್ ಆಫ್ ನ್ಯಾಷನಾಲಿಟೀಸ್' ಮತ್ತು 'ಕೌನ್ಸಿಲ್ ಆಫ್ ದಿ ಯೂನಿಯನ್' ಸಮಾವೇಶಗೊಳ್ಳುತ್ತಿದ್ದವು. ಪ್ರೆಸಿಡಿಯಮ್ ಅಥವಾ ಮಂತ್ರಿಮಂಡಲವೇ ನಿಜವಾದ ಸರ್ಕಾರವಾಗಿತ್ತು. 18 ವರ್ಷಕ್ಕೆ ಮೇಲ್ಪಟ್ಟವರೆಲ್ಲರಿಗೂ ಮತಚಲಾವಣೆಯ ಹಕ್ಕನ್ನು ನೀಡಲಾಗಿತ್ತು.

ಪಂಚ ವಾರ್ಷಿಕ ಯೋಜನಗೆಳು (Five Year Plans)

ಸ್ಟಾಲಿನ್ ಪಂಚವಾರ್ಷಿಕ ಯೋಜನೆಗಳನ್ನು ರಷ್ಯಾದಲ್ಲಿ ಜಾರಿಗೊಳಿಸಿದನು. ಕೈಗಾರಿಕೆ, ಕೃಷಿ, ಉತ್ಪಾದನೆ, ವಿದ್ಯಾಭ್ಯಾಸ, ವಿಜ್ಞಾನ ಮತ್ತಿತರ ಕ್ಷೇತ್ರಗಳಲ್ಲಿ ಗಣನೀಯ ಪ್ರಮಾಣದ ಪ್ರಗತಿ ಸಾಧಿಸುವುದೇ ಪಂಚವಾರ್ಷಿಕ ಯೋಜನೆಯ ಪ್ರಮುಖ ಉದ್ದೇಶವಾಗಿದ್ದಿತು. ಪ್ರಥಮ ಪಂಚವಾರ್ಷಿಕ ಯೋಜನೆಯು 1928ರಲ್ಲಿ ಆರಂಭವಾಯಿತು. ಔದ್ಯೋಗಿಕರಣ, ರಾಷ್ಟ್ರೀಕರಣ, ಉತ್ಪಾದನೆಯ ಹೆಚ್ಚಳ ಇವುಗಳು ಮೊದಲನೇ ಪಂಚವಾರ್ಷಿಕ ಯೋಜನೆಯ ಗುರಿಗಳಾಗಿದ್ದವು.

ಬಂಡವಾಳಶಾಹಿಯ ನಿರ್ಮೂಲನೆ ಮತ್ತು ಆರ್ಥಿಕ ಸ್ವಾವಲಂಬನೆ ಸಾಧಿಸಲೆತ್ನಿಸಿದನು. ಬಡವರ ಮತ್ತು ದುರ್ಬಲವರ್ಗದವರ ಜೀವನಮಟ್ಟವನ್ನು ಉತ್ತಮಪಡಿಸುವುದೇ ಸ್ಟಾಲಿನ್‌ನ ಹೆಬ್ಬಯಕೆಯಾಗಿತ್ತು. ಔದ್ಯಮಿಕ ಕ್ಷೇತ್ರದಲ್ಲಿ ಕ್ರಾಂತಿಕಾರಕ ಬದಲಾವಣೆಯಾಯಿತು ಗ್ರಾಡಿನ ಟ್ರಾಕ್ಟರ್ ಕಾರ್ಖಾನೆ, ಮಾಸ್ಕೋದ ಲಾರಿ ಕಾರ್ಖಾನೆ, ಡೇನಿಯಪರ್ ಅಣೆಕಟ್ಟು, ಪೆಟ್ರೋ ಜಲವಿದ್ಯುತ್ ಉತ್ಪಾದನಾ ಕೇಂದ್ರ, ತುರ್ಕಿರೈಲ್ವೆ ಇನ್ನೂ ಹಲವಾರು ಕೈಗಾರಿಕೆಗಳು ಮತ್ತು ಲೋಕೋಪಯೋಗಿ ಕಾರ್ಯಗಳು ಪೂರ್ಣಗೊಂಡವು. ಕೈಗಾರಿಕೆಯಲ್ಲಿ ಗಣನೀಯ ಪ್ರಮಾಣದ ಉತ್ಪಾದನೆ ಹೆಚ್ಚಾಯಿತು. ಜಮೀನು, ಬ್ಯಾಂಕುಗಳು, ಉದ್ದಿಮೆಗಳು ಮತ್ತು ವ್ಯಾಪಾರವನ್ನು ರಾಷ್ಟ್ರೀಕರಣಗೊಳಿಸಿ ಅವುಗಳನ್ನು ಸರ್ಕಾರದ ಹತೋಟಿಗೆ ತೆಗೆದುಕೊಂಡನು. ಸ್ಟಾಲಿನ್‌ನ ಈ ಕೈಗಾರಿಕೋದ್ಯಮದಿಂದ ಕೈಗಾರಿಕ ವಲಯದಲ್ಲಿ ರಷ್ಯಾವು ಪ್ರಪಂಚದಲ್ಲೇ ಎರಡನೇ ಸ್ಥಾನಕ್ಕೇರಿತು. ಒಟ್ಟಿನಲ್ಲಿ ಸ್ಟಾಲಿನ್ ಪಂಚವಾರ್ಷಿಕ ಯೋಜನೆಗಳ ಮೂಲಕ ಅಲ್ಪಾವಧಿಯಲ್ಲಿ ಕೈಗಾರಿಕೆಗಳನ್ನು ಪ್ರಗತಿಪಥದತ್ತ ಕೊಂಡೊಯ್ದನು.

1) ಕೈಗಾರಿಕಾ ಉತ್ಪನ್ನ 1927–28ರಲ್ಲಿ 18.3ಬಿಲಿಯನ್ ರೂಬಲ್ ಇದ್ದದ್ದು 1932–33ರ ವೇಳಗೆ 43.2 ಬಿಲಿಯನ್ ರೂಬಲ್‌ಗೆ ಏರಿತು. ಅಲ್ಲದೇ ಅನುಭೋಗಿ ಸರಕುಗಳು ಪ್ರತಿವರ್ಷ ಶೇಕಡಾ 11.7 ರಷ್ಟು ಅಧಿಕಗೊಂಡವು.

ಕೃಷಿಯಲ್ಲಿ ಜಾರಿಯಲ್ಲಿದ್ದ ಪ್ರಾಚೀನ ಪದ್ಧತಿಯನ್ನು ರದ್ದುಗೊಳಿಸಿ ಮಿಶ್ರ ಅಥವಾ ಸಾಮೂಹಿಕ ಬೇಸಾಯ ಪದ್ಧತಿಯನ್ನು ಜಾರಿಗೊಳಿಸಿದನು. ಕೃಷಿಯನು ಪ್ರೋತ್ಸಾಹಿಸುವ ದಿಸೆಯಲ್ಲಿ ಸಾಲ ಸೌಲಭ್ಯ ತೆರಿಗೆ ವಿನಾಯಿತಿಯನ್ನು

ನೀಡಿದನು. ಸರ್ಕಾರವನ್ನು ಟೀಕಿಸಿದ ಕೆಲವು ರೈತರನ್ನು ದೇಶದಿಂದ ಓಡಿಸಲಾಯಿತು. ಮತ್ತೆ ಕೆಲವರನ್ನು ಗುಂಡಿಕ್ಕಿ ಕೊಲ್ಲಲಾಯಿತು. ವ್ಯವಸಾಯದಲ್ಲಿ ಯಂತ್ರಗಳ ಬಳಕೆಗೆ ಪ್ರೋತ್ಸಾಹ ನೀಡಿ ಸಮೂಹ ಬೇಸಾಯದಿಂದ ಬಂದ ಒಟ್ಟು ಲಾಭವನ್ನು ರೈತರ ಶ್ರಮದ ಪ್ರಮಾಣ ಹಾಗೂ ಗುಣಮಟ್ಟವನ್ನು ಆಧರಿಸಿ ಹಂಚಲಾಯಿತು.

2) ಪಂಚವಾರ್ಷಿಕ ಯೋಜನೆಯಿಂದ ಕೃಷಿ ಉತ್ಪನ್ನ 16.6 ಬಿಲಿಯನ್ ಇದ್ದದ್ದು 25.8ಬಿಲಿಯನ್ ರೂಬಲ್‌ಗೇರಿತು. ಮೊದಲ ಪಂಚವಾರ್ಷಿಕ ಯೋಜನೆಯಲ್ಲಿ ಶಿಕ್ಷಣ ಕ್ಷೇತ್ರದಲ್ಲೂ ಗಣನೀಯ ಪ್ರಗತಿಯನ್ನು ಸಾಧಿಸಿತು. ಶಾಲಾ ಕಾಲೇಜುಗಳನ್ನೂ ಸ್ಥಾಪಿಸಲಾಯಿತು. ಶೇಕಡ 90ಮಂದಿ ಅಕ್ಷರಸ್ಥರಾದರು. ತಾಂತ್ರಿಕ ಶಾಲೆಗಳನ್ನು ಕಾರ್ಖಾನೆಗಳ ಆಡಳಿತಕ್ಕೆ ವಹಿಸಲಾಯಿತು. ಕಡ್ಡಾಯ ಪ್ರಾಥಮಿಕ ಶಿಕ್ಷಣವನ್ನು ಜಾರಿಗೊಳಿಸಿ ಪ್ರತಿಮಗುವಿಗೆ ಏಳು ವರ್ಷಗಳವರೆಗೆ ಉಚಿತ ಶಿಕ್ಷಣವನ್ನು ನೀಡಲಾಯಿತು. 1914ರಲ್ಲಿ ಶೇ. 27ಇದ್ದ ಶಿಕ್ಷಣದ ಪ್ರಮಾಣವು 1953ರಲ್ಲಿ ಅದು ಶೇಕಡ 81ಕ್ಕೇರಿತು.

ದ್ವಿತೀಯ ಪಂಚವಾರ್ಷಿಕ ಯೋಜನೆಯಲ್ಲೂ (1932–1937) ಸಹ ಗಣನೀಯ ಪ್ರಮಾಣದ ಪ್ರಗತಿಸಾಧಿಸಲಾಯಿತು. ರೈಲ್ವೆ ಅಭಿವೃದ್ಧಿಗೊಂಡು ಕಲ್ಲಿದ್ದಲು ಕಬ್ಬಿಣ ಮತ್ತು ಪೆಟ್ರೋಲಿಯಂಗಳ ಉತ್ಪನ್ನಗಳನ್ನು ಹೆಚ್ಚಿಸಿತು. ಕೃಷಿಯಲ್ಲಿ ಉತ್ಪಾದನೆ ಹೆಚ್ಚಿದಂತೆ ಪಡಿತರ ಪದ್ಧತಿಯನ್ನು ತೆಗೆದುಹಾಕಲಾಯಿತು. 1938ರಲ್ಲಿ ಮೂರನೇ ಪಂಚವಾರ್ಷಿಕ ಯೋಜನೆಯನ್ನು ಜಾರಿಗೆ ತಂದು ಈ ಹಿಂದೆ ಜಾರಿಗೊಳಿಸಿದ ಯೋಜನೆಯ ಕೆಲಸಗಳನ್ನು ತೀವ್ರಗೊಳಿಸಿ ಉತ್ಪದನಾ ವಲಯದಲ್ಲಿ ಸ್ವಾವಲಂಬನೆ ಸಾಧಿಸುವುದಾಗಿತ್ತು ಮತ್ತು ತಾಂತ್ರಿಕ ಪರಿಪೂರ್ಣತೆಯನ್ನು ಸಾಧಿಸುವ ಉದ್ದೇಶ ಹೊಂದಿತ್ತು. ಉದ್ಯಮಗಳು ಮತ್ತು ವ್ಯವಸಾಯಗಳು ಅಭಿವೃದ್ಧಿ ಹೊಂದಿ ದುಡಿಯುವ ವರ್ಗದವರು ಮತ್ತು ಕಾರ್ಮಿಕರ ಪರಿಸ್ಥಿತಿಯು ಉತ್ತಮಗೊಂಡು ಜೀವನಮಟ್ಟ ಸುಧಾರಿಸಿತು ಪಂಚವಾರ್ಷಿಕ ಯೋಜನೆಗಳಿಂದ ರಷ್ಯವು ಸರ್ವಾಂಗೀಣ ಅಭಿವೃದ್ಧಿ ಸಾಧಿಸಿತು. ವೃದ್ಯಾಪ್ಯವೇತನ, ಅಪಘಾತಗಳ ಪರಿಹಾರ ಮತ್ತು ಜೀವವಿಮೆ ಇನ್ನೂ ಮುಂತಾದ ಸಾಮಾಜಿಕ ಭದ್ರತಾ ಸೌಲಭ್ಯಗಳನ್ನು ಒದಗಿಸಿಕೊಟ್ಟು ದೇಶವನ್ನು ಪ್ರಗತಿಪಥದಲ್ಲಿ ಸಾಗಿಸಲಾಯಿತು.

ಲೆನಿನ್ ಮತ್ತು ಸ್ಟಾಲಿನ್‌ರ ವಿದೇಶಾಂಗನೀತಿ

1918–1921ರ ಅವಧಿಯಲ್ಲಿ ಲೆನಿನ್ ವಿದೇಶಾಂಗ ನೀತಿಯಲ್ಲಿ ಗಣನೀಯ ಸಾಧನೆ ಮಾಡಿದನು. ವಿಶ್ವಾದ್ಯಂತ ಮಾರ್ಕ್ಸ್‌ವಾದವನ್ನು ಹರಡಲು ಯತ್ನಿಸಿದನು. 1919ರಲ್ಲಿ ಅಂತರರಾಷ್ಟ್ರೀಯ ಮಾರ್ಕ್ಸ್‌ವಾದಿ ಆಂದೋಲನವನ್ನು ಸಂಘಟಿಸಲಾಗಿತ್ತು. ಪಾಶ್ಚಿಮಾತ್ಯ ರಾಷ್ಟ್ರಗಳ ವಸಾಹತುಶಾಹಿ ನೀತಿಯನ್ನು ಟೀಕಿಸಿ ಆ ಜನತೆಯನ್ನು ಕಮ್ಯುನಿಸಂನತ್ತ ವಾಲುವಂತೆ ಮಾಡಿದನು. ಅಲ್ಲದೇ ಏಷ್ಯದ ಸ್ವಾತಂತ್ರ್ಯ ಹೋರಾಟಕ್ಕೆ ಲೆನಿನ್ ಬೆಂಬಲ ಸೂಚಿಸಿದನು. ಲೆನಿನ್ ಬಂಡವಾಳಶಾಹಿಗಳೊಡನೆ ಹೋರಾಟ ಮಾಡುವುದು ಅಸಾಧ್ಯವೆಂದು ತಿಳಿದು ಬಂಡವಾಳ ರಾಷ್ಟ್ರಗಳೊಡನೆ ಆರ್ಥಿಕ ಅಥವಾ ವಾಣಿಜ್ಯ ಒಪ್ಪಂದಗಳನ್ನು ಮಾಡಿಕೊಂಡನು. ಈ ರೀತಿ ಒಪ್ಪಂದಗಳಿಂದ ಲೆನಿನ್ ರಷ್ಯಾದ ವಾಣಿಜ್ಯ ಮತ್ತು ರಾಜಕೀಯ ಒಂಟಿತನವನ್ನು ಕೊನೆಗಾಣಿಸಲು ಪ್ರಯತ್ನಿಸಿದನು. ಬ್ರಿಟನ್ನಿನ ಕಾರ್ಮಿಕ ಪಕ್ಷವು 1924ರ ಫೆಬ್ರವರಿಯಲ್ಲಿ ಇವನ ಸರ್ಕಾರಕ್ಕೆ ಮನ್ನಣೆ ನೀಡಿತು. ಇಟಲಿ, ಆಸ್ಟ್ರಿಯಾ, ಚೀನಾ, ಫ್ರಾನ್ಸ್ ಇನ್ನೂ ಮೊದಲಾದ ರಾಷ್ಟ್ರಗಳು ಸಹಾ ಲೆನಿನ್‌ನ ಸೋವಿಯತ್ ಸರ್ಕಾರಕ್ಕೆ ಮನ್ನಣೆ ನೀಡಿದವು. 1926ರಲ್ಲಿ ರಷ್ಯ, ಟರ್ಕಿ, ಜರ್ಮನಿ ಮತ್ತು ಇತರ ನೆರೆರಾಷ್ಟ್ರಗಳೊಡನೆ ಅನಾಕ್ರಮಣ ಒಪ್ಪಂದ ಮಾಡಿಕೊಂಡು ಲೆನಿನ್ ರಷ್ಯವನ್ನು ಪ್ರಪಂಚದಲ್ಲೇ ಒಂದು ಬಲಯುತ ರಾಷ್ಟ್ರವನ್ನಾಗಿ ಮಾಡಿದನು.

ಸ್ಟಾಲಿನ್ ಅಂತರರಾಷ್ಟ್ರೀಯ ಮಟ್ಟದಲ್ಲಿ ಮಹಾಮುತ್ಸದ್ಧಿಯಾಗಿದ್ದನು. ಸ್ಟಾಲಿನ್‌ನ ಕಮ್ಯುನಿಸ್ಟ್ ಸರ್ಕಾರಕ್ಕೆ ಪ್ರಜಾಪ್ರಭುತ್ವ ರಾಷ್ಟ್ರಗಳಿಂದ ಯಾವುದೇ ಸಹಕಾರ ದೊರೆಯಲಿಲ್ಲ. ಪ್ರಜಾಪ್ರಭುತ್ವ ರಾಷ್ಟ್ರಗಳು ಕಮ್ಯುನಿಸಂ ಅನ್ನು ಹರಡದಂತೆ ತಡೆಯಲು ಒಟ್ಟಾಗಿ ಹತ್ತಿಕ್ಕುವ ಯೋಜನೆಯು ಅವರದ್ದಾಗಿತ್ತು. ಇದಕ್ಕೆ ಪ್ರತಿಯಾಗಿ ರಷ್ಯಾದ ಕಮ್ಯುನಿಷ್ಟ್ ಪ್ರಯೋಗದ ಯಶಸ್ಸು ಅತ್ಯಂತ ಪ್ರಮುಖವಾದ ಪ್ರಚಾರ ಸಾಧನವೆಂದು ಸ್ಟ್ಯಾಲಿನ್ ಘೋಷಿಸಿದನು. ಲೆನಿನ್‌ನಂತೆ ಸ್ಟಾಲಿನ್ ಸಹ 1939ರಲ್ಲಿ ಹಿಟ್ಲರ್‌ನೊಡನೆ ಅನಾಕ್ರಮಣ ಒಪ್ಪಂದವನ್ನು ಮಾಡಿಕೊಂಡನು. 1935ರಲ್ಲಿ ಸ್ಟಾಲಿನ್ ಫ್ರಾನ್ಸಿನೊಡನೆ ಪರಸ್ಪರ ಸಹಕಾರ ಒಪ್ಪಂದವನ್ನು ಏರ್ಪಡಿಸಿಕೊಂಡನು.

ಸ್ಟಾಲಿನ್ ಎರಡನೇ ಮಹಾಯುದ್ಧದಲ್ಲಿ ರಷ್ಯವನ್ನು ಯುದ್ಧದಿಂದ ದೂರವಿಡಲು ಯತ್ನಿಸಿದನು. ಆದರೆ ಹಿಟ್ಲರ್‌ನ ಆಕ್ರಮಣ ನೀತಿಯಿಂದಾಗಿ ಸ್ಟಾಲಿನ್ ದ್ವಿತೀಯ ಮಹಾಯುದ್ಧಕ್ಕೆ ಕಾಲಿಡಬೇಕಾಯಿತು. ಸ್ಟಾಲಿನ್ ಮಿತ್ರರಾಷ್ಟ್ರಗಳ ಪರವಾಗಿ

ಹೋರಾಡಿ ವಿಜಯಕ್ಕೆ ಗಣನೀಯವಾದ ಸೇವೆಯನ್ನು ಸಲ್ಲಿಸಿದನು. ಈ ಯುದ್ದದಿಂದ ರಷ್ಯಾವು ವಿಶ್ವದಲ್ಲೇ ಬಹಳ ಬಲಯುತವಾದ ಶಸ್ತ್ರಸಜ್ಜಿತವಾದ ರಾಷ್ಟ್ರವೆಂಬುದಾಗಿ ಕಾಣಿಸಿಕೊಂಡಿತು. ದ್ವಿತೀಯ ಮಹಾಯುದ್ಧದಲ್ಲಿ ರಷ್ಯಾ 4 ಮಿಲಿಯನ್ ಸುಸಜ್ಜಿತವಾದ ಸೇನೆಯನ್ನು ಜಮಾಯಿಸಿ ಅವರಿಗೆ ಆಧುನಿಕ ಶಸ್ತ್ರಾಸ್ತ್ರಗಳನ್ನು ಮತ್ತು ಉತ್ತಮ ತರಬೇತಿಯನ್ನು ನೀಡಲಾಗಿತ್ತು. ಅಣುಬಾಂಬನ್ನು 1949ರಲ್ಲಿ ಪ್ರಪ್ರಥಮ ಬಾರಿಗೆ ರಷ್ಯಾವು ಸ್ಫೋಟಿಸಿತು. ಆರ್ಥಿಕ ಸುಧಾರಣೆ, ಕೈಗಾರಿಕೆ ಮತ್ತು ಕೃಷಿ ಉತ್ಪಾದನೆಯಲ್ಲಿ ಗಣನೀಯ ಸಾಧನೆಯನ್ನು ಸಾಧಿಸಿದ ರಷ್ಯಾ 20ನೇ ಶತಮಾನದ ಮಧ್ಯಭಾಗದ ಹೊತ್ತಿಗೆ ಪ್ರಪಂಚದ ಎರಡನೇ ಪ್ರಬಲ ರಾಷ್ಟ್ರವಾಯಿತು. ಮೊದಲನೆಯ ರಾಷ್ಟ್ರವೆಂದರೆ ಅಮೆರಿಕ.

ಇಷ್ಟೆಲ್ಲಾ ಸಾಧನೆಯ ರುವಾರಿಯಾದ ಸ್ಟಾಲಿನ್ 1953ರಲ್ಲಿ ಮರಣ ಹೊಂದಿದನು. 1953ರಿಂದ 1964ರವರೆಗೆ ಕ್ರುಶ್ಚೆವ್ ಸೋವಿಯತ್ ರಷ್ಯದ ಪ್ರಧಾನಿಯಾದನು. ಈತನ ಅಧಿಕಾರವಧಿಯಲ್ಲಿ ವಿಶ್ವದ ರಾಷ್ಟ್ರಗಳೊಡನೆ ಉತ್ತಮ ಸಂಬಂಧಗಳನ್ನು ಏರ್ಪಡಿಸಿದನು. ಈತನ ನಂತರ ರಷ್ಯದ ಅಧ್ಯಕ್ಷನಾಗಿ ಬ್ರೆಜ್ನೆವ್ ಮತ್ತು ಪ್ರಧಾನಿಯಾಗಿ ಕೊಸಿಗಿನ್ ಆಡಳಿತ ಸೂತ್ರವನ್ನು ಹಿಡಿದರು. ಮಿಖಾಯಿಲ್ ಗೋರ್ಬಚೆವ್ 1985 ರಿಂದ 1991ರ ವರಗೆ ಅಧ್ಯಕ್ಷರಾಗಿದ್ದರು. ಗೋರ್ಬಚೆವ್ ಪೆರೆಸ್ರೋಯಿಕ ಅಂದರೆ ಪುನರ್ ನಿರ್ಮಾಣ ಮತ್ತು ಗ್ಲಾಸ್‌ನಾಸ್ಟ್ ಅಂದರೆ ಪ್ರಜಾಪ್ರಭುತ್ವ ಎಂಬ ಎರಡು ಸುಧಾರಣೆಗಳನ್ನು ಜಾರಿಗೆ ತಂದನು. ಈ ಸುಧಾರಣೆಗಳಿಂದಾಗಿ ಸೋವಿಯತ್ ಒಕ್ಕೂಟದಲ್ಲಿ ಕಮ್ಯುನಿಸ್ಟ್ ಪಕ್ಷ ಎಂಬ ಏಕ ಪಕ್ಷದ ಬದಲು ಬಹು ಪಕ್ಷಗಳ ಸ್ಥಾಪನೆಗೆ ಕಾರಣವಾಯಿತು. ಅಲ್ಲದೆ ಖಾಸಗಿ ವ್ಯಾಪಾರ ಹಾಗೂ ಖಾಸಗಿ ಆಸ್ತಿಯನ್ನು ಹೊಂದುವ ಹಕ್ಕನ್ನು ರಷ್ಯನ್ನರು ಪಡೆದರು. ಇದರಿಂದಾಗಿ ಸೋವಿಯತ್ ಒಕ್ಕೂಟದ ವಿವಿಧ ರಾಜ್ಯಗಳ ಜನತೆ ಸ್ವಾತಂತ್ರ್ಯಕ್ಕಾಗಿ ಹೋರಾಟಕ್ಕಿಳಿದು ಸೋವಿಯಟ್ ಒಕ್ಕೂಟದಿಂದ ಬೇರ್ಪಟ್ಟು ಸ್ವತಂತ್ರಗೊಂಡವು. ಇದರೊಂದಿಗೆ ಕಮ್ಯುನಿಷ್ಟ್ ತತ್ವದ ಮೇಲೆ ಪ್ರಥಮವಾಗಿ ರಚಿತವಾಗಿದ್ದ ಸರ್ಕಾರವು ಕೊನೆಗೊಂಡಿತು. 1991 ರಿಂದ 1999ರವರಗೆ ಬೋರಿಸ್ ಎಲ್ಟಿನ್ ಕಾಮನ್‌ವೆಲ್ತ್ ರಷ್ಯಾದ ಅಧ್ಯಕ್ಷರಾಗಿದ್ದರು. ವ್ಲಾಡಿಮಿರ್ ಪುಟಿನ್ 1998 ರಿಂದ ಪುಸ್ತಕ ಕಾಲದಲ್ಲೂ ಆಧ್ಯಕ್ಷರಾಗಿ ಮುಂದುವರಿಯುತ್ತಿದ್ದಾರೆ.

* * * * *

ಚೀನಾ, ಇಂಡೋ-ಚೀನಾ ಮತ್ತು ಇಂಡೋನೇಷ್ಯಾಗಳಲ್ಲಿ ರಾಷ್ಟ್ರೀಯ ಚಳವಳಿಗಳ ಬೆಳವಣಿಗೆ

ಚೀನಾದಲ್ಲಿ ರಾಷ್ಟ್ರೀಯ ಚಳವಳಿ

ಮಂಚೂ ಸಂತತಿಯ ಪತನದಿಂದ ಮೊದಲನೇ ಮಹಾಯುದ್ಧದವರೆಗೆ: ಚೀನಾವು ಬಹುಕಾಲದಿಂದಲೂ ಪಾಶ್ಚಿಮಾತ್ಯ ದೇಶಗಳ ಆಟದ ಮೈದಾನವಾಗಿದ್ದಿತು. ಇದನ್ನು ದೇಶದ ಅನೇಕ ಯುವಕರು ವಿರೋಧಿಸಿದರು. ಅವರ ಪ್ರಯತ್ನದಿಂದ ಚೀನಾದ ನೆಲದಿಂದ ವಿದೇಶಿಯರನ್ನು ಓಡಿಸುವ ಉದ್ದೇಶದ ಬಾಕ್ಸರ್ ದಂಗೆಯು ತಲೆದೋರಿತು. ಆದರೆ ಈ ಚಳವಳಿಯು ವಿಫಲವಾಯಿತು. ಇದರಿಂದ ದೇಶದಲ್ಲಿ ಎಲ್ಲಾ ಸುಧಾರಣ ಕ್ರಮಗಳು ತಡೆಯಿಡಿಯಲ್ಪಟ್ಟವು. ಈ ಪ್ರತಿಗಾಮಿ ನೀತಿಯನ್ನು ಪ್ರತಿಭಟಿಸಿ ಚೀನಾದಲ್ಲಿ ಮತ್ತೊಂದು ಸಂಘರ್ಷವು ಕಾಣಿಸಿಕೊಂಡಿತು. ಇದು 1911ರ ಚೀನಾದ ಕ್ರಾಂತಿಗೆ ನಾಂದಿಯಾಯಿತು. ಈ ಕ್ರಾಂತಿಯ ನಂತರ ಮಂಚೂ ಸಂತತಿಯ ಕಡೆಯ ಚಕ್ರವರ್ತಿ ಫೆಬ್ರವರಿ 1912ರಲ್ಲಿ ಸಿಂಹಾಸನವನ್ನು ತ್ಯಾಗ ಮಾಡಬೇಕಾಯಿತು. ಚೀನಾ ತಾನು ಗಣರಾಜ್ಯವೆಂದು ಘೋಷಿಸಿಕೊಂಡಿತು. ಇದರಿಂದ ಒಂದು ಹಳೆಯ ಅಧ್ಯಾಯವು ಮುಗಿದು ಹೊಸ ಅಧ್ಯಾಯವು ಆರಂಭವಾಯಿತು. ಹಳೆಯ ಅಧ್ಯಾಯವು ಮಧ್ಯಕಾಲೀನದಾದರೆ ಹೊಸ ಅಧ್ಯಾಯವು ಆಧುನಿಕವಾಗಿದ್ದಿತು. ಒಟ್ಟಿನಲ್ಲಿ ಚೀನಾವು ತನ್ನ ಆಧುನಿಕ ಯುಗದ ಹೊಸ್ತಿಲ ಮೇಲಿದ್ದಿತೆಂದು ಹೇಳಬಹುದು.

ಯೂರೋಪಿನಲ್ಲಿ ಮೊದಲನೆ ಮಹಾಯುದ್ಧವು ಆರಂಭವಾದಾಗ ಯುದ್ಧದ ಪರಿಣಾಮ ತನಗೆ ಯಾವ ರೀತಿಯಲ್ಲೂ ಲಾಭದಾಯಕವಲ್ಲವೆಂದರಿತ ಚೀನಾ ತನ್ನ ತಾಟಸ್ಥ್ಯವನ್ನು ಘೋಷಿಸಿಕೊಂಡಿತು. ಆದರೆ ಚೀನಿಯರ ಲೆಕ್ಕಾಚಾರವನ್ನೆಲ್ಲಾ ತಲೆಕೆಳಗು ಮಾಡುವಂತ ಘಟನೆಗಳು ಜರುಗಿದವು. ಜಪಾನಿಯರೊಂದಿಗಿನ ಚೀನಾದ ಹಗೆತನ ಚೀನಾ ಯುದ್ದದಲ್ಲಿ ಭಾಗವಹಿಸುವಂತೆ ಮಾಡಿತು. ಯುದ್ಧದಲ್ಲಿ ಅನೇಕ ವಿದೇಶಿಯರು ಭಾಗವಹಿಸಿದ ಪ್ರಕರಣವನ್ನು ಉಪಯೋಗಿಸಿಕೊಂಡು ಜಪಾನ್ ಚೀನಾಕ್ಕೆ ತನ್ನ 21 ಬೇಡಿಕೆಗಳ ಷರತ್ತನ್ನು ಸಲ್ಲಿಸಿತು. ಇವು ಚೀನಾವನ್ನು ಜಪಾನಿನ ರಕ್ಷಣೆಯ ವ್ಯಾಪ್ತಿಗೆ ತಳ್ಳುವಂತಹವಾಗಿದ್ದವು. ಚೀನಾದಲ್ಲೂ ಇತರ ದೇಶಗಳಲ್ಲೂ ಜಪಾನಿನ ಈ ಕ್ರಮದ ಬಗ್ಗೆ ಪ್ರತಿಭಟನೆ ಕಂಡುಬಂದಿತು. ಈ ರೀತಿ ಅಂತರರಾಷ್ಟ್ರೀಯ ಒತ್ತಡ ಹೆಚ್ಚಿದಾಗ ಜಪಾನ್ ತನ್ನ ಬೇಡಿಕೆಗಳಿಗಾಗಿ ಒತ್ತಾಯ ಮಾಡುವುದನ್ನು ನಿಲ್ಲಿಸಿತು. ಆದರೆ ಜಪಾನ್ ಚೀನಾದೊಡನೆ ಒತ್ತಾಯಮಾಡಿ ಎರಡು ಒಪ್ಪಂದಗಳನ್ನು ಮಾಡಿಕೊಂಡಿತು. ಮಂಚೂರಿಯಾದಲ್ಲಿ ಆಂತರಿಕ ರಕ್ಷಣೆಯ ಅವಕಾಶ, ಮಂಗೋಲಿಯಾದ ಕೆಲವು ಪ್ರದೇಶಗಳನ್ನು ಬಿಟ್ಟುಕೊಡುವುದು. ಈ ರೀತಿಯ ಕೆಲವು ಆರ್ಥಿಕ ಸೌಲಭ್ಯಗಳನ್ನು ಜಪಾನ್ ಒತ್ತಾಯಮಾಡಿ ಚೀನಾದಿಂದ ಪಡೆದುಕೊಂಡಿತು. ಮೊದಲನೆಯ ಮಹಾಯುದ್ಧದ ಪರೋಕ್ಷ ಪರಿಣಾಮವಾಗಿ ಚೀನ ಇಂತಹ ದುರ್ಗತಿಗೆ ಈಡಾಗಬೇಕಾಯಿತು.

ಎರಡನೆಯ ಮಹಾಯುದ್ದದಲ್ಲಿ ಚೀನಾ: ಮಿತ್ರರಾಷ್ಟ್ರಗಳು ಜಪಾನ್‌ನೊಡನೆ ರಹಸ್ಯ ಒಪ್ಪಂದವನ್ನು ಮಾಡಿಕೊಂಡಿದ್ದರ ಪರಿಣಾಮವಾಗಿ ಚೀನಾಕ್ಕೆ ಅನೇಕ ಆತಂಕಕಾರಿ ದಿನಗಳೆದುರಾದವು. 1917ರಿಂದ ಈ ಮಿತ್ರರಾಷ್ಟ್ರಗಳು ಪ್ರತಿಕೂಲ ಪರಿಸ್ಥಿತಿಯನ್ನು ಎದುರಿಸುತ್ತಿದ್ದುದರಿಂದ ಅವು ಪ್ರಬಲವಾದ ಒಂದು ರಾಷ್ಟ್ರದ ಮಿಲಿಟರಿ (ಸೈನಿಕ) ಬೆಂಬಲಕ್ಕಾಗಿ ಹಾತೊರೆಯುತ್ತಿದ್ದವು. ಜಪಾನ್ ಅಂತಹ ಅವಕಾಶಗಳಿದ್ದ ದೇಶವಾಗಿದ್ದಿತು. ಇಂಗ್ಲೆಂಡ್, ಫ್ರಾನ್ಸ್ ಮತ್ತು ರಷ್ಯಾ, ಜಪಾನಿನೊಡನೆ ಒಂದು ರಹಸ್ಯ ಒಪ್ಪಂದವನ್ನು ಮಾಡಿಕೊಂಡು ಆ ದೇಶವು ತನ್ನ ನೌಕಾಶಕ್ತಿಯನ್ನು ಶತ್ರು ರಾಷ್ಟ್ರಗಳ ವಿರುದ್ಧವಾಗಿ ಬಳಸಲು ಒಪ್ಪಿದರೆ ಚೀನಾದ ಷಾಂಟುಂಗ್ ಪ್ರದೇಶವನ್ನು ಜಪಾನಿಗೆ ಕೊಡುವುದಾಗಿ ಈ ರಾಷ್ಟ್ರಗಳು ಒಪ್ಪಿಕೊಂಡವು. ಬಹು ಮುಖ್ಯವಾದ ಅಂಶವೆಂದರೆ ಅಮೆರಿಕಾ ಜಪಾನಿಗೆ ಚೀನಾದಲ್ಲಿ ವಿಶೇಷ ಹಿತಾಸಕ್ತಿಗಳನ್ನು ನೀಡಲು ಒಪ್ಪಿಕೊಂಡಿತು.

ಇದರಿಂದ ಚೀನಾ ಸಂಧಿಗ್ಧ ಪರಿಸ್ಥಿತಿಯನ್ನು ಎದುರಿಸಬೇಕಾಯಿತು. ಚೀನಾ ಯುದ್ಧದಲ್ಲಿ ಭಾಗವಹಿಸಬೇಕೆಂದು ಒತ್ತಾಯಿಸುವ ಜನರು ಯುದ್ಧದ ಪಕ್ಷವೆಂದು ಹೆಸರು ಪಡೆದರು. ಆದರೆ ಇದನ್ನು ಕೊಮಿಂಗ್‌ಟಾಂಗ್ ಅಥವಾ ರಾಷ್ಟ್ರೀಯ ಪಕ್ಷ ಪೂರ್ಣವಾಗಿ ತಿರಸ್ಕರಿಸಿತು. ಚೀನಾ 1917ರಲ್ಲಿ ಯುದ್ಧದಲ್ಲಿ ಭಾಗವಹಿಸಿ ಜರ್ಮನಿ ಮತ್ತು ಆಸ್ಟ್ರಿಯಾದ ಮೇಲೆ ಕದನವನ್ನು ಘೋಷಿಸಿದಾಗ ಈ ಅಭಿಪ್ರಾಯ ರೂಢಿಯಲ್ಲಿದ್ದಿತು.

ಚೀನಾದ ಯುದ್ದ ಪ್ರವೇಶ ಮಿಶ್ರ ಪ್ರತಿಕ್ರಿಯೆಯನ್ನುಂಟುಮಾಡಿ ಅನುಕೂಲ ಹಾಗೂ ಅನಾನುಕೂಲಗಳನ್ನುಂಟು ಮಾಡಿತು. ಚೀನಾಕ್ಕೆ ದೊರೆತ ಮೊದಲ ಲಾಭವೆಂದರೆ ಅದು ವ್ಯಾಪಾರದಲ್ಲಿ ಅನೇಕ ರಿಯಾಯಿತಿಗಳನ್ನು ಪಡೆದುಕೊಂಡಿತು. ಎರಡನೆಯದಾಗಿ ಅದು ಚೀನಾದಲ್ಲಿದ್ದ ಎಲ್ಲಾ ಜರ್ಮನಿ ಮತ್ತು ಆಸ್ಟ್ರಿಯಾದ ಸಂಪತ್ತನ್ನು ಇತರ ಸೌಲಭ್ಯಗಳನ್ನು ಮತ್ತು

ವ್ಯವಸಾಯೋತ್ಪನ್ನ ಮೊದಲಾದ ಆರ್ಥಿಕ ಅನುಕೂಲಗಳನ್ನು ಪಡೆದುಕೊಂಡಿತು. ಮತ್ತೊಂದು ಮುಖ್ಯಲಾಭವೆಂದರೆ ಅದು ಶತ್ರು ರಾಷ್ಟ್ರಗಳಿಗೆ ಬಾಕ್ಸರ್ ದಂಗೆಗೆ ಸಂಬಂಧಿಸಿದಂತೆ ನೀಡಬೇಕಾಗಿದ್ದ ತಪ್ಪು ದಂಡವನ್ನು ಕೊಡದೆ ಉಳಿಸಿಕೊಂಡಿತು. ಮತ್ತೊಂದು ಲಾಭವೆಂದರೆ ಅದು ಪ್ಯಾರಿಸ್ ಶಾಂತಿ ಒಪ್ಪಂದದಲ್ಲಿ ಮಿತ್ರರಾಷ್ಟ್ರಗಳ ಪರವಾಗಿ ಭಾಗವಹಿಸಿ ದೂರಪ್ರಾಚ್ಯದಲ್ಲಿ ತನ್ನ ಸಂಕಷ್ಟಗಳನ್ನು ಪ್ರಕಟಿಸಲು ಅವಕಾಶ ಪಡೆದುಕೊಂಡಿತು.

ಯುದ್ಧದಲ್ಲಿ ಭಾಗವಹಿಸಿದ ಚೀನಾ ಅನೇಕ ತೊಂದರೆಗಳನ್ನು ಎದುರಿಸಬೇಕಾಯಿತು. ಮೊದಲನೆಯದಾಗಿ ಅದು ಜಪಾನ್ ಒಡ್ಡಿದ ಬಲೆಗೆ ಬೀಳುವಂತಾಯಿತು. ಚೀನಾ ತನ್ನ ಯುದ್ಧದ ಖರ್ಚು ವೆಚ್ಚಗಳಿಂದ ಆರ್ಥಿಕ ಸಂಕಟಕ್ಕೆ ಗುರಿಯಾಯಿತು. ಅದು ಅಮೇರಿಕಾದಿಂದ ಸಹಾಯವನ್ನು ಯಾಚಿಸಿದಾಗ ಅದರಿಂದ ಪ್ರಯೋಜನವಾಗಲಿಲ್ಲ. ಆದುದರಿಂದ ಚೀನಾ ತನಗೆ ಸಹಾಯ ಮಾಡಲು ಸದಾ ಸಿದ್ಧವಿದ್ದ ಜಪಾನಿನ ಬಳಿಗೆ ಹೋಗಬೇಕಾಯಿತು. ಚೀನಾ ತನಗೆ ಬೇಕಾದ ಆರ್ಥಿಕ ನೆರವನ್ನು ಪಡೆದರೂ ಅದು ತನ್ನ ಅರಣ್ಯಗಣಿಗಳು, ಪ್ರಾಂತೀಯ ತೆರಿಗೆಗಳು ಮೊದಲಾದ ಸಂಪನ್ಮೂಲಗಳನ್ನು ಜಪಾನಿನ ನಿಯಂತ್ರಣಕ್ಕೆ ಬಿಡಬೇಕಾಯಿತು. ಅದಕ್ಕಿಂತಲೂ ಮುಖ್ಯವಾಗಿ ಜಪಾನ್ ಚೀನಾದ ರೈಲ್ವೆ ಮತ್ತು ಟೆಲಿಗ್ರಾಫ್‌ಗಳನ್ನು ನಿರ್ಮಿಸುವ ಹಕ್ಕನ್ನು ಪಡೆದುಕೊಂಡಿತು. ಇದರಿಂದ ಚೀನಾ ಜಪಾನಿನ ಆರ್ಥಿಕ ವ್ಯವಸ್ಥೆಯ ಒಂದು ಅವಿಭಾಜ್ಯ ಅಂಗವಾಗಿ ಅದರ ಹಣಕಾಸು ವ್ಯವಸ್ಥೆ ಜಪಾನಿನ ಅಧೀನಕ್ಕೆ ಒಳಪಟ್ಟಿತು. ಎರಡನೆಯ ಮಹಾಯುದ್ಧದ ನಂತರ ನಡೆದ ಪ್ಯಾರಿಸ್ ಶಾಂತಿ ಒಪ್ಪಂದದಲ್ಲಿ ಚೀನಾ ಜಪಾನಿನ ನೆರವಿನ ಭಾರವನ್ನು ಎದುರಿಸಬೇಕಾಯಿತು. ಜಪಾನ್ ಹಲವಾರು ಪ್ರದೇಶಗಳ ಬೇಡಿಕೆಗಳಿಗಾಗಿ ಒತ್ತಾಯಿಸಿತು. ಜಪಾನಿಗೆ ಬಹಳ ಇಷ್ಟವಾದ ಪ್ರದೇಶವೆಂದರೆ ಷಾಂಟುಂಗ್. ಇದು ಯುದ್ಧಕ್ಕೆ ಮುಂಚೆ ಜರ್ಮನಿಯ ಅಧೀನದಲ್ಲಿದ್ದು ಚೀನಾ ಮತ್ತು ಜಪಾನುಗಳೆರಡೂ ಇದಕ್ಕಾಗಿ ತಮ್ಮ ಹಕ್ಕುಗಳಿಗಾಗಿ ವಾದಿಸುತ್ತಿದ್ದರು. ಚೀನಿಯರು ಕೂಡ ತಮಗೆ ಬಹುವಾಗಿ ಬೇಕಾಗಿದ್ದ ಷಾಂಟುಂಗನ್ನು ಬಿಟ್ಟುಕೊಡಲು ಒಪ್ಪದೆ ಜಪಾನೀಯರ ಬೇಡಿಕೆಯ ವಿರುದ್ಧ ಪ್ರತಿಭಟಿಸಿದರು. ಜಪಾನ್ ಬಹಳಷ್ಟು ಹಠಮಾಡಿ ಚೀನಾ ತನಗೆ ಷಾಂಟುಂಗನ್ನು ಬಿಟ್ಟುಕೊಡದಿದ್ದರೆ ತಾನು ಶಾಂತಿ ಒಪ್ಪಂದಕ್ಕೆ ಸಹಿ ಹಾಕುವುದಿಲ್ಲವೆಂದು ಪಟ್ಟುಹಿಡಿಯಿತು. ಆಗ ಜಪಾನಿನೊಡನೆ ರಹಸ್ಯ ಒಪ್ಪಂದ ಮಾಡಿಕೊಂಡಿದ್ದ ಮಿತ್ರರಾಷ್ಟ್ರಗಳು ಚೀನಾದ ಪ್ರತಿಭಟನೆಯನ್ನು ತಳ್ಳಿಹಾಕಿ ಜಪಾನಿನ ರಕ್ಷಣೆಗೆ ಮುಂದೆ ಬಂದರು. ಈ ರೀತಿಯಾಗಿ ಜಪಾನ್ ಷಾಂಟುಂಗನ್ನು ಪಡೆದುಕೊಂಡಿದ್ದಲ್ಲದೆ ಈಕ್ವೇಟರ್‌ನ ಉತ್ತರಕ್ಕಿದ್ದ ಜರ್ಮನ್ ದ್ವೀಪಗಳ ಮೇಲೂ ಮ್ಯಾಂಡೇಟ್ ಹಕ್ಕುಗಳನ್ನು ಪಡೆದುಕೊಂಡಿತು. ಇದರಿಂದ ಅಪಮಾನಿತವಾದ ಚೀನಾ ವರ್ಸೈಲ್ಸ್ ಒಪ್ಪಂದಕ್ಕೆ ಸಹಿಹಾಕಲು ನಿರಾಕರಿಸಿತು. ಆಸ್ಟ್ರಿಯಾ ಜೊತೆ ಸೆಂಟ್‌ಜರ್ಮನ್ ಒಪ್ಪಂದಕ್ಕೆ ಸಹಿ ಹಾಕಿ ಲೀಗ್ ಆಫ್ ನೇಷನ್ಸ್‌ನಲ್ಲಿ ಅದು ಸ್ಥಾನ ಪಡೆದುಕೊಂಡಾಗ ಜಪಾನ್ ಅದನ್ನು ಸಹಿಸದಾಯಿತು.

ವರ್ಸೈಲ್ಸ್ ಒಪ್ಪಂದದಲ್ಲಿ ಅಪಮಾನಿತವಾದ ಚೀನಾ ಜಪಾನಿನ ವಿಸ್ತಾರವಾದ ಸಾಮ್ರಾಜ್ಯದ ವಿರುದ್ಧ ತನ್ನ ತೀವ್ರ ಅಸಮಾಧಾನವನ್ನು ಪ್ರಕಟಿಸಲಾರಂಭಿಸಿತು. ದೇಶದಲ್ಲಿ ಎಲ್ಲೆಲ್ಲೂ ಅಶಾಂತಿಯುಂಟಾಗಿ ಅನೇಕ ಹಿಂಸಾಚಾರಗಳು ನಡೆದುಹೋದವು. ಮೇ 1919ರಲ್ಲಿ ವಿದ್ಯಾರ್ಥಿಗಳು ಪೀಕಿಂಗಿನಲ್ಲಿ ಪ್ರತಿಭಟನೆಯನ್ನು ನಡೆಸಿದರು. ಇದನ್ನು ಮೇ 4ರ ಚಳುವಳಿಯೆಂದು ಕರೆಯಲಾಗಿದೆ. ಇದಾದ ನಂತರ ಚೀನಾದ ವರ್ತಕರು ದೇಶದಾದ್ಯಂತ ಜಪಾನಿನ ವಿರುದ್ಧ ಚಳವಳಿ ಆರಂಭಿಸಿದರು. ಇದರಿಂದ ಜಪಾನಿನ ಆರ್ಥಿಕ ವ್ಯವಸ್ಥೆ ವಿಶೇಷವಾಗಿ ವಿದೇಶಿ ವ್ಯಾಪಾರ ಕುಂಠಿತವಾಯಿತು. ಚೀನಾ ಇದನ್ನು ಒಪ್ಪಿಕೊಳ್ಳದೆ ಷಾಂಟುಂಗನ್ನು ತನಗೆ ಬೇಷರತ್ತಾಗಿ ಒಪ್ಪಿಸಬೇಕೆಂದು ಹಟಮಾಡಿತು. 1921–22ರ ವಾಷಿಂಗ್ಟನ್ ಸಮ್ಮೇಳನದವರೆಗೂ ಈ ಬಿಕ್ಕಟ್ಟು ಮುಂದುವರೆಯಿತು.

1921–22ರ ವಾಷಿಂಗ್‌ಟನ್ ಸಮ್ಮೇಳನದಲ್ಲಿ ಜಪಾನ್ ಚೀನಾಕ್ಕೆ ಷಾಂಟುಂಗನ್ನು ಬಿಟ್ಟುಕೊಡಲು ಒಪ್ಪಿದ್ದರಿಂದ ಅದಕ್ಕೆ ಸಾಂಕೇತಿಕ ವಿಜಯವು ದೊರೆತಂತಾಯಿತು. ಚೀನಾ ತಟಸ್ಥ ದೇಶವಾಗಿ ಅದರ ಹಿತಾಸಕ್ತಿಗಳನ್ನು ರಕ್ಷಿಸುವುದಕ್ಕೂ ಜಪಾನ್ ಒಪ್ಪಿಕೊಂಡಿತು. ಈ ರೀತಿಯಲ್ಲಿ ಈ ಸಮ್ಮೇಳನದಲ್ಲಿ ಜಗತ್ತಿನಲ್ಲಿ ಚೀನಾದ ಅಂತಸ್ತು ಹೆಚ್ಚುವಂತಾಯಿತು. ಜಪಾನ್ ತನ್ನ ನೌಕಾಶಕ್ತಿಯನ್ನು ತಗ್ಗಿಸುವಂತಾಯಿತು. ಇದು ಕೂಡಾ ಚೀನಾಕ್ಕೆ ಅನುಕೂಲಕರವಾಗಿ ಪರಿಣಮಿಸಿತು. ಚೀನಾ ಈ ಅಂತರರಾಷ್ಟ್ರೀಯ ಸಮ್ಮೇಳನದಲ್ಲಿ ಪ್ಯಾರಿಸ್ ಶಾಂತಿ ಒಪ್ಪಂದದಲ್ಲಿ ತಾನು ಕಳೆದುಕೊಂಡಿದ್ದನ್ನು ಮತ್ತೆ ಗಳಿಸಿಕೊಂಡಿತು. ಈ ರೀತಿಯಲ್ಲಿ ವಾಷಿಂಗ್‌ಟನ್ ಸಮ್ಮೇಳನ ಚೀನಾಕ್ಕೆ ಹೊಸ ಆಶಾವಾದವನ್ನು ಮೂಡಿಸುವಲ್ಲಿ ಸಫಲವಾಯಿತು.

ಡಾ. ಸನ್‌ಯಾತ್‌ಸೇನ್‌ರವರ ನೇತೃತ್ವದಲ್ಲಿ ಚೀನಾದ ಬೆಳವಣಿಗೆ:

ಮಂಚೂ ಸಂತತಿಯನ್ನು ಅಧಿಕಾರದಿಂದಿಳಿಸಿ ರಿಪಬ್ಲಿಕ್ ಸರ್ಕಾರವನ್ನು ಸ್ಥಾಪಿಸುವ ಚಳವಳಿಯನ್ನು ಪ್ರಾರಂಭಿಸಿದ ಡಾ. ಸನ್‌ಯಾತ್‌ಸೆನ್ ತನ್ನ ರಾಷ್ಟ್ರವನ್ನು ಸಕಾಲದಲ್ಲಿ ಅವನತಿ, ಅನೈಕ್ಯತೆ ಮತ್ತು ವಿನಾಶದಿಂದ ತಪ್ಪಿಸಿದನು. ಅವನು ರಾಷ್ಟ್ರೀಯ ಪಕ್ಷವಾಗಿದ್ದ ಕೊಮಿಂಗ್‌ಟಾಂಗ್ ಪಕ್ಷದ ಮುಖ್ಯ ಬೆಂಬಲಿಗನಾಗಿದ್ದನು. ಈ ಪಕ್ಷವು 1917ರಲ್ಲಿ ದಕ್ಷಿಣದ

ಸನ್‌ಯಾತ್ ಸೇನ್

ಕ್ಯಾಂಟನ್ನಿನಲ್ಲಿ ಒಂದು ರಾಷ್ಟ್ರೀಯ ಸರ್ಕಾರವನ್ನು ಅವನ ನೇತೃತ್ವದಲ್ಲಿ ಸ್ಥಾಪಿಸಿದ್ದಿತು. ಸನ್ ಚೀನಾ ಗಣರಾಜ್ಯದ ಅಧ್ಯಕ್ಷನಾದನು. ಇದು ದೇಶದಲ್ಲೆಲ್ಲಾ ವ್ಯಾಪಿಸಿ ಚೀನಾವನ್ನು ಒಂದುಗೂಡಿಸುವ ಗುರಿಯನ್ನು ಹೊಂದಿದ್ದಿತು. ಈ ಪ್ರಯತ್ನದಲ್ಲಿ ಸನ್‌ಯಾತ್‌ಸೇನ್ ರಷ್ಯಾದ ನೆರವನ್ನು ಪಡೆದನು. ಹೀಗಾಗಿ ರಷ್ಯಾದ ಮಾದರಿಯಲ್ಲಿ ಚೀನಾದ ಸೋವಿಯತ್‌ಗಳು ಸ್ಥಾಪಿಸಲ್ಪಟ್ಟವು. ಚೀನಾದ ಸರ್ಕಾರವು ರಷ್ಯಾದಂತೆ ಪಿರಮಿಡ್ ವ್ಯವಸ್ಥೆಯಂತಿದ್ದಿತು. ಕೊಮಿಂಗ್‌ಟಾಂಗ್ ಪಕ್ಷವು ಈ ರೀತಿಯಲ್ಲಿ ಚೀನಾದಲ್ಲಿ ಕಮ್ಯುನಿಸ್ಟ್ ಪಕ್ಷದ ಪ್ರಾರಂಭವೆಂದು ಹೇಳಬಹುದು. ಇವನು ರಷ್ಯಾದ ಅಧಿಕಾರಿಗಳನ್ನು ನೇಮಿಸಿಕೊಂಡು ಸೈನ್ಯವನ್ನು ಸಂಘಟಿಸಿದನು. ರಷ್ಯಾದೊಡನೆ ರಾಜತಾಂತ್ರಿಕ ಮತ್ತು ವ್ಯಾಪಾರ ಸಂಬಂಧವನ್ನು ಪ್ರಾರಂಭಿಸಿದನು.

ಚೀನಾದ ರಾಷ್ಟ್ರೀಯತಾ ಬೆಳವಣಿಗೆಗೆ ಕೊಡುಗೆ ನೀಡಿದವರಲ್ಲಿ ಸನ್‌ಯಾತ್‌ಸೇನ್‌ನ ಹೆಸರು ಅತ್ಯಂತ ಪ್ರಮುಖವಾದುದು. 1866ರಲ್ಲಿ ಜನಿಸಿದ ಸೇನ್ ತನ್ನ ಸ್ವಂತ ಸ್ಥಳವನ್ನು ಬಿಟ್ಟು ಪಾಶ್ಚಿಮಾತ್ಯ ಶಿಕ್ಷಣ ಪಡೆಯಲು ಹಾಂಕಾಗಿಗೆ ಹೋದನು. ಮಂಚೂದೊರೆಗಳ ಭ್ರಷ್ಟಾಚಾರ, ದುರಾಡಳಿತ ಮತ್ತು ಜಪಾನಿನ ವಿರುದ್ಧ ಚೀನಾದ ಸೋಲು (1894) ಇವುಗಳು ಸನ್ ಮಂಚೂ ಸಂತತಿಯ ಕಡು ವೈರಿಯಾಗುವಂತೆ ಮಾಡಿದವು. ಅನೇಕ ವರ್ಷಗಳು ಅವನು ಕಾನೂನು ಬಾಹಿರವಾದ ಚಟುವಟಿಕೆಗಳಿಂದಾಗಿ ತಲೆತಪ್ಪಿಸಿಕೊಂಡು ತಿರುಗಾಡಬೇಕಾಯಿತು. ಸರ್ಕಾರ ಅವವನ್ನು ಹಿಡಿದುಕೊಟ್ಟವರಿಗೆ 1 ಲಕ್ಷ ಪೌಂಡ್ ಬಹುಮಾನವನ್ನು ಘೋಷಿಸಿತು. ಸೇನ್ ವೇಷಮರೆಸಿಕೊಂಡು ದೇಶದಾದ್ಯಂತ ಸಂಚಾರ ಮಾಡಿದನು. ಈ ಸಂದರ್ಭದಲ್ಲಿ ಚೀನಾವನ್ನು 100 ವರ್ಷಕಾಲ ಒಂದಾಗಿ ಬಂಧಿಸಿದ್ದ ರಹಸ್ಯ ಕೂಟಗಳು ಇವನಿಗೆ ಬೆಂಬಲ ನೀಡಿದವು. ಕೆಲವೇ ದಿನಗಳಲ್ಲಿ ಈ ಪಕ್ಷವು ಚೀನಾದ ರಾಷ್ಟ್ರೀಯ ಪಕ್ಷವಾಯಿತು. 1911ರಲ್ಲಿ ಸನ್‌ಯಾತ್‌ಸೇನ್ ಮತ್ತು ಅವನ ಪಕ್ಷವು ಮಂಚೂ ವಿರೋಧಿ ಚಳವಳಿಯನ್ನು ರಿಪಬ್ಲಿಕ್ ಚಳವಳಿಯಾಗಿ ಪರಿವರ್ತಿಸಿದರು. 1912ರಲ್ಲಿ ಮಂಚೂ ಚಕ್ರವರ್ತಿ ಸಿಂಹಾಸನವನ್ನು ತ್ಯಾಗ ಮಾಡಿದಾಗ ಗಣರಾಜ್ಯವು ಸ್ಥಾಪಿಸಲ್ಪಟ್ಟು ಸನ್‌ಯಾತ್‌ಸೇನ್ ಅದರ ಅಧ್ಯಕ್ಷನಾದನು. ಬಹುಬೇಗ ಚೀನಾದ ಅನುಭವಿ ಮಿಲಿಟರಿ ಅಧಿಕಾರಿಯಾದ ಯುವಾನ್ ಷಿಕೈ ಪರವಾಗಿ ಸೇನ್ ತನ್ನ ಸ್ಥಾನವನ್ನು ಬಿಟ್ಟುಕೊಟ್ಟನು. ಆದರೆ ಇದೊಂದು ತಪ್ಪು ಹೆಜ್ಜೆಯಾಗಿದ್ದಿತು. ಮುಂದೆ ವಿವಿಧ ಸಿದ್ಧಾಂತಗಳು ಮತ್ತು ಗುಂಪುಗಳ ನಡುವೆ ಅಂತರ್‌ಯುದ್ಧವು ಆರಂಭವಾಯಿತು. ಇದರ ಪ್ರಯೋಜನವನ್ನು ಪಡೆದುಕೊಂಡ ಜಪಾನ್ ತನ್ನ 21 ಬೇಡಿಕೆಗಳನ್ನು ಚೀನಾದ ಮುಂದಿಟ್ಟಿತು. ಇದನ್ನು ಒಪ್ಪಿಕೊಂಡರೆ ಚೀನಾ ಜಪಾನಿನ ದಾಸನಾಗಬೇಕಾಗಿದ್ದಿತ್ತು. ಯುವಾನ್ ಷಿಕೈ 1916ರಲ್ಲಿ ಮರಣಹೊಂದಿ ಸೇನ್ ದಕ್ಷಿಣ ಚೀನಾದಲ್ಲಿ ಅಧ್ಯಕ್ಷನಾಗಿ ಆರಿಸಲ್ಪಟ್ಟನು. ಅಲ್ಲದೆ ಅವನು ರಷ್ಯಾದ ಲೆನಿನ್ ಜೊತೆ ಒಪ್ಪಂದವನ್ನು ಮಾಡಿಕೊಂಡು ಜಪಾನಿನ ವಿರುದ್ಧ ಚೀನಾದೊಡನೆ ಶಾಂತಿ ಒಪ್ಪಂದಕ್ಕೆ ಸಹಿಹಾಕಿದನು.

ಸನ್‌ಯಾತ್‌ಸೇನ್ ಚೀನಾದ ರಾಷ್ಟ್ರೀಯತೆಗೆ ಅಡ್ಡಿಗಲ್ಲು ಹಾಕಿದ ಪ್ರಮುಖ ನಾಯಕ ಅವನು ಚೀನಾದ ಪುನರ್ ನಿರ್ಮಾಣಕ್ಕೆ ಒಂದು ಸಂಪೂರ್ಣವು, ಮಹತ್ವಪೂರ್ಣವೂ ಆದ ಕಾರ್ಯಕ್ರಮವನ್ನು ನಿರೂಪಿಸಿದನು. ಅವನು ತನ್ನ ಸಿದ್ಧಾಂತವನ್ನು 4 ಪದಗಳಲ್ಲಿ ವಿವರಿಸಿದ್ದಾನೆ. ಸನ್‌ಮಿನ್ ರಾಷ್ಟ್ರೀಯತೆ, ಪ್ರಜಾಪ್ರಭುತ್ವ ಮತ್ತು ಸಮಾವಾದ ಇವು ಮೂರು ಮುಖ್ಯ ತತ್ವಗಳಾಗಿದ್ದವು. ಪರಂಪರಾನುಗತವಾಗಿದ್ದ ಚೀನಿಯರ ಜೀವನ ಕ್ರಮಕ್ಕೆ ರಾಷ್ಟ್ರೀಯತೆ ತತ್ವ ಬಹು ವಿಚಿತ್ರವಾಗಿಯೂ, ಹೊಸದಾಗಿಯೂ ಕಂಡಿತು. ಚೀನಿಯರು ಒಂದು ಸಮಾಜದಂತೆ ಯೋಚಿಸದೆ ರಾಷ್ಟ್ರವಾಗಿ ಪರಿಗಣಿಸಬೇಕು ಎನ್ನುವ ಸೇನ್ ಹೇಳಿದ ತತ್ವ ಚೀನಿಯರಿಗೆ ಬಹು ಕ್ರಾಂತಿಕಾರಿಯಾಗಿ ಕಾಣಿಸಿತು. ಚೀನಾಕ್ಕೆ ವಿದೇಶಿಯರ ಆಗಮನ (ಬಿಳಿಯರ ಅಪಾಯ) ಇಂತಹ ರಾಷ್ಟ್ರೀಯ ಭಾವನೆಯನ್ನು ಸ್ಥಾಪಿಸಲು ಅವಕಾಶ ಮಾಡಿಕೊಟ್ಟಿತು. ಎರಡನೆಯದು ಪ್ರಜಾಪ್ರಭುತ್ವದ ತತ್ವ. ಸೇನ್ ಸ್ಥಾಪಿಸಲು ಉದ್ದೇಶಿಸಿದ್ದ ಸರ್ಕಾರವು ಸಾರ್ವಜನಿಕ ಸಾರ್ವಭೌಮತ್ವವಲ್ಲದೆ ರಾಜಕೀಯ ಸಾಮರ್ಥ್ಯವಿದ್ದ ಜನರೇ ಬೇಕೆಂದಾಯಿತು. ಶಾಸಕಾಂಗ, ನ್ಯಾಯಾಂಗ, ರಾಜ್ಯಾಂಗಗಳಲ್ಲದೆ ಪರೀಕ್ಷೆ ಮತ್ತು ನಿಯಂತ್ರಣ ಇವು ಕೂಡಾ ಸರ್ಕಾರದ ಮುಖ್ಯ ಅಂಶಗಳು. ಮೂರನೆಯ ಅಂಶವಾದ ಸಮಾಜವಾದ ರಾಜ್ಯವು ಸಾಮಾನ್ಯ ಜನರ ಜೀವನಕ್ರಮವನ್ನು ನಿಯಂತ್ರಿಸಬೇಕೆಂಬ ಉದ್ದೇಶವನ್ನು ಹೊಂದಿದ್ದಿತು. ಎಲ್ಲರ ಪ್ರಯತ್ನದಿಂದ ಎಲ್ಲರ ಅಗತ್ಯಗಳು ಪೂರ್ಣಗೊಳ್ಳಬೇಕು ಎಂಬುದು ಇಲ್ಲಿನ ಮುಖ್ಯ ತತ್ವವಾಗಿದ್ದಿತು. ಈ ಸಂದರ್ಭದಲ್ಲಿ ಸನ್‌ಯಾತ್‌ಸೇನ್ ಕಾರ್ಲ್‌ಮಾರ್ಕ್ಸ್‌ನನ್ನು ಅನುಸರಿಸದೆ ಪಶ್ಚಿಮ ಯೂರೋಪಿನ ಮಂದಗಾಮಿ ಸಾಮಾಜಿಕ ಚಳುವಳಿಗಳಿಂದ ಆಕರ್ಷಿಸಲ್ಪಟ್ಟಿದನು. ಆದುದರಿಂದ ಸನ್‌ಯಾತ್‌ಸೇನ್ ಸಮಾಜವಾದಿ ಕ್ರಮಗಳ ಒಲವುಳ್ಳ ಸಮಾಜ ಸುಧಾರಕನೆಂದು ಕರೆಯಲ್ಪಡಬೇಕು. ಅಥವಾ ಅವನು ಬಂಡವಾಳ ಪದ್ಧತಿಯೊಂದಿಗೆ

ಜೊತಮಾಡಿಕೊಂಡಿದ್ದ ಸಮಾಜವಾದಿ ಕ್ರಾಂತಿಕಾರಿಯೆಂದು ಕರೆಯಲ್ಪಡಲು ಅರ್ಹನಾಗಿದ್ದಾನೆ. ಈ 3 ಸಿದ್ಧಾಂತಗಳ ನೆರವಿನಿಂದ ಅವನು ಚೀನಾದ ರಾಷ್ಟ್ರೀಯ ಚಳವಳಿಯನ್ನು ಮುಂದುರಿಸಿಕೊಂಡು ಹೋದನು.

ಸನ್‌ಯಾತ್‌ಸೇನ್ ಒಬ್ಬ ದಾರ್ಶನಿಕನು, ಬೋಧಕನು, ಜನಪ್ರಿಯ ನಾಯಕನು ಆಗಿದ್ದನು. ಕಾರ್ಯನಿರತ ದಂಗೆಕಾರರ ನಾಯಕನಾಗಿ, ರಾಜಕೀಯ ಕುಟಿಲೋಪಾಯಗಳ ಮುಖ್ಯಸ್ಥನಾಗಿ ಸೆನ್ ವಿಫಲನಾದನು. ಆದರೆ ಹೊಸದಾದ ಜೀವನ ಮತ್ತು ಸ್ಫೂರ್ತಿಯನ್ನು ನೀಡುವಲ್ಲಿ ಅವನು ಬಹುಮಟ್ಟಿಗೆ ಯಶಸ್ವಿಯಾದನು. ಅವನ ಸಿದ್ಧಾಂತವು ಕ್ರಾಂತಿಯ ಮುನ್ನಡೆಗೆ ವಿಶೇಷವಾದ ಅರ್ಥವನ್ನು ವ್ಯಾಪ್ತಿಯನ್ನು ನೀಡಿತು. ಚೀನಾದ ಆಧುನಿಕ ನಾಯಕರಲ್ಲಿ ಸಾರ್ವಭೌಮತ್ವವು ಪ್ರಜೆಗಳಿಗೆ ಸೇರಿರಬೇಕೆಂಬ ಸತ್ಯವನ್ನು ಮನಗಂಡವರಲ್ಲಿ ಸನ್‌ಯಾತ್ ಸೇನ್ ಮೊದಲನೆಯವನು. ಹಲವಾರು ಅಪಜಯಗಳ ನಡುವೆಯು ಅವನನ್ನು ಚೀನಾದ ರಾಷ್ಟ್ರೀಯತೆಯ ಜನಕನೆಂದು ಪರಿಗಣಿಸಲಾಗಿದೆ. ಅವನ 3 ತತ್ವಗಳು ಎಷ್ಟು ಸಮಗ್ರವಾಗಿವೆ ಎಂದರೆ ದೇಶವು ಯಾವ ಮಾರ್ಗದಲ್ಲಿಯೇ ಹೋಗಲಿ ಅವುಗಳನ್ನು ಬಿಟ್ಟುಹೋಗುವುದು ಸಾಧ್ಯವಿಲ್ಲ. ಹೀಗೆ ಕೆಲವೆ ಕೆಲವರು ಸಾಧಿಸಿದ ಈ ಸಾಧನೆ ಅವನ ನಿಜವಾದ ವಿಜಯವೆಂದು ಹೇಳಬಹುದು.

ಚಿಯಾಂಗ್ ಕೈಷೇಕ್

ರಾಷ್ಟ್ರೀಯ ಸರ್ಕಾರ

ಚಿಯಾಂಗ್ ಕೈಷೇಕ್ ಸನ್‌ಯಾತ್‌ಸೇನನ ಉತ್ತರಾಧಿಕಾರಿಯಾಗಿ ಮುಂದುವರಿದನು. ಸೆನ್ ಚೀನಾವನ್ನು ಒಂದುಗೂಡಿಸುವಲ್ಲಿ ವಿಫಲನಾಗಿದ್ದನು. ಅವನ ಉತ್ತಾರಾಧಿಕಾರಿಯಾದ ಚಿಯಾಂಗ್ ದೇಶವನ್ನು ಒಂದುಗೂಡಿಸುವ ಕಾರ್ಯವನ್ನು ಮುಂದುವರಿಸಿ ಅದನ್ನು ಪೂರ್ಣಗೊಳಿಸಿದನು.

ಚಿಯಾಂಗ್ ಕೈಷೇಕ್‌ನ ಆರಂಭಿಕ ಜೀವನ:

1886ರ ಅಕ್ಟೋಬರ್ 31ರಂದು ವರ್ತಕ ಕುಟುಂಬವೊಂದರಲ್ಲಿ ಜನಿಸಿದ ಚಿಯಾಂಗ್ ಟೋಕಿಯೋದ ಮಿಲಿಟರಿ ಕಾಲೇಜಿನಲ್ಲಿ ಶಿಕ್ಷಣವನ್ನು ಪಡೆದನು. 1911ರ ಕ್ರಾಂತಿಯಲ್ಲಿ ಕ್ರಾಂತಿಕಾರಿ ದಳದ ನಾಯಕನಾಗಿ ಅವನು ಖ್ಯಾತಿ ಪಡೆದನು. ಸನ್‌ಯಾತ್‌ಸೇನ್‌ನ ನಿಕಟವರ್ತಿಯಾಗಿ ಅನಂತರ ಅವನ ಕಾರ್ಯದರ್ಶಿಯಾದನು. 1911 ರಿಂದ 1920 ರವರೆಗೆ ಈ ರೀತಿಯಾಗಿ ಚಿಯಾಂಗ್ ರಾಜಕೀಯ ಕ್ಷೇತ್ರದಲ್ಲಿ ತರಬೇತಿ ಪಡೆದನು. ಉನ್ನತ ಶಿಕ್ಷಣಕ್ಕಾಗಿ ರಷ್ಯಾಕ್ಕೆ ಹೋದಾಗ ಅಲ್ಲಿ ಅತ್ಯಾಧುನಿಕವಾದ ಸೈನಿಕ ಬೆಳವಣಿಗೆಯ ಪರಿಚಯವಾಯಿತು. ರಷ್ಯಾದ ಈ ತರಭೇತಿಯಿಂದ ಅವನು 1924ರಲ್ಲಿ ವ್ಯಾಂಪೊವ ಮಿಲಿಟರಿ ಅಕಾಡೆಮಿಯ ನಾಯಕನಾದನು. 1925ರಲ್ಲಿ ಸನ್‌ಯಾತ್‌ಸೇನ್ ಮರಣ ಹೊಂದಿದಾಗ ಚಿಯಾಂಗ್ ಕೊಮಿಂಗ್‌ಟಾಂಗ್ ಪಕ್ಷದ ನಾಯಕನಾದನು.

ಚೀನಾದ ದಕ್ಷಿಣ ಭಾಗವು ಚಿಯಾಂಗನ ಕಾರ್ಯಕ್ಷೇತ್ರವಾಯಿತು. ಉತ್ತರಭಾಗ ಮತ್ತು ಮಂಚೂರಿಯ ಸದಾ ಯುದ್ಧನಿರತವಾಗಿದ್ದ ಪುಂಡನಾಯಕರ ಅಧೀನವಾಗಿದ್ದಿತು. ಇವರ ಚಟುವಟಿಕೆ ಕೊಮಿಂಗ್‌ಟಾಂಗಿಗೆ ಬಹು ಅಪಾಯಕಾರಿಯಾಗಿ ಪರಿಣಮಿಸಿತು. ಆದುದರಿಂದ ಚಿಯಾಂಗ್ ಕೈಷೇಕ್ ಉತ್ತರ ಭಾಗವನ್ನು ಸೋಲಿಸಿ ಅದನ್ನು ತನ್ನ ರಾಜ್ಯದ ಭಾಗವನ್ನಾಗಿ ಮಾಡಿಕೊಳ್ಳುವುದಕ್ಕೆ ಹೆಚ್ಚು ಪ್ರಮುಖ್ಯತೆಯನ್ನು ನೀಡಿದನು. 1926ರಲ್ಲಿ ಉತ್ತರಕ್ಕೆ ತನ್ನ ಸೈನ್ಯವನ್ನು ಕಳಹಿಸಿದನು. ಈ ಪ್ರದೇಶದಲ್ಲಿ ಕೊಮಿಂಗ್‌ಟಾಂಗ್ ಸೈನ್ಯಾಚರಣೆಯನ್ನು ಕೈಗೊಳ್ಳುವ ಮುನ್ನ ವಿದೇಶಿ ಸಾಮ್ರಾಜ್ಯಶಾಹಿಗಳು ಮತ್ತು ಸೈನಿಕ ನಾಯಕರ ವಿರುದ್ಧ ಪ್ರಚಾರ ಕಾರ್ಯವನ್ನು ಕೈಗೊಂಡನು. ಇದರ ಪರಿಣಾಮವಾಗಿ ಕೊಮಿಂಗ್‌ಟಾಂಗ್ ಸೈನ್ಯ ಉತ್ತರಭಾಗದ ಹೊಲ-ಗದ್ದೆಗಳ ಮೂಲಕ ಚಲಿಸುತ್ತಿದ್ದಂತೆ ಅಲ್ಲಿನ ರೈತರು ಮತ್ತು ಸಾಮಾನ್ಯ ಜನರು ಅದನ್ನು ಸೇರಿಕೊಂಡರು. ವಿರೋಧಿ ಗುಂಪಿನ ಬಹಳಷ್ಟು ಸೈನಿಕರೂ ಕೂಡ ಚಿಯಾಂಗನ ಸೈನ್ಯವನ್ನು ಸೇರಿಕೊಂಡರು. ಈ ರೀತಿಯಾದ ಅನುಕೂಲಕರವಾದ ಪರಿಣಾಮವು ಉಂಟಾಗಿ ಬಹುಬೇಗನೆ ಚಂಗ್ಸ್, ಉಚಾಂಗ್, ಹ್ಯಾಂಗ್ಕೊ ನಗರಗಳು ರಾಷ್ಟ್ರೀಯರ ಗುಂಪನ್ನು ಸೇರಿಕೊಂಡವು. ಆದರೆ ಕೊಮಿಂಗ್‌ಟಾಂಗ್ ಎಲ್ಲಾ ಕಾಲದಲ್ಲಿಯೂ ಇದೇ ರೀತಿಯಲ್ಲಿ ಪೂರ್ಣ ಯಶಸ್ಸನ್ನು ಪಡೆಯಲಾಗಲಿಲ್ಲ. ಅದರ ಸೈನ್ಯದಲ್ಲಿ ಅಸಮಧಾನ ತಲೆದೋರಿತು. ಸೈನಿಕರಲ್ಲಿ ಬಲಪಂಥೀಯರು, ಎಡಪಂಥೀಯರ ನಡುವೆ ತೀವ್ರ ಭಿನ್ನಾಭಿಪ್ರಾಯವುಂಟಾಗಿ ಎಡಪಂಥೀಯರು ಕಮ್ಯುನಿಷ್ಟರ ಬೆಂಬಲವನ್ನು ಪಡೆಯಲು ಪ್ರಯತ್ನಿಸಿದರು. ಹ್ಯಾಂಗ್ಕೋನಲ್ಲಿ ಕಮ್ಯುನಿಷ್ಟರು ಬಹು ಪ್ರಬಲರಾಗಿದ್ದು ಅಲ್ಲಿ ಅವರ ಒಂದು ಸಮಾನಾಂತರ ಸರ್ಕಾರವು ರೂಪುಗೊಂಡಿತು. ಹ್ಯಾಂಗ್ಕೋನಿಂದ ಕಮ್ಯುನಿಸ್ಟರು ನ್ಯಾನ್‌ಕಿಂಗ್‌ನತ್ತ ಕೈಚಾಚಿದರು. ಕಮ್ಯುನಿಷ್ಟ್ ಒಲವಿನ ಚೀನಿಯರು ವಿದೇಶಿಯರನ್ನು

ಅಪಮಾನಗೊಳಿಸಿ ಅವರ ಆಸ್ತಿಯನ್ನು ಲೂಟಿ ಮಾಡಿದ್ದರಿಂದ ಚಿಯಾಂಗಿಗೆ ಕೆಟ್ಟ ಹೆಸರು ಬಂದಿದ್ದು ಮಾತ್ರವಲ್ಲದೆ ಅವನು ಅವರ ಕೋಪಕ್ಕೂ ಪಾತ್ರನಾಗಬೇಕಾಯಿತು. ಚೀನಿಯರ ಈ ಅಸಭ್ಯ ವರ್ತನೆ ವಿದೇಶಿಯರಲ್ಲಿ ವಿಸ್ಮಯವನ್ನುಂಟುಮಾಡಿತು. ಇಂತಹ ಜಟಿಲ ಪರಿಸ್ಥಿತಿಯ ಲಾಭವನ್ನು ಪಡೆಯಲು ಜಪಾನ್ ಒಂದು ಸೈನಿಕ ತುಕಡಿಯನ್ನು ಕಳುಹಿಸಿತು. ಚಿಯಾಂಗ್ ಕೈಷೇಕ್ ತನ್ನ ಪಕ್ಷದಲ್ಲಿ ತೀವ್ರವಾದ ಕ್ರಮಗಳನ್ನು ಕೈಗೊಂಡು ದಂಗೆಕೋರ ಶಕ್ತಿಗಳನ್ನು ಹೊರಕ್ಕೆ ಹಾಕಿದನು. ಈ ರೀತಿ ಪಕ್ಷವನ್ನು ಶುದ್ಧೀಕರಿಸಿ ಕಮ್ಯುನಿಸ್ಟರನ್ನು, ಉಗ್ರಗಾಮಿಗಳನ್ನು ಹೊರಹಾಕಿದ ನಂತರ ಹಾಂಗ್ಕೋ ನಗರವನ್ನು ಕಮ್ಯುನಿಸ್ಟರಿಂದ ವಶಪಡಿಸಿಕೊಂಡನು. ನ್ಯಾನ್‌ಕಿಂಗ್‌ನಲ್ಲಿ ನಡೆದ ದುರ್ಘಟನೆಯನ್ನು ತಡೆಗಟ್ಟಲು ಅವನು ಷಾಂಗೈಗೆ ತೀವ್ರಗತಿಯಲ್ಲಿ ಸಾಗಿಹೋದನು. ತನ್ನ ಬಲವನ್ನು ವೃದ್ಧಿಪಡಿಸಿಕೊಂಡು 1927ರಲ್ಲಿ ರಷ್ಯಾದ ಕಮ್ಯುನಿಷ್ಟರೊಡನೆ ಎಲ್ಲಾ ಸಂಬಂಧಗಳನ್ನು ಕಡಿದುಹಾಕಿ ಒಂದು ರಾಷ್ಟ್ರೀಯ ಸರ್ಕಾರವನ್ನು ಸ್ಥಾಪಿಸಿದನು.

ಇದು ಚಿಯಾಂಗ್ ಕೈಷೇಕ್‌ನ ಭಾಗಶಃ ಸಾಧನೆಯಾಯಿತು. ಮತ್ತೊಂದು ಭಾಗವೆಂದರೆ ಸನ್‌ಯಾತ್‌ಸೆನ್ನನ ಕನಸಾಗಿದ್ದ ಚೀನಾದ ಏಕೀಕರಣವಾಗಿದ್ದಿತು. ಈ ಉದ್ದೇಶದಿಂದ ಅವನು ಉತ್ತರಾಭಿಮುಖವಾಗಿ ಸೈನ್ಯಾಚರಣೆಯನ್ನು ಮುಂದುವರಿಸಬೇಕಾಯಿತು. ಅದೃಷ್ಟವಶಾತ್ ಫೆಂಗ್-ಯು ಷಿಯಾನ್ ಮತ್ತು ಷಾನ್ಸಿಯ ನಾಯಕ ಯೆನ್-ಷಿ-ಷಾನ್ ಕೊಮಿಂಗ್‌ಟಾಂಗ್ ಪಕ್ಷದ ಜೊತೆ ಸೇರಿಕೊಂಡರು. ಈ ರೀತಿಯಲ್ಲಿ ರಾಷ್ಟ್ರೀಯವಾದಿಗಳು ಜಯಶಾಲಿಗಳಾಗಿ ಪೀಕಿಂಗಿನಲ್ಲಿ ತಮ್ಮ ಅಧಿಕಾರವನ್ನು ಸ್ಥಾಪಿಸಿ ಅದಕ್ಕೆ ಪೀಪಿಂಗ್ (ಉತ್ತರದ ಶಾಂತಿಪ್ರದೇಶ) ಎಂದು ಹೆಸರಿಟ್ಟರು. ಉತ್ತರದಲ್ಲಿದ್ದ ಸರ್ಕಾರವನ್ನು ರದ್ದುಗೊಳಿಸಲಾಯಿತು. ಮಂಚೂರಿಯಾದ ನಾಯಕ ಚಾಂಗ್-ತ್ಸೂಲಿನ್ ಬಾಂಬ್ ಧಾಳಿಗೆ ಸಿಕ್ಕಿ ಹತನಾದನು. ಅವನ ಉತ್ತರಾಧಿಕಾರಿ ಹಾಗೂ ಮಗ ಚಾಂಗ್-ತ್ಸೂಚ್-ಲಿಯಾಂಗ್ ಕೋಮಿಂಗ್‌ಟಾಂಗಿನ ಮುಂದಾಳುವಾದನು. ಈ ರೀತಿಯಲ್ಲಿ ಮಂಚೂರಿಯ ರಾಷ್ಟ್ರೀಯ ಚೀನಾದೊಂದಿಗೆ ವಿಲೀನಗೊಂಡಿತು. ಇವೆಲ್ಲವುಗಳ ಪರಿಣಾಮವಾಗಿ ಚೀನ ಒಂದುಗೂಡಿದಂತಾಗಿ ನಾನ್‌ಕಿಂಗ್ ಅದರ ರಾಜಧಾನಿಯಾಯಿತು. ಚಿಯಾಂಗ್ ಕೈಷೇಕ್ ಡಾ.ಸನ್‌ಯಾತ್‌ಸೆನ್ನನ ಕಾರ್ಯವನ್ನು ಪೂರ್ಣಗೊಳಿಸಿದನು.

ಚಿಯಾಂಗ್ ಕೈಷೇಕ್‌ನ ಆಂತರಿಕ ನೀತಿ

ಸನ್‌ಯಾತ್‌ಸೆನ್ನನ ಉತ್ತರಾಧಿಕಾರಿಯಾಗಿ ಬಂದ ಅವನ ಅನುಯಾಯಿ ಚಿಯಾಂಗ್ ಕೈಷೇಕ್ ಸನ್‌ಯಾತ್‌ಸೆನ್‌ನ ನೀತಿಗನುಗುಣವಾಗಿ ರಾಷ್ಟ್ರವನ್ನು ಪರಿವರ್ತಿಸಿ ಆಡಳಿತವನ್ನು ನಡೆಸಬೇಕಾದ ಪರಿಸ್ಥಿತಿಯು ಒದಗಿದ್ದಿತು. 1928ರಲ್ಲಿ ಚಿಯಾಂಗ್ ಸರ್ಕಾರವು ಸನ್‌ಯಾತ್‌ಸೇನ್ ಇಚ್ಛಿಸಿದ್ದಂತೆ ಮಹತ್ವದ ಬದಲಾವಣೆಗಳನ್ನು ಜಾರಿಗೆ ತಂದನು. ಇದರಂತೆ ದೇಶದಲ್ಲಿ ಏಕ ಪಕ್ಷದ ಆಳ್ವಿಕೆ ಜಾರಿಗೆ ಬಂದಿತು. ಚಿಯಾಂಗ್ ಕೈಷೇಕ್ ರಾಷ್ಟ್ರದಲ್ಲಿ ವ್ಯಾಪಕವಾಗಿ ಕೊಮಿಂಗ್‌ಟಾಂಗ್ ಪಕ್ಷದ ಶಾಖೆಗಳನ್ನು ಸ್ಥಾಪಿಸಿದನು. ರಾಜ್ಯದ ಆಡಳಿತ ಮಂಡಳಿಯು ಸರ್ವೋಚ್ಚ ಆಡಳಿತ ಅಂಗವಾಗಿದ್ದಿತು. ಅದರ ಅಧ್ಯಕ್ಷನೇ ರಾಷ್ಟ್ರದ ನಾಯಕನಾಗಿದ್ದನು. ಈ ರೀತಿಯಲ್ಲಿ ಚಿಯಾಂಗ್ ಕೈಷೇಕ್ ಚೀನಾದ ಅತ್ಯುಚ್ಚ ಪದವಿಗೆ ಆರಿಸಲ್ಪಟ್ಟನು. ಸನ್‌ಯಾತ್‌ಸೇನ್‌ನು ಆದೇಶಿಸಿದ್ದಂತೆ ಅಧಿಕಾರವನ್ನು ಕಾರ್ಯಾಂಗ, ಶಾಸಕಾಂಗ, ನ್ಯಾಯಾಂಗ, ಪರೀಕ್ಷಾವಿಧಿ ಮತ್ತು ನಿಯಂತ್ರಣ ಎಂಬ ಐದು ಘಟಕಗಳಾಗಿ ವಿಭಜಿಸಿ ವಿತರಣೆಮಾಡಲಾಯಿತು. ರಾಜ್ಯ ಆಡಳಿತ ಮಂಡಳಿಯು ಈ ಐದು ಅಂಗಗಳನ್ನು ನಿಯಂತ್ರಿಸಿ ಅವುಗಳ ನಡುವೆ ಹೊಂದಾಣಿಕೆ ಮಾಡುವ ಅಂಗವಾಗಿದ್ದಿತು.

ಪ್ರಬಲ ವಿರೋಧದ ನಡುವೆಯೂ ರಾಷ್ಟ್ರೀಯ ಸರ್ಕಾರವು ಆಂತರಿಕ ಕ್ಷೇತ್ರದಲ್ಲಿ ಗಣನೀಯವಾದ ಸಾಧನೆಯನ್ನು ಮಾಡಿತು. ಚಿಯಾಂಗ್ ಕೈಷೆಕ್ ರಾಜ್ಯದ ಜೀರ್ಣಾವಸ್ಥೆಯಲ್ಲಿದ್ದ ರಸ್ತೆಗಳನ್ನು ಉತ್ತಮಪಡಿಸುವ ಕಾರ್ಯವನ್ನು ಕೈಗೊಂಡನು. ಸಾರಿಗೆಯ ಒತ್ತಡವನ್ನು ಸರಿಪಡಿಸಲು ಅನೇಕ ಅಗಲವಾದ ರಸ್ತೆಗಳನ್ನು ನಿರ್ಮಿಸಲಾಯಿತು. ಆರ್ಥಿಕ ಕ್ಷೇತ್ರದಲ್ಲಿಯು ಹಲವಾರು ಕಾರ್ಯಾಚರಣೆಗಳಿಂದ ಸಾರ್ವಜನಿಕ ಸಾಲಗಳನ್ನು ವಿಲೇವಾರಿಮಾಡಿ ಪ್ರಪಂಚದಲ್ಲಿಯೇ ವಿಶಿಷ್ಟವೆನಿಸುವಂತೆ ಸಮತೋಲನದ ಆಯವ್ಯಯವನ್ನು ಮಂಡಿಸಿದನು. ಕಾರ್ಖಾನೆಗಳಿಗೆ ಅದರಲ್ಲೂ ಬಟ್ಟೆ ತಯಾರಿಕಾ ಕೈಗಾರಿಕೆಗಳಿಗೆ ಅನೇಕ ರೀತಿಯ ನೆರವನ್ನು ನೀಡಿದನು. ಹೊಸ ಸಂಗ್ರಹ ನಿಯಮವನ್ನು ಜಾರಿಗೆ ತಂದು ಅದರ ಅನುಷ್ಠಾನದಲ್ಲಿ ಏಕರೂಪತೆಯನ್ನು ಪಾಲಿಸಿದನು. ಕೈಗಾರಿಕೆ ಮತ್ತು ಕಾರ್ಖಾನೆಗಳಲ್ಲಿ ವಿದೇಶಿ ತಂತ್ರಜ್ಞಾನ ಮತ್ತು ಯಾಂತ್ರಿಕ ಪ್ರಗತಿಯನ್ನು ಅಳವಡಿಸಲಾಯಿತು. ಇವು ಕಮ್ಯುನಿಸ್ಟರು ನಿರೀಕ್ಷಿಸಿದ ಸಾಮಾಜಿಕ ಜೀವನದ ಸುಧಾರಣೆಗಳಾಗಿದ್ದವು. ಆದರೆ ಚಿಯಾಂಗ್‌ಕೈಷೇಕ್‌ನ ಸುಧಾರಣೆಗಳು ಸಾಮಾನ್ಯ ಜನರ ಜೀವನದಲ್ಲಿ ಹೆಚ್ಚಿನ ಸುಧಾರಣೆಯನ್ನು ತರುವಲ್ಲಿ ವಿಫಲವಾದುದರಿಂದ ಕಮ್ಯುನಿಸ್ಟರು ರಾಷ್ಟ್ರೀಯ ಸರ್ಕಾರವನ್ನು ಖಂಡಿಸಿದರು. ಒಂದು ರೀತಿಯಲ್ಲಿ ಚಿಯಾಂಗನ ಸರ್ಕಾರವು ಸನ್‌ಯಾತ್‌ಸೆನ್ನನ 3 ತತ್ವಗಳಲ್ಲಿ ಒಂದಾದ ಸಮಾಜವಾದವನ್ನು ಅನುಷ್ಠಾನಕ್ಕೆ ತರಲಾಗದೆ ಹೋದುದರಿಂದ ಅದೊಂದು ಸಂಪ್ರದಾಯವಾದಿಯಾಗಿ ಕಾಣಿಸಿಕೊಂಡಿತು. ಆದುದರಿಂದ ಅದನ್ನು ಬಂಡವಾಳಶಾಹಿಯೆಂದು ಟೀಕಿಸಲಾಯಿತು.

ಚಿಯಾಂಗ್ ಕೈಷೇಕ್ ಹಲವಾರು ಜಟಿಲ ಸಮಸ್ಯೆಗಳನ್ನು ಎದುರಿಸಬೇಕಾಗಿದ್ದಿತು. ಪೂರ್ವ ರೈಲ್ವೆ ವ್ಯವಸ್ಥೆಯ ನಿಯಂತ್ರಣವನ್ನು ಕುರಿತು ಸೋವಿಯತ್ ಒಕ್ಕೂಟದೊಂದಿಗೆ ಕಾದಾಡಬೇಕಾಯಿತು. ತನ್ನ ಅಧಿಕಾರಕ್ಕೆ ಸವಾಲೆಸೆಯುತ್ತಿದ್ದ ಕಮ್ಯುನಿಸ್ಟರ ಜೊತೆಯಲ್ಲಿ ಸೆಣಸಬೇಕಾಯಿತು. ಕಡೆಯದಾಗಿ 1931ರಲ್ಲಿ ಮಂಚೂರಿಯಾದ ಆಕ್ರಮಣ ಮತ್ತು ಎರಡನೆಯ ಮಹಾಯುದ್ಧವು ಆರಂಭವಾಯಿತು. ಚೀನಾವು ಸೋವಿಯತ್ ರಷ್ಯಾ ಪೂರ್ವ ರೈಲ್ವೆಯ ಮೇಲೆ ತನ್ನ ನಿಯಂತ್ರಣವನ್ನು ಸ್ಥಾಪಿಸಲು ಬಂದಾಗ ತೀವ್ರವಾದ ರಾಜಕೀಯ ಬಿಕ್ಕಟ್ಟಿನಲ್ಲಿ ಸಿಲುಕಿದ್ದಿತು. ಪರಿಸ್ಥಿತಿಯು ಕೈಮೀರಿ ಚಿಯಾಂಗ್ ಬೇರೆ ದಾರಿಯಿಲ್ಲದೆ ಸೋವಿಯತ್ ಒಕ್ಕೂಟದೊಂದಿಗೆ ರಾಜತಾಂತ್ರಿಕ ಸಂಬಂಧವನ್ನು ಕಡಿದುಹಾಕಿದನು. ಸ್ವಲ್ಪಕಾಲ ಈ ಎರಡು ನೆರೆಹೊರೆಯ ರಾಷ್ಟ್ರಗಳ ನಡುವೆ ಅಘೋಷಿತ ಯುದ್ಧ ಮುಂದುವರಿಯಿತು. ಅದೃಷ್ಟವಶಾತ್ ಒಂದು ಸಂಧಾನವು ನಡೆದು ಇಬ್ಬರು ಕೊಡುಕೊಳ್ಳುವ ಮೂಲಕ ಪರಿಸ್ಥಿತಿಯನ್ನು ಬಗೆಹರಿಸಿದ್ದರಿಂದ ಅಪಾಯವು ತಪ್ಪಿದಂತಾಯಿತು. 1932ರಲ್ಲಿ ಸಮಾಧಾನಕರವಾದ ವಾತಾವರಣವಿದ್ದುದರಿಂದ ಎರಡು ದೇಶಗಳು ಮತ್ತೆ ರಾಜತಾಂತ್ರಿಕ ಸಂಬಂಧವನ್ನು ಪುನರ್ ಸ್ಥಾಪಿಸಿದರು.

ಚೀನಾದಲ್ಲಿ ಕೋಮಿಂಗ್‌ಟಾಂಗ್ ಮತ್ತು ಕಮ್ಯುನಿಸ್ಟರ ನಡುವಿನ ಘರ್ಷಣೆ:

ಚೀನಾದ ನೆಲದಲ್ಲಿ ಕಮ್ಯುನಿಸಂನ ಬೆಳವಣಿಗೆ ಮತ್ತು ಅದರಿಂದ ತನ್ನ ಅಧಿಕಾರಕ್ಕೆ ಉಂಟಾದ ಸವಾಲು ಚಿಯಾಂಗ್ ಕೈಷೇಕ್ ಎದುರಿಸಿದ ಅತ್ಯಂತ ಕಠಿಣವಾದ ಸಮಸ್ಯೆ. ಈ ಬಗ್ಗೆ ಕೊಮಿಂಗ್‌ಟಾಂಗ್ ಮತ್ತು ಕಮ್ಯುನಿಸ್ಟರ ನಡುವಿನ ಸೆಣಸಾಟವನ್ನು ಅಧ್ಯಯನ ಮಾಡುವುದು ಅಗತ್ಯವಾಗುತ್ತದೆ. ಇವರ ಶಕ್ತಿಕೇಂದ್ರಗಳು ಪರಸ್ಪರ ದೂರದಲ್ಲಿದ್ದವು. ಚಿಯಾಂಗ್ ಕೈಷೇಕ್‌ನ ಕೋಮಿಂಗ್‌ಟಾಂಗ್ ನಾನ್‌ಕಿಂಗಿನಲ್ಲಿ ನೆಲಸಿದ್ದರೆ ಮಾವೋತ್ಸೆತುಂಗನ ಕಮ್ಯುನಿಸ್ಟ್ ಸರ್ಕಾರವು ಹಾಂಗ್ಕೋವಿನಲ್ಲಿ ತನ್ನ ನೆಲೆಯನ್ನು ಹೊಂದಿದ್ದಿತು. ಚಿಯಾಂಗ್ ಕೈಷೆಕ್ ಕಮ್ಯುನಿಸ್ಟರನ್ನು ಎಲ್ಲಾ ಕಡೆಯಲ್ಲಿಯೂ ಬಣ್ಣ ಹಚ್ಚಿ ಖಂಡಿಸುತ್ತಾ ಬಂದನು. ತನ್ನ ಅಧೀನ ಅಧಿಕಾರಿಗಳಿಗೆ ಕಮ್ಯುನಿಸ್ಟ್‌ರೊಡನೆ ಯಾವ ಸಂಬಂಧವನ್ನು ಇಟ್ಟುಕೊಳ್ಳಬಾರದೆಂದು ಮತ್ತು ಕಮ್ಯುನಿಸ್ಟರನ್ನು ಬೇರು ಸಹಿತ ಕಿತ್ತೊಗೆಯಬೇಕೆಂದು ಆಜ್ಞೆ ನೀಡಿದನು. ಅವನ ಅಣತಿಯ ಮೇರೆಗೆ ಚೀನಾದಲ್ಲಿ ಕಮ್ಯುನಿಸ್ಟರನ್ನು ನಿರ್ದಾಕ್ಷಿಣ್ಯವಾಗಿ ಬೇಟೆಯಾಡಿ ಕೊಲ್ಲಲಾಯಿತು. ಕೊಮಿಂಗ್‌ಟಾಂಗಿನ ಧಾಳಿಯನ್ನು ತಾಳಲಾರದೆ ಕಮ್ಯುನಿಸ್ಟರು ಪಲಾಯನ ಮಾಡುತ್ತ ಬಂದು ದಕ್ಷಿಣದ ಕೆಲವು ಗುಪ್ತ ಸ್ಥಳಗಳಲ್ಲಿ ಅಡಗಿಕೊಂಡರು. ಮಾವೋತ್ಸೆತುಂಗ್ ತನ್ನ ಕಾರ್ಯಕ್ಷೇತ್ರವನ್ನು ಕಿಯಾಂಗ್ಸಿಗೆ ವರ್ಗಾಯಿಸಿ ಅಲ್ಲಿ ಸೋವಿಯಟ್ ಯೂನಿಯನ್ ಮಾದರಿಯ ಕಮ್ಯುನಿಸ್ಟ್ ಸರ್ಕಾರವನ್ನು ಸ್ಥಾಪಿಸಿದನು. ಕಮ್ಯುನಿಸ್ಟರು ರೈತಾಪಿ ಜನರೊಂದಿಗೆ ಸ್ನೇಹ ಸಂಪರ್ಕವನ್ನು ಹೊಂದಿದ್ದರು. ರಷ್ಯಾದ ಕಮ್ಯುನಿಸಂ ಕಾರ್ಮಿಕರ ಸಂಘಟನೆಗಳ ಸಂಪರ್ಕವನ್ನು ಹೊಂದಿದ್ದರೆ ಚೀನಾದಲ್ಲಿ ಕಮ್ಯುನಿಸ್ಟರು ಕೃಷಿಕ ಜನರ ಸಂಬಂಧವನ್ನು ಹೊಂದಿದ್ದರು.

ಕಮ್ಯುನಿಸ್ಟರು ಈ ರೀತಿಯಲ್ಲಿ ಯಶಸ್ವಿಯಾಗಿ ಮುನ್ನಡೆಯುತ್ತಿದ್ದುದರಿಂದ ಚಿಯಾಂಗ್ ಕೈಷೇಕನ ಪರಿಸ್ಥಿತಿ ಅಪಾಯಕಾರಿಯಾಗಿ ಪರಿಣಮಿಸಿತು. ಚೀನಾದಲ್ಲಿ ಕಮ್ಯುನಿಸ್ಟರನ್ನು ಪೂರ್ಣವಾಗಿ ಮುಗಿಸಲು ಅವನು ಪಣತೊಟ್ಟನು. 1933ರಲ್ಲಿ ಕಮ್ಯುನಿಸ್ಟರ ಮೇಲೆ ಸತತವಾಗಿ 4 ಧಾಳಿಗಳನ್ನು ನಡೆಸಿದರೂ ಅದರಿಂದ ಪ್ರಯೋಜನವಾಗಲಿಲ್ಲ. ಇದಾದ ನಂತರ ಅವನು ಹತಾಶನಾಗಿ ಗೆಲ್ಲಬೇಕು ಇಲ್ಲ ಎಲ್ಲವನ್ನು ಕಳೆದುಕೊಳ್ಳಬೇಕು ಎನ್ನುವ ಸ್ಥಿತಿಗೆ ಬಂದನು. ಈ ರೀತಿಯಲ್ಲಿ ಅವನು ಒಂದು ಮಿಲಿಯನ್ ಸೈನಿಕರನ್ನು ಕೆಂಪು ಸೈನ್ಯವನ್ನು ನಾಶಗೊಳಿಸಲು ನಿಯೋಜಿಸಿದನು. ಈ ಭಾರಿ ಅದೃಷ್ಟ ಅವನಿಗೆ ಒಲಿಯಿತು. ಕಮ್ಯುನಿಸ್ಟರು ಹೀನಾಯವಾಗಿ ಸೋತುಹೋದರು. ಈ ಅಪಜಯದ ಕಾರಣದಿಂದಾಗಿ ಮಾವೋತ್ಸೆತುಂಗ್ ಮತ್ತು ಅವನ ಸೇನಾಧಿಪತಿ ಚೂಟೆ ವಾಯುವ್ಯದಲ್ಲಿರುವ ಕಮ್ಯುನಿಸ್ಟ್ ಸೈನ್ಯವನ್ನು ಸೇರಿಕೊಳ್ಳಲು ದೀರ್ಘ ಪಯಣವನ್ನು ಕೈಗೊಳ್ಳಬೇಕಾಯಿತು. ಇದಕ್ಕಾಗಿ ಅವರು 18 ಬೆಟ್ಟಪ್ರದೇಶಗಳನ್ನು ಹತ್ತಿಳಿದು 25 ನದಿಗಳನ್ನು ದಾಟಿ 6,000 ಮೈಲಿಗಳಷ್ಟು ದೂರ ನಡೆದುಹೋಗಬೇಕಾಯಿತು ಈ ಒಂದು ವರ್ಷಕಾಲದ ಚಾರಿತ್ರಿಕ ಪಯಣವನ್ನು Long March (ದೂರ ಪ್ರಯಾಣ) ಎಂದು ಕರೆಯಲಾಗಿದೆ. ಚೀನಾದ ವಾಯುವ್ಯ ಗಡಿಪ್ರದೇಶದ ಷೇನ್ಸಿಕನ್ನು ಪ್ರವೇಶಿಸಿದ ಮೇಲೆ ಮಾವೋತ್ಸೆತುಂಗ್‌ನ ಪಡೆಗಳು ರಕ್ಷಿತ ಪ್ರದೇಶವನ್ನು ತಲುಪಿ ಅನಂತರ ತಮ್ಮ ಬಲವನ್ನು ವೃದ್ಧಿಪಡಿಸಿಕೊಂಡರು.

ರಾಷ್ಟ್ರೀಯ ಸರ್ಕಾರದ ದೌರ್ಬಲ್ಯ:

ರಾಷ್ಟ್ರೀಯ ಸರ್ಕಾರದ ಆಳ್ವಿಕೆಯಲ್ಲಿ ಸಾಕಷ್ಟು ಪ್ರಗತಿ ಕಂಡುಬಂದರೂ ಅದರ ದೋಷಗಳು ಬಹು ಗಂಭೀರವಾಗುತ್ತ ಬಂದವು. ಕೋಮಿಂಗ್‌ಟಾಂಗಿನ ವಿಜಯಕ್ಕೆ ಮೊದಲು ಕ್ರಾಂತಿಕಾರಿ ಶಕ್ತಿಗಳನ್ನು ಹೊರಹಾಕಲಾಗಿದ್ದಿತು. ಆದರೆ ಉದಾರವಾದಿ ಶಕ್ತಿಗಳಿಗೆ ಸಾಕಷ್ಟು ಪ್ರೋತ್ಸಾಹವನ್ನು ಕೊಡಲಿಲ್ಲ. ಅಧಿಕಾರದಲ್ಲಿದ್ದಾಗ ಕೋಮಿಂಗ್‌ಟಾಂಗ್ ತಾನು ಭರವಸೆ ನೀಡಿದ್ದ ಸುಧಾರಣೆಗಳನ್ನು ಕಾರ್ಯಗತಗೊಳಿಸಲಿಲ್ಲ. ಅದರಲ್ಲಿಯೂ ಸನ್‌ಯಾತ್‌ಸೇನ್‌ನ ಬಡರೈತರ ಹಾಗೂ ಕಾರ್ಮಿಕರ ಹಿತವನ್ನು

ರಕ್ಷಿಸುವ ಉದ್ದೇಶವನ್ನು ಹೊಂದಿದ್ದ ಸಮಾಜವಾದದ ಸುಧಾರಣೆಗಳನ್ನು ಕೈಬಿಡಲಾಗಿದ್ದಿತು. ಏಕಪಕ್ಷ ಸರ್ಕಾರವಾಗಿದ್ದು ತನ್ನ ಅಧಿಕಾರವನ್ನು ಮುಂದುವರಿಸಿಕೊಂಡು ಹೋಗುವ ಉದ್ದೇಶವಿದ್ದ ಕೋಮಿಂಗ್‌ಟಾಂಗ್ ತನ್ನ ವಿರೋಧಿಗಳ ವಿರುದ್ಧ ಬಲ ಪ್ರಯೋಗವನ್ನು ಮಾಡುತ್ತ ಬಂದಿದ್ದಿತು. ಅದು ವಿಚಾರಣೆ ಮತ್ತು ಅಂಕಿ ಅಂಶಗಳ ಕಛೇರಿ ಎಂಬ ಇಲಾಖೆಯ ಹೆಸರಿನಲ್ಲಿ ಒಂದು ರಹಸ್ಯ ಪೋಲಿಸ್ ದಳವನ್ನು ಸ್ಥಾಪಿಸಿದ್ದಿತು. ತನ್ನ ಪಕ್ಷದ ಸದಸ್ಯರಿಗೆ ಬೋಧನೆ ನೀಡಲು ಸನ್‌ಮಿನ್‌ಚೂ ಎಂಬ ಹೆಸರಿನ ಒಂದು ಬಹು ಶಿಸ್ತಿನ ಯುವ ಶಾಖೆಯನ್ನು ಹೊಂದಿದ್ದಿತು. ರಾಷ್ಟ್ರೀಯ ಸರ್ಕಾರವು ಈ ರೀತಿಯಲ್ಲಿ ರಾಜ್ಯಾಂಗ ಆಧಾರಿತ ಪ್ರಜಾಪ್ರಭುತ್ವಕ್ಕಾಗಿ ತನ್ನ ಜನಗಳನ್ನು ತಯಾರು ಮಾಡುವ ಬದಲು ಅವರನ್ನು ಶಾಶ್ವತ ದಾಸ್ಯಕ್ಕೆ ತಳ್ಳುತ್ತಾ ಬಂದಿತು.

ಇಂಡೋ ಚೀನಾದಲ್ಲಿ ರಾಷ್ಟ್ರೀಯತೆ

ಇಂಡೋ ಚೀನಾದಲ್ಲಿ ಫ್ರೆಂಚರ ಆಡಳಿತವು ಮೊದಲು ಕೊಚ್ಚಿನ್ ಚೀನಾದಲ್ಲಿ ಸ್ಥಾಪಿಸಲ್ಪಟ್ಟಿತು. ಫ್ರೆಂಚರು ಅದನ್ನು ನೇರವಾಗಿ ವಸಾಹತುವಿನಂತೆ ಆಳುತ್ತಿದ್ದರು. ಕ್ರಮಕ್ರಮವಾಗಿ ಅವರು ತಮ್ಮ ವಿಜಯಗಳನ್ನು ವಿಸ್ತರಿಸುತ್ತ ಹೋಗಿ ಅನ್ನಾಂ, ಟಾಂಗ್‌ಕಿಂಗ್, ಕಾಂಬೋಡಿಯ ಮತ್ತು ಲಾವೋಸ್‌ಗಳಲ್ಲಿ ತಮ್ಮ ರಕ್ಷಿತ ಪ್ರದೇಶಗಳನ್ನು ಸ್ಥಾಪಿಸಿಕೊಂಡರು. ಈ 4 ರಾಜ್ಯಗಳು ಮತ್ತು ಕೊಚ್ಚಿನ್ ಚೀನಾ ಸೇರಿ ಫ್ರೆಂಚ್ ಇಂಡೋ ಚೀನಾ ಎಂಬ ಹೆಸರು ಪಡೆಯಿತು. ಟಾಂಗ್‌ಕಿಂಗ್ ಮತ್ತು ಅನ್ನಾಂನ ಸಂಸ್ಕೃತಿಯು ಚೀನಿ ಮೂಲದ್ದಾಗಿದ್ದಿತು. ಕಾಂಬೋಡಿಯಾ ಮತ್ತು ಲಾವೋಸ್‌ನಲ್ಲಿ ಅನ್ನಾಂಗಿಂತ ಭಿನ್ನವಾದ ಜನರು ಇದ್ದುದಲ್ಲದೆ ಅವರ ನಾಗರಿಕತೆಯು ಭಾರತೀಯ ಮತ್ತು ಚೀನಿ ಸಂಸ್ಕೃತಿಗಳ ಪ್ರಭಾವಕ್ಕೆ ಒಳಪಟ್ಟಿತು. ಇಂಡೋಚೀನಾದ ಫ್ರೆಂಚರ ಆಳ್ವಿಕೆಯು ಅಲ್ಲಿನ ಜನರನ್ನು ಫ್ರೆಂಚ್ ನಾಗರಿಕತೆಯ ವ್ಯಾಪ್ತಿಗೆ ಒಳಪಡಿಸುವ ಉದ್ದೇಶವನ್ನು ಹೊಂದಿದ್ದಿತೇ ವಿನಃ ಅವರಿಗೆ ಯಾವುದೇ ವಿಧವಾದ ಸ್ವರಾಜ್ಯವನ್ನು ಕೊಡುವ ಉದ್ದೇಶವನ್ನು ಹೊಂದಿರಲಿಲ್ಲ. ಸ್ಥಳೀಯ ಜನರಿಂದ ಕೂಡಿದ್ದ ಸರ್ಕಾರಿ ಅಧಿಕಾರಿಗಳಿಗೆ ಫ್ರಾನ್ಸಿನ ವ್ಯವಸ್ಥೆಯನ್ನು ಅನುಸರಿಸುವಂತೆ ಬಹು ಎಚ್ಚರಿಕೆಯ ತರಭೇತಿಯನ್ನು ನೀಡಲಾಯಿತು. ಆದರೆ ಅವರ ಶಿಕ್ಷಣ ಪದ್ಧತಿಯು ಫ್ರೆಂಚ್ ಸಂಸ್ಕೃತಿ ಅಂದರೆ ಭಾಷೆ, ಸಾಹಿತ್ಯ, ಜೀವನ ವಿಧಾನಗಳು ಮತ್ತು ವಿವೇಚನೆ ಇವುಗಳನ್ನು ಅನುಸರಿಸುವ ಶಿಕ್ಷಣವನ್ನು ಪ್ರೋತ್ಸಾಹಿಸಲಾಗುತ್ತಿದ್ದಿತು. ಇದರ ಪರೋಕ್ಷ ಪರಿಣಾಮಗಳು ಫ್ರೆಂಚರು ನಿರೀಕ್ಷಿಸಿದುದ್ದಕ್ಕಿಂತ ಭಿನ್ನವಾಗಿದ್ದವು. ಫ್ರೆಂಚರ ಸಂಸ್ಥೆಗಳು 1789ರ ಕ್ರಾಂತಿಯ ತತ್ವಗಳನ್ನು ಅಳವಡಿಕೊಂಡಿದ್ದುದರಿಂದ ಅವು ಇಂಡೋ ಚೀನಾದ ಬುದ್ಧಿಜೀವಿಗಳಲ್ಲಿ ಅಪ್ರಜ್ಞಾಪೂರ್ವಕವಾಗಿ ದೇಶಭಕ್ತಿಯನ್ನು, ಸ್ವಾತಂತ್ರ್ಯ ಪ್ರೇಮವನ್ನು ಬೆಳೆಸಿದವು.

ರಾಷ್ಟ್ರೀಯ ಚಳವಳಿಯ ನಾಯಕರಾಗಿ ಹೊಚಿಮಿನ್

ಹೊಚಿಮಿನ್

ಪ್ರಾರಂಭದಲ್ಲಿ 'ಫ್ರೆಂಚರ ಜೀರ್ಣಾಗ್ನಿ ನೀತಿಯ ವಿರುದ್ಧವಾಗಿ ಇಂಡೋ ಚೀನಾದ ರಾಷ್ಟ್ರೀಯತೆಯು ಬೆಳೆಯುತ್ತಾ ಹೊಯಿತು. ಅದು ಇಂಡೋಚೀನಾದಲ್ಲಿ ಅತ್ಯಂತ ಶಕ್ತಿಶಾಲಿಗಳು ದೀರ್ಘ ಹೋರಾಟದ ಇತಿಹಾಸವುಳ್ಳವರು ಆದ ಅನ್ನಾಂ ಜನರಲ್ಲಿ ಬಹಳ ಪ್ರಮುಖವಾಗಿದ್ದಿತು'. 1904-1905ರ ಯುದ್ಧದಲ್ಲಿ ರಷ್ಯಾದ ವಿರುದ್ಧ ಜಪಾನಿನ ವಿಜಯವು ಈ ಜನರ ಹೋರಾಟಕ್ಕೆ ಪ್ರೇರಣೆ ನೀಡಿತು. ಚೀನಾದಲ್ಲಿ ಮಂಚು ಸಂತತಿಯ ವಿರುದ್ಧವಾದ ರಾಷ್ಟ್ರೀಯ ಚಳುವಳಿಯು ಇದಕ್ಕೆ ಮತ್ತಷ್ಟು ಸ್ಫೂರ್ತಿಯನ್ನು ನೀಡಿತು. ಮೊದಲನೆಯ ಮಹಾಯುದ್ಧದಲ್ಲಿ ಯೂರೋಪಿನ ಅನೇಕ ಯುದ್ಧಗಳಲ್ಲಿ ಫ್ರೆಂಚರು ಅನ್ನಾಂ ಸೈನಿಕರನ್ನು ನೇಮಿಸಿಕೊಂಡಿದ್ದರು. ಆದರೆ ಫ್ರಾನ್ಸ್ ತಮ್ಮ ನಿಷ್ಠೆಗಾಗಿ ಸ್ವಲ್ಪವಾದರು ಸ್ವಯಂ ಆಡಳಿತ ಸುಧಾರಣೆಯನ್ನು ಜಾರಿಗೆ ತರದೆ ಹೋದುದರಿಂದ ಅವರು ಬಹಳ ಮಟ್ಟಿಗೆ ನಿರಾಶರಾದರು. ಅದರ ಪರಿಣಾಮವಾಗಿ 1925ರಲ್ಲಿ ಅನ್ನಾಂನಲ್ಲಿ ಕಮ್ಯುನಿಸ್ಟ್ ದೃಷ್ಟಿಯುಳ್ಳ ಒಂದು ರಾಷ್ಟ್ರೀಯ ಪಕ್ಷವು ಕಾಣಿಸಿಕೊಂಡಿತು. 1930ರಲ್ಲಿ ಕ್ರಾಂತಿಕಾರಿ ಕಮ್ಯುನಿಸಂ ಮೊಟ್ಟಮೊದಲ ಬಾರಿಗೆ ತಲೆ ಎತ್ತಿಕೊಂಡಿತು. ಹೊಚಿಮಿನ್ ಮಾಸ್ಕೋದಲ್ಲಿ ಶಿಕ್ಷಣ ಪಡೆದು ಕಮ್ಯುನಿಸಂನಲ್ಲಿ ಬಹಳ ಶ್ರದ್ಧೆಯನ್ನು ಹೊಂದಿದ್ದನು. ಈ ದಂಗೆಯನ್ನು ನಿರ್ಮೂಲನಗೊಳಿಸಲಾಯಿತು. ಹೊಚಿಮಿನ್ ಹಾಂಗ್‌ಕಾಂಗಿಗೆ ಓಡಿಹೋದನು. ಅಲ್ಲಿ ಅವನನ್ನು ಸೆರೆಹಿಡಿದು ಎರಡು ವರ್ಷಗಳ ಕಾಲ ಜೈಲು ಶಿಕ್ಷೆಯನ್ನು ನೀಡಲಾಯಿತು. 1939ರಲ್ಲಿ ಹೊಚಿಮಿನ್ ಇಂಡೋಚೀನಾದ ರಾಜಕೀಯದಲ್ಲಿ ಬಹಳ ಬಲಿಷ್ಠ ಶಕ್ತಿಯಾದ ವಿಯಟ್ನಾಂ ಇಂಡಿಪೆಂಡೆಂಟ್ ಲೀಗ್ ಎಂಬ ಸಂಸ್ಥೆಯನ್ನು ಸ್ಥಾಪಿಸಿದನು.

ಎರಡನೆಯ ಮಹಾಯುದ್ಧವು ಇಂಡೋಚೀನಾದ ಮೇಲೆ ಬಲವಾದ ಪರಿಣಾಮಗಳನ್ನುಂಟು ಮಾಡಿತು. 1940ರಲ್ಲಿ ಫ್ರಾನ್ಸ್ ಜರ್ಮನಿಗೆ ಶರಣಾದಾಗ ಜಪಾನ್ ಆ ದೇಶದ ದುಃಸ್ಥಿತಿಯ ಪ್ರಯೋಜನವನ್ನು ಪಡೆದುಕೊಂಡು ಇಂಡೋಚೀನಾದಲ್ಲಿ ತನ್ನ ಸೈನ್ಯವನ್ನು ಸ್ಥಾಪಿಸಲು ಅವಕಾಶವನ್ನು ಪಡೆದುಕೊಂಡಿತು. ಆದರೆ ಜಪಾನಿಯರು ಫ್ರೆಂಚ್ ಅಧಿಕಾರಿಗಳನ್ನು ಅಲ್ಲಿಂದ ಹೊರಕ್ಕೆ ಕಳುಹಿಸದೆ ಜಪಾನಿನ ಬೇಡಿಕೆಗಳಿಗನುಗುಣವಾಗಿ ಅವರು ಆಡಳಿತವನ್ನು ನಡೆಸಲು ಬಿಟ್ಟುಕೊಟ್ಟರು. ಈ ರೀತಿಯಾಗಿ ಫ್ರೆಂಚ್ ಆಳ್ವಿಕೆಯ ಕಟ್ಟುಕಥೆಯು ಮುಂದುವರೆದು ಫ್ರೆಂಚ್ ಅಧಿಕಾರಿಗಳು ಟೋಕಿಯೋ ಮಾರ್ಗದರ್ಶನದಲ್ಲಿ ಆಡಳಿತವನ್ನು ನಡೆಸಬೇಕಾಯಿತು. ಈ ರೀತಿಯಾಗಿ ಜಪಾನೀಯರೊಂದಿಗೆ ಫ್ರೆಂಚ್ ಅಧಿಕಾರಿಗಳ ಸಹಯೋಗವು ಫ್ರೆಂಚರ ಗೌರವಕ್ಕೆ ಚ್ಯುತಿಯನ್ನು ತಂದೊಡ್ಡಿ ಅಲ್ಲಿನ ರಾಷ್ಟ್ರೀಯರು ಸ್ವಾತಂತ್ರ್ಯಕ್ಕಾಗಿ ತಮ್ಮ ಬೇಡಿಕೆಗಳನ್ನು ಮುಂದಿಡಲು ಒಳ್ಳೆಯ ಅವಕಾಶ ಪಡೆದರು. 2ನೇ ಮಹಾಯುದ್ಧದ ಅವಧಿಯಲ್ಲಿ ಹೊಚಿಮಿನ್ ಫ್ರೆಂಚರನ್ನು, ಜಪಾನೀಯರನ್ನು ಹೊರದೂಡಿ ಇಂಡೋಚೀನಾದಲ್ಲಿ ಅನ್ನಾಂ ಸಾರ್ವಭೌಮತ್ವವನ್ನು ಸ್ಥಾಪಿಸಲು ವ್ಯವಸ್ಥಿತವಾಗಿ ಪ್ರಯತ್ನಿಸುತ್ತಿದ್ದನು. 1945ರಲ್ಲಿ ಜಪಾನ್ ಇದ್ದಕ್ಕಿದ್ದಂತೆ ಛಿದ್ರಗೊಂಡಾಗ ಹೊಚಿಮಿನ್ ಟಾಂಗ್‌ಕಿಂಗಿನ ರಾಜಧಾನಿ ಹನಾಯ್‌ಅನ್ನು ಆಕ್ರಮಿಸಿಕೊಂಡು ಅನ್ನಾಂ ಮತ್ತು ಕೊಚ್ಚಿನ್ ಚೀನಾಗಳಲ್ಲಿ ತನ್ನ ಆಳ್ವಿಕೆಯನ್ನು ಸ್ಥಾಪಿಸಿದನು. ಜಪಾನೀಯರು ನೇಮಿಸಿದ್ದ ಅವರ ಕೈಗೊಂಬೆಯಾಗಿದ್ದ ಅನ್ನಾಂ ಚಕ್ರವರ್ತಿ ಬಾವೋದಾಯ್ ಸಿಂಹಾಸನ ತ್ಯಾಗಮಾಡಿದನು. ಹೊಚಿಮಿನ್ ಟಾಂಗ್‌ಕಿಂಗ್, ಅನ್ನಾಂ ಮತ್ತು ಕೊಚ್ಚಿನ್ ಚೀನಾ ಮೂರು ರಾಜ್ಯಗಳನ್ನೊಳಗೊಂಡ ವಿಯಟ್ನಾಂ ಗಣರಾಜ್ಯದ ಸ್ವಾತಂತ್ರ್ಯವನ್ನು ಘೋಷಿಸಿದನು.

ಆದರೆ ಫ್ರಾನ್ಸ್ ಇಂಡೋಚೀನಾದಿಂದ ಹೊರಬರುವ ಉದ್ದೇಶವನ್ನು ಹೊಂದಿರಲಿಲ್ಲ. ಜಪಾನಿನ ಪತನಾನಂತರ ಫ್ರೆಂಚರು ಇಂಡೋಚೀನಾದ ಮೇಲೆ ತಮ್ಮ ಹತೋಟಿಯನ್ನು ಸ್ಥಾಪಿಸಲು ಬಂದಾಗ ಇಡೀ ದೇಶವು ವಿಯಟ್ನಾಂ ಗಣರಾಜ್ಯ ಸರ್ಕಾರದ ಅಧೀನಕ್ಕೆ ಬಂದಿದ್ದಿತು. ಪರಿಸ್ಥಿತಿಯು ಎಷ್ಟು ಗಂಭೀರವಾಗಿದೆಯೆಂದರಿತ ಫ್ರೆಂಚರು ಮಾರ್ಚಿ 1946ರಲ್ಲಿ ಹೊಚಿಮಿನ್ ಜೊತೆ ಒಪ್ಪಂದವನ್ನು ಮಾಡಿಕೊಂಡರು. ಇದರಂತೆ ವಿಯಟ್ನಾಂ ಗಣರಾಜ್ಯವು ಇಂಡೋಚೀನಾ ಫೆಡರೇಷನ್ ಮತ್ತು ಫ್ರೆಂಚ್ ಒಕ್ಕೂಟದಡಿಯಲ್ಲಿ ಒಂದು ಸ್ವತಂತ್ರ ರಾಷ್ಟ್ರವಾಗಿರುವುದನ್ನು ಮಾನ್ಯಮಾಡಲು ಒಪ್ಪಿದರು. ವಿಯಟ್ನಾಮಿನ ಗಡಿ ವಿಸ್ತರಣೆ ಅಂದರೆ ಅದು ಕೊಚ್ಚಿನ ಚೀನಾವನ್ನು ಒಳಗೊಂಡಿರಬೇಕೆ ಬೇಡವೇ? ಎಂಬುದನ್ನು ಪ್ರಜಾನಿರ್ಧಾರದ ಮೂಲಕ ತೀರ್ಮಾನ ಮಾಡಬೇಕೆಂದು ಒಪ್ಪಿಕೊಳ್ಳಲಾಯಿತು. ಇದಾದ ಸ್ವಲ್ಪ ದಿನಗಳಲ್ಲಿಯೇ ಫ್ರಾನ್ಸಿನಲ್ಲಿ ಒಂದು ಹೊಸ ರಾಜ್ಯಾಂಗವು ಜಾರಿಗೆ ಬಂದಿತ್ತು. ಇದರ ಪ್ರಕಾರ ಫ್ರೆಂಚ್ ಸಾಮ್ರಾಜ್ಯವು ತನ್ನ ಎಲ್ಲಾ ಸಹಯೋಗಿ ದೇಶಗಳು, ವಸಾಹತುಗಳು ಒಂದು ಒಕ್ಕೂಟವಾಗಿ ಮಾರ್ಪಾಡಾಗುವಂತೆ ಯೋಜಿಸಲಾಯಿತು. ಈ ರಾಜ್ಯಾಂಗದಲ್ಲಿ ಇಂಡೋಚೀನಾವು ವಿಯಟ್ನಾಂ, ಲಾವೋಸ್, ಕಾಂಬೋಡಿಯಾ, ಕೊಚ್ಚಿನ್ ಚೀನಾ – ಈ ನಾಲ್ಕು ದೇಶಗಳ ಸಂಯುಕ್ತ ಒಕ್ಕೂಟ ಆಗುವುದೆಂದಾಯಿತು. ಕೊಚ್ಚಿನ್ ಚೀನಾ ಫ್ರೆಂಚ್ ಗಣರಾಜ್ಯದ ಅವಿಭಾಜ್ಯ ಅಂಗವಾಗಿರಬೇಕು. ಹೊಸ ರಾಜ್ಯಾಂಗವು ನಿಜವಾದ ಸ್ವಾತಂತ್ರ್ಯವನ್ನು ಸ್ಥಳೀಯ ಸ್ವಯಮಾಧಿಕಾರವನ್ನು ನೀಡುವ ಉದ್ದೇಶವನ್ನು ಹೊಂದಿಲ್ಲದಿದ್ದುದರಿಂದ ಜನರು ಅದರ ಬಗ್ಗೆ ಸಂದೇಹಪಡುತ್ತ ಬಂದರು. ಅದೂ ಅಲ್ಲದೆ ಒಕ್ಕೂಟದ ವ್ಯಾಪ್ತಿ ಮತ್ತು ವಿಯಟ್ನಾಂನ ಗಡಿಗಳ ಬಗ್ಗೆ ಫ್ರಾನ್ಸ್ ಮತ್ತು ವಿಯಟ್ನಾಂಗಳ ಮಧ್ಯೆ ಹಲವಾರು ಭಿನ್ನಾಭಿಪ್ರಾಯಗಳು ತಲೆದೋರಿದವು. ಆದ್ದರಿಂದ ಈ ಅಪನಂಬಿಕೆ ಮತ್ತೊಮ್ಮೆ ಕಾಣಿಸಿಕೊಂಡು ಒಪ್ಪಂದಗಳು ಮುರಿದುಬಿದ್ದುವು. ವಿಯಟ್ನಾಂ ಜನರು ಫ್ರೆಂಚರ ಮೇಲೆ ಧಾಳಿಯನ್ನಾರಂಭಿಸಿ ದೀರ್ಘಕಾಲದ ಗೆರಿಲ್ಲಾ ಯುದ್ಧವನ್ನು ನಡೆಸಿಕೊಂಡು ಹೋದರು.

ಹೊಚಿಮಿನ್ ಅನ್ನು ಉರುಳಿಸುವ ಉದ್ದೇಶದಿಂದ ನಿವೃತ್ತನಾಗಿದ್ದ ಬಾವೋದಾಯ್‌ನನ್ನು ಮತ್ತೊಮ್ಮೆ ವಿಯಟ್ನಾಮಿನ ಚಕ್ರವರ್ತಿಯಾಗಲು ಫ್ರೆಂಚರು ಆಹ್ವಾನಿಸಿದರು. ಅಮೇರಿಕಾ ಮತ್ತು ಇಂಗ್ಲೆಂಡ್ ಬಾವೋದಾಯಿನ ಸರ್ಕಾರವನ್ನು ಕೂಡಲೇ ಮಾನ್ಯ ಮಾಡಿದವು. ಇತ್ತಕಡೆ ಕಮ್ಯುನಿಸ್ಟ್ ಚೀನಾ ಮತ್ತು ರಷ್ಯಾ ಕ್ಷಿಪ್ರದಲ್ಲಿ ವಿಯಟ್ನಾಂಗೆ ರಾಜತಾಂತ್ರಿಕ ಮಾನ್ಯತೆಯನ್ನು ಘೋಷಿಸಿದವು. ಹೊಚಿಮಿನ್‌ಗೆ ಚೀನಾದಿಂದ ಸೈನಿಕ ನೆರವು ಬರಲಾರಂಭಿಸಿದ ಮೇಲೆ ಫ್ರೆಂಚರು ಅಮೇರಿಕಾವನ್ನು ತಮ್ಮ ನೆರವಿಗೆ ಬರುವಂತೆ ಕೇಳಿಕೊಂಡರು. ಈ ರೀತಿಯಲ್ಲಿ ಇಂಡೋಚೀನಾ ವ್ಯವಹಾರವು ಪೂರ್ಣ ಅಂತರರಾಷ್ಟ್ರೀಯ ಮಟ್ಟದ ಯುದ್ಧವಾಗುವ ಭೀತಿಯೂ ತಲೆದೋರಿತು. ಈ ಮಧ್ಯೆ ವಿಯಟ್ನಾಂ ಸೈನ್ಯವು ಬಲಿಷ್ಠವಾಗಿ ಫ್ರೆಂಚರನ್ನು ಬಹಳಷ್ಟು ಯುದ್ಧಗಳಲ್ಲಿ ಸೋಲಿಸಿ ನೆರೆಯ ದೇಶವಾಗಿದ್ದ ಲಾವೋಸ್ ಮೇಲೆ ಮುನ್ನಡೆಯುವ ಸಾಧ್ಯತೆಯುಂಟಾಯಿತು. ವಿಯಟ್ನಾಂ ಸೈನ್ಯದ ಮುನ್ನಡೆಯನ್ನು ತಡೆಯಲು ಡೆನ್‌ಬಿನ್‌ಫೂ ನಗರವನ್ನು ಎಂತಹ ಪರಿಸ್ಥಿತಿಯಲ್ಲೂ ತಮ್ಮ ಅಧಿಕಾರದಲ್ಲಿಟ್ಟುಕೊಳ್ಳಲು ಫ್ರೆಂಚರು ನಿರ್ಧರಿಸಿದರು. 1954ರಲ್ಲಿ ಈ ಕೋಟೆಯ ಸುತ್ತಲೂ ಭೀಕರ ಕಾಳಗವು ಜರುಗಿ ಹೊಚಿಮಿನ್‌ನ ಸೈನ್ಯವು ಕಡೆಗೆ ಅದನ್ನು ಗೆದ್ದುಕೊಂಡಿತು. ಇದು ಅವನ ಕೀರ್ತಿಯ ಒಂದು ಪ್ರಮುಖ ಅಂಶವಾಗಿದ್ದು ಕಮ್ಯುನಿಸಂನ ವಿಜಯವನ್ನು ಕೂಡಾ ಸೂಚಿಸುವಂತಿತ್ತು. ಈ ಸಂದರ್ಭದಲ್ಲಿ ಜಿನಿವಾದಲ್ಲಿ 1954ರಲ್ಲಿ ನಡೆದ ಹಲವು ರಾಷ್ಟ್ರಗಳ ಸಮ್ಮೇಳನವು ಇಂಡೋಚೀನಾದ

ಪ್ರಶ್ನೆಯನ್ನು ಕುರಿತ ಚರ್ಚೆಯನ್ನಾರಂಭಿಸಿತು. ಈ ಸಮ್ಮೇಳನವು 17ನೆಯ ಸಮಾನಾಂತರ ರೇಖೆಯನ್ನು ಆಧರಿಸಿ ವಿಯಟ್ನಾಮನ್ನು ವಿಭಜಿಸಿ ಈ ಜಟಿಲವಾದ ಪ್ರಶ್ನೆಯನ್ನು ಬಗೆಹರಿಸಿತು. ಉತ್ತರ ಭಾಗವು ಹೊಚಿಮಿನ್ನನ ಕಮ್ಯುನಿಸ್ಟ್ ಆಡಳಿತಕ್ಕೆ ಒಳಪಟ್ಟರೆ ದಕ್ಷಿಣ ವಿಯಟ್ನಾಂನ ಭವಿಷ್ಯವನ್ನು 1956ರಲ್ಲಿ ನಡೆಯುವ ಚುನಾವಣೆ ಮೂಲಕ ನಿರ್ಧರಿಸುವುದೆಂದು ತೀರ್ಮಾನಿಸಲಾಯಿತು. ಫ್ರಾನ್ಸ್ ಉತ್ತರ ವಿಯಟ್ನಾಂನ್ನು ಸ್ವಾಧೀನಪಡಿಸಿಕೊಳ್ಳುವ ಯೋಚನೆಯನ್ನು ಕೈಬಿಡಬೇಕಾಯಿತು. ಕಾಂಬೋಡಿಯ ಸ್ವತಂತ್ರವೆಂದು ಆಗಲೇ ಘೋಷಿಸಲಾಗಿದ್ದಿತು. ಅದು ಮತ್ತು ಲಾವೋಸ್ ತಟಸ್ಥ ಪ್ರದೇಶಗಳೆಂದು ಪರಿಗಣಿಸಲ್ಪಟ್ಟವು. ಈ ರೀತಿಯಲ್ಲಿ ಫ್ರೆಂಚ್ ಸಾಮ್ರಾಜ್ಯವನ್ನು ಕೊನೆಗಾಣಿಸುವಲ್ಲಿ ಇಂಡೋಚೀನಾ ವಿದ್ಯಮಾನವು ಒಂದು ಮುಖ್ಯ ಘಟ್ಟವಾಯಿತು.

ದಕ್ಷಿಣ ವಿಯಟ್ನಾಂನಲ್ಲಿ ಅಮೇರಿಕಾದ ಪಾತ್ರ

1954ರಲ್ಲಿ ಜಿನೀವಾದಲ್ಲಿ ವಿಯಟ್ನಾಂನ್ನು ಎರಡು ವಿಭಾಗಗಳಾಗಿ ವಿಭಜಿಸುವ ಒಂದು ಒಪ್ಪಂದಕ್ಕೆ ಸಹಿಹಾಕಲಾಯಿತು. ಮುಂದೆ ಚುನಾವಣೆಗಳಲ್ಲಿ ಇಡೀ ದೇಶದ ಭವಿಷ್ಯವನ್ನು ನಿರ್ಧರಿಸಲು ಅವಕಾಶವನ್ನು ನೀಡಲಾಗಿದ್ದಿತು. ಹೊಚಿಮಿನ್ ಉತ್ತರ ವಿಯಟ್ನಾಂನ ಅಧ್ಯಕ್ಷನಾಗಿ ಹನಾಯಿಯಲ್ಲಿ ತನ್ನ ರಾಜಧಾನಿಯನ್ನು ಸ್ಥಾಪಿಸಿದನು. ವಿಯಟ್‌ಕಾಂಗ್ ಎಂದು ಹೆಸರುಳ್ಳ ಅವನ ಅನುಯಾಯಿಗಳು ಎರಡು ಭಾಗಗಳಲ್ಲೂ ಅಧಿಕ ಸಂಖ್ಯೆಯಲ್ಲಿದ್ದರು. ಜಿನೀವಾ ಒಪ್ಪಂದದಂತೆ ಚುನಾವಣೆಗಳು ನಡೆದಿದ್ದರೆ ಹೊಚಿಮಿನ್ ಇಡೀ ವಿಯಟ್ನಾಂಗೆ ಅಧ್ಯಕ್ಷನಾಗಿ ಆರಿಸಲ್ಪಡುತ್ತಿದ್ದನು. ಆದರೆ ಅಮೇರಿಕಾದ ಬೆಂಬಲ ಪಡೆದ ದಕ್ಷಿಣ ವಿಯಟ್ನಾಂ ಚುನಾವಣೆ ನಡೆಯಲು ಅವಕಾಶ ನೀಡಲಿಲ್ಲ. ಈ ಘಟ್ಟದಿಂದ ವಿಯಟ್ನಾಂನ ಅಂತರ್ಯುದ್ಧದಲ್ಲಿ ಅಮೆರಿಕಾದ ಮಧ್ಯಪ್ರವೇಶ ಹೆಚ್ಚುತ್ತಾ ಹೋಯಿತು. ಅಧ್ಯಕ್ಷ ಕೆನಡಿ ಚೀನಾದ ಕಮ್ಯುನಿಸ್ಟ್ ರಥವು ಆಗ್ನೇಯಾ ಏಷ್ಯಾದ ಮೇಲೆ ಹರಿಯುವುದು ಖಚಿತವೆಂದು ಭಾವಿಸಿದ್ದನು. ಇದಕ್ಕೆ ಮೊದಲು ಬಲಿಯಾಗುವವರು ವಿಯಟ್ನಾಂ, ಲಾವೋಸ್, ಕಾಂಬೋಡಿಯಾ, ಮಲೇಷಿಯಾ ಮತ್ತು ಸಿಂಗಪೂರ್. ಅನಂತರ ಅದು ಥೈಲೆಂಡ್, ಬರ್ಮಾ ಮತ್ತು ಭಾರತಕ್ಕೆ ಹಬ್ಬುತ್ತಿದ್ದಿತು. 1963ರಲ್ಲಿ ಕೆನಡಿ ಕೊಲೆಯಾಗದಿದ್ದರೆ ಕಮ್ಯುನಿಸಂ ವಿರೋಧದ ಈ ಮಹಾಯುದ್ಧವು ಯಾವ ರೀತಿ ಮುಂದುವರಿಯುತ್ತಿತ್ತು ಎಂದು ಖಚಿತವಾಗಿ ಹೇಳಲು ಸಾಧ್ಯವಿಲ್ಲ. ಕೆನಡಿಯ ಉತ್ತರಾಧಿಕಾರಿ ಲಿಂಡನ್ ಬಿ ಜಾನ್ಸನ್ ವಿಯಟ್‌ಕಾಂಗನ್ನು ಸೋಲಿಸಿ ಓಡಿಸುವುದಕ್ಕೆ ಒಂದು ದಶಲಕ್ಷ ಸೈನಿಕರು ಸಾಕೆಂದು ಭಾವಿಸಿದ್ದನು. ಈ ಸೈನ್ಯವು ವಿಯಟ್ನಾಂನ ಎರಡು ಭಾಗಗಳಿಗೂ ಸೇರಿದ್ದಾಗಿದ್ದು ಅದು 18 ವರ್ಷಗಳಿಂದಲೂ ಬಿರುಸಿನ ರಾಷ್ಟ್ರೀಯ ಯುದ್ಧದಲ್ಲಿ ತೊಡಗಿದ್ದಿತೆಂಬ ಅಂಶವನ್ನು ಅವನು ಮನಗಾಣಲಿಲ್ಲ. 1954ರಲ್ಲಿ ಅವರು ಫ್ರೆಂಚ್‌ರನ್ನು ಓಡಿಸುವುದರಲ್ಲಿ ಸಫಲರಾಗಿದ್ದರು ಮತ್ತು ಹೊಸ ಧಾಳಿಕಾರರಾದ ಅಮೇರಿಕನ್ನರಿಗೆ ಅವರು ಶರಣಾಗುವ ಸಾಧ್ಯತೆಯಿರಲಿಲ್ಲ. ವಿಯಟ್‌ಕಾಂಗ್ ಮತ್ತು ಉತ್ತರ ವಿಯಟ್ನಾಂನ ಸೈನಿಕರು ಸಾಕಷ್ಟು ಶಸ್ತ್ರಾಸ್ತ್ರಗಳಿಲ್ಲದಿದ್ದರೂ ಅನೇಕ ವೇಳೆ ದಕ್ಷಿಣ ವಿಯಟ್ನಾಂ ಮತ್ತು ಅಮೇರಿಕನ್ನರ ವಿರುದ್ಧ ಹೋರಾಡುತ್ತಾ ಬಂದರು. 1968ರ ಟೆಟ್ ಆಕ್ರಮಣದಲ್ಲಿ ಅವರು ಹೊಸ ರಾಜಧಾನಿ ಸೈಗೋನನ್ನು ವಶಪಡಿಸಿಕೊಳ್ಳಲಿದ್ದರು.

ದಕ್ಷಿಣ ವಿಯಟ್ನಾಂನ ಮೇಲೆ ಸುಲಭವಾದ ಜಯವನ್ನು ಸಂಪಾದಿಸಲಾಗದೆ ತತ್ತರಿಸುತ್ತಿದ್ದ ಅಮೇರಿಕನ್ ಅಧಿಕಾರಿಗಳು ಸೈನಿಕ ಮುಖಂಡರು ವಿಮಾನದ ಮೂಲಕ ಬಾಂಬ್ ಧಾಳಿಯನ್ನು ಮಾಡಲು ತೀರ್ಮಾನಿಸಿದರು. 1964ರಲ್ಲಿ ನಡೆದ ಕೆಲವು ಘಟನೆಗಳು ಅವರ ಕಾರ್ಯಕ್ಕೆ ಬೆಂಬಲವನ್ನು ತಂದುಕೊಟ್ಟವು. ಒಂದು ಸಂದೇಹಾಸ್ಪದ ಮೂಲದಂತೆ ಟೋನ್‌ಕಿನ್ ಕೊಲ್ಲಿಯಲ್ಲಿ ವಿಯಟ್ನಾಂ ಹಡಗು ಅಮೇರಿಕನ್ ಹಡಗುಗಳ ಮೇಲೆ ದಾಳಿ ನಡೆಸಿದ್ದಿತು. ಅಧ್ಯಕ್ಷ ಜಾನ್ಸನ್ ಇವುಗಳನ್ನು ಯುದ್ಧದ ಚಟುವಟಿಕೆಗಳೆಂದು ಪರಿಗಣಿಸಿ ಕಮ್ಯುನಿಸ್ಟ್ ಧಾಳಿಯನ್ನು ಹಿಮ್ಮೆಟ್ಟಿಸಲು ಅಗತ್ಯವಾದ ಸಂಪನ್ಮೂಲಗಳನ್ನು ಬಳಸಲು ಕಾಂಗ್ರೆಸ್ಸಿನ ಅನುಮತಿ ಪಡೆದನು. ಬಹುಬೇಗ ಅಮೆರಿಕದ ಬಾಂಬ್ ವಿಮಾನಗಳು ಉತ್ತರ ವಿಯಟ್ನಾಂ ಮತ್ತು ವಿಯಟ್‌ಕಾಂಗ್ ನೆಲೆಸಿದ್ದ ಪ್ರದೇಶಗಳ ಮೇಲೆ ಬಾಂಬು ದಾಳಿಯನ್ನು ಆರಂಭಿಸಿದವು. ಈ ಧಾಳಿಗಳು ನಡೆದ ಬಗ್ಗೆ ಮತ್ತು ಅಗತ್ಯದ ಬಗ್ಗೆ ಸ್ವಲ್ಪ ಸಂದೇಹವಿದ್ದರೂ ಅವು ಮುಂದುವರೆದವು. ಅಮೆರಿಕ ಇಡೀ ಎರಡನೇ ಮಹಾಯುದ್ಧದಲ್ಲಿ ಬಳಸಿದ ಬಾಂಬುಗಳಿಗಿಂತಲೂ ಅಧಿಕ ಸಂಖ್ಯೆಯ ಬಾಂಬುಗಳನ್ನು ಇಂಡೋಚೀನಾದಲ್ಲಿ ಬಳಸಲಾಯಿತು. ಇಂಡೋಚೀನಾದ ಮೇಲೆ ಹಾಕಿದ ಬಾಂಬುಗಳು ಎರಡನೆಯ ಮಹಾಯುದ್ಧದ ಸಮಯದಲ್ಲಿ ಶತ್ರು ಸೈನ್ಯದ ಮೇಲೆ ಹಾಕಿದ ಬಾಂಬುಗಳಿಗಿಂತ ಮೂರರಷ್ಟು ಹೆಚ್ಚಾಗಿದ್ದವು. 1974ರ ಈ ಒಂದೇ ವರ್ಷದಲ್ಲಿ 25,000 ಟನ್ ಬಾಂಬುಗಳನ್ನು ಕಾಂಬೋಡಿಯಾದ ಮೇಲೆ ಹಾಕಲಾಯಿತು. ಅಮೇರಿಕ ಮತ್ತು ಸೈಗಾನ್ ಜೊತೆಗೂಡಿ ಯುದ್ಧವನ್ನು ಪ್ರಾರಂಭಿಸಿದವರ ವೈಫಲ್ಯವನ್ನು ಎತ್ತಿತೋರಿಸಿದವು. ಈ ಘರ್ಷಣೆಯು 5 ವರ್ಷಗಳು ತುಂಬಿ ಮುಂದೇನು ಕಾಣದಾದಾಗ ಅಮೇರಿಕಾದಲ್ಲೆಲ್ಲಾ ಭ್ರಮನಿರಸನವಾಯಿತು. ಅಧ್ಯಕ್ಷ ಜಾನ್ಸನ್ ಜನರ ಟೀಕೆಗೆ ಗುರಿಯಾಗಿ ತನ್ನ ಯೋಜನೆಗಳನ್ನು ಕೈಬಿಟ್ಟು ಎರಡನೆಯ ಭಾರಿ ಅಧ್ಯಕ್ಷ ಪದವಿಗೆ ಚುನಾವಣೆಗೆ ನಿಂತನು.

ಜಾನ್ಸನ್ನನ ನಂತರ ಬಂದ ನಿಕ್ಸನ್ ಯುದ್ಧವನ್ನು ಕೊನೆಗಾಣಿಸುವ ಆಶ್ವಾಸನೆಯ ಮೇಲೆ ಚುನಾವಣೆಯಲ್ಲಿ ಗೆದ್ದು ಬಂದಿದ್ದನು. ಆದರೆ ಅವನ ವಾಗ್ದಾನವನ್ನು ಪೂರೈಸಲಾಗಲಿಲ್ಲ. 1970ರಲ್ಲಿ ಪದಾತಿ ಸೈನ್ಯವನ್ನು ಹಿಂತೆಗೆದುಕೊಂಡರು.

ಕೆಲವು ತಿಂಗಳುಗಳಲ್ಲಿಯೇ ಅಮೇರಿಕಾ, ಕಾಂಬೋಡಿಯಾ ಮೇಲೆ ಧಾಳಿ ನಡೆಸಿತು. ಮತ್ತೆ ಕೆಲವು ತಿಂಗಳ ತರುವಾಯ ಲಾವೋಸ್ ರಾಜ್ಯವನ್ನು ವಶಪಡಿಸಿಕೊಂಡಿತು. 1972ರಲ್ಲಿ ರಷ್ಯಾ ಮತ್ತು ಚೀನಾಗಳ ಬೆಂಬಲ ಪಡೆದ ಉತ್ತರ ವಿಯಟ್ನಾಂ ದಕ್ಷಿಣ ವಿಯಟ್ನಾಂನ್ನು ಗೆದ್ದುಕೊಂಡು ವಿದೇಶಿ ಸೈನ್ಯಗಳನ್ನು ದೇಶದಿಂದ ಓಡಿಸಲು ಒಂದು ಬಲಿಷ್ಠ ಕಾರ್ಯಾಚರಣೆಯು ರೂಢಿಗೆ ಬಂದಿತು. ದಕ್ಷಿಣ ವಿಯಟ್ನಾಂ ನೆಲೆಗಳನ್ನು ಗೆದ್ದುಕೊಳ್ಳಲಾಯಿತು. ಈ ಧಾಳಿಯು 1968ರ ಟೆಟ್ ಯುದ್ಧ ಧಾಳಿಗಿಂತಲೂ ಶಕ್ತಿಯುತವಾಗಿದ್ದಿತು. ನಿಕ್ಸನ್ ಉತ್ತರ ವಿಯಟ್ನಾಂನ ಗಿರಣಿ ಮತ್ತು ರೈಲು ಮಾರ್ಗಗಳ ಮೇಲೆ ಧಾಳಿ ನಡೆಸಿದನು. 1972–1973ರಲ್ಲಿ ಒಂದು ಯುದ್ಧವಿರಾಮ ಒದಗಿದರೂ ಅದು ಅನಿವಾರ್ಯ ಪರಿಸ್ಥಿತಿಯನ್ನು ಮುಂದಕ್ಕೆ ಹಾಕುವ ಕ್ರಮವಾಯಿತು. ಎರಡು ವರ್ಷಗಳ ನಂತರ ದಕ್ಷಿಣ ವಿಯಟ್ನಾಂ ವಿಯಟ್‌ಕಾಂಗರಿಗೆ ಸೋತುಹೋಯಿತು. ಈ ರೀತಿಯಲ್ಲಿ ವ್ಯಾಪಕವಾದ ಪ್ರಯತ್ನವು ಹೀನಾಯವಾದ ಸೋಲಿನಲ್ಲಿ ಪರಿಣಮಿಸಿತು.

ವಿಶ್ವದ ಶಕ್ತಿಬಣಗಳ ಗುದ್ದಾಟದಲ್ಲಿ ಇಂಡೋಚೀನಾವು ಆಗ್ನೇಯ ಏಷ್ಯಾದ ಅತ್ಯಂತ ಸಂಕಷ್ಟಕ್ಕೊಳಗಾದ ಪ್ರದೇಶವಾಗಿ ಉಳಿಯಿತು. ವಿಯಟ್ನಾಂ ಯುದ್ಧವು ಆಧುನಿಕ ಯುದ್ಧದ ತಾಂತ್ರಿಕ ವಿಜ್ಞಾನದಿಂದ ಒಂದು ದೇಶವು ಪೂರ್ಣವಾಗಿ ನಾಶವಾಗುವ ಸಾಧ್ಯತೆಯನ್ನು ಸೂಚಿಸಿತು. ಬರಿಯ ದಕ್ಷಿಣ ವಿಯಟ್ನಾಂನಲ್ಲಿ ಸತ್ತವರು ಮತ್ತು ಗಾಯಗೊಂಡವರನ್ನು ಬಿಟ್ಟು 8 ದಶಲಕ್ಷ ಜನ ಅನಾಥರಾಗಿ ನಿರಾಶ್ರಿತರಾದರು. ಹೊಲಗದ್ದೆಗಳು ಹಾಳಾಗಿ ಬೆಳೆಗಳು ನಾಶವಾದವು. ಅಲ್ಲಿನ ಕಾಡುಗಳ ಮೇಲೆ 9 ವರ್ಷಗಳ ಕಾಲ Agent Orange (ಏಜೆಂಟ್ ಆರೇಂಜ್) ಎಂಬ ವಿಷಪೂರಿತ ದ್ರವಗಳು ಬಿದ್ದು ಅಲ್ಲಿನ ಜನಗಳಿಗೆ ಶಾಶ್ವತವಾದ ದೈಹಿಕ ತೊಂದರೆ ಉಂಟಾಗಬಹುದಾಗಿದ್ದಿತು. ಇಂಡೋಚೀನಾ ಘರ್ಷಣೆಯ ಒಂದು ಪ್ರಮುಖ ಬಲಿಪಶುವೆಂದರೆ ಈ ಸಂಘರ್ಷದಲ್ಲಿ ತಟಸ್ಥವಾಗಿದ್ದ ಕಾಂಬೋಡಿಯಾದ ನರೋಡೊಮ್ ಸಿಹನುಕ್‌ನ ಸರ್ಕಾರದ ಪತನ. ಈತ ಎರಡು ಕಡೆಯ ಒತ್ತಡಕ್ಕೆ ಸಿಕ್ಕಿದ್ದನು. ಸಿಹನುಕ್ ಕಮ್ಯುನಿಸ್ಟರ ಪ್ರಭಾವವನ್ನು ಬಹಳ ಕಾಲ ನಿಯಂತ್ರಣದಲ್ಲಿಟ್ಟಿದ್ದನು. 1970ರಲ್ಲಿ ನಡೆದ ಕ್ಷಿಪ್ರ ಮಿಲಿಟರಿ ಕ್ರಾಂತಿಯಲ್ಲಿ ಅವನನ್ನು ಪದಚ್ಯುತಗೊಳಿಸಿ ಮಾರ್ಷಲ್ ಲೋನ್‌ನಾಲ್ ಅಧಿಕಾರಕ್ಕೆ ಬಂದನು. ಅಮೇರಿಕಾದ ಬೆಂಬಲವನ್ನು ಪಡೆದಿದ್ದ ಲೋನ್‌ನಾಲ್ ಅಸಮರ್ಥನು, ಭ್ರಷ್ಟನು ಆಗಿದ್ದು ದೇಶವನ್ನು ಹಾಳುಗೆಡಹಿ ಕಮ್ಯುನಿಸ್ಟರು ಮುಕ್ಕಾಲು ಭಾಗ ತನ್ನ ದೇಶವನ್ನು ಆಕ್ರಮಿಸಿಕೊಳ್ಳುವುದಕ್ಕೆ ಅವಕಾಶವಿತ್ತನು. ಇಂಡೋಚೀನಾದ ಯುದ್ಧಾನಂತರದ ಪರಿಸ್ಥಿತಿಯು ಅಮೇರಿಕಾದ ನಾಯಕರು ಅವರ ಕ್ರಾಂತಿಕಾರಿ ವಿರೋಧಿಗಳು ನಿರೀಕ್ಷಿಸಿದುದಕ್ಕಿಂತ ಭಿನ್ನವಾಗಿದ್ದಿತು. ಪರಕೀಯರ ನಿರ್ಗಮನದಿಂದ ಶಾಂತಿ ನೆಲೆಸುವುದಕ್ಕೆ ಬದಲಾಗಿ ಆಂತರಿಕ ಘರ್ಷಣೆ ಮತ್ತು ಮರುಕಳಿಸಿದ ಯುದ್ಧವು ಪರಿಸ್ಥಿತಿಯ ಗಂಭೀರವನ್ನು ಸೂಚಿಸುತ್ತಿತ್ತು. ಕಾಂಬೋಡಿಯಾದಲ್ಲಿ ಲಾನ್‌ನಾಲ್‌ನ ಅಧಿಕಾರವನ್ನು ಪದಚ್ಯುತಿಗೊಳಿಸಿದ ಕಮ್ಯುನಿಸ್ಟ್ ಕೆಮೆರೂಜ್ ಪಕ್ಷವು 1976ರಲ್ಲಿ ಕಾಂಪೂಚಿಯ ಎಂಬ ಒಂದು ಹೊಸ ರಾಜ್ಯದ ಸ್ಥಾಪನೆಯನ್ನು ಘೋಷಿಸಿ ದೇಶದಲ್ಲೆಲ್ಲಾ ಕ್ರೂರವಾದ ಹತ್ಯಾಕಾಂಡವನ್ನಾರಂಭಿಸಿತು. ಅಲ್ಲಿನ ಪೋಲ್‌ಪಾಟ್ ಎಂಬ ಮಾನಸಿಕ ಅಸ್ವಸ್ತನಾಯಕ ಚೀನಾದ ಕೃಷಿಕ ಸಮಾಜಕ್ಕಿಂತಲೂ ಕ್ರಾಂತಿಕಾರಕವಾದ ಸಮಾನತೆಯ ಸಮಾಜವನ್ನು ನಿರ್ಮಿಸುತ್ತೇನೆಂಬ ಹುಚ್ಚು ಹಟದಿಂದ ವೈದ್ಯರು, ಬುದ್ಧಿಜೀವಿಗಳು, ತಂತ್ರಜ್ಞರು, ಶ್ರೀಮಂತರು ಸೇರಿದಂತೆ ಅಪಾರ ಸಂಖ್ಯೆಯ ಜನರನ್ನು ಕೊಂದುಹಾಕಿ ನಗರಗಳ ಜನರೆಲ್ಲರೂ ಗ್ರಾಮ ಪ್ರದೇಶಗಳಿಗೆ ತೆರಳುವಂತೆ ಒತ್ತಾಯಿಸಿದನು. ಕೆಮೆರ‍್ರೂಜ್ ಪಕ್ಷದ ಉತ್ಸಾಹಿನಾಯಕರು ನಾಣ್ಯ ಪದ್ಧತಿ, ಖಾಸಗಿ ಆಸ್ತಿ, ಖಾಸಗಿ ಕುಟುಂಬ ವ್ಯವಸ್ಥೆ ಇವುಗಳನ್ನು ರದ್ದುಗೊಳಿಸಿ ಕಾಂಬೋಡಿಯಾದ 2 ದಶಲಕ್ಷ ಜನರನ್ನು ಸಾವಿಗೀಡುಮಾಡಿದರು. ವಿಯಟ್ನಾಂನ ಸೋವಿಯಟ್ ನಾಯಕರು ದೀರ್ಘಕಾಲದ ಯುದ್ಧವನ್ನು ಎದುರಿಸುತ್ತಾ ಬಂದಿದ್ದರೂ ಕಂಪೂಚಿಯಾದ ಉನ್ಮತ್ತಾಭಿಮಾನಿಗಳಿಗಿಂತಲೂ ಹೆಚ್ಚು ಸೌಹಾರ್ಧವನ್ನು ತೋರಿಸಿ ವಿಯಟ್ನಾಂನ ಆರ್ಥಿಕ ವ್ಯವಸ್ಥೆಯನ್ನು ಪುನರ್ ಸ್ಥಾಪಿಸುವುದಕ್ಕೆ ಹೆಚ್ಚು ಆದ್ಯತೆಯನ್ನು ನೀಡಿದರು. ದೇಶದ ಕೈಗಾರಿಕೆಗಳೆಲ್ಲ ನಾಶವಾಗಿದ್ದು ಜನರ ವೈಯಕ್ತಿಕ ವರಮಾನವು ಅತ್ಯಂತ ಕಡಿಮೆಯಿದ್ದು ವಿದೇಶಿಯ ನೆರವು ದೊರಕದೆ ಇದ್ದುದರಿಂದ ಆ ದೇಶದ ಪುನರ್ ನಿರ್ಮಾಣ ಕಾರ್ಯ ಸ್ಥೈರ್ಯಗೆಡಿಸುವಂತಿದ್ದಿತು.

ಇಂಡೊಚೀನಾದ 1970 ಮತ್ತು ಮುಂದಿನ ವರ್ಷಗಳ ಯುದ್ದಗಳು ಅಗ್ರರಾಷ್ಟ್ರಗಳ ಶಕ್ತಿ ಪ್ರತಿಷ್ಠೆಯ ಘರ್ಷಣೆಯಿಂದ ಉಲ್ಬಣಗೊಂಡಿದ್ದರೂ ಶತಮಾನಗಳಷ್ಟು ಹಳೆಯದಾದ ರಾಷ್ಟ್ರೀಯ ಮತ್ತು ಜನಾಂಗೀಯ ಸ್ಪರ್ಧೆಗಳ ಮರುಕಳಿಸುವಿಕೆಯಿಂದ ತಲೆದೋರಿದ್ದಿತು. ಇವು ಫ್ರೆಂಚ್ ಮತ್ತು ಅಮೇರಿಕಾದ ಸಾಮ್ರಾಜ್ಯಶಾಹಿ ಶಕ್ತಿಗಳ ವಿರುದ್ಧ ನಡೆದ ಸಮಾನ ಪ್ರಯತ್ನದ ಹೋರಾಟದ ಸಮಯದಲ್ಲಿ ಈ ಆಂತರಿಕ ವೈಮನಸ್ಯ ತಾತ್ಕಾಲಿಕವಾಗಿ ಮರೆಯಾಗಿತ್ತು. ಥೈಲ್ಯಾಂಡ್ ಮತ್ತು ವಿಯಟ್ನಾಂ ಎರಡೂ ಸಹ ಈ ಪ್ರದೇಶದ ನಾಯಕತ್ವವನ್ನು ವಹಿಸಿಕೊಳ್ಳುವ ಉದ್ದೇಶವನ್ನು ಹೊಂದಿದ್ದು ಲಾವೋಸ್, ಕಾಂಬೋಡಿಯಾ ಮೊದಲಾದ ಸಣ್ಣ ದೇಶಗಳು ಚದುರಂಗದ ಕಾಯಿಗಳಂತೆ ಅವರ ಮಧ್ಯೆ ಎಸೆಯಲ್ಪಟ್ಟವು. 1975ರಲ್ಲಿ ಲಾವೋಸಿನಲ್ಲಿ ಸ್ಥಾಪಿಸಲ್ಪಟ್ಟ ಕಮ್ಯುನಿಸ್ಟ್ ಸರ್ಕಾರವು ವಿಯಟ್ನಾಂ ಜೊತೆ ನಿಕಟ ಸಂಬಂಧವನ್ನು ಹೊಂದಿದ್ದಿತು. ಆದರೆ ಬಹುಬೇಗ

ವಿಯಟ್ನಾಂ ಮತ್ತು ಕಾಂಬೋಡಿಯ ನಡುವೆ ವೈಮನಸ್ಯವುಂಟಾಗಿ ಪೋಲ್‌ಪಾಟ್ ವಿಟಯಟ್ನಾಂ ಮೇಲೆ ಧಾಳಿಗಳನ್ನು ನಡೆಸಿದನು. ವಿಯಟ್ನಾಂ ಮತ್ತು ಚೀನಾ ಮೇಲ್ನೋಟಕ್ಕೆ ಮೈತ್ರಿಯನ್ನು ಹೊಂದಿದ್ದರೂ. ಅವರ ಸಂಬಂಧ ಎಂದಿಗೂ ಹಿತಕರವಾಗಿರಲಿಲ್ಲ. ಚೀನಿಯರು ವಿಯಟ್ನಾಂ ಜನರು ಕಾಂಬೋಡಿಯಾದವರನ್ನು ತಿರಸ್ಕಾರದಿಂದ ನೋಡಿದಂತೆ ವಿಯಟ್ನಾಂರನ್ನು ತುಚ್ಛರೆಂದು ಪರಿಗಣಿಸಿದರು. ವಿಯಟ್ನಾಂ ಜನರು ಸಾಮ್ರಾಜ್ಯಶಾಹಿ ಚೀನಾದಿಂದ ಸ್ವಾತಂತ್ರ್ಯವನ್ನು ಪಡೆಯಲು ತಾವು ನಡೆಸಿದ ದೀರ್ಘ ಹೋರಾಟವನ್ನು ನೆನಪಿಟ್ಟುಕೊಂಡಿದ್ದರು. ಚೀನಾ ವಿಯಟ್‌ನಾಮಿಗೆ ನೀಡುತ್ತಿದ್ದ ಅನೇಕ ಸಹಾಯ ಯೋಜನೆಗಳನ್ನು ರದ್ದುಗೊಳಿಸಿದಾಗ ವಿಯಟ್ನಾಂ ತನ್ನ ಬೆಂಬಲಕ್ಕಾಗಿ ಇತರರನ್ನು ಆಶ್ರಯಿಸಬೇಕಾಯಿತು. ಹನಾಯ್ ಸರ್ಕಾರವು ಅಮೇರಿಕ ಮತ್ತು ಉತ್ತರ ವಿಯಟ್ನಾಂನ ಜಂಟಿ ಆರ್ಥಿಕ ಕಮಿಷನ್ನಿನಲ್ಲಿ ಭಾಗವಹಿಸಿ ಅಮೇರಿಕ ಅದರ ಮಿತ್ರರಾಷ್ಟ್ರಗಳು ಹಾಗೂ ಸೋಷಿಯಲಿಸ್ಟ್ ದೇಶಗಳೊಂದಿಗೆ ಸಮತೋಲನವನ್ನಿಟ್ಟುಕೊಳ್ಳಲು ಪ್ರಯತ್ನಿಸಿತು. 1973ರಲ್ಲಿ ಅಮೇರಿಕಾದ ವಿದೇಶಾಂಗ ಸಚಿವ ಕಿಸಿಂಜರ್ ಸಂಧಾನವನ್ನು ರದ್ದುಗೊಳಿಸಿದನು. ವಿಯಟ್ನಾಂ ಜನರು 1978ರವರೆಗೂ ಅಮೇರಿಕಾ ರಾಜತಾಂತ್ರಿಕ ಮನ್ನಣೆ ಮತ್ತು ಸಹಾಯಧನವನ್ನು ಪಡೆಯಲು ಪ್ರಯತ್ನಗಳನ್ನು ನಡೆಸುತ್ತಿದ್ದರು. 1978ರಲ್ಲಿ ಅಮೇರಿಕಾದ ರಾಷ್ಟ್ರರಕ್ಷಣಾ ಸಮಿತಿ ಸಲಹೆಗಾರ ಬ್ರೆಸಿಸ್ಕಿಯ ಒತ್ತಾಯದಂತೆ ಅಮೇರಿಕಾ ಚೀನಾದೊಂದಿಗೆ ನಿಕಟ ಸಂಬಂಧವನ್ನು ಹೊಂದಲು ನಿರ್ಧರಿಸಿದಾಗ ಆ ದೇಶದಿಂದ ತಿರಸ್ಕೃತವಾದ ವಿಯಟ್ನಾಂ ರಷ್ಯಾದ ಒತ್ತಾಯಕ್ಕೆ ಮನ್ನಣೆ ನೀಡಿ 1978ರಲ್ಲಿ ಸೋವಿಯಟ್ ಒಕ್ಕೂಟದೊಂದಿಗೆ ಸ್ನೇಹ ಮತ್ತು ಸರ್ಕಾರದ ಸಂಧಿಗೆ ಸಹಿಹಾಕಿತು.

ವಿಯಟ್ನಾಂ ಮತ್ತು ಕಂಪೂಚಿಯಗಳ ನಡುವೆ ಯುದ್ದವು ಪ್ರಾರಂಭವಾಗುವುದಕ್ಕೆ ಮುನ್ನ ಕೆಮರೂಜ್ ಸೈನ್ಯಗಳು ವಿಯಟ್ನಾಂ ಮೇಲೂ ಅದಕ್ಕೆ ಪ್ರತ್ಯುತ್ತರವಾಗಿ ವಿಯಟ್ನಾಂ, ಕಾಂಬೋಡಿಯಾದ ಮೇಲೂ ಧಾಳಿಗಳನ್ನು ನಡೆಸಿದವು. ಪೋಲ್‌ಪಾಟ್‌ನೊಂದಿಗೆ ಯುದ್ಧವನ್ನು ನಿಲ್ಲಿಸಲು ನಡೆದ ಪ್ರಯತ್ನ ವಿಫಲವಾದಾಗ ಹನಾಯ್ ಪೂರ್ಣ ಪ್ರಮಾಣದ ಯುದ್ಧವನ್ನಾರಂಭಿಸಿ 1978ರಲ್ಲಿ ಕೆಮರೂಜ್ ಸರ್ಕಾರವನ್ನು ಉರುಳಿಸಿತು. ಈ ಯುದ್ದದಿಂದ ಕಾಂಬೋಡಿಯಾದಲ್ಲಿ ಅಳಿದುಳಿದುದೆಲ್ಲಾ ನಾಶವಾಗುವ ಪರಿಸ್ಥಿತಿ ಸಂಭವಿಸಿತು. ರಾಜಧಾನಿ ನಾಂಗ್‌ಪೆನ್ನಿನ ಪತನದ ನಂತರ ಹೊಸ ವಿಯಟ್ನಾಂ ಬೆಂಬಲದ ಸರ್ಕಾರದ ಮೇಲೂ ಗೆರಿಲ್ಲಾ ಗುಂಪುಗಳು ಧಾಳಿ ನಡೆಸುತ್ತಲೆ ಹೋದವು. ಇವುಗಳಲ್ಲಿ ಸಾಕಷ್ಟು ಬಲಿಷ್ಠವಾಗಿದ್ದ ಸಿಹನುಕ್ ನಾಯಕತ್ವದ ಗುಂಪು ಕೆಮೆರೂಜ್‌ನ ಉಳಿದಭಾಗದ ಸೈನ್ಯ ಸೇರಿದ್ದವು. ಸಹಸ್ರಾರುಜನ ಗಾಯಗೊಂಡವರು, ರೋಗಿಗಳು, ಹಸಿವಿನಿಂದ ನರಳುತ್ತಿದ್ದ ನಿರಾಶ್ರಿತರು ಥೈಲೆಂಡ್ ಗಡಿಯತ್ತ ಸಾಗಿದರು. ಅಂತರರಾಷ್ಟ್ರೀಯ ಪರಿಹಾರ ಸಂಸ್ಥೆಗಳು ಕ್ಷಾಮ ಪರಿಸ್ಥಿತಿಯನ್ನು ನಿವಾರಿಸಲು ಕೆಲವು ಕ್ರಮಗಳನ್ನು ಕೈಗೊಂಡರು. ವಿವಿಧ ರಾಜಕೀಯ ಸ್ಪರ್ಧಾಕಣಗಳ ದ್ವೇಷದಿಂದ ಈ ಪ್ರಯತ್ನಗಳು ಹೆಚ್ಚು ಪರಿಣಾಮಕಾರಿಯಾಗಲಿಲ್ಲ. ಮೊದಲೇ ಕುಂಠಿತವಾಗಿದ್ದ ವಿಯಟ್ನಾಂ ಆರ್ಥಿಕ ವ್ಯವಸ್ಥೆ ಮತ್ತಷ್ಟು ಕ್ಷೀಣಗೊಂಡಿತು. ಕಡೆಯದಾಗಿ ವಿಯಟ್ನಾಂ ಕಾಂಬೋಡಿಯಾದ ಮೇಲೆ ಕೈಮಾಡಿದ್ದರಿಂದ ಚೀನಾ ಮಧ್ಯ ಪ್ರವೇಶಮಾಡಿತು. ಪೋಲ್‌ಪಾಟ್ ಅಷ್ಟೇನು ಒಳ್ಳೆಯ ಹೆಸರನ್ನು ಗಳಿಸದಿದ್ದರೂ ಚೀನಾಕ್ಕೆ ನಿಕಟ ಸಂಪರ್ಕವನ್ನು ಅವನ ಪಕ್ಷವು ಮಾತ್ರ ಹೊಂದಿದ್ದುದರಿಂದ ಚೀನಾ ವಿಯಟ್ನಾಂನ ವಿಸ್ತರಣೆಯನ್ನು ಎದುರಿಸುವ ದೃಷ್ಟಿಯಿಂದ ಅವನಿಗೆ ಬೆಂಬಲ ನೀಡಿತು. 1979ರಲ್ಲಿ ಚೀನಿಯರು ವಿಯಟ್ನಾಂ ಮೇಲೆ ಆಕ್ರಮಣ ನಡೆಸಿ ಕೇವಲ 17 ದಿನಗಳಲ್ಲಿ ಮನೆಮಠಗಳನ್ನು, ಸೇತುವೆ, ಗಣಿ, ಹಲವಾರು ಕಟ್ಟಡಗಳನ್ನು ನಾಶಗೊಳಿಸಿದರು. ಆದರೆ ಅವರ ಧಾಳಿಯಿಂದ ಯಾವ ಪಕ್ಷಕ್ಕೂ ಲಾಭವಾಗಲಿಲ್ಲ. ಚೀನಾ ವಿಯಾಟ್ನಾಂಗೆ ಒಂದು ಪಾಠವನ್ನು ಕಲಿಸಲು ತಾನು ಹೀಗೆ ಮಾಡಿತೆಂದು ಹೇಳಿಕೊಂಡಿತು. ಪ್ರದೇಶದಲ್ಲಿ ಚೀನಾದ ಧಾಳಿ ವಾಸ್ತವ ಪರಿಸ್ಥಿತಿಯನ್ನು ಬದಲಾಯಿಸುವಲ್ಲಿ ಯಶಸ್ವಿಯಾಗಲಿಲ್ಲ. ವಿಯಟ್ನಾಂ ಕಾಂಬೋಡಿಯಾದ ಬಹುತೇಕ ಪ್ರದೇಶವನ್ನು ಆಕ್ರಮಿಸಿಕೊಂಡು ಖಾಸಗಿ ಸಂಸ್ಥೆಯವರಿಂದ ಬಂದ ಸಹಾಯ ಸಾಮಗ್ರಿಗಳ ನೆರವಿನಿಂದ ಆರ್ಥಿಕ ವ್ಯವಸ್ಥೆಯನ್ನು ಪುನಃಶ್ಚೇತನಗೊಳಿಸಲು ಪ್ರಯತ್ನಿಸಿತು. ಚೀನಾ ಕೆಮರೂಜ್‌ಗೆ ಸಹಾಯ ಮಾಡುತ್ತಿರುವುದರಿಂದ ತನ್ನ ಸೈನ್ಯವನ್ನು ಹಿಂದೆಗೆದುಕೊಳ್ಳಲು ವಿಯಟ್ನಾಂ ನಿರಾಕರಿಸಿದ್ದರಿಂದ ಅಮೇರಿಕ ಮತ್ತು ಮಿತ್ರರಾಷ್ಟ್ರಗಳು ಕೆಮರೂಜನ ಪಕ್ಷವು ವಿಶ್ವಸಂಸ್ಥೆಯಲ್ಲಿ ಕಂಪೂಚಿಯಾವನ್ನು ಪ್ರತಿನಿಧಿಸಲು ಬೆಂಬಲ ನೀಡಿದವು. ಕಾಂಬೋಡಿಯಾದ ಬಹುತೇಕ ಜನರು ವಿಯಟ್ನಾಮಿನ ಬಗ್ಗೆ ಹೆಚ್ಚು ಒಲವನ್ನು ತೋರದಿದ್ದರೂ ಪರಮನೀಚನಾಗಿದ್ದ ಪೋಲ್‌ಪಾಟ್ ಬರುವುದನ್ನು ತಪ್ಪಿಸಲು ವಿಯಟ್ನಾಂ ತಮ್ಮ ದೇಶದಲ್ಲಿ ಮುಂದುವರಿಯುವುದನ್ನು ಸ್ವಾಗತಿಸಿದರು.

ಇಂಡೋನೇಷ್ಯಾದ ರಾಷ್ಟ್ರೀಯ ಚಳುವಳಿ

ಎರಡು ಶತಮಾನಗಳ ಕಾಲ ನೆದರ್‌ಲ್ಯಾಂಡಿನ ಇಂಡೀಸ್ ಎಂದು ಕರೆಯಲ್ಪಡುತ್ತಿದ್ದ ಇಂಡೋನೇಶಿಯಾ ಡಚ್ಚರ ಸಾಮ್ರಾಜ್ಯಶಾಹಿ ಕಿರೀಟದ ಅತ್ಯಂತ ಉಜ್ವಲ ರತ್ನವಾಗಿದ್ದಿತು. ಅದು ನಿಜಕ್ಕೂ ನೈಸರ್ಗಿಕ ಸಂಪತ್ತಿನ ದೃಷ್ಟಿಯಿಂದ ಜಗತ್ತಿನಲ್ಲಿ ಅತ್ಯಂತ ಸಂಪದ್ಭರಿತ ದೇಶಗಳಲ್ಲಿ ಒಂದಾಗಿದ್ದಿತು. ಜಪಾನೀಯರು ಆಗ್ನೇಯ ಏಷ್ಯಾದಲ್ಲಿ ತಮ್ಮ ಧಾಳಿಗಳನ್ನು ವಿಸ್ತರಿಸಿದಾಗ

ಡಚ್ಚರ ಸಾಮ್ರಾಜ್ಯವು ಅವರಿಗೆ ಸಿಕ್ಕಿದ ಬಹು ಅಮೂಲ್ಯ ಪ್ರದೇಶವಾಗಿದ್ದಿತು. ಯುದ್ಧವು ಕೊನೆಗಾಣುತ್ತಿರುವಂತೆ ಅಹ್ಮದ್ ಸುಕಾರ್ನೊ ಎಂಬ ಕುಶಲ ರಾಜಕಾರಣಿಯ ನೇತೃತ್ವದಲ್ಲಿ ಅಲ್ಲಿನ ಜನ ದಂಗೆಯೆದ್ದು ಒಂದು ಸ್ವತಂತ್ರ್ಯ ಗಣರಾಜ್ಯವನ್ನು ಸ್ಥಾಪಿಸಿಕೊಂಡರು. ಡಚ್ಚರು 4 ವರ್ಷಗಳಕಾಲ ತಮ್ಮ ಸಾರ್ವಭೌಮತ್ವವನ್ನು ಮರಳಿ ಸ್ಥಾಪಿಸಲು ಪ್ರಯತ್ನಿಸಿದರು. ಸ್ಥಳೀಯ ಜನರು ಸಾಕಷ್ಟು ಪ್ರಬಲರಾಗಿ ತಮ್ಮನ್ನು ರಕ್ಷಿಸಿಕೊಂಡರು. 1989ರಲ್ಲಿ ನೆದರ್‌ಲ್ಯಾಂಡ್ ರಾಜ್ಯವು ತನ್ನ ವಸಾಹತುವಿನ ಸ್ವಾತಂತ್ರ್ಯಕ್ಕೆ ಮನ್ನಣೆಯನ್ನು ನೀಡಿತು.

ಇಂಡೋನೇಶಿಯಾದ ಗಣರಾಜ್ಯವು ಅಧ್ಯಕ್ಷ ಸುಕಾರ್ನೊನ ನಾಯಕತ್ವದಲ್ಲಿ ಏಷ್ಯಾದ ರಾಜಕೀಯದಲ್ಲಿ ಆಕ್ರಮಣಕಾರಿ ಪಾತ್ರವನ್ನು ವಹಿಸಿದರೂ ಅವನ ಹುಚ್ಚು ನೀತಿಗಳು ಆಂತರಿಕ ಅಶಾಂತಿಯನ್ನು ಆರ್ಥಿಕ ವಿನಾಶವನ್ನು ತಂದೊಡ್ಡಿದವು. ಚೀನಾದ ಪ್ರೋತ್ಸಾಹದಿಂದ ಸ್ವಲ್ಪಮಟ್ಟಿಗೆ ಸುಕಾರ್ನೊ ಬೆಂಬಲದಿಂದ ಕಮ್ಯುನಿಸ್ಟರ ಪ್ರಭಾವ ಹೆಚ್ಚಾಯಿತು. ಇಂಡೋನೇಷಿಯಾದ ಕಮ್ಯುನಿಷ್ಟ್ ಪಕ್ಷ ಕೆಲವು ವರ್ಷಗಳ ಕಾಲ ಪ್ರಪಂಚದಲ್ಲೇ 3ನೆಯ ದೊಡ್ಡ ಪಕ್ಷವಾಗಿದ್ದಿತು. 1965ರಲ್ಲಿ ನಡೆದ ಕಮ್ಯುನಿಸ್ಟರು ನಡೆಸಿದರೆಂದು ಹೇಳಲಾದ ವಿಫಲ ಕ್ಷಿಪ್ರ ಕ್ರಾಂತಿಯ ಪರಿಣಾಮವಾಗಿ ಆ ದೇಶದಲ್ಲಿ ಸೈನ್ಯದ ಆಳ್ವಿಕೆಯನ್ನು ಜಾರಿಗೆ ತಂದು ಸುಕಾರ್ನೊವಿನ ಅಧಿಕಾರವನ್ನು ಕಸಿದುಕೊಳ್ಳಲಾಯಿತು. ಇಂಡೋನೇಷ್ಯಾದ ಕಮ್ಯುನಿಸ್ಟ್ ಪಕ್ಷವು ಛಿದ್ರವಾಯಿತು. ಆದರೆ ಇದರಿಂದ ಒಂದು ಹತ್ಯಾಕಾಂಡವು ಪ್ರಾರಂಭವಾಗಿ ದೇಶದಲ್ಲಿ 5,00,000ಕ್ಕೂ ಹೆಚ್ಚು ಜನ ಕೊಲ್ಲಲ್ಪಟ್ಟರು. ಸುಕಾರ್ನೊ ನಂತರ ಬಂದ ಸುಹಾರ್ತೋ ಒಂದು ಬಿಗಿಯಾದ ಸರ್ವಾಧಿಕಾರವನ್ನು ನಡೆಸಿಕೊಂಡು ಬಂದನು. ತನ್ನ ಆಡಳಿತವನ್ನು ಮಾರ್ಗದರ್ಶಿ ಪ್ರಜಾಪ್ರಭುತ್ವ ಎಂದು ಕರೆದು ಪ್ರಜಾಪ್ರತಿನಿಧಿ ಸಭೆಯು ಸೇರಲು ಅವಕಾಶ ಮಾಡಿಕೊಟ್ಟನು. ಅದರ 60% ರಷ್ಟು ಸದಸ್ಯರನ್ನು ತಾನೇ ನೇರವಾಗಿ ನೇಮಿಸಿದನು. ಇಂಡೋನೇಷಿಯಾದ ಜನರು ಸ್ವಾತಂತ್ರ್ಯವನ್ನು ಗಳಿಸಿದರೂ ಅವರು ಪೋರ್ಚುಗೀಸರ ವಸಾಹತುವಾಗಿದ್ದ ಥೈಮೋರ್ ದ್ವೀಪದ ಪೂರ್ವ ಭಾಗಕ್ಕೆ ಸ್ವಾತಂತ್ರ್ಯವನ್ನು ನೀಡಲಿಲ್ಲ. 1975ರಲ್ಲಿ ಪೂರ್ವ ಥೈಮೋರ್ ಪೋರ್ಚುಗೀಸರ ಆಳ್ವಿಕೆಯನ್ನು ಧಿಕ್ಕರಿಸಿದಾಗ ಸುಹಾರ್ತೋ ಸೈನ್ಯವನ್ನು ಕಳುಹಿಸಿ ಅದನ್ನು ಇಂಡೋನೇಷಿಯಾಕ್ಕೆ ಸೇರಿಸಿಕೊಂಡನು. ಬಹು ಕ್ರೂರವಾದ ಘರ್ಷಣೆಗಳು ನಡೆದು ಅನೇಕ ರೋಗರುಜಿನಗಳಿಗೆ ತುತ್ತಾದರೂ ಪೂರ್ವ ಥೈಮೋರ್ ಜನರು ಮಣಿಯಲಿಲ್ಲ. ಸುಹಾರ್ತೋ ತನ್ನ ದೇಶದಲ್ಲಿ ಆಂತರಿಕ ವಿರೋಧಿಗಳನ್ನಡಗಿಸಿ ಸಾವಿರಾರು ಜನರನ್ನು ಸೆರೆಗೆತಳ್ಳಿ ತನ್ನ ದೇಶದಲ್ಲಿ ಒಂದು ಬೃಹತ್ತಾದ ಕೈಗಾರಿಕಾ ಬೆಳವಣಿಗೆಯ ಕಾರ್ಯಕ್ರಾಮವನ್ನು ಹಮ್ಮಿಕೊಂಡನು. ಜಗತ್ತಿನಲ್ಲಿ 5ನೆಯ ದೊಡ್ಡ ದೇಶವಾಗಿರುವ, 150 ಮಿಲಿಯನ್ ಜನಸಂಖ್ಯೆಯ ಈ ದೇಶವು 300 ವಿವಿಧ ಜನಾಂಗೀಯ ಗುಂಪುಗಳು ಅಷ್ಟೇ ಸಂಖ್ಯೆಯ ಭಾಷೆಗಳನ್ನು ಒಳಗೊಂಡಿದೆ. ವರ್ಷಕ್ಕೆ 130 ಡಾಲರ್ ವರಮಾನವಿರುವ ಈ ದೇಶವು ಜಗತ್ತಿನ ಅತ್ಯಂತ ಬಡರಾಷ್ಟ್ರಗಳಲ್ಲಿ ಒಂದಾಗಿದೆ. ಆದರೆ ವಿಶಾಲವಾಗಿ ಹರಡಿರುವ ದ್ವೀಪಗಳಿಂದ ಕೂಡಿದ ಈ ಗಣರಾಜ್ಯವು ಪೆಟ್ರೋಲ್, ಗ್ಯಾಸ್, ಕಲ್ಲಿದ್ದಲು, ರಬ್ಬರ್, ಪಾಮೆಣ್ಣೆ, ಟಿನ್, ಕಾಫಿ ಮೊದಲಾದ ವಸ್ತುಗಳ ರಫ್ತಿನಿಂದ ಸಂಪತ್ಭರಿತವಾಗುವ ಅವಕಾಶವನ್ನು ಹೊಂದಿದೆ.

* * * * *

ಅಧ್ಯಾಯ - 30

ಚೀನಾದಲ್ಲಿ ಸಮತಾವಾದದ ಉದಯ ಹಾಗೂ ಸ್ಥಾಪನೆ

1949ರಲ್ಲಿ ನಡೆದ ಕ್ರಾಂತಿಯ ಪರಿಣಾಮವಾಗಿ ಚೀನ ಸಮತಾವಾದದ ಪ್ರಭಾವಕ್ಕೆ ಒಳಗಾಯಿತು. ಈ ಕ್ರಾಂತಿಯ ಚರಿತ್ರೆ ಓದುವುದೆಂದರೆ ಕಮ್ಯುನಿಸಂ ಚರಿತ್ರೆ ಓದಿದ ಹಾಗೆ ಹಾಗೂ ಕಮ್ಯುನಿಸಂನ ಸ್ಥಾಪನೆ ಬಗ್ಗೆ ತಿಳಿದ ಹಾಗೆಯೇ ಸರಿ.

ಚೀನಾದಲ್ಲಿ ಕಮ್ಯುನಿಸ್ಟ್ ಪಕ್ಷದ ಸ್ಥಾಪನೆ

ಚೀನಾದ ಪೀಕಿಂಗ್ ವಿಶ್ವವಿದ್ಯಾನಿಲಯದ ಲೀತಾವೋಚಾವೋ ಮತ್ತು ಚೆನ್‌ಟುಸ್ಯೂ ಮೊದಲ ಬಾರಿಗೆ ಮಾರ್ಕ್ಸಿಸ್ಟ್ ಅಧ್ಯಯನ ಸಮೂಹವನ್ನು 1918ರಲ್ಲಿ ಮತ್ತು ಕಮ್ಯುನಿಸ್ಟ್ ಪಾರ್ಟಿಯ ನಿರ್ಮಾಣದ ಮೊದಲ ಪ್ರಯತ್ನವನ್ನು ಮಾಡಿದವರು. ಎರಡು ವರ್ಷಗಳ ನಂತರ ಸೆಪ್ಟೆಂಬರ್ 1920ರಲ್ಲಿ ಚೆನ್‌ಟುಸ್ಯೂ ಸೋವಿಯಟ್ ಏಜೆಂಟ್‌ಗಳ ಉತ್ತೇಜನದಿಂದ ಚೀನಾದ ಕಮ್ಯುನಿಸ್ಟ್ ಪಾರ್ಟಿಯ ಆರಂಭದ ಕೇಂದ್ರಬಿಂದುವಾದರು. ಚೀನಾದ ಕಮ್ಯುನಿಸ್ಟ್ ಪಾರ್ಟಿಯ ಸ್ಥಾಪಕರಲ್ಲಿ ಪ್ರಮುಖರೆಂದರೆ ಮಾವೋತ್ಸೆತುಂಗ್, ಲಿಯೋಶಾವೋಚೀ, ಚೌಎನ್‌ಲೈ ಮತ್ತು ಚುಟೇ ಇತರರು.

ಚೀನಾದ ಕಮ್ಯುನಿಸ್ಟ್ ಪಾರ್ಟಿಯ ಮುಖ್ಯ ಉದ್ದೇಶವೇನೆಂದರೆ ರೈತರ ಮತ್ತು ಕಾರ್ಮಿಕರ ಪ್ರಭುತ್ವವನ್ನು ಸ್ಥಾಪಿಸುವುದು. ಈ ಗುರಿ ಸಾಧನೆಗೆ ಅದು ಮಾಸ್ಕೋ ಜೊತೆ ನಿಕಟ ಸಂಬಂಧವನ್ನು ಇಟ್ಟುಕೊಂಡಿತ್ತು. ಆದರೆ ಸೋವಿಯತ್ ರಷ್ಯಾ ಈ ಶತಮಾನದ ಮೊದಲ ಎರಡು ದಶಕಗಳಲ್ಲಿ ರಾಷ್ಟ್ರವಾದಿಗಳ ಜೊತೆಗೆ ಸಹಕರಿಸಲು ಮಾಡಿದ ನಿರ್ಧಾರದಿಂದ ಚೀನಾದ ಕಮ್ಯುನಿಸ್ಟ್ ಪಾರ್ಟಿಗೆ ಧಕ್ಕೆ ಉಂಟಾಯಿತು. ಹಾಗೂ ಕೊಮಿಂಟಾಂಗ್ ಜೊತೆ ಸಹಕರಿಸಬೇಕೆಂದು ಚೀನಾದ ಕಮ್ಯುನಿಸ್ಟ್ ಪಾರ್ಟಿಗೆ ರಷ್ಯಾ ನೀಡಿದ ಆದೇಶದಿಂದ ಚೀನಾದ ಕಮ್ಯುನಿಸ್ಟ್ ಪಾರ್ಟಿ ಕೊಮಿಂಟಾಂಗ್‌ನ ಕಿರಿಯರಾಗಿ ಮುಂದುವರಿಯಬೇಕಾಯಿತು. ಅದೇನೇ ಇರಲಿ 1923 ರಿಂದ 1927 ರವರೆಗಿನ ಕೊಮಿಂಟಾಂಗ್ ಜೊತೆ ಈ ಮಧುರ ಸಂಬಂಧದ ದಿನಗಳಲ್ಲಿ ಚೀನಾದ ಕಮ್ಯುನಿಸ್ಟ್ ಪಾರ್ಟಿ ತನ್ನ ಪಾರ್ಟಿಯ ಹೊಸ ಸದಸ್ಯರುಗಳ ನೇಮಕಾತಿ ಹಾಗೂ ಮಿಲಿಟರಿ ಹಾಗೂ ಸಂಘವನ್ನು ವ್ಯವಸ್ಥಿತವಾಗಿ ಬೆಳೆಸಿ ಪಾರ್ಟಿಯನ್ನು ಬಲಪಡಿಸಿಕೊಂಡಿತು. 1927ರಲ್ಲಿ ಚೀನಾದ ಸೈನ್ಯ ಕಮ್ಯುನಿಸ್ಟ್‌ರ ಮೇಲೆ ಮಾಡಿದ ಧಾಳಿಯ ಪರಿಣಾಮವಾಗಿ ಕಮ್ಯುನಿಸ್ಟ್‌ರ ಹಾಗೂ ಕೊಮಿಂಟಾಂಗ್‌ರ ನಡುವಣ ಸಂಬಂಧ ಹಳಸಿತು.

ಚೀನಾದಲ್ಲಿ ಸೋವಿಯತ್ ಸ್ಥಾಪನೆ ಹಾಗೂ ದೀರ್ಘ ಸಂಚಲನ (Long March)

1927 ರಿಂದ 1930ರವರೆಗೆ ಚೀನಾದ ಕಮ್ಯುನಿಸ್ಟ್ ಪಾರ್ಟಿ ಶಸ್ತ್ರಸಜ್ಜಿತರಾಗಿ, ಹಿಂಸಾತ್ಮಕ ಧಾಳಿಗಳನ್ನು ಮಾಡಿದರೂ ಅಪಜಯ ಹೊಂದಿತು. ಹೀಗೆ ಸೈನ್ಯ ಅಪಜಯ ಹೊಂದಿದ ಮೇಲೆ 1927ರಲ್ಲಿ ಮತ್ತೊಂದು ಬಾರಿ ಮಾವೋತ್ಸೆತುಂಗ್ ಅವರ ನೇತೃತ್ವದಲ್ಲಿ ನಡೆದ ರೈತರ ದಂಗೆ ವಿಫಲಗೊಂಡಿತು. ಕ್ರಾಂತಿಯ ವಿಫಲತೆಯಿಂದಾಗಿ ಚೆನ್‌ಟುಸ್ಯೂಗೆ ಮುಖಭಂಗವಾಗಿ ಪಾರ್ಟಿಯ ಪ್ರಧಾನ ಕಾರ್ಯದರ್ಶಿ ಹಾಗೂ ಇತರ ನಾಯಕರು, ಮಾವೋತ್ಸೆತುಂಗ್ ಕಿಯಾಂಗಿಶ್‌ನಲ್ಲಿ ಚೀನಾದ ಸೋವಿಯತ್ತನ್ನು ಸ್ಥಾಪಿಸಲು ವಾಪಾಸಾದರು. ಈ ರೀತಿ ಕಿಯಾಂಗ್‌ಶ್‌ನ ಜಯ್‌ಚಿ ಎಂಬಲ್ಲಿ ಚೀನಾದ ಸೋವಿಯಟ್ 1931ರಲ್ಲಿ ಚುತೆಹ್‌ರ ಸಹಾಯದಿಂದ ಘೋಷಿಸಲಾಯಿತು. ಚೀನಾದ ಕಮ್ಯುನಿಸ್ಟ್ ಪಾರ್ಟಿಯ ಮೂಲಸ್ಥಾಪಕರಲ್ಲಿ ಒಬ್ಬರಾದ ಚುತೆಹ್‌ರ ಸಹಾಯದಿಂದ ಚೀನಾದ ಕೆಂಪು ಸೈನ್ಯದ ಅಡಿಪಾಯ ಹಾಕಲಾಯಿತು.

ಆದರೆ ರಾಷ್ಟ್ರೀಯ ಬಲಪಂಥೀಯರು ಚಿಯಾಂಗ್ ಕೈಷೇಕ್‌ರ ನೇತೃತ್ವದಲ್ಲಿ ಈ ಹೊಸ ಬೆಳವಣಿಗೆಗಳ ಬಗ್ಗೆ ಗಮನ ನೀಡದಿರಲಿಲ್ಲ. ಆದ್ದರಿಂದ ಆಗ ತಾನೆ ಆರಂಭವಾದ ಕಮ್ಯುನಿಸ್ಟ್ ರಾಜ್ಯದ ನಿರ್ನಾಮ ಮಾಡಲು ಒಂದು ಗುಂಪನ್ನು ಹುಟ್ಟುಹಾಕಲಾಯಿತು. ಹೀಗಾಗಿ ಕಮ್ಯುನಿಸ್ಟ್‌ರ ಮೇಲೆ ರಾಷ್ಟ್ರೀಯವಾದಿಗಳು ಐದು ಭಾರಿ ದೊಡ್ಡ ಪ್ರಮಾಣದಲ್ಲಿ ಧಾಳಿ ಮಾಡಿದರು. ಹೀಗೆ ಡಿಸೆಂಬರ್ 1930 ಮತ್ತು ಅಕ್ಟೋಬರ್ 1934ರ ಮಧ್ಯೆ ರಾಷ್ಟ್ರೀಯವಾದಿಗಳು ಐದು ಭಾರಿ ಆಕ್ರಮಣ ನಡೆಸಿದರು. ಐದನೇ ಭಾರಿ ಮಾಡಿದ ಧಾಳಿಯಲ್ಲಿ ಚಿಯಾಂಗ್ ಸೈನ್ಯ ಏಳುಲಕ್ಷ ಸೈನಿಕರನ್ನು ಹೊಂದಿತ್ತು. ಬಲಪಂಥೀಯರ ಈ ಒತ್ತಡವನ್ನು ಸಹಿಸಲಾಗದ ಅಸಂಖ್ಯಾತ ಕೆಂಪುಸೈನ್ಯ (ತೊಂಭತ್ತು ಸಾವಿರ ಸೈನಿಕರಿಂದ ಕೂಡಿದ ಹಾಗೂ ಅಸಂಖ್ಯಾತ ರೈತರಿದ್ದ) ತಮ್ಮ ಕೇಂದ್ರ ಸ್ಥಳವನ್ನು ಬಿಟ್ಟು ಹೊಸ ಆಸರೆಯನ್ನು ಹುಡುಕಿಕೊಂಡು ಹೋಗಬೇಕಾಯಿತು. ಹೀಗಾಗಿ ಹೆಸರುವಾಸಿಯಾದ Long March ಪ್ರಾರಂಭವಾಯಿತು. ಇದು ಮಿಲಿಟರಿ ಚರಿತ್ರೆಯಲ್ಲಿ ಅತಿದೊಡ್ಡ ಘಟನೆಯಾಗಿ ಪರಿಣಮಿಸಿತು. ಕಮ್ಯುನಿಸ್ಟ್‌ರು ಕಾದಾಡುತ್ತಾ ಕಿಯಾಂಗ್‌ಷಿಯಿಂದ ಷೆನ್ಸಿವರೆಗೆ ಆರು ಸಾವಿರ ಮೈಲಿ ಪ್ರಯಾಣ ಬೆಳೆಸುತ್ತಾ ಕಡಿದಾದ ಹಾಗೂ ಕಷ್ಟಕರ ಜಾಗಗಳನ್ನು ಹಾದು ಹೋಗಬೇಕಾಯಿತು. ಒಂದು ವರುಷ ಅವರುಗಳು ಅನುಭವಿಸಿದ

ಕಷ್ಟನಷ್ಟಗಳು ಅದ್ಭುತಕಥೆಯಾಗಿ ಉಳಿದಿವೆ. ಅಸಂಖ್ಯಾತ ಜನರು ಕಿಯಾಂಗ್‌ಶಿಯ ದಾರಿಯಲ್ಲಿ ಸತ್ತುಬಿದ್ದಿದ್ದರು. ಆದರೆ ನಿಜವಾದ ನಷ್ಟವೇನೆಂದರೆ ಅವರಲ್ಲಿದ್ದ ಕಟ್ಟಾ ಕಾರ್ಯಕರ್ತರು ಕ್ರಾಂತಿಯನ್ನು ಮಾಡುವ ಕೆಲಸವನ್ನು ಬೇರೆಯವರಿಗೆ ವಹಿಸಿಕೊಟ್ಟು ಅವರು ಸಾವನ್ನಪ್ಪಿದ್ದು. ಹೊಸ ಕೇಂದ್ರ ಸ್ಥಳವಾದ ಷೆನ್ಸಿಯಲ್ಲಿ ಮಾವೊತ್ಸೆ ತುಂಗ್‌ರವರನ್ನು ಕಮ್ಯುನಿಸ್ಟ್ ಪಕ್ಷದ ನಾಯಕನೆಂದು ಒಪ್ಪಿಕೊಳ್ಳಲಾಯಿತು.

ಕಮ್ಯುನಿಸ್ಟ್ ಆಳ್ವಿಕೆಯ ಪ್ರಥಮ ಹಂತ

ತಾವು ಆಕ್ರಮಿಸಿಕೊಂಡ ಮತ್ತು ತಮ್ಮ ಹತೋಟಿಯಲ್ಲಿದ್ದ ಸ್ವತಂತ್ರ ಪ್ರದೇಶಗಳಲ್ಲಿ ಕಮ್ಯುನಿಸ್ಟರು ವ್ಯವಸಾಯಿಕ ಸೋವಿಯಟ್‌ಗಳನ್ನು ಸ್ಥಾಪಿಸಿ ದೊಡ್ಡ ಹಿಡುವಳಿ ಜಮೀನನ್ನು ಸ್ವಾಧೀನಕ್ಕೆ ತೆಗೆದುಕೊಂಡು ಅವುಗಳನ್ನು ಮರುಹಂಚಿಕೆ ಮಾಡಿದರು. ಹಾಗೂ ದಿನನಿತ್ಯ ಬಳಕೆಯ ವಸ್ತುಗಳ ಬೆಲೆಯನ್ನು ಸಾಕಷ್ಟು ಕಡಿತಗೊಳಿಸಿದರು. ಆ ಪ್ರದೇಶಗಳ ಯುವ ಜನರನ್ನು ಕೆಂಪು ಸೈನ್ಯಕ್ಕೆ ಸೇರಿಸಿಕೊಂಡರು. ಜಮೀನನ್ನು ಸ್ವಾಧೀನಪಡಿಸಿಕೊಂಡಿದ್ದು ಹಾಗೂ ಯುವಜನರನ್ನು ಬಲವಂತವಾಗಿ ಸೈನ್ಯಕ್ಕೆ ಸೇರಿಸಿಕೊಂಡಿದ್ದು ಕಮ್ಯುನಿಸ್ಟರ ಬಗ್ಗೆ ಮಧ್ಯಮ ವರ್ಗದ ಜನರಿಗೆ ಅಸಮಾಧಾನವನ್ನುಂಟುಮಾಡಿತು. ಈ ಪ್ರತಿಕ್ರಿಯೆ ಕಮ್ಯುನಿಸ್ಟರನ್ನು ಕೆಲಮಟ್ಟಿಗೆ ಸಾಧುಗೊಳಿಸಿದ್ದಲ್ಲದೆ ಅವರ ಸುಧಾರಣಾ ಪ್ರಕ್ರಿಯೆಯ ತೀವ್ರತೆಯನ್ನು ಕಡಿಮೆಮಾಡಿತು. ಸಾರಾಸಗಟಾಗಿ ಜಮೀನನ್ನು ಸ್ವಾಧೀನಪಡಿಸಿಕೊಳ್ಳುವ ಕ್ರಮವನ್ನು ತ್ಯಜಿಸಿ ಹಂತಹಂತವಾಗಿ ತೆರಿಗೆ ಹೇರುವಿಕೆ, ಬಾಡಿಗೆ ವಸೂಲಿ ಹಾಗೂ ಸಾಲನಿಯಂತ್ರಣದ ಕಾರ್ಯಕ್ರಮಗಳನ್ನು ರೂಪಿಸಿಕೊಂಡಿತು. ಮತದಾನದ ಮೂಲಕ ಆಯ್ಕೆಗೊಂಡ ಪ್ರತಿನಿಧಿಗಳನ್ನೊಳಗೊಂಡ ಸಭೆಗಳನ್ನು ಮುಕ್ತಪ್ರದೇಶಗಳಲ್ಲಿ ಸ್ಥಾಪಿಸಿದರು. ಈ ಸಭೆಗಳಲ್ಲಿ ಕೇವಲ ಮೂರನೇ ಒಂದು ಸ್ಥಾನಗಳನ್ನು ಕಮ್ಯುನಿಸ್ಟರಿಗೆ ನೀಡುವಲ್ಲಿ ತೃಪ್ತರಾದರು. ಚೀನಾದ ವಾಯುವ್ಯ ಭಾಗವನ್ನು ವಿವೇಕಯುತವಾಗಿ ಹಮ್ಮಿಕೊಂಡಂತಹ ಪಕ್ಷದ ಶಿಸ್ತು ಹಾಗೂ ಅಚಲ ಗುರಿಯಿಂದ ಉತ್ತೇಜಿತವಾದ ಸುಧಾರಣ ಕಾರ್ಯಕ್ರಮಗಳ ಮೂಲಕ ಪರಿಣಾಮಕಾರಿಯಾದ ಪ್ರಭುತ್ವವನ್ನು ಸಾಧಿಸಿದರು.

ಮಾವೊತ್ಸೆ ತುಂಗ್‌ರವರ ನೂತನ ಪ್ರಜಾಪ್ರಭುತ್ವ

ಕಮ್ಯುನಿಸ್ಟ್ ಚೀನಾವನ್ನು ಆಳಲು ಪೂರ್ವನಿರ್ಧಾರಿತ ಎಂಬಂತೆ ಮಾವೋ ತನ್ನ ಆಕ್ರಮಣಕಾರಿ ಪಾತ್ರವಹಿಸುವುದರ ಜೊತೆಗೆ ನೂತನ ಪ್ರಜಾಪ್ರಭುತ್ವ ಎಂದೇ ಪ್ರಖ್ಯಾತವಾದ ಕೆಲವು ಸೂತ್ರಗಳನ್ನು ರೂಪಿಸಿದನು. ಯುದ್ಧಕಾಲದಲ್ಲಿ ತಮ್ಮ ಕೇಂದ್ರ ಸ್ಥಳವಾದ ಷೆನ್ಸಿಯಲ್ಲಿ ತಮ್ಮ ನವೀಕೃತ ಯೋಜನೆಯನ್ನು ರೂಪಿಸಿದರು. ಸಂಪೂರ್ಣ ಪ್ರಜಾಪ್ರಭುತ್ವಕ್ಕೆ ಪರಿಪಕ್ವವಾಗಿಲ್ಲದ ಕಾರಣ, ಚೀನಾ ದೇಶದಲ್ಲಿ ಖಾಸಗಿ ಹಾಗೂ ಸರ್ಕಾರಿ ಸ್ವಾಮ್ಯ ಮತ್ತು ಸಹಕಾರಿ ವ್ಯವಸ್ಥೆಗಳಿಂದ ಕೂಡಿದ ಮಿಶ್ರ ಆರ್ಥಿಕ ವ್ಯವಸ್ಥೆ ಅಗತ್ಯವೆಂದು ಮಾವೋ ಅಭಿಪ್ರಾಯಪಟ್ಟರು. ಈ ಹಿನ್ನೆಲೆಯಲ್ಲಿ ಜಮೀನನ್ನು ಸಮಪಾಲಿನಲ್ಲಿ ಮರುಹಂಚಿಕೆ ಮಾಡಬೇಕಾಯಿತು. ಮಾವೊತ್ಸೆ ತುಂಗ್‌ರವರು ಚೀನಾದ ಕಮ್ಯುನಿಸ್ಟ್ ಪಾರ್ಟಿಯ ಸಮ್ಮಿಶ್ರ ಸರ್ಕಾರದ ಬಗ್ಗೆ ಒಲವು ತೋರಿಸಿದರು. ಕಾರ್ಮಿಕರು, ರೈತಾಪಿ ಜನಗಳು ಹಾಗೂ ರಾಷ್ಟ್ರೀಯ ಮಧ್ಯವರ್ಗದ ಜನರನ್ನು ಒಟ್ಟುಗೂಡಿಸಿದರು. ಹೊಸ ಪ್ರಜಾಪ್ರಭುತ್ವವನ್ನು ರೂಪಿಸುವ ಮೊದಲ ಹೆಜ್ಜೆಯಾಗಿ ಈ ಸಡಿಲ ಧೋರಣೆಯಿಂದ ಅನೇಕ ಪಾಶ್ಚಾತ್ಯ ನಿರೀಕ್ಷಕರು ಚೀನಾದ ಕಮ್ಯುನಿಸಂನ ಮುಖ್ಯ ಉದ್ದೇಶ ಕೃಷಿಯ ಸುಧಾರಣೆ ಎಂದು ಅಭಿಪ್ರಾಯಪಟ್ಟರು. ಚೀನಾದ ತತ್‌ಕ್ಷಣದ ಚಿಂತನೆ ಜಹಗೀರು ಹಾಗೂ ಸಾರ್ವಭೌಮಿಕ ಅಂಶಗಳನ್ನು ನಾಶಮಾಡುವುದು ಹಾಗೂ ಸಮಾಜವಾದದ ಸ್ಥಾಪನೆಯಾಗಿತ್ತು. ಅದೇನೇ ಇರಲಿ, ಮಾವೋರವರ ಹೊಸ ಪ್ರಜಾಪ್ರಭುತ್ವ ಜನಪ್ರಿಯತೆ ಪಡೆದು, ತಮ್ಮ ಪಕ್ಷದ ರಚನೆಯಲ್ಲಿ ಅವರು ಕಟ್ಟಾವಾದಿಗಳ ಬೆಂಬಲದಿಂದ ಸ್ವತಂತ್ರರಾಗಿದ್ದರು.

ಜಪಾನ್ ಆಕ್ರಮಣ ಹಾಗೂ ಕೊಮಿಂಟಾಂಗ್ ಜೊತೆ ಸಮ್ಮಿಶ್ರ ಸರಕಾರ

1932ರ ಫೆಬ್ರವರಿಯಲ್ಲಿ ಮಂಚೂರಿಯಾ ರಕ್ಷಣೆಗಾಗಿ ಚೀನಾದ ಕಮ್ಯುನಿಸ್ಟ್ ಪಕ್ಷ ಜಪಾನಿನ ಮೇಲೆ ಆಕ್ರಮಣ ನಡೆಸಿತು. ಈ ಉದ್ದೇಶಕ್ಕಾಗಿ ಕಮ್ಯುನಿಸ್ಟರು ಕೊಮಿಂಟಾಂಗ್ ಜೊತೆ ಸೇರಿದರು. ಹೀಗೆ ಮಾವೊ ಮತ್ತು ಚಿಯಾಂಗ್ ಕೈಷೇಕ್ ನಡುವಣ ಒಂದು ಮುಜುಗರದ ಒಪ್ಪಂದ ಏರ್ಪಟ್ಟಿತು. ಜಪಾನ್ ಮುನ್ನುಗ್ಗಿ ಚೀನಾದ ಬಹುಪಾಲು ಪ್ರದೇಶವನ್ನು ಆಕ್ರಮಿಸಿಕೊಂಡಾಗ ಕಮ್ಯುನಿಸ್ಟರು ಹಾಗೂ ಕೊಮಿಂಟಾಂಗರು ಜಪಾನ್ ಸೈನ್ಯದ ಹಿಂಬದಿಯಲ್ಲಿ ಕಿರುಕುಳ ಕಾಳಗದ ಮೊರೆ ಹೋಗಬೇಕಾಯಿತು. ಈ ವಿಷಯದಲ್ಲಿ ಕಮ್ಯುನಿಸ್ಟರಿಗೆ ಹೆಚ್ಚಿನ ಅನುಭವವಿದ್ದು, ಕಿರುಕುಳ ಕಾಳಗವನ್ನು ಮಾಡಲು ವ್ಯವಸ್ಥಿತರಾಗಿದ್ದರಿಂದ ಕೊಮಿಂಟಾಂಗ್‌ನ ಮೇಲೆ ಮೇಲುಗೈ ಸಾಧಿಸಲು ಸಾಧ್ಯವಾಗುವಂತಿತ್ತು. ಪರಿಸ್ಥಿತಿ ಅವರಿಗೆ ಅನುಕೂಲಕರವಾಗಿ ಪರಿಣಮಿಸಿತ್ತು. ಈ ಕಾರಣ ಕೊಮಿಂಟಾಂಗ್‌ನ ಮುಖ್ಯಸ್ಥರು ತಮ್ಮ ಸಂಘವನ್ನು ತೊರೆದು ಕಮ್ಯುನಿಸ್ಟರ

ಜೊತೆಯಾದರು. ಜಪಾನ್ ಸೈನ್ಯದ ಹಿಂಬದಿಯ ಕಾರ್ಯಾಚರಣೆಯಲ್ಲಿ ತೊಡಗಿದ್ದ ಕೊಮಿಂಟಾಂಗ್‌ರ ಸೈನ್ಯ ಇಮ್ಮಡಿಯಾಯಿತು. ಹೀಗಾಗಿ ಜಪಾನ್ ಶರಣಾಗತವಾದ ಸಮಯದಲ್ಲಿ ಕಮ್ಯುನಿಸ್ಟರ ಹತೋಟಿಯಲ್ಲಿದ್ದ ಪ್ರದೇಶದ ಸಂಖ್ಯೆ ನೂರು ದಶಲಕ್ಷ ತಲುಪಿತ್ತು.

ಕಮ್ಯುನಿಸ್ಟರ ಮಿಲಿಟರಿ ಸೈನ್ಯದ ವೃದ್ಧಿ ಹಾಗೂ ಅಂತರ್ಯುದ್ಧದ ಪ್ರಾರಂಭ

ಜಪಾನ್ ವಿರುದ್ಧ ನಡೆದ ಯುದ್ದದ ಅಂತ್ಯದವರೆಗೆ ಸೈನ್ಯದ ಕಾರ್ಯಾಚರಣೆಯಲ್ಲಿ ಕಮ್ಯುನಿಸ್ಟ್‌ರ ಮೇಲುಗೈ ಇದ್ದು ಕೊಮಿಂಟಾಂಗ್‌ನವರು ಕಿರಿಯ ಸಹೋದ್ಯೋಗಿಗಳಾಗಿ ಉಳಿಯಬೇಕಾಯಿತು. ಇಷ್ಟೇ ಅಲ್ಲದೆ ಜನರ ಮನವೊಲಿಕೆ ಮೂಲಕ ಕೆಂಪುಸೈನ್ಯ ತನ್ನ ಶಕ್ತಿ, ಅಧಿಕಾರವನ್ನು ವೃದ್ಧಿಗೊಳಿಸುವುದರ ಜೊತೆಗೆ ಅದರ ಯುದ್ಧ ಸಲಕರಣೆಗಳನ್ನು, ಸಾಮಗ್ರಿಗಳನ್ನು ಚುಟೇ ಅವರ ಮಾರ್ಗದರ್ಶನದಲ್ಲಿ ವ್ಯವಸ್ಥಿತಗೊಳಿಸಿತು. ಪರಿಣಾಮವಾಗಿ ಯುದ್ಧ ಮುಗಿದಾಗ ಕಮ್ಯುನಿಸ್ಟ್ ರಕ್ಷಣಾ ಪಡೆಯ ಸಂಖ್ಯೆ 80 ಸಾವಿರದಿಂದ 3 ದಶಲಕ್ಷಕ್ಕೆ ಏರಿತು. ಆದರೆ ಕಮ್ಯುನಿಸ್ಟ್ ಹಾಗೂ ಕೊಮಿಂಟಾಂಗ್‌ರ ಮಧ್ಯೆ ದಕ್ಷಿಣ ಆನ್ವೆಯಲ್ಲಿ ಮತ್ತೆ ತೀವ್ರ ಭಿನ್ನಾಭಿಪ್ರಾಯ ತಲೆದೋರಿತು. ಜಪಾನಿಯರ ಆದಷ್ಟು ಪ್ರದೇಶವನ್ನು ಆಕ್ರಮಿಸಲು 1941ರಲ್ಲಿ ಜಪಾನೀಯರ ಮೇಲೆ ರಷ್ಯಾ ಮಾಡಿದ ಧಾಳಿಯಿಂದಾಗಿ ಕೆಂಪು ಸೈನ್ಯಕ್ಕೆ ಸಾಕಷ್ಟು ಕುಮ್ಮಕ್ಕು ದೊರೆಯಿತು. ಇದರಲ್ಲಿ ಆದಷ್ಟು ಅಧಿಕಾರ ಕಬಳಿಸಬೇಕೆಂಬ ಕಮ್ಯುನಿಸ್ಟರ ಉಪಾಯ ಚಿಯಾಂಗ್ ಕೈಷೇಕ್ ಮನಸ್ಸಿನಲ್ಲಿ ಅನುಮಾನ ಮೂಡಿಸಿತು. ಅವರು ಚುಟೇಗೆ ಜಪಾನಿನ ಆದಷ್ಟು ಪ್ರದೇಶವನ್ನು ಆಕ್ರಮಿಸಲು ನೀಡಿದ ಆದೇಶವನ್ನು ವಜಾಮಾಡಲು ಹೇಳಿದರು. ಚುಟೆ ಈ ಸಲಹೆಯನ್ನು ತಿರಸ್ಕರಿಸಿದಾಗ ಅವರಿಬ್ಬರ ಮಧ್ಯೆ ಬಿಕ್ಕಟ್ಟು ಉಂಟಾಯಿತು. ನಂತರ ಚೀನಾದ ಭವಿಷ್ಯತ್ತನ್ನು ನಿರ್ಧರಿಸುವುದಕ್ಕೋಸ್ಕರ ರಾಜಕೀಯ ಸಲಹಾ ಸಮಿತಿಯನ್ನು ನೇಮಕಮಾಡಲು ಮಾತುಕತೆ ನಡೆಯುತ್ತಿದ್ದ ಸಂದರ್ಭದಲ್ಲೂ ಈ ಎರಡು ಬಣಗಳ ನಡುವೆ ಅನೇಕ ಘರ್ಷಣೆಗಳಾದವು. ರಾಷ್ಟ್ರವಾದೀ ಸರಕಾರ ಕಮ್ಯುನಿಸ್ಟರ ಮೇಲೆ ಭಾರೀ ಪ್ರಮಾಣದ ಧಾಳಿಯನ್ನು ಮಾಡಲು ನಿರ್ಧರಿಸಿತು. 1945ರ ಕೊನೆಗೆ ಅಮೆರಿಕಾದ ಅಧ್ಯಕ್ಷ ಹ್ಯಾರೀ ಟ್ರೂಮನ್‌ರವರು ಈ ಎರಡು ಗುಂಪಿನ ಮಧ್ಯೆ ಮಧ್ಯಸ್ಥಿಕೆ ವಹಿಸಲು ಮತ್ತು ಯುದ್ಧ ಆರಂಭಿಸಲು ಜನರಲ್ ಜಾರ್ಜ್‌ಸಿ ಮಾರ್ಷಲ್‌ರವರನ್ನು ಕಳುಹಿಸಿದರು. ಏಕೆಂದರೆ ಅಮೆರಿಕಾ ಈಗಾಗಲೇ ಪ್ರಬಲವಾದ ಕಮ್ಯುನಿಸಂ ಶಕ್ತಿಯನ್ನು ಅಥವಾ ಪ್ರಾಬಲ್ಯವನ್ನು ಸಹಿಸಲಿಲ್ಲ. ಆದರೆ ಕೊಮಿಂಟಾಂಗ್‌ರು ಯುದ್ಧವಾದ ಮೇಲೆ ಕಮ್ಯುನಿಸ್ಟ್‌ರಿಗೆ ಹೆಚ್ಚಿನ ರಿಯಾಯಿತಿಗಳನ್ನು ನೀಡಲಿಲ್ಲ. ಏಕೆಂದರೆ ಯುದ್ಧವಾದ ಮೇಲೆ ಜಪಾನಿನ ಜೊತೆ ಆಯಕಟ್ಟಿನ ಸ್ಥಳಗಳನ್ನು ತನ್ನ ಹದ್ದುಬಸ್ತಿನಲ್ಲಿ ಇರಿಸಿಕೊಂಡಿದ್ದರಿಂದ ಅಮೆರಿಕಾದ ಮಧ್ಯಸ್ಥಿಕೆಯ ಬಗ್ಗೆ ಹೆದರಬೇಕಾಗಿರಲಿಲ್ಲ. ಇದರ ಫಲವಾಗಿ ಮಾರ್ಷಲ್ 1946ರಲ್ಲಿ ತಮ್ಮ ದೇಶಕ್ಕೆ ನಿರಾಸೆ ಹಾಗೂ ಬರಿಗೈಯಲ್ಲಿ ಮರಳಬೇಕಾಯಿತು.

ಜಪಾನ್ ಶರಣಾಗತಿ ನಂತರ ಕಮ್ಯುನಿಸ್ಟರು ಮತ್ತು ಕೊಮಿಂಟಾಂಗರು, ಜಪಾನ್ ತೆರವು ಮಾಡಿದ ಪ್ರದೇಶಗಳ ಹತೋಟಿಗೆ ತಮ್ಮ ಪರಸ್ಪರ ಹಕ್ಕನ್ನು ಮುಂದಿಟ್ಟರು. ಈ ಎರಡು ಗುಂಪುಗಳ ನಡುವೆ ಘರ್ಷಣೆಗೆ ಇದು ಕಾರಣ. ಹಾಗೂ ಯಾವುದೇ ರೀತಿಯ ಒಪ್ಪಂದಕ್ಕೆ ಇವು ಒಪ್ಪದ ಘಟ್ಟ ತಲುಪಿದವು. ಈ ಜಗಳದಲ್ಲಿ ಕೊಮಿಂಟಾಂಗರ ಬಳಿ ಉತ್ತಮ ಹಾಗೂ ವ್ಯವಸ್ಥಿತವಾದ ಸೈನ್ಯವಿದ್ದು, ಆರಂಭದಲ್ಲಿ ಪ್ರಶಂಸನೀಯ ಯಶಸ್ಸನ್ನು ಸಾಧಿಸಿದರು. ಈಶಾನ್ಯ ಭಾಗದಲ್ಲಿ ಜಯಭೇರಿ ಹೊಂದಿ ಶತ್ರುಪಾಳೆಯದ ಅಸಂಖ್ಯಾತ ಸೈನಿಕರನ್ನು ಬಂದಿಸುವುದರಲ್ಲಿ ಗೆಲವು ಸಾಧಿಸಿತು. ಆದರೆ ಈ ಆಶ್ಚರ್ಯಕರ ಗೆಲುವೂ ಸಹ ಕಮ್ಯುನಿಸ್ಟ್‌ರನ್ನು ಧೃತಿಗೆಡಿಸಲಿಲ್ಲ. ನಿಜಾಂಶವೇನೆಂದರೆ ಕಮ್ಯುನಿಸ್ಟರು ಪಟ್ಟಣಗಳಿಂದ ದೂಡಲ್ಪಟ್ಟರೂ, ಹಳ್ಳಿಗಾಡು ಪ್ರದೇಶಗಳಲ್ಲಿದ್ದು ಸಂಪರ್ಕ ವ್ಯವಸ್ಥೆಯಿಂದ ಕೊಮಿಂಟಾಂಗರಿಗೆ ಕಿರುಕುಳ ಕೊಡಲು ಪ್ರಾರಂಭಿಸಿದರು. ಪರಿಣಾಮವಾಗಿ, ಗಡಿ ಪ್ರದೇಶಗಳಲ್ಲಿದ್ದ ಕೊಮಿಂಟಾಂಗರ ತುಕಡಿಗಳು ದಿನೇದಿನೇ ಧಾಳಿಗೆ ತುತ್ತಾಗುವ ಸಂಭವ ಹೆಚ್ಚಿತು. ಈ ಸಂದರ್ಭದಲ್ಲಿ ಮುಂದೆ ಜನಸೇನೆ ಎಂದೇ ಪ್ರಸಿದ್ದವಾದ ಕೆಂಪುಸೈನ್ಯ ಭಾರೀ ಪ್ರತಿ ಧಾಳಿಯನ್ನು ಮಾಡಿತು. ಈ ನಿರಂತರ ಧಾಳಿಯನ್ನು ತಡೆಯಲಾಗದೆ ಕೊಮಿಂಟಾಂಗ್‌ನ ಸೈನ್ಯ ಹಿಮ್ಮಟ್ಟಿದ್ದೇ ಅಲ್ಲದೆ, ಅದರ ಅನೇಕ ತುಕಡಿಗಳು ಕಮ್ಯುನಿಸ್ಟರಿಗೆ ಶರಣಾಗತರಾಗಬೇಕಾಯಿತು. ಅಮೆರಿಕದ ಸೈನ್ಯ ಸಹಾಯವಿದ್ದಾಗ್ಯೂ ಕೂಡ ಕೊಮಿಂಟಾಂಗರೂ ಸೋತು ಕಮ್ಯುನಿಸ್ಟರಿಗೆ ಯುದ್ಧ ಭೂಮಿಯನ್ನು ಬಿಟ್ಟುಕೊಡಬೇಕಾಯಿತು. ಇದರ ಪರಿಣಾಮವಾಗಿ 1950ರ ಮಧ್ಯಭಾಗದಲ್ಲಿ ಚೀನಾದ ಮುಖ್ಯ ಭೂಭಾಗಗಳು ಹಾಗೂ ಹೈನನ್ ಕಮ್ಯೂನಿಸ್ಟರ ಪೂರ್ಣ ಸ್ವಾಧೀನಕ್ಕೊಳಪಟ್ಟಿತು.

ಕಮ್ಯುನಿಸ್ಟರ ಯಶಸ್ಸಿಗೆ ಕಾರಣಗಳು

ಸೋಜಿಗದ ಸಂಗತಿಯೆಂದರೆ ಕೊಮಿಂಟಾಂಗರು ಹೆಚ್ಚಿನ ಅನುಕೂಲದ ಜೊತೆ ಉತ್ತಮವಾದ ಸೈನ್ಯ ಸಾಮಗ್ರಿ ಇದ್ದಾಗ್ಯೂ ಕೂಡ ಕಮ್ಯುನಿಸ್ಟರ ಧಾಳಿಯನ್ನು ತಡೆಯಲು ಅಸಮರ್ಥರಾದುದರ ಬಗ್ಗೆ ಹಾಗೂ ಕಮ್ಯುನಿಸ್ಟರ ಯಶಸ್ಸಿಗೆ ಕಾರಣಗಳನ್ನು ಹುಡುಕುವುದು ಕಷ್ಟವೇನಲ್ಲ. ಮುಖ್ಯ ಕಾರಣವೇನೆಂದರೆ ಕೊಮಿಂಟಾಂಗರು ಮಿಲಿಟರಿ ಪಡೆಯಾಗಿ ದಿನೇ

ದಿನೇ ಕ್ಷೀಣವಾಗಿದ್ದು ಜಪಾನಿನ ತೀವ್ರತರ ಧಾಳಿಯನ್ನು ಯಶಸ್ವಿಯಾಗಿ ತಡೆದ ತರುವಾಯ ಬಹಳ ಕಾಲ ಮುಂದುವರೆದ ರಕ್ಷಣಾ ಕಾರ್ಯದಿಂದ ಅವರ ಸೈನ್ಯದ ಬಲ ಕುಗ್ಗಿತು ಹಾಗೂ ಕೊಮಿಂಟಾಂಗ್ ಸರ್ಕಾರವನ್ನೇ ಬಡವಾಗಿಸಿತು.

ಎರಡನೆಯದಾಗಿ, ರಾಷ್ಟ್ರ ಪುನರ್ ನಿರ್ಮಾಣದ ಪ್ರತಿನಿಧಿಗಳಾಗಿ ಕೊಮಿಂಟಾಂಗರು ಅಧಿಕಾರಿಗಳ ಭ್ರಷ್ಟಚಾರ ಹಾಗೂ ಅದಕ್ಷತೆ ಹಾಗೂ ಸಾರ್ವಜನಿಕರ ಹಣ ಮತ್ತು ಸರಬರಾಜು ವಸ್ತುಗಳಲ್ಲಿ ಅಪರಿಮಿತವಾದ ಲಾಭ ಸಂಪಾದನೆ ಮಾಡಿದ್ದು. ಅದರಿಂದಾಗಿ ಜನರ ಕಣ್ಣಿನಲ್ಲಿ ಬಹಳ ಕೀಳುಮಟ್ಟಕ್ಕಿಳಿದು ಅವರಲ್ಲಿ ಆತ್ಮವಿಶ್ವಾಸ ಮೂಡಿಸುವುದರಲ್ಲಿ ವಿಫಲರಾದರು.

ಮೂರನೆಯದಾಗಿ ಕೊಮಿಂಟಾಂಗರು ಸಾಮಾನ್ಯ ಪ್ರಜೆಗಳನ್ನು ನಂಬದೆ, ಆಸ್ತಿವಂತರು ಹಾಗೂ ಜಮೀನುದಾರರ ಬೆಂಬಲವನ್ನು ಅವಲಂಬಿಸಿದ್ದು, ಅದಾಗಿ ಜನಗಳ ಜೊತೆ ಸಂಪರ್ಕವಿಲ್ಲದೆ ಕಮ್ಯುನಿಸ್ಟರ ವಿರುದ್ಧ ಗೆಲುವನ್ನು ಸಂಪಾದಿಸಲು ಆಗಲಿಲ್ಲ. ಆದರೆ ಕಮ್ಯುನಿಸ್ಟರು, ರೈತಾಪಿ ಜನಗಳು ಹಾಗೂ ಜನಸಾಮಾನ್ಯರ ಜೊತೆ ದೇಶದ ಮೂಲೆ ಮೂಲೆಯಲ್ಲಿ ಸಂಪರ್ಕವಿಟ್ಟುಕೊಂಡಿದ್ದರು. ಕಮ್ಯುನಿಸ್ಟರ ಶ್ರದ್ಧೆ ಹಾಗೂ ಸರಳ ಜೀವನ ಶೈಲಿ ಸಾಮಾನ್ಯ ಜನರ ಆತ್ಮವಿಶ್ವಾಸವನ್ನು ಹೆಚ್ಚಿಸುವುದರ ಜೊತೆಗೆ ಅವರ ಮನಸ್ಸನ್ನು ಗೆದ್ದಿತು. ತಾವು ಎಲ್ಲೆಲ್ಲಿ ಅಧಿಕಾರದಲ್ಲಿದ್ದರೂ ಆ ಪ್ರದೇಶಗಳಲ್ಲಿ ಜನರ ಜೀವನ ಸ್ಥಿತಿಗತಿಗಳನ್ನು ಸುಧಾರಿಸುವ ಜೊತೆಗೆ ಯಾವುದೇ ಸ್ವಂತ ಲಾಭದಾಸೆಗೆ ಮನಗೊಡದೆ, ಹೆಚ್ಚಿನ ಕಾಳಜಿ ವಹಿಸಿದರು. ಅವರ ಸೈನಿಕರು ಶಿಸ್ತು ಮತ್ತು ಸಂಯಮದ ಮಾದರಿಗಳಾಗಿದ್ದು, ಸಾರ್ವಜನಿಕ ಸೊತ್ತನ್ನು ಕಬಳಿಸದೆ ಹಾಗೂ ಮಹಿಳೆಯರನ್ನು ಗೌರವದಿಂದ ಕಂಡರು. ಇವೆಲ್ಲಾ ಕಮ್ಯುನಿಸ್ಟರಿಗೆ ಜನಪ್ರಿಯತೆ ಗಳಿಸಿಕೊಟ್ಟು ಜನರ ಶ್ರೇಯೋಭಿವೃದ್ಧಿಯೇ ಅವರ ಮುಖ್ಯ ಉದ್ದೇಶ ಎಂಬುದನ್ನು ಧೃಡಪಡಿಸಿತು. ಒಟ್ಟಿನಲ್ಲಿ ಕಮ್ಯುನಿಸ್ಟರು ಗೆದ್ದಿದ್ದು ಕೊಮಿಂಟಾಂಗ್‌ರ ಅದಕ್ಷತೆಯ ಜೊತೆಗೆ ತಮ್ಮ ದಕ್ಷತೆ ಹಾಗೂ ನೈತಿಕ ಜವಾಬ್ದಾರಿಯ ಪರಿಣಾಮವಾಗಿ ಎನ್ನಬಹುದು.

ಚೀನಾದಲ್ಲಿ ಜನತಾ ಗಣರಾಜ್ಯ ಸ್ಥಾಪನೆ

1949ರ ಸೆಪ್ಟೆಂಬರ್‌ನಲ್ಲಿ ಚೀನಾದಲ್ಲಿ ಜನರ ಸಲಹಾ ಸಮಿತಿ ಹೊಸ ಸರ್ಕಾರವನ್ನು ಸ್ಥಾಪಿಸುವ ಉದ್ದೇಶದಿಂದ ಪೀಕಿಂಗ್‌ನಲ್ಲಿ ಸಭೆಸೇರಿತು. ಈ ಸಮ್ಮೇಳನವು ಅನೇಕ ರಾಜಕೀಯ ಪಕ್ಷಗಳ, ವ್ಯಕ್ತಿಗಳ, ಸಂಘಸಂಸ್ಥೆಗಳ ಹಾಗೂ ಅಲ್ಪಸಂಖ್ಯಾತ ಗುಂಪುಗಳ ಪ್ರತಿನಿಧಿಗಳನ್ನೊಳಗೊಂಡಿದ್ದರೂ ಕೂಡ ಇವರೆಲ್ಲರೂ ಕಮ್ಯುನಿಸ್ಟ್‌ರಿಂದ ಆಯ್ಕೆಯಾದವರಾಗಿದ್ದರು. 1949ರ ಅಕ್ಟೋಬರ್ ತಿಂಗಳಲ್ಲಿ ಈ ಸಮ್ಮೇಳನವು ಚೀನಾದ ಜನತಾ ಗಣರಾಜ್ಯದ ಸ್ಥಾಪನೆಯನ್ನು ಘೋಷಿಸಿತು. ಪೀಕಿಂಗ್ ನಗರವು ಈ ಹೊಸ ಗಣರಾಜ್ಯದ ರಾಜಧಾನಿಯಾಗಿತ್ತು. ಈ ಸರ್ಕಾರವು ಮೇಲ್ನೋಟಕ್ಕೆ ವಿವಿಧ ಪಕ್ಷಗಳನ್ನೊಳಗೊಂಡಿದ್ದರೂ ವಾಸ್ತವದಲ್ಲಿ ಅದು ಕಮ್ಯುನಿಸ್ಟರ ಸರ್ವಾಧಿಕಾರದ ಆಳ್ವಿಕೆಯಾಗಿತ್ತು. ಸರ್ಕಾರದ ಮುಖ್ಯ ಉದ್ದೇಶ ಮಾವೋತ್ಸೆ ತುಂಗನ ನೂತನ ಪ್ರಜಾಪ್ರಭುತ್ವ ತತ್ವಗಳಿಗೆ ಬದ್ಧವಾಗಿದ್ದು, ಕಮ್ಯುನಿಸಂಗೆ ಪರಿಪಕ್ವವಾಗಿಲ್ಲದ ಚೀನಾದ ಸಮಾಜವನ್ನು ಅದಕ್ಕಾಗಿ ಅಣಿಗೊಳಿಸುವುದು ಇದರ ಮುಖ್ಯ ಗುರಿಯಾಗಿತ್ತು. ಕೇಂದ್ರೀಕೃತ ಕಮ್ಯುನಿಸ್ಟ್ ಪಕ್ಷವು ಸರ್ಕಾರದ ಎಲ್ಲಾ ಹಂತಗಳನ್ನು ಸಂಪೂರ್ಣವಾಗಿ ನಿಯಂತ್ರಣದಲ್ಲಿ ಇಟ್ಟುಕೊಂಡಿರುವುದರ ಜೊತೆಗೆ ಸೈನ್ಯ ಹಾಗೂ ನೂತನವಾಗಿ ಸ್ಥಾಪಿತವಾದ ಮಹಿಳಾ ಹಾಗೂ ಕಾರ್ಮಿಕ ಸಂಘಟನೆಗಳ ಮೇಲೂ ತನ್ನ ಪೂರ್ಣ ಪ್ರಭುತ್ವ ಹೊಂದಿತ್ತು. ಈ ಪ್ರತಿಯೊಂದು ಸಂಘಟನೆಯ ಉದ್ದೇಶ ಮಾವೋನ ಆಡಳಿತ ಹಾಗೂ ಕಾರ್ಯಕ್ರಮಗಳಿಗೆ ಜನಬೆಂಬಲವನ್ನು ಒಗ್ಗೂಡಿಸುವುದಾಗಿತ್ತು. ಜೊತೆಗೆ ಈ ಸಂಘಟನೆಗಳು ಚೀನಾದ ಜನ ಸಾಮಾನ್ಯರಿಗೆ ಸರ್ಕಾರದ ವಿವಿಧ ಹಂತಗಳಲ್ಲಿ, ಮುಖ್ಯವಾಗಿ ಸ್ಥಳೀಯ ಸರ್ಕಾರಗಳಲ್ಲಿ, ನೇರವಾಗಿ ಭಾಗವಹಿಸುವ ಅವಕಾಶ ಮಾಡಿಕೊಟ್ಟವು. 1949ರ ಅಕ್ಟೋಬರ್ 1 ರಂದು ಕಮ್ಯುನಿಸ್ಟರು ಚೀನಾದ ಪ್ರಜಾಪ್ರಭುತ್ವ ಗಣರಾಜ್ಯದ ಸ್ಥಾಪನೆಯನ್ನು ಘೋಷಿಸಿ ಮಾವೋತ್ಸೆ ತುಂಗರನ್ನು ಅದರ ಅಧ್ಯಕ್ಷನನ್ನಾಗಿ ಹಾಗೂ ಚೌ ಎನ್‌ಲೈ ಅದರ ಪ್ರಧಾನಮಂತ್ರಿಯಾಗಿ ಆಯ್ಕೆಗೊಂಡರು. ಸೋವಿಯತ್ ರಷ್ಯಾವು ಹೊಸ ಚೀನಾ ದೇಶದ ಸ್ಥಾಪನೆಯನ್ನು ಔಪಚಾರಿಕವಾಗಿ ಒಪ್ಪಿಕೊಂಡಿತು.

ಕಮ್ಯುನಿಸ್ಟ್ ಸರ್ಕಾರ ಶೀಘ್ರವಾಗಿ ಸಮೂಹ ಮಾಧ್ಯಮಗಳು ಹಾಗೂ ಶಿಕ್ಷಣ ವ್ಯವಸ್ಥೆ ಮೇಲೆ ತನ್ನ ಹತೋಟಿ ಸಾಧಿಸಿತು. ಆರ್ಥಿಕ ಹಾಗೂ ರಾಜಕೀಯ ಗುರಿಗಳನ್ನು ಸಾಧಿಸಿ ಪೂರ್ಣ ಕೈಗಾರೀಕರಣದ ದಿಶೆಯಲ್ಲಿ ಹೆಜ್ಜೆ ಹಾಕಿತು. ಕಾರ್ಯಕ್ರಮಗಳ ಹಾಗೂ ಜನಸಮುದಾಯದ ಬೆಂಬಲದಿಂದ ಚೀನಾ ಸರ್ಕಾರವು ಮಂಚೂ ಆಳ್ವಿಕೆಗಿಂತ ಹೆಚ್ಚು ಬಲವಾಗಿ ಜನರನ್ನು ಒಗ್ಗೂಡಿಸುವಲ್ಲಿ ಯಶಸ್ವಿಯಾಯಿತು.

ಆರ್ಥಿಕ ಹಾಗೂ ಸಾಮಾಜಿಕ ಅಭಿವೃದ್ಧಿ

ಭೂಸುಧಾರಣಾ ಕ್ರಮಗಳಿಗೆ ಚೀನಾ ಸರ್ಕಾರ ಪ್ರಥಮ ಪ್ರಾಶಸ್ತ್ಯ ನೀಡಿ, ಕೃಷಿ ಪುನರ್‌ನಿರ್ಮಾಣ ಕಾರ್ಯವನ್ನು 1952ರ ಹೊತ್ತಿಗೆ ಪೂರ್ಣಗೊಳಿಸಿತು. ಭೂಮಾಲೀಕ ವರ್ಗವನ್ನು ಸಂಪೂರ್ಣವಾಗಿ ನಾಶಮಾಡುವುದು ಮತ್ತು ರೈತರನ್ನು

ಸಂಘಟನೆಗಳ ಮೂಲಕ ಒಗ್ಗೂಡಿಸುವುದು ಚೀನಿ ಸರ್ಕಾರದ ಸಾಮಾಜಿಕ ಗುರಿಯಾಗಿತ್ತು. ಸರ್ಕಾರವು ಭೂಮಾಲೀಕರ ಹಾಗೂ ಕೊಮಿಂಟಾಂಗ್ ಅಧಿಕಾರಿಗಳ ವಿರುದ್ಧ ತಮ್ಮ ಅಸಮಾಧಾನವನ್ನು ವ್ಯಕ್ತಪಡಿಸುವಂತೆ ರೈತರನ್ನು ಕಟು ವಿಮರ್ಶಾ ಸಭೆಗಳ ಮೂಲಕ ಪ್ರೋತ್ಸಾಹಿಸಿತು. ಈ ಸಭೆಗಳ ನಂತರ ತಪ್ಪಿತಸ್ಥ ಭೂಮಾಲೀಕರಿಗೆ ಮತ್ತು ಅಧಿಕಾರಿಗಳಿಗೆ ಮರಣದಂಡನೆ ವಿಧಿಸಲಾಯಿತು. ಭೂಮಿಯನ್ನು ವೈಯಕ್ತಿಕ ವ್ಯಕ್ತಿಗಳ ಮಧ್ಯೆ ಹಂಚಲಾದರೂ, ಅವುಗಳ ಮೇಲಿನ ಖಾಸಗಿ ಒಡೆತನ ಕೇವಲ ಒಂದು ತಾತ್ಕಾಲಿಕ ಹಂತವಾಗಿತ್ತು. ಭೂಮಿಯ ಸಮುದಾಯೀಕರಣವನ್ನು ಪರಸ್ಪರ ಸಹಕಾರೀ ತಂಡಗಳ ಸ್ಥಾಪನೆಯೊಂದಿಗೆ ಆರಂಭಿಸಲಾಯಿತು. ಈ ತಂಡಗಳು ಖಾಯಂ ಮಾಲೀಕತ್ವವನ್ನು ಪಡೆದುಕೊಂಡು, ಕೃಷಿಗೆ ಅವಶ್ಯಕವಾದ ಯಂತ್ರೋಪಕರಣಗಳನ್ನು ಪಡೆದುಕೊಂಡವು. ಈ ವ್ಯವಸ್ಥೆ ಅಪೂರ್ಣವಾಗಿದ್ದು ಸಮಾಜವಾದಿ ಸಹಕಾರಿ ವ್ಯವಸ್ಥೆಯ ಧ್ಯೇಯೋದ್ದೇಶಗಳಿಗೆ ವಿರುದ್ಧವಾಗಿದ್ದವು. 1958ರಲ್ಲಿ ಕಮ್ಯುನಿಸ್ಟ್ ಸರ್ಕಾರವು ಸಹಕಾರಿ ಸಂಘಟನೆಗಳಿಗಿಂತ ಹೆಚ್ಚು ವಿಶಾಲವಾದ ಹಾಗೂ ಸಂಪದ್ಭರಿತವಾದ ಜನರ ಕಮ್ಯೂನ್‌ಗಳನ್ನು ಸ್ಥಾಪಿಸಿತು. ಈ ಕಮ್ಯೂನ್‌ಗಳು ಆರ್ಥಿಕವಾಗಿ ಬಹುಮುಖಿಯಾಗಿದ್ದು, ಸಾಮಾಜಿಕವಾಗಿ ವಿವಿದೋದ್ದೇಶ ಹೊಂದಿದ್ದು, ರಾಜಕೀಯವಾಗಿ ಸ್ಥಳೀಯ ಸರ್ಕಾರಗಳಂತೆ ಕಾರ್ಯ ನಿರ್ವಹಿಸುವ ಅಧಿಕಾರ ಹೊಂದಿದ್ದವು.

ಕಮ್ಯುನಿಸ್ಟ್ ಪಕ್ಷವು ಕೈಗಾರಿಕೀಕರಣವನ್ನು ಸಾಧಿಸುವ ನಿರಂತರ ಯತ್ನದಲ್ಲಿ ತನ್ನನ್ನು ತಾನು ತೊಡಗಿಸಿಕೊಂಡಿತು. 1949ರ ನಂತರದ ಕೆಲವು ವರ್ಷಗಳನ್ನು ಆರ್ಥಿಕ ನಿಯಂತ್ರಣದ ವ್ಯವಸ್ಥೆಗಳನ್ನು ಸ್ಥಾಪಿಸುವ ಕಾರ್ಯಕ್ಕೆ ಮುಡುಪಾಗಿಡಲಾಯಿತು. ದೂರಸಂಪರ್ಕವ್ಯವಸ್ಥೆಯನ್ನು ಪುನರ್‌ಸ್ಥಾಪಿಸಿ ಹಣದುಬ್ಬರವನ್ನು ತಡೆಗಟ್ಟುವುದರ ಜೊತೆಗೆ ಸರ್ಕಾರೀ ಬ್ಯಾಂಕುಗಳು ಹಾಗೂ ವ್ಯಾಪಾರೀ ನಿಗಮಗಳನ್ನು ಅಸ್ತಿತ್ವಕ್ಕೆ ತರಲಾಯಿತು. 1953ರಲ್ಲಿ ಸರ್ಕಾರ ಮೊದಲ ಪಂಚವಾರ್ಷಿಕ ಯೋಜನೆಯನ್ನು ಉದ್ಘಾಟಿಸಿತು ಹಾಗೂ ತೀವ್ರ ಮಟ್ಟದ ಪುನರ್‌ನಿರ್ಮಾಣ ಕಾರ್ಯವನ್ನು ಘೋಷಿಸುವ ಮೂಲಕ ಕೃಷಿ ಪ್ರಧಾನವಾದ ಚೀನಾ ದೇಶವನ್ನು ಕೈಗಾರಿಕಾ ಪ್ರಧಾನವಾದ ರಾಷ್ಟ್ರವನ್ನಾಗಿ ಮಾಡುವ ಗಂಭೀರ ಪ್ರಯತ್ನಗಳನ್ನು ಮಾಡಲಾಯಿತು.

ಸ್ತ್ರೀಯರನ್ನು ಅವರ ಸಾಂಪ್ರದಾಯಿಕವಾದ ದಾಸ್ಯದಿಂದ ವಿಮುಕ್ತಿಗೊಳಿಸುವುದು ಕಮ್ಯುನಿಸ್ಟ್ ಪಕ್ಷದ ಬಹುಮುಖ್ಯ ಗುರಿಯಾಗಿತ್ತು. ಮಹಿಳೆಯರಿಗೆ ಆಸ್ತಿಯ ಒಡೆತನದ ಹಕ್ಕು, ಉದ್ಯೋಗದ ಹಕ್ಕು ಹಾಗೂ ಆರೋಗ್ಯ ವಿಮೆ ನೀಡಲು ಅವಶ್ಯಕ ಕಾನೂನುಗಳನ್ನು ಜಾರಿಗೆ ತರಲಾಯಿತು. 1950ರ ಮೇ ನಲ್ಲಿ ಜಾರಿಗೆ ಬಂದಂತಹ ಹೊಸ ವೈವಾಹಿಕ ಕಾನೂನು ಬಾಲ್ಯವಿವಾಹ ಮತ್ತು ವೇಶ್ಯಾವೃತ್ತಿಯನ್ನು ಕಾನೂನುಬಾಹಿರವೆಂದು ಘೋಷಿಸಿತು. ಯುವತಿಯರಿಗೆ ತಮ್ಮ ಸಂಗಾತಿಗಳನ್ನು ಆರಿಸಿಕೊಳ್ಳುವ ಸಂಪೂರ್ಣ ಸ್ವಾತಂತ್ರ್ಯವನ್ನು ನೀಡಲಾಯಿತು. ಪುರುಷರಿಗಿದ್ದ ಎಲ್ಲಾ ರಾಜಕೀಯ ಹಕ್ಕುಗಳನ್ನು ಸ್ತ್ರೀಯರಿಗೆ ನೀಡುವುದರ ಜೊತೆಗೆ ಅಸಂಖ್ಯಾತ ಮಹಿಳೆಯರನ್ನು ಸಾರ್ವಜನಿಕ ಶ್ರಮದಾನ ಕಾರ್ಯಕ್ರಮಗಳಲ್ಲಿ ತೀವ್ರವಾಗಿ ತೊಡಗಿಸಿಕೊಳ್ಳಲಾಯಿತು.

1949ರ ಚೀನಾದ ಕ್ರಾಂತಿಯ ಪರಿಣಾಮ

1949ರ ಚೀನಾದ ಕ್ರಾಂತಿ ಆ ದೇಶದ ಹೊರಗೂ ಕೂಡ ತನ್ನ ಪ್ರಭಾವ ಬೀರಿತು. ಕಮ್ಯುನಿಸ್ಟ್ ಪಕ್ಷ ದೇಶದ ಆರ್ಥಿಕ ಅಭಿವೃದ್ಧಿಗೆ ನಿರಂತರವಾಗಿ ಶ್ರಮಿಸುವುದರ ಜೊತೆಗೆ ಅಂತರರಾಷ್ಟ್ರೀಯ ಮಟ್ಟದಲ್ಲಿ ತನ್ನ ಗೌರವವನ್ನು ಹೆಚ್ಚಿಸಿಕೊಳ್ಳುವ ಎಲ್ಲಾ ಪ್ರಯತ್ನಗಳನ್ನು ಮಾಡತೊಡಗಿತು.

ಆಫ್ರಿಕಾ ದೇಶಗಳ ಮೇಲೆ ಚೀನಾದ ಕ್ರಾಂತಿಯ ಪ್ರಭಾವ

ಆಫ್ರಿಕಾ ದೇಶಗಳಲ್ಲಿ ಕಮ್ಯುನಿಸಂಅನ್ನು ಸ್ಥಾಪಿಸುವ ನೇರಪ್ರಯತ್ನಗಳನ್ನು ಚೀನಾ ದೇಶ ಮಾಡಲಿಲ್ಲ. ಅದು ಆಫ್ರಿಕಾದಲ್ಲಿ ಸಾಮಾಜಿಕ ಕ್ರಾಂತಿಯಾಗಲು ಬಹಳಷ್ಟು ವರ್ಷಗಳೇ ಬೇಕಾಗುವುದೆಂದು ನಂಬಿತ್ತು. ಆದರೆ ಕೆಲವು ಚೀನೀ ನಾಯಕರು ಆಫ್ರಿಕಾದಲ್ಲಿ ಕೂಡ ಭವಿಷ್ಯದಲ್ಲಿ ಚೀನೀ ಮಾದರಿಯ ಕ್ರಾಂತಿಯಾಗುತ್ತದೆಂದು ಅದಕ್ಕೆ ಬೇಕಾದ ಸಕಲ ಪೂರ್ವ ಸಿದ್ದತೆಗಳನ್ನು ತಾವು ಮಾಡಿಕೊಳ್ಳಬೇಕೆಂದು ವಾದಿಸಿದರು. ಚೈನಾ ಶಸ್ತ್ರ ಹೋರಾಟವನ್ನು ಮೂರು ಬಗೆಯ ಆಫ್ರಿಕಾ ದೇಶಗಳಲ್ಲಿ ಪ್ರತಿಪಾದಿಸಿತು. ಸ್ವಘೋಷಿತ ವಸಾಹತುಗಳು ಹಾಗೂ ಬಿಳಿಯರ ಆಳ್ವಿಕೆಯಲ್ಲಿದ್ದ ರಾಷ್ಟ್ರಗಳಲ್ಲಿ ಈ ಕ್ರಾಂತಿ ಯಾವುದೇ ರೀತಿಯ ಪರಿಣಾಮ ಬೀರಲಿಲ್ಲ. ಈ ಆಫ್ರಿಕಾ ದೇಶಗಳಿಗೆ ಶಸ್ತ್ರ ಹೋರಾಟಕ್ಕೆ ಬೇಕಾದ ಆಯುಧಗಳನ್ನು ಒದಗಿಸಲು ಚೈನಾದೇಶ ತಾತ್ವಿಕವಾಗಿ ತನ್ನ ಒಪ್ಪಿಗೆ ನೀಡಿತು. ಈ ವೇಳೆಗೆ ಸ್ವಾತಂತ್ರ್ಯ ಪಡೆದಿದ್ದ ಆಫ್ರಿಕಾ ದೇಶಗಳಲ್ಲಿ ಚೈನಾ ಶಸ್ತ್ರ ಹೋರಾಟವನ್ನು ಪ್ರತಿಪಾದಿಸಿತು. ಆದರೆ ಅದು ತಾನು ಕೈಗೊಳ್ಳುವ ಕ್ರಮಗಳ ಬಗ್ಗೆ ತೀವ್ರ ಎಚ್ಚರಿಕೆ ವಹಿಸಿತು. ಅಸ್ತಿತ್ವದಲ್ಲಿದ್ದ ಸರ್ಕಾರಗಳ ಪತನ ಚೈನಾಕ್ಕೆ ಲಾಭದಾಯಕವಾಗಿ ಕಾಣದಿದ್ದಾಗ ಅದು ತನ್ನ ಸಹಾಯವನ್ನು ತಡೆಹಿಡಿಯಿತು.

ಚೀನಾದ ಕ್ರಾಂತಿ ಅನೇಕ ಆಫ್ರಿಕನ್ ನಾಯಕರನ್ನು ಶಸ್ತ್ರ ಹೋರಾಟಕ್ಕಿಳಿಯುವಂತೆ ಪ್ರೇರೇಪಿಸಿತು. ಈ ರೀತಿಯ ಶಸ್ತ್ರ ಹೋರಾಟಕ್ಕೆ ಚೈನಾ ನೇರ ಬೆಂಬಲ ನೀಡದಿದ್ದರೂ ಅವುಗಳ ಬಗ್ಗೆ ಅದು ತನ್ನ ಮೆಚ್ಚುಗೆ ವ್ಯಕ್ತಪಡಿಸಿತು. ನೈಜ ಕ್ರಾಂತಿಯೊಂದೇ ಕ್ರಾಂತಿಕಾರಿಗಳಿಗೆ ತರಬೇತಿ ನೀಡುವ ನಿಜವಾದ ಶಾಲೆ ಎಂದು ಚೀನಾದ ಕಮ್ಯುನಿಸ್ಟ್ ಪಕ್ಷ ಬಲವಾಗಿ ನಂಬಿತ್ತು. ಒಮ್ಮೆ ಆರಂಭವಾದ ಶಸ್ತ್ರ ಹೋರಾಟ ಬಹಳ ಬೇಗ ನೆರೆಹೊರೆಯ ಪ್ರದೇಶಗಳಿಗೂ ಹಬ್ಬುತ್ತದೆಂದು ಚೀನಾ ನಂಬಿತ್ತು.

ಚೀನಾ ದೇಶವು ಆಫ್ರಿಕಾದ ರಾಷ್ಟ್ರಗಳಲ್ಲಿ ಹೊಸ ಪ್ರಜಾಪ್ರಭುತ್ವ ಆಧಾರಿತ ಕ್ರಾಂತಿಯನ್ನು ಬಯಸಿದರೂ, ಆಫ್ರಿಕಾದ ರಾಜಕೀಯ ಪಕ್ಷಗಳಲ್ಲಿ ಅದಕ್ಕೆ ಪೂರ್ಣ ನಂಬಿಕೆ ಇರಲಿಲ್ಲ. ಭವಿಷ್ಯದಲ್ಲಿ ನಂಬಿಕಾರ್ಹ ಆಫ್ರಿಕನ್ನರ ಸಂಖ್ಯೆ ಹೆಚ್ಚುವುದೆಂಬ ಭರವಸೆಯಿಂದ ಚೀನಾ ಆಫ್ರಿಕಾಕ್ಕೆ ನೀಡುತ್ತಿದ್ದ ಬೆಂಬಲವನ್ನು ಮುಂದುವರಿಸಿತು. ಚೀನಾದ ತಾತ್ವಿಕ ನಿರೀಕ್ಷೆಗಳನ್ನು ಪೂರೈಸಲು ಆಫ್ರಿಕಾದ ನಾಯಕರು ತಮ್ಮ ಒಳಜಗಳಗಳನ್ನು ನಿಲ್ಲಿಸಿ ಒಗ್ಗಟ್ಟಾಗುವಲ್ಲಿ ಬಹುಮಟ್ಟಿಗೆ ಯಶಸ್ವಿಯಾದರು. ಚೀನಾ ತನ್ನ ತಾತ್ವಿಕ ನಿಲುವನ್ನು ಬಹುಮಟ್ಟಿಗೆ ಸಡಿಲಗೊಳಿಸಿ ಎಲ್ಲಾ ವರ್ಗದ ಆಫ್ರಿಕಾದ ಜನರನ್ನು ಒಗ್ಗೂಡಿಸುವ ಪ್ರಯತ್ನಮಾಡಿತು. ಎಲ್ಲಾ ಆಫ್ರಿಕಾದ ರಾಷ್ಟ್ರಗಳಿಗೂ ಅದು ಸಮಾನ ಪ್ರಾಶಸ್ತ್ಯ ನೀಡತೊಡಗಿತು.

ಆಲ್ಜೀರಿಯಾದ ಕ್ರಾಂತಿ ಬಹಳಷ್ಟು ವಿಧಗಳಲ್ಲಿ ಚೀನಾದ ಕ್ರಾಂತಿಯನ್ನು ಹೋಲುತ್ತದೆ. ಆಲ್ಜೀರಿಯಾದ ರಾಷ್ಟ್ರೀಯ ವಿಮೋಚನಾರಂಗ ಎಲ್ಲಾ ರಾಜಕೀಯ ಪಕ್ಷಗಳ ಜನರನ್ನು ಕ್ರಾಂತಿಕಾರಿ ಹೋರಾಟದಲ್ಲಿ ತೊಡಗಿಸಿಕೊಳ್ಳುವ ಏಕೋದ್ದೇಶದಿಂದ ಒಂದುಗೂಡಿಸಿತು. ಈ ರಂಗವು ರಾಷ್ಟ್ರೀಯ ವಿಮೋಚನಾ ಸೇನೆಯನ್ನು ಸ್ಥಾಪಿಸಿ ಫ್ರೆಂಚರೊಡನೆ ನಡೆದ ಹೋರಾಟದ ಮುಖಂಡತ್ವ ವಹಿಸಿತು. ಆಲ್ಜೀರಿಯಾದ ರಾಷ್ಟ್ರ ವಿಮೋಚನಾ ರಂಗ ಎಂಟು ವರುಷಗಳ ಕಾಲ ತನ್ನ ಏಕತೆಯನ್ನು ಕಾದುಕೊಂಡು ಅಲ್ಲಿ ತಾತ್ಕಾಲಿಕ ಸರ್ಕಾರವನ್ನು ಸ್ಥಾಪಿಸಿತು. ಆಫ್ರಿಕಾದಲ್ಲಿ ನಡೆದ ಎಲ್ಲಾ ರಾಷ್ಟ್ರೀಯ ಚಳುವಳಿಗಿಂತ ಆಲ್ಜೀರಿಯಾದ ಚಳುವಳಿ ಚೈನಾದ ಕ್ರಾಂತಿಗೆ ಹೆಚ್ಚು ಹತ್ತಿರವಾಗಿದ್ದರೂ ಈ ಸಮಾನ ಅಂಶಗಳು ಕೇವಲ ಕಾಕತಾಳೀಯವಾಗಿದ್ದವು. ಆಲ್ಜೀರಿಯಾದ ರಾಷ್ಟ್ರೀಯ ವಿಮೋಚನಾ ರಂಗ ಚೀನಾದ ಕಮ್ಯುನಿಸ್ಟ್ ಪಕ್ಷದ ಮಾದರಿಯ ಮೇಲೆ ಆಧಾರಿತವಾದದ್ದು ಎಂದು ನಂಬಲು ಯಾವುದೇ ಕಾರಣಗಳಿಲ್ಲ. ಆದರೆ ಈ ಪಕ್ಷದ ನಾಯಕರಿಗೆ ಚೀನಾದ ಕ್ರಾಂತಿಯ ಅರಿವಿದ್ದು ತಮ್ಮ ಪಕ್ಷ ಸಂಘಟಿತವಾದ ನಂತರ ಅವರು ಚೈನಾದ ಬೆಂಬಲವನ್ನು ಕೋರಿದರು. ಚೈನಾ ಆಲ್ಜೀರಿಯಾದ ಕ್ರಾಂತಿಯೊಡನೆ ತನ್ನನ್ನು ತಾನು ಗುರುತಿಸಿಕೊಳ್ಳುವ ಪ್ರಯತ್ನ ಮಾಡಿತಲ್ಲದೆ ಅಲ್ಲಿನ ಕ್ರಾಂತಿಯನ್ನು ನಿರಂತರವಾಗಿ ಪ್ರಶಂಸಿಸಿತು. ಆದರೆ ಆಲ್ಜೀರಿಯಾದ ರಾಷ್ಟ್ರೀಯ ವಿಮೋಚನಾ ರಂಗ ಮೂಲತಃ ಕಮ್ಯುನಿಸ್ಟ್ ಪಕ್ಷವಾಗಿರದೆ ಅದರ ತಾತ್ತ್ವಿಕ ನಿಲುವುಗಳು ರಾಷ್ಟ್ರೀಯವಾದದ ಮೇಲೆ ಆಧಾರಿತವಾಗಿದ್ದವು. ಈ ರಂಗದ ಕೆಲವು ಅಂಶಗಳನ್ನು ಮಾತ್ರ ಗಮನಿಸಿದ ಚೀನಾ ಮಾರ್ಕ್ಸ್‌ವಾದಿ ಸರ್ಕಾರವನ್ನು ಭವಿಷ್ಯದಲ್ಲಿ ಸ್ಥಾಪಿಸುತ್ತದೆಂದು ಭ್ರಮಿಸಿತು.

ಆಫ್ರಿಕಾದ ರಾಷ್ಟ್ರಗಳು ಬಹುಮಟ್ಟಿಗೆ ಚೀನಾಕ್ಕಿಂತ ಭಿನ್ನವಾಗಿದ್ದರೂ ಅವುಗಳ ನಡುವೆ ಕೆಲವು ಸಾಮ್ಯಗಳಿದ್ದವು. ಚೀನಾ ದೇಶದ ಮಾದರಿಯನ್ನು ಅನುಸರಿಸುವ ಪ್ರಕ್ರಿಯೆಯಲ್ಲಿ ಆಫ್ರಿಕಾದ ನಾಯಕರು ತಮ್ಮೆಲ್ಲ ಪರಿಣತಿಯನ್ನು ಬಳಸುವುದಲ್ಲದೆ ಕೆಲವು ಅಂಶಗಳನ್ನು ಉಪಯೋಗಿಸಿಕೊಂಡು ಮತ್ತೆ ಕೆಲವನ್ನು ತ್ಯಜಿಸುವ ಅವಶ್ಯಕತೆಯಿತ್ತು. ಆಫ್ರಿಕಾದ ನಾಯಕರ ಮುಂದಿದ್ದ ಬಹುದೊಡ್ಡ ಪ್ರಶ್ನೆ ಏನೆಂದರೆ ಯಾವುದೇ ವಿದೇಶಿ ದಾಳಿಯನ್ನಾಗಲಿ, ಆಂತರಿಕ ಸರ್ಕಾರದ ಪತನದ ಅನುಭವವನ್ನಾಗಲಿ ಅಥವಾ ತೀವ್ರ ಮಟ್ಟದ ರೈತರ ಅತೃಪ್ತಿ ಇಲ್ಲದ ಆಫ್ರಿಕಾಗೆ ಯಾವ ಮಾದರಿ ಹೆಚ್ಚು ಪ್ರಸ್ತುತ ಹಾಗೂ ಆದರ್ಶನೀಯವೆಂದು ಅರಿಯುವುದಾಗಿತ್ತು. ಆಫ್ರಿಕಾದಲ್ಲಿ ನಡೆಯುತ್ತಿದ್ದ ಈ ರಾಜಕೀಯ ಸಂಕ್ರಮಣ ಪ್ರಕ್ರಿಯೆಗಳನ್ನು ಗಮನಿಸಿದ ಕೆಲವು ವಿದೇಶಿ ವೀಕ್ಷಕರು ಆಫ್ರಿಕಾದಲ್ಲಿ ಚೀನೀ ಮಾದರಿಯ ಕ್ರಾಂತಿ ಆರಂಭವಾಗಿದೆ ಎಂದು ಅಭಿಪ್ರಾಯಪಟ್ಟರು. ವಾಸ್ತವದಲ್ಲಿ ಚೀನಾ ಸರ್ಕಾರ ಅದರ ಮಾದರಿಯಲ್ಲಿ ನಡೆಯಬಯಸುವ ಆಫ್ರಿಕಾದ ಕ್ರಾಂತಿಕಾರಿಗಳಿಗೂ ಕೂಡ ಯಾವುದೇ ರೀತಿಯ ಸಹಾಯ ಹಸ್ತ ನೀಡಲು ನಿರಾಕರಿಸಿತು. ಚೀನೀ ಮಾದರಿಯನ್ನು ಪೂರ್ಣವಾಗಿ ಪರಿಷ್ಕರಿಸುವುದರೊಂದಿಗೆ ಆಫ್ರಿಕಾದ ನಾಯಕರ ನಿಲುವುಗಳು ಹಾಗೂ ಕ್ರಿಯೆಗಳು ಬಹುಮಟ್ಟಿನ ಸ್ವಾಗತಾರ್ಹ ಬದಲಾವಣೆ ಕಂಡವು.

ಎಲ್ಲಾ ಸಂದರ್ಭಗಳಲ್ಲೂ ಚೀನಾ, ಆಲ್ಜೀರಿಯಾ, ಕಾಂಗೋ, ಘಾನ, ಗಿನಿ, ಮಾಲಿ, ತಾಂಜೇನಿಯಾ ಮತ್ತು ಸಂಯುಕ್ತ ಅರಬ್ ಗಣರಾಜ್ಯದ ಬಗ್ಗೆ ವಿಶೇಷ ಆಸಕ್ತಿ ತೋರಿ, ವಿಶೇಷ ಪ್ರೀತಿಯಿಂದ ವಾತನಾಡುತ್ತಿತ್ತು. ಮೊರಾಕ್ಕೊ, ಮಾರಿಷಸ್, ಸೊಮಾಲಿಯಾ, ಸೂಡಾನ್, ಯುಗಾಂಡ ಮತ್ತು ಜಾಂಬಿಯ ದೇಶಗಳನ್ನೊಳಗೊಂಡ ಮತ್ತೊಂದು ಗುಂಪಿನೊಡನೆ ಚೀನಾ ಔಪಚಾರಿಕವಾದ ಸಂಬಂಧ ಇಟ್ಟುಕೊಂಡರೂ ಅವುಗಳ ಬಗ್ಗೆ ಯಾವುದೇ ವಿಶೇಷ ಪ್ರೀತಿಯನ್ನು ತೋರಲಿಲ್ಲ. ಘಾನ, ಕೀನ್ಯಾ ಹಾಗೂ ಟ್ಯುನಿಸಿಯಾಗಳಲ್ಲಿ ಚೀನಾ ಹಮ್ಮಿಕೊಂಡ ಕಾರ್ಯಕ್ರಮಗಳು

ಉದ್ದೇಶಪೂರ್ವಕವಾಗಿ ರಾಜತಾಂತ್ರಿಕ ಸಂಬಂಧಗಳನ್ನು ಕಡಿದುಕೊಳ್ಳುವ ದೃಷ್ಟಿಯಿಂದ ಕೂಡಿರುವಂತೆ ತೋರುತ್ತವೆ. ಬುರುಂಡಿ, ಮಧ್ಯ ಆಫ್ರಿಕಾ ಗಣರಾಜ್ಯ ಹಾಗೂ ಡಹೋಮಿಗಳು ಚೈನಾದ ರಾಜತಾಂತ್ರಿಕ ಕಛೇರಿಗಳನ್ನು ತಮ್ಮ ದೇಶದಿಂದ ಹೊರಹಾಕುವ ಮಟ್ಟಿಗೆ ಹೋದವು. ಬ್ರೂಸ್ ಡಿ ಲಾರ್ಕಿನ್ ಮಾತಿನಲ್ಲಿ ಹೇಳುವುದಾದರೆ '1917ರ ನಂತರದ ಯುವ ಪೀಳಿಗೆ ಯಾವ ರೀತಿಯಲ್ಲಿ ಬೋಲ್ಷೆವಿಕ್ ಕ್ರಾಂತಿಯಿಂದ ಪಾಠ ಕಲಿಯಬಯಸಿದರೊ, ಅದೇ ಮಾದರಿಯಲ್ಲಿ ಚೈನಾ ಕ್ರಾಂತಿಯ ಅನುಭವವನ್ನು ಕೆಲವು ವ್ಯಕ್ತಿಗಳು ಅನುಸರಿಸ ಬಯಸುವುದು ಆಶ್ಚರ್ಯದಾಯಕವಲ್ಲ'.

ಮಾವೋತ್ಸೆ ತುಂಗ್ (1893–1976)

ಮಾವೋತ್ಸೆ ತುಂಗ್

ಕಮ್ಯುನಿಸ್ಟ್ ಚೀನಾದ ಮುಖ್ಯ ಶಿಲ್ಪಿಯಾದ ಮಾವೋ 1893ರ ಡಿಸೆಂಬರ್ 26ರಂದು ಹನಾನ್ ಪ್ರಾಂತದಲ್ಲಿನ ಒಂದು ರೈತ ಕುಟುಂಬದಲ್ಲಿ ಜನಿಸಿದನು. ವಿದ್ಯೆ ಕಲಿಯುವುದರಲ್ಲಿ ಅತ್ಯಂತ ಬುದ್ಧಿವಂತನಾದರೂ ಬಾಲ್ಯದಲ್ಲಿ ವಿದ್ಯಾಭ್ಯಾಸ ಮಾಡಲು ಅವನಿಗೆ ಸರಿಯಾದ ಅವಕಾಶಗಳು ಒದಗಿಬರಲಿಲ್ಲ. ತನ್ನ 13ನೇ ವಯಸ್ಸಿನಲ್ಲಿ ಆತ ವಿದ್ಯಾಭ್ಯಾಸವನ್ನು ನಿಲ್ಲಿಸಿ ತನ್ನ ಪೂರ್ವಿಕರ ಜಮೀನಿನಲ್ಲಿ ಕೆಲಸ ಮಾಡಲೇಬೇಕಾದ ಪ್ರಮೇಯ ಬಂದಿತು. ಆದರೆ ಅವನಿಗೆ ವಿದ್ಯೆಯ ದಾಹ ಎಷ್ಟಿತ್ತೆಂದರೆ ಹಿರಿಯರ ಇಚ್ಛೆಗೆ ವಿರುದ್ಧವಾಗಿ ಆ ಪ್ರಾಂತದ ರಾಜಧಾನಿಯಾಗಿದ್ದ ಚಾಂಗ್ಸಾಗೆ ಹೋಗಿ ಅಲ್ಲಿಯ ಮಾಧ್ಯಮಿಕ ಶಾಲೆಯೊಂದನ್ನು ಸೇರಿಕೊಂಡನು. ಆ ಶಾಲೆಯಲ್ಲಿ ಆತ ಸಮಾಜ ಸುಧಾರಕರಾದ ಯುವೀ ಹಾಗೂ ಲಿಯಾಂಗ್ ಚಿ ಚಾವೊ ತತ್ವಗಳ ಹಾಗೂ ಬರವಣಿಗೆಯ ಪರಿಚಯ ಮಾಡಿಕೊಂಡನು. ಸನ್‌ಯಾತ್ ಸೇನ್‌ನ ರಾಷ್ಟ್ರೀಯವಾದಿ ಹಾಗೂ ಕ್ರಾಂತಿಕಾರಿ ವಿಚಾರಗಳು ಮಾವೋನ ಮನಸ್ಸನ್ನು ತಟ್ಟಿದವು.

ಕ್ರಾಂತಿಕಾರಿ ವಿಚಾರಗಳ ಬಗ್ಗೆ ಮಾವೋ ಆಳವಾಗಿ ಆಲೋಚನೆ ಮಾಡಲು ಆರಂಭಿಸುತ್ತಿದ್ದಂತೆಯೇ ಕಾಕತಾಳೀಯವೆಂಬಂತೆ ಕ್ರಾಂತಿಯೊಂದು ಅವನ ಕಣ್ಣ ಮುಂದೇ ಜರುಗಿತು. ಈ ಘಟನೆ 1911ರ ಪ್ರಖ್ಯಾತ ಚೀನಾದ ಕ್ರಾಂತಿಯಾಗಿದ್ದು ಮಾವೋ ಆನಂತರ ಆ ಕ್ರಾಂತಿಕಾರಕ ಸೇನೆಯನ್ನು ಸೇರಿದನು. ಮೊದಲ ಆರು ತಿಂಗಳ ಕಾಲ ಆತ ಕ್ರಾಂತಿಗೆ ಬೇಕಾದ ಶಸ್ತ್ರ ಹಾಗೂ ತಾತ್ವಿಕ ತರಬೇತಿಯನ್ನು ಪಡೆದುಕೊಂಡನು. ಇದರಿಂದ ಆತನ ಬಾಲ್ಯದಲ್ಲಿನ ಸೈನಿಕನಾಗಬೇಕೆಂಬ ಮಹದಾಸೆ ನಿಜವಾಯಿತು. ಆತನ ಸೈನಿಕಜೀವನ ಬಹುಶಃ ಆತನ ಪ್ರಖ್ಯಾತ ಹೇಳಿಕೆ "ರಾಜಕೀಯ ಶಕ್ತಿ ಬಂದೂಕಿನ ನಳಿಕೆಯಿಂದ" ಹುಟ್ಟುತ್ತದೆ ಎಂದು ಹೇಳಲು ಕಾರಣವಾಗಿರಬಹುದು. ಮಾವೋಗೆ ಮುಂದೆ ನಡೆದ ಚೈನಾದ ಆಂತರಿಕ ಕಲಹವನ್ನು ಹತ್ತಿರದಿಂದ ಗಮನಿಸುವ ಅವಕಾಶ ದೊರೆಯಿತು. 1918ರಲ್ಲಿ ಮಾವೋ ಚಾಂಗ್ಸಾದ ಪ್ರಾಂತೀಯ ಶಾಲೆಯಿಂದ ಪದವಿ ಪಡೆಯುವಲ್ಲಿ ಯಶಸ್ವಿಯಾದನು. ವಿದ್ಯಾರ್ಥಿ ಸಂಘಟನೆಗಳಲ್ಲಿ ಕಾರ್ಯನಿರ್ವಹಿಸುವ ಮೂಲಕ ಆತ ತನ್ನ ಮೊದಲ ರಾಜಕೀಯ ಅನುಭವಗಳನ್ನು ಪಡೆದುಕೊಂಡನು.

ಪಾಶ್ಚಿಮಾತ್ಯ ದೇಶಗಳಲ್ಲಿ ಅನುಷ್ಠಾನದಲ್ಲಿದ್ದ ಉದಾರವಾದಿ ಪ್ರಜಾಪ್ರಭುತ್ವ ವ್ಯವಸ್ಥೆಯ ಬಗ್ಗೆ ಮಾವೋಗೆ ಆದ ಭ್ರಮನಿರಸನ ಆತನನ್ನು ಮಾರ್ಕ್ಸ್ ವಾದಕ್ಕೆ ಮೊರೆಹೋಗುವಂತೆ ಮಾಡಿತು. 1921ರಲ್ಲಿ ಆತ ಷಾಂಗೈನಲ್ಲಿ ನಡೆದ ಚೀನಾದ ಕಮ್ಯೂನಿಸ್ಟ್ ಪಕ್ಷದ ಮೊದಲ ಅಧಿವೇಶನದಲ್ಲಿ ಭಾಗವಹಿಸಿದನು. ಆತ ಕಮ್ಯುನಿಸ್ಟ್ ಪಕ್ಷದ ಹನ್ನೆರಡು ಜನ ಸಂಸ್ಥಾಪಕ ಸದಸ್ಯರಲ್ಲಿ ಒಬ್ಬನಾಗಿದ್ದನು. ದಿನಕಳೆದಂತೆ ಪಕ್ಷದೊಳಗೆ ಆತನ ಶಕ್ತಿ ಹಾಗೂ ಪ್ರಭಾವಗಳು ಬೆಳೆದವು. 1923ರ ಜೂನ್‌ನಲ್ಲಿ ಆತ ಚೀನಾದ ಕಮ್ಯುನಿಸ್ಟ್ ಪಕ್ಷದ ಕೇಂದ್ರದ ಸಮಿತಿಗೆ ಆಯ್ಕೆಯಾಗಿ ಪಕ್ಷದ ಕೃಷಿ ವಿಭಾಗದ ಮುಖ್ಯಸ್ಥನಾದನು. ರೈತ ಹೋರಾಟದ ಬಗ್ಗೆ ಕ್ರಾಂತಿಕಾರಿ ಲೇಖನಗಳನ್ನು ಬರೆಯುವ ಮೂಲಕ ಅವರ ಹಿತಾಸಕ್ತಿಗಳನ್ನು ಕಾಪಾಡುವ ಸತತ ಯತ್ನ

ಮಾಡಿದನು. ಚೀನಾ ದೇಶದಲ್ಲಿ ಕಮ್ಯುನಿಸ್ಟ್ ಕ್ರಾಂತಿಯನ್ನು ತರುವಲ್ಲಿ ರೈತ ಸಮುದಾಯದ ಪಾತ್ರ ಅಮೂಲ್ಯವೆಂದು ಒತ್ತಿಹೇಳಿದನು.

1927ರಲ್ಲಿ ಹನಾನ್‌ನಲ್ಲಿ ನಡೆದ ರೈತರ ದಂಗೆಯಲ್ಲಿ ಮಾವೋ ಪ್ರಮುಖ ಪಾತ್ರವಹಿಸಿದನು. ಆನಂತರ ಚುಟಿಯೊಡನೆ ಕೂಡಿ ಕೆಂಪು ಸೈನ್ಯವನ್ನು ಆರಂಭಿಸಿದನು. ಆತ ಕಮ್ಯುನಿಸ್ಟ್ ಕ್ರಾಂತಿಯನ್ನು ತರುವಲ್ಲಿ ಜನಸಮುದಾಯಕ್ಕಿಂತ ಕೆಂಪು ಸೈನ್ಯದ ಮುಖಂಡತ್ವ ಹೆಚ್ಚು ಸೂಕ್ತವೆಂದು ಭಾವಿಸಿದ್ದನು. ಆದಾಗ್ಯೂ ಕೂಡ ಜನರ ಬೆಂಬಲ ಅತಿಮುಖ್ಯವೆಂದು ಆತ ಮನಗಂಡಿದ್ದನು. ಹಳ್ಳಿಗಳಲ್ಲಿನ ರೈತರ ಸಹಾಯದಿಂದ ಮಾವೋ ನಗರಗಳನ್ನು ಮುತ್ತಿಗೆ ಹಾಕಿ ತನ್ನ ಶತ್ರುವಾದ ಚಿಯಾಂಗ್ ಕೈ ಷೇಕ್‌ನ ಸೈನ್ಯದ ಮೇಲೆ ಪೂರ್ಣ ಜಯಸಾಧಿಸಿದನು.

ಚಿಯಾಂಗ್ ಕೈಷೇಕ್‌ನ ಕೋಮಿಂಟಾಂಗ್ ಧಾಳಿಗಳನ್ನು ಎದುರಿಸುವಲ್ಲಿ ಮಾವೋ ಪ್ರಮುಖ ಪಾತ್ರ ವಹಿಸಿದನು. 1931ರಲ್ಲಿ ಕಿಂಗ್‌ಶಿಯಲ್ಲಿ ಪ್ರಥಮ ಭಾರಿಗೆ ಚೀನಾದ ಸೋವಿಯತ್‌ಅನ್ನು ಯಶಸ್ವಿಯಾಗಿ ಅಸ್ತಿತ್ವಕ್ಕೆ ತಂದನು. ಕಮ್ಯುನಿಸ್ಟರನ್ನು ನಿರ್ನಾಮ ಮಾಡಲು ಒಂದಾದ ಮೇಲೊಂದರಂತೆ. ನಾಲ್ಕು ಭಾರೀ ಆಕ್ರಮಣಗಳು ನಡೆದವು. ಐದನೇ ಬಾರಿ ಮಾಡಿದ ಕಳ್ಳಕಾಕರ ನಿರ್ಮೂಲನವೆಂದೇ ಚಿಯಾಂಗ್‌ರಿಂದ ವರ್ಣಿಸಲ್ಪಟ್ಟ ಆಕ್ರಮಣವನ್ನು ಹಿಮ್ಮೆಟ್ಟಿಸಲಾಗದೆ ಕಮ್ಯುನಿಸ್ಟರು ಮಾವೋ ನೇತೃತ್ವದಲ್ಲಿ ಕಿಯಾಂಗ್‌ಶೀಯಿಂದ ಷೆನ್ಸಿವರೆಗೆ 1934–35ರಲ್ಲಿ ದೀರ್ಘಸಂಚಲನವನ್ನು ಕೈಗೊಂಡರು. ಈ ದೀರ್ಘಸಂಚಲನವು (The Long March) ಮಾವೋರವರ ಹಿರಿಮೆಯನ್ನು ಹೆಚ್ಚಿಸಿತು. ಜೊತೆಗೆ 1935ರ ಜನವರಿಯಲ್ಲಿ ಮಾವೋರವರನ್ನು ಚೀನಾದ ಕಮ್ಯುನಿಸ್ಟ್ ಪಾರ್ಟಿಯ ಅಧ್ಯಕ್ಷ ಪಟ್ಟಕ್ಕೆ ಏರಿಸಲಾಯಿತು.

ಜಪಾನಿನ ಜೊತೆ ಯುದ್ಧವಾದ ನಂತರ ಚಿಯಾಂಗ್ ಕೈಷೇಕ್‌ರ ಕೈಕೆಳಗಿದ್ದ ಕೋಮಿಂಟಾಂಗರಿಗೂ, ಮಾವೋ ಮುಂದಾಳತ್ವದಲ್ಲಿನ ಕಮ್ಯುನಿಸ್ಟರಿಗೂ ಮೇಲ್ಮೆಗೋಸ್ಕರ ಸೆಣಸಾಟ ಆರಂಭವಾಯಿತು. ಹೆಚ್ಚಿನ ಸಂಖ್ಯೆಯಲ್ಲಿದ್ದ ಚೀನಾದ ವಿಚಾರವಂತರು ಚಿಯಾಂಗ್ ಕೈಷೇಕ್ ಗೆಲ್ಲುವ ಸಾಧ್ಯತೆ ಇಲ್ಲದ್ದನ್ನು ಮನಗಂಡು ಕಮ್ಯುನಿಸ್ಟರನ್ನು ಬೆಂಬಲಿಸಿದರು. ಚೀನಾ ಗಣರಾಜ್ಯದ ಅಧ್ಯಕ್ಷನಾದ ಮಾವೋ ಚೀನಾವನ್ನು ಪ್ರಪಂಚದಲ್ಲೇ ದೊಡ್ಡ ಶಕ್ತಿಯನ್ನಾಗಿ ಮಾಡುವುದರಲ್ಲಿದ್ದನು. ಅವನು ಪರಿಣಾಮಕಾರಿಯಾದ ಕೆಲವು ಪ್ರಯತ್ನಗಳನ್ನು ಕೈಗೊಂಡು ಚೀನಾದ ಆರ್ಥಿಕ ಬೆಳವಣಿಗೆಯನ್ನು ವೇಗಗೊಳಿಸಲು ದೇಶದ ಆರ್ಥಿಕ ವ್ಯವಸ್ಥೆಯನ್ನು ವಿಕೇಂದ್ರಿಕರಣಗೊಳಿಸಲು ಅಳವಡಿಸಿಕೊಂಡ ನೀತಿಯೇ "The great leap forward" ಒಂದು ಭಾರಿ ಮುನ್ನಡೆ ಎಂದೇ ಪ್ರಸಿದ್ಧವಾಯಿತು. ಅವನು ಮಾಡಿದ ಮತ್ತೊಂದು ಅದ್ಭುತ ಕೆಲಸವೇನೆಂದರೆ ಚೀನಾದ ಸಾಂಸ್ಕೃತಿಕ ಕ್ರಾಂತಿ. ಇದರ ಪ್ರಕಾರ ಬದಲಾವಣೆ ವಿರೋಧಿಗಳು, ಸಮಯಸಾಧಕರು ಹಾಗೂ ಮಾವೋನ ಆಲೋಚನೆಗಳನ್ನು ವಿರೋಧಿಸಿದವರೆಲ್ಲರನ್ನೂ ರಾಜಕೀಯ ವ್ಯವಸ್ಥೆಯಲ್ಲಿ ಆಯಕಟ್ಟಿನ ಸ್ಥಳಗಳಿಂದ ಕಿತ್ತೊಗೆಯಲಾಯಿತು. ಅಲ್ಲಿಂದ 1976ರಲ್ಲಿ ಅವನ ಸಾವಿನವರೆಗೆ ಇಡೀ ದೇಶ ಅವರ ಸಂಪೂರ್ಣ ಹತೋಟಿಯಲ್ಲಿತ್ತು. ಅವನ ಸಾವಿನಿಂದ ಚೀನಾ ನಿಸ್ಸಂದೇಹವಾಗಿ ಒಬ್ಬ ಮಹಾನಾಯಕ ಹಾಗೂ ರಾಜಕೀಯ ಮುತ್ಸದ್ಧಿಯನ್ನು ಕಳೆದುಕೊಂಡಿತು. ಮಾವೋ ಆಧುನಿಕ ಚೀನಾದ ಶಿಲ್ಪಿ. ಆಶ್ಚರ್ಯವೇನೆಂದರೆ ಅವನ ಸೋಲುಗಳಿಗಿಂತ ಅವನ ಸಾಧನೆಗಳೇ ಜಾಸ್ತಿ. ಮಾವೋ ತನ್ನ ಸಮರ್ಪಣ ನೀತಿಯಿಂದ ದುರ್ಬಲ ಚೀನಾ ದೇಶವನ್ನು ಪ್ರಪಂಚದಲ್ಲೇ ಬಲಿಷ್ಠ ರಾಷ್ಟ್ರವನ್ನಾಗಿ ಮಾಡಿದ್ದು. ಮಾವೋ ವ್ಯಕ್ತಿಯಾಗಿ ಧೈರ್ಯವಂತ ಹಾಗೂ ಅಚಲ ನಿರ್ಧಾರವನ್ನುಳ್ಳವನಾಗಿದ್ದನು. ಮಾವೋ ಅಂತರರಾಷ್ಟ್ರೀಯ ಶಾಂತಿ ಸ್ಥಾಪನೆಗೆ ಪ್ರಾಮಾಣಿಕ ಪ್ರಯತ್ನಗಳನ್ನು ಮಾಡಿದ್ದನು, ರಾಷ್ಟ್ರೀಯವಾದಿಯೂ, ಅರೆ–ಬರೆಹಗಾರನೂ ಹಾಗೂ ಅರೆ–ಸೈನಿಕ ಮಹಾನಾಯಕನೂ, ಚತುರೋಪಾಯ ಬಲ್ಲವನೂ ಹಾಗೂ ಚಾಣಾಕ್ಷನಾಗಿದ್ದನು.

ಚೀನಾವನ್ನು ಪ್ರಪಂಚದಲ್ಲೇ ಅತಿ ಬಲಿಷ್ಠ ಕಮ್ಯುನಿಸ್ಟ್ ರಾಷ್ಟ್ರವಾಗಿಸುವುದರ ಜೊತೆಗೆ ಪ್ರಪಂಚದ ರಾಜಕೀಯ ಶಕ್ತಿಗಳ ಸಮೂಹದಲ್ಲೇ ಮಹಾಶಕ್ತಿಯಾಗಿ ಬೆಳೆಯಲು ಕಾರಣಕರ್ತನಾದನು. ಮಾವೋನ ಯೋಚನಾಲಹರಿಯಲ್ಲಿ ಅತಿ ಮುಖ್ಯವಾದ ಕೊಡುಗೆ ಏನೆಂದರೆ ಯಶಸ್ವಿ ಕ್ರಾಂತಿಕಾರಕ ಯುಕ್ತಿ ಹಾಗೂ ಉಪಾಯಗಳು. ಕ್ರಾಂತಿಯ ನಂತರದ ಎರಡುಮುಖ್ಯ ಸಮಸ್ಯೆಗಳನ್ನು ಬಗೆಹರಿಸುವಲ್ಲಿ ಮೊದಲನೆಯದಾಗಿ ಹೇಗೆ ಕ್ರಾಂತಿಕಾರಕ ಚಳುವಳಿಯೊಂದರಿಂದ ಪ್ರಸಕ್ತ ಸರಕಾರವನ್ನು ಕಿತ್ತೊಗೆದು ಅಧಿಕಾರವಹಿಸಿಕೊಳ್ಳುವುದು. ಎರಡನೆಯದಾಗಿ ಹೇಗೆ ಚಳುವಳಿ ಮೂಲಕ ಪಡೆದುಕೊಂಡ ಅಧಿಕಾರವನ್ನು ವೃದ್ಧಿಸಿ ಕಮ್ಯುನಿಸ್ಟ್ ಮಾದರಿ ಸಮಾಜವನ್ನು ಕಟ್ಟುವುದಕ್ಕೆ ಅದನ್ನು ಬಳಸುವುದು. ಕಾರ್ಮಿಕರ ಮಹಾ ಸಾಂಸ್ಕೃತಿಕ ಕ್ರಾಂತಿಯ ಹಿಂದಿನ ದಿವಸಗಳಲ್ಲಿ ಮಾವೋನ ಕೀರ್ತಿ ಅವನ ರಾಜಕೀಯ ವೈಚಾರಿಕತೆ ಹಾಗೂ ಪ್ರಮುಖವಾಗಿ ಅವನು ಹಳ್ಳಿಗಳಲ್ಲಿ ಚಳುವಳಿ ಮಾಡುವ ಮೂಲಕ ಅಧಿಕಾರವನ್ನು ಪಡೆದಿದ್ದುದರ ಮೇಲೆ ನಿಂತಿತ್ತು. ಸಾಂಸ್ಕೃತಿಕ ಕ್ರಾಂತಿಯ ನಂತರ ಮಾವೋ ಹಾಗೂ ಅವನ ಅನುಯಾಯಿಗಳು ಕ್ರಾಂತಿಯ ನಂತರದ ರಾಷ್ಟ್ರಾಭಿವೃದ್ಧಿ ಕಾರ್ಯಕ್ರಮದಲ್ಲಿ ತಮ್ಮನ್ನು ಪೂರ್ತಿಯಾಗಿ ತೊಡಗಿಸಿಕೊಂಡಿದ್ದರು. ಇದರಲ್ಲಿ ತಲೆದೋರಬಹುದಾದ ಅನೇಕ ಸಮಸ್ಯೆಗಳ ಪರಿಹಾರದಲ್ಲಿ

ಮಗ್ನರಾಗಿದ್ದರು. ಚೀನ ಪತ್ರಿಕೆಗಳು ಮಾವೋನನ್ನು ಕ್ರಾಂತಿ ನಂತರದ ಶಾಸ್ತ್ರಜ್ಞ ಎಂದೇ ಬಣ್ಣಿಸಿದವು. ಅವನ ಬೆಂಬಲಿಗರ ಪ್ರಕಾರ ಮಾವೋರವರ ವೈಚಾರಿಕತೆ ಚೀನಾದ ಅಪರೂಪ ಸ್ಥಿತಿಗತಿಗಳಲ್ಲದೇ ಇಡೀ ಪ್ರಾಪಂಚಿಕ ಸಂದರ್ಭಗಳಿಗೆಲ್ಲಾ ಉಚಿತ ಹಾಗೂ ಉಪಯುಕ್ತ. ಈ ರೀತಿ ಮಾವೋನ ಕೃತಿಗಳು ನೇರವಾಗಿ ಹಾಗೂ ಪರೋಕ್ಷವಾಗಿ, ಕ್ರಮಬದ್ಧ ತತ್ವನಿರೂಪಣೆ ಹಾಗೂ ಚಿಂತನಾ ಮಾದರಿ, ಕ್ರಾಂತಿ ತರುವಾಯದ ಬೆಳವಣಿಗೆಗೆ ಸಂಬಂಧಪಟ್ಟಂತೆ ಅನೇಕ ವಿಷಯಗಳನ್ನೊಳಗೊಂಡಿವೆ.

ಚೀನಾದಲ್ಲಿ ಯಾರೂ ಸಹ ಮಾವೋ ಎಂಬ ಸ್ಮಾರಕವನ್ನು ಕೆಡಹುವುದಿಲ್ಲ. ಇಂಗ್ಲೆಂಡಿನಲ್ಲಿ ರಾಜಪ್ರಭುತ್ವ ಹೇಗೆ ಅವಶ್ಯಕವೋ ಚೀನಾದಲ್ಲಿ ಮಾವೋ ಹಾಗೆ. ಹೊಸನಾಯಕತ್ವ ಯಾವಾಗಲೂ ಅವರಿಗೆ ಪ್ರಾರ್ಥನೆ ಸಲ್ಲಿಸಬಹುದು. ತಮ್ಮ ಕೃತಜ್ಞತೆಗಳನ್ನು ಸಲ್ಲಿಸಬಹುದು. ನೀರು ಕುಡಿಯುವಾಗ ಕಾರಂಜಿಯನ್ನು ನಿರ್ಮಿಸಿದವರು ಯಾರು ಎನ್ನುವುದನ್ನು ಮರೆಯಲಾಗುವುದೇ ಎಂದು ಚೀನಿಯರು ಹೇಳುತ್ತಾರೆ. ಆ ಶಿಲ್ಪಿ ಮಾವೋತ್ಸೆ ತುಂಗನೆ.

ರಫೀಕ್ ಜಕಾರಿಯಾ ಮಾವೋರವರ ಬಗ್ಗೆ ಆಡಿರುವ ಪ್ರಶಂಸನೀಯ ಮಾತುಗಳೆಂದರೆ "ನೆಪೋಲಿಯನ್ ತರಹ ಜನಪ್ರಿಯತೆಯ ಅಲೆಯೇರಿ ಮಾವೋ ಹಠಾತ್ತಾಗಿ ರಾಜಕೀಯ ರಂಗ ಪ್ರವೇಶಿಸಲಿಲ್ಲ ಹಾಗೂ ತಮ್ಮ ನಾಯಕತ್ವವನ್ನು ಜನಗಳ ಮೇಲೆ ಹೇರಲಿಲ್ಲ. ಅದು ಕಾಲಕ್ರಮೇಣ ಅರಳಿತು. ಜನಗಳ ಆಸೆ ಆಕಾಂಕ್ಷೆಗಳ ಬಗ್ಗೆ ಅವರು ವಹಿಸಿದ ಕಾಳಜಿ ಅವರನ್ನು ಜನಗಳ ಬಳಿ ಇನ್ನೂ ಹತ್ತಿರಕ್ಕೆ ಕರೆದೊಯ್ದಿತು. ಸೇನಾಬಲವನ್ನು ಉಪಯೋಗಿಸುವುದರಲ್ಲಿ ಮಾವೋ ಯಾವತ್ತೂ ಹಿಂಜರಿಯಲಿಲ್ಲ. ತಮ್ಮ ಉದ್ದೇಶದ ನೆರವೇರಿಕೆಗೆ ಅಗತ್ಯವಾದಾಗ ಮಾತ್ರ ಉಪಯೋಗಿಸಿದರು. ವಯಸ್ಸಾಗುತ್ತಾ ಬಂದಂತೆ ತತ್ವ ಚಿಂತನೆಯಲ್ಲೇ ಹೆಚ್ಚಿನ ಸಮಯವನ್ನು ಕಳೆದು ದೈನಂದಿನ ಚಟುವಟಿಕೆಗಳನ್ನು ತಮ್ಮ ಸ್ನೇಹಿತ ಹಾಗೂ ಜೀವನದುದ್ಧಕ್ಕೂ ತಮ್ಮೊಡನಿದ್ದ ಜೊತೆಗಾತ ಚೌಎನ್‌ಲೈಗೆ ವಹಸಿದರು".

ಗಾಂಧಿಯ ಹಾಗಲ್ಲದೆ, ಚೌಎನ್‌ಲಾಯ್ ತಮ್ಮ ಜನಗಳ ಆರ್ಥಿಕ ಪರಿಸ್ಥಿತಿ ಉತ್ತಮಪಡಿಸುವ ಬಗ್ಗೆ ಆಸಕ್ತಿಯಿತ್ತೇ ಹೊರತು ಅವರ ಆಧ್ಯಾತ್ಮಿಕ ಬೆಳವಣಿಗೆಯಲ್ಲಿರಲಿಲ್ಲ. ಮಾವೋ ಮಾರ್ಕ್ಸಿಸಂ ಅನ್ನು ಎಲ್ಲ ಶಾಖೋಪಶಾಖೆಯಲ್ಲಿ ಒಪ್ಪಿಕೊಂಡರೂ, ಚೀನಾದ ಅಗತ್ಯಕ್ಕೆ ತಕ್ಕಂತೆ ಕೆಲವು ಬದಲಾವಣೆಗಳನ್ನು ಮಾಡಿದನು. ಅದರ ಪರಿಣಾಮ ಒಂದು ಪವಾಡವೇ ಸರಿ ಮಾವೋನ ಪ್ರಭಾವ ಕೆಲ ಶತಮಾನಗಳ ಹಿಂದಿದ್ದ ಕನ್‌ಫ್ಯೂಸಿಯಸ್ ಪ್ರಭಾವಕ್ಕಿಂತ ಹೆಚ್ಚು ಪಸರಿಸಿದೆ.

* * * * *

ಅಧ್ಯಾಯ - 31

ಅರಬ್ ರಾಷ್ಟ್ರದಲ್ಲಿ ಜಾಗೃತಿ

ಈಜಿಪ್ಟಿನಲ್ಲಿ ಸ್ವಾತಂತ್ರ್ಯ ಸಂಗ್ರಾಮ ಮತ್ತು ಸುಧಾರಣೆಗಳು

ಜಾಗೃತಿಗೆ ಕಾರಣಗಳು

ಹತ್ತೊಂಬತ್ತನೆಯ ಶತಮಾನದಲ್ಲಿ ಯೂರೋಪ್ ಹಾಗೂ ಆಫ್ರಿಕಗಳಲ್ಲಿ ಆಟೋಮನ್ (ಟರ್ಕಿಯ) ಸಾಮ್ರಾಜ್ಯ ಇನ್ನೇನು ಕೊನೆಗೊಳ್ಳುತ್ತಿತ್ತು. ಈ ಎರಡು ಕಡೆಗಳಲ್ಲಿಯೂ ಮೂಲ ಕಾರಣಗಳು ಒಂದೇ ರೀತಿಯವು: ರಾಷ್ಟ್ರೀಯತೆ ವಿಘಟನೆ ಹೊಂದುತ್ತಿರುವುದರ ಪರಿಣಾಮ ಹಾಗೂ ಯೂರೋಪಿಯನ್ ಪ್ರಭುತ್ವಗಳ ಕೊಳ್ಳೆಹೊಡೆಯುವ ಸ್ವಭಾವ. 1804ರಲ್ಲಿ ಸರ್ಬಿಯಾದಲ್ಲಿ ನಡೆದ ಕ್ರಾಂತಿ ಹಾಗೂ 1805ರಲ್ಲಿ ಮೆಹೆಮೆತ್ ಆಲಿ ತಾನೇ ಈಜಿಪ್ಟಿನ ಗವರ್ನರ್ ಎಂದು ಘೋಷಿಸಿಕೊಂಡದ್ದು ಇವೆರಡೂ ಘಟನೆಗಳೂ ತುರ್ಕಿ ಸಾಮ್ರಾಜ್ಯದ ಅವನತಿಯ ಅಂತಿಮ ಹಂತವನ್ನು ಸೂಚಿಸುತ್ತವೆ. ಯೂರೋಪಿನಲ್ಲಿ ನಡೆದ ಅನಂತರದ ಘಟನೆಯೇ ಗ್ರೀಕ್ ಕ್ರಾಂತಿ. ಅಂದಿನಿಂದ, ಪೂರ್ವಥ್ರೇಸ್ ಮಾತ್ರ ಟರ್ಕಿಯ ಸ್ವಾಮ್ಯದಲ್ಲಿ ಉಳಿದಿದ್ದು. 1914ರ ವರೆಗಿನ ಯೂರೋಪಿನಲ್ಲಿನ ಆಟೋಮನ್ ಸಾಮ್ರಾಜ್ಯದ ಕಥೆಯನ್ನು, ಹೊಸ ರಾಷ್ಟ್ರಗಳ ಸ್ಥಾಪನೆಯಾದ ಕಾಲಗಳೊಂದಿಗೆ ನಿರೂಪಿಸಬಹುದಾಗಿದೆ.

ಇಸ್ಲಾಮಿಕ್ ಆಫ್ರಿಕಾದಲ್ಲಿ, ಆಟೊಮನ್ ಪ್ರಭುತ್ವ ಆಗಲೇ ಸಾಕಷ್ಟು ಅವನತಿಯ ಹಂತ ತಲುಪಿತ್ತು. ಆದರೆ, ಹತ್ತೊಂಬತ್ತನೆಯ ಶತಮಾನದ ಪ್ರಾರಂಭದಲ್ಲಿಯೇ ಉತ್ತರ ಆಫ್ರಿಕದ ಬಹುಭಾಗ ವಾಸ್ತವವಾಗಿ 'ಪೋರ್ಟೇ'ಯಿಂದ ಸ್ವತಂತ್ರವಾದದ್ದರಿಂದ, ಆಟೊಮನರಗಿಂತ ಹೆಚ್ಚಾಗಿ ಯೂರೋಪಿಯನ್ನರೇ ರಾಷ್ಟ್ರೀಯತೆಯ ವಿರೋಧವಾಗಿದ್ದರು. ಏಳನೆಯ ಶತಮಾನದಿಂದಲೂ ಇಸ್ಲಾಮ್, ಹೊಸ ಭಾವನೆ ಅಥವಾ ಸ್ವರೂಪಗಳಿಂದ ಅಷ್ಟೇನೂ ಪ್ರಭಾವಿತವಾಗಿರಲಿಲ್ಲ. ಮತ್ತೆ ಕಥೆ ಪ್ರಾರಂಭವಾಗುವುದು ಮೆಹೆಮತ್ ಅಲಿಯಿಂದಲೇ. ತನ್ನ ಹುಟ್ಟೂರಾದ ಕವಲ್ಲದಿಂದ, ಇನ್ನಷ್ಟು ಪಶ್ಚಿಮದತ್ತ ಅವನು ಎಂದೂ ಹೋಗದಿದ್ದರೂ, ಅವನು ಯೂರೋಪಿಯನ್ ನಾಗರಿಕತೆಯನ್ನು ಮೆಚ್ಚಿದ ಹಾಗೂ ಅದರಿಂದ ಈಜಿಪ್ಟ್ ಕೂಡ ಬಹಳಷ್ಟು ವಿಷಯಗಳನ್ನು ಕಲಿಯಬಹುದು ಎಂದು ಭಾವಿಸಿದ್ಧ. ಅವನು ಹೊರದೇಶಗಳಿಂದ ತಾಂತ್ರಿಕ ಬೋಧಕರನ್ನು ತರಬೇತಿದಾರರನ್ನು ಕರೆಸಿಕೊಂಡ; ಆರೋಗ್ಯ ಮತ್ತು ನೈರ್ಮಲ್ಯ ವಿಭಾಗಗಳಲ್ಲಿ ವಿದೇಶೀ ಪ್ರತಿನಿಧಿಗಳನ್ನು ನೇಮಿಸಿಕೊಂಡ, ತಾಂತ್ರಿಕ ವಿಷಯಗಳಿಗೆ ಸಂಬಂಧಿಸಿದ ಯೂರೋಪಿಯನ್ ಕೃತಿಗಳನ್ನು, ಲೇಖನಗಳನ್ನು ಭಾಷಾಂತರ ಮಾಡಿಸಿ ಪ್ರಕಟಿಸಿದ. ಹಾಗೂ ತನ್ನ ದೇಶದ ವಿದ್ಯಾರ್ಥಿಗಳನ್ನು ಅಧ್ಯಯನಕ್ಕಾಗಿ ಫ್ರಾನ್ಸ್ ಮತ್ತು ಇಂಗ್ಲೆಂಡ್‌ಗಳಿಗೆ ಕಳುಹಿಸಿದ. ಆದರೂ ಅವನು ಮನಸ್ಸಿಗೆ ವಿರೋಧವಾಗಿ ವರ್ತಿಸುತ್ತಿದ್ದ. ಹಿಂದೆಂದೂ ಕಂಡುಬರದಂತೆ, ಯೂರೋಪಿಯನ್ ಪ್ರಭಾವಕ್ಕೆ ಈಜಿಪ್ಟನ್ನು ತೆರೆದಿಟ್ಟಾಗ್ಯೂ, ವಾಸ್ತವ ಸಾಧನೆಗಳಿಂದ ಅವನು ನಿರಾಶನಾದನೆಂದೇ ಹೇಳಬೇಕು. ಈಜಿಪ್ಟಿನ ಮೇಲೆ ಹೆಚ್ಚಿನ ಪ್ರಭಾವ ಬೀರಿದ್ದು ಫ್ರಾನ್ಸ್, ಶೈಕ್ಷಣಿಕ ಹಾಗೂ ತಾಂತ್ರಿಕ ಶಿಕ್ಷಣ ಸಂಸ್ಥೆಗಳ ಮೂಲಕವಾಗಿ. ಇದರಿಂದಾಗಿ ಆಟೊಮನ್ ಸಾಮ್ರಾಜ್ಯದ ವ್ಯಾಪಾರ ಮತ್ತು ವ್ಯವಹಾರಗಳಲ್ಲಿ ಫ್ರೆಂಚ್ ಹೆಚ್ಚು ಹೆಚ್ಚು ಆಸಕ್ತಿ ತೋರಿಸುವಂತಾಯಿತು. ಭಾಷೆಗೆ ಸಂಬಂಧಿಸಿದಂತೆಯೂ ಈಜಿಪ್ಟ್ ಫ್ರಾನ್ಸ್‌ಗಳ ಪರಸ್ಪರ ಪ್ರಭಾವ ಎದ್ದುಕಾಣುತ್ತದೆ. ಈಜಿಪ್ಟಿನ ಸುಶಿಕ್ಷಿತರ ಎರಡನೆಯ ಭಾಷೆ ಫ್ರೆಂಚ್. ಮೆಡಿಟರೇನಿಯನ್ ಪ್ರದೇಶದಲ್ಲಿರುವ ದೊಡ್ಡ ಕಾಸ್ಮೊಪಾಲಿಟನ್ (ವಿಶ್ವ) ನಗರಗಳಲ್ಲಿ ಒಂದಾದ ಅಲೆಗ್ಸಾಂಡ್ರಿಯದಲ್ಲಿ ಫ್ರೆಂಚರ ಒಂದು ಬೃಹತ್ ಸಮುದಾಯವೇ ಬೆಳೆಯಿತು.

ಯೂರೋಪಿಯನೇತರ ರಾಷ್ಟ್ರಗಳ ಕೆಲವು ಆಧುನಿಕ ರಾಜ್ಯನೀತಿಜ್ಞರು ತಂತ್ರಜ್ಞಾನಕ್ಕೆ ಸಂಬಂಧಿಸಿದಂತೆ ಜ್ಞಾನ ಸಂಪಾದಿಸಲು ಪಾಶ್ಚಾತ್ಯ ರಾಷ್ಟ್ರಗಳ ಅವಲಂಬನೆಗಷ್ಟೇ ತಮ್ಮನ್ನು ಸೀಮಿತಗೊಳಿಸಿಕೊಂಡಿದ್ದರು. ಈಜಿಪ್ಟಿನ ಕೆಲವು ತರುಣರು ರಾಜಕೀಯ ಭಾವನೆಗಳನ್ನು ಅರಿಯಲು ತೊಡಗಿದರು. ಈ ಎಲ್ಲ ವಿಚಾರಗಳು ಫ್ರೆಂಚ್ ಕೃತಿಗಳಲ್ಲಿಯೂ ಬಹುಸಂಖ್ಯೆಯಲ್ಲಿದ್ದವು. ಈಜಿಪ್ಟಿನ ಜೊತೆಗಿರುವ ಯೂರೋಪಿನ ಸಂಬಂಧಗಳ ಸ್ವರೂಪವನ್ನು ಕೊನೆಯಲ್ಲಿ ಬದಲಾಯಿಸಲು ಸಹಾಯಕವಾಗುವ ಕೃತಕ ಅಂಶವೊಂದು ರೂಪ ಪಡೆಯುತ್ತಿತ್ತು. ಆಧುನಿಕೀಕರಣ ಹಾಗೂ ರಾಷ್ಟ್ರೀಯತೆಗಳು ಬಿಡಿಸಿಕೊಳ್ಳಲು ಸಾಧ್ಯವಾಗದ ರೀತಿಯಲ್ಲಿ ಪರಸ್ಪರ ಹೆಣೆದುಕೊಂಡವು. ಮಧ್ಯಪ್ರಾಚ್ಯ ರಾಷ್ಟ್ರಗಳ ರಾಷ್ಟ್ರೀಯತೆಯ ವಿಚಿತ್ರ ದೌರ್ಬಲ್ಯದ ಮೂಲವನ್ನು ನಾವು ಇಲ್ಲಿಯೇ ಕಾಣುತ್ತೇವೆ. ಪಾಶ್ಚಾತ್ಯ ಭಾವನೆಗಳಿಂದ, ಬಹುಮಟ್ಟಿಗೆ ಇನ್ನೂ ಶಿಥಿಲವಾಗದಿರುವ ಇಸ್ಲಾಮ್ ಸಂಸ್ಕೃತಿಯನ್ನು ಅನುಸರಿಸುವ ಅಧಿಕ ಜನರಿರುವ ಸಮಾಜದಿಂದ, ಮುಂದುವರೆದವರೆನಿಸಿದ ಗಣ್ಯರ ವರ್ಗವೇ ಪ್ರತ್ಯೇಕವಾಯಿತು. ಇದಕ್ಕೆ ವ್ಯತಿರಿಕ್ತವಾಗಿ, ರಾಷ್ಟ್ರೀಯವಾದಿಗಳು ಹೆಚ್ಚಾಗಿ ಮತ್ತು ಸಾಮಾನ್ಯವಾಗಿ ಈಜಿಪ್ಟ್, ಸಿರಿಯ ಮತ್ತು ಲಿಬಿಯಗಳ ಸಮಾಜದಲ್ಲಿ

ಸೇರಿಹೋದ ಯೂರೋಪಿಯನ್ ರಾಷ್ಟ್ರಗಳ ಜನರೇ ಆಗಿದ್ದರು. ಇಪ್ಪತ್ತನೆಯ ಶತಮಾನಕ್ಕೆ ಸಂಬಂಧಿಸಿದಂತೆ ಕೂಡ ಈ ಮಾತು ಸತ್ಯವಾಗಿದೆ.

1869ರಲ್ಲಿ ಸೂಯೆಜ್ ಕಾಲುವೆ ಪ್ರಾರಂಭವಾದದ್ದು ಇನ್ನೊಂದು ಹೆಗ್ಗುರುತಾಗಿದೆ. (ಪರೋಕ್ಷವಾಗಿಯೇ ಆದರೂ) ಈ ಘಟನೆ ಇತರ ಯಾವುದೇ ಪ್ರತ್ಯೇಕ ಘಟನೆಗಿಂತ ಹೆಚ್ಚಾಗಿ, ಈಜಿಪ್ಟ್‌ನ ಅವನತಿಗೆ ಕಾರಣವಾಯಿತು. ಈಜಿಪ್ಟಿಗೆ ವಿದೇಶಿಯರಿಂದ ಆಗುವ ಪೀಡನೆಗಳೂ ಕಿರುಕುಳಗಳೂ ಹೆಚ್ಚಾದವು. ಆದರೂ 1798 ರಿಂದ ಮುಂದಿನ ಅವಧಿಯಲ್ಲಿ, ಈಜಿಪ್ಟನ್ನು ಮೊದಲಬಾರಿ ಯೂರೋಪಿಯನ್ನರು ಪ್ರವೇಶಿಸಿದುದಕ್ಕೆ ಈ ಘಟನೆ ತತ್‌ಕ್ಷಣದ ಕಾರಣವೇನೂ ಅಲ್ಲ. ಸುಲ್ತಾನನಿಂದ 'ಖೆದೈವ್' ಎಂಬ ಬಿರುದನ್ನು ಪಡೆದ ಈಜಿಪ್ಟಿನ ಮೊದಲನೆಯ ರಾಜನಾದ ಇಸ್ಮಾಯಿಲನ ಕಾರ್ಯಚಟುವಟಿಕೆಗಳೇ ಪ್ರಾಯಶಃ ಇದಕ್ಕೆ ಕಾರಣ. ಫ್ರೆಂಚರಂತೆಯೇ ಫ್ರಾನ್ಸಿನಲ್ಲಿ ಶಿಕ್ಷಣ ಪಡೆದು ಅತ್ಯಾಧುನಿಕ ಜ್ಞಾನವನ್ನು ಸಂಪಾದಿಸಿದ್ದ ಅವನು ಯೂರೋಪಿನಲ್ಲಿ ಬಹಳಷ್ಟು ಪ್ರವಾಸ ಮಾಡಿದ್ದ. ಅವನು ತುಂಬಾ ಹದ್ದುಮೀರಿದವನಾಗಿದ್ದ. ಅದೃಷ್ಟಕರ ಸಂಗತಿಯೆಂದರೆ, 1863ರಲ್ಲಿ ಅವನು ರಾಜನಾದಾಗ, ಈಜಿಪ್ಟಿನ ಪ್ರಮುಖ ರಫ್ತು ಸಾಮಗ್ರಿಯಾದ ಹತ್ತಿಯ ಬೆಲೆ ಅಮೆರಿಕದ ಅಂತರ್ಯುದ್ಧದ ಪರಿಣಾಮವಾಗಿ ಗಗನಕ್ಕೆ ಏರಿತ್ತು. ಆದ್ದರಿಂದ ಇಸ್ಮಾಯಿಲನ ಹಣಕಾಸಿನ ಪರಿಸ್ಥಿತಿ ಉತ್ತಮವಾಗಿ ಕಾಣುತ್ತಿತ್ತು. ಆದರೆ ದುರದೃಷ್ಟವಶಾತ್ ಅವನ ಆರ್ಥಿಕ ನಿರ್ವಹಣೆ ಸಮಾಧಾನಕರವಾಗಿರಲಿಲ್ಲ. ಈಜಿಪ್ಟಿನ ರಾಷ್ಟ್ರೀಯ ಸಾಲದ ಮೊತ್ತ ಏರಿದ್ದು, ಇದರ ಫಲಿತಾಂಶವಾಗಿದೆ. ಇಸ್ಮಾಯಿಲ್ ಅಧಿಕಾರಕ್ಕೆ ಬರುವಾಗ ಇದ್ದ ರಾಷ್ಟ್ರೀಯ ಸಾಲ 7,000,000 ಹದಿಮೂರು ವರ್ಷಗಳ ಅವಧಿಯಲ್ಲಿ ಸುಮಾರು 100,000,000ಕ್ಕೆ ಏರಿತು. ಇದಕ್ಕೆ ನೀಡಬೇಕಾದ ವಾರ್ಷಿಕ ಬಡ್ಡಿಯೇ ಸುಮಾರು 5,000,000. ಇದು ನಿಜವಾಗಿಯೂ ದುಬಾರಿಯಾದುದಾಗಿದ್ದು 1876ರಲ್ಲಿ ಈಜಿಪ್ಟ್ ಸರ್ಕಾರ ದಿವಾಳಿಯಾಯಿತು ಮತ್ತು ಸಾಲ ತೀರಿಸುವುದನ್ನು ನಿಲ್ಲಿಸಿತು.

ಪರಿಣಾಮವಾಗಿ ಈಜಿಪ್ಟ್-ವಿದೇಶಗಳ ಮೇಲ್ವಿಚಾರಣೆಗೆ ಒಳಗಾಯಿತು. ಒಬ್ಬ ಬ್ರಿಟಿಷ್ ಹಾಗೂ ಇನ್ನೊಬ್ಬ ಫ್ರೆಂಚ್ ನಿಯಂತ್ರಕರು ನೇಮಕಗೊಂಡರು. ಇಸ್ಮಾಯಿಲನ ಮಗನ ಆಳ್ವಿಕೆಯಲ್ಲಿದ್ದ ಈಜಿಪ್ಟ್ ಸರ್ಕಾರ, ಆದಾಯವನ್ನು ಸಂಗ್ರಹಿಸಿಕೊಂಡು, ಸಾಲ ಪಾವತಿ ಮಾಡುವುದಕ್ಕೆ ಹೆಚ್ಚು ಲಕ್ಷ್ಯ ನೀಡುವಂತೆ ನೋಡಿಕೊಳ್ಳಲು ಈ ವ್ಯವಸ್ಥೆ ಏರ್ಪಟ್ಟಿತು. ಇಸ್ಮಾಯಿಲ್ ಮಾಡಿದ ಸಾಲ ತೀರಿಸಲು ಸಂಗ್ರಹಿಸಬೇಕಾದ ಆದಾಯಕ್ಕಾಗಿ ಜನರ ಮೇಲೆ ಅಧಿಕ ತೆರಿಗೆಯನ್ನು ವಿಧಿಸಲಾಯಿತು. ಇದನ್ನು ರಾಷ್ಟ್ರೀಯವಾದಿಗಳು ಟೀಕಿಸಿದರು. ಸರ್ಕಾರಿ ಅಧಿಕಾರಿಗಳ ವೇತನವನ್ನು ಕಡಿಮೆಮಾಡಿದ ಕ್ರಮವೂ ರಾಷ್ಟ್ರೀಯವಾದಿಗಳ ಖಂಡನೆಗೆ ಗುರಿಯಾಯಿತು. ಖೆದೈವ್ ಹೆಸರಿನಲ್ಲಿ ಕಾರ್ಯನಿರ್ವಹಿಸುತ್ತಿದ್ದ ಯೂರೋಪಿಯನ್ ಹಣಕಾಸು ಅಧಿಕಾರಿಗಳೂ ರಾಷ್ಟ್ರೀಯವಾದಿಗಳ ಕೆಟ್ಟ ದೃಷ್ಟಿಗೆ ಬಿದ್ದಿದ್ದರು. ಹೀಗಾಗಿ ಈಜಿಪ್ಟಿನಲ್ಲಿದ್ದ ಅನೇಕ ವಿದೇಶೀಯರ, ನ್ಯಾಯಬದ್ಧ ಸೌಲಭ್ಯಗಳಿಂದ ಕೂಡಿದ ಸ್ಥಿತಿಗತಿಗಳಲ್ಲಿ ಹಾಗೂ ಅವರ ವಿಶೇಷ ನ್ಯಾಯಾಲಯಗಳಲ್ಲಿ ಅತೃಪ್ತಿ ಅಸಮಾಧಾನಗಳು ಹೆಚ್ಚತೊಡಗಿದವು.

ಬ್ರಿಟನ್ ಮತ್ತು ಈಜಿಪ್ಟ್

ಬ್ರಿಟನ್ ಹಾಗೂ ಪ್ರಾಚ್ಯ ರಾಷ್ಟ್ರಗಳ ನಡುವಿನ ಸಂಪರ್ಕಕೊಂಡಿಯಂತಿದ್ದ ಆ ಪ್ರದೇಶದ ಮಹತ್ವವನ್ನು ಮನಗಂಡ ಗ್ರೇಟ್ ಬ್ರಿಟನ್ ಅದರ ಬಗೆಗೆ ಆಸಕ್ತಿ ಬೆಳೆಸಿಕೊಳ್ಳತೊಡಗಿತ್ತು. 1875 ರಿಂದ 1900ರ ವರೆಗಿನ 25 ವರ್ಷಗಳ ಅವಧಿಯಲ್ಲಿ ಬ್ರಿಟನ್, ಖೆದೈವ್ ಇಸ್ಮಾಯಿಲನಿಂದ ನಾಲ್ಕು ಮಿಲಿಯ ಪೌಂಡ್‌ಗಳ ಮೌಲ್ಯದ ಸೂಯಜ್ ಕಾಲುವೆಯ ಒಟ್ಟು 176,602 ಷೇರುಗಳನ್ನು ಖರೀದಿಸಿತ್ತು. ಅಲ್ಲದೆ ಆ ಪ್ರದೇಶದ ಬಗೆಗಿನ ತನ್ನ ಆಸಕ್ತಿಯನ್ನು ಉಳಿಸಿಕೊಂಡು ಬಂದಿತ್ತು. 1882ರಲ್ಲಿ ಈಜಿಪ್ಟಿನಲ್ಲಿ ರಾಷ್ಟ್ರೀಯ ದಂಗೆ ಉದ್ಭವಿಸಿದಾಗ, ಈಜಿಪ್ಟ್ ಸರ್ಕಾರದ ಮೇಲೆ ತನ್ನ ಹತೋಟಿಯನ್ನು ಉಳಿಸಿಕೊಳ್ಳುವ ಉದ್ದೇಶದಿಂದ ಬ್ರಿಟನ್ ಸೈನ್ಯದೊಂದಿಗೆ ಈಜಿಪ್ಟನ್ನು ಪ್ರವೇಶಿಸಿತ್ತು. ಈಜಿಪ್ಟ್ ಇಟಲಿಯ ಸಾರ್ವಭೌಮತ್ವದ ಅಡಿಯಲ್ಲಿಯೇ ಸಾಂಪ್ರದಾಯಿಕವಾಗಿ ಮುಂದುವರಿಯುತ್ತಿದ್ದಾಗ್ಯೂ ವಾಸ್ತವವಾಗಿ ಅದು ಬ್ರಿಟಿಷರ ಅಧೀನದಲ್ಲಿಯೇ ಇತ್ತು. ಮೊದಲ ಜಾಗತಿಕ ಯುದ್ಧ ಪ್ರಾರಂಭವಾದಾಗ, ಬ್ರಿಟನ್ ಈಜಿಪ್ಟನ್ನು ತನ್ನ ರಕ್ಷಣಾಧಿಕಾರದಲ್ಲಿ ತಂದುಕೊಂಡಿತಲ್ಲದೆ, ಬ್ರಿಟಿಷರ ಪರವಾಗಿದ್ದ ರಾಜಕುಮಾರನೊಬ್ಬನನ್ನು ಈಜಿಪ್ಟಿನ ಸಿಂಹಾಸನದ ಮೇಲೆ ಕುಳ್ಳಿರಿಸಿತು. ಬ್ರಿಟನಿನ ಈ ಕ್ರಮವನ್ನು ರಾಷ್ಟ್ರೀಯವಾದಿಗಳು ತೀವ್ರವಾಗಿ ಖಂಡಿಸಿದರು. ಸಾಧ್ಯವಾದಷ್ಟು ಬೇಗ ಈಜಿಪ್ಟಿನಿಂದ ಹೊರಟುಹೋಗುತ್ತೇನೆಂದು ಹಿಂದೆ ನೀಡಿದ್ದ ಆಶ್ವಾಸನೆಯನ್ನು ಬ್ರಿಟನ್ ಉಲ್ಲಂಘಿಸಿದ್ದೇ ಈ ಟೀಕೆಗೆ ಕಾರಣವೆನ್ನಬಹುದು. ಈ ಅತೃಪ್ತಿಯಿದ್ದರೂ, ಬ್ರಿಟಿಷ್‌ರು ಈಜಿಪ್ಟಿನ ಮೇಲೆ ತನ್ನ ಬಿಗಿಯಾದ ಹತೋಟಿಯನ್ನು ಮುಂದುವರೆಸಿಕೊಂಡು ಬಂತು. ಯುದ್ಧ ನಡೆಯುತ್ತಿದ್ದಾಗ ಈಜಿಪ್ಟಿನ ಶಾಸನಸಭೆಯನ್ನು ರದ್ದುಗೊಳಿಸಲಾಯಿತು. ಈಜಿಪ್ಟಿನ ಜನರ ರಾಜಕೀಯ ಹಂಬಲಗಳಿಗೆ ಯಾವುದೇ ಲಕ್ಷ್ಯವನ್ನು ಬ್ರಿಟನ್ ನೀಡಲಿಲ್ಲ.

ಯುದ್ಧದ ಕಾಲದಲ್ಲಿ ಈಜಿಪ್ಟಿನಲ್ಲಿ ನಡೆಯುತ್ತಿದ್ದ ರಾಷ್ಟ್ರೀಯ ಚಳವಳಿಗೆ ಹೊಸ ಹುರುಪು ಬಂತು. ಯುದ್ಧ ಕೊನೆಗೊಂಡಿತೆಂಬುದಕ್ಕೆ ಸಮರ್ಥನೆಯಾಗಿ ಅಧ್ಯಕ್ಷ ವಿಲ್ಸನ್ ಅವರು ಹದಿನಾಲ್ಕು ಅಂಶಗಳನ್ನು ಪ್ರಕಟಪಡಿಸಿದರು. ಎಲ್ಲೆಡೆ ಇರುವ ಜನರು ಆತ್ಮನಿರ್ಧಾರವನ್ನು ಬೆಳೆಸಿಕೊಳ್ಳಬೇಕೆಂಬ ಸಿದ್ಧಾಂತ ವಿಲ್ಸನ್ ಅವರ ಪ್ರಮುಖ ವಿಚಾರಗಳಲ್ಲಿ ಒಂದಾಗಿತ್ತು. ಸಾದ್ ಪಾಷಾ ಝುಗ್ಲಲ್ ಅವರ ನೇತೃತ್ವದಲ್ಲಿ ರಾಷ್ಟ್ರೀಯವಾದಿಗಳು ಈಜಿಪ್ಟ್‌ಗೆ ಸ್ವಾತಂತ್ರ್ಯ ನೀಡಬೇಕೆಂದು ಒತ್ತಾಯಿಸಿ ಚಳುವಳಿ ಕೈಗೊಂಡರು. ಮುಂದೆ ಯುದ್ಧ ಕೊನೆಗೊಂಡಾಗ ಹಾಗೂ ಪ್ಯಾರಿಸ್‌ನಲ್ಲಿ ಶಾಂತಿಮಾತುಕತೆಗಳು ಪ್ರಾರಂಭವಾದಾಗ ಶಾಂತಿ ಸಭೆಗೆ ನಿಯೋಗವನ್ನು ಕಳುಹಿಸಲು ಸಾದ್ ಪಾಷಾ ಝುಗ್ಲಲ್ ಅನುಮತಿ ಕೋರಿದ. ಆದರೆ ಇದಕ್ಕೆ ಬ್ರಿಟನ್ ಅನುಮತಿ ಕೊಡಲಿಲ್ಲ. ಅಲ್ಲದೆ ಬ್ರಿಟಿಷರು ಝುಗ್ಲಲನನ್ನೇ ಮಾಲ್ಟಾಗೆ ಗಡೀಪಾರು ಮಾಡಿದರು. ಬ್ರಿಟನ್ ಕೈಗೊಂಡ ಈ ಕ್ರಮದಿಂದ ಈಜಿಪ್ಟಿನ ಜನರು ಸಿಟ್ಟಾದರು. ಅವರು ಬ್ರಿಟಿಷರ ವಿರುದ್ಧವಾಗಿ ಭಯಂಕರ ಚಳುವಳಿಗಳನ್ನು ಪ್ರಾರಂಭಿಸಿದರು. ಈಜಿಪ್ಟ್‌ನ ಜನರು ಬ್ರಿಟಿಷರ ವಿರುದ್ಧವಾಗಿ ವರ್ತಿಸಲು ಅನೇಕ ಕಾರಣಗಳಿದ್ದವು ಎಂಬುದನ್ನು ಗಮನಿಸಬಹುದು. ಮೊದಲನೆಯದಾಗಿ, ಮೊದಲನೆಯ ಜಾಗತಿಕ ಯುದ್ಧದ ಕಾಲದಲ್ಲಿ, ಬ್ರಿಟನ್, ಈಜಿಪ್ಟಿನ ಜನರನ್ನು ಯುದ್ಧದಲ್ಲಿ ತೊಡಗಿಸಿತ್ತು. ತಾವು ಪರಸ್ಪರರನ್ನು ಯಾವುದೇ ಯುದ್ಧದಲ್ಲಿ ತೊಡಗಿಸುವುದಿಲ್ಲವೆಂದು ಈಜಿಪ್ಟ್ ಹಾಗೂ ಬ್ರಿಟನ್ ಹಿಂದೆ ಮಾಡಿಕೊಂಡ ಒಪ್ಪಂದದ ಷರತ್ತನ್ನೂ, ಈ ರೀತಿಯಾಗಿ ಬ್ರಿಟನ್ ಉಲ್ಲಂಘಿಸಿತ್ತು. ಎರಡನೆಯದಾಗಿ, ಈಜಿಪ್ಟಿನ ಜನರು ಎಲ್ಲ ವಿದೇಶಿಯರ ಆಳ್ವಿಕೆಯನ್ನು ವಿರೋಧಿಸುತ್ತಿದ್ದರು. ವಿದೇಶಿ ಆಡಳಿತವನ್ನು ಕೊನೆಗೊಳಿಸಬೇಕೆಂಬುದೇ ಅವರ ನಿರ್ಧಾರವಾಗಿತ್ತು. ಮೂರನೆಯದಾಗಿ, ಮಹಮದೀಯರು ಹಾಗೂ ಕ್ರೈಸ್ತರ ನಡುವಣ ಸಾಂಪ್ರದಾಯಿಕ ಪ್ರತಿಸ್ಪರ್ಧೆಯೂ(ಹೆಚ್ಚು ಮಂದಿ ಮಹಮದೀಯ ಪೌರರೇ ಇರುವ) ಈಜಿಪ್ಟಿನ ಜನತೆಗೆ, ಕ್ರೈಸ್ತರನ್ನು ಓಡಿಸಲು ಚಾಲನೆ ನೀಡಿತ್ತು. ಕೊನೆಯದಾಗಿ, ಪ್ರಪಂಚದಲ್ಲಿರುವ ಎಲ್ಲ ಜನರಿಗೂ ಆತ್ಮ ನಿರ್ಧಾರ ಬೆಳೆಸಿಕೊಳ್ಳುವ ಹಕ್ಕು ಇರತಕ್ಕದ್ದು ಎಂಬ ವಿಲ್ಸನ್ ಅವರ ಘೋಷಣೆ ಕೂಡ, ಸ್ವಾತಂತ್ರ್ಯ ಪಡೆಯುವ ವಿಷಯದಲ್ಲಿ ಈಜಿಪ್ಟ್‌ನ ಜನರಿಗೆ ಉತ್ತೇಜನ ನೀಡಿತ್ತು.

ಯುದ್ಧಾನಂತರ ಈಜಿಪ್ಟ್ ಬಗೆಗೆ ಬ್ರಿಟನ್ ಧೋರಣೆ

ಬ್ರಿಟಿಷರ ವಿರುದ್ಧ ನಡೆಯುತ್ತಿರುವ ಕ್ರಾಂತಿಗಳನ್ನು ಅರಿತು ಬ್ರಿಟಿಷ್ ಸರ್ಕಾರವು, ಬೆಳೆಯುತ್ತಿರುವ ಆತಂಕ-ಗೊಂದಲಗಳ ಕಾರಣಗಳನ್ನು ತಿಳಿಯಲು ಹಾಗೂ ಈಜಿಪ್ಟ್‌ನ ಮುಂದಿನ ಸ್ಥಾನಮಾನದ ಬಗ್ಗೆ ಸಲಹೆ ನೀಡಲು, ಮಿಲ್ನರ್‌ನ ನೇತೃತ್ವದಲ್ಲಿ ಆಯೋಗವೊಂದನ್ನು ನೇಮಿಸಿತು (1919). ಈಜಿಪ್ಟ್ ಮೇಲೆ ಬ್ರಿಟನ್‌ಗಿರುವ ರಕ್ಷಣಾಧಿಕಾರವನ್ನು ರದ್ದುಗೊಳಿಸಿ, ಸಂಪೂರ್ಣ ಸ್ವಾತಂತ್ರ್ಯವನ್ನು ಈಜಿಪ್ಟಿಗೆ ನೀಡಬೇಕೆಂದು ಈ ಆಯೋಗ ಶಿಫಾರಸ್ಸು ಮಾಡಿತು. ಆದರೂ ಈಜಿಪ್ಟಿನಲ್ಲಿರುವ ಬ್ರಿಟಿಷರ ಹಾಗೂ ಇತರ ಯೂರೋಪಿಯನ್ ರಾಷ್ಟ್ರಗಳ ಜನರ ಹಿತಾಸಕ್ತಿಗಳನ್ನು ಕಾಪಾಡಲು ಸೂಕ್ತ ಕ್ರಮಗಳನ್ನು ಕೈಗೊಳ್ಳಬೇಕೆಂದು ಆಯೋಗ ಒತ್ತಾಯಿಸಿತು. ಆದರೆ ಈ ಶಿಫಾರಸ್ಸುಗಳಿಂದ ಈಜಿಪ್ಟಿನ ಜನರು ಸಂತೃಪ್ತರಾಗಲಿಲ್ಲ. ಮತ್ತೊಮ್ಮೆ ಈಜಿಪ್ಟ್‌ನಲ್ಲಿ ಬ್ರಿಟಿಷ್ ವಿರೋಧಿ ದಂಗೆಗಳು ಪ್ರಾರಂಭವಾದವು. ಈ ಸನ್ನಿವೇಶದಲ್ಲಿ, ಬ್ರಿಟಿಷ್ ಸರ್ಕಾರ ಈಜಿಪ್ಟ್‌ನ ಜೊತೆ ಹೊಸ ಶಾಂತಿ ಮಾತುಕತೆಗಳನ್ನು ಪ್ರಾರಂಭಿಸಿತು. ಅನೇಕ ಸಮಾಲೋಚನಾ ಸಭೆಗಳು ನಡೆದ ಮೇಲೆ ಈಜಿಪ್ಟಿನ ಮೇಲೆ ಇರುವ ತನ್ನ ರಕ್ಷಣಾಧಿಕಾರವನ್ನು ರದ್ದುಗೊಳಿಸಿ, ಈಜಿಪ್ಟಿಗೆ ಸಂಪೂರ್ಣ ಸ್ವಾತಂತ್ರ್ಯ ನೀಡಲು ತಾನು ಸಿದ್ಧ ಎಂದು ಬ್ರಿಟಿಷ್ ಸರ್ಕಾರ ಘೋಷಿಸಿತು(1922). ಅದೇ ಕಾಲದಲ್ಲಿ, ಹಿಂದೆ ಮಾಡಿಕೊಳ್ಳಲಾದ ಸಾಂಪ್ರದಾಯಿಕ ಒಪ್ಪಂದ ಕೊನೆಗೊಳ್ಳುವವರೆಗೆ ಈಜಿಪ್ಟಿನಲ್ಲಿ ತನಗಿರುವ ವಿಶೇಷ ಹಕ್ಕುಗಳನ್ನು ಸೌಲಭ್ಯಗಳನ್ನು ಬಳಸಿಕೊಳ್ಳುವುದಾಗಿ ಕೂಡ ಬ್ರಿಟನ್ ಪ್ರಕಟಪಡಿಸಿತು. ಬ್ರಿಟಿಷರು ಉಲ್ಲೇಖಿಸಲಾದ ವಿಶೇಷ ಸೌಲಭ್ಯಗಳಲ್ಲಿ ಈ ಕೆಳಗಿನವು ಸೇರಿದ್ದವು: ಈಜಿಪ್ಟಿನಲ್ಲಿ ಬ್ರಿಟಿಷ್ ಸೈನ್ಯವನ್ನು ನೆಲೆಗೊಳಿಸುವ ಹಕ್ಕು, ವಿದೇಶಿ ಆಕ್ರಮಣಕಾರರಿಂದ ಈಜಿಪ್ಟಿಗೆ ರಕ್ಷಣೆ ನೀಡುವ ಹಕ್ಕು; ಈಜಿಪ್ಟ್ ಮತ್ತು ಸುಡಾನ್‌ಗಳಲ್ಲಿರುವ ಅಲ್ಪಸಂಖ್ಯಾತರು ಹಾಗೂ ವಿದೇಶಿಯರ ಹಿತಾಸಕ್ತಿಗಳನ್ನು ಕಾಪಾಡುವ ಹಕ್ಕು. ವಿಶೇಷವಾಗಿ ಸೂಡಾನ್ ಮೇಲೆ ಬ್ರಿಟನ್‌ಗಿರುವ ನಿಯಂತ್ರಣ ಅತ್ಯಧಿಕ ಮಹತ್ವ ಹೊಂದಿದೆ. ಸೂಡಾನ್ ಮುಖಾಂತರವಾಗಿಯೇ ಈಜಿಪ್ಟ್ ತನ್ನ ಸಂಪೂರ್ಣ ನೀರು ಸರಬರಾಜನ್ನು ಹೊಂದಿರುವುದು ಹಾಗೂ ಸೂಡಾನ್ ರಾಷ್ಟ್ರವನ್ನೇ ಈಜಿಪ್ಟ್ ಹತ್ತಿಯ ಬೆಳೆಗಾಗಿ ಅವಲಂಬಿಸಿದ್ದು ಇವೆರಡು ಅಂಶಗಳೇ ಈ ಮಹತ್ವಕ್ಕೆ ಕಾರಣ. ಪ್ರೊ. ಲ್ಯಾಂಗ್‌ಸಮ್ ಅವರು ಅಭಿಪ್ರಾಯಪಟ್ಟಂತೆ, "ಈಜಿಪ್ಟ್ ಮೇಲಿನ ಈ ಬ್ರಿಟಿಷ್ ಮನ್ರೋ ಸಿದ್ಧಾಂತದಿಂದ ರಾಷ್ಟ್ರೀಯವಾದಿಗಳು ಬೇಸರಗೊಂಡರು. ಆದರೆ ಅವರಿಗೆ ಪ್ರತಿಭಟಿಸುವ ಸಾಮರ್ಥ್ಯವಿರಲಿಲ್ಲ."

ಈ ಘೋಷಣೆಯನ್ನು ಪ್ರಕಟಿಸಿದ ಅನಂತರ, ಅನತಿ ಕಾಲದಲ್ಲಿಯೇ, "ಈಜಿಪ್ಟಿನ ವ್ಯವಹಾರಗಳಲ್ಲಿ ಯಾವುದೇ ವಿದೇಶಿ ಪ್ರಭುತ್ವ ಮಧ್ಯಪ್ರವೇಶ ಮಾಡುವುದನ್ನೂ ಕೂಡ, ಈಜಿಪ್ಟಿನ ಸುರಕ್ಷತೆಗೆ ಒದಗಿಬಂದ ಅಪಾಯವೆಂದೇ ಬ್ರಿಟನ್ ಭಾವಿಸುತ್ತದೆ" ಎಂದೂ ಬ್ರಿಟಿಷರು ಪ್ರಕಟಪಡಿಸಿದರು. ಈ ಪ್ರಕಟಣೆಯ ಪರಿಣಾಮವಾಗಿ, ಈಜಿಪ್ಟಿನ ಜನರು ಸ್ವಾತಂತ್ರ್ಯ ಪಡೆಯುವುದು ವಿಳಂಬವಾಯಿತು. ಇದರಿಂದಲೂ ಆ ಜನರು ಅಸಮಾಧಾನಗೊಂಡರು. ಬ್ರಿಟಿಷ್ ಸರ್ಕಾರದ ಈ

ನಿಲುವನ್ನು ಪ್ರೊ. ಟಾಯ್ನಬಿ ಅವರೂ ತೀವ್ರವಾಗಿ ಟೀಕಿಸಿದ್ದಾರೆ. ಅವರ ಅಭಿಪ್ರಾಯದಲ್ಲಿ "ಈಜಿಪ್ಟಿಗೆ ಸ್ವಾತಂತ್ರ್ಯ ನೀಡುವ ವಿಚಾರ ಎಷ್ಟು ಸೀಮಿತವಾಯಿತೆಂದರೆ, ಈ ಎಲ್ಲ ಷರತ್ತುಗಳು ವಾಸ್ತವವಾಗಿ ಈಜಿಪ್ಟನ್ನು ಬ್ರಿಟನ್ನಿನ ಆಶ್ರಿತ (ಅಧೀನ) ರಾಷ್ಟ್ರವಾಗಿ ಇರಿಸಿದವು."

ಸುಲ್ತಾನ್ ಫೌದ್, ಈಜಿಪ್ಟಿನ ದೊರೆಯೆಂಬ ಘೋಷಣೆ ಆದಕೂಡಲೇ, ಹೊಸ ಸಂವಿಧಾನವೊಂದನ್ನು ಪ್ರಕಟಪಡಿಸಲಾಯಿತು ಹಾಗೂ ಈ ಹೊಸ ಸಂವಿಧಾನದ ಅನ್ವಯ 1924ರ ಜನವರಿಯಲ್ಲಿ ಮೊದಲ ಸಂಸತ್ ಚುನಾವಣೆ ನಡೆಯಿತು. ಚುನಾವಣೆಯಲ್ಲಿ 'ವಫ್ದ್' ಪಕ್ಷವು ಬಹುಮತಗಳೊಂದಿಗೆ ಗೆದ್ದಿತು. ಕೂಡಲೇ ಈಜಿಪ್ಟಿಗೆ ಮರಳಿಬಂದ ಝಗ್ಲಲ್ ಈಜಿಪ್ಟಿನ ಪ್ರಧಾನಮಂತ್ರಿಯಾದ.

ಅಧಿಕಾರ ಸ್ವೀಕಾರ ಮಾಡಿದ ಅನಂತರ, ಝಗ್ಲಲ್ ಪಾಷಾ ಈಜಿಪ್ಟಿಗೆ ಸ್ವಾತಂತ್ರ್ಯ ನೀಡುವ ಹಾಗೂ ಈಜಿಪ್ಟ್ ಮತ್ತು ಸುಡಾನ್‌ಗಳಲ್ಲಿರುವ ಬ್ರಿಟಿಷ್ ಸೈನ್ಯವನ್ನು ಹಿಂದೆ ಕರೆಯಿಸಿಕೊಳ್ಳುವ ವಿಚಾರಕ್ಕೆ ಸಂಬಂಧಿಸಿದಂತೆ, ಬ್ರಿಟಿಷರೊಡನೆ ಹೊಸ ಮಾತುಕತೆಗಳನ್ನು ಪ್ರಾರಂಭಿಸಿದ. ಅವನು ಬ್ರಿಟನ್‌ಗೆ ಖಾಸಗಿ ಭೇಟಿಯನ್ನು ನೀಡಿ, ಬ್ರಿಟಿಷ್ ಪ್ರಧಾನಮಂತ್ರಿ ಮ್ಯಾಕ್‌ಡೊನಾಲ್ಡ್ ಅವರನ್ನು ಕಂಡು, ತನ್ನ ಕೋರಿಕೆಯನ್ನು ಅವರ ಮುಂದೆ ಇರಿಸಿದ. ಆದರೆ, ಅವನ ಪ್ರಯತ್ನವೇನೂ ಹೆಚ್ಚು ಯಶಸ್ವಿಯಾಗಲಿಲ್ಲ. ತನ್ನ ಕೋರಿಕೆಗಳಿಗೆ ಬ್ರಿಟಿಷ್ ಸರ್ಕಾರ ಒಪ್ಪುವಂತೆ ಒತ್ತಾಯಿಸುವ ದೃಷ್ಟಿಯಿಂದ 'ವಫ್ದ್' ಪಕ್ಷ ತನ್ನ ಚಳುವಳಿಯನ್ನು ತೀವ್ರಗೊಳಿಸಿತು. ಭಯ ಹುಟ್ಟಿಸುವ ಕಾರ್ಯಕ್ರಮಗಳೂ, ಕೊಲೆಗಳೂ ಸೇರಿ ಈ ಚಳುವಳಿ ಇನ್ನಷ್ಟು ಉಗ್ರವಾಯಿತು. 1924ರಲ್ಲಿ ಒಂದು ಗಂಭೀರ ತಿರುವು ಉಂಟಾಯಿತು. ಸೂಡಾನಿನ ಗವರ್ನರ್ ಜನರಲ್ ಹಾಗೂ ಈಜಿಪ್ಟಿನ ಸೈನ್ಯದ ಪ್ರಧಾನ ಸೇನಾಧಿಕಾರಿಯಾಗಿದ್ದ ಸರ್ ಲೀ ಸ್ಟ್ಯಾಕ್, ಕೈರೋ ರಸ್ತೆಯಲ್ಲಿ ಹತ್ಯೆಗೆ ಈಡಾದ. ಈ ಘಟನೆಯ ಸಂಪೂರ್ಣ ಪ್ರಯೋಜನವನ್ನು ಬ್ರಿಟಿಷರು ಪಡೆದರು. ಬ್ರಿಟಿಷರು, ಅಧಿಕೃತವಾಗಿ ಕ್ಷಮೆಯಾಚಿಸುವಂತೆ ಕೋರಿ ಈಜಿಪ್ಟಿಗೆ ಎಚ್ಚರಿಕೆಯ ಆದೇಶ ನೀಡಿದರು. ಅಪರಾಧಿಗಳನ್ನು ತೀವ್ರವಾಗಿ ದಂಡಿಸುವುದಾಗಿಯೂ, ಎಲ್ಲ ರಾಜಕೀಯ ಪ್ರದರ್ಶನಗಳನ್ನು ರದ್ದುಪಡಿಸುವುದಾಗಿಯೂ, ಘೋಷಿಸಿದ ಬ್ರಿಟಿಷರು ಈಜಿಪ್ಟಿನಿಂದ ನಷ್ಟಭರ್ತಿಯಾಗಿ, ಅರ್ಧ ಮಿಲಿಯನ್ ಪೌಂಡ್ ಸ್ಟರ್ಲಿಂಗ್‌ಗಳನ್ನು ಕೋರಿದರು. ಅಲ್ಲದೆ ಸೂಡಾನಿನಿಂದ ಎಲ್ಲ ಈಜಿಪ್ಟ್ ಯೋಧರನ್ನು ಹಿಂದೆ ಕರೆಯಿಸಿಕೊಳ್ಳಬೇಕೆಂದೂ ಅವರು ಒತ್ತಾಯಿಸಿದರು. ಈ ಷರತ್ತುಗಳನ್ನು ವಿಶೇಷವಾಗಿ ಸೂಡಾನ್‌ಗೆ ಸಂಬಂಧಿಸಿದ ಒಂದು ಷರತ್ತನ್ನು ಒಪ್ಪಲು ಝಗ್ಲಲ್ ಸಿದ್ಧನಾಗಿರಲಿಲ್ಲ. ಕ್ರಮೇಣ ಬ್ರಿಟಿಷರು ಅಲೆಗ್ಸಾಂಡ್ರಿಯವನ್ನು ಸ್ವಾಧೀನಪಡಿಸಿಕೊಂಡು ಮುಂದುವರಿದರು. ಆಗ ಝಗ್ಲಲ್ ರಾಜೀನಾಮೆ ನೀಡಬೇಕಾಯಿತು ಹಾಗೂ ಫೌದ್, ಈಜಿಪ್ಟ್‌ನ ದೊರೆಯಾಗಿ ಆಡಳಿತ ಪ್ರಾರಂಭಿಸಿದ. ಮುಂದಿನ ಐದು ವರ್ಷಗಳ ಅವಧಿಯಲ್ಲಿ, ಈಜಿಪ್ಟ್‌ನಲ್ಲಿ ರಾಷ್ಟ್ರೀಯ ಚಳವಳಿ ಅತ್ಯಂತ ದುರ್ಬಲವಾಗಿತ್ತು.

1929ರ ಬ್ರಿಟಿಷರ ಘೋಷಣೆ

ಝಗ್ಲರ್‌ನ ಉತ್ತರಾಧಿಕಾರಿಯಾಗಿ, ಹೊಸ ಪ್ರಧಾನಮಂತ್ರಿಯಾಗಿ ಅಧಿಕಾರ ವಹಿಸಿಕೊಂಡ ಅಬ್ದುಲ್ ಖಲಿಕ್ ಸರ್ವಾತ್, ಈಜಿಪ್ಟಿಗೆ ಸಂಪೂರ್ಣ ಸ್ವಾತಂತ್ರ್ಯ ನೀಡುವುದಕ್ಕೆ ಸಂಬಂಧಪಟ್ಟಂತೆ, ಬ್ರಿಟಿಷರೊಂದಿಗೆ ಮತ್ತೆ ಹೊಸ ಮಾತುಕತೆಗಳನ್ನು ಪ್ರಾರಂಭಿಸಿದ. ಈ ಶಾಂತಿ ಮಾತುಕತೆಗಳ ಫಲಿತಾಂಶವಾಗಿ, ಸೂಯಜ್ ಹಾಗೂ ಈಜಿಪ್ಟ್‌ಗಳ ರಕ್ಷಣೆಗಾಗಿ, ಈಜಿಪ್ಟಿನಲ್ಲಿ ಬ್ರಿಟಿಷರು ಸೈನ್ಯವನ್ನು ಇರಿಸುವುದಕ್ಕೆ ಒಪ್ಪಿಗೆ ಸಿಕ್ಕಿತು. ಬ್ರಿಟಿಷರ ಹಿತಾಸಕ್ತಿಗಳಿಗೆ ಹೊಂದುವಂತಹ ವಿದೇಶಿ ಧೋರಣೆಗಳನ್ನು ಅನುಸರಿಸಲು ಕೂಡ ಈಜಿಪ್ಟ್ ಮುಂದೆ ಬರಬೇಕಾಯಿತು. ಲೀಗ್ ಆಫ್ ನೇಷನ್ಸ್‌ನಲ್ಲಿ ಈಜಿಪ್ಟ್‌ಗೆ ಸದಸ್ಯತ್ವ ಸಿಗುವಂತೆ ಮಾಡುವಲ್ಲಿ ಬೆಂಬಲ ನೀಡಲು ಬ್ರಿಟನ್ ಒಪ್ಪಿಕೊಂಡಿತು. ಆದರೆ ಈ ಒಪ್ಪಂದದಿಂದ ಈಜಿಪ್ಟಿನ ಜನತೆ ತೀವ್ರ ಅತೃಪ್ತಿಗೆ ಒಳಗಾಯಿತು. ಆಗ ಅಬ್ದುಲ್ ಖಲಿಕ್ ಸರ್ವಾತ್ ರಾಜೀನಾಮೆ ನೀಡುವಂತೆ ಬಲವಂತದಿಂದ ಮಾಡಿದ ನಹಸ್ ಪಾಷನ ನೇತೃತ್ವದಲ್ಲಿ ಮತ್ತೆ ಚಳವಳಿ ಪ್ರಾರಂಭವಾಯಿತು.

ಈ ನಡುವೆ ಬ್ರಿಟನ್ನಿನಲ್ಲಿ ಲೇಬರ್ ಪಕ್ಷದ ಸರ್ಕಾರವನ್ನು ರೂಪಿಸಲಾಯಿತು. ಅದು ಈಜಿಪ್ಟ್‌ಗೆ ಸಂಬಂಧಿಸಿದಂತೆ ತನ್ನ ಧೋರಣೆಯೇನೆಂಬುದನ್ನು ಮೇ 1929ರಲ್ಲಿ ಪ್ರಕಟಪಡಿಸಿತು. ಆ ಪ್ರಕಟಣೆಯಂತೆ "ಅಪಾಯದ ಶಂಕೆಯಲ್ಲಿರುವ ಹಿತಾಸಕ್ತಿಗಳು, ಸಾಮ್ರಾಜ್ಯದ ಸುರಕ್ಷಿತತೆ ಹಾಗೂ ಕಲ್ಯಾಣ ಇವುಗಳ ದೃಷ್ಟಿಯಲ್ಲಿ ಅತ್ಯಂತ ಮಹತ್ವಹೊಂದಿರುವುದರಿಂದ 1922ರ ಘೋಷಣೆಯ ಅನ್ವಯ ತನ್ನ ಸ್ವಂತ ನಿರ್ಧಾರದಂತೆ ಕಾರ್ಯೋನ್ಮುಖವಾಗುವಂತಹ ಕೆಲವು ವಿಚಾರಗಳನ್ನು ತನ್ನ ಅಧೀನದಲ್ಲಿ ಬ್ರಿಟಿಷ್ ಸರ್ಕಾರ ಇರಿಸಿಕೊಳ್ಳುತ್ತದೆ. ಆದರೆ ಈ ವಿಚಾರಗಳಲ್ಲಿ ಕೂಡ, ಈಜಿಪ್ಟ್ ಸರ್ಕಾರದೊಂದಿಗೆ, ಮತ್ತು ಸಾಧ್ಯವಾದಾಗಲೆಲ್ಲ ಈಜಿಪ್ಟ್ ಸರ್ಕಾರದ ಮೂಲಕ ಕಾರ್ಯನಿರ್ವಹಿಸುವುದೇ ಬ್ರಿಟನ್ ಮಹಾಪ್ರಭುವಿನ ಅಪೇಕ್ಷೆಯಾಗಿತ್ತು. ಅಷ್ಟೇ ಅಲ್ಲದೆ, ಬ್ರಿಟಿಷ್ ಘೋಷಣೆಯ ಪ್ರಕಾರವೇ ಈಜಿಪ್ಟಿಗೆ ದೊರೆತಂತಹ ಸ್ವಾತಂತ್ರ್ಯವನ್ನು ಗೌರವಿಸಲೂ ಬ್ರಿಟಿಷ್ ಸರ್ಕಾರ ಸಿದ್ಧವಾಗಿತ್ತು. ಈ ದೃಷ್ಟಿಯನ್ನು ಇರಿಸಿಕೊಂಡು ಹೊಸ ಒಪ್ಪಂದದ ಕರಡು ಪ್ರತಿಯನ್ನು ಸಿದ್ಧಪಡಿಸಲಾಯಿತು.

ಆದರೆ ಇದನ್ನು ಮಂಜೂರಾತಿಗಾಗಿ ಲಂಡನ್ ಹಾಗೂ ಕೈರೋಗಳ ಸಂಸತ್ತಿನಲ್ಲಿ ಮಂಡಿಸಬೇಕಾಗಿತ್ತು. ಈಜಿಪ್ಟ್‌ಗೆ ಸ್ವಾತಂತ್ರ್ಯವನ್ನು ಇದು ನೀಡುವ ದೆಸೆಯಲ್ಲಿ ಈ ಕರಡು ಒಪ್ಪಂದ ಒಂದು ಹಿತಾತ್ಮಕ ಕ್ರಮವಾಗಿದ್ದರೂ ತಮ್ಮ ರಾಷ್ಟ್ರಕ್ಕೆ ತತ್‌ಕ್ಷಣ ಸ್ವಾತಂತ್ರ್ಯ ನೀಡಬೇಕೆಂದು ಒತ್ತಾಯಿಸುವ ರಾಷ್ಟ್ರೀಯವಾದಿಗಳನ್ನು ತೃಪ್ತಿಪಡಿಸಲಿಲ್ಲ. ಆ ವೇಳೆಗೆ ಅಧಿಕಾರವನ್ನು ಪ್ರಾರಂಭಿಸಿದ್ದ ಮುಸ್ತಾಫಾ ನಹಸ್ ಪಾಷಾನ ನೇತೃತ್ವದ ದರ್ಪಿಷ್ಟ ಸರ್ಕಾರ ಈ ಕರಡು ಒಪ್ಪಂದಕ್ಕೆ ತನ್ನ ಸಮ್ಮತಿ ನೀಡಲಿಲ್ಲ. ಈಜಿಪ್ಟ್‌ನಲ್ಲಿ ಮತ್ತೊಮ್ಮೆ ಹೊಸ ಬಂಡಾಯಗಳು ಪ್ರಾರಂಭವಾದವು. ಈ ಸನ್ನಿವೇಶದಲ್ಲಿ ದೊರೆ, ಸಂಸತ್ತನ್ನು ವಿಸರ್ಜಿಸಿ, ಅಧಿಕಾರವನ್ನು ವಹಿಸಿಕೊಳ್ಳುವಂತೆ ಸಿದ್ಕಿ ಪಾಷಾಗೆ ಆಹ್ವಾನ ನೀಡಿದ. ಆದರೆ ಬಹುಬೇಗನೆ ದೊರೆ ಹಾಗೂ ಹೊಸ ಪ್ರಧಾನಮಂತ್ರಿ–ಇವರ ನಡುವೆ ಭಿನ್ನಾಭಿಪ್ರಾಯ ವ್ಯಕ್ತವಾಯಿತು. ಪ್ರಧಾನಮಂತ್ರಿ 1930ರಲ್ಲಿ ರಾಜೀನಾಮೆ ನೀಡಿದ ಅವನ ತರುವಾಯ ನಹಸ್ ಪಾಷಾನೆ ಪುನಃ ಅಧಿಕಾರ ವಹಿಸಿಕೊಂಡ ಹಾಗೂ ಕೆಲ ಸಮಯದ ಹಿಂದೆ ರೂಪಿಸಲಾದ 1930ರ ಸಂವಿಧಾನವನ್ನು ರದ್ದುಪಡಿಸುವಂತೆ ರಾಜನಿಗೆ ಸಲಹೆ ನೀಡಿದ. ಈ ನಡುವೆ ಈಜಿಪ್ಟಿಗೆ ಪೂರ್ಣ ಸ್ವಾತಂತ್ರ್ಯ ನೀಡುವ ವಿಷಯಕ್ಕೆ ಸಂಬಂಧಿಸಿದಂತೆ ಒಂದು ಇಕ್ಕಟ್ಟಿನ ಸ್ಥಿತಿ ಮುಂದುವರಿಯಿತು.

1935–36ರಲ್ಲಿ ಇಥಿಯೋಪಿಯದ ಮೇಲೆ ಇಟಲಿ ಆಕ್ರಮಣ ನಡೆಸಿದಾಗ, ಆಂಗ್ಲೋ–ಈಜಿಪ್ಷಿಯನ್ ಸಂಬಂಧಗಳು ಹೊಸ ತಿರುವನ್ನು ಪಡೆದವು. ತಮ್ಮಿಬ್ಬರಿಗೂ ಸಾಮಾನ್ಯವಾದ ವೈರಿಯನ್ನು ಹೆಚ್ಚು ಪರಿಣಾಮಕಾರಿಯಾಗಿ ಎದುರಿಸುವ ದೃಷ್ಟಿಯಿಂದ, ತಮ್ಮ ನಡುವಣ ಭಿನ್ನಾಭಿಪ್ರಾಯಗಳನ್ನು ನಿವಾರಿಸಿಕೊಳ್ಳಬೇಕೆಂಬುದನ್ನು ಎರಡೂ ಪಕ್ಷಗಳು ಮನವರಿಕೆ ಮಾಡಿಕೊಂಡಿದ್ದವು. ಇಟಲಿಯಲ್ಲಿ ಮುಸೋಲಿನಿ ಅಧಿಕಾರಕ್ಕೆ ಬಂದಾಗ ಅದು ಯುದ್ಧದಲ್ಲಿ ತೊಡಗಿಕೊಳ್ಳುವ ಸಾಧ್ಯತೆಯಿರುವುದನ್ನು ಬ್ರಿಟಿಷರು ಕಂಡುಕೊಂಡರು ಹಾಗೂ ಈಜಿಪ್ಟಿನೊಂದಿಗೆ ಯಾವುದಾದರೊಂದು ರೀತಿಯ ತಿಳುವಳಿಕೆ ಅಥವಾ ಒಪ್ಪಂದಕ್ಕೆ ಬರುವುದು ಅಪೇಕ್ಷಣೀಯವೆಂದು ಭಾವಿಸಿದರು. ಇದೇ ರೀತಿಯಲ್ಲಿ ಆ ಸನ್ನಿವೇಶದಲ್ಲಿ, ಈಜಿಪ್ಟ್ ಕೂಡ ಯುದ್ಧರಂಗವನ್ನು ಪ್ರವೇಶಿಸುವ ಸಂಭವ ಕಂಡುಬಂತು. ಆದ್ದರಿಂದ ಅದು ಬ್ರಿಟಿಷರೊಂದಿಗೆ ಒಂದು ಒಪ್ಪಂದಕ್ಕೆ ಬರಲು ತೀವ್ರ ಆಸಕ್ತಿಯನ್ನು ತಾಳಿತ್ತು. ಅನೇಕ ತಿಂಗಳುಗಳ ಕಾಲ ಮಾತುಕತೆಗಳು ಮುಂದುವರಿದವು. ಕೆಲವೊಮ್ಮೆ ಮಾತುಕತೆಗಳು ವಿಫಲವಾಗುವ ಸೂಚನೆ ಕಂಡಬಂದರೂ, ಕೊನೆಯಲ್ಲಿ–ಆಗಸ್ಟ್ 1936ರಲ್ಲಿ–ಆಂಗ್ಲೋ–ಈಜಿಪ್ಟ್‌ಯನ್ ಮೈತ್ರಿ ಒಪ್ಪಂದಕ್ಕೆ ಎರಡು ರಾಷ್ಟ್ರಗಳೂ ಸಹಿ ಹಾಕಿದವು. ಪ್ರೊ.ಲ್ಯಾಂಗ್‌ಸಮ್ ಅವರ ಪ್ರಕಾರ "ಪೂರ್ವ ಆಫ್ರಿಕದಲ್ಲಿ ಇಟಲಿ ನಡೆಸಿದ ಆಕ್ರಮಣಕಾರಿ ತಂತ್ರಗಳು ಎರಡೂ ಪಕ್ಷಗಳ ಮೇಲೆ ದುಷ್ಪರಿಣಾಮ ಬೀರಿದವು ಹಾಗೂ ತಮ್ಮ ಸಾಮಾನ್ಯ ಶತ್ರು ರಾಷ್ಟ್ರವು ಲಾಭ ಪಡೆಯದಂತೆ ತಡೆಯುವ ಉದ್ದೇಶದಿಂದ ಪರಸ್ಪರ ಸಹಕಾರ ನೀಡುವುದರತ್ತ ಹೆಚ್ಚು ಗಮನ ಹರಿಸಿದುವು".

ಆಂಗ್ಲೋ–ಈಜಿಪ್ಷಿಯನ್ ಮೈತ್ರಿ ಒಪ್ಪಂದ (1936)

ಆಗಸ್ಟ್ 1936ರಲ್ಲಿ ಸಹಿ ಹಾಕಲಾದ ಈ ಒಪ್ಪಂದದಿಂದ ಈಜಿಪ್ಟಿನಲ್ಲಿ ಬ್ರಿಟಿಷರ ಸೈನ್ಯದ ಸ್ವಾಮ್ಯ ಕೊನೆಗೊಂಡಿತು. ಈಜಿಪ್ಟಿನಲ್ಲಿ ವಾಯುನೆಲೆಗಳನ್ನು ಉಳಿಸಿಕೊಂಡು, ತರಬೇತಿ ಉದ್ದೇಶಗಳಿಗಾಗಿ, ಈಜಿಪ್ಟಿನಲ್ಲಿ ರಾಯಲ್ ಏರ್‌ಫೋರ್ಸಿಗೆ ಸೇರಿದ ವಿಮಾನ ಹಾರಾಟಗಳನ್ನು ನಡೆಸಲೂ ಬ್ರಿಟನ್ನಿಗೆ ಅವಕಾಶ ಸಿಕ್ಕಿತು. ಮುಂದಿನ ಇಪ್ಪತ್ತು ವರ್ಷಗಳ ಕಾಲ ಸೂಯೆಜ್ ಕಾಲುವೆ ತೀರದ ವಿಶೇಷ ಪ್ರದೇಶಗಳಲ್ಲಿ ತನ್ನ ಪದಾತಿದಳವನ್ನು ನೆಲೆಗೊಳಿಸಲು ಕೂಡ ಬ್ರಿಟನ್‌ಗೆ ಅನುಮತಿ ದೊರೆಯಿತು. ಆದರೆ ರಾಷ್ಟ್ರದ ಒಳಪ್ರದೇಶದಿಂದ ಬ್ರಿಟನ್ ತನ್ನ ಸೈನ್ಯವನ್ನು ಹಿಂದಕ್ಕೆ ಕರೆಯಿಸಿಕೊಳ್ಳಬೇಕಾಗಿತ್ತು. ಮುಂದಿನ ಎಂಟು ವರ್ಷಗಳ ಕಾಲ ಅಲೆಗ್ಸಾಂಡ್ರಿಯದ ನೌಕಾ ನೆಲೆಯಲ್ಲಿ ಬ್ರಿಟನ್ ಸಿಪಾಯಿಗಳನ್ನು ನೆಲೆಗೊಳಿಸುವುದೂ ಸಾಧ್ಯವಾಯಿತು. ಶಾಂತಿ ನೆಲೆಸಿರುವ ಅವಧಿಯಲ್ಲಿ ಈಜಿಪ್ಟಿನಲ್ಲಿ ಇರಬಹುದಾದ ಬ್ರಿಟಿಷ್ ಸೈನಿಕರ ಒಟ್ಟು ಸಂಖ್ಯೆ ಹತ್ತುಸಾವಿರವನ್ನು ಮೀರಕೂಡದಾಗಿತ್ತು. ಈಜಿಪ್ಟಿನಲ್ಲಿ ನೆಲೆಗೊಳಿಸಬಹುದಾದ ಪೈಲಟ್‌ಗಳ ಗರಿಷ್ಠ ಸಂಖ್ಯೆಯನ್ನು ನಾನೂರು ಎಂದು ನಿಗದಿಪಡಿಸಲಾಯಿತು. ಯಾವುದಾದರೂ ಮೂರನೆಯ ರಾಷ್ಟ್ರ ಆಕ್ರಮಣ ನಡೆಸಲು ಬಂದ ಸಂದರ್ಭದಲ್ಲಿ ಪರಸ್ಪರ ಸಹಕಾರ ನೀಡಲು ಎರಡೂ ರಾಷ್ಟ್ರಗಳು ಪ್ರತಿಜ್ಞೆಮಾಡಿದವು ರಾಷ್ಟ್ರಸಂಘದ ಸದಸ್ಯತ್ವ ಪಡೆಯುವ ವಿಚಾರದಲ್ಲಿ ತನ್ನ ಪೂರ್ಣ ಬೆಂಬಲವನ್ನು ನೀಡಲೂ ಇಂಗ್ಲೆಂಡ್ ಸಮ್ಮತಿಸಿತು. ಸೂಡಾನ್ ಮೇಲೆ ಜಂಟಿ ಆಡಳಿತವನ್ನು ಸ್ಥಾಪಿಸಲು ಈ ಒಪ್ಪಂದ ಅವಕಾಶ ನೀಡಿತ್ತು. ಈಜಿಪ್ಷಿಯನ್ನರಿಗೆ ವಲಸೆ ಹೋಗುವ ಅನಿರ್ಬಂಧಿತ ಹಕ್ಕು ಲಭಿಸಿತು. ಈ ಒಪ್ಪಂದಕ್ಕೆ ವ್ಯತಿರಿಕ್ತವಾಗಿ ಇನ್ನಾವುದೇ ರಾಷ್ಟ್ರಗಳೊಂದಿಗೆ ಯಾವುದೇ ಒಪ್ಪಂದ ಮಾಡಿಕೊಳ್ಳುವುದಿಲ್ಲವೆಂಬ ಭರವಸೆಯನ್ನು ಈಜಿಪ್ಟ್ ನೀಡಿತು. ಈಜಿಪ್ಟಿನಲ್ಲಿ ದೇಶಾಧಿಕಾರ ಬಾಹ್ಯವಾದ ಹಕ್ಕುಗಳನ್ನು ಅನುಭವಿಸುತ್ತಿದ್ದ ಹನ್ನೆರಡು ರಾಷ್ಟ್ರಗಳು ತಮ್ಮ ವಿಶೇಷ ಸೌಲಭ್ಯಗಳಿಂದ ಕೂಡಿದ ಸ್ಥಾನವನ್ನು ಬಿಟ್ಟುಕೊಡುವಂತೆ ಒತ್ತಾಯ ಮಾಡುವಲ್ಲಿ ಬ್ರಿಟನ್ ತನ್ನ ಪ್ರಭಾವವನ್ನು ಬಳಸುವುದಾಗಿ ಆಶ್ವಾಸನೆ ನೀಡಿತು. ಈ ಒಪ್ಪಂದ ಇಪ್ಪತ್ತು ವರ್ಷಗಳ ಕಾಲ ಜಾರಿಯಲ್ಲಿ ಉಳಿಯಬೇಕಾಗಿತ್ತು.

ಈಜಿಪ್ಟಿನ ಜನತೆಯ ರಾಷ್ಟ್ರೀಯವಾದೀ ಹಂಬಲಗಳನ್ನು ಸಂಪೂರ್ಣವಾಗಿ ಪೂರೈಸುವಲ್ಲಿ ಈ ಒಪ್ಪಂದ ಯಶಸ್ಸು ಪಡೆಯದೆ ಇದ್ದಾಗ್ಯೂ ಬಹುಕಾಲದಿಂದ ಚಿಂತನವಾಗಿ ಉಳಿದು ಬಂದಿರುವ ಈಜಿಪ್ಟ್ ಸಮಸ್ಯೆಯನ್ನು ಈ ಒಪ್ಪಂದ ಪರಿಹರಿಸಿದುದು ನಿಜ. ಒಪ್ಪಂದದ ಷರತ್ತುಗಳನ್ನು ಪಾಲಿಸಿಕೊಂಡು ಬರುವಲ್ಲಿ ಮೊದಲ ಹೆಜ್ಜೆಯಾಗಿ ವಿಶ್ವಸಂಸ್ಥೆಯಲ್ಲಿ ಸದಸ್ಯತ್ವ ಪಡೆಯುವ ಈಜಿಪ್ಟಿನ ಪ್ರಯತ್ನಕ್ಕೆ ಬ್ರಿಟನ್ ಬೆಂಬಲ ನೀಡಿತು. 1937ರಲ್ಲಿ ಈಜಿಪ್ಟಿಗೆ ರಾಷ್ಟ್ರಸಂಘದ ಸದಸ್ಯತ್ವವೂ ಲಭಿಸಿತು. ಮತ್ತೊಮ್ಮೆ 1937ರಲ್ಲಿ ಕರಾರಿನ ಅನ್ವಯ ಅಧೀನವಾಗಿರುವ ರಾಷ್ಟ್ರಗಳ ಒಂದು ಸಭೆಯನ್ನು ಬ್ರಿಟನ್ ಮಾಂಟ್ರೇಕ್ಸ್‌ನಲ್ಲಿ ವ್ಯವಸ್ಥೆಗೊಳಿಸಿತು. ಹಾಗೂ ಒಡಂಬಡಿಕೆಯೊಂದಕ್ಕೆ ಆ ರಾಷ್ಟ್ರಗಳು ತಮ್ಮ ತಮ್ಮ ಸಹಿಹಾಕುವಂತೆ ಮಾಡುವಲ್ಲಿ ಯಶಸ್ವಿಯಾಯಿತು. ಇದರಿಂದಾಗಿ ಈಜಿಪ್ಟಿನಲ್ಲಿ ಒಪ್ಪಂದಕ್ಕೆ ಸಹಿಹಾಕಿದ ರಾಷ್ಟ್ರಗಳ ದೇಶಾಧಿಕಾರ ಬಾಹ್ಯವಾದ ಎಲ್ಲ ಹಕ್ಕುಗಳೂ 1949ರ ವೇಳೆಗೆ ಸಂಪೂರ್ಣ ರದ್ದಾದವು.

ಎರಡನೆಯ ಜಾಗತಿಕ ಯುದ್ಧ ಪ್ರಾರಂಭವಾಗುತ್ತಿದ್ದಂತೆ, ಈಜಿಪ್ಟ್ ಆಕ್ಸಿಸ್ ರಾಷ್ಟ್ರಗಳ ವಿರುದ್ಧವಾಗಿ ಯುದ್ಧವನ್ನು ಘೋಷಿಸದೆ ಇದ್ದರೂ, ಅದು ಜರ್ಮನಿಯೊಂದಿಗೆ ಇದ್ದ ತನ್ನ ರಾಯಭಾರ ಸಂಬಂಧಗಳನ್ನು ಕಡಿದುಕೊಂಡಿತು. 1940–41ರಲ್ಲಿ ಜರ್ಮನ್ ಇಟ್ಯಾಲಿಯನ್ ಆಕ್ರಮಣದ ಸಾಧ್ಯತೆ ಕಂಡುಬಂದಾಗ, ಈಜಿಪ್ಟ್ ಬ್ರಿಟಿಷ್ ಸೈನ್ಯದ ನೆರವನ್ನು ಪಡೆಯಿತು. ಆದರೆ, ಎಲ್–ಅಲಾಮೈನ್‌ನಲ್ಲಿ ನಡೆದ ಕದನದಲ್ಲಿ ಬ್ರಿಟನ್ ಗೆದ್ದ ಅನಂತರ ಈಜಿಪ್ಟ್ ಫ್ಯಾಸಿಸ್ಟ್ ಸಾಮ್ರಾಜ್ಯಗಳತ್ತ ಸಹಾನುಭೂತಿ ತೋರಿಸತೊಡಗಿತು. ಮಿತ್ರ ರಾಷ್ಟ್ರಗಳ ವಿರುದ್ಧವಾಗಿ ಯುದ್ಧವನ್ನು ಘೋಷಿಸಿದ ಅನಂತರ ಕೂಡ ಇಟಲಿಯೊಂದಿಗಿದ್ದ ತನ್ನ ರಾಯಭಾರ ಸಂಬಂಧಗಳನ್ನು ಕಡಿದುಕೊಳ್ಳಲು ಈಜಿಪ್ಟ್ ನಿರಾಕರಿಸಿದುದರಲ್ಲಿ ಈ ಬದಲಾವಣೆ ಪ್ರತಿಬಿಂಬಿತವಾಗಿದೆ. ಜರ್ಮನಿ ಅನೇಕ ವಿಜಯಗಳನ್ನು ಸಾಧಿಸಿದ ತರುವಾಯ ಈಜಿಪ್ಟಿನ ಮುಖಂಡರುಗಳು ಬ್ರಿಟನ್ನಿನ ಯುದ್ಧ ಪ್ರಯತ್ನಗಳಿಗೆ ತಮ್ಮ ಬೆಂಬಲ ನೀಡತೊಡಗಿದರು. ಬ್ರಿಟಿಷರ ಬದಲಾದ ಈ ಮನೋಭಾವದಿಂದಾಗಿಯೇ, ಪ್ರಧಾನಮಂತ್ರಿ ಹಾಗೂ ಗವರ್ನರ್ ಆಗಿ ನಹಸ್ ಪಾಷಾನನ್ನು ನೇಮಿಸುವ ಒತ್ತಾಯಕ್ಕೆ ಈಜಿಪ್ಟ್‌ನ ದೊರೆ ಒಳಗಾದ. ಅವನು ಬ್ರಿಟನ್ನಿನತ್ತ ಹೆಚ್ಚು ಸೌಹಾರ್ದಪೂರ್ಣ ಮನೋಭಾವವನ್ನು ಹೊಂದಿದ್ದುದೇ ಇದಕ್ಕೆ ಕಾರಣವೆನ್ನಬಹುದು.

ಈಜಿಪ್ಟಿನಲ್ಲಿ ಸರ್ಕಾರ ಬದಲಾದ ಅನಂತರ, ಅದು ಹೆಚ್ಚು ಕಡಿಮೆ ಬ್ರಿಟಿಷರಿಗೆ ವಿಧೇಯವಾಗಿಯೇ ಉಳಿಯಿತು. ಅಲ್ಲದೆ ಬ್ರಿಟಿಷರ ಯುದ್ಧ ಪ್ರಯತ್ನಗಳಿಗೆ ತನ್ನ ಸಂಪೂರ್ಣ ಬೆಂಬಲವನ್ನು ನೀಡಿತು. ಆದರೂ ಬ್ರಿಟಿಷ್ ಸೈನಿಕರು ಈಜಿಪ್ಟಿನಲ್ಲಿ ನೆಲೆಸಿರುವಾಗ ಅವರು ನಡೆಸಿದ ದುರಾಚಾರಗಳಿಂದ ಈಜಿಪ್ಟಿನ ಜನರ ರಾಷ್ಟ್ರೀಯವಾದಿ ಭಾವನೆಗಳಿಗೆ ನೋವುಂಟಾಯಿತು. ಸಂಪೂರ್ಣ ಸ್ವಾತಂತ್ರ್ಯಕ್ಕಾಗಿ ಅವರ ಒತ್ತಾಯ ಇನ್ನಷ್ಟು ಪ್ರಬಲವಾಯಿತು. 1936ರ ಒಪ್ಪಂದವನ್ನು ಈಜಿಪ್ಟ್ ಜನತೆಯು ಗುಲಾಮಗಿರಿಯ ಸಂಕೇತವೆಂದು ಭಾವಿಸಲಾದುದರಿಂದ ಆ ಒಪ್ಪಂದವನ್ನು ರದ್ದು ಮಾಡಬೇಕೆಂದು ಜನರು ಆಗ್ರಹಪಡಿಸತೊಡಗಿದರು. ಪರಿಣಾಮವಾಗಿ ವಫ್ದ್ ಸರ್ಕಾರ, 1936ರ ಆಂಗ್ಲೋ–ಈಜಿಪ್ಷಿಯನ್ ಒಪ್ಪಂದವನ್ನು ಏಕಪಕ್ಷೀಯವಾಗಿ ತಿರಸ್ಕರಿಸಬಯಸಿತು ಹಾಗೂ ಸೂಯೆಜ್ ಕಾಲುವೆ ಪ್ರದೇಶದಿಂದ ತನ್ನ ಸೈನಿಕರನ್ನು ಹಿಂದೆ ಕರೆಯಿಸಿಕೊಳ್ಳುವಂತೆ ಬ್ರಿಟಿಷರ ಮೇಲೆ ಒತ್ತಡ ಹೇರಲಾಯಿತು. ಸರ್ಕಾರಗಳಲ್ಲಿ ಪದೇಪದೇ ಬದಲಾವಣೆಗಳು ಉಂಟಾದ ಅನಂತರ, ಕೊನೆಯಲ್ಲಿ ಕ್ಷಿಪ್ರ ಆಕ್ರಮಣದ ಮೂಲಕ, ಜನರಲ್ ನಖೀಬ್ ಅಧಿಕಾರವನ್ನು ವಹಿಸಿಕೊಂಡ ಹಾಗೂ ಫರೌಖ್ ದೊರೆಯನ್ನು ಅಧಿಕಾರವನ್ನು ತ್ಯಜಿಸುವಂತೆ ಒತ್ತಾಯಿಸಲಾಯಿತು.

ಸೂಯೆಜ್ ಕಾಲುವೆ ವಲಯದಿಂದ ಬ್ರಿಟಿಷ್ ಪಡೆಗಳು ಹಿಮ್ಮೆಟ್ಟಬೇಕೆಂದು ಹೊಸ ಸರ್ಕಾರ ಒತ್ತಾಯಿಸತೊಡಗಿತು. ಆದರೆ ಈ ಕೋರಿಕೆಯನ್ನು ಒಪ್ಪಲು ಬ್ರಿಟಿಷರು ಸಿದ್ಧರಾಗಿರಲಿಲ್ಲ. ಅನೇಕ ಜಗಳಗಳ ಅನಂತರ, ಕೊನೆಯಲ್ಲಿ ಎರಡೂ ರಾಷ್ಟ್ರಗಳು ಮತ್ತೆ ರಾಜಿ ಮಾತುಕತೆಗಳನ್ನು ಪ್ರಾರಂಭಿಸಿದವು. ಫಲಿತಾಂಶವಾಗಿ ಇನ್ನೊಂದು ಒಪ್ಪಂದ ಏರ್ಪಟ್ಟಿತು. ಇದರ ಮೇರೆಗೆ ಈಜಿಪ್ಟಿಗೆ ಸಂಪೂರ್ಣ ಸ್ವತಂತ್ರ್ಯ ಲಭಿಸಿತು ಹಾಗೂ ಎಲ್ಲ ಬ್ರಿಟಿಷ್ ಪಡೆಗಳೂ ಈಜಿಪ್ಟಿನಿಂದ ಹಿಂದೆ ಸರಿದವು.

ಮೇಲಿನ ಸರ್ವೇಕ್ಷಣೆಯಿಂದ, ಈಜಿಪ್ಟ್ ಅಂತರ್ಯುದ್ಧದ ಅವಧಿಯಲ್ಲಿ ಬ್ರಿಟನ್ನಿನ ಸಂಪೂರ್ಣ ಸ್ವಾಧೀನಕ್ಕೆ ಒಳಪಟ್ಟಿತು ಹಾಗೂ ಈಜಿಪ್ಟ್ ಸರ್ಕಾರಗಳನ್ನು ರೂಪಿಸುವಲ್ಲಿ ಹಾಗೂ ರದ್ದುಗೊಳಿಸುವಲ್ಲಿ ಬ್ರಿಟನ್ ಸರ್ಕಾರ ಪ್ರಮುಖ ಪಾತ್ರವನ್ನು ನಿರ್ವಹಿಸಿತ್ತು ಎಂಬುದು ಸ್ಪಷ್ಟವಾಗುತ್ತದೆ. ಈ ಅವಧಿಯಲ್ಲಿ ಈಜಿಪ್ಟಿನ ಬೆಳವಣಿಗೆಗಳಲ್ಲಿ ಕಂಡುಬರುವ ಇನ್ನೊಂದು ಗಮನಾರ್ಹ ಅಂಶವೆಂದರೆ, ರಾಷ್ಟ್ರೀಯತೆಯ ಪ್ರವಾಹದ ರಭಸಗತಿ, ಬ್ರಿಟಿಷರು ಈಜಿಪ್ಟಿಗೆ ಸಂಬಂಧಿಸಿದಂತೆ ಹೆಚ್ಚು ಹೆಚ್ಚು ವಿನಾಯಿತಿಗಳನ್ನೂ ತೋರಿಸಲು ಈ ರಾಷ್ಟ್ರೀಯತೆಯ ಒತ್ತಡವೇ ಕಾರಣವೆನ್ನಬಹುದು. ಎರಡನೆಯ ಜಾಗತಿಕ ಯುದ್ಧಾನಂತರ ಕೆಲವು ಕಾಲ ಇವೆರಡೂ ರಾಷ್ಟ್ರಗಳ ನಡುವಣ ಆತಂಕ ತಲ್ಲಣಗಳು ಅಧಿಕವಾದವು. ಅಂತೂ ಕೊನೆಯಲ್ಲಿ ಈಜಿಪ್ಟಿಗೆ ಸಂಪೂರ್ಣ ಸ್ವಾತಂತ್ರ್ಯವನ್ನು ನೀಡಲಾಯಿತು.

ಕೆಮಲ್ ಅತಾತುರ್ಕನ ನೇತೃತ್ವದಲ್ಲಿ ಆಧುನಿಕ ಟರ್ಕಿಯ ಉದಯ

ಇತ್ತೀಚಿನ ದಿನಗಳಲ್ಲಿ ಮಧ್ಯಪ್ರಾಚ್ಯ ರಾಷ್ಟ್ರಗಳಲ್ಲಿ ಕಂಡುಬಂದಷ್ಟು ಗಂಭೀರ ಸಂಕ್ಷೋಭೆಗಳನ್ನು ಮತ್ತು ತೀವ್ರಗತಿಯ ಬದಲಾವಣೆಗಳನ್ನು ಪ್ರಪಂಚದ ಕೆಲವೇ ಕೆಲವು ಪ್ರದೇಶಗಳಲ್ಲಿ ಮಾತ್ರ ನಾವು ಕಾಣಲು ಸಾಧ್ಯ. ಈ ಸಂಕ್ಷೋಭೆ ಹಾಗೂ ಬದಲಾವಣೆಗಳ ವಿನ್ಯಾಸ ಎಲ್ಲೆಡೆಯೂ ಒಂದೇ ಆಗಿರುತ್ತದೆ. ಮೊದಲನೆಯ ಜಾಗತಿಕ ಯುದ್ಧದ ಪೂರ್ವದಲ್ಲಿ ಮಧ್ಯ ಪ್ರಾಚ್ಯರಾಷ್ಟ್ರಗಳಲ್ಲಿ ಬಹುಸಂಖ್ಯೆಯ ರಾಷ್ಟ್ರಗಳು ಆಟೊಮನ್ ತುರ್ಕರ ರಾಜ್ಯಭಾರದಲ್ಲಿ ನಿಶ್ಚೇತನಗೊಂಡಿದ್ದವು ಹಾಗೂ ಜಡವಾಗಿದ್ದವು. ಆಟೊಮನ್ ಸಾಮ್ರಾಜ್ಯದ ಅವನತಿಯಾಗುತ್ತಿದ್ದಂತೆ ಆ ರಾಷ್ಟ್ರಗಳು ಸ್ವಾತಂತ್ರ್ಯದ ಬೆಳಕನ್ನು ನಿರೀಕ್ಷಿಸತೊಡಗಿದವು ಹಾಗೂ ವಿದೇಶೀಯರ ಆಳ್ವಿಕೆಯ ಎಲ್ಲ ಲಕ್ಷಣಗಳನ್ನು ತೊಡೆದುಹಾಕುವ ಅವಕಾಶಕ್ಕಾಗಿ ಕಾಯತೊಡಗಿದವು. ಸರ್ಕಾರಗಳನ್ನು ಉತ್ಸಾಹೀ ಚಟುವಟಿಕೆಗಳಲ್ಲಿ ತೊಡಗಿಸುವ ಉದ್ದೇಶ ಹೊಂದಿರುವಂತಹ ರಾಷ್ಟ್ರೀಯವಾದಿ ಚಳುವಳಿಗಳು ಪ್ರಾರಂಭವಾದವು. ಅನೇಕ ಸಂದರ್ಭಗಳಲ್ಲಿ ರಾಷ್ಟ್ರೀಯವಾದಿಗಳು ಸರ್ಕಾರದ ಮೇಲಣ ನಿಯಂತ್ರಣವನ್ನು ಸಾಧಿಸಿದರು. ಅನಂತರ ಅವರು ಆಧುನಿಕವೆನಿಸಿದ ರಾಷ್ಟ್ರೀಯ ಕಾರ್ಯಕ್ರಮಗಳನ್ನು ಪ್ರಾರಂಭಿಸಲು ಆರಂಭಿಸಿದರು. ಅವರು ಹೆದ್ದಾರಿಗಳನ್ನು, ರೈಲು ಮಾರ್ಗಗಳನ್ನು, ಶಾಲಾ ಕಾಲೇಜುಗಳನ್ನು ನಿರ್ಮಿಸಿದರಲ್ಲದೆ ಉದ್ಯಮಗಳಿಗೆ ಧನಸಹಾಯ ನೀಡಿದರು ಹಾಗೂ ವೈಜ್ಞಾನಿಕ ಕೃಷಿ ಮತ್ತು ಭೂಸುಧಾರಣೆಗಳ ಪ್ರಾಯೋಜಕತ್ವವನ್ನು ವಹಿಸಿದರು. ಆದರೂ ಸಮಸ್ಯೆಗಳು ಎದುರಾಗದೆ ಇರಲಿಲ್ಲ. ಜನರು ಅಮಾಯಕರಾಗಿದ್ದರು; ಭ್ರಷ್ಟಾಚಾರ ತಾಂಡವವಾಡುತ್ತಿತ್ತು. ಪಟ್ಟಭದ್ರ ಹಿತಾಸಕ್ತಿಗಳನ್ನು ಹೊಂದಿದ ದುಷ್ಟರೂ ಇದ್ದರು. ಈ ಸಮಸ್ಯೆಗಳಿಗೆ ಪರಿಹಾರ ಕಂಡುಹಿಡಿಯುವುದು ಸುಲಭ ಸಾಧ್ಯವಾಗಿರಲಿಲ್ಲ. ಈ ದಿನಗಳವರೆಗೂ ಅನಕ್ಷರತೆ, ರೋಗರುಜಿನಗಳು ಹಾಗೂ ಅಧಿಕ ಸಂಖ್ಯೆಯ ಸಾವುಗಳು ಮಧ್ಯಪ್ರಾಚ್ಯ ದೇಶಗಳ ಬಹುಭಾಗಗಳಲ್ಲಿ ಇರುವುದನ್ನು ನಾವು ಗಮನಿಸಬಹುದು. ಬಡತನವಂತೂ ವಿಶ್ವದಾದ್ಯಂತ ಪಸರಿಸಿತ್ತು.

ಟರ್ಕಿಶ್ ಗಣರಾಜ್ಯದ ಸ್ಥಾಪನೆ

ಮಧ್ಯಪ್ರಾಚ್ಯದ ಸರ್ವೇಕ್ಷಣೆಯನ್ನು ಟರ್ಕಿಯಿಂದಲೇ ಸರಿಯಾಗಿ ಪ್ರಾರಂಭಿಸಬಹುದು. ಟರ್ಕಿ ಅತ್ಯಧಿಕ ಜನಸಂಖ್ಯೆಯನ್ನು ಹೊಂದಿರುವುದೇ ಇದಕ್ಕೆ ಕಾರಣ. ಮಧ್ಯ ಪ್ರಾಚ್ಯದ ಸರಿಸುಮಾರು ಎಲ್ಲ ಪ್ರದೇಶಗಳು ಒಂದುಕಾಲದಲ್ಲಿ ಟರ್ಕಿಯ ಆಳ್ವಿಕೆಗೇ ಒಳಪಟ್ಟಿದ್ದವು. ಬೇರೆ ಬೇರೆ ರಾಷ್ಟ್ರಗಳು ತುರ್ಕಿ ಸಾಮ್ರಾಜ್ಯದಿಂದ ಒಡೆದುಹೋಗಲು 1829 ರಿಂದಲೇ ಪ್ರಾರಂಭಿಸಿದುದನ್ನು ನಾವು ಈಗಾಗಲೇ ಕಂಡಿದ್ದೇವೆ. ಆಗಲೇ ಗ್ರೀಸ್ ಸ್ವತಂತ್ರ ರಾಷ್ಟ್ರವೆಂದು ಒಪ್ಪಿಕೊಳ್ಳುವಂತೆ ಸುಲ್ತಾನನ ಸರ್ಕಾರಕ್ಕೆ ಒತ್ತಡ ತಂದದ್ದು. ಅಂದಿನಿಂದ ಒಂದರ ನಂತರ ಇನ್ನೊಂದರಂತೆ, ಯೂರೋಪಿಯನ್ ಪ್ರಭುತ್ವಗಳು ಒಡೆದು ಬೇರೆ ಹೋಗತೊಡಗಿದವು. 1914ರ ವೇಳೆಗೆ ಯೂರೋಪಿಗೆ ಸೇರಿದ್ದ ತುರ್ಕಿಗೆ ಅಂಥ ಯಾವುದೇ ಸ್ಥಾನಮಾನ ಅಥವಾ ಮಹತ್ವವಿರಲಿಲ್ಲ. ಇಸ್ತಾನ್‌ಬುಲ್ (ಕಾನ್‌ಸ್ಟಂಟಿನೋಪಲ್) ಹಾಗೂ ಪೂರ್ವ ಥ್ರೇಸ್‌ನ ಒಂದು ಮೂಲೆಯ ಪ್ರದೇಶ ಮಾತ್ರ ತುರ್ಕಿಯ ಸ್ವಾಧೀನದಲ್ಲಿದ್ದವು. ಆದರೆ ಏಷ್ಯಾಖಂಡಕ್ಕೆ ಸೇರಿದ ತುರ್ಕಿಯ ಭಾಗದಲ್ಲಿ, ಪರ್ಷಿಯಾದ ಪಶ್ಚಿಮ ಸರಹದ್ದು ಪ್ರದೇಶದಿಂದ ಮೆಡಿಟರೇನಿಯನ್ ಸಮುದ್ರದವರೆಗಿನ ವಿಶಾಲ ಪ್ರದೇಶಗಳು ಇನ್ನೂ ಉಳಿದಿದ್ದವು. ಮೊದಲನೆಯ ಜಾಗತಿಕ ಯುದ್ಧ ಕೊನೆಗೊಂಡ ಅನಂತರ, ಸೋಲಿನ ದಾರಿಯಲ್ಲಿ ಹೋರಾಟ ನಡೆಸಿದ್ದ ತುರ್ಕಿಷ್ ಸರ್ಕಾರಗಳು ಒಂದು ಒಪ್ಪಂದಕ್ಕೆ ಸಮ್ಮತಿ ನೀಡಬೇಕಾಯಿತು. ಇದರ ಅನ್ವಯ ಇಸ್ತಾನ್‌ಬುಲ್ ಹಾಗೂ ಏಷ್ಯಾ ಮೈನರ್‌ನ ಉತ್ತರ ಮತ್ತು ಮಧ್ಯಭಾಗಗಳನ್ನು ಬಿಟ್ಟುಳಿದಂತೆ ಬೇರೆಲ್ಲ ಪ್ರದೇಶಗಳೂ ತುರ್ಕಿಯ ಕೈತಪ್ಪಿಹೋದವು. ಆದರೆ ಒಪ್ಪಂದ ಅನುಷ್ಠಾನಕ್ಕೆ ಬರುವ ಮುನ್ನವೇ, ರಾಷ್ಟ್ರೀಯವಾದಿಗಳ ಒಂದು ತಂಡ, ಮುಸ್ತಫಾ ಕೆಮಲನ ಮುಖಂಡತ್ವದಲ್ಲಿ ತಾನು ಕಳೆದುಕೊಂಡ ಪ್ರದೇಶಗಳಲ್ಲಿ ಬಹಳಷ್ಟುನ್ನು ಪುನಃ ಸ್ವಾಧೀನಪಡಿಸಿಕೊಂಡಿತು. 1922ರಲ್ಲಿ ಈ ರಾಷ್ಟ್ರೀಯವಾದಿಗಳು ಇಸ್ತಾನ್‌ಬೂಲಿಗೆ ತೆರಳಿ, ಸುಲ್ತಾನನ್ನು ಪದಚ್ಯುತಿಗೊಳಿಸಿದರು. 1923ರಲ್ಲಿ ಅವರು ತುರ್ಕಿ ಒಂದು ಸ್ವತಂತ್ರ ಗಣರಾಜ್ಯವೆಂದು ಘೋಷಿಸಿದರು. ಈ ನಡುವೆ ಮಿತ್ರ ರಾಷ್ಟ್ರಗಳು ಸ್ವಿಡ್ಜರ್‌ಲ್ಯಾಂಡಿನ ಲ್ಯಾನ್‌ಸಾನ್ನೆ (Lansanne) ಎಂಬಲ್ಲಿ ಹೊಸ ಒಪ್ಪಂದವೊಂದನ್ನು ಮಾಡಿಕೊಂಡರು. ಇದರಿಂದ ಪುನಃ ಗೆದ್ದ ಎಲ್ಲ ಪ್ರದೇಶಗಳನ್ನು ತನ್ನ ಅಧಿಕಾರದಲ್ಲಿ ಉಳಿಸಿಕೊಳ್ಳುವ ಅವಕಾಶ ತುರ್ಕಿಗೆ ಲಭಿಸಿತು. ಈ ಹೊಸ ತುರ್ಕಿ ರಾಷ್ಟ್ರದಲ್ಲಿ ಅನಟೋಲಿಯ, ಅರ್ಮೇನಿಯ ಮತ್ತು ಪೂರ್ವ ಥ್ರೇಸ್‌ಗಳು ಸೇರಿದ್ದವು. ಆದರೆ ಮೆಸಪಟೊಮಿಯಾದ ಆಚೆಗಿರುವ ಅರೆಬಿಯ, ಪ್ಯಾಲಸ್ಟೈನ್ ಅಥವಾ ಸಿರಿಯಾಗಳಂತಹ ಯಾವುದೇ ಪ್ರಾಂತಗಳೂ ಸೇರಿರಲಿಲ್ಲ.

ಕೆಮಲ್ ಅತಾತುರ್ಕ್

ಕೆಮಲ್ ಅತಾತುರ್ಕ್‌ನ ಅಧೀನದಲ್ಲಿ ಟರ್ಕಿ

ಎರಡು ದಶಕಗಳ ಕಾಲ, ಟರ್ಕಿಷ್ ಗಣರಾಜ್ಯದ ಇತಿಹಾಸ ಬಹುಮಟ್ಟಿಗೆ ಮುಸ್ತಾಫ ಕೆಮಲನ ಖಾಸಗಿ ಇತಿಹಾಸದಂತೆಯೇ ಇತ್ತು. 1908ರ "ತರುಣ ಟರ್ಕ್ಸ್"(Young Turks)

ಕ್ರಾಂತಿಯಲ್ಲಿ ಕೆಮಲ್ ಅಪ್ರಮುಖವಾದ ಪಾತ್ರವನ್ನಷ್ಟೇ ನಿರ್ವಹಿಸಿದ್ದ. ಆ ಸುಧಾರಣಾ ಚಳವಳಿಯಿಂದ ನಿರೀಕ್ಷಿತ ಫಲಿತಾಂಶವೇನೂ ದೊರೆಯಲಿಲ್ಲ. ಸಂವಿಧಾನಾತ್ಮಕ ಸರ್ಕಾರ ಅವರಿಗೆ ಸಿಗಲಿಲ್ಲ. ವಾಸ್ತವವಾಗಿ ದೊರಕಿದ್ದು ಸೈನ್ಯಾಡಳಿತ ಮಾತ್ರ. ಟರ್ಕಿಯನ್ನು ಆಧುನಿಕ ಪ್ರಗತಿಪರ ರಾಷ್ಟ್ರವಾಗಿ ಮಾಡಬೇಕೆಂಬುದು ಕೆಮಲನ ಆಸೆ ಹಾಗೂ ನಿರ್ಧಾರವಾಗಿತ್ತು. ಅವನ ಸುಧಾರಣಾ ಕಾರ್ಯಕ್ರಮಗಳಿಗೆ ಪಾಶ್ಚಿಮಾತ್ಯ ರಾಷ್ಟ್ರಗಳ ಮನೋಭಾವವೇ ಸ್ಫೂರ್ತಿಯಾಗಿತ್ತು ಎನ್ನಬಹುದು. ಪಾಶ್ಚಿಮಾತ್ಯ ರಾಷ್ಟ್ರಗಳು ಆಗಲೇ ಸಾರ್ವಜನಿಕ ಶಿಕ್ಷಣದ ರಾಷ್ಟ್ರೀಕರಣ ವ್ಯವಸ್ಥೆಗೆ ಅಡಿಪಾಯ ಹಾಕಿದ್ದವು ಹಾಗೂ ಮಹಿಳೆಯರಿಗಿದ್ದಂಥ ಅನೇಕ ಸಾಮಾಜಿಕ ನಿರ್ಬಂಧಗಳನ್ನು ತೊಡೆದು ಹಾಕಿದ್ದವು. ಖಲೀಫ ಪದವಿಯನ್ನು ರದ್ದುಗೊಳಿಸುವ ಆದೇಶದ ಮೂಲಕ ಕೆಮಲ್, ಓಬೀರಾಯನ ಕಾಲದ ಎಲ್ಲ ಧಾರ್ಮಿಕ ವೇದಿಕೆಗಳನ್ನು ನಿಯಮ ಸೂತ್ರಗಳನ್ನು ರದ್ದುಪಡಿಸಿ, ಅವುಗಳ ಸ್ಥಳದಲ್ಲಿ "ಆಧುನಿಕ ವೈಜ್ಞಾನಿಕ ಪೌರನಿಯಮ-ಸೂತ್ರಗಳನ್ನು ರೂಪಿಸಬೇಕೆಂದು ಪ್ರಕಟಪಡಿಸಿದ. ಮಸೀದಿಗಳಲ್ಲಿ ನಡೆಯುತ್ತಿದ್ದ ಶಾಲೆಗಳ ಬದಲಿಗೆ, 6 ರಿಂದ 16 ವರ್ಷ ಪ್ರಾಯದ ಎಲ್ಲ ಮಕ್ಕಳೂ ಅಗತ್ಯವಾಗಿ ಹಾಜರಾಗಲೇಬೇಕಾದ ಸರ್ಕಾರಿ ಶಾಲೆಗಳನ್ನು ಸ್ಥಾಪಿಸಬೇಕೆಂದು ಪ್ರಕಟಪಡಿಸಿದ. ಆದರೆ ಶೈಕ್ಷಣಿಕ ಸುಧಾರಣೆಗಳಿಗೆ ಸಂಬಂಧಿಸಿದಂತೆ ಗಮನಾರ್ಹ ಸಾಧನೆಗಳು ನಡೆಯುವ ಮೊದಲೇ, ಇನ್ನೊಂದು ಕ್ರಮವನ್ನು ತೆಗೆದುಕೊಳ್ಳುವುದು ಅನಿವಾರ್ಯವೆನಿಸಿತು. ಇದೇ, ಬರವಣಿಗೆಯ ಹೊಸದೊಂದು ಪದ್ಧತಿಯನ್ನು ಅಳವಡಿಸಿಕೊಳ್ಳುವುದಾಗಿತ್ತು. ತುರ್ಕಿಭಾಷೆಯನ್ನು ಆಗಲೂ ಅರ್‍ಯಾಬಿಕ್ ಲಿಪಿಯಲ್ಲೇ ಬರೆಯಲಾಗುತ್ತಿತ್ತು. ಪಾಶ್ಚಾತ್ಯ ಭಾವನೆಗಳ ಅಭಿವ್ಯಕ್ತಿಗೆ ಇದು ಸಮರ್ಥ ಮಾಧ್ಯಮವಲ್ಲ ಎಂಬುದು ಕೆಮಲನ ಅಭಿಪ್ರಾಯವಾಗಿತ್ತು. 1928ರಲ್ಲಿ ಅವನು ನೇಮಿಸಿದ ಒಂದು ಆಯೋಗವು ರೋಮನ್ ಲಿಪಿಯನ್ನು ಬಳಸಿ, ಹೊಸ ಅಕ್ಷರಮಾಲೆಯನ್ನು ಸಿದ್ಧಪಡಿಸಿತು. ಇದು ಎಷ್ಟು ಯಶಸ್ವಿಯಾಯಿತೆಂದರೆ, ಆಧುನಿಕ ತುರ್ಕಿಷ್ ಕಾಗುಣಿತಾಕ್ಷರಗಳು ಭಾಷಾಧ್ವನಿಶಾಸ್ತ್ರಕ್ಕೆ ಸುಸಂಗತವಾಗಿ ತಾಳೆಯಾಗುತ್ತವೆ. ಈ ಹೊಸ ಅಕ್ಷರಮಾಲೆಯನ್ನು ತನಗೆ ತಾನೇ ಬೋಧಿಸಿಕೊಂಡ ಕೆಮಲ್ ಅನಂತರ ಅದನ್ನು ಇತರರಿಗೆ ಕಲಿಸಲು ಹೊರಟ. ಅಷ್ಟೇ ಅಲ್ಲ, ತನ್ನ ಕಪ್ಪುಹಲಗೆಯೊಂದಿಗೆ ರಾಷ್ಟ್ರಾದ್ಯಾಂತ ಪ್ರವಾಸ ಮಾಡಿ ಈ ಕುರಿತ ಅನೇಕ ಉಪನ್ಯಾಸಗಳನ್ನು ನೀಡಿದ. ಅನತಿಕಾಲದಲ್ಲಿಯೇ, ಈ ಹೊಸಲಿಪಿಯನ್ನು ಬಳಸದಿರುವ ಯಾವ ವ್ಯಕ್ತಿಯೂ ಸಾರ್ವಜನಿಕ ಕಛೇರಿಗಳಲ್ಲಿ ಕೆಲಸ ಮಾಡುವಂತಿಲ್ಲವೆಂಬ ಆದೇಶವನ್ನು ಹೊರಡಿಸಿದ.

ಸಾಮಾಜಿಕ ಹಾಗೂ ಆರ್ಥಿಕ ಸುಧಾರಣೆಗಳು

ಕೆಮಲ್‌ನ ಸಾಧನೆಗಳು ಸಾಮಾಜಿಕ ಹಾಗೂ ಆರ್ಥಿಕ ಸುಧಾರಣೆಗಳನ್ನು ಒಳಗೊಂಡಿವೆ. 'ಫೆಜ್' ಅನ್ನು ರದ್ದುಪಡಿಸುವ, ಏಕಪತ್ನಿತ್ವವನ್ನು ಪ್ರೋತ್ಸಾಹಿಸುವ, ಮುಸುಕುಹಾಕಿಕೊಳ್ಳದೆ ಕಾಣಿಸಿಕೊಳ್ಳಲು ಮಹಿಳೆಯರಿಗೆ ಉತ್ತೇಜನ ನೀಡುವ ಹಾಗೂ ಸ್ತ್ರೀಪುರುಷರಿಬ್ಬರೂ ಪಾಶ್ಚಾತ್ಯ ಉಡುಗೆ ತೊಡುಗೆಗಳನ್ನು ಧರಿಸುವ ಬಗೆಗಿನ ಆದೇಶಗಳನ್ನು ಅವನು ಹೊರಡಿಸಿದ. ಬಾಲಕಿಯರಿಗಾಗಿಯೇ ಪ್ರತ್ಯೇಕ ಶಾಲೆಗಳನ್ನು ಅವನು ಸ್ಥಾಪಿಸಿದ. ವ್ಯಾಪಾರಿ ವೃತ್ತಿಗಳಲ್ಲಿ ಹಾಗೂ ಉದ್ಯೋಗಗಳಲ್ಲಿ ಮಹಿಳೆಯರನ್ನು ಸಮರ್ಥರನ್ನಾಗಿ ಮಾಡಿದ. 1929ರಲ್ಲಿ ಸ್ಥಳೀಯ ಚುನಾವಣೆಗಳಲ್ಲಿ ಮತದಾನ ಮಾಡುವ ಹಕ್ಕನ್ನು ಕೂಡ ಅವನು ಮಹಿಳೆಯರಿಗೆ ನೀಡಿದ. ಐದು ವರ್ಷಗಳ ಅನಂತರ ರಾಷ್ಟ್ರೀಯ ಚುನಾವಣೆಗಳಲ್ಲೂ ಮತದಾನದ ಹಕ್ಕು ದೊರೆಯಿತು. ಟರ್ಕಿಷ್ ಗಣರಾಜ್ಯದಲ್ಲಿ ಮೊದಲು ಪುರುಷರಿಗಾಗಿಯೇ ಮೀಸಲಾದಂತಹ ವೃತ್ತಿ ಮತ್ತು ಉದ್ಯೋಗಗಳಿಗೆ ಸೇರಲು, ಅಷ್ಟೇ ಅಲ್ಲ ನಾಯಕತ್ವದ ಹುದ್ದೆಗಳಿಗೂ ಏರಲು ಮಹಿಳೆಯರು ತೋರಿಸಿದ ಉತ್ಸಾಹ, ಟರ್ಕಿಯನ್ನು ಮುಸ್ಲಿಮ್ ರಾಷ್ಟ್ರಗಳಲ್ಲಿಯೇ ಒಂದು ಅಪೂರ್ವ ರಾಷ್ಟ್ರವನ್ನಾಗಿ ಮಾಡಿತು; ಅದು ಇತರ ರಾಷ್ಟ್ರಗಳಿಗೂ ಮಾದರಿಯೆನಿಸಿತು. ಕೆಮಲನ ಆರ್ಥಿಕ ಸುಧಾರಣೆಗಳೂ ಅಷ್ಟೇ ಅಪೂರ್ವವಾದುವು. ಅವನು ಕೃಷಿ ಕಾಲೇಜುಗಳಿಗೆ ಧನ ಸಹಾಯ ನೀಡಿದ; ಮಾದರಿ ಫಾರ್ಮ್‌ಗಳನ್ನು ಸ್ಥಾಪಿಸಿದ ಹಾಗೂ ಕೃಷಿಕರಿಗೆ ಸಾಲ ನೀಡುವ ಬ್ಯಾಂಕ್‌ಗಳನ್ನು ಪ್ರಾರಂಭಿಸಿದ. 'ಟೈತ್' ಎಂಬ ತೆರಿಗೆಯಿಂದ ಕೃಷಿಕರನ್ನು ವಿಮುಕ್ತಿಗೊಳಿಸಿದ. ಬೀಜಗಳನ್ನು ಕೃಷಿ ಉಪಕರಣಗಳನ್ನು ಬಹುಮಟ್ಟಿಗೆ ಎಲ್ಲ ಕೃಷಿಕರಿಗೂ ಪಾವತಿಮಾಡುವ ಏಜೆನ್ಸಿಗಳನ್ನು ತೆರೆದು ಕೃಷಿಕರು ಅವುಗಳನ್ನು ಬಳಸುತ್ತೇವೆ ಎಂಬ ಖಾತರಿಯನ್ನಷ್ಟೇ ನೀಡಬೇಕಾಗಿತ್ತು. ರಷ್ಯನ್ನರಲ್ಲಿ ರೂಢಿಯಲ್ಲಿರುವ, ಸಮಷ್ಟಿವಾದವನ್ನು ಕೃಷಿಕರು ಅನುಸರಿಸಬೇಕೆಂದು ಅವನು ಬಲವಂತ ಮಾಡಲಿಲ್ಲ-ಅವನು ಹಾಗೆ ಮಾಡಬಹುದಾಗಿದ್ದರೂ ಕೂಡ ಸಣ್ಣ ಹಿಡುವಳಿಗಳಿಗೆ ಪ್ರೋತ್ಸಾಹನೀಡುವಲ್ಲಿ, ಭೂಮಿಯನ್ನು ಖರೀದಿಸಲು ಕೃಷಿಕರಿಗೆ ಸಹಾಯಮಾಡುವಲ್ಲಿ ಹಾಗೂ ಲಾಭಕರವಾದ ಬೇಸಾಯ ಮಾಡುವ ಶಿಕ್ಷಣವನ್ನು ಅವರಿಗೆ ನೀಡುವಲ್ಲಿ ಕೆಮಲ್ ಸಾಂಪ್ರದಾಯಿಕ ವಿಧಾನಗಳನ್ನೇ ಅನುಸರಿಸಿದ. ಇದೇ ಕಾಲದಲ್ಲಿ ಔದ್ಯಮೀಕರಣಕ್ಕೂ ಅವನು ಪ್ರೋತ್ಸಾಹ ನೀಡಿದ. ಏಕೆಂದರೆ ಕೃಷಿಯೊಂದರಿಂದಲೇ ವ್ಯಕ್ತಿಯ ಜೀವನಸ್ಥಿತಿಗತಿಗಳು ಉನ್ನತ ಮಟ್ಟಕ್ಕೆ ತಲುಪುವುದು ಸಾಧ್ಯವಿರಲಿಲ್ಲ. ಕೃಷಿಯೊಂದಕ್ಕೆ ಪ್ರೋತ್ಸಾಹ ನೀಡುವ ಸರ್ಕಾರಕ್ಕೆ ಇತರ ಪ್ರಾಕೃತಿಕ ಸಂಪನ್ಮೂಲಗಳನ್ನು ಉಪಯುಕ್ತವಾಗಿ ಬಳಿಸಿಕೊಳ್ಳುವುದು ಸಾಧ್ಯವಾಗುವುದಿಲ್ಲ. ಆದ್ದರಿಂದ ಅವನು ಸಾವಿರಾರು ಮೈಲು ಉದ್ದದ ರೈಲ್ವೆದಾರಿಗಳನ್ನು ನಿರ್ಮಿಸಿದ. ತಂಬಾಕು, ಬೆಂಕಿಪೊಟ್ಟಣ, ಯುದ್ಧ ಸಾಮಗ್ರಿಗಳು, ಉಪ್ಪು, ಮದ್ಯ ಮತ್ತು ಸಕ್ಕರೆಗಳಿಗೆ ಸಂಬಂಧಿಸಿದಂತೆ ಸರ್ಕಾರಿ ಸ್ವಾಮ್ಯದ ಮಳಿಗೆಗಳನ್ನು ಸ್ಥಾಪಿಸಿದ. ತುರ್ಕಿ,

ಕಲ್ಲಿದ್ದಲು, ಕಬ್ಬಿಣ ಹಾಗೂ ಪೆಟ್ರೋಲಿಯಮ್‌ಗಳ ಸಮೃದ್ಧ ಸಂಪನ್ಮೂಲಗಳನ್ನು ಹೊಂದಿತ್ತಷ್ಟೇ ಅಲ್ಲದೆ ಅದು ಪ್ರಪಂಚದಲ್ಲಿಯೇ ಅಧಿಕ ಪ್ರಮಾಣದ ಕ್ರೋಮ್ ಅನ್ನು ಉತ್ಪಾದಿಸುತ್ತಿತ್ತು. ತುರ್ಕಿಯ ಸುಮಾರು 50 ಮಿಲಿಯನ್ ಪ್ರಜೆಗಳಲ್ಲಿ ಮುಕ್ಕಾಲು ಪಾಲು ಜನರು ಕೃಷಿಕರೇ ಆಗಿದ್ದರು.

ಮುಸ್ತಾಫಾ ಕೆಮಲ್ (ಅನಂತರ ಕೆಮಲ್ ಅತಾತುರ್ಕ್ ಎಂಬ ಹೆಸರನ್ನು ಇರಿಸಿಕೊಂಡ) 1922ರಿಂದ 1938ರಲ್ಲಿ ತಾನು ಮರಣ ಹೊಂದುವವರೆಗೂ ಟರ್ಕಿಯನ್ನು ಆಳಿದ. ಅವನು ಇಪ್ಪತ್ತನೆಯ ಶತಮಾನದ ಒಬ್ಬ ಸಾಮಾನ್ಯ ನಿರಂಕುಶ ಪ್ರಭುವೇ ಅಥವಾ ತನ್ನ ಜೊತೆಯವರಿಗಿಂತ ಕೆಲಮಟ್ಟಿಗೆ ಇನ್ನೂ ಹೆಚ್ಚು ಉಪಕಾರ ಬುದ್ಧಿಯುಳ್ಳವನೇ ಎಂಬುದು ಚರ್ಚೆಗೊಂದು ಉತ್ತಮ ವಿಷಯವಾಗಿದೆ. ಕಾನೂನಿನ ಪ್ರಕಾರ, ಅವನದು ಚುನಾಯಿತ ಅಧ್ಯಕ್ಷನ ಸ್ಥಾನಮಾನವಾಗಿತ್ತು. ನಾಲ್ಕು ವರ್ಷಗಳ ಅವಧಿಗಾಗಿ ಅಧ್ಯಕ್ಷನನ್ನು ವಿಧಾನಸಭೆ ಚುನಾಯಿಸುತ್ತಿತ್ತು. ಅವನು ಪುನಃ ಚುನಾವಣೆಗೆ ನಿಲ್ಲಲು ಸಮರ್ಥನೇ ಎಂಬುದು ನಿಶ್ಚಿತವಾಗಿರಲಿಲ್ಲ. ಆದರೆ ಅವನು ಸ್ವತಃ ವಿಧಾನಸಭಾಧ್ಯಕ್ಷನಾಗಿ ಮುಂದುವರಿದ. 1930ರ ಸ್ವಲ್ಪ ಸಮಯ ಬಿಟ್ಟುಳಿದಂತೆ, ಅವನು ವಿರೋಧಪಕ್ಷ ಇರಲು ಅವಕಾಶ ನೀಡಿರಲಿಲ್ಲ. ಇನ್ನೊಂದೆಡೆ ತನ್ನ ರಾಜ್ಯಭಾರ ತಾತ್ಕಾಲಿಕ ಹಾಗೂ ಸಂಧಿಕಾಲದ್ದು ಎಂದೇ ಅವನು ಯಾವಾಗಲೂ ಬಣ್ಣಿಸುತ್ತಿದ್ದ. ಹತ್ತು ವರ್ಷಗಳ ಅನಂತರವೂ, ಪ್ರಜೆಗಳು ಸ್ವಸರ್ಕಾರದ ರಚನೆಗೆ ಸಿದ್ಧರಾಗಿಲ್ಲವೆಂದೇ ಅವನು ಪ್ರತಿಪಾದಿಸಿದ್ದ. ಮತ್ತೆ ಹತ್ತು ವರ್ಷ ಕಾಲ, ಅಥವಾ ಪ್ರಜೆಗಳು ವಿವೇಕ ಹಾಗೂ ಜವಾಬ್ದಾರಿ ಪ್ರಜ್ಞೆಯನ್ನು ಬೆಳೆಸಿಕೊಂಡು ಹಿಂದಿನ ಕಾಲದ ಚಟಗಳಿಂದ ಪೂರ್ವಾಗ್ರಹಗಳಿಂದ ಮುಕ್ತರಾಗುವವರೆಗೆ, ಅವನು ರಾಜ್ಯಭಾರವನ್ನು ನಡೆಸಲೇಬೇಕಾಗಿತ್ತು. ತನ್ನ ರಾಷ್ಟ್ರವನ್ನು ಯುದ್ಧದಲ್ಲಿ ತೊಡಗಿಸದೆ ಇದ್ದುದು ಹಾಗೂ ಜನಾಂಗಿಕ ಅಲ್ಪಸಂಖ್ಯಾತರನ್ನು ಗಡೀಪಾರು ಮಾಡಲು ಎಂದೂ ಪ್ರಯತ್ನಿಸದೆ ಇದ್ದುದು ಕೆಮಲನ ಹೆಗ್ಗಳಿಕೆಯಾಗಿದೆ. 1930ರಲ್ಲಿ ನಡೆದ ಕುರ್ದ್‌ರ ಬಂಡಾಯವನ್ನು ಕ್ರೌರ್ಯದಿಂದ ಹಾಗೂ ನಿರ್ದಯತೆಯಿಂದ ಅವನು ಅಡಗಿಸಿದ್ದರೂ, ಅವನು ಎಂದೂ 'ಗೆಸ್ಟಪೊ' ಅಥವಾ 'ಚೆಕಾ' ಅಥವಾ ಅಂಥ ಇನ್ನಾವುದೇ ಬೇಜವಾಬ್ದಾರೀ ಹಿಂಸಾಚಾರಿಗಳ ತಂಡವನ್ನು ಇರಿಸಿಕೊಂಡಿರಲಿಲ್ಲ.

1960ರ ಕ್ರಾಂತಿ ಹಾಗೂ ಎರಡನೆಯ ತುರ್ಕಿ ಗಣರಾಜ್ಯ

ಕೆಮಲ್ ಅತಾತುರ್ಕನ ಉತ್ತರಾಧಿಕಾರಿಗಳಾದ ಇಸ್ಮತ್ ಇನೋನು ಮತ್ತು ಸೆಲಲ್ ಬಯಾರ್–ಅವರ ನೇತೃತ್ವದಲ್ಲಿ, ಪ್ರಜಾಸತ್ತಾತ್ಮಕ ಗಣರಾಜ್ಯದೊಂದಿಗೆ ಉಪಕಾರಬುದ್ಧಿಯ ನಿರಂಕುಶ ಪ್ರಭುತ್ವವನ್ನು ಸ್ಥಾಪಿಸುವತ್ತ ಕ್ರಮ ಕೈಗೊಂಡರು. ಆದರೆ ಎರಡನೆಯ ಜಾಗತಿಕ ಯುದ್ಧದ ಅನಂತರ, ಮುಖ್ಯವಾಗಿ ಅತಿಯಾದ ವೆಚ್ಚ ಹಾಗೂ ಹಣದುಬ್ಬರಗಳ ಕಾರಣವಾಗಿ ಉದ್ಭವಿಸಿದ ತೀವ್ರ ಆರ್ಥಿಕ ಮುಗ್ಗಟ್ಟಿನಿಂದಾಗಿ ಪ್ರಿಮಿಯರ್ ಅದ್ನನ್ ಮೆಂಡರಸ್‌ನ ಸರ್ಕಾರವು ಕೆಲವು ಆರ್ಥಿಕ ನಿರ್ಬಂಧಗಳನ್ನು ವಿಧಿಸುವುದು ಅನಿವಾರ್ಯವಾಯಿತು. ಪತ್ರಿಕಾ ಸ್ವಾತಂತ್ರ್ಯ ರದ್ದಾಯಿತು. ಸರ್ಕಾರವನ್ನು ವಿರೋಧಿಸುವ ಸಂಸತ್ ಸದಸ್ಯರ ದಸ್ತಗಿರಿ ಮಾಡಲಾಯಿತು. ಈ ದಮನಕಾರಿ ಕ್ರಮಗಳನ್ನು ಪ್ರತಿಭಟಿಸಿದ ವಿದ್ಯಾರ್ಥಿಗಳು ಮತ್ತೆ ಮತ್ತೆ ನಡೆಸಿದ ಚಳವಳಿ–ಪ್ರದರ್ಶನಗಳು, ಅಂತಿಮವಾಗಿ 1960ರಲ್ಲಿ ಸೈನ್ಯಾಧಿಕಾರಿಗಳ ಬಂಡಾಯಕ್ಕೆ ನಾಂದಿಯಾಯಿತು. ಸೈನ್ಯದ ಅಧಿಕಾರಿಗಳು ಸರ್ಕಾರದ ಮೇಲೆ ಮುತ್ತಿಗೆ ನಡೆಸಿ, ಕೊನೆಯಲ್ಲಿ ಹೊಸ ತಾತ್ಕಾಲಿಕ ಸರ್ಕಾರವೊಂದನ್ನು ಸ್ಥಾಪಿಸಿದರು. ಹಿಂದಿನ ಸಾಮ್ರಾಜ್ಯದ ಸುಮಾರು 600 ಮಂದಿ ಸದಸ್ಯರ ಮೇಲೆ ಭ್ರಷ್ಟಾಚಾರದ ಆಪಾದನೆ ಹೊರಿಸಲಾಯಿತು. ನ್ಯಾಯಲಯದಿಂದ ಹೀಗೆ ಆಪಾದಿತರೆನಿಸಿದವರಲ್ಲಿ ಅಧಿಕಾರ ಚ್ಯುತನಾದ ಪ್ರಧಾನಮಂತ್ರಿ ಅದ್ನನ್ ಮೆಂಡೆರೆಸ್ ಕೂಡ ಸೇರಿದ್ದನು. 1961ರಲ್ಲಿ ಎರಡನೆಯ ತುರ್ಕಿ ಗಣರಾಜ್ಯದ ಉದಯವನ್ನು ಪ್ರಕಟಪಡಿಸುವ ಹೊಸ ಸಂವಿಧಾನವೊಂದನ್ನು ಅನುಸರಿಸಲಾಯಿತು. ಈ ಹೊಸ ಸರ್ಕಾರದಲ್ಲಿ ಗ್ರ್ಯಾಂಡ್ ನ್ಯಾಷನಲ್ ಅಸೆಂಬ್ಲಿಯಿಂದ (ಪಾರ್ಲಿಮೆಂಟಿನಿಂದ) ಏಳುವರ್ಷಗಳ ಅವಧಿಗೆ ಚುನಾಯಿತನಾಗುವ ಹಾಗೂ ಪುನಃ ಚುನಾವಣೆಗೆ ನಿಲ್ಲಲು ಅರ್ಹತೆಪಡೆದಿರುವ, ಅಧ್ಯಕ್ಷನ ಸ್ಥಾನಕ್ಕೆ ಅವಕಾಶವಿತ್ತು. ಅಲ್ಲದೆ ಸಂಸತ್ತಿನಲ್ಲಿ ಪಕ್ಷಗಳು ಹೊಂದಿರುವ ಪ್ರಾತಿನಿಧ್ಯವನ್ನು ಆಧರಿಸಿ, ಅಧ್ಯಕ್ಷನಿಂದ ನೇಮಕಗೊಳ್ಳುವ ಪ್ರಧಾನಮಂತ್ರಿಯ ಸ್ಥಾನಕ್ಕೂ ಹೊಸ ಸಂವಿಧಾನ ಅವಕಾಶವನ್ನು ನೀಡಿತ್ತು. ಹೊಸ ಸಂವಿಧಾನದಲ್ಲಿ ಪೌರರಿಗೆ ಹಕ್ಕುಗಳ ಖಾತರಿಯಿತ್ತು. ಕಾರ್ಮಿಕರ ಹಕ್ಕುಗಳಿಗೆ ಸಂಬಂಧಿಸಿದ ಹಕ್ಕುಗಳ ಸಂರಕ್ಷಣೆಗೆ ಅಗತ್ಯವಾದ ಅನುಚ್ಛೇದಗಳಿದ್ದವು. ಅಕ್ಟೋಬರ್ 1961ರಲ್ಲಿ ಚುನಾವಣೆಗಳು ನಡೆದಾಗ, ಯಾವ ಪಕ್ಷಕ್ಕೂ ಬಹುಮತ ಸಿಗಲಿಲ್ಲ. ಸಂಯುಕ್ತ ಸರ್ಕಾರವೊಂದರ ರಚನೆಯಾಗಿ 77 ವರ್ಷ ವಯಸ್ಸಿನ ವೃದ್ಧ ಇಸ್ಮೆತ್ ಇನೋನು ಪ್ರಧಾನಮಂತ್ರಿಯಾದ. ವಿಪರೀತ ಕಷ್ಟಗಳನ್ನು ಎದುರಿಸಬೇಕಾಗಿ ಬಂದ ಅವನಿಗೆ ರಾಷ್ಟ್ರೀಯ ಅಸೆಂಬ್ಲಿಯ ಬೆಂಬಲವೂ ಇಲ್ಲದಿದ್ದರಿಂದ 1965ರಲ್ಲಿ ಅವನು ರಾಜೀನಾಮೆ ನೀಡಿದ.

1960ರ ದಶಕದ ಅವಧಿಯಲ್ಲಿ ತುರ್ಕಿ ಪರಿಗಣನಾರ್ಹನಾದ ಆರ್ಥಿಕ ಪ್ರಗತಿಯನ್ನು ಸಾಧಿಸಿತು. ಜೊತೆಯಲ್ಲಿ ರಾಜಕೀಯ ಅಸ್ಥಿರತೆ ಹಾಗೂ ಸಾಮಾಜಿಕ ಸಂಘರ್ಷಗಳು ಕಂಡುಬಂದವು. ಹಣದುಬ್ಬರ ತೀವ್ರಗತಿಯಲ್ಲಿ ಮುಂದುವರಿದಿತ್ತು.

ಆದರೆ ಉದ್ಯಮಗಳು ಒಂದೇ ಸಮನೆ ವಿಸ್ತರಿಸುತ್ತಿದ್ದವು. ತುರ್ಕಿಯ ತೈಲೋತ್ಪನ್ನ ಸ್ವದೇಶಕ್ಕೆ ಬೇಕಾಗುವಷ್ಟೇ ಇತ್ತು. ಯುಫ್ರೆಟಿಸ್ ನದಿಗೆ ಕಟ್ಟಲಾದ ಒಂದು ದೊಡ್ಡ ಅಣೆಕಟ್ಟಿನಿಂದಾಗಿ, ಪೂರ್ವ ಅನಟೋಲಿಯಾದ ಪ್ರಾಚೀನ ಗ್ರಾಮೀಣ ಪ್ರದೇಶಗಳಿಗೆ ವಿದ್ಯುತ್ ಪೂರೈಕೆ ಸಾಧ್ಯವಾಯಿತು. ಆಧುನಿಕ ಔದ್ಯಮಿಕ ಸಮಾಜಕ್ಕೆ ಅಡಿಪಾಯ ಹಾಕುತ್ತಿದ್ದಾಗಲೇ, ಆರ್ಥಿಕ ಹಾಗೂ ಪ್ರಜಾಸತ್ತಾತ್ಮಕ ಸಂಘ ಸಂಸ್ಥೆಗಳಿಗೆ ಆರ್ಥಿಕ ಬಿಕ್ಕಟ್ಟು ಎದುರಾಯಿತು. ರಾಜಕೀಯ ಉಗ್ರಗಾಮಿಗಳನ್ನು ವಿರೋಧಿಸುವವರಲ್ಲಿ ಹಾಗೂ ಪ್ರತಿಸ್ಪರ್ಧಿ ಧಾರ್ಮಿಕ ಗುಂಪುಗಳಲ್ಲಿ ಕಲಹಗಳು ಪ್ರಾರಂಭವಾದವು. ದಂಗೆಗಳು ಮತ್ತು ದೊಂಬಿಗಳು, ಹಿಂಸೆ ಹಾಗೂ ಘರ್ಷಣೆಗಳು, ರಾಜಕೀಯ ಹತ್ಯೆಗಳು–ಇವು ನೂರಾರು ಪ್ರಾಣಹಾನಿಗಳಿಗೆ ಕಾರಣವಾಗಿ ಜನರು ಭಯಭೀತರಾದರು. ಎಲ್ಲೆಡೆ ತಲ್ಲಣ ಆವರಿಸಿತು. ಮಾರ್ಚ್ 1971ರಲ್ಲಿ ಸೈನ್ಯಪಡೆಗಳು ತುರ್ಕಿಯ ಪ್ರಜಾಪ್ರಭುತ್ವದ ಇತಿಹಾಸದಲ್ಲಿ ಎರಡನೆಯ ಬಾರಿಗೆ ಅಧಿಕಾರ ವಹಿಸಿಕೊಂಡವು. 1960ರ ಕ್ರಾಂತಿಯಲ್ಲಿ ಸೈನ್ಯ ಉದಾರಪಕ್ಷದ ಪರವಾಗಿದ್ದರೆ, 1971ರಲ್ಲಿ ಅದು ಅತಿ ಸಂಪ್ರದಾಯವಾದಿಗಳ ಹಾಗೂ ಧಮನಕಾರರ 'ರಾಷ್ಟ್ರೀಯ ಒಕ್ಕೂಟ ಸರ್ಕಾರ'ವನ್ನು ಬೆಂಬಲಿಸಿತು. ಈ ಸರ್ಕಾರ 29 ತಿಂಗಳ ಕಾಲ ಆಳ್ವಿಕೆ ನಡೆಸಿತು. ಸಂಸತ್ ಸರ್ಕಾರ ಮತ್ತೆ ಜಾರಿಗೆ ಬಂದಾಗ, ಯಾವ ಪಕ್ಷಕ್ಕೂ ಬಹುಮತ ಸಿಗಲಿಲ್ಲ. ಪ್ರಧಾನಮಂತ್ರಿಯ ಸ್ಥಾನ ಒಮ್ಮೆ ರಿಪಬ್ಲಿಕನ್ ಪೀಪಲ್ಸ್ ಪಕ್ಷದ ಮುಖಂಡನೂ (ಅತಾತುರ್ಕನ ಸುಧಾರಣೆಗಳ ಸಂರಕ್ಷಕನೂ) ಆದ ಬುಲೆಂಟ್ ಎಸೆವಿಟ್‌ಗೂ ಇನ್ನೊಮ್ಮೆ ಜಸ್ಟಿಸ್ ಪಕ್ಷದ ಮುಖ್ಯಸ್ಥನಾದ ಸುಲೈಮಾನ್‌ಗೂ ದೊರೆಯುತ್ತಿತ್ತು. 1970ರ ದಶಕದ ಪ್ರಾರಂಭದ ವರ್ಷಗಳಲ್ಲಿ ಸಮೃದ್ಧಿ ಶೈಥಿಲ್ಯ ಕಂಡುಬಂದ ಅನಂತರ ರಾಷ್ಟ್ರೀಯ ಆರ್ಥಿಕತೆ ತೀರಾ ಕುಸಿದುಹೋಯಿತು. ವ್ಯಾಪಾರದಲ್ಲಿ ನಷ್ಟ ಉಂಟಾಯಿತು. ಹಣದುಬ್ಬರ ಅನಿಯಂತ್ರಿತವಾಗಿತ್ತು. ಸುಮಾರು ಶೇಕಡಾ 40%ರಷ್ಟು ನಿರುದ್ಯೋಗವಿತ್ತು. ಸರ್ಕಾರದ ಪರಿಣಾಮಕಾರಿತ್ವ ಕುಗ್ಗಿಹೋಗಿತ್ತು. ಮುಸ್ಲಿಂ ಮೂಲಭೂತವಾದಿಗಳು ಮತ್ತೆ ತಲೆ ಎತ್ತಿದರು. ಜಾತ್ಯಾತೀತ ಪ್ರಜಾಪ್ರಭುತ್ವವಾದೀ ರಾಷ್ಟ್ರಕ್ಕೆ ಭಯ ಎದುರಾಗಿತ್ತು. ಡೆಮಿರೆಲ್ ಹಾಗೂ ಎಸೆವಿಟ್ ಇವರಿಬ್ಬರೂ, ಒಟ್ಟು ಮತಗಳ ಶೇ 15ರಷ್ಟರ ಮೇಲೆ ನಿಯಂತ್ರಣ ಹೊಂದಿರುವ ಇಸ್ಲಾಮಿಕ್ ಓರಿಯೆಂಟೆಡ್ ನ್ಯಾಷನಲ್ ಸಾಲ್ವೇಷಾನ್ ಪಕ್ಷವನ್ನು ಓಲೈಸುವುದು ಅಗತ್ಯವೆಂದು ಕಂಡುಕೊಂಡರು.

1980ರ ರಾಜ್ಯಕ್ರಾಂತಿ ಹಾಗೂ ಅದರ ಪರಿಣಾಮ

ಪ್ರಾದೇಶಿಕ, ಪಂಥಾಭಿಮಾನದ ಹಾಗೂ ಭಾವನಾಶಾಸ್ತ್ರ ಸಂಬಂಧಿ ಸಂಘರ್ಷಗಳು 1978–80ರ ವೇಳೆಗೆ ಅಂತರ್ಯುದ್ಧದ ಹಂತವನ್ನು ತಲುಪಿದವು. ಈ ಯುದ್ಧದಲ್ಲಿ 13,000ಕ್ಕೂ ಹೆಚ್ಚು ಮಂದಿ ಪ್ರಾಣ ಕಳೆದುಕೊಂಡರು. 1979ರ ವೇಳೆಗೆ, ಆಹಾರ ಪದಾರ್ಥಗಳು ಸೇರಿದಂತೆ ಅತ್ಯಂತ ಮೂಲಭೂತವಾದ ಸೌಲಭ್ಯಗಳ ತೀವ್ರ ಅಭಾವ ಉಂಟಾಯಿತು. ಉದ್ಯಮಗಳ ಕಾರ್ಯಸಾಮರ್ಥ್ಯ ಶೇ. 50ರಷ್ಟಕ್ಕೆ ಇಳಿದುಹೋಗಿತ್ತು. ರಾಷ್ಟ್ರದ ಮೂರನೆಯ ಒಂದು ಭಾಗ ಸೈನ್ಯಾಧಿಕಾರದ ಅಧೀನದಲ್ಲಿತ್ತು. ಸೆಪ್ಟೆಂಬರ್ 1980ರಲ್ಲಿ ಸೈನ್ಯದ ಉನ್ನತಾಧಿಕಾರಿ, "ಅರಾಜಕತೆ, ಭಯೋತ್ಪಾದನೆ ಹಾಗೂ ಪ್ರತ್ಯೇಕತೆ"ಗಳ ವಿರುದ್ಧವಾಗಿ ಹೋರಾಡುವ ಉದ್ದೇಶದಿಂದ ಒಂದುಗೂಡುವಂತೆ ರಾಜಕಾರಣಿಗಳಿಗೆ ಕರೆಕೊಟ್ಟ ಅನಂತರ, ಬಹುಮಟ್ಟಿಗೆ ರಕ್ತಪಾತವಿಲ್ಲದ, ಆದರೂ ನಿರ್ಣಾಯಕವಾದ, ರಾಜ್ಯಕ್ರಾಂತಿಯನ್ನು ಪ್ರಾರಂಭಿಸಿ, ಸಂವಿಧಾನವನ್ನು ರದ್ದುಪಡಿಸಿದ ಹಾಗೂ ನೂರಕ್ಕೂ ಹೆಚ್ಚು ಅಧಿಕಾರಿಗಳನ್ನು ದಸ್ತಗಿರಿಮಾಡಿದ. ಮತ್ತೆ ಸೈನ್ಯಾಧಿಕಾರವನ್ನು ಜಾರಿಗೆ ತರುವಾಗ ಸೈನ್ಯಾಧಿಕಾರಿಗಳು ಸಾಮಾಜಿಕ ಅವ್ಯವಸ್ಥೆಯನ್ನು ಕೊನೆಗೊಳಿಸುವಂತೆ ರೂಪಿಸಲಾದ ಹೊಸ ಕರಡು ಸಂವಿಧಾನವನ್ನು ರಚಿಸುವುದಾಗಿ ಭರವಸೆ ನೀಡಿದರು. ಪೌರಾಡಳಿತಕ್ಕೆ ಮರಳುವ ಪ್ರಜಾಪ್ರಭುತ್ವವಾದಿಗಳ ಸಂಪ್ರದಾಯವನ್ನು ಪಾಲಿಸುವುದಾಗಿಯೂ ಅವರು ಪ್ರತಿಜ್ಞೆಗೈದರು.

ಸೈನ್ಯವು ಸಿದ್ಧಪಡಿಸಿದ ಹಾಗೂ 1982ರಲ್ಲಿ ಬಹುಮತದ ಮಾನ್ಯತೆಪಡೆದ ಹೊಸ ತುರ್ಕಿ ಸಂವಿಧಾನ ಚುನಾಯಿತ ಸಂಸತ್ ಹಾಗೂ ಪ್ರಧಾನಮಂತ್ರಿ ಇರುವ ಪ್ರಜಾಪ್ರಭುತ್ವದ ಸ್ವರೂಪವನ್ನು ಬಳಿಸಿಕೊಂಡಿತು. ಆದರೆ 1980ರ ರಾಜ್ಯಕ್ರಾಂತಿಯ ಮುಖಂಡನಾದ ಜನರಲ್ ಕೆನನ್ ಎವ್‌ರನ್‌ರನ್ನು ಏಳು ವರ್ಷಗಳ ಅವಧಿಯ ಅಧ್ಯಕ್ಷರನ್ನಾಗಿ ಇರಿಸಿಕೊಂಡಿತು. ಈ ಅಧ್ಯಕ್ಷರಿಗೆ ಬಹುಮಟ್ಟಿಗೆ ಅಪರಿಮಿತವೆನಿಸಿದ ಅಧಿಕಾರಗಳಿದ್ದವು. ಈ ಹೊಸ ಸರ್ಕಾರದ ಅಧಿಕಾರಕ್ಕೆ ಸಂಬಂಧಿಸಿದಂತೆ ಹೇಳುವುದಾದರೆ, ರಾಜಕೀಯ ಪಕ್ಷಗಳ ದಂಗೆಯನ್ನು ಟ್ರೇಡ್ ಯೂನಿಯನ್‌ಗಳ ದಂಗೆಯನ್ನೂ ಇದು ಅಡಗಿಸಿತು. ಪತ್ರಿಕೆಗಳಿಗೆ ಸೆನ್ಸಾರ್‌ಷಿಪ್ ವಿಧಿಸಲಾಯಿತು. ದಸ್ತಗಿರಿಗಳು ಮುಂದುವರಿದವು. ಸರ್ಕಾರವನ್ನು ಬುಡಮೇಲು ಮಾಡುವರು ಎಂಬ ಆಪಾದನೆಗೆ ಗುರಿಯಾಗಿ ಸೆರೆ ಹಿಡಿಯಲ್ಪಟ್ಟವರಲ್ಲಿ ತುರ್ಕಿಷ್ ಶಾಂತಿ ಸಂಘದ 23 ಸದಸ್ಯರೂ ಸೇರಿದ್ದರು. ಇವರಲ್ಲಿ ವಿಶ್ವವಿದ್ಯಾನಿಲಯದ ಪ್ರಾಧ್ಯಾಪಕರೂ, ವೃತ್ತಿಪರ ರಾಜ್ಯನೀತಿಜ್ಞರೂ, ತುರ್ಕಿಯ ಮೆಡಿಕಲ್ ಹಾಗೂ ಬಾರ್ ಅಸೋಷಿಯೇಷನಗಳ ಅಧ್ಯಕ್ಷರುಗಳೂ ಸೇರಿದ್ದರು. 20 ಹೊಸ ಸೆರೆಮನೆಗಳನ್ನು ನಿರ್ಮಿಸಿ, 45,000 ಜನರನ್ನು ಬಂಧಿಸಿ ಪೌರರ ಹಕ್ಕುಗಳನ್ನು ಕಿತ್ತುಕೊಂಡ ಸೇನಾಧಿಕಾರಿಗಳು ಸ್ಥಿರತೆಯ ತೋರಿಕೆಯನ್ನಷ್ಟೇ ಸಾಧಿಸಿದರು. ಆರ್ಥಿಕತೆಯಲ್ಲೇನೋ ಕೆಲಮಟ್ಟಿನ ಅಭಿವೃದ್ಧಿಯುಂಟಾಯಿತು. ನವೆಂಬರ್ 1983ರ ರಾಷ್ಟ್ರೀಯ ಚುನಾವಣೆಯಲ್ಲಿ ಸೇನಾಧಿಕಾರಿಗಳ ವಿರುದ್ಧವಾಗಿದ್ದ

ಪಕ್ಷ ಅತ್ಯಧಿಕ ಬಹುತಮಗಳಿಸಿ ವಿಜಯಿಯಾದಾಗ ಸಂಸತ್-ಪೌರ ಆಳ್ವಿಕೆ ಪ್ರಾರಂಭವಾಗುವ ಆಶಾದಾಯಕ ಸೂಚನೆ ಕಂಡುಬಂತು. ಸಂಪ್ರದಾಯವಾದಿ ಪಕ್ಷದ ಅರ್ಥತಜ್ಞನಾದ ಟರ್ಗಟ್ ಓಝಲ್ ಪ್ರಧಾನ ಮಂತ್ರಿಯಾದ.

ತುರ್ಕಿಯ ಅಂತರರಾಷ್ಟ್ರೀಯಾ ಸ್ಥಾನಮಾನಗಳು: ಮಧ್ಯ ಪ್ರಾಚ್ಯಕ್ಕಿರುವ ಆರ್ಥಿಕ ಹಾಗೂ ಯುದ್ಧತಂತ್ರದ ಮಹತ್ವದಿಂದಾಗಿ, ಆ ಪ್ರದೇಶಗಳ ಹಿಂಸಾತ್ಮಕ ತಲ್ಲಣಗಳು, ತುರ್ಕಿ ನಿರ್ವಹಿಸಬೇಕಾದ ಪಾತ್ರವನ್ನು ಹಿರಿದಾಗಿಸಿದ್ದವು. ತನ್ನ ನೆರೆಹೊರೆಯ ರಾಷ್ಟ್ರಗಳೊಂದಿಗೂ ತುರ್ಕಿ ಸಮಾಧಾನಕರ ಸಂಬಂಧವನ್ನು ಉಳಿಸಿಕೊಳ್ಳಬೇಕಾಗಿತ್ತು. ಅನಟೋಲಿಯದೊಳಗೆ, ಅಮೆರಿಕ ಸಂಯುಕ್ತ ಸಂಸ್ಥಾನ ಅನೇಕ ಸೈನ್ಯನೆಲೆಗಳನ್ನು, ಎಲೆಕ್ಟ್ರಾನಿಕ್ ಲಿಸನಿಂಗ್ ಪೋಸ್ಟ್‌ಗಳನ್ನು ನೆಲೆಗೊಳಿಸಿತ್ತು. ಅರ್ಧಮಿಲಿಯನ್ ಸಿಪಾಯಿಗಳಿಂದ ಕೂಡಿದ ಸೈನ್ಯವನ್ನು ಹೊಂದಿದ್ದ ತುರ್ಕಿಯನ್ನು ಅದು ಒಂದು ಪ್ರಮುಖ ನ್ಯಾಟೋ (NATO) ಸಹಭಾಗಿಯಾಗಿ ಪರಿಗಣಿಸಿತ್ತು. ತುರ್ಕಿ ಸೈಪ್ರಸ್ ಮೇಲೆ ಆಕ್ರಮಣ ನಡೆಸಿ, 1979ರಲ್ಲಿ ಆ ದ್ವೀಪದ ಉತ್ತರಾರ್ಧ ಭಾಗವನ್ನು ಸ್ವಾಧೀನಪಡಿಸಿಕೊಂಡದ್ದು-ಈ ಘಟನೆ ಗ್ರೀಕ್ ಸರ್ಕಾರವನ್ನು ಎಷ್ಟು ಸಿಟ್ಟುಗೊಳಿಸಿತೆಂದರೆ ಅದು ನ್ಯಾಟೋದಿಂದ ಹಿಂದೆ ಸರಿಯುವ ಬೆದರಿಕೆಯನ್ನು ಒಡ್ಡಿತು. ಅಮೇರಿಕ ಸಂಯುಕ್ತ ಸಂಸ್ಥಾನದ ಸೈನ್ಯದ ಹಿಮ್ಮೆಟ್ಟುವಿಕೆಗೆ ಇದು ಕಾರಣವಾಯಿತು. ಆದರೆ 1980ರಲ್ಲಿ ರಾಜ್ಯಕ್ರಾಂತಿ ನಡೆದಾಗಿನಿಂದ, ಅಂಕರಕ್ಕೆ ಅಮೆರಿಕ ನೀಡುತ್ತಿದ್ದ ಸೈನ್ಯದ ನೆರವು ಬಹುಮಟ್ಟಿಗೆ ದ್ವಿಗುಣಗೊಂಡಿತು.

ಅರಬ್ ರಾಷ್ಟ್ರೀಯತೆಯ ಉಗಮ

ಮಧ್ಯಪ್ರಾಚ್ಯ ಪ್ರದೇಶಗಳ ಮೇಲೆ ತುರ್ಕಿ ತನ್ನ ಪ್ರಭುತ್ವವನ್ನು ಸ್ಥಾಪಿಸಿದ್ದು, ಕಳೆದ ಅನೇಕ ಶತಮಾನಗಳ ಅವಧಿಯಲ್ಲಿ ಕಂಡುಬರುವ ಮಧ್ಯ ಪ್ರಾಚ್ಯರಾಷ್ಟ್ರಗಳ ಅತಿಪ್ರಮುಖ ರಾಜಕೀಯ ಘಟನೆಗಳಲ್ಲಿ ಒಂದಾಗಿದೆ. ತುರ್ಕಿಯ ಈ ಪ್ರಭುತ್ವವೇ ಮುಂದಿನ ಅರಬ್ ರಾಷ್ಟ್ರೀಯತೆಗೆ ನಾಂದಿಯಾಯಿತು. ಅರಬರು ಎಂದೂ ತುರ್ಕಿಷ್ ಆಳ್ವಿಕೆಯೊಂದಿಗೆ ರಾಜಿಮಾಡಿಕೊಳ್ಳಲು ಸಿದ್ಧರಾಗಿರಲಿಲ್ಲ. ತುರ್ಕಿಯ ಸುಲ್ತಾನನಿಗೆ ಖಲೀಫ್ ಅಥವಾ ಧಾರ್ಮಿಕ ಮುಖಂಡನಾಗುವ ಹಕ್ಕು ಇರುವುದನ್ನು ಅವರು ವಿರೋಧಿಸಿದ್ದರು. ಮೆಕ್ಕಾದ ಗ್ರ್ಯಾಂಡ್ ಷರೀಫನಾದ ಹುಸೇನ್, ಖಲೀಫ್ ಸ್ಥಾನಕ್ಕೆ ಉತ್ತಮ ವ್ಯಕ್ತಿ; ಏಕೆಂದರೆ ಅವನು ಅರಬ್ ವಂಶದವನು ಎಂಬುದು ಅರಬ್ಬರ ಭಾವನೆಯಾಗಿತ್ತು.

ಮೊದಲನೆಯ ಜಾಗತಿಕ ಯುದ್ಧ ನಡೆಯುತ್ತಿದ್ದಾಗ, ತುರ್ಕಿಷ್ ಆಳ್ವಿಕೆಯನ್ನು ಮೊತ್ತಮೊದಲ ಬಾರಿಗೆ ಕೊನೆಗೊಳಿಸುವ ನಿರ್ಧಾರವನ್ನು ಅರಬರು ಮಾಡಿದರು. ಈ ದಿಸೆಯಲ್ಲಿ ನಾಯಕತ್ವ ವಹಿಸಿದವನೇ ಹುಸೇನ್. ಮೆಡಿಟರೇನಿಯನ್‌ನಿಂದ ಪರ್ಷಿಯನ್ ಕೊಲ್ಲಿಯವರೆಗೆ ವಿಸ್ತರಿಸಿದ ಸ್ವತಂತ್ರ ಅರಬ್ ರಾಷ್ಟ್ರವನ್ನು ಸ್ಥಾಪಿಸುವ ಕನಸನ್ನು ಇವನು ಕಂಡಿದ್ದ. ಈ ಪ್ರಯತ್ನಗಳಲ್ಲಿ ಅವನಿಗೆ ಬ್ರಿಟಿಷರ ಸಂಪೂರ್ಣ ಬೆಂಬಲವಿತ್ತು. ಹತ್ತಿರದ ಪ್ರಾಚ್ಯದೇಶಗಳಲ್ಲಿ ತಮ್ಮ ಸ್ವಂತ ಹಿತಾಸಕ್ತಿಗಳನ್ನು ಕಾಪಾಡಿಕೊಳ್ಳುವ ಉದ್ದೇಶದಿಂದ, ತುರ್ಕಿಯ ಸುಲ್ತಾನನ ಬಗ್ಗೆ ಅವರು ಹೊಂದಿದ್ದ ದ್ವೇಷವನ್ನು, ಸ್ವಂತ ಪ್ರಯೋಜನಕ್ಕಾಗಿ ಬಳಸಿಕೊಳ್ಳಲು ಬ್ರಿಟಿಷರು ಬಯಸಿದ್ದರು. ಯುದ್ಧದ ಪ್ರಾರಂಭದ ವರ್ಷಗಳಲ್ಲಿ ಅರಬ್ಬರಿಗೆ ಬೆಂಬಲವನ್ನು ವಿಸ್ತರಿಸುವುದರಲ್ಲಿ ಬ್ರಿಟಿಷರು ತುಂಬಾ ಎಚ್ಚರಿಕೆ ವಹಿಸಿದ್ದರು. ತುರ್ಕಿ ತನ್ನ ವಿಚಾರದಲ್ಲಿ ತಟಸ್ಥವಾಗಿರುವುದನ್ನು ಬಿಟ್ಟು ಮಿತ್ರರಾಷ್ಟ್ರಗಳ ಜೊತೆ ಸೇರಿಕೊಳ್ಳಬಹುದೆಂಬ ಭಯವೇ ಇದಕ್ಕೆ ಕಾರಣವಾಗಿತ್ತು. ಆದರೆ ಅಕ್ಟೋಬರ್ 1914ರಲ್ಲಿ ಅರಬರ ಸ್ವಾತಂತ್ರ್ಯ ಸಂಗ್ರಾಮಕ್ಕೆ ಬೆಂಬಲ ನೀಡಲು ಬ್ರಿಟಿಷರು ಒಪ್ಪಿದರು. ಇದಕ್ಕೆ ಪ್ರತಿಯಾಗಿ ತುರ್ಕಿಯ ವಿರುದ್ಧ ಹೋರಾಡಲು ಅರಬರು ಬ್ರಿಟಿಷರಿಗೆ ನೆರವು ನೀಡಬೇಕಾಗಿತ್ತು. 1916ರಲ್ಲಿ, ಹುಸೇನ್ ತಾನೇ ನಿಜವಾದ ಖಲೀಫ ಎಂದು ಘೋಷಿಸಿಕೊಂಡುದಷ್ಟೇ ಅಲ್ಲದೆ ಸಮಗ್ರ ಅರಬ್ಬರು ಸ್ವತಂತ್ರರೆಂದು ಕೂಡ ಪ್ರಕಟಪಡಿಸಿದ. ಆದರೆ ಅವನ ಈ ಘೋಷಣೆಗೆ ಪೌರರು ಯಾವುದೇ ಸಕಾಲಿಕ ಪ್ರತಿಕ್ರಿಯೆ ತೋರಲಿಲ್ಲ. ಹೀಗಾಗಿ ಈ ಸ್ವಾತಂತ್ರ್ಯ ಸೈನ್ಯಕ್ಕಷ್ಟೇ ಸೀಮಿತವಾಗಿ ಉಳಿಯಿತು. ಈ ಬಂಡಾಯವನ್ನು ಜರ್ಮನಿಯ ನೆರವಿನೊಂದಿಗೆ ಅಡಗಿಸುವಲ್ಲಿ ತುರ್ಕಿ ಯಶಸ್ವಿಯಾಯಿತು.

ಶಾಂತಿ ವ್ಯವಸ್ಥೆ ಹಾಗೂ ಅರಬ್ ರಾಷ್ಟ್ರೀಯತವಾದ

ಯುದ್ಧಾನಂತರ ಶಾಂತಿ ಮಾತುಕತೆಗಳು ಪ್ರಾರಂಭವಾದಾಗ, ಯುದ್ಧಕಾಲದಲ್ಲಿ ತಮ್ಮ ಸೈನಿಕರು ನೀಡಿದ ಅಮೂಲ್ಯ ಸೇವೆಯ ದೃಷ್ಟಿಯಿಂದ, ಅರಬರು ಪರಿಗಣನಾರ್ಹ ಸೌಲಭ್ಯಗಳನ್ನು ನಿರೀಕ್ಷಿಸಿದರು. ಆದರೆ ವಾಸ್ತವವಾಗಿ ಏರ್ಪಟ್ಟ ಒಪ್ಪಂದದ ಷರತ್ತುಗಳು ಅವರನ್ನು ತುಂಬಾ ನಿರಾಸೆಗೊಳಿಸಿದವು. ಯುದ್ಧಾನಂತರ, ಕೆಲವು ಯೂರೋಪಿಯನ್ ಪ್ರಭುತ್ವಗಳು ನೀಡಿದ್ದ ಆಶ್ವಾಸನೆಯಂತೆ, ಅರಬ್ ರಾಷ್ಟ್ರಗಳಿಗೆ ಸಂಪೂರ್ಣ ಸ್ವಾತಂತ್ರ್ಯವನ್ನು ನೀಡಲಾಗುವುದೆಂದು ಅರಬರು ನಿರೀಕ್ಷಿಸಿದ್ದರು. ಆದರೆ ಅವರಿಗೆ ಆಶಾಭಂಗವುಂಟಾಯಿತು. ಇಡೀ ಅರಬ್ ರಾಷ್ಟ್ರ ನಾಲ್ಕು ವಿಭಾಗಗಳಾಗಿ ಒಡೆದುಹೋಯಿತು. ನಾಲ್ಕಕ್ಕೂ ಪ್ರತ್ಯೇಕ ಸರ್ಕಾರಗಳು ಜಾರಿಗೆ ಬಂದವು. ಲೆಬನಾನ್ ಮತ್ತು ಸಿರಿಯಾಗಳನ್ನು ಆಳುವ ಅಧಿಕಾರ ಫ್ರಾನ್ಸ್‌ಗೆ ಲಭಿಸಿತು. ಹಾಗೂ ಪ್ಯಾಲೆಸ್ಟೈನ್ ಮತ್ತು ಮೆಸಪಟೋಮಿಯ (ಇರಾಕ್)ಗಳು ಬ್ರಿಟನ್ನಿನ ಅಧೀನಕ್ಕೆ ಬಂದವು. ಹೆಡ್ಜಾಜಾಜ್ ಮಾತ್ರ ಹುಸೇನನ ಸ್ವಾಮ್ಯದಲ್ಲಿ ಉಳಿದು ಅದೇ ಸ್ವತಂತ್ರ ಅರಬ್ ಸಾಮ್ರಾಜ್ಯವಾಗಿ ಉದಯಿಸಿತು.

ಈ ವ್ಯವಸ್ಥೆಗಳು ಅರಬರನ್ನು ಸಮಾಧಾನಗೊಳಿಸಲಿಲ್ಲ. ಆದ್ದರಿಂದ ಅವರು ಅಸಹನೆಗೊಂಡರು. ಅರಬರಲ್ಲಿ ಹಿಂಸಾತ್ಮಕ ರಾಷ್ಟ್ರೀಯವಾದಿ ಚಳವಳಿ ಪ್ರಾರಂಭವಾಯಿತು. ರಾಜಕೀಯ ಸ್ವಾತಂತ್ರ್ಯದೊಂದಿಗೆ ಉನ್ನತ ಮಟ್ಟದ ಜೀವನ ಪರಿಸ್ಥಿತಿಗಳನ್ನು ಅವರು ಬಯಸಿದ್ದರು. ಯುದ್ಧಕಾಲದಲ್ಲಿ ತಾವು ಮಾಡಿದ ಸೇವೆ ತ್ಯಾಗಗಳಿಗೆ ಉಚಿತ ಪ್ರತಿಫಲ ದೊರೆಯಲಿಲ್ಲವೆಂದು ಅವರು ಭಾವಿಸಿದ್ದರು; ಆಳುವವರಷ್ಟೇ ಬದಲಾವಣೆಗೊಂಡಿದ್ದರು. ಆದ್ದರಿಂದ ಅವರು ಮತ್ತೆ ಬಂಧನದಿಂದ ವಿಮುಕ್ತಿ ಪಡೆಯುವ ಹೋರಾಟ ಮಾಡಲು ಸಂಕಲ್ಪಿಸಿದರು. ಪಾಶ್ಚಿಮಾತ್ಯ ರಾಷ್ಟ್ರಗಳ ರಾಜಕೀಯ ಪರಮಾಧಿಕಾರ ಹಾಗೂ ವಾಣಿಜ್ಯ ಮಹತ್ವಗಳಿಂದ ಅವರು ಪಾರಾಗಲು ಬಯಸಿದ್ದರು. ಅವರು ಶಿಕ್ಷಣ ಮತ್ತು ಸಾಮಾಜಿಕ ಸುಧಾರಣೆಗಳತ್ತಲೂ ಲಕ್ಷ್ಯವಿರಿಸಿದ್ದರು.

ವಿರೋಧ ಪಕ್ಷಗಳ ದ್ವಿಮುಖ ನೀತಿಯ ವರ್ತನೆಗಳಿಂದಲೂ ಅವರು ಅಸಹನೆಗೊಂಡಿದ್ದರು. ಯುದ್ಧಕಾಲದಲ್ಲಿ ಪಾಶ್ಚಾತ್ಯ ಪ್ರಭುತ್ವಗಳು ಅರಬರ ಮತ್ತು ಯಹೂದ್ಯರೊಂದಿಗೆ ವಿರೋಧಾಭಾಸವೆನಿಸುವ ರೀತಿಯಲ್ಲಿ ವರ್ತಿಸಿದ್ದವು. ಪ್ಯಾಲೆಸ್ಟೈನಿನಲ್ಲಿ ಯಹೂದ್ಯರಿಗೆ ಸ್ವಂತ ನೆಲೆ ಒದಗಿಸಿಕೊಡುವ ಭರವಸೆಯನ್ನು ಈ ರಾಷ್ಟ್ರಗಳು ನೀಡಿದವು. ಅದೇ ಕಾಲದಲ್ಲಿ ಅರಬರ ಅನುಮತಿಯಿಲ್ಲದೆ ಯಹೂದ್ಯರಿಗಾಗಿ ಯಾವುದೇ ನೆಲೆ ಕಲ್ಪಿಸುವುದಿಲ್ಲವೆಂಬ ಭರವಸೆಯನ್ನು ಅವರು ಅರಬರಿಗೂ ನೀಡಿದ್ದರು. ಯುದ್ಧ ಮುಗಿದ ಅನಂತರ ವಿರೋಧಾಭಾಸವಾದ ಈ ಎರಡೂ ಭರವಸೆಗಳಂತೆ ನಡಯುವುದು ಸಹಜವಾಗಿಯೇ ಅವುಗಳಿಗೆ ಕಷ್ಟವಾಗಿತ್ತು. ಹೀಗಾಗಿ ಅರಬ್ ಹಾಗೂ ಪಾಶ್ಚಾತ್ಯ ರಾಷ್ಟ್ರಗಳ ನಡುವೆ ಮಹಾ ಉದ್ವೇಗಕರ ಪರಿಸ್ಥಿತಿ ಉಂಟಾಯಿತು. ಇದು ರಕ್ತಪಾತಕ್ಕೆ ಕಾರಣವಾಯಿತು.

ತೈಲೋತ್ಪಾದಕ ರಾಷ್ಟ್ರಗಳ ಮೇಲೆ ಸ್ವಾಮ್ಯ ಸ್ಥಾಪಿಸಲು ವಿವಿಧ ರಾಷ್ಟ್ರಗಳ ನಡುವೆ ನಡೆದ ಪೈಪೋಟಿ, ಮಧ್ಯ ಪ್ರಾಚ್ಯ ರಾಷ್ಟ್ರಗಳಲ್ಲಿ ರಾಷ್ಟ್ರೀಯತೆಯ ಬೆಳವಣಿಗೆಗೆ ತುಂಬಾ ಕೊಡುಗೆ ನೀಡಿದ ಮಹತ್ವದ ಅಂಶಗಳಲ್ಲಿ ಒಂದಾಗಿದೆ. ಶಾಂತಿ ಒಪ್ಪಂದ ಏರ್ಪಟ್ಟ ಕೂಡಲೇ, ಬ್ರಿಟನ್ ಹಾಗೂ ಫ್ರಾನ್ಸ್‌ಗಳು ಮಾಡಿಕೊಂಡ ಸ್ಯಾನ್ ರೆಮೊ ಒಪ್ಪಂದದ ಅನ್ವಯ, ಅವುಗಳಿಗೆ ಕೆಲವು ವಿನಾಯಿತಿಗಳು ಲಭಿಸಿದುವು. ಈ ಒಪ್ಪಂದದ ವಿಷಯ ತಿಳಿದ ತತ್‌ಕ್ಷಣ ಅಮೆರಿಕ ಸಂಯುಕ್ತ ಸಂಸ್ಥಾನ ಒಪ್ಪಂದದ ವಿರುದ್ಧ ಪ್ರತಿಭಟನೆ ವ್ಯಕ್ತಪಡಿಸಿತು. ಅಧೀನ ಪ್ರಾಂತ್ಯದಲ್ಲಿನ ಎಲ್ಲ ಮಿತ್ರರಾಷ್ಟ್ರಗಳಿಗೂ ಕಲ್ಪಿಸಿಕೊಡಲಾದ ಹಾಗೂ ಆಶ್ವಾಸನೆ ನೀಡಲಾದ ಸಮಾನ ಸಾಮಾಜಿಕ ಹಕ್ಕುಗಳನ್ನು ಮತ್ತು ವಿಶೇಷ ಸೌಲಭ್ಯಗಳನ್ನು ಮುರಿದಂತಾಯಿತು ಎಂಬುದೇ ಅಮೆರಿಕಾ ಸಂಯುಕ್ತ ಸಂಸ್ಥಾನದ ಪ್ರತಿಭಟನೆಗೆ ಕಾರಣ. ಈ ಹಂತದಲ್ಲಿ ಸೋವಿಯತ್ ರಷ್ಯಾ ಕೂಡ ಮಧ್ಯಪ್ರಾಚ್ಯ ರಾಜಕೀಯದಲ್ಲಿ ಆಸಕ್ತಿ ವಹಿಸತೊಡಗಿ ತಾನೂ ಕೆಲವು ಸೌಲಭ್ಯಗಳಿಗಾಗಿ ಒತ್ತಾಯಪಡಿಸಿತು. ಹೀಗೆ ಮಧ್ಯಪ್ರಾಚ್ಯದ ತೈಲೋದ್ಯಮದ ಮೇಲೆ ನಿಯಂತ್ರಣ ಹೊಂದುವ ವಿಚಾರಕ್ಕೆ ಸಂಬಂಧಿಸಿದಂತೆ ವಿವಿಧ ಯೂರೋಪಿಯನ್ ಪ್ರಭುತ್ವಗಳ ನಡುವೆ ತೀವ್ರವಾದ ಸ್ಪರ್ಧೆ ಪ್ರತಿಸ್ಪರ್ಧೆಗಳು ಪ್ರಾರಂಭವಾದವು. ಮಧ್ಯಪ್ರಾಚ್ಯದ ರಾಷ್ಟ್ರೀಯ ಹಿತಾಸಕ್ತಿಗಳ ಅಭಿವೃದ್ಧಿ ಮತ್ತು ಸಂರಕ್ಷಣೆಗಾಗಿ ವಿವಿಧ ರಾಷ್ಟ್ರಗಳು ಅಲ್ಲಿ ತಮ್ಮ ರಾಜಪ್ರತಿನಿಧಿಗಳನ್ನು ನೇಮಿಸಿದವು. ಈ ರಾಜಪ್ರತಿನಿಧಿಗಳು ರಾಷ್ಟ್ರೀಯ ಹಿತಾಸಕ್ತಿಗಳನ್ನು ಕಾಪಾಡಲು ಪ್ರಯತ್ನಪಟ್ಟುದಷ್ಟೇ ಅಲ್ಲ; ಬದಲಾಗಿ, ತಮಗೆ ಸಂಬಂಧವಿರದ ವಿಷಯಗಳ ಬಗ್ಗೆ ತಮ್ಮ ತಲೆತೂರಿಸಿದರು. ವೈದ್ಯಕೀಯ ಸೌಲಭ್ಯ ಒದಗಿಸಿಕೊಡುವ, ಮಾನವೀಯತೆಯಿಂದ ಕೂಡಿದ ಸೇವೆಗಳ ಜೊತೆಗೆ, ಕೆಲವು ಸಲ ಅವರು ವಿವಿಧ ಬುಡಕಟ್ಟು ಮುಖಂಡರುಗಳ ನಡುವಣ ವಿವಾದಗಳನ್ನು ಪರಿಹರಿಸಲೂ ಪ್ರಯತ್ನಿಸಿದರು. ಎಂದರೆ ನ್ಯಾಯಾಧೀಶರಂತೆ ಕಾರ್ಯನಿರ್ವಹಿಸಿದರು. ವಿದೇಶಿ ರಾಜಪ್ರತಿನಿಧಿಗಳ ಈ ಬಗೆಯ ಕಾರ್ಯ ಚಟುವಟಿಕೆಗಳಿಂದಾಗಿ ಅವರಿಗೆ ಇವರ ಮೇಲೆ ವಿಶ್ವಾಸ ಉಳಿಯಲಿಲ್ಲ. ಈ ರಾಜಪ್ರತಿನಿಧಿಗಳ ಬಗ್ಗೆ ಅವರು ಅಧಿಕ ಹಗೆತನದ ಭಾವನೆಯನ್ನು ಬೆಳೆಸಿಕೊಂಡರು.

ಮಧ್ಯ ಪ್ರಾಚ್ಯದಲ್ಲಿ ಮುಸ್ತಾಫ ಕೆಮಲನ ನಾಯಕತ್ವದಲ್ಲಿ ಒಂದು ಪ್ರಬಲ ರಾಷ್ಟ್ರವಾಗಿ ತುರ್ಕಿ ಉದಯವಾದದ್ದರಿಂದ, ಅರಬ್ ರಾಷ್ಟ್ರೀಯತಾವಾದಕ್ಕೆ ಪ್ರಚೋದನೆ ದೊರೆತಂತಾಯಿತು. ಪಾಶ್ಚಾತ್ಯೀಕರಣ ಕಾರ್ಯಕ್ರಮವನ್ನು ಕೈಗೊಂಡ ಮುಸ್ತಾಫ ಕೆಮಲ್ ಅನೇಕ ಸಾಮಾಜಿಕ, ಶೈಕ್ಷಣಿಕ ಹಾಗೂ ಆಡಳಿತಾತ್ಮಕ ಸುಧಾರಣೆಗಳನ್ನು ಪ್ರಾರಂಭಿಸಿದ. ಹಿಂದುಳಿದ ಜನರ ಅಭಿವೃದ್ಧಿಯೇ ಅವನ ಮುಖ್ಯ ಉದ್ದೇಶವಾಗಿತ್ತು. ತುರ್ಕಿಯ ಸಮಾಜವನ್ನು ಸಂಪೂರ್ಣ ಜಾತ್ಯಾತೀತಗೊಳಿಸಿದ ಅವನು ವಿದೇಶಿ ಪ್ರಭುತ್ವಗಳ ಬಗ್ಗೆ ಬಿಗಿಯಾದ ಮನೋಭಾವವನ್ನು ತಾಳಿದ. ಅವನ ಉದಾಹರಣೆಯಿಂದ ಹೆಚ್ಚು ಸ್ಫೂರ್ತಿ ಪಡೆದ ಅರಬ್ ಮುಖಂಡರು ಅರಬ್ ಅನ್ನು ಸ್ವತಂತ್ರ ರಾಷ್ಟ್ರವನ್ನಾಗಿ ಪರಿವರ್ತಿಸುವ ಬಗೆಗಿನ ತಮ್ಮ ಬಲ-ಉತ್ಸಾಹಗಳನ್ನು ಹೆಚ್ಚಿಸಿಕೊಂಡರು.

ತರುಣ ತುರ್ಕರ ವಿಜಯದೊಂದಿಗೆ ಅರಬ್ ರಾಷ್ಟ್ರೀಯತಾವಾದ ಹರಳುಗಟ್ಟಿತು. ಅರಬ್ ರಾಷ್ಟ್ರದಿಂದ ಉಚ್ಚಾಟನೆಗೊಳಗಾದವರಲ್ಲಿ, ವಿಶೇಷವಾಗಿ ಪ್ಯಾರಿಸ್ ಹಾಗೂ ಕೈರೋಗೆ ದೇಶಭ್ರಷ್ಟರಾದ ಅರಬರಲ್ಲಿ ರಹಸ್ಯ ಸಮಾಜಗಳೂ,

ಮುಕ್ತ ಚರ್ಚಾಕೂಟಗಳೂ ರೂಪುಗೊಂಡವು. ಆ ವೇಳೆಗೆ ಸುಲ್ತಾನನೊಂದಿಗೆ ಸಂಬಂಧ ಬೆಳೆಸಿದ್ದ, ಅರಬ್ ರಾಷ್ಟ್ರಗಳ ದೊರೆಗಳ ಸ್ಥಾನಮಾನಗಳು ದುರ್ಬಲಗೊಂಡಿದ್ದವು. ಇವರಲ್ಲಿ ಅತಿ ಪ್ರಮುಖನಾದವನೇ ಮೆಕ್ಕಾದ ಹುಸೇನ್ ಷರೀಫ್. 1914ರ ವೇಳೆಗೆ ಇವನಲ್ಲಿ ಸರ್ಕಾರ ವಿಶ್ವಾಸ ಕಳೆದುಕೊಂಡಿತು. 1913ರಲ್ಲಿ ಪರ್ಷಿಯಾದಲ್ಲಿ ಅರಬ್ಬರ ಒಂದು ಸಭೆ ನಡೆಯುವ ಸೂಚನೆ ಕಂಡಬಂತು. ಇರಾಕ್ ಸ್ವಾತಂತ್ರ್ಯದ ಬಗ್ಗೆ ಪರಿಶೀಲಿಸುವುದು ಈ ಸಭೆಯ ಉದ್ದೇಶವಾಗಿತ್ತು.

ಕೆಲವು ಮಧ್ಯಪ್ರಾಚ್ಯ ರಾಷ್ಟ್ರಗಳಲ್ಲಿ 1914ಕ್ಕೂ ಹಿಂದೆಯೇ, ರಾಷ್ಟ್ರೀಯವಾದಿಗಳ ಪಡೆಗಳು, ಕಾರ್ಯನಿರತವಾಗಿದ್ದ ಸೂಚನೆ ಕಂಡುಬಂದಿತ್ತು. ಈಜಿಪ್ಟಿನಲ್ಲಿಗಿಂತ ಹೆಚ್ಚಾಗಿ ಸಿರಿಯ ಹಾಗೂ ಲೆಬನಾನ್‌ಗಳಲ್ಲಿ ಯೂರೋಪಿಯನ್ ಸಾಂಸ್ಕೃತಿಕ ಪ್ರಭಾವ ಹೆಚ್ಚಾಗಿದ್ದಿತು. ಫ್ರೆಂಚ್ ಪ್ರಭಾವ ಅತ್ಯಂತ ಅಧಿಕವಾಗಿತ್ತು ಎನ್ನಬಹುದು. ಆದರೆ ಈ ಫ್ರೆಂಚ್ ಪ್ರಭಾವಕ್ಕೆ ಅಮೆರಿಕದ ಮತಪ್ರಚಾರಕರ ಪ್ರಯತ್ನಗಳೇ ಕಾರಣ. ಅವರು ಸ್ಥಾಪಿಸಿದ ಶಾಲೆ ಕಾಲೇಜುಗಳಿಗೆ ಅರಬ್ ವಿದ್ಯಾರ್ಥಿಗಳೂ–ಮುಸ್ಲಿಮರು ಮತ್ತು ಕ್ರೈಸ್ತರು–ಬರುತ್ತಿದ್ದರು. ಲೆವಾಂಟ್ ನಗರ ಸಾಂಸ್ಕೃತಿಕವಾಗಿ ಬಹಳ ಮುಂದುವರಿದಿತ್ತು. ಅಲ್ಲಿ ಬಹುಜನರು ಅಕ್ಷರಸ್ಥರಾಗಿದ್ದರು. ಜಾಗತಿಕ ಯುದ್ಧ ಪ್ರಾರಂಭವಾಗುವ ವೇಳೆಗೆ, ನೂರಕ್ಕೂ ಹೆಚ್ಚು ಅರಬ್ ಪತ್ರಿಕೆಗಳು ಪ್ರಕಟವಾಗುತ್ತಿದ್ದವು.

ರಾಷ್ಟ್ರೀಯತಾವಾದವನ್ನೂ ಅನುಸರಿಸಿದ ಕೊನೆಯವರಲ್ಲಿ ಯಹೂದಿಗಳೇ ಪ್ರಮುಖರು. ಆದರೆ ಇಲ್ಲಿ ಅಂಥ ಅಪಾಯ ಸೂಚನೆಯೇನೂ ಇರಲಿಲ್ಲ. ಏಕೆಂದರೆ, ಯಹೂದಿಗಳು ಇತಿಹಾಸದಲ್ಲಿ ಹೊಸ ತಿರುವು ಕಂಡಬಂದದ್ದೇ 1897ರಲ್ಲಿ. ಆಗ ಝಿಯಾನಿಸ್ಟ್ ಕಾಂಗ್ರೆಸ್ ಪಕ್ಷ ಅಸ್ತಿತ್ವಕ್ಕೆ ಬಂತು. ಪ್ಯಾಲೆಸ್ಟೈನ್‌ನಲ್ಲಿ ರಾಷ್ಟ್ರೀಯ ನೆಲೆಯೊಂದನ್ನು ಗಳಿಸುವುದು ಈ ಪಕ್ಷದ ಧ್ಯೇಯವಾಗಿತ್ತು. ಹೀಗೆ ಯಹೂದಿಗಳ ಸುಧೀರ್ಘ ಇತಿಹಾಸದಲ್ಲಿ, ಅನೇಕ ಯೂರೋಪಿಯನ್ ರಾಷ್ಟ್ರಗಳಲ್ಲಿ ಸಾಧಿಸಲ್ಪಟ್ಟ ಸಮೀಕರಣದ ಬದಲಿಗೆ, ಪ್ರಾಂತೀಯ ರಾಷ್ಟ್ರೀಯವಾದದ ಆದರ್ಶ ಕಾಣಿಸಿಕೊಂಡಿತು. ಯಹೂದಿಗಳು ಪ್ಯಾಲೆಸ್ಟೈನಿಗೆ ವಲಸೆ ಬರತೊಡಗಿದರು. ಆದರೆ ಈ ವಲಸೆಯ ಪ್ರಮಾಣ ಅತ್ಯಲ್ಪವಾಗಿತ್ತು.

ಮಹಾಯುದ್ಧದ ಪರಿಣಾಮ

1914ರಲ್ಲಿ ಆಟೋಮನ್ ಹಾಗೂ ಹ್ಯಾಬ್ಸ್‌ಬರ್ಗ್ ಸಾಮ್ರಾಜ್ಯಗಳ ನಡುವೆ ವಿಲಕ್ಷಣ ಸಮಾಂತರಗಳು ಉಳಿದಿದ್ದವು. ತಮ್ಮ ಸಮಸ್ಯೆಗಳಿಗೆ ಯುದ್ಧವೇ ಅಂತಿಮ ಪರಿಹಾರವೆಂದು ಇವೆರಡೂ ರಾಷ್ಟ್ರಗಳು ಭಾವಿಸಿದ್ದವು. ಆದರೂ ಎರಡೂ ರಾಷ್ಟ್ರಗಳಿಗೆ ಯುದ್ಧದಿಂದ ತೊಂದರೆಯಾಗುವ ಸಂಭವವಿತ್ತು. ನಿರೀಕ್ಷಿಸಿದಂತೆ ಕೊನೆಗೆ ಯುದ್ಧ ಮುಗಿಯುವ ಹೊತ್ತಿಗೆ–ಈ ರಾಷ್ಟ್ರಗಳು, ನಾಶವಾಗಿಹೋದವು. ಪ್ರಾಯಶಃ ರಷ್ಯಾಕ್ಕೆ ಮಾತ್ರ ಯುದ್ಧದಲ್ಲಿ ತುರ್ಕಿ ಭಾಗವಹಿಸಿದ್ದರಿಂದ ಲಾಭ ಉಂಟಾಗಿತ್ತು. ಅದಕ್ಕೆ ಕಾನ್‌ಸ್ಟಂಟಿನೋಪಲ್ ಮೇಲೆ ಅಧಿಕಾರ ಸ್ಥಾಪಿಸುವ ಅವಕಾಶ ದೊರೆಯಿತು. ಇದನ್ನು ತುಂಬಾ ವಿರೋಧಿಸುತ್ತಿದ್ದ ಬ್ರಿಟನ್ ಹಾಗೂ ಫ್ರಾನ್ಸ್‌ಗಳು ಆಗ ವಿರೋಧವನ್ನು ತ್ಯಜಿಸಿದ್ದವು. ಯಾವುದೇ ಸಂದರ್ಭದಲ್ಲಾದರೂ ಮಧ್ಯಪ್ರಾಚ್ಯದಲ್ಲಿ ತನ್ನ ಬೇಳೆ ಬೇಯಿಸಿಕೊಳ್ಳುವ ಅವಕಾಶವನ್ನು ಫ್ರೆಂಚರು ಹೊಂದಿದ್ದರು. ಈಜಿಪ್ಟಿನಲ್ಲಿ ಬ್ರಿಟಿಷರು ಪ್ರವೇಶಿಸಿದ್ದರಿಂದ ಫ್ರೆಂಚರಿಗೆ ಉಂಟಾದ ಕಿರಿಕಿರಿ, ಮೊರಕ್ಕೋದಲ್ಲಿ ಅವರಿಗೆ ದೊರೆತ ಸ್ವಾತಂತ್ರ್ಯದಿಂದ ಸ್ವಲ್ಪಮಟ್ಟಿಗೆ ತಗ್ಗಿದ್ದರೂ, ಲೆವಾಂಟಾದಲ್ಲಿ ವಿಶೇಷ ಫ್ರೆಂಚ್ ಪ್ರತಿನಿಧಿಗಳಿರುವ ಒಂದು ಸಂಪ್ರದಾಯ ಬೆಳೆದುಬಂದಿತ್ತು. ಸೆಯಿಂಟ್ ಲೂಯಿಸ್ ಹಾಗೂ ಕ್ರುಸೇಡರ್‌ಗಳು ಜಾಗೃತಿಗೊಂಡುದನ್ನೇನೂ ಗಂಭೀರವಾಗಿ ತೆಗೆದುಕೊಳ್ಳಬೇಕಾಗಿರಲಿಲ್ಲ. ಆದರೆ, ನೂರು ವರ್ಷಗಳ ಕಾಲ ಫ್ರೆಂಚರು ಆಟೋಮನ್ ಸಾಮ್ರಾಜ್ಯದಲ್ಲಿ ಕ್ಯಾಥೊಲಿಕ್ ಕ್ರೈಸ್ತ ಧರ್ಮಕ್ಕೆ ವಿಶೇಷ ರಕ್ಷಣೆ ನೀಡಿದ್ದರು ಎಂಬುದನ್ನು ಅಲ್ಲಗಳೆಯುವಂತೆ ಇರಲಿಲ್ಲ. ಸಿರಿಯಾದ ವಿಚಾರದಲ್ಲಿ ಇದು ಮುಖ್ಯವಾಗಿತ್ತು. 1860ರ ದಶಕಗಳಲ್ಲಿ ಫ್ರೆಂಚರು ಸಿರಿಯವನ್ನು ಪ್ರವೇಶಿಸಿದ್ದರು. ಲೆವಾಂಟ್‌ನ ಸುಶಿಕ್ಷಿತ ಜನರು ಫ್ರೆಂಚ್ ಭಾಷೆಯನ್ನೇ ಬಳಸುತ್ತಿದ್ದರು. ಹೀಗೆ ಅಲ್ಲಿ ಫ್ರೆಂಚರ ಸಾಂಸ್ಕೃತಿಕ ಪ್ರಭಾವವೂ ಕಂಡುಬರುತ್ತಿತ್ತು. ಲೆವಾಂಟದಲ್ಲಿ ಫ್ರೆಂಚರು ಅತ್ಯಧಿಕ ಮೊಬಲಗನ್ನು ವ್ಯಾಪಾರ ವ್ಯವಹಾರಗಳಲ್ಲಿ ಹೂಡಿದ್ದರು. ಇವನ್ನೆಲ್ಲ ಗಣನೆಗೆ ತೆಗೆದುಕೊಳ್ಳದೆ ಇರಲು ಸಾಧ್ಯವಿಲ್ಲ.

ಹಾಗಿದ್ದರೂ 1914ರಲ್ಲಿ ಯೂರೋಪಿನಿಂದ ಹೊರಗಿರುವ ತುರ್ಕಿಯ ವಿರೋಧಿಗಳು ರಷ್ಯಾ, ಕೌಕಸಿಂಗ್, ಗ್ರೇಟ್ ಬ್ರಿಟನ್ ಹಾಗೂ ಸುಯೇಜ್‌ಗಳಲ್ಲಿಯೂ ಇದ್ದರೆನ್ನಬಹುದು. ಕಾಲುವೆಯನ್ನು ರಕ್ಷಿಸುವುದೇ ಆ ಪ್ರದೇಶಗಳಲ್ಲಿನ ಬ್ರಿಟನ್ ಯುದ್ಧತಂತ್ರೋಪಾಯಗಳ ಚಿಂತನೆಗೆ ಆಧಾರವೆನಿಸಿತ್ತು. ತುರ್ಕರು ಇದಕ್ಕೆ ಬೆದರಿಕೆಯನ್ನು ಒಡ್ಡುವುದಿಲ್ಲವೆಂಬುದೂ ಬೇಗನೆ ಸ್ಪಷ್ಟವಾಯಿತು. 1915ರಲ್ಲಿ ಸಂಯುಕ್ತ ನೌಕಾ ಹಾಗೂ ಭೂಸೈನ್ಯಗಳ ಮೂಲ ಡಾರ್ಡನಲ್ಸ್ ಮೇಲೆ ನಿರ್ಬಂಧ ಹೇರುವ ಪ್ರಯತ್ನ ಪ್ರಾರಂಭವಾದಾಗ, ತುರ್ಕಿಯ ಬಗೆಗಿರುವ ಒಟ್ಟಾರೆ ಧೋರಣೆಯ ಹಿನ್ನೆಲೆಯಲ್ಲಿ ಇತರ ಕೆಲವು ಸಾಧ್ಯತೆಗಳೂ ಕಂಡುಬಂದವು. ಆಗಲೇ ಎರಡು ಪ್ರಮುಖ ಘಟನೆಗಳು ಸಂಭವಿಸಿದ್ದವು. ಮಧ್ಯ ಹಾಗೂ ಹತ್ತಿರದ ಪೂರ್ವ ರಾಷ್ಟ್ರಗಳನ್ನು ಬುಡಮೇಲು ಮಾಡುವ ತಿರುವೊಂದು ಉಂಟಾಗುವ ನಿರೀಕ್ಷೆಯನ್ನು ಈ ಘಟನೆಗಳು ಉಂಟುಮಾಡಿದ್ದವು. 1914ರ ಕೊನೆಯ ವೇಳೆಗೆ ಪರ್ಷಿಯಾದಿಂದ ತೈಲ ಸರಬರಾಜು ನಡೆಯುವಂತೆ ನೋಡಿಕೊಳ್ಳುವ

ಉದ್ದೇಶದಿಂದ ಭಾರತೀಯ-ಬ್ರಿಟಿಷ್ ಸೈನ್ಯವೊಂದನ್ನು ಬಸ್ರದಲ್ಲಿ ನೆಲೆಗೊಳಿಸಲಾಯಿತು. ಆ ಪ್ರದೇಶದಲ್ಲಿ ತೈಲೋದ್ಯಮ ಹಾಗೂ ರಾಜಕೀಯಗಳು ಪರಸ್ಪರ ಪ್ರಭಾವ ಬೀರತೊಡಗಿದ್ದು ಆಗಲೇ ಎನ್ನಬಹುದು. 1914ರಲ್ಲಿ ಮೆಕ್ಕಾದ ಹುಸೇನನಲ್ಲಿ, ಈಜಿಪ್ಟಿನ ಬ್ರಿಟಿಷ್ ಗವರ್ನರ್ ಮಾಡಿದ ಒಂದು ಮನವಿ ತತ್‌ಕ್ಷಣ ಫಲಿತವಾಯಿತು. ಈಜಿಪ್ಟಿನ ಆಚೆಗೂ ಅರಬ್ ರಾಷ್ಟ್ರೀಯತೆಯನ್ನೂ ಶಸ್ತ್ರಾಸ್ತ್ರಗಳ ಹಾಗೆ ಬಳಸುವುದು ಆಗ ಪ್ರಾರಂಭವಾಯಿತು.

ಯೂರೋಪಿನಲ್ಲಿ ಭೀಕರ ಹೋರಾಟವು ರಕ್ತಪಾತದಿಂದ ಕೂಡಿ, ಆದರೆ ಅನಿರ್ಣಾಯಕವಾಗಿ ಮುಂದುವರಿಯುತ್ತಿದ್ದಂತೆ, ಜರ್ಮನಿಯ ಮಿತ್ರರಾಷ್ಟ್ರದ ಮೇಲೆ ಬಿದ್ದ ಹೊಡೆತದಿಂದ ಬಹಳ ಪರಿಣಾಮಗಳು ಉಂಟಾದವು. (ಡಾರ್ಡನೆಲ್ಸ್ ಮೇಲೆ ನಿರ್ಬಂಧ ಹೇರಲು ಇದ್ದ ಕಾರಣಗಳಲ್ಲಿ ಇದೂ ಒಂದು) ಹೀಗೆ ಯೂರೋಪಿನಲ್ಲಿನ ಅಂತರ್ಯುದ್ಧ ಇನ್ನೊಮ್ಮೆ ಅರಬ್ ರಾಷ್ಟ್ರಗಳತ್ತ ಗಮನಹರಿಸಿತ್ತು. ಅರಬ್ ರಾಷ್ಟ್ರಗಳ ಮಿತ್ರರಿಗೆ ನೀಡಬಹುದಾದ ಅವಕಾಶಗಳಿಗೆ ಒಂದು ಮಿತಿಯಿತ್ತು. 1916ರ ಪ್ರಾರಂಭದವರೆಗೂ ಹುಸೇನ್ ಷರತ್ತುಗಳನ್ನು ಒಪ್ಪಲು ಸಿದ್ಧನಾಗಲಿಲ್ಲ. ಅವನು ಪೂರ್ಣ ಸ್ವಾತಂತ್ರ್ಯಕ್ಕಾಗಿ ಆಗ್ರಹಪಡಿಸಿದ್ದ. 37' ಅಕ್ಷಾಂಶದಿಂದ - ಇದು ಅಲೆಪ್ಪೊದಿಂದ ಉತ್ತರದಲ್ಲಿ ಸುಮಾರು 80 ಮೈಲು ದೂರದಲ್ಲಿ ಹಾದುಹೋಗುತ್ತದೆ. ಮೊಸುಲ್‌ವರೆಗಿನ ವಿಸ್ತಾರ ಪ್ರದೇಶಗಳನ್ನು ಈ ಸ್ವತಂತ್ರ ಅರಬ್ ರಾಷ್ಟ್ರ ಒಳಗೊಳ್ಳಬೇಕೆಂಬುದು ಅವನ ಇಚ್ಛೆಯಾಗಿತ್ತು. ಒಟ್ಟಿನಲ್ಲಿ ಈ ಪ್ರದೇಶ ಕುರ್ದಿಸ್ಥಾನದ ಸರಹದ್ದಿನಲ್ಲಿರುವ ಇಡೀ ಆಟೋಮನ್ ಸಾಮ್ರಾಜ್ಯವೇ ಆಗಿತ್ತು. ಈ ನಿರ್ಧಾರವನ್ನು ಒಂದೇ ಏಟಿಗೆ ತೆಗೆದುಕೊಳ್ಳಲು ಬ್ರಿಟನ್ ಅಸಮರ್ಥವಾಗಿತ್ತು. ಫ್ರೆಂಚರೊಡನೆ ಸಮಾಲೋಚನೆ ನಡೆಸುವುದು ಅಗತ್ಯವಾಗಿತ್ತು. ಏಕೆಂದರೆ ಅವರಿಗೆ ಸಿರಿಯದ ಬಗ್ಗೆ ವಿಶೇಷ ಆಸಕ್ತಿಯಿತ್ತು. ಬ್ರಿಟಿಷ್ ಹಾಗೂ ಫ್ರೆಂಚರ ನಡುವೆ ಒಂದು ಒಪ್ಪಂದ ಏರ್ಪಟ್ಟಾಗ್ಯೂ, ಇರಾಕ್‌ನ ಸ್ಥಾನಮಾನಗಳಿಗೂ ಸೇರಿದಂತೆ ಈ ಸಂಬಂಧವಾದ ಅನೇಕ ಪ್ರಶ್ನೆಗಳಿಗೆ ಉತ್ತರಗಳು ಸಿಗಲಿಲ್ಲ.

ಅರಬ್ ಕ್ರಾಂತಿ

ಇಂಥ ಒಪ್ಪಂದದ ಮಾತುಕತೆಗಳನ್ನು ಎಷ್ಟರ ಮಟ್ಟಿಗೆ ಪರಿಣಾಮಕರವಾಗಿ ಅನುಸರಿಸಲಾಗುತ್ತದೆ ಎಂಬುದು ಸಂದೇಹಾಸ್ಪದ. ಜೂನ್ 1916ರಲ್ಲಿ ಅರಬ್ ಕ್ರಾಂತಿ ಪ್ರಾರಂಭವಾಯಿತು. ಮೊದಲು ತುರ್ಕಿಯ ಕಾವಲುಪಡೆಯ ಮೇಲೆ ಆಕ್ರಮಣ ನಡೆಯಿತು. ಈ ಕ್ರಾಂತಿಯಿಂದ ಉಂಟಾದ ಹಾನಿಗೆ ವಿಶೇಷ ಮಹತ್ವವಿದೆ. ಆಗ ತಾವು ಅರಬ್ಬರ ಬಗ್ಗೆ ಗಂಭೀರವಾಗಿ ಆಲೋಚಿಸಬೇಕೆಂದು ಬ್ರಿಟಿಷರಿಗೆ ಮನವರಿಕೆಯಾಯಿತು. ಹುಸೇನ್‌ನನ್ನು ಹೆಜಾಜ್ನ ದೊರೆಯೆಂದು ಬ್ರಿಟಿಷರು ಮಾನ್ಯತೆ ನೀಡಿದರು. 1917ರಲ್ಲಿ ಬ್ರಿಟಿಷ್ ಪಡೆಗಳು ಪ್ಯಾಲೆಸ್ಟೈನನ್ನು ಪ್ರವೇಶಿಸಿ, ಜೆರುಸಲೇಮನ್ನು ಸ್ವಾಧೀನ ಪಡಿಸಿಕೊಂಡವು. 1918ರಲ್ಲಿ ಅರಬರೊಂದಿಗೆ ಈ ಪಡೆಗಳು ಡಮಾಸ್ಕಸ್ ಅನ್ನು ಪ್ರವೇಶಿಸಿದವು. ಈ ಮೊದಲು ನಡೆದ ಇನ್ನೆರಡು ಘಟನೆಗಳು ಸನ್ನಿವೇಶವನ್ನು ಇನ್ನಷ್ಟು ಸಂಕೀರ್ಣವನ್ನಾಗಿ ಮಾಡಿದ್ದವು. ಒಂದನೆಯದೇ ಅಮೆರಿಕನರು ಯುದ್ಧ ಕ್ಷೇತ್ರಕ್ಕೆ ದುಮುಕಿದ್ದು. ಅಮೆರಿಕನ್ನರ ಯುದ್ಧೋದ್ದೇಶಗಳಿಗೆ ಸಂಬಂಧಪಟ್ಟ ಹೇಳಿಕೆಯೊಂದರಲ್ಲಿ ಅಧ್ಯಕ್ಷ ವಿಲ್ಸನ್ ಅವರು ಆಟೊಮನ್ ಸಾಮ್ರಾಜ್ಯದ ತುರ್ಕೇತರರ ಅಭಿವೃದ್ಧಿಗೆ ತಾವು ಸ್ಪಷ್ಟ ಮಾರ್ಗ ಕಲ್ಪಿಸಿಕೊಡುವುದಾಗಿ ತಿಳಿಸಿದರು. ಎರಡನೆಯ ಘಟನೆಯೇ, ತಮ್ಮ ಹಿಂದಿನವರ ರಹಸ್ಯ ರಾಯಭಾರ ನಿರ್ವಹಣ ಕೌಶಲವೇನೆಂಬುದನ್ನು ಬೋಲ್ಷೆವಿಕ್ಕರು ಪ್ರಕಟಪಡಿಸಿದ್ದು. ಮಧ್ಯಪ್ರಾಚ್ಯಗಳಲ್ಲಿ ಪ್ರಭಾವ ಹೊಂದಲು ಆಂಗ್ಲೊ-ಫ್ರೆಂಚ್ ಪ್ರಸ್ತಾಪಗಳು ಹಿಂದೆ ನಡೆದಿರುವುದನ್ನು ಈ ಪ್ರಕಟಣೆ ಬಹಿರಂಗಪಡಿಸಿತು. ಪ್ಯಾಲೆಸ್ಟೈನ್‌ನ ಆಡಳಿತವನ್ನು ಅಂತರರಾಷ್ಟ್ರೀಯವಾಗಿ ನಡೆಸತಕ್ಕದ್ದು ಹಾಗೂ ಯೆಹೂದ್ಯರಿಗಾಗಿ ಪ್ಯಾಲೆಸ್ಟೈನಲ್ಲಿ ನೆಲೆಯೊಂದನ್ನು ಸ್ಥಾಪಿಸುವ ಪರವಾಗಿ ಬ್ರಿಟಿಷರ ಕಾರ್ಯಧೋರಣೆ ಇದೆ ಎಂಬುದೂ ಈ ಒಪ್ಪಂದದ ಒಂದು ಅಂಶವಾಗಿತ್ತು. ಈ ಅಂಶವನ್ನು ಯಹೂದಿ ಧರ್ಮದ ಇಲ್ಲಿಯವರೆಗಿನ ಯಶಸ್ವಿಗಳಲ್ಲಿ ಇದು ಅತ್ಯಂತ ಪ್ರಮುಖವಾದುದೆಂದು 'ಬ್ಯಾಲ್‌ಫೋರ್ ಘೋಷಣೆ'ಯಲ್ಲಿ ತಿಳಿಸಲಾಯಿತು. ಅರಬ್‌ರನ್ನು ಕುರಿತು ಹೇಳಲಾಗಿರುವುದಕ್ಕೆ ಇದೇನು ಸಂಬಂಧಪಟ್ಟದಾಗಿರಬೇಕಾಗಿಲ್ಲ. ಯೆಹೂದ್ಯೇತರರನ್ನು ಸಂರಕ್ಷಿಸುವ ಸತ್ಕಾರ್ಯದಲ್ಲಿ ಅಧ್ಯಕ್ಷ ವಿಲ್ಸನ್ ತೊಡಗಿದರು. ಆದರೆ ಬ್ರಿಟಿಷರು ಮತ್ತು ಫ್ರೆಂಚರು ಅರಬ್ಬರ ಆಶೋತ್ತರಗಳ ಬಗ್ಗೆ ಉತ್ತಮ ಅಭಿಪ್ರಾಯ ಹೊಂದಿದ್ದರೂ ಸಹ 1918ರ ವೇಳೆಗೆ ಅದು ಅವಿರೋಧವಾಗಿ ನಡೆಸುವ ಕಾರ್ಯಚಟುವಟಿಕೆಯಾಗಿ ಉಳಿಯಲಿಲ್ಲ. ತುರ್ಕರು ಸೋತ ಒಡನೆಯೇ ಅರಬ್ ರಾಷ್ಟ್ರಾದ್ಯಂತ ಗೊಂದಲದ ಸನ್ನಿವೇಶ ಉಂಟಾದುದೇ ಇದರ ಫಲಿತಾಂಶವಾಗಿತ್ತು.

ಆ ವೇಳೆಗೆ ಹುಸೇನನನ್ನು ಅರಬ್ ಜನರ ದೊರೆಯೆಂದು ಗ್ರೇಟ್ ಬ್ರಿಟನ್ ಅಧಿಕೃತವಾಗಿ ಮನ್ನಿಸಿತ್ತು. ಆದರೆ ಹುಸೇನನಿಗೆ ಇದರಿಂದ ಹೆಚ್ಚಿನ ಪ್ರಯೋಜನವೇನೂ ಉಂಟಾಗಲಿಲ್ಲ ಎನ್ನಬಹುದು. ಏಕೆಂದರೆ ಆಧುನಿಕ ಅರಬ್ಬಿನ ನಕ್ಷೆಯ ಮುಖ್ಯ ರೇಖೆಗಳನ್ನು ಎಳೆಯಬೇಕಾದ್ದು ಅರಬ್ ರಾಷ್ಟ್ರೀಯತೆಯಲ್ಲ; ಬದಲಾಗಿ ವಿದೇಶೀ ಪ್ರಭುತ್ವಗಳೇ ಆಗಿದ್ದವು- ಮುಖ್ಯವಾಗಿ ಬ್ರಿಟನ್ ಹಾಗೂ ಫ್ರಾನ್ಸ್ ಮತ್ತು ಅನಂತರ ವಿಶ್ವಸಂಸ್ಥೆ. 1930ರವರೆಗೂ ಈ ಕಾರ್ಯ ಪೂರ್ಣಗೊಳ್ಳಲಿಲ್ಲ. ಹತ್ತು ವರ್ಷಗಳ ಕಾಲ ಗೊಂದಲದ ಪರಿಸ್ಥಿತಿ ಮುಂದುವರಿದಿತ್ತು. ಆಗ ಬ್ರಿಟನ್ ಹಾಗೂ ಪ್ರಾನ್ಸ್‌ಗಳು ಅರಬ್ಬರೊಂದಿಗೆ

ದ್ವೇಷ ಬೆಳೆಸಿಕೊಂಡವು. ಅರಬ್ ರಾಷ್ಟ್ರಗಳ ಪ್ರಶ್ನೆಯನ್ನು ಗಹನಗೊಳಿಸಿ ಅದನ್ನು ವಿಶ್ವ ರಾಜಕೀಯದ ಹಂತಕ್ಕೆ ಏರಿಸಿದವು. ಆಗ ಅರಬ್ ಮುಖಂಡರು ತಮ್ಮ ತಮ್ಮಲ್ಲಿ ಜಗಳವಾಡುತ್ತಲೇ ಇದ್ದರು. ಇಸ್ಲಾಮ್ ಏಕತೆ ಮತ್ತೊಮ್ಮೆ ಮಾಯವಾಗಿತ್ತು. ಆದರೆ ಅದೃಷ್ಟವಶಾತ್ ಆಗ ರಷ್ಯನ್ನರಿಂದ ಯಾವುದೇ ಬೆದರಿಕೆಯಿರಲಿಲ್ಲ. ಆದ್ದರಿಂದ ಮಧ್ಯಪ್ರಾಚ್ಯ ವಿವಾದದಲ್ಲಿ ಆಸಕ್ತಿವಹಿಸಿದ್ದ ರಾಷ್ಟ್ರಗಳು ಎರಡೇ ಆಗಿದ್ದವು. ಅವುಗಳೆಂದರೆ ಬ್ರಿಟನ್ ಮತ್ತು ಫ್ರಾನ್ಸ್. ಬ್ರಿಟಿಷರು ಫ್ರೆಂಚರನ್ನು, ಫ್ರೆಂಚರು ಬ್ರಿಟಿಷರನ್ನು ನಂಬುತ್ತಿರಲಿಲ್ಲ. ಆದರೆ ಬ್ರಿಟಿಷರು ಇರಾಕಿನಲ್ಲಿ ಸ್ಥಾನ ಪಡೆದುಕೊಂಡ ಪಕ್ಷದಲ್ಲಿ ಫ್ರೆಂಚರಿಗೆ ಸಿರಿಯದಲ್ಲಿ ಅವಕಾಶ ಸಿಗುತ್ತದೆ ಎಂಬ ಒಂದು ಸಾಮಾನ್ಯ ಅಭಿಪ್ರಾಯ ಎರಡು ರಾಷ್ಟ್ರಗಳಲ್ಲಿಯೂ ಇತ್ತು. ಮುಂದೆ ವಿಶ್ವಸಂಸ್ಥೆಯೂ ಇದನ್ನು ಸಮರ್ಥಿಸಿತು. ಅರಬ್ ರಾಷ್ಟ್ರಗಳಿಗೆ ಸಂಬಂಧಿಸಿದಂತೆ ಅದು ಮೂರು ಆಜ್ಞೆಗಳನ್ನು ಹೊರಡಿಸಿತು. ಪ್ಯಾಲೆಸ್ಟೈನ್, ಟ್ರಾನ್ಸ್‌ಜೋರ್ಡಾನ್ ಮತ್ತು ಇರಾಕ್‌ಗಳು ಬ್ರಿಟಿಷರಿಗೆ ಸೇರಿದವು ಹಾಗೂ ಸಿರಿಯ ಫ್ರೆಂಚರಿಗೆ ಸೇರಿತು. ಇವುಗಳನ್ನು ಆಯಾಯ ರಾಷ್ಟ್ರಗಳು ಪ್ರಾರಂಭದಿಂದ ದರ್ಪದಿಂದಲೇ ಆಳಿದವು. ರಾಷ್ಟ್ರೀಯ ಕಾಂಗ್ರೆಸ್ ಸ್ವಾತಂತ್ರ್ಯಕ್ಕಾಗಿ ಒತ್ತಾಯಿಸುವವರೆಗೆ ಇವುಗಳ ಸ್ವೇಚ್ಛಾಡಳಿತ ಅಲ್ಲಿ ಮುಂದುವರಿಯಿತು. ಅರಬ್ಬರಿಂದ ಚುನಾಯಿತನಾದ ದೊರೆ (ಹುಸೇನನ ಮಗ) ಅಧಿಕಾರ ಚ್ಯುತನಾದ. ಕ್ರಮೇಣ ಅವರು ದಂಗೆಯನ್ನು ಎದುರಿಸಬೇಕಾಗಿ ಬಂತು. 1930ರ ದಶಕದ ವರ್ಷಗಳಲ್ಲಿಯೂ ಫ್ರೆಂಚರು ತಮ್ಮ ಹತೋಟಿ ಉಳಿಸಿಕೊಂಡಿದ್ದರು. ದುರದೃಷ್ಟವಶಾತ್ ಸಿರಿಯಾದ ಸನ್ನಿವೇಶವೂ ಬದಲಾಗಿ, ಅಲ್ಲಿ ಕೂಡ ರಾಷ್ಟ್ರೀಯವಾದಿಗಳ ಚಳುವಳಿ ಪ್ರಾರಂಭವಾಯಿತು. ಉತ್ತರ ಸಿರಿಯಾದಲ್ಲಿರುವ ಕುರ್ದಿಷ್ ಜನರು, ತಮ್ಮನ್ನು ಅರಬ್ ಸಾಮ್ರಾಜ್ಯದಲ್ಲಿ ಸೇರಿಸುವುದನ್ನು ಪ್ರತಿಭಟಿಸಿ ದಂಗೆ ಹೂಡಿದ್ದರು.

ಈ ನಡುವೆ ಹುಸೇನ್ ಹಾಗೂ ಬ್ರಿಟಿಷರು ಒಪ್ಪಂದವನ್ನು ಮಾಡಿಕೊಂಡಿರುವಂಥ ಇನ್ನೊಬ್ಬ ಅರಬ್ ರಾಜ–ಇವರ ನಡುವೆ ನಡೆದ ಕಲಹದಿಂದ ಅರೇಬಿಯನ್ ಪರ್ಯಾಯದ್ವೀಪ ಕಷ್ಟಕ್ಕೆ ಒಳಗಾಗಿತ್ತು. (ಪರಿಸ್ಥಿತಿಯನ್ನು ಇನ್ನಷ್ಟು ವಿಷಮಗೊಳಿಸಿದವರೇ ಆ ಇನ್ನೊಬ್ಬ ರಾಜನ ಅನುಯಾಯಿಗಳು, ಅವರು ವಹಾಬಿ ಮುಸ್ಲಿಮರಾಗಿದ್ದರು. ಹಾಗೂ ಪ್ಯೂರಿಟಾನ್ ಮತದ ಸದಸ್ಯರಾಗಿದ್ದರು. ಹೀಗಾಗಿ ಬುಡಕಟ್ಟುಗಳ ನಡುವಣ ಸಂಘರ್ಷಕ್ಕೆ ಧಾರ್ಮಿಕ ಭಾವನೆಯೂ ಕಾರಣವಾಯಿತು.) 1932ರಲ್ಲಿ ಹುಸೇನ್ ಅಧಿಕಾರಚ್ಯುತನಾದ ಹೆಜಾಜ್‌ನ ಸ್ಥಾನದಲ್ಲಿ ಹೊಸ ಸೌದಿಅರೇಬಿಯಾ ರಾಷ್ಟ್ರ ಉದಯಿಸಿತು. ಇದರಿಂದಾಗಿ ಹೊಸ ಸಮಸ್ಯೆಗಳು ಉದ್ಭವಿಸಿದವು. ಆ ವೇಳೆಗೆ ಹುಸೇನನ ಮಕ್ಕಳು ಇರಾಕ್ ಹಾಗೂ ಟ್ರಾನ್ಸ್ ಜೋರ್ಡಾನ್‌ಗಳ ದೊರೆಗಳಾದದ್ದೇ ಇದಕ್ಕೆ ಕಾರಣ. ಭಾರೀ ಕಾಳಗಗಳು ನಡೆದವು ಇದರಿಂದ ಮುಂದಿನ ಸಂಕಷ್ಟಗಳು ಅರಿವಿಗೆ ಬಂದು ಬ್ರಿಟಿಷರು, ಇರಾಕ್‌ಗೆ ಸಂಬಂಧಿಸಿದ ಆಜ್ಞೆಯನ್ನು ಕೊನೆಗೊಳಿಸಲು ಪ್ರಯತ್ನಪಟ್ಟರು. ಇರಾಕ್‌ಗೆ ಬ್ರಿಟಷರ ರಕ್ಷಣೆ ಅನಿವಾರ್ಯವಾಗಿತ್ತು. ಅಲ್ಲಿ ಬ್ರಿಟಿಷರು ತಮ್ಮ ಭೂಸೈನ್ಯವನ್ನೂ ವಾಯು ಸೈನ್ಯವನ್ನೂ ನೆಲೆಗೊಳಿಸಿದರು. ಒಂದು ಸ್ವತಂತ್ರ ಹಾಗೂ ಸಂಪೂರ್ಣ ಸಾರ್ವಭೌಮ ರಾಷ್ಟ್ರವಾಗಿ ಇರಾಕ್ ವಿಶ್ವಸಂಸ್ಥೆಯಲ್ಲಿ ಸ್ಥಾನಪಡೆಯಿತು. 1928ರಲ್ಲಿ ಟ್ರಾನ್ಸ್ ಜೋರ್ಡಾನ್ ಕೂಡ ಒಂದು ಸ್ವತಂತ್ರ ರಾಷ್ಟ್ರವೆಂದು ಬ್ರಿಟಿಷರು ಅಧಿಕೃತ ಮಾನ್ಯತೆ ನೀಡಿದರು.

ಪ್ಯಾಲಸ್ಟೈನ್ ಸಮಸ್ಯೆ

ಅಂತರ್–ಯುದ್ಧದ ಕಾಲದಲ್ಲಿ ಪ್ರಾಚ್ಯದ ರಾಜಕೀಯದ ಮೇಲೆ ಅತ್ಯಂತ ಪ್ರಭಾವ ಬೀರಿದ ಇನ್ನೊಂದು ಸಮಸ್ಯೆಯೇ ಪ್ಯಾಲಿಸ್ಟೈನ್ ಸಮಸ್ಯೆ. ಪ್ರಾಚೀನ ಕಾಲದಿಂದಲೂ ಪ್ಯಾಲೆಸ್ಟೈನ್ ವಿವಿಧ ಪ್ರತ್ಯೇಕ ರಾಷ್ಟ್ರಗಳ ಆಳ್ವಿಕೆಯಲ್ಲಿತ್ತು. ಮೊತ್ತ ಮೊದಲು ಅದು ರೋಮ್ ಸಾಮ್ರಾಜ್ಯದ ಅಧೀನವಾಗಿತ್ತು. ರೋಮನ್ ಸಾಮ್ರಾಜ್ಯ ಅವನತಿ ಹೊಂದಿದ ಅನಂತರ ಅದು ತುರ್ಕಿಷ್ ಪ್ರಭಾವಕ್ಕೆ ಒಳಗಾಯಿತು. ಹತ್ತೊಂಬತ್ತನೆಯ ಶತಮಾನದ ಕೊನೆಯ ವೇಳೆಗೆ ಸ್ವತಂತ್ರ ಯೆಹೂದ್ಯ ರಾಷ್ಟ್ರಕ್ಕಾಗಿ ಚಳವಳಿ ಪ್ರಾರಂಭವಾಯಿತು. ಈ ಚಳುವಳಿಯನ್ನು ಸಂಘಟಿಸಿದವನು ರಷ್ಯದಲ್ಲಿ ವೈದ್ಯನಾಗಿ ಕೆಲಸಮಾಡುತ್ತಿದ್ದ ಯೆಹೂದ್ಯನಾದ ಲಿಯೋನ್ ಪಿಯಾನ್‌ಸ್ಕರ್ ಎಂಬುವವನು. ಈ ಚಳುವಳಿ 'ಝಿಯೋನಿಸಮ್' ಎಂದು ಹೆಸರಾಗಿದೆ. 'ಝಿಯೋನಿಸಮ್'ನ ಇನ್ನೊಬ್ಬ ಪ್ರಮುಖ ಮುಖಂಡನೇ ಆಸ್ಟ್ರೇಲಿಯಾದ ಒಬ್ಬ ಯಹೂದಿ ಪತ್ರಕರ್ತನಾಗಿದ್ದ ಥಿಯೋಡಾರ್ ಹರ್‌ಜ್ಲ್. ಈ ಚಳುವಳಿಯ ಫಲಿತಾಂಶವಾಗಿ ಪ್ಯಾಲೆಸ್ಟೈನಿಗೆ ವಲಸೆಗಾರರು ತಂಡತಂಡವಾಗಿ ಬರತೊಡಗಿದರು. ಇದರಿಂದ ಪ್ಯಾಲೆಸ್ಟೈನ್‌ನಲ್ಲಿ ಅಧಿಕ ಸಂಖ್ಯಾತರಾಗಿದ್ದ ಅರಬ್ಬರು ತೀವ್ರ ಅಸಮಾಧಾನಗೊಂಡರು. ಅರಬ್ಬರ ವಿರೋಧಕ್ಕೆ ಅಲ್ಲಿನ ಆರ್ಥಿಕ ಪರಿಸ್ಥಿತಿ ಪ್ರಮುಖ ಕಾರಣವಾಗಿತ್ತು. ತಮ್ಮ ಉನ್ನತ ಶಿಕ್ಷಣ ಹಾಗೂ ಬೃಹತ್ ಉದ್ಯಮಗಳಿಂದಾಗಿ ಝಿಯೋನಿಸ್ಟರು ಆವರೆಗೆ ಅರಬ್ಬರ ಕೈಗಳಲ್ಲಿದ್ದ ಎಲ್ಲ ಮುಖ್ಯ ಅಧಿಕಾರಗಳನ್ನು ಪಡೆದುಕೊಳ್ಳುವರು ಎಂಬುದು ಅರಬ್ಬರ ಭಯವಾಗಿತ್ತು.

ಮೊದಲನೇ ಜಾಗತಿಕ ಯುದ್ಧದ ಕಾಲದಲ್ಲಿ ಝಿಯೊನಿಸ್ಟ್ ಚಳವಳಿ ರಭಸಗತಿಯಲ್ಲಿತ್ತು. ತಮ್ಮ ತುರ್ಕಿಷ್ ಅಧಿಪತಿಗಳ ವಿರುದ್ಧವಾಗಿ ಯೆಹೂದ್ಯರನ್ನು ಪ್ರಚೋದಿಸುವುದರಲ್ಲಿ ಹಾಗೂ ಹೊಸ ಕಾರ್ಯನೀತಿಯನ್ನು ಘೋಷಿಸುವುದರಲ್ಲಿ ಬ್ರಿಟಿಷ್ ಸರ್ಕಾರ ಆಸಕ್ತಿ ವಹಿಸಿತ್ತು. ಬ್ರಿಟಿಷ್ ವಿದೇಶೀ ಕಾರ್ಯದರ್ಶಿ ಆರ್ಥರ್ ಬ್ಯಾಲ್‌ಫೋರ್ ಮಾಡಿದ ಈ ಘೋಷಣೆ 'ಬ್ಯಾಲ್‌ಫೋರ್ ಘೋಷಣೆ' ಎಂದೇ ಪ್ರಸಿದ್ಧವಾಗಿದೆ. ಈ ಘೋಷಣೆಯಂತೆ "ಯೆಹೂದ್ಯರಿಗಾಗಿ ಪ್ಯಾಲೆಸ್ಟೈನಿನಲ್ಲಿ ರಾಷ್ಟ್ರೀಯ ನಾಡೊಂದನ್ನು ಸ್ಥಾಪಿಸುವುದರತ್ತ ಮಹಾಪ್ರಭುಗಳ ಸರ್ಕಾರ ಒಲವು ತೋರಿಸುತ್ತಿದೆ. ಈ ಸಂಬಂಧವಾದ ಸಾಧನೆಗಳನ್ನು ತೀವ್ರಗೊಳಿಸಲು ಸರ್ಕಾರ ಪ್ರಯತ್ನಿಸುತ್ತಿದೆ. ಆದರೆ ಸದ್ಯ ಪ್ಯಾಲೆಸ್ಟೈನಿನಲ್ಲಿರುವ ಯೆಹೂದ್ಯೇತರರ ನಾಗರಿಕ ಹಾಗೂ ಧಾರ್ಮಿಕ ಹಕ್ಕುಗಳ ಬಗ್ಗೆ ಸರ್ಕಾರ ಪೂರ್ವಾಗ್ರಹ ಮುಕ್ತವಾಗಿರುತ್ತದೆ ಮತ್ತು ಅಂತೆಯೇ ಬೇರೆ ಯಾವುದೇ ರಾಷ್ಟ್ರದಲ್ಲಿ ಜೀವಿಸುತ್ತಿರುವ ಯೆಹೂದ್ಯರಿಗಿರುವ ರಾಜಕೀಯ ಸ್ಥಾನಮಾನಗಳನ್ನು ಹಾಗೂ ಹಕ್ಕುಗಳನ್ನು ಸರ್ಕಾರ ರದ್ದುಮಾಡುವುದಿಲ್ಲ ಎಂಬುದನ್ನು ಸ್ಪಷ್ಟವಾಗಿ ಸರ್ಕಾರ ಪ್ರಕಟಪಡಿಸುತ್ತದೆ."

ಗಥೋರ್ನ್ ಹಾರ್ಡಿಯ ಪ್ರಕಾರ ಈ ಕಾರ್ಯನೀತಿಯನ್ನು ಅಳವಡಿಸಿಕೊಂಡದ್ದರ ಮುಖ್ಯ ಆಶಯಗಳು ನಿಜವಾಗಿ ಯುದ್ಧತಂತ್ರಕ್ಕೆ ಸಂಬಂಧಿಸಿವೆ. "ಮೊದಲನೆಯದಾಗಿ ಬ್ರಿಟಿಷರ ಹಿತಾಸಕ್ತಿಗಳ ಪರವಾಗಿರುವ ಒಂದು ಪ್ರಾಂತದ ದ್ವಾರ, ಸೂಯೆಜ್ ಕಾಲುವೆ ಪ್ರದೇಶಕ್ಕಿರುವ ದಾರಿಯನ್ನು ಮುಚ್ಚುವುದು ಉಪಯುಕ್ತವಾಗಿರುತ್ತದೆ. ಆದರೆ ತಕ್ಷಣದ ಗುರಿಯೆಂದರೆ ಯಹೂದಿಗಳ ಬಗ್ಗೆ ಮಿತ್ರರಾಷ್ಟ್ರಗಳ ಒಲವನ್ನು ಗಳಿಸುವುದು. ಅದು ಸ್ವಾಭಾವಿಕವಾಗಿ ರಷ್ಯಾದ ವಿರೋಧಿ ಅಂಶವಾಗಿ ಮಿತ್ರರಾಷ್ಟ್ರಗಳು ಕೇಂದ್ರೀಯ ಶಕ್ತಿಯೆಡೆಗೆ ಆಕರ್ಷಿತವಾಗುವವು ಹಾಗೂ ಬ್ರಿಟನ್ನನ್ನು ಬೆಂಬಲಿಸುವವು. ವಿಶೇಷವಾಗಿ 1917ರಲ್ಲಿ ರಷ್ಯನ್ ಯೆಹೂದ್ಯರು ಜರ್ಮನ್ ಪರವಾಗಿ ನಿರ್ವಹಿಸುತ್ತಿದ್ದ ಕಾರ್ಯಚಟುವಟಿಕೆಗಳನ್ನು ತಡೆಯುವುದು ಅಪೇಕ್ಷಣೀಯವಾಗಿತ್ತು. ಝಾರಿಸ್ಟ್ ಪ್ರಭುತ್ವದ ವಿಘಟನೆಗೆ ಈ ರಷ್ಯನ್ ಯೆಹೂದ್ಯರು ಸಾಕಷ್ಟು ಕೊಡುಗೆ ನೀಡಿದ್ದರೆಂದು ಆಗಲೇ ನಂಬಲಾಗಿತ್ತು."

ಈ ಘೋಷಣೆಯಿಂದ ತೀವ್ರ ಅಸಮಾಧಾನಗೊಂಡ ಅರಬರು ಉದ್ರೇಕಗೊಂಡರು. ಅವರನ್ನು ಸಮಾಧಾನಪಡಿಸುವ ದೃಷ್ಟಿಯಿಂದ ಬ್ರಿಟಿಷರು ಅವರಿಗೆ ಹಲವು ಮೌಖಿಕ ಹಾಗೂ ಲಿಖಿತ ಆಶ್ವಾಸನೆಗಳನ್ನು ನೀಡಿದರು. ಒಂದುಪಕ್ಷ ಯೆಹೂದ್ಯರಿಗಾಗಿ ಒಂದು ಪ್ರತ್ಯೇಕ ಸ್ವತಂತ್ರ ಸಂಸ್ಥಾನವನ್ನು ಸೃಷ್ಟಿಸಬೇಕಾಗಿ ಬಂದರೆ ಆಗ ಅರಬ್ಬರ ಪೂರ್ವಾನುಮತಿಯನ್ನು ಪಡೆಯಬಹುದೆಂಬ ಆಶ್ವಾಸನೆ ಅರಬ್ಬರಿಗೆ ದೊರಕಿತ್ತು. ಇಂಥದೊಂದು ಸ್ವತಂತ್ರ ಯೆಹೂದ್ಯ ಸಂಸ್ಥಾನವು ಯಾವುದೇ ರೀತಿಯಲ್ಲಿಯೂ ಅರಬ್ ಜನರ ಆರ್ಥಿಕ ಹಾಗೂ ರಾಜಕೀಯ ಸ್ವಾತಂತ್ರ್ಯ ಕಡಿಮೆ ಮಾಡುವುದಿಲ್ಲ ಎಂದೂ ಅವರಿಗೆ ಭರವಸೆ ನೀಡಲಾಯಿತು.

ಮೊದಲನೆಯ ಜಾಗತಿಕ ಯುದ್ಧಾನಂತರದ ಪ್ಯಾಲೆಸ್ಟೈನ್

ಮೊದಲನೆಯ ಜಾಗತಿಕ ಯುದ್ಧಾನಂತರ, 1920ರ ಏಪ್ರಿಲ್‌ನಲ್ಲಿ ನಡೆದ ಸ್ಯಾನ್‌ರೆಮೊ ಸಮ್ಮೇಳನದಲ್ಲಿ, ಪ್ಯಾಲೆಸ್ಟೈನಿನ ಸಮಸ್ಯೆಗೆ ಪರಿಹಾರ ಕಂಡುಹುಡುಕುವ ಪ್ರಯತ್ನ ನಡೆಯಿತು. ಈ ಸಮ್ಮೇಳನದಲ್ಲಿ ಬ್ರಿಟನ್, ಫ್ರಾನ್ಸ್ ಹಾಗೂ ಅಮೆರಿಕ ಸಂಯುಕ್ತ ಸಂಸ್ಥಾನಗಳು ಭಾಗವಹಿಸಿದ್ದವು. ಅರಬ್ ಪ್ರಾಂತಗಳನ್ನು ಪುನರ್ವ್ಯವಸ್ಥೆಗೊಳಿಸುವುದೇ ಈ ಸಮ್ಮೇಳನದ ಮುಖ್ಯ ಕಾಳಜಿಯಾಗಿತ್ತು. ಪ್ಯಾಲೆಸ್ಟೈನಿನ ಮೇಲೆ ಬ್ರಿಟಿಷ್ ಅಧಿಕಾರವನ್ನು ಸ್ಥಾಪಿಸಬೇಕೆಂದು ಈ ಸಮ್ಮೇಳನದಲ್ಲಿ ತೀರ್ಮಾನವಾಯಿತು. ಈ ಪ್ರಸ್ತಾಪವನ್ನು ಮುಂದೆ 1922ರಲ್ಲಿ ವಿಶ್ವಸಂಸ್ಥೆಯೂ ಸಮ್ಮತಿಸಿತು. ಆದರೆ ಈ ಆದೇಶದ ಅನ್ವಯ "ಪ್ಯಾಲೆಸ್ಟೈನಲ್ಲಿ ಯೆಹೂದ್ಯರಿಗೆ ರಾಷ್ಟ್ರೀಯ ಸುಭದ್ರತೆ ಸಿಗುವಂತೆ ಹಾಗೂ ಅವರ ರಾಜಕೀಯ, ಆಡಳಿತಾತ್ಮಕ ಮತ್ತು ಆರ್ಥಿಕ ಸ್ಥಿತಿಗತಿಗಳನ್ನು ಉತ್ತಮ ರೀತಿಯಲ್ಲಿರುವಂತೆ ನೋಡಿಕೊಳ್ಳುವುದು, ಹಾಗೂ ಅದೇ ಕಾಲದಲ್ಲಿ ಪ್ಯಾಲೆಸ್ಟೈನಿನ ನಿವಾಸಿಗಳ ಪೌರ ಹಾಗೂ ಧಾರ್ಮಿಕ ಹಕ್ಕುಗಳನ್ನು ಕಾಪಾಡುವುದು" ಸರ್ಕಾರದ ಕರ್ತವ್ಯವಾಗಿತ್ತು. ಹೀಗೆ 1917ರ ಬ್ಯಾಲ್‌ಫೋರ್ ಘೋಷಣೆಯ ದೃಷ್ಟಿಯಲ್ಲಿ ಯೆಹೂದ್ಯರಿಗೊಂದು ರಾಷ್ಟ್ರೀಯ ನೆಲೆ ಕಲ್ಪಿಸುವ ಪ್ರಸ್ತಾಪವಿತ್ತು. ಆದರೆ ಈ ಪ್ರಸ್ತಾಪಕ್ಕೆ ಯಾವುದೇ ಲಕ್ಷ್ಯವನ್ನು ನೀಡಲಿಲ್ಲ. ಬ್ರಿಟಿಷರು ನೀಡಿದ ಎರಡೂ ಆಶ್ವಾಸನೆಗಳಿಗೆ ಹಾಗೂ ಅಮೆರಿಕಾ ಸಂಯುಕ್ತ ಸಂಸ್ಥಾನದ ಅಧ್ಯಕ್ಷ ವಿಲ್ಸನ್ ಅವರು ಪ್ರಕಟಿಸಿದ ಸಿದ್ಧಾಂತಗಳಿಗೆ ಅನ್ವಯವಾಗಿ ಯಾವ ವ್ಯವಸ್ಥೆಯನ್ನು ಮಾಡದಿದ್ದುದರಿಂದ ಅರಬರು ಕೋಪಗೊಂಡರು. ಇನ್ನಷ್ಟು ಮಂದಿ ಯೆಹೂದ್ಯರು ಪ್ಯಾಲೆಸ್ಟೈನಿಗೆ ವಲಸೆ ಬರುವುದು ಅರಬರಿಗೆ ಇಷ್ಟವಾಗಿರಲಿಲ್ಲ. ಆದರೆ ಝಿಯೋನಿಸ್ಟರು ಈ ರಾಷ್ಟ್ರಕ್ಕೆ ಹೆಚ್ಚು ಹೆಚ್ಚು ಮಂದಿ ವಲಸೆಗಾರರನ್ನು ಕರೆದುತರಲು ನಿರ್ಧರಿಸಿದ್ದರು. ಎರಡೂ ಪಕ್ಷಗಳ ನಡುವಿನ ಈ ವಿರೋಧಾಭಾಸದ ನಿಲುವು, ಸಮಸ್ಯೆಯನ್ನು ಇನ್ನಷ್ಟು ಗೋಜಲನ್ನಾಗಿ ಮಾಡಿತು.

ಆಜ್ಞಾಪಕ (ಪ್ರಭು) ರಾಷ್ಟ್ರವಾದ ಬ್ರಿಟನ್, ಪ್ಯಾಲೆಸ್ಟೈನ್ ಸಮಸ್ಯೆಯನ್ನು ಪರಿಹರಿಸಲು ನಿರಂತರ ಪ್ರಯತ್ನಗಳನ್ನು ಮುಂದುವರಿಸಿತು. 26 ವರ್ಷಗಳ ಅವಧಿಯಲ್ಲಿ ಈ ಸಂಬಂಧವಾಗಿ ಅದು ಏಳು ಆಯೋಗಗಳನ್ನು ನೇಮಿಸಿತ್ತು. ಮೊದಲ ಆಯೋಗವನ್ನು ನೇಮಿಸಿದ್ದ ಅಧ್ಯಕ್ಷ ವಿಲ್ಸನ್ ಅವರ ಒತ್ತಾಯದ ಮೇರೆಗೆ ಇದು 'ಕಿಂಗ್ ಕ್ರೇನ್ ಕಮಿಷನ್'ಎಂದು ಹೆಸರಾಗಿದೆ. ಸಮ್ಮಿಶ್ರ ಆಯೋಗವಾದ ಇದರಲ್ಲಿ ಅಮೆರಿಕ ಹಾಗೂ ಬ್ರಿಟನ್–ಇವೆರಡೂ ರಾಷ್ಟ್ರಗಳ ಪ್ರತಿನಿಧಿಗಳು ಸೇರಿದ್ದರು. ಈ ಆಯೋಗದ ಶಿಫಾರಸ್ಸುಗಳನ್ನು ಎಂದೂ ಸಾರ್ವಜನಿಕವಾಗಿ ಪ್ರಕಟಿಸಲಿಲ್ಲ. ಏಕೆಂದರೆ ಇವು ಯೆಹೂದ್ಯರ ಹಿತಾಸಕ್ತಿಗಳಿಗೆ ವಿರುದ್ಧವಾಗಿದ್ದವು. ಎರಡನೆಯ ಆಯೋಗ ನೇಮಕಗೊಂಡದ್ದು 1921ರಲ್ಲಿ ಇದು 'ಹೇ–ಕ್ರಾಫ್ಟ್ ಕಮಿಷನ್' ಎಂದು ಹೆಸರಾಗಿದೆ. ಪ್ಯಾಲೆಸ್ಟೈನ್ ಮೇಲೆ ಬ್ರಿಟಿಷ್ ಪ್ರಭುತ್ವ ಸ್ಥಾಪಿತವಾದ ಕೂಡಲೇ ಅಲ್ಲಿ ದಂಗೆಗಳು ಏಕೆ ಪ್ರಾರಂಭವಾದವು ಎಂದು ಅನ್ವೇಷಿಸುವ ಹೊಣೆ ಈ ಆಯೋಗದ್ದಾಗಿತ್ತು. ಸಂಪೂರ್ಣ ಅನ್ವೇಷಣೆ ನಡೆಸಿದ ಅನಂತರ, ಅರಬ್ಬರಿಗೆ ಯೆಹೂದ್ಯರ ವಿರೋಧವಾಗಿರುವ ಭಾವನೆಯೇ ಈ ದಂಗೆಗಳ ಪ್ರಮುಖ ಕಾರಣವೆಂಬ ತೀರ್ಮಾನಕ್ಕೆ ಈ ಆಯೋಗ ಬಂತು.

1922ರಲ್ಲಿ ಪ್ಯಾಲೆಸ್ಟೈನಿನಲ್ಲಿರುವ ಬ್ರಿಟಿಷ್ ಹೈ ಕಮಿಷನರ್, ರಾಷ್ಟ್ರಕ್ಕಾಗಿ ಮೂರನೆಯ ಸಂವಿಧಾನವನ್ನು ಘೋಷಿಸಿದರು. ಇದರಿಂದ ಅಲ್ಲಿ ಹೈ ಕಮಿಷನರ್ ಜೊತೆಗೆ ಒಬ್ಬ ಪ್ರಧಾನ ಸೇನಾಧಿಕಾರಿ ಹಾಗೂ ನೇಮಕಗೊಂಡ ಕಾರ್ಯಕಾರಿ ಸಮಿತಿ ಇರಲು ಅವಕಾಶ ದೊರೆಯಿತು. ಅಲ್ಲದೆ ಹೈ ಕಮಿಷನರ್ ಹಾಗೂ 22 ಮಂದಿ ಸಹಾಯಕರಿರುವ ಒಂದು ವಿಧಾನ ಪರಿಷತ್ ಇರಲೂ ಕೂಡ ಅವಕಾಶ ಲಭಿಸಿತು. ಈ ಉಪ ಹೈಕಮಿಷನರ್‌ಗಳಲ್ಲಿ 10 ಮಂದಿ ನಾಮಕರಣಗೊಳ್ಳುತ್ತಿದ್ದರು ಹಾಗೂ ಉಳಿದ ಹನ್ನೆರಡು ಮಂದಿಯನ್ನು ಮುಸ್ಲಿಮರು (8), ಕ್ರೈಸ್ತರು (2) ಹಾಗೂ ಯಹೂದ್ಯರು (2)–ಹೀಗೆ ವಿವಿಧ ಸಮುದಾಯಗಳವರು ಚುನಾಯಿಸುತ್ತಿದ್ದರು. ಈ ವ್ಯವಸ್ಥೆಯನ್ನು ಅರಬರಾಗಲಿ, ಯಹೂದ್ಯರಾಗಲಿ ಒಪ್ಪಲಿಲ್ಲ. ಯೆಹೂದ್ಯರು, ಹಿಂದೆ ನೀಡಲಾಗಿದ್ದ ಸ್ವತಂತ್ರ ಯೆಹೂದ್ಯ ರಾಷ್ಟ್ರವನ್ನು ಅಪೇಕ್ಷಿಸುತ್ತಿದ್ದರು. ಆದರೆ ಅರಬರು ಅಂಥ ಒಂದು ರಾಷ್ಟ್ರದ ರಚನೆಗೆ ಸಮ್ಮತಿಸುತ್ತಿದ್ದಿಲ್ಲ. ಪರಿಣಾಮವಾಗಿ 1922ರಲ್ಲಿ ಚರ್ಚಿಲ್ ಅವರು ಶ್ವೇತಪತ್ರವೊಂದನ್ನು ಹೊರಡಿಸಿದರು. ಮುಂದಿನ ಆರು ವರ್ಷಗಳ ಕಾಲ ಪ್ರತ್ಯೇಕ ಯೆಹೂದ್ಯ ರಾಷ್ಟ್ರವನ್ನು ರಚಿಸುವಂತಿಲ್ಲವೆಂದು ಅದು ಸ್ಪಷ್ಟಪಡಿಸಿತು. 1917ರ ಬ್ಯಾಲ್‌ಫೋರ್ ಘೋಷಣೆ 'ಒಟ್ಟಿನಲ್ಲಿ ಪ್ಯಾಲೆಸ್ಟೈನ್ ನಿವಾಸಿಗಳ ಮೇಲೆ ಯೆಹೂದ್ಯರ ರಾಷ್ಟ್ರೀಯತೆಯನ್ನು ಹೇರುವ ಉದ್ದೇಶ ಹೊಂದಿಲ್ಲವೆಂದೂ, ಆದರೆ ಅಲ್ಲಿರುವ ಯೆಹೂದ್ಯ ಸಮುದಾಯದವರಿಗೆ ಜಗತ್ತಿನ ಇತರ ಭಾಗಗಳಲ್ಲಿರುವ ಯೆಹೂದ್ಯರ ಸಹಕಾರದೊಂದಿಗೆ ಇನ್ನಷ್ಟು ಪ್ರಗತಿ ಸಾಧಿಸಲು ಅವಕಾಶ ಕಲ್ಪಿಸಿಕೊಡುವುದೆಂದೂ. ಹೀಗೆ ಒಟ್ಟು ಯೆಹೂದ್ಯರ ಸಮುದಾಯಕ್ಕೆ ಹೆಮ್ಮೆಯಿಂದ, ಜೀವನಾಸಕ್ತಿಯೊಂದಿಗೆ ಬದುಕಲು ಪ್ಯಾಲೆಸ್ಟೈನ್ ಅನ್ನು ಒಂದು ಕೇಂದ್ರವಾಗಿ ಮಾಡುವುದೇ ಒಟ್ಟಾರೆ ಉದ್ದೇಶವೆಂದೂ' ಸರಳ ಮಾತಿನಲ್ಲಿ ಹೇಳುವುದಾದರೆ, ಸಮಗ್ರ ಪ್ಯಾಲೆಸ್ಟೈನಿನ ಮೇಲೆ, ಯೆಹೂದ್ಯರ ಸಂಸ್ಥಾನವೊಂದರ ರಚನೆಯನ್ನು ಹೇರುವುದು ಅಥವಾ ಅರಬ್ಬರ ಸಂಸ್ಕೃತಿ ಮತ್ತು ಭಾಷೆಗಳನ್ನು ನಾಶಪಡಿಸುವುದು–ಬ್ರಿಟಿಷರ ಆಲೋಚನೆಯಲ್ಲವೆಂದು ಚರ್ಚಿಲ್ ಸ್ಪಷ್ಟವಾಗಿ ಹೇಳಿದನು. ಯೆಹೂದ್ಯರ ರಾಜಕೀಯ ಅಧಿಕಾರ ಕಾನೂನು ಮತ್ತು ಹಕ್ಕುಗಳನ್ನು ಆಧರಿಸಿರುತ್ತದೆ ಎಂದೂ ಘೋಷಣೆ ಸ್ಪಷ್ಟಪಡಿಸಿತು.

ಇದೇ ಕಾಲದಲ್ಲಿ ಅರಬ್ಬರನ್ನು ತೃಪ್ತಿಪಡಿಸುವ ಉದ್ದೇಶದಿಂದ ಪ್ಯಾಲೆಸ್ಟೈನಿಗೆ ಇನ್ನಷ್ಟು ಮಂದಿ ಯೆಹೂದ್ಯರು ವಲಸೆ ಬರದಂತೆ ಬ್ರಿಟಿಷ್ ಸರ್ಕಾರ ತಡೆಯಿತು. ಓಲೈಸುವ ಈ ಬ್ರಿಟಿಷ್ ಮನೋಭಾವದ ಹಿನ್ನೆಲೆಯಲ್ಲಿ ಅರಬರು, ಪ್ರಸ್ತಾಪಿಸಲಾದ ಅಸೆಂಬ್ಲಿ ಚುನಾವಣೆಗಳಲ್ಲಿ ಭಾಗವಹಿಸಲು ಮುಂದೆ ಬಂದರು. ಆದರೆ ಯೆಹೂದ್ಯರು ಸಮಾನ ಸಂಖ್ಯೆ ಸ್ಥಾನಗಳಿರಬೇಕೆಂದು ಒತ್ತಾಯಿಸಿದರು. ಹಾಗೆ ಸಮಾನ ಸಂಖ್ಯೆಯ ಸ್ಥಾನಗಳನ್ನು ನೀಡಿದರೆ ಮಾತ್ರ ತಾವು ಅಸೆಂಬ್ಲಿ ಚುನಾವಣೆಯಲ್ಲಿ ಭಾಗವಹಿಸುವುದಾಗಿ ಅವರು ತಿಳಿಸಿದರು. ಇದನ್ನು ಅರಬರು ಒಪ್ಪದಿದ್ದರಿಂದ ಒಂದು ರೀತಿಯ ವಿಷಮ ಪರಿಸ್ಥಿತಿ ಉಂಟಾಯಿತು. ಕೊನೆಯಲ್ಲಿ ಪ್ರಸ್ತಾಪಿಸಲಾದ ಚುನಾವಣೆಗಳೇ ನಡೆಯಲಿಲ್ಲ.

1929ರಲ್ಲಿ ಯೆಹೂದ್ಯರ ವಿರುದ್ಧವಾಗಿ ಬೆಳೆಯುತ್ತಿರುವ ಮನೋಭಾವ ದೊಂಬಿಗಳಲ್ಲಿ ಕಾಣಿಸಿಕೊಂಡಿತು. ಈ ಗಲಭೆಗಳಲ್ಲಿ ಅನೇಕ ಯೆಹೂದ್ಯರು ಸಾವಿಗೀಡಾದರು. ತತ್‌ಕ್ಷಣ ಯೋಗ್ಯ ರೀತಿಯಲ್ಲಿ ಕ್ರಮಗಳನ್ನು ಕೈಗೊಂಡ ಬ್ರಿಟಿಷ್ ಸರ್ಕಾರ ಶಾಂತಿ ಸುವ್ಯವಸ್ಥೆಗಳನ್ನು ಸ್ಥಾಪಿಸಿತು. ಆಮೇಲೆ ಅದು ದಂಗೆಗಳ ಕಾರಣಗಳನ್ನು ಕಂಡು ಹಿಡಿಯಲು ಆಯೋಗವೊಂದನ್ನು ನೇಮಿಸಿತು. ಯೆಹೂದ್ಯರ ಬಗ್ಗೆ ಇರುವ ಅರಬರ ಬದ್ಧ ದ್ವೇಷ, ಯೆಹೂದ್ಯರಿಗೆ ತಮ್ಮ ರಾಜಕೀಯ ಹಾಗೂ ರಾಷ್ಟ್ರೀಯ ಹಂಬಲಗಳ ಸಂಬಂಧದಲ್ಲಿ ಉಂಟಾದ ನಿರಾಸೆ ಹಾಗೂ ಅವರಿಗೆ ತಮ್ಮ ಆರ್ಥಿಕ ಭವಿಷ್ಯದ ಬಗ್ಗೆ ಉದಯಿಸಿದ ಭಯ ಇವೇ ದಂಗೆಗೆ ಕಾರಣಗಳೆಂದು ಆಯೋಗ ಸ್ಪಷ್ಟಪಡಿಸಿತು. ಆದರೆ, ಯೆಹೂದ್ಯರ ವಿರುದ್ಧವಾಗಿ

ಹೇಗೋ ಹಾಗೆಯೇ ಬ್ರಿಟಿಷರ ವಿರುದ್ಧವಾಗಿ ಸಹ ಈ ದಂಗೆ–ದೊಂಬಿಗಳು ನಿರ್ದೇಶಿತವಾಗಿದ್ದವು. ಒಟ್ಟಿನಲ್ಲಿ ಯೆಹೂದ್ಯರಿಗೆ ಸಾಕಷ್ಟು ಸೈನಿಕ ಹಾಗೂ ಪೊಲೀಸ್ ರಕ್ಷಣೆಯನ್ನು ನೀಡಲು ಬ್ರಿಟಿಷರಿಗೆ ಸಾಧ್ಯವಾಗದಿದ್ದುದೇ ಇದಕ್ಕೆ ಕಾರಣವೆನ್ನಬಹುದು.

ಜರ್ಮನಿಯಲ್ಲಿ ಹಿಟ್ಲರ್ ಅಧಿಕಾರಕ್ಕೆ ಬಂದದ್ದೂ ಹಾಗೂ ಯೆಹೂದ್ಯರಿಗೆ ಕಿರುಕುಳ ಕೊಡುವ ಅವನ ಕಾರ್ಯಧೋರಣೆ–ಇವುಗಳಿಂದ ರಕ್ಷಣೆಗಾಗಿ ಪ್ಯಾಲೆಸ್ಟೈನಿಗೆ ಹೆಚ್ಚುಹೆಚ್ಚು ಮಂದಿ ಯೆಹೂದ್ಯರು ಓಡಿಬರುವಂತೆ ಆಯಿತು. ಬದಲಾದ ಪರಿಸ್ಥಿತಿಗಳ ಹಿನ್ನೆಲೆಯಲ್ಲಿ ಹಿಂದಿನ ಆಯೋಗಗಳ ಶಿಫಾರಸ್ಸುಗಳಿಗೆ ವ್ಯತಿರಿಕ್ತವಾಗಿ ಹೆಚ್ಚು ಹೆಚ್ಚು ಮಂದಿ ಯೆಹೂದ್ಯರು ವಲಸೆ ಬರುವುದಕ್ಕೆ ಬ್ರಿಟಿಷ್ ಸರ್ಕಾರ ಅವಕಾಶ ಕಲ್ಪಿಸಿಕೊಟ್ಟಿತು. ಬ್ರಿಟಿಷ್ ಧೋರಣೆಯಲ್ಲಾದ ಈ ಪರಿವರ್ತನೆಯಿಂದಾಗಿ ಪ್ಯಾಲೆಸ್ಟೈನಿಗೆ ವಲಸೆ ಬರುವವರ ಸಂಖ್ಯೆ ಅತ್ಯಧಿಕವಾಯಿತು. ಬ್ರಿಟಿಷರ ಈ ಹೊಸ ಧೋರಣೆಯನ್ನು ಅರಬ್ಬರು ತೀವ್ರವಾಗಿ ವಿರೋಧಿಸಿದರು, ಹಾಗೂ ಖಂಡಿಸಿದರು. ಅರಬ್ಬರನ್ನು ತಮ್ಮ ತಾಯ್ನಾಡಿನಿಂದ ಹೊರದೂಡಲು ಬ್ರಿಟಿಷರು ಪ್ರಯತ್ನಿಸುತ್ತಿದ್ದಾರೆ ಎಂದು ಅವರು ಆರೋಪಿಸಿದರು. ರಾಜಕೀಯ ಪರಿಸ್ಥಿತಿ ಉದ್ರಿಕ್ತವಾಯಿತು. ಈ ಹಂತದಲ್ಲಿ ಐದು ಅರಬ್ ಸಂಸ್ಥಾನಗಳು ತಮ್ಮ ಬೇಡಿಕೆಗಳನ್ನು ಬ್ರಿಟಿಷ್ ಹೈ ಕಮಿಷನರ್ ಅವರ ಮುಂದೆ ಮಂಡಿಸಿದವು. ಪ್ಯಾಲೆಸ್ಟೈನಿನಲ್ಲಿ ಪ್ರಜಾಪ್ರಭುತ್ವ ಸರ್ಕಾರದ ಸ್ಥಾಪನೆ, ಅರಬ್ಬರಿಂದ ಯೆಹೂದ್ಯರಿಗೆ ಭೂವರ್ಗಾವಣೆಯಾಗುವುದರ ಮೇಲೆ ನಿರ್ಬಂಧ ವಿಧಿಸುವುದು, ವಲಸೆಯನ್ನು ತತ್‌ಕ್ಷಣ ನಿಲ್ಲಿಸುವುದು–ಇವು ಅವರ ಬೇಡಿಕೆಗಳಲ್ಲಿ ಸೇರಿದ್ದವು. ಆದರೆ ಈ ಬೇಡಿಕೆಗಳನ್ನು ಬ್ರಿಟಿಷ್ ಸರ್ಕಾರ ಪೂರೈಸಲಿಲ್ಲ. ಆದ್ದರಿಂದ ಮತ್ತೆ ಹೊಸ ಗೊಂದಲಗಳು 1936ರಲ್ಲಿ ಪ್ರಾರಂಭವಾದವು. ಹೆಚ್ಚುತ್ತಿರುವ ಅವ್ಯವಸ್ಥೆ ಹಾಗೂ ಅರಬ್ ಮತ್ತು ಯೆಹೂದ್ಯ ಈ ಎರಡೂ ಸಮುದಾಯಗಳವರ ಕಷ್ಟ ಸಂಕಷ್ಟಗಳ ಕಾರಣಗಳನ್ನು ಕಂಡುಹಿಡಿಯಲು ಬ್ರಿಟಿಷ್ ಸರ್ಕಾರ ರಾಯಲ್ ಕಮಿಷನ್ ಒಂದನ್ನು ಕಳುಹಿಸುವ ತನ್ನ ಉದ್ದೇಶವನ್ನು ಪ್ರಕಟಪಡಿಸಿತು.

ಪೀಲ್ ಆಯೋಗ (1936)

ರಾಯಲ್ ಆಯೋಗಕ್ಕೆ ಪೀಲ್ ಆಯೋಗವೆಂಬ ಹೆಸರೂ ಇದೆ. ಇದಕ್ಕೆ ಈ ಹೆಸರು ಬಂದದ್ದು ಅದರ ಅಧ್ಯಕ್ಷನಾದ ಪೀಲ್‌ನಿಂದ. ದೊಂಬಿಯ ಕಾರಣಗಳನ್ನು ಕಂಡು ಹುಡುಕಿ ಪರಿಹಾರಕ್ರಮಗಳನ್ನು ಸೂಚಿಸುವುದು 1936ರಲ್ಲಿ ನೇಮಕಗೊಂಡ ಈ ಆಯೋಗದ ಉದ್ದೇಶವಾಗಿತ್ತು. ಆಯೋಗ ಸುಮಾರು ಎರಡು ತಿಂಗಳ ಕಾಲ ತನಿಖೆ ನಡೆಸಿ ಸಮಗ್ರ ವಿಷಯಗಳನ್ನು ಸಂಗ್ರಹಿಸಿತು. ಕೊನೆಯಲ್ಲಿ ಅದು ವರದಿಯನ್ನು ಸಿದ್ಧಪಡಿಸಲು ಲಂಡನ್‌ಗೆ ಹೋಯಿತು. 1937ರಲ್ಲಿ ಆಯೋಗ ವರದಿಯನ್ನು ಸಲ್ಲಿಸಿತು. ಬ್ರಿಟಿಷ್ ಕ್ಯಾಬಿನೆಟ್ ಇದಕ್ಕೆ ತನ್ನ ಅನುಮತಿ ನೀಡಿದ ಅನಂತರ, ಅದೇ ವರ್ಷ ವರದಿ ಪ್ರಕಟವಾಯಿತು. "ಅರಬರು ಹಾಗೂ ಯೆಹೂದ್ಯರಿಗೆ ಸಂಬಂಧಿಸಿದಂತೆ ಸುಮಾರು ಇಪ್ಪತ್ತು ವರ್ಷಗಳ ಹಿಂದೆ ಬ್ರಿಟಿಷರು ಕೈಗೊಂಡ ಅಗತ್ಯ ಕ್ರಮಗಳು ಅಸಮಂಜಸವೆಂದು ಸಾಬೀತಾಗಿವೆ ಮತ್ತು ನಾವು ಅವಲೋಕಿಸಿರುವಂತೆ ಇವು ಸಂಘರ್ಷ ಮುಂದುವರೆಯಲು ಕಾರಣಗಳಾಗಿವೆ. ಈಗ ಇರುವಂತೆ ಪ್ಯಾಲೆಸ್ಟೈನಿನಲ್ಲಿ, ಸ್ವಸರ್ಕಾರಕ್ಕಾಗಿ ಅರಬ್ಬರ ಒತ್ತಾಯ ಹಾಗೂ ಯೆಹೂದ್ಯರಿಗೆ ರಾಷ್ಟ್ರೀಯ ನೆಲೆ ಇವೆರಡನ್ನೂ ನಾವು ಒಪ್ಪಿಕೊಳ್ಳಲಾರೆವು" ಎಂದು ಆಯೋಗ ತಿಳಿಯಪಡಿಸಿತು. 'ಜನಾಂಗವೊಂದೇ ಪ್ಯಾಲೆಸ್ಟೈನನ್ನು ಸರಿಯಾಗಿ ಆಳಲಾರದು. ಪ್ರತಿಯೊಂದು ಜನಾಂಗ ಅದರ ಒಂದು ಭಾಗವನ್ನಷ್ಟೇ ಆಳಲು ಸಾಧ್ಯ. ಅಂತಿಮ ಶಾಂತಿ ಸ್ಥಾಪಿಸಲು ಪ್ಯಾಲೆಸ್ಟೈನ್ ವಿಭಜನೆಯೊಂದೇ ಮಾರ್ಗ. ಬೇರಾವುದೇ ಯೋಜನೆಯಿಂದ ಶಾಂತಿ ಸುವ್ಯವಸ್ಥೆಗಳನ್ನು ಸ್ಥಾಪಿಸುವುದು ಅಸಾಧ್ಯ'ಎಂದು ಆಯೋಗ ಪ್ರತಿಪಾದಿಸಿತು.

ಅರಬ್ಬರು ಮತ್ತು ಯೆಹೂದ್ಯರ ಸಮಸ್ಯೆ ಎಷ್ಟು ಸಂಕೀರ್ಣವಾಗಿತ್ತೆಂದರೆ, ಹಾಗೂ ಅವರ ಹಿತಾಸಕ್ತಿಗಳು ಎಷ್ಟು ಸಂಘರ್ಷದಿಂದ ಕೂಡಿದ್ದವೆಂದರೆ ರಾಷ್ಟ್ರವನ್ನು ಮೂರು ಭಾಗಗಳಾಗಿ ವಿಭಜಿಸದೆ, ಪರಿಹಾರ ಸಾಧ್ಯವಿರಲಿಲ್ಲ ಎಂದೂ ಆಯೋಗ ದೃಢಪಡಿಸಿತ್ತು. ಆಯೋಗದ ಪ್ರಸ್ತಾವ ಈ ರೀತಿಯಾಗಿತ್ತು: ಸ್ಥೂಲವಾಗಿ ಪ್ಯಾಲೆಸ್ಟೈನಿನ ನಾಲ್ಕನೆಯ ಒಂದು ಭಾಗದಷ್ಟು ಪ್ರದೇಶವನ್ನು ಒಳಗೊಳ್ಳುವ ಹೊಸ ಯೆಹೂದ್ಯ ರಾಷ್ಟ್ರವನ್ನು ಸ್ಥಾಪಿಸಬೇಕು. ಟ್ರಾನ್ಸ್ ಜೋರ್ಡಾನ್ ಕೂಡ ಸೇರಿದಂತೆ ಪ್ಯಾಲೆಸ್ಟೈನಿನ ಉಳಿದ ಭಾಗದ ಬಹಳಷ್ಟು ಪ್ರದೇಶವು ಸೇರಿ ಎರಡನೆಯ ಅರಬ್ ರಾಷ್ಟ್ರವಾಗುತ್ತದೆ. ಈ ಎರಡೂ ರಾಷ್ಟ್ರಗಳಿಗೆ ಸೇರದೆ ಇರುವ, ಜಾಫಾದಿಂದ ಜೆರುಸಲೇಮ್‌ವರೆಗಿನ ಉಳಿದ ಭಾಗ ಬ್ರಿಟನ್ ಅಧಿಕಾರದಲ್ಲಿ ಇರುತ್ತದೆ. ಪೀಲ್ ಆಯೋಗದ ವರದಿಯಲ್ಲಿ 'ಯೆಹೂದ್ಯರ ಝಿಯೋನಿಸಮ್ ಹಾಗೂ ಅರಬ್ಬರ ರಾಷ್ಟ್ರೀಯತೆ–ಇವೆರಡರ ಬಗೆಗೂ ಗಮನಾರ್ಹವಾಗಿ ಸಹಾನುಭೂತಿಪರವಾದ ಪ್ರಮುಖ ವರದಿಯೆಂದು' ಬಣ್ಣಿಸಲಾಗಿದೆ.

ಆದರೆ ಆಯೋಗ ಪ್ರಸ್ತಾಪಿಸಿದ ಯೋಜನೆ ಎಲ್ಲ ವಿಭಾಗಗಳ ತೀವ್ರ ಪ್ರತಿಭಟನೆಗೆ ಗುರಿಯಾಯಿತು. ಬ್ರಿಟಿಷರು ತಮಗೆ ದ್ರೋಹಬಗೆದರೆಂದು ಯೆಹೂದ್ಯರು ಭಾವಿಸಿದರು. ಅರಬ್ಬರು ಕೂಡ ಸಂತುಷ್ಟರಾಗಲಿಲ್ಲ. "ಅತಿ ಶ್ರೀಮಂತ

ವಲಯವನ್ನು ಯೆಹೂದ್ಯರಿಗೆ ಬಿಟ್ಟುಕೊಡಲಾಗಿದೆ. ಅಂತೆಯೇ ಪವಿತ್ರ ಪ್ರದೇಶ ಬ್ರಿಟಿಷರಿಗೂ, ಅತ್ಯಂತ ನಿರುಪಯುಕ್ತವಾದ ಬಂಜರು ಪ್ರದೇಶ ಅರಬ್ಬರಿಗೂ ಸಿಕ್ಕಿದೆ" ಎಂಬುದು ಅರಬ್ಬರ ಅಭಿಪ್ರಾಯವಾಗಿತ್ತು. ಇದರ ಪರಿಣಾಮವಾಗಿ ಅರಬ್ಬರು ಮತ್ತೊಮ್ಮೆ ಹಿಂಸಾತ್ಮಕ ಪ್ರತಿಭಟನೆ ಪ್ರಾರಂಭಿಸಿದರು. ಅರಬ್ಬರಿಗೆ ಇಟಲಿ ಸಂಪೂರ್ಣ ಬೆಂಬಲ ಹಾಗೂ ಪ್ರೋತ್ಸಾಹ ನೀಡಿತ್ತೆಂದು ಹೇಳಲಾಗಿದೆ. ದೃಢಸಂಕಲ್ಪದೊಂದಿಗೆ ಸನ್ನಿವೇಶವನ್ನು ಎದುರಿಸಿದ ಬ್ರಿಟಿಷ್ ಸರ್ಕಾರ, ಅಸಂಖ್ಯಾತ ಅರಬ್ ಮುಖಂಡರನ್ನು ದಸ್ತಗಿರಿ ಮಾಡಿ ಸೆರೆಯಲ್ಲಿರಿಸಿತು. ರಾಷ್ಟ್ರದ ಆರ್ಥಿಕತೆ ತೀವ್ರವಾಗಿ ಕುಗ್ಗಿ, ಜನರು ಹೆಚ್ಚಿನ ಸೌಲಭ್ಯಗಳಿಂದ ವಂಚಿತರಾದದ್ದು ಈ ಹಿಂಸಾಚಾರಗಳ ಒಂದು ವ್ಯತಿರಿಕ್ತ ಪರಿಣಾಮವಾಯಿತು.

ವುಡ್‌ಹೆಡ್ ಆಯೋಗ

ಆದರೆ, ಪೀಲ್ ಆಯೋಗದ ಶಿಫಾರಸ್ಸುಗಳನ್ನು ಜಾರಿಗೆ ತರುವ ದೃಢ ನಿರ್ಧಾರ ಮಾಡಿದ ಬ್ರಿಟಿಷ್ ಸರ್ಕಾರ 1938ರಲ್ಲಿ ವುಡ್‌ಹೆಡ್ ಆಯೋಗವನ್ನು ಕಳುಹಿಸಿತು. ಪ್ಯಾಲೆಸ್ಟೈನ್ ವಿಭಜನೆಯ ಯೋಜನೆ ಸಿದ್ಧಪಡಿಸುವುದು ಈ ಆಯೋಗ ನೇಮಕದ ಉದ್ದೇಶವಾಗಿತ್ತು. ಅಂತಿಮ ಶಿಪಾರಸ್ಸುಗಳನ್ನು ಮಾಡಲು ಆಯೋಗ ಕಾರ್ಯತತ್ಪರವಾಗಿದ್ದಾಗ, ಪ್ಯಾಲೆಸ್ಟೈನಿನಲ್ಲಿ ಮತ್ತೆ ಹೊಸ ಗಲಭೆಗಳು ಪ್ರಾರಂಭವಾದವು. ಅರಬ್ ಹಾಗೂ ಯೆಹೂದ್ಯ ಇವೆರಡೂ ಸಮುದಾಯಗಳಲ್ಲಿ ಕೊಲೆ-ಲೂಟಿಗಳ ಅಸಂಖ್ಯಾತ ಪ್ರಸಂಗಗಳು ಸಂಭವಿಸಿದವು. ಸನ್ನಿವೇಶ ಎಷ್ಟು ತೀವ್ರವಾಯಿತೆಂದರೆ, ಶಾಂತಿಯನ್ನು ನೆಲೆಗೊಳಿಸಲು ಬ್ರಿಟಿಷ್ ಸರ್ಕಾರ ತನ್ನ ಪಡೆಯನ್ನು ಪ್ಯಾಲೆಸ್ಟೈನ್‌ಗೆ ಕಳುಹಿಸಬೇಕಾಯಿತು. ಈ ಸನ್ನಿವೇಶದಲ್ಲಿ ಪೀಲ್ ಆಯೋಗದ ಪ್ರಸ್ತಾಪವನ್ನು ಕಾರ್ಯಗತಗೊಳಿಸುವುದು ಅಸಾಧ್ಯವೆಂದು ವುಡ್‌ಹೆಡ್ ಆಯೋಗ ವರದಿಮಾಡಿತು. ಅದು ಗಮನಿಸಿದಂತೆ 'ಬಹುಸಂಖ್ಯೆಯಲ್ಲಿರುವ ಅರಬ್ ಅಲ್ಪಸಂಖ್ಯಾತರಿಗೆ ಹಾಗೂ ಯೆಹೂದ್ಯರ ಸಂಸ್ಥಾನಕ್ಕೆ ಸೇರುವ ಪ್ರದೇಶಗಳಲ್ಲಿರುವ ಅಧಿಕ ಸಂಖ್ಯೆಯ ಅರಬರಿಗೆ ಸಾಕಷ್ಟು ಪ್ರಾಂತಗಳನ್ನು ಬಿಟ್ಟುಕೊಡದೆ, ಯೆಹೂದ್ಯರಿಗೆ ಪೀಲ್ ಆಯೋಗ ಶಿಫಾರಸ್ಸು ಮಾಡಿದ ಸ್ಥಳಗಳನ್ನು ಬಿಟ್ಟುಕೊಡುವುದು ಸಾಧ್ಯವಿಲ್ಲ. ಈ ಶಿಫಾರಸಿನಂತೆ ರೂಪಿತವಾಗುವ ಅರಬ್ ರಾಷ್ಟ್ರ ಆರ್ಥಿಕವಾಗಿ ಪ್ರಬಲವಾಗುವುದು ಸುಲಭವಾಗದು' ಅಲ್ಲದೆ, ಆರ್ಥಿಕ ಫೆಡರಲಿಸಮ್‌ನ ಒಂದು ಯೋಜನೆಯ ಶಿಫಾರಸನ್ನು ವುಡ್‌ಹೆಡ್ ಆಯೋಗ ಮಾಡಿತ್ತು. ಅರಬ್ ಹಾಗೂ ಯೆಹೂದ್ಯರ ಪ್ರದೇಶಗಳು, ಸ್ವಾಯತ್ತವಾಗುವುದರ ಮೂಲಕ ಅವರ ಆರ್ಥಿಕ ಕಾರ್ಯನೀತಿಯನ್ನು ಪ್ರಭು ಸರ್ಕಾರ (ಬ್ರಿಟನ್) ನಿರ್ಧರಿಸಬೇಕಾಗಿತ್ತು.

1939ರ ಲಂಡನ್ ದುಂಡು ಮೇಜಿನ ಸಮ್ಮೇಳನ

ಅರಬರು ಮತ್ತು ಯೆಹೂದ್ಯರ ನಡುವೆ ವೃದ್ಧಿಸುತ್ತಿರುವ ಉದ್ವಿಗ್ನ ಪರಿಸ್ಥಿತಿಯನ್ನು ಗಮನದಲ್ಲಿರಿಸಿಕೊಂಡ ಬ್ರಿಟಿಷ್ ಸರ್ಕಾರ, ಎರಡೂ ಸಮುದಾಯಗಳಿಗೆ ಸೇರಿದ ಮುಖಂಡರ ಸಭೆಯೊಂದನ್ನು ವ್ಯವಸ್ಥೆಗೊಳಿಸಲು ನಿರ್ಧರಿಸಿತು. ಪ್ರಸ್ತುತ ಸಮಸ್ಯೆಗೊಂದು ಪರಿಹಾರವನ್ನು ಕಂಡುಹುಡುಕುವುದೇ ಆ ಸಭೆಯ ಉದ್ದೇಶವಾಗಿತ್ತು. ಎರಡೂ ಸಮುದಾಯಗಳ ಮುಖಂಡರು 1939ರಲ್ಲಿ ಲಂಡನ್ನಿನಲ್ಲಿ ನಡೆದ ದುಂಡು ಮೇಜಿನ ಸಮ್ಮೇಳನದಲ್ಲಿ ಭಾಗವಹಿಸಿದರು. ಆದರೆ ಯೆಹೂದ್ಯರೊಂದಿಗೆ ಕುಳಿತುಕೊಳ್ಳಲು ಅರಬ್ ಪ್ರತಿನಿಧಿಗಳು ಒಪ್ಪದೆ ಹೋದುದರಿಂದ, ಪ್ಯಾಲೆಸ್ಟೈನ್ ಸಮಸ್ಯೆಗೆ ಯಾವುದೇ ಪರಿಹಾರವನ್ನು ಕಂಡುಹುಡುಕುವುದು ಸಾಧ್ಯವಾಗಲಿಲ್ಲ. ಈ ಸಂಧಿಕಾಲದಲ್ಲಿ ಬ್ರಿಟಿಷ್ ಸರ್ಕಾರ ಸಮಸ್ಯೆಗೆ ತನ್ನದೇ ಆದ ಒಂದು ಪರಿಹಾರವನ್ನು ಶ್ವೇತಪತ್ರದ ರೂಪದಲ್ಲಿ ಪ್ರಕಟಪಡಿಸಿತು. 1939ರಲ್ಲಿ ಹೊರಡಿಸಲಾದ ಈ ಶ್ವೇತಪತ್ರವು 'ಪ್ಯಾಲೆಸ್ಟೈನ್ ಒಂದು ಯೆಹೂದ್ಯ ರಾಷ್ಟ್ರವಾಗುವಂತೆ ಮಾಡುವುದೇನೂ ಸರ್ಕಾರದ ಧೋರಣೆಯಲ್ಲ' ಎಂಬುದನ್ನು ನಿಸ್ಸಂದಿಗ್ಧವಾಗಿ ಸ್ಪಷ್ಟಪಡಿಸಿತು. ಆದರೂ ಹತ್ತು ವರ್ಷಗಳ ಕೊನೆಯಲ್ಲಿ ಸ್ವತಂತ್ರ ಪ್ಯಾಲೆಸ್ಟೈನ್ ಸಂಸ್ಥಾನವೊಂದರ ರಚನೆಯ ಸಾಧ್ಯತೆಯನ್ನು ಶ್ವೇತಪತ್ರ ಒಪ್ಪಿದೆ-ಮುಂದಿನ ಐದು ವರ್ಷಗಳಲ್ಲಿ 75,000 ವರೆಗೆ ಯೆಹೂದ್ಯರು ವಲಸೆ ಬರುವುದಕ್ಕೆ ಅನುಮತಿ ನೀಡಲಾಯಿತಾದರೂ, ಆ ವಲಸೆಗೆ ಅರಬರ ಅನುಮತಿ ಪಡೆಯಬೇಕಾಗಿತ್ತು.

ಶ್ವೇತಪತ್ರ ಒಳಗೊಂಡ ಪ್ರಸ್ತಾವಗಳನ್ನು ಅರಬ್ಬರಷ್ಟೇ ಅಲ್ಲದೆ ಯೆಹೂದ್ಯರೂ ಖಂಡಿಸಿದರು. ಪ್ಯಾಲೆಸ್ಟೈನಿನಲ್ಲಿ ತಮಗೊಂದು ರಾಷ್ಟ್ರೀಯ ನೆಲೆ ಕಲ್ಪಿಸಬೇಕೆಂಬ ಮೂಲ ಬೇಡಿಕೆಯನ್ನು ನಿರಾಕರಿಸಲಾದ್ದರಿಂದ ಯೆಹೂದ್ಯರು ಇದಕ್ಕೆ ಸಮ್ಮತಿ ನೀಡಲಿಲ್ಲ. ಅರಬರ ದೃಷ್ಟಿಯಲ್ಲಿ ಶ್ವೇತಪತ್ರದಲ್ಲಿನ ಪ್ರಸ್ತಾವಗಳು ಅವರ ನಿಲುವಿಗೆ ವಿರೋಧವಾಗಿದ್ದವು. ವಿಶ್ವಸಂಸ್ಥೆಯ ಖಾಯಂ ಆಜ್ಞಾಪಕ ಆಯೋಗ ಕೂಡ ಪ್ರಸ್ತಾವಿಸಲಾದ ಈ ಯೋಜನೆ ಆಜ್ಞೆ ಉಲ್ಲಂಘನೆಯೆಂದು ಪರಿಗಣಿಸಿತು.

1938ರ ಮ್ಯೂನಿಚ್ ಒಪ್ಪಂದದ ಸಂದರ್ಭದಲ್ಲಿಯೂ ಎರಡೂ ಸಮುದಾಯಗಳ ನಡುವಣ ಪರಸ್ಪರ ತಿಳುವಳಿಕೆಯನ್ನು ಉಂಟುಮಾಡಲು ಬ್ರಿಟಿಷರು ಪ್ರಯತ್ನಿಸಿದರು. ಆದರೆ ಯುದ್ಧ ಪ್ರಾರಂಭವಾಗುತ್ತಿದ್ದಂತೆ ಹಾಗೂ ಹಿಟ್ಲರ್ ಯೆಹೂದ್ಯರ

ಮೇಲೆ ದೋಷಾರೋಪಣೆ ಹೊರಿಸುವ ಧೋರಣೆಯನ್ನು ಅನುಸರಿಸಿದಾಗ, ಪ್ಯಾಲೆಸ್ಟೈನಿಗೆ ವಲಸೆ ಬರುವ ಯೆಹೂದ್ಯರ ಸಂಖ್ಯೆ ಅತ್ಯಧಿಕಗೊಂಡಿತು. ಏಕೆಂದರೆ ಹಿಟ್ಲರನಿಂದ ಪಾರಾಗುವುದಕ್ಕಾಗಿ ಜರ್ಮನಿಯಲ್ಲಿರುವ ಯೆಹೂದ್ಯರೂ ಪ್ಯಾಲೆಸ್ಟೈನಿಗೆ ಧಾವಿಸಿದರು. ಈ ವಲಸೆಯನ್ನು ಬಿಗಿಯಾಗಿ ನಿಯಂತ್ರಿಸಲು ಬ್ರಿಟಿಷ್ ಸರ್ಕಾರ ಯಾವ ಪ್ರಯತ್ನವನ್ನು ಮಾಡಲಿಲ್ಲ ಆದ್ದರಿಂದ ಪ್ಯಾಲೆಸ್ಟೈನಿಗೆ ಯೆಹೂದ್ಯರ ವಲಸೆ ಪ್ರವಾಹ ರೂಪವನ್ನು ತಾಳಿತು.

ಎರಡನೆಯ ಜಾಗತಿಕ ಯುದ್ಧ ಪ್ರಾರಂಭವಾಗುತ್ತಿದ್ದಂತೆ ಸದ್ಯದ ಮಟ್ಟಿಗೆ ಪ್ಯಾಲೆಸ್ಟೈನ್ ಸಮಸ್ಯೆ ಬಗೆಹರಿಯಿತು. ತೀರ ಪ್ರಾಚ್ಯದ ಬಗ್ಗೆ ಬ್ರಿಟಿಷ್ ಸರ್ಕಾರ ಹರಿಸಿದ ಎಲ್ಲ ಲಕ್ಷ್ಯವೂ ಅದರ ಸಂರಕ್ಷಣೆಯತ್ತ ಕೇಂದ್ರೀಕೃತವಾಗಿತ್ತು ಅಲ್ಲದೆ ತೈಲಸರಬರಾಜಿನ ಮೇಲೆ ನಿಯಂತ್ರಣ ಹೊಂದಲು ಅದು ಬಯಸಿತ್ತು. ಅರಬರ ಹೃತ್ಪೂರ್ವಕ ಸಹಕಾರದಿಂದ ಮಾತ್ರ ಬ್ರಿಟನ್ ಇದನ್ನು ಸಾಧಿಸಬಹುದಾಗಿತ್ತು. ಆದ್ದರಿಂದ ಬ್ರಿಟಿಷ್ ಸರ್ಕಾರ ಅರಬರಿಗೆ ಕೆಲವು ವಿನಾಯಿತಿಗಳನ್ನು ನೀಡಲು ಮುಂದೆ ಬಂತು. ಯೆಹೂದ್ಯರೊಡನೆ ಎಷ್ಟೇ ಕೆಟ್ಟರೀತಿಯಲ್ಲಿ ವರ್ತಿಸಿದ್ದರೂ ಅವರು ತಮ್ಮ ವಿರುದ್ಧ ಹೋಗುವುದಿಲ್ಲವೆಂಬ ಪೂರ್ಣ ನಂಬಿಕೆ ಬ್ರಿಟಿಷರಿಗಿತ್ತು ಎಂದು ಇಲ್ಲಿ ಹೇಳಬಹುದು. ಏಕೆಂದರೆ ನಾಝಿ ಆಪಾದಿತರೊಂದಿಗೆ ಕೈ ಕೈ ಹಿಡಿದು ನಡೆಯುವುದು ಅವರಿಗೆ ಸಾಧ್ಯವಿರಲಿಲ್ಲ. ಈ ದೃಷ್ಟಿಯಿಂದ 1941ರಲ್ಲಿ ಸಿರಿಯಾ ಹಾಗೂ ಲೆಬನಾನ್‌ಗಳಿಗೆ ಸ್ವಾತಂತ್ರ್ಯ ನೀಡುವತ್ತ ಬ್ರಿಟಿಷ್ ಸರ್ಕಾರ ಮುನ್ನಡೆಯಿತು. ಅಲ್ಲದೆ ಬ್ರಿಟನ್ನಿನ ಯುದ್ಧ ಪ್ರಯತ್ನಗಳಿಗೆ ತಮ್ಮ ಸಹಕಾರವನ್ನು ಯೆಹೂದ್ಯರು ವಿಸ್ತರಿಸಿದರೂ ಶ್ವೇತಪತ್ರದ ಧೋರಣೆಯನ್ನು ವಿರೋಧಿಸುವುದನ್ನು ಮಾತ್ರ ಅವರು ನಿಲ್ಲಿಸಲಿಲ್ಲ.

ಎರಡನೆಯ ಜಾಗತಿಕ ಯುದ್ಧದ ಕೊನೆಯಲ್ಲಿ ಪ್ಯಾಲೆಸ್ಟೈನ್ ಸಮಸ್ಯೆ ಪರಸ್ಪರ ಒಪ್ಪಬಹುದಾದ ಪರಿಹಾರವನ್ನು ಕಂಡುಹುಡುಕುವುದು ಅಸಾಧ್ಯವೆಂಬುದು ಬ್ರಿಟಿಷರಿಗೆ ಮನದಟ್ಟಾಯಿತು. ಅವರು ಸಮಸ್ಯೆಯನ್ನು ಇತ್ಯರ್ಥಕ್ಕಾಗಿ ವಿಶ್ವಸಂಸ್ಥೆಗೆ ಒಪ್ಪಿಸಿದರು. ಪ್ಯಾಲೆಸ್ಟೈನ್ ಆಜ್ಞೆಯ ಷರತ್ತುಗಳಂತೆ ನಡೆಯಲು ತನಗೆ ಸಾಮರ್ಥ್ಯವಿಲ್ಲವೆಂದು ಬ್ರಿಟನ್ ವಿಶ್ವಸಂಸ್ಥೆಗೆ ಮನವಿ ಮಾಡಿಕೊಂಡಿತು. ಏಕೆಂದರೆ ಆಜ್ಞೆಯಂತೆ ಬ್ರಿಟನ್ ಯೆಹೂದ್ಯರ ರಾಷ್ಟ್ರೀಯ ನೆಲೆಗೆ ಅವಕಾಶ ಉಂಟಾಗುವಂತಹ ರೀತಿಯಲ್ಲಿ ಅಲ್ಲಿನ ರಾಜಕೀಯ ಆಡಳಿತಾತ್ಮಕ ಹಾಗೂ ಆರ್ಥಿಕ ಪರಿಸ್ಥಿತಿಯನ್ನು ಇರಿಸಬೇಕಾಗಿತ್ತು. ಅಲ್ಲದೆ ಅದೇ ಕಾಲದಲ್ಲಿ ಪ್ಯಾಲೆಸ್ಟೈನಿಗೆ ವಲಸೆ ಬಂದ ಎಲ್ಲ ಯೆಹೂದ್ಯರ ನಾಗರಿಕ ಹಾಗೂ ಧಾರ್ಮಿಕ ಹಕ್ಕುಗಳನ್ನು ಕೂಡ ಅದು ಸಂರಕ್ಷಿಸಬೇಕಾಗಿತ್ತು. ಪ್ರೊ.ಕಾರ್ ಅವರ ಅಭಿಪ್ರಾಯದಂತೆ ಪ್ಯಾಲೆಸ್ಟೈನಿಗೆ ಸಂಬಂಧಿಸಿದ ತನ್ನ ಈ ಕರ್ತವ್ಯಗಳನ್ನು ಪಾಲಿಸುವುದು ಬ್ರಿಟನ್‌ಗೆ ಸಾಧ್ಯವಿರಲಿಲ್ಲ. ಏಕೆಂದರೆ "ಯೆಹೂದ್ಯರಿಗೆ ನೀಡಲಾದ ಭರವಸೆಯೂ, ಅರಬರೊಂದಿಗೆ ಮಾಡಿಕೊಂಡ ಪರಸ್ಪರ ತಿಳುವಳಿಕೆಯೂ ವಿರುದ್ಧವಾಗಿದ್ದವು."

ಪ್ಯಾಲೆಸ್ಟೈನಿಗೆ ಸಂಬಂಧಿಸಿದ ಬ್ರಿಟಿಷ್ ಆಜ್ಞೆಯನ್ನು 1948ರಲ್ಲಿ ಅಂತಿಮವಾಗಿ ರದ್ದುಪಡಿಸಲಾಯಿತು. ಯೆಹೂದ್ಯ ಪ್ರತಿನಿಧಿಗಳು ಇಸ್ರೇಲ್‌ನಲ್ಲಿ ಹೊಸ ಸಂಸ್ಥಾನದ ರಚನೆಯಾದುದನ್ನು ಘೋಷಿಸಿದರು. ಅಮೆರಿಕ ಸಂಯುಕ್ತ ಸಂಸ್ಥಾನದಲ್ಲಿರುವ ಯೆಹೂದ್ಯರೂ ಈ ಕರಾರಿನಂತೆ ದೃಢಮನಸ್ಕರಾಗಿದ್ದುದರಿಂದ ಅವರ ಒತ್ತಡಕ್ಕೆ ಮಣಿದು, ಕೂಡಲೆ ಇಸ್ರೇಲಿಗೆ ತನ್ನ ಮನ್ನಣೆಯನ್ನು ಅದು ನೀಡಿತು.

* * * * *

ಅಧ್ಯಾಯ - 32

1929-32ರ ಜಾಗತಿಕ ಮಹಾ ಆರ್ಥಿಕ ಕುಸಿತ

ಮಹಾ ಆರ್ಥಿಕ ಕುಸಿತ

ಮೊದಲ ಮಹಾಯುದ್ಧಾನಂತರದ ವಾಣಿಜ್ಯ ಮತ್ತು ಆರ್ಥಿಕ ನೀತಿಯ ಒಲವುಗಳು ರಾಷ್ಟ್ರೀಯತೆಯ ಆದರ್ಶಕ್ಕೆ ಇನ್ನೊಂದು ಕಷ್ಟವನ್ನು ತಂದೊಡ್ಡಿದುವು. ಯೂರೋಪಿಯನ್ ರಾಷ್ಟ್ರಗಳಿಗೆ ಆರ್ಥಿಕ ಸ್ಥಿರತೆಯನ್ನು ಸ್ಥಾಪಿಸಿಕೊಳ್ಳುವುದು ತುಂಬಾ ಕಷ್ಟವಾಗಿತ್ತು. ಏಕೆಂದರೆ ಅಮೆರಿಕಕ್ಕೆ ಚಿನ್ನವು ಧಾರಾಳವಾಗಿ ಹರಿದುಹೋಗಿತ್ತು. ಆಸ್ಟ್ರಿಯಾ, ಪೋಲೆಂಡ್ ಮತ್ತು ಜರ್ಮನಿಗಳು ಹಣದುಬ್ಬರದ ಗಂಡಾಂತರವನ್ನು ಅನುಭವಿಸಿದುವು. ಅನೇಕ ಯೂರೋಪಿಯನ್ ರಾಜ್ಯಗಳಿಗೆ ತಮ್ಮ ಸಾಲವನ್ನು ತೀರಿಸಿಕೊಳ್ಳುವುದೂ ಸಾಧ್ಯವಾಗಲಿಲ್ಲ. ತೆರಿಗೆ ದರಗಳಲ್ಲಿ ಆದ ಸಾಮಾನ್ಯ ಹೆಚ್ಚಳವು ಒಂದು ಬಗೆಯ ಆರ್ಥಿಕ ನಿರಂಕುಶತೆಯನ್ನು ಸೃಷ್ಟಿಸಿತು. ಎಲ್ಲಾ ದೇಶಗಳೂ ಅಗತ್ಯ ಕಚ್ಚಾವಸ್ತುಗಳನ್ನು ಸಿದ್ಧ ಸರಕುಗಳನ್ನು ಆಮದು ಮಾಡಿಕೊಳ್ಳುವುದರ ಮೇಲೆ ಮಿತಿ ಹೇರಿದುವು. ನಿರುದ್ಯೋಗವು ಅಂತರರಾಷ್ಟ್ರೀಯ ವ್ಯಾಪ್ತಿಯ ಹೊರೆಯಾಯಿತು. ಅದೇ ತಾನೆ ನಡೆದಿದ್ದ ಯುದ್ಧದಿಂದಾಗಿ ರಾಜ್ಯ ಆಯವ್ಯಯಗಳ ವೆಚ್ಚ ಮಿತಿಮೀರಿಹೋಗಿದ್ದರೂ ಈಗ ನಿರುದ್ಯೋಗಿಗಳಿಗೆ ಅವಲಂಬನೆ ನೀಡಲು ಮತ್ತಷ್ಟು ಹೊರೆ ಹೊರಿಸಬೇಕಾಯಿತು.

ಜಾಗತಿಕೆ ಅರ್ಥವ್ಯವಸ್ಥೆಯಲ್ಲಿ 1926ರಷ್ಟು ಮುಂಚೆಯೇ ಆರ್ಥಿಕ ಕುಸಿತದ ಕುರುಹುಗಳು ಕಂಡುಬಂದಿದ್ದವು. ಅನೇಕ ಯೂರೋಪಿಯನ್ ದೇಶಗಳಲ್ಲಿ ನಿರುದ್ಯೋಗವು ವ್ಯಾಪಕವಾಗಿ ಹರಡಿತ್ತು. ಪ್ರಪಂಚದಾದ್ಯಂತ ಉತ್ಪಾದನೆಯು ಬೇಡಿಕೆಗಿಂತ ಅಧಿಕವಾಗಿತ್ತು. ಅಮೆರಿಕದಲ್ಲಿನ ಪರಿಸ್ಥಿತಿಯು ಸಾಮಾನ್ಯ ಒಲವಿಗಿಂತ ಬೇರೆಯಾದ ಅಸಾಧಾರಣ ಅಪವಾದವಾಗಿದ್ದರೂ ಇಲ್ಲಿ ಉತ್ಕರ್ಷವು ವಾಸ್ತವತೆಗಿಂತ ಮಿಗಿಲಾಗಿ ತೋರಿಕೆಯದಾಗಿತ್ತು. ನಿರುದ್ಯೋಗ ಒಂದು ಸಾಮಾನ್ಯ ಪೀಡೆಯಾಗಿ ಕೃಷಿಕರು ಹಣಕಾಸಿನ ಮುಗ್ಗಟ್ಟಿನಿಂದ ತತ್ತರಿಸುತ್ತಿದ್ದರು. ಕಂತುಕೊಳ್ಳುವಿಕೆಯಿಂದಾಗಿ ಸರಕುಗಳಿಗೆ ಕೃತಕ ಬೇಡಿಕೆಯುಂಟಾಗಿತ್ತು. ಸಂಪತ್ತು ಸಮನಾಗಿ ಹಂಚಿಕೆಯಾಗಿರಲಿಲ್ಲ. ವಿದೇಶಿ ವ್ಯಾಪಾರವು ದಿಗಿಲುಗೊಳಿಸುವಷ್ಟು ಕೆಳಮಟ್ಟಕ್ಕೆ ಬಂದಿತ್ತು. 1929ರಲ್ಲಿ ಕುಸಿತವುಂಟಾದಾಗ ಅದರ ಪರಿಣಾಮಗಳು ಜಗತ್ತಿನಾದ್ಯಂತ ಕಾಣಿಸಿಕೊಂಡವು.

ಎಲ್ಲಾ ರಾಜ್ಯಗಳೂ ತಂತಮ್ಮ ಆರ್ಥಿಕ ಪರಿಸ್ಥಿತಿಯನ್ನು ಸರಿಪಡಿಸಿಕೊಳ್ಳಲು ಪರಸ್ಪರ ಅಷ್ಟಾಗಿ ಗೌರವವಾಗಲಿ ಪರಿಗಣನೆಯಾಗಲಿ ಇಲ್ಲದೆ ಧಾವಂತ ಪಡತೊಡಗಿದುವು. ಅನ್ಯದೇಶಗಳಿಗೆ ಅಮೆರಿಕದ ಅಲ್ಪಾವಧಿ ಸಾಲವನ್ನು ಕೋರಲಾಯಿತು. ಅದು ಕುಸಿತವನ್ನು ಇನ್ನಷ್ಟು ಹೆಚ್ಚಿಸಿತು. ಜರ್ಮನಿಯಲ್ಲಿ ರಿಶ್‌ಬ್ಯಾಂಕ್ ತನ್ನ ಚಿನ್ನ ಸಂಗ್ರಹದ ಶೇ. 40ರಷ್ಟನ್ನು 1931ರ ಜೂನ್ ವೇಳೆಗೆ ಕಳೆದುಕೊಂಡಿದ್ದಿತು. ಮುಂದಿನ ವರ್ಷ ಎಲ್ಲಾ ನಷ್ಟಭರ್ತಿ ಪಾವತಿಗಳನ್ನು ರದ್ದುಪಡಿಸಲಾಯಿತು. ವಿಶೇಷವಾಗಿ ಫ್ರಾನ್ಸ್, ಇಂಗ್ಲೆಂಡ್ ಮತ್ತು ಬೆಲ್ಜಿಯಂ ದೇಶಗಳಲ್ಲಿ ಜರ್ಮನ್ ನಷ್ಟಭರ್ತಿ ಪಾವತಿಗಳನ್ನು ನಂಬಿಕೊಂಡು ಅನೇಕ ಆರ್ಥಿಕ ಉದ್ಯಮಗಳನ್ನು ಕೈಗೊಳ್ಳಲಾಗಿತ್ತು. ಮುಖ್ಯವಾಗಿ ಸಾಲಕೊಡುವ ದೇಶವಾಗಿದ್ದ ಅಮೆರಿಕಾ ಈ ದೇಶಗಳ ಸಾಲದ ಹೊರೆಯನ್ನು ತಗ್ಗಿಸಲು ನಿರಾಕರಿಸಿತು. ಪರಿಣಾಮವಾಗಿ ಸಾಲಗಾರರು ಹಣಪಾವತಿ ಮಾಡಲು ಒಪ್ಪದಾದರು.

ಇದರ ಬೆನ್ನ ಹಿಂದೆಯೇ ನಾಣ್ಯದ ಅಪಮೌಲ್ಯೀಕರಣವು ಕಾಣಿಸಿಕೊಂಡಿತು. ಅದು ಆರ್ಥಿಕ ಕುಸಿತವನ್ನು ನಿವಾರಿಸುವ ಹತೋಟಿ ಮೀರಿದ ಪ್ರಯತ್ನವಾಯಿತು. ಹಣದ ಅಪಮೌಲ್ಯದಿಂದ ರಫ್ತನ್ನು ಹೆಚ್ಚುಪಡಿಸುವ ಪ್ರಯತ್ನಮಾಡಿದ ದೇಶಗಳಲ್ಲಿ ಜಪಾನ್ ಮೊದಲಿನದಾಯಿತು. ಇತರ ದೇಶಗಳು ಅದನ್ನು ಅನುಸರಿಸಿದವು. ಅಮೆರಿಕನ್ ಡಾಲರಿನಲ್ಲಿದ್ದ ಚಿನ್ನದ ಅಂಶವನ್ನು 1934ರ ವೇಳೆಗೆ ಶೇ. 40ರ ಸುಮಾರಿಗೆ ತಗ್ಗಿಸಲಾಯಿತು. ಇಂಗ್ಲೆಂಡಿನಲ್ಲೂ ಹೆಚ್ಚುಕಡಿಮೆ ಒಂದು ಶತಮಾನದ ಮುಕ್ತ ವ್ಯಾಪಾರದ ನಂತರ ಅಧಿಕ ಸುಂಕಗಳನ್ನು ಹೇರಲಾಯಿತು. ಒಟ್ಟಾವಾ ಇಂಪೀಯರಿಯಲ್ ಎಕನಾಮಿಕ್ ಕಾನ್ಫರೆನ್ಸ್ (1932)ನಲ್ಲಿ ದೇಶದೊಳಗೆ ಕಡಿಮೆ ಸುಂಕದರಗಳನ್ನು ನಿಗದಿಪಡಿಸಿ ವಿದೇಶಿಯ ವರ್ತಕರಿಗೆ ಹೆಚ್ಚಿಸಲಾಯಿತು.

ಲಂಡನ್ನಿನಲ್ಲಿ ನಡೆದ ಅಂತರರಾಷ್ಟ್ರೀಯ ಆರ್ಥಿಕ ಸಮ್ಮೇಳನದ (1932) ಕಾರ್ಯಕಲಾಪಗಳು ಪರಿಸ್ಥಿತಿಯ ಗಂಭೀರ ಸ್ವರೂಪವನ್ನು ತೋರಿಸುತ್ತವೆ. ಪ್ರಪಂಚದಾದ್ಯಂತ ಆಗ 30,000,000 ಜನರು ನಿರುದ್ಯೋಗಿಗಳಾಗಿದ್ದರು, ಕಚ್ಚಾ ಸಾಮಾಗ್ರಿಗಳ ಬೆಲೆಯಲ್ಲಿ ಶೇ. 50ಕ್ಕಿಂತಲೂ ಹೆಚ್ಚಿನ ಕುಸಿತವುಂಟಾಗಿತ್ತು ಎಂದು ಅಂದಾಜು ಸೂಚಿಸುತ್ತದೆ. ಏನನ್ನೂ ಸಾಧಿಸಲಾಗದೆ ಪ್ರತಿಯೊಂದು ದೇಶವೂ ತನತನಗೆ ತೋರಿದ ನೀತಿಯನ್ನು ಅನುಸರಿಸಿ ಅನೇಕ ಪ್ರಯೋಗಗಳನ್ನು ಮಾಡಿತು. ಇಂಗ್ಲಿಷರು ನೂತನ ಸುಂಕದರಗಳು ಮತ್ತು ಸಬ್ಸಿಡಿಗಳನ್ನು ಹಿಡಿದರೆ ಅಮೆರಿಕದಲ್ಲಿ 'ನ್ಯೂಡೀಲ್' ಪ್ರಯೋಗಗೊಂಡಿತು. ಜರ್ಮನಿ ಮತ್ತು ಇಟಲಿಯಂತಹ ಇತರ ದೇಶಗಳಲ್ಲಿ ಇನ್ನೂ ಉಗ್ರವಾದ ಕ್ರಮಗಳನ್ನು ಕೈಗೊಳ್ಳಲಾಯಿತು. ಆರ್ಥಿಕ ರಾಷ್ಟ್ರೀಯತೆಯು

ಕಾರಣವಾಗಿ, ಒಂದು ಗೊಂದಲದ ಸ್ಥಿತಿಯುಂಟಾಗಿ ಜಗತ್ತು ಎರಡೇ ದಶಕಗಳೊಳಗೆ ಇನ್ನೊಂದು ಮಹಾಯುದ್ಧಕ್ಕೆ ಧುಮುಕಿತು.

ಅಲ್ಪಸಂಖ್ಯಾತರು

ರಾಷ್ಟ್ರೀಯತಾ ತತ್ವದ ಅನ್ವಯದಲ್ಲಿದ್ದ ಮುಖ್ಯವಾದೊಂದು ದೋಷವು ಜನಾಂಗಗಳನ್ನು ಖಚಿತವಾಗಿ ಭೌಗೋಳಿಕ ಮಿತಿಗಳಿಗೆ ಒಳಪಡಿಸಿ ಪ್ರತ್ಯೇಕಿಸಲು ಸಾಧ್ಯವಾಗದು. ವಿದೇಶಿಯ ಸರಕಾರದ ಆಳ್ವಿಕೆಯಲ್ಲಿ ಅಲ್ಪಸಂಖ್ಯಾತರ ರಕ್ಷಣೆ ಒಂದು ಮುಖ್ಯವಾದ ಸಮಸ್ಯೆಯಾಗಿರುತ್ತದೆ. ಒಟ್ಟು ಜನಸಂಖ್ಯೆಯ ಅಧಿಕ ಶೇಕಡವಾರು ಇದ್ದರೂ ಅಲ್ಪಸಂಖ್ಯಾತರು ಆಗಾಗ ಬಹುಸಂಖ್ಯಾತರ ಕಟ್ಟುನಿಟ್ಟಾದ ಆಳ್ವಿಕೆಯ ಅಧೀನವಾಗಿರುತ್ತಾರೆ. ಪೋಲಿಷ್ ವಲಯಗಳಲ್ಲಿ ಜರ್ಮನರನ್ನು ಪೋಲರು ಹಾಗೆ ಅಡಗಿಸಿಟ್ಟಿದ್ದರು. ಟೈರೋಲ್‌ನಲ್ಲಿ ವಾಸಮಾಡುತ್ತಿದ್ದ ಆಸ್ಟ್ರಿಯನ್ನರು ಇಟಲಿ ಸರಕಾರದ ಧಮನಕಾರಿ ನಿಯಮಾವಳಿಯಿಂದಾಗಿ ಮೂಗುಬ್ಬಸ ಪಡುತ್ತಿದ್ದರು. ಚೀನಿಯರು ಜಪಾನಿಯರಿಂದಾಗಿ ತಮ್ಮ ರಾಷ್ಟ್ರೀಯ ಅಸ್ತಿತ್ವವನ್ನೇ ಕಳೆದುಕೊಳ್ಳುವ ಭೀತಿಯಿತ್ತು. ದ್ವಿತೀಯ ಮಹಾಯುದ್ಧಕ್ಕೆ ಮುಂಚೆ ಸುಮಾರಾಗಿ 8,000,000 ಜರ್ಮನರು 3.000,000 ಮಾಗ್ಯರಾರು 1,500,000 ಬಲ್ಗರರು ವಿವಿಧ ರಾಜ್ಯಗಳಲ್ಲಿ ಅಲ್ಪಸಂಖ್ಯಾತ ವರ್ಗಗಳಾಗಿದ್ದರು. ಅವರಲ್ಲಿ ಬಹುತೇಕ ಜನರು ತಮ್ಮ ನ್ಯಾಯಯುತ ಸರಕಾರಗಳಿಗೆ ನಿಷ್ಠೆ ತೋರಿಸಿ, ಅದಕ್ಕಾಗಿ ಯಾವ ಅತಿರೇಕ ಸ್ಥಿತಿಗಾದರೂ ಹೋಗಲು ಸಿದ್ಧರಾಗಿ ವಿಶ್ವಶಾಂತಿಗೆ ನಿರಂತರ ಭೀತಿಯನ್ನು ಒಡ್ಡಿದ್ದರು.

ಅತೃಪ್ತಿ ಮತ್ತು ಭ್ರಮನಿರಸನ

ಮೊದಲನೇ ಮಹಾಯುದ್ಧವು ಗತಕಾಲದ ಕೆಡಕುಗಳನ್ನೆಲ್ಲ ತೊಳೆದುಹಾಕಿ ಜ್ಞಾನಯುತ ತೃಪ್ತಿ, ಆನಂದಗಳಿಗೆ ದಾರಿಯನ್ನು ನಿರ್ಮಿಸಿಕೊಟ್ಟಿದೆ ಎಂದು ಕಲ್ಪಿಸಿಕೊಂಡಿದ್ದವರು ಬಹುಬೇಗ ನಿರಾಶರಾಗಬೇಕಾಯಿತು. ಆಶಾವಾದದ ಸ್ಥಳದಲ್ಲಿ ನಿರಾಶಾವಾದವು ಪ್ರಧಾನವಾಯಿತು. ಇದಕ್ಕೆ ನಿರ್ದಿಷ್ಟವಾದ ಕಾರಣ ಏನು ಎಂದು ನಿರ್ಧರಿಸುವುದು ಕಷ್ಟ. ಆದರೆ ಅದರ ಬಹುಪಾಲನ್ನು ಯುದ್ಧದ ಅನುಭವಗಳ ಹಾನಿಕಾರಕ ಪರಿಣಾಮಗಳಲ್ಲಿ ಗುರುತಿಸಬಹುದು. ಎಲ್ಲಾ ಯುದ್ಧ ಹಾಗೂ ವ್ಯಕ್ತಿಯ ಮೇಲೂ ಒಟ್ಟಾರೆ ಸಮಾಜದ ಮೇಲೆಯೂ ನೀತಿಗೆಡಿಸುವ ಪರಿಣಾಮವನ್ನು ಹೊಂದಿರುತ್ತವೆ. ಭಯಂಕರವಾದ ಆತಂಕ ಮತ್ತು ಅಪಸಾಮಾನ್ಯ ಬದುಕು ಯುದ್ಧ ಮಾಡದ ಜನರನ್ನು ಟ್ರಂಚುಗಳಲ್ಲಿರುವ ಸೈನಿಕರನ್ನೂ ಸಮಾನವಾಗಿಯೇ ಬಲಿ ತೆಗೆದುಕೊಳ್ಳುತ್ತವೆ. ಇದರ ಜೊತೆಗೆ ಒಂದು ಯುದ್ಧವನ್ನನುಸರಿಸಿ ಬರುವ ಸಾಮಾಜಿಕ ಮತ್ತು ಆರ್ಥಿಕ ಅವ್ಯವಸ್ಥೆಯಿರುತ್ತದೆ. ಮಾನವ ಸಂಬಂಧಗಳ ತಳಹದಿಯನ್ನೇ ಅಲುಗಿಸುವಂಥದು ನಡೆಯುತ್ತಿರುತ್ತದೆ. ಕುಸಿತ, ದಾರಿದ್ರ್ಯ, ಅರಕ್ಷಿತ ಸ್ಥಿತಿ, ಹಸಿವೆ ಇವುಗಳಿಂದ ಬಳಲಿದ್ದ ಜನರು ಆದರ್ಶಗಳನ್ನು ಆಶೋತ್ತರಗಳನ್ನು ಹಾಳುಮಾಡಿದರು. ಯುದ್ಧವನ್ನು "ಅತ್ಯಂತ ಪವಿತ್ರವೂ ಆದರ್ಶಯುತವೂ ಆದ ವಿಶ್ವ ಸಂಘರ್ಷ" ಎಂದು ವಿಲ್ಸನನು ವರ್ಣಿಸಿದ. ಆದರ್ಶವಾದವು, ನಿಜವಾದ ಕಾರಣಗಳು ಹೊರಪಟ್ಟಾಗ ಮುಳುಗಿಹೋಯಿತು. ಯುದ್ಧಾನಂತರದ ಒಪ್ಪಂದಗಳಲ್ಲಿ, ಹಿಂದಿನ ಒಪ್ಪಂದಗಳಲ್ಲಿ ಕಾಣಬಹುದಾಗಿದ್ದ ಎಲ್ಲಾ ವಿಷಯವೂ ಸೇರಿಕೊಂಡೇ ಇದ್ದಿತು.

ಸಮೃದ್ಧಿಯ ಹಿಂದಿನ ಸಮಸ್ಯೆಗಳು

ಒಟ್ಟಾರೆ ಪ್ರಭಾವ ಚೆನ್ನಾಗಿದ್ದರೂ ಅದೇ ಸಮಯಕ್ಕೆ ಅಷ್ಟು ಹಿತವಲ್ಲದ ಲಕ್ಷಣಗಳೂ ಇದ್ದವು. ಆದರೆ 1920ರ ಆಶಾವಾದದಲ್ಲಿದ್ದ ಅಂತಹ ಅಹಿತಕರ ವಿವರಗಳನ್ನು ಅಲಕ್ಷಿಸಲು ಸಾಧ್ಯವೇ ಇರಲಿಲ್ಲ.

ಸಾಮಾನ್ಯ ಏಳಿಗೆಯಲ್ಲಿ ಕೃಷಿಕರು ಭಾಗವಹಿಸಲಿಲ್ಲ: ಯುದ್ಧ ಸಮಯದಲ್ಲಿ ಅವರು ಉತ್ತಮವಾಗಿ ಕಾರ್ಯನಿರ್ವಹಿಸಿದರು. ಆದರೆ 1920ರಲ್ಲಿ ಕೃಷಿ ಉತ್ಪಾದನೆಗಳ ಬೆಲೆಯು ಕ್ರಮೇಣ ಕುಸಿಯಿತು. ರೈತರ ಲಾಭವು ಸೊರಗಿತು. ಕೃಷಿ ಕಾರ್ಮಿಕರ ಕೂಲಿಯು ಮಧ್ಯಪಶ್ಚಿಮ ಹಾಗೂ ಕೃಷಿ ಪ್ರಧಾನ ದಕ್ಷಿಣಗಳಲ್ಲಿ ಈಶಾನ್ಯದ ಕೈಗಾರಿಕಾ ವಲಯದ ಕಾರ್ಮಿಕರದಕ್ಕಿಂತ ಅರ್ಧಕ್ಕಿಂತಲೂ ಕಡಿಮೆಯಾಯಿತು. ಈ ವಿಪತ್ತಿನ ಕಾರಣ ಸರಳವಾಗಿತ್ತು. ರೈತರು ಹೆಚ್ಚು ಪ್ರಮಾಣದಲ್ಲಿ ಆಹಾರವನ್ನು ಬೆಳೆಯುತ್ತಿದ್ದರು. ಸ್ಥಳೀಯ ಮಾರುಕಟ್ಟೆಗೆ ಅಗತ್ಯವಾದುದಕ್ಕಿಂತಲೂ ಅಧಿಕವಾಗಿತ್ತು. ಇದು ಯೂರೋಪಿಯನ್ ಕೃಷಿ ಉದ್ಯಮವು ಯುದ್ಧದಿಂದ ಅದೇ ತಾನೇ ಚೇತರಿಸಿಕೊಳ್ಳುತ್ತಿದ್ದಾಗ ವಿಶ್ವ ಮಾರುಕಟ್ಟೆಯಲ್ಲಿ ಕೆನಡಾ, ರಷ್ಯಾ ಮತ್ತು ಅರ್ಜೆಂಟಿನಾಗಳ ಬಲವಾದ ಪೈಪೋಟಿಯನ್ನು ಎದುರಿಸಬೇಕಾಗಿದ್ದಿತು. ಆದ್ದರಿಂದ ಹೆಚ್ಚು ಪ್ರಮಾಣದಲ್ಲಿ ರಫ್ತು ಮಾಡಲಾಗಲಿಲ್ಲ. ಸರಕಾರವು ತಟಸ್ಥವಾಗಿದ್ದು ಸಹಾಯವಾಗಿ ಏನನ್ನೂ ಮಾಡಲಿಲ್ಲ. ಕಾಂಗ್ರೆಸ್, ಮೆಕ್‌ನರಿ-ಹಾಗೆನ್ ಮಸೂದೆಯನ್ನು ಅಂಗೀಕರಿಸಿತು. ಅದರನ್ವಯ ಸರಕಾರವು ರೈತರಿಂದ ಹೆಚ್ಚುವರಿ ಫಸಲನ್ನು ಕೊಳ್ಳಬಹುದಾಗಿದ್ದಿತು. ಆದರೂ ಅದು ರೈತರಿಗೆ ಇನ್ನಷ್ಟು ಹೆಚ್ಚಾಗಿ ಉತ್ಪಾದಿಸಿ ಸಮಸ್ಯೆಯನ್ನು ಉಲ್ಬಣಗೊಳಿಸಬಹುದು ಎಂಬ ಕಾರಣವನ್ನು ಕೊಟ್ಟು ಕೂಲಿಡ್ಜ್ ಎರಡು ಬಾರಿ (1927 ಮತ್ತು 1928) ಅದನ್ನು ವೀಟೋ ಮಾಡಿದನು.

ಕರಿಯ ಜನಾಂಗವನ್ನು ಅಲಕ್ಷಿಸಲಾಯಿತು: ಬಹು ಸಂಖ್ಯೆಯಲ್ಲಿ ನೀಗ್ರೋಗಳು ವಾಸವಾಗಿದ್ದ ದಕ್ಷಿಣದಲ್ಲಿ ಬಿಳಿಯ ರೈತರು ಯಾವಾಗಲೂ ಕರಿಯ ಕಾರ್ಮಿಕರನ್ನು ಮೊದಲು ದೂರಕ್ಕಿಡುತ್ತಿದ್ದರು. ಸುಮಾರು ಮುಕ್ಕಾಲು ಮಿಲಿಯನ್ ನೀಗ್ರೋ ಜನರು 1920ರ ವರ್ಷಗಳಲ್ಲಿ ಕೈಗಾರಿಕೆಗಳಲ್ಲಿ ಕೆಲಸವನ್ನು ಹುಡುಕಿಕೊಂಡು ಉತ್ತರದ ಕಡೆಗೆ ಚಲಿಸಿದರು. ಆದರೆ ಅಲ್ಲಿ ತಾನೆ ಏನು? ಅವರಿಗೆ ದೊರೆಯುತ್ತಿದ್ದದ್ದು ಅತ್ಯಂತ ಕಡಿಮೆ ವೇತನದ ಕೆಲಸಗಳು, ಬಹು ಕೆಟ್ಟದಾಗಿದ್ದ ಕಾರ್ಯ ಸನ್ನಿವೇಶಗಳೂ ಮತ್ತು ಕೊಳೆಗೇರಿಗಳಲ್ಲಿ ವಾಸ. ಸಾಲದ್ದಕ್ಕೆ ಭಯಂಕರವಾದ ಬಿಳಿಯರ ನೀಗ್ರೋ ವಿರೋಧಿ ಕುಕ್ಲಕ್ಸ್ ಕ್ಲಾನ್ ಎಂಬ ಕುಖ್ಯಾತ ಸಂಘದ ಹಿಂಸೆಗೆ ಅವರು ತುತ್ತಾಗಬೇಕಾಯಿತು. 1924ರಲ್ಲಿ ಆ ಸಂಘದಲ್ಲಿ ಐದು ಮಿಲಿಯನ್ ಸದಸ್ಯರಿದ್ದರು. ಹಲ್ಲೆಗಳು, ಬಾರುಕೋಲಿನ ಹೊಡೆತ ಮತ್ತು ಗಲ್ಲಿಗೇರಿಸುವಿಕೆಗಳು ಮಾಮೂಲು ಸ್ಥಿತಿಗಳಾಗಿದ್ದುವು. ಕ್ಲಾನ್ ಕ್ರಮೇಣ ಅವನತಿಗೊಂಡಿತಾದರೂ ನೀಗ್ರೋಗಳ ವಿರುದ್ಧವಾಗಿ ಪೂರ್ವಾಗ್ರಹ ಮತ್ತು ಪಕ್ಷಪಾತಗಳು ಹಾಗೂ ಇತರ ವರ್ಣೀಯ ಮತ್ತು ಅಲ್ಪಸಂಖ್ಯಾತರ ಮೇಲೆ ದೌರ್ಜನ್ಯಗಳು ಇನ್ನೂ ಉಳಿದುಕೊಂಡವು.

ಸಾಮೂಹಿಕ ಹಿಂಸೆ ಮತ್ತು ಅಪರಾಧಗಳು ಹೆಚ್ಚಿದುವು. ಇದಕ್ಕೆ ಭಾಗಶಃ ಕಾರಣ ಪಾನನಿಷೇಧ (ಎಲ್ಲಾ ಬಗೆಯ ಮದ್ಯದ ಉತ್ಪಾದನೆ ಆಮದು ಮತ್ತು ಮಾರಾಟಗಳನ್ನು 1919ರಲ್ಲಿ ನಿಷೇಧಿಸಲಾಯಿತು) ಮೊದಲನೆಯ ಮಹಾಯುದ್ಧದ ಸಮಯದಲ್ಲಿ ಸದುದ್ದೇಶವಿದ್ದ ಕೆಲವು ನಾಯಕರ ಗುಂಪು 'ಒಣ' ಅಮೇರಿಕವೇ ದಕ್ಷ ಹಾಗೂ ನೀತಿಯುತ ಅಮೆರಿಕ ಎಂದು ನಂಬಿದ್ದು ಸರಕಾರದ ಮೇಲೆ ಒತ್ತಡ ಹಾಕಿದ್ದೇ, ಆ ತಂಡದ ಪರಿಶ್ರಮವೇ ಈ ನಿಷೇಧಕ್ಕೆ ಕಾರಣ. ಆದರೆ ಅಕ್ರಮವಾಗಿ ಕಳ್ಳಭಟ್ಟಿ ತಯಾರಿಸುವವರನ್ನು ನಿರ್ಮೂಲ ಮಾಡುವುದು ಸಾಧ್ಯವಾಗಲಿಲ್ಲ. ಅವರು ತಮ್ಮ ಕಾರ್ಯ ಪ್ರದೇಶವನ್ನು ಬಾಡಿಗೆಕೊಟ್ಟು ಗೂಂಡಾಗಳಿಂದ ರಕ್ಷಿಸಿಕೊಂಡು ತಮ್ಮ ದಂಧೆಯನ್ನು ನಡೆಸುತ್ತಿದ್ದರು. ಅನೇಕಸಾರಿ ಬಂದೂಕು ಕೋವಿಗಳಿಂದ ತಂಡಕಾಳಗ ನಡೆಸುತ್ತಿದ್ದರು. ಈ ಬಗೆಯ ಗ್ಯಾಂಗ್‌ಸ್ಟರ್‌ಗಳು ಅಮೆರಿಕದ ಒಂದು ಭಾಗವೇ ಆಗಿಹೋದರು. ಇದು ವಿಶೇಷವಾಗಿ ಕಂಡುಬಂದದ್ದು ಬಹುಪಾಲು ಕಳ್ಳಭಟ್ಟಿಯಿಂದ. ಅಪಾರ ಧನವಂತನಾದ ಅಲ್‌ಕ್ಯಾಪೋನ್ ಇದ್ದ ಚಿಕಾಗೋದಲ್ಲಿ, 1933ರಲ್ಲಿ ಪಾನನಿಷೇಧವನ್ನು ರದ್ದುಪಡಿಸಿ ಸರಕಾರವು ಸೋಲನ್ನು ಒಪ್ಪಿಕೊಂಡಿತು. ಅಮೇಲೆ ಕಳ್ಳಭಟ್ಟಿಯ ಅಗತ್ಯವಿರಲಿಲ್ಲವಾದ್ದರಿಂದ ಅಪರಾಧಗಳ ಸಂಖ್ಯೆಯೂ ಕಡಿಮೆಯಾಯಿತು.

ದೊಡ್ಡ ದೊಡ್ಡ ವಿಶ್ವಸ್ಥ ಸಂಸ್ಥೆಗಳು ಅಥವಾ ಸೂಪರ್ ಕಾರ್ಪೋರೇಷನುಗಳು ಕೈಗಾರಿಕೆಯ ಸ್ವಾಮ್ಯವನ್ನು ಹೆಚ್ಚಿಸಿಕೊಂಡುವು. ಹಾಗಾಗಿ 1929ರ ವೇಳೆಗೆ ಅತ್ಯಂತ ಶ್ರೀಮಂತವಾದ ಶೇ.5 ಕಾರ್ಪೋರೇಷನ್ನಗಳು ಒಟ್ಟಾರೆ ವರಮಾನದ ಶೇ. 84 ಕ್ಕಿಂತಲೂ ಹೆಚ್ಚನ್ನು ತಮ್ಮದಾಗಿಸಿಕೊಂಡವು. ಟ್ರಸ್ಟುಗಳು ದಕ್ಷತೆ, ಕಾರ್ಯಕ್ಷಮತೆಗಳನ್ನು ಅಧಿಕಗೊಳಿಸಿಕೊಂಡರೂ ಅವರು ಕೂಲಿಯನ್ನು ಅಗತ್ಯಕ್ಕಿಂತ ಕಡಿಮೆಯಾಗಿ ಇಟ್ಟರು, ಬೆಲೆಯನ್ನು ಅಗತ್ಯಕ್ಕಿಂತ ಹೆಚ್ಚಾಗಿಟ್ಟಿದು ಇದರಲ್ಲಿ ಸಂದೇಹವೇ ಇರಲಿಲ್ಲ. ಕಾರ್ಮಿಕರು ಸೇರಿಕೊಳ್ಳುವುದನ್ನು ತಡೆದು ಅವರು ಟ್ರೇಡ್ ಯೂನಿಯನ್ನುಗಳನ್ನು ದುರ್ಬಲವಾಗಿ ಇರಿಸಲು ಶಕ್ತರಾದರು. ಮತ್ತೆ ರಿಪಬ್ಲಿಕನ್ನರ ವಹಿವಾಟು ಪರನೀತಿ, ತಾಟಸ್ಥ್ಯ ಇವು ಕೂಡ ಈ ಸೂಪರ್ ಕಾರ್ಪೋರೇಷನುಗಳ ಬೆಳವಣಿಗೆಯನ್ನು ತಡೆಯದಾದುವು. ಏಕೆಂದರೆ ಆ ವ್ಯವಸ್ಥೆ ಉತ್ತಮವಾಗಿ ಕೆಲಸ ಮಾಡುವಂತೆ ತೋರಿತು. ದುರದೃಷ್ಟವಶಾತ್, ಆ ತಳಹದಿಯ ಮೇಲೆ ನಿಂತ ಶ್ರೀಮಂತಿಕೆಯು ಬಹಳ ಕಾಲ ಉಳಿಯುವಂಥದಾಗಿರಲಿಲ್ಲ. 'ಚಿನ್ನದ ಅಮೆರಿಕ'ವು ಮುಂದೆ ಭಾರೀ ಆಘಾತವನ್ನು ಅನುಭವಿಸಲಿದ್ದಿತು.

ಪ್ರಜಾಸತ್ತೆಗೆ ಸವಾಲು

ರಾಜಕಾರಣದಲ್ಲಿ ಅಂತಿಮ ಆದರ್ಶಗಳೆಂದು ಪರಿಗಣಿಸಲಾಗಿದ್ದ ಪ್ರಜಾಸತ್ತೆ ಮತ್ತು ರಾಷ್ಟ್ರೀಯತೆಗಳನ್ನು ಪ್ರಶ್ನಿಸಲಾಗಿತ್ತು. ಅನೇಕರು ಅವುಗಳನ್ನು ತೀರಾ ಬಯಸುತ್ತಿದ್ದರು. ಪ್ರಜಾಪ್ರಭುತ್ವದ ದೌರ್ಬಲ್ಯವು ಈಗ ವ್ಯಕ್ತವಾಗುತ್ತಿತ್ತು. ಭ್ರಮನಿರಸನಗೊಂಡ ಜನರು ಅದರ ಕಾರ್ಯಕ್ಷಮತೆಯ ಬಗೆಗೆ ನಿರಾಶರಾಗಿದ್ದರು. ಅದರ ಬದಲಿಗೆ ಬೇರೆ ಏನನ್ನಾದರೂ ತರಬೇಕೆಂದು ಅವರು ಬಯಸುತ್ತಿದ್ದರು. ಅನೇಕ ಚಿಂತನಪರರಾದ ವ್ಯಕ್ತಿಗಳು ಪ್ರಜಾಸತ್ತೆಗೆ ಸಾಕಷ್ಟು ಅವಕಾಶ ಕೊಟ್ಟಿಲ್ಲವೆಂದೂ, ಕಾಲ ಕಳೆದಂತೆ ದೋಷಗಳು ನಿವಾರಣೆಯಾಗುತ್ತವೆಂದೂ ನಂಬಿದ್ದರು. ಆದರೆ ತಾಳ್ಮೆಯಿಲ್ಲದುದು ಮನುಷ್ಯನ ಒಂದು ಲಕ್ಷಣ. ಸಾಮಾನ್ಯ ಮನುಷ್ಯನು ಒಡನೆಯೇ ತೃಪ್ತಿಕರವಾದ ಫಲಿತಾಂಶಗಳನ್ನು ಬಯಸುತ್ತಾನೆ. ಅವು ದೊರಕದೆ ಹೋದರೆ ಮೂಲಭೂತವಾಗಿ ಬದಲಾವಣೆಯಾಗಬೇಕೆಂದು ಅಪೇಕ್ಷಿಸುತ್ತಾನೆ. ಪ್ರಜಾಸತ್ತೆಯನ್ನು ಟೀಕಿಸಲು ಆರ್ಥಿಕ ಅಭದ್ರತೆಯು ಒಂದು ಮುಖ್ಯ ಕಾರಣವಾಗಿದ್ದಿತು. ಜನರು ಮುಂಚಿನ ಸಂಪದ್ಭರಿತ ಸ್ಥಿತಿಗೆ ಬರುವುದಾದರೆ ಸ್ವಾತಂತ್ರ್ಯವನ್ನು ಬಿಟ್ಟುಕೊಡಲು ಸಿದ್ಧರಾಗುತ್ತಾರೆ. ಆರ್ಥಿಕ ಸುಭದ್ರತೆಯ ಭರವಸೆ ಕೊಡುವುದಾದ ಪಕ್ಷದಲ್ಲಿ ಅವರು ನಿರಂಕುಶಾಧಿಕಾರದ ಸ್ಥಾಪನೆಗಾಗಿ ಒಪ್ಪಿಗೆ ನೀಡಬಹುದು.

ಹೆಚ್ಚು ಕಡಿಮೆ ಮಹಾಯುದ್ಧಗಳಾದ ಮೇಲೆಲ್ಲಾ ಜನರು ಚುನಾವಣೆಗಳಲ್ಲಿ ತಮ್ಮ ಅಪೇಕ್ಷೆ ವ್ಯಕ್ತಪಡಿಸಿಯೇ ನಿರಂಕುಶಾಧಿಕಾರಿಗಳು ಆಡಳಿತ ಗದ್ದುಗೆಗೆ ಏರಿದ್ದಾರೆ. ಮುಸಲೋನಿ ಮತ್ತು ಹಿಟ್ಲರ್ ಇಬ್ಬರೂ, ತಮ್ಮ ದೇಶದ ಜನರು ಅಪೇಕ್ಷೆ ವ್ಯಕ್ತಪಡಿಸಿದಂತೆಯೇ ಮಿತಿಯಿಲ್ಲದ ಅನಿರ್ಬಂಧಿತ ಅಧಿಕಾರ ಪಡೆದಿರುವುದಾಗಿ ಗರ್ವದಿಂದ ಹೇಳಿಕೊಂಡರು.

ನಿರಂಕುಶಾಧಿಕಾರಿಗಳು

ನಿರಂಕುಶ ಅಧಿಕಾರಿಗಳು ಅಂದಿನ ಮಾಮೂಲು ಸಂಗತಿಗಳಾದವು. ಸಾಮ್ರಾಜ್ಯ ಅಧಿಪತ್ಯ ಹಾಗೂ ಜನಪ್ರಿಯವಾದ ಸಂವಿಧಾನಿಕ ಪ್ರಜಾಸತ್ತೆಗಳನ್ನು ಅದು ಮೀರಿಸಿ ನಿಂತಿತು. ಮೊದಲನೇ ಮಹಾಯುದ್ಧವು ಅವುಗಳಿಗೆ ಮಂಗಳ ಹಾಡಿತು. ಪ್ರಜಾಸತ್ತಾತ್ಮಕ ಸರಕಾರ ಉಳಿದುಕೊಂಡಿದ್ದುದು ಇಂಗ್ಲೆಂಡ್, ಫ್ರಾನ್ಸ್ ಮತ್ತು ಅಮೆರಿಕಾಗಳಲ್ಲಿ ಮಾತ್ರ (ಪರಿಷ್ಕೃತ ಸಂವಿಧಾನವನ್ನು ಒಳಗೊಂಡ ರಷ್ಯಾವನ್ನು ಹೊರತುಪಡಿಸಿದರೆ). ಮನೋಧರ್ಮದಲ್ಲಿ ಇದ್ದಕ್ಕಿದಂತೆ ಆದ ಈ ಪರಿವರ್ತನೆಗೆ ಸಂಧರ್ಭ ಸನ್ನಿವೇಶಗಳು ಹಲವಿದ್ದವು. ಹಲವು ತೆರನಾಗಿದ್ದುವು. ಆದರೂ ಬಹುತೇಕ ಸಂದರ್ಭಗಳಲ್ಲಿ ಮೂಲಕಾರಣಗಳು ಅನೇಕ ದೇಶಗಳಲ್ಲಿ ಒಂದೇ ಬಗೆಯಾಗಿದ್ದವು. ಎಲ್ಲೆಲ್ಲಿ ನಿರಂಕುಶ ಪ್ರಭುತ್ವವು ಬಂದಿತೋ ಅಲ್ಲೆಲ್ಲಾ ಅದಕ್ಕೆ ಮೊದಲು ಇದ್ದ ಸರಕಾರವು ಆರ್ಥಿಕ ಗೊಂದಲವನ್ನು ಎದುರಿಸಿತ್ತು. ಹಣದುಬ್ಬರ, ಏರಿದ ಬೆಲೆಗಳು, ನಿರುದ್ಯೋಗ, ಆಹಾರದ ಅಭಾವ ಇವೆಲ್ಲ ಮುಂದಿನ ನಿರಂಕುಶ ಪ್ರಭುಗಳು ಸರಕಾರದಲ್ಲಿ ಮೇಲೆ ಬರಲು ಅಗತ್ಯವಾದ ಕಾರಣಗಳಾಗಿದ್ದವು. ಸಮಾನವಾದೊಂದು ಗಂಡಾಂತರವು ದೇಶದ ಭದ್ರತೆಗೆ ಭೀತಿಯನ್ನೊದಗಿಸಿದೆ ಎನ್ನುವುದು ಇನ್ನೊಂದು ಅನುಕೂಲಕರವಾದ ನೆಪವಾಗಿತ್ತು. ಮುಸೋಲಿನಿಯು ಕಮ್ಯುನಿಸಂ ಎಂಬ ಡ್ರೇಗನ್‌ಅನ್ನು ಇರಿದು ಕೊಲ್ಲಲು ಸಿದ್ಧನಾದ ಡೇವಿಡನೆಂಬಂತೆ ಸೋಗುಹಾಕಿದನು. ಹಿಟ್ಲರನು ಯೆಹೂದ್ಯರತ್ತ ಬೆಟ್ಟುಮಾಡಿ ತೋರಿಸಿ, ಜರ್ಮನ್ ರಾಷ್ಟ್ರವನ್ನು ನಾಶಮಾಡಲು ಅವರು ಒಳಸಂಚು ಮಾಡಿದ್ದಾರೆ ಎಂದು ಆಪಾದಿಸಿದನು. ಸಮಸ್ಯೆಗಳನ್ನು ನಿರ್ವಹಿಸಲು ಸಾಮರ್ಥ್ಯವಿಲ್ಲ ಎಂದು ಪ್ರಜಾಸತ್ತಾತ್ಮಕ ಸರಕಾರಗಳನ್ನು ಹೀಗಳೆಯಲಾಯಿತು. ಹೆದರಿಕೆ ಮತ್ತು ಭ್ರಮನಿರಸನಗಳು ಕವಿದು ಜನರು ತಮಗೆ ಅನುಸರಿಸಲು ಆದರ್ಶವೆನಿಸುವ, ಒಂದು ಕಾರ್ಯಕ್ರಮವನ್ನು ಹೊಂದಿರುವ ನಾಯಕನೊಬ್ಬನ ಸುತ್ತಲೂ ಮುತ್ತಿಕೊಂಡರು.

ನಿರಂಕುಶ ಪ್ರಭುಗಳ ಉದಯವನ್ನು ಅವರು ಜನರ ಮೇಲೆ ಹೇಗೆ ಹಿಡಿತವಿಟ್ಟು ಕೊಳ್ಳುತ್ತಾರೆಂಬುದನ್ನು ತಿಳಿದುಕೊಳ್ಳಬೇಕಾದರೆ ಮನೋವೈಜ್ಞಾನಿಕ ಅಂಶಗಳನ್ನು ಪರಿಗಣಿಸಬೇಕು. ಶ್ರೇಷ್ಠ ವಿಯೆನೀಸ್ ಮನೋವಿಜ್ಞಾನಿ ಡಾ. ವಿಲ್‌ಹೆಲ್ಮ್ ಸ್ಟೇಕಲ್ ನಿರಂಕುಶ ಅರಸರ ವ್ಯಾಪಕವಾದ ಅಧ್ಯಯನವನ್ನು ನಡೆಸಿದನು. ಅವನ ಪ್ರಕಾರ ಎಲ್ಲ ನಿರಂಕುಶ ಪ್ರಭುಗಳು ಅಪಸಾಮಾನ್ಯರಾಗಿರುತ್ತಾರೆ. ಅವರಲ್ಲಿ ಹೆಚ್ಚಿನವರು ನರರೋಗಿಗಳಾಗಿರುತ್ತಾರೆ ಎಂದು ಅವರು ನಿರ್ಣಯಿಸುತ್ತಾನೆ. ನಿರಂಕುಶ ಅರಸರ ಈ ನರರೋಗ ಸ್ಥಿತಿಯನ್ನು, ಅವರ ಪ್ರಭುತ್ವಕ್ಕೆ ಜನರು ಅಧೀನವಾಗಲು ಬಯಸುವುದನ್ನು 'ಪ್ರಭುತ್ವ ಮನೋವೃತ್ತಿ' (Authority Complex) ಎಂದು ವಿವರಿಸಬಹುದು ಎಂದು ಅವನು ಹೇಳುತ್ತಾನೆ. ಇದು ಹಿಂದೆ ಇದ್ದ ಸಾಂಪ್ರದಾಯಿಕ ನಿರ್ಬಂಧ ಕ್ರಮಗಳನ್ನು ಕಿತ್ತೊಗೆದು ಅವಕ್ಕೆ ಬದಲಿಯಾಗಿ ಒಬ್ಬ ನಿರಂಕುಶ ವ್ಯಕ್ತಿಯನ್ನು ಅರಿಸುವುದಕ್ಕೆ ಎಡೆ ಮಾಡುತ್ತದೆ. ತಮಗೆ ಬಿಡುಗಡೆ ತಂದವನನ್ನು ಅಂಗೀಕರಿಸುವುದಕ್ಕೆ ಜನರು ಇಷ್ಟಪಡುತ್ತಾರೆ. 'ಒಂದು ಮಾನಸಿಕ ಸ್ತುತಿ ಸಾಂಕ್ರಮಿಕ'ಕ್ಕೆ ಬಲಿಯಾಗಿರುವ ತಂಡಕ್ಕೆ ಸೇರುತ್ತಾರೆ. ಅದು ನಿರಂಕುಶ ಅರಸನಿಗೆ ಶರಣಾಗುವುದರಲ್ಲಿ ಪರ್ಯಾವಸಾನವಾಗುತ್ತದೆ. ತಾನು ತನಗೋಸ್ಕರ ಹೋರಾಡುತ್ತಿಲ್ಲ, ಪಿತೃಭೂಮಿಗಾಗಿ ಹೋರಾಡುತ್ತಿದ್ದೇನೆ ಎಂದು ಜನರಲ್ಲಿ ಭಾವನೆಯನ್ನುಂಟುಮಾಡುವುದರ ಮೂಲಕ ಪ್ರತಿಷ್ಠೆಯನ್ನು ಅವನು ಗಳಿಸುತ್ತಾನೆ. ಈ ಹೋರಾಟದಲ್ಲಿ ಜನರು ನಾಯಕನೊಂದಿಗೆ ಸಂವಾದಿಯಾಗುತ್ತಾರೆ. 'ವಿಧೇಯತೆ-ಪ್ರತಿಭಟನೆ, ಪ್ರೇಮ-ದ್ವೇಷಗಳು ಅಂತಿಮವಾಗಿ ಒಂದುಗೂಡುತ್ತವೆ, ನಿರಂಕುಶ ಪ್ರಭುವನ್ನು ತಮ್ಮ ರಕ್ಷಕನೆಂದು ಒಪ್ಪಿಕೊಳ್ಳುತ್ತಾರೆ.'

ಮಹಾಕುಸಿತಕ್ಕೆ ಕಾರಣಗಳು

ಅಮೆರಿಕದ ಉದ್ಯಮಪತಿಗಳು ಭಾರೀ ಲಾಭದಿಂದ ಪ್ರೋತ್ಸಾಹಿತರಾಗಿ, ಹೆಚ್ಚುಹೆಚ್ಚು, ಯಾಂತ್ರೀಕರಣದ ನೆರವಿನಿಂದ ದೇಶದ ಮಾರುಕಟ್ಟೆಯು ಅರಗಿಸಿಕೊಳ್ಳುವುದಕ್ಕಿಂತಲೂ ಬಹು ಪಾಲು ಅಧಿಕ ಪ್ರಮಾಣದಲ್ಲಿ ಅಪಾರ ವಸ್ತುಗಳನ್ನು ಉತ್ಪಾದಿಸುತ್ತಿದ್ದರು. (ಅಮೆರಿಕನ್ ರೈತರು ಮಾಡಿದಂತೆಯೇ) 1920ನೆಯ ದಶಕದ ಮೊದಲ ವರ್ಷಗಳಲ್ಲಿ ಇದು ಸ್ಪಷ್ಟವಾಗಿ ವ್ಯಕ್ತವಾಗಿರಲಿಲ್ಲ. ಆದರೆ 1930ರ ವರ್ಷಗಳು ಸಮೀಪಿಸಿದಂತೆ ಮಾರಾಟವಾಗದೆ ಉಳಿದ ಸರಕುಗಳ ದಾಸ್ತಾನು ಬೆಳೆಯತೊಡಗಿತು. ಉತ್ಪಾದಕರು ತಯಾರಿಕೆಯನ್ನು ಕಡಿಮೆ ಮಾಡಿದರು. ಕಾರ್ಮಿಕರೂ ಹೆಚ್ಚು ಸಂಖ್ಯೆಯಲ್ಲಿ ಬೇಕಾಗಲಿಲ್ಲ, ಆದ್ದರಿಂದ ಅವರನ್ನು ಸೇವೆಯಿಂದ ತೆಗೆದುಹಾಕಿದರು. ನಿರುದ್ಯೋಗ ಪರಿಹಾರವಿರಲಿಲ್ಲವಾದುದ್ದರಿಂದ ಅವರ ಕುಟುಂಬಗಳು ಕೊಳ್ಳುವುದು ಇನ್ನೂ ಕಡಿಮೆಯಾಯಿತು. ಹೀಗೆ ವಿಷವೃತ್ತವು ಮುಂದುವರಿಯಿತು.

ವರಮಾನದ ಹಂಚಿಕೆ ಸರಿಯಾಗಿರಲಿಲ್ಲ. ಉದ್ಯಮಪತಿಗಳು ಗಳಿಸುತ್ತಿದ್ದ ಅಗಾಧ ಪ್ರಮಾಣದ ಲಾಭವನ್ನು ಕೆಲಸಗಾರರ ನಡುವೆ ಸಮಾನವಾಗಿ ಹಂಚಿಕೊಳ್ಳಲಿಲ್ಲ. ಕಾರ್ಖಾನೆಗಳಲ್ಲಿ ದುಡಿಯುವ ಕಾರ್ಮಿಕರ ಸರಾಸರಿ ವೇತನವು 1923 ಮತ್ತು 1929ರ ನಡುವೆ ಸುಮಾರು ಶೇ. 8ರಷ್ಟು ಏರಿತ್ತು. ಆದರೆ ಅದೇ ಅವಧಿಯಲ್ಲಿ ಕೈಗಾರಿಕೆಗಳ ಲಾಭಗಳು ಶೇ. 72ರಷ್ಟು ಹೆಚ್ಚಿದ್ದುವು. ವೇತನದಲ್ಲಿ ಶೇ.8 ಏರಿಕೆ ಎಂದರೆ ಸಾರ್ವಜನಿಕರಲ್ಲಿ ಕೊಳ್ಳುವ ಶಕ್ತಿಯು ಸಾಕಷ್ಟಿರಲಿಲ್ಲ ಎಂದರ್ಥ. ಸಾಲ ಮಾಡಿ ಸ್ವಲ್ಪ ಕಾಲ ಅವರು ಉತ್ಪಾದನೆಯನ್ನು ಅರಗಿಸಿಕೊಂಡರು. ಆದರೆ 1929ರ ವೇಳೆಗೆ ಅವರು ಮಿತಿಯನ್ನು ಸಮೀಪಿಸಿದ್ದರು. ದುರದೃಷ್ಟವಶಾತ್ ಉತ್ಪಾದಕರು, ಸಾಮಾನ್ಯವಾಗಿ ಸೂಪರ್-ಕಾರ್ಪೋರೇಷನ್ನುಗಳು ಬೆಲೆಗಳನ್ನು ತಗ್ಗಿಸುವುದಕ್ಕಾಗಲಿ, ವೇತನವನ್ನು ಗಣನೀಯವಾಗಿ ಏರಿಸುವುದಕ್ಕಾಗಲಿ ಸಿದ್ಧರಾಗಿರಲಿಲ್ಲ. ಆದ್ದರಿಂದ ಗ್ರಾಹಕ ಸಾಮಗ್ರಿಗಳ ರಾಶಿ ಬೆಳೆಯಿತು. ಒಂದೇ ಮಾತಿನಲ್ಲಿ ಹೇಳಬೇಕೆಂದರೆ, ಉತ್ಪಾದಕರು ರಾಜಿಮಾಡಿಕೊಳ್ಳಲು ನಿರಾಕರಿಸಿದುದು ಅಲ್ಪ ದೃಷ್ಟಿಯಾಗಿತ್ತು. 1929ರ ಪ್ರಾರಂಭದಲ್ಲಿ, ಅಮೆರಿಕದಲ್ಲಿ ಕೊಳ್ಳುವ ಶಕ್ತಿಯಿಲ್ಲದೆ ಒಂದು ರೇಡಿಯೋ ಇಲ್ಲದ, ಎಲೆಕ್ಟ್ರಿಕ್ ವಾಷರ್ ಇಲ್ಲದ, ಕಾರು ಇಲ್ಲದ ಮಿಲಿಯನ್‌ಗಟ್ಟಲೆ ಜನರಿದ್ದರು. ಉದ್ಯಮಪತಿಗಳು ಕಡಿಮೆ ಲಾಭದಿಂದ ತೃಪ್ತರಾಗಿದ್ದಿದ್ದರೆ ಈ ಉಬ್ಬರವು ಇನ್ನೂ ಹಲವು ವರ್ಷಗಳ ಕಾಲ ಮುಂದುವರಿಯಲು ಯಾವ ಕಾರಣವೂ ಇರಲಿಲ್ಲ. ಅಮೆರಿಕನ್ನರು ತಮ್ಮ ಹೆಚ್ಚುವರಿ ಸರಕುಗಳನ್ನು ರಫ್ತು ಮಾಡಲು ಸಾಧ್ಯವಿದ್ದಿದ್ದರೆ ಆಗಲೂ ಕುಸಿತವು ಅನಿವಾರ್ಯವಾಗುತ್ತಿರಲಿಲ್ಲ.

ಆದರೆ ರಫ್ತು ಕುಸಿಯತೊಡಗಿತು. ಅಮೆರಿಕವು ತಮ್ಮ ಕೈಗಾರಿಕೆಗಳನ್ನು ರಕ್ಷಿಸಿಕೊಳ್ಳಲು ವಿದೇಶೀ ಆಮದುಗಳ ಮೇಲೆ ಸುಂಕದ ನಿರ್ಬಂಧ ಹೇರಿದಾಗ, ಅಮೆರಿಕದ ಉತ್ಪನ್ನಗಳನ್ನು ತರಿಸಿಕೊಳ್ಳಲು ಆ ದೇಶಗಳು ಇಷ್ಟಪಡಲಿಲ್ಲ. ಹಾಗಾಗಿ ಫಾರ್ಡ್ನೇ-ಮೆಕಂಬರ್ ತೆರಿಗೆ ದರವು ವಿದೇಶೀಯ ಸರಕುಗಳನ್ನು ದೂರವಿಡಲು ಸಹಾಯ ಮಾಡಿತಾದರೂ ಅದೇ ಸಮಯಕ್ಕೆ ವಿದೇಶಗಳು, ವಿಶೇಷವಾಗಿ ಯೂರೋಪಿನ ದೇಶಗಳು ಅಮೆರಿಕದಿಂದ ಲಾಭಕರವಾದ ವ್ಯಾಪಾರ ಮಾಡುವುದನ್ನೂ ನಿವಾರಿಸುತ್ತಿದ್ದಿತು. ಈ ಲಾಭವಿಲ್ಲದೆ ಆ ದೇಶಗಳು ಅಮೆರಿಕನ್ ಸರಕುಗಳನ್ನು ಕೊಳ್ಳಲು ಸಾಧ್ಯವಾಗುತ್ತಿರಲಿಲ್ಲ ಅಥವಾ ಅಮೆರಿಕಕ್ಕೆ ತಾವು ಕೊಡಬೇಕಾಗಿದ್ದ ಯುದ್ಧ ಸಾಲದ ಬಾಕಿಯನ್ನು ತೀರಿಸಲೂ ಸಾಧ್ಯವಿರಲಿಲ್ಲ. ಈ ಸ್ಥಿತಿಯನ್ನು ಇನ್ನಷ್ಟು ಹಾಳು ಮಾಡುವಂತೆ, ಅನೇಕ ರಾಜ್ಯಗಳು ಅಮೆರಿಕನ್ ಸರಕುಗಳ ಮೇಲೆ ಸುಂಕವನ್ನು ವಿಧಿಸಿ ಪ್ರತಿಭಟನೆ ಸೂಚಿಸಿದವು. ಇವುಗಳಿಂದಾಗಿ ಯಾವುದೇ ಒಂದು ಬಗೆಯ ಭಾರಿ ಆಘಾತ ಹತ್ತಿರವಾಗುತ್ತಿದ್ದಿತು.

ಷೇರು ಮಾರುಕಟ್ಟೆಯಲ್ಲಿ ಲೆಕ್ಕಾಚಾರವು ಸುಮಾರು 1926ರ ವೇಳೆಗೆ ವೇಗಗೊಂಡು ಷೇರುಗಳನ್ನು ಕೊಳ್ಳಲು ಭಾರೀ ನೂಕುನುಗ್ಗಲಾಯಿತು. ಆದರಿಂದ ಪರಿಸ್ಥಿತಿ ಇನ್ನಷ್ಟು ಹದಗೆಟ್ಟಿತು. ಸಟ್ಟಾ ವ್ಯಾಪಾರವೆನ್ನುವುದು ಕಂಪೆನಿಗಳ ಷೇರುಗಳನ್ನು ಕೊಳ್ಳುವುದು; ಹೆಚ್ಚಿನ ಹಣವಿರುವವರು ಎರಡು ಉದ್ದೇಶಗಳನ್ನು ಮನಸ್ಸಿನಲ್ಲಿ ಇಟ್ಟುಕೊಂಡಿರುತ್ತಾರೆ. ಡಿವಿಡೆಂಡ್(ಕಂಪೆನಿಯ ಲಾಭಾಂಶವನ್ನು, ಕಂಪೆನಿಗೆ ಲಾಭವಾಗಿದೆ ಎಂದಿಟ್ಟುಕೊಂಡು, ವಾರ್ಷಿಕವಾಗಿ ಹಂಚುವುದು) ಪಡೆಯುವುದು ಅಥವಾ ತಾವು ಯಾವ ಬೆಲೆ ಕೊಟ್ಟಿರುತ್ತಾರೋ ಅದಕ್ಕಿಂತ ಹೆಚ್ಚಿನ ಬೆಲೆಗೆ ಷೇರುಗಳನ್ನು ಮಾರಿ ಕ್ಷಿಪ್ರ ಲಾಭ ಮಾಡಿಕೊಳ್ಳುವುದು. 1920ರ ವರ್ಷಗಳ ಮಧ್ಯೆ ಎರಡನೆಯ ದಾರಿಯು ಬಹುಪಾಲು ಹೂಡಿಕೆದಾರರನ್ನು ಆಕರ್ಷಿಸಿತು. ಕಂಪೆನಿಗಳ ಲಾಭ ಹೆಚ್ಚಿದಾಗ ಹೆಚ್ಚು ಜನರು ಷೇರುಗಳನ್ನು ಕೊಳ್ಳಲು ಧಾವಿಸಿದರು. ಹಾಗಾಗಿ ಷೇರು ಬೆಲೆಗಳು ವೇಗವಾಗಿ ಮೇಲಕ್ಕೇರಿತು, ಕೊಂಡು-ಮಾರುವುದರ ಮೂಲಕ ಕ್ಷಿಪ್ರ ಲಾಭವನ್ನು ಮಾಡಿಕೊಳ್ಳುವ ಬೇಕಾದಷ್ಟು ಅವಕಾಶಗಳು ಬಂದುವು. ಷೇರಿನ ಬೆಲೆ 1924ರಲ್ಲಿ ಸರಾಸರಿ 9 ಡಾಲರ್ ಇದ್ದುದ್ದು 1929ರಲ್ಲಿ 26 ಡಾಲರುಗಳಿಗೆ ಏರಿತು; ಬಿಡಿಬಿಡಿ ಕಂಪೆನಿಗಳ ಷೇರು ಬೆಲೆಗಳೂ ಕಣ್ಣಿಗೆ ಕಾಣಿಸುವ ಹಾಗೆ ಏರಿದುವು. ನಿದರ್ಶನಕ್ಕೆ ಅಮೆರಿಕದ ರೇಡಿಯೋ ಕಾರ್ಪೋರೇಷನ್ನಿನ ಷೇರು 1928ರಲ್ಲಿ 85 ಡಾಲರ್ ಬೆಲೆಯಲ್ಲಿದ್ದುದ್ದು 1929ರ ಸೆಪ್ಟೆಂಬರಿನಲ್ಲಿ 505 ಡಾಲರುಗಳಿಗೆ ಏರಿತ್ತು. ಅದು ಡಿವಿಡೆಂಡ್ ಕೊಡುವ ಕಂಪೆನಿಯಾಗಿರಲಿಲ್ಲ.

ಕ್ಷಿಪ್ರ ಲಾಭದ ಭರವಸೆಯು ಎಲ್ಲಾ ಬಗೆಯ ಧಾವಂತದ ನಡೆಗಳನ್ನು ಪ್ರಚೋದಿಸಿತು. ಅನೇಕ ಬಡಜನರು ಕೆಲವು ಷೇರುಗಳನ್ನು ಕೊಳ್ಳಲು ತಮ್ಮ ಉಳಿತಾಯವನ್ನು ವೆಚ್ಚ ಮಾಡಿದರು ಅಥವಾ ಸಾಲ ಪಡೆದು ವೆಚ್ಚ ಮಾಡಿದರು. ಷೇರು ದಳ್ಳಾಳಿಗಳು ಷೇರುಗಳನ್ನು ಸಾಲದ ಮೇಲೆ ಮಾರಿದರು; ಬ್ಯಾಂಕುಗಳು ತಮ್ಮಲ್ಲಿ ಜನರು ಠೇವಣಿಸಿದ್ದ ನಗದು ಹಣವನ್ನು ಉಪಯೋಗಿಸಿಕೊಂಡು ಷೇರು ವಹಿವಾಟು ನಡೆಸಿದುವು. ಅದೊಂದು ಜೂಜು. ಆದರೆ ಶ್ರೀಮಂತಿಕೆಯು ಅನಿರ್ದಿಷ್ಟ ಕಾಲ ಮುಂದುವರಿಯುತ್ತದೆ ಎಂದು ಅಪಾರವಾದ ವಿಶ್ವಾಸವಿದ್ದಿತು. ಈ ವಿಶ್ವಾಸವು 1929ರವರೆಗೆ ಚೆನ್ನಾಗಿದ್ದಿತು. ಆದರೆ ಸರಕುಗಳ ಮಾರಾಟ ಕಡಿಮೆಯಾಗುತ್ತಿರುವ ಮೊದಲ ಚಿಹ್ನೆಗಳು ಕಾಣಿಸಿಕೊಂಡಾಗ ಚೆನ್ನಾಗಿ ಪೂರ್ವಾಪರ ತಿಳಿದುಕೊಂಡಿದ್ದ ಹೂಡಿಕೆದಾರರು ಬೆಲೆಗಳು ಇನ್ನೂ ಎತ್ತರದಲ್ಲಿರುವಾಗಲೇ ತಮ್ಮಲ್ಲಿರುವ ಷೇರುಗಳನ್ನು ಮಾರಿಬಿಡಲು ನಿರ್ಧರಿಸಿದರು.

ಇವರಿಂದ ಅನುಮಾನ ಹರಡಿತು. ಮಾಮೂಲಿಗಿಂತ ಅಧಿಕ ಸಂಖ್ಯೆಯ ಜನರು ಷೇರುಗಳನ್ನು ಮಾರಲು ಪ್ರಯತ್ನಿಸಿದರು. ಏನೋ ತಪ್ಪಾಗಿದೆ ಎಂದು ಎಲ್ಲರಿಗೂ ಅನ್ನಿಸಿತು. ಭವಿಷ್ಯದ ಮೇಲೆ ವಿಶ್ವಾಸ ಅದುರಿತು ಪರಿಸ್ಥಿತಿ ಇನ್ನೂ ಉತ್ತಮವಾಗಿರುವಾಗಲೇ ತಮ್ಮ ಷೇರುಗಳನ್ನು ಮಾರಿಬಿಡಲು ನಿರ್ಧರಿಸಿದರು. ಸ್ವಯಂ ಪೂರೈಕೆಯ ವಹಿವಾಟು ಎಂದು ಅರ್ಥತಜ್ಞರು ಕರೆದ ಒಂದು ಪ್ರಕ್ರಿಯೆ ಆರಂಭಗೊಂಡಿತು. ಅಂದರೆ, ಹೂಡಿಕೆದಾರರು ತಮ್ಮದೇ ವರ್ತನೆಯಿಂದ ಷೇರು ಬೆಲೆಗಳ ನಾಟಕೀಯ ಕುಸಿತಕ್ಕೆ ಕಾರಣರಾದರು. 1929ರ ಅಕ್ಟೋಬರ್ ವೇಳೆಗೆ ಷೇರುಗಳನ್ನು ಮಾರಲು ಜನರ ಪ್ರವಾಹವೇ ಹರಿಯುತ್ತಿದ್ದಿತು. ಆದರೆ ನಂಬಿಕೆ ಕುಸಿದಿದ್ದುದರಿಂದಾಗಿ ಕೊಳ್ಳುವವರು ಯಾರೂ ಇರಲಿಲ್ಲ. ಷೇರು ಬೆಲೆಗಳು ಮುಗ್ಗರಿಸಿ, ಅದೃಷ್ಟಶಾಲಿ ಹೂಡಿಕೆದಾರರು ತಮಗೆ ದೊರೆತಷ್ಟನ್ನು ಒಪ್ಪಿಕೊಳ್ಳಬೇಕಾಯಿತು. ಒಂದು ದಿನ ಅಕ್ಟೋಬರ್ 24ನೆಯ ತಾರೀಖು ಕಪ್ಪು ಗುರುವಾರ, ಸುಮಾರು 13 ಮಿಲಿಯನ್ ಷೇರುಗಳು ಮಾರುಕಟ್ಟೆಯಲ್ಲಿ ಅತ್ಯಂತ ಕಡಿಮೆ ಬೆಲೆಗೆ ರಾಶಿಬಿದ್ದುವು. 1930ರ ಮಧ್ಯದ ವೇಳೆಗೆ ಬೆಲೆಯು ಗರಿಷ್ಠ ಮಟ್ಟದ ನಾಲ್ಕನೆ ಒಂದು ಭಾಗಕ್ಕೆ ಇಳಿದುಹೋಗಿದ್ದಿತು. ಆಮೇಲೂ ಇನ್ನೂ ಇಳಿಯುತ್ತಲೇ ಇದ್ದು 1932ರಲ್ಲಿ ತಳವನ್ನು ಕಂಡಿತು. ಆ ವೇಳೆಗೆ ಇಡೀ ಅಮೆರಿಕ ಆರ್ಥಿಕ ಕುಸಿತದ ಮುಷ್ಟಿಯಲ್ಲಿತ್ತು.

ಕುಸಿತದಿಂದ ಜನರ ಮೇಲುಂಟಾದ ಪರಿಣಾಮಗಳು

ಮೊದಲಿಗೆ ದುಬಾರಿ ಬೆಲೆಕೊಟ್ಟು ಷೇರುಗಳನ್ನು ಕೊಂಡಿದ್ದ ಮಿಲಿಯಾಂತರ ಹೂಡಿಕೆದಾರರು ಸ್ಟಾಕ್ ಮಾರುಕಟ್ಟೆಯ ಕುಸಿತದಿಂದ ನಾಶ ಹೊಂದಿದರು. ಷೇರುಗಳನ್ನು ಕೊಳ್ಳಲು ಹಣ ಸಾಲಮಾಡಿದ್ದರೆ, ಹಾಗೆ ಸಾಲಕೊಟ್ಟವರೂ ಈಗ ಹಾಳಾದರು. ಏಕೆಂದರೆ ಅವರ ಹಣ ಹಿಂದಿರುಗಿ ಬರುವ ಆಸೆಯೇ ಉಳಿದಿರಲಿಲ್ಲ.

ಬ್ಯಾಂಕುಗಳೇ ತತ್ತರಿಸುತ್ತಿದ್ದವು. ಸರಿಯಾಗಿ ವಹಿವಾಟು ನಡೆಸಲು ಅವು ವಿಫಲಗೊಂಡಿದ್ದವು. ಇದರ ಜೊತೆಗೆ ಲಕ್ಷೋಪಲಕ್ಷ ಜನರು, ನಗದುಹಣವನ್ನು ಮನೆಯಲ್ಲಿಟ್ಟುಕೊಳ್ಳುವುದು ಮೇಲು ಎಂದು ಭಾವಿಸಿ ಬ್ಯಾಂಕುಗಳಲ್ಲಿ ಇರಿಸಿದ್ದ ತಮ್ಮ ಉಳಿತಾಯವನ್ನು ಹಿಂದಕ್ಕೆ ಪಡೆಯಲು ಧಾವಿಸಿದರು. ಅನೇಕ ಬ್ಯಾಂಕುಗಳು ಮುಚ್ಚಿಯೇ ಹೋದುವು. 1929ರಲ್ಲಿ 25,000ಕ್ಕಿಂತಲೂ ಹೆಚ್ಚು ಬ್ಯಾಂಕುಗಳಿದ್ದವು. ಆದರೆ 1933ರ ವೇಳೆಗೆ ಅವುಗಳ ಸಂಖ್ಯೆ 15,000ಕ್ಕಿಂತ ಕೆಳಕ್ಕಿಳಿಯಿತು. ಅಂದರೆ ತಮ್ಮ ಬದುಕಿನ ಉಳಿತಾಯವನ್ನೆಲ್ಲ ಕಳೆದುಕೊಂಡು, ಷೇರು ವಹಿವಾಟಿಗೆ ಯಾವ ಸಂಬಂಧವೂ ಇರದಿದ್ದ ಅಪಾರ ಸಂಖ್ಯೆಯ ಜನಸಾಮಾನ್ಯರು ಹಾಳಾದರು. ಹಲವು ಬಗೆಯ ವಸ್ತುಗಳ ಬೇಡಿಕೆ ತಗ್ಗಿಹೋದುದರಿಂದ ಜನರನ್ನು ಕೆಲಸದಿಂದ ತೆಗೆದುಹಾಕಲಾಯಿತು, ಕಾರ್ಖಾನೆಗಳು ಮುಚ್ಚಿದುವು. ಒಟ್ಟಾರೆ ಕೈಗಾರಿಕೋತ್ಪನ್ನಗಳು 1933ರಲ್ಲಿ 1929ರಲ್ಲಿದ್ದುದರ ಅರ್ಧದಷ್ಟಾಯಿತು. ನಿರುದ್ಯೋಗಿಗಳ ಸಂಖ್ಯೆ ಸುಮಾರು 14 ಮಿಲಿಯನ್ ಆಯಿತು. ಒಟ್ಟು ಕಾರ್ಮಿಕ ವರ್ಗದ ನಾಲ್ಕನೇ ಒಂದು ಭಾಗದಷ್ಟು ಜನರು ಕೆಲಸ ಕಳೆದುಕೊಂಡಿದ್ದರು. ಪ್ರತಿ ಎಂಟರಲ್ಲಿ ಒಬ್ಬ ರೈತನು ತಮ್ಮ ಎಲ್ಲಾ ಸೊತ್ತುಗಳನ್ನು ಕಳೆದುಕೊಂಡರು. ಜೀವನ ಮಟ್ಟದಲ್ಲೂ ದುರ್ಭರ ಕುಸಿತವುಂಟಾಯಿತು. ಎಲ್ಲೆಲ್ಲೂ ಬ್ರೆಡ್ಡಿಗಾಗಿ ಕ್ಯೂ, ಧರ್ಮಾರ್ಥ ಸೂಪ್ ಅರವಟ್ಟಿಗೆಗಳು, ಗೇಣಿದಾರರು ಗೇಣಿಕೊಡಲಾಗದಾಗ ಅವರನ್ನು ತೆರವು ಮಾಡಿಸುವುದು, ಅನೇಕರಿಗೆ ಹಸಿವೆ–ಉಪವಾಸ–ಸಕಲರಿಗೂ ಸಮೃದ್ಧಿತರುವ 'ಅಮೆರಿಕದ ಭಾರಿ ಸ್ವಪ್ನವು' ಭಯಂಕರ ಪೀಡೆಯಾಗಿ ಬದಲಾಗಿಬಿಟ್ಟಿತು. ಡೊನಾಲ್ಡ್ ಮೆಕಾಯ್‌ನ ಮಾತುಗಳಲ್ಲಿ, ಕರಾವಳಿಯಿಂದ ಕರಾವಳಿವರೆಗೆ ಘೋರ ಯುದ್ಧವು ನಡೆಯಿತೋ ಎನ್ನುವಹಾಗೆ ಅಮೆರಿಕದ ಜನತೆ ತತ್ತರಿಸಿತು. ಪರಿಹಾರಕ್ಕಾಗಿ ನಿರುದ್ಯೋಗ ಭತ್ಯೆಯಾಗಲಿ ಅನಾರೋಗ್ಯಭತ್ಯೆಯಾಗಲಿ ಇರಲಿಲ್ಲ. ಪ್ರತಿಯೊಂದು ದೊಡ್ಡ ನಗರದ ಹೊರ ವಲಯದಲ್ಲಿ ಮನೆ ಮಠ ಕಳೆದುಕೊಂಡು ನಿರ್ಗತಿಕರಾದವರು ಶಿಬಿರಗಳಲ್ಲಿ ವಾಸಮಾಡುತ್ತಿದ್ದರು. ಈ ಕುಸಿತಕ್ಕೆ ಕಾರಣವೆಂದು ಆಪಾದಿಸಲಾದ ಅಧ್ಯಕ್ಷನ ಹೆಸರಿನಿಂದ ಈ ಶಿಬಿರಗಳನ್ನು 'ಹೂವರ್ ಸೌಧ'ಗಳೆಂದು ಕರೆಯಲಾಗಿತ್ತು.

ಅಮೆರಿಕದಿಂದ ಹೊರಗೂ ಅನೇಕ ದೇಶಗಳು, ಮುಖ್ಯವಾಗಿ ಜರ್ಮನಿಯಂಥವೂ ಇದರ ಪರಿಣಾಮಕ್ಕೆ ಒಳಪಟ್ಟವು. ಏಕೆಂದರೆ ಈ ದೇಶಗಳ ಅಭ್ಯುದಯವು ಬಹುಮಟ್ಟಿಗೆ ಅಮೆರಿಕಾದಿಂದ ಪಡೆಯುವ ಸಾಲದ ಮೇಲೆ ನಿಂತಿತ್ತು. ಕುಸಿತವುಂಟಾದಾಗ ಇನ್ನು ಸಾಲವೆಲ್ಲಿಂದ ಬರಬೇಕು? ಜೊತೆಗೆ ಆಗಲೇ ಕೊಟ್ಟಿದ್ದ ಅಲ್ಪಾವಧಿಸಾಲಗಳನ್ನು ಅಮೆರಿಕನ್ನರು ಒಡನೆಯೇ ಪಾವತಿಮಾಡಲೂ ಆಗ್ರಹಿಸಿದರು. 1931ರ ವೇಳೆಗೆ ಯೂರೋಪಿನ ಬಹುಭಾಗ ಇದೇ ಬಗೆಯ ಆರ್ಥಿಕ ದುಸ್ಥಿತಿಯ ದವಡೆಯಲ್ಲಿ ಸಿಕ್ಕಿತ್ತು. ಇದರಿಂದ ರಾಜಕಾರಣದಲ್ಲೂ ಏರುಪೇರುಗಳಾದವು. ಏಕೆಂದರೆ ಜರ್ಮನಿ, ಆಸ್ಟ್ರಿಯ, ಜಪಾನ್ ಮತ್ತು ಬ್ರಿಟನ್ ಮೊದಲಾದ ಅನೇಕ ದೇಶಗಳಲ್ಲಿ ಆಳುತ್ತಿದ್ದ ಪಕ್ಷಗಳು ಪರಿಸ್ಥಿತಿಯನ್ನು ನಿಭಾಯಿಸಲು ಸೋತುದರಿಂದ ಬಲಪಂಥೀಯ ಸರಕಾರಗಳು ಅಧಿಕಾರಕ್ಕೆ ಬಂದುವು.

ಈ ಅನರ್ಥಕ್ಕೆ ಕಾರಣರು ಯಾರು?

ಆ ಸಮಯದಲ್ಲಿ ದುರದೃಷ್ಟಶಾಲಿಯಾಗಿದ್ದ ಅಧ್ಯಕ್ಷನನ್ನು ಈ ಅನರ್ಥಕ್ಕೆ ಹೊಣೆಗಾರನನ್ನಾಗಿ ಮಾಡಿ ನಿಂದಿಸುವುದು ಫ್ಯಾಷನ್ ಆಯಿತು. ಆದರೆ ಅದು ಅನ್ಯಾಯ. ವಿಪತ್ತಿನ ಮೂಲವು ಇನ್ನೂ ಬಹಳ ಹಿಂದಕ್ಕೆ ಹೋಗುತ್ತದೆ. ಒಟ್ಟಾರೆ ರಿಪಬ್ಲಿಕನ್ ಪಕ್ಷವು ಹೊಣೆಯನ್ನು ಹಂಚಿಕೊಳ್ಳಬೇಕು. ಪರಿಸ್ಥಿತಿಯನ್ನು ಹತೋಟಿಗೆ ತಂದುಕೊಳ್ಳಲು ಸರಕಾರವು ಕೈಗೊಳ್ಳಬಹುದಾದ ಹಲವು ಕ್ರಮಗಳಿದ್ದುವು. ಅವುಗಳೆಂದರೆ ದೊಡ್ಡ ದೊಡ್ಡ ಉದ್ಯಮಗಳು ಕಡಿಮೆ ದರ ನಿಗದಿಮಾಡಿ, ಕೂಲಿಯನ್ನು ಗಣನೀಯವಾಗಿ ಏರಿಸುವಂತೆ ಮಾಡುವುದು; ಅಮೆರಿಕದ ಸುಂಕದ ದರಗಳನ್ನು ಏರಿಸುವುದಕ್ಕೆ ಬದಲು ಇಳಿಸಿ ಹೊರದೇಶಗಳು ಅಮೆರಿಕದ ಸರಕುಗಳನ್ನು ಹೆಚ್ಚುಹೆಚ್ಚಾಗಿ ಕೊಳ್ಳಲು ಪ್ರೋತ್ಸಾಹಿಸುವುದು ಇತ್ಯಾದಿ. 1928 ಮತ್ತು 1929ರಲ್ಲಿ ಸ್ಟಾಕ್ ಮಾರುಕಟ್ಟೆಯ ವಹಿವಾಟು ಊಹೆ ಮಾಡುವವರಿಗೆ ಸಾಲದ ಮೊತ್ತವನ್ನು ಮಿತಿಗೊಳಿಸಲು ನಿರ್ಧಾರ ಮಾಡಬೇಕಾಗಿತ್ತು. ಆದರೆ ಸರಕಾರದ ತಾಟಸ್ಥ್ಯವು ಖಾಸಗಿ ವ್ಯವಹಾರಗಳಲ್ಲಿ ತಲೆಯಿಡದಂತೆ ಮಾಡಿತು.

ಹೂವರ್ ಸರಕಾರವು ಕುಸಿತವನ್ನು ಸಡಿಲಗೊಳಿಸಲು ಕೈಗೊಂಡ ಕ್ರಮಗಳು

ಉದ್ಯಮಪತಿಗಳು ವೇತನವನ್ನು ತಗ್ಗಿಸದಂತೆ, ಕಾರ್ಮಿಕರನ್ನು ಕೆಲಸದಿಂದ ವಜಾ ಮಾಡದಂತೆ, ಈ ಸಮಸ್ಯೆಯನ್ನು ಪರಿಹರಿಸಲು ಹೂವರ್ ಪ್ರಯತ್ನಿಸಿದನು. ಬ್ಯಾಂಕುಗಳಿಗೆ, ಕೈಗಾರಿಕೋದ್ಯಮಿಗಳಿಗೆ ಮತ್ತು ರೈತರಿಗೆ ಹಣವನ್ನು ಸಾಲವಾಗಿ ಕೊಟ್ಟು ಅವರು ದಿವಾಳಿಯಾಗದಂತೆ ರಕ್ಷಿಸಿದನು. ಹಲವು ಯೋಜನೆಗಳನ್ನು ಪ್ರಾರಂಭಿಸಿ ನಿರುದ್ಯೋಗ ಸಮಸ್ಯೆಯನ್ನು ಪರಿಹರಿಸಲು ಪ್ರಯತ್ನಿಸಿದನು. 1931ರಲ್ಲಿ ಯುದ್ಧ ಸಾಲಗಳ ಮೇಲೆ ಒಂದು ವರ್ಷಕಾಲ ವಿನಾಯಿತಿಯನ್ನು ಆದೇಶಿಸಿದನು. (ಅಂದರೆ, ಹೊರ ದೇಶಗಳು ಅಮೆರಿಕಕ್ಕೆ ಮರುಪಾವತಿ ಮಾಡಬೇಕಾದ ಸಾಲದ ಒಂದು ಕಂತನ್ನು ಪಾವತಿ ಮಾಡದೆ ಇರಬಹುದಾದ ಆದೇಶ) ಇದರಿಂದಾಗಿ ಆ ದೇಶಗಳು ಹೆಚ್ಚು ಹೆಚ್ಚಾಗಿ ಅಮೆರಿಕನ್ ಸರಕುಗಳನ್ನು ಆಮದು ಮಾಡಿಕೊಳ್ಳಲು ಪ್ರೋತ್ಸಾಹಿಸಿದನು. ಆದರೇನು, ಇವೆಲ್ಲ ಕ್ರಮಗಳು ಜಾರಿಗೆ ಬರುವ ವೇಳೆಗೆ ತುಂಬಾ ತಡವಾಗಿತ್ತು, ಅವುಗಳಿಂದ ಅಷ್ಟಾಗಿ ಪ್ರಯೋಜನವಾಗಲಿಲ್ಲ. ಅಮೆರಿಕದ ರಫ್ತು 1932ರಲ್ಲಿ 1929ರ ಸಂಖ್ಯೆಯ ಮೂರನೆ ಒಂದಕ್ಕಿಂತ ಕಡಮೆಯಾಯಿತು. ಒಟ್ಟಿನಲ್ಲಿ ಹೂವರನ ನೀತಿಗಳು ಮಹಾಕುಸಿತದ ಮೇಲೆ ಪರಿಣಾಮವನ್ನು ಉಂಟುಮಾಡದಾದುವು. ಇಷ್ಟು ಗಂಭೀರವಾದ ಬಿಕ್ಕಟ್ಟಿನ ಪರಿಸ್ಥಿತಿಯಲ್ಲಿಯೂ ಹೂವರ್, ವ್ಯಕ್ತಿಗತವಾಗಿ ಪರಿಹಾರಧನ ಪಾವತಿಗೆ ವಿರುದ್ಧವಾಗಿದ್ದನು. ಏಕೆಂದರೆ, ಸ್ವಾವಲಂಬನೆಯಲ್ಲಿ ಅವನಿಗೆ ನಂಬಿಕೆಯಿದ್ದಿತು. 1932ರ ನವೆಂಬರ್ ತಿಂಗಳಲ್ಲಿ ನಡೆದ ಅಧ್ಯಕ್ಷೀಯ ಚುನಾವಣೆಯಲ್ಲಿ ನ್ಯೂಯಾರ್ಕಿನ ಗವರ್ನರ್ ಫ್ರಾಂಕ್ಲಿನ್ ಡಿ. ರೂಸ್‌ವೆಲ್ಟ್ ಸುಲಭವಾಗಿ ಹೂವರನನ್ನು ಸೋಲಿಸಿದುದರಲ್ಲಿ ಏನೂ ಆಶ್ಚರ್ಯವಿಲ್ಲ.

* * * * *

ಅಧ್ಯಾಯ - 33

ಫ್ರಾಂಕ್ಲಿನ್ ಡಿ. ರೂಸ್‌ವೆಲ್ಟನ ನ್ಯೂಡೀಲ್

“ನ್ಯೂಡೀಲ್”-ಉಗಮ ಮತ್ತು ವಿಕಾಸ

ಫ್ರಾಂಕ್ಲಿನ್ ಡಿ. ರೂಸ್‌ವೆಲ್ಟ್

ಫ್ರಾಂಕ್ಲಿನ್ ಡಿ. ರೂಸ್‌ವೆಲ್ಟ್

51 ವರ್ಷ ವಯಸ್ಸಿನ ರೂಸ್‌ವೆಲ್ಟ್ ನ್ಯೂಯಾರ್ಕಿನ ಒಂದು ಶ್ರೀಮಂತ ಕುಟುಂಬದಿಂದ ಬಂದವನು. ಹಾರ್ವರ್ಡ್‌ನಲ್ಲಿ ಶಿಕ್ಷಣವನ್ನು ಪಡೆದು 1910ರಲ್ಲಿ ರಾಜಕಾರಣವನ್ನು ಪ್ರವೇಶಿಸಿದನು. ಮೊದಲನೆಯ ಜಾಗತಿಕ ಯುದ್ಧದ ಸಮಯದಲ್ಲಿ ನೌಕಾಪಡೆಯ ಕಾರ್ಯದರ್ಶಿಯಾಗಿದ್ದನು. 40ನೆಯ ವಯಸ್ಸಿನಲ್ಲಿ (1921) ಪೋಲಿಯೋ ತಗುಲಿ ಆತನ ಭವಿಷ್ಯ ಅಲ್ಲಿಗೆ ಮುಗಿದೇ ಹೋಯಿತೆಂಬ ಭೀತಿಯುಂಟಾಗಿತ್ತು. ಅವನ ಕಾಲುಗಳು ಪೂರ್ತಿ ನಿಸ್ತೇಜವಾದುವು. ಅಗಾಧವಾದ, ದೃಢವಾದ ಸಂಕಲ್ಪ ಶಕ್ತಿಯಿಂದ ಆತ ತನ್ನ ಅಂಗವಿಕಲತೆಯನ್ನು ಗೆದ್ದನು. ಇನ್ನೊಬ್ಬರ ನೆರವಿಲ್ಲದೆ ನಡೆಯಲು ಸಾಧ್ಯವಾಗದೆ ಹೋದರೂ ಅದೇ ದೃಢ ನಿರ್ಧಾರದಿಂದ ಅಮೆರಿಕವನ್ನು ಮಹಾ ಕುಸಿತದಿಂದ ಪಾರು ಮಾಡುವ ಪ್ರಯತ್ನಕ್ಕೆ ಕೈಹಾಕಿದನು. ರೂಸ್‌ವೆಲ್ಟ್ ಡೈನಮೋದಂತಿದ್ದನು. ಸತ್ವಭರಿತವಾಗಿ ಸದಾ ಹೊಸಹೊಸ ವಿಚಾರಗಳಿಂದ ತುಂಬಿತುಳುಕುತ್ತಾ ಜನರ ಮೇಲೆ ಪ್ರಭಾವ ಬೀರಿದನು. ಅವನು ಉಜ್ವಲ ಭಾಷಣಕಾರನಾಗಿದ್ದನು. ಅವನ ರೇಡಿಯೋ ಭಾಷಣಗಳು ಅಪಾರ ಆತ್ಮವಿಶ್ವಾಸವನ್ನು ತುಂಬುತ್ತಿದ್ದುವು ಮತ್ತು ಅವನಿಗೆ ಅಪಾರ ಜನಪ್ರಿಯತೆಯನ್ನು ತಂದಿತ್ತುವು. ಚುನಾವಣಾ ಭಾಷಣ ಮಾಡುತ್ತಿದ್ದಾಗ ಒಮ್ಮೆ ರೂಸ್‌ವೆಲ್ಟ್ ಹೀಗೆ ಹೇಳಿದನು : “ಅಮೆರಿಕನ್ ಜನತೆಗೆ ಒಂದು ನ್ಯೂಡೀಲ್ ನೀತಿಯನ್ನು ಪ್ರಮಾಣಿಸುತ್ತೇನೆ. ಅದಕ್ಕಾಗಿ ನನ್ನನ್ನು ಪಣವಾಗಿಡುತ್ತೇನೆ”. ಅವನು ತನ್ನ ಮಾತು ಉಳಿಸಿಕೊಂಡನು. ಆ ನುಡಿಗಟ್ಟು ಜನರಿಗೆ ಪ್ರಿಯವಾಯಿತು. ಅವನ ನೀತಿಗಳನ್ನು ಉದ್ದಕ್ಕೂ ನ್ಯೂಡೀಲ್ ಎಂದೇ ನೆನೆಯಲಾಗುತ್ತಿದೆ. ಪ್ರಾರಂಭದಲ್ಲೇ ಉದ್ಘಾಟನಾ ಭಾಷಣದಲ್ಲಿ “ನಾವು ಹೆದರಬೇಕಾದ ಒಂದೇ ಒಂದು ವಸ್ತು ಹೆದರಿಕೆ ಎಂಬುದರಲ್ಲಿ ನನಗೆ ದೃಢವಾದ ನಂಬಿಕೆಯಿದೆ” ಎಂದು ಹೇಳಿ ಅವನು ಹೊಸ ಭರವಸೆಯನ್ನು ಮೂಡಿಸಿದನು.

ಪರಿಹಾರ ಕ್ರಮಗಳು

ರೂಸ್‌ವೆಲ್ಟ್ ಎಂದೂ ಉತ್ತಮ ಆಯೋಜಕನಾಗಿರಲಿಲ್ಲ. ಅವನ ನ್ಯೂಡೀಲ್ ನೀತಿಯಲ್ಲಿ ಒಂದು ಕಾರ್ಯಕ್ರಮದ ಐಕ್ಯತೆಯೇನೂ ಕಂಡುಬರುವುದಿಲ್ಲ. ಅವನಲ್ಲಿದ್ದ ಅತ್ಯಂತ ದೊಡ್ಡ ಸಾಮರ್ಥ್ಯವೆಂದರೆ ಜನಾಭಿಪ್ರಾಯದ ಒಲವುಗಳನ್ನು ಕಂಡುಹಿಡಿದು, ಅವುಗಳಿಗೆ ಕಾರ್ಯರೂಪ ಕೊಟ್ಟು ಅನುಮೋದಿಸುವುದು. ಲಿಂಕನ್ ಆದ ಆಮೇಲೆ ಸಾರ್ವಜನಿಕ ವಲಯದಲ್ಲಿ ಯಾರೂಬ್ಬನೂ ಇಷ್ಟು ಮಟ್ಟಿಗೆ ಜನರ ನಾಡಿಮಿಡಿತವನ್ನು ಹಿಡಿಯಲಿಲ್ಲ. ಅತ್ಯಂತ ಅನುಕೂಲಕರವಾದ ಗಳಿಗೆಯನ್ನು ಹಿಡಿದು ಅದನ್ನು ಉಪಯೋಗಿಸಿಕೊಳ್ಳುವುದರಲ್ಲಿ ಇದಕ್ಕಿಂತ ಹೆಚ್ಚಿನ ಕೌಶಲವನ್ನು ತೋರಿಸಲಿಲ್ಲ. 1932ನೆಯ ವರ್ಷವು ಈ ದೃಷ್ಟಿಯಿಂದ ಅಮೋಘವಾದ ಅವಕಾಶವನ್ನು ಒದಗಿಸಿತು. ದೇಶವು ಗೊಂದಲದಲ್ಲಿ ಸಿಕ್ಕಿ, ದಿಗ್ಭ್ರಮೆಗೊಂಡು, ಕುಸಿತದ ಆಳವಾದ ಕಮರಿಯಲ್ಲಿ ಬಿದ್ದುಹೋಗಿತ್ತು.

1932ರಲ್ಲಿ ಮೊದಲು ಆಗಬೇಕಾಗಿದ್ದ ಕೆಲಸ ಕುಸಿತವನ್ನು ತಡೆಗಟ್ಟುವುದು. “ಧೈರ್ಯಯುತವಾದ ಪಟ್ಟುಬಿಡದ ಪ್ರಯೋಗಗಳಿಂದ” ಅದನ್ನು ನಿರ್ವಹಿಸುವುದಾಗಿ ರೂಸ್‌ವೆಲ್ಟ್ ಭರವಸೆ ನೀಡಿದನು. ಮಾರ್ಚಿಯಿಂದ ಜುಲೈವರೆಗೆ, 1933ರ ಸುಪ್ರಸಿದ್ಧ “ಶತದಿನ”ಗಳಲ್ಲಿ ಕಾಂಗ್ರೆಸ್ ಅಭೂತಪೂರ್ವವಾದ, ನಂಬಲಸಾಧ್ಯವಾದ ವೇಗದಲ್ಲಿ ಆರ್ಥಿಕ-ಕುಸಿತ ವಿರೋಧಿ ಕ್ರಮಗಳನ್ನು ಅಂಗೀಕರಿಸಿತು. ಎಮರ್ಜೆನ್ಸಿ ಬ್ಯಾಂಕಿಂಗ್ ಆಕ್ಟ್‌ನಿಂದಾಗಿ ಸಾಲದ ನೀತಿ ಸಡಿಲಗೊಂಡು ಫೆಡೆರಲ್ ಕಾಪುನಿಧಿ (Preserve) ಯಿಂದ ಕೊಡಲಾದ ಹಣದ ಮೊತ್ತ ಹೆಚ್ಚಿತು. ಚಿನ್ನದ ಮಟ್ಟವನ್ನು ದೇಶವು ಬಿಟ್ಟುಕೊಟ್ಟಿತು. ಚಿನ್ನ ಬೆಳ್ಳಿ ರಫ್ತಿನ ಮೇಲೆ ತಡೆಹಾಕಿತು. ಡಾಲರಿನಲ್ಲಿರುವ ಚಿನ್ನದ ಅಂಶವನ್ನು ಕಡಿಮೆಗೈದಿತು. 1933ರ ಬ್ಯಾಂಕಿಂಗ್ ಆಕ್ಟ್, ಫೆಡರಲ್ ಡಿಪಾಜಿಟ್ ಇನ್ಸುರನ್ಸ್ ಕಾರ್ಪೋರೇಷನ್ ಮೂಲಕ ಬ್ಯಾಂಕ್ ಠೇವಣಿಗಳಿಗೆ ಭದ್ರತೆಯನ್ನು ಒದಗಿಸಿತು; ಸಾಲವನ್ನು ಸರಳ ಸುಲಭಗೊಳಿಸಲು ಹಲವು ಸಂಸ್ಥೆಗಳನ್ನು ಸ್ಥಾಪಿಸಲಾಯಿತು; ಆಮೇಲೆ ಒಂದು ವರ್ಷದ ಅನಂತರ,

ಸೆಕ್ಯೂರಿಟೀಸ್ ಎಕ್ಸ್‌ಚೇಂಜ್ ಆಕ್ಟ್ ಜಾರಿಗೆ ಬಂದು ಸ್ಟಾಕ್‌ಮಾರ್ಕೆಟ್ ಪದ್ಧತಿಯನ್ನು ನಿಯಂತ್ರಿಸುವಂತಾಯಿತು. ಕೃಷಿಕ್ಷೇತ್ರದಲ್ಲಿ ಪರಿಹಾರ ಕ್ರಮವಾಗಿ ಕಾಂಗ್ರೆಸ್, ಅಗ್ರಿಕಲ್ಚರಲ್ ಅಡ್ಜಸ್ಟ್‌ಮೆಂಟ್ ಆಕ್ಟ್(ಎ.ಎ.ಎ.) ಅನ್ನು ಅಂಗೀಕರಿಸಿತು. ಇದು ಉತ್ಪಾದನೆ, ಬೆಲೆ ಮತ್ತು ಹೆಚ್ಚುವರಿಗಳನ್ನು ಹತೋಟಿಯಲ್ಲಿಟ್ಟಿತು. ಸಂಬಂಧಿಸಿದ ಸಚಿವ ವಿಭಾಗವೂ ಕಾಂಗ್ರೆಸ್ ಕೆನಡಾ ಮತ್ತು ಯೂರೋಪುಗಳೊಂದಿಗೆ, ವಿಶೇಷವಾಗಿ ಕೃಷಿ ಉತ್ಪಾದನೆಗಳ ವಿಷಯದಲ್ಲಿ ವ್ಯಾಪಾರ ಒಪ್ಪಂದಗಳನ್ನು ಮಾಡಿಕೊಂಡಿತು. 1936ರಲ್ಲಿ ಸುಪ್ರಿಂಕೋರ್ಟ್‌ಅನ್ನು ಮುಂದಕ್ಕೆ ರದ್ದುಪಡಿಸಿದರು. ಎ.ಎ.ಎ. ಮತ್ತೆ 1938ರಲ್ಲಿ ಹೆಚ್ಚು ಸ್ವೀಕಾರ ಯೋಗ್ಯವಾದ ಮತ್ತು ವಿಸ್ತೃತವಾದ ರೀತಿಯಲ್ಲಿ ಕಾಣಿಸಿಕೊಂಡಿತು. ನಿರುದ್ಯೋಗಿ ಯುವಜನರಿಗೆ ಪರಿಹಾರ ಕೊಡುವ ಸಲುವಾಗಿ, ಅರ್ಹ ವಿದ್ಯಾರ್ಥಿಗಳಿಗೆ ಒಪ್ಪೊತ್ತಿನ ಕೆಲಸ ಒದಗಿಸಿ ನೆರವಾಗಲು ಸಿವಿಲಿಯನ್ ಕನ್ಸರ್ವೇಷನ್ ಕೋರ್‌ಅನ್ನು ಸ್ಥಾಪಿಸಿತು. ಮುಂದೆ ಅದಕ್ಕೆ ನ್ಯಾಷನಲ್ ಯೂತ್ ಅಡ್ಮಿನಿಸ್ಟ್ರೇಷನ್‌ಅನ್ನು ಕೂಡಿಸಿತು. ಮೇ 1933ರಲ್ಲಿ ಜಾರಿಗೆ ಬಂದ ಫೆಡರಲ್ ಎಮರ್ಜೆನ್ಸಿ ರಿಲೀಫ್ ಆಕ್ಟ್ ರಾಜ್ಯ ಮತ್ತು ಸ್ಥಳೀಯ ಸರಕಾರಗಳಿಗೆ ಧನಸಹಾಯ ನೀಡಿ ಪ್ರತ್ಯಕ್ಷವಾಗಿ ಮತ್ತು ಪರೋಕ್ಷವಾಗಿ ಪರಿಹಾರ ಉದ್ಯೋಗಗಳನ್ನು ಸೃಷ್ಟಿಸಿತು. ಮುಂದೆ ಇದೇ ಕೆಲಸವನ್ನು ವರ್ಕ್ ಪ್ರೋಗ್ರೆಸ್ ಅಡ್ಮಿನಿಸ್ಟ್ರೇಷನ್ ನಿರ್ವಹಿಸಿತು. ಹೂವರ್ ಸಂಸ್ಥೆಯಾದ ರಿಕನ್‌ಸ್ಟ್ರಕ್ಷನ್ ಫೈನಾನ್ಸ್ ಕಾರ್ಪೋರೇಷನ್ ಖಾಸಗಿ ವ್ಯವಹಾರಗಳಿಗೆ ಕಮಾಡಿಟಿ ಕ್ರೆಡಿಟ್ ಕಾರ್ಪೋರೇಷನ್ ಮೂಲಕ ಸಾಲ ನೀಡಿಕೆಯನ್ನು ಮುಂದುವರಿಸಿದರೆ, ಎ.ಎ.ಎ.ದ ಪೂರಕ ಶಾಸನವಾದ ಫಾರಂ ಕ್ರೆಡಿಟ್ ಆಕ್ಟ್, ಕೃಷಿ ತಾಕುಗಳ ಅಡಮಾನಕ್ಕೆ ಧನ ನೆರವು ನೀಡಿತು. ಕೃಷಿ ಸಾಲವನ್ನು ಹಗುರಗೊಳಿಸಿತು.

ಪುನಶ್ಚೇತನ ಕ್ರಮಗಳು

ವ್ಯವಹಾರ ಮತ್ತು ಕೈಗಾರಿಕೆಗಳಿಗಾಗಿ ಕಾಂಗ್ರೆಸ್, ನ್ಯಾಷನ್ ಇಂಡಸ್ಟ್ರಿಯಲ್ ರಿಕವರಿ ಅಥವಾ 'ಬ್ಲೂಈಗಲ್' ಶಾಸನವನ್ನು 1933ರ ಜೂನ್ ತಿಂಗಳಲ್ಲಿ ಅಂಗೀಕರಿಸಿತು. ಅದರ ಉದ್ದೇಶ ಉತ್ಪಾದನೆಯನ್ನು ಸ್ಥಿರವಾಗಿಟ್ಟುಕೊಳ್ಳುವುದು, ಕೂಲಿಯನ್ನು ಏರುಮುಖವಾಗಿಡುವುದು, ಕೆಲಸದ ವೇಳೆ ಮತ್ತು ಕಾರ್ಮಿಕರ ಗುಣಮಟ್ಟಗಳನ್ನು ನಿಯಂತ್ರಿಸುವುದು, ಅಕ್ರಮ ವ್ಯಾಪಾರ ಮತ್ತು ಲೇಬರ್ ಪದ್ಧತಿಗಳನ್ನು ನಿಷೇಧಿಸುವುದು. ಅವುಗಳನ್ನು 1935ರಲ್ಲಿ ಸಂವಿಧಾನಬಾಹಿರ ಎಂದು ಆದೇಶಿಸುವ ವೇಳೆಗೆ ಬೇರೆಬೇರೆ 500 ಔದ್ಯಮಿಕ ಕೇಂದ್ರಗಳಲ್ಲಿ ಇಪ್ಪತ್ತು ಮಿಲಿಯನ್ ಕಾರ್ಮಿಕರು ಕೆಲಸ ಮಾಡುತ್ತಿದ್ದರು. NIRA ತನ್ನ ಜೊತೆ ಜೊತೆಯಲ್ಲೇ ಬೃಹತ್ ಪರಿಹಾರ ಕಾರ್ಯಕ್ರಮವನ್ನು ಜಾರಿಗೆ ತಂದಿತು. ಸಿವಿಲ್‌ವರ್ಕ್ಸ್ ಆಡಳಿತ, ಪಬ್ಲಿಕ್‌ವರ್ಕ್ಸ್ ಆಡಳಿತ, ವರ್ಕ್ಸ್ ಪ್ರೋಗ್ರೆಸ್ ಅಡ್ಮಿನಿಸ್ಟೇಷನ್ ಇವೆಲ್ಲ ಸುಮಾರು ನಾಲ್ಕು ಮಿಲಿಯನ್ ಜನರಿಗೆ ಉದ್ಯೋಗವನ್ನು ದೊರಕಿಸಲು ರೂಪುಗೊಂಡಿದ್ದವು. ಅವೆಲ್ಲ NIRAದಲ್ಲಿ ಸೇರಿಕೊಂಡುವು. ಟೆನೆಸ್ಸೀವ್ಯಾಲೀ ಅಥಾರಿಟಿ 1933ರ ಮೇನಲ್ಲಿ ಹುಟ್ಟಿತು. ಇದು ಒಕ್ಕೂಟ ಒಡೆತನದ ಲೋಕೋಪಯೋಗಿ ಪ್ರಯೋಗ. ಏಳು ರಾಜ್ಯಗಳನ್ನು ಒಳಗೊಂಡ ಬೃಹತ್ ವಿದ್ಯುತ್ ಜಾಲವನ್ನು ಅದು ಸ್ಥಾಪಿಸಿತು. ಅದಾದ ಮೇಲೆ ಮುಂದಿನ ಎರಡು ದಶಕಗಳಲ್ಲಿ ಹೂವರ್ ಡ್ಯಾಮ್, ಗ್ರಾಂಡ್ ಕೂಲೀ, ಬೋನೆವಿಲ್ಲೆ, ಫೋರ್ಟ್ ಪೆಕ್ ಮೊದಲಾದ ಅಂಥವೇ ಅಭಿವೃದ್ಧಿ ಯೋಜನೆಗಳು ಪ್ರಾರಂಭವಾದುವು. ಜೊತೆಗೆ 1933ರಲ್ಲಿ ಇಪ್ಪತ್ತೊಂದನೆ ತಿದ್ದುಪಡಿಯ ಪ್ರಕಾರ ಗ್ರಾಮಾಂತರ ವಿದ್ಯುತ್ ಪೂರೈಕೆ ಯೋಜನೆ ಬಂದಿತು. ಅದು ಹದಿನೆಂಟನೆಯ (ನಿಷೇಧ) ತಿದ್ದುಪಡಿಯನ್ನು ರದ್ದುಪಡಿಸಿತು, ಅದಕ್ಕೂ ಕುಸಿತ–ವಿರೋಧೀ ಅಥವಾ ನ್ಯೂಡೀಲ್ ಕಾರ್ಯಕ್ರಮದ ಸುಧಾರಣಾ ಭಾಗಗಳೊಂದಿಗೆ ಸಂಬಂಧವಿರಲಿಲ್ಲ. ಬದಲಿಗೆ, ಒಂದು "ಉದಾತ್ತ ಪ್ರಯೋಗದ" ಭ್ರಮನಿರಸನದ ಫಲವಾಗಿತ್ತು.

1934 ಮತ್ತು 1935ರಲ್ಲಿ ಪರಿಹಾರಕ್ರಮಗಳು ಕಡಿಮೆಯಾದವು. "ದಿಟ್ಟ ಪ್ರಯೋಗಗಳು" ಹೆಚ್ಚಿದುವು. ಅಮೆರಿಕದ ಇತಿಹಾಸದಲ್ಲೇ ಅತ್ಯಂತ ದೂರಸ್ಪರ್ಶಿಯಾದ ಸಾಮಾಜಿಕ ಶಾಸನವಾದ ಸೋಷಿಯಲ್ ಸೆಕ್ಯೂರಿಟಿ ಆಕ್ಟ್, ವೃದ್ಧಾಪ್ಯ ವಿಶ್ರಾಂತಿ ವೇತನಕ್ಕಾಗಿ ನಡೆಸಿದ ಮೂವತ್ತು ವರ್ಷಗಳ ಚಳುವಳಿಯನ್ನು ಕೊನೆಗೊಳಿಸಿತು. ನಿರುದ್ಯೋಗ ವಿಮೆ, ಬಡತನ ಪರಿಹಾರ, ಗರ್ಭಿಣಿ ಮತ್ತು ಶಿಶು ಕಲ್ಯಾಣ ಮತ್ತು ಸಾರ್ವಜನಿಕ ಆರೋಗ್ಯ ಪ್ರಯೋಜನಗಳು ಇವುಗಳನ್ನು ಜಾರಿಗೆ ತಂದಿತು. 1935ರ ಪುನರ್ವಸತಿ ಆಡಳಿತವು. ಅಂಚಿನ ಜಮೀನುಗಳನ್ನು ಹಿಂದಕ್ಕೆ ಪಡೆದುಕೊಂಡು, ಮನೆಗಳಿಗಾಗಿ ಹಣ ಒದಗಿಸಿ, ಅಡಮಾನಗಳಿಗೆ ಮರಳಿ ಹಣ ಪೂರೈಸಿ ಕೃಷಿಕರಿಗೆ ನೆರವಾಗಲು ಪ್ರಯತ್ನಿಸಿತು. ವ್ಹೀಲರ್ ರೇಬರ್ನ್ ಆಕ್ಟ್ 1935, ಒಕ್ಕೂಟ ಸರಕಾರಕ್ಕೆ ಅಂತರರಾಜ್ಯ ಉಪಯೋಗಗಳಿಗೆ ಸಂಬಂಧಿಸಿದಂತೆ ಹೆಚ್ಚಿನ ಅಧಿಕಾರ ನೀಡಿತು. "ಶ್ರೀಮಂತರನ್ನು ನೆನೆಸಿ" ಎಂದು ಹೆಸರಾದ ನೂತನ ತೆರಿಗೆ ಮಸೂದೆಯು ಕಾರ್ಪೋರೇಷನ್ ಮತ್ತು ಅವಿಭಜಿತ ಲಾಭಗಳ ತೆರಿಗೆಗಳನ್ನು ಹೆಚ್ಚಿಸಿತು. ರೂಸ್‌ವೆಲ್ಟನ ಮೊದಲನೆಯ ಅವಧಿಯು ಕೊನೆಗೊಳ್ಳುತ್ತಾ ಬಂದಂತೆ ಕಾಂಗ್ರೆಸ್ ಅಂಗೀಕರಿಸಿದ ಕ್ರಮಗಳು ಮತ್ತು ಶ್ವೇತಭವನವು ಹೊರಡಿಸಿದ ಆದೇಶಗಳ ಪಟ್ಟಿಗೆ 21 ಪ್ರಧಾನ ಮಸೂದೆಗಳು ಮತ್ತು ನೂರಾರು ಸಣ್ಣಪುಟ್ಟ ಮಸೂದೆಗಳು ಸೇರಿದ್ದುವು.

ಇಪ್ಪತ್ತನೆಯ ದಶಕದಲ್ಲಿ ಅಲುಗಾಡುತ್ತಿದ್ದ ಸಾರ್ವಜನಿಕ ವಿಶ್ವಾಸವು, ಕಾರ್ಮಿಕ ನಾಯಕತ್ವವು ಸುಧಾರಣೆಗೊಂಡುದುರಿಂದಾಗಿ ಮೂವತ್ತನೆಯ ದಶಕದಲ್ಲಿ ಬೆಳೆಯಿತು. ಸುಪ್ರೀಂ ಕೋರ್ಟು ತನ್ನ ಸಿಬ್ಬಂದಿಯನ್ನು ಕಾರ್ಮಿಕ ಶಾಸನವನ್ನು ಕುರಿತ ತನ್ನ ಒಲವನ್ನು ಬದಲಾಯಿಸಿಕೊಂಡಿತು. ನೂತನ ವಹಿವಾಟಿನ (ನ್ಯೂಡೀಲ್) ಅನುಕೂಲಕರವಾದ ನೀತಿಗಳನ್ನು ಕಾರ್ಮಿಕ ವರ್ಗವು ಉಪಯೋಗಿಸಿಕೊಂಡು ತನ್ನ ಲಾಭಗಳನ್ನು ಕ್ರೋಡೀಕರಿಸಿಕೊಂಡಿತು. 1933 ಮತ್ತು 1934ರ ಅನೇಕ 'ಪಂಪ್ ಪ್ರೈಮಿಂಗ್' (Pump Priming) ಕ್ರಮಗಳು ನಿಜವಾಗಿ ಕೆಲಸ ಮಾಡುವವನಿಗೆ ನೇರವಾಗಿ ನೆರವು ನೀಡುವ ಉದ್ದೇಶ ಹೊಂದಿದ್ದವು. ಯೂನಿಯನ್ನುಗಳಿಗೆ NIRA ಸಂಹಿತೆಯ 7–ಎ ವಿಭಾಗವು ತುಂಬಾ ಸಹಾಯಕವಾಗಿತ್ತು. "ಮಾಲೀಕರ ಮಧ್ಯಪ್ರವೇಶವಾಗಲಿ, ಬಲಾತ್ಕಾರವಾಗಲಿ, ಮಿತಿಯಾಗಲಿ ಇಲ್ಲದೆ" ಸಂಘಟಿಸಿಕೊಳ್ಳಲು, ಒಟ್ಟಾಗಿ ಬೇಡಿಕೆಗಳನ್ನು ಕುರಿತು ಚರ್ಚಿಸಲು ಕಾರ್ಮಿಕರಿಗೆ ಅದು ಹಕ್ಕನ್ನು ನೀಡಿತು. 1932ರಲ್ಲಿ ಚಳುವಳಿಗಳ ಸಂಕ್ಷೇಪವಾದ ಒಂದು ಅಲೆ ಬೀಸಿದ ನಂತರ ರೂಸ್‌ವೆಲ್ಟ್ 1933ರಲ್ಲಿ ನ್ಯಾಷನಲ್ ಲೇಬರ್ ಬೋರ್ಡ್ ಅನ್ನು ಸ್ಥಾಪಿಸಿದನು. NIRA ದಿಂದ ಮೂಡುವ ವಿವಾದಗಳಲ್ಲಿ ಮಧ್ಯಸ್ಥಿಕೆ ಮಾಡುವ ಕೆಲಸ ಅದರದ್ದಾಯಿತು. ಆಮೇಲೆ 1934ರಲ್ಲಿ ರಾಷ್ಟ್ರೀಯ ಕಾರ್ಮಿಕ ಸಂಬಂಧಗಳ ಮಂಡಳಿ (National Labour Relations Board) ಅದಕ್ಕೂ ಮೇಲೆ ಸ್ಥಾಪಿತವಾಯಿತು. ಸುಪ್ರೀಂಕೋರ್ಟು NIRAಅನ್ನು ಅನೂರ್ಜಿತಗೊಳಿಸಿದ ಮೇಲೆ ಕಾಂಗ್ರೆಸ್, "ಸಾಮೂಹಿಕ ಚೌಕಾಶಿಯ ವಿಧಿವಿಧಾನಗಳನ್ನು ಸಂರಕ್ಷಿಸುವ ಸಲುವಾಗಿ ವಾಗ್ನರ್ ಆಕ್ಟ್ ಅನ್ನು ಅಂಗೀಕರಿಸಿತು. ಅದರ ನಿರ್ವಹಣೆಯ ಅಧಿಕಾರವನ್ನು NLRBಗೆ ವಹಿಸಿತು. 1937ರ ವೇಳೆಗೆ ಈ ಸಂಸ್ಥೆಯು 5000 ವಿವಾದಗಳನ್ನು ನಿರ್ವಹಿಸಿತ್ತು. 2000 ಚಳುವಳಿಗಳಲ್ಲಿ ಮಧ್ಯಸ್ಥಿಕೆ ವಹಿಸಿತ್ತು. 1400 ಯೂನಿಯನ್ ಚುನಾವಣೆಗಳನ್ನು ನಡೆಸಿದ್ದಿತು.

1932–1935ರ ಅವಧಿಯಲ್ಲಿ AFL ಒಂದೂವರೆ ಮಿಲಿಯನ್ ಸದಸ್ಯರನ್ನು ಸೇರಿಸಿಕೊಂಡಿತು. ಆದರೆ ಒಂದು ಕಸುಬು–ಒಕ್ಕೂಟದ ಆಧಾರದ ಮೇಲೆ ವ್ಯವಸ್ಥೆಗೊಂಡ AFL ಭಾರೀ ಕೈಗಾರಿಕೋದ್ಯಮಗಳಲ್ಲಿ, ಕುಶಲರಲ್ಲದ ಕಾರ್ಮಿಕರ ಬೃಹತ್ ಸಮುದಾಯವನ್ನು ಮುಟ್ಟಲು ಹೋಗಲಿಲ್ಲ. 1936ರಲ್ಲಿ ಜಾನ್ ಎಲ್ ಲೂಯಿಸ್ ನೇತೃತ್ವದಲ್ಲಿ ಒಂದುಗೂಡಿದ ಗಣಿ ಕಾರ್ಮಿಕರು, ಆಟೋಮೊಬೈಲ್, ಉಕ್ಕು, ಹತ್ತಿಬಟ್ಟೆ, ರಬ್ಬರ್ ಮತ್ತು ಅಲ್ಯೂಮಿನಿಯಂ ಕೈಗಾರಿಕೆಗಳಲ್ಲಿ ಬೃಹತ್ ಪ್ರಮಾಣದ ಉತ್ಪಾದನೆಯನ್ನು ಕೇಂದ್ರೀಕರಿಸಲು ಕೈಗಾರಿಕಾ ವ್ಯವಸ್ಥಾಪಕ ಸಮಿತಿ (Committee for Indusrial Organisation) ಯನ್ನು ರೂಪಿಸಿದರು. ಪದೇ ಪದೇ ಒಳಜಗಳಗಳು ನಡೆದ ಮೇಲೆ AFL ಅಂತಿಮವಾಗಿ CIO ಯೂನಿಯನ್ನುಗಳನ್ನು ಬಹಿಷ್ಕರಿಸಿತು. ಈಗ ಅವರು ಕಾಂಗ್ರೆಸ್ ಆಫ್ ಇಂಡಸ್ಟ್ರಿಯಲ್ ಆರ್ಗನೈಸೇಷನ್ಸ್ (Congress of Indusrial Organisation) ಎಂದು ಹೆಸರು ಬದಲಾಯಿಸಿಕೊಂಡು ಬೃಹತ್ ಉದ್ಯಮಗಳ ವಿರುದ್ಧವಾಗಿ ಪ್ರಚಾರವನ್ನು ಮುಂದುವರಿಸಿದರು. CIO ಇನ್ನೂ ಉಗ್ರವಾದ ಕ್ರಮಕೈಗೊಂಡು AFL ಸದಸ್ಯತ್ವದಿಂದ ಕಳಚಿಕೊಂಡಿತು. ಮೂವತ್ತರ ದಶಕದ ಕೊನೆಯ ವರ್ಷಗಳಲ್ಲಿ ತನ್ನ ತಕ್ಷಣದ ಧ್ಯೇಯಗಳನ್ನು ಸಾಧಿಸಿಕೊಳ್ಳುವಲ್ಲಿ ಯಶಸ್ವಿಯಾಯಿತು. ಫೋರ್ಡ್ ಮತ್ತು ಲಿಟ್ಲ್ ಸ್ಟೀಲ್‌ಗಳಾದರೋ ಇನ್ನೂ ಹಲವು ವರ್ಷಗಳ ಕಾಲ ಅದರ ವಿರುದ್ಧವಾಗಿ ನಿಂತಿತು. ಬಿರುಗಾಳಿಯಂತಹ ಮುದುಕ ಜಾನ್ ಎಲ್ ಲೂಯಿಸ್ 1940ರಲ್ಲಿ ಫಿಲಿಪ್‌ಮಕ್ರಿ ಸ್ಥಾನಕ್ಕೆ ಬಂದು ಅಂತಿಮವಾಗಿ ತನ್ನ UMWವನ್ನು CIOದಿಂದ 1942ರಲ್ಲಿ ಹೊರಕ್ಕೆ ತಂದನು.

1936ರ ವೇಳೆಗೆ ರೂಸ್‌ವೆಲ್ಟನಿಗೆ ವಿರುದ್ಧವಾಗಿ ಡೆಮಕ್ರಾಟಿಕ್ ಪಕ್ಷದೊಳಗೇ ಒಂದು ಮೈತ್ರಿಕೂಟ ರಚಿತವಾಗಿತ್ತು. ಅದರ ನಾಯಕರು ಅತಿವೆಚ್ಚ, ಆಡಳಿತಶಾಹಿಯ ವಿಸ್ತರಣೆ ಹಾಗೂ ಫೆಡರಲ್ ಅಧಿಕಾರದ ಹೆಚ್ಚಳಗಳಿಂದ ಕೂಡಿದ ನ್ಯೂಡೀಲ್ ಪಕ್ಷವೊಂದನ್ನು ಪೋಷಿಸುತ್ತಿರುವುದಾಗಿ ಆಪಾದಿಸಿದರು. ಎ.ಐ.ಸ್ಮಿತ್ ಮೊದಲಾದ ಮುಖ್ಯ ಡೆಮೊಕ್ರಾಟರು, ಪಕ್ಷವು ಅಮೇರಿಕನ್ ಲಿಬರ್ಟಿ ಲೀಗ್ ಎಂಬ ಸಂಸ್ಥೆಯ ಶ್ರೀಮಂತ ವ್ಯವಹಾರಸ್ಥರೊಂದಿಗೆ ಸೇರಿಕೊಳ್ಳುವಂತೆ ಮಾಡಿದರು. ಅವರು 'ದಿ ರೆಡ್ ನ್ಯೂಡೀಲ್ ವಿತ್ ಎ ಸೋವಿಯತ್ ಸೀಲ್' ಎಂದು ಚಿಕಾಗೋ ಟ್ರಿಬ್ಯೂನ್ ಕರೆದಂತೆ ಹೋರಾಡಲು ನಿಂತಿದ್ದವರು. ರಿಪಬ್ಲಿಕನ್ನರ ಸಮಾವೇಶವು ಅಧ್ಯಕ್ಷೀಯ ಅಭ್ಯರ್ಥಿಯಾಗಿ ಕಾನ್‌ಸಾಸಿನ ಗವರ್ನರ್ ಆಲ್‌ಫ್ರೆಡ್ ಲ್ಯಾನ್‌ಡನ್‌ನನ್ನು ಆಯ್ಕೆ ಮಾಡಿತು. ಡೆಮಾಕ್ರಾಟರು ಮತ್ತೆ ರೂಸ್‌ವೆಲ್ಟ್‌ನನ್ನು ನಿಲ್ಲಿಸಲು ತಡಮಾಡಲಿಲ್ಲ. ಟೆಕ್ಸಾಸಿನ ಜಾನ್ ನಾನ್ಸ್‌ಗಾರ್ನರನನ್ನು ಅವನಿಗೆ ಓಟದ ಜೊತೆಯನ್ನಾಗಿ ನಿಲ್ಲಿಸಲಾಯಿತು. ಪ್ರಚಾರ ಕಾರ್ಯದಲ್ಲಿ ಸ್ವಾರಸ್ಯವೇನೂ ಇರಲಿಲ್ಲ. ಏಕೆಂದರೆ ಫಲಿತಾಂಶದಲ್ಲಿ ಸಂದೇಹವೇ ಇರಲಿಲ್ಲ. ರೂಸ್‌ವೆಲ್ಟನು 523 ಮತಗಳಿಂದ ಗೆದ್ದನು. ವಿರೋಧಿಗೆ 8 ಮತಗಳಿದ್ದವು. ಒಂಬತ್ತು ಮಿಲಿಯನ್ ಜನತೆಯ ಮೆಜಾರಿಟಿ ಅವನ ಪರವಾಗಿತ್ತು. ಈ ಚುನಾವಣೆಯು ನ್ಯೂಡೀಲ್ ನೀತಿಯನ್ನು ಜನತೆ ಒಪ್ಪಿಕೊಂಡಿರುವುದರ ಕುರುಹಾಯಿತು. ರೂಸ್‌ವೆಲ್ಟ್ ಇನ್ನು ನಾಲ್ಕು ವರ್ಷ ಅದನ್ನೇ ಮುಂದುವರಿಸುವುದಾಗಿ ಭರವಸೆ ನೀಡಿದನು.

ನ್ಯೂಡೀಲ್ ಮತ್ತು ಸುಪ್ರೀಂಕೋರ್ಟು

ಎರಡನೆಯ ಅಧಿಕಾರಾವಧಿಯನ್ನು ಹೊಸ ಚೈತನ್ಯದೊಂದಿಗೆ ರೂಸ್‌ವೆಲ್ಟ್ ಪ್ರಾರಂಭಿಸಿದನು. ಸುಪ್ರಿಂ ಕೋರ್ಟು, ಮುಂಚಿನ ನ್ಯೂಡೀಲ್ ಶಾಸನದ ಬಹುಭಾಗವನ್ನು ಸಾಯಿಸಿಬಿಟ್ಟಿತ್ತು. ಲಾಯರುಗಳು ಸೋಷಿಯಲ್ ಸೆಕ್ಯೂರಿಟಿ ಮತ್ತು ವಾಗ್ನರ್ ಆಕ್ಟ್‌ಗಳ ಬಗೆಗೆ ಕಣ್ಣು ಹಾಕುತ್ತಿದ್ದಂತೆ ತೋರಿತು. ನ್ಯಾಯಾಲಯದ 'ಒಂಬತ್ತು ಮಂದಿ ಹಿರಿಯರು' ಸಂವಿಧಾನವನ್ನು ಸಿಡಿಸುವ ಗಣಿಗಾರರು ಮತ್ತು ಕತ್ತಿಯಾಳುಗಳು, ಅವರು ಪ್ರಗತಿ ವಿರೋಧಿಗಳು ಎಂದು ರೂಸ್‌ವೆಲ್ಟ್ ಹೇಳುತ್ತಿದ್ದನು. 1937ರಲ್ಲಿ ಅವನು ಫೆಡರಲ್ ನ್ಯಾಯಾಂಗವನ್ನು ಸುಧಾರಿಸಲು ಒಂದು ಯೋಜನೆಯನ್ನು ಸೂಚಿಸಿದನು. ಅದರಿಂದ ವರ್ಷದ ಬಹುಭಾಗವನ್ನು ಕಬಳಿಸಿದ ಬಿಸಿಬಿಸಿ ವಾಗ್ವಾದಗಳು ನಡೆದುವು. ನ್ಯಾಯಾಲಯವು ತನ್ನ ದಿಕ್ಕಿನಲ್ಲಿ ವರ್ಗಾಯಿಸಿಕೊಂಡಿತು. "ಸಕಾಲಕ್ಕಾದ ಈ ಪರಿವರ್ತನೆ ಒಂಬತ್ತನ್ನು ಉಳಿಸಿತು" ಎಂದು ಯಾರೋ ಟೀಕಿಸಿದರು. ಹಲವು ವಯಸ್ಸಾದ ನ್ಯಾಯಾಧೀಶರು ನಿವೃತ್ತರಾದಾಗ ರೂಸ್‌ವೆಲ್ಟ್ ತನ್ನ ಆಯ್ಕೆಯ ನ್ಯಾಯಾಧೀಶರನ್ನು ನೇಮಿಸಿದನು.

ಕಾಂಗ್ರೆಸ್ಸು ಹಲವು ರೂಸ್‌ವೆಲ್ಟ್ ಪ್ರಾಯೋಜಿತ ಮಸೂದೆಗಳನ್ನು ಅಂಗೀಕರಿಸಿದ ಮೇಲೆ ಅಧ್ಯಕ್ಷನು 1938ರ ಚುನಾವಣೆಗಳನ್ನು ನಡೆಸಲು ಪ್ರಯತ್ನಿಸಿದನು. ಡೆಮೊಕ್ರಾಟಿಕ್ ಪಕ್ಷವನ್ನು ಶುದ್ಧೀಕರಿಸಿ ಅದರಲ್ಲಿದ್ದ ಸಂಪ್ರದಾಯವಾದಿಗಳನ್ನು, ನ್ಯೂಡೀಲ್ ವಿರೋಧಿ ಅಂಶಗಳನ್ನು ತೊಡೆದುಹಾಕಲು ಉದ್ದೇಶಿಸಿದನು. ಆದರೆ ಅದು ಸಾಧ್ಯವಾಗಲಿಲ್ಲ. ಅದೇ ಸಮಯಕ್ಕೆ 1937ರಲ್ಲಿ ಮತ್ತು 1938ರ ಮೊದಲಲ್ಲಿ ಕಂಡು ಬಂದ ವಹಿವಾಟು ಹಿಂಜರಿತವು ನ್ಯೂಡೀಲ್ ಅಮರವಾದುದೇನಲ್ಲ ಎಂದು ತೋರಿಸಿಕೊಂಡಿತು. 1939ರ ಕೊನೆಯಲ್ಲಿ ಯೂರೋಪಿನಲ್ಲಿ ಯುದ್ಧವು ಪ್ರಾರಂಭವಾಯಿತು. ರೂಸ್‌ವೆಲ್ಟ್‌ನ ಗೃಹ ಕಾರ್ಯಕ್ರಮಗಳು ಸ್ಥಗಿತಗೊಂಡವು. 1939ರ ಸೆಪ್ಟೆಂಬರ್ ನಂತರ ಸುಮಾರಾಗಿ ಎಲ್ಲಾ ಶಾಸನಗಳನ್ನು ಕಾಂಗ್ರೆಸ್ಸಿನಲ್ಲಿ ಚರ್ಚೆಗೊಳಪಡಿಸಲಾಯಿತು. ಪಕ್ಷೀಯ ರಾಜಕೀಯ ವಿಚಾರಗಳು ಪ್ರತ್ಯಕ್ಷವಾಗಿಯೋ ಪರೋಕ್ಷವಾಗಿಯೋ ದ್ವಿತೀಯ ಮಹಾಯುದ್ಧದಿಂದ ಪ್ರಭಾವಿತವಾದವು.

ನ್ಯೂಡೀಲ್‌ನ ಮಹತ್ವ

ನ್ಯೂಡೀಲ್ (ಹೊಸ ವಹಿವಾಟು)ನಲ್ಲಿ ಹೊಸದು (ನ್ಯೂ)ಏನೂ ಇರಲಿಲ್ಲ. ತನಗಿಂತ ಹಿಂದೆ ಇದ್ದ ನೀತಿಗಳಿಂದ ಎರವಲು ಪಡೆದುಕೊಂಡು ಸುಮಾರು ಅರ್ಧ ಶತಮಾನದ ರಾಜಕೀಯ ಬೆಳವಣಿಗೆಯ ಶಿಖರಾವಸ್ಥೆಯನ್ನು ಪ್ರತಿನಿಧಿಸಿತು. ರಾಷ್ಟ್ರವು ಬಿಕ್ಕಟ್ಟನ್ನು ಎದುರಿಸುತ್ತಿದ್ದಾಗ ಅಧಿಕಾರವನ್ನು ಸ್ವೀಕರಿಸಿದ ರೂಸ್‌ವೆಲ್ಟ್, ಮೂರು ವರ್ಷಕಾಲ ವಿರೋಧವೇ ಇಲ್ಲದೆ ಕೆಲಸ ಮಾಡಿ, ಬೇರೆಯಾರಿಗೂ ಸಿಕ್ಕಿರದ ಶಾಸನಾವಕಾಶವನ್ನು ಪಡೆದನು. ಅವನು ಮಾಡಿದುದರಲ್ಲಿ ಕೆಲವು ಬಹಳ ಅವಸರಪಟ್ಟು ಮಾಡಿದ ಕೆಲಸಗಳು; ಇನ್ನೂ ಕೆಲವು ಪ್ರಾಯೋಗಿಕವಾದವು, ಬಹುಪಾಲಿನವು ಅಮೆರಿಕದ ಅರ್ಥವ್ಯವಸ್ಥೆಯನ್ನು, ಅದರ ಇತಿಹಾಸದಲ್ಲೇ ಅತ್ಯಂತ ಹೀನಾಯವಾದ ಕುಸಿತದಿಂದ ಪಾರುಮಾಡುವ ಉದ್ದೇಶದಿಂದ ರೂಪಿಸಿದಂಥವು, ನ್ಯೂಡೀಲ್ ಚಿಂತಕರು ನಿಜವಾದ ಪ್ರಜಾಸತ್ತೆಯ ರೂಪಗಳಿಗೆ ಮತ್ತು ಕಾರ್ಯತಂತ್ರಗಳಿಗೆ ಗಮನಕೊಡಲಿಲ್ಲ ಎಂದು ಹಿರಿಯ ಲಿಬರಲ್ಲರು ದೂರಿದರು. ರೂಸ್‌ವೆಲ್ಟನ ನೀತಿಗಳು ವಾಮಪಂಥೀಯವೆಂದು ಸಂಪ್ರದಾಯವಾದಿಗಳು ಹೇಳಿದರೆ, ಅವು ಕಾಲಕ್ಕೆ ಹೊಂದದವು ಎಂದು ಲಿಬರಲ್ಲರು ಆಕ್ಷೇಪಿಸಿದರು. ವಾಸ್ತವವಾಗಿ ರೂಸ್‌ವೆಲ್ಟ್, ತನಗಿಂತ ಹಿಂದಿನವರ ಆಡಳಿತದೊಂದಿಗೆ ಹೋಲಿಸಿದರೆ, ಮಧ್ಯಮಾರ್ಗವನ್ನು ಹಿಡಿದಿದ್ದನ್ನು. ಅವನು ತಾತ್ವಿಕನಲ್ಲ, ಆದರೆ ಒಂದು ಯೋಜನೆಯನ್ನು, ಅದಾದ ಮೇಲೆ ಮತ್ತೊಂದನ್ನು ಅಥವಾ ಏಕಕಾಲದಲ್ಲಿ ಹಲವನ್ನು ಪ್ರಯೋಗಿಸಲು ಸದಾ ಸಿದ್ಧನಾಗಿದ್ದನು. ಕೆಲವೊಮ್ಮೆ ಆಚೆ ಈಚೆ ಬದಿಗೆ ಸರಿದರೂ ಕೊನೆಗೆ ರಸ್ತೆಯ ಮಧ್ಯಕ್ಕೆ ಬಂದು ನಿಲ್ಲುತ್ತಿದ್ದನು.

ನ್ಯೂಡೀಲ್ ನೀತಿಯು ಮುಕ್ತ ಉದ್ಯಮದ ಬಂಡವಾಳ ಪ್ರಧಾನ ಸ್ವರೂಪವನ್ನು ಬದಲಾಯಿಸುವುದಾಗಿರಲಿಲ್ಲ. ಅದು 'ಆ ವ್ಯವಸ್ಥೆಯನ್ನು ಸಂರಕ್ಷಿಸಲು ಮಾಡಿದ ಒಂದು ಸುಧಾರಣೆ, ಸಾರ್ವಜನಿಕರ ಅಗತ್ಯಗಳನ್ನು ಹೆಚ್ಚು ಸಮರ್ಪಕವಾಗಿ ಮಾಡುವಂತೆ ಅದರಲ್ಲಿ ಸುಧಾರಣೆ ತರಲು ಮಾಡಿದ ಪ್ರಯತ್ನ. ಖಾಸಗಿ ಉದ್ಯಮವು ಸರಿಯಾಗಿ ಕೆಲಸ ಮಾಡಬಹುದಾದ ಪರಿಸ್ಥಿತಿಗಳನ್ನು ಭರವಸೆಕೊಟ್ಟು ಅದನ್ನು ಉಳಿಸುವ ಪ್ರಯತ್ನ ಅದು ಎಂಬುದಾಗಿ ರೂಸ್‌ವೆಲ್ಟ್ ಹೇಳಿದನು. ಆದ್ದರಿಂದ ಸಾರ್ವಜನಿಕ ಹಿತದೃಷ್ಟಿಯಿಂದ ಅದನ್ನು ನಿಯಂತ್ರಿಸಬೇಕು. ಆ ಮೂಲಕ 'ನಮ್ಮ ಅರ್ಥವ್ಯವಸ್ಥೆಯಲ್ಲಿ ಸ್ಥಿರತೆ, ಸಮತೋಲನಗಳನ್ನು ಸಾಧಿಸಬಹುದು. ಇದನ್ನು ಬ್ರಿಯಾನ್ ಆಗಲಿ, ಥಿಯೋಡೋರ್ ರೂಸ್‌ವೆಲ್ಟ್ ಆಗಲಿ, ವಿಲ್ಸನ್ ಆಗಲಿ, ಲಾಫೋಲೆಟ್ ಆಗಲಿ ಒಪ್ಪದಿರುವುದು ಸಾಧ್ಯವಿರಲಿಲ್ಲ.

ನ್ಯೂಡೀಲ್ ಅಮೆರಿಕದ ಆರ್ಥಿಕ ಜೀವನದ ಕ್ರೋಡೀಕರಣ ಪ್ರವೃತ್ತಿಯನ್ನು ತಡೆಯುವಲ್ಲಿ ವಿಫಲಗೊಂಡಿತು. ಕುಸಿತವು ದುರ್ಬಲ ಸಂಸ್ಥೆಗಳನ್ನು ಹೆಸರಿಲ್ಲದಂತೆ ಮಾಡಿತು. ಹೆಚ್ಚು ಭದ್ರವಾದ ಸಂಸ್ಥೆಗಳು ಅವುಗಳನ್ನು ತಮ್ಮೊಳಗೆ

ಲೀನಗೊಳಿಸಿಕೊಳ್ಳುವಂತೆ ಮಾಡಿತು. ಅದೇ ಸಮಯಕ್ಕೆ ಏಕಸ್ವಾಮ್ಯದ ಸ್ಥಾನದಲ್ಲಿ ಸ್ವಲ್ಪಮಟ್ಟಿಗೆ ಸ್ವಲ್ಪ ಜನಸ್ವಾಮ್ಯ (Oligopoly) ಬಂದಿತು. ಕೆಲವು ಕ್ಷೇತ್ರಗಳಲ್ಲಿ ಎಷ್ಟು ಕಡಿಮೆ ವರ್ತಕ ಸಂಸ್ಥೆಗಳು ನಿಂತವು ಎಂದರೆ, ಅವರು ಮಾರುಕಟ್ಟೆಯನ್ನೇ ವಶಪಡಿಸಿಕೊಳ್ಳುವಷ್ಟು ಪ್ರಧಾನವಾದವು. ತಾತ್ವಿಕವಾಗಿಯಷ್ಟೇ ಅವುಗಳ ನಡುವೆ ಪರಸ್ಪರ ಸ್ಪರ್ಧೆಯಿತ್ತು ಅಷ್ಟೆ. ನ್ಯೂಡೀಲ್ ಜಾರಿಗೆ ಬಂದ ಐದು ವರ್ಷಗಳ ಅನಂತರ, 1937ರಲ್ಲಿ ದೇಶದ ಆಟೋಮೊಬೈಲ್ ವಾಹನಗಳ ಶೇ. 80 ಭಾಗವನ್ನು ಕೇವಲ ಮೂರು ಸಂಸ್ಥೆಗಳು ಉತ್ಪಾದಿಸುತ್ತಿದ್ದವು. ಮೂರು ಕಂಪೆನಿಗಳು ಉಕ್ಕಿನ ಶೇ. 60 ರಷ್ಟನ್ನು ಉತ್ಪಾದಿಸುತ್ತಿದ್ದುವು. ಒಂದೇ ಒಂದು ಅಲ್ಯೂಮಿನಿಯಂ ಕಂಪೆನಿಯು ಹೆಚ್ಚುಕಡಿಮೆ ಶೇ. 100 ಉತ್ಪಾದನೆ ಮಾಡುತ್ತಿತ್ತು. ಇವುಗಳ ಬಗೆಗೆ ರೂಸ್‌ವೆಲ್ಟ್ ಮಾಡಬಹುದಾಗಿದ್ದುದಾದರೂ, ವಿಶ್ವಸ್ಥ ವಿರೋಧಿ ಶಾಸನವೆಂದು ಕಂಡುಬಂದವುಗಳಲ್ಲಿ ಕೆಲವನ್ನು ರದ್ದುಪಡಿಸುವುದು. ನ್ಯೂಡೀಲ್ ಕಾಲದಿಂದಲೂ ಅಮೆರಿಕದ ವ್ಯವಹಾರೋದ್ಯಮ ಜೀವನದಲ್ಲಿ ಏಕಸ್ವಾಮ್ಯ ಮತ್ತು ಸ್ವಲ್ಪಜನ ಸ್ವಾಮ್ಯಗಳ ಕಡೆಗೆ ಒಲವು ಮುಂದುವರಿದು ಬಂದಿದೆ.

ನ್ಯೂಡೀಲ್ ನೀತಿಯ ವಿಶಿಷ್ಟ ಲಕ್ಷಣ ಅಮೆರಿಕನ್ ಜೀವನದ ಮೇಲೆ ಫೆಡರಲ್ ಪ್ರಭುತ್ವದ ಸ್ಥೂಲ ವಿಸ್ತರಣ ಮತ್ತು ನೂತನ ಸಾಮಾಜಿಕ ಹಾಗೂ ಆರ್ಥಿಕ ಹೊಣೆಗಾರಿಕೆಯನ್ನು ಫೆಡರಲ್ ಸರಕಾರವು ವಹಿಸಿಕೊಂಡದ್ದು. ಪರಿಣಾಮತಃ ಅದು ರಾಷ್ಟ್ರೀಯ ಹಿತಾಸಕ್ತಿಯನ್ನು ಸೂತ್ರಿಸಿ, ಅದನ್ನು ಜಾರಿಗೊಳಿಸಲು ಶಕ್ತವಾಗುವಂತಹ ಒಂದು ಪರಿಸ್ಥಿತಿಯನ್ನು ಸೃಷ್ಟಿಸಿತು. ಹೀಗೆ ನ್ಯೂಡೀಲ್ 1890ರಲ್ಲಿ ಮತ್ತು 1900ರ ಮೊದಲ ವರ್ಷಗಳಲ್ಲಿ ಆಳವಾಗಿ ಬೇರುಬಿಟ್ಟಿತು. ಕೃಷಿ ಕ್ರಾಂತಿ, ಪಾಪ್ಯುಲಿಸ್ಟ್ (Populist) ಆಂದೋಲನ, ಪ್ರಾರಂಭಿಕ ಪ್ರಗತಿವಾದ ಮೊದಲಾದವುಗಳಲ್ಲಿ ಅದು ವ್ಯಕ್ತವಾಯಿತು. ಜೆಫರ್ಸನ್ ಗುರಿಗಳನ್ನು ಸಾಧಿಸಲು ಹ್ಯಾಮಿಲ್ಟನ್ ದಾರಿಯನ್ನು ಅನುಸರಿಸಿದ ನ್ಯೂಡೀಲ್ ವಿಲ್ಸನ್ನನ ನ್ಯೂಫ್ರೀಡಂಗಿಂತ ಮಿಗಿಲಾಗಿ ಥಿಯೊಡೋರ್ ರೂಸ್‌ವೆಲ್ಟನ ನೂತನ ರಾಷ್ಟ್ರೀಯತೆಯಂತೆ ಕಾಣಿಸಿತು. ಅವನು ಹೇಳುವಂತೆ, "ಹಿಂದಿನ ಸಂಪದ್ಭರಿತ ಸ್ಥಿತಿಯು ಮರಳುವುದೋ ಇಲ್ಲವೋ, ಆದರೆ ವಿಶಾಲವಾದ ಸಾಮಾಜಿಕ ನ್ಯಾಯ ಪ್ರಜ್ಞೆಯನ್ನು ಬೆಳೆಸಿ, ನೂತನ ಪ್ರಜಾಸತ್ತೆಯ ಅಗತ್ಯಗಳನ್ನು ಪೂರೈಸುವ ರೀತಿಯಲ್ಲಿ ರಾಷ್ಟ್ರೀಯ ಜೀವನವನ್ನು ಮರು ರೂಪಿಸುವ ಗುರಿಯನ್ನು ರೂಸ್‌ವೆಲ್ಟ್ ಹೊಂದಿದ್ದನು".

ಫೆಡರಲ್ ಅಧಿಕಾರವನ್ನು ಅಧಿಕ ಪ್ರಮಾಣದಲ್ಲಿ ಚಲಾಯಿಸುವುದರಿಂದ ಮಾತ್ರವೇ ಇದನ್ನು ಸಾಧಿಸಲು ಸಾಧ್ಯ ಎಂದು ಅವನು ಭಾವಿಸಿದ್ದನು. ನ್ಯೂಡೀಲ್ ತತ್ವಗಳಲ್ಲೆಲ್ಲ ಇದು ಅಮೆರಿಕ ರಾಜಕಾರಣದ ಮೇಲೆ ಬಹುಕಾಲ ಉಳಿಯುವ ಪರಿಣಾಮವನ್ನು ಉಂಟುಮಾಡಿತು. 1938ರಲ್ಲಿ ನ್ಯೂಯಾರ್ಕ್ ಟೈಮ್ಸ್ ಹೇಳಿದಂತೆ, "ಸಂದೇಹಕ್ಕೆ ಎಡೆಯೇ ಇಲ್ಲದ ವಿಷಯವೆಂದರೆ, ಹೆಚ್ಚು ಹೆಚ್ಚು ಸಂಖ್ಯೆಯ ಅಮೆರಿಕನ್ನರು, ಪಕ್ಷ ಭೇದವಿಲ್ಲದೆ, ಸರಕಾರವು ಜವಾಬ್ದಾರಿಯ ಹೆಚ್ಚಿನ ಪಾಲನ್ನು ಹೊರಬೇಕಾದದ್ದು ಅಗತ್ಯ ಮತ್ತು ಅಪೇಕ್ಷಣೀಯ ಎಂದು ಭಾವಿಸುವಂತಾಯಿತು." ಈ ವಿಷಯವು ಅಷ್ಟಕ್ಕೆ ನಿಂತುಹೋಗದೆ ಕೊನೆಯೇ ಇಲ್ಲದಷ್ಟು ರಾಜಕೀಯ ಚರ್ಚೆಗಳಿಗೆ ಆಧಾರವನ್ನು ಒದಗಿಸಿದೆ. ತಾನು ಸಾಧಿಸುವುದಾಗಿ ಹೇಳಿಕೊಂಡಂತೆ ನ್ಯೂಡೀಲ್ ನೀತಿಯು ವ್ಯಕ್ತಿಗತ ಬಂಡವಾಳಗಾರಿಕೆಯ ಮೌಲ್ಯಗಳನ್ನು ವಿಸ್ತರಿಸಿ, ಸಂರಕ್ಷಿಸಿತೆ, ಇಲ್ಲವೆ ಅಮೆರಿಕನ್ ಸಮಷ್ಟಿವಾದ (American Collectivism)ದ ಅಂಚನ್ನು ಪ್ರವೇಶಿಸಿ ಸುಖೀರಾಜ್ಯದ ಮೊದಲ ನೀಲ ನಕ್ಷೆಯಾಗಿ ಪರಿಣಮಿಸಿತೆ? ಎಂಬುದು ಇಂದಿಗೂ ಚರ್ಚಾಸ್ಪದ ವಿಷಯವಾಗಿದೆ.

ನ್ಯೂಡೀಲ್ : ಒಂದು ನಸುನೋಟ

ನ್ಯೂಡೀಲ್ ನೀತಿಯ ಗುರಿಗಳು

ಮೂಲಭೂತವಾಗಿ ರೂಸ್‌ವೆಲ್ಟನಿಗೆ ಮೂರು ಗುರಿಗಳಿದ್ದುವು. ಪರಿಹಾರ (Relief) –ಆಹಾರ, ವಸತಿ ಇಲ್ಲದೆ ಬಡತನದಿಂದ ನರಳುತ್ತಿದ್ದ ಮಿಲಿಯಾಂತರ ಜನರಿಗೆ ನೇರವಾಗಿ ನೆರವು ನೀಡುವುದು; ಪುನಶ್ಚೇತನ (Recovery) ನಿರುದ್ಯೋಗವನ್ನು ತಗ್ಗಿಸುವುದು, ಸರಕುಗಳಿಗೆ ಬೇಡಿಕೆಯನ್ನು ಹೆಚ್ಚಿಸುವುದು ಮತ್ತು ಆರ್ಥಿಕತೆಯು ಮತ್ತೆ ಚಲಿಸುವಂತೆ ಮಾಡುವುದು; ಸುಧಾರಣೆ (Reform) ಮತ್ತೆ ಆರ್ಥಿಕ ಗಂಡಾಂತರವು ಮರುಕಳಿಸದಂತೆ ತಡೆಯುವುದು. ಇವುಗಳನ್ನು ಸಾಧಿಸಲು ಬಹು ಉಗ್ರವಾದ ಕ್ರಮಗಳು ಅಗತ್ಯವಾಗಿದ್ದುವು ಎಂಬುದು ಸ್ಪಷ್ಟ. ರೂಸ್‌ವೆಲ್ಟನ ಕಾರ್ಯಮಾರ್ಗಗಳು ರಿಪಬ್ಲಿಕನ್ನರ ತಾಟಸ್ಥ್ಯನೀತಿಗಿಂತ ಸಂಪೂರ್ಣವಾಗಿ ಬೇರೆಯಾಗಿದ್ದವು. ಎಷ್ಟು ಸಾಧ್ಯವೋ ಅಷ್ಟುಮಟ್ಟಿಗೆ ಮಧ್ಯಪ್ರವೇಶ ಮಾಡಿ, ದೇಶವನ್ನು ಕುಸಿತದಿಂದ ಹೊರತರಲು ಸರಕಾರೀ ಹಣವನ್ನು ವೆಚ್ಚಮಾಡಲು ರೂಸ್‌ವೆಲ್ಟನು ಸಿದ್ಧವಾಗಿದ್ದನು. ರಿಪಬ್ಲಿಕನ್ನರು ಈ ಕ್ರಮ ಕೈಗೊಳ್ಳಲು ಸಿದ್ಧರಾಗಿರಲಿಲ್ಲ.

ನ್ಯೂಡೀಲ್ ಏನುಮಾಡಿತು, ಎಷ್ಟರ ಮಟ್ಟಿಗೆ ಯಶಸ್ವಿಯಾಯಿತು?

ನ್ಯೂಡೀಲ್ ನೀತಿಯನ್ನು ರೂಪಿಸಿದ ಕ್ರಮಗಳು 1933 ರಿಂದ 1940ವರೆಗೆ ಹರಡಿಕೊಂಡಿದ್ದುವು.

i. ಬ್ಯಾಂಕಿಂಗ್ ಮತ್ತು ಹಣಕಾಸು ವ್ಯವಸ್ಥೆಗಳು ಮತ್ತೆ ಸರಿಯಾಗಿ ಕೆಲಸ ಮಾಡುವ ಹಾಗೆ ನೋಡಿಕೊಳ್ಳುವುದು ಬಹಳ ಮುಖ್ಯವಾಗಿತ್ತು : ಸರಕಾರವು ಬ್ಯಾಂಕುಗಳನ್ನು ತಾತ್ಕಾಲಿಕವಾಗಿ ಸ್ವಾಧೀನಪಡಿಸಿಕೊಂಡು, ಇನ್ನೊಂದು ಆರ್ಥಿಕ ಬಿಕ್ಕಟ್ಟು ಉಂಟಾದರೂ ಠೇವಣಿದಾರರು ತಮ್ಮ ಹಣವನ್ನು ಕಳೆದುಕೊಳ್ಳುವುದಿಲ್ಲ ಎಂದು ಭರವಸೆ ಕೊಟ್ಟು ಇದನ್ನು ಸಾಧಿಸಲಾಯಿತು. ಇದು ಜನತೆಯಲ್ಲಿ ವಿಶ್ವಾಸವನ್ನು ಬೆಳೆಸಿತು, ಮತ್ತೆ ಹಣವು ಬ್ಯಾಂಕುಗಳಿಗೆ ಹರಿಯತೊಡಗಿತು. ಸೆಕ್ಯೂರಿಟೀಸ್ ಎಕ್ಸ್‌ಚೇಂಜ್(1934), ಸ್ಟಾಕ್ ಎಕ್ಸ್‌ಚೇಂಜನ್ನು ಸುಧಾರಿಸಿತು. ಇತರ ಅಂಶಗಳ ಜೊತೆಗೆ ಸಾಲವಾಗಿ ಷೇರುಕೊಳ್ಳುವವರು ಆಗ ಚಾಲ್ತಿಯಲ್ಲಿದ್ದ ಶೇ. 10ಕ್ಕೆ ಬದಲಾಗಿ ಶೇ. 50 ಹಣವನ್ನು ನಗದಾಗಿ ಕೂಡಲೆ ಪಾವತಿ ಮಾಡತಕ್ಕದ್ದು ಎಂದು ಆದೇಶಿಸಲಾಯಿತು.

ii. ದಿ ಫಾರ್ಮರ್ಸ್ ರಿಲೀಫ್ ಆಕ್ಟ್ (1933): ಕೃಷಿಕರಿಗೆ ನೆರವು ನೀಡಲು ಪ್ರಯತ್ನಿಸಿತು. ಅವರು ಅಧಿಕ ಪ್ರಮಾಣದಲ್ಲಿ ಉತ್ಪಾದಿಸುತ್ತಿದ್ದುದರಿಂದ ಬೆಲೆಗಳು, ಲಾಭವೂ ಕಡಿಮೆಯಾಗೇ ಇರುತ್ತಿದ್ದುದು ಸಮಸ್ಯೆ. ಶಾಸನಾನ್ವಯ ಸರಕಾರವು ಕಡಿಮೆ ಉತ್ಪಾದಿಸಿದ ಕೃಷಿಕರಿಗೆ ಪರಿಹಾರ ನೀಡಿತು. ಅದರಿಂದ ಬೆಲೆ ಏರಿತು. ಇದು ಸ್ವಲ್ಪ ಮಟ್ಟಿಗೆ ಯಶಸ್ವಿಯಾಗಿ 1937ರ ವೇಳೆಗೆ ರೈತರ ಸರಾಸರಿ ವರಮಾನವು ಎರಡು ಪಟ್ಟಾಯಿತು.

iii. ದಿ ಸಿವಿಲಿಯನ್ ಕನ್ಸರ್ವೇಷನ್ ಕೋರ್ (ccc) : ಇದು ಬಹು ಜನಪ್ರಿಯತೆ ಗಳಿಸಿದ ರೂಸ್‌ವೆಲ್ಟ್‌ನ ನೀತಿ. ಇದು ತರುಣ ಜನರಿಗೆ ಗ್ರಾಮಾಂತರ ಪ್ರದೇಶಗಳಲ್ಲಿ ಸಂರಕ್ಷಣಾ ಯೋಜನೆಗಳಲ್ಲಿ ಉದ್ಯೋಗವನ್ನು ಒದಗಿಸಿತು. 1940 ವೇಳೆಗೆ ಸುಮಾರು 2.5 ಮಿಲಿಯನ್ ಯುವಜನರು ಆಗಲೆ ಸಿ.ಸಿ.ಸಿ.ಯಲ್ಲಿ ಆರುತಿಂಗಳು ಕೆಲಸಮಾಡಿದ್ದರು. ಅದರಿಂದ ಸ್ವಲ್ಪ ಪ್ರಮಾಣ ಕೂಲಿ (ತಿಂಗಳಿಗೆ 30 ಡಾಲರ್, ಅದರಲ್ಲಿ 25 ಡಾಲರನ್ನು ಅವರು ಕುಟುಂಬಕ್ಕೆ ಕಳಿಸಬೇಕಾಗಿತ್ತು) ಜೊತೆಗೆ ಆಹಾರ, ಬಟ್ಟೆ ಮತ್ತು ವಸತಿ ದೊರಕಿದುವು.

iv. ಪುನಶ್ಚೇತನ ಕಾರ್ಯಕ್ರಮದ ಅತಿ ಮುಖ್ಯವಾದ ಭಾಗ ನ್ಯಾಷನಲ್ ಇಂಡಸ್ಟ್ರಿಯಲ್ ರಿಕವರಿ ಆಕ್ಟ್(1933): ಇದು ಜನರು ಮತ್ತೆ ಖಾಯಂ ಆಗಿ ನೌಕರಿಗೆ ಮರಳುವಂತೆ ಮಾಡಲು ಪ್ರಯತ್ನಿಸಿತು. ಅದರಿಂದ ಅವರು ಹೆಚ್ಚು ಕೊಳ್ಳಲು ಸಾಧ್ಯವಾಗುತ್ತಿತ್ತು. ಇದರಿಂದ ಕೈಗಾರಿಕೆಯು ಹೆಚ್ಚು ಸಹಜವಾಗಿ ಕೆಲಸಮಾಡಲು ಪ್ರಚೋದನೆಯೊದಗಿತು. ಈ ಶಾಸನವು ಪಬ್ಲಿಕ್ ವರ್ಕ್ಸ್ ಅಡ್ಮಿನಿಸ್ಟ್ರೇಷನ್ (PWA)ಅನ್ನು ರೂಪಿಸಿತು. ಉಪಯುಕ್ತವಾದ ಅಣೆಕಟ್ಟುಗಳು, ಸೇತುವೆಗಳು, ರಸ್ತೆಗಳು, ಶಾಲೆಗಳು, ಆಸ್ಪತ್ರೆಗಳು, ವಿಮಾನ ನಿಲ್ದಾಣಗಳು ಮತ್ತು ಸರಕಾರಿ ಕಟ್ಟಡಗಳ ನಿರ್ಮಾಣ ಕಾರ್ಯವನ್ನು ಕೈಗೊಂಡು ಅದಕ್ಕೆ ಬೇಕಾದ ಹಣವನ್ನು ಒದಗಿಸಿತು. ಇದರಿಂದ ಹಲವು ದಶಲಕ್ಷ ಹೆಚ್ಚುವರಿ ಉದ್ಯೋಗವು ಸೃಷ್ಟಿಯಾಯಿತು. ಶಾಸನದ ಇನ್ನೊಂದು ಭಾಗವು ನ್ಯಾಷನಲ್ ರಿಕವರಿ ಅಡ್ಮಿನಿಸ್ಟ್ರೇಷನ್(NRA)ಅನ್ನು ಸ್ಥಾಪಿಸಿತು. ಅದರ ಅನ್ವಯ ಬಾಲ ಕಾರ್ಮಿಕರ ದುಡಿಮೆ ರದ್ದಾಯಿತು, ದಿನಕ್ಕೆ ಎಂಟುಗಂಟೆಗಳ ಕಾಲದ ದುಡಿಮೆ ಮತ್ತು ಕನಿಷ್ಠ ವೇತನಗಳು ಜಾರಿಗೆ ಬಂದು ಹೆಚ್ಚಿನ ಉದ್ಯೋಗವು ಸೃಷ್ಟಿಗೊಳ್ಳಲು ಅನುಕೂಲವಾಯಿತು. ಇವು ಕಡ್ಡಾಯವಾಗಿರದಿದ್ದರೂ ಮಾಲೀಕರು ಅವನ್ನು ಒಪ್ಪಿಕೊಳ್ಳಲೇಬೇಕೆಂದು ಒತ್ತಡ ಹಾಕಲಾಯಿತು. ಹಾಗೆ ಮಾಡಿದವರು ಒಂದು ಅಧಿಕೃತ ಚಿಹ್ನೆ ಚೀಟಿಯನ್ನು ತಮ್ಮ ಸರಕುಗಳ ಮೇಲೆ ಅಂಟಿಸಬಹುದಾಗಿತ್ತು. ಅದರಲ್ಲಿ ಒಂದು ನೀಲಿಯ ಹದ್ದಿನ ಚಿತ್ರ ಮತ್ತು NRS ಎಂಬ ಅಕ್ಷರಗಳು ಇದ್ದುವು. ಸಹಕರಿಸಲು ಒಲ್ಲದ ಸಂಸ್ಥೆಗಳನ್ನು ಬಹಿಷ್ಕರಿಸಲು ಜನತೆಗೆ ಪ್ರೋತ್ಸಾಹ ಕೊಡಲಾಯಿತು. ಇದಕ್ಕೆ ಪ್ರತಿಕ್ರಿಯೆ ಅಗಾಧವಾಗಿತ್ತು, ಎರಡು ಮಿಲಿಯನ್ ಮಾಲೀಕರು ಹೊಸ ನೀತಿಗಳನ್ನು ಒಪ್ಪಿಕೊಂಡರು.

v. ಇನ್ನಷ್ಟು ಪರಿಹಾರ ಮತ್ತು ಪುನಶ್ಚೇತನಗಳು ಫೆಡರಲ್ ಎಮರ್ಜೆನ್ಸಿ ರಿಲೀಫ್ ಅಡ್ಮಿನಿಸ್ಟ್ರೇಷನ್ ಕಾನೂನಿನಿಂದ ದೊರಕಿದುವು. ನಿರುದ್ಯೋಗಿಗಳಿಗೆ ಕೊಡುವುದಕ್ಕಾಗಿ ಮತ್ತು ಉಚಿತ ಸಾರು ತಯಾರಿಸುವ ಅಡಿಗೆ ಮನೆಗಳಿಗಾಗಿ 500 ಮಿಲಿಯನ್ ಡಾಲರುಗಳನ್ನು ಪೂರೈಸಲಾಯಿತು. 1935ರಲ್ಲಿ ಸ್ಥಾಪಿಸಿದ ವರ್ಕ್ಸ್ ಪ್ರೋಗ್ರೆಸ್ ಅಡ್ಮಿನಿಸ್ಟ್ರೇಷನ್ (ಡಬ್ಲ್ಯುಪಿಎ) ರಸ್ತೆಗಳು, ಶಾಲೆಗಳು, ಆಸ್ಪತ್ರೆಗಳು ಮೊದಲಾದ ನಿರ್ಮಾಣ ಕಾರ್ಯಗಳಿಗೆ ಹಣ ಒದಗಿಸಿತು (ಇದು ಪಿ ಡಬ್ಲ್ಯು ಎ ಯಂತೆಯೇ ಇದ್ದರೂ ಸಣ್ಣ ಪ್ರಮಾಣದ ಯೋಜನೆಗಳನ್ನು ಇದು ನೋಡಿಕೊಂಡಿತು.) ಫೆಡರಲ್ ಥಿಯೇಟರ್ ಪ್ರಾಜೆಕ್ಟ್ ಯೋಜನೆಯು ನಾಟಕಕಾರರಿಗೆ, ಕಲಾವಿದರಿಗೆ, ನಟರಿಗೆ, ಗಾಯಕರಿಗೆ, ಸರ್ಕಸ್ ಜನರಿಗೆ ಕೆಲಸಗಳನ್ನು ಒದಗಿಸಿದುದಲ್ಲದೆ ಸಾರ್ವಜನಿಕರು ಹೆಚ್ಚು ಹೆಚ್ಚಾಗಿ ಕಲೆಗಳನ್ನು ಸವಿಯುವಂತೆ ಪ್ರೇರೇಪಿಸಿತು. ಸೋಷಿಯಲ್ ಸೆಕ್ಯುರಿಟಿ

ಆಕ್ಟ್ (1935) ವೃದ್ಧಾಪ್ಯವೇತನಗಳನ್ನು, ನಿರುದ್ಯೋಗ ವಿಮಾ ಯೋಜನೆಗಳನ್ನು ಜಾರಿಗೆ ತಂದಿತು. ಇದರಲ್ಲಿ ಫೆಡರಲ್ ಸರಕಾರ ಮತ್ತು ರಾಜ್ಯ ಸರಕಾರಗಳೆರಡೂ ಮಾಲೀಕರು ಮತ್ತು ಕೆಲಸಗಾರರೂ ಜೊತೆಗೂಡಿ ಹಣ ಒದಗಿಸಿದುವು. ಆದರೆ ಆ ಕಾಲಕ್ಕೆ ಇದು ಅಷ್ಟಾಗಿ ಯಶಸ್ವಿಯಾಗಲಿಲ್ಲ. ಏಕೆಂದರೆ ವೇತನಗಳು ತುಂಬ ಕಡಿಮೆಯಾಗಿದ್ದುವು; ಅನಾರೋಗ್ಯ ವಿಮೆಗೆ ಯಾವ ಅವಕಾಶವನ್ನು ಮಾಡಿರಲಿಲ್ಲ. ಸಮಾಜ ಕಲ್ಯಾಣದ ವಿಷಯದಲ್ಲಿ ಅಮೆರಿಕವು ಜರ್ಮನಿ ಮತ್ತು ಬ್ರಿಟನ್‌ಗಳಿಗಿಂತ ಹಿಂದೆಬಿದ್ದಿತ್ತು.

vi. ಎರಡು ಶಾಸನಗಳು ಟ್ರೇಡ್ ಯೂನಿಯನ್ನುಗಳನ್ನು ಪ್ರೋತ್ಸಾಹಿಸಿ, ಕಾರ್ಯಪರಿಸ್ಥಿತಿಗಳು ಉತ್ತಮಗೊಳ್ಳಲು ಸಹಾಯ ಮಾಡಿದವು. ನ್ಯೂಯಾರ್ಕಿನ ಸೆನೆಟರ್ ಆಗಿದ್ದ ರಾಬರ್ಟ್ ಎಫ್ ವಾಗ್ನರ್ ರೂಪಿಸಿದ ದಿ ವಾಗ್ನರ್ಸ್ ಆಕ್ಟ್ (1935), ಯೂನಿಯನ್ನುಗಳಿಗೆ ಸೂಕ್ತವಾದ ನ್ಯಾಯಿಕ ತಳಹದಿಯನ್ನು ಒದಗಿಸಿದವು. ಹಾಗೆಯೇ ಮ್ಯಾನೇಜ್‌ಮೆಂಟಿನೊಂದಿಗೆ ಯಾವುದೇ ವಿವಾದವುಂಟಾದ ಪಕ್ಷದಲ್ಲಿ ತಮ್ಮ ಸದಸ್ಯರ ಪರವಾಗಿ ಮಾತುಕತೆ ನಡೆಸುವ ಹಕ್ಕನ್ನು ಹೊಂದಿದ್ದವು. ಅದು ನ್ಯಾಷನಲ್ ಲೇಬರ್ ರಿಲೇಷನ್ಸ್ ಬೋರ್ಡ್ ಅನ್ನು ಸ್ಥಾಪಿಸಿತು. ಕಾರ್ಮಿಕರು ತಮ್ಮ ಆಡಳಿತವು ನಡೆಸುತ್ತಿರುವ ಅನ್ಯಾಯಗಳ ವಿರುದ್ಧವಾಗಿ ಈ ಮಂಡಳಿಗೆ ಮನವಿ ಮಾಡಿಕೊಳ್ಳಬಹುದಾಗಿತ್ತು. ಫೇರ್ ಲೇಬರ್ ಸ್ಟ್ಯಾಂಡರ್ಡ್ಸ್ ಆಕ್ಟ್(1938) ವಾರಕ್ಕೆ ಗರಿಷ್ಠ 45 ಗಂಟೆಗಳ ಕಾಲದ ದುಡಿಮೆಯನ್ನು, ಕೊಡಬೇಕಾದ ಅತಿ ಕನಿಷ್ಠ ವೇತನವನ್ನು ನಿಗದಿಪಡಿಸಿತು. ಬಹುತೇಕ ಮಕ್ಕಳ ದುಡಿಮೆಯನ್ನು ಅಕ್ರಮವೆಂದು ಘೋಷಿಸಿತು.

vii. ನ್ಯೂಡೀಲ್‌ನಲ್ಲಿ ಇನ್ನು ಕೆಲವು ಕ್ರಮಗಳು ಸೇರಿದುವು. ಟೆನೆಸ್ಸೀ ವ್ಯಾಲಿ ಅಥಾರಿಟಿ (T.V.A) ಪಾಳುಬಿದ್ದುಹೋಗಿದ್ದ ಅಮೆರಿಕದ ಗ್ರಾಮಾಂತರ ಪ್ರದೇಶಗಳ ಬಹು ವಿಸ್ತಾರವಾದ ಭಾಗಗಳನ್ನು ಪುನಶ್ಚೇತನಗೊಳಿಸಿತು. ಅಗ್ಗದ ಬೆಲೆಯಲ್ಲಿ ವಿದ್ಯುತ್ತನ್ನು ಪೂರೈಸಲು ಅಣೆಕಟ್ಟುಗಳನ್ನು ನಿರ್ಮಿಸಿತು, ಸಂರಕ್ಷಣೆ, ನೀರಾವರಿ ಮತ್ತು ಅರಣ್ಯ ವರ್ಧನೆಗಳನ್ನು ಕೈಗೊಂಡು ಮಣ್ಣು ಸವಕಳಿಯನ್ನು ತಡೆಗಟ್ಟಿತು. ಮನೆಗಳನ್ನು ಅಡಮಾನವಾಗಿಟ್ಟು ಹಣವನ್ನು ಮರಳಿಸಲಾರದೆ ಮನೆಗಳನ್ನೇ ಕಳೆದುಕೊಳ್ಳುವ ಸ್ಥಿತಿಯಲ್ಲಿದ್ದ ಗೃಹಸ್ಥರಿಗೆ ಸಾಲಗಳನ್ನು ಮಂಜೂರು ಮಾಡಲಾಯಿತು; ಕೊಳಗೇರಿಗಳ ನಿರ್ಮೂಲನೆ, ಹೊಸ ಮನೆಗಳು ಮತ್ತು ಫ್ಲಾಟುಗಳ ನಿರ್ಮಾಣ ನಡೆದುವು; ಶ್ರೀಮಂತರ ವರಮಾನದ ಮೇಲೆ ತೆರಿಗೆಯನ್ನು ಅಧಿಕಗೊಳಿಸಲಾಯಿತು. ವಾಣಿಜ್ಯ ಒಪ್ಪಂದಗಳಲ್ಲಿ ಎದುರುಪಕ್ಷವು ಇಳಿಸಿದ ಮಟ್ಟಕ್ಕೇ ಅಮೆರಿಕವೂ ದರಗಳನ್ನು ಇಳಿಸುವುದು ಕೊನೆಗೂ ಸಾಧ್ಯವಾಯಿತು. ಇದರಿಂದ ಅಮೆರಿಕದ ರಫ್ತು ಹೆಚ್ಚುತ್ತದೆಂದು ಆಶಿಸಲಾಯಿತು. ಮೊದಲು ಕೈಗೊಂಡ ಕ್ರಮಗಳಲ್ಲಿ ಒಂದು ಪಾನನಿಷೇಧವನ್ನು ತೆಗೆದುಹಾಕಿದ್ದು. ಏಕೆಂದರೆ FDR ತಾನೇ ಒಮ್ಮೆ ಹೇಳಿದಂತೆ 'ಇದು ಬಿಯರ್‌ಗೆ ಒಳ್ಳೆಯ ಕಾಲವೆಂದು ಭಾವಿಸಬಹುದು."

ಇಂತಹ ದೂರಸ್ಪರ್ಶಿಯದ್ದೊಂದು ಕಾರ್ಯಕ್ರಮವು ವಿರೋಧವನ್ನು ಎದುರಿಸುವಂತಾದುದು ಅನಿವಾರ್ಯ. ವ್ಯವಹಾರೋದ್ಯಮಿಗಳು ಟ್ರೇಡ್ ಯೂನಿಯನ್ನುಗಳ ಬೆಳವಣಿಗೆಯನ್ನು, ಕೆಲಸದ ಅವಧಿ ಹಾಗೂ ವೇತನ ನಿಗದಿಗಳನ್ನು ನಿಯಂತ್ರಿಸಿದುದನ್ನೂ, ಅಧಿಕ ತೆರಿಗೆಯನ್ನು ಉಗ್ರವಾಗಿ ವಿರೋಧಿಸಿದರು. ಬೇರೆ ಬೇರೆ ರಾಜ್ಯಗಳ ಹಕ್ಕುಗಳಲ್ಲಿ ಒಕ್ಕೂಟ ಸರ್ಕಾರವು ಮಧ್ಯಪ್ರವೇಶ ಮಾಡುತ್ತಿದ್ದ ಪ್ರಮಾಣದ ಬಗೆಗೆ ಕೂಡ ಪ್ರತಿಭಟನೆ ವ್ಯಕ್ತವಾಯಿತು. ಎಫ್.ಡಿ.ಆರ್. ಅಧಿಕಾರವನ್ನು ಅಳತೆ ಮೀರಿ ಕೂಡಿಸಿಕೊಳ್ಳುತ್ತಿದ್ದಾನೆ ಎಂದು ಸುಪ್ರೀಂ ಕೋರ್ಟು ಹೇಳಿತು. ಅವನು ಜಾರಿಗೆ ತಂದ ಅನೇಕ ಕ್ರಮಗಳನ್ನು (ಎನ್.ಆರ್.ಎ.ಸೇರಿದಂತೆ) ಅಸಂವಿಧಾನಿಕ ಎಂದು ತೀರ್ಪು ಕೊಟ್ಟಿತು. ಹಾಗಾಗಿ ಅವುಗಳ ಕಾರ್ಯಾಚರಣೆ ಸ್ಥಗಿತಗೊಂಡಿತು. ಆದರೆ ಅಧ್ಯಕ್ಷರ ಎರಡನೆ ಅಧಿಕಾರಾವಧಿಯಲ್ಲಿ ಸುಪ್ರೀಂಕೋರ್ಟು ಸ್ವಲ್ಪ ಮೆದುವಾಯಿತು. ಮೃತರಾದ ಅಥವಾ ರಾಜೀನಾಮೆ ನೀಡಿದ ನ್ಯಾಯಾಧೀಶರ ಸ್ಥಾನಕ್ಕೆ ಐದುಜನ ಪೂರ್ಣ ಸಹಕಾರ ನೀಡುವ ನ್ಯಾಯಾಮೂರ್ತಿಗಳನ್ನು ನೇಮಕ ಮಾಡಿದ ಮೇಲೆ ಈ ಪರಿವರ್ತನೆ ಕಂಡುಬಂದಿತು. ಸೋಷಿಯಲಿಸ್ಟರಿಂದ ಕೂಡ ಪ್ರತಿರೋಧ ಕಂಡುಬಂದಿತು. ನ್ಯೂಡೀಲ್ ನೀತಿಯು ಸಾಕಷ್ಟು ತೀಕ್ಷ್ಣವಾಗಿಲ್ಲ, ಬಹುಪಾಲು ಅಧಿಕಾರವು ಇನ್ನೂ ದೊಡ್ಡ ವ್ಯವಹಾರೋದ್ಯಮಿಗಳ ಕೈಯಲ್ಲೇ ಉಳಿದಿದೆ ಎಂದು ಅವರು ಭಾವಿಸಿದರು. ಆದರೆ ಮಿಲಿಯಾಂತರ ಶ್ರೀ ಸಾಮಾನ್ಯ ಅಮೆರಿಕನ್ನರಲ್ಲಿ ರೂಸ್‌ವೆಲ್ಟ್ ಅಪಾರ ಜನಪ್ರಿಯತೆ ಸಂಪಾದಿಸಿದ್ದನು. ಅವರನ್ನು 'ಅಲಕ್ಷಿತ ಜನರು' ಎಂದು ಅವನು ಕರೆದಿದ್ದನು. ಅವರು ಅವನ ನೂತನ ನೀತಿಗಳಿಂದ ಅಪಾರ ಪ್ರಯೋಜನ ಪಡೆದಿದ್ದರು. ಬಲಪಂಥೀಯ ಶಕ್ತಿಗಳು ಒಂದುಗೂಡಿ 1936 ಮತ್ತು 1940ರಲ್ಲಿ ಅವನನ್ನು ಅಧಿಕಾರದಿಂದ ಇಳಿಸಲು ಪ್ರಯತ್ನಿಸಿದರೂ ಎರಡು ಸಾರಿ ಅವನು ಸುಲಭವಾಗಿ ಜಯಗಳಿಸಿ ಬಂದನು.

ನ್ಯೂಡೀಲ್ ನೀತಿಯ ಸಾಧನೆಗಳು

ರೂಸ್‌ವೆಲ್ಟ್ ನಿರೀಕ್ಷಿಸಿದ ಎಲ್ಲವನ್ನೂ ಅದು ಸಾಧಿಸಲಿಲ್ಲ ಎಂಬುದನ್ನು ಹೇಳಬೇಕು. ಕೆಲವೊಂದು ಕ್ರಮಗಳು ಸಂಪೂರ್ಣವಾಗಿ ಸೋತುವು ಅಥವಾ ಭಾಗಶಃ ಯಶಸ್ವಿಯಾದುವು. ಉದಾಹರಣೆ, ಫಾರ್ಮರ್ಸ್ ರಿಲೀಫ್ ಆಕ್ಟ್ ನಿಜವಾಗಿಯೂ ಕೃಷಿಕರಿಗೆ ಸಹಾಯಕವಾಗಿತ್ತು. ಆದರೆ ಅನೇಕ ಜನ ಕೃಷಿ ಕಾರ್ಮಿಕರಿಗೆ ಉದ್ಯೋಗವಿಲ್ಲದಂತೆ ಮಾಡಿತು. ನಿರುದ್ಯೋಗವನ್ನು ತಗ್ಗಿಸಲಾಯಿತಾದರೂ (1937ರಲ್ಲಿ ಎಂಟು ಮಿಲಿಯನ್‌ಕ್ಕಿಂತ ಕೆಳಕ್ಕಿಳಿಯಿತು) ಇನ್ನೂ ಅದು ಗಂಭೀರವಾದ ಒಂದು ಸಮಸ್ಯೆಯಾಗಿತ್ತು. ವಿಫಲತೆಯ ಒಂದು ಭಾಗಕ್ಕೆ ಕಾರಣ ಸುಪ್ರೀಂ ಕೋರ್ಟಿನ ವಿರೋಧ; ಆದರೆ ಅದಕ್ಕಿದ್ದ ಇನ್ನೊಂದು ಕಾರಣ ಅನೇಕ ದೃಷ್ಟಿಗಳಿಂದ ರೂಸ್‌ವೆಲ್ಟ್ ದಿಟ್ಟತನ ತೋರಿಸಿದ್ದರೂ, ಕೈಗಾರಿಕೆಯನ್ನು ಪ್ರಚೋದಿಸಲು ಎಷ್ಟು ಹಣವನ್ನು ವೆಚ್ಚ ಮಾಡಲು ಸಿದ್ಧವಾಗಿದ್ದೇನೆಂದು ಲೆಕ್ಕ ಹಾಕುವಾಗ ಅವನು ಬಹು ಜಾಗರೂಕನಾಗಿದ್ದುದು. 1938ರಲ್ಲಿ ಸರ್ಕಾರದ ವೆಚ್ಚವನ್ನು ತಗ್ಗಿಸಿದನು. ಕೈಗಾರಿಕೋತ್ಪನ್ನಗಳ ಮಾರಾಟವು ಕುಸಿಯುವ ಕಾಲಾವಧಿಯಲ್ಲಿ ನೇಮಕಾತಿಯನ್ನು ಸ್ಥಗಿತಗೊಳಿಸುವ ಕ್ರಮವನ್ನು ಜಾರಿಗೆ ತಂದನು. ಇದರಿಂದ ನಿರುದ್ಯೋಗವು 10.5 ಮಿಲಿಯನ್‌ಗಳಿಗೆ ಏರಿತು. ಆದ್ದರಿಂದ ನ್ಯೂಡೀಲ್ ನೀತಿಯು ಅಮೆರಿಕವನ್ನು ಕುಸಿತದಿಂದ ಪಾರುಮಾಡಲಿಲ್ಲ. 1943ರಲ್ಲಿ ನಿರುದ್ಯೋಗವನ್ನು ಮಿಲಿಯನ್ ಗುರುತಿನಿಂದ ಕೆಳಕ್ಕೆ ತರಲು ಸಾಧ್ಯವಾದುದು ಯುದ್ಧೋದ್ಯೋಗದಿಂದ ಅಷ್ಟೆ.

ಇಷ್ಟೆಲ್ಲಾ ಇದ್ದರೂ ನ್ಯೂಡೀಲ್ ನೀತಿಯು ಸಾಕಷ್ಟು ಸಾಧನೆಗಳನ್ನು ಮಾಡಿತು. ಮೊದಲ ವರ್ಷಗಳಲ್ಲಿ ಅದರ ಮುಖ್ಯವಾದ ಯಶಸ್ಸು ನಿರಾಶ್ರಿತರಿಗೂ, ಉದ್ಯೋಗ ರಹಿತರಿಗೂ ಪರಿಹಾರ ಕೊಡುವುದಾಗಿತ್ತು; ಮಿಲಿಯನ್‌ಗಟ್ಟಲೆ ಹೆಚ್ಚಿನ ಉದ್ಯೋಗಗಳ ಸೃಷ್ಟಿಯಲ್ಲಿತ್ತು. ಸರಕಾರದ ಬಗೆಗೆ ವಿಶ್ವಾಸ ಬೆಳೆಯಿತು. ಅದು ಉಗ್ರವಾದ ಕ್ರಾಂತಿಯೊಂದನ್ನು ನಿವಾರಿಸಲಿದ್ದಿತು ಎಂದೂ ಕೆಲವು ಇತಿಹಾಸಕಾರರು ನಂಬುತ್ತಾರೆ. ಲೋಕೋಪಯೋಗಿ ಯೋಜನೆಗಳು ಮತ್ತು ಟೆನೆಸ್ಸೀಕಣಿವೆ ಪ್ರಾಧಿಕಾರ ಖಾಯಂ ಆಗಿ ಉಳಿಯುವ ಕೆಲಸಗಳನ್ನು ಮಾಡಿದವು. ಮಿಕ್ಕವು ಕೂಡ ದೀರ್ಘಕಾಲಿಕ ಅಭಿವೃದ್ಧಿಯಲ್ಲಿ ತೊಡಗಿಸಿದುವು–ಕಲ್ಯಾಣ ಕಾರ್ಯಕ್ರಮಗಳು, ಸಂಪನ್ಮೂಲಗಳ ಕ್ರೋಢೀಕರಣ, ಕಾರ್ಮಿಕರಿಗೂ ಆಡಳಿತ ಮಂಡಳಿಗಳಿಗೂ ನಡುವೆ ಸಾಮೂಹಿಕ ವಿಚಾರವಿನಿಮಯ–ಇವೆಲ್ಲ ಇಂದು ಸಹಜವೆಂಬಂತೆ ಭಾವಿಸಲ್ಪಟ್ಟಿವೆ. ಹಿಂದೆಂದೂ ಅಮೆರಿಕನ್ ಸರಕಾರವೊಂದು ಸಾಮಾನ್ಯ ಜನರ ಜೀವನದಲ್ಲಿ ಇಷ್ಟುಮಟ್ಟಿಗೆ ನೇರ ಪ್ರವೇಶ ಮಾಡಿರಲಿಲ್ಲ. ಅಮೆರಿಕದ ಅಧ್ಯಕ್ಷನ ಮೇಲೆ ಹಿಂದೆಂದೂ ಇಷ್ಟರಮಟ್ಟಿಗೆ ಗಮನವು ಕೇಂದ್ರೀಕೃತವಾಗಿರಲಿಲ್ಲ. ಇತರ ದೇಶಗಳಲ್ಲಿ ಇಂಥದೇ ಬಿಕ್ಕಟ್ಟಿನಲ್ಲಿ ಫ್ಯಾಸಿಸಂ ಮತ್ತು ಕಮ್ಯುನಿಸಂ ಕಡೆಗೆ ತಿರುಗುತ್ತಿದ್ದಾಗ ಪ್ರಜಾಸತ್ತೆ ಮತ್ತು ಮುಕ್ತ ಉದ್ಯಮ ಎಂದು ಕರೆಯಬಹುದಾದ ಮಧ್ಯಮಾರ್ಗವನ್ನು ಅಮೆರಿಕದಲ್ಲಿ ತಂದು ಬಿಕ್ಕಟ್ಟನ್ನು ಪರಿಹರಿಸಿದುದು ರೂಸ್‌ವೆಲ್ಟನ ದೊಡ್ಡ ಸಾಧನೆ.

* * * * *

ಅಧ್ಯಾಯ - 34

ಎರಡು ಮಹಾಯುದ್ಧಗಳ ಮಧ್ಯಂತರ ಕಾಲದ ಯೂರೋಪ್

ಎರಡು ಮಹಾಯುದ್ಧಗಳ ನಡುವಿನ ಯೂರೋಪಿನ ಇತಿಹಾಸವನ್ನು ವಿಫಲತೆಯ ಇತಿಹಾಸವೆಂದು ಸಾಮಾನ್ಯವಾಗಿ ಕರೆಯಲಾಗಿದೆ. 1919–1929ರಲ್ಲಿ ಯೂರೋಪ್ ಪ್ರಜಾಪ್ರಭುತ್ವದ ಪ್ರಸಾರ, ಆರ್ಥಿಕ ಪುನರ್‌ರಚನೆ, ಅಂತರ್‌ರಾಷ್ಟ್ರೀಯ ಶಾಂತಿ ಹಾಗೂ ಸಹಕಾರವನ್ನು ವೃದ್ಧಿಸುವುದು ಮುಂತಾದ ಕೆಲವು ಒಳ್ಳೆಯ ಬೆಳವಣಿಗೆಯನ್ನು ಕಂಡಿತು. ಪ್ರಜಾಪ್ರಭುತ್ವದ ಪ್ರಸಾರವು ಮೊದಲ ಮಹಾಯುದ್ಧದ ಮಹತ್ತರ ಪರಿಣಾಮಗಳಲ್ಲಿ ಒಂದಾಗಿತ್ತು. ಜರ್ಮನ್, ಆಸ್ಟ್ರಿಯಾ, ರಷ್ಯನ್ ಹಾಗೂ ಆಟೋಮನ್ ಸಾಮ್ರಾಜ್ಯಗಳು ಪತನ ಹೊಂದಿದ ನಂತರ ಅವುಗಳ ಅವಶೇಷಗಳ ಮೇಲೆ ಉದಯಿಸಿದ ನೂತನ ರಾಷ್ಟ್ರಗಳು ಪ್ರಜಾಸತ್ತಾತ್ಮಕ ಸಂವಿಧಾನಗಳನ್ನು ಅಂಗೀಕರಿಸಿದವು. ಯುದ್ಧದಿಂದುಂಟಾದ ಆರ್ಥಿಕ ಸಮಸ್ಯೆಗಳು ಯೂರೋಪಿನ ರಾಷ್ಟ್ರಗಳನ್ನು ತೀವ್ರವಾದ ಸಂಕಷ್ಟಗಳಿಗೆ ಈಡುಮಾಡಿದವು. ಆರ್ಥಿಕ ಹಣದುಬ್ಬರ ಮತ್ತು ನಿರುದ್ಯೋಗ ಸಮಸ್ಯೆಗಳು ಯೂರೋಪನ್ನು ಕಾಡುತ್ತಿದ್ದವು. ಯುದ್ಧ ಮುಕ್ತಾಯವಾದ ಮೇಲೆ ಸೈನ್ಯಗಳಿಂದ ಹೊರಬಿದ್ದ ಸೈನಿಕರು ಎಲ್ಲಾ ಸರ್ಕಾರಗಳಿಗೆ ತಲೆನೋವಾದರು. ರಷ್ಯಾದಲ್ಲಿ ಕ್ರಾಂತಿ ಜರುಗಿ ಸಮತಾವಾದ ವಿಜಯಗಳಿಸಿದುದು ಯೂರೋಪಿನ ಬಂಡವಾಳಶಾಹಿ ರಾಜ್ಯಗಳಲ್ಲಿ ಭಯ ಭೀತಿಗಳನ್ನು ಮೂಡಿಸಿತು. ಸಮತಾವಾದ ಹರಡುವ ಭೀತಿ ಯೂರೋಪಿನ ಬಂಡವಾಳಗಾರರನ್ನು ತಲ್ಲಣಗೊಳಿಸಿತು. ಪ್ಯಾರಿಸ್ಸಿನಲ್ಲಿ ವಿಜಯಿ ರಾಷ್ಟ್ರಗಳು ಶತ್ರು ರಾಷ್ಟ್ರಗಳ ಮೇಲೆ ಹೇರಿದ ಅಧಿಕ ಪ್ರಮಾಣದ ಯುದ್ಧದ ವೆಚ್ಚದ ಹಣ ಹಲವಾರು ಸಮಸ್ಯೆಗಳನ್ನು ಮೂಡಿಸಿತು. ವರ್ಸೈಲ್ಸ್ ಒಪ್ಪಂದದ ಕಠಿಣ ಷರತ್ತುಗಳು ಜರ್ಮನ್ ಜನತೆಯನ್ನು ವಿಹ್ವಲಗೊಳಿಸಿದುವು. ಅವರಲ್ಲಿ ಸೇಡಿನ ಕಿಡಿಯನ್ನು ಬಿತ್ತಿದವು. ವಿಜಯಿ ರಾಷ್ಟ್ರಗಳಿಗೂ ಯುದ್ಧದ ನಂತರದ ಒಪ್ಪಂದಗಳು ಸಮಾಧಾನ ತರಲಿಲ್ಲ. ತಾವು ನಿರೀಕ್ಷಿಸಿದಷ್ಟು ಪಾಲು ಶಾಂತಿ ಒಪ್ಪಂದಗಳಲ್ಲಿ ದೊರೆಯಲಿಲ್ಲವೆಂಬುದು ಈ ಅಸಮಾಧಾನ ಮತ್ತು ಅತೃಪ್ತಿಗೆ ಕಾರಣ. ಈ ಎಲ್ಲ ಅಸಮಧಾನ, ಅತೃಪ್ತಿಗಳನ್ನು ಮತ್ತು ಸಮಸ್ಯೆಗಳನ್ನು ಬಿಡಿಸಲು ಯುದ್ಧದ ನಂತರ ಯೂರೋಪಿನಲ್ಲಿ ಅಸ್ತಿತ್ವಕ್ಕೆ ಬಂದ ಪ್ರಜಾ ಸರ್ಕಾರಗಳು ವಿಫಲವಾದವು. ಅವುಗಳ ವೈಫಲ್ಯ ಮತ್ತು ಅಪಯಶಸ್ಸುಗಳು ಯೂರೋಪಿನಲ್ಲಿ ಸರ್ವಾಧಿಕಾರತ್ವಗಳು ಏಳಿಗೆ ಹೊಂದುವುದಕ್ಕೆ ಕಾರಣವಾದವು.

ಫ್ರಾನ್ಸ್ ಭದ್ರತೆಗಾಗಿ ಶೋಧನೆ: ಫ್ರಾನ್ಸಿನಲ್ಲಿ ಮೂರನೆಯ ಗಣರಾಜ್ಯವು ಯಥಾಸ್ಥಿತಿಯಲ್ಲಿ ಮುಂದುವರೆಯಿತು. ಅನೇಕ ರಾಜಕೀಯ ಗುಂಪುಗಳಿಂದಾಗಿ ಫ್ರಾನ್ಸಿನಲ್ಲಿ ಯಾವುದೊಂದು ಪಕ್ಷವೂ ರಾಜಕೀಯ ರಂಗದಲ್ಲಿ ಸಂಪೂರ್ಣ ನಿಯಂತ್ರಣ ಹೊಂದುವುದು ಸಾಧ್ಯವಾಗಲಿಲ್ಲ. ಪ್ರಥಮ ಮಹಾಯುದ್ಧದ ಕಾಲದಲ್ಲಿ ಜರ್ಮನಿಯ ಧಾಳಿಯಿಂದ ಫ್ರಾನ್ಸ್ ಅನೇಕ ಆರ್ಥಿಕ ಸಮಸ್ಯೆಗಳನ್ನು ಎದುರಿಸಬೇಕಾಯಿತು. ಇಂತಹ ಮಹಾಯುದ್ಧದ ನಂತರವೂ ಯೂರೋಪಿನಲ್ಲಿ ಭದ್ರತೆಯ ಅರಿವು ಬೆಳೆಯದಿದ್ದುದು ಹಾಗೂ ಫ್ರಾನ್ಸಿಗೆ ಭದ್ರತೆ ಎಳ್ಳಷ್ಟು ಇರದಿದ್ದುದು ಅದರ ಭಯಕ್ಕೆ ಕಾರಣವಾಯಿತು. ಅಂತರರಾಷ್ಟ್ರೀಯ ಸಹಕಾರದೊಂದಿಗೆ ಫ್ರಾನ್ಸ್ ಜರ್ಮನಿಯನ್ನು ಸೋಲಿಸಿತ್ತು. ಆದರೆ ಫ್ರಾನ್ಸಿಗೆ ಹೋಲಿಸಿದ್ದುದಾದರೆ ಜರ್ಮನಿ ಹೆಚ್ಚು ಪ್ರಬಲವಾಗಿತ್ತೆಂಬುದನ್ನು ಆಗಿನ ಯುದ್ಧ ತೋರಿಸಿತ್ತು. ಒಂದು ವೇಳೆ ಮಿತ್ರರಾಷ್ಟ್ರಗಳು ಫ್ರಾನ್ಸ್‌ನ್ನು ಏಕಾಂಗಿಯಾಗಿ ಬಿಟ್ಟಿದ್ದರೆ ಏನಾಗಬಹುದಿತ್ತು ಎಂಬ ಬಗ್ಗೆ ಕ್ಲೆಮನ್ಸೊ ಒಮ್ಮೆ ಹೀಗೆ ಹೇಳಿದ್ದುಂಟು "ಎರಡು ಕೋಟಿ ಜರ್ಮನರ ಮುಂದೆ ನಮ್ಮದೇನೂ ಆಟ ನಡೆಯದು" ಜರ್ಮನಿ ರ್ಹೈನ್ ನದಿಯ ಎರಡೂ ದಂಡೆಗಳ ಮೇಲೆ ನಿಯಂತ್ರಣವಿಟ್ಟಿರುವವರೆಗೂ ಅದು ತಾನಿಚ್ಚಿಸಿದಾಗ ಫ್ರಾನ್ಸಿನ ಮೇಲೆ ಆಕ್ರಮಣ ಮಾಡಲು ಸಾಧ್ಯವಿದೆಯೆಂದು ಫ್ರೆಂಚ್ ಸೈನಿಕರು ಯಾವಾಗಲೂ ಹೇಳುತ್ತಿದ್ದರು. ಕ್ಲೆಮೆನ್ಸೊ ಫ್ಯಾರಿಸ್ ಸಮ್ಮೇಳನದಲ್ಲಿ ಸ್ವತಂತ್ರ ರ್ಹೈನ್‌ಲ್ಯಾಂಡಿನ ಬೇಡಿಕೆಯನ್ನು ಮುಂದಿಟ್ಟಿದ್ದನು. ಆದರೆ ಅವನಿಗೆ ಅದನ್ನು ಪಡೆಯುವುದು ಸಾಧ್ಯವಾಗಲಿಲ್ಲ. ಹಾಗಿದ್ದರೂ ರ್ಹೈನ್ ನದಿಯ ಎಡದಂಡೆಯ ಮೇಲಿನ ಎಲ್ಲ ಸೈನಿಕ ರಕ್ಷಣಾ ಸಾಧನಗಳನ್ನು ನಾಶಮಾಡಲಾಯಿತು. ಇಷ್ಟರಿಂದ ಫ್ರಾನ್ಸ್ ಸಮಾಧಾನ ತಳೆಯುವುದು ಸಾಧ್ಯವಿರಲಿಲ್ಲ. ಇಂಗ್ಲೆಂಡ್ ಹಾಗೂ ಅಮೇರಿಕಾಗಳು ತಮ್ಮ ರಕ್ಷಣೆಗೆ ಭರವಸೆ ನೀಡಬೇಕೆಂದು ಫ್ರಾನ್ಸ್ ಕೇಳಿತು. ಈ ಗುರಿಯನ್ನಿಟ್ಟುಕೊಂಡು ಒಂದು ಕರಡು ಒಪ್ಪಂದವನ್ನು ಸಿದ್ಧಪಡಿಸಲಾಯಿತು. ಫ್ರಾನ್ಸ್ ಹೊಸ ಮಿತ್ರರಾಷ್ಟ್ರಗಳಿಗಾಗಿ ಯೂರೋಪಿನ ಭೂಖಂಡದ ಸುತ್ತ ಕಣ್ಣು ಹಾಯಿಸಿತು. 1870ರ ಸೆಪ್ಟೆಂಬರ್ 7ರಂದು ಅದು ಬೆಲ್ಜಿಯಂನೊಂದಿಗೆ ಒಂದು ಸೈನಿಕ ಒಪ್ಪಂದವನ್ನು ಮಾಡಿಕೊಂಡಿತು. ಅದು ಜರ್ಮನಿಯ ವಿರುದ್ಧ ರ್ಹೈನ್‌ಲ್ಯಾಂಡಿನಲ್ಲಿ ಒಂದು ದಂಗೆಯನ್ನು ಎಬ್ಬಿಸಿತು.

ಜರ್ಮನಿ ಹಾಗೂ ಆಸ್ಟ್ರಿಯಾದ ಏಕೀಕರಣಕ್ಕಾಗಿ, ಇಲ್ಲವೇ ಜರ್ಮನಿ ಮತ್ತು ಹಂಗೇರಿಯಲ್ಲಿ ರಾಜಪ್ರಭುತ್ವದ ಮರು ಸ್ಥಾಪನೆಗಾಗಿ ಪ್ರಯತ್ನ ನಡೆದದ್ದಾರೆ ತಾವು ಚರ್ಚೆಗಾಗಿ ಸಭೆ ಸೇರಬೇಕೆಂಬ ಅಂಶವುಳ್ಳ ಒಂದು ಒಪ್ಪಂದವನ್ನು ಯುಗೊಸ್ಲಾವಿಯಾದೊಂದಿಗೆ 25ನೇ ಜನವರಿ 1924ರಂದು ಫ್ರಾನ್ಸ್ ಮಾಡಿಕೊಂಡಿತು. 1926ರ ಜೂನ್ 10ರಂದು

ರುಮೇನಿಯಾದೊಂದಿಗೂ ಒಂದು ಒಪ್ಪಂದ ಮಾಡಿಕೊಂಡಿತು. 1927ರ ಫೆಬ್ರವರಿ 11ರಂದು ಯುಗೊಸ್ಲಾವಿಯದೊಂದಿಗೂ ಇನ್ನೊಂದು ಒಪ್ಪಂದ ಮಾಡಿಕೊಂಡಿತು. ಇವೆಲ್ಲ ಒಪ್ಪಂದಗಳು ಫ್ರಾನ್ಸ್ ಏಕಾಂಗಿತನವನ್ನು ತೊರೆದು ವಿವಿಧ ರಾಷ್ಟ್ರಗಳ ಬೆಂಬಲದೊಂದಿಗೆ ತನ್ನ ರಕ್ಷಣೆಯ ಕೋಟೆಯನ್ನು ನಿರ್ಮಿಸಿಕೊಳ್ಳಲು ಪ್ರಯತ್ನಿಸಿದ ಫಲವಾಗಿದ್ದವು.

ಶಾಂತಿ ಮತ್ತು ಭದ್ರತೆಗಾಗಿ ಸಾಮೂಹಿಕ ಪ್ರಯತ್ನಗಳು

ಯೂರೋಪಿನ ಭದ್ರತೆಗಾಗಿ ಸಾಮೂಹಿಕ ಪ್ರಯತ್ನಗಳನ್ನು ಮಾಡಲಾಯಿತು. ಸುಮಾರು ಒಂದು ವರ್ಷದ ಪ್ರಯತ್ನದ ನಂತರ ಸೆಪ್ಟೆಂಬರ್ 1926ರಲ್ಲಿ ರಾಷ್ಟ್ರಸಂಘವು ಪರಸ್ಪರ ಸಹಾಯಕ ಒಪ್ಪಂದಕ್ಕಾಗಿ ಕರಡನ್ನು ಸಿದ್ಧಪಡಿಸಿತು. ಆದರೆ ಬ್ರಿಟನ್ ಅದನ್ನು ವಿರೋಧಿಸಿತು. ಹೀಗಾಗಿ ಅದನ್ನು ಎಂದಿಗೂ ನೆರವೇರಿಸುವುದು ಸಾಧ್ಯವಾಗಲಿಲ್ಲ. ರಾಷ್ಟ್ರಸಂಘದ ಭೌತಿಕ ಶಕ್ತಿಗಳನ್ನು ಮೇಲಕ್ಕೆ ತರುವುದು ಇಂತಹ ಒಪ್ಪಂದಕ್ಕಿಂತ ಒಳ್ಳೆಯ ಮಾರ್ಗವೆಂಬುದು ಪ್ರಧಾನಿ ರಾಮ್ಸೆಮ್ಯಾಕ್ಡೊನಾಲ್ಡನ ಅಭಿಪ್ರಾಯವಾಗಿತ್ತು. ಅನಂತರ ಶೀಘ್ರದಲ್ಲಿಯೇ ಬೆಸೇಸನ ಮಾರ್ಗದರ್ಶನದಲ್ಲಿ ಜಿನೀವಾ ಶಾಂತಿ ಒಪ್ಪಂದ ಎಂಬ ಪ್ರಸಿದ್ಧ ಹೊಸ ಯೋಜನೆ ರಾಷ್ಟ್ರಸಂಘದ ನೇತೃತ್ವದಲ್ಲಿ ಸಿದ್ಧವಾಯಿತು. ಇದೇ ವೇಳೆಗೆ 1925ರ ಜೂನ್ 25ರಂದು ಒಂದು ಅಂತರರಾಷ್ಟ್ರೀಯ ಸಮ್ಮೇಳನವನ್ನು ಕರೆಯಬೇಕೆಂದು ತೀರ್ಮಾನಿಸಲಾಯಿತು. ಬ್ರಿಟನ್ನಿನಲ್ಲಿ ಲೇಬರ್ ಸರ್ಕಾರವು ಅಧಿಕಾರ ಕಳೆದುಕೊಂಡದ್ದರಿಂದ ಅದು ಜಿನೀವಾ ಶಾಂತಿ ಒಪ್ಪಂದಕ್ಕೆ ಸಹಿ ಹಾಕಲು ನಿರಾಕರಿಸಿತು. ಈ ಒಪ್ಪಂದವನ್ನು ಒಪ್ಪಿಕೊಳ್ಳುವುದೆಂದರೆ ವಿಶ್ವದ ಯಾವೊಂದು ಭಾಗದಲ್ಲಿ ಯಾವುದೊಂದು ಘರ್ಷಣೆ ಉದ್ಭವಿಸಿದ್ದಲ್ಲಿ ಇಂಗ್ಲೆಂಡ್ ಸೈನ್ಯವನ್ನು ಕಳಿಸಿಕೊಡುವುದಕ್ಕೆ ಹೊಣೆಗಾರವಾಗುವುದೆಂದು ಬ್ರಿಟನ್ನಿನ ಹೊಸ ವಿದೇಶ ಮಂತ್ರಿ ಆಸ್ಟಿನ್ ಚೇಂಬರಲೇನ್ ಹೇಳಿದನು. ವಾಸ್ತವ ಸಂಗತಿಯೆಂದರೆ ರಾಷ್ಟ್ರಸಂಘದ ಈ ಸಂವಿಧಾನಕ್ಕೆ ಸಹಿ ಹಾಕುವ ಮೊದಲೇ ಇಂಗ್ಲೆಂಡ್ ಇಂತಹ ಜವಾಬ್ದಾರಿಯನ್ನು ಹೊತ್ತುಕೊಂಡಿತ್ತು.

ಮತ್ತೊಂದು ಕಡೆ ಜರ್ಮನಿ ಸ್ವತಃ ತನ್ನ ಪಶ್ಚಿಮದ ಗಡಿಗಳ ಭದ್ರತೆಯ ವಿಷಯವಾಗಿ ಭರವಸೆಗಳನ್ನು ಸಂಪಾದಿಸಲಿಕ್ಕೆ ಪ್ರಯತ್ನ ನಡೆಸಿತ್ತು. ಫ್ರಾನ್ಸಿನ ವಿಷಯದಲ್ಲಿ ಜರ್ಮನಿಗೆ ಬಹಳಷ್ಟು ಸಂಶಯ ಮತ್ತು ಭೀತಿ ಇತ್ತು. ಫ್ರಾನ್ಸಿನ ಕೆಲವು ನೀತಿಗಳು ಈ ಭೀತಿಯನ್ನು ಮತ್ತಷ್ಟು ಅಧಿಕಗೊಳಿಸಿದ್ದವು. ಈ ನಿಟ್ಟಿನಲ್ಲಿ ಜರ್ಮನಿ 1922ರಲ್ಲಿಯೇ ಕೆಲವೊಂದು ಪ್ರಯತ್ನಗಳನ್ನು ಮಾಡಿತ್ತು. ಇಂಗ್ಲೆಂಡ್, ಫ್ರಾನ್ಸ್ ಹಾಗೂ ಇಟಲಿಯೊಂದಿಗೆ ಒಪ್ಪಂದ ಮಾಡಿಕೊಳ್ಳುವುದಕ್ಕೆ ಸಿದ್ಧವೆಂದೂ ಈ 4 ದೇಶಗಳಲ್ಲಿ ಪ್ರತಿಯೊಂದು ಕನಿಷ್ಠ ಪಕ್ಷ ಇಂತಿಷ್ಟು ವರ್ಷಗಳ ಅವಧಿಯವರೆಗೆ ತಮ್ಮಲ್ಲಿಯೂ ಯಾವೊಂದು ದೇಶದೊಡನೆ ಯುದ್ಧ ಹೂಡುವುದಿಲ್ಲವಾಗಿ ಸಾರಬೇಕೆಂದೂ ಜರ್ಮನಿ ಪುನಃ ಬೇಡಿಕೊಂಡಿತು. ಪಶ್ಚಿಮ ಗಡಿಯನ್ನು ಮೊದಲಿನಂತೆಯೇ ಇಡುವುದಾಗಿ ಭರವಸೆ ಕೊಡಲಿಕ್ಕೆ ಜರ್ಮನಿ ಸಿದ್ಧವಿತ್ತು. ಈ ಪ್ರಸ್ತಾವನೆಯ ಆಧಾರದ ಮೇಲೆ 1925ರ ಅಕ್ಟೋಬರ್ 5 ರಂದು ಲೊಕಾರ್ನೊದಲ್ಲಿ ಒಂದು ಐತಿಹಾಸಿಕ ಸಮ್ಮೇಳನ ಸೇರಿತು. ಅಲ್ಲಿ 10 ದಿನಗಳ ಪರಿಶ್ರಮದ ನಂತರ ಐದು ಒಪ್ಪಂದಗಳಿಗೆ ಸಹಿ ಹಾಕಲಾಯಿತು. ಇದು ಕಳೆದ 6 ವರ್ಷಗಳ ಅವಧಿಯಲ್ಲಿ ಜರ್ಮನಿಯ ಪ್ರತಿನಿಧಿಗಳೊಂದಿಗೆ ಸಮಾನ ಸ್ಥಾನಮಾನದ ಮೇಲೆ ಮಾತುಕತೆ ನಡೆಸಲಿಕ್ಕೆ ಸಾಧ್ಯವಾದ ಮೊದಲನೆಯ ಅವಕಾಶವಾಗಿತ್ತು. ಜರ್ಮನಿ, ಫ್ರಾನ್ಸ್, ಬೆಲ್ಜಿಯಂ, ಪೋಲೆಂಡ್ ಹಾಗೂ ಜಕೊಸ್ಲಾವಾಕಿಯಾಗಳ ನಡುವೆ ಒಂದು ಒಪ್ಪಂದವೇರ್ಪಟ್ಟಿತು.

ಇದಾದ ನಂತರ ಫ್ರೆಂಚ್ ಮಂತ್ರಿಮಂಡಲಗಳು ಶರತ್ಕಾಲದ ಎಲೆಗಳಂತೆ ಉದುರಿದವು. ಪೋಯಿನ್‌ಕೇರನನ್ನು ಪುನಃ ಪ್ರಧಾನಮಂತ್ರಿಯನ್ನಾಗಿ ಮಾಡಲಾಯಿತು. ಬ್ರಿಯಾಂಡ ವಿದೇಶಾಂಗ ಮಂತ್ರಿಯಾದನು. ಮ್ಯಾಗಿನೊಟ್ ಫ್ರಾನ್ಸ್ ಹಾಗೂ ಜರ್ಮನಿಯ ಗಡಿಗಳ ಮೇಲೆ ಪ್ರಸಿದ್ಧ ಮ್ಯಾಗಿನೊಟ್ ರಕ್ಷಣಾ ಗೋಡೆಯ ನಿರ್ಮಾಣ ಕಾರ್ಯವನ್ನು ಆರಂಭಿಸಿದನು. ಆದರೆ ಈ ರಕ್ಷಣಾ ಗೋಡೆಗೆ ಜರ್ಮನ್ ಸೈನ್ಯ ಬೆಲ್ಜಿಯಂ ಮೂಲಕ ಫ್ರಾನ್ಸಿಗೆ ಪ್ರವೇಶಿಸುವುದನ್ನು ತಪ್ಪಿಸುವುದಕ್ಕೆ ಸಾಧ್ಯವಾಗಲಿಲ್ಲ. ಜರ್ಮನ್ ಆಕ್ರಮಣ ಭೀತಿ, ಆರ್ಥಿಕ ಬಿಕ್ಕಟ್ಟಿನ ಭೀತಿ, ರಷ್ಯಾ ಭೀತಿ ಈ ರೀತಿ ಎಲ್ಲ ದಿಕ್ಕುಗಳಿಂದಲೂ ಭೀತಿಯಿಂದ ಸುತ್ತುವರಿದ ಈ ದೇಶಕ್ಕೆ ಸರಿಯಾದ ಮಾರ್ಗವನ್ನು ತೋರಿಸುವ ಒಬ್ಬ ನಾಯಕನೂ ಈ ಕಾಲದಲ್ಲಿ ಇರಲಿಲ್ಲ.

ಜಿನೀವಾ ಪ್ರೊಟೊಕಾಲ್(1924): ಹಲವಾರು ಮೈತ್ರಿ ಕೂಟಗಳಿಂದ ತೃಪ್ತವಾಗದ ಫ್ರಾನ್ಸ್ ತನ್ನ ಭದ್ರತೆಯ ಬಗ್ಗೆ ರಾಷ್ಟ್ರಸಂಘದ ಮೂಲಕ ಭರವಸೆ ಪಡೆಯಲು ಯತ್ನಿಸಿತು. ಫ್ರಾನ್ಸಿನ ಪ್ರಚೋದನೆಯಿಂದಾಗಿ ರಾಷ್ಟ್ರಸಂಘವು 1924ರಲ್ಲಿ ಜಿನಿವಾ ಘೋಷಣೆಯನ್ನು ಹೊರಡಿಸಿತು. ಈ ಘೋಷಣೆಯ ಪ್ರಕಾರ ಎಲ್ಲ ಸದಸ್ಯ ರಾಷ್ಟ್ರಗಳು ಯುದ್ಧ ನೀತಿಯನ್ನು ತೊರೆಯಬೇಕಿತ್ತು. ರಾಷ್ಟ್ರಸಂಘದ ಸಂವಿಧಾನವನ್ನು ಉಲ್ಲಂಘಿಸಿ ರಾಷ್ಟ್ರಸಂಘದ ಮಧ್ಯಸ್ಥಿಕೆಯನ್ನು ತಿರಸ್ಕರಿಸಿ ಯುದ್ಧಕ್ಕಿಳಿಯುವ ರಾಷ್ಟ್ರದ ವಿರುದ್ಧ ಎಲ್ಲ ಸದಸ್ಯ ರಾಷ್ಟ್ರಗಳು ಒಗ್ಗೂಡಿ ಸೈನಿಕ ಕ್ರಮ ಕೈಗೊಳ್ಳಬೇಕಿತ್ತು. ಬ್ರಿಟನ್ ಪೂರ್ವ ಯೂರೋಪಿನ ವ್ಯವಹಾರಗಳಲ್ಲಿ ಮಧ್ಯೆ ಪ್ರವೇಶಿಸಲು ಬಯಸದೇ ಜಿನಿವಾ ಘೋಷಣೆಯನ್ನು ತಿರಸ್ಕರಿಸಿತು. ಇದರಿಂದಾಗಿ ಜಿನಿವಾ ಘೋಷಣೆಯನ್ನು ಕೈ ಬಿಡಲಾಯಿತು.

ಲೊಕಾರ್ನೊ ಒಪ್ಪಂದ (1925-Locarno Pact) :

1924ರ ಸುಮಾರಿಗೆ ಯೂರೋಪಿನಲ್ಲಿ ಉಂಟಾಗಿದ್ದ ಅರಾಜಕತೆ, ಗೊಂದಲಮಯ ಹಾಗೂ ಪ್ರಕ್ಷುಬ್ಧ ಪರಿಸ್ಥಿತಿಯು ಸುಧಾರಿಸಿತು. ಉದ್ದಿಮೆಗಳು ಅಭಿವೃದ್ಧಿ ಹೊಂದಿದವು. ಜರ್ಮನಿಯು ಮಿತ್ರ ರಾಷ್ಟ್ರಗಳಿಗೆ ಕೊಡಬೇಕಾಗಿದ್ದ ಯುದ್ಧ ಪರಿಹಾರದ ಪ್ರಶ್ನೆಯನ್ನು 1924ರಲ್ಲಿ ಚಾರ್ಲ್ಸ್‌ಡಾಸ್‌ನ ನಾಯಕತ್ವದ ಅಂತರ್‌ರಾಷ್ಟ್ರೀಯ ಸಮಿತಿಯು ಪುನರ್ ಪರಿಶೀಲಿಸಿ ಈ ಪರಿಹಾರ ದ್ರವ್ಯವನ್ನು ಸುಲಭ ಕಂತುಗಳಲ್ಲಿ ಪಾವತಿಸಲು ಅವಕಾಶ ಕಲ್ಪಿಸಿತು. ಜರ್ಮನಿ ಡಾಸ್ ಯೋಜನೆಯನ್ನು ಅಂಗೀಕರಿಸಿದ್ದರಿಂದ 1923ರಲ್ಲಿ ಜರ್ಮನಿಯ ರ್‍ಹೂರ್ ಪ್ರದೇಶವನ್ನು ಆಕ್ರಮಿಸಿದ್ದ ಫ್ರೆಂಚ್ ಮತ್ತು ಬೆಲ್ಜಿಯಂ ಪಡೆಗಳು ಅಲ್ಲಿಂದ ಹಿಂತೆಗೆದವು. ಇದರಿಂದಾಗಿ ಫ್ರಾನ್ಸ್ ಮತ್ತು ಜರ್ಮನಿಗಳ ನಡುವಣ ಸಂಬಂಧ ಸುಧಾರಿಸಿತು. ಜರ್ಮನಿಯ ಹರ್ ಸ್ಟ್ರೆಸ್‌ಮನ್ ತನ್ನ ದೇಶದ ಏಕಾಂಗಿತನವನ್ನು ಕೊನೆಗೊಳಿಸಿ ಇತರ ಐರೋಪ್ಯ ರಾಷ್ಟ್ರಗಳೊಡನೆ ಸಮಾನತೆಯ ಸ್ಥಾನ ಪಡೆಯಲು ಯತ್ನಿಸಿದನು. ಈತನು ಫ್ರಾನ್ಸಿನೊಡನೆ ಸೌಹಾರ್ದಯುತ ಸಂಬಂಧ ಹೊಂದಲು ನಿರ್ಧರಿಸಿದನು. 1925ರ ಲೋಕಾರ್ನೊ ಒಪ್ಪಂದವು ಜರ್ಮನಿ, ಬೆಲ್ಜಿಯಂ, ಫ್ರಾನ್ಸ್, ಗ್ರೇಟ್‌ಬ್ರಿಟನ್ ಮತ್ತು ಇಟಲಿಗಳ ನಡುವೆ ಏರ್ಪಟ್ಟಿತು. ಈ ಒಪ್ಪಂದದ ಪ್ರಕಾರ 1919ರ ವರ್ಸೈಲ್ಸ್ ಒಪ್ಪಂದವು ನಿರ್ಧರಿಸಿದ್ದ ಫ್ರೆಂಚ್ ಮತ್ತು ಬೆಲ್ಜಿಯಂ ಪಶ್ಚಿಮ ಗಡಿಗಳನ್ನು ಶಾಶ್ವತವಾಗಿ ಮಾನ್ಯ ಮಾಡುವುದಾಗಿ ಜರ್ಮನಿ ತಿಳಿಸಿತು. ಆದರೆ ಜರ್ಮನಿಯು ಆಲ್ಸೆಸ್ ಮತ್ತು ಲೋರೆನ್‌ಗಳ ಮೇಲೆ ತನ್ನ ಹಕ್ಕನ್ನು ಶಾಶ್ವತವಾಗಿ ಬಿಟ್ಟುಕೊಟ್ಟಿತು. ಇದಲ್ಲದೆ ಜರ್ಮನಿಯು ರೈನ್‌ಲ್ಯಾಂಡನ್ನು ನಿಸ್ಸೈನೀಕೃತ ವಲಯವನ್ನಾಗಿರಿಸಲು ಸಮ್ಮತಿಸಿತು. ಪರಸ್ಪರ ವಿರುದ್ಧ ಯುದ್ಧ ಸಾರುವುದಿಲ್ಲವೆಂದು ಫ್ರಾನ್ಸ್ ಮತ್ತು ಜರ್ಮನಿಗಳು ಒಪ್ಪಿಕೊಂಡವು. ಜರ್ಮನಿಯು ಫ್ರಾನ್ಸಿನ ಮೇಲೆ ಯುದ್ಧ ಆಕ್ರಮಣವೆಸಗಿದರೆ ಬ್ರಿಟನ್ ಮತ್ತು ಇಟಲಿಗಳು ಫ್ರಾನ್ಸ್‌ನ್ನು ರಕ್ಷಿಸುವುದಾಗಿಯೂ ವಚನ ನೀಡಿದವು. ಲೋಕಾರ್ನೊ ಒಪ್ಪಂದವು ಫ್ರಾನ್ಸ್‌ಗೆ ಭದ್ರವಾದ ನೆಲೆಯನ್ನೂ ಒದಗಿಸಿತು. ಈ ಒಪ್ಪಂದಿಂದ ಜರ್ಮನಿಯ ಏಕಾಂಗಿತನ ಕೊನೆಗೊಂಡು ಅದು ಯೂರೋಪಿನ ದೊಡ್ಡ ರಾಷ್ಟ್ರಗಳ ಮಾಲಿಕೆಯಲ್ಲಿ ಸೇರಿತು. ಲೊಕಾರ್ನೊ ಒಪ್ಪಂದದ ಅಂಗವಾಗಿ ಜರ್ಮನಿಯು ಪೋಲೆಂಡ್ ಮತ್ತು ಜೆಕೊಸ್ಲಾವಾಕಿಯಗಳೊಡನೆ ಭದ್ರತಾ ಒಪ್ಪಂದಗಳನ್ನು ಮಾಡಿಕೊಂಡಿತು. ಆದರೆ ಈ ರಾಷ್ಟ್ರಗಳ ಗಡಿಗಳ ಬಗ್ಗೆ ಯಾವ ಹೊಣೆಗಾರಿಕೆ ಇರಲಿಲ್ಲ. ಈ ರಾಷ್ಟ್ರಗಳ ಬಗ್ಗೆ ಬದಲಾವಣೆಗಳನ್ನು ಮಾಡಿಕೊಳ್ಳಲಿಚ್ಚಿಸಿದಲ್ಲಿ ಶಾಂತಿಯುತ ವಿಧಾನಗಳನ್ನು ಅನುಸರಿಸಬೇಕೆಂದು ಒಪ್ಪಿಕೊಳ್ಳಲಾಯಿತು.

ಕೆಲ್ಲಾಗ್–ಬ್ರಿಯಾಂಡ್ ಒಪ್ಪಂದ (1928):

ವಿಶ್ವಶಾಂತಿ ರಕ್ಷಣೆಯ ಕಾರ್ಯದಲ್ಲಿ ಲೊಕಾರ್ನೊ ಒಪ್ಪಂದದ ಸಾಧನೆಯು ಗಮನಾರ್ಹವಾಗಿರುವಂತೆ 1928ರ ಕೆಲ್ಲಾಗ್ ಬ್ರಿಯಾಂಡ್ ಒಪ್ಪಂದವೂ ಆ ನಿಟ್ಟಿನಲ್ಲಿ ಮತ್ತೊಂದು ಪ್ರಮುಖ ಹೆಜ್ಜೆಯಾಗಿತ್ತು. ಈ ಒಪ್ಪಂದವನ್ನು ಸೂಚಿಸಿದವನು ಫ್ರಾನ್ಸಿನ ವಿದೇಶಾಂಗ ಮಂತ್ರಿ ಬ್ರಿಯಾಂಡ್. ಇದನ್ನು ಕಾರ್ಯರೂಪಕ್ಕೆ ತರುವಲ್ಲಿ ಮಹತ್ವದ ಪಾತ್ರ ವಹಿಸಿದ್ದವನು ಅಮೇರಿಕಾದ ರಾಜ್ಯ ಕಾರ್ಯದರ್ಶಿಯಾಗಿದ್ದ ಕೆಲ್ಲಾಗ್.

ಹೀಗೆ ಮೊದಲನೆಯ ಮಹಾಯುದ್ಧದ ನಂತರ ಯೂರೋಪಿನ ಅನೇಕ ರಾಷ್ಟ್ರಗಳಲ್ಲಿ ಉಂಟಾದ ಅರಕ್ಷಿತ ಮನೋಭಾವನೆಯು ಅನೇಕ ಒಪ್ಪಂದಗಳಿಗೆ ದಾರಿಮಾಡಿಕೊಟ್ಟಿತು. ಈ ಒಪ್ಪಂದಗಳ ದುಷ್ಪರಿಣಾಮಗಳಿಂದ ಸರ್ವಾಧಿಕಾರಿಗಳ ಏಳಿಗೆಗೆ ಮತ್ತು ಎರಡನೆಯ ಮಹಾಯುದ್ಧಕ್ಕೆ ಕಾರಣವಾಯಿತು.

* * * * *

ಅಧ್ಯಾಯ - 35

ಇಟಲಿಯಲ್ಲಿ - ಫ್ಯಾಸಿಸಂ, ಜರ್ಮನಿಯಲ್ಲಿ - ನಾಜಿಸಂ

ಮೊದಲನೆಯ ಮಹಾಯುದ್ಧದ ನಂತರ ಯೂರೋಪಿನಲ್ಲಿ ಮೊದಲ ಬಾರಿಗೆ ಪ್ರಜಾ ಸರ್ಕಾರಗಳು ಸ್ಥಾಪನೆಗೊಂಡವು. ಇವುಗಳ ಸ್ಥಾಪನೆಯ ಉದ್ದೇಶ ರಾಜಕೀಯ, ಆರ್ಥಿಕ ಮುಂತಾದ ಸಮಸ್ಯೆಗಳನ್ನು ಪ್ರಜಾಸತ್ತಾತ್ಮಕ ವಿಧಾನದ ಮೂಲಕ ಬಗೆಹರಿಸುವುದಾಗಿತ್ತು. ಆದರೆ ಈ ಪ್ರಜಾಪ್ರಭುತ್ವ ಸರ್ಕಾರಗಳು ಯುದ್ಧದ ನಂತರ ಉಂಟಾದ ಸಮಸ್ಯೆಗಳನ್ನು ಪರಿಣಾಮಕಾರಿಯಾಗಿ ಎದುರಿಸಲಾರದೇ ಅಲ್ಪಾವಧಿಯಲ್ಲಿಯೇ ಜನತೆಯ ನಂಬಿಕೆ ಮತ್ತು ಬೆಂಬಲವನ್ನು ಕಳೆದುಕೊಂಡವು. ಪ್ರಜಾಪ್ರಭುತ್ವದ ವೈಫಲ್ಯವು ಸರ್ವಾಧಿಕಾರತ್ವ ಮತ್ತು ಸರ್ವಾಧಿಕಾರಿಗಳ ಉದಯ ಮತ್ತು ಏಳಿಗೆಗೆ ಎಡೆಮಾಡಿಕೊಟ್ಟಿತು. ಈ ಬೆಳವಣಿಗೆಯಿಂದಾಗಿ ಅಮೇರಿಕಾದ ಅಧ್ಯಕ್ಷನಾಗಿದ್ದ ವುಡ್ರೋವಿಲ್ಸನ್ನನ ಮಹತ್ವ ಪೂರಿತವಾದ ಘೋಷಣೆಯಾಗಿದ್ದ ಮೊದಲ ಮಹಾಯುದ್ಧ ಜಗತ್ತನ್ನು ಪ್ರಜಾಪ್ರಭುತ್ವಕ್ಕಾಗಿ ಸುರಕ್ಷಿತಗೊಳಿಸುತ್ತದೆ ಎಂಬುದು ಕೇವಲ ಘೋಷಣೆಯಾಗಿಯೇ ಉಳಿಯಿತು.

ಎರಡು ಮಹಾಯುದ್ಧಗಳ ನಡುವಣ ಅವಧಿಯಲ್ಲಿ ಯೂರೋಪಿನಲ್ಲಿ ಅನೇಕ ಸರ್ವಾಧಿಕಾರಿಗಳು ತಮ್ಮ ಸರ್ವಾಧಿಕಾರತ್ವಗಳನ್ನು ಸ್ಥಾಪಿಸಿದರು. ಅವರುಗಳೆಂದರೆ-ಇಟಲಿಯಲ್ಲಿ ಫ್ಯಾಸಿಸ್ಟ್ ನಾಯಕ ಮುಸಲೋನಿ, ಜರ್ಮನಿಯಲ್ಲಿ ಅಡಾಲ್ಫ್ ಹಿಟ್ಲರ್, ಸೋವಿಯತ್ ರಷ್ಯಾದಲ್ಲಿ ಕಮ್ಯುನಿಸ್ಟ್ ಧುರೀಣನಾದ ಸ್ಟಾಲಿನ್, ಪೋರ್ಚುಗಲ್‌ನಲ್ಲಿ ಸೇನಾಪತಿ ಕಾರ್ಮೊನ್ ಸ್ಪೇನ್‌ನಲ್ಲಿ ಜನರಲ್ ಫ್ರಾಂಕೋ, ಪೋಲೆಂಡಿನ ಸೈನ್ಯಾಧಿಕಾರಿಯಾಗಿದ್ದ ಪಿಲ್ಸುದ್‌ಸ್ಕಿ, ಹಂಗೇರಿಯ ನೌಕಾ ಸೇನಾಧಿಪತಿ ಹೋರ್ತಿ ಪ್ರಮುಖರು. ಇವರುಗಳಲ್ಲಿ ಇಟಲಿಯ ಮುಸಲೋನಿ ಮತ್ತು ಜರ್ಮನಿಯ ಅಡಾಲ್ಫ ಹಿಟ್ಲರ್ ಅತಿ ಮುಖ್ಯ ಸರ್ವಾಧಿಕಾರಿಗಳಾಗಿದ್ದರು.

ಸರ್ವಾಧಿಕಾರಿಗಳ ಏಳಿಗೆಗೆ ಕಾರಣಗಳು

ಸಂವಿಧಾನದ ಮೂಲಕವಾಗಿ ಅಥವಾ ಬೇರೆ ಯಾವುದಾದರೂ ಕಾರಣದ ಮೂಲಕವಾಗಿ ರಾಜ್ಯದ ಸಂಪೂರ್ಣ(ಸರ್ವೋಚ್ಛ) ಅಧಿಕಾರವನ್ನು ಕಸಿದುಕೊಳ್ಳುವವನನ್ನು ಅಥವಾ ಪ್ರಜಾಪ್ರತಿನಿಧಿ ಸರ್ಕಾರದ ಸಾಮಾನ್ಯ ಸ್ವಾತಂತ್ರ್ಯವನ್ನು ಕೊನೆಗಾಣಿಸಿ ಸರ್ಕಾರದ ಸಂಪೂರ್ಣ ಅಧಿಕಾರವನ್ನು ತನ್ನ ಕೈಗೆ ತೆಗೆದುಕೊಳ್ಳವವನನ್ನು ಸರ್ವಾಧಿಕಾರಿ ಎಂದು ಕರೆಯಬಹುದು. ಮೊದಲನೆ ಮಹಾಯುದ್ಧದ ನಂತರ ಇಂತಹ ಸರ್ವಾಧಿಕಾರಿ ಅಥವಾ ಸರ್ವಾಧಿಕಾರಿಗಳ ಏಳಿಗೆಗೆ ಅನೇಕ ಕಾರಣಗಳಿದ್ದವು. ಅವುಗಳೆಂದರೆ-

1. ವಿಜೇತ ರಾಷ್ಟ್ರಗಳ ಸೇಡಿನ ಮನೋಭಾವ: ಪ್ರಪಂಚದ ಮೊದಲನೆಯ ಮಹಾಯುದ್ಧದಲ್ಲಿ ಭಾಗವಹಿಸಿದ್ದಂತಹ ಮಿತ್ರರಾಷ್ಟ್ರಗಳು ಮುಖ್ಯವಾಗಿ ಬ್ರಿಟನ್ ಮತ್ತು ಫ್ರಾನ್ಸ್‌ಗಳು ಸೋತ ರಾಷ್ಟ್ರಗಳ ಸೊಕ್ಕನ್ನು ಸಂಪೂರ್ಣವಾಗಿ ಮಟ್ಟಹಾಕಲು ಪ್ರಯತ್ನಿಸಿದವು. ಅವುಗಳನ್ನು ಶಾಂತಿ ಸಮ್ಮೇಳನದಲ್ಲಿ ಅವಮಾನಗೊಳಿಸಿ, ಅನ್ಯಾಯಕರವಾದ ಮತ್ತು ಕಠೋರವಾದ ಒಪ್ಪಂದಗಳನ್ನು ಹೇರಿದವು. ಆದರೆ ದರ್ಪಿಷ್ಟ ರಾಷ್ಟ್ರವಾಗಿದ್ದ ಜರ್ಮನಿ ತನಗೆ ಸಂಭವಿಸಿದ್ದ ಸೋಲನ್ನಾಗಲಿ, ರಾಷ್ಟ್ರೀಯ ಅವಮಾನವನ್ನಾಗಲಿ ಅಥವಾ ಅದೃಶ್ಯವಾದ ತನ್ನ ವಸಾಹತುಗಳನ್ನಾಗಲಿ ಎಂದಿಗೂ ಮರೆಯುವಂತಿರಲಿಲ್ಲ. ಇದರಿಂದಾಗಿ ವಿಜಯಿ ರಾಷ್ಟ್ರಗಳ ಬಗ್ಗೆ ಅಸೂಯೆ, ದ್ವೇಷ ಹಾಗು ತಿರಸ್ಕಾರದ ಭಾವನೆಗಳು ಜರ್ಮನ್ನರಲ್ಲಿ ಬೆಳೆದವು. ಹಿಟ್ಲರನು ಈ ಭಾವನೆಗಳನ್ನು ಮತ್ತಷ್ಟು ಕೆರಳಿಸಿ, ವಿಜಯಿ ರಾಷ್ಟ್ರಗಳ ವಿರುದ್ಧ ಸೇಡು ತೀರಿಸಿಕೊಳ್ಳುವುದಾಗಿ, ಕಳೆದುಹೋದುದನ್ನು ಪುನಃ ಪಡೆಯುವುದಾಗಿ ಜರ್ಮನಿಯ ಜನತೆಗೆ ಭರವಸೆ ನೀಡಿ ಜನ ಬೆಂಬಲಗಳಿಸಿ, ಅಧಿಕಾರಕ್ಕೆ ಬಂದನು.

2) ಸೋತ ರಾಷ್ಟ್ರಗಳ ಆರ್ಥಿಕ ಅಧೋಗತಿ: ಯುದ್ಧದಲ್ಲಿ ಜಯಗಳಿಸಿದ ರಾಷ್ಟ್ರಗಳು ಸೋತ ರಾಷ್ಟ್ರಗಳ ಮೇಲೆ ಅನ್ಯಾಯಕರವಾದ ಯುದ್ಧ ಪರಿಹಾರ ವೆಚ್ಚವನ್ನು ಹೇರಿದವು. ಇದರಿಂದಾಗಿ ಇವುಗಳ ಆರ್ಥಿಕ ಪರಿಸ್ಥಿತಿ ಅದೋಗತಿಗಿಳಿಯಿತು. ವಿಜಯಿ ರಾಷ್ಟ್ರಗಳು ಜರ್ಮನಿಗೆ 6,600,000,000 (ಆರು ಬಿಲಿಯನ್ ಆರುನೂರು ಮಿಲಿಯನ್ ಪೌಂಡುಗಳು)ಗಳಷ್ಟು ಭಾರೀ ಪ್ರಮಾಣದ ಯುದ್ಧ ನಷ್ಟವನ್ನು ತುಂಬಿಕೊಡಬೇಕೆಂದು ಷರತ್ತನ್ನು ಹಾಕಿದವು. ಇದರ ಜೊತೆಗೆ ಜರ್ಮನಿಯ ಸೈನಿಕ ಶಕ್ತಿಯನ್ನು ನಾಶಪಡಿಸಲಾಗಿತ್ತು. ಮಿತ್ರರಾಷ್ಟ್ರಗಳ ಸೈನ್ಯ ಜರ್ಮನಿಯಲ್ಲೇ ಉಳಿದುಕೊಂಡಿದ್ದರಿಂದ ಅದರ ಆರ್ಥಿಕ ಸ್ಥಿತಿ ಮತ್ತಷ್ಟು ಅಸ್ತವ್ಯಸ್ತವಾಯಿತು. ಇದೇ ವೇಳೆಯಲ್ಲಿ ಪ್ರಪಂಚದಲ್ಲಿ ಆರ್ಥಿಕ ಮುಗ್ಗಟ್ಟು ಆರಂಭವಾಗಿ, ಇದರ ಬಿಸಿ ಜರ್ಮನಿಯ ವ್ಯಾಪಾರದ ಮೇಲೂ ಪ್ರಭಾವ ಬೀರಿ, ಜರ್ಮನಿಗೆ ಭಾರಿ ಪೆಟ್ಟು ಬಿದ್ದಿತು. ನಿರುದ್ಯೋಗದ ಸಮಸ್ಯೆ ಕಾಡತೊಡಗಿತು. ಪರಿಣಾಮವಾಗಿ ನಾಜಿ ಪಕ್ಷದ ನಾಯಕ ಹಿಟ್ಲರ್ ಈ ಪರಿಸ್ಥಿತಿಯ ಪ್ರಯೋಜನ ಪಡೆದು ಜರ್ಮನಿಯ ಅವಮಾನವನ್ನು

ತೊಡೆದುಹಾಕಿ ಅದನ್ನು ಮಹೋನ್ನತ ರಾಷ್ಟ್ರವನ್ನಾಗಿ ಮಾಡುವುದಾಗಿ ಜನತೆಗೆ ಆಶ್ವಾಸನೆಕೊಟ್ಟನು. ಜರ್ಮನಿಯಲ್ಲಿ ಸರ್ವಾಧಿಕಾರತ್ವದ ಸ್ಥಾಪನೆಯಾದ ರೀತಿಯಲ್ಲೇ ಇಟಲಿಯಲ್ಲೂ ಸ್ಥಾಪನೆಯಾಯಿತು.

3) ಪ್ರಜಾಪ್ರಭುತ್ವ ಸರ್ಕಾರಗಳ ವಿಫಲತೆ: ಪ್ರಥಮ ಮಹಾಯುದ್ಧದ ನಂತರ ಯೂರೋಪಿನಲ್ಲಿ ಪ್ರಜಾಪ್ರಭುತ್ವ ಸರ್ಕಾರಗಳು ಸ್ಥಾಪನೆಯಾದರೂ ಸಹ ಅವು ಈ ಸಂದರ್ಭದಲ್ಲಿ ತಲೆದೋರಿದಂತಹ ಆರ್ಥಿಕ ಬಿಕ್ಕಟ್ಟು, ಬಡತನ, ನಿರುದ್ಯೋಗ ಮುಂತಾದ ಕಠಿಣ ಸಮಸ್ಯೆಗಳನ್ನು ಎದುರಿಸುವಲ್ಲಿ ಸಂಪೂರ್ಣವಾಗಿ ವಿಫಲವಾದವು. ತೀವ್ರವಾಗಿದ್ದ ಸಮಸ್ಯೆಗಳಿಗೆ ಶೀಘ್ರ ಮತ್ತು ಪರಿಣಾಮಕಾರಿ ಪರಿಹಾರಗಳನ್ನು ಯೋಜಿಸಿ ಕಾರ್ಯರೂಪಕ್ಕೆ ತರುವುದು ಮಂದಗತಿಯಲ್ಲಿ ಕಾರ್ಯ ನಿರ್ವಹಿಸುತ್ತಿದ್ದ ಪ್ರಜಾಪ್ರಭುತ್ವ ಸರ್ಕಾರಗಳಿಗೆ ಸಾಧ್ಯವಾಗಲಿಲ್ಲ. ಇಂಗ್ಲೆಂಡ್ ಮತ್ತು ಫ್ರಾನ್ಸ್‌ಗಳಲ್ಲಿ ಮಾತ್ರ ಪ್ರಜಾಪ್ರಭುತ್ವವು ಭದ್ರವಾಗಿ ನೆಲೆಯೂರಿತ್ತು. ಯೂರೋಪಿನ ಇತರ ರಾಷ್ಟ್ರಗಳಲ್ಲಿ ಪ್ರಜಾಪ್ರಭುತ್ವ ಸರ್ಕಾರದ ಯಶಸ್ವಿಗೆ ಸೂಕ್ತವಾದ ಪರಿಸ್ಥಿತಿ ಇರಲಿಲ್ಲ. ಜರ್ಮನಿಯಲ್ಲಿ ಸ್ಥಾಪನೆಯಾದ ವೈಮಾರ್ ಗಣರಾಜ್ಯ (Weimar Republic) ಯುದ್ಧೋತ್ತರ ಸಮಸ್ಯೆಗಳನ್ನು ಬಗೆಹರಿಸುವಲ್ಲಿ ವಿಫಲವಾಯಿತು. ಅತಿಪ್ರಸರಣ, ಬೆಲೆಯೇರಿಕೆ, ನಿರುದ್ಯೋಗ ನಿರಂತರವಾಗಿ ಏರುತ್ತ ಹೋದವು. ಇಟಲಿಯಲ್ಲೂ ಇದೇ ಪರಿಸ್ಥಿತಿ ಮುಂದುವರೆಯಿತು. ಈ ರೀತಿ ಪ್ರಜಾಪ್ರಭುತ್ವ ಸರ್ಕಾರಗಳ ಪತನದ ಲಾಭವನ್ನು ಪಡೆದ ಸರ್ವಾಧಿಕಾರಿಗಳು ಜನತೆಗೆ ಭವ್ಯ ಭವಿಷ್ಯದ ಭರವಸೆಯನ್ನು ನೀಡಿ ನಿರಾಶರಾದ ಜನರಲ್ಲಿ ಹೊಸ ಚೈತನ್ಯವನ್ನು ಹುಟ್ಟುಹಾಕಿ ಅಧಿಕಾರವನ್ನು ಪಡೆದುಕೊಂಡರು.

4) ರಾಷ್ಟ್ರಸಂಘದ ವೈಫಲ್ಯ: ಸದಸ್ಯ ರಾಷ್ಟ್ರಗಳ ಸಹಕಾರ ಮತ್ತು ಬೆಂಬಲದಿಂದ ಸ್ಥಾಪನೆಗೊಂಡಿದ್ದ ರಾಷ್ಟ್ರಸಂಘವು 1930ರ ನಂತರ ತನ್ನ ಸದಸ್ಯ ರಾಷ್ಟ್ರಗಳ ಅಸಹಕಾರದಿಂದಾಗಿ ದುರ್ಬಲವಾಯಿತು. ಇದರಿಂದಾಗಿ ರಾಷ್ಟ್ರಸಂಘವು ಮುಸಲೋನಿ, ಹಿಟ್ಲರ್‌ಗಳಂತಹ ಸರ್ವಾಧಿಕಾರಿಗಳ ಆಕ್ರಮಣಗಳನ್ನು ತಡೆಗಟ್ಟಲು ಅಸಮರ್ಥವಾದ ಕಾರಣ ಸರ್ವಾಧಿಕಾರಿಗಳು ಏಳಿಗೆ ಹೊಂದಿ ಬಲಿಷ್ಠವಾಗಿ ಬೆಳೆಯಲು ಅವಕಾಶವುಂಟಾಯಿತು. ರಾಷ್ಟ್ರಸಂಘ ತನ್ನ ದೌರ್ಬಲ್ಯದಿಂದಾಗಿ ಯುದ್ಧಾನಂತರ ಸ್ಥಾಪಿತವಾಗಿದ್ದ ಪ್ರಜಾಪ್ರಭುತ್ವ ಸರ್ಕಾರಗಳನ್ನು ರಕ್ಷಿಸಿಕೊಳ್ಳಲು ಸಾಧ್ಯವಾಗಲಿಲ್ಲ.

5) ಹತಾಶ ಪರಿಸ್ಥಿತಿಯಲ್ಲಿ ಉದಯಿಸಿದ ದಕ್ಷ ನಾಯಕರು : ಪ್ರಥಮ ಮಹಾಯುದ್ಧಾನಂತರ ಇಟಲಿ, ಜರ್ಮನಿ, ಸ್ಪೈನ್, ಟರ್ಕಿ, ರಷ್ಯಾ ಮುಂತಾದ ದೇಶಗಳಲ್ಲಿ ಹತಾಶ ಪರಿಸ್ಥಿತಿ ಉಂಟಾಗಿ ಜನತೆ ಮುಂದೇನು? ಎಂದು ಯೋಚಿಸುತ್ತಿದ್ದಾಗ, ಅವರಿಗೆ ಆಶಾಕಿರಣದಂತೆ ಕೆಲವು ಅಸಾಧಾರಣ ವ್ಯಕ್ತಿತ್ವವುಳ್ಳ ವ್ಯಕ್ತಿಗಳು ಕಾಣಿಸಿಕೊಂಡರು. ಇವರುಗಳು ಹತಾಶ ಸ್ಥಿತಿಯಲ್ಲಿದ್ದ ಜನತೆಯಲ್ಲಿ ಭವ್ಯ ಭವಿಷ್ಯತ್ತಿನ ಭರವಸೆಯನ್ನು ಮೂಡಿಸುವಲ್ಲಿ ಸಫಲವಾಗಿ ಅವರ ಬೆಂಬಲವನ್ನು ಪಡೆದುಕೊಂಡರು. ಇದರಿಂದಾಗಿ ಪ್ರಜಾಪ್ರಭುತ್ವ ಸರ್ಕಾರಗಳು ತಮ್ಮ ಪ್ರಾಮುಖ್ಯತೆಯನ್ನು ಕಳೆದುಕೊಂಡು ಈ ಮಹಾನ್ ನಾಯಕರು ಸರ್ವಾಧಿಕಾರಿಗಳಾಗಿ ಏಳಿಗೆ ಹೊಂದಿದರು.

ಯುದ್ಧಾನಂತರದ ಇಟಲಿಯ ಪರಿಸ್ಥಿತಿ (1919–1939)

ಮೊದಲನೇ ಮಹಾಯುದ್ಧ ಇಟಲಿಗೆ ಹಲವಾರು ಸಮಸ್ಯೆಗಳನ್ನು ತಂದೊಡ್ಡಿತು. ಯುದ್ಧದ ಪರಿಣಾಮವಾಗಿ ದೇಶದ ಸಂಪತ್ತು ಕರಗಿಹೋಗಿ ಬೊಕ್ಕಸ ಬರಿದಾಗಿತ್ತು. ಬೆಲೆ ಏರಿಕೆ ಹಣದುಬ್ಬರ ಮತ್ತು ನಿರುದ್ಯೋಗ ಸಮಸ್ಯೆ ಜನರನ್ನು ಕಾಡತೊಡಗಿದವು. ಇದರಿಂದಾಗಿ ಸಾಮಾನ್ಯ ಜನತೆ ಹಸಿವಿನಿಂದ ನರಳಬೇಕಾಯಿತು. ಯುದ್ಧ ಮುಗಿದ ನಂತರ ಸೈನ್ಯದಿಂದ ಹೊರಹಾಕಲ್ಪಟ್ಟ ಸೈನಿಕರು ತಾಯ್ನಾಡಿಗೆ ಮರಳಿ ಬಂದರು. ಈ ಮಾಜಿ ಸೈನಿಕರು ಸರ್ಕಾರಕ್ಕೆ ಒಂದು ದೊಡ್ಡ ತಲೆನೋವಾಗಿ ಪರಿಣಮಿಸಿದರು. ರಷ್ಯಾದ ಕ್ರಾಂತಿಯ ನಂತರ ಇಟಲಿಯಲ್ಲಿ ಸಮತಾವಾದ ಹರಡಿ, ಸಮತಾವಾದಿಗಳ ಸಂಖ್ಯೆ ಅಧಿಕಗೊಂಡು ಅವರು ಕಾರ್ಮಿಕರ ಮೇಲೆ ತಮ್ಮ ಹಿಡಿತವನ್ನು ಸಾಧಿಸಿದ್ದರು. ಈ ಬೆಳವಣಿಗೆಯಿಂದಾಗಿ ಕೈಗಾರಿಕಾ ವಲಯದಲ್ಲಿ ಪ್ರಕ್ಷುಬ್ಧ ಪರಿಸ್ಥಿತಿ ಉಂಟಾಗಿ, ಅಲ್ಲಲ್ಲಿ ಗೊಂದಲ, ಗಲಭೆ, ಮುಷ್ಕರ ಮತ್ತು ಬೀಗ ಮುದ್ರೆಗಳು ನಡೆಯುವುದು ಸರ್ವೆಸಾಮಾನ್ಯವಾಗಿದ್ದಿತು. ಇವರ ಜೊತೆಗೆ ರೈತವರ್ಗವೂ ಸಹ ಸೇರಿಕೊಂಡು ದಂಗೆಯೇಳಲು ಸಿದ್ಧರಾಗಿದ್ದರು.

ಪ್ರಥಮ ಮಹಾಯುದ್ಧದ ಸಮಯದಲ್ಲಿ ಇಟಲಿ ಮಿತ್ರರಾಷ್ಟ್ರಗಳ ಜೊತೆಗೂಡಿ ವಿಜಯವನ್ನು ಸಾಧಿಸಿದ್ದರೂ ಕೂಡ, ಈ ವಿಜಯ ಇಟಾಲಿಯನ್ ಜನತೆಗೆ ತೃಪ್ತಿಯನ್ನುಂಟುಮಾಡಿರಲಿಲ್ಲ. ಕಾರಣ ಯುದ್ಧದ ಸಮಯದಲ್ಲಿ ಇವರು ಪ್ರಾದೇಶೀಕವಾಗಿ ವಿಸ್ತಾರಗೊಳ್ಳುವುದನ್ನು ಬಯಸಿದ್ದರು. ಆದರೆ ಯುದ್ಧಾನಂತರ ಏರ್ಪಟ್ಟ ವರ್ಸೇಲ್ಸ್ ಒಪ್ಪಂದವು ಇವರ ಕನಸುಗಳನ್ನು ಚೂರುಚೂರು ಮಾಡಿತು. ಇಟಲಿಯ ಪ್ರತಿನಿಧಿಯಾಗಿ ಪ್ಯಾರಿಸ್ಸಿನ ಶಾಂತಿ ಸಮ್ಮೇಳನದಲ್ಲಿ ಭಾಗವಹಿಸಿದ್ದ ಆರ್ಲೆಂಡೋ ಟ್ರೆಂಟಿನೋ, ಟೈರಲ್, ಎರಿಟ್ರಿಯಾ ಮತ್ತು ಡಾಲ್ಮೇಟಿಯಾಗಳನ್ನು ಇಟಲಿಗೆ ಗಳಿಸಿಕೊಡುವಲ್ಲಿ ವಿಫಲನಾದನು. ಟ್ರಿಯಾಸ್ಟಿ ಮತ್ತು ಜಾರಗಳು ಇಟಲಿಗೆ ಮಾತ್ರ ಕೊಡಲ್ಪಟ್ಟವು. ಫಿಯಿಮನ್ನು ಬಲತ್ಕಾರವಾಗಿ ವಶಪಡಿಸಿಕೊಂಡದ್ದರಿಂದ ಸಂದಿಗ್ದತೆ ಉಂಟಾಯಿತು. ಇದರಿಂದಾಗಿ ಅತೃಪ್ತಗೊಂಡ ಆರ್ಲೆಂಡೋ ಸಮ್ಮೇಳನದಿಂದ ನಿರ್ಗಮಿಸಿದನು. ಇಟಲಿಯ ಜನತೆಯು

ಪ್ಯಾರಿಸ್ ಸಮ್ಮೇಳನ ತಮ್ಮ ರಾಷ್ಟ್ರಕ್ಕೆ ಮಹಾದ್ರೋಹವನ್ನು ಬಗೆಯಿತೆಂದು ಭಾವಿಸಿತು. ಈ ದ್ರೋಹವನ್ನು ಸರಿಪಡಿಸುವುದು ಅವರ ಮುಂದಿನ ಗುರಿಯಾಯಿತು. ಇಷ್ಟು ಸಾಲದೆಂಬಂತೆ ಇಟಲಿಯಲ್ಲಿ ಅಸ್ತಿತ್ವದಲ್ಲಿದ್ದ ಪ್ರಜಾಪ್ರಭುತ್ವ ಸರ್ಕಾರವು ಯುದ್ಧದಿಂದ ಒದಗಿದ ಆರ್ಥಿಕ ವಿಪತ್ತು, ಹಣದುಬ್ಬರ, ನಿರುದ್ಯೋಗ, ಹಸಿವು ಮುಂತಾದವುಗಳನ್ನು ಬಗೆಹರಿಸುವಲ್ಲಿ ತನ್ನ ಅಸಮರ್ಥತೆಯನ್ನು ತೋರಿತು. ಭ್ರಷ್ಟರೂ ಮತ್ತು ಸ್ವಹಿತಾಕಾಂಕ್ಷಿಗಳು ಆಗಿದ್ದ ರಾಜಕಾರಣಿಗಳ ಅಧಿಕಾರ ದಾಹದಿಂದ ತತ್ತರಿಸಿ ಹೋಗಿದ್ದ ಸರ್ಕಾರ ಜನತೆಯ ಮತ್ತು ದೇಶದ ಸಮಸ್ಯೆಗಳನ್ನು ಬಗೆಹರಿಸಲು ಗಮನ ಹರಿಸಲಿಲ್ಲ. ಜೆ.ಹೆಚ್. ಜಾಕ್ಸನ್‌ರು ಅಭಿಪ್ರಾಯಪಡುವಂತೆ "ಇಟಾಲಿಯನ್ ಜನತೆ ತಮ್ಮ ರಾಜಕಾರಣಿಗಳಿಂದ ವಂಚಿತರಾಗಿ, ತಾವು ಜಗತ್ತಿನ ದೃಷ್ಟಿಯಲ್ಲಿ ಅಪಹಾಸ್ಯಕ್ಕೆ ತುತ್ತಾಗಿರುವುದಾಗಿ ಭಾವಿಸಿಕೊಂಡಿದ್ದರು. ಯುದ್ಧ ಇಟಲಿಗೆ ಸಾಕಷ್ಟು ಭಾರವಾಗಿ ಮಾರ್ಪಟ್ಟಿತು. ಅದರ ಆಯವ್ಯಯದಲ್ಲಿ 12000 ಮಿಲಿಯನ್ ಲೈರ್‌ಗಳ ಕೊರತೆ ಏರ್ಪಟ್ಟಿದ್ದಿತು. ಜೀವನ ವೆಚ್ಚ ಏರಿದ್ದಿತು. 1919ರಲ್ಲಿ ಅಧಿಕಾರದಲ್ಲಿದ್ದ ರಾಜಕೀಯ ಪಕ್ಷ ಶಾಂತಿಪ್ರಿಯವಾಗಿದ್ದು, ಅದರ ನಾಯಕರು ವೃದ್ಧರೂ ಮತ್ತು ವಕ್ರ ಸ್ವಭಾವದವರೂ ಆಗಿದ್ದರು. ಇದರಿಂದಾಗಿ ಇಟಾಲಿಯನ್ ಜನತೆ ಹಿಂಸೆಗೆ ಇಳಿದುದರಲ್ಲಿ ಯಾವುದೇ ಸಂದೇಹವಿರಲಿಲ್ಲ." ಅಲ್ಪಾವಧಿಯಲ್ಲಿ ಅಸ್ತಿತ್ವದಲ್ಲಿದ್ದ ಗಿಯೋಲಿಟ್ಟಿ ಮತ್ತು ನಿಟ್ಟಿಯವರ ಸರ್ಕಾರಗಳು ನಿಷ್ಕ್ರಿಯವಾಗಿದ್ದರಿಂದ ಜನತೆಯ ದೂಷಣೆಗೆ ಒಳಗಾದವು. ಈ ಮೇಲ್ಕಂಡ ಅನೇಕ ಕಾರಣಗಳಿಂದಾಗಿ ಇಟಲಿಯ ಜನತೆಯು, ಕಷ್ಟನಷ್ಟಗಳಿಗೆ ತುತ್ತಾಗಿ ರಾಷ್ಟ್ರದಲ್ಲಿ ನಾಯಕನೊಬ್ಬ ಅವತರಿಸಿ ತಮಗೆ ಸುಖ, ಶಾಂತಿ ಮತ್ತು ನೆಮ್ಮದಿಯನ್ನು ಎಂದಿಗೆ ನೀಡುವನೋ ಎಂಬ ಆಶಾಭಾವನೆಯನ್ನು ಬೆಳೆಸಿಕೊಂಡರು. ಇಂತಹ ಹದಗೆಟ್ಟ ಪರಿಸ್ಥಿತಿಯ ರಾಜಕೀಯ ದಿಗಂತದಲ್ಲಿ ಬೆನಿಟೋ ಮುಸೋಲಿನಿ ಕಾಣಿಸಿಕೊಂಡನು.

ಬೆನಿಟೋ ಮುಸಲೋನಿ

ಬೆನಿಟೋ ಮುಸಲೋನಿ ಮತ್ತು ಫ್ಯಾಸಿಸ್ಟ್ ಸಿದ್ಧಾಂತ (ಫ್ಯಾಸಿಸಂ)

ಬೆನಿಟೋ ಮುಸಲೋನಿ ಇಟಲಿಯ ರೊಮಾಗ್ನ ಪ್ರಾಂತ್ಯದ ಪ್ರಿಡಾಪಿಯೋ ಎಂಬ ಪಟ್ಟಣದಲ್ಲಿ 1883ರಲ್ಲಿ ಜನಿಸಿದನು. ಇವನ ತಂದೆ ಒಬ್ಬ ಕಮ್ಮಾರ, ತಾಯಿ ಶಾಲಾ ಉಪಧ್ಯಾಯಿನಿ. ಮುಸಲೋನಿ ಕಡುಬಡತನದಿಂದಾಗಿ ಸಾಧಾರಣ ಶಿಕ್ಷಣವನ್ನು ಪಡೆದು ಶಾಲಾ ಶಿಕ್ಷಕನಾಗಿ ತನ್ನ ಜೀವನವನ್ನು ಆರಂಭಿಸಿದನು. ಕೆಲ ಕಾಲದ ನಂತರ ಮುಸಲೋನಿ ರಾಜಕೀಯ ಕಾರ್ಯಕರ್ತನಾಗಿ ಇಟಲಿಯ ಸಮಾಜವಾದಿ ಪಕ್ಷವನ್ನು ಸೇರಿದನು. ಈ ಪಕ್ಷದ ಪ್ರಚಾರ ಕಾರ್ಯದಲ್ಲಿ ತೊಡಗಿದ್ದರಿಂದಾಗಿ ಇವನನ್ನು ಇಟಲಿಯಿಂದ ಹೊರಹಾಕಲಾಯಿತು. ಮುಸಲೋನಿ ಇಟಲಿಯಿಂದ ಸ್ವಿಟ್ಸರ್ಲೆಂಡಿಗೆ ಹೋಗಿ ಕೆಲಕಾಲ ಅಲ್ಲಿದ್ದನು. ಅಲ್ಲಿ ಕ್ರಾಂತಿಕಾರಕ ಮನೋಭಾವನೆಯನ್ನು ತಳೆದು ಲೆನಿನ್ನನಿಂದ ಪ್ರಭಾವಿತನಾದನು ಹಾಗೂ ಸಮಾಜವಾದ ಸಿದ್ಧಾಂತವನ್ನು ಬಹುವಾಗಿ ಮೆಚ್ಚಿಕೊಂಡಿದ್ದನು. 1905ರಲ್ಲಿ ಅವನು ಇಟಲಿಗೆ ಹಿಂತಿರುಗಿದ ನಂತರ ಕ್ರಾಂತಿಕಾರಿ ಸಮಾಜವಾದಿಯಾಗಿ ರೂಪುಗೊಂಡು, ಸಮಾಜವಾದದ ತತ್ವಗಳನ್ನು ಪ್ರಚಾರ ಮಾಡುವ ಉದ್ದೇಶದಿಂದ 'ಆವಂತಿ' ಎಂಬ ಪತ್ರಿಕೆಯ ಸಂಪಾದಕನಾದನು. ಪ್ರಪಂಚದ ಮೊದಲ ಮಹಾಯುದ್ಧ ಪ್ರಾರಂಭವಾದಾಗ ಇಟಲಿಯ ಯಾವ ಬಣಕ್ಕೂ ಸೇರದೇ ತಟಸ್ಥವಾಗಿದ್ದು ಕೊನೆಯಲ್ಲಿ ಮಿತ್ರರಾಷ್ಟ್ರಗಳ ಪಕ್ಷವನ್ನು ಸೇರಿ, ಯುದ್ಧದಲ್ಲಿ ಭಾಗವಹಿಸುವುದರಿಂದ ಇಟಲಿಯ ಭವಿಷ್ಯ ಉತ್ತಮಗೊಳ್ಳುವುದೆಂದು ಮುಸಲೋನಿ ಪ್ರತಿಪಾದಿಸಿದನು. ಇವನ ಯುದ್ಧನೀತಿಯನ್ನು ಸಮಾಜವಾದಿ ಪಕ್ಷ ಒಪ್ಪದೇ ಇವನನ್ನು ಪಕ್ಷದಿಂದ ಉಚ್ಚಾಟನೆಗೊಳಿಸಿತು. ಇದರಿಂದ ಮುಸಲೋನಿ ನಿರಾಶನಾಗದೇ "ಪೊಪೊಲೊ ಡಿ ಇಟಾಲಿಯ" ಎಂಬ ಮತ್ತೊಂದು ಪತ್ರಿಕೆಯನ್ನು ಹೊರಡಿಸಿ, ಇದರ ಮುಖಾಂತರ ಇಟಲಿ ಮಿತ್ರರಾಷ್ಟ್ರಗಳ ಪಕ್ಷವನ್ನು ಸೇರಬೇಕೆಂದು ಪ್ರಚಾರವನ್ನು ಕೈಗೊಂಡನು. 1915ರಲ್ಲಿ ಇಟಲಿ ಮಿತ್ರರಾಷ್ಟ್ರಗಳ ಪರವಾಗಿ ಯುದ್ಧದಲ್ಲಿ ಭಾಗವಹಿಸಿದ್ದರಿಂದಾಗಿ ಅವನಿಗೆ ತುಂಬಾ ಸಂತೋಷವಾಯಿತು. ಸ್ವತಃ ತಾನೇ ಇಟಲಿಯ ಸೈನ್ಯದಲ್ಲಿ ಸೇರಿ ಸೈನಿಕನಾಗಿ ಹೋರಾಡುತ್ತಿದ್ದಾಗ 1917ರಲ್ಲಿ ತೀವ್ರವಾಗಿ ಗಾಯಗೊಂಡನು.

ಫ್ಯಾಸಿಸ್ಟ್ ಪಕ್ಷದ ಸ್ಥಾಪನೆ ಮತ್ತು ಮುಸಲೋನಿಯ ಅಧಿಕಾರ ಗ್ರಹಣ

ಗಾಯಗೊಂಡಿದ್ದ ಮುಸಲೋನಿ ಚೇತರಿಸಿಕೊಂಡ ನಂತರ, ಸಮಾಜವಾದಿ ಪಕ್ಷವನ್ನು ತೊರೆದು 1919ರಲ್ಲಿ ಮಿಲಾನ್ ನಗರದಲ್ಲಿ ತನ್ನದೇ ಆದ ಫ್ಯಾಸಿಸ್ಟ್ ಪಕ್ಷವನ್ನು ಸ್ಥಾಪಿಸಿದನು. ಈ ಪಕ್ಷದ ಆಂದೋಲನವು-ಕೇವಲ ನಗರ ಪ್ರದೇಶಗಳಿಗೆ ಸೀಮಿತವಾಗದೇ ಗ್ರಾಮೀಣ ಪ್ರದೇಶಗಳಲ್ಲೂ ಹರಡಿತು. ಫ್ಯಾಸಿಸ್ಟ್‌ರು ಉಜ್ವಲ ದೇಶ ಪ್ರೇಮಿಗಳಾಗಿದ್ದರು. ಮುಸಲೋನಿ ಬೋಲ್ಷೆವಿಸಂನ ಕಡುವಿರೋಧಿಯಾಗಿದ್ದು ಅವನು ರಷ್ಯಾದ ಬೆಂಬಲವನ್ನು ಪಡೆದು ಗೂಂಡಾಗಿರಿ ಮತ್ತು ಹಿಂಸಾಚಾರದ ಕೃತ್ಯಗಳಲ್ಲಿ ತೊಡಗಿದ್ದ ಸಮಾಜವಾದಿ (ಕಮ್ಯುನಿಸ್ಟ)ಗಳ ವಿರುದ್ಧ ಕ್ರಮ ಕೈಗೊಂಡನು. "ಕಮ್ಯುನಿಸಂಗೆ ಸಾವು"ಎಂಬುದು

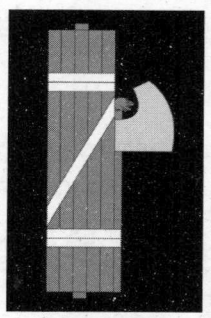

ಫ್ಯಾಸಿಸ್ಟ್ ಪಕ್ಷದ ಚಿನ್ಹೆ

ಫ್ಯಾಸಿಸ್ಟರ ಘೋಷಣೆಯಾಗಿತ್ತು. ಇಟಲಿಯಲ್ಲಿ ಆ ಸಮಯದಲ್ಲಿ ಇದ್ದಂತಹ ಪರಿಸ್ಥಿತಿ ಮತ್ತು ಸರ್ಕಾರದ ಬಗ್ಗೆ ಜನತೆಯ ಅತೃಪ್ತಿ ಅಸಮಾಧಾನಗಳು ಫ್ಯಾಸಿಸ್ಟ್ ಪಕ್ಷದ ಬೆಳವಣಿಗೆಗೆ ಕಾರಣವಾದವು. ಮುಸಲೋನಿ ನೀಡಿದ ಭರವಸೆಗಳು ಮತ್ತು ಪ್ರತಿಪಾದಿಸಿದ ತತ್ವಗಳು ಜನಮನವನ್ನು ಆಕರ್ಷಿಸಿ, ನಿವೃತ್ತ ಸೈನಿಕರು, ವಿದ್ಯಾರ್ಥಿಗಳು,. ನಿರಾಶರಾಗಿದ್ದ ಮಧ್ಯಮ ವರ್ಗದ ಜನರು ವಿಶ್ವವಿದ್ಯಾಲಯದ ಪ್ರಾಧ್ಯಾಪಕರು, ಬೂರ್ಜ್ವಾಗಳು ಕಾರ್ಮಿಕ ವರ್ಗಗಳನೇಕರು, ರೈತರು ಅಲ್ಲದೇ ಮಧ್ಯಗಾಮಿ ಸಮಾಜವಾದಿಗಳು ಇನ್ನೂ-ಮುಂತಾದವರು ಅಧಿಕ ಸಂಖ್ಯೆಯಲ್ಲಿ ಫ್ಯಾಸಿಸ್ಟ್ ಪಕ್ಷವನ್ನು ಸೇರಿದರು. ಫ್ಯಾಸಿಸ್ಟರು ತಮ್ಮನ್ನು "ರಾಷ್ಟ್ರೀಯ ಪುನರುತ್ಥಾನಗೈಯುವ ಯೋಧರು" ಎಂದು ಕರೆದುಕೊಂಡರು. ಫ್ಯಾಸಿಸ್ಟರ ಮಹಾಸಂಘಟಕ ಮತ್ತು ನಾಯಕನಾದ ಮುಸಲೋನಿ ಅವರನ್ನು ವಿಜಯದತ್ತ ಮುನ್ನಡೆಸಿದನು. ಕಾಲಕ್ರಮೇಣ ದೇಶದಾದ್ಯಂತ ಫ್ಯಾಸಿ ಸಂಸ್ಥೆ (ಕ್ಲಬ್)ಗಳು ಸ್ಥಾಪನೆಯಾಗತೊಡಗಿದವು.

ಯುದ್ಧಾನಂತರ ದೇಶದಲ್ಲಿ ಏರ್ಪಟ್ಟಿದ್ದ ಅರಾಜಕತೆಯ ಲಾಭವನ್ನು ಪಡೆದುಕೊಂಡು ಸಮಾಜವಾದಿ ಪಕ್ಷ (ಕಮ್ಯುನಿಸ್ಟ್ ಪಕ್ಷ) ಅಧಿಕಾರಕ್ಕೆ ಬರಬಹುದೆಂಬ ಶಂಕೆಯಿಂದ ಮತ್ತು ಸಮಾಜವಾದಿಗಳು (ಕಮ್ಯುನಿಸ್ಟ್ ಪಕ್ಷ) ನಡೆಸುತ್ತಿದ್ದ ವಿಧ್ವಂಸಕ ಕೃತ್ಯಗಳನ್ನು ಹತ್ತಿಕ್ಕುವುದಕ್ಕಾಗಿ ಮುಸಲೋನಿ ಫ್ಯಾಸಿಸ್ಟ್ ಪಕ್ಷವನ್ನು ಬಲಗೊಳಿಸಲು ಮುಂದಾದನು. ಅತ್ಯಲ್ಪ ಕಾಲದಲ್ಲಿ ಅವನು ಸುಮಾರು 50,000 ಯುವಕರನ್ನು ಸಂಘಟಿಸಿ, ಅವರಿಗೆ ಕಟ್ಟುನಿಟ್ಟಾದ ಸೈನಿಕ ಶಿಕ್ಷಣವನ್ನು ನೀಡಿ ಸಜ್ಜುಗೊಳಿಸಿದನು. ಇವರು ಕಪ್ಪು ಅಂಗಿಗಳನ್ನು ಧರಿಸುತ್ತಿದ್ದರಿಂದ ಇವರಿಗೆ "ಕಪ್ಪು ಅಂಗಿಯ ಯೋಧರು" **(Black Shirt Soldiers)** ಎಂದು ಕರೆಯಲಾಗುತ್ತಿತ್ತು ಕಮ್ಯುನಿಸ್ಟರ ಕೃತ್ಯಗಳಿಂದಾಗಿ ಭಯಭೀತರಾಗಿದ್ದ ಕೈಗಾರಿಕೋದ್ಯಮಿಗಳು, ಭೂಮಾಲೀಕರು, ವರ್ತಕರು ಮತ್ತು ಶ್ರೀಮಂತರು, ಕಮ್ಯುನಿಸ್ಟರ ವಿರುದ್ಧ ಸಿಡಿದೆದ್ದಿದ್ದ ಫ್ಯಾಸಿಸ್ಟರನ್ನು ತಮ್ಮ ರಕ್ಷಕರೆಂದು ಭಾವಿಸಿಕೊಂಡು, ಅವರಿಗೆ ತಮ್ಮ ಸಂಪೂರ್ಣ ಬೆಂಬಲವನ್ನು ವ್ಯಕ್ತಪಡಿಸಿದ್ದಲ್ಲದೆ ಅಧಿಕ ಸಂಖ್ಯೆಯಲ್ಲಿ ಅವರು ಫ್ಯಾಸಿಸ್ಟ್ ಪಕ್ಷವನ್ನು ಸೇರಿದರು. ಇದರಿಂದಾಗಿ ಫ್ಯಾಸಿಸ್ಟರು ಕಮ್ಯುನಿಸ್ಟರನ್ನು ಸಮರ್ಥವಾಗಿ ಎದುರಿಸಿದರು. ಕಮ್ಯುನಿಸ್ಟರನ್ನು ಕೊಲೆ ಮಾಡಿ, ಅವರ ಆಸ್ತಿಪಾಸ್ತಿಗಳನ್ನು ವಶಪಡಿಸಿಕೊಂಡು ರಕ್ತದ ಕೋಡಿಯನ್ನು ಹರಿಸಿದರು. ಫ್ಯಾಸಿಸ್ಟರು ದುಷ್ಕೃತ್ಯಗಳಲ್ಲಿ ಕಮ್ಯುನಿಸ್ಟರನ್ನು ಮೀರಿಸಿದರು.

ಇಟಲಿಯಲ್ಲಿ ಏರ್ಪಟ್ಟ ಇಂತಹ ಉದ್ರಿಕ್ತ ಪರಿಸ್ಥಿತಿಯಿಂದಾಗಿ ಭಯ, ಭೀತಿ ಮತ್ತು ಹಿಂಸೆಯ ವಾತಾವರಣ ಉಂಟಾಯಿತು. ಆದರೆ ಇದೇ ಸಮಯದಲ್ಲಿ ಅಂದರೆ 1921ರ ಮೇ ತಿಂಗಳಲ್ಲಿ ಸಾರ್ವತ್ರಿಕ ಚುನಾವಣೆಗಳು ನಡೆದು ಫ್ಯಾಸಿಸ್ಟರು ಆ ಚುನಾವಣೆಯಲ್ಲಿ ಸ್ಪರ್ಧಿಸಿ 35 ಸ್ಥಾನಗಳನ್ನು ಗಳಿಸಿದರು. 1922ರ ಮಾರ್ಚ್ ವೇಳೆಗೆ ಫ್ಯಾಸಿಸ್ಟರು ರಾಜಕೀಯ ಕ್ಷೇತ್ರದಲ್ಲಿ ತಮ್ಮ ಸ್ಥಾನಗಳನ್ನು ಭದ್ರಪಡಿಸಿಕೊಂಡರು. ಅವರಿಗೆ ದೇಶದಲ್ಲಿ ಹೆಚ್ಚಿನ ಬೆಂಬಲ ದೊರೆತರೂ ಸಹ ರಾಜಪ್ರಭುತ್ವ ಮತ್ತು ಸಂಪ್ರದಾಯವಾದಿಗಳು ಫ್ಯಾಸಿಸ್ಟ್ ಪಕ್ಷಕ್ಕೆ ತಮ್ಮ ಅಸಮ್ಮತಿಯನ್ನು ವ್ಯಕ್ತಪಡಿಸಿದರು. ಇದನ್ನು ಅರಿತ ಮುಸಲೋನಿ ತನ್ನ ಪಕ್ಷಕ್ಕೆ ಅವರ ಬೆಂಬಲ ಪಡೆದುಕೊಳ್ಳುವ ಸಲುವಾಗಿ, 1922ರ ಸೆಪ್ಟೆಂಬರ್‌ನಲ್ಲಿ ಉಡನೆ ಎಂಬ ಸ್ಥಳದಲ್ಲಿ ಸಮಾವೇಶಗೊಂಡಿದ್ದ ಫ್ಯಾಸಿಸ್ಟ್ ಕಾಂಗ್ರೆಸ್ಸಿನ ಅಧಿವೇಶನದಲ್ಲಿ ಇಟಲಿಗೆ ಸಂವಿಧಾನಬದ್ಧ ರಾಜಪ್ರಭುತ್ವವೇ ಯೋಗ್ಯವಾದ ಸರ್ಕಾರವೆಂದು ಘೋಷಿಸಿದನು. ಈ ಘೋಷಣೆಯು ನಿರೀಕ್ಷಿಸಿದ ಪರಿಣಾಮವನ್ನು ಬೀರಿ ರಾಜಪಕ್ಷದವರು ಮತ್ತು ಸೈನಿಕರು ಫ್ಯಾಸಿಸ್ಟ್ ಪಕ್ಷಕ್ಕೆ ತಮ್ಮ ಬೆಂಬಲ ಮತ್ತು ಸಹಕಾರವನ್ನು ವ್ಯಕ್ತಪಡಿಸಿದರು.

ಪಕ್ಷವನ್ನು ಬಲಗೊಳಿಸಿದ ನಂತರ ಮುಸಲೋನಿಗೆ ಅಧಿಕಾರದ ದಾಹ ಹೆಚ್ಚಾಗಿ ಅವನು ಅಧಿಕಾರಕ್ಕೆ ಬರುವ ಸಲುವಾಗಿ 1922ರ ಅಕ್ಟೋಬರ್ 24ರಂದು ಫ್ಯಾಸಿಸ್ಟ್ ಯೋಧರನ್ನುದ್ದೇಶಿಸಿ ಮಾತನಾಡುತ್ತಾ "ಸರ್ಕಾರ ನಮ್ಮ ಕೈಗೆ ಬರಬೇಕು ಇಲ್ಲವೇ ನಾವು ರೋಮಿನ ಮೇಲೆ ಧಾಳಿ ಮಾಡಬೇಕು" ಎಂದು ಗುಡುಗಿದನು. ಇದರಿಂದ ಉತ್ತೇಜನಗೊಂಡ ಕಪ್ಪು ಅಂಗಿಯ ಯೋಧರು ಬಲಪ್ರದರ್ಶನ ಮಾಡಲು ರೋಮಿನತ್ತ ಧಾವಿಸಿದರು. ಇಟಲಿಯ ದೊರೆಯಾಗಿದ್ದ ಮೂರನೆಯ ವಿಕ್ಟರ್ ಎಮ್ಯಾನ್ಯುಯೆಲ್ಲನು ದೇಶದಲ್ಲಿ ಸಂಭವಿಸಬಹುದಾಗಿದ್ದ ಅಂತರ್ಯುದ್ಧವನ್ನು ತಡೆಗಟ್ಟುವ ಸಲುವಾಗಿ ಮುಸಲೋನಿಯನ್ನು 1922ರ ಅಕ್ಟೋಬರ್ 30ರಂದು ರಾಜಧಾನಿ ರೋಮಿಗೆ ಕರೆಸಿ ಪ್ರಧಾನಮಂತ್ರಿಯನ್ನಾಗಿ ನೇಮಿಸಿದನು. "ಸರ್ಕಾರ ಹೇಗೆ ಆಡಳಿತ ನಡೆಸಬೇಕೆಂಬುದನ್ನು ತಿಳಿದುಕೊಂಡಿದೆ ಹಾಗೂ ಆ ರೀತಿ ಆಳುವುದೆಂದು" ಮುಸಲೋನಿ ಕೂಡಲೇ ಪ್ರಕಟಪಡಿಸಿದನು. ಹೀಗೆ ನಡೆದ ರಕ್ತರಹಿತ ಕ್ರಾಂತಿ ಮುಸಲೋನಿಯನ್ನು ಇಟಲಿಯಲ್ಲಿ ಅಧಿಕಾರಕ್ಕೆ ತಂದಿತು. ಮುಸಲೋನಿ ತನ್ನ ಮಂತ್ರಿಮಂಡಲವನ್ನು ರಚಿಸಿ, ತನ್ನವರನ್ನೇ ಪ್ರಮುಖ ಸ್ಥಾನಗಳಿಗೆ ನೇಮಿಸಿಕೊಂಡು, ಅಲ್ಪ ಕಾಲಾವಧಿಯಲ್ಲಿಯೇ ಸರ್ವಾಧಿಕಾರವನ್ನೂ ಬಯಸಿದನು. ದೌರ್ಬಲ್ಯತೆಯಿಂದ ಕೂಡಿದ್ದ ಇಟಲಿಯ ಪಾರ್ಲಿಮೆಂಟ್ ಅವನಿಗೆ ಸರ್ವಾಧಿಕಾರತ್ವವನ್ನು

ನೀಡಿತು. ಕೇವಲ ಒಂದೇ ಒಂದು ವರ್ಷದ ಅವಧಿಯಲ್ಲಿ ಮುಸಲೋನಿ ರಾಜನನ್ನು ಮತ್ತು ಪ್ರಜಾತಂತ್ರವನ್ನು ಹತ್ತಿಕ್ಕಿ ಇಟಲಿಯ ಸರ್ವಾಧಿಕಾರಿಯಾಗಿ ಮಾರ್ಪಟ್ಟನು.

ಫ್ಯಾಸಿಸ್ಟ್ ಸಿದ್ಧಾಂತ (Fascism):

ಫ್ಯಾಸಿಸಂ ಎಂಬ ಇಂಗ್ಲಿಷ್ ಪದ ಲ್ಯಾಟಿನ್ ಭಾಷೆಯ ಫ್ಯಾಸಿಯೋ ಎಂಬ ಪದದಿಂದ ಬಂದುದಾಗಿದೆ. ಇದರ ಅರ್ಥವೇನೆಂದರೆ "ಕೋಲುಗಳ ಕಟ್ಟು ಅಥವಾ ಕಂತೆ ಮತ್ತೊಂದು ಕೊಡಲಿ" ಎಂದಾಗುತ್ತದೆ. ಇದು ಒಗ್ಗಟ್ಟು ಅಥವಾ ಏಕತೆ, ಶಕ್ತಿ, ಮತ್ತು ಶಿಸ್ತಿನ ಸಂಕೇತವಾಗಿದ್ದಿತು. ಫ್ಯಾಸಿಸ್ಟ್ ಪಕ್ಷದ ನಾಯಕನಾದ ಮುಸಲೋನಿಯೇ ಈ ಸಿದ್ಧಾಂತವನ್ನು ಪ್ರತಿಪಾದಿಸಿದನು. ಇವನ ಪ್ರಕಾರ ಫ್ಯಾಸಿಸಂ ಒಂದು ಧರ್ಮ, ಮಹಾ ಜನತೆಯ ಇತಿಹಾಸವನ್ನು ಪುನರ್‌ನಿರ್ಮಾಣ ಮಾಡುವ ಆಧ್ಯಾತ್ಮಿಕ ಶಕ್ತಿ. ಆದರೆ ಇವನ ಈ ತತ್ವದಲ್ಲಿ ಮ್ಯಾಕೆವೆಲ್ಲಿ, ಹೆಗಲ್, ಫಿಚ್, ಟ್ರಾಟ್ಸ್ಕಿ, ಮಾರ್ಕ್ಸ್, ನಿಟ್ಸೆ, ಬರ್ಗ್‌ಸನ್, ಹಾಬ್ಸ್, ಸೊರೆಲ್ ಮತ್ತು ಪಾರಟೋ ಮುಂತಾದ ತತ್ವಜ್ಞರ ಅನೇಕ ಅಂಶಗಳು ಅಡಕವಾಗಿವೆ. ಫ್ಯಾಸಿಸಂ ಸಿದ್ಧಾಂತವನ್ನು ವಿವರಿಸಲು ಯಾವುದೇ ಗ್ರಂಥ ಅಥವಾ ಲೇಖನಗಳು ಲಭ್ಯವಿಲ್ಲ. ಮುಸಲೋನಿಯ ಭಾಷಣ ಮತ್ತು ಲೇಖನಗಳಲ್ಲಿ ಈ ಸಿದ್ಧಾಂತದ ಕೆಲವು ಮುಖ್ಯ ಅಂಶಗಳು ಅಡಕವಾಗಿವೆ. ಈ ಸಿದ್ಧಾಂತ ಕೇವಲ ಅನುಭವದ ಆಧಾರದ ಮೇಲೆ ರೂಪಿತವಾಗಿರುವುದರಿಂದ ಇದಕ್ಕೆ ತಾತ್ವಿಕ ಆಧಾರವೇ ಇಲ್ಲವೆಂದು ಹೇಳಬಹುದು.

ಫ್ಯಾಸಿಸ್ಟ್ ಸಿದ್ಧಾಂತದ ಲಕ್ಷಣಗಳು: ಫ್ಯಾಸಿಸ್ಟ್ ಸಿದ್ಧಾಂತವು ತನ್ನದೇ ಆದ ಕೆಲವು ಮುಖ್ಯ ಲಕ್ಷಣಗಳನ್ನು ಹೊಂದಿದ್ದಿತು. ಆ ಲಕ್ಷಣಗಳೆಂದರೆ–

1. ತತ್ವರಹಿತ ಸಿದ್ಧಾಂತ: ಫ್ಯಾಸಿಸ್ಟ್ ಸಿದ್ಧಾಂತದಲ್ಲಿ ತತ್ವಗಳಿರಲಿಲ್ಲ. ಈ ಸಿದ್ಧಾಂತಿಗಳಿಗೆ ತತ್ವಗಳಲ್ಲಿ ನಂಬಿಕೆ ಇರಲಿಲ್ಲ. ವಾಸ್ತವಿಕತೆಯೇ ಇವರಿಗೆ ಆಧಾರವಾಗಿತ್ತು. ಮುಸಲೋನಿ ಮತ್ತು ಅವನ ಅನುಯಾಯಿಗಳು ಮ್ಯಾಜಿನಿಯ ಆದರ್ಶವಾದ, ಸೊರೆಲನ ಕಾರ್ಯವಿಧಾನ, ಹೆಗಲ್ ಮತ್ತು ನಿಟ್ಸೆಯ ರಾಷ್ಟ್ರೀಯವಾದ ಮತ್ತು ಸರ್ವಾಧಿಕಾರತತ್ವ ಮೊದಲಾದವುಗಳನ್ನು ತಮ್ಮ ಮನಬಂದಂತೆ ಬದಲಾಯಿಸಿ ಬಳಸಿಕೊಂಡರು. ಸೆಬೈನ್ ಪ್ರಕಾರ "ಫ್ಯಾಸಿಸ್ಟ್ ವಾದದಲ್ಲಿ ವಿಭಿನ್ನ ತತ್ವಗಳು ಬಹಳ ಚಮತ್ಕಾರವಾಗಿ ಮಿಳಿತವಾಗಿವೆ" ಈ ಫ್ಯಾಸಿಸ್ಟ್ ಸಿದ್ಧಾಂತದಲ್ಲಿ ಗ್ರಂಥಗಳಿಗಿಂತ ಚಳವಳಿಗಳೇ ಮುಖ್ಯ ಮೂಲಾಧಾರವಾಗಿದ್ದವು.

2. ಪ್ರಜಾಪ್ರಭುತ್ವಕ್ಕೆ ವಿರುದ್ಧವಾದುದು: ಫ್ಯಾಸಿಸ್ಟ್ ಸಿದ್ಧಾಂತದಲ್ಲಿ ಪ್ರಜಾಪ್ರಭುತ್ವಕ್ಕೆ ಯಾವುದೇ ರೀತಿಯ ಸ್ಥಾನಮಾನವಿರಲಿಲ್ಲ. ಪ್ರಜೆಗಳ ಸಾರ್ವಭೌಮತ್ವ, ಎಲ್ಲರಿಗೂ ಸಮಾನತೆ, ಬಹುಮತದ ಅಭಿಪ್ರಾಯಗಳು ಮುಂತಾದವುಗಳು ಅವಾಸ್ತವಿಕ ವಿಷಯಗಳು. ಫ್ಯಾಸಿಸ್ಟರ ದೃಷ್ಟಿಯಲ್ಲಿ ಪ್ರಜಾಪ್ರಭುತ್ವವೆಂದರೆ "ಕೊಳೆತು ನಾರುತ್ತಿರುವ ಹೆಣವಾಗಿತ್ತು." ರಾಜ್ಯದ ಎಲ್ಲಾ ವಿಷಯಗಳಲ್ಲಿ ಜನಾಭಿಪ್ರಾಯಕ್ಕೆ ಮನ್ನಣೆ ನೀಡುವುದು ಅಪಾಯಕಾರಿ, ರಾಜ್ಯಕ್ಕಾಗಿ ಚಿಂತಿಸುವುದು ಮತ್ತು ಕೆಲಸ ಮಾಡುವುದು ಕೆಲವರಿಗೆ ಮಾತ್ರ ಸಾಧ್ಯವೆಂಬುದು ಫ್ಯಾಸಿಸ್ಟರ ನಂಬಿಕೆಯಾಗಿತ್ತು.

3. ರಾಜ್ಯಕ್ಕೆ ಪ್ರಾಮುಖ್ಯತೆ : ಫ್ಯಾಸಿಸ್ಟ್ ಸಿದ್ಧಾಂತದಲ್ಲಿ ವ್ಯಕ್ತಿಗಿಂತ ರಾಜ್ಯಕ್ಕೆ ಹೆಚ್ಚಿನ ಪ್ರಾಮುಖ್ಯತೆ ನೀಡಲಾಗಿದೆ. ವ್ಯಕ್ತಿಯ ಸ್ವಾತಂತ್ರ್ಯಕ್ಕಿಂತ ರಾಜ್ಯದ ಹಿತವೇ ಪ್ರಮುಖವಾದುದು. ಫ್ಯಾಸಿಸ್ಟ್‌ವಾದಿಗಳ ಪ್ರಕಾರ ವ್ಯಕ್ತಿಯಿರುವುದು ರಾಜ್ಯಕ್ಕಾಗಿಯೇ ಹೊರತು ರಾಜ್ಯ ಇರುವುದು ವ್ಯಕ್ತಿಗಲ್ಲ. ವ್ಯಕ್ತಿ ಮಾಡುವ ಯಾವ ಕೆಲಸವೂ ರಾಜ್ಯಕ್ಕೆ ವಿರುದ್ಧವಾಗಿರಬಾರದು ಮತ್ತು ರಾಜ್ಯಕ್ಕೆ ಹೊರತಾಗಿರಬಾರದು. ಪ್ರತಿಯೊಬ್ಬ ವ್ಯಕ್ತಿಯೂ ರಾಜ್ಯದ ಹಿತಕ್ಕಾಗಿ ಸರ್ವಸ್ವವನ್ನೂ ತ್ಯಾಗ ಮಾಡಲು ಸಿದ್ಧನಿರಬೇಕು. ರಾಜ್ಯಕ್ಕೆ ಒಂದು ಶ್ರೇಷ್ಠ ವ್ಯಕ್ತಿತ್ವ ಇದೆ ಎಂಬ ಹೆಗಲ್‌ನ ತತ್ವವನ್ನು ಇವರು ಒಪ್ಪಿಕೊಳ್ಳುತ್ತಾರೆ. ಫ್ಯಾಸಿಸ್ಟರ ಅಭಿಪ್ರಾಯದಲ್ಲಿ ರಾಜ್ಯದ ಹಿತದೃಷ್ಟಿಯಿಂದ ವ್ಯಕ್ತಿ ಸ್ವಾತಂತ್ರ್ಯವನ್ನು ಮೊಟಕುಗೊಳಿಸಿ ಸಂಪರ್ಕ ಮಾಧ್ಯಮಗಳಾದ ಸಿನಿಮಾ, ರೇಡಿಯೋ, ಶಿಕ್ಷಣ, ವೃತ್ತಪತ್ರಿಕೆ ಮುಂತಾದುವುಗಳನ್ನು ರಾಜ್ಯದ ಹತೋಟಿಯಲ್ಲಿಡಬೇಕು. ಒಟ್ಟಿನಲ್ಲಿ ಪ್ರಜೆಗಳೆಲ್ಲರೂ ರಾಜ್ಯವೇ ದೇವರೆಂದು ಭಾವಿಸಿಕೊಂಡು, ಅದರ ಸೇವಕರಂತಿರಬೇಕಾಗಿತ್ತು.

4. ವಿಶ್ವಶಾಂತಿಗೆ ವಿರೋಧ: ಫ್ಯಾಸಿಸ್ಟ್ ಸಿದ್ಧಾಂತವು ವಿಶ್ವಶಾಂತಿಗೆ ವಿರೋಧವಾಗಿದ್ದಿತು. ರಾಜ್ಯದ ಆಶೋತ್ತರಗಳನ್ನು ನೆರವೇರಿಸಲು ಮತ್ತು ಕಳೆದುಕೊಂಡಿರುವ ಘನತೆ ಗೌರವಗಳನ್ನು ಮತ್ತೆ ಪಡೆಯಲು ಯುದ್ಧವೊಂದೇ ಮಾರ್ಗ ಎಂಬುದು ಫ್ಯಾಸಿಸ್ಟರ ಅಭಿಪ್ರಾಯವಾಗಿತ್ತು. ಇತಿಹಾಸಕಾರರಾದ ಮನೋಕಾರ್ಲಿಯವರು ಹೇಳಿದಂತೆ, "ಫ್ಯಾಸಿಸ್ಟ್ ಸಿದ್ಧಾಂತವು ಯುದ್ಧದಿಂದ ಹುಟ್ಟಿದೆ. ಅದರ ಪ್ರದರ್ಶನಕ್ಕೆ ಯುದ್ಧ ಅತ್ಯಾವಶ್ಯಕ". ಮುಸಲೋನಿಯ ಪ್ರಕಾರ "ನೂರು ದಿನ ಕುರಿಯಂತೆ ಬಾಳುವುದಕ್ಕೆ ಬದಲಾಗಿ ಒಂದು ದಿನ ಸಿಂಹದಂತೆ ಬಾಳುವುದು ಲೇಸು". ಈ ಅಭಿಪ್ರಾಯಗಳಿಂದ ಫ್ಯಾಸಿಸ್ಟರ ಯುದ್ಧದಾಹವನ್ನು ತಿಳಿಯಬಹುದು. ಯುದ್ಧವನ್ನು ಮಾಡಲು ಜನರನ್ನು ಪ್ರೇರೇಪಿಸುವ ಸಲುವಾಗಿ ಮುಸಲೋನಿ "ಸ್ತ್ರೀಯರಿಗೆ ಮಕ್ಕಳನ್ನು ಹೆರುವುದು ಸ್ವಾಭಾವಿಕವಾಗಿರುವಂತೆ ಪುರುಷರಿಗೆ ಯುದ್ಧ ಮಾಡುವುದು ಸ್ವಾಭಾವಿಕ" ಎಂದು ಹೇಳುತ್ತಿದ್ದನು. ಇದಕ್ಕೆ

ಕಾರಣ ಇಟಲಿಯ ಗತ ವೈಭವವನ್ನು ಪುನರುತ್ಥಾನಗೊಳಿಸಿ, ಜಗತ್ತಿನಲ್ಲಿಯೇ ಇಟಲಿಗೆ ಪ್ರಮುಖ ಸ್ಥಾನವನ್ನು ಗಳಿಸಿಕೊಡುವುದು ಫ್ಯಾಸಿಸಂನ ಮುಖ್ಯ ಗುರಿಯಾಗಿದ್ದಿತು.

5. ಏಕ ಪಕ್ಷಕ್ಕೆ ಆದ್ಯತೆ: ಫ್ಯಾಸಿಸ್ಟ್ ಸಿದ್ಧಾಂತವು ಏಕ ಪಕ್ಷಕ್ಕೆ ಆದ್ಯತೆ ನೀಡಿತ್ತು. ಅದೇ ಫ್ಯಾಸಿಸ್ಟ್ ಪಕ್ಷ. ಈ ಪಕ್ಷವನ್ನು ಬಿಟ್ಟು ಇಟಲಿಯಲ್ಲಿ ಬೇರೆ ಯಾವ ರಾಜಕೀಯ ಪಕ್ಷಗಳಿಗೂ ಸ್ಥಾನವಿರಲಿಲ್ಲ. ಎಲ್ಲಾ ವಿರೋಧ ಪಕ್ಷಗಳನ್ನು ರದ್ದುಗೊಳಿಸಿ, ರಾಜ್ಯದ ಸಂಪೂರ್ಣ ಅಧಿಕಾರವನ್ನೆಲ್ಲಾ ಮುಸಲೋನಿಯ ನಾಯಕತ್ವದಲ್ಲಿ ಫ್ಯಾಸಿಸ್ಟ್ ಪಕ್ಷಕ್ಕೆ ಸೇರಿಸಲಾಯಿತು. ಇದರಿಂದಾಗಿ ಇಟಲಿಯು ಏಕಪಕ್ಷದ ರಾಜ್ಯವಾಗಿ ಪರಿವರ್ತನೆಗೊಂಡಿತು. ಏಕಪಕ್ಷಕ್ಕೆ ಆದ್ಯತೆ ನೀಡಿದಂತೆಯೇ ಫ್ಯಾಸಿಸ್ಟ್ ಸಿದ್ಧಾಂತದಲ್ಲಿ ಏಕನಾಯಕನಿಗೆ ಆದ್ಯತೆ ನೀಡಲಾಗಿತ್ತು.

6. ಧರ್ಮದ ಮೇಲೆ ನಂಬಿಕೆ: ಫ್ಯಾಸಿಸ್ಟ್ ಸಿದ್ಧಾಂತದಲ್ಲಿ ಧರ್ಮ ಅಥವಾ ಮತಕ್ಕೆ ಪ್ರಾಶಸ್ತ್ಯ ನೀಡಲಾಗಿತ್ತು. ಫ್ಯಾಸಿಸ್ಟ್‌ರು ತಮ್ಮ ಗುರಿ ಸಾಧನೆಗಾಗಿ ಮತ-ಧರ್ಮವನ್ನು ಬಳಸಿಕೊಂಡರು. ಇವರು ಮತವು ಸಮಾಜವನ್ನು ಒಂದುಗೂಡಿಸಿ ಮನುಷ್ಯನಿಗೆ ದೇವರಲ್ಲಿರುವಂತೆ, ರಾಜ್ಯದ ಬಗ್ಗೆಯೂ ಭಕ್ತಿ ಭಯಗಳನ್ನು ಹುಟ್ಟಿಸುತ್ತದೆ ಎಂದು ನಂಬಿದ್ದರು.

ಮುಸಲೋನಿಯ ಒಳಾಡಳಿತ ನೀತಿ

ರಕ್ತರಹಿತ ಕ್ರಾಂತಿಯ ಮೂಲಕ ಅಧಿಕಾರಕ್ಕೆ ಬಂದ ಮುಸಲೋನಿ ಆರಂಭಿಕವಾಗಿ ಆಂತರಿಕ ಸಮಸ್ಯೆಗಳನ್ನು ಬಗೆಹರಿಸಲು ಹೆಚ್ಚು ಗಮನವನ್ನು ನೀಡಿದನು. ಅವನು ಆಂತರಿಕವಾಗಿ ತಂದ ಮಾರ್ಪಾಡುಗಳೆಂದರೆ–

1) ಕೇಂದ್ರೀಕೃತ ಸರ್ವಾಧಿಕಾರತ್ವದ ಸ್ಥಾಪನೆ: ಮುಸಲೋನಿ ಅಧಿಕಾರರೂಢನಾದ ಮೇಲೆ ಮೊದಲು ಕೈಗೊಂಡ ಕಾರ್ಯವೆಂದರೆ ಕೇಂದ್ರೀಕೃತ ಸರ್ವಾಧಿಕಾರತ್ವದ ಸ್ಥಾಪನೆ. ಅವನು ಪ್ರಜಾಪ್ರಭುತ್ವ ಮತ್ತು ದೊರೆಯನ್ನು ಮೂಲೆಗುಂಪು ಮಾಡಿ ರಾಜ್ಯದ ಸಂಪೂರ್ಣ ಅಧಿಕಾರವನ್ನು ತನ್ನ ಕೈಗೆ ತೆಗೆದುಕೊಂಡನು. ಇಟಲಿಯಲ್ಲಿ ಫ್ಯಾಸಿಸ್ಟ್ ಪಕ್ಷವೊಂದನ್ನು ಬಿಟ್ಟು, ಉಳಿದೆಲ್ಲಾ ವಿರೋಧ ಪಕ್ಷಗಳನ್ನು ನಿರ್ಮೂಲನ ಮಾಡಿದನು. ಚುನಾವಣಾ ನಿಯಮಗಳನ್ನು ಮಾರ್ಪಡಿಸಿ ಪಾರ್ಲಿಮೆಂಟಿನಲ್ಲಿ ಫ್ಯಾಸಿಸ್ಟ್‌ರೇ ಆರಿಸಿ ಬರುವಂತೆ ಮಾಡಲು ಚುನಾವಣಾ ಕಾನೂನನ್ನು ಮಾರ್ಪಡಿಸಿದನು. ತನಗೆ ಇದ್ದಂತಹ ಎಲ್ಲಾ ವಿರೋಧಿಗಳನ್ನು ಜೈಲಿಗೆ ಹಾಕಿ ಅಥವಾ ಕೊಲೆಗೈದು ಹೆಸರಿಲ್ಲದಂತೆ ಮಾಡಿದನು. ಆಡಳಿತದ ಎಲ್ಲಾ ಹಂತಗಳಲ್ಲಿ ಫ್ಯಾಸಿಸ್ಟ್‌ರನ್ನು ತುಂಬಿಸಿದನು. ಪತ್ರಿಕಾ ಸ್ವಾತಂತ್ರ್ಯವನ್ನು ಮೊಟಕುಗೊಳಿಸಿ ಅವುಗಳನ್ನು ಸರ್ಕಾರದ ನಿಯಂತ್ರಣಕ್ಕೆ ಒಳಪಡಿಸಿದನು. ಇಟಲಿಯಲ್ಲಿ ರಾಜಕೀಯ ಸ್ವಾತಂತ್ರ್ಯ ಮತ್ತು ಸಂಸದೀಯ ವ್ಯವಸ್ಥೆಯು ಮಾಯವಾಗಿ ಫ್ಯಾಸಿಸ್ಟ್‌ರು ಅಟ್ಟಹಾಸದಿಂದ ಮೆರೆಯತೊಡಗಿದರು. ಫ್ಯಾಸಿಸ್ಟರ ಕಡುವಿರೋಧಿಗಳಾಗಿದ್ದ ಸಮಾಜವಾದಿಗಳನ್ನು ಉಗ್ರವಾಗಿ ಶಿಕ್ಷಿಸಲಾಯಿತು. ಒಟ್ಟಿನಲ್ಲಿ ಮುಸಲೋನಿ ರಾಜ್ಯದ ಸಂಪೂರ್ಣ ಅಧಿಕಾರವನ್ನು ತನ್ನ ಕೈಗೆ ತೆಗೆದುಕೊಂಡು ಇಟಲಿಯಲ್ಲಿ ಸರ್ವಾಧಿಕಾರತ್ವವನ್ನು ಸ್ಥಾಪಿಸಿದನು.

2) ಶಾಂತಿ ಮತ್ತು ಸುವ್ಯವಸ್ಥೆಯ ಸ್ಥಾಪನೆ : ಮುಸಲೋನಿ ತನ್ನ ವೈಯಕ್ತಿಕ ಸರ್ವಾಧಿಕಾರವನ್ನು ಸ್ಥಾಪಿಸಿದ ನಂತರ ಇಟಲಿಯಲ್ಲಿ ಶಾಂತಿ, ಶಿಸ್ತು ಮತ್ತು ಸುವ್ಯವಸ್ಥೆಯನ್ನು ಸ್ಥಾಪಿಸಲು ಗಮನ ಹರಿಸಿದನು. ಇಟಲಿಯನ್ನು ಅರಾಜಕತೆಯಿಂದ ಪಾರುಮಾಡುವ ಸಲುವಾಗಿ ದಕ್ಷ ಅಧಿಕಾರಿಗಳನ್ನು ನೇಮಿಸಿಕೊಂಡನು. ಸಾರ್ವಜನಿಕ ಹಣ ಹೆಚ್ಚು ಪೋಲಾಗದಂತೆ ನೋಡಿಕೊಳ್ಳಲು ವಿಶೇಷ ಕ್ರಮಗಳನ್ನು ಅನುಸರಿಸಿ, ಆರ್ಥಿಕ ಅಭಿವೃದ್ಧಿಯ ಕಡೆಗೆ ಗಮನ ನೀಡಿದನು. ಸರ್ಕಾರದ ರೀತಿ ನೀತಿಗಳನ್ನು ಖಂಡಿಸಿದವರಿಗೆ ಉಗ್ರ ಶಿಕ್ಷೆ ನೀಡಲಾಯಿತು. ಈ ಎಲ್ಲಾ ಕ್ರಮಗಳಿಂದ ಆಡಳಿತದ ದಕ್ಷತೆಯನ್ನು ಹೆಚ್ಚಿಸಿದನು.

3) ಆರ್ಥಿಕ ವ್ಯವಸ್ಥೆಯ ಪುನರುಜ್ಜೀವನ: ಪ್ರಥಮ ಮಹಾಯುದ್ಧದ ನಂತರ ಸಂಭವಿಸಿದ ಆರ್ಥಿಕ ಮುಗ್ಗಟ್ಟಿನಿಂದ ಇಟಲಿಯನ್ನು ಪಾರು ಮಾಡಲು ಮುಸಲೋನಿ ಆರ್ಥಿಕ ವ್ಯವಸ್ಥೆಯನ್ನು ಪುನರುಜ್ಜೀವನಗೊಳಿಸಲು ಶೀಘ್ರ ಕ್ರಮಗಳನ್ನು ಕೈಗೊಂಡನು. ಆರ್ಥಿಕ ಸ್ವಾವಲಂಬನೆಯನ್ನು ಸಾಧಿಸುವುದೇ ಫ್ಯಾಸಿಸ್ಟ್ ಪಕ್ಷದ ಮುಖ್ಯ ಗುರಿಯಾಗಿತ್ತು. ಇದಕ್ಕಾಗಿ ಅವನು ವ್ಯವಸಾಯ, ವಾಣಿಜ್ಯ ಮತ್ತು ಕೈಗಾರಿಕೆಗಳಿಗೆ ಪ್ರೋತ್ಸಾಹ ನೀಡಿದನು. ಖಾಸಗಿ ವ್ಯಕ್ತಿಗಳು ಕೃಷಿ ಮತ್ತು ಕೈಗಾರಿಕೆಗಳನ್ನು ನಡೆಸಲು ಅನುಮತಿ ನೀಡಿದನು. ರಾಷ್ಟ್ರದ ಇಡೀ ಆರ್ಥಿಕ ವ್ಯವಸ್ಥೆಯನ್ನು ಹದಿಮೂರು ರಾಷ್ಟ್ರೀಯ ಸಂಘಗಳ (Syndicate) ನಿಯಂತ್ರಣಕ್ಕೆ ಒಳಪಡಿಸಿದನು. ಕಾರ್ಮಿಕರ ಅಭ್ಯುದಯಕ್ಕಾಗಿ 1927ರಲ್ಲಿ ಒಂದು ಚಾರ್ಟರನ್ನು ಹೊರಡಿಸಿ, ಕಾರ್ಮಿಕರು ಮತ್ತು ಕೈಗಾರಿಕೆಗಳ ಮಾಲೀಕರ ನಡುವೆ ಮಧುರ ಬಾಂಧವ್ಯವೇರ್ಪಡುವಂತೆ ನೋಡಿಕೊಳ್ಳಲಾಯಿತು. ಹಾಗೆಯೇ ಕಾರ್ಮಿಕರು ಬೀಗಮುದ್ರೆ ಮತ್ತು ಮುಷ್ಕರಗಳನ್ನು ನಡೆಸುವುದನ್ನು ನಿಷೇಧಿಸಲಾಯಿತು. ರಾಷ್ಟ್ರದ ಉತ್ಪಾದನೆಯನ್ನು ವ್ಯವಸ್ಥೆಗೊಳಿಸಲು 1929ರಲ್ಲಿ ಒಂದು ನ್ಯಾಷನಲ್ ಕೌನ್ಸಿಲ್ ಅಥವಾ ಕಾರ್ಪೋರೇಷನ್ ಎಂಬ ಮಂಡಳಿಯನ್ನು ಸ್ಥಾಪಿಸಲಾಯಿತು. ಇಷ್ಟೆಲ್ಲಾ ಕ್ರಮಗಳಿಂದಾಗಿ ರಾಷ್ಟ್ರವು ಆರ್ಥಿಕ ಕ್ಷೇತ್ರದಲ್ಲಿ ಪ್ರಗತಿಯನ್ನು ಸಾಧಿಸಿತು.

4) ಲೋಕೋಪಯೋಗಿ ಕಾರ್ಯಗಳು: ಆರ್ಥಿಕ ಕ್ಷೇತ್ರದಲ್ಲಿ ಪ್ರಗತಿಯನ್ನು ಸಾಧಿಸಿದಂತೆಯೇ ಇದಕ್ಕೆ ಪೂರಕವಾಗಿ ಮುಸಲೋನಿ ಲೋಕೋಪಯೋಗಿ ಅಥವಾ ಜನಹಿತ ಕಾರ್ಯಗಳನ್ನು ಕೈಗೊಂಡನು. ರಾಷ್ಟ್ರದಲ್ಲಿ ಹೊಸ ಹೊಸ ರಸ್ತೆಗಳನ್ನು ನಿರ್ಮಿಸಲಾಯಿತು. ವ್ಯಾಪಾರಕ್ಕೆ ಉತ್ತೇಜನ ನೀಡುವ ದೃಷ್ಟಿಯಿಂದ ಇಟಲಿಯ ವಿವಿಧ ಭಾಗಗಳಲ್ಲಿ ರೈಲ್ವೆ ಹಳಿಯನ್ನು ಹಾಕಿಸಲಾಯಿತು. ವ್ಯಾಪಾರದ ಹಡಗುಗಳ ಸೌಕರ್ಯಕ್ಕಾಗಿ ಸಮುದ್ರ ತೀರವನ್ನು ಸರಿಪಡಿಸಿ ಹೊಸ ಬಂದರುಗಳನ್ನು ನಿರ್ಮಿಸಲಾಯಿತು. ಜಲವಿದ್ಯುತ್ ಯೋಜನೆಯನ್ನು ಕಾರ್ಯರೂಪಕ್ಕೆ ತಂದನು. ಹೀಗೆ ಎಲ್ಲಾ ಕ್ಷೇತ್ರಗಳಲ್ಲೂ ಸುಧಾರಣೆ ಮತ್ತು ವಿಸ್ತರಣೆಯನ್ನು ಕೈಗೊಂಡಿದ್ದರಿಂದ ಜನರ ಆರ್ಥಿಕ ಪರಿಸ್ಥಿತಿ ಗಣನೀಯ ಪ್ರಮಾಣದಲ್ಲಿ ಹೆಚ್ಚಿತು. ಆದರೆ ಮುಸಲೋನಿ ಜನಹಿತ ಕಾರ್ಯಗಳನ್ನು ಮಾಡಿದುದು ಪ್ರಜಾಪ್ರಭುತ್ವವನ್ನು ಮತ್ತು ಜನತೆಯ ಎಲ್ಲಾ ಸ್ವಾತಂತ್ರ್ಯವನ್ನು ಹತ್ತಿಕ್ಕಲು ಎಂಬುದನ್ನು ನಾವು ಮರೆಯುವಂತಿಲ್ಲ.

5) ಮಿಲಿಟರಿ ಸುಧಾರಣೆ: ಮುಸಲೋನಿ ತನ್ನ ಆಂತರಿಕ ನೀತಿಯಲ್ಲಿ ಪ್ರಮುಖವಾಗಿ ಮಾಡಿದ ಮತ್ತೊಂದು ಮಾರ್ಪಾಡೆಂದರೆ ಮಿಲಿಟರಿ ಸುಧಾರಣೆ. ಅವನು ಭೂಸೇನೆ, ನೌಕಾಪಡೆ ಮತ್ತು ವಾಯುಪಡೆಗಳನ್ನು ಬಲಗೊಳಿಸಿದನು. ಇದಕ್ಕೆ ಪ್ರಮುಖ ಕಾರಣ ಫ್ಯಾಸಿಸ್ಟ್ ಪಕ್ಷವು ವಿಶ್ವಶಾಂತಿಗೆ ವಿರುದ್ಧವಾಗಿದ್ದುದು ಮತ್ತು ಯುದ್ಧಕ್ಕೆ ಬೆಂಬಲ ನೀಡಿದ್ದುದು. ಮುಸಲೋನಿಯೇ ಹೇಳುತ್ತಿದ್ದಂತೆ ಸ್ತ್ರೀಯರಿಗೆ ಮಕ್ಕಳನ್ನು ಹೆರುವುದು ಸ್ವಾಭಾವಿಕವಾಗಿರುವಂತೆ ಪುರುಷರಿಗೆ ಯುದ್ಧ ಸ್ವಾಭಾವಿಕ" ಎಂಬುದು ಅವನ ಯುದ್ಧದಾಹವನ್ನು ತಿಳಿಸುತ್ತದೆ. ಇದಕ್ಕಾಗಿಯೇ ಅವನು ಪ್ರಬಲ ಸೈನ್ಯವನ್ನು ನಿರ್ಮಾಣ ಮಾಡಿದನು.

6) ಶಿಕ್ಷಣ ಕ್ಷೇತ್ರದಲ್ಲಿ ಮಾರ್ಪಾಡು: ಮುಸಲೋನಿ ನಾಯಕತ್ವದಲ್ಲಿ ಫ್ಯಾಸಿಸ್ಟ್ ಸರ್ಕಾರವು ಇಡೀ ಶಿಕ್ಷಣ ಕ್ಷೇತ್ರ, ಪ್ರಸಾರ ಮಾಧ್ಯಮ ಮತ್ತು ಶಿಕ್ಷಕ ವರ್ಗದ ಮೇಲೆ ತನ್ನ ಹಿಡಿತವನ್ನು ಸಾಧಿಸಿ, ಶಿಕ್ಷಣ ಕ್ಷೇತ್ರದಲ್ಲಿ ಬದಲಾವಣೆಗಳನ್ನು ತಂದಿತು. ವಿದ್ಯಾರ್ಥಿಗಳನ್ನು ಹೆಚ್ಚಿನ ಸಂಖ್ಯೆಯಲ್ಲಿ ಫ್ಯಾಸಿಸ್ಟ್‌ರನ್ನಾಗಿ ಪರಿವರ್ತಿಸುವಂತಹ ಶಿಕ್ಷಣ ವ್ಯವಸ್ಥೆಯನ್ನು ಜಾರಿಗೆ ತರಲಾಯಿತು. ಅಧಿಕ ಸಂಖ್ಯೆಯಲ್ಲಿ ಶಾಲೆಗಳನ್ನು ತೆರೆದು, ಕಡ್ಡಾಯ ಶಿಕ್ಷಣವನ್ನು ಜಾರಿಗೆ ತಂದನು. ಶಾಲೆಗಳಲ್ಲಿ ಕಡ್ಡಾಯ ಹಾಜರಾತಿಯನ್ನು ಜಾರಿಗೊಳಿಸಲಾಯಿತು. ಭವಿಷ್ಯದ ಪ್ರಜೆಗಳನ್ನು ಫ್ಯಾಸಿಸ್ಟ್‌ರನ್ನಾಗಿ ಮಾಡುವಂತಹ ಶಿಕ್ಷಣ ಕ್ರಮವನ್ನು ಅಳವಡಿಸಲಾಯಿತು. ರಾಷ್ಟ್ರೀಯತೆಗೆ ಹೆಚ್ಚಿನ ಪ್ರಾಮುಖ್ಯತೆ ನೀಡಿ ಪ್ರಾಚೀನ ರೋಮನ್ ವೈಭವವನ್ನು ಜನತೆಯ ಗಮನಕ್ಕೆ ತಂದು ಇಟಲಿಯನ್ನು ಮಹಾಶಕ್ತಿಯನ್ನಾಗಿ ಮಾಡುವ ಕಾರ್ಯದಲ್ಲಿ ಎಲ್ಲ ಪ್ರಜೆಗಳು ತಮ್ಮ ಪಾಲಿನ ಕರ್ತವ್ಯವನ್ನು ಮಾಡಬೇಕೆಂದು ಬೋಧಿಸಲಾಯಿತು. ಇಷ್ಟಾದರೂ ಫ್ಯಾಸಿಸ್ಟ್ ಸರ್ಕಾರವು ಇಟಲಿಯ ಜನತೆಗೆ ವ್ಯಕ್ತಿ ಸ್ವಾತಂತ್ರ್ಯವನ್ನು ನೀಡಲಿಲ್ಲ.

7) ಪೋಪನೊಡನೆ ಸೌಹಾರ್ದಯುತ ಸಂಬಂಧ: ಸುಮಾರು 60 ವರ್ಷಗಳಿಂದ ಇಟಲಿ ಮತ್ತು ಪೋಪನ ನಡುವೆ ಬಗೆಹರಿಯದೆ ಉಳಿದು ಬಂದಿದ್ದ ವೈಮನಸ್ಸನ್ನು ಬಗೆಹರಿಸಿದುದು ಮುಸಲೋನಿಯ ರಾಜಕೀಯ ಚಾಣಾಕ್ಷತನಕ್ಕೆ ಒಂದು ಉತ್ತಮ ಉದಾಹರಣೆಯಾಗಿದೆ. 1870ರಲ್ಲಿ 2ನೇ ವಿಕ್ಟರ್ ಇಮ್ಯಾನುಯೆಲ್ಲನು ಪೋಪನ ಧಾರ್ಮಿಕ ಕ್ಷೇತ್ರವಾಗಿದ್ದ ರೋಮಿಗೆ ಮುತ್ತಿಗೆ ಹಾಕಿ ಅದನ್ನು ವಶಪಡಿಸಿಕೊಂಡು ಇಟಲಿಯ ರಾಜಧಾನಿಯನ್ನಾಗಿ ಮಾಡಿಕೊಂಡನು. ಇದನ್ನು ಪ್ರತಿಭಟಿಸಿದ ಪೋಪ್ ವ್ಯಾಟಿಕನ್‌ಗೆ ಹಿಂದಿರುಗಿದ್ದನು, ಅಂದಿನಿಂದ ಇಟಲಿ ಮತ್ತು ಪೋಪನ ನಡುವೆ ವೈಮನಸ್ಸು ಬೆಳೆದಿತ್ತು. ಮುಸಲೋನಿ ಇಟಲಿಯಲ್ಲಿ ತನ್ನ ಅಧಿಕಾರವನ್ನು ಭದ್ರಪಡಿಸಿಕೊಳ್ಳುವ ಸಲುವಾಗಿ ಪೋಪನೊಡನೆ ಸಂಧಾನ ನಡೆಸಿ ದೀರ್ಘಕಾಲದ ವೈಮನಸ್ಸನ್ನು ತಿಳಿಗೊಳಿಸಲು ಪ್ರಯತ್ನಿಸಿದನು. ಇದರ ಫಲವೇ 1929ರಲ್ಲಿ ಏರ್ಪಟ್ಟ ಲ್ಯಾಟೆರನ್ ಒಪ್ಪಂದ (The Lateran Treaty). ಇದರ ಪ್ರಕಾರ ಇಟಲಿ ಸರ್ಕಾರವು ಪೋಪನು ವಾಸಿಸುತ್ತಿದ್ದ ವ್ಯಾಟಿಕನ್ ಪ್ರದೇಶವನ್ನು ಸ್ವತಂತ್ರ ರಾಜ್ಯವೆಂದು ಒಪ್ಪಿಕೊಂಡು, ಅದರ ಮೇಲೆ ಪೋಪನ ಪರಮಾಧಿಕಾರವನ್ನು ಸಾರಿತು. ಇದು ವ್ಯಾಟಿಕನ್ ನಗರ ಎಂದೇ ಪ್ರಸಿದ್ಧವಾಯಿತು. ಇದಕ್ಕೆ ಪ್ರತಿಯಾಗಿ ಪೋಪನು ಇಟಲಿ ರಾಜ್ಯಕ್ಕೆ ಮನ್ನಣೆ ಕೊಟ್ಟು, ಇಟಲಿ ಸರ್ಕಾರದೊಂದಿಗೆ ಕನ್‌ಕಾರ್ಡೆಟ್ ಒಪ್ಪಂದ ಮಾಡಿಕೊಂಡನು. ಇದರ ಪ್ರಕಾರ ಪೋಪನು ಎಲ್ಲಾ ಬಿಷಪ್ಪರನ್ನೂ ನೇಮಿಸುವ ಅಧಿಕಾರ ಪಡೆದನು. ಆದರೆ ಇದಕ್ಕೆ ಇಟಲಿ ಸರ್ಕಾರದ ಅನುಮತಿ ಪಡೆಯಬೇಕಾಗಿತ್ತು. ಸರ್ಕಾರವೇ ಬಿಷಪ್ಪರ ಮತ್ತು ಪ್ರೀಸ್ಟರ ಸಂಬಳವನ್ನು ಕೊಡಲೊಪ್ಪಿಕೊಂಡಿತು. ಇದರಿಂದಾಗಿ ಪೋಪನಿಗೆ ಸಂತೋಷವಾಗಿ ಇಟಲಿ ಸರ್ಕಾರಕ್ಕೆ ತನ್ನ ಸಹಾನುಭೂತಿ ವ್ಯಕ್ತಪಡಿಸಿದನು. ಈ ರೀತಿ ಮುಸಲೋನಿ ಫ್ರಾನ್ಸಿನ ನೆಪೋಲಿಯನ್ ಬೋನಾಪಾರ್ಟೆಯಂತೆ ಧರ್ಮವನ್ನು ತನ್ನ ರಾಜಕೀಯ ಅನುಕೂಲತೆಗಾಗಿ ಬಳಸಿಕೊಂಡು, ಪೋಪನ ಪ್ರೀತಿ ವಿಶ್ವಾಸಗಳನ್ನು ಗಳಿಸಿಕೊಂಡನು.

ಮುಸಲೋನಿಯ ವಿದೇಶಾಂಗ ನೀತಿ

ಮುಸಲೋನಿ ಆಂತರಿಕವಾಗಿ ದೇಶದಲ್ಲಿ ಹಲವಾರು ಮಾರ್ಪಾಡುಗಳನ್ನು ಮಾಡಿ, ಶಾಂತಿ ಮತ್ತು ಸುವ್ಯವಸ್ಥೆಯನ್ನು ಸ್ಥಾಪಿಸಿದ ನಂತರ ತನ್ನ ಗಮನವನ್ನು ವಿದೇಶಾಂಗ ನೀತಿಯ ಕಡೆಗೆ ಹರಿಸಿದನು. ವಿದೇಶಾಂಗ ನೀತಿಯಲ್ಲಿ ಸ್ವಪ್ರತಿಷ್ಠೆ ಮತ್ತು

ಸ್ವಗೌರವಗಳನ್ನು ಹೆಚ್ಚಿಸಿಕೊಳ್ಳಬೇಕೆಂಬುದು ಅವನ ಹೆಬ್ಬಯಕೆಯಾಗಿತ್ತು. ಇದಕ್ಕಾಗಿ ಅವನು ಆಕ್ರಮಣಶೀಲ ನೀತಿಯನ್ನು ಅನುಸರಿಸಿದನು. ತನ್ನ ಸರ್ವಾಧಿಕಾರತ್ವವನ್ನು ಬಲಪಡಿಸಿಕೊಳ್ಳಲು ಅವನಿಗೆ ಯುದ್ಧ ಮತ್ತು ವಿಸ್ತಾರಗಳು ಅತ್ಯವಶ್ಯಕವಾಗಿದ್ದವು. ಹಾಗೆಯೇ ಪ್ರಾಚೀನ ರೋಮನ್ ಸಾಮ್ರಾಜ್ಯದ ವೈಭವವನ್ನು ಪುನರುಜ್ಜೀವನಗೊಳಿಸಬೇಕೆಂಬುದು ಅವನ ಮಹತ್ವಾಕಾಂಕ್ಷೆಯಾಗಿತ್ತು. ದೇಶದಲ್ಲಿ ಬೆಳೆಯುತ್ತಿದ್ದ ಜನಸಂಖ್ಯೆಗೆ ಆಶ್ರಯವನ್ನು ನೀಡಲು, ಕೈಗಾರಿಕೆಗಳಿಗೆ ಕಚ್ಚಾ ವಸ್ತುಗಳನ್ನು ಪೂರೈಸಲು ಹಾಗೂ ಸಿದ್ಧವಸ್ತುಗಳಿಗೆ ಮಾರುಕಟ್ಟೆಯನ್ನು ಒದಗಿಸಲು ಇಟಲಿ ವಿಸ್ತಾರಗೊಂಡು ವಸಾಹತುಗಳನ್ನು ಪಡೆಯಬೇಕೆಂಬುದು ಅವನ ಇಚ್ಛೆಯಾಗಿತ್ತು. ಆದ್ದರಿಂದ ಅವನು ವಿಸ್ತಾರಣಾ ನೀತಿಯನ್ನು ಅನುಸರಿಸಿದನು.

ವಿಸ್ತಾರಣಾಕಾಂಕ್ಷಿಯಾಗಿದ್ದ ಮುಸಲೋನಿ ಆಗ್ನೆಯಾ ಯೂರೋಪಿನತ್ತ ತನ್ನ ಮೊದಲ ಹೆಜ್ಜೆಯನ್ನು ಇರಿಸಿದನು. ಇದರಿಂದಾಗಿ ಅವನು ಇಟಲಿಗೆ ಕೆಲವು ಪ್ರದೇಶಗಳನ್ನು ಗಳಿಸಿಕೊಡುವುದರಲ್ಲಿ ಯಶಸ್ವಿಯಾದನು. ಬ್ರಿಟಿಷರ ವಿರೋಧವಿದ್ದರೂ ಇಟಲಿಯ ಕೈಬಿಟ್ಟುಹೋಗಿದ್ದ ಡೊಡಕನೀಸ್ ದ್ವೀಪಗಳನ್ನು ಪುನಃ ಗಳಿಸಿಕೊಂಡನು. 1924ರಲ್ಲಿ ಯುಗೋಸ್ಲಾವಿಯದೊಂದಿಗೆ ಒಪ್ಪಂದವನ್ನು ಮಾಡಿಕೊಂಡು ಫುಯಿಂ (Fiume) ಪ್ರದೇಶವನ್ನು ಇಟಲಿಗೆ ಸೇರಿಸಿದನು. 1930ರಲ್ಲಿ ಲಂಡನ್‌ನಲ್ಲಿ ಜರುಗಿದ ನೌಕಾ ಸಮ್ಮೇಳನದಲ್ಲಿ ಭಾಗವಹಿಸಿ ಫ್ರಾನ್ಸಿನೊಂದಿಗೆ ನೌಕಾಬಲದ ಸಮಾನತೆಯನ್ನು ಪಡೆದುಕೊಂಡನು.

ಅಬಿಸೀನಿಯಾದ (ಇಥಿಯೋಪಿಯಾ) ಆಕ್ರಮಣ

ಅಬಿಸೀನಿಯಾವನ್ನು ಆಕ್ರಮಿಸುವುದು ಇಟಾಲಿಯನ್ನರಿಗೆ ಒಂದು ಪ್ರತಿಷ್ಠೆಯ ವಿಷಯವಾಗಿತ್ತು. ಕಾರಣವೇನೆಂದರೆ 1896ರಲ್ಲಿ ಅದನ್ನು ಆಕ್ರಮಿಸಿಕೊಳ್ಳಲು ಮಾಡಿದ ಪ್ರಯತ್ನವೆಲ್ಲವೂ ಇಟಾಲಿಯನ್ನರ ಸೋಲಿನಲ್ಲಿ ಮುಕ್ತಾಯವಾಗಿತ್ತು. ಮುಸಲೋನಿ ಆಗ ಆಗಿದ್ದ ಅಪಮಾನವನ್ನು ಅಳಿಸಿ ಹಾಕಲು ನಿರ್ಧರಿಸಿದನು. ಜೊತೆಗೆ ಇಟಲಿಯಲ್ಲಿ ಬೆಳೆಯುತ್ತಿದ್ದ ಜನಸಂಖ್ಯೆಗೆ ಹೆಚ್ಚಿನ ಜಾಗವನ್ನು ಕಲ್ಪಿಸಿಕೊಡುವುದು ಅತ್ಯವಶ್ಯಕವಾಗಿತ್ತು. ಇದಕ್ಕಾಗಿ ಮುಸಲೋನಿ ಅಬಿಸೀನಿಯಾದ ಮೇಲೆ ಆಕ್ರಮಣ ಮಾಡಲು ಎಲ್ಲಾ ಸಿದ್ಧತೆಗಳನ್ನು ಮಾಡಿಕೊಂಡು, ಸಮಯವಕಾಶಕ್ಕಾಗಿ ಕಾಯುತ್ತಿದ್ದನು. ಅಂತಹ ಒಂದು ಅವಕಾಶ ಅವನಿಗೆ 1934ರ ಡಿಸೆಂಬರ್‌ನಲ್ಲಿ ದೊರೆಯಿತು. ಇಟಲಿ ಮತ್ತು ಅಬಿಸೀನಿಯಾದ ಸೈನಿಕರಿಗೆ ವಲ್‌ವಲ್ ಎಂಬ ಹಳ್ಳಿಯ ಹತ್ತಿರ ನಡೆದ ಘರ್ಷಣೆಯಲ್ಲಿ ಇಟಲಿಯ ಕೆಲವು ಸೈನಿಕರು ಸಾವಿಗೀಡಾದರು. ಇದನ್ನು ನೆಪಮಾಡಿಕೊಂಡು ಮುಸಲೋನಿ 1935ರ ಅಕ್ಟೋಬರ್‌ನಲ್ಲಿ ಅಬಿಸೀನಿಯಾದ ಮೇಲೆ ಆಕ್ರಮಣವೆಸಗಿದನು. ಅಬಿಸೀನಿಯಾದ ಚಕ್ರವರ್ತಿಯಾಗಿದ್ದ ಹೈಲಿ ಸೆಲಾಸಿಯು ರಾಷ್ಟ್ರಸಂಘದ ಮೊರೆಹೋದನು. ರಾಷ್ಟ್ರಸಂಘವು ಇಟಲಿಯನ್ನು ಆಕ್ರಮಣಕಾರ ರಾಷ್ಟ್ರವೆಂದು ಸಾರಿದರೂ ಕೂಡ ಬ್ರಿಟನ್ ಮತ್ತು ಫ್ರಾನ್ಸ್‌ಗಳ ದ್ವಿಮುಖ ನೀತಿಯಿಂದಾಗಿ ಯಾವುದೇ ರೀತಿಯ ಕಟ್ಟುನಿಟ್ಟಿನ ಕ್ರಮವನ್ನು ಕೈಗೊಳ್ಳಲಿಲ್ಲ. ಇದರಿಂದ ಉತ್ತೇಜನಗೊಂಡ ಮುಸಲೋನಿ ರಾಷ್ಟ್ರಸಂಘದ ಆದೇಶವನ್ನು ತಿರಸ್ಕರಿಸಿ, ಅಬಿಸೀನಿಯಾದ ರಾಜಧಾನಿಯಾಗಿದ್ದ ಅಡಿಸ್‌ಬಾಬವನ್ನು 1936ರ ಮೇ ವೇಳೆಗೆ ಆಕ್ರಮಿಸಿಕೊಂಡು ಅಬಿಸೀನಿಯಾವನ್ನು ಇಟಲಿಗೆ ಸೇರಿಸಿಕೊಂಡನು.

ರೋಮ್–ಬರ್ಲಿನ್–ಟೋಕಿಯೋ ಒಪ್ಪಂದ

ಅಬಿಸೀನಿಯಾದಲ್ಲಿ ಮುಸಲೋನಿಗೆ ದೊರೆತ ಜಯವು ಅವನು ತನ್ನ ಸುತ್ತಮುತ್ತಲಿನ ರಾಜ್ಯಗಳ ಆಂತರಿಕ ವಿಷಯದಲ್ಲಿ ತಲೆಹಾಕಲು ಶಕ್ತಿ ಸಾಮರ್ಥ್ಯಗಳನ್ನು ನೀಡಿತು. 1936ರಲ್ಲಿ ಸ್ಪೈನ್‌ನಲ್ಲಿ ಅಂತರ್‌ಯುದ್ಧ ತಲೆದೋರಿದಾಗ ಸಂಪ್ರದಾಯವಾದಿಯಾಗಿದ್ದ ಜನರಲ್ ಫ್ರಾಂಕೋಗೆ ನೆರವು ನೀಡಿದನು. ಇದರಿಂದಗಾಗಿ ಫ್ರಾಂಕೋ ಜಯಶೀಲನಾದನು. ಇದೇ ಸಂದರ್ಭದಲ್ಲಿ ಮುಸಲೋನಿ ಬ್ರಿಟನ್ ಮತ್ತು ಫ್ರಾನ್ಸ್‌ಗಳಿಂದ ದೂರ ಸರಿದು ಜರ್ಮನಿಯೊಂದಿಗೆ ಸ್ನೇಹ ಬೆಳೆಸಿಕೊಳ್ಳಲು ಪ್ರಾರಂಭಿಸಿದನು. ಜರ್ಮನಿಯ ಸರ್ವಾಧಿಕಾರಿಯಾಗಿದ್ದ ಹಾಗೂ ಇವನಂತಹದೇ ನೀತಿ ಮತ್ತು ಧೋರಣೆಗಳನ್ನು ಹೊಂದಿದ್ದ ಹಿಟ್ಲರ್‌ನೊಂದಿಗೆ ಮೈತ್ರಿ ಬೆಳೆಸಿ, 1936ರಲ್ಲಿ ಜರ್ಮನಿ ಮತ್ತು ಜಪಾನ್‌ಗಳು ರಷ್ಯಾದ ವಿರುದ್ಧವಾಗಿ ಮಾಡಿಕೊಂಡಿದ್ದ ಆಂಟಿ–ಕಾಮಿಂಟರ್ನ್ ಎಂಬ ಒಪ್ಪಂದಕ್ಕೆ 1937ರಲ್ಲಿ ಮುಸಲೋನಿ ಸಹಿ ಹಾಕಿದನು. ಇದರಿಂದಾಗಿ ರೋಂ–ಬರ್ಲಿನ್–ಟೋಕಿಯೋ ಒಪ್ಪಂದ ಏರ್ಪಟ್ಟಿತು. ಇದು ಆಕ್ಸಿಸ್ ಒಪ್ಪಂದ ಅಥವಾ ಮೈತ್ರಿಕೂಟವಾಗಿ ಮಾರ್ಪಟ್ಟಿತು. ಹಿಟ್ಲರ್ ಈ ಮೈತ್ರಿಕೂಟವನ್ನು ವಿಶ್ವದ ಮಹಾ ರಾಜಕೀಯ ತ್ರಿಭುಜ ಎಂದು ಕರೆದನು.

<u>ಆಲ್ಬೇನಿಯಾವನ್ನು ಆಕ್ರಮಿಸಿಕೊಂಡಿದ್ದು</u> : ಮುಸಲೋನಿ ತನ್ನ ಸಾಹಸ ಕಾರ್ಯಗಳಿಗೆ ತೊಡಕಾಗಿದ್ದ ರಾಷ್ಟ್ರಸಂಘದಿಂದ ಇಟಲಿಯ ಸದಸ್ಯತ್ವವನ್ನು 1937ರಲ್ಲಿ ಹಿಂತೆಗೆದುಕೊಂಡು, ಆಲ್ಬೇನಿಯಾವನ್ನು ವಶಪಡಿಸಿಕೊಳ್ಳಲು ಅನುವಾದನು. ಇದಕ್ಕೂ ಮೊದಲು ಅಂದರೆ 1926ರಲ್ಲಿ ಆಲ್ಬೇನಿಯಾದೊಂದಿಗೆ ಒಂದು ಒಪ್ಪಂದವನ್ನು ಮಾಡಿಕೊಂಡು ಆ ರಾಜ್ಯವನ್ನು ಇಟಲಿಯ ಆಶ್ರಿತರಾಜ್ಯವಾಗುವಂತೆ ಮಾಡಿಕೊಂಡಿದ್ದನು. ಆದರೆ ಏಡ್ರಿಯಾಟಿಕ್ ಪ್ರದೇಶದ ಮೇಲೆ ಸಂಪೂರ್ಣ ನಿಯಂತ್ರಣವನ್ನು ಹೊಂದುವ ಸಲುವಾಗಿ 1939ರಲ್ಲಿ ಆಲ್ಬೇನಿಯಾಕ್ಕೆ ತನ್ನ ಸೈನ್ಯವನ್ನು ನುಗ್ಗಿಸಿ ಅದನ್ನು ವಶಪಡಿಸಿಕೊಂಡನು. ಮುಸಲೋನಿ ಸ್ಪೇನಿನ ಒಳಜಗಳದಲ್ಲಿ ಫ್ರಾಂಕೋನಿಗೆ ನೆರವು ನೀಡಿದನು. ಫ್ರಾಂಕೋ ಜಯಶೀಲನಾದನು. ಸ್ಪೇನಿನ ಗಣರಾಜ್ಯ ಪತನ ಹೊಂದಿತು.

ಮುಸಲೋನಿಯ ಪತನ:

ಮುಸಲೋನಿಯ ಯುದ್ಧ ಆಕಾಂಕ್ಷೆ ಹಾಗೂ ಅವನು ಆಕ್ಸಿಸ್ ಮೈತ್ರಿಕೂಟವನ್ನು ಸೇರಿದುದು, 1939ರಲ್ಲಿ ಆರಂಭವಾದ ದ್ವಿತೀಯ ಮಹಾಯುದ್ಧವನ್ನು ಅನಿವಾರ್ಯವಾಗಿ ಪ್ರವೇಶಿಸುವಂತೆ ಮಾಡಿದವು. ಮುಸಲೋನಿ ಹಿಟ್ಲರ್‌ನ ಪರವಾಗಿ ಯುದ್ಧವನ್ನು ಪ್ರವೇಶಿಸಿದನು. ಅವನು 1940ರ ಜೂನ್‌ನಲ್ಲಿ ಬ್ರಿಟನ್ ಮತ್ತು ಫ್ರಾನ್ಸ್‌ಗಳ ವಿರುದ್ಧ ಯುದ್ಧವನ್ನು ಘೋಷಿಸಿ ಇಟಲಿಯನ್ನು 2ನೇ ಮಹಾಯುದ್ಧದಲ್ಲಿ ತೊಡಗಿಸಿದನು. ಪ್ರಾರಂಭದಲ್ಲಿ ಮೈತ್ರಿಕೂಟಕ್ಕೆ (ಜರ್ಮನಿ–ಜಪಾನ್–ಇಟಲಿ) ಸ್ವಲ್ಪ ಜಯ ದೊರಕಿದರೂ ಕೂಡ 1943ರ ನಂತರ ಯುದ್ಧದ ಗತಿ ಬದಲಾಯಿತು. ಮಿತ್ರ ರಾಷ್ಟ್ರಗಳ ಸೈನಿಕ ಮತ್ತು ಆರ್ಥಿಕ ಬಲ ಹೆಚ್ಚಿ, ಅವರ ಕೈ ಮೇಲಾಯಿತು. ಇಟಲಿಯ ಸೈನ್ಯಕ್ಕೆ ಸೋಲುಂಟಾಗಿ 1943ರಲ್ಲಿ ಇಟಲಿ ಮಿತ್ರರಾಷ್ಟ್ರಗಳ ಕೈವಶವಾಯಿತು. ಇದರಿಂದಾಗಿ ಮುಸಲೋನಿ ತನ್ನ ಅಧಿಕಾರವನ್ನು ಕಳೆದುಕೊಂಡನು. 1945ರಲ್ಲಿ ಮುಸಲೋನಿಯು ಗುಪ್ತವಾಗಿ ಪಲಾಯನ ಮಾಡಲು ಪ್ರಯತ್ನಿಸಿದನು. ದುರಾದೃಷ್ಟವಶಾತ್ ಪಲಾಯನಗೈಯುತ್ತಿದ್ದಾಗ ಮುಸಲೋನಿಯನ್ನು ಇಟಾಲಿಯನ್ನರೇ ಸೆರೆಹಿಡಿದು ಗುಂಡಿಕ್ಕಿ ಕೊಂದು ಹಾಕಿದರು. ಇವನ ಸಾವಿನೊಂದಿಗೆ ಇಟಲಿಯಲ್ಲಿ "ಫ್ಯಾಸಿಸಂ" ಕೂಡ ನಿರ್ನಾಮವಾಯಿತು.

ಯುದ್ಧಾನಂತರದ ಜರ್ಮನಿ (1919–1939)

ಮೊದಲನೆಯ ಮಹಾಯುದ್ಧವು ಜರ್ಮನಿಯಲ್ಲಿ ಅತ್ಯಂತ ವಿನಾಶಕಾರಿಯಾದ ಪರಿಣಾಮಗಳನ್ನು ಬೀರಿತು. ಜರ್ಮನಿ ಯುದ್ಧದಲ್ಲಿ ಕಂಡ ಹೀನಾಯ ಸೋಲಿನ ಜೊತೆಯಲ್ಲಿಯೇ ಯುದ್ಧಾನಂತರ ಏರ್ಪಟ್ಟ ಪ್ಯಾರಿಸ್ ಶಾಂತಿ ಸಮ್ಮೇಳನದಲ್ಲಿ ಬಲಾತ್ಕಾರವಾಗಿ ಹೇರಲ್ಪಟ್ಟ ವರ್ಸೈಲ್ಸ್ ಒಪ್ಪಂದದಿಂದಾಗಿ ಅದರ ರಾಜಕೀಯ ಮತ್ತು ಆರ್ಥಿಕ ಪರಿಸ್ಥಿತಿ ತುಂಬಾ ಹದಗೆಟ್ಟಿತು. ಈ ಒಪ್ಪಂದದ ಪ್ರಕಾರ ಜರ್ಮನಿಯು ಕಲ್ಲಿದ್ದಲು, ಕಬ್ಬಿಣ ಮತ್ತು ಇತರ ಖನಿಜ ಸಂಪತ್ತಿನಿಂದ ಕೂಡಿದ್ದ ಬಹು ಮುಖ್ಯ ಪ್ರದೇಶಗಳನ್ನು ಕಳೆದುಕೊಂಡಿತು. ಜರ್ಮನಿಯು ಸ್ಥಾಪಿಸಿದ್ದ ವಸಾಹತುಗಳು ಅದರ ಕೈಬಿಟ್ಟು ಹೋಗಿ ಜರ್ಮನ್ ಸಾಮ್ರಾಜ್ಯ ಮುರಿದುಬಿದ್ದಿತು. ಈ ಎಲ್ಲಾ ವಿನಾಶಕ್ಕೆ ಕಾರಣವಾಗಿದ್ದ ಚಕ್ರವರ್ತಿ 2ನೇ ವಿಲಿಯಂನು ತಲೆಮರೆಸಿಕೊಂಡು ಹಾಲೆಂಡಿಗೆ ಓಡಿಹೋದನು. ಇಂತಹ ಸಂಕಷ್ಟ ಪರಿಸ್ಥಿತಿಯಲ್ಲಿ ಸಮಾಜವಾದಿ ಗಣರಾಜ್ಯ ಪಕ್ಷದ ನಾಯಕನಾಗಿದ್ದ ಫ್ರೆಡ್ರಿಕ್ ಏಬರ್ಟನು ಜರ್ಮನಿಯಲ್ಲಿ ತಾತ್ಕಾಲಿಕ ಸರ್ಕಾರವನ್ನು ಸ್ಥಾಪಿಸಿದನು.

ವಿಮಾರ್ ಗಣರಾಜ್ಯ : 1919ರಲ್ಲಿ ಜರ್ಮನಿಯ ಜನತೆಯಿಂದ ಚುನಾಯಿತವಾದ ರಾಜ್ಯಾಂಗ ರಚನಾ ಸಭೆಯು ಒಂದು ಹೊಸ ರಾಜ್ಯಾಂಗವನ್ನು ರಚಿಸಿತು. ಇದರ ಪ್ರಕಾರವಾಗಿ ಜರ್ಮನಿಯಲ್ಲಿ 1919ರಲ್ಲಿ ಗಣರಾಜ್ಯ ಸ್ಥಾಪನೆಯಾಯಿತು. ಈ ಗಣರಾಜ್ಯವನ್ನು "ವಿಮಾರ್ ಗಣರಾಜ್ಯ" (Weimar Republic) ಎಂದು ಕರೆಯಲಾಯಿತು. ಫ್ರೆಡರಿಕ್ ಏಬರ್ಟ್ ಈ ಗಣರಾಜ್ಯದ ಮೊದಲ ಅಧ್ಯಕ್ಷನಾಗಿದ್ದು, ಅವನು 1919ರಿಂದ 1925ರವರೆಗೆ ಅಧಿಕಾರದಲ್ಲಿದ್ದನು.

ವಿಮಾರ್ ಗಣರಾಜ್ಯದ ಸಂವಿಧಾನವು ಹಳೆಯ ಒಕ್ಕೂಟ ವ್ಯವಸ್ಥೆಯನ್ನು ಮುಂದುವರೆಸಿ ಅದನ್ನು ಮತ್ತಷ್ಟು ಕೇಂದ್ರೀಕೃತಗೊಳಿಸಿತು. ವಿಮಾರ್ ಕಾರ್ಯಾಂಗದ ಮುಖ್ಯಸ್ಥನಾದ ಅಧ್ಯಕ್ಷನನ್ನು ವಯಸ್ಕ ಮತದಾನ ಪದ್ಧತಿಯಿಂದ 7 ವರ್ಷಗಳ ಅಧಿಕಾರವಧಿಗಾಗಿ ಆಯ್ಕೆ ಮಾಡುವಂತಾಯಿತು. ಮಂತ್ರಿಮಂಡಲವು ಶಾಸಕಾಂಗಕ್ಕೆ ಹೊಣೆಗಾರವಾಗಿತ್ತು. ಮಂತ್ರಿಮಂಡಲದ ಸಲಹೆ ಸೂಚನೆಯ ಪ್ರಕಾರ ಅಧ್ಯಕ್ಷ ಆಡಳಿತ ನಡೆಸಬೇಕಾಗಿದ್ದಿತು. ಗಣರಾಜ್ಯದ ಶಾಸಕಾಂಗವು ಜನತಾ ಪ್ರತಿನಿಧಿಯಾದ ರೀಚ್‌ಸ್ಟಾಗ್ ಮತ್ತು ಜರ್ಮನ್ ಒಕ್ಕೂಟದ ರಾಜ್ಯಗಳನ್ನು ಪ್ರತಿನಿಧಿಸುವ ಬುಂಡೆಸ್ರಾಟ್ ಎಂಬ ಎರಡು ಸದನಗಳನ್ನು ಒಳಗೊಂಡಿತ್ತು. 20 ವಯಸ್ಸಿಗಿಂತ ಮೇಲ್ಪಟ್ಟ ಸ್ತ್ರೀ ಪುರುಷರೆಲ್ಲರಿಗೂ ಗುಪ್ತ ಮತಾಧಿಕಾರವನ್ನು ನೀಡಲಾಯಿತು. ವಿಮಾರ್ ಸಂವಿಧಾನವು ಅತ್ಯಂತ ಪ್ರಜಾಪ್ರಭುತ್ವಾವಾದಿ ಸ್ವರೂಪದ್ದಾಗಿತ್ತು. ಮತದಾರರು ಹೊಸ ಮಸೂದೆಗಳನ್ನು ಸೂಚಿಸುವ ಅಧಿಕಾರವನ್ನು ಮತ್ತು ಶಾಸಕಾಂಗದ ಚುನಾಯಿತ ಸದಸ್ಯರನ್ನು ಹಿಂದೆ ಕರೆಸಿಕೊಳ್ಳುವ ಅಧಿಕಾರವನ್ನು ಪಡೆದಿದ್ದರು. ಯಾವುದೊಂದು ಕ್ಲಿಷ್ಟವಾದ ರಾಜಕೀಯ ಪ್ರಶ್ನೆಯನ್ನು ಮತದಾರರೇ ನೇರವಾಗಿ ನಿರ್ಧರಿಸುವ ವ್ಯವಸ್ಥೆಗೂ ಅವಕಾಶ ಕಲ್ಪಿಸಲಾಗಿತ್ತು. ಮಿತ್ರ ರಾಷ್ಟ್ರಗಳೊಂದಿಗೆ ಶಾಂತಿ ಒಪ್ಪಂದವನ್ನು ಮಾಡಿಕೊಳ್ಳುವುದು ಈ ಹೊಸ ಗಣರಾಜ್ಯದ ಮುಖ್ಯ ಕರ್ತವ್ಯವಾಗಿತ್ತು. ಮಿತ್ರರಾಷ್ಟ್ರಗಳು ಗಣರಾಜ್ಯದ ಪ್ರತಿನಿಧಿಗಳ ಪ್ರತಿಭಟನೆಯ ಕೂಗನ್ನು ಲೆಕ್ಕಿಸದೇ ಅತ್ಯಂತ ಕಠಿಣವಾದ ಮತ್ತು ಅಮಾನುಷವಾದ ವರ್ಸೈಲ್ಸ್ ಒಪ್ಪಂದವನ್ನು ಜರ್ಮನಿಯ ಮೇಲೆ ಹೇರಿದವು. ಈ ಒಪ್ಪಂದದಿಂದಾಗಿ ಜರ್ಮನಿಗೆ ಗಾಯದ ಮೇಲೆ ಬರೆ ಎಳೆದಂತಾಯಿತು. ತನ್ನ ಎಲ್ಲಾ ವಸಾಹತುಗಳನ್ನು ಮತ್ತು ಸಂಪದ್ಭರಿತ ಪ್ರದೇಶಗಳನ್ನು ಕಳೆದುಕೊಂಡುದರ ಜೊತೆಗೆ ಅಪಾರ ಹಣವನ್ನು ಯುದ್ಧದ ವೆಚ್ಚವಾಗಿ ಕಟ್ಟಿಕೊಡಬೇಕಾಯಿತು. ಇದು ಜರ್ಮನ್ ಜನತೆಗೆ ನುಂಗಲಾರದ ತುತ್ತಾಗಿ ಪರಿಣಮಿಸಿತು. ಸೇಡಿನ ಕಿಡಿ ಅವರ ಅಂತರಾಳದಲ್ಲಿ ಮೊಳೆಯತೊಡಗಿತು.

ವಿಮಾರ್ ಗಣರಾಜ್ಯಕ್ಕಿದ್ದ ಅಡಚಣೆಗಳು: ವಿಮಾರ್ ಗಣರಾಜ್ಯವು ಸ್ಥಾಪನೆಯಾದ ಸಂದರ್ಭದಲ್ಲಿ ಅದಕ್ಕೆ ಹಲವಾರು ಅಡಚಣೆಗಳು ಅಥವಾ ತೊಂದರೆಗಳು ಎದುರಾದವು. ಅವುಗಳೆಂದರೆ:

1) ಯುದ್ಧದ ನಂತರ ಜರ್ಮನಿಯಲ್ಲಿ ಕಮ್ಯುನಿಷ್ಟರು ರಷ್ಯಾದ ಬೋಲ್ಷೆವಿಕ್ ಕ್ರಾಂತಿಯ ಮಾದರಿಯಲ್ಲಿ ಕ್ರಾಂತಿಯನ್ನು ಆರಂಭಿಸಿ, ದೇಶದಲ್ಲಿ ಅರಾಜಕತೆ ಮತ್ತು ಗೊಂದಲಮಯ ವಾತಾವರಣವನ್ನು ಉಂಟು ಮಾಡಿದರು. ಇದರಿಂದಾಗಿ ಕಮ್ಯುನಿಸ್ಟರ ಮತ್ತು ಗಣರಾಜ್ಯವಾದಿಗಳ ನಡುವೆ ಅಂತರ್ಯುದ್ಧ ಸಂಭವಿಸುವಂತಾಯಿತು. ಈ ಸಮಸ್ಯೆಯು ಗಣರಾಜ್ಯಕ್ಕೆ ಒಂದು ತಲೆನೋವಾಗಿ ಪರಿಣಮಿಸಿತು. ಆದರೆ ಅಧ್ಯಕ್ಷನಾದ ಏಬರ್ಟ್‌ನ ಸಮರ್ಥ ನಾಯಕತ್ವದಡಿಯ ಗಣರಾಜ್ಯ ಸರ್ಕಾರ ಕಮ್ಯುನಿಷ್ಟರನ್ನು ಧಮನಮಾಡಿತು.

2) 1920ರಲ್ಲಿ ರಾಜಪ್ರಭುತ್ವವಾದಿಗಳು ಗಣರಾಜ್ಯದ ವಿರುದ್ಧ ದಂಗೆಯೆದ್ದರು. ಡಾ. ಕ್ಯಾಪ್ ಎಂಬ ಪ್ರಷ್ಯಾದ ಅಧಿಕಾರಿ ಕ್ಷಿಪ್ರ ಕ್ರಾಂತಿಯನ್ನು ಗಣರಾಜ್ಯದ ವಿರುದ್ಧ ನಡೆಸಿದನು. ಆದರೆ ಈ ದಂಗೆಯನ್ನು ಕಾರ್ಮಿಕರ ಸಹಾಯದಿಂದ ಅಡಗಿಸಲಾಯಿತು. ಇದರಿಂದಾಗಿ ಗಣರಾಜ್ಯ ಮತ್ತೆ ಮರುಜೀವ ಪಡೆದಂತಾಯಿತು.

3) 1923ರಲ್ಲಿ ಹಿಟ್ಲರ್‌ನು ಲುಡೆನ್‌ಡ್ರಾಫ್ ಎಂಬುವವನ ಜೊತೆಗೂಡಿ ಜರ್ಮನ್ ಗಣರಾಜ್ಯವನ್ನು ಉರುಳಿಸಿ ತಾನು ಅಧಿಕಾರಕ್ಕೆ ಬರಲು ಪ್ರಯತ್ನಿಸಿದನು. ಆದರೆ ಅವನ ಪ್ರಯತ್ನ ವಿಫಲವಾಗಿ ಅವನನ್ನು ಬಂಧಿಸಿ ಐದು ವರ್ಷಗಳ ಅವಧಿಗೆ ಬಂದೀಖಾನೆಗೆ ತಳ್ಳಲಾಯಿತು. ಹಿಟ್ಲರ್ ಇದೇ ವೇಳೆಯಲ್ಲಿ "ಮೈನ್‌ಕಾಂಫ್" ಅಥವಾ "ನನ್ನ ಹೋರಾಟ"ಎಂಬ ಗ್ರಂಥವನ್ನು ಬರೆದದ್ದು. ಇದು ಮುಂದೆ ನಾಜಿ ಪಕ್ಷದ ಬೈಬಲ್ ಗ್ರಂಥವಾಗಿ ಮಾರ್ಪಟ್ಟಿತು.

4) ಗಣರಾಜ್ಯ ಸರ್ಕಾರವು ಯುದ್ಧದ ವೆಚ್ಚವಾಗಿ ಮಿತ್ರರಾಷ್ಟ್ರಗಳಿಗೆ 6,600,000,000 (ಆರು ಬಿಲಿಯನ್ ಆರುನೂರು ಮಿಲಿಯನ್ ಪೌಂಡುಗಳಷ್ಟು) ಭಾರಿ ಪ್ರಮಾಣದ ಹಣವನ್ನು ಯುದ್ಧದ ಪರಿಹಾರದ್ರವ್ಯವಾಗಿ ನೀಡಬೇಕಾಗಿತ್ತು. ಜರ್ಮನಿಯು ಬಹಳ ಕಷ್ಟಪಟ್ಟು ಪರಿಹಾರ ದ್ರವ್ಯದ ಮೊದಲ ಕಂತನ್ನು ನೀಡಿತು. ಆದರೆ ಎರಡನೆಯ ಕಂತನ್ನು ಕೊಡಲಾರದೆ ಹೋದಾಗ ಫ್ರಾನ್ಸ್ ಸೈನ್ಯವು ಜರ್ಮನಿಯ ವಶದಲ್ಲಿದ್ದ ಒಂದೇ ಒಂದು ಕೈಗಾರಿಕಾ ಪ್ರದೇಶವಾಗಿದ್ದ ರೂರ್‌ನ್ನು ವಶಪಡಿಸಿಕೊಂಡಿತು. ರೂರ್ ಪ್ರದೇಶದಲ್ಲಿದ್ದ ಜರ್ಮನ್ ಕಾರ್ಮಿಕರು ಫ್ರಾನ್ಸಿನ ಆಕ್ರಮಣದ ವಿರುದ್ಧ ಮುಷ್ಕರ ಹೂಡಿದರು. ಇದರಿಂದಾಗಿ ದೇಶದ ಆರ್ಥಿಕ ಪರಿಸ್ಥಿತಿ ಮತ್ತಷ್ಟು ಹದಗೆಟ್ಟಿತು. ಈ ಸಮಸ್ಯೆಯನ್ನು ಬಗೆಹರಿಸಲು ಗಣರಾಜ್ಯ ಸರ್ಕಾರ ನೋಟುಗಳನ್ನು ಮುದ್ರಿಸಿ ಚಲಾವಣೆಗೆ ತಂದಿತು. ಇದರ ಪರಿಣಾಮವಾಗಿ ಮಾರ್ಕ್ ನಾಣ್ಯದ ಬೆಲೆ ಕುಸಿದು, ಬೆಲೆಗಳು ಗಗನಕ್ಕೇರಿದವು. ಜರ್ಮನ್ ನಾಣ್ಯಗಳನ್ನು ಹೊಂದಿದ್ದ ಶ್ರೀಮಂತರು, ಮಧ್ಯಮ ವರ್ಗದವರು ಮತ್ತು ಕಾರ್ಮಿಕರು ದಿವಾಳಿಗಳಾದರು. ಜನಸಾಮಾನ್ಯರು ಉಳಿತಾಯ ಮಾಡಿದ್ದ ಹಣವೆಲ್ಲವೂ ತಮ್ಮ ಬೆಲೆಯನ್ನು ಕಳೆದುಕೊಂಡವು. ಮತ್ತೊಂದೆಡೆ ಆಹಾರ ಪದಾರ್ಥಗಳ ಬೆಲೆ ಹೆಚ್ಚಾಗಿ ಜನಸಮೂಹ ಪೌಷ್ಠಿಕ ಆಹಾರವಿಲ್ಲದೆ ರೋಗರುಜಿಗಳಿಗೆ ತುತ್ತಾದರು. ಈ ಸಮಸ್ಯೆಯು ಹೊಸ ಗಣರಾಜ್ಯ ಸರ್ಕಾರಕ್ಕೆ ಒಂದು ದೊಡ್ಡ ತಲೆನೋವಾಗಿ ಪರಿಣಮಿಸಿತು. ಇಂತಹ ಸಂಕಷ್ಟ ಸಮಯದಲ್ಲಿ ಸ್ಟ್ರೆಸ್‌ಮನ್ ಗಣರಾಜ್ಯದ ಛಾನ್ಸಲರ್ ಆಗಿ ಅಧಿಕಾರವನ್ನು ವಹಿಸಿಕೊಂಡನು.

5) 1920ರಲ್ಲಿ ಕ್ಯಾಪ್ ಎಂಬ ಪ್ರಷ್ಯಾದ ಅಧಿಕಾರಿಯು ಕ್ಷಿಪ್ರಕ್ರಾಂತಿಯನ್ನು ಎಸಗಿದನು. ಗಣರಾಜ್ಯ ಸರ್ಕಾರವು ಪಲಾಯನ ಮಾಡಿತು. ಆದರೆ ಜರ್ಮನಿಯ ಟ್ರೇಡ್ ಯೂನಿಯನ್‌ನವರು ಸಾರ್ವತ್ರಿಕ ಮುಷ್ಕರಕ್ಕೆ ಕರೆಕೊಟ್ಟು ಕ್ಯಾಪ್‌ನ ವಿರುದ್ಧ ಅಚಲವಾಗಿ ನಿಂತಿದ್ದರಿಂದ ಕ್ಯಾಪ್ ಮತ್ತು ಆತನ ಬೆಂಬಲಿಗರು ಪಲಾಯನ ಮಾಡಿದರು. ಗಣರಾಜ್ಯ ಉಳಿಯಿತು.

ಗುಸ್ಟಾವ್‌ಸ್ಟ್ರೆಸ್‌ಮನ್ (1923–29):

1923ರಲ್ಲಿ ಜರ್ಮನ್ ಗಣರಾಜ್ಯದ ಪ್ರಧಾನಿ(ಛಾನ್ಸಲರ್)ಯಾದ ಗುಸ್ಟವಾ ಸ್ಟ್ರೆಸ್‌ಮನ್‌ನು ಮಹಾ ಮುತ್ಸದ್ಧಿಯಾಗಿದ್ದನು. ಈತನು ಅಧಿಕಾರಕ್ಕೆ ಬಂದ ಸಮಯದಲ್ಲಿ ಗಣರಾಜ್ಯ ಸರ್ಕಾರ ಅಪಾರ ಕಷ್ಟನಷ್ಟಗಳಿಗೆ ಗುರಿಯಾಗಿತ್ತು. ಗಣರಾಜ್ಯ ಸರ್ಕಾರವನ್ನು ಇಂತಹ ಕಷ್ಟಗಳಿಂದ ದೂರಮಾಡಿ ಅದಕ್ಕೆ ಒಂದು ಸ್ಥಿರ ನೆಲೆ ಮತ್ತು ಬಲವನ್ನು ಗಳಿಸಿಕೊಟ್ಟ ಕೀರ್ತಿ ಈತನಿಗೆ ಸಲ್ಲುತ್ತದೆ. ಅಂದಿನ ಪರಿಸ್ಥಿತಿಗೆ ಯುದ್ಧ ಸರಿಹೊಂದುವುದಿಲ್ಲವೆಂದು ತಿಳಿದಿದ್ದ ಇವನ ಶಾಂತಿಯುತ ಪ್ರಯತ್ನಗಳಿಂದ ಜರ್ಮನಿಯ ಪುನರ್ ನಿರ್ಮಾಣಕ್ಕಾಗಿ ದೃಢ ಪ್ರಯತ್ನ ನಡೆಸಿದನು. ಇದರ ಮೊದಲ ಹೆಜ್ಜೆಯಾಗಿ ರೂರ್‌ನಲ್ಲಿ ಜರ್ಮನ್‌ರು ಆಕ್ರಮಿತ ಸೇನೆಯೊಂದಿಗೆ ನಡೆಸುತ್ತಿದ್ದ ಮುಷ್ಕರವನ್ನು ನಿಲ್ಲಿಸುವಂತೆ ಆಜ್ಞಾಪಿಸಿ ಫ್ರಾನ್ಸಿನೊಂದಿಗೆ ಶಾಂತಿಯುತವಾಗಿ ವ್ಯವಹರಿಸಿ ರೂರ್ ಪ್ರದೇಶವನ್ನು ಪುನಃ ಪಡೆದನು. ಹೊಸ ನಾಣ್ಯಗಳನ್ನು ಚಲಾವಣೆಗೆ ತಂದು ಆರ್ಥಿಕ ಸ್ಥಿತಿಯನ್ನು ಸುಧಾರಿಸಿದನು. ಇವನ ಆರ್ಥಿಕ ಸುಧಾರಣೆಗಳು ಜರ್ಮನ್ ಜನತೆಯಲ್ಲಿ ಗಣರಾಜ್ಯದ ಬಗ್ಗೆ ನಂಬಿಕೆಯನ್ನು ಮೂಡಿಸಿದ್ದವು.

ಸ್ಟ್ರೆಸ್‌ಮನ್ ಯುದ್ಧದ ವೆಚ್ಚಕ್ಕಾಗಿ ನೀಡಬೇಕಾದ ಹಣದ ಸಮಸ್ಯೆಯನ್ನು ನೀಗಿಸಲು ಅಮೆರಿಕಾದ ಅರ್ಥತಜ್ಞರ ಸಹಾಯವನ್ನು ಪಡೆದುಕೊಂಡನು. 1924ರಲ್ಲಿ ನೇಮಕವಾದ ಡಾಸ್ ಸಮಿತಿಯು ಜರ್ಮನಿ ನೀಡಬೇಕಾದ ಪರಿಹಾರ

ದ್ರವ್ಯವನ್ನು ವಾರ್ಷಿಕ ಕಂತುಗಳಲ್ಲಿ ದೀರ್ಘಾವಧಿಯವರೆಗೆ ಕೊಡುವಂತೆ ಸಲಹೆ ಮಾಡಿತು. ಜರ್ಮನಿಯು ಇದನ್ನು ಒಪ್ಪಿಕೊಂಡಿತು. 1925ರಲ್ಲಿ ಜರ್ಮನಿಯು ಬ್ರಿಟನ್, ಫ್ರಾನ್ಸ್, ಇಟಲಿ ಮತ್ತು ಬೆಲ್ಜಿಯಂಗಳೊಂದಿಗೆ ಲೊಕರ್ನೊ ಒಪ್ಪಂದವನ್ನು ಮಾಡಿಕೊಂಡಿತು. ಇದರ ಪ್ರಕಾರವಾಗಿ ಜರ್ಮನಿ ಮತ್ತು ಫ್ರಾನ್ಸ್‌ಗಳು ವರ್ಸೈಲ್ಸ್ ಸಭೆ ನಿರ್ಧರಿಸಿದ ಗಡಿ ಪ್ರದೇಶಗಳನ್ನು ಒಪ್ಪಿಕೊಂಡವು. ಇದರಿಂದಾಗಿ ಜರ್ಮನಿ ಪ್ರಗತಿಯ ಪಥದಲ್ಲಿ ಸಾಗಲು ಅನುಕೂಲವಾಯಿತು. 1926ರಲ್ಲಿ ಜರ್ಮನಿಯು ರಾಷ್ಟ್ರಸಂಘದ ಶಾಶ್ವತ ಸದಸ್ಯತ್ವವನ್ನು ಪಡೆಯಿತು. ಇಷ್ಟೆಲ್ಲಾ ಸಾಧನೆಗಳನ್ನು ಮಾಡಿ ಗಣರಾಜ್ಯಕ್ಕೆ ಸ್ಥಿರತೆ ಮತ್ತು ಬಲವನ್ನು ಒದಗಿಸಿಕೊಟ್ಟ ಸ್ಟ್ರೆಸ್‌ಮನ್ 1929ರಲ್ಲಿ ಮರಣ ಹೊಂದಿದನು.

ಹಿಂಡೆನ್ ಬರ್ಗ್:

ವಿಮಾರ್ ಗಣರಾಜ್ಯದ ಪ್ರಥಮ ಅಧ್ಯಕ್ಷನಾಗಿದ್ದ ಎಬರ್ಟ್‌ನು 1925ರಲ್ಲಿ ಮರಣ ಹೊಂದಿದನು. ಇವನ ನಂತರ 1925ರಲ್ಲಿ ಫೀಲ್ಡ್ ಮಾರ್ಷಲ್ ಹಿಂಡನ್‌ಬರ್ಗ್ ಗಣರಾಜ್ಯದ ಹೊಸ ಅಧ್ಯಕ್ಷನಾಗಿ ಚುನಾಯಿತಗೊಂಡನು. ಈತನು ರಾಜಪ್ರಭುತ್ವವಾದಿಯಾಗಿದ್ದರೂ ಸಹ ಗಣರಾಜ್ಯಕ್ಕೆ ನಿಷ್ಠನಾಗಿದ್ದನು. ಇವನ ಕಾಲದಲ್ಲಿ ಯುದ್ಧ ವೆಚ್ಚದ ಪರಿಹಾರ ಹಣವನ್ನು ಕಡಿಮೆ ಮಾಡಬೇಕೆಂದು ಮಿತ್ರರಾಷ್ಟ್ರಗಳನ್ನು ಕೇಳಿಕೊಳ್ಳಲಾಯಿತು. ಇದರಿಂದಾಗಿ ಮಿತ್ರರಾಷ್ಟ್ರಗಳು ಓವೆನ್‌ಯಂಗ್ ಎಂಬುದವನ ನೇತೃತ್ವದಲ್ಲಿ ಒಂದು ಸಮಿತಿಯನ್ನು ನೇಮಿಸಿದವು. ಈ ಸಮಿತಿಯು $^{3}/_{4}$ರಷ್ಟು ಪರಿಹಾರದ ಹಣವನ್ನು ರದ್ದುಗೊಳಿಸಬೇಕೆಂದು ಶಿಫಾರಸ್ಸು ಮಾಡಿತು. ಈ ಯೋಜನೆಯ ಅಂಗವಾಗಿ ಮಿತ್ರರಾಷ್ಟ್ರಗಳು ತಮ್ಮ ಸೇನೆಗಳನ್ನು ರೈನ್‌ಲ್ಯಾಂಡಿನಿಂದ ಹಿಂತೆಗೆದುಕೊಂಡವು. ಅಮೇರಿಕಾವು ಜರ್ಮನಿಗೆ ಸಾಲ ಸೌಲಭ್ಯಗಳನ್ನು ಒದಗಿಸಿತು. ಇದರಿಂದಾಗಿ ಜರ್ಮನಿ ಆರ್ಥಿಕವಾಗಿ ಪುನಶ್ಚೇತನಗೊಳ್ಳುವಂತಾಯಿತು ಹಾಗೂ ಅದರ ಗೌರವ ಪ್ರತಿಷ್ಠೆಗಳು ಹೆಚ್ಚುವಂತಾಯಿತು.

ಜರ್ಮನಿಯ ಗಣರಾಜ್ಯ ಸರ್ಕಾರ ಸುಭದ್ರವಾಗಿ ತಳವೂರುತ್ತಿದ್ದಾಗಲೇ ಅಂದರೆ 1929ರಲ್ಲಿ ಪ್ರಾರಂಭವಾದ ವಿಶ್ವವ್ಯಾಪಿ ಆರ್ಥಿಕ ಮುಗ್ಗಟ್ಟಿನಿಂದಾಗಿ ಅಮೆರಿಕಾ ವಿದೇಶಗಳಿಗೆ ಸಾಲ ಕೊಡುವುದನ್ನು ನಿಲ್ಲಿಸಿತು. ಇದರಿಂದಾಗಿ ಜರ್ಮನಿಯ ಗಣರಾಜ್ಯ ಸಮಸ್ಯೆಯ ಸುಳಿಯಲ್ಲಿ ಸಿಲುಕಿತು. ಕೈಗಾರಿಕೆಗಳು ಮುಚ್ಚಲ್ಪಟ್ಟು ಉತ್ಪಾದನೆಯು ಕುಂಠಿತವಾಯಿತು. ದೇಶದಲ್ಲಿ ನಿರುದ್ಯೋಗ ಸಮಸ್ಯೆ ಭೂತಾಕಾರವಾಗಿ ಬೆಳೆಯಲಾರಂಭಿಸಿತು. ಮಾರ್ಕ್ ನ್ಯಾಣ ಮತ್ತೊಮ್ಮೆ ತನ್ನ ಮೌಲ್ಯವನ್ನು ಕಳೆದುಕೊಂಡಿತು. ಇದೇ ಸಮಯದಲ್ಲಿ ಜರ್ಮನಿಯ ದಕ್ಷ ನಾಯಕನಾಗಿದ್ದ ಸ್ಟ್ರೆಸ್‌ಮನ್ ಮರಣಹೊಂದಿದ್ದರಿಂದ ಅವನ ನಂತರ ಬಂದ ಛಾನ್ಸಲರ್‌ಗಳು ದೇಶದ ಆಂತರಿಕ ಸಮಸ್ಯೆಗಳನ್ನು ಬಗೆಹರಿಸುವುದರಲ್ಲಿ ವಿಫಲರಾದರು. ರೈತರ ಮೇಲೆ ಅಧಿಕ ತೆರಿಗೆಯನ್ನು ವಿಧಿಸಲಾಯಿತು. ಇದರಿಂದಾಗಿ ಗಣರಾಜ್ಯ ಸರ್ಕಾರ ಜನತೆಯ ವಿಶ್ವಾಸವನ್ನು ಕಳೆದುಕೊಂಡಿತು. ಜರ್ಮನಿಯಲ್ಲಿ ಕಮ್ಯುನಿಸ್ಟ್ ತತ್ವ ಹರಡಲಾರಂಭಿಸಿದಾಗ ಮಧ್ಯಮ ಮತ್ತು ಶ್ರೀಮಂತ ವರ್ಗಗಳಲ್ಲಿ ಅಸಮಾಧಾನ ಉಂಟಾಯಿತು. ಇಂತಹ ಪ್ರಕ್ಷುಬ್ಧ ಪರಿಸ್ಥಿತಿಯ ಲಾಭವನ್ನು ಪಡೆದುಕೊಂಡ ಹಿಟ್ಲರ್ ತನ್ನ ನಾಯಕತ್ವದಡಿಯಲ್ಲಿ ರಾಷ್ಟ್ರೀಯ ಸಮಾಜವಾದಿ ಪಕ್ಷ ಅಥವಾ ನಾಜಿ ಪಕ್ಷವನ್ನು ಬಲಗೊಳಿಸಿ ಅಧಿಕಾರಕ್ಕೆ ಬರಲು ಸಮಯಾವಕಾಶಕ್ಕಾಗಿ ಹೊಂಚುಹಾಕುತ್ತಿದ್ದನು.

ಅಡಾಲ್ಫ್ ಹಿಟ್ಲರ್ ಮತ್ತು ನಾಜಿ ಪಕ್ಷದ ಏಳಿಗೆ

ಅಡಾಲ್ಫ್ ಹಿಟ್ಲರ್ (1933–1945): ನಾಜಿಸಂ ಸಿದ್ಧಾಂತವನ್ನು ರೂಪಿಸಿ ಬೆಳೆಸಿದ ಅಡಾಲ್ಫ್ ಹಿಟ್ಲರ್‌ನು 1889ರಲ್ಲಿ ಬ್ರಾನಾವ್ ಎಂಬ ಸ್ಥಳದಲ್ಲಿ ಜನಿಸಿದನು. ಇವನ ತಂದೆ ಆಸ್ಟ್ರಿಯಾದ ಸೇವೆಯಲ್ಲಿದ್ದ ಸುಂಕದ ಅಧಿಕಾರಿಯಾಗಿದ್ದನು. ಇವನ ತಾಯಿ ಅವಿದ್ಯಾವಂತೆ. ತನ್ನ ಮಗನೂ ತನ್ನಂತೆಯೇ ಆಗಬೇಕೆಂಬುದು ತಂದೆಯ ಆಸೆಯಾಗಿತ್ತು. ಆದರೆ ಚಿಕ್ಕಂದಿನಲ್ಲಿಯೇ ತಂದೆತಾಯಿಗಳನ್ನು ಕಳೆದುಕೊಂಡ ಹಿಟ್ಲರ್ ತನ್ನ ವಿದ್ಯಾಭ್ಯಾಸವನ್ನು ಮೊಟಕುಗೊಳಿಸಿ ಜೀವನೋಪಾಯಕ್ಕಾಗಿ ಸಣ್ಣ ಪುಟ್ಟ ಕೆಲಸಗಳನ್ನು ಕೈಗೊಂಡನು. ಹಿಟ್ಲರ್ ತನ್ನ ಆತ್ಮಕಥನವಾದ "ನನ್ನ ಹೋರಾಟ" ಅಥವಾ "ಮೈನ್‌ಕಾಂಫ್"ದಲ್ಲಿ ತನ್ನ ಜೀವನದ ಘಟನೆಗಳ ವಿವರಣೆಗಳನ್ನು ನೀಡಿದ್ದಾನೆ. ಬಾಲ್ಯದಲ್ಲಿ ಸೋಮಾರಿಯಾಗಿದ್ದ ಹಿಟ್ಲರ್ ತನ್ನ ಭವಿಷ್ಯವನ್ನು ರೂಪಿಸಿಕೊಳ್ಳುವುದಕ್ಕಾಗಿ ಆಸ್ಟ್ರಿಯಾದ ರಾಜಧಾನಿಯಾಗಿದ್ದ ವಿಯನ್ನಾಕ್ಕೆ ಹೋದನು. ವಿಯನ್ನಾದಲ್ಲಿ ಸಾಕಷ್ಟು ದುಡಿಮೆ ಇಲ್ಲದೆ ಜೀವನ ಸಾಗಿಸಲು ಕಷ್ಟವಾಗಿ ಅಲ್ಲಿಂದ ಜರ್ಮನಿಯ ಮ್ಯೂನಿಚ್ ನಗರಕ್ಕೆ 1913ರಲ್ಲಿ ತೆರಳಿದನು. ಅಲ್ಲಿದ್ದಾಗ ಹಿಟ್ಲರ್‌ನಿಗೆ ಯೆಹೂದಿಯರ ಬಗ್ಗೆ ಇದ್ದ ದ್ವೇಷ ಮತ್ತಷ್ಟು ಹೆಚ್ಚಿತು. ಜರ್ಮನರು ಅತ್ಯಂತ ಶ್ರೇಷ್ಠ ಜನಾಂಗ ಎಂಬ ಭಾವ ಅವನಲ್ಲಿ ಮೂಡಿತು. ರಾಜಕೀಯದ ಹುಚ್ಚು ಹೆಚ್ಚಿದಂತೆ ಅವನು ದಿನಪತ್ರಿಕೆಗಳನ್ನು ಓದಿ ರಾಜಕೀಯ ವಿದ್ಯಮಾನಗಳನ್ನು ತಿಳಿಯಲಾರಂಭಿಸಿದನು. ಜರ್ಮನ್ ಜನಾಂಗವೆಲ್ಲ ಒಂದುಗೂಡಿ ವಿಶಾಲವಾದ ಜರ್ಮನ್ ಸಾಮ್ರಾಜ್ಯದಡಿಯಲ್ಲಿ ಬಾಳಬೇಕೆಂಬುದು ಅವನ ಆಶಯವಾಗಿತ್ತು.

ಅಡಾಲ್ಫ್ ಹಿಟ್ಲರ್

ಪ್ರಥಮ ಜಾಗತಿಕ ಮಹಾಯುದ್ಧ 1914ರಲ್ಲಿ ಆರಂಭವಾದಾಗ ಹಿಟ್ಲರ್‌ನು ರಾಷ್ಟ್ರಪ್ರೇಮ ಮತ್ತು ರಾಷ್ಟ್ರಾಭಿಮಾನದಿಂದ ಪ್ರೇರಿತನಾಗಿ ಜರ್ಮನ್ ಸೈನ್ಯವನ್ನು ಸೇರಿ ಹೋರಾಡಿದನು. ಇವನು ಯುದ್ಧರಂಗದಲ್ಲಿ ತೋರಿಸಿದ ಅಪ್ರತಿಮ ಸಾಹಸಕ್ಕಾಗಿ ಐರನ್ ಕ್ರಾಸ್ ಪದಕವನ್ನು ಗಳಿಸಿದನು. ಯುದ್ಧ ಮುಗಿದ ನಂತರ ಮ್ಯೂನಿಚ್‌ನಲ್ಲಿ ಗೂಢಚಾರ ವೃತ್ತಿ ಕೈಗೊಂಡನು. ಈ ಸಂದರ್ಭದಲ್ಲಿ ಹಿಟ್ಲರ್ ಜರ್ಮನ್ ಕಾರ್ಮಿಕ ಪಕ್ಷದ ಸದಸ್ಯನಾದನು. ಈ ಪಕ್ಷ ರಾಷ್ಟ್ರೀಯತೆಯಲ್ಲಿ ಅಚಲವಾದ ನಂಬಿಕೆ ಹೊಂದಿದ್ದು ಜರ್ಮನ್ ಜನಾಂಗದ ಶ್ರೇಷ್ಠತೆಯನ್ನು ಎತ್ತಿ ಹಿಡಿಯಿತು. ಹಿಟ್ಲರನ ಮತ್ತು ಆ ಪಕ್ಷದ ನೀತಿಗಳು ಒಂದೇ ಆಗಿದ್ದರಿಂದ ಹಿಟ್ಲರನು ಅತ್ಯಲ್ಪ ಕಾಲದಲ್ಲಿಯೇ ಆ ಪಕ್ಷದ ನಾಯಕನಾಗಿ, ಅದರ ಹೆಸರನ್ನು ರಾಷ್ಟ್ರೀಯ ಸಮಾಜವಾದಿ ಪಕ್ಷ ಅಥವಾ ನಾಜಿ ಪಕ್ಷ ಎಂದು ಬದಲಾಯಿಸಿದನು. ಈ ಪಕ್ಷವು ಜರ್ಮನ್ ರಾಷ್ಟ್ರೀಯತೆ ಮತ್ತು ಪುನರುತ್ಥಾನಕ್ಕೆ ಪ್ರಾಶಸ್ತ್ಯ ನೀಡಿತು. ಜರ್ಮನ್ ಜನಾಂಗದ ಶ್ರೇಷ್ಠತೆಯನ್ನು ಎತ್ತಿ ಹಿಡಿಯಿತು.

ಹಿಟ್ಲರ್ ತನ್ನ ವಾಕ್ಚಾತುರ್ಯದಿಂದಾಗಿ ಅನೇಕ ಪ್ರಸಿದ್ಧ ವ್ಯಕ್ತಿಗಳೊಂದಿಗೆ ಸ್ನೇಹವನ್ನು ಬೆಳೆಸಿಕೊಂಡನು. ಇವನು 1923ರಲ್ಲಿ ಜರ್ಮನ್ ಗಣರಾಜ್ಯವನ್ನು ಉರುಳಿಸಿ ತಾನೇ ಅಧಿಕಾರಕ್ಕೆ ಬರುವ ವಿಫಲಯತ್ನ ನಡೆಸಿದನು. ಇವನನ್ನು ಬಂಧಿಸಿ ಕಾರಾಗೃಹಕ್ಕೆ ತಳ್ಳಲಾಯಿತು. ಒಂದು ವರ್ಷದ ನಂತರ ಇವನನ್ನು ಬಿಡುಗಡೆ ಮಾಡಲಾಯಿತು. ಹಿಟ್ಲರ್ ಕಾರಾಗೃಹದಲ್ಲಿದ್ದಾಗ "ಮೈನ್ ಕಾಂಫ್" ಅಥವಾ "ನನ್ನ ಹೋರಾಟ" ಎಂಬ ಆತ್ಮ ಚರಿತ್ರೆಯನ್ನು ಬರೆದನು. ಇದು ಮುಂದೆ ನಾಜಿ ಪಕ್ಷಕ್ಕೆ ಮತ್ತು ನಾಜಿ ಪಕ್ಷದ ಸದಸ್ಯರಿಗೆ ಬೈಬಲ್ ಗ್ರಂಥವಾಗಿ ಪರಿಣಮಿಸಿತು.

ಸಂವಿಧಾನ ಬದ್ಧವಾಗಿ ಅಧಿಕಾರಕ್ಕೆ ಬರಲು ಯತ್ನಿಸಿದ ಹಿಟ್ಲರ್ ಪಾರ್ಲಿಮೆಂಟಿನಲ್ಲಿ ನಾಜಿಪಕ್ಷದ ಸದಸ್ಯರ ಸಂಖ್ಯೆಯನ್ನು ಹೆಚ್ಚಿಸಲು ಪ್ರಯತ್ನಿಸಿದನು. ತನ್ನ ಅಮೋಘ ಭಾಷಣಗಳಿಂದ ದೇಶದ ತರುಣರನ್ನು ಆಕರ್ಷಿಸಿ, ತನ್ನ ಪಕ್ಷಕ್ಕೆ ಅವರ ಬೆಂಬಲವನ್ನು ಗಳಿಸಿದನು. 1924ರಲ್ಲಿ ಕೇವಲ 14 ಸ್ಥಾನಗಳನ್ನು ರಿಚ್‌ಸ್ಟಾಗಿನಲ್ಲಿ ಹೊಂದಿದ್ದ ನಾಜಿಪಕ್ಷ 1930ರ ನಂತರ ರಾಷ್ಟ್ರೀಯ ಖ್ಯಾತಿ ಪಡೆದು ತನ್ನ ಸಂಖ್ಯೆಯನ್ನು 107ಕ್ಕೆ ಏರಿಸಿಕೊಂಡಿತು. 1932ರಲ್ಲಿ ಅದರ ಸಂಖ್ಯೆ 230 ಸ್ಥಾನಗಳಿಗೆ ಏರಿತು. 1933ರಲ್ಲಿ ನಡೆದ ಸಾರ್ವತ್ರಿಕ ಚುನಾವಣೆಗಳಲ್ಲಿ ನಾಜಿ ಪಕ್ಷವು 288 ಸ್ಥಾನಗಳನ್ನು ಗಳಿಸಿ ರಿಚ್‌ಸ್ಟಾಗಿನಲ್ಲಿ ಅತ್ಯಂತ ದೊಡ್ಡ ಪಕ್ಷವಾಗಿ ಹೊರಹೊಮ್ಮಿತು. 1933ರಲ್ಲಿ ಅಧ್ಯಕ್ಷ ಹಿಂಡೆನ್‌ಬರ್ಗ್ ಹಿಟ್ಲರನನ್ನು ಜರ್ಮನಿಯ ಛಾನ್ಸಲರ್(ಪ್ರಧಾನಿ)ಆಗಿ ನೇಮಕಮಾಡಿದನು.

ಜರ್ಮನಿಯ ಛಾನ್ಸಲರ್ ಆದ ಹಿಟ್ಲರ್ ಇಷ್ಟಕ್ಕೆ ತೃಪ್ತನಾಗದೇ ಎಲ್ಲಾ ಅಧಿಕಾರವನ್ನು ತನ್ನ ಕೈಗೆ ತೆಗೆದುಕೊಂಡು ಜರ್ಮನಿಯ ಸರ್ವಾಧಿಕಾರಿಯಾಗಲು ತವಕಿಸುತ್ತಿದ್ದನು. ಇವನ ನಿರ್ದೇಶನದಂತೆ 1933ರಲ್ಲಿ ರಿಚ್‌ಸ್ಟಾಗನ್ನು ರದ್ದುಪಡಿಸಲಾಯಿತು. ಹಿಟ್ಲರ್ ತನ್ನ ಪಕ್ಷವೊಂದನ್ನು ಬಿಟ್ಟು ಉಳಿದೆಲ್ಲಾ ವಿರೋಧ ಪಕ್ಷಗಳನ್ನು ರದ್ದುಪಡಿಸಿದನು. ಈ ಉದ್ದೇಶಕ್ಕಾಗಿ ಅವನು ಸ್ಟಾರ್ಮ್ ಟ್ರೂಪ್ಸ್ ಅಥವಾ ಬ್ರೌನ್‌ಷರ್ಟ್ (ಕಂದುಬಣ್ಣದ ಅಂಗಿಯವರು) ಎಂಬ ದಳವನ್ನು ರಚಿಸಿದನು. ಇದು ನಾಜಿ ಪಕ್ಷದ ಸಭೆಗಳನ್ನು ರಕ್ಷಿಸುತ್ತಿತ್ತು ಮತ್ತು ಬೇರೆ ಪಕ್ಷಗಳ ಸಭೆಗಳನ್ನು ಚದುರಿಸಲು ನೆರವಾಗುತ್ತಿತ್ತು. 1934ರ ಆಗಸ್ಟ್‌ನಲ್ಲಿ ಅಧ್ಯಕ್ಷ ಹಿಂಡೆನ್‌ಬರ್ಗನು ಮರಣ ಹೊಂದಿದನು. ಕೂಡಲೇ ಹಿಟ್ಲರನು ತಾನೇ ಅಧ್ಯಕ್ಷನೆಂದು ಘೋಷಿಸಿಕೊಂಡು ಅಧಿಕಾರ ಸೂತ್ರವನ್ನೆಲ್ಲಾ ತನ್ನಲ್ಲಿಯೇ ಕೇಂದ್ರೀಕರಿಸಿಕೊಂಡು ಜರ್ಮನಿಯ ಸರ್ವಾಧಿಕಾರಿಯಾದನು.

ನಾಜಿ ಪಕ್ಷದ ಏಳಿಗೆಗೆ ಕಾರಣಗಳು:

ಜರ್ಮನಿಯಲ್ಲಿ ನಾಜಿ ಪಕ್ಷವು ತನ್ನ ಸಂಖ್ಯಾಬಲವನ್ನು ವೃದ್ಧಿಸಿಕೊಂಡು ಏಳಿಗೆ ಹೊಂದುವುದಕ್ಕೆ ಮತ್ತು ಹಿಟ್ಲರನು ಸರ್ವಾಧಿಕಾರಿಯಾಗಿ ಮಾರ್ಪಡುವುದಕ್ಕೆ ಹಲವಾರು ಕಾರಣಗಳಿದ್ದವು. ಅವುಗಳೆಂದರೆ:

1) ಮೊದಲ ಜಾಗತಿಕ ಮಹಾಯುದ್ಧದಲ್ಲಿ ಜರ್ಮನಿಯ ಸೋಲು ಹಾಗೂ ಯುದ್ಧಾನಂತರ ಏರ್ಪಟ್ಟ ವರ್ಸೈಲ್ಸ್ ಒಪ್ಪಂದಗಳು ಜರ್ಮನ್ ಜನತೆಯ ಮೇಲೆ ಬೀರಿದ ಪ್ರಭಾವಗಳು ನಾಜಿ ಪಕ್ಷದ ಮತ್ತು ಹಿಟ್ಲರನ ಏಳಿಗೆಗೆ ಮುಖ್ಯ ಕಾರಣವಾಗಿದ್ದವು. ವರ್ಸೈಲ್ಸ್‌ನಲ್ಲಿ ಜರ್ಮನಿಯ ಪ್ರತಿನಿಧಿಗಳನ್ನು ಯುದ್ಧದಾಹಿಗಳೆಂದು, ಮಾನವ ಜನಾಂಗದ ಮಹಾಪಾತಕಿಗಳೆಂದು ನಡೆಸಿಕೊಂಡ ರೀತಿಯಿಂದಾಗಿ ರಾಷ್ಟ್ರಭಿಮಾನಿಗಳಾದ ಜರ್ಮನ್ ಜನತೆಯ ಮೇಲೆ ಅಗಾಧ ಪರಿಣಾಮವನ್ನು ಬೀರಿತು. ಅವರು ಈ ಎಲ್ಲಾ ಸೋಲಿಗೆ ಮತ್ತು ಅಪಮಾನಕ್ಕೆ ತಕ್ಕ ಸೇಡು ತೀರಿಸಿಕೊಳ್ಳಲು ಕಾತುರರಾದರು. ವರ್ಸೈಲ್ಸ್ ಒಪ್ಪಂದವನ್ನು ಕಡೆಗಣಿಸಿ ಜರ್ಮನಿಯ ಹಿಂದಿನ ವೈಭವವನ್ನು ಎತ್ತಿ ಹಿಡಿಯುವ ಮತ್ತು ಜರ್ಮನ್ ಜನತೆ ತಲೆ ಎತ್ತಿ ಬಾಳುವಂತೆ ಮಾಡುವ ಯಾವುದೇ ಪಕ್ಷಕ್ಕೂ ಮತ್ತು ವ್ಯಕ್ತಿಗೆ ಬೆಂಬಲ ನೀಡಲು ಅವರು ಸಿದ್ಧರಿದ್ದರು. ನಾಜಿ ಪಕ್ಷ ಮತ್ತು ಹಿಟ್ಲರ್ ಜನರ ಈ ಮನೋಗತವನ್ನು ಚೆನ್ನಾಗಿ ಬಳಸಿಕೊಂಡರು. ಇದು ನಾಜಿ ಪಕ್ಷ ಮತ್ತು ಹಿಟ್ಲರ್‌ನ ಏಳಿಗೆಗೆ

ನಾಝಿ ಪಕ್ಷದ ಧ್ವಜ

ಪ್ರಮುಖ ಕಾರಣವಾಯಿತು. ಈ ವೇಳೆಗೆ ಚುನಾವಣೆಗಳಲ್ಲೂ ನಾಜೀ ಪಕ್ಷ ಸ್ಪರ್ಧಿಸತೊಡಗಿತು. ಅದು ಕೂಡಲೇ 'ಜರ್ಮನಿಯರೆಲ್ಲಾ ಒಂದಾಗಿ' ಎಂಬ ಕರೆ ನೀಡಿತು. ವರ್ಸೈಲ್ಸ್ ಒಪ್ಪಂದ ಜರ್ಮನಿಯನ್ನು ಬಡತನಕ್ಕಿಳಿಸಿದೆ, ವಿದೇಶಿ ಶಕ್ತಿಗಳ ಒತ್ತಡಕ್ಕೆ ಮಣಿದ ಜರ್ಮನಿ ಆ ಕರಾರು ಒಪ್ಪಿದುದರಿಂದಲೇ ನಮಗೆಲ್ಲ ಈ ಕಷ್ಟ ಕಾರ್ಪಣ್ಯಗಳುಂಟಾಗಿರುವುದು ಎಂಬುದಾಗಿ ಅದು ಘೋಷಿಸಿತು.

2) ಹಿಟ್ಲರ್‌ನು ಉತ್ತಮವಾದ ವಾಕ್ಚಾತುರ್ಯವನ್ನು ಹೊಂದಿದ್ದರಿಂದ ಸಭೆಗಳನ್ನು ಏರ್ಪಡಿಸಿ ತನ್ನ ಅಮೋಘ ಭಾಷಣಗಳಿಂದ ಜನರನ್ನು ಮಂತ್ರಮುಗ್ಧರನ್ನಾಗಿಸುತ್ತಿದ್ದನು. ಅವನ ಭಾಷಣಗಳನ್ನು ಕೇಳಿದ ಪ್ರತಿಯೊಬ್ಬನು ಅವನ ಬೆಂಬಲಿಗನಾಗುತ್ತಿದ್ದನು. ಇದು ಹಿಟ್ಲರ್ ಮತ್ತು ಅವನ ಪಕ್ಷ ಜನಪ್ರಿಯತೆಗಳಿಸಲು ಕಾರಣವಾಯಿತು.

3) ಯುದ್ಧದ ನಂತರ ಜರ್ಮನಿಯಲ್ಲಿ ಬೆಳೆದ ಕಮ್ಯುನಿಸಂನ ಭೀತಿ ನಾಜಿ ಪಕ್ಷದ ಏಳಿಗೆಗೆ ಕಾರಣವಾಯಿತು. ಕಮ್ಯುನಿಸ್ಟರ ಸಂಖ್ಯೆ ಹೆಚ್ಚುತ್ತಿದ್ದಂತೆ ಜರ್ಮನಿಯ ಶ್ರೀಮಂತರು, ಭೂಮಾಲಿಕರು ಮುಂತಾದವರಲ್ಲಿ ತಮ್ಮ ಆಸ್ತಿಯನ್ನು ಕಳೆದುಕೊಳ್ಳುವ ಭಯ ಉಂಟಾಗಿ ಇವರೆಲ್ಲರೂ ನಾಜಿ ಪಕ್ಕಷಕ್ಕೆ ಬೆಂಬಲ ನೀಡಿ, ಆ ಪಕ್ಷವನ್ನು ಬೆಳೆಸಿದರು.

4) ಜರ್ಮನ್ ರಾಷ್ಟ್ರದ ಜನತೆಯಲ್ಲಿ ಹೆಚ್ಚಿನವರು ಪ್ರಜಾಪ್ರಭುತ್ವವಾದಿಗಳಾಗಿರಲಿಲ್ಲ. ಕಾರಣ ಅಧಿಕಾರಕ್ಕೆ ಮಣಿಯುವುದು ಅಥವಾ ಆಳಿಸಿಕೊಳ್ಳುವುದು ಅವರ ಇಚ್ಚೆಯಾಗಿತ್ತು. ಅವರು ಸ್ವಾತಂತ್ರ್ಯಕ್ಕಿಂತ ಸುರಕ್ಷತೆ, ರಾಷ್ಟ್ರದ ಗೌರವ ಮತ್ತು ಪ್ರತಿಷ್ಠೆಯನ್ನು ಬಯಸಿದ್ದರು. ವರ್ಸೈಲ್ಸ್ ಒಪ್ಪಂದದಿಂದ ಆದ ಅವಮಾನವನ್ನು ಅಳಿಸಿ ಹಾಕಿ ಮತ್ತೊಮ್ಮೆ ತಲೆ ಎತ್ತಿ ಬಾಳಬೇಕೆಂಬುದು ಅವರ ಆಸೆಯಾಗಿತ್ತು. ಇದಕ್ಕಾಗಿ ಅವರು ಬಯಸಿದುದು ದಕ್ಷ ನಾಯಕ ಮತ್ತು ಪಕ್ಷವನ್ನು. ಇಂತಹ ದಕ್ಷತೆಯನ್ನು ನಾಜಿ ಪಕ್ಷ ಮತ್ತು ಹಿಟ್ಲರ್‌ನಲ್ಲಿ ಅವರು ಕಂಡುಕೊಂಡು ನಾಜಿ ಪಕ್ಷದ ಏಳಿಗೆಗೆ ಕಾರಣರಾದರು.

ಹಿಟ್ಲರ್‌ನು ಕೈಗೊಂಡ 25 ಅಂಶಗಳನ್ನೊಳಗೊಂಡ ಕಾರ್ಯಕ್ರಮವು ಅವನಿಗೆ ನಿರೀಕ್ಷಿತ ಬೆಂಬಲವನ್ನು ದೊರಕಿಸಿಕೊಟ್ಟಿತು. ಈ ಕಾರ್ಯಕ್ರಮ ಅಥವಾ ಯೋಜನೆಯಲ್ಲಿ ಜರ್ಮನಿಯ ಪ್ರತಿಯೊಂದು ವರ್ಗವನ್ನು ತೃಪ್ತಿಪಡಿಸುವ ಭರವಸೆಯನ್ನು ಹಿಟ್ಲರ್ ನೀಡಿದ್ದನು. ವರ್ಸೈಲ್ಸ್ ಶಾಂತಿ ಒಪ್ಪಂದದ ಸಂಕೋಲೆಗಳಿಂದ ಜರ್ಮನಿಯನ್ನು ಬಿಡುಗಡೆ ಮಾಡುವುದು, ಕಳ್ಳತನ ನಿರ್ಮೂಲನೆಗೊಳಿಸುವುದು, ಕಾರ್ಮಿಕರನ್ನು ಶೋಷಣೆಯಿಂದ ಮುಕ್ತಿಗೊಳಿಸುವುದು, ನಿರುದ್ಯೋಗದ ನಿವಾರಣೆ ಮುಂತಾದ ಈ ಅಂಶಗಳು ಜರ್ಮನ್ ಜನತೆಗೆ ಇಷ್ಟವಾಗಿದ್ದುದರಿಂದ ಅವರು ಹಿಟ್ಲರ್‌ನ ನಾಜಿ ಪಕ್ಷವನ್ನು ಬೆಂಬಲಿಸಿದರು. ಈ ರೀತಿಯಾಗಿ ನಾಜಿ ಪಕ್ಷವು ಬಹು ಶೀಘ್ರದಲ್ಲಿಯೇ ದೊಡ್ಡ ಪಕ್ಷವಾಗಿ ಏಳಿಗೆ ಹೊಂದಲು ಕಾರಣವಾಯಿತು.

ನಾಜಿ ಸಿದ್ಧಾಂತದ ಪ್ರಮುಖ ಲಕ್ಷಣಗಳು

1) ಜರ್ಮನ್ ಜನಾಂಗವೇ ಅತ್ಯಂತ ಶ್ರೇಷ್ಠವಾದುದು: ಹಿಟ್ಲರ್ ತನ್ನ ಗ್ರಂಥವಾದ "ಮೈನ್ ಕಾಂಫ್" ಅಥವಾ "ನನ್ನ ಹೋರಾಟ" ಎಂಬುದರಲ್ಲಿ ಜರ್ಮನ್ ಜನಾಂಗದ ಶ್ರೇಷ್ಠತೆಯನ್ನು ಎತ್ತಿ ಹಿಡಿದಿದ್ದಾನೆ. ಇದು ನಾಜಿ ಪಕ್ಷದ ಸಿದ್ಧಾಂತವಾಗಿತ್ತು. ವಿಶ್ವದ ಎಲ್ಲಾ ಸಾಧನೆಗಳಿಗೂ ಜರ್ಮನ್ನರೇ ಮೂಲ ಕಾರಣರು. ಜಗತ್ತಿನ ಯಾವ ಜನಾಂಗದ ಮೇಲಾದರೂ ತಮ್ಮ ಅಧಿಕಾರ ಚಲಾಯಿಸುವ ಹಕ್ಕು ಇವರಿಗೆ ಇದೆ. ಜರ್ಮನ್ ಅಥವಾ ನಾರ್ಡಿಕ್ ಜನಾಂಗ ಅತ್ಯಂತ ಪುರಾತನ ಜನಾಂಗವಾಗಿದೆ. ಇವರ ಕರ್ತವ್ಯವೆಂದರೆ ತಮ್ಮ ಶ್ರೇಷ್ಠತೆ ಮತ್ತು ಪರಿಶುದ್ಧತೆಯನ್ನು ಉಳಿಸಿಕೊಳ್ಳುವುದು. "ಜರ್ಮನಿ ಜರ್ಮನರಿಗೆ' ಸೇರಿರುವುದರಿಂದ ಇಲ್ಲಿ ಬೇರೆ ಯಾವ ಜನಾಂಗವು ಇರಕೂಡದು ಎಂಬುದು ಹಿಟ್ಲರ್‌ನ ಘೋಷಣೆಯಾಗಿತ್ತು. ಇವನು ಯಹೂದಿಗಳ ಅಥವಾ ಜ್ಯೂಗಳ ಪರಮ ದ್ವೇಷಿಯಾಗಿದ್ದು ಯುದ್ಧದಲ್ಲಿ ಜರ್ಮನಿಯ ಸೋಲಿಗೆ ಇವರೇ ಕಾರಣ ಎಂದು ಬಗೆದನು. ಹಿಟ್ಲರ್‌ನ ಅಧಿಕಾರಾವಧಿಯಲ್ಲಿ ಯಹೂದಿಗಳು ಅಪಾರ ಕಷ್ಟನಷ್ಟಗಳನ್ನು ಅನುಭವಿಸಿದರು. ಅವರಿಗೆ ಚಿತ್ರಹಿಂಸೆ ನೀಡಿದ್ದರಿಂದ ಲಕ್ಷಾಂತರ ಯಹೂದಿಗಳು ದೇಶ ಬಿಟ್ಟು ಓಡಿಹೋದರು. ಜರ್ಮನ್ನರೆಲ್ಲಾ ಒಂದುಗೂಡಿ ಜಗತ್ತಿನಲ್ಲಿ ಜರ್ಮನ್ ಮಹಾಸಾಮ್ರಾಜ್ಯವನ್ನು ಮತ್ತೆ ಸ್ಥಾಪಿಸಬೇಕು ಎಂಬುದಾಗಿ ಅವನು ಜನರನ್ನು ಹುರಿದುಂಬಿಸಿದನು. ಹಿಟ್ಲರ್ ಮಾನವ ವಂಶವನ್ನು 3 ಗುಂಪುಗಳಾಗಿ ವಿಂಗಡಿಸಿದ್ದಾನೆ. ಅವುಗಳೆಂದರೆ ಸಂಸ್ಕೃತಿಯ ನಿರ್ಮಾಪಕರು, ಸಂಸ್ಕೃತಿಯ ಆರಾಧಕರು ಮತ್ತು ಸಂಸ್ಕೃತಿಯ ವಿನಾಶಕರು, ಜರ್ಮನರು ಸ್ಪಷ್ಟವಾಗಿ ಮೊದಲನೆಯ ಗುಂಪಿಗೆ ಸೇರಿದವರು ಎಂದು ಹಿಟ್ಲರ್ ಘೋಷಿಸಿದನು.

2) ರಾಜ್ಯಕ್ಕೆ ಪ್ರಾಮುಖ್ಯತೆ: ಹಿಟ್ಲರ್ ಮತ್ತು ನಾಜಿವಾದಿಗಳು ರಾಜ್ಯಕ್ಕೆ ಪ್ರಾಮುಖ್ಯತೆ ನೀಡಿದರು. ಹಿಟ್ಲರನು ಹೆಗೆಲ್, ಕಾಂಟ್ ಮುಂತಾದ ಆದರ್ಶವಾದಿಗಳ ತತ್ವಗಳಿಂದ ಪ್ರಭಾವಿತನಾಗಿದ್ದನು. ಇವನ ಅಭಿಪ್ರಾಯದಲ್ಲಿ ವ್ಯಕ್ತಿ ರಾಜ್ಯಕ್ಕಾಗಿಯೇ ಹೊರತು ರಾಜ್ಯ ಇರುವುದು ವ್ಯಕ್ತಿಗಾಗಿ ಅಲ್ಲ. ವ್ಯಕ್ತಿಗಳು ರಾಜ್ಯವನ್ನು ವಿರೋಧಿಸಬಾರದು. ರಾಜ್ಯಕ್ಕಾಗಿ ಅವರು ಸರ್ವಸ್ವವನ್ನೂ ತ್ಯಾಗ ಮಾಡಲು ಸಿದ್ಧರಿರಬೇಕು ಎಂಬುದು ನಾಜಿ ಪಕ್ಷದ ಸಿದ್ಧಾಂತವಾಗಿತ್ತು.

3) ಉಗ್ರ ರಾಷ್ಟ್ರೀಯತೆ ಮತ್ತು ಯುದ್ಧಕ್ಕೆ ಬೆಂಬಲ: ನಾಜಿ ಸಿದ್ಧಾಂತವು ಉಗ್ರ ರಾಷ್ಟ್ರೀಯತೆಯನ್ನು ಎತ್ತಿ ಹಿಡಿಯಿತು. ಯೂರೋಪಿನ ವಿವಿಧ ಭಾಗಗಳಲ್ಲಿ ವಾಸಿಸುತ್ತಿರುವ ಜರ್ಮನರೆಲ್ಲರೂ ಒಂದುಗೂಡಿ ವಿಶಾಲ ಜರ್ಮನ್ ಸಾಮ್ರಾಜ್ಯ

ಸ್ಥಾಪಿಸುವುದು ನಾಜಿ ಪಕ್ಷದ ಹೆಬ್ಬಯಕೆಯಾಗಿತ್ತು. ಇದಕ್ಕಾಗಿ ಅದು ಯುದ್ಧಕ್ಕೆ ಬೆಂಬಲ ನೀಡಿತು. ವರ್ಸೈಲ್ಸ್ ಒಪ್ಪಂದವನ್ನು ತಿರಸ್ಕರಿಸಿ ಜರ್ಮನಿ ರಷ್ಯಾದ ಕಡೆಗೆ ವಿಸ್ತರಣೆಯಾಗಬೇಕು. ಜರ್ಮನಿಯ ಸೈನ್ಯಬಲ ಹೆಚ್ಚಬೇಕು. ಕಳೆದು ಹೋಗಿರುವ ಜರ್ಮನಿಯ ಸ್ಥಾನಮಾನಗಳನ್ನು ಮತ್ತೆ ಗಳಿಸಬೇಕು. ಸಾಮ್ರಾಜ್ಯದ ಪುನರುಜ್ಜೀವನವಾಗಬೇಕು. ಜಗತ್ತಿನ ರಾಷ್ಟ್ರಗಳಲ್ಲೆಲ್ಲಾ ಜರ್ಮನಿ ಅಗ್ರಸ್ಥಾನ ಪಡೆಯಬೇಕು. ಈ ಉದ್ದೇಶಕ್ಕಾಗಿಯೇ ಜರ್ಮನಿಯಲ್ಲಿ ಸರ್ವಾಧಿಕಾರತ್ವ ಸ್ಥಾಪನೆಯಾಗಿದೆ ಮತ್ತು ನಾಜಿ ಪಕ್ಷ ಉದಯಿಸಿದೆ ಎಂದು ಹಿಟ್ಲರ್ ಜರ್ಮನ್ನರಲ್ಲಿ ಉಗ್ರ ರಾಷ್ಟ್ರೀಯತೆಯನ್ನು ತುಂಬಿದನು.

4) ಹಿಟ್ಲರ್ ತಪ್ಪು ಮಾಡದ ನಾಯಕ: ಹಿಟ್ಲರನು ನಾಜೀವಾದಿಗಳ ಅಭಿಪ್ರಾಯದಲ್ಲಿ ತಪ್ಪನ್ನು ಮಾಡದ ಶ್ರೇಷ್ಠ ಫ್ಯೂರರ್ ಅಥವಾ ಮಹಾನಾಯಕನಾಗಿದ್ದನು. ರಾಜ್ಯದ ಎಲ್ಲಾ ಅಧಿಕಾರಗಳು ಇವನಿಗೆ ಸೇರಿವೆ. ಎಲ್ಲರೂ ಇವನ ಆಜ್ಞಾವರ್ತಿಗಳಾಗಿರಬೇಕು ಎಂಬುದು ನಾಜಿಗಳ ಅಭಿಪ್ರಾಯವಾಗಿತ್ತು. ಹಿಟ್ಲರ್ ನೀಡುವ ಹೇಳಿಕೆಗಳು ಮತ್ತು ಮಾಡುವ ಕಾರ್ಯಗಳು ಸದಾಕಾಲ ಸರಿಯಾಗಿಯೂ ಇರುತ್ತವೆ. ಅವು ಎಂದಿಗೂ ತಪ್ಪಾಗುವುದಿಲ್ಲ. ಅವನ ಇಚ್ಛೆಯೇ ಕಾಯಿದೆ ಎಂದು ಪರಿಗಣಿಸಲಾಗಿತ್ತು. ಹಿಟ್ಲರ್ ಮಾತಾನಾಡುವುದೆಲ್ಲಾ ದಿವ್ಯವಾಣಿ ಎಂದು ತಿಳಿಯಲಾಗಿತ್ತು. ಇವನ ಸರ್ವಾಧಿಕಾರತ್ವದ ಕಾಲದ ಜರ್ಮನಿಯನ್ನು 3ನೇ ಸಾಮ್ರಾಜ್ಯ ಎಂದು ಕರೆಯಲಾಯಿತು. (ಉಳಿದೆರಡು ಸಾಮ್ರಾಜ್ಯಗಳೆಂದರೆ ಮಧ್ಯಯುಗದಲ್ಲಿ ಪ್ರಥಮ ಸಾಮ್ರಾಜ್ಯ ಮತ್ತು 19ನೇ ಶತಮಾನತದಲ್ಲಿ ಹೊಹೆನ್‌ಜೋಲರ್ನನ ದ್ವಿತೀಯ ಸಾಮ್ರಾಜ್ಯ).

5) ಪ್ರಜಾಪ್ರಭುತ್ವಕ್ಕೆ ವಿರೋಧ: ನಿರಂಕುಶ ಪ್ರಭುತ್ವಕ್ಕೆ ಅವಕಾಶ ಕಲ್ಪಿಸಿದ ನಾಜೀವಾದಿಗಳು ಪ್ರಜಾಪ್ರಭುತ್ವ, ಅದರ ಮೂಲತತ್ವಗಳು, ಕಾರ್ಯವಿಧಾನ ಮತ್ತು ಅದರ ಆದರ್ಶ ಗುಣಗಳನ್ನೆಲ್ಲಾ ತಿರಸ್ಕರಿಸಿದರು.

6) ಧರ್ಮಕ್ಕೆ ವಿರೋಧ: ನಾಜಿ ಸಿದ್ಧಾಂತವು ಧರ್ಮಕ್ಕೆ ವಿರುದ್ಧವಾದುದಾಗಿತ್ತು. ನಾಜೀವಾದಿಗಳ ಅಭಿಪ್ರಾಯದಲ್ಲಿ ಹಿಟ್ಲರನೇ ಪರಮ ಗುರುವಾಗಿದ್ದು, ಕ್ರೈಸ್ತನಿಗಿಂತ ಆತನೇ ಶ್ರೇಷ್ಠ ಎಂಬುದಾಗಿತ್ತು. ಆದ್ದರಿಂದ ಕ್ರೈಸ್ತಧರ್ಮಕ್ಕೂ ಮನ್ನಣೆ ದೊರೆಯಲಿಲ್ಲ. ಎಲ್ಲದರಲ್ಲೂ ಇವನ ವಿಚಾರ, ಅಭಿಪ್ರಾಯಗಳು ಮತ್ತು ನಡತೆಗಳಲ್ಲಿ, ಏಕರೂಪತೆ ಸಾಧಿಸಲು ಪ್ರಯತ್ನಿಸಲಾಯಿತು. ರೋಮನ್ ಕ್ಯಾಥೋಲಿಕ್ ಮತ್ತು ಪ್ರಾಟೆಸ್ಟೆಂಟ್ ಧರ್ಮಗಳೆರಡೂ ನಾಜಿ ಧರ್ಮದ ಪ್ರಭಾವದೊಳಗೆ ಬಂದವು. ಹಿಟ್ಲರನ ನಾಜಿಸಂ ಮತ್ತು ಮುಸಲೋನಿಯ ಫ್ಯಾಸಿಸಂ ಸಿದ್ಧಾಂತಗಳಿಗೆ ಇದ್ದ ಪ್ರಮುಖ ವ್ಯತ್ಯಾಸವೆಂದರೆ ನಾಜಿಸಂ ಧರ್ಮಕ್ಕೆ ವಿರೋಧವಾಗಿತ್ತು. ಆದರೆ ಫ್ಯಾಸಿಸಂ ಧರ್ಮದ ಮೇಲೆ ನಂಬಿಕೆ ಇಟ್ಟುಕೊಂಡಿತ್ತು.

ಹಿಟ್ಲರನ ಒಳಾಡಳಿತ ನೀತಿ ಅಥವಾ ಆಂತರಿಕ ನೀತಿ

1) ಏಕಪಕ್ಷೀಯ ಸರ್ವಾಧಿಕಾರತ್ವದ ಸ್ಥಾಪನೆ: ಹಿಟ್ಲರ್‌ನು ಜರ್ಮನಿಯಲ್ಲಿ ಕೇಂದ್ರೀಕೃತ ವ್ಯವಸ್ಥೆಯನ್ನು ಜಾರಿಗೆ ತಂದು ಏಕಪಕ್ಷೀಯ ಸರ್ವಾಧಿಕಾರತ್ವವನ್ನು ಸ್ಥಾಪಿಸಿದನು. ಜರ್ಮನಿಯಲ್ಲಿ ನಾಜಿ ಪಕ್ಷವೊಂದನ್ನು ಬಿಟ್ಟು ಉಳಿದೆಲ್ಲಾ ವಿರೋಧಿ ಪಕ್ಷಗಳನ್ನು ಮಟ್ಟಹಾಕಲಾಯಿತು. ಕಮ್ಯುನಿಸ್ಟ್ ಪ್ರಚಾರವನ್ನು ನಿಷೇಧಿಸಿ, ಕಮ್ಯುನಿಸ್ಟ್ ಕಾರ್ಮಿಕರ ಸಂಘವನ್ನು ಬಹಿಷ್ಕರಿಸಲಾಯಿತು. ನಾಜಿ ಪಕ್ಷದ ನಿಯಂತ್ರಣದಲ್ಲಿ ಜರ್ಮನ್ ಲೇಬರ್ ಫ್ರಂಟ್ ಎಂಬ ಏಕಮೇವ ಕಾರ್ಮಿಕ ಸಂಘವನ್ನು ಸ್ಥಾಪಿಸಲಾಯಿತು. ಕಮ್ಯುನಿಸ್ಟರು ಮತ್ತು ಯಹೂದಿಗಳನ್ನು ರಾಷ್ಟ್ರವಿರೋಧಿಗಳೆಂದು ಭಾವಿಸಿ ಅವರನ್ನು ಕ್ರೂರ ಹಿಂಸೆಗೆ ಗುರಿಪಡಿಸಲಾಯಿತು. ಈ ಉದ್ದೇಶಕ್ಕಾಗಿ ಹಿಟ್ಲರನು ತನ್ನ ಸ್ಟಾರ್ಮ್ ಟ್ರೂಪರ್ಸ್ ಅಥವಾ ಬ್ರೌನ್‌ಷರ್ಟ್ಸ್ ಎಂಬ ಸೇನಾಪಡೆ ಮತ್ತು ಗೆಸ್ಟಪೋ ಎಂಬ ಗುಪ್ತದಳವನ್ನು ಬಳಸಿಕೊಂಡನು. ಜರ್ಮನಿಯಲ್ಲಿ ಜನರ ಎಲ್ಲಾ ವಿಧವಾದ ಸ್ವಾತಂತ್ರ್ಯಕ್ಕೂ ಧಕ್ಕೆ ಇವನ ಕಾಲದಲ್ಲಿ ಉಂಟಾಯಿತು. ವಿದ್ಯಾಸಂಸ್ಥೆಗಳು, ವೃತ್ತಪತ್ರಿಕೆಗಳು, ರೇಡಿಯೋ, ಟೆಲಿವಿಷನ್‌ಗಳು, ಚಲನಚಿತ್ರಮಂದಿರಗಳು, ಚರ್ಚ್‌ಗಳು ನಾಜಿ ಸರ್ಕಾರದ ನಿಯಂತ್ರಣಕ್ಕೆ ಒಳಗಾದವು. ಗೂಢಾಚಾರರನ್ನು ಎಲ್ಲಡೆ ನೇಮಿಸಿ, ದೇಶದ ಪ್ರತಿಯೊಬ್ಬ ಪ್ರಜೆಯೂ ನಾಜಿ ಪಕ್ಷಕ್ಕೂ, ದೇಶಕ್ಕೂ ಮತ್ತು ನಾಯಕನಿಗೆ ತಲೆಬಾಗುವಂತೆ ಮಾಡಲಾಯಿತು.

2) ಪ್ರಬಲ ಸೈನ್ಯದ ನಿರ್ಮಾಣ: ನಾಜಿ ಪಕ್ಷದ ಸಿದ್ಧಾಂತವು ಯುದ್ಧಕ್ಕೆ ಬೆಂಬಲ ನೀಡುತ್ತದೆ, ಆದ್ದರಿಂದ ಹಿಟ್ಲರ್ ದೇಶದಲ್ಲಿ ಪ್ರಬಲ ಸೈನ್ಯವನ್ನೂ ಸಂಘಟಿಸಲು ಮುಂದಾದನು. ಜರ್ಮನಿಲ್ಲಿ ಕಡ್ಡಾಯ ಸೈನಿಕ ಶಿಕ್ಷಣವನ್ನು ಜಾರಿಗೆ ತಂದನು. ಸೈನ್ಯಕ್ಕೆ ಅಧಿಕ ಸಂಖ್ಯೆಯಲ್ಲಿ ಯುವಕರನ್ನು ಸೇರಿಸಿಕೊಂಡಿದ್ದರಿಂದ ಮತ್ತು ಶಸ್ತ್ರಾಸ್ತ್ರ ನಿರ್ಮಾಣದ ಬೃಹತ್ ಯೋಜನೆಯನ್ನು ದೇಶದಲ್ಲಿ ಹಮ್ಮಿಕೊಂಡಿದ್ದರಿಂದ ನಿರುದ್ಯೋಗ ಸಮಸ್ಯೆಯನ್ನು ನಿವಾರಿಸಲಾಯಿತು. ಜರ್ಮನ್ನರು ಶಿಸ್ತಿನ ಸಿಪಾಯಿಗಳಾಗಿ ರೂಪುಗೊಳ್ಳುತ್ತಿದ್ದಂತೆ ಜರ್ಮನಿಯು ಫಿರಂಗಿ ಪಟ್ಟಣವಾಗಿ ಪರಿವರ್ತನೆಗೊಂಡಿತು.

3) ಶಿಕ್ಷಣ ನೀತಿಯಲ್ಲಿ ಮಾರ್ಪಾಡು: ಹಿಟ್ಲರನು ಸರ್ವಾಧಿಕಾರಿಯಾದ ಮೇಲೆ ಜರ್ಮನಿಯಲ್ಲಿದ್ದ ಶಿಕ್ಷಣ ನೀತಿಯನ್ನು ಸಂಪೂರ್ಣವಾಗಿ ಬದಲಾಯಿಸಿದನು. ಮೊದಲನೆಯದಾಗಿ ಶಿಕ್ಷಣ ಸಂಸ್ಥೆಗಳನ್ನು ನಾಜಿ ಸರ್ಕಾರದ ನಿಯಂತ್ರಣಕ್ಕೆ ತೆಗೆದುಕೊಳ್ಳಲಾಯಿತು. ಶಿಕ್ಷಣ ಸಂಸ್ಥೆಗಳಲ್ಲಿ ನಾಜಿ ತತ್ವಗಳನ್ನು ಬೋಧಿಸಲಾಗುತ್ತಿತ್ತು. ಜಗತ್ತಿನಲ್ಲಿರುವ ಎಲ್ಲಾ

ಜನಾಂಗಗಳಿಗಿಂತಲೂ ಜರ್ಮನ್ ಜನಾಂಗವೇ ಶ್ರೇಷ್ಠವಾದದ್ದು ಎಂಬುದು ನಾಜಿ ತತ್ವವಾಗಿತ್ತು. ಒಟ್ಟಿನಲ್ಲಿ ಜರ್ಮನಿಯ ಶಿಕ್ಷಣ ನೀತಿ ನಾಜಿಗಳನ್ನು ಉತ್ಪಾದಿಸುವುದೇ ಆಗಿತ್ತು. ನಾಜಿ ತತ್ವಕ್ಕೆ ಮಣಿಯದ ಶಿಕ್ಷಕರನ್ನು ಕೆಲಸದಿಂದ ತೆಗೆದು ಹಾಕಲಾಗುತ್ತಿತ್ತು. ಜರ್ಮನ್ನರಲ್ಲದವರು ಬರೆಯಲ್ಪಟ್ಟ ಪುಸ್ತಕಗಳನ್ನು ಬಹಿಷ್ಕರಿಸಲಾಯಿತು. ನಾಜಿ ಪಕ್ಷದ ನಿರ್ದೇಶನದಲ್ಲಿ ಕೆಲಸ ಮಾಡುತ್ತಿದ್ದ ಜರ್ಮನಿಯ ವಿದ್ಯಾರ್ಥಿಗಳ ಸಮಿತಿಗೆ ಎಲ್ಲಾ ವಿಶ್ವವಿದ್ಯಾನಿಲಯದ ವಿದ್ಯಾರ್ಥಿಗಳು ಸೇರಬೇಕಾಗಿದ್ದಿತು. ಒಟ್ಟಿನಲ್ಲಿ ಹಿಟ್ಲರನು ಶಿಕ್ಷಣ ಕ್ಷೇತ್ರವನ್ನು ಸರ್ಕಾರದ ನೇರ ಹತೋಟಿಗೆ ಒಳಪಡಿಸಿದನು.

4) ಆರ್ಥಿಕತೆಯ ಪುನರುಜ್ಜೀವನ: ಯುದ್ಧಾನಂತರ ಜರ್ಮನಿಯಲ್ಲಿ ಆರ್ಥಿಕ ವ್ಯವಸ್ಥೆ ಹದಗೆಟ್ಟಿತು. ಉತ್ಪಾದನೆ ಕುಂಠಿತವಾಗಿತ್ತು. ಇದನ್ನು ಗಮನಿಸಿದ ಹಿಟ್ಲರ್ ಆರ್ಥಿಕ ಸ್ವಾವಲಂಬನೆ ಸಾಧಿಸಲು ಬಹಳವಾಗಿ ಶ್ರಮಿಸಿದನು. ವ್ಯಾಪಾರಿ ಸಂಘ ಸಂಸ್ಥೆಗಳಿಂದ ತೊಂದರೆ ಬರಬಹುದೆಂದು ಊಹಿಸಿದ ಹಿಟ್ಲರ್ ಅವುಗಳನ್ನು ನಿರ್ನಾಮ ಮಾಡಿ ಅವುಗಳ ಜಾಗದಲ್ಲಿ ಜರ್ಮನ್ ಲೇಬರ್ ಫ್ರಂಟ್ ಎಂಬ ಏಕಮೇವ ಕಾರ್ಮಿಕ ಸಂಘವನ್ನು ಸ್ಥಾಪಿಸಿದನು. ಇದಕ್ಕೆ ಪುರುಷ ಕಾರ್ಮಿಕರೆಲ್ಲರು ಸದಸ್ಯರಾದರು. ಕೈಗಾರಿಕಾ ಶಾಂತಿಯನ್ನು ಸ್ಥಾಪಿಸುವುದು ಈ ಪಕ್ಷದ ಮುಖ್ಯ ಕರ್ತವ್ಯವಾಗಿತ್ತು. ಮುಷ್ಕರ ಮತ್ತು ಬೀಗಮುದ್ರೆಗಳನ್ನು ಮಾಡುವುದನ್ನು ನಿಷೇಧಿಸಲಾಯಿತು. ಕಾರ್ಮಿಕ ಸಂಘವು ಕಾರ್ಮಿಕರ ಒಳಿತಿಗಾಗಿ ದುಡಿಯತೊಡಗಿತು.

ದೇಶದಲ್ಲಿ ಉತ್ಪಾದನೆಯನ್ನು ಹೆಚ್ಚಿಸುವುದಕ್ಕಾಗಿ ಹಿಟ್ಲರ್ ಪಂಚವಾರ್ಷಿಕ ಯೋಜನೆಗಳನ್ನು ಜಾರಿಗೆ ತಂದು, ಪಾಳು ಬಿದ್ದ ಭೂಮಿಯನ್ನು ವ್ಯವಸಾಯಕ್ಕೆ ಅನುಕೂಲವಾಗುವಂತೆ ಮಾಡಿದನು. ಮೊದಲ ಪಂಚವಾರ್ಷಿಕ ಯೋಜನೆಯಲ್ಲಿ ಕೃಷಿ ಮತ್ತು ಹೈನುಗಾರಿಕೆಗೆ ಹೆಚ್ಚು ಆದ್ಯತೆ ನೀಡಲಾಯಿತು. ಭೂಮಿಯ ಇಳುವರಿಯನ್ನು ಹೆಚ್ಚಿಸುವ ಸಲುವಾಗಿ ಯಂತ್ರಗಳನ್ನು ಮತ್ತು ಗೊಬ್ಬರಗಳನ್ನು ಬಳಸಲಾಯಿತು. ಹಾಲು ಕೊಡುವ ಉತ್ತಮ ತಳಿಯ ಹಸುಗಳನ್ನು ಪ್ರಪಂಚದ ವಿವಿಧ ಭಾಗಗಳಿಂದ ತರಿಸಿಕೊಳ್ಳಲಾಯಿತು. ಎರಡನೇ ಪಂಚವಾರ್ಷಿಕ ಯೋಜನೆಯಲ್ಲಿ ಕೈಗಾರಿಕೆಗಳಿಗೆ ಆದ್ಯತೆ ನೀಡಿದನು. ಉಲ್ಲನ್ ಬಟ್ಟೆಯ ಉತ್ಪಾದನೆಯನ್ನು ಹೆಚ್ಚಿಸಲು ಕುರಿಗಳನ್ನು ಅಧಿಕ ಪ್ರಮಾಣದಲ್ಲಿ ಸಾಕಲಾಯಿತು. ಸಾಧ್ಯವಾದೆಡೆಯಲ್ಲೆಲ್ಲಾ ಸ್ವದೇಶಿ ವಸ್ತುಗಳನ್ನು ಬಳಸಲು ಪ್ರಯತ್ನ ನಡೆಸಲಾಯಿತು. ಕೈಗಾರಿಕಾ ವಲಯದಲ್ಲಿ ವಸ್ತುಗಳು ಹೆಚ್ಚು ಪೋಲಾಗುವುದನ್ನು ತಡೆಗಟ್ಟಲಾಯಿತು. ವಿದೇಶಗಳಿಂದ ಆಮದು ಮಾಡಿಕೊಳ್ಳುತ್ತಿದ್ದ ವಸ್ತುಗಳನ್ನು ಕಡಿಮೆ ಮಾಡಿ ರಫ್ತನ್ನು ಹೆಚ್ಚಿಸಲಾಯಿತು. ದೇಶದಲ್ಲಿ ಜನಸಂಖ್ಯೆಯನ್ನು ವೃದ್ಧಿಸುವ ಸಲುವಾಗಿ ಬ್ರಹ್ಮಚಾರಿಗಳ ಮೇಲೆ ತೆರಿಗೆ ವಿಧಿಸಲಾಯಿತು. ವಿವಾಹ ಮಾಡಿಕೊಳ್ಳುವ ವಧು–ವರರಿಗೆ ಸರ್ಕಾರದ ವತಿಯಿಂದ ಸಾಲ ಸೌಲಭ್ಯಗಳನ್ನು ಒದಗಿಸಲಾಯಿತು. ದೇಶದಲ್ಲಿ ಅನೇಕ ಲೋಕೋಪಯೋಗಿ ಕಾರ್ಯಗಳನ್ನು ಕೈಗೊಂಡಿದ್ದರಿಂದ ಹಾಗೂ ದೇಶದ ಕೈಗಾರಿಕೆಗಳು ಗಮನಾರ್ಹವಾದ ಪ್ರಗತಿಯನ್ನೂ ಸಾಧಿಸಿದ್ದರಿಂದ ಜರ್ಮನಿಯು ಶೀಘ್ರ ಆರ್ಥಿಕಾಭಿವೃದ್ಧಿಯನ್ನು ಕಾಣಲು ಸಾಧ್ಯವಾಯಿತು.

ಹಿಟ್ಲರನ ವಿದೇಶಾಂಗ ನೀತಿ

ಶಾಂತಿ ಮತ್ತು ಸಹಬಾಳ್ವೆಯಲ್ಲಿ ನಂಬಿಕೆಯನ್ನಿಡದ ಹಿಟ್ಲರನ ವಿದೇಶಾಂಗ ನೀತಿಯ ಪ್ರಮುಖ ಉದ್ದೇಶ ಯುದ್ಧ ಮತ್ತು ವಿಸ್ತರಣಾ ನೀತಿಯಾಗಿತ್ತು. ಜರ್ಮನ್ ಜನಾಂಗವನ್ನೆಲ್ಲಾ ಒಂದುಗೂಡಿಸಿ ವಿಶಾಲ ಸಾಮ್ರಾಜ್ಯ ಸ್ಥಾಪಿಸಬೇಕೆಂಬುದು ಅವನ ಆಸೆಯಾಗಿತ್ತು. ಅದಕ್ಕಾಗಿ ಅವನು ಜರ್ಮನ್ನರ ಪುರಾತನ ನೀತಿಯಾದ "ಪೂರ್ವದತ್ತ ನಡೆಯಿರಿ" ಎಂಬ ನೀತಿಯನ್ನು ಅನುಸರಿಸಿ, ಪೂರ್ವದ ಪ್ರದೇಶಗಳನ್ನು ಆಕ್ರಮಿಸಿಕೊಳ್ಳಲು ಅನುವಾದನು. ಆದರೆ ಅವನು ಅಧಿಕಾರ ಸೂತ್ರವನ್ನಿಡಿದ ತಕ್ಷಣವೇ ಆಕ್ರಮಣಕ್ಕಿಳಿದರೆ ಯೂರೋಪಿನಾದ್ಯಂತ ಪ್ರಬಲ ವಿರೋಧ ಕಟ್ಟಿಕೊಳ್ಳಬೇಕಾಗುತ್ತದೆಂದು ತಿಳಿದು ಜರ್ಮನಿಗೆ ಯುದ್ಧ ಮತ್ತು ಆಕ್ರಮಣಗಳಲ್ಲಿ ನಂಬಿಕೆಯಿಲ್ಲವೆಂದು ಘೋಷಿಸಿದನು. ಶಾಂತಿ ಮತ್ತು ಸಂಧಾನಗಳು ಜರ್ಮನಿಯ ನೀತಿಯೆಂದು ಸಾರಿದನು. ಆದರೆ ಹಿಟ್ಲರ್ ಒಳಗೊಳಗೇ ಯುದ್ಧಕ್ಕೆ ಮತ್ತು ಆಕ್ರಮಣಕ್ಕೆ ಎಲ್ಲಾ ಸಿದ್ಧತೆಗಳನ್ನು ಭರದಿಂದ ಮಾಡಿಕೊಳ್ಳತೊಡಗಿದನು.

1) ವರ್ಸೈಲ್ಸ್ ಒಪ್ಪಂದದ ನಿರಾಕರಣೆ ಮತ್ತು ಶಸ್ತ್ರೀಕರಣ: ಜರ್ಮನಿಗೆ ಯುದ್ಧಾನಂತರ ಬಂದೊದಗಿರುವ ಎಲ್ಲಾ ಕಷ್ಟಕಾರ್ಪಣ್ಯಗಳಿಗೂ ಅನ್ಯಾಯಕರವಾದ ವರ್ಸೈಲ್ಸ್ ಒಪ್ಪಂದವೇ ಕಾರಣವೆಂದು ಹಿಟ್ಲರ್ ಸಾರಿದನು. ಜರ್ಮನಿಯ ಸೈನ್ಯ ಸಂಖ್ಯೆಯನ್ನು ಹೆಚ್ಚಿಸದಂತೆ ನಿರ್ಬಂಧ ವಿಧಿಸಿದ್ದವರ ವಿರುದ್ಧ ಸೇಡು ತೀರಿಸಿಕೊಳ್ಳಲು ಕಾಯುತ್ತಿದ್ದನು. ಹಿಟ್ಲರ್ 1933ರಲ್ಲಿ ಜರುಗಿದ ನಿಶ್ಶಸ್ತ್ರೀಕರಣ ಸಮ್ಮೇಳನದಲ್ಲಿ ಜರ್ಮನಿ ಭಾಗವಹಿಸದಂತೆ ಮಾಡಿದನು. ವಿದೇಶಗಳಲ್ಲಿ ಕೆಲಸ ಮಾಡುತ್ತಿದ್ದ ಜರ್ಮನ್ ತಂತ್ರಜ್ಞರನ್ನು ಕರೆಸಿಕೊಂಡು ಜರ್ಮನ್ ಸೈನ್ಯದಲ್ಲಿ ಅವರಿಗೆ ಕೆಲಸ ನೀಡಿದನು. ಸೈನ್ಯಕ್ಕೆ ಸ್ವಯಂ ಸೇವಕರನ್ನು ಸೇರಿಸಿಕೊಂಡು ವಿಮಾನ ಬಲವನ್ನು ವೃದ್ಧಿಸಿದನು. ದೇಶದಲ್ಲಿ ಕಡ್ಡಾಯ ಸೈನಿಕ ಶಿಕ್ಷಣವನ್ನು ಜಾರಿಗೆ ತಂದನು. 1934ರಲ್ಲಿ

ಜರ್ಮನ್ ಮಂತ್ರಿಮಂಡಲವು ರಕ್ಷಣಾ ಕೌನ್ಸಿಲನ್ನು ಸ್ಥಾಪಿಸಿತು. ಇದಕ್ಕೆ ಗುಪ್ತವಾಗಿ ಯುದ್ಧ ಯೋಜನೆ ರೂಪಿಸುವಂತೆ ಹಿಟ್ಲರ್ ಆಜ್ಞಾಪಿಸಿದನು. ರಾಷ್ಟ್ರಸಂಘದಿಂದ ತನ್ನ ಸದಸ್ಯತ್ವವನ್ನು ಹಿಂತೆಗೆದುಕೊಂಡು ಜರ್ಮನ್ ಯುವ ಜನಾಂಗದಲ್ಲಿ ರಣೋತ್ಸಾಹವನ್ನು ತುಂಬಿದನು. ಹೀಗೆ ಹಿಟ್ಲರ್ ಶಸ್ತ್ರಾಸ್ತ್ರಗಳನ್ನು ಸಂಗ್ರಹಿಸಿಕೊಂಡು ಆಕ್ರಮಣವನ್ನೆಸಗಲು ಸಜ್ಜಾದನು.

2) ಪೋಲೆಂಡಿನೊಂದಿಗೆ ಅನಾಕ್ರಮಣ ಒಪ್ಪಂದ: ಜರ್ಮನಿಯಲ್ಲಿ ಹಿಟ್ಲರ್ ಅಧಿಕಾರರೂಢನಾದುದು ಪೋಲೆಂಡಿನ ಜನಕ್ಕೆ ಆತಂಕವನ್ನುಂಟುಮಾಡಿತು. ಇಷ್ಟೇ ಅಲ್ಲದೆ ಹಿಟ್ಲರ್ ವರ್ಸೈಲ್ಸ್ ಒಪ್ಪಂದವನ್ನು ಉಲ್ಲಂಘಿಸಿ ಶಸ್ತ್ರಾಸ್ತ್ರಗಳನ್ನು ಸಂಗ್ರಹಿಸಿಕೊಂಡಿದ್ದರಿಂದ ಅದರ ಭೀತಿ ಮತ್ತಷ್ಟು ಹೆಚ್ಚಿತು. ಆದರೆ ಹಿಟ್ಲರ್‌ನು ಪೋಲೆಂಡನ್ನು ತಕ್ಷಣವೇ ಆಕ್ರಮಿಸಿಕೊಳ್ಳಲು ಯತ್ನಿಸದೆ ಅದರ ಜೊತೆ 1934ರ ಜನವರಿ 26ರಂದು ಅನಾಕ್ರಮಣ ಒಪ್ಪಂದವನ್ನು ಮಾಡಿಕೊಂಡನು. ಇದು ಪೋಲೆಂಡಿನ ಜನತೆಯನ್ನು ಚಕಿತಗೊಳಿಸಿತು. ಪೋಲೆಂಡನ್ನು ಫ್ರಾನ್ಸಿನಿಂದ ದೂರವಿರಿಸಿ, ಫ್ರಾನ್ಸಿನ ರಕ್ಷಣಾ ಯೋಜನೆಗಳನ್ನು ಅಶಕ್ತಗೊಳಿಸುವುದು ಹಿಟ್ಲರನ ಉದ್ದೇಶವಾಗಿದ್ದಿತ್ತು.

3) ಆಸ್ಟ್ರಿಯಾದಲ್ಲಿ ನಾಜಿಗಳ ವಿಫಲ ಕ್ರಾಂತಿ: ಆಸ್ಟ್ರಿಯಾದ ಛಾನ್ಸಲರ್(ಪ್ರಧಾನಿ) ಆಗಿದ್ದ ಡೋಲಪ್ಸನನ್ನು ಕೊಂದು ಆಸ್ಟ್ರಿಯಾವನ್ನು ಆಕ್ರಮಿಸಿಕೊಳ್ಳಲು 1934ರಲ್ಲಿ ನಡೆಸಿದ ಪ್ರಯತ್ನ ಹಿಟ್ಲರನ ಆಕ್ರಮಣ ನೀತಿಯ ಮತ್ತೊಂದು ಹಂತವೆಂದು ಹೇಳಬಹುದು. ಹಿಟ್ಲರ್ ಮೂಲತಃ ಆಸ್ಟ್ರಿಯಾದವನಾಗಿದ್ದಿದ್ದರಿಂದ ಅವನು ಆಸ್ಟ್ರಿಯಾದ ಬಗ್ಗೆ ವಿಶೇಷ ಆಸಕ್ತಿ ಹೊಂದಿದ್ದನು. ಅವನು ಆಸ್ಟ್ರಿಯಾವನ್ನು ಆಕ್ರಮಿಸಿ ತನ್ನ ಜರ್ಮನ್ ಸಾಮ್ರಾಜ್ಯಕ್ಕೆ ಸೇರಿಸಿಕೊಳ್ಳಲು ಬಯಸಿದ್ದನು. ಇದಕ್ಕಾಗಿ ಅವನು ಆಸ್ಟ್ರಿಯಾದಲ್ಲಿದ್ದ ನಾಜಿ ಚಳವಳಿಗಾರರಿಗೆ ತನ್ನ ಸಂಪೂರ್ಣ ಬೆಂಬಲ ನೀಡಿ ಅಧಿಕಾರವನ್ನು ಕಸಿದುಕೊಳ್ಳುವಂತೆ ನೆರವಿತ್ತನು. ಇದರಿಂದ ಪ್ರೋತ್ಸಾಹಗೊಂಡ ನಾಜಿಗಳು ಡೊಲಪ್ಸನನ್ನು ಕೊಲೆ ಮಾಡಿದರು. ಆದರೆ ಅವರು ಅಧಿಕಾರವನ್ನು ಕಸಿದುಕೊಳ್ಳಲು ಸಾಧ್ಯವಾಗಲಿಲ್ಲ. ಆಸ್ಟ್ರಿಯಾ ಸರ್ಕಾರ ಅವರನ್ನು ನಿರ್ಧಯವಾಗಿ ಹತ್ತಿಕ್ಕಿತು. ನಂತರ ಹಿಟ್ಲರ್ ಈ ದಂಗೆಗೂ ತನಗೂ ಯಾವುದೇ ಸಂಬಂಧವಿಲ್ಲವೆಂದು ಹೇಳಿದನು.

4) ಸಾರ್ ಕಣಿವೆಯ ಪುನರ್ ಪಡೆಯುವಿಕೆ: ಪ್ರಥಮ ಮಹಾಯುದ್ಧದಲ್ಲಿ ಫ್ರಾನ್ಸ್ ಹೊಂದಿದ ನಷ್ಟಕ್ಕಾಗಿ ಜರ್ಮನಿಯ ಸಾರ್ ಕಣಿವೆಯನ್ನು 15 ವರ್ಷಗಳ ಅವಧಿಗೆ ಫ್ರಾನ್ಸಿಗೆ ಬಿಟ್ಟುಕೊಲಾಗಿತ್ತು. 15 ವರ್ಷಗಳ ನಂತರ ವರ್ಸೈಲ್ಸ್ ಒಪ್ಪಂದದ ಕರಾರಿನಂತೆ 1935ರ ಜನವರಿಯಲ್ಲಿ ಸಾರ್ ಕಣಿವೆಯಲ್ಲಿ ಜನಮತ ಗಣನೆಯನ್ನು ನಡೆಸಲಾಯಿತು. ಮತ ಹಾಕಿದ ಶೇಕಡ 90ರಷ್ಟು ಜನರು ಜರ್ಮನಿಗೆ ಸೇರಲು ಇಚ್ಛೆಪಟ್ಟರು. ಅದರಂತೆ ಸಾರ್ ಕಣಿವೆಯನ್ನು ಜರ್ಮನಿಗೆ ಬಿಟ್ಟುಕೊಡಲಾಯಿತು. ಇದನ್ನು ಜರ್ಮನಿ ಪುನಃ ಪಡೆದುದರಿಂದ ಅದರ ಸಾಧನ ಸಂಪತ್ತು ಹೆಚ್ಚಿತು. ಹಿಟ್ಲರ್ 1935ರ ಜೂನ್‌ನಲ್ಲಿ ಬ್ರಿಟನ್ನಿನೊಂದಿಗೆ ನೌಕಾ ಒಪ್ಪಂದವನ್ನು ಮಾಡಿಕೊಂಡು ನೌಕಾ ಸೈನ್ಯವನ್ನು ವಿಸ್ತರಿಸಿದನು. ಈ ಒಪ್ಪಂದದಲ್ಲಿ ಜರ್ಮನಿಯ ನೌಕಾಬಲವು ಬ್ರಿಟನ್ನಿನ ನೌಕಾಬಲದ ಶೇ. 35ರಷ್ಟಿರಬೇಕೆಂದು ನಿರ್ಣಯಿಸಲಾಗಿತ್ತು. ಈ ಒಪ್ಪಂದದಿಂದಾಗಿ ಜರ್ಮನಿಯ ಬಗ್ಗೆ ಬ್ರಿಟನ್ನಿಗಿದ್ದ ಸಂಶಯ ದೂರವಾಗಿ ಬ್ರಿಟನ್ ಜರ್ಮನಿಯೊಡನೆ ಸ್ನೇಹವನ್ನು ಬೆಳೆಸಿತು. ಇದು ಹಿಟ್ಲರನ ಮಹತ್ಸಾಧನೆಗಳಲ್ಲಿ ಒಂದಾಗಿದ್ದಿತು.

5) ರೈನ್‌ಲ್ಯಾಂಡಿನ ರಕ್ಷಣೆ: ವರ್ಸೈಲ್ಸ್ ಒಪ್ಪಂದ ಜರುಗಿದಾಗ ಅದರಲ್ಲಿ ರೈನ್ ಪ್ರದೇಶವನ್ನು ನಿಶ್ಯಸ್ತ್ರೀಕರಣ ವಲಯವೆಂದು ಘೋಷಿಸಿ, ಅಲ್ಲಿ ಜರ್ಮನಿ ತನ್ನ ಸೈನ್ಯವನ್ನೂ ಹೊಂದಿರುವಂತಿರಲಿಲ್ಲ. ಕಾರಣವೇನೆಂದರೆ ಫ್ರಾನ್ಸ್ ಮತ್ತು ಬೆಲ್ಜಿಯಂನ ರಕ್ಷಣೆಗಾಗಿ ಇದು ಅವಶ್ಯಕವಾಗಿತ್ತು. ಆದರೆ ಹಿಟ್ಲರನು 1936ರಲ್ಲಿ ಲೋಕಾರ್ನೊ ಒಪ್ಪಂದವನ್ನು ಉಲ್ಲಂಘಿಸಿ ರೈನ್ ಪ್ರದೇಶಕ್ಕೆ ತನ್ನ ಸೈನ್ಯ ಪಡೆಯನ್ನು ನುಗ್ಗಿಸಿದನು. ಇದರಿಂದಾಗಿ ಫ್ರಾನ್ಸ್ ಮತ್ತು ಬೆಲ್ಜಿಯಂಗಳ ರಕ್ಷಣೆಗೆ ಭೀತಿ ಒದಗಿತು. ಟೈಮ್ ಅಂಡ್ ಟೈಡ್ ಪತ್ರಿಕೆಯ ಒಂದು ಪ್ರಮುಖ ಲೇಖನದಲ್ಲಿ ಬರೆದಂತೆ ಜರ್ಮನಿ ಯೂರೋಪನ್ನು ಇಬ್ಭಾಗ ಮಾಡುವಲ್ಲಿ ಯಶಸ್ವಿಯಾಗಿತ್ತು. ರೈನ್‌ಲ್ಯಾಂಡಿಗೆ ಸೈನ್ಯಪಡೆಗಳನ್ನು ಕಳುಹಿಸುವ ಕೇವಲ ಒಂದು ವಾರ ಮುಂಚೆ ಜರ್ಮನಿ ಹಾಗೂ ಫ್ರಾನ್ಸ್ ನಡುವೆ ಯುದ್ಧವಾಗುವುದೆಂಬುದು ಮೂರ್ಖರ ಆಲೋಚನೆಯೆಂದು ಹಿಟ್ಲರನು ಸಾರಿದ್ದನು. ಎಳ್ಳಷ್ಟೂ ಸಂಕೋಚ ಇಲ್ಲದೆ ರೈನ್‌ಲ್ಯಾಂಡನ್ನು ಆಕ್ರಮಿಸಿದ ನಂತರ ಅವನು ಆಕ್ರಮಣ ಮಾಡಬಾರದೆಂಬ ಇನ್ನೊಂದು ಒಪ್ಪಂದವನ್ನು ಮಾಡಿಕೊಳ್ಳಲಿಕ್ಕೆ ಆ ರಾಷ್ಟ್ರಗಳನ್ನು ಆಮಂತ್ರಿಸಿದನು. ಅವರು ಸಹಿ ಹಾಕಿದ ಒಪ್ಪಂದವನ್ನು ಹರಿದು ಬಿಸಾಡಿದನು. ರೈನ್‌ಲ್ಯಾಂಡ್ ಮೇಲಿನ ಜರ್ಮನಿಯ ಸೈನಿಕ ಆಕ್ರಮಣಕ್ಕೆ ಸಂಬಂಧಿಸಿದಂತೆ ಬೇರೆ ಬೇರೆ ದೇಶಗಳಲ್ಲಿ ವಿಭಿನ್ನ ಪ್ರತಿಕ್ರಿಯೆಗಳಾದವು. ಪೋಲೆಂಡ್ ಹಾಗೂ ಜೆಕೋಸ್ಲಾವಾಕಿಯಾ ನೇರವಾಗಿ ನಷ್ಟಕ್ಕೆ ಗುರಿಯಾದವು ಹಾಗೂ ಬ್ರಿಟನ್ ಮತ್ತು ಫ್ರಾನ್ಸ್ ತಮಗೆ ಸಹಕಾರ ನೀಡುವುದಾದರೆ ಸೈನಿಕ ಕ್ರಮ ತೆಗೆದುಕೊಳ್ಳಬೇಕೆಂದು

ಬಯಸಿದವು. ಆದರೆ ಇಂಗ್ಲೆಂಡ್ ಹಾಗೂ ಫ್ರಾನ್ಸಿನಲ್ಲಿ ಇಂಥ ಯಾವುದೇ ಉತ್ಸಾಹ ಕಂಡುಬರಲಿಲ್ಲ. ಫ್ರಾನ್ಸಿಗೆ ಇದರಿಂದ ಅಪಾಯ ಹೆಚ್ಚಿತು. ಬ್ರಿಟನ್ನಿನ ದೃಷ್ಟಿಯಲ್ಲಿ ಅದು ಅಷ್ಟು ಮಹತ್ವದ ಘಟನೆಯಾಗಿರಲಿಲ್ಲ. ಒಂದಲ್ಲ ಒಂದುದಿನ ಜರ್ಮನಿ ಆ ಪ್ರದೇಶದಲ್ಲಿ ಯುದ್ಧ ಹೂಡುವುದೆಂದು ಬ್ರಿಟನ್ ತಿಳಿದಿತ್ತು. ಬ್ರಿಟನ್ನಿನ ದೃಷ್ಟಿಯಲ್ಲಿ ಜರ್ಮನಿ ರೈನ್‌ಲ್ಯಾಂಡಿನಲ್ಲಿ ಸೈನ್ಯ ನುಗ್ಗಿಸುವ ಮೂಲಕ ಅಂತರರಾಷ್ಟ್ರೀಯ ಕಾನೂನನ್ನು ಮುರಿದಿರಬಹುದು ಆದರೆ ಅದು ವಿಶ್ವಯುದ್ಧಕ್ಕೆ ಎಡೆಮಾಡುವಂತಹ ಕ್ರಮವಾಗಿರಲಿಲ್ಲ.

6) ಸ್ಪೇನ್‌ನ ಜನರಲ್ ಫ್ರಾಂಕೋನಿಗೆ ಬೆಂಬಲ: ಸ್ಪೇನಿನಲ್ಲಿ 1931ರಲ್ಲಿ ಗಣರಾಜ್ಯ ಸರ್ಕಾರ ಅಸ್ತಿತ್ವಕ್ಕೆ ಬಂದಿತು. ಈ ಸರ್ಕಾರವು ಕಾಲಕ್ರಮೇಣ ಕಮ್ಯುನಿಸಂನತ್ತ ತನ್ನ ಒಲವನ್ನು ತೋರಿತು. ಇದನ್ನು ತಡೆಗಟ್ಟುವ ಸಲುವಾಗಿ 1936ರಲ್ಲಿ ಜನರಲ್ ಫ್ರಾಂಕೋ ಸರ್ಕಾರದ ವಿರುದ್ಧ ತಿರುಗಿ ಬಿದ್ದನು. ಇದರಿಂದ ಸ್ಪೇನಿನಲ್ಲಿ ಅಂತರ್ಯುದ್ಧ ಪ್ರಾರಂಭವಾಯಿತು. ಫ್ರಾಂಕೋನಿಗೆ ಹಿಟ್ಲರ್ ಮತ್ತು ಮುಸಲೋನಿ ತಮ್ಮ ಬೆಂಬಲವನ್ನು ನೀಡಿದರು. ಫ್ರಾಂಕೊ ಇವರ ಬೆಂಬಲದಿಂದಾಗಿ ಸ್ಪೇನಿನಲ್ಲಿ ಗಣರಾಜ್ಯ ಸರ್ಕಾರವನ್ನು ಹತ್ತಿಕ್ಕಿ ತನ್ನ ಸರ್ವಾಧಿಕಾರತ್ವವನ್ನು ಸ್ಥಾಪಿಸಿದನು. ಈ ಅಂತರ್‌ಯುದ್ಧದ ವಿಷಯದಲ್ಲಿ ಫ್ರಾನ್ಸ್ ಮತ್ತು ಬ್ರಿಟನ್‌ಗಳು ತಾಟಸ್ಥ್ಯ ನೀತಿಯನ್ನು ಅನುಸರಿಸಿದವು. ಇದರಿಂದ ಹಿಟ್ಲರ್ ಮತ್ತು ಮುಸಲೋನಿ ಪರೋಕ್ಷವಾಗಿ ತಮ್ಮ ಪ್ರಾಬಲ್ಯವನ್ನು ತೋರಿಸಿದಂತಾಯಿತು.

7) ಆಂಟಿ ಕೋಮಿಂಟರ್ನ್ ಒಪ್ಪಂದ: 1936ರಲ್ಲಿ ಜರ್ಮನಿ ಮತ್ತು ಜಪಾನ್‌ಗಳು ರಷ್ಯಾದ ವಿರುದ್ಧವಾಗಿ ಆಂಟಿ ಕೊಮಿಂಟರ್ನ್ ಒಪ್ಪಂದಕ್ಕೆ ಸಹಿ ಹಾಕಿದವು. ಇಟಲಿ 1937ರಲ್ಲಿ ಈ ಒಪ್ಪಂದಕ್ಕೆ ಸಹಿ ಹಾಕಿತು. ಇದರಿಂದಾಗಿ ಬರ್ಲಿನ್ ಟೋಕಿಯೋ ರೋಮ್ ಆಕ್ಸಿಸ್ ಒಪ್ಪಂದ ಜಾರಿಗೆ ಬಂದಿತು. ಇದು ಪರಸ್ಪರ ರಕ್ಷಣಾ ಒಪ್ಪಂದವಾಗಿತ್ತು. ಈ ಮೂರು ರಾಷ್ಟ್ರಗಳ ಸಂಗಮವೂ ದ್ವಿತಿಯ ಮಹಾಯುದ್ಧಕ್ಕೆ ಪ್ರಮುಖ ಕಾರಣವಾಯಿತು.

8) ಆಸ್ಟ್ರಿಯಾದ ಆಕ್ರಮಣ (1938): ಹಿಟ್ಲರನು 1934ರಲ್ಲಿ ಆಸ್ಟ್ರಿಯಾವನ್ನು ಆಕ್ರಮಿಸಿಕೊಳ್ಳಲು ನಡೆಸಿದ ಪ್ರಯತ್ನ ವಿಫಲವಾಗಿತ್ತು. ಅದನ್ನು ಮತ್ತೆ ವಶಪಡಿಸಿಕೊಳ್ಳಲು ಹೊಸ ಕಾರ್ಯತಂತ್ರವನ್ನೂ ರೂಪಿಸತೊಡಗಿದನು. ಇದನ್ನು ತಿಳಿದಿದ್ದರೂ ರಾಷ್ಟ್ರಸಂಘ ಸುಮ್ಮನಿದ್ದುದು ಅವನಿಗೆ ಹೆಚ್ಚಿನ ಹುರುಪನ್ನು ನೀಡಿದಂತಾಯಿತು. ಹಿಟ್ಲರನು ಗುಪ್ತವಾಗಿ ನೀಡಿದಂತಹ ಪ್ರೋತ್ಸಾಹದಿಂದಾಗಿ 1938ರಲ್ಲಿ ಆಸ್ಟ್ರಿಯಾದ ನಾಜಿಗಳು ಹಿಂಸಾತ್ಮಕ ಚಳವಳಿಗಳನ್ನು ನಡೆಸಿದರು. ಇದನ್ನು ಬಳಸಿಕೊಂಡ ಹಿಟ್ಲರ್ ಆಸ್ಟ್ರಿಯಾದಲ್ಲಿ ನಾಜಿಗಳ ಬಲವನ್ನೂ ಹೆಚ್ಚಿಸಬೇಕೆಂದು ಅಲ್ಲಿನ ಸರ್ಕಾರಕ್ಕೆ ಒತ್ತಡ ತಂದನು. ದುರ್ಬಲವಾಗಿದ್ದ ಆಸ್ಟ್ರಿಯಾ ಸರ್ಕಾರ ಅವನ ಒತ್ತಡಕ್ಕೆ ಮಣಿಯಿತು. ಆದರೆ ನಾಜಿಗಳು ತಮಗೆ ಸಂಪೂರ್ಣ ರಕ್ಷಣೆ ನೀಡುವಂತೆ ಹಿಟ್ಲರನನ್ನು ಬೇಡಿಕೊಂಡರು. 1938ರ ಮಾರ್ಚ್‌ನಲ್ಲಿ ಜರ್ಮನ್ ಸೈನ್ಯವು ನುಗ್ಗಿ ಆಸ್ಟ್ರಿಯಾವನ್ನು ಜರ್ಮನ್ ಸಾಮ್ರಾಜ್ಯಕ್ಕೆ ಸೇರಿಸಿಕೊಂಡಿತು.

9) ಜಕೋಸ್ಲೊವಾಕಿಯಾದ ಆಕ್ರಮಣ (1939): ಪ್ರಥಮ ಜಾಗತಿಕ ಯುದ್ಧಾನಂತರ ಏರ್ಪಟ್ಟ ಪ್ಯಾರಿಸ್ಸಿನ ಶಾಂತಿ ಸಮ್ಮೇಳನದ ಫಲವಾಗಿ ಹೊಸದಾಗಿ ಅಸ್ತಿತ್ವಕ್ಕೆ ಬಂದ ರಾಷ್ಟ್ರವೆಂದರೆ ಜೆಕೋಸ್ಲಾವಾಕಿಯಾ. ಈ ರಾಷ್ಟ್ರದ ಬಹು ಮುಖ್ಯವಾದ ಸಮಸ್ಯೆ ಎಂದರೆ ಅಲ್ಪಸಂಖ್ಯಾತರದ್ದಾಗಿತ್ತು. ಈ ಅಲ್ಪಸಂಖ್ಯಾತರಲ್ಲಿ ಪ್ರಮುಖರಾದವರೆಂದರೆ ಸಡೆಟನ್ ಪ್ರದೇಶದಲ್ಲಿ ವಾಸಿಸುತ್ತಿದ್ದ ಜರ್ಮನ್ನರು. ಇವರನ್ನು ಜೆಕೋಸ್ಲೊವಾಕಿಯಾದ ಸರ್ಕಾರ ಚೆನ್ನಾಗಿ ನೋಡಿಕೊಳ್ಳುತ್ತಿದ್ದರೂ ಸಹ ಹಿಟ್ಲರನ ಪ್ರಚಾರದಿಂದಾಗಿ ಇವರು ಜರ್ಮನಿಯೊಂದಿಗೆ ಸೇರಿಕೊಳ್ಳಲು ಬಯಸುತ್ತಿದ್ದರು. ಹಿಟ್ಲರನಿಗೆ ಸಡೆಟನ್ ಪ್ರದೇಶ ಆಯಕಟ್ಟಿನ ದೃಷ್ಟಿಯಿಂದ ಅತ್ಯಂತ ಮುಖ್ಯವಾಗಿ ಬೇಕಾಗಿದ್ದಿತು. ಅದಕ್ಕಾಗಿ ಅವನು ಅಲ್ಲಿಯ ಜರ್ಮನ್ನರಿಗೆ ಬೆಂಬಲ ನೀಡಿ ಅವರು ದಂಗೆಯೇಳುವಂತೆ ಮಾಡಿದನು. ಇವರು ಯಾವುದೇ ರಿಯಾಯಿತಿಗಳಿಗೂ ಒಪ್ಪದೇ ಜರ್ಮನಿಯೊಂದಿಗೆ ವಿಲೀನಗೊಳ್ಳಬೇಕೆಂದು ಪಟ್ಟು ಹಿಡಿದರು. ಇದರಿಂದಾಗಿ ಪಶ್ಚಿಮದ ಪ್ರಜಾಪ್ರಭುತ್ವ ರಾಷ್ಟ್ರಗಳಿಗೆ ದಿಕ್ಕೇ ತೋಚಲಿಲ್ಲ. ಅವು ಜೆಕೋಸ್ಲೊವಾಕಿಯಾಕ್ಕೆ ಬೆಂಬಲ ನೀಡಿದ್ದಲ್ಲಿ ಜರ್ಮನಿಯೊಂದಿಗೆ ಯುದ್ಧ ಮಾಡುವುದು ಅನಿವಾರ್ಯವಾಗುತ್ತಿತ್ತು. ಇದಕ್ಕೆ ಪ್ರತಿಯಾಗಿ ಜರ್ಮನಿಯ ಕಡೆ ವಾಲಿದರೆ ಜಕೋಸ್ಲೊವಾಕಿಯಾ ಉಳಿಯುವಂತಿರಲಿಲ್ಲ.

ಸಂಧಾನದ ಮೂಲಕ ಇಂತಹ ಗಂಭೀರ ಪರಿಸ್ಥಿತಿಯ ವಾತಾವರಣವನ್ನು ತಿಳಿಗೊಳಿಸಲು ಬ್ರಿಟನ್ನಿನ ಪ್ರಧಾನಮಂತ್ರಿಯಾಗಿದ್ದ ಚೆಂಬರ್ಲಿನ್ ಪ್ರಯತ್ನಿಸಿದನು. ಇದಕ್ಕಾಗಿ ಅವನು 1938ರ ಸೆಪ್ಟೆಂಬರ್ 9ರಲ್ಲಿ ಹಿಟ್ಲರನನ್ನು ಭೇಟಿ ಮಾಡಿದನು. ಆದರೆ ಈ ಭೇಟಿಯಿಂದ ಯಾವುದೇ ರೀತಿಯ ಫಲ ದೊರೆಯಲಿಲ್ಲ. ಈ ನಡುವೆ ಜರ್ಮನಿಯು ಜೆಕೊಸ್ಲೋವಾಕಿಯಾದ ಮೇಲೆ ಯುದ್ಧ ಹೂಡಿದಲ್ಲಿ ಬ್ರಿಟನ್ ಮತ್ತು ಫ್ರಾನ್ಸ್‌ಗಳು ಅದರ ರಕ್ಷಣೆಗೆ ನಿಲ್ಲಬೇಕೆಂದು

ಒಡಂಬಡಿಕೆ ಮಾಡಿಕೊಳ್ಳಲಾಯಿತು. ಹಾಗೂ ಯುದ್ಧಕ್ಕೆ ಸಿದ್ಧತೆ ಮಾಡಿಕೊಳ್ಳಲು ಆರಂಭಿಸಲಾಯಿತು. ಈ ಹಂತದಲ್ಲಿ ಅಮೇರಿಕಾದ ಅಧ್ಯಕ್ಷನಾಗಿದ್ದ ರೂಸ್‌ವೆಲ್ಟ್ ಈ ಬಿಕ್ಕಟ್ಟನ್ನು ಶಾಂತಿಯುತವಾಗಿ ಬಗೆಹರಿಸುವಂತೆ ಸಲಹೆ ಮಾಡಿದನು. ಮತ್ತೊಮ್ಮೆ ಚೇಂಬರ್ಲಿನ್ 1938ರ ಸೆಪ್ಟೆಂಬರ್ 29ರಂದು ಮ್ಯುನಿಚ್ ನಗರದಲ್ಲಿ ಹಿಟ್ಲರನನ್ನು ಭೇಟಿಮಾಡಿ ಮ್ಯುನಿಚ್ ಒಪ್ಪಂದಕ್ಕೆ ಸಹಿ ಹಾಕುವಂತೆ ಒಪ್ಪಿಸಿದನು. ಈ ಒಪ್ಪಂದದ ಪ್ರಕಾರ ಜೆಕೊಸ್ಲಾವಾಕಿಯಕ್ಕೆ ಸೇರಿದ್ದ ಸಡೆಟನ್ ಪ್ರದೇಶವನ್ನು ಜರ್ಮನಿಗೆ ಬಿಟ್ಟುಕೊಡಲಾಯಿತು. ಇಷ್ಟಕ್ಕೆ ತೃಪ್ತನಾಗದ ಹಿಟ್ಲರ್ ಜಕೋಸ್ಲೊವಾಕಿಯಾವನ್ನು ಸಂಪೂರ್ಣವಾಗಿ ವಶಪಡಿಸಿಕೊಳ್ಳಲು ಪ್ರಯತ್ನಿಸಿದನು. ಜಕೋಸ್ಲೊವಾಕಿಯಾದ ಅಧ್ಯಕ್ಷನಾಗಿದ್ದ ಡಾ.ಹಚನನ್ನು ಹಿಟ್ಲರ್ ತನ್ನನ್ನು ಭೇಟಿ ಮಾಡುವಂತೆ ಬರ್ಲಿನ್‌ಗೆ ಬರಮಾಡಿಕೊಂಡು ಅಲ್ಲಿ ಅವನನ್ನು ಬಂಧಿಸಿ ಜೆಕೋಸ್ಲೊವಾಕಿಯಾದ ಎಲ್ಲಾ ಆಗುಹೋಗುಗಳನ್ನು ತನಗೆ ಒಪ್ಪಿಸುವಂತೆ ಬಲಾತ್ಕರಿಸಿದನು. ಈ ಒಪ್ಪಂದಕ್ಕೆ ಡಾ.ಹಚ ಸಹಿ ಹಾಕಿದನು. ಇದರಂತೆ 1939ರ ಮಾರ್ಚಿ 15ರಂದು ಜರ್ಮನಿಯ ಸೈನ್ಯ ಜಕೋಸ್ಲೊವಾಕಿಯಾಕ್ಕೆ ನುಗ್ಗಿ ಆಕ್ರಮಣವನ್ನು ಸಂಪೂರ್ಣಗೊಳಿಸಿತು. ಹಿಟ್ಲರ್ ಈ ರಾಷ್ಟ್ರವನ್ನು ತನ್ನ ಸಾಮ್ರಾಜ್ಯಕ್ಕೆ ವಿಲೀನಗೊಳಿಸಿಕೊಂಡನು.

10) ಮ್ಯೂನಿಚ್‌ನಲ್ಲಿ ಚೇಂಬರ್‌ಲಿನ್‌ನ ಸಮಾಧಾನಪಡಿಸುವ ನೀತಿ: ಮುಸಲೋನಿ ಶಾಂತಿ ಸಂಧಾನಗಳನ್ನು ನಡೆಸುವ ಹೊಣೆಗಾರಿಕೆಯನ್ನು ತಾನೇ ನಿರ್ವಹಿಸಿದನು. ಹಿಟ್ಲರನ ಒಪ್ಪಿಗೆಯೊಂದಿಗೆ ಮುಸಲೋನಿ ಸೆಪ್ಟೆಂಬರ್ 29ರಂದು ಮ್ಯೂನಿಚ್‌ನಲ್ಲಿ ನಾಲ್ಕು ದೊಡ್ಡ ಶಕ್ತಿಗಳು ಒಂದು ಸಭೆ ಸೇರಬೇಕೆಂಬ ಪ್ರಸ್ತಾವನೆಯನ್ನು ಮಾಡಿದನು. ಆಗ ಚೇಂಬರ್‌ಲಿನ್‌ನು ಸಾಮಾನ್ಯ ಸಭೆಯಲ್ಲಿ ಮಾತನಾಡುತ್ತಿದ್ದನು. ಮ್ಯೂನಿಚ್ ಸಮ್ಮೇಳನ ಎಂಟು ಗಂಟೆಗಳಿಗೂ ಕಡಿಮೆ ಕಾಲ ನಡೆಯಿತು. ಸೆಪ್ಟೆಂಬರ್ 29ರಂದು ಮ್ಯೂನಿಚ್‌ನಲ್ಲಿ ಒಂದು ಒಪ್ಪಂದಕ್ಕೆ ಸಹಿ ಹಾಕಲಾಯಿತು. ಈ ಒಪ್ಪಂದವಾದ ಕೆಲವೇ ದಿನಗಳಲ್ಲಿ ಜೆಕೋಸ್ಲೊವಾಕಿಯಾದ 4 ಗಡಿಪ್ರಾಂತಗಳನ್ನು ಆಕ್ರಮಿಸಲಿಕ್ಕೆ ಜರ್ಮನಿಗೆ ಅಧಿಕೃತ ಮನ್ನಣೆ ನೀಡಲಾಯಿತು ಹಾಗೂ ಜೆಕೋಸ್ಲೊವಾಕಿಯಾ ಸರ್ಕಾರ ಎಲ್ಲ ಸಡೆಟನ್ ರಾಜಕೀಯ ಕೈದಿಗಳನ್ನು ಬಿಡುಗಡೆ ಮಾಡಬೇಕೆಂದು ಒತ್ತಾಯಪಡಿಸಲಾಯಿತು. ಈ ಸಮ್ಮೇಳನದ ವಿಚಿತ್ರ ಅಂಶವೆಂದರೆ ಅದರಲ್ಲಿ ಜೆಕೋಸ್ಲೊವಾಕಿಯಾದ ಒಬ್ಬ ಪ್ರತಿನಿಧಿಯೂ ಭಾಗವಹಿಸಿರಲಿಲ್ಲ. ಈ ಸಮ್ಮೇಳನಕ್ಕೆ ರಷ್ಯಾವನ್ನು ಸಹ ಆಮಂತ್ರಿಸಿರಲಿಲ್ಲ. ಇದರ ಫಲವಾಗಿ ಅದರ ಒಪ್ಪಿಗೆಯಿಲ್ಲದೇ ಜೆಕೋಸ್ಲೊವಾಕಿಯಾವನ್ನು ಅತಿದೊಡ್ಡ ರಕ್ಷಣಾ ಸಾಧನಗಳನ್ನು ಹೊಂದಿದ್ದ ಹಾಗೂ ಎಲ್ಲ ಮಹತ್ವದ ಉದ್ಯಮಗಳ ಕೇಂದ್ರಗಳನ್ನು ಹೊಂದಿದ್ದ ತನ್ನ ಪ್ರದೇಶದ $^1/_5$ ಭಾಗವನ್ನು ಬಿಟ್ಟುಕೊಡಬೇಕೆಂದು ಒತ್ತಾಯಿಸಲಾಯಿತು.

ಹೆರಾಲ್ಡ್ ನಿಕೋಲಸ್‌ನ ಅಭಿಪ್ರಾಯದಂತೆ ಈ ವಿಧಾನದ ಮೂಲಕ ಜರ್ಮನಿ ಜೆಕೋಸ್ಲೊವಾಕಿಯಾದ ಉದ್ಯಮದ ಶೇಕಡ 15ರಷ್ಟು ಭಾಗವನ್ನು, ಬಟ್ಟೆ ಉದ್ಯಮದ ಶೇಕಡ 59 ಭಾಗವನ್ನು ಅದರ ಔದ್ಯಮಿಕ ಜನಸಂಖ್ಯೆಯ ಶೇಕಡ 33 ಭಾಗವನ್ನು ಹಾಗೂ ಅದರ 27 ದೊಡ್ಡ ನಗರಗಳಲ್ಲಿ 14 ನಗರಗಳನ್ನು ಸಂಪಾದಿಸಿತು. ನಂತರ ಶೀಘ್ರದಲ್ಲಿಯೇ ಜೆಕೊಸ್ಲೋವಾಕಿಯಾ ಟೆಶ್ಚೆನದ ಸಮಗ್ರ ಪ್ರದೇಶವನ್ನು ಪೋಲೆಂಡ್‌ಗೆ ಹಾಗೂ ಜಕೋಸ್ಲೊವಾಕಿಯಾದ ದಕ್ಷಿಣಭಾಗ ಮತ್ತು ಲಿಥುವೇನಿಯಾದ ಕೇಂದ್ರ ಭಾಗವನ್ನು ಹಂಗೇರಿಗೆ ಬಿಟ್ಟು ಕೊಡಲೇಬೇಕಾಯಿತು. ಈ ಪ್ರಕಾರ ಮ್ಯೂನಿಚ್ ಒಪ್ಪಂದ ಹಿಟ್ಲರ್‌ನ ತಂತ್ರಗಳಿಗೆ ದೊಡ್ಡ ವಿಜಯವನ್ನು ತಂದಿತ್ತು ಹಾಗೂ ಅದೇ ಕಾಲಕ್ಕೆ ಅದು ಪೂರ್ವ ಯುರೋಪಿನತ್ತ ಮುಂದೆ ಸಾಗುವ ಜರ್ಮನಿಯ ಮಾರ್ಗದಲ್ಲಿನ ಎಲ್ಲಾ ಅಡ್ಡಿಗಳನ್ನು ನಿವಾರಿಸಿತು. ಮ್ಯೂನಿಚ್‌ನಲ್ಲಿನ ನೀತಿ ಅಲ್ಲದೇ ಮ್ಯೂನಿಚ್‌ಗಿಂತ ಮುಂಚೆ ಇಂಗ್ಲೆಂಡ್ ಹಾಗೂ ಫ್ರಾನ್ಸ್ ಅನುಸರಿಸಿದ ನೀತಿಯನ್ನು ಇತಿಹಾಸದಲ್ಲಿ ಸಮಾಧಾನಪಡಿಸುವ ನೀತಿ ಎಂದು ಕರೆಯಲಾಗಿದೆ ಹಾಗೂ ಅದನ್ನು ಬಹುವಾಗಿ ಟೀಕಿಸಲಾಗಿದೆ.

11) ಮ್ಯಾಮೆಲ್ ಆಕ್ರಮಣ (1939): ಜೆಕೋಸ್ಲೊವಾಕಿಯಾದ ಆಕ್ರಮಣದ ನಂತರ ಹಿಟ್ಲರ್ ಮ್ಯಾಮಲ್ ಆಕ್ರಮಿಸಿಕೊಳ್ಳಲು ಪ್ರಯತ್ನಿಸಿ ಮ್ಯಾಮೆಲ್ ಮತ್ತು ಅದರ ಸುತ್ತಮುತ್ತಲ ಪ್ರದೇಶಗಳನ್ನು ಬಿಟ್ಟುಕೊಡಬೇಕೆಂದು ಲಿಥುವೇನಿಯಾಕ್ಕೆ ಆಗ್ರಹಪಡಿಸಿದನು. ಆದರೆ ಲಿಥುವೇನಿಯಾ ಇವನ ಬೇಡಿಕೆಯನ್ನು ತಿರಸ್ಕರಿಸಿತು. ಹಿಟ್ಲರ್ ಕೋಪಗೊಂಡು 1939ರ ಮಾರ್ಚ್ 21ರಂದು ತನ್ನ ಸೈನ್ಯವನ್ನು ಮ್ಯಾಮೆಲ್‌ಗೆ ನುಗ್ಗಿಸಿ ಅದನ್ನು ಆಕ್ರಮಿಸಿಕೊಂಡನು.

12) ಪೋಲೆಂಡಿನ ಮೇಲೆ ಹಠಾತ್ ಧಾಳಿ ಹಾಗೂ ಹಿಟ್ಲರನ ಪತನ: ಹಿಟ್ಲರ್ ಜೆಕೋಸ್ಲಾವಾಕಿಯಾದಲ್ಲಿ ಜರ್ಮನ್ ಅಲ್ಪಸಂಖ್ಯಾತರ ಸಮಸ್ಯೆಯನ್ನು ಎತ್ತಿದಂತೆ ಪೋಲೆಂಡಿನಲ್ಲಿಯೂ ಜರ್ಮನ್ನರ ಸಮಸ್ಯೆಗಳನ್ನು ಎತ್ತಿ ಹಿಡಿದು ಅಲ್ಲಿನ ಸರ್ಕಾರ ಅವರನ್ನು ಸರಿಯಾಗಿ ಕಾಣುತ್ತಿಲ್ಲವೆಂದು ದೂಷಿಸಿದನು. ಹಿಟ್ಲರ್ ಡಾನ್ಜಿಗ್ ಬಂದರು ಮತ್ತು ಪೋಲಿಶ್ ಕಾರಿಡಾರನ್ನು ಜರ್ಮನಿಗೆ ಬಿಟ್ಟು ಕೊಡುವಂತೆ ಪೋಲೆಂಡನ್ನು ಒತ್ತಾಯಿಸಿದನು. ಆದರೆ ಹಿಟ್ಲರನ ಬೇಡಿಕೆಯನ್ನು

ಪೋಲೆಂಡ್ ತಿರಸ್ಕರಿಸಿತು. ಇದಕ್ಕೆ ಬ್ರಿಟನ್ ಮತ್ತು ಫ್ರಾನ್ಸ್‌ಗಳ ಬೆಂಬಲವಿತ್ತು. ಇದರಿಂದ ಕ್ರೋಧಗೊಂಡ ಹಿಟ್ಲರ್ 1934ರಲ್ಲಿ ಪೋಲೆಂಡಿನೊಂದಿಗೆ ಮಾಡಿಕೊಂಡಿದ್ದ ಅನಾಕ್ರಮಣ ಒಪ್ಪಂದವನ್ನು

ತಾನೇ ಮುರಿದು ಅದನ್ನು ಆಕ್ರಮಿಸಿಕೊಳ್ಳಲು ಮುಂದಾದನು. ಇದಕ್ಕೂ ಮೊದಲು ಹಿಟ್ಲರ್ 1939ರ ಆಗಸ್ಟ್ 23ರಂದು ಸೋವಿಯತ್ ರಷ್ಯಾದೊಂದಿಗೆ ಅನಾಕ್ರಮಣ ಒಪ್ಪಂದವನ್ನು ಮಾಡಿಕೊಂಡನು. ಇದು ಪೋಲೆಂಡ್, ಬ್ರಿಟನ್ ಮತ್ತು ಫ್ರಾನ್ಸ್‌ಗಳು ಒಟ್ಟುಗೂಡಿ ಮಾಡಿಕೊಂಡಿದ್ದ ರಕ್ಷಣಾ ವ್ಯೂಹದ ಶಕ್ತಿ ಸಾಮರ್ಥ್ಯಗಳನ್ನು ಕುಂದಿಸಿತು.

1939ರ ಸೆಪ್ಟೆಂಬರ್ 1ರಂದು ಹಿಟ್ಲರ್ ಯುದ್ಧವನ್ನು ಘೋಷಿಸದೇ ಪೋಲೆಂಡಿನ ಮೇಲೆ ಹಠಾತ್ ಧಾಳಿಯಿಟ್ಟನು. ಬ್ರಿಟನ್ ಮತ್ತು ಫ್ರಾನ್ಸ್‌ಗಳು ಹಿಟ್ಲರನನ್ನು ಪೋಲೆಂಡಿನಿಂದ ಜರ್ಮನ್ ಸೈನ್ಯವನ್ನು ಹಿಂತೆಗೆದುಕೊಳ್ಳುವಂತೆ ಕೇಳಿಕೊಂಡವು. ಆದರೆ ಹಿಟ್ಲರ್ ಇವರ ಮಾತಿಗೆ ಬೆಲೆಕೊಡಲಿಲ್ಲ. ಇದರಿಂದಾಗಿ 1939ರ ಸೆಪ್ಟೆಂಬರ್ 3ರಂದು ಬ್ರಿಟನ್ ಮತ್ತು ಫ್ರಾನ್ಸ್‌ಗಳು ಪೋಲೆಂಡಿನ ಪರವಾಗಿ ಯುದ್ಧವನ್ನು ಘೋಷಿಸಿದವು. ಹೀಗೆ ದ್ವಿತೀಯ ಮಹಾಯುದ್ಧ ಆರಂಭವಾಯಿತು.

ಯುದ್ಧದ ಪ್ರಾರಂಭದಲ್ಲಿ ಹಿಟ್ಲರ್ ತನ್ನ ಪ್ರಚಂಡ ಸೇನಾಬಲ ಮತ್ತು ಶಸ್ತ್ರಾಸ್ತ್ರಗಳ ಸಹಾಯದಿಂದ ಯುರೋಪಿನಲ್ಲಿ ಅದ್ಭುತ ಯಶಸ್ಸನ್ನು ಗಳಿಸಿದನು. ಇವನ ಪರವಾಗಿ ಇಟಲಿ ಮತ್ತು ಜಪಾನ್‌ಗಳು ಯುದ್ಧರಂಗಕ್ಕಿಳಿದವು. ಆದರೆ ಹಿಟ್ಲರ್ ನಿರೀಕ್ಷಿಸಿದಂತೆ ಯುದ್ಧವು ತಕ್ಷಣ ಮುಗಿಯದೇ ದೀರ್ಘಕಾಲದವರೆಗೆ ಮುಂದುವರೆಯಿತು. ವಿಶ್ವವೇ ಒಂದು ರಣರಂಗವಾಗಿ ಪರಿಣಮಿಸಿತು. ಯುದ್ಧ ಮುಂದುವರೆದಂತೆ ಅವನ ಶತ್ರುಗಳ ಸಂಖ್ಯೆ ಅಧಿಕಗೊಂಡು, ಯುದ್ಧದಲ್ಲಿ ಅವರ ಕೈ ಮೇಲಾಯಿತು. ಮಿತ್ರರಾಷ್ಟ್ರಗಳ ಅಪಾರ ಸೈನ್ಯಬಲದೆದುರು ಹಿಟ್ಲರನ ಸೈನ್ಯಗಳು ಸೋಲಿನ ಮೇಲೆ ಸೋಲನ್ನು ಅನುಭವಿಸ ತೊಡಗಿದವು. 1945ರ ಪ್ರಾರಂಭದಷ್ಟೊತ್ತಿಗೆ ಮಿತ್ರರಾಷ್ಟ್ರಗಳ ಸೈನ್ಯ ಜರ್ಮನಿಯ ಮೇಲೆ ಧಾಳಿ ಆರಂಭಿಸಿತು. ಯುದ್ಧದಲ್ಲಿ ತನಗೆ ಮತ್ತು ತನ್ನ ರಾಷ್ಟ್ರಕ್ಕೆ ಒದಗಿದ ವಿಪತ್ತಿನಿಂದ ಎದೆಗುಂದಿದ ಹಿಟ್ಲರನು ಅವಮಾನವನ್ನು ಸಹಿಸಿಕೊಳ್ಳಲಾಗದೆ 1945ರ ಮೇ 1ರಂದು ಆತ್ಮಹತ್ಯೆ ಮಾಡಿಕೊಂಡನು. ಅವನ ಅಂತ್ಯದೊಂದಿಗೆ ಜರ್ಮನಿಯಲ್ಲಿ ನಾಜಿ ಸರ್ವಾಧಿಕಾರತ್ವದ ಕೊನೆಯ ಅಧ್ಯಾಯ ಮುಕ್ತಾಯವಾಯಿತು.

* * * * *

ಸೈನಿಕ ರಾಷ್ಟ್ರವಾಗಿ ಜಪಾನಿನ ಏಳಿಗೆ

ಮೊದಲನೇ ಮಹಾಯುದ್ಧಕ್ಕೆ ಮೊದಲು ಜಪಾನ್

ಬಹಳ ಪ್ರಾಚೀನ ಕಾಲದಿಂದಲೂ ಜಪಾನ್ ದೇಶ ಖಡ್ಗದಿಂದಲೇ ಆಳಲ್ಪಟ್ಟಿದೆ. ಅಲ್ಲಿನ ಪ್ರಭುತ್ವದ ಶಕ್ತಿ ಸೈನ್ಯಶಕ್ತಿಯಾಗಿದ್ದು ಆಳುವವರ್ಗಗಳು ಸೈನಿಕ ವರ್ಗಗಳಾಗಿವೆ. ಸಮುರೈನ ಖಡ್ಗವು ಯೋಧನ ಗೌರವವಾಗಿದ್ದು, ಅದು ಅವನ ಪ್ರಾಣಕ್ಕಿಂತಲೂ ಮಿಗಿಲು ಎಂಬುದನ್ನು ಬಿಷಿಡೋ ಹೇಳಿದೆ. ಖಡ್ಗವು ದೇವರ ಸಂಕೇತವಾಗಿತ್ತು.

ಚಕ್ರವರ್ತಿಯು ದೇವತೆ ಎಂಬ ನಂಬಿಕೆ ಸೈನಿಕ ನಿರಂಕುಶ ಪ್ರಭುತ್ವಕ್ಕೆ ಬೆಂಬಲ ನೀಡುವಲ್ಲಿ ಅನುಕೂಲಕರ ಪಾತ್ರವಹಿಸಿತ್ತು. ತಾವು ಪುರುಷೋತ್ತಮರೆಂದು ಸಾಧಿಸುವುದರ ಮೂಲಕ ಮಾಡಿದ ಪ್ರಯತ್ನಗಳನ್ನು ಜಪಾನ್ ಚಕ್ರವರ್ತಿಯ ಸಂದರ್ಭದಲ್ಲಿಯೂ ಅಲ್ಲಿನ ಜನ ಸ್ವೀಕರಿಸಿದರು. 1889ರ ಸಂವಿಧಾನದ ಮೂರನೇ ಅಧಿನಿಯಮವು ಚಕ್ರವರ್ತಿ 'ಪವಿತ್ರ ಹಾಗೂ ಅಚ್ಯುತ' ಎಂದು ಉದ್ಘೋಷಿಸಿತು. ರಾಜಕುಮಾರ ಇಟೋನ ಪ್ರಕಾರ 'ಚಕ್ರವರ್ತಿ ಅಮರ ಸಂತಾನನೂ, ದೈವಿಕನೂ ಹಾಗೂ ಪವಿತ್ರನೂ ಆಗಿದ್ದಾನೆ'. ಈ ವಾಕ್ಯವನ್ನು ಜಪಾನಿನ ಜನರು ಒಪ್ಪಿಕೊಂಡಿರುವರಲ್ಲದೆ, ಈ ಭಾವನೆಯನ್ನು ಬಳಸಿಕೊಂಡು ಸೇನಾ ನಾಯಕರು ತಮ್ಮ ಹಿತಸಾಧನೆಗಾಗಿ ರಹಸ್ಯವಾಗಿ ಚಕ್ರವರ್ತಿಗಳ ಮೇಲೆ ಅಧಿಕಾರ ಚಲಾಯಿಸಿದರು. ತುರ್ತು ಪರಿಸ್ಥಿತಿಯ ಸಂದರ್ಭಗಳಲ್ಲಿ ಸರ್ಕಾರದ ಹೊಣೆಗಾರಿಕೆಯನ್ನು ನಿರ್ವಹಿಸಲು ಜನರ ಸಂಕಲ್ಪವನ್ನು ಕೇಂದ್ರೀಕರಿಸಲೂ ಕೂಡ ಇದನ್ನು ಉಪಯೋಗಿಸಲಾಯಿತು. ಸಂವಿಧಾನಿಕ ಅಧಿಕಾರದ (ಅಧಿನಿಯಮ XIII) ಮೂಲಕ ಭೂ ಸೈನ್ಯ ಹಾಗೂ ನೌಕಾಸೈನ್ಯದ ಮೇಲೆ ಚಕ್ರವರ್ತಿ ಸಂಪೂರ್ಣ ಅಧಿಕಾರ ಹೊಂದಿದ್ದ. ಆದರೆ ಸೇನಾ ಬಲಗಳ ವಿಷಯವಾಗಿ ಸಲಹೆ ನೀಡಲು ಚಕ್ರವರ್ತಿಗೆ ಸೇನಾ ಸಲಹೆಗಾರರಿರುತ್ತಿದ್ದರು. ಈ ರೀತಿಯಾಗಿ ಅವರಿಗೆ ಪ್ರಭುತ್ವದ ದೈವಿಕ ನೇತಾರನೊಡನೆ ಸುಲಭವಾಗಿ ಸಾಮಿಪ್ಯ ದೊರೆಯುತ್ತಿತ್ತು. ಹಾಗೆಯೇ ಸೈನಿಕ ನಾಯಕರು ಚಕ್ರವರ್ತಿಯ ಮೇಲೆ ಮೈಲುಗೈ ಸಾಧಿಸಿದರೆ ಅವರನ್ನು ನಿಯಂತ್ರಿಸಲು ಬೇರೆ ಅಧಿಕಾರಿಗಳಿರುತ್ತಿರಲಿಲ್ಲ. ಈ ಸನ್ನಿವೇಶದ ಬೆಂಬಲಕ್ಕಾಗಿ ಅಸಂಖ್ಯಾತವಾದ ರಹಸ್ಯ ಸಮಾಜಗಳಿರುತ್ತಿದ್ದವು. ಅವುಗಳಲ್ಲಿ ಬಹುತೇಕ ಪ್ರತ್ಯಕ್ಷವಾಗಿ ಅಥವಾ ಪರೋಕ್ಷವಾಗಿ ಸೈನಿಕ ವರ್ಗದ ಅಧೀನದಲ್ಲಿರುತ್ತಿದ್ದವು. ಶಿಸ್ತು ಪರಿಪಾಲನೆಗಾಗಿ ಸೈನಿಕ ಮನೋವೃತ್ತಿ ಹಾಗೂ ಭಯೋತ್ಪಾದಕ ಸಮಾಜಗಳನ್ನು ಪೋಷಿಸಲು ಶಾಲಾ ವ್ಯವಸ್ಥೆಯನ್ನು ಬಹಳ ಜಾಗರೂಕತೆಯಿಂದ ಆಯೋಜಿಸಲಾಗಿತ್ತು.

ಜಪಾನ್ ಮಿಲಿಟರಿವಾದದ ಸಿದ್ಧಾಂತ

ಪಶ್ಚಿಮ ದೇಶಗಳಲ್ಲಿ ಕಂಡುಬಂದ ಸಾಮಾನ್ಯ ವಿನ್ಯಾಸವನ್ನೇ ಜಪಾನಿನ ಸೈನಿಕ ನಿರಂಕುಶ ಪ್ರಭುತ್ವ ಅನುಸರಿಸಿತು. ಆ ಸಿದ್ಧಾಂತವು ಎರಡು ಪ್ರಮುಖ ಪರಿಕಲ್ಪನೆಗಳನ್ನು ಆಧರಿಸಿದೆ: ಮೊದಲನೆಯದು, ಏಷ್ಯಾದಲ್ಲಿ ಜಪಾನ್ ಒಂದು ಗುರಿಯನ್ನು ಸಾಧಿಸಬೇಕಾಗಿದೆ ಎಂಬುದು; ಹಾಗೂ ಎರಡನೆಯದು, ಹೊರಗಿನ ಮತ್ತು ಒಳಗಿನ ಶತ್ರುಗಳಿಂದ ಪ್ರಭುತ್ವಕ್ಕೆ ಗಂಡಾಂತರ ಬಂದಿದೆ ಎಂಬುದು. ಮೊದಲನೇ ಊಹೆಯ ಪ್ರಕಾರ, ಜಪಾನ್ ದೇಶಿಯರು ಉತ್ತಮ ಸಂಘಟಕರಾಗಿದ್ದು ಏಷ್ಯಾದಲ್ಲಿನ ತನ್ನ ದುರ್ಬಲರಾದ ನೆರೆಹೊರೆಯವರಿಗೆ ದೃಢತೆ ಹಾಗೂ ಸಮಸ್ಥಿತಿಯನ್ನು ಕಲ್ಪಿಸುವುದು ತನ್ನ ಜವಾಬ್ದಾರಿಯೆಂದು ತಿಳಿದಿತ್ತು. ಎರಡನೆಯ ಚಿಂತನೆಯು ಚಿರಪರಿಚಿತವಾದ ವಿನ್ಯಾಸವನ್ನು ಅನುಸರಿಸುತ್ತದೆ. ಕಮ್ಯುನಿಸಂ ಹಾಗೂ ವಿದೇಶಿಯರು ಪ್ರಭುತ್ವದ ಶತ್ರುಗಳೆಂದಾಗಿದ್ದು ಅವಕಾಶ ಸಿಕ್ಕಿದ ಕೂಡಲೇ ಅದನ್ನು ಸರ್ವನಾಶಗೊಳಿಸಲು ಹವಣಿಸುತ್ತಿದ್ದಾರೆ. ಸೋವಿಯತ್ ರಷ್ಯಾ ಹಾಗೂ ಅಮೆರಿಕ ಸಂಯುಕ್ತ ಸಂಸ್ಥಾನಗಳು ಜಪಾನಿನ ಪರಮ ಶತ್ರುಗಳಾಗಿದ್ದು ಅವುಗಳಿಂದ ತನ್ನನ್ನು ಜಪಾನ್ ರಕ್ಷಿಸಿಕೊಳ್ಳಬೇಕಾಗಿದೆಯೆಂಬುದು.

ಸೈನಿಕ ಬಲದ ಮೂಲಕ ರಾಷ್ಟ್ರೀಯ ವಿಸ್ತರಣೆಯನ್ನು ಬೆಂಬಲಿಸುವ ಕಡೆ ಜಪಾನ್ ಒಲಿದದ್ದು ಈ ಕಾರಣದಿಂದಲೇ. ನ್ಯಾಯಬದ್ಧವಾಗಿ ಜಪಾನ್ ದೇಶದ ಚಕ್ರವರ್ತಿ ಇಡೀ ಭೂಮಂಡಲದ ಒಡೆಯನೆಂಬ ತಿಳುವಳಿಕೆಯ ಆಧಾರದ ಮೇಲೆ ಕೊರಿಯಾದ ಮೇಲಿನ ಧಾಳಿಯನ್ನು ಸಮರ್ಥಿಸಿಕೊಳ್ಳಲಾಯಿತು. ಕ್ರಿ.ಪೂ. 666ರಲ್ಲಿ ಚಕ್ರವರ್ತಿ ಶಾಸನವೊಂದು ಹೀಗೆ ಘೋಷಿಸಿತು: ಎಲ್ಲಾ ಆರು ದಿಕ್ಕುಗಳನ್ನು (ಉತ್ತರ, ದಕ್ಷಿಣ, ಪೂರ್ವ, ಪಶ್ಚಿಮ, ಆಕಾಶ, ಪಾತಾಳ ಅಂದರೆ ಜಗತ್ತೆಲ್ಲವನ್ನು) ಒಳಗೊಳ್ಳುವಂತೆ ಸಾಮ್ರಾಜ್ಯದ ಅಧಿಪತ್ಯ ವಿಸ್ತರಿಸುವುದು ಹಾಗೂ ವಿಶ್ವವು ಒಂದು ಕುಟುಂಬದಂತಾಗುವುದು. ಒಂದು

ಛಾವಣಿಯ ಕೆಳಗೆ ಜಗತ್ತು ಬರುವುದು. ಇದು ಜಪಾನ್ ದೇಶದ ಧ್ಯೇಯವಾಗಿರುವುದರ ಜೊತೆಗೆ ಯಮಾಟೊ ಜನಾಂಗದ ಆದರ್ಶವೂ ಕೂಡ ಆಗಿತ್ತು. ಸೆಪ್ಟೆಂಬರ್ 27, 1940ರಲ್ಲಿ ಜರ್ಮನಿ, ಇಟಲಿ ಹಾಗೂ ಜಪಾನ್ ದೇಶಗಳ ನಡುವೆ ಆದ ತ್ರಿಶಕ್ತಿ ಒಪ್ಪಂದದ ಫಲಶ್ರುತಿಯನ್ನು ಪ್ರಕಟಿಸುವ ಚಕ್ರವರ್ತಿ ಶಾಸನವು ಈ ಮಾತುಗಳಿಂದ ಪ್ರಾರಂಭವಾಗುತ್ತದೆ. "ಭೂಮಿಯ ಮೇಲಿನ ನ್ಯಾಯವನ್ನು ಅಧಿಕಗೊಳಿಸಿ ಜಗತ್ತನ್ನು ಒಂದು ಕುಟುಂಬವಾಗಿ ಮಾಡುವುದು ಪರಮ ಧ್ಯೇಯವಾಗಿದ್ದು ಇದನ್ನು ನಮ್ಮ ಸಾಮ್ರಾಟ ಪುರಾತನರಿಂದ ಬಳುವಳಿಯಾಗಿ ಪಡೆದಿರುವೆವಲ್ಲದೆ ಹಗಲು ರಾತ್ರಿ ನಮ್ಮ ಹೃದಯದಲ್ಲಿ ಸ್ಥಾಪಿಸಿಕೊಂಡಿರುತ್ತೇವೆ." 1939ರಲ್ಲಿ ರಕ್ಷಣಾ ಸಚಿವ (ಸಮರ ಸಚಿವ) ಹೀಗೆ ಬರೆದರು: "ಜಪಾನ್ ಸಾಮ್ರಾಜ್ಯ ಸ್ಥಾಪನೆಯಾದಂದಿನಿಂದ ಜಗತ್ತಿನ ಎಲ್ಲ ಜನಾಂಗಗಳನ್ನು ಒಂದು ಸಂತೋಷದ ಕುಟುಂಬವನ್ನಾಗಿ ಐಕ್ಯಗೊಳಿಸುವುದು ಎಲ್ಲ ಜಪಾನೀಯರ ಉತ್ಕಟ ಆಕಾಂಕ್ಷೆಯಾಗಿದೆ. ಇದನ್ನು ಜಪಾನಿಯರ ಪರಮ ಧ್ಯೇಯವೆಂದು ಕೂಡ ನಾವು ಪರಿಗಣಿಸುತ್ತೇವೆ. ಭೂಮಿಯ ಮೇಲಿನ ಅನ್ಯಾಯ ಹಾಗೂ ಅಸಮಾನತೆಯನ್ನು ತೊಡೆದುಹಾಕಿ ಮನುಕುಲಕ್ಕೆ ನಿರಂತರವಾದ ಸುಖವನ್ನು ತರಲು ನಾವು ಶ್ರಮಿಸುತ್ತೇವೆ." ಇಂಥ ನಂಬಿಕೆಗಳು ಸೈನಿಕ ಆಕ್ರಮಣಗಳನ್ನು ನಡೆಸಲು ಅಪರಿಮಿತವಾದ ಅವಕಾಶಗಳನ್ನು ಒದಗಿಸುತ್ತವೆ.

1894ರಷ್ಟೊತ್ತಿಗೆ ತನ್ನ ಸಂಕ್ರಮಣಾವಸ್ಥೆಯ ಚರಿತ್ರೆಯ ಅವಧಿಯನ್ನು ಜಪಾನ್ ಹೆಚ್ಚು ಕಡಿಮೆ ಪೂರೈಸಿತ್ತು. ಸರ್ಕಾರವನ್ನು ಸಂಘಟಿಸುವುದರ ಜೊತೆಗೆ ವಿಸ್ತೃತವಾದ ಅಧಿಕಾರಶಾಹಿಯನ್ನು ರಚಿಸಿಕೊಂಡಿತು. ಸಂವಿಧಾನದ ರಚನೆಯಾಗಿ ಅದರ ಬಳಕೆಯೂ ಪ್ರಾರಂಭವಾಗಿತ್ತು. ಪಾಶ್ಚಾತ್ಯ ಮಾದರಿಗಳಂತೆ ಭೂಸೈನ್ಯ ಹಾಗೂ ನೌಕಾಸೈನ್ಯದ ರಚನೆ ಕೂಡ ಆಗಿತ್ತು. ಪಾಶ್ಚಾತ್ಯ ಮಾದರಿಯಲ್ಲಿ ಶಿಕ್ಷಣ ಕ್ರಮವೂ ರೂಪುಗೊಂಡು ಫಲಿತಾಂಶ ನೀಡಿತ್ತು. ಕೈಗಾರೀಕರಣ ಪ್ರಗತಿಸಾಧಿಸಿ ವ್ಯಾಪಾರ ಹಾಗೂ ವಾಣಿಜ್ಯದ ಶೀಘ್ರ ಬೆಳವಣಿಗೆಯ ಮೂಲಕ ಅದು ಪ್ರತಿಫಲವಾಗಿತ್ತು.

ಹಳೆಯ ಪ್ರಭುತ್ವದ ವಿರುದ್ಧ ಸೆಣಸಾಡದೆ ಜಪಾನಿನ ಶೀಘ್ರ ರೂಪಾಂತರ ಸಾಧ್ಯವಾಗಲಿಲ್ಲವೆಂಬುದನ್ನು ನೆನೆಯಬೇಕು. ವ್ಯಾಪಕವಾದ ಬದಲಾವಣೆಗಳನ್ನು ತರುವುದರ ವಿವೇಕವನ್ನು ಅನೇಕರು ಶಂಕಿಸಿದರು. ಹಿಂದಿನಿಂದ ಸ್ವೀಕೃತವಾದ ಸಂಪ್ರದಾಯಗಳು ಹಾಗೂ ವಿಧಾನಗಳನ್ನು ಬದಿಗಿಟ್ಟು ವಿದೇಶಿ ಮಾರ್ಗಗಳನ್ನು ಅನುಸರಿಸುವ ಕ್ರಮವನ್ನು ಅವರು ವಿರೋಧಿಸಿದರು. ಆಗಿಂದಾಗ್ಗೆ ದಂಗೆಗಳು ತಲೆ ಎತ್ತತೊಡಗಿದವು; 1877ರಲ್ಲಿ ಕಾಣಿಸಿಕೊಂಡ ದಂಗೆ ಅತ್ಯಂತ ವ್ಯಾಪಕವಾದ ಪರಿಣಾಮವನ್ನುಂಟು ಮಾಡಿತು. ಸತ್ಸುಮಾದ ಒಬ್ಬ ಸಮುರೈ ಆಗಿದ್ದ ಸೈಯಗೋ ಎಂಬುವವನು ಅದರ ನಾಯಕ. ದಂಗೆಕೋರರು ಬಲವಾದ ಹೋರಾಟ ನಡೆಸಿದರಾದರೂ ಅಂತಿಮವಾಗಿ ಅವರನ್ನು ಹದ್ದುಬಸ್ತಿಗೆ ತರಲಾಯಿತು.

ಪಾಶ್ಚಾತ್ಯ ನಾಗರೀಕತೆಯನ್ನು ಅಳವಡಿಸಿಕೊಂಡ ಜಪಾನ್ ಸಬಲವಾದ ಕೇಂದ್ರೀಕೃತ ಸರ್ಕಾರವೊಂದನ್ನು ರಚಿಸಿಕೊಂಡಿತ್ತು. ಹೆಚ್ಚೂ ಕಡಿಮೆ ಸಮುರೈ ಸಮುದಾಯದಿಂದಲೇ ಬಂದ ಯುವಕರು ಈ ಬದಲಾವಣೆಯ ನೇತಾರರಾಗಿದ್ದರು. ಇವರಲ್ಲಿ ಬಹಳ ಪ್ರಮುಖರಾದವರು ಯಮಗತ, ಇಟಗಾಕಿ ಹಾಗೂ ಒಕೂಮ.

ಮೊದಲನೇ ಮಹಾಯುದ್ಧದಿಂದ ಎರಡನೇ ಮಹಾಯುದ್ಧದವರೆಗಿನ ಜಪಾನ್

ಜಪಾನಿಯರ ಸಾಮ್ರಾಜ್ಯವಾದ

ರಷ್ಯಾದ ಮೇಲೆ ತಾವು ಸಾಧಿಸಿದ ಜಯದ ಪರಿಣಾಮವಾಗಿ ದೂರ ಪೂರ್ವದಲ್ಲಿ ಜಪಾನ್ ಪರಮೋಚ್ಚ ಸ್ಥಾನವನ್ನು ಗಳಿಸಿತಲ್ಲದೆ ಯೂರೋಪಿನ ಸಾಮ್ರಾಜ್ಯಶಾಹಿಗಳು ನಡೆದ ಹಾದಿಯ ಮೇಲೆ ಹೆಜ್ಜೆ ಇಡಲು ಜಪಾನ್ ಮುಂದಾಯಿತು. ಚೀನಾದಲ್ಲಿ ಸೌಕರ್ಯಗಳನ್ನು ಗಳಿಸಿಕೊಳ್ಳಲು ಯೂರೋಪಿನ ದೇಶಗಳ ಜೊತೆ ಜಪಾನ್ ಸ್ಪರ್ಧಿಗಿಳಿಯಿತಲ್ಲದೆ, ಪೋರ್ಟ್ಸ್‌ಮೌತ್ ಒಪ್ಪಂದದಲ್ಲಿ ಗಳಿಸಿದ ಅನುಕೂಲತೆಗಳನ್ನು ದೃಢಪಡಿಸಿಕೊಳ್ಳಲು ಮುಂದಾಯಿತು. ಕೊರಿಯಾದಿಂದ ರಷ್ಯಾ ಹಿಂದೆಗೆಯುವಂತೆ ಮಾಡಲು ಯಶಸ್ವಿಯಾದ ಜಪಾನ್ ಕೊರಿಯಾದ ವ್ಯವಹಾರದಲ್ಲಿ ಮಧ್ಯೆ ತಲೆಹಾಕಲು ತೊಡಗಿ 1910ರಲ್ಲಿ ಆ ರಾಷ್ಟ್ರವನ್ನು ತನ್ನ ವಶಕ್ಕೆ ತೆಗೆದುಕೊಂಡಿತು. ಯೂರೋಪಿನ ಆಕ್ರಮಣಕಾರಿ ಶಕ್ತಿಗಳ ಅನುಭವವನ್ನು ಜಪಾನ್ ತನ್ನದಾಗಿಸಿಕೊಂಡುದರ ಕುರುಹು ಇದಾಗಿದೆ. ಯೂರೋಪಿಯನ್ ನಾಗರಿಕತೆಯ ಜೊತೆಗೆ ಜಪಾನ್ ಯೂರೋಪಿಯನ್ ಸಾಮ್ರಾಜ್ಯವಾದವನ್ನು ತನ್ನದಾಗಿಸಿಕೊಂಡಿತು.

1914-18ರ ಮಹಾಯುದ್ಧದಲ್ಲಿ ಜಪಾನ್ ತನ್ನ ಸಾಮ್ರಾಜ್ಯಶಾಹಿ ಮಹತ್ವಾಕಾಂಕ್ಷೆಯನ್ನು ಸಾಕ್ಷಾತ್ಕರಿಸಿಕೊಳ್ಳಲು ಅವಕಾಶ ಪಡೆಯಿತು. ಯೂರೋಪಿನ ಶಕ್ತಿಗಳು ನಿರ್ಮಿಸಿದ್ದ ಸನ್ನಿವೇಶದ ಪೂರ್ಣಲಾಭ ಪಡೆಯಲು ಜಪಾನ್ ಮುಂದಾಯಿತು; ಸಾಮಾನ್ಯವಾಗಿ ಏಷ್ಯಾದಲ್ಲಿ ಹಾಗೂ ವಿಶೇಷವಾಗಿ ಚೀನಾದಲ್ಲಿ ಜಪಾನ್ ತನ್ನ ಸ್ಥಾನವನ್ನು ಭದ್ರಪಡಿಸಿಕೊಂಡಿತು. ಬ್ರಿಟನ್ನಿನ

ಮಿತ್ರರಾಷ್ಟ್ರವಾಗಿ ಜಪಾನ್ ಕೈಗೊಂಡ ಮೊದಲನೇ ಕಾರ್ಯವೆಂದರೆ ಜರ್ಮನಿಯ ಮೇಲೆ ಯುದ್ಧ ಸಾರಿ ಕಿಯೊ–ಚಾ ಮತ್ತು ಜರ್ಮನ್ ರಿಯಾಯಿತಿಗಳನ್ನು ವಶಪಡಿಸಿಕೊಂಡದ್ದು. ಆ ಮೂಲಕ ಶಾಂಟುಂಗ್‌ನಲ್ಲಿ ಭದ್ರವಾಗಿ ಜಪಾನ್ ನೆಲೆಯೂರಿತು. ಮಿತ್ರರಾಷ್ಟ್ರಗಳ ಜೊತೆ ನಡೆಸಿದ ರಹಸ್ಯ ಒಪ್ಪಂದಗಳಲ್ಲಿ ಈ ವಲಯಗಳನ್ನು ನೀಡಲು ತೀರ್ಮಾನವಾಗಿತ್ತಲ್ಲದೆ ವರ್ಸೇಲ್ಸ್ ಒಪ್ಪಂದದಲ್ಲಿ ಖಂಡಿತವಾಗಿಯೂ ಜಪಾನ್‌ಗೆ ಇವು ದಕ್ಕಿದವು. ಮುಂದೆ 1915ರಲ್ಲಿ ಬೃಹತ್ ಪ್ರಮಾಣದ ಹೋರಾಟದಲ್ಲಿ ಪಾಶ್ಚಾತ್ಯ ಶಕ್ತಿಗಳು ಮಗ್ನವಾಗಿದ್ದು ದೂರ ಪೂರ್ವದ ವ್ಯವಹಾರಗಳ ಕಡೆ ಗಮನ ಕೊಡಲಾರದಂಥ ಸ್ಥಿತಿಯಲ್ಲಿ ಅವು ಇದ್ದ ಪರಿಣಾಮವಾಗಿ ಜಪಾನ್ ತನ್ನ ಸಾಮ್ರಾಜ್ಯಶಾಹಿಯ ಅತ್ಯಂತ ಕರಾಳ ಮುಖವನ್ನು ಪ್ರದರ್ಶಿಸಿತು. ಕೇವಲ ನಲವತ್ತೆಂಟು ಗಂಟೆಗಳ ಗಡುವು ನೀಡಿ ಚೀನಾದ ಮೇಲೆ ತನ್ನ ಪ್ರ(ಕು)ಖ್ಯಾತ 'ಇಪ್ಪತ್ತೊಂದು ಬೇಡಿಕೆ'ಗಳನ್ನು ವಿಧಿಸಿತು; ಇದರಿಂದ ಮಂಚೂರಿಯಾದ ಮೇಲೆ ಸಂಪೂರ್ಣವಾದ ಅಧಿಕಾರ ಸಿಕ್ಕಿತಷ್ಟೇ ಅಲ್ಲ ಇಡೀ ಚೀನಾದ ಮೇಲೆ ಒಂದು ರೀತಿಯ ಒಡೆತನವನ್ನು ಪಡೆದುಕೊಂಡಿತು. ಒಂದು ಬೇಡಿಕೆಯ ಪ್ರಕಾರ ಯಾವುದೇ ರಾಷ್ಟ್ರಕ್ಕೆ ಚೀನಾದ ಖಾರಿ ಪ್ರದೇಶ, ಬಂದರು ಮತ್ತು ತೀರ ಪ್ರದೇಶಗಳನ್ನು ನೀಡಬಾರದಾಗಿತ್ತು. ಬೇರೊಂದು ಮಾತಿನಲ್ಲಿ ಹೇಳುವುದಾದರೆ, ಯೂರೋಪಿನವರ ಪಾಲಿಗೆ ಚೀನಾ ದಕ್ಕದ ಹಾಗೆ ಮಾಡಿತು; ಜಪಾನ್ ಏಷ್ಯಾದವರಿಗೆ ಏಷ್ಯಾ ಎಂಬ ತತ್ವವನ್ನು ಪ್ರತಿಪಾದಿಸಿದ್ದರಿಂದ ಈ ತತ್ವವನ್ನು 'ಏಷ್ಯಾಟಿಕ್ ಮನ್ರೊ ಡಾಕ್ಟ್ರಿನ್' ಎಂದು ಕೂಡ ಕರೆಯಲಾಗುತ್ತದೆ. ಕಿಯೊ–ಚಾ ಮತ್ತು ಷಾಂಟುಂಗ್ ಪ್ರದೇಶಗಳಲ್ಲಿ ಜರ್ಮನಿ ಹೊಂದಿದ್ದ ಎಲ್ಲ ಅಧಿಕಾರವನ್ನು ಪಡೆಯಲು ಜಪಾನ್ ಉತ್ತರಾಧಿಕಾರ ಹೊಂದಿರುವುದಾಗಿ ವರ್ಸೇಲ್ಸ್ ಒಪ್ಪಂದ ಅಂಗಿಕರಿಸಿತು. ಹಾಗಾಗಿ ಅಮೆರಿಕ ಮತ್ತು ರಷ್ಯಾ ಎರಡೂ ದೇಶಗಳು ಜಪಾನಿನ ಉತ್ತರಾಧಿಕಾರತ್ವವನ್ನು ಅಂಗೀಕರಿಸುವ ಒತ್ತಡಕ್ಕೆ ಒಳಗಾದ ಸನ್ನಿವೇಶವು ಒಂದರ್ಥದಲ್ಲಿ ಜಪಾನ್ ಸಾಮ್ರಾಜ್ಯಶಾಹಿ ಇತಿಹಾಸದಲ್ಲಿ ಒಂದು ಮೈಲಿಗಲ್ಲಾಗಿದೆ. ದೂರ ಪೂರ್ವದ ಮೇಲೆ ಒಂದು ತರಹದ ತಾತ್ಕಾಲಿಕ ಯಜಮಾನ್ಯವನ್ನು ಸ್ಥಾಪಿಸಿದ್ದ ಜಪಾನ್ ರಾಜಕೀಯ (ಗುರುತ್ವ) ಧ್ರುವಬಿಂದುವನ್ನು ಅಟ್ಲಾಂಟಿಕ್‌ನಿಂದ ಪೆಸಿಫಿಕ್ ಕಡೆಗೆ ಪಲ್ಲಟಗೊಳಿಸಿತು ಎನ್ನಬೇಕು.

ಅಮೆರಿಕಾ ಮತ್ತು ಜಪಾನ್ ನಡುವಣ ಘರ್ಷಣೆ

ಕಮೊಡೊರ್ ಪೆರಿ ಜಪಾನ್ ದೇಶಕ್ಕೆ ಪ್ರವೇಶ ಕಲ್ಪಿಸಿದಾಗಿನಿಂದ ಅನೇಕ ವರ್ಷಗಳ ಕಾಲ ಅಮೆರಿಕ ಸಂಯುಕ್ತ ಸಂಸ್ಥಾನ ಹಾಗೂ ಜಪಾನ್ ದೇಶದ ನಡುವಿನ ಸಂಬಂಧ ಚೆನ್ನಾಗಿಯೇ ಇದ್ದಿತು. ದೂರ ಪೂರ್ವದಲ್ಲಿ ತನ್ನ ಅಧಿಪತ್ಯವನ್ನು ವಿಸ್ತರಿಸಿಬೇಕೆಂಬ ಮಹತ್ವಾಕಾಂಕ್ಷೆ ಅಮೆರಿಕಾಕ್ಕೆ ಇರಲಿಲ್ಲವಾದರೂ, ಆ ಕ್ಷೇತ್ರದಲ್ಲಿ 'ಮುಕ್ತದ್ವಾರ'ವನ್ನು ಕಾಪಾಡಿಕೊಳ್ಳಲು ಇಚ್ಛೆಪಟ್ಟಿತು. ಒಪ್ಪಂದಗಳ ಮೂಲಕ 'ಸುಂಕ ಪದ್ಧತಿ' ಕಲ್ಪಿಸಿದ ಹಕ್ಕುಗಳ ವಿನಾ ಬೇರೆ ವಿಶೇಷವಾದ ಹಕ್ಕುಗಳನ್ನಾಗಲೀ ಅಥವಾ ಇನ್ನಿತರೆ ಇಚ್ಛಾ ವಲಯಗಳನ್ನು ಗಳಿಸಲಾಗಲೀ ಜಪಾನ್ ಪ್ರಯತ್ನಿಸಿರಲಿಲ್ಲ. ಹಾಗಾಗಿ ಎರಡು ರಾಷ್ಟ್ರಗಳ ನಡುವಿನ ಉತ್ತಮ ಸಂಬಂಧವನ್ನು ಬಾಧಿಸುವಂಥ ಕಾರಣಗಳು ಇರಲಿಲ್ಲ. ಇದಕ್ಕೆ ವ್ಯತಿರಿಕ್ತವಾಗಿ, ಎರಡು ರಾಷ್ಟ್ರಗಳ ವ್ಯಾಪಾರದ ಪ್ರಮಾಣವನ್ನು ಹೆಚ್ಚಿಸುವುದರ ಮೂಲಕ ಪರಸ್ಪರ ಮಿತ್ರತ್ವ ವೃದ್ಧಿಯಾಯಿತು.

ಆದರೆ ರಷ್ಯಾ–ಜಪಾನ್ ಯುದ್ಧದ ನಂತರ ಎರಡೂ ದೇಶಗಳ ನಡುವೆ ಘರ್ಷಣೆ ಬೆಳೆಯುವಂಥ ಸಂದರ್ಭ ನಿರ್ಮಾಣವಾಯಿತು. ಮೊದಲನೇ ಮಹಾಯುದ್ಧದ ಸಮಯದಲ್ಲಿ ಅಮೆರಿಕದಲ್ಲಿ ತೀವ್ರ ರೀತಿಯಲ್ಲಿ ಜಪಾನ್–ವಿರೋಧಿ ಭಾವನೆಗಳು ತಲೆಯೆತ್ತತೊಡಗಿದವು. ಚೈನಾದ ಮೇಲೆ ಜಪಾನ್ ದಾಳಿ ಮಾಡಿದ್ದನ್ನು ಅಮೆರಿಕಾ ಖಂಡಿಸಿತಲ್ಲದೆ ಪ್ಯಾರಿಸ್‌ನಲ್ಲಿ ಜರುಗಿದ ಸಮಾವೇಶದಲ್ಲಿ ಷಾಂಟುಂಗ್‌ನಲ್ಲಿ ಆ ಮೊದಲು ಜರ್ಮನಿ ಹೊಂದಿದ್ದನ್ನು ಪಡೆಯುವ ಜಪಾನಿನ ಹಕ್ಕನ್ನೂ ನಿರಾಕರಿಸಿತು. ದೂರ ಪೂರ್ವದಲ್ಲಿ ಜಪಾನ್ ಪ್ರಬಲ ಶಕ್ತಿಯಾಗಿ ಹೊರಹೊಮ್ಮುತ್ತಿದ್ದ ಅಂಶವು ಸಾಮಾನ್ಯವಾಗಿ ಪಾಶ್ಚಾತ್ಯ ರಾಷ್ಟ್ರಗಳಿಗೆ ಹಾಗೂ ವಿಶೇಷವಾಗಿ ಅಮೆರಿಕಾಕ್ಕೆ ಸಹಿಸಲಾರದಂಥ ಸಂಗತಿಯಾಗಿತ್ತು. ಮೂವತ್ತು ವರ್ಷಗಳ ಕಾಲಾವಧಿಯಲ್ಲಿ ಯಶಸ್ವಿ ಯುದ್ಧಗಳನ್ನು ನಡೆಸಿದ್ದಂಥ ಜಪಾನ್ ಫಾರ್ಮೊಸಾದಲ್ಲಿ ಚೀನಾವನ್ನು, ಶಾಂಕ್ಲಿನ್ ಮತ್ತು ಮಂಚೂರಿಯಾದಲ್ಲಿ ರಷ್ಯಾವನ್ನು, ಹಾಗೂ ಷಾಂಟುಂಗ್‌ನಲ್ಲಿ ಜರ್ಮನಿಯನ್ನೂ ಪಲ್ಲಟಗೊಳಿಸಿ ಆ ಜಾಗಗಳನ್ನು ತಾನು ಆಕ್ರಮಿಸಿಕೊಂಡಿತ್ತು. ತನ್ನ ಅಧಿಕಾರವನ್ನು ಉಪಯೋಗಿಸಿ ತಾನು ಎಂದೂ ಒತ್ತಾಯಿಸುತ್ತಾ ಬಂದಿದ್ದ 'ಮುಕ್ತದ್ವಾರ' ನೀತಿಯನ್ನು ಜಪಾನ್ ಮುಕ್ತಾಯಗೊಳಿಸುವುದೆಂಬ ದಿಗಿಲು ಅಮೆರಿಕಾವನ್ನು ಕಾಡಿತ್ತು. ಚೀನಾದಲ್ಲಿ ಹೆಚ್ಚುತ್ತಿದ್ದ ಅಮೆರಿಕಾದ ವ್ಯಾಪಾರ ಹಾಗೂ ದೂರ ಪೂರ್ವದ ವ್ಯವಹಾರಗಳಲ್ಲಿ ಅಮೆರಿಕಾ ಹೆಚ್ಚು ಹೆಚ್ಚು ಭಾಗವಹಿಸುತ್ತಿದ್ದುದನ್ನು ಜಪಾನ್ ಕೊಂಚ ಅನುಮಾನದಿಂದಲೇ ಕಂಡಿತ್ತು.

ಪೆಸಿಫಿಕ್ ವಲಯದಲ್ಲಿ ಪ್ರಮುಖವಾದ ತಂತಿ ಕೇಂದ್ರ ಯಾಪ್ ದ್ವೀಪದಲ್ಲಿದೆ; ಈ ಯಾಪ್ ದ್ವೀಪವನ್ನು ಕುರಿತ ವ್ಯಾಜ್ಯವು ಜಪಾನ್ ಮತ್ತು ಸಂಯುಕ್ತ ಸಂಸ್ಥಾನದ ನಡುವೆ ನಡೆದ ಒಂದು ಒಪ್ಪಂದದ ಮೂಲಕ ಬಗೆಹರಿಯಿತು. ಲೀಗ್

ಆಫ್ ನೇಷನ್ಸ್‌ನ ತೀರ್ಮಾನದ ಪ್ರಕಾರ ಈ ದ್ವೀಪವು ಜಪಾನಿನ ಸುಪರ್ದಿಗೆ ಬಂದಿತ್ತು. ಚೀನಾದೊಂದಿಗೆ ಅಮೆರಿಕಾ ಸಂಪರ್ಕ ಸಾಧಿಸಲು ಯಾಪ್ ದ್ವೀಪವು ಪ್ರಧಾನವಾದ ತಂತಿ ವಾಹಿನಿಯಾಗಿರುವ ಕಾರಣ ದ್ವೀಪವನ್ನು ಅಂತರರಾಷ್ಟ್ರೀಯಗೊಳಿಸಬೇಕೆಂದು ಅಮೆರಿಕನ್ನರು ಪಟ್ಟುಹಿಡಿದರು. ತಂತಿ ವ್ಯವಸ್ಥೆಗೆ ಸಂಬಂಧಿಸಿದ ಎಲ್ಲ ವ್ಯವಹಾರಗಳಲ್ಲಿ ಜಪಾನಿನಷ್ಟೇ ಸೌಲಭ್ಯವನ್ನು ಅಮೆರಿಕಾ ಪಡೆದುಕೊಳ್ಳುವ ಹಕ್ಕು ಹೊಂದಿದೆ ಎಂದು ಘೋಷಿಸುವುದರ ಮೂಲಕ ಒಂದು ರಾಜೀಸೂತ್ರವನ್ನು ಕಂಡು ಹಿಡಿಯಲಾಯಿತು.

ವಾಷಿಂಗ್‌ಟನ್ ಸಮಾವೇಶದ ಪ್ರಾಮುಖ್ಯತೆ

ದೂರಪೂರ್ವವನ್ನು ಕುರಿತ ವಿಷಯವಾಗಿ ತಲೆಯೆತ್ತಿದ್ದ ಭಿನ್ನಾಭಿಪ್ರಾಯಗಳನ್ನು ವಾಷಿಂಗ್‌ಟನ್ ಸಮಾವೇಶವು ತಾತ್ಕಾಲಿಕವಾಗಿ ನಿವಾರಿಸಿತು. ತನಗೆ ಪ್ರಿಯವಾದ 'ಮುಕ್ತದ್ವಾರ' ನೀತಿಯ ಅಂಗೀಕಾರ ಹಾಗೂ ಆಂಗ್ಲೊ-ಜಪಾನ್ ಮೈತ್ರಿಕೂಟದ ಅಂತ್ಯವನ್ನು ಅಮೆರಿಕಾ ಖಚಿತಪಡಿಸಿಕೊಂಡಿತು. ಇದರಿಂದ ತಾತ್ಕಾಲಿಕವಾಗಿ ಅಮೆರಿಕಾದ ತಲೆನೋವು ಶಮನವಾಯಿತು. ಹೆಚ್ಚಿನ ನಷ್ಟದ ವಿರುದ್ಧ ಚೀನಾ ರಕ್ಷಿಸಲ್ಪಟ್ಟಿತು. ಷಾಂಟುಂಗ್ ಅನ್ನು ಮತ್ತೆ ಚೀನಾ ಪಡೆಯುವುದರ ಮೂಲಕ ತನ್ನ ಲಾಭವನ್ನು ಖಾತ್ರಿ ಪಡಿಸಿಕೊಂಡಿತು. ತನ್ನ ಚೀನಾದ ನೀತಿಯ ವಿಷಯದಲ್ಲಿ ಜಪಾನ್‌ಗೆ ಇದರಿಂದ ಕೊಂಚ ಹಿನ್ನಡೆಯುಂಟಾಯಿತು. ಈ ಸಮಾವೇಶದಲ್ಲಿ ಪ್ರಬಲ ಶಕ್ತಿಗಳು ಜಪಾನ್‌ನ ಬಗ್ಗೆ ಹೆಚ್ಚು ಗುಮಾನಿಯಿಂದ ನೋಡುವುದು ಸ್ಪಷ್ಟವಾಯಿತು. ಜಪಾನನ್ನು ಹದ್ದುಬಸ್ತಿನಲ್ಲಿ ಇಡುವಂಥ ಇಂಥ ಪ್ರಯತ್ನಗಳು ನಡೆದವಾದರೂ ಪೆಸಿಫಿಕ್ ವಲಯದಲ್ಲಿ ಅದು ದಿಗಿಲುಂಟು ಮಾಡುವ ಶಕ್ತಿಯಾಗಿಯೇ ಮುಂದುವರಿಯಿತು. ಈ ಸಮಾವೇಶವು ದೂರಪೂರ್ವದಲ್ಲಿ ಜಪಾನಿನ ಸಾಮರ್ಥ್ಯವನ್ನು ಅನುದ್ದಿಶ್ಯವಾಗಿ ವೃದ್ಧಿಗೊಳಿಸಿತು ಎನ್ನಬೇಕು. ಅದು ನಿಗದಿಗೊಳಿಸಿದ ನೌಕಾ ಅನುಪಾತ ಹಾಗೂ ಪೆಸಿಫಿಕ್ ದ್ವೀಪಗಳಲ್ಲಿ ಕೋಟೆಕಟ್ಟಿ ಭದ್ರಗೊಳಿಸಬಾರದೆಂಬ ಒಪ್ಪಂದದ ಮೂಲಕ ಜಪಾನ್ ತನ್ನ ಸಾಮ್ರಾಜ್ಯಶಾಹಿ ಹಿತಾಸಕ್ತಿಯನ್ನು ಕಾಪಾಡಿಕೊಂಡಿತು. ಜಪಾನ್ ಆಕ್ರಮಣಶೀಲತೆಯನ್ನು ಪ್ರದರ್ಶಿಸುವುದಾದರೆ ಪೆಸಿಫಿಕ್ ವಲಯದಲ್ಲಿ ಯಥಾಸ್ಥಿತಿಯನ್ನು ಕಾಪಾಡಿಕೊಳ್ಳುವುದು ಆಗಿನ ಪರಿಸ್ಥಿತಿಯಲ್ಲಿ ಕಷ್ಟವಾಗಿತ್ತು. ಜಪಾನಿನ ತದನಂತರದ ನೀತಿಯಿಂದ ಇದು ಸ್ಪಷ್ಟವಾಗುತ್ತದೆ.

ಚೀನಾದಲ್ಲಿ ಜಪಾನಿನ ನೀತಿ

1894ರ ಚೀನಾ-ಜಪಾನ್ ಯುದ್ಧಕಾಲದಲ್ಲಿ ಜಪಾನಿನ ಸಾಮ್ರಾಜ್ಯಶಾಹಿತ್ವ ಆರಂಭಗೊಂಡಿತು ಎನ್ನುವುದಾದರೆ, ದೂರಪೂರ್ವದಲ್ಲಿ ಜಪಾನ್ ಸ್ಥಾಪಿಸಿಕೊಂಡಿದ್ದ ಸ್ಥಾನವನ್ನು ವಾಷಿಂಗ್‌ಟನ್ ಸಮಾವೇಶ ಅಂಗೀಕರಿಸಿದ ಸಂದರ್ಭದಲ್ಲಿ ಕೊನೆಗೊಂಡಿತು ಎನ್ನಬಹುದು. ಜಪಾನ್ ರಷ್ಯಾದ ಮುನ್ನುಗ್ಗುವಿಕೆಯನ್ನು ತಡೆಗಟ್ಟುವುದರ ಜೊತೆಗೆ ಕೊರಿಯಾ ಮತ್ತು ದಕ್ಷಿಣ ಮಂಚೂರಿಯಾದಲ್ಲಿ ತನ್ನ ಸ್ಥಾನವನ್ನು ಭದ್ರಗೊಳಿಸಿಕೊಂಡಿತು. ಚೀನಾದಲ್ಲಿ ಜಪಾನಿಗೆ ಆರ್ಥಿಕವಾದ ಆಸಕ್ತಿ ಇದ್ದಿತಲ್ಲದೆ, ಕೆಲವು ಪೆಸಿಫಿಕ್ ದ್ವೀಪಗಳಲ್ಲಿ ಅಧಿಕಾರದ ಹಕ್ಕುಗಳನ್ನು ಗಳಿಸಿಕೊಂಡಿತ್ತು. ವಾಷಿಂಗ್‌ಟನ್ ಸಮಾವೇಶವಾದ ಹತ್ತುವರ್ಷಗಳ ತನಕವೂ ಜಪಾನ್ ಚೀನಾದ ಬಗ್ಗೆ ರಾಜೀಮಾರ್ಗವನ್ನೇ ಅನುಸರಿಸಿತ್ತು. ಶಾಂಟುಂಗ್ ಆಸ್ತಿಗಳನ್ನು ಚೀನಾಕ್ಕೆ ಒಪ್ಪಿಸಿತಲ್ಲದೆ ಉಗ್ರರೀತಿಯ ಪ್ರಚೋದನೆಗಳು ಬಂದಾಗ್ಯೂ ಜಪಾನ್ ಆಶ್ಚರ್ಯಕರವಾದ ರೀತಿಯಲ್ಲಿ ತಾಳ್ಮೆಯನ್ನು ಪ್ರದರ್ಶಿಸಿತು. ಜಪಾನಿನ ಸಮರಶೀಲ ನಾಯಕರಿಗೆ ಈ ಶಾಂತಿಯುತ ಮಾರ್ಗ ಸ್ಯೆರಣೆಯಾಗಲಿಲ್ಲ. ಅವರಿಗೆ ಚೀನಾದ ಮೇಲೆ ಜಪಾನ್ ಪ್ರಭಾವ ಹೊಂದಬೇಕೆಂಬ ಉತ್ಕಟೇಚ್ಛೆ ಇದ್ದಿತು. ಇವರ ಮಹತ್ವಾಕಾಂಕ್ಷೆಯು ಆರ್ಥಿಕ ಕಾರಣಗಳಿಂದ ಮತ್ತಷ್ಟು ಸದೃಢವಾಯಿತು-ತತ್ಫಲವಾಗಿ ಚೀನಾ ಚಕ್ರಾಧಿಪತ್ಯಕ್ಕೆ ಸೇರಿದ್ದ ಮಂಚೂರಿಯಾದ ಮೇಲೆ ಜಪಾನ್ ದಾಳಿ ನಡೆಸಿದಾಗ(1931) ಜಪಾನ್ ಸಾಮ್ರಾಜ್ಯಶಾಹಿಯ ಎರಡನೇ ಘಟ್ಟ ಪ್ರಾರಂಭವಾಯಿತು ಎನ್ನಬಹುದು.

ಮಂಚೂರಿಯಾದಲ್ಲಿ ಜಪಾನಿನ ನೀತಿ ಬಹುತೇಕ ಆರ್ಥಿಕವಾದ ಕಾರಣಗಳಿಂದ ಪ್ರೇರಿತವಾದದ್ದಾಗಿತ್ತು. ಒಂದು ವರ್ಷಕ್ಕೆ ಒಂದು ದಶಲಕ್ಷದಂತೆ ಜಪಾನಿನ ಜನಸಂಖ್ಯೆ ಬೆಳೆಯುತ್ತಿತ್ತಲ್ಲದೆ ಒಂದು ಶತಮಾನದ ಅವಧಿಯಲ್ಲಿ ದ್ವಿಗುಣಗೊಂಡಿತ್ತು. ಪರ್ವತಾವೃತವಾದ ದ್ವೀಪಗಳಲ್ಲಿ ವ್ಯವಸಾಯ ಯೋಗ್ಯ ಭೂಮಿ ಅಧಿಕವಾಗಿರದೆ ಹೆಚ್ಚುತ್ತಿದ್ದ ಜನಸ್ತೋಮಕ್ಕೆ ಸಾಕಷ್ಟು ಆಹಾರ ದಕ್ಕಿಸಿಕೊಳ್ಳದಂಥ ಪರಿಸ್ಥಿತಿ ನಿರ್ಮಾಣವಾಗಿತ್ತು. ಕೇವಲ ಕೈಗಾರಿಕಾ ಉತ್ಪನ್ನಗಳಿಂದ ಮಾತ್ರ ಆಧಾರವನ್ನು ಒದಗಿಸಿಕೊಳ್ಳುವ ಸ್ಥಿತಿಯಲ್ಲಿ ಜಪಾನ್ ಇದ್ದಿತು; ಆದರೆ ಕೈಗಾರಿಕೆಗೆ ಅತ್ಯಗತ್ಯವಾಗಿ ಬೇಕಾಗಿದ್ದಂಥ ಕಲ್ಲಿದ್ದಲು, ಕಬ್ಬಿಣ ಮತ್ತು ಇತರ ಕಚ್ಚಾ ಪದಾರ್ಥಗಳು ಸಾಕಷ್ಟು ಪ್ರಮಾಣದಲ್ಲಿ ಇರಲಿಲ್ಲ. ಈ ತೊಂದರೆಯನ್ನು ಹೆಚ್ಚಿಸುವಂತೆ 1924ರ ತನ್ನ ಹೊಸ ವಲಸೆ ಕಾನೂನಿನ ಪ್ರಕಾರ ಅಮೆರಿಕಾ ಏಷ್ಯನ್ನರಿಗೆ ಪ್ರವೇಶವನ್ನು ನಿರ್ಬಂಧಿಸಿತು. ಜಪಾನ್ ದೇಶದ ಮಟ್ಟಿಗಂತೂ ಇದು

ಅತ್ಯಂತ ಅವಮಾನಕರ ಬೆಳವಣಿಗೆಯಾಗಿತ್ತು. ಹೆಚ್ಚುತ್ತಿದ್ದ ತನ್ನ ಕೈಗಾರಿಕಾ ಉತ್ಪನ್ನಗಳನ್ನು ಮಾರಾಟ ಮಾಡಲು ಜಪಾನಿಗೆ ವಿದೇಶಿ ಮಾರುಕಟ್ಟೆಗಳ ಅವಶ್ಯಕತೆ ಇದ್ದಿತು; ಜನಸ್ತೋಮವು ಬಡತನದಲ್ಲಿ ಬದುಕುತ್ತಿದ್ದ ಕಾರಣ ಈ ಉತ್ಪನ್ನಗಳನ್ನು ಅವರು ಕೊಳ್ಳುವ ಸ್ಥಿತಿಯಲ್ಲಿರಲಿಲ್ಲ. ಬದುಕುಳಿಯಬೇಕಾದರೆ ಜಪಾನ್ ವಿಸ್ತರಿಸಬೇಕಾದ ಒತ್ತಡವಿದ್ದೆ ಇತ್ತು. ಯಾವ ದೇಶದ ಜಾಗವನ್ನು ಆಕ್ರಮಿಸುವುದು ಮತ್ತು ಯಾರ ಸೋಲಿನ ಆಧಾರದ ಮೇಲೆ? ಜಪಾನಿನ ಸಮಸ್ಯೆಯ ಕೇಂದ್ರ ಇದಾಗಿತ್ತು. ಜಪಾನಿನ ಅತ್ಯಂತ ಅವಶ್ಯಕವಾಗಿದ್ದ ಕಲ್ಲಿದ್ದಲು ಹಾಗೂ ಕಬ್ಬಿಣ ಮಂಚೂರಿಯಾದಲ್ಲಿ ಯಥೇಚ್ಛವಾಗಿ ಲಭ್ಯವಿತ್ತು ಹಾಗೆಯೇ ಜಪಾನಿನಲ್ಲಿ ಹೆಚ್ಚಿದ್ದ ಜನಸಂಖ್ಯೆಯನ್ನು ಒಳಗೊಳ್ಳಲು ಮಂಚೂರಿಯಾ ತಕ್ಕ ಸ್ಥಳವಾಗಿ ಕೂಡ ಕಂಡಿತ್ತು. ವಿಶೇಷವಾಗಿ ಜವಳಿ ಹಾಗೂ ಇತರ ಹಗುರ ಕೈಗಾರಿಕೋತ್ಪನ್ನಗಳ ವಿಷಯದಲ್ಲಿ ಅಪಾರ ಜನಸಂಖ್ಯೆ ಹೊಂದಿದ್ದ ಚೀನಾ ಅಗತ್ಯವಾದ ಮಾರುಕಟ್ಟೆಯನ್ನು ಒದಗಿಸುವುದರಲ್ಲಿ ಅನುಮಾನವಿರಲಿಲ್ಲ. ಪ್ರಧಾನವಾಗಿ ಕಚ್ಚಾವಸ್ತು ಹಾಗೂ ಮಾರುಕಟ್ಟೆಯನ್ನು ಒಳಗೊಂಡ ಆರ್ಥಿಕವಾದ ಒತ್ತಡದ ಪರಿಣಾಮವಾಗಿ ಜಪಾನ್ ಸಾಮ್ರಾಜ್ಯಶಾಹಿ ವಿಸ್ತರಣೆಗೆ ತುಡಿಯಲು ಕಾರಣವಾಯಿತು. ತುರ್ತಾಗಿ ಪರಿಹಾರಬೇಡುವ ತನ್ನ ಆರ್ಥಿಕ ಸಮಸ್ಯೆಗಳನ್ನು ನಿವಾರಿಸಿಕೊಳ್ಳುವ ದಿಶೆಯಲ್ಲಿ ಜಪಾನ್ ಕೈಗಾರಿಕೆ ಮತ್ತು ವಾಣಿಜ್ಯವನ್ನು ವಿಸ್ತರಿಸುವ ನೀತಿಯನ್ನು ಅನುಸರಿಸಿತು. ಹಾಗೂ ಈ ನೀತಿಯ ನಿಷ್ಠುರ ತರ್ಕದ ಪರಿಣಾಮವಾಗಿ ಜಪಾನ್ ಸಾಮ್ರಾಜ್ಯಶಾಹಿ ಪಥವನ್ನ ತುಳಿಯುವುದು ಅನಿವಾರ್ಯವಾಯಿತು.

ಮಂಚುಕುವೋ ನಾಮಕಾವಸ್ತೆ ರಾಜ್ಯವನ್ನು ಸ್ಥಾಪಿಸುವುದರ ಮೂಲಕ ಚೀನಾದ ಮುಖ್ಯನಾಡಿನ ಮೇಲಿನ ತನ್ನ ಆಕ್ರಮಣಕ್ಕೆ ಜಪಾನ್ ನಾಂದಿ ಹಾಡಿತು. ಜಪಾನ್ ಚೀನಾದ ಉತ್ತರದ ಭಾಗಗಳ ಮೇಲೆ ತನ್ನ ಯಜಮಾನ್ಯವನ್ನು ಸ್ಥಾಪಿಸಿದ ಹೊರತು ಮಂಚುಕುವೊದ ಭದ್ರತೆ ಅನಿಶ್ಚಿತವಾಗಿರುವುದೆಂದು ಜಪಾನಿನ ಮಿಲಿಟರಿ ನಾಯಕರು ಆಲೋಚಿಸಿದರು. ಹಾಗಾಗಿ, ರಾಷ್ಟ್ರವಾದಿ ಚೀನಾದಿಂದ ಉತ್ತರದ ಪ್ರಾಂತ್ಯಗಳನ್ನು ಪ್ರತ್ಯೇಕಗೊಳಿಸುವಂಥ ಸ್ವಾಯತ್ತತಾ ಚಳವಳಿಯನ್ನು ಹುಟ್ಟುಹಾಕಲು ಯೋಜಿಸಿದರು. ಅಂತೆಯೇ, 1935ರಲ್ಲಿ ಪೂರ್ವ ಹೊಪೆ ಸ್ವಾಯತ್ತತಾ ಮಂಡಳಿಯ ಆಶ್ರಯದಲ್ಲಿ ಹೊಪೆಯ ಪೂರ್ವಭಾಗವನ್ನು ಸ್ವಾಯತ್ತ ಪ್ರಾಂತ್ಯವೆಂದು ಸ್ಥಾಪಿಸುವುದರಲ್ಲಿ ಅವರು ಯಶಸ್ವಿಯಾದರು. ಈ ಹೊಸ ಅಧಿಕಾರವರ್ಗದಲ್ಲಿ ಬಹುತೇಕ ಜಪಾನಿನ ಮಿಲಿಟರಿ ಅಧಿಕಾರಿಗಳು ಸೇರ್ಪಡೆಯಾಗಿದ್ದರು. ಹೊಪೆ ಚಹಾರ್ ರಾಜಕೀಯ ಮಂಡಳಿಯ ಆಶ್ರಯದಲ್ಲಿ ಹೊಪೆಯ ಉಳಿದ ಭಾಗಗಳನ್ನು ಚಹಾರ್ ಪ್ರಾಂತ್ಯದೊಡನೆ ವಿಲೀನಗೊಳಿಸಲು ಇನ್ನೊಂದು ಅರೆ-ಸ್ವಾಯತ್ತ ಪ್ರಾಧಿಕಾರ ಅಸ್ತಿತ್ವಕ್ಕೆ ಬಂದಿತು ಆದರೆ ಪೂರ್ವ ಹೊಪೆ ಪ್ರಾಂತ್ಯವು ಜಪಾನಿನ ನಿಯಂತ್ರಣದಲ್ಲಿದ್ದ ರೀತಿಯಲ್ಲಿ ಈ ಭಾಗವು ಒಳಪಡಲಿಲ್ಲ. ಈ ಪ್ರಾಂತ್ಯಗಳ ಮೇಲೆ ಜಪಾನ್ ನಿಯಂತ್ರಣ ಸ್ಥಾಪಿಸಿದ ಪರಿಣಾಮವಾಗಿ ರಾಷ್ಟ್ರವಾದೀ ಚೀನಾಕ್ಕೆ ಜಪಾನಿನ ವಸ್ತುಗಳ ಕಳ್ಳಸಾಗಣೆ ಅತ್ಯಂತ ಅಧಿಕಗೊಂಡಿತು. ಈ ಬಗೆಯ ಕಳ್ಳಸಾಗಣೆಯಿಂದ ಚೀನಾ ಅಪಾರವಾಗಿ ಸುಂಕವನ್ನು ಕಳೆದುಕೊಳ್ಳಬೇಕಾಯಿತು.

ಉತ್ತರ ಚೀನಾದಲ್ಲಿ ಜಪಾನ್ ಅನುಸರಿಸಿದ ನೀತಿಯು ಮಂಚುಕುವೊದಲ್ಲಿ ಬಹಳ ಯಶಸ್ವಿಯಾಗಿ ಅಳವಡಿಸಿದ್ದ ನೀತಿಯನ್ನೇ ಬಹುತೇಕ ಹೋಲುತ್ತಿತ್ತು. ಭೂ ಪ್ರದೇಶಗಳನ್ನು ಸೇರಿಸಿಕೊಳ್ಳುವ ಬದಲು ತನ್ನ ನಿಯಂತ್ರಣಕ್ಕೆ ಸುಲಭವಾಗಿ ಒಗ್ಗುವಂಥ ನಾಮಕಾವಸ್ತೆ ಸರ್ಕಾರಗಳನ್ನು ನೇಮಿಸುವ ಪರಿಪಾಠ ಪ್ರಾರಂಭಿಸಿತು. ಒಳ ಮಂಗೋಲಿಯಾ ಹಾಗೂ ಈಶಾನ್ಯ ಚೀನಾವನ್ನು ನಿಯಂತ್ರಿಸುವ ಯೋಜನೆಯಲ್ಲಿ ಆರ್ಥಿಕ ಹಾಗೂ ಸೇನಾ ಸೌಕರ್ಯದ ಆದ್ಯತೆಗಳು ಕೆಲಸ ಮಾಡಿರುವುದನ್ನು ಕಾಣಬಹುದು. ಮಿಲಿಟರಿ ದೃಷ್ಟಿಕೋನವನ್ನು ಗಮನಿಸುವಾಗ ರಷ್ಯಾದ ಆಕ್ರಮಣದ ವಿರುದ್ಧ ರಕ್ಷಣೆ ನೀಡುವಂಥ ಕಾಪುತಡೆಗಳನ್ನು ರಾಜ್ಯಗಳಲ್ಲಿ ನಿರ್ಮಿಸಿ ಚೀನಾಕ್ಕೆ ರಷ್ಯಾದಿಂದ ಸಹಾಯ ಸರಬರಾಜಾಗದಂತೆ ನೋಡಿಕೊಳ್ಳುವ ಉದ್ದೇಶ ಕಂಡುಬರುತ್ತದೆ. ಆರ್ಥಿಕವಾಗಿ ಉತ್ತರದ ಪ್ರಾಂತ್ಯಗಳು ಜಪಾನಿನ ಬಂಡವಾಳ ಹೂಡಿಕೆಗೆ ಬಹಳ ಫಲವತ್ತಾದ ತಾಣಗಳಾಗಿದ್ದು ಜಪಾನಿನ ಆರ್ಥಿಕ ಸಮಸ್ಯೆಗಳನ್ನು ಬಹುತೇಕ ನಿವಾರಿಸಲು ಸಹಾಯಕವಾಗಬಹುದೆಂದು ಲೆಕ್ಕಹಾಕಲಾಗಿತ್ತು. ಆದರೆ ಈ ಮಂಚುಕೊವೊ ಪ್ರಯೋಗದ ಮೂಲಕ ತಾನು ಗಳಿಸಬಹುದೆಂದು ತಿಳಿದಿದ್ದ ಪ್ರಮಾಣದಲ್ಲಿ ಜಪಾನ್ ಲಾಭ ಸಂಪಾದಿಸಲಾಗಲಿಲ್ಲವೆಂಬುದನ್ನು ನೆನೆಯಬೇಕು. ಆಂತರಿಕ ತೊಂದರೆಗಳಿಂದ ಹೊಸ ಸರ್ಕಾರವನ್ನು ರಕ್ಷಿಸಲು ಮತ್ತು ಆರಕ್ಷಿಸಲು ಅಪಾರ ಪ್ರಮಾಣದ ವೆಚ್ಚ ತಗುಲಿತು. ಹಾಗಾಗಿ ಜಪಾನಿನ ಮಿಲಿಟರಿ ನಾಯಕರ ಕಣ್ಣಿಗೆ ಚೀನಾವು ಬಹಳ ಫಲವತ್ತಾದ ಜಾಗವಾಗಿ ಗೋಚರಿಸತೊಡಗಿತು.

ಯುದ್ಧಾತುರತೆಯ ಉತ್ಕರ್ಷ

ಇಪ್ಪತ್ತನೆಯ ಶತಮಾನದ ಮೂರನೇ ದಶಕದಲ್ಲಿ ಜಪಾನಿನ ಸರ್ಕಾರ ಹೆಚ್ಚು ಹೆಚ್ಚು ಯುದ್ಧಾತುರದ ಪ್ರಭಾವಕ್ಕೆ ಒಳಗಾಯಿತು. ಈಗಾಗಲೇ ಗಮನಿಸಿದಂತೆ ಟೋಕಿಯೋದಿಂದ ಪರವಾನಗಿಯನ್ನು ಪಡೆಯದೆಯೇ ಕ್ವಾಂಟಂಗ್‌ನ ಸೇನಾ

ನಾಯಕರು ಮಂಚೂರಿಯನ್ ಸಾಹಸವನ್ನು ಪ್ರಾರಂಭಿಸಿದರು. ಹಾಗಾಗಿ ಸೇನಾನಾಯಕರ ಕ್ರಿಯೆಗೆ ಸರ್ಕಾರ ಜವಾಬ್ದಾರಿ ಹೊರಬೇಕಾದ ಒತ್ತಡಕ್ಕೆ ಒಳಗಾಯಿತು. ಸೈನ್ಯದಲ್ಲಿದ್ದ ತೀವ್ರಗಾಮಿಗಳು ಸರ್ಕಾರದ ಪಕ್ಷ ವ್ಯವಸ್ಥೆಯನ್ನು ರದ್ದುಗೊಳಿಸಿ ಬಂಡವಾಳಶಾಹಿಗಳ ಪ್ರಭಾವವನ್ನು ದುರ್ಬಲಗೊಳಿಸಲು ಅಪೇಕ್ಷಿಸಿದರು. ಪಾಶ್ಚಾತ್ಯ ಬಂಡವಾಳಶಾಹಿ ಹಾಗೂ ಸಂಸತ್ ವ್ಯವಸ್ಥೆಯನ್ನು ಅಳವಡಿಸಿಕೊಳ್ಳುವುದರ ಮೂಲಕ ಜಪಾನ್ ದುರಂತಮಯವಾದ ತಪ್ಪೊಂದನ್ನು ಎಸಗಿತೆಂದು ಅವರಲ್ಲಿ ಅನೇಕರು ನಂಬಿದರು; ಹಾಗಾಗಿ ನಿರ್ಲಿಪ್ತ ಸೇನಾನಾಯಕರು ಆಂತರಿಕ ರಾಜಕೀಯ ಅಧಿಕಾರವನ್ನು ಹೊಂದುವ ವ್ಯವಸ್ಥೆಯನ್ನು ಅವರು ಪುರಸ್ಕರಿಸಿದರು. ಜಪಾನಿನ ಆರ್ಥಿಕ ಸಂಕಷ್ಟವನ್ನು ಪರಿಹರಿಸಲು ಹಾಗೂ ಆ ದೇಶದ ರಾಷ್ಟ್ರೀಯ ಪ್ರತಿಷ್ಠೆಯನ್ನು ಹೆಚ್ಚಿಸಿಕೊಳ್ಳಲು ಚೀನಾದ ವಿಸ್ತರಣಾ ನೀತಿಯನ್ನು ಹೆಚ್ಚು ಕ್ರಿಯಾಶೀಲವಾಗಿ ಅನುಷ್ಠಾನಗೊಳಿಸಬೇಕೆಂದು ತೀವ್ರಗಾಮಿಗಳು ಒತ್ತಾಯಿಸಿದರು. ಜನರ ಸೈನಿಕ ಇಚ್ಛೆಯನ್ನು ಬಲಪಡಿಸುವುದಕ್ಕಾಗಿ ಮತ್ತು ಸೇನಾ ನಾಯಕರಿಗೆ ಅಧಿಕಾರವನ್ನು ಹಸ್ತಾಂತರ ಮಾಡುವತ್ತ ಪ್ರಚಾರ ಮಾಡುವುದಕ್ಕಾಗಿ ಹಲವು ರಾಷ್ಟ್ರಪ್ರೇಮಿ ಸಂಘಗಳು ಸ್ಥಾಪನೆಗೊಂಡವು. ಇವುಗಳಲ್ಲಿ ಅನೇಕ ಸಂಘಗಳು ಭಯೋತ್ಪಾದನಾ ವಿಧಾನಗಳನ್ನೂ ಮುಂದಿಟ್ಟವು. ಇದರ ಫಲಿತಾಂಶವೆಂದರೆ ಲೆಕ್ಕವಿಲ್ಲದಷ್ಟು ರಾಜಕೀಯ ಹತ್ಯೆಗಳಾದವು. 1932ರಲ್ಲಿ ಪೂರ್ವದ ಅರ್ಥಸಚಿವ ಇನ್ನೋಯೆರವರ ಕೊಲೆಯಾಯಿತು. ಇದರ ಬೆನ್ನ ಹಿಂದೆಯೇ ಮಿಟ್ಸುಗಳ ನಾಯಕನ ಕೊಲೆಯಾಯಿತು. ಕಡೆಗೆ ಪ್ರಧಾನಮಂತ್ರಿಯೇ ಬಲಿಯಾದರು. ಕೊಲೆಗಡುಕರ ವಿರುದ್ಧ ಜನರು ಹೆಚ್ಚು ಕ್ರೋಧವನ್ನೇನೂ ಪ್ರಕಟಿಸಲಿಲ್ಲ; ಅವರಿಗೆ ಅಲ್ಪ ಪ್ರಮಾಣದ ಶಿಕ್ಷೆಯನ್ನು ವಿಧಿಸಲಾಯಿತು. ಸ್ಪಷ್ಟವಾಗಿ ಜಪಾನ್ ಸೈನಿಕ ಶೈಲಿಯ ಫ್ಯಾಸಿಸಂನ ಕಡೆ ವಾಲುತ್ತಿತ್ತು. 1936ರಲ್ಲಿ ಹೆಚ್ಚು ರಂಜನೀಯವಾದ ರೀತಿಯಲ್ಲಿ ಕೊಲೆಗಳಾದವು. ಕ್ಯಾಪ್ಟನ್‌ಗಳು ಹಾಗೂ ಲೆಫ್ಟಿನೆಂಟುಗಳ ನಾಯಕತ್ವದಲ್ಲಿ ಸಾವಿರಾರು ಮಂದಿ ಸೈನಿಕರು ಟೋಕಿಯೋದ ಆಯಕಟ್ಟಿನ ಸ್ಥಳದಲ್ಲಿದ್ದಂಥ ಸಂಸದರ ಮನೆಗಳ ಮೇಲೆ ಮುತ್ತಿಗೆ ಹಾಕಿದರು. ಅಷ್ಟೇ ಅಲ್ಲ ದುರ್ಬಲವಾದ ವಿದೇಶೀ ನೀತಿಗೆ ಕಾರಣರಾಗಿ ಆಡಳಿತವನ್ನು ನಿರ್ವೀರ್ಯಗೊಳಿಸಿದರೆಂದು ತಾವು ತಿಳಿದಿದ್ದ ಅನೇಕ ಉನ್ನತ ಅಧಿಕಾರಿಗಳನ್ನು ಕೊಂದರು. ಈ ಘಟನೆಯಿಂದ ಎಚ್ಚೆತ್ತುಗೊಂಡ ಸರ್ಕಾರ ಸೈನಿಕರು ಇಚ್ಛೆಪಟ್ಟಿದ್ದ ಮಾದರಿಯ ಹೆಚ್ಚು ಸಕಾರಾತ್ಮಕವಾದ ವಿದೇಶೀ ನೀತಿಯನ್ನು ಅಳವಡಿಸಿಕೊಂಡಿತು.

ಶಿಂಟೊ ಜನಾಂಗವು ಉದ್ದೀಪನಗೊಳಿಸಿದ ಉತ್ಕಟ ರಾಷ್ಟ್ರಪ್ರೇಮದ ಮಾದರಿಯಿಂದ ಜಪಾನಿನ ಸೈನಿಕವಾದ ಕಣ್ಣೊಡೆದದ್ದೆಂದು ತಿಳಿಯಬಹುದಾಗಿದೆ. ಮೂಲತಃ ಶಿಂಟೋವಾದ ಎಂಬುದು ಪೂರ್ವಿಕರ ಆರಾಧನೆಯ ವ್ಯವಸ್ಥೆಯಾಗಿದೆ. ಆದರೆ ಚಕ್ರವರ್ತಿ ಸದನ ಹಾಗೂ ಪ್ರಭುತ್ವದ ಆರಾಧನೆಯನ್ನು ಉದ್ದೀಪನಗೊಳಿಸಲು ಅದನ್ನು ಉಪಯೋಗಿಸಲಾಯಿತು. ಹಾಗಾಗಿ ಒಂದು ರಾಷ್ಟ್ರ ಹಾಗೂ ಅದನ್ನಾಳುವ ಪ್ರಭುಗಳು ದೈವಿಕ ಮೂಲದವರೆಂಬ ನಂಬಿಕೆಯ ಆಧಾರದ ಮೇಲೆ ಉತ್ಕಟವಾದ ರಾಷ್ಟ್ರಪ್ರೇಮವೆಂಬ ಕಲ್ಪನೆಯನ್ನು ನಿರ್ಮಿಸಲಾಗಿದೆ. ಉಳಿದ ಎಲ್ಲ ಜನರಿಗಿಂತ ತಾವು ಶ್ರೇಷ್ಠರೆಂಬ ಉತ್ಪ್ರೇಕ್ಷಾ ಭಾವನೆಯನ್ನು ನೀಡುವುದು ಶಿಂಟೋ ತಿಳುವಳಿಕೆಯ ಮೂಲದಲ್ಲಿರುವುದನ್ನು ನಾವು ಕಾಣಬಹುದಾಗಿದೆ.

ದೂರಪೂರ್ವದ ಮೇಲೆ ಅಧಿಕಾರ ಸ್ಥಾಪಿಸುವಲ್ಲಿ ಜಪಾನ್‌ನ ಪ್ರಯತ್ನ

ಪೂರ್ವ ಏಷ್ಯಾದಲ್ಲಿ "ಹೊಸ ವ್ಯವಸ್ಥೆ"

ಮಂಚೂರಿಯಾವನ್ನು ಗೆದ್ದ ನಂತರ ಜಪಾನಿನ ಸಾಮ್ರಾಜ್ಯಶಾಹೀ ಕಲ್ಪನೆ ವಿಸ್ತಾರವಾಗತೊಡಗಿತು. ಎಲ್ಲರ ಒಳಿತಿಗಾಗಿ ತಾನು ಸಂಪೂರ್ಣವಾಗಿ ಪ್ರಭುತ್ವ ಸಾಧಿಸಬೇಕೆಂದು ತಿಳಿದ ಜಪಾನ್ ದೂರಪೂರ್ವದ ಮೇಲಿನ ತನ್ನ ಮೇಲ್ಮೆಯ ಬಗ್ಗೆ ಕನಸು ಕಾಣತೊಡಗಿತು. ಇದನ್ನೇ ಜಪಾನ್ 'ಹೊಸ ವ್ಯವಸ್ಥೆ' ಎಂದು ಕರೆದದ್ದು. ಮುಂದೆ ಇದೇ ಯೋಜನೆಯನ್ನು ಜಪಾನ್ 'ಸಹ–ಅಭಿವೃದ್ಧಿ ವಲಯ'ವೆಂದು ಭಿನ್ನವಾಗಿ ನಾಮಕರಣ ಮಾಡಿತು. ಈ 'ಹೊಸ ವ್ಯವಸ್ಥೆ'ಯ ಮೂಲಕ ಪೂರ್ವ ಏಷ್ಯಾದ ಉದ್ದಗಲಕ್ಕೂ ಆರ್ಥಿಕ ವ್ಯವಸ್ಥೆಯೊಂದನ್ನು ನಿರ್ಮಿಸಿ ತನ್ಮೂಲಕ ಸಂಪೂರ್ಣ ನಿಯಂತ್ರಣ ಸಾಧಿಸುವ ಹುನ್ನಾರ ಜಪಾನಿನದಾಗಿತ್ತು. ಜಪಾನ್ ಮಂಚುಕುವೊ ಹಾಗೂ ಚೀನಾವನ್ನು ಆರ್ಥಿಕವಾಗಿ ಸ್ವಯಂ ಶಕ್ತಿಪೂರ್ಣ ವಲಯಗಳೆಂದು ನಿರ್ಮಿಸಿ ಆ ಪ್ರದೇಶಗಳಿಂದ ಯೂರೋಪಿಯನ್ ರಾಷ್ಟ್ರಗಳ ಶೋಷಣೆಯನ್ನು ನಿವಾರಿಸುವುದು ಉದ್ದೇಶವಾಗಿತ್ತು. ವಿದೇಶೀ ವ್ಯಾಪಾರಕ್ಕೆ ಬಾಗಿಲನ್ನು ಮುಚ್ಚುವುದರಿಂದ ಚೀನಾದಲ್ಲಿ ಪಾಶ್ಚಾತ್ಯ ಸಾಮ್ರಾಜ್ಯಶಾಹಿಯನ್ನು ನಿರ್ನಾಮ ಮಾಡುವ ಯೋಜನೆಯಿತ್ತು. ಈ ಕಾರ್ಯಕ್ರಮದ ಮತ್ತೊಂದು ಅಂಶವೆಂದರೆ ಜಪಾನ್‌ನೊಡನೆ 'ಸಹಕಾರ' ನೀಡುವಂಥ ಕೈಗೊಂಬೆ ಸರ್ಕಾರಗಳನ್ನು ಸ್ಥಾಪಿಸುವುದು. ಇದರ ಫಲವಾಗಿ ಜಪಾನನ್ನು ವಿರೋಧಿಸಿದಂಥ ಚಿಯಾಂಗ್ ಕೈಷೇಕ್ ಸರ್ಕಾರವನ್ನು ರದ್ದುಗೊಳಿಸಿ ತನ್ನೊಡನೆ ಸಹಕರಿಸಲು ಮುಂದಾಗುವ ಸರ್ಕಾರವನ್ನು ಅದರ ಜಾಗದಲ್ಲಿ

ಸ್ಥಾಪಿಸುವುದು ಯೋಜನೆಯಾಗಿತ್ತು. ಹಾಗೆಯೇ ಹೊಸ ವ್ಯವಸ್ಥೆಯು ಲೇಕ್ ಬೈಕಲ್‌ನ ಪೂರ್ವಕ್ಕೆ ಸೇರಿದ ಪ್ರಾಂತ್ಯಗಳಲ್ಲಿ ರಷ್ಯಾದ ಪ್ರಭಾವ ಇರದಂತೆ ನೋಡಿಕೊಳ್ಳುವುದರ ಬಗ್ಗೆ ಆಲೋಚನೆ ನಡೆಸಿತು. ಜಪಾನ್ ಯೋಜಿಸಿದ ಮಾರ್ಗದ ಅನುಸಾರವಾಗಿ ಚೀನಾ–ಜಪಾನ್ ಸಹಕಾರ ತಂತ್ರದ ಮೂಲಕ ಈ ಎಲ್ಲ ಹುನ್ನಾರಗಳನ್ನು ನೆರವೇರಿಸಲು ತೀರ್ಮಾನವಾಗಿತ್ತು. ಮುತ್ಸದ್ದಿ ಪರಿಭಾಷೆಯನ್ನು ಬದಿಗಿಟ್ಟು ನೇರವಾಗಿ ಹೇಳುವುದಾದರೆ, ಪಾಶ್ಚಾತ್ಯ ಅಧಿಕಾರದ ಜಾಗದಲ್ಲಿ ಜಪಾನಿನ ಸಾಮ್ರಾಜ್ಯಶಾಹಿಯನ್ನು ಸ್ಥಾಪಿಸುವುದು ಈ ಯೋಜನೆಯಾಗಿತ್ತು.

ಎರಡನೇ ಚೀನಾ–ಜಪಾನ್ ಯುದ್ಧ

ಚೀನಾದ ಮೇಲೆ ಇಡಿಯಾಗಿ ತನ್ನ ಪ್ರಾಬಲ್ಯವನ್ನು ಸ್ಥಾಪಿಸಬೇಕೆಂದು ಜಪಾನ್ ಉತ್ತೇಜನಗೊಳ್ಳಲು ಕಾರಣ ಅದರ 1931–32ರ ಮಂಚೂರಿಯನ್ ಸಾಹಸ. ಬಹಳ ಸುಲಭವಾಗಿ ಆ ಪ್ರಾಂತ್ಯವನ್ನು ವಶಪಡಿಸಿಕೊಂಡ ಪರಿಣಾಮವಾಗಿ ಜಪಾನಿನ ಆಕ್ರಮಣಶೀಲತೆಗೆ ಕುಮ್ಮಕ್ಕು ದೊರೆಯಿತು. ಮಂಚೂರಿಯಾವನ್ನು ವಶದಲ್ಲಿಟ್ಟುಕೊಳ್ಳಲು ಇಡಿಯಾಗಿ ಚೀನಾವನ್ನು ನಿಯಂತ್ರಣ ಮಾಡುವುದು ಇಲ್ಲವೇ ಮಂಚುಕವೊನಲ್ಲಿ ಸ್ಥಾಪಿಸಿದ್ದ ಸರ್ಕಾರದ ರೀತಿಯ ವ್ಯವಸ್ಥೆಯನ್ನು ಅಧೀನ ಸರ್ಕಾರದ ಮೂಲಕ ನಿಯಂತ್ರಿಸುವುದು ಮಿಲಿಟರಿ ನಾಯಕರ ಯೋಜನೆಯಾಗಿದ್ದಿತು. ಉತ್ತರದ ಕಡೆಯ ಭಾಗವನ್ನು ಜಪಾನ್ ಆಕ್ರಮಿಸಿಕೊಂಡಿರುವುದನ್ನು ವಿರೋಧಿಸುವಂಥ ಮನೋಧರ್ಮ ಜಪಾನಿನ ರಾಷ್ಟ್ರವಾದಿಗಳಲ್ಲಿ ಕಾಣಿಸಿಕೊಂಡಿತಲ್ಲದೆ ಈಶಾನ್ಯ ಭಾಗವು ಚೀನಾದ ಹಿಡಿತದಿಂದ ದೂರವಾಗುವುದನ್ನು ಬಹಳ ಕಾಲ ಆ ದೇಶದ ಜನರು ತಡೆದುಕೊಳ್ಳಲಾರರೆಂಬುದನ್ನು ಜಪಾನಿನ ಸೈನಿಕವಾದಿಗಳು ಅರಿತುಕೊಂಡರು. ಹಾಗಾಗಿ ಚೀನಾ ಸಬಲಗೊಳ್ಳುವುದಕ್ಕೆ ಮೊದಲು ಮೇಲೆರಗಲು ಸಿದ್ಧತೆ ನಡೆಸಿದರು. ಚೀನಾವನ್ನು ಒಳಗೊಳ್ಳುವ ತನ್ನ ಕ್ರಮವನ್ನು ರಷ್ಯಾ ವಿರೋಧಿಸಬಹುದೆಂಬ ಲೆಕ್ಕಾಚಾರದಿಂದ ಅದನ್ನು ತಪ್ಪಿಸುವ ಸಲುವಾಗಿ 1936ರಲ್ಲಿ ಜಪಾನ್ ಜರ್ಮನಿಯೊಡನೆ "Anti-Comintern" ಒಪ್ಪಂದವನ್ನು ಮಾಡಿಕೊಂಡಿತು. ರಷ್ಯಾದ ಕಮ್ಯುನಿಸಂನ ವಿರುದ್ಧ ಮಾಡಿಕೊಂಡಿದ್ದ ಈ ಒಪ್ಪಂದದ ಪ್ರಕಾರ ಎರಡೂ ಕಡೆಗಳಿಂದ ಆಕ್ರಮಣಕ್ಕೆ ತುತ್ತಾಗಲಿದ್ದ ರಷ್ಯಾವು ಚೀನಾ ದೇಶಕ್ಕೆ ಯಾವ ಬಗೆಯಾದ ಸಹಾಯವನ್ನೂ ಮಾಡದ ರೀತಿಯಲ್ಲಿ ಯೋಜಿಸಲಾಗಿತ್ತು. ಹಾಗಾಗಿ, ರಷ್ಯಾದ ಮಧ್ಯಪ್ರದೇಶವನ್ನು ಸಂಪೂರ್ಣವಾಗಿ ನಿವಾರಿಸಿರುವುದಾಗಿ ಮನಗಂಡ ಜಪಾನ್ ಚೀನಾದ ಮೇಲೆ ತನ್ನ ಯಜಮಾನ್ಯವನ್ನು ಸ್ಥಾಪಿಸಲು ಧೈರ್ಯವಾಗಿ ಮುಂದುವರಿಯಿತು.

ಒಂದು ಸಣ್ಣ ಘಟನೆ ಚೀನಾದ ಮೇಲೆ ಪೂರ್ಣ ಪ್ರಮಾಣದ ಧಾಳಿ ನಡೆಸಲು ಜಪಾನಿಗೆ ನೆಪ ಒದಗಿಸಿತು. ಪೀಪಿಂಗ್‌ನ ಹೊರವಲಯದಲ್ಲಿರುವ ಲೂಕೊ–ಚಿಯೊ ಎಂಬ ಗ್ರಾಮದ ಸಮೀಪ 1937ರ ಜುಲೈನಲ್ಲಿ ಜಪಾನ್ ಮತ್ತು ಚೀನಾದ ತುಕಡಿಗಳ ನಡುವೆ ಜರುಗಿದ ಸಣ್ಣ ಜಗಳದಲ್ಲಿ ಗುಂಡಿನ ಚಕಮಕಿ ನಡೆಯಿತು. ಇತಿಹಾಸದಲ್ಲಿ ಇದು 'ಮಾರ್ಕೊ ಪೋಲೊ ಬ್ರಿಡ್ಜ್' ಎಂದು ಪ್ರಸಿದ್ಧವಾಗಿದ್ದು ಸಣ್ಣಗೆ ನವುರುತ್ತಿದ್ದ ದ್ವೇಷದ ಉರಿ ಜ್ವಾಲೆಯಾಗಿ ಸ್ಫೋಟಿಸಿದ್ದನ್ನು ಸಂಕೇತಿಸುತ್ತದೆ. ವಾಸ್ತವವಾಗಿ ಕಾನೂನುರೀತಿ ತಾನು ಇರಬಾರದ ಜಾಗದಲ್ಲಿ ಜಪಾನ್ ತುಕಡಿಗಳು ಸಮರ ತಂತ್ರವನ್ನು ನಡೆಸಿದ್ದವು; ಸನ್ನಿವೇಶ ತುಂಬಾ ವಿಪರೀತಕ್ಕೆ ಹೋಗಿದೆ ಎಂದು ನಟಿಸಿ ಜಪಾನ್ ಹೆಚ್ಚಿನ ಸಂಖ್ಯೆಯಲ್ಲಿ ತುಕಡಿಯನ್ನು ತುರ್ತಾಗಿ ಕಳುಹಿಸಿತ್ತು. ಮಂಚೂರಿಯಾದ ಮೇಲೆ ತಾನು ಸಾಧಿಸಿದ್ಧ ಸುಲಭವಾದ ಜಯದಿಂದ ಉನ್ಮತ್ತವಾಗಿದ್ದ ಜಪಾನಿನ ದೇಶಾಂಧರು ಚೀನಾದಲ್ಲಿನ ರಾಷ್ಟ್ರವಾದಿಗಳು ಹಾಗೂ ಕಮ್ಯುನಿಸ್ಟರ ನಡುವೆ ನಡೆದಿದ್ದ ಹೋರಾಟದ ಕಾರಣ ತಮಗೆ ಯಾವ ವಿಧದ ಪ್ರತಿರೋಧ ಇರುವುದಿಲ್ಲವೆಂದು ಲೆಕ್ಕ ಹಾಕಿದರು. ಆದರೆ ಅವರ ಲೆಕ್ಕಾಚಾರ ತಪ್ಪಾಗಿದ್ದಿತು. ಜಪಾನಿಯರ ಆಕ್ರಮಣ ಒಂದು ರೀತಿಯಲ್ಲಿ ಶತ್ರು ಒಗ್ಗಟ್ಟಾಗುವುದಕ್ಕೆ ಪ್ರೇರೇಪಣೆ ನೀಡಿತ್ತು; ಕೊಮಿಂಟಾಂಗ್ ಹಾಗೂ ಕಮ್ಯುನಿಸ್ಟರು ಏಕ ಶತ್ರುವಿನ ವಿರುದ್ಧ ಉಭಯ ಸಾಮಾನ್ಯವಾದ ಕಾರಣದಿಂದ ಒಗ್ಗಟ್ಟಾಗಿ ಕಡೆಯ ಘಳಿಗೆಯವರೆಗೆ ಹೋರಾಡುವುದೆಂದು ಘೋಷಿಸಿತು; ಹಾಗಾಗಿ ಎರಡು ರಾಷ್ಟ್ರಗಳ ನಡುವೆ ಒಂದು ಅಘೋಷಿತ ಯುದ್ಧವೇ ಸಂಭವಿಸಿತು. ಕಡೆಗೆ ಎರಡನೇ ವಿಶ್ವ ಸಂಘರ್ಷದಲ್ಲಿ ಈ ಯುದ್ಧ ವಿಲೀನವಾಯಿತು.

ಹೋರಾಟದ ಆರಂಭ

ಪೀಪಿಂಗ್–ಟಿಯೆಂಟ್ಸಿನ್ ಕ್ಷೇತ್ರದಲ್ಲಿ ಯುದ್ಧ ಆರಂಭವಾಯಿತು ಹಾಗೂ ಈ ವಲಯವನ್ನು ಜಪಾನೀಯರು ಕೂಡಲೇ ಆಕ್ರಮಿಸಿಕೊಂಡರು. ಆದರೆ ಯುದ್ಧ ನಿಜವಾಗಿ ಷಾಂಘಾಯ್‌ನಲ್ಲಿ ಪ್ರಾರಂಭವಾಯಿತು ಮತ್ತು ಇದು ಅತ್ಯಂತ ಉಗ್ರವಾದ ಹೋರಾಟದ ಕಣವಾಯಿತು. ಜಪಾನಿಯರಿಗೆ ಹೋಲಿಸಿದರೆ ಚೀನಾದವರ ಬಳಿ ಸಮರ್ಥವಾದ ಅಸ್ತ್ರಗಳು ಇರಲಿಲ್ಲವಾದರೂ ಪ್ರಬಲವಾದ ಪ್ರತಿರೋಧವನ್ನು ನೀಡಿದರು ಎನ್ನಬೇಕು. ಆದರೆ ವಾಯು ಬಲದಲ್ಲಿ ಚೀನಾದವರು ಕಡಿಮೆ ಸಾಮರ್ಥ್ಯ

ಹೊಂದಿದ್ದ ಪರಿಣಾಮವಾಗಿ ಜಪಾನೀಯರು ಶತ್ರುಗಳ ಮೇಲೆ ಮನಸೋಇಚ್ಛೆ ಬಾಂಬ್ ಧಾಳಿ ಮಾಡಿ ಅವರ ಧೃತಿಗೆಡುವಂತೆ ಮಾಡುವಲ್ಲಿ ಸಫಲರಾದರು. ಸುಮಾರು ನಾಲ್ಕು ತಿಂಗಳ ಕಾಲ ಷಾಂಘಾಯ್ ಶತ್ರುಗಳಿಗೆ ದಕ್ಕದೆ ಪ್ರತಿರೋಧ ಒಡ್ಡಿತು. ಆದರೆ ಆ ಗಡುವಿನ ನಂತರ ಚೀನೀಯರು ಸ್ಥಳ ಬಿಟ್ಟುಕೊಟ್ಟರು. ಇದರ ನಂತರ ಜಪಾನಿಯರು ನಾನ್‌ಕಿಂಗನ್ನು ಆಕ್ರಮಿಸಿಕೊಂಡರು. ರಾಷ್ಟ್ರವಾದಿ ಸರ್ಕಾರದ ರಾಜಧಾನಿಯನ್ನು ವಶಪಡಿಸಿಕೊಂಡ ಬಳಿಕ ತಮ್ಮ ಜಯವನ್ನು ಜಪಾನೀಯರು ಆಚರಿಸುವ ಭರದಲ್ಲಿ ಅಸಂಖ್ಯಾತ ಜನರ ಹತ್ಯೆಮಾಡಿದರು, ಆಸ್ತಿ ಪಾಸ್ತಿಗಳನ್ನು ಧ್ವಂಸ ಮಾಡಿದರು; ಅವರ ಬರ್ಬರ ಅಟ್ಟಹಾಸವು ಇನ್ನೂ ಹುಟ್ಟದಿದ್ದ ನಾಜಿ ರಾಕ್ಷಸತನದ ಮುಂಗಾಣ್ಕೆಯಾಗಿ ಕಂಡಿತು; ನಾಗರೀಕ ಜಗತ್ತು ದಿಗ್ಭ್ರಾಂತವಾಯಿತು. ಅಳಿದುಳಿದ ಚೀನಾದ ತುಕಡಿಗಳು ಪಶ್ಚಿಮದ ಹ್ಯಾಂಕೋದ ಕಡೆ ಅಡಿ ಇಟ್ಟವು; ಆ ಊರು ಆ ಸಂದರ್ಭದಲ್ಲಿ ಸರ್ಕಾರದ ಕೇಂದ್ರಸ್ಥಾನವಾಗಿದ್ದಿತು. 1938ರಲ್ಲಿ ಹ್ಯಾಂಕೋ ಜಪಾನೀಯರ ಪಾಲಾಯಿತು. ಹಾಗಾಗಿ ಚಿಯಾಂಗ್ ಕೈಷೇಕ್ ಯಾಂಗ್‌ಟ್ಸೀ ಮೇಲ್ದಂಡೆಗೆ ಸೇರಿದ ಚುಂಕಿಂಗ್‌ಗೆ ಸರ್ಕಾರದ ಕೇಂದ್ರಸ್ಥಾನವನ್ನು ಸ್ಥಳಾಂತರಿಸಿದ; ರಸ್ತೆಯಾಗಲೀ ರೈಲುಮಾರ್ಗವಾಗಲೀ ಆ ಸ್ಥಳಕ್ಕೆ ಇಲ್ಲದಿದ್ದರಿಂದ ಸುಲಭವಾಗಿ ಜಪಾನೀಯರು ಅದನ್ನು ವಶಪಡಿಸಿ ಕೊಳ್ಳುವಂತಿರಲಿಲ್ಲ. ಚೀನಾದವರು ಶತ್ರುವಿನ ದಾಳಿಯಿಂದ ಬಹಳ ಬಳಲಿದರಾದರೂ ಶರಣಾಗತರಾಗಲಿಲ್ಲ. ಆಧುನಿಕ ಚರಿತ್ರೆಯಲ್ಲಿ ಮೊದಲನೆಯ ಬಾರಿಗೆ ತನ್ನ ಸಾರ್ವಭೌಮತ್ವ ಹಾಗೂ ಅಖಂಡತೆಯ ರಕ್ಷಣೆಗಾಗಿ ಚೀನಾ ರಾಷ್ಟ್ರೀಯ ಸಮರವನ್ನು ಪ್ರಾರಂಭಿಸಿತ್ತು. ಚುಂಕಿಂಗ್‌ನ ತನ್ನ ರಕ್ಷಣಾ ಸ್ಥಾನದಿಂದ ಚಿಯಾಂಗ್ ಕೈಷೇಕ್ ಶತ್ರುವಿನ ಬಲವನ್ನು ಕ್ಷೀಣಗೊಳಿಸುವಂಥ ರೀತಿಯಲ್ಲಿ ಸುದೀರ್ಘವಾದ ಪ್ರತಿರೋಧ ಹಾಗೂ ಗೆರಿಲ್ಲಾ ಕಾರ್ಯಾಚರಣೆಗಳ ಮೂಲಕ ಯುದ್ಧ ನಿರತನಾಗಿದ್ದ.

ಜಪಾನ್ ಧಾಳಿ ಮುಂದುವರಿದ ಸನ್ನಿವೇಶದಲ್ಲಿ 'ಮುಕ್ತ' ಚೀನಾ ಹಾಗೂ 'ಆಕ್ರಮಿತ' ಚೀನಾ ಎಂದು ಚೀನಾ ಎರಡು ಭಾಗವಾಗಿ ವಿಭಜಿಸಲ್ಪಟ್ಟಿತು. ವಾಯುವ್ಯ ಹಾಗೂ ಪಶ್ಚಿಮ ಭಾಗಗಳಲ್ಲಿ ಚೀನಾ ಇದ್ದದ್ದರಿಂದ ಜಪಾನೀಯರ ಸೇನೆ ಆ ಭಾಗಗಳನ್ನು ಭೇದಿಸುವಂತಿರಲಿಲ್ಲ. ಈ ಅನಾಕ್ರಮಿತ ಚೀನಾವು ಸರ್ಕಾರೀಯವಾಗಿ ಎರಡು ಪ್ರತ್ಯೇಕ ಭಾಗಗಳಾಗಿದ್ದಿತು; ಒಂದು, ಚುಂಕಿಂಗ್ ರಾಜಧಾನಿಯಾಗಿದ್ದ ಕೊಮಿಂಟಾಂಗ್ ಭಾಗ; ಇನ್ನೊಂದು ಯೆನನ್ ಕೇಂದ್ರ ಸ್ಥಾನವಾಗಿ ಹೊಂದಿದ ಕಮ್ಯುನಿಸ್ಟರ ನಿರ್ದೇಶನದಲ್ಲಿದ್ದಂಥ ಭಾಗ. 'ಆಕ್ರಮಿತ' ಚೀನಾ ಇಡಿಯಾಗಿ ಕರಾವಳಿ ಪ್ರದೇಶವನ್ನು ಸೇರಿಸಿಕೊಂಡು ಸರಿಸುಮಾರು ಉತ್ತರದಲ್ಲಿ ಟಿಯೆಂಟ್ಸಿನ್‌ನಿಂದ ಪ್ರಾರಂಭವಾಗಿ ದಕ್ಷಿಣದ ಕ್ಯಾಂಟನ್‌ವರೆಗೆ ವಿಸ್ತರಿಸಿಕೊಂಡಿರುವುದರ ಜೊತೆಗೆ ಮಧ್ಯಭಾಗದಲ್ಲಿ ಇಕ್ಕೆಲದ ಜಿಲ್ಲೆಗಳನ್ನು ಒಳಗೊಂಡಿತ್ತು. ಹಾಗಾಗಿ, 'ಮುಕ್ತ' ಚೀನಾವು ಸಂಪೂರ್ಣವಾಗಿ ಪಾಶ್ಚಾತ್ಯ ಪ್ರಪಂಚದಿಂದ ಕಡಿದು ಹೋಗಿದ್ದು, ಶಸ್ತ್ರಾಸ್ತ್ರಗಳನ್ನು ಬಹಳ ದುರ್ಗಮವಾದ ಮಾರ್ಗಗಳಿಂದ ವಾಯುವ್ಯ ದಿಕ್ಕಿನಿಂದ ರಷ್ಯಾದಿಂದ ಕ್ಯಾರವಾನ್ ಮತ್ತು ಟ್ರಕ್ಕುಗಳ ಮೇಲೆ ಹಾಗೆಯೇ ದಕ್ಷಿಣ ದಿಕ್ಕಿನಿಂದ ಬರ್ಮಾ ಮತ್ತು ಇಂಡೋ-ಚೀನಾಗಳಿಂದ ಮೋಟಾರು ರಸ್ತೆ ಮಾರ್ಗವಾಗಿ ತರಬೇಕಾದಂಥ ಪರಿಸ್ಥಿತಿ ಒದಗಿತ್ತು. ಸಮರ್ಪಕವಾದ ರಸ್ತೆಗಳು ಹಾಗೂ ರೈಲು ಮಾರ್ಗ ಇಲ್ಲದ ಕಾರಣ ಚಿಯಾಂಗ್ ಕೈಷೇಕ್‌ನ ಸರ್ಕಾರದ ಮೇಲೆ ಜಪಾನೀಯರು ಯಶಸ್ವಿಯಾಗಿ ಆಕ್ರಮಣವನ್ನು ಪುನರಾರಂಭಿಸಲು ಆಗಲಿಲ್ಲ. ಚೀನಾದವರ ಬಳಿ ಸಾಕಷ್ಟು ಪ್ರಮಾಣದಲ್ಲಿ ವಾಯುದಳ ಇಲ್ಲದ್ದರಿಂದ ಜಪಾನಿಯರ ವಿರುದ್ಧ ದೊಡ್ಡ ರೀತಿಯಲ್ಲಿ ಆಕ್ರಮಣ ಮಾಡಲಾಗಲಿಲ್ಲ. ಇಂಥ ಸನ್ನಿವೇಶದಲ್ಲಿ 1940ರ ನಂತರ ಒಂದು ಬಗೆಯ ಸೇನಾ ನಿತ್ರಾಣದ ಸ್ಥಿತಿಯಲ್ಲಿ ಯುದ್ಧ ಎಳೆದುಕೊಂಡು ಹೋಯಿತು. ಕ್ರಮೇಣ ನಿರ್ಬಂಧವನ್ನು ಹೆಚ್ಚು ಮಾಡುವ ಕ್ರಮದಿಂದ ಚೀನೀಯರು ಉಸಿರುಕಟ್ಟುವಂತೆ ಮಾಡಲಾಯಿತು. 'ಮುಕ್ತ' ಚೀನಾ ಹೊರಗಿನ ಪ್ರಪಂಚದೊಡನೆ ಸಂಪರ್ಕ ಹೊಂದಬಹುದಾಗಿದ್ದ ಎಲ್ಲ ಮಾರ್ಗಗಳನ್ನು ಮುಚ್ಚಿಹಾಕಲಾಯಿತು. ಚೀನಿಯರು ಗೆರಿಲ್ಲಾ ಯುದ್ಧದ ಮೂಲಕ ಜಪಾನಿಯರನ್ನು ದೂರದಲ್ಲಿಡುವ ವಿಧಾನವನ್ನು ಅನುಸರಿಸಿದರು.

ಚೀನಾದಲ್ಲಿ ರಾಷ್ಟ್ರೀಯ ಸರ್ಕಾರವನ್ನು ಸ್ಥಾಪಿಸುವಲ್ಲಿ ಜಪಾನಿನ ಪಾತ್ರ

ತಮ್ಮ ನಿಯಂತ್ರಣಕ್ಕೆ ಒಳಪಟ್ಟ ವಲಯಗಳಲ್ಲಿ ತಮ್ಮ ಸ್ಥಾನವನ್ನು ಸದೃಢಗೊಳಿಸಿಕೊಳ್ಳುವ ದೃಷ್ಟಿಯಿಂದ ಜಪಾನಿಯರು ಚೀನಾದವರ ನೇತೃತ್ವದಲ್ಲೇ ಅಲ್ಲಲ್ಲಿ ಸರ್ಕಾರಗಳನ್ನು ರಚಿಸಿದರಾದರೂ ಅವು ತಮ್ಮ ಮಾರ್ಗದರ್ಶನಕ್ಕೆ ಶರಣಾಗುವಂತೆ ಎಚ್ಚರಿಕೆ ವಹಿಸಿದರು. ಪೀಕಿಂಗ್‌ನಲ್ಲಿ ತಮ್ಮ ನಿಯಂತ್ರಣಕ್ಕೆ ದಕ್ಕುವಂಥ ಒಂದು ಪ್ರಾಂತೀಯ ಚೀನೀ ಸರ್ಕಾರವನ್ನು ಸ್ಥಾಪಿಸಿದರು. ಸನ್‌ಯಾತ್ ಸೆನ್‌ರ ಆತ್ಮೀಯ ಮಿತ್ರನೂ ಕೊಮಿಂಟಾಂಗ್‌ನ ಸದಸ್ಯನೂ ಆಗಿದ್ದ ವ್ಯಾಂಗ್ ಚಿಂಗ್-ವೇಯ ನೇತೃತ್ವದಲ್ಲಿ ನಾನ್‌ಕಿಂಗ್‌ನಲ್ಲಿ ಸ್ಥಾಪಿಸಿದ ರಾಷ್ಟ್ರೀಯ ಸರ್ಕಾರ ಎಂಬುದು ಎಲ್ಲಕ್ಕಿಂತ ವರ್ಣಮಯವಾದದ್ದು. 1940ರಲ್ಲಿ ವ್ಯಾಂಗ್‌ರ ಸರ್ಕಾರವೇ ನಿಜವಾದ ರಾಷ್ಟ್ರೀಯ ಸರ್ಕಾರವೆಂದು ಘೋಷಿಸಿದ ಜಪಾನೀಯರು ಅದರೊಡನೆ ಒಂದು ಒಪ್ಪಂದವನ್ನು ಕೂಡ ಮಾಡಿಕೊಂಡರು. ಮುಂದೆ ಆಕ್ರಮಿತ ಕ್ಷೇತ್ರಗಳ ಅಭಿವೃದ್ಧಿಯನ್ನು ಸಾಧಿಸಲು ತೊಡಗಿದರು,

ತನ್ಮೂಲಕ ತಮ್ಮ ಆರ್ಥಿಕ ಪ್ರಾಬಲ್ಯವನ್ನು ವೃದ್ಧಿಗೊಳಿಸಿಕೊಳ್ಳುವುದೇ ಅವರ ಗುರಿಯಾಗಿದ್ದಿತು. ಜಪಾನೀಯರ 'ಸಹಕಾರ' ತತ್ವದ ಆಧಾರದ ಮೇಲೆ ರೂಪುಗೊಂಡ ಈ ಬಗೆಯ ಸಹ-ಅಭಿವೃದ್ಧಿ ಯಾರನ್ನೂ ವಂಚಿಸಲಿಲ್ಲ.

ಎರಡನೇ ಮಹಾಯುದ್ಧದ ಸಂದರ್ಭದಲ್ಲಿ ಜಪಾನ್

ಜಪಾನ್ ಮತ್ತು ಅಮೆರಿಕಾ ಸಂಯುಕ್ತ ಸಂಸ್ಥಾನಗಳ ನಡುವೆ ಬಿಗುವಿನ ಸ್ಥಿತಿ

ನಾವು ಈಗಾಗಲೇ ಗಮನಿಸಿರುವಂತೆ, ಜಪಾನ್ ದೇಶ ಕೈಗೊಂಡ ಮಂಚೂರಿಯನ್ ಸಾಹಸವನ್ನು ಬಲವಾಗಿ ಖಂಡಿಸಿದ ಅಮೆರಿಕಾ ಮಂಚುಕುವೊಕ್ಕೆ ಅಧಿಕೃತ ಅಂಗೀಕಾರವನ್ನು ನೀಡಲು ಸಮ್ಮತಿಸಲಿಲ್ಲ. ಏಕಪಕ್ಷೀಯವಾಗಿ ಜಪಾನ್ ಕೈಗೊಂಡಿರುವ ಯಾವುದೇ ಕ್ರಮವನ್ನು ತಾನು ಅಂಗೀಕರಿಸುವುದಿಲ್ಲ, ಹಾಗಾಗಿ, ತನ್ನ ಒಪ್ಪಂದದ ಹಕ್ಕುಗಳ ಪರವಾಗಿ ನಿಲುವುದಲ್ಲದೆ ಚೀನಾದ ವಿಷಯದಲ್ಲಿ ಯಾವುದೇ ಬದಲಾವಣೆಯನ್ನು ತಾನು ಪರಿಗಣಿಸುವುದಿಲ್ಲ ಎಂದು ಅಮೆರಿಕಾ ಪ್ರತಿಪಾದಿಸಿತು. ಆದರೆ ಈ ಧೋರಣೆಯನ್ನು ಜಪಾನೀಯರು ತಿರಸ್ಕರಿಸಿದರಲ್ಲದೆ, ಕಾಲದಿಂದ ಕಾಲಕ್ಕೆ ಎರಡು ದೇಶಗಳ ನಡುವಿನ ಬಿಗುವು ವ್ಯತ್ಯಸ್ತಗೊಳ್ಳುತ್ತಾ ಹೋದರೂ ಕ್ರಮೇಣ ಏರತೊಡಗಿತು. 1937ರಲ್ಲಿ ಜಪಾನ್ ಚೀನಾದ ಮೇಲೆ ಪೂರ್ಣ ಪ್ರಮಾಣದ ದಾಳಿ ಮಾಡಿದಾಗ ಈ ಬಿಗುವು ಪರಾಕಾಷ್ಠೆ ಮುಟ್ಟಿತು. ಸಮಾನ ಅವಕಾಶವೆಂಬ ತತ್ವದ ಆಧಾರದ ಮೇಲೆ 'ಮುಕ್ತ ದ್ವಾರ'ವೆಂಬ ನೀತಿಯನ್ನು ಪ್ರತಿಪಾದಿಸಿದ್ದಂಥ ಅಮೆರಿಕಾ 'ಹೊಸ ವ್ಯವಸ್ಥೆ' ಹಾಗೂ 'ಸಹ-ಅಭಿವೃದ್ಧಿ ವಲಯ'ವೆಂಬ ಯೋಜನೆಗಳ ಮರೆಯಲ್ಲಿ ಆ ದ್ವಾರವನ್ನು ಜಪಾನ್ ಮುಚ್ಚುವ ಸನ್ನಾಹ ನಡೆಸಿದಾಗ ಇದನ್ನು ಅಮೆರಿಕಾ ತಣ್ಣಗೆ ಸ್ವೀಕರಿಸುವ ಸ್ಥಿತಿಯಲ್ಲಿರಲಿಲ್ಲ. ಹಾಗಾಗಿ 1937ರಲ್ಲಿ ದೊಡ್ಡ ಪ್ರಮಾಣದಲ್ಲಿ ಜಪಾನ್ ಚೀನಾದ ಮೇಲೆ ಧಾಳಿ ನಡೆಸಿದಾಗ ಜರ್ಜರಿತ ಚೀನಾದ ಮೇಲೆ ಲಂಗುಲಗಾಮಿಲ್ಲದೆ ಜಪಾನ್ ಆಕ್ರಮಣ ಮಾಡುತ್ತಿದೆ ಎಂದು ಅಮೆರಿಕಾದ ಜನರು ಅಭಿಪ್ರಾಯಪಟ್ಟರು. 1937ರ ಬ್ರಸೆಲ್ಸ್ ಸಮಾವೇಶದಲ್ಲಿ ಭಾಗವಹಿಸಿ ಜಪಾನಿನ ಸಂಯಮಕ್ಕೆ ಪ್ರಯತ್ನಿಸಿದ ಅಮೆರಿಕ ಲೀಗ್ ಆಫ್ ನೇಷನ್ಸ್‌ನ ಜೊತೆ ಸಹಕರಿಸಿತು; ಬ್ರಸೆಲ್ಸ್ ಸಮಾವೇಶ ಚೀನಾ ಮತ್ತು ಜಪಾನ್‌ಗಳ ನಡುವೆ ಇರುವ ಭಿನ್ನಾಭಿಪ್ರಾಯಗಳನ್ನು ತಗ್ಗಿಸಲು ಪ್ರಯತ್ನ ನಡೆಸಿತ್ತು.

ಬ್ರಸೆಲ್ಸ್‌ನ ಸಮಾವೇಶವನ್ನು ಧಿಕ್ಕರಿಸಿದ ಜಪಾನ್ ಚೀನಾದೊಡನೆಯ ತನ್ನ ವ್ಯವಹಾರದಲ್ಲಿ ಯಾವುದೇ ಮೂರನೇ ಶಕ್ತಿಯ ಮಧ್ಯಪ್ರವೇಶಿಕೆಯನ್ನು ತಾನು ಸಹಿಸುವುದಿಲ್ಲವೆಂದು ಬಹಳ ಅಹಂಕಾರದಿಂದಲೇ ಘೋಷಿಸಿತು. ಎರಡನೇ ಮಹಾಯುದ್ಧ ಪ್ರಾರಂಭವಾಗಿ ಪೂರ್ವ ಏಷ್ಯಾದ ವಸಾಹತು ರಾಷ್ಟ್ರಗಳ ಮೇಲೆ ತಮ್ಮ ಹಿಡಿತ ಸಡಿಲವಾದದ್ದನ್ನು ಬ್ರಿಟನ್, ಫ್ರಾನ್ಸ್ ಮತ್ತು ಹಾಲೆಂಡ್ ದೇಶಗಳು ಕಂಡ ಆ ಸಂದರ್ಭದಲ್ಲಿ ಪೂರ್ವ ಏಷ್ಯಾದಲ್ಲಿ 'ಸಹ-ಅಭಿವೃದ್ಧಿ ವಲಯ"ವನ್ನು ನಿರ್ಮಿಸುವ ಒಳ್ಳೆಯ ಅವಕಾಶವನ್ನು ಜಪಾನ್ ಗುರ್ತಿಸಿಕೊಂಡಿತು. ಮುತ್ಸದ್ದಿತನದ ಮೂಲಕ ತನ್ನ ಸ್ಥಾನವನ್ನು ಗಟ್ಟಿಗೊಳಿಸಿಕೊಳ್ಳಲು ಅದು ಪ್ರಯತ್ನಿಸಿತು. ಕಮ್ಯುನಿಸ್ಟ್ ವಿರೋಧಿ ಒಪ್ಪಂದದ ಸಂದರ್ಭದಲ್ಲಿ ಜಪಾನ್ ಆ ವೇಳೆಗಾಗಲೇ ಜರ್ಮನಿ ಮತ್ತು ಇಟಲಿಯೊಡನೆ ಸಂಬಂಧ ಬೆಳೆಸಿತ್ತು ಹಾಗೂ 1940ರಲ್ಲಿ ಆ ದೇಶಗಳೊಡನೆ ಮಿಲಿಟರಿ ಮೈತ್ರಿಯನ್ನು ಮಾಡಿಕೊಂಡಿತ್ತು. ಯೂರೋಪಿಯನ್ ಯುದ್ಧ ಅಥವಾ ಚೀನಾ-ಜಪಾನ್ ಯುದ್ಧದಲ್ಲಿ ಭಾಗಿಯಾಗದ ಬೇರೆ ಯಾವುದೇ ದೇಶದ ದಾಳಿ ಎದುರಾದ ಸಂದರ್ಭದಲ್ಲಿ ಮಿಲಿಟರಿ ಹಾಗೂ ಆರ್ಥಿಕ ಸಹಾಯವನ್ನು ಪರಸ್ಪರರಿಗೆ ಮಾಡಿಕೊಳ್ಳುವುದೆಂದು ಆ ಒಪ್ಪಂದದ ಮೂಲಕ ತೀರ್ಮಾನಿಸಲಾಯಿತು. ಹೊರನೋಟಕ್ಕೆ ಯೂರೋಪಿನ ಸಂದರ್ಭವನ್ನು ಅಧ್ಯಯನ ಮಾಡಲೆಂದು ಜಪಾನ್ ತನ್ನ ವಿದೇಶಿ ಸಚಿವ ಮತ್ಸೂಕಾರನ್ನು ಬರ್ಲಿನ್‌ಗೆ ಕಳುಹಿಸಿತ್ತಾದರೂ ವಾಸ್ತವವಾಗಿ, ರಷ್ಯಾದೊಡನೆ ಆಗುವ ಒಂದು ಒಪ್ಪಂದಕ್ಕೆ ಅಂತಿಮ ರೂಪುಕೊಡುವುದು ಉದ್ದೇಶವಾಗಿದ್ದಿತು. ಈ ಪ್ರವಾಸ ಕಾಲದಲ್ಲಿ ಮತ್ಸುಕಾ ಮಾಸ್ಕೋಗೆ ಭೇಟಿ ನೀಡಿ ರಷ್ಯಾದೊಡನೆ ಅಲಿಪ್ತತೆಯ ಒಂದು ಒಪ್ಪಂದಕ್ಕೆ ಸಹಿ ಹಾಕಿದರು. ಒಂದು ವೇಳೆ ಮೂರನೇ ಶಕ್ತಿಯೊಂದು ತಮ್ಮ ದೇಶಗಳ ಮೇಲೆ ಆಕ್ರಮಣ ಮಾಡಿದಂಥ ಸಂದರ್ಭದಲ್ಲಿ ಪರಸ್ಪರರ ರಾಷ್ಟ್ರೀಯ ಗಡಿಗಳ ಅಖಂಡತೆಯನ್ನು ಕಾಪಾಡುವುದಾಗಿ ಆ ದೇಶಗಳು ಒಪ್ಪಂದ ಮಾಡಿಕೊಂಡಿದ್ದವು. ಹಾಗಾಗಿ, ಜರ್ಮನಿ, ಇಟಲಿ ಹಾಗೂ ರಷ್ಯಾದೊಡನೆ ತಾನು ಮಾಡಿಕೊಂಡಿರುವ ಏರ್ಪಾಡಿನ ಮುಖಾಂತರ ದೂರಪೂರ್ವದಲ್ಲಿ ತನ್ನ ಯೋಜನೆಗಳನ್ನು ಅನುಷ್ಠಾನಕ್ಕೆ ತರುವ ದಿಶೆಯಲ್ಲಿ ಜಪಾನ್ ಉತ್ತೇಜನ ಪಡೆಯಿತು.

ಪರ್ಲ್ ಹಾರ್ಬರ್‌ನ ಮೇಲೆ ಜಪಾನಿನ ದಾಳಿ– 1941

ದೂರಪೂರ್ವದ ಮೇಲೆ ತನ್ನ ಯಜಮಾನ್ಯವನ್ನು ಜಪಾನ್ ಸ್ಥಾಪಿಸಲು ಮುಂದಾದಾಗ ಅಮೆರಿಕಾ ಸಂಯುಕ್ತ ಸಂಸ್ಥಾನ ಜಪಾನಿನ ವಿಷಯದಲ್ಲಿ ಹೆಚ್ಚು ಕಠಿಣವಾದ ಧೋರಣೆ ತಾಳಲು ಪ್ರಾರಂಭಮಾಡಿತು. ರೋಮ್-ಬರ್ಲಿನ್

ಮೈತ್ರಿಕೂಟಕ್ಕೆ ಜಪಾನ್ ಸೇರ್ಪಡೆ ಹೊಂದಿದಾಗ 1940ರಲ್ಲಿ ಅಮೆರಿಕಾ ಸಂಯುಕ್ತ ಸಂಸ್ಥಾನ ಜಪಾನಿಗೆ ಚೂರುಕಬ್ಬಿಣ ಮತ್ತು ಪೆಟ್ರೋಲಿಯಂ ಪದಾರ್ಥಗಳ ರಫ್ತು ಮಾಡದಂತೆ ದಿಗ್ಬಂದನ ವಿಧಿಸಿತು. ನಾನ್‌ಕಿಂಗ್‌ನಲ್ಲಿ 1940ರಲ್ಲಿ ಜಪಾನ್ ಪ್ರತಿಷ್ಠಾಪಿಸಿದ ಕೈಗೊಂಬೆ ಸರ್ಕಾರವನ್ನು ಅಮೆರಿಕಾ ಅಂಗೀಕರಿಸಲು ತಿರಸ್ಕರಿಸಿತಲ್ಲದೆ ಇದಕ್ಕೆ ಬದಲಾಗಿ ಚಿಯಾಂಗ್ ಕೈಷೇಕ್‌ರ ಸರ್ಕಾರಕ್ಕೆ ಆರ್ಥಿಕ ಸಹಾಯ ನೀಡಿತು. ಆಗಿನ ಫ್ರಾನ್ಸಿನ ದುರ್ಬಲವಾದ ವಿಚಿ ಸರ್ಕಾರ ಇಂಡೋ-ಚೀನಾವನ್ನು ಆಕ್ರಮಿಸಿಕೊಳ್ಳುವಂತೆ ಜಪಾನಿಗೆ ಒಪ್ಪಿಗೆ ನೀಡಿತಲ್ಲದೆ ತನ್ನ ವಾಯುಮಂಡಲವನ್ನು ಉಪಯೋಗಿಸಿಬಹುದೆಂದೂ ಒಪ್ಪಿತು. 1941ರಲ್ಲಿ ಅಮೆರಿಕಾ ಜಪಾನೀ ಆಸ್ತಿಪಾಸ್ತಿಯನ್ನು ಮುಟ್ಟುಗೋಲು ಹಾಕಿಕೊಂಡು ಜಪಾನಿನೊಡನೆ ಯಾವುದೇ ರೀತಿಯ ವ್ಯಾಪಾರ ಕಷ್ಟವಾಗುವುದಕ್ಕೆ ಕಾರಣವಾಯಿತು. ಈ ಎಲ್ಲ ಕ್ರಮಗಳಿಂದ ಜಪಾನೀಯರು ಕುಪಿತರಾದರು. ತನ್ನ ಸಾಮ್ರಾಜ್ಯಶಾಹೀ ವಿನ್ಯಾಸಕ್ಕೆ ಅಡ್ಡಗಾಲಾಗಿರುವುದು ಅಮೆರಿಕವೊಂದೇ ಎಂಬುದು ಅದರ ಗಮನಕ್ಕೆ ಬಂದಿತು. ಜರ್ಮನಿಯೊಡನೆಯ ತನ್ನ ಜೀವನ್ಮರಣ ಹೋರಾಟದಲ್ಲಿ ಇಂಗ್ಲೆಂಡ್ ಉಸಿರುಕಟ್ಟುವ ಸ್ಥಿತಿಯಲ್ಲಿದ್ದರೆ ಫ್ರಾನ್ಸ್ ಮತ್ತು ನೆದರ್ಲೆಂಡ್ ದೇಶಗಳು ಹಿಟ್ಲರ್‌ನ ಉಕ್ಕಿನ ಕಾಲುಗಳ ಸಮೀಪ ಸೊಲ್ಲಡಗಿ ಮಲಗಿದ್ದವು. ಪೂರ್ವಏಷ್ಯಾದಲ್ಲಿನ ತಮ್ಮ ಯಾವುದೇ ವಸಾಹತು ಆಸ್ತಿಯನ್ನು ಪಡೆದುಕೊಳ್ಳಲು ಈ ರಾಷ್ಟ್ರಗಳಿಗೆ ತ್ರಾಣವಿಲ್ಲದ್ದನ್ನು ಕಂಡು ಆ ಆಸ್ತಿಯನ್ನು ತನ್ನದಾಗಿಸಿಕೊಳ್ಳಬೇಕೆಂಬ ಆಮಿಷ ಜಪಾನಿನ ಒಳಗೆ ಬಲವಾಗಿ ಆವೃತವಾಯಿತು. ಕಾಲ್ತೊಡಕಾಗಿ ಇದ್ದದ್ದು ಅಮೆರಿಕಾ ಮಾತ್ರ, ಇದನ್ನು ನಿವಾರಿಸಲು ಜಪಾನ್ ಸಂಪೂರ್ಣವಾಗಿ ತೀರ್ಮಾನಿಸಿತ್ತು. ಟೊಗೊ ಸರ್ಕಾರ ಒಬ್ಬ ವಿಶೇಷ ರಾಯಭಾರಿಯನ್ನು ಅಮೆರಿಕಾಕ್ಕೆ ಕಳುಹಿಸಿ ಶಾಂತಿಯುತ ಸಂಧಾನಕ್ಕೆ ಪ್ರಯತ್ನಿಸಿರುವುದನ್ನು ಕಾಣುತ್ತೇವೆ. ಮಾತುಕತೆ ಆಗತಾನೆ ಪ್ರಾರಂಭವಾಗಿರುವಾಗ ಅಮೆರಿಕಾದ ನೌಕಾನೆಲೆಯಾದ ಪರ್ಲ್ ಹಾರ್ಬರ್‌ನ ಮೇಲೆ 7ನೇ ಡಿಸೆಂಬರ್, 1941ರಲ್ಲಿ ಜಪಾನ್ ಬಾಂಬಿನ ಮಳೆಗರೆಯಿತು; ಇದರಿಂದ ಅಮೆರಿಕಾದ ನೌಕೆಗಳಿಗೆ ಅಪಾರವಾದ ನಷ್ಟವುಂಟಾಯಿತು. ಏಕಕಾಲದಲ್ಲಿ ಸಿಂಗಪುರ, ಗೌಮ್ ಮತ್ತು ಫಿಲಿಫೈನ್ ದ್ವೀಪಗಳ ಸಮರ ಕೇಂದ್ರಗಳ ಮೇಲೆ ದಾಳಿ ನಡೆಯಿತು. ಅಮೆರಿಕಾ ಹಾಗೂ ಬ್ರಿಟನ್‌ಗಳ ಮೇಲೆ ಯುದ್ಧವನ್ನು ಘೋಷಿಸಲಾಯಿತು. ಮರುದಿನ ಅಮೆರಿಕಾ ಸಂಯುಕ್ತ ಸಂಸ್ಥಾನ, ಗ್ರೇಟ್ ಬ್ರಿಟನ್ ಹಾಗೂ ನೆದರ್‌ಲ್ಯಾಂಡ್ಸ್, ಈಸ್ಟ್ ಇಂಡೀಸ್‌ಗಳು ಜಪಾನಿನ ಮೇಲೆ ಯುದ್ಧ ಸಾರಿದವು. ಯೂರೋಪಿನ ಯುದ್ಧ ಹೀಗೆ ವಿಶ್ವ ಸಂಘರ್ಷವಾಗಿ ಬೆಳೆದುಬಿಟ್ಟಿತು.

ಜಪಾನಿನ ಆರಂಭದ ಯಶಸ್ಸು

ಜಪಾನ್ ಪರ್ಲ್‌ಹಾರ್ಬರ್‌ನ ಮೇಲೆ ಆಕ್ರಮಣ ಮಾಡಿದಾಗ ಅಮೆರಿಕಾ ಕ್ರಿಯಾತ್ಮಕವಾದ ಸಮರಶೀಲತೆಯನ್ನು ಪ್ರದರ್ಶಿಸಿತಲ್ಲದೆ, ಎರಡನೇ ವಿಶ್ವ ಸಮರದ ಪೆಸಿಫಿಕ್ ಘಟ್ಟವನ್ನು ಉದ್ಘಾಟಿಸಿತು. ಜಪಾನಿನ ಆರಂಭದ ಯಶಸ್ಸು ಆಶ್ಚರ್ಯಕರವಾದುದಾಗಿತ್ತು. ಪರ್ಲ್‌ಹಾರ್ಬರ್‌ನ ಮೇಲೆ ದಾಳಿ ನಡೆಸುವ ಕಾಲಕ್ಕೇನೇ ಜಪಾನ್ ಗೌಮ್ ಮತ್ತು ವೇಕ್‌ಗಳಲ್ಲಿದ್ದಂತ ಅಮೆರಿಕನ್ ನೆಲೆಯ ಮೇಲೆ ದಾಳಿ ನಡೆಸಿ ಆ ದ್ವೀಪಗಳನ್ನು ವಶಕ್ಕೆ ತೆಗೆದುಕೊಂಡಿತು. ನಂತರ ಬ್ರಿಟಿಷರ ವಶದಿಂದ ಹಾಂಕಾಂಗ್‌ಅನ್ನು ಪಡೆದುಕೊಂಡದ್ದಲ್ಲದೆ ಬೋರ್ನಿಯೊದಲ್ಲಿದ್ದ ಸರಾವಾಕ್‌ನ ರಾಜಧಾನಿಯನ್ನು ವಶಪಡಿಸಿಕೊಂಡರು. ಮಲಯಾದ ಪೂರ್ವ ತೀರದ ಬಳಿ ಪ್ರಿನ್ಸ್ ಆಫ್ ವೇಲ್ಸ್ ಮತ್ತು ರಿಪಲ್ಸ್ ಎಂಬ ಎರಡು ದೊಡ್ಡ ಬ್ರಿಟಿಷ್ ಯುದ್ಧನೌಕೆಗಳನ್ನು ಮುಳುಗಿಸಿದರು. ಇದಾದ ನಂತರ ಮಲಯ ಪರ್ಯಾಯದ್ವೀಪವನ್ನು ವೇಗವಾಗಿ ದಾಟಿ, ಅಭೇದ್ಯವಾದ ಕಾಡುಗಳ ಮೂಲಕ, ಸಿಂಗಪುರದ ಸದೃಢವಾದ ನೌಕಾ ನೆಲೆಯ ಸಮೇತ ಅವರು ಬೇಷರತ್ತಾಗಿ ಶರಣಾಗತರಾಗುವಂತೆ ಮಾಡಿದರು (ಫೆಬ್ರವರಿ, 1942). ನೆದರ್ಲೆಂಡ್ಸ್ ಈಸ್ಟ್ ಇಂಡೀಸ್ ಬೇರೆ ಬೇರೆ ಸ್ಥಾನಗಳಲ್ಲಿ ಆಕ್ರಮಣಕ್ಕೊಳಗಾದವು. ಬ್ರಿಟಿಷ್ ಮತ್ತು ಅಮೆರಿಕನ್ ಹಡಗುಗಳು, ಹಾಗೂ ಆಸ್ಟ್ರೇಲಿಯಾದ ತುಕಡಿಗಳು ಡಚ್‌ಬಲಗಳ ಸಹಾಯಕ್ಕೆ ಧಾವಿಸಿದವು. ಸ್ವಲ್ಪ ಕಾಲದ ಕಾದಾಟದ ಕೂಡಲೇ ಈ ಎಲ್ಲ ಬಲಗಳು ಚದುರುವಂತೆ ಜಪಾನ್ ಹೋರಾಡಿತು. ಬಟಾವಿಯ ಅವರ ಕೈವಶವಾಯಿತು. ಹಾಗೆಯೇ ಈಸ್ಟ್ ಇಂಡೀಸ್‌ನ ಆಕ್ರಮಣವು ಕೂಡ ಮುಕ್ತಯವಾಯಿತು. ಅಮೆರಿಕನ್ನರ ಸಹಾಯವನ್ನು ಪಡೆದಂಥ ಫಿಲಿಫೈನ್ಸ್‌ನ ಬಲಗಳು ನಾಲ್ಕು ತಿಂಗಳ ಕಾಲ ಶರಣಾಗದಂತೆ ಹೋರಾಟ ನಡೆಸಿ ಪ್ರತಿರೋಧ ಒಡ್ಡಿದವು. ಆದರೆ ಕೊರಿಜಿಡರ್ ದ್ವೀಪವನ್ನು ಜಪಾನಿಯರು ವಶಪಡಿಸಿಕೊಂಡ ಬಳಿಕ (ಮೇ 1942) ಎಲ್ಲ ಪ್ರತಿರೋಧವು ನಿರ್ನಾಮವಾಯಿತು. ಆ ವೇಳೆಗೆ ಜಪಾನೀಯರು ಬರ್ಮಾದ ಪ್ರಭುಗಳಾಗಿ ಹೋಗಿದ್ದರು. ಜಪಾನಿನೊಡನೆ ಮೈತ್ರಿ ಏರ್ಪಡಿಸಿಕೊಂಡಿದ್ದ ಥಾಯ್ಲಾಂಡ್ (ಸಯಾಮ್) ತಾತ್ವಿಕವಾಗಿ ಸ್ವತಂತ್ರವಾಗಿತ್ತಾದರೂ ತನ್ನ ಬಲಿಷ್ಠ ಮಿತ್ರರಾಷ್ಟ್ರದ ಕೈಗಳ ಭಾರವನ್ನು ಅನುಭವಕ್ಕೆ ತಂದುಕೊಂಡಿತ್ತು. ಉತ್ತರ ಪೆಸಿಫಿಕ್‌ನಲ್ಲಿ ಜಪಾನೀಯರು ಅಲಿಟಿಯಗ್ ದ್ವೀಪಗಳಲ್ಲಿ ಜಾಗ ಮಾಡಿಕೊಂಡಿದ್ದರು. ಹಾಗೆಯೇ ವಾಯುವ್ಯ ದಿಕ್ಕಿನಲ್ಲಿ ನ್ಯೂಗಿಗಿ ಹಾಗೂ ಸಾಲೊಮನ್ ದ್ವೀಪಗಳ ಗಣನೀಯ ಭಾಗವನ್ನು ಆಕ್ರಮಿಸಿಕೊಂಡಿದ್ದರು. ಹಾಗಾಗಿ, ಪರ್ಲ್‌ಹಾರ್ಬರ್ ಘಟನೆ ನಡೆದ ಆರು ತಿಂಗಳೊಳಗಾಗಿ ದೂರಪೂರ್ವದಲ್ಲಿದ್ದ ಬ್ರಿಟಿಷ್ ಮತ್ತು ಡಚ್ಚರ ವಸಾಹತು

ಆಸ್ತಿಯನ್ನು ನಿರ್ನಾಮ ಮಾಡಿದ್ದರ ಜೊತೆಗೆ–ದಕ್ಷಿಣ ಪೂರ್ವ ಏಷ್ಯಾದಲ್ಲಿ ಭಾರತದ ಗಡಿಯವರೆಗೂ–ಪಶ್ಚಿಮ ಪೆಸಿಫಿಕ್‌ನಲ್ಲಿದ್ದ ಅಮೆರಿಕಾದ ನೆಲೆಗಳ ಮೇಲೆ ತನ್ನ ಪ್ರಭುತ್ವವನ್ನು ಸ್ಥಾಪಿಸಿತು. ಇದು ಒಂದು ವಿಸ್ಮಯಕಾರಕವಾದಂಥ ದಾಖಲೆ.

ಬೃಹತ್ ಪೂರ್ವ ಏಷ್ಯಾ ಸಹ–ಅಭಿವೃದ್ಧಿ ವಲಯ

ಚೀನಾದ ಮೇಲೆ ತಾನು ಮಾಡಿದ ಧಾಳಿಯನ್ನು ಸಮರ್ಥಿಸಿಕೊಳ್ಳಲು 'ಪೂರ್ವ ಏಷ್ಯಾದಲ್ಲಿ ಹೊಸ ವ್ಯವಸ್ಥೆ' ಕುರಿತು ಸ್ವಲ್ಪ ಕಾಲದಿಂದ ಜಪಾನ್ ಮಾತನಾಡುತ್ತಲೇ ಇತ್ತು. ಈಗ ಹೆಚ್ಚೂ ಕಡಿಮೆ ದಕ್ಷಿಣ ಪೂರ್ವ ಏಷ್ಯಾವನ್ನು ವಶಪಡಿಸಿಕೊಂಡು ಇಲ್ಲವೇ ತನ್ನ ನಿಯಂತ್ರಣದಲ್ಲಿ ತಂದುಕೊಂಡ ಜಪಾನ್ ತನ್ನ ಕಾರ್ಯಕ್ರಮವನ್ನು ವಿಸ್ತರಿಸಿಕೊಂಡು 'ಬೃಹತ್ ಏಷ್ಯಾ ಸಹ–ಅಭಿವೃದ್ಧಿ ವಲಯ'ವನ್ನು ಸ್ಥಾಪಿಸುವ ತನ್ನ ಇಂಗಿತವನ್ನು ಘೋಷಿಸಿತು. ಪಾಶ್ಚಾತ್ಯ ಶಕ್ತಿಗಳ ಮೇಲೆ ಯಶಸ್ಸಿನಿಂದ ಉತ್ತೇಜಿತರಾಗಿ ಬಿಳಿಯನ ನೊಗದ ಭಾರದಿಂದ ಪೂರ್ವ ಏಷ್ಯಾದ ಜನರನ್ನು ಬಿಡುಗಡೆಗೊಳಿಸುವ ಗುರುತರವಾದ ಪಾತ್ರ ತನ್ನದೆಂದು ಜಪಾನ್ ತಿಳಿಯತೊಡಗಿತು. ಆಂಗ್ಲೋ–ಅಮೆರಿಕನ್ ಸಾಮ್ರಾಜ್ಯಶಾಹಿಯನ್ನು ಮೂಲೋತ್ಪಾಟನೆ ಮಾಡಿ ಅದರ ಜಾಗದಲ್ಲಿ ಎಲ್ಲ ಜನರೂ ಸಮಾನವಾಗಿ ಅಭಿವೃದ್ಧಿಯ ಫಲವನ್ನು ಅನುಭವಿಸುವ ರೀತಿ ಸ್ವಯಂಪೂರ್ಣವಾದ ಆರ್ಥಿಕ ವ್ಯವಸ್ಥೆಯೊಂದನ್ನು ಸ್ಥಾಪಿಸಬೇಕೆಂದು ಜಪಾನೀಯರು ಮನಸ್ಸು ಮಾಡಿದರು. ಬೃಹತ್ ಪೂರ್ವ ಏಷ್ಯಾವು ಜಪಾನ್, ಮಂಚುಕೋ ಹಾಗೂ ಚೀನಾದ ಕೆಲವು ಭಾಗಗಳನ್ನು ಒಳಗೊಂಡಿದ್ದು ಆರ್ಥಿಕವಾದ ಒಂದು ಘಟಕವಾಗಿ ಬೆಸೆಯಲ್ಪಟ್ಟಿರುವುದಾಗಿದೆ; ಹಾಗೆಯೇ ಆ ವಲಯದ ಇತರ ದೇಶಗಳಿಗೆ ಕೈಗಾರಿಕಾ ಕೇಂದ್ರವಾಗಿ ಕೆಲಸ ಮಾಡುವುದರ ಜೊತೆಗೆ ಆ ದೇಶಗಳು ಕಚ್ಚಾ ವಸ್ತುಗಳನ್ನು ಸರಬರಾಜು ಮಾಡುವುದರ ಮೂಲಕ ಸಹಕರಿಸಬೇಕಾಗುತ್ತದೆ. ಈ ರೀತಿಯಾಗಿ ಜಪಾನಿನ ಮಾರ್ಗದರ್ಶನದಲ್ಲಿ ಈ ವಲಯದ ಎಲ್ಲ ಜನರ ಪುರೋಭಿವೃದ್ಧಿಗಾಗಿ ವ್ಯಾಪಾರ ಮತ್ತು ವಾಣಿಜ್ಯ ಹೆಚ್ಚುವುದು. ತಾವು ಬಿಡುಗಡೆಗೊಳಿಸಿದ ದೇಶಗಳಲ್ಲಿ ಜಪಾನೀಯರು ತಮ್ಮ ನಿಯತಿಗೆ ಒಳಪಡುವಂಥ ಮಾದರಿಯಲ್ಲಿ ಸರ್ಕಾರಗಳನ್ನು ಪ್ರತಿಷ್ಠಾಪಿಸಿದರು. ಆರ್ಥಿಕ ಅಭಿವೃದ್ಧಿಯ ಹೆಸರಿನಲ್ಲಿ ಅವರು ಆಕ್ರಮಿತ ಜನರ ಲಾಭಕ್ಕಾಗಿ ಯೋಜನೆ ಹಾಕಿಕೊಳ್ಳದೆ ಕೇವಲ ತಮ್ಮ ಲಾಭವನ್ನು ಮಾತ್ರ ಗಮನದಲ್ಲಿರಿಸಿಕೊಂಡರು. ಬಿಡುಗಡೆ ಮಾಡುವವರಂತೆ ಸೋಗು ಹಾಕಿಕೊಂಡು ವಾಸ್ತವವಾಗಿ ವಿದೇಶಿಯರ ಘೋಷಣೆಯನ್ನೇ ಮುಂದುವರಿಸಿದ ಜಪಾನೀಯರು ಮಂಚೂರಿಯಾ ಹಾಗೂ ಆಕ್ರಮಿತ ಚೀನಾದಲ್ಲಿ ಸಿದ್ಧಗೊಳಿಸಿದ ವಿನ್ಯಾಸವನ್ನು ಉಳಿದ ನೆಲೆಗಳ ಮೇಲೂ ಹೇರಿದರು.

ಜಪಾನಿನ ಪತನ

ಉತ್ತಮವಾದ ರೀತಿಯಲ್ಲಿ ಪ್ರಾರಂಭ ಮಾಡಿ ಅನೇಕ ಅದ್ಭುತ ಯಶಸ್ಸುಗಳನ್ನು ಜಪಾನ್ ಸಾಧಿಸಿತ್ತು. ಆದರೆ ದೀರ್ಘ ಕಾಲದವರೆಗೆ ಯುದ್ಧವನ್ನು ನಡೆಸಿದ ಬಳಲಿಕೆ ಆ ದೇಶವನ್ನು ಕಾಡಲು ಶುರುವಾಯಿತು. ತಾನು ಪ್ರಜ್ಞಾಪೂರ್ವಕವಾಗಿ ಪ್ರಚೋದಿಸಿದ್ದ ರಾಷ್ಟ್ರಗಳಿಂದ ಪ್ರತಿ ಆಕ್ರಮಣ ಎದುರಾದಾಗ ಅದನ್ನು ನಿಭಾಯಿಸಲು ಸಾಕಷ್ಟು ಪ್ರಮಾಣದಲ್ಲಿ ವಸ್ತುಗಳು ಹಾಗೂ ಜನರು ಇರಲಿಲ್ಲ. ಜನ ಹಣ ಹಾಗೂ ಇತರೆ ಸಾಮಗ್ರಿಗಳನ್ನು ಒಳಗೊಂಡಂತೆ ಸಕಲ ಸಂಪನ್ಮೂಲವನ್ನು ಯಥೇಚ್ಛವಾಗಿ ಹೊಂದಿದ್ದ ಅಮೆರಿಕಾ ಹೊಸ ಹಡಗುಗಳು, ವಿಮಾನಗಳು, ಫಿರಂಗಿಗಳು ಹಾಗೂ ಇತರ ಯುದ್ಧ ಸಾಮಾಗ್ರಿಗಳನ್ನು ಹೆಚ್ಚಿನ ಸಂಖ್ಯೆಯಲ್ಲಿ ಮತ್ತು ಶೀಘ್ರಗತಿಯಲ್ಲಿ ತಯಾರಿಸುವಾಗ ಅದಕ್ಕೆ ಸರಿಸಮನಾಗಿ ಹೊಂದಿಸಿಕೊಳ್ಳುವ ಮುಂಗಾಣ್ಕೆ ಜಪಾನಿನದಾಗಿರಲಿಲ್ಲ. ಯೂರೋಪಿನಲ್ಲಿ ಅಮೆರಿಕಾದ ಜನ ಮತ್ತು ಸಾಮಗ್ರಿಗಳನ್ನು ಉಪಯೋಗಿಸುವಲ್ಲಿ ಆದ್ಯತೆ ನೀಡಿದ್ದರಾದರೂ ಜಪಾನಿನ ಮೇಲೆ ಯುದ್ಧ ಮಾಡುವಾಗ ಶೀಘ್ರವಾಗಿ ಎಲ್ಲವನ್ನೂ ಸಿದ್ಧತೆ ಮಾಡಿಕೊಳ್ಳಲು ಅಮೆರಿಕಾಕ್ಕೆ ಕಷ್ಟವಾಗಲಿಲ್ಲ. ಜೊತೆಗೆ, ಚೀನಾ ನಿರಂತರವಾಗಿ ಪ್ರತಿರೋಧ ಒಡ್ಡತೊಡಗಿದ್ದರಿಂದ ಜಪಾನಿನ ಸಂಪನ್ಮೂಲ ಕ್ಷೀಣವಾಗುತ್ತ ಹೋಯಿತು. ಜಪಾನಿನ ಯುದ್ಧ ಸನ್ನಾಹದಲ್ಲಿ ಹಿನ್ನಡೆಯುಂಟಾಗಿ ಮಿತ್ರರಾಷ್ಟ್ರಗಳು ಉಸಿರು ತೆಗೆದುಕೊಳ್ಳಲು ಅಗತ್ಯವಾಗಿದ್ದ ಕಾಲಾವಕಾಶ ಸಿಕ್ಕಿತು.

ಪೆಸಿಫಿಕ್‌ನ ಜಪಾನೀ ಸ್ಥಳಗಳ ಮೇಲೆ ಅಮೆರಿಕಾದ ಮೊಟ್ಟಮೊದಲ ಪ್ರಬಲ ಆಕ್ರಮಣವಾದದ್ದು 1942ರಲ್ಲಿ. ಆ ವರ್ಷ ಜನರಲ್ ಮ್ಯಾಕಾರ್ಥರ್ ಅವರ ನೇತೃತ್ವದಲ್ಲಿ ಈಶಾನ್ಯ ಆಸ್ಟ್ರೇಲಿಯಾದ ಕೋರಲ್ ಸಮುದ್ರ ತೀರದ ಬಳಿ ಜಪಾನಿನ ಹಡಗುಗಳ ಮೇಲೆ ಅಮೆರಿಕಾದ ಯುದ್ಧ ವಿಮಾನಗಳು ದಾಳಿ ನಡೆಸಿದವು. ಆರು ದಿನಗಳ ಸಮರದಲ್ಲಿ ಜಪಾನೀಯರು ಪರಾಭವಗೊಂಡು ಹಿಮ್ಮೆಟ್ಟುವಂತಾಯಿತು. ಇದರ ನಂತರ ಮಿಡ್‌ವೇ (ಜೂನ್ 1942) ನೌಕಾ ಸಮರ ಪ್ರಾರಂಭವಾಯಿತು; ಇದರಲ್ಲಿ ಜಪಾನೀಯರಿಗೆ ಅಪಾರವಾದ ಹಾನಿಯಾಯಿತು. ಶತ್ರುಗಳಿಗಾದ ಈ ಜಯದಿಂದ

ಆಗ್ನೇಯ ಪೆಸಿಫಿಕ್‌ನಲ್ಲಿ ಜಪಾನಿಯರು ವಿಸ್ತಾರಗೊಳ್ಳದಂತೆ ತಡೆಯುಂಟಾಯಿತು. ಇವು ಮುಖ್ಯವಾಗಿ ರಕ್ಷಣಾತ್ಮಕ ಕಾರ್ಯಾಚರಣೆಗಳಾಗಿದ್ದವು. ಆದರೆ 1942ರ ಆಗಸ್ಟ್‌ನಲ್ಲಿ ವಾಯುವ್ಯ ಪೆಸಿಫಿಕ್‌ನಲ್ಲಿ ಸಾಲೋಮನ್ ದ್ವೀಪಗಳಲ್ಲಿ ಜಪಾನ್ ಆಕ್ರಮಿಸಿಕೊಂಡಿದ್ದ ಜಾಗಗಳನ್ನು ಮುಕ್ತಗೊಳಿಸುವ ದೃಷ್ಟಿಯಾದ ಅಮೆರಿಕಾ ಮೊದಲ ಹೆಜ್ಜೆ ಇಟ್ಟಿತು. ಆ ವಲಯದಲ್ಲಿ ಮೊದಲು ಜಪಾನೀಯರ ಸ್ಥಾನಗಳನ್ನು ವಶಪಡಿಸಿಕೊಂಡು ಅನಂತರ ಟೋಕಿಯೊ ಕಡೆ ಉತ್ತರಕ್ಕೆ ಹೊರಡುವುದೆಂದು ಮಿತ್ರರಾಷ್ಟ್ರಗಳ ಸನ್ನಾಹವಾಗಿದ್ದಿತು. ಸಾಲೋಮನ್ ದ್ವೀಪಗಳಲ್ಲಿ ಇಬ್ಬಗೆಯ ಆಕ್ರಮಣದ ಮೂಲಕ ಅಮೆರಿಕಾದವರು ಜಪಾನಿಯರ ಬಲವಾದ ವಿಮಾನ ಆಕ್ರಮಣ ತಾಣವನ್ನು ವಶಕ್ಕೆ ತೆಗೆದುಕೊಂಡರು. ದ್ವೀಪಜಿಗಿತ ವಿನ್ಯಾಸವನ್ನು ಮಿತ್ರರಾಷ್ಟ್ರಗಳು ರಚಿಸಿಕೊಂಡು ಜಪಾನೀಯರ ವಶದಲ್ಲಿದ್ದ ಸ್ಥಾನಗಳನ್ನೆಲ್ಲಾ ತಮ್ಮ ತಾಣಗಳಾಗಿ ಪರಿವರ್ತಿಸಿಕೊಳ್ಳುತ್ತಾ ಆಕ್ರಮಣವನ್ನು ಮುಂದುವರಿಸಿ ಜಪಾನಿನ ಕಡೆ ಹೆಜ್ಜೆ ಇಟ್ಟರು. 1944ರ ವಸಂತ ಕಾಲದ ಹೊತ್ತಿಗೆ ಜಪಾನೀಯರಿಂದ ಗಿಲ್ಬರ್ಟ್ ಮತ್ತು ಮಾರ್ಷಲ್ ದ್ವೀಪಗಳನ್ನು ಕಸಿದುಕೊಳ್ಳಲಾಯಿತು ಹಾಗೂ ಈ ಯಶಸ್ಸುಗಳಿಂದ ಉತ್ತೇಜಿತರಾಗಿ ಮೆರಿಯನ್ಸ್ ದ್ವೀಪಗಳ ಪೈಕಿ ಸೈಪಾನ್ ಮತ್ತು ಟಿನಿಯನ್‌ಗಳನ್ನು ಗೆದ್ದುಕೊಳ್ಳಲಾಯಿತು. ಆದರೆ ದಾಳಿಕೋರರನ್ನು ಜಪಾನ್ ಸುಲಭವಾಗಿ ಬಿಟ್ಟುಕೊಡಲಿಲ್ಲ. ಶತ್ರುಪಕ್ಷದವರಿಗೂ ಬಹಳ ಹಾನಿಯುಂಟಾಯಿತು. ಮೆರಿಯನ್ಸ್ ಮುಖಾಂತರ ಮುಂದುವರಿದ ಮೆಕಾರ್ಥರ್ ಫಿಲಿಫೈನ್ಸ್‌ಅನ್ನು ಮತ್ತೆ ವಶಪಡಿಸಿಕೊಳ್ಳಲು ಸಾಧ್ಯವಾಯಿತು. ಲೆಯ್ಟೆ ದ್ವೀಪವನ್ನು ಸಮೀಪಿಸುವ ಸಂದರ್ಭದಲ್ಲಿ ಜಪಾನೀಯರು ಉಗ್ರವಾದ ಪ್ರತಿರೋಧವನ್ನು ಒಡ್ಡಿದರು. ಲೆಯ್ಟೆ ಈ ಕೊಲ್ಲಿಯ ನಿಯಂತ್ರಣವನ್ನು ಹೊಂದುವ ತವಕದಲ್ಲಿದ್ದು ಜಪಾನಿನ ಹಡುಗುಗಳು ಅಪಾರವಾದ ಹಾನಿಗೆ ಒಳಗಾದವು (ಅಕ್ಟೋಬರ್ 1944). ಫಿಲಿಫೈನ್ಸ್ ಸಮುದ್ರದ ಎರಡನೇ ಸಮರವೆಂದು ಪ್ರಸಿದ್ಧಿಯಾಗಿರುವ ಈ ಯುದ್ಧದಲ್ಲಿ ಜಪಾನಿನ ನೌಕಾಶಕ್ತಿಗೆ ತೀವ್ರ ರೀತಿಯಲ್ಲಿ ಹೊಡೆತ ಬಿದ್ದಿತು. ಇದರ ನಂತರ ಜಪಾನಿನ ಅಲೆ ಇಳಿಮುಖವಾಗತೊಡಗಿತು. 1945ರ ಜುಲೈನಲ್ಲಿ ಫಿಲಿಪ್ಪೈನ್ ಕೈತಪ್ಪಿಹೋಯಿತು.

ಆದರೆ ಮಿತ್ರರಾಷ್ಟ್ರಗಳ ದ್ವೀಪಲಂಘನ ಕಾರ್ಯಾಚರಣೆ ಮುಂದುವರಿಯಿತು. ಟೋಕಿಯೋದಿಂದ ಎಂಟುನೂರು ಮೈಲಿಗಳಷ್ಟು ದೂರದಲ್ಲಿರುವ ಬೋನಿನ್ ದ್ವೀಪಗಳಲ್ಲಿ ಒಂದಾದ ಇವೊಜಿಮಾದ ಮೇಲೆ ಧಾಳಿನಡೆಸಿದರು–ಅವ್ಯಾಹತವಾಗಿ ಎರಡು ತಿಂಗಳ ಕಾಲ ವಿಮಾನ ಬಾಂಬ್ ದಾಳಿ ನಡೆಸಿದ ನಂತರ ಈ ಕಾರ್ಯಾಚರಣೆಯನ್ನು ಕೈಗೊಳ್ಳಲಾಗಿತ್ತು. ಜಪಾನಿನ ಹೊಸ್ತಿಲು ಎಂದು ಕರೆಯಲ್ಪಡುವ ರುಕುಕು ಗುಂಪಿನ ಒಕಿನವ ದ್ವೀಪದ ಮೇಲೆ ಮುಂದೆ ಗುರಿ ಇಡಲಾಯಿತು. ಇಲ್ಲಿ ಉಗ್ರ ರೀತಿಯ ಸಮರ ನಡೆಯಿತು. ಜಪಾನೀಯರಿಗೆ ಇದರಲ್ಲಿ ಅಪಾರವಾದ ಹಾನಿಯಾಯಿತು. ಆದರೆ ಅವರು ಇದಕ್ಕೆ ಬಗ್ಗದೆ ಪರಿಣಾಮಕಾರಿಯಾಗಿ 'ಆತ್ಮಹತ್ಯಾ ವಿಮಾನಗಳನ್ನು' ಬಳಸಿಕೊಂಡು ಯುದ್ಧ ಹಡಗುಗಳೇ ಮೊದಲುಗೊಂಡು ಸುಮಾರು 250 ಶತ್ರುನೌಕೆಗಳನ್ನು ನಾಶ ಮಾಡಿ ಅಮೇರಿಕನ್ನರಿಗೂ ಅಪಾರವಾದ ನಷ್ಟವನ್ನುಂಟುಮಾಡಿದರು. 1945ರ ಜುಲೈ ತಿಂಗಳ ಹೊತ್ತಿಗೆ ಜಪಾನಿನ ಸಮುದ್ರ ತೀರದತ್ತ ಸಾಗಿದ ಆಂಗ್ಲೋ–ಅಮೆರಿಕನ್ ತುಕಡಿಯೊಂದು ಹೊನ್ಸುವಿನ ಮೇಲೆ ಶೆಲ್ ಧಾಳಿ ನಡೆಸಿತು. ಅದೇ ಕಾಲದಲ್ಲಿ ಜಪಾನಿನ ಪ್ರಮುಖವಾದ ನಗರಗಳ ಮೇಲೆ ಸಮರ ವಿಮಾನಗಳು ಹಾಗೂ ಬಿ–29ವಿಮಾನಗಳು ಬಾಂಬ್ ಧಾಳಿ ನಡೆಸಿದವು. ಜಪಾನ್ ಬಹಳ ಶೀಘ್ರವಾಗಿ ಪತನದ ಹಾದಿಯನ್ನು ತುಳಿದಿತ್ತು.

ಅಂತಿಮವಾಗಿ ಅಮೇರಿಕ 1945ರ ಆಗಸ್ಟ್ 6 ಮತ್ತು 9ರಂದು ಜಪಾನಿನ ಹಿರೋಷಿಮಾ ಮತ್ತು ನಾಗಸಾಕಿಗಳ ಮೇಲೆ ಅಣುಬಾಂಬುಗಳನ್ನು ಹಾಕಿತು. ಭಯಭೀತರಾದ ಜಪಾನಿಯರು 1945ರ ಆಗಸ್ಟ್ 14ರಂದು ಶರಣಾಗತರಾದರು.

* * * * *

ಅಧ್ಯಾಯ - 37

ದ್ವಿತೀಯ ಮಹಾಯುದ್ಧ (1939-1945)

ಪ್ರಥಮ ಮಹಾಯುದ್ಧದ ಸಮಸ್ಯೆಗಳನ್ನು ಶಮನಗೊಳಿಸುವ ಮೊದಲೇ ಜಗತ್ತು ಇನ್ನೊಂದು ಮಹಾಯುದ್ಧದ ಸುಳಿಯಲ್ಲಿ ಸಿಲುಕಿದ್ದು ಮಹಾ ದುರದೃಷ್ಟಕರ ಸಂಗತಿಯಾಗಿದೆ. 1919–1939ರ ಅವಧಿಯನ್ನು ನೆಮ್ಮದಿ ಇಲ್ಲದ ಅಶಾಂತಿಕಾಲ ಎನ್ನಬಹುದು. ಏಕೆಂದರೆ ಪ್ರಥಮ ಮಹಾಯುದ್ಧದ ನಂತರ ಜಗತ್ತನ್ನು ಮತ್ತೊಂದು ಭೀಕರ ಮಹಾಯುದ್ಧದ ವಿನಾಶದಿಂದ ರಕ್ಷಿಸಲು ಮಾಡಿದ ಪ್ರಯತ್ನಗಳು, ದ್ವೇಷ ವೈಷಮ್ಯಗಳು, ಸಂಶಯ ಮತ್ತು ಭೀತಿಗಳು ಮುಂತಾದ ಮಾನವ ದೌರ್ಬಲ್ಯಗಳ ಕಾರಣವಾಗಿ ವಿಫಲವಾದವು. ಪ್ರಥಮ ಮಹಾಯುದ್ಧ ನಡೆದ ಕೇವಲ ಎರಡು ದಶಕಗಳಲ್ಲಿ ಮಾನವ ಇತಿಹಾಸದಲ್ಲಿ ಮತ್ತೊಂದು ವ್ಯಾಪಕವಾದ ಮತ್ತು ವಿನಾಶಕಾರಿಯಾದ ಮಹಾಯುದ್ಧ ಜರುಗಿತು. ಜಪಾನ್, ಇಟಲಿ ಮತ್ತು ಜರ್ಮನಿಗಳು ರಾಷ್ಟ್ರಸಂಘದಿಂದ ಹೊರಬಿದ್ದು ತಮ್ಮ ಆಕ್ರಮಣಕಾರಿ ನೀತಿಯಿಂದ ಇಡೀ ವಿಶ್ವದ ಪ್ರಶಾಂತ ವಾತಾವರಣವನ್ನು ಕದಡಿದವು. ಇಂತಹ ದುರಾಕ್ರಮಣ ನೀತಿಯನ್ನು ಯೂರೋಪಿನ ಅಗ್ರರಾಷ್ಟ್ರಗಳು ಖಂಡಿಸಿದವು. ಇದರಿಂದ ಜಗತ್ತಿನಲ್ಲಿ ಮತ್ತೊಮ್ಮೆ ಯುದ್ಧದ ಛಾಯೆ ಆವರಿಸಲಾರಂಭಿಸಿ ರಣಕಹಳೆಗಳು ಮೊಳಗಿದವು. ಭವಿಷ್ಯದಲ್ಲಿ ಯುದ್ಧವನ್ನು ಕೊನೆಗಾಣಿಸಬೇಕೆಂದು ಮಾಡಿದ ಪ್ರಥಮ ಮಹಾಯುದ್ಧದ ನಂತರದ ಶಾಂತಿ ಒಪ್ಪಂದಗಳು ಹುಸಿಯಾಗಿ ಜಗತ್ತು ಮತ್ತೊಂದು ಭೀಕರವಾದ ಯುದ್ಧದಲ್ಲಿ ತನ್ನನ್ನು ತೊಡಗಿಸಿಕೊಂಡಿತು. 1939ರಲ್ಲಿ ಆರಂಭವಾಗಿ 1945ರ ತನಕ ನಡೆದ ಈ ಮಹಾಸಂಗ್ರಾಮಕ್ಕೆ ಹಲವಾರು ಕಾರಣಗಳನ್ನು ನೀಡಬಹುದು ಅವುಗಳು ಈ ಕೆಳಕಂಡತಿವೆ.

ದ್ವಿತೀಯ ಮಹಾಯುದ್ಧಕ್ಕೆ ಕಾರಣಗಳು

1. ಶಾಂತಿ ಒಪ್ಪಂದದ ದೋಷಗಳು: ಪ್ರಥಮ ಮಹಾಯುದ್ಧದ ನಂತರ 1919ರ ಪ್ಯಾರಿಸ್ ಶಾಂತಿ ಸಮ್ಮೇಳನದಲ್ಲಿ ಏರ್ಪಟ್ಟ ಅನ್ಯಾಯಕರ ಮತ್ತು ಪ್ರತೀಕಾರದ ಶಾಂತಿ ಒಪ್ಪಂದಗಳು ದ್ವಿತೀಯ ಮಹಾಯುದ್ಧಕ್ಕೆ ಕಾರಣವಾದವು. ವರ್ಸೈಲ್ಸ್ ಒಪ್ಪಂದದಲ್ಲಿ ವುಡ್ರೊವಿಲ್ಸನ್ ಸೂಚಿಸಿದ್ದ 14 ಅಂಶಗಳನ್ನು ಬಹುಮಟ್ಟಿಗೆ ಕಡೆಗಣಿಸಿ ಮಿತ್ರರಾಷ್ಟ್ರಗಳು ಸೇಡು ತೀರಿಸಿಕೊಳ್ಳುವ ಮನೋಭಾವನ್ನು ವ್ಯಕ್ತಪಡಿಸಿದವು.

ಪ್ರಥಮ ಮಹಾಯುದ್ಧದಿಂದ ಜರ್ಮನಿಗೆ ಮತ್ತು ಅದರ ಮಿತ್ರರಾಷ್ಟ್ರಗಳಿಗೆ ಉಂಟಾದ ಸೈನಿಕ ಮತ್ತು ಆರ್ಥಿಕ ನಷ್ಟ ಅಷ್ಟಿಷ್ಟಲ್ಲ. ಜರ್ಮನಿಯ ಮೇಲೆ ಹೇರಲ್ಪಟ್ಟ ವರ್ಸೈಲ್ಸ್ ಒಪ್ಪಂದ ಜರ್ಮನಿಯ ಸರ್ವನಾಶಕ್ಕೆ ಕಾರಣವಾಗಿ ಮುಂದಿನ ಮಹಾಯುದ್ಧದ ಬೀಜಗಳನ್ನು ಸಹಾ ಒಳಗೊಂಡದ್ದಾಗಿತ್ತು. ಇದು ಪ್ರಾದೇಶಿಕವಾಗಿ, ಸೈನಿಕವಾಗಿ ಹಾಗೂ ಆರ್ಥಿಕವಾಗಿ ಜರ್ಮನಿಯನ್ನು ದುರ್ಬಲಗೊಳಿಸಲು ಯತ್ನಿಸಿತು. ಜರ್ಮನ್ ಜನತೆಯ ಗೌರವ ಮತ್ತು ಪ್ರತಿಷ್ಠೆಗಳನ್ನು ಮಣ್ಣುಪಾಲು ಮಾಡಿ ಮಿತ್ರರಾಷ್ಟ್ರಗಳು ಯುದ್ಧದ ಎಲ್ಲಾ ವಿನಾಶಕ್ಕೆ ಮತ್ತು ಕಗ್ಗೊಲೆಗಳಿಗೆ ಜರ್ಮನಿಯೇ ಕಾರಣವೆಂದು ದೂಷಿಸಿ ಅದನ್ನು ಇಡೀ ಮಾನವ ಜನಾಂಗದ ಮಹಾಶತ್ರುವೆಂದು ಬಗೆದು ಅವಮಾನಕರವಾಗಿ ನಡೆಸಿಕೊಂಡವು. ಮಿತ್ರರಾಷ್ಟ್ರಗಳು ಜರ್ಮನಿಯ ಸಮುದ್ರದಾಚೆಯ ವಸಾಹತುಗಳನ್ನು ಕಿತ್ತುಕೊಂಡವು. ಜರ್ಮನಿ ಮತ್ತು ಪೂರ್ವ ಪ್ರಷ್ಯಾದ ನಡುವೆ ಪೋಲೆಂಡಿನ ವಿಸ್ತರಣೆಯನ್ನು ಸೃಷ್ಟಿಸಿ ಅದಕ್ಕೆ ಅಡಚಣೆಯನ್ನು ತಂದೊಡ್ಡಿದ್ದವು. ಅದರ ಕೈಗಾರಿಕಾಭಿವೃದ್ಧಿಗೆ ಬಹುಮುಖ್ಯವಾಗಿದ್ದ ಕಬ್ಬಿಣ ಮತ್ತು ಕಲ್ಲಿದ್ದಲು ಪ್ರದೇಶಗಳನ್ನು ಬಲತ್ಕಾರವಾಗಿ ಕಿತ್ತುಕೊಂಡವು. ಇವುಗಳೆಲ್ಲದರ ಕಾರಣದಿಂದ ಜರ್ಮನ್ನರಲ್ಲಿ ಸೇಡಿನ ಮನೋಭಾವ ಮೂಡುವುದಕ್ಕೆ ಕಾರಣವಾಯಿತು. ಜರ್ಮನಿಯ ರಾಷ್ಟ್ರೀಯವಾದಿಗಳು ಮತ್ತು ಉಗ್ರಗಾಮಿಗಳು ಈ ಸನ್ನಿವೇಶಗಳನ್ನು ಉಪಯೋಗಿಸಿಕೊಂಡು ಜರ್ಮನ್ ಜನತೆಯನ್ನು ಹಲವು ರೀತಿಯಿಂದ ಹುಚ್ಚೆಬ್ಬಿಸಿ ಮತ್ತೊಂದು ಭೀಕರ ಯುದ್ಧದ ಹಣಾಹಣಿಗೆ ಸಜ್ಜಾಗುವಂತೆ ಪ್ರೇರೇಪಿಸಿದರು. ಪ್ರಥಮ ಮಹಾಯುದ್ಧದ ಸೋಲಿಗೆ ಪ್ರತೀಕಾರ ಮತ್ತು ವರ್ಸೈಲ್ಸ್ ಒಪ್ಪಂದದ ರದ್ದು ಅವರ ಪ್ರಮುಖ ಮಂತ್ರಗಳಾಗಿ ಮುಯ್ಯಿಗೆ ಮುಯ್ಯಿ ತೀರಿಸುವ ನೀತಿಯನ್ನು ಅನುಸರಿಸಲಾರಂಭಿಸಿದರು. ಹಿಟ್ಲರ್ ವರ್ಸೈಲ್ಸ್ ಒಪ್ಪಂದವನ್ನು ಗಾಳಿಗೆ ತೂರಿ ಅಪರಿಮಿತ ಸೈನ್ಯ ಮತ್ತು ಶಸ್ತ್ರಾಸ್ತ್ರಗಳನ್ನು ಸಂಗ್ರಹಿಸಿ ತನ್ನ ರಣೋತ್ಸಾಹ ಮತ್ತು ಅತಿಕ್ರಮ ಆಕ್ರಮಣಗಳಿಂದ ದ್ವಿತೀಯ ಮಹಾಯುದ್ಧಕ್ಕೆ ಕಾರಣನಾದನು. ವರ್ಸೈಲ್ಸ್ ಒಪ್ಪಂದವೇ ಜರ್ಮನಿಯ ದೌರ್ಭಾಗ್ಯಕ್ಕೆ ಕಾರಣವೆಂದು ಅದನ್ನು ಕಿತ್ತೊಗೆದರೆ ಮಾತ್ರ ಬಲಾಢ್ಯ ನೂತನ ಜರ್ಮನಿಯ ನಿರ್ಮಾಣ ಸಾಧ್ಯವೆಂದು ಸಾರಿ, ಹಿಟ್ಲರ್ ಜರ್ಮನಿಯನ್ನು ವಿಶ್ವ ಶಕ್ತಿಯನ್ನಾಗಿ ಮಾಡಲು ಮುಂದಾದನು.

2) ಸರ್ವಾಧಿಕಾರಿಗಳ ಏಳಿಗೆ: ಪ್ರಥಮ ಮಹಾಯುದ್ದದ ರಾಜಕೀಯ ಮತ್ತು ಆರ್ಥಿಕ ಸಮಸ್ಯೆಗಳು ಮತ್ತು ಪ್ರಥಮ ಮಹಾಯುದ್ಧದ ನಂತರ ಯೂರೋಪ್ ಮತ್ತು ಏಷ್ಯಾದ ಕೆಲವೆಡೆ ಸರ್ವಾಧಿಕಾರಿಗಳು ಅಧಿಕಾರಕ್ಕೆ ಬಂದದ್ದು ದ್ವಿತೀಯ

ಮಹಾಯುದ್ಧಕ್ಕೆ ಕಾರಣವಾಯಿತು. 1929ರ ವಿಶ್ವ ಆರ್ಥಿಕ ಬಿಕ್ಕಟ್ಟು ಆಗ ಅಸ್ತಿತ್ವದಲ್ಲಿದ್ದ ಗಣರಾಜ್ಯ ಸರ್ಕಾರಗಳ ಅಸಮರ್ಥತೆಯನ್ನು ಎತ್ತಿ ತೋರಿಸಿತು. ಇದರಿಂದಾಗಿ ಇವು ಜನತೆಯ ವಿಶ್ವಾಸ ನಂಬಿಕೆ ಮತ್ತು ಗೌರವವನ್ನು ಕಳೆದುಕೊಂಡು ಹಲವೆಡೆ ಸರ್ವಾಧಿಕಾರಿಗಳ ಉದಯಕ್ಕೆ ಕಾರಣವಾದವು. ಪ್ಯಾರಿಸ್ ಶಾಂತಿ ಸಮ್ಮೇಳನದಲ್ಲಿ ಪ್ರಪಂಚವನ್ನು ಪ್ರಜಾಪ್ರಭುತ್ವಕ್ಕಾಗಿ ಸುರಕ್ಷಿತಗೊಳಿಸಬೇಕೆಂಬ ವಿಲ್ಸನ್ನನ ಗುರಿ ಕಾರ್ಯರೂಪಕ್ಕೆ ಬರಲಿಲ್ಲ. ರಾಷ್ಟ್ರಸಂಘವಾಗಲೀ, ಮಿತ್ರ ರಾಷ್ಟ್ರಗಳಾಗಲಿ ಪ್ರಜಾಪ್ರಭುತ್ವದ ರಕ್ಷಣೆಗಾಗಿ ಪರಿಣಾಮಕಾರಿ ಕ್ರಮಗಳನ್ನು ಕೈಗೊಳ್ಳಲಿಲ್ಲ. ಅಪಾರ ಸಮಸ್ಯೆಗಳನ್ನು ಎದುರಿಸುತ್ತಿದ್ದ ಜರ್ಮನಿಯ ಗಣರಾಜ್ಯ ಸರಕಾರಕ್ಕೆ ಮಿತ್ರ ರಾಷ್ಟ್ರಗಳು ಸಹಾನುಭೂತಿ ತೋರಲಿಲ್ಲ. ಜರ್ಮನಿಯು ಅಪಾರವಾದ ಯುದ್ಧ ಪರಿಹಾರ ದ್ರವ್ಯವನ್ನು ಕೊಡಬೇಕಾಯಿತು. ಪರಿಹಾರ ದ್ರವ್ಯದ ಕಂತನ್ನು ನೀಡದಿದ್ದರಿಂದ ಫ್ರಾನ್ಸ್ ಜರ್ಮನಿಯ ಏಕಮೇವ ಔದ್ಯಮಿಕ ಕೇಂದ್ರವಾಗಿದ್ದ ರ್ರೂರ್ ಪ್ರದೇಶವನ್ನು ಹಿಡಿದುಕೊಂಡಿತು. ವರ್ಸೇಲ್ಸ್ ಒಪ್ಪಂದವು ಜರ್ಮನಿಯಂತೆ ಇಟಲಿಯನ್ನು ಬಡತನಕ್ಕೀಡು ಮಾಡಿತು. ಅದರ ಸ್ಥಿತಿ ಜರ್ಮನಿಗಿಂತ ಯಾವ ದೃಷ್ಟಿಯಲ್ಲೂ ಉತ್ತಮವಾಗಿರಲಿಲ್ಲ. ರಾಜಕೀಯ ಅಭದ್ರತೆ, ಆರ್ಥಿಕ ಮುಗ್ಗಟ್ಟು, ನಿರುದ್ಯೋಗ, ಬಡತನ, ಆಹಾರದ ಅಭಾವ ದೇಶವನ್ನು ಆವರಿಸಿದ್ದವು. ಇವೆಲ್ಲಾ ಮೇಲಿನ ಕಾರಣಗಳಿಂದ ಉಂಟಾದ ಹತಾಶ ಸ್ಥಿತಿಯನ್ನು ತಮ್ಮ ಅಸಾಧಾರಣ ಕರ್ತೃತ್ವ ಶಕ್ತಿಯನ್ನು ಬಳಿಸಿಕೊಂಡು ಜನತೆಯಲ್ಲಿ ರಾಷ್ಟ್ರೀಯ ಆಶೋತ್ತರಗಳನ್ನು ಕೆರಳಿಸಿ ಜನಮನವನ್ನು ಸೂರೆಗೊಂಡು ಭವಿಷ್ಯತ್ತಿನ ಬಗ್ಗೆ ಅಪಾರ ಭರವಸೆಯನ್ನು ಮೂಡಿಸಿ ಹಿಟ್ಲರ್, ಮುಸಲೋನಿಯಂತಹ ಪ್ರಬಲ ಸರ್ವಾಧಿಕಾರಿಗಳು ಉದಯವಾದರು. ಈ ಸರ್ವಾಧಿಕಾರಿಗಳು ಪ್ರಬಲ ವಿಸ್ತರಣಾಕಾಂಕ್ಷಿಗಳಾಗಿದ್ದು ತಮ್ಮ ರಾಷ್ಟ್ರಗಳ ಗೌರವ ಪ್ರತಿಷ್ಠೆ ಹೆಚ್ಚಿಸಲು ಯುದ್ಧ ಆಕ್ರಮಣ ಮಾರ್ಗಗಳನ್ನು ಹಿಡಿದು ಜಗತ್ತಿನ ಶಾಂತಿಯನ್ನು ಕದಡಿದರು. ಹಿಟ್ಲರ್, ಮುಸಲೋನಿ, ಸ್ಟಾಲೀನ್, ಟೋಜೊ ಇವರೆಲ್ಲರು ಆಕ್ರಮಣಶೀಲ ವಿದೇಶಾಂಗ ನೀತಿಯನ್ನು ಅನುಸರಿಸಿದರು. ಯುದ್ಧ ನೀತಿಯ ಪ್ರಾಮುಖ್ಯತೆಯನ್ನು ಮತ್ತು ಅದರ ಮೇಲ್ಮೆಯನ್ನು ಕೊಂಡಾಡಿದ ಹಿಟ್ಲರ್ ವಿಶಾಲ ಜರ್ಮನ್ ಸಾಮ್ರಾಜ್ಯ ಸ್ಥಾಪನೆ ಹಾಗೂ ಜರ್ಮನಿಯ ವಿಶ್ವಪ್ರಭುತ್ವದ ಆದರ್ಶಗಳನ್ನು ಕಾರ್ಯಗತಗೊಳಿಸಲು ತೀವ್ರ ಕ್ರಮಗಳನ್ನು ಕೈಗೊಂಡನು. ಯೂರೋಪಿನ ವಿವಿಧೆಡೆಗಳಲ್ಲಿ ಹಂಚಿಹೋಗಿದ್ದ ಜರ್ಮನ್ ಪ್ರಜೆಗಳನ್ನೆಲ್ಲಾ ಒಂದುಗೂಡಿಸಲು ಯತ್ನಿಸಿದನು. ಮುಸಲೋನಿ ಪ್ರಾಚೀನ ರೋಮನ್ ಸಾಮ್ರಾಜ್ಯದ ವೈಭವವನ್ನು ಪುನರುಜ್ಜೀವನಗೊಳಿಸುವ ಆಕಾಂಕ್ಷೆ ಹೊಂದಿದ್ದನು. ಟೋಜೋ ಕೂಡ ಸಾಮ್ರಾಜ್ಯಶಾಹಿ ನೀತಿಯನ್ನು ಅನುಸರಿಸಿದನು. ಚೀನಾದ ದೌರ್ಬಲ್ಯದ ಲಾಭ ಪಡೆದು ಜಪಾನ್ 1931ರಲ್ಲಿ ಮಂಚೂರಿಯಾವನ್ನು ಆಕ್ರಮಿಸಿತು. ಹೀಗೆ ಈ ಸರ್ವಾಧಿಕಾರಿಗಳು ಲೀಗ್ ಆಫ್ ನೇಷನ್ಸ್‌ನ್ನು ಲೆಕ್ಕಿಸದೆ ಅತಿಕ್ರಮ ಆಕ್ರಮಣಗಳಲ್ಲಿ ತೊಡಗಿದರು. ಇವರ ಅತಿಕ್ರಮ ಆಕ್ರಮಣಗಳು ರಣೋತ್ಸಾಹಗಳು ಜಗತ್ತನ್ನು ಮತ್ತೊಂದು ಮಹಾಯುದ್ಧದಲ್ಲಿ ಮುಳುಗಿಸಿದವು. ಸರ್ವಾಧಿಕಾರಿಗಳ ಅಪಾರ ಆಕ್ಾಂಕೆಗಳು ಮತ್ತು ಸಾಮ್ರಾಜ್ಯಶಾಹಿ ಧೋರಣೆಗಳು ವಿಶ್ವಶಾಂತಿಗೆ ಮಾರಕವಾದವು. ಸರ್ವಾಧಿಕಾರಿಗಳ ಏಳಿಗೆಯು ದ್ವಿತೀಯ ಮಹಾಯುದ್ಧದ ಪ್ರಬಲ ಕಾರಣಗಳಲ್ಲಿ ಒಂದಾಗಿದೆ.

3) ಶಸ್ತ್ರಾಸ್ತ್ರಗಳ ಉತ್ಪಾದನೆಯಲ್ಲಿ ಪೈಪೋಟಿ: ಪ್ರಥಮ ಮಹಾಯುದ್ಧದ ನಂತರ ಪ್ಯಾರೀಸ್ ಶಾಂತಿ ಸಮ್ಮೇಳನದಲ್ಲಿ ವುಡ್ರೋವಿಲ್ಸನ್ ತನ್ನ 14 ಅಂಶಗಳಲ್ಲಿ ಜಗತ್ತಿನ ರಾಷ್ಟ್ರಗಳಲ್ಲಿನ ಶಸ್ತ್ರಾಸ್ತ್ರಗಳ ಮತ್ತು ಸೈನ್ಯಗಳ ಸಂಖ್ಯೆಯನ್ನು ಕಡಿಮೆ ಮಾಡಲು ಪ್ರಾಮಾಣಿಕವಾಗಿ ಪ್ರಯತ್ನ ಮಾಡಿದ್ದರೂ ಜಗತ್ತಿನ ರಾಷ್ಟ್ರಗಳಲ್ಲಿ ಏರ್ಪಟ್ಟ ಶಸ್ತ್ರಾಸ್ತ್ರ ಮತ್ತು ಸೈನ್ಯಗಳ ಪೈಪೋಟಿ ದ್ವಿತೀಯ ಮಹಾಯುದ್ಧಕ್ಕೆ ಕಾರಣವಾಯಿತು. ವಿಲ್ಸನ್ನನ ನಿಶಸ್ತ್ರೀಕರಣದ ಮನವಿಗೆ ಜಗತ್ತಿನ ಯಾವುದೇ ರಾಷ್ಟ್ರಗಳು ಪ್ರಾಮುಖ್ಯತೆ ನೀಡಲಿಲ್ಲ. ಪರಸ್ಪರ ದ್ವೇಷ ಅಸೂಯೆಗಳು, ಸಂಶಯ ಮತ್ತು ಭೀತಿಗಳು, ಪೈಪೋಟಿಗಳು, ಶಸ್ತ್ರಾಸ್ತ್ರ ಮತ್ತು ಸೈನ್ಯಗಳ ಹೆಚ್ಚಳದ ಸ್ಪರ್ಧೆಗೆ ಕಾರಣವಾದವು. ಲೀಗಿನ ನಿಶಸ್ತ್ರೀಕರಣ ಸಮ್ಮೇಳನಗಳು ವಿಫಲವಾಗಿ "ರಕ್ಷಣೆಗೆ ಪ್ರತಿಯೊಂದು ರಾಷ್ಟ್ರಗಳು ಪ್ರಥಮ ಆದ್ಯತೆ ನೀಡಿ ನಿಶಸ್ತ್ರೀಕರಣ ಕೇವಲ ಬಾಯಿ ಮಾತಾಯಿತು. ಜರ್ಮನಿಯ ಮೇಲೆ ಹೇರಲ್ಪಟ್ಟ ವರ್ಸೇಲ್ಸ್ ಒಪ್ಪಂದ ಅದನ್ನು ಸಂಪೂರ್ಣವಾಗಿ ನಿಶಸ್ತ್ರೀಕರಣಗೊಳಿಸುವ ಸಂಚನ್ನು ಹೂಡಿತು. ಅದರ ಸೈನಿಕ ಬಲವನ್ನು ಬೆಲ್ಜಿಯಂ ನಂತಹ ಚಿಕ್ಕ ದೇಶಕ್ಕಿಂತಲೂ ಕಡಿಮೆ ಪ್ರಮಾಣಕ್ಕೆ ನಿಗಧಿಗೊಳಿಸಿತು. ಹೀಗೆ ಜರ್ಮನ್ನರನ್ನು ಸೈನಿಕವಾಗಿ ತುಳಿಯುವ ಪ್ರಯತ್ನವೆಸಗಿದ್ದು ಜರ್ಮನ್ನರಲ್ಲಿ ಕಳವಳವನ್ನುಂಟುಮಾಡಿತು." ನಾಜಿ ಸರ್ವಾಧಿಕಾರಿ ಹಿಟ್ಲರ್ "ರಾಷ್ಟ್ರೀಯ ಸಾಧನೆಗೆ ಐಕ್ಯತೆಗೆ ಬಲ ಸಂವರ್ಧನೆಗೆ ಶಸ್ತ್ರೀಕರಣವೊಂದೇ ಮಾರ್ಗ" ಎಂಬ ಮನೋಭಾವನೆಯಿಂದ 1935ರಲ್ಲಿ ವರ್ಸೈಲ್ಸ್ ಒಪ್ಪಂದದ ನಿಶ್ಯಸ್ತ್ರೀಕರಣದ ನಿಬಂಧನೆಗಳನ್ನು ಗಾಳಿಗೆ ತೂರಿ ಜರ್ಮನಿಯಲ್ಲಿ ಕಡ್ಡಾಯ ಸೈನಿಕ ತರಬೇತಿಯನ್ನು ಜಾರಿಗೊಳಿಸಿದನು. ಬೃಹತ್ ಪ್ರಮಾಣದ ಭೂ, ನೌಕಾ ಹಾಗೂ ವಾಯುಪಡೆಗಳನ್ನು ಸಂಘಟಿಸಿದನು. ಕಳೆದು ಹೋದ ಪ್ರದೇಶಗಳೆಲ್ಲವನ್ನು ಸ್ವಾಧೀನಪಡಿಸಿಕೊಳ್ಳಲು ನಿಶ್ಚಯಿಸಿ ಶಾಂತಿ ಸಂಧಾನ ಮಾರ್ಗಗಳನ್ನು ತ್ಯಜಿಸಿ ಶಸ್ತ್ರಾಸ್ತ್ರಗಳ ಪ್ರಯೋಗದಿಂದ ಅವುಗಳನ್ನು ದೊರಕಿಸಿಕೊಳ್ಳಲು ಪ್ರಯತ್ನಿಸಿದನು. ಇವನ ಈ ನೀತಿಗೆ ಆರಂಭದಲ್ಲಿ ಫ್ರಾನ್ಸ್ ಆಗಲೀ ಅಥವಾ ಇಂಗ್ಲೆಂಡ್ ಆಗಲಿ ಜರ್ಮನಿಯ ತ್ವರಿತ ಶಸ್ತ್ರಾಸ್ತ್ರಗಳ ಸಂಗ್ರಹಣೆಯ ಬಗ್ಗೆ ಯಾವ ಟೀಕೆಯನ್ನು ಮಾಡಲಿಲ್ಲ. ಇದು ಆತನಿಗೆ

ಪ್ರೋತ್ಸಾಹವನ್ನು ನೀಡಿದಂತಾಗಿ ಅಪಾರ ಸೈನಿಕ ಮತ್ತು ಶಸ್ತ್ರಾಸ್ತ್ರಗಳ ಸಂಗ್ರಹಣೆಗೆ ದಾರಿ ಮಾಡಿಕೊಟ್ಟಿತು. ಇಟಲಿಯಲ್ಲಿ ಮುಸಲೋನಿ ಕೂಡ ಸಮರ ಸಿದ್ಧತೆಯಲ್ಲಿ ತೊಡಗಿದ್ದನು. ರೋಂ-ಬರ್ಲಿನ್-ಟೋಕೀಯೋ ಮಿಲಿಟರಿ ಮೈತ್ರಿ ಕೂಟವು ಪ್ರಜಾಪ್ರಭುತ್ವದ ಪಾಶ್ಚಾತ್ಯ ಐರೋಪ್ಯ ರಾಷ್ಟ್ರಗಳಿಗೆ ಮಹಾಸವಾಲನ್ನು ಒಡ್ಡಿದ್ದರಿಂದ ಆ ರಾಷ್ಟ್ರಗಳು ಕೂಡಾ ಶಸ್ತ್ರಾಸ್ತ್ರ ಸನ್ನಾಹದಲ್ಲಿ ತೊಡಗಿದವು.

4) ಪ್ರಜಾಪ್ರಭುತ್ವ ಮತ್ತು ನಿರಂಕುಶತ್ವಗಳ ನಡುವಣ ತಾತ್ವಿಕ ಹೋರಾಟ: ಪ್ರಜಾಪ್ರಭುತ್ವ ಮತ್ತು ನಿರಂಕುಶತ್ವಗಳ ನಡುವೆ ಏರ್ಪಟ್ಟಿದ್ದ ತಾತ್ವಿಕ ಹೋರಾಟವು ದ್ವಿತೀಯ ಮಹಾಸಂಗ್ರಾಮಕ್ಕೆ ಪ್ರಮುಖ ಕಾರಣವಾಗಿತ್ತು. ಬ್ರಿಟನ್, ಫ್ರಾನ್ಸ್ ಮತ್ತು ಅಮೆರಿಕ ಸಂಯುಕ್ತ ಸಂಸ್ಥಾನಗಳು ಪ್ರಜಾಪ್ರಭುತ್ವವನ್ನು ಪ್ರತಿನಿಧಿಸಿದರೆ ಜರ್ಮನಿ, ಜಪಾನ್ ಮತ್ತು ಇಟಲಿಗಳು ಸರ್ವಾಧಿಕಾರತ್ವವನ್ನು ಪ್ರತಿನಿಧಿಸಿದ್ದವು. ಮೂಲಭೂತವಾಗಿ ಈ ಎರಡು ಸಿದ್ಧಾಂತಗಳ ಮೇಲೆ ದೇಶಗಳು ಎರಡು ಭಾಗಗಳಾಗಿ ಏರ್ಪಟ್ಟು ಒಂದು ವ್ಯಕ್ತಿಯ ಸ್ವಾತಂತ್ರ್ಯವನ್ನು ಮತ್ತೊಂದು ದೇಶದ ಶ್ರೇಷ್ಠತೆಯನ್ನು ಪ್ರತಿಪಾದಿಸುತ್ತಿದ್ದವು. ಇವೆರಡು ಸಂಪೂರ್ಣವಾಗಿ ವಿಭಿನ್ನವಾಗಿದ್ದು ಪ್ರಜಾಪ್ರಭುತ್ವಗಳು ಶಾಂತಿ, ಅನಾಕ್ರಮಣ ಮತ್ತು ತಾಟಸ್ಥತೆಯನ್ನು ಪ್ರತಿಪಾದಿಸಿದರೆ ಸರ್ವಾಧಿಕಾರಿಗಳು ಯುದ್ಧ ವಿಸ್ತಾರ ಮತ್ತು ಆಕ್ರಮಣಗಳನ್ನು ಪ್ರತಿಪಾದಿಸುತ್ತಿದ್ದರು. ಇದು ತೃಪ್ತರ ಮತ್ತು ಅತೃಪ್ತರ ನಡುವಣ ಹೋರಾಟವಾಗಿದ್ದು ದ್ವಿತೀಯ ಮಹಾಯುದ್ಧಕ್ಕೆ ಮುನ್ನ ಇಂತಹ ತಾತ್ವಿಕ ಜಿಜ್ಞಾಸೆಗಳಿಂದ ಜಗತ್ತಿನ ರಾಷ್ಟ್ರಗಳು ಪರಸ್ಪರ ವೈರತ್ವವನ್ನು ಉಳ್ಳವಾಗಿ ಎರಡು ಬಣಗಳಾಗಿ ಏರ್ಪಟ್ಟಿದ್ದವು. ಅವುಗಳೆಂದರೆ ಜರ್ಮನ್, ಇಟಲಿ, ಜಪಾನ್ ಮುಂತಾದ ಆಕ್ಸಿಸ್ ರಾಜ್ಯಗಳು ಮತ್ತು ಫ್ರಾನ್ಸ್, ಇಂಗ್ಲೆಂಡ್, ಅಮೆರಿಕ, ರಷ್ಯಾ ಮುಂತಾದ ಮಿತ್ರರಾಷ್ಟ್ರಗಳು. ಈ ಮೇಲಿನ ಎರಡು ಬಣಗಳ ನಡುವೆ ಸಹಕಾರ ಮತ್ತು ಸಹಬಾಳ್ವೆಗಳು ಇಲ್ಲವಾಗಿದ್ದವು. ಮುಸಲೋನಿ ಹೇಳಿರುವಂತೆ "ಈ ಎರಡು ಬಣಗಳ ನಡುವೆ ಯಾವುದೇ ಹೊಂದಾಣಿಕೆ ಸಾಧ್ಯವಿಲ್ಲ ನಾವು ಇಲ್ಲವೆ ಅವರು" ಈ ರೀತಿಯ ಮನೋಭಾವನೆಗಳಿಂದ ಈ ಎರಡು ಬಣಗಳ ನಡುವೆ ಘರ್ಷಣೆಗಳು ಅನಿವಾರ್ಯವಾದವು. ಇಂತಹ ತಾತ್ವಿಕ ಘರ್ಷಣೆಗಳೇ ಎರಡನೇ ಮಹಾಯುದ್ಧಕ್ಕೆ ಮುಖ್ಯ ಕಾರಣವಾದವು.

5) ಆಕ್ರಮಣಶೀಲ ಸಾಮ್ರಾಜ್ಯ ವಿಸ್ತರಣಾ ನೀತಿ: ಇಂಗ್ಲೆಂಡ್, ಫ್ರಾನ್ಸ್ ಮುಂತಾದ ಐರೋಪ್ಯ ರಾಷ್ಟ್ರಗಳು ಶಾಂತಿ, ನಿಶಸ್ತ್ರೀಕರಣ ಹಾಗೂ ಅಂತರರಾಷ್ಟ್ರೀಯ ತಿಳುವಳಿಕೆಯ ಬಗ್ಗೆ ಘೋಷಣೆಗಳನ್ನು ಮಾಡುತ್ತಿದ್ದರೂ ಅವುಗಳು ಮಾತ್ರ ತಮ್ಮ ರಕ್ಷಣೆಗೆ ಹೆಚ್ಚಿನ ಮಹತ್ವವನ್ನು ನೀಡಿ ತಮ್ಮ ವಿಶಾಲ ವಸಾಹತು ಸಾಮ್ರಾಜ್ಯಗಳಲ್ಲಿನ ಒಂದೇ ಒಂದು ಭಾಗವನ್ನು ಬಿಟ್ಟುಕೊಡಲು ತಯಾರಿರಲಿಲ್ಲ. ಸಹಜವಾಗಿ ಜರ್ಮನಿ, ಜಪಾನ್, ಇಟಲಿಗಳು ತಾವು ಸಹಾ ವಿಶಾಲ ಸಾಮ್ರಾಜ್ಯ ರಚನೆಯ ಹೊಂಗನಸನ್ನು ಹೊಂದಿದ್ದವು. ಆದ್ದರಿಂದ ಸಾಮ್ರಾಜ್ಯ ವಿಸ್ತರಣಾ ನೀತಿಯು ಆಕ್ರಮಣಶೀಲ ರಾಷ್ಟ್ರೀಯತೆಗೆ ಪೂರಕವಾಗಿತ್ತು. ಬೃಹತ್ ವಿಶಾಲ ಸಾಮ್ರಾಜ್ಯದ ಸ್ಥಾಪನೆ ಮತ್ತು ತಮ್ಮ ರಾಷ್ಟ್ರಗಳ ಶ್ರೇಷ್ಠತೆಯ ಆದರ್ಶಗಳನ್ನು ಎತ್ತಿ ಹಿಡಿಯಲು ಹಿಟ್ಲರ್, ಮುಸಲೋನಿ, ಟೋಜೊ ಇವರೆಲ್ಲರು ತಮ್ಮ ರಾಷ್ಟ್ರಗಳಲ್ಲಿ ಆಕ್ರಮಣಶೀಲ ರಾಷ್ಟ್ರೀಯತೆಯನ್ನು ಪ್ರೇರೇಪಿಸಿದರು. ಜನತೆಯಲ್ಲಿ ಯುದ್ಧ ಮತ್ತು ಆಕ್ರಮಣಗಳ ಬಗ್ಗೆ ಉತ್ಸಾಹ ಮತ್ತು ಗೌರವ ಭಾವನೆಯನ್ನು ಮೂಡಿಸಿ ಅವರನ್ನು ಅಂಧ ರಾಷ್ಟ್ರೀಯರನ್ನಾಗಿ ಮಾಡಿದರು. ಇಂತಹ ಪ್ರಚೋದನಾಕಾರಿ ಪ್ರೇರೇಪಣೆಗಳಿಂದಾಗಿ ಜಪಾನ್ ಮಂಚೂರಿಯವನ್ನು, ಇಟಲಿ ಅಬಿಸೀನಿಯವನ್ನು ಮತ್ತು ಹಿಟ್ಲರ್ ಆಸ್ಟ್ರಿಯಾ ಮತ್ತು ಜೆಕೋಸ್ಲೊವಾಕಿಯಾಗಳನ್ನು ಹಿಡಿದುಕೊಂಡರು. ರಷ್ಯಾವು ಪೂರ್ವ ಯೂರೋಪಿನ ರಾಜ್ಯಗಳಲ್ಲಿ ನುಗ್ಗಿತು. ನಿಶಸ್ತ್ರೀಕರಣ ಮಂತ್ರವನ್ನು ಬೋಧಿಸುತ್ತಿದ್ದ ರಾಷ್ಟ್ರಗಳ ಸಂಘ ಇವುಗಳೆಲ್ಲವನ್ನು ಮೂಕ ಪ್ರೇಕ್ಷಕನಾಗಿ ನಿಂತು ನೋಡುತ್ತಿತ್ತೇ ವಿನಃ ಅವುಗಳ ದುರಾಕ್ರಮಣಗಳನ್ನು ತಡೆಗಟ್ಟಲು ಯಾವುದೇ ಕ್ರಮ ಕೈಗೊಳ್ಳಲಿಲ್ಲ. ಸರ್ವಾಧಿಕಾರಿ ರಾಷ್ಟ್ರಗಳು ತಮ್ಮ ವಿಸ್ತರಣಾ ನೀತಿಗೆ ಅಡ್ಡಗಾಲು ಹಾಕುತ್ತಿದ್ದ ರಾಷ್ಟ್ರಸಂಘವನ್ನು ಒಂದೊಂದಾಗಿ ತೊರೆದವು. ಜಪಾನ್‌ನ ಸಾಮ್ರಾಜ್ಯಶಾಹಿ ನೀತಿ ಬ್ರಿಟನ್ ಮತ್ತು ಅಮೆರಿಕದ ಸಾಮ್ರಾಜ್ಯಶಾಹಿ ನೀತಿಗೆ ಸವಾಲು ಎಸೆದು ಅದು ಆಗ್ನೇಯಾ ಏಷ್ಯಾದಲ್ಲಿ ತನ್ನ ಅಧಿಪತ್ಯವನ್ನು ಸ್ಥಾಪಿಸಲು ತವಕಪಟ್ಟಿತು.

6) ಅಲ್ಪಸಂಖ್ಯಾತರ ಸಮಸ್ಯೆಗಳು: ರಾಷ್ಟ್ರೀಯ ಅಲ್ಪಸಂಖ್ಯಾತರಲ್ಲಿದ್ದ ಅತೃಪ್ತಿ ಅಸಮಾಧಾನಗಳು ದ್ವಿತೀಯ ಮಹಾಯುದ್ಧಕ್ಕೆ ಪ್ರಮುಖ ಕಾರಣವಾದವು. ಮಿತ್ರರಾಷ್ಟ್ರಗಳು ಅದರಲ್ಲೂ ವುಡ್ರೋವಿಲ್ಸನ್ನನ ಸ್ವಯಂ ನಿರ್ಣಯದ ಹಕ್ಕಿಗೆ ಕಟುಬಿದ್ದಿದ್ದರೂ ಆ ತತ್ವವನ್ನು ಎಲ್ಲಾ ಕಡೆ ಕಟ್ಟುನಿಟ್ಟಾಗಿ ಜಾರಿಗೊಳಿಸಲಾಗಲಿಲ್ಲ. ಅಲ್ಪಸಂಖ್ಯಾತರ ಸಮಸ್ಯೆಯನ್ನು ಬಗೆಹರಿಸಲು ಸರ್ವ ವಿಧದಲ್ಲೂ ಪ್ರಯತ್ನಪಟ್ಟ ವುಡ್ರೋವಿಲ್ಸನ್ನನು ಆ ದಿಸೆಯಲ್ಲಿ ಬಹುವಾಗಿ ಶ್ರಮಿಸಿದರೂ ಉಳಿದ ರಾಜಕಾರಣಿಗಳು ಆ ವಿಷಯ ತಮಗೆ ಸಂಬಂಧಪಟ್ಟಿಲ್ಲವೆಂದು ಅದನ್ನು ಕಡ್ಡಾಯವಾಗಿ ಜಾರಿಗೆ ತರಲು ನಿರಾಕರಿಸಿದರು. ರಾಬರ್ಟ್ ಎಂಗಾಂಗ್ ಅಭಿಪ್ರಾಯಪಡುವಂತೆ "ಸ್ವಯಂ ನಿರ್ಧಾರದ ತತ್ವದ ಜಾರಿ ಆರ್ಥಿಕ ಅವಶ್ಯಕತೆ, ಸೈನಿಕ ರಕ್ಷಣೆ, ರಾಜಕೀಯ ಪರಂಪರೆ ಮತ್ತು ಸೋತ ರಾಷ್ಟ್ರಗಳನ್ನು ಶಿಕ್ಷಿಸುವ ಅಂಶಗಳಿಂದ ಪ್ರಭಾವಿತವಾಗಿದ್ದಿತು". ಮಧ್ಯ ಯೂರೋಪಿನಲ್ಲಿ ಈ ತತ್ವವನ್ನು

ಜಾರಿಗೆ ತರುವುದು ಕಷ್ಟವಾಗಿತ್ತು. ಇದಕ್ಕೆ ಕಾರಣ ಅಲ್ಪಸಂಖ್ಯಾತರು ಎಲ್ಲ ಕಡೆ ಚದುರಿ ಹೋಗಿದ್ದರಿಂದ ಅವರಲ್ಲಿ ನಿರ್ದಿಷ್ಟ ಗಡಿಗಳನ್ನು ಗುರುತಿಸುವುದು ಕಷ್ಟವಾಗಿದ್ದಿತು. ಇದರಿಂದಾಗಿ ಹಲವು ರಾಜ್ಯಗಳಲ್ಲಿ ಅಲ್ಪಸಂಖ್ಯಾತರು ಹಾಗೆಯೇ ಉಳಿದರು. ಇವರು ಎಲ್ಲ ಅತೃಪ್ತಿ ಅಸಮಾಧಾನಗಳಿಗೆ ಮೂಲವಾಗಿದ್ದು ಅಕ್ಕಪಕ್ಕದ ರಾಜ್ಯಗಳ ತಮ್ಮ ರಾಷ್ಟ್ರೀಯರಿಂದ ದೊರೆಯುತ್ತಿದ್ದ ಪ್ರೋತ್ಸಾಹ ಮತ್ತು ಬೆಂಬಲಗಳಿಂದ ಇವರು ಉತ್ತೇಜಿತರಾಗಿ ತಮ್ಮ ಸ್ವಯಂ ಆಡಳಿತಕ್ಕಾಗಿ ಅಥವಾ ತಮ್ಮ ರಾಷ್ಟ್ರೀಯರೊಂದಿಗೆ ಕೂಡುವಿಕೆಗಾಗಿ ಚಳವಳಿ ಹೂಡಿದರು. ತಮ್ಮ ತಾಯ್ನಾಡಿನೊಂದಿಗೆ ಸೇರಿಕೊಳ್ಳಲು ಒಂದು ಚಳವಳಿಯನ್ನು ಪ್ರಾರಂಭಿಸಿದವರೆಂದರೆ ಜರ್ಮನಿಯ ಅಲ್ಪಸಂಖ್ಯಾತರು. ಇವರ ಸಮಸ್ಯೆಯನ್ನೇ ಒಂದು ಸಾಧನವಾಗಿ ಮಾಡಿಕೊಂಡ ಹಿಟ್ಲರ್ ಆಸ್ಟ್ರಿಯಾ ಮತ್ತು ಜೆಕೋಸ್ಲಾವಾಕಿಯಗಳನ್ನು ಆಕ್ರಮಿಸಿದನು. ಇದೇ ನೆಪವನ್ನು ತೆಗೆದು 1939ರಲ್ಲಿ ಪೋಲೆಂಡಿಗೆ ಮುತ್ತಿಗೆ ಹಾಕಿದ ಹಿಟ್ಲರ್ ದ್ವಿತೀಯ ಮಹಾಯುದ್ಧದ ಆಸ್ಫೋಟನೆಗೆ ಬೆಂಕಿ ಹೊತ್ತಿಸಿದನು.

7) ಚೇಂಬರ್‌ಲಿನ್‌ನ ತೃಪ್ತಿ ಪಡಿಸುವ ನೀತಿ: ಬ್ರಿಟನ್ನಿನ ಪ್ರಧಾನಿ ಚೇಂಬರ್‌ಲಿನ್ನನು ಹಿಟ್ಲರನ ಆಸ್ಟ್ರಿಯಾ ಮತ್ತು ಜೆಕೋಸ್ಲಾವಾಕಿಯಾ ಮುಂತಾದ ದೇಶಗಳ ಮೇಲಿನ ಆಕ್ರಮಣ ನೀತಿಯನ್ನು ಅರಿತಿದ್ದರೂ ಬ್ರಿಟನ್ನನ್ನು ಮತ್ತೊಂದು ಯುದ್ಧಕ್ಕೆ ಸಿಲುಕಿಸದಿರಲು ಹಿಟ್ಲರ್‌ನನ್ನೇ ತೃಪ್ತಿಪಡಿಸುವ ನೀತಿಯನ್ನು ಅನುಸರಿಸಿದನು. ಹಿಟ್ಲರನು ಒಂದೊಂದು ಆಕ್ರಮಣವನ್ನು ಮಾಡಿ ವಶಪಡಿಸಿಕೊಂಡ ಭೂ ಭಾಗಗಳನ್ನು ಜರ್ಮನಿಯ ಭೂ ಭಾಗಗಳೆಂದು ಒಪ್ಪಿಕೊಳ್ಳುವ ಚೇಂಬರ್‌ಲಿನ್‌ನ ನೀತಿಯು ಹಿಟ್ಲರನ ಮತ್ತಷ್ಟು ದುರಾಕ್ರಮಣಗಳಿಗೆ ಕಾರಣವಾಯಿತು. ಜಕೋಸ್ಲೊವಾಕಿಯಾ ಬಿಕ್ಕಟ್ಟನ್ನು ಬಗೆಹರಿಸಲು ಮ್ಯೂನಿಚ್ ಒಪ್ಪಂದವನ್ನು ರೂಪಿಸುವಲ್ಲಿ ಚೇಂಬರ್‌ಲಿನ್ನನ ಪ್ರಭಾವವು ಅಧಿಕವಾಗಿತ್ತು. ಜಕೋಸ್ಲೊವಾಕಿಯಾದ ಮೇಲಿನ ಹಿಟ್ಲರನ ಆಕ್ರಮಣದ ವಿರುದ್ಧ ಫ್ರಾನ್ಸ್, ರಷ್ಯಾಗಳು ಜಕೋಸ್ಲೊವಾಕಿಯಾದ ಸಹಾಯಕ್ಕೆ ಬರುವ ಭರವಸೆ ನೀಡಿದ್ದರೂ ಚೇಂಬರ್‌ಲಿನ್ ಹಿಟ್ಲರನನ್ನು ಒತ್ತಡದ ಮೂಲಕವೇ ಮಣಿಸುವ ಅವಕಾಶವಿದ್ದರೂ ಸ್ವತಃ ತಾನೇ ಹಿಟ್ಲರ್‌ನನ್ನು ಭೇಟಿಮಾಡಿ ಅವನನ್ನು ತೃಪ್ತಿಪಡಿಸಲು ಜರ್ಮನಿಯ ಅವನ ಶಿಖರದ ಮನೆಗೆ ಭೇಟಿ ನೀಡಿದನು. ಹೀಗೆ ಚೇಂಬರ್‌ಲಿನ್‌ನ ತೃಪ್ತಿಪಡಿಸುವ ನೀತಿಯು ಹಿಟ್ಲರ್‌ನ ಭೂದಾಹವನ್ನು ಮತ್ತು ಯುದ್ಧದ ಆಸಕ್ತಿಯನ್ನು ಕಡಿಮೆ ಮಾಡದೆ ಇನ್ನೂ ಉತ್ತೇಜನಗೊಳಿಸಿ ಎರಡನೇ ಮಹಾಯುದ್ಧಕ್ಕೆ ಕಾರಣವಾಯಿತು.

8) ಆರ್ಥಿಕ ಕಾರಣಗಳು : ಆರ್ಥಿಕ ಕಾರಣಗಳು ಮಹಾಯುದ್ಧಕ್ಕೆ ಪ್ರಮುಖ ಕಾರಣವಾಗಿದ್ದವು. ಪ್ರಥಮ ಮಹಾಯುದ್ಧದ ನಂತರ ಪ್ಯಾರಿಸ್ ಶಾಂತಿ ಸಮ್ಮೇಳನದಲ್ಲಿ ಏರ್ಪಟ್ಟ ಒಪ್ಪಂದಗಳು ಜರ್ಮನಿ ಮತ್ತು ಅದರ ಮಿತ್ರರಾಷ್ಟ್ರಗಳ ಮೇಲೆ ಹೊರಿಸಿದ ಅಪಾರವಾದ ಯುದ್ಧ ಪರಿಹಾರ ವೆಚ್ಚದ ಹಣ ಈ ರಾಷ್ಟ್ರಗಳ ಎಲ್ಲ ಸಮಸ್ಯೆಗಳಿಗೆ ಕಾರಣವಾಗಿದ್ದಿತ್ತು. ಪ್ರಥಮ ಮಹಾಯುದ್ಧದಿಂದ ಉಂಟಾದ ಆರ್ಥಿಕ ವಿನಾಶ ಮತ್ತು ಕೈಗಾರಿಕಾ ಉತ್ಪಾದನೆಯ ಸ್ಥಗಿತತೆ ಯೂರೋಪಿನ ರಾಷ್ಟ್ರಗಳು ಅಪಾರ ಆರ್ಥಿಕ ಸಮಸ್ಯೆಗಳನ್ನು ಎದುರಿಸುವಂತೆ ಮಾಡಿದವು. ಪ್ರಥಮ ಮಹಾಯುದ್ಧದ ನಂತರ ಜರ್ಮನಿ, ಜಪಾನ್ ಮತ್ತು ಇಟಲಿ ರಾಷ್ಟ್ರಗಳು ಕೈಗಾರಿಕೆ ಮತ್ತು ಕೃಷಿ ಕ್ಷೇತ್ರಗಳಲ್ಲಿ ಅಸಾಧಾರಣ ಪ್ರಗತಿ ಸಾಧಿಸಿದ್ದರೂ ಅವುಗಳ ಕೈಗಾರಿಕೆಗಳಿಗೆ ಬೇಕಾದ ಕಚ್ಚಾ ಪದಾರ್ಥಗಳು ಸಾಕಷ್ಟು ಪ್ರಮಾಣದಲ್ಲಿ ದೊರೆಯುತ್ತಿರಲಿಲ್ಲ ಮತ್ತು ಉತ್ಪಾದಿಸಿದ ವಸ್ತುಗಳನ್ನು ಮಾರುವುದಕ್ಕಾಗಲೀ ಅಥವಾ ಏರುತ್ತಿರುವ ಜನಸಂಖ್ಯೆಯ ವಲಸೆಗಾಗಲೀ ಅವರಿಗೆ ವಸಾಹತುಗಳಿರಲಿಲ್ಲ. ವರ್ಸೈಲ್ಸ್ ಒಪ್ಪಂದ ಜರ್ಮನರಿಗೆ ಒಂದುಶಾಪವಾಗಿದ್ದಿತು. ಇಟಾಲಿಯನ್ನರಿಗೆ ನಿರಾಶೆಯನ್ನುಂಟು ಮಾಡಿತ್ತು. ಜಪಾನಿಯರಿಗೆ ತಾವು ವಿಶ್ವದಲ್ಲೆ ಒಂದು ಚಕ್ರಾಧಿಪತ್ಯವನ್ನು ಸ್ಥಾಪಿಸಿಕೊಳ್ಳುವುದು ತಮ್ಮ ಆದ್ಯ ಕರ್ತವ್ಯವೆಂದು ತಿಳಿದಿದ್ದರು. ಅಲ್ಲದೆ ಈ 3 ರಾಷ್ಟ್ರಗಳು ವಿಶ್ವದಲ್ಲೆ ಮಾನ್ಯತೆಯನ್ನು ಪಡೆದಿದ್ದ ಬ್ರಿಟನ್, ಫ್ರಾನ್ಸ್, ಅಮೇರಿಕಾ ಸಂಯುಕ್ತ ಸಂಸ್ಥಾನ, ಬೆಲ್ಜಿಯಂ, ಹಾಲೆಂಡ್ ಮತ್ತು ಪೋರ್ಚುಗಲ್‌ಗಳ ವಿರುದ್ಧ ದ್ವೇಷ ಕಾರುತ್ತಿದ್ದವು. ಇದಕ್ಕೆ ಕಾರಣ ಪ್ರಪಂಚದ ನಾಲ್ಕನೆ ಒಂದು ಭಾಗದಷ್ಟು ಭೂಮಿಯನ್ನು, ಸ್ವಾಭಾವಿಕ ಸಂಪತ್ತನ್ನು ಮತ್ತು ಜನಸಂಖ್ಯೆಯನ್ನು ಇಂಗ್ಲೆಂಡ್ ಒಂದೇ ಹೊಂದಿತ್ತು. ಅಲ್ಲದೆ ಅಂತರರಾಷ್ಟ್ರೀಯ ವಾಣಿಜ್ಯದ ಮೇಲೆ ದಿಗ್ಬಂಧನ ಹಾಕಲಾಗಿ ಕಚ್ಚಾ ಪದಾರ್ಥಗಳನ್ನು ಹೊಂದಿದ್ದ ದೇಶಗಳ ಪರಿಸ್ಥಿತಿ ಚಿಂತಾಜನಕವಾಗಿತ್ತು. ರಫ್ತು ವ್ಯಾಪಾರ ಕುಸಿಯಲಾಗಿ ಬೇರೆ ರಾಷ್ಟ್ರಗಳಿಂದ ಕಚ್ಚಾಪದಾರ್ಥಗಳನ್ನು ತರಿಸಿಕೊಳ್ಳಲು ಆ ಮೂರು ರಾಷ್ಟ್ರಗಳ ಬ್ಯಾಂಕಿನಲ್ಲಿ ಸಾಕಷ್ಟು ಹಣವಿರಲಿಲ್ಲ. ಇದರಿಂದಾಗಿ ಆ ರಾಷ್ಟ್ರಗಳು ಆರ್ಥಿಕವಾಗಿ ಗಂಡಾಂತರಕ್ಕೀಡಾದವು. 1929ರ ವಿಶ್ವ ಆರ್ಥಿಕ ಬಿಕ್ಕಟ್ಟು ಈ ರಾಷ್ಟ್ರಗಳ ಆರ್ಥಿಕ ಸಮಸ್ಯೆಗಳನ್ನು ಮತ್ತಷ್ಟು ಉಲ್ಬಣಗೊಳಿಸಿದವು. ಇದರಿಂದ ಪ್ರಜಾಪ್ರಭುತ್ವದ ಗೌರವ, ಪ್ರತಿಷ್ಠೆಗಳು ಹಾಳಾಗಿ ಸರ್ವಾಧಿಕಾರಿಗಳ ಹಿರಿಮೆ ಹೆಚ್ಚಲು ಸಾಧ್ಯವಾಯಿತು. ಸರ್ವಾಧಿಕಾರಿಗಳು ಜನತೆಯ ದೃಷ್ಟಿಯನ್ನು ಯುದ್ಧ ಮತ್ತು ಆಕ್ರಮಣಗಳತ್ತ ತಿರುಗಿಸಿ ಆರ್ಥಿಕ ಸಮಸ್ಯೆಗಳನ್ನು ಮರೆಯುವಂತೆ ಮಾಡಿದರು. ಸರ್ವಾಧಿಕಾರಿಗಳು ತಮ್ಮ ಸರ್ಕಾರದ ಯಶಸ್ಸನ್ನು ಮತ್ತು ಸಾಧನೆಯನ್ನು ತೋರಿಸಲು ಯುದ್ಧ ಮತ್ತು ಆಕ್ರಮಣಗಳು ಅನಿವಾರ್ಯವಾದವು. ಇದು ದ್ವಿತೀಯ ಮಹಾಯುದ್ಧಕ್ಕೆ ಕಾರಣವಾಯಿತು.

9) ರಾಷ್ಟ್ರ ಸಂಘದ ವಿಫಲತೆ: ಪ್ರಥಮ ಮಹಾಯುದ್ಧಾನಂತರ ವಿಶ್ವಶಾಂತಿಯ ಸ್ಥಾಪನೆಗೆ ಜನ್ಮ ತಾಳಿದ 'ಲೀಗ್ ಆಫ್ ನೇಷನ್ಸ್' ರಾಜಕಾರಣಿಗಳ ವಂಚನೆ, ಕಪಟ, ತಂತ್ರಗಳಿಗೆ ಬಲಿಯಾಗಿ ತನ್ನ ದುರವಸ್ಥೆ, ಅಶಕ್ತತೆ, ಅಸಮರ್ಥತೆ ಮತ್ತು ವಿಫಲತೆಗಳಿಂದಾಗಿ ದ್ವಿತೀಯ ಮಹಾಯುದ್ಧಕ್ಕೆ ಕಾರಣವಾಯಿತು. ಯುದ್ಧವನ್ನು ತಡೆಗಟ್ಟಿ, ವಿಶ್ವಶಾಂತಿಯನ್ನು ಸ್ಥಾಪಿಸುವ ಮಹತ್ಕಾರ್ಯದ ಹೊರೆಯನ್ನು ಹೊತ್ತಿದ್ದ ಲೀಗ್ ತನ್ನ ಸದಸ್ಯ ರಾಷ್ಟ್ರಗಳ ಅಸಹಕಾರವೇ ಕಾರಣವಾಗಿ ಅತಿಕ್ರಮ ಆಕ್ರಮಣಗಳನ್ನು ತಡೆಗಟ್ಟುವಲ್ಲಿ ಮತ್ತು ನಿಶಸ್ತ್ರೀಕರಣದ ಸಮಸ್ಯೆಯನ್ನು ಬಗೆಹರಿಸುವಲ್ಲಿ ವಿಫಲವಾಯಿತು. ಈ ಸಂಸ್ಥೆಯ ಸ್ಥಾಪನೆಗೆ ಕಾರಣೀಭೂತವಾದ ಅಮೇರಿಕಾವೇ ಅದರ ಸದಸ್ಯತ್ವವನ್ನು ಪಡೆಯಲಿಲ್ಲ. ಪರಿಣಾಮವಾಗಿ ಅದು ಇಂಗ್ಲೆಂಡ್ ಮತ್ತು ಫ್ರಾನ್ಸ್ ದೇಶಗಳ ಕೈಗೊಂಬೆಯಾಯಿತು.

ಅದಕ್ಕೆ ತನ್ನದೇ ಆದ ಸೇನೆ ಇಲ್ಲದಿದ್ದುದರಿಂದ ದುರಾಕ್ರಮಣಕಾರಿ ರಾಷ್ಟ್ರಗಳನ್ನು ತಡೆಗಟ್ಟುವುದು ಅದಕ್ಕೆ ಸಾಧ್ಯವಾಗಲಿಲ್ಲ. ಲೀಗಿನ ಇಂತಹ ಅಸಮರ್ಥತೆಯನ್ನು ಮನಗಂಡ ಜಪಾನ್ 1931ರಲ್ಲಿ ಮಂಚೂರಿಯಾವನ್ನು ಮತ್ತು 1935ರಲ್ಲಿ ಇಟಲಿ ಅಬಿಸೀನಿಯಾವನ್ನು ಆಕ್ರಮಿಸಲು ಸಾಧ್ಯವಾಯಿತು. ಲೀಗ್ ಹಿಟ್ಲರ್ ನಡೆಸಿದ ಹಿಂಸಾತ್ಮಕ ನೀತಿಯನ್ನು ತಡೆಗಟ್ಟಲು ಅಸಮರ್ಥವಾಯಿತು. ಇದರ ಅಶಕ್ತತೆ ಸರ್ವಾಧಿಕಾರಿಗಳಿಗೆ ಮತ್ತು ಆಕ್ರಮಣಕಾರರಿಗೆ ರಹದಾರಿಯಾಯಿತು. ರಾಷ್ಟ್ರಸಂಘವು ಪ್ರಬಲ ರಾಷ್ಟ್ರಗಳ ಶಸ್ತ್ರಾಸ್ತ್ರ ಪೈಪೋಟಿಯನ್ನು ತಡೆಗಟ್ಟುವಲ್ಲಿ ವಿಫಲವಾಯಿತು. ನಿಶ್ಶಸ್ತ್ರೀಕರಣದ ಯೋಜನೆಗಳು ಕಾಗದದ ಮೇಲೆಯೇ ಉಳಿದವು. ಜರ್ಮನಿ, ಇಟಲಿ, ಜಪಾನ್ ಮತ್ತು ರಷ್ಯಾಗಳ ದುರಾಕ್ರಮಣಗಳನ್ನು ತಡೆಗಟ್ಟಲು ವಿಫಲವಾದುದರಿಂದ ರಾಷ್ಟ್ರಸಂಘ ಜನಾದರಣೆಯನ್ನು ಕಳೆದುಕೊಂಡಿತು. ಇದು ಕೇವಲ ರಾಷ್ಟ್ರಗಳನ್ನು ಪ್ರತಿನಿಧಿಸುತ್ತಿತ್ತೇ ವಿನಃ ರಾಷ್ಟ್ರದ ಜನತೆಯನ್ನಲ್ಲಾ -ಜನತೆಯ ಆಶೋತ್ತರ ಮತ್ತು ಆಕಾಂಕ್ಷೆಗಳನ್ನು ಈಡೇರಿಸುವುದರಲ್ಲಿ ನಿಜವಾಗಿಯೂ ಇದು ವಿಫಲಗೊಂಡಿತ್ತು. ಪ್ರೊ. ಮಹೇಶ್ ಟಾಂಡನ್ ಅಭಿಪ್ರಾಯಪಡುವಂತೆ "ಲೀಗ್ ವಿಫಲವಾಯಿತು. ಕಾರಣ ಅದಕ್ಕೆ ಕಚ್ಚಲು ಹಲ್ಲುಗಳೇ ಇರಲಿಲ್ಲ".

10) ತತ್‌ಕ್ಷಣದ ಕಾರಣ: ಪೋಲೆಂಡಿನ ಮೇಲೆ ಹಿಟ್ಲರನ ಆಕ್ರಮಣ 1939ರ ದ್ವಿತೀಯ ಮಹಾಯುದ್ಧ ಪ್ರಾರಂಭವಾಗಲು ತಕ್ಷಣದ ಕಾರಣವೆಂದರೆ ಹಿಟ್ಲರ್‌ನು ಪೋಲೆಂಡಿನ ಮೇಲೆ ಮಾಡಿದ ದಾಳಿ. 1939 ಸೆಪ್ಟೆಂಬರ್ 1 ರಂದು ಜರ್ಮನಿಯು ಯಾವುದೇ ಮುನ್ನೆಚ್ಚರಿಕೆ ಕೊಡದೆ ಪೋಲೆಂಡಿನ ಮೇಲೆ ಧಾಳಿ ಮಾಡಿತು. ಪೋಲೆಂಡಿನ ರಾಜಧಾನಿ ವಾರ್ಸಾ ಪ್ರಬಲ ಜರ್ಮನ್ ವಾಯುಪಡೆಯ ಧಾಳಿಗೆ ತುತ್ತಾಯಿತು. ಪೋಲೆಂಡಿನ ರಕ್ಷಣೆಗೆ ಧಾವಿಸಿದ ಬ್ರಿಟನ್ ಮತ್ತು ಫ್ರಾನ್ಸ್ ಹಿಟ್ಲರ್‌ನನ್ನು ಅಲ್ಲಿಂದ ಸೈನ್ಯವನ್ನು ಹಿಂದಕ್ಕೆ ತೆಗೆದುಕೊಳ್ಳುವಂತೆ ಒತ್ತಾಯಿಸಿದವು. ಆದರೆ ಹಿಟ್ಲರ್ ನಿರಾಕರಿಸಿದನು. ಇದರಿಂದಾಗಿ ಬ್ರಿಟನ್ ಮತ್ತು ಫ್ರಾನ್ಸ್ 1939ರ ಸೆಪ್ಟೆಂಬರ್ 3 ರಂದು ಜರ್ಮನಿಯ ವಿರುದ್ಧ ಯುದ್ಧ ಘೋಷಿಸಿದವು. ಇದು ದ್ವಿತೀಯ ಮಹಾಯುದ್ಧಕ್ಕೆ ನಾಂದಿಯಾಯಿತು.

ದ್ವಿತೀಯ ಮಹಾಯುದ್ಧದ ಪ್ರಮುಖ ಘಟನೆಗಳು

ದ್ವಿತೀಯ ಮಹಾಯುದ್ಧ 1939ರ ಸೆಪ್ಟೆಂಬರ್ 1 ರಂದು ಜರ್ಮನಿ ಪೋಲೆಂಡ್ ಮೇಲೆ ಧಾಳಿ ಮಾಡುವುದರೊಂದಿಗೆ ಆರಂಭವಾಗಿ 1945ರ ಆಗಸ್ಟ್ 14ರಂದು ಜಪಾನಿಯರ ಶರಣಾಗತಿಯೊಂದಿಗೆ ಮುಕ್ತಾಯವಾಯಿತು. ಪ್ರಥಮ ಮಹಾಯುದ್ಧದಂತೆ ದ್ವಿತೀಯ ಮಹಾಯುದ್ಧವು ಯೂರೋಪಿನ ಯುದ್ಧವಾಗಿಯೇ ಆರಂಭವಾಯಿತು. 1941 ರ ಡಿಸೆಂಬರ್ 7 ರಂದು ಜಪಾನ್ ಪೆಸಿಫಿಕ್ ಸಾಗರದಲ್ಲಿ ಅಮೆರಿಕಾದ ನೌಕಾ ಕೇಂದ್ರವಾಗಿದ್ದ ಹವಾಯ್ ದ್ವೀಪದ ಪರ್ಲ್‌ಹಾರ್ಬರ್ ಮೇಲೆ ಅನಿರೀಕ್ಷಿತವಾಗಿ ಧಾಳಿ ನಡೆಸಿ ಈ ಯುದ್ಧ ವಿಶ್ವ ವ್ಯಾಪಕವಾಗಿ ಹರಡುವುದಕ್ಕೆ, ಜಗತ್ ಸಂಗ್ರಾಮವಾಗಿ ಮಾರ್ಪಡುವುದಕ್ಕೆ ಕಾರಣವಾಯಿತು. ತಕ್ಷಣವೇ ಎಚ್ಚೆತ್ತ ಅಮೆರಿಕನ್ನರು ಜಪಾನಿನ ಮೇಲೆ ಯುದ್ಧವನ್ನು ಸಾರಿ ಬ್ರಿಟನ್, ಫ್ರಾನ್ಸ್ ಮತ್ತು ರಷ್ಯಗಳ ಪಕ್ಷವನ್ನು ವಹಿಸಿದರು. ತದನಂತರದಲ್ಲಿ ಜಗತ್ತಿನ ಎಲ್ಲಾ ಪ್ರಮುಖ ರಾಷ್ಟ್ರಗಳು ಒಂದಲ್ಲಾ ಒಂದು ಕಾರಣದಿಂದ ಯುದ್ಧದಲ್ಲಿ ಪಾಲ್ಗೊಂಡವು. ಯುದ್ಧದ ವಿಷಮತೆಯನ್ನು ತಿಳಿದ ಬ್ರಿಟನ್ ಯುದ್ಧ ಭೂಮಿಗೆ ಧುಮಿಕಿತು. ಇಂಗ್ಲಿಷ್ ಸೈನ್ಯದ ಬೆಂಬಲ ಪಡೆದ ಫ್ರೆಂಚರು ಮೆಜಿನಾಟ್ ರಕ್ಷಣಾ ರೇಖೆಯಲ್ಲಿ ನಿಂತರು. ಜರ್ಮನ್ನರ ಜಲಾಂತರ್ಗಾಮಿಗಳು ತಾರತಮ್ಯವಿಲ್ಲದೆ ಸಿಕ್ಕಿದ ಹಡಗುಗಳನ್ನು ಧ್ವಂಸ ಮಾಡಲಾರಂಭಿಸಿದವು. ಈ ಯುದ್ಧ ಪ್ರಮುಖವಾಗಿ ಯೂರೋಪ್, ಏಷ್ಯಾ ಮತ್ತು ಆಫ್ರಿಕ ಖಂಡಗಳಲ್ಲಿ ಜರುಗಿತು. ಮಿತ್ರ ರಾಷ್ಟ್ರಗಳಾದ ಬ್ರಿಟನ್, ಫ್ರಾನ್ಸ್, ರಷ್ಯಾ, ಅಮೆರಿಕಾ ಸಂಯುಕ್ತ ಸಂಸ್ಥಾನಗಳು ಮತ್ತು ಚೀನ, ಭಾರತ, ಆಸ್ಟ್ರೇಲಿಯ ಕೆನಡ ಇನ್ನೂ ಮುಂತಾದ 30ಕ್ಕೂ ಹೆಚ್ಚು ರಾಷ್ಟಗಳಿದ್ದವು. ಆಕ್ಸಿಸ್ ರಾಷ್ಟ್ರಗಳ ಕಡೆ ಜರ್ಮನಿ, ಇಟಲಿ, ಮತ್ತು ಜಪಾನ್ ಪ್ರಮುಖವಾಗಿದ್ದವು. ಪ್ರಥಮ ಮಹಾಯುದ್ಧಕ್ಕಿಂತ ದ್ವಿತೀಯ ಮಹಾಯುದ್ಧವು ಹೆಚ್ಚು ಭೀಕರವು ವ್ಯಾಪಕವು ಮತ್ತು ವಿನಾಶಕಾರಕವೂ ಆಗಿದ್ದಿತು. ದ್ವಿತೀಯ ಮಹಾಯುದ್ಧದಲ್ಲಿ ಬಹುದೂರದ ಕ್ಷಿಪಣಿಗಳು, ಹಾರಾಡುವ ಬಾಂಬುಗಳು, ರಾಕೆಟ್ಟುಗಳು ಜಲಾಂತರ್ಗಾಮಿಗಳು, ಟ್ಯಾಂಕರುಗಳು, ಯುದ್ಧ ವಿಮಾನಗಳು ಮತ್ತು ಅಣುಬಾಂಬುಗಳು ಇವೇ ಮುಂತಾದ

ಅತ್ಯಂತ ವಿನಾಶಕಾರಕವಾದ ಮಾರಕಾಸ್ತ್ರಗಳು ಬಳಸಲ್ಪಟ್ಟವು. ಇದರಿಂದಾಗಿ ಈ ಯುದ್ಧ ಸೈನಿಕವಾಗಿ ಮಾತ್ರವಲ್ಲದೆ ನಾಗರಿಕವಾಗಿಯೂ ವಿನಾಶಕಾರಿ ಮತ್ತು ವಿಪತ್ಕಾರಿಯಾಗಿ ಮಾರ್ಪಟ್ಟಿತು.

ಪೋಲೆಂಡಿನ ಮೇಲೆ ಆಕ್ರಮಣ

ದ್ವಿತೀಯ ಮಹಾಯುದ್ಧದ ಮೊದಲ ಭಾಗದಲ್ಲಿ ಜರ್ಮನಿ ಮತ್ತು ಅದರ ಮಿತ್ರರಾಷ್ಟ್ರಗಳು ತಮ್ಮ ಅಪರಿಮಿತವಾದ ಸೇನಾಬಲ, ನೌಕಾಬಲ ಮತ್ತು ವಿಮಾನಬಲಗಳ ಸಹಾಯದಿಂದ ಪ್ರಚಂಡ ವಿಜಯಗಳಿಸಿದವು. 1939ರ ಸೆಪ್ಟೆಂಬರ್ 1 ರಂದು ಪೋಲೆಂಡಿನ ಮೇಲೆ ಆಕ್ರಮಣ ಮಾಡಿದ ಜರ್ಮನ್ ಪಡೆಗಳು ಪೋಲಿಷ್ ಸೈನ್ಯಗಳ ಪ್ರಬಲ ವಿರೋಧವನ್ನು ಹತ್ತಿಕ್ಕಿ ಮುನ್ನುಗ್ಗಿದ್ದವು. ಜರ್ಮನರು ಪೋಲೆಂಡಿಗೆ ಮುತ್ತಿಗೆ ಹಾಕಿದ ಕಾಲಕ್ಕೆ ರಷ್ಯನ್ನರು ಪೂರ್ವದಿಂದ ಪೋಲೆಂಡಿನ ಮೇಲೆ ಧಾಳಿ ನಡೆಸಿದರು. ಇದರಿಂದಾಗಿ ಪೋಲೆಂಡ್ ರಷ್ಯಾ ಮತ್ತು ಜರ್ಮನಿಗಳ ನಡುವೆ ಹಂಚಿಹೋಯಿತು. 1939ರ ಶರತ್ಕಾಲದಲ್ಲಿ ರಷ್ಯಾ ಫಿನ್‌ಲೆಂಡ್ ಮೇಲೆ ಧಾಳಿ ನಡೆಸಿತು. ಲೆನಿನ್‌ಗ್ರಾಡನ ರಕ್ಷಣೆಗಾಗಿ ಫಿನ್‌ಲೆಂಡ್‌ನ ಸ್ವಲ್ಪ ಭೂ ಪ್ರದೇಶವನ್ನು ಆಕ್ರಮಿಸುವುದು ಇದರ ಉದ್ದೇಶವಾಗಿತ್ತು. ಫಿನ್‌ಲೆಂಡ್‌ನ್ನು ಏನಾದರು ಜರ್ಮನಿ ಆಕ್ರಮಿಸಿದರೆ ಅದು ತನ್ನ ರಕ್ಷಣೆಗೆ ಭೀತಿಯನ್ನೊಡ್ಡಬಹುದೆಂಬ ಭಯವು ಇದಕ್ಕೆ ಕಾರಣವಾಗಿತ್ತು. ನಂತರದಲ್ಲಿ ರಷ್ಯಾ ಬಾಲ್ಟಿಕ್ ದೇಶಗಳಾದ ಲಾಟ್ವಿಯ, ಎಸ್ತೋನಿಯಾ ಮತ್ತು ಲಿತುವೇನಿಯಾಗಳನ್ನು ಆಕ್ರಮಿಸಿತು.

ಜರ್ಮನಿಯ ಮಿಂಚಿನ ದಾಳಿ

ಜರ್ಮನಿಯು ಆರಂಭದಲ್ಲಿ ಪ್ರಚಂಡ ಜಯಭೇರಿ ಭಾರಿಸಿತು. 1940ರಲ್ಲಿ ಜರ್ಮನಿಯು ಡೆನ್ಮಾರ್ಕ್‌ನ್ನು ವಶಪಡಿಸಿಕೊಂಡಿತು. ಇದಾದ ಮೇಲೆ ನಾರ್ವೆ ಆಕ್ರಮಿಸಲ್ಪಟ್ಟಿತ್ತು. 1940ರ ಮೇನಲ್ಲಿ ಜರ್ಮನ್ ಪಡೆಗಳು ಹಾಲೆಂಡ್ ಮತ್ತು ಬೆಲ್ಜಿಯಂಗಳ ಮೇಲೆ ಧಾಳಿ ನಡೆಸಿದವು. ಅಲ್ಲಿನ ಸೈನ್ಯಗಳ ಕೆಚ್ಚೆದೆಯ ಹೋರಾಟ ಜರ್ಮನ್ ಸೈನ್ಯದ ಮಹಾಪೂರದ ಮುಂದೆ ಏನೂ ಮಾಡಲಾಗಲಿಲ್ಲ. ಈ ಎರಡು ದೇಶಗಳು ಜರ್ಮನಿಯ ಕೈವಶವಾದವು. ಬೆಲ್ಜಿಯಂ ಬಳಿಯ ಡಂಕರ್ಕ್ ಬಂದರಿಗೆ ಕಳಿಸಿದ್ದ ದೊಡ್ಡ ಆಂಗ್ಲ ಸೈನ್ಯವನ್ನು ಬ್ರಿಟಿಷ್ ಪ್ರಧಾನಿ ಚರ್ಚಿಲ್ ಸಕಾಲದಲ್ಲಿ ಹಿಂತೆಗೆದುಕೊಳ್ಳಲು ನಿರ್ಧರಿಸಿದ್ದರಿಂದ ದೊಡ್ಡ ಹಾನಿ ತಪ್ಪಿತು. ಡಂಕರ್ಕ್ ಹಿನ್ನಡೆಯು ಬ್ರಿಟನ್ನಿನ ಅಂತಿಮ ವಿಜಯಕ್ಕೆ ಸಹಕಾರಿಯಾಯಿತು.

ಫ್ರಾನ್ಸಿನ ಪತನ

ಜರ್ಮನರು ಹಾಲೆಂಡ್ ಮತ್ತು ಬೆಲ್ಜಿಯಂಗಳನ್ನು ವಶಪಡಿಸಿಕೊಂಡ ಮೇಲೆ ಫ್ರಾನ್ಸ್‌ನ ಮೇಲೆ ಈಶಾನ್ಯದ ಕಡೆಯಿಂದ ಧಾಳಿಯನ್ನು ಆರಂಭಿಸಿದರು. ಫ್ರೆಂಚ್ ಮತ್ತು ಬ್ರಿಟಿಷ್ ಸೈನ್ಯಗಳು ಜರ್ಮನ್ನರ ಪ್ರಬಲ ಧಾಳಿಯನ್ನು ಎದುರಿಸಲಾಗಲಿಲ್ಲ. ಫ್ರಾನ್ಸ್ ಮತ್ತು ಬೆಲ್ಜಿಯಂಗಳಲ್ಲಿದ್ದ ತನ್ನ ಪಡೆಗಳ ದುಃಸ್ಥಿತಿಯನ್ನರಿತ ಬ್ರಿಟನ್ ತನ್ನ ಪಡೆಗಳನ್ನು ಅಲ್ಲಿಂದ ಕಾಲ್ತೆಗೆಯುವಂತೆ ಆದೇಶ ನೀಡಿತು. ಅಪಾರ ಕಷ್ಟನಷ್ಟಗಳನ್ನೆದುರಿಸಿ ಡಂಕಿರ್ಕ್‌ನಿಂದ ಬ್ರಿಟನ್ ಪಡೆಗಳು ನಿರ್ಗಮಿಸಿದ ಮೇಲೆ ಫ್ರೆಂಚರು ಜರ್ಮನ್ ಸೈನ್ಯದ ಎದುರು ಏನೂ ಮಾಡಲಾಗದೆ ಅವರ ಧಾಳಿಯನ್ನು ಎದುರಿಸಲು ವಿಫಲಗೊಂಡವು. 1940ರ ಜೂನ್‌ನಲ್ಲಿ ಫ್ರಾನ್ಸ್ ಜರ್ಮನಿಗೆ ಶರಣಾಗತಿಯಾಯಿತು. ಮಾರ್ಷಲ್ ಪೇಟನ್ ನೇತೃತ್ವದಲ್ಲಿ ವಿಚೆಯಲ್ಲಿ ಜರ್ಮನರು ಕೈಗೊಂಬೆ ಸರ್ಕಾರವನ್ನು ಏರ್ಪಡಿಸಿದರು. ಫ್ರಾನ್ಸಿನ ಶರಣಾಗತಿಯ ತರುವಾಯ ಇಟಲಿ ಸಮಯಸಾಧಕ ತನದಿಂದ ಯುದ್ಧದಲ್ಲಿ ತಾನು ಭಾಗವಹಿಸಿ ಭೌಗೋಳಿಕ ವಿಸ್ತರಣಾ ಲಾಭವನ್ನು ಪಡೆಯಲು ನಿರ್ಧರಿಸಿತು. ಮುಸಲೋನಿ ಫ್ರಾನ್ಸಿನ ನೈಸ್, ಸವಾಯ್ ಮತ್ತು ಕಾರ್ಸಿಕಗಳನ್ನು ಬೇಡಿದನು. ತದನಂತರದಲ್ಲಿ ಉತ್ತರ ಆಫ್ರಿಕದಲ್ಲಿ ಬ್ರಿಟಿಷ್ ಮತ್ತು ಇಟಾಲಿಯನ್ ಪಡೆಗಳ ನಡುವೆ ಯುದ್ಧ ಆರಂಭವಾಯಿತು. ಮುಸಲೋನಿ ಗ್ರೀಸಿನ ಮೇಲೆ ಧಾಳಿ ನಡೆಸಿದನು. ಆದರೆ ಗ್ರೀಕರು ವೀರಾವೇಶದಿಂದ ಹೋರಾಡಿ ಇಟಾಲಿಯನ್ನರನ್ನು ಹಿಮ್ಮೆಟ್ಟಿಸಿದರು. ಜರ್ಮನರು ಇಟಾಲಿಯನ್ನರ ಸಹಾಯಕ್ಕೆ ಧಾವಿಸಿ ಗ್ರೀಕರನ್ನು ಸೋಲಿಸಿದರು. ಗ್ರೀಸ್ ಇಟಲಿಯ ಕೈವಶವಾಯಿತು. ಇದೇ ಸಂದರ್ಭದಲ್ಲಿ ಜರ್ಮನರು ಯುಗೋಸ್ಲಾವಿಯ ಮತ್ತು ಕ್ರೀಟ್‌ಗಳನ್ನು ವಶಪಡಿಸಿಕೊಂಡರು.

1940ರ ಜೂನ್‌ನಲ್ಲಿ ಏಕಾಂಗಿತನವನ್ನು ಅನುಭವಿಸಿ ನಿಶಕ್ತವಾಗಿದ್ದ ಬ್ರಿಟನ್ನಿನ ಮೇಲೆ ಹಿಟ್ಲರ್ ಧಾಳಿ ನಡೆಸಿದ್ದರೆ ಯುದ್ಧದ ಗತಿಯೇ ಬದಲಾಗುತ್ತಿತ್ತು. ಏಕೆಂದರೆ ಡಂಕಿರ್ಕ್ ಪತನದ ನಂತರ ಬ್ರಿಟನ್ ನಿಶಕ್ತವಾಗಿದ್ದು ಸೈನ್ಯ ಪಡೆಗಳ ಪುನರ್ ಸಂಘಟನೆ, ಶಸ್ತಾಸ್ತ್ರಗಳ ಪುನರ್ ನಿರ್ಮಾಣ ಮಾಡಬೇಕಾಗಿದ್ದಿತು. ಆದರೆ ಹಿಟ್ಲರ್ ಈ ಸದಾವಕಾಶವನ್ನು ಕಳೆದುಕೊಂಡು ಬ್ರಿಟನ್ ಸೈನಿಕವಾಗಿ ಶಸ್ತಾಸ್ತ್ರ ಸಂಗ್ರಹಣೆಯಲ್ಲಿ ಪ್ರಬಲವಾಗಲು ಅವಕಾಶವನ್ನು ಕೊಟ್ಟನು. ಬ್ರಿಟನ್ನಿನ ರಾಯಲ್ ವಾಯುಪಡೆಯು ಗುಣದಲ್ಲಿ ವಿಶ್ವದಲ್ಲಿಯೇ ಶ್ರೇಷ್ಠವಾಗಿದ್ದರೂ ಸಂಖ್ಯೆಯಲ್ಲಿ ಜರ್ಮನ್ ವಾಯುಪಡೆಗಿಂತ ಕಡಿಮೆಯಾಗಿದ್ದಿತು.

ಚೇಂಬರ್ಲಿನ್ನನ ತರುವಾಯ ಯುದ್ಧ ಕಾಲದ ಪ್ರಧಾನಮಂತ್ರಿಯಾಗಿ ಅಧಿಕಾರ ಹಿಡಿದ ವಿನ್ಸಟನ್ ಚರ್ಚಿಲ್‌ನ ನಾಯಕತ್ವದಲ್ಲಿ ಬ್ರಿಟನ್ ತನ್ನೆಲ್ಲಾ ಶಕ್ತಿ ಸಾಮರ್ಥ್ಯಗಳನ್ನು ಪುನರ್ ಸಂಘಟಿಸಿಕೊಂಡು ನವಚೇತನದಿಂದ ಯುದ್ಧಕ್ಕೆ ಸಿದ್ಧವಾಯಿತು. ಚರ್ಚಿಲ್ ತನ್ನ ಪ್ರಚೋದನಕಾರಿ ರಣೋತ್ಸಾಹಿ ಭಾಷಣಗಳಿಂದ ಬ್ರಿಟಿಷರನ್ನು ಹುರಿದುಂಬಿಸಿದನು. "ರಕ್ತ ಮತ್ತು ದುಡಿಮೆ, ಕಂಬನಿ ಮತ್ತು ಬೆವರು ಇವುಗಳನ್ನು ಬಿಟ್ಟು ಇನ್ನೇನನ್ನು ನೀಡಲಾರೆವು ಎಂಬ ಪ್ರತಿಜ್ಞೆ ಮಾಡಬೇಕೆಂದು ಇಡೀ ರಾಷ್ಟ್ರಕ್ಕೆ ಮನವಿ ಮಾಡಿಕೊಂಡನು". ಚರ್ಚಿಲ್ ತನ್ನ ಮತ್ತೊಂದು ಐತಿಹಾಸಿಕ ಯುದ್ಧ ಪ್ರಚೋದನಕಾರಿ ಭಾಷಣದಲ್ಲಿ "ಸಮುದ್ರಗಳ ಮೇಲೆ ಮತ್ತು ಸಾಗರಗಳ ಮೇಲೆ ನಾವು ಹೋರಾಡುತ್ತೇವೆ. ವಾಯುಮಂಡಲದಲ್ಲಿ ಅತ್ಯಂತ ಶಕ್ತಿಯುತವಾಗಿ ಹೋರಾಡುತ್ತೇವೆ. ನಾವು ನಮ್ಮ ಪ್ರಾಣವನ್ನೇ ಪಣವಾಗಿಟ್ಟು ಸಮುದ್ರ ತೀರಗಳಲ್ಲಿ, ಭೂ ಪ್ರದೇಶದಲ್ಲಿ ಹೊಲಗದ್ದೆಗಳಲ್ಲಿ, ಬೀದಿ ಬೀದಿಗಳಲ್ಲಿ ಮತ್ತು ಬೆಟ್ಟಗುಡ್ಡಗಳಲ್ಲಿ ಹೋರಾಡುತ್ತೇವೆ. ನಮ್ಮ ದ್ವೀಪವನ್ನು ರಕ್ಷಿಸುತ್ತೇವೆ. ಆದರೆ ನಾವು ಎಂದೆಂದಿಗೂ ಶರಣಾಗುವುದಿಲ್ಲ" ಎಂದು ಗುಡುಗಿದನು. "ಇಂಗ್ಲೆಂಡ್ ಸೋತರೆ ಯಾರು ಗೆಲ್ಲುತ್ತಾರೆ ಅನ್ನುವುದೇ ಇಲ್ಲ ಏಕೆಂದರೆ ನಮಗೆ ಪರಾಭವದ ಸಂಭಾವ್ಯತೆಯಲ್ಲಿ ಸ್ವಲ್ಪವೂ ಕೂಡ ಆಸಕ್ತಿ ಇಲ್ಲ". ಇಂತಹ ಪ್ರಚೋದನಕಾರಿ ಘೋಷಣೆಗಳಿಗೆ ಜನತೆ ಸಂಪೂರ್ಣವಾಗಿ ತಮ್ಮನ್ನು ತಾವು ತೊಡಗಿಸಿಕೊಂಡು ಯುದ್ಧದ ಕೆಲಸ ಕಾರ್ಯಗಳಲ್ಲಿ ಸ್ವಯಂ ಪ್ರೇರಿತವಾಗಿ ಭಾಗವಹಿಸಿದರು. ಎಲ್ಲ ಕಡೆ ಸ್ವಯಂಪ್ರೇರಿತ ಪಡೆಗಳು ಏರ್ಪಟ್ಟವು. ಬ್ರಿಟನ್ನಿನಲ್ಲಿ ವಿಶ್ರಾಂತಿ ರಹಿತವಾಗಿ ಹಡಗುಗಳು, ವಿಮಾನಗಳು, ಟ್ಯಾಂಕರುಗಳು ಮತ್ತು ಬಂದೂಕುಗಳು ತ್ವರಿತಗತಿಯಲ್ಲಿ ತಯಾರಾದವು. ಬ್ರಿಟನ್ ಸರ್ವಸಿದ್ಧತೆಯಿಂದ ಜರ್ಮನ್‌ನ್ನು ಎದುರಿಸಲು ಸಜ್ಜಾಯಿತು.

ನಿರೀಕ್ಷೆಯಂತೆ ಬ್ರಿಟನ್ನಿನ ಮೇಲೆ ಜರ್ಮನರ ಧಾಳಿ ಆರಂಭವಾಯಿತು. 1940ರ ಆಗಸ್ಟ್‌ನಿಂದ 1941ರ ಮೇ ವರೆಗೆ ನಿರಂತರವಾಗಿ ಜರ್ಮನರು ಬ್ರಿಟನ್ನಿನ ಮೇಲೆ ವಿಮಾನ ಧಾಳಿಯನ್ನು ನಡೆಸಿದರು. ಈ ಯುದ್ಧ ಐತಿಹಾಸಿಕವಾಗಿ "ಬ್ರಿಟನ್ನಿನ ಯುದ್ಧ" ವೆಂದೇ ಪ್ರಖ್ಯಾತವಾಗಿದೆ. ಈ ಯುದ್ಧದಲ್ಲಿ ಜರ್ಮನ್ನರು ಆರಂಭದಲ್ಲಿ ಬ್ರಿಟನ್ನಿನ ವಿಮಾನ ಪಡೆಯನ್ನು ನಾಶಗೊಳಿಸಿ ಆಮೇಲೆ ಬ್ರಿಟನ್ನಿಗೆ ಮುತ್ತಿಗೆ ಹಾಕುವ ಯೋಜನೆಯನ್ನು ಹೊಂದಿದ್ದರು. ಆದರೆ ಬ್ರಿಟನ್ ಜರ್ಮನ್ನರ ವಿಮಾನ ಧಾಳಿಯನ್ನು ಸಮರ್ಥವಾಗಿ ಎದುರಿಸಿತು. ಬ್ರಿಟಿಷ್ ವಿಮಾನ ಪಡೆ ಚಿಕ್ಕದಾಗಿದ್ದರೂ ಸಮರ್ಥವಾಗಿ ಹೋರಾಡಿ ಶತ್ರುಗಳ ಅನೇಕ ವಿಮಾನಗಳನ್ನು ಹೊಡೆದುರುಳಿಸಿತು. 1940-41ರ ಚಳಿಗಾಲದಲ್ಲಿ ರಾತ್ರಿ ವೇಳೆಯಲ್ಲಿ ಜರ್ಮನರು ಲಂಡನ್ ಮತ್ತಿತರ ನಗರಗಳ ಮೇಲೆ ಧಾಳಿ ಮಾಡಲಾರಂಭಿಸಿದರು. ಆದರೆ ಬ್ರಿಟನ್ ನಿರ್ಮಿಸಿದ ರಕ್ಷಣಾ ಸ್ಥಳಗಳು ಮತ್ತು ವಿಮಾನ ನಿರೋಧಕ ಫಿರಂಗಿಗಳಿಂದಾಗಿ ರಕ್ಷಣೆ ಏರ್ಪಟ್ಟು ಪ್ರಾಣ ಆಸ್ತಿ ಪಾಸ್ತಿಗಳಿಗೆ ಧಕ್ಕೆ ಕಡಿಮೆಯಾಯಿತು. ಬ್ರಿಟನ್ನಿನಲ್ಲಿ ಹೊಸದಾಗಿ ನಿರ್ಮಾಣವಾದ ವಿಮಾನ ಪಡೆಯನ್ನು ಸೇರಿದ ವಿಮಾನಗಳು ಶತ್ರುಗಳ ಮೇಲೆ ಪ್ರತಿ ಧಾಳಿಯನ್ನು ಆರಂಭಿಸಿದವು. ಇದರಿಂದ ಜರ್ಮನ್ ವಿಮಾನ ಬಲವು ನಾಶವಾದುದೇ ಅಲ್ಲದೆ ಅವರು ಪುನಃ ಚೇತರಿಸಿಕೊಳ್ಳಲು ಸಾಧ್ಯವಾಗಲಿಲ್ಲ.

ರಷ್ಯಾದ ಮೇಲೆ ಜರ್ಮನಿಯ ಆಕ್ರಮಣ:

ಹಿಟ್ಲರ್ ತನ್ನ ಕ್ರೂರ ದೃಷ್ಟಿಯನ್ನು ಬಾಲ್ಕನ್ ದೇಶಗಳತ್ತ ಹರಿಸಿದನು. 1941ರಲ್ಲಿ ಬಲ್ಗೇರಿಯಾ ಆಕ್ಸಿಸ್ ಬಣವನ್ನು ಸೇರಿತು. ಯುಗೋಸ್ಲಾವಿಯಾ ಶರಣಾಗತವಾಯಿತು. ನಂತರ ಗ್ರೀಸನ್ನು ಗೆದ್ದುಕೊಳ್ಳಲಾಯಿತು. ಜರ್ಮನರು ನಡೆಸಿದ ಅನಿರೀಕ್ಷಿತ ಧಾಳಿಯಿಂದ ರಷ್ಯನ್ನರು ಹಿಮ್ಮೆಟ್ಟಿದರು. ರಷ್ಯಾದ ವಿಶಾಲ ಪ್ರದೇಶ ಜರ್ಮನ್ನರ ಕೈವಶವಾಯಿತು. ಬ್ರಿಟನ್ ಮತ್ತು ಅಮೇರಿಕಗಳು ರಷ್ಯಾಕ್ಕೆ ಎಲ್ಲಾ ಸಹಕಾರವನ್ನು ಶಸ್ತ್ರಾಸ್ತ್ರಗಳನ್ನು ಪೂರೈಸಿ ಬೆಂಬಲ ನೀಡಿದರು. 1941 ರ ಶರತ್ಕಾಲದಲ್ಲಿ ಉತ್ತರದಿಂದ ಲೆನಿನ್‌ಗ್ರಾಡ್, ಮಧ್ಯ ಭಾಗದಲ್ಲಿ ಮಾಸ್ಕೋವನ್ನು ಮತ್ತು ದಕ್ಷಿಣದಲ್ಲಿ ಸೆಬೆಸ್ಟ್‌ಪೋಲನ್ನು ತಲುಪುವ ಯೋಜನೆ ಜರ್ಮನರದಾಗಿತ್ತು. ಆದರೆ ತನ್ನ ಯೋಜನೆಯಂತೆ ಸಾಧಿಸಲು ಜರ್ಮನರಿಗೆ ಸಾಧ್ಯವಾಗಲಿಲ್ಲ. 1941-42ರಲ್ಲಿ ರಷ್ಯನ್ನರಿಗೆ ಅಲ್ಪಸ್ವಲ್ಪ ಜಯ ಲಭಿಸಿತು. 1942ರ ವಸಂತಕಾಲದಲ್ಲಿ ಜರ್ಮನರು ದಕ್ಷಿಣ ಭಾಗದಲ್ಲಿ ತೀವ್ರ ಧಾಳಿ ನಡೆಸಿ ಸ್ಟಾಲಿನ್‌ಗ್ರಾಡ್‌ವರೆಗೆ ಮುನ್ನುಗ್ಗಿದರು. ಇಲ್ಲಿ ಜರ್ಮನ್ ಮತ್ತು ರಷ್ಯನ್ ಪಡೆಗಳಿಗೂ ಭೀಕರ ಯುದ್ಧ ಜರುಗಿತು. ರಷ್ಯನ್ನರು ಜರ್ಮನ್ ಪಡೆಗಳನ್ನು ಸುತ್ತುವರೆದು ಶರಣಾಗುವಂತೆ ಮಾಡಿದರು. ಅಲ್ಲಿಂದ ಮುಂದೆ ರಷ್ಯನ್ನರು ಮೇಲುಗೈ ಪಡೆದು ಜರ್ಮನ್ನರನ್ನು ಹಿಮ್ಮೆಟ್ಟಿಸುತ್ತಾ ನಡೆದು ಅಂತಿಮವಾಗಿ ರಷ್ಯಾದಿಂದ ಹೊರಗಟ್ಟಿದ್ದರು.

ಅಟ್ಲಾಂಟಿಕ್ ಸನ್ನದು (1941) :

ಯುದ್ಧದ ಪ್ರಥಮಾರ್ಧದ ಬಿಸಿ ಯಾವುದೇ ರೀತಿಯಲ್ಲೂ ಅಮೇರಿಕಾವನ್ನು ತಟ್ಟಿರಲಿಲ್ಲ. ಅಮೇರಿಕದ ಜನತೆ ಇದು ಕೇವಲ ಯೂರೋಪಿನ ಅಂತರ್ ಯುದ್ಧವೆಂದು ಭಾವಿಸಿ ಯುದ್ಧಗಳಿಂದ ಹೊರಗುಳಿದು ಇಂತಹ ಸಂದರ್ಭದಲ್ಲಿ

ನಗದು ವ್ಯಾಪಾರ ಕಾಯಿದೆಯನ್ವಯ ಯುದ್ಧಗಳಲ್ಲಿ ನಿರತವಾಗಿದ್ದ ರಾಷ್ಟ್ರಗಳಿಗೆ ಆಹಾರ ವಸ್ತುಗಳು ಮತ್ತು ಮದ್ದುಗುಂಡುಗಳನ್ನು ಮಾರಿ ಆರ್ಥಿಕ ಲಾಭವನ್ನು ಪಡೆಯಲು ನಿರ್ಧರಿಸಿತು. ಆದರೆ ಆರ್ಥಿಕ ಲಾಭಕ್ಕೆ ಜರ್ಮನಿ ಅಡ್ಡಗಾಲು ಹಾಕಿತು. ಫ್ರಾನ್ಸಿನ ಪತನಾನಂತರ ಬ್ರಿಟನ್ನಿನ ಪತನ ಸಮೀಪದಲ್ಲಿದೆ ಎಂದು ಅಮೇರಿಕನ್ನರ ಭಾವನೆಯಾಗಿತ್ತು. ಆದರೆ 1941ರ ಜೂನ್‌ನಲ್ಲಿ ಓರಾನ್ ಬಳಿಯಿದ್ದ ಅನೇಕ ಫ್ರೆಂಚ್ ಹಡಗುಗಳನ್ನು ಬ್ರಿಟಿಷ್ ನೌಕಾಪಡೆ ನಾಶಗೊಳಿಸಿತು. ಏಕೆಂದರೆ ಅವುಗಳು ಜರ್ಮನಿಯ ಪಾಲಾಗದಿರಲಿ ಎಂಬುದೇ ಅದರ ಉದ್ದೇಶವಾಗಿತ್ತು. ಓರಾನ್ ಧಾಳಿಯನ್ನು ವಿಚೆ ಸರ್ಕಾರವು ಖಂಡಿಸಿ ಬ್ರಿಟನ್ನಿನೊಂದಿಗಿನ ತನ್ನ ರಾಜತಾಂತ್ರಿಕ ಸಂಬಂಧವನ್ನು ಕಡಿದುಕೊಂಡಿತು. ಓರಾನ್ ಕದನ ಅಮೇರಿಕದ ಮೇಲೆ ಒಳ್ಳೆಯ ಪ್ರಭಾವ ಬೀರಿತು. ಏಕೆಂದರೆ ಇದುವರೆಗೆ ಬ್ರಿಟನ್ನಿನ ಶಕ್ತಿಸಾಮಾರ್ಥ್ಯಗಳನ್ನು ಅನುಮಾನಿಸುತ್ತಿದ್ದ ಅಮೇರಿಕ ಅದರ ಬಗ್ಗೆ ಮೆಚ್ಚುಗೆ ಮತ್ತು ಸಹಾನುಭೂತಿಯನ್ನು ವ್ಯಕ್ತಪಡಿಸಿತು. ಕ್ರಮೇಣವಾಗಿ ಬ್ರಿಟನ್ನಿನ ಕಡೆ ಅಮೇರಿಕಾದ ಜನತೆಯ ಬೆಂಬಲ ವಾಲಿದ್ದರಿಂದ ಅಧ್ಯಕ್ಷ ಫ್ರಾಂಕ್ಲಿನ್ ಡಿ.ರೂಸ್‌ವೆಲ್ಟ್‌ನು ತಕ್ಷಣವೇ ಅಮೇರಿಕನ್ ನೌಕಾಪಡೆಯ 50 ವಿಧ್ವಂಸಕ ಹಡಗುಗಳ ಒಂದು ಪಡೆಯನ್ನು ನೌಕಾ ಮತ್ತು ವಾಯುನೆಲೆಗಳಿಗೆ ಪ್ರತಿಯಾಗಿ ಬ್ರಿಟನ್ನಿಗೆ ವರ್ಗಾಯಿಸಿದನು. 1941ರ ಮಾರ್ಚ್‌ನಲ್ಲಿ ಅಮೇರಿಕದ ಕಾಂಗ್ರೆಸ್ "ಲೀಸ್-ಲೆಂಡ್-ಕಾಯಿದೆ"ಯನ್ನು ಜಾರಿಗೆ ತಂದಿತು. ಈ ಕಾಯಿದೆಯನ್ವಯ ಅಮೇರಿಕಾ ಆಕ್ಸಿಸ್ ರಾಷ್ಟ್ರಗಳ ವಿರುದ್ಧ ಹೋರಾಡುತ್ತಿದ್ದ ಎಲ್ಲಾ ರಾಷ್ಟ್ರಗಳಿಗೂ ಆಹಾರ ಮತ್ತು ಯುದ್ಧೋಪಕರಣಗಳ ಒದಗಿಸುವ ಹೊಣೆಯನ್ನು ಹೊತ್ತುಕೊಂಡಿತು. 1941ರ ಆಗಸ್ಟ್‌ನಲ್ಲಿ ಅಧ್ಯಕ್ಷ ರೂಸ್‌ವೆಲ್ಟ್ ಮತ್ತು ಬ್ರಿಟಿಷ್ ಪ್ರಧಾನಿ ಚರ್ಚಿಲ್‌ರು ಅಟ್ಲಾಂಟಿಕ್ ಸಾಗರದಲ್ಲಿದ್ದ ಬ್ರಿಟಿಷ್ ಯುದ್ಧ ನೌಕೆಯೊಂದರಲ್ಲಿ ಭೇಟಿ ಮಾಡಿ "ಅಟ್ಲಾಂಟಿಕ್ ಸನ್ನದಿಗೆ" ಸಹಿ ಹಾಕಿದರು. ಇದರಲ್ಲಿ ಯುದ್ಧದ ಧ್ಯೇಯ ಮತ್ತು ಗುರಿಗಳನ್ನು ವಿವರಿಸಲಾಗಿದ್ದಿತು.

ಪರ್ಲ್‌ಹಾರ್ಬರ್ ಆಕ್ರಮಣ ಅಮೇರಿಕೆಯ ಯುದ್ಧ ಪ್ರವೇಶ:

ಜರ್ಮನಿಯ ನಾಜಿ ತತ್ವಕ್ಕೆ ಅಂಟಿಕೊಂಡು ಆಕ್ಸಿಸ್ ಬಣಕ್ಕೆ ಸೇರಿದ್ದ ಜಪಾನ್ ತಾನು ಏಷ್ಯಾದ ಪ್ರಬಲ ನಾಡಾಗುವ ಆಸೆಯನ್ನು ಕಾಣಲಾರಂಭಿಸಿತು. ಆರ್ಥಿಕವಾಗಿ ಸಂಪದ್ಭರಿತವಾಗಿದ್ದ ಇಂಡೋನೇಷಿಯಾ, ಬರ್ಮಾ, ಥೈಲ್ಯಾಂಡ್, ಮಲಯ, ಫಿಲಿಫೈನ್ಸ್‌ಗಳನ್ನು ಗೆದ್ದು ಗ್ರೇಟರ್ ಈಸ್ಟ್ ಏಷ್ಯಾ ಕೋ ಪ್ರಾಸ್ಪರಿಟಿ ಸ್ಪಿಯರ್‌ಗೆ ಸೇರಿಸಿಕೊಳ್ಳುವ ಹುನ್ನಾರ ಹೂಡಿತು. ಅದಕ್ಕೆ ತಕ್ಕಂತೆ ಏಷ್ಯಾದ ರಾಷ್ಟ್ರಗಳನ್ನು ಸರದಿಯಂತೆ ಗೆಲ್ಲುತ್ತಾ ಹೋಯಿತು. ಅಂತಿಮವಾಗಿ ಬರ್ಮ ರಸ್ತೆಯನ್ನು ಮುಚ್ಚಿ ಅಮೇರಿಕಾದ ದ್ವೇಷವನ್ನು ಕಟ್ಟಿಕೊಂಡಿತು. ಇದನ್ನೇ ಕಾರಣ ಮಾಡಿಕೊಂಡು ಅಮೇರಿಕಾ ಜಪಾನ್‌ಗೆ ತಾನು ಸರಬರಾಜು ಮಾಡುತ್ತಿದ್ದ ಇಂಧನ, ತೈಲ, ಕಬ್ಬಿಣ ಮತ್ತು ಉಕ್ಕಿನ ಮೇಲೆ ದಿಗ್ಭಂದನ ವಿಧಿಸಿತು. ಪ್ರತಿಯಾಗಿ ಜಪಾನ್ ಇಟಲಿ-ಜರ್ಮನಿಯ ಮೈತ್ರಿಯೊಂದಿಗೆ ಕೂಡಿಕೊಂಡಿತು. ಅಮೇರಿಕಕ್ಕೆ ತಕ್ಕ ಪಾಠವನ್ನು ಕಲಿಸಲು ಪರ್ಲ್‌ಹಾರ್ಬರ್‌ನಲ್ಲಿರುವ ಅಮೇರಿಕೆಯ ನೌಕಾ ನೆಲೆಯನ್ನು ನಾಶಗೊಳಿಸಲು ಯೋಜನೆಯನ್ನು ಹಾಕಿಕೊಂಡಿತು. ಈ ಯೋಜನೆಯ ತಂತ್ರವನ್ನು ಹೂಡಿದವನು ಅಮೇರಿಕೆಯಲ್ಲಿ ತರಬೇತಿ ಪಡೆದಿದ್ದ ಇಸೂರೊಕು ಯಾಮಟೋಮ. ಆರಂಭದಲ್ಲಿ ಪ್ರಧಾನಿ ಟೋಜೋ ಆತನ ಯೋಜನೆಯನ್ನು ಒಪ್ಪದಿದ್ದರೂ ನಂತರ ತಲೆಬಾಗಬೇಕಾಯಿತು. 1941ರ ಸೆಪ್ಟೆಂಬರ್‌ನಲ್ಲಿ ಆರಂಭಿಸಿದ ಆಕ್ರಮಣತಯಾರಿ ಗೊತ್ತುಪಡಿಸಿದಂತೆ ಡಿಸೆಂಬರ್ 7ರಂದು ನಡೆಯಿತು. ಅಮೇರಿಕಾದ ನೌಕಾಬಲದ ಪೆಸಿಫಿಕ್ ಫ್ಲೀಟ್ ಇದ್ದ ಹವಾಯಿ ಪ್ರಾಂತ್ಯದ ಪರ್ಲ್‌ಹಾರ್ಬರ್ ಮೇಲೆ ಜಪಾನಿ ವಿಮಾನಗಳು ಬಾಂಬಿನ ಮಳೆಗರೆಯಲಾರಂಭಿಸಿದವು. ಈ ದಾಳಿಯಿಂದಾಗಿ ಅಮೇರಿಕಾ ಜಪಾನ್ ವಿರುದ್ಧ ಯುದ್ಧವನ್ನು ಘೋಷಿಸಿ ಯುದ್ಧ ರಂಗವನ್ನೇ ಸೇರಿ ದ್ವಿತೀಯ ಮಹಾಯುದ್ಧ ವಿಶ್ವವ್ಯಾಪಿ ಯುದ್ಧವಾಗಿ ಪರಿವರ್ತನೆಗೊಳ್ಳಲು ಕಾರಣವಾಯಿತು. ಜಪಾನಿಯರನ್ನು ತಡೆಗಟ್ಟಲು ದೂರ ಪ್ರಾಚ್ಯಕ್ಕೆ ಸಾಕಷ್ಟು ಪಡೆಗಳನ್ನು ಕಳುಹಿಸಲಾಯಿತು. ಕಾಲಕ್ರಮದಲ್ಲಿ ಅಮೇರಿಕಾ, ಬ್ರಿಟನ್, ಕೆನಡ ಮತ್ತು ಆಸ್ಟ್ರೇಲಿಯಾದ ಪಡೆಗಳ ಸಂಖ್ಯೆ ಹೆಚ್ಚಿದ್ದರಿಂದ ಪೆಸಿಫಿಕ್ ಪ್ರದೇಶಗಳಲ್ಲಿ ನಡೆಯುತ್ತಿದ್ದ ಯುದ್ಧದ ಗತಿ ಬದಲಾಯಿತು. ಪೆಸಿಫಿಕ್ ಪ್ರದೇಶದಲ್ಲಿನ ಮಿತ್ರರಾಷ್ಟ್ರಗಳ ಪಡೆಗಳಿಗೆ ಜನರಲ್ ಮೆಕಾರ್ಥರ್‌ನನ್ನು ಮತ್ತು ಆಗ್ನೇಯಾ ಏಷ್ಯದಲ್ಲಿರುವ ಮಿತ್ರರಾಷ್ಟ್ರಗಳ ಪಡೆಗಳಿಗೆ ಲಾರ್ಡ್

ಪರ್ಲ್‌ಹಾರ್ಬರ್ ಆಕ್ರಮಣ

ಲೂಯಿ ಮೌಂಟ್ ಬ್ಯಾಟನ್ ಅವರನ್ನು ನಾಯಕರನ್ನಾಗಿ ನೇಮಕಮಾಡಿ ಜಪಾನಿನ ವಿರುದ್ಧ ಯುದ್ಧವನ್ನು ಮುಂದುವರಿಸಲಾಯಿತು. ಮೌಂಟ್ ಬ್ಯಾಟನ್ ಜಪಾನಿಯರನ್ನು ಬರ್ಮದಿಂದಲೂ, ಮೆಕಾರ್ಥರ್ ಫಿಲಿಫೈನ್ಸ್ ದ್ವೀಪಗಳಿಂದಲೂ ಹೊರ ಹಾಕಿ ಜಪಾನೀಯರ ವಿರುದ್ಧ ಪ್ರತಿಧಾಳಿಯನ್ನು ಆರಂಭಿಸಿದರು.

ಯುದ್ಧದ ದ್ವಿತೀಯಾರ್ಧ: ಆಕ್ಸಿಸ್ ರಾಷ್ಟ್ರಗಳ ಹಿನ್ನಡೆ ಮತ್ತು ಶರಣಾಗತಿ:

1941ರಿಂದ 1943ರವರೆಗೆ ಆಫ್ರಿಕದ ಉತ್ತರ ಭಾಗದಲ್ಲಿ ತೀವ್ರವಾದ ಹೋರಾಟ ನಡೆದಿತ್ತು. ಇಟಲಿಯ ವಶದಲ್ಲಿದ್ದ ಅಬಿಸೀನಿಯ ಮತ್ತು ಇಟಾಲಿಯನ್ ಸೋಮಾಲಿಲ್ಯಾಂಡ್‌ಗಳನ್ನು ಮಿತ್ರರಾಷ್ಟ್ರಗಳು ವಶಪಡಿಸಿಕೊಂಡವು. ಬ್ರಿಟಿಷ್ ಪಡೆಗಳು ಲಿಬಿಯಾಕ್ಕೆ ನುಗ್ಗಿ ಟೋಬ್ರಕ್ ಮತ್ತು ಬೆಂಗಾಜಿಯವರೆಗೆ ಮುನ್ನಡೆದವು. ಆದರೆ ಶತ್ರುಗಳ ಪ್ರಬಲ ವಿರೋಧದಿಂದಾಗಿ ಹಿಂದೆ ಸರಿಯಬೇಕಾಯಿತು. 1942ರ ನವೆಂಬರ್‌ನಲ್ಲಿ ಜನರಲ್ ಮಾಂಟೆಗೋಮೆರಿ ನಾಯಕತ್ವದಲ್ಲಿದ್ದ "ಮರುಭೂಮಿಯ ಇಲಿಗಳು" ಎಂದೇ ಪ್ರಖ್ಯಾತವಾಗಿದ್ದ ಬ್ರಿಟಿಷ್ ಸೈನಿಕರು ಲಿಬಿಯಾದಿಂದ ಜರ್ಮನ್ ಮತ್ತು ಇಟಾಲಿಯನ್ ಸೈನ್ಯಗಳನ್ನು ಹೊರಗಟ್ಟಿದ್ದರು. ಮಾಂಟೆಗೋಮೆರಿ ಟ್ರಿಪೋಲಿಯನ್ನು ವಶಪಡಿಸಿಕೊಂಡು ಟ್ಯೂನಿಸ್‌ಗೆ ಮುತ್ತಿಗೆ ಹಾಕಿದನು. ಇಟಲಿಯ ನೌಕಪಡೆಯನ್ನು ಬ್ರಿಟಿಷ್ ಪಡೆಗಳು ಗ್ರೀಸಿನ ಹತ್ತಿರ ನಡೆದ "ಕೇಪ್ ಮೆಟಪನ್" ನೌಕಾ ಯುದ್ಧದಲ್ಲಿ ಸೋಲಿಸಿದವು. ಮಾಲ್ಟಾದ ಮೇಲೆ ನಡೆದ ಧಾಳಿಗಳನ್ನು ಅಲ್ಲಿನ ಯೋಧರು ಹಿಮ್ಮೆಟ್ಟಿಸಿದರು. 1942ರ ನವೆಂಬರ್‌ನಲ್ಲಿ ಫ್ರೆಂಚ್ ವಸಾಹತು ಅಲ್ಜೀರಿಯಾವನ್ನು ಬ್ರಿಟಿಷ್ ಮತ್ತು ಅಮೇರಿಕನ್ ಪಡೆಗಳು ವಶಪಡಿಸಿಕೊಂಡವು. 1943ರ ಹೊತ್ತಿಗೆ ಉತ್ತರ ಆಫ್ರಿಕವನ್ನು ತನ್ನ ಸೈನ್ಯಗಳಿಂದ ಮುಕ್ತ ಮಾಡಲಾಯಿತು. 1943ರ ಬೇಸಿಗೆಯಲ್ಲಿ ಮಿತ್ರರಾಷ್ಟ್ರಗಳ ಪಡೆಗಳು ಸಿಸಿಲಿಯನ್ನು ಆಕ್ರಮಿಸಿಕೊಂಡವು. ಇದಾದ ಮೇಲೆ ಅವು ಮೆಸ್ಸಿನಾ ಜಲಸಂಧಿಯನ್ನು ದಾಟಿ ಇಟಲಿಯ ಮುಖ್ಯ ಭೂ ಭಾಗದ ಮೇಲೆ ಧಾಳಿಯನ್ನು ಆರಂಭಿಸಿದರು. ಇದೇ ಸಮಯದಲ್ಲಿ ಇಟಾಲಿಯನ್ನರು ಮುಸೋಲಿನಿಯ ಆಳ್ವಿಕೆಯ ವಿರುದ್ಧ ದಂಗೆಯೆದ್ದು ಅವನನ್ನು ಬಂಧಿಸಿದರು. ಆದರೆ ಅವನು ಬಂಧನದಿಂದ ತಪ್ಪಿಸಿಕೊಂಡು ಜರ್ಮನರ ಆಶ್ರಯ ಪಡೆದನು. ಇಟಲಿಯಲ್ಲಿ ಮಾರ್ಷಲ್ ಖಡೋಗ್ಲಿಯೋನನ ನಾಯಕತ್ವದಲ್ಲಿ ರಚಿತವಾದ ಇಟಾಲಿಯನ್ ಸರ್ಕಾರ 1943ರ ಸೆಪ್ಟೆಂಬರ್‌ನಲ್ಲಿ ಮಿತ್ರ ರಾಷ್ಟ್ರಗಳಿಗೆ ಶರಣಾಯಿತು. 1945ರಲ್ಲಿ ಮುಸಲೋನಿಯನ್ನು ಇಟಾಲಿಯನ್ನರು ಬಂಧಿಸಿ ಗುಂಡಿಟ್ಟು ಕೊಂದರು.

1943-44ರ ಚಳಿಗಾಲದಲ್ಲಿ ಜನರಲ್ ಐಸೆನ್‌ಹೊವರನ ನೇತೃತ್ವದಲ್ಲಿ ಯುರೋಪಿನ ಮುತ್ತಿಗೆಗೆ ಇಂಗ್ಲೆಂಡಿನಲ್ಲಿ ಸಿದ್ಧತೆಗಳು ನಡೆದವು. ಇವನಿಗೆ ನೆರವಾದ ಮಾಂಟೆಗೋಮೆರಿ ಮತ್ತು ಏರ್‌ಫೀಲ್ಡ್ ಮಾರ್ಷಲ್ ಟಡ್ಡರ್ ಅವರು "ಮಲ್‌ಬೆರಿ" ಎಂದು ಪ್ರಸಿದ್ಧವಾದ ಕೃತಕ ಬಂದರುಗಳನ್ನು ನಿರ್ಮಾಣ ಮಾಡಿ ಅವುಗಳನ್ನು ಇಂಗ್ಲಿಷ್ ಕಡಲ್ಗಾಲುವೆಯನ್ನು ದಾಟಲು ಬಳಸಲು ಯೋಜಿಸಲಾಯಿತು. ಆಕ್ರಮಣ ಮಾಡುವ ಸೈನ್ಯಕ್ಕೆ ಇಂಧನವನ್ನು ಸಾಗಿಸಲು ಸಾಗರ ತಳದಲ್ಲಿ ಕೊಳವೆಗಳನ್ನು ಹಾಕಲಾಯಿತು.

ಇದೇ ವೇಳಗೆ ರಾಯಲ್ ವಿಮಾನ ಪಡೆ ಹೆಚ್ಚು ಸಶಕ್ತವಾಗಿದ್ದಿತು. ಅದರಲ್ಲಿ ಸಹಸ್ರಾರು ತರಬೇತಿ ಹೊಂದಿದ ವೈಮಾನಿಕ ಚಾಲಕರಿದ್ದರು. ಅಸಂಖ್ಯಾತ ಸುಧಾರಿತ ವಿಮಾನಗಳನ್ನು ತಯಾರಿಸಲಾಗಿದ್ದಿತು. ಬ್ರಿಟಿಷ್ ಮತ್ತು ಅಮೇರಿಕನ್ ವೈಮಾನಿಕ ಚಾಲಕರು ಹಗಲು ರಾತ್ರಿ ಎಡೆಬಿಡದೆ ಜರ್ಮನ್ ನಗರಗಳ ಮೇಲೆ, ರೈಲು ಮಾರ್ಗಗಳ ಮೇಲೆ ಮತ್ತು ಕೈಗಾರಿಕೆಗಳ ಮೇಲೆ ಧಾಳಿ ನಡೆಸಿ ಜರ್ಮನಿಯ ಸಾರಿಗೆ ಸಂಪರ್ಕ ವ್ಯವಸ್ಥೆಯನ್ನು ಮತ್ತು ಕೈಗಾರಿಕೆ ವ್ಯವಸ್ಥೆಯನ್ನು ಅಸ್ತವ್ಯಸ್ಥಗೊಳಿಸಿದರು. ನಿರಂತರವಾದ ವೈಮಾನಿಕ ಧಾಳಿಯಿಂದಾಗಿ ಜರ್ಮನರು ದಂಗು ಬಡಿದರು.

ಮಿತ್ರರಾಷ್ಟ್ರಗಳ ಆಕ್ರಮಣವನ್ನು ನಿರೀಕ್ಷಿಸಿದ್ದ ಜರ್ಮನ್ ಇಂಗ್ಲೆಂಡಿಗೆ ಅಭಿಮುಖವಾಗಿದ್ದ ಎಲ್ಲ ತೀರ ಪ್ರದೇಶಗಳನ್ನು ರಕ್ಷಿಸಲು ಪ್ರಯತ್ನಿಸಿತು. 1944ರ ಜೂನ್‌ನಲ್ಲಿ ಮಿತ್ರ ರಾಷ್ಟ್ರಗಳು ಇಂಗ್ಲಿಷ್ ಕಡಲ್ಗಾಲುವೆಯನ್ನು ದಾಟಿ ಫ್ರಾನ್ಸಿನ ನಾರ್ಮಂಡಿಯ ಮೇಲೆ ಧಾಳಿ ನಡೆಸಿದವು. ಈ ಸಾಹಸಕಾರ್ಯ ಜಯಪ್ರದವಾಯಿತು. ತೀವ್ರ ಹೋರಾಟದ ಮಧ್ಯೆ ಮಿತ್ರರಾಷ್ಟ್ರಗಳ ಪಡೆಗಳು ಫ್ರಾನ್ಸಿನ ಮುಖ್ಯ ಭೂಭಾಗವನ್ನೂ ತಲುಪಿದವು. ನಾರ್ಮಂಡಿಯ ಆಕ್ರಮಣದ ನಂತರ ಪ್ಯಾರಿಸ್‌ಗೆ ಮುತ್ತಿಗೆ ಹಾಕಿ ಅದನ್ನು ವಶಪಡಿಸಿಕೊಳ್ಳಲಾಯಿತು. ಜರ್ಮನ್ ಪಡೆಗಳನ್ನು ಫ್ರಾನ್ಸಿನಿಂದ ಪೂರ್ಣವಾಗಿ ಕಾಲ್ತೆಗೆಯುವಂತೆ ಮಾಡಿದವು. ಜನರಲ್ ಅಲೆಗ್ಸಾಂಡರ್ ಮತ್ತು ಐಸೆನ್ ಹೊವರ್ ಅವರ ಸೈನ್ಯಗಳು ರ್ಹೇನ್ ನದಿಯ ದಂಡೆಯಲ್ಲಿ ಒಂದು ಗೂಡಿದವು. 1944ರ ಡಿಸೆಂಬರ್ ನಲ್ಲಿ ಜರ್ಮನರು ರಂದ್‌ಸ್ತೆದ್‌ನ ನಾಯಕತ್ವದಲ್ಲಿ ಪ್ರತಿ ಧಾಳಿ ನಡೆಸಿದರು. ಆದರೆ ಈ ಪ್ರತಿಧಾಳಿಯನ್ನು ಅಲ್ಪ ಸಮಯದಲ್ಲಿಯೇ ಹಿಮ್ಮೆಟ್ಟಿಸಲಾಯಿತು. ಹೊವರ್‌ನ ನಾಯಕತ್ವದ ಪಡೆಗಳು ರ್ಹೇನ್ ನದಿಯನ್ನು ದಾಟಿ ಎಲ್ಬ್ ಕಡೆ

ನಡೆದವು. ಈ ಮಧ್ಯೆ ರಷ್ಯನ್ನರು ಪೂರ್ವದ ಕಡೆಯಿಂದ ಜರ್ಮನಿಯನ್ನು ಮುತ್ತಿದರು. ಎರಡೂ ಕಡೆಯ ಧಾಳಿಗಳಿಂದಾಗಿ ಜರ್ಮನಿಯು ತತ್ತರಿಸಿತು ಅದರ ಸ್ಥಿತಿ ಚಿಂತಾಜನಕವಾಯಿತು.

1945ರ ಏಪ್ರಿಲ್ 24ರಂದು ರಷ್ಯನ್ನರು ಜರ್ಮನಿಯ ರಾಜಧಾನಿ ಬರ್ಲಿನ್ ಮೇಲೆ ಧಾಳಿ ನಡೆಸಿದರು. ತಮ್ಮ ನಿಸ್ಸಹಾಯಕ ಪರಿಸ್ಥಿತಿಯನ್ನು ಅರಿತುಕೊಂಡು ಹಿಟ್ಲರ್, ಗೊಬೆಲ್ಸ್ ಮತ್ತು ಹಿಮ್ಲರ್ ಆತ್ಮಹತ್ಯೆ ಮಾಡಿಕೊಂಡರು. ಉಳಿದ ಪ್ರಮುಖರು ಪಲಾಯನ ಮಾಡಿದರು, ಇಲ್ಲವೆ ತಲೆ ಮರೆಸಿಕೊಂಡರು. ಜರ್ಮನ್ ಸೈನ್ಯಾಧಿಕಾರಿಗಳು ಯುದ್ಧವನ್ನು ಮುಂದುವರಿಸುವುದು ಅಸಾಧ್ಯವೆಂದರಿತು 1945ರ ಮೇ 7 ರಂದು ಶರಣಾಗತರಾದರು. ಮಿತ್ರರಾಷ್ಟ್ರಗಳ ವಿಜಯಿ ಸೈನ್ಯಗಳು ಬರ್ಲಿನ್ ನಗರವನ್ನು ಆಕ್ರಮಿಸಿದವು ಜರ್ಮನಿಯ ಶರಣಾಗತಿಯೊಂದಿಗೆ ಯೂರೋಪಿನಲ್ಲಿ ಯುದ್ಧ ಮುಕ್ತಾಯವಾಯಿತು.

ಪೂರ್ವ ವಲಯದಲ್ಲಿ ಯುದ್ಧ 1945ರ ಆಗಸ್ಟ್ ತಿಂಗಳವರೆಗೆ ಮುಂದುವರೆಯಿತು ಯುದ್ಧವನ್ನು ಶೀಘ್ರವಾಗಿ ಅಂತ್ಯಗೊಳಿಸಲು ಕಾತುರರಾಗಿದ್ದ ಅಮೆರಿಕನ್ನರು ಅಂತಿಮವಾಗಿ ಮಹಾ ಅಸ್ತ್ರಗಳಾದ ಅಣುಬಾಂಬುಗಳನ್ನು ಪ್ರಯೋಗಿಸಲು ತೀರ್ಮಾನಿಸಿದರು. ಅದರಂತೆ 1945ರ ಆಗಸ್ಟ್ 6 ಮತ್ತು 9ರಂದು ಕ್ರಮವಾಗಿ ಜಪಾನಿನ ಜನಭರಿತ ನಗರಗಳು ಮತ್ತು ಕೈಗಾರಿಕಾ ಕೇಂದ್ರಗಳಾಗಿದ್ದ ಹಿರೋಷಿಮಾ ಮತ್ತು ನಾಗಸಾಕಿಗಳ ಮೇಲೆ ಅಣುಬಾಂಬುಗಳನ್ನು ಹಾಕಲಾಯಿತು. ಇದರಿಂದಾಗಿ ಇವೆರಡು ನಗರಗಳು ಸುಟ್ಟು ಬೂದಿಯಾದವು. ಸುಮಾರು $2^1/_2$ ಲಕ್ಷ ಜನರು ಸಾವನ್ನಪ್ಪಿದರು. ಅಣುಬಾಂಬಿನ ಆಸ್ಫೋಟದ ಭೀಕರ ಪರಿಣಾಮಗಳಿಂದ ಭಯಭೀತರಾದ ಜಪಾನಿಯರು 1945ರ ಆಗಸ್ಟ್ 14ರಂದು ಶರಣಾಗತರಾದರು. ಮಾನವನ ಇತಿಹಾಸದ ಭೀಕರವಾದ ಅಧ್ಯಾಯವೊಂದು ಮುಕ್ತಾಯಗೊಂಡಿತು.

ದ್ವಿತೀಯ ಮಹಾಯುದ್ಧದ ಪರಿಣಾಮಗಳು

ದ್ವಿತೀಯ ಮಹಾಯುದ್ಧವು ಪ್ರಥಮ ಮಹಾಯುದ್ಧಕ್ಕಿಂತ ವ್ಯಾಪಕವು, ವಿನಾಶಕಾರಿಯು ಆಗಿರುವಂತೆ ಅದರ ಪರಿಣಾಮಗಳು ಸಹಾ ವ್ಯಾಪಕವೂ ಹಾಗೂ ವಿನಾಶಕಾರಿಯು ವಿಪತ್ಕಾರಿಯಾಗಿಯೂ ಇವೆ. ಮಾನವ ಜನಾಂಗ ಇತಿಹಾಸದಲ್ಲಿ ಇಂತಹ ವಿನಾಶದ ವಿಪತ್ಕಾರಿ ಘಟನೆಯನ್ನು ಯಾರು ಕೇಳಿರಲಿಲ್ಲಾ ಹಾಗೂ ನೋಡಿರಲಿಲ್ಲ. ಆದರೆ ಅದು ದ್ವಿತೀಯ ಮಹಾಯುದ್ಧದಲ್ಲಿ ದಿಟವಾಗಿ ಸಂಭವಿಸಿ ಅಪಾರ ಹಾನಿಯನ್ನುಂಟುಮಾಡಿತು. ಇದರ ಭೀಕರ ಪರಿಣಾಮಗಳು ಈ ಕೆಳಕಂಡಂತಿವೆ.

1) ಅಪಾರ ಪ್ರಮಾಣದಲ್ಲಿ ಜೀವ ಹಾಗೂ ಆಸ್ತಿಪಾಸ್ತಿ ಹಾನಿ: ದ್ವಿತಿಯ ಮಹಾಯುದ್ಧದ ಪರಿಣಾಮವಾಗಿ ಸತ್ತವರ ಮತ್ತು ಗಾಯಗೊಂಡವರ ಸಂಖ್ಯೆ 5 ಕೋಟಿಗೂ ಮೀರಿದ್ದಿತು. ಯುದ್ಧದ ನಂತರ ಕಾಣಿಸಿಕೊಂಡ ರೋಗ ರುಜಿನ ಮತ್ತು ಕ್ಷಾಮ ಡಾಮರಗಳಿಂದ ಮೃತರಾದವರ ಸಂಖ್ಯೆ ಇನ್ನೂ ಅಧಿಕ. ಲಕ್ಷಾಂತರ ಜನರು ಹಸಿವು ಮತ್ತು ರೋಗ ರುಜಿನಗಳಿಂದ ಮೃತರಾದರು. ಈ ಮಹಾಯುದ್ಧ ಕೇವಲ ಸೈನಿಕರು ಮಾತ್ರವಲ್ಲದೆ ನಾಗರಿಕರನ್ನು ಸಹಾ ತನ್ನ ಸಾವಿನಮಡಿಲಿಗೆ ಸೆಳೆದು ಕೊಂಡಿತ್ತು. "ಈ ಯುದ್ಧದಿಂದ ಉಂಟಾದ ಸಂಪತ್ತಿನ ಹಾನಿ ಇನ್ನೂ ಸರಿಯಾಗಿ ಲೆಕ್ಕಕ್ಕೆಸಿಕ್ಕಿಲ್ಲಾ. ಈ ಯುದ್ಧದ ವೆಚ್ಚ ಸುಮಾರು 8000 ಕೋಟಿ ರೂ. ಗಳೆಂದು ಅಂದಾಜು ಮಾಡಲಾಗಿದೆ. ಬ್ರಿಟನ್, ಫ್ರಾನ್ಸ್, ಜರ್ಮನ್ ಮತ್ತು ಜಪಾನ್ ನಗರಗಳ ಶೇ. 30 ರಿಂದ 40 ರಷ್ಟು ಭಾಗ ಕಟ್ಟಡಗಳು ನಾಶವಾಗಿದ್ದವು. ಫ್ರಾನ್ಸ್ ತನ್ನ ಶೇಕಡ 70ರಷ್ಟು ವ್ಯವಹಾರಿಕ ಹಡಗುಗಳನ್ನು ಕಳೆದುಕೊಂಡಿತು. ಪೋಲೆಂಡ್ ತನ್ನ ಶೇ. 43ರಷ್ಟು ಕಲಾ ಸಂಪತ್ತನ್ನು ಕಳೆದುಕೊಂಡಿತು. ಯುದ್ಧಕಾಲದಲ್ಲಿ ಅತ್ಯಂತ ಅಮಾನುಷವಾದ ಕ್ರೌರ್ಯ, ಹಿಂಸಾಚಾರದ ಕೃತ್ಯಗಳು ಜರುಗಿ ಸುಮಾರು ಲಕ್ಷಾಂತರ ಯಹೂದಿಗಳನ್ನು ಕೊಲೆಗೈಯಲಾಯಿತು. ಸುಮಾರು 20 ದಶಲಕ್ಷ ಜನರು ನಿರಾಶ್ರಿತರಾದರು. ಯುದ್ಧ ವಿನಾಶಕ್ಕೆ ತೀವ್ರವಾಗಿ ಅಪಾರ ಪ್ರಮಾಣದಲ್ಲಿ ತುತ್ತಾದ ಪ್ರದೇಶಗಳೆಂದರೆ ಜರ್ಮನಿ ಮತ್ತು ಪೂರ್ವದ ರಾಜ್ಯಗಳು. $2^1/_2$ ಮಿಲಿಯನ್ ರಷ್ಯಯನ್ ಖೈದಿಗಳನ್ನು ಕೊಲೆ ಮಾಡಲಾಯಿತು. ಜಪಾನಿನ ಹಿರೋಷಿಮಾದಲ್ಲಿ 78,000 ಕ್ಕೂ ಹೆಚ್ಚು ಮಂದಿ ಬಾಂಬಿಗೆ ಬಲಿಯಾದರೆ, ನಾಗಸಾಕಿಯಲ್ಲಿ 38,000 ಮಂದಿ ಮೃತರಾದರು. ಹಿರೋಷಿಮಾ ನಗರದ ಎಂಟು ಚದರ ಕಿಲೋಮೀಟರಿನಷ್ಟು ದೂರದವರೆಗಿನ ಎಲ್ಲ ಕಟ್ಟಡಗಳು ನೆಲಸಮವಾದವು. ಸು. 50 ಸಾವಿರ ಅಡಿಗಳಷ್ಟು ಎತ್ತರದಲ್ಲಿ ಭುಗಿಲೆದ್ದ ಮೋಡದಿಂದ ಕಪ್ಪು ಬಣ್ಣದಿಂದ ಕೂಡಿದ ಅಂಟು ಅಂಟಾದ ದ್ರವದ ಮಳೆ ಸುರಿಯಲಾರಂಭಿಸಿತು. ಪ್ರಾಕೃತಿಕ ಕಾರಣಗಳಿಂದ ಅಪಾರ ಹಾನಿ ಉಂಟಾಯಿತು.

2) ನೂತನ ಶಸ್ತ್ರಾಸ್ತ್ರ ಬಳಕೆ ಮತ್ತು ಯುದ್ಧ ವಿಧಾನಗಳಲ್ಲಿ ಕ್ರಾಂತಿಕಾರಕ ಬದಲಾವಣೆ: 1939ರ ದ್ವಿತೀಯ ಮಹಾಯುದ್ಧದಲ್ಲಿ ನೂತನ ಶಸ್ತ್ರಾಸ್ತ್ರಗಳನ್ನು ಮತ್ತು ಯುದ್ಧದಲ್ಲಿ ಕ್ರಾಂತಿಕಾರಕ ಬದಲಾವಣೆಗಳನ್ನು ಬಳಸಲಾಯಿತು. ಪ್ರಥಮ ಮಹಾಯುದ್ಧ

ದ್ವಿತೀಯ ಮಹಾಯುದ್ಧದ ನಡುವಿನ ಕಾಲವನ್ನೇ ಶಸ್ತ್ರಸಜ್ಜಿತ ವಿಶ್ರಾಂತಿ ಕಾಲ ಎನ್ನಬಹುದು. ಏಕೆಂದರೆ ಈ ಅವಧಿಯಲ್ಲಿ ಪ್ರಪಂಚದ ವಿವಿಧ ರಾಷ್ಟ್ರಗಳು ನಡೆಸಿದ ನೂತನ ಶಸ್ತ್ರಾಸ್ತ್ರ ಪೈಪೋಟಿ ಭೀಕರ ದುಷ್ಪರಿಣಾಮಕ್ಕೆ ಕಾರಣವಾಯಿತು. ಈ ಯುದ್ಧದಲ್ಲಿ ಪ್ರಥಮ ಬಾರಿಗೆ ಅಣುಬಾಂಬುಗಳನ್ನು ಬಳಸಲಾಗಿ ಜಪಾನಿನ ಹಿರೋಷಿಮ ಮತ್ತು ನಾಗಸಾಕಿ ನಗರಗಳು ಧ್ವಂಸಗೊಂಡವು. ಈ ಭೀಕರ ದುಷ್ಪರಿಣಾಮಕ್ಕೆ ಕಾರಣನಾದ ಜಪಾನ್ ಚಕ್ರವರ್ತಿ ಹಿರೋಹಿಟೊ ಈ ಸಂದರ್ಭವನ್ನು "ಸಹಿಸಲಾಗದ್ದನ್ನು, ಅನುಭವಿಸಬಾರದ್ದನ್ನು ಸಹಿಸಿ ಅನುಭವಿಸಲಾಯಿತು" ಎಂದು ತನ್ನ ಅಂತರಾಳದ ದುಃಖವನ್ನು ವ್ಯಕ್ತಪಡಿಸಿದ್ದಾನೆ. ಈ ಯುದ್ಧದಲ್ಲಿ ಟ್ಯಾಂಕುಗಳು ಕ್ಷಿಪಣಿಗಳು ಟ್ಯಾಂಕ್ ವಿರೋಧಿ ಮತ್ತು ವಿಮಾನ ಧಾಳಿ ವಿರೋಧಿ ಫಿರಂಗಿಗಳು, ರಾಕೆಟ್ಟುಗಳು, ರೆಡಾರ್ ಸಾಧನಗಳು, ಯಾಂತ್ರೀಕೃತ ಬಂದೂಕುಗಳು. ಬಲಶಾಲಿಯಾದ ಬಾಂಬುಗಳು ಮತ್ತು ಅಂತಿಮವಾಗಿ ಅಣುಬಾಂಬುಗಳು ಮುಂತಾದ ಅತ್ಯಾಧುನಿಕ ಮತ್ತು ವಿಪತ್ಕಾರಿಯಾದ ಶಸ್ತ್ರಾಸ್ತ್ರಗಳನ್ನು ಬಳಸಿ ಕೋಟ್ಯಾಂತರ ಜೀವಿಗಳ ನಷ್ಟವನ್ನುಂಟು ಮಾಡಲಾಯಿತು.

3) ಪ್ರಪಂಚದಾದ್ಯಂತ ಆರ್ಥಿಕ ಮುಗ್ಗಟ್ಟು: ಈ ವಿಶ್ವವ್ಯಾಪಿ ಮಹಾಯುದ್ಧದಿಂದ ಪ್ರಚಂಚದ ಪ್ರತಿಯೊಂದು ರಾಷ್ಟ್ರವು ಆರ್ಥಿಕ ದುಷ್ಪರಿಣಾಮವನ್ನು ಅನುಭವಿಸಬೇಕಾಯಿತು. ಜೀವನಾವಶ್ಯಕ ವಸ್ತುಗಳ ಅಭಾವ ಕಾಣಿಸಿಕೊಂಡಿತು. ಆಹಾರ ಪದಾರ್ಥಗಳು, ಬಟ್ಟೆ, ಸೀಮೆಎಣ್ಣೆ, ಪೆಟ್ರೋಲ್, ಬೆಂಕಿ ಪೆಟ್ಟಿಗೆಗಳು, ಉಪ್ಪು, ಸಿಮೆಂಟ್ ಮುಂತಾದ ಅವಶ್ಯಕ ವಸ್ತುಗಳ ಅಭಾವದಿಂದಾಗಿ ಜನಸಾಮಾನ್ಯರ ಜೀವನ ದುಸ್ತರವಾಯಿತು. ಹಣದುಬ್ಬರದ ಪರಿಣಾಮವಾಗಿ ಬೆಲೆಗಳು ಏರಿದವು. ಸರ್ಕಾರಗಳು ಪಡಿತರ ಪದ್ಧತಿಯನ್ನು ಜಾರಿಗೊಳಿಸಬೇಕಾಯಿತು.

4) ನಿರಂಕುಶ ಪ್ರಭುತ್ವಗಳ ಅಂತ್ಯ: ಈ ಮಹಾಯುದ್ಧವು ಜರ್ಮನಿಯಲ್ಲಿ ನಾಜಿ ಪ್ರಭುತ್ವವನ್ನು ಇಟಲಿಯಲ್ಲಿ ಫ್ಯಾಸಿಸ್ಟ್ ಪ್ರಭುತ್ವವನ್ನು ಕೊನೆಗೊಳಿಸಿತು. ಯುದ್ಧದಲ್ಲಿ ನೆಲಕಚ್ಚಿದ ಆಕ್ಸಿಸ್ ರಾಷ್ಟ್ರಗಳನ್ನು ನಿಶಸ್ತ್ರೀಕರಣಗೊಳಿಸಲಾಯಿತು. ಇಟಲಿಯು ತನ್ನ ಆಫ್ರಿಕದ ಪ್ರದೇಶಗಳನ್ನು ಕಳೆದುಕೊಂಡಿತು. ಸೋತ ರಾಷ್ಟ್ರಗಳು ನಾಜಿ ಮತ್ತು ಪ್ಯಾಸಿಸ್ಟ್ ಸಂಸ್ಥೆಗಳನ್ನು ವಿಸರ್ಜಿಸಲು ಒಪ್ಪಿಕೊಂಡು ಅಣ್ವಸ್ತ್ರಗಳನ್ನು ಅಭಿವೃದ್ಧಿಪಡಿಸುವುದಿಲ್ಲವೆಂಬ ಭರವಸೆಯನ್ನು ನೀಡಿದವು. ಯುದ್ಧಾನಂತರದಲ್ಲಿ ನ್ಯೂರೆಂಬರ್ಗ್‌ನ ಅಂತರರಾಷ್ಟ್ರೀಯ ಮಿಲಿಟರಿ ನ್ಯಾಯಲಯದಲ್ಲಿ ನಾಜಿಗಳ ವಿಚಾರಣೆ ಆರಂಭವಾಗಿ 1946ರಲ್ಲಿ ನೀಡಿದ ತೀರ್ಪಿನಂತೆ ಯುದ್ಧ ವಿನಾಶಕ್ಕೆ ಕಾರಣನಾದ ಹಿಟ್ಲರ್‌ನ ಸಂಗಡಿಗರನ್ನು. ಸೆರೆಮನೆಗೆ, ಮತ್ತೆ ಕೆಲವರನ್ನು ನೇಣುಗಂಬಕ್ಕೆ ಏರಿಸಲಾಯಿತು. ನಾಜಿಯ ಪ್ರಮುಖ ವಕ್ತಾರರಾದ ಹಿಟ್ಲರ್‌ನ ಬಂಟ ರುಡಾಲ್ಫ್ ಹೆಸ್, ಜರ್ಮನಿಯ ಶಸ್ತ್ರಾಸ್ತ್ರ ಮಂತ್ರಿ ಆಲ್ಬರ್ಟ್ ಸ್ಪೀರ್, ನಾಜಿ ಯುವ ನಾಯಕ ಬಾಲ್ದರ್ ವಾನ್ ಶಿರಾಕ್ ಮೊದಲಾದವರನ್ನು ಅವರು ನಡೆಸಿದ ಹೀನಕೃತ್ಯಗಳಿಗಾಗಿ ಜೀವಾವಧಿ ಸೆರೆಮನೆಗೆ ತಳ್ಳಲಾಯಿತು.

5) ಯೂರೋಪಿನ ಪ್ರಭುತ್ವದ ಅಂತ್ಯ: ಯುದ್ಧದ ಪರಿಣಾಮವಾಗಿ ಜಪಾನ್ ಮತ್ತು ಜರ್ಮನಿಗಳು ತಮ್ಮೆಲ್ಲ ಸಾಮ್ರಾಜ್ಯಗಳನ್ನು ಕಳೆದುಕೊಂಡವು. ಯುದ್ಧಕ್ಕೆ ಕಾರಣರಾದ ಎಲ್ಲಾ ಸರ್ವಾಧಿಕಾರಿಗಳು ನಿರ್ನಾಮವಾಗಿ ಹೋದರು. ಇಲ್ಲಿಯವರೆಗೆ ವಸಾಹತುಶಾಹಿ ಮತ್ತು ಸಾಮ್ರಾಜ್ಯಶಾಹಿ ರಾಜ್ಯಗಳಾಗಿ ಮೆರೆಯುತ್ತಿದ್ದ ಯೂರೋಪಿನ ರಾಜ್ಯಗಳು ತಮ್ಮೆಲ್ಲ ವಸಾಹತು ಮತ್ತು ಸಾಮ್ರಾಜ್ಯಗಳನ್ನು ಕಳೆದುಕೊಂಡವು. ದ್ವಿತೀಯ ಮಹಾಯುದ್ಧ ಆಫ್ರಿಕ ಮತ್ತು ಏಷ್ಯಾದ ರಾಜ್ಯಗಳ ಪರದಾಸ್ಯವನ್ನು ಕಿತ್ತೊಗೆದು ಸ್ವಾತಂತ್ರ್ಯ ಗಳಿಸಿಲು ದಾರಿ ಮಾಡಿಕೊಟ್ಟಿತು. ಯೂರೋಪಿನಲ್ಲಿ ಅನೇಕ ಹೊಸ ಗಣರಾಜ್ಯಗಳು ಉದಯವಾಗುವುದಕ್ಕೆ ಕಾರಣವಾಯಿತು. 1949ರ ಮೇನಲ್ಲಿ ಫೆಡರಲ್ ರಿಪಬ್ಲಿಕ್ ಆಫ್ ಜರ್ಮನಿ ಅಸ್ತಿತ್ವಕ್ಕೆ ಬಂದು ಬಾನ್ ಅದರ ರಾಜಧಾನಿಯಾಯಿತು. 1949ರ ಅಕ್ಟೋಬರ್‌ನಲ್ಲಿ ಜರ್ಮನ್ ಡೆಮಾಕ್ರೆಟಿಕ್ ರಿಪಬ್ಲಿಕ್ ಅಸ್ತಿತ್ವಕ್ಕೆ ಬಂದು ಪೂರ್ವ ಬರ್ಲಿನ್ ಅದರ ರಾಜಧಾನಿಯಾಯಿತು. ಮುಸಲೋನಿಯ ಅಂತ್ಯವಾದ ಮೇಲೆ ಇಟಲಿ ಗಣರಾಜ್ಯವಾಯಿತು.

6) ನೂತನ ಗಡಿ ನಿರ್ಧಾರ: ಇಟಲಿಯ ಗಡಿಗಳಲ್ಲಿ ಕೆಲವೊಂದು ಬದಲಾವಣೆಗಳನ್ನು ಮಾಡಲಾಯಿತು. ಇಟಲಿ ಮತ್ತು ಯೂಗೊಸ್ಲಾವಿಯಾಗಳ ನಡುವೆ ಹೊಸ ಗಡಿಯನ್ನು ನಿರ್ಧರಿಸಲಾಯಿತು. ಇಟಲಿಯು ಯುದ್ಧ ಪರಿಹಾರ ದ್ರವ್ಯವನ್ನು ಕೊಡಬೇಕಾಯಿತು. 1946ರ ಪ್ಯಾರಿಸ್ ಸಮ್ಮೇಳನದ ತೀರ್ಮಾನದ ಪ್ರಕಾರ ಇಟಲಿಯು ಲಿಬಿಯಾ, ಇರಿಟ್ರಿಯಾ ಮತ್ತು ಇಟಾಲಿಯನ್ ಸೋಮಾನಿಲ್ಯಾಂಡ್‌ನ್ನು ಬಿಟ್ಟು ಕೊಡಬೇಕಾಯಿತು. ಇದರಿಂದ ಫ್ರಾನ್ಸ್ ಯೂಗೋಸ್ಲಾವಿಯ ಮತ್ತು ಗ್ರೀಸ್‌ಗಳಿಗೆ ಅನುಕೂಲವಾಯಿತು. ಬಲ್ಗೇರಿಯಾಕ್ಕೆ 1941ರ ಗಡಿಗಳನ್ನು ಪುನಃ ಕೊಡಲಾಯಿತು. ಹಂಗೇರಿಗೆ 1938ರಲ್ಲಿದ್ದ ಗಡಿಗಳನ್ನು ಕೆಲವು ಸಣ್ಣ ಬದಲಾವಣೆಗಳೊಂದಿಗೆ ಪುನರ್ ಸ್ಥಾಪಿಸಲಾಯಿತು. 1955ರ ಮೇ ನಲ್ಲಿ ಏರ್ಪಟ್ಟ ವಿಯೆನ್ನ ಒಪ್ಪಂದದ ಫಲವಾಗಿ ಆಸ್ಟ್ರಿಯಾ 1938ರಲ್ಲಿ ತಾನು ಹೊಂದಿದ್ದ ಗಡಿಗಳನ್ನು ಗಳಿಸಿತು. 1951ರ ಸೆಪ್ಟೆಂಬರ್‌ನಲ್ಲಿ

ಜಪಾನ್‌ನೊಂದಿಗಿನ ಸ್ಯಾನ್‌ಫ್ರಾನ್ಸಿಸ್ಕೊ ಒಪ್ಪಂದದಂತೆ ಜಪಾನ್, ಕೊರಿಯಾ, ಫಾರ್ಮೋಸಗಳು ಸೇರಿದಂತೆ ಯುದ್ಧಕಾಲದಲ್ಲಿ ಆಕ್ರಮಿಸಿದ್ದ ಎಲ್ಲ ಪ್ರದೇಶಗಳ ಮೇಲಿನ ಹಕ್ಕನ್ನು ಬಿಟ್ಟುಕೊಟ್ಟಿತು.

7) ಜರ್ಮನಿಯ ವಿಭಜನೆ: ಯುದ್ಧ ವಿಜಯಿ ಮಿತ್ರ ರಾಷ್ಟ್ರಗಳು 1945ರ ಫೆಬ್ರವರಿ ತಿಂಗಳಲ್ಲಿ ಕ್ರಿಮಿಯಾದಲ್ಲಿನ ಯಾಲ್ಟಾದಲ್ಲಿ ಸಭೆ ಸೇರಿ ಜರ್ಮನಿಯನ್ನು ವಶಪಡಿಸಿಕೊಂಡು ಅದನ್ನು ನಿಯಂತ್ರಣದಲ್ಲಿ ಇಟ್ಟುಕೊಳ್ಳುವ ಬಗ್ಗೆ ಯೋಜನೆಯನ್ನು ರೂಪಿಸಿದ್ದವು. ಜರ್ಮನಿಯನ್ನು ನಾಲ್ಕು ಭಾಗಗಳಾಗಿ ವಿಂಗಡಿಸಿ ನಾಲ್ಕು ಮಿತ್ರ ರಾಷ್ಟ್ರಗಳಾದ ಅಮೆರಿಕಾ, ಬ್ರಿಟನ್, ರಷ್ಯಾ ಮತ್ತು ಫ್ರಾನ್ಸ್ ಆ ಭಾಗಗಳನ್ನು ನಿಯಂತ್ರಿಸಬೇಕೆಂದು ತೀರ್ಮಾನಿಸಲಾಗಿತ್ತು. ಜರ್ಮನಿಯನ್ನು ನಿಶ್ಯಸ್ತ್ರೀಕರಣಗೊಳಿಸಿ ನಾಜಿಗಳನ್ನು ನಿರ್ಮೂಲನಗೊಳಿಸಬೇಕೆಂದು ನಿರ್ಧರಿಸಲಾಗಿತ್ತು. ಬರ್ಲಿನ್ ಅನ್ನು ಕೂಡ ಪೂರ್ವ ಬರ್ಲಿನ್ ಮತ್ತು ಪಶ್ಚಿಮ ಬರ್ಲಿನ್ ಎಂದು ವಿಭಜಿಸಿದ್ದಲ್ಲದೆ ಅದರಲ್ಲೂ ನಾಲ್ಕು ವಲಯಗಳನ್ನೂ ರಚಿಸಲಾಯಿತು. ಜುಲೈ 17, 1945ರಂದು ಜರ್ಮನಿಯಲ್ಲಿನ ಪೋಟ್ಸ್‌ಡ್ಯಾಮ್‌ನಲ್ಲಿ ಮಿತ್ರ ರಾಷ್ಟ್ರಗಳ ಸಭೆ ಸೇರಿ ಜರ್ಮನಿಯ ಭವಿಷ್ಯದ ಬಗ್ಗೆ ಮತ್ತಷ್ಟು ನಿರ್ಣಯಗಳನ್ನು ಕೈಗೊಂಡವು.

ಯುದ್ಧ ವಿನಾಶಕ್ಕೆ ಜರ್ಮನರನ್ನೇ ನೇರವಾಗಿ ಹೊಣೆಗಾರರನ್ನಾಗಿ ಮಾಡಿ ಪ್ರಜಾಪ್ರಭುತ್ವದ ಬುನಾದಿಯ ಮೇಲೆ ಜರ್ಮನಿಯಲ್ಲಿ ಹೊಸ ವ್ಯವಸ್ಥೆಯನ್ನು ರೂಪಿಸಬೇಕೆಂದು ಪೋಟ್ಸ್‌ಡ್ಯಾಮ್ ಸಮ್ಮೇಳನವು ತೀರ್ಮಾನಿಸಿತು.

ಜರ್ಮನಿಯ ಭವಿಷ್ಯದ ನಿರ್ಧಾರದಲ್ಲಿ ಮಿತ್ರ ರಾಷ್ಟ್ರಗಳ ನಡುವೆ ಭಿನ್ನಾಭಿಪ್ರಾಯ ತಲೆದೋರಿ ಒಮ್ಮತದ ತೀರ್ಮಾನ ಅಸಾಧ್ಯವಾಯಿತು. 1945–48ರ ಅವಧಿಯಲ್ಲಿ ಜರ್ಮನಿಯು ಮಿತ್ರ ರಾಷ್ಟ್ರಗಳ ಮಿಲಿಟರಿ ಆಳ್ವಿಕೆಗೆ ಒಳಪಟ್ಟಿತು. ರಷ್ಯಾದ ವಲಯದಿಂದ ಜರ್ಮನಿಯ ಪಾಶ್ಚಾತ್ಯ ವಲಯಗಳು ಪ್ರತ್ಯೇಕಗೊಂಡವು. 1946ರ ಡಿಸೆಂಬರ್‌ನಲ್ಲಿ ಅಮೆರಿಕ ಮತ್ತು ಬ್ರಿಟನ್‌ಗಳು ತಮ್ಮ ಅಧೀನದಲ್ಲಿದ್ದ ಪ್ರದೇಶಗಳನ್ನು ಆರ್ಥಿಕವಾಗಿ ಒಟ್ಟುಗೂಡಿಸಿದವು. 1948ರ ಜೂನ್‌ನಲ್ಲಿ ಹೊಸ ಹಣದ ಚಲಾವಣೆಯನ್ನು ಪಶ್ಚಿಮ ಜರ್ಮನಿಯಲ್ಲಿ ಜಾರಿಗೊಳಿಸಲಾಯಿತು. 1948ರಲ್ಲಿ ಅಮೆರಿಕ, ಬ್ರಿಟನ್, ಫ್ರಾನ್ಸ್ ಮತ್ತು ಪಶ್ಚಿಮ ಜರ್ಮನಿಯ ಪ್ರಾಂತಗಳ ಪ್ರತಿನಿಧಿಗಳಿಂದ ಕೂಡಿದ ಸಂವಿಧಾನ ಸಭೆಯೊಂದು ಸ್ಥಾಪಿತವಾಯಿತು. ಇದು ಬಾನ್ ರಾಜ್ಯಾಂಗವನ್ನು 1949ರಲ್ಲಿ ಪಶ್ಚಿಮ ಜರ್ಮನಿಯ ಪ್ರದೇಶದಲ್ಲಿ ಜಾರಿಗೆ ತಂದಿತು. ರಷ್ಯನರು ತಮ್ಮ ಅಧೀನದಲ್ಲಿದ್ದ ಪೂರ್ವ ಜರ್ಮನಿಗೆ ತಮ್ಮದೇ ಆದ ರಾಜ್ಯಾಂಗವನ್ನು ಕೊಟ್ಟರು. ಇದರಿಂದಾಗಿ ಜರ್ಮನಿಯು ಪಶ್ಚಿಮ ಜರ್ಮನಿ, ಪೂರ್ವ ಜರ್ಮನಿ ಎಂದು, ಬರ್ಲಿನ್ ನಗರವು ಸಹ ಪೂರ್ವ ಮತ್ತು ಪಶ್ಚಿಮ ಬರ್ಲಿನ್ ಎಂದೂ ಇಬ್ಭಾಗವಾಯಿತು.

8) ಜಪಾನ್‌ನಲ್ಲಿ ನೂತನ ಆಡಳಿತ ವ್ಯವಸ್ಥೆ: ಜಪಾನಿಯರು 1945ರ ಆಗಸ್ಟ್ 14ರಂದು ಯಾವುದೇ ಕರಾರು ಇಲ್ಲದೆ ಶರಣಾಗತರಾದರು. ನಂತರ ಮಿತ್ರ ರಾಷ್ಟ್ರಗಳು ಜನರಲ್ ಮೆಕಾರ್ಥರ್‌ನ ನೇತೃತ್ವದಲ್ಲಿ ಜಪಾನನ್ನು ಆಕ್ರಮಿಸಿದವು. ಸಾನ್‌ಫ್ರಾನ್ಸಿಸ್ಕೊ ಒಪ್ಪಂದದಂತೆ ಜಪಾನ್ 1941ರ ನಂತರದಲ್ಲಿ ಗೆದ್ದುಕೊಂಡಿದ್ದ ಫೆಸಿಫಿಕ್‌ನಲ್ಲಿನ ಎಲ್ಲ ಪ್ರದೇಶಗಳನ್ನು ಕಳೆದುಕೊಂಡಿತು. ಚೀನಾದಿಂದ ಗೆದ್ದಿದ್ದ ಪ್ರದೇಶಗಳನ್ನು ಅವರಿಗೆ ಹಿಂತಿರುಗಿಸಲಾಯಿತು. ಜಪಾನಿ ಆಳ್ವಿಕೆಗೆ ಮಿತ್ರ ರಾಷ್ಟ್ರಗಳ ವರಿಷ್ಠ ದಂಡ ನಾಯಕನನ್ನಾಗಿ ಜನರಲ್ ಮೆಕಾರ್ಥರ್‌ನನ್ನು ಮಿತ್ರರಾಷ್ಟ್ರಗಳು ನೇಮಿಸಿದವು. ಮೆಕಾರ್ಥರ್ ಪ್ರಜಾಪ್ರಭುತ್ವ ವ್ಯವಸ್ಥೆಯನ್ನು ಜಪಾನ್‌ನಲ್ಲಿ ಸ್ಥಾಪಿಸಲು ಕ್ರಮ ಕೈಗೊಂಡು ಜಪಾನನ್ನು ನಿಶ್ಯಸ್ತ್ರೀಕರಣಗೊಳಿಸಿದನು. ಜಪಾನಿನ ದೊರೆಯ ಅಧಿಕಾರವನ್ನು ಸೀಮಿತಗೊಳಿಸಿ ಹಳೆಯ ಸಾಮ್ರಾಜ್ಯದ ಸಂವಿಧಾನವನ್ನು ರದ್ದು ಪಡಿಸಲಾಯಿತು. ಷಿಂಟೊ ಮತದ ಪ್ರಭಾವವನ್ನು ಕುಂಠಿತಗೊಳಿಸಲಾಯಿತು. 1951ರ ಸ್ಯಾನ್‌ಫ್ರಾನ್ಸಿಸ್ಕೊ ಒಪ್ಪಂದದಂತೆ ಜಪಾನ್ ತನ್ನ ಸಾರ್ವಭೌಮಾಧಿಕಾರವನ್ನು ಪುನಃ ಪಡೆಯಿತು.

9) ಯುದ್ಧಾಪರಾಧಿಗಳಿಗೆ ಶಿಕ್ಷೆ: ಜರ್ಮನಿಯನ್ನು ನಿಶ್ಯಸ್ತ್ರೀಕರಣಗೊಳಿಸಲು ಮಿತ್ರ ರಾಷ್ಟ್ರಗಳ ಮಿಲಿಟರಿ ಅಧಿಕಾರಿಗಳು ಸರ್ವವಿಧದಲ್ಲೂ ತೀವ್ರ ಕ್ರಮಗಳನ್ನು ಕೈಗೊಂಡು ಜರ್ಮನ್ನರ ಜೀವನದ ಪ್ರತಿ ಕ್ಷೇತ್ರದಲ್ಲೂ ನಾಜಿ ಪ್ರಭಾವವನ್ನು ತೊಡೆದುಹಾಕಿ ನಾಜಿಸಂನ್ನು ನಿರ್ಮೂಲನಗೊಳಿಸಿದರು. ನ್ಯೂರೆಂಬರ್ಗ್‌ನಲ್ಲಿ ಸ್ಥಾಪಿತವಾದ ಮಿತ್ರರಾಷ್ಟ್ರಗಳ ಮಿಲಿಟರಿ ನ್ಯಾಯಾಲಯ ನಾಜಿ ಯುದ್ಧಾಪರಾಧಿಗಳ ವಿಚಾರಣೆಯನ್ನು ಕೈಗೆತ್ತಿಕೊಂಡು 1946ರ ಹೊತ್ತಿಗೆ ಸುಮಾರು 22 ಅಪರಾಧಿಗಳ ವಿಚಾರಣೆಯನ್ನು ಮುಗಿಸಿ 10 ಮಂದಿ ನಾಜಿ ನಾಯಕರನ್ನು ಮರಣದಂಡನೆಗೆ ಗುರಿಪಡಿಸಿತು. ಇವರಲ್ಲಿ ಪ್ರಮುಖರಾಗಿದ್ದವರೆಂದರೆ ನಾಜಿ ವಿದೇಶಾಂಗ ಮಂತ್ರಿ ರಿಜಿನ್ ಟ್ರಾಪ್ ಮತ್ತು ನಾಜಿ ಪಕ್ಷದ ತತ್ವ ನಿರೂಪಕ ರೋಜನ್ ಬರ್ಗ್ ಸೇರಿದ್ದರು. ಜಪಾನಿನ ಪ್ರಧಾನಿ ಟೋಜೋನನ್ನು 1948ರಲ್ಲಿ ಮರಣ ದಂಡನೆಗೆ ಗುರಿಪಡಿಸಲಾಯಿತು. ಜನರಲ್ ತಮಾಷಿತಾ ಮುಂತಾದ ಉಚ್ಚ ಮಿಲಿಟರಿ ನಾಯಕರನ್ನು ಮರಣದಂಡನೆಗೆ ಗುರಿ ಪಡಿಸಲಾಯಿತು.

10) ಇಡೀ ವಿಶ್ವವೇ ಎರಡು ಬಣಗಳಾಗಿ ಇಬ್ಭಾಗ: ದ್ವಿತೀಯ ಮಹಾಯುದ್ಧದ ಕಾಲದಲ್ಲಿ ಒಟ್ಟಿಗಿದ್ದ ಅಮೆರಿಕಾ ಮತ್ತು ರಷ್ಯಾಗಳು ಯುದ್ಧಾನಂತರ ಪ್ರತಿಸ್ಪರ್ಧಿಗಳಾಗಿ ಬಲಾಢ್ಯ ಶಕ್ತಿಗಳಾಗಿ ತಲೆ ಎತ್ತಿದ್ದವು. ಯುದ್ಧಾನಂತರದ ರಾಜಕೀಯ ಅಸ್ಥಿರತೆಯ ಲಾಭವನ್ನು ಪಡೆದುಕೊಂಡ ರಷ್ಯಾವು ಬಲ್ಗೇರಿಯಾ, ಹಂಗೇರಿ, ಆಸ್ಟ್ರಿಯಾ ಮತ್ತು ಪೋಲೆಂಡ್‌ನ ಭಾಗಗಳಲ್ಲಿ ತನ್ನ ಕಮ್ಯುನಿಸ್ಟ್ ಸಿದ್ಧಾಂತವನ್ನೊಳಗೊಂಡ ಸರ್ಕಾರವನ್ನು ರಚಿಸಿತು. ಇದರಿಂದ ಬೆದರಿದ ಅಮೆರಿಕಾ ರಷ್ಯಾದ ಪ್ರಾಬಲ್ಯವನ್ನು ಕುಂಠಿತ ಗೊಳಿಸಲು ಮತ್ತು ಪ್ರಜಾಪ್ರಭುತ್ವವನ್ನು ಉಳಿಸಲು ಮುನ್ನುಗ್ಗಿತು. ಹೀಗೆ ಒಂದು ಗುಂಪು ಸಮತಾವಾದಿಗಳ ಗುಂಪಾದರೆ ಮತ್ತೊಂದು ಪ್ರಜಾಪ್ರಭುತ್ವವಾದಿಗಳ ಗುಂಪಾಯಿತು. ಈ ರಾಷ್ಟ್ರಗಳ ನಾಯಕತ್ವವನ್ನು ಅಮೆರಿಕ ಮತ್ತು ರಷ್ಯಾಗಳು ವಹಿಸಿಕೊಂಡು ವಿಶ್ವದ ಅಗ್ರಗಣ್ಯ ರಾಷ್ಟ್ರಗಳಾದವು.

11) ವಿಶ್ವಸಂಸ್ಥೆಯ ಸ್ಥಾಪನೆ : ದ್ವಿತೀಯ ಮಹಾಯುದ್ಧದ ಇನ್ನೊಂದು ಪ್ರಮುಖ ಪರಿಣಾಮವೆಂದರೆ ಅಸಮರ್ಥ ಮತ್ತು ಅಪ್ರಯೋಜಕವಾಗಿದ್ದ ಲೀಗ್ ಆಫ್ ನೇಷನ್ಸ್‌ನ ಸ್ಥಾನದಲ್ಲಿ ಸಮರ್ಥವು ಮತ್ತು ಪ್ರಯೋಜನಕಾರಿಯೂ ಆದ ಅಂತರರಾಷ್ಟ್ರೀಯ ಸಂಸ್ಥೆಯೊಂದರ ಸ್ಥಾಪನೆಗೆ ನೆರವಾದುದು. ಯುದ್ಧದ ಕಾರಣ ಉಂಟಾದ ದುಷ್ಪರಿಣಾಮಗಳು ಜಗತ್ತಿನ ಜನತೆಯನ್ನು, ನಾಯಕರನ್ನು ದಂಗುಬಡಿಸಿ ಮತ್ತೊಂದು ಯುದ್ಧವೇರ್ಪಟ್ಟರೆ ಜಗತ್ತಿನ ನಾಶ ಖಂಡಿತ ಎಂಬ ಕಟುಸತ್ಯದ ಅರಿವನ್ನು ಮೂಡಿಸಿದವು. ಇಂತಹ ಅರಿವು ಜಗತ್ತಿನ ಶಾಂತಿ ಮತ್ತು ಭದ್ರತೆಯನ್ನು ಕಾಪಾಡಲು ಮತ್ತೊಂದು ಅಂತರರಾಷ್ಟ್ರೀಯ ಸಂಸ್ಥೆಯ ಸ್ಥಾಪನೆಗೆ ಕಾರಣವಾಯಿತು. ಅಮೆರಿಕಾದ ಅಧ್ಯಕ್ಷ ರೂಸ್‌ವೆಲ್ಟ್, ಇಂಗ್ಲೆಂಡಿನ ಪ್ರಧಾನಿ ಚರ್ಚಿಲ್ ಮತ್ತು ರಷ್ಯಾದ ಸ್ಟಾಲಿನ್ ಅವರುಗಳು ಸಮಾಲೋಚಿಸಿ ವಿಶ್ವಸಂಸ್ಥೆಯನ್ನು ಸ್ಥಾಪಿಸಬೇಕೆಂದು ತೀರ್ಮಾನಿಸಿದರು. ಇದರ ಪ್ರಕಾರ 1945ರ ಅಕ್ಟೋಬರ್ 24ರಂದು ವಿಶ್ವಸಂಸ್ಥೆ ಅಸ್ತಿತ್ವಕ್ಕೆ ಬಂದಿತು.

12) ವಿಶ್ವ ಪ್ರಭುತ್ವದಿಂದ ಬ್ರಿಟನ್ ಹಿನ್ನಡೆ: ದ್ವಿತೀಯ ಮಹಾಯುದ್ಧದಲ್ಲಿ ಸಕ್ರಿಯವಾಗಿ ಭಾಗವಹಿಸಿದ್ದ ಬ್ರಿಟನ್ ಜಯಶೀಲವಾಗಿದ್ದರೂ ಯುದ್ಧದ ಭಾರದಿಂದಾಗಿ ಅದು ದುರ್ಬಲವಾಯಿತು. ಬ್ರಿಟಿಷ್ ಚಕ್ರಾಧಿಪತ್ಯದಲ್ಲಿ ಹಲವಾರು ವಸಾಹತುಗಳು ಸ್ವತಂತ್ರಗೊಂಡಿದ್ದರಿಂದ ಅಂತರ ರಾಷ್ಟ್ರೀಯ ಕ್ಷೇತ್ರದಲ್ಲಿ ಅದರ ಪ್ರತಿಷ್ಠೆ ಕುಗ್ಗಿತು. ಇದರಂತೆಯೇ ಫ್ರಾನ್ಸ್ ಸಹಾ ಯುದ್ಧದಲ್ಲಿ ಅನುಭವಿಸಿದ ಕಷ್ಟನಷ್ಟಗಳಿಂದಾಗಿ ದ್ವಿತೀಯ ದರ್ಜೆಗಿಳಿಯಿತು. ಫ್ರೆಂಚ್ ಸಾಮ್ರಾಜ್ಯ ಛಿದ್ರವಾಯಿತು. ಅಧೀನ ಜನಾಂಗಗಳು ಸ್ವಾತಂತ್ರ್ಯ ಪಡೆದವು. ಆದರೆ ಯುದ್ಧ ಕಾಲದಲ್ಲಿ ಮಿತ್ರ ರಾಷ್ಟ್ರಗಳಿಗೆ ನಾನಾ ರೀತಿಯ ನೆರವನ್ನು ನೀಡಿದ ಅಮೆರಿಕಾ ವಿಶ್ವದಲ್ಲಿ ಪ್ರತಿಷ್ಠೆಯ ಸ್ಥಾನವನ್ನು ಪಡೆಯಿತು. ಬ್ರಿಟನ್ನಿನ ಪೌಂಡ್ ಸ್ಟರ್ಲಿಂಗ್ ದುರ್ಬಲವಾದರೆ ಅಮೆರಿಕೆಯ ಡಾಲರ್ ಪ್ರಬಲವಾಯಿತು. ಪ್ರಥಮ ಮಹಾಯುದ್ಧದಲ್ಲಿ ಏಕಾಂಗಿತನವನ್ನು ಅನುಭವಿಸಿದ್ದ ಅಮೆರಿಕ ದ್ವಿತೀಯ ಯುದ್ಧದಲ್ಲಿ ಅದನ್ನು ತೊರೆದು ವಿಶ್ವದ ವಿದ್ಯಮಾನಗಳಲ್ಲಿ ವಿಶೇಷ ಆಸಕ್ತಿ ವಹಿಸಲಾರಂಭಿಸಿತು. ಬ್ರಿಟನ್ ಯುದ್ಧದ ಪರಿಣಾಮವಾಗಿ ಆರ್ಥಿಕವಾಗಿ, ಭೌಗೋಳಿಕವಾಗಿ ಮತ್ತು ಅಂತರರಾಷ್ಟ್ರೀಯ ಕ್ಷೇತ್ರದಲ್ಲಿ ತನ್ನ ಪ್ರತಿಷ್ಠೆಯನ್ನು ಕಳೆದುಕೊಂಡಿತು. ಬ್ರಿಟಿಷ್ ಸಾಮ್ರಾಜ್ಯ ಅಸ್ತಂಗತವಾಯಿತು.

13) ಕಮ್ಯುನಿಸಂನ ಹರಡುವಿಕೆ: ಯುದ್ಧಾನಂತರದಲ್ಲಿ ಏರ್ಪಟ್ಟ ಬಡತನ, ನಿರುದ್ಯೋಗ ಹಾಗೂ ಆರ್ಥಿಕ ದುರವಸ್ಥೆಯ ಅನುಕೂಲವನ್ನು ಪಡೆದುಕೊಂಡು ಕಮ್ಯುನಿಸಂ ಹರಡಲು ಪ್ರಾರಂಭಿಸಿತು. ಅಲ್ಪಾವಧಿಯಲ್ಲಿಯೇ ಪ್ರಪಂಚದ $^1/_3$ ಭಾಗ ಕಮ್ಯುನಿಸಂನ್ನು ಸ್ವೀಕರಿಸಿತು. ಕಮ್ಯುನಿಸ್ಟ್ ತತ್ವದ ಪ್ರಚಾರ ಮತ್ತು ಅನುಯಾಯಿ ದೇಶಗಳ ನೇತೃತ್ವ ವಹಿಸಿದ ಸೋವಿಯಟ್ ರಷ್ಯಾ ಬಂಡವಾಳಶಾಹಿ ರಾಷ್ಟ್ರಗಳ ನಾಯಕ ದೇಶವಾದ ಅಮೇರಿಕಾಕ್ಕೆ ವಿರೋಧಿ ಬಣವಾಗಿ, ಶಕ್ತಿಯುತ ರಾಷ್ಟ್ರವಾಗಿ ಹೊರಹೊಮ್ಮಿತು.

ದ್ವಿತೀಯ ಮಹಾಯುದ್ಧದಲ್ಲಿ ಅಮೆರಿಕಾದ ಪಾತ್ರ :

ಆರಂಭದಲ್ಲಿ ಯುದ್ಧ ವಿರೋಧಿ ನೀತಿಯ ಅನುಸರಣೆ ಅಥವಾ ತಟಸ್ಥ ನೀತಿ:

ಅಮೆರಿಕ ದ್ವಿತೀಯ ಮಹಾಯುದ್ಧದ ಆರಂಭದಲ್ಲಿ ಯುದ್ಧದ ಪ್ರಚಲಿತ ಘಟನೆಗಳ ಬಗ್ಗೆ ಅಷ್ಟೇನು ಆಸಕ್ತಿ ತೋರಿಸಲಿಲ್ಲ. ಅಮೆರಿಕನ್ನರು ತಮಗೂ ಯುದ್ಧಕ್ಕೂ ಯಾವುದೇ ಸಂಬಂಧವಿಲ್ಲವೆಂಬ ಧೋರಣೆಯನ್ನು ಅನುಸರಿಸಿ ನಿರ್ಲಿಪ್ತರಾಗಿದ್ದರು. ಅಮೆರಿಕ ಈ ಯುದ್ಧ ಕೇವಲ ಯೂರೋಪಿನ ಅಂತರ್ಯುದ್ಧವೆಂದು ಭಾವಿಸಿ ಅದರಿಂದ ಸಾಕಷ್ಟು ದೂರವಿರಲು ಬಯಸಿತು. ಯೂರೋಪ್ ಮತ್ತು ಏಷ್ಯಾದ ಪ್ರಚಲಿತ ವಿದ್ಯಮಾನಗಳಲ್ಲಿ ಅಮೆರಿಕ ಭಾಗವಹಿಸುವಿಕೆಯ ವಿಷಯದಲ್ಲಿ ಅದರ ಅಧ್ಯಕ್ಷರಾಗಿದ್ದ ಎಫ್.ಡಿ. ರೂಸ್‌ವೆಲ್ಟ್ ಆಸಕ್ತಿಯುಳ್ಳವನಾಗಿರಲಿಲ್ಲ. ಬದಲಾಗಿ ಆತ ಅಮೆರಿಕಾವು ಅಂತಹ ಯುದ್ಧದ ಗೋಜಿಗೆ ಸಿಲುಕಿಕೊಳ್ಳುವ ಬದಲು ತಟಸ್ಥವಾಗಿರುವುದೇ ಒಳ್ಳೆಯದು ಎಂಬ ತನ್ನ ಮನದಾಳದ ಇಂಗಿತವನ್ನು ವ್ಯಕ್ತಪಡಿಸಿದನು.

ಅಮೇರಿಕದ ಪ್ರಜೆಗಳು ಸಹ ಇಂತಹ ಧೋರಣೆಯಿಂದ ಹೊರತಾಗಿರಲಿಲ್ಲ. ಅಮೇರಿಕಾ ಯುದ್ಧದ ಸಂದರ್ಭವನ್ನು ತನ್ನ ಆರ್ಥಿಕತೆಯ ಅಭಿವೃದ್ಧಿಗಾಗಿ ಬಳಸಿಕೊಂಡು ನಗದು ವ್ಯಾಪಾರದ ಕಾಯ್ದೆಯನ್ನು ಜಾರಿಗೆ ತಂದಿತ್ತು. ಈ ಕಾಯ್ದೆಯ ಪ್ರಕಾರ ಆಹಾರ ವಸ್ತುಗಳನ್ನು ಮತ್ತು ಮದ್ದು ಗುಂಡುಗಳನ್ನು ಹಣಕ್ಕಾಗಿ ಯಾವುದೇ ರಾಷ್ಟ್ರಗಳಿಗೆ ಮಾರಲು ತೀರ್ಮಾನಿಸಿತು. ಈ ನಗದು ವ್ಯಾಪಾರದ ಅನುಕೂಲತೆಯನ್ನು ಹೆಚ್ಚಿನ ಮಟ್ಟದಲ್ಲಿ ಪಡೆದ ರಾಷ್ಟ್ರವೆಂದರೆ ಬ್ರಿಟನ್. ಆದರೆ ಜರ್ಮನಿ ಈ ಕಾಯಿದೆಯಿಂದ ಲಾಭವನ್ನು ಪಡೆಯದಂತೆ ಬ್ರಿಟನ್ ತನ್ನ ನೌಕಾಪಡೆಯಿಂದ ಅಡ್ಡಿಪಡಿಸಿತು. ಹೀಗೆ ಅಮೇರಿಕ ಯುದ್ಧದ ಆರಂಭದಲ್ಲಿ ನಿರ್ಲಿಪ್ತ ನೀತಿಯನ್ನು ಅನುಸರಿಸಿದ್ದಿತು.

ಅಮೇರಿಕೆಯ ಯುದ್ಧ ವಿರೋಧಿ ನೀತಿಯ ಸಡಿಲಿಕೆಗೆ ಕಾರಣಗಳು:

ಅಮೇರಿಕದಂತಹ ಬೃಹತ್ ರಾಷ್ಟ್ರ ಪ್ರಚಲಿತ ಯುದ್ಧ ವಿದ್ಯಮಾನಗಳಿಂದ ದೂರ ಉಳಿಯುವುದು ಖಂಡಿತವಾಗಿಯು ಸಾಧ್ಯವಿರಲಿಲ್ಲ. ಏಕೆಂದರೆ ಸರ್ವಾಧಿಕಾರಿಗಳು ತಮ್ಮ ದುರಾಕ್ರಮಣ ನೀತಿಯಿಂದ ಇಡೀ ವಿಶ್ವವನ್ನೇ ಕಬಳಿಸುವ ಸಂಚನ್ನು ಹೂಡಿದ್ದರು. ಇಂತಹ ಸನ್ನಿವೇಶದಲ್ಲಿ ಇಡೀ ವಿಶ್ವವೇ ಯುದ್ದದ ಛಾಯೆಯಲ್ಲಿ ಆವೃತಗೊಂಡಿರುವಾಗ ಹಾಗೂ ಪ್ರಸ್ತುತ ಯೂರೋಪಿನ ಸ್ಥಿತಿಗತಿಗಳು ಅಮೇರಿಕಾದ ಯುದ್ಧ ವಿರೋಧಿ ನೀತಿಯ ಸಡಿಲಿಕೆಗೆ ಕಾರಣವಾದವು. ಅಂತಹ ಅಂಶಗಳನ್ನು ಈ ಕೆಳಕಂಡಂತೆ ನೋಡಬಹುದು.

1) **ಜರ್ಮನಿಯ ಹಠಾತ್ ಧಾಳಿ:** ಅಮೇರಿಕೆಯ ಯುದ್ಧ ವಿರೋಧಿ ನೀತಿಯ ಅನುಕೂಲವನ್ನು ಪಡೆದುಕೊಂಡು ಹಿಟ್ಲರ್ ಸರ್ವಾಧಿಕಾರಿಯಾಗಿ ನೆರೆಹೊರೆಯ ರಾಷ್ಟ್ರಗಳನ್ನು ಆಕ್ರಮಿಸುವ ಸಾಹಸಕ್ಕೆ ಕೈ ಹಾಕಿದನು. ಸತತ 9 ವರ್ಷಗಳ ಕಾಲ ಶಸ್ತ್ರಾಸ್ತ್ರ ಮತ್ತು ಯುದ್ಧ ಸಿದ್ಧತೆಯನ್ನು ಮಾಡಿಕೊಂಡ ಜರ್ಮನಿ ಹಠಾತ್ತನೆ ಫ್ರಾನ್ಸ್, ಹಾಲೆಂಡ್, ಬೆಲ್ಜಿಯಂ, ಡೆನ್ಮಾರ್ಕ್ ಮತ್ತು ನಾರ್ವೆಗಳ ಮೇಲೆ ಆಕ್ರಮಣ ಮಾಡಿ ಅವುಗಳನ್ನು ವಶಪಡಿಸಿಕೊಂಡಿತು. 1939ರ ಸೆಪ್ಟೆಂಬರ್‌ನಲ್ಲಿ ಪೋಲೆಂಡಿನ ಮೇಲಿನ ಜರ್ಮನಿಯ ದಾಳಿಯು ಇಂಗ್ಲೆಂಡ್ ಮತ್ತು ಫ್ರಾನ್ಸ್‌ಗಳನ್ನು ಕಂಗೆಡಿಸಿತು. ಹಿಟ್ಲರ್‌ನನ್ನು ದ್ವೇಷಿಸುತ್ತಿದ್ದ ರೂಸ್‌ವೆಲ್ಟ್‌ನ ಅನುಕಂಪ ಸಹಜವಾಗಿ ಮಿತ್ರ ಪಕ್ಷದ ಕಡೆಗೆ ಇದ್ದು ಶಸ್ತ್ರಾಸ್ತ್ರಗಳ ಪೂರೈಕೆಯಲ್ಲಿ ಆ ರಾಷ್ಟ್ರಗಳಿಗೆ ಅನುಕೂಲವಾಗುವಂತೆ ಕಾಂಗ್ರೆಸ್ ಸಭೆಯಲ್ಲಿ ಕೆಲವು ಗೊತ್ತುವಳಿಗಳನ್ನು ಜಾರಿಗೊಳಿಸಿದನು. ಅವನ ಈ ಧೋರಣೆ ಪ್ರಜಾಪ್ರಭುತ್ವ ರಾಷ್ಟ್ರಗಳಿಗೆ ನೆರವು ನೀಡಿ ನಿರಂಕುಶಾಧಿಕಾರಿಗಳಾದ ಜರ್ಮನರನ್ನು ಹತ್ತಿಕ್ಕುವುದು ಅಮೇರಿಕನ್ನರ ಧೋರಣೆಯಾಗಿತ್ತು. ಈ ಧೋರಣೆಯನ್ನು ವಾಸ್ತವವಾಗಿ ಜಾರಿಗೆ ತರಲು ತನ್ನ ಯುದ್ಧ ವಿರೋಧಿ ನೀತಿಯ ಸಡಿಲಿಕೆ ಅಮೇರಿಕಕ್ಕೆ ಅನಿವಾರ್ಯವಾಗಿತ್ತು.

2) **ಇಂಗ್ಲೆಂಡಿನ ಬಗೆಗಿನ ಅಮೇರಿಕದ ಸಹಾನುಭೂತಿ:** ಜರ್ಮನಿಯ ಶರವೇಗದ ಧಾಳಿಗೆ ತತ್ತರಿಸಿದ ಇಂಗ್ಲೆಂಡ್‌ನ ಸ್ಥಿತಿ ಚಿಂತಾಜನಕವಾಯಿತು. ಜರ್ಮನಿ ಮತ್ತು ಇಟಲಿ ಸಂಯುಕ್ತ ಶಕ್ತಿಯ ವಿರುದ್ಧ ಹೋರಾಡುವುದು ಇಲ್ಲವೆ ಶರಣಾಗುವುದು ಇಂಗ್ಲೆಂಡ್‌ಗೆ ಇದ್ದ ಎರಡು ದಾರಿಗಳು. ಯುದ್ಧದ ಕಾರ್ಮೋಡಗಳು ಯೂರೋಪಿನಾದ್ಯಂತ ಆವರಿಸತೊಡಗಿದಾಗ ಪರಿಸ್ಥಿತಿ ವಿಕೋಪಕ್ಕೆ ತಿರುಗಿದ್ದನ್ನು ಗಮನಿಸಿದ ರೂಸ್‌ವೆಲ್ಟ್, ಬ್ರಿಟನ್‌ಗೆ ನೈತಿಕವಾಗಿ ತನ್ನ ಬೆಂಬಲವನ್ನು ವ್ಯಕ್ತಪಡಿಸಿ "ಬ್ರಿಟೀಷರ ಹೋರಾಟ ನಮ್ಮ ಹೋರಾಟ, ಇಂಗ್ಲೆಂಡಿನ ಪತನ ಅಮೇರಿಕಾದ ಪತನ" ಎಂದು ಉದ್ಗರಿಸಿ ಇಂಗ್ಲೆಂಡಿಗೆ ಸಹಾನುಭೂತಿಯನ್ನು ವ್ಯಕ್ತಪಡಿಸಿದನು. ಅವನ ಇಂತಹ ಧೋರಣೆಗೆ ಬೆಂಬಲಿತವಾಗಿ 1940ರಲ್ಲಿ ನಡೆದ ಅಧ್ಯಕ್ಷ ಚುನಾವಣೆಯಲ್ಲಿ ಅತ್ಯಧಿಕ ಬಹುಮತದಿಂದ ರೂಸ್‌ವೆಲ್ಟ್ ಆಯ್ಕೆಯಾದನು. ಇದು ಅವನು ಯುದ್ಧ ಪ್ರವೃತ್ತಿಯಲ್ಲಿ ತೊಡಗುವುದಕ್ಕೆ ಕಾರಣವಾಯಿತು. ಎಲ್ಲಕ್ಕಿಂತ ಮಿಗಿಲಾಗಿ ಫ್ರಾನ್ಸಿನ ಸೋಲು ನಂತರ ಇಂಗ್ಲೆಂಡ್ ಸೋತರೆ ಮುಂದೆ ಅಮೇರಿಕಾಕ್ಕೆ ಪ್ರಬಲ ಮಿತ್ರನಿಲ್ಲದೆ ಜರ್ಮನಿಯ ವಿರುದ್ಧ ಏಕಾಂಗಿಯಾಗಿ ಹೋರಾಡಬೇಕಾದಂತಹ ಪರಿಸ್ಥಿತಿ ಬಂದೊದಗಬಹುದು ಎಂಬ ಅಮೇರಿಕಾದ ಮುಂದಾಲೋಚನೆ ಅದರ ಯುದ್ಧ ವಿರೋಧಿ ನೀತಿಯ ಸಡಿಲಿಕೆಗೆ ಕಾರಣವಾಯಿತು.

3) **ಪ್ರಜಾಪ್ರಭುತ್ವದ ರಕ್ಷಣೆ ಅಮೇರಿಕೆಯ ಹೊಣೆ:** ಸರ್ವಾಧಿಕಾರಿಗಳು ಮಾಡಿದ ಹಠಾತ್ ಧಾಳಿಯಿಂದ ಆಕ್ರಮಣಕ್ಕೆ ಒಳಗಾದ ರಾಷ್ಟ್ರಗಳು ಅವರುಗಳ ನಿರಂಕುಶ ಅಧಿಕಾರಕ್ಕೆ ಒಳಪಟ್ಟವು. ಇದರಿಂದ ಪ್ರಜಾಪ್ರಭುತ್ವಕ್ಕೆ ಇಡೀ ವಿಶ್ವವನ್ನೇ ಸುರಕ್ಷಿತಗೊಳಿಸಬೇಕೆಂಬ ಅಮೇರಿಕದ ಧೋರಣೆಗೆ ಬಲವಾದ ಪೆಟ್ಟು ಬಿದ್ದಿತು. 1940ರ ಅಧ್ಯಕ್ಷೀಯ ಚುನಾವಣೆಯಲ್ಲಿ 3ನೇ ಬಾರಿಗೆ ಆಯ್ಕೆಯಾದ ರೂಸ್‌ವೆಲ್ಟ್ ಪ್ರಜಾಪ್ರಭುತ್ವದ ಮಹತ್ವವನ್ನು ಎತ್ತಿ ಹಿಡಿದು ನೀಡಿದ ಭಾಷಣದಲ್ಲಿ "ಪ್ರಪಂಚದ ಪ್ರತಿಯೊಂದು ಭಾಗಗಳಲ್ಲೂ ಪ್ರಜಾಪ್ರಭುತ್ವಕ್ಕೆ ಗಂಡಾಂತರ ಬಂದೊದಗಿದೆ. ಪ್ರಜಾಸತ್ತೆಯ ಭವಿಷ್ಯ ಮತ್ತು ಭದ್ರತೆ ಎರಡೂ ಆಘಾತಕ್ಕೆ ಒಳಗಾಗಿವೆ. ಸರ್ವಾಧಿಕಾರಿಗಳ ದುಷ್ಟ ಆಕ್ರಮಣದ ತಡೆಗೆ ಯುದ್ಧ ಸಾಮಗ್ರಿಗಳ ಉತ್ಪಾದನೆಯನ್ನು

ಹೆಚ್ಚಿಸಬೇಕಾಗಿದೆ. ವಾಕ್ ಅಭಿವ್ಯಕ್ತಿ ಧಾರ್ಮಿಕ ಮತ್ತು ಭಯ ನಿವಾರಣ ಸ್ವಾತಂತ್ರ್ಯಗಳ ಆಧಾರದ ಮೇಲೆ ನೂತನ ಪ್ರಪಂಚವನ್ನು ಪ್ರಜಾಪ್ರಭುತ್ವದಡಿಯಲ್ಲಿ ನಿರ್ಮಾಣ ಮಾಡಬೇಕಾಗಿದೆ" ಎಂದು ಹೇಳಿದನು. ಕಾಂಗ್ರೆಸ್ ಸೈನ್ಯದ ಸಜ್ಜುಗೊಳಿಸುವಿಕೆಗೆ ಮತ್ತು ಕಾರ್ಖಾನೆಗಳಲ್ಲಿ ಶಸ್ತ್ರಾಸ್ತ್ರಗಳ ಉತ್ಪಾದನೆಗೆ ಬೆಂಬಲ ನೀಡಿತು. 1941ರಲ್ಲಿ ಲೆಂಡ್ ಲೀಸ್ ಶಾಸನವನ್ನು ಅಂಗೀಕರಿಸಿದ ಕಾಂಗ್ರೆಸ್ ಸರ್ವಾಧಿಕಾರಿ ರಾಷ್ಟ್ರಗಳ ವಿರುದ್ಧ ಸೆಣೆಸಾಡುತ್ತಿದ್ದ ಬ್ರಿಟನ್ ಮತ್ತು ರಷ್ಯಾಗಳಿಗೆ ಕೋಟ್ಯಾಂತರ ಡಾಲರುಗಳ ಬೆಲೆ ಬಾಳುವ ಯುದ್ಧೋಪಕರಣಗಳನ್ನು ಸರಬರಾಜು ಮಾಡಲು ಅನುಮತಿ ನೀಡಿತು. ಲೆಂಡ್ ಲೀಸ್ ಕಾಯಿದೆಯನ್ವಯ ನೀಡಿದ ವಸ್ತುಗಳನ್ನು ಯುದ್ಧನಂತರದಲ್ಲಿ ವಾಪಸ್ಸು ಮಾಡಬೇಕಾಗಿದ್ದಿತು ಮತ್ತು ಬೆಲೆಕೊಟ್ಟು ವಸ್ತುಗಳನ್ನು ಕೊಂಡುಕೊಂಡರು. ವಾಸ್ತವದಲ್ಲಿ ಇದು ಅಮೆರಿಕಾ ಯುದ್ಧವನ್ನು ಬೆಂಬಲಿಸಿ ಮಿತ್ರ ರಾಷ್ಟ್ರಗಳಿಗೆ ನೀಡಿದ್ದ ಸಹಾಯವೇ ಆಗಿತ್ತು.

4) ಏಷ್ಯಾ ಮತ್ತು ಪೆಸಿಫಿಕ್‌ನಲ್ಲಿ ಸಂಭವಿಸಿದ ಘಟನೆಗಳು: ದೂರಪ್ರಾಚ್ಯದಲ್ಲಿ ರಷ್ಯಾ, ಇಂಗ್ಲೆಂಡ್, ಫ್ರಾನ್ಸ್ ಮತ್ತು ನೆದರ್‌ಲ್ಯಾಂಡ್‌ಗಳ ಸ್ಥಿತಿ ಚಿಂತಾಜನಕವಾಗಿತ್ತು. ಹಿಟ್ಲರ್ 1940ರಲ್ಲಿ ಫ್ರಾನ್ಸ್ ಮತ್ತು ನೆದರ್‌ಲ್ಯಾಂಡ್ಸ್‌ಗಳನ್ನು ಗೆದ್ದಿದ್ದನು. ರಷ್ಯಾ 1941ರಲ್ಲಿ ಹಿಟ್ಲರ್‌ನ ಆಕ್ರಮಣಕ್ಕೆ ತುತ್ತಾಯಿತು. ಈ ಸದವಕಾಶವನ್ನು ಬಳಿಸಿಕೊಂಡ ಜಪಾನ್ ಹೈನಸ್ ಚೀನಿ ದ್ವೀಪವನ್ನು, ಫ್ರೆಂಚ್ ಇಂಡೋ-ಚೀನಾವನ್ನು ಆಕ್ರಮಿಸಿತು. 1941ರ ಮಧ್ಯಭಾಗದಲ್ಲಿ ಅದು ಮಂಚೂರಿಯ, ಕೊರಿಯಾ, ಬರ್ಮಾ, ಫಿಲಿಪೈನ್ಸ್ ಮತ್ತು ಬ್ರಿಟಿಷರ ನೌಕಾನೆಲೆ ಸಿಂಗಾಪುರಗಳ ಮೇಲೆ ಧಾಳಿ ಮಾಡುವ ಯೋಜನೆಯನ್ನು ಹಾಕಿಕೊಂಡಿತು. ಜಪಾನಿನ ಈ ಆಕ್ರಮಣಕಾರಿ ಯೋಜನೆಗೆ ಅಮೆರಿಕಾ ತೀವ್ರವಾದ ವಿರೋಧವನ್ನು ವ್ಯಕ್ತಪಡಿಸಿದರೂ ಜಪಾನ್ ಅದಕ್ಕೆ ಎಳ್ಳಷ್ಟು ಬೆಲೆಕೊಡಲಿಲ್ಲ. ಇದರಿಂದ ಕೋಪಗೊಂಡ ಅಮೆರಿಕ ಜಪಾನಿನ ಆಕ್ರಮಣವನ್ನು ತಡೆಗಟ್ಟುವ ಉದ್ದೇಶಕ್ಕಾಗಿ ಲೆಂಡ್ ಲೀಸ್ ಕಾಯಿದೆಯಡಿ ಚೀನಾಕ್ಕೂ ಯುದ್ಧೋಪಕರಣಗಳನ್ನು ಸರಬರಾಜು ಮಾಡಿತು. ಇದರಿಂದ ಜಪಾನ್ ಮತ್ತು ಅಮೆರಿಕೆಯ ನಡುವೆ ವಿರಸ ಉಲ್ಬಣಗೊಂಡು ಯುದ್ಧಕ್ಕೆ ಅಮೆರಿಕ ತನ್ನ ಮನಸ್ಸನ್ನು ಹರಿಸಲು ಕಾರಣವಾಯಿತು.

5) ಪರ್ಲ್‌ಹಾರ್ಬರ್ ಮೇಲೆ ಜಪಾನಿನ ದಾಳಿ: ಜಪಾನ್ ಮತ್ತು ಅಮೆರಿಕಾಗಳ ನಡುವಣ ಮೂಡಿದ್ದ ವಿರಸವನ್ನು ಶಮನಗೊಳಿಸಲು ಸಂಧಾನದ ಯತ್ನಗಳು ನಡೆದವು. ಜಪಾನ್ ತನ್ನ ಇಬ್ಬರು ರಾಯಭಾರಿಗಳನ್ನು ಶಾಂತಿ ಮಾತುಕತೆಗೆ ವಾಷಿಂಗ್‌ಟನ್‌ಗೆ ಕಳುಹಿಸಿತು. ಶಾಂತಿ ಸಂಧಾನದ ಮಾತುಕತೆಗಳು ನಡೆಯುತ್ತಿದ್ದಂತಹ ಕಾಲಕ್ಕೆ ಜಪಾನ್ ಇಂಡೋಚೀನ ಮತ್ತು ಥೈಲ್ಯಾಂಡ್‌ಗಳಿಗೆ ನುಗ್ಗುವುದರ ಮೂಲಕ ತನ್ನ ಆಕ್ರಮಣವನ್ನು ಆರಂಭಿಸಿ ಅಮೆರಿಕದ ಮನವಿಗೆ ಮನ್ನಣೆಯನ್ನು ನೀಡದೆ ಮಿಂಚಿನ ವೇಗದಲ್ಲಿ ಅದರ ನೌಕಾನೆಲೆಯಾದ ಹವಾಯ್ ದ್ವೀಪದ ಪಾರ್ಲ್‌ಹಾರ್ಬರ್ ಮೇಲೆ 1941ನೇ ಡಿಸೆಂಬರ್ 7ರಂದು ಬಾಂಬಿನ ಮಳೆಗರೆಯಿತು.

ಈ ಧಾಳಿಯಲ್ಲಿ 2403 ಮಂದಿ ಸತ್ತು ಸಾವಿರಾರು ಜನರು ಗಾಯಾಳುಗಳಾದರು. 150 ವಿಮಾನಗಳು ನಾಶವಾಗಿ 6 ಯುದ್ಧ ನೌಕೆಗಳನ್ನು ಮುಳುಗಿಸಲಾಯಿತು. ಜಪಾನೀಯರು ಹವಾಯ್ ದ್ವೀಪದಲ್ಲಿದ್ದ ಅಮೆರಿಕೆಯ ನೌಕಾಪಡೆ, ವಿಮಾನನಿಲ್ದಾಣ, ಯುದ್ಧ ಪಾಳೆಯಗಳೆಲ್ಲಕ್ಕೂ ಧಾಳಿ ಮಾಡಿದರು. ಯುದ್ಧಾರಂಭದಲ್ಲಿ ಜಪಾನ್ ಪ್ರಚಂಡ ಜಯಗಳಿಸುತ್ತಾ ಗಾಮ್ ಮತ್ತು ವೇಕ್ ದ್ವೀಪಗಳಲ್ಲಿನ ಅಮೆರಿಕೆಯ ಹೊರ ಠಾಣೆಗಳನ್ನು ಆಕ್ರಮಿಸಿಕೊಂಡಿತು. ಹಾಂಗ್‌ಕಾಂಗ್, ಫಿಲಿಫೈನ್ಸ್ ಮತ್ತು ಥೈಲ್ಯಾಂಡ್ ಮುಂತಾದ ಬ್ರಿಟಿಷ್ ವಸಾಹತುಗಳು ಜಪಾನಿನ ವಶವಾದವು. ಜರ್ಮನಿ ಮತ್ತು ಇಟಲಿಯ ಆರ್ಭಟದಿಂದ ಇಂಗ್ಲೆಂಡ್ ಹಿಮ್ಮೆಟ್ಟಬೇಕಾಯಿತು. ರಷ್ಯಾದ ಪ್ರಾಂತ್ಯಗಳು ಹಿಟ್ಲರ್‌ನ ವಶವಾದವು. ಮೇಲಿನ ಎಲ್ಲಾ ಕಾರಣಗಳಿಂದಾಗಿ ರೂಸ್‌ವೆಲ್ಟ್ ಕಾಂಗ್ರೆಸ್‌ನ ಅನುಮತಿಯನ್ನು ಪಡೆದುಕೊಂಡು ಮಿತ್ರಪಕ್ಷದ ಪರವಾಗಿ ಯುದ್ಧರಂಗವನ್ನು ಪ್ರವೇಶ ಮಾಡಿದನು.

ಅಮೆರಿಕೆಯ ಯುದ್ಧ ಪ್ರವೇಶ:

ಜರ್ಮನಿಯ ಪತನದಲ್ಲಿ ಅಮೆರಿಕಾದ ಪಾತ್ರ:

ಜಪಾನ್ ಅಮೆರಿಕಕ್ಕೆ ಪ್ರಥಮ ಶತ್ರುವಾಗಿದ್ದರೂ ಅದು ತನ್ನೆಲ್ಲ ಶಕ್ತಿಯನ್ನು ಜರ್ಮನಿಯ ವಿರುದ್ಧ ತಿರುಗಿಸಿತು. 1942ರಲ್ಲಿ ಆಫ್ರಿಕಾದ ಮೊರಾಕ್ಕೊ ಮತ್ತು ಆಲ್ಜೀರಿಯಾಗಳಲ್ಲಿ ಅಮೆರಿಕಾ, ಇಂಗ್ಲೆಂಡ್ ಸಂಯುಕ್ತ ಸೇನೆ, ಇಟಲಿ-ಜರ್ಮನಿಯ ಸೇನೆಯನ್ನು ಎದುರಿಸಿದವು. ಅಮೆರಿಕದ ಯುದ್ಧ ಭಾಗವಹಿಸುವಿಕೆ ಮಿತ್ರರಾಷ್ಟ್ರಗಳಿಗೆ ವರದಾನವಾಗಿ ಶತ್ರು ರಾಷ್ಟ್ರಗಳು ಎಲ್ಲೆಡೆ ಸೋತು ಹಿಮ್ಮೆಟ್ಟುವ ಸ್ಥಿತಿ ಏರ್ಪಟ್ಟಿತ್ತು. ಸಿಸಿಲಿಯನ್ನು ಆಕ್ರಮಿಸಿದ ಮಿತ್ರರಾಷ್ಟ್ರಗಳ ಸೇನೆ 1943ರಲ್ಲಿ

ಮುಸಲೋನಿಯನ್ನು ಹಿಮ್ಮೆಟ್ಟಿಸಿದವು. ಪೂರ್ವ ಮೆಡಿಟರೇನಿಯನ್ ಮಿತ್ರಪಕ್ಷದ ವಶವಾಯಿತು. ದೃಢ ನೀತಿ ಧ್ಯೇಯವಿಲ್ಲದ ಇಟಲಿ ತನ್ನ ಅವಸಾನದಿಂದಾಗಿ ಶತ್ರು ಪಕ್ಷವನ್ನು ತೊರೆದು ಮಿತ್ರಪಕ್ಷವನ್ನು ಸೇರಿಕೊಂಡಿತು.

ಫ್ರಾನ್ಸ್‌ನಿಂದ ಜರ್ಮನರನ್ನು ಕಾಲ್ತೆಗೆಸುವಲ್ಲಿ ಆಂಗ್ಲೋ–ಅಮೆರಿಕನ್ ಸೈನ್ಯ ಮಹತ್ವದ ಪಾತ್ರವಹಿಸಿ ಅಲ್ಲಿ ಜನರಲ್ ಚಾರ್ಲ್ಸ್ ಡಿಗಾಲೆಯ ನೇತೃತ್ವದ ಸರ್ಕಾರವನ್ನು ಅಸ್ತಿತ್ವಕ್ಕೆ ತಂದವು. 1944ರ ಡಿಸೆಂಬರ್‌ನಲ್ಲಿ ಜರ್ಮನಿಯ ಪ್ರಬಲ ಧಾಳಿಯ ಆಘಾತಕ್ಕೆ ಮಿತ್ರ ಪಕ್ಷವು ತತ್ತರಿಸಿದರೂ ಮುಂದಿನ ಒಂದು ತಿಂಗಳ ಅವಧಿಯಲ್ಲಿ ಬಲ್ಜ್‌ನಲ್ಲಿ ಸಂಭವಿಸಿದ ಕದನದಲ್ಲಿ ಜಯ ಸಾಧಿಸಿ ಕಳೆದುಕೊಂಡಿದ್ದ ಪ್ರದೇಶಗಳನ್ನು ವಾಪಸ್ಸು ಪಡೆದವು.

ಈ ಮಧ್ಯೆ ರಷ್ಯಾವು ಸಹಾ ಜರ್ಮನಿಯ ಮೇಲೆ ಆಕ್ರಮಣವೆಸಗಿತು. ಪಶ್ಚಿಮದ ಕಡೆಯಿಂದ ದಾಳಿಯಿಟ್ಟ ಆಂಗ್ಲೋ–ಅಮೆರಿಕನ್ ಪಡೆ ಎಲ್ಬಾದಲ್ಲಿ ರಷ್ಯಾದ ಪಡೆಯೊಡನೆ ಸೇರಿ ಎಲ್ಲಾ ಕಡೆಯಿಂದಲೂ ಧಾಳಿ ಆರಂಭವಾಯಿತು. ವಿಮಾನಗಳು ನಿರಂತರವಾಗಿ ಬಾಂಬಿನ ಮಳೆಗರೆಯಲಾರಂಭಿಸಿದವು. ತನ್ನ ಅವಸಾನದ ಕಾಲವನ್ನು ಅರಿತ ಹಿಟ್ಲರ್ 1945ರ ಏಪ್ರಿಲ್ 30ರಂದು ಆತ್ಮಹತ್ಯೆಯನ್ನು ಮಾಡಿಕೊಂಡನು. ಪರಿಣಾಮವಾಗಿ ಮೇ 8ರಂದು ಯಾವುದೇ ಷರತ್ತೂ ಇಲ್ಲದೆ ಜರ್ಮನಿ ಮಿತ್ರರಾಷ್ಟ್ರಗಳಿಗೆ ಶರಣಾಯಿತು.

ಅಮೆರಿಕೆಯ ಅಣುಬಾಂಬು ಪ್ರಯೋಗ ಜಪಾನ್ ಶರಣಾಗತಿ:

ಪರ್ಲ್ ಹಾರ್ಬರ್ ಮೇಲೆ ಜಪಾನಿನ ಮಿಂಚಿನ ಧಾಳಿಯಿಂದಾಗಿ ಪೆಸಿಫಿಕ್‌ನಲ್ಲಿ ಯುದ್ಧದ ಜ್ವಾಲೆ ಬಹುಬೇಗನೆ ಆವರಿಸಿತು. ಆರಂಭದಲ್ಲಿ ದೂರಪ್ರಾಚ್ಯ ಹಾಗೂ ಆಗ್ನೇಯ ಏಷ್ಯಾದಲ್ಲಿ ಜಪಾನ್‌ಗಳಿಸಿದ ಮಹತ್ತರ ಸಾಧನೆ ಮಿತ್ರ ರಾಷ್ಟ್ರಗಳಿಗೆ ನುಂಗಲಾರದ ತುತ್ತಾಯಿತು. ಜಪಾನಿನ ಮುನ್ನಡೆಯನ್ನು ತಡೆಗಟ್ಟುವ ನಿಟ್ಟಿನಲ್ಲಿ ನಡೆದ ಕೋರಲ್ ಸೀ ಕದನ (1942) ಎರಡು ಕಡೆಗೂ ಅಪಾರ ನಷ್ಟವನ್ನುಂಟು ಮಾಡಿತು. ಜಪಾನಿನ ವಿಮಾನಗಳಿಗೆ ಪ್ರತಿಧಾಳಿಯನ್ನು ಉಂಟುಮಾಡುತ್ತಾ ಅಮೆರಿಕಾದ ಸೈನ್ಯ ಜನರಲ್ ಮೆಕಾರ್ಥರ್ ನೇತೃತ್ವದಲ್ಲಿ ಸೊಲೋಮನ್‌ನಲ್ಲಿ ನೆಲೆ ನಿಂತಿತು. ಅಮೆರಿಕನ್ನರನ್ನು ಹೊರಗಟ್ಟುವಲ್ಲಿ ವಿಫಲವಾದ ಜಪಾನ್ ಒಂದೊಂದೇ ದ್ವೀಪಗಳನ್ನು ಕಳೆದುಕೊಳ್ಳುತ್ತಾ ಹೋಯಿತು. ಅಮೆರಿಕಾ ನೇರವಾಗಿ ಜಪಾನಿನ ನೆಲೆಗಳನ್ನೇ ಹಿಡಿಯತೊಡಗಿದ್ದರಿಂದ ಅದರ ಯುದ್ಧತಂತ್ರವೇ ಬದಲಾಗಿ ಜಪಾನಿಯರಿಗೆ ಭಾರಿ ಪೆಟ್ಟನ್ನೇ ನೀಡಿತು.

1938ರಲ್ಲಿ ಜರ್ಮನಿಯ ಬರ್ಲಿನ್‌ನ ಕೈಸರ್ ವೆಲ್‌ಹೆಲ್ಮ್ ಇನ್‌ಸ್ಟಿಟ್ಯೂಟ್ ಆಫ್ ಕೆಮಿಸ್ಟ್ರಿಯ ಓಟೋಹ್ಯಾನ್ ಮತ್ತು ಫ್ರಿಟ್ಸ್ ಎಂಬ ವಿಜ್ಞಾನಿಗಳು ಯುರೇನಿಯಂ ಅಣುವನ್ನು ವಿಭಜಿಸುವುದು ಸಾಧ್ಯವೆಂದೂ, ಪ್ರತಿ ಪರಮಾಣುಗಳು ಅಸಾಧಾರಣ ಶಕ್ತಿಯನ್ನು ಹೊರಹಾಕುತ್ತವೆಂದು ಕಂಡುಹಿಡಿದರು. ಆದರೆ ನಾಜಿಗಳ ಅತ್ಯಾಚಾರಗಳಿಂದ ತಲೆತಪ್ಪಿಸಿಕೊಂಡು ಬಂದಿದ್ದ ಈ ವಿಜ್ಞಾನಿಗಳಿಂದ ಅಣುಬಾಂಬಿನ ಸುದ್ದಿಯನ್ನು ಡಾನಿಸ್‌ನ ನೈಲ್ಸ್ ಬೊಹರ್ ಅಮೆರಿಕಾದ ವಿಜ್ಞಾನಿಗಳಿಗೆ ತಿಳಿಸಿದ. ವಿಜ್ಞಾನಿ ಜೆ ರಾಬರ್ಟ್ಸ್ ಓಪ್ಪನ್ ಈ ನಿಟ್ಟಿನಲ್ಲಿ ಕಾರ್ಯತತ್ಪರನಾದ. ಆರಂಭದಲ್ಲಿ ಅಷ್ಟೇನು ಆಸಕ್ತಿ ತೋರದ ರೂಸ್‌ವೆಲ್ಟ್ ವಿಜ್ಞಾನಿ ಆಲ್ಬರ್ಟ್ ಐನ್‌ಸ್ಟೀನ್‌ನ ಒತ್ತಾಯದ ಮೇರೆಗೆ ಪರಮಾಣು ಶಸ್ತ್ರಗಳ ತಯಾರಿಕೆಗೆ ಗುಪ್ತವಾಗಿ ಕೋಟ್ಯಾಂತರ ಹಣವನ್ನು ಒದಗಿಸಲಾರಂಭಿಸಿದನು. ಟ್ರಿನಿಟಿ ಎಂಬ ಗುಪ್ತ ಸ್ಥಳದಲ್ಲಿ ಪ್ಲುಟೋನಿಯಂ ಬಾಂಬನ್ನು ಪ್ರಯೋಗಾತ್ಮಕವಾಗಿ ಪರೀಕ್ಷಿಸಿ ಫ್ಯಾಟ್‌ಮನ್ ಎಂಬ ಗುಪ್ತಸಂಕೇತದ ಹೆಸರನ್ನಿಟ್ಟರು.

ಜಪಾನಿನ ಮೇಲೆ ಅಣುಬಾಂಬು ಪ್ರಯೋಗದ ವಿಷಯದಲ್ಲಿ ಚರ್ಚಿಲ್ ಮತ್ತು ರೂಸ್‌ವೆಲ್ಟ್‌ರ ನಡುವೆ ರಹಸ್ಯ ಒಪ್ಪಂದ ಏರ್ಪಟ್ಟಿದ್ದಿತು. ರಷ್ಯಾಕ್ಕೆ ಈ ರಹಸ್ಯ ಮೈತ್ರಿಯ ವಿಚಾರ ತಿಳಿದಿರಲಿಲ್ಲ. ಮುಂದೆ ಅಮೆರಿಕ ಮತ್ತು ರಷ್ಯಾಗಳ ನಡುವೆ ಶೀತಲ ಸಮರ ಇಲ್ಲಿಂದಲೇ ಆರಂಭವಾಯಿತೆನ್ನಬಹುದು. ಪೋಟ್ಸಡಾಮ್‌ನಲ್ಲಿ ಸೇರಿದ್ದ ಮಿತ್ರಕೂಟದ ರಾಷ್ಟ್ರಗಳು ಏಷ್ಯಾದಲ್ಲಿ ಜಪಾನಿನ ಆರ್ಭಟವನ್ನು ಪ್ರತಿಬಂಧಿಸುವುದಕ್ಕೆ ಅಣುಬಾಂಬನ್ನು ಪ್ರಯೋಗಿಸುವ ವಿಚಾರವನ್ನು ತೀವ್ರವಾಗಿ ಚರ್ಚಿಸಿ ಜಪಾನಿಗೆ ಎಚ್ಚರಿಕೆ ನೀಡಿದವು. ಜಪಾನಿನ ಪ್ರಧಾನಿ ಉನ್‌ತಾರೋ ಸುಜುಕಿ ಈ ಎಚ್ಚರಿಕೆಗೆ ಎಳ್ಳಷ್ಟು ಬೆಲೆ ನೀಡಲಿಲ್ಲ. ರೂಸ್‌ವೆಲ್ಟ್ ಈ ವಿಷಯದಲ್ಲಿ ಆತುರನಾಗಿರದೆ ಅಣುಬಾಂಬ್ ಹಾಕುವ ವಿಚಾರದಲ್ಲಿ ಅಸಮಾಧಾನವನ್ನೇ ಹೊಂದಿದ್ದ. ಆದರೆ ಅವನ ನಂತರದಲ್ಲಿ ಅಧ್ಯಕ್ಷನಾದ ಹೆನ್ರಿ ಎಸ್‌ಟ್ರೂಮನ್ ದೃಢ ನಿರ್ಧಾರವನ್ನು ಕೈಗೊಂಡು ಅಣುಬಾಂಬನ್ನು ಸ್ಫೋಟಿಸಿ ಜಪಾನನ್ನು ಎದುರಿಸುವ ನಿಟ್ಟಿನಲ್ಲಿ ಮುನ್ನಡೆದನು.

ಆರಂಭದಲ್ಲಿ ಅಮೆರಿಕಾ ಕಠಿಣ ಶ್ರಮದಿಂದ ಅಯೋವ ಜಮವನ್ನು ಜಪಾನಿನಿಂದ ಕಸಿದುಕೊಂಡಿತು. ಒಕಿನಾವ ಕೂಡ ಜಪಾನ್‌ನಿಂದ ಕೈಬಿಟ್ಟಿತು. ಅಮೆರಿಕದ ಪಡೆ ಟೋಕಿಯೋಕ್ಕೆ 40 ಮೈಲಿಗಳ ಸಮೀಪಕ್ಕೆ ಧಾವಿಸಿತು. ಜಪಾನಿನ

ವಿಸ್ತಾರವಾದ ಭೂ ಭಾಗ ಅಮೆರಿಕನ್ನರ ಬಾಂಬಿನ ಧಾಳಿಗೆ ತುತ್ತಾಯಿತು. "ಶರಣಾಗಿ ಇಲ್ಲವೆ ವಿನಾಶಕ್ಕೆ ಸಿದ್ಧರಾಗಿ" ಎಂಬ ಕರೆಯನ್ನು ಅಮೆರಿಕ ನೀಡಿತು. ಜಪಾನ್ ತನ್ನ ಅತೀವ ಗರ್ವದಿಂದ ವಿನಾಶವನ್ನೇ ಆಯ್ದುಕೊಂಡಿತು. ಪರಿಣಾಮವಾಗಿ ಪ್ರಪಂಚದ ಮಾನವ ಇತಿಹಾಸದಲ್ಲೇ ಮೊದಲ ಬಾರಿಗೆ ಅಮೆರಿಕ ಜಪಾನಿನ ಪ್ರಮುಖ ಕೈಗಾರಿಕಾ ಕೇಂದ್ರಗಳಾಗಿದ್ದ ಹಿರೋಶಿಮಾ ಮತ್ತು ನಾಗಸಾಕಿಯ ಮೇಲೆ ಕ್ರಮವಾಗಿ 1945ರ ಆಗಸ್ಟ್ 6 ಮತ್ತು 9 ರಂದು ಅಣುಬಾಂಬನ್ನು ಸ್ಫೋಟಿಸಿತು. ಈ ಅಣುಬಾಂಬು ಸ್ಫೋಟನೆಯಿಂದ ಜಪಾನ್ ಭಾರಿ ಅನಾಹುತ ಕಷ್ಟನಷ್ಟಗಳನ್ನು ಅನುಭವಿಸಿಬೇಕಾಯಿತು. ಆಗಸ್ಟ್ 14ರಂದು ಜಪಾನಿನ ಪ್ರಧಾನಿ ಹಿರೋಹಿಟೊನ ಶರಣಾಗತಿಯೊಂದಿಗೆ 2ನೇ ಮಹಾಯುದ್ಧ ಕೊನೆಗೊಂಡಿತು. ಹೀಗೆ 2ನೇ ಮಹಾಯುದ್ಧದಲ್ಲಿ ತಟಸ್ಥ ನೀತಿಯ ಅನುಸರಣೆ ಮಾಡಬೇಕೆಂದು ಅಂದುಕೊಂಡಿದ್ದ ಅಮೆರಿಕ ತನ್ನ ನೀತಿಯನ್ನು ಸಡಿಲಗೊಳಿಸಿ ವಿಶ್ವ ಪ್ರಭುತ್ವದಿಂದ ಇಂಗ್ಲೆಂಡ್ ಮತ್ತು ಫ್ರಾನ್ಸ್‌ಗಳನ್ನು ಹಿಂದೆ ಹಾಕಿ ವಿಶ್ವದ ಬಲಾಢ್ಯ ರಾಷ್ಟ್ರವಾಗಿ ಬೆಳವಣಿಗೆಯನ್ನು ಹೊಂದಿತು.

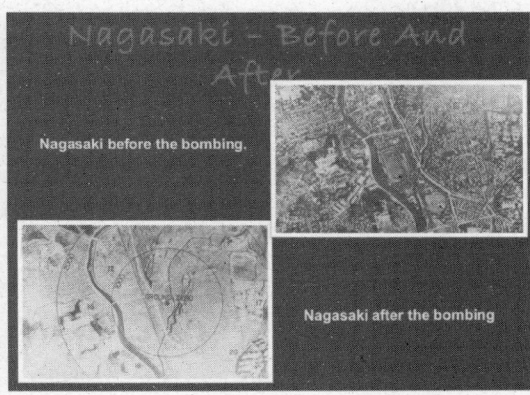

ಅಣುಬಾಂಬ್ ದಾಳಿಗೊಳಗಾದ ಹಿರೋಷಿಮಾ - ನಾಗಸಾಕಿ

ಲಿಟಲ್ ಬಾಯ್ ಮತ್ತು ಫ್ಯಾಟ್‌ಮನ್ ಅಣುಬಾಂಬ್‌ಗಳು ಹಾಗೂ ಅವುಗಳ ತೀವ್ರತೆ

ಯುದ್ಧಾನಂತರದ ಶಾಂತಿ ಒಪ್ಪಂದಗಳು:

ಪ್ರಥಮ ಮಹಾಯುದ್ಧದ ತರುವಾಯ ವಿಜಯಿ ರಾಷ್ಟ್ರಗಳು ನಡೆಸಿದಂತೆ ದ್ವಿತೀಯ ಮಹಾಯುದ್ಧದ ತರುವಾಯ ವಿಜಯಿ ರಾಷ್ಟ್ರಗಳು ಯಾವುದೇ ಒಂದು ನಿರ್ಧಿಷ್ಟ ಸ್ಥಳದಲ್ಲಿ ಶಾಂತಿ ಸಮ್ಮೇಳನ ನಡೆಸಲಿಲ್ಲ. ಇದಕ್ಕೆ ಕಾರಣ ಯುದ್ಧದ ಅಂತ್ಯದಲ್ಲಿ ವಿಜಯಿ ರಾಷ್ಟ್ರಗಳಲ್ಲಿ ಮೂಡಿದ್ದ ತೀವ್ರ ಭಿನ್ನಾಭಿಪ್ರಾಯಗಳು. ಈ ರೀತಿಯ ಭಿನ್ನಾಭಿಪ್ರಾಯಗಳಿಂದಾಗಿ ಪ್ರಥಮ ಮಹಾಯುದ್ಧದಲ್ಲಿ ಏರ್ಪಟ್ಟ ವರ್ಸೈಲ್ಸ್ ಒಪ್ಪಂದದಂತಹ ಕಠಿಣ ಶಿಕ್ಷೆಯಿಂದ ದ್ವಿತೀಯ ಮಹಾಯುದ್ಧದಲ್ಲಿ ಸೋತ

ರಾಷ್ಟ್ರಗಳು ತಪ್ಪಿಸಿಕೊಳ್ಳಲು ಅವಕಾಶವಾಯಿತು. ಬರ್ಲಿನ್ನಿನ ಪತನದ ತರುವಾಯ 1945ರ ಜುಲೈ 17ರಿಂದ ಆಗಸ್ಟ್ 2ರವರೆಗೆ ಪೋಟ್ಸ್‌ಡಾಂ ನಲ್ಲಿ ನಡೆದ ಸಮ್ಮೇಳನ ಶಾಂತಿ ಒಪ್ಪಂದಗಳ ಏರ್ಪಾಟಿಗಾಗಿ ವಿದೇಶಿ ಮಂತ್ರಿಗಳ ಸಮಿತಿಯನ್ನು ರಚಿಸಲು ತೀರ್ಮಾನಿಸಿತು. 15 ತಿಂಗಳ ಸತತ ಸಿದ್ಧತೆ ಶಾಂತಿ ಒಪ್ಪಂದಗಳಿಗೆ ಅಂತಿಮ ರೂಪವನ್ನು ಕೊಡಲು ಸಾಧ್ಯವಾಯಿತು. 1947ರ ಫೆಬ್ರವರಿಯಲ್ಲಿ ನಡೆದ 21ರಾಷ್ಟ್ರಗಳ ಪ್ಯಾರಿಸ್ ಶಾಂತಿ ಸಮ್ಮೇಳನದಲ್ಲಿ ಈ ಒಪ್ಪಂದಗಳಿಗೆ ಸಹಿ ಹಾಕಲಾಯಿತು. ಈ ಒಪ್ಪಂದಗಳು ಇಟಲಿ, ಹಂಗೇರಿ, ರುಮೇನಿಯಾ, ಬಲ್ಗೇರಿಯಾ ಮತ್ತು ಫಿನ್‌ಲ್ಯಾಂಡ್‌ಗಳಿಗೆ ಸಂಬಂಧಿಸಿದ್ದವು.

ಪ್ಯಾರಿಸ್ ಒಪ್ಪಂದ:

ದ್ವಿತೀಯ ಮಹಾಯುದ್ಧದಲ್ಲಿ ಸೋಲನ್ನುಂಡ ರಾಷ್ಟ್ರಗಳು ಮೂಲಭೂತ ಹಕ್ಕು ಮತ್ತು ಸ್ವಾತಂತ್ರ್ಯಗಳನ್ನು ರಕ್ಷಿಸುವ ಹೊಣೆಯನ್ನು ಹೊತ್ತು ಫ್ಯಾಸಿಸ್ಟ್ ಮತ್ತು ನಾಜಿ ಸಂಸ್ಥೆಗಳನ್ನು ನಾಶಗೊಳಿಸಲು, ಪರಮಾಣು ಶಸ್ತ್ರಗಳನ್ನು ತಯಾರಿಸದಿರಲು ಒಪ್ಪಿಕೊಂಡವು. ಇಟಲಿ ವಸಾಹತುಗಳ ಮೇಲಿನ ತನ್ನ ಹಕ್ಕನ್ನು ಬಿಟ್ಟುಕೊಟ್ಟಿದ್ದರಿಂದ ಅದರ ಗಡಿಗಳಲ್ಲಿ ಕೆಲವೊಂದು ಬದಲಾವಣೆಗಳನ್ನು ಮಾಡಲಾಯಿತು. ಇದು ಫ್ರಾನ್ಸ್ ಯುಗೋಸ್ಲಾವಿಯ ಮತ್ತು ಗ್ರೀಸ್‌ಗಳಿಗೆ ಅನುಕೂಲವಾಯಿತು.

ಯುದ್ಧ ನಷ್ಟದ ಪರಿಹಾರಕ್ಕಾಗಿ ಇಟಲಿ ಸು. 2,880,000,000 ರೂಪಾಯಿ ಹಣವನ್ನು ರಷ್ಯಾ ಯೂಗೋಸ್ಲಾವಿಯ ಮತ್ತು ಗ್ರೀಸ್‌ಗಳಿಗೆ ಕೊಡಬೇಕಾಯಿತು. ಇಟಲಿಯ ಸೈನ್ಯದ ಸಂಖ್ಯೆಯನ್ನು ಮಿತಿಗೊಳಿಸಲಾಯಿತು. ಡ್ಯಾನ್ಯೂಬ್ ನದಿಯ ನೌಕಾ ಸಂಚಾರಕ್ಕೆ ಸಂಬಂಧಿಸಿದಂತೆ ಬಲ್ಗೇರಿಯಾ, ಹಂಗೇರಿ ಮತ್ತು ರುಮೇನಿಯಾಗಳೊಡನೆ ಒಪ್ಪಂದಗಳನ್ನು ಮಾಡಿಕೊಳ್ಳಲಾಯಿತು. ಬಲ್ಗೇರಿಯಾಕ್ಕೆ 1941ರ ಗಡಿಗಳನ್ನು ಪುನಃ ನೀಡಿ ಹಂಗೇರಿಗೆ 1938ರಲ್ಲಿದ್ದ ಗಡಿಗಳನ್ನು ಅಲ್ಪಸ್ವಲ್ಪ ಬದಲಾವಣೆಯೊಂದಿಗೆ ಪುನರ್ ಸ್ಥಾಪಿಸಲಾಯಿತು. ಎಲ್ಲಾ ರಾಷ್ಟ್ರಗಳನ್ನು ನಿಶಸ್ತ್ರೀಕರಣಗೊಳಿಸುವ ನಿಟ್ಟಿನಲ್ಲಿ ಅವುಗಳ ಮೇಲೆ ಸೇನಾ ಮತ್ತು ಶಸ್ತ್ರಾಸ್ತ್ರಗಳ ಮಿತಿಯನ್ನು ಹಾಕಿ ಯುದ್ಧದ ವೆಚ್ಚವನ್ನು ನಿರ್ಧರಿಸಲಾಯಿತು.

ವಿಯೆನ್ನ ಒಪ್ಪಂದ: 1955

ಯುದ್ಧದ ಅಂತ್ಯದಲ್ಲಿ ಆಸ್ಟ್ರಿಯಾವನ್ನು ಮಿತ್ರ ರಾಷ್ಟ್ರಗಳಾದ ರಷ್ಯಾ, ಅಮೇರಿಕ ಮತ್ತು ಫ್ರಾನ್ಸ್‌ಗಳು ಆಕ್ರಮಿಸಿದವು. ರಷ್ಯಾ ಮತ್ತು ಉಳಿದ ರಾಷ್ಟ್ರಗಳಲ್ಲಿ ಕಂಡುಬಂದ ಭಿನ್ನಾಭಿಪ್ರಾಯಗಳಿಂದಾಗಿ ಆಸ್ಟ್ರಿಯಾಕ್ಕೆ ಸಂಬಂಧಿಸಿದಂತೆ 1955ರ ವರೆಗೆ ಯಾವುದೇ ಒಪ್ಪಂದಕ್ಕೆ ಬರಲು ಸಾಧ್ಯವಾಗಲಿಲ್ಲ. 1955ರ ಮೇ ನಲ್ಲಿ ಏರ್ಪಟ್ಟ ವಿಯೆನ್ನ ಒಪ್ಪಂದದ ಅನ್ವಯ ಆಸ್ಟ್ರಿಯಾ 1938ರ ಗಡಿಗಳನ್ನು ಗಳಿಸಿಕೊಂಡಿತು. ನಾಜಿ ಸಂಸ್ಥೆಗಳ ನಾಶ, ಜರ್ಮನಿಯೊಂದಿಗಿನ ಸಂಬಂಧದ ಕಡಿತ ಮತ್ತು ಅಣು ಅಸ್ತ್ರಗಳನ್ನು ತಯಾರಿಸದಿರುವುದು ಇವೇ ಮುಂತಾದ ನಿಭಂದನೆಗಳನ್ನು ಒಳಗೊಂಡ ವಿಯೆನ್ನ ಒಪ್ಪಂದಕ್ಕೆ ಆಸ್ಟ್ರಿಯಾ ಒಪ್ಪಿಗೆ ನೀಡಿತು.

ಸ್ಯಾನ್‌ಫ್ರಾನ್ಸಿಸ್ಕೊ ಒಪ್ಪಂದ : 1951

ಜಗತ್ತಿನ ಶಾಂತಿ ಮತ್ತು ಭದ್ರತೆಗೆ ಮತ್ತೊಮ್ಮೆ ಜಪಾನ್ ಗಂಡಾಂತರವನ್ನುಂಟು ಮಾಡದಂತೆ ತಡೆಯಲು 1945ರಲ್ಲಿ ಮಿತ್ರರಾಷ್ಟ್ರಗಳು ನಿಶಸ್ತ್ರೀಕರಣ ಮತ್ತು ನಿಶ್ಯಕ್ತಗೊಳಿಸುವಿಕೆ ಕ್ರಮಗಳನ್ನು ಜಪಾನಿನ ಮೇಲೆ ಹೇರಿದವು. ಮಿತ್ರ ರಾಷ್ಟ್ರಗಳ ಪಡೆಯ ದಂಡನಾಯಕನಾದ ಜನರಲ್ ಮೆಕಾರ್ಥರನು ಜಪಾನ್‌ಅನ್ನು ಆಕ್ರಮಿಸಿ ಅದರ ಆಳ್ವಿಕೆಯನ್ನು ತಾನೇ ನಿರ್ವಹಿಸಿದನು. ಆದರೆ ಮಿತ್ರ ರಾಷ್ಟ್ರಗಳು ಜಪಾನಿನ ಬಗೆಗೆ ತಮ್ಮದೇ ಆದ ಭಾವನೆಗಳನ್ನು ಹೊಂದಿದ್ದವು. ಈ ಭಾವನೆಗಳು 1945 ಮತ್ತು 1947ರ ಮಧ್ಯಕಾಲದಲ್ಲಿ ಬದಲಾದವು. ಏಕೆಂದರೆ; ಜಪಾನಿನ ಆಕ್ರಮಣ, ಆಡಳಿತದ ವೆಚ್ಚ ಮತ್ತು ಚೈನಾ ಹಾಗೂ ರಷ್ಯಾಗಳಿಂದ ಉದ್ಭವವಾದ ಬೆದರಿಕೆಗಳು, ಅಮೇರಿಕ ಜಪಾನಿನ ಬಗೆಗೆ ಒಂದು ದೃಢ ನೀತಿಯನ್ನು ಅನುಸರಿಸುವಂತೆ ಮಾಡಿದವು. ಪರಿಣಾಮವಾಗಿ 1951ರಲ್ಲಿ ಸ್ಯಾನ್‌ಫ್ರಾನ್ಸಿಸ್ಕೊ ನಗರದಲ್ಲಿ 52 ರಾಷ್ಟ್ರಗಳು ಸಮಾವೇಶಗೊಂಡು ಸ್ಯಾನ್‌ಫ್ರಾನ್ಸಿಸ್ಕೊ ಒಪ್ಪಂದಕ್ಕೆ ಸಹಿ ಹಾಕಲಾಯಿತು. ಆದರೆ ರಷ್ಯಾ ಈ ಒಪ್ಪಂದದಿಂದ ದೂರ ಉಳಿದು ಸಹಿ ಹಾಕಲಿಲ್ಲ. ಈ ಒಪ್ಪಂದದ ಪ್ರಕಾರ ಜಪಾನ್ ಕೊರಿಯಾ ಮತ್ತು ಪಾರ್ಮೋಸಗಳು ಸೇರಿದಂತೆ ಯುದ್ಧಕಾಲದಲ್ಲಿ ಆಕ್ರಮಿಸಿದ್ದ ಎಲ್ಲಾ ಪ್ರದೇಶಗಳನ್ನು ಬಿಟ್ಟುಕೊಟ್ಟು ಯುದ್ಧನಿಷೇದಕ್ಕೆ, ಸೇನಾಕಡಿತಕ್ಕೆ ಒಪ್ಪಿಕೊಂಡಿತು. ಯುದ್ಧಕಾಲದಲ್ಲಿ ಅಸ್ತವ್ಯವಸ್ಥಗೊಂಡಿದ್ದ ಹಾಗೂ ನಾಶಗೊಂಡಿದ್ದ ಕಟ್ಟಡ, ಸೇತುವೆಗಳನ್ನು ಸರಿಪಡಿಸಲು ನಾಗರಿಕ ಜೀವನವನ್ನು ಸುಧಾರಿಸಲು ಒಪ್ಪಿಕೊಂಡಿತು.

ಜರ್ಮನಿಯ ವಿಭಜನೆಯಲ್ಲಿ ಮಿತ್ರ ರಾಷ್ಟ್ರಗಳ ಪಾತ್ರ:

ಮಿತ್ರ ರಾಷ್ಟ್ರಗಳಾದ ಅಮೇರಿಕ, ಬ್ರಿಟನ್, ಫ್ರಾನ್ಸ್ ಮತ್ತು ರಷ್ಯಾಗಳು ಜರ್ಮನಿ ಮತ್ತು ಅದರ ರಾಜಧಾನಿ ಬರ್ಲಿನ್ ನಗರವನ್ನು ಆಕ್ರಮಿಸಿ, ಜರ್ಮನಿಯನ್ನು ನಾಲ್ಕು ವಿಭಾಗಗಳನ್ನಾಗಿ ಮಾಡಿ ಅವುಗಳನ್ನು ಆಳ್ವಿಕೆ ಮಾಡಲಾರಂಭಿಸಿದವು. 1945ರಲ್ಲಿ ಮಿತ್ರರಾಷ್ಟ್ರಗಳು ಪೋಟ್ಸ್‌ಡ್ಯಾಂನಲ್ಲಿ ಸಮಾವೇಶಗೊಂಡು ಯುದ್ಧದ ಪೂರ್ಣ ಹೊಣೆಗಾರಿಕೆಯನ್ನು ಜರ್ಮನಿಯ ಮೇಲೆ ಹೊರಿಸಿ ಅದನ್ನು ನಿಶಸ್ತ್ರೀಕರಣಗೊಳಿಸಲು, ನಾಜಿ ಸಂಸ್ಥೆಗಳನ್ನು ನಾಶಪಡಿಸಲು, ಪ್ರಜಾಪ್ರಭುತ್ವನ್ನು ಜಾರಿಗೆ ತರಲು ನಿರ್ಧರಿಸಿದವು. ಆದರೆ ಯುದ್ಧಾನಂತರದಲ್ಲಿ ರಷ್ಯಾ ಮತ್ತು ಪಶ್ಚಿಮದ ಮಿತ್ರರಾಷ್ಟ್ರಗಳ ನಡುವೆ ಏರ್ಪಟ್ಟ ಭಿನ್ನಾಭಿಪ್ರಾಯಗಳಿಂದಾಗಿ ಯಾವುದೇ ಒಪ್ಪಂದ ಸಾಧ್ಯವಾಗಲಿಲ್ಲ. ಇಂತಹ ಸಂದರ್ಭದಲ್ಲಿ ಅಮೆರಿಕ ಮತ್ತು ಬ್ರಿಟನ್‌ಗಳು ತಮ್ಮ ವಶದಲ್ಲಿದ್ದ ಪ್ರದೇಶಗಳನ್ನು ಆರ್ಥಿಕವಾಗಿ ಒಟ್ಟುಗೂಡಿಸಿ ಫ್ರಾನ್ಸ್‌ನ್ನು ಸೇರಿಸಿಕೊಂಡವು. ಆದರೆ ರಷ್ಯಾ ಮಾತ್ರ ಈ ಒಕ್ಕೂಟದಿಂದ ಹೊರ ಉಳಿಯಿತು. 1948ರಲ್ಲಿ ಅಮೆರಿಕಾ, ಬ್ರಿಟನ್, ಫ್ರಾನ್ಸ್ ಮತ್ತು ಪಶ್ಚಿಮ ಜರ್ಮನಿಯ ಪ್ರಾಂತಗಳ ಪ್ರತಿನಿಧಿಗಳಿಂದ ಕೂಡಿದ ಸಂವಿಧಾನ ಸಭೆಯೊಂದು ಸ್ಥಾಪಿತವಾಯಿತು. ಹೀಗೆ ಬಾನ್ ರಾಜ್ಯಾಂಗ 1949ರಲ್ಲಿ ಪಶ್ಚಿಮ ಜರ್ಮನಿಯಲ್ಲಿ ಅಸ್ತಿತ್ವಕ್ಕೆ ಬಂದಿತು. ಇದಕ್ಕೆ ಪ್ರತಿಸ್ಪರ್ಧಿಯಾಗಿ ರಷ್ಯನ್ನರು ತಮ್ಮ ಅಧೀನದಲ್ಲಿದ್ದ ಪೂರ್ವ ಜರ್ಮನಿಯಲ್ಲಿ ತಮ್ಮದೇ ಆದ ರಾಜ್ಯಾಂಗವನ್ನು ನೀಡಿದರು. ಜರ್ಮನಿಯಂತೆ ಅದರ ರಾಜಧಾನಿಯಾದ ಬರ್ಲಿನ್ ನಗರವೂ ಕೂಡ ಪೂರ್ವ ಮತ್ತು ಪಶ್ಚಿಮ ಬರ್ಲಿನ್ ಎಂದು ಇಬ್ಭಾಗವಾಯಿತು. ಪಶ್ಚಿಮ ಜರ್ಮನಿ ಅಮೇರಿಕದ ಬಣವನ್ನು ಸೇರಿದರೆ ಪೂರ್ವ ಜರ್ಮನಿ ರಷ್ಯಾದ ಬಣವನ್ನು ಸೇರಿತು. ಹೀಗೆ ದ್ವಿತೀಯ ಯುದ್ಧಾನಂತರದಲ್ಲಿ ಅಮೇರಿಕ ಮತ್ತು ರಷ್ಯಾಗಳು ವಿಶ್ವದ ಎರಡು ಅಗ್ರರಾಷ್ಟ್ರಗಳಾಗಿ ಬೆಳವಣಿಗೆ ಹೊಂದಿದವು. ಎರಡು ಬಲಾಢ್ಯ ರಾಷ್ಟ್ರಗಳ ಶೀತಲ ಸಮರಕ್ಕೆ ಬಲಿಪಶುವಾಗಬೇಕಾಗಿದ್ದು ಜರ್ಮನಿಯ ದುರಾದೃಷ್ಟವಾಗಿತ್ತು.

* * * * *

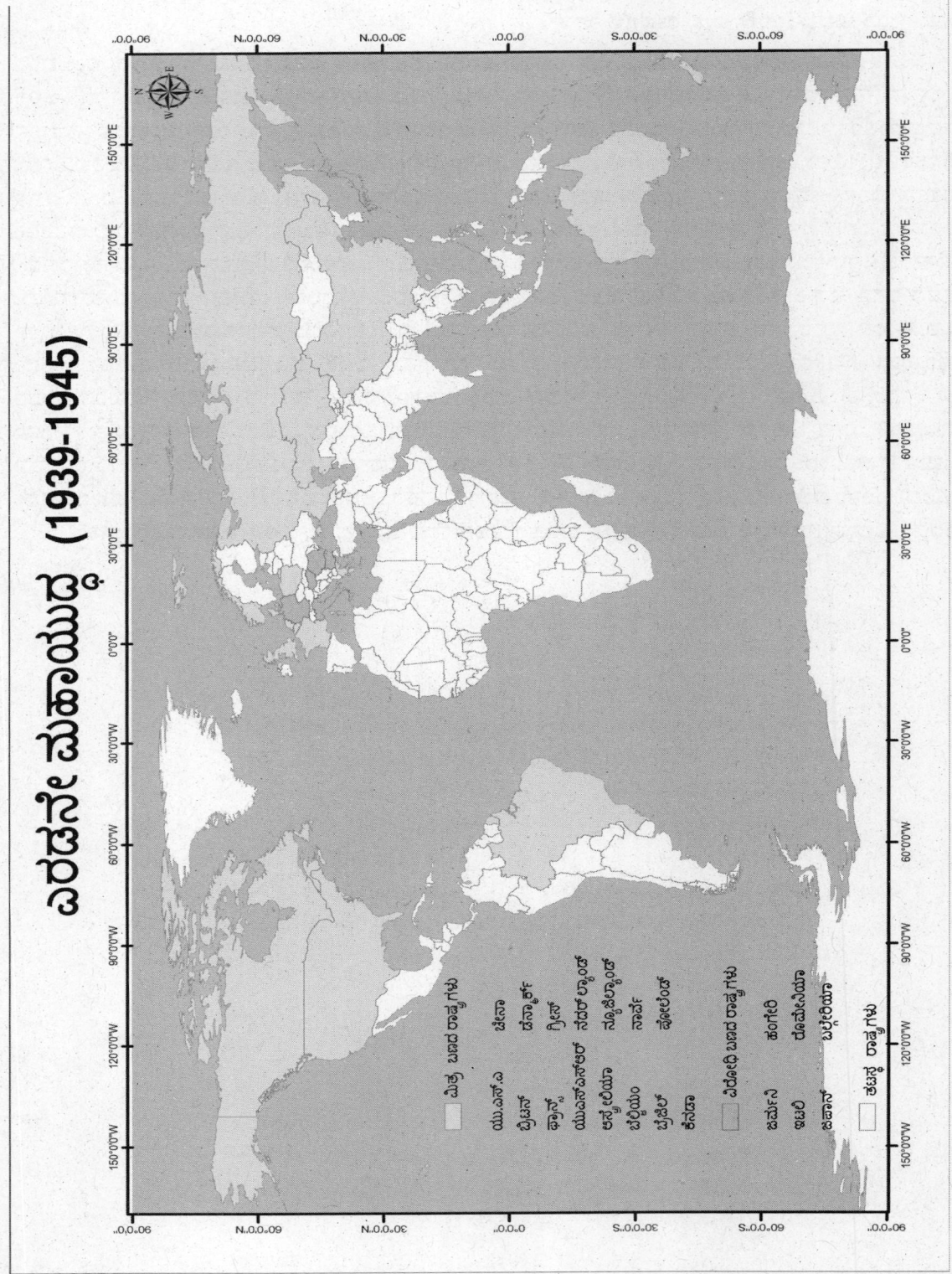

ಎರಡನೇ ಮಹಾಯುದ್ಧ (1939-1945)

ಮಿತ್ರ ಬಣದ ರಾಷ್ಟ್ರಗಳು
ಯು.ಎಸ್.ಎ
ಬ್ರಿಟನ್
ಫ್ರಾನ್ಸ್
ಬೆಲ್ಜಿಯಂ
ಬ್ರೆಜಿಲ್
ಕೆನಡಾ
ಚೀನಾ
ಡೆನ್ಮಾರ್ಕ್
ಗ್ರೀಸ್
ನೆದರ್‌ಲ್ಯಾಂಡ್
ನ್ಯೂಜಿಲ್ಯಾಂಡ್
ನಾರ್ವೆ
ಪೋಲೆಂಡ್
ವಿರೋಧಿ ಬಣದ ರಾಷ್ಟ್ರಗಳು
ಜರ್ಮನಿ
ಇಟಲಿ
ಜಪಾನ್
ಹಂಗೇರಿ
ರೊಮೇನಿಯಾ
ಬಲ್ಗೇರಿಯಾ
ತಟಸ್ಥ ರಾಷ್ಟ್ರಗಳು

ಅಧ್ಯಾಯ - 38

ವಿಶ್ವಸಂಸ್ಥೆ (United Nations Organisation)

ಮೊದಲನೇ ಮಹಾಯುದ್ಧದ ನಂತರ ಅಂತರರಾಷ್ಟ್ರೀಯ ಮಟ್ಟದಲ್ಲಿ ಶಾಂತಿಯನ್ನು ಸ್ಥಾಪಿಸುವುದಕ್ಕಾಗಿ ರಾಷ್ಟ್ರಸಂಘವು ಅಸ್ತಿತ್ವಕ್ಕೆ ಬಂದಿತು. ಆದರೆ 1939-45ರವರೆಗೆ ಎರಡನೇ ಮಹಾಯುದ್ಧವು ನಡೆಯುವುದರೊಂದಿಗೆ ರಾಷ್ಟ್ರ ಸಂಘವು ಅವನತಿಯ ಹಾದಿ ಹಿಡಿಯಿತು. ಎರಡನೇ ಮಹಾಯುದ್ಧವು ನಡೆಯುತ್ತಿರುವಾಗಲೇ ಸುಭದ್ರವಾದ ಅಂತರರಾಷ್ಟ್ರೀಯ ಸಂಸ್ಥೆಯೊಂದನ್ನು ಸ್ಥಾಪಿಸಬೇಕೆಂಬ ಪ್ರಯತ್ನದ ಫಲವಾಗಿ ಅಕ್ಟೋಬರ್ 24, 1945ರಂದು ವಿಶ್ವಸಂಸ್ಥೆಯು ಅಧಿಕೃತವಾಗಿ ಅಸ್ತಿತ್ವಕ್ಕೆ ಬಂದಿತು.

ವಿಶ್ವಸಂಸ್ಥೆಯ ಉದಯದ ಹಿನ್ನೆಲೆ

ವಿಶ್ವಸಂಸ್ಥೆಯ ಸ್ಥಾಪನೆಗಾಗಿ ಹಲವಾರು ಪ್ರಯತ್ನಗಳು ನಡೆದಿರುವುದನ್ನು ಇತಿಹಾಸದ ಪುಟಗಳಿಂದ ಅರಿಯಬಹುದು. ಅವುಗಳನ್ನು ಈ ಕೆಳಕಂಡಂತೆ ತಿಳಿಯಬಹುದಾಗಿದೆ.

ದಿನಾಂಕ 18.8.1941ರಂದು ಇಂಗ್ಲೆಂಡಿನ ಪ್ರಧಾನಿ ಚರ್ಚಿಲ್ ಹಾಗೂ ಅಮೆರಿಕಾದ ಅಧ್ಯಕ್ಷರಾಗಿದ್ದ ರೂಸ್‌ವೆಲ್ಟ್‌ರವರು ಅಟ್ಲಾಂಟಿಕ್ ಸಮುದ್ರ ನೌಕೆಯಲ್ಲಿ ಭೇಟಿಯಾಗಿ ಎಂಟು ತತ್ವಗಳನ್ನು ರೂಪಿಸಿದರು. ಈ ಪ್ರಣಾಳಿಕೆಯು "ವಿಶ್ವಸಂಸ್ಥೆಯ ಜನನದ ಮುನ್ಸೂಚಕ" ಎಂಬ ಹೊಗಳಿಕೆಗೆ ಪಾತ್ರವಾಯಿತು.

ದಿನಾಂಕ 1.1.1994ರಂದು ವಿಶ್ವಸಂಸ್ಥೆ ಅಥವಾ ವಾಷಿಂಗ್‌ಟನ್ ಘೋಷಣೆ ಎಂದು ಖ್ಯಾತಿಯನ್ನು ಪಡೆದಿರುವ ಈ ಘೋಷಣೆಯ ಅನುಸಾರವಾಗಿ 26 ರಾಷ್ಟ್ರಗಳು ಯುದ್ಧ ಮತ್ತು ಶಾಂತಿಯ ಸಮಯದಲ್ಲಿ ಪರಸ್ಪರ ಸಹಕಾರವನ್ನು ನೀಡಲು ಒಪ್ಪಿಕೊಂಡವು.

ಜನವರಿ 1943ರಲ್ಲಿ ಉತ್ತರ ಆಫ್ರಿಕಾದ ಕೆಸಬ್ಲಾಂಕಾ ಎಂಬ ನಗರದಲ್ಲಿ ಚರ್ಚಿಲ್, ರೂಸ್‌ವೆಲ್ಟ್ ಮತ್ತು ಫ್ರಾನ್ಸಿನ ಪ್ರತಿನಿಧಿಗಳು ಪರಸ್ಪರ ಭೇಟಿಯಾದಾಗ ಯುದ್ಧಾನಂತರದಲ್ಲಿ ತಮ್ಮ ದೇಶಗಳು ಯಾವ ಬಗೆಯ ಪಾತ್ರವಹಿಸಬೇಕೆಂಬುದುರ ಬಗ್ಗೆ ಚರ್ಚೆಯನ್ನು ನಡೆಸಿದರು.

ಅಕ್ಟೋಬರ್-ನವೆಂಬರ್ 1943ರಲ್ಲಿ ಅಮೇರಿಕಾದ ವಿದೇಶಾಂಗ ಸಚಿವ ಹಲ್, ಬ್ರಿಟನ್ನಿನ ಆಂಥೋನಿ, ಈಡನ್ ಮತ್ತು ರಷ್ಯಾದ ಮಾಲಟೋವ್‌ರೊಂದಿಗೆ ಚೀನಾದ ರಾಯಾಭಾರಿಯು ಶಾಂತಿ – ಸುಭದ್ರತೆಯನ್ನು ಕಾಪಾಡುವುದಾಗಿ ಮತ್ತು ಐಕ್ಯತೆಯಿಂದ ಕಾರ್ಯಚರಣೆಯಲ್ಲಿ ತೊಡಗುವುದಾಗಿ ವಾಗ್ದಾನ ಮಾಡಿದರು.

ನವೆಂಬರ್ 1943ರಲ್ಲಿ ಚರ್ಚಿಲ್, ಸ್ಟಾಲಿನ್ ಮತ್ತು ರೂಸ್‌ವೆಲ್ಟ್‌ರವರು ಟೆಹ್ರಾನ್‌ನಲ್ಲಿ ಸಮ್ಮೇಳನವೊಂದನ್ನು ನಡೆಸಿ "ಜಾಗತಿಕ ಸಂಸ್ಥೆಯನ್ನು ಸೇರಲು ದೊಡ್ಡ ಮತ್ತು ಚಿಕ್ಕ-ಪುಟ್ಟ ರಾಜ್ಯಗಳನ್ನು ಆಹ್ವಾನಿಸಲಾಗುವುದು" ಎಂಬ ಬಹು ಮುಖ್ಯವಾದ ಭರವಸೆಯನ್ನು ನೀಡಿದರು.

ದಿನಾಂಕ 7.10.1944 ರಂದು ಅಮೇರಿಕಾದ ಡಂಬರ್ಟನ್ ಓಕ್ಸ ಎಂಬಲ್ಲಿ ಸಮ್ಮೇಳನ ಜರುಗಿತು. ಉದ್ದೇಶಿತ ಜಾಗತಿಕ ಸಂಸ್ಥೆಯೊಂದನ್ನು ಸ್ಥಾಪಿಸುವ ಬಗ್ಗೆ ಅಮೆರಿಕಾವು ಪ್ರಸ್ತಾವನೆಯೊಂದನ್ನು ಮಂಡಿಸಿತು. ಇದು ವಿಶ್ವಸಂಸ್ಥೆಯ ಪ್ರಣಾಳಿಕೆಯ ಪ್ರಥಮ ಕರಡು ಪ್ರತಿಯಾಯಿತು. ಇದನ್ನು ಇತರ ರಾಷ್ಟ್ರಗಳ ಅವಗಾಹನೆಗೆ ಕಳುಹಿಸಿ ಕೊಡಲಾಯಿತು, ಕೆಲವು ರಾಷ್ಟ್ರಗಳು ಹಲವು ಸಲಹೆ-ಸೂಚನೆಗಳನ್ನು ನೀಡಿದವು. ಅಮೆರಿಕಾ, ರಷ್ಯಾ, ಬ್ರಿಟನ್, ಚೀನಾ ರಾಷ್ಟ್ರದ ಪ್ರತಿನಿಧಿಗಳು ಈ ಸಮ್ಮೇಳನದಲ್ಲಿ ಭಾಗವಹಿಸಿ ಇದಕ್ಕೆ ಒಪ್ಪಿಗೆಯನ್ನು ನೀಡಿದವು.

ಫೆಬ್ರವರಿ 1945ರಲ್ಲಿ ಯಾಲ್ಟಾದಲ್ಲಿ ಸಮ್ಮೇಳನವೊಂದು ಜರುಗಿತು. ಇದರಲ್ಲಿ ಚರ್ಚಿಲ್, ಸ್ಟಾಲಿನ್, ರೂಸ್‌ವೆಲ್ಟ್ ಪರಸ್ಪರ ಭೇಟಿಯಾಗಿ, ಭದ್ರತಾ ಮಂಡಳಿಯ ಮತದಾನದ ವಿಧಿ ವಿಧಾನಗಳ ಹಾಗೂ ವಿಟೋ ಸೂತ್ರದ ಬಗ್ಗೆ ಒಂದು ನಿರ್ಧಾರಕ್ಕೆ ಬಂದರು. ಇದನ್ನು ವಿಶ್ವಸಂಸ್ಥೆಯ ಪ್ರಣಾಳಿಕೆಯಲ್ಲಿ ಅಳವಡಿಸಲಾಯಿತು.

ವಿಶ್ವಸಂಸ್ಥೆಯ ಸ್ಥಾಪನೆಗೆ ಮಾಡಿದ ಪ್ರಯತ್ನಗಳ ಫಲವಾಗಿ ಏಪ್ರಿಲ್ – ಜೂನ್ 1945ರಲ್ಲಿ ಸ್ಯಾನ್‌ಫ್ರಾನ್ಸಿಸ್ಕೋ ನಗರದಲ್ಲಿ ಸಮ್ಮೇಳನ ನಡೆಯಿತು. 1945ರ ಜೂನ್ 26ರಂದು ವಿಶ್ವದ 51 ರಾಷ್ಟ್ರಗಳು ಅಲ್ಪಸ್ವಲ್ಪ ಬದಲಾವಣೆಗಳೊಂದಿಗೆ ಈ ಪ್ರಣಾಳಿಕೆಗೆ ಅಂಗೀಕಾರದ ಮುದ್ರೆಯನ್ನು ಒತ್ತಿದ್ದವು. ಅಂತಿಮವಾಗಿ ವಿಶ್ವಶಾಂತಿಯನ್ನು ಕಾಪಾಡುವ ಮಹಾನ್ ಗುರಿಯೊಂದನ್ನು ಇಟ್ಟುಕೊಂಡು ದಿನಾಂಕ 24.10.1945ರಂದು ವಿಶ್ವಸಂಸ್ಥೆ ಎಂಬ ಅಂತರರಾಷ್ಟ್ರೀಯ ಸಂಸ್ಥೆಯೊಂದು ಜನ್ಮತಾಳಿತು.

ವಿಶ್ವಸಂಸ್ಥೆಯ ತಾತ್ಕಾಲಿಕವಾದ ಕೇಂದ್ರ ಕಛೇರಿಯನ್ನು ಆಗಸ್ಟ್ 1946ರಲ್ಲಿ ಲೇಕ್ ಸಕ್ಸಸ್ ಪ್ರದೇಶದಲ್ಲಿ ಸ್ಥಾಪಿಸಲಾಯಿತು. ಜಾನ್.ಡಿ. ರಾಕ್‌ಫೆಲ್ಲರ್ ಎಂಬ ಕೋಟ್ಯಾಧಿಪತಿಯು ಡಿಸೆಂಬರ್ 1946ರಲ್ಲಿ ವಿಶ್ವಸಂಸ್ಥೆಗಾಗಿ ವಿಶಾಲವಾದ ನಿವೇಶನವನ್ನು ನ್ಯೂಯಾರ್ಕಿನ ಮ್ಯಾನ್‌ಹಟನ್ ಎಂಬ ದ್ವೀಪದಲ್ಲಿ ನೀಡಿದನು. 1951 ರಲ್ಲಿ ವಿಶ್ವಸಂಸ್ಥೆಯು ತನ್ನ ಕಛೇರಿಯನ್ನು ಇಲ್ಲಿಗೆ ವರ್ಗಾಯಿಸಿತು. ವಿಶ್ವಸಂಸ್ಥೆಯಲ್ಲಿ ಅಧಿಕೃತವಾಗಿ ಬಳಸುವ ಭಾಷೆಗಳೆಂದರೆ ಇಂಗ್ಲಿಷ್, ಅರಾಬಿಕ್, ಫ್ರೆಂಚ್, ಸ್ಪಾನಿಷ್, ರಷ್ಯನ್ ಮತ್ತು ಚೀನಿ.

ವಿಶ್ವಸಂಸ್ಥೆಯ ಪ್ರಸ್ತಾವನೆ (Preamble) : ವಿಶ್ವಸಂಸ್ಥೆಯ ಪ್ರಣಾಳಿಕೆಯು 19 ಅಧ್ಯಾಯಗಳನ್ನು 111 ವಿಧಿಗಳನ್ನು 10 ಸಾವಿರಕ್ಕಿಂತ ಹೆಚ್ಚು ಪದಗುಚ್ಛಗಳನ್ನು ಒಳಗೊಂಡಿದೆ. ವಿಶ್ವಸಂಸ್ಥೆಯು ತನ್ನ ಪ್ರಸ್ತಾವನೆಯಲ್ಲಿ ಈ ರೀತಿಯಾದ ಹೇಳಿಕೆಯನ್ನು ಹೊಂದಿದೆ.

"ನಮ್ಮ ಜೀವಮಾನದಲ್ಲಿ ಎರಡು ಮಹಾಯುದ್ಧಗಳನ್ನು ಕಂಡಿದ್ದೇವೆ. ಅವುಗಳಿಂದ ಮಾನವರು ಅಪಾರವಾದ ದುಃಖವನ್ನು ಅನುಭವಿಸಿದ್ದಾರೆ. ಆದ್ದರಿಂದ ನಮ್ಮ ಮುಂದಿನ ಪೀಳಿಗೆಯನ್ನು ಯುದ್ಧದಿಂದ ರಕ್ಷಿಸುವುದು, ಅಂತರರಾಷ್ಟ್ರೀಯ ಒಪ್ಪಂದಗಳನ್ನು ಮನ್ನಿಸುವುದು, ಜನರ ಮೂಲಭೂತ ಹಕ್ಕುಗಳಲ್ಲಿ ನಂಬಿಕೆಯನ್ನು ಇಟ್ಟು ಅವರ ಜೀವನ ಮಟ್ಟವನ್ನು ಉತ್ತಮ ಪಡಿಸುವುದಾಗಿದೆ. ಇವುಗಳನ್ನು ಸಾಧಿಸುವ ಹಾದಿಯಲ್ಲಿ ಸಂಯುಕ್ತ ರಾಷ್ಟ್ರಸಂಘದ ಜನರಾದ ನಾವು ಪಣವನ್ನು ತೊಟ್ಟಿದ್ದೇವೆ. ಇವುಗಳನ್ನು ಸಾಧಿಸುವುದಕ್ಕಾಗಿ ಎಲ್ಲಾ ರಾಷ್ಟ್ರಗಳೊಂದಿಗೆ ಪರಸ್ಪರ ಉತ್ತಮವಾದ ಬಾಂಧವ್ಯವನ್ನು ಮುಂದುವರಿಸಿ ಅಂತರರಾಷ್ಟ್ರೀಯ ಶಾಂತಿ ಮತ್ತು ಭದ್ರತೆಯನ್ನು ಕಾಪಾಡುತ್ತೇವೆ. ಎಲ್ಲರ ಸಾಮಾನ್ಯ ಹಿತಾಸಕ್ತಿಗೆ ಮಾತ್ರ ಸೈನ್ಯವನ್ನು ಬಳಸುತ್ತೇವೆಯೇ ವಿನಃ ನಮ್ಮ ಸ್ವಂತ ಹಿತಾಸಕ್ತಿಗಲ್ಲ. ಎಲ್ಲಾ ರಾಷ್ಟ್ರಗಳ ಜನರ ಆರ್ಥಿಕ ಸಾಮಾಜಿಕ ಹಿತಾಸಕ್ತಿಯನ್ನು ಕಾಪಾಡಲು ಮಾತ್ರ ಜಾಗತಿಕ ಆಡಳಿತ ಯಂತ್ರವನ್ನು ಬಳಸುತ್ತೇವೆ. ಇವುಗಳನ್ನು ಕಾರ್ಯಾಚರಣೆಗೆ ತರಲು ನಾವು ಧೃಡವಾಗಿ ನಿರ್ಧಾರ ಕೈಗೊಂಡಿದ್ದೇವೆ."

ಒಟ್ಟಿನಲ್ಲಿ ವಿಶ್ವಸಂಸ್ಥೆಯ ಪ್ರಸ್ತಾವನೆಯ ಮೊದಲನೆಯ ಸಾಲು "ವಿಶ್ವಸಂಸ್ಥೆಯ ಜನತೆಯಾದ ನಾವು..." ಎಂಬ ವಿಶಾಲವಾದ ಹೇಳಿಕೆಯನ್ನು ಗಮನಿಸಿದಾಗ ವಿಶ್ವಸಂಸ್ಥೆಯ ಗುರಿ ಉದ್ದೇಶಗಳ ಆಳ ಅಗಲವನ್ನು ಸ್ವಲ್ಪಮಟ್ಟಿಗಾದರೂ ಅರಿಯಲು ಸಾಧ್ಯವಾಗುತ್ತದೆ.

ವಿಶ್ವಸಂಸ್ಥೆಯ ಗುರಿ ಮತ್ತು ಉದ್ದೇಶಗಳು

1. ಮುಂದಿನ ತಲೆಮಾರಿನ ಜನಾಂಗವನ್ನು ಮೂರನೇ ಮಹಾಸಮರದ ಭೀತಿಯಿಂದ ಪಾರು ಮಾಡುವುದು.
2. ವಿಶ್ವ ಸಮಾಜದ ಎಲ್ಲಾ ಜನಾಂಗಗಳಲ್ಲಿ ಮೂಲಭೂತ ಹಕ್ಕುಗಳ ಅರಿವು ಮೂಡುವಂತೆ ಮಾಡುವುದಲ್ಲದೆ ಇವುಗಳ ಬಗ್ಗೆ ನಂಬಿಕೆಯನ್ನುಂಟುಮಾಡುವುದು.
3. ಅಂತರರಾಷ್ಟ್ರೀಯ ರೂಢಿ-ಸಂಪ್ರದಾಯಗಳು, ಕಾನೂನುಗಳು, ಒಪ್ಪಂದಗಳನ್ನು ಪಾಲಿಸಲು ಬೇಕಾದಂತಹ ನಿರ್ಮಲವಾದ ವಾತಾವರಣವನ್ನು ನಿರ್ಮಿಸುವುದು.
4. ವಿಶ್ವಸಮಾಜದ ಸಾಮಾಜಿಕ ಪ್ರಗತಿ, ಜನತೆಯ ಒಟ್ಟಾರೆ ಜೀವನಮಟ್ಟವು ಸುಧಾರಿಸುವಂತೆ ಮಾಡುವುದು. ಈ ಉದ್ದೇಶದ ಸಾಧನೆಗಾಗಿ ಸದಸ್ಯರಾಷ್ಟ್ರಗಳು ಸಹಕರಿಸುವಂತೆ ಅವುಗಳನ್ನು ಪ್ರೇರೇಪಿಸುವುದು.
5. ಅಂತರರಾಷ್ಟ್ರೀಯ ಮಟ್ಟದಲ್ಲಿ ಶಾಂತಿ-ಸುಭದ್ರತೆಯನ್ನು ಕಾಪಾಡುವುದು. ರಾಷ್ಟ್ರಗಳ ನಡುವೆ ಉಂಟಾಗುವ ವಿವಾದಗಳನ್ನು ಶಾಂತಿಯುತ ಮಾರ್ಗಗಳ ಮೂಲಕ ಬಗೆಹರಿಸಿಕೊಳ್ಳಲು ಸದಸ್ಯ ರಾಷ್ಟ್ರಗಳ ಮನವೊಲಿಸುವುದು.
6. ವಿಶ್ವ ಸಮಾಜದಲ್ಲಿ ಅಸ್ತಿತ್ವದಲ್ಲಿರುವ ಸದಸ್ಯರಾಷ್ಟ್ರಗಳ ನಡುವೆ ಪರಸ್ಪರ ಸಮಾನ ಮನೋಭಾವನೆ ಮತ್ತು ಸೌಹಾರ್ದಯುತವಾದ ವಾತಾವರಣ ಮೂಡುವಂತೆ ಮಾಡುವುದು.
7. ವಿಶ್ವಸಂಸ್ಥೆಯು ತನ್ನ ಸದಸ್ಯ ರಾಷ್ಟ್ರಗಳ ವಸಾಹತುಶಾಹಿ ಮತ್ತು ಸಾಮ್ರಾಜ್ಯಶಾಹಿ ಧೋರಣೆಯನ್ನು ನಿಯಂತ್ರಿಸುವ ಮತ್ತು ಇಂತಹ ಕಾರ್ಯಾಚರಣೆಯಿಂದುಂಟಾಗುವ ಪ್ರತಿಕೂಲವಾದ ವಾತಾವರಣವನ್ನು ತೊಡೆದು ಹಾಕುವ ಉದ್ದೇಶವನ್ನು ಹೊಂದಿದೆ.
8. ಅಂತರರಾಷ್ಟ್ರೀಯ ಮಟ್ಟದಲ್ಲಿಯ ರಾಜಕೀಯ, ಆರ್ಥಿಕ, ಸಾಮಾಜಿಕ, ಸಾಂಸ್ಕೃತಿಕ ಮತ್ತು ಮಾನವೀಯ ಸಮಸ್ಯೆಗಳನ್ನು ಸಹಕಾರ ತತ್ವದ ಮೇಲೆ ಬಗೆಹರಿಸುವುದು.
9. ಸ್ತ್ರೀ-ಪುರುಷರ ಸಮಾನತೆಯನ್ನು ಕಾಪಾಡುವುದು.

ವಿಶ್ವಸಂಸ್ಥೆ ◆ 483

ವಿಶ್ವಸಂಸ್ಥೆಯ ಮೂಲಭೂತ ತತ್ವಗಳು:

ಮೇಲ್ಕಂಡ ಗುರಿ–ಉದ್ದೇಶಗಳನ್ನು ಸಾಧಿಸುವ ಹಾದಿಯಲ್ಲಿ ಈ ಕೆಳಕಂಡ ಕೆಲವು ತತ್ವಗಳನ್ನು ಪಾಲಿಸಬೇಕೆಂದು ವಿಶ್ವಸಂಸ್ಥೆ ಸ್ಪಷ್ಟಪಡಿಸಿದೆ.

1. ವಿಶ್ವಸಂಸ್ಥೆಯ ಸದಸ್ಯರಾಷ್ಟ್ರಗಳೆಲ್ಲ ಸಮಾನತೆ, ಸ್ವಾತಂತ್ರ್ಯ ಮತ್ತು ಸಾರ್ವಭೌಮತ್ವದ ಆಧಾರದ ಮೇಲೆ ನಿಂತಿವೆ.
2. ವಿಶ್ವಸಂಸ್ಥೆಯ ಗುರಿ–ಉದ್ದೇಶಗಳನ್ನು ಪ್ರತಿಯೊಂದು ಸದಸ್ಯರಾಷ್ಟ್ರವು ಸ್ವಯಂಪೂರ್ವಕವಾಗಿ ಪಾಲಿಸಬೇಕಾಗುತ್ತದೆ.
3. ಎಲ್ಲಾ ಸದಸ್ಯ ರಾಷ್ಟ್ರಗಳೂ ಸಹ ತಮ್ಮ ವಿವಾದಗಳನ್ನು ಶಾಂತಿಯುತ ಮಾತುಕತೆಗಳ ಮೂಲಕ ಬಗೆಹರಿಸಿಕೊಳ್ಳಬೇಕು. ತಮ್ಮ ವಿವಾದಗಳಿಂದ ಅಂತರರಾಷ್ಟ್ರೀಯ ಶಾಂತಿ, ಸುಭದ್ರತೆ ಮತ್ತು ನ್ಯಾಯಕ್ಕೆ ಧಕ್ಕೆಯುಂಟಾಗದಂತೆ ಎಚ್ಚರಿಕೆಯನ್ನು ವಹಿಸಬೇಕು.
4. ವಿಶ್ವಸಂಸ್ಥೆಯ ಸದಸ್ಯ ರಾಷ್ಟ್ರಗಳು ಬಲಪ್ರಯೋಗದ ಬೆದರಿಕೆಯನ್ನು ಹಾಕಬಾರದು ಮತ್ತು ಬಲಪ್ರಯೋಗವನ್ನು ಸಹ ಮಾಡಬಾರದು.
5. ವಿಶ್ವಸಂಸ್ಥೆಯು ತನ್ನ ತಾಮ್ರಪಟಕ್ಕೆ ಅನುಗುಣವಾಗಿ ಕೈಗೊಳ್ಳುವಂತಹ ಎಲ್ಲಾ ಕಾರ್ಯಾಚರಣೆಗಳಿಗೂ ಸದಸ್ಯ ರಾಷ್ಟ್ರಗಳು ಬೆಂಬಲವನ್ನು ನೀಡಬೇಕು. ತಪ್ಪಿತಸ್ಥ ರಾಷ್ಟ್ರಕ್ಕೆ ಯಾವುದೇ ರೀತಿಯ ನೆರವನ್ನು ನೀಡಬಾರದು.
6. ವಿಶ್ವಶಾಂತಿ ಮತ್ತು ಭದ್ರತೆಯ ದೃಷ್ಟಿಯಿಂದ ವಿಶ್ವಸಂಸ್ಥೆಯ ಸದಸ್ಯ ರಾಷ್ಟ್ರಗಳು ಮತ್ತು ಸದಸ್ಯರಲ್ಲದ ರಾಷ್ಟ್ರಗಳು ಸಹ ವಿಶ್ವಸಂಸ್ಥೆಯ ತತ್ವಗಳಿಗೆ ಅನುಗುಣವಾಗಿ ನಡೆಯಬೇಕು.
7. ವಿಶ್ವಸಂಸ್ಥೆಯು ಯಾವುದೇ ರಾಷ್ಟ್ರದ ಆಂತರಿಕ–ವಿಷಯದಲ್ಲಿ ಹಸ್ತಕ್ಷೇಪವನ್ನು ಮಾಡಬಾರದು ಮತ್ತು ಯಾವುದೇ ರಾಷ್ಟ್ರವಾಗಲೀ ತನ್ನ ಆಂತರಿಕ ಸಮಸ್ಯೆಯ ಪರಿಹಾರಕ್ಕಾಗಿ ವಿಶ್ವಸಂಸ್ಥೆಯನ್ನು ಕೇಳಬಾರದು. ಆದರೆ ಇದು ಪ್ರಪಂಚದ ಶಾಂತಿಗೆ ಧಕ್ಕೆಯನ್ನು ತರುತ್ತದೆ ಎಂದು ಕಂಡುಬಂದರೆ ಮಾತ್ರ ವಿಶ್ವಸಂಸ್ಥೆಯು ಅದನ್ನು ಪರೀಶೀಲಿಸಬಹದು.
8. ಸದಸ್ಯ ರಾಷ್ಟ್ರಗಳಿಗೆ ಹಕ್ಕುಗಳನ್ನು ನೀಡುವುದರೊಂದಿಗೆ ಕೆಲವು ಕರ್ತವ್ಯಗಳನ್ನು ಸಹ ವಿಶ್ವಸಂಸ್ಥೆಯು ತಿಳಿಸಿ, ಈ ಕರ್ತವ್ಯಗಳನ್ನು ಪ್ರತಿಯೊಂದು ರಾಷ್ಟ್ರವು ಪರಿಪಾಲಿಸಬೇಕಾಗುತ್ತದೆ.

ಇವುಗಳೊಂದಿಗೆ ಇತ್ತೀಚಿಗೆ ವಸಾಹತು ರಾಷ್ಟ್ರಗಳ ಜನರಿಗೆ ಸಂಬಂಧಿಸಿದಂತೆ ಮತ್ತೊಂದು ಮೂಲಭೂತ ತತ್ವವನ್ನು ಸೇರ್ಪಡೆಮಾಡಿದೆ ಅದೆಂದರೆ– "ಇನ್ನೂ ಸ್ವಾತಂತ್ರ್ಯವನ್ನು ಪಡೆಯದ ವಸಾಹತುಗಳ ಆಡಳಿತದ ಜವಾಬ್ದಾರಿಯನ್ನು ಸಂಯುಕ್ತ ರಾಷ್ಟ್ರಸಂಘವು ಹೊರುವುದಲ್ಲದೆ ಅವುಗಳ ಸ್ವಾತಂತ್ರ್ಯ ಮತ್ತು ಬೆಳವಣಿಗೆಗಳ ಬಗ್ಗೆಯೂ ಸಹ ಶ್ರಮಿಸುತ್ತದೆ". ಈ ಎಲ್ಲ ಮೂಲಭೂತ ಅಂಶಗಳು ವಿಶ್ವಸಂಸ್ಥೆಯ ಗುರಿ ಮತ್ತು ಉದ್ದೇಶಗಳ ಪ್ರತಿಬಿಂಬಗಳಾಗಿವೆ.

ಪ್ರತಿಯೊಂದು ಸಾರ್ವಭೌಮಾಧಿಕಾರವನ್ನು ಪಡೆದಿರುವ ರಾಷ್ಟ್ರವು ವಿಶ್ವಸಂಸ್ಥೆಯ ಸದಸ್ಯತ್ವವನ್ನು ಪಡೆಯಲು ಅವಕಾಶವಿದೆ. ಒಂದು ಹೊಸ ರಾಷ್ಟ್ರವು ಸದಸ್ಯ ರಾಷ್ಟ್ರವಾಗಬೇಕಾದರೆ ಭದ್ರತಾ ಮಂಡಳಿಯ ಶಿಫಾರಸ್ಸಿನ ಮೇರೆಗೆ ಸಾಮಾನ್ಯ ಸಭೆಯ $^2/_3$ ರಷ್ಟು ಸದಸ್ಯರ ಬೆಂಬಲದ ಅಗತ್ಯವಿದೆ. ಯಾವುದೇ ಒಂದು ರಾಷ್ಟ್ರವು ವಿಶ್ವಸಂಸ್ಥೆಯ ಆದೇಶಗಳನ್ನು ಪದೇ ಪದೇ ಉಲ್ಲಂಘಿಸಿದ್ದೇ ಆದರೆ ಭದ್ರತಾ ಮಂಡಳಿಯ ಶಿಫಾರಸ್ಸಿನ ಅನ್ವಯ ಸಾಮಾನ್ಯ ಸಭೆಯು ಆ ರಾಷ್ಟ್ರವನ್ನು ವಿಶ್ವಸಂಸ್ಥೆಯಿಂದ ಹೊರಗಟ್ಟಬಹುದು.

ಸದಸ್ಯ ರಾಷ್ಟ್ರಗಳು ನೀಡುವ ವಂತಿಗೆಯಿಂದ ವಿಶ್ವಸಂಸ್ಥೆಯು ತನ್ನ ಕಾರ್ಯಕ್ರಮಗಳನ್ನು ಸಕ್ರಿಯವಾಗಿ ರೂಪಿಸಿಕೊಂಡು ಕಾರ್ಯಾಚರಣೆಗೆ ತರುತ್ತಿದೆ. ಯಾವ ರಾಷ್ಟ್ರವು ಎಷ್ಟು ವಂತಿಗೆಯನ್ನು ನೀಡಬೇಕು ಎಂಬುದರ ಬಗ್ಗೆ ಇದಕ್ಕಾಗಿ ನೇಮಿಸಲ್ಪಟ್ಟಿರುವ ಉಪಸಮಿತಿಯು ನಿರ್ಧಾರವನ್ನು ಕೈಗೊಳ್ಳುತ್ತದೆ. ಇದರ ಆಧಾರದ ಮೇಲೇಯೇ ಸಾಮಾನ್ಯ ಸಭೆಯು ಸದಸ್ಯ ರಾಷ್ಟ್ರಗಳು ನೀಡಬೇಕಾದ ಹಣದ ಬಗ್ಗೆ ತನ್ನ ನಿರ್ಧಾರ ತಿಳಿಸುತ್ತದೆ.

United Nations

ವಿಶ್ವಸಂಸ್ಥೆಯ ಬಾವುಟ

ವಿಶ್ವಸಂಸ್ಥೆಯು ತನ್ನದೇ ಆದಂತಹ ಬಾವುಟವನ್ನು ಹೊಂದಿದೆ. ಈ ಬಾವುಟವು ಆಕಾಶನೀಲಿ ಬಣ್ಣದ್ದಾಗಿದ್ದು ಇದರ ನಡುವೆ ಪ್ರಪಂಚದ ಪೋಲಾರ್ ನಕಾಶೆಯಿದೆ. ಅದನ್ನು ಎರಡು ಆಲೀವ್ ವೃಕ್ಷದ ಕೊಂಬೆಗಳು ಸುತ್ತುವರಿದಿವೆ. ಈ ಎರಡು ಆಲಿವ್ ಕೊಂಬೆಗಳು ಶಾಂತಿಯ ಧ್ಯೋತಕಗಳಾಗಿವೆ.

ವಿಶ್ವಸಂಸ್ಥೆಯ ಪ್ರಮುಖ ಅಂಗಗಳು

ವಿಶ್ವಸಂಸ್ಥೆಯು ತನ್ನ ಕಾರ್ಯಕಲಾಪಗಳನ್ನು ಪ್ರಮುಖವಾಗಿ 6 ಅಂಗಗಳ ಮೂಲಕ ನಿರ್ವಹಿಸುತ್ತದೆ ಅವುಗಳೆಂದರೆ–

1. ಸಾಮಾನ್ಯ ಸಭೆ –General Assembly
2. ಭದ್ರತಾ ಸಮಿತಿ –Security Council
3. ಆರ್ಥಿಕ ಮತ್ತು ಸಾಮಾಜಿಕ ಸಮಿತಿ–Economic & Social Council
4. ವಿಶ್ವಸ್ಥ ಮಂಡಳಿ–Trusteeship Council
5. ಅಂತರರಾಷ್ಟ್ರೀಯ ನ್ಯಾಯಾಲಯ –International Court of Justice
6. ಪ್ರಧಾನ ಕಾರ್ಯಾಲಯ –The Secretariat

1. ಸಾಮಾನ್ಯ ಸಭೆ – General Assembly

ವಿಶ್ವಸಂಸ್ಥೆಯ ಪ್ರಧಾನ ಹಾಗೂ ಪ್ರಥಮ ಅಂಗವೇ ಸಾಮಾನ್ಯ ಸಭೆ. ಇದು ವಿಶ್ವದ ಶಾಸಕಾಂಗದ ರೀತಿಯಲ್ಲಿ ಕಾರ್ಯವನ್ನು ನಿರ್ವಹಿಸುತ್ತದೆ. ಯಾವುದೇ ಶಾಂತಿಪ್ರಿಯ ರಾಷ್ಟ್ರವಾದರೂ ಇದರ ಸದಸ್ಯತ್ವವನ್ನು ಪಡೆಯಲು ಅವಕಾಶವಿದೆ. ಪ್ರತಿಯೊಂದು ರಾಷ್ಟ್ರವೂ ತನ್ನ ಐದು ಜನ ಪ್ರತಿನಿಧಿಗಳನ್ನು ಸಾಮಾನ್ಯ ಸಭೆಗೆ ಕಳುಹಿಸುತ್ತದೆ. ಆದರೆ ಪ್ರತಿಯೊಂದು ರಾಷ್ಟ್ರಕ್ಕೂ ಕೇವಲ ಒಂದೇ ಮತವನ್ನು ಚಲಾಯಿಸುವ ಹಕ್ಕಿರುತ್ತದೆ. ಜನವರಿ 10 1946ರಂದು ಪ್ರಥಮ ಬಾರಿಗೆ ಸಾಮಾನ್ಯ ಸಭೆಯು ಸಭೆ ಸೇರಿತು. ಭಾರತವು ಅಕ್ಟೋಬರ್ 30 1945ರಲ್ಲಿ ವಿಶ್ವಸಂಸ್ಥೆಯ ಸದಸ್ಯತ್ವವನ್ನು ಪಡೆಯಿತು.

ಸಾಮಾನ್ಯ ಸಭೆಯು ಪ್ರತಿವರ್ಷ ಸೆಪ್ಟೆಂಬರ್ ತಿಂಗಳಿನ 3ನೇ ಮಂಗಳವಾರದಂದು ಸಭೆ ಸೇರುವುದು. ಈ ಸಭೆಯು 2 ತಿಂಗಳ ಕಾಲ ನಡೆಯಬಹುದು. ಭದ್ರತಾ ಸಮಿತಿಯ ಸಲಹೆಯ ಮೇರೆಗೆ ಯಾವಾಗ ಬೇಕಾದರೂ ವಿಶೇಷ ಅಧಿವೇಶನ ಸೇರಬಹುದಾಗಿದೆ. ಇವೆರಡರ ನಡುವೆ 24 ಗಂಟೆಗಳ ಕಾಲಾವಕಾಶ ಬೇಕಾಗುತ್ತದೆ. ವಿಶೇಷ ಅಧಿವೇಶದಲ್ಲಿ ಭಾಗಿಗಳಾಗಲು ಪ್ರತಿಯೊಂದು ರಾಷ್ಟ್ರವೂ ತನ್ನ ಖಾಯಂ ಪ್ರತಿನಿಧಿಗಳನ್ನು ವಿಶ್ವಸಂಸ್ಥೆಯ ಮುಖ್ಯ ಕಛೇರಿ ಇರುವಲ್ಲಿ ಇಟ್ಟಿರುತ್ತದೆ.

ಪ್ರತಿಯೊಂದು ಅಧಿವೇಶನದಲ್ಲಿಯೂ ಒಬ್ಬ ಅಧ್ಯಕ್ಷ ಹಾಗೂ 7 ಜನ ಉಪಾಧ್ಯಕ್ಷರನ್ನು ಸಾಮಾನ್ಯ ಸಭೆಯೇ ಚುನಾಯಿಸಿಕೊಂಡು ತನ್ನ ಕಾರ್ಯಕಲಾಪಗಳನ್ನು ನಡೆಸಿಕೊಳ್ಳುತ್ತದೆ. ವಿಶ್ವಸಂಸ್ಥೆಯ ಸಾಮಾನ್ಯ ಸಭೆಯ ಮೊದಲ ಭಾರತೀಯ ಮಹಿಳಾ ಅಧ್ಯಕ್ಷೆ ಶ್ರೀಮತಿ ವಿಜಯಲಕ್ಷ್ಮಿ ಪಂಡಿತ್.

ಸಾಮಾನ್ಯ ಸಭೆಯು ತನ್ನ ತೀರ್ಮಾನಗಳನ್ನು 2 ವಿಧವಾದ ಮತ ಚಲಾವಣೆಯ ಮೂಲಕ ತೆಗೆದುಕೊಳ್ಳುತ್ತದೆ. ಪ್ರಮುಖ ವಿಷಯಗಳಿಗೆ ಸಂಬಂಧಿಸಿದಂತೆ ತೀರ್ಮಾನಗಳನ್ನು ಹಾಜರಿರುವ ಸದಸ್ಯರ ಮೂರನೆಯ ಎರಡರಷ್ಟು ಸದಸ್ಯರ ಬಹುಮತದ ಮೂಲಕ ಕೈಗೊಳ್ಳುತ್ತದೆ. ಇತರ ವಿಷಯಗಳನ್ನು ಸರಳ ಬಹುಮತದ ಮೂಲಕ ಕೈಗೊಳ್ಳಬಹುದಾಗಿದೆ.

ಸಾಮಾನ್ಯ ಸಭೆಯು 6 ಪ್ರಮುಖವಾದ ಸಮಿತಿಗಳ ಮೂಲಕ ತನ್ನ ಕಾರ್ಯಗಳನ್ನು ನಿರ್ವಹಿಸುತ್ತದೆ. ಅವುಗಳೆಂದರೆ

1. ವಿಶೇಷ ರಾಜಕೀಯ ಸಮಿತಿ
2. ಆರ್ಥಿಕ ಮತ್ತು ಹಣಕಾಸಿನ ಸಮಿತಿ
3. ಸಾಮಾಜಿಕ, ಮಾನವೀಯ ಮತ್ತು ಸಾಂಸ್ಕೃತಿಕ ಸಮಿತಿ
4. ವಿಶ್ವಸ್ಥ ಸಮಿತಿ
5. ಆಡಳಿತ ಮತ್ತು ಆಯವ್ಯಯ ಸಮಿತಿ
6. ಕಾನೂನಿನ ಸಮಿತಿ.

ಇಷ್ಟೇ ಅಲ್ಲದೆ ತನ್ನ ಕಾರ್ಯಗಳನ್ನು ಯಶಸ್ವಿಯಾಗಿ ಪೂರೈಸುವ ಸಲುವಾಗಿ ವಿಶೇಷ ಸಮಿತಿ ಮತ್ತು ಉಪಸಮಿತಿಗಳನ್ನು ನೇಮಿಸುತ್ತದೆ.

ಉದಾ: ಅಣುಶಕ್ತಿಯನ್ನು ಶಾಂತಿಯುತವಾಗಿ ಬಳಸುವುದಕ್ಕಾಗಿ ಒಂದು ಸಮಿತಿ, ತುರ್ತುಪರಿಸ್ಥಿತಿಗಾಗಿ ಸೈನಿಕ ದಳವನ್ನು ಕೂಡಿಸಲು ಸಲಹಾ ಸಮಿತಿ ಇತ್ಯಾದಿ.

ಸಾಮಾನ್ಯ ಸಭೆಯ ಅಧಿಕಾರಗಳು ಮತ್ತು ಕಾರ್ಯಗಳು:

ಸಾಮಾನ್ಯ ಸಭೆಯ ಅಧಿಕಾರ ಮತ್ತು ಕಾರ್ಯಗಳು ಹೀಗಿವೆ.

1. ಸಾಮಾನ್ಯ ಸಭೆಯು ವಿಶ್ವಸಂಸ್ಥೆಯ ಶಾಸಕಾಂಗವೆನಿಸಿಕೊಂಡಿದೆ. ವಿಶ್ವದ ಪ್ರಮುಖವಾದ ಸಮಸ್ಯೆಗಳ ಬಗ್ಗೆ ಚರ್ಚಿಸುವ, ಟೀಕಿಸುವ, ವಿಮರ್ಶಿಸುವ ಹಾಗೂ ನಿರ್ಣಯಗಳನ್ನು ಕೈಗೊಳ್ಳುವ ಅಧಿಕಾರವನ್ನು ಹೊಂದಿದೆ. ಸಾಮಾನ್ಯ ಸಭೆಯು ತಾಮ್ರಪಟದ ವ್ಯಾಪ್ತಿಯೊಳಗೆ ಬರುವ ಯಾವುದೇ ವಿಷಯವನ್ನು ಮತ್ತು ಯಾವುದೇ ಅಂಗದ ಕಾರ್ಯ ಮತ್ತು ಅಧಿಕಾರಗಳ ಬಗ್ಗೆ ಚರ್ಚಿಸಬಹುದು. ತನ್ನ ಸದಸ್ಯ ರಾಷ್ಟ್ರಗಳಿಗೆ ಅಥವಾ ಭದ್ರತಾಮಂಡಳಿಗೆ ಸಂಬಂಧಿಸಿದ ಯಾವುದೇ ವಿಷಯದ ಮೇಲೆ ತನ್ನ ಶಿಫಾರಸ್ಸುಗಳನ್ನು ಮಾಡಬಹುದಾಗಿದೆ.
2. ಅಂತರರಾಷ್ಟ್ರೀಯ ಶಾಂತಿಯನ್ನು ಕಲಕುವಂತಹ ಸನ್ನಿವೇಶವು ಉದ್ಭವವಾದರೆ ಆ ವಿಷಯವನ್ನು ಭದ್ರತಾ ಸಮಿತಿಯ ಗಮನಕ್ಕೆ ತರಬಹುದು ಮತ್ತು ಈ ವಿಷಯಕ್ಕೆ ಸಂಬಂಧಿಸಿದಂತೆ ಭದ್ರತಾ ಮಂಡಳಿಗೆ ತನ್ನ ಸಲಹೆ ಸೂಚನೆಯನ್ನು ನೀಡುವ ಅಧಿಕಾರವನ್ನು ಸಾಮಾನ್ಯ ಸಭೆಯು ಹೊಂದಿದೆ.
3. ಅಂತರರಾಷ್ಟ್ರೀಯ ಸಹಕಾರವನ್ನು ವೃದ್ಧಿಸುವ ಹಾದಿಯಲ್ಲಿ ಶಸ್ತ್ರೀಕರಣ ಮತ್ತು ನಿಶ್ಯಸ್ತ್ರೀಕರಣ ಇವುಗಳ ಬಗ್ಗೆ ಸಾಮಾನ್ಯ ಸಭೆಯು ತನ್ನ ಸಭೆಯಲ್ಲಿ ಚರ್ಚಿಸಿ ಶಿಫಾರಸ್ಸುಗಳನ್ನು ಭದ್ರತಾ ಮಂಡಳಿಗೆ ಕಳುಹಿಸಬಹುದಾಗಿದೆ.
4. ವಿಶ್ವಸಂಸ್ಥೆಗೆ ಹೊಸ ಸದಸ್ಯರನ್ನು ನೇಮಿಸಿಕೊಳ್ಳಬೇಕಾದಾಗ ಭದ್ರತಾ ಮಂಡಳಿಯ ಸಲಹೆಯ ಮೇರೆಗೆ ಸಾಮಾನ್ಯ ಸಭೆಯು ತನ್ನ ಅಧಿವೇಶನದಲ್ಲಿ ಮತದಾನವನ್ನು ನಡೆಸಿ, ಆ ಮೂಲಕ ಹೊಸ ಸದಸ್ಯರ ಸೇರ್ಪಡೆಗೆ ಅವಕಾಶ ಮಾಡಿಕೊಡುತ್ತದೆ ಮತ್ತು ಭದ್ರತಾ ಮಂಡಳಿಯ ಶಿಫಾರಸ್ಸಿನ ಅನ್ವಯ ಕೆಲವು ರಾಷ್ಟ್ರಗಳನ್ನು ತಾತ್ಕಾಲಿಕ ಅಥವಾ ತಾತ್ಪೂರ್ವಕವಾಗಿ ಹೊರಹಾಕಬಹುದಾಗಿದೆ.
5. ಭದ್ರತಾ ಮಂಡಳಿಗೆ 10 ಶಾಶ್ವತವಲ್ಲದ ಸದಸ್ಯರನ್ನು ಚುನಾಯಿಸುವ, ಆರ್ಥಿಕ ಮತ್ತು ಸಾಮಾಜಿಕ ಸಮಿತಿಗೆ 18 ಜನರನ್ನು, ವಿಶ್ವಸ್ಥ ಮಂಡಳಿಗೆ ಕೆಲವು ಸದಸ್ಯರನ್ನು ನೇಮಿಸುವ, ಭದ್ರತಾ ಮಂಡಳಿಯ ಜೊತೆ ಸೇರಿ ಅಂತರರಾಷ್ಟ್ರೀಯ ನ್ಯಾಯಾಲದ ನ್ಯಾಯಾಧೀಶರನ್ನು ಒಂಬತ್ತು ವರ್ಷಗಳ ಅವಧಿಗೆ ಆಯ್ಕೆ ಮಾಡುವ ಮತ್ತು ಮಹಾಕಾರ್ಯದರ್ಶಿಯನ್ನು ನೇಮಿಸುವ ಅಧಿಕಾರಗಳನ್ನು ಸಾಮಾನ್ಯ ಸಭೆಯು ಹೊಂದಿದೆ.
6. ವಿಶ್ವಸಂಸ್ಥೆಯ ತಾಮ್ರಪಟದ ತಿದ್ದುಪಡಿಯನ್ನು ಮಾಡುವ, ಪರಿಷ್ಕರಿಸುವ ಹಾಗೂ ಅವಶ್ಯಕವಿದ್ದರೆ ಅಂತರರಾಷ್ಟ್ರೀಯ ಕಾನೂನುಗಳನ್ನು ಸಿದ್ಧಪಡಿಸುವಂತಹ ಅಧಿಕಾರವು ವಿಶ್ವಸಂಸ್ಥೆಯ ಸಾಮಾನ್ಯ ಸಭೆಗೆ ಇದೆ. ಪ್ರಣಾಳಿಕೆಯ ತಿದ್ದುಪಡಿಗೆ ಸಾಮಾನ್ಯ ಸಭೆಯ ಸದಸ್ಯ ರಾಷ್ಟ್ರಗಳಲ್ಲಿ $^2/_3$ ಸದಸ್ಯರ ಬೆಂಬಲ ಮತ್ತು ಭದ್ರತಾ ಸಮಿತಿಯ ಒಪ್ಪಿಗೆಯ ಅವಶ್ಯಕತೆ ಇದೆ.
7. ಅಂತರ ರಾಷ್ಟ್ರೀಯ ಶಾಂತಿ–ಸುಭದ್ರತೆಯನ್ನು ಕಾಪಾಡಿಕೊಂಡು ಬರುವ ನಿಟ್ಟಿನಲ್ಲಿ ಭದ್ರತಾ ಮಂಡಳಿಯು ಕೈಗೊಂಡಿರುವಂತಹ ಕಾರ್ಯಕ್ರಮಗಳ ಬಗೆಗಿನ ವಾರ್ಷಿಕ ವರದಿಯನ್ನು ತರಿಸಿಕೊಂಡು ಅದನ್ನು ತನ್ನ ಸದಸ್ಯ ರಾಷ್ಟ್ರಗಳಿಗೆ ತಿಳಿಸುತ್ತದೆ.
8. ಆರ್ಥಿಕ ಮತ್ತು ಸಾಮಾಜಿಕ ಸಮಿತಿಯ ಸಮ್ಮೇಳನವನ್ನು ಕರೆಯಲು ಅಥವಾ ಇದು ಇತರ ಸಂಸ್ಥೆಗಳೊಂದಿಗೆ ಒಪ್ಪಂದವನ್ನ ಮಾಡಿಕೊಳ್ಳಲು ಅಥವಾ ಅಂತರ ರಾಷ್ಟ್ರೀಯ ಜಾಗತಿಕ ನ್ಯಾಯಾಲಯದ ಸಲಹೆಯನ್ನು ಪಡೆಯಬೇಕಾದಂತಹ ಸಮಯದಲ್ಲಿ ಸಾಮಾನ್ಯ ಸಭೆಯ ಒಪ್ಪಿಗೆಯು ಅತ್ಯಾವಶ್ಯಕವಾಗಿರುತ್ತದೆ.
9. ಸಾಮಾನ್ಯ ಸಭೆಯ ನೇರ ಮೇಲ್ವಿಚಾರಣೆ ಮತ್ತು ನಿಯಂತ್ರಣದನ್ವಯ ವಿಶ್ವಸ್ಥಮಂಡಳಿ ಕಾರ್ಯನಿರ್ವಹಿಸಬೇಕಾಗುತ್ತದೆ ಮತ್ತು ಕಾರ್ಯಾಲಯದ ಸಿಬ್ಬಂದಿಗಳ ಬಗ್ಗೆಯೂ ಸಹ ಸಾಮಾನ್ಯ ಸಭೆಯು ಕೆಲವು ನೀತಿ ನಿಯಮಗಳನ್ನು ರೂಪಿಸಿ ಅದರ ಅನ್ವಯ ನಡೆದುಕೊಳ್ಳುವಂತೆ ನೋಡಿಕೊಳ್ಳುತ್ತದೆ.
10. ವಿಶ್ವಸಂಸ್ಥೆಯ ಪ್ರತಿಯೊಂದು ಸದಸ್ಯ ರಾಷ್ಟ್ರವು ಸಂಸ್ಥೆಯ ಖರ್ಚಿನಲ್ಲಿ ಎಷ್ಟುಪಾಲು ಹಣವನ್ನು ನೀಡಬೇಕೆಂಬುದನ್ನು ಸಾಮಾನ್ಯ ಸಭೆಯು ನಿರ್ಧರಿಸುತ್ತದೆ. ವಾರ್ಷಿಕ ಆಯವ್ಯಯ ಪಟ್ಟಿಯನ್ನು ಒಪ್ಪುವ ಅಧಿಕಾರವನ್ನು ಸಹ ಹೊಂದಿದೆ.

ಹೀಗೆ ಸಾಮಾನ್ಯ ಸಭೆಯ ಅಧಿಕಾರದ ವ್ಯಾಪ್ತಿಯು ವಿಶಾಲವಾಗಿರುವುದನ್ನು ಕಾಣಬಹುದಾಗಿದೆ. ವಿಶ್ವಸಂಸ್ಥೆಯ ಕಾರ್ಯಾಂಗದ ರೀತಿಯಲ್ಲಿರುವ ಭದ್ರತಾ ಸಮಿತಿಯು ವಿಶ್ವಶಾಂತಿ ಮತ್ತು ಭದ್ರತೆಯನ್ನು ಕಾಪಾಡುವ ವಿಷಯದಲ್ಲಿ ಅಂತಿಮ ನಿರ್ಧಾರವನ್ನು ಕೈಗೊಳ್ಳುತ್ತದೆ. ಪ್ರಪಂಚದ ಐದು ಶಕ್ತಿಶಾಲಿ ಬೃಹತ್ ರಾಷ್ಟ್ರಗಳು ವೀಟೊ ಅಧಿಕಾರವನ್ನು

ಪಡೆದಿವೆ. ಅದರಲ್ಲಿಯೂ ಮುಖ್ಯವಾಗಿ ಅಮೆರಿಕಾ ಮತ್ತು ರಷ್ಯಾ ದೇಶಗಳೆರಡು ವಿರುದ್ಧವಾದ ರಾಜಕೀಯ ವ್ಯವಸ್ಥೆಗಳನ್ನು ಹೊಂದಿರುವುದರಿಂದ ಅವುಗಳ ನಡುವೆ ಸಹಕಾರಕ್ಕೆ ಬದಲು ಅಸಹಕಾರ ದಿನದಿಂದ ದಿನಕ್ಕೆ ವೃದ್ಧಿಸುತ್ತಿದೆ. ಅಂತರರಾಷ್ಟ್ರೀಯ ಶಾಂತಿಯನ್ನು ಕಾಪಾಡುವ ಹಂತದಲ್ಲಿ ಇವೆರಡರಲ್ಲಿ ಒಂದಲ್ಲ ಒಂದು ರಾಷ್ಟ್ರಗಳು ಅಡ್ಡಗಾಲನ್ನು ಹಾಕುತ್ತಿವೆ. ಇಂತಹ ಪರಿಸ್ಥಿತಿಯನ್ನು ಹೋಗಲಾಡಿಸುವುದಕ್ಕಾಗಿ ವಿಶ್ವಸಂಸ್ಥೆಯಲ್ಲಿ 1950ರಲ್ಲಿ ವಿಶೇಷ ನಿರ್ಣಯವನ್ನು ಪಾಸು ಮಾಡುವುದರ ಮೂಲಕವಾಗಿ ಸಾಮಾನ್ಯ ಸಭೆಗೆ ಹೊಸ ಅಧಿಕಾರವನ್ನು ವಹಿಸಿಕೊಡಲಾಯಿತು. 1950ರಲ್ಲಿ ಸಾಮಾನ್ಯ ಸಭೆಯಲ್ಲಿ "ಶಾಂತಿಗಾಗಿ ಐಕ್ಯತೆ" "Uniting for Peace" ಎಂಬ ನಿರ್ಣಯವನ್ನು ಅಂಗೀಕರಿಸಲಾಯಿತು.

ಶಾಂತಿಗಾಗಿ ಐಕ್ಯತೆ – (Uniting for Peace) ಇದರ ಅನ್ವಯ "ಭದ್ರತಾ ಸಮಿತಿಯು ವಿಶ್ವಶಾಂತಿ ಮತ್ತು ಸುಭದ್ರತೆಯನ್ನು ಕಾಪಾಡಲು ವಿಫಲವಾದಂತಹ ಸಂದರ್ಭದಲ್ಲಿ ಆ ಕಾರ್ಯವನ್ನು ಯಶಸ್ವಿಯಾಗಿ ನಿರ್ವಹಿಸಲು ಸಾಮಾನ್ಯ ಸಭೆಗೆ ಅಧಿಕಾರವನ್ನು ನೀಡಲಾಯಿತು. ಅಂತಹ ಸಮಯದಲ್ಲಿ ಸಾಮಾನ್ಯ ಸಭೆಯು 24ಗಂಟೆಗಳ ಅವಧಿಯಲ್ಲಿ ಕ್ರಮ ತೆಗೆದುಕೊಂಡು ಸದಸ್ಯ ರಾಷ್ಟ್ರಗಳ ಬೆಂಬಲದೊಂದಿಗೆ ವಿಶ್ವಶಾಂತಿಯನ್ನು ಕಾಪಾಡಬೇಕು. ಇದು ಬಹುಮುಖ್ಯವಾದಂತಹ ಗೊತ್ತುವಳಿಯಾಯಿತು. ಇದಕ್ಕೆ ಸಾಮಾನ್ಯ ಸಭೆಯಲ್ಲಿ ಅಂಗೀಕಾರ ಪಡೆಯಲಾಯಿತು. ಇದನ್ನು ರಷ್ಯಾ ಮತ್ತು ಇನ್ನಿತರ ರಾಷ್ಟ್ರಗಳು ಪ್ರಬಲವಾಗಿ ವಿರೋಧಿಸಿದ್ದವು. ಇವು ವಿಶ್ವಸಂಸ್ಥೆಯ ತಾಮ್ರಪಟದಲ್ಲಿ ಸಾಮಾನ್ಯ ಸಭೆಗೆ ಈ ಅಧಿಕಾರವನ್ನು ನೀಡಿಲ್ಲವೆಂದು ವಾದಿಸಿದವು. ಜೊತೆಗೆ ಅಂತಿಮ ಅಧಿಕಾರವೆಲ್ಲವೂ ಭದ್ರತಾ ಸಮಿತಿಯ ಕೈಯಲ್ಲಿಯೇ ಇರಬೇಕೆಂದು ಸಹ ಹೇಳಿದವು. ಈ ವಾದಗಳ ನಡುವೆಯೂ ಸಾಮಾನ್ಯ ಸಭೆಗೆ ನೀಡಿರುವ ಈ ಪ್ರಮುಖ ಅಧಿಕಾರವು ಅದನ್ನು ಪುನಶ್ಚೇತನಗೊಳಿಸುವಲ್ಲಿ ಸಹಾಯಕವಾಗಿದೆ ಎಂಬುದರಲ್ಲಿ ಸಂಶಯವಿಲ್ಲ.

ಈ ಶಾಂತಿಗಾಗಿ ಐಕ್ಯತೆ ಗೊತ್ತುವಳಿಯನ್ನು ಪಾಸು ಮಾಡಿದ್ದರಿಂದ ಇನ್ನು ಮುಂದೆ ಸಾಮೂಹಿಕ ಭದ್ರತೆಯ ಜವಾಬ್ದಾರಿಯು ಸಾಮಾನ್ಯ ಸಭೆಯ ಹೆಗಲಿಗೇರಿತು. ಇದರ ಅನ್ವಯ–ಇನ್ನು ಮುಂದೆ ಪ್ರಪಂಚದ ಐದು ಬೃಹತ್ ರಾಷ್ಟ್ರಗಳ ಒಪ್ಪಿಗೆ ಇಲ್ಲದಿದ್ದರೂ ಕೂಡ ಪ್ರಪಂಚದ ಶಾಂತಿಗೆ ಧಕ್ಕೆಯಾಗುತ್ತಿದೆ ಎಂದು ಕಂಡುಬಂದರೆ ಅದಕ್ಕೆ ತಕ್ಕಂತಹ ಪರಿಹಾರವನ್ನು ಸಾಮಾನ್ಯ ಸಭೆಯೇ ಕೈಗೊಳ್ಳಬಹುದು. ತನ್ನ ಸದಸ್ಯ ರಾಷ್ಟ್ರಗಳಿಂದ ಸೈನಿಕ ಸಹಾಯವನ್ನು ಪಡೆದು ಅಂತರರಾಷ್ಟ್ರೀಯ ಶಾಂತಿಗೆ ಧಕ್ಕೆಯನ್ನು ಉಂಟುಮಾಡುವ ಆಕ್ರಮಣಕಾರರನ್ನು ಎದುರಿಸಬಹುದು. ಮೊದಲ ಬಾರಿಗೆ 1956ರಲ್ಲಿ ಈ ಗೊತ್ತುವಳಿಯ ಪ್ರಕಾರ 'ಸೂಯೆಜ್ ಕಾಲುವೆ' ಬಿಕ್ಕಟ್ಟಿಗೆ ಸಂಬಂಧಿಸಿದಂತೆ ಬ್ರಿಟಿಷ್ ಮತ್ತು ಫ್ರೆಂಚರ ವಿರುದ್ಧ ಸಾಮಾನ್ಯ ಸಭೆಯು ಕ್ರಮ ಕೈಗೊಂಡಿತು. ಶಾಂತಿಗಾಗಿ ಐಕ್ಯತೆ ಗೊತ್ತುವಳಿಯಿಂದಾಗಿ ಸಾಮಾನ್ಯ ಸಭೆಯು ತನ್ನ ಅಧಿಕಾರದೊಂದಿಗೆ ತನ್ನ ವರ್ಚಸ್ಸನ್ನು ಹೆಚ್ಚಿಸಿಕೊಂಡಿದೆ ಎಂದರೆ ಅತಿಶಯೋಕ್ತಿ ಆಗಲಾರದು.

2. ಭದ್ರತಾ ಸಮಿತಿ (Security Council)

ವಿಶ್ವಸಂಸ್ಥೆಯ ಕಾರ್ಯಾಂಗವೆಂದು ಕರೆಯಲ್ಪಡುವ ಭದ್ರತಾ ಸಮಿತಿಯು ವಿಶ್ವಶಾಂತಿ ಮತ್ತು ಭದ್ರತೆಯನ್ನು ಕಾಪಾಡುವ ಮೂಲಕ ಮೂರನೆಯ ಮಹಾಯುದ್ಧವನ್ನು ತಡೆಯುವ ಜವಾಬ್ದಾರಿಯನ್ನು ಹೊಂದಿದೆ.

ಭದ್ರತಾ ಮಂಡಳಿಯು ಐದು ಖಾಯಂ ಸದಸ್ಯರಾಷ್ಟ್ರಗಳನ್ನು ಹೊಂದಿದೆ. ಅವುಗಳೆಂದರೆ ಅಮೇರಿಕಾ, ಇಂಗ್ಲೆಂಡ್, ಚೀನಾ, ರಷ್ಯಾ ಮತ್ತು ಫ್ರಾನ್ಸ್. 10 ಶಾಶ್ವತವಲ್ಲದ ಸದಸ್ಯ ರಾಷ್ಟ್ರಗಳನ್ನು ಹೊಂದಿದೆ. ಈ ಶಾಶ್ವತವಲ್ಲದ ಸದಸ್ಯ ರಾಷ್ಟ್ರಗಳು ಸಾಮಾನ್ಯ ಸಭೆಯ $^2/_3$ ಬಹುಮತದಿಂದ ಆಯ್ಕೆಗೊಳ್ಳುತ್ತವೆ. ಭದ್ರತಾ ಮಂಡಳಿಯ ಒಟ್ಟು ಸದಸ್ಯರ ಸಂಖ್ಯೆ 15. ಹತ್ತು ಶಾಶ್ವತವಲ್ಲದ ಸದಸ್ಯರನ್ನು ಕೆಳಕಂಡ ತತ್ವಗಳಿಗೆ ಅನುಸಾರವಾಗಿ ಆಯ್ಕೆಮಾಡಲಾಗುತ್ತದೆ. ಆಫ್ರೋ–ಏಷ್ಯನ್ ರಾಷ್ಟ್ರಗಳು 5, ಪೂರ್ವ ಯೂರೋಪಿನಿಂದ 1 ರಾಷ್ಟ್ರ. ಲ್ಯಾಟಿನ್ ಅಮೇರಿಕಾದಿಂದ 2 ರಾಷ್ಟ್ರಗಳು ಮತ್ತು ಪಶ್ಚಿಮ ಯೂರೋಪ್ ಇತರೆ 2 ರಾಷ್ಟ್ರಗಳು. ಈ ತಾತ್ಕಾಲಿಕ ಸದಸ್ಯ ರಾಷ್ಟ್ರಗಳ ಅವಧಿ 2 ವರ್ಷಗಳು. ಇವುಗಳನ್ನು ಆಯ್ಕೆ ಮಾಡುವಂತಹ ಸಮಯದಲ್ಲಿ ಭೌಗೋಳಿಕ ಪ್ರಾತಿನಿಧ್ಯ, ಸ್ಪರ್ಧಿಗಳು, ವಿಶ್ವಶಾಂತಿ ಮತ್ತು ಭದ್ರತೆಯಲ್ಲಿ ಸಲ್ಲಿಸುವ ಸೇವೆಯನ್ನು ಪರಿಗಣಿಸಲಾಗುತ್ತಿದೆ. ನಿವೃತ್ತವಾಗುವ ಸದಸ್ಯ ರಾಷ್ಟ್ರಗಳು ತಕ್ಷಣವೇ ಮರುಚುನಾವಣೆಗೆ ಸ್ಪರ್ಧಿಸಲು ಅವಕಾಶವಿಲ್ಲ. ಕಾರಣ ಹೆಚ್ಚಿನ ರಾಷ್ಟ್ರಗಳು ಭದ್ರತಾ ಸಮಿತಿಯ ಸದಸ್ಯತ್ವದ ಹೊಣೆಗಾರಿಕೆಯನ್ನು ನಿರ್ವಹಿಸಲಿ ಎಂಬುದಾಗಿದೆ. ಇಂದು ವಿಶ್ವಸಂಸ್ಥೆಯ ಸದಸ್ಯ ರಾಷ್ಟ್ರಗಳ ಸಂಖ್ಯೆಯು 185ಕ್ಕೆ ಏರಿದೆ.

ಭದ್ರತಾ ಸಮಿತಿಯ ಸದಸ್ಯತ್ವದ ಹೆಚ್ಚಳಕ್ಕೆ ಭಾರತವು ಸಹ ಬೆಂಬಲ ನೀಡುತ್ತಿದೆ. ಭಾರತ ಸಹ ಖಾಯಂ ಸದಸ್ಯತ್ವಕ್ಕೆ ಪ್ರಯತ್ನಿಸುತ್ತಿದೆ. ಆದರೆ ಅಮೇರಿಕಾದ ದೃಷ್ಟಿಯಲ್ಲಿ ಖಾಯಂ ಸದಸ್ಯತ್ವಕ್ಕೆ ಅರ್ಹ ರಾಷ್ಟ್ರಗಳೆಂದರೆ ಜಪಾನ್ ಮತ್ತು ಜರ್ಮನಿ. ಭಾರತವನ್ನು ಒಳಗೊಂಡಂತೆ ಮತ್ತೆ ಕೆಲವು ರಾಷ್ಟ್ರಗಳು ಖಾಯಂ ಸದಸ್ಯತ್ವಕ್ಕಾಗಿ ಪ್ರಯತ್ನಶೀಲರಾಗುತ್ತಿರುವುದರ ಬಗ್ಗೆ ಅಮೇರಿಕಾವು– ಈ ವಿಷಯವನ್ನು ಇನ್ನೂ ಪರಿಶೀಲಿಸಿಲ್ಲ ಎಂದಿದೆ. 1995ರಲ್ಲಿ ವಿಶ್ವಸಂಸ್ಥೆಯು "ಈ ಸಮಸ್ಯೆಯನ್ನು

ಇನ್ನೂ ಒಂದು ವರ್ಷದವರೆಗೆ ಕೈಗೆತ್ತಿಕೊಳ್ಳುವುದಿಲ್ಲ" ಎಂದು ಸ್ಪಷ್ಟಪಡಿಸಿದೆ. ಭದ್ರತಾ ಸಮಿತಿಯು ಸದಾ ಕಾಲವು ಅಧಿವೇಶನದಲ್ಲಿ ಇರುವಂತೆ ರಚಿಸಲ್ಪಟ್ಟಿದೆ. ನಿಯತಕಾಲದ ಅಧಿವೇಶನಗಳನ್ನು ನಡೆಸಲೇಬೇಕಾಗುತ್ತದೆ. ಎರಡು ಅಧಿವೇಶನಗಳ ನಡುವಿನ ಅವಧಿಯು 14 ದಿನಗಳಿಗಿಂತ ಹೆಚ್ಚಾಗಿರಬಾರದು. ವಿಶ್ವಶಾಂತಿ ಮತ್ತು ಭದ್ರತೆಗೆ ಕುಂದುಂಟಾಗುತ್ತದೆ ಎಂದು ಕಂಡುಬಂದ ತಕ್ಷಣ ವಿಶೇಷ ಅಧಿವೇಶನವು ಸಮಾವೇಶಗೊಳ್ಳಬೇಕಾಗುತ್ತದೆ. ಆ ಕಾರಣದಿಂದಾಗಿಯೇ ಪ್ರತಿಯೊಂದು ಸದಸ್ಯ ರಾಷ್ಟ್ರವು ತನ್ನ ಪ್ರತಿನಿಧಿಯೊಬ್ಬನನ್ನು ಖಾಯಂ ಆಗಿ ವಿಶ್ವಸಂಸ್ಥೆಯ ಕೇಂದ್ರ ಕಾರ್ಯಸ್ಥಾನದಲ್ಲಿ ನೇಮಿಸಿರಬೇಕಾಗುತ್ತದೆ. ಒಂದೊಂದು ಸದಸ್ಯ ರಾಷ್ಟ್ರವು ಆಂಗ್ಲ ಅಕ್ಷರ ಮಾಲೆಯ ಅನ್ವಯ ಒಂದೊಂದು ತಿಂಗಳು ಭದ್ರತಾ ಸಮಿತಿಯ ಅಧ್ಯಕ್ಷ ಸ್ಥಾನವನ್ನು ಅಲಂಕರಿಸುತ್ತದೆ. ಇದು ತನ್ನ ಸಭೆಯ ನೀತಿ ನಿಯಮಾವಳಿಗಳನ್ನು ರೂಪಿಸುವಲ್ಲಿ ಸ್ವಾತಂತ್ರ್ಯವನ್ನೂ ಪಡೆದಿದೆ.

ಭದ್ರತಾ ಮಂಡಳಿಯ ಕಾರ್ಯ ಕಲಾಪಗಳಲ್ಲಿ ಈ ಮಂಡಳಿಯ ಎಲ್ಲಾ ಖಾಯಂ ಹಾಗೂ ತಾತ್ಕಾಲಿಕ ಸದಸ್ಯರು ಭಾಗವಹಿಸುತ್ತಾರೆ. ಪ್ರತಿಯೊಂದು ರಾಷ್ಟ್ರವೂ ಒಂದೊಂದು ಮತಾಧಿಕಾರವನ್ನು ಹೊಂದಿರುತ್ತದೆ. ಆದರೆ ಸದಸ್ಯರಲ್ಲದ ಒಂದು ರಾಷ್ಟ್ರದ ಸಮಸ್ಯೆಯನ್ನು ಚರ್ಚಿಸುತ್ತಿದ್ದಂತಹ ಸಮಯದಲ್ಲಿ ಆ ರಾಷ್ಟ್ರವನ್ನು ಚರ್ಚೆಯ ಸಮಯದಲ್ಲಿ ಹಾಜರಾಗಲು ಅವಕಾಶವನ್ನು ನೀಡುತ್ತದೆ. ಆದರೆ ಆ ರಾಷ್ಟ್ರಕ್ಕೆ ಮತಾಧಿಕಾರದ ಅಧಿಕಾರವು ಇರುವುದಿಲ್ಲ.

ಭದ್ರತಾ ಮಂಡಳಿ ತನ್ನ ಸಭೆಯನ್ನು ಸಾಮಾನ್ಯವಾಗಿ ತನ್ನ ಕಛೇರಿಯಲ್ಲಿ ಕರೆಯುತ್ತದೆ. ಭದ್ರತಾ ಸಮಿತಿಯ ಕಛೇರಿಯು ನ್ಯೂಯಾರ್ಕಿನಲ್ಲಿದೆ. ಕೆಲವು ಸಲ ಅನುಕೂಲತೆಯ ದೃಷ್ಟಿಯಿಂದ ಇತರ ಸ್ಥಳಗಳಲ್ಲಿಯೂ ಸಭೆಯನ್ನು ನಡೆಸಬಹುದಾಗಿದೆ.

ಭದ್ರತಾಮಂಡಳಿಯ ಅಧಿಕಾರ ಮತ್ತು ಕಾರ್ಯಗಳು:

ಭದ್ರತಾಮಂಡಳಿಯು ಸಂಯುಕ್ತ ರಾಷ್ಟ್ರಸಂಘದ ಪ್ರಣಾಳಿಕೆಗೆ ಅನುಗುಣವಾಗಿ ಕಾರ್ಯವನ್ನು ನಿರ್ವಹಿಸುತ್ತದೆ. ತನ್ನೆಲ್ಲ ಸದಸ್ಯರ ಪರವಾಗಿ ಕಾರ್ಯನಿರ್ವಹಿಸುವ ಈ ಅಂಗವು ವಿಶ್ವಶಾಂತಿಯನ್ನು ಕಾಪಾಡುವಂತಹ ಮಹತ್ತರವಾದ ಕಾರ್ಯವನ್ನು ಹೊಂದಿದೆ.

1. ಅಂತರರಾಷ್ಟ್ರೀಯ ಶಾಂತಿ ಮತ್ತು ಸುಭದ್ರತೆಯನ್ನು ಕಾಪಾಡುವ ಜವಾಬ್ದಾರಿಯನ್ನು ಹೊಂದಿದೆ. ವಿಶ್ವಸಂಸ್ಥೆಯ ಪ್ರಣಾಳಿಕೆಯಲ್ಲಿ ಪ್ರಪಂಚದ ಶಾಂತಿಗೆ ಧಕ್ಕೆಯುಂಟಾಗುವಂತಹ ಸಮಸ್ಯೆ ಇದ್ದರೆ ಸಂಬಂಧಪಟ್ಟ ರಾಷ್ಟ್ರಗಳು ಸಂಧಾನ, ವಿಚಾರಣೆ, ಶಾಂತಿ ಒಪ್ಪಂದ, ಚರ್ಚೆ, ಪತ್ರ ವ್ಯವಹಾರಗಳ ಮೂಲಕ ಬಗೆಹರಿಸಿಕೊಳ್ಳಬೇಕು. ಸಂಬಂಧಪಟ್ಟ ರಾಷ್ಟ್ರಗಳು ಈ ಶಾಂತಿಯುತ ಮಾರ್ಗಗಳಲ್ಲಿ ಒಲವನ್ನು ತೋರದಿದ್ದಾಗ ವಿಶ್ವಸಂಸ್ಥೆಯೇ ಆ ರಾಷ್ಟ್ರಗಳನ್ನು ಕರೆದು ಸಮಸ್ಯೆಯ ಪರಿಹಾರಕ್ಕೆ ಸಲಹೆ ನೀಡುತ್ತದೆ. ಆದರೂ ಸಮಸ್ಯೆಯು ಪರಿಹಾರವನ್ನು ಕಾಣದೆ ಹೋದರೆ, ಅಂತರರಾಷ್ಟ್ರೀಯ ಶಾಂತಿಗೆ ಧಕ್ಕೆಯುಂಟಾದರೆ ಭದ್ರತಾಮಂಡಳಿಯು ಈ ಕೆಳಕಂಡ ಕ್ರಮಗಳನ್ನು ಕೈಗೊಳ್ಳುತ್ತದೆ.

ಎ) ಸಂಬಂಧಪಟ್ಟ ರಾಷ್ಟ್ರಗಳು ತಮ್ಮ ಸಮಸ್ಯೆಗಳನ್ನು ಪರಿಹರಿಸಿಕೊಳ್ಳುವಲ್ಲಿ ವಿಫಲತೆಯನ್ನು ಕಂಡರೆ, 41ನೇ ವಿಧಿ ಅನ್ವಯ ಆ ರಾಷ್ಟ್ರಗಳೊಂದಿಗೆ ಎಲ್ಲಾ ಸದಸ್ಯ ರಾಷ್ಟ್ರಗಳು ಆರ್ಥಿಕ ಸಂಬಂಧವನ್ನು, ರೈಲು, ಹಡಗು, ವಿಮಾನ, ಅಂಚೆ ಮತ್ತು ತಂತಿ ಹಾಗೂ ರೇಡಿಯೋ ಸಂಪರ್ಕವನ್ನು ಹಾಗೂ ರಾಯಭಾರಿ ಸಂಬಂಧಗಳನ್ನು ಕಡಿದು ಹಾಕಲು ಸೂಚಿಸಬಹುದು.

ಈ ಕ್ರಮಗಳಿಗೂ ಆಕ್ರಮಣಕಾರಿ ರಾಷ್ಟ್ರಗಳು ತಲೆಬಾಗದಿದ್ದಾಗ ಅನಿವಾರ್ಯವಾಗಿ ಭದ್ರತಾ ಮಂಡಳಿಯು ಎಲ್ಲಾ ಸದಸ್ಯ ರಾಷ್ಟ್ರಗಳಿಂದ ಸೈನ್ಯವನ್ನು ಕಳುಹಿಸುವಂತೆ ಕೇಳಿಕೊಂಡು ಆ ರಾಷ್ಟ್ರಗಳ ವಿರುದ್ಧ ಸೈನಿಕ ಕಾರ್ಯಚರಣೆಯಲ್ಲಿ ತೊಡಗುತ್ತದೆ.

ಉದಾ: ಕೊರಿಯಾ ಯುದ್ಧದಲ್ಲಿ ಭದ್ರತಾ ಸಮಿತಿಯು ಸೈನಿಕ ಕಾರ್ಯಾಚರಣೆಯನ್ನು ಮಾಡಿತ್ತು.

ಬಿ) ಯಾವುದೇ ಒಂದು ರಾಷ್ಟ್ರವು ಸ್ವಂತ ರಕ್ಷಣೆಗಾಗಿ ಇತರ ರಾಷ್ಟ್ರಗಳೊಡನೆ ಒಪ್ಪಂದ ಮಾಡಿಕೊಳ್ಳಬಹುದೆಂದು 51ನೇ ವಿಧಿಯು ತಿಳಿಸುತ್ತದೆ. ಈ ರೀತಿಯ ಒಪ್ಪಂದ ಮಾಡಿಕೊಳ್ಳುವುದಕ್ಕಿಂತ ಮುಂಚೆ ಭದ್ರತಾ ಮಂಡಳಿಯು ಪ್ರಪಂಚದ ಶಾಂತಿಯನ್ನು ಕಾಪಾಡಲು ತನ್ನ ಕಾರ್ಯಕ್ರಮಗಳನ್ನು ಕೈಗೊಂಡಿರಬೇಕು.

2) ಭದ್ರತಾಮಂಡಳಿಯು ಮಿಲಿಟರಿ ಸ್ಟಾಫ್ ಕಮಿಟಿ (Military staff committee) ಯ ಸಹಕಾರ ಸಹಾಯದಿಂದ ತನ್ನ ಸದಸ್ಯ ರಾಷ್ಟ್ರಗಳು ತಮ್ಮ ಶಸ್ತ್ರಾಸ್ತ್ರಗಳನ್ನು ಕಡಿಮೆ ಮಾಡಿಕೊಳ್ಳಲು ಕರೆ ನೀಡಿದೆ.

3) ವಿಶ್ವಸಂಸ್ಥೆಗೆ ಹೊಸ ರಾಷ್ಟ್ರಗಳ ಸೇರ್ಪಡೆ ಹಾಗೂ ಪ್ರಣಾಳಿಕೆಯನ್ನು ಉಲ್ಲಂಘಿಸಿದ ರಾಷ್ಟ್ರಗಳ ಉಚ್ಚಾಟನೆಯ ಕಾರ್ಯಗಳಲ್ಲಿ ಹಾಗೂ ಅಂತರರಾಷ್ಟ್ರೀಯ ನ್ಯಾಯಾಧೀಶರ ನೇಮಕ ಮತ್ತು ಮಹಾಕಾರ್ಯಾದರ್ಶಿಯವರ ನೇಮಕದಲ್ಲಿ ಹಾಗೂ ಅನೇಕ ಸಂಘ ಸಂಸ್ಥೆಗಳ ಸದಸ್ಯರನ್ನು ನೇಮಿಸುವಲ್ಲಿ ಪ್ರಮುಖ ಪಾತ್ರವಹಿಸುತ್ತದೆ.

4) ವಿಶ್ವಸ್ಥ ಪ್ರದೇಶಗಳ ಆಡಳಿತವನ್ನು ನಡೆಸುವ ಮಹತ್ತರವಾದ ಹೊಣೆಗಾರಿಕೆಯು ಭದ್ರತಾ ಸಮಿತಿಗೆ ಸೇರಿದೆ. ಈ ಪ್ರದೇಶಗಳ ಆಡಳಿತವನ್ನು ನಡೆಸಿಕೊಂಡು ಹೋಗಲು ಕೆಲವು ರಾಷ್ಟ್ರಗಳನ್ನು ಆಡಳಿತಗಾರರೆಂದು ನೇಮಿಸುತ್ತದೆ. ಈ ವಿಶ್ವಸ್ಥ ರಾಷ್ಟ್ರಗಳು ಸ್ವಾತಂತ್ರ್ಯವನ್ನು ಪಡೆಯಲು ಅವುಗಳನ್ನು ಅಣಿಗೊಳಿಸಬೇಕಾಗುತ್ತದೆ.

ವೀಟೋ–ಅಧಿಕಾರ (Veto Power)

ಅಗತ್ಯ ಬಹುಮತವು ಮಸೂದೆಯ ಪರವಿದ್ದರೂ ಸಹ ಮಸೂದೆಯನ್ನು ಖಾಯಂ ಸದಸ್ಯ ರಾಷ್ಟ್ರವೊಂದು ನಕಾರಾತ್ಮಕ ಮತವನ್ನು ಚಲಾಯಿಸಿ ನಿಷ್ಕ್ರಿಯಗೊಳಿಸುವುದಕ್ಕೆ "ವೀಟೋ ಅಧಿಕಾರ" ಎನ್ನುತ್ತೇವೆ.

ಪ್ರಪಂಚದ ಐದು ಪ್ರಮುಖ ರಾಷ್ಟ್ರಗಳಾದ ಅಮೇರಿಕ, ರಷ್ಯಾ, ಚೀನಾ, ಫ್ರಾನ್ಸ್ ಮತ್ತು ಇಂಗ್ಲೆಂಡ್ ವೀಟೋ ಅಧಿಕಾರವನ್ನು ಪಡೆದಿವೆ. ಈ ವಿಶೇಷ ಅಧಿಕಾರವನ್ನು ಈ ರಾಷ್ಟ್ರಗಳಿಗೆ ನೀಡದಿದ್ದರೆ ಭಾಗಶಃ ಅವು ಸಂಯುಕ್ತ ರಾಷ್ಟ್ರಸಂಘದ ಸದಸ್ಯತ್ವವನ್ನು ಪಡೆಯುತ್ತಿರಲಿಲ್ಲ ಎಂದು ಹೇಳಬಹುದು. ಇಂತಹ ಸಮಯದಲ್ಲಿಯೇ "ವೀಟೋ ಅಧಿಕಾರವು ವಿಷಾಧಕರ ವಾಸ್ತವಿಕತೆ"ಯಾಗಿದೆ. ಖಾಯಂ ಸದಸ್ಯ ರಾಷ್ಟ್ರದ ಪ್ರತಿಯೊಂದು ಮತವೂ ವೀಟೋ ಆಗುವುದಿಲ್ಲ. ಒಂದು ಠರಾವಿನ ಅನುಮೋದನೆಗೆ ಅಗತ್ಯವಾದ ಒಂಬತ್ತಕ್ಕಿಂತ ಕಡಿಮೆ ಮತಗಳು ಬಂದಾಗ ಖಾಯಂ ರಾಷ್ಟ್ರವು ವಿರುದ್ಧವಾಗಿ ಮತ ಚಲಾಯಿಸಿದರೂ ಅದನ್ನು ವೀಟೋ ಎಂದು ಪರಿಗಣಿಸಲಾಗುವುದಿಲ್ಲ. ಕಾರಣವೆಂದರೆ–ಒಂದು ಠರಾವಿನ ಅಂಗೀಕಾರಕ್ಕೆ ಬೇಕಾದ ಅಗತ್ಯ ಕನಿಷ್ಠ ಮತಗಳು ಬಂದಿರುವುದಿಲ್ಲ.

ಉದಾ: ಬಾಂಗ್ಲಾ ಸಮಸ್ಯೆಯ ಸಮಯದಲ್ಲಿ ಚೀನಾವು ರಷ್ಯಾದ ಠರಾವಿನ ವಿರುದ್ಧ ಮತಚಲಾಯಿಸಿದರೂ ಸಹ ಅದನ್ನು ಅಗತ್ಯ ಮತಗಳ ಕೊರತೆಯಿಂದ ವೀಟೋ ಎಂದು ಪರಿಗಣಿಸಲಿಲ್ಲ.

ಅತ್ಯಂತ ಹೆಚ್ಚು ಬಾರಿ ವೀಟೋ ಚಲಾಯಿಸಿದ ರಾಷ್ಟ್ರವೆಂದರೆ ರಷ್ಯಾ ಎರಡು ಬಾರಿ ಕಾಶ್ಮೀರದ ವಿಷಯಕ್ಕೆ ಸಂಬಂಧಿಸಿದಂತೆ, ಮತ್ತೆರಡು ಬಾರಿ ಬಾಂಗ್ಲಾ ವಿಷಯಕ್ಕೆ ಸಂಬಂಧಿಸಿದಂತೆ ಭಾರತದ ನಿಲುವಿಗೆ ಅನುಗುಣವಾಗಿ ರಷ್ಯಾ ವೀಟೋ ಚಲಾಯಿಸಿದೆ. ವೀಟೋ ಅಧಿಕಾರವನ್ನು ಖಾಯಂ ಸದಸ್ಯರಿಗೆ ನೀಡಿರುವುದು ವಿಶ್ವಸಂಸ್ಥೆಯ ಮೂಲ ತತ್ವವಾದ ಸಮಾನತೆಯ ಉಲ್ಲಂಘನೆಯಾಗಿದೆ. ಇದರಿಂದಾಗಿ ವಿಶ್ವವು ಎರಡು ಬಣಗಳಾಗಿ ಶೀತಲ ಸಮರ ಮುಂದುವರಿಯಲು ಕಾರಣವಾಗಿತ್ತು. ಅಲ್ಲದೆ ಇದು ಭದ್ರತಾ ಮಂಡಳಿಯನ್ನು ದುರ್ಬಲಗೊಳಿಸಿದೆ. ಹೀಗೆ ವಾದ ವಿವಾದಗಳನ್ನು ಶಾಂತಿಯುತವಾಗಿ ಬಗೆಹರಿಸಲು ಬಲಾಢ್ಯ ರಾಷ್ಟ್ರಗಳಿಗೆ ನೀಡಿದ ಈ ಸವಲತ್ತು ಇಂದು ದುರುಪಯೋಗ ಹೊಂದುತ್ತಿದೆ.

3. ಆರ್ಥಿಕ ಮತ್ತು ಸಾಮಾಜಿಕ ಸಮಿತಿ: "Economic and Social Council"

ವಿಶ್ವಸಂಸ್ಥೆಯ ಆರು ಮುಖ್ಯ ಅಂಗಗಳಲ್ಲಿ ಆರ್ಥಿಕ ಮತ್ತು ಸಾಮಾಜಿಕ ಸಮಿತಿಯು ಒಂದಾಗಿದೆ. ವಿಶ್ವಶಾಂತಿ ಮತ್ತು ಸುಭದ್ರತೆಯು ಸಾಮಾಜಿಕ ಪ್ರಗತಿ ಮತ್ತು ಉನ್ನತ ಜೀವನ ಮಟ್ಟವನ್ನು ಅವಲಂಬಿಸಿದೆ ಎಂಬ ಅಂಶವನ್ನು ವಿಶ್ವಸಂಸ್ಥೆ ಮಾನ್ಯ ಮಾಡಿದೆ. ರಾಷ್ಟ್ರಗಳಲ್ಲಿ ಶಾಂತಿ ಮತ್ತು ಪ್ರಗತಿಯನ್ನು ಸಾಧಿಸಲು ಸರಿಯಾದ ಆರ್ಥಿಕ ಮತ್ತು ಸಾಮಾಜಿಕ ವಾತಾವರಣವನ್ನು ನಿರ್ಮಿಸುವ ಗುರಿಯನ್ನು ಈ ಸಮಿತಿಯು ಹೊಂದಿದೆ.

ಪ್ರಾರಂಭದಲ್ಲಿ ಈ ಸಮಿತಿಯ ಸದಸ್ಯರ ಸಂಖ್ಯೆ 18 ಆಗಿತ್ತು. ವಿಶ್ವಸಂಸ್ಥೆಯ ಪ್ರಣಾಳಿಕೆಗೆ 1965ರಲ್ಲಿ ತಿದ್ದುಪಡಿಮಾಡಿ ಇದರ ಸದಸ್ಯರ ಸಂಖ್ಯೆಯನ್ನು 27ಕ್ಕೆ ಏರಿಸಲಾಯಿತು. 1973ರಲ್ಲಿ ಮತ್ತೊಂದು ತಿದ್ದುಪಡಿ ಮಾಡಿ ಇದರ ಸದಸ್ಯರ ಸಂಖ್ಯೆಯನ್ನು 54ಕ್ಕೆ ಏರಿಸಲಾಯಿತು. ಸದಸ್ಯರ ಅಧಿಕಾರಾವಧಿ 3 ವರ್ಷಗಳಾಗಿದ್ದು ಪ್ರತಿವರ್ಷ 18 ಜನ ನಿವೃತ್ತಿ ಹೊಂದುತ್ತಾರೆ. ನಿವೃತ್ತರಾದವರು ಮತ್ತೆ ಸ್ಪರ್ಧಿಸಲು ಅವಕಾಶ ಇದೆ. ವರ್ಷಕ್ಕೆ ಎರಡು ಬಾರಿ ಸಮಾವೇಶಗೊಳ್ಳುವ ಈ ಆರ್ಥಿಕ ಮತ್ತು ಸಾಮಾಜಿಕ ಸಮಿತಿಯು ತನ್ನ ಕಾರ್ಯನಿರ್ವಹಣೆಗಾಗಿ ಒಬ್ಬ ಅಧ್ಯಕ್ಷ ಮತ್ತು ಇಬ್ಬರು ಉಪಾಧ್ಯಕ್ಷರನ್ನು ಆಯ್ಕೆ ಮಾಡಿಕೊಳ್ಳುತ್ತದೆ. ಅಗತ್ಯಕ್ಕೆ ಅನುಗುಣವಾಗಿ ವಿಶೇಷ ಅಧಿವೇಶನ ಕರೆಯಲು ಅವಕಾಶವಿದೆ. ಪ್ರತಿಯೊಂದು ರಾಷ್ಟ್ರವೂ ಒಂದು ಮತಾಧಿಕಾರವನ್ನು ಹೊಂದಿರುತ್ತದೆ. ಸರಳ ಬಹುಮತದ ಮೂಲಕ ತೀರ್ಮಾನವನ್ನು ಕೈಗೊಳ್ಳಲಾಗುತ್ತದೆ.

ಆರ್ಥಿಕ ಮತ್ತು ಸಾಮಾಜಿಕ ಸಮಿತಿಯ ಕಾರ್ಯಗಳು:

1. ಎಲ್ಲಾ ರಾಷ್ಟ್ರಗಳಲ್ಲಿಯೂ ಜನರ ಜೀವನಮಟ್ಟವನ್ನು ಹೆಚ್ಚಿಸಲು ಪೂರ್ಣ ಉದ್ಯೋಗ ಒದಗಿಸಲು, ಆರ್ಥಿಕ ಮತ್ತು ಸಾಮಾಜಿಕ ಪ್ರಗತಿಯನ್ನು ಸಾಧಿಸಲು ಶ್ರಮಿಸುತ್ತದೆ.
2. ಅಂತರರಾಷ್ಟ್ರೀಯ ಆರ್ಥಿಕ, ಸಾಮಾಜಿಕ, ಆರೋಗ್ಯಕ್ಕೆ ಸಂಬಂಧಿಸಿದ ಮತ್ತು ಇತರ ಸಮಸ್ಯೆಗಳನ್ನು ಪರಿಹರಿಸಲು ಶ್ರಮಿಸುತ್ತದೆ.

3. ರಾಷ್ಟ್ರ ರಾಷ್ಟ್ರಗಳ ನಡುವೆ ಶೈಕ್ಷಣಿಕ ಮತ್ತು ಸಾಂಸ್ಕೃತಿಕ ಸಹಕಾರವನ್ನು ಏರ್ಪಡಿಸಲು ಯತ್ನಿಸುತ್ತದೆ.
4. ಪ್ರಪಂಚದಲ್ಲಿ ಮಾನವ ಹಕ್ಕುಗಳಿಗೆ ಗೌರವವನ್ನು ದೊರಕಿಸಲು ಶ್ರಮಿಸುತ್ತದೆ. ಬುಡಕಟ್ಟು, ಜಾತಿ, ಲಿಂಗ, ಭಾಷೆ ಮತ್ತು ಮತಧರ್ಮದ ಆಧಾರಗಳ ಮೇಲೆ ಯಾವುದೇ ಬೇಧಭಾವವನ್ನು ಮಾಡದೆ ಎಲ್ಲ ಜನರೂ ತಮ್ಮ ಮೂಲಭೂತ ಹಕ್ಕುಗಳನ್ನು ಅನುಭವಿಸಲು ಅನುಕೂಲ ಮಾಡಿಕೊಡುತ್ತದೆ.
5. ತನ್ನ ಅಧಿಕಾರ ವ್ಯಾಪ್ತಿಯೊಳಗೆ ಬರುವಂತಹ ವಿಷಯಗಳಿಗೆ ಸಂಬಂಧಪಟ್ಟ ಒಪ್ಪಂದಗಳ ಕರಡನ್ನು ಸಿದ್ಧಪಡಿಸಿ ಸಾಮಾನ್ಯ ಸಭೆಗೆ ಸಲ್ಲಿಸುವುದು.
6. ಆರ್ಥಿಕ ಮತ್ತು ಸಾಮಾಜಿಕ ವಿಷಯಗಳಿಗೆ ಸಂಬಂಧಪಟ್ಟಂತೆ ಅಂತರ್‌ರಾಷ್ಟ್ರೀಯ ಸಮ್ಮೇಳನವನ್ನು ಆಹ್ವಾನಿಸುವುದು. ಉದಾ: 1949ರಲ್ಲಿ ವೈಜ್ಞಾನಿಕ ಸಮ್ಮೇಳನವನ್ನು ನಡೆಸಿತು.
7. ಆಹಾರ ಮತ್ತು ಕೃಷಿಗೆ ಸಂಬಂಧಿಸಿದ ಸಮಿತಿಗಳ ಕಾರ್ಯಕ್ರಮಗಳನ್ನು ಸಮನ್ವಯಗೊಳಿಸುವುದು.
8. ಆರ್ಥಿಕ ಮತ್ತು ಸಾಮಾಜಿಕ ಕ್ಷೇತ್ರಗಳಲ್ಲಿ ವಿವಿಧ ರಾಷ್ಟ್ರಗಳ ನಡುವೆ ಉಂಟಾಗುವ ಐತಿಹಾಸಿಕ ಪೈಪೋಟಿಗಳ ಕಾರಣ ಯುದ್ಧವು ಸಂಭವಿಸುವ ಸಾಧ್ಯತೆ ಇರುವುದರಿಂದ ಇಂತಹ ಯುದ್ಧಗಳನ್ನು ತಪ್ಪಿಸಿ ಸೌಹಾರ್ದಯುತ ಸಹಕಾರ ಸ್ಥಾಪನೆ ಮಾಡುವ ಜವಾಬ್ದಾರಿಯನ್ನು ಈ ಸಂಸ್ಥೆಯು ಹೊಂದಿದೆ.

4. ವಿಶ್ವಸ್ಥ ಮಂಡಳಿ (Trusteeship Council)

ವಿಶ್ವಸ್ಥ ಮಂಡಳಿಯು ರಾಷ್ಟ್ರಸಂಘದ ಮ್ಯಾಂಡೇಟ್ ಪದ್ಧತಿಯ ಉತ್ತರಾಧಿಕಾರಿಯಾಗಿದೆ. ಈ ಮಂಡಳಿಯು ಹಳೆಯ ವಸಾಹತುಗಳ ಅಥವಾ ಮ್ಯಾಂಡೇಟ್ ಪ್ರದೇಶಗಳ ಆಡಳಿತವನ್ನು ನಡೆಸಿ, ಕಾಲಕ್ರಮೇಣ ಸ್ವಾತಂತ್ರ್ಯಗೊಳಿಸುವ ಉದ್ದೇಶವನ್ನು ಹೊಂದಿದೆ. ಜೊತೆಗೆ ನ್ಯಾಸಕ್ಕೆ ಒಳಪಟ್ಟ ಪ್ರದೇಶಗಳಲ್ಲಿ ಅಲ್ಲಿನ ನಿವಾಸಿಗಳ ಸಾಮಾಜಿಕ, ಆರ್ಥಿಕ, ರಾಜಕೀಯ, ಶೈಕ್ಷಣಿಕ ಪ್ರಗತಿಯನ್ನು ಸಾಧಿಸಲು ಯತ್ನಿಸುತ್ತಿದೆ.

ಧರ್ಮದರ್ಶಿ ಮಂಡಳಿಯು ವರ್ಷಕ್ಕೆ ಎರಡು ಬಾರಿ ಸಭೆ ಸೇರುತ್ತದೆ. (ಜೂನ್ ಮತ್ತು ನವೆಂಬರ್ ತಿಂಗಳಲ್ಲಿ) ವಿಶೇಷ ಅಧಿವೇಶನಗಳನ್ನು ಅಗತ್ಯಕ್ಕನುಗುಣವಾಗಿ ಕರೆಯಲು ಅವಕಾಶವಿದೆ. ಮಂಡಳಿಯ ಎಲ್ಲಾ ತೀರ್ಮಾನಗಳನ್ನು ಸರಳ ಬಹುಮತದ ಆಧಾರದ ಮೇಲೆ ತೆಗೆದುಕೊಳ್ಳಲಾಗುತ್ತದೆ. ಜೂನ್ ತಿಂಗಳಲ್ಲಿ ನಡೆಯುವ ಅಧಿವೇಶನದಲ್ಲಿ ಅಧ್ಯಕ್ಷ ಮತ್ತು ಉಪಾಧ್ಯಕ್ಷರನ್ನು ಚುನಾಯಿಸಿಕೊಳ್ಳುತ್ತದೆ. ಇವರು ಕಾರ್ಯಕ್ರಮಗಳನ್ನು ನಿರ್ವಹಿಸಿಕೊಡುತ್ತಾರೆ. ಈ ಮಂಡಳಿಯು ಮೂರುಬಗೆಯ ಸದಸ್ಯರನ್ನು ಹೊಂದಿರುತ್ತದೆ.

1. ನ್ಯಾಸಕ್ಕೆ ಒಳಪಟ್ಟ ಪ್ರದೇಶಗಳ ಆಡಳಿತವನ್ನು ನೋಡಿಕೊಳ್ಳುತ್ತಿರುವ ಸದಸ್ಯ ರಾಷ್ಟ್ರಗಳು.
2. ಭದ್ರತಾಮಂಡಳಿಯ ಖಾಯಂ ಸದಸ್ಯರು.
3. ಸಾಮಾನ್ಯ ಸಭೆಯಿಂದ ಚುನಾಯಿತರಾದ ರಾಷ್ಟ್ರಗಳು.

ಧರ್ಮದರ್ಶಿ ಮಂಡಳಿಯ ಗುರಿ ಮತ್ತು ಉದ್ದೇಶಗಳು

1. ವಿಶ್ವಶಾಂತಿ ಮತ್ತು ಸುಭದ್ರತೆಯನ್ನು ದೃಢಗೊಳಿಸುವುದು.
2. ಉಸ್ತುವಾರಿಗೆ ಒಳಪಟ್ಟ ಪ್ರದೇಶಗಳ ನಿವಾಸಿಗಳ ರಾಜಕೀಯ, ಆರ್ಥಿಕ, ಸಾಮಾಜಿಕ ಮತ್ತು ಶೈಕ್ಷಣಿಕ ಪ್ರಗತಿಯನ್ನು ಸಾಧಿಸುವುದು ಮತ್ತು ಆ ರಾಷ್ಟ್ರಗಳು ಸ್ವ–ಸರ್ಕಾರ ಪಡೆಯಲು ಮತ್ತು ಸ್ವಾತಂತ್ರ್ಯವನ್ನು ಗಳಿಸಲು ಬೇಕಾದ ಅಗತ್ಯ ವಾತಾವರಣ ಒದಗಿಸಿ ಕೊಡುವುದು.
3. ಎಲ್ಲರಿಗೂ ಮಾನವೀಯ ಹಕ್ಕುಗಳು ಮತ್ತು ಮೂಲಭೂತ ಸ್ವಾತಂತ್ರ್ಯ ದೊರೆಯುವಂತೆ ಮಾಡಲು ಪ್ರಯತ್ನಿಸುವುದು ಮತ್ತು ಅವುಗಳ ಬಗ್ಗೆ ಗೌರವವು ಮೂಡುವಂತಹ ವಾತಾವರಣ ಸೃಷ್ಟಿಸುವುದು.

ವಿಶ್ವಸ್ಥ ಪ್ರದೇಶಗಳ ಆಡಳಿತವನ್ನು ನಡೆಸುವ ರಾಷ್ಟ್ರಗಳು:

ಅಮೆರಿಕ, ಇಂಗ್ಲೆಂಡ್, ಫ್ರಾನ್ಸ್, ಇಟಲಿ, ಬೆಲ್ಜಿಯಂ, ಆಸ್ಟ್ರೇಲಿಯಾ ಮುಂತಾದ ರಾಷ್ಟ್ರಗಳನ್ನು ವಿಶ್ವಸ್ಥ ಪ್ರದೇಶಗಳ ಆಡಳಿತವನ್ನು ನಡೆಸುವ ರಾಷ್ಟ್ರಗಳೆಂದು ಗುರುತಿಸಲಾಗಿದೆ. ಫ್ರಾನ್ಸ್ ದೇಶವು ಫ್ರೆಂಚ್ ಕ್ಯಾಮರೂನ್ಸ್ ಮತ್ತು ಟೋಗೋಲ್ಯಾಂಡ್‌ಗಳ ಆಡಳಿತವನ್ನು ನಡೆಸುತ್ತಿತ್ತು. ಈ ಪ್ರದೇಶಗಳು 1960ರಲ್ಲಿ ಸ್ವತಂತ್ರಗೊಂಡವು.

ಧರ್ಮದರ್ಶಿ ಮಂಡಳಿಯ ಅಧಿಕಾರ ಮತ್ತು ಕರ್ತವ್ಯಗಳು:

1. ವಿಶ್ವಸ್ಥ ಪ್ರದೇಗಳ ಆಡಳಿತವನ್ನು ನಡೆಸುವಂತಹ ಎಲ್ಲಾ ರಾಷ್ಟ್ರಗಳು ತಮ್ಮ ವಿಶ್ವಸ್ಥ ಪ್ರದೇಶಗಳ ಆಡಳಿತ, ಪ್ರಗತಿ, ಬದಲಾವಣೆಗಳ ಬಗ್ಗೆ ವರದಿ ಸಲ್ಲಿಸಬೇಕು. ಈ ವರದಿಯನ್ನು ವಿಶ್ವಸ್ಥ ಮಂಡಳಿಯು ಪರಿಶೀಲಿಸುತ್ತದೆ.
2. ವಿಶ್ವಸ್ಥ ಮಂಡಳಿಯು ಯಾವುದೇ ವಿಶ್ವಸ್ಥ ಪ್ರದೇಶಗಳ ಅಧೀನ ಜನರು ಸಲ್ಲಿಸಿದ ಮನವಿಗಳನ್ನು ಸಹ ಪರಿಶೀಲಿಸುತ್ತದೆ. ವಿಶ್ವಸ್ಥ ಪ್ರದೇಶಗಳಿಗೆ ಭೇಟಿ ನೀಡಿ, ಅಲ್ಲಿಯ ಜನರನ್ನು ಸಂದರ್ಶಿಸಿ ಪ್ರಗತಿಯನ್ನು ಪರೀಕ್ಷಿಸುತ್ತದೆ.
3. ವಿಶ್ವಸಂಸ್ಥೆಯು ಹಾಕಿಕೊಟ್ಟಂತಹ ನೀತಿ ನಿಯಮಗಳಿಗನುಗುಣವಾಗಿ ಯಾವುದೇ ವಿಶ್ವಸ್ಥ ಮಂಡಳಿಯ ಬಗ್ಗೆಯಾದರೂ ಕ್ರಮಕೈಗೊಳ್ಳುವಂತಹ ಅಧಿಕಾರವನ್ನು ಹೊಂದಿದೆ.

ಇಂದು ವಿಶ್ವಸ್ಥ ಮಂಡಳಿಯ ಕೆಲಸ ಕಾರ್ಯಗಳು ಕಡಿಮೆಯಾಗುತ್ತಿವೆ ಎಂದು ಹೇಳಬಹುದು. ಕಾರಣವೆಂದರೆ– ಸಾಕಷ್ಟು ರಾಷ್ಟ್ರಗಳು ಇಂದು ಸ್ವತಂತ್ರಗೊಂಡಿವೆ. ಇನ್ನು ಕೆಲವೇ ರಾಷ್ಟ್ರಗಳು ಮಾತ್ರ ವಿಶ್ವಸ್ಥ ಮಂಡಳಿಯ ಆಡಳಿತಕ್ಕೆ ಒಳಪಟ್ಟಿವೆ.

5. ಅಂತರರಾಷ್ಟ್ರೀಯ ನ್ಯಾಯಾಲಯ : (International Court of Justice)

ಅಂತರರಾಷ್ಟ್ರೀಯ ನ್ಯಾಯಾಲಯವು ಅಂತರರಾಷ್ಟ್ರೀಯ ನ್ಯಾಯಾಂಗವಾಗಿ ಕಾರ್ಯವನ್ನು ನಿರ್ವಹಿಸುತ್ತದೆ. ಹಿಂದೆ ರಾಷ್ಟ್ರಸಂಘವು ಅಸ್ತಿತ್ವದಲ್ಲಿದ್ದಾಗ ಖಾಯಂ ಜಾಗತಿಕ ನ್ಯಾಯಾಲಯವು ಅಸ್ತಿತ್ವದಲ್ಲಿತ್ತು. ಇದು ರಾಷ್ಟ್ರಸಂಘದ ಒಂದು ಅವಿಭಾಜ್ಯ ಅಂಗವಾಗಿರದೆ ಒಂದು ಉಪ ಅಂಗವಾಗಿತ್ತು. ಆದರೆ ಇಂದು ಅಂತರಾಷ್ಟ್ರೀಯ ನ್ಯಾಯಾಲಯವು ವಿಶ್ವಸಂಸ್ಥೆಯ ಪ್ರಮುಖ ಆರು ಅಂಗಗಳಲ್ಲಿ ಒಂದಾಗಿ ಕಾರ್ಯವನ್ನು ನಿರ್ವಹಿಸುತ್ತಿದೆ.

ವಿಶ್ವಸಂಸ್ಥೆ ಪ್ರಣಾಳಿಕೆಯ 92ನೇ ವಿಧಿಯು ಅಂತರರಾಷ್ಟ್ರೀಯ ನ್ಯಾಯಾಲಯದ ರಚನೆ–ಅಧಿಕಾರ ಮತ್ತು ಕಾರ್ಯಗಳ ಬಗ್ಗೆ ವಿವರಣೆಯನ್ನು ಒಳಗೊಂಡಿದೆ. ಈ ವಿಧಿಯ ಅನ್ವಯ ಎಲ್ಲಾ ಸದಸ್ಯ ರಾಷ್ಟ್ರಗಳು ಸಹ ಈ ನ್ಯಾಯಾಲಯದ ತೀರ್ಮಾನಗಳಿಗೆ ಬದ್ಧರಾಗಿರಬೇಕು. ಸದಸ್ಯತ್ವವನ್ನು ಪಡೆಯದ ರಾಷ್ಟ್ರವೂ ಸಹ ತನ್ನ ವಿವಾದವನ್ನು ಈ ನ್ಯಾಯಾಲಯದ ಮುಂದಿಡಲು ಅವಕಾಶವನ್ನು ಕಲ್ಪಿಸಿಕೊಡಲಾಗಿದೆ. ರಾಷ್ಟ್ರ–ರಾಷ್ಟ್ರಗಳ ನಡುವೆ ಉದ್ಭವಿಸುವ ವಿವಾದಗಳನ್ನು ಅಂತರ ರಾಷ್ಟ್ರೀಯ ಕಾನೂನಿನ ಪ್ರಕಾರ ಬಗೆಹರಿಸುವ ಮುಖ್ಯ ಗುರಿಯು ಈ ನ್ಯಾಯಾಲಯದ್ದಾಗಿದೆ.

ಅಂತರರಾಷ್ಟ್ರೀಯ ನ್ಯಾಯಾಲಯವನ್ನು ಒಂದು ಶಾಸನದ ಪ್ರಕಾರ ವಿಶ್ವಸಂಸ್ಥೆಯು ಸ್ಥಾಪಿಸಿತು. ಈ ನ್ಯಾಯಾಲಯವು 15 ಜನ ನ್ಯಾಯಾಧೀಶರನ್ನು ಹೊಂದಿರುತ್ತದೆ. ಭದ್ರತಾ ಮಂಡಳಿಯ ಸಲಹೆಯ ಮೇರೆಗೆ 9 ವರ್ಷಗಳ ಅವಧಿಗೆ ಸಾಮಾನ್ಯ ಸಭೆಯಿಂದ ಇವರು ಆಯ್ಕೆಗೊಳ್ಳುತ್ತಾರೆ. ಇವರು ಯಾವುದೇ ರಾಷ್ಟ್ರದ ಪ್ರಜೆಗಳಾದರೂ ಆಗಿರಬಹುದು. ಆದರೆ ಇಬ್ಬರು ನ್ಯಾಯಾಧೀಶರು ಒಂದೇ ರಾಷ್ಟ್ರದವರಾಗಿರಬಾರದು. ಅವಧಿ ಮುಗಿದ ತಕ್ಷಣ ಮತ್ತೆ ಸ್ಪರ್ಧಿಸಲು ಇವರಿಗೆ ಅವಕಾಶವಿದೆ. ರಾಜೀನಾಮೆ ಅಥವಾ ಸಾವಿನಿಂದ ನ್ಯಾಯಾಧೀಶರ ಸ್ಥಾನ ಖಾಲಿ ಬಿದ್ದರೆ ಪುನಃ ಖಾಲಿಯಾಗಿರುವ ಸ್ಥಾನಕ್ಕೆ ಚುನಾವಣೆಯು ನಡೆಯುತ್ತದೆ. ಹೊಸದಾಗಿ ಚುನಾಯಿತನಾದ ನ್ಯಾಯಾಧೀಶನು ಖಾಲಿಯಾದ ನ್ಯಾಯಾಧೀಶನ ಉಳಿದ ಅವಧಿಯಷ್ಟಕ್ಕೆ ಮಾತ್ರ ನೇಮಕವಾಗುತ್ತಾನೆ. ಪ್ರತಿ ಮೂರು ವರ್ಷಕ್ಕೊಮ್ಮೆ 5 ಜನ ನ್ಯಾಯಾಧೀಶರಿಗೆ ಚುನಾವಣೆಯನ್ನು ನಡೆಸಲಾಗುತ್ತದೆ.

ಅಂತರರಾಷ್ಟ್ರೀಯ ನ್ಯಾಯಾಲಯವು ನೆದರ್‌ಲ್ಯಾಂಡ್ (ಹಾಲೆಂಡ್)ನ ಹೇಗ್ ಎಂಬ ಪಟ್ಟಣದಲ್ಲಿದೆ. ಜಾಗತಿಕ ನ್ಯಾಯಾಲಯದ ಕಾರ್ಯಕಲಾಪಗಳು ಸಾಮಾನ್ಯವಾಗಿ ಇಲ್ಲಿಯೇ ನಡೆಯುತ್ತವೆ. ಕೆಲವು ಬಾರಿ ತನ್ನ ಅನುಕೂಲಕ್ಕೆ ತಕ್ಕಂತೆ ಬೇರೆಡೆಯಲ್ಲಿಯೂ ತನ್ನ ಕೆಲಸವನ್ನು ನಿರ್ವಹಿಸಲು ಈ ನ್ಯಾಯಾಲಯಕ್ಕೆ ಅವಕಾಶವಿದೆ. ತನ್ನಲ್ಲಿಯೇ ಒಬ್ಬ ಅಧ್ಯಕ್ಷ ಮತ್ತು ಉಪಾಧ್ಯಾಕ್ಷನನ್ನು 3 ವರ್ಷಗಳ ಅವಧಿಗೆ ಚುನಾಯಿಸಿಕೊಳ್ಳುತ್ತದೆ. ಇವರು ಪುನರಾಯ್ಕೆಗೆ ಅರ್ಹರಾಗಿರುತ್ತಾರೆ. ನ್ಯಾಯಾಲಯದ ಸಿಬ್ಬಂದಿಯನ್ನು ಹಾಗೂ ಒಬ್ಬ ರಿಜಿಸ್ಟ್ರಾರನನ್ನು ಈ ನ್ಯಾಯಾಲಯವೇ ನೇಮಿಸುತ್ತದೆ. ಈ ನ್ಯಾಯಾಧೀಶರ ಹಾಗೂ ಸಿಬ್ಬಂದಿಯವರ ಸಂಬಳವನ್ನು ಸಾಮಾನ್ಯ ಸಭೆಯು ನಿರ್ಧರಿಸುತ್ತದೆ. ಇವರ ಸಂಬಳ ಮತ್ತು ಭತ್ಯೆಯನ್ನು ಇವರ ಅಧಿಕಾರಾವಧಿಯಲ್ಲಿ ಕಡಿತಗೊಳಿಸಲು ಸಾಧ್ಯವಿಲ್ಲ. ನಿವೃತ್ತಿಯ ನಂತರ ಇವರಿಗೆ ನಿವೃತ್ತಿ ವೇತನವು ದೊರೆಯುತ್ತದೆ.

ಅಂತರರಾಷ್ಟ್ರೀಯ ನ್ಯಾಯಾಲಯದ ಅಧಿಕಾರ ವ್ಯಾಪ್ತಿ:

ವಿಶ್ವನ್ಯಾಯಾಂಗವೆಂದು ಖ್ಯಾತವಾಗಿರುವ ಅಂತರರಾಷ್ಟ್ರೀಯ ನ್ಯಾಯಾಲಯವು ತಾನು ನೀಡುವಂತಹ ತೀರ್ಪುಗಳಿಗೆ ಬದ್ಧವಾಗಿರುವುದಾಗಿ ಆಶ್ವಾಸನೆಯನ್ನು ನೀಡಿದಾಗ ಮಾತ್ರ ರಾಷ್ಟ್ರಗಳ ನಡುವಿನ ವಿವಾದಗಳನ್ನು ವಿಚಾರಣೆಗೆ ಕೈಗೆತ್ತಿಕೊಳ್ಳುತ್ತದೆ. ಇದರ ಅಧಿಕಾರ ವ್ಯಾಪ್ತಿಯನ್ನು 3 ವಿಭಾಗಗಳನ್ನಾಗಿ ವಿಂಗಡಿಸಿ ಅಭ್ಯಸಿಸಬಹುದು.

1. ಐಚ್ಛಿಕ ಅಧಿಕಾರ ವ್ಯಾಪ್ತಿ: ವಿವಾದಕ್ಕೆ ಒಳಪಟ್ಟಂತಹ ರಾಷ್ಟ್ರಗಳು ತಮ್ಮ ತಮ್ಮಲ್ಲಿ ಒಪ್ಪಿ ಈ ನ್ಯಾಯಾಲಯಕ್ಕೆ ಒಪ್ಪಿಸಿದ ವಿವಾದಗಳು ಐಚ್ಛಿಕ ಅಧಿಕಾರ ವ್ಯಾಪ್ತಿಯೊಳಗೆ ಬರುತ್ತವೆ.

2. ಕಡ್ಡಾಯ ಅಧಿಕಾರ ವ್ಯಾಪ್ತಿ: ಇದರೊಳಗೆ –ಅಂತರ ರಾಷ್ಟ್ರೀಯ ನ್ಯಾಯಾಲಯವು ಅಂತರರಾಷ್ಟ್ರೀಯ ಒಪ್ಪಂದದ ವಿವರಣೆ, ಅಂತರರಾಷ್ಟ್ರೀಯ ಕಾನೂನಿನ ವಿವರಣೆ, ಅಂತರರಾಷ್ಟ್ರೀಯ ಹಕ್ಕು ಭಾದ್ಯತೆಗಳಿಗೆ ಚ್ಯುತಿ ಬರುವಂತಹ ವಿಷಯ, ಕರ್ತವ್ಯವನ್ನು ಉಲ್ಲಂಘಿಸಿದಂತಹ ರಾಷ್ಟ್ರವು ನೀಡಬೇಕಾದಂತಹ ಪರಿಹಾರವನ್ನು ಸಹ ಈ ನ್ಯಾಯಾಲಯವೇ ನಿರ್ಧರಿಸುತ್ತದೆ.

3. ಸಲಹಾ ಅಧಿಕಾರ ವ್ಯಾಪ್ತಿ (Advisory Jurisdiction) : ವಿಶ್ವಸಂಸ್ಥೆಯ ಯಾವುದೇ ಅಂಗವಾದರೂ ನ್ಯಾಯ ಸಂಬಂಧಿತ ವಿಷಯವೊಂದಕ್ಕೆ ಸಂಬಂಂಧಿಸಿದಂತೆ ಸಲಹೆ ಕೇಳಿದರೆ ಅಂತಹ ಸಲಹೆಯನ್ನು ನೀಡುವ ಅಧಿಕಾರವು ಈ ನ್ಯಾಯಾಲಯಕ್ಕಿದೆ. ಭದ್ರತಾ ಮಂಡಳಿ ಅಥವಾ ಸಾಮಾನ್ಯ ಸಭೆಯ ಪ್ರಾರ್ಥನೆಯ ಮೇರೆಗೆ ನ್ಯಾಯಕ್ಕೆ ಸಂಬಂಧಿಸಿದ ವಿಚಾರಗಳಲ್ಲಿ ಸಲಹೆ ನೀಡಬಹುದು. ಸಾಮಾನ್ಯ ಸಭೆಯ ಆದೇಶದ ಅನ್ವಯ; ಆರ್ಥಿಕ ಮತ್ತು ಸಾಮಾಜಿಕ ಮಂಡಳಿ, ವಿಶ್ವಸ್ಥಮಂಡಳಿ, ಕಾರ್ಮಿಕರ ಸಂಘ, ಯುನೆಸ್ಕೊ, W.H.O ಮುಂತಾದ ನ್ಯಾಯಿಕ ಸಂಬಂಧಿತ ಸಮಸ್ಯೆಗಳಿಗೆ ಸಲಹೆ ಪಡೆಯಬಹುದಾಗಿದೆ.

ರಾಷ್ಟ್ರ–ರಾಷ್ಟ್ರಗಳ ನಡುವಿನ ವಿವಾದವು ಅಂತರ ರಾಷ್ಟ್ರೀಯ ನ್ಯಾಯಾಲಯದ ವ್ಯಾಪ್ತಿಗೆ ಬರುತ್ತದೆಯೇ ವಿನಃ ವ್ಯಕ್ತಿ ಹಾಗೂ ರಾಷ್ಟ್ರಗಳ ನಡುವಿನ ವಿವಾದವಲ್ಲ.

ಸಾಮಾನ್ಯ ಸಭೆ ಮತ್ತು ಭದ್ರತಾ ಮಂಡಳಿಗಳು ದಕ್ಷವಾಗಿ ಕಾರ್ಯವನ್ನು ನಿರ್ವಹಿಸಲು ಈ ನ್ಯಾಯಾಲಯದ ಸಲಹೆಯ ಅಗತ್ಯವಿದೆ. ಉದಾ: ವಿಶ್ವಸಂಸ್ಥೆಗೆ ಹೊಸ ಸದಸ್ಯರನ್ನು ಸೇರಿಸಿಕೊಳ್ಳುವುದರ ಬಗ್ಗೆ, ಹಂಗೇರಿ ಮತ್ತು ರುಮೇನಿಯಾ ದೇಶಗಳ ಶಾಂತಿ ಒಪ್ಪಂದಗಳ ಮೇಲೆಯೂ ಈ ಅಂತರ ರಾಷ್ಟ್ರೀಯ ನ್ಯಾಯಾಲಯವು ಸಲಹೆಯನ್ನು ನೀಡಿದೆ.

ಅಂತರರಾಷ್ಟ್ರೀಯ ನ್ಯಾಯಾಲಯವು ಸರಳ ಬಹುಮತದ ಆಧಾರದ ಮೇಲೆ ತೀರ್ಮಾನಗಳನ್ನು ಕೈಗೊಳ್ಳುತ್ತದೆ. ವಿವಾದವೊಂದನ್ನು ವಿಚಾರಣೆಗೆ ಕೈಗೆತ್ತಿಕೊಳ್ಳಬೇಕಾದರೆ 9 ನ್ಯಾಯಾಧೀಶರ ಹಾಜರಿಯು ಅಗತ್ಯ. ಸಮಾನ ಮತಗಳು ಬಂದಂತಹ ಸಮಯದಲ್ಲಿ ಅಧ್ಯಕ್ಷರು ನಿರ್ಣಾಯಕ ಮತವನ್ನು ಚಲಾಯಿಸುತ್ತಾರೆ. ಅಂತರರಾಷ್ಟ್ರೀಯ ನ್ಯಾಯಾಲಯದ ತೀರ್ಮಾನವೇ ಅಂತಿಮವಾದದ್ದು. ಅದರ ವಿರುದ್ಧ ಅಪೀಲಿಗೆ ಹೋಗಲು ಅವಕಾಶವಿಲ್ಲ.

ಹೀಗೆ ಅಂತರರಾಷ್ಟ್ರೀಯ ನ್ಯಾಯಾಲಯವು ರಾಷ್ಟ್ರಗಳ ನಡುವಿನ ವಿವಾದಗಳನ್ನು ಬಗೆಹರಿಸಿ, ಆ ಮೂಲಕ ವಿಶ್ವಶಾಂತಿ ಮತ್ತು ಭದ್ರತೆಯನ್ನು ಕಾಪಾಡಿಕೊಂಡು ಬರುವಲ್ಲಿ ಪ್ರಮುಖ ಪಾತ್ರವನ್ನು ವಹಿಸುತ್ತಾ ಬಂದಿದೆ. ಅಂತರರಾಷ್ಟ್ರೀಯ ನ್ಯಾಯಾಲಯದ ಅಧ್ಯಕ್ಷರಾಗಿ ಭಾರತದ ಡಾ. ನಾಗೇಂದ್ರ ಸಿಂಗ್‌ರವರು ಸ್ಮರಣೀಯ ಸೇವೆ ಸಲ್ಲಿಸಿದ್ದಾರೆ.

6. ಸಚಿವಾಲಯ (Secretariat)

ವಿಶ್ವಸಂಸ್ಥೆಯ ಆಡಳಿತಾಂಗವಾಗಿರುವ ಸಚಿವಾಲಯ ಅಥವಾ ಕಾರ್ಯಾಲಯವು ಆಡಳಿತದ ಕೀಲಿಕೈ ಇದ್ದಂತೆ. ಈ ಆಡಳಿತ ಕಛೇರಿಯು ಮಹಾಕಾರ್ಯದರ್ಶಿ ಹಾಗೂ ಅಲ್ಲಿನ ಸಿಬ್ಬಂದಿ ವರ್ಗವನ್ನು ಒಳಗೊಂಡಿರುತ್ತದೆ. ಮಹಾಕಾರ್ಯದರ್ಶಿಯು ಭದ್ರತಾ ಮಂಡಳಿಯ ಸಲಹೆಯ ಮೇರೆಗೆ ಸಾಮಾನ್ಯ ಸಭೆಯಿಂದ 5 ವರ್ಷಗಳ ಅಧಿಕಾರಾವಧಿಗೆ ಆಯ್ಕೆಯಾಗುತ್ತಾನೆ. ನಿವೃತ್ತನಾಗುವ ಮಹಾಕಾರ್ಯದರ್ಶಿಯು ಮತ್ತೆ ಆಯ್ಕೆಗೊಳ್ಳಲು ಅವಕಾಶವಿದೆ. ಸಚಿವಾಲಯದ ಕಾರ್ಯಾಲಯವು ನ್ಯೂಯಾರ್ಕ್‌ನಲ್ಲಿದೆ. ಇದರ ಒಂದು ಉಪಕಛೇರಿಯು ಜಿನಿವಾದಲ್ಲಿದೆ. ಇದರ ಸಿಬ್ಬಂದಿವರ್ಗದವರು ವಿಶ್ವದ ವಿವಿದೆಡೆಯಲ್ಲಿ ಕಾರ್ಯವನ್ನು ನಿರ್ವಹಿಸುತ್ತಿದ್ದಾರೆ. ಈ ಕಾರ್ಯಾಲಯವು ಹಲವಾರು ಇಲಾಖೆಗಳ ಮೂಲಕ ತನ್ನ ಕಾರ್ಯವನ್ನು ನಿರ್ವಹಿಸುತ್ತದೆ. ಕಾರ್ಯಾಲಯದ ಮುಖ್ಯ ಆಡಳಿತಾಧಿಕಾರಿ ಮಹಾಕಾರ್ಯದರ್ಶಿ. ಈತನು ಭದ್ರತಾ ಮಂಡಳಿಯ ಖಾಯಂ ಸದಸ್ಯರನ್ನೊಳಗೊಂಡ 7 ಸದಸ್ಯ ರಾಷ್ಟ್ರಗಳ ಶಿಫಾರಸ್ಸಿನ ಆಧಾರದ ಮೇಲೆ ಸಾಮಾನ್ಯ ಸಭೆಯಿಂದ ಸಾಮಾನ್ಯ ಬಹುಮತದ ಮೂಲಕ ಆಯ್ಕೆಯಾಗುತ್ತಾನೆ. ಈತನು ಸಾಮಾನ್ಯ ಸಭೆಯು ಗೊತ್ತುಪಡಿಸಿದಂತಹ ನೀತಿ ನಿಯಮಗಳಿಗೆ ಅನುಗುಣವಾಗಿ ತನ್ನ ಸಿಬ್ಬಂದಿಯನ್ನು ನೇಮಕ ಮಾಡಿಕೊಳ್ಳುತ್ತಾನೆ. ಈ ಸಿಬ್ಬಂದಿವರ್ಗದಲ್ಲಿ ವಿಜ್ಞಾನಿಗಳು, ಸಮಾಜಶಾಸ್ತ್ರಜ್ಞರು, ಸಂಖ್ಯಾಶಾಸ್ತ್ರಜ್ಞರು, ವಕೀಲರು, ಗ್ರಂಥಪಾಲಕರು ಮತ್ತು ಸಂಪಾದಕರು ಇರುತ್ತಾರೆ.

ಈ ಸಿಬ್ಬಂದಿಯಲ್ಲಿ $^2/_3$ರಷ್ಟು ಅಧಿಕಾರಿಗಳು ಅಮೆರಿಕದವರಾಗಿದ್ದಾರೆ. ವಿಶ್ವಸಂಸ್ಥೆಯ ಶೇ. 60% ರಾಷ್ಟ್ರಗಳು ತಮ್ಮ ಸಿಬ್ಬಂದಿಯನ್ನು ಇಲ್ಲಿ ಕಾರ್ಯವನ್ನು ನಿರ್ವಹಿಸಲು ಕಳುಹಿಸಿವೆ. ವಿಶ್ವಸಂಸ್ಥೆಯ ಒಟ್ಟು ಆದಾಯದಲ್ಲಿ $^2/_3$ ಆದಾಯವನ್ನು

ಕಾರ್ಯಾಲಯದ ಕಛೇರಿಗಾಗಿ ವೆಚ್ಚಮಾಡಲಾಗುತ್ತದೆ. ಪ್ರಧಾನ ಕಾರ್ಯದರ್ಶಿ ಹಾಗೂ ಸಿಬ್ಬಂದಿವರ್ಗದವರು ಅಂತರರಾಷ್ಟ್ರೀಯ ನೌಕರರಾಗಿರುತ್ತಾರೆ. ಇವರ ಆಯ್ಕೆಯಲ್ಲಿ ಭೌಗೋಳಿಕ ಪ್ರಾತಿನಿಧ್ಯ, ದಕ್ಷತೆ, ಅರ್ಹತೆ, ಪ್ರಾಮಾಣಿಕತೆಗೆ ಹೆಚ್ಚು ಒತ್ತನ್ನು ನೀಡಲಾಗುತ್ತದೆ.

ಈವರೆಗೆ ಮಹಾಕಾರ್ಯದರ್ಶಿಗಳಾಗಿ ಕಾರ್ಯ ನಿರ್ವಹಿಸಿರುವ ಮಹಾ ಕಾರ್ಯದರ್ಶಿಗಳೆಂದರೆ

1. 1945–1952 ನಾರ್ವೇ ದೇಶದ ಟ್ರಿಗ್ವಿಲೆ
2. 1953–1961 ಸ್ವೀಡನ್ನಿನ ಡಾಗ್ ಹ್ಯಾಮರ್‌ಶೀಲ್ಡ್
3. 1961–1971 ಬರ್ಮಾದ ಉ. ಥಾಂಟ್.
4. 1972– 1981 ಆಸ್ಟ್ರಿಯಾದ ಕರ್ಟ್‌ವಾಲ್ಡ್‌ಹೀಂ.
5. 1982–1991 ಪೆರು ದೇಶದ ಜೇವಿಯರ ಪೆರೆಜ್ ಡಿ ಕ್ಯೂಲರ್
6. 1992–1996 ಈಜಿಪ್ಟ್ ದೇಶದ ಡಾ. ಬೌತ್ರೋಸ್ ಘಾಲಿ
7. 1997–2006 ಘಾನಾ ದೇಶದ ಕೋಫಿ ಅನ್ನಾನ್
8. 2007–2016 ದಕ್ಷಿಣ ಕೊರಿಯಾದ ಬಾನ್ ಕಿ ಮೂನ್
9. 2017 ರಿಂದ ಪೋರ್ಚುಗಲ್‌ನ್ ಆಂಟೋನಿಯೋ ಗುಟೇರ್ರಸ್

ಪ್ರಸ್ತುತ ಪ್ರಧಾನ ಕಾರ್ಯದರ್ಶಿ ಆಂಟೋನಿಯೋ ಗುತೆರ್ರಸ್

ಕಾರ್ಯಾಲಯದ ಕಾರ್ಯಗಳು :

1) ವಿಶ್ವಸಂಸ್ಥೆಯ ದಿನನಿತ್ಯದ ಆಡಳಿತ ಜವಾಬ್ದಾರಿಯನ್ನು ನಿರ್ವಹಿಸುತ್ತದೆ.
2) ವಿಶ್ವಸಂಸ್ಥೆಯ ವಿವಿಧ ಅಂಗಗಳ ಸಭೆಗಳನ್ನು ಏರ್ಪಡಿಸಲು ಪೂರ್ವಭಾವಿ ತಯಾರಿ ನಡೆಸುವುದು. ಸಭೆಯಲ್ಲಿ ಹಾಜರಾದಂತಹ ಸಭಾಸದಸ್ಯರ ಹಾಜರಿಯನ್ನು ಬರೆದಿಡುವುದು ಮತ್ತು ಇಂತಹ ಸಭೆಗಳಲ್ಲಿ ಕೈಗೊಳ್ಳಲಾದಂತಹ ನಿರ್ಣಯಗಳನ್ನು ಬರೆದಿಡುವುದು.
3) ಬೇರೆ ಬೇರೆ ಭಾಷೆಗಳಲ್ಲಿ ಭಾಷಾಂತರವನ್ನು ಒದಗಿಸುವುದು ಮತ್ತು ಭಾಷಾಂತರಕಾರರ ಸೇವೆಯನ್ನು ಒದಗಿಸುವುದು.
4) ಸಂಯುಕ್ತ ರಾಷ್ಟ್ರಸಂಘದ ಎಲ್ಲಾ ಅಂಗಸಂಸ್ಥೆಗಳ ಆಯವ್ಯಯ ಪಟ್ಟಿಯನ್ನು ತಯಾರಿಸುವುದು, ಅಂತರರಾಷ್ಟ್ರೀಯ ಒಪ್ಪಂದಗಳನ್ನು ನೊಂದಾಯಿಸುವುದು ಮತ್ತು ಪ್ರಕಟಿಸುವುದು.
5) ದಾಖಲೆಗಳನ್ನು ಸಂಗ್ರಹಿಸಿ, ಕಾಪಾಡಿಕೊಂಡು ಬರುವುದು.
6) ವಿಶ್ವ ಸಂಸ್ಥೆಯು ನೀಡಿದ ಕೆಲವು ವಿಶೇಷ ಕಾರ್ಯಗಳನ್ನು ನಿರ್ವಹಿಸುವುದು.

ಪ್ರಧಾನ ಕಾರ್ಯದರ್ಶಿಯನ್ನು "ಎಲ್ಲಾ ಪಕ್ಷಗಳ ವಿಶ್ವಾಸಾರ್ಹ ಸಲಹೆಗಾರ"ಎಂದು ಡಾಗ್ ಹ್ಯಾಮರ್ ಶೀಲ್ಡ್‌ರವರು ವಿಶ್ಲೇಷಣೆ ಮಾಡಿದ್ದಾರೆ.

ವಿಶ್ವಸಂಸ್ಥೆಯ ಹಲವಾರು ಸಹಾಯಕ ಸಂಸ್ಥೆಗಳು (Auxiliary Agencies of U.N.O)

ಇವುಗಳು ವಿಶ್ವಸಂಸ್ಥೆಯ ಪ್ರಣಾಳಿಕೆಯಲ್ಲಿ ಸೂಚಿಸಲ್ಪಟ್ಟ ಅಂಗಗಳೇನಲ್ಲ. ಆದರೆ ಈ ಸಂಸ್ಥೆಗಳು ವಿಶ್ವಸಂಸ್ಥೆಯ ಆರ್ಥಿಕ–ಸಾಮಾಜಿಕ ಉದ್ದೇಶಗಳನ್ನು ಸಾಧಿಸುವಲ್ಲಿ ಬಹುಮಟ್ಟಿಗೆ ಯಶಸ್ವಿಯಾಗಿವೆ. ಅಂತಹ ಕೆಲವು ಸಹಾಯಕ ಸಂಸ್ಥೆಗಳಾದವುವೆಂದರೆ.

1. ಅಂತರರಾಷ್ಟ್ರೀಯ ಅಣುಶಕ್ತಿ ಸಂಸ್ಥೆ (I.A.F.A- International Automic Energy Agency): ಈ ಸಂಸ್ಥೆಯನ್ನು 1957ರಲ್ಲಿ ಸ್ಥಾಪಿಸಲಾಯಿತು. ಶಾಂತಿಯುತ ಉದ್ದೇಶಗಳಿಗಾಗಿ ಅಣುಶಕ್ತಿಯನ್ನು ಬಳಸುವಂತೆ ಮಾಡುವುದೇ ಇದರ ಮುಖ್ಯ ಉದ್ದೇಶ. ಈ ಸಂಸ್ಥೆಯ ಸದಸ್ಯರ ಸಂಖ್ಯೆ 100. ಇದರ ಕೇಂದ್ರ ಕಾರ್ಯಾಲಯವು ವಿಯನ್ನಾದಲ್ಲಿದೆ.

2. ಅಂತರರಾಷ್ಟ್ರಿಯಾ ಕಾರ್ಮಿಕ ಸಂಸ್ಥೆ (ILO-International Labour Organisation): ರಾಷ್ಟ್ರಸಂಘದ ಸಹಾಯಕ ಸಂಸ್ಥೆಯಾಗಿ 1919ರಲ್ಲಿ ರೂಪುಗೊಂಡ ಈ ಸಂಸ್ಥೆಯು ವಿಶ್ವಸಂಸ್ಥೆಯ ಅತ್ಯುಪಯುಕ್ತವಾದ ಪರಿಣಿತ

ಸಂಸ್ಥೆಗಳಲ್ಲೊಂದು. 1964ರಲ್ಲಿ ವಿಶ್ವಸಂಸ್ಥೆಯು ಇದನ್ನು ತನ್ನ ಸಹ ಸಂಸ್ಥೆಗಳಲ್ಲೊಂದು ಎಂದು ಮಾನ್ಯಮಾಡಿತು. ಇದು ಸರ್ಕಾರಗಳ ಮಾಲೀಕರ ಮತ್ತು ಕಾರ್ಮಿಕರ ಪ್ರತಿನಿಧಿಗಳನ್ನೊಳಗೊಂಡಿದೆ. ಈ ಸಂಸ್ಥೆಯ ಉದ್ದೇಶವು, ತನ್ನ ಸದಸ್ಯ ರಾಷ್ಟ್ರಗಳಲ್ಲಿ ಕಾರ್ಮಿಕರ ಸ್ಥಿತಿಗತಿಗಳನ್ನು ಸುಧಾರಿಸುವುದು, ಅವರ ಜೀವನ ಮಟ್ಟವನ್ನು ಉತ್ತಮಗೊಳಿಸುವುದು ಮತ್ತು ಆರ್ಥಿಕ ಹಾಗೂ ಸಾಮಾಜಿಕ ಭದ್ರತೆಯನ್ನು ದೃಢಗೊಳಿಸುವುದಾಗಿದೆ. ಇದು 123 ಸದಸ್ಯರನ್ನು ಹೊಂದಿದೆ. ಇದರ ಕೇಂದ್ರ ಕಾರ್ಯಾಲಯವು ಸ್ವಿಟ್ಜರ್‌ಲ್ಯಾಂಡಿನ ಜಿನಿವಾ ಪ್ರಾಂತದ ಲೊಸೆನ್ನೆ ಎಂಬ ನಗರದಲ್ಲಿದೆ. ಇದರ ಆಡಳಿತವನ್ನು ಅಂತರರಾಷ್ಟ್ರೀಯ ಕಾರ್ಮಿಕ ಸಮ್ಮೇಳನ, ಆಡಳಿತ ಮಂಡಲಿ ಮತ್ತು ಅಂತರರಾಷ್ಟ್ರೀಯ ಕಾರ್ಮಿಕ ಕಾರ್ಯಾಲಯವು ನಿರ್ವಹಿಸುತ್ತದೆ. ಆಡಳಿತ ಮಂಡಳಿಯು 48 ಸದಸ್ಯರನ್ನು ಹೊಂದಿದೆ. ಅವರುಗಳಲ್ಲಿ 24 ಮಂದಿ ಸರ್ಕಾರಿ ಪ್ರತಿನಿಧಿಗಳು, 12 ಮಂದಿ ಮಾಲೀಕರ ಪರವಾಗಿ ಮತ್ತು ಉಳಿದ ಹನ್ನೆರಡು ಪ್ರತಿನಿಧಿಗಳು ಕಾರ್ಮಿಕರ ಪರವಾಗಿ ಪ್ರತಿನಿಧಿಸುತ್ತಾರೆ. ಕೆನಡಾ, ಚೀನ, ಫ್ರಾನ್ಸ್, ಪಶ್ಚಿಮ ಜರ್ಮನಿ, ಭಾರತ, ಇಟಲಿ, ಜಪಾನ್, ರಷ್ಯಾ, ಬ್ರಿಟನ್ ಮತ್ತು ಅಮೆರಿಕ ಈ 10 ದೇಶಗಳು ಆಡಳಿತ ಮಂಡಲಿಯ ಖಾಯಂ ಸದಸ್ಯರು. ಉಳಿದವರನ್ನು ಸಮ್ಮೇಳನದಲ್ಲಿ ಮೂರು ವರ್ಷಗಳ ಅವಧಿಗೆ ಅವರವರ ಪ್ರತಿನಿಧಿಗಳ ಗುಂಪಿನಿಂದ ಆಯ್ಕೆ ಮಾಡಲಾಗುತ್ತದೆ.

3. ಆಹಾರ ಮತ್ತು ಕೃಷಿ ಸಂಸ್ಥೆ (FAO- The Food and Agricultural Organisation): ಈ ಸಂಸ್ಥೆಯ ಸದಸ್ಯರ ಸಂಖ್ಯೆ 111. ಇದರ ಕೇಂದ್ರ ಕಾರ್ಯಾಲಯವು ರೋಮಿನಲ್ಲಿದೆ. ಇದರ ಪ್ರಮುಖ ಕರ್ತವ್ಯವೆಂದರೆ ವಿಶ್ವದಾದ್ಯಂತ ಆಹಾರ ಮತ್ತು ಕೃಷಿ ಪರಿಸ್ಥಿತಿಯನ್ನು ಅವಲೋಕಿಸುವುದು, ಉತ್ಪಾದನೆ ವೃದ್ಧಿಸುವಂತೆ ಮಾಡುವುದು, ಪೌಷ್ಠಿಕ ಆಹಾರದ ಮಟ್ಟ ಮತ್ತು ಜೀವನಮಟ್ಟ ಸುಧಾರಿಸುವುದು, ನೈಸರ್ಗಿಕ ಸಂಪನ್ಮೂಲಗಳು ಅಪವ್ಯಯವಾಗದಂತೆ ನೋಡಿಕೊಳ್ಳುವುದು, ಭೂ ಮಾಲೀಕತ್ವದ ವ್ಯವಸ್ಥೆಯನ್ನು ಉತ್ತಮಗೊಳಿಸಲು ಸಲಹೆ ನೀಡುವುದು ಹಾಗೂ ಕೃಷಿ ಸಾಲವನ್ನು ಒದಗಿಸುವುದಾಗಿದೆ.

4. ವಿಶ್ವಸಂಸ್ಥೆಯ ಶೈಕ್ಷಣಿಕ, ವೈಜ್ಞಾನಿಕ ಹಾಗೂ ಸಾಂಸ್ಕೃತಿಕ ಸಂಸ್ಥೆ: **(UNESCO: The United Nations Educational Scientific and Cultural Organisation)**: ಈ ಸಂಸ್ಥೆಯು 1945ರಲ್ಲಿ ಸ್ಥಾಪಿತವಾಯಿತು. ಇದರ ಪ್ರಮುಖ ಉದ್ದೇಶವೆಂದರೆ ಶೈಕ್ಷಣಿಕ, ವೈಜ್ಞಾನಿಕ ಮತ್ತು ಸಾಂಸ್ಕೃತಿಕ ಕ್ಷೇತ್ರಗಳಲ್ಲಿ ರಾಷ್ಟ್ರಗಳ ನಡುವೆ ಸಂಬಂಧ ಮತ್ತು ಸಹಕಾರ ಸೃಷ್ಟಿಸಿ ವಿಶ್ವಶಾಂತಿ ಮತ್ತು ಸುರಕ್ಷತೆಯನ್ನು ದೃಢಗೊಳಿಸುವುದಾಗಿದೆ. ಇದರ ಶೈಕ್ಷಣಿಕ ಕಾರ್ಯಕ್ರಮವು ವಿದ್ಯಾಭ್ಯಾಸದ ಸುಧಾರಣೆ ಮತ್ತು ಪ್ರಚಾರ ಹಾಗೂ ವಿವಿಧ ರಾಜ್ಯಗಳಲ್ಲಿ ಅಧ್ಯಾಪಕರಿಗಾಗಿ ತರಬೇತಿ ಸಂಸ್ಥೆಗಳ ಕಾರ್ಯವನ್ನು ಪ್ರೋತ್ಸಾಹಿಸುವುದು ಹಾಗೂ ವಿಶ್ವದ ವಿಖ್ಯಾತ ವಿಜ್ಞಾನಿಗಳ ಸಮ್ಮೇಳನವನ್ನು ನಡೆಸುತ್ತದೆ. ಸಾಂಸ್ಕೃತಿಕ ಕ್ಷೇತ್ರಕ್ಕೆ ಸಂಬಂಧಿಸಿದಂತೆ ವೃತ್ತಪತ್ರಿಕೆ, ಸಿನಿಮಾ ಮತ್ತು ಆಕಾಶವಾಣಿಗಳ ಗುಣಮಟ್ಟವನ್ನು ವೃದ್ಧಿಸಲು ಹಾಗೂ ವಿವಿಧ ಸಾಂಸ್ಕೃತಿಕ ನಿಯೋಗಗಳು ಪರದೇಶಗಳಿಗೆ ಭೇಟಿ ಕೊಡಲು ಪ್ರೋತ್ಸಾಹಿಸುತ್ತದೆ. ಇದರ ಸದಸ್ಯರ ಸಂಖ್ಯೆಯು 120 ಹಾಗೂ ಕೇಂದ್ರ ಕಾರ್ಯಾಲಯವು ಪ್ಯಾರಿಸ್ಸಿನಲ್ಲಿದೆ.

5. ವಿಶ್ವಸಂಸ್ಥೆಯ ಮಕ್ಕಳ ನಿಧಿ (UNICEF: United Nations Childern Fund) : ಈ ನಿಧಿಯನ್ನು 1946ರಲ್ಲಿ ವಿಶ್ವಸಂಸ್ಥೆಯು ಪ್ರಾರಂಭಿಸಿತು. ಇದರ ಉದ್ದೇಶವು ಎರಡನೆಯ ಮಹಾಯುದ್ಧದಲ್ಲಿ ತೊಂದರೆಗೊಳಗಾದ ಮಕ್ಕಳಿಗೆ ಸಹಾಯ ನೀಡುವುದು ಮತ್ತು ಯುದ್ಧದಿಂದ ಪೀಡಿತರಾಗಿದ್ದ ಪ್ರದೇಶಗಳ ಮಕ್ಕಳ ಆರೋಗ್ಯ ವರ್ಧನೆಗಾಗಿ ಶ್ರಮಿಸುವುದಾಗಿತ್ತು. ಅದೊಂದು ತುರ್ತು ಕ್ರಮವಾಗಿದ್ದಿತು. ಆದ್ದರಿಂದ ಅದನ್ನು ವಿಶ್ವಸಂಸ್ಥೆಯ ಮಕ್ಕಳ ಅಂತರರಾಷ್ಟ್ರೀಯ ತುರ್ತುನಿಧಿ ಎಂದು ಕರೆಯಲಾಯಿತು. 1950ರಲ್ಲಿ ಇದರ ಕಾರ್ಯಕ್ಷೇತ್ರವನ್ನು ಹಿಂದುಳಿದ ರಾಷ್ಟ್ರಗಳ ಮಕ್ಕಳ ಕ್ಷೇಮಕ್ಕಾಗಿಯೂ ವಿಸ್ತರಿಸಲಾಯಿತು. 1957ರಲ್ಲಿ ಇದೊಂದು ಖಾಯಂ ಸಂಸ್ಥೆಯಾಯಿತು. ವಿಶ್ವಸಂಸ್ಥೆಯ ಆರ್ಥಿಕ ಮತ್ತು ಸಾಮಾಜಿಕ ಸಂಸ್ಥೆಯು ನೇಮಿಸುವ ಮೂವತ್ತು ಸದಸ್ಯರ ಕಾರ್ಯಾಂಗ ಮಂಡಳಿಯು ಇದರ ಜವಾಬ್ದಾರಿಗಳನ್ನು ನಿರ್ವಹಿಸುತ್ತದೆ. ಯೂನಿಸೆಫ್‌ನ ಸಂಪನ್ಮೂಲಗಳೆಂದರೆ ಸರ್ಕಾರಿ ಹಾಗೂ ಖಾಸಗಿ ವಂತಿಕೆಗಳು. ಇದರ ಕೇಂದ್ರ ಕಾರ್ಯಾಲಯವು ನ್ಯೂಯಾರ್ಕ್‌ನಲ್ಲಿದೆ.

6. ವಿಶ್ವ ಆರೋಗ್ಯ ಸಂಸ್ಥೆ (WHO - World Health Organisation): 1948ರಲ್ಲಿ ಸ್ಥಾಪಿಸಲ್ಪಟ್ಟ ಈ ಸಂಸ್ಥೆಯ ಉದ್ದೇಶವು ವಿಶ್ವದಾದ್ಯಂತ ವಾಸಿಸುವ ಜನರ ಆರೋಗ್ಯವನ್ನು ಅತ್ಯುನ್ನತ ಮಟ್ಟಕ್ಕೆ ತರುವುದಾಗಿದೆ. ಅದರ ಕಾರ್ಯಕ್ರಮಗಳು ಹಲವಾರು. ರೋಗ ನಿರ್ಮೂಲನ, ಪೌಷ್ಟಿಕತೆಯನ್ನು ವೃದ್ಧಿಸುವುದು. ಆರೋಗ್ಯದಾಯಕ ಅಭ್ಯಾಸಗಳನ್ನು ರೂಢಿ ಮಾಡಿಸುವುದು. ಆರೋಗ್ಯದಾಯಕ ಜೀವನಕ್ಕೆ ಅಗತ್ಯವಾದ ಇನ್ನಿತರ ಕ್ರಮಗಳನ್ನು ಕೈಗೊಳ್ಳುವುದು. ವಿಶ್ವಸಂಸ್ಥೆಯ ಎಲ್ಲಾ ಸದಸ್ಯ ರಾಷ್ಟ್ರಗಳು ಈ ಸಂಸ್ಥೆಯ ಸದಸ್ಯರು. ಇದರ ಆಡಳಿತವನ್ನು ಎಲ್ಲಾ ಸದಸ್ಯರನ್ನೊಳಗೊಂಡ ವಿಶ್ವ ಆರೋಗ್ಯ ಸಭೆ, ಆ ಸಭೆಯಿಂದ

ಆಯ್ಕೆಯಾದ 24 ಸದಸ್ಯರ ಕಾರ್ಯಾಂಗ ಮಂಡಳಿ ಮತ್ತು ಡೈರೆಕ್ಟರ್ ಜನರಲ್ ನೋಡಿಕೊಳ್ಳುತ್ತಾರೆ. ಇದರ ಕೇಂದ್ರ ಕಾರ್ಯಾಲಯವು ಸ್ವಿಡ್ಜರ್ಲೆಂಡಿನ ಜಿನಿವಾದಲ್ಲಿದೆ ಜೊತೆಗೆ ಇದರ ಶಾಖಾ ಕಛೇರಿಗಳು ಬ್ರೆಜಿಲ್, ವಾಷಿಂಗ್‌ಟನ್, ನವದೆಹಲಿ, ಕೂಪನ್ ಹೇಗನ್, ಅಲೆಕ್ಸಾಂಡ್ರಿಯ ಮತ್ತು ಮನಿಲಾದಲ್ಲಿವೆ.

ಇನ್ನಿತರ ಸಹಾಯಕ ಸಂಸ್ಥೆಗಳು ಕೆಳಗಿನಂತಿವೆ.

7. ವಿಶ್ವಬ್ಯಾಂಕು (IBRD-International Bank for Reconstruction and Development)

8. ಅಂತರರಾಷ್ಟ್ರೀಯ ಹಣಕಾಸಿನ ಸಂಸ್ಥೆ (IMF-International Monetary Fund)

9. ಅಂತರರಾಷ್ಟ್ರೀಯ ಹಣಕಾಸಿನ ಕಾರ್ಪೋರೇಷನ್ (IFC-International Finance Corporation)

10. ವಿಶ್ವ ಅಭಿವೃದ್ಧಿ ಸಂಸ್ಥೆ (IDA-International Development Association):

ಈ ವಿಶೇಷ ಸಮಿತಿಗಳಿಗೆ ನಿರ್ದೇಶನ ಮತ್ತು ಸಹಕಾರ ಕೊಡುವುದರ ಮೂಲಕ ವಿಶ್ವಸಂಸ್ಥೆ ಅಂತರರಾಷ್ಟ್ರೀಯ ಸಾಮಾಜಿಕ ಮತ್ತು ಆರ್ಥಿಕ ಸಮಸ್ಯೆಗಳನ್ನು ಪರಿಹರಿಸುತ್ತಾ ಬಂದಿದೆ.

ವಿಶ್ವಸಂಸ್ಥೆಯ ಕಾರ್ಯ ಸಾಧನೆಗಳು

ವಿಶ್ವಸಂಸ್ಥೆಯ ಸಾಧನೆಗಳನ್ನು ರಾಜಕೀಯ ಮತ್ತು ರಾಜಕೀಯೇತರ ಸಾಧನೆಗಳು ಎಂದು ಎರಡು ಭಾಗಗಳಾಗಿ ವಿಂಗಡಿಸಬಹುದು. ವಿಶ್ವಸಂಸ್ಥೆಯು ರಾಜಕೀಯ ಕ್ಷೇತ್ರದಲ್ಲಿ ಅನೇಕ ಸಮಸ್ಯೆಗಳನ್ನು ಪರಿಹರಿಸಿದೆ. ಅದರ ಸಾಧನೆಯ ಕೆಲವು ಪ್ರಮುಖ ಅಂಶಗಳನ್ನು ಈ ಕೆಳಕಂಡಂತೆ ಪರಿಶೀಲಿಸಬಹುದು.

ರಾಜಕೀಯ ಸಾಧನೆಗಳು:

1. ಇರಾನಿನ ಸಮಸ್ಯೆ (1946): ಇರಾನಿನ ಉತ್ತರ ಭಾಗದ ಗಡಿ ಪ್ರದೇಶಗಳಲ್ಲಿ ರಷ್ಯಾವು ತನ್ನ ಸೈನ್ಯವನ್ನು ನುಗ್ಗಿಸಿ ಅಲ್ಲಿನ ಜನತೆಯನ್ನು ತಮ್ಮಗಳ ಆಂತರಿಕ ಸ್ವಾತಂತ್ರ್ಯಕ್ಕಾಗಿ ಇರಾನನ್ನು ಪ್ರಚೋದಿಸುವಂತೆ ಮಾಡಿತು. ಇರಾನ್, ರಷ್ಯಾದ ಈ ದುರಾಕ್ರಮಣ ನೀತಿಯನ್ನು ಕಟುವಾಗಿ ಖಂಡಿಸಿತು. ಅಷ್ಟೇ ಅಲ್ಲದೆ ವಿಶ್ವಸಂಸ್ಥೆಗೆ ತನ್ನ ಆಂತರಿಕ ವಿಷಯದಲ್ಲಿ ರಷ್ಯಾ ಅತಿಕ್ರಮಣ ಪ್ರವೇಶಿಸಿದೆ ಎಂಬ ದೂರನ್ನು ಸಲ್ಲಿಸಿತು. ವಿಶ್ವಸಂಸ್ಥೆ ತನ್ನ ಕಾರ್ಯಾಚರಣೆ ಜರುಗಿಸಿ 1946ರ ಮೇ 23 ರಂದು ರಷ್ಯಾವನ್ನು ಇರಾನಿನ ಪ್ರದೇಶಗಳಿಂದ ಹೊರಹಾಕಿತು. ಈ ರೀತಿಯ ವಿಶ್ವಸಂಸ್ಥೆಯ ಮಧ್ಯ ಪ್ರವೇಶದಿಂದ ಇರಾನ್‌ಗೊದಗಿದ್ದ ಆಂತರಿಕ ಗಂಡಾಂತರವೊಂದು ಬಗೆಹರಿದಂತಾಯಿತು.

2. ಇಂಡೊನೇಷಿಯಾ ಸಮಸ್ಯೆ: ದ್ವಿತೀಯ ಮಹಾಯುದ್ಧದ ನಂತರ ಇಂಡೊನೇಷಿಯಾ ತನ್ನ ಸ್ವಾತಂತ್ರ್ಯವನ್ನು ಘೋಷಿಸಿಕೊಂಡಿತು. ಡಚ್ ಸರ್ಕಾರ ಇಂಡೊನೇಷಿಯಾದ ಸ್ವಾತಂತ್ರ್ಯವನ್ನು ಮನ್ನಿಸದೆ ತನ್ನ ಸೈನಿಕ ಕಾರ್ಯಾಚರಣೆಯ ಮೂಲಕ ಅಲ್ಲಿನ ಸ್ವಾತಂತ್ರ್ಯವನ್ನು ಧಮನ ಮಾಡುವ ಕ್ರಮಕೈಗೊಂಡಿತು. ಇಂಡೊನೇಷಿಯಾ 1947ರಲ್ಲಿ ವಿಶ್ವಸಂಸ್ಥೆಗೆ ಸಲ್ಲಿಸಿದ ದೂರಿನ ಮೇರೆಗೆ ವಿಶ್ವಸಂಸ್ಥೆ ಸಮಸ್ಯೆಯನ್ನು ಬಗೆಹರಿಸಲು ಒಂದು ಸಮಿತಿಯನ್ನು ನೇಮಿಸಿತು. ಸಮಿತಿಯು ಹಾಲೆಂಡಿನ ಹೇಗ್ ಪಟ್ಟಣದಲ್ಲಿ ಎರಡು ರಾಷ್ಟ್ರಗಳ ಶಾಂತಿ ಸಭೆಯನ್ನು ಕರೆಯಿತು. ಅನೇಕ ವಾದ ವಿವಾದಗಳು ನಡೆದ ನಂತರ ಸಮಿತಿಯ ಮಧ್ಯಸ್ಥಿಕೆಯಿಂದ ಇಂಡೊನೇಷಿಯಾ ಸ್ವಾತಂತ್ರ್ಯಕ್ಕೆ ಮಾನ್ಯತೆ ದೊರಕಿಸಿಕೊಡುವಂತಾಯಿತು.

3. ಗ್ರೀಸನ್ನು ಕಮ್ಯುನಿಸ್ಟರಿಂದ ರಕ್ಷಿಸಿದುದು: ರಷ್ಯಾ 1946ರ ಜನವರಿಯಲ್ಲಿ, ಗ್ರೀಸ್‌ನ ಆಂತರಿಕ ವ್ಯವಹಾರಗಳಲ್ಲಿ ಇಂಗ್ಲೆಂಡ್ ಅನಗತ್ಯವಾಗಿ ಪ್ರವೇಶಿಸಿ ಅದರ ಶಾಂತಿ ಮತ್ತು ಭದ್ರತೆಗೆ ಭಂಗವುಂಟುಮಾಡುತ್ತಿದೆ ಎಂದು ಆಪಾದಿಸಿತು. ಈ ಒಂದು ಕಾರಣವನ್ನೇ ಮುಂದೊಡ್ಡಿ ರಷ್ಯಾವು ಬಾಲ್ಕನ್ ಪ್ರದೇಶದಲ್ಲಿ ಗ್ರೀಸ್ ಅಶಾಂತಿಯನ್ನುಂಟು ಮಾಡಲು ಸಹ ಪ್ರಯತ್ನಿಸುತ್ತಿದೆಯೆಂದು 1946ರ ಆಗಸ್ಟ್‌ನಲ್ಲಿ ದೂರಿತು. ಆದರೆ ಇಂಗ್ಲೆಂಡ್, ಗ್ರೀಸ್ ಯಾವಾಗಲೂ ಸ್ವತಂತ್ರವಾಗಿರಬೇಕೆಂದು ಬಯಸುತ್ತಿತ್ತು. ರಷ್ಯಾದ ಈ ಅನಪೇಕ್ಷಿತ ಹೇಳಿಕೆಗಳಿಗೆ ಮತ್ತು ಅದು ಬಾಲ್ಕನ್ ಪ್ರದೇಶದಲ್ಲಿ ಅನಗತ್ಯವಾಗಿ ಪ್ರವೇಶಿಸಲು ಬಾಲ್ಕನ್ ರಾಜ್ಯಗಳು ಆಲ್ಬೇನಿಯಾ, ಬಲ್ಗೇರಿಯಾ, ಯುಗೋಸ್ಲಾವಿಯಗಳೇ ರಷ್ಯಾಕ್ಕೆ ಬೆಂಬಲ ನೀಡುತ್ತಿವೆಯೆಂದು ಗ್ರೀಸ್ ವಿಶ್ವಸಂಸ್ಥೆಗೆ ದೂರಿತ್ತಿತು. ವಿಶ್ವಸಂಸ್ಥೆಯ ಸಾಮಾನ್ಯ ಸಭೆಯು ಸಮಸ್ಯೆಯನ್ನು ಬಗೆಹರಿಸಲು ಉಪಸಮಿತಿಯನ್ನು ನೇಮಕ ಮಾಡಿತು. ಅಲ್ಲಿನ ಗ್ರೀಕ್ ಗೆರಿಲ್ಲಾಗಳಿಗೆ ಅಪಾರ ಪ್ರಮಾಣದ ನೆರವನ್ನು ಒದಗಿಸಿಕೊಡುವುದರ ಮೂಲಕ ಸಮಿತಿ 1950 ಡಿಸೆಂಬರ್‌ನಲ್ಲಿ ಅಲ್ಲಿನ ಕಮ್ಯುನಿಸ್ಟ್ ಗೆರಿಲ್ಲಾಗಳಿಂದ ಗ್ರೀಸನ್ನು ರಕ್ಷಿಸಿತು.

4. ಕಾಶ್ಮೀರ ವಿವಾದ (1947) : ಕಾಶ್ಮೀರದಲ್ಲಿ ವಾಸಿಸುವ ಜನತೆಯಲ್ಲಿ ಬಹುಪಾಲು ಮುಸ್ಲಿಮರಾಗಿದ್ದಾರೆ. ಅಲ್ಲಿನ ರಾಜ ಹರಿಸಿಂಗ್ ಹಿಂದೂ ಮನೆತನದವನಾಗಿದ್ದು ಸ್ವತಂತ್ರವಾಗಿ ಆಳ್ವಿಕೆ ನಡೆಸುತ್ತಿದ್ದನು. ಪಾಕಿಸ್ತಾನ ಈ ಪ್ರಾಂತ್ಯವನ್ನು

ಸಂಪೂರ್ಣ ತನ್ನ ವಶವಾಗಿಸಿಕೊಳ್ಳಬೇಕೆನ್ನುವ ದೃಷ್ಟಿಯಿಂದ ಕಾಶ್ಮೀರದ ಮೇಲೆ 1947ರ ಅಕ್ಟೋಬರ್ ತಿಂಗಳಿನಲ್ಲಿ ತನ್ನ ಆಕ್ರಮಣಕಾರಿ ಧಾಳಿ ನಡೆಸಿತು. ಧಾಳಿಯನ್ನು ಹಿಮ್ಮೆಟ್ಟಿಸಲಾಗದ ಹರಿಸಿಂಗ್ ಭಾರತ ಸೈನ್ಯದ ನೆರವು ಪಡೆದು ಪಾಕಿಸ್ತಾನಿ ಆಕ್ರಮಣಕಾರರನ್ನು ಹೊಡೆದೋಡಿಸಿದನು. 1947ರ ಅಕ್ಟೋಬರ್ 16ರಂದು ತನ್ನ ಪ್ರಾಂತ್ಯ ಭಾರತದ ಅವಿಭಾಜ್ಯ ಅಂಗವಾಗಿರುವುದಾಗಿ ಒಪ್ಪಂದವೊಂದಕ್ಕೆ ಕಾಶ್ಮೀರ ಸಹಿ ಹಾಕಿತು. ಪಾಕಿಸ್ತಾನ ಕಾಶ್ಮೀರದ ಈ ಕ್ರಮದಿಂದ ಅಸಮದಾನಗೊಂಡು ತನ್ನ ಸೈನಿಕ ದಾಳಿಯನ್ನು ಆ ಪ್ರದೇಶದ ಮೇಲೆ ಮುಂದುವರೆಸಿತು. 1948ರ ಜನವರಿ 1 ರಂದು ಭಾರತ ಪಾಕಿಸ್ತಾನದ ಆಕ್ರಮಣಕಾರಿ ನೀತಿಯ ವಿರುದ್ಧ ವಿಶ್ವಸಂಸ್ಥೆಗೆ ದೂರಿತ್ತಿತು. ವಿಶ್ವಸಂಸ್ಥೆಯು ಘರ್ಷಣೆಯನ್ನು ನಿವಾರಿಸಲು ಅಡ್ಮಿರಲ್ ನಿಮಿಟ್ಜ್, ಸರ್ ಓವನ್‌ಡಿಕ್ಸನ್ ಮತ್ತು ಡಾ. ಪ್ರಾಂಕ್‌ಗ್ರಹಾಮ್‌ರವರನ್ನೊಳಗೊಂಡ ಸಮಿತಿಯನ್ನು ನೇಮಿಸಿತು. ಸಮಿತಿಯು ಎರಡು ದೇಶಗಳ ನಡುವೆ ಯಾವುದೇ ರಾಜಿ ಅಥವಾ ಶಾಂತಿಯನ್ನು ಸ್ಥಾಪಿಸಲು ವಿಫಲತೆಯನ್ನು ಹೊಂದಿತು. ಹಾಗೆಯೇ ಮುಂದುವರಿದ ಈ ರಾಷ್ಟ್ರಗಳ ಘರ್ಷಣೆ 1965ರಲ್ಲಿ ನಡೆದ ಭಾರತ–ಪಾಕಿಸ್ತಾನಿ ಯುದ್ಧಕ್ಕೆ ಮತ್ತು 1971ರಲ್ಲಿ ಮತ್ತೊಮ್ಮೆ ನಡೆದ ಯುದ್ಧಕ್ಕೆ ಅವಕಾಶ ಮಾಡಿಕೊಟ್ಟಿತು. ಈ ಎರಡು ಸಂದರ್ಭಗಳಲ್ಲೂ ವಿಶ್ವಸಂಸ್ಥೆ ಮಧ್ಯೆ ಪ್ರವೇಶಿಸಿ ಶಾಂತಿಯನ್ನುಂಟುಮಾಡುವಲ್ಲಿ ಸಫಲವಾಯಿತೇ ಹೊರತು ವಿವಾದಕ್ಕೆ ಶಾಶ್ವತ ಪರಿಹಾರ ನೀಡುವುದರಲ್ಲಿ ವಿಫಲವಾಗಿ ಘರ್ಷಣೆಯು ಮುಂದುವರೆಯುತ್ತಿರುವಂತೆಯೇ ಮಾಡಿದೆ.

5. ಪ್ಯಾಲಸ್ಟೈನ್ ಸಮಸ್ಯೆ: 1948ರಲ್ಲಿ ಪ್ಯಾಲಸ್ಟೈನ್‌ನಲ್ಲಿ ಇಂಗ್ಲೆಂಡ್ ತನ್ನ ಮ್ಯಾಂಡೇಟರಿ ಆಳ್ವಿಕೆಯನ್ನು ಕೊನೆಗೊಳಿಸಿರುವುದಾಗಿ ಘೋಷಿಸಿ ಅಲ್ಲಿಂದ ತೆರವು ಮಾಡಿತು. ಅಲ್ಲಿನ ಯಹೂದಿಗಳೆಲ್ಲ ಒಟ್ಟಾಗಿ ಸೇರಿ ಸ್ವತಂತ್ರ ಇಸ್ರೇಲ್ ರಾಜ್ಯವನ್ನು ತಕ್ಷಣದಲ್ಲಿಯೇ ನಿರ್ಮಿಸಿಕೊಂಡರು. ಈ ಸ್ವತಂತ್ರ ಇಸ್ರೇಲ್ ರಾಜ್ಯ ನಿರ್ಮಾಣವನ್ನು ಅಲ್ಲಿನ ಎಲ್ಲಾ ಅರಬ್ಬರು ವಿರೋಧಿಸಿ ಅದರ ಮೇಲೆ ಯುದ್ಧ ಹೂಡಿದರು. ಎರಡು ಕಡೆಯಲ್ಲೂ ಅಪಾರ ಸಾವು ನೋವುಗಳುಂಟಾದವು. ಯುದ್ಧದ ತೀವ್ರತೆಯನ್ನು ಮನಗಂಡ ವಿಶ್ವಸಂಸ್ಥೆ 1948ರ ಏಪ್ರಿಲ್‌ನಲ್ಲಿ ಯುದ್ಧ ನಿಲುಗಡೆಯ ಒಂದು ಸಮಿತಿಯನ್ನು, ಉಪಸಮಿತಿಯನ್ನು ಸಹ ನೇಮಿಸಿತು. ಈ ಸಂಸ್ಥೆಯ ಯಾವುದೇ ಯುದ್ಧ ನಿಲುಗಡೆಯ ಸಂಧಾನಗಳಿಗೊಪ್ಪದೆ ಅರಬ್ಬರು ತಮ್ಮ ಹಿಂದಿಗಿಂತಲೂ ತೀವ್ರ ಹಿಂಸಾಕೃತ್ಯದ ಹೋರಾಟವನ್ನು ಇಸ್ರೇಲ್ ವಿರುದ್ಧ ಕೈಗೊಂಡರು. 1949ರ ಜನವರಿ 7ರಂದು ವಿಶ್ವಸಂಸ್ಥೆ ಬರ್ನಾಡೊಟ್ಟೆ ಮತ್ತು ಡಾ. ರಾಲ್ಫ್‌ಬಂಚ್‌ರೆಂಬ ಸದಸ್ಯರನ್ನು ಮಧ್ಯಸ್ಥಿಕೆ ವಹಿಸಿ ಯುದ್ಧ ನಿಲುಗಡೆಯಾಗುವಂತೆ ತಿಳಿಸಿತು. ಅಷ್ಟೇ ಅಲ್ಲದೆ ನೊಂದ ಯಹೂದಿಗಳಿಗೆ ಪರಿಹಾರ, ಅವರ ವಸತಿ ಇನ್ನಿತರ ಸಮಸ್ಯೆಗಳ ಸುಧಾರಣೆಗಾಗಿ ಕೆಲಸದ ನಿಯೋಗವೊಂದನ್ನು ನೇಮಿಸಿತು. ವಿಶ್ವಸಂಸ್ಥೆಯ ಇಷ್ಟೆಲ್ಲಾ ಕಾರ್ಯಗಳಿಂದ ಕದನ ವಿರಾಮವೇರ್ಪಟ್ಟಿದ್ದರೂ ಅರಬ್ ಮತ್ತು ಯಹೂದಿಗಳ ನಡುವಣ ಘರ್ಷಣೆ ಸಂಪೂರ್ಣವಾಗಿ ನಿಲ್ಲದೆ ಹೋರಾಟ ನಡೆಯುತ್ತಲೇ ಇದೆ.

6. ಸೂಯಜ್ ಕಾಲುವೆ ಸಮಸ್ಯೆ (1956): ಈಜಿಪ್ಟ್‌ನ ಅಧ್ಯಕ್ಷ ನಾಸೆರ್ 1956ರಲ್ಲಿ ಅಂತರರಾಷ್ಟ್ರೀಯ ಜಲಮಾರ್ಗವಾಗಿದ್ದ ಸೂಯಜ್ ಕಾಲುವೆಯನ್ನು ರಾಷ್ಟ್ರೀಕರಣಗೊಳಿಸಿದನು. ಇದರಿಂದ ಯೂರೋಪಿನ ರಾಷ್ಟ್ರಗಳ ವ್ಯಾಪಾರಿ ಮಾರುಕಟ್ಟೆಗೆ ಅಡಚಣೆಯುಂಟಾದಂತಾಯಿತು. ಇದರಿಂದ ಹೆಚ್ಚಿನ ತೊಂದರೆಯನ್ನನುಭವಿಸಬೇಕಾಗಿದ್ದ ಇಂಗ್ಲೆಂಡ್ ಮತ್ತು ಫ್ರಾನ್ಸ್‌ಗಳು, ಇಸ್ರೇಲ್‌ನ್ನೊಳಗೊಂಡ ಸೈನಿಕ ಪಡೆಯನ್ನು ಈಜಿಪ್ಟಿನ ಮೇಲೆ ನುಗ್ಗಿಸಿದವು. ಈಜಿಪ್ಟ್ ಮತ್ತು ಮಿತ್ರರಾಷ್ಟ್ರಗಳ ನಡುವೆ ಇನ್ನೇನು ಯುದ್ಧ ಸಂಭವಿಸಬೇಕೆನ್ನುವಷ್ಟರಲ್ಲಿ ವಿಶ್ವಸಂಸ್ಥೆ ತನ್ನ ಶಾಂತಿ ಪಡೆಯನ್ನು ಈಜಿಪ್ಟಿಗೆ ಕಳುಹಿಸಿ ಮಿತ್ರ ರಾಷ್ಟ್ರಗಳು ತಮ್ಮ ಸೈನ್ಯವನ್ನು ಹಿಂದಕ್ಕೆ ಕರೆಯಿಸಿಕೊಳ್ಳುವಂತೆ ಮನವೊಲಿಸುವುದರಲ್ಲಿ ಯಶಸ್ವಿಯಾಯಿತು. ಹಾಗೆಯೇ ಸೂಯಜ್ ಕಾಲುವೆಯನ್ನು ಯುರೋಪಿನ ಎಲ್ಲಾ ಹಡಗುಗಳ ಸಂಚಾರಕ್ಕೆ ತೆರೆದಿರುವಂತೆ ಈಜಿಪ್ಟಿಗೆ ಸೂಚಿಸಿತು.

7. ಕಾಂಗೋ ಹಗರಣ: 1960 ರಲ್ಲಿ ಕಾಂಗೋನಲ್ಲಿ ಅರಾಜಕತೆಯುಂಟಾಯಿತು. ಅಲ್ಲಿನ ಸ್ಥಳೀಯ ಮತ್ತು ವಿದೇಶಿ ಶಕ್ತಿಗಳು ಇದರ ಲಾಭ ಪಡೆದು ಕಾಂಗೋವನ್ನು ಸಾಮ್ರಾಜ್ಯಶಾಹಿ ರಾಷ್ಟ್ರವನ್ನಾಗಿ ಮಾಡುವ ಪ್ರಯತ್ನದಲ್ಲಿ ತೊಡಗಿದರು. ಇದರಿಂದ ಆತಂಕಗೊಂಡ ವಿಶ್ವಸಂಸ್ಥೆ ತನ್ನ ಮಿಲಿಟರಿ ಕಾರ್ಯಾಚರಣೆಯಿಂದ ಕಾಂಗೋವನ್ನು ವಿದೇಶಿ ಶಕ್ತಿಗಳಿಂದ ಪಾರು ಮಾಡಿತು.

8. ಕೊರಿಯಾ ಸಮಸ್ಯೆ: (1950–53) ಎರಡನೆ ಮಹಾಯುದ್ಧದ ನಂತರ ಕಮ್ಯುನಿಸ್ಟ್ ಮತ್ತು ಪ್ರಜಾಪ್ರಭುತ್ವವಾದಿ ಬಣಗಳ ಮುಖಂಡರಾಗಿ ರಷ್ಯಾ ಮತ್ತು ಅಮೇರಿಕಾ ಪ್ರಪಂಚದಲ್ಲಿ ತಲೆಯೆತ್ತಿದ್ದವು. ಜಪಾನ್ ಯುದ್ಧದಲ್ಲಿ ಸೋತ ನಂತರ ತನ್ನ ವಶದಲ್ಲಿದ್ದ ಕೊರಿಯಾವನ್ನು ಬಿಟ್ಟುಕೊಟ್ಟಿತು. ಈ ದೇಶದಲ್ಲಿ ಅಮೇರಿಕಾ ಮತ್ತು ರಷ್ಯಾ ತಮ್ಮ ತಮ್ಮ ತತ್ವ ನೀತಿಗಳನ್ನೊಳಗೊಂಡ ಸರ್ಕಾರವನ್ನು ಕೊರಿಯಾದಲ್ಲಿ ಸ್ಥಾಪಿಸಬೇಕೆಂಬ ಬಿಗಿ ನಿಲುವು ತಳೆದವು. ಅಂತಿಮವಾಗಿ ದಕ್ಷಿಣ ಕೊರಿಯಾದಲ್ಲಿ ಅಮೇರಿಕಾ ಬೆಂಬಲಿತ ಸರ್ಕಾರವೂ, ಉತ್ತರ ಕೊರಿಯಾದಲ್ಲಿ ರಷ್ಯಾದ ಬೆಂಬಲಿತ ಕಮ್ಯುನಿಸ್ಟ್ ಸರ್ಕಾರವೂ ಸ್ಥಾಪನೆಯಾದವು. 1950ರಲ್ಲಿ ರಷ್ಯಾ ಬೆಂಬಲಿತ ಉತ್ತರ ಕೊರಿಯಾ ಸರ್ಕಾರ ದಕ್ಷಿಣ ಕೊರಿಯಾದ ಮೇಲೆ ಆಕ್ರಮಣ ಮಾಡಿತು. ಇದರಿಂದ

ಅಮೇರಿಕಾವು ಗಾಬರಿಗೊಂಡಿತು. ವಿಶ್ವಸಂಸ್ಥೆಯ ಭದ್ರತಾ ಸಮಿತಿಯು ಉತ್ತರ ಕೊರಿಯಾದ ದುರಾಕ್ರಮಣವನ್ನು ಖಂಡಿಸಿ ತನ್ನ ಸೈನಿಕ ಕಾರ್ಯಾಚರಣೆಯನ್ನು ಅದರ ವಿರುದ್ಧ ನಡೆಸಿತು. ಸೋತ ಉತ್ತರ ಕೊರಿಯಾ ದಕ್ಷಿಣ ಕೊರಿಯಾದ ಪ್ರಜಾಪ್ರಭುತ್ವ ಸರ್ಕಾರಕ್ಕೆ ಮಾನ್ಯತೆ ನೀಡಿತು.

9. ವಿಯಟ್ನಾಂ ಸಮಸ್ಯೆ: ವಿಯಟ್ನಾಮಿಗಳು ತಮ್ಮ ಮೇಲೆ ದಬ್ಬಾಳಿಕೆ ನಡೆಸುತ್ತಿದ್ದ ವಿದೇಶಿ ಫ್ರೆಂಚರನ್ನು ಹೊರದೂಡಿ ಸ್ವತಂತ್ರ ಸರ್ಕಾರವನ್ನು ಸ್ಥಾಪಿಸಿಕೊಳ್ಳಲು ಪ್ರಯತ್ನಿಸುತ್ತಿದ್ದರು. ಅಲ್ಲಿನ ಪ್ರಜಾಪ್ರಭುತ್ವವಾದಿಗಳ ಮತ್ತು ಕಮ್ಯುನಿಸ್ಟ್ ಬಣಗಳ ಘರ್ಷಣೆಯಿಂದಾಗಿ ಯಾವುದೇ ನಿರ್ದಿಷ್ಟ ಸರ್ಕಾರ ರೂಪುಗೊಳ್ಳಲು ಸಾಧ್ಯವಾಗಲಿಲ್ಲ. ಈ ಸಂದರ್ಭವನ್ನುಪಯೋಗಿಸಿಕೊಂಡ ಅಮೇರಿಕಾ ಮತ್ತು ರಷ್ಯಾ ತಮ್ಮ ತತ್ವಗಳನ್ನು ಆ ರಾಷ್ಟ್ರದಲ್ಲಿ ಅನುಷ್ಠಾನದಲ್ಲಿ ತರಲು ಪ್ರಯತ್ನಿಸಿದವು. ಬಹುಸಂಖ್ಯಾತ ಪ್ರಜಾಪ್ರಭುತ್ವವಾದಿಗಳಿಂದ ಕೂಡಿದ ದಕ್ಷಿಣ ವಿಯಟ್ನಾಮ್‌ನ ಅಧ್ಯಕ್ಷ ದಯಮ್ ಅಮೇರಿಕಾದ ಬೆಂಬಲ ಪಡೆದನು. ಹಾಗೆಯೇ ಉತ್ತರ ವಿಯಟ್ನಾಂ ಹೋಚಿಮಿನ್ನನ ನೇತೃತ್ವದಲ್ಲಿ ಒಂದುಗೂಡಿ ರಷ್ಯಾ ಮತ್ತು ಚೀನಾ ರಾಷ್ಟ್ರಗಳ ಬೆಂಬಲ ಪಡೆಯಿತು. ಇವೆರಡೂ ಬಣಗಳು ತಮ್ಮದೇ ತತ್ವಗಳ ಅಧಿಪತ್ಯ ಸ್ಥಾಪನೆಯಲ್ಲಿ ಅಂಧತ್ವದ ನಿಲುವು ತಳೆದು ಯುದ್ಧ ಪ್ರಾರಂಭಿಸುವಂತಾದವು. ಅನೇಕ ವರ್ಷಗಳ ಕಾಲ ನಡೆದ ಈ ಅಂತರ್ ಯುದ್ಧದಲ್ಲಿ ಉತ್ತರ ವಿಯಟ್ನಾಮಿನ ಹೋಚಿಮಿನ್ ನೇತೃತ್ವದ ಸೈನ್ಯವು ಅಮೇರಿಕಾದ ಬೆಂಬಲ ಪಡೆದ ದಕ್ಷಿಣ ವಿಯಟ್ನಾಂ ಸೈನ್ಯವನ್ನು ಧೂಳಿಪಟ ಮಾಡಿತು. ಮೊದಲ ಬಾರಿಗೆ ಅಮೇರಿಕಾ ಸೈನಿಕವಾಗಿ ಅಪಾರ ಸಾವು ನೋವುಗಳನ್ನನುಭವಿಸಿ ಸೋಲುಂಡಿತು. ಇಂತಹ ಸಮಯದಲ್ಲಿ ವಿಶ್ವಸಂಸ್ಥೆ ಅಮೇರಿಕಾದ ವಿದೇಶಾಂಗ ಕಾರ್ಯದರ್ಶಿಯನ್ನು ಯುದ್ಧ ನಿಲುಗಡೆಯ ಶಾಶ್ವತ ಪರಿಹಾರ ಕಂಡು ಹಿಡಿಯುವಂತೆ ಕಳುಹಿಸಿತು. ಈ ನಿಟ್ಟನಲ್ಲಿ ಅಪಾರವಾಗಿ ಶ್ರಮಿಸಿದ ಕಾರ್ಯದರ್ಶಿ ಕಿಸಿಂಜರ್ ಉತ್ತರ ಮತ್ತು ದಕ್ಷಿಣ ವಿಯಟ್ನಾಮನ್ನು ಒಂದುಗೂಡಿಸಿ ಏಕೀಕೃತಗೊಳಿಸುವಲ್ಲಿ ಯಶಸ್ವಿಯಾದನು. ಈ ರೀತಿಯ ಶಾಂತಿ ಕಾರ್ಯಾಚರಣೆಯಲ್ಲಿ ವಿಶ್ವಸಂಸ್ಥೆಯ ಪರವಾಗಿ ಯಶಸ್ಸು ಸಾಧಿಸಿದ ಕಿಸಿಂಜರ್‌ಗೆ ನೊಬೆಲ್ ಶಾಂತಿ ಪ್ರಶಸ್ತಿಯನ್ನು ನೀಡಿ ಗೌರವಿಸಲಾಯಿತು.

10. ನಮೀಬಿಯಾ ಮತ್ತು ಅಂಗೋಲಗಳ ಸ್ವಾತಂತ್ರ್ಯ ಗಳಿಕೆ (1989): ದಕ್ಷಿಣ ಆಫ್ರಿಕಾ ಖಂಡದಲ್ಲಿನ ದೇಶಗಳಾದ ನಮೀಬಿಯಾ ಮತ್ತು ಅಂಗೋಲ ರಾಷ್ಟ್ರಗಳು ಇಂಗ್ಲಿಷರ ಸಾಮ್ರಾಜ್ಯ ಶಾಹಿಗಳಾಗಿದ್ದವು. ಇತರ ದೇಶಗಳಂತೆಯೇ ತಾವುಗಳು ಸಹ ತಮ್ಮ ಸ್ವತಂತ್ರವನ್ನನುಭವಿಸಬೇಕೆಂಬ ಇಚ್ಛೆ ಇವುಗಳಿಗೂ ಸಹ ಇತ್ತು. ಆ ನಿಟ್ಟಿನಲ್ಲಿ ಈ ದೇಶಗಳು ತಮ್ಮೆಲ್ಲಾ ಹೋರಾಟದ ಸಾಮರ್ಥ್ಯ ತೋರಿದ್ದರೂ ಸಹ ಅವುಗಳು ಸ್ವಾತಂತ್ರ್ಯ ಗಳಿಸಿಕೊಳ್ಳಲಾಗಿರಲಿಲ್ಲ. 1989ರಲ್ಲಿ ವಿಶ್ವಸಂಸ್ಥೆ ಮಧ್ಯೆ ಪ್ರವೇಶಿಸಿ ಈ ರಾಷ್ಟ್ರಗಳಿಗೆ ವಸಾಹತುಶಾಹಿಯಿಂದ ಮುಕ್ತಿಗೊಳಿಸಿದ್ದೇ ಅಲ್ಲದೆ ಸ್ವಾತಂತ್ರ್ಯವನ್ನು ಗಳಿಸಿಕೊಡುವಲ್ಲಿ ಸಹಕಾರಿಯಾಯಿತು.

ವಿಶ್ವಸಂಸ್ಥೆಯ ರಾಜಕೀಯೇತರ ಸಾಧನೆಗಳು

ವಿಶ್ವಸಂಸ್ಥೆಯು ತನ್ನ ಮುಂದಿರುವ ಎಲ್ಲಾ ರಾಜಕೀಯ ಸಮಸ್ಯೆಗಳಿಗೆ ಶಾಶ್ವತ ಪರಿಹಾರವನ್ನು ದೊರಕಿಸಿ ಕೊಡುವಲ್ಲಿ ಸಂಪೂರ್ಣ ಯಶಸ್ವಿಯಾಗದಿದ್ದರೂ ಅದು ರಾಜಕೀಯೇತರ ವಿಷಯಗಳ ಸಮಸ್ಯೆಯನ್ನು ಬಗೆಹರಿಸುವುದರಲ್ಲಿ ನಿರ್ವಹಿಸಿದ ಪಾತ್ರವನ್ನು ಮನಃಪೂರ್ವಕವಾಗಿ ಹೊಗಳಲಾಗಿದೆ. ವಿಶ್ವಸಂಸ್ಥೆಯು ತನ್ನ ಪ್ರಣಾಳಿಕೆಯ ಮೊದಲನೆ ವಿಧಿಯಲ್ಲಿ ತಿಳಿಸಿರುವಂತೆ "ಅಂತರ ರಾಷ್ಟ್ರೀಯ, ಆರ್ಥಿಕ, ಸಾಮಾಜಿಕ, ಸಾಂಸ್ಕೃತಿಕ ಮತ್ತು ಮಾನವೀಯ ಸ್ವರೂಪದ ಸಮಸ್ಯೆಗಳನ್ನು ಜಾಗತಿಕ ಸಹಕಾರದಿಂದ ಪರಿಹರಿಸುವುದು, ಜನತೆಗೆ ದೊರೆಯಬೇಕಾದ ಮಾನವೀಯ ಹಕ್ಕುಗಳ ಮತ್ತು ಮೂಲಭೂತ ಸ್ವಾತಂತ್ರ್ಯಗಳ ಬಗ್ಗೆ ಗೌರವ ಮೂಡಿಸುವುದೇ ಆಗಿದೆ." ಇಡೀ ವಿಶ್ವದ ಜನತೆಯ ಆರೋಗ್ಯ ಸುಧಾರಣೆಗೆ ತನ್ನ ಆರೋಗ್ಯ ಸಂಸ್ಥೆ (WHO) ಯ ಮೂಲಕ ಬೃಹತ್ ಯೋಜನೆಯನ್ನೇ ತಯಾರಿಸಿದೆ. ಸಮಾಜಕ್ಕೆ ಅಂಟಿರುವ ಭೀಕರ ರೋಗಗಳಾದ ಏಡ್ಸ್, ಕಾಲರಾ, ಮಲೇರಿಯಾ, ಪ್ಲೇಗುಗಳನ್ನು ಹೋಗಲಾಡಿಸಲು ಕ್ರಮ ಕೈಗೊಂಡಿದೆ. ಉದಾ:– 1947ರಲ್ಲಿ ಈಜಿಪ್ಟಿನಲ್ಲಿ ಸಾಂಕ್ರಾಮಿಕ ಕಾಲರಾ ರೋಗ ಹರಡಿದಾಗ ಅದರ ನಿವಾರಣೆಗೆ ಸೂಕ್ತ ಕ್ರಮ ಕೈಗೊಂಡಿದೆ. ಹಾಗೆಯೇ ಜನತೆಗೆ ಆರೋಗ್ಯ ಶಿಕ್ಷಣವನ್ನು ವಿಶ್ವದಾದ್ಯಂತ ಕಲಿಸಲು ಪ್ರಯತ್ನಿಸುತ್ತಿದೆ. ಭಾರತದ ರಾಜಕುಮಾರಿ ಅಮೃತ್‌ಕೌರ್ ಈ ವಿಶ್ವ ಆರೋಗ್ಯ ಸಂಸ್ಥೆಯ ಅಧಿವೇಶನದ ಅಧ್ಯಕ್ಷತೆಯನ್ನೊಂದು ಭಾರಿ ವಹಿಸಿದ್ದರು.

ಪ್ರಪಂಚದಲ್ಲಿನ ನಿರಾಶ್ರಿತರಿಗಾಗಿ ತನ್ನ ಅಂತರರಾಷ್ಟ್ರೀಯ ನಿರಾಶ್ರಿತರ ಸಂಸ್ಥೆ (U.N.O High Commissioner for Refugees) ಯ ಮೂಲಕ ಸುಮಾರು 16 ಮಿಲಿಯನ್ ನಿರಾಶ್ರಿತರಿಗೆ ಮರುವಸತಿ ಸೌಲಭ್ಯ ಕಲ್ಪಿಸಿದೆ. 1967ರಲ್ಲಿ ಅರಬ್–ಇಸ್ರೇಲ್ ನಡುವಣ ಯುದ್ಧದಿಂದಾಗಿ ಉದ್ಭವಿಸಿದ ನಿರಾಶ್ರಿತರ ಸಮಸ್ಯೆಯನ್ನು ಅವರಿಗೆ ಪುನರ್ವಸತಿ ಕಲ್ಪಿಸುವುದರ ಮೂಲಕ ಬಗೆಹರಿಸಿದುದಲ್ಲದೆ 10ಲಕ್ಷ ನಿರಾಶ್ರಿತರ ಯೋಗಕ್ಷೇಮವನ್ನು ನೋಡಿಕೊಳ್ಳಲು ಒಂದು ವಿಶೇಷ ನಿಯೋಗವನ್ನು ವಿಶ್ವಸಂಸ್ಥೆ

ನೇಮಕ ಮಾಡಿತು. ಹಾಗೆಯೇ ಆಲ್ಜೀರಿಯಾ, ಚೀನಾ, ಟಿಬೆಟ್, ಬಾಂಗ್ಲಾದೇಶ, ಕ್ಯೂಬಾ, ಕೊರಿಯಾ, ಕಾಂಗೋ ಇನ್ನಿತರ ರಾಷ್ಟ್ರಗಳ ಲಕ್ಷಾಂತರ ನಿರಾಶ್ರಿತರಿಗೆ ಸೌಕರ್ಯ ನೀಡಿ ಅವರ ಪುನರ್‌ವಸತಿಗಾಗಿ ಸಂಸ್ಥೆ ಪ್ರಯತ್ನಿಸುತ್ತಲೇ ಇದೆ.

1964ರಲ್ಲಿಯೇ ಯುದ್ಧದಲ್ಲಿ ತೊಂದರೆಗೊಳಗಾದ ಸೈನಿಕರುಗಳ ಅಗತ್ಯ ಮೂಲಭೂತ ಸೌಲಭ್ಯಕ್ಕಾಗಿ 112ಕ್ಕಿಂತಲೂ ಹೆಚ್ಚಿನ ರಾಷ್ಟ್ರಗಳಿಗೆ ಧನ ಸಹಾಯವನ್ನೂ ನೀಡಿದೆ. ವಿಶ್ವದ ಜನತೆಯಲ್ಲಿ ಅನಕ್ಷರತೆಯನ್ನು ತೊಡೆದುಹಾಕಿ ಶಿಕ್ಷಣ ಮಟ್ಟದಲ್ಲಿ ಸುಧಾರಣೆ ತರಲು ತನ್ನ ಕೈಲಾದ ಪ್ರಾಮಾಣಿಕ ಪ್ರಯತ್ನಗಳನ್ನು ವಿಶ್ವಸಂಸ್ಥೆ ನಡೆಸುತ್ತಿದೆ. ಮೂಲಶಿಕ್ಷಣ ವ್ಯವಸ್ಥೆ, ವೈಜ್ಞಾನಿಕ ಅಧ್ಯಯನ, ಸಾಂಸ್ಕೃತಿಕ ಕಾರ್ಯಕ್ರಮಗಳು ಅಂತರರಾಷ್ಟ್ರೀಯ ಮನೋಭಾವನೆಯ ಬೆಳವಣಿಗೆ, ದೇಶದಿಂದ ದೇಶಕ್ಕೆ ವ್ಯಕ್ತಿಗಳನ್ನು ಕಳುಹಿಸಿಕೊಡುವ ಅನೇಕ ಕಾರ್ಯಕ್ರಮಗಳನ್ನು ಹಮ್ಮಿಕೊಂಡಿದೆ. ವಿಶ್ವದ ಜನರು ಪರಸ್ಪರ ಒಬ್ಬರನ್ನೊಬ್ಬರು ಅರ್ಥಮಾಡಿಕೊಳ್ಳುವ ದೃಷ್ಟಿಯಿಂದ ಅನೇಕ ಅಂತರರಾಷ್ಟ್ರೀಯ ಸಭೆಗಳನ್ನು ನಡೆಸುತ್ತಾ ಬಂದಿದೆ. ಮಾನವನ ಹಕ್ಕು ಮತ್ತು ಸ್ವಾತಂತ್ರ್ಯಕ್ಕೆ ವಿಶ್ವದಾದ್ಯಂತ ಜಾತಿ, ಮತ, ಲಿಂಗ, ಭಾಷೆ ಮುಂತಾದ ಭೇಧ ಭಾವವಿಲ್ಲದಂತೆ ಅವುಗಳಿಗೆ ಮನ್ನಣೆ ದೊರೆಯುವಂತೆ ಮಾಡಲು 1948ರ ಡಿಸೆಂಬರ್ 10 ರಂದು ಮಾನವ ಹಕ್ಕುಗಳ ಘೋಷಣೆಯನ್ನು ವಿಶ್ವಸಂಸ್ಥೆ ಹೊರಡಿಸಿದೆ. ಆದ್ದರಿಂದ ಪ್ರತಿವರ್ಷವೂ ಜಗತ್ತಿನಾದ್ಯಂತ ಡಿಸೆಂಬರ್ 10ರಂದು ವಿಶ್ವಮಾನವ ಹಕ್ಕುಗಳ ಘೋಷಣೆ ದಿನವನ್ನಾಗಿ ಆಚರಿಸಲಾಗುತ್ತಿದೆ.

ಅಂತರರಾಷ್ಟ್ರೀಯ ಕಾರ್ಮಿಕ ಸಂಸ್ಥೆ(ILO)ಯನ್ನು ಸ್ಥಾಪಿಸುವುದರ ಮೂಲಕ ಕಾರ್ಮಿಕರ ಪರಿಸ್ಥಿತಿ ಉದ್ಯೋಗಾವಕಾಶ, ತರಬೇತಿ, ಕಾರ್ಮಿಕರ ಆರೋಗ್ಯ ಮತ್ತು ಭದ್ರತೆ, ಸಂಘಸ್ವಾತಂತ್ರ್ಯ ಮುಂತಾದ ಕ್ಷೇತ್ರಗಳಲ್ಲಿ ಸೂಕ್ತ ಅನುಕೂಲತೆಯನ್ನು ಮಾಡಿಕೊಟ್ಟಿದೆ. ಕಾರ್ಮಿಕರುಗಳ ಕೋರಿಕೆಯ ಮೇರೆಗೆ ನಿರ್ದಿಷ್ಟ ರೀತಿಯ ಸಮಸ್ಯೆಗಳನ್ನು ಪರಿಹರಿಸಲು ವಿಚಾರಣಾ ಸಮಿತಿಗಳನ್ನು ಕಳುಹಿಸುತ್ತಿದೆ. 1972ರಲ್ಲಿ ವಿಶ್ವಸಂಸ್ಥೆಯ ಉಪಾಂಗವಾದ ಯುನೆಸ್ಕೋ ಒಂದು ನಿರ್ಣಯವನ್ನಂಗೀಕರಿಸಿ ಹಿಂದಿನ ಮಾನವ ಜೀವನದ ಸಾಂಸ್ಕೃತಿಕ ಮೌಲ್ಯಗಳನ್ನು ಸಾರುವ, ಜಗತ್ತಿನಾದ್ಯಾಂತ ಕಂಡುಬರುವ ಸ್ಮಾರಕಗಳನ್ನು ರಕ್ಷಿಸಲು ಕ್ರಮ ಕೈಗೊಂಡಿದೆ. ಅದರಂತೆಯೇ ವಿಶ್ವದ ಒಟ್ಟು 228 ಸ್ಮಾರಕ ಮತ್ತು ನಿಸರ್ಗ ನಿರ್ಮಿತ ಸ್ಥಳಗಳನ್ನು ಸಂರಕ್ಷಣಾ ದೃಷ್ಟಿಯಿಂದ ಆಯ್ಕೆ ಮಾಡಿದೆ. ವಿಶ್ವದಾದ್ಯಂತ ಶೋಷಿತ ಅಲ್ಪಸಂಖ್ಯಾತರ ಜನಾಂಗದ ಏಳಿಗೆಗಾಗಿ ವಿಶ್ವಸಂಸ್ಥೆ ಶ್ರಮಿಸುತ್ತಿದೆ. ದಕ್ಷಿಣ ಆಫ್ರಿಕಾದಲ್ಲಿ ಅನುಸರಿಸಲಾಗುತ್ತಿದ್ದ ವರ್ಣಭೇದ ನೀತಿಯನ್ನು ಖಂಡಿಸುತ್ತಾ ಬಂದು ಇಂದು ಅಲ್ಲಿ ಕರಿಯ ಜನಾಂಗದ ನಾಯಕನನ್ನು ದೇಶದ ಅತ್ಯುನ್ನತ ಹುದ್ದೆಗೇರಿಸುವಲ್ಲಿ ಸಹಕಾರಿಯಾಗಿದೆ. ಮಾನವರೆಲ್ಲರೂ ಒಂದೇ ಎನ್ನುವ ತನ್ನ ಪ್ರಣಾಳಿಕೆಯ ತತ್ವಕ್ಕೆ ಅರ್ಥ ಕಲ್ಪಿಸಿಕೊಟ್ಟಿದೆ.

ವಿಶ್ವಸಂಸ್ಥೆಯು ವಿಶ್ವದಲ್ಲಿನ ಸ್ತ್ರೀಯರ, ಸ್ಥಾನಮಾನಗಳ ಪ್ರಗತಿಗೆ ಶ್ರಮಿಸಲು 'ಸ್ತ್ರೀ ಸ್ಥಾನಮಾನದ ಭದ್ರತೆಯ' ಸಮಿತಿಯನ್ನು ರಚಿಸಿದೆ. ರಾಷ್ಟ್ರೀಯ ಕಾನೂನಿನ ಮೂಲಕ ಅವರಿಗೆ ರಕ್ಷಣೆ ಒದಗಿಸಲು, ಸೂಕ್ತ ಶಿಕ್ಷಣ ದೊರಕಿಸಿಕೊಟ್ಟು ವಿಶ್ವದಾದ್ಯಂತ ನಡೆಯುತ್ತಿರುವ ಸ್ತ್ರೀಯರ ಶೋಷಣೆಯನ್ನು ತಪ್ಪಿಸಲು ಅನೇಕ ಕಾನೂನುಗಳನ್ನು ಜಾರಿಗೆ ತಂದಿದೆ.

ವಿಶ್ವಸಂಸ್ಥೆಯು ವಿಶ್ವದ ಜನರ ಆಹಾರಕ್ಕಾಗಿ ಮತ್ತು ಅದನ್ನು ಉತ್ಪಾದಿಸುವ ಮೂಲ ಕೃಷಿಯನ್ನು ಅಭಿವೃದ್ಧಿಪಡಿಸುವುದಕ್ಕಾಗಿ "ವಿಶ್ವ ಆಹಾರ ಮತ್ತು ಕೃಷಿ ಸಂಸ್ಥೆ"ಯನ್ನು ಸ್ಥಾಪಿಸುವುದರ ಮೂಲಕ ಕ್ರಮ ಕೈಗೊಂಡಿದೆ. 1961ರಲ್ಲಿ ವಿಶ್ವ ಆರೋಗ್ಯ ಕಾರ್ಯಕ್ರಮದ ಮೂಲಕ ಅನೇಕ ಹಿಂದುಳಿದ ರಾಷ್ಟ್ರಗಳಿಗೆ ಆಹಾರ ಸರಬರಾಜನ್ನು ಮಾಡಿ ಅಲ್ಲಿನ ಕೃಷಿಗೆ ಪ್ರೋತ್ಸಾಹಿಸುತ್ತಿದೆ.

ವಿಶ್ವಸಂಸ್ಥೆಯು ಮಕ್ಕಳ ಕಲ್ಯಾಣಕ್ಕಾಗಿ ಅಂತರರಾಷ್ಟ್ರೀಯ ಮಕ್ಕಳ ತುರ್ತು ನಿಧಿಯ ಮೂಲಕ ಮಕ್ಕಳ ರಕ್ಷಣೆಗಾಗಿ ಪೌಷ್ಟಿಕ ಆಹಾರ, ಔಷಧ, ಉಡುಪು, ಈ ರೀತಿಯ ಅವರ ಎಲ್ಲಾ ಮೂಲಭೂತ ಅವಶ್ಯಕತೆಯನ್ನು ಒದಗಿಸುತ್ತಿದೆ. ವಿಶ್ವಸಂಸ್ಥೆಯು ಶೇ.85ರಷ್ಟು ಅಧಿಕಾರ ವರ್ಗ ಮತ್ತು ಆರ್ಥಿಕ ಸಂಪನ್ಮೂಲಗಳನ್ನು ಆರ್ಥಿಕ ಮತ್ತು ಸಾಮಾಜಿಕ ಪ್ರಗತಿಗಾಗಿ ಮೀಸಲಾಗಿರಿಸಿದೆ. ಹೊಸ ಅಂತರರಾಷ್ಟ್ರೀಯ ಆರ್ಥಿಕ ವ್ಯವಸ್ಥೆಯ ಸ್ಥಾಪನೆಗಾಗಿ ಹಲವಾರು ಕಾರ್ಯಕ್ರಮಗಳನ್ನು ಹಮ್ಮಿಕೊಂಡಿದೆ. ಅಂತರರಾಷ್ಟ್ರೀಯ ವಾಣಿಜ್ಯ ವ್ಯವಹಾರದಲ್ಲಿ ಕಂಡುಬರುವ ತೊಡಕುಗಳನ್ನು ತ್ರಿಪಕ್ಷೀಯ ಮಾತುಕತೆಯ ಮೂಲಕ ನಿವಾರಿಸಲು ಜನರಲ್ ಅಗ್ರಿಮೆಂಟ್ ಆನ್ ಟ್ರೇಡ್ ಅಂಡ್ ಟ್ಯಾರಿಫ್ (GATT) ರೂಪಿಸಿದೆ. ಅಭಿವೃದ್ಧಿ ಹೊಂದುತ್ತಿರುವ ರಾಷ್ಟ್ರಗಳ ಹಿತಾಸಕ್ತಿಗಾಗಿ 1964 ಮತ್ತು 1968ರಲ್ಲಿ ಎರಡು ಅಂತರರಾಷ್ಟ್ರೀಯ ಸಮ್ಮೇಳನಗಳನ್ನು ನಡೆಸಿದೆ. ತನ್ನ ಅಂತರರಾಷ್ಟ್ರೀಯ ಹಣಕಾಸು ನಿಗಮದ ಮೂಲಕ ಖಾಸಗಿ ಉದ್ಯಮಿಗಳಿಗೆ ಸಾಲವನ್ನು ದೊರಕಿಸಿ ಕೊಡುವುದರ ಮೂಲಕ ಆ ಉದ್ಯಮಗಳನ್ನು ಪ್ರೋತ್ಸಾಹಿಸುತ್ತಿದೆ.

ವಿಶ್ವಸಂಸ್ಥೆಯು ಪ್ರಯಾಣಿಕರು ದೇಶದಿಂದ ದೇಶಕ್ಕೆ ಸುಲಭವಾಗಿ, ಶೀಘ್ರವಾಗಿ ತಲುಪಲು ತನ್ನ ಅಂತರ್ ರಾಷ್ಟ್ರೀಯ ವಿಮಾನಯಾನ ಸಂಸ್ಥೆಯ ಮೂಲಕ ಸಾರಿಗೆ ಸಂಪರ್ಕವನ್ನು ಸುಲಭಗೊಳಿಸಿದೆ. ಹಾಗೆಯೇ ಪ್ರಪಂಚದಾದ್ಯಂತ ಸುದ್ದಿ

ಸಮಾಚಾರಗಳನ್ನು ಮುಟ್ಟಿಸಲು ಜಾಗತಿಕ ಟಪಾಲು ಸಂಘವನ್ನು ಸ್ಥಾಪಿಸಿದೆ. ಪ್ರಪಂಚದಲ್ಲಿ ಅತ್ಯಂತ ಹಿಂದುಳಿದ ದೇಶಗಳ ಜನತೆಯ ಅಭಿವೃದ್ಧಿಗಾಗಿ 'ಧರ್ಮದರ್ಶಿ ಮಂಡಳ'ವನ್ನು ಸ್ಥಾಪಿಸಿದೆ. ಇದು ತನ್ನ ಅಧೀನಕ್ಕೊಳಪಡಿಸಿದ ವಸಾಹತು ಹಾಗು ಪ್ರದೇಶಗಳ ಜನತೆಯ ಸರ್ವಾಂಗೀಣ ಅಭಿವೃದ್ಧಿಗಾಗಿ ಕ್ರಮ ಕೈಗೊಳ್ಳುತ್ತಿದೆ.

ವಿಶ್ವಸಂಸ್ಥೆಯು ರಾಷ್ಟ್ರ ರಾಷ್ಟ್ರಗಳ ನಡುವಣ ಉದ್ಭವಿಸುವ ರಾಜಕೀಯ, ರಾಜಕೀಯೇತರ ವ್ಯಾಜ್ಯಗಳನ್ನು ತೀರ್ಮಾನಿಸಲು ಅಂತರರಾಷ್ಟ್ರೀಯ ನ್ಯಾಯಾಲಯವನ್ನು ಸ್ಥಾಪಿಸಿದೆ. (ಹಾಲೆಂಡ್‌ನ ಹೇಗ್). ಹೀಗೆ ವಿಶ್ವಸಂಸ್ಥೆಯ ರಾಜಕೀಯ ಸಾಧನೆಗಳು ಸೋಲು ಗೆಲುವುಗಳ ಮಿಶ್ರ ಫಲವನ್ನೊಂದಿದ್ದರೆ ರಾಜಕೀಯೇತರ ಕ್ಷೇತ್ರದ ಇದರ ಸಾಧನೆಗಳು ಅಮೋಘವಾದವು ಮತ್ತು ಪ್ರಶಂಸನೀಯವಾದವುಗಳು ಆಗಿವೆ.

ವಿಶ್ವಸಂಸ್ಥೆಯ ಬಗೆಗಿನ ಟೀಕೆಗಳು: ವಿಶ್ವಸಂಸ್ಥೆಯ ಬಗೆಗಿನ ಯಾವುದೇ ಒಂದು ವ್ಯವಸ್ಥೆಯೂ ಸಂಪೂರ್ಣವಾಗಿ ಟೀಕೆಗಳಿಂದ ಮುಕ್ತವಾಗಿರಲು ಸಾಧ್ಯವಿಲ್ಲ. ವಿಶ್ವಸಂಸ್ಥೆಯು ಸಹ ಅದರಿಂದ ಹೊರತಾಗಿಲ್ಲ. ಅದು ತಾನು ಅಸ್ತಿತ್ವಕ್ಕೆ ಬಂದಾಗಿನಿಂದಲೂ ಅವಿಸ್ಮರಣೀಯವಾದ ಕಾರ್ಯಗಳನ್ನು ಕೈಗೊಂಡಿದ್ದರೂ ಸಹ ಟೀಕೆಗೊಳಗಾಗಿದೆ.

1. ವಿಶ್ವಸಂಸ್ಥೆಯ ಸದಸ್ಯ ರಾಷ್ಟ್ರಗಳ ನಡುವೆ ಪ್ರಮುಖವಾದ ಮೂಲ ದೋಷವಿದೆ. ಅಂದರೆ ವೀಟೋ ಅಧಿಕಾರವನ್ನು ತನ್ನಲ್ಲಿನ ಕೇವಲ 5 ರಾಷ್ಟ್ರಗಳಿಗೆ ನೀಡುವ ಮೂಲಕ ಸಮಾನತೆಯ ತತ್ವಕ್ಕೆ ಧಕ್ಕೆಯುಂಟುಮಾಡಿದೆ.
2. ವಿಶ್ವಸಂಸ್ಥೆಯು ಪ್ರಪಂಚದಲ್ಲಿನ ಎಲ್ಲಾ ರಾಷ್ಟ್ರದ ಜನರ ಪ್ರತಿನಿಧಿಯಾಗಿರದೆ ಕೆಲವೊಂದು ಸಾರ್ವಭೌಮತ್ವ ರಾಷ್ಟ್ರಗಳ ಪ್ರತಿನಿಧಿಯಾಗಿದೆ.
3. ವಿಶ್ವಸಂಸ್ಥೆ ತಾನು ಹೊರಡಿಸಿದ ಆಜ್ಞೆಗಳನ್ನು ಕಡ್ಡಾಯವಾಗಿ ಪಾಲಿಸಬೇಕೆಂಬ ನಿಯಮವನ್ನು ತನ್ನ ಸದಸ್ಯ ರಾಷ್ಟ್ರಗಳ ಮೇಲೆ ವಿಧಿಸುವ ಶಕ್ತಿಯನ್ನು ಹೊಂದಿಲ್ಲ.
4. ಅದು ಬಗೆಹರಿಸುತ್ತಿರುವ ಯಾವುದೇ ಸಮಸ್ಯೆಯು ಪರಿಹಾರವಾಗುವುದೆನ್ನುವಷ್ಟರಲ್ಲಿ ಅದರಲ್ಲಿನ ಬಲಾಢ್ಯ ರಾಷ್ಟ್ರಗಳು ತಮ್ಮಗಳ ಹಿತಾಸಕ್ತಿಗಾಗಿಯೇ ಅದನ್ನು ಬಗೆಹರಿಸದಂತೆ ಮಾಡುತ್ತವೆ. ಇವುಗಳ ಮೇಲೆ ಕ್ರಮ ಕೈಗೊಳ್ಳಲು ಸಂಸ್ಥೆಗೆ ಅಧಿಕಾರ ಇಲ್ಲ ಉದಾ:-ರಷ್ಯಾ ಮತ್ತು ಅಮೇರಿಕಾ.
5. ವಿಶ್ವಸಂಸ್ಥೆ ತನ್ನ ಅಧೀನದಲ್ಲಿರುವ ಪ್ರದೇಶಗಳ ಅಭಿವೃದ್ಧಿಗಾಗಿ ತನ್ನ ಸದಸ್ಯ ರಾಷ್ಟ್ರಗಳ ಕೆಲವನ್ನು ಆಯೋಗವಾಗಿ ನೇಮಕ ಮಾಡುತ್ತದೆ. ಅಲ್ಲದೆ ಆ ರಾಷ್ಟ್ರಗಳನ್ನು ರಚನಾತ್ಮಕವಾಗಿ ಮೇಲೆತ್ತಲು ಸಹ ಸೂಚಿಸುತ್ತದೆ. ಆದರೆ ನೇಮಿತ ರಾಷ್ಟ್ರಗಳು ವಿಶ್ವಸಂಸ್ಥೆಯ ಯಾವುದೇ ಆಜ್ಞೆಯನ್ನು ಪಾಲಿಸದೆ ಅಭಿವೃದ್ಧಿಪಡಿಸಬೇಕಾಗಿದ್ದ ರಾಷ್ಟ್ರಗಳ ಕಡೆ ಗಮನವನ್ನೇ ನೀಡುವುದಿಲ್ಲ. ಇದರಿಂದ ಸಂಸ್ಥೆ ಆ ರಾಷ್ಟ್ರಗಳ ಪುರೋಭಿವೃದ್ಧಿಗಾಗಿ ಮಾಡುವ ಹಣವೆಲ್ಲಾ ವ್ಯರ್ಥವಾಗುತ್ತಿದೆ.
6. ವಿಶ್ವಸಂಸ್ಥೆಯ ಆಡಳಿತದಲ್ಲಿ ಅಮೆರಿಕಾದ ಹಸ್ತಕ್ಷೇಪವೇ ಅಧಿಕವಾಗಿದೆ. ಇದನ್ನು ತಡೆಯುವ ಯಾವುದೇ ಗೋಜಿಗೂ ವಿಶ್ವಸಂಸ್ಥೆ ಹೋಗಿಲ್ಲ. ವಿಶ್ವಸಂಸ್ಥೆಯ ಶೇ.33 ಭಾಗದ ಹಣದ ವಂತಿಗೆಯು ಅಮೆರಿಕಾದ್ದೆ ಆಗಿರುವುದರಿಂದ ವಿಶ್ವಸಂಸ್ಥೆಯು ಅಮೆರಿಕಾದ ಆರ್ಥಿಕ ನೆರವನ್ನೇ ಆಶ್ರಯಿಸಬೇಕಾಗಿರುವುದರಿಂದ ಅದರ ಹತೋಟಿಯಲ್ಲಿರುವಂತಾಗಿದೆ.

ವಿಶ್ವಸಂಸ್ಥೆಯ ದೋಷಗಳಿಗೆ ಪರಿಹಾರೋಪಾಯಗಳು:

ಪ್ರತಿಯೊಂದು ಸಮಸ್ಯೆಗಳಿಗೂ ಪರಿಹಾರಗಳು ಇದ್ದೇ ಇರುತ್ತವೆಯಾದ್ದರಿಂದ ವಿಶ್ವಸಂಸ್ಥೆಯ ದೋಷಗಳಿಗೂ ಪರಿಹಾರವನ್ನು ಕಂಡು ಹಿಡಿಯಲು ಯತ್ನಿಸಬೇಕಾಗಿದೆ.

1. ವಿಶ್ವಸಂಸ್ಥೆಯು ಅಸ್ತಿತ್ವಕ್ಕೆ ಬಂದ ಹತ್ತು ವರ್ಷಕ್ಕೆ ಅದನ್ನು ಪುನರ್ ವಿಮರ್ಶಿಸಬೇಕೆಂದು ಹೇಳಲಾಗಿತ್ತಾದರೂ ಈವರೆಗೆ ಆ ಕಾರ್ಯವನ್ನು ಮಾಡಲಾಗಿಲ್ಲ. ಇಂದು ಅಂತರರಾಷ್ಟ್ರೀಯ ರಾಜಕಾರಣದಲ್ಲಿ ಉಂಟಾದ ಬದಲಾವಣೆಗೆ ಅನುಗುಣವಾಗಿ ವಿಶ್ವಸಂಸ್ಥೆಯ ಪ್ರಣಾಳಿಕೆಯನ್ನು ತಿದ್ದುಪಡಿ ಮಾಡಬೇಕಾದ ಅವಶ್ಯಕತೆ ಇದೆ.
2. ವೀಟೋ ಅಧಿಕಾರವನ್ನು ಹೊಂದಿರುವಂತಹ ರಾಷ್ಟಗಳು ಅದನ್ನು ದುರುಪಯೋಗಪಡಿಸಿ ಕೊಳ್ಳುತ್ತಿರುವುದರಿಂದ ಆ ರಾಷ್ಟ್ರಗಳ ಮೇಲೆ ಕೆಲವು ನಿರ್ಬಂಧಗಳನ್ನು ವಿಧಿಸಬೇಕಾಗಿದೆ.
3. ಪ್ರತಿಯೊಂದು ರಾಷ್ಟ್ರಕ್ಕೂ ಒಂದೇ ಮತಾಧಿಕಾರವಿರುವುದರಿಂದ ಬೃಹತ್ ರಾಷ್ಟ್ರಗಳಿಗೆ ಅನ್ಯಾಯ ಮಾಡಿದಂತಾಗುತ್ತದೆ. ಆದ್ದರಿಂದ ಜನಸಂಖ್ಯೆಗೆ ಅನುಗುಣವಾಗಿ ಮತಾಧಿಕಾರವನ್ನು ನೀಡಬೇಕೆಂಬ ಒಂದು ಸಲಹೆ ಇದೆ.

4. ಶಾಶ್ವತವಾಗಿ ತಟಸ್ಥ ನೀತಿಯನ್ನು ಅನುಸರಿಸುತ್ತಿರುವ ಸ್ವಿಟ್ಜರ್‌ಲ್ಯಾಂಡ್‌ನಂತಹ ತಟಸ್ಥ ರಾಷ್ಟ್ರಗಳಿಗೆ ವಿಶ್ವಸಂಸ್ಥೆಯ ಸದಸ್ಯತ್ವವು ದೊರೆಯುವುದಿಲ್ಲ. ಆದ್ದರಿಂದ ಈ ನಿಯಮವನ್ನು ಪರಿಶೀಲನೆಗೆ ಒಳಪಡಿಸಬೇಕಾಗಿದೆ.
5. ಅಂತರರಾಷ್ಟ್ರೀಯ ನ್ಯಾಯಾಲಯವು ನೀಡುವ ತೀರ್ಪುಗಳು ಸಲಹಾ ರೂಪದಲ್ಲಿ ಇರುವುದರಿಂದ ಇದಕ್ಕೆ ಮತ್ತಷ್ಟು ಅಧಿಕಾರವನ್ನು ನೀಡುವ ಮೂಲಕ ಅದನ್ನು ಬಲಿಷ್ಠಗೊಳಿಸಬೇಕಾಗಿದೆ.
6. ಸಾಮಾನ್ಯ ಸಭೆ ಮತ್ತು ಭದ್ರತಾ ಸಮಿತಿಯ ಅಧಿಕಾರದ ಸ್ವರೂಪ ಮತ್ತು ವ್ಯಾಪ್ತಿಯ ಬಗ್ಗೆ ಸ್ಪಷ್ಟತೆಯನ್ನು ನೀಡಬೇಕಾಗಿದೆ.
7. ಸ್ವಾತಂತ್ರ್ಯವನ್ನು ಪಡೆಯದ ರಾಷ್ಟ್ರಗಳಿಗೆ ಸ್ವಾತಂತ್ರ್ಯ ಪಡೆಯಲು ಅವಕಾಶ ನೀಡಿ ಸಹಾಯ ಮಾಡಬೇಕಾಗಿದೆ.
8. ವಿಶ್ವಸಂಸ್ಥೆಯು ತನ್ನದೇ ಆದಂತಹ ಸೈನಿಕ ಮತ್ತು ಪೊಲೀಸ್ ಪಡೆಯನ್ನು ಹೊಂದಬೇಕಾಗಿದೆ.
9. ವಿಶ್ವಸಂಸ್ಥೆಯ ಪ್ರಣಾಳಿಕೆಯ 52ನೇ ವಿಧಿಯು ವಿಶ್ವಸಂಸ್ಥೆಯ ಹೊರಗೆ ಸಾಮೂಹಿಕ ಭದ್ರತಾ ವ್ಯವಸ್ಥೆಗೆ ಅವಕಾಶವನ್ನು ಮಾಡಿಕೊಟ್ಟಿರುವುದರಿಂದ ಇಂತಹ ವ್ಯವಸ್ಥೆಗಳು ವಿಶ್ವಸಂಸ್ಥೆಯ ವಿರುದ್ಧ ಕಾರ್ಯನಿರ್ವಹಿಸುವುದರಿಂದ ಇವುಗಳ ಬಗ್ಗೆ ವಿಶ್ವಸಂಸ್ಥೆಯು ಸಾಕಷ್ಟು ಎಚ್ಚರಿಕೆ ವಹಿಸಬೇಕಾಗಿದೆ.
10. ದಿನದಿಂದ ದಿನಕ್ಕೆ ವಿಶ್ವಸಂಸ್ಥೆಯ ಸದಸ್ಯ ರಾಷ್ಟ್ರಗಳ ಸಂಖ್ಯೆಯು ಏರುತ್ತಿರುವುದರಿಂದ ಭದ್ರತಾ ಮಂಡಳಿಯ ಖಾಯಂ ಸದಸ್ಯರ ಹಾಗೂ ತಾತ್ಕಾಲಿಕ ಸದಸ್ಯರ ಸಂಖ್ಯೆಯ ಹೆಚ್ಚಳದ ಬಗ್ಗೆ ಪರಿಶೀಲಿಸುವ ಅಗತ್ಯವಿದೆ.
11. ಪ್ರಣಾಳಿಕೆಯ 2ನೇ ವಿಧಿಯ ಅನ್ವಯ ಪರಮಾಧಿಕಾರವನ್ನು ಪಡೆದಂತಹ ರಾಷ್ಟ್ರಗಳ ಆಂತರಿಕ ವಿಷಯದಲ್ಲಿ ವಿಶ್ವಸಂಸ್ಥೆಯು ಹಸ್ತಕ್ಷೇಪ ಮಾಡಬಾರದು ಎಂದು ತಿಳಿಸಿದೆ. ಆದರೆ ಇಂದು ಒಂದು ರಾಷ್ಟ್ರದ ವಿಚಾರವು ಅಂತರ ರಾಷ್ಟ್ರೀಯ ರಾಜಕಾರಣದ ಮೇಲೆ ಪ್ರಭಾವವನ್ನು ಬೀರುವುದರಿಂದ "ಆಂತರಿಕ ವಿಷಯ" ಇದಕ್ಕೆ ಸಂಬಂಧಿಸಿದಂತೆ 2ನೇ ವಿಧಿಯನ್ನು ತಿದ್ದುಪಡಿ ಮಾಡಬೇಕಾದ ಅಗತ್ಯವಿದೆ.

ಹೀಗೆ ವಿಶ್ವಸಂಸ್ಥೆಯು ಈ ಮೇಲ್ಕಂಡ ವಿಚಾರಗಳಲ್ಲಿ ಸಾಕಷ್ಟು ಗಮನ ನೀಡಿ ಮುಂದುವರಿಯಬೇಕಾದ ಅಗತ್ಯವಿದೆ.

ವಿಶ್ವಸಂಸ್ಥೆಯ ಬಗ್ಗೆ ಲಿಪ್‌ಮನ್‌ರವರು ಈ ರೀತಿಯಾದ ಅಭಿಪ್ರಾಯವನ್ನು ವ್ಯಕ್ತಪಡಿಸಿದ್ದಾರೆ "ಮಾನವನ ಚರಿತ್ರೆಯಲ್ಲಿ ಇಡೀ ಮಾನವನ ಕುಲಕೋಟಿಗಾಗಿ ದುಡಿಯುತ್ತಿರುವ ಸಂಸ್ಥೆ ಇದೊಂದೇ. ಇದೊಂದು ಬೃಹದಾಕಾರದ ಸಂಸ್ಥೆಯಾಗಿದ್ದು ಇದರ ಸಲಹೆಯನ್ನು ಎಲ್ಲರೂ ಪಾಲಿಸುತ್ತಾರೆ." ಟ್ರಿಗ್ವಿಲಿರವರು "ವಿಶ್ವಸಂಸ್ಥೆಯ ಭವಿಷ್ಯವು ಅದರ ಬಲವನ್ನು ಹೆಚ್ಚು ಮಾಡುವುದರಲ್ಲಿ ಅಡಗಿದೆ" ಎಂದಿದ್ದಾರೆ.

ಉಥಾಂಟ್‌ರವರು "ವಿಶ್ವಸಂಸ್ಥೆಯು ಹಲವಾರು ಸಮಸ್ಯೆಗಳಿಗೆ ಪರಿಹಾರವನ್ನು ಸೂಚಿಸಿದೆ ಅದೇ ಸಮಯದಲ್ಲಿ ಹಲವಾರು ಸಮಸ್ಯೆಗಳನ್ನು ಜೀವಂತವಾಗಿರಿಸಿದೆ. ಆದ್ದರಿಂದ ಪ್ರಪಂಚದ ರಾಷ್ಟ್ರಗಳು ತಮ್ಮ ನಾಗರಿಕತೆಯನ್ನು ವಿನಿಮಯ ಮಾಡಿಕೊಂಡು ಪ್ರಪಂಚದ ನಾಗರಿಕತೆಯನ್ನು ಶ್ರೀಮಂತಗೊಳಿಸಬೇಕಾಗಿದೆ, ಪರಸ್ಪರ ಹೋರಾಟದ ಬದಲು ಸಹಕಾರವನ್ನು ಮೂಡಿಸಬೇಕಾಗಿದೆ " ಎಂದಿದ್ದಾರೆ.

24.10.1995ರಲ್ಲಿ ಸುವರ್ಣ ಮಹೋತ್ಸವವನ್ನು ಆಚರಿಸಿಕೊಂಡಿರುವ ವಿಶ್ವಸಂಸ್ಥೆಯ ವೈಫಲ್ಯವನ್ನು ಎತ್ತಿ ಹಿಡಿಯುವ ಬದಲು, ಅದು ಚೈತನ್ಯ ಶೀಲವಾಗಿ ಕಾರ್ಯನಿರ್ವಹಿಸುವಂತೆ ಮಾಡಲು ಹಲವಾರು ಸುಧಾರಣೆಗಳನ್ನು ಕೈಗೊಳ್ಳಬೇಕಾದ ಅಗತ್ಯವಿದೆ. ರಾಷ್ಟ್ರಗಳು ತಮ್ಮ ಸ್ವಪ್ರತಿಷ್ಠೆಯನ್ನು ಬದಿಗೊತ್ತಿ ವಿಶ್ವಸಂಸ್ಥೆಯ ಧ್ಯೇಯದ ಸಾಧನೆಯಲ್ಲಿ ಪ್ರಯೋಗಶೀಲವಾಗಬೇಕಾಗಿದೆ. ಜೇಮ್ಸ್‌ರೆಸ್ಟನ್ ಹೇಳಿರುವಂತೆ "ವಿಶ್ವಸಂಸ್ಥೆಯು ವಿಫಲಗೊಂಡಷ್ಟು ಅದರ ಅಗತ್ಯ ಹೆಚ್ಚುತ್ತದೆ." ಒಟ್ಟಿನಲ್ಲಿ ಮಾನವ ಕುಲದ ಆಶಾಕಿರಣವಾಗಿರುವ ವಿಶ್ವಸಂಸ್ಥೆಯನ್ನು ಮುಂದುವರಿಸಿಕೊಂಡು ಹೋಗಬೇಕಾದ ಅಗತ್ಯ ಹಿಂದೆಂದಿಗಿಂತಲೂ ಇಂದು ಹೆಚ್ಚಾಗಿದೆ. ಆ ನಿಟ್ಟಿನಲ್ಲಿ ರಾಷ್ಟ್ರಗಳು ಕ್ರಿಯಾಶೀಲರಾಗಬೇಕಾದ ಅವಶ್ಯಕತೆ ಇದೆ.

* * * * *

ಅಧ್ಯಾಯ - 39

ಶೀತಲ ಯುದ್ಧ (Cold War)

ಶೀತಲ ಯುದ್ಧ ಎಂಬ ಪದವು ಅಮೆರಿಕಾದಿಂದ ಹುಟ್ಟಿ ಬಂದದ್ದಾಗಿದೆ. ಅಮೆರಿಕಾದ ರಾಜನೀತಿಜ್ಞ ಬರ್ನಾಡ್ ಬಾರುಚ್ ಎಂಬುವವನು ಈ ಶೀತಲ ಯುದ್ಧವೆಂಬ ಪದದ ಬಳಕೆಯನ್ನು 1947ರ ಏಪ್ರಿಲ್ 16ರಂದು ತನ್ನ ಪುಸ್ತಕದಲ್ಲಿ ಬಳಸಿದನು. ದ್ವಿತೀಯ ಮಹಾಯುದ್ಧದ ಸಂದರ್ಭದಲ್ಲಿ ಅಮೆರಿಕಾ, ರಷ್ಯಾ ಒಂದೆಡೆ ಸೇರಿ ಶತ್ರು ಪಕ್ಷಗಳನ್ನು ಸೋಲಿಸಿದುದು ಆ ಮೂಲಕ ತಮ್ಮಗಳ ನೇತೃತ್ವದಲ್ಲಿ ಪ್ರಪಂಚದಾದ್ಯಂತ ಶಾಂತಿ ಸ್ಥಾಪಿಸಲು ಈ ಎರಡು ರಾಷ್ಟ್ರಗಳು ಅವಿರತ ಯತ್ನ ನಡೆಸಿದುದು ಜಗತ್ತಿಗೆ ತಿಳಿದ ವಿಷಯವಾಗಿದೆ. 1947ರ ನಂತರ ಇವೆರಡೂ ರಾಷ್ಟ್ರಗಳು ತಮ್ಮಗಳ ಸ್ವಹಿತಾಸಕ್ತಿಗಾಗಿ ವಿಶ್ವಶಾಂತಿ ಸ್ಥಾಪನೆಯ ಮಾತನ್ನು ಸ್ವಲ್ಪ ದೂರವಿರಿಸಲು ಪ್ರಯತ್ನಿಸಿದುದು ಆ ಮುಂದಿನ ದಿನಗಳಲ್ಲಿ ಕಂಡುಬರುವ ಕಟು ಸತ್ಯದ ವಿಷಯವಾಗಿ ಕಂಡುಬರುತ್ತದೆ. 1947ರ ನಂತರ ರಷ್ಯಾವು ತನ್ನ ಮೂಲೋದ್ದೇಶದ ನೀತಿಯಾದ ಕಮ್ಯುನಿಸಂನ್ನು ಪ್ರಪಂಚದಾದ್ಯಂತ ಸ್ಥಾಪಿಸಲು ಮುಂದಾಯಿತು. ಪ್ರಜಾಪ್ರಭುತ್ವ ನೀತಿಯಲ್ಲಿ ಅಗ್ರ ಪಂಕ್ತಿಯಲ್ಲಿದ್ದ ಅಮೆರಿಕಾವು ರಷ್ಯಾದ ಧೋರಣೆಯಿಂದ ಸಿಟ್ಟಿಗೆದ್ದು ಪಾಶ್ಚಿಮಾತ್ಯ ರಾಷ್ಟ್ರಗಳೊಡಗೂಡಿ ಪ್ರಜಾಪ್ರಭುತ್ವ ತತ್ವಗಳನ್ನು ಜಗತ್ತಿಗೆ ಹರಡಲು ಮುಂದಾಯಿತು. ಈ ರೀತಿಯ ಕಮ್ಯುನಿಸ್ಟ್ ನೇತೃತ್ವದ ರಷ್ಯಾ ಬಣದ ಮತ್ತು ಅಮೆರಿಕಾ ನೇತೃತ್ವದ ಪಾಶ್ಚಿಮಾತ್ಯ ದೇಶಗಳ ನಡುವೆ ಉದ್ಭವಿಸಿದ ಅಶಾಂತಿಯ ವಾತಾವರಣವನ್ನು ಸವಿಸ್ತಾರವಾಗಿ ವಿವರಿಸಲು 1947ರಲ್ಲಿ ಪ್ರೊ. ಲಿಪ್‌ಮಾನ್ ಎಂಬುವವನು ಶೀತಲ ಯುದ್ಧ ಎಂಬ ಪದವನ್ನು ಪುನರುಚ್ಚರಿಸಿದನು. ಈ ಶೀತಲ ಯುದ್ಧವನ್ನು ಆರ್ ಬಾರ್ನೆಟ್‌ರವರು "ಇದೊಂದು ಉದ್ರಿಕ್ತ ಶಾಂತಿ" ಎಂದೂ ಕರೆದಿದ್ದಾರೆ. ಹಾಗೆಯೇ ಕೆನಡಿಯವರು ಈ ಶೀತಲ ಯುದ್ಧದ ಬಗ್ಗೆ ವಿವರಣೆ ನೀಡುತ್ತಾ "ಈ ಶೀತಲ ಯುದ್ಧವು ನಿಷ್ಕರುಣೆಯ, ಮನಸ್ಸಿಗಿತವಿಲ್ಲದ ಶಾಂತಿ" ಎಂದು ತಿಳಿಸಿದ್ದಾರೆ. ಈ ಶೀತಲ ಸಮರಕ್ಕೆ ನಿಖರವಾದ ಅರ್ಥವಿವರಣೆಯನ್ನು ನೀಡುವುದು ಕಷ್ಟಸಾಧ್ಯ. ಏಕೆಂದರೆ ಇದೊಂದು ಅಘೋಷಿತವಾದ ಸಮರ. ಒಟ್ಟಿನಲ್ಲಿ ಇದನ್ನು ಶಸ್ತ್ರಾಸ್ತ್ರ ರಹಿತವಾದ ರಾಜಕೀಯ, ಆರ್ಥಿಕ ಮತ್ತು ಸೈದ್ಧಾಂತಿಕ ಸಮರವೆಂದು ಕರೆಯಬಹುದು. ಶೀತಲ ಯುದ್ಧವೆಂಬ ಮಾತು ರಾಜ್ಯಗಳ ಸಂಬಂಧದಲ್ಲಿನ ರಾಜಕೀಯದ ಬಿಗಿಹಿಡಿತ ಅಥವಾ ದೇಶಗಳ ರಾಜಕೀಯದಲ್ಲಿನ ಉದ್ರಿಕ್ತ ಪರಿಸ್ಥಿತಿಯನ್ನು ಸೂಚಿಸುತ್ತದೆಯೆನ್ನಬಹುದು. ಅಷ್ಟೇ ಅಲ್ಲದೆ ಅಂತರರಾಷ್ಟ್ರೀಯ ಜನಜೀವನ, ರಾಷ್ಟ್ರದ ಸೈನಿಕ ಶಕ್ತಿ, ಆರ್ಥಿಕ ಬೆಳವಣಿಗೆ, ವಿದೇಶಿ ರಾಜತಾಂತ್ರಿಕ ನೀತಿ ಮತ್ತು ತತ್ವಗಳ ಮೇಲೂ ತನ್ನ ಪ್ರಭಾವವನ್ನು ಬೀರಿತೆನ್ನಬಹುದು.

ದ್ವಿತೀಯ ಮಹಾಯುದ್ಧದ ನಂತರ ಅಮೆರಿಕಾ ಶಸ್ತ್ರಾಸ್ತ್ರ ಗಳಿಕೆ ಮತ್ತು ಸೈನಿಕ ವಿಷಯಗಳೆರಡರಲ್ಲಿಯೂ ಪ್ರಬಲ ರಾಷ್ಟ್ರವಾಗಿ ಹೊರಹೊಮ್ಮಿತು. ಅದು ತನ್ನ ಪ್ರಜಾಪ್ರಭುತ್ವ ವಿರೋಧಿ ರಷ್ಯಾ ದೇಶವು ಹೊಂದಿರದ ಅತ್ಯಂತ ಪರಿಣಾಮಕಾರಿಯಾದ ಅಣು ಬಾಂಬುಗಳನ್ನು ಹೊಂದಿತ್ತು. ರಷ್ಯಾ ತನ್ನ ತತ್ವಹಿತ ಸಾಧನೆಗಾಗಿ ಅಮೆರಿಕನ್ ಪಾಶ್ಚಾತ್ಯ ಬಣದ ವಿರುದ್ಧ ಯುದ್ಧ ಹೂಡಲು ಹಿಂಜರಿಯಿತು. ಈ ಎರಡೂ ಬಣಗಳು ನೇರವಾಗಿ ಯುದ್ಧ ಮಾಡದೆ ಒಂದು ಬಣದ ಚಟುವಟಿಕೆಗಳನ್ನು ಮತ್ತೊಂದು ಬಣವು ಗಮನಿಸಿ, ಉದ್ರೇಕಿಸುವ ಪರಿಸ್ಥಿತಿಯನ್ನುಂಟು ಮಾಡುವಂತಾದವು.

ಶೀತಲ ಯುದ್ಧದ ಮೂಲ: ಶೀತಲ ಯುದ್ಧದ ಮೂಲವನ್ನು 1917ರಲ್ಲಿ ರಷ್ಯಾದಲ್ಲಿ ನಡೆದ ಬೋಲ್ಷೆವಿಕ್ ಕ್ರಾಂತಿಯ ಮತ್ತು ಅಲ್ಲಿನ ಸಮಾಜವಾದಿ ಸರ್ಕಾರದ ಸ್ಥಾಪನೆಯಿಂದಾದ ಪರಿಣಾಮಗಳಲ್ಲಿಯೇ ಗುರುತಿಸಬಹುದು. ಆದರೆ ಕೆಲವು ಇತಿಹಾಸಕಾರರು ದ್ವಿತೀಯ ಮಹಾಯುದ್ಧದ ನಂತರ ಶಕ್ತಿಶಾಲಿ ರಾಷ್ಟ್ರಗಳಲ್ಲುಂಟಾದ ರಕ್ಷಣಾ ಒಪ್ಪಂದಗಳಲ್ಲಿ ಇದರ ಮೂಲವನ್ನು ಕಾಣಬಹುದು ಎಂದು ತಿಳಿಸಿದ್ದಾರೆ. ಶೀತಲ ಯುದ್ಧವು ನಮಗೆ ಸ್ಪಷ್ಟವಾಗಿ ಕಂಡುಬರುವುದು, ಇತಿಹಾಸಕಾರರ ಹೇಳಿಕೆಯಂತೆ ಅದು ಎರಡನೇ ಮಹಾಯುದ್ಧದ ನಂತರವೇ ಎನ್ನಬಹುದು.

ದ್ವಿತೀಯ ಮಹಾಯುದ್ಧದ ನಂತರ ಅಮೆರಿಕಾ ಮತ್ತು ರಷ್ಯಾ ಪ್ರಪಂಚದ ಎರಡು ಬಲಿಷ್ಠ ರಾಷ್ಟ್ರಗಳಿಗಾಗಿ ಉದಯಿಸಿ ಹಾಗೆಯೇ ಯುದ್ಧ ಮುಗಿಯುತ್ತಿದ್ದಂತೆಯೇ ಇವುಗಳು ತಮ್ಮಗಳ ಸುತ್ತಮುತ್ತಲ ರಾಜ್ಯಗಳಲ್ಲಿ ತಮ್ಮ ತಮ್ಮ ನೀತಿ ತತ್ವಗಳ ಅನುಷ್ಠಾನ ಹರಡುವಿಕೆಗಾಗಿ ಅವಿರತ ಯತ್ನ ನಡೆಸಲು ಮುಂದಾದವು. ರಷ್ಯಾ ತನ್ನ ಕಮ್ಯುನಿಸ್ಟ್ ತತ್ವವನ್ನು ಪೂರ್ವ ಯೂರೋಪಿನ ಇತರ ಕಮ್ಯುನಿಸ್ಟ್ ರಾಷ್ಟ್ರಗಳಾದ ಪೋಲೆಂಡ್, ಬಲ್ಗೇರಿಯಾ, ರುಮೇನಿಯಾ, ಹಂಗೇರಿ, ಯುಗೋಸ್ಲೋವಿಯಗಳ ಮೇಲೆ ಇನ್ನಷ್ಟು ಪುನರ್ ಸ್ಥಾಪಿಸಲು ಪ್ರಯತ್ನಿಸಿತು. ಅಮೆರಿಕಾ ಮತ್ತು ಬ್ರಿಟನ್‌ಗಳಿಗೆ ರಷ್ಯಾದ ಈ ಸಮತಾವಾದದ ಹರಡುವಿಕೆ ಬಲು ಗಾಬರಿಗೊಳಿಸಿತು. ಪ್ರಜಾಸತ್ತಾತ್ಮಕ ಸರ್ಕಾರ, ಅನಿರ್ಬಂಧಿತ ಚುನಾವಣೆಗಳಿಗೆ

ಒಗ್ಗಿ ಹೋಗಿದ್ದ ಪಾಶ್ಚಿಮಾತ್ಯ ರಾಷ್ಟ್ರಗಳಿಗೆ ರಷ್ಯಾದ ಸಮತಾವಾದದ ನೀತಿ, ನಿರ್ಬಂಧಿತ ಚುನಾವಣೆ, ವ್ಯಕ್ತಿ ಸ್ವಾತಂತ್ರ್ಯದ ನಕಾರದ ಬಗ್ಗೆ ತೀವ್ರತರವಾದ ದ್ವೇಷವನ್ನು ಉಂಟುಮಾಡುವುದಲ್ಲದೆ ಅದರ ಬೆಳವಣಿಗೆಯು ಪ್ರಜಾಪ್ರಭುತ್ವಕ್ಕೆ ಮಾರಕ ಎಂದು ಈ ರಾಷ್ಟ್ರಗಳು ತಿಳಿಯುವಂತಾದವು.

ರಷ್ಯಾವು ಪಾಶ್ಚಿಮಾತ್ಯ ಪ್ರಜಾಪ್ರಭುತ್ವ ರಾಷ್ಟ್ರಗಳನ್ನು ಬಂಡವಾಳಶಾಹಿ, ಸಾಮ್ರಾಜ್ಯಶಾಹಿ, ಕಾರ್ಮಿಕ ಶೋಷಕರು, ವಸಾಹತುಗಳ ಜನತೆಯ ಶೋಷಕರು ಎಂದು ಹೀಯಾಳಿಸಿ ಆ ರಾಜ್ಯಗಳಲ್ಲಿನ ಸರ್ಕಾರಗಳನ್ನು ಉರುಳಿಸಿ ತನ್ನ ಸಮತಾವಾದಿ ಸರ್ಕಾರ ಸ್ಥಾಪಿಸುವ ಇಚ್ಛೆಯನ್ನು ವ್ಯಕ್ತಪಡಿಸಿತು. ರಷ್ಯಾ ಮತ್ತು ಅಮೇರಿಕಾಗಳೆರಡು ಸೈನಿಕ ಶಸ್ತ್ರಾಸ್ತ್ರ ಬಲದಲ್ಲಿ ಸ್ವಲ್ಪ ಸಮತೋಲನ ಹೊಂದಿದ್ದರಿಂದ ಒಂದನ್ನೊಂದು ಸೋಲಿಸುವ, ಸಂಪೂರ್ಣವಾಗಿ ನಾಶಮಾಡುವ ಸಾಮರ್ಥ್ಯವನ್ನು ಹೊಂದಿರಲಿಲ್ಲವಾದ್ದರಿಂದ ಶೀತಲ ಯುದ್ಧದಲ್ಲಿ ತೊಡಗಿದವು. ಅಮೇರಿಕಾ ಮತ್ತು ಅದರ ಮಿತ್ರರಾಷ್ಟ್ರಗಳು ಆಗತಾನೆ ಮುಗಿದಿದ್ದ ಯುದ್ಧದ ಭೀಕರ ದೃಶ್ಯ, ಅದರ ಕಷ್ಟನಷ್ಟಗಳನ್ನು ಅರಿತಿದ್ದರಿಂದ ರಷ್ಯಾದೊಡನೆ ಯುದ್ಧಕ್ಕಿಳಿಯದೆ ಪಾಶ್ಚಿಮಾತ್ಯ ದೇಶಗಳಲ್ಲಿ ಅದು ಹರಡುತ್ತಿದ್ದ ತತ್ವಗಳನ್ನು ಬೇರೊಂದು ರೀತಿಯಲ್ಲಿ ನಿಯಂತ್ರಿಸಲು ಮುಂದಾದವು. ಪ್ರಜಾಪ್ರಭುತ್ವ ರಾಷ್ಟ್ರಗಳ ಮುಖಂಡನಾಗಿದ್ದ ಅಮೇರಿಕ 1947ರ ಮಾರ್ಚ್‌ನಲ್ಲಿ ಟ್ರೂಮನ್ ತತ್ವವನ್ನು, 1947ರ ಜೂನ್‌ನಲ್ಲಿ ಮಾರ್ಷಲ್ ಯೋಜನೆಯನ್ನು ಜಾರಿಗೆ ತಂದು ರಷ್ಯಾದ ಕಮ್ಯುನಿಸ್ಟ್ ನೀತಿಯನ್ನು ನಿಯಂತ್ರಿಸಲು ಮುಂದಾಯಿತು.

ಟ್ರೂಮನ್ ತತ್ವ (1947)

ದ್ವಿತೀಯ ಮಹಾಯುದ್ಧದ ನಂತರ ಯುರೋಪಿನ ಕಮ್ಯುನಿಸ್ಟ್ ರಾಷ್ಟ್ರಗಳು ತಮ್ಮಗಳ ಹಿಡಿತ ಮತ್ತು ನೀತಿ ತತ್ವಗಳನ್ನು ಇಟಲಿ, ಫ್ರಾನ್ಸ್, ಗ್ರೀಸ್ ಮತ್ತು ಟರ್ಕಿ ದೇಶಗಳ ಮೇಲೆ ಹರಡಲು ಪ್ರಾರಂಭಿಸಿದವು. ಇಟಲಿ ಮತ್ತು ಫ್ರಾನ್ಸ್‌ಗಳಲ್ಲಿ ಉದ್ಭವಿಸಿದ್ದ ಅಶಾಂತಿ, ಪ್ರಕ್ಷುಬ್ಧ ಪರಿಸ್ಥಿತಿಗಳು ಅಲ್ಲಿನ ಕಮ್ಯುನಿಸ್ಟ್‌ರನ್ನು ಪ್ರಭಾವಯುತರನ್ನಾಗುವಂತೆ ಮಾಡಿತು. ಗ್ರೀಸ್ ಮತ್ತು ಟರ್ಕಿಗಳಲ್ಲೂ ಇದೇ ಪರಿಸ್ಥಿತಿಯುಂಟಾಯಿತು. ಉತ್ತರದ ಕಮ್ಯುನಿಸ್ಟ್ ರಾಜ್ಯಗಳಾದ ಯುಗೋಸ್ಲಾವಿಯಾ, ಬಲ್ಗೇರಿಯಾ ಮತ್ತು ಆಲ್ಬೇನಿಯಾಗಳಿಂದ ಬೆಂಬಲಿತರಾದ ಗ್ರೀಸ್‌ನಲ್ಲಿನ ಕಮ್ಯುನಿಸ್ಟ್ ಗೆರಿಲ್ಲಾಗಳು ಅಲ್ಲಿನ ಸರ್ಕಾರದ ವಿರುದ್ಧ ಹೋರಾಟ ಆರಂಭಿಸಿದರು. ಇಂತಹ ಸಮಯದಲ್ಲಿ ಕಮ್ಯುನಿಸ್ಟ್ ಶಕ್ತಿಯಿಂದ ಪ್ರಜಾಪ್ರಭುತ್ವ ರಾಷ್ಟ್ರಗಳು ಬಿಡುಗಡೆ ಅಥವಾ ದೂರವಿರಲು 1947ರ ಮಾರ್ಚ್ 12 ರಂದು ತನ್ನ ಧೋರಣೆಯನ್ನು ಈ ರೀತಿ ಪ್ರಕಟಿಸಿದನು. "ಯಾವುದೇ ತತ್ವಾನುಸಾರ, ಸಕಾರಣವಿಲ್ಲದೆ ಆಕ್ರಮಣ ಹೂಡುವ ಪ್ರವೃತ್ತಿಯ ಶಕ್ತಿಗಳ ವಿರುದ್ಧ ಮತ್ತು ಪರಾಧೀನವಲ್ಲದ ಜನತೆಗೆ ಅವರ ಸ್ವತಂತ್ರ ಸಂಸ್ಥೆಯನ್ನು ಮತ್ತು ಅವರುಗಳ ರಾಷ್ಟ್ರದ ಸಮಗ್ರತೆಯನ್ನು ಕಾಪಾಡಲು ಯತ್ನಿಸುವುದು", ಅಧ್ಯಕ್ಷ ಟ್ರೂಮನ್ ಪ್ರಕಟಿಸಿದ ಈ ನೀತಿಗೆ ಟ್ರೂಮನ್ ತತ್ವ ಎಂದೂ ಸಹ ಕರೆಯಲಾಗಿದೆ. ಟ್ರೂಮನ್‌ನ ನೀತಿಯಿಂದ ಉತ್ತೇಜಿತಗೊಂಡ ಗ್ರೀಸ್ ಮತ್ತು ಟರ್ಕಿಗಳು ರಷ್ಯಾದ ಪ್ರಭಾವವನ್ನು ವಿರೋಧಿಸಿದವು. ಅವುಗಳ ಬೇಡಿಕೆಯನ್ನು ಪುರಸ್ಕರಿಸಿದ ಅಮೇರಿಕ ಅವುಗಳಿಗೆ ಸಹಾಯ ನೀಡಲು ಮುಂದೆ ಬಂದಿತು. ಅಧ್ಯಕ್ಷ ಟ್ರೂಮನ್ ಗ್ರೀಸ್ ಮತ್ತು ಟರ್ಕಿಗಳು ಸರ್ಕಾರದ ಆಂತರಿಕ ಭದ್ರತೆಗಾಗಿ ಎಲ್ಲಾ ರೀತಿಯ ಸೈನಿಕ ನೆರವನ್ನು ನೀಡಲು ಮುಂದೆ ಬಂದನು. 1948ರ ಜೂನ್‌ನಲ್ಲಿ 400 ಮಿಲಿಯನ್ ಡಾಲರ್ ಹಣವನ್ನು ಗ್ರೀಸ್ ಮತ್ತು ಟರ್ಕಿಗಳಿಗೆ ಅಮೇರಿಕಾ ಕಾಂಗ್ರೆಸ್ ಪಾಸುಮಾಡುವಂತೆ ಟ್ರೂಮನ್ ಶ್ರಮಿಸಿದನು. 1950ರ ಹೊತ್ತಿಗೆ ಗ್ರೀಸ್ ಮತ್ತು ಟರ್ಕಿಗಳಲ್ಲಿನ ಕಮ್ಯುನಿಸ್ಟ್ ಗೆರಿಲ್ಲಾಗಳನ್ನು ನಿರ್ಮೂಲನ ಮಾಡಿ ಅಲ್ಲಿ ಶಾಂತಿ ಸ್ಥಾಪಿಸಲು ಟ್ರೂಮನ್ ಮುಂದಾದನು. ಒಟ್ಟಿನಲ್ಲಿ ಕಮ್ಯುನಿಸ್ಟ್ ಪ್ರಭಾವದ ಅಂಚಿಗೆ ಸಿಲುಕಿದ್ದ ಬಹುತೇಕ ಪಾಶ್ಚಿಮಾತ್ಯ ರಾಷ್ಟ್ರಗಳನ್ನು ಟ್ರೂಮನ್ ರಕ್ಷಿಸಿದನು. ಬ್ರಿಟನ್ ತಾನು ಗ್ರೀಸ್‌ನಲ್ಲಿರಿಸಿದ್ದ ಸೈನ್ಯವನ್ನು ವಾಪಸ್ ಕರೆಯಿಸಿಕೊಂಡಿತು. ಈ ರೀತಿ ಅಮೇರಿಕಾ ತನ್ನ ಟ್ರೂಮನ್ ತತ್ವದಿಂದ ಪ್ರಜಾಪ್ರಭುತ್ವ ರಾಷ್ಟ್ರಗಳನ್ನು ರಕ್ಷಿಸಿದುದು ರಷ್ಯಾದ ವಿರುದ್ಧ ಮಾಡಿದ ಮೊದಲ ಸವಾಲೆಂದು ಭಾವಿಸಲಾಗಿದೆ. ಅಮೇರಿಕಾ ತನ್ನ ನಾಯಕತ್ವದಲ್ಲಿ ಪ್ರಜಾಪ್ರಭುತ್ವ ರಾಷ್ಟ್ರಗಳಿಗೆ ಆರ್ಥಿಕ, ಸೈನಿಕ ನೆರವು ನೀಡಿ ಒಂದು ಪ್ರಬಲ ಶಕ್ತಿ ಬಣವನ್ನು ರೂಪಿಸುವುದು, ರಷ್ಯಾದ ವಿರುದ್ಧ ಹೋರಾಟ ನಡೆಸಿ ಜಗತ್ತಿನಲ್ಲಿ ಶಕ್ತಿ ಸಮತೋಲನವನ್ನು ಏರ್ಪಡಿಸುವುದು, ತಾನು ಯಾವಾಗಲೂ ಕಮ್ಯುನಿಸಂ ವಿರುದ್ಧ ಹೋರಾಡುತ್ತಾ ಅದರ ತತ್ವಗಳು ಸಂಪೂರ್ಣವಾಗಿ ಚಿಗುರೊಡೆಯದಂತೆ ಮಾಡುವುದು ಅಮೇರಿಕಾದ ಉದ್ದೇಶವಾಗಿತ್ತು. ಈ ನಿಟ್ಟಿನಲ್ಲಿ ಅಮೇರಿಕಾ ಜಾರಿಗೆ ತಂದಿದ್ದ ಟ್ರೂಮನ್ ತತ್ವ ಅಥವಾ ನೀತಿಯಿಂದ ಅನೇಕ ರಾಜ್ಯಗಳು ಸಮತಾವಾದದ ಹಾವಳಿಯಿಂದ ಮುಕ್ತವಾಗಿ ತಮ್ಮಗಳಲ್ಲೇ ಶಾಂತಿ ಸ್ಥಾಪನೆ ಮತ್ತು ಆಂತರಿಕ ಭದ್ರತೆಯನ್ನು ಪ್ರಜಾಪ್ರಭುತ್ವದ ಕಿರಣಗಳಿಂದ ನಿರ್ಮಿಸಿಕೊಳ್ಳುವಂತಾದವು.

ಮಾರ್ಷಲ್ ಯೋಜನೆ

ಟ್ರೂಮನ್ ಯೋಜನೆಗೆ ಅನುಗುಣವಾಗಿ ಮತ್ತು ಇಡೀ ಯುರೋಪನ್ನು ಕಮ್ಯುನಿಸಂನಿಂದ ದೂರವಿರಿಸಲು ಅಮೆರಿಕಾದಲ್ಲಿ ರೂಪುಗೊಂಡ ಮತ್ತೊಂದು ಯೋಜನೆಯೇ ಮಾರ್ಷಲ್ ಯೋಜನೆ. ಅಮೆರಿಕಾದ ಸೆಕ್ರೆಟರಿ ಆಫ್ ಸ್ಟೇಟ್ ಆಗಿದ್ದ ಮಾರ್ಷಲ್ 1947ರ ಜೂನ್ 5 ರಂದು ತನ್ನ ಹೆಸರಿನಲ್ಲಿ ಒಂದು ಯೋಜನೆಯನ್ನು ರೂಪಿಸಿದ್ದರಿಂದ ಅದಕ್ಕೆ ಮಾರ್ಷಲ್ ಯೋಜನೆ ಎಂಬ ಹೆಸರು ಬಂದಿದೆ. ಮಾರ್ಷಲ್ ಯೋಜನೆಯು ಇಡೀ ಯೂರೋಪನ್ನು ಪುನಶ್ಚೇತನಗೊಳಿಸುವ ಉದ್ದೇಶವನ್ನೊಂದಿತ್ತು. ದ್ವಿತೀಯ ಮಹಾಯುದ್ಧದ ನಂತರ ಇಡೀ ಯೂರೋಪಿನ ರಾಜ್ಯಗಳು ತೀವ್ರತರವಾದ ಆರ್ಥಿಕ ಮುಗ್ಗಟ್ಟನ್ನು ಎದುರಿಸುತ್ತಿದ್ದವು. ಈ ರೀತಿಯ ಆರ್ಥಿಕ ದುರ್ಬಲತೆ ಕಮ್ಯುನಿಸಂಗೆ ಆಹ್ವಾನ ನೀಡುತ್ತದೆ ಎಂಬುದಾಗಿ ಮಾರ್ಷಲ್ ಮನಗಂಡನು.

ಹಾರ್ವರ್ಡ್‌ನಲ್ಲಿ ಏರ್ಪಡಿಸಿದ್ದ ಒಂದು ಸಮ್ಮೇಳನದಲ್ಲಿ ಮಾರ್ಷಲ್ ತನ್ನ ಯೋಜನೆಯ ಬಗ್ಗೆ ಮಾತನಾಡುತ್ತಾ "ಎಲ್ಲಿಯವರಗೆ ಬಡತನ, ಆರ್ಥಿಕ ಮುಗ್ಗಟ್ಟು ಮತ್ತು ಆಹಾರದ ಅಭಾವ ಯೂರೋಪಿನಲ್ಲಿ ಇರುತ್ತದೆಯೋ ಅಲ್ಲಿಯವರೆಗೆ ಈ ರಾಷ್ಟ್ರಗಳಲ್ಲಿ ಸಾಮಾಜಿಕ ಅತೃಪ್ತಿ ಮತ್ತು ರಾಜಕೀಯ ಅವ್ಯವಸ್ಥೆ ವೃದ್ಧಿಯಾಗುತ್ತದೆ. ಇದು ಕೇವಲ ಆ ರಾಷ್ಟ್ರಗಳ ಹಿತಕ್ಕೆ ಮಾತ್ರವೇ ಅಲ್ಲದೆ ಅಮೆರಿಕಾದ ಹಿತಕ್ಕೂ ಧಕ್ಕೆ ಉಂಟಾಗುತ್ತದೆ. ಆದ್ದರಿಂದ ಈಗ ನಾವು ಆ ರಾಷ್ಟ್ರಗಳಿಗೆ ಸಮಯೋಚಿತ ನೆರವು ನೀಡಿದಲ್ಲಿ ಆ ರಾಷ್ಟ್ರಗಳು ಪುನರ್ ವೃದ್ಧಿಯಾಗುತ್ತವೆ" ಎಂದು ತಿಳಿಸಿದನು. ಈ ನಿಟ್ಟಿನಲ್ಲಿ ಅಮೇರಿಕ 11 ಬಿಲಿಯನ್ ಡಾಲರುಗಳಷ್ಟು ಹಣವನ್ನು ಪಶ್ಚಿಮ ಯೂರೋಪಿನ ಆರ್ಥಿಕಾಭಿವೃದ್ಧಿಗಾಗಿ ಒದಗಿಸಿತು. ಇದರಿಂದ ಆ ರಾಷ್ಟ್ರಗಳು ತಮ್ಮ ಆರ್ಥಿಕ ಮುಗ್ಗಟ್ಟಿನಿಂದಷ್ಟೇ ಅಲ್ಲದೆ ಕಮ್ಯುನಿಸಂನ ಪ್ರಭಾವದಿಂದಲೇ ದೂರ ಉಳಿದವು. ಅಮೇರಿಕಾದ ಈ ಆರ್ಥಿಕ ದೇಣಿಗೆಯೇ ಶೀತಲ ಯುದ್ಧದ ಮುಂದುವರಿಕೆಗೆ ದಾರಿ ಮಾಡಿಕೊಟ್ಟಿತು.

ಕಮ್ಯುನಿಸ್ಟ್ ತತ್ವದ ಅಡಿಪಾಯದ ಮೇಲೆ ಉದಯಿಸಿದ ಕೆಂಪು ಚೀನಾದಿಂದ ಶೀತಲ ಯುದ್ಧವು ಏಷ್ಯಾ ಖಂಡಕ್ಕೂ ವ್ಯಾಪಿಸಿದಂತಾಯಿತು. ಇದರಿಂದ ಪ್ರಪಂಚದ ಬಹುತೇಕ ಪ್ರಜಾಪ್ರಭುತ್ವವಾದಿ ರಾಷ್ಟ್ರಗಳು ರಷ್ಯಾ ಮತ್ತು ಚೀನಾಗಳೆರಡನ್ನೂ ದ್ವೇಷ ಭಾವನೆಯಿಂದ ನೋಡುವಂತಾದವು. ಕೊರಿಯಾದಲ್ಲಿ ಉದ್ಭವಿಸಿದ ಶೀತಲ ಯುದ್ಧ ವಾಸ್ತವಿಕ ಯುದ್ಧಕ್ಕೂ ಎಡೆಮಾಡಿಕೊಟ್ಟಿತು. ಭಾರತ ಮತ್ತು ಚೀನಾದ ಮೊದಲಿನ ಸಂಬಂಧ ಹದಗೆಟ್ಟ ನಂತರ ಇವೆರಡೂ ರಾಷ್ಟ್ರಗಳ ನಡುವೆ ಶೀತಲ ಯುದ್ಧ ತಾನಾಗಿಯೇ ಮನೆ ಮಾಡಿಕೊಂಡಿತು. ಅದು ಅವೆರಡು ರಾಷ್ಟ್ರಗಳ ನಡುವೆ ವಾಸ್ತವಿಕ ಯುದ್ಧಕ್ಕೂ ಸಹ ಅವಕಾಶ ಮಾಡಿಕೊಟ್ಟಿತು. ಕಮ್ಯುನಿಷ್ಟ್ ತತ್ವಗಳ ಆಚರಣೆಯಲ್ಲಿ ಅಣ್ಣ, ತಮ್ಮಂದಿರಂತಿದ್ದ ರಷ್ಯಾ ಮತ್ತು ಚೀನಾಗಳು ತಮ್ಮ ಸಂಬಂಧಗಳನ್ನು ಹದಗೆಡಿಸಿಕೊಂಡಿದ್ದರಿಂದ ಇವೆರಡೂ ರಾಷ್ಟ್ರಗಳ ನಡುವೆ ಶೀತಲ ಯುದ್ಧ ಕಾಣಿಸಿಕೊಂಡಿತು. ಜರ್ಮನಿಯ ವಿಷಯದಿಂದ ಶೀತಲ ಯುದ್ಧ ಅಪಾರವಾಗಿ ಉಲ್ಬಣಿಸಿತೆನ್ನಬಹುದು. ದ್ವಿತೀಯ ಮಹಾಯುದ್ಧದಲ್ಲಿ ಸೋಲಲ್ಪಟ್ಟ ಜರ್ಮನಿಯನ್ನು 4 ಭಾಗಗಳಾಗಿ ವಿಂಗಡಿಸಿ ಮಿತ್ರರಾಷ್ಟ್ರಗಳಾದ ಅಮೆರಿಕಾ, ಫ್ರಾನ್ಸ್, ಇಂಗ್ಲೆಂಡ್, ರಷ್ಯಾಗಳ ಅಧೀನದಲ್ಲಿಡಲಾಯಿತು. ರಷ್ಯಾವು ತನ್ನ ಅಧೀನದಲ್ಲಿದ್ದ ಬರ್ಲಿನ್ ಪ್ರದೇಶವನ್ನು ಕಮ್ಯುನಿಸ್ಟ್ ಪ್ರಾಂತ್ಯವಾಗಿ ಪರಿವರ್ತಿಸಲು ಹೊರಟಿದ್ದರಿಂದ ಅದನ್ನು ಪುನಃ 4 ಭಾಗಗಳಾಗಿ ವಿಂಗಡಿಸಿ ಆ ರಾಷ್ಟ್ರಗಳೇ ಪುನಃ ಹಂಚಿಕೊಂಡು ಸಣ್ಣ ಸಣ್ಣ ಬರ್ಲಿನನ್ನಾಗಿ ಮಾಡಿದವು. ರಷ್ಯಾ ಆ ಪ್ರದೇಶದಲ್ಲೂ ತನ್ನ ಎಂದಿನ ನೀತಿಯನ್ನೆ ಮುಂದುವರೆಸಿತು. ಇದರಿಂದ ಸಿಟ್ಟಿಗೆದ್ದ ಅಮೆರಿಕಾ, ಪೂರ್ಣ ಜರ್ಮನಿಯಾದ್ಯಂತ ಸ್ವತಂತ್ರ ಚುನಾವಣೆಗೆ ಒತ್ತಾಯಿಸಿತು. ಇದರಿಂದ ರಷ್ಯಾ 1948ರಲ್ಲಿ ಪಶ್ಚಿಮ ಜರ್ಮನಿ ಮತ್ತು ಬರ್ಲಿನ್ ನಡುವಣವಿದ್ದ ತನ್ನೆಲ್ಲಾ ಸಂಪರ್ಕವನ್ನು ಕಡಿದು ಹಾಕಿಕೊಂಡು ಬರ್ಲಿನ್ ದಿಗ್ಬಂಧನವನ್ನು ಏರ್ಪಡಿಸಿತು. ಇದರಿಂದ ಅಮೆರಿಕಾ ಮತ್ತು ರಷ್ಯಾಗಳ ನಡುವೆ ತಮ್ಮ ತಮ್ಮ ನೀತಿಗಳ ಊರ್ಜಿತತೆಗಾಗಿ 11 ತಿಂಗಳ ಕಾಲ ಶೀತಲ ಯುದ್ಧ ಉಂಟಾಯಿತು. ರಷ್ಯಾ ಬರ್ಲಿನ್ ದಿಗ್ಬಂಧನವನ್ನು ಹಿಂತೆಗೆದುಕೊಂಡಿದ್ದರಿಂದ ಅಲ್ಲಿ ನಡೆಯುತ್ತಿದ್ದ ಶೀತಲ ಯುದ್ಧ ಸ್ವಲ್ಪ ಕೊನೆಗೊಂಡಂತಾಯಿತು. 1973ರ ಸೆಪ್ಟೆಂಬರ್‌ನಲ್ಲಿ ಪೂರ್ವ ಜರ್ಮನಿ ಮತ್ತು ಪಶ್ಚಿಮ ಜರ್ಮನಿಗಳೆರಡೂ ವಿಶ್ವಸಂಸ್ಥೆಯ ಸ್ವತಂತ್ರ ಸದಸ್ಯ ರಾಷ್ಟ್ರಗಳಾಗಿ ಸಹಿ ಹಾಕಿದವು. ಇದರಿಂದ ಕಮ್ಯುನಿಸ್ಟ್ ಮತ್ತು ಪ್ರಜಾಪ್ರಭುತ್ವ ಬಣಗಳ ನಡುವಿನ ಶೀತಲ ಯುದ್ಧ ಆ ಪ್ರದೇಶದಲ್ಲಿ ಅಂತ್ಯಗೊಂಡಿತು.

1962ರಲ್ಲಿ ರಷ್ಯಾ ಕ್ಯೂಬಾಕ್ಕೆ ತನ್ನ ಸೈನಿಕ, ತಾಂತ್ರಿಕ ಮತ್ತು ಇತರ ಸಾಧನ ಸಲಕರಣೆಗಳನ್ನು ಕಳುಹಿಸಿತು. ಕ್ಯೂಬಕ್ಕೆ ಎಲ್ಲಾ ರೀತಿಯ ಸಹಾಯವನ್ನು ನೀಡಿ ಅದನ್ನು ಕಮ್ಯುನಿಸ್ಟ್ ರಾಷ್ಟ್ರವನ್ನಾಗಿ ಮಾಡಬೇಕೆಂಬ ಸಂಕಲ್ಪ ರಷ್ಯಾಕ್ಕಿದ್ದಿತು. ರಷ್ಯಾದ ಈ ಕ್ರಮವನ್ನು ಅಮೆರಿಕಾ ಸಂಪೂರ್ಣವಾಗಿ ವಿರೋಧಿಸಿ ರಷ್ಯಾದೊಡನೆ ನೇರ ಯುದ್ಧಕ್ಕಿಳಿಯಲು ಅಮೆರಿಕಾ

ಸಜ್ಜಾಯಿತು. ಇದನ್ನು ಮನಗಂಡ ವಿಶ್ವಸಂಸ್ಥೆ ಮಧ್ಯೆ ಪ್ರವೇಶಿಸಿ ರಷ್ಯಾ ಕ್ಯೂಬಾದಲ್ಲಿರಿಸಿದ್ದ ತನ್ನೆಲ್ಲಾ ಮಿಲಿಟರಿ ಶಕ್ತಿ ಮತ್ತು ಕಾರ್ಯಾಚರಣೆಯನ್ನು ಹಿಂತೆಗೆದುಕೊಳ್ಳುವಂತೆ ಮಾಡಿತು. ಇದರಿಂದ ರಷ್ಯಾ ಮತ್ತು ಅಮೇರಿಕಾ ನಡುವಣ ನಡೆಯಬೇಕಿದ್ದ ಬಹಿರಂಗ ಯುದ್ಧ ನಿಂತಂತಾಯಿತು.

ಹಲವಾರು ಪ್ರಾದೇಶಿಕ ಸೇನಾ ಕೂಟಗಳು

ದ್ವಿತೀಯ ಮಹಾಯುದ್ಧದ ನಂತರ ಶೀತಲ ಯುದ್ಧವು ರಾಷ್ಟ್ರ, ರಾಷ್ಟ್ರಗಳ ನಡುವೆ ಘರ್ಷಣೆಗೆ ಅತಿ ಹೆಚ್ಚು ಅವಕಾಶ ಮಾಡಿಕೊಟ್ಟಿತು. ರಷ್ಯಾವು ಟ್ರೂಮನ್ ಮತ್ತು ಮಾರ್ಷಲ್ ತತ್ವಗಳನ್ನು ಗಾಳಿಗೆ ತೂರಿ ಜರ್ಮನಿಯನ್ನು ಸಂಪೂರ್ಣ ಕಮ್ಯುನಿಸ್ಟ್ ಬಣವಾಗಿ ಮಾರ್ಪಡಿಸಲು ಮುಂದಾಯಿತು. ಇದರಿಂದ ಗಾಬರಿಗೊಂಡ ಹಲವಾರು ಯೂರೋಪಿನ ರಾಷ್ಟ್ರಗಳು ತಮ್ಮ ತಮ್ಮಲ್ಲೇ ಮೈತ್ರಿಕೂಟ ರಚಿಸಿಕೊಳ್ಳಲು ಮುಂದಾದವು.

ಬ್ರಸೆಲ್ಸ್ ಒಪ್ಪಂದ (1948)

ರಷ್ಯಾದ ಕಮ್ಯುನಿಸ್ಟ್ ಬಿರುಗಾಳಿ ತತ್ವದಿಂದ ಗಾಬರಿಗೊಂಡ ಬ್ರಿಟನ್, ಫ್ರಾನ್ಸ್, ಬೆಲ್ಜಿಯಂ, ನೆದರ್‌ಲ್ಯಾಂಡ್ ಮತ್ತು ಲಕ್ಸೆಂಬರ್ಗ್‌ಗಳು 1948ರ ಮಾರ್ಚ್‌ನಲ್ಲಿ ಬ್ರಸೆಲ್ಸ್‌ನಲ್ಲಿ ಒಂದು ಒಪ್ಪಂದಕ್ಕೆ ಸಹಿ ಹಾಕಿದವು. ಆ ಪ್ರಕಾರ ತಾವುಗಳು ವಿಶ್ವಸಂಸ್ಥೆಯ ಪ್ರಣಾಳಿಕೆಯಡಿಯಲ್ಲಿ ಯಾವುದೇ ದೇಶದ ಹಿತಾಸಕ್ತಿಗೂ ಧಕ್ಕೆ ಬಾರದ ರೀತಿಯಲ್ಲಿ ವರ್ತಿಸುವುದಾಗಿ ತಿಳಿಸಿದವು. ಈ ಒಪ್ಪಂದವು ಆ ಎಲ್ಲಾ ರಾಷ್ಟ್ರಗಳ ಸೈನಿಕ, ಆರ್ಥಿಕ ಬಲವನ್ನು ವೃದ್ಧಿಗೊಳಿಸಿತ್ತಲ್ಲದೆ, ತಮ್ಮ ಮೇಲೆ ರಷ್ಯಾ ಬೀರಬಹುದಾಗಿದ್ದ ಕಮ್ಯುನಿಸ್ಟ್ ಆಕ್ರಮಣವನ್ನು ರಕ್ಷಿಸಿಕೊಂಡವು.

ನ್ಯಾಟೋ (1949) (NATO- North Atlantic Treaty organisation)

ಪೂರ್ವ ಯೂರೋಪಿನ ನಡುವೆ ರಾಜಕೀಯ ಬಿಕ್ಕಟ್ಟು ತೀವ್ರ ತರವಾಗಿರುವುದನ್ನು ಮನಗಂಡ ಅಮೇರಿಕ ಪಶ್ಚಿಮ ಯುರೋಪಿನ ರಾಜ್ಯಗಳೊಡನೆ ಪರಸ್ಪರ ಸೈನಿಕ ಸಹಾಯದ ಸಂಸ್ಥೆಯೊಂದನ್ನು ಸ್ಥಾಪಿಸಲು ಮುಂದಾಯಿತು. ಅದರ ಫಲವಾಗಿ 4.4.1949ರಂದು ವಾಷಿಂಗ್‌ಟನ್‌ನಲ್ಲಿ 12 ರಾಷ್ಟ್ರಗಳು ಸೇರಿ ನ್ಯಾಟೋ ಒಪ್ಪಂದಕ್ಕೆ ಸಹಿ ಹಾಕಿದವು. ಅವುಗಳೆಂದರೆ ಅಮೇರಿಕಾ, ಬ್ರಿಟನ್, ಫ್ರಾನ್ಸ್, ಇಟಲಿ, ಕೆನಡಾ, ಬೆಲ್ಜಿಯಂ, ಡೆನ್ಮಾರ್ಕ್, ಲಕ್ಸಂಬರ್ಗ್, ನಾರ್ವೆ, ಪೋರ್ಚುಗಲ್, ಐಸ್‌ಲ್ಯಾಂಡ್ ಮತ್ತು ನೆದರ್‌ಲ್ಯಾಂಡ್. ನಂತರ ಇತರ ಮೂರು ರಾಷ್ಟ್ರಗಳು ನ್ಯಾಟೋ ಸೇರಿದವು. ಅವುಗಳೆಂದರೆ ಗ್ರೀಸ್, ಟರ್ಕಿ ಮತ್ತು ಪಶ್ಚಿಮ ಜರ್ಮನಿ.

ನ್ಯಾಟೋದ ಉದ್ದೇಶಗಳು

1. ವಿಶ್ವಸಂಸ್ಥೆಯ ಪ್ರಣಾಳಿಕೆಯ ಬಗ್ಗೆ ಸದಸ್ಯ ರಾಷ್ಟ್ರಗಳೆಲ್ಲರು ಗೌರವ ಭಾವನೆ ಹೊಂದುವುದಷ್ಟೇ ಅಲ್ಲದೆ ಅದರ ಶಾಂತಿ ಸ್ಥಾಪನೆಯ ಉದ್ದೇಶದತ್ತ ಅದರ ಕೈ ಬಲಪಡಿಸುವುದು.
2. ಅಂತರರಾಷ್ಟ್ರೀಯ ಶಾಂತಿಗೆ ಸಂಬಂಧಿಸಿದಂತೆ ಅವುಗಳ ನಡುವಿನ ವಿವಾದವನ್ನು ಶಾಂತಿಯುತವಾಗಿ ಬಗೆಹರಿಸಿಕೊಳ್ಳುವುದು.
3. ಯಾವುದೇ ವಿದೇಶಿ ರಾಷ್ಟ್ರವು ತಮ್ಮಗಳ ಮೇಲೆ ಆಕ್ರಮಣವೆಸಗಿದರೆ ಅವರ ವಿರುದ್ಧ ಒಟ್ಟಾಗಿ ಕ್ರಮಕೈಗೊಳ್ಳುವುದು. ಅಲ್ಲದೆ ಆಕ್ರಮಣ ದೇಶದ ವಿರುದ್ಧ ಭದ್ರತಾ ಸಮಿತಿಗೆ ಮನವರಿಕೆ ಮಾಡಿಕೊಡುವುದು.

ನ್ಯಾಟೋ ಇಷ್ಟೆಲ್ಲಾ ಉದ್ದೇಶವನ್ನೊಂದಿದ್ದರೂ ಸಹ ಅದು ಮೂಲಭೂತವಾಗಿ 2 ಪ್ರಮುಖ ಉದ್ದೇಶಗಳನ್ನೊಳಗೊಂಡಿತು. ಮೊದಲನೆಯದಾಗಿ ಸಮತಾವಾದಿ ಸರ್ಕಾರಗಳು ಯೂರೋಪಿನಲ್ಲಿ ಇನ್ನು ಮುಂದೆ ಉದಯಿಸದಂತೆ ತಡೆಗಟ್ಟುವುದು. ಎರಡನೆಯದಾಗಿ ತಮ್ಮಗಳ ನಡುವೆ ಮಿಲಿಟರಿ ಭದ್ರತೆ, ಆರ್ಥಿಕ ಹೊಂದಾಣಿಕೆ ಹಾಗೂ ಪರಸ್ಪರ ಆರ್ಥಿಕಾಭಿವೃದ್ಧಿಗೆ ಶ್ರಮಿಸುವುದು.

ಈ ರೀತಿಯ ಬಹುತೇಕ ಯೂರೋಪಿನ ರಾಷ್ಟ್ರಗಳನ್ನೊಳಗೊಂಡ ನ್ಯಾಟೋ ಅತ್ಯಂತ ಯಶಸ್ವಿಯಾಗಿ ನಡೆದುಬಂದು ಆ ಪ್ರದೇಶಗಳಲ್ಲಿ ಕಮ್ಯುನಿಸ್ಟ್ ಬಣಕ್ಕೆ ಕಡಿವಾಣ ಹಾಕಿದೆ.

ಸಿಯಾಟೋ (SEATO-South East Atlantic Treaty organisation) ಅಥವಾ ಮನೀಲಾ ಒಪ್ಪಂದ.

ಈ ಸಿಯಾಟೋ ಒಕ್ಕೂಟವು ಸಹ ಕಮ್ಯುನಿಸ್ಟ್ ವಿರುದ್ಧವಾಗಿ ಜನ್ಮತಾಳಿತು ಎನ್ನಬಹುದು. ದ್ವಿತೀಯ ಮಹಾಯುದ್ಧ ನಂತರ ಚೀನಾ ಪ್ರಬಲ ಕಮ್ಯುನಿಸ್ಟ್ ರಾಷ್ಟ್ರವಾಯಿತು. ಇದರಿಂದ ಆಗ್ನೇಯ ಏಷ್ಯಾದಲ್ಲಿ ಸಮತಾವಾದ ಹಬ್ಬುವಿಕೆಯ ಭಯ

ಹೆಚ್ಚಾದಂತಾಯಿತು. ಆದ್ದರಿಂದ ಅಮೇರಿಕಾದ ಮುಂದಾಳತ್ವದಲ್ಲಿ ಪಾಶ್ಚಿಮಾತ್ಯ ರಾಜ್ಯಗಳು ಈ ಪ್ರದೇಶಕ್ಕೆ ಸಂಬಂಧಿಸಿದಂತೆ ಒಂದು ಪ್ರಾದೇಶಿಕ ಸಾಮೂಹಿಕ ರಕ್ಷಣಾ ವ್ಯವಸ್ಥೆಯನ್ನು ಸ್ಥಾಪಿಸಲು ಮುಂದಾದವು. ಈ ನಿಟ್ಟಿನಲ್ಲಿ ಅಮೇರಿಕಾವು ಭಾರತ, ಬರ್ಮಾ, ಶ್ರೀಲಂಕಾ, ಇಂಡೋನೇಷ್ಯಾಗಳಿಗೆ ಸೈನಿಕ ಒಪ್ಪಂದ ಮಾಡಿಕೊಳ್ಳಲು ಸಲಹೆ ನೀಡಿತು. ಅಮೇರಿಕಾದ ಈ ಸಲಹೆಯನ್ನು ಈ ರಾಷ್ಟ್ರಗಳು ತಿರಸ್ಕರಿಸಿದವು. ಈ ಮಧ್ಯೆ ರಷ್ಯಾ ಮತ್ತು ಚೈನಾ ಉತ್ತರ ಕೊರಿಯಾಕ್ಕೆ ಬೆಂಬಲ ನೀಡಿದವು. ಇದರಿಂದ ಅನ್ಜೂಸ್ ಒಕ್ಕೂಟವು ಗಾಬರಿಗೊಂಡಿತು. ಅಮೇರಿಕ ಈ ನಿಟ್ಟಿನಲ್ಲಿ ಹಲವಾರು ಚರ್ಚೆ ನಡೆಸಿ ಮತ್ತಿತರ ಏಷ್ಯನ್ ರಾಷ್ಟ್ರಗಳು ಸಿಯಾಟೋ ಒಪ್ಪಂದವನ್ನು ಮಾಡಿಕೊಳ್ಳುವಂತೆ ಮಾಡಿತು. 1954ರ ಸೆಪ್ಟೆಂಬರ್ 8ರಂದು ಫಿಲಿಫೈನ್ಸ್‌ನ ಮನೀಲಾದಲ್ಲಿ ಅಮೇರಿಕಾ, ಬ್ರಿಟನ್, ಫ್ರಾನ್ಸ್, ಆಸ್ಟ್ರೇಲಿಯಾ, ನ್ಯೂಜಿಲ್ಯಾಂಡ್, ಪಾಕಿಸ್ತಾನ, ಥೈಲ್ಯಾಂಡ್, ಫಿಲಿಪೈನ್ಸ್ ರಾಷ್ಟ್ರಗಳು ಸಿಯಾಟೋಗೆ ಸಹಿ ಹಾಕಿದವು. 1976ರಲ್ಲಿ ರಷ್ಯಾ ಉತ್ತರ ವಿಯಟ್ನಾಂಗೆ ಸೈನಿಕ ನೆರವು ನೀಡಿ ಅಮೇರಿಕಾದ ಬೆಂಬಲ ಪಡೆದಿದ್ದ ದಕ್ಷಿಣ ವಿಯಟ್ನಾಂಅನ್ನು ಸೋಲಿಸುವಂತೆ ಮಾಡಿತು. ಇದರಿಂದ ಅಮೇರಿಕಾದ ಪ್ರಭಾವ ಆ ಪ್ರದೇಶದಲ್ಲಿ ಸಂಪೂರ್ಣವಾಗಿ ನಾಶವಾದಂತಾಯಿತು. ನಂತರ ಅಮೇರಿಕಾದ ನೇತೃತ್ವದಲ್ಲಿ ರಚನೆಯಾಗಿದ್ದ ಸಿಯಾಟೋ ಸಂಪೂರ್ಣವಾಗಿ ಮಾಯವಾದಂತಾಯಿತು.

ವಾರ್ಸಾ ಸೇನಾಕೂಟ (Warsaw Pact)

ತನ್ನ ತತ್ವಗಳ ಪ್ರಭಾವ ಮತ್ತು ಆಚರಣೆಯನ್ನು ತಡೆಗಟ್ಟಲು ನ್ಯಾಟೋ ಮತ್ತು ಸಿಯಾಟೋಗಳು ಸ್ಥಾಪಿತವಾಗಿರುವುದನ್ನು ಮನಗಂಡ ರಷ್ಯಾ ಸ್ವಲ್ಪ ಸಮಯ ಯೋಚಿಸುವಂತಾಯಿತು. 1954ರ ಡಿಸೆಂಬರ್‌ನಲ್ಲಿ ಪಶ್ಚಿಮ ಜರ್ಮನಿಯು ನ್ಯಾಟೋದ ಸದಸ್ಯ ರಾಷ್ಟ್ರವಾಗಿ ಸೇರ್ಪಡೆಯಾದಾಗ ಅದನ್ನು ರಷ್ಯಾ ವಿರೋಧಿಸಿತು. ಅಷ್ಟೇ ಅಲ್ಲದೆ ಆ ಒಕ್ಕೂಟದಿಂದ ಪಶ್ಚಿಮ ಜರ್ಮನಿಯನ್ನು ಹೊರಬರುವಂತೆ ಬೆದರಿಕೆ ಹಾಕಿತು. ರಷ್ಯಾದ ಯಾವುದೇ ಬೆದರಿಕೆಗೂ ಆ ರಾಷ್ಟ್ರ ಹೆದರದೆ ಒಕ್ಕೂಟದ ಸದಸ್ಯ ರಾಷ್ಟ್ರವಾಗಿ ಉಳಿಯಿತು. ಆಗ ರಷ್ಯಾವು ಪೋಲೆಂಡ್, ಹಂಗೇರಿ, ಜೆಕೋಸ್ಲಾವಾಕಿಯಾ, ಬಲ್ಗೇರಿಯಾ, ಆಲ್ಬೇನಿಯಾ ಮತ್ತು ಪೂರ್ವ ಜರ್ಮನಿಗಳನ್ನು ಒಳಗೊಂಡ ವಾರ್ಸಾಸೇನಾ ಕೂಟವನ್ನು ರಚಿಸಿತು. 1955ರ ಮೇ 4ರಂದು ಮಾಸ್ಕೋದಲ್ಲಿ ಈ ರಾಷ್ಟ್ರಗಳು ಈ ಒಪ್ಪಂದಕ್ಕೆ ತಮ್ಮ ಸಹಿ ಹಾಕಿದವು.

ವಾರ್ಸಾ ಕೂಟದ ಉದ್ದೇಶಗಳು

1. ಸಾಮ್ರಾಜ್ಯಶಾಹಿಗಳ ಮತ್ತು ಬಂಡವಾಳಶಾಹಿಗಳ ಆಕ್ರಮಣವನ್ನು ತಾವೆಲ್ಲರೂ ಒಗ್ಗಟ್ಟಾಗಿ ವಿರೋಧಿಸಿ ಅದರ ವಿರುದ್ಧ ಹೋರಾಡುವುದು.
2. ಇದರ ಯಾವುದೇ ಸದಸ್ಯ ರಾಷ್ಟ್ರದ ಮೇಲಿನ ಮತ್ತೊಂದು ರಾಷ್ಟ್ರದ ಆಕ್ರಮಣವನ್ನು ಸಾಮೂಹಿಕ ಸೈನಿಕ ಕಾರ್ಯಾಚರಣೆಯ ಮೂಲಕ ಎದುರಿಸುವುದು.
3. ತಮ್ಮಲ್ಲಿನ ಪರಸ್ಪರ ವಿವಾದಗಳನ್ನು ಶಾಂತಿಯುತ ಮಾರ್ಗಗಳನ್ನನುಸರಿಸಿ ತೀರ್ಮಾನಿಸಿಕೊಳ್ಳುವುದು.
4. ಸದಸ್ಯ ರಾಷ್ಟ್ರಗಳ ಸಂಯುಕ್ತ ಸೇನೆಯು ರಷ್ಯಾದ ನಾಯಕತ್ವದಲ್ಲಿರಲು ಸಮ್ಮತಿಸುವುದು. ಉಳಿದ ಸದಸ್ಯ ರಾಷ್ಟ್ರಗಳ ಪ್ರತಿನಿಧಿಗಳು ಅದರ ಉಪ ನಾಯಕರಾಗಿ ಸೇವೆಸಲ್ಲಿಸುವುದೆಂದು ತೀರ್ಮಾನಿಸಲಾಗಿತ್ತು.

ಈ ವಾರ್ಸಾ ಸೇನಾ ಕೂಟವು 20 ವರ್ಷಗಳ ತನಕ ಜಾರಿಯಲ್ಲಿರುವುದಾಗಿ ತಿಳಿಸಿ ಸದಸ್ಯ ರಾಷ್ಟ್ರವೊಂದು ಅದರಿಂದ ಹೊರ ಹೋಗಬೇಕಾದರೆ ಒಂದು ವರ್ಷ ಮೊದಲೇ ಒಕ್ಕೂಟಕ್ಕೆ ತಿಳಿಸಬೇಕೆಂಬುದಾಗಿತ್ತು. ಆ ರೀತಿಯ ಮುನ್ಸೂಚನೆ ಕೊಡದೆ ಸದಸ್ಯತ್ವದಿಂದ ಹೊರಹೋಗುವ ರಾಷ್ಟ್ರ 10 ವರ್ಷಗಳ ಕಾಲ ಅದರ ಸದಸ್ಯನಾಗಿ ಮುಂದುವರಿಯಲೇಬೇಕು ಎಂಬುದಾಗಿ ತನ್ನ ಕೌಲಿನಲ್ಲಿ ತಿಳಿಸಿತ್ತು.

1956ರಲ್ಲಿ ಹಂಗೇರಿ ಮತ್ತು ಪೋಲೆಂಡ್‌ಗಳಲ್ಲಿ 1968ರಲ್ಲಿ ಜಕೋಸ್ಲೋವಾಕಿಯಾದಲ್ಲಿ ರಷ್ಯಾ ಮತ್ತು ವಾರ್ಸಾದ ಇನ್ನಿತರ ಸದಸ್ಯ ರಾಷ್ಟ್ರಗಳು ತಮ್ಮ ಸೈನಿಕ ಕ್ರಮಗಳನ್ನು ಜರುಗಿಸಿದವು. ಇದರಿಂದ ಅವುಗಳೇ ತಮ್ಮ ಒಪ್ಪಂದವನ್ನು ಉಲ್ಲಂಘಿಸಿಕೊಂಡಂತಾದವು. ಆಲ್ಬೇನಿಯಾ ಕೆಂಪು ಚೀನಾದ ಪ್ರಭಾವಕ್ಕೊಳಗಾಗಿ ವಾರ್ಸಾ ಕೂಟವನ್ನು ತ್ಯಜಿಸಿ ಹೊರಬಂದಿತು. ಇದರಿಂದ ರಷ್ಯಾ ನೇತೃತ್ವದಲ್ಲಿನ ವಾರ್ಸಾ ಒಪ್ಪಂದ ಅಭದ್ರತೆಯನ್ನು ಕಂಡಿತು.

ಬಾಗ್ದಾದ್ ಒಪ್ಪಂದ ಅಥವಾ ಸೆಂಟೋ (1955) (CENTO-Central Treaty Organisation)

ಪೂರ್ವ ಮತ್ತು ಪಶ್ಚಿಮ ರಾಷ್ಟ್ರಗಳಲ್ಲಿನ ಶೀತಲ ಯುದ್ಧದ ಭೀತಿಯನ್ನು ಮನಗಂಡ ಮಧ್ಯ ಏಷ್ಯಾದ ರಾಷ್ಟ್ರಗಳು

ಭದ್ರತೆಗಾಗಿ ಒಕ್ಕೂಟವನ್ನು ಸ್ಥಾಪಿಸಿಕೊಳ್ಳಲು ಮುಂದಾದವು. 1955ರಲ್ಲಿ ಇರಾಕ್ ಮತ್ತು ಟರ್ಕಿಗಳೆರಡು ಬಾಗ್ದಾದ್‌ನಲ್ಲಿ ಒಪ್ಪಂದ ಮಾಡಿಕೊಂಡವು. ತಾವುಗಳು ಸಂಯುಕ್ತವಾಗಿ ಸೇರಿಕೊಂಡು ತಮ್ಮಗಳ ರಕ್ಷಣಾ ಭದ್ರತೆಯನ್ನು ಕಾಪಾಡಿಕೊಳ್ಳುವುದು ಬಾಗ್ದಾದ್ ಒಪ್ಪಂದದ ಪ್ರಮುಖ ಉದ್ದೇಶವಾಗಿದ್ದಿತು. ನಂತರ ಇಂಗ್ಲೆಂಡ್, ಪಾಕಿಸ್ತಾನ, ಇರಾನ್, ಬಾಗ್ದಾದ್ ಒಪ್ಪಂದಕ್ಕೆ ಸೇರಿಕೊಂಡವು. ಅಮೆರಿಕಾದ ಸೇರ್ಪಡೆಯಿಂದ ಈ ರಾಷ್ಟ್ರಗಳ ಗಡಿಪ್ರಾಂತ್ಯ, ಆರ್ಥಿಕ ಭದ್ರತೆಗೆ ಬಲವಾದ ರಕ್ಷಣೆ ಸಿಕ್ಕಿದಂತಾಯಿತು. 1959ರ ಮಾರ್ಚ್‌ನಲ್ಲಿ ಇರಾಕ್ ಬಾಗ್ದಾದ್ ಒಪ್ಪಂದದಿಂದ ಹೊರಬಂದ ನಂತರ ಆ ಒಪ್ಪಂದವನ್ನು ಸೆಂಟ್ರಲ್ ಟ್ರೀಟಿ ಆರ್ಗನೈಸೇಷನ್ ಎಂದು ಮರುನಾಮಕರಣ ಮಾಡಲಾಯಿತು.

ಪಾಕಿಸ್ತಾನ ಈ ಸೆಂಟೋ ಒಪ್ಪಂದಕ್ಕೆ ಸೇರಿದ ಪ್ರಮುಖ ಉದ್ದೇಶವೇನೆಂದರೆ ಭಾರತದ ವಿರುದ್ಧ ಕಾಶೀರದ ವಿಷಯವನ್ನು ಪ್ರಮುಖ ಸಮಸ್ಯೆಯನ್ನಾಗಿ ಮಾಡುವುದೇ ಆಗಿತ್ತು. ಈಜಿಪ್ಟ್‌ನ ಅಧ್ಯಕ್ಷ ನಾಸೆರ್ ಈ ಸೆಂಟೋ ಒಪ್ಪಂದವನ್ನು ಕಟುವಾಗಿ ಟೀಕಿಸುತ್ತಾ ಇದು ರಾಷ್ಟ್ರಗಳಲ್ಲಿ ಪ್ರಬಲ ವಿದೇಶಿ ಶಕ್ತಿಗಳ ಅಧಿಪತ್ಯವನ್ನು ಸೂಚಿಸುತ್ತದೆಯೆಂದನು.

ಅನ್ಜೂಸ್ ಮಂಡಳಿ (Anzus Council) (1951)

ಚೀನಾದಲ್ಲಿ ಕಮ್ಯುನಿಸ್ಟ್ ಪ್ರಬಲವಾಗಿ ಬೇರೂರುವುದನ್ನು ಮತ್ತು ಕೊರಿಯಾದಲ್ಲಿ ಸಂಭವಿಸಿದ ಕದನದಿಂದ ಕಮ್ಯುನಿಸ್ಟ್ ವಾತಾವರಣ ಫೆಸಿಫಿಕ್‌ನ ಪ್ರಾಂತ್ಯಗಳಲ್ಲಿ ಹರಡುವುದನ್ನು ಅಮೆರಿಕ ಮನಗಂಡಿತು. ಆದ್ದರಿಂದ ಅದನ್ನು ತಡೆಯಲು ಅಮೆರಿಕಾವು 1951ರಲ್ಲಿ ನ್ಯೂಜಿಲ್ಯಾಂಡ್, ಆಸ್ಟ್ರೇಲಿಯಾಗಳ ಜೊತೆ ಅನ್ಜೂಸ್ ರಕ್ಷಣಾ ಒಪ್ಪಂದವನ್ನು ಏರ್ಪಡಿಸಿಕೊಂಡಿತು. ಈ ಒಪ್ಪಂದವು ಅನಿರ್ದಿಷ್ಟ ಕಾಲದವರೆಗೆ ಮುಂದುವರೆಯುವುದಲ್ಲದೆ ಒಪ್ಪಂದವನ್ನು ತ್ಯಜಿಸುವ ರಾಷ್ಟ್ರ ಒಂದು ವರ್ಷ ಮುಂಚೆ ಇತರ ಸದಸ್ಯ ರಾಷ್ಟ್ರಗಳಿಗೆ ತಿಳಿಸಬೇಕೆಂದು ಒಪ್ಪಂದದಲ್ಲಿ ಸೂಚಿಸಲಾಗಿದ್ದಿತು.

ಶೀತಲ ಯುದ್ಧದಿಂದುಂಟಾದ ಈ ಮೈತ್ರಿಕೂಟಗಳಿಂದ ವಿಶ್ವಸಂಸ್ಥೆಯಡಿಯಲ್ಲಿ ಪ್ರಪಂಚದ ಎಲ್ಲಾ ರಾಷ್ಟ್ರಗಳು ಒಂದುಗೂಡುವ ಸಾಧ್ಯತೆ ದೂರವಾಗುತ್ತಿದೆ. ಆದರೂ ಸಹ ವಿರೋಧಿ ಬಣಗಳ ರಾಷ್ಟ್ರನಾಯಕರ ಪರಸ್ಪರ ಭೇಟಿ, ಒಪ್ಪಂದದ ಮಾತುಕತೆಗಳು, ಶೀತಲ ಯುದ್ಧದ ಭೀತಿಯಿಂದ ಪ್ರಪಂಚದ ರಾಷ್ಟ್ರಗಳನ್ನು ಸ್ವಲ್ಪ ದೂರವಿರಿಸಿದೆಯನ್ನಬಹುದು. 1968ರಲ್ಲಿ ಅಮೆರಿಕಾ ಮತ್ತು ರಷ್ಯಾಗಳು ಅಣು ನಿಶಸ್ತ್ರೀಕರಣ ಒಪ್ಪಂದಕ್ಕೆ ಸಹಿ ಹಾಕಿದವು. 1972ರ ಮೇ 26ರಂದು ರಷ್ಯಾದ ಕಮ್ಯುನಿಸ್ಟ್ ಪಕ್ಷದ ಮುಖ್ಯಸ್ಥ ಬ್ರೆಜ್ನೇವ್ ಮತ್ತು ಅಮೆರಿಕಾದ ಅಧ್ಯಕ್ಷ ನಿಕ್ಸನ್ ಮಾಸ್ಕೋದಲ್ಲಿ ಎರಡು ರಾಷ್ಟ್ರಗಳ ಶಸ್ತ್ರಾಸ್ತ್ರ ನಿಶಸ್ತ್ರೀಕರಣ ಒಪ್ಪಂದಕ್ಕೆ ಸಹಿ ಹಾಕಿದರು. 1973ರ ಜೂನ್‌ನಲ್ಲಿ ಬ್ರೆಜ್ನೇವ್ ಅಮೆರಿಕಾಕ್ಕೆ ಭೇಟಿ ನೀಡಿದನು. 1973ರ ಜೂನ್ 22ರಂದು ಬ್ರೆಜ್ನೇವ್ ಮತ್ತು ನಿಕ್ಸನ್ ಎರಡು ರಾಷ್ಟ್ರಗಳ ನಡುವೆ ನ್ಯೂಕ್ಲಿಯರ್ ದಾಳಿ ಸಂಭವಿಸದಂತೆ ನೋಡಿಕೊಳ್ಳಲು ಸಹಿ ಹಾಕಿದರು. ಅಷ್ಟೇ ಅಲ್ಲದೆ ಆ ಯುದ್ಧವು ಪ್ರಪಂಚದ ಮೂರನೆ ರಾಷ್ಟ್ರಗಳಲ್ಲೂ ಸಂಭವಿಸದಂತೆ ನೋಡಿಕೊಳ್ಳಲು ಎರಡೂ ರಾಷ್ಟ್ರಗಳ ನಾಯಕರು ಭರವಸೆಯಿತ್ತರು. 1974ರ ಜೂನ್–ಜುಲೈ ತಿಂಗಳಲ್ಲಿ ಅಮೆರಿಕಾದ ಅಧ್ಯಕ್ಷ ನಿಕ್ಸನ್ ಸೋವಿಯತ್ ರಷ್ಯಾಕ್ಕೆ ಭೇಟಿಯಿತ್ತನು.

1975ರ ಜುಲೈ 30ರಂದು ಪ್ರಾರಂಭವಾದ 35 ರಾಷ್ಟ್ರಗಳ ಹೆಲ್ಸಿಂಕಿ ಸಮ್ಮೇಳನವು ಯೂರೋಪ್ ಮತ್ತು ಅಮೆರಿಕಾದ ಪ್ರಜಾಪ್ರಭುತ್ವ ಮತ್ತು ಸಮತಾವಾದಿಗಳ ಬಗ್ಗೆ ಭದ್ರತೆಯ, ಸಹಕಾರ ಸೌಹಾರ್ದತೆಯ ಸಂಹಿತೆಯೊಂದನ್ನು ರೂಪಿಸಿತು.

ಹೆಲ್ಸಿಂಕಿಯಲ್ಲಿ ನಡೆದ ಸಮ್ಮೇಳನವು ಪ್ರಮುಖ 10 ಸೂತ್ರಗಳನ್ನು ಮಾನ್ಯ ಮಾಡಿತು. ಅವುಗಳೆಂದರೆ

1. ಪರಮಾಧಿಕಾರದ ಸಮಾನತೆ
2. ಪರಮಾಧಿಕಾರದಲ್ಲಿ ಅಡಕವಾಗಿರುವ ಹಕ್ಕುಗಳಿಗೆ ಗೌರವ ನೀಡುವುದು.
3. ಒಂದು ರಾಷ್ಟ್ರವು ಮತ್ತೊಂದು ರಾಷ್ಟ್ರದ ಮೇಲೆ ಶಕ್ತಿಪ್ರಯೋಗ ಅಥವಾ ಅದನ್ನು ಬಳಸುವೆನೆಂಬ ಬೆದರಿಕೆ ಹಾಕದಿರುವುದು.
4. ಬೇರೊಂದು ರಾಷ್ಟ್ರದ ಗಡಿಗಳನ್ನು ಉಲ್ಲಂಘಿಸದಿರುವುದು
5. ರಾಜ್ಯಗಳ ಭೂ ಸಮಗ್ರತೆಯನ್ನು ಮಾನ್ಯ ಮಾಡುವುದು.
6. ರಾಷ್ಟ್ರ ರಾಷ್ಟ್ರಗಳ ನಡುವಿನ ವಿವಾದವನ್ನು ಶಾಂತಿಯುತವಾಗಿ ಬಗೆಹರಿಸಿಕೊಳ್ಳುವುದು.
7. ಒಂದು ರಾಷ್ಟ್ರ ಮತ್ತೊಂದು ರಾಷ್ಟ್ರದ ಆಂತರಿಕ ವ್ಯವಹಾರದಲ್ಲಿ ಮಧ್ಯೆ ಪ್ರವೇಶಿಸಬಾರದು.
8. ಮೂಲಭೂತ ಸ್ವಾತಂತ್ರ್ಯ ಮತ್ತು ಮಾನವ ಹಕ್ಕುಗಳನ್ನು ಗೌರವಿಸುವುದು.

9. ಸಮಾನ ಹಕ್ಕುಗಳು ಮತ್ತು ಜನತೆಗೆ ಸ್ವಯಂ ನಿರ್ಧಾರ ನೀಡುವುದು.

10. ಅಂತರರಾಷ್ಟ್ರೀಯ ಕಾನೂನಿನ ಹಕ್ಕು ಬಾಧ್ಯತೆಗಳನ್ನು ಮನಃಪೂರ್ವಕವಾಗಿ ಈಡೇರಿಸಲು ಶ್ರಮಿಸುವುದು.

1975ರ ಆಗಸ್ಟ್ 1ರಂದು ಮುಕ್ತಾಯವಾದ ಹೆಲ್ಸಿಂಕಿ ಸಮ್ಮೇಳನವು ಶೀತಲ ಯುದ್ಧಕ್ಕೆ ಅಂತ್ಯ ಹಾಡಿದೆ ಎಂದು ಘೋಷಿಸಲಾಯಿತು. 1988ರಲ್ಲಿ ರಷ್ಯಾದ ಅಧ್ಯಕ್ಷ ಗೋರ್ಬಚೆವ್ ಮತ್ತು ಅಮೆರಿಕದ ಅಧ್ಯಕ್ಷ ರೇಗನ್‌ರವರು ವಾಷಿಂಗಟನ್ ಮತ್ತು ಮಾಸ್ಕೋಗಳಲ್ಲಿ ಸಭೆ ನಡೆಸಿ ಶಸ್ತ್ರಾಸ್ತ್ರ, ವಾಯುಸಮರ, ಅಣುಶಕ್ತಿಗಳನ್ನು ಕಡಿತಗೊಳಿಸಲು ಯೋಜನೆಗಳನ್ನು ರೂಪಿಸಿದರು.

ಗೋರ್ಬಚೆವ್‌ರವರ ಕಾಲದಲ್ಲೇ ರಷ್ಯಾ ವಿಭಜನೆಯನ್ನು ಕಂಡಿದ್ದರಿಂದ ಕಮ್ಯುನಿಸ್ಟ್ ತತ್ವದ ಪ್ರಬಲ ಶಕ್ತಿಯೇ ಕುಸಿದಂತಾಗಿ ಹೆಚ್ಚು ಕಡಿಮೆ ಶೀತಲ ಯುದ್ಧ ಕೊನೆಗೊಂಡಂತಾಯಿತು ಎನ್ನಬಹುದು. ಇದೇ ನಿಟ್ಟಿನಲ್ಲಿ ಗೋರ್ಬಚೇವ್ ತಮ್ಮ ಹೆಜ್ಜೆಯನ್ನು ಮುಂದಿಟ್ಟು 1990–91ರಲ್ಲಿ ಅಮೆರಿಕಾದ ಅಧ್ಯಕ್ಷ ಜಾರ್ಜ್‌ಬುಷ್‌ರವರೊಡನೆ ಶಾಂತಿ, ಶಸ್ತ್ರಾಸ್ತ್ರ ಸಮಿತಿ ಒಪ್ಪಂದದ ಮಾತುಕತೆಗಳನ್ನು ಆರಂಭಿಸಿದರು. ಗೋರ್ಬಚೇವ್ ನಂತರ ರಷ್ಯದ ಅಧ್ಯಕ್ಷರಾಗಿ ಬಂದ ಬೋರಿಸ್ ಯೆಲ್ಸಿನ್, ಅಮೆರಿಕಾದ ಅಧ್ಯಕ್ಷ ಬಿಲ್‌ಕ್ಲಿಂಟನ್‌ರವರೊಡನೆ ಸೌಹಾರ್ದಯುತ ಭೇಟಿ, ಸಂಧಾನದ ಮಾತುಕತೆಗಳನ್ನು ಆರಂಭಿಸಿ ಪ್ರಪಂಚಕ್ಕೆ ಶಾಂತಿಯನ್ನು ಕಲ್ಪಿಸುವತ್ತ ಮುನ್ನಡೆದರು. ಇದರಿಂದ ಬುಗಿಲು, ಬುಗಿಲಂತೆ ಉದ್ಭವಿಸುತ್ತಿದ್ದ ಶೀತಲ ಯುದ್ಧಗಳ ಕಾರ್ಮೋಡಗಳು ಸಂಪೂರ್ಣ ಮಾಯವಾಗಿವೆ ಎನ್ನಬಹುದು.

ಒಟ್ಟಿನಲ್ಲಿ, ಶೀತಲ ಸಮರವು ಈ ವಿಶ್ವದಲ್ಲಿ ವಾಸ್ತವವಾಗಿ ಕೊನೆಗೊಂಡಿದೆ ಎಂದು ಇಂದು ಹೇಳಿದರೆ ನಂಬುವವರು ಸಿಗುವುದು ದುರ್ಲಭ. ಶೀತಲ ಯುದ್ಧದ ಮುಕ್ತಾಯದೊಂದಿಗೆ ಪ್ರಪಂಚದಲ್ಲಿ ಏರ್ಪಟ್ಟಿದ್ದ ಬಿಗುವು, ಅಸಮದಾನ, ಅನುಮಾನಗಳು ಕೊನೆಗೊಂಡು ಶಾಂತಿ, ಸೌಹಾರ್ದಗಳು ಏರ್ಪಟ್ಟಿವೆಯೆಂದು ಅನೇಕರು ಹೇಳುವುದುಂಟು. ಆದರೆ ಶೀತಲ ಯುದ್ಧದ ನಂತರ ಪ್ರಪಂಚದಲ್ಲಿ ಉದ್ಭವಿಸಿರುವ ಅಮೆರಿಕಾ ಸಂಯುಕ್ತ ಸಂಸ್ಥಾನದ ನಿರಂಕುಶ, ವಿರೋಧವೇ ಇಲ್ಲದ ಏಕಮೇವ ರಾಷ್ಟ್ರದ ದೌರ್ಜನ್ಯಗಳು ಎಲ್ಲೆಡೆ ಕಂಡುಬರುತ್ತಿವೆ. ಶೀತಲ ಯುದ್ಧದ ವೇಳೆಯಲ್ಲಿ ಅಮೆರಿಕಾವು ರಷ್ಯಾದಿಂದ ಎಲ್ಲ ಕ್ಷೇತ್ರಗಳಲ್ಲೂ ವಿರೋಧ, ಪೈಪೋಟಿಯನ್ನು ಎದುರಿಸುತ್ತಾ ವಿಶ್ವದಲ್ಲಿ ಶಕ್ತಿ ಸಮತೋಲನ ಏರ್ಪಟ್ಟಿತು. ಆದರೆ ರಷ್ಯಾ ಒಕ್ಕೂಟದ ಪತನದೊಂದಿಗೆ, ಶೀತಲ ಯುದ್ಧದ ಕೊನೆಗೊಳ್ಳುವಿಕೆಯಿಂದಾಗಿ ಅಮೆರಿಕಾ ವಿಶ್ವಸಂಸ್ಥೆಯೊಡಗೂಡಿ ವಿಶ್ವವನ್ನೇ ತನ್ನ ಆರ್ಥಿಕ, ರಾಜಕೀಯ ಮತ್ತು ಸೈನಿಕ ಶಕ್ತಿಯಡಿಯಲ್ಲಿ ಅವುಗಳನ್ನು ತನ್ನ ಕಪಿಮುಷ್ಟಿಯಲ್ಲಿ ಇಟ್ಟುಕೊಳ್ಳಲು ಪ್ರಯತ್ನಿಸುತ್ತಿದೆ. ತನ್ನನ್ನು ವಿರೋಧಿಸುವ ಇರಾಕ್, ಕ್ಯೂಬಾಗಳ ಮೇಲೆ ಸೈನಿಕ ಆಕ್ರಮಣದ ಮೂಲಕವೂ, ಜಪಾನ್, ಚೀನಾ, ಭಾರತ ಮುಂತಾದ ದೇಶಗಳನ್ನು ಆರ್ಥಿಕ ಹತೋಟಿಯ ಮೂಲಕ ಪ್ರತಿಬಂಧಿಸಲು ಹಾಗೂ ಅಮೆರಿಕಾದ ತಾಳಕ್ಕೆ ತಕ್ಕಂತೆ ಕುಣಿಯದ ವಿಶ್ವಸಂಸ್ಥೆಯ ಮಹಾಕಾರ್ಯದರ್ಶಿ ಬೂಟ್ರೋಸ್ ಘಾಲಿಯವರನ್ನು ಮಹಾಕಾರ್ಯದರ್ಶಿಗಾದಿಗೆ ಪುನರ್ ಚುನಾವಣೆಗೆ ನಿಲ್ಲುವುದನ್ನು ತಡೆಯಲು ತನ್ನ ವೀಟೋ ಅಧಿಕಾರವನ್ನು ಪ್ರಯೋಗಿಸಲು ಪ್ರಯತ್ನಿಸಿತ್ತು. ಹೀಗೆ ಶೀತಲಯುದ್ಧ ಕೊನೆಗೊಂಡು ಇಂದು ವಿಶ್ವದಲ್ಲಿ ಅದಕ್ಕಿಂತ ಕಠೋರವಾದ ಅಮೆರಿಕಾದ ನಿರಂಕುಶ, ಏಕಮೇವಾಡಳಿತ ಸ್ಥಾಪಿತಗೊಂಡಿದೆ.

* * * * *

ಅಧ್ಯಾಯ - 40

ಜರ್ಮನಿಯ ಪುನರ್ ಐಕ್ಯತೆ

1871ರಲ್ಲಿ ಜರ್ಮನಿಯು ಏಕೀಕರಣವಾದಂದಿನಿಂದ ಎರಡನೆಯ ಜಾಗತಿಕ ಯುದ್ಧ ಪ್ರಾರಂಭವಾಗುವವರೆಗೆ, ಯೂರೋಪಿನ ರಾಜಕೀಯ ವ್ಯವಹಾರಗಳಲ್ಲಿ ಪ್ರಮುಖ ಪಾತ್ರವನ್ನು ವಹಿಸುತ್ತಿದ್ದ ಜರ್ಮನಿ, ಯುದ್ಧ ಮುಗಿಯುವ ವೇಳೆಗೆ ತನ್ನ ಪ್ರಾಬಲ್ಯ ಕಳೆದುಕೊಂಡಿತು. ಪರಾಜಿತಗೊಂಡ ಈ ಬೃಹತ್ ರಾಷ್ಟ್ರ, ಆಗಲೇ ಸಂಕೀರ್ಣಗೊಂಡಿದ್ದಂತಹ ಪೂರ್ವ-ಪಶ್ಚಿಮ ರಾಷ್ಟ್ರಗಳ ಸಂಬಂಧಗಳಲ್ಲಿ ಒಂದು ದೊಡ್ಡ ಸಮಸ್ಯೆಯಾಗಿ ಪರಿಣಮಿಸಿತು. ಎರಡನೆಯ ಜಾಗತಿಕ ಯುದ್ಧದ ಅನಂತರದ ವರ್ಷಗಳಲ್ಲಿ, ಪ್ರಪಂಚದಲ್ಲಿ ಉದ್ಭವಿಸಿದ ಸಂಕೀರ್ಣ ಸನ್ನಿವೇಶದಿಂದಾಗಿ, ಜರ್ಮನಿಯ ಸಮಸ್ಯೆ ಜೀವಂತವಾಗಿ ಉಳಿದಿತ್ತು. ಪೂರ್ವ-ಪಶ್ಚಿಮ ರಾಷ್ಟ್ರಗಳ ನಡುವಣ ಪ್ರತಿಸ್ಪರ್ಧೆ ಪರಾಕಾಷ್ಠೆ ಸ್ಥಿತಿಯನ್ನು ತಲುಪಿದಾಗ, ಇವುಗಳ ಮಧ್ಯೆ ಸೇತುವೆ ನಿರ್ಮಿಸುವಲ್ಲಿ ನೆರವಾಗಬಹುದಾದ ಹೊಸ ಸೂತ್ರಗಳನ್ನು ರೂಪಿಸುವುದು ಅನಿವಾರ್ಯವಾಯಿತು.

ಜರ್ಮನಿಯ ಸಮಸ್ಯೆಗೆ ಪರಿಹಾರ ಕಂಡುಹುಡುಕುವುದು ಎರಡು ಪಕ್ಷಗಳಿಗೂ ಸುಲಭವಾಗಿರಲಿಲ್ಲ. ಅಧಿಕಾರದಲ್ಲಿರುವ ನಾಲ್ಕೂ ರಾಷ್ಟ್ರಗಳು ದೇವದೂತರಂತೆಯೇ ವರ್ತಿಸಿದ್ದರೆ, ಜರ್ಮನಿಯ ಪರಾಜಯವನ್ನೇ ಅವರು ಬಯಸುತ್ತಿರಲಿಲ್ಲ ಎಂದು ಒಮ್ಮೆ ವಾಲ್ಟರ್ ಲಿಪ್ಮನ್ ಅಭಿಪ್ರಾಯಪಟ್ಟಿದ್ದ. ಈ ನಾಲ್ಕು ರಾಷ್ಟ್ರಗಳಲ್ಲಿ ಪ್ರತಿಯೊಂದೂ, ಜರ್ಮನಿಯ ಮೇಲೆ ಪ್ರಭುತ್ವ ನಡೆಸುವ ಹಂಬಲ ಹೊಂದಿದ್ದುದನ್ನು ಕೂಡ ಹೊವಾರ್ಡ್ ಕೆ. ಸ್ಮಿತ್ ಬಹಿರಂಗಪಡಿಸಿದ್ದ.

ನಾಲ್ಕೂ ವಿಜೇತ ರಾಷ್ಟ್ರಗಳಿಗೆ ಸಂಬಂಧಿಸಿದಂತೆ ಹೇಳುವುದಾದರೆ, ಇಡೀ ಜರ್ಮನಿಯ ಮೇಲೆ ಅಧಿಕಾರವನ್ನು ಸ್ಥಾಪಿಸುವ ಯೋಚನೆ, ಖಚಿತವಾಗಿ ಯಾವ ರಾಷ್ಟ್ರಕ್ಕೂ ಇರಲಿಲ್ಲ. ಕ್ರಮೇಣ ಸ್ಥಿತಿಗತಿಗಳು ಇನ್ನಷ್ಟು ಕ್ಲಿಷ್ಟವಾದವು. ಬೃಹತ್ ರಾಷ್ಟ್ರಗಳ ಎರಡೂ ಕೂಟಗಳು, ಇನ್ನೊಂದು ಕೂಟಕ್ಕೆ ಜರ್ಮನಿಯ ಮೇಲೆ ನಿಯಂತ್ರಣ ಸಾಧಿಸಲು ಅವಕಾಶ ನೀಡಬಾರದೆಂಬ ಅಭಿಪ್ರಾಯ ಹೊಂದಿದ್ದವು. ಪುನಶ್ಚೇತನಗೊಂಡ ಅಥವಾ ಮತ್ತೆ ಪ್ರಬಲವಾದ ಜರ್ಮನಿ ಯಾವ ಕೂಟಕ್ಕೇ ಸೇರಿದರೂ, ಆ ಕೂಟವೇ ಪ್ರಪಂಚದ ಮೇಲೆ ತನ್ನ ಪ್ರಭುತ್ವ ಸ್ಥಾಪಿಸವುದೇ ಈ ಅಭಿಪ್ರಾಯಕ್ಕೆ ಕಾರಣ.

ಶಸ್ತ್ರಾಸ್ತ್ರ ಸಂಪನ್ಮೂಲಗಳು ಹಾಗೂ ಮಾನವ ಶಕ್ತಿಗಳಿಗೆ ಸಂಬಂಧಪಟ್ಟಂತೆ ಜರ್ಮನಿ ಎಷ್ಟು ಪ್ರಬಲವಾಗಿತ್ತೆಂದರೆ, ಅದರ ಮೇಲೆ ಹತೋಟಿ ಸಾಧಿಸಲು, ಅಥವಾ ಸಾಧ್ಯವಾಗದೆ ಇದ್ದ ಪಕ್ಷದಲ್ಲಿ ಕನಿಷ್ಠ ಪಕ್ಷ ಅದು ವಿಭಜಿತವಾಗುವಂತೆ ಮಾಡಲು, ಎರಡೂ ಕೂಟಗಳು ಕಷ್ಟಪಟ್ಟು ಪ್ರಯತ್ನಿಸಬೇಕಾಗಿತ್ತು. ಮೂವತ್ತು ವರ್ಷಗಳ ಅವಧಿಯಲ್ಲಿ ಎರಡು ಬಾರಿ ಜರ್ಮನ್ ಆಕ್ರಮಣಗಳ ಹೊಡೆತವನ್ನು ಸಹಿಸಿಕೊಂಡ ರಷ್ಯನ್ನರೂ, ತಮಗೆ ಶತ್ರುವಾಗಬಹುದಾದ ನವಜರ್ಮನಿ ಸಂಘಟಿತವಾಗುವುದನ್ನು ತಡೆಯಲು ನಿರ್ಧರಿಸಿದ್ದರೆಂಬುದು ಮಹತ್ವದ ವಿಷಯವಾಗಿದೆ. ಇದೇ ರೀತಿಯಲ್ಲಿ, ಪಶ್ಚಿಮ ರಾಷ್ಟ್ರಗಳು ಕೂಡ ಜರ್ಮನಿ ಹಾಗೂ ರಷ್ಯಾ ಒಂದುಗೂಡದಂತೆ ತಡೆಯುವ ಮನೋಭಾವ ಹೊಂದಿದ್ದವು. ಏಕೆಂದರೆ ಜರ್ಮನ್-ರಷ್ಯಾಗಳು ಒಂದುಗೂಡಿದಲ್ಲಿ ಅವುಗಳ ಜೊತೆ ಹೋರಾಡುವುದು ಅಸಾಧ್ಯವಾಗಿತ್ತು.

ತಮ್ಮ ಭಿನ್ನಾಭಿಪ್ರಾಯಗಳನ್ನು ಬದಿಗೊತ್ತಿ, ಮೂರು ಪ್ರಮುಖ ಪಾಶ್ಚಿಮಾತ್ಯ ರಾಷ್ಟ್ರಗಳಾದ ಬ್ರಿಟನ್, ಫ್ರಾನ್ಸ್ ಮತ್ತು ಅಮೆರಿಕ ಸಂಯುಕ್ತ ಸಂಸ್ಥಾನಗಳು, BENELUX ರಾಷ್ಟ್ರಗಳ ಜೊತೆ ಸೇರಿ, ಪಶ್ಚಿಮ ಜರ್ಮನಿ ಸರ್ಕಾರ ರಚನೆಗೆ ಸಂಬಂಧಿಸಿದಂತೆ, ಜೂನ್ 1948ರಲ್ಲಿ ಒಂದು ಒಮ್ಮತಕ್ಕೆ ಬಂದವು. ಇದರಿಂದಾಗಿ, ಪೂರ್ವ ಸೋವಿಯತ್‌ನ ಕಿಟಕಿಯಂತಿದ್ದ ಬರ್ಲಿನ್‌ನಿಂದ, ಪಶ್ಚಿಮದ ಜನರನ್ನು ಓಡಿಸುವ ರಷ್ಯನ್ನರ ಪ್ರಯತ್ನಕ್ಕೆ ಚಾಲನೆ ದೊರೆಯಿತು. ಸ್ವಾರಸ್ಯದ ಸಂಗತಿಯೆಂದರೆ ಬರ್ಲಿನ್ನಿನ ಪಶ್ಚಿಮ ಭಾಗದ 20 ಲಕ್ಷ ಜರ್ಮನ್ನರು ವಿದೇಶಿ ನೇತೃತ್ವದ ಕಮ್ಯುನಿಸಂನ್ನು ಯಶಸ್ವಿಯಾಗಿ ಧಿಕ್ಕರಿಸಿದರು. ಸೋವಿಯಟ್ ಪ್ರದೇಶದ ಮಧ್ಯಭಾಗದಲ್ಲಿದ್ದ ಬರ್ಲಿನ್ ಐಕ್ಯಗೊಂಡ ಜರ್ಮನಿಗಾಗಿ ಅಂತಿಮ ಹೋರಾಟವಾದಾಗ ಸೋವಿಯಟ್ ಪ್ರದೇಶದ ಒಳಗಿರುವ ಬರ್ಲಿನ್ ಬಹಳಷ್ಟು ಪ್ರಯೋಜನಕ್ಕೆ ಬರುವುದೆಂದು ಜರ್ಮನ್ನರು ಭಾವಿಸಿದರು. ಈ ರೀತಿಯಾಗಿ ರಷ್ಯನ್ನರ ದಿಗ್ಬಂಧನವನ್ನು ನಿರ್ಲಕ್ಷಿಸಿ ಪಶ್ಚಿಮ ಜರ್ಮನರು ಬರ್ಲಿನ್‌ನಲ್ಲಿ ತಮ್ಮ ಸ್ಥಾನವನ್ನು ಭದ್ರಪಡಿಸಿಕೊಂಡು ಬಂದರು. ಅವರ ಭರವಸೆಗಳು ಸಂಪೂರ್ಣವಾಗಿ ವಿಫಲಗೊಳ್ಳಲಿಲ್ಲವೆಂಬುದು ಮುಂದೆ ನಡೆದ ಘಟನೆಗಳಿಂದ ಸ್ಪಷ್ಟವಾಗಿದೆ.

ಈ ರೀತಿಯಾಗಿ ಛಾನ್ಸಲರ್ ಅಡೆನೂರರ ಪಾಶ್ಚಾತ್ಯೀಕರಣದ ನೀತಿಗೆ ಅದ್ಭುತವಾದ ಜಯ ದೊರಕಿತು. ಈ ನೀತಿಯನ್ನು ಪಶ್ಚಿಮ ಜರ್ಮನಿಯ ಸೋಷಿಯಲ್ ಡೆಮೊಕ್ರಾಟಿಕ್ ನಾಯಕರಾದ ಷೂಮಾಶೆರ್ ಮತ್ತು ಒಲೆನ್‌ವೆರ್ ಬಲವಾಗಿ ಟೀಕಿಸಿದರು. ಈ ನೀತಿಯು ಪೂರ್ವ ಮತ್ತು ಪಶ್ಚಿಮ ಜರ್ಮನಿಗಳ ಸಂಬಂಧಗಳನ್ನು ಹದಗೆಡಿಸಿ ಜರ್ಮನಿಯ ಏಕೀಕರಣಕ್ಕೆ ಅಡ್ಡಿಯಾಗುವುದೆಂದು ಅವರು ವಾದಿಸಿದರು.

ಇದಕ್ಕೆ ಉತ್ತರವೆಂಬಂತೆ ಡಾಕ್ಟರ್ ಅಡೆನೂರ್ 1955ರಲ್ಲಿ ಪಾಶ್ಚಿಮಾತ್ಯ ರಾಷ್ಟ್ರಗಳಾದ ಬ್ರಿಟನ್, ಫ್ರಾನ್ಸ್, ಅಮೆರಿಕಾಗಳಿಂದ ಜರ್ಮನ್ ಏಕತೆಯನ್ನು ಬೆಂಬಲಿಸುವ ಭರವಸೆಯನ್ನು ಪಡೆದುಕೊಂಡರು. ಈ ರಾಷ್ಟ್ರಗಳು ಇಡೀ ಜರ್ಮನಿಯಲ್ಲಿ ಮುಕ್ತ ಚುನಾವಣೆಗಳನ್ನು ನಡೆಸಬೇಕು ಸೋವಿಯಟ್ ಯೂನಿಯನ್ ಸೃಷ್ಟಿಸಿದ್ದ ಕಮ್ಯುನಿಸ್ಟರಿಂದ ಕೂಡಿದ ಜರ್ಮನ್ ಡೆಮಾಕ್ರೆಟಿಕ್ ಗಣರಾಜ್ಯಕ್ಕೆ ಮನ್ನಣೆ ನೀಡಬಾರದು. ಫೆಡರಲ್ ಜರ್ಮನಿಯೇ ಎಲ್ಲಾ ಜರ್ಮನ್ನರ ನಿಜವಾದ ಪ್ರತಿನಿಧಿಯೆಂದು ಒಪ್ಪಿಕೊಳ್ಳಬೇಕು ಮತ್ತು ಅಂತಿಮ ತೀರ್ಮಾನ ಆಗುವವರೆಗೂ ಪೋಲೆಂಡಿನ ಗಡಿಯಲ್ಲಿ ಒಡೆರ್-ನಿಸೆ ರೇಖೆಯನ್ನು ತಾತ್ಕಾಲಿಕ ಗಡಿಯೆಂದು ಅಂಗೀಕರಿಸಬೇಕು ಎಂಬ ಷರತ್ತುಗಳನ್ನು ಮುಂದಿಟ್ಟನು.

ಯೂರೋಪಿನ ಹಾಗೂ ಜಾಗತಿಕ ಪರಿಸ್ಥಿತಿಯಿಂದಾಗಿ ಎರಡೂ ಜರ್ಮನಿಗಳ ಏಕತೆ ತಾತ್ಕಾಲಿಕವಾಗಿ ಹಿಂಜರಿಯಿತು. ಒಂದನೆಯ ಮಹಾಯುದ್ಧದ ಸಂದರ್ಭದಲ್ಲಿ ಜರ್ಮನಿ ಮತ್ತು ರಷ್ಯಾಗಳು 1922 ಮತ್ತು 1939ರಲ್ಲಿ ಪರಸ್ಪರ ಸಂಧಾನ ನಡೆಸಿ ಶಾಂತಿ ಒಪ್ಪಂದವನ್ನು ಮಾಡಿಕೊಂಡಿದ್ದರಿಂದ ಪಾಶ್ಚಿಮಾತ್ಯ ದೇಶಗಳಿಗೆ ಬಲವಾದ ಪೆಟ್ಟು ಬಿದ್ದಂತಾಗಿದ್ದಿತು. ಇದರಿಂದ ಈ ಸಂದರ್ಭದಲ್ಲಿ ಪಾಶ್ಚಿಮಾತ್ಯ ರಾಷ್ಟ್ರಗಳು ಜರ್ಮನಿಯ ಪಶ್ಚಿಮ ಭಾಗದಲ್ಲಿ ಪ್ರಜಾಪ್ರಭುತ್ವದ ಶಕ್ತಿಗಳನ್ನು ಬೆಂಬಲಿಸಲು ದೃಢ ನಿರ್ಧಾರವನ್ನು ಕೈಗೊಂಡಿದ್ದರು. 1954 ಮತ್ತು 1955ರಲ್ಲಿ ಫೆಡರಲ್ ಜರ್ಮನಿಗೆ ಪಾಶ್ಚಿಮಾತ್ಯ ದೇಶಗಳನ್ನು ಬೆಂಬಲಿಸದೇ ಬೇರೆ ಮಾರ್ಗವಿರಲಿಲ್ಲ. ಆದರೆ ಪಾಶ್ಚಿಮಾತ್ಯರ ಈ ಸಂಕಲ್ಪಕ್ಕೆ ಅಡೆನೂರರ ನುರಿತ ರಾಜನೀತಿಯು ಕಾರಣವಾಗಿದ್ದಿತು.

ಡಾ. ಅಡೆನೂರ್, ಜರ್ಮನಿಯಲ್ಲಿ ಉಗ್ರ ರಾಷ್ಟ್ರೀಯತೆಯ ಬೆಳವಣಿಗೆಗೆ ಸಂದಿಗ್ಧ ಪರಿಸ್ಥಿತಿಯನ್ನು ತಂದೊಡ್ಡಿ ಅದನ್ನು ಧಮನಮಾಡುವ ಕಾರಣದಿಂದ ಸೋವಿಯಟ್ ಯೂನಿಯನ್ ಮತ್ತು ಪಾಶ್ಚಿಮಾತ್ಯ ರಾಷ್ಟ್ರಗಳು ಒಟ್ಟುಗೂಡಿ ಕಾರ್ಯಾಚರಣೆ ನಡೆಸಬಹುದೆಂದು ಸ್ವಲ್ಪಕಾಲ ಭೀತರಾಗಿದ್ದರು. ಆದರೆ ಫೆಡರಲ್ ಜರ್ಮನಿಯನ್ನು ಉಳಿಸುವ ಅತ್ಯಂತ ಪ್ರಬಲ ಶಕ್ತಿಯೆಂದರೆ ಯೂರೋಪ್ ಮತ್ತು ಸೋವಿಯತ್ ಒಕ್ಕೂಟದಲ್ಲಿ ನಾಜಿಸಂನ ಪುನರುತ್ಥಾನದ ಸಾಧ್ಯತೆಯ ಕಲ್ಪನೆಯೆಂಬ ಅಂಶವನ್ನು ಅವರು ಅರಿತಿದ್ದರು. ಇದರಿಂದ ಅಮೆರಿಕಾವು ಪಶ್ಚಿಮ ಜರ್ಮನಿಯಲ್ಲಿರಿಸಿದ್ದ ಮಧ್ಯಮ ವರ್ಗದ ಅಣು ಅಸ್ತ್ರಗಳನ್ನು ಪೂರ್ವ ಜರ್ಮನಿಯ ವಿರುದ್ಧವಾಗಿ ಸ್ಥಾಪಿಸಲು ಅಮೆರಿಕನ್ನರು ಮುಂದೆ ಬರುವರೆಂದು ಅವರು ನಂಬಿದ್ದರು. ಆದುದರಿಂದ ಅಡೆನೂರ್ ತಮ್ಮ ದೇಶದ ಜನರ ಅದರಲ್ಲೂ ಯುವಜನಾಂಗದ ನಿಷ್ಠೆಯನ್ನು ಗಳಿಸಿಕೊಳ್ಳಲು ಪ್ರಯತ್ನಿಸಿದರು. ರಾಷ್ಟ್ರೀಯತೆಗೆ ಬದಲಾಗಿ ಜರ್ಮನಿಯ ನೇತೃತ್ವದ ಸಂಯುಕ್ತ ಯೂರೋಪಿನ ಕಾರ್ಯಕ್ರಮಕ್ಕೆ ತಮ್ಮ ಜನರ ಬೆಂಬಲವನ್ನು ಪಡೆದುಕೊಳ್ಳಲು ಅವರು ತಮ್ಮ ಪ್ರಯತ್ನಗಳನ್ನು ತೀವ್ರಗೊಳಿಸಿದರು. ಪಾಶ್ಚಿಮಾತ್ಯ ಮಿತ್ರ ರಾಷ್ಟ್ರಗಳು, ಪೂರ್ವದೇಶಗಳು ಸದ್ಯದಲ್ಲಿಯೇ ಜರ್ಮನಿಯ ಏಕೀಕರಣವನ್ನು ಬೆಂಬಲಿಸುವುದಿಲ್ಲವೆಂದು ಅಡೆನೂರ್ ಅರಿತಿದ್ದನು. ಜರ್ಮನಿ ಕ್ರಮ-ಕ್ರಮವಾಗಿ ಈ ಪರಿಸ್ಥಿತಿಗೆ ಹೊಂದಿಕೊಳ್ಳಲಾರಂಭಿಸಿತು. ಫ್ರಾನ್ಸಿನ ಪ್ರಾಬಲ್ಯ 1969ರಲ್ಲಿ ಡಿಗಾಲನೊಡನೆ ಇಳಿಮುಖವಾಗುತ್ತಿದ್ದಂತೆ ಜರ್ಮನ್ನರಲ್ಲಿ ಹಿಟ್ಲರ್‌ನ ದುಷ್ಕೃತ್ಯಗಳ ಪಾಪ ಭೀತಿಯು ಕ್ಷೀಣಿಸುತ್ತಾ ಹೋಯಿತು. ಜರ್ಮನಿಯಲ್ಲಿ ಪಾಶ್ಚಿಮಾತ್ಯ ಸಂಸ್ಥೆಗಳ ನೆರವಿನಿಂದ ಫೆಡರಲ್ ಜರ್ಮನಿ ಬಲವಾಗಿ ಸ್ಥಾಪಿಸಲ್ಪಟ್ಟ ನಂತರ ಮುಕ್ತ ಚುನಾವಣೆಗಳ ಆಧಾರದ ಮೇಲೆ ಐಕ್ಯಗೊಂಡ ಜರ್ಮನಿಯ ಸ್ಥಾಪನೆಯ ವಿಚಾರ ನಿರ್ಲಕ್ಷಿಸಲ್ಪಟ್ಟಿತು.

1969ರ ಚುನಾವಣೆಗಳಲ್ಲಿ ಸೋಷಿಯಲ್ ಡೆಮಾಕ್ರೆಟಿಕ್ ನಾಯಕ ವಿಲ್ಲಿ ಬ್ರಾಂಟ್ ಕ್ರಿಶ್ಚಿಯನ್ ಡೆಮಾಕ್ರೆಟಿಕ್ ಪಕ್ಷದ ಕಿಸಿಂಜರ್‌ನನ್ನು ರಾಷ್ಟ್ರೀಯ ಚುನಾವಣೆಗಳಲ್ಲಿ ಸೋಲಿಸಿ ಅಧಿಕಾರಕ್ಕೆ ಬಂದಾಗ ಫೆಡರಲ್ ಜರ್ಮನಿ ತನ್ನ ನೀತಿಯನ್ನು ಬದಲಾಯಿಸಿತು. ಬ್ರಾಂಟನ ನಾಯಕತ್ವದಲ್ಲಿ ಜರ್ಮನಿ ಪ್ರಜಾಪ್ರಭುತ್ವಕ್ಕೆ ಬದ್ಧವಾಗಿದೆ ಎಂಬುದು ಪಾಶ್ಚಿಮಾತ್ಯ ದೇಶಗಳಿಗೆ ಸ್ಪಷ್ಟವಾಯಿತು. ಇಂದಿನ ಪರಿಸ್ಥಿತಿಯಲ್ಲಿ ಜರ್ಮನಿ ಪಶ್ಚಿಮ ಯೂರೋಪಿನ ಸಣ್ಣ ಸಂಸ್ಥಾನಗಳನ್ನು ಕಬಳಿಸುವ ಸಾಧ್ಯತೆ ಕಡಿಮೆಯಾಯಿತು. ಫ್ರಾನ್ಸಿಗೆ ಬದಲಾಗಿ ಫೆಡರಲ್ ಜರ್ಮನಿ ಪಶ್ಚಿಮ ಯೂರೋಪಿನ ನಾಯಕನೆಂದು ಅಂಗೀಕರಿಸಲ್ಪಟ್ಟಿದ್ದು ಛಾನ್ಸಲರ್ ಬ್ರಾಂಟ್‌ಗೆ ತನ್ನ ಯೋಜನೆಯನ್ನು ಮುಂದುವರಿಸಿ ಅಸ್ಟೋಪಾಲಿಟಿಕ್ ನೀತಿಗೆ ಅನುಗುಣವಾಗಿ ಪೂರ್ವ ಜರ್ಮನಿ, ಪೋಲೆಂಡ್, ಜೆಕೋಸ್ಲೋವಾಕಿಯಾ ಮತ್ತು 1970ರಲ್ಲಿ ಸೋವಿಯಟ್ ಒಕ್ಕೂಟದೊಂದಿಗೆ ಚರ್ಚೆಯನ್ನು ಆರಂಭಿಸಲು ಸದಾವಕಾಶ ಲಭಿಸಿತು.

ಈ ವಿಚಾರ ವಿನಿಮಯಗಳಲ್ಲಿ ಕಮ್ಯುನಿಸ್ಟರು ಫೆಡರಲ್ ಜರ್ಮನಿಯ ಪೂರ್ವಭಾಗದಲ್ಲಿ ಯಥಾಸ್ಥಿತಿಯಿರಬೇಕೆಂದು ಅಲ್ಲಿ ಬದಲಾವಣೆಗಾಗಿ ಸೈನ್ಯ ಕಾರ್ಯಾಚರಣೆಯನ್ನು ಕೈಗೊಳ್ಳುವುದಿಲ್ಲವೆಂಬ ಭರವಸೆ ನೀಡುವಂತೆ ಒತ್ತಾಯಿಸಿದರು. ಬ್ರ್ಯಾಂಟ್ ಮಾತ್ರ ಜರ್ಮನಿಯ ಮತ್ತು ಬರ್ಲಿನ್ನಿನ 2 ಭಾಗಗಳ ನಡುವೆ ಸಂಪರ್ಕವನ್ನು ಸುಗಮಗೊಳಿಸುವ ಯತ್ನದಲ್ಲಿ ತೃಪ್ತಿಯನ್ನು ಪಡೆದುಕೊಳ್ಳಬೇಕಾಯಿತು.

ಪ್ರಪಂಚವನ್ನು 2 ಶತ್ರು ಬಣಗಳಾಗಿ ಒಡೆದು ಅಣ್ವಸ್ತ್ರದ ಭೀತಿಯನ್ನು ಮೂಡಿಸಿದ್ದ ಶೀತಲ ಯುದ್ಧವು ಜರ್ಮನಿಯ ದೇಹ ಮತ್ತು ಆತ್ಮಗಳ ಮಿಲನಕ್ಕಾಗಿ ನಡೆದ ಪ್ರಯತ್ನದಲ್ಲಿ ಹತಾಷೆಯ ಸಂಘರ್ಷದ ಬೀಜವನ್ನು ಕೂಡ ಬಿತ್ತಿದ್ದಿತು. ಚರ್ಚಿಲ್ ಪ್ರಸ್ತಾಪಿಸಿದ್ದಂತೆ ರುಂಡವಿಲ್ಲದ ಮುಂಡವಾಗಿ ಜರ್ಮನಿ ಮುಂದಿನ ದಶಕಗಳಲ್ಲಿ ಅಗ್ರ ರಾಷ್ಟ್ರಗಳ ಗಮನವನ್ನು ಸೆಳೆಯುತ್ತಾ ಹೋಯಿತು. ಇದಕ್ಕೆ 19ನೇ ಶತಮಾನದಲ್ಲಿ ಜರ್ಮನಿ ಏಕೀಕರಣಗೊಂಡಾಗ ಚಾಲನೆಯಲ್ಲಿದ್ದ 'ಜರ್ಮನಿಯನ್ನು ನಿಯಂತ್ರಿಸಿದವನು ಯೂರೋಪಿನ ಸಮತೋಲನವನ್ನು ನಿಯಂತ್ರಿಸುತ್ತಾನೆ' ಎಂಬ ಪರಿಕಲ್ಪನೆ ಜನರ ಮನಸ್ಸಿನಲ್ಲಿ ಮೂಡಿದ್ದಿತು; ಜರ್ಮನಿ ಮತ್ತು ಸೋವಿಯತ್ ಒಕ್ಕೂಟಗಳ ನಡುವೆ ಇದ್ದ ದೇಶಗಳು ಕಮ್ಯುನಿಸಂ ಅನ್ನು ದಿಗ್ಬಂಧಿಸುವ ರೇಖೆಗಳಾಗಿ ಪರಿಗಣಿಸಲ್ಪಟ್ಟಿದ್ದವು. ಫೆಡರಲ್ ಜರ್ಮನಿ ಮತ್ತು ಪಾಶ್ಚಿಮಾತ್ಯ ರಾಷ್ಟ್ರಗಳಿಗೆ ಜರ್ಮನಿಯ ಏಕೀಕರಣಕ್ಕಾಗಿ ಮುಂದುವರಿಯಲು ಒಂದು ಅವಕಾಶಕ್ಕಾಗಿ ಕಾಯದೆ ಅನ್ಯಮಾರ್ಗವಿರಲಿಲ್ಲ.

ಈ ಮಧ್ಯೆ ಪೂರ್ವಜರ್ಮನಿ ವಾರ್ಸಾ ಒಪ್ಪಂದಕ್ಕೆ ಸೇರಿದ್ದುದರಿಂದ ರಷ್ಯಾ ಅದನ್ನು ತನ್ನ ಗಡಿಯ ಮುಂಬಾಗಿಲೆಂಬಂತೆ ರಕ್ಷಿಸುತ್ತಿದ್ದಿತು. 1961ರಲ್ಲಿ ಕಟ್ಟಲ್ಪಟ್ಟ ಬರ್ಲಿನ್ ಗೋಡೆಯು ಪೂರ್ವ ಮತ್ತು ಪಶ್ಚಿಮಗಳ ವಿಭಜನೆಯ ಪ್ರತಿರೂಪದಂತೆ ಪರಿಗಣಿಸಲ್ಪಟ್ಟಿತು. ವಿಲ್ಲಿ ಬ್ರ್ಯಾಂಟ್ ಒಂದು ಜರ್ಮನ್ ರಾಷ್ಟ್ರದಲ್ಲಿ ಎರಡು ಜರ್ಮನ್ ರಾಜ್ಯಗಳು ಎಂದು ಪರಿಸ್ಥಿತಿಯನ್ನು ಟೀಕಿಸುತ್ತಾ ಹೋದರು. ಆದರೆ ಪೂರ್ವ ಜರ್ಮನಿ ಇದಕ್ಕೆ ಹೊರತಾಗಿ ಉಳಿಯಿತು.

ಬರ್ಲಿನ್ ಗೋಡೆ

ಆದರೆ ಜರ್ಮನಿ ಈ ರೀತಿಯಾಗಿ ವಿಭಿನ್ನ ಸೈದ್ಧಾಂತಿಕ ಕಾರಣಗಳಿಗಾಗಿ ಒಂದು ರಾಷ್ಟ್ರದಲ್ಲಿ ಎರಡು ಜರ್ಮನಿ ರಾಷ್ಟ್ರವಾಗಿ ಶಾಶ್ವತವಾಗಿ ಉಳಿಯುವ ಸಂದರ್ಭವೇರ್ಪಟ್ಟಿದ್ದಾಗ ತೀವ್ರ ತರವಾದ ಬದಲಾವಣೆಗಳು ಕಂಡುಬಂದವು. ಸೋವಿಯಟ್ ಒಕ್ಕೂಟದ ಮಹಾನಾಯಕ ಗೋರ್ಬಚೆವ್ ಪೆರೆಸ್ಟ್ರೊರಿಕಾ(perestorika) ಮತ್ತು ಗ್ಲಾಸ್ ನಾಸ್ಟ್ (Glasonst) ಎಂಬ ಎರಡು ಕ್ರಾಂತಿಕಾರಿ ತತ್ವಗಳನ್ನು ಘೋಷಿಸಿದನು. ಇವು ಹಳೆಯ ಜಾಗತಿಕ ವ್ಯವಸ್ಥೆಯನ್ನು ಛಿದ್ರಗೊಳಿಸಿ ಹೊಸ ಜಾಗತಿಕ ವ್ಯವಸ್ಥೆಯನ್ನು ಸ್ಥಾಪಿಸಲು ಬಹುಮಟ್ಟಿಗೆ ನೆರವಾದವು. ಜರ್ಮನಿಯ ಏಕೀಕರಣ ಬಹುಕಾಲದಿಂದಲೂ ಎಲ್ಲರ ಗಮನವನ್ನು ಸೆಳೆದಿತ್ತಾದರೂ ಗೋರ್ಬಚೆವನ ಪೆರೆಸ್ಟ್ರೊರಿಕಾ ಒಂದು ನಿರ್ಣಾಯಕ ಅಂಶವಾಗಿ ಐಕ್ಯತೆಯ ಸಾಧನೆಗೆ ಸ್ಪಷ್ಟವಾದ ಚಾಲನೆ ನೀಡಿತು. ಇದರಿಂದ ಪೂರ್ವ ಯೂರೋಪಿಯನ್ ದೇಶಗಳಿಗೆ ನಿರ್ಬಂಧವು ಸಡಿಲವಾಗಿ ಪ್ರಜಾಪ್ರಭುತ್ವಕ್ಕಾಗಿ ಹೋರಾಟಕ್ಕೆ ಒಳ್ಳೆಯ ಅವಕಾಶ ಕೂಡಿಬಂದಿತು. ಸೋವಿಯತ್ ಒಕ್ಕೂಟದ ಅಧೀನ ದೇಶಗಳು ದಾಸ್ಯದಿಂದ ಹೊರಬಂದ ಕೂಡಲೇ ಪ್ರಜಾಪ್ರಭುತ್ವದ ಪ್ರಕ್ರಿಯೆಯನ್ನು ಸ್ಥಾಪಿಸಲು ಸ್ವಲ್ಪವೂ ತಡಮಾಡದೆ ಕಾರ್ಯಗತವಾದವು.

ಪಶ್ಚಿಮ ಜರ್ಮನಿಯ ರಾಜಕೀಯ ಮುಖಂಡರು ಸದಾ ಜರ್ಮನಿಯ ಏಕೀಕರಣದ ಗುರಿಯನ್ನು ಹೊಂದಿದವರಾಗಿದ್ದರು. ಕೋಲ್ ಛಾನ್ಸಲರ್ ಆದ ಮೇಲೆ ಅದಕ್ಕೆ ಅಂತಿಮ ರೂಪವನ್ನು ನೀಡಿದನು. ಏಕೀಕರಣ ಪ್ರಕ್ರಿಯೆಯು ತಮ್ಮನ್ನು ಪಾಶ್ಚಿಮಾತ್ಯ ಜಗತ್ತಿನ ಪ್ರಭಾವದಿಂದ ಮುಕ್ತಗೊಳಿಸುವುದೆಂದು ಪಶ್ಚಿಮ ಜರ್ಮನಿಯ ನಾಯಕರು ಭಾವಿಸಿದಂತೆ ಕಂಡುಬರುತ್ತದೆ. ಜರ್ಮನಿಯ ಎರಡು ಭಾಗಗಳ ಜನತೆ ಒಂದಾದ ಮೇಲೆ ಪೂರ್ವ ಮತ್ತು ಪಶ್ಚಿಮಗಳಿಗೆ ಅವರು ಸವಾಲನ್ನು ಒಡ್ಡಬಹುದೆಂದು ಭಾವಿಸಿದ್ದರು. ಆದರೆ ಹೆಲ್ಮೆಟ್ ಕೋಲ್ ಪಾರ್ಲಿಮೆಂಟಿನಲ್ಲಿ ತನ್ನ ಭಾಷಣದಲ್ಲಿ ಈ ಕಾರ್ಯಕ್ರಮವನ್ನು ಪ್ರಸ್ತಾಪಿಸಿದಾಗ ಅದು ತೀರ ಸಮೀಪದಲ್ಲಿದೆ ಎಂದು ಅವನು ಕೂಡಾ ನಿರೀಕ್ಷಿಸಿರಲಿಲ್ಲ. ಕೋಲ್ ಜರ್ಮನಿಯ ಪುನರ್ ಏಕೀಕರಣ ಮತ್ತು ಜರ್ಮನಿ ರಾಜ್ಯದ ಪುನರ್ ಒಂದುಗೂಡುವಿಕೆ ತನ್ನ ಸರ್ಕಾರದ ಗುರಿ ಎಂದು ಸಾರಿದ್ದನು. ಪೂರ್ವ ಜರ್ಮನಿಯು ಈ ಘೋಷಣೆ ಬಂಡವಾಳಶಾಹಿ ಫೆಡರಲ್ ರಿಪಬ್ಲಿಕ್ ಜರ್ಮನಿಯ ಸೋಷಿಯಲಿಸ್ಟ್ ಡೆಮಾಕ್ರೆಟಿಕ್ ರಿಪಬ್ಲಿಕ್‌ನ್ನು ತನ್ನಲ್ಲಿ ಅರಗಿಸಿಕೊಂಡಂತೆ ಆಗುತ್ತದೆ ಎಂದು ಹೇಳಿಕೆ ನೀಡಿದರು. ಪುನರ್ ಏಕೀಕರಣಕ್ಕಾಗಿ ಉಂಟಾದ ಸಾರ್ವಜನಿಕ ಒತ್ತಾಯವನ್ನು ಗಮನಿಸಿ ತನ್ನ ನಿರ್ಧಾರವನ್ನು ಬದಲಿಸಬೇಕಾಯಿತು. ಪೂರ್ವ ಜರ್ಮನಿಯ 'ಜರ್ಮನಿ ಏಕೀಕೃತ ತಾಯ್ನಾಡು' ಎಂಬ

ಕರೆ ಬಹುಬೇಗ ಎಲ್ಲರ ಬೆಂಬಲವನ್ನೂ ಗಳಿಸಿ ಪೂರ್ವ ಜರ್ಮನಿಯ ಅನುಮತಿಯಿಲ್ಲದೆ ಏಕೀಕರಣ ಸಾಧ್ಯವಿಲ್ಲವೆಂಬ ವಾದವನ್ನು ನಿರರ್ಥಗೊಳಿಸಿತು.

ಶೀತಲ ಯುದ್ಧದ ಪ್ರಾರಂಭದಲ್ಲಿ ಎರಡು ಅಗ್ರರಾಷ್ಟ್ರಗಳು ಅವರ ಬಣಗಳು ಜರ್ಮನಿಯನ್ನು ಕುರಿತು ನಿರ್ದಿಷ್ಟ ನೀತಿಯನ್ನು ಹೊಂದಿದ್ದವು. ಪಾಶ್ಚಿಮಾತ್ಯ ದೇಶಗಳು ಜರ್ಮನಿಯಲ್ಲಿ ಪ್ರಜಾಪ್ರಭುತ್ವ ಆಧಾರಿತವಾದ ರಾಷ್ಟ್ರವ್ಯಾಪಿ ಚುನಾವಣೆಗಳು ನಡೆಯಬೇಕೆಂದು ಭಾವಿಸಿದ್ದು ಇದರಿಂದ ಮುಂಬರುವ ವಿಜಯೋತ್ಸಾಹದ ಸಮಯದಲ್ಲಿ ಅದರ ಪೂರ್ಣ ಹೊಣೆಯನ್ನು ತಾನು ಪಡೆದುಕೊಳ್ಳಬಹುದೆಂದು ಭಾವಿಸಿದ್ದವು. ಸೋವಿಯಟ್ ಒಕ್ಕೂಟವು ಐಕ್ಯಗೊಂಡ ಜರ್ಮನಿಯು ತಟಸ್ಥವಾಗಿರಬೇಕೆಂದು ಬಯಸಿದರೆ, ಪಶ್ಚಿಮ ರಾಷ್ಟ್ರಗಳು ಜರ್ಮನಿಯು ತನಗೆ ಬೇಕಾದ ಪಕ್ಷವನ್ನು ಸೇರಲು ಸ್ವತಂತ್ರವಾಗಿರಬೇಕೆಂದು ಪಟ್ಟುಹಿಡಿದವು. ಆದುದರಿಂದ ನ್ಯಾಟೋದಲ್ಲಿಯೇ ಉಳಿದುಕೊಂಡು ಐಕ್ಯತೆಯನ್ನು ಸಾಧಿಸಿದ ಜರ್ಮನಿಯ ಏಕೀಕರಣ ಪಾಶ್ಚಿಮಾತ್ಯ ದೇಶಗಳಿಗೆ ಒಂದು ದೊಡ್ಡ ವಿಜಯವೆಂದೇ ಹೇಳಬಹುದು. ಆದರೆ ಹಿಂದೆ ಪಶ್ಚಿಮರಾಷ್ಟ್ರಗಳು ಜರ್ಮನಿಯು ಬಲಿಷ್ಠವಾಗಿ ಪ್ರಪಂಚಕ್ಕೆ ಅಪಾಯಕಾರಿ ಆಗುವುದೆಂಬ ಭಯವನ್ನು ನಿವಾರಿಸಿ ಸಂಯುಕ್ತ ಜರ್ಮನಿಯನ್ನು ವ್ಯವಸ್ಥಿತವಾಗಿ ಬಲಗೊಳಿಸುತ್ತಾ ಬಂದಿದ್ದರು.

ವಿಪರ್ಯಾಸದ ಸಂಗತಿಯೆಂದರೆ ಮೊದಲನೇ ಮಹಾಯುದ್ಧವಾದ ಮೇಲೆ ಪಶ್ಚಿಮ ದೇಶಗಳು ಜರ್ಮನಿಯ ಮೇಲೆ ವೀಮರ್ ಗಣರಾಜ್ಯವನ್ನು ಒತ್ತಾಯ ಪೂರ್ವಕವಾಗಿ ಹೇರಿದಾಗ ಅದನ್ನು ಯಾರೂ ಸ್ವಾಗತಿಸದಿದ್ದರೂ ಮುಂದೆ ಜರ್ಮನಿಯಲ್ಲಿ ಪ್ರಜಾಪ್ರಭುತ್ವವು ವಿಜಯಿಯಾಯಿತು. ಮತ್ತೊಮ್ಮೆ ರಷ್ಯಾದೇಶ ಪೂರ್ವಜರ್ಮನಿಯ ಮೇಲೆ ತನ್ನ ಹಿಡಿತವನ್ನು ಸಡಿಲಗೊಳಿಸುವ ಮೂಲಕ ಜರ್ಮನಿಯ ಏಕೀಕರಣಕ್ಕೆ ನೆರವಾಯಿತು. ಸ್ವಾಭಾವಿಕವಾಗಿಯೇ ಗೋರ್ಬಚೆವ್ ಬಹು ಗೌರವಾನ್ವಿತ ವ್ಯಕ್ತಿಯೆಂದು ಪ್ರಶಂಸೆಗೆ ಒಳಗಾದನು. "ಆತನು ಒಂದು ರಾಷ್ಟ್ರವು ತನ್ನ ಹಾದಿಯನ್ನು ತಾನು ಕಂಡುಕೊಳ್ಳುವ ಹಕ್ಕನ್ನು ಮಾನ್ಯಮಾಡಿದನು." ಈ ನಿರ್ಧಾರವಾಗದೆ ಹೋಗಿದ್ದರೆ ಜರ್ಮನಿಯ ಏಕೀಕರಣ ಇಷ್ಟು ಬೇಗ ಸಾಧ್ಯವಾಗುತ್ತಿರಲಿಲ್ಲ. ಇದರಿಂದ ಸೋವಿಯಟ್ ನಾಯಕ ತನ್ನ ದೇಶವು $11\,^1/_2$ ಬಿಲಿಯನ್ ಡಾಲರ್‌ಗಳನ್ನು ಗಳಿಸಲು ಸಹಾಯಮಾಡಿದನು. ಪೂರ್ವ ಜರ್ಮನಿಯಲ್ಲಿದ್ದ 3, 80, 000 ಸೋವಿಯಟ್ ಸೈನಿಕರನ್ನು ಹಿಂದಕ್ಕೆ ಕರೆಸಿಕೊಳ್ಳುವುದಕ್ಕೆ ಹಾಗೂ ಅವರ ಪುನರ್ ವಸತಿಗೆಂದು ಜರ್ಮನ್ ಪ್ರಧಾನಿ ಕೋಲ್ ಈ ಹಣವನ್ನು ಮಂಜೂರು ಮಾಡಿದನು.

ಅಕ್ಟೋಬರ್ 3ರಂದು ಜರ್ಮನ್ ಅಧ್ಯಕ್ಷ ರಿಚರ್ಡ್‌ವಾನ್ ವಿಸೇಕರ್ ಎರಡು ಜರ್ಮನಿಗಳ ಕಾನೂನು ಹಾಗೂ ಕಾನೂನುಯುತ ಮತ್ತು ಸಾಮಾಜಿಕ ಏಕೀಕರಣದ ವಿವರಗಳನ್ನೊಳಗೊಂಡ 1,000 ಪುಟದ ಒಪ್ಪಂದಕ್ಕೆ ಸಹಿಹಾಕಿದನು. ಈ ಒಪ್ಪಂದಕ್ಕೆ ಪೂರ್ವ ಜರ್ಮನಿಯ ಪಾರ್ಲಿಮೆಂಟ್ ತನ್ನ ಅನುಮತಿಯನ್ನು ನೀಡಿತು. ಪಶ್ಚಿಮ ಜರ್ಮನಿಯ ಕೆಳಮನೆಯು ಸೆಪ್ಟೆಂಬರ್ 1990ರಲ್ಲಿ ತನ್ನ ಅನುಮೋದನೆ ನೀಡಿದ್ದನ್ನು ಮಾರನೆಯ ದಿನ ಮೇಲ್ಮನೆಯು ಅಂಗೀಕರಿಸಿತು. ಇದರ ಪರಿಣಾಮವಾಗಿ ಪೂರ್ವ ಯೂರೋಪಿನ ಪರಸ್ಪರ ರಕ್ಷಣಾಕೂಟವಾಗಿದ್ದ ವಾರ್ಸಾ ಒಪ್ಪಂದವನ್ನು ಪೂರ್ವ ಜರ್ಮನಿ ಬಿಟ್ಟುಹೊರಕ್ಕೆ ಬಂದಿತು. ರಕ್ಷಣಾ ಮಂತ್ರಿ ರೈನರ್ ಈಪಲ್‌ಮನ್ ಮತ್ತು ಸೋವಿಯಟ್ ದಂಡನಾಯಕ ಲೂಷೇವ್ ಪೂರ್ವ ಜರ್ಮನಿಯ ಸದಸ್ಯತ್ವವನ್ನು ರದ್ದುಗೊಳಿಸುವ ಪತ್ರಕ್ಕೆ ಸಹಿಹಾಕಿದರು. 'ಸ್ಥಗಿತವಾದ ಪೂರ್ವ ಜರ್ಮನಿ' ಎಂದು ಕರೆಯಲಾದ ಆರ್ಥಿಕ ಸಮಸ್ಯೆಗಳು ಪೂರ್ವ ಬರ್ಲಿನ್ನಿನ ಒಕ್ಕೂಟದ ರಾಜಕೀಯ ಪರಿಣಾಮವಾಗಿ ಉದ್ಭವಿಸಿದ್ದು ಇದರಿಂದ ಐಕ್ಯತೆಯ ವೇಳಾಪಟ್ಟಿಯ ಬಗ್ಗೆ ಜರ್ಮನಿಗೆ ಆತಂಕವುಂಟಾಗಿದ್ದಿತು. ಪೂರ್ವ ಜರ್ಮನಿಯ ರೈತರು ತಮ್ಮ ಮಾರದೆ ಉಳಿದ ಸರಕುಗಳನ್ನು ಪ್ರದರ್ಶಿಸಿದಾಗ ಪ್ರಧಾನಿ ಲೂಥರ್ ಡಿ ಮೆಜೆ ಸೋಷಿಯಲ್ ಡೆಮಾಕ್ರಟಿಕ್ ಪಕ್ಷದ ವ್ಯವಸಾಯ ಮತ್ತು ಅರ್ಥ ಸಚಿವರನ್ನು ವಜಾ ಮಾಡಿದನು. ಇದರಿಂದ ಒಕ್ಕೂಟದಲ್ಲಿ ಒಡಕುಂಟಾಗುವ ಪರಿಸ್ಥಿತಿ ಏರ್ಪಟ್ಟಿತು.

ತಮ್ಮ ಪಕ್ಷದ ಅಧ್ಯಕ್ಷ ಮಾರ್ಟಿನ್ ಕಿರ್ಚನರ್ ಸ್ಟ್ಯಾಷಿ ರಕ್ಷಣದಳದೊಂದಿಗೆ ಸಂಬಂಧವನ್ನು ಹೊಂದಿದ್ದ ಆಪಾದನೆಯ ಮೇಲೆ ವಜಾಮಾಡಲ್ಪಟ್ಟಾಗ ಪ್ರಧಾನ ಮಂತ್ರಿಯು ತನ್ನ ಸಹೋದ್ಯೋಗಿ ಮಂತ್ರಿಗಳ ಮೇಲೆ ಅಪವಾದವನ್ನು ಹೊರಿಸಲು ಈ ರೀತಿ ಮಾಡಿದನೆಂದು ಆಪಾದಿಸಲಾಯಿತು. ಮುಂದೆ ಈ ರೀತಿಯಾಗಿ ಇಬ್ಬರು ಮಂತ್ರಿಗಳನ್ನು ದಿಡೀರನೆ ವಜಾಮಾಡಿದ್ದರೂ ಸೋಷಿಯಲ್ ಡೆಮಾಕ್ರಟಿಕ್ ಪಕ್ಷವು ಒಕ್ಕೂಟದಿಂದ ಹೊರಕ್ಕೆ ಬರಲು ಬಹು ಎಚ್ಚರಿಕೆಯಿಂದ ಯೋಚಿಸಬೇಕಾಯಿತು. ಏಕೆಂದರೆ ಚುನಾವಣೆಗಳಲ್ಲಿ ಕ್ರಿಶ್ಚಿಯನ್ ಡೆಮಾಕ್ರಟಿಕ್ ಪಕ್ಷ ಹಾಗೂ ಅದರ ಮಿತ್ರ ಪಕ್ಷಗಳಿಗೆ ಅಗಾಧವಾದ ಬಹುಮತ ಲಭಿಸಿದ ಸಂದರ್ಭದಲ್ಲಿ ಈ ಪಕ್ಷವು ಒಕ್ಕೂಟವನ್ನು ಸೇರಿದ್ದಿತು. ಆದ್ದರಿಂದ (S.D.P.) ಪಕ್ಷವು ತಾನು ಎರಡು ಜರ್ಮನಿಗಳ ಏಕೀಕರಣದ ಕಾರ್ಯಕ್ರಮದಲ್ಲಿ ನಿಕಟವಾಗಿ ಸಂಬಂಧವನ್ನು ಹೊಂದಿದೆ ಎಂದು ತೋರಿಸಿಕೊಳ್ಳಲು ಬಹುವಾಗಿ ಪ್ರಯತ್ನಿಸಿತು. ಪಶ್ಚಿಮ ಜರ್ಮನಿಯ ಪ್ರಧಾನಿ ಹೆಲ್ಮೆಟ್‌ಕೋಲ್ ಪೂರ್ವ ಜರ್ಮನಿಯಲ್ಲಿ ಯಾವುದೇ ರಾಜಕೀಯ ಬಿಕ್ಕಟ್ಟು ಉಂಟುಮಾಡದೆ

ಜರ್ಮನಿಯ ಏಕೀಕರಣವನ್ನು ಸಾಧಿಸಬೇಕೆಂದು ಬಯಸಿದ್ದರಿಂದ (S.D.P.) ಪಕ್ಷವನ್ನು ಒಕ್ಕೂಟಕ್ಕೆ ಸೇರಲು ಆಹ್ವಾನಿಸಲಾಯಿತು. ಕ್ರಿಶ್ಚಿಯನ್ ಡೆಮಾಕ್ರಟಿಕ್ ಒಕ್ಕೂಟದ ನಾಯಕತ್ವದ ಸರ್ಕಾರವನ್ನು ಸೇರುವುದರ ಮೂಲಕ ಸೋಷಿಯಲ್ ಡೆಮಾಕ್ರಟಿಕ್ ಪಕ್ಷದವರಿಗೆ ಹಿಂದೆ ಕಮ್ಯುನಿಸ್ಟರಾಗಿದ್ದ ಸದಸ್ಯರೊಂದಿಗೆ ವಿರೋಧ ಪಕ್ಷದ ಬೆಂಚುಗಳ ಮೇಲೆ ಕುಳಿತುಕೊಳ್ಳುವ ಅವಕಾಶವು ತಪ್ಪಿತು. ಈ ರೀತಿಯಲ್ಲಿ ಅಕ್ಟೋಬರ್ ಮಧ್ಯೆ ಏಕೀಕರಣವು ಸಾಧ್ಯವಾಗಿ ಡಿಸೆಂಬರಿನಲ್ಲಿ ಜರ್ಮನಿಯಾದ್ಯಂತ ಪಾರ್ಲಿಮೆಂಟ್ ಚುನಾವಣೆಗಳು ನಡೆಯುವ ಪ್ರಸ್ತಾಪ ಒದಗಿದಾಗ ಮುಕ್ತ ಮಾರುಕಟ್ಟೆಯ ವ್ಯವಸ್ಥೆಯಲ್ಲಿ ತಮಗೆ ಯಾವ ರೀತಿಯ ಲಾಭವು ಸಿಗುತ್ತದೆಂಬ ಮುನ್ಸೂಚನೆ ಪೂರ್ವ ಜರ್ಮನಿಯವರಿಗೆ ಲಭಿಸಲಾರಂಭಿಸಿತು. ಕೃಷಿಕ ಅರ್ಥವ್ಯವಸ್ಥೆ ಮಾತ್ರವಲ್ಲದೆ ಪೂರ್ವ ಜರ್ಮನಿಯ ಕೈಗಾರಿಕೆಗಳು ಪ್ರತಿಕೂಲ ಪರಿಸ್ಥಿತಿಗೆ ಒಳಗಾದವು. ನಿರುದ್ಯೋಗವು ದ್ವಿಗುಣಗೊಂಡು 2,70,000 ಜನ ಉದ್ಯೋಗವಿಲ್ಲದಂತಾದರು.

ಮತ್ತೊಂದು ವಿರೋಧಾಭಾಸ ಪರಿಸ್ಥಿತಿಯೆಂದರೆ ಪೂರ್ವ ಜರ್ಮನಿಯಲ್ಲಿ ತಯಾರಾದ ವಸ್ತುಗಳ ಹೆಚ್ಚಳದಿಂದ ಪಶ್ಚಿಮ ಜರ್ಮನಿಯ ರೈತರು ತೊಂದರೆಗೆ ಸಿಕ್ಕಿದರು. ಆದುದರಿಂದ ಪೂರ್ವ ಜರ್ಮನಿಯಲ್ಲಿ ರೈತರು ಪ್ರದರ್ಶನಗಳನ್ನು ನಡೆಸುತ್ತಿದ್ದಾಗ ಪಶ್ಚಿಮ ಜರ್ಮನಿಯಲ್ಲಿನ ರೈತರು ತುರ್ತು ನೆರವಿಗಾಗಿ ಒತ್ತಾಯಿಸುತ್ತಿದ್ದರು.

ಪೂರ್ವ ಜರ್ಮನಿಯ ರೈತರು ಈ ಹೊಸ ವ್ಯವಸ್ಥೆಯು ತಮ್ಮ ಸಮುದಾಯ ಕೃಷಿ ಫಾರಂಗಳು ನಾಶವಾದಾಗ ತಾವೇ ಈ ಪದ್ಧತಿಯ ಬಲಿಪಶುಗಳೆಂದು ಭಾವಿಸಿದರು. ಸರ್ಕಾರದ ನೆರವಿಲ್ಲದೆ, ಮಾರುಕಟ್ಟೆಯಲ್ಲಿ ಬೇಡಿಕೆಯಿಲ್ಲದೆ ಅನೇಕ ಫಾರಂಗಳು ವಿನಾಶದ ಹಾದಿಯನ್ನು ಹಿಡಿದವು. ಜನರು ಪಶ್ಚಿಮದೇಶಗಳ ಉತ್ತಮ ಮಾಂಸ ಮತ್ತು ವ್ಯವಸಾಯೋತ್ಪನ್ನಗಳನ್ನು ಕೊಳ್ಳಲು ಆರಂಭಿಸಿದ್ದರಿಂದ ಬೆಳೆಗಳು ಮತ್ತು ದನಗಳು ಬೇಡಿಕೆಯಿಲ್ಲದೆ ರಾಶಿ–ರಾಶಿಯಾಗಿ ಉಳಿದುಕೊಂಡವು. ಕೆಲವು ಸಮುದಾಯ ಫಾರಂಗಳು ತಮ್ಮ ಉತ್ಪನ್ನಗಳನ್ನು ಗ್ರಾಹಕರಿಗೆ ನೇರವಾಗಿ ಮಾರಲು ಯತ್ನಿಸಿದವು.

ಹಿಂದೆ ಸರ್ಕಾರವು ಆಹಾರದಲ್ಲಿ ಸ್ವಯಂ ಪೂರ್ಣತೆಯನ್ನು ಸಾಧಿಸುವ ಉದ್ದೇಶವನ್ನು ಹೊಂದಿದ್ದುದರಿಂದ ಸರ್ಕಾರವು ಇವರಿಗೆ ಹೆಚ್ಚಿನ ಬೆಲೆಯನ್ನು ಕೊಡುವ ಪರಿಪಾಠವಿದ್ದಿತು. ಹೊಸ ಸರ್ಕಾರವು ಸ್ವಲ್ಪ ಮಟ್ಟಿನ ಸಹಾಯಧನವನ್ನು ನೀಡಿತಾದರು ಸಹಕಾರಿ ಫಾರಂಗಳ ಪುನರ್ ವ್ಯವಸ್ಥೆ ಹಾಗೂ ತುರ್ತು ಸಹಾಯ ಯೋಜನೆ ಕಾರ್ಯಗತವಾಗುವಾಗ ಎಡವಿ ಮುಗ್ಗರಿಸಿದೆ ಎಂದು ಪ್ರಧಾನಮಂತ್ರಿಯು ಕೃಷಿಮಂತ್ರಿ ಪೀಟರ್ ಪೊಲ್ಯಾಕ್ ವಿರುದ್ಧ ಈ ಆಪಾದನೆಯನ್ನು ಮಾಡಿದನು.

ಹಣಕಾಸು ಸಚಿವ ವಾಲ್ಟರ್ ರೋಮ್‌ಬರ್ಗ್ ಪಶ್ಚಿಮ ಜರ್ಮನಿಯಿಂದ ಬೇಜವಾಬ್ದಾರಿಯಾಗಿ ಹಣವನ್ನು ಬೇಡಿದರೂ ಆರ್ಥಿಕ ಪರಿಸ್ಥಿತಿಯನ್ನು ಸರಿಪಡಿಸಲಿಲ್ಲವೆಂದು ಆಪಾದಿಸಲಾಯಿತು. ಈತ ಆರ್ಥಿಕ ಪುನರ್‌ವಸತಿಗಾಗಿ ಪಶ್ಚಿಮ ಜರ್ಮನಿ ನೀಡಿದ್ದ ಸಹಾಯಧನವನ್ನು ಹಂಚುವಲ್ಲಿ ವಿಳಂಬ ಮಾಡಿದನು. ಆದರೆ ಅರ್ಥಶಾಸ್ತ್ರಜ್ಞನಾದ ರೋಮ್‌ಬರ್ಗ್ ಪಶ್ಚಿಮ ಜರ್ಮನಿ ಹಣಕಾಸಿನ ಒಕ್ಕೂಟದ ನಂತರ ಪೂರ್ವ ಜರ್ಮನಿಯ ಆರ್ಥಿಕ ಮತ್ತು ಸಾಮಾಜಿಕ ಸಮಸ್ಯೆಗಳ ಗಾತ್ರವನ್ನು ಅರ್ಥಮಾಡಿಕೊಳ್ಳಲು ಸಾಧ್ಯವಾಗಿಲ್ಲವೆಂದು ಟೀಕಿಸಿದ್ದಾರೆ. ಈ ಆರ್ಥಿಕ ಸಂದಿಗ್ಧ ಸ್ಥಿತಿ ಮತ್ತು ಅದರ ರಾಜಕೀಯ ಪರಿಣಾಮದ ಫಲವಾಗಿ ಏಕೀಕರಣದ ಕಾರ್ಯಕ್ರಮವನ್ನು ಮುಂದಕ್ಕೆ ಹಾಕುವುದು ಒಳ್ಳೆಯದೆಂದು ಕೆಲವು ಪಶ್ಚಿಮ ಜರ್ಮನಿಯ ಅಧಿಕಾರಿಗಳು ಸಂದೇಹಪಟ್ಟರು. ಈ ಚಾರಿತ್ರಿಕ ಏಕೀಕರಣಕ್ಕಿದ್ದ ಒಂದು ಅಡ್ಡಿಯನ್ನು ಪೂರ್ವ ಜರ್ಮನಿಯ ಪಾರ್ಲಿಮೆಂಟಿನ ಪ್ರಚಂಡ ಬಹುಮತವು ಪೂರ್ಣವಾಗಿ ತಳ್ಳಿಹಾಕಿತು. 294 ಪರ, 62 ವಿರೋಧದ ಈ ಅನುಮೋದನೆ $^2/_3$ ಭಾಗಕ್ಕಿಂತಲೂ ಹೆಚ್ಚು ಬಹುಮತ ಪಡೆದುದಲ್ಲದೆ ಒಂದು ಅನಿರೀಕ್ಷಿತವಾದ ಜಯವಾಯಿತು. ಹಿಂದೆ ಆಳುವ ಕ್ರಿಶ್ಚಿಯನ್ ಡೆಮಾಕ್ರಟಿಕ್ ಯೂನಿಯನ್ ಮತ್ತು ಸಣ್ಣ ಪಕ್ಷಗಳ ಒಕ್ಕೂಟದ ನಡುವೆ ಒಪ್ಪಂದವಾಗಿದ್ದರೂ ವಿರೋಧಪಕ್ಷದ ಸೋಷಿಯಲ್ ಡೆಮಾಕ್ರಟಿಕ್ ಪಕ್ಷ ಅಕ್ಟೋಬರ್ 14 ಅನ್ನು ಏಕೀಕರಣಕ್ಕೆ ಸೂಚಿಸಿದರೂ SDPಯ ಕ್ರಾಂತಿಕಾರಿ ಸದಸ್ಯರು ಇದನ್ನು ವಿರೋಧಿಸಿ ಸೆಪ್ಟೆಂಬರ್ 15ಕ್ಕೆ ಏಕತೆಯ ದಿನವನ್ನು ಗೊತ್ತುಮಾಡಬೇಕೆಂದು ಆಗ್ರಹಪಡಿಸಿದರು. ಇದಕ್ಕೆ ಹಿಂದೆಯೂ ಕೂಡ SDPಯು ಒಕ್ಕೂಟದಿಂದ ಹೊರಕ್ಕೆ ಬಂದಿದ್ದಿತು. ಮೊದಲನೆಯದಾಗಿ ಪೂರ್ವ ಜರ್ಮನಿಯ ಪ್ರಮುಖ ಪಕ್ಷಗಳ ನಡುವೆ ಏಕತೆಯ ದಿನವನ್ನು ನಿರ್ಧರಿಸುವ ಬಗ್ಗೆ ತೀವ್ರವಾದ ಭಿನ್ನಾಭಿಪ್ರಾಯಗಳು ತಲೆದೋರಿದವು. ಪೂರ್ವ ಜರ್ಮನಿಯ ಬೆಲೆ ಏರಿಕೆಯನ್ನು ನಿವಾರಿಸಬಹುದೆಂಬ ಭರವಸೆಯಿಂದ SDP ಏಕೀಕರಣ ಶೀಘ್ರವಾಗಿ ಆಗಬೇಕೆಂದು ಒತ್ತಾಯಿಸಿತು. ಪೂರ್ವದಲ್ಲಿ ಅನೇಕ ನಷ್ಟದ ಗಿರಣಿಗಳನ್ನು ಮುಚ್ಚಿದುದರಿಂದ ಅಲ್ಲಿ ವ್ಯಾಪಕ ನಿರುದ್ಯೋಗವು ತಲೆದೋರಿತು. ಇದು ಚುನಾವಣೆಯವರೆಗೂ ಮುಂದುವರಿದರೆ ಕ್ರಿಶ್ಚಿಯನ್ ಡೆಮಾಕ್ರಟಿಕ್ ಪಕ್ಷದ ಮೇಲೆ ಈ ಆಪಾದನೆಯನ್ನು ಹೊರಿಸಿ ಅದರ ಜನಪ್ರಿಯತೆಯನ್ನು ಕುಗ್ಗಿಸಬಹುದೆಂದು SDP ಯೋಚಿಸಿತು. ಆದರೆ ಕ್ರಿಶ್ಚಿಯನ್ ಡೆಮಾಕ್ರಟಿಕ್ ಒಕ್ಕೂಟವು ಡಿಸೆಂಬರ್ 2ರ ಸುಮಾರಿಗೆ ಈ ದಿನಾಚರಣೆಯನ್ನು ಹಾಕಿಕೊಳ್ಳಬೇಕೆಂದು ಬಯಸಿತು. ಇದರಿಂದ ಸಮಾರಂಭದ ಪರಿಣಾಮವಾಗಿ

ಉದ್ಭವಿಸುವ ವಿಜಯೋತ್ಸಾಹದಿಂದ ತಾನು ಹೆಚ್ಚು ಪಾಲನ್ನು ಪಡೆದುಕೊಳ್ಳುವುದರಲ್ಲಿ ಅದರ ಪ್ರಯೋಜನವು ಲಭಿಸುವುದೆಂದು ಭಾವಿಸಿತು. ಮುಂದೆ ನಡೆದ ಘಟನೆಗಳು ಸೂಚಿಸಿದಂತೆ ಎರಡು ಪ್ರಮುಖ ಪಕ್ಷಗಳು, ಕೆಲವು ಸಣ್ಣಪುಟ್ಟ ಪಕ್ಷಗಳು ಸೇರಿ ಚುನಾವಣೆಗಾಗಿ 3ನೇ ತಾರೀಖು ಒಪ್ಪಿಕೊಂಡವು. ಪಶ್ಚಿಮ ಜರ್ಮನಿಯ ಪಾರ್ಲಿಮೆಂಟ್ ಇದಕ್ಕೆ ತನ್ನ ಸಮ್ಮತಿಯನ್ನು ಸೂಚಿಸುವುದು ಮೊದಲೇ ನಿಶ್ಚಯಿಸಲ್ಪಟ್ಟ ಅಂಶವಾಗಿದ್ದಿತು. ಆದರೆ ವಿವಿಧ ಪಕ್ಷಗಳು ಚುನಾವಣಾ ಕಣಕ್ಕೆ ಇಳಿದಾಗ ರಾಜಕೀಯ ವಾತಾವರಣದಲ್ಲಿ ಬಿಸಿಏರಿದ್ದಿತು. ಪಶ್ಚಿಮ ಮತ್ತು ಪೂರ್ವ ಜರ್ಮನಿಗಳೆರಡರಲ್ಲೂ ಏಕೀಕರಣದ ಪ್ರಭಾವವು ಪ್ರಸರಿಸುತ್ತಿದ್ದಂತೆಯೇ ವೈಮನಸ್ಯವು ಬೆಳೆಯುತ್ತಿತ್ತು. ಪಶ್ಚಿಮ ಜರ್ಮನ್ನರು ತಾವು ನಿರೀಕ್ಷಿಸಿದ್ದುಕ್ಕಿಂತಲೂ ಹೆಚ್ಚಾಗಿ ಪೂರ್ವ ಜರ್ಮನಿಗೆ ಸಹಾಯ ಧನವನ್ನು ನೀಡಬೇಕಾಗಿದೆ ಎಂಬುದನ್ನು ಅರಿತುಕೊಂಡರು. ಪಶ್ಚಿಮ ಜರ್ಮನಿಯ ಕಾರ್ಮಿಕರು ಉದ್ಯೋಗವನ್ನು ಕಳೆದುಕೊಳ್ಳುತ್ತಿದ್ದರು. ಪೂರ್ವ ಜರ್ಮನಿಯ ಬೆಳೆಗಳಿಂದ ಪಶ್ಚಿಮ ಜರ್ಮನಿಯಲ್ಲಿ ಬೆಲೆಗಳು ಕುಸಿದು ಅಲ್ಲಿನ ರೈತರು ಕುಪಿತರಾಗುತ್ತಿದ್ದರು. ಜುಲೈನಲ್ಲಿ ಸ್ಥಾಪನೆಯಾದ ಆರ್ಥಿಕ ಒಕ್ಕೂಟದಿಂದ ಪೂರ್ವ ಜರ್ಮನಿಯವರು ದಿನ ಬಳಕೆಯ ವಸ್ತುಗಳಿಗಾಗಿ ಹೆಚ್ಚು ಬೆಲೆಯನ್ನು ತೆರಬೇಕಾದ ಪರಿಸ್ಥಿತಿ ಬಂದಿತು. ಪೂರ್ವ ಜರ್ಮನಿಯ ಪ್ರಧಾನಿ ಲೂಥರ್ ಡಿ ಮೈಜೀರ್ ಹೇಳಿದಂತೆ ಏಕೀಕರಣಕ್ಕೆ ಮೊದಲು ಇದ್ದ ಜರ್ಮನಿಯ ನಿಜವಾದ ಸಮಸ್ಯೆಗಳನ್ನು ಏಕೀಕರಣವು ಎದುರಿಸಬೇಕಾಗಿತ್ತು.

ಪೂರ್ವ ಬಣಗಳು ಪೂರ್ವ ಜರ್ಮನಿ ಪಶ್ಚಿಮ ಜರ್ಮನಿಯೊಂದಿಗೆ ಒಂದಾಗಲು ಇಚ್ಛಿಸುವುದಿಲ್ಲವೆಂದು ಸೂಚಿಸಿದ್ದರು. ಏಕೀಕರಣ ಪ್ರಕ್ರಿಯೆಯ ತೀವ್ರಗತಿ ಈ ಅಭಿಪ್ರಾಯವನ್ನು ನಿರಾಕರಿಸಿ ಪೂರ್ವ ಜರ್ಮನಿ ಏಕೀಕೃತ ಕ್ಷೇತ್ರಕ್ಕೆ ಹಿಂದಿರುಗಲು ವಿರೋಧಿಸುವುದಿಲ್ಲವೆಂಬುದನ್ನು ಎತ್ತಿಹಿಡಿಯಿತು. ವಿದೇಶಾಂಗ ನೀತಿಯಲ್ಲಿ ಯುರೋಪಿನಲ್ಲಿರುವ ಸ್ಫೋಟಕ ಪರಿಸ್ಥಿತಿಯನ್ನು ಗಮನಿಸಬೇಕಾಗಿದೆ. ಜರ್ಮನಿಯ ಉದ್ದೇಶ ಅದರ ರಾಜಕೀಯ ಮತ್ತು ಮಿಲಿಟರಿ ನೀತಿಗಳ ಬಗ್ಗೆ ಬ್ರಿಟನ್ ಮತ್ತು ಫ್ರಾನ್ಸ್ ಇನ್ನೂ ಭೀತರಾಗಿಯೇ ಉಳಿದಿವೆ. ಜರ್ಮನಿಯ ಏಕತೆ, ಜರ್ಮನಿಯ ಪ್ರಾಬಲ್ಯವನ್ನು ಎತ್ತಿಹಿಡಿಯುವುದಿಲ್ಲ ಎಂಬ ಅಂಶವನ್ನು ಜಗತ್ತಿಗೆ ಸಾರಿ ಹೇಳಲು ಬಲಿಷ್ಠ ಜರ್ಮನಿ ಪ್ರಯತ್ನಿಸಬೇಕಾಗಿದೆ.

ಐಕ್ಯಗೊಂಡ ಜರ್ಮನಿ 'ಹಿಟ್ಲರ್‌ನ ಮಾರ್ಗ'ದಲ್ಲಿಯೇ ಮುಂದುವರಿಯುತ್ತದೆಯೇ ಎಂಬುದನ್ನು ಖಚಿತವಾಗಿ ಹೇಳುವುದು ಸುಲಭವಲ್ಲ. ಬ್ರಿಟನ್ ಮತ್ತು ಫ್ರಾನ್ಸ್‌ಗಳಿಗಿಂತಲೂ ಜರ್ಮನಿ ಹೆಚ್ಚು ಸಂಪನ್ಮೂಲಗಳನ್ನು ಹೊಂದಿದೆ. ಏಕೀಕೃತ ಜರ್ಮನಿ ಬಲಿಷ್ಠ ರಾಷ್ಟ್ರವಾಗುವ ದಿಕ್ಕಿನಲ್ಲಿ ಪ್ರಯತ್ನಗಳನ್ನು ನಡೆಸುತ್ತಿದೆ. ಯೂರೋಪಿನ ರಾಜ್ಯಗಳಲ್ಲೂ ಅನೇಕ ಬದಲಾವಣೆಗಳಾಗಿವೆ. ಬ್ರಿಟನ್ ಮತ್ತು ಫ್ರಾನ್ಸ್ ಎರಡನೆಯ ಮಹಾಯುದ್ಧಕ್ಕೆ ಮುಂಚೆ ಇದ್ದ ಸ್ಥಿತಿಯಲ್ಲಿಲ್ಲ. ಆದರೆ ಜರ್ಮನಿಯ ಛಾನ್ಸಲರ್ ಹಿಟ್ಲರನಲ್ಲ. ಆದುದರಿಂದ ಬ್ರಿಟನ್ ಮತ್ತು ಫ್ರಾನ್ಸ್ ಜರ್ಮನಿಯ ಸೈನಿಕ ಶಕ್ತಿಯ ಸವಾಲಿನ ಭಯದಿಂದ ಮುಕ್ತವಾಗಿರಬಹುದು. ಆರ್ಥಿಕ ದೃಷ್ಟಿಯಿಂದ ಜರ್ಮನಿ ಬಹುಮಟ್ಟಿಗೆ ಬ್ರಿಟನ್ನಿಗೆ ಸವಾಲಾಗಬಹುದು.

1990ರ ಆಗಸ್ಟ್ 30 ರಂದು ಎರಡು ಜರ್ಮನಿಗಳು ತಮ್ಮ 35 ವರ್ಷಗಳ ವೈಮನಸ್ಯವನ್ನು ತೊಡೆದುಹಾಕಿ ಒಂದುಗೂಡುವ ಒಪ್ಪಂದಕ್ಕೆ ಸಹಿಹಾಕಿದವು. ಇದು ಸಾಮ್ರಾಜ್ಯಶಾಹಿ ಜರ್ಮನಿ ಶರಣಾದ 1918ರ ವರ್ಸೇಲ್ಸ್ ಒಪ್ಪಂದಕ್ಕೆ ವಿರುದ್ಧವಾಗಿದೆ. ಪೋಲೆಂಡಿನ ಜನರನ್ನು ಅವರ ದೇಶದೊಂದಿಗಿರುವ ಓಡರ್–ನಿಸೆ ಗಡಿಯನ್ನು ದೃಢೀಕರಿಸಿ ಸಮಾಧಾನ ಪಡಿಸಲಾಯಿತು. ಇದರಿಂದ ಜರ್ಮನಿಯ ಯುದ್ಧೋತ್ತರ ಕಾಲದ ಮಿತ್ರರಾಷ್ಟ್ರಗಳ ವ್ಯವಸ್ಥೆಯ ಕಡೆಯ ಲಕ್ಷಣಗಳನ್ನು ತೆಗೆದುಹಾಕಿದಂತಾಯಿತು. 1994ರ ವೇಳೆಗೆ ಪೂರ್ವ ಜರ್ಮನಿಯಲ್ಲಿದ್ದ ರಷ್ಯಾದ 3,70,000 ಸೈನಿಕರು ಹಿಂದಿರುಗಬೇಕೆಂದು ಒಪ್ಪಂದವಾಯಿತು. ಪಶ್ಚಿಮ ಜರ್ಮನಿಯ ಸಲಹೆಯಂತೆ ಸೋವಿಯಟ್ ಸೈನ್ಯ ಪೂರ್ಣವಾಗಿ ಪೂರ್ವ ಜರ್ಮನಿಯಿಂದ ಹೊರಬರುವವರೆಗೂ, ಪಾಶ್ಚಿಮಾತ್ಯ ರಾಷ್ಟ್ರಗಳು ಬರ್ಲಿನಿನಲ್ಲಿ ತಮ್ಮ ಸೈನ್ಯವನ್ನು ಇಟ್ಟುಕೊಂಡೇ ಇರಬೇಕೆಂದು ತೀರ್ಮಾನವಾಗಿದ್ದಿತು.

ಜರ್ಮನಿ ದೇಶವು ಐಕ್ಯತೆಗಾಗಿ ಶ್ರಮಿಸಿ ಇಂದು ಯಶಸ್ವಿಯಾದ ಒಂದು ಬಲಿಷ್ಠ ದೇಶವಾಗಿದೆ. ಅದು ಸೋವಿಯಟ್ ಒಕ್ಕೂಟವು ತನ್ನ ಸೈನ್ಯವನ್ನು ಹೊರತೆಗೆಯಲು 4 ಬಿಲಿಯನ್ ಪೌಂಡ್‌ಸ್ಟರ್ಲಿಂಗ್ ಕೊಡಲು ಒಪ್ಪಿಕೊಂಡಿತು. ಪುನರ್ ಒಗ್ಗೂಡಿದ ಜರ್ಮನಿಯು ಮತ್ತೆ ತನ್ನ ಹಿಂದಿನ ಸಾರ್ವಭೌಮ ಶಕ್ತಿಯನ್ನು ರೂಪಿಸಿಕೊಳ್ಳುತ್ತಿದೆ.

ಜರ್ಮನಿಯ ಏಕತೆಯ ಮೈಲಿಗಲ್ಲುಗಳು: ಜರ್ಮನಿಯು ಪುನರ್ ಒಗ್ಗೂಡಿದ ಘಟನೆಯ ಪ್ರಮುಖ ಕಾಲಘಟ್ಟಗಳು ಕೆಳಕಂಡಂತಿವೆ.

ಸೆಪ್ಟೆಂಬರ್ 10, 1989: ಹಂಗೇರಿ ತನ್ನ ಗಡಿ ಪ್ರದೇಶಗಳನ್ನು ತೆರವು ಮಾಡಿ ಸಾವಿರಾರು ಜನ ಪೂರ್ವ ಜರ್ಮನಿಯವರು ಪಶ್ಚಿಮ ಜರ್ಮನಿಗೆ ತಪ್ಪಿಸಿಕೊಂಡು ಹೋಗಲು ಅವಕಾಶ ಮಾಡಿಕೊಟ್ಟಿತು.

ಸೆಪ್ಟೆಂಬರ್ 30, 1989: ಜರ್ಮನಿಯ ವಿದೇಶಾಂಗ ಸಚಿವ ಹ್ಯಾಂಗ್ ಡೇಟ್ರಿಚ್ ಗೆನ್‌ಶ್ರ 3ನೇ ಪರಿಕಲ್ಪನೆ ಸಂಸ್ಥೆಯ 6,000 ಜನರಿಗೆ ಅವರು ಪಶ್ಚಿಮ ಜರ್ಮನಿಗೆ ಪ್ರವೇಶಿಸಲು ಅವಕಾಶವಿದೆಯೆಂದು ತಿಳಿಸಿದನು.

ಅಕ್ಟೋಬರ್ 7, 1989: ಪೂರ್ವ ಬರ್ಲಿನ್ನಿನಲ್ಲಿ ನಡೆದ 40ನೆಯ ವಾರ್ಷಿಕ ಸಮಾರಂಭದಲ್ಲಿ ಸೋವಿಯಟ್ ಅಧ್ಯಕ್ಷ ಮಿಖೈಲ್ ಗೋರ್ಬಚೆವ್ ಭಾಗವಹಿಸಿದ್ದನು. ಸಾವಿರಾರು ಜನ ಪೂರ್ವ ಜರ್ಮನಿಯ ಜನರು ಗ್ಲಾಸ್‌ನಾಸ್ಟ್ ಎಂದು ಘೋಷಣೆ ಮಾಡಿದಾಗ ಪೋಲೀಸರು ಪ್ರದರ್ಶನಕಾರರನ್ನು ಬಂಧಿಸಿದರು.

ಅಕ್ಟೋಬರ್ 18, 1989: 18 ವರ್ಷಗಳ ಕಾಲ ಅಧಿಕಾರದಲ್ಲಿದ್ದ ಪೂರ್ವ ಜರ್ಮನಿಯ ಕಮ್ಯುನಿಸ್ಟ್ ನಾಯಕ ಎರಿಚ್ ಹೊನೆಕರ್‌ನನ್ನು ಅಧಿಕಾರದಿಂದ ತೆಗೆದುಹಾಕಲಾಯಿತು.

ನವೆಂಬರ್ 9, 1989: ಪೂರ್ವ ಜರ್ಮನಿಯಲ್ಲಿ ಜನರ ಅಸಮಾಧಾನವನ್ನು ಪರಿಹರಿಸಲು ಪೂರ್ವ ಜರ್ಮನಿಯ ಕಮ್ಯುನಿಸ್ಟ್ ಸರ್ಕಾರ ಬರ್ಲಿನ್ ಗೋಡೆ ಮತ್ತು ಹಲವಾರು ಪ್ರಮುಖ ಸ್ಥಳಗಳಲ್ಲಿ ಹೊರಗೆ ಹೋಗಲು ಬಾಗಿಲುಗಳನ್ನು ತೆರೆಯಿತು.

ನವೆಂಬರ್ 28, 1989: ಪಶ್ಚಿಮ ಜರ್ಮನಿಯ ಪ್ರಧಾನಿ ಹೆಲ್ಮೆಟ್ ಕೋಲ್ ಎರಡು ರಾಷ್ಟ್ರಗಳನ್ನು ಒಗ್ಗೂಡಿಸಲು ಒಂದು ಸಂಯುಕ್ತ ವ್ಯವಸ್ಥೆಯ ಸಲಹೆಯನ್ನು ಮುಂದಿಟ್ಟನು.

ಡಿಸೆಂಬರ್ 22, 1989: ಜರ್ಮನಿಯ ವಿಭಜನೆಯ ಸಂಕೇತವಾಗಿದ್ದ ಬರ್ಲಿನ್ನಿನ ಬ್ರಾಂಡ್ಯನ್ ಬರ್ಗ್ ಬಾಗಿಲನ್ನು ತೆರೆಯಲಾಯಿತು.

ಫೆಬ್ರವರಿ 1, 1990: ಪೂರ್ವ ಜರ್ಮನಿಯ ಪ್ರಧಾನಿ ಹ್ಯಾನ್ಸ್ ಮಾಡ್ರೋ ತನ್ನದೇ ಆದ ಏಕತೆಯ ಯೋಜನೆಯನ್ನು ಮುಂದಿಟ್ಟನು.

ಫೆಬ್ರವರಿ 13, 1990 : 2ನೇ ಮಹಾಯುದ್ದದ ಪ್ರಧಾನ ಮಿತ್ರರಾಷ್ಟ್ರಗಳಾದ ಫ್ರಾನ್ಸ್, ಬ್ರಿಟನ್, ಅಮೇರಿಕಾ, ಸೋವಿಯಟ್ ರಷ್ಯಾ ಜರ್ಮನಿಯ ಏಕತೆಗೆ ತಮ್ಮ ಸಮ್ಮತಿಯನ್ನು ನೀಡಿದವು.

ಮಾರ್ಚ್ 18, 1990: ಪೂರ್ವ ಜರ್ಮನಿಯ ಮುಕ್ತ ಚುನಾವಣೆಗಳಲ್ಲಿ ಕನ್ಸರ್ವೇಟಿವ್ ಗುಂಪುಗಳ ಒಕ್ಕೂಟವು ಪ್ರಬಲ ಪಕ್ಷವಾಗಿ ಆರಿಸಿಬಂದಿತು.

ಏಪ್ರಿಲ್ 24, 1990: ಕೋಲ್ ಮತ್ತು ಪೂರ್ವ ಜರ್ಮನಿಯ ಪ್ರಧಾನಿ ಜುಲೈ 1 ರಂದು ಎರಡೂ ದೇಶಗಳ ಆರ್ಥಿಕ ವ್ಯವಸ್ಥೆಯನ್ನು ಒಂದುಗೂಡಿಸಲು ಒಪ್ಪಿಕೊಂಡರು.

ಜುಲೈ 1, 1990 : ಪಶ್ಚಿಮ ಜರ್ಮನಿಯ ನಾಣ್ಯ ಮಾರ್ಕ್ ಪೂರ್ವ ಜರ್ಮನಿಯಲ್ಲೂ ಜಾರಿಗೆ ಬಂದು ಎರಡೂ ದೇಶಗಳು ಬೆಸೆಯಲ್ಪಟ್ಟವು.

ಆಗಸ್ಟ್ 23, 1990: ಹಲವಾರು ವಾರಗಳ ಚರ್ಚೆಗಳಾದ ಮೇಲೆ ಪೂರ್ವ ಜರ್ಮನಿಯ ಅಧಿಕಾರಿಗಳು ಜರ್ಮನಿಯ ಏಕತೆಗಾಗಿ ಅಕ್ಟೋಬರ್ 3ನೆಯ ತಾರೀಖನ್ನು ಗೊತ್ತುಪಡಿಸಿದರು.

ಆಗಸ್ಟ್ 31, 1990: ಎರಡೂ ಜರ್ಮನಿ ದೇಶಗಳು ಏಕತೆಯ ಒಪ್ಪಂದಕ್ಕೆ ಸಹಿ ಹಾಕಿದವು.

ಸೆಪ್ಟೆಂಬರ್ 12, 1990: 2ನೆಯ ಮಹಾಯುದ್ಧದ 4 ಮಿತ್ರರಾಷ್ಟ್ರಗಳು ಮತ್ತು ಜರ್ಮನಿಯ ಎರಡು ದೇಶಗಳು ಜರ್ಮನಿಯ ಸಾರ್ವಭೌಮತ್ವವನ್ನು ಪ್ರತಿಷ್ಠಾಪಿಸುವ ಒಪ್ಪಂದಕ್ಕೆ ಸಹಿ ಹಾಕಿದವು.

ಅಕ್ಟೋಬರ್ 3, 1990: 45 ವರ್ಷಗಳ ವಿಭಜನೆಯ ನಂತರ ಪೂರ್ವ ಜರ್ಮನಿ, ಪಶ್ಚಿಮ ಜರ್ಮನಿಯೊಂದಿಗೆ ವಿಲೀನವಾಯಿತು.

* * * * *

ಅಧ್ಯಾಯ – 41

ಸೋವಿಯಟ್ ರಷ್ಯಾದ ವಿಘಟನೆ (Disintegration of U.S.S.R)

ಕಮ್ಯುನಿಸಮ್‌ನಂತೆಯೇ ಸೋವಿಯೆಟ್ ರಷ್ಯಾಕೂಡ ಈಗ ನಿರ್ಜೀವವಾಗಿದೆ. 1991ನೆಯ ಡಿಸೆಂಬರ್ 21ರಂದು ಹಿಂದಿನ ಹನ್ನೊಂದು ಸೋವಿಯೆಟ್ ಗಣರಾಜ್ಯಗಳ ಮುಖಂಡ ಐತಿಹಾಸಿಕ ದಸ್ತಾವೇಜ್ ಒಂದಕ್ಕೆ ಸಹಿ ಹಾಕಿದ. ಅದರ ಅನ್ವಯ, ಒಮ್ಮೆ ಬಲಿಷ್ಠ ಹಾಗೂ ವಿಶಾಲ ರಾಷ್ಟ್ರವಾಗಿದ್ದ ಸೋವಿಯೆಟ್ ರಷ್ಯಾದ ಅಸ್ತಿತ್ವ ಕೊನೆಗೊಂಡು, ಸ್ವತಂತ್ರ ರಾಷ್ಟ್ರಗಳ ಪ್ರಜಾಪ್ರಭುತ್ವದ (Common Wealth of Independent States: CIS) ಸ್ಥಾಪನೆಯನ್ನು ಘೋಷಿಸಲಾಯಿತು. ಈ ಬಹುಮುಖ್ಯ ನಿರ್ಧಾರವನ್ನು ಕಜಕಿಸ್ತಾನದ ರಾಜಧಾನಿಯಾದ ಅಲ್ಮಾ–ಅಟದಲ್ಲಿ ತೆಗೆದುಕೊಳ್ಳಲಾಯಿತು. ಈ ಸಂದರ್ಭದಲ್ಲಿ ಪ್ರಮುಖ ಪ್ರಕಟಣೆಯೊಂದನ್ನು ಹೊರಡಿಸಲಾಯಿತು.

ಶಾಸನಸಭೆಯನ್ನು ಕುರಿತು ಚರ್ಚೆಯ ಫಲಿತಾಂಶ ಶೆವರ್ಡ್‌ನಜೆಯಂಥ ಜನರು ವಿರೋಧಿಸಿದ್ದೇ ಆಗಿದ್ದು, ತೀವ್ರಗಾಮಿಗಳೆಂದು ಹೆಸರಾದವರು ಹೊಸ ವ್ಯವಸ್ಥೆಯನ್ನು ಪ್ರಕಟಪಡಿಸುವಲ್ಲಿ ಸಮಯವನ್ನು ವ್ಯರ್ಥಮಾಡಲಿಲ್ಲ. ವಿಚಿತ್ರವೆಂದರೆ, ಗೊರ್ಬಚೇವ್ ಅವರ ವಿರೋಧಿಗಳು, ಅವನ ಪ್ರತಿಯೊಂದೂ ಚಲವಲನಗಳನ್ನು ಟೀಕಿಸಲು ಪ್ರಾರಂಭಿಸುವಾಗಲೇ, ಅವ್ಯವಸ್ಥೆಯನ್ನು ತೊಡೆದುಹಾಕಲು ತಾವು ನಿಕರವಾಗಿ ಏನುಮಾಡುತ್ತಿದ್ದೇವೆಂದು ತಿಳಿಸಲಿಲ್ಲ. ವಾಸ್ತವವಾಗಿ ಹೇಳುವುದಾದರೆ, ಗೊರ್ಬಚೆವ್ ಅವರ ಸುಧಾರಣೆಗಳ ರೀತಿಯೇ ಸದ್ಯದ ಪರಿಸ್ಥಿತಿಗಳಿಗೆ ಕಾರಣವಾಗಿದ್ದ ಪಕ್ಷದಲ್ಲಿ, ಇಡೀ ಸುಧಾರಣಾ ಪ್ರಕ್ರಿಯೆ ತುಂಬ ನಿಧಾನವಾದುದು ಎಂದು ಭಾವಿಸುವವರ ಮಾರ್ಗದರ್ಶನವನ್ನು ಸೋವಿಯೆಟ್ ನಾಯಕ ಪಡೆಯಬೇಕಾಗಿ ಬಂದಿದ್ದ ಪಕ್ಷದಲ್ಲಿ ಇನ್ನೆಂಥ ಸನ್ನಿವೇಶ ಉದ್ಭವಿಸುತ್ತಿತ್ತು ಎಂದು ಕಲ್ಪಿಸಿಕೊಳ್ಳುವುದೇ ಕಷ್ಟ.

ಸೋವಿಯೆಟ್ ಒಕ್ಕೂಟದಲ್ಲಿ ನಡೆಯುತ್ತಿರುವುದು ಎಷ್ಟು ಸಂಕೀರ್ಣವಾಗಿದೆಯೆಂದರೆ ಮತ್ತು ಹೊರಗಿನವರು ತಲೆತೂರಿಸಲಾಗದಷ್ಟು ಇಕ್ಕಟ್ಟುಗಳಿಂದ ಕೂಡಿದೆಯೆಂದರೆ, ಪ್ರಾಯಶಃ ರಷ್ಯಾದ ಯಾವುದೇ ಪ್ರಜೆಗೂ, ಸೋವಿಯೆಟ್ ಒಕ್ಕೂಟ ಕೊನೆಯಲ್ಲಿ ಯಾವ ರೂಪವನ್ನು ತಳೆಯಬಹುದೆಂಬ ಬಗ್ಗೆ ಸ್ಪಷ್ಟವಾದ ತಿಳುವಳಿಕೆಯಿಲ್ಲ. ಸೋವಿಯೆಟ್ ಒಕ್ಕೂಟ ಹಾಗೂ ಇಡೀ ವಿಶ್ವದಲ್ಲಿಯೇ ಅವನು ಶ್ರೇಷ್ಠನೆಂದು ಹೊರಗಿನ ಅನೇಕರು ಪರಿಗಣಿಸುವಾಗ, ಸೋವಿಯೆಟ್ ಪ್ರಜೆಗಳು ಹೇಗೆ ಆಲೋಚಿಸುತ್ತಾರೆ ಎಂಬುದು ಸ್ಪಷ್ಟವಾಗಿಲ್ಲ. ಅಸಲು ನಾಯಕರಂತಲ್ಲದೆ ಗೊರ್ಬಚೆವ್ ಅವರಿಗೆ ಸ್ಪಷ್ಟವಾದ ಅಧಿಕಾರ ನೆಲೆಯಿಲ್ಲ ಹಾಗೂ ಆರ್ಥಿಕ ಅವ್ಯವಸ್ಥೆಗಳು ಅನೇಕರನ್ನು ಅವರ ವಿರೋಧವಾಗಿ ವರ್ತಿಸುವಂತೆ ಮಾಡಿದ್ದವು.

ಅಧ್ಯಕ್ಷ ಗೊರ್ಬಚೆವ್ ಅವರು ತಮ್ಮ ರಾಜೀನಾಮೆ ನೀಡುವ ಕೆಲವು ಗಂಟೆಗಳ ಮೊದಲು, ಎಡ್ವರ್ಡ್ ಶೆವರ್ಡ್‌ನಜೆ, ಭಾರೀ ಆಘಾತದ ಸಾಧ್ಯತೆಯಿರುವುದರ ಬಗ್ಗೆ ಎಚ್ಚರಿಕೆ ನೀಡಿದ್ದರು. ಅವರ ಶಂಕೆ ತುಂಬಾ ಸಕಾರಣವಾಗಿತ್ತು. "ಈ ಆಘಾತವನ್ನು ಯಾವ ಹೆಸರಿನಿಂದ ಕರೆಯುವುದು? ಕ್ರಾಂತಿಯೆಂದೇ ಅಥವಾ ಆಸ್ಫೋಟನೆಯೆಂದೇ ಎಂದು ನನಗೆ ತಿಳಿದಿಲ್ಲ; ಆದರೆ ಬೆದರಿಕೆಯಂತೂ ತುಂಬ ದೊಡ್ಡದಾಗಿದೆ".

ಬೋರಿಸ್ ಯೆಲ್ಟ್‌ಸಿನ್ ಅವರ ಮೇಲೆ ರಷ್ಯಾದ ಉಪಾಧ್ಯಕ್ಷ ಅಲೆಗ್ಸಾಂಡರ್ ರುತ್ಸ್‌ಕೋಯ್ ಅವರ ಕೋಪ ಆಸ್ಫೋಟನೆಗೊಂಡದ್ದೇ ಅತ್ಯಂತ ಗಂಭೀರವಾದ ಅಭಿವೃದ್ಧಿಯೆನ್ನಬಹುದು.

ರಾಯಭಾರ ನಿರ್ವಹಣೆಯ ಉದ್ದೇಶದಿಂದ ಇರಾನ್‌ಗೆ ಭೇಟಿನೀಡಿದ ರುತ್ಸ್‌ಕೋಯ್ ಅವರನ್ನು ಅಮೆರಿಕ ಸಂಯುಕ್ತ ಸಂಸ್ಥಾನಗಳ ಮಾಧ್ಯಮಗಳು ಆಗಾಗ 'ಸೋವಿಯೆಟ್ ಒಕ್ಕೂಟವನ್ನು ಸಂರಕ್ಷಿಸಲು' ಕೆಂಪು ಸೈನ್ಯದ ಬೆಂಬಲದೊಂದಿಗೆ ಪ್ರಚಂಡ ಸಾಹಸ ನಡೆಸುವ ಸಾಮರ್ಥ್ಯವಿರುವ ಏಕೈಕ ವ್ಯಕ್ತಿಯೆಂದು ಬಣ್ಣಿಸುತ್ತಿದ್ದವು.

ಹಿಂದಿನ ಸೋವಿಯೆಟ್ ಒಕ್ಕೂಟ ಎದುರಿಸುತ್ತಿರುವ ಆರ್ಥಿಕ ಬಿಕ್ಕಟ್ಟಿಗಾಗಿ ಡಿಸೆಂಬರ್ ಕೊನೆಯ ವೇಳೆಗೆ ಮಿಖೈಲ್ ಗೊರ್ಬಾಚೆವ್ ಅವರನ್ನು ರಷ್ಯಾದ ಅಧ್ಯಕ್ಷ ಬೋರಿಸ್ ಯೆಲ್‌ಸ್ಟಿನ್ ಖಂಡಿಸಿದ್ದರು. 'ನ್ಯೂಸ್ ವೀಕ್'ಗೆ ನೀಡಿದ ಸಂದರ್ಶನವೊಂದರಲ್ಲಿ ಜನಕ್ರಾಂತಿಯನ್ನಾಗಲಿ, ಸೈನ್ಯದ ಇನ್ನೊಂದು ಆಕ್ರಮಣವನ್ನಾಗಲಿ ತಾವು ನಿರೀಕ್ಷಿಸಿಲ್ಲವೆಂದು ಯೆಲ್ಟ್‌ಸಿನ್ ಹೇಳಿದ್ದರು.

'ಪೆರಿಸ್ಟ್ರೋರಿಕಾ' ತತ್ವ ತಪ್ಪೆಂದು ಯೆಲ್ಟ್ಸಿನ್ ಹೇಳತೊಡಗಿದಾಗ ಗೊರ್ಬಚೆವ್, ಅವರನ್ನು ಹೊರಗೆ ಓಡಿಸುವ ಪ್ರಯತ್ನ ಪ್ರಾರಂಭಿಸಿದರು. ಈಗ ಅನುಸರಿಸುತ್ತಿರುವ ಮಾರ್ಗವನ್ನು ನಾವು ಆಗಲೂ ಅನುಸರಿಸಿದ್ದರೆ, ಸದ್ಯದ ಆರ್ಥಿಕ ಮುಗ್ಗಟ್ಟನ್ನು-ಜನರ ವಿಪತ್ತಿನ ಸನ್ನಿವೇಶವನ್ನು ಬಹಳ ಹಿಂದೆಯೇ ನಾವು ನಿವಾರಿಸಬಹುದಾಗಿತ್ತು ಎಂದು ಅವರು ಹೇಳಿದರು.

ಯೆಲ್ಟ್ಸಿನ್ ಅವರ ಪ್ರಕಾರ, ಯಾವುದನ್ನು ಒಟ್ಟುಗೂಡಿಸುವುದು ಸಾಧ್ಯವಿಲ್ಲವೋ, ಅವನ್ನು ಒಟ್ಟುಗೂಡಿಸಬೇಕೆಂಬುದೇ ಗೊರ್ಬಚೆವ್ ಅವರ ಬಯಕೆಯಾಗಿತ್ತು. ಮುಳ್ಳು ಹಂದಿಗೂ ಹಲ್ಲುಹಾವಿಗೂ ಮದುವೆ ಮಾಡುವುದು ಅವರ ಹಂಬಲವಾಗಿತ್ತು. ಕಮ್ಯುನಿಸಮ್ ಮತ್ತು ಮಾರುಕಟ್ಟೆ ಆರ್ಥಿಕತೆ, ಸಾರ್ವಜನಿಕ ಮತ್ತು ಖಾಸಗಿ ಸ್ವತ್ತುಗಳ ಸ್ವಾಮ್ಯ, ಬಹುಪಕ್ಷ ಪದ್ಧತಿ ಮತ್ತು ಕಮ್ಯುನಿಸ್ಟ್ ಪಕ್ಷ-ಇವುಗಳನ್ನು ಜೊತೆಗೂಡಿಸಲು ಅವರು ಇಚ್ಛಿಸಿದ್ದರು.

ಲಿಥುವೇನಿಯ, ಲಾಟ್ವಿಯ ಹಾಗೂ ಎಸ್ಟೋನಿಯಗಳ ಬಾಲ್ಟಿಕ್ ಗಣರಾಜ್ಯಗಳು 1940ನೆಯ ಜೂನ್ 16ರಂದು, ಸೋವಿಯೆಟ್ ಒಕ್ಕೂಟಕ್ಕೆ ಸೇರಿದ್ದವು. ಎರಡನೆಯ ಜಾಗತಿಕ ಯುದ್ಧ ನಡೆಯುತ್ತಿದ್ದಾಗಲೇ ಜರ್ಮನಿಯ ಹಾಗೂ ಸೋವಿಯೆಟ್ ಒಕ್ಕೂಟಗಳ ನಡುವ ಏರ್ಪಟ್ಟ ಒಂದು ರಹಸ್ಯ ಒಪ್ಪಂದದ ಷರತ್ತಿನಂತೆ ಈ ಸಂಘಟನೆ ಉಂಟಾಗಿತ್ತು. ಆದರೆ ಈ ವ್ಯವಸ್ಥೆಗೆ ಎಂದೂ ತನ್ನ ಮಾನ್ಯತೆಯನ್ನು ನೀಡದ ಅಮೆರಿಕ ಸಂಯುಕ್ತ ಸಂಸ್ಥಾನವು, ಲಿಥುವಾನಿಯ, ಲಾಟ್ವಿಯ ಹಾಗೂ ಎಸ್ಟೋನಿಯಗಳನ್ನು ಸ್ವತಂತ್ರಗೊಳಿಸುವುದು ತನ್ನ ಕರ್ತವ್ಯವೆಂದು ಪ್ರತಿಪಾದಿಸಿತ್ತು.

ಗೋರ್ಬಚೆವ್

ಸೋವಿಯಟ್ ನಾಯಕ ಗೋರ್ಬಚೆವ್‌ನ ಪೆರಿಸ್ಟ್ರೋಯಿಕ ನೀತಿಯ ಅತ್ಯಂತ ಪ್ರಮುಖ ಪರಿಣಾಮವೆಂದರೆ ಕಮ್ಯುನಿಸ್ಟ್ ಪಾರ್ಟಿಯ ಕ್ಷೀಣತೆ ಮತ್ತು ಬಹುಪಕ್ಷ ವ್ಯವಸ್ಥೆಯ ಉದಯ. 1990ನೇ ಫೆಬ್ರವರಿಯಲ್ಲಿ ನಡೆದ ಲಿಥುವೇನಿಯಾದ ಪಾರ್ಲಿಮೆಂಟ್ ಚುನಾವಣೆಗಳಲ್ಲಿ ಸಜೋದಿಶ್ ಎಂಬ ಸ್ವಾತಂತ್ರ್ಯವನ್ನು ಬೆಂಬಲಿಸುವ ಪಕ್ಷವು ಅಧಿಕಾರಕ್ಕೆ ಬಂದಿತು. ಅದೇ ಮಾರ್ಚಿ 11ರಂದು ಲಿಥುವೇನಿಯಾದ ಪಾರ್ಲಿಮೆಂಟ್ 2ನೇ ಮಹಾಯುದ್ಧಕ್ಕೆ ಮೊದಲಿದ್ದ ತಮ್ಮ ದೇಶದ ಸ್ವತಂತ್ರ ಸ್ಥಾನವು ಮತ್ತೊಮ್ಮೆ ಸ್ಥಿರೀಕರಿಸಲ್ಪಟ್ಟಿದೆ ಎಂದು ಘೋಷಿಸಿತು. ಲ್ಯಾಂಡ್ಸ್ ಬರ್ಗೀಸ್ ಆ ದೇಶದ ಅಧ್ಯಕ್ಷನಾದನು. ಆದರೆ ಲಿಥುವೇನಿಯಾದ ಈ ಸ್ವಾತಂತ್ರ್ಯ ಘೋಷಣೆಯನ್ನು ಸೋವಿಯಟ್ ಪಾರ್ಲಿಮೆಂಟ್ ಕಾನೂನುಬಾಹಿರವೆಂದು ಘೋಷಿಸಿತು. ಗೋರ್ಬಚೆವ್ ಲಿಥುವೇನಿಯಾದ ನಾಯಕನಿಗೆ ತಮ್ಮ ಸ್ವಾತಂತ್ರ್ಯ ಘೋಷಣೆಯನ್ನು ರದ್ದು ಮಾಡಬೇಕೆಂದು ನೋಟೀಸು ಜಾರಿ ಮಾಡಿದನು ಆದರೆ ಲಿಥುವೇನಿಯನ್ ಪಾರ್ಲಿಮೆಂಟ್ ಈ ಆಜ್ಞೆಯನ್ನು ತಿರಸ್ಕರಿಸಿತು.

1990ರ ಏಪ್ರಿಲ್‌ನಲ್ಲಿ ಲಿಥುವೇನಿಯಾ ದೇಶವನ್ನು ಸದೆಬಡಿಯಲು ಸೋವಿಯಟ್ ಒಕ್ಕೂಟ ಪೆಟ್ರೋಲಿಯಂ ಉತ್ಪನ್ನಗಳ ನಿಷೇದ ಮೊದಲಾದ ನಿರ್ಬಂಧಗಳನ್ನು ಹೇರಿತು. ಜೂನ್ ತಿಂಗಳ ಅಂತ್ಯದಲ್ಲಿ ಲಿಥುವೇನಿಯಾದ ಪಾರ್ಲಿಮೆಂಟ್ ಸೋವಿಯಟ್ ಒಕ್ಕೂಟದೊಂದಿಗೆ ಮಾತುಕತೆ ನಡೆಸುವವರೆಗೂ ತನ್ನ ಸ್ವಾತಂತ್ರ್ಯ ಘೋಷಣೆಯನ್ನು ತಾತ್ಕಾಲಿಕವಾಗಿ ತಡೆಹಿಡಿಯಲು ಸಮ್ಮತಿಸಿತು. ಆದರೆ ಈ ಬಗ್ಗೆ ಚರ್ಚೆಗಳು ಪ್ರಾರಂಭವಾದರೂ ಕಾರ್ಯಕ್ರಮದ ವಿವರಗಳನ್ನು ಕುರಿತು ಭಿನ್ನಾಭಿಪ್ರಾಯಗಳು ತಲೆದೋರಿದವು. ಆಗಸ್ಟ್ 15ರಂದು ಲಿಥುವೇನಿಯ ಮತ್ತು ರಷ್ಯಾದ ಪಾರ್ಲಿಮೆಂಟನ್ನು ಗಣನೆಗೆ ತೆಗೆದುಕೊಳ್ಳದೆ ನೇರವಾಗಿ ಎರಡು ದೇಶಗಳು ಒಂದುಗೂಡುವ ಯೋಜನೆಯಂತೆ ಕಂಡುಬಂದಿತು. ಸೋವಿಯಟ್ ಒಕ್ಕೂಟದ ಅಧಿಕಾರವನ್ನು ಎತ್ತಿ ಹಿಡಿಯುವ ದೃಷ್ಟಿಯಿಂದ ಗೋರ್ಬಚೆವ್ ಡಿಸೆಂಬರಿನಲ್ಲಿ ಒಂದು ಘೋಷಣೆಯನ್ನು ಮಾಡಿ ರಷ್ಯಾದ ಗಣರಾಜ್ಯಗಳು ಒಕ್ಕೂಟದ ಆಜ್ಞೆಯನ್ನು ಉಲ್ಲಂಘಿಸಿದರೆ ಸೈನ್ಯದ ಕಾರ್ಯಾಚರಣೆಯನ್ನು ಕೈಗೊಳ್ಳುವುದಾಗಿ ತಿಳಿಸಿದನು. ಸೋವಿಯಟ್ ಒಕ್ಕೂಟ ತನ್ನ ನೀತಿಯನ್ನು ಅನುಷ್ಠಾನಕ್ಕೆ ತಂದು ದೇಶದಿಂದ ಪಲಾಯನ ಮಾಡುವವರನ್ನು ಬಂಧಿಸಲು ಸೈನ್ಯವನ್ನು ಕಳುಹಿಸಿಕೊಟ್ಟಿತು. ಲಿಥುವೇನಿಯಾದ ಅಧ್ಯಕ್ಷ ಪಾರ್ಲಿಮೆಂಟ್ ಭವನಕ್ಕೆ ಮುತ್ತಿಗೆ ಹಾಕುವುದನ್ನು

ತಡೆಯಲು ನಾಗರಿಕರಲ್ಲಿ ಮನವಿ ಮಾಡಿಕೊಂಡನು. ಪಾರ್ಲಿಮೆಂಟ್ ಕಟ್ಟಡದ ಮೇಲೆ ಧಾಳಿ ನಡೆಯದಿದ್ದರೂ, ಸೋವಿಯೆಟ್ ವಿಮಾನ ದಳದವರು ಲಿಥುವೇನಿಯಾದ ಪ್ರಧಾನ ಕೇಂದ್ರಗಳನ್ನು ತನ್ನ ವಶಕ್ಕೆ ತೆಗೆದುಕೊಂಡರು. ಮುಂದೆ ಸೋವಿಯಟ್ ಒಕ್ಕೂಟದ ಸೈನ್ಯವು ಟ್ಯಾಂಕುಗಳ ಸಮೇತ ಲಿಥುವೇನಿಯಾದ ಟೆಲಿವಿಷನ್ ಮತ್ತು ರೇಡಿಯೋ ಕೇಂದ್ರಗಳ ಮೇಲೆ ಧಾಳಿನಡೆಸಿದಾಗ ಕನಿಷ್ಟ 11 ಜನ ಮೃತರಾಗಿ 100 ಜನ ಗಾಯಗೊಂಡರು. ಇದಾದ ನಂತರ ಸೋವಿಯಟ್ ಒಕ್ಕೂಟ ತನ್ನ ಸೈನಿಕ ಕಾರ್ಯಾಚರಣೆಯನ್ನು ನಿಲ್ಲಿಸಿತು. ಜನವರಿ 18 ರಂದು ಅಮೇರಿಕ ಸೋವಿಯಟ್ ಒಕ್ಕೂಟಕ್ಕೆ ಬಾಲ್ಟಿಕ್ ಗಣರಾಜ್ಯಗಳಿಗೆ ಹಿಂಸೆ ನೀಡಬಾರದೆಂದು ಎಚ್ಚರಿಕೆ ನೀಡಿತು. ರಷ್ಯಾ ಈ ದೇಶಗಳ ಮೇಲಿನ ದೌರ್ಜನ್ಯ ನೀತಿಯನ್ನು ಮುಂದುವರಿಸಿದರೆ ಆ ದೇಶದೊಡನೆ ಅನೇಕ ಸಹಕಾರದ ಕ್ಯಾರ್ಯಕ್ರಮಗಳನ್ನು ರದ್ದು ಮಾಡಲು ಅಮೆರಿಕ ಯೋಚನೆಮಾಡಿದ್ದಿತು. ಅಮೆರಿಕಾ ದೇಶವು ಬಾಲ್ಟಿಕ್ ವಿವಾದವನ್ನು ಶಾಂತಿಯುತವಾಗಿ ಪರಿಹರಿಸಲು ಯುರೋಪಿಯನ್ ದೇಶಗಳೊಂದಿಗೆ ಸಮಾಲೋಚನೆ ನಡೆಸಿ ರಷ್ಯಾಕ್ಕೆ ತನ್ನ ಅಭಿಪ್ರಾಯವನ್ನು ಕಳುಹಿಸಲು ನಿರ್ಧರಿಸಿತು. ಅಮೆರಿಕ ಪಾರ್ಲಿಮೆಂಟಿನ (ಕಾಂಗ್ರೆಸ್) ಒಂದು ಸಮಿತಿಯ ಮುಂದೆ ಸಾಕ್ಷ್ಯ ನೀಡುತ್ತಾ ಒಬ್ಬ ಅಧಿಕಾರಿಯು ಕೆಳಕಂಡಂತೆ ತಿಳಿಸಿದನು. 'ರಷ್ಯಾದಲ್ಲಿ ಪ್ರಜಾಪ್ರಭುತ್ವವನ್ನು ತರಲು ಆಗಿರುವ ಪ್ರಗತಿಯು ಕೆಲವು ಪೋಲಿಸ್ ವಿಧಾನಗಳ ಮೂಲಕ ಕೆಡಕುಂಟುಮಾಡುವುದಾದರೆ ಅದು ಒಂದು ದುರಂತವಾಗುತ್ತದೆ.'

ಜನವರಿ 22 ರಂದು ಸೋವಿಯಟ್ ಯೂನಿಯನ್ನಿಗೆ 1 ಬಿಲಿಯನ್ ಡಾಲರ್ ಬೆಲೆಬಾಳುವ ಆಹಾರ ಧಾನ್ಯಗಳನ್ನು ನೀಡುವ ಯೋಜನೆಗೆ ಅಮೆರಿಕಾವು ತಾತ್ಕಾಲಿಕವಾದ ತಡೆಯಾಜ್ಞೆ ನೀಡಿತು. ರಷ್ಯಾ ಬಾಲ್ಟಿಕ್ ದೇಶಗಳಾದ ಲಿಥುವೇನಿಯಾ, ಎಸ್ಟೋನಿಯಾ ಮತ್ತು ಲಾಟ್ವಿಯಾದ ಸ್ವಾತಂತ್ರ್ಯ ಸಂಗ್ರಾಮಗಳನ್ನು ಧಮನ ಮಾಡುವುದನ್ನು ಪ್ರತಿಭಟಿಸಿ ಈ ಕ್ರಮವನ್ನು ತೆಗೆದುಕೊಳ್ಳಲಾಯಿತು. ರಷ್ಯಾದ ಅಧಿಕಾರಿಗಳು ಇದೇ ರೀತಿಯ ಧಮನ ನೀತಿಯನ್ನು ಅನುಸರಿದರೆ ರಷ್ಯಾಕ್ಕೆ ಶೀಘ್ರದಲ್ಲಿಯೇ ನೀಡಬೇಕಾಗಿದ್ದ 500 ದಶಲಕ್ಷ ಡಾಲರುಗಳ ತಾಂತ್ರಿಕ ಸಹಾಯವನ್ನು ನಿಲ್ಲಿಸಬೇಕಾಗುವುದೆಂದು ಈ ಪಾರ್ಲಿಮೆಂಟ್ ಎಚ್ಚರಿಕೆ ನೀಡಿತು. ಫೆಬ್ರವರಿ 3 ರಂದು ರಷ್ಯಾದ ಅತಿದೊಡ್ಡ ಗಣರಾಜ್ಯಗಳಾದ ಯುಕ್ರೇನ್, ಬೈಲೊ ರಷ್ಯಾ ಮತ್ತು ಕಜಕಿಸ್ತಾನ್ ಮಾಸ್ಕೋದಲ್ಲಿ ಸಭೆ ಸೇರಿ ನಾಲ್ಕು ದೇಶಗಳ ಒಂದು ಒಪ್ಪಂದವನ್ನು ಸಿದ್ಧಪಡಿಸಲು ಪ್ರಯತ್ನಿಸಿದವು. ಸೋವಿಯಟ್ ಒಕ್ಕೂಟದ ಶೇಕಡ 80ರಷ್ಟು ಜನಸಂಖ್ಯೆಯನ್ನು ಹೊಂದಿದ್ದ ಈ ದೇಶಗಳು ನವೀಕೃತವಾದ ಸೋವಿಯಟ್ ಒಕ್ಕೂಟ ಗಣರಾಜ್ಯಗಳೊಡನೆ ದ್ವಿಪಕ್ಷೀಯ ಮಾತುಕತೆ ನಡೆದು ಒಂದು ಸಂಧಿಯು ಏರ್ಪಡಬೇಕೆಂದು ಸಲಹೆ ಮಾಡಿದವು. ಈ ವೇಳೆಗಾಗಲೆ ಆ ದೇಶಗಳು ರಾಜಕೀಯ, ಆರ್ಥಿಕ ಹಾಗೂ ಸಾಂಸ್ಕೃತಿಕ ಒಪ್ಪಂದಗಳನ್ನು ಮಾಡಿಕೊಂಡಿದ್ದವು. ಇತರ ಮೂರು ಗಣರಾಜ್ಯಗಳಾದ ಅಜರ್ ಬೈಜಾನ್, ಉಜ್ಜೇಕಿಸ್ಥಾನ್ ಮತ್ತು ಮಾಲ್ಡೇವಿಯಾ ಕಮ್ಯುನಿಸ್ಟ್ ಪಾರ್ಟಿಯ ಕಠಿಣ ನೀತಿಯನ್ನು ವಿರೋಧಿಸಲು ಈ ಐದು ದೇಶಗಳ ಒಪ್ಪಂದಕ್ಕೆ ಅನಂತರ ಸೇರುವುದಾಗಿ ತಿಳಿಸಿದವು.

ಡಿಸೆಂಬರ್ 21 ರಂದು 11 ಗಣರಾಜ್ಯಗಳ ಮುಖ್ಯಸ್ಥರು ಒಕ್ಕೂಟವನ್ನು ಛಿದ್ರಗೊಳಿಸಿ ಒಂದು ಹೊಸ ಸ್ವತಂತ್ರ ರಾಷ್ಟ್ರಗಳ ಒಕ್ಕೂಟವನ್ನು ಸ್ಥಾಪಿಸಿ ಈ ಕೆಳಕಂಡ ಘೋಷಣೆಯನ್ನು ಮಾಡಿದವು. ಸ್ವತಂತ್ರ ಗಣರಾಜ್ಯಗಳಾದ ಅಜರ್‌ಬೈಜಾನ್, ಆರ್ಮೇನಿಯಾ, ಬೈಲೊ ರಷ್ಯಾ, ಕಜಿಕೀಸ್ತಾನ್, ಕುರ್ಗಿಷಿಯಾ, ಮಾಲ್ಡೇವಿಯ ಮತ್ತು ರಷ್ಯಾದ ಸಂಯುಕ್ತ ಒಕ್ಕೂಟ, ತಧ್ಜಿಕೀಸ್ತಾನ್, ಟರ್ಕಿಮೆನಿಸ್ತಾನ್, ಉಜ್ಬೇಕಿಸ್ತಾನ್ ಮತ್ತು ಯುಕ್ರೇನ್‌ಗಳು ಪ್ರಜಾಪ್ರಭುತ್ವ ರೀತಿಯ ಕಾನೂನಿನ ಅನ್ವಯದ ರಾಜ್ಯಗಳನ್ನು ನಿರ್ಮಿಸುವ ಉದ್ದೇಶದಿಂದ ಪರಸ್ಪರ ಅಂಗೀಕಾರ ಮತ್ತು ಸಾರ್ವಭೌಮತ್ವದ ಹಾಗೂ ಸಾರ್ವಭೌಮ ಸಮಾನತೆಯ ಹಾಗೂ ಸ್ವಯಮಾಧಿಕಾರದ ಹಕ್ಕುಗಳು, ಸಮಾನತೆಯ ತತ್ವ, ಆಂತರಿಕ ವಿಷಯದಲ್ಲಿ ತಲೆಹಾಕದಿರುವಿಕೆ, ಸೈನ್ಯ ಶಕ್ತಿಯ ಬಳಕೆಯ ವಿರೋಧ ಹಾಗೂ ಆರ್ಥಿಕ ಮತ್ತಿತರ ರೀತಿಯ ಒತ್ತಡದ ತಿರಸ್ಕಾರ, ಮಾನವ ಹಕ್ಕುಗಳ ಸ್ವಾತಂತ್ರ್ಯದ ಪುರಸ್ಕಾರ, ರಾಜಕೀಯ ಅಲ್ಪಸಂಖ್ಯಾತರ ಹಕ್ಕುಗಳಿಗೂ ಪುರಸ್ಕಾರ, ಅಂತರರಾಷ್ಟ್ರೀಯ ಕಾನೂನಿನ ತತ್ವಗಳನ್ನು, ಮಟ್ಟವನ್ನು ಪ್ರಜ್ಞಾಪೂರ್ವಕವಾಗಿ ಅನುಸರಿಸಿ ಬದ್ಧವಾಗಿರುವಿಕೆ ಇವುಗಳನ್ನು ಒಪ್ಪಿಕೊಂಡು ಅಂಗೀಕರಿಸುವುದು.

ಪ್ರತಿಯೊಂದು ದೇಶದ ಗಡಿಗಳ ಸಮಗ್ರತೆಯನ್ನು ಅಂಗೀಕರಿಸಿ ಗೌರವಿಸುವುದು. ಈಗ ಇರುವ ರಾಜ್ಯಗಳ ಗಡಿಗಳನ್ನು ಅತಿಕ್ರಮಿಸದಿರುವುದು. ಇತರ ದೇಶಗಳೊಂದಿಗೆ ಸ್ನೇಹ ಸಂಬಂಧವನ್ನು ಬಲಗೊಳಿಸುವುದು-ಒಳ್ಳೆಯ ನೆರೆಹೊರೆಯ ಬಾಂಧವ್ಯ ಹಾಗೂ ಪರಸ್ಪರ ಸಹಕಾರಗಳು ಚಾರಿತ್ರಿಕವಾದ ಹಿನ್ನೆಲೆಯಿರುವುದರಿಂದ ಅವು ರಾಷ್ಟ್ರಗಳ ಮೂಲಭೂತ ಹಿತಾಸಕ್ತಿಗಳಿಗೆ ಅನುಗುಣವಾಗಿದ್ದು ಶಾಂತಿ ಮತ್ತು ಭದ್ರತೆಗೆ ಒತ್ತಾಸೆಯಾಗುವುದು.

ಸಾರ್ವಜನಿಕರ ಶಾಂತಿ, ವಿವಿಧ ಜನಾಂಗಗಳ ನಡುವಿನ ಒಪ್ಪಂದ ಇವುಗಳನ್ನು ರಕ್ಷಿಸುವ ಜವಾಬ್ದಾರಿಯ ಬಗ್ಗೆ ಅರಿವನ್ನು ಹೊಂದಿದ್ದು ಸ್ವತಂತ್ರ ರಾಷ್ಟ್ರಗಳ ಒಕ್ಕೂಟದ ಉದ್ದೇಶ ಮತ್ತು ತತ್ವಗಳ ಒಪ್ಪಂದದ ಬಗ್ಗೆ ನಿಷ್ಠೆಯಿಂದಿದ್ದು ಈ ಕೆಳಗಿನ ಹೇಳಿಕೆಯನ್ನು ನೀಡುತ್ತದೆ.

ಈ ಒಕ್ಕೂಟದ ಸದಸ್ಯ ರಾಷ್ಟ್ರಗಳ ನಡುವೆ ಸಹಕಾರವು ಸಮಾನತೆಯ ತತ್ವದ ಆಧಾರದ ಮೇಲೆ ಹಾಗೂ ಸಮಾನ ತತ್ವದ ವಿಧಾನದಿಂದ ಸ್ಥಾಪಿಸಲ್ಪಟ್ಟ ಮತ್ತು ಅನ್ಯೋನ್ಯ ಸಂಬಂಧಾತ್ಮಕ ಸಂಸ್ಥೆಗಳ ಮೂಲಕ ಒಂದು ರಾಜ್ಯವು ಅಥವಾ ರಾಜ್ಯಕ್ಕಿಂತ ಮಿಗಿಲಾದ ಸಂಸ್ಥೆಯೂ ಅಲ್ಲದ ಒಕ್ಕೂಟದ ಸದಸ್ಯರ ನಡುವೆ ಸ್ಥಾಪಿಸಲ್ಪಟ್ಟ ನಿಯಮಗಳ ಮೂಲಕ. ಅಂತರರಾಷ್ಟ್ರೀಯ ಭದ್ರತೆ ಮತ್ತು ರಕ್ಷಣೆಯನ್ನು ಸ್ಥಾಪಿಸುವ ಉದ್ದೇಶದಿಂದ ಒಕ್ಕೂಟದ ಸೈನಿಕ ಶಕ್ತಿಗಳನ್ನು ಹಾಗೂ ಅಣ್ವಸ್ತ್ರಗಳ ಮೇಲೆ ಒಂದೇ ನಿಯಂತ್ರಣಶಕ್ತಿಯ ಸ್ಥಾಪನೆಯ ಉದ್ದೇಶದಿಂದ ಎಲ್ಲಾ ಘಟಕಗಳು ಅಣ್ವಸ್ತ್ರ ರಹಿತ ಮತ್ತು ತಟಸ್ಥ ರಾಜ್ಯದ ಪಟ್ಟವನ್ನು ಹೊಂದುವ ಇಚ್ಛೆಯನ್ನು ಗೌರವಿಸುತ್ತವೆ.

ಈ ಸ್ವತಂತ್ರ ರಾಷ್ಟ್ರಗಳ ಒಕ್ಕೂಟವು ತನ್ನ ಎಲ್ಲಾ ಸದಸ್ಯರ ಒಪ್ಪಂದದ ಮೂಲಕ ಸೋವಿಯಟ್ ಒಕ್ಕೂಟದ ಹಿಂದಿನ ಸದಸ್ಯ ರಾಜ್ಯಗಳಿಗೂ ಇದೇ ಗುರಿ ಮತ್ತು ತತ್ವಗಳಲ್ಲಿ ನಂಬಿಕೆಯಿರುವ, ಇದಕ್ಕೆ ಸೇರಲು ಬಯಸುವ ಇತರ ರಾಜ್ಯಗಳಿಗೂ ಮುಕ್ತವಾಗಿದೆ. ಸಮಾನ ಆರ್ಥಿಕ ವ್ಯವಸ್ಥೆ ಮತ್ತು ಯೂರೋಪಿನ ಹಾಗೂ ಏಷ್ಯಾಗಳ ಮಾರುಕಟ್ಟೆಗಳಲ್ಲಿ ಸಹಕಾರ ಹಾಗೂ ಸಮಾನ ನೀತಿಗೆ ನಿಷ್ಠವಾಗಿರುವುದನ್ನು ಅಂಗೀಕರಿಸಲಾಗಿದೆ. ಈ ಸ್ವತಂತ್ರ ರಾಷ್ಟ್ರಗಳ ಒಕ್ಕೂಟದ ಸ್ಥಾಪನೆಯಿಂದ ಸೋಷಿಯಲಿಸ್ಟ್ ಗಣರಾಜ್ಯವು ಅಸ್ತಿತ್ವದಲ್ಲಿರುವುದಿಲ್ಲ.

ಈ ಒಕ್ಕೂಟದ ಸದಸ್ಯರು ತಮ್ಮ ರಾಜ್ಯಾಂಗದ ನೀತಿ ನಿಯಮಗಳಿಗನುಸಾರವಾಗಿ ಹಿಂದಿನ ಸೋವಿಯಟ್ ಒಕ್ಕೂಟವು ಹೊಂದಿದ ಎಲ್ಲಾ ಅಂತರರಾಷ್ಟ್ರೀಯ ಸಂಧಿ ಮತ್ತು ಒಪ್ಪಂದಗಳನ್ನು ಮಾನ್ಯ ಮಾಡುತ್ತದೆ. ಹೊಸ ಸ್ವತಂತ್ರ ರಾಷ್ಟ್ರಗಳ ಒಕ್ಕೂಟದ ನಾಯಕರು ಒಂದು ಸಮಾನ ಸೈನ್ಯ ವ್ಯವಸ್ಥೆಯನ್ನು ರಚಿಸುವಲ್ಲಿ ವಿಫಲರಾಗಿದ್ದಾರೆ. ಈ ಒಕ್ಕೂಟದ ಬಹು ಸೂಕ್ಷ್ಮವಾದ ಈ ಅಂಶದ ಬಗ್ಗೆ ಅವರು ಒಂದು ಒಪ್ಪಂದಕ್ಕೆ ಬಂದು ಸದಸ್ಯ ರಾಷ್ಟ್ರಗಳು ತಮ್ಮದೇ ಆದ ಸೈನ್ಯವನ್ನು ಹೊಂದಿರಬಹುದೆಂದು ಒಪ್ಪಿಕೊಂಡಿವೆ. ಸೈನ್ಯವು ತಾನು ಛಿದ್ರಗೊಂಡಿದೆ ಎಂದು ಭಾವಿಸುತ್ತದೆ.

ಇಷ್ಟಾದರೂ ಹಿಂದಿನ ಸೋವಿಯಟ್ ಒಕ್ಕೂಟದ 11 ಗಣರಾಜ್ಯದ ಮುಖ್ಯಸ್ಥರು ಡಿಸೆಂಬರ್ 31ರಂದು ಸೋವಿಯಟ್ ಒಕ್ಕೂಟ ಹೊಂದಿದ್ದ 27,000 ಅಣ್ವಸ್ತ್ರಗಳ ಮೇಲೆ ಒಂದು ಒಟ್ಟಾದ ಶಾಶ್ವತ ನಿಯಂತ್ರಣವನ್ನು ಇಟ್ಟುಕೊಳ್ಳಲು ಒಪ್ಪಿಕೊಂಡರು. ಇದಲ್ಲದೆ ಕೆಲವು ಆರ್ಥಿಕ ನೀತಿಗಳ ಬಗ್ಗೆಯೂ ಅವರು ಒಪ್ಪಂದ ಮಾಡಿಕೊಂಡರು. ಈ ರಾಜ್ಯಗಳು ಒಕ್ಕೂಟದ ಅಣ್ವಸ್ತ್ರ ಘಟಕದ ಜಂಟಿ ಮುಖ್ಯಸ್ಥನು ತಮ್ಮ ತಮ್ಮ ರಾಜ್ಯದಲ್ಲಿ ಸೋವಿಯಟ್ ಸೈನ್ಯದ ಮೇಲೆ ನಿಯಂತ್ರಣ ಹೊಂದಲು ಅಂಗೀಕರಿಸಿದವು. ಅಜರ್‌ಬೈಜಾನ್, ಮಾಲ್ಡೇವಿಯಾ ಮತ್ತು ಯುಕ್ರೇನ್ ತಾವು ತಮ್ಮದೇ ಆದ ಸೈನ್ಯಗಳನ್ನು ರಚಿಸುವುದಾಗಿ ತಿಳಿಸಿದವು. ರಷ್ಯಾ ಸೇರಿದಂತೆ ಇತರ ಸದಸ್ಯ ರಾಜ್ಯಗಳು ಸೈನ್ಯದ ಮೇಲೆ ಏಕೀಕೃತ ನಿಯಂತ್ರಣಕ್ಕೆ ಒಪ್ಪಿಕೊಂಡವು.

ಗೋರ್ಬಚೇವ್ ಸೋವಿಯಟ್ ಯೂನಿಯನ್‌ನ ನೇತೃತ್ವ ವಹಿಸಿಕೊಂಡ ನಂತರದ ವಿಘಟನೆಯ ಪ್ರಮುಖ ಕಾಲಾನುಕ್ರಮಣಿಕೆ

ಮಾರ್ಚ್ 11, 1985 : ಕಾನ್‌ಸ್ಟಂಟಿನ್ ಚೆರ್ನ್‌ಕೋವ್‌ರವರ ಮರಣಾನಂತರ ಸೋವಿಯಟ್ ಕಮ್ಯುನಿಸ್ಟ್ ಪಕ್ಷದ ಕಾರ್ಯದರ್ಶಿಯಾಗಿ ಗೋರ್ಬಚೇವ್‌ರವರ ನೇಮಕ.

ಫೆಬ್ರವರಿ 19, 1986: ಗೋರ್ಬಚೇವ್‌ರವರಿಂದ ಸೋವಿಯಟ್ ಸಮಾಜದ ವ್ಯಾಪಕ ಪುನರ್ನಿರ್ಮಾಣದ ಸಲಹೆ ಅಥವಾ ಪೆರೆಸ್ಟ್ರೋಯಿಕೆ.

ಡಿಸೆಂಬರ್ 8, 1987: ಗೋರ್ಬಚೇವ್ ಅಮೇರಿಕಾದ ಅಧ್ಯಕ್ಷ ರೀಗನ್‌ರವರನ್ನು ವಾಷಿಂಗ್ಟನ್ನಿನಲ್ಲಿ ಸಂಧಿಸಿ ಭೂಮಿ ಆಧಾರಿತ 480–5600 ಕಿಲೋಮೀಟರ್ ವ್ಯಾಪ್ತಿಯ ಕ್ಷಿಪಣಿಗಳ ಬಳಕೆಯ ನಿರೋಧದ ಬಗ್ಗೆ ಒಪ್ಪಂದಕ್ಕೆ ಸಹಿಹಾಕಿದರು. ಈ ಒಪ್ಪಂದ ಜೂನ್ 1, 1988 ರಿಂದ ಜಾರಿಗೆ ಬಂದಿತು.

ಮೇ 15, 1988: ಸೋವಿಯಟ್ ಒಕ್ಕೂಟ ಆಫ್ಘಾನಿಸ್ತಾನದಿಂದ ತನ್ನ ಸೈನ್ಯವನ್ನು ಹಿಂತೆಗೆದುಕೊಂಡಿತು.

ಅಕ್ಟೋಬರ್ 1, 1988: ರಷ್ಯಾದ ಪರಮೋಚ್ಚ ಸೋವಿಯಟ್‌ನ ಅಧ್ಯಕ್ಷರಾಗಿದ್ದ ಆಂಡ್ರೆ ಗ್ರೋಮಿಕೊ ಅವರ ಸ್ಥಾನದಲ್ಲಿ ಗೋರ್ಬಚೇವ್ ನೇಮಕಗೊಂಡರು.

ಮೇ 15, 1989: ಗೋರ್ಬಚೇವ್ 1960ರಿಂದ ರಷ್ಯಾ ಚೀನಾಗಳ ನಡುವಿನ ವೈಮನಸ್ಯಗಳನ್ನು ಕೊನೆಗಾಣುವಂತೆ ಚೀನಾಕ್ಕೆ ಭೇಟಿ ನೀಡಿದರು.

ಮೇ 25, 1989: ಗೋರ್ಬಚೇವ್ ರಷ್ಯಾದ ಕಾಂಗ್ರೆಸ್ ಆಫ್ ಪೀಪಲ್ಸ್ ಡೆಪ್ಯುಟಿ ಸಂಸ್ಥೆಯ ಅಧ್ಯಕ್ಷರಾಗಿ ಆರಿಸಲ್ಪಟ್ಟರು.

ಫೆಬ್ರವರಿ 5, 1990: ಗೋರ್ಬಚೇವ್ ಬಹುಪಕ್ಷ ರಾಜಕೀಯ ವ್ಯವಸ್ಥೆಯನ್ನು ಹಾಗೂ ಕಾರ್ಯಾಂಗ ಅಧ್ಯಕ್ಷರ ಸಲಹೆಯನ್ನು ಮುಂದಿಟ್ಟರು.

ಮಾರ್ಚ್ 11, 1990: ಲಿಥುವೇನಿಯಾ ತನ್ನ ಸ್ವಾತಂತ್ರ್ಯವನ್ನು ಘೋಷಿಸಿತು. ನೆರೆಯ ರಾಜ್ಯಗಳಾದ ಲಾಟ್ವಿಯ ಮತ್ತು ಎಸ್ತೋನಿಯ ಕೂಡಾ ಅದನ್ನು ಅನುಸರಿಸಿದವು.

ಮಾರ್ಚ 15, 1990: ಗೋರ್ಬಚೇವ್ ಪ್ರಜಾಪ್ರತಿನಿಧಿಗಳ ಮೊದಲನೆಯ ಅಧ್ಯಕ್ಷರಾಗಿ ಆರಿಸಲ್ಪಟ್ಟರು.

ಮೇ 31 ರಿಂದ ಜೂನ್ 2 : ಗೋರ್ಬಚೇವ್ ವಾಷಿಂಗ್‌ಟನ್ನಿನಲ್ಲಿ ಅಮೇರಿಕಾದ ಅಧ್ಯಕ್ಷ ಜಾರ್ಜ್‌ಬುಷ್ ಅವರೊಂದಿಗೆ ಸ್ಟಾರ್ಟ್ ಒಪ್ಪಂದದ ಸಲಹೆಯನ್ನು ಮಂಡಿಸಿದರು. ಇದು ದೀರ್ಘ ಪ್ರಮಾಣದ ಅಣ್ವಸ್ತ್ರಗಳಲ್ಲಿ 30% ಭಾಗದ ಕಡಿತವನ್ನು ಸೂಚಿಸಿದ್ದಿತು.

ಅಕ್ಟೋಬರ್ 15, 1990 : ನೋಬೆಲ್ ಶಾಂತಿ ಪ್ರಶಸ್ತಿಯನ್ನು ಗೋರ್ಬಚೇವ್ ಪಡೆದರು.

ನವೆಂಬರ್ 17, 1990: ಗೋರ್ಬಚೇವ್ ಸೋವಿಯಟ್ ಒಕ್ಕೂಟದ ಕೇಂದ್ರ ಸರ್ಕಾರ ಹಾಗೂ ಪ್ರತ್ಯೇಕ ಗಣರಾಜ್ಯಗಳ ನಡುವೆ ಸಂಬಂಧಗಳನ್ನು ಪುನರ್ ರೂಪಿಸುವ ಒಪ್ಪಂದವನ್ನು ಪ್ರಕಟಿಸಿದರು.

ಮಾರ್ಚ್ 17, 1991: ಈ ಒಕ್ಕೂಟದ ಒಪ್ಪಂದಕ್ಕೆ ರಾಷ್ಟ್ರ ವ್ಯಾಪಿ ರೆಫೆರೆಂಡಮ್‌ನಿಂದ (ಪ್ರಜಾನಿರ್ಧಾರ) ಅನುಮೋದನೆ ದೊರೆಯಿತು.

ಏಪ್ರಿಲ್ 16–20, 1991: ಗೋರ್ಬಚೇವ್ ಜಪಾನಿಗೆ ಭೇಟಿ ನೀಡಿದ ಮೊದಲನೆಯ ಸೋವಿಯಟ್ ನಾಯಕರಾಗಿ ಅಲ್ಲಿನ ಪ್ರಧಾನಿ ಕೈಫ್ತೊ ಅವರೊಂದಿಗೆ ಮಾತುಕತೆ ನಡೆಸಿದರು.

ಜೂನ್ 12, 1991: ಬೋರಿಸ್ ಎಲ್ಸಿನ್ ರಷ್ಯಾದ ಸಂಯುಕ್ತ ಒಕ್ಕೂಟದ ಮೊಟ್ಟಮೊದಲನೆಯ ಅಧ್ಯಕ್ಷರಾಗಿ ಚುನಾಯಿಸಲ್ಪಟ್ಟರು.

ಜುಲೈ 17, 1991 : ಗೋರ್ಬಚೇವ್ ಜಗತ್ತಿನ ಅಗ್ರ ಕೈಗಾರಿಕಾ ರಾಷ್ಟ್ರಗಳ ಜಿ–7 ಶೃಂಗದ ಮೊಟ್ಟಮೊದಲನೆಯ ಸದಸ್ಯರಾದರು. ಅವರು ಸ್ಟಾರ್ಟ್ (START) ಒಪ್ಪಂದದ ಎಲ್ಲಾ ಅಂಶಗಳನ್ನು ಗೌರವಿಸಲು ಅಧ್ಯಕ್ಷ ಬುಷ್ ಅವರೊಂದಿಗೆ ಒಪ್ಪಂದ ಮಾಡಿಕೊಂಡರು.

ಜುಲೈ 26, 1991 : ಕಮ್ಯುನಿಸ್ಟ್ ನಾಯಕರು ಅನೇಕ ದಶಕಗಳಿಂದ ಅನುಸರಿಸಲಾಗಿದ್ದ ಮಾರ್ಕ್ಸ್‌ವಾದಿ ಆಳ್ವಿಕೆಯನ್ನು ಕೊನೆಗಾಣಿಸಿ ಗೋರ್ಬಚೇವ್‌ನ ಹೊಸ ಪಕ್ಷದ ನೀತಿಯನ್ನು ಬಹುಮತದಿಂದ ಅಂಗೀಕರಿಸಿದರು.

ಜುಲೈ 31, 1991 : ಗೋರ್ಬಚೇವ್ ಮಾಸ್ಕೋದಲ್ಲಿ ಅಧ್ಯಕ್ಷ ಬುಷ್ ಅವರೊಂದಿಗೆ (START) ಒಪ್ಪಂದಕ್ಕೆ ಸಹಿ ಹಾಕಿದರು.

ಆಗಸ್ಟ್ 19, 1991: ಪ್ರತಿಗಾಮಿ ಕಮ್ಯುನಿಸ್ಟ್ ಗುಂಪಿನವರು ಗೋರ್ಬಚೇವ್‌ರವರನ್ನು ಅಧ್ಯಕ್ಷ ಸ್ಥಾನದಿಂದ ಪದಚ್ಯುತಿಗೊಳಿಸಿದರು. ಇದರಿಂದ ರಾಷ್ಟ್ರದಾದ್ಯಂತ ತುರ್ತುಪರಿಸ್ಥಿತಿ ಘೋಷಿಸಲಾಯಿತು.

ಆಗಸ್ಟ್ 21, 1991: ರಷ್ಯಾದ ಕ್ಷಿಪ್ರ ರಾಜ್ಯಕ್ರಾಂತಿಯ ಪತನ. ಗೋರ್ಬಚೇವ್ ಮಾಸ್ಕೋಗೆ ಹಿಂದಿರುಗಿದರು.

ಆಗಸ್ಟ್ 24, 1991 : ಗೋರ್ಬಚೇವ್ ಕಮ್ಯುನಿಷ್ಟ್ ಪಾರ್ಟಿಯ ಅಧ್ಯಕ್ಷ ಪದವಿಗೆ ರಾಜೀನಾಮೆ ನೀಡಿ ಅದನ್ನು ವರ್ಜಿಸಬೇಕೆಂದು ಸಲಹೆ ನೀಡಿದರು.

ಸೆಪ್ಟೆಂಬರ್ 2, 1991: ಅಮೇರಿಕ ಬಾಲ್ಟಿಕ್ ಗಣರಾಜ್ಯಗಳನ್ನು ವಿದ್ಯುಕ್ತವಾಗಿ ಮಾನ್ಯ ಮಾಡಿತು.

ಸೆಪ್ಟೆಂಬರ್ 6, 1991 : ಸೋವಿಯಟ್ ಒಕ್ಕೂಟ ಬಾಲ್ಟಿಕ್ ಗಣರಾಜ್ಯಗಳ ಸ್ಥಾಪನೆಯನ್ನು ಮಾನ್ಯ ಮಾಡಿತು.

ಅಕ್ಟೋಬರ್ 1, 1991: ರಷ್ಯಾದ ಉಳಿದ ಗಣರಾಜ್ಯಗಳು ಹೊಸ ಆರ್ಥಿಕ ಒಕ್ಕೂಟವನ್ನು ಸ್ಥಾಪಿಸಲು ಒಪ್ಪಿಕೊಂಡವು.

ಅಕ್ಟೋಬರ್ 18, 1991: ಗೋರ್ಬಚೇವ್ ಮತ್ತು 8 ಸೋವಿಯಟ್ ಗಣರಾಜ್ಯಗಳ ಅಧ್ಯಕ್ಷರು ಹೊಸ ಆರ್ಥಿಕ ಒಕ್ಕೂಟದ ಒಪ್ಪಂದಕ್ಕೆ ಸಹಿ ಹಾಕಿದರು.

ನವೆಂಬರ್ 4, 1991 : ಯುಕ್ರೇನ್ ಉಳಿದ 12 ಸೋವಿಯಟ್ ಗಣರಾಜ್ಯಗಳ ಆರ್ಥಿಕ ಒಕ್ಕೂಟಕ್ಕೆ ಸೇರಿಕೊಂಡಿತು.

ನವೆಂಬರ್ 14, 1991 : 7 ಸೋವಿಯಟ್ ಗಣರಾಜ್ಯಗಳು ಹೊಸ ರಾಜ್ಯಾಂಗದ ಒಪ್ಪಂದದ ಬಗ್ಗೆ ತಾತ್ವಿಕವಾಗಿ ಒಪ್ಪಂದ ಮಾಡಿಕೊಂಡವು.

ಡಿಸೆಂಬರ್ 1, 1991 : ಯುಕ್ರೇನಿಯನ್ನಿನ ಪ್ರಜೆಗಳು ಬಹುಮತದಿಂದ ಪ್ರಜಾನಿರ್ಧಾರದ ಮೂಲಕ ಸ್ವಾತಂತ್ರ್ಯಕ್ಕಾಗಿ ತಮ್ಮ ಅನುಮತಿಯನ್ನು ಸೂಚಿಸಿದರು.

ಡಿಸೆಂಬರ್ 3, 1991 : ಗೋರ್ಬಚೇವ್ ಉಳಿದ ಸೋವಿಯಟ್ ಗಣರಾಜ್ಯಗಳಿಗೆ ಕ್ರೇಂಬ್ಲಿನ್ ಜೊತೆ ರಾಜಕೀಯ ಒಪ್ಪಂದವನ್ನು ಮಾಡಿಕೊಳ್ಳಬೇಕೆಂದು ಇಲ್ಲದಿದ್ದರೆ, ಬಡತನ ಮತ್ತು ವಿನಾಶವನ್ನು ಎದುರಿಸಬೇಕೆಂದು ಮನವಿಮಾಡಿದನು.

ಡಿಸೆಂಬರ್ 8, 1991 : ರಷ್ಯಾ, ಯುಕ್ರೇನ್, ಬೈಲೊ ರಾಷ್ಟ್ರಗಳು ಸೋವಿಯಟ್ ಒಕ್ಕೂಟವು ಗತಿಸಿತೆಂದು ಘೋಷಿಸಿ ಸ್ವತಂತ್ರ ರಾಷ್ಟ್ರಗಳ ಒಕ್ಕೂಟವನ್ನು ಸ್ಥಾಪಿಸಲು ಒಪ್ಪಿಕೊಂಡವು.

ಡಿಸೆಂಬರ್ 17, 1991: ಗೋರ್ಬಚೇವ್ ಮತ್ತು ಎಲ್ಸಿನ್ 1991ರ ಅಂತ್ಯದ ವೇಳೆಗೆ ಸೋವಿಯಟ್ ಒಕ್ಕೂಟದ ವಿಘಟನೆಯ ಬಗ್ಗೆ ಒಪ್ಪಂದಮಾಡಿಕೊಂಡರು.

ಡಿಸೆಂಬರ್ 21, 1991 : 11 ಗಣರಾಜ್ಯಗಳು ಸ್ವತಂತ್ರ ರಾಜ್ಯಗಳ ಒಕ್ಕೂಟದ ಒಪ್ಪಂದಕ್ಕೆ ಸಹಿಹಾಕಿದವು.

ಡಿಸೆಂಬರ್ 25, 1991: ಸೋವಿಯತ್ ಅಧ್ಯಕ್ಷ ಪದವಿಯಿಂದ ಗೋರ್ಬಚೇವ್ ನಿವೃತ್ತಿಹೊಂದಿದರು.

* * * * *

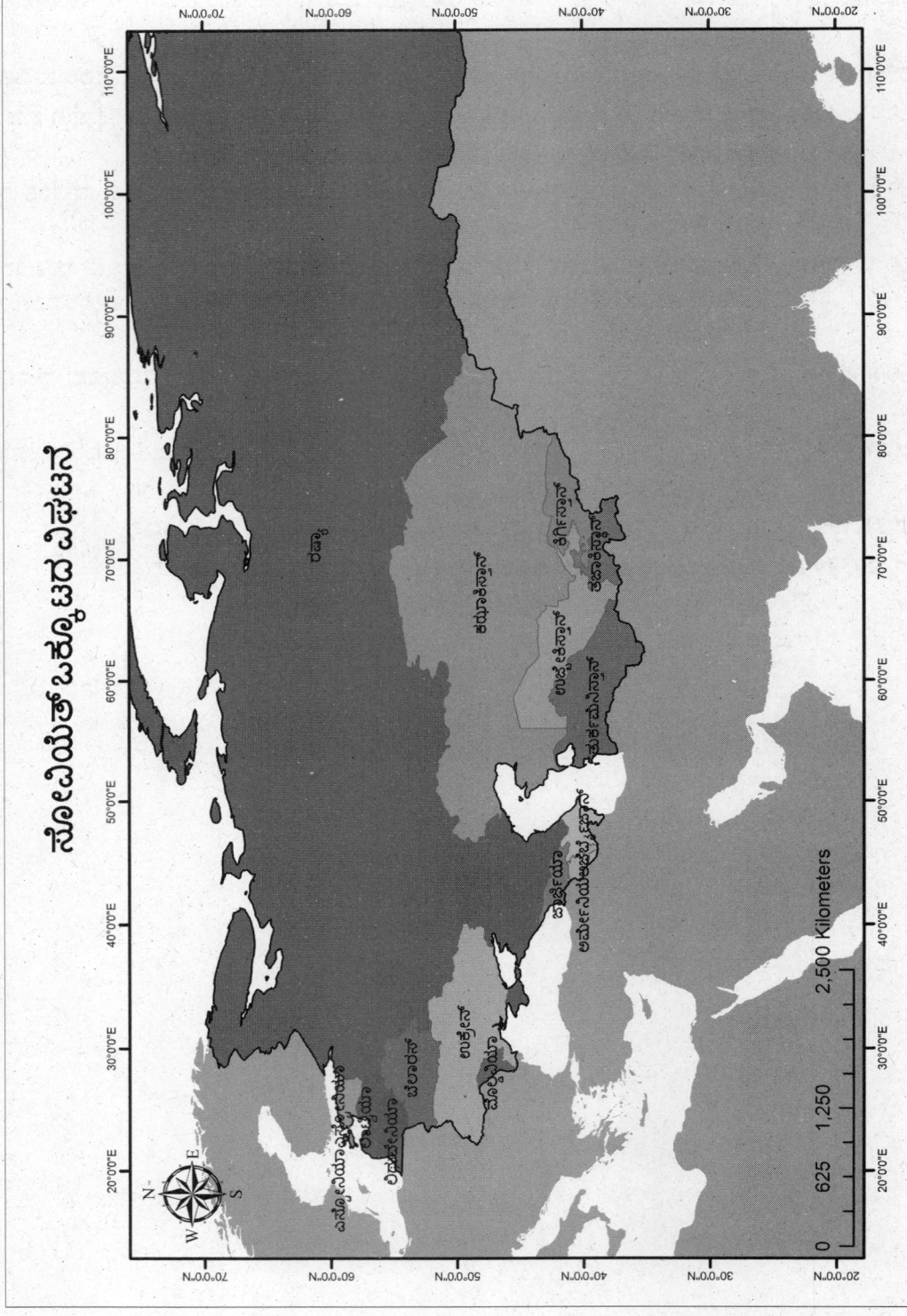

ಸೋವಿಯೆತ್ ಒಕ್ಕೂಟದ ವಿಘಟನೆ